# ಚಾಣಕ್ಯ

## (ಚಾರಿತ್ರಿಕ ಕಾದಂಬರಿ)

ಸು. ರುದ್ರಮೂರ್ತಿ ಶಾಸ್ತ್ರಿ
ಅವರ
**100ನೇ ಕೃತಿ**

IBH
ಪ್ರಕಾಶನ

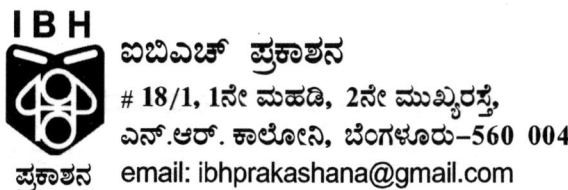

ಐಬಿಎಚ್ ಪ್ರಕಾಶನ
**# 18/1, 1ನೇ ಮಹಡಿ, 2ನೇ ಮುಖ್ಯರಸ್ತೆ,**
**ಎನ್.ಆರ್. ಕಾಲೋನಿ, ಬೆಂಗಳೂರು-560 004**
email: ibhprakashana@gmail.com

**CHANAKYA** - A Historical Novel by Sri Su. Rudramurthy Sastry, Published by H.K.L. Adiga for IBH Prakashana, #18/1, 1st Floor, 2nd Main, N.R. Colony, Bangalore-560004. Phone : 2667 6003 Mobile : 98450 70613 email: ibhprakashana@gmail.com

Pages : xx+1008



First Edition : 2002
Second Edition : 2008
Third Edition : 2011
Fourth Edition : 2017
Fifth Edition : 2019
Sixth Edition : 2021
Seventh Edition : 2025

ISBN : 978-81-89268-94-7

Copies : 1000

Price : ₹ **1050.00**

Cover Design : **Chandranatha Acharya**

Page Layout : **Jaikumara**
Mobile : 98865 33972

Printed at: **Sreeranga Printers Pvt. Ltd.**
BSK II Stage, B'lore-70
Ph: 080-26711155, 26715813
Email: sreerangaprinter@gmail.com

# ಅರ್ಪಣೆ

1969ರಲ್ಲಿ ನನ್ನ ಮೊದಲ ಪುಸ್ತಕ 'ಭಾವಲಹರಿ'ಯನ್ನು ಪ್ರಕಟಿಸಿದ
ಬೆಂಗಳೂರಿನ ಗುಬ್ಬಿ ತೋಟದಪ್ಪನವರ ವಿದ್ಯಾರ್ಥಿನಿಲಯದಲ್ಲಿ
ಸಹಪಾಠಿಯಾಗಿದ್ದ ಮಿತ್ರ ಬಂಗಾರಪೇಟೆಯ

**ಶ್ರೀ ನಟರಾಜ್**

ಮತ್ತು

1971ರಲ್ಲಿ ನನ್ನ ಎರಡನೇ ಪುಸ್ತಕ 'ಕೆಂಪಭಾರತಂ'
ಪ್ರಕಟಣೆಗೆ ಮುಕ್ತವಾಗಿ ನೆರವು ನೀಡಿ ಪ್ರೋತ್ಸಾಹಿಸಿದ
ಸೆಂಟ್ರಲ್ ಕಾಲೇಜಿನ ಸಹಪಾಠಿ ಮಿತ್ರ,
ತೊರೆಹೊಸೂರಿನ

**ಶ್ರೀ ಚೆನ್ನಪ್ಪಾಜಿ (ಪಾಂಡು)**

- ಸು. ರುದ್ರಮೂರ್ತಿ ಶಾಸ್ತ್ರಿ

# ಕನ್ನಡ ಸಾಹಿತ್ಯದಲ್ಲಿ ಪ್ರಾಚೀನ ಭಾರತದ ಮಹಾಚೇತನ - ಚಾಣಕ್ಯ

ಭಾರತದ ರಾಜಕೀಯ ಚರಿತ್ರೆಯಲ್ಲಿ ಚಾಣಕ್ಯನ ಹೆಸರು ಬಹಳ ಪ್ರಸಿದ್ಧವಾದದ್ದು. ಆತನು ರಚಿಸಿದ ಅರ್ಥಶಾಸ್ತ್ರ ಗ್ರಂಥವು **ಕೌಟಿಲೀಯ ಅರ್ಥಶಾಸ್ತ್ರ** ಎಂಬ ಹೆಸರಿನಿಂದ ವಿಶ್ವವಿಖ್ಯಾತವಾಗಿದೆ. ಪ್ರಾಚೀನ ಭಾರತದ ರಾಜಕೀಯ ಮತ್ತು ಸಾಮಾಜಿಕ ಸ್ಥಿತಿಗತಿಗಳ ವಿಚಾರವಾಗಿ ಈ ಗ್ರಂಥದಿಂದ ದೊರಕುವಷ್ಟು ಸಮೃದ್ಧವಾದ ಮಾಹಿತಿಗಳು ಮತ್ತೆಲ್ಲಿಯೂ ಕಾಣಬರುವುದಿಲ್ಲ. ಅನುಪಲಬ್ಧವಾಗಿದ್ದ ಆ ಗ್ರಂಥವು ಕ್ರಿ.ಶ. 1909 ರಲ್ಲಿ ಮೊದಲ ಬಾರಿಗೆ ಸಂಪಾದನೆಗೊಂಡು ಪ್ರಕಟವಾದ ಮೇಲೆ ಯೂರೋಪಿನ ಅನೇಕ ಭಾಷೆಗಳಿಗೆ ಅನುವಾದವಾಯಿತು. ಈ ಪ್ರಥಮ ಸಂಪಾದನೆಯನ್ನು ಸಿದ್ಧಪಡಿಸಿದವರು ಮೈಸೂರಿನ ಪ್ರಸಿದ್ಧ ವಿದ್ವಾಂಸರಾಗಿದ್ದ ಆರ್. ಶಾಮಶಾಸ್ತ್ರಿಗಳು. ಅವರ ಗ್ರಂಥ ವಿಶ್ವದ ಅನೇಕ ವಿದ್ವಾಂಸರ ಗಮನವನ್ನು ಸೆಳೆಯಿತು. ಭಾರತದಲ್ಲಿಯೂ ಅನೇಕ ಭಾಷೆಗಳಿಗೆ ಅದು ಅನುವಾದಗೊಂಡಿತು. ಎಲ್ಲ ಭಾಷೆಗಳ ವಿದ್ವಾಂಸರೂ ಈ ಗ್ರಂಥದ ಬಗ್ಗೆ ಆಸಕ್ತಿ ಹೊಂದಿ ಅನೇಕ ಸಂಶೋಧನೆಗಳನ್ನು ಕೈಗೊಂಡರು. ಈ ಗ್ರಂಥದಲ್ಲಿ ಎಷ್ಟು ನಿಷ್ಕೃಷ್ಟವಾಗಿ ವಿವರಗಳು ದಾಖಲೆಯಾಗಿವೆ ಎಂಬುದನ್ನು ತಿಳಿಸಲು ಎರಡು ಪದ್ಯಗಳನ್ನು ಉದಾಹರಿಸುತ್ತೇನೆ.

1. **ಪ್ರಜಾಸುಖೇ ಸುಖಂ ರಾಜ್ಞಃ**
**ಪ್ರಜಾನಾಂ ಚ ಹಿತೇ ಹಿತಂ**
**ನಾತ್ಮಪ್ರಿಯಂ ಹಿತಂ ರಾಜ್ಞಃ**
**ಪ್ರಜಾನಾಂ ತು ಹಿತಂ ಹಿತಂ॥**

(ಅರ್ಥ : ಪ್ರಜೆಗಳ ಹಿತದಲ್ಲಿಯೇ ರಾಜನ ಸುಖವೂ ಇದೆ. ಪ್ರಜೆಗಳ ಹಿತದಿಂದಲೇ ರಾಜನಿಗೆ ಹಿತವುಂಟಾಗುತ್ತದೆ. ಸ್ವತಃ ರಾಜನಿಗೆ ಮಾತ್ರ ಹಿತವಾದದ್ದು ನಿಜವಾಗಿ ಹಿತವಾಗುವುದಿಲ್ಲ, ಪ್ರಜೆಗಳಿಗೆ ಹಿತವಾದದ್ದೇ ರಾಜನಿಗೂ ಹಿತ.)

2. **ಯಥಾಹ್ಯನಾಸ್ವಾದಯಿತುಂ ನಶಕ್ಯಂ**
**ಜಿಹ್ವಾಸ್ಥಲಸ್ಥ ಮಧು ವಾ ವಿಷಂ ವಾ**
**ಅರ್ಥಸ್ತಥಾಹ್ಯರ್ಥಚರೇಣ ರಾಜ್ಞಃ**
**ಸ್ವಲ್ಪೋಪಿ ನಾಸ್ವಾದಯಿತುಂ ನಶಕ್ಯಃ ॥**

(ಅರ್ಥ : ನಾಲಿಗೆಯ ಮೇಲೆ ಬಿದ್ದ ಜೇನುತುಪ್ಪವನ್ನಾಗಲಿ ವಿಷವನ್ನಾಗಲಿ ರುಚಿ ನೋಡದೆ ಇರುವುದು ಹೇಗೆ ಅಸಾಧ್ಯವೋ ಹಾಗೆಯೇ ರಾಜನ ಧನಾಧ್ಯಕ್ಷನು ರಾಜನ ಹಣವನ್ನು ಸ್ವಲ್ಪವಾದರೂ ಅನುಭವಿಸದೇ ಇರುವುದು ಅಸಾಧ್ಯ.)

ಮೊದಲನೆಯ ಹೇಳಿಕೆಯು ರಾಜನು ಪ್ರಜೆಗಳ ಬಗ್ಗೆ ಎಷ್ಟು ಗಾಢವಾದ ಆಸಕ್ತಿಯನ್ನು ಹೊಂದಿರಬೇಕು ಎಂಬುದನ್ನು ಖಚಿತವಾದ, ನಿರ್ವಿವಾದವಾದ ರೀತಿಯಲ್ಲಿ ನಿರೂಪಿಸುತ್ತದೆ. ಎರಡನೆಯದು ಅಧಿಕಾರಿಗಳ ಭ್ರಷ್ಟಾಚಾರವು ಎಷ್ಟು ಸಹಜವೆಂಬುದನ್ನು ಸೂಕ್ತವಾದ ಉಪಮಾನದಿಂದ ದಾಖಲಿಸುತ್ತದೆ. ಇಂಥ ಅನೇಕ ಸ್ವಾರಸ್ಯಕರವಾದ ವಿಷಯಗಳನ್ನು ಅರ್ಥಶಾಸ್ತ್ರದಿಂದ ನಾವು ಸಂಗ್ರಹಿಸಬಹುದು. ಅರ್ಥಶಾಸ್ತ್ರ ಗ್ರಂಥದ ಕೊನೆಯಲ್ಲಿ ಚಾಣಕ್ಯನು ನಂದ ರಾಜ್ಯಾಧಿಕಾರವನ್ನು ನಿರ್ಮೂಲನ ಮಾಡಿ ಚಂದ್ರಗುಪ್ತನಿಗೆ ಅಧಿಕಾರ ಬರುವಂತೆ ಮಾಡಿದ ವಿಷಯವನ್ನು ತಾನೇ ದಾಖಲಿಸಿದ್ದಾನೆ.

**ಯೇನ ಶಾಸ್ತ್ರಂ ಚ ಶಸ್ತ್ರಂ ಚ**
**ನಂದರಾಜಗತಾ ಚ ಭೂಃ**
**ಅಮರ್ಷೇಣೋದ್ಧೃತಾನ್ಯಾಶು**
**ತೇನ ಶಾಸ್ತ್ರಮಿದಂ ಕೃತಂ ॥**

(ಅರ್ಥ : ಯಾರು ಅರ್ಥಶಾಸ್ತ್ರವನ್ನೂ ಶಸ್ತ್ರವನ್ನೂ ನಂದರ ಕೈಲಿ ಸಿಕ್ಕಿಕೊಂಡಿದ್ದ ರಾಜ್ಯವನ್ನೂ ತನಗೆ ಉಂಟಾಗಿದ್ದ ಕೋಪಾತಿಶಯದಿಂದ ಇದ್ದಕ್ಕಿದ್ದಂತೆ ಉದ್ಧಾರಮಾಡಿಬಿಟ್ಟನೋ ಅಂಥವನಿಂದ ಈ ಶಾಸ್ತ್ರಗ್ರಂಥವು ರಚಿತವಾಗಿದೆ.)

ಈ ಗ್ರಂಥದಲ್ಲಿ 180 ಪ್ರಕರಣಗಳಿವೆ. ರಾಜನೀತಿಗೆ ಬಹಳ ಸಹಾಯಕವಾದ ಗ್ರಂಥ ಇದು. ಚಾಣಕ್ಯನ ಸಾಕ್ಷಾತ್‌ಶಿಷ್ಯನಾದ ಕಾಮಂದಕನು ತನ್ನ "ನೀತಿಸಾರ"ವೆಂಬ ಗ್ರಂಥದಲ್ಲಿ ತನ್ನ ಗುರುವಿನ ಬಗ್ಗೆ ರಚಿಸಿರುವ ಶ್ಲೋಕಗಳು ಹೀಗಿವೆ:

**ವಂಶೇ ವಿಶಾಲ ವಂಶ್ಯಾನಾಂ ಋಷೀಣಾಮಿವ ಭೂಯಸಾಂ**
**ಅಪ್ರತಿಗ್ರಾಹಕಾಣಾಂ ಯೋ ಬಭೂವ ಭುವಿ ವಿಶ್ರುತಃ ॥**

**ಜಾತವೇದಾ ಇವಾರ್ಚಿಷ್ಮಾನ್ ವೇದಾನ್ ವೇದವಿದಾಂವರಃ**
**ಯೋಽಧೀತವಾನ್ ಸುಚತುರಃ ಚತುರೋಪ್ಯೇಕ ವೇದವತ್ ॥**

**ಯಸ್ಯಾಭಿಚಾರೇಣ ವಜ್ರೇಣ ವಜ್ರಜ್ವಲನತೇಜಸಃ**
**ಪಪಾತಮೂಲತಃ ಶ್ರೀಮಾನ್ ಸುಪರ್ವಾನಂದಪರ್ವತಃ ॥**

**ಏಕಾಕೀಮಂತ್ರಶಕ್ತ್ಯಾಯ ಶಕ್ತ್ಯಾ ಶಕ್ತಿಧರೋಪಮಃ**
**ಅಜಹಾರ ನೃಚಂದ್ರಾಯ ಚಂದ್ರಗುಪ್ತಾಯ ಮೇದಿನೀಂ ॥**

**ನೀತಿಶಾಸ್ತ್ರಾಮೃತಂ ಧೀಮಾನ್ ಅರ್ಥಶಾಸ್ತ್ರಮಹೋದಧೇಃ**
**ಸಮುದ್ದಧ್ರೇ ನಮಸ್ತಸ್ಮೈ ವಿಷ್ಣುಗುಪ್ತಾಯ ವೇಧಸೇ ॥**

(ಅರ್ಥ : ಅಪರಿಗ್ರಾಹಕರಾದ ಶ್ರೇಷ್ಠ ಋಷಿಗಳ ವಂಶದಲ್ಲಿ ಹುಟ್ಟಿದ, ಬಹುನಿಪುಣನಾಗಿ ಅಗ್ನಿಯಂತೆ ತೇಜಸ್ವಿಯಾಗಿದ್ದ ವೇದಾರ್ಥವಿದನಾಗಿ ನಾಲ್ಕು ವೇದಗಳನ್ನೂ ಕಂಠಗತ ಮಾಡಿಕೊಂಡಿದ್ದ ವಜ್ರಾಯುಧದಂತೆ ಹೋಳೆದು ಮಂತ್ರಶಕ್ತಿಯಿಂದ ನಂದ ಪರ್ವತವನ್ನು ಕೆಳಗೆ ಉರುಳಿಸಿದ, ಷಣ್ಮುಖನಿಗೆ ಸಮಾನನಾದ, ಅರ್ಥಶಾಸ್ತ್ರವೆಂಬ ಸಮುದ್ರದಿಂದ ನೀತಿಶಾಸ್ತ್ರವನ್ನು ಮೇಲಕ್ಕೆ ಎತ್ತಿ ಪ್ರಕಟಿಸಿದ, ಬ್ರಹ್ಮ ಸಮಾನನಾದ ವಿಷ್ಣುಗುಪ್ತನಿಗೆ ನಮಸ್ಕಾರ.)

ಇಂಥ ಪ್ರಸಿದ್ಧಿಯ ಚಾಣಕ್ಯನು ಚಾರಿತ್ರಿಕ ವ್ಯಕ್ತಿ ಎಂಬುದರಲ್ಲಿ ಅನುಮಾನವಿಲ್ಲ. ಅವನ ಕಾಲ ಸುಮಾರು ಕ್ರಿ.ಪೂ.300. ಚಾಣಕ್ಯನ ಹೆಸರು ವಿಷ್ಣುಪುರಾಣ, ಬೃಹತ್ಕಥಾಮಂಜರಿ, ಕಥಾಸರಿತ್ಸಾಗರ, ಪಂಚತಂತ್ರ, ದಶಕುಮಾರಚರಿತ ಮುಂತಾದ ಗ್ರಂಥಗಳಲ್ಲಿ ಕಾಣಬರುತ್ತದೆ. ಕ್ರಿ.ಶ. 8ನೆಯ ಶತಮಾನದ ಸಂಸ್ಕೃತ ನಾಟಕಕಾರನಾದ ವಿಶಾಖದತ್ತನ "ಮುದ್ರಾರಾಕ್ಷಸ" ನಾಟಕದಲ್ಲಿ ಅವನ ಕಥೆ ವಿಸ್ತಾರವಾಗಿ ನಿರೂಪಿತವಾಗಿದೆ. ಅವನಿಗೆ ಚಾಣಕ್ಯ, ಕೌಟಿಲ್ಯ, ವಾತ್ಸ್ಯಾಯನ, ಮಲ್ಲನಾಗ, ಪಕ್ಷಿಲ ಎಂಬ ಬೇರೆ ಹೆಸರುಗಳಿದ್ದಂತೆ ತಿಳಿದುಬರುತ್ತದೆ. ಕೌಟಿಲ್ಯ ಎಂಬುದು ಸರಿಯಾದ ಶಬ್ದವಲ್ಲವೆಂದೂ ಅವನು ಕುಟಲನ ಮಗನಾದುದರಿಂದ ಕೌಟಲ್ಯ ಎಂಬುದು ಸರಿಯಾದುದೆಂದೂ ಒಂದು ಅಭಿಪ್ರಾಯವಿದೆ. ವಿಶಾಖದತ್ತನ ನಾಟಕದಲ್ಲಿ ಚಂದ್ರಗುಪ್ತನನ್ನು ಚಾಣಕ್ಯನು **ವೃಷಲ** ಎಂದು ಅನೇಕ ಸಲ ಕರೆಯುತ್ತಾನೆ. ಆ ವೃಷಲ ಶಬ್ದಕ್ಕೆ ಶೂದ್ರ ಎಂಬ ಅರ್ಥ ಸಾಮಾನ್ಯವಾಗಿದ್ದರೂ ಆ ನಾಟಕದಲ್ಲಿ ಆ ಶಬ್ದಕ್ಕೆ ಮಹಾರಾಜ ಎಂದು ಅರ್ಥವೆಂದೂ ಗೋವಿಂದ ಪೈ ಅವರು ಒಂದು ವಿಸ್ತಾರವಾದ ಸಂಶೋಧನ ಲೇಖನದಲ್ಲಿ ಸ್ಥಾಪಿಸಿದ್ದಾರೆ. ಮದ್ರಾಸಿನಲ್ಲಿ ನ್ಯಾಯಮೂರ್ತಿಗಳಾಗಿದ್ದ ಎ.ಎಸ್.ಪಿ. ಅಯ್ಯರ್ ಅವರು ರಚಿಸಿರುವ (Chanakya and Chandragupta) **ಚಾಣಕ್ಯ ಮತ್ತು ಚಂದ್ರಗುಪ್ತ** ಎಂಬ ಇಂಗ್ಲೀಷ್ ಕಾದಂಬರಿಯಲ್ಲಿ ಇನ್ನೂ ಇತರ ವಿವರಗಳನ್ನು ನೀಡಿದ್ದಾರೆ. ಚಾಣಕ್ಯನಿಗೆ ಇಷ್ಟೆಲ್ಲ ಪ್ರಸಿದ್ಧಿ ಇದ್ದರೂ ಅವನಿಗಿಂತ ಮುಂಚೆ ಅನೇಕ ಅರ್ಥಶಾಸ್ತ್ರಜ್ಞರಿದ್ದರು ಎಂಬುದನ್ನು ನಾವು ಮರೆಯುವಂತಿಲ್ಲ. ಮನು, ಬೃಹಸ್ಪತಿ, ಶುಕ್ರ, ವಿಶಾಲಾಕ್ಷ, ಪರಾಶರ, ಬಾಹುದಂತೀ ಪುತ್ರ, ವಾತವ್ಯಾಧಿ, ಕೌಣಪದಂತ, ಭಾರದ್ವಾಜ, ಪಿಶುನ – ಇವರ ಹೆಸರುಗಳನ್ನು ಚಾಣಕ್ಯನು ಹೇಳುತ್ತಾನೆ. ಆದರೆ ಇವರಲ್ಲಿ ಯಾರೊಬ್ಬರ ಗ್ರಂಥವೂ ನಮಗೆ ಉಪಲಬ್ಧವಾಗಿಲ್ಲ. ಆದುದರಿಂದ ಈಚಿನವರಿಗೆ ಚಾಣಕ್ಯನ ಬಗ್ಗೆ ಹೆಚ್ಚು ಆಸಕ್ತಿ ಮೂಡಿದ್ದರೆ ಅದು ಆಶ್ಚರ್ಯಜನಕ ವಾಗಬೇಕಾಗಿಲ್ಲ. ಆ ಆಸಕ್ತಿ ಕಾಣಬರುವುದು ಉಚಿತವಾಗಿಯೇ ಇದೆ.

ಸಂಸ್ಕೃತ ಕನ್ನಡ ಸಾಹಿತ್ಯಗಳಲ್ಲಿ ಚಾಣಕ್ಯನ ಬಗ್ಗೆ ವಿವರಗಳಿರುವ ಅಂಶವನ್ನು ನೆನಪು ಮಾಡಿಕೊಳ್ಳುವುದು ಅಗತ್ಯವಾಗುತ್ತದೆ. ಸಂಸ್ಕೃತ ನಾಟಕ ಸಾಹಿತ್ಯದಲ್ಲಿ **ಮುದ್ರಾರಾಕ್ಷಸ** ನಾಟಕಕ್ಕೆ ಬಹು ಪ್ರಧಾನವಾದ ಸ್ಥಾನವಿದೆ. ಇದು ಚಾರಿತ್ರಿಕ ವಸ್ತುವಿನಿಂದ ಕೂಡಿರುವುದು ಜನರ ಆಸಕ್ತಿಯನ್ನು ಕೆರಳಿಸಿದೆ. ಈ ನಾಟಕದಲ್ಲಿ ಸ್ತ್ರೀ ಪಾತ್ರಗಳಿಗೆ ಯಾವ ಪ್ರಾಧಾನ್ಯವೂ ಇಲ್ಲ. ನಾಟಕದ ಕೊನೆಕೊನೆಗೆ ಅಳುತ್ತಾ ಬರುವ ಹೆಂಗಸರನ್ನು ಲೆಕ್ಕಕ್ಕೆ ತೆಗೆದುಕೊಳ್ಳದಿದ್ದರೆ ಯಾವ ಸ್ತ್ರೀಯೂ ಇಲ್ಲಿ ರಂಗದ ಮೇಲೆ ಕಾಣಿಸಿಕೊಳ್ಳುವುದೇ ಇಲ್ಲ. ನಾಟಕದಲ್ಲಿ ನಡೆಯುವ ಪ್ರತಿಯೊಂದು ಘಟನೆಯೂ ಕಥೆಯು ಮುಂದುವರಿಯುವುದಕ್ಕೆ ಸಹಾಯಮಾಡಿ ಚಾಣಕ್ಯ, ರಾಕ್ಷಸ, ಚಂದ್ರಗುಪ್ತ ಎಂಬ ಪ್ರಧಾನ ಪಾತ್ರಗಳು ಎದ್ದು ಕಾಣುವಂತೆ ಮಾಡುತ್ತದೆ. ಶತ್ರುವಾದ ನಂದನ ಮುಖ್ಯಮಂತ್ರಿಯನ್ನೇ ಚಂದ್ರಗುಪ್ತನಿಗೆ ಮುಖ್ಯಮಂತ್ರಿಯನ್ನಾಗಿಸುವ

ಅಸಾಧ್ಯ ಕಾರ್ಯವನ್ನು ಚಾಣಕ್ಯನು ತನ್ನ ತಂತ್ರಗಳಿಂದ ಸಾಧ್ಯವಾಗಿ ಮಾಡುತ್ತಾನೆ. ಯುದ್ಧದಲ್ಲಿ ಸಾಮಾನ್ಯವಾಗಿ, ಪ್ರಾಣಹಾನಿ, ಮಾನಹಾನಿ, ಧನಹಾನಿ-ಇವು ಅಪಾರವಾಗಿದ್ದು, ಜನತೆಗೆ ದುಃಖಕಾರಕವಾಗಿರುತ್ತವೆ. ಇವುಗಳು ಆಗಬಹುದೆಂಬ ಭೀತಿ ಇದ್ದರೂ ಅವುಗಳಿಗೆ ಅವಕಾಶವೇ ಇಲ್ಲದಂತೆ ಒಂದು ಸಾಮ್ರಾಜ್ಯವನ್ನೇ ಹಸ್ತಾಂತರ ಮಾಡಿಸಿದ ಚಾಣಕ್ಯನ ಜಾಣ್ಮೆ, ಭೇದೋಪಾಯ ಚಾತುರ್ಯ ಇವು ಪ್ರಖರವಾಗಿ ಗೋಚರವಾಗುತ್ತವೆ - ಚಾಣಕ್ಯನ ಚರಿತ್ರೆಯಲ್ಲಿ. ರಾಕ್ಷಸನೇನೂ ಸಾಮಾನ್ಯನಲ್ಲ. ಆದರೆ ನಂದರಾಜರ ಮೇಲಿನ ದ್ವೇಷ ಜನಸಾಮಾನ್ಯರಲ್ಲಿ ಎಷ್ಟು ವ್ಯಾಪಕವಾಗಿದ್ದಿತೆಂದರೆ ರಾಕ್ಷಸನ ಪ್ರಯತ್ನಗಳೆಲ್ಲವೂ, ಅವನ ರಾಜನೀತಿಯ ಉಪಾಯಗಳೆಲ್ಲವೂ ಅವನಿಗೇ ಅಪಾಯವನ್ನುಂಟು ಮಾಡಿದುವು.

ಚಾಣಕ್ಯನ ಗೆಲುವಿಗೆ ಮುಖ್ಯ ಕಾರಣ ಯಾವುದೆಂದರೆ ಅದು ಅವನ ಗೂಢಚರ್ಯೆ. ಅವನ ಅಂತರಂಗದವರಾಗಿ ಅನೇಕ ಗೂಢಚಾರರೂ ಛದ್ಮವೇಷಧಾರಿಗಳೂ ಅವನ ಕೆಲಸವನ್ನು ಸುಗಮಗೊಳಿಸಿದರು. ರಾಕ್ಷಸನ ಕಡೆಯ ಪ್ರತಿಯೊಬ್ಬ ಕಾರ್ಯಕರ್ತನಿಗೂ ಚಾಣಕ್ಯನ ಕಡೆಯ ಗೂಢಚಾರನೊಬ್ಬ ಬೆಂಗಾವಲಾಗಿದ್ದು ರಾಕ್ಷಸನ ಯೋಜನೆಯನ್ನು ಚಾಣಕ್ಯನ ಪ್ರಯೋಜನಕ್ಕೆ ಪರಿವರ್ತಿಸುತ್ತಿದ್ದನು. ಏನೇ ಆದರೂ ಚಾಣಕ್ಯನು ತನ್ನ ಆಲೋಚನೆಗಳನ್ನು ಯಾರಿಗೂ ಬಿಟ್ಟುಕೊಡುತ್ತಿರಲಿಲ್ಲ. ಪರಿಣಾಮದಿಂದ ಮಾತ್ರ ಉಪಾಯದ ಔಚಿತ್ಯ ಪ್ರಕಟವಾಗುತಿತ್ತು. ಹೀಗಿದೆ ಮುದ್ರಾರಾಕ್ಷಸದ ವಸ್ತುಸಂವಿಧಾನ.

ನಾಟಕದ ಶೈಲಿಯೂ ಉಚಿತವಾಗಿದೆ. ರಂಗದ ಮೇಲೆ ನಾಟಕವು ರಂಜಿಸುವುದರಲ್ಲಿ ಸಂದೇಹವೇ ಇಲ್ಲ. ಈ ನಾಟಕವನ್ನು **ರಾಕ್ಷಸನ ಮುದ್ರಿಕೆ** ಎಂಬ ಹೆಸರಿನಿಂದ ತೀನಂಶ್ರೀ ಯವರು ಕನ್ನಡಕ್ಕೆ ಅನುವಾದಿಸಿದ್ದಾರೆ. ಅವರಿಗೆ ಉಚಿತವೆಂದು ಕಂಡುಬಂದಂತೆ ಅಲ್ಪಸ್ವಲ್ಪ ವ್ಯತ್ಯಾಸಗಳನ್ನೂ ಮಾಡಿಕೊಂಡಿದ್ದಾರೆ. ಕಳೆದ ಶತಮಾನದ ಆದಿಯಲ್ಲಿಯೇ ಇದನ್ನು ಮೋಟಗಾನಹಳ್ಳಿ ರಾಮಶೇಷ ಶಾಸ್ತ್ರಿಗಳು ಕನ್ನಡಕ್ಕೆ ಅನುವಾದಿಸಿದ್ದರು. ಅದರ ಸಹಾಯವನ್ನೂ ಶ್ರೀಕಂಠಯ್ಯನವರು ಪಡೆದಿದ್ದಾರೆ. ತೀನಂಶ್ರೀಯವರು ಮಾಡಿಕೊಂಡಿರುವ ಕೆಲವು ವ್ಯತ್ಯಾಸಗಳು ರಂಗದ ಮೇಲೆ ಈ ನಾಟಕದ ಪ್ರದರ್ಶನಕ್ಕೆ ಸಹಾಯಕವಾಗಿವೆ ಎಂದು ರಂಗತಜ್ಞರು ಹೇಳುತ್ತಾರೆ. ಮುದ್ರಾರಾಕ್ಷಸದಲ್ಲಿ ಏಳು ಅಂಕಗಳಿದ್ದರೆ ತೀನಂಶ್ರೀಯವರು ಪ್ರತಿಯೊಂದು ಅಂಕವನ್ನೂ ದೃಶ್ಯಗಳಾಗಿ ವಿಂಗಡಿಸಿಕೊಂಡಿದ್ದಾರೆ. ಇದು ನಾಟಕ ಪ್ರದರ್ಶನಕ್ಕೆ ಅನುಕೂಲಕರವಾಗಿದೆ. ಕನ್ನಡದಲ್ಲಿಯೇ ರಚಿಸಿದ್ದರೆ ನಾಟಕವು ಹೇಗಿರಬೇಕೋ ಹಾಗೆ ಅದರ ಭಾಷೆ ಉಚಿತವಾಗಿದೆ.

ಕನ್ನಡ ಸಾಹಿತ್ಯದಲ್ಲಿ ಹತ್ತೊಂಭತ್ತನೆಯ ಶತಮಾನದ ಆದಿಭಾಗದಲ್ಲಿ ರಚಿತವಾದ **ಮುದ್ರಾಮಂಜೂಷ** ಎಂಬ ಒಂದು ಗ್ರಂಥವಿದೆ. ಇದನ್ನು ರಚಿಸಿರುವ ಕವಿ ನಾರಾಯಣ ಶರ್ಮನೆಂಬ ಹೊಯಿಸಣಿಗ ಕುಲಸಂಜಾತನಾದ ವಿದ್ವಾಂಸ. ಈ ಲೇಖಕನಿಗೆ ಕೆಂಪು ನಾರಾಯಣ ಎಂಬುದು ಜನಪ್ರಿಯವಾದ ಹೆಸರು. ಆತನು ತನ್ನ ಗ್ರಂಥದಲ್ಲಿ, ''ಸಂಕ್ಷೇಪವಾಗಿ ಪುರಾಣದಲ್ಲಿ ಹೇಳಿದ ಕಥೆಯನ್ನು ಈಗ ಕೆಂಪುನಾರಾಯಣನೆಂಬ ಕವಿಯು ಕರ್ಣಾಟಭಾಷೆಯಿಂದ ವಿಸ್ತರಿಸಿ ''ಮುದ್ರಾಮಂಜೂಷ''ವೆಂಬ ಹೆಸರಿಟ್ಟು ಪೇಳ್ವನದೆಂತೆನೆ'' ಎಂದು ತಾನು ರಚಿಸಿರುವ ಗ್ರಂಥದ ಸ್ವರೂಪವನ್ನು ಸೂಚಿಸಿದ್ದಾನೆ. ಈತನಿಗೆ ವಿಶಾಖದತ್ತನ ಗ್ರಂಥದ ಗಾಢ ಪರಿಚಯವಿದ್ದುದು

ಸ್ಪಷ್ಟ ಆದರೂ ಇದು ವಿಶಾಖದತ್ತನ ನಾಟಕದ ರೂಪಾಂತರವಲ್ಲ, ತಾನೆ ಈ ಕವಿ ಸ್ವಂತ ಕಲ್ಪನೆಯ ಬಲದಿಂದ ತುಂಬ ರಸವತ್ತಾದ ಗ್ರಂಥವನ್ನಾಗಿ ಮಾಡಿದ್ದಾನೆ.

ಕೆಂಪುನಾರಾಯಣನ ಶೈಲಿಯ ಬಗ್ಗೆ ಒಂದೆರಡು ಮಾತುಗಳನ್ನು ಹೇಳಬೇಕು. ಕನ್ನಡದ ಗದ್ಯವೆಂಬುದು ಸಾರೋದ್ಧಾರವಾಗಿ ಬೆಳೆದುಬಂದಿಲ್ಲ, ವಡ್ಡಾರಾಧನೆ, ಚಾವುಂಡರಾಯ ಪುರಾಣ, ಹಸ್ತಿಮಲ್ಲನ ಪೂರ್ವ ಪುರಾಣ ಎಂಬಂತೆ ಎಲ್ಲೋ ಕೆಲವು ಗ್ರಂಥಗಳು ಮಾತ್ರ ಕಂಡುಬರುತ್ತವೆ. ಕೆಲವು ಶಾಸನಗಳು, ಚಂಪೂ ಗ್ರಂಥಗಳಲ್ಲಿ ಬರುವ ಪದ್ಯಗಳ ನಡುವಣ ಗದ್ಯಭಾಗಗಳು-ಇವು ಮಾತ್ರ ಓದುಗರಿಗೆ ಕಾಣಬರುತ್ತವೆ. ಆದುದರಿಂದ 19ನೆಯ ಶತಮಾನದ ಈ ಗದ್ಯಗ್ರಂಥಕ್ಕೆ ತನ್ನದೇ ಆದ ಪ್ರಾಧಾನ್ಯವಿದೆ. ಇದನ್ನು ಕನ್ನಡದ ಮೊದಲ ಕಾದಂಬರಿ ಎನ್ನುವವರೂ ಇದ್ದಾರೆ. ಇದರ ಶೈಲಿ ಮಿಶ್ರಶೈಲಿ. ದೀರ್ಘವಾಕ್ಯಗಳು, ಸಂಗ್ರಹ ವಾಕ್ಯಗಳು, ಸಂಸ್ಕೃತ ತುಂಬಿದ ವಾಕ್ಯಗಳು, ಸರಳ ಕನ್ನಡ ವಾಕ್ಯಗಳು, ಶ್ಲೋಕಗಳ ಅರ್ಥಗಳು, ಗಾದೆ ಮಾತುಗಳು - ಇವೆಲ್ಲ ಸೇರಿ ಓದಲು ಸ್ವಾರಸ್ಯವಾದ, ಆದರೂ ಆಡುಮಾತಿನಿಂದ ದೂರವಾದ, ಎಲ್ಲೂ ರಮ್ಯತೆಯನ್ನು ಕಳೆದುಕೊಳ್ಳದ ಭಾಷಾಶೈಲಿ ತುಂಬ ಆಕರ್ಷಕವಾಗಿದೆ. ಇದರಿಂದ ಕೆಂಪು ನಾರಾಯಣನು 19ನೆಯ ಶತಮಾನದ ಬಹು ಪ್ರಧಾನ ಗದ್ಯಕವಿಯಾಗಿ ಇಂದಿಗೂ ಜನಪ್ರಿಯನಾಗಿದ್ದಾನೆ. ಈ ಗ್ರಂಥದಿಂದ ಕನ್ನಡ ಜನರಿಗೆ ಚಾಣಕ್ಯನ ಬಗೆಗೆ ಆಸಕ್ತಿ ಬೆಳೆಯಿತು. ಚಾಣಕ್ಯತಂತ್ರ ಎನ್ನುವುದು ಗಾದೆಮಾತಾಯಿತು. ಮುದ್ರಾಮಂಜೂಷದಲ್ಲಿ ಚಾಣಕ್ಯನ, ರಾಕ್ಷಸನ, ಚಂದನದಾಸನ, ಚಂದ್ರಗುಪ್ತನ, ಮಲಯಕೇತುವಿನ, ವಿಷಕನ್ಯೆಯ, ಗೂಢಚಾರರ, ಮಂತ್ರಿಗಳ ವ್ಯಕ್ತಿತ್ವಚಿತ್ರಣ ಓದುಗರ ಮನಸ್ಸಿನಲ್ಲಿ ಅಚ್ಚೊತ್ತಿ ನಿಲ್ಲುತ್ತದೆ.

ಕಳೆದ ಶತಮಾನದ ಮಧ್ಯಭಾಗದಲ್ಲಿ ಈ ಮುದ್ರಾಮಂಜೂಷವನ್ನು ಆಧಾರ ವಾಗಿಟ್ಟುಕೊಂಡು ಎಚ್. ಎಂ. ಶಂಕರನಾರಾಯಣ ರಾಯರು **ಚಂದ್ರಗುಪ್ತ ವಿಜಯ, ಮುದ್ರೆಯುಂಗುರ** ಎಂಬ ಎರಡು ಗ್ರಂಥಗಳನ್ನು ರಚಿಸಿದರು. ಈ ಎರಡೂ ಮುದ್ರಾ ಮಂಜೂಷದ ಸಂಕ್ಷಿಪ್ತ ರೂಪಗಳೇ. ಚಂದ್ರಗುಪ್ತ ವಿಜಯವು ವಿದ್ಯಾರ್ಥಿಗಳನ್ನು ದೃಷ್ಟಿಯಲ್ಲಿಟ್ಟು ರಚಿಸಿದ ಪುಸ್ತಕ-ಪಠ್ಯಪುಸ್ತಕವಾಗಿ ನಿಯಮಿತವಾಗಿತ್ತು. ಮುದ್ರೆಯುಂಗುರ ಸಾಮಾನ್ಯ ಜನರಿಗಾಗಿ ಹೊಸಗನ್ನಡದಲ್ಲಿ ಬರೆದ ಪುಸ್ತಕ. ಎರಡೂ ಅನೇಕ ಮುದ್ರಣಗಳನ್ನು ಕಂಡಿವೆ.

ಹೀಗೆಯೇ ಪಂಡಿತ ಗುಂಡುರಾಮಯ್ಯನೆಂಬುವರು "ಚಾಣಕ್ಯತಂತ್ರ" ಎಂಬ ಗ್ರಂಥವನ್ನು ಪಠ್ಯಕ್ಕಾಗಿಯೇ ರಚಿಸಿದರು. ಇದು ಮುದ್ರಾಮಂಜೂಷದ ಸಹಾಯವನ್ನು ಪಡೆದ ಕೃತಿ. **ಚಾಣಕ್ಯ** ಎಂಬ ಒಂದು ನಾಟಕವೂ ಇದೆ.

ಮುದ್ರಾಮಂಜೂಷವು ಬಹು ಜನಪ್ರಿಯವಾಗಿದ್ದ ಗದ್ಯಕೃತಿಯಾಗಿದ್ದರೂ, ಪ್ರಸಿದ್ಧ ಗ್ರಂಥವಾಗಿದ್ದರೂ ಈ ಗ್ರಂಥವನ್ನು ಕುರಿತು ಕನ್ನಡದಲ್ಲಿ ವಿಮರ್ಶನ ಲೇಖನಗಳು ಹೆಚ್ಚಾಗಿ ರಚಿತವಾಗದೆ ಇರುವುದು ಆಶ್ಚರ್ಯವಾಗಿ ಕಾಣುತ್ತದೆ. ಬೆಳ್ಳಾವೆ ವೆಂಕಟನಾರಣಪ್ಪ ಅವರು ಬರೆದ 'ಮುದ್ರಾರಾಕ್ಷಸ-ಮುದ್ರಾಮಂಜೂಷ' ಎಂಬ ಕನ್ನಡ ಸಾಹಿತ್ಯ ಪರಿಷತ್ ಪತ್ರಿಕೆಯಲ್ಲಿ ಪ್ರಕಟವಾದ ಲೇಖನವನ್ನು ಬಿಟ್ಟರೆ, ಮಿಕ್ಕೆಲ್ಲವೂ ಲಘು ಪರಿಚಯಗಳು. ಆದರೂ ಜನರು ಮುದ್ರಾಮಂಜೂಷವನ್ನು ಕೈಬಿಟ್ಟಿಲ್ಲ. ಅದರ ಸಂಕ್ಷಿಪ್ತರೂಪವೊಂದು ಕಾಲೇಜುಗಳಿಗೆ ಪಠ್ಯವಾಗಿತ್ತು. ಆಗ ಅದು ವಿದ್ಯಾರ್ಥಿಪ್ರಿಯವೂ ಆಯಿತು. ಸಾಮಾನ್ಯ ಜನರೂ ಅದನ್ನು ಓದಿದರು.

ಕಳೆದ ಶತಮಾನದ ಕೊನೆಯ ದಶಕದಲ್ಲಿ ಪ್ರೊ. ಕೆ.ಎಸ್. ನಾರಾಯಣಾಚಾರ್ಯರು **ಆಚಾರ್ಯ ಚಾಣಕ್ಯ** ಎಂಬ ಹೆಸರಿನ ಕಥಾನಕವನ್ನು ರಚಿಸಿದ್ದಾರೆ. ಸುಮಾರು 400 ಪುಟಗಳ ಕಥೆಯನ್ನು ಬರೆಯುವುದರಲ್ಲಿ ಲೇಖಕರ ಉದ್ದೇಶವೇನಿತ್ತೆಂಬುದನ್ನು ಅವರೇ ಹೇಳಿದ್ದಾರೆ: "ಈ ಕೃತಿಯನ್ನು ಬರೆದ ಉದ್ದೇಶ್ಯ, ಚಾಣಕ್ಯನ ಘನ ವ್ಯಕ್ತಿತ್ವವನ್ನು ಇಂದಿನ ಜನತೆಗೆ, ಈಗಿನ ಅಧಮ ರಾಜಕೀಯ-ಆರ್ಥಿಕ ಪರಿಸ್ಥಿತಿಯಲ್ಲಿ ಪರಿಚಯಿಸಿ, ನಾವು ಸಾಗಬೇಕಾದ ದಿಕ್ಕಿನತ್ತ ಮೌಲ್ಯಗಳತ್ತ ಬೆರಳು ತೋರಿಸುವುದೇ ಆಗಿದೆ. ಪ್ರಸ್ತುತತೆ ಇರುವುದು ಚಾಣಕ್ಯನ ವಿಚಾರಗಳ ಸತ್ವದಲ್ಲಿ, ಸತ್ಯದಲ್ಲಿ, ನಿಷ್ಠುರತೆಯಲ್ಲಿ, ಅದನ್ನು ಅರ್ಥಶಾಸ್ತ್ರಾನುಸಾರವಾಗಿಯೇ ಮಾಡಿ, ಅಲ್ಲಿನ ವಾಕ್ಯ ಛಾಯೆಗಳನ್ನೇ ಅವನ ಬಾಯಲ್ಲಿ ಹೇಳಿಸಿದ್ದೇನೆ."

ಚಾಣಕ್ಯನು ದಕ್ಷಿಣ ದೇಶದಲ್ಲಿ ಹುಟ್ಟಿ ಉತ್ತರ ದೇಶದಲ್ಲಿ ಚರಿತ್ರೆಯನ್ನು ನಿರ್ಮಾಣ ಮಾಡಿದ ಮಹಾವ್ಯಕ್ತಿ. ಈತನು ಬಹುಶಃ ಕೇರಳದಲ್ಲಿ ಜನ್ಮ ತಾಳಿರಬೇಕು. ಅಭಿಚಾರ ಕ್ರಿಯೆಗಳಿಗೆ ಕೇರಳವು ಬಹು ಪ್ರಸಿದ್ಧವಾಗಿದ್ದ ಪ್ರದೇಶ. ಅರ್ಥಶಾಸ್ತ್ರದಲ್ಲಿ ದಕ್ಷಿಣ ದೇಶದಲ್ಲಿ ಮಾತ್ರ ಕಾಣಬರುವ ವೃಕ್ಷಗಳ, ಸಸ್ಯಗಳ ಹೆಸರನ್ನು ಚಾಣಕ್ಯನು ಉಪಯೋಗಿಸಿದ್ದಾನೆ ಎಂದು ಹೇಳುವವರೂ ಇದ್ದಾರೆ. ಚಾಣಕ್ಯನ ಆಕಾರವೂ ಗಿಡ್ಡವಾಗಿತ್ತು. ಆತನ ಮೈಬಣ್ಣ ಸ್ವಲ್ಪ ಕಪ್ಪಗಿತ್ತು. ಅವನಿಗೆ ದ್ರಾವಿಡಾಚಾರ್ಯ ಎಂಬ ಉಪನಾಮವಿತ್ತು. ಇಂಥ ಅನೇಕ ವಿವರಗಳನ್ನು ಅನುಸರಿಸಿ ನಾರಾಯಣಾಚಾರ್ಯರು ವೈದಿಕ ಬ್ರಾಹ್ಮಣನಾದ ಕರ್ಮಾನುಷ್ಠಾನ ನಿಷ್ಠನಾದ, ವರ್ಣಾಶ್ರಮ ಧರ್ಮದಲ್ಲಿ ಶ್ರದ್ಧಾವಂತನಾದ, ತಂತ್ರಜ್ಞನಾದ ರಾಜಕಾರಣಿಯನ್ನು ನಿರ್ಮಿಸಿದ್ದಾರೆ.

The truth about historical novels is that there is no truth in them-ಎಂಬುದು ಪ್ರಸಿದ್ಧ ಪಾಶ್ಚಾತ್ಯ ವಿಮರ್ಶಕನೊಬ್ಬನ ಪ್ರಸಿದ್ಧ ವಾಕ್ಯ. ಚಾರಿತ್ರಿಕ ಕಾದಂಬರಿಯಲ್ಲಿ ಸತ್ಯವಿದೆ ಎಂದು ಕಾದಂಬರಿಕಾರನಾಗಲಿ ಓದುಗರಾಗಲಿ ನಂಬುವುದಿಲ್ಲ. ಕಥೆ ನಡೆಯುವ ಕಾಲಕ್ಕೆ ಅನುಗುಣವಾದ ಕಲ್ಪನಾಚಿತ್ರ ಎಷ್ಟು ವಾಸ್ತವಿಕವಾಗಿದೆ ಎಂಬುದು ವಿಮರ್ಶಕರ ಗಮನವನ್ನು ಸೆಳೆಯುತ್ತದೆ.

ನಾರಾಯಣಾಚಾರ್ಯರು ವಿದ್ಯುಲ್ಲೇಖೆಯೆಂಬ ಪಾತ್ರವನ್ನು ಕಲ್ಪಿಸಿಕೊಂಡಿರುವುದು ಒಂದು ಹೊಸ ಪಾತ್ರ. ಈ ಪಾತ್ರಕ್ಕೆ ಸಾಕಾದಷ್ಟು ಕಾರ್ಯವಿಶೇಷಗಳನ್ನು ಈ ಕಥಾನಕದಲ್ಲಿ ನಿರ್ಮಿಸಲಾಗಿದೆ. ಹೀಗಿದ್ದೂ ಪೌರಾಣಿಕ ಕಥನಗಳಿಗೆ ಮಾತ್ರ ಹೊಂದುವ ವಿಷಕನ್ಯೆಯ ಅಸ್ತಿತ್ವವನ್ನು ಸಂಪೂರ್ಣವಾಗಿ ತ್ಯಜಿಸುವುದು ಅವರಿಗೆ ಆವಶ್ಯಕವಾಗಿ ಕಾಣಲಿಲ್ಲ. ಪರ್ವತ ರಾಜನ ಸಾವಿಗೆ ವಿಷಕನ್ಯೆಯೇ ಕಾರಣಳಾಗುತ್ತಾಳೆ. ಇದೊಂದು ನಾಟಕೀಯ ದೃಶ್ಯವಾಗಿ ಚಿತ್ರಿತವಾಗಿದೆ. ವಿಷಕನ್ಯೆಯನ್ನು ಚಾರಿತ್ರಿಕ ಪಾತ್ರವೆಂದು ನಂಬುವುದು ಅಸಾಧ್ಯ. ಹೀಗೆ ಬಂದು ಹಾಗೆ ಮರೆಯಾಗುವ ವಿಷಕನ್ಯೆಯಂಥ ಪಾತ್ರವನ್ನೂ ಚಾರಿತ್ರಿಕ ವ್ಯಕ್ತಿಯನ್ನಾಗಿ ಮಾಡಬೇಕೆ? ಎಂಬುದು a million dollar question.

ನಾರಾಯಣಾಚಾರ್ಯರ ಶೈಲಿ ಪಾಂಡಿತ್ಯಪೂರ್ಣವಾದ ಸಂಸ್ಕೃತಭೂಯಿಷ್ಠವಾದದ್ದು, ತೇಜಸ್ಸಿನಿಂದ ಕೂಡಿದೆ. ಆದರೂ ಚಾಣಕ್ಯನ ಪಾತ್ರದ ನಿರ್ಮಾಣದ ಬಗ್ಗೆ ಈ ಕಥಾನಕವನ್ನು ಓದಿದವರು ಕೆಲವರು ಅಸಮಾಧಾನಗೊಂಡರೆಂದೂ ಅದಕ್ಕೆ ಗೌರವ ಕೊಡುವ

ಉದ್ದೇಶದಿಂದ ತಮ್ಮ ಬರವಣಿಗೆಯಲ್ಲಿ ಕೆಲವು ಬದಲಾವಣೆಗಳನ್ನು ಮಾಡಿ ಗ್ರಂಥವನ್ನು ಪುನಃ ಮುದ್ರಣ ಮಾಡಿರುವುದಾಗಿಯೂ ಅವರು ತಿಳಿಸಿದ್ದಾರೆ.

ಕನ್ನಡದಲ್ಲಿ ಇಷ್ಟು ಗ್ರಂಥಗಳನ್ನು ಬಿಟ್ಟರೆ ಇತರೆ ದೊಡ್ಡ ಗ್ರಂಥಗಳು ಯಾವುವೂ ಇಲ್ಲ, ಕಿರು ಲೇಖನಗಳು ಕೆಲವಿವೆ. ಆದರೆ ಭಾರತದ ಇತರ ದೇಶ ಭಾಷೆಗಳಲ್ಲಿ - ಗುಜರಾತಿ, ಹಿಂದಿ, ಬಂಗಾಳಿ ಮುಂತಾದವುಗಳಲ್ಲಿ ಕೆಲವು ವಿಶಿಷ್ಟ ಗ್ರಂಥಗಳು ಪ್ರಕಟವಾಗಿವೆ. ಅವುಗಳಲ್ಲೆಲ್ಲ ಗುಜರಾತಿಯಲ್ಲಿ ಕನ್ಹಯ್ಯಲಾಲ್ ಮಾಣಿಕಲಾಲ್ ಮುನ್ಷಿ ಅವರು ರಚಿಸಿರುವ **ಭಗವಾನ್ ಕೌಟಿಲ್ಯ** ಎಂಬ ಗ್ರಂಥವು ಬಹು ಪ್ರಸಿದ್ಧವಾದದ್ದು. ಮಹಾವಿದ್ವಾಂಸರಾಗಿದ್ದ ಕೆ.ಎಂ. ಮುನ್ಷಿಯವರು **ಪೃಥ್ವೀವಲ್ಲಭ, ಲೋಪಾಮುದ್ರಾ, ಭಗವಾನ್ ಪರಶುರಾಮ, ಭಗವಾನ್ ಕೌಟಿಲ್ಯ** ಮುಂತಾದ ಅನೇಕ ಐತಿಹಾಸಿಕ ಕಾದಂಬರಿಗಳನ್ನು ಬರೆದಿದ್ದಾರೆ. ಇವುಗಳಲ್ಲಿ ಭಾರತೀಯ ಸಂಸ್ಕೃತಿಯ ವೈಭವವನ್ನು ಚಿತ್ರಿಸಿ ಭಾರತೀಯರಿಗೆ ಇರಬೇಕಾದ ಆತ್ಮ ಗೌರವವನ್ನು ಎತ್ತಿ ಹಿಡಿಯಲು ಪ್ರಯತ್ನಿಸಿ ಸಫಲರಾಗಿದ್ದಾರೆ. ಇದರಿಂದ ಭಾರತೀಯ ಸಾಹಿತ್ಯವು ಸಮೃದ್ಧವಾಗಿದೆ. ಭಾರತೀಯ ಸಾಹಿತ್ಯಕ್ಕೆ ಒಂದು ವ್ಯಾಪಕವಾದ ದರ್ಶನವನ್ನಿತ್ತು ಅದರ ಎಲ್ಲೆಗಳನ್ನು ವಿಸ್ತರಿಸಿದ್ದಾರೆ. ಇಲ್ಲಿ ನಮಗೆ ಗೋಚರವಾಗುವ ಚಾಣಕ್ಯನು ಕುಟಿಲ ತಂತ್ರಗಳನ್ನು ನಿರ್ಮಾಣಮಾಡುವ (Machiavelli) ಮೆಕಿವೆಲಿಯಲ್ಲ, ಅವನೊಬ್ಬ ಋಷಿಯಾಗಿ, ವಿಶ್ವಾಮಿತ್ರ, ಶಂಕರಾಚಾರ್ಯರಂತೆ ಕಂಗೊಳಿಸುತ್ತಾನೆ. ಅವನು ತಪೋನಿಧಿಯಾಗಿ ಸರ್ವರ ಕಲ್ಯಾಣವನ್ನು ಕಾಣುವ, ಒಟ್ಟು ದೇಶಕ್ಕೆ ಶಾಂತಿಸಮಾಧಾನಗಳನ್ನು ನಿರ್ಮಿಸುವ ದ್ರಷ್ಟಾರನಾಗಿದ್ದಾನೆ. ಈ ಗ್ರಂಥದಲ್ಲಿ ಇತಿಹಾಸ, ಪರಿಕಲ್ಪನೆ ಇವುಗಳ ಸಮ್ಮಿಶ್ರಣ ಬಹು ಸುಂದರವಾಗಿದ್ದು ಚಾಣಕ್ಯನು ಅತ್ಯುನ್ನತ ಯೋಗಿಯಾಗಿ, ಮುನಿಯಾಗಿ ರೂಪಿತನಾಗಿದ್ದಾನೆ.

ಚಾರಿತ್ರಿಕ ಕಾದಂಬರಿಗಳು ಭೂತಕಾಲದ ಬಗೆಗೆ ಹೀಗೆ ಕಲ್ಪನಾಚಿತ್ರಗಳನ್ನು ನೀಡಬೇಕು. ಚಾರಿತ್ರಿಕ ಕಾದಂಬರಿಗಳ ಮಹಾಲೇಖಕರೆಲ್ಲ ಭೂತಕಾಲದ ವ್ಯಕ್ತಿಗಳ ವಾಸ್ತವಿಕ ಚಿತ್ರಣದಲ್ಲಿ ಸಫಲರಾಗಿರುತ್ತಾರೆ. ಅವರ ಕೃತಿ ನಿರ್ಮಾಣದಲ್ಲಿ ಹಿಂದೆ ಹೇಳಿದಂತೆ ಚಾರಿತ್ರಿಕ ಸತ್ಯವೂ ಲೇಖಕನ ಕಲ್ಪನೆಗಳೂ ಸಮೀಚೀನವಾಗಿ ಹೊಂದಿಕೊಂಡು ಚಾರಿತ್ರಿಕ ವಿಶಿಷ್ಟ ಸಂಸ್ಕೃತಿಯ ಪ್ರತಿನಿಧಿಗಳಾಗಿರುವ ಪಾತ್ರಗಳನ್ನು ನಿರ್ಮಿಸುತ್ತವೆ. ಆಗ ಕಾದಂಬರಿಯು ಕೇವಲ ವಾರ್ತೆಯಾಗದೆ, ಇತಿಹಾಸಕ್ಕೆ ಅಪಚಾರವಾಗದೆ ಐತಿಹಾಸಿಕ ಜನಜೀವನದ ಪ್ರಾಮಾಣಿಕ ಚಿತ್ರವಾಗುತ್ತದೆ. ಚರಿತ್ರೆಗೂ ಚಾರಿತ್ರಿಕ ವ್ಯಕ್ತಿಗಳಿಗೂ ಅನ್ಯಾಯವನ್ನೆಸಗದಂತೆ ಈ ನಿರ್ಮಾಣವನ್ನು ಸಾಧಿಸಬೇಕು. ಹಿಂದಣ ಕಾಲದ ಜನಸಮೂಹದ ಕಲ್ಪಿತ ರಂಗ ಪರಿಸರದಲ್ಲಿ ಮಾನವನ ಆಸೆ ಆಕಾಂಕ್ಷೆಗಳ, ಸಾಧನೆ ಸಾಫಲ್ಯಗಳ ಜೀವನ ನಾಟಕ ರಂಜಿಸಬೇಕು. ಮುನ್ಷಿಯವರು ಈ ಕೆಲಸವನ್ನು ಸಾಧಿಸಿದ್ದಾರೆ. ಬೌದ್ಧ ಮತದ ಉಚ್ಛ್ರಾಯದಲ್ಲಿ ಹಿಂದೂ ಧರ್ಮವು ಅವನತಿಯನ್ನು ಹೊಂದುತ್ತಿದ್ದಾಗ ಆ ಸ್ಥಿತಿಯನ್ನು ಬದಲಿಸಲು, ಮಗಧದಲ್ಲಿ ರಾಜ್ಯಕ್ರಾಂತಿಯನ್ನು ತಂದು ರಕ್ತಪಾತವಿಲ್ಲದೆ ರಾಜತ್ವದ ಸತ್ವವನ್ನೇ ಬದಲುಮಾಡಿದ ಮಹಾರಾಜ ನೀತಿನಿಪುಣನಾಗಿ ಚಾಣಕ್ಯ ಮೆರೆಯುತ್ತಾನೆ.

ನಂದರು ಅಧಿಕಾರ ಮದದಲ್ಲಿ ಮಹಾಸಮರ್ಥನಾದ ಮಂತ್ರಿಯಾಗಿದ್ದ ಶಕಟಾಲನನ್ನು ಸಚಿವ ಸ್ಥಾನದಿಂದ ಕೆಳಗಿಳಿಸಿ ಅವನಿಗೆ ಅವಮಾನ ಮಾಡಿ ದುರವಸ್ಥೆಗೆ ತಳ್ಳಿದಾಗ ಅವನು

ಕುರುಡನಾಗುತ್ತಾನೆ. ಅವನ ಶಿಷ್ಯನಾದ ಚಾಣಕ್ಯನು ಶಕಟಾಲನ ಮನೆಗೆ ಹೋಗಿ ಅಲ್ಲಿಂದಲೇ ನಂದರ ನಿರ್ಮೂಲನಕ್ಕೆ ಕಾರ್ಯಾರಂಭ ಮಾಡುತ್ತಾನೆ. ಇಂಥ ಕಾಲದಲ್ಲಿ ಚಾಣಕ್ಯನಿಗೂ ಅವಮಾನವಾಗಿ ಅವನ ಜುಟ್ಟು ಬಿಚ್ಚುತ್ತದೆ. ಆಗಲೇ ನಂದರ ನಾಶದ ಶಪಥ ರೂಪು ತಳೆಯುತ್ತದೆ.

ಅದು ಅಲೆಗ್ಸಾಂಡರನ ದಂಡಯಾತ್ರೆಯ ಕಾಲ. ಅದನ್ನೂ ಎದುರಿಸಬೇಕಾದ ಅಗತ್ಯವಿತ್ತು. ಇಂಥ ಸಂದರ್ಭದಲ್ಲಿ ಮಹಾಭಾರತದ ಕಥೆಯಲ್ಲಿ ಶ್ರೀಕೃಷ್ಣನ ಅವತಾರವಾದಂತೆ, ಭಾರತದ ಚರಿತ್ರೆಯಲ್ಲಿ ಚಾಣಕ್ಯನ ಅವತಾರವಾದಂತೆ ಮುನ್ಶಿಯವರ ಗ್ರಂಥದಲ್ಲಿ ಚಿತ್ರಿತವಾಗಿದೆ. ಚಾಣಕ್ಯನ ಎದುರಿಗೆ ಅಮಾತ್ಯ ರಾಕ್ಷಸನು ಮಸಕಾಗಿ ಕಾಣುತ್ತಾನೆ. ಕೆಲವು ಸ್ತ್ರೀ ಪಾತ್ರಗಳಿಗೆ ಪ್ರಾಧಾನ್ಯ ದೊರೆಯುತ್ತದೆ. ಕಥೆ ರಮ್ಯವಾಗಿದೆ, ಚರಿತ್ರೆ ಮಸಕಾಗುವುದಿಲ್ಲ

ಈ ಗ್ರಂಥವನ್ನು ಗೊರೂರು ರಾಮಸ್ವಾಮಿ ಅಯ್ಯಂಗಾರ್ಯರು ಕನ್ನಡಕ್ಕೆ ಅನುವಾದ ಮಾಡಿದ್ದಾರೆ. ಈ ಗ್ರಂಥ ಬಹು ಹಿಂದೆ ಮುದ್ರಣವಾಗಿದ್ದು, ಈಗ ಅದರ ಪ್ರತಿಗಳೇ ದುರ್ಲಭವಾಗಿವೆ.

ಚಾಣಕ್ಯನು ಅರ್ಥಶಾಸ್ತ್ರವಲ್ಲದೆ ಇತರ ಗ್ರಂಥಗಳನ್ನೂ ರಚಿಸಿರಬಹುದು. ಚಾಣಕ್ಯನೀತಿ ಎಂಬ ಹೆಸರಿನ ಗ್ರಂಥ ಒಂದಿದೆ. ಇದನ್ನು ಬರೆದವನೂ ಚಾಣಕ್ಯನೇ ಎಂಬ ನಂಬಿಕೆಯಿದೆ. ಸುಮಾರು ಕ್ರಿ.ಶ. 1000ರಲ್ಲಿ ಭೋಜರಾಜನಿಂದ ಸಂಕಲಿತವಾದ 'ಚಾಣಕ್ಯನೀತಿ'ಯೊಂದು ಪ್ರಕಟವಾಗಿದೆ.

ಆ ಗ್ರಂಥದಲ್ಲಿ ಅದರ ಬಗೆಗೆ ಒಂದು ಶ್ಲೋಕವಿದೆ:

**ಚಾಣಕ್ಯ ಮಾಣಿಕ್ಯಮಿದಂ**
**ಕಂಠೇ ಬಿಭ್ರತಿ ಯೇ ಬುಧಾಃ**
**ಗ್ರಥಿತಂ ಭೋಜರಾಜೇನ**
**ಭುವಿ ತೈಃ ಕಿಂ ನ ಪ್ರಾಪ್ಯತೇ ॥**

(ಅರ್ಥ : ಚಾಣಕ್ಯನಿಂದ ರಚಿತವಾದ ಈ ನೀತಿ ಮಾಣಿಕ್ಯಗಳನ್ನು ಪೋಣಿಸಿ ಭೋಜ ರಾಜನು ರಚಿಸಿರುವ ಈ ಹಾರವನ್ನು ಯಾರು ಕಂಠದಲ್ಲಿ ಧರಿಸುತ್ತಾರೋ ಅವರಿಗೆ ಈ ಭೂಮಿಯಲ್ಲಿ ಏನು ತಾನೇ ದೊರಕುವುದಿಲ್ಲ!)

ಚಾಣಕ್ಯನ ಅರ್ಥಶಾಸ್ತ್ರದಲ್ಲಿ 6000 ಶ್ಲೋಕಗಳು ಇದ್ದುವೆಂದು ದಂಡಿ ಮೊದಲಾದ ಪ್ರಾಚೀನ ಲೇಖಕರು ತಿಳಿಸಿದ್ದರೂ ಈಗ ದೊರೆತಿರುವುದು ಹದಿನೈದು ಅಧಿಕರಣಗಳಲ್ಲಿ ಹರಡಿರುವ ನೂರೆಂಬತ್ತು ಪ್ರಕರಣಗಳ 380 ಶ್ಲೋಕಗಳು ಮಾತ್ರ. ಅರ್ಥಶಾಸ್ತ್ರದ ಕೊನೆಯಲ್ಲಿ ಆ ಗ್ರಂಥಕ್ಕೆ ಪರಿಶಿಷ್ಟವಾಗಿ 8 ಅಧ್ಯಾಯಗಳಲ್ಲಿ ಹರಡಿರುವ 631 ನೀತಿಸೂತ್ರಗಳು ಗದ್ಯದಲ್ಲಿ ನಿರೂಪಿತವಾಗಿವೆ. ಆ ಸೂತ್ರಗಳ ನಿರೂಪಣ ಕ್ರಮವನ್ನು ತಿಳಿಸಲು ನಾಲ್ಕು ಸೂತ್ರಗಳನ್ನು ಇಲ್ಲಿ ನಿದರ್ಶಿಸಲಾಗಿದೆ.

1. ಸುಖಸ್ಯ ಮೂಲಂ ಧರ್ಮಃ
2. ಧರ್ಮಸ್ಯ ಮೂಲಂ ಅರ್ಥಃ
3. ಅರ್ಥಸ್ಯ ಮೂಲಂ ರಾಜ್ಯಂ
4. ರಾಜ್ಯಸ್ಯ ಮೂಲಂ ಇಂದ್ರಿಯಜಯಃ

ಚಾಣಕ್ಯನು ಅರ್ಥಶಾಸ್ತ್ರವನ್ನು ರಚಿಸಿದಮೇಲೆ ಈ ನೀತಿಸೂತ್ರಗಳನ್ನು ಆಧರಿಸಿ ತನ್ನ ಅಭಿಪ್ರಾಯಗಳನ್ನು ಶ್ಲೋಕಗಳಲ್ಲಿಯೂ ವೃತ್ತಗಳಲ್ಲಿಯೂ ರಚಿಸಿರಬಹುದು.

ಚಾಣಕ್ಯ ನೀತಿ ಎಂಬುದು ಪ್ರಸಿದ್ಧವಾದ ಹೆಸರಾಗಿದ್ದರೂ ಆ ಗ್ರಂಥವು ಒಂದು ಸ್ಪಷ್ಟ ರೂಪದಲ್ಲಿ ದೊರಕುತ್ತಿರಲಿಲ್ಲ. **ವೃದ್ಧ ಚಾಣಕ್ಯ, ಲಘು ಚಾಣಕ್ಯ, ಚಾಣಕ್ಯ ನೀತಿ ಸಾರ, ಚಾಣಕ್ಯ ನೀತಿ ಸಾರಸಂಗ್ರಹ, ಚಾಣಕ್ಯ ನೀತಿ ದರ್ಪಣ** ಎಂಬ ಹೆಸರುಗಳಿಂದ ವಿವಿಧ ರೂಪಗಳಲ್ಲಿ ಪ್ರಚಾರದಲ್ಲಿತ್ತು. **ಚಾಣಕ್ಯ ತ್ರಿಶತಕ** ಎಂಬ ರೂಪದಲ್ಲಿಯೂ ಒಂದು ಗ್ರಂಥವಿದೆ.

ಚಂದ್ರಗುಪ್ತನ ಕಾಲವು ಕ್ರಿ.ಪೂ. 315 ಎಂದು ನಿರ್ಧಾರವಾಗಿರುವುದರಿಂದ ಚಾಣಕ್ಯನ ಕಾಲವೂ ಅದೇ; ಅಷ್ಟು ಪ್ರಾಚೀನವಾದ ಗ್ರಂಥವಾದರೂ ಚಾಣಕ್ಯ ನೀತಿಯ ಶುದ್ಧ ಪ್ರತಿಯು ಕಳೆದ ಶತಮಾನದ ಮಧ್ಯಭಾಗದವರೆಗೂ ಮುದ್ರಣವಾಗದೆ ಇದ್ದುದು ನಮ್ಮ ದುರ್ದೈವ.

ಚಾಣಕ್ಯನ ನೀತಿಶಾಸ್ತ್ರದ ಬಗ್ಗೆ ಬಹಳ ವ್ಯಾಪಕವಾದ ಸಂಶೋಧನೆಯನ್ನು ನಡೆಸಿದವನು ಡಾ॥ಲುಡ್ವಿಕ್‌ಸ್ಟರ್ನಬಾಕ್ ಎಂಬ ವಿದ್ವಾಂಸ. ಅವನಷ್ಟು ಆಳವಾದ ಸಂಶೋಧನೆಯನ್ನು ಭಾರತದಲ್ಲಿಯೇ ಯಾರೂ ಮಾಡಿರಲಿಲ್ಲ

ಡಾ॥ ಲುಡ್ವಿಕ್‌ಸ್ಟರ್ನ್‌ಬಾಕ್ (LUDWICK STERNBACK) ಎಂಬಾತನು ವಿಶ್ವಸಂಸ್ಥೆಯ ನ್ಯಾಯಶಾಖೆಯಲ್ಲಿ ಉನ್ನತ ಅಧಿಕಾರಿಯಾಗಿದ್ದನು. ತನ್ನ ಅಧಿಕಾರದ ನಿರ್ವಹಣೆಯ ಜೊತೆಗೆ ಇಂಥ ಶಾಸ್ತ್ರ ಸಂಶೋಧನೆಯನ್ನು ಕೈಗೊಂಡುದೇ ಆಶ್ಚರ್ಯಕರವಾಗಿದೆ. ಅಮೇರಿಕದ ನ್ಯೂಯಾರ್ಕ್ ನಗರದಲ್ಲಿದ್ದು ಆಳವಾದ ಸಂಶೋಧನೆಯ ಪರಿಣಾಮವಾಗಿ ಎರಡು ಭಾಗಗಳಲ್ಲಿ ಐದು ಸಂಪುಟಗಳನ್ನು ಸಿದ್ಧಪಡಿಸಿದ್ದಾನೆ. ಈ ಸಂಪುಟಗಳು ಹೋಷಿಯಾರ್‌ಪುರದ ವೇದ ಸಂಶೋಧನಾ ಸಂಸ್ಥೆಯಿಂದ ಪ್ರಕಟಣೆಗೊಂಡಿವೆ. ಇದಕ್ಕೆ ಮುಂಚೆಯೇ ಡಾ॥ ಲುಡ್ವಿಕನು ಗಣಿಕಾವೃತ್ತಸಂಗ್ರಹ (Texts on courtezans in Classical Samskrit) ಎಂಬ ಪ್ರಸಿದ್ಧ ಗ್ರಂಥವನ್ನು ಈ ಸಂಸ್ಥೆಯ ಮೂಲಕವೇ ಪ್ರಕಟಮಾಡಿದ್ದನು.

ಚಾಣಕ್ಯನ ನೀತಿಶಾಸ್ತ್ರದ ಬಗ್ಗೆ ಪ್ರಪಂಚದ ಎಲ್ಲ ಕಡೆಗಳಲ್ಲಿಯೂ ನಡೆದಿರುವ ಎಲ್ಲ ಸಂಶೋಧನೆಗಳನ್ನೂ ಸಂಪೂರ್ಣವಾಗಿ ಸಂಗ್ರಹ ಮಾಡಿ ಡಾ॥ ಲುಡ್ವಿಕನು ತನ್ನ ಆಳವಾದ ಪರಿಶ್ರಮದ ಸಹಾಯದಿಂದ ಈ ಸಂಪುಟಗಳನ್ನು ಪ್ರಕಟಪಡಿಸಿದ್ದಾನೆ. ಅವನು ನೀಡುವ ಅನೇಕ ವಿವರಗಳು ಸ್ವಾರಸ್ಯಪೂರ್ಣವಾಗಿವೆ. ಅವುಗಳಲ್ಲಿ ಒಂದನ್ನು ಮಾತ್ರ ಓದುಗರ ಅವಗಾಹನೆಗೆ ಇಲ್ಲಿ ದಾಖಲಿಸುತ್ತಿದ್ದೇನೆ.

ಚಾಣಕ್ಯನ ನೀತಿ ಶಾಸ್ತ್ರದ ಬಗ್ಗೆ ನಡೆಸಿದ ಮೊದಲ ಸಂಶೋಧನೆಯನ್ನು ಮಾಡಿದವನು 1760ರಲ್ಲಿ ಜನಿಸಿದ ಡೆಮಿಟ್ರಿಯೋಸ್ ಗಾಲನಸ್ (DEMETRIOS GALANUS) ಎಂಬ ಗ್ರೀಸ್ ದೇಶದ ವಿದ್ವಾಂಸ. ಅವನು ಹುಟ್ಟಿದ್ದು ಗ್ರೀಸ್ ದೇಶದ ಅಥೆನ್ಸ್ ನಗರದಲ್ಲಿ. ಗ್ರೀಸ್

ದೇಶದ ಅನೇಕ ಕಡೆಗಳಲ್ಲಿ ಅವನು ವಿದ್ಯಾಭ್ಯಾಸವನ್ನು ಪೂರೈಸಿ ಗ್ರೀಕ್ ಸಾಹಿತ್ಯದಲ್ಲಿಯೂ ತತ್ವಶಾಸ್ತ್ರದಲ್ಲಿಯೂ ಪರಿಣತನಾದನು. ಭಾರತದಲ್ಲಿ ವಾಸಮಾಡುತ್ತಿದ್ದ ಗ್ರೀಕರು ತಮ್ಮ ಮಕ್ಕಳಿಗೆ ಗ್ರೀಕ್ ಭಾಷೆಯನ್ನೂ ಸಾಹಿತ್ಯವನ್ನೂ ಕಲಿಸುವುದಕ್ಕಾಗಿ ಆತನನ್ನು ಭಾರತಕ್ಕೆ ಬರಮಾಡಿಕೊಂಡರು. 1786ರಲ್ಲಿ ಅವನು ಭಾರತಕ್ಕೆ ಬಂದು ಕಲ್ಕತ್ತದಲ್ಲಿ ನೆಲೆಸಿದನು. ಅಲ್ಲಿ ಸಂಸ್ಕೃತ, ಇಂಗ್ಲಿಷ್, ಪರ್ಷಿಯನ್ ಭಾಷೆಗಳನ್ನು ಆಳವಾಗಿ ಅಭ್ಯಾಸಮಾಡಿದನು. ಸ್ವಲ್ಪ ದಿನಗಳಾದ ಮೇಲೆ ಅವನು ಕಲ್ಕತ್ತದಿಂದ ಕಾಶಿಗೆ ಬಂದು ಅಲ್ಲಿ ತನ್ನ ಕಾಲವನ್ನೆಲ್ಲ ಸಂಸ್ಕೃತ ಸಾಹಿತ್ಯದ ಮತ್ತು ಭಾರತೀಯ ತತ್ವಶಾಸ್ತ್ರದ ಅಭ್ಯಾಸಕ್ಕೆ ಮೀಸಲಾಗಿಟ್ಟನು. ಬ್ರಾಹ್ಮಣರ ಜೀವನ ವಿಧಾನವನ್ನೇ ತನ್ನ ಜೀವನಮಾರ್ಗವನ್ನಾಗಿ ಆರಿಸಿಕೊಂಡು, ಅವರಂತೆಯೇ ಉಡುಪು ಧರಿಸಿ ಅಲ್ಲಿ ನಲವತ್ತು ವರ್ಷಗಳು ಜೀವಿಸಿದ್ದನು. 1833ರಲ್ಲಿ ಅವನು ಸತ್ತಾಗ ಅವನಿಗೆ 72 ವರ್ಷ ವಯಸ್ಸಾಗಿತ್ತು. ಅವನ ಪುಸ್ತಕ ಭಂಡಾರವನ್ನೂ ಅವನ ಲೇಖನಗಳ ಸಂಶೋಧನೆಯ ಹಸ್ತಪ್ರತಿಗಳನ್ನೂ ಅವನು ಅಥೆನ್ಸ್ ವಿಶ್ವವಿದ್ಯಾನಿಲಯಕ್ಕೆ ಕೊಡುಗೆ ಮಾಡಿದ್ದನು. ಅವನ ಹಸ್ತಪ್ರತಿಗಳಲ್ಲಿ ಸಂಸ್ಕೃತದಿಂದ ಗ್ರೀಕ್‌ಗೆ ಮಾಡಿದ್ದ ಅನುವಾದಗಳೂ, ಪಾಳಿ-ಗ್ರೀಕ್, ಹಿಂದೀ-ಗ್ರೀಕ್-ಇಂಗ್ಲಿಷ್, ಸಂಸ್ಕೃತ-ಗ್ರೀಕ್ ನಿಘಂಟುಗಳೂ ಇದ್ದುವು. ಆ ಬಳಿಕ ಬಂದ ಪ್ರಸಿದ್ಧ ಸಂಸ್ಕೃತ-ಇಂಗ್ಲಿಷ್ ನಿಘಂಟುಗಳಿಗೆ ಇವು ತಳಹದಿಯಾಗಿದ್ದುವು. ಆತನೇ **ಲಘು ಚಾಣಕ್ಯ** ಎಂಬ ಗ್ರಂಥವನ್ನು ಗ್ರೀಕ್ ಭಾಷೆಗೆ ಅನುವಾದ ಮಾಡಿ 1823ರಲ್ಲಿ ಗ್ರೀಸ್ ದೇಶಕ್ಕೆ ಕಳುಹಿಸಿದನು. ಪಾಶ್ಚಾತ್ಯ ದೇಶಗಳಿಗೆ ಚಾಣಕ್ಯನ ಪರಿಚಯವಾದದ್ದು ಆಗಲೇ! ಇದಾದಮೇಲೆ ಚಾಣಕ್ಯನ ಬಗ್ಗೆ ಪಾಶ್ಚಾತ್ಯ ದೇಶಗಳಲ್ಲಿ ಆಸಕ್ತಿ ಹೆಚ್ಚಾಗಿ, ಕೊನೆಯದಾಗಿ ಡಾ|| ಲುಡ್ವಿಕ್ ರಚಿಸಿದ ಈ ಗ್ರಂಥ ಆಧಾರಭೂತವಾದ ಗ್ರಂಥವಾಗಿ ಸಿದ್ಧವಾಗಿ ಹೊರಬಂದಿದೆ. ಇದು ಒಬ್ಬ ವಿದ್ವಾಂಸನು ಜೀವಾವಧಿ ನಡೆಸುವ ಸಂಶೋಧನೆಗೆ ಸಮನಾಗಿದೆ.

ಡಾ|| ಲುಡ್ವಿಕ್ ಮಾಡಿರುವ ಕಾರ್ಯದ ಬಗ್ಗೆ ಒಂದೆರಡು ಮಾತುಗಳನ್ನು ಹೇಳಬೇಕು. ಚಾಣಕ್ಯನ ನೀತಿಸಾರಕ್ಕೆ ಸಂಬಂಧಿಸಿದ ಹಸ್ತಪ್ರತಿಗಳೂ ಮುದ್ರಿತ ಪ್ರತಿಗಳೂ ಎಲ್ಲೆಲ್ಲಿ ದೊರಕುತ್ತವೆಯೋ ಅವನ್ನು ಪ್ರಪಂಚದ ಎಲ್ಲೆಡೆಗಳಿಂದಲೂ ಅವನು ಶೇಖರಿಸಿದನು. ಕ್ರಿ.ಶ.10ನೆಯ ಶತಮಾನದ TIBTAN TANJUR ಎಂಬ ಹಸ್ತಪ್ರತಿಯಿಂದ ಹಿಡಿದು ಕಳೆದ ಶತಮಾನದ ಮಧ್ಯಭಾಗದವರೆಗೆ ದೊರಕಿದ ಎಲ್ಲ ಮುದ್ರಿತ ಪುಸ್ತಕಗಳೂ ಅವನಿಗೆ ಹಸ್ತಗತವಾದವು. ನೂರಕ್ಕೂ ಕಡಿಮೆ ಪದ್ಯಗಳಿರುವ ಹಸ್ತಪ್ರತಿಗಳಿಂದ ಹಿಡಿದು ಸಾವಿರಾರು ಪದ್ಯಗಳಿರುವ ಹಸ್ತಪ್ರತಿಗಳವರೆಗೆ ಸಂಗ್ರಹ ಮಾಡಿದನು. ಒಟ್ಟು 255 ಪ್ರತಿಗಳೂ 2235 ಪದ್ಯಗಳೂ ದೊರಕಿದವು. ಚಾಣಕ್ಯ ನೀತಿಯ ಪದ್ಯಗಳು ಹೀಗೆ ಕಾಡಿನಮರಗಳಂತೆ ಬೆಳೆದು ವಿಸ್ತಾರವಾದ ಕತ್ತಲೆಯಲ್ಲಿ ಮರೆಯಾಗಿಹೋದುವು. ಎಲ್ಲ ಪ್ರತಿಗಳಲ್ಲಿ ಪದ್ಯಗಳು ಒಂದೇ ರೀತಿಯಲ್ಲಿರಲಿಲ್ಲ, ವ್ಯತ್ಯಾಸಗಳು ಅಪಾರವಾಗಿವೆ. **ಮಹಾಭಾರತ**ದಿಂದ ಹಿಡಿದು **ಕೃಷ್ಣ ಕರ್ಣಾಮೃತ**ದವರೆಗೆ ಅನೇಕ ಗ್ರಂಥಗಳ ಪದ್ಯಗಳು ಈ ಪ್ರತಿಗಳಲ್ಲಿ ಸೇರಿಕೊಂಡಿವೆ. ಇವೆಲ್ಲವನ್ನೂ ಸಾವಧಾನವಾಗಿ ವಿಂಗಡಿಸಿ, ಒಂದು ವ್ಯವಸ್ಥೆಗೆ ಅಳವಡಿಸಿ ತನ್ನ ಸಂಶೋಧನೆಯ ಫಲವನ್ನು ಅವನು ಎರಡು ಭಾಗಗಳ ಐದು ಸಂಪುಟಗಳಲ್ಲಿ ಪ್ರಕಟಿಸಿದ್ದಾನೆ. 1963-67ರ ಅವಧಿಯಲ್ಲಿ ಇವು ಪ್ರಕಟವಾಗಿವೆ. ಸಂಸ್ಕೃತದ ಪ್ರಾಚೀನ ಗ್ರಂಥಗಳ ಪ್ರಕಟಣೆಯಲ್ಲಿ ಇದೊಂದು ವಿಶಿಷ್ಟ ದಾಖಲೆಯಾಗಿದೆ.

ಈ ಎಲ್ಲ ಸಂಶೋಧನೆಗಳನ್ನೂ ಆಳವಾಗಿ ವ್ಯಾಸಂಗಮಾಡಿ ಚಾಣಕ್ಯನ ಮೂಲಗ್ರಂಥ ಎಷ್ಟಿರಬಹುದು ಎಂಬ ಬಗ್ಗೆ ಒಂದು ತೀರ್ಮಾನವನ್ನು ಕೈಗೊಂಡು ಸುಮಾರು 360 ಪದ್ಯಗಳನ್ನು ಕನ್ನಡ ಅನುವಾದದೊಡನೆ ಶ್ರೀ ಬಿ. ಶ್ರೀನಿವಾಸಮೂರ್ತಿಗಳು 1995ರಲ್ಲಿ ಪ್ರಕಟಿಸಿದ್ದಾರೆ.

ಚಾಣಕ್ಯನ ಬಗ್ಗೆ ಮಾತನಾಡುವಾಗ ಈ ಒಂದು ಗ್ರಂಥದ ವಿಚಾರವೂ ತಿಳಿದಿದ್ದರೆ ಉತ್ತಮವೆಂದು ಈ ವಿವರಗಳನ್ನು ದಾಖಲಿಸಿದ್ದೇನೆ.

ಚಾಣಕ್ಯನ ಸಂಬಂಧವುಳ್ಳ ತಕ್ಷಶಿಲೆ ಬಹು ಪ್ರಾಚೀನವಾದ ವಿಶ್ವವಿದ್ಯಾನಿಲಯದ ಕ್ಷೇತ್ರವಾಗಿತ್ತು. ಅದರಲ್ಲಿ ಬಹು ಪ್ರಸಿದ್ಧರಾದ ವಿದ್ವಾಂಸರು ಶಿಕ್ಷಕರಾಗಿ ಅಧ್ಯಾಪನ ಮಾಡುತ್ತಿದ್ದರು. ಅನೇಕ ಶಾಸ್ತ್ರಗಳ ವ್ಯಾಸಂಗ ನೆರವೇರುತ್ತಿತ್ತು. ಬೌದ್ಧ ಗ್ರಂಥಗಳಿಂದ ತಕ್ಷಶಿಲೆಯ ಹಿರಿಮೆ ಗೊತ್ತಾಗುತ್ತದೆ. ಬಹುದೂರದ ದೇಶಗಳಿಂದ ಇಲ್ಲಿಗೆ ವಿದ್ಯಾಕಾಂಕ್ಷಿಗಳು ಬರುತ್ತಿದ್ದರು. ಬಿಂಬಸಾರನ ಪ್ರಸಿದ್ಧ ವೈದ್ಯನಾದ **ಜೀವಕ,** ಸಂಸ್ಕೃತದ ಮಹಾ ವೈಯಾಕರಣ **ಪಾಣಿನಿ** ಮುಂತಾದವರು ಇಲ್ಲಿ ವಿದ್ಯಾರ್ಥಿಗಳಾಗಿದ್ದರು. ಇಲ್ಲಿ ಸೈನ್ಯದ ಶಿಕ್ಷಣವೂ ನಡೆಯುತ್ತಿತ್ತು. ಧನುರ್ವಿದ್ಯೆ, ಯುದ್ಧತಂತ್ರಗಳು ಕೂಡ ಬೋಧನೆಯಾಗುತ್ತಿದ್ದುವು. ಇಲ್ಲಿ ಚಾಣಕ್ಯನೂ ಶಿಕ್ಷಕನಾಗಿದ್ದನು. ಅವನಿಗೆ ಲೋಹಶಾಸ್ತ್ರ ರಸಾಯನಶಾಸ್ತ್ರ ವೈದ್ಯ, ವಿಷವೈದ್ಯ, ವೇದ ಮುಂತಾದವುಗಳಲ್ಲಿ ಪರಿಣತಿ ಇತ್ತು. ಚಂದ್ರಗುಪ್ತನು ಅವನ ಪ್ರಮುಖ ಶಿಷ್ಯರಲ್ಲಿ ಒಬ್ಬನಾಗಿದ್ದನು. ಅವರಿಬ್ಬರ ಸಂಬಂಧವು ಅಲೆಗ್ಸಾಂಡರ್ ಮತ್ತು ಅರಿಸ್ಟಾಟಲ್ ಅವರ ಸಂಬಂಧದಂತೆ ಪ್ರಸಿದ್ಧವಾದದ್ದು. ಈ ವಿಚಾರಗಳನ್ನು ಪಾಶ್ಚಾತ್ಯ ವಿದ್ವಾಂಸನಾದ, ವಿಜ್ಞಾನಗಳ ಚರಿತ್ರಕಾರನಾದ ಜಾರ್ಜ್ ಸಾರ್ಟನ್ (George Sarton) ಎಂಬಾತನು ಚಾಣಕ್ಯನನ್ನು ಅರಿಸ್ಟಾಟಲ್‌ಗೆ ಹೋಲಿಸಿ ಒಂದು ವಿಚಿತ್ರ ಅಭಿಪ್ರಾಯವನ್ನು ದಾಖಲಿಸಿದ್ದಾನೆ. "Chanakya's writing reveals a very low morality. The state craft taught by Kautilya is extremely cynical and unscrupulous". ಇಂಥ ಪರಕೀಯರಿಗೆ ಚಾಣಕ್ಯನ ಅರ್ಥಶಾಸ್ತ್ರದಲ್ಲಿರುವ ಯುದ್ಧತಂತ್ರಗಳೂ ರಕ್ತಪಾತವಿಲ್ಲದೆ ಸಾರ್ವಭೌಮತ್ವವನ್ನು ಹಸ್ತಾಂತರಗೊಳಿಸುವ ಭೇದೋಪಾಯ ಚಾತುರ್ಯದ ಸಾಧನೆಯೂ ಅರ್ಥವಾಗುವುದಿಲ್ಲ.

ಈ ಎಲ್ಲ ವಿವರಣೆಗಳೂ ದೀರ್ಘವಾಗಿ ಕಾಣಬಹುದು. ಬೇಕೆಂದೇ ಈ ಹಿನ್ನೆಲೆಯನ್ನು ನೀಡಿದ್ದೇನೆ. ಶ್ರೀ ಸು. ರುದ್ರಮೂರ್ತಿ ಶಾಸ್ತ್ರಿಗಳು ರಚಿಸಿರುವ ಈ ಶತಮಾನದ ಪ್ರಥಮ ಬೃಹತ್ ಚಾರಿತ್ರಿಕ ಕನ್ನಡ ಕಾದಂಬರಿಯನ್ನು ಓದಿದರೆ ಈ ಹಿನ್ನೆಲೆಯ ಅಗತ್ಯ ತಾನಾಗಿಯೇ ತಿಳಿಯಬರುತ್ತದೆ.

ಸುಮಾರು ಸಾವಿರ ಪುಟಗಳ ಈ ಚಾರಿತ್ರಿಕ ಕಾದಂಬರಿಯನ್ನು ರಚಿಸಲು ಶ್ರೀ ರುದ್ರಮೂರ್ತಿ ಶಾಸ್ತ್ರಿಗಳು ಮಾಡಿರುವ ವ್ಯಾಪಕವಾದ ವ್ಯಾಸಂಗ ಮತ್ತು ಸಂಶೋಧನೆ ಅಭಿನಂದನೆಗೆ ಪಾತ್ರವಾದದ್ದು. ಚಾಣಕ್ಯನ ಬಗ್ಗೆ ಕನ್ನಡದಲ್ಲಿ ಏನೇನು ಇದೆಯೋ ಅವೆಲ್ಲವನ್ನೂ ತಿರುವಿಹಾಕಿದ್ದಾರೆ. ಚಾರಿತ್ರಿಕ ದಾಖಲೆಗಳಲ್ಲಿ ಚಾಣಕ್ಯನ ಬಗ್ಗೆ, ಅಲೆಗ್ಸಾಂಡರ್, ಅರಿಸ್ಟಾಟಲ್, ಪರ್ವತರಾಜ, ನಂದರು, ಚಂದ್ರಗುಪ್ತ ಇವರುಗಳ ಬಗ್ಗೆ ವಿಷಯವೆಲ್ಲವನ್ನೂ ಸಂಗ್ರಹಿಸಿದ್ದಾರೆ. ಚಾಣಕ್ಯನ ಮಹಾಸಾಧನೆಗೆ ಸಂಬಂಧಿಸಿದ ಚಾರಿತ್ರಿಕ ಸ್ಥಳಗಳ ಬಗ್ಗೆ ವಿವರಗಳನ್ನು ಕೂಡಿಹಾಕಿದ್ದಾರೆ. ಈ ಎಲ್ಲ ವಿಷಯ ಸಂಗ್ರಹವನ್ನು ಕಾದಂಬರಿಯಾಗಿ ಮಾಡಿ ಸದ್ಯದ ಭಾರತದ ಪರಿಸ್ಥಿತಿಯಲ್ಲಿ

ರಾಜಕೀಯ ದಿವಾಳಿತನವನ್ನು ತೋರಿಸುವುದೇ ಅವರ ಉದ್ದೇಶ. ರಾಜನೀತಿಜ್ಞರಾದ, ವಿದ್ವಾಂಸರಾದ, ಪ್ರಾಮಾಣಿಕರಾದ ಮುಂದಾಳುಗಳು ಅಲ್ಲಲ್ಲಿ ಇಲ್ಲದಿಲ್ಲ. ಆದರೆ ಅವರನ್ನು ಹಿಂದೆ ತಳ್ಳಿ ಭ್ರಷ್ಟಾಚಾರದಿಂದ ಪ್ರಜಾಸಮೂಹಕ್ಕೆ ಅನ್ಯಾಯವನ್ನು ಮಾಡುವವರೇ ಅಧಿಕ ಸಂಖ್ಯೆಯಲ್ಲಿದ್ದಾರೆ. ಸ್ವಾರ್ಥವಿಲ್ಲದ ತ್ಯಾಗಿಗಳಾದ ಲಾಲ್‌ಬಹದ್ದೂರ್ ಶಾಸ್ತ್ರಿಗಳಂಥ ನಿಷ್ಠಾವಂತರೂ, ಪ್ರಜಾವತ್ಸಲರೂ ಯಾರಾದರೂ ಮೇಲೆದ್ದು ಬಂದಾರು, ದೇಶಕ್ಕೆ ನಿಜವಾದ ಪ್ರಗತಿ, ಶಾಂತಿ, ಸೌಭಾಗ್ಯಗಳನ್ನು ತಂದಾರು ಎಂಬ ಹಂಬಲದ ಧ್ವನಿ ತುಂಬಿದೆ ಈ ರಚನೆಯಲ್ಲಿ. ಓದುಗರು ಈ ವಿಚಾರವನ್ನು ಗಮನಿಸುತ್ತಾರೆಂದು ಅವರ ಹಾರೈಕೆ ಇದೆ.

ಈ ಕಾದಂಬರಿಯ ರಚನೆಗೆ ಅವರು ಹಾಕಿಕೊಂಡಿರುವ ದಿಕ್ಸೂಚಿ ಹೀಗಿರುವಂತಿದೆ.

1. ಬೌದ್ಧಮತದ ಪ್ರಚಾರ ಹೆಚ್ಚುತ್ತಿದ್ದ ಸಮಯದಲ್ಲಿ ಅದನ್ನು ತಡೆಯುವ ಒಬ್ಬ ವಿದ್ವಾಂಸನಿದ್ದಿರಬೇಕು.
2. ತಕ್ಷಶಿಲೆಯಲ್ಲಿ ಈ ಆಂತರಿಕ ವ್ಯತ್ಯಾಸ ಮೊದಲು ತಲೆದೋರಿರಬಹುದು.
3. ನಂದರು ನಿರಂಕುಶ ಪ್ರಭುಗಳಾಗಿ ಜನ ವಿರೋಧಿಗಳಾಗಿ ಭೋಗದಲ್ಲಿ ತೇಲಾಡುತ್ತಿದ್ದರು.
4. ರಾಕ್ಷಸನಂಥ ಮಹಾಮೇಧಾವಿಯೂ ರಾಜನೀತಿಜ್ಞನೂ ಆದ ಮಂತ್ರಿಯಿದ್ದು ಹೀಗೆ ಪ್ರಜಾಹಿತಕಾರ್ಯ ಹಿಂದೆ ಬಿದ್ದಿದ್ದಕ್ಕೆ ರಾಕ್ಷಸನ ರಾಜಭಕ್ತಿ ಕಾರಣವಾಗಿರಬೇಕು-ಧೃತರಾಷ್ಟ್ರನಿಗೆ ಭೀಷ್ಮ ವಿರೋಧವೆಸಗದೆ ಇದ್ದಂತೆ.
5. ನಂದರ ಮಂತ್ರಿಗಳಲ್ಲಿ ಅನೇಕ ಪ್ರಜಾಹಿತ ರಕ್ಷಕರಿದ್ದಿರಬೇಕು.
6. ವಿಷಕನ್ಯೆಯಂಥ ವ್ಯಕ್ತಿಯ ನಿರ್ಮಾಣ ಅಸತ್ಯವಾದದ್ದು. ಅದಕ್ಕೆ ಚರಿತ್ರೆಯಲ್ಲಿ ಅವಕಾಶವೇ ಇಲ್ಲ.
7. ಚಾಣಕ್ಯನ ತಂತ್ರಕ್ಕೆ ಒಂದು ಅಂತರಂಗದ ಸ್ತ್ರೀಪಡೆ ಸಿದ್ಧವಿರಬೇಕು. ಉನ್ನತ ವ್ಯಕ್ತಿತ್ವದ ಉಜ್ವಲ, ಮಾಧವಿ, ಸುಗಂಧಿ, ವಿಶಾಖಾ ಮುಂತಾದವರ ನಿರ್ಮಾಣ ಅಗತ್ಯ.
8. ಪರ್ವತರಾಜ ಸ್ತ್ರೀಲಂಪಟನಾಗಿದ್ದು ಯವನ ಯುವತಿಯರನ್ನು ಅಂತಃಪುರಕ್ಕೆ ಸೇರಿಸಿಕೊಂಡಿದ್ದ.
9. ರಕ್ತಪಾತವಿಲ್ಲದೆ ಚಂದ್ರಗುಪ್ತನು ಸಾರ್ವಭೌಮನಾಗಬೇಕು.
10. ತಕ್ಷಶಿಲೆಯು ಪುನಃ ಉದ್ಧಾರವಾಗಬೇಕು.
11. ರಾಕ್ಷಸನ ರಾಜಭಕ್ತಿಯನ್ನು ಚಂದ್ರಗುಪ್ತನಿಗೆ ಒದಗಿಸಬೇಕು.
12. ಸಾಧನೆಯಾದ ಮೇಲೆ ಅರ್ಥಶಾಸ್ತ್ರದಂಥ ರಾಜನೀತಿಯ ಗ್ರಂಥವನ್ನು ರಚಿಸಿ ಭಾರತದ ರಾಜ್ಯಭಾರಕ್ಕೆ ಧರ್ಮದ ತಳಹದಿಯನ್ನು ಕಟ್ಟಬೇಕು.

ಈ ರೇಖಾ ವಿನ್ಯಾಸದಲ್ಲಿ ಈ ಕಾದಂಬರಿ ರಚಿತವಾಗಿದೆ. ಕಥೆಗೆ ಬೇಕಾದ ಶೃಂಗಾರ, ಆಂತರಂಗಿಕ ಗೂಢಚರ್ಯೆ, ಪಿತೂರಿ, ಉಪಾಯಗಳಿಗೆ ತಕ್ಕ ಪ್ರತ್ಯುಪಾಯಗಳು, ರಾಜಾಸ್ಥಾನದ ವೈಭವ ಭೋಗಗಳು ಇತ್ಯಾದಿಗಳ ಸಮ್ಮಿಶ್ರಣವೂ ಇದೆ.

ಕಥೆಯ ಓಟವನ್ನು ಅರ್ಥಮಾಡಿಕೊಳ್ಳಲು ಓದುಗರ ಸಹಾಯಕ್ಕಾಗಿ ಚಾಣಕ್ಯನ ಉಪಾಯಗಳು ನೆರವೇರಿದ ಸ್ಥಳಗಳ ಭೂಪಟವೊಂದನ್ನು ತಯಾರು ಮಾಡಿ ಕಾದಂಬರಿಯ ಪ್ರಾರಂಭದಲ್ಲಿ ಮುದ್ರಿಸಿದರೆ ಅದು ತುಂಬ ಪ್ರಯೋಜನಕಾರಿಯಾಗುತ್ತದೆ.

ಕಾದಂಬರಿಯ ಭಾಷೆ ಸರಳವಾಗಿದೆ. ಆದರೆ ಕಾವ್ಯಮಯವಾಗಿಲ್ಲ. ಕಾವ್ಯದ ಭಾಷೆ ಎಲ್ಲರಿಗೂ ಸಾಧ್ಯವಾಗುವುದೂ ಇಲ್ಲ. ಆದರೆ ಭಾಷೆಯ ಶಿಷ್ಟ ಗುಣ ಎಲ್ಲೂ ಎಡವಿಲ್ಲ. ಚಾರಿತ್ರಿಕ ಗುಣಕ್ಕೆ ಬೇಕಾದ ಗಾಂಭೀರ್ಯವಿದೆ.

ಈ ಶತಮಾನದ ಪ್ರಾರಂಭದಲ್ಲಿ ರಚಿತವಾಗಿರುವ ಈ ಚಾರಿತ್ರಿಕ ಕಾದಂಬರಿ ಇಂಥ ಇತರ ಅನೇಕ ರಚನೆಗಳಿಗೆ ನಾಂದಿಯಾಗಲಿ ಎಂದು ಹಾರೈಸುತ್ತೇನೆ.

ಶ್ರೀ ರುದ್ರಮೂರ್ತಿ ಶಾಸ್ತ್ರಿಗಳು ಈ ಹಿಂದೆಯೇ **ಅಶೋಕ, ಔರಂಗಜೇಬ, ಕುಮಾರರಾಮ** ಎಂಬ ಚಾರಿತ್ರಿಕ ಕಾದಂಬರಿಗಳನ್ನು ಬರೆದು ಪಳಗಿದ ಶೈಲಿಯುಳ್ಳವರು. ಅವರು ಶ್ರಮವಹಿಸಿ ಸಂಶೋಧನೆಗಳ ಆಧಾರದ ಮೇಲೆ ರಚಿಸಿರುವ ಈ ಚಾರಿತ್ರಿಕ ಬೃಹತ್ಕಾದಂಬರಿ-**ಚಾಣಕ್ಯ**-ಕನ್ನಡ ಜನತೆಯ ಪ್ರೀತಿಗೆ ಪಾತ್ರವಾಗುವುದರಲ್ಲಿ ನನಗೆ ಸಂದೇಹವಿಲ್ಲ. ಇದು ಲೇಖಕರಿಗೆ ಆತ್ಮತೃಪ್ತಿ ನೀಡುವ ಕಾರ್ಯ. ಇದು ಜನರು ಓದಿ ಸಂತೋಷಪಡಬಹುದಾದ ಕೃತಿ ಎಂದು ನಾನು ನಂಬಿದ್ದೇನೆ.

ಬೆಂಗಳೂರು
15-10-2000

**ಪ್ರೊ|| ಜಿ. ವೆಂಕಟಸುಬ್ಬಯ್ಯ**
ನಂ.58, 31ನೇ ಅಡ್ಡರಸ್ತೆ,
7ನೇ ಬಡಾವಣೆ, ಜಯನಗರ,
ಬೆಂಗಳೂರು-560 082.

# ಎರಡು ಮಾತು

ಚಾಣಕ್ಯನನ್ನು ಕುರಿತು ನಾನು ಪಿ.ಯು.ಸಿ. ಓದುತ್ತಿರುವಾಗಲೇ ಕುತೂಹಲ, ಆಸಕ್ತಿ ಮೂಡಿತು. ಆದಕ್ಕೆ ಕಾರಣ ಕೆಂಪು ನಾರಾಯಣನ 'ಮುದ್ರಾ ಮಂಜೂಷದ'ದ ಸಂಗ್ರಹರೂಪ 'ಚತುರತಪಸ್ವಿ' (ಸಂಗ್ರಾಹಕರು : ಡಾ|| ಕೆ.ಎಂ. ಕೃಷ್ಣರಾವ್)ಯನ್ನು ಓದಿದ್ದು. ಆ ಕೃತಿಯ ಪತ್ತೇದಾರಿ ಧಾಟಿಯ ರೋಚಕ ನಿರೂಪಣೆ ಬಹಳ ಆಕರ್ಷಣೀಯವಾಗಿತ್ತು. ಮುಖ್ಯ ಪಾತ್ರಧಾರಿ ಚಾಣಕ್ಯನ ಪ್ರಚಂಡ ಬುದ್ಧಿಶಕ್ತಿ ಬಹಳ ಪ್ರಿಯವಾಯಿತು.

ಕ್ರಮೇಣ ಚಾಣಕ್ಯನ ಮೇಲಿನ ಆಸಕ್ತಿ ಪರೋಕ್ಷವಾಗಿ ಬೆಳೆಯುತ್ತಲೇ ಇತ್ತು. ಮುಂದೆ ಮೂಲ ಮುದ್ರಾಮಂಜೂಷ ಕೃತಿ, ತೀ.ನಂ.ಶ್ರೀ.ಯವರ ಅನುವಾದ 'ರಾಕ್ಷಸನ ಮುದ್ರಿಕೆ' ಕೃತಿಗಳ ಅಧ್ಯಯನ ಆ ಆಸಕ್ತಿಗೆ ಇನ್ನಷ್ಟು ಪೋಷಣೆ ನೀಡಿತು.

ಆದರೆ ಚಾಣಕ್ಯನನ್ನು ಕುರಿತು ಕಾದಂಬರಿಯನ್ನು ಬರೆಯಬೇಕೆಂಬ ಆಸಕ್ತಿ ಮೂಡಿದ್ದು ಇಪ್ಪತ್ತೆರಡು ವರ್ಷಗಳ ಹಿಂದೆ ನಾನು ನನ್ನ ಮೊದಲ ಚಾರಿತ್ರಿಕ ಕಾದಂಬರಿ 'ಅಶೋಕ'ನನ್ನು ಬರೆಯಲು ವ್ಯಾಪಕವಾಗಿ ಅಧ್ಯಯನ ನಡೆಸುತ್ತಿದ್ದ ಸಂದರ್ಭದಲ್ಲಿ, ಚಾಣಕ್ಯನ ನಂತರದವನೇ ಆದ ಅಶೋಕ, ಚಂದ್ರಗುಪ್ತ ಮೌರ್ಯನ ಮೊಮ್ಮಗನಾದುದರಿಂದ ಸಹಜವಾಗಿಯೇ ಆ ಕಾಲದ ರಾಜಕೀಯ, ಧಾರ್ಮಿಕ ಸ್ಥಿತಿಗಳು ಮತ್ತು ಪ್ರಾಸಂಗಿಕವಾಗಿ ಚಾಣಕ್ಯ, ಅವನ ಅರ್ಥಶಾಸ್ತ್ರ ಇತ್ಯಾದಿಗಳ ಬಗ್ಗೆ ಗಮನಿಸಲೇಬೇಕಾಯಿತು.

ಆದರೆ ಕಾದಂಬರಿಯ ರಚನೆಯ ಆಸಕ್ತಿ ಬರೆಯಲೇಬೇಕೆಂಬ ಪ್ರೇರಣೆಯಾಗಲು ಇಪ್ಪತ್ತೆರಡು ವರ್ಷಗಳಷ್ಟು ದೀರ್ಘಕಾಲ ಬೇಕಾಯಿತು.

ಆಗಾಗ ಚಾಣಕ್ಯ, ಚಂದ್ರಗುಪ್ತರಿಗೆ ಸಂಬಂಧಿಸಿದ ಗ್ರಂಥಗಳ ಅಧ್ಯಯನ ನಡೆಯುತ್ತಲೇ ಇತ್ತು. ಚಾಣಕ್ಯನನ್ನು ಕುರಿತ ಒಂದು ಸ್ಥೂಲ ಕಥಾಹಂದರ ನನ್ನ ಮನಸ್ಸಿನಲ್ಲಿ ರೂಪುಗೊಳ್ಳುತ್ತಿತ್ತು.

ಈ ನಡುವೆ ಔರಂಗಜೇಬ ಮತ್ತು ಕುಮಾರರಾಮ ಎಂಬ ಇನ್ನೆರಡು ಚಾರಿತ್ರಿಕ ಕಾದಂಬರಿಗಳನ್ನು ರಚಿಸಿದೆ. 1982ರಿಂದ ಅಧ್ಯಾಪಕ ವೃತ್ತಿಯನ್ನು ಬಿಟ್ಟು ಬರವಣಿಗೆಯನ್ನೇ ವೃತ್ತಿಯಾಗಿ ಅವಲಂಬಿಸಿದ ಮೇಲೆ, ಜೀವನ ರಥ ಸಾಗಲು ಅನಿವಾರ್ಯವಾಗಿ ನಾನು ಬೇರೆ ಬೇರೆ ಬಗೆಯ ಪುಸ್ತಕಗಳನ್ನು ಬರೆಯಲೇಬೇಕಾಯಿತು. ಮಧ್ಯೆ ಮಧ್ಯೆ ಸಿನಿಮಾ, ದೂರದರ್ಶನಗಳಿಗೆ ಗೀತೆ, ಕಥೆ, ಸಂಭಾಷಣೆಯ ರಚನೆಯಲ್ಲೂ ತೊಡಗಿಸಿಕೊಳ್ಳಬೇಕಾಯಿತು.

ನಾನು ಏನನ್ನೇ ಬರೆದರೂ ಓದುಗರಿಗೆ ಕನಿಷ್ಠ ಉಪಯೋಗವಾದರೂ ಆಗುವಂತೆ ಬರೆದಿದ್ದೇನೆಂಬ ನಂಬಿಕೆ ನನಗಿದೆ. ಸಂಖ್ಯೆಯನ್ನು ಬೆಳಸುವ ಉದ್ದೇಶದಿಂದ ನಾನು ಸಾಹಿತ್ಯ ರಚನೆ ಮಾಡದಿದ್ದರೂ ನನ್ನ ಮೊದಲ ಪುಸ್ತಕ 1969ರಲ್ಲಿ ಪ್ರಕಟವಾದ ನಂತರ ಈ 31 ವರ್ಷಗಳಲ್ಲಿ ನನ್ನ ಪುಸ್ತಕಗಳ ಸಂಖ್ಯೆ 99ರವರೆಗೂ ಬಂದಿದೆ. ನನ್ನ ನೂರನೇ ಪುಸ್ತಕ ಸ್ವಲ್ಪ ಮಹತ್ವದ್ದಾಗಿರಬೇಕೆಂಬ ಇಚ್ಛೆಯುಂಟಾಯಿತು. ಆಗ ಚಾಣಕ್ಯ ಮತ್ತೆ ಮನಸ್ಸಿನಲ್ಲಿ ಸುಳಿದ. ಪ್ರಬಲ ಪ್ರೇರಣೆಯಾಗಿ ಕಾಡಿದ.

ಮತ್ತೊಮ್ಮೆ ಚಾಣಕ್ಯನನ್ನು ಕುರಿತ ಅಧ್ಯಯನ ಆರಂಭಿಸಿದೆ. ನನ್ನ ಪರಿಮಿತಿಯಲ್ಲಿ ಲಭ್ಯವಿರುವ ಎಲ್ಲ ಪುಸ್ತಕಗಳನ್ನೂ ಪರಿಶೀಲಿಸಿದೆ. ಕೌಟಿಲ್ಯನ ಅರ್ಥಶಾಸ್ತ್ರವನ್ನೂ ತಿರುವಿ ಹಾಕಿದೆ.

ಆ ಕಾಲದ ಐತಿಹಾಸಿಕ ವಿವರಗಳನ್ನೆಲ್ಲ ಅಧ್ಯಯನ ಮಾಡಿದೆ. ಅಲೆಗ್ಸಾಂಡರನ ದಂಡಯಾತ್ರೆಯ ಬಗ್ಗೆ ಓದಿಕೊಂಡೆ. ಧಾರ್ಮಿಕ ಪರಿಸ್ಥಿತಿಗಳನ್ನು ಅವಲೋಕಿಸಿದೆ.

ಎಷ್ಟೇ ಅಧ್ಯಯನ ನಡೆಸಿದರೂ, ಚಂದ್ರಗುಪ್ತ ಮೌರ್ಯನ ಬಗ್ಗೆ ಸ್ವಲ್ಪಮಟ್ಟಿನ ವಿವರಗಳು ದೊರೆತವೇ ಹೊರತು, ಚಾಣಕ್ಯನ ಬಗ್ಗೆ ಖಚಿತವಾದ ಯಾವುದೇ ಐತಿಹಾಸಿಕ ಆಧಾರಗಳು ದೊರೆಯಲಿಲ್ಲ. ಮುದ್ರಾಮಂಜೂಷ, ಮುದ್ರಾರಾಕ್ಷಸ ಇತ್ಯಾದಿ ಸಾಹಿತ್ಯ ಕೃತಿಗಳು, ಅರ್ಥಶಾಸ್ತ್ರ ಮತ್ತು ಜನಪ್ರಿಯವಾದ ಕೆಲವು ಐತಿಹ್ಯಗಳೇ ಚಾಣಕ್ಯನ ವ್ಯಕ್ತಿತ್ವ ರೂಪಿಸಲು ಇರುವ ಪ್ರಮುಖ ಆಧಾರಗಳೆನ್ನಿಸಿತು.

ಹಾಗೆಂದು ಚಾಣಕ್ಯ ಬರೀ ಕಾಲ್ಪನಿಕ ವ್ಯಕ್ತಿಯಲ್ಲ. ಪುರಾಣ ಪುರುಷನಂತೆ ಭಾರತೀಯ ಪರಂಪರೆಯಲ್ಲಿ ಪ್ರಖ್ಯಾತನಾಗಿರುವ ಅವನು ತನ್ನ ಬುದ್ಧಿಶಕ್ತಿಯಿಂದಲೇ ಒಂದು ರೀತಿಯಲ್ಲಿ ಗಾದೆ ಮಾತಾಗಿದ್ದಾನೆ. ಈಗಲೂ ಮಾತಿನ ನಡುವೆ 'ಅವನೇನಪ್ಪ ಮಹಾ ಚಾಣಕ್ಯ' ಎಂದು ಬಳಸುವುದನ್ನು ನಾವು ಗಮನಿಸಬಹುದು.

ರಾಜಕೀಯ ರಂಗಕ್ಕೆ ಅಂಥ ಬುದ್ಧಿವಂತ ಪ್ರವೇಶಿಸಿ, ಮೌರ್ಯ ಸಾಮ್ರಾಜ್ಯ ಸ್ಥಾಪನೆ ಮಾಡಲು ಪ್ರಬಲವಾದ ಕಾರಣವೇ ಇರಬೇಕೆನ್ನಿಸಿತು. ಅದಕ್ಕೆ ಮೂರು ಕಾರಣಗಳು ಪ್ರಮುಖವಾದವು. ಒಂದು ಗೌತಮ ಬುದ್ಧನಿಂದ ಸ್ಥಾಪನೆಗೊಂಡು ಜನಪ್ರಿಯವಾಗಿದ್ದ ಬೌದ್ಧಧರ್ಮ, ಅದನ್ನು ಹೆಚ್ಚು ಜನಪ್ರಿಯಗೊಳಿಸಲು ಅತ್ಯುತ್ಸಾಹದಿಂದ ಮತಾಂತರ ಕಾರ್ಯಗಳಲ್ಲಿ ತೊಡಗಿದ್ದು; ಎರಡು, ನಂದ, ಆಂಭೀಕನಂಥ ರಾಜರು ತಮ್ಮ ಕ್ರೂರ ಆಡಳಿತದಿಂದ ಜನಸಾಮಾನ್ಯರ ಬದುಕಿನಲ್ಲಿ ನೆಮ್ಮದಿಯಿಲ್ಲದಂತೆ ಮಾಡಿದ್ದು ಮತ್ತು ಮೂರು, ಅಲೆಗ್ಸಾಂಡರನ ಮೂಲಕ ವಿದೇಶೀ ಆಕ್ರಮಣಕ್ಕೆ ಅವಕಾಶವಾದದ್ದು.

ತಕ್ಷಶಿಲೆಯ ವಿದ್ಯಾಕೇಂದ್ರದಲ್ಲಿ ಸನಾತನ ಧರ್ಮದ ಕಟ್ಟಳೆಗಳ ನೆರಳಿನಲ್ಲಿ ಅಧ್ಯಯನ ಮಾಡಿದ್ದ ಚಾಣಕ್ಯ ಸಹಜವಾಗಿಯೇ ಧರ್ಮನಿಷ್ಠೆಯನ್ನು ಬೆಳಸಿಕೊಂಡಿದ್ದ. ಜೊತೆಗೆ ಸಮುದಾಯ ಜೀವನದ ಸುಖ ನೆಮ್ಮದಿಗಳ ಬಗ್ಗೆ ಆಸಕ್ತಿ ಬೆಳಸಿಕೊಂಡಿದ್ದ. ಸನಾತನ ಧರ್ಮರಕ್ಷಣೆ ಅವನ ಮೊದಲ ಆದ್ಯತೆಯಾಗಿತ್ತು. ಆ ಧರ್ಮದ ಅಡಿಪಾಯದ ಮೇಲೆ ಒಂದು ಸಾಮ್ರಾಜ್ಯ ಸ್ಥಾಪನೆಯಾದರೆ ಧರ್ಮರಕ್ಷಣೆ ಸುಲಭವಾಗುತ್ತದೆ ಎಂದು ತರ್ಕಿಸಿ, ಅವನು ಕಾರ್ಯರಂಗಕ್ಕೆ ಇಳಿದ. ಜೊತೆಗೆ ಅವನ ವೈಯಕ್ತಿಕ ಬದುಕಿನ ಕಾರಣವೂ ಸೇರಿಕೊಂಡಿರಬೇಕು. ತನ್ನದೇ ಕಾರಣದಿಂದ ನಂದನ ವಿರುದ್ಧ ಕಾರ್ಯಾಚರಣೆಗೆ ತವಕಿಸುತ್ತಿದ್ದ ಚಂದ್ರಗುಪ್ತ ಅವನ ಜೊತೆಯಾದ.

ಈ ಎಳೆಯನ್ನು ಹಿಡಿದು ನಾನು ಈ ಕಾದಂಬರಿಯ ಕಥಾ ಹಂದರವನ್ನು ಹಬ್ಬಿಸಿದ್ದೇನೆ. ಕೇವಲ ಶೇಕಡ ಹತ್ತರಷ್ಟು ಖಚಿತ ಐತಿಹಾಸಿಕ ಆಧಾರಗಳ ಅಡಿಪಾಯದ ಮೇಲೆ ಉಳಿದ ತೊಂಬತ್ತರಷ್ಟು ಕಲ್ಪನೆಯ ಕಟ್ಟಡವನ್ನು ನಿರ್ಮಿಸಿದ್ದೇನೆ. ಮುದ್ರಾಮಂಜೂಷದ ಕೆಲವು ಪಾತ್ರಗಳನ್ನು ತೆಗೆದುಕೊಂಡಿದ್ದೇನೆ ಮತ್ತು ಕಾದಂಬರಿಯ ಕೊನೆಯ ಭಾಗದಲ್ಲಿ ಆ ಕೃತಿಯ ಕೆಲವು ಸಂಗತಿಗಳನ್ನು ತೆಗೆದುಕೊಂಡಿದ್ದೇನೆ.

ಸಾವಿರ ಪುಟಗಳಷ್ಟು ಗಾತ್ರ ಪಡೆದುಕೊಂಡ ಈ ನನ್ನ ಕಾದಂಬರಿ ನನ್ನ ಮಹಾತ್ವಾಕಾಂಕ್ಷೆಯ ಕೃತಿಯೂ ಹೌದು, ಮಹತ್ವದ ಕೃತಿಯೂ ಹೌದು.

ಹಿರಿಯರೊಬ್ಬರಿಂದ ಇದಕ್ಕೊಂದು ಮುನ್ನುಡಿ ಬರೆಸಬೇಕೆಂದು ಆಲೋಚಿಸಿದಾಗ, ಹಿರಿಯ ವಿದ್ವಾಂಸರಾದ ಪ್ರೊ|| ಜಿ. ವೆಂಕಟಸುಬ್ಬಯ್ಯನವರು ನೆನಪಿಗೆ ಬಂದರು. ಮುಖತಃ

ಪರಿಚಯವಿರಲಿಲ್ಲ. ಅಲ್ಲದೆ ಸಾವಿರ ಪುಟಗಳನ್ನು ಓದಿ ಮುನ್ನುಡಿ ಬರೆದುಕೊಡಿ, ಎಂದು ಹೇಗೆ ಕೇಳುವುದು ಎಂಬ ಅಳುಕಿನಿಂದಲೇ ಪ್ರಕಾಶಕ ಮಿತ್ರರಾದ ಸಂಜಯ್ ಅವರೊಂದಿಗೆ ಅವರ ಮನೆಗೆ ಹೋದೆ. ಆದರೆ ನಮಗೆ ಆಶ್ಚರ್ಯವಾಗುವಂತೆ ಅವರು ಅತ್ಯಂತ ವಿಶ್ವಾಸದಿಂದ, ಆದರದಿಂದ ಮಾತನಾಡಿಸಿದರು. ಚಾಣಕ್ಯನೆಂದ ಕೂಡಲೇ ಆಸಕ್ತಿ ತೋರಿಸಿದರು. ಬೇರೆ ಬೇರೆ ಕೆಲಸಗಳ ಹೊಣೆಯಿರುವುದರಿಂದ ಸ್ವಲ್ಪ ಸಮಯ ಬೇಕೆಂದು ಕೇಳಿದರು.

ಆದರೆ ಅವರು ಹೇಳಿದ್ದ ಸಮಯಕ್ಕಿಂತ ಮೊದಲೇ ಅಧ್ಯಯನಶೀಲವಾದ ಮುನ್ನುಡಿಯನ್ನು ಬರೆದುಕೊಟ್ಟರು. ಅವರ ಸಜ್ಜನಿಕೆ, ಸಹೃದಯತೆ ಮತ್ತು ದೊಡ್ಡತನದ ಔದಾರ್ಯವನ್ನು ನಾನು ಕೃತಜ್ಞತೆಯಿಂದ ಸ್ಮರಿಸುತ್ತೇನೆ ಮತ್ತು ಅವರಿಗೆ ನನ್ನ ವಂದನೆಗಳನ್ನು ಸಲ್ಲಿಸುತ್ತೇನೆ.

ಪುಸ್ತಕ ಪ್ರಕಾಶನ ತೀರ ಸಂದಿಗ್ಧ ಸ್ಥಿತಿಯನ್ನು ತಲುಪಿರುವ ಈ ಸಂದರ್ಭದಲ್ಲಿ ಈ ಬೃಹತ್ ಗಾತ್ರದ ಪುಸ್ತಕ ಪ್ರಕಟಣೆ, ಅತಿ ವೆಚ್ಚದ ಉದ್ಯಮ. ಕಷ್ಟನಷ್ಟಗಳ ನಡುವೆಯೇ ಇನ್ನೂ ಪುಸ್ತಕ ಪ್ರಕಟಣೆ ಮಾರಾಟದಲ್ಲೇ ಇನ್ನೂ ತೊಳಲಾಡುತ್ತಿರುವ ಐಬಿಎಚ್ ಪ್ರಕಾಶನದ ಪ್ರಿಯಮಿತ್ರರಾದ ಶ್ರೀ ಹೆಚ್.ಕೆ. ಲಕ್ಷ್ಮೀನಾರಾಯಣ ಅಡಿಗ (ಸಂಜಯ್) ಅವರು ಕಾದಂಬರಿಯನ್ನು ಪ್ರಕಟಿಸಲು ಮುಂದೆ ಬಂದಿದ್ದಾರೆ. ಅವರ ಈ ಸಾಹಸಕ್ಕೆ, ಸ್ನೇಹ ವಿಶ್ವಾಸಕ್ಕೆ ನಾನು ಕೃತಜ್ಞನಾಗಿದ್ದೇನೆ.

ಇಂಡಿಯಾ ಬುಕ್ ಹೌಸ್‌ನ ಮಿತ್ರರಾದ ಶ್ರೀ ದೇವರು ಭಟ್ ಅವರು ಅಧ್ಯಯನಕ್ಕೆ ಕೆಲವು ಪುಸ್ತಕಗಳನ್ನು ಒದಗಿಸಿದ್ದಾರೆ. ನನ್ನ ಸಹಪಾಠಿಮಿತ್ರ ಪ್ರೊ॥ ಕೆ.ಎಸ್. ಮಧುಸೂದನ ಕೌಟಿಲ್ಯನ ಅರ್ಥಶಾಸ್ತ್ರದ ಕನ್ನಡ ಅನುವಾದ ಕೃತಿಯನ್ನು ಕೊಟ್ಟಿದ್ದಾರೆ. ಇನ್ನೊಬ್ಬ ಪ್ರಿಯಮಿತ್ರ ಎಂ.ಎನ್. ವ್ಯಾಸರಾವ್ ಕೆಲವು ಗ್ರಂಥಗಳನ್ನು ಒದಗಿಸಿಕೊಟ್ಟಿದ್ದಾರೆ ಮತ್ತು ಮತ್ತೆ ಮತ್ತೆ ಆಸಕ್ತಿಯಿಂದ ವಿಚಾರಿಸಿಕೊಂಡಿದ್ದಾರೆ. ಇವರಿಗೆಲ್ಲ ನನ್ನ ಕೃತಜ್ಞತೆಗಳು.

ಕಾದಂಬರಿ ಬರೆದು ಮುಗಿಸಿದ ಮೇಲೆ ಓದಿಸಿ ಕೇಳಿ ಉತ್ತೇಜನ ನೀಡಿದ ಪ್ರಿಯ ಮಿತ್ರರಾದ ಎಂ.ಎಸ್. ಸೋಮಶೇಖರ್ ಮತ್ತು ವಿ. ವೆಂಕಟರಾವ್ ಅವರನ್ನೂ ಈ ಸಂದರ್ಭದಲ್ಲಿ ನೆನೆಯುತ್ತೇನೆ.

ಈ ಕಾದಂಬರಿಗೆ ತಾನೇ ಮುಖಚಿತ್ರ ರಚಿಸುತ್ತೇನೆ ಎಂದು ಹೇಳಿ, ಆದರಂತೆ ಅರ್ಥಪೂರ್ಣವಾದ ಚಿತ್ರ ರಚಿಸಿಕೊಟ್ಟ ಕಲಾವಿದ ಮಿತ್ರ ಚಂದ್ರನಾಥರು ಕೃತಿಯ ಚೆಲುವನ್ನು ಹೆಚ್ಚಿಸಿದ್ದಾರೆ. ಅವರಿಗೂ ನನ್ನ ವಂದನೆಗಳು.

ಅಲ್ಲದೆ ಕೃತಿಯ ಬಗ್ಗೆ ಕುತೂಹಲ ತೋರಿಸಿ ಆಗಾಗ ವಿಚಾರಿಸಿಕೊಂಡ ಮಿತ್ರರು, ಅಕ್ಷರ ಜೋಡಣೆ ಮಾಡಿದ ಶ್ರೀಧರ ಭಟ್ ಅವರು ಮತ್ತು ಮುದ್ರಣಾಲಯದ ಮಾಲೀಕರು ಹಾಗೂ ಸಿಬ್ಬಂದಿವರ್ಗದವರಿಗೆ ನನ್ನ ವಂದನೆಗಳು.

ನನ್ನ ಕೃತಿಗಳನ್ನು ಅದರಲ್ಲೂ ವಿಶೇಷವಾಗಿ ನನ್ನ ಚಾರಿತ್ರಿಕ ಕಾದಂಬರಿಗಳನ್ನು ಪ್ರೋತ್ಸಾಹಿಸಿದ ನನ್ನ ಓದುಗ ಬಂಧುಗಳು ಈ ಕೃತಿಯನ್ನು ಅಷ್ಟೇ ಪ್ರೀತಿಯಿಂದ ಆದರಿಸುವರೆಂದು ಭಾವಿಸುತ್ತೇನೆ.

-ಸು. ರುದ್ರಮೂರ್ತಿಶಾಸ್ತ್ರಿ

# ಮೂರನೇ ಮುದ್ರಣಕ್ಕೆ
# ಪ್ರಕಾಶಕರ ಎರಡು ಮಾತು

'ಚಾಣಕ್ಯ' ಕೃತಿಯನ್ನು 2002ರಲ್ಲಿ ನಾವು ಪ್ರಕಟಿಸಿದಾಗ ಸಾಕಷ್ಟು ಭಯಗೊಂಡಿದ್ದೆವು. ಕಾರಣ, ಸಾವಿರ ಪುಟಗಳ ಈ ಕೃತಿಯ 2000 ಪ್ರತಿಗಳು, ಈ ಬೆಲೆಯಲ್ಲಿ ವ್ಯಾಪಾರವಾಗುವುದು ಹೇಗೆ? ಎಂಬುದು ಮೊದಲನೆಯದು. ಎರಡನೆಯದು, ಈ ಕಾಲದಲ್ಲಿ ಇಷ್ಟು ಗಾತ್ರದ ಚಾರಿತ್ರಿಕ ಕಾದಂಬರಿಯನ್ನು ಓದುವ ಅಭಿರುಚಿಯಿದೆಯೇ ಎಂಬ ಸಂದೇಹ. ಆದಕ್ಕೆ ತಕ್ಕಂತೆ ಆರಂಭದಲ್ಲಿ ಕಡಿಮೆಯಿದ್ದ ಪುಸ್ತಕಗಳ ಬೇಡಿಕೆ ಕ್ರಮೇಣ ನಮ್ಮ ನಿರೀಕ್ಷೆಗೂ ಮೀರಿ ವೇಗ ಪಡೆದುಕೊಂಡಿತು.

ಕೆಲವು ಪತ್ರಿಕೆಗಳಲ್ಲಿ ಒಳ್ಳೆಯ ವಿಮರ್ಶೆಯೂ ಪ್ರಕಟವಾಯಿತು. ಅದಕ್ಕಿಂತ ಮುಖ್ಯವಾಗಿ, ವಿದ್ವಾಂಸರು, ಪಕ್ಷಾತೀತವಾಗಿ ಕೆಲವು ರಾಜಕಾರಣಿಗಳು ಹಾಗೂ ಸಾಮಾನ್ಯ ಓದುಗರು ಕಾದಂಬರಿಯನ್ನು ಮೆಚ್ಚಿ ದೂರವಾಣಿಯ ಮೂಲಕ ನನಗೆ ಹಾಗೂ ಲೇಖಕರಿಗೆ ಮೆಚ್ಚುಗೆಯನ್ನು ಸೂಚಿಸತೊಡಗಿದರು. ಮೊದಲ ಮುದ್ರಣದ ಪ್ರತಿಗಳು ಮುಗಿದು, ಎರಡನೇ ಮುದ್ರಣವನ್ನು ಹೊರತರಲು ಉತ್ತೇಜಿತರಾದೆವು. ಅದರ 2000 ಪ್ರತಿಗಳೂ ಬೇಗನೇ ಮುಗಿದು ಹೋಗಿ, ಈಗ ಮೂರನೇ ಮುದ್ರಣ ಹೊರಬರುತ್ತಿದೆ. ಕಾಗದ ಹಾಗೂ ಮುದ್ರಣ ವೆಚ್ಚ ಹೆಚ್ಚಾದರೂ ಸಕಾರಣ ಬೆಲೆಯನ್ನೇ ಇರಿಸಿದ್ದೇವೆ.

ಈಗಲೂ ಸದಭಿರುಚಿಯ; ನಮ್ಮ ಸಂಸ್ಕೃತಿ, ಪರಂಪರೆಯ ಬಗ್ಗೆ ಗೌರವ, ಆಸಕ್ತಿಯುಳ್ಳ ಸಹೃದಯ ಕನ್ನಡಿಗರಿದ್ದಾರೆಂಬ ಭರವಸೆ ಉಂಟಾಗಿದೆ. ನಮ್ಮ ಸಂಸ್ಥೆಯ ಹೆಮ್ಮೆಯ ಪ್ರಕಟಣೆಯೆನಿಸಿಕೊಂಡಿರುವ 'ಚಾಣಕ್ಯ' ಕಾದಂಬರಿಯ ಕರ್ತೃ ಸು. ರುದ್ರಮೂರ್ತಿ ಶಾಸ್ತ್ರಿಯವರಂಥ ಲೇಖಕರು ಮತ್ತು ನಮ್ಮಂಥ ಪ್ರಕಾಶಕರಿಗೆ ಇದು ಸಂತೋಷ ತರುವ ವಿಷಯ.

ಎಲ್ಲ ಓದುಗ ಬಂಧುಗಳಿಗೂ ಕೃತಜ್ಞತೆ ಸಲ್ಲಿಸುತ್ತ, ಈ ಮೂರನೆಯ ಮುದ್ರಣವನ್ನೂ ಪ್ರೀತಿಯಿಂದ ಸ್ವಾಗತಿಸುವರೆಂದು ಭಾವಿಸಿದ್ದೇವೆ. ಈ ಮಹತ್ವದ ಕೃತಿಯನ್ನು ಹಿಂದಿ, ಇಂಗ್ಲೀಷ್, ತೆಲುಗು, ತಮಿಳು ಮತ್ತು ಮಲಯಾಳಂ ಭಾಷೆಗಳಿಗೆ ಅನುವಾದಿಸಿ ಪ್ರಕಟಿಸಬೇಕೆಂಬ ಸಂಕಲ್ಪವಿದ್ದು, ಈಗಾಗಲೇ ಹಿಂದಿ ಮತ್ತು ತೆಲುಗು ಅನುವಾದಕಾರ್ಯ ಆರಂಭಗೊಂಡಿದೆ.

–ಸಂಜಯ ಅಡಿಗ

11, ಶರದೃತು, ಕಾರ್ತೀಕ ಮಾಸ

ಶ್ರೀ ಖರ ಸಂವತ್ಸರ

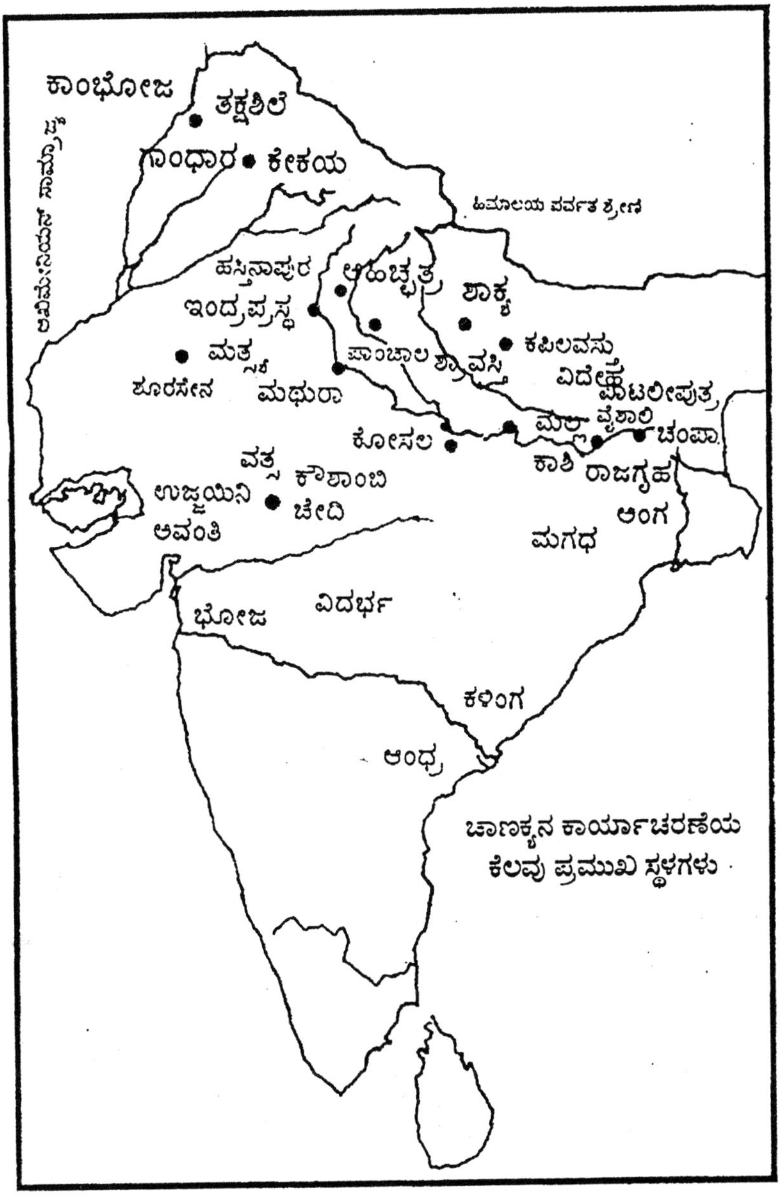
ಕಾಂಭೋಜ
ತಕ್ಷಶಿಲೆ
ಅಖಿಮೇನಿಯನ್ ಸಾಮ್ರಾಜ್ಯ
ಗಾಂಧಾರ
ಕೇಕಯ
ಹಿಮಾಲಯ ಪರ್ವತ ಶ್ರೇಣಿ
ಹಸ್ತಿನಾಪುರ
ಅಹಿಚ್ಛತ್ರ
ಶಾಕ್ಯ
ಇಂದ್ರಪ್ರಸ್ಥ
ಕಪಿಲವಸು
ಮತ್ಸ್ಯ
ಪಾಂಚಾಲ
ಶ್ರಾವಸ್ತಿ
ವಿದೇಹ
ಶೂರಸೇನ
ಮಥುರಾ
ಪಾಟಲೀಪುತ್ರ
ಮಲ್ಲ
ವೈಶಾಲಿ
ಕೋಸಲ
ಚಂಪಾ
ವತ್ಸ
ಕಾಶಿ
ರಾಜಗೃಹ
ಕೌಶಾಂಬಿ
ಉಜ್ಜಯಿನಿ
ಚೇದಿ
ಅಂಗ
ಅವಂತಿ
ಮಗಧ
ವಿದರ್ಭ
ಭೋಜ
ಕಳಿಂಗ
ಆಂಧ್ರ
ಚಾಣಕ್ಯನ ಕಾರ್ಯಾಚರಣೆಯ
ಕೆಲವು ಪ್ರಮುಖ ಸ್ಥಳಗಳು

## ಸಹೃದಯ ಕನ್ನಡಿಗರಿಗೆ ನಮಸ್ಕಾರ

ನನ್ನ ಹಲವು ವರ್ಷಗಳ ಅಧ್ಯಯನದ ಫಲವಾಗಿ ಮೂಡಿ ಬಂದ ಕೃತಿ 'ಚಾಣಕ್ಯ' ಚಾರಿತ್ರಿಕ ಕಾದಂಬರಿ.

ಬರೆದು ಮುಗಿಸಿದಾಗ ಸಾವಿರ ಪುಟಗಳಷ್ಟು ಗಾತ್ರ ಪಡೆದುಕೊಂಡಿತು. ಹಲವು ಪ್ರಕಾಶಕರು ಇಷ್ಟು ದೊಡ್ಡ ಪುಸ್ತಕವನ್ನು ಪ್ರಕಟಿಸಲು ಹಿಂಜರಿದಾಗ, ಪ್ರಿಯಮಿತ್ರರಾದ ಶ್ರೀ ಲಕ್ಷ್ಮೀನಾರಾಯಣ ಅಡಿಗರು (ಸಂಜಯ) ಧೈರ್ಯವಹಿಸಿ 2002ರಲ್ಲಿ ಪ್ರಕಟಿಸಿದರು. ಸಹೃದಯ ಕನ್ನಡಿಗರು ಕೊಂಡು ಓದಿ ಪ್ರೋತ್ಸಾಹಿಸಿ, ಅದು ಈಗ ಐದನೇ ಮುದ್ರಣವನ್ನು ಕಾಣುತ್ತಿದೆ. ಅದು ಈಗ ಐಬಿಎಚ್ ಪ್ರಕಾಶನದ ಪ್ರಮುಖ ಪ್ರಕಟಣೆಯಾಗಿ ಗುರುತಿಸಿಕೊಂಡಿದೆ.

ಬರವಣಿಗೆಯನ್ನೇ ನಂಬಿ ಬದುಕುತ್ತಿರುವ ನನಗೂ ನಮ್ಮ ಪ್ರಕಾಶಕ ಮಿತ್ರರಿಗೂ ಕನ್ನಡಿಗರ ಈ ಪ್ರೋತ್ಸಾಹ ಪ್ರಶಂಸಾರ್ಹವಾಗಿದೆ. ಅದಕ್ಕಾಗಿ ಕನ್ನಡ ಓದುಗ ಬಂಧುಗಳಿಗೆ ನಾನು ಮತ್ತು ನಮ್ಮ ಪ್ರಕಾಶಕರು ಕೃತಜ್ಞತಾಪೂರ್ವಕ ನಮಸ್ಕಾರಗಳನ್ನು ಸಲ್ಲಿಸುತ್ತೇವೆ. ನಿಮ್ಮ ಪ್ರೋತ್ಸಾಹದಿಂದ 'ಚಾಣಕ್ಯ' ಇನ್ನಷ್ಟು ಮುದ್ರಣಗಳನ್ನು ಕಾಣುತ್ತಾ ಇನ್ನಷ್ಟು ಕನ್ನಡಿಗರ ಮನಸ್ಸುಗಳನ್ನು ಸೆಳೆಯಲಿ, ಜೊತೆಗೆ ನನ್ನ ಇತರ ಪುಸ್ತಕಗಳಿಗೂ ಇದೇ ಬಗೆಯ ಪ್ರೀತಿ ಆಶೀರ್ವಾದಗಳನ್ನು ನಮ್ಮ ಕನ್ನಡ ಬಂಧುಗಳು ನೀಡುತ್ತಾರೆಂದು ಆಶಿಸುತ್ತೇವೆ.

ಫೆಬ್ರವರಿ 2019 – ಸು. ರುದ್ರಮೂರ್ತಿ ಶಾಸ್ತ್ರಿ

# ಅಧ್ಯಾಯ ಒಂದು

## ೧

ಗುರುಕುಲದಲ್ಲಿ ಆ ದಿನದ ಅಧ್ಯಾಪನವನ್ನು ಮುಗಿಸಿ ತನ್ನ ಮನೆಗೆ ಬಂದಾಗ ವಿಷ್ಣುಗುಪ್ತ ಬಹಳ ಚಿಂತಾಕ್ರಾಂತನಾಗಿದ್ದ. ತನ್ನ ಪ್ರಿಯ ಶಿಷ್ಯ ಯೋಗದತ್ತ ಸುಮಾರು ಮೂರು ತಿಂಗಳುಗಳಿಂದ ತಕ್ಷಶಿಲೆಯಿಂದ ಕಾಣೆಯಾಗಿದ್ದ. ಅವನು ಎಲ್ಲಿ ಹೋದನೋ, ಏನಾದನೋ ಎಂದು ತಾನೇ ಆತಂಕಪಡುತ್ತಿರುವಾಗ, ಇನ್ನು ಅವನ ತಂದೆ ಧರ್ಮದತ್ತ ಇನ್ನಷ್ಟು ಉದ್ವಿಗ್ನತೆಯಿಂದ ಚಡಪಡಿಸುತ್ತಿರಬಹುದೆಂದು ಅವನು ಊಹಿಸಬಲ್ಲವನಾಗಿದ್ದ.

ತನ್ನ ವಿದ್ಯಾರ್ಥಿಯಾದರೂ ಯೋಗದತ್ತನ ಬಗ್ಗೆ ವಿಷ್ಣುಗುಪ್ತನಿಗೆ ಸ್ನೇಹಭಾವನೆಯೇ ಅಧಿಕವಾಗಿತ್ತು. ಅದಕ್ಕೆ ಅವನ ಸೌಜನ್ಯ, ಸನ್ನಡತೆಗಳು ಕಾರಣವಾಗಿದ್ದಂತೆ, ಅವನಲ್ಲಿ ತನಗೆ ಪ್ರಿಯವಾದ ದಂಡನೀತಿಶಾಸ್ತ್ರದಲ್ಲಿನ ಹೆಚ್ಚಿನ ಆಸಕ್ತಿ ಮತ್ತು ಶ್ರದ್ಧೆಗಳೂ ಕಾರಣವಾಗಿದ್ದವು. ಅದಕ್ಕಿಂತ ಮುಖ್ಯವಾಗಿ ಅವನ ತಂದೆ ಧರ್ಮದತ್ತ, ವಿಷ್ಣುಗುಪ್ತನ ತಂದೆ ಆಚಾರ್ಯ ಚಣಕನ ಆಪ್ತಮಿತ್ರನಾಗಿದ್ದ. ಬಾಲ್ಯದಿಂದಲೂ ಬೆಳೆದುಬಂದ ಅವರ ಒಡನಾಟ, ಚಣಕ ಜೀವನೋಪಾಯವನ್ನು ಹುಡುಕಿಕೊಂಡು ಪಾಟಲೀಪುತ್ರಕ್ಕೆ ಹೋದ ನಂತರ ಬರೀ ನೆನಪಿನ ವಿಷಯವಾಯಿತು.

ಧರ್ಮದತ್ತನಿಗೆ ವಿಷ್ಣುಗುಪ್ತನನ್ನು ಕಂಡರೆ ಪುತ್ರವಾತ್ಸಲ್ಯ. ವಾರದಲ್ಲಿ ಎರಡು ಮೂರು ಸಲವಾದರೂ ಭೇಟಿ ಮಾಡಲೇಬೇಕು. ಪ್ರತಿಸಲವೂ ಮಾತಿನ ನಡುವೆ ಅವನು ತನ್ನ ಮಿತ್ರ ಚಣಕನನ್ನು ನೆನಪು ಮಾಡಿಕೊಳ್ಳುತ್ತಿದ್ದ. ''ಅವನು ಹುಟ್ಟಿದೂರಿನ ವ್ಯಾಮೋಹವನ್ನು ತೊರೆದುಹೋದ. ಇಲ್ಲದಿದ್ದರೆ ಈ ತಕ್ಷಶಿಲೆಯ ಗುರುಕುಲದಲ್ಲಿ ಈಗ ಕುಲಪತಿಯಾಗಿರ ಬೇಕಾಗಿತ್ತು'' ಎಂದು ಒಮ್ಮೆ ಧರ್ಮದತ್ತ ಹೇಳಿದ.

''ಅಧಿಕಾರ, ಮನ್ನಣೆಗಳ ಯಾವುದೇ ಆಸಕ್ತಿ ನನ್ನ ತಂದೆಯವರಿಗಿರಲಿಲ್ಲ ಧರ್ಮದತ್ತರೇ. ತಮ್ಮ ಸ್ವಾಭಿಮಾನಕ್ಕೆ ಭಂಗ ಬರುವ ಪ್ರಸಂಗಗಳು ಅವರ ಮನಸ್ಸನ್ನು ಕಲಕಿದವಂತೆ. ಅದಕ್ಕೇ ಅವರು ಊರು ಬಿಡಬೇಕಾಯಿತಂತೆ'' ಎಂದ ವಿಷ್ಣುಗುಪ್ತ.

''ಅಧಿಕಾರ ಸ್ಥಾನದಿಂದ ಏನಾದರೂ ಅಚಾತುರ್ಯಗಳು ನಡೆಯುವುದು ಸಹಜ. ಅದನ್ನೇ ತೀವ್ರವಾಗಿ ಮನಸ್ಸಿಗೆ ತೆಗೆದುಕೊಳ್ಳಬೇಕಾದ ಕಾರಣವಿರಲಿಲ್ಲ. ಈಗ ವೃದ್ಧನಾಗಿರುವ ಗಾಂಧಾರ ರಾಜ ವೈವಸ್ವತ ಆಗ ಇನ್ನೂ ತರುಣ, ಅತಿ ದುಡುಕಿನ ಸ್ವಭಾವ. ಕುಲಪತಿಯ ನೇಮಕದ ವಿಷಯದಲ್ಲಿ ಚಣಕನಿಗೆ ಅಸಮಾಧಾನವಾಯಿತು. ಆ ಕುಲಪತಿ ಕಡಿಮೆ ಅರ್ಹತೆಯವನೆಂದು ಅವನ ಅಭಿಪ್ರಾಯ. ಗುರುಕುಲ ರಾಜಾಶ್ರಯವಿಲ್ಲದೆ ಸ್ವತಂತ್ರವಾಗಿ ನಡೆಯುವಂತಿಲ್ಲ, ರಾಜ ತನ್ನ ಅಧಿಕಾರ ಸ್ಥಾನದ ಪ್ರಭಾವ ಬೀರಿ ಕುಲಪತಿಯ ನೇಮಕ ಮಾಡಿಯೇ ಬಿಟ್ಟ. ಅಂದಿನಿಂದ ಅವನು ಅಧ್ಯಾಪನದ ಬಗ್ಗೆಯೇ ಆಸಕ್ತಿ ಕಳೆದುಕೊಂಡ.

ವಿದ್ವಾಂಸನಾದ ಬ್ರಾಹ್ಮಣನಿಗೆ ಒಂದು ತುತ್ತು ಅನ್ನ ಸಂಪಾದಿಸಿಕೊಳ್ಳುವುದು ಕಷ್ಟವೇ? ಈ ಊರಿನ ಹಂಗೇ ಬೇಡ, ಎಂದು ಹೊರಟೇ ಹೋದ. ನನ್ನ ಒತ್ತಾಯವಿಲ್ಲದಿದ್ದರೆ ನಿನ್ನನ್ನೂ ಜೊತೆಯಲ್ಲೇ ಕರೆದುಕೊಂಡು ಹೋಗುತ್ತಿದ್ದ. ಹಾಗೇನಾದರೂ ಆಗಿದ್ದರೆ, ಈಗಿನಂತೆ ನೀನು ದೊಡ್ಡ ವಿದ್ವಾಂಸನೂ ಆಗುತ್ತಿರಲಿಲ್ಲ, ಜನಪ್ರಿಯ ಅಧ್ಯಾಪಕನೂ ಆಗುತ್ತಿರಲಿಲ್ಲ'' ಎಂದ ಧರ್ಮದತ್ತ.

ತಂದೆ ಪಾಟಲೀಪುತ್ರಕ್ಕೆ ಹೋದಾಗ ವಿಷ್ಣುಗುಪ್ತ ಹತ್ತು ವರ್ಷದ ಬಾಲಕ. ದುರದೃಷ್ಟವಶಾತ್ ಆಗ ತಕ್ಷಶಿಲೆಯಲ್ಲಿರುವಂಥ ವಿದ್ಯಾಕೇಂದ್ರ ಬೇರೆಲ್ಲೂ ಇಲ್ಲದಿದ್ದುದರಿಂದ, ಮಗನ ವಿದ್ಯಾಭ್ಯಾಸದ ದೃಷ್ಟಿಯಿಂದ ಚಣಕ ಅವನನ್ನು ಬಿಟ್ಟು ಹೋಗಲೇಬೇಕಾಯಿತು. ತಾಯಿಯಿಲ್ಲದ ಮಗನ ಮೇಲೆ ಅತಿಯಾದ ಮಮಕಾರವಿದ್ದರೂ, ತಕ್ಷಶಿಲೆಯ ಕಲುಷಿತ ವಾತಾವರಣದಿಂದ ದೂರ ಹೋಗಿಬಿಡಬೇಕೆಂಬ ಆಕಾಂಕ್ಷೆ ಅವನಲ್ಲಿ ಅದಮ್ಯವಾಗಿತ್ತು.

ಪುಣ್ಯಕ್ಕೆ ವಿಷ್ಣುಗುಪ್ತನಲ್ಲಿ ಆ ವಯಸ್ಸಿಗೇ ತಕ್ಕಮಟ್ಟಿನ ಲೋಕಜ್ಞಾನ ಮತ್ತು ಸ್ವತಂತ್ರ ಮನೋವೃತ್ತಿಗಳಿದ್ದವು. ಒಬ್ಬ ಪರಿಚಾರಕನನ್ನು ಉಳಿಸಿ, ಧರ್ಮದತ್ತನಿಗೆ ಮಗನ ಯೋಗಕ್ಷೇಮದ ಹೊಣೆ ವಹಿಸಿ ಚಣಕ ಹೊರಟುಬಿಟ್ಟ. ಆ ನಂತರ ಅವನು ಮತ್ತೆ ತಕ್ಷಶಿಲೆಗೆ ಒಮ್ಮೆಯೂ ಬರಲಿಲ್ಲ. ವಿಷ್ಣುಗುಪ್ತನೇ ನಾಲ್ಕೈದು ಸಲ ಹೋಗಿಬಂದಿದ್ದ. ಪಾಟಲೀಪುತ್ರದಲ್ಲಿ ನಂದರಾಜನ ಬಳಿ ರಾಜಪುರೋಹಿತನಾಗಿ ತಂದೆ ನೆಮ್ಮದಿಯ ಜೀವನವನ್ನು ನಡೆಸುತ್ತಿರುವುದನ್ನು ಕಂಡು ಸಮಾಧಾನಗೊಂಡಿದ್ದ. ತನ್ನ ವಿದ್ಯಾಭ್ಯಾಸ ಮುಗಿಸಿ ಅಧ್ಯಾಪನ ವೃತ್ತಿಗೆ ತೊಡಗಿದ ಮೇಲೆ ಜೀವನೋಪಾಯದ ಚಿಂತೆ ಬಗೆಹರಿದು, ತಂದೆ ಆಗಾಗ ಕಳಿಸುತ್ತಿದ್ದ ನೆರವನ್ನು ವಿಷ್ಣುಗುಪ್ತ ಬೇಡವೆಂದು ನಿಲ್ಲಿಸಿದ್ದ.

ಈಗ ವಿಷ್ಣುಗುಪ್ತ ಮೂವತ್ತೈದು ವರ್ಷ ದಾಟಿದ ತೇಜೋವಂತ. ಮಧ್ಯಮ ಎತ್ತರ ಗಾತ್ರಗಳ ಅವನ ಮುಖದಲ್ಲಿ ತುಸು ಕಾಠಿಣ್ಯ ಕಂಡರೂ, ಆಕರ್ಷಕ ರೂಪ ಹೊಂದಿದ್ದ. ಕಳೆದ ಸಲ ಮಗ ಪಾಟಲೀಪುತ್ರಕ್ಕೆ ಬಂದಾಗ ಅವನ ವಿವಾಹದ ಬಗ್ಗೆ ಚಣಕ ಕಡೆಯ ಸಲ ಮಾತನಾಡಿದ್ದ. ವಿಷ್ಣುಗುಪ್ತನಿಗೆ ಇಪ್ಪತ್ತು ತುಂಬಿದಾಗಿನಿಂದಲೂ ಪತ್ರಮುಖೇನ, ಧರ್ಮದತ್ತನ ಮುಖೇನ ಅವನನ್ನು ಗೃಹಸ್ಥನನ್ನಾಗಿ ಮಾಡಲು ಪ್ರಯತ್ನ ಪಡುತ್ತಲೇ ಇದ್ದ. ಆದರೆ ವಿಷ್ಣುಗುಪ್ತನಿಗೆ ಅದರಲ್ಲಿ ಆಸಕ್ತಿ ಇರಲಿಲ್ಲ. ಎಲ್ಲರಂತೆ ತಾನೂ ಗೃಹಸ್ಥನಾಗಿ, ಸಂಸಾರದ ಪರಿಮಿತ ಬೇಲಿಯಲ್ಲಿ ಸಿಲುಕಿ, ತನ್ನ ಜ್ಞಾನವನ್ನೆಲ್ಲಾ ವೈಯಕ್ತಿಕ ಬದುಕಿನ ಸೀಮಿತ ಚೌಕಟ್ಟಿನಲ್ಲಿ ವ್ಯರ್ಥಮಾಡಬಾರದೆಂದು ಅವನು ಆಲೋಚಿಸಿದ. ಕ್ರಮೇಣ ತಾನು ಬ್ರಹ್ಮಚಾರಿಯಾಗಿಯೇ ಇದ್ದು ಸಮಾಜಕ್ಕೆ ಏನಾದರೂ ಒಳಿತು ಮಾಡಬೇಕೆಂಬ ನಿರ್ಧಾರಕ್ಕೆ ಬಂದಿದ್ದ.

ಅವನ ಮೊದಲ ಗುರಿ ಇದ್ದದ್ದು, ದಂಡನೀತಿ ಶಾಸ್ತ್ರದಲ್ಲಿ ಪರಿಣತರಾದ ಶಿಷ್ಯ ವೃಂದವನ್ನು ಬೆಳೆಸುವುದು. ಸಣ್ಣಪುಟ್ಟ ರಾಜ್ಯಗಳಾಗಿ, ಜನಪದಗಳಾಗಿ ಹರಿದು ಹಂಚಿಹೋಗಿದ್ದ ಆರ್ಯಾವರ್ತವನ್ನು ಸನಾತನ ಧರ್ಮದ ಭದ್ರ ಬುನಾದಿಯ ಮೇಲೆ ಒಂದು ಸಮಗ್ರ ಸಾಮ್ರಾಜ್ಯವಾಗಿ ರೂಪಿಸಬೇಕೆಂಬುದು ಅದಕ್ಕೆ ಮುಖ್ಯ ಕಾರಣವಾಗಿತ್ತು. ವಾಯುವ್ಯ ಭಾಗದಲ್ಲಿ ವಿದೇಶೀ ಆಕ್ರಮಣಗಳು ಮತ್ತು ಒಳನಾಡಿನಲ್ಲಿ ಸ್ವಧರ್ಮದ ರಾಜರುಗಳು ಮತ್ತು ಜನಪದಗಳ ನಡುವೆ ಕ್ಷುಲ್ಲಕ ಕಾರಣಗಳಿಗಾಗಿ ಘರ್ಷಣೆಗಳು ನಡೆಯುತ್ತಿದ್ದವು.

ಹಾಗೂ ಜೈನ ಮತ್ತು ಬೌದ್ಧ ಧರ್ಮಗಳು ಕ್ರಮೇಣ ಹೆಚ್ಚು ಪ್ರಭಾವಶಾಲಿಯಾಗುತ್ತ, ಸನಾತನ ಧರ್ಮದ ಬೇರುಗಳನ್ನೇ ಸಡಿಲ ಮಾಡಬಹುದೆಂಬ ಭೀತಿ ಅವನನ್ನು ಕಾಡುತ್ತಿತ್ತು. ಅದಕ್ಕೆ ತಕ್ಕಂತೆ ತಕ್ಷಶಿಲೆಯ ವೃದ್ಧರಾಜ ವೈವಸ್ವತನ ಮಗ ಆಂಭೀಕನ ಉದ್ಧಟತನ ಅಸಹನೀಯವಾಗಿತ್ತು. ತಾನೂ ತನ್ನ ತಂದೆಯಂತೆಯೇ ತಕ್ಷಶಿಲೆಯನ್ನು ಬಿಡಬೇಕಾಗಿ ಬರಬಹುದೆಂದು ಅವನು ಆಲೋಚಿಸುತ್ತಿದ್ದ.

'ಇಲ್ಲಿಯೂ ಎಲ್ಲ ಸುಸೂತ್ರವಾಗಿಲ್ಲ ವಿಷ್ಣು' ಎಂದು ಒಮ್ಮೆ ಅವನು ಪಾಟಲೀಪುತ್ರಕ್ಕೆ ಹೋಗಿದ್ದಾಗ ಚಣಕ ವಿಷಾದದಿಂದ ಭಾರವಾದ ದನಿಯಲ್ಲಿ ಹೇಳಿದ್ದ. ಅದನ್ನು ಕೇಳಿ ವಿಷ್ಣುಗುಪ್ತ ಚಕಿತನಾಗಿದ್ದ.

'ಅಂದರೆ? ಏನು ವಿಷಯ ಅಪ್ಪಾಜಿ?' ವಿಷ್ಣುಗುಪ್ತ ಆತುರದಿಂದ ಕೇಳಿದ.

ಒಂದು ನಿಟ್ಟುಸಿರು ಬಿಟ್ಟು ಚಣಕ ಹೇಳಿದ, 'ಗಾಂಧಾರದವರೆಂದರೆ ಜನ ಅಪರಿಮಿತ ಗೌರವ ಕೊಡುವ, ಹಾಗೆಯೇ ನಾವು ಗಾಂಧಾರದವರೆಂದು ಹೆಮ್ಮೆಪಡುವ ಕಾಲವೊಂದಿತ್ತು. ಆದರೆ ಈ ದಿನ 'ಓಹೋ, ನಿಮ್ಮದು ಗಾಂಧಾರವೋ!' ಎಂಬ ಪರಿಹಾಸದ ಪ್ರತಿಕ್ರಿಯೆ ಕೇಳಿಬರುತ್ತದೆ. ಗಾಂಧಾರದ ಹೆಮ್ಮೆಯ ಶಿಖರವಾಗಿದ್ದ ತಕ್ಷಶಿಲೆಯ ವಿದ್ಯಾಕೇಂದ್ರ ಇಂದು ಆ ಹೆಮ್ಮೆಯನ್ನು ಉಳಿಸಿಕೊಂಡಿದೆಯೆಂದು ಹೇಳಲಾಗುವುದಿಲ್ಲ. ಅಲ್ಲಿಂದ ನೊಂದು ಇಲ್ಲಿಗೆ ಬಂದರೆ, ಇಲ್ಲೂ ಇನ್ನೊಂದು ಬಗೆಯ, ಬಹುಶಃ ಅದಕ್ಕಿಂತ ಮಿಗಿಲಾದ ಅಶಾಂತಿ ಹೃದಯವನ್ನು ಕಲಕುತ್ತಿದೆ ವಿಷ್ಣು. ಈ ವೃದ್ಧಾಪ್ಯದಲ್ಲಿ ಇಲ್ಲಿಂದಲೂ ಓಡಿಹೋಗಲಾಗದ ಅಸಹಾಯಕ ಪರಿಸ್ಥಿತಿ ನನ್ನದಾಗಿದೆ.'

'ನಿಮ್ಮ ಮಗ ಈ ವಿಷ್ಣುಗುಪ್ತ ಜೀವಂತವಾಗಿರುವಾಗ ಎಲ್ಲಿಗೋ ಓಡಿಹೋಗುವ ಆಲೋಚನೆಯೇಕೆ ಅಪ್ಪಾಜಿ? ತಕ್ಷಶಿಲೆಗೇ ಬಂದುಬಿಡಿ. ಹೇಗಿದ್ದರೂ ನಮ್ಮ ಪೂರ್ವಿಕರ ಒಂದು ಮನೆಯಿದೆ. ನಾನೂ ಗಳಿಸುತ್ತಿದ್ದೇನೆ. ನಿಮ್ಮ ಸೇವೆ ಮಾಡುವ ಅವಕಾಶ ದೊರೆತರೆ ನನ್ನ ಮನಸ್ಸಿಗೂ ಸಮಾಧಾನವಾಗುತ್ತದೆ.'

'ಇಲ್ಲ ವಿಷ್ಣು ಮತ್ತೆ ನಾನು ತಕ್ಷಶಿಲೆಗೆ ಬರುವುದಿಲ್ಲ.'

'ಅದಿರಲಿ, ಇಲ್ಲಿ ನಿಮ್ಮ ಮನಸ್ಸಿಗೆ ನೋವಾಗುವಂಥದೇನು ನಡೆಯಿತು? ರಾಜಾಸ್ಥಾನದಲ್ಲಿ ನಿಮಗೆ ಅಗೌರವ ತೋರಿದ ಪ್ರಸಂಗವೇನಾದರೂ ನಡೆಯಿತೆ?'

'ಈವರೆಗಲ್ಲದಿದ್ದರೂ ಇಷ್ಟರಲ್ಲೇ ನಡೆದರೆ ಆಶ್ಚರ್ಯಪಡಬೇಕಾಗಿಲ್ಲ.'

'ಅಲ್ಪಸ್ವಲ್ಪ ನನ್ನ ಕಿವಿಗೂ ಬಿದ್ದಿದೆ. ಚಕ್ರವರ್ತಿ ಧನನಂದನ ಆಳ್ವಿಕೆ ಎಲ್ಲ ಕಡೆ ಅಸಮಾಧಾನದ ಹೊಗೆಯೇಳಿಸುತ್ತಿದೆಯಂತೆ?'

'ಆ ಹೊಗೆ ಯಾವ ಕ್ಷಣದಲ್ಲಿ ಕಾಳ್ಗಿಚ್ಚಿನಂತೆ ಹಬ್ಬಿ ಎಲ್ಲವನ್ನೂ ಉರಿಸುತ್ತದೋ ಗೊತ್ತಿಲ್ಲ. ಮೊದಲೇ ಕುಲಹೀನನಾದ ಆ ಧನನಂದ ಪವಿತ್ರವಾದ ರಾಜನ ಕರ್ತವ್ಯಗಳ ಬಗ್ಗೆ ಏನು ಬಲ್ಲ?'

'ಅಂದರೆ?'

'ಅಂದರೆ ಅರಸನದು ಶುದ್ಧವಂಶವಲ್ಲ.'

'ಹಾಗಾದರೆ ಅವನ ಮೂಲಪುರುಷ ನಾಪಿತ ಮತ್ತು ಅರಮನೆಯ ಸ್ತ್ರೀಯ ಸಂಪರ್ಕದಿಂದ ಜನಿಸಿದವನೆಂದು ಜನ ಆಡಿಕೊಳ್ಳುವ ಮಾತು ನಿಜವೆಂದಾಯಿತು.'

'ಹೌದು. ತನ್ನ ನಡವಳಿಕೆಯಿಂದಲೂ ಅವನು ತನ್ನ ಕೀಳು ಜನ್ಮವನ್ನು ಹೆಜ್ಜೆಹೆಜ್ಜೆಗೂ ವ್ಯಕ್ತಪಡಿಸುತ್ತಲೇ ಇದ್ದಾನೆ. ಅದಕ್ಕಿಂತ ಮಿಗಿಲಾದ ನೋವಿನ ಸಂಗತಿಯೆಂದರೆ ಬ್ರಾಹ್ಮಣರ ಬಗ್ಗೆ, ಕ್ಷತ್ರಿಯರ ಬಗ್ಗೆ ಅವನಿಗೆ ಎಣೆಯಿಲ್ಲದಷ್ಟು ತಿರಸ್ಕಾರ. ಕ್ಷತ್ರಿಯ ಕುಲಕಂಟಕ ಪರಶುರಾಮನೆಂದೇ ಇವನ ಮೂಲಪುರುಷ ಮಹಾಪದ್ಮನಂದನ ಬಿರುದು.'

'ನಾನು ತಿಳಿದ ಮಟ್ಟಿಗೆ ಅವನ ಅಮಾತ್ಯ ವರ್ಗದಲ್ಲಿ ಬ್ರಾಹ್ಮಣರಿದ್ದಾರಲ್ಲವೆ? ಅವನ ಪ್ರಧಾನಾಮಾತ್ಯ ರಾಕ್ಷಸನೂ ಬ್ರಾಹ್ಮಣನಲ್ಲವೇ? ಹೌದು ಅಪ್ಪಾಜಿ, ಅವನಿಗೆ ಈ ರಾಕ್ಷಸನೆಂಬ ಹೆಸರು ಹೇಗೆ ಬಂತು?'

ಚಣಕ ಸಣ್ಣಗೆ ನಕ್ಕು ಹೇಳಿದ, 'ವಸುಭೂತಿಯೆಂದು ಅವನ ಮೂಲ ಹೆಸರು. ಚಕ್ರವರ್ತಿಯೆಂದರೆ ಅತಿಯಾದ ನಿಷ್ಠೆ ಅವನದು. ಒಂದು ರೀತಿಯಲ್ಲಿ ಮೂಢನಂಬಿಕೆಯೆಂದೇ ಹೇಳಬಹುದು. ರಾಜಶಾಸನಗಳನ್ನು ಕಾರ್ಯರೂಪಕ್ಕೆ ತರುವುದರಲ್ಲಿ ಎಂಥ ಕಠಿಣ ಕ್ರಮಗಳನ್ನು ತೆಗೆದುಕೊಳ್ಳಲೂ ಅವನು ಹಿಂದೆಮುಂದೆ ನೋಡುವವನಲ್ಲ. ಅದರಿಂದ ಜನ ಅವನಿಗೆ ರಾಕ್ಷಸನೆಂದು ಅಡ್ಡ ಹೆಸರಿಟ್ಟರು. ಅದೇ ಕ್ರಮೇಣ ಪ್ರಚಲಿತವಾಗಿ, ಈಗ ಬಹಳ ಜನರಿಗೆ ಅವನ ಮೂಲ ಹೆಸರೇ ಮರೆತು ಹೋಗಿದೆ. ಶಾಸ್ತ್ರ ಪಾಂಡಿತ್ಯ ಮತ್ತು ಕ್ಷಾತ್ರಗುಣ ಎರಡರಿಂದಲೂ ಪರಿಪೂರ್ಣನಾದ ಆತ, ಚಕ್ರವರ್ತಿಯ ಬಗೆಗಿನ ಕುರುಡುಭಕ್ತಿಯಿಂದ ತನ್ನ ಸಾಮರ್ಥ್ಯವನ್ನು ವ್ಯರ್ಥಗೊಳಿಸುತ್ತಿರುವನೆಂದು ನನಗೆ ವಿಷಾದವಾಗುತ್ತದೆ. ಕೆಲವು ಸಲ ಅವನು ಸ್ವಧರ್ಮ ವಿರೋಧಿಯಾದ ಪಾಷಂಡನಂತೆ ಕಂಡುಬರುತ್ತಾನೆ. ಒಮ್ಮೆ ನಾನೇ ಈ ಬಗ್ಗೆ ಅವನೊಂದಿಗೆ ಮಾತನಾಡಿದೆ. ರಾಜನಿಷ್ಠೆಯೇ ತನ್ನ ಸ್ವಧರ್ಮವೆಂದು ಅವನು ಖಂಡಿತವಾಗಿ ನುಡಿದುಬಿಟ್ಟ. ಕರಭಾರದಿಂದ ತತ್ತರಿಸುತ್ತಿರುವ ಪ್ರಜೆಗಳ ಗೋಳುಗಳಿಗೆ ಕಿವುಡಾಗುವುದು ನ್ಯಾಯವೇ? ಎಂದು ನಾನು ಕೇಳಿದೆ. ಅಲ್ಲದೆ ಇತರ ಜನರಿಗಿಂತ ಬ್ರಾಹ್ಮಣರ ಮೇಲೆ ಹೆಚ್ಚಿನ ಕರ ಹೇರುವುದು ದುರುದ್ದೇಶದ ಕಾರ್ಯವಲ್ಲವೇ? ಎಂದೂ ಕೇಳಿದೆ. ಅದಕ್ಕೆ ಅವನು 'ಇರಬಹುದು, ಆದರೆ ರಾಜಶಾಸನಗಳನ್ನು ನಾನು ಮೀರಲಾರೆ. ಅಲ್ಲದೆ ಅಮಾತ್ಯ ಪರಿಷತ್ತಿನ ಹೆಚ್ಚು ಜನ ರಾಜಶಾಸನಗಳನ್ನು ಬೆಂಬಲಿಸುತ್ತಿರುವಾಗ ನಾನೊಬ್ಬ ವಿರೋಧ ವ್ಯಕ್ತಪಡಿಸಿದರೂ ಅದರಿಂದ ಏನೂ ಪ್ರಯೋಜನವಾಗುವುದಿಲ್ಲ' ಎಂದು ಹೇಳಿದ.'

'ಅವನ ರಾಜನಿಷ್ಠೆಯನ್ನು ಮೆಚ್ಚಬೇಕು. ಆದರೆ ರಾಜಶಾಸನ ಬರೀ ರಾಜ ಮತ್ತು ಅವನ ಅಮಾತ್ಯ ಪರಿಷತ್ತಿನ ಬಹುಮತದ ಮೇಲೆಯೇ ನಿರ್ಧಾರವಾಗುವುದಾದರೆ, ಆ ರಾಜ ಮತ್ತು ಅಮಾತ್ಯರಿಗೆ ಒಂದು ನೈತಿಕ ಮತ್ತು ಧಾರ್ಮಿಕ ನೆಲೆಗಟ್ಟಿರಬೇಕಾಗುತ್ತದೆ. ಆಳುವವನಾದರೂ ರಾಜನಿಗೆ ಸರ್ವಮಾನ್ಯವಾದ ಒಂದು ತಾರ್ಕಿಕ ಚೌಕಟ್ಟಿರಬೇಕಾಗುತ್ತದೆ. ಆ ಚೌಕಟ್ಟಿನ ಒಳಗಿನ ನಿಯಮಗಳಲ್ಲಿ ಸರ್ವಜನರ ಸುಖ ಮತ್ತು ನೆಮ್ಮದಿಯ ದೃಷ್ಟಿಯಿರಬೇಕಾಗುತ್ತದೆ. ಅಲ್ಲವೇ ಅಪ್ಪಾಜಿ?'

'ನೀನು ಕಲಿತ ದಂಡನೀತಿ ಶಾಸ್ತ್ರದ ಆಧಾರದ ಮೇಲೆ ಮಾತಾಡುತ್ತಿರುವೆಯಲ್ಲವೆ ವಿಷ್ಣು? ಆದರೆ ಈಗ ನಮ್ಮ ಶಾಸ್ತ್ರ ಸಿದ್ಧಾಂತಗಳೆಲ್ಲ ನಮ್ಮಂಥ ಬ್ರಾಹ್ಮಣರ ಅಧ್ಯಯನ ಮತ್ತು ಅಧ್ಯಾಪನಗಳಿಗೆ ಮಾತ್ರ ಸೀಮಿತವಾಗಿವೆ. ದಿನನಿತ್ಯದ ಬದುಕಿನಲ್ಲಿ ಅವುಗಳ ಬಳಕೆ ಮತ್ತು ಪ್ರಯೋಜನವಾಗುತ್ತಿಲ್ಲ ಅಥವಾ ಅವು ದುರ್ಬಳಕೆಯಾಗುತ್ತಿವೆಯೆಂದೇ ಹೇಳಬಹುದು. ಕಾಯಿಪಲ್ಲೆಗಳನ್ನು ಕತ್ತರಿಸಲು ಕೊಟ್ಟ ಕತ್ತಿಯಿಂದ ಇನ್ನೊಬ್ಬನ ಕೊರಳು ಕತ್ತರಿಸಿದ ಹಾಗೆ.'

'ಹಾಗೆಂದು ಸುಮ್ಮನಿರುವಂತಿಲ್ಲ ಅಪ್ಪಾಜಿ. ಬೇರೆಯವರಿಗಿಂತ ಸಾಮಾಜಿಕ ಹೊಣೆ ನಮ್ಮ ಮೇಲೆ ಅಧಿಕವಾಗಿದೆ. ವೇದಶಾಸ್ತ್ರಗಳಲ್ಲಿ ಪಾರಂಗತನಾದ ಮಾತ್ರಕ್ಕೆ ಬ್ರಾಹ್ಮಣ ಪೂಜ್ಯನಾಗುವುದಿಲ್ಲ. ಅವನ ಪೂಜ್ಯತೆ, ಬದುಕಿನಲ್ಲಿ ಸರ್ವಜೀವಿಗಳ ಶ್ರೇಯಸ್ಸಿಗೆ ಶ್ರಮಿಸುವುದರಿಂದ ಮಾತ್ರ ಬರುತ್ತದೆ. ನಾಲ್ಕು ವರ್ಗಗಳಲ್ಲಿ ಬ್ರಾಹ್ಮಣನಿಗೆ ಹೆಚ್ಚಿನ ಮಾನ್ಯತೆ, ಪೂಜ್ಯತೆ ಸಿಗುತ್ತಿತ್ತು. ಅದರ ಕಾರಣ ಅವನು ತನ್ನ ಜ್ಞಾನದ ಬೆಳಕಿನಿಂದ ಸಮಾಜವನ್ನು ಬೆಳಗುತ್ತಿದ್ದ. ಈಗ ಏನಾಗಿದೆ? ಅಂಥ ಬ್ರಾಹ್ಮಣನಿಗೆ ಈಗ ಮನ್ನಣೆಯಿಲ್ಲ. ತಮ್ಮ ಕ್ಷಾತ್ರ ಗುಣದಿಂದ ಆಳುತ್ತ ಸಂರಕ್ಷಣೆ ಒದಗಿಸುತ್ತಿದ್ದ ಕ್ಷತ್ರಿಯ ಕುಲಗಳೂ ಮೂಲೆಗುಂಪಾಗಿವೆ. ಇತರ ವರ್ಣದವರೇ ಅಧಿಕಾರ ಸ್ಥಾನದಲ್ಲಿ ಮೆರೆಯುತ್ತಿದ್ದಾರೆ. ಇದೆಲ್ಲ ವರ್ಗವರ್ಗಗಳ ನಡುವಿನ ದ್ವೇಷದಿಂದಲೇ ಎಂದು ನನ್ನ ಭಾವನೆ.'

'ಅಂದರೆ ಬ್ರಾಹ್ಮಣ ಕ್ಷತ್ರಿಯರು ಮಾತ್ರ ಮೇಲು, ಉಳಿದೆರಡು ವರ್ಣಗಳು ಕೀಳೆಂದು ನಿನ್ನ ಭಾವನೆಯೇ?'

'ಮೇಲು ಕೀಳಿನ ಭಾವನೆ ನನ್ನಲ್ಲಿಲ್ಲ. ಅಂಥ ಮೂರ್ಖ ಕೆಲಸ ನಾನು ಮಾಡುವುದಿಲ್ಲ. ಆದರೆ ಈ ಚಾತುರ್ವರ್ಣಗಳನ್ನು ಮಾಡಿದ ನಮ್ಮ ಋಷಿಗಳು, ಹಿರಿಯರು ಮೂರ್ಖರೆಂದು ಹೇಳಲಾಗುವುದೇ? ಸಂಸ್ಕಾರ, ವೃತ್ತಿ, ಸ್ವಭಾವ, ಆವರಣಗಳನ್ನು ಅನುಸರಿಸಿ ಅವರು ಮಾಡಿದ ಪದ್ಧತಿ ಸಮಾಜದ ಸುವ್ಯವಸ್ಥೆಯ ಒಂದು ಕಟ್ಟಳೆಯಲ್ಲವೇ? ಇರಬಹುದು, ಅಲ್ಲಲ್ಲಿ ಈ ಪದ್ಧತಿಯಲ್ಲಿ ಕೆಲವು ದೋಷಗಳು ಕಂಡುಬರುತ್ತಿರಬಹುದು. ಅವುಗಳನ್ನು ಸರಿಪಡಿಸಿಕೊಳ್ಳುವ ಅವಕಾಶವೂ ನಮ್ಮ ಕೈಯಲ್ಲೇ ಇದೆ. ಅದೆಲ್ಲ ಏನೇ ಆದರೂ ಸಮಾಜದ ಆರೋಗ್ಯದ ದೃಷ್ಟಿಯಿಂದಲೇ ನಡೆಯಬೇಕು.'

ಚಣಕನಿಗೆ ಮಗನ ಆಲೋಚನೆಯ ಧಾಟಿಯಿಂದ ಹೆಮ್ಮೆಯೆನಿಸಿತು. 'ಅಂದರೆ, ಹುಟ್ಟಿನಿಂದ ಮಾತ್ರವೇ ವರ್ಣಗಳ ನಿರ್ಧಾರವಾಗುವುದೆಂದು ನಿನ್ನ ಅಭಿಪ್ರಾಯವೇ?' ಎಂದು ಕೆಣಕುವಂತೆ ಕೇಳಿದ.

'ಸಂಸ್ಕಾರದ ದೃಷ್ಟಿಯಿಂದ ನೋಡಿದರೆ ಅದು ನಿಜ'. ವಿಷ್ಣುಗುಪ್ತ ನಿಸ್ಸಂದಿಗ್ಧವಾಗಿ ಹೇಳಿದ. 'ಆದರೆ ಶ್ರಮಪೂರ್ವಕವಾಗಿ ಬ್ರಾಹ್ಮಣ ಕ್ಷತ್ರಿಯ ಲಕ್ಷಣಗಳನ್ನು ರೂಢಿಸಿಕೊಳ್ಳುವಂತೆ, ಬೇರೆ ವರ್ಣಗಳವರು ಪರಿವರ್ತನೆಗೊಳ್ಳುವುದೂ ಅಷ್ಟೇ ನಿಜ. ನನ್ನ ದೃಷ್ಟಿಯಲ್ಲಿ ಬ್ರಾಹ್ಮಣ, ಕ್ಷತ್ರಿಯರನ್ನು ಬಿಟ್ಟರೆ ಬೇರೆ ವರ್ಣಗಳವರಿಗೆ ಅಸಹನೆ ತೋರುವ ಮತ್ತು ಅತಿ ಗೌರವ ತೋರುವ ಸಂದರ್ಭ ಬರುವುದಿಲ್ಲ. ನೀವು ಹೇಳಿದಂತೆ ನಂದರ ಮೂಲ ಪುರುಷ ಅಕ್ರಮ ಸಂತಾನವಾಗಿರಬಹುದು. ಆದರೆ ಮಹಾಪದ್ಮನಂದ ಕ್ಷತ್ರಿಯನಂತೆಯೇ ಬಾಳಿ, ತನ್ನ ಸಾಮರ್ಥ್ಯದಿಂದಲೇ ಮಗಧವನ್ನು ಕಟ್ಟಿ ಬೆಳೆಸಿದ. ಅದೇ ಧನನಂದ ಒಬ್ಬ ರಾಜನಿಗೆ ಸಲ್ಲದ ನೀಚ ನಡವಳಿಕೆಗಳಿಂದ ತಾನು ಇಂಥ ಕೀಳು ಜನ್ಮದವನೆಂಬುದನ್ನು ಪ್ರತಿ ಕ್ಷಣವೂ ನೆನಪು ಮಾಡಿಕೊಡುತ್ತಿದ್ದಾನೆ.'

ಮಗನ ತರ್ಕಶಕ್ತಿಯನ್ನು ಚಣಕ ಮೆಚ್ಚಿದ. ಮುಂದೆ ಅವನು ವಾದ ಬೆಳೆಸುವ ಆಸಕ್ತಿ ತೋರಿಸಲಿಲ್ಲ. ಪಾಟಲೀಪುತ್ರದಲ್ಲಿನ ತನ್ನ ಅಸ್ತಿತ್ವದ ಸಮಸ್ಯೆ ನೆನಪಾಗಿ ಅವನು ಮಂಕಾದ. ಮಗನೊಂದಿಗೆ ಮತ್ತೆ ತಕ್ಷಶಿಲೆಗೆ ಹೋಗುವ ಇಚ್ಛೆಯೂ ಇರಲಿಲ್ಲ. ಅಲ್ಲೇ ಇದ್ದು ನಿತ್ಯ ನಡೆಯುವ ಅನ್ಯಾಯಗಳನ್ನು ಕಾಣುತ್ತ ತಟಸ್ಥನಾಗಿರುವಂತೆಯೂ ಇರಲಿಲ್ಲ.

ಕಡೆಯ ಮಾತೆಂಬಂತೆ ವಿಷ್ಣುಗುಪ್ತ ಹೇಳಿದ್ದ 'ಈ ಸಣ್ಣಪುಟ್ಟ ರಾಜ್ಯಗಳು, ಜನಪದಗಳಾಗಿ ಒಡೆದುಹೋಗಿರುವ ಆರ್ಯಾವರ್ತವನ್ನು ಸಮರ್ಥವಾದ ಒಂದೇ ರಾಜಸತ್ತೆಯ ಆಳ್ವಿಕೆಗೆ ಒಳಪಡಿಸುವುದು ಸರಿಯಾದುದೆಂದು ನಾನು ಬಹಳ ದಿನಗಳಿಂದ ಆಲೋಚಿಸುತ್ತಿದ್ದೇನೆ. ಆ ಕಾರ್ಯ ನನ್ನಿಂದ ಸಾಧ್ಯವಾದರೆ ಮಾತೃಭೂಮಿಯ ಋಣವನ್ನು ಸಲ್ಲಿಸಿದಂತಾಗುತ್ತದೆ.'

★ ★ ★

''ಆಚಾರ್ಯ'' ಪರಿಚಾರಕ ಚಂದಕ ತುಸು ದನಿಯೆತ್ತರಿಸಿ ಕೂಗಿದ್ದರಿಂದ ವಿಷ್ಣುಗುಪ್ತ ಬೆಚ್ಚಿ ಎಚ್ಚರಗೊಂಡು ವಾಸ್ತವಕ್ಕೆ ಮರಳಿದ. ಅವನತ್ತ ತಿರುಗಿ ನೋಡಿದ. ''ಬಹಳ ಹೊತ್ತಾಯಿತು, ಭೋಜನಕ್ಕೆ ಸಿದ್ಧಪಡಿಸಿದ್ದೇನೆ'' ಎಂದ ಚಂದಕ.

''ನನಗೆ ಹಸಿವಿಲ್ಲ, ನೀನು ಊಟ ಮಾಡಿ ಮಲಗು'' ಎಂದು ವಿಷ್ಣುಗುಪ್ತ ಎದ್ದು ಮನೆಯಿಂದ ಹೊರಗೆ ಬಂದ. ನಿಶ್ಶಬ್ದ. ಬೀದಿಯೇ ನಿದ್ದೆಹೋಗಿತ್ತು. ಅಂಗಳದಲ್ಲಿ ಅತ್ತಿತ್ತ ಅಡ್ಡಾಡಿದ. ಮನಸ್ಸಿನ ಉದ್ವಿಗ್ನತೆ ಸ್ವಲ್ಪ ಶಾಂತವಾಗುವವರೆಗೂ ಅಡ್ಡಾಡುತ್ತಲೇ ಇದ್ದ. ಕಾಲುಗಳಿಗೆ ನೋವಿನ ಅನುಭವವಾಗುತ್ತಿದ್ದಂತೆ ಒಳಬಂದು ಬಾಗಿಲು ಭದ್ರಪಡಿಸಿದ. ಇಷ್ಟು ಹೊತ್ತಿಗೆ ಚಂದಕ ನಿದ್ದೆ ಹೋಗಿದ್ದ. ವಿಷ್ಣುಗುಪ್ತ ತನ್ನ ಚಾಪೆಯ ಮೇಲೆ ಮಲಗಿದ ಸ್ವಲ್ಪ ಹೊತ್ತಿಗೆ ನಿದ್ದೆ ಆವರಿಸಿತು.

## ೨

ವಿಷ್ಣುಗುಪ್ತನಿಗೆ ಎಚ್ಚರವಾದಾಗ ನಿತ್ಯಕ್ಕಿಂತ ಸ್ವಲ್ಪ ತಡವೇ ಆಗಿತ್ತು. ಆತುರದಿಂದ ಎದ್ದು ನಿತ್ಯಕರ್ಮಗಳನ್ನು ಮುಗಿಸಿ, ಹಿತ್ತಲಿನ ಬಾವಿಯ ಬಳಿ ಸೇದಿ ಸುರಿದುಕೊಂಡ ತಣ್ಣೀರು ಮೈಮೇಲೆ ಬೀಳುತ್ತಿದ್ದಂತೆ ರಾತ್ರಿ ತಾನು ಮಲಗುವ ಮೊದಲು ಆಲೋಚಿಸುತ್ತಿದ್ದ ಸಂಗತಿಗಳು ಮತ್ತೆ ಮನಸ್ಸನ್ನು ತುಂಬಿದವು. ಆದರೆ ಈಗ ನೆನ್ನೆಯ ಉದ್ವಿಗ್ನತೆಯಿರಲಿಲ್ಲ. ಸಾಧ್ಯವಾದರೆ ಈ ದಿನ ಗುರುಕುಲದಿಂದ ಬರುತ್ತ ಧರ್ಮದತ್ತನನ್ನು ಕಂಡು ಒಂದೆರಡು ಸಮಾಧಾನದ ಮಾತುಗಳನ್ನಾಡಬೇಕೆಂದು ಅಂದುಕೊಂಡ.

ಮತ್ತೆ ತಂದೆ ಚಣಕನ ನೆನಪು ಬಂತು. ಬಾಲ್ಯದಲ್ಲಿ ಅವನು ತನ್ನ ಮೇಲೆ ತೋರಿಸುತ್ತಿದ್ದ ವಾತ್ಸಲ್ಯದ ಕೆಲವು ಘಟನೆಗಳು ನೆನಪಾದವು.

ಒಂದು ದಿನ ಇದೇ ಬಾವಿಯ ಬಳಿ ಚಣಕ ಬಾಲಕನಾದ ವಿಷ್ಣುಗುಪ್ತನಿಗೆ ಸ್ನಾನ ಮಾಡಿಸುತ್ತಿದ್ದ. ಅದೇ ಸಮಯಕ್ಕೆ ಅಲ್ಲಿಗೆ ಬಂದ ಧರ್ಮದತ್ತ ನಗುತ್ತ ಹೇಳಿದ್ದ, 'ಆಚಾರ್ಯ ಚಣಕರು ಗೃಹಕೃತ್ಯದಲ್ಲಿ ಸಂಪೂರ್ಣವಾಗಿ ಮುಳುಗಿಹೋಗಿರುವಂತೆ ಕಾಣುತ್ತಿದೆ?'

'ಆಚಾರ್ಯನೆನಿಸಿಕೊಂಡವನಿಗೆ ಗೃಹಕೃತ್ಯವೇ ಇರಬಾರದೆಂದು ನಿನ್ನ ಅಭಿಪ್ರಾಯವೋ?' ಎಂದು ಚಣಕ ತಾನೂ ನಗುತ್ತಲೇ ಕೇಳಿದ್ದ.

'ಎಂಥ ಉನ್ನತ ಪಾಂಡಿತ್ಯದ ಆಚಾರ್ಯನೇ ಆದರೂ, ಅವನಿಗೆ ಗೃಹಸ್ವಾಮಿನಿಯೊಬ್ಬಳಿಲ್ಲದಿದ್ದರೆ ಹೀಗೇ ಆಗುವುದು.'

'ಈಗ ಏನಾಗಿದೆ ? ಆಚಾರ್ಯನಾದವನು ತನ್ನ ಮಗನ ಪಾಲನೆ, ಪೋಷಣೆ ಮಾಡಬಾರದೆಂದು ಯಾವ ಶಾಸ್ತ್ರದಲ್ಲಾದರೂ ಹೇಳಿದೆಯೇ?'

'ಹಾಗಲ್ಲ ಚಣಕ, ನಾನು ನಿನ್ನನ್ನು ಪರಿಹಾಸ ಮಾಡುತ್ತಿಲ್ಲ. ನಿನ್ನ ಜೊತೆ ನನಗೆ ಸ್ನೇಹದ ಸಲಿಗೆಯಿದೆ. ಅದಕ್ಕಿಂತ ಮಿಗಿಲಾಗಿ ನಿನ್ನ ಪಾಂಡಿತ್ಯದ ಬಗ್ಗೆ ಅಭಿಮಾನವಿದೆ. ನಿನ್ನ ಪಾಂಡಿತ್ಯ ಪ್ರತಿಭೆಗಳು ಗೃಹಕೃತ್ಯಗಳ ಕಡೆ ಗಮನ ಹರಿಸುವುದರಿಂದ, ಅಷ್ಟರಮಟ್ಟಿಗೆ ತಮ್ಮ ತೇಜಸ್ಸನ್ನು ಕಳೆದುಕೊಳ್ಳುತ್ತವೆ, ಎಂಬುದು ಒಂದು ಕಾರಣ. ಇನ್ನೊಂದು, ಮಕ್ಕಳ ಪೋಷಣೆಗೆ ಮಮತಾಮಯಿಯಾದ ತಾಯಿಯೇ ಬೇಕು. ನೀನು ಎಷ್ಟೇ ಆಗಲಿ ತಂದೆ. ನೀನು ಎಷ್ಟು ಅಕ್ಕರೆ ತೋರಿಸಿದರೂ, ತಾಯಿಯ ವಾತ್ಸಲ್ಯವಿಲ್ಲದ ಕೊರತೆ ಹುಡುಗನ ವ್ಯಕ್ತಿತ್ವದ ಮೇಲೆ ಪರಿಣಾಮ ಬೀರುತ್ತದೆ.'

'ಇವನ ತಾಯಿ ಇಷ್ಟು ಬೇಗ ನಮ್ಮನ್ನು ಬಿಟ್ಟು ಹೋಗುವಳೆಂದು ನಾನು ನಿರೀಕ್ಷಿಸಿರಲಿಲ್ಲ, ಧರ್ಮದತ್ತ. ನನಗೆ ಹೆಂಡತಿಯಿಲ್ಲ, ಇವನಿಗೆ ತಾಯಿಯಿಲ್ಲ, ಏನು ಮಾಡುವುದು? ಈಗ ನಾನೇ ಇವನಿಗೆ ತಾಯಿ, ತಂದೆ ಎಲ್ಲ.'

'ನೀನು ಮನಸ್ಸು ಮಾಡಿದರೆ ವಿಷ್ಣುವಿಗೆ ಇನ್ನೊಬ್ಬಳು ತಾಯಿಯನ್ನು ತರಬಹುದು.'

'ಇಲ್ಲ ಧರ್ಮದತ್ತ, ಬಂದವಳು ನನಗೆ ಹೆಂಡತಿಯಾಗಬಹುದು, ಆದರೆ ನನ್ನ ಮಗನಿಗೆ ತಾಯಿಯಾಗುವಳೆಂಬ ನಂಬಿಕೆ ನನಗಿಲ್ಲ.'

'ನಿಜವಾದ ತಾಯ್ತನವುಳ್ಳ ಹೆಂಗಸರು ಇಲ್ಲವೇ ಇಲ್ಲವೆಂಬುದು ಬರೀ ನಿನ್ನ ನಿರಾಶಾವಾದವೆಂದೇ ಹೇಳಬೇಕು'.

'ಈ ವಿಷಯದಲ್ಲಿ ನಾನು ಪ್ರಯೋಗ ಮಾಡಲು ಸಿದ್ಧನಾಗಿಲ್ಲ'.

'ನಿನ್ನ ಮಿತ್ರನಾಗಿ ನಿನ್ನ ಕೀರ್ತಿಯನ್ನು ಕಂಡು ಹೆಮ್ಮೆಪಡುವ, ತಕ್ಷಶಿಲೆಯ ವಿದ್ಯಾಕೇಂದ್ರದ ಕುಲಪತಿಯಾಗಿ ನೀನು ಮೆರೆಯುವುದನ್ನು ಕಾಣುವ ಪುಣ್ಯ ನನಗಿಲ್ಲವೆಂದು ಕಾಣುತ್ತದೆ' ಎಂದು ಧರ್ಮದತ್ತ ನಿರಾಸೆಯಿಂದ ಹೇಳಿದ್ದ.

'ಕೀರ್ತಿಯ ಬೆನ್ನುಹತ್ತಿ ನಾನು ಕರ್ತವ್ಯವನ್ನು ಮರೆಯಲಾರೆ ಧರ್ಮದತ್ತ. ಕೀರ್ತಿ ಪ್ರತಿಷ್ಠೆಗಳಿಗಿಂತ ನನಗೆ ನನ್ನ ಮಗ ವಿಷ್ಣುಗುಪ್ತನೇ ಮುಖ್ಯ. ಅವನನ್ನು ಬೆಳೆಸಿ, ಸಮರ್ಥ ವಿದ್ವಾಂಸನನ್ನಾಗಿ ರೂಪಿಸುವುದು ನನ್ನ ಹೊಣೆ. ಯಾರಿಗೆ ಗೊತ್ತು, ಮುಂದೆ ಇವನೇ ನನ್ನ ಕನಸುಗಳನ್ನು ಈಡೇರಿಸಿಯಾನು ? ನನಗಿಲ್ಲದ ಕೀರ್ತಿ ಇವನ ಪಾಲಿಗೆ ಬರಬಹುದು. ಚಣಕನ ಮಗ ಚಾಣಕ್ಯನೆಂದು ಜನ ಗುರುತಿಸಿಯಾರು !'

ಅದೇ ಕೊನೆ, ಮತ್ತೆ ಧರ್ಮದತ್ತ ಚಣಕನಿಗೆ ಮರುವಿವಾಹದ ಸಲಹೆ ನೀಡಲು ಹೋಗಲಿಲ್ಲ. ತಂದೆ ತನ್ನ ಬಗ್ಗೆ ಕಟ್ಟಿದ ಕನಸು, ಇರಿಸಿದ ನಂಬಿಕೆಯನ್ನು ನಿಜ ಮಾಡಬೇಕೆಂದುಕೊಂಡ ವಿಷ್ಣುಗುಪ್ತ. ಯಾವ ವಿದ್ಯಾಕೇಂದ್ರದಲ್ಲಿ ತಾನು ಕುಲಪತಿಯಾಗಬೇಕಾಗಿತ್ತೋ, ಅಲ್ಲೇ, ಅದೇ ಕುಲಪತಿಯ ನೇಮಕದ ಬಗೆಗಿನ ಭಿನ್ನಾಭಿಪ್ರಾಯದಿಂದ ಚಣಕ ತಕ್ಷಶಿಲೆಯನ್ನು ಬಿಡಬೇಕಾಗಿ ಬಂದದ್ದು ವಿಪರ್ಯಾಸವೆನ್ನಿಸಿತು. ತಾಯಿಯ ವಾತ್ಸಲ್ಯವಿಲ್ಲದೆ ಬೆಳೆದುದರಿಂದಲೇ ನನ್ನಲ್ಲಿ ಈ ಒರಟುತನ ಬರಲು ಕಾರಣವಾಗಿರಬಹುದೇ? ಮೊದಮೊದಲು ನನ್ನ ವಿದ್ಯಾರ್ಥಿಗಳೂ ಬೆದರಿದವರಂತೆ ದೇಹ ಹಿಡಿಮಾಡಿಕೊಂಡು ಕೂಡುತ್ತಿದ್ದರು. ಎಷ್ಟೋ ಸಲ ನನಗೇ ನಾನು ಕಠಿಣವಾಗಿ ವರ್ತಿಸುತ್ತಿದ್ದೇನೆಂದು ಅನ್ನಿಸುತ್ತದೆ. ಆದರೆ ಅದನ್ನು ತಿದ್ದಿಕೊಳ್ಳಲು ಸಾಧ್ಯವಾಗುತ್ತಿಲ್ಲ. ನ್ಯಾಯವಲ್ಲದ್ದನ್ನು ಕಂಡಾಗಲಂತೂ ಸೌಜನ್ಯದ ಎಲ್ಲೆ ಮೀರಿ ಮಾತಾಡಿಬಿಡುತ್ತೇನೆ. ಇದು ನನ್ನ ತಂದೆಯಿಂದ ಬಂದ ಗುಣವೆಂಬುದು ನನಗೆ ಅರ್ಥವಾಗುತ್ತದೆ.'

ಸ್ನಾನ ಮುಗಿಸಿ, ಸಂಧ್ಯೋಪಾಸನೆಯನ್ನು ಪೂರೈಸಿ, ಲಘು ಆಹಾರ ಸೇವಿಸಿ ಇನ್ನೇನು ಹೊರಡಬೇಕು, ಅಷ್ಟರಲ್ಲಿ ಧರ್ಮದತ್ತ ಬಂದ. ''ಇಂದು ಸಂಜೆ ಗುರುಕುಲದಿಂದ ಬರುವಾಗ

ಬಂದು ನೋಡಬೇಕೆಂದುಕೊಂಡಿದ್ದೆ. ನೀವೇ ಬಂದದ್ದು ಒಳ್ಳೆಯದಾಯಿತು. ಕುಳಿತುಕೊಳ್ಳಿ, ಚಂದಕಾ...'' ಎಂದ ವಿಷ್ಣುಗುಪ್ತ.

ಚಂದಕ ಬಂದು ನಿಂತ. ಅದು ಅರ್ಥವಾದವನಂತೆ ಧರ್ಮದತ್ತ – ''ವಿಷ್ಣು, ನನಗೆ ಏನೂ ಬೇಡ'' ಎಂದ.

''ಸ್ವಲ್ಪ ಹಾಲನ್ನಾದರೂ ತೆಗೆದುಕೊಳ್ಳಿ.''

''ಬೇಡ, ನನಗೆ ಏನೂ ಬೇಡ, ದಯವಿಟ್ಟು ಬಲವಂತ ಮಾಡಬೇಡ,'' ಧರ್ಮದತ್ತ ತುಸು ಒರಟಾಗಿ ಹೇಳಿದ.

ಅವನ ಮಾತಿನ ಧಾಟಿಯಿಂದ ಚಕಿತನಾದ ವಿಷ್ಣುಗುಪ್ತ ಮುಖವನ್ನೇ ದಿಟ್ಟಿಸಿ ನೋಡಿದ. ಅದು ತೀವ್ರ ವೇದನೆಯಿಂದ ಕಪ್ಪಿಟ್ಟಿತ್ತು. ''ಧರ್ಮದತ್ತರೇ ಏನಿದು? ಏನಾಯಿತು? ನಿಮ್ಮ ಮಗ ಯೋಗದತ್ತನ ವಿಷಯವೇನಾದರೂ ತಿಳಿಯಿತೇ?'' ಎಂದು ವಿಷ್ಣುಗುಪ್ತ ಆತಂಕದಿಂದ ಕೇಳಿದ.

''ತಿಳಿಯಿತು ವಿಷ್ಣು, ಆದರೆ ತಿಳಿಯದಿದ್ದರೇ ಚೆನ್ನಾಗಿತ್ತು,'' ಧರ್ಮದತ್ತ ತಡೆದು ತಡೆದು ಹೇಳಿದ.

''ಅವನೆಲ್ಲಿದ್ದಾನಂತೆ? ಏನು ಮಾಡುತ್ತಿದ್ದಾನಂತೆ? ಈ ವಿಷಯವನ್ನು ತಿಳಿಸಿದವರು ಯಾರು? ಅವನು ಕ್ಷೇಮವಾಗಿರುವನು ತಾನೆ?''

''ನನ್ನ ಪಾಲಿಗೆ...... ಅವನು ಸತ್ತುಹೋದ ವಿಷ್ಣು'' ಎಂದು ಧರ್ಮದತ್ತ ತಡೆದುಕೊಳ್ಳಲಾಗದೆ ಬಿಕ್ಕಿಬಿಕ್ಕಿ ಅಳತೊಡಗಿದ.

ವಿಷ್ಣುಗುಪ್ತನ ಆತಂಕ ತೀವ್ರವಾಯಿತು. ಹತ್ತಿರ ಕುಳಿತು ಅವನ ಬೆನ್ನಮೇಲೆ ಕೈಯಿರಿಸಿ ''ಸಮಾಧಾನ ಮಾಡಿಕೊಳ್ಳಿ, ನಿಮ್ಮಂಥವರೇ ಹೀಗೆ ಧೈರ್ಯಗೆಟ್ಟರೆ ಹೇಗೆ?'' ಎಂದ.

''ಯಾರೇ ಆದರೂ ಮಕ್ಕಳ ಮೇಲಿನ ಮಮಕಾರ ಇಂಥ ಸಂದರ್ಭದಲ್ಲಿ ಸಂಕಟವನ್ನಲ್ಲದೆ ಬೇರೆ ಏನನ್ನೂ ಕೊಡಲು ಸಾಧ್ಯವಿಲ್ಲ ವಿಷ್ಣು.''

''ಅಂಥದೇನು ನಡೆಯಿತು? ಮೊದಲು ಯೋಗದತ್ತನ ವಿಷಯ ಹೇಳಿ.''

''ಅವನು, ಬೌದ್ಧ ಭಿಕ್ಷುವಾಗಿ ದೀಕ್ಷೆ ಸ್ವೀಕರಿಸಿದನಂತೆ.''

''ಹಾಂ!'' ವಿಷ್ಣುಗುಪ್ತನಿಗೆ ಇದು ನಂಬಲಾಗದ ಸಂಗತಿಯಾಗಿತ್ತು.

''ಹೌದು, ಅದು ನಿಜ. ಇನ್ನು ಮೇಲೆ ನನ್ನ ಪಾಲಿಗೆ ಅವನು ಸತ್ತ ಹಾಗೇ ತಾನೆ?''

ಒಂದು ಕ್ಷಣ ವಿಷ್ಣುಗುಪ್ತ ಏನೂ ಮಾತಾಡದೆ ಸುಮ್ಮನೆ ಕುಳಿತುಬಿಟ್ಟ. ಅವನಿಗೆ ತೀವ್ರ ಅಸಮಾಧಾನವಾಗಿತ್ತು. ಮೊದಲಿನಿಂದಲೂ ಬೌದ್ಧರ ಬಗ್ಗೆ ಅವನಿಗೆ ಗೌರವವಿರಲಿಲ್ಲ. ಅವರು ಸನಾತನ ಧರ್ಮದ ಕಟ್ಟಳೆಗಳನ್ನು ಮುರಿದು ತಮ್ಮ ಧರ್ಮದ ಹೆಸರಿನಲ್ಲಿ ಸಾಮಾಜಿಕ ಅರಾಜಕತೆಗೆ ಪ್ರಯತ್ನಿಸುತ್ತಿರುವರೆಂದು ಅವನು ನಂಬಿದ್ದ. ಅವರು ದೇವರು, ಧರ್ಮಗಳ ನಿಷ್ಠೆಗಿಂತ ನಡವಳಿಕೆಗಳ ಮೇಲೆ ಒತ್ತು ಕೊಟ್ಟಿದ್ದರಿಂದ, ಅವರು ಚಾರ್ವಾಕರೆಂದೇ ಅವನಿಗೆ ತಿರಸ್ಕಾರವಿತ್ತು. ಈಗ ಅದು ತನ್ನ ಶಿಷ್ಯನನ್ನೇ ಬಲಿ ತೆಗೆದುಕೊಂಡಿತ್ತು. ಅವನು ಕೋಪದಿಂದ ಕುದಿದ. ''ಇನ್ನು ಸುಮ್ಮನಿರಲಾಗದು ಧರ್ಮದತ್ತರೇ'' ವಿಷ್ಣುಗುಪ್ತ ಹೇಳಿದ. ''ಹೀಗೇ ಬಿಟ್ಟರೆ ಈ ಬೌದ್ಧರು, ಜೈನರು ನಮ್ಮ ಧರ್ಮವನ್ನೇ ನಾಶಗೊಳಿಸುತ್ತಾರೆ. ಋಷಿಗಳು, ಪ್ರಾಜ್ಞರು, ಮಹಾತ್ಮರು ಕಟ್ಟಿದ ನಮ್ಮ ಪುರಾತನವಾದ ಧರ್ಮ ನಿರ್ನಾಮವಾಗುವುದರಲ್ಲಿ ಸಂದೇಹವಿಲ್ಲ. ಏನಾದರೂ ಮಾಡಬೇಕು.''

“ಏನು ಮಾಡಲು ಸಾಧ್ಯ? ನಮ್ಮಿಂದೇನಾಗುತ್ತದೆ?”

“ನಮ್ಮಿಂದ ಏನೂ ಆಗುವುದಿಲ್ಲವೆಂದು ಕೈಚೆಲ್ಲಿ ಕೂಡುವುದರಿಂದ ಪ್ರಯೋಜನವಿಲ್ಲ ಧರ್ಮದತ್ತರೇ. ಏನಾದರೂ ಮಾಡಲೇಬೇಕೆಂಬ ಛಲ ಮೂಡಬೇಕು.”

“ನಿನ್ನ ತಂದೆಯೂ ನಿನ್ನಂತೆಯೇ ಯೋಚಿಸುತ್ತಿದ್ದ. ಆದರೆ ಕಡೆಗೆ ಏನಾಯಿತು? ಬ್ರಾಹ್ಮಣನಾದ ನಿನ್ನಿಂದ ಏನೂ ಆಗುವುದಿಲ್ಲ, ನಿನ್ನ ಸಾಮರ್ಥ್ಯ ಇಷ್ಟೇ, ಎಂದು ತೋರಿಸಿ ಗಾಂಧಾರ ರಾಜ ಅವನು ತಕ್ಷಶಿಲೆಯನ್ನೇ ಬಿಡುವಂತೆ ಮಾಡಿದ.”

“ನಾನೂ ತಕ್ಷಶಿಲೆಯನ್ನು ಬಿಡಬೇಕಾಗಬಹುದು. ಹಾಗೆಂದು ನಾನು ಬರೀ ತಕ್ಷಶಿಲೆ ಅಥವಾ ಗಾಂಧಾರದ ಕ್ಷೇಮವನ್ನು ಮಾತ್ರ ಯೋಚಿಸುವುದಿಲ್ಲ, ನನ್ನ ದೃಷ್ಟಿ ಇಡೀ ಆರ್ಯಾವರ್ತದ ಕಡೆಗಿದೆ. ಈಗ ಆಗಬೇಕಾಗಿರುವುದು ಇಡೀ ಆರ್ಯಾವರ್ತ ಪ್ರಬಲವಾದ ಒಂದೇ ರಾಜಸತ್ತೆಯ ಕೈಕೆಳಗೆ ಬರಬೇಕು. ಅದರ ಅಡಿಪಾಯ ನಮ್ಮ ಸನಾತನ ಧರ್ಮವಾಗಬೇಕು.”

“ನಿನ್ನ ಆಕಾಂಕ್ಷೆ ಆಕಾಶಕ್ಕೆ ಏಣಿ ಹಾಕುವ ಕನಸಿನಂತೆ ವಿಷ್ಣುಗುಪ್ತ. ನಾಲ್ಕು ಗ್ರಾಮಗಳಿದ್ದರೆ ಒಂದು ಜನಪದ, ನಲವತ್ತು ಗ್ರಾಮ ಮತ್ತು ಒಂದು ನಗರವಿದ್ದರೆ ಅದೊಂದು ಪ್ರಾಂತ್ಯ, ಹೀಗೆ ಪುಡಿಪುಡಿಯಾಗಿರುವ ಈ ರಾಷ್ಟ್ರವನ್ನು ಒಂದೇ ರಾಜಸತ್ತೆಯ ಕೈಕೆಳಗೆ ಒಗ್ಗೂಡಿಸುವುದನ್ನು ಕಲ್ಪಿಸಿಕೊಳ್ಳಲೂ ಸಾಧ್ಯವಾಗದ ಮಾತು.”

“ಹೌದು ಧರ್ಮದತ್ತರೇ” ವಿಷ್ಣುಗುಪ್ತ ಹೇಳಿದ, “ನಾನು ಕನಸು ಕಾಣುತ್ತಿದ್ದೇನೆ, ನಿಜ. ಅದು ನನ್ನ ಸುಖ ಸಂತೋಷಗಳ ಕನಸಲ್ಲ, ಸ್ವರ್ಗದ ಅಪ್ಸರೆಯರ ಕನಸಲ್ಲ, ವೈಯಕ್ತಿಕ ಬದುಕಿನ ಉನ್ನತಿಯ ಕನಸಲ್ಲ ಅಥವಾ ಒಬ್ಬ ಕವಿ ಕಾಣುವಂಥ ಮೋಡಗಳ ಮೇಲೆ ಕುಳಿತು ವಿಹರಿಸುವ, ನಕ್ಷತ್ರಗಳನ್ನು ಹಿಡಿದು ಜೋಕಾಲಿಯಾಡುವ ಕನಸಲ್ಲ, ನನ್ನ ಕನಸಿಗೆ ನನ್ನ ಮಾತೃಭೂಮಿಯ ನೆಲೆಯಿದೆ, ಅದರ ಒಳಿತಿನ ತುಡಿತವಿದೆ. ಅದು ನನಸಾಗಬೇಕೆಂಬ ಆಸೆಯಿದೆ. ಅವೇ ನನಗೆ ಶಕ್ತಿ ಕೊಡಬೇಕು. ಆಯುಧ ಹಿಡಿದ ಕ್ಷತ್ರಿಯನಿಗಿಂತ ಬುದ್ಧಿಯ ಖಡ್ಗ ಹಿಡಿದ ಬ್ರಾಹ್ಮಣನ ಶಕ್ತಿ ಮಿಗಿಲಾದದೆಂದು ತೋರಿಸಿ ಕೊಡಬೇಕು.”

ಧರ್ಮದತ್ತ ತುಸು ಆತಂಕಗೊಂಡು ಹೇಳಿದ, “ಆತುರಪಡುವ ವಿಷಯವಲ್ಲ ವಿಷ್ಣು, ನಿನ್ನ ಬಗ್ಗೆ ನಿನ್ನ ತಂದೆ ತುಂಬಾ ಆಸೆ, ಭರವಸೆಯಿರಿಸಿಕೊಂಡಿದ್ದಾನೆ.”

“ಆ ಆಸೆ ಭರವಸೆಗಳನ್ನು ಈಡೇರಿಸಬೇಕೆಂಬುದೇ ನನ್ನ ಹಂಬಲ. ವಿಷ್ಣುಗುಪ್ತನೆನ್ನಿಸಿ ಕೊಳ್ಳುವುದಕ್ಕಿಂತ ಚಣಕಪುತ್ರ ಚಾಣಕ್ಯನೆನಿಸಿಕೊಳ್ಳಲು ಬಯಸುತ್ತೇನೆ.”

“ಬೇಡ ವಿಷ್ಣು ನಿನ್ನ ತಂದೆಯ ಸಲಹೆಯನ್ನು ಪಡೆಯದೆ ನೀನು ಯಾವ ಆತುರದ ನಿರ್ಧಾರವನ್ನೂ ತೆಗೆದುಕೊಳ್ಳಬೇಡ. ತಮ್ಮ ತಮ್ಮ ಸ್ವಾರ್ಥಗಳ ವಿಜೃಂಭಣೆಯಲ್ಲಿ ತಮ್ಮ ಧರ್ಮ, ತಮ್ಮ ನಂಬಿಕೆ, ತಮ್ಮ ಮಾತೃಭೂಮಿ, ತಮ್ಮ ಪರಂಪರೆಗಳ ಬಗ್ಗೆ ಯೋಚಿಸಲು ಯಾರಿಗೂ ವ್ಯವಧಾನವಿಲ್ಲ, ಎಲ್ಲಕ್ಕಿಂತ ಮೊದಲು ಚಾರ್ವಾಕ ತತ್ವಗಳನ್ನು ಬೋಧಿಸಿ ಸಮಾಜದ ಕಟ್ಟಳೆಗಳನ್ನೇ ಸಡಿಲಗೊಳಿಸುತ್ತಿರುವ ಈ ಬೌದ್ಧರ ಉಪಟಳವನ್ನು ತಪ್ಪಿಸಬೇಕು. ಅಲ್ಲಿಯವರೆಗೆ ನಮ್ಮ ಧರ್ಮಕ್ಕೂ ಉಳಿಗಾಲವಿಲ್ಲ, ನಿನ್ನ ಕನಸಿಗೂ ಅರ್ಥವಿರುವುದಿಲ್ಲ, ಬೆಳೆದು ಕೈಗೆ ಬಂದ

ಮಗನನ್ನು ಕಿತ್ತುಕೊಂಡ ಆ ಧರ್ಮ ನನ್ನಂತೆ ಇನ್ನೆಷ್ಟು ತಂದೆ ತಾಯಿಗಳ ಪುತ್ರಶೋಕಕ್ಕೆ ಕಾರಣವಾಗುವುದೋ ಏನೋ.'' ಮತ್ತೆ ಮಗನ ನೆನಪಿನಿಂದ ಧರ್ಮದತ್ತ ಗದ್ಗದಿತನಾದ.

''ಸಮಾಧಾನ ಮಾಡಿಕೊಳ್ಳಿ ಧರ್ಮದತ್ತರೇ'' ವಿಷ್ಣುಗುಪ್ತ ಹೇಳಿದ, ''ನಾನು ಯೋಗದತ್ತ ನೊಡನೆ ಮಾತಾಡಿ ಅವನನ್ನು ಹಿಂದಿರುಗಿಸಲು ಪ್ರಯತ್ನಿಸುತ್ತೇನೆ.''

''ಆದು ವ್ಯರ್ಥ ಪ್ರಯತ್ನವೆಂದು ನನಗನ್ನಿಸುತ್ತದೆ.''

''ಪ್ರಯತ್ನಪಡುವುದರಲ್ಲಿ ತಪ್ಪೇನಿದೆ? ಹೆತ್ತವರಿಗೆ ದುಃಖ ಕೊಟ್ಟು ನೀನೆಂಥ ವೈರಾಗ್ಯವನ್ನು ಸಾಧಿಸುತ್ತಿ? ಎಂದು ಘಟ್ಟಿಸಿ ಕೇಳುತ್ತೇನೆ.''

''ಅವನು ಬರೀ ವಿವೇಕವಿಲ್ಲದ ವಿದ್ಯಾವಂತನೆಂದು ಈಗ ಅನ್ನಿಸುತ್ತದೆ. ತಂದೆ-ತಾಯಿಗಳ ಬಗ್ಗೆ ಆಲೋಚಿಸಬಲ್ಲವನಾಗಿದ್ದರೆ ಅವನು ಇಂಥ ನಿರ್ಧಾರ ಮಾಡುತ್ತಿರಲಿಲ್ಲ.''

''ಎಂಥ ಅವಿವೇಕ!'' ವಿಷ್ಣುಗುಪ್ತ ತನ್ನಷ್ಟಕ್ಕೆಂಬಂತೆ ಹೇಳಿಕೊಂಡ, ''ವೈರಾಗ್ಯವನ್ನು ಸಾಧಿಸಲು ಬೌದ್ಧ ಧರ್ಮಕ್ಕೇ ಶರಣಾಗಬೇಕಿತ್ತೆ? ನಮ್ಮ ಸನಾತನ ಧರ್ಮದಲ್ಲಿ ಅದಕ್ಕೆ ಸೂಕ್ತವಾದ ಮಾರ್ಗಗಳಿರಲಿಲ್ಲವೇ? ಸಂಸಾರದಲ್ಲಿದ್ದುಕೊಂಡೂ ವೈರಾಗ್ಯವನ್ನು ಸಾಧಿಸಿದ ಹಲವು ಮಹನೀಯರ ಉದಾಹರಣೆಗಳಿಲ್ಲವೆ? ಅಂಥ ಆಕರ್ಷಣೆ ಏನು ಕಂಡ ಆ ಧರ್ಮದಲ್ಲಿ!''

''ಆಕರ್ಷಣೆಗಿಂತ ಅವರ ಸುವ್ಯವಸ್ಥಿತವಾದ ಹಂಚಿಕೆಯೇ ಇದಕ್ಕೆ ಕಾರಣವೆಂದು ನನ್ನ ಭಾವನೆ. ಧರ್ಮ ಪ್ರಚಾರದ ಹುಚ್ಚು ಆವೇಶದಲ್ಲಿ ಅವರು ಯಾವ ಮಾರ್ಗಗಳನ್ನು ಬೇಕಾದರೂ ಅನುಸರಿಸುವರೆಂದು ಹಲವರು ಆಡಿಕೊಳ್ಳುವುದು ಸತ್ಯವಾದಂತಾಯಿತು.''

''ಕೆಲವು ಅಪವಾದಗಳಿದ್ದರೂ ನಮ್ಮ ಧರ್ಮ ಸನ್ಯಾಸ ದೀಕ್ಷೆಯನ್ನು ಪಡೆಯಬೇಕಾದರೆ ತಂದೆ ತಾಯಿಗಳ ಅನುಮತಿ ಪಡೆಯಬೇಕೆಂದು ವಿಧಿಸುತ್ತದೆ. ಅಷ್ಟರಮಟ್ಟಿನ ಮಾನವೀಯ ದೃಷ್ಟಿಯೂ ಇಲ್ಲದ ಧರ್ಮವನ್ನು ಧರ್ಮವೆಂದು ಕರೆಯಬಹುದೇ? ಅವನಿಗೆ ದೀಕ್ಷೆ ಕೊಟ್ಟ ಆ ಗುರುವನ್ನೇ ಕೇಳುತ್ತೇನೆ.''

''ಅದರಿಂದ ಪ್ರಯೋಜನವಾಗುವುದಿಲ್ಲ ವಿಷ್ಣು.''

''ಪ್ರಯೋಜನವಾಗದಿದ್ದರೆ, ರಾಜನ ಬಳಿಗೆ ನಿಯೋಗ ತೆಗೆದುಕೊಂಡು ಹೋಗುತ್ತೇನೆ. ಸ್ವಧರ್ಮ ರಕ್ಷಣೆ ಮಾಡುವುದು ರಾಜನ ಕರ್ತವ್ಯವೆಂದು ಎಚ್ಚರಿಸಿ ಬರುತ್ತೇನೆ.''

''ನೀನು ಏನೇ ಮಾಡಿದರೂ, ಮತ್ತೆ ನನ್ನ ಮಗ ಹಿಂದಕ್ಕೆ ಬರುವುದಿಲ್ಲವೆಂದು ನನ್ನ ಮನಸ್ಸು ಹೇಳುತ್ತಿದೆ. ನಾನು ಹೇಗೋ ಈ ದುಃಖವನ್ನು ನುಂಗಿಕೊಳ್ಳಬಹುದು. ಆದರೆ ಅವನ ತಾಯಿಯ ಸಂಕಟವನ್ನು ವರ್ಣಿಸಲಾಗದು, ವಿಷ್ಣು, ಸುದ್ದಿ ತಿಳಿದ ತಕ್ಷಣ ಅವಳು ಎದೆಹಿಡಿದುಕೊಂಡು ಅತ್ತಳು. ಆಗಿನಿಂದ ಒಂದು ಹನಿ ನೀರನ್ನೂ ಬಾಯಿಗೆ ಹಾಕದೆ ಮಗನನ್ನೇ ಹಂಬಲಿಸುತ್ತಿದ್ದಾಳೆ.''

ವಿಷ್ಣುಗುಪ್ತನಿಗೆ ಅಯ್ಯೋ ಎನ್ನಿಸಿತು. ಬೌದ್ಧರ ಬಗ್ಗೆ ಮೊದಲಿದ್ದ ಕ್ರೋಧ ಈಗ ಇಮ್ಮಡಿಸಿತ್ತು. ಧರ್ಮದತ್ತನನ್ನು ಸಮಾಧಾನಪಡಿಸುವ ಇನ್ನಾವ ಮಾತುಗಳೂ ಹೊಳೆಯದೆ, ಸಂಕಟದಿಂದ ಕೂಡಿದ ಅವನ ಮುಖವನ್ನೇ ಸುಮ್ಮನೆ ನೋಡತೊಡಗಿದ. ಹಲವು ಕ್ಷಣಗಳ

ನಂತರ ಧರ್ಮದತ್ತ ಏನೂ ಹೇಳದೆ ಎದ್ದು ಹೋಗಿಬಿಟ್ಟ. ಬಹಳ ಹೊತ್ತಿನವರೆಗೂ ಶಿಲೆಯಂತೆ ಕುಳಿತ ವಿಷ್ಣುಗುಪ್ತನನ್ನು ಚಂದಕ ಗುರುಕುಲಕ್ಕೆ ಹೊತ್ತಾಯಿತೆಂದು ಎಚ್ಚರಿಸಿದ. ಅವನು ಎದ್ದು ನಿಧಾನವಾಗಿ ಹೊರಗೆ ಹೆಜ್ಜೆಯಿರಿಸಿದ.

## ೩

"ವಿಷ್ಣುಗುಪ್ತ, ಈ ದಿನ ತುಂಬಾ ಹೊತ್ತು ಮಾಡಿದೆ. ನಾವೆಲ್ಲ ನಿನಗಾಗಿ ಕಾದು ಕುಳಿತಿದ್ದೇವೆ." ಅವನು ಗುರುಕುಲವನ್ನು ಪ್ರವೇಶಿಸಿದ ಕೂಡಲೇ ಸಹ ಅಧ್ಯಾಪಕ ಕಾತ್ಯಾಯನ ಕೇಳಿದ. ಅವನ ಜೊತೆಯಲ್ಲೇ ಸಮಂತಭದ್ರ, ನಾಗದತ್ತ, ಪ್ರಭಂಜನ, ಶಿವಸ್ಕಂದ ಮುಂತಾದ ಕಿರಿಯ ಅಧ್ಯಾಪಕರೂ ಇದ್ದರು. ವಿದ್ಯಾರ್ಥಿಗಳು ಅಲ್ಲಲ್ಲಿ ಗುಂಪುಗುಂಪಾಗಿ ಕುಳಿತು ತಮ್ಮತಮ್ಮಲ್ಲೇ ಮಾತಾಡಿಕೊಳ್ಳುತ್ತಿದ್ದರು. ಏನೋ ಮಹತ್ವದ ವಿಷಯವೇ ಇರಬೇಕೆಂದು ವಿಷ್ಣುಗುಪ್ತ ಆಲೋಚಿಸಿದ.

"ಏನು ವಿಷಯ ಕಾತ್ಯಾಯನ? ಎಲ್ಲ ಒಟ್ಟಾಗಿ, ಪ್ರವಚನವನ್ನು ಆರಂಭಿಸದೆ ಕಾಯುತ್ತಿರುವುದನ್ನು ನೋಡಿದರೆ ಏನೋ ನಡೆದಿರಬೇಕೆನ್ನಿಸುತ್ತಿದೆ" ವಿಷ್ಣುಗುಪ್ತ ಕಾತರದಿಂದ ಕೇಳಿದ.

"ಇನ್ನೂ ಏನೂ ನಡೆದಿಲ್ಲ, ಆದರೆ ಇಷ್ಟರಲ್ಲೇ ನಡೆಯಬಾರದ್ದು ನಡೆಯಲಿದೆ" ಎಂದ ಶಿವಸ್ಕಂದ.

"ನಡೆಯಬಾರದ್ದು ನಡೆಯಲಿದೆಯೇ?" ವಿಷ್ಣುಗುಪ್ತ ಕುತೂಹಲಗೊಂಡ.

"ಹೌದು ವಿಷ್ಣುಗುಪ್ತ, ನಮ್ಮ ಗುರುಕುಲದ ಮೂಲವ್ಯವಸ್ಥೆಯೇ ಬುಡಮೇಲಾಗುವ ದಿನ ಹೆಚ್ಚು ದೂರವಿಲ್ಲ" ಕಾತ್ಯಾಯನ ಚಿಂತೆಯಿಂದ ಹೇಳಿದ.

"ಅದೇನು ಹೇಳು ಕಾತ್ಯಾಯನ."

"ನಮ್ಮ ಗುರುಕುಲದಲ್ಲಿ ಬೌದ್ಧಪೀಠವೊಂದನ್ನು ಸ್ಥಾಪಿಸುವ ನಿರ್ಧಾರವಾಗಿದೆಯಂತೆ."

"ಬೌದ್ಧ ಪೀಠವೇ!"

"ಹೌದು, ಬೌದ್ಧ ತತ್ವಜ್ಞಾನವನ್ನು ಬೋಧಿಸುವ ವ್ಯವಸ್ಥೆ."

ಎರಡು ಕ್ಷಣ ವಿಷ್ಣುಗುಪ್ತ ಗಂಭೀರನಾದ. ಧರ್ಮದತ್ತನ ನೋವಿನ ಮುಖ, ಈಗ ಬೌದ್ಧ ಸನ್ಯಾಸಿಯಾಗಿರುವ ಯೋಗದತ್ತನ ಕಾಲ್ಪನಿಕ ರೂಪ ಕಣ್ಣೆದುರು ಸುಳಿಯಿತು. 'ಚಾರ್ವಾಕ ತತ್ವಗಳನ್ನು ಬೋಧಿಸಿ ಸಮಾಜದ ಕಟ್ಟಳೆಗಳನ್ನೇ ಸಡಿಲಗೊಳಿಸುತ್ತಿರುವ ಬೌದ್ಧರ ಉಪಟಳವನ್ನು ತಪ್ಪಿಸುವವರೆಗೆ ನಮ್ಮ ಧರ್ಮಕ್ಕೂ ಉಳಿಗಾಲವಿಲ್ಲ, ನಿನ್ನ ಕನಸಿಗೂ ಅರ್ಥವಿರುವುದಿಲ್ಲ' ಎಂದು ಹೇಳಿದ್ದ ಧರ್ಮದತ್ತನ ಮಾತುಗಳು ನೆನಪಿಗೆ ಬಂದವು.

"ಏಕೆ ಸುಮ್ಮನಾದಿರಿ ವಿಷ್ಣುಗುಪ್ತ ? ಏನು ಯೋಚಿಸುತ್ತಿರುವಿರಿ ?" ಎಂದು ನಾಗದತ್ತ ಕೇಳಿದ.

"ಮನೆಯ ಹೊಸಿಲಿನವರೆಗೂ ಬಂದು ಬಾಗಿಲು ತಟ್ಟುತ್ತಿರುವ ಮಾರಿಯನ್ನು ಹೇಗೆ ಹೊರಗೆ ತಳ್ಳುವುದೆಂದು ಯೋಚಿಸುತ್ತಿದ್ದೇನೆ" ವಿಷ್ಣುಗುಪ್ತ ಗಂಭೀರವಾಗಿ ಹೇಳಿದ.

"ಬಾಗಿಲು ತಟ್ಟುತ್ತಿಲ್ಲ" ಸಮಂತಭದ್ರ ಹೇಳಿದ, "ಈಗಾಗಲೇ ಒಳಬಂದು ಮನೆಯ ಪಡಸಾಲೆಯಲ್ಲಿ ಕುಳಿತಿದೆ. ಅಲ್ಲಿಂದ ಮನೆಯ ಎಲ್ಲ ಕಡೆ ತನ್ನ ಕರಗಳನ್ನು ಚಾಚಿ ವಶಪಡಿಸಿಕೊಳ್ಳಲು ಪ್ರಯತ್ನಿಸುತ್ತಿದೆ."

"ನೀವೆಲ್ಲ ಏನು ಯೋಚಿಸಿದ್ದೀರಿ ?" ವಿಷ್ಣುಗುಪ್ತ ಕೇಳಿದ.

ಅದಕ್ಕೆ ಕಾತ್ಯಾಯನ ಹೇಳಿದ, "ಈ ಅನ್ಯಾಯವನ್ನು ಸರಿಪಡಿಸಬೇಕು. ಹಾಗೇನಾದರೂ ಆದರೆ ಗುರುಕುಲದ ಮೂಲ ಸ್ವರೂಪಕ್ಕೇ ಭಂಗ ಬರುತ್ತದೆ."

"ಹೇಗೆ ಸರಿಪಡಿಸುವುದು?"

ಪ್ರಭಂಜನ ಹೇಳಿದ, "ಕುಲಪತಿಗಳ ಬಳಿ ಹೋಗಿ ನಮ್ಮ ಅಭಿಪ್ರಾಯವನ್ನು ಹೇಳಿ ಪ್ರತಿಭಟಿಸುವುದು."

"ಅದು ಸ್ವಲ್ಪ ಕಷ್ಟ" ಎಂದ ವಿಷ್ಣುಗುಪ್ತ.

"ಏಕೆ ಕಷ್ಟ ?" ಶಿವಸ್ಕಂದ ಹೇಳಿದ, "ಕುಲಪತಿಗಳು ಗುರುಕುಲದ ಮುಖ್ಯಾಧಿಕಾರಿ. ಗುರುಕುಲದ ಹಿತದೃಷ್ಟಿಯಿಂದ ನಿರ್ಧಾರ ಮಾಡಬೇಕಾಗುತ್ತದೆ. ಜೊತೆಗೆ ನಮ್ಮೆಲ್ಲರ ಅಭಿಪ್ರಾಯಗಳಿಗೂ ಮನ್ನಣೆ ಕೊಡಬೇಕಾಗುತ್ತದೆ."

"ನಿಮ್ಮೆಲ್ಲರ ಅಭಿಪ್ರಾಯ ಒಂದೇ ಆಗಿದ್ದರೆ ಕುಲಪತಿಗಳನ್ನು ಕಂಡು ಮಾತಾಡುವುದರಲ್ಲಿ ನನ್ನ ಅಭ್ಯಂತರವಿಲ್ಲ" ಎಂದ ವಿಷ್ಣುಗುಪ್ತ.

ಕುಲಪತಿ ವೇದಗುಪ್ತನಿಗೆ ಸುಮಾರು ಐವತ್ತು ಐವತ್ತೈದು ವರ್ಷ. ಚಣಕ ತಕ್ಷಶಿಲೆಯನ್ನು ಬಿಡಲು ಕಾರಣನಾದ ಕುಲಪತಿಯ ಸಾವಿನ ನಂತರ ವೇದಗುಪ್ತ ಆ ಸ್ಥಾನವನ್ನು ಆಕ್ರಮಿಸಿದ. ಅದಕ್ಕೆ ಮೊದಲು ಅವನು ಅಲಂಕಾರ ಮತ್ತು ವ್ಯಾಕರಣವನ್ನು ಬೋಧಿಸುತ್ತಿದ್ದ. ನಿಜವಾದ ಸಂಗತಿ ಎಂದರೆ ಅವನು ಅಧ್ಯಾಪಕನಾಗಿ ಕಿಂಚಿತ್ತೂ ಜನಪ್ರಿಯನಾಗಲಿಲ್ಲ. ಅವನಿಗೆ ತನ್ನ ಬೋಧನೆಯ ವಿಷಯದಲ್ಲಿ ತಲಸ್ಪರ್ಶಿಯಾದ ಪಾಂಡಿತ್ಯವೂ ಇಲ್ಲ, ಬೋಧಿಸುವ ಕ್ರಮವೂ ತಿಳಿದಿಲ್ಲವೆಂದು ವಿದ್ಯಾರ್ಥಿಗಳು ಹಲವು ಸಲ ಕುಲಪತಿಯ ಬಳಿಗೆ ದೂರು ತೆಗೆದುಕೊಂಡು ಹೋಗಿದ್ದರು. ಆದರೆ ಈಗಾಗಲೇ ಅವನು ಕುಲಪತಿಯ ವಿಶ್ವಾಸಕ್ಕೆ ಪಾತ್ರನಾದುದರಿಂದ ಆ ಕುಲಪತಿ, ಇನ್ನೊಮ್ಮೆ ಅವಿಧೇಯತೆಯಿಂದ ವರ್ತಿಸಿದರೆ ಗುರುಕುಲದಿಂದ ಹೊರಗೆ ಹಾಕುವುದಾಗಿ ವಿದ್ಯಾರ್ಥಿಗಳಿಗೇ ಬೆದರಿಕೆ ಹಾಕಿ ಕಳಿಸಿದ್ದ. ಹಾಗೂ ಪ್ರತಿಭಟಿಸಿದ ಮೂವರು ವಿದ್ಯಾರ್ಥಿ ನಾಯಕರನ್ನು ಗುರುಕುಲದಿಂದ ಹೊರಕ್ಕೆ ಹಾಕಲಾಗಿತ್ತು. ಆ ಕುಲಪತಿ ಸಾಯುವ ಮೊದಲು ಯುವರಾಜ ಆಂಭೀಕನಿಗೆ ಹೇಳಿ, ವೇದಗುಪ್ತ ಕುಲಪತಿಯಾಗಿ ನೇಮಕವಾಗುವಂತೆ ಮಾಡುವುದರಲ್ಲಿ ಯಶಸ್ವಿಯಾಗಿದ್ದ.

ವಿಷ್ಣುಗುಪ್ತನ ನೇತೃತ್ವದಲ್ಲಿ ಅಧ್ಯಾಪಕರೆಲ್ಲ ಬಂದಾಗ ವೇದಗುಪ್ತ ತನ್ನ ಕೋಣೆಯಲ್ಲಿ ಕುಳಿತು ಯಾವುದೋ ಗ್ರಂಥವನ್ನು ಪರಿಶೀಲಿಸುತ್ತಿದ್ದ. ಅವರೆಲ್ಲ ಒಟ್ಟಿಗೆ ಬಂದುದನ್ನು ಕಂಡು ಒಂದು ಕ್ಷಣ ಅವಾಕ್ಕಾದ. ಅವನ ಹುಬ್ಬುಗಳು ಮೇಲೇರಿದವು. ಮರುಕ್ಷಣದಲ್ಲಿ ತುಸು ಕುತೂಹಲ, ಅದಕ್ಕಿಂತ ಹೆಚ್ಚಾಗಿ ಅಸಮಾಧಾನ ಅವನ ಮುಖದಲ್ಲಿ ಕಾಣಿಸಿಕೊಂಡಿತು. ಮತ್ತೊಂದು ಕ್ಷಣದಲ್ಲಿ ಕೃತಕ ಮಂದಹಾಸದೊಂದಿಗೆ ಅವನು "ಓ, ಎಲ್ಲ ಒಟ್ಟಿಗೆ ಬಂದುದನ್ನು ನೋಡಿದರೆ, ನನ್ನೊಂದಿಗೆ ಚರ್ಚಿಸುವ ಯಾವುದೋ ಮುಖ್ಯವಾದ ವಿಷಯವೇ ಇರಬೇಕು. ಬನ್ನಿ, ಬನ್ನಿ, ಕುಳಿತುಕೊಳ್ಳಿ" ಎಂದು ಸ್ವಾಗತಿಸಿದ.

ಎಲ್ಲ ಮರದ ಪೀಠಗಳ ಮೇಲೆ ಕುಳಿತರು. ವಿಷ್ಣುಗುಪ್ತ ಸುತ್ತ ಕಣ್ಣಾಡಿಸಿದ. ಒಂದು ಕಡೆ ಓರಣವಾಗಿ ಜೋಡಿಸಿಟ್ಟ ಗ್ರಂಥಗಳು. ಇನ್ನೊಂದು ಕಡೆ ಮರದಿಂದ ಮಾಡಿದ ಕೆಲವು ಕಲಾಕೃತಿಗಳು. ಗೋಡೆಯ ಮೇಲೆ ಹಿಂದಿನ ಕುಲಪತಿಯ ಒಂದು ತೈಲಚಿತ್ರ.

ಅದರ ಪಕ್ಕದಲ್ಲೇ ವೇದಗುಪ್ತನ ಪೂರ್ಣಗೊಂಡಿಲ್ಲದ ತೈಲಚಿತ್ರ. ಅದನ್ನು ರಚಿಸುತ್ತಿದ್ದ ಕಲಾವಿದ, ತನ್ನ ತಾಯಿ ತೀರಿಕೊಂಡಳೆಂದು ಆರು ತಿಂಗಳ ಹಿಂದೆ ವಿದಿಶಾನಗರಕ್ಕೆ ಹೋದವನು ಇನ್ನೂ ಹಿಂದಿರುಗಿ ಬಂದಿರಲಿಲ್ಲ. ತಾನು ಸತ್ತ ನಂತರ ತನ್ನ ಚಿತ್ರವನ್ನು ಹಾಕುತ್ತಾರೋ ಇಲ್ಲವೋ ಎಂಬ ಸಂದೇಹದಿಂದ ವೇದಗುಪ್ತ ತನ್ನ ಸ್ಮಾರಕವನ್ನು ತಾನೇ ಮಾಡಿಸಿಕೊಳ್ಳುತ್ತಿರುವನೆಂದುಕೊಂಡ ವಿಷ್ಣುಗುಪ್ತನಿಗೆ ನಗು ಬಂತು. ಒಂದು ಮೂಲೆಯಲ್ಲಿ ಅವನ ವಿಶ್ರಾಂತಿಗೆಂದು ಮಾಡಿದ ವ್ಯವಸ್ಥೆ. ಚಿತ್ತಾರದ ಕೆಲಸ ಮಾಡಿದ್ದ ಮಂಚದ ಮೇಲೆ ಸುಪ್ಪತ್ತಿಗೆಯಂಥ ಮೆತ್ತೆ ಹಾಸಿಗೆ. ಅದರ ಮೇಲೆ ಹಾಸಿದ್ದ ಬಟ್ಟೆ ಕೂಡ ರೇಷ್ಮೆಯದು. ಅದರ ಪಕ್ಕದಲ್ಲಿ ಹಿಡಿಯುಳ್ಳ ಒಂದು ಪೀಠ ಮತ್ತು ಕಾಲುಮಣೆ. ಅದರ ಮೇಲೆ ಬೆಳ್ಳಿಯ ತಟ್ಟೆ ಬಟ್ಟಲು.

ಇದಕ್ಕೆ ಮೊದಲು ವಿಷ್ಣುಗುಪ್ತ ಒಮ್ಮೆ ಕೂಡ ಕುಲಪತಿಯ ಕೋಣೆಗೆ ಬಂದಿರಲಿಲ್ಲ. ಆದರೆ ತಂದೆಯಿದ್ದಾಗ ಅವರ ಜೊತೆಯಲ್ಲಿ ಆಗ ಇದ್ದ ಅತಿ ವೃದ್ಧರಾದ ಕುಲಪತಿಗಳ ಕೋಣೆಗೆ ಒಂದೆರಡು ಸಲ ಹೋಗಿದ್ದು ನೆನಪಾಯಿತು. ಅದರ ಸರಳತೆಗೂ, ಇಂದಿನ ವೈಭವಕ್ಕೂ ಸ್ವಲ್ಪವೂ ಸಂಬಂಧವಿರಲಿಲ್ಲ. 'ಇದು ಕುಲಪತಿಯ ಕೋಣೆಯಲ್ಲ, ಒಬ್ಬ ಉನ್ನತ ರಾಜಾಧಿಕಾರಿಯ ಭವನದಂತಿದೆ' ಎಂದುಕೊಂಡ ವಿಷ್ಣುಗುಪ್ತ.

"ಯಾವ ವಿಷಯದ ಚರ್ಚೆಗೆ ನೀವೆಲ್ಲ ನನ್ನನ್ನು ಕಾಣಲು ಬಂದಿರುವಿರೋ ನನಗೆ ಗೊತ್ತಿಲ್ಲ" ವೇದಗುಪ್ತ ಹೇಳಿದ, "ಅದಕ್ಕೆ ಮೊದಲು, ಹೀಗೆ ಅಧ್ಯಾಪನದ ಸಮಯದಲ್ಲಿ ಇಲ್ಲಿಗೆ ಬರುವುದು ಗುರುಕುಲದ ನಿಯಮೋಲ್ಲಂಘನೆಯಾಗುವುದೆಂದು ಕುಲಪತಿಯಾಗಿ ನಾನು ನಿಮಗೆ ಹೇಳಲೇಬೇಕಾಗುತ್ತದೆ. ಇರಲಿ, ಈಗ ಹೇಳಿ ಏನು ವಿಷಯ ?"

ಎಲ್ಲ ವಿಷ್ಣುಗುಪ್ತನ ಮುಖ ನೋಡಿದರು. ವೇದಗುಪ್ತನ ಮಾತಿನಿಂದ ಈಗಾಗಲೇ ಅವನ ಮುಖದಲ್ಲಿ ಕೋಪ ಕಾಣಿಸಿಕೊಂಡಿತ್ತು. "ಕುಲಪತಿಗಳು ನಿಯಮೋಲ್ಲಂಘನೆಯ ಮಾತು ಹೇಳಿದಿರಿ" ಅವನೆಂದ, "ಹೌದು, ಅದು ನಮಗೆ ಗೊತ್ತು. ಆದರೆ, ನಿಯಮಪಾಲನೆಯನ್ನು ಕಲಿಸಬೇಕಾದ, ಕಲಿಯಬೇಕಾದ ಗುರುಕುಲವೇ ನಿಯಮೋಲ್ಲಂಘನೆ ಮಾಡಿದರೆ ? ಅದು ತಪ್ಪೆಂದು ಎಚ್ಚರ ಹೇಳುವವರಾರು ?"

"ಏನು ? ಗುರುಕುಲವೇ ನಿಯಮೋಲ್ಲಂಘನೆ ಮಾಡಿದೆಯೇ ? ಈ ನಿಮ್ಮ ಮಾತಿನ ಹೊಣೆಯನ್ನು ನೀವೇ ಹೊರಬೇಕಾಗುತ್ತದೆ ವಿಷ್ಣುಗುಪ್ತರೇ" ವೇದಗುಪ್ತನ ಮುಖ ಗಂಟಿಕ್ಕಿತು.

"ನಾನು ಆಡಿದ ಮಾತಿನ ಹೊಣೆಯನ್ನು ನಾನೇ ಹೊರಬೇಕೆಂಬ ಸಾಮಾನ್ಯ ತಿಳಿವಳಿಕೆ ನನಗಿದೆ" ವಿಷ್ಣುಗುಪ್ತ ವಿಚಲಿತನಾಗದೆ ಹೇಳಿದ, "ಮಾತು, ಕೃತಿಗಳಲ್ಲಿ ಸಮನ್ವಯವಿಲ್ಲದವನು ಆಚಾರ್ಯನಾಗಲು ಅನರ್ಹನೆಂಬುದೂ ನನಗೆ ಗೊತ್ತಿದೆ. ಅದಕ್ಕಿಂದ ಮುಖ್ಯವಾಗಿ ನನಗೆ ನ್ಯಾಯವಲ್ಲದ್ದೆಂದು ಮನವರಿಕೆಯಾದ ಸಂಗತಿಯ ಬಗ್ಗೆ ಯಾವ ಹಿಂಜರಿಕೆಯೂ ಇಲ್ಲದೆ ಪ್ರತಿಭಟನೆ ಸೂಚಿಸುವ ನೈತಿಕ ಧೈರ್ಯವೂ ನನ್ನಲ್ಲಿದೆ. ಹಿಂದೆ ಇಲ್ಲಿ ಅಧ್ಯಾಪಕರಾಗಿದ್ದ ಆಚಾರ್ಯ ಚಣಕರ ಬಗ್ಗೆ ತಾವು ಕೇಳಿರಬಹುದು."

"ಹೌದು ಕೇಳಿದ್ದೇನೆ."

"ಅವರು ಗುರುಕುಲದ ಕುಲಪತಿಗಳ ನೇಮಕದಲ್ಲಿ ನಡೆದ ಅನ್ಯಾಯವನ್ನು ಪ್ರತಿಭಟಿಸಿ ಗುರುಕುಲವನ್ನೇ ಏನು, ತಕ್ಷಶಿಲೆಯನ್ನೂ ತೊರೆದು ಹೋದರು. ಅವರ ಮಗ ನಾನು. ಕೌಟಿಲ್ಯ ಗೋತ್ರದ ಆಚಾರ್ಯ ಚಣಕರ ಮಗ ವಿಷ್ಣುಗುಪ್ತನೂ ಅದೇ ಮನೋಧರ್ಮದವನು."

"ಪ್ರತಿಭಟಿಸುವುದು ನಿಮ್ಮ ವಂಶದ ಪರಂಪರೆಯೇ ?" ವೇದಗುಪ್ತ ವ್ಯಂಗ್ಯದಿಂದ ಕೇಳಿದ.

"ಅಲ್ಲ" ವಿಷ್ಣುಗುಪ್ತ ತಕ್ಷಣ ಹೇಳಿದ, "ಆ ಪ್ರತಿಭಟನೆಯ ಹಿಂದೆ ಬಹುಜನರ ಹಿತಕ್ಕಾಗಿ ವೈಯಕ್ತಿಕ ಹಿತಾಸಕ್ತಿಯನ್ನು ಲೆಕ್ಕಿಸದ ಸಾಮಾಜಿಕ ಹೊಣೆಗಾರಿಕೆಯಿದೆ."

"ಸಾಮಾಜಿಕ ಹೊಣೆಗಾರಿಕೆ ನಿಮ್ಮೊಬ್ಬರ ಮೇಲೇ ಇದೆ, ಉಳಿದವರಿಗೆ ಇಲ್ಲವೆಂದು ಅರ್ಥವೇ ?"

"ಉಳಿದವರಿಗೂ ಇದೆ ಎಂಬುದಕ್ಕೆ ನನ್ನ ಜೊತೆ ಬಂದಿರುವ ನನ್ನ ಸಹ ಅಧ್ಯಾಪಕರೇ ಸಾಕ್ಷಿ."

"ಅಂದರೆ, ನೀವು ಎಲ್ಲ ಅಧ್ಯಾಪಕರನ್ನೂ ಪ್ರಚೋದಿಸಿ ನಿಮ್ಮೊಡನೆ ಕರೆದುಕೊಂಡು ಬಂದಿದ್ದೀರಿ ?"

"ಕ್ಷಮಿಸಿ" ಶಿವಸ್ಕಂದ ಹೇಳಿದ, "ವಿಷ್ಣುಗುಪ್ತರು ನಮಗೆ ಪ್ರಚೋದನೆ ನೀಡಲಿಲ್ಲ. ನಿಜ ಹೇಳಬೇಕೆಂದರೆ, ನಾವೇ ವಿಷಯ ತಿಳಿಸಿ ತಮ್ಮೊಂದಿಗೆ ಮಾತಾಡಲು ಅವರನ್ನು ಒಪ್ಪಿಸಿ ಜೊತೆಯಲ್ಲಿ ಕರೆತಂದೆವು."

ಎಲ್ಲ ಹೊಣೆಯನ್ನು ವಿಷ್ಣುಗುಪ್ತನ ಮೇಲೆ ಹೊರಿಸಬೇಕೆಂದುಕೊಂಡಿದ್ದ ವೇದಗುಪ್ತ, ಶಿವಸ್ಕಂದನ ಮಾತಿನಿಂದ ತನ್ನ ಮಾತಿನ ಧಾಟಿಯನ್ನು ಮುಂದುವರಿಸಲು ಸಾಧ್ಯವಾಗದೆ ಕೇಳಿದ, "ನೀವೆಲ್ಲ ನನ್ನೊಂದಿಗೆ ಚರ್ಚಿಸಲು ಬಂದಿರುವ ಆ ಮಹತ್ವದ ವಿಷಯ ಯಾವುದೆಂದು ಕೇಳಬಹುದೇ ?"

"ಅದನ್ನು ಹೇಳಲೆಂದೇ ಬಂದ ನಾವು, ನೀವು ಕೇಳುವ ಮೊದಲೇ ಹೇಳಬೇಕಾಗಿತ್ತು. ಬಹುಶಃ ನಿಮ್ಮ ಮಾತಿನಿಂದಲೇ ಅದು ದಿಕ್ಕು ತಪ್ಪಿತೆಂದು ಕಾಣುತ್ತದೆ" ಎಂದ ವಿಷ್ಣುಗುಪ್ತ.

ತನ್ನದೇ ತಪ್ಪೆನ್ನುವಂತೆ ಹೇಳಿದ ಅವನ ಮಾತಿನಿಂದ ಅಸಮಾಧಾನಗೊಂಡ ವೇದಗುಪ್ತ "ಸರಿ ಸರಿ, ಸುತ್ತಿ ಬಳಸಿ ಮಾತಾಡಿ ನನ್ನ ಸಮಯವನ್ನು ವ್ಯರ್ಥ ಮಾಡದೆ, ಬಂದ ವಿಷಯವನ್ನು ಸ್ಪಷ್ಟವಾಗಿ, ಬೇಗ ಹೇಳಿ ಮುಗಿಸಿ" ಎಂದ.

ಬೇರೆ ಯಾರಾದರೂ ಮಾತಾಡುವರೇನೋ ಎಂದು ವಿಷ್ಣುಗುಪ್ತ ಎಲ್ಲರ ಮುಖ ನೋಡಿದ. ಅವರೆಲ್ಲ ಅವನೇ ಮಾತಾಡುವಂತೆ ಸನ್ನೆ ಮಾಡಿದರು. ಅವನು ಕೇಳಿದ, "ಗುರುಕುಲದಲ್ಲಿ ಬೌದ್ಧಪೀಠವೊಂದನ್ನು ಸ್ಥಾಪಿಸುವ ಪ್ರಸ್ತಾಪ ನಿಜವೇ ?"

"ನಿಜ, ಅದಕ್ಕೆ ನಿಮ್ಮ ಅಭ್ಯಂತರವಿದೆಯೇ ?"

"ಹೌದು, ಅದಕ್ಕೆ ಕಾರಣವೂ ಇದೆ."

"ಆ ಕಾರಣವನ್ನೂ ಹೇಳಿಬಿಡಿ."

"ತಕ್ಷಶಿಲೆಯ ವಿದ್ಯಾಕೇಂದ್ರ ಇಡೀ ಆರ್ಯಾವರ್ತದಲ್ಲಿ ಮಾತ್ರವಲ್ಲದೆ ಹಲವು ಹೊರದೇಶಗಳಲ್ಲೂ ಪ್ರಖ್ಯಾತವಾಗಿದೆ. ಅದರ ಸ್ಥಾಪನೆಯ ಮೂಲ ಉದ್ದೇಶ ವೇದ, ಉಪನಿಷತ್ತು, ಪುರಾಣ ಇತ್ಯಾದಿ ಸನಾತನ ಧಾರ್ಮಿಕ ತತ್ವಗಳ ಬಗ್ಗೆ ಅಧ್ಯಯನ; ಕಾವ್ಯ, ವ್ಯಾಕರಣ, ಅಲಂಕಾರ ಶಾಸ್ತ್ರಗಳ ಅಧ್ಯಯನ; ಅದರ ಜೊತೆಯಲ್ಲೇ ಆಡಳಿತ ನಡೆಸುವ ಅಧಿಕಾರಸ್ಥರಿಗೆ ಉಪಯುಕ್ತವಾಗುವ ದಂಡನೀತಿ ಶಾಸ್ತ್ರ ಅಥವಾ ಅರ್ಥಶಾಸ್ತ್ರದ ಅಧ್ಯಯನಕ್ಕೆ ಅವಕಾಶ ಮಾಡಿಕೊಡುವುದು."

"ಅದನ್ನು ನಾನೂ ಒಪ್ಪುತ್ತೇನೆ. ಆದರೆ ಬೌದ್ಧ ಧರ್ಮದ ಪೀಠದ ವಿರುದ್ಧ ನಿಮ್ಮ ಪ್ರತಿಭಟನೆಯೇಕೆಂದು ನನಗೆ ಅರ್ಥವಾಗುತ್ತಿಲ್ಲ. ನನ್ನ ಗುರುಕುಲದ ಬಹುಶ್ರುತರಾದ

ಆಚಾರ್ಯರು ಅತ್ಯಂತ ಸಂಕುಚಿತ ಮನಸ್ಸಿನವರೆಂದು ಹೇಳಿಕೊಳ್ಳುವ ಪ್ರಸಂಗ ಬಂದರೆ ನನಗೆ ಹೆಚ್ಚಿನ ನಾಚಿಕೆಯಾಗುತ್ತದೆ. ಅವರ ತತ್ವಗಳೂ ಸರ್ವರ ಒಳಿತನ್ನೇ ಪ್ರತಿಪಾದಿಸುತ್ತಿವೆ."

"ಆ ಧರ್ಮದ ತತ್ವಗಳ ಮೂಲ ಬೇರು ಇರುವುದು ಸನಾತನ ಧರ್ಮದಲ್ಲೇ ಎಂಬ ಸತ್ಯವನ್ನು ತಾವು ಗಮನಿಸುವುದು ಒಳ್ಳೆಯದು. ನಮ್ಮ ಧರ್ಮದಲ್ಲಿ ಇಲ್ಲದ ಹೊಸ ಸಂಗತಿಗಳು ಬೌದ್ಧ ಧರ್ಮದಲ್ಲಿ ಇವೆಯೆಂದು ನನಗೆ ಅನಿಸುವುದಿಲ್ಲ. ಅಹಿಂಸೆ, ದಯೆ, ಕರುಣೆ, ಸಹಜೀವನ, ಸನ್ನಡತೆ ಇತ್ಯಾದಿಗಳನ್ನು ಪ್ರತಿಪಾದಿಸುವ ಸನಾತನ ಧರ್ಮದ ಸಾರವನ್ನೇ ತೆಗೆದುಕೊಂಡು, ಅದನ್ನೇ ದ್ರವೀಕರಿಸಿ ತಮ್ಮದೆಂದು ಹಂಚುತ್ತಿರುವ ಅಣಕುಧರ್ಮ ಅದು. ಅದಕ್ಕಿಂತ ಮುಖ್ಯವಾಗಿ, ತಮ್ಮ ಧರ್ಮಪ್ರಚಾರಕ್ಕೆ ಕುಟಿಲ ಮಾರ್ಗಗಳನ್ನು ಅನುಸರಿಸುತ್ತಿರುವ ಅವರು ನಮ್ಮ ಧರ್ಮದ ಶತ್ರುಗಳಂತೆ ವರ್ತಿಸುತ್ತಿದ್ದಾರೆ. ಅಮಾಯಕರಾದ ತರುಣರ ತಲೆ ಕೆಡಿಸಿ ಭಿಕ್ಷು ದೀಕ್ಷೆ ನೀಡುತ್ತಿದ್ದಾರೆ. ಕೈಗೆ ಬಂದ ಮಕ್ಕಳನ್ನು ಕಳೆದುಕೊಂಡ ತಂದೆತಾಯಿಗಳ ದುಃಖವನ್ನು ನಾವು ಕಡೆಗಣಿಸುವಂತಿಲ್ಲ. ಇದೇ ಗುರುಕುಲದ ವಿದ್ಯಾರ್ಥಿ ಯೋಗದತ್ತ ಬೌದ್ಧಭಿಕ್ಷುವಾದ ಸಂಗತಿ ತಮಗೆ ತಿಳಿದಿಲ್ಲವೆಂದು ಕಾಣುತ್ತದೆ."

"ಅದರಿಂದೇನಾಯಿತು? ವೈರಾಗ್ಯದ ಮನಸ್ಥಿತಿಯಿರುವ ವ್ಯಕ್ತಿ ಬೌದ್ಧಭಿಕ್ಷುವಾಗದಿದ್ದರೂ, ತನ್ನ ಧರ್ಮಾನುಸಾರವಾಗಿ ಸನ್ಯಾಸ ದೀಕ್ಷೆಯನ್ನೇ ಪಡೆಯುತ್ತಿದ್ದ."

"ನಮ್ಮ ಧರ್ಮದಲ್ಲಿ ದೀಕ್ಷೆ ಕೊಡುವ, ಪಡೆಯುವ ಮೊದಲು ಹೆತ್ತವರ ಸಮ್ಮತಿ ಪಡೆಯುವ ಪದ್ಧತಿ ಇದೆ."

"ಅವರೂ ಅದೇ ಕ್ರಮವನ್ನು ಅನುಸರಿಸುವರೆಂದು ನಾನು ಕೇಳಿ ಬಲ್ಲೆ. ಬಹುಶಃ ಯೋಗದತ್ತನೇ ಬೇಡವೆಂದಿರಬಹುದು."

"ಕುಲಪತಿಗಳು ಬೌದ್ಧ ಧರ್ಮದ ಮುಖವಾಣಿಯಂತೆ, ಅವರ ಪರವಹಿಸಿ ಮಾತಾಡುತ್ತಿರುವುದನ್ನು ನೋಡಿದರೆ..." ಪ್ರಭಂಜನ ರಾಗ ಎಳೆದ.

"ಹಾಗೇ ತಿಳಿದುಕೊಳ್ಳಿ. ಆದರೆ ನಾನು ಯಾವ ಧರ್ಮದ ಮುಖವಾಣಿಯೂ ಅಲ್ಲ. ನಾನು ಗುರುಕುಲದ ಮುಖವಾಣಿ. ನಾಳೆ ಬೌದ್ಧ ಪೀಠ ಆರಂಭವಾದ ಮೇಲೆ, ಅದಕ್ಕೆ ಸಂಬಂಧಿಸಿದ ಅಧ್ಯಾಪಕರೂ, ವಿದ್ಯಾರ್ಥಿಗಳೂ ನಮ್ಮವರೇ ಆಗುವರಲ್ಲವೇ?"

"ಅಷ್ಟೇ ಅಲ್ಲ" ವಿಷ್ಣುಗುಪ್ತ ಹೇಳಿದ, "ಕಾಲಕ್ರಮದಲ್ಲಿ ತಕ್ಷಶಿಲೆಯ ವಿದ್ಯಾಕೇಂದ್ರ ಸಂಪೂರ್ಣವಾಗಿ ಬೌದ್ಧ ವಿದ್ಯಾಕೇಂದ್ರವೇ ಆದರೂ ಆಶ್ಚರ್ಯಪಡಬೇಕಾಗಿಲ್ಲ."

"ನಿಮ್ಮದು ವೃಥಾ ಆರೋಪವೆಂದು ನನ್ನ ಭಾವನೆ."

"ನಮ್ಮ ಆರೋಪ ಸಕಾರಣವಾಗಿದೆಯೆಂದು ನಮ್ಮ ಭಾವನೆ."

"ಸ್ವತಃ ಯುವರಾಜ ಅಂಭೀಕನೇ ಇದರಲ್ಲಿ ಹೆಚ್ಚಿನ ಆಸಕ್ತಿ ವಹಿಸುತ್ತಿರುವಾಗ ನೀವಿರಲಿ, ನಾನು ಪ್ರತಿಭಟಿಸಿದರೂ ಪ್ರಯೋಜನವಾಗುವುದಿಲ್ಲ."

"ಅಲ್ಲ, ರಾಜರಿಗೇಕೆ ಬೌದ್ಧ ಧರ್ಮದಲ್ಲಿ ಹೆಚ್ಚಿನ ಆಸಕ್ತಿ?" ಕಾತ್ಯಾಯನ ಕೇಳಿದ.

"ಬಹುಶಃ ತಾವೂ ಬೌದ್ಧಧರ್ಮಕ್ಕೆ ಸೇರಿಕೊಳ್ಳುವ ಆಲೋಚನೆ ಮಾಡಿರಬಹುದು" ಎಂದ ನಾಗದತ್ತ.

ಅದಕ್ಕೆ ಕಾತ್ಯಾಯನ ಹೇಳಿದ, "ಆ ಬೌದ್ಧ ಗುರು ಬಹಳ ಬುದ್ಧಿವಂತ, ರಾಜಾಶ್ರಯ ದೊರಕಿಬಿಟ್ಟರೆ ತಮ್ಮ ಧರ್ಮದ ಪ್ರಗತಿಗೆ ಇತರರ ಅಡ್ಡಿಯನ್ನು ಲೆಕ್ಕಿಸದೆ ನಡೆಯಬಹುದೆಂದು ಯೋಚನೆ ಮಾಡಿರುತ್ತಾನೆ."

"ತಂದೆಯಂತೆ ಮಗ" ಎಂದ ವಿಷ್ಣುಗುಪ್ತ.

"ವಿಷ್ಣುಗುಪ್ತ!" ವೇದಗುಪ್ತ ಕೋಪದಿಂದ ಕಣ್ಣರಳಿಸಿದ.

"ಅಪ್ರಿಯವಾದರೂ ಸತ್ಯವನ್ನು ನಿರ್ಭಯವಾಗಿ ಹೇಳುವುದು ನಾನು ನನ್ನ ತಂದೆಯಿಂದ ಕಲಿತ ಪಾಠ. ಆಂಭೀಕನ ತಂದೆ ವೈವಸ್ವತ ಅಂದು, ಕುಲಪತಿಯಾಗುವ ಸರ್ವ ಅರ್ಹತೆಯನ್ನೂ ಉಳ್ಳ ನನ್ನ ತಂದೆಯನ್ನು ಸಂಪೂರ್ಣವಾಗಿ ಕಡೆಗಣಿಸಿ ತನಗೆ ಬೇಕಾದ ಒಬ್ಬ ಅನರ್ಹನನ್ನು ಕುಲಪತಿಯ ಸ್ಥಾನದಲ್ಲಿ ಕೂಡಿಸಿದ."

"ನಾಡನ್ನಾಳುವ ರಾಜ, ಜೊತೆಗೆ ವಿದ್ಯಾಕೇಂದ್ರದ ಅಗತ್ಯಗಳನ್ನೆಲ್ಲ ಪೂರೈಸುವ ಅವರಿಗೆ ಕುಲಪತಿಯನ್ನು ನೇಮಿಸುವ ಅಧಿಕಾರವೂ ಇರಬಾರದೆ?"

"ಇರಬೇಕು, ಆದರೆ ವಿದ್ಯಾಕೇಂದ್ರ ಒಂದು ಸರ್ವಸ್ವತಂತ್ರವಾದ ಘಟಕ. ರಾಜ ತನ್ನ ವೈಯಕ್ತಿಕ ಹಿತಾಸಕ್ತಿಯಿಂದ ಅನರ್ಹನನ್ನು ಮುಖ್ಯಸ್ಥಾನದಲ್ಲಿ ಕೂಡಿಸಿದರೆ ಅದರ ಪಾವಿತ್ರ್ಯದ ಗತಿಯೇನಾಗಬೇಕು? ಇಲ್ಲಿ ಕಲಿತ ವಿದ್ಯಾರ್ಥಿಗಳು ಎಷ್ಟರಮಟ್ಟಿಗೆ ಸಮಾಜಕ್ಕೆ ಉಪಕಾರಿಗಳಾದಾರು? ಬದಲಿಗೆ ಅವರು ಸ್ವಾರ್ಥಪರರಾಗಿ ಸಮಾಜ ಕಂಟಕರಾದರೆ ಆಶ್ಚರ್ಯ ಪಡಬೇಕಾಗಿಲ್ಲ."

ಈಗ ವೇದಗುಪ್ತ ನಿಜವಾಗಲೂ ಕೆರಳಿದ. ತಾನು ಕುಲಪತಿಯೆಂಬುದನ್ನೂ ಲೆಕ್ಕಿಸದೆ ಹೀಗೆ ಮಾತಾಡುವುದು ಉದ್ಧಟತನವೆಂದು ಭಾವಿಸಿ ಅವನು ಹೇಳಿದ, "ಆಚಾರ್ಯ ವಿಷ್ಣುಗುಪ್ತರೇ, ಕುಲಪತಿಯ ಸ್ಥಾನಕ್ಕೆ ಗೌರವ ಕೊಡುವುದನ್ನೇ ಅರಿಯದ ನಿಮ್ಮಂಥ ಅಧ್ಯಾಪಕರಿಂದಲೇ ಗುರುಕುಲಕ್ಕೆ ಅಪಖ್ಯಾತಿ ಬರುತ್ತದೆ ಎಂದು ಹೇಳಬಹುದಲ್ಲವೇ?"

ವಿಷ್ಣುಗುಪ್ತ ಜೋರಾಗಿ ನಕ್ಕ. "ವೇದಗುಪ್ತರೇ, ಕುಲಪತಿಯ ಸ್ಥಾನಕ್ಕೆ ಗೌರವ ಕೊಡಬೇಕು, ನಿಜ. ಆದರೆ ಆ ಸ್ಥಾನದಲ್ಲಿ ಕುಳಿತ ಅನರ್ಹನಿಗೆ ಗೌರವ ಕೊಡಬಹುದೇ? ಅದು ಕೆಟ್ಟ ಸಂಪ್ರದಾಯವಲ್ಲವೇ?"

"ನನ್ನನ್ನು ಹೆಸರು ಹಿಡಿದು ಮಾತಾಡುತ್ತಿರುವ ನಿಮ್ಮಲ್ಲಿ ಏನೋ ದುರುದ್ದೇಶವಿರುವಂತೆ ಕಾಣುತ್ತಿದೆ."

ವಿಷ್ಣುಗುಪ್ತನಿಗೆ ವಿಪರೀತ ಕೋಪ ಬಂದು ಹೇಳಿದ, "ವೇದಗುಪ್ತರೇ, ಎಂದು ಬಹುವಚನ ಪ್ರಯೋಗಿಸುತ್ತಿರುವುದರಿಂದ, ನಾನು ಇನ್ನೂ ಸಭ್ಯತೆಯ ಸೀಮೆಯನ್ನು ದಾಟಿಲ್ಲವೆಂದು ಸಂತೋಷಪಡಿ. ಇಲ್ಲವಾದರೆ ನನ್ನಂಥ ವಿದ್ವಾಂಸನಿಂದ ಏಕವಚನದಿಂದ ಕರೆಸಿಕೊಳ್ಳುವ ಯೋಗ್ಯತೆಯೂ ನಿಮ್ಮಲ್ಲಿಲ್ಲ."

"ಏನು? ಏನೆಂದಿರಿ? ನನ್ನ ಯೋಗ್ಯತೆಯನ್ನು ಅಳೆಯುತ್ತಿರುವಿರಾ?"

"ಹೌದು, ಆದರೆ ಅಳೆಯಲು ಅಲ್ಲೇನಿದೆ? ಅಧ್ಯಾಪಕನಾಗಿ ಕಿಂಚಿತ್ತೂ ಯಶಸ್ವಿಯಾಗದವನು, ರಾಜನ ಬೆಂಬಲದಿಂದ ಕುಲಪತಿಯಾಗಿಬಿಟ್ಟರೆ ಇಲ್ಲದ ಯೋಗ್ಯತೆ ಎಲ್ಲಿಂದ ಬರುತ್ತದೆ? ಹಾಗೆ ಬರುವಂತಿದ್ದರೆ ಒಂದು ಕುರಿಯನ್ನೋ, ಮೇಕೆಯನ್ನೋ ಆ ಸ್ಥಾನದಲ್ಲಿ ಕೂಡಿಸಿಬಿಡಬಹುದಾಗಿತ್ತು. ಮೆದುಳಿನಲ್ಲಿ ತಿರುಳಿಲ್ಲದಿದ್ದರೂ ಸ್ಥಾನಬಲದಿಂದ ಅವೂ ನಿಮ್ಮ ಹಾಗೆ ವೈಭವದಿಂದ ಬದುಕುತ್ತಿದ್ದವು."

"ವಿಷ್ಣುಗುಪ್ತಾ!" ವೇದಗುಪ್ತ ಕೋಪದಿಂದ ಉಗ್ರನಾಗಿ ಮೇಲೆದ್ದ. "ಬಾಯಿ ಮುಚ್ಚು ನನ್ನೆದುರಿನಲ್ಲಿ ನನ್ನನ್ನೇ ಅವಹೇಳನ ಮಾಡಲು ನಿನಗೆಷ್ಟು ಧೈರ್ಯ!"

ಇತರ ಅಧ್ಯಾಪಕರು ಭಯದಿಂದ ಎದ್ದು ನಿಂತರು. ಸಂದರ್ಭ ಹೀಗೆ ತಿರುಗುವುದೆಂದು

ಅವರಾರೂ ನಿರೀಕ್ಷಿಸಿರಲಿಲ್ಲ. "ವಿಷ್ಣುಗುಪ್ತ, ಬಾ ಈಗ ಹೋಗೋಣ, ಆಮೇಲೆ ನೋಡಿ ಕೊಳ್ಳೋಣ" ಎಂದು ಕಾತ್ಯಾಯನ ಅವನ ಕೈಹಿಡಿದ.

ಅವನ ಕೈ ಕೊಡವಿಕೊಂಡು ವಿಷ್ಣುಗುಪ್ತ ಹೇಳಿದ, "ಕಾತ್ಯಾಯನ, ನಾನು ಭೂತ ಕಾಲವನ್ನು ನೆನೆಯುವುದಿಲ್ಲ, ಭವಿಷ್ಯತ್ತಿನ ಕನಸಿನ ಮೇಲೆ ವರ್ತಮಾನವನ್ನು ಕಟ್ಟುವುದರಲ್ಲಿ ನಂಬಿಕೆಯಿರುವವನು ನಾನು. ವರ್ತಮಾನದ ಕತ್ತಲೆಗೆ ದೀಪ ಹಚ್ಚಲು ಪ್ರಯತ್ನಪಡದವನು ಭವಿಷ್ಯತ್ತಿನ ಬೆಳಕನ್ನು ನೋಡಲಾರ."

"ನಿನ್ನ ಈ ಉದ್ಧಟತನದ ಪರಿಣಾಮ ಒಳ್ಳೆಯದಾಗುವುದಿಲ್ಲ ವಿಷ್ಣುಗುಪ್ತ" ವೇದಗುಪ್ತ ಅರಚಿದ.

"ಪರಿಣಾಮ ಕೆಟ್ಟದ್ದಾಗುವುದೆಂದು ಹೆದರಿ ಒಳ್ಳೆಯ ಪ್ರಯತ್ನವನ್ನೇ ಮಾಡಲು ಹಿಂಜರಿಯುವವನು ಪರಮ ಹೇಡಿ."

"ರಾಜನಿಗೆ ನಿನ್ನ ಮೇಲೆ ದೂರು ಹೇಳಿ ತಕ್ಕದ್ದು ಮಾಡಿಸುತ್ತೇನೆ. ಗುರುಕುಲದಿಂದಲೇ ನಿನ್ನನ್ನು ಓಡಿಸುತ್ತೇನೆ."

"ನಿನ್ನಂಥ ಅಲ್ಪನ ಅಧಿಕಾರದಲ್ಲಿ ಇಷ್ಟು ದಿನ ನಾನು ಇಲ್ಲಿ ಅಧ್ಯಾಪಕನಾಗಿ ಇದ್ದದ್ದೇ ದೊಡ್ಡ ಅಪರಾಧ. ಆದರಿಂದ ಬಿಡುಗಡೆ ದೊರೆಯುವುದಾದರೆ ಅದಕ್ಕಿಂತ ಮಿಗಿಲಾದ ಸಂತೋಷ ಬೇರೆ ಯಾವುದಿದೆ?"

ತನ್ನ ಯಾವ ಮಾತಿಗೂ ಸೋಲದೆ ನಿಷ್ಠುರವಾಗಿಯೇ ಮಾತಾಡುತ್ತಿರುವ ವಿಷ್ಣುಗುಪ್ತನಿಂದ ಇನ್ನೂ ತೇಜೋವಧೆ ಮಾಡಿಸಿಕೊಳ್ಳಲು ಇಷ್ಟವಿಲ್ಲದೆ, ಅವನು ತನ್ನ ಕೋಣೆಯಿಂದ ತೊಲಗಿಹೋದರೆ ಸಾಕೆಂದು "ಯಾರಲ್ಲಿ ?" ಎಂದು ವೇದಗುಪ್ತ ಸೇವಕರನ್ನು ಜೋರಾಗಿ ಕೂಗಿದ. ಬಾಗಿಲಲ್ಲಿದ್ದ ಸೇವಕರು ಒಳಬಂದು ಹುಚ್ಚನಂತೆ ಕಾಣುತ್ತಿದ್ದ ಅವನನ್ನು ಕಂಡು ಅವಾಕ್ಕಾಗಿ ನಿಂತುಬಿಟ್ಟರು.

"ವೇದಗುಪ್ತ" ವಿಷ್ಣುಗುಪ್ತ ನಗುತ್ತಾ ಹೇಳಿದ, "ನೀನು ರಾಜನೂ ಅಲ್ಲ, ಈ ಸೇವಕರು ಸೈನಿಕರೂ ಅಲ್ಲ, ನಾವು ಕೆಟ್ಟ ಕೆಲಸ ಮಾಡಿದ ಅಪರಾಧಿಗಳೂ ಅಲ್ಲ, ನಮಗೆ ನಿನ್ನ ವಿಕಾರ ಮುಖವನ್ನು ನೋಡುತ್ತ ಕೂಡುವ ಅಪೇಕ್ಷೆಯೂ ಇಲ್ಲ, ನಮ್ಮನ್ನು ಹೊರಗೆ ಕಳಿಸುವಂತೆ ಹೇಳಿ ಈ ಬಡಪಾಯಿ ಸೇವಕರನ್ನು ಸಂದಿಗ್ಧಕ್ಕೆ ಸಿಲುಕಿಸಬೇಡ, ನಾವೇ ಹೋಗುತ್ತೇವೆ."

ಎಲ್ಲ ಅಲ್ಲಿಂದ ಹೊರಬಂದರು. ವೇದಗುಪ್ತ ಏದುಸಿರು ಬಿಡುತ್ತ, ಕೈಗಳನ್ನು ಹಿಸುಕಿಕೊಳ್ಳುತ್ತ ಪೀಠದ ಮೇಲೆ ದೊಪ್ಪನೆ ಕುಳಿತ. ಸೇವಕರು ಏನೂ ಅರ್ಥವಾಗದೆ ಹೊರಗೆ ಬಂದುಬಿಟ್ಟರು.

## ೪

ಸೂರ್ಯಾಸ್ತವಾಗುವ ವೇಳೆಗೆ ವಿಷ್ಣುಗುಪ್ತ ನಗರದಿಂದ ಬಹಳ ದೂರ ನಡೆದು ಬಂದುಬಿಟ್ಟಿದ್ದ. ತನ್ನ ಆಲೋಚನೆಗಳ ಗುಂಗಿನಲ್ಲಿ ಕಾಲುಗಳ ನೋವು ಗಮನಕ್ಕೇ ಬಂದಿರಲಿಲ್ಲ. ಎದುರಿನಿಂದ ಬರುತ್ತಿದ್ದ ಎತ್ತಿನ ಬಂಡಿಯಾತ "ಸ್ವಾಮಿ ಗಮನವೆಲ್ಲಿದೆ? ಸ್ವಲ್ಪ ಪಕ್ಕಕ್ಕೆ ಸರಿಯಿರಿ" ಎಂದು ಜೋರಾಗಿ ಕೂಗಿಕೊಂಡಾಗ ಬೆಚ್ಚಿದ ಅವನು ಕಡೆಯ ಕ್ಷಣದಲ್ಲಿ ಪಕ್ಕಕ್ಕೆ ಜಿಗಿದ. ಇಲ್ಲವಾದರೆ ಬಂಡಿಯ ಮೇಲೆ ಹೇರಿದ್ದ ಬಿದಿರಿನ ಹೊರೆಗಳಲ್ಲಿ ಹೊರಚಾಚಿಕೊಂಡಿದ್ದ ಕೆಲವು ಅವನಿಗೆ ತಾಗುತ್ತಿದ್ದವು.

ಬಂಡಿ ಮುಂದೆ ಸಾಗಿಹೋದ ಮೇಲೆ ದಾರಿಯ ಪಕ್ಕದಲ್ಲೇ ಹತ್ತು ಹೆಜ್ಜೆ ದೂರದಲ್ಲಿದ್ದ ಒಂದು ದೊಡ್ಡ ಬಂಡೆಯ ಮೇಲೆ ಕುಳಿತು, ತನ್ನ ಪರಧ್ಯಾನತೆಯನ್ನು ನೆನೆದು ಜೋರಾಗಿ ನಕ್ಕುಬಿಟ್ಟ. ಆಗ ಕಾಲುಗಳ ನೋವು, ನಾನೂ ಇದ್ದೇನೆ ಎಂದು ನೆನಪು ಮಾಡಿಕೊಟ್ಟಿತು. ತನ್ನ ಕೈಗಳಿಂದ ಮೆಲ್ಲಗೆ ಕಾಲುಗಳನ್ನು ನೀವಿಕೊಂಡ. 'ಮನಸ್ಸಿನ ಶಕ್ತಿ ಎಷ್ಟೇ ಅಗಾಧವಾಗಿದ್ದರೂ, ದೈಹಿಕ ಶಕ್ತಿಗೆ ಒಂದು ಮಿತಿ ಇದ್ದೇ ಇರುತ್ತದೆ' ಎಂದುಕೊಂಡ.

'ಆದರೆ ದೈಹಿಕ ಶಕ್ತಿಯ ಅವಲಂಬನವಿಲ್ಲದೆ ಮನಸ್ಸಿನ ಶಕ್ತಿಯನ್ನು ಬಳಸಲು ಸಾಧ್ಯವೇ ಇಲ್ಲ. ಆಲೋಚಿಸುವ ಬುದ್ಧಿ, ನುಡಿಯುವ ಮಾತುಗಳು ಮತ್ತು ಆಚರಿಸುವ ಕ್ರಿಯೆಗಳಿಗೆ ದೇಹವೇ ಮೂಲಾಧಾರ. ಅದಕ್ಕಾಗಿಯಾದರೂ ದೇಹವನ್ನು ಸುಸ್ಥಿತಿಯಲ್ಲಿರಿಸಿಕೊಳ್ಳಲೇಬೇಕು. ಆದರೆ ಬಹುಜನರು ಮಾಡುವುದೇನು? ಕೇವಲ ದೈಹಿಕ ಸುಖಗಳ ಪೂರೈಕೆಯಲ್ಲೇ ಮುಳುಗಿ ತಮ್ಮ ಮನಸ್ಸಿನ ಶಕ್ತಿಯನ್ನು ಕುಗ್ಗಿಸಿಕೊಳ್ಳುತ್ತಾರೆ. ಉದಾಹರಣೆಗೆ ಕುಲಪತಿ ವೇದಗುಪ್ತ, ವಿಫಲ ಅಧ್ಯಾಪಕ, ಅವನು ಸಫಲ ಕುಲಪತಿಯಾಗುವುದು ಹೇಗೆ ಸಾಧ್ಯ?

'ಆಗಬಹುದಾಗಿತ್ತು, ಅಧ್ಯಾಪಕನಾಗಿದ್ದಾಗಲೇ ತನ್ನ ದೌರ್ಬಲ್ಯಗಳನ್ನು ಅರಿತು ಶ್ರದ್ಧೆಯಿಂದ ಪ್ರಯತ್ನಿಸಿದ್ದರೆ ಅವನ ಪಾಂಡಿತ್ಯ ಪ್ರೌಢವಾಗುತ್ತಿತ್ತು ಅಥವಾ ವಕ್ರಮಾರ್ಗದಿಂದಲೇ ಅವನು ಕುಲಪತಿ ಸ್ಥಾನವನ್ನು ಆಕ್ರಮಿಸಿಕೊಂಡ ಮೇಲಾದರೂ ತನ್ನ ಅನರ್ಹತೆಯನ್ನು ಅರ್ಹತೆಯನ್ನಾಗಿ ಪರಿವರ್ತಿಸಿಕೊಳ್ಳಬಹುದಾಗಿತ್ತು. ಆದರೆ ಅವನು ಅಧಿಕಾರದ ಬೆಂಬಲದಿಂದ ದೊರಕುವ ಸುಖಗಳಿಗೆ ದಾಸನಾದ. ನಾಳೆ ನಾಳಿದ್ದರಲ್ಲಿ ಸತ್ತುಬಿಡುವ ವ್ಯಕ್ತಿಯಂತೆ, ಅಷ್ಟರಲ್ಲಿ ಎಲ್ಲ ಸುಖಗಳನ್ನೂ ಅನುಭವಿಸಿ ಮುಗಿಸುವ ಆತುರವುಂಟಾಯಿತು. ಅಧ್ಯಾಪಕನಾಗುವಾಗ ಇದ್ದ ಅಲ್ಪ ಪಾಂಡಿತ್ಯವೇ ಹೆಚ್ಚಾಗದೆ ಉಳಿಯಿತು.

'ಅರ್ಹಣಾಭಾವವಿಲ್ಲದ ವ್ಯಕ್ತಿ ಯಶಸ್ವೀ ಅಧ್ಯಾಪಕನೂ ಆಗಲಾರ, ಯಶಸ್ವೀ ಕುಲಪತಿಯೂ ಆಗಲಾರ. ಇಬ್ಬರು ಅಯೋಗ್ಯ ಕುಲಪತಿಗಳ ಕಾಲದಲ್ಲಿ ಹಲವಾರು ವರ್ಷಗಳ ಗುರುಕುಲದ ಖ್ಯಾತಿ ಸಾಕಷ್ಟು ನಾಶವಾಗಿಹೋಯಿತು. ಅದಕ್ಕೆ ತಕ್ಕಂತೆ ರಾಜ. ಹೌದು, ಇದರ ಮೂಲ ಇರುವುದು ರಾಜನಲ್ಲೇ. ರಾಜ ಸರಿಯಾಗಿದ್ದಿದ್ದರೆ, ನೀತಿ ಮತ್ತು ಧರ್ಮನಿಷ್ಠೆಗಳು ಅವನಲ್ಲಿದ್ದಿದ್ದರೆ, ಇಂಥ ಅವ್ಯವಸ್ಥೆಗಳಿಗೆ ಅವಕಾಶವಾಗುತ್ತಿರಲಿಲ್ಲ. ರಾಜತ್ವ ಕೇವಲ ಅಧಿಕಾರ ಪ್ರಯೋಗಿಸಲು, ಆ ಮೂಲಕ ತಮ್ಮ ಅಹಂಕಾರ ಪ್ರದರ್ಶಿಸಲು ಮಾತ್ರವೇ, ಎಂಬ ತಪ್ಪು ಭಾವನೆಯಿಂದ ವೈವಸ್ವತ ಮತ್ತು ಆಂಭೀಕ ನಡೆದುಕೊಳ್ಳುತ್ತಿದ್ದಾರೆ. ಅವರೇ ಏನು, ಇಡೀ ಆರ್ಯಾವರ್ತದ ಪುಡಿರಾಜರು, ಜನಪದಗಳ ನಾಯಕರೂ ಇದೇ ಧೋರಣೆಯಲ್ಲೇ ವರ್ತಿಸುತ್ತಿದ್ದಾರೆ. ಆದರೆ ಆ ಅಧಿಕಾರ ಸಮಾಜದ ಸೇವೆ ಮಾಡಲು, ಆ ಮೂಲಕ ಮಾತೃಭೂಮಿಯ ಋಣ ಸಲ್ಲಿಸಲು ಇರುವ ಒಂದು ಹೊಣೆಗಾರಿಕೆಯ ಸ್ಥಾನವೆಂಬುದು ಎಲ್ಲರಿಗೂ ಮರೆತುಹೋಗಿದೆ.

'ಧರ್ಮದ ಬೇರುಗಳನ್ನು ಮರೆತರೆ ಇನ್ನೇನಾಗುತ್ತದೆ. ಬೇರು ಭದ್ರವಿಲ್ಲದ ಮರಗಳು ಎಷ್ಟು ಕಾಲ ಬಾಳಿಯಾವು! ಆದರೆ ಅಷ್ಟರಲ್ಲಿ ಅವು ಇಡೀ ಸಮಾಜ ವ್ಯವಸ್ಥೆಯನ್ನೇ ಕದಡಿ ಬಿಡುತ್ತವಲ್ಲ! ಇಲ್ಲ, ಏನಾದರೂ ಮಾಡಬೇಕು. ಪಾಟಲೀಪುತ್ರದ ಸ್ಥಿತಿಯೂ ತಂದೆಯವರು ಹೇಳಿದ್ದನ್ನು ಕೇಳಿದರೆ, ಇದಕ್ಕಿಂತ ಭಿನ್ನವಾಗಿಯೇನೂ ಕಾಣುವುದಿಲ್ಲ. ಹಾಗೆ ನೋಡಿದರೆ, ಸಾಮ್ರಾಜ್ಯವೆನ್ನಿಸಿಕೊಳ್ಳಲು ಯೋಗ್ಯವಾದ ವ್ಯಾಪ್ತಿ ಮತ್ತು ಸಂಪನ್ಮೂಲಗಳಿಂದ ಸಮೃದ್ಧವಾದ ಮಗಧಕ್ಕೆ ಧನನಂದನೇ ಶಾಪವಾಗಿರುವಂತೆ ಕಾಣುತ್ತಿದೆ. ಆ ದಿನ ತಂದೆಯವರೊಂದಿಗೆ

ಮಾತನಾಡುವಾಗ ನಂದನ ಹೀನ ಕುಲವನ್ನು ಎತ್ತಿ ಆಡಿದ್ದೆ. ಆದರೆ ನನ್ನಂಥ ವಿದ್ಯಾವಂತ, ಸುಸಂಸ್ಕೃತ ಹಾಗೆ ಹುಟ್ಟಿನ ಬಗ್ಗೆ ಎತ್ತಿ ಆಡಿದ್ದು ನ್ಯಾಯವೇ? ಎಂದು ಆಮೇಲೆ ನನಗೆ ನಾಚಿಕೆಯೆನ್ನಿಸಿತ್ತು. ಚಾತುರ್ವರ್ಣವನ್ನು ಬೆಂಬಲಿಸುವ ಆತುರದಲ್ಲಿ ನಾನು ಆಡಿದ ಮಾತುಗಳು ಸರಿಯಾದುವಲ್ಲ ಎಂಬ ಭಾವನೆ ಬಂದಿತ್ತು.

'ಹುಟ್ಟಿನಿಂದ ಜಾತಿಯನ್ನು ನಿರ್ಣಯಿಸಬಹುದೇ ಹೊರತು, ವರ್ಣವನ್ನಲ್ಲ ಎಂಬುದು ನನಗೆ ಗೊತ್ತು. ಜಾತಿ, ಸಹಜವಾಗಿ ಗುರುತಿಸಲು ಒಂದು ವರ್ಣದ ಗುಂಪಿಗೆ ಸೇರುವುದೂ ಅಷ್ಟೇ ನಿಜ. ಅಲ್ಲದೆ, ವ್ಯಕ್ತಿ ಜನ್ಮದ ಸಂಸ್ಕಾರವಿಲ್ಲದಿದ್ದರೂ, ಶ್ರದ್ಧೆಯಿಂದ ಪ್ರಯತ್ನ ಪೂರ್ವಕವಾಗಿ ಬೇರೊಂದು ವರ್ಣದ ಗುಣಧರ್ಮಗಳನ್ನು ರೂಢಿಸಿಕೊಳ್ಳಬಹುದೆಂಬುದಕ್ಕೆ ನಮ್ಮ ಋಷಿಗಳ ಉದಾಹರಣೆಗಳೇ ಇವೆ. ಕ್ಷತ್ರಿಯನಾದ ವಿಶ್ವಾಮಿತ್ರ ಬ್ರಹ್ಮರ್ಷಿ ಎನ್ನಿಸಿಕೊಳ್ಳಬೇಕಾದರೆ ಅವನು ಸಾಗಿದ ಸಾಧನೆಯ ದಾರಿ ಎಷ್ಟು ಕಠಿಣವೋ, ಅಷ್ಟೇ ರೋಚಕವೂ ಆಗಿದೆ. ಆ ನಂದ ಅಂಥ ಪ್ರಯತ್ನವನ್ನು ಏಕೆ ಮಾಡಲಿಲ್ಲ ? ಹಾಗಾಗಿದ್ದರೆ ಆರ್ಯಾವರ್ತದ ಇತಿಹಾಸದಲ್ಲಿ ಮಗಧ ಸಾಮ್ರಾಜ್ಯ ಬಹುಶಃ ಒಂದು ಉಜ್ವಲ ಅಧ್ಯಾಯವಾಗುತ್ತಿತ್ತು. ಖಡ್ಗ ಹಿಡಿದು ಪ್ರಯೋಗಿಸುವ ಸಾಮರ್ಥ್ಯ ಎಲ್ಲರಲ್ಲೂ ಇರಬಹುದು. ಆದರೆ ಎಲ್ಲಿ ಹೇಗೆ ಮತ್ತು ಎಷ್ಟು ಪ್ರಯೋಗಿಸಬೇಕೆಂಬ ಅರಿವಿದ್ದವನನ್ನು ಮಾತ್ರ ಕ್ಷತ್ರಿಯನೆಂದು ಕರೆಯುವಂತೆ, ಬುದ್ಧಿ ಮತ್ತು ಜ್ಞಾನದ ಆಯುಧವನ್ನು ಸೂಕ್ತ ರೀತಿಯಲ್ಲಿ ಬಳಸಬಲ್ಲಾತನನ್ನು ಬ್ರಾಹ್ಮಣನೆಂದು ಕರೆಯಬಹುದೇನೋ!'

ವೇದಗುಪ್ತನ ಕೋಣೆಯಲ್ಲಿ ನಡೆದ ಮಾತುಕತೆಯ ಚಿತ್ರ ವಿವರವಾಗಿ ನೆನಪಿನಲ್ಲಿ ಸುಳಿಯತೊಡಗಿತು. ಕೋಪದಿಂದ ಕೆರಳಿ ಹುಚ್ಚನಂತೆ ಕೂಗಾಡಿದ ಅವನ ನೆನಪಿನಿಂದ ನಗು ಬಂತು. ಸಹ ಅಧ್ಯಾಪಕರ ಬೆದರಿದ ಮುಖಗಳೂ ನೆನಪಾದವು. ಬಹುಶಃ ಇಂದೇ ಅವನು ಅರಮನೆಗೆ ಹೋಗಿ ಆಂಭೀಕನ ಬಳಿ ತನ್ನ ಮೇಲೆ ದೂರು ಹೇಳಿರುವನೆಂದುಕೊಂಡ. ಅಂದರೆ ನಾಳೆಯೇ ತನಗೆ ಅರಮನೆಯಿಂದ ಕರೆ ಬರುವುದು ಅವನ ಮನಸ್ಸಿನಲ್ಲಿ ಖಚಿತವಾಗಿತ್ತು. "ನಾವೆಲ್ಲ ನಿನ್ನ ಜೊತೆಗಿದ್ದೇವೆ" ಎಂದು ಸಹ ಅಧ್ಯಾಪಕರು ಹೇಳಿದರೂ, ಎಷ್ಟು ಜನ ಕಡೆಯಲ್ಲಿ ತನ್ನ ಜೊತೆ ಉಳಿಯುವರೆಂಬ ಬಗ್ಗೆ ಅವನಿಗೆ ಸಂಶಯವಿತ್ತು.

ಬಹುಶಃ ಇದರ ಪರಿಣಾಮವಾಗಿ ತಾನೂ ಗುರುಕುಲವನ್ನು ಬಿಡುವ ಪ್ರಸಂಗ ಬರಬಹುದೆನ್ನಿಸಿತು. ಗುರುಕುಲವನ್ನು ಬಿಟ್ಟ ನಂತರ ತಕ್ಷಶಿಲೆಯಲ್ಲಿದ್ದು ಏನು ಮಾಡುವುದು? ಎಂದುಕೊಂಡಾಗ ಹೃದಯ ತುಸು ಭಾರವಾಯಿತು. 'ಇಲ್ಲೇ ಹುಟ್ಟಿ ಬೆಳೆದೆ, ಬಾಲ್ಯದಿಂದ ಪ್ರೌಢನಾಗುವವರೆಗೂ ಇಲ್ಲಿಯ ಕಲ್ಲು ಮಣ್ಣು ನೀರು ಗಾಳಿ, ವ್ಯಕ್ತಿಗಳು, ಎಲ್ಲದರೊಂದಿಗೆ ಒಂದು ಬಗೆಯ ಅವಿನಾಭಾವ ಬೆಳೆದುಬಿಟ್ಟಿದೆ. ಮೊದಮೊದಲು ಸ್ವಲ್ಪ ಕಷ್ಟವಾಗಬಹುದು. ನನಗಿಂತ ಹೆಚ್ಚು ವರುಷ ಇಲ್ಲಿ ಬಾಳಿ ಬದುಕಿದ ತಂದೆ ಚಣಕರೇ ಅಂಥ ನಿರ್ಧಾರ ಮಾಡಿದರಲ್ಲವೇ ? ಹೌದು, ಸ್ವಾಭಿಮಾನಕ್ಕಾಗಿ ಈ ಭಾವನಾತ್ಮಕ ಸಂಬಂಧವನ್ನು ಕಿತ್ತೊಗೆಯಬೇಕು. ಭಾವುಕತೆ ಹೃದಯವನ್ನು ಕರಗಿಸಿ ಬುದ್ಧಿಶಕ್ತಿಯನ್ನು ಕುಂಠಿತಗೊಳಿಸುತ್ತದೆ. ನಾನು ಅಂದುಕೊಂಡ ದಾರಿಯಲ್ಲಿ ನಡೆಯಬೇಕಾದರೆ ಅಗತ್ಯವಾದದ್ದು ಧೀರ ನಿರ್ಧಾರಕ್ಕೆ ಸಹಕರಿಸಬಲ್ಲ ಬುದ್ಧಿಶಕ್ತಿಯೇ ಹೊರತು, ಕರಗಿ ಕಣ್ಣೀರು ತರಿಸಬಲ್ಲ ಭಾವುಕತೆಯಲ್ಲ. ತಕ್ಷಶಿಲೆ ನನ್ನ ಊರು ಎಂಬ ಅಲ್ಪ ಸೀಮೆಯನ್ನು ದಾಟಿ, ಇಡೀ ಆರ್ಯಾವರ್ತವೇ ನನ್ನದು ಎಂಬ ವಿಶಾಲವ್ಯಾಪ್ತಿಯಲ್ಲಿ ನನ್ನ ರಾಷ್ಟ್ರಭಕ್ತಿ ಸಫಲವಾಗಬೇಕು.'

ತನ್ನ ಈ ನಿರ್ಧಾರಕ್ಕೆ ತಂದೆ ಏನನ್ನುವರೋ ಎಂದುಕೊಂಡ. ಅವರ ಸಲಹೆ ತೆಗೆದುಕೊಂಡು ನಿರ್ಧಾರಮಾಡುವ ವ್ಯವಧಾನವಂತೂ ಇರಲಿಲ್ಲ, ಬಹುಶಃ ಅವರು ಆಕ್ಷೇಪಿಸುವುದರ ಬದಲು ಸಂತೋಷವನ್ನೇ ಪಡಬಹುದೆನ್ನಿಸಿತು. ಅಥವಾ ಪಾಟಲಿಪುತ್ರಕ್ಕೇ ಹೋಗಿಬಿಡಲೇ, ಎಂದು ಒಂದು ಕ್ಷಣ ಅನ್ನಿಸಿತು. ಆದರೆ ಮರುಕ್ಷಣವೇ ಬೇಡವೆಂದುಕೊಂಡ. 'ಹೊಟ್ಟೆಪಾಡಿನ ಒಂದೇ ಕಾರಣವಾದರೆ ಎಲ್ಲಿಗಾದರೂ ಹೋಗಬಹುದು. ಆದರೆ ಬಹುದಿನಗಳಿಂದ ನಾನು ಕಟ್ಟಿದ ರಾಷ್ಟ್ರನಿರ್ಮಾಣದ ಕನಸನ್ನು ನನಸು ಮಾಡಲು ಮುಂದೆ ಹೆಜ್ಜೆಯಿಟ್ಟುಬಿಡಬೇಕು. ಇನ್ನೂ ಕಾಯುತ್ತ ಕೂಡುವ ಹೇಡಿಯಾಗಬಾರದು. ಹೌದು, ಅದೇ ಸರಿ.'

ಮನಸ್ಸಿನಲ್ಲಿ ಒಂದು ನಿರ್ಧಾರದ ದಡ ಮುಟ್ಟಿದ ಸಮಾಧಾನವಾಯಿತು. ಈಗ ಹೊರಪ್ರಪಂಚದತ್ತ ಕಣ್ಣು ಹಾಯಿಸಿದ. ಪಶ್ಚಿಮದಲ್ಲಿ ಸೂರ್ಯಾಸ್ತವಾಗಿ ದಟ್ಟವಾದ ಅರುಣವರ್ಣ ವ್ಯಾಪಿಸಿತ್ತು. ಪಕ್ಷಿಗಳು ಕಲ ಕಲ ಮಾಡುತ್ತಾ ಗುಂಪುಗುಂಪಾಗಿ ತಮ್ಮ ಗೂಡುಗಳತ್ತ ಹಾರಿಹೋಗುತ್ತಿದ್ದವು. ಎದುರಿನ ದಾರಿಯಲ್ಲಿ ತರುಣ ದಂಪತಿಗಳು ಸರಸದಿಂದ ಮಾತನಾಡುತ್ತ, ನಗುತ್ತ ಹೋಗುತ್ತಿದ್ದರು. ಆ ಕ್ಷಣ ಅವನಿಗೆ ವಿಶಾಖ ನೆನಪಿಗೆ ಬಂದಳು.

ಹತ್ತು ವರ್ಷಗಳ ಹಿಂದಿನ ಅವಳ ನೆನಪು ಈಗ ಏಕೆ ಬಂತೆಂದು ಒಂದು ಕ್ಷಣ ಅವನು ಚಕಿತನಾದ. ತಾರುಣ್ಯದ ಆ ಹುಮ್ಮಸ್ಸಿನಲ್ಲಿ ಅವಳು ಮಿಂಚಿನ ಬಳ್ಳಿಯಂತೆ ಕೋರೈಸಿದ್ದಳು. ಅವಳ ಆ ಪ್ರಖರ ಸೌಂದರ್ಯ ತನ್ನ ಸರ್ವಾಂಗದಲ್ಲೂ ಮೂಡಿಸಿದ್ದ ರೋಮಾಂಚನದ ನೆನಪಾಗಿ ವಿಚಲಿತನಾದ. ಅವಳು ಈಗ ಉಜ್ಜಯಿನಿಯಲ್ಲಿರುವಳೆಂದು ಕೇಳಿದ್ದ. ಹೇಗಿದ್ದಾಳೋ, ಎಂದುಕೊಂಡ. ಅವಳ ನೆನಪುಗಳು ನುಗ್ಗಿ ಬರಲು ಹವಣಿಸುತ್ತಿರುವಾಗ, ಅದಕ್ಕೆ ಇದು ಉಚಿತ ಸಮಯವಲ್ಲವೆಂದುಕೊಂಡು ಮನಸ್ಸಿನ ಬಾಗಿಲನ್ನು ಬಲವಂತವಾಗಿ ಮುಚ್ಚಿ ಎದ್ದು ನಿಂತು, ದಾರಿಗೆ ಬಂದು ನಗರದ ಕಡೆಗೆ ಹಿಂದಿರುಗಿ ನಡೆಯತೊಡಗಿದ.

ಸ್ವಲ್ಪ ದೂರ ಹೋಗುವಷ್ಟರಲ್ಲಿ ಧರ್ಮದತ್ತನ ಮಗ ಯೋಗದತ್ತನನ್ನು ನೋಡಿಬರುವ ಯೋಚನೆ ಮಾಡಿದ್ದು ನೆನಪಾಗಿ, ಅವನ ಆಲೋಚನೆ ಆ ದಿಕ್ಕಿನಲ್ಲೇ ಹರಿಯತೊಡಗಿತು. ನಾಳೆ ಅರಮನೆಗೆ ಹೋಗುವ ಪ್ರಸಂಗ ಬಂದರೆ, ಅದನ್ನು ಮುಗಿಸಿಕೊಂಡು ಯೋಗದತ್ತನನ್ನು ನೋಡಿ ಬರಬೇಕೆಂದುಕೊಂಡ.

ಶ್ರೀ

ವಿಷ್ಣುಗುಪ್ತ ಮನೆಗೆ ಬಂದಾಗ ಕತ್ತಲಾಗಿ ಸ್ವಲ್ಪ ಹೊತ್ತಾಗಿತ್ತು. ಮನಸ್ಸು ಉಲ್ಲಾಸದಿಂದಿತ್ತು. 'ವಿಶಾಖಳ ನೆನಪು ಬಂದಾಗಲೆಲ್ಲ ಹೀಗೇ, ಎಂಥ ಚಿಂತೆಗಳಿದ್ದರೂ ದೂರವಾಗಿ ಮನಸ್ಸು ಹೂವಿನಂತೆ ಹಗುರವಾಗುತ್ತದೆ' ಎಂದುಕೊಂಡ. ಬಾವಿಯ ಬಳಿಗೆ ಹೋಗಿ ಸ್ನಾನ ಮುಗಿಸಿ, ಸಂಧ್ಯೋಪಾಸನೆಯನ್ನು ಪೂರೈಸಿ, ಚಂದಕ ಕೊಟ್ಟ ಒಂದು ಬಟ್ಟಲು ಹಾಲು ಕುಡಿದ ಮೇಲೆ ಹಾಯೆನಿಸಿತು.

ಚಂದಕ ಅಡಿಗೆ ಮುಗಿಸಿ ಊಟಕ್ಕೆ ಕರೆಯುವವರೆಗೆ ಸಾಮಾನ್ಯವಾಗಿ ಸ್ವಲ್ಪಹೊತ್ತು ಯಾವುದಾದರೂ ಗ್ರಂಥಾವಲೋಕನ ಮಾಡುವುದು ರೂಢಿ. ಚಂದಕ ದೀಪ ಹಚ್ಚಿಟ್ಟು ಹೋದ ಮೇಲೆ ವಿಷ್ಣುಗುಪ್ತ ವ್ಯಾಸಪೀಠದ ಎದುರು ದರ್ಭೆಯ ಚಾಪೆಯ ಮೇಲೆ ಕುಳಿತು ಗ್ರಂಥದ ಮೇಲೆ ಕಣ್ಣಾಡಿಸಿದ. ಅಲ್ಲಿ ಅಕ್ಷರಗಳ ಬದಲು ವಿಶಾಖಳ ಸುಂದರ ಮುಖ ಕಾಣಿಸಿತು.

'ಛೆ, ಭೂತಕಾಲವನ್ನು ನೆನಪು ಮಾಡಿಕೊಳ್ಳುವುದಿಲ್ಲವೆಂದು ಹೇಳುತ್ತಿದ್ದ ನಾನು, ಈಗ ವಿಶಾಖಳ ನೆನಪು ಮಾಡಿಕೊಳ್ಳುತ್ತಿರುವುದು ನನ್ನ ಮಾನಸಿಕ ದೌರ್ಬಲ್ಯವೇ ?' ಎಂದು ಕೇಳಿಕೊಂಡ. ಮರುಕ್ಷಣದಲ್ಲೇ ಭೂತವಿಲ್ಲದೆ ವರ್ತಮಾನವಿಲ್ಲ, ವರ್ತಮಾನವಿಲ್ಲದೆ ಭವಿಷ್ಯತ್ತಿರುವುದಕ್ಕೆ ಸಾಧ್ಯವಿಲ್ಲ ಎನ್ನಿಸಿತು. 'ಹೌದು, ನನ್ನ ತಂದೆ ಆಚಾರ್ಯ ಚಣಕ ನನಗೆ ಭೂತಕಾಲ. ನಾನು ವರ್ತಮಾನ. ಭೂತಕಾಲದ ಅಡಿಪಾಯದ ಮೇಲೆ ವರ್ತಮಾನದ ಮಹಲು ಕಟ್ಟಿ ಅದಕ್ಕೆ ಭವಿಷ್ಯತ್ತಿನ ಚಾವಣಿ ಹಾಕಬೇಕಲ್ಲವೇ ? ನನ್ನ ತಂದೆಯನ್ನು ನಾನು ಮರೆಯುವುದಕ್ಕೆ ಸಾಧ್ಯವಿಲ್ಲ, ಅದರಂತೆ ವಿಶಾಖಳನ್ನಾದರೂ ಮರೆಯುವ ಪ್ರಯತ್ನವೇಕೆ ? ಅವಳ ನೆನಪಿನ ಬುಡದಲ್ಲಿ ಒಂದು ವಿಷಾದದ ಎಳೆಯಿದ್ದರೂ, ಯಾವಾಗಲೂ ಉಲ್ಲಾಸವನ್ನೇ ನೀಡುವ ವಿಶಾಖ ನೆನಪಾಗಿ ಆಗಾಗ, ನನ್ನ ಮೈಮನಸ್ಸುಗಳಿಗೆ ಚೈತನ್ಯ ನೀಡಿದರೆ ತಪ್ಪೇನು ?' ಈ ಭಾವನೆ ಬರುತ್ತಿದ್ದಂತೆ ವಿಷ್ಣುಗುಪ್ತನ ಮನಸ್ಸಿನ ಗೊಂದಲ ಮಾಯವಾಗಿ ವಿಶಾಖ ಒಮ್ಮೆ ಚೇತೋಹಾರಿಯಾಗಿ ನಕ್ಕಂತಾಯಿತು....

ಆಗ ವಿಷ್ಣುಗುಪ್ತನಿಗೆ ಇಪ್ಪತ್ನಾಲ್ಕು ವರ್ಷ. ಅವಳಿಗೆ ಹದಿನೆಂಟು ಹತ್ತೊಂಭತ್ತು ವರ್ಷಗಳಿರಬಹುದು. ಅತಿ ಜೀರ್ಣಕಾಯದ, ರೋಗದಿಂದ ನರಳುತ್ತಿದ್ದ ತನ್ನ ತಂದೆ ಶೇಖರನೊಂದಿಗೆ ವಿಷ್ಣುಗುಪ್ತನ ಮನೆಯ ಎದುರಿನ ಒಂದು ಚಿಕ್ಕಮನೆಯಲ್ಲಿ ಅವಳು ವಾಸ್ತವ್ಯ ಹೂಡಿದಳು. ಒಂದು ದಿನ ಮನೆಯಿಂದ ಹೊರಬಂದ ಕೂಡಲೇ ತನ್ನ ಮನೆಯ ಬಾಗಿಲಲ್ಲಿ ನಿಂತಿದ್ದ ಅವಳ ಚೆಲುವು ಒಂದು ಕ್ಷಣ ವಿಷ್ಣುಗುಪ್ತನನ್ನು ಹಿಡಿದು ನಿಲ್ಲಿಸಿತು. 'ಹೀಗೆ ದುರುಗುಟ್ಟಿ ನೋಡುತ್ತಿರುವ ಉದ್ಧಟ ಯಾರು ?' ಎಂಬಂತೆ ಅವಳು ಮುಖವನ್ನು ಪ್ರಶ್ನೆ ಮಾಡಿಕೊಂಡು ನೋಡಿದಳು. ಕಸಿವಿಸಿಗೊಂಡ ವಿಷ್ಣುಗುಪ್ತ ತಪ್ಪಾಯಿತೆಂಬಂತೆ ತಲೆತಗ್ಗಿಸಿ ಹೊರಟುಬಿಟ್ಟ. ಹಿಂದಿನಿಂದಲೇ ಅವಳ ಕಿಲಕಿಲ ನಗು ಹಿಂಬಾಲಿಸಿ ಬಂದು ಮೈ ತುಂಬ ಕಚಗುಳಿಯಿಟ್ಟಿತು. ಆದರೆ ಮತ್ತೆ ಹಿಂದಿರುಗಿ ಅವಳತ್ತ ನೋಡುವ ಧೈರ್ಯವಾಗಲಿಲ್ಲ.

ಮರುದಿನ ಮನೆಯಿಂದ ಗುರುಕುಲಕ್ಕೆ ಹೊರಟಾಗ, ಮನೆಯಿಂದ ಹೊರಬರುವ ಮೊದಲು ಬಾಗಿಲನ್ನು ತುಸು ತೆರೆದು ಇಣುಕಿ ನೋಡಿದ. ಅದೇ ತುಂಟ ನಗುವಿನಿಂದ ಅವಳು ಬಾಗಿಲತ್ತಲೇ ನೋಡುತ್ತಿದ್ದಳು. ಕೆಲವು ಕ್ಷಣ ಕಾದರೂ ಅವಳು ಅಲ್ಲಿಂದ ಕದಲಲಿಲ್ಲ. ವಿಧಿಯಿಲ್ಲದೆ ವಿಷ್ಣುಗುಪ್ತ ಅವಳ ಕಡೆ ನೋಡದೆ ತಲೆತಗ್ಗಿಸಿ ಹೊರಟುಬಿಟ್ಟ. ಮತ್ತೆ ಅವಳ ಕಿಲಕಿಲ ನಗು ಹಿಂಬಾಲಿಸಿತು. ಆ ದಿನವೆಲ್ಲ ಗುರುಕುಲದಲ್ಲಿ ಅವಳ ನಗು ಅವನ ಏಕಾಗ್ರತೆಯನ್ನು ಬಹಳ ಸಲ ಭಂಗಗೊಳಿಸಿತು. ತನ್ನ ಸ್ವಭಾವಕ್ಕೆ ಸಹಜವಲ್ಲದ ಈ ನಡವಳಿಕೆ ಅವನಿಗೆ ವಿಚಿತ್ರವೆನಿಸಿತು.

ಮರುದಿನ ಬೆಳಿಗ್ಗೆ ಮನೆಯಿಂದ ಹೊರಡುವ ಮೊದಲು ವಿಶಾಖ ಬಾಗಿಲಲ್ಲಿ ನಿಂತಿರುವ, ತಾನು ಬೆನ್ನು ತಿರುಗಿಸಿದ ಕೂಡಲೇ ಕಿಲಕಿಲ ನಗುವ ನಿರೀಕ್ಷೆಯಲ್ಲಿ ಬಾಗಿಲ ಬಳಿ ಬಂದ. ಅಷ್ಟರಲ್ಲಿ ಯಾರೋ ಜೋರಾಗಿ ಬಾಗಿಲು ಬಡಿದರು. "ಬಾಗಿಲು ತೆಗೆಯಿರಿ, ಸಹಾಯ ಮಾಡಿ" ಎಂದು ಹೆಣ್ಣುದನಿಯೊಂದು ಆರ್ತವಾಗಿ ಕೂಗಿಕೊಳ್ಳುತ್ತಿತ್ತು. 'ಅದೇ ಹುಡುಗಿಯ ಧ್ವನಿಯಿರುವಂತಿದೆಯಲ್ಲಾ !' ಎಂದುಕೊಂಡು ವಿಷ್ಣುಗುಪ್ತ ಬಾಗಿಲು ತೆರೆದ. ಹೌದು ಅದೇ ಹುಡುಗಿ ! ಕಿಲಕಿಲ ನಗುವ ಹುಡುಗಿ ಕಣ್ಣೀರು ಹಾಕುತ್ತಿದ್ದಾಳೆ ! ಅವಳ ಕೋಮಲವಾದ ದೇಹವೆಲ್ಲ ತಲ್ಲಣದಿಂದ ನಡುಗುತ್ತಿದೆ !

“ಏಕೆ? ಏನಾಯಿತು?” ವಿಷ್ಣುಗುಪ್ತ ಕೇಳಿದ.

“ನನ್ನ ತಂದೆಯ ಸ್ಥಿತಿ ತುಂಬಾ ಗಂಭೀರವಾಗಿದೆ. ದಯವಿಟ್ಟು ಸಹಾಯಮಾಡಿ. ಈ ಜಗತ್ತಿನಲ್ಲಿ ಅವರನ್ನು ಬಿಟ್ಟರೆ ನನ್ನವರೆನ್ನುವವರು ಬೇರೆ ಯಾರೂ ಇಲ್ಲ” ಎನ್ನುತ್ತಾ ವಿಶಾಖ ಅವನ ಕೈ ಹಿಡಿದು ಅಂಗಲಾಚಿದಳು.

“ಆತಂಕ ಪಡಬೇಡ, ಧೈರ್ಯವಾಗಿರು, ಇದೇ ಬೀದಿಯ ಕಡೆಯ ಮನೆಯಲ್ಲಿ ವೈದ್ಯರಿದ್ದಾರೆ. ವಿಷ್ಣುಗುಪ್ತ ಹೇಳಿದನೆಂದು ತಿಳಿಸಿ, ಜೊತೆಯಲ್ಲೇ ಕರೆದುಕೊಂಡು ಬಾ. ಅಲ್ಲಿಯವರೆಗೆ ನಾನು ನಿನ್ನ ತಂದೆಯನ್ನು ನೋಡಿಕೊಳ್ಳುತ್ತೇನೆ” ಎಂದು ವಿಷ್ಣುಗುಪ್ತ ಅವಳ ಮನೆಯತ್ತ ಹೊರಟ. ವಿಶಾಖ ವೈದ್ಯರನ್ನು ಕರೆತರಲು ಓಡಿದಳು.

ಶೇಖರ ಅತಿಯಾದ ಉಬ್ಬಸದಿಂದ ಬಹಳ ಕಷ್ಟಪಡುತ್ತಿದ್ದ. ಉಸಿರಾಡುವುದೂ ಅವನಿಗೆ ಕಷ್ಟವಾಗಿತ್ತು. ವಿಷ್ಣುಗುಪ್ತ ಹೋಗಿ ಅವನನ್ನು ಅರ್ಧ ಕೂಡಿಸಿಕೊಂಡು ಎದೆಯನ್ನು ನೀವುತ್ತಾ ಅಲ್ಲೇ ಇದ್ದ ಸ್ವಲ್ಪ ನೀರನ್ನು ಕುಡಿಸಿದ.

ವಿಶಾಖ ವೈದ್ಯ ಹರಿಸೇನನೊಂದಿಗೆ ಆತುರದಿಂದ ಬರುವ ವೇಳೆಗೆ ಶೇಖರನ ಉಸಿರಾಟ ಸ್ವಲ್ಪ ಸಮಾಧಾನದ ಸ್ಥಿತಿಗೆ ಬಂದಿತ್ತು. ಬಂದ ಕೂಡಲೇ ಹರಿಸೇನ ನಾಡಿ ಪರೀಕ್ಷೆ ಮಾಡಿ, ತನ್ನ ಪುಟ್ಟ ಮರದ ಪೆಟ್ಟಿಗೆ ತೆರೆಯುತ್ತಾ “ಇದು ತುಂಬಾ ವರ್ಷದ ಹಳೆಯ ರೋಗವೆಂದು ಕಾಣುತ್ತದೆ” ಎಂದ.

“ಹೌದು”, ಶೇಖರ ನಿಧಾನವಾಗಿ ಹೇಳಿದ, “ನನ್ನ ಇಪ್ಪತ್ತನೇ ವಯಸ್ಸಿಗೆ ಅಂಟಿಕೊಂಡ ಈ ರೋಗ ಅರವತ್ತಾದರೂ ನನ್ನನ್ನು ಬಿಟ್ಟುಹೋಗಲು ಮನಸ್ಸು ಮಾಡಲಿಲ್ಲ.”

“ನಲವತ್ತು ವರ್ಷಗಳ ಸಂಬಂಧ ಅಷ್ಟು ಸುಲಭವಾಗಿ ಕಿತ್ತುಹೋಗುವುದು ಸಾಧ್ಯವೇ?” ಎಂದು ವಿಷ್ಣುಗುಪ್ತ ನಕ್ಕ.

ಹರಿಸೇನನ ಮುಖದಲ್ಲೂ ನಗು ಕಾಣಿಸಿಕೊಂಡಿತು. ಶೇಖರ ತನ್ನ ಮಾತನ್ನು ಮುಂದುವರೆಸಿ, “ವಾತಾವರಣ ಬದಲಾವಣೆಯಾದರೆ ಗುಣವಾದರೂ ಆಗಬಹುದೆಂದು ಯಾರೋ ಸಲಹೆ ಮಾಡಿದ್ದರಿಂದ ಪುಷ್ಕಲಾವತಿಯಿಂದ ಇಲ್ಲಿಗೆ ಬಂದೆ. ಆದರೆ ಅದರಿಂದ ಯಾವ ಪ್ರಯೋಜನವೂ ಆಗುವುದಿಲ್ಲವೆಂದು ಈಗ ಖಚಿತವಾಯಿತು.”

“ಸಮಾಧಾನ ಮಾಡಿಕೊಳ್ಳಿ, ನಲವತ್ತು ವರ್ಷಗಳ ಕಾಲ ನೀವು ಈ ರೋಗದೊಂದಿಗೆ ಸಹಜೀವನ ನಡೆಸಿದ್ದೀರ. ಋಣಾನುಬಂಧ ಇದ್ದಷ್ಟು ಕಾಲ ಈ ಸಂಸಾರ ಖಂಡಿತ ಮುಂದುವರೆಯುತ್ತದೆ” ಎಂದ ವಿಷ್ಣುಗುಪ್ತ.

“ಈ ಕ್ಷಣವೇ ನಾನು ನನ್ನ ಲೆಕ್ಕದ ಪುಸ್ತಕ ಮುಚ್ಚಿ ಹೊರಡಲು ಸಿದ್ಧನಾಗಿದ್ದೇನೆ. ಸದಾ ಒಂದಲ್ಲ ಒಂದು ರೀತಿಯಲ್ಲಿ ನರಳುವುದಕ್ಕಿಂತ ಒಂದೇ ಸಲ ಮುಗಿದು ಹೋಗುವುದು ಮೇಲು. ಆದರೆ ಈ ಮಗಳನ್ನು ಒಂಟಿಯಾಗಿ ಬಿಟ್ಟುಹೋದರೆ ಅವಳ ಗತಿಯೇನೆಂದು ಭಯವಾಗುತ್ತದೆ. ಇವಳ ತಾಯಿ ತೀರಿಕೊಂಡು ಐದು ವರ್ಷಗಳಾದವು. ಹುಟ್ಟಿದ ಎಂಟು ಮಕ್ಕಳಲ್ಲಿ ಉಳಿದವಳು ಇವಳೊಬ್ಬಳೇ. ಗಂಡು ಮಗನಾಗಿದ್ದರೆ ನಾನು ಯೋಚಿಸುತ್ತಿರಲಿಲ್ಲ; ಆದರೆ ಹೆಣ್ಣು ಹುಡುಗಿ ಅನಾಥಳಾದರೆ ಬದುಕುವುದು ಕಷ್ಟವಾಗುತ್ತದೆ.”

ಅದಕ್ಕೆ ಏನು ಹೇಳಬೇಕೆಂದೇ ತೋಚದೆ ವಿಷ್ಣುಗುಪ್ತ ವಿಶಾಖಳ ಮುಖವನ್ನು ನೋಡಿದ. ಅವಳು ತಲೆ ತಗ್ಗಿಸಿದಳು.

ಔಷಧ ಕೊಡುತ್ತ ಹರಿಸೇನ ಹೇಳಿದ, ''ನಮ್ಮಂಥ ವೈದ್ಯರು ಔಷಧ ಕೊಡುತ್ತೇವೆ, ಆಯುಸ್ಸು ಕೊಡಲಾರೆವು. ಆದರೆ ಕೆಲವು ಸಲ ಆತ್ಮಶಕ್ತಿಯಿಂದ ರೋಗದ ತೀವ್ರತೆಯನ್ನು ಹಿಮ್ಮೆಟ್ಟಿಸಬಹುದೆಂದು ವೈದ್ಯಶಾಸ್ತ್ರವೇ ಹೇಳುತ್ತದೆ. ಅದೇನೇ ಇರಲಿ, ನಾನು ಕೊಡುವ ಔಷಧಿಯಿಂದ ನಿಮಗೆ ಸ್ವಲ್ಪ ಗುಣವಾದರೆ ನನಗೂ ಸಂತೋಷವೇ. ಈ ಪುಡಿಯನ್ನು ದಿನಕ್ಕೆ ಮೂರು ಸಲ ಜೇನುತುಪ್ಪದಲ್ಲಿ ತೆಗೆದುಕೊಳ್ಳಿ, ಮೂರು ದಿನ ಕಳೆಯಲಿ, ಆಮೇಲೆ ನೋಡೋಣ.''

''ತುಂಬಾ ಉಪಕಾರವಾಯಿತು'' ಎಂದು ಶೇಖರ ಕೈಮುಗಿದ.

''ಅದು ನನ್ನ ಕರ್ತವ್ಯ. ಅಗತ್ಯಬಿದ್ದರೆ ಹೇಳಿಕಳಿಸಿ'' ಎಂದು ಹೇಳಿ ಹರಿಸೇನ ಹೊರಟುಹೋದ.

ಶೇಖರ ವಿಷ್ಣುಗುಪ್ತನತ್ತ ನೋಡಿ, ಕೃತಜ್ಞತೆಯಿಂದ ಕೈಮುಗಿದ. ವಿಶಾಖ ತಾನೂ ಕೈಜೋಡಿಸಿ, ಕಣ್ಣಲ್ಲಿ ನೀರು ತುಂಬಿಕೊಂಡು ''ನಿಮ್ಮ ಸಹಾಯಕ್ಕೆ ಒಣ ಮಾತಿನಿಂದ ಕೃತಜ್ಞತೆ ಸಲ್ಲಿಸುವುದು ಅಪಚಾರವಾಗುತ್ತದೆ'' ಎಂದಳು.

''ಅಪಚಾರವೂ ಬೇಡ, ಉಪಚಾರವೂ ಬೇಡ'' ವಿಷ್ಣುಗುಪ್ತ ಗಂಭೀರವಾಗಿ ಹೇಳಿದ, ''ನೆರೆಯವರಿಗೆ ನೆರವು ನೀಡುವುದು ಮನುಷ್ಯತ್ವದ ಮೊದಲ ಕರ್ತವ್ಯ. ಇನ್ನುಮೇಲೆ ನಮಗೆ ಯಾರೂ ಇಲ್ಲವೆಂಬ ಭಾವನೆ ಬಿಡಿ. ಇನ್ನು ನಾನೂ ನಿಮ್ಮವನೇ. ಏನೇ ಇದ್ದರೂ ನಿಸ್ಸಂಕೋಚವಾಗಿ ನನ್ನ ಬಳಿಗೆ ಬರಬಹುದು, ಈಗ ನಾನು ಹೊರಡುತ್ತೇನೆ.''

ಅಂದಿನಿಂದ ವಿಷ್ಣುಗುಪ್ತನನ್ನು ಕೆಣಕುವ ವಿಶಾಖಳ ತುಂಟ ನಗು ನಿಂತುಹೋಯಿತು. ಪ್ರತಿದಿನ ಅವನು ತಾನೇ ಹೋಗಿ ಅವಳ ತಂದೆಯ ಆರೋಗ್ಯದ ಬಗ್ಗೆ ವಿಚಾರಿಸುತ್ತಿದ್ದ. ಹರಿಸೇನನು ಶ್ರದ್ಧೆಯಿಂದ ಚಿಕಿತ್ಸೆ ನಡೆಸಿದ. ಹತ್ತು ಹನ್ನೆರಡು ದಿನಗಳಲ್ಲಿ ಶೇಖರ ತಕ್ಕಮಟ್ಟಿಗೆ ಗುಣಮುಖನಾದ. ಆ ವೇಳೆಗೆ ತಂದೆ ಮಗಳೊಂದಿಗೆ ವಿಷ್ಣುಗುಪ್ತನ ಸಲಿಗೆ ಬೆಳೆದಿತ್ತು. ಅವರ ಹಿನ್ನೆಲೆಯ ವಿವರಗಳೂ ದೊರೆತವು. ಅವನನ್ನು ಕುರಿತೂ ಅವರು ಸಾಕಷ್ಟು ತಿಳಿದುಕೊಂಡರು.

''ನಾನೊಬ್ಬ ಸಾಮಾನ್ಯ ಜ್ಯೋತಿಷಿ. ಹೊಟ್ಟೆಪಾಡಿಗೆ ಎಷ್ಟುಬೇಕೋ ಅಷ್ಟು ಕಲಿತಿರುವ ಅಲ್ಪ ವಿದ್ಯಾವಂತ. ತಮ್ಮಂಥ ಘನ ವಿದ್ವಾಂಸರ ಸ್ನೇಹ ಸೌಭಾಗ್ಯ ದೊರೆತದ್ದು ನಮ್ಮ ಪುಣ್ಯ'' ಎಂದ ಒಂದು ದಿನ ಶೇಖರ.

''ನಿಜ, ನಾನೊಬ್ಬ ಘನ ವಿದ್ವಾಂಸನೇ'' ವಿಷ್ಣುಗುಪ್ತ ನಗುತ್ತ ಹೇಳಿದ, ''ನೀವೇ ಹೇಳಿದಂತೆ ನೀವು ಅಲ್ಪ ವಿದ್ಯಾವಂತರೇ ಇರಬಹುದು. ಆದರೆ ಸ್ನೇಹ ಸೌಭಾಗ್ಯ ಎಂದು ಹೇಳಿದಿರಲ್ಲ, ಅದು ನನ್ನ ಘನ ವಿದ್ಯೆಗಿಂತ ದೊಡ್ಡದೆಂದು ನನ್ನ ಭಾವನೆ.''

''ತುಂಬಾ ದೊಡ್ಡ ಮಾತು, ಬಹಳ ಉದಾತ್ತವಾದ ವಿಚಾರ.''

ಅಷ್ಟರಲ್ಲಿ ಹಾಲಿನ ಬಟ್ಟಲನ್ನು ಹಿಡಿದು ಬಂದ ವಿಶಾಖ ''ನಮ್ಮ ತಂದೆ ಈಗ ಮೊದಲಿಗಿಂತ ಗೆಲುವಾಗಿದ್ದಾರೆ. ನನಗಂತೂ ಕೈಕಾಲೇ ಬಿದ್ದುಹೋಗಿತ್ತು'' ಎಂದು ಬಟ್ಟಲನ್ನು ಕೊಡುತ್ತ ವಿಷ್ಣುಗುಪ್ತನತ್ತ ನೋಡಿದಳು. ಆ ನೋಟದಲ್ಲಿ ಯಾವುದೋ ಒಂದು ಹೊಸ ಅರ್ಥದ ಮಿಂಚು ಹೊಳೆದಂತಾಗಿ ಬೆಚ್ಚಿದ ಅವನು ತಲೆತಗ್ಗಿಸಿ ಹಾಲು ಕುಡಿಯತೊಡಗಿದ.

ಕುಡಿದು ಮುಗಿಸಿ ಬಟ್ಟಲನ್ನಿಟ್ಟು ಹೊರಡಲು ಮೇಲೇಳಬೇಕೆನ್ನುವಷ್ಟರಲ್ಲಿ ಶೇಖರ ಹೇಳಿದ, ''ನಿಮ್ಮ ತಂದೆ ಆಚಾರ್ಯ ಚಣಕರ ವಿಷಯವನ್ನೆಲ್ಲ ಹರಿಸೇನರು ವಿವರವಾಗಿ

ಹೇಳಿದರು. ನಿಮ್ಮ ಬಗ್ಗೆಯಂತೂ ಅವರಿಗೆ ಬಹಳ ಹೆಮ್ಮೆ, ಅಭಿಮಾನ. ಇಡೀ ತಕ್ಷಶಿಲೆಯಲ್ಲೇ ನಿಮ್ಮಂಥ ಇನ್ನೊಬ್ಬ ವ್ಯಕ್ತಿ ಇರಲು ಸಾಧ್ಯವೇ ಇಲ್ಲವೆಂದು ಅವರು ಹೇಳಿದಾಗ ನಮ್ಮ ವಿಶಾಖ 'ನಿಜ, ಇರುವುದಕ್ಕೆ ಸಾಧ್ಯವೇ ಇಲ್ಲ' ಎಂದು ತಕ್ಷಣ ಹೇಳಿದಳು. ನನ್ನ ಅಭಿಪ್ರಾಯವನ್ನೇ ನನ್ನ ಮಗಳೂ ಹೇಳಿದಳೆಂದು ನನಗೆ ನಿಜವಾಗಲೂ ಸಂತೋಷವಾಯಿತು.''

''ಇದನ್ನು ಮುಖಸ್ತುತಿ ಎನ್ನುತ್ತಾರೆ'' ಎಂದ ವಿಷ್ಣುಗುಪ್ತ ನಸುನಗುತ್ತ.

ಅದಕ್ಕೆ ವಿಶಾಖ ಹೇಳಿದಳು, ''ನಿಮ್ಮ ಸಜ್ಜನಿಕೆಯ ಅನುಭವ ನಮ್ಮ ಕಣ್ಣೆದುರಿಗಿರುವಾಗ ಅದನ್ನು ಮಾತಿನಿಂದ ವ್ಯಕ್ತಪಡಿಸುವುದರಲ್ಲೂ ಕೃಪಣತನವೇ?''

''ಕೆಲವು ವಿಷಯಗಳಲ್ಲಿ ನಾನು ಸ್ವಲ್ಪ ಕಠಿಣ ಸ್ವಭಾವದವನು. ಯಾರ ಹೊಗಳಿಕೆಯನ್ನೂ, ಮನ್ನಣೆಯನ್ನೂ ನಿರೀಕ್ಷಿಸದೆ ನನಗೆ ಸರಿ ಕಂಡದ್ದನ್ನು ನಿರ್ಭಯವಾಗಿ, ಯಾವ ಹಿಂಜರಿಕೆಯೂ ಇಲ್ಲದೆ ಆಚರಿಸುವ ವ್ಯಕ್ತಿ ನಾನು. ಅಲ್ಲಿ ನಾನು ಪರಿಚಯ, ಅಪರಿಚಯಗಳನ್ನು ಗಣನೆಗೆ ತೆಗೆದುಕೊಳ್ಳುವುದಿಲ್ಲ.''

''ಅದಿರಲಿ, ನನ್ನದೊಂದು ವಿನಂತಿ'' ಎಂದ ಶೇಖರ.

''ಏನು ಹೇಳಿ.''

''ಮನೆಯಲ್ಲಿ ನೀವೊಬ್ಬರೇ ಎಂದು ಕಾಣುತ್ತದೆ. ಗೃಹಕೃತ್ಯಗಳನ್ನೂ ನೀವೇ ನೋಡಿಕೊಳ್ಳಬೇಕು.''

''ಹೌದು, ನಮ್ಮ ತಂದೆಯವರು ಪಾಟಲೀಪುತ್ರಕ್ಕೆ ಹೋದಮೇಲೆ ಐದು ಜನ ಪರಿಚಾರಕರು ಆಗಿಹೋದರು. ಆರನೆಯವನಿಗಾಗಿ ಕಾಯುತ್ತಿದ್ದೇನೆ.''

''ತಮ್ಮ ಅಭ್ಯಂತರವಿಲ್ಲದಿದ್ದರೆ ನಿತ್ಯ ತಾವು ನಮ್ಮ ಮನೆಯಲ್ಲೇ ಊಟ ಮಾಡಬಹುದು. ನಮ್ಮ ವಿಶಾಖ ತುಂಬ ರುಚಿಯಾಗಿ ಅಡಿಗೆ ಮಾಡುತ್ತಾಳೆ.''

''ತಮ್ಮ ಅಕ್ಕರೆಗೆ ನಾನು ಕೃತಜ್ಞ'' ವಿಷ್ಣುಗುಪ್ತ ಹೇಳಿದ, ''ಆದರೆ ನನ್ನ ಸ್ವಭಾವಕ್ಕೆ ಅದು ಒಗ್ಗುವುದಿಲ್ಲ. ಅತಿ ಸ್ವಾಭಿಮಾನದ ದುರಂಹಕಾರವೆಂದು ತಾವು ತಿಳಿದರೂ ನಾನು ತಮ್ಮ ಕೋರಿಕೆಯನ್ನು ಮನ್ನಿಸಲಾರೆ, ಕ್ಷಮಿಸಿ.''

ಆದರಿಂದ ಶೇಖರನಿಗಿಂತ ವಿಶಾಖಳಿಗೇ ಹೆಚ್ಚು ನಿರಾಸೆಯಾಯಿತು. ಸಪ್ಪೆ ಮುಖ ಮಾಡಿಕೊಂಡ ಅವಳನ್ನು ಶೇಖರನೇ ಸಮಾಧಾನಪಡಿಸಿದ.

ಎರಡು ಮೂರು ತಿಂಗಳಲ್ಲಿ ಶೇಖರ ಸಾಕಷ್ಟು ಸುಧಾರಿಸಿದ. ಜ್ಯೋತಿಷ್ಯ ಹೇಳುವ ತನ್ನ ವೃತ್ತಿಯನ್ನು ಆರಂಭಿಸಿ ಒಂದಿಷ್ಟು ಸಂಪಾದನೆಯನ್ನೂ ಮಾಡತೊಡಗಿದ. ಅಷ್ಟಾದರೂ ವಿಷ್ಣುಗುಪ್ತ ದಿನಕ್ಕೊಮ್ಮೆಯಾದರೂ ಅವನನ್ನು ಭೇಟಿ ಮಾಡುತ್ತಿದ್ದ. ವಿಶಾಖ ಯಾವ ಸಂಕೋಚವೂ ಇಲ್ಲದೆ ಅವನ ಮನೆಗೆ ಬರುತ್ತಿದ್ದಳು. ಅದೇ ತಾನೆ ವಿಷ್ಣುಗುಪ್ತ ತನ್ನ ಅಧ್ಯಯನವನ್ನು ಮುಗಿಸಿ ಗುರುಕುಲದಲ್ಲಿ ಅಧ್ಯಾಪಕ ವೃತ್ತಿಯನ್ನು ಆರಂಭಿಸಿದ್ದ. ಅಷ್ಟು ಚಿಕ್ಕ ವಯಸ್ಸಿಗೇ ಅಂಥ ಸಾಧನೆ ದೊಡ್ಡದೆಂದೇ ತಂದೆ ಮಗಳು ಮಾತಾಡಿಕೊಂಡರು.

ಅತಿ ಕುತೂಹಲದ ಸ್ವಭಾವದ ವಿಶಾಖ ಮನೆಗೆ ಬಂದಾಗ ವಿಷ್ಣುಗುಪ್ತನೊಂದಿಗೆ ಹಲವು ವಿಷಯಗಳ ಮೇಲೆ ಚರ್ಚೆ ಮಾಡುತ್ತಿದ್ದಳು. ಅವನು ಹೇಳಿದ್ದನ್ನು ಅಷ್ಟೇ ಶೀಘ್ರವಾಗಿ

ಗ್ರಹಿಸುವ ಬುದ್ಧಿಶಕ್ತಿಯೂ ಅವಳಲ್ಲಿತ್ತು. ಜೊತೆಗೆ ಅಷ್ಟೇ ಸಮರ್ಥವಾಗಿ ವಾದವನ್ನೂ ಮಾಡುತ್ತಿದ್ದಳು. ಶೇಖರ ವಿಷ್ಣುಗುಪ್ತನಿಗೆ ಬಹುವಚನ ಪ್ರಯೋಗಿಸಿದರೂ ತಾನು ಏಕವಚನದಲ್ಲೇ ಮಾತನಾಡಿಸುತ್ತಿದ್ದಳು.

"ನೀನೇನಾದರೂ ನಮ್ಮ ಗುರುಕುಲದಲ್ಲಿದ್ದಿದ್ದರೆ ವಾದದಲ್ಲಿ ಎಲ್ಲ ಗಂಡಸರನ್ನೂ ಗೆದ್ದುಬಿಡುತ್ತಿದ್ದೆ" ಎಂದ ಒಮ್ಮೆ ವಿಷ್ಣುಗುಪ್ತ ನಗುತ್ತ.

"ಗುರುಕುಲದಲ್ಲಿ ಸ್ತ್ರೀಯರಿಗೆ ಅವಕಾಶವೇ ಇಲ್ಲವಲ್ಲ?"

"ಹೌದು, ನಮ್ಮಲ್ಲಿ ಅಂಥ ಅವಕಾಶವಿಲ್ಲ."

"ಇದು ಗಂಡಸರ ಸ್ವಾರ್ಥವೆಂದು ಹೇಳಬಹುದಲ್ಲವೇ ?"

"ವೇದಕಾಲದಲ್ಲಿ ಪ್ರಖರ ಬುದ್ಧಿಶಕ್ತಿಯ ಕೆಲವು ಮಹಿಳೆಯರ ಉದಾಹರಣೆಗಳು ಸಿಗುತ್ತವೆ."

"ವೇದಕಾಲವನ್ನು ಬಿಡು, ಈಗ ಹೇಳು, ನಾವು ಈಗ ತಕ್ಷಶಿಲೆಯ ಗುರುಕುಲದ ಬಗ್ಗೆ ಮಾತನಾಡುತ್ತಿದ್ದೇವೆ."

"ನಾನು ತಿಳಿದ ಮಟ್ಟಿಗೆ ಇಲ್ಲಿ ಅಂಥ ಅವಕಾಶವಿಲ್ಲ. ಆದರೆ ಕಲಿಯಲು ನೀನು ಗುರುಕುಲಕ್ಕೇ ಹೋಗಬೇಕೇನು ? ನಾನು ನಿನಗೆ ಪಾಠ ಹೇಳುತ್ತೇನೆ."

"ನಿನ್ನಿಂದ ಪಾಠ ಹೇಳಿಸಿಕೊಂಡು ನಿನ್ನೊಂದಿಗೆ ವಾದ ಮಾಡಿ ಆನಂದ ಪಡಬೇಕಷ್ಟೆ ಆಮೇಲೆ ಈ ಅಧಿಕಪ್ರಸಂಗಿಯಾದ ಹುಡುಗಿಗೆ ಪಾಠ ಹೇಳಿ ತಪ್ಪು ಮಾಡಿದೆನೆಂದು ನೀನು ಪಶ್ಚಾತ್ತಾಪ ಪಡಬಹುದು."

"ಈಗಲೇ ಅಂಥ ಊಹೆ ಮಾಡುವುದೇಕೆ ? ಕಲಿಯುವ ಇಚ್ಛೆ ಇದ್ದರೆ ಹೇಳು. ಆದರೆ ನನ್ನ ವಿಷಯ ದಂಡನೀತಿಶಾಸ್ತ್ರ."

"ಹಾಗೆಂದರೆ?"

"ರಾಜನೀತಿ ಅಥವಾ ಅರ್ಥಶಾಸ್ತ್ರ."

"ನನಗೆ ಅವುಗಳಲ್ಲಿ ಆಸಕ್ತಿಯಿಲ್ಲ. ಕಾವ್ಯ ಓದಬೇಕೆಂದು ನನ್ನ ಆಸೆ."

"ಅಂಥದೇನು ಆಕರ್ಷಣೆ ಇದೆ ಕಾವ್ಯದಲ್ಲಿ?"

"ಅದರಲ್ಲಿ ಹೃದಯವನ್ನು ಕರಗಿಸುವ ರಸವಿದೆ. ನೋವನ್ನೂ ಸವಿಯಾಗಿ ಪರಿವರ್ತಿಸುವ ಅಮೃತಸ್ಪರ್ಶವಿದೆ. ಬುದ್ಧಿಯ ಬಾಗಿಲು ಮುಚ್ಚಿ ಬರೀ ಭಾವನೆಗಳೊಂದಿಗೆ ವ್ಯವಹರಿಸುವ ಮುಗ್ಧತೆಯಿದೆ. ಅಹಂಕಾರ ದೂರವಾದ ಸ್ಪಂದನವಿದೆ."

"ಅಂದರೆ ಕಾವ್ಯ ಓದದವರೆಲ್ಲ ಅಹಂಕಾರಿಗಳೆಂದು ನಿನ್ನ ಮಾತಿನ ಅರ್ಥವೇ?"

"ನಾನು ಹಾಗೆ ಹೇಳಲಿಲ್ಲ. ಆದರೆ ಉಳಿದವರು ಒಣಕಾಷ್ಠಗಳಂತೆ ತಮ್ಮ ಶಾಸ್ತ್ರ ಸಿದ್ಧಾಂತಗಳ ಚೌಕಟ್ಟಿನಿಂದಾಚೆಗೆ ಯೋಚಿಸುವುದೇ ಇಲ್ಲ. ಹೃದಯದ ಭಾವನೆಗಳು ಅವರಿಗೆ ಅರ್ಥವಾಗುವುದೇ ಇಲ್ಲ."

"ನನ್ನನ್ನು ಕುರಿತೇ ನೀನು ಈ ಮಾತನ್ನು ಹೇಳುತ್ತಿರುವಂತಿದೆ?"

"ಇಲ್ಲ, ಇಲ್ಲ" ಎಂದು ತೊದಲುತ್ತಾ ತುಸು ಲಜ್ಜೆಯ ಭಾವನೆಯನ್ನು ಮುಖದ ಮೇಲೆ ತಂದುಕೊಂಡು ಚೇಷ್ಟೆಯ ದನಿಯಲ್ಲಿ ಹೇಳಿದಳು, "ಸಾಮಾನ್ಯವಾಗಿ ನಾನು ಹೇಳಿದೆ ಅಷ್ಟೆ. ಆದರೆ ಅದು ಸತ್ಯವಲ್ಲವೇ?"

"ವಿಶಾಖ" ವಿಷ್ಣುಗುಪ್ತ ಹೇಳಿದ, "ನಿನ್ನ ಮಾತು ನಿನ್ನ ಮಟ್ಟಿಗೆ ನಿಜವಿರಬಹುದು. ಆದರೆ ನಾನು ಕಟುವಾಸ್ತವವಾದಿ. ಕಾವ್ಯಗಳನ್ನು ನಾನು ತಿರಸ್ಕರಿಸುತ್ತಿಲ್ಲ, ಆದರೆ ಈಗ ಅಗತ್ಯವಾಗಿರುವುದು ವಾಸ್ತವದ ದೃಷ್ಟಿ. ನಾನು ಕಲಿತ ದಂಡನೀತಿ ಶಾಸ್ತ್ರದಿಂದ ರಾಷ್ಟ್ರಕ್ಕೆ ಒಳಿತಾಗಬೇಕೆಂಬುದು ನನ್ನ ಸಂಕಲ್ಪ. ಅದೇ ನನ್ನ ಕನಸು."

"ನನ್ನದೂ ಒಂದು ಕನಸಿದೆ" ವಿಶಾಖ ತನ್ನಷ್ಟಕ್ಕೆಂಬಂತೆ ತನ್ಮಯತೆಯಿಂದ ಹೇಳತೊಡಗಿದಳು, "ಆ ಕನಸಿಗೆ ಸಾವಿರಾರು ಕಾಮನ ಬಿಲ್ಲುಗಳೇ ಗೋಡೆ. ನೀಲ ಗಗನವೇ ಚಾವಣಿ. ನಕ್ಷತ್ರಗಳೇ ಅಲಂಕಾರ. ಮೆತ್ತನೆಯ ಬೆಳ್ಳಿಮೋಡಗಳೇ ಪೀಠಗಳು. ಎಂದೂ ಬಾಡದ ಸುಂದರವಾದ ಹೂಗಳು. ಮನಸ್ಸಿಗೆ ಹಿತನೀಡುವ ಪಕ್ಷಿಗಳ ಕಲರವ. ಗುಂಗು ಹಿಡಿಸುವಂತೆ ತೇಲಿಬರುವ ಮಧುರ ಸಂಗೀತ. ನಾನೇ ಹಾಡಿಕೊಳ್ಳುವ ಒಂದು ಮೋಹಕ ಪ್ರೇಮಗೀತೆ. ಜೊತೆಯಲ್ಲಿ ಒಬ್ಬ ಸುಂದರ ತರುಣ. ತನ್ನ ನಗು, ನೋಟಗಳಿಂದಲೇ ನನ್ನನ್ನು ಸಂಪೂರ್ಣವಾಗಿ ಆವರಿಸಿಕೊಳ್ಳಬಲ್ಲ ರಸಿಕ. ಅವನ ತೊಡೆಯ ಮೇಲೆ ನಾನು ಅಥವಾ ನನ್ನ ತೊಡೆಯ ಮೇಲೆ ಅವನು, ಕಣ್ಣಲ್ಲಿ ಕಣ್ಣಿಟ್ಟು ನೋಡುತ್ತಿರುವಾಗ ಕಾಲ ನಿಂತುಬಿಡಬೇಕು. ಹಗಲು ರಾತ್ರಿಗಳ ಚಲನೆಯಿರಬಾರದು. ನೋವಿನ ನೆರಳೂ ಅಲ್ಲಿ ಸುಳಿಯಬಾರದು..." ಎಂದು ಹೇಳುತ್ತ ಅವಳು ತನ್ನ ಕನಸಿನ ಸವಿಯನ್ನು ಚಪ್ಪರಿಸಿಕೊಳ್ಳುತ್ತಿರುವಂತೆ ಸುಮ್ಮನಾದಳು.

"ವಿಶಾಖ... ವಿಶಾಖ..." ಎಂದು ವಿಷ್ಣುಗುಪ್ತ ಕೂಗಿ ಎಚ್ಚರಿಸಿದ. ಬೆಚ್ಚಿದ ಅವಳು ವಾಸ್ತವಕ್ಕೆ ಬಂದು, ಅವನತ್ತ ನೋಡಿ ಲಜ್ಜೆಯಿಂದ ನಗುತ್ತ ಅಲ್ಲಿಂದ ಓಡಿಹೋದಳು. ಆದರೆ, ವಿಶಾಖ ತನ್ನೊಂದಿಗೆ ಪ್ರೇಮದ ಕನಸು ಕಟ್ಟುತ್ತಿರುವಳೆಂದು ಅವನಿಗೆ ಅರ್ಥವಾಯಿತು. ತನ್ನನ್ನೇ ತಾನು ಪರೀಕ್ಷಿಸಿಕೊಂಡಾಗ, ತನ್ನಲ್ಲೂ ಅವಳ ಬಗ್ಗೆ ಪ್ರೇಮ ಭಾವನೆ ಚಿಗುರಿದೆಯೆಂದು ಭಾಸವಾಯಿತು. ಆದರೆ ಮರುಕ್ಷಣದಲ್ಲೇ ಬೆಚ್ಚಿದ. ಭಾವುಕತೆಯ ಬೆನ್ನೇರಿ ಕನಸಿನ ಲೋಕಕ್ಕೆ ಜಾರುವ ಅವಳ ಸ್ವಭಾವ ತನ್ನ ಸ್ವಭಾವಕ್ಕೆ ತದ್ವಿರುದ್ಧವಾಗಿತ್ತು. ಅಲ್ಲದೆ, ಅವಳ ಪ್ರೇಮಕ್ಕಾಗಿ ತಾನು ಕಟ್ಟುತ್ತಿರುವ ವಿಶಾಲ ವ್ಯಾಪ್ತಿಯ ಕನಸನ್ನು ಒಡೆದು ಹಾಕುವುದು ಸಾಧ್ಯವಿರಲಿಲ್ಲ. ಎಲ್ಲ ಹುಡುಗಿಯರೂ ವಿಶಾಖಳಂತೆಯೇ ಕನಸು ಕಾಣುವುದಾದರೆ ತಾನು ವಿವಾಹ ಆಗುವಂತೆಯೇ ಇಲ್ಲ, ಎಂದುಕೊಂಡ. ವಿಶಾಖಳಿರಲಿ, ಅಂಥ ಭ್ರಾಮಕ ಕನಸು ಕಟ್ಟುವ ಯಾವುದೇ ಹುಡುಗಿ ತನ್ನಂಥ ನಿಯಮಬದ್ಧ ಒಣಕಾಷ್ಠದಲ್ಲಿ ಪ್ರೇಮವನ್ನು ಪಲ್ಲವಿಸಲಾರಳು ಎನ್ನಿಸಿತು. ಅವಳ ಭಾವನೆಗಳಿಗೆ ಪ್ರೋತ್ಸಾಹ ನೀಡಿ ತಾನು ಆತ್ಮದ್ರೋಹ ಮಾಡಿಕೊಳ್ಳುವುದು ಸರಿಯಲ್ಲವೆಂಬ ಭಾವನೆ ಚುಚ್ಚಿತು.

ನಾಲ್ಕೈದು ದಿನ ಅವನು ವಿಶಾಖಳ ಮನೆಯ ಕಡೆ ಹೋಗಲಿಲ್ಲ, ಅವಳೂ ಬರಲಿಲ್ಲ. ಆದರೂ ಅವಳ ನೆನಪು, ಅವಳ ನಗು, ಮಾತು ಎಲ್ಲ ನಿಂತಲ್ಲಿ ಕುಳಿತಲ್ಲಿ ಕಾಡತೊಡಗಿದವು. ಒಂದು ಕಡೆ ತನ್ನ ವೈವಾಹಿಕ ಜೀವನ, ಇನ್ನೊಂದು ಕಡೆ ತನ್ನ ವಿದ್ಯೆ, ವೃತ್ತಿ, ಮಾಡಬೇಕೆಂದುಕೊಂಡಿರುವ ಮಹತ್ವದ ಕೆಲಸಗಳು, ಎರಡರಲ್ಲಿ ಆಯ್ಕೆಮಾಡಿಕೊಳ್ಳುವ ಪ್ರಸಂಗ ಬಂತು. ಎರಡನ್ನೂ ಜೊತೆ ಸೇರಿಸಿಕೊಂಡು ನಿರ್ವಹಿಸುವುದು ತನ್ನ ಮನೋಧರ್ಮಕ್ಕೆ ಸಾಧ್ಯವಾಗುವುದಿಲ್ಲ ಎನ್ನಿಸಿತು. ತನ್ನ ವೈಯಕ್ತಿಕ ಬದುಕಿನ ಸುಖದುಃಖಗಳಿಗಿಂತ ಸಾಮಾಜಿಕ ಹೊಣೆ ಮಿಗಿಲಾದದ್ದು ಎಂದು ಯೋಚಿಸಿದ. ವಿವಾಹವನ್ನೇ ಆರಿಸಿಕೊಂಡರೆ ತನ್ನ ಗುರಿ ಗೌಣವಾಗುವ ಭಯ ಕಾಡಿತು. ಆದರೆ ವಯಸ್ಸಿಗೆ ಸಹಜವಾದ ವಾಂಛೆಗಳು ವಿಶಾಖಳ

ಸುಂದರ ಮುಖವನ್ನು ಮತ್ತೆ ಮತ್ತೆ ಎದುರಿಗೆ ತಂದು ನಿಲ್ಲಿಸುತ್ತಿದ್ದವು. ನಿರ್ಧಾರ ಮಾಡುವುದು ಕಷ್ಟವಾಯಿತು.

ಆರನೇ ದಿನ ಅವನು ಶೇಖರನ ಮನೆಗೆ ಹೋದಾಗ ಅಲ್ಲಿ ನಾಲ್ಕೈದು ಜನರಿದ್ದರು. ಅವರು ಆವನ ಬಂಧುಗಳಿರಬೇಕೆನ್ನಿಸಿತು. ಮತ್ತೆ ಕಾಣುವುದಾಗಿ ಹೇಳಿ ವಿಷ್ಣುಗುಪ್ತ ಅಲ್ಲಿ ನಿಲ್ಲದೆ ಬಂದುಬಿಟ್ಟ.

ಮತ್ತೆರಡು ದಿನ ಕಳೆದ ಮೇಲೆ ಸಂಜೆ ಗುರುಕುಲದಿಂದ ಹಿಂದಿರುಗಿ ಮನೆಗೆ ಬರುತ್ತಿರುವಾಗ ಬಾಗಿಲಲ್ಲೇ ನಿಂತಿದ್ದ ಶೇಖರ ಕರೆದ. ವಿಷ್ಣುಗುಪ್ತ ಒಳಗೆ ಹೋಗಿ ಕುಳಿತ. ಅಲ್ಲೇ ಇದ್ದ ವಿಶಾಖಳತ್ತ ತಲೆಯೆತ್ತಿ ನೋಡುವುದೂ ಕಷ್ಟವಾಯಿತು. ''ಯಾರೋ ಬಂಧುಗಳು ಬಂದಂತಿತ್ತು?'' ಎಂದು ತಾನೇ ಮಾತಿಗಾರಂಭಿಸಿದ.

''ಹೌದು'' ಶೇಖರ ಹೇಳಿದ, ''ಅದೇ ವಿಷಯ ತಿಳಿಸಲು ನಾನು ನಿಮ್ಮನ್ನು ಕರೆದೆ.''

''ಬಹಳ ದಿನಗಳ ಮೇಲೆ ನಿಮ್ಮ ಮನೆಗೆ ಬಂಧುಗಳು ಬಂದಿರಬೇಕಾದರೆ ಯಾವುದೋ ಮಹತ್ವದ ವಿಷಯವೇ ಇರಬೇಕು'' ಎಂದ ವಿಷ್ಣುಗುಪ್ತ ಲೋಕಾಭಿರಾಮವಾಗಿ.

''ನನ್ನ ಸೋದರಿ ನನ್ನ ಆರೋಗ್ಯ ಸುಧಾರಿಸಿರುವುದನ್ನು ಕಂಡು ಎಷ್ಟು ಸಂತೋಷಗೊಂಡಳು ಗೊತ್ತೆ? ನಾನಂತೂ ನಿಮ್ಮಿಂದಾದ ಉಪಕಾರವನ್ನು ಬಾಯಿತುಂಬಾ ಹೊಗಳಿಬಿಟ್ಟೆ.''

''ನನಗಿಂತ ವೈದ್ಯ ಹರಿಸೇನರ ಉಪಕಾರ ಸ್ಮರಿಸುವುದು ನಿಮ್ಮ ಕರ್ತವ್ಯ.''

''ಹರಿಸೇನರ ಉಪಕಾರ ಸ್ಮರಿಸದೆ ನಾನು ಕರ್ತವ್ಯಚ್ಯುತಿ ಮಾಡಿಲ್ಲ ವಿಷ್ಣುಗುಪ್ತರೇ'' ಎಂದ ಶೇಖರ ನಗುತ್ತ ಮತ್ತೆ ಹೇಳಿದ, ''ಬಹುಶಃ ಮುಂದಿನ ವಾರವೇ ನಾವು ತಕ್ಷಶಿಲೆಯನ್ನು ಬಿಟ್ಟು ಹೋಗುತ್ತೇವೆ.''

''ಅದೇನು ಇಷ್ಟು ಅವಸರ?''

''ಮತ್ತೆ ಪುಷ್ಕಲಾವತಿಗೆ ಹಿಂದಿರುಗುತ್ತೇನೆ. ಏಕೆಂದರೆ ನನ್ನ ಸೋದರಿಯ ಮಗನೊಂದಿಗೆ ವಿಶಾಖಳ ವಿವಾಹ ನಿಶ್ಚಯವಾಯಿತು.''

ತಕ್ಷಣ ತಲೆಯೆತ್ತಿದ ವಿಷ್ಣುಗುಪ್ತ ವಿಶಾಖಳತ್ತ ನೋಡಿದ. ಅವಳು ಮಂಕಾಗಿದ್ದಳು.

''ನಿಶ್ಚಯವೇನು, ನಾನು ಮೊದಲೇ ನಿರ್ಧರಿಸಿಕೊಂಡಿದ್ದೆ'' ಶೇಖರ ಮುಂದುವರಿಸಿದ, ''ಜೊತೆಗೆ ಅವನಿಗೆ ಇತ್ತೀಚೆಗೆ ಒಂದು ಕೆಲಸವೂ ದೊರೆತಿದೆಯಂತೆ. ಜೀವನೋಪಾಯದ ಚಿಂತೆಯಿಲ್ಲ''.

''ನಿಮ್ಮ ಆರೋಗ್ಯ ?''

''ನನ್ನ ಆರೋಗ್ಯಕ್ಕಿಂತ ನನ್ನ ಮಗಳ ಭವಿಷ್ಯವೇ ನನಗೆ ಮುಖ್ಯವಾಗಿತ್ತು. ಅವಳು ನನ್ನ ಸೋದರಿಯ ಮನೆಗೆ ಸೇರುತ್ತಿರುವುದರಿಂದ ಆ ಚಿಂತೆಯೂ ಬಗೆಹರಿಯುತ್ತಿದೆ. ಇದ್ದಷ್ಟು ದಿನ ನನ್ನ ಮಗಳ ಸಂಸಾರವನ್ನು ಕಣ್ತುಂಬ ನೋಡಿಕೊಂಡು ಕಾಲ ಕಳೆಯುತ್ತೇನೆ.''

''ಹೋಗಲಿ ಬಿಡಿ'' ವಿಷ್ಣುಗುಪ್ತ ಬಲವಂತದ ನಗು ತಂದುಕೊಂಡು ಹೇಳಿದ, ''ನಿಮ್ಮ ಮನಸ್ಸಿನ ಚಿಂತೆಯ ಭಾರ ನೀಗುವುದಲ್ಲ ಅದೇ ಸಂತೋಷ.''

''ಕಡೆಯ ಸಲ ಇನ್ನೊಂದು ಉಪಕಾರವಾಗಬೇಕಲ್ಲ ?''

''ಅದೇನು ಹೇಳಿ.''

"ಹರಿಸೇನರಿಗೆ ಈವರೆಗೆ ನಾನು ಏನೂ ಕೊಟ್ಟಿಲ್ಲ. ಆ ಪುಣ್ಯಾತ್ಮನ ಹಸ್ತ ಗುಣದಿಂದ ನಾನು ಗೆಲುವಾದೆ. ಅವರಿಂದ ಐದಾರು ತಿಂಗಳಿಗಾಗುವಷ್ಟು ಔಷಧಿ ಕೊಡಿಸಿದರೆ ಉಪಕಾರವಾಗುತ್ತದೆ. ಅದೆಲ್ಲ ಎಷ್ಟಾಗಬಹುದೆಂದು ಹೇಳಿದರೆ ಹೋಗುವಾಗ ಕೊಟ್ಟು ಹೋಗುತ್ತೇನೆ."

"ಅದರ ಬಗ್ಗೆ ನೀವು ಚಿಂತೆ ಮಾಡಬೇಡಿ. ನಿಮಗೆ ಔಷಧಿ ಕೊಡುವಂತೆ ಹೇಳುತ್ತೇನೆ."

"ಹಾಗೆಂದರೆ ಹೇಗೆ? ವೈದ್ಯವೃತ್ತಿಯಿಂದಲೇ ಅವರ ಜೀವನೋಪಾಯ ನಡೆಯ ಬೇಕಲ್ಲವೆ?"

"ನಿಮ್ಮ ಪರವಾಗಿ ನಾನೇ ಎಲ್ಲ ಕೊಟ್ಟಿದ್ದೇನೆ."

"ಏನು ? ನೀವು ಕೊಟ್ಟಿರಾ ? ಸಮಯದಲ್ಲಿ ನೆರವಿಗೆ ಬಂದು ಹರಿಸೇನರನ್ನು ಪರಿಚಯಿಸಿದ್ದು ಸಾಲದೆ?"

"ನಾನು ನಿಮ್ಮನ್ನು ನಮ್ಮವರೆಂದು ತಿಳಿದೆ. ನಮ್ಮವರಿಗೆ ಅಷ್ಟೂ ಮಾಡಬಾರದೇ? ದಯವಿಟ್ಟು ಮತ್ತೆ ಆ ವಿಷಯವನ್ನು ಮಾತನಾಡಬೇಡಿ."

"ಆಗಲಿ, ಅನಿಮಿತ್ತ ಬಂಧು ಎನ್ನುತ್ತಾರಲ್ಲ ಹಾಗೆ, ಯಾವುದೋ ಋಣಾನುಬಂಧ ನಿಮ್ಮ ಪರಿಚಯ ಮಾಡಿಸಿತೆಂದು ಭಾವಿಸುತ್ತೇನೆ."

"ಋಣಾನುಬಂಧ, ಹಣೆಬರಹ, ಅದೃಷ್ಟ ಇತ್ಯಾದಿ ಶಬ್ದಗಳನ್ನು ಕಂಡರೆ ನನಗೆ ಆಗುವುದಿಲ್ಲ" ವಿಷ್ಣುಗುಪ್ತ ಗಂಭೀರವಾಗಿ ಹೇಳಿದ.

"ಇಂದು ನಾನು ನಿಮಗೆ ನನ್ನ ಕೈಲಾದ ಸಹಾಯ ಮಾಡಿರಬಹುದು. ಮುಂದೆ ನಾನೇ ನಿಮ್ಮಿಂದ ಸಹಾಯ ಪಡೆಯುವ ಸಂದರ್ಭ ಬರಬಹುದು ಅಥವಾ ನೀವಲ್ಲದಿದ್ದರೂ ಬೇರೊಬ್ಬರು ನನಗೆ ಉಪಕಾರ ಮಾಡಬಹುದು. ಬದುಕಿನ ದಾರಿಯಲ್ಲಿ ಇವೆಲ್ಲ ಸಹಜ ಕ್ರಿಯೆಗಳು. ಬರುತ್ತೇನೆ, ಹರಿಸೇನರಿಗೆ ಹೇಳುತ್ತೇನೆ" ಎಂದು ವಿಷ್ಣುಗುಪ್ತ ಅಲ್ಲಿಂದ ಹೊರಟುಬಿಟ್ಟ.

"ಈತ ಎಲ್ಲ ಸರಿ, ಆದರೆ ಒಂದೊಂದು ಸಲ ಸ್ವಲ್ಪ ವಿಚಿತ್ರವಾಗಿ ನಡೆದು-ಕೊಳ್ಳುವನಲ್ಲವೇ?" ಎಂದು ಶೇಖರ ಮಗಳತ್ತ ತಿರುಗಿದಾಗ ಅವಳು ಅಲ್ಲಿರಲಿಲ್ಲ. ಅದರ ಕಾರಣವನ್ನು ಅವನು ಊಹಿಸುವುದೂ ಸಾಧ್ಯವಿರಲಿಲ್ಲ.

ಮನೆಗೆ ಬಂದ ವಿಷ್ಣುಗುಪ್ತ ಸ್ನಾನ ಸಂಧ್ಯೋಪಾಸನೆಗಳಿರಲಿ, ದೀಪ ಹಚ್ಚುವುದೂ ಬೇಕಿಲ್ಲದೆ ಒಂದು ಪೀಠದ ಮೇಲೆ ಸುಮ್ಮನೆ ಕುಳಿತುಬಿಟ್ಟ. ಸ್ವಲ್ಪ ಹೊತ್ತು ಎಲ್ಲ ಸುರಿದುಹೋಗಿ ಬರಿದಾದ ಪಾತ್ರೆಯಂತಾಯಿತು ಅವನ ಮನಸ್ಸು. ಯಾವ ಯೋಚನೆಯನ್ನು ಮಾಡಲೂ ಅಸಮರ್ಥವಾದಂತೆ ಬುದ್ಧಿ ನಿಶ್ಚಲವಾಯಿತು. ದೇಹದ ಸರ್ವಾಂಗಗಳೂ ನಿಷ್ಕ್ರಿಯವಾದಂತೆ, ಉಸಿರಾಡುವುದರ ಹೊರತಾಗಿ ಬೇರೆ ಯಾವ ಚಲನೆಯೂ ಇಲ್ಲದೆ ಅವನು ಕುಳಿತಿದ್ದ. ಅಕ್ಕಪಕ್ಕದ ಮನೆಗಳಲ್ಲಿ, ಬೀದಿಯಲ್ಲಿ ಜನ ಮಾತಾಡಿಕೊಳ್ಳುವುದು, ಮತ್ತಿತರ ಯಾವ ಶಬ್ದಗಳೂ ಅವನನ್ನು ಕಲಕಲಿಲ್ಲ.

ಎಷ್ಟು ಹೊತ್ತು ಹಾಗೆ ಕುಳಿತಿದ್ದನೋ, ಯಾರೋ ಹೆಂಗಸೊಬ್ಬಳು ಶೇಖರನ ಮನೆಯ ಮುಂದೆ ನಿಂತು "ವಿಶಾಖ, ವಿಶಾಖ" ಎಂದು ತುಸು ಎತ್ತರಿಸಿ ಕೂಗಿದಾಗ ವಿಷ್ಣುಗುಪ್ತ ದಡಕ್ಕನೆ ಎದ್ದು ಕುಳಿತ. ತಾನು ಎಲ್ಲಿದ್ದೇನೆ, ಹೇಗೆ ಕುಳಿತಿದ್ದೇನೆ ಎಂಬ ಅರಿವಾಗಿ ಎದ್ದು

ಕೈಕಾಲು ಮುಖ ತೊಳೆದು ದೀಪ ಹಚ್ಚಿದ. ಸ್ನಾನ ಮಾಡುವ ಉತ್ಸಾಹವಿರಲಿಲ್ಲ, ಅಡಿಗೆ, ಊಟದ ಯೋಚನೆಯೇ ಬರಲಿಲ್ಲ.

ಈಗ ತನ್ನ ವರ್ತನೆಯ ಬಗ್ಗೆ, ವಿಶಾಖಳ ಬಗ್ಗೆ ಸಮಾಧಾನ ಸ್ಥಿತಿಯಲ್ಲಿ ಯೋಚಿಸ ತೊಡಗಿದ. ತನ್ನ ಸ್ಥಿತಿಯನ್ನು ನೆನೆದು ತನ್ನಷ್ಟಕ್ಕೆ ಸಣ್ಣಗೆ ನಕ್ಕ. ಕೌಟಿಲ್ಯ ಗೋತ್ರೋದ್ಭವ ಚಣಕ ಪುತ್ರ ವಿಷ್ಣುಗುಪ್ತ ಇಷ್ಟು ದುರ್ಬಲ ಮನಸ್ಸಿನವನೇ ? ವಿಶಾಖಳ ವಿವಾಹ ನಿಶ್ಚಯವಾಯಿತೆಂದರೆ ಅದಕ್ಕಾಗಿ ಇಷ್ಟೊಂದು ಆಘಾತಕ್ಕೊಳಗಾಗುವುದು ನನಗೆ ತಕ್ಕದ್ದಲ್ಲ. ಅವಳ ಚೆಲುವು, ಬುದ್ಧಿವಂತಿಕೆ, ಸರಳತೆ ಮತ್ತು ತುಂಟ ನಡವಳಿಕೆಗಳು ನನಗೆ ಪ್ರಿಯವಾಗಿದ್ದವು. ನನಗೇ ಗೊತ್ತಿಲ್ಲದಂತೆ ಪ್ರೀತಿಯ ಭಾವನೆಯೂ ಚಿಗುರಿರಬೇಕು. ಹೌದು, ಅದು ವಯೋಧರ್ಮಕ್ಕೆ ಅನುಗುಣವಾದ ಸಹಜ ಕ್ರಿಯೆ. ಆದರೆ ಬುದ್ಧಿಪೂರ್ವಕವಾಗಿ ನಾನೆಂದೂ, ಅವಳನ್ನು ಪ್ರೀತಿಸುತ್ತಿದ್ದೇನೆ, ವಿವಾಹ ಮಾಡಿಕೊಳ್ಳಬೇಕು ಎಂದು ಅಂದುಕೊಂಡಿರಲಿಲ್ಲ. ತಿಳಿವಳಿಕೆ ಬಂದಾಗಿನಿಂದಲೂ ಬುದ್ಧಿಯನ್ನು ಹರಿತಗೊಳಿಸುವುದರಲ್ಲೇ ಮಗ್ನನಾದ ನಾನು, ಹೃದಯದ ಸ್ಪಂದನಗಳಿಗೆ ಪ್ರತಿಕ್ರಿಯಿಸುವ ಅಭ್ಯಾಸವನ್ನೇ ಮಾಡಿ ಕೊಂಡಿರಲಿಲ್ಲ. ಆದರೆ ನನ್ನ ಅನುಮತಿಯನ್ನೇ ಕೇಳದೆ ಪ್ರಕೃತಿ ತನ್ನ ಕೆಲಸವನ್ನು ತಾನು ಮಾಡಿಯೇಬಿಟ್ಟಿತೇನೋ !

'ಹತ್ತನೇ ವರ್ಷದಲ್ಲಿ ತಂದೆ ನನ್ನನ್ನು ಒಂಟಿಯಾಗಿ ಬಿಟ್ಟು ಪಾಟಲೀಪುತ್ರಕ್ಕೆ ಹೋದಾಗಿನಿಂದಲೇ ಮಹತ್ವಾಕಾಂಕ್ಷೆಯ ಒಂದೊಂದೇ ಸೋಪಾನವನ್ನು ಏರಲಾರಂಭಿಸಿದ್ದೆ. ಜಗತ್ತಿನ ಜ್ಞಾನಭಂಡಾರವನ್ನೆಲ್ಲ ನನ್ನ ಮೆದುಳಿನ ಪೆಟ್ಟಿಗೆಯಲ್ಲಿ ಭದ್ರಪಡಿಸಿಕೊಳ್ಳುವ ಹಂಬಲ, ಬಾಲ್ಯಸಹಜವಾದ ಆಟಪಾಟಗಳತ್ತಲೂ ಗಮನಹರಿಸದಷ್ಟು ದೃಢವಾಗಿತ್ತು. ವಯಸ್ಸು ಬೆಳೆದಂತೆ ತಂದೆ ತಕ್ಷಶಿಲೆಯನ್ನು ಬಿಟ್ಟ ಕಾರಣ ಇನ್ನಷ್ಟು ಸ್ಪಷ್ಟವಾಗಿ ಅರ್ಥವಾದಂತೆ, ನನ್ನ ಮಾತೃಭೂಮಿಯ ಸ್ಥಿತಿಗತಿಗಳು ಮನವರಿಕೆಯಾಗತೊಡಗಿದಂತೆ ನನ್ನ ಆಸಕ್ತಿ ದಂಡನೀತಿಶಾಸ್ತ್ರದಲ್ಲಿ ಕೇಂದ್ರೀಕೃತವಾಯಿತು. ಅಧ್ಯಾಪಕ ವೃತ್ತಿಯನ್ನು ಆರಂಭಿಸುವಷ್ಟರಲ್ಲಿ ಆರ್ಯಾವರ್ತವನ್ನು ವಿಶಾಲವಾದ ಮತ್ತು ಸದೃಢವಾದ ಒಂದು ರಾಜಸತ್ತೆಯ ಅಡಿಯಲ್ಲಿ ಬರುವ ಸಾಮ್ರಾಜ್ಯವಾಗಿ ಸ್ಥಾಪಿಸಲು ನನ್ನ ಜ್ಞಾನ ವಿನಿಯೋಗಿಸಬೇಕೆಂದು ನಿರ್ಧರಿಸಿಕೊಂಡೆ. ಅದಕ್ಕೆ ಬೇಕಾದ ಸಿದ್ಧತೆಗಳನ್ನು ಆರಂಭಿಸಿದ್ದೇನೆ. ಆ ಗುರಿ ನಿಚ್ಚಳವಾಗಿರುವುದರಿಂದ ವಿಶಾಖಳ ಬಗೆಗಿನ ಆಸಕ್ತಿ ಪ್ರೇಮದ ವ್ಯಕ್ತಭಾವನೆಯಾಗಿ ಮಿಡಿಯಲಿಲ್ಲವೆಂದು ಕಾಣುತ್ತದೆ. ಆದರೆ ಅದು ಗುಪ್ತವಾಗಿದ್ದು, ಅವಳ ವಿವಾಹ ನಿಶ್ಚಯವಾದ ಸಂಗತಿ ತಿಳಿದಕೂಡಲೇ ಆಘಾತಗೊಳಿಸಿ ಸ್ವಲ್ಪ ಶೂನ್ಯ ಭಾವನೆಯನ್ನು ತುಂಬಿರಬೇಕು.

'ಒಳ್ಳೆಯದೇ ಆಯಿತು. ಕೋಮಲ ಸ್ವಭಾವದ, ಕನಸು ಕಾಣುವ ಮನೋಧರ್ಮದ ಅವಳನ್ನು ವಿವಾಹ ಮಾಡಿಕೊಂಡಿದ್ದರೂ, ಬಹುಶಃ ಅದು ಯಶಸ್ವಿಯಾಗುತ್ತಿರಲಿಲ್ಲ. ಅವಳು ಎಲ್ಲಿಯಾದರೂ ಸುಖವಾಗಿರಲಿ. ವಿಷಾದ ಭಾವನೆಗಿಂತ ಮಿಗಿಲಾಗಿ, ಅವಳ ಆ ತುಂಟತನ, ಚೇತೋಹಾರಿಯಾದ ನಗು, ನೆನಪಾಗಿ ಉಳಿದು ಸದಾ ಉಲ್ಲಾಸ ನೀಡಲಿ...'

ಬೆಳಗಾಗುವ ವೇಳೆಗೆ ತಾನು ಇನ್ನು ಮುಂದೆ ವಿವಾಹದ ಆಲೋಚನೆಯನ್ನೇ ಮಾಡದೆ ಬ್ರಹ್ಮಚಾರಿಯಾಗಿಯೇ ಇದ್ದು, ತನ್ನ ಗುರಿ ಸಾಧಿಸಬೇಕೆಂದು ನಿರ್ಧರಿಸಿಕೊಂಡಿದ್ದ.

ಮರುದಿನ ಸಂಜೆ ವಿಷ್ಣುಗುಪ್ತ ಮನೆಗೆ ಬೇಗ ಬಂದಿದ್ದನ್ನು ನೋಡಿಕೊಂಡು ವಿಶಾಖ ಬಂದಳು. ಅವಳ ಮುಖದಲ್ಲಿ ಆ ತುಂಟತನವಾಗಲೀ, ಚೈತನ್ಯದಾಯಕವಾದ ನಗುವಾಗಲೀ

ಇರಲಿಲ್ಲ, ಒಂದೇ ದಿನದಲ್ಲಿ ಅವಳು ಹತ್ತು ವರ್ಷಗಳಷ್ಟು ಬದಲಾಗಿದ್ದಾಳೆ ಎನ್ನಿಸಿತು. ತುಸು ವಿಷಾದವೆನಿಸಿದರೂ ತನ್ನ ನಿರ್ಧಾರದ ಅಚಲ ಶಿಲೆಯ ಮೇಲೆ ಸ್ಥಿರವಾಗಿ ಕುಳಿತಿದ್ದ ಅವನು ಭಾವುಕತೆ ಹತ್ತಿರ ಸುಳಿಯಲು ಅವಕಾಶ ನೀಡಲಿಲ್ಲ, ಸುಮ್ಮನೆ ನೆಲ ನೋಡುತ್ತ ತಲೆ ತಗ್ಗಿಸಿ ನಿಂತ ಅವಳನ್ನು ನೋಡಿ "ಏಕೆ ಸುಮ್ಮನೆ ನಿಂತೆ? ಕುಳಿತುಕೋ ವಿಶಾಖ" ಎಂದ ಸಹಜ ಧ್ವನಿಯಲ್ಲಿ.

ಅವಳು ತಲೆಯೆತ್ತಿ ಒಮ್ಮೆ ಅವನತ್ತ ನೋಡಿದಳು. ಕಣ್ಣುಗಳಲ್ಲಿ ನೀರು ತುಂಬಿತು. ಸ್ವಲ್ಪ ಕೋಪವೂ ಇರುವಂತಿತ್ತು. ಅವಳೆಂದಳು "ಕುಳಿತುಕೊಳ್ಳಲು ಈ ಮನೆಯಲ್ಲಿ ನನಗಾಗಿ ಇನ್ನೇನು ಉಳಿದಿದೆ ?"

"ನನ್ನ ಸ್ನೇಹ ಸದ್ಭಾವನೆಗಳು ಉಳಿದಿವೆ."

"ಅಂತೂ ನನ್ನನ್ನು ಹೊರಗಿನವಳನ್ನಾಗಿಯೇ ಮಾಡಿಬಿಟ್ಟೆ. ಒಂದಲ್ಲ ಒಂದು ದಿನ ನಿನ್ನ ಮನೆ, ಮನಸ್ಸು ನನ್ನದಾಗುವುದೆಂದು ನಾನು ಕನಸು ಕಟ್ಟಿದ್ದೆ. ಈ ಮನೆಯಲ್ಲಿ ನಿನ್ನ ಸೇವೆಯನ್ನು ಹೀಗೆ ಮಾಡಬೇಕು, ಹಾಗೆ ಮಾಡಬೇಕೆಂದು ಯೋಚಿಸಿದ್ದೆ."

"ವೈಯಕ್ತಿಕ ಸುಖಸಂತೋಷಗಳ ಕನಸು ಕಟ್ಟುವುದು ನನ್ನ ಸ್ವಭಾವಕ್ಕೆ ಆಗಿಬಂದಿಲ್ಲ ಎಂದು ನಾನು ಮೊದಲೇ ಹೇಳಿದ್ದೆ ವಿಶಾಖ. ನನ್ನ ಕನಸು ನನ್ನ ಮಾತೃಭೂಮಿಯ ಉನ್ನತಿಗೆ ಸಂಬಂಧಿಸಿದ್ದು."

"ಹಾಗಾದರೆ ನನ್ನ ಭಾವನೆಗಳು ನಿನಗೆ ಅರ್ಥವೇ ಆಗಲಿಲ್ಲವೇ?"

"ಅಂಥ ಅವಿವೇಕಿಯಲ್ಲ ನಾನು. ಆದರೆ ಭಾವನೆಗಳ ಕೈಯಲ್ಲಿ ಬುದ್ಧಿಯನ್ನು ಕೊಡುವುದು ನನಗೆ ಸಮ್ಮತವಲ್ಲ."

"ಭಾವನೆಯೇ ಇಲ್ಲದ ಬುದ್ಧಿವಂತ, ಕಠಿಣಶಿಲೆ! ಅವನು ನಿರ್ದಯಿ!"

"ಕ್ಷಮಿಸು ವಿಶಾಖ, ನೀನು ನನ್ನನ್ನು ಯಾವ ಮಾತಿನಿಂದ ಆಕ್ಷೇಪಿಸಿದರೂ ಸರಿ ಆದರೆ..."

"ಸಾಕು" ಅವಳು ಅವನ ಮಾತನ್ನು ತಡೆದಳು, "ನಿನಗೆ ನನ್ನ ಮನೋಗತ ಅರ್ಥವಾಗಿದೆ. ನಿನ್ನಲ್ಲೂ ಬಯಕೆಯ ಮಿಂಚನ್ನು ನಾನು ಹಲವು ಸಲ ಗುರುತಿಸಿದ್ದೇನೆ. ಆದರೂ ಈಗ ಆ ಭಾವನೆಯೇ ಇಲ್ಲವೆಂಬಂತೆ ನಟಿಸುತ್ತಿರುವುದು ಆತ್ಮವಂಚನೆಯೆಂದು ನಿನಗೆ ಅನ್ನಿಸುತ್ತಿಲ್ಲವೇ ?"

"ಇಲ್ಲ ವಿಶಾಖ" ವಿಷ್ಣುಗುಪ್ತ ಹೇಳಿದ, "ಅದು ಆತ್ಮವಂಚನೆಯಲ್ಲ, ಏಕೆಂದರೆ ನಿನ್ನ ಬಗ್ಗೆ ನನ್ನಲ್ಲಿ ಪ್ರೇಮಭಾವನೆ ಸ್ಪಷ್ಟವಾಗಿ ಬೆಳೆದಿರಲಿಲ್ಲ, ನಿನ್ನ ವಿವಾಹದ ವಿಷಯ ಕೇಳಿ ಆಘಾತವಾದುದು ನಿಜ. ಆದರೆ ಅದು ಹೀಗಾದುದೇ ಸರಿಯೆಂದು ನನ್ನ ಬುದ್ಧಿ ಎಚ್ಚರ ಹೇಳಿತು. ಈಗ ನನ್ನಲ್ಲಿ ಕಿಂಚಿತ್ತೂ ವಿಷಾದವಿಲ್ಲ, ನಿರಾಸೆಯಿಲ್ಲ, ಮನಸ್ಸು ನಿರಾಳವಾಗಿದೆ. ನೀನು ಎಲ್ಲಿದ್ದರೂ ಸುಖಸಂತೋಷದಿಂದಿರಲಿ ಎಂದು ಹಾರೈಸುವಷ್ಟು ನಿರ್ಮಲವಾಗಿದೆ. ನಿನ್ನ ಸ್ನೇಹ, ನಗು, ಉಲ್ಲಾಸಗಳು ನೆನಪಾಗಿ ನನ್ನಲ್ಲಿ ಉಳಿಯುತ್ತವೆ."

ಇದ್ದಕ್ಕಿದ್ದಂತೆ ವಿಶಾಖ ಭಾವಾವೇಶಕ್ಕೆ ಒಳಗಾದಳು. ಅವಳು ಬಿಕ್ಕಿಬಿಕ್ಕಿ ಅಳತೊಡಗಿದಳು. ಅಳುತ್ತಲೇ ಹೇಳಿದಳು, "ನೀನು ಸಂಕೋಚದಿಂದ ನಿನ್ನ ಆಸೆಯನ್ನು ವ್ಯಕ್ತಪಡಿಸುತ್ತಿಲ್ಲ ಎಂದು ನಾನು ಮೊದಲು ಭಾವಿಸಿದ್ದೆ. ವಿವಾಹದ ವಿಷಯ ಪ್ರಸ್ತಾಪವಾದಾಗ ನಾನು ನಿನ್ನನ್ನೇ ವಿವಾಹವಾಗುವುದಾಗಿ ತಂದೆಯವರೆದುರು ಹೇಳಿಬಿಡಬೇಕೆಂದುಕೊಂಡಿದ್ದೆ."

"ಹಾಗೆ ಮಾಡದಿದ್ದುದು ಒಳ್ಳೆಯದಾಯಿತು. ನೀನು ಬಯಸಿದ ಜೀವನವನ್ನು ಕೊಡುವುದು ನನಗೆ ಸಾಧ್ಯವಾಗುತ್ತಿರಲಿಲ್ಲ ವಿಶಾಖ. ಆಗ ನಿಜವಾಗಲೂ ಆತ್ಮವಂಚನೆ ಯಾಗುತಿತ್ತು. ನಾನು ಜೀವನ ಪರ್ಯಂತ ಬ್ರಹ್ಮಚಾರಿಯಾಗಿಯೇ ಇದ್ದು ಮಾತೃಭೂಮಿಯ ಶ್ರೇಯಸ್ಸಿಗೆ ದುಡಿಯಬೇಕೆಂದು ನಿರ್ಧರಿಸಿದ್ದೇನೆ."

"ಅಂಥ ದೊಡ್ಡ ನಿರ್ಧಾರವೇ?" ಎಂದಳು ವಿಶಾಖ ಅವಾಕ್ಕಾಗಿ, ಕಣ್ಣೊರೆಸಿಕೊಳ್ಳುತ್ತ.

"ಅದು ದೊಡ್ಡದೋ ಚಿಕ್ಕದೋ, ನನ್ನ ಮಟ್ಟಿಗೆ ಸರಿಯೆನಿಸಿದ ನಿರ್ಧಾರ."

"ಅದಕ್ಕೆ ನಾನು ಕಾರಣಳಾದೆನೆ ?"

"ಇಲ್ಲ ವಿಶಾಖ ನೀನಲ್ಲ, ನಾನೇ. ಮೊದಲೇ ಈ ನಿರ್ಧಾರ ಮಾಡಿದ್ದರೆ ನಿನ್ನ ಈ ನಿರಾಸೆಗೆ ನಾನು ಕಾರಣನಾದೆನೆಂಬ ವಿಷಾದ ನನಗೂ ಇರುತ್ತಿರಲಿಲ್ಲ."

ಎರಡು ಕ್ಷಣ ಬಿಟ್ಟು ವಿಷ್ಣುಗುಪ್ತ ಮತ್ತೆ ಹೇಳಿದ, "ವಿಶಾಖ, ನನ್ನ ನೆನಪು ಇನ್ನು ಮೇಲೆ ನಿನಗೆ ಒಬ್ಬ ಸ್ನೇಹಿತನಂತಿರಬೇಕು. ಅದೇ ನೆನಪು ದುಃಖ ಕೊಡುವುದಾದರೆ, ನೀನು ಪೂರ್ಣವಾಗಿ ನನ್ನನ್ನು ಮರೆತುಬಿಡುವುದೇ ಒಳ್ಳೆಯದು."

"ಇಲ್ಲ, ನಾನು ಮರೆಯಲಾರೆ" ವಿಶಾಖ ಹೇಳಿದಳು, "ನೀನು ನನಗೆ ಸ್ನೇಹಿತನಾಗಿ, ಉದಾರ ವ್ಯಕ್ತಿತ್ವದ ನಿರಾಡಂಬರ ವ್ಯಕ್ತಿಯಾಗಿ ನನ್ನ ನೆನಪಿನಲ್ಲಿ ಸದಾ ಇರುತ್ತೀಯ."

"ನೋಡೋಣ, ಎಂದಾದರೊಮ್ಮೆ ನನ್ನ ನಿನ್ನ ಭೇಟಿಯಾದಾಗ ನಿನ್ನ ಸುಖ ಸಂಸಾರವನ್ನು ನೋಡುವ, ನಿನ್ನ ಆತಿಥ್ಯವನ್ನು ಸ್ವೀಕರಿಸುವ ಸದವಕಾಶ ಒದಗಿಬರಬಹುದು."

"ಅದು ಬೇಗನೆ ಬರಲಿ, ಮತ್ತೆ ಮತ್ತೆ ಬರಲಿ ಎಂದು ನಾನು ಹಾರೈಸುತ್ತೇನೆ."

ವಿಶಾಖ ಹೋದನಂತರ, ವಾಸ್ತವವನ್ನು ಬಹುಬೇಗ ಅರ್ಥಮಾಡಿಕೊಂಡ ಅವಳ ಬಗ್ಗೆ ವಿಷ್ಣುಗುಪ್ತನಲ್ಲಿ ಮೆಚ್ಚುಗೆಯ ಭಾವನೆಯೇ ಮೂಡಿತು.

★ ★ ★

ಹಕ್ಕಿಗಳ ಚಿಲಿಪಿಲಿ ಸದ್ದು ಕೇಳಿ ಬೆಚ್ಚಿ ವಿಷ್ಣುಗುಪ್ತ ತನ್ನ ನೆನಪುಗಳ ಯಾತ್ರೆಯಿಂದ ಎಚ್ಚರಗೊಂಡು ಹಿಂದಿರುಗಿದ. ಹೊರಗೆ ನೋಡಿದಾಗ ಬೆಳಗಾಗುತ್ತಿರುವ ಸೂಚನೆ ಸಿಕ್ಕಿತು. ತಾನು ನಿದ್ರೆಯಿಲ್ಲದೆ ಇಡೀ ರಾತ್ರಿ ಎಚ್ಚರವಾಗಿದ್ದೆನೆಂಬ ಅರಿವಾಗಿ ನಗುಬಂತು. ಎದ್ದು ನಿತ್ಯಕರ್ಮಗಳತ್ತ ಗಮನಹರಿಸಿದ.

ಎಲ್ಲ ಮುಗಿಸಿ ಅವನು ಸಿದ್ಧನಾಗುತ್ತಿರುವಾಗ ಒಬ್ಬ ರಾಜದೂತ ಬಂದು ರಾಜ ಕರೆ ಕಳಿಸಿರುವ ವಿಷಯ ತಿಳಿಸಿದ. ಅದು ನಿರೀಕ್ಷಿತವೇ ಆಗಿದ್ದುದರಿಂದ ವಿಷ್ಣುಗುಪ್ತ ಅರಮನೆಯತ್ತ ಹೊರಟ.

## ೬

ವೇದಗುಪ್ತನ ಹೇಳಿಕೆಯ ಆಧಾರದ ಮೇಲೆ ಅರಮನೆಯಲ್ಲಿ, ಒಂದು ರೀತಿಯಲ್ಲಿ ತನ್ನ ವಿಚಾರಣೆಯೇ ನಡೆಯಬಹುದು, ಹಾಗೆ ನಡೆದರೆ ತಾನು ಅಲ್ಲಿ ಹೇಗೆ ಮಾತಾಡಬೇಕೆಂದೇ ವಿಷ್ಣುಗುಪ್ತ ದಾರಿಯುದ್ದಕ್ಕೂ ಯೋಚಿಸುತ್ತಿದ್ದ. ತಾನು ಅಲ್ಲಿ ಕಠಿಣವಾಗಿ ವರ್ತಿಸಬೇಕಾಗ ಬಹುದೆಂಬ ಅರಿವು ಅವನಲ್ಲಿತ್ತು. ಸುಮಾರು ಹತ್ತು ವರ್ಷಗಳಿಂದ ತನ್ನಲ್ಲಿ ಕುದಿಯುತ್ತಿದ್ದ ಅಸಮಾಧಾನ ಹೊರಬರಲೇಬೇಕಾದ ಅನಿವಾರ್ಯ ಪ್ರಸಂಗ ಬಂದಿದೆಯೆಂದುಕೊಂಡ. ಇದರಿಂದ ತಾನು ತನ್ನ ಮುಂದಿನ ನಿರ್ಧಾರವನ್ನು ರೂಪಿಸಿಕೊಳ್ಳಲು ಸಹಾಯವಾಗುವುದೆನ್ನಿಸಿತು.

ಅರಮನೆಯನ್ನು ಪ್ರವೇಶಿಸಿದಾಗ ಸೇವಕ ಅವನನ್ನು ಸಂದರ್ಶನ ಶಾಲೆಗೆ ನಿರ್ದೇಶಿಸಿದ. ಅಲ್ಲಿಗೆ ಬರುವ ವೇಳೆಗೆ ಕುಲಪತಿ ವೇದಗುಪ್ತ ಆಗಲೇ ಬಂದು ಕುಳಿತಿದ್ದ. ಅವನು ತನ್ನತ್ತ ಕೆಕ್ಕರಿಸಿ ನೋಡಿದಾಗ ವಿಷ್ಣುಗುಪ್ತ ಅವನಿಗೆ ರೂಢಿಯ ನಮಸ್ಕಾರವನ್ನೂ ಸಲ್ಲಿಸಲಿಲ್ಲ. 'ಈಗ ನಿನಗೆ ತಕ್ಕದ್ದಾಗುತ್ತದೆ' ಎಂಬ ಕುಹಕ ಭಾವನೆ ಕುಲಪತಿಯ ಮುಖದಲ್ಲಿತ್ತು. ವಿಷ್ಣುಗುಪ್ತ ಕನಿಕರದಿಂದ ಅವನತ್ತ ನೋಡಿದ.

ಕೆಲವು ಕ್ಷಣಗಳಲ್ಲಿ ವೃದ್ಧರಾಜ ವೈವಸ್ವತ, ಯುವರಾಜ ಆಂಭೀಕನೊಂದಿಗೆ ಬಂದ. ಕುಲಪತಿ ಮತ್ತು ವಿಷ್ಣುಗುಪ್ತ ಗೌರವಪೂರ್ವಕವಾಗಿ ಎದ್ದುನಿಂತು ನಮಸ್ಕಾರ ಸಲ್ಲಿಸಿದರು. ಆಗಲೂ 'ಇಂಥ ಅಯೋಗ್ಯ ರಾಜನಿಗೆ ಶಿಷ್ಟಾಚಾರಕ್ಕಾದರೂ ನಮಸ್ಕರಿಸುವುದು ಮಹಾಪಾಪ' ಎಂಬ ಭಾವನೆ ವಿಷ್ಣುಗುಪ್ತನ ಮನಸ್ಸಿನಲ್ಲಿ ಸುಳಿದುಹೋಯಿತು.

"ಕುಲಪತಿಗಳೇ" ವೈವಸ್ವತ ಹೇಳಿದ, "ನೆನ್ನೆ ವಿಷ್ಣುಗುಪ್ತರು ತಮ್ಮೊಂದಿಗೆ ಏನೇನು ಹೇಳಿದರೆಂದು ವಿವರಿಸಿ."

"ಪ್ರಭು..." ಎಂದು ವೇದಗುಪ್ತ ಆರಂಭಿಸುವಷ್ಟರಲ್ಲಿ ಅವನನ್ನು ತಡೆದು "ಅಗತ್ಯವಿಲ್ಲ" ಎಂದು ವಿಷ್ಣುಗುಪ್ತ ಹೇಳಿದ, "ಅರಮನೆಯಿಂದ ಕರೆ ಬಂದಾಗಲೇ ವೇದಗುಪ್ತರ ಆರೋಪಗಳ ಮೇಲೆ ನನ್ನ ವಿಚಾರಣೆ ನಡೆಯುವುದೆಂದು ನನಗೆ ಖಚಿತವಾಗಿ ಗೊತ್ತಿತ್ತು. ಅದು ಹೀಗಾಗಬಹುದೆಂದು ನಾನು ಮೊದಲೇ ನಿರೀಕ್ಷಿಸಿಯೂ ಇದ್ದೆ. ವೇದಗುಪ್ತರಿಗೆ ಮತ್ತೊಮ್ಮೆ ವಿವರಿಸುವ ಕಷ್ಟವೇಕೆ? ನಾನು ಏನೇನು ಮಾತಾಡಿದೆನೆಂದು ನಾನೇ ಹೇಳುತ್ತೇನೆ."

"ಇದು ರಾಜ ಸನ್ನಿಧಿ, ಕೇಳಿದಷ್ಟಕ್ಕೆ ಉತ್ತರ ಹೇಳುವ ಎಚ್ಚರವಿರಲಿ" ಎಂದ ಆಂಭೀಕ ಮುಖ ಗಂಟಿಕ್ಕಿಕೊಂಡು.

"ಯುವರಾಜ" ವಿಷ್ಣುಗುಪ್ತ ನಗುತ್ತ ಹೇಳಿದ, "ರಾಜ ಸನ್ನಿಧಿಯಾದರೇನು, ದೇವ ಸನ್ನಿಧಿಯಾದರೇನು, ಆತ್ಮಸಾಕ್ಷಿಗೆ ತಕ್ಕಂತೆ ನಡೆದುಕೊಳ್ಳುವ ವ್ಯಕ್ತಿ ಯಾವ ಹಿಂಜರಿಕೆಯೂ ಇಲ್ಲದೆ ಸತ್ಯವನ್ನೇ ನುಡಿಯುತ್ತಾನೆ, ತನಗೆ ಸರಿಕಂಡಂತೆಯೇ ನಡೆಯುತ್ತಾನೆ."

"ಸ್ವಯಂ ಪ್ರಶಂಸೆಗಲ್ಲ ನಿಮ್ಮನ್ನು ಕರೆಸಿರುವುದು."

"ಇಲ್ಲದ್ದನ್ನು ಹೇಳಿಕೊಳ್ಳುವುದು ಮೂರ್ಖತನ; ಇದ್ದದ್ದನ್ನು ದೊಡ್ಡದಾಗಿ ಪ್ರದರ್ಶಿಸುವುದು ಅಹಂಕಾರ; ಇದ್ದದ್ದನ್ನು ಇದ್ದಂತೆಯೇ ಹೇಳಿಕೊಳ್ಳುವುದು ಆತ್ಮಾಭಿಮಾನ, ಆತ್ಮ ಪ್ರಶಂಸೆಯಲ್ಲ."

"ನೀವು ಮಾತ್ರವೇ ಆತ್ಮಾಭಿಮಾನವುಳ್ಳವರು, ಉಳಿದವರು ಅವಿವೇಕಿಗಳೆಂದು ನಿಮ್ಮ ಮಾತಿನ ಅರ್ಥವೇ?" ಆಂಭೀಕ ಕೆರಳಿ ನುಡಿದ. ಅಷ್ಟರಲ್ಲಿ ವೈವಸ್ವತ ಅವನನ್ನು ತಡೆದು, "ವಿಷ್ಣುಗುಪ್ತರೇ ಹೇಳಿ, ಏನು ನಿಮ್ಮ ಆರೋಪಗಳು?"

"ಆರೋಪಗಳು ಅವರ ಮೇಲಿವೆ" ಎಂದ ಮತ್ತೆ ಆಂಭೀಕ.

"ಸ್ವಲ್ಪ ಸುಮ್ಮನಿರು" ಎಂದು ಮಗನನ್ನು ಗದರಿ "ನೀವು ಹೇಳಿ ವಿಷ್ಣುಗುಪ್ತರೇ" ಎಂದ ವೈವಸ್ವತ.

"ಹೇಳುತ್ತೇನೆ" ವಿಷ್ಣುಗುಪ್ತ ಆರಂಭಿಸಿದ, "ವಿದ್ಯಾಕೇಂದ್ರದಲ್ಲಿ ಬೌದ್ಧ ಪೀಠವನ್ನು ಆರಂಭಿಸುವುದರ ಬಗ್ಗೆ ನನ್ನ, ನನ್ನ ಸಹ ಅಧ್ಯಾಪಕರ ಮತ್ತು ವಿದ್ಯಾರ್ಥಿಗಳ ವಿರೋಧವಿದೆ. ಸನಾತನ ಧರ್ಮ ಮತ್ತು ಸಾಮಾಜಿಕ ಉಪಯುಕ್ತತೆಯ ಜ್ಞಾನದ ಶಾಖೆಗಳನ್ನು ಕಲಿಸುವುದು

ವಿದ್ಯಾಕೇಂದ್ರದ ಮೂಲ ಉದ್ದೇಶ. ಅದನ್ನು ಮೀರುವುದು ನಿಯಮೋಲ್ಲಂಘನೆಯಾಗುವುದೆಂದು ಹೇಳಿದೆ. ಮಾತಿಗೆ ಮಾತು ಬೆಳೆದು, ಹಿಂದೆ ನನ್ನ ತಂದೆ ಆಚಾರ್ಯ ಚಣಕರಿಗೆ ಕುಲಪತಿಯ ಸ್ಥಾನದ ವಿಷಯದಲ್ಲಿ ಅನ್ಯಾಯವಾಗಿ ಅವರು ತಕ್ಷಶಿಲೆಯನ್ನೇ ಬಿಟ್ಟುಹೋದ ಪ್ರಸಂಗವನ್ನು ಹೇಳಿದೆ. ಅದಕ್ಕೆ ತಮ್ಮ ಹಸ್ತಕ್ಷೇಪವೇ ಕಾರಣವೆಂದೂ ಹೇಳಿದೆ. ಈಗ ಬೌದ್ಧ ಪೀಠ ಸ್ಥಾಪಿಸುವುದರಲ್ಲಿ ಯುವರಾಜರೇ ಆಸಕ್ತಿ ವಹಿಸುತ್ತಿರುವರೆಂದು ವೇದಗುಪ್ತರು ಹೇಳಿದಾಗ, ತಂದೆಯಂತೆ ಮಗನೂ ತನ್ನ ಉದ್ಧಟತನದಿಂದ ವಿದ್ಯಾಕೇಂದ್ರದ ಕೀರ್ತಿಗೆ ಮಸಿ ಬಳಿಯುವನೆಂದು ಹೇಳಿದೆ. ಜೊತೆಗೆ ಅಯಶಸ್ವಿಯಾದ ಅಧ್ಯಾಪಕ ವೇದಗುಪ್ತ ಕುಲಪತಿಯಾದದ್ದು ಅರ್ಹತೆಯಿಂದಲ್ಲ, ಅರಮನೆಯೊಂದಿಗಿನ ತನ್ನ ಸ್ನೇಹ ಸಂಬಂಧದಿಂದ, ಎಂದೂ ಹೇಳಿದೆ.''

''ಬೇರೆಯವರಾಗಿದ್ದರೆ, ಇಂಥ ದುರಹಂಕಾರದ ಮಾತಾಡಿದವರನ್ನು ಈ ಕ್ಷಣವೇ ಶೂಲಕ್ಕೇರಿಸುತ್ತಿದ್ದೆ.'' ಆಂಭೀಕ ಗುಡುಗಿದ.

''ನಾನೇನು, ಬೇರೆಯವರೇನು, ಅಧಿಕಾರ ಸೂತ್ರ ಅವಿವೇಕಿಗಳ ಕೈಯಲ್ಲಿದ್ದರೆ, ಯಾರನ್ನು ಯಾವಾಗ ಬೇಕಾದರೂ ಶೂಲಕ್ಕೇರಿಸಬಹುದು'' ಎಂದ ವಿಷ್ಣುಗುಪ್ತ ನಿರ್ಭಯವಾಗಿ.

ತನ್ನ ಸೊಂಟದ ಮೇಲಿದ್ದ ಕಠಾರಿಯ ಮೇಲೆ ಕೈಯಿರಿಸಿ ಮುನ್ನುಗ್ಗುವುದರಲ್ಲಿದ್ದ ಆಂಭೀಕನನ್ನು ತಡೆದು ವೈವಸ್ವತ ಹೇಳಿದ, ''ನಿಮ್ಮ ತಂದೆ ಚಣಕನೂ ಹೀಗೇ ಮಾತಾಡಿದ್ದ. ಆಗಲೂ ಅವನನ್ನು ಕ್ಷಮಿಸಿ ಜೀವಸಹಿತ ಉಳಿಸಿದ್ದೆ.''

''ಹೌದು ನಾನು ನನ್ನ ತಂದೆಯಂತೆಯೇ ನಿರ್ಭಯವಾಗಿ ಅನ್ಯಾಯದ ವಿರುದ್ಧ ಪ್ರತಿಭಟಿಸುತ್ತಿದ್ದೇನೆ. ಈಗ ನಿಮ್ಮ ಮಗನೂ ನಿಮ್ಮಂತೆಯೇ ದುಡುಕಿನ ಮಾತಾಡುತ್ತಿದ್ದಾನೆ.''

''ಹಾಗಾದರೆ ಚಣಕನಂತೆಯೇ ವಿಷ್ಣುಗುಪ್ತರೂ ಗುರುಕುಲವನ್ನೂ, ತಕ್ಷಶಿಲೆಯನ್ನೂ ಬಿಟ್ಟು ಹೋಗುತ್ತಾರಲ್ಲವೆ?'' ಎಂದ ವೈವಸ್ವತ ಅಣಕದಿಂದ.

''ಏಕೆ, ನನ್ನನ್ನು ಶೂಲಕ್ಕೇರಿಸುವ ಧೈರ್ಯವಿಲ್ಲವೆ?''

''ರಾಜರೆದುರು ನಿಂತು ಇಷ್ಟು ದುರಹಂಕಾರದಿಂದ ನಡೆದುಕೊಳ್ಳುವ ನಿನ್ನನ್ನು ನಾನೇ ಕೊಂದುಬಿಡುತ್ತೇನೆ'' ಮತ್ತೆ ಆಂಭೀಕ ಕೋಪದಿಂದ ಅಬ್ಬರಿಸಿದ.

''ಆಂಭೀಕ, ಸ್ವಲ್ಪ ಸುಮ್ಮನಿರು'' ವೈವಸ್ವತ ಗದರಿಕೊಂಡ.

''ನನ್ನನ್ನು ಶೂಲಕ್ಕೇರಿಸಿದರೆ ನಿಮ್ಮ ಅವಿವೇಕ ಜಗಜ್ಜಾಹೀರಾಗುವುದೆಂದು ಹಿಂಜರಿಕೆಯೇ? ಅಥವಾ ಸತ್ಯವಾದ ನನ್ನ ಮಾತುಗಳನ್ನು ಕೇಳಿದ ಮೇಲೆ ನಿಮ್ಮ ಮನಸ್ಸು ಅಪರಾಧೀ ಭಾವನೆಯಿಂದ ತಳಮಳಿಸುತ್ತಿದೆಯೇ?''

''ಅದಾವುದೂ ಅಲ್ಲ'' ವೈವಸ್ವತ ಸಮಾಧಾನದಿಂದ ಹೇಳಿದ, ''ನಿಮ್ಮ ಮೇಲಿನ ಕನಿಕರದಿಂದ ಹೇಳುತ್ತಿದ್ದೇನೆ.''

''ಕನಿಕರ?'' ವಿಷ್ಣುಗುಪ್ತ ನಕ್ಕ. ''ನಿಮ್ಮಂಥವರ ಕನಿಕರಕ್ಕೆ ಪಾತ್ರನಾಗುವ ಮೊದಲು ಸಾಯಲು ಬಯಸುತ್ತೇನೆ.''

''ಇಷ್ಟೊಂದು ತೀವ್ರವಾಗಿ ದ್ವೇಷಿಸುವಂಥ ಅಚಾತುರ್ಯವೇನೂ ನಡೆದಿಲ್ಲವೆಂದು ನನ್ನ ಭಾವನೆ.''

''ರಾಜ, ನಿಮ್ಮ ಅಂತರಂಗದ ಒಳಗೆ ಒಮ್ಮೆ ಇಣುಕಿ ನೋಡಿ. ನಿಮ್ಮ ಸ್ವಪ್ರತಿಷ್ಠೆಯ ಕಪ್ಪು ತೆರೆಯನ್ನು ಸರಿಸಿ, ಇನ್ನುಮೇಲಾದರೂ ಎಚ್ಚರಗೊಳ್ಳಿ, ಅದೃಷ್ಟವಶದಿಂದ ಸಿಕ್ಕಿರುವ

ರಾಜಾಧಿಕಾರವನ್ನು ಸದ್ವಿನಿಯೋಗ ಮಾಡಿ. ನಿಮ್ಮ ಮಗನ ದುಡುಕನ್ನು ತಡೆಯಿರಿ. ಸನಾತನ ಧರ್ಮವನ್ನು ಸಂರಕ್ಷಿಸಿ. ಅಡಿಪಾಯವಿಲ್ಲದ ಮನೆಯಂತೆ ನಿಮ್ಮ ರಾಜ್ಯ ಕುಸಿದು ಬೀಳಲು ಅವಕಾಶ ಕೊಡಬೇಡಿ. ನಾಸ್ತಿಕವಾದ ಬೆಳೆದರೆ ಧರ್ಮಭೀತಿಯಿಲ್ಲದ ಪ್ರಜೆಗಳು ಸಮಾಜ ವ್ಯವಸ್ಥೆಯನ್ನೇ ಬುಡಮೇಲು ಮಾಡುವರೆಂಬುದನ್ನು ಮರೆಯಬೇಡಿ.''

ಆಂಭೀಕ ಜೋರಾಗಿ ನಕ್ಕ. ''ನೀನು ಕೇವಲ ಗುರುಕುಲದ ಒಬ್ಬ ಅಧ್ಯಾಪಕ. ರಾಜನಿಗೇ ಬುದ್ಧಿ ಹೇಳುವ ಉದ್ಧಟತನವೇ?''

''ಬುದ್ಧಿ ಇಲ್ಲದ ಕಡೆ ಅದನ್ನು ಹೇಳುವುದು ಬ್ರಾಹ್ಮಣನ ಧರ್ಮ.''

''ಬ್ರಾಹ್ಮಣನಾದ ನೀನೇ ಉನ್ನತನೆಂಬ ಹೆಮ್ಮೆ ತಲೆಗೇರಿದೆ.''

''ಬ್ರಾಹ್ಮಣನೆಂದು ಅಲ್ಲದಿದ್ದರೂ ವಿದ್ವಾಂಸನಾದ ಒಬ್ಬ ಅಧ್ಯಾಪಕನನ್ನು ಏಕವಚನದಲ್ಲಿ ಮಾತನಾಡಿಸಿ ಅವಹೇಳನ ಮಾಡಲು ಪ್ರಯತ್ನಿಸುವ ನಿನ್ನಂಥವನು ಉನ್ನತನಾಗಲು ಸಾಧ್ಯವೇ?''

''ನಿನ್ನದೇನು ನಾಲಿಗೆಯೋ ಕ್ಷೌರಿಕನ ಕತ್ತಿಯೋ?''

ಈಗ ವಿಷ್ಣುಗುಪ್ತ ಜೋರಾಗಿ ನಕ್ಕ. ''ಅಂತೂ ನನ್ನ ಮಾತಿನ ಹರಿತ ನಿನ್ನ ಅನುಭವಕ್ಕೆ ಬಂತಲ್ಲಾ ! ಆದರೆ ಬುದ್ಧಿ ನನ್ನ ನಾಲಿಗೆಗಿಂತ ಹರಿತವಾಗಿದೆಯೆಂಬುದು ನಿನ್ನ ನೆನಪಿನಲ್ಲಿರಲಿ.''

''ಅದು ನನಗೇನು ಮಾಡೀತು?''

''ಆಂಭೀಕ ನೀನು ಇಲ್ಲಿಂದ ಹೋಗಿಬಿಡು. ನಾನು ಮಾತಾಡುತ್ತೇನೆ'' ಎಂದು ವೈವಸ್ವತ ಕಠಿಣವಾಗಿ ಹೇಳಿದಾಗ ಆಂಭೀಕ ಕೋಪದಿಂದ ಗೊಣಗುತ್ತ ವಿಷ್ಣುಗುಪ್ತನತ್ತ ದುರುಗುಟ್ಟಿ ನೋಡುತ್ತ ಹೊರಟುಹೋದ.

ವಿಷ್ಣುಗುಪ್ತನ ಧೈರ್ಯವನ್ನು ಕಂಡು ವೇದಗುಪ್ತ ತತ್ತರಿಸಿ ಹೋಗಿದ್ದ. ಅವನತ್ತ ಕಣ್ಣೆತ್ತಿ ನೋಡುವ ಧೈರ್ಯವಾಗದೆ ತಲೆತಗ್ಗಿಸಿ ಬೆವರೊರೆಸಿಕೊಳ್ಳುತ್ತಿದ್ದ. ''ಕುಲಪತಿಗಳು ಏನೂ ಮಾತನಾಡುತ್ತಿಲ್ಲ'' ಎಂದ ವಿಷ್ಣುಗುಪ್ತ.

''ನಾನೇನು ಹೇಳಲಿ ? ಹೇಳಬೇಕಾದುದನ್ನು ಮೊದಲೇ ಹೇಳಿದ್ದೇನೆ'' ಎಂದ ವೇದಗುಪ್ತ.

''ಕುಟುಕಿದ ಮೇಲೆ ಚೇಳಿಗೇನು ಕೆಲಸ ? ಅಲ್ಲವೆ ?'' ಎಂದ ವಿಷ್ಣುಗುಪ್ತ. ಅವನು ಮಾತಾಡದೆ ನಾಲಿಗೆಯಿಂದ ತುಟಿ ಸವರಿಕೊಂಡು, ಉಗುಳು ನುಂಗಿ ವೈವಸ್ವತನ ಮುಖ ನೋಡಿದ. ಅವನನ್ನೇ ನೋಡುತ್ತ ವಿಷ್ಣುಗುಪ್ತ ತಾನೇ ಮುಂದುವರಿಸಿದ, ''ನಿಮ್ಮನ್ನು ಕುಲಪತಿ ಎಂದು ಕರೆಯಲು ನನ್ನ ನಾಲಿಗೆ ಹಿಂಜರಿಯುತ್ತದೆ. ಅದರ ಕಾರಣವೇನೆಂದು ನಿಮಗೆ ಗೊತ್ತಿಲ್ಲವೆ ವೇದಗುಪ್ತ ? ಆತ್ಮವೆಂಬುದು ನಿಮಗಿದ್ದಿದ್ದರೆ, ಅದಕ್ಕೆ ಗೌರವ ಕೊಡುವ ಮನಸ್ಸಿದ್ದರೆ, ಅದರ ಸಾಕ್ಷಿಯಾಗಿ ಹೇಳಿ, ನೀವು ಅಧ್ಯಾಪಕರಾಗಿದ್ದಾಗ ಒಬ್ಬನೇ ಒಬ್ಬ ವಿದ್ಯಾರ್ಥಿಯಾದರೂ ನಿಮ್ಮ ಪಾಠವನ್ನು ಮೆಚ್ಚಿಕೊಂಡದ್ದುಂಟೆ ? ಒಬ್ಬನೇ ಒಬ್ಬನಾದರೂ ನಿಮ್ಮನ್ನು ಗೌರವದಿಂದ ಕಂಡದ್ದು ಉಂಟೇ ? ಕುಲಪತಿಯಾದ ಮೇಲೂ ಒಬ್ಬ ಅಧ್ಯಾಪಕನನ್ನಾದರೂ ಅವನ ಕರ್ತವ್ಯವನ್ನು ವಿಚಾರಿಸುವ ನೈತಿಕ ಧೈರ್ಯ ನಿಮ್ಮಲ್ಲಿತ್ತೆ ? ಇಂಥ ಗುರುತರವಾದ ಹೊಣೆ ಹೊರುವ ಕನಿಷ್ಠ ಅರ್ಹತೆಯೂ ನನಗಿಲ್ಲವೆಂಬ ಭಾವನೆ ಒಮ್ಮೆಯೂ ಬರಲಿಲ್ಲವೇ ? ಬಿಸಿಲಲ್ಲಿ ದಣಿದ ದಾರಿಹೋಕನಿಗೆ ಮರದ ಛಾಯೆ ಹಿತ ನೀಡುತ್ತದೆ. ಆದರೆ ಜ್ಞಾನದ ಛಾಯೆ

ಮಾತ್ರವುಳ್ಳ ನಿಮ್ಮಂಥವರಿಂದ ನಿಜವಾದ ಜ್ಞಾನಕ್ಕೆ ಅಪಚಾರವಾಗುತ್ತದೆ, ವಿದ್ಯಾರ್ಥಿಗಳ ಬದುಕು ಹಾಳಾಗುತ್ತದೆ, ಎಂಬುದು ಕಟುವಾದರೂ ಸತ್ಯ ಸಂಗತಿ.''

ವೇದಗುಪ್ತ ತಲೆಯೆತ್ತಲಿಲ್ಲ, ಮಾತಾಡಲು ನಾಲಿಗೆ ಏಳಲಿಲ್ಲ, ಮತ್ತೆ ಮತ್ತೆ ಉಗುಳು ನುಂಗುತ್ತ ಕೆಳನೋಟದಿಂದ ವೈವಸ್ವತನತ್ತ ನೋಡಿದ. ವೈವಸ್ವತ ತಾನೇ ಮಾತಾಡಿದ, ''ವಿಷ್ಣುಗುಪ್ತರೇ, ತಕ್ಷಶಿಲೆಯ ವಿದ್ಯಾಕೇಂದ್ರ ಗಾಂಧಾರದ ಹೆಮ್ಮೆ. ಅದನ್ನು ಹೇಗೆ ನಡೆಸಬೇಕೆಂಬುದು ನನ್ನ ಹೊಣೆ. ಹೊಟ್ಟೆಪಾಡಿಗೆ ಅಲ್ಲಿ ಅಧ್ಯಾಪಕ ವೃತ್ತಿ ಮಾಡುತ್ತಿರುವ ನೀವು, ಅದು ನಿಮ್ಮದೆಂಬಂತೆ ಇಷ್ಟೆಲ್ಲಾ ಕೂಗಾಡುತ್ತಿರುವುದು ಕೇವಲ ವ್ಯರ್ಥಪ್ರಲಾಪ.''

''ಅಧ್ಯಾಪಕ ವೃತ್ತಿಯಿಲ್ಲದವರೂ ಹೇಗೋ ಹೊಟ್ಟೆಪಾಡು ನಡೆಸಿಕೊಳ್ಳುತ್ತಿದ್ದಾರೆ, ರಾಜ. ಹಾಗೆ ನೋಡಿದರೆ ನಿಮ್ಮದೂ ಹೊಟ್ಟೆಪಾಡೇ. ಜನ ಕರ ಕೊಡದಿದ್ದರೆ, ರೈತರು ಷಡ್ಭಾಗವನ್ನು ಕೊಡದಿದ್ದರೆ ನೀವೇನು ಊಟ ಮಾಡುತ್ತೀರಿ? ದುಡಿಯುವವನು ಏನೋ ತಿಂದು ಬದುಕಿದ್ದಾನೆ, ಆದರೆ ಅಧಿಕಾರದ ಬೆಂಬಲದಿಂದ ನೀವು ಮೃಷ್ಟಾನ್ನ ಭೋಜನ ಮಾಡುತ್ತೀರಿ, ಇಷ್ಟೇ ವ್ಯತ್ಯಾಸ. ಏನು ತಿಂದರೂ ನೀವು ಸಾವಿರ ವರ್ಷ ಬದುಕುವುದಿಲ್ಲ, ಈ ಮುಪ್ಪಿನಲ್ಲಿ ಇದು ನಿಮಗೆ ಅರ್ಥವಾಗಿರಬೇಕು. ಸೃಷ್ಟಿಯಲ್ಲಿ ಒಳ್ಳೆಯದು, ಕೆಟ್ಟದ್ದು ಎಲ್ಲವೂ ನಾಶವಾಗುತ್ತವೆ. ಆದರೆ ನಾವು ಆಚರಿಸಿದ ಒಳ್ಳೆಯದು ಮಾತ್ರ ನಾವು ಸತ್ತ ಮೇಲೂ ನಾಲ್ಕು ಜನರ ನಾಲಿಗೆಯಲ್ಲಿ ಮೆಚ್ಚುಗೆಯಾಗಿ ಉಳಿಯುತ್ತದೆ.''

ಆ ಮಾತು ಮನಸ್ಸಿಗೆ ಮುಟ್ಟಿ ಎರಡು ಕ್ಷಣ ವೈವಸ್ವತ ಚಿಂತೆಯಿಂದ ಮೌನವಾದ. ನಂತರ ನಿಧಾನವಾಗಿ ಹೇಳಿದ, ''ಏನೇ ಆದರೂ ವಿದ್ಯಾಕೇಂದ್ರದಲ್ಲಿ ಬೌದ್ಧಪೀಠ ಆರಂಭವಾಗಿಯೇ ಆಗುತ್ತದೆ. ನಿಮ್ಮ ಮಾತು ಕೇಳಿ ನಾನು ಹೆಚ್ಚು ಹೆಚ್ಚು ಜನಪ್ರಿಯ-ವಾಗುತ್ತಿರುವ ಬೌದ್ಧರ ವಿರೋಧ ಕಟ್ಟಿಕೊಳ್ಳಲಾರೆ. ಚಣಕನ ಮಗನಾದ ನಿಮಗೆ ಗುರುಕುಲದಲ್ಲಿ ಅಧ್ಯಯನ ಮಾಡಲು, ನಂತರ ಅಲ್ಲಿ ಅಧ್ಯಾಪಕ ವೃತ್ತಿಯನ್ನು ನಿರ್ವಹಿಸಲು ಅವಕಾಶ ಮಾಡಿಕೊಟ್ಟ ನನ್ನ ಔದಾರ್ಯವನ್ನು ಮರೆಯಬಾರದಿತ್ತು.''

''ಅದು ಅರಮನೆಯ ಸ್ವಂತ ಆಸ್ತಿ ಎಂದು ನಾನು ಭಾವಿಸಿರಲಿಲ್ಲ, ಹಾಗೆ ಭಾವಿಸಿದ್ದರೆ ನಾನು ನನ್ನ ತಂದೆಯೊಂದಿಗೇ ಪಾಟಲೀಪುತ್ರಕ್ಕೆ ಹೋಗಿಬಿಡುತ್ತಿದ್ದೆ.''

''ಈಗಲೂ ಅದೇ ಕೆಲಸ ಮಾಡಬಹುದು.''

''ಗುರುಕುಲದ ವೃತ್ತಿಯಿಂದ ತೆಗೆದುಹಾಕಿದ್ದೇನೆಂದು ಮಾತ್ರ ಹೇಳುವ ಅಧಿಕಾರ ನಿಮಗಿದೆ ರಾಜ. ಅನಂತರ ನಾನು ಎಲ್ಲಿಗೆ ಹೋಗಬೇಕು, ಏನು ಮಾಡಬೇಕೆಂಬುದು ನನ್ನ ಇಚ್ಛೆ. ಅದಕ್ಕೆ ನಿಮ್ಮ ಸಲಹೆ ನನಗೆ ಬೇಕಾಗಿಲ್ಲ.''

''ಹಾಗಾದರೆ ನೀವು ಪಾಟಲೀಪುತ್ರಕ್ಕೆ ಹೋಗುವುದಿಲ್ಲವೆ?''

''ಅದು ನಿಮಗೆ ಸಂಬಂಧಿಸಿದ ವಿಷಯವಲ್ಲ, ಬಹುಶಃ ನಾನು ಗುರುಕುಲವನ್ನು ಬಿಟ್ಟರೂ, ತಕ್ಷಶಿಲೆಯಲ್ಲೇ ಇದ್ದರೆ ನಿಮಗೇನಾದರೂ ತೊಂದರೆಯುಂಟು ಮಾಡಬಹುದೆಂಬ ಭೀತಿ ನಿಮ್ಮಲ್ಲಿರಬಹುದು. ತಕ್ಷಶಿಲೆ ನಾನು ಹುಟ್ಟಿ ಬೆಳೆದ ಊರು. ಆ ವ್ಯಾಮೋಹ ನನ್ನಲ್ಲಿದೆ. ಆದರೆ ಅದಕ್ಕಿಂತ ದೊಡ್ಡದು ನನ್ನ ಮಾತೃಭೂಮಿ ಆರ್ಯಾವರ್ತ. ಆ ಮಾತೃಭೂಮಿಯ ಒಳಿತಿಗಾಗಿ ತಕ್ಷಶಿಲೆಯ ವ್ಯಾಮೋಹವನ್ನೂ ಬಿಡಲು ನಾನು ಸಿದ್ಧನಾಗಿದ್ದೇನೆ. ನೀವು

ಹೇಳಿದಂತೆ ವಿದ್ಯಾವಂತನಾದ ಬ್ರಾಹ್ಮಣ ಹೇಗೋ ಗೌರವದಿಂದ ತನ್ನ ಹೊಟ್ಟೆಪಾಡನ್ನು ನಿರ್ವಹಿಸಿಕೊಳ್ಳುತ್ತಾನೆ. ನನ್ನ ತಂದೆಯಂತೆ ರಾಜಾಶ್ರಯದಲ್ಲಾದರೂ ಬದುಕಬಹುದು. ಆದರೆ ನನ್ನ ಗುರಿ ಅದಕ್ಕಿಂತ ಬಹಳ ದೊಡ್ಡದು. ಅದಕ್ಕೆ ಮೊದಲು ಪುತ್ರನ ಅಗಲಿಕೆಯಿಂದ ಶೋಕತಪ್ತನಾಗಿರುವ ಧರ್ಮದತ್ತನನ್ನು ಸಮಾಧಾನಪಡಿಸಬೇಕಾಗಿದೆ.''

''ಧರ್ಮದತ್ತನೆಂದರೆ ನಿಮ್ಮ ತಂದೆಯ ಮಿತ್ರರಲ್ಲವೆ?''

''ಹೌದು, ನನಗೆ ಪಿತೃಸಮಾನ. ಅವರ ಮಗ ಯೋಗದತ್ತ ಗುರುಕುಲದ ವಿದ್ಯಾರ್ಥಿಯಾಗಿದ್ದ.''

''ಆಗಿದ್ದ ಎಂದರೆ, ಅವನಿಗೇನಾಯಿತು?''

''ಅವನು ಬದುಕಿದ್ದೂ ಸತ್ತುಹೋದ.''

''ಅಂದರೆ, ನನಗೆ ಅರ್ಥವಾಗಲಿಲ್ಲ?''

''ನೀವು ಹೊಗಳುತ್ತಿರುವ, ಹೆಚ್ಚು ಜನಪ್ರಿಯವಾಗುತ್ತಿರುವುದೆಂದು ಹೇಳುತ್ತಿರುವ ಆ ಬೌದ್ಧಧರ್ಮ ಅವನನ್ನು ಕಿತ್ತುಕೊಂಡಿತು. ಅಂದರೆ ತಂದೆ ತಾಯಿಗಳಿಗೆ ಹೇಳದೆ ಕೇಳದೆ ಹೋಗಿ ಬೌದ್ಧಮುನಿಯಾದ. ತಂದೆಯ ದುಃಖ, ಹಾಸಿಗೆ ಹಿಡಿದಿರುವ ಆ ತಾಯಿಯ ಸಂಕಟ ಹೇಗಿರಬಹುದೆಂದು ನೀವು ಊಹೆ ಮಾಡಬಲ್ಲಿರಾ ರಾಜ? ಒಂದು ರೀತಿಯಲ್ಲಿ ಅವರ ದುಃಖದ ಹೊಣೆ ನಿಮ್ಮದೂ ಆಗುವುದಿಲ್ಲವೆ?''

''ಆ ಹುಡುಗ ತನ್ನ ಸ್ವಇಚ್ಛೆಯಿಂದ ಹೋಗಿ ಸನ್ಯಾಸಿಯಾದರೆ ಅದಕ್ಕೆ ನಾನು ಹೊಣೆಯೇ?''

''ಬೌದ್ಧರು ಬಹಳ ವ್ಯವಸ್ಥಿತವಾಗಿ ಕ್ರಮಬದ್ಧವಲ್ಲದ ತಂತ್ರಗಳಿಂದ ತಮ್ಮ ಧರ್ಮ ಪ್ರಚಾರ ಮಾಡುತ್ತಿರುವ ಅನೇಕ ಉದಾಹರಣೆಗಳು ಸಿಗುತ್ತವೆ, ರಾಜ. ಅವರು ತಮ್ಮ ಧರ್ಮದ ಬಗ್ಗೆ ಏನು ಬೇಕಾದರೂ ಮಾಡಿಕೊಳ್ಳಲಿ, ನಮಗೇನು? ಎಂದು ನೀವು ಕೇಳಬಹುದು. ಆದರೆ ನಮ್ಮ ಧರ್ಮದ ಮೂಲ ಆಧಾರಗಳಾದ ವೇದೋಪನಿಷತ್ತುಗಳನ್ನೇ ನಿರಾಕರಿಸುವಂತೆ, ನಾಸ್ತಿಕವಾದವನ್ನು ಬಿತ್ತುತ್ತಿರುವ ಅವರನ್ನು ಪ್ರೋತ್ಸಾಹಿಸುವುದು ನನ್ನ ದೃಷ್ಟಿಯಲ್ಲಿ ಅಪರಾಧ.''

''ನನ್ನೊಬ್ಬನ ಪ್ರೋತ್ಸಾಹದಿಂದೇನಾಗುತ್ತದೆ. ಬೌದ್ಧಧರ್ಮ ತನ್ನಷ್ಟಕ್ಕೇ ತಾನೇ ಎಲ್ಲ ಕಡೆ ಜನಪ್ರಿಯವಾಗುತ್ತಿದೆ. ನಂದರ ಮಗಧದಲ್ಲೂ ಅದು ಬೆಳೆಯುತ್ತಿದೆ. ಈ ವಿಷಯವನ್ನು ನಿಮ್ಮ ತಂದೆ ನಿಮಗೆ ಹೇಳಿಲ್ಲವೆ?''

''ಇದು ಯಾರೂ ಹೇಳದೇ ತಿಳಿಯುವ ಸಂಗತಿ ಬಿಡಿ. ನಾನು ಎಷ್ಟು ಮಾತಾಡಿದರೂ ನನ್ನ ಕಳಕಳಿಯ ಹಿಂದಿರುವ ವಸ್ತುಸ್ಥಿತಿ ನಿಮಗೆ ಅರ್ಥವಾಗುವುದಿಲ್ಲ. ಅಂದಹಾಗೆ ಎದುರಿಗೇ ಕಠಿಣವಾಗಿ ಆಕ್ಷೇಪಿಸಿದರೂ, ನಿಮ್ಮ ಮಗನಂತೆ ದುಡುಕಿ ನನಗೆ ಶಿಕ್ಷೆ ಕೊಡುವ ನಿರ್ಧಾರ ಮಾಡದೆ, ನಯವಾಗಿ ಗುರುಕುಲವನ್ನೂ, ತಕ್ಷಶಿಲೆಯನ್ನೂ ಬಿಟ್ಟುಹೋಗುವಂತೆ ಹೇಳುತ್ತಿರುವುದಕ್ಕೆ ನಾನು ಕೃತಜ್ಞನಾಗಿದ್ದೇನೆ.''

''ಬ್ರಾಹ್ಮಣರ ಬಗ್ಗೆ ನನ್ನಲ್ಲಿರುವ ನಿಜವಾದ ಗೌರವ ಭಾವನೆಯಿಂದ ಹೀಗೆ ಮಾಡಿದೆನೆಂದರೆ ನೀವು ನಂಬುವುದಿಲ್ಲ, ನನಗೆ ಗೊತ್ತು. ನನ್ನೆದುರು ಹೀಗೆ ಮಾತಾಡಬೇಕಾದರೆ ನಿಮ್ಮ ಜನಪ್ರಿಯತೆ ಎಷ್ಟಿರಬಹುದೆಂದು ನಾನು ಊಹೆ ಮಾಡಬಲ್ಲೆ, ವೃಥಾ ತೊಂದರೆ ಏಕೆಂದು ನಿಮ್ಮ ತಂದೆಯಂತೆ ನಿಮ್ಮ ಜೀವವನ್ನೂ ಉಳಿಸಿದ್ದೇನೆಂದೇ ಭಾವಿಸಿಕೊಳ್ಳಿ.''

"ಯಥಾರ್ಥವನ್ನು ಒಪ್ಪಿಕೊಂಡದ್ದು ಬಹಳ ಸಂತೋಷ. ಬಹುಶಃ ಬೇಗನೇ ತಕ್ಷಶಿಲೆಯನ್ನು ಬಿಡುತ್ತೇನೆ. ನಿಮ್ಮ ಔದಾರ್ಯಕ್ಕೆ ನಾನು ಇಷ್ಟಾದರೂ ಮಾಡದಿದ್ದರೆ ಹೇಗೆ ?" ಎಂದು ವಿಷ್ಣುಗುಪ್ತ ವ್ಯಂಗ್ಯವಾಗಿಯೇ ಹೇಳಿ ಎದ್ದು ನಿಂತು, ನಮಸ್ಕರಿಸಿ ಬಿರಬಿರನೆ ಹೊರಟುಹೋದ.

ವೇದಗುಪ್ತ ಬಿರುಗಾಳಿ, ಗುಡುಗು, ಮಿಂಚು ನಿಂತಂತೆ ನಿರಾಳವಾದ ಉಸಿರು ಬಿಟ್ಟ. ವೈವಸ್ವತ ಅವನತ್ತ ಒಂದು ತಿರಸ್ಕಾರದ ನೋಟ ಬೀರಿ ಸೇವಕರ ಸಹಾಯದಿಂದ ಎದ್ದು ಹೋದ. ಸ್ವಲ್ಪ ಹೊತ್ತು ಮಂಕಾಗಿ ಕುಳಿತಿದ್ದ ವೇದಗುಪ್ತ, ನಂತರ ಎದ್ದು ಹೊರಟಾಗ ಆ ವಿಷ್ಣುಗುಪ್ತನ ಪ್ರಚಂಡತೆಯಲ್ಲಿ ತಿಲ ಮಾತ್ರವೂ ತನ್ನಲ್ಲಿಲ್ಲವೆಂಬ ಕಟು ಸತ್ಯ ಮನವರಿಕೆಯಾಗಿತ್ತು. ಆದರೂ, ಅವನ ಮೇಲೆ ದೂರು ತಂದು ತಾನು ತೇಜೋವಧೆ ಮಾಡಿಸಿಕೊಂಡಂತಾಯಿತೆಂಬ ಭಾವನೆಯಿಂದ ಕುದಿದ.

## ೭

ಅರಮನೆಯಿಂದ ಹೊರಬಂದ ನಂತರ ಗುರುಕುಲದ ಕಡೆಗೆ ತಾವಾಗಿಯೇ ತಿರುಗಿದ ಕಾಲುಗಳನ್ನು ವಿಷ್ಣುಗುಪ್ತ ಮನೆಯ ಕಡೆಗೆ ತಿರುಗಿಸಿದ. 'ಗುರುಕುಲದ ಋಣ ತೀರಿತಲ್ಲ. ಇನ್ನು ನನಗೆ ಅಲ್ಲೇನು ಕೆಲಸ' ಎಂದುಕೊಂಡ. ದಾರಿಯಲ್ಲಿ ಬರುತ್ತ ಒಂದಿಬ್ಬರು ಪರಿಚಿತರು "ನಿಮ್ಮ ಮೇಲೆ ಕುಲಪತಿ ರಾಜನ ಬಳಿ ದೂರು ಕೊಟ್ಟಿರುವನಂತೆ? ಏನಾಯಿತು?" ಎಂದು ಕೇಳಿದರು. "ಅಂಥ ಮಹತ್ವದ ವಿಷಯವೇನಲ್ಲ" ಎಂದು ಮಾತು ತಪ್ಪಿಸಿ ಹೊರಟು ಬಂದರೂ, ಒಂದೇ ದಿನದಲ್ಲಿ ಈ ಸಂಗತಿ ಸಾಕಷ್ಟು ಪ್ರಚಾರ ಪಡೆದಿದೆಯೆನ್ನಿಸಿತು. ಅಲ್ಲದೆ ಅವರ ಪ್ರಶ್ನೆಗಳಲ್ಲಿ ತನ್ನ ಬಗ್ಗೆ ಇರುವ ಅಭಿಮಾನಕ್ಕಿಂತ ಮಿಗಿಲಾಗಿ ಆಂಭೀಕ ಮತ್ತು ವೈವಸ್ವತನ ಬಗ್ಗೆ ಇರುವ ಅಸಮಾಧಾನವೇ ಪ್ರಕಟವಾಗುತ್ತಿದೆ ಎನ್ನಿಸಿತು.

ಮನೆಗೆ ಬಂದವನೇ ಚಾಪೆಯ ಮೇಲೆ ಮೈಚಾಚಿದ. ಗುರುಕುಲದ ವೃತ್ತಿ ಹೋದ ವಿಷಾದವಿಲ್ಲದಿದ್ದರೂ, ಮುಂದೇನು ಮಾಡಬೇಕೆಂದು ಯೋಚಿಸಲೇಬೇಕಾಯಿತು. ಅದಕ್ಕೆ ಮೊದಲು ಧರ್ಮದತ್ತನ ಮಗನನ್ನು ಒಮ್ಮೆ ನೋಡಿ ಬರಬೇಕೆಂದುಕೊಂಡ. ಮೊದಲು, ಅವನಿಗೆ ದೀಕ್ಷೆ ನೀಡಿದ ಬೌದ್ಧ ಗುರುವನ್ನು ಕಂಡು ಅವನ ಮುಖದಲ್ಲಿ ನೀರಿಳಿಸ ಬೇಕೆಂದುಕೊಂಡಿದ್ದ. ಆದರೆ ಈಗ ಅದು ನಿಷ್ಪ್ರಯೋಜಕವೆನ್ನಿಸಿತು. ಸ್ವತಃ ರಾಜನೇ ಯಾರ ಪ್ರತಿಭಟನೆಯನ್ನೂ ಲೆಕ್ಕಿಸದೇ, ಬೆಂಬಲ ನೀಡುತ್ತಿರಬೇಕಾದರೆ, ತನ್ನ ನೀತಿಪಾಠ ತರಗೆಲೆಗಿಂತ ಹಗುರವಾಗಬಹುದೆನ್ನಿಸಿತು. 'ತಾನು ಹಿಡಿದ ಮೊಲಕ್ಕೆ ಮೂರೇ ಕೊಂಬು' ಎಂಬಂತೆ ತರ್ಕಶುದ್ಧವಲ್ಲದ ತಮ್ಮ ಸಿದ್ಧಾಂತಕ್ಕೇ ಕಟ್ಟುಬೀಳುವ ಹಠವಾದಿಗಳಿಗೆ ತಿಳಿಸಿ ಹೇಳುವುದು ವ್ಯರ್ಥಪ್ರಯತ್ನವೇ! ಕಡೇ ಪಕ್ಷ ಯೋಗದತ್ತನನ್ನಾದರೂ ಕಂಡು ಅವನ ತಂದೆತಾಯಿಗಳ ದುಃಖವನ್ನು ಮನವರಿಕೆ ಮಾಡಿಕೊಡಲು ಪ್ರಯತ್ನಿಸದಿದ್ದರೆ ಅದು ತನ್ನ ಕರ್ತವ್ಯ ಲೋಪವಾಗುತ್ತದೆ. ನಾಳೆ ಹೋಗಿ ಬಂದುಬಿಡಬೇಕು ಎಂದುಕೊಂಡ.

ಅಷ್ಟರಲ್ಲಿ ಸಹ ಅಧ್ಯಾಪಕರಾದ ಕಾತ್ಯಾಯನ, ಪ್ರಭಂಜನ, ಶಿವಸ್ಕಂದ ಮತ್ತು ಸಮಂತಭದ್ರ ಬಂದರು. ವಿಷ್ಣುಗುಪ್ತ ಎದ್ದು ಕುಳಿತು ಅವರನ್ನು ಸ್ವಾಗತಿಸಿ, ಅವರು ಚಾಪೆಯ ಮೇಲೆ ಕುಳಿತುಕೊಂಡ ನಂತರ ಕಾತ್ಯಾಯನ ಆತುರದಿಂದ ಕೇಳಿದ, "ಅರಮನೆಯಲ್ಲಿ ಏನಾಯಿತು ಹೇಳು."

"ಏನಾಗಬೇಕೋ ಅದೇ ಆಯಿತು" ಎಂದ ವಿಷ್ಣುಗುಪ್ತ ಒಂದು ಬಗೆಯ ಸಮಾಧಾನದಿಂದ.

"ಅಂದರೆ, ಬೌದ್ಧಪೀಠ ಸ್ಥಾಪನೆಯನ್ನು ಕೈಬಿಟ್ಟರೆ ?" ಸಮಂತಭದ್ರ ಕೇಳಿದ.

"ಇಲ್ಲ, ಗುರುಕುಲದಿಂದ ನನ್ನನ್ನೇ ಕೈಬಿಟ್ಟರು."

"ಹಾಂ!" ಶಿವಸ್ಕಂದ ಚಕಿತನಾದ, "ನಿಮ್ಮನ್ನು ಅಧ್ಯಾಪಕ ವೃತ್ತಿಯಿಂದ ತೆಗೆದುಬಿಟ್ಟರೇ?"

"ಇದರಲ್ಲಿ ಆಶ್ಚರ್ಯಪಡುವಂಥದ್ದೇನಿದೆ ಶಿವಸ್ಕಂದ ?" ವಿಷ್ಣುಗುಪ್ತ ಹೇಳಿದ, "ಇದು ನನಗೆ ಮೊದಲೇ ಗೊತ್ತಿದ್ದ ಸಂಗತಿ. ಒಂದಲ್ಲ ಒಂದು ದಿನ ನನ್ನ ತಂದೆಯಂತೆ ನಾನೂ ತಕ್ಷಶಿಲೆಯನ್ನು ಬಿಡುವ ಪ್ರಸಂಗ ಬರಬಹುದೆಂದೂ ನನಗೆ ಗೊತ್ತಿತ್ತು."

"ಹಾಗಾದರೆ ನೀವು ತಕ್ಷಶಿಲೆಯನ್ನು ಬಿಟ್ಟು ಹೋಗುತ್ತೀರಾ ?" ಪ್ರಭಂಜನ ಅಳುಮುಖ ಮಾಡಿಕೊಂಡು ಕೇಳಿದ.

"ಇಲ್ಲ" ಕಾತ್ಯಾಯನ ಹೇಳಿದ, "ಇದಕ್ಕೆ ನಾವು ಅವಕಾಶ ಕೊಡುವುದಿಲ್ಲ, ನಾವೆಲ್ಲ ಒಟ್ಟಿಗೆ ಪ್ರತಿಭಟಿಸುತ್ತೇವೆ. ನಿನ್ನಂಥವರನ್ನು ಕಳೆದುಕೊಂಡ ಮೇಲೆ ಗುರುಕುಲದ ಪ್ರತಿಷ್ಠೆಯೇ ಮುಗಿದುಹೋಗುತ್ತದೆ."

"ಕಾತ್ಯಾಯನ" ವಿಷ್ಣುಗುಪ್ತ ಹೇಳಿದ, "ಬಹಳ ವರ್ಷಗಳ ಸ್ನೇಹದ ಸಲಿಗೆ ನಿನ್ನಿಂದ ಈ ಮಾತಾಡಿಸುತ್ತಿದೆಯೆಂದು ನನಗೆ ಗೊತ್ತು. ಗುರುಕುಲದ ಜೊತೆಯಲ್ಲಿಯೇ ಬೆಳೆದುಬಂದ ನಮ್ಮ ಆದರ್ಶಗಳು ಬೇರೆ ಕಡೆಯಿಂದ ಬಂದ ಪ್ರಭಂಜನ ಮತ್ತು ಶಿವಸ್ಕಂದರಿಗೆ ತಿಳಿದಿಲ್ಲ."

"ಆದರೂ ಕಿರಿಯರಾದ ನಾವು ನಿಮ್ಮಲ್ಲಿ ಗುರುಭಾವನೆಯಿರಿಸಿಕೊಂಡಿದ್ದೇವೆ" ಎಂದ ಶಿವಸ್ಕಂದ.

"ಹೌದು ವಿಷ್ಣುಗುಪ್ತರೇ" ಪ್ರಭಂಜನ ಹೇಳಿದ, "ನಿಮ್ಮಂಥ ಮಾರ್ಗದರ್ಶಕರಿಲ್ಲದಿದ್ದರೆ ನಾವು ಅಸಹಾಯಕರಾಗುತ್ತೇವೆ."

"ಮಾರ್ಗದರ್ಶನವನ್ನು ಒಬ್ಬ ವ್ಯಕ್ತಿಯೇ ನೀಡಬೇಕೆಂದಿಲ್ಲ ಪ್ರಭಂಜನ. ನಿಮ್ಮ ನಿಮ್ಮ ಆತ್ಮಸಾಕ್ಷಿ ಮತ್ತು ವಿವೇಕಗಳನ್ನು ಸದಾ ಎಚ್ಚರದಲ್ಲಿರಿಸಿಕೊಂಡರೆ ಅವೇ ಮಾರ್ಗದರ್ಶನ ನೀಡುತ್ತವೆ, ನಿಮ್ಮನ್ನು ಸರಿದಾರಿಯಲ್ಲಿ ನಡೆಸುತ್ತವೆ."

"ನೀನು ಹೋಗಬಾರದು ವಿಷ್ಣುಗುಪ್ತ, ನಾವೆಲ್ಲ ನಿನ್ನ ಜೊತೆಗಿದ್ದೇವೆ" ಎಂದ ಕಾತ್ಯಾಯನ.

"ನನ್ನ ಜೊತೆಗಿದ್ದರೆ ನೀವೂ ಗುರುಕುಲ ಬಿಡಬೇಕಾಗುವುದೆಂದು ನೆನಪಿನಲ್ಲಿರಲಿ."

"ನಾನು ಸಿದ್ಧನಾಗಿದ್ದೇನೆ" ಕಾತ್ಯಾಯನ ಹೇಳಿದ, "ನಿನ್ನ ಹಾಗೇ ನಾನೂ ಒಂಟಿ. ನಿನಗಿಂತ ಐದು ವರ್ಷಗಳಷ್ಟು ದೊಡ್ಡವನು."

"ನಾನೂ ಸಿದ್ಧನಾಗಿದ್ದೇನೆ" ಶಿವಸ್ಕಂದ ಹೇಳಿದ, "ನಾನು ವೃತ್ತಿಯನ್ನು ಕಳೆದುಕೊಂಡರೆ ಯಾರಿಗೂ ಹಾನಿಯಿಲ್ಲ, ನಾನು ಯಾರನ್ನೂ ಸಾಕಬೇಕಾಗಿಲ್ಲ."

"ಮುಂದೆ ವಿವಾಹವಾದರೆ ?"

"ಅಂಥ ಆತುರ ನನಗಿಲ್ಲ, ನನ್ನ ತಂದೆಯವರಿಗೂ ನಿಮ್ಮ ಬಗ್ಗೆ ತುಂಬಾ ಗೌರವ."

"ಆದರೆ ಎಲ್ಲ ನಮ್ಮಂತಿಲ್ಲ, ಪ್ರಭಂಜನ ವಿವಾಹಿತ. ಸಮಂತಭದ್ರನಿಗೆ ಅವನನ್ನು ಅವಲಂಬಿಸಿರುವ ದೊಡ್ಡ ಸಂಸಾರವಿದೆ."

"ಹೌದು ವಿಷ್ಣುಗುಪ್ತರೇ ನಾವು ಆತುರಪಡುವಂತಿಲ್ಲ" ಎಂದ ಸಮಂತಭದ್ರ.

"ಅನ್ಯಾಯವನ್ನು ಪ್ರತಿಭಟಿಸಲಾಗದ ಹೇಡಿತನ ನ್ಯಾಯವಲ್ಲ" ಎಂದು ಶಿವಸ್ಕಂದ ಗುಡುಗಿದ.

"ಇದು ಹೇಡಿತನವೇ ಇರಬಹುದು. ಆದರೆ ನನ್ನೊಬ್ಬನ ಆದರ್ಶಗಳಿಗಿಂತ ನನ್ನನ್ನು ನಂಬಿದವರ ಸಂರಕ್ಷಣೆ ಮುಖ್ಯವಾದ ಕರ್ತವ್ಯವಾಗುತ್ತದೆಂದು ನನ್ನ ಭಾವನೆ" ಎಂದ ಸಮಂತಭದ್ರ.

"ನಿನ್ನ ಮಾತು ನಿಜ" ವಿಷ್ಣುಗುಪ್ತ ಹೇಳಿದ, "ಅದಕ್ಕೇ, ನನ್ನ ಬೆಂಬಲಕ್ಕೆ ಬಂದು ನೀವೆಲ್ಲ ತೊಂದರೆಗೆ ಸಿಕ್ಕಿಹಾಕಿಕೊಳ್ಳಬಾರದೆಂದು ನಾನು ಹೇಳಿದೆ. ಅಲ್ಲದೆ ನಾನೇ ಗುರುಕುಲ ಮತ್ತು ತಕ್ಷಶಿಲೆಯ ತ್ಯಾಗಕ್ಕೆ ನಿರ್ಧರಿಸಿರುವುದರಿಂದ ನಿಮ್ಮ ಬೆಂಬಲದ ಅಗತ್ಯವಿಲ್ಲವೆಂದು ಕಾಣುತ್ತದೆ."

"ಮುಂದೇನು ಮಾಡುತ್ತೀಯ ?" ಕಾತ್ಯಾಯನ ಕಾತರದಿಂದ ಕೇಳಿದ.

"ಮೊದಲು ಮಾಡಬೇಕಾದ ಕೆಲಸವೆಂದರೆ, ಒಂದು ಹೊಸ ಗುರುಕುಲವನ್ನು ಸ್ಥಾಪನೆ ಮಾಡುವುದು. ಅದು ರಾಜಾಧಿಕಾರದ ಕಲುಷಿತ ವಾತಾವರಣದಿಂದ ದೂರವಾಗಿರಬೇಕು ಮತ್ತು ಆರ್ಯಾವರ್ತದ ಹಿತದೃಷ್ಟಿಯನ್ನೇ ಪ್ರಧಾನವಾಗಿ ಉಳ್ಳ ಗುರುಕುಲವಾಗಬೇಕು. ಅದರ ಅಡಿಪಾಯ ನಮ್ಮ ಸನಾತನ ಧರ್ಮವಾಗಬೇಕು. ಅಲ್ಲಿ ಕಲಿಯಲು ಬರುವ ವಿದ್ಯಾರ್ಥಿಗಳು ಲೌಕಿಕ ಬದುಕಿನ ಚಿಂತೆಗಿಂತ ಮಿಗಿಲಾದ ಮಾತೃಭೂಮಿಯ ಶ್ರೇಯೋಭಿಲಾಷೆ ಯುಳ್ಳವರಾಗಿರಬೇಕು. ಈ ಕೆಲಸ ಆಗಬೇಕಾದರೆ ಸಾಕಷ್ಟು ಸಮಯ ಹಿಡಿಯುವುದೆಂದು ನನಗೆ ಗೊತ್ತು. ಆದರೆ ತಡವಾಗಿಯಾದರೂ ದೃಢವಾದ ಹೆಜ್ಜೆಯಿಡಬೇಕೆಂದು ಸಂಕಲ್ಪಿಸಿ ಕೊಂಡಿದ್ದೇನೆ."

"ಒಳ್ಳೆಯ ಆಲೋಚನೆ."

"ಮೊದಲು ನಾಳೆ ಹೋಗಿ ಧರ್ಮದತ್ತರ ಮಗ ಯೋಗದತ್ತನನ್ನು ನೋಡಿ ಬರುತ್ತೇನೆ. ಎರಡು ಮೂರು ದಿನಗಳಲ್ಲಿ ಬಹುಶಃ ನಾನು ತಕ್ಷಶಿಲೆಯನ್ನು ಬಿಡುತ್ತೇನೆಂದು ಕಾಣುತ್ತದೆ."

"ಆಗಲಿ, ನಾಳೆ ಸಂಜೆ ಮತ್ತೆ ಬಂದು ನಾನು ನಿನ್ನನ್ನು ನೋಡುತ್ತೇನೆ. ನಮಗೂ ಯೋಚನೆ ಮಾಡಲು ಸ್ವಲ್ಪ ಸಮಯ ಸಿಕ್ಕಂತಾಗುತ್ತದೆ" ಎಂದು ಕಾತ್ಯಾಯನ ಜೊತೆಯವ-ರೊಂದಿಗೆ ಹೊರಟಹೋದ.

ಮರುದಿನ ಮುಂಜಾನೆಯೇ ವಿಷ್ಣುಗುಪ್ತ ಯೋಗದತ್ತನನ್ನು ಹುಡುಕಿಕೊಂಡು ಹೊರಟ. ನಡುಮಧ್ಯಾಹ್ನದ ವೇಳೆಗೆ ಆ ಬೌದ್ಧ ವಿಹಾರವನ್ನು ತಲುಪಿದ. ಹೊರಬಾಗಿಲಲ್ಲಿ ನಿಂತು ನೋಡಿದ. ಅದು ಇತ್ತೀಚಿನ ನಿರ್ಮಾಣದಂತೆ ಕಂಡಿತು. ಮುಖ್ಯದ್ವಾರದಲ್ಲಿ ಅರ್ಧ ವೃತ್ತಾಕಾರದ ರಚನೆಯಿದ್ದು, ಅದರ ಮೇಲೆ ಎದ್ದು ಕಾಣುವಂತೆ, 'ಬುದ್ಧಂ ಶರಣಂ ಗಚ್ಛಾಮಿ, ಧರ್ಮಂ ಶರಣಂ ಗಚ್ಛಾಮಿ, ಸಂಘಂ ಶರಣಂ ಗಚ್ಛಾಮಿ' ಎಂದು ಪಾಳೀ ಭಾಷೆಯಲ್ಲಿ ಬರೆಯಲಾಗಿತ್ತು. ನಡುವೆ ಪದ್ಮಾಸನದಲ್ಲಿ ಧ್ಯಾನಮುದ್ರೆಯಲ್ಲಿ ಕುಳಿತ ಬುದ್ಧದೇವನ ವರ್ಣಚಿತ್ರವನ್ನು ಬರೆಸಲಾಗಿತ್ತು. ಒಳಗೆ ಇಣುಕಿ ನೋಡಿದಾಗ ಹುಲ್ಲಿನ ಛಾವಣಿಯಿದ್ದ ಒಂದು ವಿಶಾಲವಾದ ಪ್ರತ್ಯೇಕ ಅಂಗಳವಿದ್ದು ಅಲ್ಲಿ ಹತ್ತಾರು ತರುಣ ಭಿಕ್ಷುಗಳು ಏನನ್ನೋ

ಓದಿಕೊಳ್ಳುತ್ತಿದ್ದರು. ಅದರ ಹಿಂಭಾಗದಲ್ಲಿ ಹುಲ್ಲು ಜೋಪಡಿಗಳಂಥ ವಸತಿಗಳಿದ್ದವು. ಅವುಗಳಲ್ಲಿ ಎಲ್ಲಕ್ಕಿಂತ ದೊಡ್ಡದಾದ ಒಂದು ಜೋಪಡಿ, ಬಹುಶಃ ಅದು ಮುಖ್ಯ ಗುರುವಿನದಾಗಿರಬೇಕು, ಎಂದುಕೊಂಡ. ಇನ್ನೊಂದು ಕಡೆ ನಾಲ್ಕಾರು ಜನ ಮಣ್ಣನ್ನು ಕಲಸಿ ಮಾಡಿದ ಮುದ್ದೆಗಳನ್ನು ಜೋಡಿಸಿ ಹೊಸ ವಸತಿಗಳ ನಿರ್ಮಾಣದಲ್ಲಿ ತೊಡಗಿದ್ದರು.

'ಅಂದರೆ ಇನ್ನಷ್ಟು ಜನ ಈ ವಿಹಾರಕ್ಕೆ ಬಂದು ಸೇರುವ ಸೂಚನೆ ಇದೆ. ವೈವಸ್ವತ ಹೇಳಿದಂತೆ ಈ ಬೌದ್ಧಧರ್ಮದ ಜನಪ್ರಿಯತೆ ಹೆಚ್ಚಾಗುವುದಕ್ಕೆ ಇದೂ ಒಂದು ಉದಾಹರಣೆಯೆನ್ನಬಹುದೇನೋ? ಈ ವಿಹಾರವನ್ನು ಕಟ್ಟಲು ಸ್ಥಳ ಕೊಟ್ಟವರಾರು? ಯಾರೋ ಒಬ್ಬ ಶ್ರೀಮಂತನಿರಬೇಕು ಅಥವಾ ಸ್ವತಃ ಗಾಂಧಾರ ರಾಜನೇ ನೀಡಿರಬೇಕು. ಅದು ನಿಜವಾದರೆ ತಕ್ಷಶಿಲೆಯ ಗುರುಕುಲದಲ್ಲಿ ಬೌದ್ಧಪೀಠ ಸ್ಥಾಪಿಸುವ ಹಠವೇಕೆ? ಇಲ್ಲೇ ಅದರ ವ್ಯವಸ್ಥೆ ಮಾಡಿಕೊಳ್ಳಬಹುದಲ್ಲ! ಅಷ್ಟು ಪ್ರೀತಿಯಿದ್ದರೆ ಇದಕ್ಕಿಂತ ವಿಶಾಲವಾದ ಪ್ರಶಸ್ತ ಸ್ಥಳದಲ್ಲಿ ರಾಜಭಂಡಾರದಿಂದಲೇ ಎಲ್ಲ ವೆಚ್ಚವನ್ನು ನೀಡಿ, ಸುಸಜ್ಜಿತವಾದ ಬೌದ್ಧ ವಿದ್ಯಾಕೇಂದ್ರವನ್ನೇ ನಿರ್ಮಿಸಬಹುದಲ್ಲ! ......' ಇತ್ಯಾದಿ ಹರಿದಿತ್ತು ವಿಷ್ಣುಗುಪ್ತನ ಯೋಚನಾಲಹರಿ.

ಅಷ್ಟರಲ್ಲಿ ತಾನು ಬಂದ ಕೆಲಸ ನೆನಪಾಗಿ ಒಳಗೆ ಹೋಗಬೇಕೆಂದು ಹೆಜ್ಜೆಯೆತ್ತಿದವನು ಹಾಗೆಯೇ ಹಿಂದಕ್ಕೆ ತೆಗೆದುಕೊಂಡ. ಏಕೋ ಇಷ್ಟವಾಗಲಿಲ್ಲ, ಹೊರಗಿನ ಜಗಲಿಯ ಮೇಲೆ ಸುಮ್ಮನೆ ಕುಳಿತ. ಬೌದ್ಧರ ವಾತಾವರಣದಲ್ಲಿ ಬ್ರಾಹ್ಮಣನಾದ ನಾನು ಆಭಾಸವಾಗಿ ಕಾಣುವೆನೆನ್ನಿಸಿತು. ಅಲ್ಲಿಂದ ಒಳಗೆ ಹೋದ ಕೆಲವರ ದೃಷ್ಟಿಯಲ್ಲಿ ಆ ಭಾವನೆಯನ್ನು ಗುರುತಿಸಿದ. ಕಡೆಗೆ ಒಬ್ಬನನ್ನು ಕರೆದು ತಾನು ಧರ್ಮದತ್ತನ ಮಗ ಯೋಗದತ್ತನನ್ನು ನೋಡಲು ಬಂದಿರುವುದಾಗಿ ತಿಳಿಸಿದ. ಅವನು ಒಳಗೆ ಹೋದ.

ಎಷ್ಟೋ ಹೊತ್ತಿನ ನಂತರ ಯೋಗದತ್ತ ಬಂದ. ಸಂಪೂರ್ಣವಾಗಿ ಮುಂಡನವಾದ ಮುಖ ಮತ್ತು ತಲೆ, ಮೈಮೇಲೆ ಮತ್ತು ಸೊಂಟದ ಸುತ್ತ ಕಾಷಾಯ ವಸ್ತ್ರ. ಸುಂದರವಾಗಿದ್ದ ಅವನು ಈ ವೇಷದಲ್ಲಿ ಬಹಳ ವಿಕಾರವಾಗಿದ್ದಾನೆಂದು ವಿಷ್ಣುಗುಪ್ತನಿಗೆ ಅನ್ನಿಸಿತು. ಅವನು ತಲೆಯೆತ್ತದೆ ಮೆಲುದನಿಯಲ್ಲಿ "ಆಚಾರ್ಯ ವಿಷ್ಣುಗುಪ್ತರಿಗೆ ಪ್ರಣಾಮ" ಎಂದ. ಆದರೆ ಪ್ರಣಾಮ ಮಾಡಲು ಕೈಗಳು ಚಲಿಸಲಿಲ್ಲ.

ಬಹುಶಃ ಭಿಕ್ಷುವಾಗಿರುವ ತಾನು ನಮಸ್ಕಾರ ಮಾಡುವುದು ಸರಿಯಲ್ಲವೆಂದು ಭಾವಿಸಿರಬೇಕೆಂದುಕೊಂಡ ವಿಷ್ಣುಗುಪ್ತ, "ಭಿಕ್ಷುವಾಗಿರುವ ತಮಗೆ ನಾನೇ ನಮಸ್ಕಾರ ಮಾಡಬೇಕೆಂದು ಕಾಣುತ್ತದೆ" ಎಂದ ಅಣಕದಿಂದ.

"ಕೂಡದು, ತಾವು ನನಗೆ ಪ್ರಣಾಮ ಮಾಡಬಾರದು" ಎಂದ ಯೋಗದತ್ತನ ದನಿ ನಡುಗುತ್ತಿತ್ತು.

"ಇದ್ದರೆ ನಿನ್ನಂಥ ಮಗನಿರಬೇಕು, ಇದ್ದರೆ ನಿನ್ನಂಥ ಶಿಷ್ಯನಿರಬೇಕು" ಎಂದ ವಿಷ್ಣುಗುಪ್ತ ಕೋಪದಿಂದ.

"ನಾನು ಯಾರಿಗೂ ದ್ರೋಹ ಮಾಡಿಲ್ಲ."

"ಹೆತ್ತವರ ಮಮತೆಯ ಕರುಳಿಗೆ ಬೆಂಕಿಯಿಟ್ಟು, ಕಾಣದಂತೆ ಬಂದು ಈ ಸ್ಥಿತಿಯನ್ನು ಮುಟ್ಟಿರುವುದು ದ್ರೋಹವಲ್ಲವೇ?"

"ನಾನು ಕಳ್ಳತನ ಮಾಡಿಲ್ಲ, ಸುಳ್ಳು ಹೇಳಿಲ್ಲ, ಕೊಲೆ ಮಾಡಿಲ್ಲ, ಮಾಡಬಾರದ ಯಾವ ಕಾರ್ಯವನ್ನಾದರೂ ಮಾಡಿ ಅವರು ತಲೆ ತಗ್ಗಿಸುವಂತೆ ಮಾಡಿಲ್ಲ."

"ತಂದೆತಾಯಿಗಳು ಮಕ್ಕಳ ಮೇಲೆ ಏನೆಲ್ಲ ಆಸೆಯಿರಿಸಿಕೊಂಡಿರುತ್ತಾರೆ. ಅದನ್ನು ಈಡೇರಿಸುವುದು ಮಗನಾದವನ ಕರ್ತವ್ಯವಲ್ಲವೇ ?"

"ಮಗನಾದವನಿಗೂ ತನ್ನದೇ ಆದ ವ್ಯಕ್ತಿತ್ವವಿದೆ, ವಿಚಾರಗಳಿವೆ, ತನ್ನ ಬದುಕಿನ ಮಾರ್ಗವನ್ನು ಆರಿಸಿಕೊಳ್ಳುವ ಸ್ವಾತಂತ್ರ್ಯವಿದೆ ಎಂದು ಅವರೂ ತಿಳಿದುಕೊಳ್ಳಬೇಕಲ್ಲವೇ ?"

"ಹೆತ್ತು ಹೊತ್ತು ಸಾಕಿ ಸಲಹಿದ, ವಿದ್ಯೆ ಬುದ್ಧಿ ನೀಡಿದ ತಂದೆತಾಯಿಗಳನ್ನು ಅವರ ಮುಪ್ಪಿನಲ್ಲಿ ಪಾಲಿಸಿ ಪೋಷಿಸುವ ಹೊಣೆ ನಿನಗಿಲ್ಲವೆಂದು ಭಾವಿಸಿರುವಂತಿದೆ."

ಅದಕ್ಕೆ ಯೋಗದತ್ತ ಯಾವ ಉತ್ತರ ಕೊಡಲೂ ತೋಚದೆ ಸುಮ್ಮನೆ ನಿಂತ.

"ಹುಂ, ಬೇರನ್ನು ಮರೆಯುವ ಪಾಠವನ್ನು ನಿನ್ನ ಹೊಸಧರ್ಮ ಕಲಿಸಿಕೊಟ್ಟಿತೇನು ?"

"ಕ್ಷಮಿಸಿ" ಯೋಗದತ್ತ ಹೇಳಿದ, "ನನ್ನ ಧರ್ಮವನ್ನು ಟೀಕಿಸುವುದು ನನಗೆ ಇಷ್ಟವಾಗುವುದಿಲ್ಲವೆಂದು ನೀವು ಅರ್ಥ ಮಾಡಿಕೊಳ್ಳಬೇಕು."

"ನನ್ನ ಸನಾತನ ಧರ್ಮದಲ್ಲಿ ಹುಟ್ಟಿ ಬೆಳೆದು, ಅದರ ಮುಖಕ್ಕೆ ಮಸಿ ಬಳಿದು ಬಂದ ನಿನ್ನ ವರ್ತನೆಯೂ ನನಗೆ ಇಷ್ಟವಾಗಲಿಲ್ಲವೆಂದು ನಿನಗೆ ಅರ್ಥವಾಗುವುದಿಲ್ಲವೇ ?"

"ಧರ್ಮಾವಲಂಬನೆ ಅವರವರ ಇಷ್ಟ, ಅವರವರ ವೈಯಕ್ತಿಕ ಇಚ್ಛೆ."

"ಧರ್ಮದ್ರೋಹವೂ ಅವರವರ ಇಷ್ಟವೇ ?"

"ನಾನು ಯಾವ ಧರ್ಮದ್ರೋಹವನ್ನೂ ಆಚರಿಸಿಲ್ಲ."

"ನೀನು ಸನಾತನ ಧರ್ಮದವನಾಗಿ ಹುಟ್ಟಿದೆ. ಧರ್ಮದತ್ತನೆಂದೇ ನಿನ್ನ ತಂದೆಯ ಹೆಸರು. ಎಲ್ಲ ಧಾರ್ಮಿಕ ಸಂಸ್ಕಾರಗಳನ್ನೂ ಪಡೆದೆ. ಆ ಧರ್ಮದ ಎಲ್ಲ ಸಾರವನ್ನೂ ಹೀರುತ್ತ ಬೆಳೆದು ವಿದ್ಯಾವಂತನಾದೆ. ಆ ಧರ್ಮದ ಋಣ ನಿನಗೆ ಏನೂ ಅಲ್ಲವೇ ? ಈ ಬೌದ್ಧಧರ್ಮ ನಮ್ಮ ಧರ್ಮದ ಫಲವನ್ನು ಅಪಹರಣ ಮಾಡಿಲ್ಲವೆ ? ಇದು ನ್ಯಾಯವೆನ್ನುತ್ತೀಯಾ ? ಬೇರು, ನೀರು, ಗೊಬ್ಬರ, ಕಡೆಗೆ ಗಿಡ ಕೂಡ ಸನಾತನ ಧರ್ಮದ್ದು, ಫಲವನ್ನು ಮಾತ್ರ ಬೇರೆ ಧರ್ಮ ಕಿತ್ತುಕೊಳ್ಳುವುದು ಸರಿಯೆನ್ನುತ್ತೀಯಾ ?"

ಮತ್ತೆ ಮಾತಾಡುವುದು ಕಷ್ಟವಾಗಿ ಯೋಗದತ್ತ ಉಗುಳು ನುಂಗಿದ.

"ಅಂಥ ದೋಷವೇನನ್ನು ಕಂಡೆ ನನ್ನ ಧರ್ಮದಲ್ಲಿ? ಇದ್ದರೆ ಅವು ಸರಿಪಡಿಸಲಾಗದಂಥ ದೋಷಗಳೇ ? ಬ್ರಾಹ್ಮಣನಾದ, ವಿದ್ಯಾವಂತನಾದ ನೀನು ಆ ದೋಷಗಳಿಂದ ನಿನ್ನ ಧರ್ಮವನ್ನು ಶುದ್ಧಗೊಳಿಸುವುದು ಕರ್ತವ್ಯವಲ್ಲವೇ ? ಕರ್ತವ್ಯ ವಿಮುಖನಾಗಿ ಹೀಗೆ ಪಲಾಯನ ಮಾಡುವುದು ಸರಿಯೇ ?"

ಆದಕ್ಕೂ ಯೋಗದತ್ತ ಮಾತಾಡಲಿಲ್ಲ. ಆದರೆ ಇವನಿಂದ ಎಷ್ಟು ಹೊತ್ತಿಗೆ ತಪ್ಪಿಸಿಕೊಂಡೇನೆಂದು ಚಡಪಡಿಸುತ್ತಿದ್ದ.

ವಿಷ್ಣುಗುಪ್ತ ತಾನೇ ಮುಂದುವರಿಸಿದ, "ಹೋಗಲಿ ಬಿಡು, ಹೊಸ ಧರ್ಮದ ನಿಷ್ಠೆಯನ್ನು ಭದ್ರಗೊಳಿಸುತ್ತಿರುವ ನಿನಗೆ ನನ್ನ ತರ್ಕ ಹುಚ್ಚು ಪ್ರಲಾಪದಂತೆ ಕಾಣುತ್ತಿರಬಹುದು. ನೀನು ದೂರವಾದ ಮೇಲೆ ನಿನ್ನ ತಂದೆತಾಯಿಯ ಸ್ಥಿತಿಯನ್ನು ತಿಳಿದುಕೊಳ್ಳುವ ಆಸಕ್ತಿಯಿಲ್ಲವೇನು ?"

"ಪೂರ್ವಾಶ್ರಮದ ಎಲ್ಲವನ್ನೂ ಬಿಟ್ಟುಬಂದಿರುವ ನನಗೆ ಯಾವ ಆಸಕ್ತಿಯೂ ಇಲ್ಲ."

"ನಾನು ಕೊಟ್ಟ ಬೇರು, ನೀರು, ಗೊಬ್ಬರ, ಗಿಡ, ಫಲಗಳ ಉದಾಹರಣೆ ನಿನಗೆ ಅರ್ಥವೇ ಆಗಲಿಲ್ಲವೆಂದು ಕಾಣುತ್ತದೆ. ಭೂತವಿಲ್ಲದೆ ವರ್ತಮಾನವಿಲ್ಲ ಎಂಬುದು ಎಷ್ಟು ಸತ್ಯವೋ, ತಂದೆತಾಯಿಗಳಿಲ್ಲದೆ ಮಕ್ಕಳಿಲ್ಲ ಎಂಬುದೂ ಅಷ್ಟೇ ಸತ್ಯ. ಈ ಸಾಮಾನ್ಯ ಸಂಗತಿಯೂ ಮರೆತುಹೋಯಿತೇ? ನಿನ್ನ ಹೊಸಧರ್ಮದಲ್ಲಿ ತಂದೆತಾಯಿಗಳ ಋಣ ಮತ್ತು ಬೆಳೆಸಿದ ಧರ್ಮದ ಋಣವನ್ನು ಸಲ್ಲಿಸಬೇಕಾಗಿಲ್ಲ ಎಂಬುದೇ ಮೊದಲ ಪಾಠವಾಗಿರಬೇಕು."

"ನಿಮ್ಮ ಅಣಕ ಅತಿಯಾಯಿತು" ಎಂದ ಯೋಗದತ್ತ ಅಸಹನೆಯಿಂದ.

"ಅನ್ನ ನೀರು ಬಿಟ್ಟು ಹಾಸಿಗೆ ಹಿಡಿದು ಸಾವಿನ ಕ್ಷಣಗಳನ್ನು ಎಣಿಸುತ್ತಿರುವ ನಿನ್ನ ಹೆತ್ತ ತಾಯಿಯನ್ನು ನೋಡಿದರೆ, ಮಗನನ್ನು ಕಳೆದುಕೊಂಡ ದುಃಖ ಮತ್ತು ಹೆಂಡತಿ ಸತ್ತು ಬಿಡುವಳೆಂಬ ಸಂಕಟದಿಂದ ತಳಮಳಿಸುತ್ತಿರುವ ನಿನ್ನ ತಂದೆಯನ್ನು ನೋಡಿದರೆ ನಿನ್ನ ಕ್ರೌರ್ಯ ಅತಿಯಾಯಿತು ಎಂದು ಅನ್ನಿಸಬಹುದು. ದಯವಿಟ್ಟು ಒಮ್ಮೆ ಬಂದು ಅವರನ್ನು ನೋಡುತ್ತೀಯಾ ?"

ಯೋಗದತ್ತನಿಗೆ ತಂದೆತಾಯಿಗಳ ನೆನಪಾಯಿತು. ತುಸು ಆತಂಕವೂ ಆಯಿತು. ಆದರೆ ಅಲ್ಲಿಗೆ ಹೋದರೆ ಅಲ್ಲೇ ಉಳಿಯುವ ಅನಿವಾರ್ಯ ಪರಿಸ್ಥಿತಿ ಉಂಟಾದರೆ ತನ್ನ ಭಿಕ್ಷು ದೀಕ್ಷೆ ಹಾಸ್ಯಾಸ್ಪದವಾಗಬಹುದೆನ್ನುವ ಭಯವಿತ್ತು. ಅವರು ತನ್ನ ನಿರ್ಧಾರಕ್ಕೆ ಅಡ್ಡಿಪಡಿಸುವರೆಂಬ ಭಾವನೆಯಿಂದಲೇ, ಅವರಿಗೆ ಹೇಳದೆ ಬಂದು, ಈಗ ಮತ್ತೆ ಹೋಗುವುದು ಸರಿಯಲ್ಲವೆನ್ನಿಸಿತು. ಭಿಕ್ಷುವಾದ ಮೇಲೆ ಎಲ್ಲ ವ್ಯಾಮೋಹಗಳನ್ನು ತ್ಯಜಿಸಲೇಬೇಕು ಎಂದುಕೊಂಡ.

ಅವನ ಮನೋವ್ಯಾಪಾರವನ್ನು ಊಹಿಸಿದವನಂತೆ ವಿಷ್ಣುಗುಪ್ತ ಹೇಳಿದ, "ಸರ್ವಸಂಗ ಪರಿತ್ಯಾಗ ಮಾಡಿದ ಸಂನ್ಯಾಸಿ ತಂದೆತಾಯಿಗಳ ವ್ಯಾಮೋಹವನ್ನು ಗೆಲ್ಲಬೇಕೆಂದು ನೀನು ಹೇಳುವೆಯೆಂದು ನನಗೆ ಗೊತ್ತು. ಅದು ನಿಜವಾದರೆ, ಗೌತಮ ಬುದ್ಧ ಹೇಳಿದ ದಯೆ ಕರುಣೆಗಳ ಉಪದೇಶ ತಮ್ಮ ಅರ್ಥ ಕಳೆದುಕೊಳ್ಳುವುದಿಲ್ಲವೆ ? ಸರ್ವಜೀವಿಗಳನ್ನೂ ಕರುಣೆಯಿಂದ ನೋಡು, ಅಹಿಂಸೆಯನ್ನು ಆಚರಿಸು, ಹೆತ್ತ ತಂದೆತಾಯಿಗಳನ್ನು ಕಡೆಗಣಿಸಿ ಹಿಂಸೆ ನೀಡು ಎಂದು ಆ ತತ್ವದ ಅರ್ಥವೇ ? ಆ ತಂದೆತಾಯಿಗಳು ಅಂಥ ಕ್ರೂರಿಗಳಾದರೆ, ಮಕ್ಕಳನ್ನು ಸರಿಯಾಗಿ ನೋಡಿಕೊಳ್ಳದಿದ್ದರೆ, ಅನ್ನ ಬಟ್ಟೆಗಳನ್ನು ನೀಡದಿದ್ದರೆ, ನೀಚವೃತ್ತಿಯಲ್ಲಿ ತೊಡಗಿದ್ದರೆ, ಅವರನ್ನು ತ್ಯಜಿಸುವುದು ನ್ಯಾಯ. ಆದರೆ ಸತ್ಯ ನೀತಿಗಳಿಂದ ಧರ್ಮಿಷ್ಠರಾಗಿ ನಡೆಯುತ್ತಿರುವ ನಿನ್ನ ತಂದೆತಾಯಿಗಳು, ನಾನೇ ನನ್ನ ಕಣ್ಣಾರೆ ಕಂಡಂತೆ ನಿನಗಾಗಿ ತಮ್ಮ ಅಕ್ಕರೆಯನ್ನೆಲ್ಲ ಸುರಿದುಬಿಟ್ಟರು. ತಾವು ಉಪವಾಸವಿದ್ದು ನಿನಗೆ ಹೊಟ್ಟೆತುಂಬ ಊಟ ಹಾಕಿ ಆನಂದಪಟ್ಟರು. ನೀನು ವಿದ್ಯಾವಂತನಾಗಿ, ಕೀರ್ತಿವಂತನಾಗಿ, ಇಂಥವರ ಮಗ ಎಂಬ ಯಶಸ್ಸನ್ನು ಪಡೆಯುವನೆಂದು ಆಸೆಯಿರಿಸಿಕೊಂಡಿದ್ದರು. ಅಂಥವರನ್ನು ಹೀಗೆ ನರಳಿಸುವುದು ಮಹಾಪಾಪ, ಯೋಗದತ್ತ. ನೀನು ಎಲ್ಲಿದ್ದರೂ, ಹೇಗೇ ಇದ್ದರೂ ಈ ಪಾಪಪ್ರಜ್ಞೆ ನಿನ್ನನ್ನು ಬೆನ್ನು ಬಿಡದೆ ಕಾಡುತ್ತದೆ. ಇದು ಶತಸ್ಸಿದ್ಧ."

ಮಾತುಮಾತಿಗೂ ತನ್ನ ತೇಜೋವಧೆ ಮಾಡುತ್ತ ನಗ್ನಗೊಳಿಸುತ್ತಿರುವ ವಿಷ್ಣುಗುಪ್ತನ ತರ್ಕಬದ್ಧವಾದ ಮಾತುಗಳಿಂದ ಗೊಂದಲಗೊಂಡ ಯೋಗದತ್ತ, ಇನ್ನು ಸ್ವಲ್ಪ ಹೊತ್ತು ಹೀಗೇ ಇದ್ದರೆ ತನ್ನ ನಿರ್ಧಾರ ತಪ್ಪಾಯಿತೆಂಬ ಭಾವನೆ ಬಂದುಬಿಡಬಹುದೆಂಬ ಭೀತಿಯಿಂದ "ಕ್ಷಮಿಸಿ, ನೀವು ಏನೇ ಹೇಳಿದರೂ ನಾನು ನನ್ನ ನಿರ್ಧಾರದಿಂದ ಕದಲುವುದಿಲ್ಲ. ಮತ್ತೊಮ್ಮೆ ತಾವು ನನ್ನನ್ನು ಭೇಟಿ ಮಾಡದಿರುವುದೇ ಒಳ್ಳೆಯದು" ಎಂದು ಹೇಳಿ ತಲೆ ತಗ್ಗಿಸಿ ಹೊರಟುಹೋದ.

"ನಿನ್ನಂಥವನನ್ನು ಮತ್ತೆ ಭೇಟಿ ಮಾಡುವ ಆಸೆ ನನಗೂ ಇಲ್ಲ" ಎಂದ ವಿಷ್ಣುಗುಪ್ತನ ಮಾತು ಯೋಗದತ್ತನಿಗೂ ಕೇಳಿಸಿತು.

ಆವೇಶಗೊಂಡವನಂತೆ ವಿಷ್ಣುಗುಪ್ತ ಅಲ್ಲಿಂದ ಬಿರಬಿರನೆ ಹೊರಟ. ಆ ವಾತಾವರಣದಿಂದ ಮೊದಲು ದೂರವಾಗಬೇಕೆಂಬ ಕಾತರವಿತ್ತು ಅವನ ನಡಿಗೆಯಲ್ಲಿ.

ಅರ್ಧದೂರ ಬಂದ ನಂತರ ಹಾದಿಬದಿಯ ಒಂದು ಮರದ ನೆರಳಿನಲ್ಲಿ ಕುಳಿತ. ಧಾರಾಕಾರವಾಗಿ ಸುರಿಯುತ್ತಿದ್ದ ಬೆವರನ್ನು ಒರೆಸಿಕೊಂಡ. ಯೋಗದತ್ತನ ಮೇಲಿನ ಕೋಪ ಶಾಂತವಾಗಲು ಬಹಳ ಹೊತ್ತೇ ಬೇಕಾಯಿತು. ಆದರೆ ಧರ್ಮದತ್ತ ಮತ್ತು ಅವನ ಹೆಂಡತಿ ಮಹಾದೇವಿಯ ಸ್ಥಿತಿಯನ್ನು ನೆನೆಸಿಕೊಂಡಾಗ ಅವನಿಗೆ ಸಂಕಟವಾಯಿತು. ಮಗನ ಮೇಲೆ ಅತಿಯಾದ ಮಮಕಾರವಿರಿಸಿಕೊಂಡ ಅವರದೂ ತಪ್ಪೆಂದು ಒಂದು ಸಲ ಅನ್ನಿಸಿತು.

'ನನ್ನ ತಂದೆಗೂ ನನ್ನ ಮೇಲೆ ಅಷ್ಟೇ ಮಮಕಾರವಿತ್ತು. ಆದರೂ ಅವರು ನನ್ನನ್ನು ಹತ್ತನೇ ವರ್ಷದಲ್ಲಿ ಬಿಟ್ಟು ಪಾಟಲೀಪುತ್ರಕ್ಕೆ ಹೊರಟೇಹೋದರು. ನಾನೂ ಸ್ವತಂತ್ರವಾಗಿ ಬೆಳೆದೆ. ಎಲ್ಲರ ಜೊತೆಯಲ್ಲಿ ನನ್ನನ್ನು ಹೋಲಿಸಿಕೊಳ್ಳುವುದು ಸರಿಯಾಗಲಾರದು. ವ್ಯಕ್ತಿವ್ಯಕ್ತಿಗಳ ನಡುವೆ ಸ್ವಭಾವ, ಮನೋಧರ್ಮಗಳಲ್ಲಿ ವ್ಯತ್ಯಾಸವಿರುವಂತೆ ಭಾವನೆಗಳಲ್ಲೂ ವ್ಯತ್ಯಾಸ ವಿರುವುದು ಸಹಜ. ಭಾವನೆಗಳಿಗೆ ಸುಲಭವಾಗಿ ಕರಗದ ದೃಢ ಮನಸ್ಸನ್ನು ರೂಢಿಸಿಕೊಳ್ಳಿ ಎಂದು ಆ ದುಃಖಿತರಾದ ತಂದೆತಾಯಿಗಳಿಗೆ ಹೇಳುವುದು ಹುಚ್ಚುತನವಾಗುತ್ತದೆ...' ಇತ್ಯಾದಿ ಯೋಚಿಸತೊಡಗಿದ. ಬೌದ್ಧ ಧರ್ಮದ ಮೇಲಿನ ಅವನ ಕೋಪ ಇನ್ನಷ್ಟು ಪ್ರಜ್ವಲಿಸಿತು. ಯೋಗದತ್ತನನ್ನು ಭೇಟಿ ಮಾಡಿದ ವಿಷಯ, ಅವನೊಂದಿಗೆ ನಡೆದ ಮಾತುಕತೆ ಗಳನ್ನು ಧರ್ಮದತ್ತನಿಗೆ ಹೇಳುವುದೋ ಬೇಡವೋ ಎಂಬ ಸಂದಿಗ್ಧದಲ್ಲಿ ಸ್ವಲ್ಪ ಹೊತ್ತು ಒದ್ದಾಡಿದ. ಕಡೆಗೆ ಸತ್ಯಸಂಗತಿಯನ್ನು ಹೇಳುವುದು ತನ್ನ ಕರ್ತವ್ಯವೆಂದುಕೊಂಡು ಮೇಲೆದ್ದ. ಮೊದಲು ಧರ್ಮದತ್ತನನ್ನು ಕಂಡು ವಿಷಯ ತಿಳಿಸಿ, ಧೈರ್ಯ ಹೇಳಿ, ಅನಂತರವೇ ಮುಂದಿನ ಕೆಲಸವೆಂದುಕೊಂಡು ತಕ್ಷಶಿಲೆಯ ಕಡೆಗೆ ವೇಗವಾಗಿ ಸಾಗಿದ.

## ೮

ವಿಷ್ಣುಗುಪ್ತ ಧರ್ಮದತ್ತನ ಮನೆಗೆ ಬರುವಷ್ಟರಲ್ಲಿ ಸೂರ್ಯಾಸ್ತವಾಗತೊಡಗಿತ್ತು. ಹಸಿವು ಬಳಲಿಕೆಗಳಿಂದ ಅವನು ತತ್ತರಿಸಿದ್ದ. ಧರ್ಮದತ್ತ ಹೆಂಡತಿ ಮಹಾದೇವಿಯ ಹಾಸಿಗೆಯ ಬಳಿ ಕುಳಿತಿದ್ದ. ಅವಳು ಎಷ್ಟೋ ವರ್ಷಗಳಿಂದ ರೋಗಪೀಡಿತಳಾದವಳಂತೆ ನಿತ್ರಾಣವಾಗಿದ್ದಳು. ಅವನ ಮುಖ ಕಂಡ ಕೂಡಲೇ ಜೊತೆಯಲ್ಲಿ ಮಗ ಬಂದಿರಬಹುದೇನೋ ಎಂಬ ಆಸೆಯಿಂದ ಬಾಗಿಲತ್ತ ನೋಡಿದಳು.

"ನೀನು ಯೋಗದತ್ತನನ್ನು ಕಂಡುಬರುವುದಾಗಿ ಹೇಳಿದ ವಿಷಯ ತಿಳಿಸಿದ್ದೆ. ಆದಕ್ಕೆ ಇವಳು ಮಗ ಬರುವನೆಂದು ನಿರೀಕ್ಷಿಸುತ್ತಿದ್ದಾಳೆ" ಎಂದ ಧರ್ಮದತ್ತ.

ವಿಷ್ಣುಗುಪ್ತ ತಲೆತಗ್ಗಿಸಿ ಸುಮ್ಮನೆ ನಿಂತುಕೊಂಡ.

"ವಿಷ್ಣು" ಧರ್ಮದತ್ತ ಕೇಳಿದ, "ಅವನನ್ನು ಕಾಣಲು ಹೋಗಲಿಲ್ಲವೇ ?"

"ಹೋಗಿದ್ದೆ. ಈಗ ಅಲ್ಲಿಂದಲೇ ಬರುತ್ತಿದ್ದೇನೆ."

"ಅವನೇನು ಹೇಳಿದ ?"

"ನನ್ನನ್ನು ನೋಡಲು ಬರುತ್ತೇನೆ ಎಂದು ಹೇಳಿದನೇ ? ಯಾವಾಗ ಬರುತ್ತಾನಂತೆ ?" ಮಹಾದೇವಿ ಆತುರದಿಂದ ಕೇಳಿದಳು.

"ಅವನು ಬರುವುದಿಲ್ಲ."

ವಿಷ್ಣುಗುಪ್ತನ ಸ್ಪಷ್ಟ ನುಡಿ ಕೇಳಿ ಅವಳು ಸುಮ್ಮನಾದಳು. ಜಗತ್ತಿನ ಸಂಕಟ, ನಿರಾಸೆಗಳೆಲ್ಲ ಅವಳ ಮುಖದಲ್ಲೇ ಕೇಂದ್ರೀಕೃತವಾದಂತೆ ಕಂಡಿತು.

"ಸರಿಯಾಗಿ ಹೇಳು ವಿಷ್ಣು ಅವನು ಏನು ಹೇಳಿದ ?" ಧರ್ಮದತ್ತ ಕೇಳಿದ.

"ಎಲ್ಲವನ್ನೂ ತ್ಯಾಗಮಾಡಿ ಬಂದವನಿಗೆ ತಂದೆತಾಯಿಗಳ ವಾತ್ಸಲ್ಯದ ಮೋಹವಿಲ್ಲ ಎಂದ. ನಾನು ಸುಮ್ಮನೆ ಬಿಡಲಿಲ್ಲ. ಹಲವು ಪ್ರಶ್ನೆಗಳನ್ನು ಕೇಳಿದೆ. ತನ್ನನ್ನು ತಾನು ಸಮರ್ಥಿಸಿಕೊಳ್ಳುವುದು ಅವನಿಂದಾಗಲಿಲ್ಲ. ಆದರೂ ಅವನ ಹೊಸಧರ್ಮದ ನಿಷ್ಠೆ ನನ್ನ ತರ್ಕವನ್ನು ಅರ್ಥಮಾಡಿಕೊಳ್ಳಲಾಗದಷ್ಟು ಬಲವಾಗಿತ್ತು. ಮತ್ತೆ ತನ್ನನ್ನು ನೋಡಲು ಬರಬಾರದೆಂದು ನಿಷ್ಠುರವಾಗಿ ಹೇಳಿ ಹೊರಟುಹೋದ."

"ನೀನು ಮಾಡಿದ್ದು ಸರಿಯೇ, ಎಂದು ಆ ಗುರುವನ್ನೇ ಕೇಳಬೇಕಾಗಿತ್ತು ?"

"ಪ್ರಯೋಜನವಾಗುತ್ತಿರಲಿಲ್ಲ. ವೇದಗುಪ್ತನ ಎದುರು, ವೈವಸ್ವತ ಮತ್ತು ಆಂಭೀಕನ ಎದುರು ನಾನು ಆಡಿದ ಮಾತುಗಳನ್ನೇ ಮತ್ತೆ ಹೇಳಬೇಕಾಗಿತ್ತು. ಅವರಂತೆ ಆ ಗುರುವೂ ತರ್ಕವನ್ನು ಮೀರಿದ ಒಣಪ್ರತಿಷ್ಠೆಯ ಉತ್ತರಗಳನ್ನೇ ಕೊಡುತ್ತಿದ್ದ. ಇನ್ನೊಂದು ಧರ್ಮದ ಏಳಿಗೆಯನ್ನು ಸಹಿಸದ ಸಂಕುಚಿತ ಮನಸ್ಸಿನವನೆಂದು ಅವನೂ ಹೀಗಳೆಯುತ್ತಿದ್ದ. ನನ್ನ ಅಭಿಪ್ರಾಯದಲ್ಲಿ ನೀವು ಯೋಗದತ್ತನನ್ನು ಮರೆತುಬಿಡುವುದೇ ಒಳ್ಳೆಯದು."

ಧರ್ಮದತ್ತ ಸುಮ್ಮನಾದ. ಮಹಾದೇವಿ ಅಳಲೂ ಶಕ್ತಿಯಿಲ್ಲದೆ ಶೂನ್ಯವನ್ನು ದಿಟ್ಟಿಸತೊಡಗಿದಳು. ಎರಡು ಕ್ಷಣದ ನಂತರ ಧರ್ಮದತ್ತ ಹತ್ತಿರದಲ್ಲೇ ಕೈಗೆ ಸಿಕ್ಕಿದ ಒಂದು ಹಿತ್ತಾಳೆಯ ಬಟ್ಟಲನ್ನು ಕೋಪದಿಂದ ಎತ್ತಿ ನೆಲಕ್ಕೆ ಕುಕ್ಕಿ ಹೇಳಿದ, "ನನ್ನ ಮಗನನ್ನು ಕಿತ್ತುಕೊಂಡ ಆ ಬೌದ್ಧಧರ್ಮ ನಾಶವಾಗಲಿ. ನಮ್ಮ ಆರ್ಯಾವರ್ತದಲ್ಲಿ ಅದು ಏಳಿಗೆಯಾಗದಿರಲಿ. ಹೌದು ವಿಷ್ಣು ಈ ಹೆತ್ತ ಕರುಳಿನ ಸಂಕಟದ ಉರಿ ಅದನ್ನು ಸುಡದೇ ಬಿಡುವುದಿಲ್ಲ. ನೊಂದ ಈ ತಂದೆತಾಯಿಗಳ ಶಾಪ ಸುಳ್ಳಾಗುವುದಿಲ್ಲ."

"ಸಮಾಧಾನ ತಂದುಕೊಳ್ಳಿ" ಎಂದು ವಿಷ್ಣುಗುಪ್ತ ಅವನ ಬೆನ್ನ ಮೇಲೆ ಕೈಯಿರಿಸಿದ.

"ಇವತ್ತಿಗೆ ನಮ್ಮ ಮಗ ನಿಜವಾಗಿ ಸತ್ತುಹೋದ. ಶ್ರಾದ್ಧವನ್ನೂ ಮಾಡಿಬಿಡುತ್ತೇನೆ. ಮಹಾದೇವಿ, ಒಮ್ಮೆ ಅವನಿಗೆ ಆರು ತಿಂಗಳು ಕಾಡಿದ ಮಹಾಜ್ವರ ಬಂದಿತ್ತು. ಆಗಲೇ ಅವನು ಸತ್ತುಹೋಗಿದ್ದರೆ ಇಷ್ಟು ಹೊತ್ತಿಗೆ ಅವನು ಸತ್ತು ಹತ್ತು ವರ್ಷಗಳಾಗುತ್ತಿದ್ದವು. ಬಹುಪಾಲು ಮರೆತೂ ಹೋಗುತ್ತಿದ್ದ. ಸತ್ತವರ ಜೊತೆಯಲ್ಲಿ ಎಲ್ಲರೂ ಸತ್ತರೆ ಜಗತ್ತಿನಲ್ಲಿ

ಜನರೇ ಇರುತ್ತಿರಲಿಲ್ಲ, ಎಷ್ಟೇ ಹತ್ತಿರದವರಾದರೂ ಒಂದು ತಿಂಗಳು ಕಣ್ಣೀರು, ಒಂದು ವರ್ಷ ದುಃಖ, ನಂತರ ಬರೀ ನೆನಪು, ಅಷ್ಟೇ ಇನ್ನು ನನಗೆ ನೀನು, ನಿನಗೆ ನಾನು. ನಾವು ಯಾರಿಗಾಗಿಯೂ ಕಾಯಬೇಕಾಗಿಲ್ಲ, ಯಾರ ಹಿತಚಿಂತನೆಯನ್ನೂ ಮಾಡಬೇಕಾಗಿಲ್ಲ. ಇರುವಷ್ಟು ದಿನ ದೇವರು ಕೊಟ್ಟದ್ದನ್ನು ತಿಂದುಂಡು ಆನಂದವಾಗಿ ಕಾಲ ಕಳೆದುಬಿಡೋಣ. ಅಲ್ಲವೇ ವಿಷ್ಣು?'' ಎಂದ ಧರ್ಮದತ್ತ.

''ನಿಮ್ಮ ಆಲೋಚನೆ ಸರಿಯಾಗಿದೆ'' ಎಂದ ವಿಷ್ಣುಗುಪ್ತ ಮಹಾದೇವಿಯತ್ತ ತಿರುಗಿ ಹೇಳಿದ, ''ಧರ್ಮದತ್ತರ ಮಾತಿನಲ್ಲಿ ಅರ್ಥವಿದೆ. ನಾನೂ ಇಷ್ಟರಲ್ಲೇ ತಕ್ಷಶಿಲೆಯನ್ನು ಬಿಡಬೇಕಾಗಿದೆ. ಅಷ್ಟರಲ್ಲಿ ನೀವು ಮೊದಲಿನಂತಾದರೆ ನನಗೆ ಸಮಾಧಾನವಾಗುತ್ತದೆ.''

ಮಹಾದೇವಿ ಏನೂ ಮಾತಾಡಲಿಲ್ಲ, ಆದರೆ ಧರ್ಮದತ್ತ ಮಾತ್ರ ಆತಂಕದಿಂದ ''ಏಕೆ ? ಏನಾಯಿತು ? ನೀನೇಕೆ ತಕ್ಷಶಿಲೆಯನ್ನು ಬಿಡಬೇಕು ?'' ಎಂದು ಕೇಳಿದ.

ವಿಷ್ಣುಗುಪ್ತ ಎಲ್ಲ ವಿಷಯಗಳನ್ನೂ ವಿವರವಾಗಿ ತಿಳಿಸಿದ. ಅದರ ಗಂಭೀರತೆಯನ್ನು ಮನನ ಮಾಡುತ್ತ ಕುಳಿತ ಧರ್ಮದತ್ತ ತಾತ್ಕಾಲಿಕವಾಗಿಯಾದರೂ ಮಗನ ವಿಷಯವನ್ನು ಮರೆತ. ಮತ್ತೆ ಬಂದು ನೋಡುವುದಾಗಿ ಹೇಳಿ ವಿಷ್ಣುಗುಪ್ತ ತನ್ನ ಮನೆಯ ಕಡೆಗೆ ಹೊರಟ.

ಮನೆಗೆ ಬಂದವನೇ ಮೊದಲು ಬಾವಿಯಿಂದ ನೀರನ್ನು ಸೇದಿ ಸೇದಿ ಸುರಿದುಕೊಂಡು ಬಹಳ ಹೊತ್ತು ಸ್ನಾನ ಮಾಡಿದ. ಹೊಟ್ಟೆಯ ಹಸಿವು ತಾರಕಕ್ಕೆ ಮುಟ್ಟಿತ್ತು. ಸಂಧ್ಯೋಪಾಸನೆಯನ್ನು ಮುಗಿಸಿ ಬಂದಾಗ ಚಂದಕನ ಅಡಿಗೆ ಇನ್ನೂ ಮುಗಿದಿರಲಿಲ್ಲ, ಅಲ್ಲಿಯವರೆಗೆ ಕಾಯುವುದು ಕಷ್ಟವೆನಿಸಿ ಸ್ವಲ್ಪ ಹಾಲನ್ನು ತರಿಸಿಕೊಂಡ. ಆದರೆ ಅದನ್ನು ಎತ್ತಿ ಗಂಟಲಿಗೆ ಸುರಿದುಕೊಳ್ಳಬೇಕೆನ್ನುವಷ್ಟರಲ್ಲಿ ಬೇಡವೆನ್ನಿಸಿ ಹಾಗೇ ಇಟ್ಟುಬಿಟ್ಟ. 'ಹಸಿವನ್ನು ತಾಳಲಾರದಷ್ಟು ದುರ್ಬಲವಾಯಿತೇ ನನ್ನ ಮನಸ್ಸು ! ತಕ್ಷಶಿಲೆಯನ್ನು ಬಿಟ್ಟ ಮೇಲೆ ಈಗಿನಂತೆ ನಿಯಮಿತವಾಗಿ ಆಹಾರ ದೊರೆಯುವುದೆಂಬುದು ಖಚಿತವಿಲ್ಲ, ದೇಹವೇನು, ತನಗೆ ಸುಖವಾಗುವಂತೆ ಏನೇನನ್ನೋ ಬೇಡುತ್ತದೆ. ಅದರ ಬೇಡಿಕೆಗಳಿಗೆಲ್ಲಾ ಕಿವಿಗೊಡುತ್ತ ಹೋದರೆ ನಾನು ಏನಾಗುತ್ತೇನೆ ? ಎಲ್ಲಿರುತ್ತೇನೆ ? ಕೂಡದು, ಈ ವಿಷ್ಣುಗುಪ್ತ ತನ್ನ ಆತ್ಮಶಕ್ತಿಯಿಂದ ದೈಹಿಕ ಆಕಾಂಕ್ಷೆಗಳನ್ನು ಮೆಟ್ಟಿ ನಿಲ್ಲಬೇಕು. ನನ್ನ ಗುರಿ ಸಾಧನೆಯ ಮಾರ್ಗದಲ್ಲಿ ದೇಹದಂಡನೆ ಅನಿವಾರ್ಯವಾಗಬೇಕು. ಬೇಕೆನ್ನಿಸಿದ ವಸ್ತುಗಳು ಇಲ್ಲದಾಗ ತ್ಯಜಿಸುವ ಅಭಾವ ವೈರಾಗ್ಯಕ್ಕಿಂತ, ಎಲ್ಲ ಇದ್ದಾಗಲೂ ಸರಳ ಜೀವನವನ್ನು ನಡೆಸಬೇಕು' ಎಂದುಕೊಂಡ.

ಅಡಿಗೆಯಾಯಿತೆಂದು ಚಂದಕ ಹೇಳಿದರೂ ಬೇಕೆಂದೇ ಅವನು ಇನ್ನೂ ಸ್ವಲ್ಪ ತಡ ಮಾಡಿ ಆತುರವಿಲ್ಲದೆ ಊಟ ಮಾಡಿದ. ಊಟ ಮುಗಿಸಿ ಬಂದು ಚಾಪೆಯ ಮೇಲೆ ಗೋಡೆಗೊರಗಿ ಕಾಲು ಚಾಚಿ ಕುಳಿತುಕೊಂಡ. ಕಾತ್ಯಾಯನ ಸಂಜೆ ಬಂದು ನೋಡುವುದಾಗಿ ಹೇಳಿದ್ದ, ಇನ್ನೂ ಏಕೆ ಬರಲಿಲ್ಲ ? ಎಂದುಕೊಂಡ. ಕಣ್ಣು ಎಳೆಯುತ್ತಿದ್ದವು. ಯೋಗದತ್ತನನ್ನು ನೋಡಿಬರಲು ಅಷ್ಟು ದೂರ ನಡೆದು ಹೋಗಿ ಬಂದ ಬಳಲಿಕೆ ಅದಕ್ಕೆ ಕಾರಣವೆಂದು ಅರ್ಥವಾಯಿತು. ಆದರೆ ನಿದ್ರೆ ಹೋಗಲು ನಿತ್ಯದ ಸಮಯವಾಗಿರಲಿಲ್ಲ, ಬಲವಂತವಾಗಿ ಕಣ್ಣು ತೆರೆದು ಕುಳಿತ.

ಯೋಗದತ್ತನ ಜೊತೆ ಮಾತನಾಡಿದ್ದು, ಧರ್ಮದತ್ತನ ಜೊತೆ ಮಾತನಾಡಿದ್ದು, ಮಹಾದೇವಿಯ ಸ್ಥಿತಿ, ಎಲ್ಲ ನೆನಪಿಗೆ ಬಂದವು. 'ನನ್ನ ಮಗನನ್ನು ಕಿತ್ತುಕೊಂಡ ಆ ಬೌದ್ಧಧರ್ಮ

ನಾಶವಾಗಲಿ, ನಮ್ಮ ಆರ್ಯಾವರ್ತದಲ್ಲಿ ಅದು ಏಳಿಗೆಯಾಗದಿರಲಿ' ಎಂದು ಧರ್ಮದತ್ತ ಶಾಪ ಹಾಕಿದ ಮಾತುಗಳು ನೆನಪಾದವು. ಕೋಪ ಸಂಕಟಗಳಿಂದ ಕುದಿಯುತ್ತ ಅವನು ಬಟ್ಟಲನ್ನು ಎತ್ತಿ ಒಗೆದ ದೃಶ್ಯ ಕಣ್ಣು ಕಟ್ಟಿತು. ಅವನ ಕೋಪಕ್ಕೆ ಬಲವಾದ ಕಾರಣ ವಿದೆಯಲ್ಲವೇ ? ಎಂದು ಕೇಳಿಕೊಂಡ.

'ನಾನೂ ಬೌದ್ಧ ಧರ್ಮವನ್ನು ದ್ವೇಷಿಸುತ್ತಿರುವೆನೇ ? ಇಲ್ಲ, ನಾನು ಆ ಧರ್ಮವನ್ನು ದ್ವೇಷಿಸುತ್ತಿಲ್ಲ, ನನ್ನ ಧರ್ಮವನ್ನು ಪ್ರೀತಿಸುತ್ತಿದ್ದೇನೆ. ನನ್ನ ಧರ್ಮದ ಪ್ರೀತಿ ನನ್ನ ತಾಯಿಯ ಮೇಲಿನ ಪ್ರೀತಿಯಷ್ಟೇ ಸಹಜವಾದದ್ದು, ನನ್ನ ಕಣ್ಣೆದುರಿಗೇ ನನ್ನ ಧರ್ಮ ಕುಸಿದು ಬೀಳುವುದು ನನಗೆ ಸಹಿಸಲಾಗುವುದಿಲ್ಲ, ಅದಕ್ಕೆ ಕಾರಣವಾಗಬಹುದಾದ ಬೌದ್ಧಧರ್ಮವೇ ಏನು, ಬೇರೆ ಎಲ್ಲವನ್ನೂ, ಎಲ್ಲರನ್ನೂ ದ್ವೇಷಿಸುತ್ತೇನೆ.

'ಆ ಗೌತಮ ಬುದ್ಧನ ಬಹಳ ಜನಪ್ರಿಯವಾದ ಪದ್ಮಾಸನದಲ್ಲಿ ಕುಳಿತ ಚಿತ್ರ ನೋಡಿದಾಗ, ಅವನ ಧ್ಯಾನಮುದ್ರೆ, ಮೃದು ಮಂದಹಾಸ ಬಹಳ ಆಕರ್ಷಣೀಯವಾಗಿದೆ ಎನಿಸುತ್ತದೆ. ಬಹುಶಃ ಅವನ ಚೆಲುವಿನಷ್ಟೇ ಅವನ ವರ್ತನೆಯೂ ಪ್ರೇಮಪೂರ್ಣ ವಾಗಿರಬೇಕು ಎನಿಸುತ್ತದೆ. ಅವನಂತೆ ವೈಯಕ್ತಿಕವಾಗಿ ಉನ್ನತಿಯನ್ನು ಸಾಧಿಸಿದ ಹಲವರಿದ್ದಾರೆ. ನಮ್ಮ ಋಷಿಗಳು, ಪುರಾಣಗಳಲ್ಲಿ ಉಕ್ತವಾಗಿರುವ ಹಲವು ಮಹಾತ್ಮರ ಉದಾಹರಣೆಗಳಿವೆ. ಅಲ್ಲದೆ ಬುದ್ಧ ಬಾಲ್ಯ ಯೌವನಗಳಲ್ಲಿ ಕಲಿತದ್ದು ಸನಾತನ ಧರ್ಮದ ಜ್ಞಾನವನ್ನು. ಅರಮನೆಯನ್ನು ಬಿಟ್ಟ ನಂತರವೂ ಬೇರೆ ಬೇರೆ ಪಂಥಗಳ ಪ್ರಾಜ್ಞರ ಬಳಿ ಸಾಧನೆ ಮಾಡಿದ. ಅವನು ಕಂಡುಕೊಂಡ ಜ್ಞಾನದ ಬೆಳಕಿಗೆ ಅವನು ಕಲಿತ ಸನಾತನ ಧರ್ಮದ ಆಧಾರವೇ ಇಲ್ಲವೆಂದು ಹೇಗೆ ಹೇಳುವುದು ? ಸತ್ಯ, ಅಹಿಂಸೆ, ಸನ್ನಡತೆ ಇತ್ಯಾದಿಗಳು ನಮ್ಮ ಧರ್ಮದಲ್ಲಿ ಇರಲಿಲ್ಲವೇ ? ಈಗ ಇಲ್ಲವೆ? ಬಹುಶಃ ಆರ್ಯಸತ್ಯಗಳನ್ನು ಎಲ್ಲರಿಗೂ ತಿಳಿಯುವಂತೆ ಸರಳವಾಗಿ ಹೇಳಿದ್ದೇ ಅವನ ಹೆಚ್ಚುಗಾರಿಕೆಯಿರಬೇಕು. ಹೌದು, ಆ ವಿಷಯದಲ್ಲಿ ನಮ್ಮ ಧರ್ಮ ದೋಷಯುಕ್ತವೆಂದು ಹೇಳಬಹುದೇನೋ. ಜ್ಞಾನಾರ್ಜನೆ ಸೀಮಿತ ಜನರಲ್ಲಿ ಕೇಂದ್ರೀಕೃತವಾಗಿ, ಧರ್ಮತತ್ವಗಳು ಜನಸಾಮಾನ್ಯರಿಗೆ ಜಟಿಲವಾಗಿ ಕಾಣುತ್ತಿವೆ. ಧರ್ಮದ ನಿಜವಾದ ವಿಚಾರಗಳು ಗೌಣವಾಗಿ, ಆಚಾರಗಳೇ ವಿಜೃಂಭಿಸಿದ್ದರ ಪರಿಣಾಮ ಇದಲ್ಲವೇ ? ಆಚಾರವನ್ನು ಬಿಟ್ಟು ವಿಚಾರಗಳಿಗೆ ಪ್ರಾಮುಖ್ಯ ನೀಡಿದ ಆ ಧರ್ಮದ ಸರಳತನವೇ ಬಹುಜನರನ್ನು ಆಕರ್ಷಿಸುತ್ತಿರಬಹುದು...' ಇತ್ಯಾದಿ ಅವನ ಯೋಚನಾಲಹರಿ ಹರಿದಿತ್ತು.

ಅಷ್ಟರಲ್ಲಿ "ವಿಷ್ಣುಗುಪ್ತ" ಎಂದ ಕಾತ್ಯಾಯನನ ಧ್ವನಿ ಕೇಳಿಸಿ, ಆಲೋಚನೆಯ ಗುಂಗಿನಿಂದ ಹೊರಬಂದು ಅವನತ್ತ ತಿರುಗಿದ. ಅವನ ಜೊತೆ ಶಿವಸ್ಕಂದ ಮಾತ್ರ ಬಂದಿದ್ದ.

"ಬಾ ಕಾತ್ಯಾಯನ, ಕುಳಿತುಕೊ. ಶಿವಸ್ಕಂದ ನೀನೂ ಕುಳಿತುಕೊ" ಎಂದು ಚಾಪೆ ತೋರಿಸಿ "ಉಳಿದವರೆಲ್ಲಿ ?" ಎಂದ.

"ಉಳಿದವರು ನಾವಿಬ್ಬರೇ" ಎಂದ ಕಾತ್ಯಾಯನ.

"ಅಂದರೆ ?" ವಿಷ್ಣುಗುಪ್ತನ ಮುಖ ಪ್ರಶ್ನಾರ್ಥಕವಾಯಿತು.

"ವೇದಗುಪ್ತನ ವಕ್ರದೃಷ್ಟಿ ತಮ್ಮ ಮೇಲೆ ಬಿದ್ದರೆ ಗುರುಕುಲ ಬಿಡಬೇಕಾಗಿ ಬರಬಹುದೆಂದು ಅವರೆಲ್ಲ ಹೆದರಿದ್ದಾರೆ" ಎಂದ ಶಿವಸ್ಕಂದ.

"ಅದು ನ್ಯಾಯವೇ" ವಿಷ್ಣುಗುಪ್ತ ನಗುತ್ತ ಹೇಳಿದ, "ನೀವೂ ಅಷ್ಟೇ, ನನ್ನ ಬೆಂಬಲಕ್ಕಿರುವಿರೆಂದು ಗೊತ್ತಾದರೆ ನಿಮಗೂ ಅದೇ ಸ್ಥಿತಿ ಬರಬಹುದು."

“ಅವರು ಬಿಡಿಸುವುದೇನು, ನಾವೇ ಗುರುಕುಲ ಬಿಡಲು ನಿರ್ಧರಿಸಿದ್ದೇವೆ” ಎಂದು ಕಾತ್ಯಾಯನ ದೃಢವಾಗಿ ಹೇಳಿದ.

“ಕಾತ್ಯಾಯನ, ಇದು ಆತುರ ಪಡುವ ವಿಷಯವಲ್ಲ.”

“ನಾವು ದಿನವೆಲ್ಲಾ ಕುಳಿತು ದೀರ್ಘವಾಗಿ ಆಲೋಚಿಸಿಯೇ ನಿನ್ನ ಜೊತೆ ಇರಲು ನಿರ್ಧಾರ ಮಾಡಿದ್ದೇವೆ, ನಾಗದತ್ತನೂ ಬರುತ್ತಾನೆ.”

ಶಿವಸ್ಕಂದ ಹೇಳಿದ, “ಬಹುಶಃ ಕೆಲವು ವಿದ್ಯಾರ್ಥಿಗಳೂ ನಮ್ಮೊಂದಿಗೆ ಬರುವ ಸೂಚನೆಗಳಿವೆ.”

“ವಿದ್ಯಾರ್ಥಿಗಳೆ !” ವಿಷ್ಣುಗುಪ್ತ ಚಕಿತನಾದ.

“ಹೌದು” ಕಾತ್ಯಾಯನ ಹೇಳಿದ, “ನಿನ್ನ ಬಗ್ಗೆ ಅತಿಯಾದ ಗೌರವ ಭಾವನೆ ಇರಿಸಿ ಕೊಂಡಿರುವ ಅವರು ನೀನು ಕೈಗೊಳ್ಳಲಿರುವ ಮಹತ್ವದ ಕಾರ್ಯದಲ್ಲಿ ತಮ್ಮ ಪಾಲು ಸಲ್ಲಿಸಲು ಕಾತರರಾಗಿದ್ದಾರೆ.”

“ಇದು ಸಂತೋಷಪಡಬೇಕಾದ ವಿಷಯವೇ” ವಿಷ್ಣುಗುಪ್ತ ಹೇಳಿದ, “ಆದರೆ ಇದೇ ಈಗ ತನ್ನ ಮಗನನ್ನು ಕಿತ್ತುಕೊಂಡ ಬೌದ್ಧಧರ್ಮಕ್ಕೆ ಧರ್ಮದತ್ತ ಶಾಪ ಹಾಕಿದ್ದನ್ನು ಕೇಳಿ ಬಂದಿದ್ದೇನೆ. ಆ ಹುಡುಗರ ತಂದೆತಾಯಿಗಳು ನನಗೆ ಶಾಪ ಹಾಕಬಾರದಲ್ಲವೇ ?”

“ನೀವೇನು ಧರ್ಮವನ್ನು ಬಿಡಿಸುತ್ತಿಲ್ಲ, ಶಾಶ್ವತವಾಗಿ ತಂದೆತಾಯಿಗಳಿಂದ ದೂರ ಮಾಡುತ್ತಿಲ್ಲ ಅಥವಾ ತಂದೆತಾಯಿಗಳನ್ನು ತಿರಸ್ಕರಿಸುವಂತೆ ಅವರ ಬುದ್ಧಿ ಕೆಡಿಸಿಲ್ಲ, ಬಹು ಜನರ ಮನಸ್ಸಿನಲ್ಲಿ ಅತೃಪ್ತಿಯ ಗೊಣಗಿನ ರೂಪದಲ್ಲಿರುವ ಸಂಗತಿಗಳಿಗೆ ಮಾತು ಕೊಟ್ಟು ಕಾರ್ಯರೂಪಕ್ಕೆ ತರುವ ಪ್ರಯತ್ನ ಮಾಡುತ್ತಿರುವ ನಿಮಗೆ, ಧರ್ಮಪ್ರೀತಿಯಿರುವ ಪ್ರತಿಯೊಬ್ಬರೂ ತಮ್ಮ ತಮ್ಮ ರೀತಿಯಲ್ಲಿ ಬೆಂಬಲ ನೀಡಬೇಕು” ಎಂದ ಶಿವಸ್ಕಂದ.

“ಆದರೂ ನನ್ನೊಂದಿಗೆ ಯಾರೇ ಬರಲು ಸಿದ್ಧರಾದರೂ, ಅವರ ತಂದೆತಾಯಿಗಳ, ಕುಟುಂಬದ ಹಿರಿಯರ ಸಮ್ಮತಿಯಿಲ್ಲದೇ ನಾನು ಯಾರನ್ನೂ ಕರೆದೊಯ್ಯುವುದಿಲ್ಲ, ಅಲ್ಲದೆ ನನ್ನೊಂದಿಗೆ ಬರಲೇಬೇಕೆಂದಿದ್ದರೆ ಎಲ್ಲ ಬಗೆಯ ಕಷ್ಟಗಳಿಗೂ, ಯಾವುದೇ ಕಾರ್ಯಕ್ಕೂ ಸಿದ್ಧರಾಗಿರಬೇಕಾಗುತ್ತದೆ. ಕಷ್ಟ ಸಹಿಷ್ಣುಗಳಲ್ಲದವರು ಮೊದಲೇ ಹಿಂದುಳಿಯುವುದು ಕ್ಷೇಮ.”

“ಅದೂ ಸರಿಯೇ” ಕಾತ್ಯಾಯನ ಹೇಳಿದ, “ಅವರ ತಂದೆತಾಯಿಗಳ ಜೊತೆ ಮಾತನಾಡಿದ ಮೇಲೆ ನಿರ್ಧರಿಸಿದರಾಯಿತು.”

“ಅಂದರೆ ಇಲ್ಲಿಂದ ಹೊರಡುವುದು ಸ್ವಲ್ಪ ತಡವಾಗಬಹುದು” ವಿಷ್ಣುಗುಪ್ತ ಸಂದೇಹ ವ್ಯಕ್ತಪಡಿಸಿದ.

ಆದಕ್ಕೆ ಕಾತ್ಯಾಯನ ಹೇಳಿದ, “ಹೌದು, ಕೆಲವು ದಿನಗಳ ತಡ ದೊಡ್ಡ ಸಮಸ್ಯೆಯಲ್ಲ, ಅಲ್ಲದೆ ನಮ್ಮ ಹೊಸ ಗುರುಕುಲದ ಸ್ಥಾಪನೆಗೆ ಸೂಕ್ತವಾದ ಒಂದು ಸ್ಥಳವನ್ನು ನಾನು ಮನಸ್ಸಿನಲ್ಲೇ ಅಂದುಕೊಂಡಿದ್ದೇನೆ.”

“ಎಲ್ಲಿ? ಅದು ಯಾವ ಸ್ಥಳ ?”

“ನಾಲ್ಕು ವರ್ಷಗಳ ಹಿಂದೆ ನೀನೂ ನಾನೂ ಒಂದು ವಾರ ಸಂಚಾರ ಮಾಡಿಬಂದದ್ದು ನಿನಗೆ ನೆನಪಿರಬೇಕು. ಆಗ ನದಿತೀರದ ಒಂದು ಪ್ರಶಾಂತವಾದ ಸ್ಥಳದಲ್ಲಿ ಬಯಲಿನಲ್ಲೇ ಒಂದು ರಾತ್ರಿ ಕಳೆದದ್ದು ನೆನಪಿದೆಯೇ ?”

“ಹೌದು, ಚೆನ್ನಾಗಿ ನೆನಪಿದೆ” ವಿಷ್ಣುಗುಪ್ತನ ಮುಖದಲ್ಲಿ ಉಲ್ಲಾಸ ಕಂಡಿತು, “ಹೌದು ಕಾತ್ಯಾಯನ, ಅದು ಸೊಗಸಾದ ಸ್ಥಳ. ಅಲ್ಲಿಂದ ಹತ್ತಿರದ ಊರು ಸೇರಲು ದಿನಪೂರ್ತಿ ನಡೆಯಬೇಕು. ಆಶ್ರಮ ಕಟ್ಟಿಕೊಳ್ಳಲು ಪ್ರಶಸ್ತವಾಗಿದೆ. ಆದರೆ ಈ ವಿಷಯಗಳೆಲ್ಲ ಎಷ್ಟು ರಹಸ್ಯವಾಗಿದ್ದರೆ ಅಷ್ಟು ಒಳ್ಳೆಯದು.”

“ಅದು ನನಗೆ ಗೊತ್ತಿದೆ” ಕಾತ್ಯಾಯನ ಹೇಳಿದ, “ಗುರುಕುಲದಲ್ಲಿ ಈಗ ಒಂದೇ ದಿನದಲ್ಲಿ ಹಲವು ಊಹಾಪೋಹಗಳು ಹಬ್ಬಿ ವಿದ್ಯಾರ್ಥಿ ಸಮುದಾಯದಲ್ಲಿ ಅಶಾಂತಿಯುಂಟಾಗಿದೆ.”

“ಹೌದು” ಶಿವಸ್ಕಂದ ಹೇಳಿದ, “ಅವರು ವೇದಗುಪ್ತನೇ ವಿಷ್ಣುಗುಪ್ತ ಗುರುಕುಲ ಬಿಡಲು ಕಾರಣನೆಂದು ಕೆರಳಿ ಮಾತಾಡಿಕೊಳ್ಳುತ್ತಿದ್ದಾರೆ. ವೇದಗುಪ್ತನ ಪರವಾದ ಒಂದಿಬ್ಬರು ಅಧ್ಯಾಪಕರು, ಕುಲಪತಿಯ ಸ್ಥಾನವನ್ನು ಆಕ್ರಮಿಸಲು ವಿಷ್ಣುಗುಪ್ತ ಮಾಡಿದ ಸಂಚು ಅವನಿಗೇ ತಿರುಗುಬಾಣವಾಯಿತು ಎಂದು ಹೇಳುತ್ತಿದ್ದಾರೆ.”

“ನನ್ನ ಕಾರಣವಾಗಿ ಇಷ್ಟು ಬೇಗ ಗುರುಕುಲದಲ್ಲಿ ಗೊಂದಲವುಂಟಾಗಬಾರದು. ಬೇಗ ಹೊರಟುಬಿಡಬೇಕು.”

“ಆದರೇನು ಮಾಡುವುದು” ಕಾತ್ಯಾಯನ ಹೇಳಿದ, “ಎಲ್ಲ ವ್ಯವಸ್ಥೆಗಳನ್ನೂ ಮಾಡಿಕೊಂಡೇ ಹೊರಡಬೇಕಲ್ಲ.”

“ಅದಕ್ಕಿಂತ ಮುಖ್ಯವಾಗಿ ಒಂದೆರಡು ದಿನ ಇದ್ದು ಧರ್ಮದತ್ತ ಮತ್ತು ಅವನ ಪತ್ನಿಯನ್ನು ಸಮಾಧಾನಪಡಿಸಿ ಹೊರಡಬೇಕು. ಅವರಿಬ್ಬರೂ ಇಷ್ಟು ವರ್ಷ ತಂದೆತಾಯಿಗಳ ಸ್ಥಾನದಲ್ಲಿ ನಿಂತು ನನ್ನ ಯೋಗಕ್ಷೇಮ ವಿಚಾರಿಸಿಕೊಂಡಿದ್ದಾರೆ. ಅವರ ದುಃಖದ ಸಂದರ್ಭದಲ್ಲಿ ನನ್ನ ಪಾಡಿಗೆ ನಾನು ಹೊರಟುಹೋಗುವುದು ಸರಿಯಲ್ಲ.”

“ಹೌದು, ಅದು ಮನುಷ್ಯತ್ವವಲ್ಲ” ಎಂದು ಕಾತ್ಯಾಯನ ಅನುಮೋದಿಸಿದ.

ರಾತ್ರಿ ಬಹಳ ಹೊತ್ತಿನವರೆಗೂ ಗುರುಕುಲದ ವ್ಯವಸ್ಥೆಯ ಬಗ್ಗೆ ಮಾತನಾಡುತ್ತಿದ್ದು, ನಂತರ ಕಾತ್ಯಾಯನ ಮತ್ತು ಶಿವಸ್ಕಂದ ತಮ್ಮ ಮನೆಗಳಿಗೆ ಹೋದರು.

## ೬

ಮುಂಜಾನೆ ವಿಷ್ಣುಗುಪ್ತ ಸ್ನಾನಕ್ಕೆ ಇಳಿಯುವಷ್ಟರಲ್ಲಿ ಮಹಾದೇವಿ ತೀರಿಕೊಂಡ ಸುದ್ದಿ ಬಂತು. ಅದು ತೀರ ಅನಿರೀಕ್ಷಿತವಾಗಿತ್ತು. ಒಂದು ಕ್ಷಣ ಅವನು ದಿಗ್ಭ್ರಾಂತನಾದ. ಮಗನ ಅಗಲಿಕೆ ಅವಳನ್ನು ಸಾವಿಗೇ ದೂಡಬಹುದೆಂದು ಅವನು ಊಹೆಯನ್ನೂ ಮಾಡಿರಲಿಲ್ಲ. ಭಾವನೆಗಳನ್ನು ಅಡಗಿಸಿಕೊಳ್ಳುವ ತನ್ನಂಥವನಿಗೆ ಆ ಕರುಳ ಸಂಬಂಧ ಅರ್ಥವಾಗಲಿಲ್ಲವೆನ್ನಿಸಿತು. ‘ಹೌದು, ಅವನು ಬರುವುದಿಲ್ಲವೆಂಬುದು ಖಚಿತವಾದಾಗ ಅವಳ ಮುಖದಲ್ಲಿ ಸಾವಿನ ನೆರಳಿತ್ತು. ನಾನು ಸರಿಯಾಗಿ ಗಮನಿಸಲಿಲ್ಲ’ ಎಂದುಕೊಂಡು ಕೂಡಲೇ ಅಲ್ಲಿಗೆ ಹೊರಟ.

ಧರ್ಮದತ್ತ ಮೌನವಾಗಿದ್ದ. ಅವನು ಅಳುತ್ತಿರಲಿಲ್ಲ. ಅವನ ದುಃಖ ಹೆಪ್ಪುಗಟ್ಟಿತ್ತು. ಕೋಪವೂ ಕಾಣುತ್ತಿರಲಿಲ್ಲ. ವಿಷ್ಣುಗುಪ್ತ ಅವನ ಪಕ್ಕ ಕುಳಿತು ಮುಖವನ್ನೇ ದಿಟ್ಟಿಸಿ ನೋಡಿದ. “ಎಲ್ಲ ಮುಗಿಯಿತು ವಿಷ್ಣು, ಲೌಕಿಕ ಬಂಧನಗಳು ಅನಿರೀಕ್ಷಿತವಾಗಿ ಕಳಚಿ

ಹೋದವು. ಇನ್ನು ವಾನಪ್ರಸ್ಥಕ್ಕೆ ನಾನು ಅಣಿಯಾಗಬೇಕಲ್ಲವೇ ?'' ಎಂದ ಧರ್ಮದತ್ತ ಗಂಭೀರವಾಗಿ.

ತೀರ ಸರಳವಾದ ಅವನ ಮಾತಿನಲ್ಲಿ ಕಟು ವ್ಯಂಗ್ಯವಿರುವಂತೆ ವಿಷ್ಣುಗುಪ್ತನಿಗೆ ಭಾಸವಾಯಿತು. ಬೇರೆ ಮಾತಿಗೆ ಅವಕಾಶವಿರಲಿಲ್ಲ. ಸ್ವಲ್ಪ ಹೊತ್ತಿಗೆ ವಿಷಯ ಗೊತ್ತಾಗಿ ಕಾತ್ಯಾಯನ, ಶಿವಸ್ಕಂದರೂ ಬಂದರು. ಮಧ್ಯಾಹ್ನದ ವೇಳೆಗೆ ಶವವನ್ನು ಸ್ಮಶಾನಕ್ಕೆ ಸಾಗಿಸಲಾಯಿತು. ಧರ್ಮದತ್ತ ಸ್ಥಿತಪ್ರಜ್ಞನಂತೆ ಎಲ್ಲದರಲ್ಲೂ ಭಾಗವಹಿಸಿದ. ಅಗ್ನಿಸ್ಪರ್ಶ ಮಾಡುವಾಗ ಮಾತ್ರ ಅವನು ಸ್ವಲ್ಪ ಉದ್ವೇಗಕ್ಕೆ ಒಳಗಾದಂತೆ ಕಂಡಿತು. ಅದನ್ನು ಬೇಗನೆ ಅಡಗಿಸಿಕೊಂಡು ಹೇಳಿದ, ''ವಿಷ್ಣು ನೀನೇ ಅಗ್ನಿಸ್ಪರ್ಶ ಮಾಡು.''

ವಿಷ್ಣುಗುಪ್ತ ''ನೀವೇ ಮಾಡಬೇಕು'' ಎಂದ.

''ಹೆತ್ತ ಮಗ ಸತ್ತ ಮೇಲೆ ಗಂಡನೇ ಮಾಡಬೇಕು ನಿಜ. ಆದರೆ ಮಹಾದೇವಿ ನಿನ್ನನ್ನು ತನ್ನ ಮಗನಂತೆಯೇ ಭಾವಿಸಿದ್ದಳು. ಆ ಅಧಿಕಾರ ನಿನಗಿದೆ. ನಮ್ಮ ಸಾಕುಮಗನಾಗಿ ನೀನೇ ಆ ಕೆಲಸ ಮಾಡು.''

ಹೆಚ್ಚು ವಾದ ಮಾಡುವುದು ಬೇಡವೆಂದು ಮಗನ ಸ್ಥಾನದಲ್ಲಿ ನಿಂತು ವಿಷ್ಣುಗುಪ್ತ ತಾನೇ ಅಗ್ನಿಸ್ಪರ್ಶ ಮಾಡಿದ. ಆ ಕ್ಷಣದಲ್ಲಿ ಅವನಿಗೆ ತನಗೇ ದುಃಖ ಉಮ್ಮಳಿಸಿ ಬಂದಂತಾಯಿತು. ಯೋಗದತ್ತನೊಡನೆ ಮಾತುಕತೆ ನಡೆದದ್ದು, ವೇದಗುಪ್ತ, ವೈವಸ್ವತ ಮತ್ತು ಆಂಭೀಕನೊಡನೆ ವಾದ ಮಾಡಿದ್ದು ನೆನಪಾಗಿ ಕ್ರೋಧ ಕೆರಳಿ ಆ ದುಃಖ ಕರಗಿ ಹೋಯಿತು.

ಸಂಜೆ ಎಲ್ಲ ಧರ್ಮದತ್ತನ ಮನೆಗೇ ಬಂದರು. ಸ್ನಾನ ಮಾಡಿ ಕಾತ್ಯಾಯನ ಮತ್ತು ಶಿವಸ್ಕಂದ ತಾವೇ ಅಡಿಗೆ ಮಾಡಿದರು. ಎಲ್ಲರ ಊಟವೂ ಮುಗಿಯಿತು. ಧರ್ಮದತ್ತನೂ, ಒಂದು ಮಾತನ್ನೂ ಆಡದೆ ನಿರಾಳವಾಗಿ ಊಟ ಮಾಡಿದ.

ಊಟ ಮುಗಿಸಿ ಎಲ್ಲ ಸುಮ್ಮನೆ ಕುಳಿತರು. ಏನು ಮಾತಾಡಬೇಕೆಂದು ಯಾರಿಗೂ ತೋಚಲಿಲ್ಲ. ಸ್ವಲ್ಪ ಹೊತ್ತಿನ ನಂತರ ಧರ್ಮದತ್ತ ತಾನೇ ಹೇಳಿದ, ''ವಿಷ್ಣು ನನ್ನನ್ನೂ ನಿನ್ನ ಜೊತೆಯಲ್ಲಿ ಕರೆದುಕೊಂಡು ಹೋಗು ಅಥವಾ ಪಾಟಲೀಪುತ್ರಕ್ಕೆ ಕರೆದುಕೊಂಡು ಹೋಗಿ ನಿನ್ನ ತಂದೆ, ನನ್ನ ಮಿತ್ರ ಚಣಕನ ಬಳಿ ಬಿಟ್ಟುಬಿಡು. ಹೆಚ್ಚು ದಿನ ನಾನು ಈ ತಕ್ಷಶಿಲೆಯಲ್ಲಿರಲಾರೆ.''

ವಿಷ್ಣುಗುಪ್ತ ಮತ್ತು ಕಾತ್ಯಾಯನ ಮುಖ ಮುಖ ನೋಡಿಕೊಂಡರು. ವಿಷ್ಣುಗುಪ್ತ ಹಿಂಜರಿಯುತ್ತ ಹೇಳಿದ, ''ನೀವು ನಮ್ಮ ಜೊತೆ ಬಂದರೆ ನಮಗೂ ಸಂತೋಷವೇ. ಆದರೆ ಈಗ ನಾವು ಆರಿಸಿಕೊಂಡಿರುವ ಗುರಿ ಬಹಳ ಕಠಿಣವಾದುದು. ಏನೇನು ಕಷ್ಟಗಳು ಬರುತ್ತವೋ ಗೊತ್ತಿಲ್ಲ. ಅವನ್ನು ಸಹಿಸುವ ಶಕ್ತಿ ಈ ವಯಸ್ಸಿನಲ್ಲಿ ನಿಮಗಿಲ್ಲ.''

''ಆತ್ಮಶಕ್ತಿಯ ಬಗ್ಗೆ ನೀನೇ ಹಲವು ಸಲ ಹೇಳಿದ್ದನ್ನು ಮರೆತುಬಿಟ್ಟೆಯಾ ವಿಷ್ಣು?'' ಧರ್ಮದತ್ತ ಸಣ್ಣಗೆ ನಕ್ಕ. ''ದುಃಖ ತನ್ನ ಮಿತಿಯನ್ನು ಮೀರಿದ ಮೇಲೆ ಮನಸ್ಸು ಕಲ್ಲಾಗುತ್ತದೆ. ಮಹಾದೇವಿ ಬದುಕಿರುವವರೆಗೂ ಅವಳ ಭಾವುಕತೆಯೊಂದಿಗೆ ನಾನೂ ಭಾವುಕನಾಗಿ ಪ್ರಲಾಪಿಸಿದೆ. ಆದರೆ ಈಗ ಅವಳಿಲ್ಲ. ನನ್ನ ಪ್ರಲಾಪಕ್ಕೂ ಅರ್ಥವಿಲ್ಲ. ಕೃತಘ್ನ ಮಗನಿಗಾಗಿ ಸಾಯುವುದು ಅವಿವೇಕವೆಂದು ಈಗ ಸ್ಪಷ್ಟವಾಗಿದೆ. ಭಾವುಕತೆಯನ್ನು ಮೀರಿದ ಆತ್ಮಶಕ್ತಿ ಜಾಗೃತವಾಗಿದೆ. ನಿನ್ನ ಮಹತ್ಕಾರ್ಯದಲ್ಲಿ ನನ್ನ ಕಿಂಚಿತ್ತು ಭಾಗವಹಿಸುವಿಕೆ, ಉಳಿದ ನನ್ನ ಜೀವಿತಕ್ಕೆ ಒಂದು ಅರ್ಥ ಕೊಡಬಹುದೆನ್ನಿಸುತ್ತಿದೆ. ಮೊದಲೆಲ್ಲ ನೀನು ವಿವಾಹವಾಗದೆ

ಹುಚ್ಚು ಆದರ್ಶಗಳ ಬೆನ್ನು ಹತ್ತಿ, ಜೀವನವನ್ನು ವ್ಯರ್ಥಗೊಳಿಸಿಕೊಳ್ಳುತ್ತಿರುವೆಯೆಂಬ ಅಸಮಾಧಾನವಿತ್ತು. ಈಗ ಆ ನಿನ್ನ ನಿರ್ಧಾರಕ್ಕೆ ನನ್ನ ಮೆಚ್ಚುಗೆಯಿದೆ.''

ಅಷ್ಟು ಸಮಾಧಾನದಿಂದ ಧರ್ಮದತ್ತ ಮಾತಾಡಿದ್ದನ್ನು ಕಂಡು ವಿಷ್ಣುಗುಪ್ತನಿಗೆ ಎಷ್ಟೋ ನೆಮ್ಮದಿಯಾಯಿತು. ವಯಸ್ಸಾದರೂ ಆರೋಗ್ಯ ದೃಢಕಾಯನಾಗಿರುವ ಆತನಿಂದ ತಮಗೆ ಪ್ರಯೋಜನವಾಗಲೂಬಹುದು ಎನ್ನಿಸಿತು. ಅಲ್ಲದೆ ಒಂಟಿಯಾಗಿ ಅವನು ಮತ್ತೆ ಹೆಂಡತಿ, ಮಗನ ನೆನಪಿನಲ್ಲಿ ಅಶಾಂತಿಯಿಂದ ತಳಮಳಿಸಬಹುದೆಂಬ ಭಾವನೆ ಬಂತು. ''ಕಾತ್ಯಾಯನ, ನೀನು ಏನು ಹೇಳುತ್ತಿ?'' ಎಂದು ವಿಷ್ಣುಗುಪ್ತ ಕೇಳಿದ.

''ಧರ್ಮದತ್ತರು ಗುರುಕುಲದ ಹಿರಿಯರಾಗಿ, ನಮಗೆಲ್ಲ ಮಾರ್ಗದರ್ಶಕರಾಗಿದ್ದರೆ ಅಭ್ಯಂತರವೇನು ?''

''ಗುರುಕುಲ!'' ಧರ್ಮದತ್ತ ಚಕಿತನಾಗಿ ಕೇಳಿದ, ''ಹೊಸ ಗುರುಕುಲ ಸ್ಥಾಪನೆ ಮಾಡುತ್ತಿರುವಿರಾ ?''

''ಹೌದು, ಹಾಗೆ ಅಂದುಕೊಂಡಿದ್ದೇವೆ'' ಎಂದು ವಿಷ್ಣುಗುಪ್ತ ತಾವು ಮೂವರು ನಿನ್ನೆ ರಾತ್ರಿ ಚರ್ಚಿಸಿದ್ದನ್ನೆಲ್ಲಾ ವಿವರಿಸಿದ.

''ಬಹಳ ಒಳ್ಳೆಯ ಆಲೋಚನೆ'' ಎಂದ ಧರ್ಮದತ್ತ, ''ಹಾಗಾದರೆ ನಾನು ನಿಮ್ಮ ಜೊತೆಗೇ ಬರುವುದು ಸೂಕ್ತ. ಏನು ಕೆಲಸ ಬೇಕಾದರೂ ಮಾಡುತ್ತೇನೆ. ಖಂಡಿತ ನಿಮಗೆ ಭಾರವಾಗಿರುವುದಿಲ್ಲ''

ಎಲ್ಲ ಸಮ್ಮತಿಸಲೇಬೇಕಾಯಿತು. ಧರ್ಮದತ್ತ ತನ್ನ ದುಃಖವನ್ನೆಲ್ಲ ಮರೆತು ಉತ್ಸಾಹಿತನಾದ. ಸದ್ಯದ ಪರಿಸ್ಥಿತಿಯಲ್ಲಿ ಅವನು ಇಷ್ಟು ಗೆಲುವಾಗಿರುವುದು ಸಾಧ್ಯವಾದರೆ, ತಮ್ಮ ಜೊತೆ ಬರುವುದರಲ್ಲಿ ತಪ್ಪಿಲ್ಲ ಎಂದುಕೊಂಡ ವಿಷ್ಣುಗುಪ್ತ.

ಅವನು ಮನೆಗೆ ಹೊರಡಬೇಕೆನ್ನುವಷ್ಟರಲ್ಲಿ ಇನ್ನೊಂದು ಅನಿರೀಕ್ಷಿತ ಕಾದಿತ್ತು. ಬಾಗಿಲ ಬಳಿ ಯಾರೋ ದೊಡ್ಡ ದನಿಯಲ್ಲಿ ''ವಿಷ್ಣುಗುಪ್ತಾ'' ಎಂದು ಕೂಗಿದಾಗ, ''ಯಾರು ? ಒಳಗೆ ಬನ್ನಿ'' ಎಂದ ಧರ್ಮದತ್ತ.

ಅವನು ಒಳಬಂದ. ದೀಪದ ಬೆಳಕಿನಲ್ಲಿ ಕೂಡಲೇ ಅವನ ಗುರುತು ಸಿಗಲಿಲ್ಲ. ಅವನೆಂದ, ''ನಾನು ವಿಷ್ಣುಗುಪ್ತ, ಇಂದುಶರ್ಮ, ನಿನ್ನ ಸಹಪಾಠಿ. ಇಷ್ಟು ಬೇಗ ಮರೆತು ಬಿಟ್ಟೆಯಾ ?''

ವಿಷ್ಣುಗುಪ್ತನ ಮುಖ ಅರಳಿತು. ಸರ್ರನೆ ಎದ್ದು ಅವನನ್ನು ಆಲಿಂಗಿಸಿಕೊಂಡು ಹೇಳಿದ, ''ಕ್ಷಮಿಸು, ದೀಪದ ಬೆಳಕಿನಲ್ಲಿ ಕೂಡಲೇ ನಿನ್ನ ಗುರುತು ಹಿಡಿಯುವುದು ಕಷ್ಟವಾಯಿತು. ಈ ನಿನ್ನ ಗಡ್ಡ ಮೀಸೆಗಳಲ್ಲಿ ಎಂಥ ಪರಿಚಿತರೇ ಆದರೂ ಗುರುತಿಸುವುದು ಕಷ್ಟವಾಗುವುದಿಲ್ಲವೇ ? ಅಲ್ಲದೆ, ನಿನ್ನನ್ನು ನೋಡಿ ಆಗಲೇ ಐದು ವರ್ಷಗಳಾದವು. ಹೇಗಿದ್ದಿ ? ಕುಶಲವೇ ?''

''ನಾನೊಬ್ಬ ನಿನ್ನ ಸಹಪಾಠಿ ಇಲ್ಲೇ ಇದ್ದೇನೆ, ಇಂದುಶರ್ಮ'' ಎಂದ ಕಾತ್ಯಾಯನ ನಗುತ್ತ.

''ಓ ಕಾತ್ಯಾಯನ! ಏನು, ಎಲ್ಲ ಧರ್ಮದತ್ತರ ಮನೆಯಲ್ಲಿ ಏನೋ ರಹಸ್ಯ ಮಂತ್ರಾಲೋಚನೆ ನಡೆಸುತ್ತಿರುವಂತಿದೆ. ಧರ್ಮದತ್ತರೇ, ನಾನು ಯಾರೆಂದು ಗೊತ್ತಾಯಿತೆ ?''

''ಗೊತ್ತಾಗದೆ ಏನು ?'' ಧರ್ಮದತ್ತ ಹೇಳಿದ, ''ನಮ್ಮ ವಿಷ್ಣುವಿನ ಸಹಪಾಠಿಗಳೆಲ್ಲ ನನಗೆ ಗೊತ್ತು.''

"ನಿನ್ನೊಂದಿಗೆ ಬಹಳ ಮಾತಾಡಬೇಕು, ವಿಷ್ಣು" ಎಂದು ಪಕ್ಕದಲ್ಲಿ ಕುಳಿತು ಇಂದುಶರ್ಮ ಆಯಾಸದ ಒಂದು ನಿಟ್ಟುಸಿರು ಬಿಟ್ಟ.

"ಮಾತುಕತೆಯೆಲ್ಲ ಆಮೇಲಾಗಲಿ" ಧರ್ಮದತ್ತ ಹೇಳಿದ, "ಇಂದುಶರ್ಮ ಬಹಳ ದೂರದಿಂದ ದಣಿದು ಬಂದಿರುವಂತೆ ಕಾಣುತ್ತಿದೆ. ಮೊದಲು ಸ್ನಾನ ಭೋಜನಗಳಾಗಲಿ."

"ಧನ್ಯವಾದಗಳು ಧರ್ಮದತ್ತರೇ" ಇಂದುಶರ್ಮ ತನ್ನ ಗಂಟಿನಿಂದ ಮಡಿ ಬಟ್ಟೆಗಳನ್ನು ತೆಗೆದುಕೊಂಡು ಮೇಲೇಳುತ್ತಾ ಹೇಳಿದ, "ಯಾರಾದರೂ ಈ ಮಾತನ್ನು ಹೇಳಿಯಾರೇ ಎಂದು ನಿರೀಕ್ಷಿಸುತ್ತಿದ್ದೆ. ನಿನ್ನೆ ಮಧ್ಯಾಹ್ನ ಊಟ ಮಾಡಿದ್ದು, ಜಗತ್ತನ್ನೇ ನುಂಗುವಷ್ಟು ಹಸಿವಾಗಿದೆ. ಧರ್ಮದತ್ತರೇ, ನಿಮ್ಮ ಪತ್ನಿ, ಪುತ್ರ ಯಾರೂ ಕಾಣುತ್ತಿಲ್ಲ? ಎಲ್ಲ ಎಲ್ಲಿಗೆ ಹೋದರು ?"

ಎಲ್ಲ ತಲೆ ತಗ್ಗಿಸಿದರು. ಇಂದುಶರ್ಮನಿಗೆ ಅರ್ಥವಾಗಲಿಲ್ಲ. ಆದರೆ ಏನೋ ಅನಾಹುತ ನಡೆದಿರಬೇಕೆಂಬ ಸಂದೇಹ ಬಂತು. ಧರ್ಮದತ್ತ ಹೆಂಡತಿ ಮಗನ ನೆನಪಿನಿಂದ ಮತ್ತೆ ದುಃಖಿಸುವನೆಂದು ವಿಷ್ಣುಗುಪ್ತ ಭಯಗೊಂಡ. ಆದರೆ ಅವನು ಆಶ್ಚರ್ಯಗೊಳ್ಳುವಂತೆ ಧರ್ಮದತ್ತ ತಾನೇ ಹೇಳಿದ, "ಇಂದುಶರ್ಮ, ತುಂಬ ಹಸಿದಿರುವ ನೀನು ಊಟ ಮುಗಿಸಿದ ಮೇಲೆ ಎಲ್ಲ ವಿಷಯವನ್ನೂ ಹೇಳಬಹುದು. ಆದರೆ ಈ ವಿಷಯವನ್ನು ಮೊದಲೇ ಹೇಳುವುದು ಒಳ್ಳೆಯದು. ಎರಡೇ ಮಾತಿನಲ್ಲಿ ಹೇಳಿಬಿಡುತ್ತೇನೆ. ನನ್ನ ಮಗ ಯೋಗದತ್ತ ನಮ್ಮ ಗಮನಕ್ಕೂ ಬಾರದಂತೆ ಹೋಗಿ ಬೌದ್ಧಭಿಕ್ಷುವಾಗಿಬಿಟ್ಟ. ಮಗನ ಅಗಲಿಕೆಯನ್ನು ಸಹಿಸಲಾಗದೆ, ಎರಡು ದಿನ ಅನ್ನ ನೀರು ಬಿಟ್ಟು ನನ್ನ ಹೆಂಡತಿ ಮಹಾದೇವಿ ಇಂದು ಬೆಳಿಗ್ಗೆ ತೀರಿಕೊಂಡಳು. ಇಂದೇ ಮಾಡಬೇಕಾದ ಸಂಸ್ಕಾರಗಳನ್ನೆಲ್ಲ ಮಾಡಿ ಮುಗಿಸಿದ್ದೇನೆ. ಗಂಡಸರೇ ಸೇರಿ ಅಡಿಗೆ ಮಾಡಿದ್ದಾರೆ. ನಾವೆಲ್ಲ ಊಟ ಮುಗಿಸಿದ್ದೇವೆ. ನಿನಗೆ ಅಭ್ಯಂತರವಿಲ್ಲದಿದ್ದರೆ ಊಟ ಮಾಡಬಹುದು. ಉಳಿದ ವಿಷಯಗಳನ್ನು ಆಮೇಲೆ ಮಾತಾಡಬಹುದು."

"ನನಗೆ ವಿಷಾದವಾಗುತ್ತಿದೆ" ಇಂದುಶರ್ಮ ಹೇಳಿದ, "ಆದರೆ ಊಟ ಮಾಡುವುದರಲ್ಲಿ ಯಾವ ಅಭ್ಯಂತರವೂ ಇಲ್ಲ. ಹಿಂದೆ ವಿಷ್ಣುವಿನ ಜೊತೆ ಎಷ್ಟೋ ಸಲ ಬಂದು ಈ ಮನೆಯಲ್ಲಿ ಊಟ ಮಾಡಿದ್ದೇನೆ. ಆ ತಾಯಿಯ ವಾತ್ಸಲ್ಯವನ್ನು ಕಂಡಿದ್ದೇನೆ. ಅವರನ್ನು ಗೌರವಪೂರ್ವಕವಾಗಿ ನೆನಪು ಮಾಡಿಕೊಂಡು ಹೊಟ್ಟೆತುಂಬ ಉಂಡುಬಿಡುತ್ತೇನೆ."

ವಿಷ್ಣುಗುಪ್ತ ಮತ್ತು ಶಿವಸ್ಕಂದ ವ್ಯವಸ್ಥೆ ಮಾಡಲು ಅವನೊಂದಿಗೆ ಹೋದರು.

ಇಂದುಶರ್ಮ ಊಟ ಮುಗಿಸಿ ಬಂದ ನಂತರ ಎಲ್ಲ ವಿಷಯಗಳನ್ನೂ ತಿಳಿಸಿದರು. ವಿಷ್ಣುಗುಪ್ತ ಗುರುಕುಲ ಮತ್ತು ತಕ್ಷಶಿಲೆಯನ್ನು ಬಿಟ್ಟು ಹೋಗುವ ಪರಿಸ್ಥಿತಿ ಬಂದಿರುವುದಕ್ಕೆ ಅವನಿಗೆ ಬೇಸರವಾಯಿತು. "ನಮ್ಮ ಗಾಂಧಾರ ನಾಡಿಗೆ ಈ ನಿರುಪಯುಕ್ತ ರಾಜ ಮನೆತನದಿಂದ ಎಂದಿಗೆ ಶಾಪ ವಿಮೋಚನೆ!" ಎಂದು ಉದ್ಗರಿಸಿದ.

"ಅದಿರಲಿ, ನಿನ್ನ ತಪಸ್ಸು ಎಲ್ಲಿಗೆ ಬಂತು ?" ವಿಷ್ಣುಗುಪ್ತ ಕೇಳಿದ.

"ತಲೆಗೂದಲು, ಗಡ್ಡಮೀಸೆಗಳೇನೋ ಸಮೃದ್ಧವಾಗಿ ಬೆಳೆದವು. ತಪಸ್ಸು ಮಾತ್ರ ಸಿದ್ಧಿಸಲಿಲ್ಲ" ಇಂದುಶರ್ಮ ನಕ್ಕ. ಉಳಿದವರೂ ನಕ್ಕರು. ನಂತರ ತನ್ನ ತಪ್ಪಿನ ಅರಿವಾಗಿ ಇಂದುಶರ್ಮ ಹೇಳಿದ, "ಕ್ಷಮಿಸಿ, ಸಾವಿನ ದುಃಖದ ಮನೆಯಲ್ಲಿ ನನ್ನ ಹಾಸ್ಯ ಕ್ರೂರವಾಯಿತೆಂದು ಕಾಣುತ್ತದೆ."

"ಆದರ ಚಿಂತೆ ಬಿಡು" ಧರ್ಮದತ್ತ ಹೇಳಿದ, "ನಕ್ಕರೆ ಸತ್ತವರಿಗೆ ದುಃಖವಾಗುವುದೆಂದು ಯೋಚಿಸುತ್ತಿದ್ದೀಯಾ? ಸಾವಿನ ಜೊತೆಯಲ್ಲಿ ಸುಖ, ದುಃಖ ಎರಡೂ ಸತ್ತುಹೋಗುತ್ತವೆ."

"ಧರ್ಮದತ್ತರೇ, ಒಂದೇ ದಿನದಲ್ಲಿ ನೀವು ರೂಢಿಸಿಕೊಂಡ ಸ್ಥಿತಪ್ರಜ್ಞತೆ ನನಗೆ ಆಶ್ಚರ್ಯದ ಸಂಗತಿಯಾಗಿದೆ" ವಿಷ್ಣುಗುಪ್ತ ಬೆರಗಿನಿಂದ ಹೇಳಿದ.

"ಯಾವ ಗುರುವೂ ಇಲ್ಲದೆ, ಯಾವ ಗುರುಕುಲವೂ ಇಲ್ಲದೆ ಬದುಕು ಎಲ್ಲ ಪಾಠವನ್ನೂ ಕಲಿಸಿಬಿಡುತ್ತದೆ."

"ನಿಜ ಧರ್ಮದತ್ತರೇ" ಇಂದುಶರ್ಮ ದನಿಗೂಡಿಸಿದ, "ಈ ಮಾತು ನನಗೆ ಚೆನ್ನಾಗಿ ಅರ್ಥವಾಗುತ್ತದೆ. ಹೆಂಡತಿ ಸತ್ತ ನಂತರ ಗುರುಕುಲದ ಅಧ್ಯಾಪನದ ಕೆಲಸವೂ ಬೇಡವಾಗಿ, ತಪಸ್ಸು ಮಾಡಿ ಮುಕ್ತಿ ಸಾಧಿಸುವ ಹುಚ್ಚಿನಿಂದ ಹಿಮಾಲಯಕ್ಕೆ ಹೋದೆ. ನಾನೂ ಒಬ್ಬ ಋಷಿಯಾಗಿಬಿಡಬೇಕೆಂಬ ಮಹತ್ವಾಕಾಂಕ್ಷೆ ನನ್ನ ಸುಪ್ತ ಮನಸ್ಸಿನಲ್ಲಿತ್ತೆಂದು ಕಾಣುತ್ತದೆ. ಆದರೆ ಆ ಏಕಾಗ್ರತೆ ಸಾಧಿಸಲಿಲ್ಲ, ಸಂಸಾರದ ಆಸಕ್ತಿಗಿಂತ ಹೆಚ್ಚಾಗಿ, ಜನರ ಮಧ್ಯೆ ಇರಬೇಕೆಂಬ ಚಪಲ ನನ್ನನ್ನು ಬಿಡಲೇ ಇಲ್ಲ, ಇಷ್ಟು ವಿದ್ಯೆ ಕಲಿತೆ, ನಾಲ್ಕು ಜನರಿಗೆ ಕಲಿಸುವ ಒಳ್ಳೆಯ ಕೆಲಸ ಮಾಡುತ್ತಿದ್ದೆ. ಈಗ ಅದೂ ಇಲ್ಲದೆ ಬರೀ ನನ್ನ ಮುಕ್ತಿಯ ಆಸೆಯಿಂದ, ನನ್ನ ಶಕ್ತಿಗೆ ಮೀರಿದ ವ್ಯರ್ಥ ಪ್ರಯತ್ನದಲ್ಲಿ ತೊಡಗಿದ್ದೇನೆ ಎಂದು ಜಿಗುಪ್ಸೆಯಾಗತೊಡಗಿತು. ಇಲ್ಲಿ ನೋಡಿದರೆ ನನ್ನ ಪ್ರಿಯಮಿತ್ರರಾದ ವಿಷ್ಣುಗುಪ್ತ ಮತ್ತು ಕಾತ್ಯಾಯನ ಗುರುಕುಲವನ್ನೇ ಬಿಡಲು ನಿಶ್ಚಯಿಸಿದ್ದಾರೆ. ಅವರಿಲ್ಲದ ಗುರುಕುಲದಲ್ಲಿ ನಾನು ಇರುವುದು ಸಾಧ್ಯವೇ ?"

"ಆ ಗುರುಕುಲವಲ್ಲದಿದ್ದರೆ ಇನ್ನೊಂದು ಗುರುಕುಲ" ಎಂದ ಶಿವಸ್ಕಂದ.

"ಅಂದರೆ ?"

ವಿಷ್ಣುಗುಪ್ತ ತಾವು ಅಂದುಕೊಂಡಿರುವ ಮುಂದಿನ ಯೋಜನೆಗಳ ಬಗ್ಗೆ ವಿವರವಾಗಿ ತಿಳಿಸಿದ. "ನೀನೂ ನಮ್ಮ ಜೊತೆಗಿದ್ದರೆ ನಮಗೆ ಸಂತೋಷವಾಗುತ್ತದೆ" ಎಂದ ಕಡೆಯಲ್ಲಿ.

"ಅದನ್ನು ಕೇಳಬೇಕೇ ವಿಷ್ಣು ?" ಇಂದುಶರ್ಮ ಅವನ ಕೈಹಿಡಿದು ಹೇಳಿದ, "ನಿನ್ನ ಸ್ನೇಹದ ನೆನಪೇ ಸದಾ ನನ್ನನ್ನು ಕಾಡುತ್ತಿತ್ತು. ನಿನಗಿರುವಂಥ ಗಟ್ಟಿ ಮನಸ್ಸು, ನಿರ್ಧಾರಶಕ್ತಿ ನನಗಿಲ್ಲವೆಂದು ಮತ್ತೆ ಮತ್ತೆ ಮನವರಿಕೆಯಾಗುತ್ತಿತ್ತು. ನಾನು ಬಂದಾಗ ನೀನು ಇಲ್ಲಿಲ್ಲದಿದ್ದರೆ, ನೀನು ಇರುವ ಕಡೆಗೇ ಹುಡುಕಿಕೊಂಡು ಬರುತ್ತಿದ್ದೆ. ಅಂದಮೇಲೆ ನಿನ್ನ ಜೊತೆ ಬಾರದಿರುತ್ತೇನೆಯೇ? ನಮ್ಮೆಲ್ಲರ ಬದುಕಿಗೂ ಒಂದು ಸಾರ್ಥಕತೆಯ ಮೌಲ್ಯ ಕೊಡಲು ಹೊರಟಿರುವ ನಿನ್ನ ಮಹೋದ್ಯಮದಲ್ಲಿ ನಾನೂ ಭಾಗವಹಿಸುವುದು ನನ್ನ ಸೌಭಾಗ್ಯ ವಿಷ್ಣು, ಖಂಡಿತ ನಾನು ನಿನ್ನೊಂದಿಗಿದ್ದೇನೆ."

"ನಾನೊಬ್ಬನೇ ಇಲ್ಲಿಂದ ಹೊರಡಬೇಕೆಂದಿದ್ದೆ, ಆದರೆ ನಾನು ಕೇಳದೇ, ನಾನು ನಿರೀಕ್ಷಿಸದೇ ಹಲವರ ಸ್ನೇಹ ಸಹಕಾರ ದೊರೆಯುತ್ತಿರುವುದು ಶುಭಸೂಚನೆಯೆಂದೇ ನನ್ನ ಭಾವನೆ."

"ವಿದ್ಯಾರ್ಥಿಗಳ ತಂಡವೂ ಸಿದ್ಧವಾಗಿದೆ ವಿಷ್ಣುಗುಪ್ತ" ಎಂದ ಕಾತ್ಯಾಯನ.

"ಬರಲಿ, ಆದಕ್ಕೆ ಮೊದಲು ನಾನು ಅವರ ತಂದೆತಾಯಿಗಳನ್ನು ಭೇಟಿ ಮಾಡಬೇಕು. ಅವರ ಹೃತ್ಪೂರ್ವಕ ಸಮ್ಮತಿ ಬೇಕು. ಅವರು ನಮ್ಮ ಜೊತೆಗೆ ಅಧ್ಯಯನ ಮಾಡಲು ಮಾತ್ರವೇ ಬರುವುದಲ್ಲ, ಸಮಯ ಬಂದರೆ ನಾವು ಕೈಗೊಳ್ಳುವ ಕಾರ್ಯಗಳಲ್ಲಿ ಸಮರ್ಥವಾಗಿ ಭಾಗವಹಿಸಬೇಕಾಗುತ್ತದೆ, ಅಲ್ಲದೆ ಅವರು ನಿಷ್ಠಾವಂತರಾಗಿದ್ದರೆ ಮಾತ್ರ

ಸಾಲದು, ಸೂಕ್ಷ್ಮ ವಿಷಯಗಳನ್ನು ಗ್ರಹಿಸಿ, ಸೂಕ್ತವಾಗಿ ಕಾರ್ಯರೂಪಕ್ಕೆ ತರುವ, ಚುರುಕು ಬುದ್ಧಿಯವರೂ ಆಗಬೇಕು.''

''ನಾಳೆಯೇ ಅವರ ತಂದೆ ತಾಯಿಗಳನ್ನು ಭೇಟಿ ಮಾಡೋಣ.''

''ವಿಷ್ಣು'' ಧರ್ಮದತ್ತ ಹೇಳಿದ. ''ಈ ವಿಷಯದಲ್ಲಿ ಸ್ವಲ್ಪ ಎಚ್ಚರದಿಂದಿರುವುದು ಒಳ್ಳೆಯದು. ವಿದ್ಯಾರ್ಥಿಗಳೂ ಗುರುಕುಲ ಬಿಟ್ಟುಹೋಗುವರೆಂದು ತಿಳಿದಾಗ ಆ ವೇದಗುಪ್ತ ಇನ್ನಷ್ಟು ದೂರು ಹೇಳಿ, ಆಂಭೀಕ ನಿನಗೇನಾದರೂ ತೊಂದರೆ ಮಾಡಿಯಾನು.''

''ಗುರುಕುಲದ ವಾತಾವರಣ ನೋಡಿದರೆ, ಈಗಾಗಲೇ ಅವರು ಇದನ್ನು ಊಹೆ ಮಾಡಿದ್ದಾರೆ ಎನಿಸುತ್ತದೆ'' ಎಂದ ಶಿವಸ್ಕಂದ.

''ಏನೇ ಆದರೂ ನಾವು ಗುರುಕುಲವನ್ನು ಬಿಡುವ ವಿಷಯವನ್ನು ವೇದಗುಪ್ತನಿಗೆ ಹೇಳಿಯೇ ಬರಬೇಕು. ಇಲ್ಲವಾದರೆ ಏನೋ ಅಪರಾಧ ಮಾಡಿ ತಲೆಪ್ಪಿಸಿಕೊಂಡು ಹೋದರೆಂದು ರಾಜಭಟರು ನಮ್ಮ ಬೆನ್ನು ಬೀಳಬಹುದು'' ಎಂದ ಕಾತ್ಯಾಯನ.

''ಹೌದು'' ಇಂದುಶರ್ಮ ಹೇಳಿದ, ''ಕಾತ್ಯಾಯನನ ಮಾತಿನಲ್ಲಿ ಅರ್ಥವಿದೆ. ಅವರು ನಿನ್ನೊಂದಿಗೇ ಹೊರಟಿರಬಹುದೆಂದು ಊಹಿಸಿದರೂ, ವೇದಗುಪ್ತ ತನ್ನ ಪ್ರತಿಸ್ಪರ್ಧಿಗಳು ತೊಲಗಿದರೆಂದು ಸಮಾಧಾನವನ್ನೇ ಪಡಬಹುದು.''

''ಅವನಿಗೆ ಆ ಸಂತೋಷವಾದರೂ ದೊರಕಲಿ, ಹಾಗೇ ಮಾಡೋಣ'' ಎಂದ ಧರ್ಮದತ್ತ.

ಆ ದಿನ ಎಲ್ಲ ಧರ್ಮದತ್ತನ ಮನೆಯಲ್ಲೇ ಮಲಗಲು ನಿರ್ಧರಿಸಿದರು. ಆದರೆ ಮಾತುಕತೆಯಲ್ಲಿ ಅವರು ರಾತ್ರಿಯ ಹೆಚ್ಚು ಭಾಗವನ್ನು ಎಚ್ಚರವಾಗಿಯೇ ಕಳೆದರು.

## ೧೦

ಕಾತ್ಯಾಯನ ಮತ್ತು ಶಿವಸ್ಕಂದ ತಾವು ಗುರುಕುಲವನ್ನು ಬಿಡುವ ನಿರ್ಧಾರವನ್ನು ತಿಳಿಸಿದಾಗ ನಿಜವಾಗಲೂ ವೇದಗುಪ್ತ ಚಕಿತನಾದ. ಅದನ್ನು ಅವನು ನಿರೀಕ್ಷಿಸಿರಲಿಲ್ಲ ಎಂಬುದು ಅವನ ಮುಖ ನೋಡಿದರೇ ಅರ್ಥವಾಗುತ್ತಿತ್ತು. ''ನಿಮಗೆ ರಾಜನ ಆದೇಶವೇನೂ ಇರಲಿಲ್ಲವಲ್ಲ?'' ಎಂದ ವೇದಗುಪ್ತ.

''ಆದೇಶಕ್ಕಾಗಿ ನಿರೀಕ್ಷೆ ಮಾಡುವುದು ಜಾಣತನವಲ್ಲ ಅಲ್ಲವೇ ?'' ಎಂದ ಕಾತ್ಯಾಯನ.

''ಅಲ್ಲದೆ, ವಿಷ್ಣುಗುಪ್ತನ ಬೆಂಬಲಿಗರಾದ ನಾವು ಗುರುಕುಲ ಬಿಡುತ್ತಿರುವುದು ನಿಮಗೆ ಆನಂದವನ್ನೇ ಉಂಟುಮಾಡುತ್ತದೆ'' ಎಂದ ಶಿವಸ್ಕಂದ.

ಒಂದು ಕುಹಕ ನಗುವಿನೊಂದಿಗೆ ಅವನ ಮುಖ ನೋಡಿ ವೇದಗುಪ್ತ ಹೇಳಿದ, ''ಖಂಡಿತ, ಸರಿಯಾಗಿ ಊಹೆ ಮಾಡಿದಿರಿ. ನಿಜವಾಗಲೂ ನನಗೆ ಸಂತೋಷವಾಗಿದೆ. ಆದರೆ ಇನ್ನೊಂದು ವಿಷಯಕ್ಕೆ ನನ್ನಲ್ಲಿ ಅಸಮಾಧಾನವಿದ್ದೇ ಇದೆ.''

''ಇನ್ನೊಂದು ವಿಷಯ? ಯಾವುದದು?'' ಕಾತ್ಯಾಯನ ಕೇಳಿದ.

''ನೀವು ಹೋಗುತ್ತಿರುವುದು ಸರಿ, ಹೋಗದಿದ್ದರೂ ಹೋಗುವಂತೆ ನಾನೇ ಏನಾದರೂ ಮಾಡುತ್ತಿದ್ದೆ. ಆದರೆ ನಿಮ್ಮ ಜೊತೆ ವಿದ್ಯಾರ್ಥಿಗಳನ್ನೂ ಕರೆದೊಯ್ಯುತ್ತಿರುವಿರಂತೆ?''

''ಯಾರು ಹಾಗೆಂದು ಹೇಳಿದವರು?''

''ಯಾರಾದರೂ ಹೇಳಿರಲಿ, ಅದು ಸತ್ಯವಲ್ಲವೆ?''

''ಸತ್ಯವಲ್ಲ. ಯಾರೋ ಏನೋ ಹೇಳಿದರೆಂದು ವಿವೇಕವಿಲ್ಲದೆ ಕೇಳಿ ನಂಬಿಕೊಳ್ಳುವುದು

ಮೂರ್ಖರು ಮಾತ್ರ,'' ಶಿವಸ್ಕಂದ ಮುಖ ಗಂಟಿಕ್ಕಿ ಹೇಳಿದಾಗ ಕೋಪ ಬಂದರೂ, ಮರುಕ್ಷಣದಲ್ಲಿ ನಗೆಯ ಲೇಪವನ್ನು ಸವರಿಕೊಂಡು ವೇದಗುಪ್ತ ಹೇಳಿದ, ''ನೀವು ವಿಷ್ಣುಗುಪ್ತನ ಪ್ರಭಾವಕ್ಕೆ ಎಷ್ಟೊಂದು ಒಳಗಾಗಿರುವಿರಿ ಎಂದರೆ, ಅವನ ಧಾಟಿಯಲ್ಲೇ ಮಾತಾಡಲು ಪ್ರಯತ್ನಿಸುತ್ತಿದ್ದೀರಿ.''

''ಅವರ ಪ್ರಭಾವಕ್ಕೆ ಒಳಗಾದ್ದರಿಂದ ಹೀಗೆ ಮಾತಾಡುತ್ತಿದ್ದೇವೆ. ನಿಮ್ಮ ಪ್ರಭಾವಕ್ಕೇನಾದರೂ ಒಳಗಾದರೆ ಬರುವ ಮಾತೂ ಮರೆತು ಹೋಗುತ್ತದೆ.''

''ನೀವು ಎಷ್ಟು ಕೆಣಕಿದರೂ ನಾನು ನಿಮ್ಮೊಂದಿಗೆ ಘರ್ಷಣೆಗಿಳಿಯುವುದಿಲ್ಲ. ಏಕೆಂದರೆ ನೀವಾಗಿ ನೀವು ಹೋಗುತ್ತಿದ್ದೀರಿ. ನಾಲ್ಕಾರು ಜನ ವಿದ್ಯಾರ್ಥಿಗಳನ್ನು ನೀವು ಕರೆದೊಯ್ದರೂ ಗುರುಕುಲಕ್ಕೇನೂ ಹಾನಿಯಾಗುವುದಿಲ್ಲ.''

''ಗುರುಕುಲಕ್ಕೆ ಆಗುವ ಹಾನಿಗಿಂತ ನಿಮ್ಮ ಒಣ ಪ್ರತಿಷ್ಠೆಗೆ ಹಾನಿಯಾಗುವುದಿಲ್ಲ ವೆಂಬುದು ನಿಮ್ಮ ಅಭಿಪ್ರಾಯವೆಂದು ನನಗೆ ಗೊತ್ತು'' ಎಂದ ಶಿವಸ್ಕಂದ ಒರಟಾಗಿಯೇ. ಮುಂದೆ ಮಾತಾಡದಂತೆ ತಡೆದು ಕಾತ್ಯಾಯನ ಅವನೊಂದಿಗೆ ಹೊರಬಂದ.

ಅವರು ಬಂದಿರುವ ವಿಷಯ ತಿಳಿದು ವಿದ್ಯಾರ್ಥಿಗಳು ಸಣ್ಣ ಸಣ್ಣ ಗುಂಪುಗಳಾಗಿ ಅಲ್ಲಲ್ಲಿ ತಡೆದು ಮಾತಾಡಿಸತೊಡಗಿದರು. ಸತ್ಯಸಂಗತಿಯನ್ನು ಹೇಳಲಾಗದೆ, ಬೇರೆ ಕಡೆ ಜೀವನೋಪಾಯ ಹುಡುಕಿಕೊಳ್ಳಲು ತಾವೇ ಸ್ವಇಚ್ಛೆಯಿಂದ ಬಿಟ್ಟುಹೋಗುತ್ತಿರುವುದಾಗಿ ಹೇಳಬೇಕಾಯಿತು. ಅವರ ಕುತೂಹಲದ ಪ್ರಶ್ನೆಗಳ ಹಿಂದೆ ಅವರಿಗೆ ಬಹಳಷ್ಟು ವಿಷಯ ತಿಳಿದಿದೆಯೆಂದು ಅರ್ಥವಾಗುತ್ತಿತ್ತು.

ಶಿವಸ್ಕಂದ ಕಾತ್ಯಾಯನನ ತೋಳು ಹಿಡಿದು ನಿಲ್ಲಿಸಿ, ಒಬ್ಬ ವ್ಯಕ್ತಿಯತ್ತ ತೋರಿಸಿ ''ಆತ ನಮ್ಮನ್ನು ಹಿಂಬಾಲಿಸುತ್ತಿರುವಂತೆ ಕಾಣುತ್ತಿದೆ'' ಎಂದು ಪಿಸುಗುಟ್ಟಿದ.

ಆ ವ್ಯಕ್ತಿ ಗುರುಕುಲದ ವಿದ್ಯಾರ್ಥಿಯಲ್ಲವೆಂಬುದು ಸ್ಪಷ್ಟವಾಗಿತ್ತು. ಅವನು ಆಂಭೀಕನ ಕಡೆಯವನೋ, ವೇದಗುಪ್ತನ ಕಡೆಯವನೋ ಗೊತ್ತಾಗಲಿಲ್ಲ. ''ಇನ್ನು ನಾವು ಇಲ್ಲಿರುವುದು ಒಳ್ಳೆಯದಲ್ಲ. ಬಾ ಬೇಗ ಹೋಗೋಣ'' ಎಂದು ಕಾತ್ಯಾಯನ ಶಿವಸ್ಕಂದನ ಕೈ ಹಿಡಿದು ಎಳೆದುಕೊಂಡೇ ಬೇಗ ಬೇಗ ಹೆಜ್ಜೆ ಹಾಕಿದ.

ಆ ವ್ಯಕ್ತಿ ನಗರದ ಬೀದಿಗಳಲ್ಲೂ ದೂರದಿಂದ ಹಿಂಬಾಲಿಸುತ್ತಿರುವುದು ಕಂಡಿತು. ಕಾತ್ಯಾಯನ ಮತ್ತು ಶಿವಸ್ಕಂದ ವಿಷ್ಣುಗುಪ್ತನ ಮನೆಗೆ ಹೋಗಬೇಕೆಂದುಕೊಂಡಿದ್ದವರು, ಬೇಡವೆಂದು ನೆಟ್ಟಗೆ ಕಾತ್ಯಾಯನನ ಮನೆಗೇ ಹೋದರು.

''ಈಗೇನು ಮಾಡುವುದು ?'' ಎಂದು ಶಿವಸ್ಕಂದ ತುಸು ಆತಂಕದಿಂದ,

''ಸಂಜೆಯವರೆಗೂ ಅವನು ಅನ್ನ ನೀರಿಲ್ಲದೆ ಹೊರಗೇ ಸಾಯಲಿ'' ಎಂದ ಕಾತ್ಯಾಯನ ಕೋಪದಿಂದ.

ವಿಷ್ಣುಗುಪ್ತ ವಿದ್ಯಾರ್ಥಿಗಳ ತಂದೆತಾಯಿಗಳೊಡನೆ ಮಾತಾಡಲು ಹೋಗಿರುವ-ನೆಂಬುದು ಅವನಿಗೆ ಗೊತ್ತಿತ್ತು. ರಾತ್ರಿ ಅವರೆಲ್ಲ ವಿಷ್ಣುಗುಪ್ತನ ಮನೆಯಲ್ಲಿ ಸೇರಲಿದ್ದರು. ಇದರಲ್ಲಿ ಏನೋ ದುರುದ್ದೇಶವಿರಬೇಕೆಂದು ಕಾತ್ಯಾಯನನಿಗೆ ಅನ್ನಿಸಿತು ''ಶಿವಸ್ಕಂದ, ಒಂದು ಕೆಲಸ ಮಾಡು'' ಅವನೆಂದ.

''ಏನು ಹೇಳಿ'' ಅವನು ಕೇಳಿದ.

"ನಮ್ಮ ಮನೆಗೆ ಹಿತ್ತಿಲ ಬಾಗಿಲಿರುವುದು ಆ ವ್ಯಕ್ತಿಗೆ ಗೊತ್ತಿರುವಂತೆ ಕಾಣುವುದಿಲ್ಲ. ನೀನು ಎಚ್ಚರಿಕೆಯಿಂದ ಹೊರಗೆ ಹೋಗಿ ವಿಷ್ಣುಗುಪ್ತನನ್ನು ಕಂಡು ವಿಷಯ ತಿಳಿಸಿ, ಅವನು ಏನು ಹೇಳುವನೋ ಕೇಳಿಕೊಂಡು ಬಾ."

ಶಿವಸ್ಕಂದ ಆದರಂತೆ ಹಿಂದಿನ ಬಾಗಿಲ ಮೂಲಕ ಎಚ್ಚರಿಕೆಯಿಂದ ನುಸುಳಿಕೊಂಡು ವಿಷ್ಣುಗುಪ್ತನನ್ನು ಹುಡುಕಿಕೊಂಡು ಹೋದ. ಅವನು ಶಿಷ್ಯ ಸಿದ್ಧಾರ್ಥಕನ ಮನೆಯಲ್ಲಿ ಅವನ ತಂದೆ ತಾಯಿಗಳೊಂದಿಗೆ ಮಾತನಾಡುತ್ತಿದ್ದ. ಆತುರದಿಂದ ಬಂದ ಶಿವಸ್ಕಂದನನ್ನು ಅವನು ಕುತೂಹಲದಿಂದ ನೋಡಿದ. ಶಿವಸ್ಕಂದ ಕಿವಿಯಲ್ಲಿ ಪಿಸುಗುಟ್ಟಿದ. ಎರಡು ಕ್ಷಣ ಯೋಚಿಸಿದ ವಿಷ್ಣುಗುಪ್ತ ತಾನೂ ಅವನ ಕಿವಿಯಲ್ಲಿ ಏನೋ ಹೇಳಿದ. ಶಿವಸ್ಕಂದ ಅಲ್ಲಿಂದ ಹೊರಟುಬಂದು ಮತ್ತೆ ಹಿಂದಿನ ಬಾಗಿಲಿಂದಲೇ ಕಾತ್ಯಾಯನನ ಮನೆಯ ಒಳಗೆ ಸೇರಿಕೊಂಡ.

ಕತ್ತಲಾಗುತ್ತಿದ್ದಂತೆ ಕಾತ್ಯಾಯನ ಮತ್ತು ಶಿವಸ್ಕಂದ ಮನೆಯಿಂದ ಹೊರಟರು. ನಿರೀಕ್ಷೆಯಂತೆ ಹಸಿವಿನಿಂದ ಬಳಲಿ ಬೆಂಡಾಗಿದ್ದ ಆ ವ್ಯಕ್ತಿ ಅವರನ್ನು ಹಿಂಬಾಲಿಸಿದ. ಇವರು ಅವನನ್ನು ಗಮನಿಸಿಲ್ಲದವರಂತೆ ವಿಷ್ಣುಗುಪ್ತನ ಮನೆಗೆ ಹೋದರು. ಆ ವೇಳೆಗೆ ವಿದ್ಯಾರ್ಥಿಗಳಾದ ಪಶುಲೋಮ, ಸಿದ್ಧಾರ್ಥಕ, ಸಮಿದ್ಧಾರ್ಥಕ ಮತ್ತು ನಿಪುಣಕ ಬಂದಿದ್ದರು. ಅವರ ಜೊತೆಯಲ್ಲಿ ಸಹ ಅಧ್ಯಾಪಕ ನಾಗದತ್ತನೂ ಬಂದಿದ್ದ. ಒಳಗೆ ಬಂದ ಕೂಡಲೇ ಕಾತ್ಯಾಯನ ಸನ್ನೆ ಮಾಡಿದ. ಸಿದ್ಧಾರ್ಥಕ ಎದ್ದು ಹೋಗಿ ವಾತಾಯನದ ಬಾಗಿಲನ್ನು ಅರ್ಧತೆರೆದು ಹೊರಗೆ ನೋಡತೊಡಗಿದ. ಆ ವ್ಯಕ್ತಿ ಮನೆಯ ಹತ್ತಿರ ಬಂದು, ಅತ್ತಿತ್ತ ಎಚ್ಚರಿಕೆಯಿಂದ ನೋಡಿ ವಾತಾಯನದ ಬಳಿಗೆ ಬರುತ್ತಿರುವುದನ್ನು ಖಚಿತಪಡಿಸಿಕೊಂಡು, ಬಂದು ಎಲ್ಲರ ಜೊತೆ ಕುಳಿತುಕೊಂಡ.

ವಾತಾಯನದ ಬಳಿ ಅವನ ನೆರಳು ಕಾಣಿಸಿಕೊಂಡ ಕೂಡಲೇ ವಿಷ್ಣುಗುಪ್ತ, ಅವನು ಕೇಳಿಸಿಕೊಳ್ಳಲಿ ಎಂಬ ಉದ್ದೇಶದಿಂದಲೇ ತುಸು ದೊಡ್ಡ ದನಿಯಲ್ಲಿ ಹೇಳತೊಡಗಿದ, "ನಿಮ್ಮನ್ನೆಲ್ಲ ಬಿಟ್ಟು ಹೋಗುವುದು ನನಗೂ ಕಷ್ಟವೆ. ಆದರೆ ಬೇರೆ ದಾರಿಯಿಲ್ಲ. ನಾನು ಪಾಟಲೀಪುತ್ರದಲ್ಲಿರುವ ನನ್ನ ತಂದೆ ಆಚಾರ್ಯ ಚಣಕರ ಬಳಿಗೆ ಹೋಗುತ್ತೇನೆ. ನಾನು ಹೋದರೇನು, ಬೇರೆ ಅಧ್ಯಾಪಕರಿಲ್ಲವೆ ? ವಿನಯ ವಿಧೇಯತೆಗಳಿಂದ ನಿಮ್ಮ ಅಧ್ಯಯನವನ್ನು ಮುಂದುವರಿಸಿ. ನನ್ನ ಶುಭಾಶಯ ಸದಾ ನಿಮ್ಮೊಂದಿಗಿರುತ್ತದೆ."

"ಕಾತ್ಯಾಯನ ಮತ್ತು ಶಿವಸ್ಕಂದರು ಉಜ್ಜಯಿನಿಯ ಕಡೆಗೆ ಹೋಗುತ್ತಾರಂತೆ ?" ಎಂದ ನಾಗದತ್ತ.

"ಹೌದು" ಕಾತ್ಯಾಯನ ಹೇಳಿದ, "ಅಲ್ಲಿ ನಮ್ಮ ದೂರದ ಸಂಬಂಧಿಗಳೊಬ್ಬರಿದ್ದಾರೆ. ಅವರ ಸಹಾಯದಿಂದ ಯಾವುದಾದರೂ ಜೀವನೋಪಾಯದ ಮಾರ್ಗವನ್ನು ದೊರಕಿಸಿ ಕೊಳ್ಳಬಹುದು."

ಈ ವೇಳೆಗೆ ವಿಷ್ಣುಗುಪ್ತನ ಸೂಚನೆಯಂತೆ ಸಿದ್ಧಾರ್ಥಕ, ಸಮಿದ್ಧಾರ್ಥಕ ಮತ್ತು ಪಶುಲೋಮ ಮೆಲ್ಲಗೆ ಬಾಗಿಲ ಬಳಿ ಹೋಗಿ, ಎಚ್ಚರಿಕೆಯಿಂದ ತೆಗೆದು, ವಾತಾಯನದ ಬಳಿ ಬೆನ್ನಾಗಿ ನಿಂತು ಕಿವಿಗೊಟ್ಟು ಕೇಳುತ್ತಿದ್ದ ಆ ವ್ಯಕ್ತಿಯ ಮೇಲೆ ಹಠಾತ್ತನೆ ಬಿದ್ದು "ಕಳ್ಳ ಕಳ್ಳ" ಎಂದು ಕೂಗುತ್ತ ಮುಖ ಮೋರೆ ನೋಡದೆ ಬಡಿಯತೊಡಗಿದರು. ಗೊತ್ತಿದ್ದೇ ಹೊರಗೆ ಬಂದ ಉಳಿದವರೂ ಅವನಿಗೆ ಹೊಡೆದರು. ಬೀದಿಯ ಜನಗಳೂ ಸೇರಿದರು.

“ಬೇಡಿ ಬೇಡಿ, ಹೊಡೆಯಬೇಡಿ, ನಾನು ಕಳ್ಳನಲ್ಲ” ಎಂದು ಅಂಗಲಾಚುವ ವೇಳೆಗೆ ಸಾಕಷ್ಟು ಏಟು ತಿಂದು ಮುಖವೆಲ್ಲ ಊದಿಕೊಂಡಿತ್ತು. ಒಂದೆರಡು ಕಡೆ ರಕ್ತವೂ ಕಾಣಿಸಿಕೊಂಡಿತು.

ಕಡೆಗೆ ವಿಷ್ಣುಗುಪ್ತ ಹೊಡೆಯುವುದನ್ನು ನಿಲ್ಲಿಸುವಂತೆ ಸೂಚಿಸಿದ. “ನಡುರಾತ್ರಿಗೆ ಮೊದಲೇ ಕಳ್ಳತನ ಮಾಡುವಷ್ಟು ಧೈರ್ಯವೇ ?” ಅವನನ್ನು ಕೇಳಿದ.

“ಇಲ್ಲ ಸ್ವಾಮಿ, ನಾನು ಕಳ್ಳನಲ್ಲ”

“ಕಳ್ಳನಲ್ಲವೆ ? ಹಾಗಾದರೆ ನಿನಗೆ ಇಲ್ಲೇನು ಕೆಲಸ ?”

“ಕುಲಪತಿಗಳಾದ ವೇದಗುಪ್ತರು ಕಳಿಸಿದರು.”

“ಏಕೆ ? ನನ್ನ ಮೇಲೆ ಗೂಢಚರ್ಯೆ ಮಾಡುವಂತೆ ಹೇಳಿಕಳಿಸಿದರೆ ?”

“ಹೌದು, ಎಲ್ಲ ಇಲ್ಲಿ ಸೇರುವರೆಂದು ಅವರಿಗೆ ಗೊತ್ತಿತ್ತು. ಇಲ್ಲಿ ನಡೆಯುವ ವಿಷಯಗಳನ್ನು, ಮಾತುಕತೆಗಳನ್ನು ಬಂದು ತಿಳಿಸುವಂತೆ ಅವರು ಹೇಳಿದ್ದರು.”

“ಅವರ ಉದ್ದೇಶವೇನೆಂದು ನಿನಗೆ ಗೊತ್ತೆ ?”

“ಹುಂ, ಹೇಳುತ್ತೀಯೋ ಇಲ್ಲವೋ ?” ಎಂದು ಸಿದ್ಧಾರ್ಥಕ ಕೈಯೆತ್ತಿದ.

“ಬೇಡಿ, ಹೊಡೆಯಬೇಡಿ, ಹೇಳುತ್ತೇನೆ, ಎಲ್ಲರೂ ಸೇರಿ ಸಂಚು ಮಾಡಿರುವುದು ಖಚಿತವಾದರೆ, ರಾಜರಿಗೆ ಹೇಳಿ ನೀವು ಊರು ಬಿಡುವುದಕ್ಕೆ ಮೊದಲೇ ಸೆರೆಯಲ್ಲಿ ಹಾಕಿಸಬೇಕೆಂದು ಅವರು ಅಂದುಕೊಂಡಿದ್ದರು.”

ಎಲ್ಲರೂ ಕೋಪದಿಂದ ಹಲ್ಲು ಕಡಿದರು. ವಿಷ್ಣುಗುಪ್ತ ನಗುತ್ತಲೇ ಹೇಳಿದ, “ಅದನ್ನು ಕದ್ದು ಕೇಳಬೇಕಾಗಿತ್ತೆ? ನನ್ನನ್ನೇ ನೇರವಾಗಿ ಕೇಳಿದ್ದರೆ ನಾನೇ ಹೇಳುತ್ತಿದ್ದೆ, ನನ್ನ ಶಿಷ್ಯರು, ಸಹ ಅಧ್ಯಾಪಕರು ನನ್ನ ಮೇಲಿನ ವಿಶ್ವಾಸದಿಂದ, ನಗರ ಬಿಟ್ಟು ಹೋಗುತ್ತಿರುವ ನನಗೆ ಶುಭಕೋರಲು ಬಂದಿದ್ದಾರೆ. ಇದು ಸಂಚೆನ್ನುವುದಾದರೆ ಹಾಗೆಂದೇ ಹೋಗಿ ಹೇಳು.”

“ಇಲ್ಲ, ವೇದಗುಪ್ತರೇ ತಪ್ಪು ತಿಳಿದಿದ್ದಾರೆ. ಅವರು ಸಂದೇಹದ ರೋಗದಿಂದ ನರಳುತ್ತಿರುವಂತೆ ಕಾಣುತ್ತಿದೆ. ದಯವಿಟ್ಟು ನನ್ನನ್ನು ಕ್ಷಮಿಸಿ.”

“ಆಯಿತು ನೀನು ಹೋಗು. ನಿನ್ನ ಮೇಲೆ ನನಗೆ ದ್ವೇಷವಿಲ್ಲ, ನೀನು ಕಳ್ಳನೆಂದು ತಿಳಿದು ನಿನಗೆ ಹೊಡೆದು ಇವರೆಲ್ಲ ನೋವು ಕೊಟ್ಟಿದ್ದಾರೆ. ಎಲ್ಲರ ಪರವಾಗಿ ನಾನು ಕ್ಷಮೆ ಕೇಳುತ್ತೇನೆ.”

“ತಪ್ಪು ಮಾಡಿದ್ದು ನಾನು, ನೀವೇ ನನ್ನನ್ನು ಕ್ಷಮಿಸಬೇಕು.”

“ಆಯಿತು, ನೀನು ಹೋಗು.”

ಬಿಟ್ಟರೆ ಸಾಕೆಂದು ಕಾದಿದ್ದವನಂತೆ ಅವನು ಅಲ್ಲಿಂದ ಓಡಿ ಹೋದ. ಬೀದಿಯ ಜನ “ಇಷ್ಟೊಂದು ದ್ವೇಷಾಸೂಯೆಗಳು ತುಂಬಿರುವ ಆ ವೇದಗುಪ್ತನನ್ನು ಗುರುಕುಲದ ಕುಲಪತಿಯಾಗಿ ಮಾಡಿದವರಿಗೆ ಬುದ್ಧಿಯಿಲ್ಲ” ಎಂದುಕೊಂಡು ತಮ್ಮ ತಮ್ಮ ಮನೆಗಳಿಗೆ ಹೋದರು.

ಎಲ್ಲ ಒಳಗೆ ಬಂದ ನಂತರ “ಅವನನ್ನು ಹೋಗಲು ಬಿಡಬಾರದಾಗಿತ್ತು” ಎಂದ ನಾಗದತ್ತ.

“ಹೌದು” ಪಶುಲೋಮ ಹೇಳಿದ, “ಅವನು ಹೋಗಿ ನಮ್ಮ ಬಗ್ಗೆ ವೇದಗುಪ್ತನಿಗೆ ಹೇಳಿ, ಅವನು ಆಂಭೀಕನಿಗೆ ಹೇಳಿ, ರಾಜಭಟರು ನಮ್ಮನ್ನು ಬಂಧಿಸಲು ಬರಬಹುದು.”

''ಇಲ್ಲ, ಬರುವುದಿಲ್ಲ'' ವಿಷ್ಣುಗುಪ್ತ ಖಚಿತವಾಗಿ ಹೇಳಿದ, ''ಅದಕ್ಕೇ, ಅವನ ದಾರಿ ತಪ್ಪಿಸಲೆಂದೇ ನಾನು ಪಾಟಲೀಪುತ್ರಕ್ಕೆ ಹೋಗುವುದಾಗಿ, ಕಾತ್ಯಾಯನ ಉಜ್ಜಯಿನಿಗೆ ಹೋಗುವುದಾಗಿ ಹೇಳಿದ್ದು. ಅಷ್ಟನ್ನು ಮಾತ್ರವೇ ಅವನು ವೇದಗುಪ್ತನಿಗೆ ತಿಳಿಸುತ್ತಾನೆ. ಅಷ್ಟು ಆಧಾರದ ಮೇಲೆ ವೇದಗುಪ್ತ ಆಂಭೀಕನಿಗೆ ನನ್ನ ಮೇಲೆ ದೂರು ಹೇಳಲು ಹೋಗುವುದಿಲ್ಲ.''

''ನಮ್ಮ ಮೇಲೆ ಗೂಢಚರ್ಯೆ ನಡೆಸಲು ಪ್ರಯತ್ನಿಸಿದ ವೇದಗುಪ್ತ ಮಹಾ ಮೂರ್ಖನೇ ಸರಿ'' ಎಂದ ಶಿವಸ್ಕಂದ.

''ಅವನು ಮೂರ್ಖನಲ್ಲ'' ವಿಷ್ಣುಗುಪ್ತ ಹೇಳಿದ, ''ನಾವು ಅವನನ್ನು ಮೂರ್ಖನನ್ನಾಗಿ ಮಾಡಿದೆವು. ಗೂಢಚರ್ಯೆಯ ಬಗ್ಗೆ ನಾವು ಗಂಭೀರವಾಗಿ ಆಲೋಚಿಸಬೇಕು. ಮುಂದೆ ಅದರ ಬಳಕೆ ನಮಗೆ ಅಗತ್ಯವಾಗಬಹುದು.''

''ಇಂಥ ಏನಾದರೂ ಅಚಾತುರ್ಯದ ಸಂಭವವಿರುವುದರಿಂದ ನಾವು ಕೂಡಲೇ ಇಲ್ಲಿಂದ ಹೊರಟುಬಿಡುವುದು ಒಳ್ಳೆಯದಲ್ಲವೇ ?''

''ಹೌದು, ಸದ್ಯಕ್ಕೆ ಅತ್ಯಗತ್ಯವಾದ ಸ್ವಲ್ಪ ಆಹಾರ ಸಾಮಗ್ರಿ ಮತ್ತು ಇತರ ಸಲಕರಣೆಗಳೊಂದಿಗೆ ನಾನು, ಕಾತ್ಯಾಯನ, ಶಿವಸ್ಕಂದ ಮತ್ತು ಇಂದುಶರ್ಮ ನಾಳೆ ಬೆಳಗಿನಜಾವದಲ್ಲೇ ಹೊರಟುಬಿಡುತ್ತೇವೆ. ನಾಗದತ್ತ ಮತ್ತು ವಿದ್ಯಾರ್ಥಿಗಳು ಎರಡು ದಿನ ಏನೂ ನಡೆದಿಲ್ಲವೆಂಬಂತೆ ಗುರುಕುಲಕ್ಕೆ ಹೋಗಿಬರಲಿ. ಅಲ್ಲಿ ವೇದಗುಪ್ತನ ಪ್ರತಿಕ್ರಿಯೆ ಏನಿರಬಹುದು, ನಮ್ಮ ಬಗ್ಗೆ ಅವನು ಬೇರೆ ಯಾವುದಾದರೂ ಕುತಂತ್ರಕ್ಕೆ ಚಾಲನೆ ನೀಡುವ ಆಲೋಚನೆಯಲ್ಲಿರುವನೇ, ಎಂದು ತಿಳಿದುಕೊಳ್ಳಲಿ. ಜೊತೆಯಲ್ಲೇ ಅಗತ್ಯವಾದ ಸಿದ್ಧತೆಗಳನ್ನು ಮಾಡಿಕೊಳ್ಳಲಿ.''

ಕಾತ್ಯಾಯನ ಕೇಳಿದ, ''ನಿಮ್ಮ ಮನೆ, ನನ್ನ ಮನೆ ಮತ್ತು ಧರ್ಮದತ್ತರ ಮನೆಗೆ ಬೀಗ ಹಾಕಿ ಬರುವುದೇ ?''

''ಬೇಡ, ವಸತಿ ಸಮಸ್ಯೆಯಿರುವ ವಿದ್ಯಾರ್ಥಿಗಳು ಹಲವರಿದ್ದಾರೆ. ಜೊತೆಗೆ ಪ್ರಭಂಜನನಿಗೂ ಅನುಕೂಲಕರವಾದ ಮನೆಯಿಲ್ಲ. ಅವನು ನನ್ನ ಮನೆಯಲ್ಲಿ ಇದ್ದುಕೊಳ್ಳಲಿ. ನಮ್ಮ ಬಗ್ಗೆ ಅಭಿಮಾನವಿರುವ ವಿದ್ಯಾರ್ಥಿಗಳಿಗೆ ಉಳಿದ ಮನೆಗಳನ್ನು ಕೊಡಲಿ. ಏಕೆಂದರೆ ನಮ್ಮವರು ಯಾರಾದರೂ ತಕ್ಷಶಿಲೆಗೆ ಬರುವ ಸಂದರ್ಭ ಒದಗಿದರೆ ಉಳಿದುಕೊಳ್ಳಲು, ನಮ್ಮ ರಹಸ್ಯಗಳನ್ನು ಕಾಪಾಡಿಕೊಳ್ಳಲು ಇದರಿಂದ ಸಾಧ್ಯವಾಗುತ್ತದೆ. ತಕ್ಷಣಕ್ಕೆ ಚಂದಕನೂ ಇಲ್ಲಿಯೇ ಇರಲಿ.''

''ಒಳ್ಳೆಯ ಆಲೋಚನೆ'' ಎಂದ ನಾಗದತ್ತ.

ಎಲ್ಲರಿಗೂ ಹೇಳಬೇಕಾದುದನ್ನು ಹೇಳಿ ಅವರನ್ನು ಕಳಿಸಿಕೊಟ್ಟು ಕಾತ್ಯಾಯನ ಮತ್ತು ಶಿವಸ್ಕಂದ ತಮ್ಮ ಮನೆಗಳಿಗೆ ಹೋಗಿ ಅಗತ್ಯವಸ್ತುಗಳನ್ನು ತೆಗೆದುಕೊಂಡರು. ನಂತರ ಧರ್ಮದತ್ತನ ಮನೆಗೆ ಹೋಗಿ, ಅವನಿಗೆ ಹೇಳಬೇಕಾದುದನ್ನು ಹೇಳಿ, ಇಂದುಶರ್ಮನನ್ನು ಜೊತೆಯಲ್ಲಿ ಕರೆದುಕೊಂಡು ವಿಷ್ಣುಗುಪ್ತನ ಮನೆಗೆ ಬಂದರು. ಮುಂಜಾನೆ ಬೇಗ ಏಳಬೇಕಾಗಿದ್ದುದರಿಂದ ಎಲ್ಲ ಬೇಗನೆ ಮಲಗಿಬಿಟ್ಟರು.

ಸೂರ್ಯೋದಯವಾಗುವುದಕ್ಕೆ ಬಹಳ ಮುಂಚೆಯೇ ಎದ್ದು ನಿತ್ಯಕರ್ಮಗಳನ್ನು ಮುಗಿಸಿ, ಸಿದ್ಧಪಡಿಸಿಕೊಂಡಿದ್ದ ಗಂಟುಗಳನ್ನು ಹೊತ್ತು ಅವರು ಕತ್ತಲೆಯಲ್ಲೇ ಹೊರಟುಬಿಟ್ಟರು.

ಒಂದು ವಾರಕ್ಕೆ ಅಗತ್ಯವಾದಷ್ಟು ಅಕ್ಕಿ, ಕಾಳುಗಳು, ಉಪ್ಪು ಮುಂತಾದ ಆಹಾರ ಸಾಮಗ್ರಿಗಳು, ಅಡಿಗೆಗೆ ಬೇಕಾದ ಪಾತ್ರೆಗಳು, ಹಾಸುವ ಹೊದೆಯುವ ಮತ್ತು ತೊಟ್ಟುಕೊಳ್ಳುವ ಬಟ್ಟೆಗಳು ಮತ್ತು ಬೆಂಕಿ ಹೊತ್ತಿಸುವ ಸಾಧನ ಇಷ್ಟೇ ಅವರ ಗಂಟಿನಲ್ಲಿದ್ದ ಪದಾರ್ಥಗಳು.

ತಕ್ಷಶಿಲೆಯ ಹೊರಬಾಗಿಲಲ್ಲಿ ನಿಂತು ತಿರುಗಿ ನೋಡಿದ ವಿಷ್ಣುಗುಪ್ತನ ಮುಖ ಸ್ವಲ್ಪ ಮಂಕಾದಂತಿತ್ತು. ಅದನ್ನು ಗಮನಿಸಿ ಇಂದುಶರ್ಮ ಹೇಳಿದ, "ಹುಟ್ಟಿದೂರಿನ ವ್ಯಾಮೋಹವೇ ಅಂಥದು ವಿಷ್ಣು, ಐದು ವರ್ಷಗಳ ಕಾಲ ದೂರವಿದ್ದರೂ ಈ ಊರಿನ ವ್ಯಾಮೋಹ ನನ್ನನ್ನು ಬಿಡಲೇ ಇಲ್ಲ."

"ನಿಜ ಇಂದುಶರ್ಮ" ವಿಷ್ಣುಗುಪ್ತ ಹೇಳಿದ, "ಆದರೆ ಈಗ ನನ್ನ ಮನಸ್ಸಿನಲ್ಲಿರುವ ಭಾವನೆಯೇ ಬೇರೆ. ಇಷ್ಟು ವರ್ಷ ಸಾಕಿ ಬೆಳೆಸಿ, ಒಂದು ವ್ಯಕ್ತಿತ್ವವನ್ನು ನೀಡಿದ ನನ್ನ ತಕ್ಷಶಿಲೆಯೇ, ಮಹಾ ಕನಸನ್ನು ಹೊತ್ತು ಹೊರಟಿದ್ದೇನೆ, ನನ್ನ ಆ ಕನಸು ಸಾಫಲ್ಯ ಕಾಣುವಂತೆ ಹರಸು, ಇನ್ನೊಮ್ಮೆ ನಿನ್ನನ್ನು ಕಾಣುವಾಗ ನನ್ನ ಕಾರ್ಯ ಯಶಸ್ವಿಯಾಗಿರಲಿ, ಎಂದು ಬೇಡಿಕೊಳ್ಳುತ್ತಿದ್ದೆ."

ದಾರಿಹೋಕರ ಕಣ್ಣಿಗೆ ಬೀಳಬಾರದೆಂದು ಅವರು ಕಾಡುದಾರಿಯಲ್ಲಿ ಹೊರಟರು. ಮಧ್ಯಾಹ್ನದ ವೇಳೆಗೆ ಬಿಸಿಲು ಜೋರಾಯಿತು. ಸಾಕಷ್ಟು ದಣಿವೂ ಆಗಿತ್ತು. ನಡುವೆ ಸಿಕ್ಕಿದ ಒಂದು ಝರಿಯ ಬಳಿ ಅಡಿಗೆಗೆ ತೊಡಗಿದರು.

ಊಟ ಮುಗಿಸಿ ವಿಶ್ರಾಂತಿ ಪಡೆದು ಹೊರಟಾಗ ಸೂರ್ಯ ಪಶ್ಚಿಮದ ಕಡೆಗೆ ಸಾಗಿದ್ದ. ಕಾಲುಗಳು ನೋಯುತ್ತಿದ್ದರೂ ಅದನ್ನು ಮರೆತು ಹೊಸ ಗುರಿಯ ಉತ್ಸಾಹದಲ್ಲಿ ಅವರು ನಡೆಯುತ್ತಿದ್ದರು. ನಡುವೆ ಇಂದುಶರ್ಮ ತನ್ನ ತಪಸ್ಸಿನ ವಿಫಲ ಪ್ರಯತ್ನವನ್ನು ಸ್ವಾರಸ್ಯವಾಗಿ ವರ್ಣಿಸಿ ಮನರಂಜನೆ ನೀಡುತ್ತಿದ್ದ. ತನ್ನನ್ನೇ ತಾನು ಹಾಸ್ಯಕ್ಕೆ ಒಡ್ಡಿಕೊಳ್ಳುವ ಅವನ ಸ್ವಭಾವ ಎಲ್ಲರಿಗೂ ಇಷ್ಟವಾಯಿತು.

ಆ ದಿನ ರಾತ್ರಿಯೆಲ್ಲಾ ಪ್ರಯಾಣ ಮಾಡಿ ಅವರು ಅಂದುಕೊಂಡಿದ್ದ ಸ್ಥಳ ಸೇರುವ ವೇಳೆಗೆ ಮರುದಿನ ಸೂರ್ಯೋದಯವಾಗುತ್ತಿತ್ತು. ನಿತ್ಯಕರ್ಮಗಳನ್ನು ಮುಗಿಸಿ ಸ್ನಾನ ಸಂಧ್ಯೋಪಾಸನೆಗಳನ್ನು ಪೂರೈಸಿದರು. ಶಿವಸ್ಕಂದ ಮತ್ತು ಕಾತ್ಯಾಯನ ಅಡಿಗೆಯ ಕಾರ್ಯದಲ್ಲಿ ತೊಡಗಿದಾಗ, ವಿಷ್ಣುಗುಪ್ತ ಮತ್ತು ಇಂದುಶರ್ಮ ನದಿಯ ತೀರದಲ್ಲಿ ಕುಳಿತು ಮಾತಿಗೆ ತೊಡಗಿದರು.

ಗುರುಕುಲಕ್ಕೆ ಅದು ಅತ್ಯಂತ ಪ್ರಶಸ್ತವಾದ ಸ್ಥಳವಾಗಿತ್ತು. ನದಿಯ ಎದುರು ತೀರದಲ್ಲಿ ನಿಬಿಡವಾಗಿ ಬೆಳೆದ ಗಿಡಮರಗಳು, ಅದರ ಹಿಂಬದಿಗೆ ಒಂದು ಗುಡ್ಡ. ಅವರಿದ್ದ ಕಡೆಯ ತೀರದಲ್ಲಿ ಸಾಕಷ್ಟು ಮಟ್ಟಸವಾದ ಬಯಲು ಪ್ರದೇಶವಿತ್ತು. ಅಕ್ಕಪಕ್ಕದಲ್ಲಿ ಅಲ್ಲಿಂದ ಸಾಗಿಹೋಗುವ ಒಂದು ಕಾಲುದಾರಿಯೂ ಇರಲಿಲ್ಲ, ಅಂದರೆ ಜನಸಂಚಾರದ ಭಯವಿರಲಿಲ್ಲ, ಅದೇ ಬಯಲಿನಲ್ಲಿ ತಾತ್ಕಾಲಿಕ ವಸತಿಗಳನ್ನು ನಿರ್ಮಿಸಿಕೊಳ್ಳಲು ಯೋಚಿಸಿದರು. ಅಲ್ಲಿನ ವಾತಾವರಣವನ್ನು ನೋಡಿದರೆ ಕಾಡುಮೃಗಗಳ ಭಯವೂ

ಇದ್ದಂತಿರಲಿಲ್ಲ. ತಕ್ಷಣಕ್ಕೆ ಆಶ್ರಮದ ಯೋಜನೆಯನ್ನು ಕಾರ್ಯಗತಗೊಳಿಸುವುದು ಹೇಗೆಂದು ಅವರು ಆಲೋಚಿಸುತ್ತಿದ್ದರು.

ಅಷ್ಟರಲ್ಲಿ ಅಡಿಗೆಯಾಯಿತೆಂದು ಕಾತ್ಯಾಯನ ಸೂಚನೆ ನೀಡಿದ. ಇಬ್ಬರೂ ಎದ್ದು ಹೋದರು. ಊಟ ಮಾಡುತ್ತಲೇ ವಿಷ್ಣುಗುಪ್ತ ಕೇಳಿದ "ಅವರಿಗೆಲ್ಲ ಈ ಸ್ಥಳ ಹುಡುಕಿ ಬರುವುದು ಕಷ್ಟವಾಗುವುದಿಲ್ಲವೇ?"

"ಇಲ್ಲ, ನಾಗದತ್ತನಿಗೆ ನಾನು ಸರಿಯಾಗಿ ವಿವರಿಸಿದ್ದೇನೆ. ಸ್ವಲ್ಪ ಕಷ್ಟವಾದರೂ ಅಂಥ ತೊಂದರೆಯಾಗುವುದಿಲ್ಲವೆಂದು ಭಾವಿಸಿದ್ದೇನೆ" ಎಂದ ಕಾತ್ಯಾಯನ.

"ಅವರು ಖಚಿತವಾಗಿ ಎಂದು ಬರುವರೆಂದು ಗೊತ್ತಿದ್ದರೆ ನಾನೇ ಮುಖ್ಯ ಮಾರ್ಗದವರೆಗೂ ಹೋಗಿ ಕರೆತರಹುದಾಗಿತ್ತು" ಎಂದ ಶಿವಸ್ಕಂದ.

"ಇರಲಿ ಬಿಡು ಶಿವಸ್ಕಂದ" ವಿಷ್ಣುಗುಪ್ತ ಹೇಳಿದ, "ಮಾರ್ಗವಿಲ್ಲದ ಕಡೆಯಲ್ಲೂ ಮಾರ್ಗವನ್ನು ಹುಡುಕಿಕೊಳ್ಳಬೇಕು, ಹೊಸ ಮಾರ್ಗವನ್ನು ಸೃಷ್ಟಿಸಬೇಕು. ಸ್ವಲ್ಪ ಕಷ್ಟವಾದರೂ ಚಿಂತೆಯಿಲ್ಲ, ಅವರೇ ಹುಡುಕಿಕೊಂಡು ಬರಲಿ."

"ಅಂತೂ ಎಲ್ಲರನ್ನೂ ಹೇಗೆ ಹದಮಾಡಬೇಕೆಂದು ಮೊದಲೇ ಯೋಚಿಸಿ ನಿರ್ಧಾರ ಮಾಡಿರುವಂತೆ ಕಾಣುತ್ತದೆ" ಎಂದು ಇಂದುಶರ್ಮ ನಕ್ಕ.

ಊಟ ಮುಗಿಸಿ ನಾಲ್ವರೂ ಒಂದು ಮರದ ಕೆಳಗೆ ಚಾಚಿದ ಬಂಡೆಯ ಮೇಲೆ ಉರುಳಿಕೊಂಡರು. ಕೆಲವೇ ಕ್ಷಣಗಳಲ್ಲಿ ಗಾಢವಾದ ನಿದ್ರೆ ಅವರನ್ನು ಆವರಿಸಿತು.

ಅವರು ಎಚ್ಚರಗೊಂಡಾಗ ಸಂಜೆಯಾಗುತ್ತಿತ್ತು. ಗಡಿಬಿಡಿಯಿಂದ ಕೆಲಸಮಾಡಿ ಕತ್ತಲಾಗುವ ವೇಳೆಗೆ ಅವರು ಒಂದು ತಾತ್ಕಾಲಿಕ ಕುಟೀರವನ್ನು ನಿರ್ಮಿಸಿಕೊಂಡರು.

ಐದು ದಿನಗಳ ನಂತರ ನಾಗದತ್ತ ಮತ್ತು ಧರ್ಮದತ್ತನೊಂದಿಗೆ ವಿದ್ಯಾರ್ಥಿಗಳೂ ಬಂದು ಸೇರಿಕೊಂಡರು. ಅವರೊಂದಿಗೆ ಆಹಾರ ಸಾಮಗ್ರಿ, ಕರುಸಹಿತವಾದ ಒಂದು ಕರೆಯುವ ಹಸು, ಗ್ರಂಥಗಳು ಇತ್ಯಾದಿ ಬಂದು ಸೇರಿದವು. ದಾರಿತಪ್ಪಿ ಅವರು ಬರುವುದು ಒಂದು ದಿನ ತಡವಾಗಿತ್ತು. ವಿಷ್ಣುಗುಪ್ತ ಊಹೆ ಮಾಡಿದ್ದಂತೆ ವೇದಗುಪ್ತ ಇನ್ನಾವ ಹಂಚಿಕೆಯನ್ನೂ ಆಲೋಚಿಸದೆ ತಟಸ್ಥನಾಗಿದ್ದ. ಸದ್ಯಕ್ಕೆ ಅವನಿಂದ ಅಥವಾ ಯುವರಾಜ ಆಂಭೀಕನಿಂದ ಯಾವ ತೊಂದರೆಯೂ ಬರದಿದ್ದರೂ ಪ್ರಭಂಜನ, ಸಮಂತಭದ್ರ ಮತ್ತು ಹತ್ತಾರು ವಿದ್ಯಾರ್ಥಿಗಳು ಅಲ್ಲಿದ್ದುಕೊಂಡೇ ಅಗತ್ಯವಾದ ನೆರವು ನೀಡುವ ಭರವಸೆ ನೀಡಿದ್ದರು.

ಎಲ್ಲ ಒಟ್ಟಿಗೆ ಮೂರು ದಿನ ನಿರಂತರವಾಗಿ ಶ್ರಮಿಸಿ ಒಂದು ಪಾಕಶಾಲೆ, ಅಧ್ಯಯನ ಶಾಲೆ, ಒಂದು ಗೋಶಾಲೆಗಳನ್ನು ನಿರ್ಮಿಸುವುದರಲ್ಲಿ ಸಫಲರಾದರು. ಮತ್ತೆ ಮೂರು ದಿನ ಶ್ರಮಿಸಿ ಸುತ್ತಲೂ ಬೇಲಿ ಕಟ್ಟಿ ಅದಕ್ಕೆ ಆಶ್ರಮದ ಆಕಾರ ನೀಡಿದರು. ಅದನ್ನು ನೋಡಿ ವಿಷ್ಣುಗುಪ್ತ ತೃಪ್ತಿಯಿಂದ ಹೇಳಿದ, "ಇದೇ ನಿಜವಾದ ಗುರುಕುಲದ ಲಕ್ಷಣ. ಜನಸಂಚಾರವಿಲ್ಲದ ಪ್ರಾಕೃತಿಕ ವಾತಾವರಣದಲ್ಲಿರುವುದೇ ಸೂಕ್ತವಾದದ್ದು. ಅದನ್ನು ನಗರಕ್ಕೆ ವರ್ಗಾಯಿಸಿ ನಾಗರೀಕ ಲಕ್ಷಣಗಳನ್ನು ನೀಡಿದಾಗಲೇ ಅದು ಕಲುಷಿತವಾಗಲು ಆರಂಭವಾಯಿತೆಂದು ಅನ್ನಿಸುತ್ತಿದೆ."

# ಅಧ್ಯಾಯ ಎರಡು

## ೧

ಪಾಟಲೀಪುತ್ರದ ಅಂಗಡಿ ಬೀದಿಯಲ್ಲಿ ಜನ ಗುಂಪು ಗುಂಪಾಗಿ ನಿಂತು ತಮ್ಮ ತಮ್ಮಲ್ಲೇ ಮಾತಾಡಿಕೊಳ್ಳುತ್ತಿದ್ದರು.

"ಇದೇನು ಅನ್ಯಾಯ ! ಇಂಥ ಕರಗಳನ್ನು ಕನಸಿನಲ್ಲೂ ಊಹಿಸಲು ಸಾಧ್ಯವಿಲ್ಲ" ಎಂದು ಒಬ್ಬ ಉದ್ಗರಿಸಿದ.

"ಏನು ವಿಷಯ ?" ಎಂದ ಇನ್ನೊಬ್ಬ ಕುತೂಹಲದಿಂದ.

"ನಗರಾಧ್ಯಕ್ಷದ ಆಣತಿಯಂತೆ ಬರೆದು ನಿಲ್ಲಿಸಿರುವ ಫಲಕವನ್ನು ನೀನು ನೋಡಲಿಲ್ಲವೇನು ? ಬೇಕಾದರೆ ಮುಂದಿನ ಚೌಕದಲ್ಲಿ ಒಂದಿದೆ, ಹೋಗಿ ನೋಡು."

"ಅದೇನು ನೀನೇ ಹೇಳಿಬಿಡು."

"ಹೆಚ್ಚೇನಿಲ್ಲ, ಬಹಳ ಸಾಮಾನ್ಯ ವಿಷಯ. ಚರ್ಮದ ಮೇಲೆ, ಅಂಟಿನ ಮೇಲೆ ಕರ ಹೇರಿದ್ದಾರೆ."

"ಏನು! ಇದು ಸಾಮಾನ್ಯ ವಿಷಯವೆ? ಚರ್ಮ, ಅಂಟಿನ ಮೇಲೆ ಯಾರಾದರೂ ಕರ ಹೇರುತ್ತಾರೆಯೇ ?"

"ಇದು ನಮಗೆ ಸಾಮಾನ್ಯ ವಿಷಯವಲ್ಲ, ಆದರೆ ನಮ್ಮ ರಾಜ ಧನನಂದನಿಗೆ ಇದು ಅತೀ ಸಾಮಾನ್ಯ ವಿಷಯ. ಬೀಸುವ ಗಾಳಿಯ ಮೇಲೆ, ಕುಡಿಯುವ ನೀರಿನ ಮೇಲೆ ಕರ ಹೇರಿಬಿಟ್ಟರೆ, ಅಲ್ಲಿಗೆ ಬಹುಶಃ ಹೊಸ ಕರ ಹೇರುವ ವಸ್ತುಗಳು ಯಾವುವೂ ಉಳಿಯುವುದಿಲ್ಲವೆಂದು ಕಾಣುತ್ತದೆ."

"ಇದು ತುಂಬಾ ಅನ್ಯಾಯ. ನಾವು ನಗರಾಧ್ಯಕ್ಷರ ಬಳಿಗೆ ನಿಯೋಗ ತೆಗೆದುಕೊಂಡು ಹೋಗಿ ಪ್ರತಿಭಟಿಸೋಣ."

"ನಗರಾಧ್ಯಕ್ಷ ಏನು ಮಾಡುತ್ತಾನೆ ? ಅವನು ರಾಜನ ಆಜ್ಞೆಯಂತೆ ಪ್ರಕಟಣೆ ಹೊರಡಿಸುತ್ತಾನೆ, ಅಷ್ಟೆ."

"ಕೊಡದಿದ್ದರೆ ಆ ಅಮಾತ್ಯ ರಾಕ್ಷಸ ಭಟರ ಜೊತೆಯಲ್ಲಿ ಬಂದು ಒದ್ದು ಕಿತ್ತುಕೊಳ್ಳುತ್ತಾನೆ. ಆಗ ಏಟೂ ತಿನ್ನಬೇಕು, ಕೊಡುವುದನ್ನು ಕೊಡಲೂ ಬೇಕು."

"ನಮ್ಮಿಂದ ಸುಲಿಗೆ ಮಾಡಿದ ಇಷ್ಟೊಂದು ಧನವನ್ನು ಅವನು ಏನು ಮಾಡುತ್ತಾನೋ ?"

"ಅವನ ಹೆಸರೇ ಧನನಂದ. ಸತ್ತನಂತರ ಧನದ ರಾಶಿಯ ಮಧ್ಯದಲ್ಲೇ ಅವನನ್ನು ಸುಡಬೇಕೇನೋ !"

“ಏ ಮೆಲ್ಲಗೆ ಮಾತಾಡು, ರಾಜದ್ರೋಹಿಯೆಂದು ಯಾರಾದರೂ ಗೂಢಚಾರರು ಎಳೆದೊಯ್ದಾರು.”

“ಅಲ್ಲ, ಧನನಂದ ಗಂಗಾತೀರದ ಯಾವುದೋ ರಹಸ್ಯ ಸ್ಥಳದಲ್ಲಿ ಎಂಬತ್ತು ಕೋಟಿಯಷ್ಟು ಸುವರ್ಣ ಮುದ್ರೆಗಳನ್ನು ನೆಲಮಾಳಿಗೆಯಲ್ಲಿ ಅಡಗಿಸಿಟ್ಟಿರುವನಂತೆ.”

“ಇರಬಹುದು, ಅದರಿಂದ ಯಾರಿಗೇನು ಪ್ರಯೋಜನ ?”

“ಅವನಿಗೆ ಪ್ರಯೋಜನವಿಲ್ಲವೆ ? ಅವನ ಸುಖಲೋಲುಪ್ತಿಯನ್ನು ವರ್ಣಿಸಲಾಗುವುದಿಲ್ಲವಂತೆ. ನಿತ್ಯ ನರ್ತನ ಗಾಯನಗಳು, ಮಧುಪಾನ ಗೋಷ್ಠಿಗಳ ಸಂಭ್ರಮವಂತೆ !”

“ಅತೀ ಕೃಪಣ ಅವನು. ಆ ಕಲಾವಿದರಿಗೂ ಉದಾರವಾಗಿ ಕೈಯೆತ್ತಿ ಕೊಡುವುದಿಲ್ಲವೆಂದು ಕಾಣುತ್ತದೆ.”

“ಔದಾರ್ಯವೆಂಬ ಪದವೇ ಅವನಿಗೆ ಗೊತ್ತಿರಲಾರದು. ಎಷ್ಟೇ ಆಗಲಿ ಅವನು ಹೀನ ಕುಲದವನಲ್ಲವೆ ?”

“ಹೀನಕುಲವಾದರೆ ಬುದ್ಧಿಯೂ ಹೀನವಾಗಬೇಕೆ ?”

“ಎಷ್ಟು ಚರ್ಚೆ ಮಾಡಿದರೂ ಅಷ್ಟೆ. ವರ್ಷದಲ್ಲಿ ಮೂರು ನಾಲ್ಕು ಸಲ ಹೀಗೆ ಹೊಸ ಹೊಸ ಕರಗಳನ್ನು ಹೇರುತ್ತಿದ್ದರೆ ಬದುಕುವುದು ಹೇಗೆ? ಹೀಗೇ ಆದರೆ ತುತ್ತು ಅನ್ನ ತಿನ್ನುವುದೂ ಕಷ್ಟವಾಗಬಹುದು.”

“ಇದು ಅನ್ಯಾಯವೆಂದು ಅವನಿಗೆ ಬುದ್ಧಿ ಹೇಳುವವರು ಯಾರೂ ಇಲ್ಲವೆ ? ಪ್ರತಿಭಟಿಸುವ ಧೀರರು ಒಬ್ಬರೂ ಇಲ್ಲವೆ ?”

“ಎಲ್ಲ ಅಮಾತ್ಯರೂ ಅವನ ತಾಳಕ್ಕೆ ತಕ್ಕಂತೆ ಕುಣಿಯುತ್ತಾರೆ. ಅಧಿಕಾರಿಗಳು ಅಂಜಿ ನಡೆಯುತ್ತಾರೆ. ಇನ್ನು ಪ್ರಜೆಗಳ ಪಾಡನ್ನು ಕೇಳುವವರಾರು ?”

“ಆಚಾರ್ಯ ಚಣಕರೊಬ್ಬರು ಮಾತ್ರ ಸ್ವಲ್ಪ ಧೈರ್ಯವಹಿಸಿ ಗಟ್ಟಿಯಾಗಿ ಮಾತಾಡಬಲ್ಲವರು.”

“ಅವರಿಗೇನು ಅಧಿಕಾರವಿದೆ ? ಬರೀ ರಾಜಪುರೋಹಿತ, ಅಷ್ಟೆ ಆ ವೃದ್ಧನ ಮಾತಿಗೆ ಯಾರು ಬೆಲೆ ಕೊಡುತ್ತಾರೆ ?”

“ಅದೂ ನಿಜವೇ.”

ಹೀಗೇ ಹಲವರ ಅಸಮಾಧಾನ ಕೇವಲ ಚರ್ಚೆಯಲ್ಲಿ ಮುಗಿಯಿತು. ತಮ್ಮ ಅಸಹಾಯಕತೆಗೆ ಪರಿಹಾರ ನೀಡುವ ವ್ಯಕ್ತಿ ಇಡೀ ಪಾಟಲೀಪುತ್ರದಲ್ಲಿ ಯಾರೂ ಇಲ್ಲವೆಂಬ ಭಾವನೆ ಅವರಿಗೆ ಬಂತು.

★ ★ ★

ವಣಿಕ ಶ್ರೇಣಿಯ ಪ್ರಮುಖ ವರ್ತಕರಾದ ಬುದ್ಧದಾಸ, ಯಶೋಧರ, ಅಜಿತ ಮತ್ತು ಚಂದ್ರನಾಥ ಸಂಜೆ ಚಂದನದಾಸನ ಮನೆಗೆ ಬಂದಾಗ ಅವನು ಅದೇ ತಾನೆ ಬುದ್ಧದೇವನ ಪೂಜೆ ಮುಗಿಸುತ್ತಿದ್ದ. ಅವರು ಏಕೆ ಬಂದಿರಬಹುದೆಂದು ಊಹೆ ಮಾಡಿದ ಚಂದನದಾಸ “ಬನ್ನಿ ಬನ್ನಿ” ಎಂದು ಸ್ವಾಗತಿಸಿ ಪಡಸಾಲೆಯಲ್ಲಿ ಹಾಕಿದ ಮೆತ್ತೆಗಳ ಮೇಲೆ ಕೂಡಿಸಿದ.

ಅವರಲ್ಲಿ ಬುದ್ಧದಾಸ ಮತ್ತು ಯಶೋಧರ ಬೌದ್ಧಧರ್ಮೀಯರಾದರೆ, ಅಜಿತ ಮತ್ತು ಚಂದ್ರನಾಥ ಜೈನಧರ್ಮಾವಲಂಬಿಗಳು.

"ವಿಷಯ ತಿಳಿಯಿತೇ ಚಂದನದಾಸರೇ ?" ಬುದ್ಧದಾಸ ಕೇಳಿದ.

"ಹೊಸ ಕರಗಳ ವಿಷಯ ತಾನೆ ?"

"ಹೌದು" ಅಜಿತ ಹೇಳಿದ, "ಚರ್ಮ, ಅಂಟುಗಳ ಮೇಲೆಲ್ಲ ಕರ ವಿಧಿಸುವುದು ಕಂಡು ಕೇಳಿಲ್ಲದ ಸಂಗತಿ."

"ನಿಮಗೆ ಅಷ್ಟು ಮಾತ್ರ ಗೊತ್ತು" ಚಂದನದಾಸ ಹೇಳಿದ, "ಬ್ರಾಹ್ಮಣರ ಪೌರೋಹಿತ್ಯದ ಮೇಲೂ ವರ್ಷಕ್ಕೆ ಐವತ್ತು ಪಣ ಕರ ಹೇರಲಾಗಿದೆ. ಯಜ್ಞಯಾಗಾದಿಗಳಿಗೆ ಹತ್ತು ಪಣ, ಹೋಮ ಹವನಾದಿಗಳಿಗೆ ಐದು ಪಣ, ದೇವಾಲಯಗಳ ಅರ್ಚಕರಿಗೆ ತಿಂಗಳಿಗೆರಡು ಪಣ ಕರ ವಿಧಿಸಿದ್ದಾರೆ. ಈ ವಿಷಯ ನಿಮಗೆ ಗೊತ್ತಿಲ್ಲವೇ ?"

"ಯಜ್ಞಯಾಗಗಳ ಮೇಲೆ ಕರ ವಿಧಿಸಿ ಸಾಕಷ್ಟು ಕಾಲವಾಯಿತು. ಬ್ರಾಹ್ಮಣರು ತಮ್ಮ ಷಟ್ಕರ್ಮಗಳಿಗಿಂತ ಬೇರೆಯಾದ ವೃತ್ತಿಯನ್ನು ಅವಲಂಬಿಸಿದರೆ ಅಂಥವರಿಗೆ ಇತರರಿಗಿಂತ ಅಧಿಕ ಕರ ವಿಧಿಸಿ ಮೂರು ನಾಲ್ಕು ವರ್ಷಗಳಾದವು. ಅದು ಒಂದು ರೀತಿಯಲ್ಲಿ ಸರಿಯೇ ಅಲ್ಲವೇ ?" ಎಂದ ಚಂದ್ರನಾಥ.

"ನಿಮ್ಮ ಅಭಿಪ್ರಾಯ ಏನಿದೆಯೋ ನನಗೆ ಗೊತ್ತಿಲ್ಲ" ಚಂದನದಾಸ ಹೇಳಿದ, "ನನ್ನ ದೃಷ್ಟಿಯಲ್ಲಿ ಈ ತಾರತಮ್ಯ ನ್ಯಾಯವಲ್ಲ"

ಅದಕ್ಕೆ ಅಜಿತ ಹೇಳಿದ, "ಆ ವೈದಿಕ ಧರ್ಮದವರ ಗೊಡವೆ ನಮಗೇಕೆ ? ನಾವು ಬೌದ್ಧರು ಮತ್ತು ಜೈನರು ಒಂದಾಗಿರಬೇಕು. ಮತ್ತೆ ಆ ಬ್ರಾಹ್ಮಣರು ತಮ್ಮ ಪ್ರತಿಷ್ಠೆ ಬೆಳೆಸಿಕೊಳ್ಳಲು ಅವಕಾಶ ಕೊಡಬಾರದು. ಚಕ್ರವರ್ತಿಗೂ ಆ ಬ್ರಾಹ್ಮಣರನ್ನು ಕಂಡರೆ ಅಷ್ಟಕ್ಕಷ್ಟೆ ತಿರಸ್ಕಾರವೇ ಇದೆಯೆಂದು ಹೇಳಬಹುದು. ಅದನ್ನು ಉಪಯೋಗಿಸಿಕೊಂಡು ನಾವು ನಮ್ಮ ಪ್ರಯೋಜನವನ್ನು ನೋಡಿಕೊಳ್ಳಬೇಕು. ಅಮಾತ್ಯ ಶ್ರೀಯಕ ಜೈನ, ಅವನು ನಮಗೆ ಸಹಾಯ ಮಾಡಿಯೇ ಮಾಡುತ್ತಾನೆ."

"ಆದರೆ ಚರ್ಮ ಮತ್ತು ಅಂಟುಗಳ ವ್ಯವಹಾರವನ್ನು ನಾನಾಗಲೀ, ನೀವಾಗಲೀ ಮಾಡುತ್ತಿಲ್ಲವಲ್ಲ?" ಎಂದ ಚಂದನದಾಸ ನಗುತ್ತ.

"ಹೌದು" ಬುದ್ಧದಾಸ ಹೇಳಿದ, "ಆದರೆ ಆಭರಣಗಳು, ಕರಕುಶಲ ವಸ್ತುಗಳು, ಅಮೂಲ್ಯ ಹರಳುಗಳು ಇತ್ಯಾದಿಗಳ ಮೇಲಿನ ಮಿತಿಮೀರಿದ ಕರದಿಂದ ಎರಡು ವರ್ಷಗಳಿಂದ ನಮ್ಮ ವ್ಯಾಪಾರವೇ ಕುಸಿದು ಹೋಗಿದೆ. ರತ್ನಪಡಿ ವ್ಯಾಪಾರಿಗಳಾದ ನಿಮಗೂ ಇದು ಗೊತ್ತಿರಬೇಕಲ್ಲವೆ ?"

"ಗೊತ್ತು" ಚಂದನದಾಸ ಹೇಳಿದ, "ಕೊಳ್ಳುವವರಿಲ್ಲದೆ ಚಿನ್ನ, ಬೆಳ್ಳಿ, ವಜ್ರಗಳ ವ್ಯಾಪಾರ ಮೊದಲಿನಂತಿಲ್ಲ"

ಯಶೋಧರ ಹೇಳಿದ, "ಹೇಗಿದ್ದರೂ ಅಮಾತ್ಯ ರಾಕ್ಷಸರು ತಮ್ಮ ಆಪ್ತ ಮಿತ್ರರು. ಅವರಿಗೆ ನೀವು ಒಂದು ಮಾತು ಹೇಳಿದರೆ ಎಲ್ಲ ಕ್ಷಣ ಮಾತ್ರದಲ್ಲಿ ಈಡೇರುತ್ತದೆ."

"ರಾಕ್ಷಸನ ಸ್ವಭಾವ ನಿಮಗೆ ಗೊತ್ತಿಲ್ಲವೆ ? ನಮ್ಮ ಸ್ನೇಹದ ಮಧ್ಯೆ ರಾಜಕೀಯ ವಿಷಯಗಳು ಬಾರದಂತೆ ನಾವು ಎಚ್ಚರ ವಹಿಸಿದ್ದೇವೆ. ರಾಜಶಾಸನವನ್ನು ಅವನು

ನಿರ್ದಾಕ್ಷಿಣ್ಯವಾಗಿ ಕಾರ್ಯರೂಪಕ್ಕೆ ತರುತ್ತಾನೆ. ಒಂದು ವೇಳೆ ನಾನೇ ತಪ್ಪಿತಸ್ಥನಾದರೂ ಅವನು ದಾಕ್ಷಿಣ್ಯ ತೋರಿಸುವವನಲ್ಲ'' ಎಂದ ಚಂದನದಾಸ.

''ಹಾಗಾದರೆ ವಣಿಕ ಶ್ರೇಣಿಯ ಪ್ರಮುಖ ಸದಸ್ಯರೆಲ್ಲ ಅಮಾತ್ಯ ಶ್ರೀಯಕನನ್ನೇ ನೋಡಬೇಕಾಗುತ್ತದೆ'' ಎಂದ ಅಜಿತ.

ಯಶೋಧರ ಹೇಳಿದ, ''ಹೋದರೂ ನಾವು ಚರ್ಮ ಮತ್ತು ಅಂಟುಗಳ ಕರದ ಬಗ್ಗೆಯಾಗಲೀ, ಬ್ರಾಹ್ಮಣರ ಮೇಲಿನ ಕರದ ಬಗ್ಗೆಯಾಗಲೀ ಒತ್ತಾಯ ಮಾಡದೆ ನಮ್ಮ ವ್ಯಾಪಾರದ ವಸ್ತುಗಳ ಬಗ್ಗೆ ಮಾತ್ರ ಒತ್ತಾಯ ತರಬೇಕು.''

''ನೀವು, ಜೈನರು ಮತ್ತು ಬೌದ್ಧರು ಹಾಗೆ ಕೇಳುವುದು ಸಹಜವೆಂದುಕೊಂಡರೂ ಬೇರೆ ವರ್ತಕರು ಆ ವಿಷಯ ಎತ್ತುವುದಿಲ್ಲವೇ ? ಚರ್ಮ, ಅಂಟುಗಳ ವ್ಯಾಪಾರಿಗಳು ಸುಮ್ಮನಿರುತ್ತಾರೆಯೇ ? ಬ್ರಾಹ್ಮಣರ ಬಗ್ಗೆ ಅಭಿಮಾನ, ಗೌರವಗಳುಳ್ಳ ವರ್ತಕರು ಅವರ ಪರವಾಗಿ ಮಾತಾಡುವುದಿಲ್ಲವೆ ?'' ಚಂದನದಾಸ ಕೇಳಿದ.

''ಅವರಿಗಿಂತ ನಮಗೆ ಹೆಚ್ಚು ನಷ್ಟವಾಗುತ್ತಿದೆಯೆಂದು ನಾವು ಉಪಾಯವಾಗಿ ಮನವರಿಕೆ ಮಾಡಿಕೊಡಬೇಕು. ಅದಕ್ಕಿಂತ ಮುಖ್ಯವಾಗಿ ನಾವೆಲ್ಲ ಸೇರಿ ಗುಪ್ತವಾಗಿ ಒಂದಷ್ಟು ಧನ ಕೊಡುವುದಾದರೆ ಚಕ್ರವರ್ತಿ ನಮ್ಮ ಪರವಾಗಿ ಕರ ಕಡಿಮೆ ಮಾಡುವ ಸಾಧ್ಯತೆಯೂ ಇದೆ. ಹೇಗಿದ್ದರೂ ಧನವೆಂದರೆ ಬಾಯಿ ಬಾಯಿ ಬಿಡುವ ಧನನಂದ ಇಂಥ ಪ್ರಸ್ತಾಪವನ್ನು ಒಪ್ಪಲೂ ಬಹುದು'' ಅಜಿತ ಹೇಳಿದ.

''ಒಂದಿಷ್ಟು ಕಳೆದುಕೊಂಡು ಒಂದಷ್ಟನ್ನು ಗಳಿಸುವುದೇ ನಿಜವಾದ ಬುದ್ಧಿವಂತಿಕೆ'' ಎಂದ ಬುದ್ಧದಾಸ.

''ಎರಡೂ ನನಗೆ ಇಷ್ಟವಿಲ್ಲದ ಸಂಗತಿಗಳು'' ಚಂದನದಾಸ ಖಂಡಿತವಾಗಿ ಹೇಳಿದ, ''ಧರ್ಮದ ಹೆಸರಿನಲ್ಲಿ ಮತ್ತು ಲಂಚದ ಆಮಿಷದಿಂದ ಪ್ರಯೋಜನ ಪಡೆಯುವ ಇಚ್ಛೆ ನನಗಿಲ್ಲ.''

''ಹಾಗಾದರೆ ಅಮಾತ್ಯ ಶ್ರೀಯಕನ ಬಳಿಗೆ ನೀವು ಬರುವುದಿಲ್ಲವೇ ?'' ಎಂದು ಯಶೋಧರ ಕೇಳಿದ.

''ಇಲ್ಲ. ಕೆಟ್ಟಿರುವ ವ್ಯವಸ್ಥೆಯನ್ನು ಇನ್ನಷ್ಟು ಕೆಡಿಸಿ ನಮ್ಮ ಸ್ವಾರ್ಥ ಸಾಧಿಸಿಕೊಳ್ಳುವುದು ಕ್ರೌರ್ಯವೆಂದು ನನ್ನ ಭಾವನೆ.''

ಎಲ್ಲ ಅಸಮಾಧಾನದಿಂದ ಮುಖ ಮುಖ ನೋಡಿಕೊಂಡರು. ಬುದ್ಧದಾಸ ಕೇಳಿದ, ''ವಣಿಕ ಶ್ರೇಣಿಯ ಪ್ರಮುಖ ಸದಸ್ಯರಲ್ಲಿ ಒಬ್ಬರಾದ ನೀವು ನಮ್ಮೊಂದಿಗೆ ಬಾರದಿದ್ದರೆ ಹೇಗೆ ?''

''ಎಲ್ಲರ ಹಿತಾಸಕ್ತಿಯ ಬಗ್ಗೆ ಮಾತಾಡುವುದಾದರೆ ನಾನು ನಿಮ್ಮೊಂದಿಗೆ ಬರಲು ಸಿದ್ಧ.''

''ರಾಕ್ಷಸರ ಮಿತ್ರರಾಗಿರುವುದರಿಂದ ಚಂದನದಾಸರಿಗೂ ಬ್ರಾಹ್ಮಣಾಭಿಮಾನ ಬೆಳೆದಿರುವಂತೆ ಕಾಣುತ್ತದೆ'' ಎಂದು ಯಶೋಧರ ಕುಹಕದಿಂದ ನಕ್ಕ.

''ನಿಮ್ಮ ಅಣಕ ನನಗೆ ಅರ್ಥವಾಗುತ್ತದೆ'' ಚಂದನದಾಸ ಸಮಾಧಾನದಿಂದಲೇ ಹೇಳಿದ, ''ಆದರೆ ಧರ್ಮ ನನ್ನ ವೈಯಕ್ತಿಕವಾದದ್ದು. ವ್ಯವಹಾರದಲ್ಲೂ ಅದನ್ನು ತರುವ ಸಂಕುಚಿತ ಮನಸ್ಸು ನನಗಿಲ್ಲ. ರಾಕ್ಷಸ ಮತ್ತು ನನ್ನ ನಡುವೆ ಇರುವ ಸ್ನೇಹಧರ್ಮವನ್ನು

ನನ್ನ ವೈಯಕ್ತಿಕ ಧರ್ಮವಾಗಲೀ, ಅವನ ವೈಯಕ್ತಿಕ ಧರ್ಮವಾಗಲೀ ಕಲುಷಿತಗೊಳಿಸದಂತೆ ನಾವು ನೋಡಿಕೊಂಡಿದ್ದೇವೆ.''

''ಹಾಗಾದರೆ ನಿಮಗೆ ವ್ಯಾಪಾರದಲ್ಲಿ ನಷ್ಟವಾದರೂ ಚಿಂತೆಯಿಲ್ಲವೇ ?'' ಅಜಿತ ಕೇಳಿದ.

''ನನಗೆ ಆಗುತ್ತಿರುವ ನಷ್ಟಕ್ಕಿಂತ, ಏರಿದ ಕರಭಾರದಿಂದ ತತ್ತರಿಸುತ್ತಿರುವ ಕೊಳ್ಳುವ ಜನರ ಬಗ್ಗೆ ನನಗೆ ಹೆಚ್ಚಿನ ಸಹಾನುಭೂತಿಯಿದೆ.''

ಎಲ್ಲರೂ ಸ್ವಲ್ಪಹೊತ್ತು ಮೌನವಾದರು. ಕಡೆಗೆ ಯಶೋಧರ ಹೇಳಿದ, ''ಏನೇ ಆದರೂ, ಚಂದನದಾಸರನ್ನು ಬಿಟ್ಟು ನಿಯೋಗ ತೆಗೆದುಕೊಂಡು ಹೋಗುವುದು ಸರಿಯಲ್ಲ. ಅವರೂ ಬರಲಿ. ಎಲ್ಲರೂ ಮುಕ್ತವಾಗಿ ತಮ್ಮ ತಮ್ಮ ಅಭಿಪ್ರಾಯಗಳನ್ನು ವ್ಯಕ್ತಪಡಿಸಲಿ. ಅಮಾತ್ಯರು ಏನು ಹೇಳುತ್ತಾರೋ ನೋಡೋಣ.''

ಶ್ರೀಯಕನ ಭೇಟಿಯ ಸಮಯ ಗೊತ್ತುಪಡಿಸಿಕೊಂಡು, ನಂತರ, ತಿಳಿಸುವುದಾಗಿ ಹೇಳಿ ಅವರೆಲ್ಲ ಹೊರಟು ಹೋದರು. ಚಂದನದಾಸನ ಅಭಿಪ್ರಾಯದಂತೆ ಮಾತನಾಡಿದರೆ ಯಾವುದೇ ಪ್ರಯೋಜನವಾಗುವುದಿಲ್ಲವೆಂದು ಅವರಿಗೆ ಗೊತ್ತಿತ್ತು. ಹೆಸರಿಗೆ ಮಾತ್ರ ಈ ಭೇಟಿ ನಡೆದು ಹೋಗಲಿ, ಆ ನಂತರ ಚಂದನದಾಸನನ್ನು ಬಿಟ್ಟು ತಾವು ನಾಲ್ವರೇ ಹೋಗಿ ಶ್ರೀಯಕನ ಬಳಿ ರಹಸ್ಯವಾಗಿ ಮಾತಾಡಬೇಕೆಂದು ನಿರ್ಧರಿಸಿಕೊಂಡರು.

★ ★ ★

ಚಂದನದಾಸ ಸುಮಾರು ನಲವತ್ತು ವರ್ಷಗಳ ಸಾತ್ವಿಕ ವ್ಯಕ್ತಿ. ಬೌದ್ಧನಾದ ಅವನು ಅತ್ಯಂತ ಧರ್ಮನಿಷ್ಠ ಯಶೋಮತಿ ಅವನ ಹೆಂಡತಿ ಮತ್ತು ಹತ್ತು ವರ್ಷದ ಬೋಧಿಸತ್ವ ಅವನ ಮಗ. ಅನ್ಯೋನ್ಯವಾದ ಮತ್ತು ಸರಳವಾದ ಬದುಕು ಅವರದು.

ಅವನು ರತ್ನಪಡಿ ವ್ಯಾಪಾರದಲ್ಲಿ ಸಾಕಷ್ಟು ಗಳಿಸಿದ್ದಾನೆ. ಆ ಗಳಿಕೆಯಲ್ಲಿ ಅವನ ತಂದೆ ಗಳಿಸಿಟ್ಟ ಪಾಲೇ ಹೆಚ್ಚೆಂದು ಹೇಳಬಹುದು. ಧನನಂದನ ಆಳ್ವಿಕೆಯಲ್ಲಿ ಹೆಚ್ಚು ಗಳಿಸಿ ಶ್ರೀಮಂತರಾದರು ಬಹಳ ಕಡಿಮೆ ಜನ. ವ್ಯಾಪಾರದಲ್ಲೂ ತನ್ನ ಬದುಕಿನಂತೆ ನ್ಯಾಯ ನೀತಿಯನ್ನು ಮೀರದ ನಡವಳಿಕೆ ಚಂದನದಾಸನದು. ದಾನ ಧರ್ಮದಲ್ಲಿ ಅವನು ಅತ್ಯಂತ ಉದಾರಿ. ಸಜ್ಜನನಾದ ಅವನ ಬಗ್ಗೆ ಎಲ್ಲ ಜನರಿಗೂ ಬಹಳ ಗೌರವ.

ರಾಕ್ಷಸ ಮತ್ತು ಅವನದು ಬಾಲ್ಯದ ಸ್ನೇಹ. ಅವರಿಬ್ಬರ ಕುಟುಂಬದ ನಡುವೆ ಇದ್ದ ಸ್ನೇಹ ಇವರ ಮೂಲಕ ಮುಂದುವರಿಯಿತು. ಕೆಲವು ವರ್ಷ ಒಂದೇ ಗುರುಗಳ ಕೈಕೆಳಗೆ ಇಬ್ಬರೂ ಅಭ್ಯಾಸ ಮಾಡಿದರು. ರಾಕ್ಷಸನ ತಂದೆ ಅಚ್ಯುತಭಟ್ಟನಿಗೆ ರಾಜನಲ್ಲಿ ಹೆಚ್ಚಿನ ಆಪ್ತತೆಯಿದ್ದರೂ ಅವನಿಂದ ಯಾವುದೇ ಪ್ರಯೋಜನವನ್ನು ಬಯಸದೆ ತನ್ನ ಬಡತನಕ್ಕೇ ಅಂಟಿಕೊಂಡ. ಅಷ್ಟು ಹೊತ್ತಿಗೆ ಯುವರಾಜ ಧನನಂದನ ಜೊತೆ ಸ್ನೇಹವೂ ಬೆಳೆದಿತ್ತು. ಅವನ ಸಹವಾಸದಿಂದ ಕ್ಷಾತ್ರವಿದ್ಯೆಯನ್ನೂ ಕಲಿತುಕೊಂಡಿದ್ದ.

ಧನನಂದ ಚಕ್ರವರ್ತಿಯಾದ ಸ್ವಲ್ಪ ಕಾಲದಲ್ಲೇ ಅಚ್ಯುತಭಟ್ಟ ರೋಗದಿಂದ ಹಾಸಿಗೆ ಹಿಡಿದ. ಅವನು ತೀರಿಕೊಂಡಾಗ ರಾಕ್ಷಸ ತುಂಬಾ ದೈನ್ಯಾವಸ್ಥೆಯಲ್ಲಿದ್ದ. ಆದರೆ ಧನನಂದ ರಾಕ್ಷಸನ ಸ್ನೇಹವನ್ನು ಮರೆಯಲಿಲ್ಲ. ರಾಕ್ಷಸನನ್ನು ತನ್ನ 'ಮಹಾಮಾತ್ಯನನ್ನಾಗಿ ನೇಮಿಸಿಕೊಂಡ. ಆ ಕೃತಜ್ಞತೆಯಿಂದ ರಾಕ್ಷಸ ರಾಜನಿಗೆ ಅತ್ಯಂತ ನಿಷ್ಠೆಯಿಂದ ನಡೆದುಕೊಳ್ಳುತ್ತಿದ್ದ. ತನ್ನ

ಮಿತ್ರ ಪ್ರಧಾನಾಮಾತ್ಯನೆಂದು ಅವನಿಂದ ತನ್ನ ಸ್ವಾರ್ಥ ಸಾಧಿಸಿಕೊಳ್ಳುವ ಆಲೋಚನೆ ಚಂದನದಾಸನಿಗೆ ಎಂದೂ ಬರಲಿಲ್ಲ. ರಾಕ್ಷಸನೂ ಕೂಡ ತನ್ನ ಅಧಿಕಾರದ ದೊಡ್ಡಸ್ತಿಕೆಯಿಲ್ಲದೆ ಮೊದಲಿನಂತೆ ಆಗಾಗ ಚಂದನದಾಸನ ಮನೆಗೆ ತಾನೇ ಬಂದು ಮಾತಾಡಿಸಿಕೊಂಡು ಹೋಗುತ್ತಿದ್ದ. ಅವನನ್ನು ರಾಕ್ಷಸ ಎಂಬ ನಂತರದ ಹೆಸರನ್ನು ಬಿಟ್ಟು ವಸುಭೂತಿ ಎಂಬ ಮೂಲ ಹೆಸರಿನಿಂದ ಕರೆಯುತ್ತಿದ್ದವನು ಅವನೊಬ್ಬನೇ. ಚಂದನದಾಸನ ಮನೆ ವಿಶಾಲವಾಗಿದ್ದರೂ, ಅದು ಅತ್ಯಂತ ಸರಳವಾಗಿತ್ತು. ಬೀದಿಯ ಕಡೆಗೆ ಬಾಗಿಲು ಮಾಡಿಕೊಂಡ ಮನೆಯ ಒಂದು ಭಾಗವೇ ಅವನ ವ್ಯಾಪಾರದ ಅಂಗಡಿಯಾಗಿತ್ತು.

★ ★ ★

ವಣಿಕ ಶ್ರೇಣಿಯ ಬುದ್ಧದಾಸ ಮತ್ತು ಅವನ ಜೊತೆಯವರು ಹೋದನಂತರ, ಚಂದನದಾಸ ಚಿಂತಾಕ್ರಾಂತನಾಗಿ ಬಹಳ ಹೊತ್ತು ಸುಮ್ಮನೆ ಕುಳಿತುಬಿಟ್ಟ. ಯಶೋಮತಿ ಊಟಕ್ಕೆ ಸಿದ್ಧಪಡಿಸಿ ಕರೆಯಲು ಬಂದಳು. ಅವನ ಸ್ಥಿತಿಯನ್ನು ನೋಡಿ ಆತಂಕದಿಂದ ಹತ್ತಿರಬಂದು, ಭುಜದ ಮೇಲೆ ಕೈಯಿರಿಸಿ "ಏಕೆ ? ಏನಾಯಿತು ?" ಎಂದು ಕೇಳಿದಳು.

"ದಿನೇ ದಿನೇ ಅಶಾಂತಿಯ ಗೂಡಾಗುತ್ತಿರುವ ಈ ಪಾಟಲೀಪುತ್ರವನ್ನೇ ಬಿಟ್ಟು ಹೋಗಿಬಿಡಬೇಕೆಂದು ಅನ್ನಿಸುತ್ತಿದೆ" ಎಂದ ಚಂದನದಾಸ ಬೇಸರದಿಂದ.

"ಇಲ್ಲೊಂದು ರೀತಿಯ ಅಶಾಂತಿ, ಅಲ್ಲಿ ಇನ್ನೊಂದು ರೀತಿಯ ಅಶಾಂತಿ ಯಿರುವುದಿಲ್ಲವೆಂದು ಹೇಗೆ ಹೇಳುವುದು ?"

"ನಮ್ಮ ರಾಜನಿಗೆ ಕರ ಹೇರಿ ಜನರನ್ನು ಕಾಡುವುದು ಒಂದು ಹವ್ಯಾಸವಾಗಿರುವಂತಿದೆ. ಜನಸಾಮಾನ್ಯರ ಪಾಡು ನೋಡಿದರೆ ಬಹಳ ಸಂಕಟವಾಗುತ್ತದೆ."

"ನಿಮ್ಮ ಮಿತ್ರರಾದ ಅಮಾತ್ಯರಾಕ್ಷಸರು ಚಕ್ರವರ್ತಿಗಳಿಗೆ ಬುದ್ಧಿ ಹೇಳಬಾರದೆ ? ಅವರಿಗೆ ಇದೆಲ್ಲ ಕಣ್ಣಿಗೆ ಕಾಣುತ್ತಿಲ್ಲವೆ ?"

"ಎಷ್ಟೇ ಆಗಲಿ ವಸುಭೂತಿ ರಾಜನಿಷ್ಠ, ರಾಜಶಾಸನವನ್ನು ಯಾವ ಕಾರಣಕ್ಕೂ ಮೀರುವವನಲ್ಲ. ಒಂದು ವೇಳೆ ಅವನು ವಿರೋಧಿಸಿದರೂ ಅದರಿಂದೇನು ಪ್ರಯೋಜನ ? ಉದ್ಧಟನಾದ ಧನನಂದ ಯಾರ ಮಾತನ್ನೂ ಕೇಳುವವನಲ್ಲ. ಅತಿಸುಖದ ಅಮಲಿನಲ್ಲಿ ಕರ್ತವ್ಯವನ್ನೂ ಮರೆತು ಪ್ರಜೆಗಳನ್ನು ಕಾಲಕಸದಂತೆ ಕಾಣುತ್ತಿದ್ದಾನೆ. ಪ್ರತಿಭಟಿಸಿದವರನ್ನು ನಿರ್ದಾಕ್ಷಿಣ್ಯವಾಗಿ ಶಿಕ್ಷಿಸುತ್ತಾನೆ."

"ಪ್ರಜೆಗಳೆಲ್ಲ ದಂಗೆಯೆದ್ದರೆ ಅವನೇನು ಮಾಡಬಲ್ಲ ?"

"ದಂಗೆಯೆದ್ದರೆ ತನ್ನ ಸೇನೆಯ ಸಹಾಯದಿಂದ ದಮನ ಮಾಡುತ್ತಾನೆ. ಧರ್ಮದ ಹೆಸರಿನಲ್ಲಿ, ಸ್ವಾರ್ಥದ ನೆಪದಲ್ಲಿ ಸಣ್ಣ ಸಣ್ಣ ಗುಂಪುಗಳಾಗಿರುವ ಪ್ರಜೆಗಳು ಇಡೀ ಜನಸಮೂಹದ ಹಿತದೃಷ್ಟಿಯಿಂದ ಒಂದೇ ಧ್ವನಿಯಲ್ಲಿ ಮಾತನಾಡುವುದು, ಏಕಶಕ್ತಿಯಾಗಿ ಸಿಡಿದೇಳುವುದು ಸಾಧ್ಯವಿಲ್ಲ. ಈಗ ಬಂದಿದ್ದ ವಣಿಕಶ್ರೇಣಿಯ ಪ್ರಮುಖರು ಏನು ಹೇಳಿದರು ಗೊತ್ತೇ ?"

"ಏನು ಹೇಳಿದರು ?" ಯಶೋಮತಿ ಕುತೂಹಲಗೊಂಡಳು.

"ಬೌದ್ಧ ಧರ್ಮದವರು ಮತ್ತು ಜೈನಧರ್ಮದವರು ಒಟ್ಟಿಗೆ ಸೇರಿ ಅಮಾತ್ಯ ಶ್ರೀಯಕನಿಗೆ ಲಂಚ ಕೊಟ್ಟು ನಾವು ಮಾರಾಟ ಮಾಡುವ ವಸ್ತುಗಳಿಗೆ ಕರ ಕಡಿಮೆ ಮಾಡಿಸಿಕೊಳ್ಳಬೇಕಂತೆ."

"ಇಷ್ಟೊಂದು ಸ್ವಾರ್ಥವಿರಬಾರದು" ಯಶೋಮತಿ ಹೇಳಿದಳು, "ನಮ್ಮ ಬಳಿ ಬರೀ ನಮ್ಮ ಧರ್ಮದವರೇ ವ್ಯಾಪಾರಕ್ಕೆ ಬರುತ್ತಾರೆಯೇ ? ಹಾಗೇನಾದರೂ ಆದರೆ ನಾವು ಬದುಕುವುದು ಸಾಧ್ಯವೇ ? ಅಮಾತ್ಯರಾದವರು ತಮ್ಮ ಧರ್ಮದವರಿಗೆ ಮಾತ್ರವೇ ಪಕ್ಷಪಾತ ತೋರುವುದು ಅನ್ಯಾಯವಲ್ಲವೇ ?"

"ನಿನ್ನಲ್ಲಿರುವ ಈ ಉದಾರ ಭಾವನೆ ಅವರಲಿಲ್ಲವಲ್ಲ ಎಂದು ನನಗೆ ವ್ಯಥೆಯಾಗುತ್ತದೆ ಯಶೋಮತಿ."

"ಪ್ರಧಾನಾಮಾತ್ಯರು ಇದರ ಬಗ್ಗೆ ಏನಾದರೂ ಮಾಡಬಹುದಲ್ಲವೆ ?"

"ಮಾಡಬಹುದು, ಆದರೆ ವಿಚಿತ್ರ ಸ್ವಭಾವದ ಧನನಂದ ಬುದ್ಧಿಮಾತನ್ನು ಕೇಳುವುದಿಲ್ಲ, ಅವನಿಗೆ ಧನಸಂಗ್ರಹ ಮುಖ್ಯ. ಅದರ ಮಾರ್ಗ ಯಾವುದಾದರೂ ಅವನು ಲೆಕ್ಕಿಸುವುದಿಲ್ಲ, ಜೊತೆಗೆ ಬ್ರಾಹ್ಮಣರು ಮತ್ತು ಕ್ಷತ್ರಿಯರೆಂದರೇ ಏಕೋ ಅವನಿಗೆ ಸೇರುವುದಿಲ್ಲ."

"ಬಹುಶಃ ಅವನ ಮೂಲಪುರುಷ ಅಕ್ರಮ ಸಂತಾನವಾಗಿರುವುದು ಕಾರಣ ವಾಗಿರಬಹುದೇ ?"

"ಮೆಲ್ಲಗೆ ಮಾತಾಡು" ಚಂದನದಾಸ ಹೇಳಿದ, "ಅದು ಎಲ್ಲರಿಗೂ ಗೊತ್ತಿರುವ ವಿಷಯ. ನಿನ್ನ ಊಹೆ ಸರಿಯಿರಬಹುದು. ಕೀಳರಿಮೆಯ ಭಾವನೆಯಿಂದ ಅವನು ವಿನಾಕಾರಣ ಆ ಎರಡೂ ವರ್ಣದವರನ್ನು ದ್ವೇಷಿಸುತ್ತಿರಬಹುದು. ಅಥವಾ ಅವರು ಮತ್ತೆ ಪ್ರಬಲರಾದರೆ ತನ್ನ ಅಧಿಕಾರ ಸ್ಥಾನವೇ ಹೋಗಿಬಿಡಬಹುದೆಂಬ ಭೀತಿಯಿರಬಹುದು. ಜನ ಇವನ ಮೂಲಪುರುಷ ಮಹಾಪದ್ಮನಂದನ ಮೂಲದ ಸಂಗತಿಯನ್ನು ಮರೆಯುತ್ತಿದ್ದರು. ಆದರೆ ಇವನು ಅರೆಮರುಳನಂತೆ ಆಡಳಿತ ನಡೆಸುತ್ತ ಪ್ರಜೆಗಳಿಗೆ ಪೀಡೆಯಾಗಿರುವುದರಿಂದ, ಮರೆತುಹೋದ ಸಂಗತಿಯನ್ನು ಯಾರೋ ನೆನಪು ಮಾಡಿಕೊಟ್ಟು, ಈಗ ಎಲ್ಲರ ಬಾಯಲ್ಲೂ ಆ ವಿಷಯ ಗುಸುಗುಸು ಪಿಸುಪಿಸುಗಳ ರೂಪದಲ್ಲಿ ಜೀವಂತವಾಗಿದೆ."

"ಅಂಥ ಚಕ್ರವರ್ತಿಯ ಬಳಿಯಲ್ಲಿ ರಾಕ್ಷಸರು ಕೆಲಸ ಮಾಡುತ್ತಿರುವುದು ನನಗೇನೋ ವಿಚಿತ್ರವೆನ್ನಿಸುತ್ತಿದೆ."

"ಅದು ನಿಜ. ಅಂಥ ಬುದ್ಧಿವಂತ, ವಿದ್ವಾಂಸ, ಜೊತೆಗೆ ಧೀರ ! ರಾಜನಿಷ್ಠೆಯಲ್ಲಿ ಎಲ್ಲರನ್ನೂ ಮೀರಿಸುತ್ತಾನೆ. ಅದಕ್ಕೆ ಕಾರಣ ಕೃತಜ್ಞತೆ. ನಿರಾಶ್ರಯ ಸ್ಥಿತಿಯಲ್ಲಿ ಆದರಿಸಿ, ಅಧಿ ಕಾರವನ್ನು ನೀಡಿದ ಚಕ್ರವರ್ತಿಯ ಬಗ್ಗೆ ಅವನಿಗೆ ನಿಜವಾದ ಪ್ರೇಮವಿದೆ, ಗೌರವವಿದೆ. ಅಮಾತ್ಯನಾದವನು ರಾಜನಿಷ್ಠೆಗಿಂತ ಮಿಗಿಲಾಗಿ ಪ್ರಜಾನಿಷ್ಠೆಯನ್ನು ತೋರಬೇಕಾದದ್ದು ಉಚಿತವೆಂಬುದು ನಮ್ಮ ಅಭಿಪ್ರಾಯವಾದರೂ, ಅವನ ವೈಯಕ್ತಿಕ ಅಭಿಪ್ರಾಯವನ್ನು ತಪ್ಪೆಂದು ಹೇಳುವ ಅಧಿಕಾರ ನಮಗಿಲ್ಲವೆಂದು ಕಾಣುತ್ತದೆ."

"ನನ್ನ ದೃಷ್ಟಿಯಲ್ಲಿ ರಾಕ್ಷಸರ ವರ್ತನೆ ತಪ್ಪೇ. ನೀವು ಅವರಿಗೆ ಅಮಾತ್ಯರ ಕರ್ತವ್ಯವನ್ನು ನೆನಪು ಮಾಡಿಕೊಡುವುದು ತಪ್ಪಲ್ಲವೆಂದೇ ನನ್ನ ಭಾವನೆ. ಇರಲಿ, ಈಗ ಬನ್ನಿ ಊಟ ಮಾಡೋಣ."

"ಬೋಧಿಸತ್ವನ ಊಟವಾಯಿತೇ ?"

"ಊಟವೂ ಆಯಿತು. ನಿದ್ದೆಯನ್ನೂ ಮಾಡಿದ."

ಚಂದನದಾಸ ಎದ್ದು ನಿಧಾನವಾಗಿ ಹೆಂಡತಿಯನ್ನು ಹಿಂಬಾಲಿಸಿದ.

## ೨

ಅರಮನೆಯ ಪೂರ್ವದ್ವಾರದಿಂದ ಸ್ವಲ್ಪದೂರ ನಡೆದರೆ ವಿಶಾಲವಾದ ರಾಜೋದ್ಯಾನ. ಅಲ್ಲಿಂದ ಹತ್ತು ಹೆಜ್ಜೆ ನಡೆದರೆ ಪ್ರಧಾನಾಮಾತ್ಯ ರಾಕ್ಷಸನ ಭವನ. ಅದರ ಪಕ್ಕದಲ್ಲಿರುವುದೇ ಅಮಾತ್ಯ ಶ್ರೀಯಕನ ಭವನ. ಉಳಿದ ಅಮಾತ್ಯಭವನಗಳು ಅರಮನೆಯ ಸನಿಹದಲ್ಲೇ ಬೇರೆ ಬೇರೆ ಕಡೆಗಳಲ್ಲಿ ನಿರ್ಮಾಣಗೊಂಡಿವೆ.

ಚಂದನದಾಸನನ್ನು ಮುಂದಿಟ್ಟುಕೊಂಡು ಅಜಿತ, ಚಂದ್ರನಾಥ, ಬುದ್ಧದಾಸ, ಯಶೋಧರ, ಧನಮಿತ್ರ, ಶಶಿಗುಪ್ತ ಮತ್ತು ಇನ್ನೊಂದಿಬ್ಬರು ವರ್ತಕರು ಶ್ರೀಯಕನ ಭವನದ ಬಾಗಿಲಿಗೆ ಬಂದಾಗ ದ್ವಾರಪಾಲಕ ತಡೆದು ನಿಲ್ಲಿಸಿದ. ಒಳಗೆ ಹೋಗಿಬಂದು, ಹೋಗಬಹುದೆಂದು ಸನ್ನೆಮಾಡಿದ.

ಶ್ರೀಯಕನ ಭವನಕ್ಕೆ ಇದೇ ಮೊದಲ ಸಲ ಬಂದಿದ್ದ ಚಂದನದಾಸ ಕುತೂಹಲದಿಂದ ಸುತ್ತ ನೋಡುತ್ತ ಒಳಗೆ ಹೆಜ್ಜೆಯಿರಿಸಿದ. ಎಡಭಾಗದಲ್ಲಿ ಒಂದು ಅಲಂಕೃತ ಮಂಟಪದಲ್ಲಿ ಅಮೃತಶಿಲೆಯ ಮಧ್ಯಮ ಎತ್ತರದ ಒಂದು ಆಕರ್ಷಕವಾದ ಜಿನಮೂರ್ತಿಯಿತ್ತು. ಅದಕ್ಕೆ ಸ್ವಲ್ಪ ಹೊತ್ತಿಗೆ ಮುಂಚೆ ಪೂಜೆ ನಡೆದಿತ್ತು. ಭವನದ ಅಲಂಕಾರಗಳಲ್ಲಿ ವೈಭವ ಎದ್ದು ಕಾಣುತ್ತಿತ್ತು. ಸೇವಕ ತೋರಿಸಿದ ಕಡೆ ನೆಲದ ಮೇಲೆ ಹಾಸಿದ್ದ ಮೆತ್ತೆಯ ಮೇಲೆ ಎಲ್ಲ ಕುಳಿತುಕೊಂಡರು. ಸ್ವಲ್ಪ ಹೊತ್ತಿಗೆ ಶ್ರೀಯಕ ಓವಿಯಿಂದ ಬಂದು ಪ್ರತ್ಯೇಕವಾಗಿರಿಸಿದ್ದ ಚಿತ್ತಾರದ ಕೆಲಸ ಮಾಡಿದ ಸಿಂಹಾಸನದಂತೆ ಕಾಣುತ್ತಿದ್ದ ಬೆಳ್ಳಿಯ ಪೀಠದ ಮೇಲೆ ಕುಳಿತು, ಎಲ್ಲರತ್ತ ಕೃಪೆ ತೋರಿಸುವಂತೆ ದೃಷ್ಟಿ ಹರಿಸಿದ.

ಶ್ರೀಯಕನ ವಯಸ್ಸು ಮೂವತ್ತರ ಆಸುಪಾಸಿನಲ್ಲಿತ್ತು. ಮುಖದಲ್ಲಿ ಅಧಿಕಾರ ದರ್ಪ ಎದ್ದು ಕಾಣುತ್ತಿತ್ತು. ತುಸು ಸ್ಥೂಲವಾಗಿರುವ ಅವನ ದೇಹ ಸುಖಜೀವನದ ಕಾರಣವೆಂದು ಯಾರಿಗಾದರೂ ಅನ್ನಿಸುತ್ತಿತ್ತು.

ಅರ್ಹತೆಗಿಂದ ಮಿಗಿಲಾಗಿ ಶ್ರೀಯಕನಿಗೆ ಅಮಾತ್ಯ ಪದವಿ ವಂಶದ ಆಸ್ತಿಯಾಗಿ ಬಂದಿತೆಂದು ಹೇಳಬಹುದು. ಅವನ ತಂದೆ ಶಕಟಾಲ ಬಹಳ ವರ್ಷಗಳ ಕಾಲ ನಂದರಾಜರ ಅಮಾತ್ಯ ಪರಿಷತ್ತಿನ ಸದಸ್ಯರಲ್ಲಿ ಒಬ್ಬನಾಗಿದ್ದ. ಸದಾ ರಾಜನ ತಾಳಕ್ಕೆ ತಕ್ಕಂತೆ ಕುಣಿಯುತ್ತ, ಅವನಿಗೆ ಪ್ರಿಯವಾದುದನ್ನು ಮಾಡುತ್ತ ಆತ್ಮೀಯತೆಯನ್ನು ಬೆಳೆಸಿಕೊಂಡಿದ್ದ. ಅವನು ವೃದ್ಧಾಪ್ಯದಿಂದ ಹಾಸಿಗೆ ಹಿಡಿದಾಗ ಸಾಯುವ ಮೊದಲು ತನ್ನ ನಂತರ ತನ್ನ ಮಕ್ಕಳಲ್ಲಿ ಒಬ್ಬರನ್ನು ಅಮಾತ್ಯನನ್ನಾಗಿ ಮಾಡಿಕೊಳ್ಳಬೇಕೆಂದು ಬೇಡಿಕೊಂಡು, ರಾಜನಿಂದ ಮಾತು ತೆಗೆದುಕೊಳ್ಳುವುದರಲ್ಲಿ ಸಫಲನಾದ.

ಹಿರಿಯನಾದ ಸ್ಥೂಲಭದ್ರ ಬದುಕಿನ ಬಗ್ಗೆ ವೈರಾಗ್ಯ ತಾಳಿ ಶ್ರಮಣ ದೀಕ್ಷೆಯನ್ನು ಪಡೆದುಬಿಟ್ಟ. ಉಳಿದವನು ಕಿರಿಯನಾದ ಶ್ರೀಯಕ. ಅವನು ಅಂಥ ವಿದ್ವಾಂಸನಲ್ಲದಿದ್ದರೂ ತಕ್ಕಮಟ್ಟಿನ ವಿದ್ಯಾವಂತನಾಗಿದ್ದ. ಅದಕ್ಕಿಂತ ಮಿಗಿಲಾಗಿ ಚಕ್ರವರ್ತಿಯನ್ನು ಓಲೈಸುವ ವಿದ್ಯೆ ಅವನಲ್ಲಿ ತನ್ನ ತಂದೆಗಿಂತ ಅಧಿಕವಾಗಿತ್ತು. ತನಗಿಂತ ಹೆಚ್ಚು ಪ್ರಭಾವಶಾಲಿಯಾದ ರಾಕ್ಷಸನ ಬಗ್ಗೆ ಅಸೂಯೆಯಿದ್ದರೂ, ಅದನ್ನು ಹೊರಗೆ ತೋರ್ಪಡಿಸಿಕೊಳ್ಳುತ್ತಿರಲಿಲ್ಲ. ಅವನ ದಕ್ಷತೆಯ ಬಗ್ಗೆ ಧನನಂದನಿಗೆ ಅತಿಯಾದ ಭರವಸೆಯಿದ್ದುದು ಒಂದು ಕಾರಣವಾದರೆ, ಇನ್ನೊಂದು

ಮಹಾಬುದ್ಧಿವಂತನಾದ ಅವನು ತನ್ನ ಪದವಿಗೇ ಸಂಚಕಾರ ತಂದಾನೆಂಬ ಅಂಜಿಕೆ. ಆ ಕಾರಣದಿಂದ ಅಮಾತ್ಯ ಪರಿಷತ್ತಿನ ತನ್ನ ಸರಿಸಮಾನರಾದ ಸದಸ್ಯರನ್ನು ನಯವಿನಯದಿಂದಲೇ ಒಲಿಸಿಕೊಂಡು, ತನ್ನ ಅಭಿಪ್ರಾಯಗಳಿಗೆ ಬಹುಮತ ಬರುವಂತೆ ನೋಡಿಕೊಳ್ಳುತ್ತಿದ್ದ. ಅಲ್ಲದೆ ಕರ ವಿಧಿಸುವ ವಿಷಯದಲ್ಲಿ ಮಾತ್ರ ಧನನಂದ ಶ್ರೀಯಕನ ಮಾತಿಗೆ ಹೆಚ್ಚಿನ ಮನ್ನಣೆ ನೀಡುತ್ತಿದ್ದ. ಅದಕ್ಕೆ ಧನನಂದನ ಧನದ ಲಾಲಸೆಯೇ ಪ್ರಮುಖ ಕಾರಣವಾಗಿತ್ತು. ಆ ನೆಪದಲ್ಲಿ ಶಾಸನ ಉಲ್ಲಂಘಿಸಿದ ಸಂದರ್ಭಗಳಲ್ಲಿ ಅಂಥವರಿಗೆ ಅನುಕೂಲ ಮಾಡಿಕೊಟ್ಟು ತಾನೂ ಒಂದಿಷ್ಟು ಲಂಚ ತೆಗೆದುಕೊಂಡು ಶ್ರೀಯಕ ಸಾಕಷ್ಟು ಶ್ರೀಮಂತನಾಗಿದ್ದ.

"ಏನು, ಇಡೀ ವರ್ತಕ ಶ್ರೇಣಿಯೇ ಬಂದುಬಿಟ್ಟಿದೆ! ಏನು ವಿಷಯ? ಈ ಬಡ ಅಮಾತ್ಯನಿಂದೇನಾಗಬೇಕು? ನಮ್ಮ ಪ್ರಧಾನಾಮಾತ್ಯರ ಪರಮ ಮಿತ್ರರಾದ ಚಂದನದಾಸರೂ ಇಲ್ಲಿಯವರೆಗೆ ಬಂದಿರುವುದು ನಮ್ಮ ಸೌಭಾಗ್ಯವೆಂದೇ ಹೇಳಬೇಕು."

ಅವನ ಮಾತಿನ ವ್ಯಂಗ್ಯ ಅರ್ಥವಾಗಿ ಚಂದನದಾಸನಿಗೆ ಬೇಸರವಾಯಿತು. ಅವನು ನಗುತ್ತಲೇ ಹೇಳಿದ, "ಪ್ರಧಾನಾಮಾತ್ಯರು ನನ್ನ ಪರಮ ಮಿತ್ರರು ನಿಜ, ಅಂದ ಮಾತ್ರಕ್ಕೆ ಉಳಿದ ಅಮಾತ್ಯರೆಲ್ಲ ಶತ್ರುಗಳೆಂದು ಹೇಳಬಹುದೇ? ಎಲ್ಲ ಅಮಾತ್ಯರೂ ಮತ್ತು ಚಕ್ರವರ್ತಿಗಳೂ ಸಕಲ ಪ್ರಜೆಗಳಿಗೂ ಮಿತ್ರರಾಗಿ ವರ್ತಿಸಬೇಕೆಂಬುದೇ ಎಲ್ಲರ ನಿರೀಕ್ಷೆ."

"ಅಂದರೆ ಚಕ್ರವರ್ತಿಗಳು ಮತ್ತು ಅಮಾತ್ಯರು ಪ್ರಜೆಗಳ ಶತ್ರುಗಳಾಗಿ ವರ್ತಿಸುತ್ತಿರುವರೆಂದು ಪರೋಕ್ಷವಾಗಿ ಹೇಳುತ್ತಿರುವಂತಿದೆ?"

"ಕ್ಷಮಿಸಿ, ನಾನು ಆರೋಪ ಹೊರಿಸುತ್ತಿಲ್ಲ" ಚಂದನದಾಸ ಹೇಳಿದ. "ಕರಭಾರದಿಂದ ತತ್ತರಿಸುತ್ತಿರುವ ಪ್ರಜೆಗಳ ಗೋಳಿನತ್ತ ತಮ್ಮ ಗಮನ ಸೆಳೆಯಲು ಹಾಗೆ ಹೇಳಬೇಕಾಯಿತು."

"ವಣಿಕಶ್ರೇಣಿಯ ಸಮಸ್ಯೆಯ ಬಗ್ಗೆ ಮಾತಾಡಬೇಕೆಂದು ಬುದ್ಧದಾಸರು ಹೇಳಿದರು. ಆದರೆ ಚಂದನದಾಸರು ಪ್ರಜೆಗಳ ಪ್ರತಿನಿಧಿಯಾಗಿ ಮಾತಾಡುತ್ತಿದ್ದಾರೆ. ಬಹುಶಃ ಅವರಿಗೆ, ಪ್ರಜೆಗಳು ದಂಗೆಯೇಳಬಹುದೆಂದು ಎಚ್ಚರಿಕೆ ಹೇಳುವ ಉದ್ದೇಶವಿರುವಂತಿದೆ" ಎಂದ ಶ್ರೀಯಕ.

"ನಾನು ಹಾಗೆ ಹೇಳಲಿಲ್ಲ" ತನ್ನ ಮಾತಿಗೆ ವಿಪರೀತಾರ್ಥ ಹುಡುಕಿದನೆಂದು ಚಂದನದಾಸ ಅಸಮಾಧಾನಗೊಂಡ.

"ಹಾಗೆ ಹೇಳದಿದ್ದರೂ ಅದರ ಅರ್ಥ ಅದೇ. ನಿಮ್ಮ ಎಚ್ಚರಿಕೆಯನ್ನು ಕೇಳಲು ಸೂಕ್ತವಾದ ವ್ಯಕ್ತಿ ಸ್ವತಃ ಚಕ್ರವರ್ತಿಗಳೇ. ನೀವು ಅವರ ಬಳಿಯಲ್ಲೇ ಮಾತಾಡಬಹುದು."

ಕೆಲಸ ಕೆಟ್ಟಿತೆಂದು ಎಲ್ಲ ಆತಂಕಗೊಂಡರು. "ದಯವಿಟ್ಟು ಬೇಸರಮಾಡಿಕೊಳ್ಳಬೇಡಿ" ಬುದ್ಧದಾಸ ಅಂಗಲಾಚಿದ. "ಚಂದನದಾಸರ ಮಾತಿಗೆ ನೀವು ಅತಿ ಮಹತ್ವ ಕೊಡಬೇಕಾಗಿಲ್ಲ, ಅವರ ಸ್ವಭಾವ ನಿಮಗೆ ಗೊತ್ತೇ ಇದೆ. ಇತರ ವರ್ತಕರ ಕಷ್ಟಗಳ ಕಡೆ ನಿಮ್ಮ ಸಹಾನುಭೂತಿ ಇರಬೇಕು."

"ಏರಿದ ಕರಗಳ ಬಗ್ಗೆ ನಾನೇನೂ ಭರವಸೆ ನೀಡಲಾರೆ, ಇದು ಚಕ್ರವರ್ತಿಗಳ ನಿರ್ಧಾರ" ಎಂದ ಶ್ರೀಯಕ.

"ಚರ್ಮ ಮತ್ತು ಅಂಟುಗಳ ಮೇಲಿನ ಕರದಿಂದ ನಮ್ಮಂಥ ಸಣ್ಣ ವರ್ತಕರು ಮುಳುಗಿಹೋಗುತ್ತೇವೆ" ಎಂದ ಶಶಿಗುಪ್ತ.

"ನೀವೇಕೆ ಮುಳುಗಿ ಹೋಗುತ್ತೀರ ?" ಶ್ರೀಯಕ ಉದಾಸೀನ ಧೋರಣೆಯಿಂದ ಹೇಳಿದ, "ಹಾಗೆ ನೋಡಿದರೆ ಪಾದರಕ್ಷೆಗಳು ಮುಂತಾದ ಚರ್ಮೋತ್ಪನ್ನಗಳು ಅತ್ಯಾವಶ್ಯಕ ವಸ್ತುಗಳಾಗಿರುವುದರಿಂದ ವ್ಯಾಪಾರ ನಡೆದೇ ನಡೆಯುತ್ತದೆ."

"ಅತಿಯಾಗಿ ಬೆಲೆಯೇರಿದರೆ ಜನ ಕೊಳ್ಳುವುದನ್ನೇ ಕಡಿಮೆ ಮಾಡುತ್ತಾರೆ, ಕೊಳ್ಳಲು ಅವರ ಬಳಿ ಧನವಿರಬೇಕಲ್ಲ ?" ಎಂದ ಧನಮಿತ್ರ.

"ನಿಮ್ಮ ಮಾತು ನಿಜ ಅಮಾತ್ಯರೆ" ಯಶೋಧರ ನಡುವೆ ಬಾಯಿಹಾಕಿದ, "ಈಗ ತೊಂದರೆಯಾಗಿರುವುದು ಆಭರಣ, ವಜ್ರ ಮುಂತಾದ ರತ್ನಗಳು, ಬೆಲೆಬಾಳುವ ಕರಕುಶಲ ವಸ್ತುಗಳು, ಇತ್ಯಾದಿಗಳನ್ನು ವ್ಯಾಪಾರಮಾಡುತ್ತಿರುವ ನಮಗೆ. ಅವು ಅತ್ಯಾವಶ್ಯಕ ವಸ್ತುಗಳಲ್ಲದಿರುವುದರಿಂದ ಜನ ಅಂಗಡಿ ಕಡೆಗೆ ಬರುವುದನ್ನೇ ಬಿಟ್ಟಿದ್ದಾರೆ. ಪ್ರತಿದಿನ ನೂರು ಪಣಗಳ ವ್ಯವಹಾರವೂ ನಡೆಯುತ್ತಿಲ್ಲ."

"ಹೌದು ಅಮಾತ್ಯರೇ" ಅಜಿತ ಹೇಳಿದ, "ಭಂಡಾರಕ್ಕೆ ಕರವನ್ನೂ ಕೊಡಬೇಕು, ವ್ಯಾಪಾರವೂ ನಡೆಯುವುದಿಲ್ಲವೆಂದರೆ ನಾವು ಮನೆಮಾರುಗಳನ್ನು ಮಾರಿಕೊಂಡು ಹೋಗಬೇಕಾಗುತ್ತದೆ."

ಎರಡು ಕ್ಷಣ ಯೋಚಿಸುವಂತೆ ಸುಮ್ಮನೆ ಕುಳಿತ ಶ್ರೀಯಕ, ನಂತರ "ನಾನು ಚಕ್ರವರ್ತಿಗಳೊಂದಿಗೆ ಚರ್ಚೆ ಮಾಡಿಯೇ ನಿಮ್ಮ ಜೊತೆ ಮಾತಾಡಬೇಕು. ನನಗೆ ಸ್ವಲ್ಪ ಸಮಯಾವಕಾಶ ಕೊಡಿ. ಏನಾಗುವುದೋ ನೋಡೋಣ. ನನ್ನ ಕೈಲಾದ ಸಹಾಯ ಮಾಡಲು ನಾನು ಪ್ರಯತ್ನಿಸುತ್ತೇನೆ" ಎಂದು ಹೇಳಿ ಮೇಲೆದ್ದ. ಇನ್ನು ಭೇಟಿ ಮುಗಿಯಿತೆಂದು ಅರ್ಥವಾಗಿ ಉಳಿದವರು ಎದ್ದರು. ಶ್ರೀಯಕ ಬೆನ್ನು ತಿರುಗಿಸಿ ಗಂಭೀರ ಮುಖ ಮಾಡಿಕೊಂಡು ಒಳಗೆ ಹೋಗಿಬಿಟ್ಟ.

ಬುದ್ಧದಾಸ ಮತ್ತು ಅವನ ಮಿತ್ರರಿಗೆ ಇದು ನಿರೀಕ್ಷಿತವೇ ಆದರೂ ಚಂದನದಾಸನಿಗೆ ಬಹಳ ಬೇಸರವಾಗಿತ್ತು. "ಇಂಥ ವ್ಯರ್ಥ ಮಾತುಕತೆಗೆ ದಯಮಾಡಿ ಇನ್ನೊಮ್ಮೆ ನನ್ನನ್ನು ಕರೆಯಬೇಡಿ. ಬೇಕಾದರೆ ವಣಿಕಶ್ರೇಣಿಯ ಸದಸ್ಯತ್ವವನ್ನೂ ಬಿಟ್ಟುಬಿಡುತ್ತೇನೆ" ಎಂದು ಅವನು ಸ್ಪಷ್ಟವಾಗಿ ಹೇಳಿಬಿಟ್ಟ. ಅವರಿಗೂ ಅದೇ ಬೇಕಾಗಿತ್ತು.

ಮೊದಲೇ ಮಾಡಿಕೊಂಡ ಹಂಚಿಕೆಯಂತೆ ಅಂದು ರಾತ್ರಿಯೇ ಬುದ್ಧದಾಸ, ಯಶೋಧರ, ಅಜಿತ ಮತ್ತು ಚಂದ್ರನಾಥ ಶ್ರೀಯಕನನ್ನು ರಹಸ್ಯವಾಗಿ ಭೇಟಿ ಮಾಡಿದರು. ತಮ್ಮ ವ್ಯಾಪಾರಕ್ಕೆ ಅನುಕೂಲ ಮಾಡಿಕೊಟ್ಟರೆ ಪ್ರತಿಯೊಬ್ಬರೂ ತಲಾ ಒಂದು ಸಾವಿರ ಸುವರ್ಣಮುದ್ರೆಗಳನ್ನು ಒಂದೇ ಗಂಟಿನಲ್ಲಿ ಕೊಡುವುದಾಗಿ ವಾಗ್ದಾನ ಮಾಡಿದರು. ಶ್ರೀಯಕ ಆ ಮೊತ್ತವನ್ನು ಒಂದೂವರೆ ಸಾವಿರಕ್ಕೆ ಏರಿಸಿ, ಅದರಲ್ಲಿ ತಲಾ ಐದು ನೂರನ್ನು ತನಗೆ ಪ್ರತ್ಯೇಕವಾಗಿ ಕೊಡುವಂತೆ ಹೇಳಿ ಒಪ್ಪಿಸಿ ಕಳಿಸಿದ.

★ ★ ★

ಆ ದಿನ ರೂಢಿಯಂತೆ ಅಮಾತ್ಯ ಪರಿಷತ್ತಿನ ಸಭೆಯಿರಲಿಲ್ಲ. ಅದಕ್ಕೆ ಮುಖ್ಯ ಕಾರಣ ಪ್ರಧಾನಾಮಾತ್ಯ ರಾಕ್ಷಸ ಗಡಿಪರಿಶೀಲನೆಗೆ ಹೋಗಿದ್ದ. ಧನನಂದ ಅವನಿಲ್ಲದಾಗ ಯಾವುದೇ ಪ್ರಮುಖ ನಿರ್ಧಾರಗಳನ್ನು ತೆಗೆದುಕೊಳ್ಳುತ್ತಿರಲಿಲ್ಲ. ಅವನ ಎಲ್ಲ ಸಲಹೆಗಳಿಗೂ ಮನ್ನಣೆ ಕೊಡದಿದ್ದರೂ ಅವನು ಇರಲೇಬೇಕಾಗಿತ್ತು. ಅಷ್ಟರಮಟ್ಟಿಗಾದರೂ ಅವನಿಗೆ

ಗೌರವ ನೀಡುತ್ತಿದ್ದ. ಅದು ರಾಕ್ಷಸನಿಗೆ ಧನನಂದನನ ಬಗ್ಗೆ ಇನ್ನಷ್ಟು ಗೌರವ ಭಾವನೆ ತಾಳಲು ಕಾರಣವಾಗಿತ್ತು.

ಸಭೆ ಮುಗಿದ ನಂತರ ನಿತ್ಯ ನರ್ತನ, ಗಾಯನ ಗೋಷ್ಠಿಗಳಿರಬೇಕು. ಸಭೆಯಿಲ್ಲದಿದ್ದರೆ ಅದು ಇನ್ನಷ್ಟು ಬೇಗ ಆರಂಭವಾಗುತ್ತಿತ್ತು. ಮಹಾರಾಣಿ ಸುಮತಿ, ಹನ್ನೆರಡು ವರ್ಷದ ತನ್ನ ಮಗ ಸುಮಾಲ್ಯನೊಂದಿಗೆ ತನ್ನ ಅಂತಃಪುರದಲ್ಲಿ ಯಾರಾದರೂ ಬ್ರಾಹ್ಮಣ ಪಂಡಿತರನ್ನು ಕರೆಸಿ, ನಿತ್ಯ ಧಾರ್ಮಿಕ ಸಂಗತಿಗಳು, ಪುರಾಣಪುಣ್ಯಕತೆಗಳನ್ನು ಕೇಳುತ್ತ ತನ್ನ ಒಂಟಿತನವನ್ನು ಮರೆಯಲು ಪ್ರಯತ್ನಿಸುತ್ತಿದ್ದಳು. ಆಚಾರ್ಯ ಚಣಕನೆಂದರೆ ಅವಳಿಗೆ ಅತಿಯಾದ ಗೌರವ ಮತ್ತು ವಿಶ್ವಾಸ. ಅವನೂ ಕೂಡ ಯಾವ ಬಿಗುಮಾನವೂ ಇಲ್ಲದೆ ಆಗಾಗ ಅವಳಿಗೆ ಸಮಾಧಾನ ಹೇಳುತ್ತಿದ್ದ.

ಅರಮನೆಗೆ ಹೊಂದಿಕೊಂಡಂತಿದ್ದ ವಿಶಾಲ ಪ್ರದೇಶದಲ್ಲಿ ಧನನಂದ ತನ್ನ ಮನರಂಜನೆಗಾಗಿಯೇ ಒಂದು ಪ್ರಮದೋದ್ಯಾನವನ್ನು ನಿರ್ಮಿಸಿಕೊಂಡಿದ್ದ. ಅದು ಲತಾ ಮಂಟಪಗಳು, ವಿವಿಧ ಬಗೆಯ ಹೂಗಿಡಗಳು, ಸ್ನಾನಕೊಳಗಳು ಮತ್ತು ಕಾರಂಜಿಗಳಿಂದ ಅತ್ಯಂತ ರಮಣೀಯವಾಗಿತ್ತು. ಜೊತೆಗೆ ತನ್ನ ವಿಲಾಸಗಳಿಗೇ ಮೀಸಲಾದ ಒಂದು ಪುಟ್ಟ ಅರಮನೆಯೇ ಅಲ್ಲಿ ನಿರ್ಮಾಣಗೊಂಡಿತ್ತು. ಅದರ ಬಲಭಾಗದಲ್ಲಿ ಭದ್ರವಾದ ಕಾವಲಿದ್ದು, ಆಪ್ತರನ್ನು ಬಿಟ್ಟು ಬೇರೆಯವರು ಪ್ರವೇಶಿಸುವಂತಿರಲಿಲ್ಲ.

ಶ್ರೀಯಕ ಧನನಂದನನ್ನು ಭೇಟಿ ಮಾಡಲು ಪ್ರಮದೋದ್ಯಾನಕ್ಕೆ ಬಂದಾಗ ನಾಲ್ಕು ಜನ ಅರೆ ಬರೆ ವಸ್ತ್ರವಿನ್ಯಾಸದ ಚೆಲುವೆಯರ ನಡುವೆ ಧನನಂದ ಆನಂದದಿಂದ ಕುಳಿತಿದ್ದ. ಆ ಚೆಲುವೆಯರು ಚಿತ್ತಾರದ ಸುವರ್ಣ ಪಾತ್ರೆಗೆ ಪಾನಪಾತ್ರೆಯಿಂದ ಸ್ವಲ್ಪ ಸ್ವಲ್ಪ ಮಧುವನ್ನು ಸುರಿದು ಅವನಿಗೆ ಕುಡಿಯಲು ಕೊಡುತ್ತಿದ್ದರು. ಎದುರಿಗೆ ಎಡಪಕ್ಕದಲ್ಲಿ ಹಾಸಿದ್ದ ಮಕಮಲ್ಲಿನ ಮೆತ್ತೆಯ ಮೇಲೆ ಗಾಯಕಿ ಮತ್ತು ವಾದ್ಯಗಾರರು ಕುಳಿತಿದ್ದರು. ಗಾಯಕಿ ಹಾಡುತ್ತಿದ್ದ ಹಾಡಿನ ರಾಗ ಮತ್ತು ಸಾಹಿತ್ಯ ಪ್ರೇಮಕ್ಕಿಂತ ಹೆಚ್ಚಾಗಿ ಲೈಂಗಿಕ ಕಾಮನೆಗಳನ್ನು ಪ್ರಚೋದಿಸುವಂತಿತ್ತು. ನರ್ತಕಿಯ ವೇಷಭೂಷಣ, ಹಾವಭಾವಗಳೂ ಕೂಡ ಅದಕ್ಕೆ ಪೂರಕವಾಗಿದ್ದವು.

ಧನನಂದ ಸುಮಾರು ನಲವತ್ತು ವರ್ಷಗಳ ಸಾಧಾರಣ ಎತ್ತರ ಗಾತ್ರಗಳ ವ್ಯಕ್ತಿ. ಅತಿ ಸುಖದ ಪರಿಣಾಮವಾಗಿ ಅವನ ದೇಹ ಈಗಾಗಲೇ ಸಾಕಷ್ಟು ಸಡಿಲವಾಗಿತ್ತು. ಒಬ್ಬ ಚಕ್ರವರ್ತಿ ಮತ್ತು ಯೋಧನಿಗಿರಬೇಕಾದ ಧೃಢವಾದ ಮೈಕಟ್ಟು ಅವನಿಗಿರಲಿಲ್ಲ. ಮುಖದಲ್ಲಿ ಸಹಜತೆಯ ಬದಲಾಗಿ ಹೆಣ್ಣಿಗಾಗಿ ಜೊಲ್ಲು ಸುರಿಸುವ ಲಾಲಸೆಯ ಛಾಯೆಯಿತ್ತು. ಅವನು ಧರಿಸಿದ್ದ ರೇಷ್ಮೆವಸ್ತ್ರಗಳು ಮತ್ತು ಬೆಲೆಬಾಳುವ ಆಭರಣಗಳು ಅವನ ದೇಹಕ್ಕೆ ಅಸಹಜವಾಗಿಯೇ ಕಾಣುತ್ತಿದ್ದವು.

ನರ್ತಕಿಯರಲ್ಲಿ ದಷ್ಟಪುಷ್ಟವಾಗಿ ಹೆಚ್ಚು ಆಕರ್ಷಣೀಯವಾಗಿ ಕಾಣುತ್ತಿದ್ದ ಒಬ್ಬಳ ಮೇಲೆ ಅವನ ದೃಷ್ಟಿ ಬಿದ್ದಿತ್ತು. ಅಂದು ರಾತ್ರಿ ಅವಳೊಂದಿಗೆ ವಿಹರಿಸುವ ಸುಂದರ ಕ್ಷಣಗಳ ಕಲ್ಪನೆಯಲ್ಲಿ ಅವನು ಅವಳತ್ತಲೇ ನೋಡುತ್ತಿದ್ದ. ಅದೇ ವೇಳೆಯಲ್ಲಿ ಶ್ರೀಯಕ ಬಂದಿರುವ ವಿಷಯವನ್ನು ಒಬ್ಬಳು ಕಿವಿಯಲ್ಲಿ ಉಸುರಿದಳು. ಅವನು ತಕ್ಷಣ ಮುಖದಲ್ಲಿ ದರ್ಪ ತಂದುಕೊಂಡು ಶ್ರೀಯಕನತ್ತ ನೋಡಿ, ಹತ್ತಿರದಲ್ಲೇ ಕುಳಿತುಕೊಳ್ಳುವಂತೆ ಸನ್ನೆ

ಮಾಡಿದ. ಸೇವಕಿ ತಕ್ಷಣ ಒಂದು ಪೀಠವನ್ನು ತಂದು ಹಾಕಿದಳು. ಧನನಂದನ ಅಕ್ಕಪಕ್ಕ ಕುಳಿತ ಸುಂದರಿಯರು ಎದ್ದು ಹೋದರು.

''ಪ್ರಭು'' ಶ್ರೀಯಕ ಕೆಳದನಿಯಲ್ಲಿ ಆರಂಭಿಸಿದ.

''ಸಮಸ್ಯೆಗಳು ಯಾವಾಗಲೂ ಇದ್ದದ್ದೆ'' ಧನನಂದ ನಗುತ್ತ ಹೇಳಿದ, ''ಸ್ವಲ್ಪ ಹೊತ್ತು ಜೀವನದ ಆನಂದವನ್ನು ಅನುಭವಿಸಿ, ಆಮೇಲೆ ಮಾತಾಡಿದರಾಯಿತು.''

''ತಮ್ಮ ಸರಿಸಮನಾಗಿ ಕುಳಿತು...'' ಶ್ರೀಯಕ ರಾಗವೆಳೆದ.

''ಎಲ್ಲ ಸಂದರ್ಭಗಳಲ್ಲೂ ನಾನು ಚಕ್ರವರ್ತಿ, ನೀವು ಅಮಾತ್ಯರು. ಆದರೆ ಇಂಥ ಸಂದರ್ಭದಲ್ಲೂ ಆ ತಾರತಮ್ಯವೇಕೆ ? ರಾಕ್ಷಸನೇನೋ ಸದಾ ಕರ್ತವ್ಯನಿಷ್ಠೆಯ ಭದ್ರ ಪಂಜರದಲ್ಲಿ ಬಂಧಿಯಾಗಿದ್ದಾನೆ. ಯಾವ ಕಾರಣಕ್ಕೂ ಒಮ್ಮೆ ಕೂಡ ಅತ್ತಿತ್ತ ಚಲಿಸದ ಕರ್ಮಠ ಬ್ರಾಹ್ಮಣ ಆತ'' ಧನನಂದ ಜೋರಾಗಿ ನಕ್ಕ.

ಅದು ಮೆಚ್ಚುಗೆಯೋ, ಅಣಕವೋ ಅರ್ಥವಾಗದೆ ಶ್ರೀಯಕ ತಾನೂ ನಕ್ಕ.

ಧನನಂದ ಮುಂದುವರಿಸಿದ, ''ನೀವಾದರೆ ಇನ್ನೂ ಚಿಕ್ಕ ವಯಸ್ಸಿನವರು. ಜೀವನದ ಸುಖಸಂತೋಷಗಳನ್ನು ತೆರೆದ ಹೃದಯದಿಂದ ಅನುಭವಿಸಬೇಕು. ಚೆಲುವೆಯರ ಸಹವಾಸದ ಸುಖ ಪಡೆಯಲು ಪುಣ್ಯ ಮಾಡಿರಬೇಕು. ಮುಪ್ಪು ಬಂದಾಗ ಕೈಲಾಗದೆ ಪಶ್ಚಾತ್ತಾಪ ಪಡುವುದರ ಬದಲು, ಶಕ್ತಿಯಿದ್ದಾಗ ಇನ್ನಷ್ಟು ಮತ್ತಷ್ಟು ಸುಖವನ್ನು ಸೂರೆ ಮಾಡಿಬಿಡಬೇಕು.''

ಶ್ರೀಯಕ ಮಾತಾಡದೆ, ಆಸಕ್ತಿಯಿಲ್ಲದೆ ಸುಮ್ಮನೆ ಕುಳಿತು ಅವನೊಂದಿಗೆ ನರ್ತನವನ್ನು ನೋಡುತ್ತಿದ್ದ. ಅವನನ್ನೇ ಗಮನಿಸುತ್ತಿದ್ದ ಧನನಂದ ಸ್ವಲ್ಪ ಹೊತ್ತಿನ ನಂತರ ನಗುತ್ತ ಹೇಳಿದ, ''ನೀವು ಮುಳ್ಳಿನ ಮೇಲೆ ಕುಳಿತಂತೆ ಚಡಪಡಿಸುತ್ತಿರುವುದನ್ನು ನೋಡಿದರೆ, ಇನ್ನು ನಿಮ್ಮನ್ನು ಹೆಚ್ಚು ಹೊತ್ತು ಇಲ್ಲಿ ಕೂಡಿಸಿಕೊಳ್ಳುವುದು ಸರಿಯಲ್ಲವೆಂದು ಕಾಣುತ್ತದೆ, ಏನು ವಿಷಯ ಹೇಳಿ.''

ಶ್ರೀಯಕ ತನ್ನ ಬಳಿಗೆ ಬಂದಿದ್ದ ಆ ನಾಲ್ಕು ಜನ ವರ್ತಕರ ವಿಷಯವನ್ನೆಲ್ಲಾ ವಿವರವಾಗಿ ಹೇಳಿದ.

''ಅಂದರೆ, ಏರಿಸಿದ ಕರವನ್ನು ಇಳಿಸಿ ಜನರಿಗೆ ಉಪಕಾರ ಮಾಡಬೇಕೆಂಬ ಅವರ ಅಭಿಪ್ರಾಯ ನಿಮಗೂ ಸಮ್ಮತವಾಗಿ ಕಂಡಿತೆ ?'' ಧನನಂದನ ಧ್ವನಿಯಲ್ಲಿ ಸ್ವಲ್ಪ ಅಸಹನೆ ಇತ್ತು.

''ಪ್ರಜೆಗಳಿಗೆ ಉಪಕಾರ ಮಾಡುವುದು ಮುಖ್ಯವಲ್ಲ, ಆ ಕೆಲವೇ ವರ್ತಕರಿಗೆ ಸ್ವಲ್ಪ ಅನುಕೂಲ ಮಾಡಿಕೊಡಬಹುದು.''

''ನನ್ನನ್ನು ಹೀನಕುಲದವನೆಂದು ಹೀಯಾಳಿಸುವ ಈ ಪ್ರಜೆಗಳನ್ನು ಹುರಿದು ಮುಕ್ಕಿಬಿಡಬೇಕು ಅಮಾತ್ಯರೆ'' ಧನನಂದ ರೋಷಗೊಂಡ. ''ಎಷ್ಟೋ ವರ್ಷಗಳು ಕಳೆದ ನಂತರ ನನಗೆ ಹಿಂದಿನ ಎಂಟನೆಯ ತಲೆಯ ನನ್ನ ಮೂಲ ಪುರುಷನ ಹೆಸರಿನಲ್ಲಿ ಇಂದು ನನ್ನನ್ನು ಹೀನ ಕುಲದವನೆಂದು ಅಪಪ್ರಚಾರ ಮಾಡಿರಬೇಕಾದರೆ, ಅದು ಆ ಸ್ವಪ್ರತಿಷ್ಠೆಯ ಬ್ರಾಹ್ಮಣರದೇ ಕೆಲಸ. ಕ್ಷತ್ರಿಯರನ್ನು ಅಧಿಕಾರ ಸ್ಥಾನದಲ್ಲಿರಿಸಿ, ಅವರಿಂದ ಅತಿ ಮಾನ್ಯತೆ ಪಡೆದು ಸುಖದಿಂದ ಬಾಳುತ್ತಿದ್ದ ಅವರಿಗೆ, ಬೇರೆ ವರ್ಣದವರು ಅಧಿಕಾರಕ್ಕೇರುವುದನ್ನು ಸಹಿಸುವುದೂ ಕಷ್ಟ. ಧರ್ಮ, ದೇವರುಗಳ ಪೌರೋಹಿತ್ಯ ವಹಿಸುವ ಅವರು, ಸಮಾಜದ ಎಲ್ಲ ವರ್ಗದ ಜನರೂ ಸದಾ ತಮ್ಮನ್ನು ಪೂಜ್ಯ ಭಾವನೆಯಿಂದಲೇ ಕಾಣಬೇಕೆಂಬ

ಭ್ರಮೆಯಲ್ಲಿದ್ದಾರೆ. ಆ ಭ್ರಮೆ ನಿಜವಾಗಲು ಅವಕಾಶವಿಲ್ಲದಿರುವುದರಿಂದ ಜನರನ್ನು ಎತ್ತಿ ಕಟ್ಟುತ್ತಿದ್ದಾರೆ. ಆದರೆ ನಾನು ಅದಕ್ಕೆ ಅವಕಾಶ ಕೊಡುವುದಿಲ್ಲ. ಪ್ರಜೆಗಳನ್ನೆಲ್ಲ ಎಷ್ಟು ಸುಲಿಯಬೇಕೋ ಅಷ್ಟು ಸುಲಿದು, ಅವರು ನಿಸ್ಸಹಾಯಕರಾಗುವಂತೆ ಮಾಡುತ್ತೇನೆ. ಪ್ರತಿಭಟನೆಯ ಒಂದು ಧ್ವನಿಯೂ ಹೊರಡಬಾರದು. ಅವರೆಲ್ಲ ಹಸು ಎಮ್ಮೆಗಳಂತೆ ನನ್ನ ಅಧಿಕಾರದ ಚಾಟಿಯೇಟಿಗೆ ಬೆದರಿ ಹೇಳಿದಂತೆ ಕೇಳಬೇಕು.''

ಇದೇ ಮಾತನ್ನು ಧನನಂದನ ಬಾಯಲ್ಲಿ ಶ್ರೀಯಕ ಬಹಳ ಸಲ ಕೇಳಿದ್ದ. ತಾನು ಜೈನನಾಗಿರುವುದರಿಂದಲೇ ಅವನು ತನ್ನ ಬಳಿ ಬ್ರಾಹ್ಮಣರ ಮೇಲಿನ ದ್ವೇಷವನ್ನು ಯಾವ ಹಿಂಜರಿಕೆಯೂ ಇಲ್ಲದೆ ಹೇಳಿಕೊಳ್ಳುವನೆಂದು ಅವನು ಭಾವಿಸಿದ. ''ಅವರು ಬ್ರಾಹ್ಮಣರಲ್ಲ, ಜೈನ ಮತ್ತು ಬೌದ್ಧ ವರ್ತಕರು'' ಎಂದ ಶ್ರೀಯಕ.

''ಹೌದೇ ? ಯಾರವರು ?''

''ಅಜಿತ, ಚಂದ್ರನಾಥ, ಬುದ್ಧದಾಸ ಮತ್ತು ಯಶೋಧರ.''

''ಭಂಡಾಕ್ಕೆ ಬರಬೇಕಾದ ಧನ ಕಡಿಮೆಯಾಗದಂತೆ ಏನಾದರೂ ಉಪಾಯವಿದ್ದರೆ ಮಾಡಬಹುದು.''

''ನಾನೊಂದು ಉಪಾಯ ಯೋಚಿಸಿದ್ದೇನೆ.''

''ಹೇಳಿ, ಹೇಳಿ.''

''ಹೊರಗಿನಿಂದ ಅವರು ತರಿಸಿಕೊಳ್ಳುವ ಮತ್ತು ಒಟ್ಟಾಗಿ ನಗರದಿಂದ ಹೊರಗೆ ಸಾಗಿಸುವ ವಸ್ತುಗಳಿಗೆ ಕರ ಕಡಿಮೆ ಮಾಡಿದರಾಯಿತು. ಅದರ ಬದಲಾಗಿ ಅವರು ಕೊಳ್ಳುವವರ ಮೇಲೆ ಹೆಚ್ಚು ಕರ ವಿಧಿಸಲಿ. ಅದರಲ್ಲಿ ಒಂದು ಭಾಗ ಭಂಡಾರಕ್ಕೆ ಬಂದೇ ಬರುತ್ತದೆ. ಅಷ್ಟೇ ಅಲ್ಲದೆ ಈ ಅನುಕೂಲ ಮಾಡಿಕೊಟ್ಟರೆ ತಲಾ ಒಂದು ಸಾವಿರ ಸುವರ್ಣ ಮುದ್ರೆಗಳನ್ನು ಕಾಣಿಕೆಯಾಗಿ ಕೊಡಲು ಒಪ್ಪಿದ್ದಾರೆ.''

''ಹೌದೇ ?'' ಎಂದು ಉತ್ಸಾಹ ತೋರಿಸಿದ ಧನನಂದ ಮರುಕ್ಷಣದಲ್ಲಿ ''ಆದರೆ ಇದು ಲಂಚವಾಗುವುದಿಲ್ಲವೆ ?''

''ಪ್ರಭು, ಲಂಚವೆಂದರೆ ಲಂಚ, ಕಾಣಿಕೆಯೆಂದರೆ ಕಾಣಿಕೆ. ಇದಿಷ್ಟೇ ಅಲ್ಲ ಸದ್ಯಕ್ಕೆ ಕಣ್ಣೊರೆಸುವ ಉಪಕಾರ ಮಾಡಿ ಮತ್ತೆ ಮತ್ತೆ ಆ ಕಾಣಿಕೆಯನ್ನು ಸುಲಿಯುವುದು ಸಾಧ್ಯ.''

''ನಿಮ್ಮ ಉಪಾಯ ಚೆನ್ನಾಗಿದೆ'' ಧನನಂದ ಸಂತೋಷದಿಂದ ಹೇಳಿದ, ''ಆದರೆ ಈ ವಿಷಯ ರಾಕ್ಷಸನಿಗೆ ಗೊತ್ತಾಗದಂತೆ ಎಚ್ಚರವಹಿಸಬೇಕು. ಅವನಿಗೆ ಇಂಥವೆಲ್ಲ ಇಷ್ಟವಾಗುವುದಿಲ್ಲ. ಅವನ ಎದುರಿನಲ್ಲಿ ನಾನು ಮುಖ ಚಿಕ್ಕದು ಮಾಡಿಕೊಳ್ಳುವಂಥ ಪರಿಸ್ಥಿತಿ ಬಾರದಿದ್ದರಾಯಿತು.''

''ಅವರ ತತ್ವಸಿದ್ಧಾಂತದಂತೆ ನಡೆದರೆ ಭಂಡಾರ ಬರಿದಾಗುತ್ತದೆ. ನಿಮ್ಮ ಅಪಾರವಾದ ಸೇನೆಯನ್ನು ಸಾಕುವುದು ಕಷ್ಟವಾಗುತ್ತದೆ.''

''ಸರಿ, ಅದಕ್ಕೆ ಏನು ವ್ಯವಸ್ಥೆ ಮಾಡಬೇಕೋ ಮಾಡಿ. ನಗರಾಧ್ಯಕ್ಷನಿಗೆ ಆದೇಶ ಕಳಿಸಿ. ಇನ್ನು ನೀವು ಹೋಗಬಹುದು.''

ಶ್ರೀಯಕ ಎದ್ದು ಹೊರಡುತ್ತಿದ್ದಂತೆ ಧನನಂದ ಸನ್ನೆ ಮಾಡಿದ. ಚೆಲುವೆಯರು ಮತ್ತೆ ಅವನನ್ನು ಸುತ್ತುವರಿದರು. ಹೊಸಗೀತೆಗೆ ಹೊಸಬಗೆಯ ನರ್ತನ ಮತ್ತೆ ಆರಂಭವಾಯಿತು. ಧನನಂದ ಮತ್ತೆ ಚೆಲುವೆಯೊಬ್ಬಳು ತುಟಿಯ ಬಳಿಗೆ ತಂದ ಮಧುಪಾತ್ರೆಯನ್ನು ಕೈಯಲ್ಲಿ ಹಿಡಿದು ಆನಂದದಿಂದ ಗುಟುಕರಿಸಿದ.

# ೩

ಪಾಟಲೀಪುತ್ರ ನಗರದ ಮಧ್ಯಭಾಗದಲ್ಲಿದ್ದ ಪಾನಗೃಹದಲ್ಲಿ ಹಲವು ಬಗೆಯ ಜೂಜಿನ ಚಟುವಟಿಕೆಗಳು ನಡೆಯುತ್ತಿದ್ದವು. ಅಂಥ ಕೇಂದ್ರಗಳು ಇಡೀ ನಗರದಲ್ಲಿ ಹತ್ತು ಹನ್ನೆರಡಿದ್ದರೂ ಇದು ಉನ್ನತ ಶ್ರೇಣಿಯದೆಂದೇ ಹೇಳಬಹುದು. ಏಕೆಂದರೆ ಇಲ್ಲಿಗೆ ಧನಿಕರಾದವರೇ ಹೆಚ್ಚು ಮಂದಿ ಬರುತ್ತಿದ್ದರು. ಜೂಜಿನಲ್ಲಿ ಸೋತರೆ ಕಳೆಯುವ ಧನ ಮತ್ತು ಗೆದ್ದರೆ ಗಳಿಸುವ ಧನದ ಮೊತ್ತ ದೊಡ್ಡದಾಗಿಯೇ ಇರುತ್ತಿತ್ತು. ಅಲ್ಲದೆ ಇಲ್ಲಿಗೆ ಬರುತ್ತಿದ್ದ ಗ್ರಾಹಕರಿಗೆ ಅನುಗುಣವಾಗಿ ಹೆಚ್ಚು ಬೆಲೆಯ, ಉತ್ತಮ ಗುಣಮಟ್ಟದ ಪಾನೀಯವನ್ನೇ ಒದಗಿಸಲಾಗುತ್ತಿತ್ತು. ಕರ ಏರಿಕೆ, ಅಶಾಂತಿ, ಕಷ್ಟಗಳು, ರಾಜಕೀಯ ಏರಿಳಿತ ಇವಾವುವೂ ಇಲ್ಲಿಯ ವ್ಯವಹಾರಕ್ಕೆ ಅಡಚಣೆಯುಂಟು ಮಾಡಿಲ್ಲ.

ಈ ಪಾನಗೃಹದ ಒಡೆಯನಾದ ಸುಮಿತ್ರ, ಹೆಸರಿಗೆ ತಕ್ಕಂತೆ ಎಲ್ಲರೊಂದಿಗೆ ಸ್ನೇಹಭಾವದಿಂದಲೇ ಇದ್ದು, ತನ್ನ ವ್ಯಾಪಾರವನ್ನು ಸುಸೂತ್ರವಾಗಿ ನಡೆಸಿಕೊಂಡು ಹೋಗುತ್ತಿದ್ದ. ಅಮಾತ್ಯರು, ಸೇನಾಧ್ಯಕ್ಷರ ಅಂತಸ್ತಿನವರನ್ನು ಬಿಟ್ಟು ಉಳಿದ ಎಲ್ಲ ಹಂತದ ಅಧಿಕಾರಿಗಳೂ, ಕೆಲವರು ನಿಯಮಿತವಾಗಿ, ಕೆಲವರು ಆಗಾಗ ಒಮ್ಮೊಮ್ಮೆ, ಅಂತೂ ಒಮ್ಮೆಯಾದರೂ ಅಲ್ಲಿಗೆ ಭೇಟಿ ಕೊಟ್ಟೇ ಇದ್ದರು. ಕೆಲವು ಸಂಕೋಚ ಸ್ವಭಾವದವರ ಮನೆಗೇ ರಹಸ್ಯವಾಗಿ ಪೂರೈಕೆ ಮಾಡುತ್ತಿದ್ದ. ಹೀಗಾಗಿ ನಗರದಲ್ಲಿ ಸುಮಿತ್ರ ಅತ್ಯಂತ ಪ್ರಭಾವಶಾಲಿ ವ್ಯಕ್ತಿಗಳಲ್ಲಿ ಒಬ್ಬನಾಗಿದ್ದ. ಶ್ರೀಮಂತಿಕೆಯಲ್ಲೂ ಅವನು ಹಿರಿಯನಾಗಿದ್ದ. ಅವನ ಪಾನಗೃಹದ ವ್ಯವಹಾರದ ಮೇಲೆ ರಾಜಶಾಸನ ವಿಧಿಸಿದ ಕರ ಅಧಿಕವಾದರೂ, ಅವನು ನಿಯಮಿತವಾಗಿ ತಡಮಾಡದೆ ಸಂದಾಯ ಮಾಡುತ್ತಿದ್ದ.

ಆ ದಿನ ಬುದ್ಧದಾಸ, ಅಜಿತ, ಯಶೋಧರ ಮತ್ತು ಚಂದ್ರನಾಥ ಪಾನಗೃಹಕ್ಕೆ ಬಂದಾಗ ರಾತ್ರಿ ಬಹಳ ಹೊತ್ತಾಗಿತ್ತು. ಸುಮಿತ್ರ ತಾನೇ ಎದ್ದು ಹೋಗಿ ನಗುತ್ತ ಸ್ವಾಗತಿಸಿದ. ಈಗಾಗಲೇ ಪಾನಪ್ರಿಯರ ಮಾತುಕತೆ ವಾತಾವರಣವನ್ನು ತುಂಬಿತ್ತು. ಪಕ್ಕದ ದೊಡ್ಡ ಅಂಗಳದಲ್ಲಿ ನಡೆಯುತ್ತಿದ್ದ ಜೂಜಾಟದ ಗದ್ದಲ, ಕೂಗು ಕೇಕೆಗಳು ಸ್ಪಷ್ಟವಾಗಿ ಕೇಳಿ ಬರುತ್ತಿದ್ದವು. ಸುಮಿತ್ರ ಅವರನ್ನು ಇನ್ನೊಂದು ಕೋಣೆಗೆ ಕರೆದೊಯ್ದ. ಅದು ಪ್ರತ್ಯೇಕವಾಗಿತ್ತು. ಬಾಗಿಲು ಹಾಕಿದರೆ ಮುಕ್ಕಾಲು ಭಾಗ ಗದ್ದಲ ಕೇಳುತ್ತಿರಲಿಲ್ಲ. ಅವರಿಗೆ ಏನೇನು ಬೇಕೆಂದು ಸುಮಿತ್ರ ಕೇಳಿದ.

''ನೀನೇ ಎಲ್ಲ ತಂದುಬಿಡು'' ಎಂದು ಬುದ್ಧದಾಸ ವಿವರಗಳನ್ನು ಹೇಳಿದ..

''ನನಗೆ ಬೇರೆ ವ್ಯವಸ್ಥೆ ನೋಡಿಕೊಳ್ಳುವ ಕೆಲಸವಿದೆ. ಒಬ್ಬ ಹೊಸ ಸೇವಕನಿದ್ದಾನೆ. ತುಂಬ ಚುರುಕಾಗಿ ಕೆಲಸ ಮಾಡುತ್ತಾನೆ. ಆದರೆ ಅವನು ಕಿವುಡ ಮತ್ತು ಮೂಕ. ಪ್ರಳಯವಾದರೂ ಅವನಿಗೆ ಕೇಳಿಸುವುದಿಲ್ಲ'' ಎಂದು ಹೇಳಿ ಸುಮಿತ್ರ ಹೊರಗೆ ಹೋದ.

''ನಾನು ಹೇಳಿರಲಿಲ್ಲವೆ, ಶ್ರೀಯಕನನ್ನು ಹಿಡಿದರೆ ಕೆಲಸವಾಗುವುದೆಂದು ?'' ಎಂದ ಬುದ್ಧದಾಸ ಹೆಮ್ಮೆಯಿಂದ.

''ಆ ಚಂದನದಾಸನ ಮಾತು ಕೇಳಿದರೆ ಆಗುವ ಕೆಲಸಕ್ಕೂ ಕಲ್ಲು ಬೀಳುವುದೆಂದು ನಾನೂ ಮೊದಲೇ ಹೇಳಿದ್ದೆ'' ಎಂದ ಚಂದ್ರನಾಥ.

ಅಷ್ಟರಲ್ಲಿ ಒಬ್ಬ ತರುಣ ಪಾನಪಾತ್ರೆಗಳನ್ನೂ, ಜೊತೆಗೆ ತಿನ್ನುವ ಪದಾರ್ಥಗಳನ್ನೂ ತೆಗೆದುಕೊಂಡು ಬಂದ. ಸಾವಧಾನದಿಂದ ಅವನು ಮಧುವನ್ನು ಬಟ್ಟಲುಗಳಿಗೆ ಸುರಿದ.

''ಏ, ನಿನ್ನ ಹೆಸರೇನು ?'' ಅಜಿತ ಜೋರಾಗಿ ಕಿರುಚಿದ.

ಅವನು ಕಿಂಚಿತ್ತೂ ಕೇಳಿಸದವನಂತೆ ತನ್ನ ಕೆಲಸದಲ್ಲಿ ತೊಡಗಿದ್ದ. ಯಶೋಧರ ಜೋರಾಗಿ ಚಪ್ಪಾಳೆ ಹೊಡೆದು ನೋಡಿದ. ಆಗಲೂ ಅದು ಅವನಿಗೆ ಕೇಳಿಸಲಿಲ್ಲ. ಅವನು ನಿಜವಾಗಲೂ ಕಿವುಡನೆಂದು ಅವರಿಗೆ ನಂಬಿಕೆ ಬಂತು. ಎಲ್ಲ ಸಿದ್ಧಗೊಳಿಸಿ ಅವನು ಹೊರಟಾಗ, ಬುದ್ಧದಾಸ ಅವನ ಬೆನ್ನ ಮೇಲೆ ಹೊಡೆದ. ಅವನು ಮುಖ ನೋಡಿದಾಗ, 'ಇಲ್ಲೇ ಇರು, ಮತ್ತೇನಾದರೂ ಬೇಕಾದರೆ ಕೂಗಿಕೊಳ್ಳಬೇಕಾಗುತ್ತದೆ' ಎಂದು ಹೇಳಲು ಚಿತ್ರವಿಚಿತ್ರವಾಗಿ ಸನ್ನೆ ಮಾಡಿದ.

''ಹೋಗಲಿ ಬಿಡು'' ಅಜಿತ ಹೇಳಿದ, ''ಅವನು ಇಲ್ಲಿದ್ದರೆ ನಾವು ಮುಕ್ತವಾಗಿ ಮಾತಾಡಲು ಸಾಧ್ಯವಾಗುವುದಿಲ್ಲ.''

ಬುದ್ಧದಾಸ ನಕ್ಕ ''ಅವನು ಕಿವುಡ, ನಾವು ಏನು ಬೇಕಾದರೂ ಮಾತಾಡಿಕೊಳ್ಳಬಹುದು.''

ಸೇವಕ ಒಂದು ಮೂಲೆಯಲ್ಲಿ ಎತ್ತಲೋ ನೋಡುತ್ತ ಮುದುಡಿ ಕುಳಿತ. ಅವರು ಮಧು ತುಂಬಿದ ಬಟ್ಟಲುಗಳನ್ನು ಕೈಗೆತ್ತಿಕೊಂಡು, ಗುಟುಕು ಗುಟುಕಾಗಿ ಕುಡಿಯುತ್ತ ನಾಲಿಗೆಗಳನ್ನು ಸಡಿಲ ಬಿಟ್ಟರು.

''ಅಲ್ಲ ಆ ಧನಮಿತ್ರ, ಶಶಿಗುಪ್ತ ಮತ್ತಿತರರು ನಮ್ಮನ್ನು ತಪ್ಪು ತಿಳಿಯುವುದಿಲ್ಲವೆ ?'' ಚಂದ್ರನಾಥ ಸಂದೇಹ ವ್ಯಕ್ತಪಡಿಸಿದ.

''ಚಕ್ರವರ್ತಿಗೆ ಒಂದುಸಾವಿರ, ಅಮಾತ್ಯ ಶ್ರೀಯಕನಿಗೆ ಐದು ನೂರು ಸುವರ್ಣ ಮುದ್ರೆಗಳನ್ನು ಕಾಣಿಕೆ ಕೊಟ್ಟು, ನಮ್ಮ ವ್ಯಾಪಾರದ ವಸ್ತುಗಳ ಮೇಲೆ ಕರ ಕಡಿಮೆ ಮಾಡಿಸಿಕೊಂಡೆವೆಂದು ನಾವೇನು ಡಂಗುರ ಹೊಡೆಯುತ್ತೇವೆಯೇ ?'' ಎಂದ ಬುದ್ಧದಾಸ.

''ಡಂಗುರ ಹೊಡೆಯದಿದ್ದರೂ ವಿಷಯ ತಿಳಿದೇ ತಿಳಿಯುವುದಲ್ಲವೇ ? ನಗರಾಧ್ಯಕ್ಷನಾದರೂ ಅದನ್ನು ಪ್ರಚುರ ಪಡಿಸಲೇಬೇಕು'' ಯಶೋಧರ ಹೇಳಿದ.

''ತಿಳಿದರೆ ತಿಳಿಯಲಿ ಬಿಡಿ'' ಬುದ್ಧದಾಸ ಹೇಳಿದ, ''ಧನಮಿತ್ರ ಮತ್ತು ಶಶಿಗುಪ್ತನಿಗೆ ಒಂದೂವರೆ ಸಾವಿರ ಸುವರ್ಣ ಮುದ್ರೆಗಳನ್ನು ಕೊಡುವ ಸಾಮರ್ಥ್ಯವೆಲ್ಲಿದೆ ? ಅವರ ತಿಂಗಳ ಒಟ್ಟು ಸಂಪಾದನೆಯೂ ಅಷ್ಟಾಗುವುದೋ ಇಲ್ಲವೋ !''

''ಹಾಗೂ ಅವರು ಆ ವಿಷಯ ಎತ್ತಿದರೆ, ನೀವೂ ಒಂದೂವರೆ ಸಾವಿರ ಸುವರ್ಣ ಮುದ್ರೆಗಳನ್ನು ತನ್ನಿ, ಶ್ರೀಯಕನ ಬಳಿಗೆ ನಾನೇ ಕರೆದುಕೊಂಡು ಹೋಗಿ ನಿಮ್ಮ ಕೆಲಸ ಮಾಡಿಸಿ ಕೊಡುತ್ತೇನೆ ಎಂದು ಹೇಳಿದರೆ ಅವರೇ ಬಾಯಿ ಮುಚ್ಚಿಕೊಳ್ಳುತ್ತಾರೆ'' ಎಂದ ಅಜಿತ.

ಅವರು ಮಾತಿನಲ್ಲೇ ಮೈಮರೆತಿರುವಾಗ ಸೇವಕ ಎದ್ದು ನಿಂತು ಹತ್ತಿರ ಬಂದು ಮತ್ತೇನಾದರೂ ಬೇಕೆ ? ಎಂದು ಸನ್ನೆಯ ಮೂಲಕ ಕೇಳಿದ. ಅವರು ಹೇಳಿದ್ದನ್ನು ಬಹಳ ಬೇಗನೆ ತಂದುಕೊಟ್ಟ. ''ಹುಡುಗ ಚುರುಕಾಗಿದ್ದಾನೆ'' ಎಂದ ಬುದ್ಧದಾಸ ಮೆಚ್ಚುಗೆಯಿಂದ. ಅವನು ಮತ್ತೆ ಹೋಗಿ ಬಾಗಿಲ ಬಳಿ ಮೂಲೆಯಲ್ಲಿ ಕುಳಿತ. ಅವರ ಮಾತುಕತೆ ಮತ್ತೆ ಮುಂದುವರಿಯಿತು.

''ಅಲ್ಲ, ಧನನಂದ ಮಹಾಮೂರ್ಖನಲ್ಲವೆ ?'' ಎಂದ ಅಜಿತ.

"ಬರೀ ಒಂದು ಸಾವಿರ ಸುವರ್ಣ ಮುದ್ರೆಗಳ ಆಸೆಗೆ ಕರ ಕಡಿಮೆ ಮಾಡಲು ಒಪ್ಪಿದ್ದಾನಲ್ಲಾ! ಕರವನ್ನೇ ಕೊಟ್ಟಿದ್ದರೆ ಭಂಡಾರಕ್ಕೆ ಅದಕ್ಕಿಂತ ಹೆಚ್ಚಿಗೆ ಬರುತ್ತಿರಲಿಲ್ಲವೆ ?"

"ಇಲ್ಲ ಅವನು ಬುದ್ಧಿವಂತ" ಬುದ್ಧದಾಸ ಹೇಳಿದ, "ನಮ್ಮ ವ್ಯಾಪಾರದ ಪ್ರಮಾಣವೇ ಕಡಿಮೆಯಾದರೆ ಕರವನ್ನು ಎಲ್ಲಿಂದ ಕೊಡುವುದು ? ಭಂಡಾರಕ್ಕೂ ಧನವಿಲ್ಲ, ನಮಗೂ ಲಾಭವಿಲ್ಲ. ಈಗ ಕುಸಿದಿರುವ ನಮ್ಮ ವ್ಯವಹಾರ ಸುಧಾರಿಸುತ್ತದೆ, ಸ್ವಲ್ಪ ಸ್ವಲ್ಪ ಭಂಡಾರಕ್ಕೂ ಕಾಣಿಕೆ ಕೊಡಬಹುದು."

"ಸಾಮಾನ್ಯ ಜನರಿಗಂತೂ ಯಾವ ಪ್ರಯೋಜನವೂ ಆಗಲಿಲ್ಲ" ಎಂದ ಯಶೋಧರ.

"ಅದನ್ನು ಕಟ್ಟಿಕೊಂಡು ನಮಗೇನಾಗಬೇಕು ?" ಚಂದ್ರನಾಥ ಔದಾಸೀನ್ಯದಿಂದ ಹೇಳಿದ, "ನಮ್ಮ ಹಿತ ನಾವು ನೋಡಿಕೊಳ್ಳಬೇಕು. ಇಲ್ಲವಾದರೆ ನಾವೂ ಸಾಮಾನ್ಯ ಪ್ರಜೆಗಳಂತೆ ತುತ್ತು ಅನ್ನಕ್ಕೂ ಕಷ್ಟ ಪಡುವ ಚಿಂತಾಜನಕ ಸ್ಥಿತಿ ಬಂದುಬಿಡುತ್ತದೆ."

ಅಜಿತ ಇದ್ದಕ್ಕಿದ್ದಂತೆ ಜೋರಾಗಿ ನಕ್ಕ.

"ಏಕೆ ? ಏಕೆ ನಗು ? ನಗುತರಿಸುವ ಮಾತಾವುದನ್ನೂ ನಾನು ಆಡಲಿಲ್ಲವಲ್ಲ ?" ಎಂದ ಚಂದ್ರನಾಥ ಅಸಮಾಧಾನದಿಂದ.

ನಗುತ್ತಲೇ ಅಜಿತ ಹೇಳಿದ, "ನಾವು ಬೌದ್ಧ ಮತ್ತು ಜೈನಧರ್ಮಾವಲಂಬಿಗಳು. ಸತ್ಯ, ಅಹಿಂಸೆ, ಸರಳ ಜೀವನ, ನಾಳೆಗೆಂದು ಸಂಪತ್ತನ್ನು ಸಂಗ್ರಹಿಸಬಾರದು ಎಂಬ ಉದಾತ್ತ ತತ್ವಗಳನ್ನು ಹೇಳುವ ಧರ್ಮಕ್ಕೆ ಸೇರಿದವರು. ಆದರೆ ನಾವು ಮಾಡುತ್ತಿರುವುದೆಲ್ಲ ಅದಕ್ಕೆ ತದ್ವಿರುದ್ಧವಾದದ್ದೇ ಅಲ್ಲವೆ ? ಇದೆಂಥ ವಿಪರ್ಯಾಸ ! ಎಂದು ನಗು ಬಂತು. ನಿಮಗೂ ಹಾಗೆ ಅನ್ನಿಸುತ್ತಿಲ್ಲವೇ ?"

"ನಮ್ಮ ಅಮಾತ್ಯ ಶ್ರೀಯಕರೂ ಜೈನಧರ್ಮದವರೇ, ಅವರಿಗೆ ನಮಗಿಂತ ಹೆಚ್ಚು ಆಸೆ" ಎಂದ ಯಶೋಧರ.

"ನಮ್ಮ ಧರ್ಮ ಇಷ್ಟು ಉದಾತ್ತವಾದುದು ಎಂದು ಹೆಮ್ಮೆಯಿಂದ ಹೇಳಿಕೊಳ್ಳಲು ಸೊಗಸಾಗಿರುತ್ತದೆ. ಆಚರಣೆ ಮಾಡಲು ಹೋದರೆ ನಾವು ಊರು ಬಿಟ್ಟು ಕಾಡು ಸೇರಿ ತಪಸ್ಸಿಗೆ ಸಿದ್ಧರಾಗಬೇಕಾಗುತ್ತದೆ" ಎಂದು ಅಜಿತ ನಕ್ಕ.

"ನಾವು ಹೋಗುತ್ತೇವೆಂದರೂ ನಮ್ಮ ಹೆಂಡತಿ ಮಕ್ಕಳು ನಮ್ಮನ್ನು ಬಿಡಬೇಕಲ್ಲಾ" ಎಂದು ಬುದ್ಧದಾಸನೂ ನಕ್ಕ.

"ಅವೆಲ್ಲ ಸರ್ವಸಂಗ ಪರಿತ್ಯಾಗ ಮಾಡಿದ ವಿರಾಗಿಗಳಿಗೆ, ನಮ್ಮಂಥ ಸಂಸಾರಿಗಳಿಗಲ್ಲ ಅಂದುಕೊಂಡರಾಯಿತು" ಎಂದ ಚಂದ್ರನಾಥ.

ಎರಡು ಕ್ಷಣದ ನಂತರ ಬುದ್ಧದಾಸ ಹೇಳಿದ, "ನಮ್ಮ ಚಕ್ರವರ್ತಿ ಧನನಂದ ಗಂಗಾತೀರದಲ್ಲಿ ಎಂಭತ್ತು ಕೋಟಿ ಸುವರ್ಣ ಮುದ್ರೆಗಳನ್ನು ರಹಸ್ಯವಾಗಿ ನೆಲಮಾಳಿಗೆಯಲ್ಲಿ ಅಡಗಿಸಿಟ್ಟಿರುವನಂತೆ ?"

"ಹೌದು, ನಾನೂ ಕೇಳಿದ್ದೇನೆ" ಎಂದ ಅಜಿತ.

"ಆ ಸ್ಥಳ ಗೊತ್ತಾಗಿಬಿಟ್ಟರೆ, ಹತ್ತು ತಲೆಮಾರು ಕುಳಿತು ತಿಂದರೂ ಅದು ಕರಗುವುದಿಲ್ಲ" ಎಂದ ಚಂದ್ರನಾಥ ಆಸೆಯಿಂದ.

"ಹೋಗಿ ಚಕ್ರವರ್ತಿಗಳನ್ನೇ ಕೇಳು."

"ಏನೆಂದು ?"

"ಅದೇ, ಆ ರಹಸ್ಯ ಸ್ಥಳ ಎಲ್ಲಿದೆ ? ಅದರ ನಕ್ಷೆ ಕೊಡಿ ಎಂದು." ಮತ್ತೆ ಎಲ್ಲ ಸ್ವಲ್ಪ ಹೊತ್ತು ಜೋರಾಗಿ ನಕ್ಕರು.

"ಅಷ್ಟೊಂದನ್ನು ಅನುಭವಿಸದೆ ಇಟ್ಟುಕೊಂಡು ಅವನೇನು ಮಾಡುತ್ತಾನೆ ?" ಅಜಿತ ತನ್ನಷ್ಟಕ್ಕೆಂಬಂತೆ ಹೇಳಿಕೊಂಡ.

"ಅವನು ಸತ್ತರೆ ಆ ಚಿನ್ನದ ಜೊತೆಯಲ್ಲೇ ಅವನನ್ನು ಹೂಳಬಹುದು ಅಥವಾ ಸುಡಬಹುದು" ಎಂದ ಯಶೋಧರ.

"ಹೂಳುವವರಿಗೆ ಬುದ್ಧಿಯಿರುವುದಿಲ್ಲವೆ ? ಅವರು ಆ ಮುದ್ರೆಗಳನ್ನು ಎತ್ತಿಕೊಳ್ಳದೆ ಹಾಗೇ ಬಿಡುತ್ತಾರೆಯೆ ?" ಎಂದು ಅಜಿತ ಕೇಳಿದ.

"ಚಕ್ರವರ್ತಿಯ ಭಯವಿರುವುದಿಲ್ಲವೆ ?" ಚಂದ್ರನಾಥ ಕೇಳಿದ.

"ಸತ್ತ ಚಕ್ರವರ್ತಿ ಎದ್ದು ಬಂದು ಶಿಕ್ಷೆ ಕೊಡುವನೆಂದು ಭಯಪಡುತ್ತಾರೆಯೇ ?" ಎಂದು ಬುದ್ಧದಾಸ ಹೇಳಿದಾಗ ಮತ್ತೆ ಎಲ್ಲ ನಕ್ಕರು.

"ಚಕ್ರವರ್ತಿ ಸತ್ತರೆ ಆ ರಾಕ್ಷಸ ಬದುಕಿರುವುದಿಲ್ಲವೆ ? ಒಂದೇ ಒಂದು ಸುವರ್ಣ ಮುದ್ರೆ ಕದ್ದರೂ ಒಂದು ಜೀವಮಾನ ಪೂರ್ತಿ ನೆನಪಿಸಿಕೊಳ್ಳುವಂತೆ ಅವನು ಬುದ್ಧಿ ಕಲಿಸುತ್ತಾನೆ" ಎಂದ ಅಜಿತ.

"ಅವನೂ ಸತ್ತಿದ್ದರೆ ?"ಯಶೋಧರ ಪ್ರಶ್ನೆ ಮಾಡಿದ.

"ಅಲ್ಲಿಯವರೆಗೆ ನಾವು ಬದುಕಿರುತ್ತೇವೆಂಬುದಕ್ಕೆ ಭರವಸೆಯೇನು ?" ಬುದ್ಧದಾಸ ಮತ್ತೆ ನಕ್ಕು ಹೇಳಿದ, "ಬಹುಶಃ ಸಕಲ ಪ್ರಜೆಗಳನ್ನೂ ಪೀಡೆಯಂತೆ ಕಾಡುತ್ತಿರುವ ಧನನಂದ, ಅಕಸ್ಮಾತ್ ಒಂದು ದಿನ ಎಲ್ಲ ತಿರುಗಿ ಬಿದ್ದು ಅಧಿಕಾರ ಕಳೆದುಕೊಂಡರೆ, ಆಗ ಬೇಕಾಗ ಬಹುದೆಂದು ಅಷ್ಟೊಂದು ಧನವನ್ನು ಸಂಗ್ರಹಿಸಿಟ್ಟಿರುತ್ತಾನೆ."

ಎರಡುಕ್ಷಣ ಬಿಟ್ಟು ಅಜಿತ ಗಂಭೀರವಾಗಿ ಹೇಳಿದ, "ನಮ್ಮಂಥವರಿಂದ ಸುಲಿದು ಸಂಗ್ರಹಿಸಿದ ಆ ನಿಧಿಯಿರುವ ಸ್ಥಳವನ್ನು ಹೇಗಾದರೂ ಮಾಡಿ ಕಂಡುಹಿಡಿಯಬೇಕು."

"ಅದು ಅಷ್ಟು ಸುಲಭವಲ್ಲ" ಬುದ್ಧದಾಸ ಹೇಳಿದ, "ಬಹುಶಃ ಧನನಂದನನ್ನು ಬಿಟ್ಟು ಬೇರೆ ಯಾರಿಗೂ ಆ ಸ್ಥಳ ಗೊತ್ತಿಲ್ಲ, ಗೊತ್ತಿದ್ದರೆ ಆ ರಾಕ್ಷಸನೊಬ್ಬನಿಗೆ ಮಾತ್ರ ಗೊತ್ತಿರಬೇಕು."

"ಅವನ ಮೇಲೆ ಅಷ್ಟೊಂದು ನಂಬಿಕೆಯೇ ?" ಅಜಿತ ಕೇಳಿದ.

"ಶ್ರೀಯಕನ ವಿಷಯ ನಮಗೇ ಗೊತ್ತಿಲ್ಲ, ಇಡೀ ಪಾಟಲೀಪುತ್ರದಲ್ಲಿ ನಂಬಿಕೆಗೆ ಅರ್ಹನಾದ ವ್ಯಕ್ತಿ ಆ ರಾಕ್ಷಸನೊಬ್ಬನೇ ಎಂಬುದರಲ್ಲಿ ಅನುಮಾನವೇ ಇಲ್ಲ" ಎಂದ ಬುದ್ಧದಾಸ.

ಅವರು ತಮ್ಮ ಮಾತುಕತೆ ಮುಗಿಸಿ ಹೋಗುವ ವೇಳೆಗೆ ನಡುರಾತ್ರಿ ಕಳೆದು ಬಹಳ ಹೊತ್ತಾಗಿತ್ತು. ಅವನ ಮಾತುಗಳನ್ನೇ ಮನನ ಮಾಡುತ್ತಿರುವವನಂತೆ ಸುಮ್ಮನೆ ನಿಂತಿದ್ದ ಮೂಕ ಸೇವಕನ ಬೆನ್ನ ಮೇಲೆ ಸುಮಿತ್ರ ಬಲವಾಗಿ ಗುದ್ದಿದ. ಅವನು ಬೆಚ್ಚಿಬಿದ್ದು ತಿರುಗಿ ನೋಡಿ ಹಲ್ಲು ಕಿರಿದ.

"ಕರಭಕ" ಸುಮಿತ್ರ ಹೇಳಿದ, "ನಿನ್ನ ಹುಡುಗಾಟ ಅತಿಯಾಯಿತು. ಒಂದಲ್ಲ ಒಂದು ದಿನ, ಒಬ್ಬರಲ್ಲ ಒಬ್ಬರ ಕೈಗೆ ನೀನು ಸಿಕ್ಕಿಬೀಳುವುದು ಖಂಡಿತ."

"ಸಾಧ್ಯವೇ ಇಲ್ಲ" ಕರಭಕ ಹೇಳಿದ, "ಅವರು ನಾನು ನಿಜವಾದ ಕಿವುಡ ಮತ್ತು ಮೂಕನೆಂದೇ ಭಾವಿಸಿ ಆಡಿದ ಮಾತುಗಳೇನು, ಮಾಡಿದ ಕೇಕೆಗಳೇನು ! ನನಗಂತೂ ಮಹದಾನಂದವಾಯಿತು."

"ಅದಿರಲಿ, ಅವರ ಮಾತುಗಳನ್ನು ಕೇಳುವ ಕೆಟ್ಟ ಕುತೂಹಲ ನಿನಗೇಕೆ ? ಅಥವಾ ನೀನು ಯಾರ ಪರವಾಗಿಯಾದರೂ ಗೂಢಚರ್ಯ ನಡೆಸುತ್ತಿರುವೆಯೇನು ?"

"ಇಲ್ಲ ಇಲ್ಲ" ಕರಭಕ ಬೆದರಿದವನಂತೆ ತಕ್ಷಣ ಹೇಳಿದ, "ನನಗೆ ಇದೊಂದು ಹವ್ಯಾಸ ಅಷ್ಟೆ ಆಗಾಗ ಬೇರೆ ಬೇರೆ ಸೋಗು ಹಾಕಿ ಆನಂದ ಪಡೆಯುವುದಷ್ಟೆ ನನ್ನ ಉದ್ದೇಶ."

"ನಿನ್ನ ಹವ್ಯಾಸದಿಂದ ನನಗೆ ಆಪತ್ತು ಬಂದರೆ ಕಷ್ಟ"

"ದಯವಿಟ್ಟು ಕ್ಷಮಿಸಿ ಯಜಮಾನರೇ, ನೀವು ನನ್ನ ಅನ್ನದಾತರು. ನಿಮ್ಮನ್ನು ಆಪತ್ತಿಗೆ ಸಿಲುಕಿಸಿ ನಾನು ಯಾವ ನರಕಕ್ಕೆ ಹೋಗಲಿ ?"

"ಅವರು ಏನು ಮಾತಾಡಿಕೊಂಡರೆಂದು ನೀನು ಹೇಳಲೇ ಇಲ್ಲ ?"

"ಅದು... ಅದು" ಎಂದು ತೊದಲಿದ ಕರಭಕ ನಂತರ ಹೇಳಿದ, "ಅಂಥದೇನಿಲ್ಲ, ಅವರು ವ್ಯಾಪಾರಿಗಳಲ್ಲವೇ ? ಲಾಭ ನಷ್ಟದ ವಿಷಯ ಬಿಟ್ಟು ಬೇರೇನನ್ನು ಮಾತನಾಡುತ್ತಾರೆ ? ಎಷ್ಟೆಷ್ಟು ಮೋಸ ಮಾಡಿ ಲಾಭ ಸಂಪಾದಿಸಿದೆವೆಂದು ಅವರು ಜಂಭ ಕೊಚ್ಚಿಕೊಳ್ಳುತ್ತಿದ್ದರು."

ಸುಮಿತ್ರ ಅದರ ಬಗ್ಗೆ ಹೆಚ್ಚಿನ ಕುತೂಹಲ ತೋರಿಸದಿದ್ದುದರಿಂದ ಕರಭಕ ನಿರಾಳವಾಗಿ ಉಸಿರು ಬಿಟ್ಟ.

★ ★ ★

ಪಾನಗೃಹದ ಸೇವಕ ಕರಭಕ ಪ್ರಧಾನಾಮಾತ್ಯ ರಾಕ್ಷಸನ ಭವನದ ಸಂದರ್ಶನ ಶಾಲೆಯಲ್ಲಿ ಕಾದು ನಿಂತಿದ್ದ. ಸ್ವಲ್ಪ ಹೊತ್ತಿನ ನಂತರ ರಾಕ್ಷಸ ಅಲ್ಲಿಗೆ ಬಂದ. ಅವನು ಸುಮಾರು ನಲವತ್ತು ವರ್ಷಗಳ ತೇಜೋವಂತನಾದ ವ್ಯಕ್ತಿ. ಬ್ರಾಹ್ಮಣ ಸಹಜವಾದ ಶಿಖೆಯನ್ನು ಬಿಡದೆ, ಕ್ಷತ್ರಿಯನಂತೆ ಕುತ್ತಿಗೆಯವರೆಗೂ ಇಳಿಬಿಟ್ಟ ತುಂಬು ಕೂದಲಿನಿಂದ ಶೋಭಿಸುತ್ತಿದ್ದ. ಮೀಸೆ ಬಿಟ್ಟಿರದಿದ್ದರೂ ಮುಖಭಾವ ದರ್ಪದಿಂದ ಕೂಡಿತ್ತು. ತುಸು ಎತ್ತರವಾಗಿದ್ದ ಅವನ ದೇಹರಚನೆ ಸದೃಢವಾಗಿದ್ದು ಯೋಧನಂತಿತ್ತು. ಮನೆಯಲ್ಲೇ ಇದ್ದುದರಿಂದ ಅಮಾತ್ಯ ಪದವಿಗೆ ತಕ್ಕ ವಸ್ತ್ರಭೂಷಣಗಳಿಲ್ಲದೆ, ರೇಷ್ಮೆಯ ವಸ್ತ್ರದ ಕಚ್ಚೆ ಧರಿಸಿ, ಮೈಮೇಲೆ ಇನ್ನೊಂದು ರೇಷ್ಮೆಯ ವಸ್ತ್ರವನ್ನು ಹೊದ್ದುಕೊಂಡಿದ್ದ. ಆದೇ ತಾನೆ ಪೂಜೆ ಮುಗಿಸಿ ಬಂದಿದ್ದುದರಿಂದ ಅವನ ದರ್ಪದ ಮುಖದಲ್ಲಿ ಸ್ವಲ್ಪ ಪ್ರಸನ್ನತೆ ಇರುವಂತಿತ್ತು. ಕರಭಕ ನಿಂತಲ್ಲಿಂದಲೇ ನಮಸ್ಕರಿಸಿದ.

"ಓ ಕರಭಕ ! ಬಾ ಕುಳಿತುಕೊ" ಎಂದು ರಾಕ್ಷಸ ತನ್ನ ಪೀಠದಲ್ಲಿ ಕುಳಿತ. ತುಸು ದೂರದ ಇನ್ನೊಂದು ಪೀಠದಲ್ಲಿ ಕರಭಕ ಕುಳಿತುಕೊಂಡ.

"ಏನಾದರೂ ವಿಶೇಷ ಸುದ್ದಿ ಇದೆಯೇ ?" ರಾಕ್ಷಸ ಕೇಳಿದ.

"ಹೌದು ಅಮಾತ್ಯರೆ" ಎಂದು ಕರಭಕ ತಾನು ಸುಮಿತ್ರನ ಪಾನಗೃಹದಲ್ಲಿ ಕಿವುಡು ಮೂಗನಂತೆ ನಟಿಸಿ, ಆ ವರ್ತಕ ಶ್ರೇಣಿಯ ನಾಲ್ವರಿಂದ ಕೇಳಿದ ವಿಷಯಗಳನ್ನೆಲ್ಲ ವಿವರಿಸಿದ. ಅದನ್ನು ಕೇಳುತ್ತ ಕೇಳುತ್ತ ರಾಕ್ಷಸನ ಮನಸ್ಸು ಕೋಪ, ಅಸಮಾಧಾನಗಳಿಂದ

ಕುದಿಯಿತು. ಅಲ್ಲೇ ಇದ್ದು ಎಚ್ಚರದಿಂದ ಕಾರ್ಯ ನಿರ್ವಹಿಸುವಂತೆ ಹೇಳಿ ಕರಭಕನನ್ನು ಕಳುಹಿಸಿದ ಮೇಲೆ, ಸ್ವಲ್ಪ ಹೊತ್ತು ತಳಮಳದಿಂದ ಅಲ್ಲೇ ಶತಪಥ ಹಾಕುತ್ತಾ ತನ್ನಲ್ಲೇ ಆಲೋಚಿಸಿದ.

'ಛೆ, ಎಂಥ ಅವಿವೇಕದ ಕೆಲಸ ! ಚಕ್ರವರ್ತಿಗೆ ಅಷ್ಟು ವಿವೇಕ ಬೇಡವೆ ? ಅಕ್ರಮವಾಗಿ ಕರಗಳನ್ನು ಏರಿಸಿದ್ದೇ ಅವಿವೇಕ. ಈಗ ಅವರಿಂದ ಲಂಚ ತೆಗೆದುಕೊಂಡು ರಾಜಶಾಸನವನ್ನು ರಾಜನೇ ಉಲ್ಲಂಘಿಸುವುದು ಅವಿವೇಕದ ಪರಮಾವಧಿ. ಅಮಾತ್ಯನೆನಿಸಿಕೊಂಡು ಆ ಶ್ರೀಯಕ ಇಷ್ಟು ಹೀನವೃತ್ತಿಗೆ ಇಳಿದ ಮೇಲೆ ಚಕ್ರವರ್ತಿ, ಅಮಾತ್ಯ, ಅಧಿಕಾರ, ಆಡಳಿತ, ಎಲ್ಲ ಅರ್ಥಹೀನ ಶಬ್ದಗಳಾಗುವುದಿಲ್ಲವೆ ?

'ಧನನಂದನಿಗೆ ಇನ್ನೆಷ್ಟು ಧನ ಬೇಕು ? ಎಲ್ಲ ಸುಲಿದು ಜೀವಶವಗಳಂತೆ ನಿತ್ರಾಣಿಗಳಾದ ಪ್ರಜೆಗಳನ್ನು ಆಳುವ ಹೆಚ್ಚುಗಾರಿಕೆ ಬೇಕೆ ? ಎಷ್ಟು ಜನ್ಮದಲ್ಲಿ ಏನೇನು ಪುಣ್ಯ ಮಾಡಿದ್ದನೋ, ಈ ಜನ್ಮದಲ್ಲಿ ವಿಶಾಲ ಸಾಮ್ರಾಜ್ಯದ ಚಕ್ರವರ್ತಿಯಾದ. ಅಪಾರವಾದ ಸೇನೆಯಿದೆ, ಅಪಾರವಾದ ಸಂಪತ್ತಿದೆ, ಸುಸಂಸ್ಕೃತರಾದ ಪ್ರಜೆಗಳಿದ್ದಾರೆ. ಅವರ ಕಷ್ಟಸುಖಗಳಿಗೆ ಸ್ಪಂದಿಸುತ್ತ, ತಾನೂ ಸುಖವಾಗಿದ್ದುಕೊಂಡು ರಾಜ್ಯವಾಳುವುದನ್ನು ಬಿಟ್ಟು ಅತಿಯಾದ ಈ ಸ್ವಾರ್ಥವೇಕೆ ? ತನಗೆ ಮಾತ್ರ ಎಲ್ಲ ಸುಖಗಳೂ ಬೇಕು, ಪ್ರಜೆಗಳು ಮಾತ್ರ ರಾಜಾಧಿಕಾರದ ಹಿಡಿತದಲ್ಲಿ ನಲುಗಿಹೋಗಬೇಕೆ ? ಪ್ರಜೆಗಳನ್ನು ಸುಲಿದು ನಡೆಸುವ ಅಧಿಕಾರಕ್ಕೆ ಏನಾದರೂ ಬೆಲೆಯಿದೆಯೇ ? ಯಾರಿಗೆ ಯಾವ ಕ್ಷಣದಲ್ಲಿ ಸಾವು ಬರುವುದೋ ಯಾರಿಗೆ ಗೊತ್ತು ? ಅನಿಶ್ಚಿತವಾದ ಬದುಕಿನಲ್ಲಿ ಸುಖ ನಿಶ್ಚಿತವೆ? ಸಂಪತ್ತು ನಿಶ್ಚಿತವೆ? ಇದ್ದಷ್ಟು ದಿನ ಒಳ್ಳೆಯವರಾಗಿ ಬದುಕಿ ನಾಲ್ಕು ಜನ ನೆನೆಯುವಂಥ ಸನ್ನಡತೆಯಲ್ಲವೇ ಮುಖ್ಯ? ಚಕ್ರವರ್ತಿ ಅಯೋಗ್ಯನೆಂದು ಗೊತ್ತಿದ್ದೂ ಅವನ ಸೇವೆಯಲ್ಲಿ ನಾನು ವ್ಯರ್ಥವಾಗಿ ಜೀವ ತೇಯುತ್ತಿದ್ದೇನೆಯೇ ? ಅಮಾತ್ಯನ ಅಧಿಕಾರ ಸ್ಥಾನದಲ್ಲಿದ್ದು ಪ್ರಜೆಗಳ ಬಗ್ಗೆ ನನ್ನ ಬಾಧ್ಯತೆಯೇನೂ ಇಲ್ಲವೆ ? ಅದೊಂದು ದಾಕ್ಷಿಣ್ಯಕ್ಕೆ ನಾನು ಸಿಕ್ಕಿಕೊಳ್ಳದಿದ್ದರೆ ?...' ಅವನ ನೆನಪು ಹಿಂದಕ್ಕೆ ಓಡಿತು.

ಆಗ ಅವನ ತಂದೆ ಅಚ್ಯುತಭಟ್ಟ ಪಾಟಲೀಪುತ್ರದಲ್ಲಿದ್ದ ಪ್ರೌಢ ವಿದ್ಯಾವಂತರಲ್ಲಿ ಒಬ್ಬನಾಗಿದ್ದ. ಆಗ ಇದ್ದ ಚಕ್ರವರ್ತಿ ಉಗ್ರಸೇನನ ವಯಸ್ಸಿನವನೇ. ಉಗ್ರಸೇನನಿಗೆ ಸಲಹೆ ಕೊಡುವವರಲ್ಲಿ ಅಚ್ಯುತ ಭಟ್ಟನೇ ಪ್ರಮುಖ ವ್ಯಕ್ತಿಯಾಗಿದ್ದ. ಆದರೆ ಉಗ್ರಸೇನನ ಆಹ್ವಾನದಂತೆ ಅವನು ಯಾವ ಅಧಿಕಾರ ಸ್ಥಾನವನ್ನೂ ಒಪ್ಪಿಕೊಳ್ಳಲಿಲ್ಲ, ನಯವಾಗಿಯೇ ನಿರಾಕರಿಸಿದ. ನಾಲ್ಕಾರು ವಿದ್ಯಾರ್ಥಿಗಳಿಗೆ ಪಾಠ ಹೇಳಿಕೊಟ್ಟು ಸರಳವಾಗಿ ಜೀವನ ಸಾಗಿಸುತ್ತಿದ್ದ. ಕೆಲವು ವರ್ಷ ರಾಜಕುಮಾರ ಧನನಂದನೂ ಅವನ ಬಳಿಗೇ ಪಾಠಕ್ಕೆ ಬರುತ್ತಿದ್ದ. ಅವನಿಗೂ ವಸುಭೂತಿಗೂ ಸ್ನೇಹ ಬೆಳೆದದ್ದು ಆಗಲೇ. ಧನನಂದನ ಮಹತ್ವಾಕಾಂಕ್ಷೆಗಳ ಪ್ರಭಾವದಿಂದ ವಸುಭೂತಿಯೂ ಉತ್ತಮ ಬದುಕಿನ ಕನಸು ಕಾಣತೊಡಗಿದ.

ವಯಸ್ಸು ಬೆಳೆದಂತೆ ರಾಕ್ಷಸ ತಂದೆಯ ಬಳಿ ಪ್ರೌಢವ್ಯಾಸಂಗ ಮುಂದುವರಿಸಿದ. ಆದರೆ ಧನನಂದ ರಾಜಯೋಗ್ಯವಾದ ಯುದ್ಧವಿದ್ಯೆಯತ್ತ ಗಮನ ಹರಿಸಿದ. ಆಗಾಗ ಅವನನ್ನು ಕಾಣಲು ಹೋಗುತ್ತಿದ್ದ ವಸುಭೂತಿ ಕುದುರೆ ಸವಾರಿ, ಆಯುಧಗಳ ಪ್ರಯೋಗದ ಕಲಿಕೆಯನ್ನು ನೋಡಲು ಕುತೂಹಲಕ್ಕೆ ಆರಂಭಿಸಿದವನು, ಕ್ರಮೇಣ ಧನನಂದನನ್ನು

ಮೀರಿಸುವಷ್ಟು ಪರಿಣತನಾದ. ಒಮ್ಮೆ ಬೇಟೆಗೆ ಹೋದ ಸಂದರ್ಭದಲ್ಲಿ ಹುಂಬನಾದ ಧನನಂದ ಸ್ವಲ್ಪ ಎಚ್ಚರ ತಪ್ಪಿದಾಗ, ಒಂದು ಹುಲಿಯ ಬಾಯಿಗೆ ಸಿಕ್ಕಿ ಸಾಯುತ್ತಿದ್ದ. ಆದರೆ ವಸುಭೂತಿ ತನ್ನ ಪ್ರಾಣವನ್ನು ಪಣವಿಟ್ಟು ಆ ಹುಲಿಯೊಂದಿಗೆ ಹೋರಾಡಿ ಆ ಅನಾಹುತವನ್ನು ತಪ್ಪಿಸಿದ್ದ. 'ನಾನು ಚಕ್ರವರ್ತಿಯಾದಾಗ ನಿನಗೆ ಅರಮನೆಯಲ್ಲಿ ಒಳ್ಳೆಯ ಅಧಿಕಾರ ಕೊಡುತ್ತೇನೆ' ಎಂದು ಧನನಂದ ಕೃತಜ್ಞತೆಯಿಂದ ಹೇಳಿದ್ದ.

ಆ ಮಾತನ್ನು ವಸುಭೂತಿ ಮರೆತೇಬಿಟ್ಟಿದ್ದ. ಅಷ್ಟರಲ್ಲಿ ಉಗ್ರಸೇನ ತೀರಿಕೊಂಡು ಧನನಂದ ಚಕ್ರವರ್ತಿಯಾದ. ಬಡತನದಿಂದ ಬೇಸತ್ತಿದ್ದ ವಸುಭೂತಿ ಜೀವನೋಪಾಯದ ಮಾರ್ಗ ಹುಡುಕಿಕೊಂಡು ಊರು ಬಿಡಬೇಕೆಂದು ಯೋಚಿಸುವಷ್ಟರಲ್ಲಿ ಅಚ್ಯುತಭಟ್ಟ ಹಾಸಿಗೆ ಹಿಡಿದ. ಅದು ವಾಸಿಯಾಗದಂಥ ಕ್ಷಯರೋಗವೆಂದು ಗೊತ್ತಾಗುವಷ್ಟರಲ್ಲಿ ತಂದೆ ಜರ್ಝರಿತನಾಗಿದ್ದ. ಆಗ ಧನನಂದ ತೋರಿಸಿದ ವಿಶ್ವಾಸ ಬಹಳ ದೊಡ್ಡದಾಗಿತ್ತು. ರಾಜ ವೈದ್ಯನನ್ನೇ ಚಿಕಿತ್ಸೆಗೆ ನೇಮಿಸಿದ್ದ. ಪ್ರತಿನಿತ್ಯ ತಾನೇ ಬಂದು ಅಚ್ಯುತಭಟ್ಟನ ಆರೋಗ್ಯವನ್ನು ವಿಚಾರಿಸಿಕೊಂಡು ಹೋಗುತ್ತಿದ್ದ. ನಿತ್ಯದ ವೆಚ್ಚಕ್ಕೆ ವಸುಭೂತಿ ಕೇಳದೆಯೇ ಅಗತ್ಯವಾದುದನ್ನು ಒದಗಿಸುತ್ತಿದ್ದ. ಆದರೆ ಧನನಂದನ ಉದ್ಧಟ ಸ್ವಭಾವದ ಬಗ್ಗೆ ಅಸಮಾಧಾನದಿಂದಿದ್ದ ಅಚ್ಯುತಭಟ್ಟ ಅವನ ಬಗ್ಗೆ ಎಚ್ಚರದಿಂದಿರುವಂತೆ ಮಗನಿಗೆ ಬುದ್ಧಿ ಹೇಳಿದ.

ವಸುಭೂತಿಗೆ ಇಷ್ಟು ಹೊತ್ತಿಗೆ ತಂದೆಯ ಆದರ್ಶ ಅವಿವೇಕದ್ದೆಂಬ ಭಾವನೆ ಬಂದಿತ್ತು. ಬಡತನವನ್ನು ಬಲವಂತವಾಗಿ ಹೇರಿಕೊಂಡು ತನ್ನ ತಂದೆಯಂತೆ ತಾನೂ ಕಷ್ಟಪಡಬಾರದೆಂದು ಅವನು ನಿರ್ಧರಿಸಿದ್ದ. ಬ್ರಾಹ್ಮಣ ಎಷ್ಟೇ ದೊಡ್ಡ ವಿದ್ವಾಂಸನಾದರೂ, ಸಾತ್ವಿಕನಾದರೂ, ಅವನಿಗೆ ಬರೀ ಗೌರವ ಮತ್ತು ಪೂಜ್ಯತೆ ದೊರೆಯುವುದೇ ವಿನಃ ಸಂಪತ್ತು ಮತ್ತು ಗಣ್ಯತೆ ಲಭಿಸುವುದಿಲ್ಲ ಎಂದುಕೊಂಡಿದ್ದ. ಧನನಂದನ ಸಂಪರ್ಕದಿಂದ ಅರಮನೆ, ಅಧಿಕಾರ, ಸುಖ-ಸಂಪತ್ತು ಇತ್ಯಾದಿಗಳ ಬಗ್ಗೆ ಅವನಿಗೆ ಅತಿಯಾದ ವ್ಯಾಮೋಹ ಬೆಳೆದಿತ್ತು.

ತಂದೆ ತೀರಿಕೊಂಡ ನಂತರ ಸಂಸ್ಕಾರ ಕಾರ್ಯಗಳಲ್ಲಿ ತಾನೂ ಜೊತೆಯಲ್ಲೇ ನಿಂತು ಧನನಂದ ಎಲ್ಲ ಸಹಕಾರವನ್ನೂ ನೀಡಿದ. ಒಂದು ದಿನ ಸೂಕ್ತ ವೇಷಭೂಷಣಗಳನ್ನು ಕಳಿಸಿ ರಾಜಾಸ್ಥಾನಕ್ಕೆ ಬರುವಂತೆ ಕರೆಕಳಿಸಿದ.

ತನ್ನ ಯೋಗ್ಯತೆ ಧನನಂದನಿಗಿಂತ ಅಧಿಕವಾಗಿದೆಯೆಂಬ ಆತ್ಮವಿಶ್ವಾಸವಿದ್ದರೂ, ವಸುಭೂತಿಗೆ ಅವನು ತೋರಿಸಿದ ಔದಾರ್ಯ ಬಹಳ ದೊಡ್ಡದಾಗಿ ಕಂಡಿತು. ಅವನು ಅರಮನೆಗೆ ಹೋದ.

ಆಗಿನ್ನೂ ಶ್ರೀಯಕನ ತಂದೆ ಶಕಟಾಲ ಬದುಕಿದ್ದ. ವೃದ್ಧನೂ, ಅನುಭವಿಯೂ ಆಗಿದ್ದ ಅವನಿಗೆ ಚಕ್ರವರ್ತಿ ಸದಾ ತನ್ನ ಮುಷ್ಟಿಯಲ್ಲೇ ಇರಬೇಕೆಂಬ ಆಸೆಯಿತ್ತು. ವಸುಭೂತಿಯನ್ನು ಅಮಾತ್ಯ ಪರಿಷತ್ತಿನ ಒಬ್ಬ ಸದಸ್ಯನನ್ನಾಗಿ ನೇಮಕಮಾಡುತ್ತಿರುವೆನೆಂದು ಧನನಂದ ಘೋಷಿಸಿದಾಗ ಶಕಟಾಲ ಪ್ರತಿಭಟಿಸಿದ. "ಚಕ್ರವರ್ತಿಗಳು ತಮ್ಮ ಮಿತ್ರನೆಂಬ ಕಾರಣದಿಂದ ಒಬ್ಬ ಅನನುಭವಿಯನ್ನು ಅಮಾತ್ಯ ಪದವಿಗೆ ನೇಮಿಸುತ್ತಿರುವುದು ಸರಿಯಲ್ಲ. ಅಮಾತ್ಯ ಪದವಿಯೇನು ಸಾಮಾನ್ಯವೇ ? ಅಷ್ಟಿಷ್ಟು ಓದಿಕೊಂಡ ಮಾತ್ರಕ್ಕೆ..."

ಧನನಂದ "ಅಮಾತ್ಯರೆ" ಎಂದು ಒರಟಾಗಿ ಕೂಗಿದಾಗ ಶಕಟಾಲ ಬೆಚ್ಚಿ ಮುಖ ನೋಡಿದ. ಧನನಂದ ಹೇಳಿದ, "ವಸುಭೂತಿ ಅಷ್ಟಿಷ್ಟು ಓದಿದವರಲ್ಲ. ಅವರು ಪ್ರಮುಖ

ಶಾಸ್ತ್ರಗಳಲ್ಲೆಲ್ಲಾ ಅಪಾರ ಪಾಂಡಿತ್ಯ ಗಳಿಸಿರುವರೆಂಬುದು ನಿಮಗೆ ಗೊತ್ತಿಲ್ಲದಿರಬಹುದು, ನನಗೆ ಗೊತ್ತಿದೆ. ಜೊತೆಗೆ ಆಡಳಿತಕ್ಕೆ ಬೇಕಾದ ವಿಷಯಗಳ ವಿಶ್ಲೇಷಣೆ ಮತ್ತು ನಿರ್ಧಾರ ಶಕ್ತಿ ಅವರಲ್ಲಿ ಬೇಕಾದಷ್ಟಿದೆ. ಅಲ್ಲದೆ ನಿಮಗಿಲ್ಲದ ಇನ್ನೊಂದು ಯೋಗ್ಯತೆಯೂ ಅವರಲ್ಲಿದೆ. ಯುದ್ಧ ವಿದ್ಯೆಯಲ್ಲಿ ಅವರು ನನ್ನನ್ನೂ ಸೇರಿಸಿಕೊಂಡು ನಮ್ಮ ಸಾಮ್ರಾಜ್ಯದ ಯಾವುದೇ ವೀರರಿಗಿಂತ ಸಮರ್ಥರಾಗಿದ್ದಾರೆ.''

ಸಭೆಯೆಲ್ಲ ಅದನ್ನು ಅನುಮೋದಿಸಿದಂತೆ ಸುಮ್ಮನಾದರೂ, ಶಕಟಾಲ ''ಏನೇ ಆದರೂ ಈ ನೇಮಕವನ್ನು ನಾನು ಒಪ್ಪುವುದಿಲ್ಲ'' ಎಂದು ತನ್ನ ಹಠವನ್ನೇ ಸಾಧಿಸಲು ಪ್ರಯತ್ನಿಸಿದ.

ಎರಡು ಕ್ಷಣ ಧನನಂದ ಕೋಪದಿಂದ ಮುಖ ದಪ್ಪ ಮಾಡಿಕೊಂಡ. ಯಾವ ಅಧಿಕಾರವೂ ಬೇಡ, ಇಲ್ಲಿಂದ ಹೋಗಿಬಿಡಬೇಕು, ಈ ಸಂದಿಗ್ಧದಿಂದ ಧನನಂದನನ್ನು ಪಾರುಮಾಡಬೇಕೆಂದು ವಸುಭೂತಿ ಯೋಚಿಸುತ್ತಿದ್ದ, ಅಷ್ಟರಲ್ಲಿ ಧನನಂದ ನಗುಮುಖ ಮಾಡಿಕೊಂಡು ಹೇಳಿದ, ''ನಮ್ಮ ಅಮಾತ್ಯ ಶಕಟಾಲರ ಮಾತು ನಿಜ.''

ಶಕಟಾಲ ಚಕ್ರವರ್ತಿ ದಾರಿಗೆ ಬಂದನೆಂದು ಹಸನ್ಮುಖನಾದ.

ಧನನಂದ ಮುಂದುವರಿಸಿದ, ''ವಸುಭೂತಿಯವರನ್ನು ಕೇವಲ ಅಮಾತ್ಯರನ್ನಾಗಿ ನೇಮಕ ಮಾಡುವುದು ಅವರ ನಿಜವಾದ ಅರ್ಹತೆಗೆ ಅಗೌರವ ತೋರಿಸಿದಂತೆ. ಆದ್ದರಿಂದ ಇಂದಿನಿಂದ ವಸುಭೂತಿಯವರನ್ನು ಮಗಧ ಸಾಮ್ರಾಜ್ಯದ ಪ್ರಧಾನ ಅಮಾತ್ಯರನ್ನಾಗಿ ಮಾತ್ರವಲ್ಲ, ನಮ್ಮ ಸೇನೆಯ ಮಹಾದಂಡನಾಯಕನಾಗಿಯೂ ನೇಮಕ ಮಾಡುತ್ತಿದ್ದೇನೆ. ಅಮಾತ್ಯ ಶಕಟಾಲರೇ, ಪ್ರಧಾನಾಮಾತ್ಯರ ಅಧಿಕಾರ ಲಾಂಛನಗಳನ್ನು ತರಿಸಿ.''

ಶಕಟಾಲನ ಮುಖ ಶವದಂತೆ ನಿಸ್ತೇಜವಾಯಿತು. ಧನನಂದನತ್ತ ನೋಡಿದಾಗ ಅವನು ತನ್ನತ್ತಲೇ ದುರುಗುಟ್ಟಿ ನೋಡುತ್ತಿದ್ದ. ತನ್ನ ಅಪಮಾನವನ್ನ ನುಂಗಿಕೊಂಡು ಶಕಟಾಲ ರಾಜಾಜ್ಞೆಯನ್ನು ಪಾಲಿಸಲೇ ಬೇಕಾಯಿತು.

ವಸುಭೂತಿ ಅಧಿಕಾರ ಲಾಂಛನಗಳನ್ನು ಸ್ವೀಕರಿಸಿದಾಗ ಇಡೀ ಸಭೆಯ ಹರ್ಷೋದ್ಗಾರದಲ್ಲಿ ಭಾಗವಹಿಸದ ಒಬ್ಬನೇ ವ್ಯಕ್ತಿ ಎಂದರೆ ಶಕಟಾಲ ಮಾತ್ರ. ಕೃತಜ್ಞತೆಯಿಂದ ವಸುಭೂತಿಯ ಕಣ್ಣುಗಳು ತುಂಬಿ ಬಂದಿದ್ದವು. ತಾನು ನಿರೀಕ್ಷಿಸದೆ ಅಂಥ ದೊಡ್ಡ ಸನ್ಮಾನ ನೀಡಿದ ಧನನಂದನ ಶ್ರೇಯಸ್ಸಿಗಾಗಿ ಜೀವನ ಪೂರ್ತಿ ಶ್ರಮಿಸಬೇಕೆಂದು ಆ ಕ್ಷಣವೇ ಅವನು ಮನಸ್ಸಿನಲ್ಲಿ ಸಂಕಲ್ಪಿಸಿಕೊಂಡ...

ಆ ನೆನಪು ರಾಕ್ಷಸನ ಮನಸ್ಸಿನಲ್ಲಿ ಇನ್ನೂ ಹಸಿರಾಗಿತ್ತು. ಕ್ರಮೇಣ ಬದಲಾದ ಧನನಂದನ ನಡವಳಿಕೆ, ಪ್ರಜಾಪೀಡೆ, ವಿಷಯ ಲೋಲುಪ್ತಿಗಳನ್ನು ಕಣ್ಣಾರೆ ಕಂಡರೂ ಏನೂ ಮಾಡಲಾಗದ ಅಸಹಾಯಕ ಪರಿಸ್ಥಿತಿ ತನ್ನದಾಗುವುದೆಂದು ಅವನು ಊಹೆಯನ್ನೂ ಮಾಡಿರಲಿಲ್ಲ. ಅಂಥ ಸಂದರ್ಭಗಳಲೆಲ್ಲಾ ತನ್ನನ್ನು ಅವನು ತುಂಬಿದ ಸಭೆಯಲ್ಲಿ ಸನ್ಮಾನಿಸಿ ಅಧಿಕಾರ ನೀಡಿದ್ದು ನೆನಪಾಗಿ ಬಾಯಿ ಕಟ್ಟುತ್ತಿತ್ತು. 'ಎಲ್ಲಿಯವರೆಗೆ ಈ ಆತ್ಮವಂಚನೆ ? ರಾಜಭಕ್ತಿಗಿಂತ ಪ್ರಜಾಹಿತವೇ ಮುಖ್ಯವೆಂದು ನನ್ನ ಆತ್ಮಸಾಕ್ಷಿ ಮತ್ತೆ ಮತ್ತೆ ಹೇಳುತ್ತದೆ. ಆದರೆ ಅದಕ್ಕೆ ಅನುಗುಣವಾಗಿ ನಾನು ನಡೆದುಕೊಳ್ಳಲಾಗುತ್ತಿಲ್ಲ, ಏನು ಮಾಡಲಿ ? ಏನು ಮಾಡಲಿ ?' ಎಂದು ಅವನು ಅಸಹಾಯಕತೆಯಿಂದ ತನಗೆ ತಾನೇ ಹೇಳಿಕೊಂಡ.

## ೪

ಮಹಾರಾಣಿ ಸುಮತಿಗೆ ಆರೋಗ್ಯ ಸರಿಯಿಲ್ಲದಿದ್ದುದರಿಂದ ಆಚಾರ್ಯ ಚಣಕ ಅವಳನ್ನೂ, ರಾಜಕುಮಾರನನ್ನೂ ಮಾತಾಡಿಸಿಕೊಂಡು ಅರಮನೆಯಿಂದ ಹೊರಟ. ಆ ದಿನ ರಾಜಸಭೆಯಿದ್ದರೂ ಹೆಸರಿಗೆ ಮಾತ್ರ ರಾಜಪುರೋಹಿತನೆನ್ನಿಸಿಕೊಂಡ ಚಣಕ ಅಲ್ಲಿಗೆ ಹೋಗುವುದನ್ನು ಎಂದೋ ಬಿಟ್ಟಿದ್ದ. ಮಹಾರಾಣಿಗೆ ಆಗಾಗ ಪುರಾಣ ಪುಣ್ಯಕಥೆಗಳ ಬಗ್ಗೆ ಪ್ರವಚನ ಮಾಡುವುದು, ತನ್ನನ್ನು ಹುಡುಕಿ ಮನೆಯ ಬಳಿಗೆ ಬಂದು ಕಷ್ಟಗಳನ್ನು ಹೇಳಿಕೊಳ್ಳುವವರಿಗೆ ಸೂಕ್ತ ಸಲಹೆ, ಸಾಂತ್ವನ ನೀಡುವುದು, ದೇವಾಲಯಗಳಲ್ಲಿ ವಿಶೇಷ ಪೂಜೆಯ ಸಂದರ್ಭಗಳಲ್ಲಿ ಭಾಗವಹಿಸುವುದು, ಇಷ್ಟೇ ಈಗ ಅವನ ಕಾಲಯಾಪನೆಯ ಕರ್ತವ್ಯಗಳಾಗಿದ್ದವು. ಧನನಂದನ ಧ್ಯೇಯಧೋರಣೆಗಳು ಅವನಿಗೆ ಹಿಡಿಸುತ್ತಿರಲಿಲ್ಲ, ಅವನ ಜ್ಞಾನ ಅನುಭವಗಳ ಪ್ರಯೋಜನ ಪಡೆಯುವ ಆಸಕ್ತಿ ಧನನಂದನಿಗಿರಲಿಲ್ಲ, ರಾಕ್ಷಸನಿಗೆ ಚಣಕನ ಮೇಲೆ ಗೌರವ, ಅಗೌರವ ಎರಡೂ ಇರಲಿಲ್ಲ, ಅಹಂಭಾವದ ಕುದುರೆಯೇರಿಯೇ ಇರುತ್ತಿದ್ದ ಶ್ರೀಯಕ ಅವನನ್ನು ಉದಾಸೀನ ಭಾವನೆಯಿಂದಲೇ ಕಾಣುತ್ತಿದ್ದ. ಒಂದೆರಡು ಸಲ ಅವನ ಮಾತಿನ ಧಾಟಿಯಲ್ಲಿ, ಹೊಟ್ಟೆಪಾಡಿಗಾಗಿ ಅರಮನೆಯನ್ನು ಆಶ್ರಯಿಸಿರುವ ದೀನನೆಂಬ ಪರಿಹಾಸದ ಭಾವನೆಯನ್ನು ಗುರುತಿಸಿದ್ದ. 'ಅಲ್ಪ ಅರ್ಹತೆಯವನಿಗೆ ಅಧಿಕಾರ ದೊರೆತ ಕೂಡಲೇ ಅವನು ಜ್ಞಾನಿಯಾಗುವುದಿಲ್ಲ' ಎಂದು ಚಣಕ ನಗುತ್ತಲೇ ಹರಿತವಾಗಿ ಹೇಳಿದ್ದ. ಆಗಿನಿಂದ ಅವನ ಮುಖ ಕಂಡರೆ ಶ್ರೀಯಕ ಸಿಡುಕುತ್ತಿದ್ದ.

ಬಿರುಗಾಳಿಯಿಂದ ತಪ್ಪಿಸಿಕೊಳ್ಳಲು ಬೆಂಕಿಯ ಮನೆಯನ್ನು ಪ್ರವೇಶಿಸಿದಂತೆ, ತಾನು ತಕ್ಷಶಿಲೆಯನ್ನು ಬಿಟ್ಟು ಪಾಟಲೀಪುತ್ರಕ್ಕೆ ಬಂದು ತಪ್ಪು ಮಾಡಿದೆನೆಂಬ ಭಾವನೆ ಚಣಕನಿಗೆ ಎಂದೋ ಬಂದಿತ್ತು. ತನ್ನನ್ನು ಪೋಷಿಸುತ್ತಿರುವ ರಾಜನಿಗೆ, ಅರಮನೆಗೆ ಮತ್ತು ನಾಡಿಗೆ ತನ್ನ ಜ್ಞಾನದಿಂದ ಪ್ರಯೋಜನವಾಗುತ್ತಿಲ್ಲವೆಂದ ಮೇಲೆ, ತಾನು ಹೊಟ್ಟೆಪಾಡಿಗಾಗಿಯೇ ಹೆಸರಿಗೆ ಮಾತ್ರ ರಾಜಪುರೋಹಿತನಾಗಿ ಇದ್ದಂತಾಗಲಿಲ್ಲವೇ ? ಎಂದು ಕೇಳಿಕೊಳ್ಳುವಂತಾಯಿತು. ಆದರೆ ಮಗ ವಿಷ್ಣುಗುಪ್ತ ಹಲವು ಸಲ ಒತ್ತಾಯಿಸಿದಂತೆ ಮತ್ತೆ ತಕ್ಷಶಿಲೆಗೆ ಹೋಗಲು ಅವನ ಮನಸ್ಸು ಒಪ್ಪಲಿಲ್ಲ, ತನ್ನ ಬಳಿಗೇ ಬಂದು ಇರುವಂತೆ ಮಗನನ್ನು ಕೇಳಲೂ ಇಷ್ಟವಾಗಲಿಲ್ಲ, ಸ್ವತಂತ್ರ ಮನೋವೃತ್ತಿಯ ಅವನು ತನ್ನ ಭವಿಷ್ಯದ ನಿರ್ಧಾರವನ್ನು ತಾನೇ ಮಾಡಿಕೊಳ್ಳಲಿ ಎಂಬುದು ಒಂದು ಕಡೆಯಾದರೆ, ಇನ್ನೊಂದು ಕಡೆ ಗಾಂಧಾರಕ್ಕಿಂತಲೂ ಹೆಚ್ಚು ಅವ್ಯವಸ್ಥೆಯ, ಅಮಾನವೀಯವಾದ ಪಾಟಲೀಪುತ್ರದ ವಾತಾವರಣಕ್ಕೆ ಅವನನ್ನು ತಂದು ಹಾಕುವುದು ಸರಿಯಲ್ಲವೆನ್ನಿಸಿತು. ಜನ ದಿನ ದಿನದ ಅನ್ನ ಬಟ್ಟೆಗಳಿಗೇ ಕಷ್ಟಪಡುವ ಪರಿಸ್ಥಿತಿಯಲ್ಲಿ ಧರ್ಮನೀತಿಗಳ ಮಾತಾಡುವುದೂ ತಪ್ಪಾಗುವುದೆನ್ನಿಸಿತು. 'ಇಂಥ ನಡವಳಿಕೆ ಮುಂದುವರಿದರೆ ಮಗಧ ಇನ್ನೆಷ್ಟು ದಿನ ಒಂದು ವಿಶಾಲ ಸಾಮ್ರಾಜ್ಯವಾಗಿ ಉಳಿಯುತ್ತದೆ ? ನಾನೊಬ್ಬ ವಯಸ್ಸಾದ ಬ್ರಾಹ್ಮಣ, ನನ್ನಿಂದೇನಾಗುತ್ತದೆ ? ಕೋಪದಿಂದ ಕೆರಳಿ, ಪ್ರತಿಭಟನೆಯ ಮಾತಾಡಿ ಇಲ್ಲಿಂದ ಓಡಿಹೋಗಬೇಕಷ್ಟೆ. ಧನನಂದ ಜನರಲ್ಲಿ ಅನ್ಯಾಯದ ವಿರುದ್ಧ ತಿರುಗಿಬೀಳುವ ಶಕ್ತಿಯನ್ನೇ ಹೀರಿಬಿಟ್ಟಿದ್ದಾನೆ.'

ಇದೇ ಯೋಚನೆಯಲ್ಲಿ ಬರುತ್ತ ದಾರಿಯಲ್ಲಿ ಚಣಕನ ಪಾದರಕ್ಷೆಯ ಉಂಗುಷ್ಠ ಕಿತ್ತು ಹೋಯಿತು. ''ಇನ್ನು ಆರು ತಿಂಗಳು ಮಾತಾಡುವಂತಿಲ್ಲ ಆಚಾರ್ಯ, ಆಕಸ್ಮಾತ್ ಕಿತ್ತುಹೋದರೆ ಉಚಿತವಾಗಿ ಸರಿಮಾಡಿಕೊಡುತ್ತೇನೆ.'' ಹೊಸ ಪಾದರಕ್ಷೆಗಳನ್ನು ತೆಗೆದುಕೊಂಡಾಗ ಚರ್ಮಕಾರ ಸಹದೇವ ಹೇಳಿದ್ದ.

ಚಣಕ ಪಾಟಲೀಪುತ್ರಕ್ಕೆ ಬಂದಾಗಿನಿಂದಲೂ ಅವನಿಗೆ ಸಹದೇವನ ಪರಿಚಯವಿತ್ತು. ಅವನ ಕೆಲಸದಲ್ಲಿನ ಶ್ರದ್ಧೆ , ಕೌಶಲ್ಯ, ಸದ್ಭಾವನೆ ಇತ್ಯಾದಿ ಸದ್ಗುಣಗಳು ಚಣಕನಿಗೆ ಇಷ್ಟವಾಗಿದ್ದವು. ಮೊದಲು ಒಂದು ಸಣ್ಣ ಅಂಗಡಿಯಲ್ಲಿ ತನ್ನ ವ್ಯವಹಾರ ನಡೆಸುತ್ತಿದ್ದ ಸಹದೇವ ಕ್ರಮೇಣ ಅಂಗಡಿಯನ್ನು ವಿಸ್ತರಿಸಿದ. ಹೊರಗಡೆಯಿಂದ ಒಟ್ಟಾಗಿ ಚರ್ಮ ತರಿಸಿ, ನಾಲ್ಕೈದು ಜನ ಕೆಲಸಗಾರರನ್ನಿರಿಸಿಕೊಂಡು ಉತ್ತಮ ಪಾದರಕ್ಷೆಗಳನ್ನು ಸಿದ್ಧಪಡಿಸುತ್ತಿದ್ದ. ಆದರೂ, ಹಿರಿಯರೂ ಮತ್ತು ಆಪ್ತರೂ ಆದ ಕೆಲವರಿಗೆ ತಾನೇ, ತನ್ನ ಕೈಯಿಂದಲೇ ಅವರ ಅಭಿರುಚಿಗೆ ತಕ್ಕಂತೆ ಪಾದರಕ್ಷೆಗಳನ್ನು ಮಾಡಿಕೊಡುತ್ತಿದ್ದ. ಅಂಥ ಶ್ರೀಮಂತನಲ್ಲದಿದ್ದರೂ ತಕ್ಕಮಟ್ಟಿಗೆ ಸ್ಥಿತಿವಂತನಾಗಿದ್ದ.

ಚಣಕ ಅವನಿಂದ ಪಾದರಕ್ಷೆಗಳನ್ನು ತೆಗೆದುಕೊಂಡ ದಿನವನ್ನು ನೆನಪು ಮಾಡಿಕೊಡ, ಆರುತಿಂಗಳಿಗೆ ಇನ್ನೂ ಅರ್ಧತಿಂಗಳು ಉಳಿದಿತ್ತು. ಆರು ತಿಂಗಳಿಗೆ ಮೊದಲೇ ಕಿತ್ತುಹೋಯಿತೆಂದು ಅವನನ್ನು ಹಾಸ್ಯಮಾಡಬೇಕೆಂದು ಯೋಚಿಸಿ ತನ್ನೊಳಗೆ ನಗುತ್ತ ಕಾಲೆಳೆದುಕೊಂಡು ಸಹದೇವನ ಅಂಗಡಿಯ ಬಳಿಗೆ ಬಂದ. ಆದರೆ ಅಂಗಡಿಯ ಬಾಗಿಲು ತೆರೆದಿರಲಿಲ್ಲ, ಅವನಿಗೆ ಆಶ್ಚರ್ಯವಾಯಿತು. ಕೆಲಸಗಾರರೆಲ್ಲ ಹೋದ ಮೇಲೂ ಪ್ರತಿದಿನ ಕತ್ತಲಾಗಿ ಎಷ್ಟೋ ಹೊತ್ತಿನವರೆಗೂ ಸಹದೇವ ಅಂಗಡಿಯಲ್ಲೇ ಇದ್ದು ನಾಳೆ ಕೆಲಸಗಾರರಿಗೆ ಅನುಕೂಲವಾಗುವಂತೆ ವಿವಿಧ ಅಳತೆಗಳಿಗೆ ಚರ್ಮವನ್ನು ಕತ್ತರಿಸಿ ಸಿದ್ಧಪಡಿಸುತ್ತಿದ್ದ. ಅವನಿಗೆ ಆರೋಗ್ಯ ಸರಿಯಿಲ್ಲವೇನೋ ಎಂಬ ಆತಂಕದಿಂದ ಅಂಗಡಿಗೆ ಹೊಂದಿಕೊಂಡಂತಿದ್ದ ಮನೆಯ ಬಾಗಿಲನ್ನು ಬಡಿದ. ಅವನ ಹೆಂಡತಿ ಪ್ರಭಾವತಿ ಬಾಗಿಲು ತೆರೆದಳು. ''ಸಹದೇವ ಮನೆಯಲ್ಲಿಲ್ಲವೇ ?'' ಎಂದು ಚಣಕ ಕೇಳಿದ.

ಅವಳು ಅಳತೊಡಗಿದಳು. ಚಣಕ ಭಯಗೊಂಡು ''ಏಕಮ್ಮ ? ಏನಾಯಿತು ?'' ಎಂದು ಕೇಳಿದ.

''ರಾಜಭಟರು ಸ್ವಲ್ಪ ಹೊತ್ತಿಗೆ ಮುಂಚೆ ಅವರನ್ನು ಎಳೆದುಕೊಂಡು ಹೋದರು'' ಎಂದು ಅವಳು ಅಳುತ್ತಲೇ ಹೇಳಿದಳು.

''ರಾಜಭಟರು ಎಳೆದುಕೊಡು ಹೋದರೇ ? ಏಕಂತೆ ?''

''ನನಗೆ ತಿಳಿಯದು ಆಚಾರ್ಯ, ಅಂಗಡಿಯನ್ನೂ ದೋಚಿಕೊಂಡು ಹೋಗಿದ್ದಾರೆ'' ಎಂದು ಅವಳು ಮುಂದೆ ಮಾಡಿದ್ದ ಅಂಗಡಿಯ ಬಾಗಿಲನ್ನು ತೆರೆದಳು. ಅಲ್ಲಿ ಚೂರುಪಾರು ಚರ್ಮದ ತುಂಡುಗಳು, ಒಂದೆರಡು ಆಯುಧಗಳು ಮಾತ್ರ ಚೆಲ್ಲಾಪಿಲ್ಲಿಯಾಗಿ ಬಿದ್ದಿದ್ದವು. ದೊಡ್ಡ ದೊಡ್ಡ ಚರ್ಮದ ಸುರುಳಿಗಳಿಂದ, ಸಿದ್ಧವಾದ ಮತ್ತು ಅರೆಸಿದ್ಧವಾದ ವಿವಿಧ ವಿನ್ಯಾಸದ ಪಾದರಕ್ಷೆಗಳಿಂದ ತುಂಬಿ ತುಳುಕುತ್ತಿದ್ದ ಅಂಗಡಿ ಈಗ ಹೃದಯ ವಿದ್ರಾವಕ ಸ್ಥಿತಿಯಲ್ಲಿತ್ತು. ಅದನ್ನು ಕಂಡು ಚಣಕನಿಗೆ ಬಹಳ ನೋವಾಯಿತು.

''ಚಕ್ರವರ್ತಿಗಳಿಗೆ ಹೇಳಿ ನೀವಾದರೂ ಅವರನ್ನು ಬಿಡಿಸಿ ಆಚಾರ್ಯ. ಏನು ತೊಂದರೆ ಕೊಡುತ್ತಾರೋ ಏನೋ'' ಎಂದು ಆಕೆ ಪ್ರಲಾಪಿಸಿದಳು. ಚಕ್ರವರ್ತಿ ಎಷ್ಟರ ಮಟ್ಟಿಗೆ

ತನ್ನ ಮಾತಿಗೆ ಬೆಲೆಕೊಡುವನೆಂಬುದು ಚಣಕನಿಗೆ ಗೊತ್ತಿತ್ತು. ಇಂಥ ವಿಷಯಗಳ ನಿರ್ವಹಣೆ ಅಮಾತ್ಯ ರಾಕ್ಷಸನದೇ ಎಂಬುದೂ, ಮತ್ತು ಯಾರೂ ಆ ಬಗ್ಗೆ ಅವನ ಬಳಿ ಮಾತಾಡುವುದು ವ್ಯರ್ಥವೆಂಬುದೂ ಅವನಿಗೆ ಗೊತ್ತಿತ್ತು. "ನೋಡೋಣ ಪ್ರಯತ್ನಿಸುತ್ತೇನೆ" ಎಂದು ಸಪ್ಪೆಯಾಗಿ ಹೇಳಿ ಚಣಕ ಕಾಲೆಳೆದುಕೊಂಡು ಮನೆಗೆ ಬಂದ.

ಸ್ನಾನ ಮುಗಿಸಿ, ಸಂಧ್ಯೋಪಾಸನೆಯನ್ನು ಅನ್ಯಮನಸ್ಕತೆಯಿಂದ ಪೂರೈಸಿ ಬರುವ ವೇಳೆಗೆ ಗೌತಮ ದೀಪ ಹಚ್ಚಿಟ್ಟು "ಅಡಿಗೆ ಸ್ವಲ್ಪ ತಡವಾಗುತ್ತದೆ, ಸ್ವಲ್ಪ ಹಾಲು ಕೊಡಲೇ ?" ಎಂದ.

"ಬೇಡ, ನಿಧಾನವಾಗಿ ಮಾಡು" ಎಂದು ಚಣಕ ದರ್ಭೆಯ ಚಾಪೆಯ ಮೇಲೆ ಕುಳಿತುಕೊಂಡ. ಎದುರಿಗೆ ವ್ಯಾಸಪೀಠದ ಮೇಲೆ ಉಪನಿಷತ್ತಿನ ಗ್ರಂಥ ತೆರೆದುಕೊಂಡಿತ್ತು. ಅದರತ್ತ ಕಣ್ಣು ಹಾಯಿಸುವ ಆಸಕ್ತಿಯೂ ಇಲ್ಲದೆ ಅವನು ಸಹದೇವನ ವಿಷಯವನ್ನೇ ಆಲೋಚಿಸುತ್ತಿದ್ದ. ಸಹದೇವ ಏನೇನು ಹಿಂಸೆಗೆ ಗುರಿಯಾಗುವನೋ ಎಂದು ಅವನ ಮನಸ್ಸು ಮಿಡುಕುತ್ತಿತ್ತು.

ಅಷ್ಟರಲ್ಲಿ "ಆಚಾರ್ಯ" ಎಂಬ ಧ್ವನಿ ಕೇಳಿ ತಿರುಗಿ ನೋಡಿದ. ಚಂದ್ರಗುಪ್ತ ಒಳಗೆ ಬಂದು ನಮಸ್ಕರಿಸಿ ಎದುರಿಗೆ ಕುಳಿತುಕೊಂಡ. ಅವನ ಮುಖ ನೋಡುತ್ತಿದ್ದಂತೆ ಚಣಕ ಸ್ವಲ್ಪ ಗೆಲುವಾದ. ಯಾವಾಗಲೂ ಅಷ್ಟೆ ಚಂದ್ರಗುಪ್ತನ ಸುಂದರ ಮುಖ ನೋಡುತ್ತಿದ್ದರೆ ಚಣಕನಿಗೆ ಏನೋ ಒಂದು ರೀತಿಯ ಆಪ್ತಭಾವನೆ ಮತ್ತು ಉಲ್ಲಾಸವುಂಟಾಗುತ್ತಿತ್ತು.

★ ★ ★

ಚಂದ್ರಗುಪ್ತ ಇಪ್ಪತ್ತೈದು ವರ್ಷಗಳ ಸುಂದರ ತರುಣ. ಸ್ವಲ್ಪ ಎತ್ತರವಾಗಿಯೇ ಇದ್ದ ಅವನದು ವ್ಯಾಯಾಮದಿಂದ ಪಳಗಿಸಿ ತಿದ್ದಿದ ದೃಢಕಾಯ. ಕುತ್ತಿಗೆಯವರೆಗೂ ಓರಣವಾಗಿ ಇಳಿಬಿದ್ದ ದಟ್ಟವಾದ ಗುಂಗುರು ಕೂದಲು, ವಿಶಾಲವಾದ ಹಣೆ, ನೀಳ ನಾಸಿಕ, ತಿರುಚಿದ ಚಿಗುರು ಮೀಸೆ. ತುಸು ಚೂಪಾದ ಗದ್ದ ಅವನ ಮನಸ್ಸಿನ ಸಂಕಲ್ಪ ಶಕ್ತಿಯನ್ನು ಸೂಚಿಸುವಂತಿತ್ತು. ಅವನ ತೇಜಸ್ಸನ್ನೂ, ಎತ್ತರದ ನಿಲುವನ್ನೂ, ಧೀರ ನಡಿಗೆಯನ್ನೂ ಕಂಡಾಗಲೆಲ್ಲ, ಅವನು ಸಿಂಹಾಸನದ ಮೇಲೆ ಕುಳಿತು ದರ್ಪದಿಂದ ಆಡಳಿತ ನಡೆಸುವ ರಾಜನಾಗಲು ಸರ್ವ ಅರ್ಹತೆಯನ್ನೂ ಉಳ್ಳವನೆಂದು ಚಣಕನಿಗೆ ಅನ್ನಿಸುತ್ತಿತ್ತು. ಅವನೂ ಕೂಡ "ನಾನು ಕ್ಷತ್ರಿಯ ಕುಲದವನು, ಆಳಲು ಹುಟ್ಟಿದವನೇ ಹೊರತು, ಸೇವೆ ಮಾಡಲು ಅಲ್ಲ, ಸೇನೆಯ ಈ ಸಣ್ಣ ಅಧಿಕಾರದಲ್ಲಿರುವುದು ತಾತ್ಕಾಲಿಕ ಅಷ್ಟೆ" ಎಂದು ಮತ್ತೆ ಮತ್ತೆ ಹೇಳುತ್ತಿದ್ದ. ಅವನು ಧರಿಸುತ್ತಿದ್ದ ವೇಷಭೂಷಣಗಳಿಂದಲೂ ಒಬ್ಬ ರಾಜಕುಮಾರನಂತೆಯೇ ಕಾಣುತ್ತಿದ್ದ. ಸಹೋದ್ಯೋಗಿಗಳಲ್ಲಿ ಹಲವರು ಅವನತ್ತ ಅಸೂಯೆಯಿಂದ ನೋಡುತ್ತಿದ್ದುದೂ ಉಂಟು.

ಮೂಲತಃ ಅವನ ಸ್ಥಳ ಪಿಪ್ಪಲಿವನ. ಅವನ ಮೂಲಪುರುಷರು ಮಯೂರ ಪೋಷಕರಾದುದರಿಂದ ಅವನ ಮನೆತನಕ್ಕೆ ಮೋರಿಯರು ಅಥವಾ ಮೌರ್ಯರೆಂದು ಹೆಸರಾಯಿತು. ಚಂದ್ರಗುಪ್ತನ ತಂದೆ ರವಿಗುಪ್ತ ಮೌರ್ಯ ತನ್ನ ಸಣ್ಣ ಪ್ರಾಂತ್ಯದ ರಾಜನಾಗಿದ್ದ. ಸ್ವತಂತ್ರವಾಗಿ ಬದುಕುವ ಸಾಮರ್ಥ್ಯವಿಲ್ಲದೆ ಅವನು ಅಗಾಧ ಸೇನೆಯುಳ್ಳ ಮಗಧ ಸಾಮ್ರಾಜ್ಯಕ್ಕೆ ಆಶ್ರಿತನಾಗಿಯೇ ಇರಬೇಕಾಯಿತು. ಒಮ್ಮೆ ಗಡಿನಾಡಿನ ಯುದ್ಧದಲ್ಲಿ ರವಿಗುಪ್ತ ತನ್ನ ಸಣ್ಣ ಸೇನೆಯೊಂದಿಗೆ ಭಾಗವಹಿಸಬೇಕಾಗಿ ಬಂತು. ಆ ಯುದ್ಧದಲ್ಲಿ

ರವಿಗುಪ್ತ ತೀವ್ರವಾಗಿ ಗಾಯಗೊಂಡು ತೀರಿಕೊಂಡ. ಏನೋ ಕೃಪೆ ತೋರುವಂತೆ ಧನನಂದ ಚಂದ್ರಗುಪ್ತನನ್ನು ಪಾಟಲೀಪುತ್ರಕ್ಕೆ ಕರೆಸಿಕೊಂಡು ತನ್ನ ಸೇನೆಯ ಅಶ್ವದಳದಲ್ಲಿ ಒಬ್ಬ ಸಣ್ಣ ಅಧಿಕಾರಿಯ ಸ್ಥಾನ ನೀಡಿದ. ಪಿಪ್ಪಲಿವನದಲ್ಲಿ ತನ್ನ ಕಡೆಯ ಒಬ್ಬ ಆಡಳಿತಾಧಿ ಕಾರಿಯನ್ನು ನೇಮಿಸಿದ. ತನ್ನ ನಾಡಿನ ಅಧಿಕಾರದ ಹಕ್ಕಿಗಾಗಿ ಪ್ರತಿಭಟಿಸಲು ಸಾಧ್ಯವಿಲ್ಲದೆ ಚಂದ್ರಗುಪ್ತ ತನ್ನ ತಾಯಿ ಶಿವಾಲಿಯೊಂದಿಗೆ ಪಾಟಲೀಪುತ್ರಕ್ಕೆ ಬರಬೇಕಾಯಿತು.

ಧನನಂದ ತನಗೆ ಅನ್ಯಾಯ ಮಾಡಿದನೆಂಬ ಕಹಿ ಚಂದ್ರಗುಪ್ತನ ಮನಸ್ಸಿನಲ್ಲಿ ಭದ್ರವಾಗಿ ಬೇರೂರಿತ್ತು. ಆಶ್ರಯವಿಲ್ಲದ ಅಸಹಾಯಕನೆಂದು ಪರಿಗಣಿಸಿ ತನ್ನ ಹಕ್ಕನ್ನು ಕಿತ್ತುಕೊಂಡ ಆ ಧನನಂದನ ಸಿಂಹಾಸನವನ್ನೇ ಕಿತ್ತುಕೊಳ್ಳಬೇಕೆಂದು ಹಲವು ಸಲ ಅಂದುಕೊಂಡಿದ್ದ. ಸೂಕ್ತ ಸಮಯಕ್ಕಾಗಿ ಕಾಯುತ್ತಿದ್ದನೆಂದೇ ಹೇಳಬಹುದು.

ಅವನಿಗೆ ಚಣಕನ ಪರಿಚಯವಾದದ್ದೂ ಒಂದು ಆಕಸ್ಮಿಕವೇ. ಒಂದು ಸಲ ಅವನ ಸಹೋದ್ಯೋಗಿ ಮಿತ್ರ ಚರಣ "ಒಬ್ಬ ದೊಡ್ಡ ವ್ಯಕ್ತಿಯ ಬಳಿಗೆ ನಿನ್ನನ್ನು ಕರೆದುಕೊಂಡು ಹೋಗುತ್ತೇನೆ ಬರುತ್ತೀಯಾ ?" ಎಂದು ಕೇಳಿದ.

"ಈ ಪಾಟಲೀಪುತ್ರದಲ್ಲಿ ನಿಜವಾಗಲೂ ದೊಡ್ಡ ವ್ಯಕ್ತಿಯೊಬ್ಬರಿದ್ದಾರೆಂಬುದೇ ಆಶ್ಚರ್ಯದ ಸಂಗತಿ" ಎಂದು ಚಂದ್ರಗುಪ್ತ ನಕ್ಕ.

"ಅವರು ದೊಡ್ಡ ವಿದ್ವಾಂಸರು. ಅದಕ್ಕಿಂತ ಮೇಲಾಗಿ ಉನ್ನತ ವ್ಯಕ್ತಿತ್ವವುಳ್ಳವರು. ಅವರೊಂದಿಗೆ ಸ್ವಲ್ಪ ಹೊತ್ತು ಮಾತಾಡಿ ಬಂದರೆ ಹಲವು ವಿಷಯಗಳನ್ನು ಕಲಿತಂತಾಗುತ್ತದೆ. ಮಾತ್ರವಲ್ಲ, ಮನಸ್ಸಿಗೆ ಒಂದು ಹೊಸ ಚೈತನ್ಯವುಂಟಾಗುತ್ತದೆ" ಎಂದ ಚರಣ.

"ಹಾಗಾದರೆ ಖಂಡಿತ ಹೋಗೋಣ. ಕುದುರೆ ಸವಾರಿ, ಖಡ್ಗ ಪ್ರಯೋಗ ಇತ್ಯಾದಿಗಳಿಂದ ದೇಹ ದೃಢಗೊಳಿಸುವುದರಲ್ಲೇ ವರ್ಷಗಳು ಕಳೆದುಹೋದವು. ಇನ್ನು ಮೇಲಾದರೂ ಬುದ್ಧಿ ವಿಕಾಸಗೊಳ್ಳಲು ಪ್ರಯತ್ನಿಸಬೇಕು" ಎಂದು ಚಂದ್ರಗುಪ್ತ ಉತ್ಸಾಹದಿಂದ ಹೊರಟ.

ಚಣಕನನ್ನು ಕಂಡ ಕೂಡಲೇ ಅವನ ಸಾತ್ವಿಕ ತೇಜಸ್ಸಿನಿಂದ ಚಂದ್ರಗುಪ್ತ ಪ್ರಭಾವಿತನಾದ. ಅವನು ನಿಜವಾದ ಜ್ಞಾನಿಯೆಂಬ ಭಾವನೆ ಬಂದು ದೀರ್ಘದಂಡ ನಮಸ್ಕಾರ ಮಾಡಿದ. ಚರಣ ಅವನ ಪರಿಚಯ ಹೇಳಿದ. ಚಂದ್ರಗುಪ್ತನ ವಿನಯ ಗುಣ ಚಣಕನಿಗೆ ಇಷ್ಟವಾಯಿತು. ಅಂದಿನಿಂದ ಚರಣ ಜೊತೆಯಲ್ಲಿರಲಿ, ಇಲ್ಲದಿರಲಿ ಚಂದ್ರಗುಪ್ತ ಆಗಾಗ ಚಣಕನನ್ನು ಬಂದು ನೋಡುತ್ತಿದ್ದ. ಸಲಿಗೆ ಬೆಳೆದಂತೆ "ನಿನ್ನನ್ನು ನೋಡುತ್ತಿದ್ದರೆ ನನಗೆ ಒಂದು ರೀತಿಯ ಆನಂದವಾಗುತ್ತದೆ" ಎಂದು ಚಣಕ ಹೇಳುತ್ತಿದ್ದ. ಚಂದ್ರಗುಪ್ತ ತನ್ನ ವಿವರವಾದ ಹಿನ್ನೆಲೆಯನ್ನು ಹೇಳಿದಾಗ ಚಣಕನಿಗೆ ಅವನ ಬಗ್ಗೆ ಸಹಾನುಭೂತಿ ಮೂಡಿತು.

"ನನಗೆ ರಾಜನೀತಿ ಕಲಿಯಬೇಕೆಂಬ ಆಸೆಯಿದೆ. ಕಲಿಸಿ ಕೊಡುತ್ತೀರಾ ?" ಎಂದು ಒಂದು ದಿನ ಚಂದ್ರಗುಪ್ತ ಕೇಳಿದ.

"ರಾಜನೀತಿ ? ಯೋಧನಿಗೆ ಅಗತ್ಯವಾದ ಎಲ್ಲ ವಿದ್ಯೆಗಳೂ ನನಗೆ ಗೊತ್ತಿದೆ ಎಂದು ಹೇಳಿದೆ. ರಾಜನೀತಿಯಿಂದೇನಾಗಬೇಕು ?"

"ನಾನೊಬ್ಬ ರಾಜನ ಮಗ. ಇನ್ನೊಬ್ಬ ರಾಜನ ಬಳಿ ಬರೀ ಸೈನಿಕನಾಗಿ ಎಷ್ಟು ದಿನ ಇರಬಲ್ಲೆ? ನನ್ನ ಕ್ಷತ್ರಿಯ ರಕ್ತಕ್ಕೆ ಕಳಂಕವಾಗಿ ಬದುಕಲೇ ?"

"ನೀನು ಕ್ಷತ್ರಿಯನೇ !" ಎಂದು ಅಚ್ಚರಿಯಿಂದ ಕೇಳಿದ ಚಣಕನಿಗೆ ಚಂದ್ರಗುಪ್ತ ತನ್ನ ಮನೆತನದ ವಿವರಗಳನ್ನು ಹೇಳಿದ, "ನನಗೆ ಅನ್ಯಾಯ ಮಾಡಿದ ಈ ಧನನಂದನ ಸಿಂಹಾಸನದ ಮೇಲೇ ನನ್ನ ಕಣ್ಣಿದೆ. ನನ್ನದು ವ್ಯರ್ಥ ಸಾಹಸವೆಂದು ನೀವು ಪರಿಹಾಸ ಮಾಡಿದರೂ ಸರಿಯೇ, ನಾನು ಆ ಪ್ರಯತ್ನವನ್ನಂತೂ ಮಾಡಿಯೇ ತೀರುತ್ತೇನೆ."

"ಹಾಂ !" ಚಣಕ ಚಕಿತನಾದ. ಅವನ ಮುಖವನ್ನೇ ದಿಟ್ಟಿಸಿ ನೋಡಿದ. ಆ ಮಾತಾಡುವಾಗ ಸೌಮ್ಯಸುಂದರವಾದ ಅವನ ಮುಖ ಹರಿತವಾದ ಖಡ್ಗದ ಅಲಗಿನಂತೆ ಪ್ರಜ್ವಲಿಸಿತು. "ಹಾಗಾದರೆ ಈ ಮಗಧದ ಪ್ರಜೆಗಳ ದುರದೃಷ್ಟದ ಕಪ್ಪು ಅಧ್ಯಾಯ ಶಾಶ್ವತವಾಗಿ ಉಳಿಯುವುದಿಲ್ಲ" ಎಂದು ಚಣಕ ಉದ್ಗರಿಸಿದ.

"ಉಳಿಯಬಾರದು" ಚಂದ್ರಗುಪ್ತ ಹೇಳಿದ, "ಅಧಿಕಾರದ ಗಾಣದಲ್ಲಿ ಹಿಂಡಿ ಹಿಪ್ಪೆಯಾಗಿರುವ ಪ್ರಜೆಗಳಲ್ಲಿ ಸ್ವಾಭಿಮಾನದ ಕಿಡಿ ಹೊತ್ತಿದರೆ ನನ್ನ ಕೆಲಸವಾದಂತೆಯೇ. ಸೂಕ್ತ ಸಮಕ್ಕಾಗಿ ಕಾಯುತ್ತಿದ್ದೇನೆ. ಆ ವೇಳೆಗೆ ರಾಜಯೋಗ್ಯವಾದ ಜ್ಞಾನವನ್ನು ಸಂಪಾದಿಸುವುದು ಉಚಿತವಲ್ಲವೇ ?"

"ನಿಜ" ಚಣಕ ಹೇಳಿದ, "ನಿನ್ನ ಆಲೋಚನೆ ಸೂಕ್ತವಾಗಿದೆ. ಜ್ಞಾನ ಗಳಿಸಿಕೊಳ್ಳಬೇಕೆಂಬ ನಿನ್ನ ಆಸಕ್ತಿಯೂ ಪ್ರಶಂಸಾರ್ಹವಾಗಿದೆ. ನನಗೆ ತಿಳಿದಿರುವ ಎಲ್ಲವನ್ನೂ ನಾನು ನಿನಗೆ ಕಲಿಸಿಕೊಡುತ್ತೇನೆ. ಆದರೆ ರಾಜನೀತಿಯ ಬಗ್ಗೆ ನಾನು ಆಳವಾದ ಅಧ್ಯಯನ ಮಾಡಿಲ್ಲ. ಅದು ನನ್ನ ಮಗ ವಿಷ್ಣುಗುಪ್ತನ ವಿಷಯ."

"ನಿಮ್ಮ ಮಗನೇ !"

"ಹೌದು, ಅವನು ತಕ್ಷಶಿಲೆಯಲ್ಲೇ ಗುರುಕುಲದಲ್ಲಿ ಅಧ್ಯಾಪಕನಾಗಿದ್ದಾನೆ" ಎಂದು ಹೇಳಿ ಮಗನ ಪಾಂಡಿತ್ಯದ ಬಗ್ಗೆ ಹೇಳಿದ. ಅಲ್ಲದೆ, ತಾನು ತಕ್ಷಶಿಲೆಯನ್ನು ಬಿಡಬೇಕಾಗಿ ಬಂದ ಸಂದರ್ಭವನ್ನು ಆತ್ಮೀಯತೆಯಿಂದ ವಿವರಿಸಿದ.

"ಏನಾಗಿದೆ ಈ ನಮ್ಮ ಆರ್ಯಾವರ್ತಕ್ಕೆ" ಚಂದ್ರಗುಪ್ತ ವಿಷಾದದಿಂದ ಹೇಳಿದ, "ನಿಮ್ಮಂಥ ವಿದ್ವಾಂಸರನ್ನು ಅರಗಿಸಿಕೊಳ್ಳಲಾರದೆ ಉಗುಳಿದ ಗಾಂಧಾರ, ನಿಜವಾಗಲೂ ನತದೃಷ್ಟ ನಾಡು. ಈ ಪಾಟಲೀಪುತ್ರವೂ ಕೂಡ, ತಲೆಯ ಮೇಲಿಟ್ಟುಕೊಂಡು ಗೌರವಿಸಬೇಕಾದ ಶಿರೋಭೂಷಣವನ್ನು ಕಸದಂತೆ ಮೂಲೆಗೆಸೆದಿದೆ. ನಾಗರೀಕನಂತೆ ಕಾಣುವ, ಆದರೆ ರಕ್ಕಸನಂತೆ ವರ್ತಿಸುತ್ತಿರುವ ಈ ಧನನಂದನ ಕೊನೆಯಾಗದೆ ಮಗಧಕ್ಕೆ ಮುಕ್ತಿಯಿಲ್ಲ, ಆಚಾರ್ಯ."

"ಹೌದು ಚಂದ್ರಗುಪ್ತ, ಆದರೆ ಏನೇ ಆದರೂ ನೀನು ತಾರುಣ್ಯದ ಹುಮ್ಮಸ್ಸಿನಿಂದ ಆತುರದ ಹೆಜ್ಜೆಯಿಡಬೇಡ. ಅಗತ್ಯವಾದ ಎಲ್ಲ ಸಲಕರಣೆಗಳನ್ನು ಸಿದ್ಧಪಡಿಸಿಕೊಳ್ಳದೆ ಅಡಿಗೆ ಮಾಡುವ ಅವಿವೇಕ ಮಾತ್ರ ನಡೆಯಕೂಡದು."

ಚಣಕನ ಸಲಹೆಯನ್ನು ಒಪ್ಪಿ ಚಂದ್ರಗುಪ್ತ ತಾಳ್ಮೆಯಿಂದಿದ್ದ. ಅವನ ತಾಯಿ ಶಿವಾಲಿ ಕೂಡ ಒಮ್ಮೊಮ್ಮೆ ಚಣಕನನ್ನು ಕಂಡು ತನ್ನ ನೋವನ್ನು ತೋಡಿಕೊಳ್ಳುತ್ತಿದ್ದಳು. "ಹುಟ್ಟಿದ ನಾಡನ್ನು ಬಿಟ್ಟು ವಂಶದ ಅಧಿಕಾರದಿಂದ ವಂಚಿತನಾಗಿ ಮಗ, ಕಂಡವರ ಸೇವೆ ಮಾಡುವ ಹೀನಸ್ಥಿತಿ ಪ್ರಾಪ್ತವಾಯಿತಲ್ಲಾ, ಎಂದು ನನ್ನ ಹೃದಯ ಸದಾ ಮಿಡುಕುತ್ತದೆ ಆಚಾರ್ಯ" ಎಂದು ಬೇಸರ ಮತ್ತು ನೋವಿನಿಂದ ಹೇಳುತ್ತಿದ್ದಳು.

"ತಾಳ್ಮೆ ತಾಯಿ" ಚಣಕ ಸಮಾಧಾನ ಹೇಳುತ್ತಿದ್ದ "ನಿನ್ನ ಮಗ ಕಂಡವರ ಸೇವೆಯಲ್ಲಿ

ಬಹಳ ದಿನ ಇರುವವನಲ್ಲ. ಕಾಡಿನ ಸಿಂಹವನ್ನು ಬಳ್ಳಿಯ ಪಂಜರದಲ್ಲಿ ಎಷ್ಟು ದಿನ ಬಂಧಿಸಿಡಲಾಗುತ್ತದೆ.''

★ ★ ★

''ಏಕೆ ಆಚಾರ್ಯ, ಮಂಕಾಗಿ ಕುಳಿತಿರುವಿರಿ ? ಮನಸ್ಸಿಗೆ ಬೇಸರವಾಗುವಂಥದ್ದೇನಾದರೂ ನಡೆಯಿತೆ ?'' ಚಂದ್ರಗುಪ್ತ ಚಣಕನ ಮುಖವನ್ನೇ ನೋಡುತ್ತ ಕೇಳಿದ.

ಒಂದು ನಿಟ್ಟುಸಿರು ಬಿಟ್ಟು ಚಣಕ ಹೇಳಿದ, ''ಬೇಸರವಲ್ಲ ಚಂದ್ರಗುಪ್ತ, ನೋವು. ಕೊನೆಯಿಲ್ಲದ ನೋವುಗಳ ಸರಪಳಿಗೆ ಮತ್ತೊಂದು ನೋವಿನ ಸೇರ್ಪಡೆ, ಅಷ್ಟೆ.''

''ಏಕೆ ಅರಮನೆಯಲ್ಲಿ ಏನಾದರೂ ನಡೆಯಿತೇ ? ನಿಮಗೆ ಅಪಮಾನ ಮಾಡಿದರೆ ?'' ಚಂದ್ರಗುಪ್ತ ತುಸು ಕೋಪದಿಂದಲೇ ಕೇಳಿದ.

''ನನಗೆ ಅಪಮಾನವಾಗುವಂಥದ್ದು ನಡೆಯಲಿಲ್ಲ, ಚಂದ್ರಗುಪ್ತ'' ಚಣಕ ಹೇಳಿದ, ''ಮನುಷ್ಯತ್ವಕ್ಕೇ ಅಪಮಾನವಾಯಿತು, ಆಗುತ್ತಿದೆ. ಇಂದಲ್ಲ ನಿನ್ನೆಯಲ್ಲ ಹಲವು ವರ್ಷಗಳಿಂದಲೇ ನಡೆಯುತ್ತಿದೆ.''

''ಆಚಾರ್ಯ, ನನಗೆ ಅರ್ಥವಾಗಲಿಲ್ಲ, ಬಿಡಿಸಿ ಹೇಳಿ.''

''ಬಿಡಿಸಿ ಹೇಳುವಂಥ ರಹಸ್ಯವೂ ಅಲ್ಲ, ಒಗಟೂ ಅಲ್ಲ, ಬಹಿರಂಗವಾಗಿಯೇ ಪೈಶಾಚಿಕ ಕೃತ್ಯಗಳು ನಡೆಯುತ್ತಿವೆ. ಅದರಲ್ಲೂ ರಕ್ಷಿಸಬೇಕಾದ ಕೈಗಳೇ ಹಿಂಸಿಸುವ ಮುಳ್ಳುಗಳಾಗುವುದು ಎಂಥ ವಿಪರ್ಯಾಸ !'' ಎಂದು ಚಣಕ ಚರ್ಮಕಾರ ಸಹದೇವನ ವೃತ್ತಾಂತವನ್ನು ವಿವರಿಸಿದ. ಅವನು ರಾಜಭಟರ ಕೈಯಲ್ಲಿ ಎಂಥೆಂಥ ಪೀಡೆಗಳಿಗೆ ತುತ್ತಾಗುವನೋ ಎಂಬ ಆತಂಕವನ್ನೂ ವ್ಯಕ್ತಪಡಿಸಿದ.

''ಹೌದು ಆಚಾರ್ಯ'' ಚಂದ್ರಗುಪ್ತ ಅರ್ಧಕೋಪ, ಅರ್ಧವಿಷಾದದಿಂದ ಹೇಳಿದ, ''ನಾನು ಪಾಟಲೀಪುತ್ರಕ್ಕೆ ಬಂದಾಗಿನಿಂದಲೂ ಇಂಥ ಸಾವಿರಾರು ಪ್ರಸಂಗಗಳನ್ನು ಗಮನಿಸಿದ್ದೇನೆ. ಕೆಲವನ್ನು ನಾನೇ ಕಣ್ಣಾರೆ ನೋಡಿದ್ದೇನೆ. ಖಡ್ಗ ಹಿಡಿದು ನುಗ್ಗಿ ಹೋಗಿ, ಆ ಧನನಂದನನ್ನು ಕತ್ತರಿಸಿ ತುಂಡು ಮಾಡಬೇಕೆಂದು ಸಾವಿರ ಸಲ ಅಂದುಕೊಂಡಿದ್ದೇನೆ. ಆದರೆ ಅದು ಸಾಧ್ಯವಾಗುತ್ತಿಲ್ಲವಲ್ಲಾ, ಎಂಬ ಅಸಹಾಯಕತೆಯಲ್ಲಿ ನನ್ನ ಮೈ ನಾನೇ ಪರಚಿಕೊಂಡಿದ್ದೇನೆ. ಚಕ್ರವರ್ತಿಯೆನಿಸಿಕೊಂಡು ಸಿಂಹಾಸನವೇರಿದವನಿಗೆ ಧರ್ಮದ ಭಯ ವಿಲ್ಲವೇ ? ಅವನ ನಡವಳಿಕೆಗೆ ಒಂದು ನೀತಿಯ ಬದ್ಧತೆ ಬೇಡವೇ ?''

''ಇದಕ್ಕೆ ಮೂಲ ಕಾರಣವೇನೆಂದು ನಿನಗೆ ಗೊತ್ತೆ, ಚಂದ್ರಗುಪ್ತ ?''

''ಇನ್ನೇನು ಕಾರಣವಿರುತ್ತದೆ ? ಮೂರ್ಖ ಮತ್ತು ಅವಿವೇಕಿ ಸಿಂಹಾಸನವೇರಿದ್ದು ಮತ್ತು ಅಮಾತ್ಯ ಮುಂತಾದ ಅಧಿಕಾರಿಗಳೇ ಮೂರ್ಖ ರಾಜನನ್ನು ತೃಪ್ತಿಗೊಳಿಸಲು ತಾವೂ ಮೂರ್ಖರಾಗಿ ನಡೆದುಕೊಳ್ಳುತ್ತಿರುವುದು.''

''ಅಷ್ಟೇ ಅಲ್ಲ, ನಮ್ಮ ಋಷಿಗಳು ಮತ್ತು ದಾರ್ಶನಿಕರು ರೂಪಿಸಿದ ಸಾಮಾಜಿಕ ಕಟ್ಟಳೆಗಳನ್ನು ಕಡೆಗಣಿಸಿದ್ದು ಮತ್ತು ಪುರಾತನವೂ ಪ್ರಸಿದ್ಧವೂ ಆದ ಸನಾತನ ಧರ್ಮವನ್ನು ಮರೆತದ್ದು ಮೂಲಕಾರಣ. ಕ್ಷತ್ರಿಯ ಪ್ರಜೆಗಳನ್ನು ಮಕ್ಕಳಂತೆ ಪಾಲಿಸುತ್ತಿದ್ದ, ಬ್ರಾಹ್ಮಣ ಷಟ್ಕರ್ಮ ನಿರತನಾಗಿದ್ದುಕೊಂಡು ಸಮಾಜಕ್ಕೆ ಜ್ಞಾನದ ಬೆಳಕನ್ನು ನೀಡುತ್ತಿದ್ದ, ವೈಶ್ಯ ಮತ್ತು

ಶೂದ್ರರು ತಮ್ಮ ವೃತ್ತಿಯಲ್ಲಿ ನಿಷ್ಠೆಯಿಂದ ತೊಡಗಿ, ಸಮಾಜದ ಸಮೃದ್ಧಿಗೆ ತಮ್ಮ ಪಾಲು ಸಲ್ಲಿಸುತ್ತಿದ್ದರು. ಚಾತುರ್ವರ್ಣ ಪದ್ಧತಿ ಸಡಿಲಗೊಂಡದ್ದರಿಂದಲೇ ಈ ಅರಾಜಕತೆಗೆ ಕಾರಣವಾಯಿತೆಂದು ನನ್ನ ಮಗ ವಿಷ್ಣುಗುಪ್ತ ಹೇಳುತ್ತಿದ್ದ. ಧನನಂದ ಕ್ಷತ್ರಿಯನಲ್ಲ ಮಾತ್ರವಲ್ಲ, ಅವನ ಮೂಲಪುರುಷ ಅಕ್ರಮ ವರ್ಣಸಂಕರದಿಂದ ಹುಟ್ಟಿದವನಾದ್ದರಿಂದ ವಂಶದ ಸಂಸ್ಕಾರವೂ ಇಲ್ಲ. ಅದೃಷ್ಟವಶದಿಂದ ಲಭಿಸಿರುವ ಅಧಿಕಾರಕ್ಕೆ ಅರ್ಹನಾಗಲು ತನ್ನ ವ್ಯಕ್ತಿತ್ವವನ್ನು ಉದಾತ್ತಗೊಳಿಸಿಕೊಳ್ಳುವ ಮನಸ್ಸೂ ಇಲ್ಲ. ಅಂಥವನಿಂದ ಇನ್ನೆಂಥ ಆಡಳಿತವನ್ನು ನಿರೀಕ್ಷಿಸಬಹುದು !'' ಚಣಕ ಹೇಳಿದ.

ಅವನ ತರ್ಕ ಸರಿಯಾಗಿದೆಯೆಂಬುದಕ್ಕೆ ಮತ್ತೆ ಮತ್ತೆ ಅಂಥ ಹಲವು ಘಟನೆಗಳು ನಡೆಯುತ್ತಲೇ ಇದ್ದವು. ಆ ಸಾಲಿಗೆ ಸಹದೇವನ ಘಟನೆ ಇತ್ತೀಚಿನದು.

ನಂತರ ಅವರಿಬ್ಬರೂ ಧನನಂದನ ಕ್ಷತ್ರಿಯ ದ್ವೇಷ, ಬ್ರಾಹ್ಮಣರ ಬಗೆಗಿನ ಅಸಹನೆಯ ಬಗ್ಗೆ ಬಹಳ ಹೊತ್ತು ಮಾತನಾಡಿದರು. ಕಡೆಯಲ್ಲಿ ''ಪ್ರಧಾನಾಮಾತ್ಯ ರಾಕ್ಷಸನೊಬ್ಬನೇ ಧನನಂದನ ನಂಬಿಕೆಗೆ ಪಾತ್ರನಾದ ಬ್ರಾಹ್ಮಣ'' ಎಂದ ಚಣಕ.

''ಅವನೆಂಥ ಬ್ರಾಹ್ಮಣ !'' ಚಂದ್ರಗುಪ್ತ ತಿರಸ್ಕಾರದಿಂದ ಹೇಳಿದ, ''ಅವನು ಬ್ರಾಹ್ಮಣನೂ ಅಲ್ಲ, ಕ್ಷತ್ರಿಯನೂ ಅಲ್ಲ. ಅವನ ನಿರ್ದಯ ಕಾಠಿಣ್ಯವನ್ನು ನೋಡಿದರೆ, ಧನನಂದನಂತೆ ಅವನೂ ವರ್ಣಸಂಕರದ ವಂಶಕ್ಕೇ ಸೇರಿದವನೆನ್ನಿಸುತ್ತಿದೆ.''

''ಇಲ್ಲ ಚಂದ್ರಗುಪ್ತ, ಅವನ ಅಂಥ ವರ್ತನೆಗೆ ಕಾರಣ ಅವನ ರಾಜನಿಷ್ಠೆ. ಪ್ರಾಜ್ಞ, ವಿದ್ವಾಂಸ, ಬ್ರಾಹ್ಮಣನಲ್ಲಿ ಅಪರೂಪವಾದ ಕ್ಷಾತ್ರ ಗುಣ ಎಲ್ಲ ಇದ್ದು ಇಂಥ ಒಬ್ಬ ದುಷ್ಟ ರಾಜನ ಸೇವೆಯಲ್ಲಿ ತನ್ನ ಬದುಕನ್ನು ವ್ಯರ್ಥಗೊಳಿಸುತ್ತಿರುವುದು ಎಂಥ ವಿಪರ್ಯಾಸ !''

ಅಷ್ಟರಲ್ಲಿ ''ಆಚಾರ್ಯ ಚಣಕರೇ'' ಎಂದು ಸಹದೇವ ನರಳುತ್ತ ಕೂಗಿದಂತಾಗಿ, ಚಂದ್ರಗುಪ್ತ ಮತ್ತು ಚರಣ ಚಕಿತರಾಗಿ ಮುಖ ಮುಖ ನೋಡಿಕೊಂಡು ಮೇಲೆದ್ದರು. ಚಣಕ ದೀಪ ತೆಗೆದುಕೊಂಡು ಬರುವಂತೆ ಗೌತಮನಿಗೆ ಹೇಳಿದ. ಅವನು ದೀಪದೊಡನೆ ಬಂದ ನಂತರ ಮೂವರೂ ಬೀದಿಯ ಬಾಗಿಲನ್ನು ತೆರೆದು ಹೊರಬಂದರು. ಸಹದೇವ ಹರಿದ ಬಟ್ಟೆಯಲ್ಲಿ, ಕೆದರಿದ ತಲೆಗೂದಲಿನಲ್ಲಿ ಜಗಲಿಯ ಮೇಲೆ ಕಂಬವೊರಗಿ ಕುಳಿತಿದ್ದ.

''ಸಹದೇವ ! ಏನಿದು ನಿನ್ನ ಅವಸ್ಥೆ ?'' ಎಂದು ಚಣಕ ಕೇಳುತ್ತಿದ್ದಂತೆ ಸಹದೇವನಿಗೆ ಅಳುವೇ ಬಂದುಬಿಟ್ಟಿತು. ಅವನೆಂದ, ''ಸ್ವರ್ಗ ಹೇಗಿರುವುದೆಂದು ಗೊತ್ತಾಗುವುದೋ ಇಲ್ಲವೋ, ಆದರೆ ಬದುಕಿದ್ದಂತೆಯೇ ನರಕವನ್ನು ನೋಡಿ, ಅನುಭವಿಸಿ ಬಂದಂತಾಯಿತು.''

''ಸೆರೆಮನೆಯಲ್ಲಿ ಏನಾಯಿತು ?''

ಸಹದೇವ ತನ್ನ ಹರಿದ ಬಟ್ಟೆಗಳನ್ನು ತೆರೆದು ತೋರಿಸಿದ. ಬೆನ್ನು, ಭುಜ, ಹೊಟ್ಟೆಗಳ ಮೇಲೆಲ್ಲ ರಕ್ತ ಹೆಪ್ಪುಗಟ್ಟಿದ್ದ ಹಲವಾರು ಚಾವಟಿ ಏಟಿನ ಗಾಯದ ಗುರುತುಗಳಿದ್ದವು. ತೋಳು, ಹಸ್ತ, ಮುಂಗೈಗಳ ಮೇಲೂ ರಕ್ತ ಒಸರಿ ಹೆಪ್ಪುಗಟ್ಟಿದ್ದ ಅನೇಕ ಗಾಯಗಳಿದ್ದವು. ಅವನಿಗಾಗಿ ಮರುಗುವುದೋ, ಚಕ್ರವರ್ತಿಯ ಮೇಲೆ ಸಿಡಿಯುವುದೋ ತಿಳಿಯದೆ ಚಣಕ ಮತ್ತು ಚಂದ್ರಗುಪ್ತ ಅವನತ್ತಲೇ ನೋಡುತ್ತಿದ್ದರು. ಎರಡು ಕ್ಷಣ ಬಿಟ್ಟು ''ಗೌತಮ, ಸಹದೇವನಿಗೆ ಸ್ವಲ್ಪ ಹಾಲು ಕೊಡು'' ಎಂದ ಚಣಕ. ಗೌತಮ ಒಳಗೆ ಹೋದ.

"ನಿನ್ನನ್ನು ಹಿಡಿದುಕೊಂಡು ಹೋಗಲು ನೀನು ಮಾಡಿದ ಅಪರಾಧವಾದರೂ ಏನು ? ಕರ ಕೊಡಲು ನಿರಾಕರಿಸಿದೆಯಾ ?'' ಚಣಕ ಅವನ ಸಮೀಪದಲ್ಲಿ ಕುಳಿತು ಕಾತರದಿಂದ ಕೇಳಿದ.

"ಕರವನ್ನು ನಾನು ಎಂದೂ ನಿಲ್ಲಿಸಿಕೊಂಡವನಲ್ಲ, ಗೋಣಗಿಕೊಂಡಾದರೂ ಸರಿಯಾದ ಸಮಯದಲ್ಲಿ ಕರ ಕೊಟ್ಟುಬಿಡುವುದು ನನ್ನ ಪದ್ಧತಿ. ಆದರೆ ನನ್ನ ಹೊಟ್ಟೆಯ ಸಂಕಟವನ್ನು ನಾಲ್ಕು ಜನರ ಮುಂದೆ ತೋಡಿಕೊಂಡು ಮಹಾಪರಾಧ ಮಾಡಿದೆ. ಅದಕ್ಕೇ ಈ ಶಿಕ್ಷೆ.''

"ಏನು ಹೇಳಿದೆ ? ಯಾರ ಎದುರಿನಲ್ಲಿ ಹೇಳಿದೆ ?'' ಚಂದ್ರಗುಪ್ತ ಕೇಳಿದ.

"ನಿನ್ನೆ ನನ್ನ ಅಂಗಡಿಯ ಬಳಿ ಹಲವರು ಸೇರಿದ್ದರು. ನನಗೆ ಜನ ಬಳಕೆ ಹೆಚ್ಚಾಗಿದೆಯೆಂದು ನಿಮಗೂ ಗೊತ್ತಿದೆ. ಚರ್ಮ ಮತ್ತು ಅಂಟುಗಳ ಮೇಲೆ ಕರ ವಿಧಿಸಿದ ವಿಷಯಗಳ ಮೇಲೆ ಚರ್ಚೆ ನಡೆಯುತ್ತಿತ್ತು. ನನಗೆ ಮನಸ್ಸು ತಡೆಯಲಿಲ್ಲ, 'ಬಡವರನ್ನು ಸುಲಿದು ಭಂಡಾರ ತುಂಬಿಕೊಳ್ಳುವ ಇವನೊಬ್ಬ ರಾಜನೇ ! ನೊಂದವರ ನೋವಿನ ಒಂದೊಂದು ನಿಟ್ಟುಸಿರೂ ಶಾಪವಾಗಿ ಅವನನ್ನು ಸುಡಬೇಕು. ಅಂಥವನ ವಂಶವೇ ನಿರ್ವಂಶವಾಗಬೇಕು' ಎಂದು ಹೇಳಿದೆ. ಯಾವ ಗೂಢಚಾರ ಆ ಗುಂಪಿನಲ್ಲಿದ್ದು ರಾಕ್ಷಸನಿಗೆ ಸುದ್ದಿ ಕೊಟ್ಟನೋ, ಮಧ್ಯಾಹ್ನ ರಾಜಭಟರು ಬಂದು, ಅಂಗಡಿಯನ್ನೆಲ್ಲಾ ಲೂಟಿ ಮಾಡಿ, ನನ್ನನ್ನು ಎಳೆದುಕೊಂಡು ಹೋದರು. ನೇರವಾಗಿ ಸೆರೆಮನೆಗೇ ಎಳೆದೊಯ್ದಾಗ ನನಗೆ ಭಯವಾಯಿತು. ಮಡದಿ ಮತ್ತು ಕುಟುಂಬದ ಚಿಂತೆಯಿಲ್ಲದಿದ್ದರೆ, ಅಲ್ಲೇ ಅವನ ಮುಖದ ಮೇಲೆ ಉಗಿದು ಸತ್ತುಹೋಗುತ್ತಿದ್ದೆ. ಚರ್ಮದ ಚಾವಟಿಯಿಂದ ಮನ ಬಂದಂತೆ ಹೊಡೆದು ರಾಕ್ಷಸನ ಬಳಿಗೆ ಕರೆದುಕೊಂಡು ಹೋದರು. ಅಷ್ಟು ಹೊತ್ತಿಗೆ ಪ್ರತಿಭಟಿಸುವ ನನ್ನ ಧ್ವನಿ ಸತ್ತುಹೋಗಿತ್ತು. ಬೇರೆ ದಾರಿಯಿಲ್ಲದೆ ತಪ್ಪೊಪ್ಪಿಕೊಂಡೆ. ಎಚ್ಚರಿಕೆ ಹೇಳಿ ಆಚೆ ತಳ್ಳಿದರು. ಬರುವಾಗ ಸರಳುಗಳ ಹಿಂದೆ ಅಸಹಾಯಕತೆಯಿಂದ ನೋಡುತ್ತಿದ್ದ ಹಲವು ಸೆರೆಯಾಳುಗಳನ್ನು ನೋಡಿದೆ. ಅವರಲ್ಲಿ ನಿಜವಾದ ಅಪರಾಧಿಗಳು ಎಷ್ಟು ಜನವೋ, ಅಪರಾಧವನ್ನು ಹೊರಿಸಿ ತಂದು ಹಾಕಿದವರು ಎಷ್ಟು ಜನವೋ, ಆ ದೇವರಿಗೇ ಗೊತ್ತು.''

ಅಷ್ಟರಲ್ಲಿ ಗೌತಮ ಹಾಲು ತಂದುಕೊಟ್ಟ. ಅವನು ಕುಡಿಯದೆ ಅದನ್ನೇ ನೋಡುತ್ತಿದ್ದ. "ನೀನು ಮಾಡಿದ್ದು ತಪ್ಪೆಂದು ಈಗ ಅನ್ನಿಸುತ್ತಿದೆಯೇ ?'' ಎಂದು ಚಂದ್ರಗುಪ್ತ ಬೇಕೆಂದೇ ಕೇಳಿದ.

"ಇಲ್ಲ'' ಸಹದೇವ ಹೇಳಿದ, "ನನ್ನ ಕುಟುಂಬದ ಕ್ಷೇಮದ ದೃಷ್ಟಿಯಿಂದ ತಪ್ಪೊಪ್ಪಿಕೊಂಡು ತಪ್ಪುಮಾಡಿದೆನೆಂದು ಅನ್ನಿಸುತ್ತಿದೆ. ಆದರೇನು ಮಾಡಲಿ ? ನಾನೊಬ್ಬ ಬಡಪಾಯಿ ಚರ್ಮಕಾರ. ಚಣಕರಂಥ ಬ್ರಾಹ್ಮಣರಿಗೇ ಮಾನ್ಯತೆಯಿಲ್ಲದ ಈ ನಗರದಲ್ಲಿ ನಾನು ಯಾವ ಲೆಕ್ಕ ?''

"ಹಾಗೆಂದು ನಿನ್ನನ್ನು ನೀನೇ ಕೀಳೆಂದು ಭಾವಿಸಿಕೊಳ್ಳಬೇಡ, ಸಹದೇವ. ನಿನ್ನ ವೃತ್ತಿ ಯಾವುದಾದರೇನು ? ನನ್ನ ದೃಷ್ಟಿಯಲ್ಲಿ ನೀನೊಬ್ಬ ಕರ್ಮಯೋಗಿ. ಮೇಲೆನ್ನಿಸಿಕೊಂಡವರಿಗೆ ನೀನೇ ಪಾದರಕ್ಷೆಗಳನ್ನು ಮಾಡಿಕೊಡಬೇಕು. ಅವರಿಗೆ ಅವರದೇ ಆದ ಮರ್ಯಾದೆ ಇದ್ದರೆ, ನಿನಗೆ ನಿನ್ನದೇ ಆದ ಮರ್ಯಾದೆ ಇದ್ದೇ ಇದೆ.''

"ಆಚಾರ್ಯ ಚಣಕರೇ'' ಸಹದೇವ ಹೇಳಿದ, "ನಿಮ್ಮಲ್ಲಿ ಈ ಉದಾತ್ತತೆ ಇರುವುದರಿಂದಲೇ ನನಗೆ ನಿಮ್ಮ ಮೇಲೆ ಅಪಾರವಾದ ಗೌರವ. ನೀವು ಕೊಟ್ಟಿರುವ ಈ ಹಾಲು ಕುಡಿಯುವ ಮೊದಲು ನೀವು ನನಗೊಂದು ಮಾತು ಕೊಡುತ್ತೀರಾ ?''

"ಅದೇನು ಕೇಳು ಸಹದೇವ."

"ಆಚಾರ್ಯ, ನನ್ನೊಬ್ಬನಿಂದ ಆಗದ ಕಾರ್ಯ ಹಲವರಿಂದ ಆಗಬಹುದು. ನಿಮ್ಮಂಥ ಅನುಕಂಪವುಳ್ಳ ವ್ಯಕ್ತಿಗಳಿಂದ ಈ ಮಗಧದ ಪ್ರಜೆಗಳಿಗೆ ಮುಕ್ತಿ ದೊರೆಯಬಹುದು. ನಾನು ನನ್ನ ಕಡೆಯಿಂದ ನೂರು ಜನರನ್ನು ಸಿದ್ಧಪಡಿಸಿದರೆ, ನೀವು ನಿಮ್ಮ ವ್ಯಕ್ತಿತ್ವದ ಪ್ರಭಾವದಿಂದ ಸಾವಿರ ಜನರನ್ನು ಸಿದ್ಧಪಡಿಸಬಹುದು. ಹೀಗೆ ಹಲವರು ಪ್ರಯತ್ನಪಟ್ಟು ದಂಗೆಯೇಳಿಸಿದರೆ ಈ ಧನನಂದ ಎಷ್ಟರವನು ? ಅಮಾತ್ಯ ರಾಕ್ಷಸ ಎಷ್ಟರವನು ? ಆ ಪ್ರಯತ್ನ ಪಡುವುದಾಗಿ ಸಂಕಲ್ಪ ಮಾಡುತ್ತೀರಾ ?"

ಚಣಕ ಚಂದ್ರಗುಪ್ತನ ಮುಖ ನೋಡಿ ಹೇಳಿದ, "ಬಹುಶಃ ನಾವು ಕಾರ್ಯತತ್ಪರ ರಾಗುವ ಸಮಯ ಸನ್ನಿಹಿತವಾಗಿರುವಂತೆ ಕಾಣುತ್ತದೆ."

"ನೀನು ಮೊದಲು ಹಾಲು ಕುಡಿ, ಸಹದೇವ" ಚಂದ್ರಗುಪ್ತ ಹೇಳಿದ.

"ಆಚಾರ್ಯರು ಮಾತು ಕೊಡಲಿಲ್ಲ. ನೀವು ನನ್ನಷ್ಟು ಹೇಡಿಗಳಲ್ಲವೆಂದು ನಾನು ನಂಬುತ್ತೇನೆ."

"ನಾನು ಮಾತು ಕೊಡುತ್ತೇನೆ" ಎಂದು ಚಣಕ ಹೇಳಿದ ಮೇಲೆ ಸಹದೇವ ಹಾಲು ಕುಡಿದ. ಚಣಕ ಮುಂದುವರಿಸಿದ, "ನನ್ನಂತೆ, ನಿನ್ನಂತೆ ಮಗಧದ ಲಕ್ಷಾಂತರ ಜನಗಳ ಮನಸ್ಸಿನಲ್ಲಿ ಅಸಹನೆ, ಅತೃಪ್ತಿ, ಕೋಪಗಳು ಕುದಿಯುತ್ತಿವೆ ಎಂದು ನನಗೆ ಗೊತ್ತು. ಆದರೆ ಯಾರಾದರೂ ಅವುಗಳಿಗೆ ಪ್ರತಿಭಟನೆಯ ಚಾಲನೆ ನೀಡಬೇಕಾಗುತ್ತದೆ. ಈಗ ಒಂದು ರೀತಿಯಲ್ಲಿ ಅದಕ್ಕೆ ನೀನೇ ಪ್ರಚೋದನೆ ನೀಡಿದಂತಾಯಿತು."

"ಆಚಾರ್ಯ, ನಾನೂ ಪಾಟಲೀಪುತ್ರವನ್ನು ಬಿಟ್ಟು ಹೋಗುತ್ತೇನೆ. ಸೈನ್ಯ ಕಟ್ಟಿಕೊಂಡು ಬಂದು ದುಷ್ಟ ಧನನಂದನನ್ನು ಸಿಂಹಾಸನದಿಂದ ಕೆಳಗಿಳಿಸುತ್ತೇನೆ" ಎಂದ ಚಂದ್ರಗುಪ್ತ ಆವೇಶದಿಂದ.

"ತಾಳ್ಮೆ ಚಂದ್ರಗುಪ್ತ" ಚಣಕ ಹೇಳಿದ, "ಅದಕ್ಕೆ ಸಮಯ ಇನ್ನೂ ಪ್ರಶಸ್ತವಾಗಿಲ್ಲ. ಸಹದೇವ ಹೇಳಿದಂತೆ ಪಾಟಲೀಪುತ್ರದ ಒಳಗೇ ದಂಗೆಯ ಪ್ರಯತ್ನ ಮಾಡಬಹುದಲ್ಲ? ಇಲ್ಲಿ ಅದು ಯಶಸ್ವಿಯಾದರೆ ಇಡೀ ಮಗಧ ಸುಲಭವಾಗಿ ನಮ್ಮ ವಶವಾಗುತ್ತದೆ. ನಮ್ಮ ಆಪ್ತ ವರ್ಗದವರನ್ನು ಸೇರಿಸಿ, ಚರ್ಚಿಸಿ ಕಾರ್ಯಕ್ರಮವನ್ನು ಎಚ್ಚರಿಕೆಯಿಂದ ರೂಪಿಸಬೇಕು. ಜೊತೆಗೆ ಸೇನೆಯಲ್ಲೂ ದಂಗೆಯಾಗಬೇಕು."

"ಆ ಕೆಲಸ ನಾನು ಮಾಡುತ್ತೇನೆ" ಎಂದ ಚಂದ್ರಗುಪ್ತ.

"ಸಹದೇವ, ಮುಂದೆ ನಿನ್ನ ಸಂಸಾರ ನಿರ್ವಹಣೆಯ ಗತಿಯೇನು ?" ಎರಡು ಕ್ಷಣ ಬಿಟ್ಟು ಚಣಕ ಆತಂಕದಿಂದ ಕೇಳಿದ.

"ಅದರ ಚಿಂತೆ ನನಗಿಲ್ಲ. ಮೂರು ನಾಲ್ಕು ವರ್ಷಗಳಿಂದ ಸ್ವಲ್ಪ ಗಳಿಸಿಟ್ಟಿದ್ದೇನೆ. ಒಂದಷ್ಟನ್ನು ಕೊಟ್ಟು ನನ್ನ ಹೆಂಡತಿಯನ್ನು ಅವಳ ತವರು ಮನೆಯಿರುವ ಪುರುಷಪುರಕ್ಕೆ ಕಳಿಸಿಬಿಡುತ್ತೇನೆ."

"ನೀನು ಅಂಗಡಿಯನ್ನು ಮುಚ್ಚಿದರೆ ಸಂದೇಹಕ್ಕೆ ಆಸ್ಪದವಾಗಬಹುದು."

"ಇಲ್ಲ, ಅಂಗಡಿ ತೆರೆಯುತ್ತೇನೆ. ಆದರೆ ಸಣ್ಣಪುಟ್ಟ ಕೆಲಸಗಳನ್ನು ಮಾತ್ರ ಮಾಡುತ್ತೇನೆ."

"ಅದೇ ಸರಿಯಾದದ್ದು" ಎಂದು ಎಚ್ಚರಿಕೆ ಹೇಳಿ ಚಣಕ ಅವನನ್ನು ಮನೆಗೆ ಕಳಿಸಿಕೊಟ್ಟ

ಸಹದೇವ ಹೋದನಂತರ ಸ್ವಲ್ಪ ಹೊತ್ತು ಚಣಕ ಮತ್ತು ಚಂದ್ರಗುಪ್ತ ತಮ್ಮಲ್ಲೇ ಆಲೋಚಿಸುತ್ತಾ ಮೌನವಾಗಿ ಕುಳಿತರು. ಗೌತಮ ಅಡಿಗೆಯಾಯಿತೆಂದು ಸೂಚನೆ ನೀಡಿದ. "ಚಂದ್ರಗುಪ್ತ, ಈ ದಿನ ನನ್ನೊಂದಿಗೇ ಊಟ ಮಾಡಿಬಿಡು" ಎಂದ ಚಣಕ.

"ಇಲ್ಲ ಆಚಾರ್ಯ, ಅಮ್ಮ ಕಾಯುತ್ತಿರುತ್ತಾಳೆ. ನಾನು ಬರುತ್ತೇನೆ. ನಾಳೆ ಮತ್ತೆ ಬಂದು ನೋಡುತ್ತೇನೆ" ಎಂದು ಚಂದ್ರಗುಪ್ತ ಎದ್ದ.

"ನಾನೂ, ಏನು ಮಾಡಬೇಕು, ಹೇಗೆ ಮಾಡಬೇಕೆಂದು ಆಲೋಚಿಸುತ್ತೇನೆ. ನೀನೂ ಚೆನ್ನಾಗಿ ಆಲೋಚಿಸು. ಎಚ್ಚರಿಕೆ ಬಹಳ ಮುಖ್ಯ."

"ಹಾಗೇ ಆಗಲಿ" ಎಂದು ಚಂದ್ರಗುಪ್ತ ಹೊರಟುಹೋದ. ಚಣಕ ಊಟ ಮಾಡಲು ಹೊರಟ.

೫

ಚಂದ್ರಗುಪ್ತ ತನ್ನ ಮನೆಗೆ ಬಂದ. "ಏಕಿಷ್ಟು ತಡ ಮಗು ? ಆಚಾರ್ಯ ಚಣಕರ ಮನೆಗೆ ಹೋಗಿದ್ದೆಯಾ ?" ಎಂದು ಶಿವಾಲಿ ಕೇಳಿದಳು.

"ಹೌದಮ್ಮ. ಅವರೊಂದಿಗೆ ಮಾತನಾಡುತ್ತ ಸಮಯ ಸರಿದದ್ದೇ ಗೊತ್ತಾಗಲಿಲ್ಲ" ಎಂದು ಚಂದ್ರಗುಪ್ತ ಸಹದೇವನ ಪ್ರಸಂಗವನ್ನು ಸಂಕ್ಷಿಪ್ತವಾಗಿ ಹೇಳಿದ.

"ಈ ನಾಡಿನ ಜನತೆಗೆ ಈ ಕ್ರೂರ ಆಡಳಿತದಿಂದ ಎಂದು ಮುಕ್ತಿ ದೊರೆಯುವುದೋ ಆ ದೇವರೇ ಬಲ್ಲ" ಎಂದು ಒಂದು ನಿಟ್ಟುಸಿರು ಬಿಟ್ಟು ಶಿವಾಲಿ "ತುಂಬಾ ಹೊತ್ತಾಗಿದೆ, ಮೊದಲು ಊಟ ಮಾಡು ಬಾ" ಎಂದಳು.

ಚಂದ್ರಗುಪ್ತ ಅನ್ಯಮನಸ್ಕತೆಯಿಂದಲೇ ಊಟ ಮುಗಿಸಿದ. ಸಹದೇವ ತಮ್ಮಿಂದ ಮಾತು ತೆಗೆದುಕೊಂಡದ್ದನ್ನು, ಜನರನ್ನು ದಂಗೆಯೇಳಿಸಲು ತಾನು ಮತ್ತು ಚಣಕ ಮಾತಾಡಿಕೊಂಡದ್ದನ್ನು ತಾಯಿಗೆ ಹೇಳಲೋ ಬೇಡವೋ ಎಂದು ಅವನು ಯೋಚಿಸಿದ. ಆದರೆ ತಮ್ಮ ಆಲೋಚನೆಗಳಿಗೆ ಒಂದು ನಿರ್ದಿಷ್ಟ ಸ್ವರೂಪ ಲಭ್ಯವಾಗುವವರೆಗೆ ಹೇಳಬಾರದೆಂದು ನಿರ್ಧರಿಸಿಕೊಂಡು ಹೋಗಿ ಮಲಗಿದ.

ಬಹಳ ಹೊತ್ತು ನಿದ್ರೆ ಬರಲಿಲ್ಲ. ಚಣಕನ ಮನೆಯಲ್ಲಿ ನಡೆದ ಘಟನೆಯೇ ಮತ್ತೆ ಮತ್ತೆ ನೆನಪಿನಲ್ಲಿ ಪುನರಾವರ್ತನೆಯಾಗತೊಡಗಿತು. 'ಹೌದು, ಇನ್ನು ತಡ ಮಾಡುವಂತಿಲ್ಲ, ಬಹುದಿನದ ನನ್ನ ಸೇಡನ್ನು ತೀರಿಸಿಕೊಳ್ಳಲು ಮುನ್ನಡೆಯಲೇಬೇಕು. ಸಹದೇವನೇ ಆ ರೀತಿ ಧನನಂದನ ಮೇಲೆ ಕಠಿಣವಾಗಿ ಮಾತಾಡಬೇಕಾದರೆ, ಅಂಥ ವ್ಯಕ್ತಿಗಳು ರಾಜಧಾನಿಯಲ್ಲಿ ಇನ್ನೂ ಹಲವರು ಇದ್ದೇ ಇರುತ್ತಾರೆ. ಸೇನೆಯಲ್ಲೂ ನನ್ನ ಆಪ್ತರಿದ್ದಾರೆ. ಒಂದು ವೇಳೆ ಅಶ್ವಾಧ್ಯಕ್ಷ ಭಾಗುರಾಯಣರೇನಾದರೂ ನಮ್ಮ ಭಾವನೆಗಳನ್ನು ಅರ್ಥಮಾಡಿಕೊಂಡರೆ ನಮ್ಮ ಕೆಲಸ ಇನ್ನಷ್ಟು ಸುಲಭವಾಗುತ್ತದೆ' ಎಂದುಕೊಂಡ. ಭಾಗುರಾಯಣನ ನೆನಪಿನ ಜೊತೆಯಲ್ಲೇ ಅವನ ಮಗಳು ಉಜ್ವಲಳ ಸುಂದರವಾದ ಮುಖ ಕಣ್ಣೆದುರು ಸುಳಿಯಿತು. ಮೈಮನಸ್ಸುಗಳು ಬೆಚ್ಚಗಾದವು.

★ ★ ★

ಚಂದ್ರಗುಪ್ತ ಸೇನೆಗೆ ಬಂದು ಸೇರಿದಾಗ ಭಾಗುರಾಯಣನೇ ಅವನ ಸಾಮರ್ಥ್ಯವನ್ನು ಪರೀಕ್ಷಿಸಬೇಕಾಯಿತು. ಕುದುರೆ ಸವಾರಿ, ಖಡ್ಗ ಪ್ರಯೋಗದಲ್ಲಿ ಚಂದ್ರಗುಪ್ತ ಅನುಭವಿ ಯೋಧರಿಗಿಂತ ಹೆಚ್ಚು ಪರಿಣತನಾಗಿದ್ದ. ಅಲ್ಲದೆ ಅವನ ಸೌಂದರ್ಯ ಮತ್ತು ತೇಜಸ್ಸು ಭಾಗುರಾಯಣನ ಮನಸ್ಸನ್ನು ಆಕರ್ಷಿಸಿತು. ಅವನೇ ಚಂದ್ರಗುಪ್ತನನ್ನು ಇನ್ನೂರು ಅಶ್ವಾರೋಹಿಗಳ ನಾಯಕನನ್ನಾಗಿ ನೇಮಕ ಮಾಡುವಂತೆ ಚಕ್ರವರ್ತಿಗೆ ಹೇಳಿ ಒಪ್ಪಿಸಿದ. ಸಾಮಾನ್ಯ ಸೈನಿಕನಾಗಿರುವುದಕ್ಕಿಂತ ಇದು ಎಷ್ಟೋ ಮೇಲೆಂಬ ಭಾವನೆಯಿಂದ ಚಂದ್ರಗುಪ್ತ ಭಾಗುರಾಯಣನ ಬಗ್ಗೆ ಕೃತಜ್ಞತೆಯಿರಿಸಿಕೊಂಡಿದ್ದ. ಅವನಿಗೆ ಸೂಕ್ತ ಸಂಬಳ ನಿಗದಿ ಮಾಡಿದ್ದಲ್ಲದೆ, ನಗರದಲ್ಲಿ ಸರಿಯಾದ ಕಡೆ ಒಂದು ಮನೆಯನ್ನೂ ಭಾಗುರಾಯಣ ಗೊತ್ತುಪಡಿಸಿಕೊಟ್ಟಿದ್ದ. ಇನ್ನೂ ಚಿಕ್ಕ ವಯಸ್ಸಿನ, ಚುರುಕು ಬುದ್ಧಿ ಮತ್ತು ಶೌರ್ಯ ಪರಾಕ್ರಮಗಳಿರುವ ಚಂದ್ರಗುಪ್ತ ಇಂದಲ್ಲ ನಾಳೆ ಮಗಧದ ಸೇನೆಯಲ್ಲಿ ಅಶ್ವಾಧ್ಯಕ್ಷನೋ ಅಥವಾ ಸೇನಾಧ್ಯಕ್ಷನೋ ಆಗುವನೆಂದು ಭಾಗುರಾಯಣ ಭಾವಿಸಿದ್ದ.

ಒಂದು ದಿನ ಭಾಗುರಾಯಣನೇ ಚಂದ್ರಗುಪ್ತನನ್ನು ತನ್ನ ಮನೆಗೆ ಆಹ್ವಾನಿಸಿದ. ಮೊದಲೇ ಅವನ ವಿಷಯವನ್ನು ಕೇಳಿದ್ದುದರಿಂದ ಭಾಗುರಾಯಣನ ಹೆಂಡತಿ ಮಾಲಿನಿ ಅವನನ್ನು ತುಂಬಾ ಉಪಚರಿಸಿದಳು. ಮಗಳು ಉಜ್ವಲಳನ್ನು ಕರೆದು ಪರಿಚಯ ಮಾಡಿಸಿದಳು. ಹದಿನೆಂಟು ಹತ್ತೊಂಬತ್ತು ವರ್ಷಗಳ ಅವಳು ಆಕರ್ಷಣೀಯವಾಗಿದ್ದು, ಚಂದ್ರಗುಪ್ತನ ತಾರುಣ್ಯದ ಮನಸ್ಸು ಅವಳ ಆ ಚೆಲುವಿಗೆ ಮಾರುಹೋಯಿತು.

"ಇವಳಿಗೆ ಕುದುರೆ ಸವಾರಿ ಕಲಿಯಬೇಕೆಂದು ಬಹಳ ಆಸೆ. ನೀನೇ ಕಲಿಸಿಕೊಡಬೇಕು" ಎಂದ ಭಾಗುರಾಯಣ.

"ನಾನೇ !" ಚಂದ್ರಗುಪ್ತ ಆಚ್ಚರಿಯಿಂದ ಕಣ್ಣರಳಿಸಿದ.

"ಹೌದು ನೀನೇ" ಭಾಗುರಾಯಣ ಹೇಳಿದ, "ನಿನ್ನ ಸಾಮರ್ಥ್ಯದ ಬಗ್ಗೆ, ನಿನ್ನ ಮನೆತನದ ಹಿನ್ನೆಲೆಯ ಬಗ್ಗೆ ಹೇಳಿದಾಗ, ನನ್ನ ಹೆಂಡತಿ, ಮಗಳು ಇಬ್ಬರೂ ನೀನೇ ಕಲಿಸಿಕೊಡಬೇಕೆಂದು ನಿರ್ಧರಿಸಿಬಿಟ್ಟರು. ಅಲ್ಲವೇ ಮಾಲಿನಿ ?"

"ಹೌದು" ಮಾಲಿನಿ ಹೇಳಿದಳು, "ಸೇನಾಧಿಪತಿಯ ಮಗಳಿಗೆ ಯಾರು ಯಾರೋ ಕಲಿಸುವುದು ಸರಿಯಲ್ಲ, ಅಲ್ಲವೇ ? ನೀನಾದರೆ ಸುಸಂಸ್ಕೃತ ಮನೆತನಕ್ಕೆ ಸೇರಿದವನು. ನಮ್ಮ ಮರ್ಯಾದೆಗೆ ಭಂಗ ಬರದಂತೆ ನೋಡಿಕೊಳ್ಳಬಲ್ಲೆ. ಜೊತೆಗೆ ಈ ಸಂಗತಿ ಹಗುರವಾದ ಮಾತಾಗಿ ಹರಡಿ, ಚಕ್ರವರ್ತಿಯ ಅಸಮಾಧಾನಕ್ಕೆ ಕಾರಣವಾಗಬಾರದಲ್ಲವೇ ?"

"ಅಲ್ಲದೆ, ಹೆಣ್ಣಿಗೇಕೆ ಕುದುರೆ ಸವಾರಿ, ಕತ್ತಿವರಸೆ ? ಎಂದು ಪರಿಹಾಸ ಮಾಡುವ ಜನರೇ ಎಲ್ಲ" ಎಂದಳು ಉಜ್ವಲ.

"ಹೌದು, ನಿನಗೆ ಅವುಗಳ ಅಗತ್ಯವೇನು ? ಎಂದು ನಾನೂ ಕೇಳುತ್ತೇನೆ" ಎಂದ ಚಂದ್ರಗುಪ್ತ ಚೇಷ್ಟೆಯಿಂದ.

"ನಮ್ಮ ಅಗತ್ಯಕ್ಕೆ ತಕ್ಕಂತೆ ಮಾತ್ರ ವಿದ್ಯೆ ಕಲಿಯಬೇಕೆಂದು ನೀವೂ ಹೇಳುತ್ತೀರಾ ?" ಉಜ್ವಲ ಗಂಭೀರವಾಗಿ ಹೇಳಿದಳು, "ವಿದ್ಯೆ ನಮ್ಮಲ್ಲಿದ್ದರೆ ಅಗತ್ಯ ಬಿದ್ದಾಗ ನಮ್ಮ ಸಹಾಯಕ್ಕೆ ಒದಗುತ್ತದೆ. ಈಗ ನಿಮ್ಮಲ್ಲಿ ವಿದ್ಯೆಯಿದೆ. ಅದು ನನಗೆ ಕಲಿಸಲು ಬಳಕೆಯಾಗುತ್ತದೆ. ಅದರ ಬದಲು ನನಗೆ ಕಲಿಸಬೇಕೆಂದು ವಿದ್ಯೆಯನ್ನು ಕಲಿಯಲಾಗುತ್ತದೆಯೇ ?"

"ತಮ್ಮ ಮಗಳು ತುಂಬ ಚೆನ್ನಾಗಿ ಮಾತಾಡುತ್ತಾಳೆ" ಎಂದ ಚಂದ್ರಗುಪ್ತ ನಗುತ್ತ.

"ಹೌದು, ಅವಳು ಬುದ್ಧಿವಂತೆ, ನೇರವಾಗಿ ಮಾತಾಡಿಬಿಡುತ್ತಾಳೆ. ನನ್ನ ಮಗಳೆಂಬ ಅಭಿಮಾನದಿಂದ ಹೇಳುವುದಲ್ಲ, ಇವಳು ರಾಜಕುಮಾರಿಯಾಗಿ ಹುಟ್ಟಬೇಕಾಗಿತ್ತು. ಇವಳ ಕ್ಷಾತ್ರ ಗುಣವನ್ನು ನೋಡಿದರೆ, ಗಂಡು ಮಗನಾಗಿದ್ದರೆ ರಾಜ್ಯ ಕಟ್ಟಿ ಆಳುತ್ತಿದ್ದಳು ಎನ್ನಿಸುತ್ತದೆ."

"ಗಂಡಸರು ಮಾತ್ರ ರಾಜ್ಯಕಟ್ಟಿ ಆಳಬಲ್ಲರು, ಹೆಂಗಸರಲ್ಲ ಎಂಬ ಮೂಢನಂಬಿಕೆ ನಿಮ್ಮಲ್ಲೂ ಇದೆ, ಅಪ್ಪಾಜಿ" ಎಂದು ಉಜ್ವಲ ನಕ್ಕಳು.

"ನೀನು ನೇರವಾಗಿ ಆಳದಿದ್ದರೂ, ಆಳುವ ರಾಜನ ಮಡದಿಯಾದರೂ ಆಗಬಹುದು" ಎಂದ ಚಂದ್ರಗುಪ್ತ.

ಅಂದಿನಿಂದ ಬಿಡುವಾದಾಗ ಚಂದ್ರಗುಪ್ತ ಅವಳಿಗೆ ಕುದುರೆ ಸವಾರಿಯನ್ನು ಕಲಿಸಲು ಹೋಗುತ್ತಿದ್ದ. ಒಮ್ಮೊಮ್ಮೆ ಖಡ್ಗ ಪ್ರಯೋಗದ ಬಗ್ಗೆಯೂ ಅವಳು ಅವನಿಂದ ಕಲಿಯುವ ಉತ್ಸಾಹ ತೋರಿಸುತ್ತಿದ್ದಳು. ಅವಳ ಕಲಿಕೆಯ ವೇಗ, ಶ್ರದ್ಧೆಗಳನ್ನು ನೋಡಿ ಭಾಗುರಾಯಣನ ಮಾತು ಸುಳ್ಳಲ್ಲ ಎಂದುಕೊಳ್ಳುತ್ತಿದ್ದ.

ಸಲಿಗೆ ಬೆಳೆದಂತೆ ಚಂದ್ರಗುಪ್ತ ತನ್ನ ಪೂರ್ವಕಥೆಯನ್ನೂ, ತನ್ನ ಮಹತ್ವಾಕಾಂಕ್ಷೆಯನ್ನೂ ಅವಳ ಬಳಿ ಹೇಳಿಕೊಂಡ. ಧನನಂದನ ಅಧಿಕಾರ ಕಿತ್ತುಕೊಳ್ಳುವುದಾದರೆ ತಾನು ಅವನಿಗೆ ನೆರವಾಗುವುದಾಗಿ ಉಜ್ವಲ ಸ್ಪಷ್ಟವಾಗಿ ಹೇಳಿದಳು. ಚಂದ್ರಗುಪ್ತನಿಗೆ ಆಶ್ಚರ್ಯವಾಯಿತು. "ನಿನ್ನ ತಂದೆ ಧನನಂದನ ಒಬ್ಬ ನಿಷ್ಠ ಅಧಿಕಾರಿಯೆಂಬುದನ್ನು ಮರೆತುಬಿಟ್ಟೆಯಾ ?" ಎಂದು ಕೇಳಿದ.

"ಅವರು ನಿಷ್ಠೆಯಿಂದಿರಲಿ ಬೇಡವೆಂದವರಾರು ? ಆದರೆ ನಾನು ಅವರ ಮಗಳು. ನನಗೆ ನನ್ನದೇ ಆದ ಸ್ವತಂತ್ರ ವ್ಯಕ್ತಿತ್ವವಿದೆ. ನನ್ನ ನಿರ್ಧಾರವನ್ನು ನಾನೇ ತೆಗೆದುಕೊಳ್ಳುವುದು ತಪ್ಪಲ್ಲ. ನಿಜ ಹೇಳಬೇಕೆಂದರೆ ಅವರಿಗೂ ಧನನಂದನ ಮೇಲೆ ಬಹಳ ಅಸಮಾಧಾನವಿದೆ. ಆದರೆ ಅದನ್ನು ತೋರ್ಪಡಿಸಿಕೊಳ್ಳಲು ಸಾಧ್ಯವಾಗದೆ ಸುಮ್ಮನಿದ್ದಾರೆಂದು ನನ್ನ ಭಾವನೆ."

ಕ್ರಮೇಣ ಉಜ್ವಲ ಚಂದ್ರಗುಪ್ತನ ಮನಸ್ಸನ್ನು ತುಂಬಿಕೊಂಡಳು. ಅವನಿಗೆ ಗೊತ್ತಿಲ್ಲದಂತೆ ಅವನ ಅಂತರಂಗದಲ್ಲಿ ಅನುರಾಗ ಅಂಕುರಿಸಿತ್ತು. ಅವಳ ನಗು, ಮಾತು, ನಡವಳಿಕೆ, ಕ್ಷಾತ್ರ ಗುಣಗಳು ನೆನಪಿನಲ್ಲಿ ಕಾಡತೊಡಗಿದವು. ಸದಾ ಅವಳ ಸನಿಹದಲ್ಲಿರಬೇಕೆಂದು ಮನಸ್ಸು ಬಯಸತೊಡಗಿತು. ಅವಳನ್ನು ಮತ್ತೆ ಮತ್ತೆ ಭೇಟಿ ಮಾಡಲು ಕಾತರಗೊಳ್ಳುತ್ತಿದ್ದ. 'ಆದರೆ ಅವಳಲ್ಲಿ ಅಂಥ ಭಾವನೆಯಿರದಿದ್ದರೆ ? ಬಹಳ ನಂಬಿಕೆಯಿಂದ ಮಗಳಿಗೆ ಕಲಿಸುವ ಹೊಣೆ ವಹಿಸಿದ ಭಾಗುರಾಯಣ ಮತ್ತು ಅವನ ಹೆಂಡತಿ ಮಾಲಿನಿ ನನ್ನ ಬಗ್ಗೆ ಏನೆಂದು ತಿಳಿದುಕೊಳ್ಳಬಹುದು ?' ಇತ್ಯಾದಿ ಯೋಚಿಸಿ ಚಂದ್ರಗುಪ್ತ ತನ್ನ ಭಾವನೆಗಳನ್ನು ಅವಳ ಬಳಿ ವ್ಯಕ್ತಪಡಿಸಲಾರದೆ ಚಡಪಡಿಸುತ್ತಿದ್ದ. ಆದರೆ ಕೆಲವೇ ದಿನಗಳಲ್ಲಿ ಅದು ಸ್ಪಷ್ಟವಾಗುವ ಸಂದರ್ಭವೂ ಒದಗಿಬಂತು.

ಸ್ವಲ್ಪ ಅನಾರೋಗ್ಯದಿಂದ ಒಮ್ಮೆ ಚಂದ್ರಗುಪ್ತ ಎರಡು ದಿನ ಹಾಸಿಗೆ ಹಿಡಿದ. ಮೂರನೆಯ ದಿನ ಉಜ್ವಲ ತಾನೇ ಅವನನ್ನು ಹುಡುಕಿಕೊಂಡು ಬಂದಳು. ಚಂದ್ರಗುಪ್ತ ಅದನ್ನು ನಿರೀಕ್ಷಿಸಿರಲಿಲ್ಲ. ಉಜ್ವಲ ಶಿವಾಲಿಗೆ ಗೌರವ ತೋರಿಸಿ, ಅವಳ ಅನುಮತಿ ಪಡೆದು ತಾನೇ ಚಂದ್ರಗುಪ್ತನ ಉಪಚಾರಕ್ಕೆ ನಿಂತಳು. ಯಾವ ಬಿಗುಮಾನವೂ ಇಲ್ಲದೆ ಶಿವಾಲಿ

ಕೊಟ್ಟ ಆಹಾರವನ್ನು ಸಂತೋಷದಿಂದ ತೆಗೆದುಕೊಂಡಳು. ಅವಳ ಸರಳ ನಡವಳಿಕೆಯನ್ನು ಕಂಡು ಶಿವಾಲಿಗೆ ನಿಜವಾಗಲೂ ಆನಂದವಾಯಿತು. ಅವಳು ತನ್ನ ಮಗನಿಗೆ ಸರಿಯಾದ ಜೋಡಿಯಾಗುವಳೆಂಬ ಭಾವನೆ ಮನಸ್ಸಿಗೆ ಬಂತು.

''ನೀನೇಕೆ ಇಷ್ಟು ತೊಂದರೆ ತೆಗೆದುಕೊಳ್ಳಲು ಹೋದೆ. ಇನ್ನೆರಡು ದಿನ ಬಿಟ್ಟು ನಾನೇ ಬರುತ್ತಿದ್ದೆ'' ಎಂದ ಚಂದ್ರಗುಪ್ತ.

''ನೀವು ಬರುತ್ತೀರಿ. ಆದರೆ ನನ್ನ ಮನಸ್ಸು ತಡೆಯಬೇಕಲ್ಲ'' ಉಜ್ವಲ ಹೇಳಿದಳು, ''ಎರಡು ದಿನ ಎರಡು ಯುಗದಷ್ಟು ದೀರ್ಘವಾಯಿತು. ಒಂದು ದಿನ ನಿಮ್ಮನ್ನು ನೋಡದಿದ್ದರೂ ಊಟ, ನಿದ್ರೆ ಏನೂ ಬೇಕಾಗುವುದಿಲ್ಲ.''

''ಯಾವ ಸಂಬಂಧವೂ ಇಲ್ಲದ ನನ್ನ ಮೇಲೆ ನಿನಗೇಕೆ ಇಂಥ ಅಭಿಮಾನ ?''

ಕಂಡೂ ಕಾಣದಂತೆ ತುಸು ನಾಚಿಕೆ ಅವಳ ಮುಖದ ಮೇಲೆ ಸುಳಿದು-ಹೋಯಿತು. ಅವಳು ಹೇಳಿದಳು, ''ಯಾವ ಸಂಬಂಧವೂ ಇಲ್ಲವೇ ? ಎಲ್ಲರಿಗೂ ಕಾಣುವಂಥ ಗುರುಶಿಷ್ಯೆಯ ಸಂಬಂಧವಿದೆ. ಆದರೆ ನನಗೆ ನಿಮಗೆ ಮಾತ್ರ ಗೊತ್ತಿರುವಂಥ ಹೃದಯಗಳ ಸಂಬಂಧವಿಲ್ಲವೇ ?''

''ಅಂದರೆ ? ನೀನು ಹೇಳುತ್ತಿರುವುದು... ?'' ಎಂದು ಚಂದ್ರಗುಪ್ತ ತೊದಲಿದ.

''ಸುಳ್ಳು ಹೇಳಬೇಡಿ. ನನ್ನನ್ನೂ ನಿಮ್ಮನ್ನೂ ಕೇಳದೆ ನಮ್ಮ ಹೃದಯಗಳು ತಾವೇ ಸಂಬಂಧ ಬೆಳೆಸಿವೆ.''

''ಸದ್ಯ, ಹೇಗೆ ಹೇಳುವುದೆಂಬ ಸಂದಿಗ್ಧವನ್ನು ನೀನೇ ತಪ್ಪಿಸಿದೆ'' ಚಂದ್ರಗುಪ್ತ ನಿರಾಳವಾಗಿ ಹೇಳಿದ, ''ಆದರೆ ಇದು ನಾವು ನಾವೇ ನಿರ್ಧಾರ ಮಾಡಿಕೊಳ್ಳುವ ವಿಷಯವಲ್ಲ, ನಿನ್ನ ತಂದೆತಾಯಿಗಳ ಅನುಮತಿಯೂ ಆಗತ್ಯ. ಪ್ರೀತಿ, ವಿಶ್ವಾಸ ತೋರಿಸಿದ ಅವರ ಮನಸ್ಸಿಗೆ ನೋವುಂಟು ಮಾಡುವುದು ನನಗಿಷ್ಟವಿಲ್ಲ.''

''ನಿಮ್ಮ ಈ ಗುಣವೇ ನನಗೂ, ನನ್ನ ಅಪ್ಪಾಜಿ ಅಮ್ಮನಿಗೂ ಪ್ರಿಯವಾದದ್ದು. ನಾನು ಈಗಾಗಲೇ ಅವರಿಗೆ ನನ್ನ ಮನೋಗತವನ್ನು ತಿಳಿಸಿದ್ದೇನೆ.''

''ಹೌದೇ ? ಅವರು ಏನೆಂದರು ?''

''ನಾವು ಅಂದುಕೊಂಡದ್ದನ್ನೇ ನೀನೂ ಹೇಳಿದೆ, ಎಂದು ಸಂತೋಷಪಟ್ಟರು.''

ಈ ಮಾತುಕತೆ ನಡೆದ ಮರುದಿನವೇ ಭಾಗುರಾಯಣ, ಮಾಲಿನಿಯೊಂದಿಗೆ ಚಂದ್ರಗುಪ್ತನ ಮನೆಗೆ ಬಂದ. ಶಿವಾಲಿಯಂತೆ ಚಂದ್ರಗುಪ್ತನಿಗೂ ಆಶ್ಚರ್ಯವಾಯಿತು. ಅವರನ್ನು ಸತ್ಕರಿಸಲು ಶಿವಾಲಿ ಧಾವಂತ ಮಾಡಿಕೊಂಡಳು.

''ನೀವು ಏನೂ ತೊಂದರೆ ತೆಗೆದುಕೊಳ್ಳಬೇಡಿ'' ಭಾಗುರಾಯಣ ಒಂದು ಪೀಠದ ಮೇಲೆ ಕೂರುತ್ತ ಹೇಳಿದ, ''ನಾನೀಗ ಚಕ್ರವರ್ತಿಯ ಅಶ್ವಾಧ್ಯಕ್ಷನಾಗಿ ಇಲ್ಲಿಗೆ ಬಂದಿಲ್ಲ, ಮಗಳ ತಂದೆಯಾಗಿ ಬಂದಿದ್ದೇನೆ.''

ಶಿವಾಲಿಗೆ ಆ ವಿಷಯ ನಿರೀಕ್ಷಿತವೇ ಆಗಿದ್ದರೂ, ಹೀಗೆ ಅವರು ಹಠಾತ್ತನೆ ಬಂದು ಆ ಮಾತಾಡುವರೆಂದು ಅಂದುಕೊಂಡಿರಲಿಲ್ಲ. ತಕ್ಷಣ ಅವಳಿಗೆ ತನ್ನ ಗಂಡ, ಅವನ ಅಧಿಕಾರ, ತಮ್ಮ ಊರು ಎಲ್ಲ ನೆನಪಾಗಿ ನೋವಾಯಿತು. ಚಿಕ್ಕ ಪ್ರಾಂತ್ಯವೋ, ದೊಡ್ಡ ಪ್ರಾಂತ್ಯವೋ ತನ್ನ ಗಂಡ ರಾಜನಾಗಿದ್ದಿದ್ದರೆ ಭಾಗುರಾಯಣ ಹಿಂಜರಿಯುತ್ತ ಬಂದು ಕೇಳಬೇಕಾಗಿತ್ತು.

ಆದರೆ ಈಗ ನಾನೇ ಹಿಂಜರಿಯುತ್ತ ಮಾತಾಡಬೇಕಾಗಿದೆ. ಎಷ್ಟೇ ಆಗಲಿ ಚಂದ್ರಗುಪ್ತ ಅವನ ಕೈಕೆಳಗೆ ಕೆಲಸ ಮಾಡುವವನಲ್ಲವೇ ? ಆದರೂ ಧನನಂದನ ರಾಜ್ಯದಲ್ಲಿ ಸಣ್ಣಪುಟ್ಟ ಅಧಿಕಾರಿಗಳೂ ಅಹಂಕಾರದಿಂದ ಬೀಗುತ್ತಿರುವಾಗ, ಅಶ್ವಾಧ್ಯಕ್ಷನೆಂಬ ದೊಡ್ಡ ಪದವಿಯಲ್ಲಿರುವ ಭಾಗುರಾಯಣನ ಸರಳ ನಡವಳಿಕೆ ಅವಳಿಗೆ ಇಷ್ಟವಾಯಿತು. ತನ್ನ ಪರಿಮಿತಿಯಲ್ಲಿ ಸಾಧ್ಯವಾದ ಆಹಾರ ಪಾನೀಯಗಳನ್ನು ನೀಡಿ ಸತ್ಕರಿಸಿದಳು.

ಅವಳ ಮನಸ್ಸಿನ ಭಾವನೆಗಳನ್ನು ಊಹೆ ಮಾಡಿದವನಂತೆ ಭಾಗುರಾಯಣ ತಾನೇ ಹೇಳಿದ, "ಬಹುಶಃ ನಿಮಗೆ ನಿಮ್ಮ ಪೂರ್ವ ಜೀವನದ ಘಟನೆಗಳು ನೆನಪಾಗುತ್ತಿರಬಹುದು. ಚಂದ್ರಗುಪ್ತ ರಾಜಕುಮಾರನಾಗಿದ್ದರೆ ಇವರು ಹೀಗೆ ಬಂದು ಕೇಳುತ್ತಿದ್ದರೇ ಎಂಬ ಭಾವನೆಯೂ ಬರಬಹುದು. ಆದರೆ ಚಂದ್ರಗುಪ್ತ ಯಾವಾಗಲೂ ರಾಜಕುಮಾರನೇ. ರಾಜಲಕ್ಷಣಗಳನ್ನುಳ್ಳ ಅವನು ಬಹುಕಾಲ ಈ ಸಣ್ಣ ಅಧಿಕಾರದಲ್ಲಿರಲಾರ, ಇರಬಾರದು. ಅವನು ಬಹುಬೇಗ ಉನ್ನತ ಸ್ಥಾನಕ್ಕೇರುವಂತೆ ನಾನು ನೋಡಿಕೊಳ್ಳುತ್ತೇನೆ."

"ಪರನಾಡಿನಲ್ಲಿ, ಪರರ ಹಂಗಿನಲ್ಲಿ ಯಾವ ಅಧಿಕಾರವೂ ಉನ್ನತವಾಗಲಾರದು, ಭಾಗುರಾಯಣರೇ" ಶಿವಾಲಿ ಹೇಳಿದಳು.

"ಅಂದರೆ ? ನಿಮ್ಮ ಅಭಿಪ್ರಾಯ ?" ಭಾಗುರಾಯಣ ಅರ್ಥವಾಗದೆ ಕೇಳಿದ.

"ಅಮ್ಮ" ಚಂದ್ರಗುಪ್ತ ಬೇಕೆಂದೇ ಮಾತನ್ನು ಬೇರೆ ಕಡೆಗೆ ತಿರುಗಿಸಲು ಹೇಳಿದ, "ಅತಿಥಿಗಳಾಗಿ ಬಂದಿರುವವರ ಎದುರಿಗೆ ನಮ್ಮ ಅಸಮಾಧಾನವನ್ನೆಲ್ಲ ತೋಡಿಕೊಳ್ಳುವುದು ಸೂಕ್ತವಲ್ಲ"

"ಅತಿಥಿಗಳು ಬಂಧುಗಳಾದ ಮೇಲೆ ನಡವಳಿಕೆಯ ಬಿಗುಮಾನ ಸಡಿಲವಾಗುವುದಲ್ಲವೇ ?" ಎಂದು ಮಾಲಿನಿ ನಕ್ಕಳು.

"ಉಜ್ವಲ ತುಂಬ ಒಳ್ಳೆಯ ಹುಡುಗಿ" ಶಿವಾಲಿ ಮೆಚ್ಚುಗೆಯಿಂದ ಹೇಳಿದಳು, "ನನ್ನ ಮಗ, ನಿಮ್ಮ ಮಗಳು ಪರಸ್ಪರ ಒಪ್ಪಿರುವಂತೆ ಕಾಣುತ್ತಿದೆ. ಮಕ್ಕಳ ಮನೋಭೀಷ್ಟವನ್ನು ಈಡೇರಿಸುವುದು ತಂದೆತಾಯಿಗಳ ಕರ್ತವ್ಯ. ನನ್ನ ಸಮ್ಮತಿಯಿದೆ. ಆದರೆ ವಿವಾಹಕ್ಕೆ ಆತುರವಿಲ್ಲ ತಾನೇ ?"

"ಏಕೆ ? ಏನಾದರೂ ತೊಂದರೆಯಿದೆಯೇ ?"

"ತೊಂದರೆಯೇನೂ ಇಲ್ಲ" ಚಂದ್ರಗುಪ್ತ ಹೇಳಿದ, "ನಾನು ನನ್ನ ಜನ್ಮಸ್ಥಳಕ್ಕೆ ಹೋಗಿಬರಬೇಕು. ಅಲ್ಲಿ ಮಾಡಿ ಮುಗಿಸಬೇಕಾದ ಕೆಲವು ಮುಖ್ಯ ಕೆಲಸಗಳಿವೆ."

"ಆಗಬಹುದು. ಅವಸರವೇನಿಲ್ಲ"

"ನಮ್ಮ ಉಜ್ವಲ ಕೂಡ, ಚಂದ್ರಗುಪ್ತ ಏನಾದರೂ ಸಾಧನೆ ಮಾಡಿ ನಾಲ್ಕು ಜನರ ನಡುವೆ ಗಣ್ಯತೆಯನ್ನು ಪಡೆಯಬೇಕು, ಅಲ್ಲಿಯವರೆಗೆ ಕಾಯಲು ತಾನು ಸಿದ್ಧ ಎಂದು ಹೇಳುತ್ತಾಳೆ" ಎಂದಳು ಮಾಲಿನಿ.

"ನಿಮ್ಮ ಮಗನನ್ನು ನನ್ನ ಮಗಳು ಇಷ್ಟಪಟ್ಟಳು ನಿಜ" ಭಾಗುರಾಯಣ ಹೇಳಿದ, "ಆದರೆ ನನಗೆ ಚಂದ್ರಗುಪ್ತನ ಮೇಲೆ ಅಭಿಮಾನ ಮೂಡಲು ಬೇರೆ ಕಾರಣಗಳಿವೆ. ಮೊದಲನೆಯದು ಇವನ ಆಕರ್ಷಕ ರೂಪು ಮತ್ತು ಧೀರ ನಿಲುವು. ಎರಡನೆಯದು

ಯುದ್ಧ ವಿದ್ಯೆಯಲ್ಲಿರುವ ಇವನ ಪರಿಣತಿ. ಮೂರನೆಯದು ಇವನ ಸಭ್ಯ ನಡವಳಿಕೆ ಮತ್ತು ನಾಲ್ಕನೆಯದು ನಾನೂ ಕ್ಷತ್ರಿಯ ಕುಲದವನಾಗಿರುವುದು.''

''ಧನನಂದನಿಗೆ ಕ್ಷತ್ರಿಯರ ಮೇಲೆ ತಿರಸ್ಕಾರ ಭಾವನೆಯಿದೆಯಲ್ಲವೇ ?'' ಚಂದ್ರಗುಪ್ತ ಕೇಳಿದ.

''ಇದೆ ನಿಜ. ಆದರೆ ಅದೇ ಕ್ಷತ್ರಿಯರು ತನಗೆ ಆಶ್ರಿತರಾಗಿ ದೇಹಿ ಎಂದು ಬದುಕಿದರೆ ಅವನಿಗೆ ಪರಮ ಸಂತೋಷವಾಗುತ್ತದೆ. ಹೆಸರಿಗೆ ಮಾತ್ರ ನನಗೂ ಒಂದು ದೊಡ್ಡ ಅಧಿಕಾರವಿದೆ. ಆದರಿಂದ ನನ್ನ ಕುಟುಂಬದ ಜೀವನ ಸುಖವಾಗಿಯೇ ಸಾಗುತ್ತದೆ. ಸ್ವಾಭಿಮಾನವೆಂಬ ಭಾವನೆಯನ್ನು ಮಾತ್ರ ಮನಸ್ಸಿನಿಂದ ಕಿತ್ತು ಹಾಕಬೇಕು, ಅಷ್ಟೆ''

ಚಂದ್ರಗುಪ್ತ ತಾಯಿಯ ಮುಖ ನೋಡಿದ. ಅವಳು ಏನೋ ಹೇಳುವಷ್ಟರಲ್ಲಿ ಭಾಗುರಾಯಣ ಮತ್ತೆ ಹೇಳಿದ, ''ಒಂದೊಂದು ಸಲ ಈ ದುಷ್ಟ ರಾಜನ ದುಷ್ಟ ಆಡಳಿತದ ಪಾಪದಲ್ಲಿ ಪರೋಕ್ಷವಾಗಿಯಾದರೂ ನಾವು ಪಾಲುದಾರರಲ್ಲವೇ ? ಎಂಬ ಪ್ರಶ್ನೆ ಚುಚ್ಚುತ್ತದೆ. ನೋಡೋಣ, ಉಜ್ವಲಳ ವಿವಾಹವೊಂದು ಮುಗಿದರೆ ಈ ಅಧಿಕಾರ, ಈ ಸುಖ ಎಲ್ಲವನ್ನೂ ಬಿಟ್ಟು ಯಾವುದಾದರೂ ದೂರದ ಒಂದು ಗ್ರಾಮದಲ್ಲಿ ನಿರಾಳವಾಗಿ ಬದುಕಬೇಕೆಂದುಕೊಂಡಿದ್ದೇನೆ.''

''ಕ್ಷತ್ರಿಯರಿಗೆ ಯೋಗ್ಯವಲ್ಲದ ಮಾತು ಇದು'' ಚಂದ್ರಗುಪ್ತ ಹೇಳಿದ, ''ಕ್ಷತ್ರಿಯನಾದವನು ಹೀಗೆ ಸೋಲೊಪ್ಪಿಕೊಂಡು ತನ್ನ ವೈಯಕ್ತಿಕ ಶಾಂತಿಯ ಬೆನ್ನು ಹತ್ತುವುದಿಲ್ಲ, ತನ್ನ ಪರಿಮಿತಿಯಲ್ಲಿ ಇರುವಷ್ಟಾದರೂ ಹಲವರ ಹಿತರಕ್ಷಣೆಯ ಪ್ರಯತ್ನ ಪಡುತ್ತಾನೆ.''

''ಆದರೆ ಹೇಗೆ ? ಈ ಅಧಿಕಾರದ ಸಂಕೋಲೆಯಲ್ಲಿ ಏನು ಮಾಡಲು ಸಾಧ್ಯ ? ಯುದ್ಧವಾದರೆ ನುಗ್ಗಿ ಹೋರಾಡುವುದು, ಇಲ್ಲವಾದರೆ ಸಂಬಳ ತೆಗೆದುಕೊಂಡು ಬದುಕುವುದು. ಉಳಿದಂತೆ ವ್ಯಕಿತ್ವವೇ ಇಲ್ಲದ ಅನಾಮಿಕರು ನಾವು. ನಮ್ಮ ಮಾತಿಗೂ ಬೆಲೆಯಿಲ್ಲ, ಒಮ್ಮೆ ಯಾವುದೋ ಸಂದರ್ಭದಲ್ಲಿ ಬಾಯಿ ತೆರೆದು, ಎಲ್ಲರ ಎದುರಿಗೆ ಆ ಧನನಂದನಿಂದ ಕುಹಕದ ಮಾತುಗಳನ್ನು ಕೇಳಬೇಕಾಯಿತು.''

ಎರಡು ಕ್ಷಣ ಬಿಟ್ಟು ಚಂದ್ರಗುಪ್ತ ಹೇಳಿದ, ''ಇಷ್ಟೊಂದು ನಿರಾಶರಾಗುವ ಅಗತ್ಯವಿಲ್ಲ ಭಾಗುರಾಯಣರೇ, ಮಗಧದ ಹಣೆಬರಹ ಅಷ್ಟೊಂದು ಕೆಟ್ಟಿಲ್ಲ, ಅದು ತನಗೆ ಬೇಕಾದವರಿಂದ ಬೇಕಾದ ಸೇವೆಯನ್ನು ತೆಗೆದುಕೊಳ್ಳುತ್ತದೆ.''

ಭಾಗುರಾಯಣ ಮತ್ತು ಮಾಲಿನಿ ಹೋದ ಮೇಲೆ ಶಿವಾಲಿ ದೃಢವಾಗಿ ಹೇಳಿದಳು, ''ಚಂದ್ರಗುಪ್ತ, ಏನೇ ಆದರೂ ನೀನು ಈಗಲೇ ವಿವಾಹಕ್ಕೆ ಸಮ್ಮತಿಸಬೇಡ. ದೊಡ್ಡ ರಾಜ್ಯವಿಲ್ಲದಿದ್ದರೂ ನೀನು ಒಂದು ಸಣ್ಣ ಗ್ರಾಮದ ಸಣ್ಣ ರಾಜನಾದರೂ ಆಗಬೇಕು. ಅಲ್ಲಿಯವರೆಗೆ ಈ ವಿವಾಹ ಬೇಡ. ನಿನ್ನ ತಂದೆಯ ಪಿಪ್ಪಲಿವನವನ್ನು ಕೈವಶಕ್ಕೆ ತೆಗೆದುಕೊಳ್ಳಲು ಅಲ್ಲಿದ್ದೇ ಪ್ರಯತ್ನಪಡಬಹುದಾಗಿತ್ತು. ಇಲ್ಲಿಗೆ ಬಂದು ನೀನು ಈ ಅಧಿಕಾರಕ್ಕೆ ಸೇರಿಕೊಂಡದ್ದು ಸರಿಯಲ್ಲವೇನೋ ಎನಿಸುತ್ತದೆ.''.

''ನಿನ್ನ ಮಾತನ್ನು ನಾನು ಎಂದಾದರೂ ಮೀರಿದ್ದೇನೆಯೇ ?'' ಚಂದ್ರಗುಪ್ತ ಹೇಳಿದ, ''ಅದರ ಬಗ್ಗೆ ನೀನು ಯೋಚನೆ ಮಾಡಬೇಡ. ಮೊದಮೊದಲು ನನಗೂ ನಿನ್ನ ಹಾಗೇ

ಅನ್ನಿಸುತ್ತಿತ್ತು. ಆದರೆ ಇಲ್ಲಿಗೆ ಬಂದ ಮೇಲೆ ನನ್ನ ಆಸೆ ದೊಡ್ಡದಾಗಿದೆ. ಅದು ಪಿಪ್ಪಲಿವನದ ಚಿಕ್ಕ ನಾಡಿನಾಚೆಗೆ ಇಡೀ ಆರ್ಯಾವರ್ತಕ್ಕೆ ಆವರಿಸಿದೆ.''

''ಶಕ್ತಿ ಮೀರಿದ ಆಸೆಯಿಂದ ಅಪಾಯ ತಂದುಕೊಂಡೀಯ ಮಗು. ನಿನ್ನ ತಾಯಿಯ ಮಡಿಲನ್ನು ಬರಿದು ಮಾಡುವ ಸಾಹಸ ಮಾಡಬೇಡ'' ಶಿವಾಲಿ ತುಸು ಆತಂಕದಿಂದ ಹೇಳಿದಳು.

ಚಂದ್ರಗುಪ್ತ ನಕ್ಕ, ''ಅಲ್ಲಮ್ಮ, ಇದೇ ತಾನೆ ನೀನು ಒಂದು ಸಣ್ಣ ಗ್ರಾಮದ ಸಣ್ಣ ರಾಜನಾದರೂ ಆಗದೆ ವಿವಾಹ ಮಾಡಿಕೊಳ್ಳಬೇಡ ಎಂದು ಹೇಳಿದೆ. ಅದೇ ನಿನ್ನ ಮಗ, ಮೊದಲು ಮಗಧ, ನಂತರ ಇಡೀ ಆರ್ಯಾವರ್ತದ ಚಕ್ರವರ್ತಿಯಾಗುವುದು ನಿನಗಿಷ್ಟವಿಲ್ಲವೇ ?''

''ಅದು ಸಾಧ್ಯವೆನ್ನುತ್ತೀಯಾ ?'' ಶಿವಾಲಿ ನಂಬದವಳಂತೆ ಕೇಳಿದಳು.

''ನಿನ್ನಂಥ ತಾಯಿಯ ಸ್ಫೂರ್ತಿ, ಆಶೀರ್ವಾದಗಳಿದ್ದರೆ ಸಾಧ್ಯವಾಗದಿರುವುದೂ ಸಾಧ್ಯವಾಗುತ್ತದೆ.''

''ನೀನೊಬ್ಬನೇ ಏನು ಮಾಡಬಲ್ಲೆ ?''

''ನನ್ನೊಬ್ಬನಿಂದ ಆಗುವ ಕೆಲಸವಲ್ಲ ಎಂಬುದು ನನಗೆ ಗೊತ್ತು. ಯಾರು ಸಹಾಯ ಮಾಡಬಲ್ಲವರು ? ಯಾರನ್ನು ನಂಬಬಹುದು ? ಇತ್ಯಾದಿ ನಿಧಾನವಾಗಿ ಯೋಚಿಸಬೇಕು. ಜನರ ಸ್ನೇಹ, ವಿಶ್ವಾಸಗಳನ್ನು ಗಳಿಸುತ್ತಾ ಹೋದಂತೆ ಧನನಂದನ ಆಡಳಿತದ ಬಗ್ಗೆ ಅತೃಪ್ತಿಯುಳ್ಳ ಹಲವರಿದ್ದಾರೆ, ಎಂಬುದು ಮನವರಿಕೆಯಾಗಿದೆ. ಅವರೆಲ್ಲ ನನ್ನೊಂದಿಗೆ ಕೈಜೋಡಿಸುವುದಾದರೆ ನನ್ನ ಕೆಲಸ ಸುಲಭವಾಗುತ್ತದೆ.'' ಶಿವಾಲಿ ಮತ್ತೆ ಮಾತಾಡದೆ ಚಿಂತೆಯಲ್ಲಿ ಮುಳುಗಿದಳು.

★ ★ ★

ತನ್ನ ಮನಸ್ಸಿನ ಇಂಗಿತವನ್ನು ಚಂದ್ರಗುಪ್ತ ಉಜ್ವಲಳ ಬಳಿ ಹೇಳಿಕೊಂಡಿದ್ದ, ಅವಳು ಬೆಂಬಲ ನೀಡುವುದಾಗಿ ಮೊದಲೇ ಹೇಳಿದ್ದಳು. ಆದರೆ ಆ ವಿಷಯವನ್ನು ಈಗಲೇ ಭಾಗುರಾಯಣನಿಗೆ ತಿಳಿಸಬಾರದೆಂದು ಇಬ್ಬರೂ ಅಂದುಕೊಂಡಿದ್ದರು. ಈಗ ಅಂಥ ಸಂದರ್ಭ ಬಂದೇ ಬಿಟ್ಟಿರುವುದರಿಂದ ಅವನಿಗೆ ತಿಳಿಸುವುದು ಒಳ್ಳೆಯದೆಂದು ಚಂದ್ರಗುಪ್ತ ಯೋಚಿಸಿದ. ಅಧಿಕಾರದಲ್ಲಿರುವ ಅವನ ಸಹಾನುಭೂತಿ ದೊರಕಿದರೆ, ಅದು ತನ್ನ ಕಾರ್ಯೋದ್ಯೋಗದಲ್ಲಿ ಉಪಯುಕ್ತವಾಗಬಹುದೆಂದು ಭಾವಿಸಿದ. ಅವನು ತನ್ನ ಮತ್ತು ಮಗಳ ಮೇಲಿನ ಅಭಿಮಾನದಿಂದ, ಸಂತೋಷದಿಂದ ಉತ್ತೇಜನ ನೀಡುತ್ತಾನೋ ಅಥವಾ ಏನಾದರೂ ಅಪಾಯವಾಗಬಹುದೆಂಬ ಭೀತಿಯಿಂದ ಬೇಡವೆಂದು ಹೇಳುತ್ತಾನೋ, ಎಂಬುದನ್ನು ನಿರ್ಧರಿಸಲಾಗಲಿಲ್ಲ.

ಸೇನೆಯಲ್ಲಿದ್ದ ತನ್ನ ಮಿತ್ರರನ್ನೆಲ್ಲ ನೆನಪು ಮಾಡಿಕೊಂಡ. ಅವರಲ್ಲಿ ಯಾರು ಯಾರು ಬೆಂಬಲ ನೀಡಬಹುದು, ಯಾರು ಯಾರು ಹುಚ್ಚು ಸಾಹಸವೆಂದು ನಗಬಹುದು, ಎಂದು ಮನಸ್ಸಿನಲ್ಲೇ ಲೆಕ್ಕ ಹಾಕಿದ. ತನ್ನ ಆಪ್ತ ಮಿತ್ರ ಚರಣನೊಂದಿಗೆ ಮೊದಲು ಮಾತನಾಡಿ ಆನಂತರ ಮಿತ್ರರನ್ನೂ, ಹಿತೈಷಿಗಳನ್ನೂ ಆಯ್ಕೆ ಮಾಡಿಕೊಳ್ಳಬೇಕೆಂದು ಯೋಚಿಸಿದ.

ಒಬ್ಬ ಸಾಮಾನ್ಯ ಚರ್ಮಕಾರನಿಗಾಗಿ ಅಷ್ಟೊಂದು ಮರುಗಿದ ಚಣಕನ ಬಗ್ಗೆ ಚಂದ್ರಗುಪ್ತನಲ್ಲಿ ಹೆಚ್ಚಿನ ಗೌರವ ಭಾವನೆ ಮೂಡಿತು. 'ಎಂಥ ಘನ ವಿದ್ವಾಂಸ ! ಆದರೆ ಎಷ್ಟು ಉದಾತ್ತ ಸ್ವಭಾವ ! ಅವನ ಮಗ ದಂಡನೀತಿ ಶಾಸ್ತ್ರದಲ್ಲಿ ಪಾರಂಗತನಂತೆ. ಅವನನ್ನು ಭೇಟಿ ಮಾಡಬೇಕು. ಅವನಿಂದ ರಾಜನೀತಿಯನ್ನು ಚೆನ್ನಾಗಿ ಕಲಿಯಬೇಕು' ಇತ್ಯಾದಿ ಯೋಚಿಸುತ್ತ ಚಂದ್ರಗುಪ್ತ ಬಹಳ ತಡವಾಗಿ ನಿದ್ರೆ ಹೋದ.

## ೬

ತಕ್ಷಣ ಬರಬೇಕೆಂದು ಅರಮನೆಯಿಂದ ಮಹಾರಾಣಿ ಸುಮತಿ ಚಣಕನಿಗೆ ಹೇಳಿ ಕಳಿಸಿದಳು. ಎರಡು ಮೂರು ದಿನಗಳಿಂದ ಅವನು ಅತ್ತ ತಲೆ ಹಾಕಿರಲಿಲ್ಲ, ಕುತೂಹಲದಿಂದ ಚಣಕ ಕೂಡಲೇ ಹೊರಟ.

ಅಲ್ಲಿಗೆ ಹೋದಾಗ ರಾಜಕುಮಾರ ಸುಮಾಲ್ಯ ಹಾಸಿಗೆ ಹಿಡಿದಿದ್ದ. ರಾಜವೈದ್ಯ ಸಂಜಯ ಅವನನ್ನು ಪರೀಕ್ಷಿಸುತ್ತಿದ್ದ. ಸುಮತಿ ಚಿಂತೆ, ಆತಂಕಗಳಿಂದ ನಿಂತಿದ್ದಳು. ಚಣಕನನ್ನು ಕಂಡ ಕೂಡಲೇ ''ಬಂದಿರಾ ? ಬನ್ನಿ ಆಚಾರ್ಯ, ನಾನು ನಿಮ್ಮ ದಾರಿಯನ್ನೇ ಕಾಯುತ್ತಿದ್ದೆ'' ಎಂದು ಸ್ವಾಗತಿಸಿದಳು.

''ರಾಜಕುಮಾರನಿಗೆ ಏನಾಯಿತು, ಮಹಾರಾಣಿ ?'' ಚಣಕ ಕಾತರದಿಂದ ಕೇಳಿದ.

''ನಿನ್ನೆಯೆಲ್ಲ ಎರಡು ಮೂರು ಸಲ ಪ್ರಜ್ಞೆ ತಪ್ಪಿ ಬಿದ್ದುಬಿಟ್ಟ. ಹೊಟ್ಟೆಗೆ ತಿಂದದ್ದನ್ನೆಲ್ಲ ವಾಂತಿ ಮಾಡಿಕೊಂಡ. ನನಗೆ ಬಹಳ ಭಯವಾಯಿತು.''

''ಸಮಾಧಾನ ತಂದುಕೊಳ್ಳಿ, ವೈದ್ಯರು ಬಂದಿರುವರಲ್ಲ.''

''ಆದರೂ ಅವನ ಗ್ರಹಗತಿಗಳನ್ನು ನೋಡಿ ಹೇಳಲೆಂದು ನಿಮಗೆ ಹೇಳಿ ಕಳಿಸಿದೆ.''

''ಮೊದಲು ವೈದ್ಯರು ಏನು ಹೇಳುತ್ತಾರೋ ನೋಡೋಣ.''

ಪರೀಕ್ಷೆ ಮಾಡಿ ಮುಗಿಸಿದ ಸಂಜಯ ಮುಖ ಇಳಿಬಿಟ್ಟು ನಿಂತುಕೊಂಡ. ಸುಮತಿ ಇನ್ನಷ್ಟು ಭೀತಿಗೊಂಡಳು. ಚಣಕ ಕೇಳಿದ, ''ಸಂಜಯ, ಕುಮಾರನಿಗೇನಾಗಿದೆ ?''

''ಅದನ್ನು ಹೇಗೆ ಹೇಳುವುದೆಂದು ಯೋಚಿಸುತ್ತಿದ್ದೇನೆ.''

''ವೈದ್ಯನಾದವನು ಕಟುವಾದರೂ ರೋಗದ ಬಗ್ಗೆ ರಹಸ್ಯ ಮಾಡದೆ ನಿಜ ಹೇಳಬೇಕಲ್ಲವೇ ?'' ಚಣಕ ಒತ್ತಾಯಿಸಿದ.

''ಆಚಾರ್ಯ, ನನ್ನ ವೈದ್ಯ ಜ್ಞಾನ ಸರಿಯಾಗಿದೆಯೆನ್ನುವುದಾದರೆ, ರಾಜಕುಮಾರನಿಗೆ ಅಪಸ್ಮಾರ ರೋಗದ ಲಕ್ಷಣಗಳು ಕಂಡುಬರುತ್ತಿವೆ ಅಥವಾ ನನ್ನ ನಿದಾನ ತಪ್ಪಿದ್ದರೂ ಇರಬಹುದು.''

''ಹಾಂ ! ಅಪಸ್ಮಾರವೇ !'' ಸುಮತಿ ಅಳತೊಡಗಿದಳು.

''ತಾಳ್ಮೆ ಮಹಾರಾಣಿ'' ಚಣಕ ಸಮಾಧಾನಪಡಿಸಲು ಪ್ರಯತ್ನಿಸಿದ. ''ಅದು ವಾಸಿಯಾಗದ ರೋಗವೆಂದು ವೈದ್ಯರು ಹೇಳಲಿಲ್ಲವಲ್ಲ ?''

''ಹೌದು, ವಾಸಿಯಾಗಬಹುದು. ಆದರೆ ನಿಯಮಿತವಾಗಿ ಔಷಧಿ ಕೊಡಬೇಕು ಮತ್ತು ಹೆಚ್ಚು ಜಾಗರೂಕತೆಯಿಂದ ನೋಡಿಕೊಳ್ಳಬೇಕು. ತಡವಾಗಿಯಾದರೂ ವಾಸಿಯಾಗಬಹುದು. ನಾನು ಬರುತ್ತೇನೆ. ಔಷಧಿ ತಯಾರಿಸಬೇಕಾಗಿದೆ. ನಾಳೆಯೇ ಬಂದು ಅದನ್ನು ಹೇಗೆ

ಕೊಡಬೇಕೆಂದು ಹೇಳಿ ಹೋಗುತ್ತೇನೆ'' ಎಂದು ಸಂಜಯ ನಮಸ್ಕಾರ ಮಾಡಿ ಹೊರಟುಹೋದ.

ಸುಮತಿ ಬಹಳ ಆತಂಕಗೊಂಡಿದ್ದಳು. ''ಇದೇನಾಗಿ ಹೋಯಿತು ಆಚಾರ್ಯ? ಅಪಸ್ಮಾರ ರೋಗ ವಾಸಿಯಾಗುವುದಿಲ್ಲವೆಂದು ನಾನು ಕೇಳಿದ್ದೇನೆ.''

''ಧೈರ್ಯ ತಂದುಕೊಳ್ಳಿ, ದೇವರ ಮೇಲೆ ಭಾರ ಹಾಕಿ.''

''ಆ ದೇವರಿಗೆ ನಿಜವಾಗಲೂ ಕರುಣೆಯಿಲ್ಲ ಆಚಾರ್ಯ. ಈ ಅರಮನೆ, ಇಲ್ಲಿಯ ಸುಖ, ಮಹಾರಾಣಿಯ ಪದವಿ ಯಾರಿಗೆ ಬೇಕಾಗಿತ್ತು. ಅದರ ಬದಲು ಬಡವರ ಮನೆಯನ್ನಾದರೂ ಸೇರಿದ್ದರೆ ನೆಮ್ಮದಿಯಿಂದ ಬದುಕಬಹುದಾಗಿತ್ತು. ಈಗ ಇರುವ ಚಿಂತೆಗಳ ಜೊತೆಗೆ ಈ ಹೊಸ ಆಪತ್ತು ಬೇರೆ ಬಂದಿದೆ'' ಎಂದು ಸುಮತಿ ಬಿಕ್ಕಳಿಸಿದಳು.

''ಕೆಲವು ಸಲ ದೊಡ್ಡವರು ಮಾಡಿದ ಪಾಪಗಳು ಮಕ್ಕಳನ್ನು ಕಾಡುತ್ತವೆ, ಮಹಾರಾಣಿ. ಮಹಾರಾಜರ ಆಡಳಿತದಲ್ಲಿ ಎಷ್ಟು ಜನ ನೊಂದರೋ, ಎಷ್ಟು ಮಕ್ಕಳು ಸಂಕಟಪಟ್ಟವೋ, ಇನ್ನೂ ಎಷ್ಟು ಜನ ದುಃಖ ಪಡಬೇಕೋ ! ಅವರೆಲ್ಲರ ನೋವಿನ ಶಾಪ ಸುಮ್ಮನೆ ಬಿಡುತ್ತದೆಯೇ ?''

''ಆದರೆ ನನ್ನ ಮಗ ಏನು ತಪ್ಪು ಮಾಡಿದ್ದಾನೆ? ಅಪ್ಪನ ತಪ್ಪಿಗೆ ಮಗನಿಗೇಕೆ ಶಿಕ್ಷೆ? ಪಾಪವೆಂದರೇನೆಂದೇ ತಿಳಿಯದ ನನ್ನ ಕಂದನಿಗೇಕೆ ಈ ಭಯಂಕರ ರೋಗ?''

''ದೇವರ ನ್ಯಾಯ ವಿತರಣೆಯನ್ನು ಪ್ರಶ್ನೆ ಮಾಡುವ ಅಧಿಕಾರ ನಮಗಿಲ್ಲ ಮಹಾರಾಣಿ.''

''ಹಾಗೆಯೇ ಚಕ್ರವರ್ತಿಯ ನ್ಯಾಯವಿತರಣೆಯನ್ನು ಪ್ರಶ್ನೆ ಮಾಡುವ ಅಧಿಕಾರವೂ ನಿಮಗಿಲ್ಲ ಆಚಾರ್ಯ.''

ಧನನಂದನ ಧ್ವನಿ ಕೇಳಿಬಂದು ಚಣಕ ತಿರುಗಿ ನೋಡಿದ. ಸುಮತಿ ಬೆಚ್ಚಿ ಬಿದ್ದು ಎದ್ದು ನಿಂತಳು. ಅವಳ ಮುಖದಲ್ಲಿ ಭೀತಿ ಇತ್ತು. ಧನನಂದ ಚಣಕನತ್ತ ನೋಡಿ ಕುಹಕದಿಂದ ನಗುತ್ತ ಒಂದು ಪೀಠದ ಮೇಲೆ ಕುಳಿತ. ತನ್ನ ಮಾತನ್ನು ಅವನು ಕೇಳಿಸಿಕೊಂಡಿದ್ದಾನೆಂಬುದು ಅರ್ಥವಾದರೂ, 'ಕೇಳಿಸಿಕೊಂಡರೆ ಕೇಳಿಸಿಕೊಳ್ಳಲಿ, ನಾನು ಸತ್ಯವನ್ನೇ ಹೇಳಿದ್ದೇನೆ' ಎಂದು ಚಣಕ ನಿರ್ಭಯವಾಗಿ ನಿಂತ.

''ರಾಜಪುರೋಹಿತರು ಮಹಾರಾಣಿಯವರಿಗೆ ಪುರಾಣ ಪುಣ್ಯಕತೆಗಳನ್ನು ಹೇಳಲು ಮಾತ್ರ ಅವಕಾಶ ನೀಡಲಾಗಿತ್ತು. ನೀತಿ ಪಾಠ ಹೇಳಿ ಚಕ್ರವರ್ತಿಯ ವಿರುದ್ಧ ಎತ್ತಿಕಟ್ಟುವ ಕೆಲಸವನ್ನು ನಾನು ವಹಿಸಿರಲಿಲ್ಲ. ರಾಜಾಜ್ಞೆಯನ್ನು ಉಲ್ಲಂಘಿಸುವುದು ಅಪರಾಧವೆಂದು ಗೊತ್ತಿದೆ ತಾನೆ ?''

''ಗೊತ್ತಿದೆ'' ಚಣಕ ಹೇಳಿದ, ''ಆದರೆ ನಾನು ಯಾವ ರಾಜಾಜ್ಞೆಯನ್ನೂ ಉಲ್ಲಂಘಿಸಿಲ್ಲ. ಅಲ್ಲದೆ ನ್ಯಾಯಸಮ್ಮತವಲ್ಲದ ರಾಜಾಜ್ಞೆಯನ್ನು ಉಲ್ಲಂಘಿಸಬಹುದೆಂದು ನೀತಿ ಹೇಳುತ್ತದೆ.''

''ಓ, ನಿಮ್ಮ ಈ ಧೈರ್ಯವನ್ನು ನಾನು ಮೆಚ್ಚುವೆನೆಂದು ಭಾವಿಸಿರುವಿರಾ ?''

''ಇನ್ನೊಬ್ಬರನ್ನು ಮೆಚ್ಚಿಸಲೆಂದು ಧೈರ್ಯ ತೋರಿಸಬೇಕಾಗಿಲ್ಲ. ನಿಜವಾದ ಬ್ರಾಹ್ಮಣ ಸತ್ಯವನ್ನು ಧೈರ್ಯದಿಂದಲೇ ನುಡಿಯುತ್ತಾನೆ.''

''ನಿಜವಾದ ಬ್ರಾಹ್ಮಣ !'' ಧನನಂದ ಕೋಪದಿಂದ ಕಿರುಚಿದ, ''ಅದೇ ಬ್ರಾಹ್ಮಣನ ದುರಹಂಕಾರ! ಜಗತ್ತಿನ ಧರ್ಮನೀತಿಗಳ ಹೊಣೆ ತನ್ನದೇ ಎಂಬ ದುರಹಂಕಾರ !''

''ಆಚಾರ್ಯ, ನೀವು ಈಗ ಹೋಗಿಬಿಡಿ. ಸಂದರ್ಭ ಸರಿಯಾಗಿಲ್ಲ'' ಸುಮತಿ

ಭಯದಿಂದ ಕೇಳಿಕೊಂಡಳು.

"ಮಹಾರಾಣಿ, ನೀನು ಇಲ್ಲಿಂದ ಹೋಗಿಬಿಡು" ಧನನಂದ ಕಠಿಣವಾಗಿ ಹೇಳಿದಾಗ, ಅವಳು ಚಣಕನಿಗೆ ಏನಾಗುವುದೋ ಎಂಬ ಆತಂಕದಿಂದ ಅವನತ್ತ ಅಸಹಾಯಕತೆಯಿಂದ ನೋಡಿ ಇನ್ನೊಂದು ಕೋಣೆಗೆ ಹೋಗಿಬಿಟ್ಟಳು.

"ಗಾಂಧಾರದಿಂದ ನೆಲೆಗೆಟ್ಟು ಬಂದ ನಿನಗೆ ಆಶ್ರಯ ನೀಡಿದ ಕೃತಜ್ಞತೆಯ ನೆನಪಿಲ್ಲದ ನೀನೆಂಥ ಬ್ರಾಹ್ಮಣ !" ಧನನಂದನ ಮಾತಿನಲ್ಲಿ ಏಕವಚನ ನುಸುಳಿತು.

ಚಣಕನಿಗೆ ಮೈಯೆಲ್ಲ ಉರಿದುಹೋಯಿತು. "ಹೌದು, ಅದು ತಪ್ಪಾಯಿತು" ಅವನು ಹೇಳಿದ, "ನಿನ್ನ ತಂದೆ ಉಗ್ರಸೇನರು ಇಲ್ಲೇ ಇರುವಂತೆ ಹೇಳಿದಾಗ, ಅವರ ಮಗ ತಾನು ರಕ್ಷಿಸಬೇಕಾದ ಪ್ರಜೆಗಳಿಗೇ ಪೀಡೆಯಾಗುವನೆಂದು ನಾನು ನಿರೀಕ್ಷಿಸಿರಲಿಲ್ಲ."

"ನನ್ನ ನಾಡು, ನನ್ನ ಪ್ರಜೆಗಳು. ನಿನ್ನನ್ನು ಕೇಳಿ ನಾನು ಆಡಳಿತ ನಡೆಸಬೇಕೇ ? ನಿನ್ನನ್ನು ಕೇಳಿ ರಾಜಶಾಸನಗಳನ್ನು ರೂಪಿಸಬೇಕೇ ?"

"ನನ್ನನ್ನು ಕೇಳಬೇಡ. ಆದರೆ ಎಂದಾದರೂ ನಿನ್ನ ಆತ್ಮಸಾಕ್ಷಿಯನ್ನು ಕೇಳಿ-ಕೊಂಡಿದ್ದೀಯಾ ?"

"ಆತ್ಮಸಾಕ್ಷಿ ?" ಧನನಂದ ಪರಿಹಾಸದಿಂದ ನಕ್ಕ. "ಬ್ರಾಹ್ಮಣನ ಬಣ್ಣದ ಮಾತುಗಳಲ್ಲಿ ಇದೂ ಒಂದು. ಎಲ್ಲ ಕಡೆ, ಎಷ್ಟೋ ವರ್ಷಗಳಿಂದ ಮಾಡಿದಂತೆ ಇಲ್ಲೂ ಆಳುವ ರಾಜನನ್ನು ನಿಮ್ಮ ಅರ್ಥಹೀನ ನೀತಿ ವಾಕ್ಯಗಳಿಂದ ಕುಣಿಸಬಹುದು, ನಿಯಂತ್ರಿಸಬಹುದೆಂದು ಭಾವಿಸಿದ್ದೀಯಾ ? ಆ ಕ್ಷತ್ರಿಯ ರಾಜರಂತೆ ನಾನು ಅವಿವೇಕಿಯಲ್ಲ."

"ಕ್ಷತ್ರಿಯ ರಾಜರಂತೆ ನೀನು ಅವಿವೇಕಿಯಲ್ಲ, ಹಾಗಾದರೆ ನೀನು ಇನ್ನೆಂಥ ಅವಿವೇಕಿ ?"

"ಆಚಾರ್ಯ, ಮಾತು ತುಟಿ ಮೀರುತ್ತಿದೆ."

"ಒಬ್ಬ ವೃದ್ಧ ಬ್ರಾಹ್ಮಣನನ್ನು ಗೌರವದಿಂದ ಸಂಬೋಧಿಸುವುದನ್ನು ಮರೆತ ನಿನ್ನ ಮಾತು ಎಂಥದೆಂದು ಕೇಳಬಹುದೇ ?"

"ಮತ್ತೆ ಮತ್ತೆ ಬ್ರಾಹ್ಮಣ ಬ್ರಾಹ್ಮಣ ಎಂದು ಬಡಬಡಿಸಬೇಡ. ಬ್ರಾಹ್ಮಣರನ್ನು ಕಂಡರೆ ನನ್ನ ಮೈಗಾಗುವುದಿಲ್ಲ."

"ಹಾಗೇ ಕ್ಷತ್ರಿಯರನ್ನು ಕಂಡರೂ ಆಗುವುದಿಲ್ಲವೆಂದು ಹೇಳು. ಏಕೆ ? ಅವರೇನು ಮಾಡಿದರು ? ಅಧಿಕಾರ ಸ್ಥಾನದಲ್ಲಿರುವ ನಾನು ಅವರಿಗಿಂತ ಏನು ಕಡಿಮೆ ? ಎಂದು ನೀನು ಬೀಗಬಹುದು. ಅಧಿಕಾರವೊಂದೇ ಎಲ್ಲವೂ ಅಲ್ಲ ಎಂಬುದು ನೆನಪಿರಲಿ. ಅದೃಷ್ಟವೋ, ದುರದೃಷ್ಟವೋ ನಿನಗೆ ಸಿಂಹಾಸನ ದೊರೆತಿದೆ. ಅದಕ್ಕೆ ಬೇಕಾದ ಅರ್ಹತೆಯನ್ನು ರೂಢಿಸಿಕೊ. ಹುಟ್ಟಿನಿಂದಲ್ಲದಿದ್ದರೂ ಅನಂತರವಾದರೂ ಕ್ಷತ್ರಿಯತ್ವವನ್ನು ಬೆಳೆಸಿಕೊಳ್ಳಬಹುದಾಗಿತ್ತಲ್ಲವೇ ? ಹುಟ್ಟಿನಿಂದ ಬ್ರಾಹ್ಮಣನಲ್ಲದವನೂ ತನ್ನ ಸಾಧನೆಯಿಂದ ಬ್ರಹ್ಮತ್ವವನ್ನು ಪಡೆಯಬಹುದು. ಅದು ಶ್ರದ್ಧೆ ಮತ್ತು ಕಠಿಣ ಪರಿಶ್ರಮದಿಂದ ಮಾತ್ರ ಲಭ್ಯ, ದುರಹಂಕಾರ, ದುರಭಿಮಾನ-ದಿಂದಲ್ಲ."

"ಸಾಕು, ನಿನ್ನ ಉಪದೇಶ ಕೇಳಲು ನಾನು ಸಿದ್ಧನಾಗಿಲ್ಲ, ಮತ್ತೆ ನೀನು ಅರಮನೆಗೆ ಬರುವುದು ಬೇಕಾಗಿಲ್ಲ."

"ಈ ನಗರವನ್ನೇ ಬಿಟ್ಟು ಹೋಗುವಂತೆ ಹೇಳಿದರೂ ನಾನು ಸಿದ್ಧನಾಗಿದ್ದೇನೆ"

ಎಂದು ಹೇಳಿ ಇನ್ನೊಮ್ಮೆ ಅವನ ಮುಖವನ್ನೂ ನೋಡದೆ ಚಣಕ ಅಲ್ಲಿಂದ ಹೊರಟುಬಿಟ್ಟ.

ಕೋಪದಿಂದ ಕುದಿಯುತ್ತಾ ಧನನಂದ, ಕೂಡಲೇ ರಾಕ್ಷಸನನ್ನು ಕರೆತರುವಂತೆ ಸೇವಕನನ್ನು ಅಟ್ಟಿದ.

ಅರಮನೆಯ ಮುಖ್ಯದ್ವಾರವನ್ನು ದಾಟಿ ಹತ್ತು ಹೆಜ್ಜೆ ಹೋಗುವಷ್ಟರಲ್ಲಿ, ಅಮಾತ್ಯ ರಾಕ್ಷಸರು ಕರೆಕಳಿಸಿದ್ದಾರೆಂದು ಸೇವಕ ಬಂದು ಹೇಳಿದಾಗ ಚಣಕ ಹಿಂದಿರುಗಿದ.

ಏನಾದರೂ ಕಠಿಣ ಕ್ರಮ ತೆಗೆದುಕೊಳ್ಳುವ ಸೂಚನೆಯಿರಬಹುದೇ, ಎಂದು ಸಂದೇಹಗೊಂಡ. ಕೂಡಲೇ ಪಾಟಲೀಪುತ್ರವನ್ನು ಬಿಟ್ಟುಹೋಗುವಂತೆ ಹೇಳಿದರೆ ? ಹಾಗೇನಾದರೂ ಆದರೆ ತಾನು, ಚಂದ್ರಗುಪ್ತ, ಸಹದೇವ ಆಲೋಚಿಸಿರುವ ಹಂಚಿಕೆ ವಿಫಲವಾಗುತ್ತದೆ. ಸದ್ಯದಲ್ಲಿ ರಾಕ್ಷಸನ ಬಳಿ ಸ್ವಲ್ಪ ತಗ್ಗಿ ನಡೆಯುವುದು ಒಳ್ಳೆಯದೇನೋ ಎಂದು ಯೋಚಿಸಿದ.

ಅರಮನೆಯ ಸಂದರ್ಶನ ಶಾಲೆಯಲ್ಲಿ ರಾಕ್ಷಸ ಇವನಿಗಾಗಿ ಕಾಯುತ್ತಿದ್ದ. ''ಬನ್ನಿ ಆಚಾರ್ಯ, ಕುಳಿತುಕೊಳ್ಳಿ'' ಎಂದು ಹೇಳಿ ಸೇವಕರನ್ನು ದೂರ ಕಳಿಸಿದ.

''ನನ್ನನ್ನು ಕರೆಕಳಿಸಿದ್ದರ ಕಾರಣ ?'' ಒಂದು ಪೀಠದ ಮೇಲೆ ಕೂಡುತ್ತಾ ಚಣಕ ತಾನೇ ಕೇಳಿದ.

''ನಿಮ್ಮನ್ನು ಕರೆಸಿ ಮಾತಾಡುವಂತೆ ಪ್ರಭುಗಳು ನನಗೆ ಸೂಚಿಸಿದ್ದಾರೆ.''

''ಯಾವ ವಿಷಯವಾಗಿ ?'' ಏನೂ ಗೊತ್ತಿಲ್ಲದವನಂತೆ ಚಣಕ ಕೇಳಿದ.

''ನಿಮಗೂ ಅವರಿಗೂ ಸಲ್ಲದ ವಾಗ್ವಾದ ನಡೆಯಿತಂತೆ.''

''ಸಲ್ಲದ ವಾಗ್ವಾದ ಎಂದು ಹೇಳುವುದು ತಪ್ಪಾಗುತ್ತದೆ ಅಮಾತ್ಯ. ವ್ಯಕ್ತಿತ್ವವನ್ನು ಹೀಗಳೆದು ಮಾತಾಡಿದಾಗ ಯಾರಿಗೇ ಆದರೂ ತಾಳ್ಮೆ ತಪ್ಪುವುದಿಲ್ಲವೇ ?''

''ಎಷ್ಟೇ ಆಗಲಿ ಅವರು ಚಕ್ರವರ್ತಿಗಳು, ನಾವು ಆಶ್ರಿತರು. ಒಂದು ವೇಳೆ ಅವರು ಅನುಚಿತವಾಗಿ ಮಾತನಾಡಿದರೂ ನಾವು ಸಹಿಸಿಕೊಳ್ಳಬೇಕಾಗುತ್ತದೆ.''

''ಅಮಾತ್ಯ, ನೀವು ಈ ಮಾತಾಡುತ್ತಿರುವಿರಾ ! ಮಹಾವಿದ್ವಾಂಸ, ಮಹಾವೀರ, ಬ್ರಾಹ್ಮಣ್ಯ ಮತ್ತು ಕ್ಷಾತ್ರ ಗುಣಗಳಿಂದ ಪರಿಶೋಭಿಸುತ್ತಿರುವ ನಿಮ್ಮಂಥ ಪ್ರಾಜ್ಞರು ಇಂಥ ಮಾತಾಡಿದರೆ ನಂಬುವುದೇ ಕಷ್ಟವಾಗುತ್ತದೆ.''

ಚಣಕನ ಹೊಗಳಿಕೆ ಸ್ವಲ್ಪ ಕೆಲಸ ಮಾಡಿತು. ರಾಕ್ಷಸನ ಮುಖದ ಗಂಟು ಸ್ವಲ್ಪ ಸಡಿಲವಾಯಿತು. ಅವನು ಹೇಳಿದ, ''ಆಚಾರ್ಯ, ನಿಮ್ಮ ಮಾತು ಸರಿಯಿರಬಹುದು. ಆದರೆ ಸಮಯಾಸಮಯ ವಿವೇಚನೆ ಮುಖ್ಯವಲ್ಲವೆ ?''

''ನೀವು ತಪ್ಪೆನ್ನುವುದಾದರೆ, ನಾನು ಹಾಗೆ ಅವರು ಕೆರಳುವಂತೆ ಮಾತಾಡಿದ್ದು ತಪ್ಪೆಂದು ಒಪ್ಪುತ್ತೇನೆ. ಆದರೆ ನಿಮಗೇನಾಗಿದೆ ಅಮಾತ್ಯ ! ವಿಶಾಲವಾದ ಸಾಮ್ರಾಜ್ಯವೊಂದನ್ನು ಆಳುವ ಸಾಮರ್ಥ್ಯವುಳ್ಳ ನಿಮಗೇಕೆ ಈ ರಾಜನ ಹಂಗು ! ಅವಿವೇಕಿ ರಾಜನೆಂದು ಗೊತ್ತಿದ್ದೂ ನಿಮ್ಮ ಮಹಾನ್ ವ್ಯಕ್ತಿತ್ವವನ್ನು ಏಕೆ ಮಾರಿಕೊಳ್ಳುತ್ತಿದ್ದೀರಿ ? ನಿಮಗೂ ಅಧಿಕಾರದ ವ್ಯಾಮೋಹವೇ ? ನೀವೂ ಅಧಿಕಾರದಿಂದ ದೊರಕುವ ಲೌಕಿಕ ಸುಖ ಸಂತೋಷಗಳಿಗೆ ದಾಸರಾದಿರಾ ? ನಿಮ್ಮ ಅಪಾರ ಜ್ಞಾನವೆಲ್ಲ ಅನುಚಿತವಾದ, ಅಮಾನವೀಯವಾದ ರಾಜಶಾಸನಗಳನ್ನು ಕಾರ್ಯರೂಪಕ್ಕೆ ತರುವುದರಲ್ಲೇ ವ್ಯರ್ಥವಾಗಬೇಕೇ ?''

“ಆಚಾರ್ಯ, ನಾನು ನನ್ನದೇ ಆದ ಸಂದಿಗ್ಧದಲ್ಲಿ ಸಿಲುಕಿದ್ದೇನೆ. ಅದು ನಿಮಗೆ ಅರ್ಥವಾಗುವುದಿಲ್ಲ, ಅದನ್ನು ನಿಮ್ಮ ಬಳಿ ಹೇಳಿಕೊಳ್ಳುವಂತೆಯೂ ಇಲ್ಲ.”

“ಅಂಥ ಸಂದಿಗ್ಧವೇನು ? ನಿಮ್ಮ ಸಂದಿಗ್ಧದ ಕಾರಣವಾಗಿ ಬೇರೆಯವರು ಅನುಭವಿಸುವ ಹಿಂಸೆಯ ನೋವು ಕಡಿಮೆಯಾಗುತ್ತದೆಯೆ ? ತನ್ನ ಹೊಟ್ಟೆಯ ಸಂಕಟ ತಡೆದುಕೊಳ್ಳಲಾಗದೆ ಚಕ್ರವರ್ತಿಯನ್ನು ನಿಂದಿಸಿದನೆಂಬ ಒಂದೇ ಕಾರಣದಿಂದ, ಒಬ್ಬ ಚರ್ಮಕಾರನ ಮೈಚರ್ಮ ಸುಲಿಯುವಂತೆ ಹೊಡೆಯುವ ಇಲ್ಲಿ ನ್ಯಾಯವಿದೆಯೇ ? ನೀತಿಯಿದೆಯೇ ? ಧರ್ಮವಿದೆಯೇ ?”

“ನಿಮ್ಮೊಂದಿಗೆ ನ್ಯಾಯ ನೀತಿಗಳ ಚರ್ಚೆ ಮಾಡುವ ವ್ಯವಧಾನ ನನಗಿಲ್ಲ. ಹಲವು ಸಲ ನಾನು ಹೇಳಿದಂತೆ, ರಾಜಶಾಸನಗಳನ್ನು ಕಾರ್ಯರೂಪಕ್ಕೆ ತರುವುದಷ್ಟೇ ನನ್ನ ಕರ್ತವ್ಯ. ನಿಮ್ಮ ಬಗ್ಗೆ ನನಗೆ ಅನುಕಂಪವಿದೆ. ನಿಮಗೆ ತೊಂದರೆಯಾಗಬಾರದೆಂಬ ಉದ್ದೇಶದಿಂದ ನಾನು, ನೀವು ತಟಸ್ಥವಾಗಿರುವಂತೆ ಸಲಹೆ ನೀಡುತ್ತಿದ್ದೇನೆ.”

“ಅಮಾತ್ಯ, ನನ್ನ ಮೇಲೆ ಅನುಕಂಪ ತೋರದಿದ್ದರೂ ಚಿಂತೆಯಿಲ್ಲ. ಅಧಿಕಾರದ ಗಾಣದಲ್ಲಿ ಸಿಲುಕಿ ಚೂರ್ಣವಾಗುತ್ತಿರುವ ಪ್ರಜೆಗಳ ಬಗ್ಗೆ ಅನುಕಂಪ ತೋರಿಸಿ. ಪ್ರಜೆಗಳಿಲ್ಲದೆ ರಾಜನಿಲ್ಲ, ಅರಮನೆಯ ಸುಖ ವೈಭೋಗಗಳಿಲ್ಲ, ನಿಮ್ಮ ಅಧಿಕಾರವೂ ಇಲ್ಲ ಎಂಬುದನ್ನು ದಯವಿಟ್ಟು ಯೋಚನೆ ಮಾಡಿ. ನಿಷ್ಕ್ರಿಯರಾಗಿ, ಶಕ್ತಿಹೀನರಂತೆ ದೈನ್ಯಾವಸ್ಥೆಯಲ್ಲಿರುವ ಪ್ರಜಾಶಕ್ತಿ ಒಟ್ಟುಗೂಡಿದರೆ ಏನು ಬೇಕಾದರೂ ನಡೆದುಬಿಡಬಹುದೆಂಬುದು ನೆನಪಿನಲ್ಲಿರಲಿ. ನಾನು ಬರುತ್ತೇನೆ” ಎಂದು ಚಣಕ ಅಲ್ಲಿಂದ ಹೊರಟುಬಿಟ್ಟ.

ಯೋಚನೆಯಲ್ಲಿ ಮುಳುಗಿ ರಾಕ್ಷಸ ಬಹಳ ಹೊತ್ತು ಸುಮ್ಮನೆ ಕುಳಿತಿದ್ದ. ಚಣಕನ ಒಂದೊಂದು ಮಾತಿನಲ್ಲೂ ಅವನಿಗೆ ಸತ್ಯದ ಸ್ಪಷ್ಟನೋಟ ಕಾಣುತ್ತಿತ್ತು. ಆದರೆ ಧನನಂದನಿಗೆ ತಿಳಿಸಿ ಹೇಳುವವರಾರು ? ಸ್ನೇಹ ವಿಶ್ವಾಸದ ಸಲಹೆಗಳಿಗೆ ಕಿವಿಗೊಡುವ ಸೌಜನ್ಯವನ್ನು ಅವನು ಮೀರಿ ಎಷ್ಟೋ ವರ್ಷಗಳಾದವು. ‘ಅತಿ ಸುಖದ ಅಮಲಿನಲ್ಲಿ ಈಗಾಗಲೇ ದೇಹ ಸಡಿಲವಾಗುತ್ತಿರುವುದರ ಅರಿವೂ ಅವನಿಗಿಲ್ಲ, ಕಣ್ಣುಗಳ ಸುತ್ತ ಕಪ್ಪು ಉಂಗುರವಾಗಿ ಒಂದೊಂದು ಸಲ ವಿಕಾರವಾಗಿ ಕಾಣಿಸುತ್ತಾನೆ. ಶ್ರೀಯಕ ಮೊದಲಾದ ಅಮಾತ್ಯವರ್ಗ ನನ್ನ ಮೇಲಿನ ಅಸಹನೆಯನ್ನು, ಅವನ ಜೊತೆಯಲ್ಲಿ ಆತ್ಮೀಯತೆಯನ್ನು ಬೆಳೆಸಿ, ಅವನ ವಿಕೃತಿಗಳನ್ನು ಪ್ರೋತ್ಸಾಹಿಸುವುದರ ಮೂಲಕ ತೀರಿಸಿಕೊಳ್ಳುತ್ತಿದ್ದಾರೆ. ಈಗ ನೋಡಿದರೆ ಇರುವ ಒಬ್ಬನೇ ಮಗನಿಗೆ ಅಪಸ್ಮಾರ ರೋಗ. ಅದು ವಾಸಿಯಾಗಲಿ ಬಿಡಲಿ, ಅದರ ಗೊಡವೆ ಈ ಚಣಕನಿಗೇಕೆ ? ಈ ಮುದುಕ ತೆಪ್ಪಗಿರಬಾರದೆ ? ಅವನ ಪಾಪದ ಫಲ ಈ ರೀತಿ ಕಾಡುತ್ತಿರುವುದೆಂದು ಎದುರಿಗೆ ಹೇಳಿದರೆ ಯಾವ ರಾಜ ತಾನೆ ಸಹಿಸಿಯಾನು ? ಆದರೂ ಈ ಬ್ರಾಹ್ಮಣನ ಧೈರ್ಯವನ್ನು ಮೆಚ್ಚಲೇಬೇಕು. ಈ ಹುಂಬತನದಿಂದಲೇ ಇವನು ಗಾಂಧಾರವನ್ನು ಬಿಟ್ಟು ಬಂದಿರಬೇಕು.

‘ಆ ಚರ್ಮಕಾರ ಸಹದೇವನ ಬಗ್ಗೆ ಅಷ್ಟೊಂದು ಅನುಕಂಪದಿಂದ ಕೆರಳಬೇಕಾದರೆ, ಅವನಿಗೆ ಸಾಕಷ್ಟು ಜನಬೆಂಬಲವೂ ಇರಬೇಕು. ಅವನ ವಿರುದ್ಧವಾಗಿ ತೀವ್ರಕ್ರಮದ ಆಲೋಚನೆ ಮಾಡಬೇಡವೆಂದು ಧನನಂದನನ್ನು ಒಪ್ಪಿಸುವುದು ಬಹಳ ಕಷ್ಟದ ಕೆಲಸ’ ಇತ್ಯಾದಿ ಯೋಚಿಸಿದ.

ಅತ್ತ ಚಣಕ ತನ್ನ ಮನೆಗೆ ಬರುವ ವೇಳೆಗೆ ಚಂದ್ರಗುಪ್ತ ಕಾದು ಕುಳಿತಿದ್ದ. “ಏಕೆ ಚಂದ್ರಗುಪ್ತ, ಈ ದಿನ ಕೆಲಸದ ಮೇಲೆ ಹೋಗಲಿಲ್ಲವೇ ?” ಎಂದು ಚಣಕ ಕೇಳಿದ.

"ಇಲ್ಲ ಆಚಾರ್ಯ" ಚಂದ್ರಗುಪ್ತ ಹೇಳಿದ, "ರಾತ್ರಿಯಿಡೀ ಇದೇ ಯೋಚನೆಯಲ್ಲಿ ಬಹಳ ಹೊತ್ತು ನಿದ್ರೆ ಮಾಡಲಿಲ್ಲ, ಬೆಳಿಗ್ಗೆ ಏಳುವುದು ತಡವಾಯಿತು. ಕೆಲಸ ಎಲ್ಲಿ ಹೋಗುತ್ತದೆ, ನಾಳೆ ಹೋದರಾಯಿತು. ಅದಿರಲಿ, ಅರಮನೆಯಿಂದ ಕರೆ ಬಂದಿತ್ತಂತೆ ? ಏನು ವಿಷಯ ? ಏನಾದರೂ ಆತಂಕದ ಸಂಗತಿಯೇ ?"

"ಒಂದು ರೀತಿಯಲ್ಲಿ ಸ್ವಲ್ಪ ಆತಂಕಪಡಬೇಕಾದ ವಿಷಯವೇ. ಇನ್ನೊಂದು ರೀತಿಯಲ್ಲಿ ಅದರಿಂದ ನಾವು ಮಾಡಿದ ನಿರ್ಧಾರ ಸರಿಯಾಗಿದೆ ಎಂದು ಸ್ಪಷ್ಟವಾಯಿತು" ಎಂದು ಚಣಕ ಅರಮನೆಯಲ್ಲಿ ನಡೆದ ವಿಷಯ, ರಾಕ್ಷಸನೊಂದಿಗೆ ನಡೆದ ಮಾತುಕತೆ ಎಲ್ಲವನ್ನೂ ವಿವರಿಸಿದ.

"ಧನನಂದ ನಿಮಗೇನಾದರೂ ಅಪಾಯ ಮಾಡಬಹುದಲ್ಲವೇ ?" ಚಂದ್ರಗುಪ್ತ ಸ್ವಲ್ಪ ಚಿಂತೆಯಿಂದ ಕೇಳಿದ.

"ಬಹುಶಃ ಹಾಗೆ ಮಾಡಲಾರ. ಹೆಚ್ಚೆಂದರೆ ನಗರ ಬಿಟ್ಟುಹೋಗುವಂತೆ ಆದೇಶ ನೀಡಬಹುದು."

"ಆದರೂ, ನನಗೇಕೋ ನಿಮ್ಮ ಕ್ಷೇಮದ ಬಗ್ಗೆ ಚಿಂತೆಯಾಗುತ್ತಿದೆ."

ಚಣಕ ತುಸು ನಗುತ್ತಾ ಹೇಳಿದ, "ಚಿಂತೆ ಮಾಡಬೇಡ ಚಂದ್ರಗುಪ್ತ, ಇವರು ಬ್ರಾಹ್ಮಣರನ್ನು ಅಪಮಾನಗೊಳಿಸುತ್ತಾರೆ, ಅವರನ್ನು ತಿರಸ್ಕಾರದಿಂದ ಕಾಣುತ್ತಾರೆ. ಆದರೆ ತೀವ್ರ ಶಿಕ್ಷೆ ನೀಡಿದರೆ ಏನಾಗುವುದೋ ಎಂದು ಗುಟ್ಟಾಗಿ ಭಯಪಡುತ್ತಾರೆ."

"ಧನನಂದನನ್ನು ನಂಬುವಂತಿಲ್ಲ ಆಚಾರ್ಯ. ಕ್ರೌರ್ಯವೆಂಬುದು ಅವನ ರಕ್ತದಲ್ಲಿ ಬೆರೆತುಹೋಗಿರುವ ಗುಣವೆಂದು ಕಾಣುತ್ತಿದೆ."

"ಅಷ್ಟರಲ್ಲಿ ನಾವು ನಮ್ಮ ಕಾರ್ಯತಂತ್ರಗಳನ್ನು ರೂಪಿಸಿಕೊಳ್ಳೋಣ. ಅವನಿಗಿಂತ ನನಗೆ ರಾಕ್ಷಸನದೇ ಭಯ. ಅವನ ಗೂಢಚಾರರು ಎಲ್ಲಿ, ಯಾವ ವೇಷದಲ್ಲಿರುವರೆಂದು ಊಹಿಸುವಂತಿಲ್ಲ, ನಾವು ಬಹಳ ಎಚ್ಚರದಿಂದಿರಬೇಕು. ನಾಳೆ ನೀನು ನಿನ್ನ ಮಿತ್ರರ ಜೊತೆ ಮಾತಾಡಿಬಿಡು."

"ಅದಕ್ಕೆ ಮೊದಲು ಅಶ್ವಾಧ್ಯಕ್ಷ ಭಾಗುರಾಯಣರ ಜೊತೆಯಲ್ಲೂ ಮಾತಾಡಬೇಕೆಂದು ಕೊಂಡಿದ್ದೇನೆ. ನಿಮ್ಮ ಸಮ್ಮತಿ ಕೇಳಿಯೇ ಮುಂದುವರಿಯಬೇಕೆಂದು ಯೋಚಿಸಿದೆ."

"ನೀನು ಹೇಳಿದ ವಿವರಗಳನ್ನು ಕೇಳಿದ ಮೇಲೆ ಅವನನ್ನು ನಮ್ಮ ಕಡೆ ಮಾಡಿಕೊಳ್ಳುವುದು ಉಚಿತವಾಗಿದೆ. ಅವನು ತನ್ನ ಮಗಳನ್ನು ನಿನಗೆ ಕೊಡಬೇಕೆಂದಿರುವುದರಿಂದ, ಅದು ಸಾಧ್ಯವೂ ಆಗಬಹುದು."

"ಅಲ್ಲದೆ ಅವರಲ್ಲೂ ಧನನಂದನ ಬಗ್ಗೆ ತಮ್ಮದೇ ಆದ ಕಾರಣಕ್ಕೆ ಅಸಮಾಧಾನವಿರುವುದರಿಂದ, ಅದು ನಮಗೆ ಅನುಕೂಲಕರವಾಗಬಹುದು."

"ಎಲ್ಲ ಕೆಲಸ ಶೀಘ್ರವಾಗಿ ನಡೆಯಬೇಕು."

"ಆಯಿತು ಆಚಾರ್ಯ, ನಾಳೆ ಮತ್ತೆ ಬಂದು ನೋಡುತ್ತೇನೆ" ಎಂದು ಚಂದ್ರಗುಪ್ತ ಹೊರಟ.

## ೭

ಮರುದಿನ ಕೆಲಸದ ಮೇಲೆ ಹೋಗುವ ಮೊದಲು ಚಂದ್ರಗುಪ್ತ ಭಾಗುರಾಯಣನ ಮನೆಗೆ ಹೋದ. "ಓ ಚಂದ್ರಗುಪ್ತ! ಬಾ, ನೆನ್ನೆ ಏಕೆ ಬರಲಿಲ್ಲ?" ಎಂದು ಅವನು ಸ್ವಾಗತಿಸಿದ.

"ಸ್ವಲ್ಪ ಕೆಲಸವಿತ್ತು" ಎಂದು ಚಂದ್ರಗುಪ್ತ ಒಂದು ಪೀಠದ ಮೇಲೆ ಕುಳಿತ.

ಅವನ ಧ್ವನಿ ಕೇಳಿ ಮಾಲಿನಿ ಮತ್ತು ಉಜ್ವಲ ಕೂಡ ಬಂದರು. "ನೀನು ಬಂದದ್ದು ಒಳ್ಳೆಯದೇ ಆಯಿತು. ನಮ್ಮ ಜೊತೆಯಲ್ಲೇ ಉಪಾಹಾರ ಸೇವಿಸು" ಎಂದಳು ಮಾಲಿನಿ.

"ಆಗಲಿ, ಆದರೆ ಭಾಗುರಾಯಣರೇ, ನಾನು ನಿಮ್ಮ ಜೊತೆ ಸ್ವಲ್ಪ ಏಕಾಂತವಾಗಿ ಮಾತನಾಡಬೇಕಾಗಿತ್ತು."

ಮೂವರ ಮುಖಗಳೂ ಪ್ರಶ್ನಾರ್ಥಕವಾದವು. "ಅಂಥದೇನು ರಹಸ್ಯ ? ಉಜ್ವಲಳಿಗೂ ತಿಳಿಯಬಾರದಂಥ ಸಂಗತಿಯೇ ?" ಭಾಗುರಾಯಣ ಕೇಳಿದ.

"ಇಲ್ಲ, ಅವಳು ನನ್ನ ಬಾಳಸಂಗಾತಿಯಾಗಲಿರುವುದರಿಂದ ಅವಳ ಬಳಿ ನನಗೆ ಯಾವ ರಹಸ್ಯವೂ ಇಲ್ಲ. ಜೊತೆಗೆ ತಂದೆತಾಯಿಗಳಂತೆ ಆದರಿಸುತ್ತಿರುವ ನಿಮ್ಮಲ್ಲೂ ನಾನು ಗುಟ್ಟು ಮಾಡಬೇಕಾಗಿಲ್ಲ. ಆದರೆ ಈಗ ನಾನು ನಿಮ್ಮ ಬಳಿ ಮಾತಾಡಲಿರುವುದು ಅತ್ಯಂತ ಸೂಕ್ಷ್ಮವಾದ ವಿಷಯ. ನಾವು ಮಾತಾಡಿದ ನಂತರ ನೀವೇ ತಾಯಿ ಮಗಳಿಗೆ ತಿಳಿಸಬಹುದು. ಇಲ್ಲವಾದರೆ ಸಂಜೆ ಉಜ್ವಲಳ ಜೊತೆ ನಾನೇ ಮಾತಾಡುತ್ತೇನೆ. ಅವಳ ಸಮ್ಮತಿ ಸಹಕಾರ ಎರಡೂ ನನಗೆ ಬೇಕು."

ಭಾಗುರಾಯಣ ತನ್ನ ಪ್ರತ್ಯೇಕ ಕೋಣೆಗೆ ಚಂದ್ರಗುಪ್ತನನ್ನು ಕರೆದುಕೊಂಡು ಹೋದ. ಅಂಥ ವಿಷಯವೇನಿರಬಹುದೆಂದು ಅವನು ತುಂಬಾ ಕುತೂಹಲಗೊಂಡಿದ್ದ. "ಕುಳಿತುಕೊ, ಈಗ ಹೇಳು ಏನು ವಿಷಯವೆಂದು" ಎಂದು ಭಾಗುರಾಯಣ ಒಂದು ಪೀಠದ ಮೇಲೆ ಪ್ರಶಸ್ತವಾಗಿ ಕೂಡುತ್ತ ಕೇಳಿದ.

"ನೀವು ನಮ್ಮ ಮನೆಗೆ ಬಂದಾಗ ನಾನೊಂದು ಮಾತು ಹೇಳಿದ್ದೆ, ಅದು ನೆನಪಿರಬೇಕು" ಚಂದ್ರಗುಪ್ತ ಪೀಠಿಕೆ ಹಾಕಿದ.

"ಯಾವ ಮಾತು ?"

"ಮಗಧದ ಹಣೆಬರಹ ಅಷ್ಟೊಂದು ಕೆಟ್ಟಿಲ್ಲ, ಅದು ತನಗೆ ಬೇಕಾದವರಿಂದ ಬೇಕಾದ ಸೇವೆ ತೆಗೆದುಕೊಳ್ಳುತ್ತದೆ, ಎಂದು ಹೇಳಿದ್ದೆ, ನೆನಪಿದೆಯೇ ?"

"ಹೌದು ನೆನಪಿದೆ."

"ಈಗ ಅಂಥ ಸಂದರ್ಭ ಬಂದಿದೆ."

"ಅಂದರೆ ? ನನಗೆ ಅರ್ಥವಾಗಲಿಲ್ಲ, ಬಿಡಿಸಿ ಹೇಳು."

"ಮಗಧವನ್ನು ದುಷ್ಟ ಧನನಂದನ ಕ್ರೂರ ಆಡಳಿತದಿಂದ ಮುಕ್ತಗೊಳಿಸುವ ಪ್ರಯತ್ನ ಪಡಬೇಕಾಗಿದೆ."

"ಪರಿಹಾಸ ಮಾಡುತ್ತಿರುವೆಯಾ ?"

"ಇಲ್ಲ, ಗಂಭೀರವಾಗಿ ಆಲೋಚಿಸುತ್ತಿದ್ದೇನೆ. ನಾನೊಬ್ಬನಲ್ಲ, ನನ್ನಂಥ ಹಲವರು."

“ಅದು ಅಷ್ಟು ಸುಲಭವೇ ?”

“ಕಷ್ಟವಾದರೂ ಅದಕ್ಕೆ ನಾವು ಸಿದ್ಧವಾಗಿದ್ದೇವೆ.”

“ಆದರೆ, ಅದು ಹೇಗೆ ಸಾಧ್ಯ ?”

“ಪಾಟಲೀಪುತ್ರದಲ್ಲಿ ದಂಗೆಯೇಳಿಸುವುದು ಸಾಧ್ಯವಾಗಬೇಕು.”

“ದಂಗೆ !” ಭಾಗುರಾಯಣ ಅವಾಕ್ಕಾದ, “ಚಂದ್ರಗುಪ್ತ, ನೀನು ಏನು ಹೇಳುತ್ತಿರುವೆ ?”

ಸಹದೇವನ ಪ್ರಸಂಗ, ಚಣಕ ಮತ್ತು ತಾನು ಚರ್ಚಿಸಿದ್ದು, ಚಣಕನಿಗೂ ಮತ್ತು ರಾಕ್ಷಸನಿಗೂ ನಡೆದ ವಾಗ್ವಾದ, ಧನನಂದ ಮಾಡಿದ ಅಪಮಾನ, ಎಲ್ಲವನ್ನೂ ವಿವರಿಸಿದ. “ಸೇನೆಯಲ್ಲೂ ನನ್ನ ಮಿತ್ರರು ಹಲವರಿದ್ದಾರೆ. ಅವರು ನನ್ನ ನೆರವಿಗೆ ಬರುವ ನಂಬಿಕೆ ನನಗಿದೆ. ಆಯಕಟ್ಟಿನ ಸ್ಥಳಗಳಲ್ಲಿ ಅತೃಪ್ತ ಜನರ ಗುಂಪು ಏಕಕಾಲಕ್ಕೆ ದಂಗೆಯೇಳುತ್ತದೆ. ಅವರನ್ನು ಅಡಗಿಸಲು ಅರಮನೆಯಿಂದ ಸೇನೆ ಹೊರಡುತ್ತದೆ. ಸೇನೆಯಲ್ಲೇ ಇರುವ ನಮ್ಮ ಜನ ತಿರುಗಿ ಬೀಳುತ್ತಾರೆ. ಆ ಗೊಂದಲದಲ್ಲಿ ದಂಗೆಕೋರರು ಆಯುಧಪಾಣಿಗಳಾಗಿ ಅರಮನೆಯತ್ತ ನುಗ್ಗುತ್ತಾರೆ. ಅವರೆಲ್ಲರ ಮುಂದೆ ನಾನಿರುತ್ತೇನೆ. ಧನನಂದನನ್ನು ಸಂಹರಿಸಿ ಸಿಂಹಾಸನವನ್ನು ಕೈಗೆ ತೆಗೆದುಕೊಳ್ಳುತ್ತೇನೆ. ಅಷ್ಟು ಕೆಲಸ ಸಾಧ್ಯವಾಗುವುದಾದರೆ, ಆಮೇಲೆ, ಈಗ ಹೆದರಿ ನಡುಗುತ್ತಿರುವ ಇಡೀ ಜನಸಮೂಹ ರಾಕ್ಷಸ ಮತ್ತು ನಂದನ ಪರಿವಾರ ಎಲ್ಲರಿಗೂ ಬುದ್ಧಿ ಕಲಿಸುತ್ತದೆ” ಎಂದ ಚಂದ್ರಗುಪ್ತ.

ಬೆರಗಿನಿಂದ ಕಣ್ಣರಳಿಸಿ ಕೇಳುತ್ತಿದ್ದ ಭಾಗುರಾಯಣ, ಚಂದ್ರಗುಪ್ತ ಮಾತು ನಿಲ್ಲಿಸಿದ ಮೇಲೆ ಸ್ವಲ್ಪ ಚಿಂತೆಯಿಂದ ಹೇಳಿದ, “ಹಂಚಿಕೆಯೇನೋ ಬಹಳ ಸೊಗಸಾಗಿ ಕಾಣಿಸುತ್ತಿದೆ. ಆದರೆ ಅದು ಸಾಧ್ಯವಾಗುವುದೇ ? ಎಂಬ ಸಂದೇಹ ಕಾಡುತ್ತಿದೆ. ಅತಿ ಬುದ್ಧಿವಂತನಾದ ರಾಕ್ಷಸ ನಿನ್ನ ಕಾರ್ಯ ಅಷ್ಟು ಸುಲಭವಾಗಿ ಈಡೇರಲು ಬಿಡುತ್ತಾನೆಯೇ ?”

“ಅವನಿಗೆ ನಮ್ಮ ಚಲನವಲನಗಳ ಮೇಲೆ ಸಂದೇಹ ಬಂದು, ಅವನು ಕಾರ್ಯಪ್ರವೃತ್ತನಾಗುವ ಮೊದಲೇ ನಾವು ಯಶಸ್ಸು ಪಡೆಯಬೇಕು.”

“ನೀನು ಯಶಸ್ವಿಯಾದರೆ ನನಗಿಂತ ಹೆಚ್ಚು ಸಂತೋಷಪಡುವವರು ಬೇರೆ ಯಾರಿದ್ದಾರೆ ? ಇದರಲ್ಲಿ ನನ್ನ ಪಾತ್ರವೇನು ?”

“ಸೈನ್ಯದಲ್ಲಿ ನಿಮಗೆ ಆಪ್ತರಾಗಿರುವ ಜನರನ್ನು ನಮಗೆ ನೆರವು ನೀಡುವಂತೆ ಪ್ರಚೋದಿಸಬೇಕು. ಅಥವಾ ನಿಮ್ಮ ಆಜ್ಞೆ ನಡೆಯುವುದಾದರೆ ಅಂಥ ಸಂದರ್ಭದಲ್ಲಿ ನಿಮ್ಮ ಅಶ್ವದಳವನ್ನು ದಾರಿ ತಪ್ಪಿಸಬೇಕು. ಜೊತೆಗೆ ಕಾಲ್ದಳದ ಅಧ್ಯಕ್ಷ ಭದ್ರಭಟ, ಗಜಾಧ್ಯಕ್ಷ ಡಿಂಗಿರಾತ ನಿಮ್ಮ ಮಾತಿಗೆ ಬೆಲೆಕೊಡುವುದಾದರೆ ಅವರನ್ನು ಇದರಲ್ಲಿ ತೊಡಗಿಸಬಹುದು. ಇಲ್ಲಿ ರಥಾಧ್ಯಕ್ಷ ಚಿತ್ರವರ್ಮನ ಅಗತ್ಯ ಬೀಳುವುದಿಲ್ಲ, ಆದರೆ ಸರ್ವಸೇನಾಧ್ಯಕ್ಷ ಅಮಾತ್ಯ ರಾಕ್ಷಸನ ಆದೇಶವನ್ನು ಎಲ್ಲರೂ ಮೀರಬೇಕಾಗುತ್ತದೆ.”

“ಅಂಥ ಸಮಯ ಬಂದರೆ ರಾಕ್ಷಸನೇ ಏನು, ಧನನಂದನ ಆದೇಶವನ್ನೂ ಮೀರಬಹುದು. ಆದರೆ ಅಚಾತುರ್ಯವಾಗಿ ಎಲ್ಲರೂ ಸಿಕ್ಕಿಬೀಳುವಂತಾದರೆ, ಮುಂದೆ ಧನನಂದನ ವಿನಾಶದ ಹಂಚಿಕೆ ಮಾಡಲು ನಾನು ನೀನು ಯಾರೂ ಉಳಿಯುವುದಿಲ್ಲ.”

“ಇಲ್ಲ, ಹಾಗಾಗುವುದಿಲ್ಲ, ಹಾಗಾಗಬಾರದು. ಸದ್ಯಕ್ಕೆ ನೀವು ಯಾವ ಕಾರಣದಿಂದಲೂ ಈ ವಿಷಯದಲ್ಲಿ ಹೊರಗೆ ಕಾಣಿಸಿಕೊಳ್ಳಬೇಕಾಗಿಲ್ಲ, ನಮ್ಮ ಜನರೊಂದಿಗೆ ಚರ್ಚಿಸಿ,

ಕಾರ್ಯಕ್ರಮ ರೂಪಿಸಿ ನಿಮಗೆ ತಿಳಿಸುತ್ತೇನೆ. ಅನಂತರ ಸೂಕ್ತವಾದ ಸಮಯದಲ್ಲಿ ನೀವು ನಿಮ್ಮ ಪಾಲು ಸಲ್ಲಿಸಬಹುದು."

ಭಾಗುರಾಯಣ ಇದ್ದಕ್ಕಿದ್ದಂತೆ ಗಂಭೀರನಾಗಿ, ಎದ್ದು ಕೋಣೆಯಲ್ಲಿ ಅತ್ತಿಂದಿತ್ತ ಅಡ್ಡಾಡತೊಡಗಿದ. ತನ್ನ ಯೋಜನೆಗೆ ಅವನ ಸಮ್ಮತಿಯಿಲ್ಲವೇನೋ ಎಂದು ಸಂದೇಹಗೊಂಡು ಚಂದ್ರಗುಪ್ತ ಕೇಳಿದ, "ನಿಮಗೆ ಸಮ್ಮತಿಯಿಲ್ಲದಿದ್ದರೆ ಬೇಡ. ನಾನಂತೂ ಮುನ್ನುಗ್ಗುತ್ತೇನೆ. ನಿಮ್ಮ ವಿರುದ್ಧವೇ ಹೋರಾಡಬೇಕಾದರೂ ನಾನು ಹಿಂಜರಿಯುವಂತಿಲ್ಲ, ನನಗೆ ಈಗ ಸ್ವಂತ ಹಿತಾಸಕ್ತಿಗಿಂತ ಮಗಧದ ಹಿತವೇ ಮುಖ್ಯ."

"ನನಗೆ ಸಮ್ಮತಿಯಿಲ್ಲವೆಂದು ಹೇಳಲಿಲ್ಲ ಚಂದ್ರಗುಪ್ತ. ಹೊರಗಡೆಯಿಂದ ಬಂದು ನೀನೇ ಧೈರ್ಯಮಾಡುತ್ತಿರುವಾಗ, ಇಲ್ಲಿಯವರಾದ ನಾವು ಇಂಥ ಧೈರ್ಯ ಮಾಡದೆ ಹೇಡಿಗಳಾದೆವಲ್ಲಾ, ಎಂದು ವಿಷಾದವಾಗುತ್ತಿದೆ."

"ಈಗಲಾದರೂ ಅಂಥ ಅವಕಾಶ ಒದಗಿಬಂದಿದೆಯೆಂದು ಸಂತೋಷ ಪಡಿ."

"ನಿನ್ನ ಊಹೆ ಸರಿ" ಭಾಗುರಾಯಣ ಹೇಳಿದ, "ಧನನಂದನ ಮೇಲೆ ಕೆಂಡ ಕಾರುವ ಹಲವರಿದ್ದಾರೆ. ಅವನ ಪೀಡೆಯಿಂದ ನೊಂದ ಸಾವಿರಾರು ಜನರಿದ್ದಾರೆ. ಅಂಥವರ ಸಂಘಟನೆಯಿಂದ ಆ ವಿಷವೃಕ್ಷವನ್ನು ಸುಟ್ಟು ಹಾಕಬೇಕು. ಇಷ್ಟುದಿನ ನಾನು ನಿನಗೆ ಹೇಳಲಿಲ್ಲ ಚಂದ್ರಗುಪ್ತ, ನನ್ನಲ್ಲೂ ಅವನನ್ನು ಕೊಂದು ಹಾಕುವಷ್ಟು ಕ್ರೋಧವಿದೆ. ಅದಕ್ಕೆ ಒಂದು ಕಾರಣವೂ ಇದೆ."

"ಕಾರಣವೆ ? ನನಗೆ ಹೇಳಬಹುದಾದರೆ ದಯವಿಟ್ಟು ಅದೇನೆಂದು ಹೇಳಿ."

"ಹೇಳುತ್ತೇನೆ, ಅದನ್ನು ನಿನ್ನಿಂದ ಮುಚ್ಚಿಡುವ ಅಗತ್ಯವಿಲ್ಲ" ಎಂದು ಭಾಗುರಾಯಣ ಹೇಳತೊಡಗಿದ...

ಐದು ವರ್ಷಗಳ ಹಿಂದಿನ ಮಾತು. ವಿದಿಶಾನಗರದಿಂದ ಸುದ್ದಿ ಬಂದು ಭಾಗುರಾಯಣ ಕೂಡಲೇ ಅಲ್ಲಿಗೆ ಹೋದ. ಅವನ ಸೋದರಿ ಕಡೆಯ ಕ್ಷಣಗಳನ್ನು ಎಣಿಸುತ್ತಿದ್ದಳು. ಅಣ್ಣನನ್ನು ನೋಡಲು ಅವಳು ಕಷ್ಟಪಟ್ಟು ಜೀವ ಬಿಗಿಹಿಡಿದಿದ್ದಳು. ಪತಿಯನ್ನು ಕಳೆದುಕೊಂಡಾಗಲೇ ಇರುವ ಒಬ್ಬನೇ ಮಗ ಶ್ರೀಗುಪ್ತನೊಂದಿಗೆ ಪಾಟಲೀಪುತ್ರಕ್ಕೆ ಬಂದುಬಿಡು, ಎಂದು ಎಷ್ಟು ಒತ್ತಾಯಿಸಿದರೂ ಒಪ್ಪದೆ ಅವಳು ಅಲ್ಲೇ ಉಳಿದಿದ್ದಳು. ಶ್ರೀಗುಪ್ತ ಈಗ ಇಪ್ಪತ್ತು ವರ್ಷಗಳ ತರುಣನಾಗಿದ್ದ. ಅವಳ ಮೇಲೆ ಭಾಗುರಾಯಣನಿಗೆ ಅಪಾರ ಪ್ರೇಮ. ಅವಳು ಮೃತ್ಯುಶಯ್ಯೆಯಲ್ಲಿರುವುದನ್ನು ಕಂಡು ಅವನಿಗೆ ಕರುಳಿರಿಯುವಷ್ಟು ಯಾತನೆಯಾಯಿತು. ಅವಳನ್ನು ಉಳಿಸಿಕೊಳ್ಳುವ ಯಾವ ಅವಕಾಶವನ್ನೂ ಕೊಡದೆ, ಮಗನ ಕೈಯನ್ನು ಅಣ್ಣನ ಕೈಯಲ್ಲಿರಿಸಿ ಅವಳು ಕೊನೆಯುಸಿರೆಳೆದಳು.

ಭಾಗುರಾಯಣ ಶ್ರೀಗುಪ್ತನನ್ನು ಜೊತೆಯಲ್ಲೇ ಪಾಟಲೀಪುತ್ರಕ್ಕೆ ಕರೆದುಕೊಂಡು ಬಂದ. ಕ್ಷತ್ರಿಯಕುಲದ ಪದ್ಧತಿಯಂತೆ ಅವನು ಸ್ವಲ್ಪ ಮಟ್ಟಿಗೆ ಯುದ್ಧವಿದ್ಯೆಯನ್ನು ಕಲಿತಿದ್ದುದರಿಂದ, ಅಮಾತ್ಯ ರಾಕ್ಷಸನೊಂದಿಗೆ ಮಾತಾಡಿ ಸೇನೆಯಲ್ಲಿ ಸೇರಿಸಿದ. ಅವನನ್ನು ತನ್ನ ಮನೆಯಲ್ಲೇ ಇರಿಸಿಕೊಂಡ. ತನ್ನ ಸಭ್ಯ ನಡವಳಿಕೆಯಿಂದ ಮನೆಯಲ್ಲೂ ಸೈನ್ಯದಲ್ಲೂ ಅವನು ಬಹುಬೇಗ ಎಲ್ಲರ ಪ್ರೀತಿವಿಶ್ವಾಸಗಳನ್ನು ಗಳಿಸಿಕೊಂಡ.

"ಒಂದು ದಿನ ಅವನು 'ಅಮಾತ್ಯ ರಾಕ್ಷಸ ಮತ್ತು ಚಕ್ರವರ್ತಿ ಧನನಂದನನೊಂದಿಗೆ

ಯಾವುದೋ ಮುಖ್ಯ ಕೆಲಸದ ಮೇಲೆ ನಗರದಿಂದ ಹೊರಗೆ ನಾವು ಐದು ಜನ ಸೈನಿಕರು ಹೋಗಬೇಕಂತೆ' ಎಂದು ಹೇಳಿದ.

"ಏಕಿರಬಹುದೆಂದು ನನಗೆ ಕುತೂಹಲ ಮೂಡಿತು. ಏಕೆಂದು ಅವನಿಗೂ ಗೊತ್ತಿರಲಿಲ್ಲ. ಅಮಾತ್ಯ ರಾಕ್ಷಸ ಮತ್ತು ಧನನಂದನ ರಹಸ್ಯಗಳು ಏನೇನಿವೆಯೋ, ಎಂದುಕೊಂಡು ನಾನು ಸುಮ್ಮನಾದೆ. ಮರುದಿನ ಚಕ್ರವರ್ತಿ ಮತ್ತು ಅಮಾತ್ಯ ಹಿಂದಿರುಗಿದರು. ಶ್ರೀಗುಪ್ತನ ಸುಳಿವಿಲ್ಲ. ಅವನ ಜೊತೆಯಲ್ಲಿ ಹೋಗಿದ್ದ ಬೇರೆ ನಾಲ್ಕು ಜನ ಸೈನಿಕರ ಮನೆಗಳಿಗೆ ಹೋಗಿ ವಿಚಾರಿಸಿದೆ. ಅವರೂ ಬಂದಿರಲಿಲ್ಲ. ನನ್ನಂತೆ ಅವರ ಮನೆಯವರೂ ಆತಂಕಗೊಂಡರು. ನಾಲ್ಕು ದಿನ ಕಳೆದವು. ನನಗೆ ತೀರ ಭಯವಾಯಿತು. ನೇರವಾಗಿ ರಾಕ್ಷಸನ ಬಳಿಗೆ ಹೋಗಿ ಕೇಳಿದೆ. ಅವನು "ಮರುದಿನ ಮುಂಜಾನೆಯೇ ಅವರೆಲ್ಲ ನಮ್ಮ ಜೊತೆಯಲ್ಲೇ ನಗರಕ್ಕೆ ಬಂದರಲ್ಲಾ! ಒಟ್ಟಿಗೇ ಎಲ್ಲೋ ಹೋಗಿರಬೇಕು. ನಾನಂತೂ ಅವರನ್ನು ನನ್ನ ಬಳಿ ಇರಿಸಿಕೊಂಡಿಲ್ಲ. ಹುಡುಗಾಟದ ಸ್ವಭಾವದ ತರುಣರು, ಚಕ್ರವರ್ತಿಗಳು ಮೆಚ್ಚಿ ನೀಡಿದ ಧನವನ್ನು ವೆಚ್ಚಮಾಡಲು ಮರೆಯಾಗಿರಬಹುದು. ಕೈ ಬರಿದಾದ ಮೇಲೆ ಬರುತ್ತಾರೆ ಬಿಡಿ" ಎಂದು ಬಹಳ ಹಗುರವಾಗಿ ಹೇಳಿದ.

"ಅವನ ಉತ್ತರ ನನಗೆ ಸಮಾಧಾನ ಕೊಡಲಿಲ್ಲ. ಅವನೇ ಏನೋ ಮಾಡಿರಬೇಕೆಂಬ ಸಂದೇಹವೇನೋ ಬಂತು. ಆದರೆ ಹಾಗೆಂದು ಕೇಳಲು ನನ್ನ ಬಳಿ ಯಾವ ಸಾಕ್ಷ್ಯಾಧಾರಗಳೂ ಇರಲಿಲ್ಲ. ಇಂದು ಬಂದಾನು, ನಾಳೆ ಬಂದಾನೆಂದು ತಳಮಳಿಸುತ್ತಾ ಇನ್ನೂ ಎರಡು ದಿನ ಕಾದದ್ದಾಯಿತು.

"ಮೂರನೆಯ ದಿನ ನಗರದ ಹೊರವಲಯದಲ್ಲಿ ಆ ಸೈನಿಕರ ಶವಗಳು ದೊರೆತಿವೆಯೆಂದು ಸುದ್ದಿ ಬಂತು. ನಾನು ಕೂಡಲೇ ಓಡಿಹೋದೆ. ಅಲ್ಲಿದ್ದ ನಾಲ್ಕು ಶವಗಳನ್ನು ನೋಡಿದೆ. ಕಠಾರಿಯಿಂದ ಇರಿದು ಕೊಲೆ ಮಾಡಲಾಗಿತ್ತು. ದೇವರ ದಯದಿಂದ ಶ್ರೀಗುಪ್ತನ ಶವ ಅಲ್ಲಿರಲಿಲ್ಲ. ಆ ನಾಲ್ಕೂ ಜನರ ತಂದೆತಾಯಿಗಳ ಗೋಳನ್ನು ನೋಡಲಾಗಲಿಲ್ಲ.

"ಆದರೆ ಶ್ರೀಗುಪ್ತ ಏನಾದ ? ಇವರನ್ನು ಕೊಲೆ ಮಾಡಿದವರಾರು ? ಏಕೆ ಮಾಡಿದರು ? ಇದರಲ್ಲಿ ರಾಕ್ಷಸನ ಮತ್ತು ಧನನಂದನ ಕೈವಾಡವೇನಾದರೂ ಇದೆಯೇ ? ಶ್ರೀಗುಪ್ತ ತಪ್ಪಿಸಿಕೊಂಡನೇ ? ಅಥವಾ ಬೇರೆ ಕಡೆ ಕೊಲೆ ಮಾಡಿರಬಹುದೇ ? ಎಂದು ನಾನು ಮತ್ತು ನನ್ನ ಮನೆಯವರು ನಿತ್ಯ ತಳಮಳಿಸುವಂತಾಯಿತು.

"ಕೆಲವು ದಿನಗಳ ಮೇಲೆ ನಂಬಬಹುದಾದ ಒಂದು ರಹಸ್ಯ ವಿಷಯ ಹೇಗೋ ನನ್ನ ಕಿವಿಗೆ ಬಿತ್ತು. ಪಾಟಲೀಪುತ್ರದಿಂದ ಆಚೆ ಬಹುದೂರದಲ್ಲಿ, ಗಂಗಾತೀರದಲ್ಲಿ ಧನನಂದ ಎಂಭತ್ತುಕೋಟಿ ಸುವರ್ಣ ಮುದ್ರೆಗಳನ್ನು ರಹಸ್ಯವಾಗಿ ಅಡಗಿಸಿಟ್ಟಿರುವನೆಂಬ ವದಂತಿಯನ್ನು ನೀನೂ ಕೇಳಿರಬಹುದು. ಅದು ಬರಿ ವದಂತಿಯಲ್ಲ, ಸತ್ಯ ಸಂಗತಿಯೆಂಬುದು ನನಗೂ ಗೊತ್ತಿತ್ತು. ಆ ಸಂಗ್ರಹಕ್ಕೆ ಮತ್ತಷ್ಟನ್ನು ಸೇರಿಸಲು ರಾಕ್ಷಸ ಮತ್ತು ಧನನಂದ ಐದು ಜನ ಸೈನಿಕರನ್ನು ಸಹಾಯಕ್ಕೆ ಕರೆದುಕೊಂಡು ಹೋಗಿದ್ದರು. ಕೆಲಸ ಮುಗಿದ ನಂತರ, ಆ ಸ್ಥಳದ ರಹಸ್ಯ ಯಾವುದೇ ಕಾರಣಕ್ಕೂ ಬೇರೆಯವರಿಗೆ ತಿಳಿಯಬಾರದೆಂಬ ಉದ್ದೇಶದಿಂದ, ಸಹಾಯ ಮಾಡಿದ ಸೈನಿಕರನ್ನೇ ಕೊಲೆ ಮಾಡಿಬಿಟ್ಟರು. ಅವರಲ್ಲಿ ಶ್ರೀಗುಪ್ತ ತಪ್ಪಿಸಿಕೊಂಡಿರಬೇಕು, ಇಲ್ಲವೇ ಅವನು ಬೇರೆಲ್ಲೋ ಕೊಲೆಯಾಗಿರಬೇಕು. ಈ ವಿಷಯ ತಿಳಿದಾಗ ಹಿಂದೊಮ್ಮೆ

ಹೀಗೇ ಐದು ಜನ ಸೈನಿಕರು ಕಾಣೆಯಾದ, ನಂತರ ಕೊಲೆಯಾದ ಸುದ್ದಿ ಹರಡಿತ್ತು. ಆಗ ಗಡಿ ಘರ್ಷಣೆ ನಡೆಯುತ್ತಿದ್ದುದರಿಂದ ಆ ಕೊಲೆಯ ಹೊಣೆಯನ್ನು ಶತ್ರುಸೈನಿಕರ ಮೇಲೆ ಹಾಕಿದ್ದರು.

"ನನ್ನ ತಂಗಿ ತೀರಿಕೊಂಡ ನಂತರ ಶ್ರೀಗುಪ್ತನ ಯೋಗಕ್ಷೇಮದ ಸಂಪೂರ್ಣ ಹೊಣೆ ನನ್ನ ಮೇಲಿತ್ತು. ಇನ್ನೂ ಇಪ್ಪತ್ತೆರಡರ ತರುಣ. ಬದುಕಿನ ಸುಖಸಂತೋಷಗಳನ್ನು ಅನುಭವಿಸಿದವನಲ್ಲ, ಅವನ ಆ ಸ್ಥಿತಿಗೆ ನಾನೇ ಕಾರಣನಾದೆನೆಂದು ಬಹಳ ದುಃಖವಾಯಿತು. ಕೆಲವು ದಿನ ಊಟನಿದ್ರೆಗಳೂ ಇಲ್ಲದೆ ಚಿಂತೆಯಿಂದ ನಲುಗಿದೆ. ಆದರೆ ಆ ಅನ್ಯಾಯವನ್ನು ಪ್ರತಿಭಟಿಸುವ ಎದೆಗಾರಿಕೆಯಿಲ್ಲದೆ, ನೋವು ಅಪಮಾನಗಳನ್ನು ಎದೆಯಲ್ಲೇ ತುಂಬಿಕೊಂಡು ಇಲ್ಲಿಯವರೆಗೂ ಕುದಿಯುತ್ತಿದ್ದೇನೆ.

"ನೀನು ಮುಂದೆ ಹೆಜ್ಜೆಯಿಡು ಚಂದ್ರಗುಪ್ತ. ನಿನ್ನ ಮೂಲಕವಾದರೂ ಧನನಂದ ಮತ್ತು ರಾಕ್ಷಸನ ಮೇಲೆ ಸೇಡು ತೀರಿಸಿಕೊಳ್ಳಲು ಸಾಧ್ಯವಾದರೆ, ಅದೇ ನನ್ನ ಪುಣ್ಯ. ಇದರಿಂದ ಸತ್ತಿದ್ದರೆ ಶ್ರೀಗುಪ್ತನ ಆತ್ಮಕ್ಕೆ ಶಾಂತಿ ದೊರಕಿದಂತಾಗುತ್ತದೆ, ಬದುಕಿದ್ದರೆ ಧನನಂದನ ವಿನಾಶವಾದ ಮೇಲೆ ಅವನು ಮತ್ತೆ ನನ್ನ ಬಳಿಗೆ ಬಂದೇ ಬರುತ್ತಾನೆ."

ಚಂದ್ರಗುಪ್ತನಿಗೆ ನಿರಾಳವಾಯಿತು. ಸೇನೆಯ ಒಂದು ಮುಖ್ಯ ಅಧಿಕಾರದಲ್ಲಿರುವ ಭಾಗುರಾಯಣನ ಬೆಂಬಲ ದೊರೆತರೆ ತನ್ನ ಕಾರ್ಯಯಶಸ್ವಿಯಾಗುವುದರಲ್ಲಿ ಸಂದೇಹವೇ ಇಲ್ಲ, ಎಂದುಕೊಂಡ.

ಭಾಗುರಾಯಣ ಮತ್ತೆ ಹೇಳಿದ, "ನೋಡೋಣ, ಭದ್ರಭಟ ಮತ್ತು ಡಿಂಗಿರಾತರ ಜೊತೆಯಲ್ಲೂ ನಾನು ಉಪಾಯವಾಗಿ ಮಾತಾಡುತ್ತೇನೆ. ಅವರ ನೆರವು ದೊರೆಯುವುದಾದರೆ ನಿನ್ನ ಕೆಲಸ ಇನ್ನೂ ಸುಗಮವಾಗುತ್ತದೆ."

ನಂತರ ಇಬ್ಬರೂ ಕೋಣೆಯಿಂದ ಹೊರಬಂದರು. ಪ್ರಸನ್ನವಾದ ಇಬ್ಬರ ಮುಖವನ್ನು ನೋಡಿ ಉಜ್ವಲಳಿಗೆ ಸಮಾಧಾನವಾಯಿತು. ಎಲ್ಲ ಒಟ್ಟಿಗೆ ಉಪಾಹಾರ ಸೇವಿಸಿದರು. ಚಂದ್ರಗುಪ್ತ ಭಾಗುರಾಯಣನ ಜೊತೆಯಲ್ಲೇ ಅರಮನೆಗೆ ಹೊರಟ. ಹೋಗುವಾಗ ಸಂಜೆ ಬೇಗ ಬರುವುದಾಗಿ ಉಜ್ವಲಳಿಗೆ ಹೇಳಿ ಹೋದ.

ತನ್ನ ತಂದೆಯೊಂದಿಗೆ ಚಂದ್ರಗುಪ್ತ ಏನು ಮಾತಾಡಿರಬಹುದೆಂದು ಸ್ವಲ್ಪ ಊಹೆ ಮಾಡಬಲ್ಲವಳಾಗಿದ್ದರೂ, ಖಚಿತವಾಗಿ ಇದೇ ಇರಬಹುದೆಂದು ಉಜ್ವಲ ಕಲ್ಪಿಸಿಕೊಳ್ಳಲಾಗಲಿಲ್ಲ. ತಿಳಿದುಕೊಳ್ಳುವ ತೀವ್ರ ಕುತೂಹಲ ಅವಳಲ್ಲಿತ್ತು. ತಂದೆಯೂ ಅರಮನೆಗೆ ಹೊರಟು ಬಿಟ್ಟಿದ್ದರಿಂದ ಸಂಜೆ ಅವನು ಮನೆಗೆ ಬರುವವರೆಗೂ ವಿಷಯ ತಿಳಿಯುವಂತಿರಲಿಲ್ಲ. ಅಲ್ಲಿಯವರೆಗೆ ಕಾಯಲೇಬೇಕಾಗಿತ್ತು. ನಿಂತಲ್ಲಿ ನಿಲ್ಲದೆ ಚಡಪಡಿಸುತ್ತಿದ್ದ ಅವಳನ್ನು ಕಂಡು "ಸಂಜೆ ಚಂದ್ರಗುಪ್ತ ಬರುತ್ತಾನಲ್ಲ, ಆಗ ಗೊತ್ತಾಗುತ್ತದೆ ಅಲ್ಲಿಯವರೆಗೆ ಸಮಾಧಾನದಿಂದಿರ-ಬಾರದೆ ?" ಎಂದಳು ಮಾಲಿನಿ.

"ಇಲ್ಲಮ್ಮ, ಅವರ ಬಾಯಿಂದ ಏನು ವಿಷಯವೆಂದು ಕೇಳುವವರೆಗೂ ನನಗೆ ಸಮಾಧಾನವಿಲ್ಲ. ಅವರು ಯಾವುದೋ ಮಹತ್ತರವಾದ ಕಾರ್ಯವನ್ನು ಯೋಚಿಸಿರುವಂತಿದೆ."

"ಏನೇ ಆದರೂ, ಅಪಾಯವನ್ನು ಮೇಲೆ ಹಾಕಿಕೊಳ್ಳದಿದ್ದರಾಯಿತು."

"ಅಪಾಯಕ್ಕೆ ಹೆದರಿ ಇಡೀ ಮಗಧ ಸಾಮ್ರಾಜ್ಯ ನರಸತ್ತ ಹೇಡಿಯಾಗಿ ಬದುಕುತ್ತಿದೆ. ಈಗಲಾದರೂ, ನನ್ನ ಚಂದ್ರಗುಪ್ತನಾದರೂ ಅದಕ್ಕೆ ಸ್ವಾಭಿಮಾನದ ಚೈತನ್ಯವನ್ನು ತುಂಬಬೇಕು."

"ನನ್ನ ಚಂದ್ರಗುಪ್ತನೆಂದೆಯಾ ? ಉಜ್ವಲ, ಇನ್ನೂ ವಿವಾಹವಿಲ್ಲ ಏನೂ ಇಲ್ಲ, ಈಗಲೇ ನಿನ್ನ ಚಂದ್ರಗುಪ್ತನಾಗಿಬಿಟ್ಟನೆ ?" ಎಂದು ಮಾಲಿನಿ ಹಾಸ್ಯ ಮಾಡಿದಳು.

"ಮನಸ್ಸು ಮನಸ್ಸು ಸೇರಿದ ಮೇಲೆ ವಿವಾಹವೆನ್ನುವುದು ಬರೀ ಒಂದು ಸಾಮಾಜಿಕ ಬಂಧನವಲ್ಲವೆ ?"

"ಆ ಹುಡುಗನನ್ನು ನೋಡಿದರೆ ನನಗೆ ಮರುಕವಾಗುತ್ತದೆ. ತನ್ನ ರಾಜಾಧಿಕಾರವನ್ನು ಬಿಟ್ಟು ಇಲ್ಲಿಗೆ ಬಂದು, ದೀನವಾಗಿ ಬದುಕುವ ದುಸ್ಥಿತಿ ಬಂತಲ್ಲ, ಪಾಪ, ಆ ತಾಯಿ ಎಷ್ಟು ನೊಂದುಕೊಂಡಿದ್ದಾಳೋ ?"

"ಅವರು ಪಿಪ್ಪಲಿವನದ ಸಣ್ಣ ರಾಜನಾಗುವುದೇಕೆ ? ಮಗಧ ಸಾಮ್ರಾಜ್ಯದ ಚಕ್ರವರ್ತಿಯಾಗಿ, ಇದೇ ಪಾಟಲೀಪುತ್ರದ ರಾಜಬೀದಿಯಲ್ಲಿ ಆನೆಯ ಮೇಲೆ ಉತ್ಸವ ಹೊರಡುವುದನ್ನು ನಾನು ಕಣ್ಣಾರೆ ನೋಡಬೇಕು."

"ಅವನು ಆನೆಯ ಮೇಲೆ ಕುಳಿತರೆ, ನೀನೂ ಅವನ ಜೊತೆಯಲ್ಲಿ ಇದ್ದೇ ಇರುತ್ತೀಯಲ್ಲವೆ ? ನಿಮ್ಮಿಬ್ಬರನ್ನೂ ನೋಡಿ ಸಂತೋಷ ಪಡಬೇಕಾದವರು ನಾವು ತಾನೆ ?" ಎಂದು ಮಾಲಿನಿ ನಕ್ಕಳು.

★ ★ ★

ಸಂಜೆ ಚಂದ್ರಗುಪ್ತ ಮತ್ತು ಉಜ್ವಲ ಕುದುರೆಗಳನ್ನೇರಿ ನಗರದಿಂದ ಹೊರಗೆ ಬಹಳ ದೂರ ಹೋದರು. ಒಂದು ಏಕಾಂತ ಸ್ಥಳದಲ್ಲಿ ಇಬ್ಬರೇ ಕುಳಿತಾಗ ಉಜ್ವಲ ಕೇಳಿದಳು, "ಬೆಳಿಗ್ಗೆ ನೀವು ನಮ್ಮ ತಂದೆಯವರೊಡನೆ ಏನು ಮಾತಾಡಿದಿರಿ ? ಅದನ್ನು ಮೊದಲು ಹೇಳಿ."

"ಇಷ್ಟೊಂದು ಆತುರವೆ ?"

"ಹೌದು, ನನಗೆ ಆತುರವೇ. ಸಂಜೆಯವರೆಗೆ ತಡೆಯುವುದೇ ಕಷ್ಟವಾಯಿತು. ಹಾಗೂ ಕುದುರೆಯೇರಿ ಅರಮನೆಗೇ ಬಂದು, ನಿಮ್ಮನ್ನು ಭೇಟಿ ಮಾಡಿ, ಅಲ್ಲೇ ವಿಷಯ ತಿಳಿದುಕೊಳ್ಳಬೇಕೆಂದು ಯೋಚಿಸಿದ್ದೆ."

"ಸದ್ಯ ಹಾಗೆ ಮಾಡಲಿಲ್ಲವಲ್ಲ!"

"ಏಕೆ ? ನಾನು ಅರಮನೆಗೆ ಬಂದಿದ್ದರೆ ನಿಮಗೆ ಮುಜುಗುರವಾಗುತ್ತಿತ್ತೆ ?"

"ಇಲ್ಲ, ನಿಮ್ಮ ತಂದೆಗೆ ಮುಜುಗುರವಾಗುತ್ತಿತ್ತು. ಜೊತೆಗೆ ಸಲ್ಲದ ಸಂದೇಹಗಳಿಗೆ ಅವಕಾಶವಾಗುತ್ತಿತ್ತು."

"ಸರಿ, ಈಗ ಹೇಳಿ."

ಚಂದ್ರಗುಪ್ತ ತಮ್ಮ ಯೋಜನೆಯ ವಿಷಯವನ್ನೆಲ್ಲ ವಿವರವಾಗಿ ತಿಳಿಸಿದ. ಭಾಗುರಾಯಣನಿಂದ ಕೇಳಿದ ಶ್ರೀಗುಪ್ತನ ವಿಷಯವನ್ನೂ ಪ್ರಸ್ತಾಪಿಸಿದ.

ಅದನ್ನು ಕೇಳುತ್ತಿದ್ದಂತೆ ಗಂಭೀರವಾಗಿ ಅವಳು ಹೇಳಿದಳು, "ಹೌದು, ಅವನ ನೆನಪು ಬಂದಾಗ ಹೊಟ್ಟೆಯಲ್ಲಿ ಸಂಕಟವಾಗುತ್ತದೆ. ತುಂಬ ಒಳ್ಳೆಯ ಹುಡುಗ, ಸಜ್ಜನ. ಎಲ್ಲರಲ್ಲೂ ಪ್ರೀತಿವಿಶ್ವಾಸಗಳಿಂದ ನಡೆದುಕೊಳ್ಳುತ್ತಿದ್ದ. ಅವನು ಬದುಕಿದ್ದಾನೋ, ಸತ್ತಿದ್ದಾನೋ ದೇವರೇ ಬಲ್ಲ."

"ಅವನು ಬದುಕಿರಲಿ ಎಂದು ನಾನು ಹಾರೈಸುತ್ತೇನೆ. ಅವನು ತಪ್ಪಿಸಿಕೊಂಡು ಹೋಗಿರಬೇಕೆಂದೇ ನನ್ನ ಒಳ ಮನಸ್ಸು ಹೇಳುತ್ತಿದೆ."

"ತಮ್ಮ ಅನುಕೂಲಕ್ಕೆ ಬಳಸಿಕೊಂಡು, ಹೀಗೆ ಅಮಾನವೀಯವಾಗಿ ಕೊಲ್ಲಲು ಅವರಿಗೆ ಹೇಗಾದರೂ ಮನಸ್ಸು ಬಂತು."

"ತಾನು ಶಾಶ್ವತವಾಗಿ ಬದುಕುತ್ತೇನೆ. ತನ್ನ ಅಧಿಕಾರವೂ ಶಾಶ್ವತವಾಗಿ ತನ್ನಲ್ಲೇ ಉಳಿಯಲಿ ಎಂಬ ಭ್ರಮೆಯಿಂದ, ಕಟುಕರಿಗಿಂತ ಕ್ರೂರವಾಗಿ ವರ್ತಿಸುತ್ತಿರುವ ಈ ಚಕ್ರವರ್ತಿಯ ಅಂತ್ಯವಾಗಲೇಬೇಕು."

"ನಾನು ನಿಮ್ಮೊಂದಿಗೆ ಇದ್ದೇನೆ ಚಂದ್ರಗುಪ್ತ."

"ಆ ನಂಬಿಕೆ ನನಗಿದೆ. ನಿನ್ನಲ್ಲಿ ಆ ಸಾಮರ್ಥ್ಯವೂ ಇದೆಯೆಂದು ನನಗೆ ಗೊತ್ತು."

"ಬೇಕಾದರೆ ಖಡ್ಗ ಹಿಡಿದು ಕುದುರೆಯೇರಿ ನಿಮ್ಮ ಬೆನ್ನ ಹಿಂದೆಯೇ ಇರುವುದಕ್ಕೆ ನಾನು ಸಿದ್ಧಳಾಗಿದ್ದೇನೆ."

"ಈಗಲೇ ನೀನು ಅಂಥ ಸಾಹಸ ಮಾಡುವ ಅಗತ್ಯವಿಲ್ಲ. ನೀನು, ನಿನ್ನ ತಂದೆ ತಟಸ್ಥವಾಗಿಯೇ ಇದ್ದು, ಸೂಕ್ತ ಸಮಯದಲ್ಲಿ ಕಾರ್ಯಕ್ಷೇತ್ರಕ್ಕೆ ಧುಮುಕುವುದು ಹೆಚ್ಚು ಪ್ರಯೋಜನಕಾರಿ. ಅಷ್ಟರಲ್ಲಿ ನಾನು, ಆಚಾರ್ಯ ಚಣಕ, ನನ್ನ ಮಿತ್ರ ಚರಣ, ಸಹದೇವ ಎಲ್ಲ ಸೇರಿ ಏನು ಮಾಡಬೇಕು, ಹೇಗೆ ಮಾಡಬೇಕೆಂದು ನಿರ್ಧರಿಸುತ್ತೇವೆ."

"ಎಚ್ಚರವಿರಲಿ, ಪ್ರಾಣಾಪಾಯವಾಗುವಂಥ ಆತುರದ ಹೆಜ್ಜೆಯಿಡಬೇಡಿ. ನಿಮಗೇ ನಾದರೂ ಆದರೆ ನಾನು ಜೀವಂತವಾಗಿರುವುದಿಲ್ಲ" ಎಂದು ಹೇಳಿ ಅವಳು ತಲೆ ತಗ್ಗಿಸಿದಳು.

ಚಂದ್ರಗುಪ್ತ ಅವಳ ಗಲ್ಲ ಹಿಡಿದೆತ್ತಿ ಕಣ್ಣಲ್ಲಿ ಕಣ್ಣಿಟ್ಟು ನೋಡುತ್ತ ಹೇಳಿದ, "ಉಜ್ವಲ, ನಿನ್ನ ಪ್ರೇಮ ಮತ್ತು ನಿನ್ನ ತಂದೆ ತಾಯಿಯರ ವಾತ್ಸಲ್ಯ ದೊರೆತದ್ದು ನನ್ನ ಸೌಭಾಗ್ಯ. ಇಂದಲ್ಲ ನಾಳೆ ನಾನು ನನ್ನ ಕಾರ್ಯದಲ್ಲಿ ಯಶ ಪಡೆದೇ ತೀರುತ್ತೇನೆ. ನೀನು ಒಬ್ಬ ಸಾಮಾನ್ಯ ಸೈನಿಕನ ಮಡದಿಯಾಗುವುದರ ಬದಲು, ರಾಜ ಚಂದ್ರಗುಪ್ತಮೌರ್ಯನ ಮಡದಿಯಾಗಬೇಕು."

"ನಾನು ರಾಜನ ಮಡದಿಯಾಗಬೇಕೆಂದು ಬಯಸಿದರೆ ಅದು ಸ್ವಾರ್ಥವೆನಿಸುತ್ತದೆ. ಆದರೆ ನೀವು ಮಾತ್ರ ರಾಜನಾಗಲೇ ಬೇಕು, ಮಗಧದ ಚಕ್ರವರ್ತಿಯೇ ಆಗಬೇಕು. ಅದಕ್ಕಾಗಿ ನಾನು ನನ್ನನ್ನೇ ಸಮರ್ಪಿಸಿಕೊಳ್ಳಲು ಸಿದ್ಧಳಾಗಿದ್ದೇನೆ."

ಅವಳ ಮಾತಿನಿಂದ ಹೃದಯ ತುಂಬಿ ಬಂದು, ಚಂದ್ರಗುಪ್ತ ಅವಳ ಕೈಹಿಡಿದು ಹೇಳಿದ, "ನಮ್ಮಿಬ್ಬರ ಈ ಪ್ರೇಮ ಮಗಧದ ಪ್ರಜೆಗಳ ಹಿತವನ್ನು ರಕ್ಷಿಸಲಿ."

## ೮

ಭಾಗುರಾಯಣನ ಸಹಾನುಭೂತಿ ಮತ್ತು ಸಹಾಯದ ವಿಷಯವನ್ನು ಚಂದ್ರಗುಪ್ತ ಹೇಳಿದಾಗ "ನೀನು ತುಂಬ ಅದೃಷ್ಟಶಾಲಿ" ಎಂದ ಚಣಕ.

"ನನ್ನ ಅದೃಷ್ಟಕ್ಕಿಂತ ಮಗಧದ ಅದೃಷ್ಟದ ಬಾಗಿಲು ತೆರೆದಿರಬೇಕು ಆಚಾರ್ಯ. ಜೊತೆಗೇ ದುರಾಡಳಿತದ ಆಯುಸ್ಸು ಮುಗಿದಿರಬೇಕು" ಎಂದು ಚಂದ್ರಗುಪ್ತ ಭಾಗುರಾಯಣನ ಸೋದರಿಯ ಮಗ ಶ್ರೀಗುಪ್ತನ ವಿಷಯವನ್ನು ಹೇಳಿದ.

"ನಾನೂ ಅವನು ಬದುಕಿರಲಿ ಎಂದೇ ಹಾರೈಸುತ್ತೇನೆ. ಅದರಿಂದ ನಮಗೇ ಪ್ರಯೋಜನ" ಎಂದ ಚಣಕ.

"ನಮಗೆ ಪ್ರಯೋಜನವೇ ? ಅದು ಹೇಗೆ ?"

"ತುಂಬಾ ಸರಳ. ಆ ಎಂಬತ್ತು ಕೋಟಿ ಸುವರ್ಣಮುದ್ರೆಗಳ ರಹಸ್ಯ ಧನನಂದ ಮತ್ತು ಅಮಾತ್ಯರಾಕ್ಷಸನ ಹೊರತಾಗಿ ಬೇರೆಯವರಿಗೆ ತಿಳಿದಿಲ್ಲ. ತಿಳಿದಿದ್ದ ಆ ನಾಲ್ಕು ಜನ ಸೈನಿಕರ ಹತ್ಯೆ ಮಾಡಿದ್ದಾರೆ. ಶ್ರೀಗುಪ್ತ ತಪ್ಪಿಸಿಕೊಂಡಿದ್ದಾನೆ. ಅವನಿಗೆ ಆ ರಹಸ್ಯ ಸ್ಥಳ ಗೊತ್ತೇ ಇರುತ್ತದೆ. ಆ ನಿಧಿ ನಮ್ಮ ಕೈಗೆ ಸಿಕ್ಕಿದರೆ, ಧನನಂದ ಹಾಳುಮಾಡಿರುವ ಮಗಧ ಸಾಮ್ರಾಜ್ಯದ ಪುನರ್ನಿರ್ಮಾಣಕ್ಕೆ ಅದನ್ನು ವೆಚ್ಚ ಮಾಡಬಹುದು."

"ಹೌದು, ಅದು ನಿಜ, ಆದರೆ ಅವರು ಶ್ರೀಗುಪ್ತನನ್ನು ಉಳಿಸಿರುತ್ತಾರಾ, ಎಂದು ನನಗೆ ಸಂದೇಹವಾಗುತ್ತದೆ."

"ನೀನು ಹೇಳಿದೆಯಲ್ಲ ಮಗಧದ ಅದೃಷ್ಟ ಎಂದು, ಅದು ಒಳ್ಳೆಯದಾಗಿದ್ದರೆ ಒಳ್ಳೆಯದೇ ಆಗುತ್ತದೆ ಬಿಡು."

ಅಷ್ಟು ಹೊತ್ತಿಗೆ ಚರಣ ಮತ್ತು ಸಹದೇವ ಬಂದರು. ಅವರು ಒಳಬರುತ್ತಿದ್ದಂತೆ, ಹೊರಗಡೆ ಯಾರಾದರೂ ಬಂದಾರೆಂದು ಗೌತಮನನ್ನು ಬಾಗಿಲ ಬಳಿ ಕಾವಲಿರಿಸಿದರು.

"ಚರಣ, ನೀನು ನಮ್ಮ ಮಿತ್ರರೊಂದಿಗೆ ಮಾತಾಡಿದೆಯಾ ?" ಎಂದು ಚಂದ್ರಗುಪ್ತ ಕೇಳಿದ.

"ಮಾತಾಡಿದೆ" ಚರಣ ಹೇಳಿದ, "ಸಿಂಹಸೇನ, ನಂದಿಕೇಶ, ಭಾಸ್ಕರ, ಬ್ರಹ್ಮದತ್ತ ಸಂತೋಷದಿಂದ ಒಪ್ಪಿಕೊಂಡರು. ಪ್ರಭಾಕರ ಮಾತ್ರ 'ಇದು ಆಗದ ಹೋಗದ ಮಾತು' ಎಂದು ಪರಿಹಾಸದಿಂದ ಹೇಳಿದ. ಬಹುಶಃ ಅವನು ನಮ್ಮ ಜೊತೆ ಸೇರುವುದಿಲ್ಲ."

"ಅವನೇನಾದರೂ ನಮ್ಮ ರಹಸ್ಯವನ್ನು ಬಯಲು ಮಾಡಿದರೆ ?" ಎಂದು ಚಣಕ ಸಂದೇಹ ವ್ಯಕ್ತಪಡಿಸಿದ.

"ಆ ಬಗ್ಗೆ ನಾನು ಎಚ್ಚರಿಕೆ ನೀಡಿದ್ದೇನೆ. ಖಂಡಿತ ಅವನು ಹಾಗೆ ಮಾಡಲಾರ."

"ಆದರೂ ನಾವು ಎಚ್ಚರದಿಂದಿರಬೇಕು."

"ಆಚಾರ್ಯ" ಸಹದೇವ ಹೇಳಿದ, "ನಗರದ ನಾಲ್ಕೂ ದಿಕ್ಕಿನಲ್ಲಿ ಏಕಕಾಲದಲ್ಲಿ ಕಡೇಪಕ್ಷ ಸಾವಿರ ಜನ ಆಯುಧಪಾಣಿಗಳಾಗಿ ಗದ್ದಲವೆಬ್ಬಿಸುತ್ತಾರೆ. ಇತರ ಜನರೂ ಗುಂಪಿನೊಂದಿಗೆ ಸೇರಿಕೊಳ್ಳುವ ಸಾಧ್ಯತೆಯಿದೆ. ಸೈನ್ಯ ಆಕ್ರಮಣ ಮಾಡುವುದಾದರೆ ಒಂದು

ಗುಂಪು ಅವರನ್ನು ತಮ್ಮ ಕಡೆಗೆ ಸೆಳೆಯುವಂತೆ ಹಿಂಸಾಚಾರದಲ್ಲಿ ತೊಡಗುತ್ತದೆ. ಸೈನ್ಯ ನಾಲ್ಕೂ ಕಡೆಗೆ ಹಂಚಿಹೋಗುತ್ತಿದ್ದಂತೆ ಎರಡು ಮೂರು ಸಾವಿರ ಜನರ ಆಯುಧಪಾಣಿಗಳ ಗುಂಪು ಅರಮನೆಯತ್ತ ನುಗ್ಗುತ್ತದೆ. ಒಂದು ಕಡೆ ಚಂದ್ರಗುಪ್ತ ಮತ್ತು ಅವನ ಮಿತ್ರರು ಕುದುರೆಗಳ ಮೇಲೆ ಸಾಗಿದರೆ ಕಾರ್ಯಾಚರಣೆ ಸುಲಭವಾಗುತ್ತದೆ. ಚದರಿಹೋಗಿರುವ ಸೈನ್ಯ ಮತ್ತೆ ಒಟ್ಟುಗೂಡಿ ಅರಮನೆಯತ್ತ ಬರುವಷ್ಟರಲ್ಲಿ ಧನನಂದನನ ಕತೆ ಮುಗಿದಿರಬೇಕು. ನಾವೆಲ್ಲ ಅರಮನೆಯನ್ನು ಪ್ರವೇಶಿಸುತ್ತಿದ್ದಂತೆ, ದುಷ್ಟರಾಜ ಧನನಂದನ ಅಂತ್ಯವಾಯಿತೆಂದು ಬೀದಿಬೀದಿಗಳಲ್ಲಿ ಕೂಗಬೇಕು. ಜನ ಹುಚ್ಚೆದ್ದು ಅರಮನೆಯತ್ತ ನುಗ್ಗುತ್ತಾರೆ. ಆಮೇಲೆ ಎಂಥ ಸೈನ್ಯ ಬಂದರೂ ಜನರೇ ಅವರನ್ನು ವಿಚಾರಿಸಿಕೊಳ್ಳುತ್ತಾರೆ.''

ಚಣಕನ ಮುಖ ಅರಳಿತು. ''ಭಲೆ ಸಹದೇವ !'' ಎಂದ ಮೆಚ್ಚುಗೆಯಿಂದ, ''ನೀನು ಇಷ್ಟು ಬುದ್ಧಿವಂತನೆಂದು ನಾನು ತಿಳಿದಿರಲಿಲ್ಲ''

''ನಮಗೆ ಆಲೋಚಿಸಲು ಹೆಚ್ಚಿನ ಅವಕಾಶವನ್ನೇ ನೀಡದೆ, ಎಲ್ಲವನ್ನೂ ಅಚ್ಚುಕಟ್ಟಾಗಿ ರೂಪಿಸಿರುವ ಸಹದೇವನನ್ನು ಪ್ರಶಂಸೆ ಮಾಡಲೇಬೇಕು'' ಎಂದ ಚಂದ್ರಗುಪ್ತ.

''ಎಲ್ಲೋ ಸಹದೇವ ರಾಜನೀತಿಯನ್ನು ಅಧ್ಯಯನ ಮಾಡಿರಬೇಕು'' ಎಂದ ಚರಣ ನಗುತ್ತ.

''ತುಂಬಾ ಹೊಗಳುತ್ತೀರಪ್ಪ'' ಸಹದೇವ ಸ್ವಲ್ಪ ನಾಚಿಕೆಯಿಂದ ತಲೆತಗ್ಗಿಸಿ ಹೇಳಿದ, ''ಅಧ್ಯಯನ ಮಾಡಲು ಅವಕಾಶವೆಲ್ಲಿತ್ತು ? ಒಬ್ಬ ಚರ್ಮಕಾರನಿಗೆ ವಿದ್ಯಾಭ್ಯಾಸ ಮಾಡಿಸುವ ಉದಾರಿಗಳು ಯಾರಿದ್ದರು ? ಒಂದು ಕ್ಷೇಮ ಸಮಾಚಾರದ ಪತ್ರ ಬರೆಯುವಷ್ಟು ಬಂದ ಪತ್ರ ಓದುವಷ್ಟು ಅಷ್ಟೇ ನನ್ನ ಕಲಿಕೆ. ಬಾಯಿ ಲೆಕ್ಕದಲ್ಲಿ ನಾನು ಸ್ವಲ್ಪ ಬುದ್ಧಿವಂತನೆಂದೇ ಹೇಳಬಹುದು.''

''ಹಾಗಾದರೆ ಇದನ್ನೆಲ್ಲ ಹೇಗೆ ಆಲೋಚಿಸಿದೆ ?'' ಚರಣ ಕೇಳಿದ.

''ಅನುಭವ, ತಿಳಿದವರ ಸಹವಾಸ. ಅದಕ್ಕಿಂತ ಮುಖ್ಯವಾಗಿ ಧನನಂದನ ಮೇಲಿನ ಸೇಡನ್ನು ನನ್ನ ಮೈಮೇಲೆ ಮೂಡಿರುವ ಬಾಸುಂಡೆಯ ಗುರುತುಗಳು ಸದಾ ನೆನಪಿಸುತ್ತಿರುವುದರಿಂದ ಅವನ ವಿನಾಶದ ಬಗ್ಗೆ ನನ್ನ ಮನಸ್ಸು ತೀವ್ರವಾಗಿ ಆಲೋಚಿಸಿದೆಯೆಂದು ಕಾಣುತ್ತದೆ.''

''ನಿನ್ನ ಸೇಡು ತೀರುತ್ತದೆ ಸಹದೇವ'' ಎಂದ ಚಂದ್ರಗುಪ್ತ.

''ನನ್ನ ಸೇಡಿಗಿಂತ ಮುಖ್ಯವಾಗಿ ಮಗಧವನ್ನು ಅಕ್ಕರೆಯಿಂದ ಸಂರಕ್ಷಿಸುವ ಉದಾತ್ತ ಗುಣದ ರಾಜ ಆಳಬೇಕು. ಅದು ಸಾಧ್ಯವಾಗುವುದಾದರೆ ನಾನು ಸತ್ತರೂ ಚಿಂತೆಯಿಲ್ಲ''

ಬಹಳ ಹೊತ್ತು ಮುಂದಿನ ಕಾರ್ಯಗಳ ಬಗ್ಗೆ ಅವರು ಚರ್ಚಿಸಿದರು. ಭಾಗುರಾಯಣ ಹೇಳಿದ ವಿಷಯವನ್ನು ಚಂದ್ರಗುಪ್ತ ವಿವರಿಸಿದ. ಅವನ ಹೆಸರನ್ನು ಯಾವುದೇ ಕಾರಣಕ್ಕೂ ಎಲ್ಲಿಯೂ ಬಾಯಿ ಬಿಡಬಾರದೆಂದು ನಿರ್ಧರಿಸಿಕೊಂಡರು. ನಾಳೆ ರಾತ್ರಿ ಎಲ್ಲ ಸಹದೇವನ ಮನೆಯಲ್ಲಿ ಸೇರಿ ಎಲ್ಲರಿಗೂ ಅವರವರ ಹೊಣೆ ಮತ್ತು ಕರ್ತವ್ಯಗಳನ್ನು ವಹಿಸಿ ಮುಂದಿನ ಹೆಜ್ಜೆಯಿಡಬೇಕೆಂದು ನಿರ್ಧರಿಸಿದರು. ಒಬ್ಬೊಬ್ಬರಾಗಿ ತಮ್ಮ ಮನೆಗಳಿಗೆ ಹೊರಟರು.

ಚಂದ್ರಗುಪ್ತ ಮನೆಗೆ ಬಂದಾಗ ಶಿವಾಲಿ ಮಗನ ದಾರಿ ಕಾಯುತ್ತಿದ್ದಳು ''ಬಂದೆಯಾ ?'' ಎಂದು ಅವಳು ಕಾತರದಿಂದ ಕೇಳಿದಳು.

"ಇಷ್ಟೊಂದು ಏಕೆ ಆತಂಕ ಪಡುತ್ತಿ ?"

"ಆತಂಕ ಪಡದೆ ಏನು ಮಾಡಲಿ ? ಕ್ಷತ್ರಿಯ ಸ್ತ್ರೀಯಾಗಿ ನನ್ನ ಮಗ ತನ್ನ ತಂದೆಗಿಂತ ಉನ್ನತನಾಗಲಿ ಎಂದು ಬಯಸುತ್ತೇನೆ. ಆದರೆ ಮಗನ ತಾಯಿಯಾಗಿ, ನಿನಗೇನಾದರೂ ಆಪತ್ತು ಒದಗಿದರೆ ಏನು ಗತಿಯೆಂದು ತಳಮಳಿಸುತ್ತೇನೆ."

"ನನ್ನ ಮೇಲೆ ನಿನಗೆ ನಂಬಿಕೆಯಿಲ್ಲವೆ ? ನೀನು ಹೆತ್ತಿರುವುದು ವೀರಪುತ್ರನನ್ನು ಎಂಬುದು ನಿನ್ನ ನೆನಪಿನಲ್ಲಿರಲಿ."

"ಅದಿರಲಿ, ಎಲ್ಲ ಎಲ್ಲಿಗೆ ಬಂತು ?"

ಚಂದ್ರಗುಪ್ತ ಎಲ್ಲವನ್ನೂ ವಿವರವಾಗಿ ತಿಳಿಸಿದ. ಸಹದೇವ ರೂಪಿಸಿರುವ ಯೋಜನೆ ಅವಳಿಗೂ ಸಮರ್ಥವಾಗಿ ಕಂಡಿತು. ಅದು ಖಂಡಿತ ಯಶಸ್ವಿಯಾಗುವುದೆಂಬ ನಂಬಿಕೆಯೂ ಬಂತು. ಆದರೆ ಮನಸ್ಸಿನಾಳದಲ್ಲಿ ಅಕಸ್ಮಾತ್ ಇದು ವಿಫಲವಾದರೆ ಮುಂದೇನು ? ಎಂಬ ಭೀತಿಯೂ ಸುಳಿಯಿತು. ಅದನ್ನು ಮುಚ್ಚಿಟ್ಟುಕೊಳ್ಳಲಾರದೆ ಮಗನ ಮುಂದೆ ತೋಡಿಕೊಂಡಳು.

"ನಮ್ಮ ಪ್ರಯತ್ನ ಯಶಸ್ವಿಯಾಗಲೇಬೇಕು" ಚಂದ್ರಗುಪ್ತ ಹೇಳಿದ, "ನೀನು ಹೇಳಿದಂತೆ ಅಕಸ್ಮಾತ್ ವಿಫಲವಾದರೆ, ನಿನ್ನ ಸುರಕ್ಷತೆಯನ್ನು ನಮ್ಮ ಮಿತ್ರರು ನೋಡಿಕೊಳ್ಳುತ್ತಾರೆ."

"ಸಿಕ್ಕಿಬಿದ್ದರೆ ಅವರು ನಿನ್ನನ್ನು ಸುಮ್ಮನೆ ಬಿಡುತ್ತಾರೆಯೇ ?"

"ಸಿಕ್ಕಿಬಿದ್ದರೆ ತಾನೆ ? ಅಂಥ ಸಂದರ್ಭ ಬಂದರೆ ನಾನು ತಪ್ಪಿಸಿಕೊಳ್ಳುತ್ತೇನೆ. ಹಾಗೂ ಸಿಕ್ಕಿಬಿದ್ದರೆ ಪ್ರಾಣಾಪಾಯವುಂಟಾಗಲಾರದು. ಭಾಗುರಾಯಣರು ತಮ್ಮ ಮಗಳಿಗೋಸ್ಕರ ವಾಗಿಯಾದರೂ ನನ್ನನ್ನು ರಕ್ಷಿಸುವರೆಂಬ ನಂಬಿಕೆ ನನಗಿದೆ."

ಶಿವಾಲಿಗೆ ಅದು ನಿಜವೆನಿಸಿತು. ಸದ್ಯ ತನ್ನ ಮಗನಿಗೆ ಏನೂ ಆಗದಿರಲೆಂದು ಹಾರೈಸಿದಳು. ಒಂದು ವೇಳೆ ಭಾಗುರಾಯಣನ ಮೇಲೆ ಸಂದೇಹ ಬಂದು, ಅವನಿಗೇನಾದರೂ ತೊಂದರೆ ಸಂಭವಿಸಿದರೆ, ಅವನ ಹೆಂಡತಿ ಮಗಳು ತನ್ನ ಮಗನಿಂದ ಹೀಗಾಯಿತೆಂದು ನೊಂದುಕೊಳ್ಳುವುದಿಲ್ಲವೆ ? ಎಂದೂ ಅನ್ನಿಸಿತು. ಆದರೆ ಅದನ್ನು ಮಗನಿಗೆ ಹೇಳಲಿಲ್ಲ.

"ಅಮ್ಮ, ಏನು ಯೋಚಿಸುತ್ತಿರುವೆ ? ನನಗೆ ಹಸಿವಾಗುತ್ತಿದೆ. ಮೊದಲು ಊಟ ಹಾಕುತ್ತೀಯಾ ?" ಎಂದ ಚಂದ್ರಗುಪ್ತ ತನ್ನ ಹೊಟ್ಟೆಯನ್ನು ಮುಟ್ಟಿಕೊಂಡು.

"ಬಾ ಬಡಿಸುತ್ತೇನೆ" ಎಂದು ಶಿವಾಲಿ ಮೇಲೆದ್ದಳು.

ಊಟ ಮಾಡಿ ಮಲಗಿದ ಚಂದ್ರಗುಪ್ತ ಬಹಳ ಹೊತ್ತು ಆಲೋಚನೆ ಮಾಡುತ್ತಿದ್ದ. ಸಹದೇವನ ಯೋಜನೆಯನ್ನು ಮತ್ತೆ ಮತ್ತೆ ಪರೀಕ್ಷಿಸಿ ನೋಡಿದ. ಅದರಲ್ಲಿ ಯಾವ ಬಿರುಕೂ ಇದ್ದಂತೆ ಕಾಣಲಿಲ್ಲ. ತಾಯಿ ಸಂದೇಹಪಟ್ಟಂತೆ ಅಕಸ್ಮಾತ್ ವಿಫಲವಾದರೆ ? ತಾನು ಸಿಕ್ಕಿಬಿದ್ದರೆ ? ಎಂಬ ಪ್ರಶ್ನೆಗಳು ಅವನನ್ನು ಕಾಡಿದವು. ಹಾಗೇನಾದರೂ ಆದರೆ ತಾಯಿಯನ್ನು ಸಂರಕ್ಷಿಸಲು ಮೊದಲೇ ಏನಾದರೂ ವ್ಯವಸ್ಥೆ ಮಾಡಬೇಕೆಂದು ಯೋಚಿಸಿದ. ಉಜ್ವಲ, ಭಾಗುರಾಯಣ ತನ್ನ ರಕ್ಷಣೆಗೆ ಏನಾದರೂ ಮಾಡಿಯೇ ತೀರುತ್ತಾರೆ ಎಂದುಕೊಂಡ. ಉಜ್ವಲಳ ಧೈರ್ಯ, ತನ್ನ ಬಗೆಗಿನ ಅವಳ ಅಪಾರ ಅಭಿಮಾನ ನೆನಪಾದವು. ಅವಳಿಗೋಸ್ಕರವಾಗಿಯಾದರೂ ತಾನು ಈ ಪ್ರಯತ್ನದಲ್ಲಿ ಯಶಸ್ವಿಯಾಗಬೇಕು, ಮಗಧದ ಸಿಂಹಾಸನವನ್ನು ಆಕ್ರಮಿಸಬೇಕು, ಎಂದುಕೊಂಡ. ಅವಳ ಜೊತೆ ಸಿಂಹಾಸನದಲ್ಲಿ ಕುಳಿತು ಓಲಗ ಕೊಡುವ ವೈಭವದ ದೃಶ್ಯವನ್ನು ಕಲ್ಪಿಸಿಕೊಂಡ. ಮನಸ್ಸು ಉಲ್ಲಾಸಗೊಂಡಿತು. ಆ ಕನಸಿನ ಗುಂಗಿನಲ್ಲೇ ಅವನು ನಿದ್ದೆಹೋದ.

ಬೆಳಿಗ್ಗೆ ಶಿವಾಲಿ ಬಂದು ಹೊತ್ತಾಯಿತೆಂದು ಎಬ್ಬಿಸಿದಾಗಲೇ ಅವನಿಗೆ ಎಚ್ಚರ. ಎದ್ದು ಸಿದ್ಧನಾಗತೊಡಗಿದ. ಆ ದಿನ ಅರಮನೆಗೆ ಹೋಗಲೇಬೇಕಾಗಿತ್ತು. ಸೇನೆಯ ಅಭ್ಯಾಸದ ದಿನ ಅದು. ವಾರದಲ್ಲಿ ಮೂರುದಿನ ಎಲ್ಲ ಅಭ್ಯಾಸದಲ್ಲಿ ಭಾಗವಹಿಸಲೇಬೇಕಾಗಿತ್ತು. ಉಳಿದಂತೆ ಕುದುರೆಗಳ ಮೇಲ್ವಿಚಾರಣೆ, ಹೊಸ ಯೋಧರಿಗೆ ಕಲಿಸುವುದು ಇತ್ಯಾದಿ ಕರ್ತವ್ಯಗಳಿರುತ್ತಿದ್ದವು. ಮಿತ್ರರ ಜೊತೆ ಚರ್ಚೆ ಮಾಡಿ ಸಂಜೆಯ ಗುಪ್ತಸಭೆಗೆ ಅವರನ್ನು ಅಣಿಗೊಳಿಸಬೇಕಾದ್ದರಿಂದ ಚಂದ್ರಗುಪ್ತ ಆತುರಾತುರವಾಗಿ ಸಿದ್ಧನಾಗಿ, ಆಹಾರ ಸೇವಿಸಿ ಅರಮನೆಗೆ ಹೊರಟ.

ಅರಮನೆಯ ಮುಂದಿನ ವಿಶಾಲವಾದ ಬಯಲಿನಲ್ಲಿ ಎಲ್ಲರೊಂದಿಗೆ ಚಂದ್ರಗುಪ್ತ ತಾನೂ ಆಯುಧ ಹಿಡಿದು, ಕುದುರೆಯೇರಿ ಸಜ್ಜಾಗಿ ನಿಂತ. ಅಶ್ವಾಧ್ಯಕ್ಷ ಭಾಗುರಾಯಣನ ಸೂಚನೆಯಂತೆ ಅಶ್ವದಳ ಅಭ್ಯಾಸವನ್ನು ಆರಂಭಿಸಿತು. ತನ್ನ ಕೈಕೆಳಗಿನ ಯೋಧರಿಗೆ ಸಲಹೆ ಸೂಚನೆಗಳನ್ನು ನೀಡುತ್ತಾ, ಚಂದ್ರಗುಪ್ತ ತಾನೂ ಅಭ್ಯಾಸದಲ್ಲಿ ಭಾಗವಹಿಸಿದ. ಸ್ವಲ್ಪ ದೂರದಲ್ಲಿ ಸರ್ವಸೇನಾಧ್ಯಕ್ಷ ಅಮಾತ್ಯ ರಾಕ್ಷಸ, ಚಕ್ರವರ್ತಿ ಧನನಂದನೊಂದಿಗೆ ಪೀಠದ ಮೇಲೆ ಕುಳಿತು ಗಮನಿಸುತ್ತಿದ್ದ.

ನಿಯಮಿತ ಅವಧಿ ಮುಗಿದ ನಂತರ ವಿಶ್ರಾಂತಿಗೆ ಬಿಡುವು ದೊರೆಯಿತು. ಅಷ್ಟು ಹೊತ್ತಿಗೆ ಧನನಂದ ಎದ್ದುಹೋಗಿದ್ದ. ರಾಕ್ಷಸನೊಬ್ಬನೇ ಇರುವುದನ್ನು ಚಂದ್ರಗುಪ್ತ ಗಮನಿಸಿದ. ಚರಣನಿಗೆ ಸನ್ನೆ ಮಾಡಿ, ತನ್ನ ಕುದುರೆಯನ್ನು ಒಂದು ಕಡೆ ಕಟ್ಟಿ ಬೆವರೊರೆಸಿಕೊಳ್ಳುತ್ತ ಕುಳಿತ. ಚರಣ, ಸಿಂಹಸೇನ, ನಂದಿಕೇಶ, ಭಾಸ್ಕರ, ಬ್ರಹ್ಮದತ್ತ ಬಂದು ಸೇರಿದರು. ಬೇರೆಯವರಿಗೆ ಸಂದೇಹ ಬಾರದಂತೆ ಅವರು ಪಿಸುಮಾತಿನಲ್ಲಿ ಚರ್ಚೆ ಮಾಡತೊಡಗಿದರು.

ಚಂದ್ರಗುಪ್ತ ಸಹದೇವನ ಯೋಜನೆಯನ್ನು ವಿವರಿಸಿದ, ಯಾರು ಯಾರು ಏನೇನು ಕರ್ತವ್ಯ ನಿರ್ವಹಿಸಬೇಕೆಂದು ಅವರಿಗೆ ನಿರ್ದಿಷ್ಟವಾದ ಹೊಣೆಗಳನ್ನು ವಹಿಸಿದ. ದಂಗೆಕೋರರನ್ನು ಅಡಗಿಸಲು ಸೈನ್ಯಕ್ಕೆ ಆಜ್ಞೆ ದೊರಕಿದಾಗ, ಅವರೆಲ್ಲ ತಮ್ಮ ಮಾತು ಕೇಳುವ ಸೈನಿಕರೊಂದಿಗೆ ಅರಮನೆಯತ್ತ ಧಾವಿಸಿ, ಅಲ್ಲಿ ಚಂದ್ರಗುಪ್ತ ಮತ್ತು ಉಳಿದ ದಂಗೆಕೋರರಿಗೆ ನೆರವು ನೀಡುವಂತೆ ಸೂಚಿಸಿದ. ಒಬ್ಬೊಬ್ಬರೂ ಎಷ್ಟು ಜನ ಸೈನಿಕರನ್ನು ತಮ್ಮ ಕಡೆಗೆ ಸೆಳೆದುಕೊಳ್ಳಬಲ್ಲರೆಂದು, ಸಂಜೆ ಸಹದೇವನ ಮನೆಯಲ್ಲಿ ಸೇರುವ ಗುಪ್ತ ಸಭೆಯಲ್ಲಿ ತಿಳಿಸಬೇಕೆಂದೂ, ಯೋಜನೆಯ ಅಂತಿಮ ಸ್ವರೂಪವನ್ನು ಅಲ್ಲಿಯೇ ನಿರ್ಧರಿಸಲಾಗುವುದೆಂದೂ ಹೇಳಿದ. ಎಲ್ಲ ಒಪ್ಪಿಕೊಂಡರು.

ರಾಕ್ಷಸ ತಮ್ಮತ್ತಲೇ ನೋಡುತ್ತಿರುವುದನ್ನು ಚಂದ್ರಗುಪ್ತ ಗಮನಿಸಿದ. ಆದರೆ ತಮ್ಮ ಮಾತುಕತೆ ಅವನಿಗೆ ಕೇಳಿಸುವುದು ಸಾಧ್ಯವೇ ಇಲ್ಲವೆಂದುಕೊಂಡು ನಿರಾಳವಾದ. ಅಷ್ಟರಲ್ಲಿ ಸಂಕೇತ ಶಬ್ದವಾಯಿತು. ಮತ್ತೆ ಎಲ್ಲ ತಮ್ಮ ತಮ್ಮ ಕುದುರೆಗಳನ್ನೇರಿ ಅಭ್ಯಾಸಕ್ಕೆ ಸಿದ್ಧರಾದರು.

ಅಭ್ಯಾಸ ಮುಗಿಸಿ ಹೊರಡಲು ಅಣಿಯಾಗುತ್ತಿರುವಾಗ ಪ್ರಭಾಕರ ಚಂದ್ರಗುಪ್ತನ ಹತ್ತಿರ ಬಂದ. ''ಚಂದ್ರಗುಪ್ತ'' ಅವನು ಹೇಳಿದ, ''ನಿಮ್ಮ ಪ್ರಯತ್ನ ಯಶಸ್ವಿಯಾಗಲಾರದೆಂದು ನನಗೆ ಅನ್ನಿಸುತ್ತಿದೆ. ಯಶಸ್ವಿಯಾಗಬೇಕೆಂಬ ಆಸೆ ನನ್ನಲ್ಲೂ ಇದೆ. ನೋಡೋಣ, ನಿಮ್ಮ ಮೊದಲ ಪ್ರಯತ್ನ ಯಶಸ್ವಿಯಾದರೆ ಎರಡನೆಯ ಘಟ್ಟದಲ್ಲಿ ನಾನೂ ನಿಮ್ಮೊಂದಿಗೆ ಸೇರಿಕೊಳ್ಳುತ್ತೇನೆ. ಹಾಗೆಂದು ನಾನು ಯಾರೊಂದಿಗೂ ಬಾಯಿಬಿಡುವುದಿಲ್ಲ, ನೀವು ನಿಶ್ಚಿಂತೆಯಿಂದಿರಬಹುದು.''

ಪ್ರಭಾಕರ ಹೊರಟು ಹೋದ ನಂತರ ಗೆಲುವಾಗುವುದೋ, ಸೋಲಾಗುವುದೋ ಎಂದು ಸಂದೇಹ ಪಡದೆ ಎಲ್ಲರೂ ಕೈಜೋಡಿಸಿದರೆ ಇಡೀ ಮಗಧವೇ ದಂಗೆಯೇಳುವುದು ಸಾಧ್ಯ, ಎಂದುಕೊಂಡ ಚಂದ್ರಗುಪ್ತ.

ಸಂಜೆ ಬೇಗನೆ ಮನೆಬಿಟ್ಟು ಚಂದ್ರಗುಪ್ತ ಚಣಕನ ಮನೆಗೆ ಬಂದ. ಕತ್ತಲಾಗಿ ಸ್ವಲ್ಪ ಹೊತ್ತಾಗುವವರೆಗೂ ಕಾದು ಚಣಕ ಮತ್ತು ಚಂದ್ರಗುಪ್ತ ಸಹದೇವನ ಮನೆಗೆ ಹೊರಟರು. ಯಾರೂ ತಮ್ಮನ್ನು ಗಮನಿಸುತ್ತಿಲ್ಲವೆಂಬುದನ್ನು ಖಚಿತಪಡಿಸಿಕೊಂಡೇ ಅವರು ಒಳಗೆ ಹೋದರು. ಆ ವೇಳೆಗೆ ಅಲ್ಲಿ ಸಹದೇವನೊಂದಿಗೆ ಸಿಂಹಸೇನ, ಭಾಸ್ಕರ ಮತ್ತು ಬ್ರಹ್ಮದತ್ತ ಬಂದು ಕುಳಿತಿದ್ದರು. ಚರಣ ಮತ್ತು ನಂದಿಕೇಶ ಇನ್ನೂ ಬಂದಿರಲಿಲ್ಲ.

ನಿರ್ಣಾಯಕ ವಿಷಯಗಳನ್ನು ಅವರಿಬ್ಬರೂ ಬಂದ ನಂತರ ಚರ್ಚಿಸಬಹುದೆಂದು, ದಂಗೆಯ ಪೂರಕ ವಿಷಯಗಳ ಬಗ್ಗೆ ಅವರು ಕೆಳದನಿಯಲ್ಲಿ ಮಾತುಕತೆ ಆರಂಭಿಸಿದರು. ಸಹದೇವ ಜೈನ ಮತ್ತು ಬೌದ್ಧಧರ್ಮಾವಲಂಬಿಗಳನ್ನು ಬಿಟ್ಟು ಉಳಿದ ವರ್ತಕರಲ್ಲಿ ಬಹಳ ಜನ ವಾಗ್ದಾನ ನೀಡಿರುವ ವಿಷಯ ತಿಳಿಸಿದ. ತಮ್ಮ ಯೋಜನೆಗೆ ಸೂಕ್ತ ವ್ಯಾಪಕತೆ ಲಭಿಸಿ ಅದು ಒಂದು ಜನಾಂದೋಲನವಾಗುವ ಸೂಚನೆಯಿದೆಯೆಂದು ಚಣಕ ಭಾವಿಸಿದ. ಅದಕ್ಕಿಂತ ಮಿಗಿಲಾಗಿ ಸಹದೇವ ಎಷ್ಟೊಂದು ಶೀಘ್ರವಾಗಿ, ಎಷ್ಟು ಅರ್ಥಪೂರ್ಣವಾಗಿ ತನ್ನನ್ನು ತೊಡಗಿಸಿಕೊಂಡಿದ್ದಾನೆಂದು ಮೆಚ್ಚುಗೆ ಮೂಡಿತು.

ಮುಂದಿನ ಸೋಮವಾರ ಸೂಕ್ತ ದಿನವೆಂದು ಚಣಕ ಹೇಳುತ್ತಿದ್ದ. ಆ ದಿನ ವಿಶೇಷ ಪೂಜೆಯಿದ್ದು ಧನನಂದ ಅಮಾತ್ಯ ರಾಕ್ಷಸ ಮತ್ತಿತರ ಪ್ರಮುಖ ಅಧಿಕಾರಿಗಳು, ಪರಿಮಿತವಾದ ಬೆಂಗಾವಲ ಸೈನ್ಯದೊಂದಿಗೆ ದೇವಾಲಯದ ಬಳಿ ಸೇರುತ್ತಿದ್ದರು. ಚಕ್ರವರ್ತಿ ಇಲ್ಲದಾಗ ಅರಮನೆಯ ಕಾವಲನ್ನು ಭೇದಿಸುವುದು ಸುಲಭವಾಗುತ್ತಿತ್ತು.

ಒಳಗೆ ಮಾತುಕತೆ ನಡೆಯುತ್ತಿದ್ದಾಗ ಹೊರಗೆ ಚರಣ ಮತ್ತು ನಂದಿಕೇಶ ತಡವಾಯಿತೆಂದು ಲಗುಬಗೆಯಿಂದ ಬರುತ್ತಿದ್ದರು. ಸಹದೇವನ ಮನೆಯ ಬೀದಿಗೆ ತಿರುಗಿದ ತಕ್ಷಣ ಹಿಂದಕ್ಕೆ ಸರಿದು ಒಂದು ಮನೆಯ ಗೋಡೆಯ ಮರೆಯಲ್ಲಿ ನಿಂತು ಇಣುಕಿ ನೋಡತೊಡಗಿದರು. ಸುಮಾರು ನೂರು ಜನ ಶಸ್ತ್ರಸಜ್ಜಿತ ಸೈನಿಕರು ಸಹದೇವನ ಮನೆಯನ್ನು ಸುತ್ತುವರಿಯುತ್ತಿದ್ದರು. "ಅಯ್ಯೋ ಘಾತವಾಯಿತು!" ಎಂದು ಅವರಿಬ್ಬರೂ ನಿರಾಸೆ ಮತ್ತು ಭಯದಿಂದ ತತ್ತರಿಸಿದರು.

ಒಳಗೆ ಗಂಭೀರವಾಗಿ ಚರ್ಚೆಯಲ್ಲಿ ತೊಡಗಿರುರಾಗ ಬಾಗಿಲು ಬಡಿಯುವ ಶಬ್ದ ಕೇಳಿ, ಎಲ್ಲ ಮಾತು ನಿಲ್ಲಿಸಿದರು. ಎಲ್ಲರ ಮುಖದಲ್ಲೂ ಕುತೂಹಲ, ಭೀತಿ ಕಾಣಿಸಿಕೊಂಡಿತು. ಸಹದೇವ "ಯಾರು?" ಎಂದ.

"ನಾನೇ ಬಾಗಿಲು ತೆಗಿ" ಎಂಬ ಕೂಗು ಕೇಳಿ ಬಂತು.

"ನಾನೇ ಎಂದರೆ ಯಾರು? ಇಷ್ಟು ಹೊತ್ತಿನಲ್ಲಿ ಏನು ಕೆಲಸ?"

"ಒಂದೇ ಕ್ಷಣ, ಒಂದು ಮುಖ್ಯವಾದ ಸಂದೇಶ ಕೊಡಬೇಕಾಗಿದೆ."

ಎಲ್ಲ ಮುಖ ಮುಖ ನೋಡಿಕೊಂಡರು. ಸಹದೇವ ಚಣಕನತ್ತ ನೋಡಿದ. ಅವನು ಬಾಗಿಲು ತೆಗೆಯುವಂತೆ ಸನ್ನೆ ಮಾಡಿದ. ಉಳಿದವರು ಎದ್ದು ನಿಂತರು. ಆದರೆ ಯಾರ ಬಳಿಯಲ್ಲೂ ಆಯುಧವಿರಲಿಲ್ಲ. ಅವುಗಳ ಅಗತ್ಯ ಬೀಳಬಹುದೆಂದು ಯಾರೂ ಯೋಚಿಸಿರಲಿಲ್ಲ.

ಸಹದೇವ ಎದ್ದು ಹೋಗಿ ಬಾಗಿಲಿನ ಚಿಲಕ ತೆಗೆದ ಕೂಡಲೇ ಶಸ್ತ್ರಸಜ್ಜಿತ ಸೈನಿಕನೊಬ್ಬ ಒಳಗೆ ನುಗ್ಗಿದ. ಎಲ್ಲ ಬೆಚ್ಚಿದರು. ಇದು ಹೇಗಾಯಿತೆಂದು ಅವರು ಯೋಚಿಸುತ್ತಿರುವಷ್ಟರಲ್ಲಿ ಐವತ್ತು ಅರವತ್ತು ಜನ ಒಳನುಗ್ಗಿ ಎಲ್ಲರನ್ನೂ ಸುತ್ತುವರಿದರು. "ಅಮಾತ್ಯ ರಾಕ್ಷಸರ ಆದೇಶವಾಗಿದೆ. ಎಲ್ಲರನ್ನೂ ಬಂಧಿಸಿ ಕರೆದುಕೊಂಡು ಹೋಗಬೇಕು" ಎಂದ ಅವರ ನಾಯಕ.

ಕನಸಿನ ಗೋಪುರದಿಂದ ನೆಲದ ಧೂಳಿಗೆ ದೊಪ್ಪನೆ ಬಿದ್ದಂತೆ ಎಲ್ಲರ ಮುಖಗಳೂ ಕಳಾಹೀನವಾದವು. ತಕ್ಷಣ ಎಲ್ಲರಿಗೂ ಪ್ರಭಾಕರನ ಮೇಲೆ ಸಂದೇಹ ಸುಳಿದುಹೋಯಿತು. ಆದರೆ ಚಂದ್ರಗುಪ್ತನಿಗೆ ಅವನು ಬೆಳಿಗ್ಗೆ ಹೇಳಿದ್ದ ಮಾತು ನೆನಪಾಗಿ, ಅವನು ಇಂಥ ದ್ರೋಹ ಮಾಡಿರಲಾರ ಎಂದುಕೊಂಡ. ಇಷ್ಟು ಬೇಗ ತನ್ನ ಕನಸು ಭಗ್ನವಾಗುವುದೆಂದು ಅವನು ಊಹೆಯನ್ನೂ ಮಾಡಿರಲಿಲ್ಲ.

ಎಲ್ಲರೂ ಮೌನವಾಗಿ ಸೈನಿಕರನ್ನು ಹಿಂಬಾಲಿಸಿದರು. ಅವರು ಮನೆಯಿಂದ ಹೊರಗೆ ಬಂದದ್ದನ್ನೂ, ಸೈನಿಕರೊಂದಿಗೆ ಎಲ್ಲರೂ ತಲೆತಗ್ಗಿಸಿ ಹೋಗುತ್ತಿರುವುದನ್ನೂ ಚರಣ ಮತ್ತು ನಂದಿಕೇಶ ಮರೆಯಿಂದಲೇ ನೋಡಿದರು. ಅವರ ಹೃದಯಗಳು ವೇಗವಾಗಿ ಹೊಡೆದು ಕೊಳ್ಳತೊಡಗಿದವು. ಸೈನಿಕರು ಮರೆಯಾಗುವವರೆಗೂ ಅಲ್ಲೇ ಇದ್ದು ನಂತರ ಅವರು ಚಂದ್ರಗುಪ್ತನ ಮನೆಯತ್ತ ಓಡಿದರು.

ಶಿವಾಲಿ ಇನ್ನೂ ನಿದ್ರೆ ಮಾಡಿರಲಿಲ್ಲ. ಈ ಚಟುವಟಿಕೆಗಳು ಆರಂಭವಾದಾಗಿನಿಂದಲೂ, ಮಗ ಮನೆಗೆ ಬರುವವರೆಗೂ ಅವಳಿಗೆ ನೆಮ್ಮದಿಯಿರುತ್ತಿರಲಿಲ್ಲ. ಬಾಗಿಲು ತಟ್ಟಿದಾಗ ಮಗನೇ ಬಂದನೆಂದುಕೊಂಡು ಬಂದು ಬಾಗಿಲು ತೆರೆದಳು. ಒಳಬಂದ ಚರಣ ಮತ್ತು ನಂದಿಕೇಶ ಏದುರುಸಿರು ಬಿಡುತ್ತಾ ಒಂದು ಕಡೆ ಕುಳಿತುಕೊಂಡರು. ಅವಳಿಗೆ ಅವರ ಅವಸ್ಥೆ ನೋಡಿಯೇ, ಏನೋ ಆಗಿರಬೇಕೆಂದು ಸಂದೇಹ ಬಂತು. "ಏನಾಯಿತು ಚರಣ? ಚಂದ್ರಗುಪ್ತನೆಲ್ಲಿ?" ಎಂದು ಆತಂಕದಿಂದ ಕೇಳಿದಳು.

"ಅಮ್ಮಾ ಘಾತವಾಯಿತು. ಚಂದ್ರಗುಪ್ತ, ಆಚಾರ್ಯ ಚಣಕರು, ಸಹದೇವ, ಸಿಂಹಸೇನ, ಭಾಸ್ಕರ, ಬ್ರಹ್ಮದತ್ತ ಎಲ್ಲರೂ ಸೆರೆಯಾದರು."

"ಹಾಂ!" ಶಿವಾಲಿ ದಿಗ್ಭ್ರಾಂತಳಾದಳು. "ಇದು ನಿಜವೇ ಚರಣ!"

"ಹೌದು, ನಾವು ಹೋಗುವುದು ತಡವಾಯಿತು. ಅಷ್ಟರಲ್ಲಿ ಸೈನಿಕರು ಸಹದೇವನ ಮನೆಗೆ ನುಗ್ಗಿ ಎಲ್ಲರನ್ನೂ ಕರೆದುಕೊಂಡು ಹೋದದ್ದನ್ನು ಕಣ್ಣಾರೆ ನೋಡಿ, ವಿಷಯ ತಿಳಿಸಲು ಓಡಿಬಂದೆವು."

ಶಿವಾಲಿ ಕುಸಿದು ಕುಳಿತು "ಇನ್ನೇನು ಗತಿ!" ಎಂದು ಉದ್ಗರಿಸಿದಳು.

"ಯಾರೋ ನಮ್ಮ ರಹಸ್ಯದ ಸುಳಿವನ್ನು ಅಮಾತ್ಯ ರಾಕ್ಷಸನಿಗೆ ನೀಡಿರಬೇಕು" ಎಂದ ನಂದಿಕೇಶ.

"ನಮ್ಮ ವಿಷಯ ಗೊತ್ತಿದ್ದದ್ದು ಆ ಪ್ರಭಾಕರನೊಬ್ಬನಿಗೆ ಮಾತ್ರ. ಹೇಳಿದರೆ ಅವನೇ ಹೇಳಿರಬೇಕು" ಎಂದ ಚರಣ.

"ಆದರೆ, ಚಂದ್ರಗುಪ್ತನಿಗೆ ಸೇನೆಯಲ್ಲಿ ಬಹಳ ಜನ ಸ್ನೇಹಿತರಿದ್ದಾರೆ, ಅವರು ತನ್ನನ್ನು ಜೀವಸಹಿತ ಬಿಡುವುದಿಲ್ಲವೆಂದು ಅವನಿಗೆ ಗೊತ್ತಿಲ್ಲವೇ?"

"ಬಹುಮಾನದ ಆಸೆಯೋ, ರಾಕ್ಷಸನ ಆತ್ಮೀಯತೆಯನ್ನು ಗಳಿಸಿಕೊಂಡು ಮೇಲೆ ಬರುವ ದುರಾಸೆಯೋ ಇಂಥ ಕೆಲಸ ಮಾಡಿಸಿರಬೇಕು."

"ಕ್ರೂರಿಯಾದ ಆ ಧನನಂದ ಮತ್ತು ಅಮಾತ್ಯರಾಕ್ಷಸ ಏನು ಮಾಡುತ್ತಾರೋ ಎಂದು ನನಗೆ ಭಯವಾಗುತ್ತಿದೆ" ಎಂದಳು ಶಿವಾಲಿ.

"ಪ್ರಾಣಾಪಾಯವಾಗುವುದಿಲ್ಲವೆಂದು ನಾನು ಭರವಸೆ ನೀಡುತ್ತೇನೆ" ಚರಣ ಹೇಳಿದ, "ದೇವರ ದಯದಿಂದ ನಾವಿಬ್ಬರೂ ಸರಿಯಾದ ಸಮಯಕ್ಕೆ ಹೋಗದಿದ್ದುದರಿಂದ ಉಳಿದು ಕೊಂಡೆವು. ನಾವೇ ಏನಾದರೂ ಮಾಡುತ್ತೇವೆ, ನೀವು ಧೈರ್ಯವಾಗಿರಿ."

"ಹೌದಮ್ಮ, ನಾವು ಜೀವಂತವಾಗಿರುವವರೆಗೆ ನಿಮ್ಮ ಮಗನಿಗೆ ಏನೂ ಆಗುವುದಿಲ್ಲ, ನೀವು ನಿಶ್ಚಿಂತೆಯಿಂದಿರಿ" ಎಂದು ಹೇಳಿ ನಂದಿಕೇಶ ಮೇಲೆದ್ದ, ಚರಣನೂ ಹೊರಟ. ನಿತ್ಯ ಬಂದು ವಿಷಯ ತಿಳಿಸುವುದಾಗಿ ಹೇಳಿ ಶಿವಾಲಿಗೆ ಅವರು ಭರವಸೆ ನೀಡಿ ಹೋದರು. ಅಲ್ಲಿಂದ ಅವರು ಚಣಕನ ಮನೆಗೆ ಬಂದರು. ಪರಿಚಾರಕ ಗೌತಮ ಇನ್ನೂ ಮಲಗಿರಲಿಲ್ಲ, ಆಚಾರ್ಯರ ಸೆರೆಯಾಯಿತೆಂದು ತಿಳಿದಾಗ ಅವನು ಅಳತೊಡಗಿದ. ಮೊನ್ನೆತಾನೇ ಅರಮನೆಯಲ್ಲಿ ಧನನಂದ ಮತ್ತು ರಾಕ್ಷಸನೊಂದಿಗೆ ಬಿಸಿ ಬಿಸಿ ಮಾತುಕತೆಯಾಡಿ ಬಂದದ್ದು ಅವನಿಗೆ ಗೊತ್ತಿತ್ತು. ಆ ಕೋಪ ಮತ್ತು ಈ ಸಂಚಿನ ಆರೋಪದಿಂದ ಚಣಕನನ್ನು ಕೊಂದೇ ಬಿಡಬಹುದೆಂದು ಅವನು ಹೆದರಿದ. ಅವರು ಎಷ್ಟು ಧೈರ್ಯ ಹೇಳಿದರೂ ಅವನಿಗೆ ಸಮಾಧಾನವಾಗಲಿಲ್ಲ, ವಯಸ್ಸಾದ ಬ್ರಾಹ್ಮಣ ಸಾಯದಿದ್ದರೂ, ಸೆರೆಮನೆಯಲ್ಲಿ ಹಿಂಸೆ ಅನುಭವಿಸುವಂತಾಗುವುದೆಂದು ಆತಂಕಗೊಂಡು ಅವನು ಹೇಳಿದ, "ಈ ಸಂದರ್ಭದಲ್ಲಿ ಅವರ ಮಗನಾದರೂ ಇದ್ದರೆ, ಏನಾದರೂ ಮಾಡಿ ಸೆರೆಯಿಂದ ಬಿಡಿಸಬಹುದು."

"ಆದರೆ ಅವರು ತಕ್ಷಶಿಲೆಯಲ್ಲಿ ತಾನೆ ಇರುವುದು" ಚರಣ ಕೇಳಿದ.

"ಹೌದು, ವಿಷಯ ತಿಳಿದರೆ ತಕ್ಷಣ ಅವರು ಹೊರಟುಬರುತ್ತಾರೆ."

"ಅಷ್ಟು ದೂರ ಹೋಗಿ ಸುದ್ದಿ ತಿಳಿಸುವವರಾರು ?"

"ನಾನೇ ಹೋಗಿ ಬರುತ್ತೇನೆ."

"ನೀನು ಹೋಗುತ್ತೀಯಾ ?"

"ಹೌದು ಚರಣ, ಅದು ನನ್ನ ಹೊಣೆ. ನಾಳೆ ಮುಂಜಾನೆಯೇ ಹೊರಟು, ತಕ್ಷಶಿಲೆಯನ್ನು ತಲುಪಿ ವಿಷ್ಣುಗುಪ್ತನಿಗೆ ವಿಷಯ ತಿಳಿಸಿ ಬರುತ್ತೇನೆ. ಇಲ್ಲಿ ಏನಾದರೂ ಹೆಚ್ಚು ಕಡಿಮೆಯಾಗಿ, ತಡವಾಗಿ ವಿಷಯ ತಿಳಿದರೆ, ಅವರು ನನ್ನನ್ನು ಖಂಡಿತ ಕ್ಷಮಿಸುವುದಿಲ್ಲ."

ಅವನು ಅಷ್ಟೊಂದು ಆತಂಕಪಡುವುದಕ್ಕೆ ಕಾರಣವೇ ಇಲ್ಲ ಎನ್ನಿಸಿದರೂ, ಅಕಸ್ಮಾತ್ ಏನಾದರೂ ಆಗಿಬಿಡಬಹುದೆಂಬ ಅವನ ಅನಿಸಿಕೆಯನ್ನು ಅಲ್ಲಗಳೆಯಲಾಗಲಿಲ್ಲ, ಕಡೆಗೆ ಚರಣ ಹೇಳಿದ, "ಆಯಿತು ಗೌತಮ, ನೀನು ನಾಳೆಯೇ ತಕ್ಷಶಿಲೆಗೆ ಹೊರಟುಬಿಡು. ಬರುತ್ತ ವಿಷ್ಣುಗುಪ್ತನನ್ನು ಜೊತೆಯಲ್ಲೇ ಕರೆದುಕೊಂಡು ಬಾ. ಅವನು ತಂದೆಗಿಂತಲೂ ದೊಡ್ಡ ಆಚಾರ್ಯನೆಂದು ನಾನು ಕೇಳಿದ್ದೇನೆ. ಅವನ ವ್ಯಕ್ತಿತ್ವದ ಪ್ರಭಾವದಿಂದಲಾದರೂ ಚಣಕರಿಗೆ ಬಿಡುಗಡೆಯಾದರೆ ಆಗಲಿ. ನೀನು ತಕ್ಷಶಿಲೆಗೆ ಹೋದ ವಿಷಯವನ್ನು ಹೇಗಾದರೂ ಮಾಡಿ ನಾನು ಚಣಕರಿಗೆ ತಿಳಿಸುತ್ತೇನೆ."

# ೯

ಎಲ್ಲರನ್ನೂ ನೇರವಾಗಿ ಸೆರೆಮನೆಗೇ ಕರೆದುಕೊಂಡು ಹೋಗಲಾಯಿತು. ಭದ್ರವಾದ ಸರಳುಗಳ ಬಾಗಿಲುಳ್ಳ ಒಂದು ವಿಶಾಲವಾದ ಕೋಣೆಯೊಳಗೆ ಎಲ್ಲರನ್ನೂ ದಬ್ಬಿ ಬಾಗಿಲು ಹಾಕಿಕೊಂಡರು. ಅಕ್ಕಪಕ್ಕದ, ಎದುರಿನ ಕೋಣೆಗಳಲ್ಲಿದ್ದ ಇತರ ಸೆರೆಯಾಳುಗಳು ಹೊಸದಾಗಿ ಬಂದವರಾರೆಂದು ಕುತೂಹಲದಿಂದ, ನಿದ್ದೆಗಣ್ಣಿನಲ್ಲೇ ಎದ್ದು ಇಣುಕಿ ನೋಡಿದರು. ಗುರುತು ಹಿಡಿದವರು ಇವರೇಕೆ ಬಂದರೆಂದು ಅಚ್ಚರಿಯಿಂದ ತಮ್ಮ ತಮ್ಮಲ್ಲೇ ಪಿಸು ಪಿಸು ಮಾತಾಡಿ ಕೊಂಡರು. ಸ್ವಲ್ಪ ಹೊತ್ತಿನ ನಂತರ ಮತ್ತೆ ಅವರೆಲ್ಲ ನಿದ್ರೆ ಹೋದರು. ಇವರು ಒಬ್ಬರ ಮುಖವನ್ನೊಬ್ಬರು ನೋಡುತ್ತ, ಯಾವ ಮಾತೂ ಇಲ್ಲದೆ ತೆಪ್ಪಗೆ ಕುಳಿತರು.

ತುಸು ದೂರದಲ್ಲಿ ಕಾವಲು ಸೈನಿಕರಿಬ್ಬರು ತಮ್ಮಲ್ಲೇ ಮಾತಾಡಿಕೊಳ್ಳುತ್ತಿದ್ದುದು ಕೇಳಿಸಿತು.

"ಪುಣ್ಯಾತ್ಮ ಆ ಅಮಾತ್ಯ ರಾಕ್ಷಸನ ಬುದ್ಧಿಯನ್ನು ಎಷ್ಟು ಹೊಗಳಿದರೂ ಸಾಲದು" ಎಂದ ಒಬ್ಬ.

"ಅದೇನು ಅಷ್ಟೊಂದು ಹೊಗಳುತ್ತಿರುವೆ ?" ಎಂದ ಇನ್ನೊಬ್ಬ.

"ದಂಗೆಯ ಸಂಚನ್ನು ಹೇಗೆ ಆರಂಭದಲ್ಲೇ ಚಿವುಟಿ ಹಾಕಿದರು ನೋಡಿದೆಯಾ ?"

"ಯಾರಾದರೂ ಚಾಡಿ ಹೇಳಿರುತ್ತಾರೆ."

"ಇಲ್ಲ, ಆ ದಿನ ಚಣಕರು ಚಕ್ರವರ್ತಿಯೊಡನೆ ಮತ್ತು ಅಮಾತ್ಯರೊಂದಿಗೆ ಗಟ್ಟಿಯಾಗಿ ಮಾತಾಡಿಹೋದರಂತೆ. ಸಹದೇವನ ಪರವಾಗಿ ಕೂಗಾಡಿದರಂತೆ. ಆ ದಿನವೇ ಸಹದೇವನ ಮೇಲೆ, ಅವನ ಮನೆಯ ಮೇಲೆ ಕಣ್ಣಿಟ್ಟಿರುವಂತೆ ಒಬ್ಬ ಗುಪ್ತಚಾರನನ್ನು ನೇಮಿಸಿಬಿಟ್ಟರು. ಅವನು ಸಹದೇವ ಎಲ್ಲಿ ಹೋಗುತ್ತಾನೆ, ಯಾರೊಂದಿಗೆ ಮಾತಾಡುತ್ತಾನೆ, ಎಲ್ಲವನ್ನೂ ಪರಿಶೀಲಿಸಿ ಸುದ್ದಿ ಕೊಟ್ಟ. ಇದು ದಂಗೆಯ ಸಂಚೇ ಇರಬೇಕೆಂದು ಅಮಾತ್ಯರು ಸರಿಯಾಗಿಯೇ ಲೆಕ್ಕ ಹಾಕಿ ಊಹಿಸಿದ್ದಾರೆ. ಎಲ್ಲ ಸಂಚುಗಾರರನ್ನೂ ಒಂದೇ ಏಟಿಗೆ ಹಿಡಿದುಬಿಟ್ಟರು."

"ಸಹದೇವನಿಗೆ ಆ ಗೂಢಚಾರನ ಸುಳಿವು ಸಿಗಲಿಲ್ಲವೇ ?"

"ಅಷ್ಟು ಸುಲಭವಾಗಿ ಸಿಕ್ಕಿಹಾಕಿಕೊಳ್ಳುವವನನ್ನು ಗೂಢಚಾರನೆನ್ನುತ್ತಾರೆಯೇ ? ಒಳ್ಳೆ ಮೂರ್ಖ" ಅವನು ನಕ್ಕ.

ಆ ಮಾತುಗಳನ್ನು ಕೇಳಿಸಿಕೊಂಡು ಇವರು ಮುಖ ಮುಖ ನೋಡಿಕೊಂಡರು. "ಹಾಗಾದರೆ ಇದು ಪ್ರಭಾಕರನ ದ್ರೋಹವಲ್ಲ" ಎಂದು ಚಣಕ ಹೇಳಿದ.

"ಹೌದು ಆಚಾರ್ಯ" ಚಂದ್ರಗುಪ್ತ ಹೇಳಿದ, "ಬಹುಶಃ ಎಲ್ಲರ ಮನಸ್ಸಿನಲ್ಲೂ ಅವನ ಮೇಲೇ ಸಂದೇಹವಿತ್ತೆಂದು ಕಾಣುತ್ತದೆ. ಅದು ನಿವಾರಣೆಯಾಯಿತಲ್ಲ, ಅದೇ ಸಮಾಧಾನ."

"ನಾವು ರಾಕ್ಷಸನ ಬುದ್ಧಿವಂತಿಕೆಯ ಬಗ್ಗೆ ಉದಾಸೀನ ಮಾಡಿದೆವೆಂದು ಕಾಣುತ್ತದೆ" ಚಣಕ ಹೇಳಿದ, "ನನ್ನ ಮಗ ವಿಷ್ಣುಗುಪ್ತನಂತೆ ನಾನೂ ದಂಡನೀತಿ ಶಾಸ್ತ್ರದಲ್ಲಿ ಪರಿಣತನಾಗಿದ್ದಿದ್ದರೆ ಈ ವಿಷಯದಲ್ಲಿ ನಾನು ಮುನ್ನೆಚ್ಚರಿಕೆ ತೆಗೆದುಕೊಳ್ಳುತ್ತಿದ್ದೆ."

"ಹೌದು ಆಚಾರ್ಯ" ಚಂದ್ರಗುಪ್ತ ಸಪ್ಪೆಯಾಗಿ ಹೇಳಿದ, "ರಾಜನೀತಿಯನ್ನು ಕಲಿಯದೆ ನಾನು ಸಮರ್ಥ ರಾಜನಾಗುವುದು ಸಾಧ್ಯವಿಲ್ಲವೆಂದು ಈಗ ಅರ್ಥವಾಯಿತು. ಇಂದಲ್ಲ ನಾಳೆ ನಾನು ನಿಮ್ಮ ಮಗನಿಂದ ದಂಡನೀತಿ ಶಾಸ್ತ್ರವನ್ನು ಕಲಿಯಲೇಬೇಕು."

“ಅದು ಇಲ್ಲಿಂದ ಬಿಡುಗಡೆಯಾದ ಮೇಲೆ ತಾನೆ ?” ಎಂದು ಸಹದೇವ ವಿಷಾದದಿಂದ ನಕ್ಕ.

“ಇಷ್ಟೊಂದು ನಿರಾಸೆ ಬೇಡ ಸಹದೇವ” ಚಣಕ ಸಮಾಧಾನ ಹೇಳಿದ.

“ಆಚಾರ್ಯ, ನಾನು ಈಗಾಗಲೇ ಚರ್ಮ ಸುಲಿಸಿಕೊಂಡಿದ್ದೇನೆ. ಎರಡನೆಯ ಸಲ ಸಿಕ್ಕಿಬಿದ್ದಿರುವಾಗ ಇನ್ನೂ ಬಿಡುಗಡೆಯ ಆಸೆಯಿರಿಸಿಕೊಳ್ಳುವುದು ಸರಿಯೆನ್ನುತ್ತೀರಾ ?”

“ಮೊದಲ ಹೆಜ್ಜೆಯಲ್ಲೇ ನಾವು ಎಡವಿ ಬೀಳುತ್ತೇವೆಂದು ಕಲ್ಪನೆಯನ್ನೂ ಮಾಡಿರಲಿಲ್ಲ ಆಚಾರ್ಯ” ಚಂದ್ರಗುಪ್ತ ಬಹಳ ನೋವಿನಿಂದ ಹೇಳಿದ, “ನಮ್ಮಿಂದ, ನಮ್ಮ ಜೊತೆ ಸೇರಿದ ಈ ಮಿತ್ರರೂ ತೊಂದರೆಗೆ ಸಿಕ್ಕಿಹಾಕಿಕೊಂಡಂತಾಯಿತು.”

“ಹಾಗೆ ಹೇಳಬೇಡ, ಚಂದ್ರಗುಪ್ತ” ಸಿಂಹಸೇನ ಹೇಳಿದ, “ನಮಗೆ ಪಶ್ಚಾತ್ತಾಪವಿಲ್ಲ. ನಿನ್ನ ನೇತೃತ್ವದಲ್ಲಿ ಮಗಧಕ್ಕೆ ನಮ್ಮ ಋಣ ಸಲ್ಲಿಸಬೇಕೆಂಬ ಉದ್ದೇಶದಿಂದಲೇ ನಾವು ನಿನ್ನ ಜೊತೆ ಸೇರಿದ್ದು.”

“ಈಗಲೂ ನಾವು ನಿನ್ನೊಂದಿಗೇ ಇದ್ದೇವೆ” ಎಂದ ಬ್ರಹ್ಮದತ್ತ.

“ಹೌದು ಚಂದ್ರಗುಪ್ತ” ಭಾಸ್ಕರ ಹೇಳಿದ, “ನಮ್ಮ ಪ್ರಯತ್ನ ಆರಂಭದಲ್ಲೇ ವಿಫಲವಾಯಿತೆಂದು ನಾವು ಧೈರ್ಯ ಕಳೆದುಕೊಂಡಿಲ್ಲ. ನಿಜ ಹೇಳಬೇಕೆಂದರೆ ಈಗ ನಾವು ಇನ್ನಷ್ಟು ದೃಢವಾಗಿದ್ದೇವೆ. ಹೊಟ್ಟೆಪಾಡಿಗಾಗಿ ಮಾತ್ರ ಗಮನ ಕೊಟ್ಟು, ಸ್ವಾಭಿಮಾನಶೂನ್ಯರಾಗಿ ಬದುಕುವುದಕ್ಕಿಂತ ಸೆರೆಯಲ್ಲಿರುವುದು ಕೀಳೇನಲ್ಲ.”

“ಅದೃಷ್ಟವಿದ್ದರೆ ನಮಗೆ ಬಿಡುಗಡೆಯಾಗುತ್ತದೆ” ಸಿಂಹಸೇನ ಹೇಳಿದ, “ಮತ್ತೆ ನಾವೆಲ್ಲ ಇದೇ ಪ್ರಯತ್ನವನ್ನು ಮುಂದುವರಿಸೋಣ. ಇಲ್ಲವಾದರೆ ಒಟ್ಟಿಗೆ ಸೆರೆಯಲ್ಲೇ ಇದ್ದುಬಿಡೋಣ ಅಥವಾ ಸಾಯುವುದಾದರೆ...”

“ಸಿಂಹಸೇನ” ಚಣಕ ತಡೆದ, “ಸಾಯುವ ಮಾತಾಡಬೇಡ. ನಮ್ಮನ್ನು ಸಾಯಿಸುವುದು ಅಷ್ಟು ಸುಲಭವಲ್ಲ.”

“ಹೌದು” ಚಂದ್ರಗುಪ್ತ ಸ್ವಲ್ಪ ಉತ್ಸಾಹದಿಂದ ಹೇಳಿದ, “ನಾವು ಸೋಲಿನ ವಿಷಾದದಲ್ಲಿ ಕೊರಗುವುದರ ಬದಲು ಇಲ್ಲಿಂದ ಪಾರಾಗುವ ಏನಾದರೂ ಉಪಾಯ ಹೊಳೆಯುವುದೇನೋ, ಎಂದು ಆಲೋಚಿಸೋಣ.”

“ನಿಜ, ನಿನ್ನ ಮಾತು ಸೂಕ್ತವಾಗಿದೆ” ಎಂದ ಚಣಕ.

ಆ ವಿಷಯವಾಗಿ ತಮ್ಮಲ್ಲೇ ಆಲೋಚಿಸುತ್ತ ಎಲ್ಲ ಸ್ವಲ್ಪ ಹೊತ್ತು ಮೌನವಾದರು. ಅಷ್ಟು ಹೊತ್ತಿಗೆ ಅರ್ಧರಾತ್ರಿಯಾಯಿತು. ಬದಲಿ ಕಾವಲುಗಾರರು ಬಂದರು. ಅವರು ಹತ್ತಾರು ಸಲ ಆತ್ತಿಂದಿತ್ತ ಅಡ್ಡಾಡಿದರು. ನಂತರ ವಿಶ್ರಾಂತಿ ಪೀಠದ ಮೇಲೆ ಕುಳಿತು ಹರಟೆ ಹೊಡೆಯತೊಡಗಿದರು.

ಇವರಾರಿಗೂ ನಿದ್ರೆ ಬರಲಿಲ್ಲ. ಸುಮ್ಮನೆ ಉರುಳಿಕೊಂಡು, ಕಣ್ಣು ಬಿಟ್ಟುಕೊಂಡು ಆಲೋಚಿಸುತ್ತಲೇ ಇದ್ದರು. “ಆಚಾರ್ಯ” ಎಂದು ಚಂದ್ರಗುಪ್ತ ಪಿಸುಗುಟ್ಟಿದ.

“ಏನು ಚಂದ್ರಗುಪ್ತ ?”

“ಬಹುಶಃ ರಾಕ್ಷಸ ನಾಳೆ ನಮ್ಮ ವಿಚಾರಣೆ ನಡೆಸುತ್ತಾನಲ್ಲವೇ ?”

“ನಡೆಸಬಹುದು, ನಡೆಸದೆಯೂ ಇರಬಹುದು.”

"ವಿಚಾರಣೆ ನಡೆಸಿ, ಪ್ರಾಣದಂಡನೆಯನ್ನು ನೀಡಿದರೆ ?"

"ನನ್ನ ತಿಳುವಳಿಕೆಯ ಪ್ರಕಾರ, ನಮ್ಮದು ಸಂಚಿನ ಅಪರಾಧ. ಅದಕ್ಕೆ ದೇಶಭ್ರಷ್ಟತೆ ಅಥವಾ ಕೆಲವು ವರ್ಷಗಳ ಸೆರೆವಾಸದ ಶಿಕ್ಷೆ ವಿಧಿಸಬಹುದು."

"ನನಗೇನೋ, ನಮ್ಮ ಬಿಡುಗಡೆಯಾಗುವುದಾದರೆ ಅಷ್ಟಕ್ಕೆ ಒಂದೇ ಒಂದು ಅವಕಾಶವಿದೆಯೆನ್ನಿಸುತ್ತದೆ."

ಕಿವಿ ನೆಟ್ಟಗಾಗಿ ಎಲ್ಲ ಎದ್ದು ಕುಳಿತರು. ಚಣಕನೂ ಎದ್ದು "ಏನದು ?" ಕಾತರದಿಂದ ಕೇಳಿದ.

"ಚರಣ ಮತ್ತು ನಂದಿಕೇಶ ಬರುವ ಮೊದಲೇ ರಾಜಭಟರು ನಮ್ಮನ್ನು ಎಳೆದುಕೊಂಡು ಬಂದರು. ಅವರು ಸಿಕ್ಕಿಬೀಳಲಿಲ್ಲ, ಅಂದರೆ ?"

"ಅಂದರೆ ಅವರು ನಮ್ಮ ಬಿಡುಗಡೆಗೆ ಏನಾದರೂ ಪ್ರಯತ್ನ ಮಾಡಿಯೇ ಮಾಡುತ್ತಾರೆ" ಎಂದ ಸಿಂಹಸೇನ ಉತ್ಸಾಹದಿಂದ.

ಎಲ್ಲರ ಮುಖಗಳಲ್ಲೂ ಸ್ವಲ್ಪ ಗೆಲುವು ಕಾಣಿಸಿಕೊಂಡಿತು. ಅಷ್ಟರಲ್ಲಿ ಗೋಡೆಗೆ ತೂಗು ಹಾಕಿದ್ದ ದೀಪಕ್ಕೆ ಎಣ್ಣೆ ಹಾಕಲು ಬಂದು ಒಬ್ಬ ಇವರತ್ತಲೇ ನೋಡತೊಡಗಿದ. ಇವರು ಮಾತು ನಿಲ್ಲಿಸಿ ಅವನತ್ತಲೇ ನೋಡತೊಡಗಿದರು. ಅವನು ಸುತ್ತಮುತ್ತ ನೋಡಿ ಸುರುಳಿ ಸುತ್ತಿದ್ದ ಒಂದು ಪತ್ರವನ್ನು ಎಸೆದು ಹೊರಟುಹೋದ. ಚಂದ್ರಗುಪ್ತ ಅದನ್ನು ಸರಕ್ಕನೆ ಎತ್ತಿಕೊಂಡ. ಬ್ರಹ್ಮದತ್ತ ಎದ್ದು ಬಂದು ಸರಳುಗಳಾಚೆಗೆ ದೃಷ್ಟಿ ಹರಿಸಿ, ಹತ್ತಿರದಲ್ಲಿ ಯಾರೂ ಕಾವಲುಗಾರರಿಲ್ಲವೆಂಬುದನ್ನು ಖಚಿತಪಡಿಸಿಕೊಂಡ. ಚಂದ್ರಗುಪ್ತ ಆ ಪತ್ರವನ್ನು ಬಿಡಿಸಿದಾಗ ಸುತ್ತ ಕುಳಿತು ಎಲ್ಲ ಅದರತ್ತ ದೃಷ್ಟಿ ಹರಿಸಿದರು.

"ಸೂಕ್ತ ಸಮಯದಲ್ಲಿ ನಿಮ್ಮ ಬಿಡುಗಡೆಗೆ ಪ್ರಯತ್ನಿಸಲಾಗುತ್ತದೆ. ನೀವು ನಿಶ್ಚಿಂತೆಯಿಂದಿರಿ. ಚರಣ"

"ನಾನು ಊಹೆ ಮಾಡಿದ್ದು ನಿಜವಾಯಿತು" ಎಂದ ಚಂದ್ರಗುಪ್ತ ಸಂತೋಷದಿಂದ. ಎಲ್ಲರ ಮುಖಗಳಲ್ಲೂ ಅದೇ ಸಂತೋಷ ಕಾಣುತ್ತಿತ್ತು.

★ ★ ★

ಚಂದನದಾಸ ರಾಕ್ಷಸನನ್ನು ನೋಡಲು ಅವನ ಭವನಕ್ಕೆ ಬಂದಾಗ, ಅವನನ್ನು ವಿಶ್ವಾಸದಿಂದಲೇ ಸ್ವಾಗತಿಸಿದ ಅಮಾತ್ಯ ರಾಕ್ಷಸ. ಅವನು ಮಾತು ಮರೆತವನಂತೆ ಅನ್ಯ ಮನಸ್ಕತೆಯಿಂದ ಸುಮ್ಮನೆ ಕುಳಿತಾಗ ಚಂದನದಾಸ ಅವನನ್ನು ತಾನೇ ಮಾತಿಗೆಳೆಯ ಬೇಕಾಯಿತು. "ವಸುಭೂತಿ, ಏಕೆ ಖಿನ್ನನಾಗಿರುವೆ ?"

"ನನ್ನ ಖಿನ್ನತೆಗೆ ಯಾವ ಕಾರಣವನ್ನು ಹೇಳಲಿ ? ನ್ಯಾಯಧರ್ಮವನ್ನು ಅರ್ಥಮಾಡಿಕೊಳ್ಳದ ಧನನಂದನ ಹುಂಬತನದ ಕಾರಣವನ್ನು ಹೇಳಲೇ ? ಪ್ರಜೆಗಳು ರಾಜಶಾಸನಗಳ ಕಾರಣವಾಗಿಯೇ ಸಂಕಟಪಡುತ್ತಿರುವುದನ್ನು ಕಂಡರೂ, ಏನೂ ಮಾಡಲಾಗದ ಅಸಹಾಯಕತೆಯ ಕಾರಣವನ್ನು ಹೇಳಲೇ ? ಸೈನ್ಯದಲ್ಲೇ ದಂಗೆಯ ಪ್ರಯತ್ನಗಳು ನಡೆದವಲ್ಲಾ, ಎಂಬ ನೋವಿನ ಕಾರಣವನ್ನು ಹೇಳಲೇ ? ಅಥವಾ ಚಣಕ, ಆ ಮುದಿ ಬ್ರಾಹ್ಮಣ ತನ್ನ

ಪಾಡಿಗೆ ತಾನು ಇರದೆ ದಂಗೆಗೆ ಜನರನ್ನು ಪ್ರಚೋದಿಸಿ, ಸಿಕ್ಕಿಬಿದ್ದು, ನನ್ನನ್ನು ಸಂದಿಗ್ಧದಲ್ಲಿ ಸಿಲುಕಿಸಿದ ಕಾರಣವನ್ನು ಹೇಳಲೇ ? ಯಾವ ಕಾರಣವನ್ನು ಹೇಳಲಿ ಚಂದನದಾಸ ?''

''ಏನು ? ಸೈನ್ಯದಲ್ಲೇ ದಂಗೆಯ ಪ್ರಯತ್ನವೇ !'' ಚಂದನದಾಸ ಚಕಿತನಾಗಿ ಕೇಳಿದ.

''ಹೌದು'' ಎಂದು ಸಹದೇವನ ಘಟನೆಯಿಂದ ಆರಂಭಿಸಿ, ಚಣಕ, ಚಂದ್ರಗುಪ್ತ ಮತ್ತು ಸೈನ್ಯದ ಅವನ ಮಿತ್ರರು ಸೆರೆ ಸಿಕ್ಕುವವರೆಗೆ ನಡೆದ ಎಲ್ಲವನ್ನೂ ವಿವರವಾಗಿ ಹೇಳಿದ.

''ಸದ್ಯ ದಂಗೆಯಾಗಲಿಲ್ಲವಲ್ಲ ! ನಿನ್ನ ಪದವಿಗೆ ಕಳಂಕ ಹತ್ತುವುದು ತಪ್ಪಿತು'' ಎಂದ ಚಂದನದಾಸ ಸಮಾಧಾನದಿಂದ.

''ಇಂದು ವಿಫಲವಾದ ದಂಗೆ, ಇನ್ನೊಮ್ಮೆ ಯಶಸ್ವಿಯಾಗುವುದಿಲ್ಲವೆಂದು ಹೇಗೆ ಹೇಳುವುದು ? ಇಂದು ಒಬ್ಬ ಚಣಕ, ಒಬ್ಬ ಚಂದ್ರಗುಪ್ತ, ನಾಳೆ ಇನ್ನಷ್ಟು ಜನ ಚಣಕ, ಚಂದ್ರಗುಪ್ತರು ಹುಟ್ಟಿಕೊಳ್ಳುವುದಿಲ್ಲವೆಂದು ನಿರಾಳವಾಗಿರುವುದು ಹೇಗೆ ?''

''ಆ ಚಂದ್ರಗುಪ್ತ ಯಾರು ?''

''ಹಿಂದೊಮ್ಮೆ ಪಿಪ್ಪಲಿವನದ ನಮ್ಮ ಆಶ್ರಿತರಾಜ ರವಿಗುಪ್ತ ಮೌರ್ಯನ ಬಗ್ಗೆ ಹೇಳಿದ್ದೆ. ಒಂದು ಗಡಿನಾಡ ಯುದ್ಧದಲ್ಲಿ ಅವನು ಸತ್ತ ಮೇಲೆ ಅವನ ಮಗ ಚಂದ್ರಗುಪ್ತನನ್ನು ಇಲ್ಲಿಗೆ ಕರೆಸಿ ಅಶ್ವದಳದ ಒಂದು ಸಣ್ಣ ತುಕಡಿಗೆ ನಾಯಕನನ್ನಾಗಿ ನೇಮಿಸಲಾಯಿತು.''

''ನಿಮ್ಮ ಅನುಕಂಪಕ್ಕೆ ಅವನು ಯೋಗ್ಯನಲ್ಲವೆಂಬ ನೋವೇ ?''

''ಇದರಲ್ಲಿ ನನ್ನ ಅಥವಾ ಧನನಂದನ ಅನುಕಂಪವೇನೂ ಇಲ್ಲ, ಚಂದನದಾಸ. ಅನುಕಂಪದ ಸೋಗಿನಲ್ಲಿ ಚಂದ್ರಗುಪ್ತನ ರಾಜತ್ವವನ್ನು ಕಿತ್ತುಕೊಂಡು, ನಮ್ಮ ಸೇವೆಯ ಅಂಕೆಯಲ್ಲಿಡುವುದು ಮೂಲ ಉದ್ದೇಶ. ಏಕೆಂದರೆ ಈ ಕ್ಷತ್ರಿಯರು ಯಾವಾಗಲೂ ಮಹತ್ವಾಕಾಂಕ್ಷಿಗಳು. ಸಣ್ಣ ರಾಜ್ಯಕ್ಕೆ ತೃಪ್ತರಾಗದೆ ಸಮಯ ಸಿಕ್ಕರೆ ದೊಡ್ಡ ಸಾಮ್ರಾಜ್ಯವನ್ನೇ ಕಟ್ಟಲು ಹಾತೊರೆಯುತ್ತಾರೆ.''

''ಈಗಲೂ ಅವನು ಅದೇ ಪ್ರಯತ್ನ ಮಾಡಿಯೇ ಸಿಕ್ಕಿಬಿದ್ದನಲ್ಲವೇ ?''

''ಅದೇ ಪ್ರಯತ್ನವೋ, ಅಥವಾ ಚಣಕನ ಪ್ರಚೋದನೆಯಿಂದ ದಂಗೆಯೇಳಿಸುವ ಪ್ರಯತ್ನ ಮಾತ್ರವೋ, ಎಂಬುದು ಇನ್ನೂ ನನಗೆ ಸ್ಪಷ್ಟವಾಗಿಲ್ಲ.''

''ವೃದ್ಧನಾದ ಚಣಕ ಅಷ್ಟು ಧೈರ್ಯವಹಿಸಬೇಕಾದರೆ, ಅವನು ಕಡೆಗಣಿಸುವಂಥ ವ್ಯಕ್ತಿ ಅಲ್ಲ ಎನಿಸುತ್ತದೆ.''

''ಚಕ್ರವರ್ತಿ ಧನನಂದನನ ಸ್ವಭಾವ ಗೊತ್ತಿದ್ದೂ, ಯಾವ ಭಯವೂ ಇಲ್ಲದೆ ಅವನನ್ನು ಎದುರು ಹಾಕಿಕೊಳ್ಳುವ ಚಣಕನ ಮೂರ್ಖತನವನ್ನು ಕಂಡು ಮೆಚ್ಚಬೇಕೋ, ಮರುಗಬೇಕೋ ನನಗೆ ಅರ್ಥವಾಗುತ್ತಿಲ್ಲ.''

ಎರಡು ಕ್ಷಣ ಹೇಳಲೋ ಬೇಡವೋ ಎಂದು ಹಿಂಜರಿದು, ನಂತರ ಚಂದನದಾಸ ಹೇಳಿದ, ''ವಸುಭೂತಿ, ನೀನು ಅನ್ಯಥಾ ಭಾವಿಸದಿದ್ದರೆ ನಾನೊಂದು ಮಾತು ಹೇಳಲೇ ?''

''ಹೇಳು ಚಂದನದಾಸ. ನಾನು ಅಮಾತ್ಯನಾಗಿ ನಿನ್ನ ಬಳಿಗೆ ಬಂದಿಲ್ಲ, ಮಿತ್ರನಾಗಿ ಬಂದಿದ್ದೇನೆ. ಅದೇನೆಂದು ಹಿಂಜರಿಯದೆ ಹೇಳು.''

''ಇಷ್ಟು ವರ್ಷ ನೀನಾಗಿ ಹೇಳದ ಹೊರತು, ಒಂದು ಸಲವಾದರೂ ನಿನ್ನ ಪದವಿ, ಅಧಿಕಾರ, ರಾಜಶಾಸನ ಇತ್ಯಾದಿ ಯಾವ ವಿಷಯಗಳನ್ನೂ ನಾನು ನಿನ್ನ ಬಳಿ ಕೇಳಿದವನಲ್ಲ.

ಆದರೆ ಈ ದಿನ ಕೇಳಬೇಕೆನ್ನಿಸುತ್ತಿದೆ. ಚಂದ್ರಗುಪ್ತನ ವಿಷಯ ಬಿಡು. ಆದರೆ ಚಣಕನ ಮಾತುಗಳಲ್ಲಿ ಸತ್ಯವಿದೆಯಲ್ಲವೇ ? ಎಲ್ಲ ಸರಿಯಾಗಿದ್ದರೆ ಈ ದಂಗೆಯ ಪ್ರಯತ್ನ ಏಕೆ ನಡೆಯುತ್ತಿತ್ತು ? ಕರ ಏರಿಕೆಯ ಶಾಸನದಿಂದ ನಲುಗುವವರು ಸಾಮಾನ್ಯ ಜನ. ಪ್ರಬಲರಾದ ವ್ಯಾಪಾರಿಗಳು ಚೆನ್ನಾಗಿ ಸಂಪಾದನೆ ಮಾಡುತ್ತಲೇ ಇದ್ದಾರೆ. ವಣಿಕ ಶ್ರೇಣಿಯ ಕೆಲವು ಪ್ರಮುಖರು ನನ್ನ ಬಳಿ ಬಂದಿದ್ದರು. ಅವರು ಬ್ರಾಹ್ಮಣರು ಮತ್ತು ಉಳಿದವರು ಏನಾದರಾಗಲಿ, ನಾವು ಜೈನ ಬೌದ್ಧರು ಒಂದಾಗೋಣ ಎಂದು ಹೇಳಿದರು. ವೈಯಕ್ತಿಕ ನಂಬಿಕೆಯಾಗಿ ಆಚರಣೆಗೊಳ್ಳುವ ಧರ್ಮ ಹೀಗೆ ಬೀದಿಗೆ ಬಂದು ಪ್ರಜಾಸಮೂಹದ ಒಡಕಿಗೆ ಕಾರಣವಾಗಲು ಯಾರು ಹೊಣೆ ? ಅದೇ ನಾಲ್ಕು ಜನ ಜೈನ ಮತ್ತು ಬೌದ್ಧ ವರ್ತಕರು ಅಮಾತ್ಯ ಶ್ರೀಯಕನನ್ನು ಕಂಡು ತವುಗೆ ಪ್ರಯೋಜನವಾಗುವಂತೆ ವ್ಯವಸ್ಥೆ ಮಾಡಿಕೊಂಡರು. ಶ್ರೀಯಕನ ಮೂಲಕ ಅವರೆಲ್ಲ ಧನನಂದನಿಗೂ ವಿಶೇಷ ಕಾಣಿಕೆ ನೀಡಿದ ವಿಷಯ ವರ್ತಕ ಶ್ರೇಣಿಯಲ್ಲಿ ಈಗ ರಹಸ್ಯವಾಗಿ ಉಳಿದಿಲ್ಲ, ಚಕ್ರವರ್ತಿ ರಾಜಶಾಸನವನ್ನು ಮೀರಿದರೆ ಅವನಿಗೆ ಶಿಕ್ಷೆ ಕೊಡುವವರು ಯಾರು ?''

ರಾಕ್ಷಸ ಮಾತಾಡಲಿಲ್ಲ, ಅವನು ಗಂಭೀರವಾಗಿ ಅತ್ತಿತ್ತ ಅಡ್ಡಾಡತೊಡಗಿದ. ನಂತರ ನಿಧಾನವಾಗಿ ಹೇಳಿದ, ''ಗೂಢಚಾರರ ಮೂಲಕ ಇದೆಲ್ಲ ನನಗೂ ತಿಳಿದಿದೆ.''

''ನನ್ನ ಮಾತಿನಿಂದ ನಿನ್ನ ಮನಸ್ಸಿಗೆ ನೋವಾಗಿದ್ದರೆ ದಯವಿಟ್ಟು ಕ್ಷಮಿಸು'' ಚಂದನದಾಸ ಹೇಳಿದ, ''ಅರಮನೆ, ಚಕ್ರವರ್ತಿ, ಅಮಾತ್ಯ, ಸೈನ್ಯ, ಅಧಿಕಾರಿಗಳು ಎಲ್ಲ ಇರುವುದು ಧರ್ಮ ಜಾತಿಗಳ ಅಂತರವಿಲ್ಲದೆ ಸಕಲ ಪ್ರಜೆಗಳ ರಕ್ಷಣೆ ಮತ್ತು ಕ್ಷೇಮಕ್ಕಾಗಿ. ಈ ಸರ್ವಸಮ್ಮತ ಅಭಿಪ್ರಾಯವನ್ನು ನಂಬಿ ನಾನು ಈ ಮಾತನ್ನು ಹೇಳಬೇಕಾಯಿತು.''

''ಚಂದನದಾಸ'' ರಾಕ್ಷಸ ಹೇಳಿದ, ''ನಿನ್ನ ಮಾತಿನಿಂದ ನನಗೆ ನೋವಾಗುವ ಕಾರಣವೇ ಇಲ್ಲ, ಏಕೆಂದರೆ ನೀನು ಕೇಳಿದ ಈ ಪ್ರಶ್ನೆಗಳನ್ನು ನನಗೆ ನಾನೇ ಹಲವು ಸಲ ಕೇಳಿಕೊಂಡಿದ್ದೇನೆ. ಹೊರಗಿರುವ ನಿನಗೆ, ಈ ಪ್ರಶ್ನೆಗಳಿಗೆ ಹಲವು ಉತ್ತರಗಳು ಹೊಳೆಯಬಹುದು. ಆದರೆ ಒಳಗಿರುವ ನನಗೆ, ಆ ಪ್ರಶ್ನೆಗಳಿಗೆ ಪ್ರತಿಯಾಗಿ ಉತ್ತರಗಳ ಬದಲು ಪ್ರಶ್ನೆಗಳೇ ಎದುರು ನಿಲ್ಲುತ್ತವೆ.''

''ಅಂದರೆ, ನನಗೆ ಅರ್ಥವಾಗಲಿಲ್ಲ''

''ಕ್ಷತ್ರಿಯರೇ ರಾಜ್ಯವಾಳುವುದು ಸಂಪ್ರದಾಯವಾಗಿತ್ತು. ಈಗ ಅದು ಬದಲಾಗಿಲ್ಲವೇ ? ಅಧಿಕಾರವುಳ್ಳವನೇ ಬಲವಂತನಲ್ಲವೇ ? ಚಕ್ರವರ್ತಿಯಾದವನು ಇದು ನನ್ನ ಇಷ್ಟವೆಂದರೆ, ಅದನ್ನು ವಿರೋಧಿಸಲು ನಾನು ಯಾರು ? ಅಂಥ ಅಮಾತ್ಯ ಪದವಿ ಏಕೆ ಬೇಕೆಂದು ನೀನು ಕೇಳಬಹುದು. ಆದರೆ ನಾನಲ್ಲದಿದ್ದರೆ, ಆ ಸ್ಥಾನಕ್ಕೆ ಬರುವ ಇನ್ನೊಬ್ಬನಿಂದ ಚಕ್ರವರ್ತಿ ತನ್ನ ಕೆಲಸ ಮಾಡಿಕೊಳ್ಳುತ್ತಾನೆ. ಪ್ರಜೆಗಳು, ನ್ಯಾಯ, ನೀತಿ, ಧರ್ಮಗಳ ಚಿಂತೆಯನ್ನು ನಾನು ತಾನೆ ಏಕೆ ಮಾಡಬೇಕು ? ನಾನು ಕನಸಿನಲ್ಲೂ ನೆನೆಸದಂಥ ಪ್ರಧಾನಾಮಾತ್ಯ ಪದವಿ, ಸರ್ವಸೇನಾಧ್ಯಕ್ಷ ಪಟ್ಟ ನೀಡಿದ, ಎಲ್ಲ ಅಮಾತ್ಯರಿಗಿಂತ ನನ್ನ ಮೇಲೆ ಅಪಾರ ನಂಬಿಕೆಯಿರಿಸಿಕೊಂಡಿರುವ ಚಕ್ರವರ್ತಿಗೆ ನಿಷ್ಠನಾಗಿರುವುದು ನನ್ನ ಕರ್ತವ್ಯವಲ್ಲವೇ ? ರಾಜನಿಷ್ಠೆಯೇ ನನ್ನ ಧರ್ಮ, ರಾಜಶಾಸನವೇ ನನ್ನ ನೀತಿ, ಎಂದುಕೊಂಡರೆ ಈ ಸಂದಿಗ್ಧ ಪ್ರಶ್ನೆಗಳೇ ಹುಟ್ಟುವುದಿಲ್ಲ ಅಲ್ಲವೇ ?''

ಚಂದನದಾಸ ಸಣ್ಣಗೆ ನಕ್ಕು ಹೇಳಿದ, "ಹಾಗಾಗಿದ್ದರೆ, ನಿನ್ನ ಖಿನ್ನತೆಗೆ ಕಾರಣವೇನೆಂದು ನಾನು ಕೇಳಿದಾಗ, ನೀನು ನಿನ್ನ ಮನಸ್ಸಿನಲ್ಲಿ ಗೊಂದಲವುಂಟುಮಾಡಿದ ಪ್ರಶ್ನೆಗಳನ್ನು ನನ್ನೆದುರು ನುಡಿಯುತ್ತಿರಲಿಲ್ಲ"

"ನಿಜ ಚಂದನದಾಸ, ಎಷ್ಟೋ ಸಲ ಈ ಹಾಳು ಮನಸ್ಸು ಮತ್ತು ಬುದ್ಧಿಗಳು ನನ್ನ ಮಾತು ಕೇಳದೆ ತಮ್ಮ ತಲೆತೂರಿಸಿ ಅಶಾಂತಿಗೊಳಿಸುತ್ತವೆ."

"ಹೌದು, ಅದನ್ನು ಆತ್ಮಸಾಕ್ಷಿಯೆಂದೂ ಹೇಳಬಹುದು. ವಿದ್ಯೆ ಮತ್ತು ಸಂಸ್ಕಾರಗಳಿಂದ ಹದಗೊಂಡ ಬುದ್ಧಿ ಮನಸ್ಸುಗಳು ಅಷ್ಟು ಸುಲಭವಾಗಿ ತಟಸ್ಥವಾಗುವುದಿಲ್ಲ. ಇದು ತಪ್ಪು ಇದು ಸಲ್ಲದು, ಇದು ಪಾಪ ಎಂದು ಎಚ್ಚರಿಸುತ್ತಲೇ ಇರುತ್ತದೆ. ಸರಿಯಾದುದನ್ನು ಒಪ್ಪಿ ನಡೆಯುವಂತೆ ಒತ್ತಾಯಿಸುತ್ತಲೇ ಇರುತ್ತದೆ. ವಿದ್ಯೆ ಬುದ್ಧಿಯಿಲ್ಲದ ಹುಂಬನಿಗೆ, ಅಥವಾ ಕಲಿತ ಅಲ್ಪ ಸ್ವಲ್ಪ ವಿದ್ಯೆಯನ್ನು ಮರೆತು, ಬುದ್ಧಿ ಮನಸ್ಸುಗಳಿಗೆ ಸ್ವಾರ್ಥದ ಉಕ್ಕಿನ ಕವಚ ತೊಡಿಸುವ ಧನನಂದನನಂಥವನಿಗೆ ಈ ಸಮಸ್ಯೆ ಬರುವುದಿಲ್ಲ"

"ಏನೇ ಆದರೂ, ಸಾಮಾನ್ಯ ಬ್ರಾಹ್ಮಣ ವಸುಭೂತಿಯಾಗಿ ಬೀದಿಗೆ ಬರುವ ಇಷ್ಟವಿಲ್ಲ ನನಗೆ. ಪದವಿ, ಅಧಿಕಾರಗಳ ದರ್ಪ ನನ್ನ ರಕ್ತದಲ್ಲಿ ಇಳಿದುಬಿಟ್ಟಿದೆ."

ಆ ವಿಷಯ ಮತ್ತೆ ಮಾತಾಡುವುದರಿಂದ ಯಾವ ಪ್ರಯೋಜನವೂ ಇಲ್ಲವೆಂದು ಚಂದನದಾಸನಿಗೆ ಮನವರಿಕೆಯಾಯಿತು. ಅವನು ನಗುತ್ತಲೇ ಹೇಳಿದ, "ಹೋಗಲಿ ಬಿಡು, ಈ ವಿಷಯದಲ್ಲಿ ನನ್ನ ನಿನ್ನ ನಂಬಿಕೆಗಳು ಭಿನ್ನವಾಗಿದ್ದರೆ ಏನು, ನಮ್ಮ ಸ್ನೇಹಧರ್ಮ ಭದ್ರವಾಗಿದ್ದರೆ ಸಾಕು."

"ನನ್ನ ಜೀವನದಲ್ಲಿ ನಿಜವಾದ ಸ್ನೇಹಿತನೆಂದರೆ ನೀನೊಬ್ಬನೆ ಚಂದನದಾಸ. ನಾನೇನಾದರೂ ಮನಸ್ಸು ತೆರೆದು ಮಾತನಾಡಿದರೆ, ಅದು ನಿನ್ನೊಂದಿಗೆ ಮಾತ್ರ" ಎಂದು ರಾಕ್ಷಸ ಮೇಲೆದ್ದ. 'ಚಣಕನ ವಿಷಯ ಏನು ಮಾಡುತ್ತಿ' ಎಂದು ಕೇಳಬೇಕೆಂದು ತುಟಿಯವರೆಗೂ ಬಂದ ಮಾತನ್ನು ಚಂದನದಾಸ ಹಾಗೆಯೇ ನುಂಗಿಕೊಂಡ. ಅದನ್ನು ಊಹೆಮಾಡಿದವನಂತೆ ರಾಕ್ಷಸ ಹೇಳಿದ, "ಇಷ್ಟರಲ್ಲೇ ಚಣಕನ ವಿಚಾರಣೆಗೆ ಮಂತ್ರಿ ಪರಿಷತ್ತು ಸೇರಬಹುದು. ಏನು ನಿರ್ಧಾರವಾಗುವುದೋ ಎಂದು ನನಗೆ ಈಗಲೇ ಚಿಂತೆಯಾಗಿದೆ. ಬರುತ್ತೇನೆ ಬಿಡುವಾದಾಗ ಮತ್ತೆ ಭೇಟಿ ಮಾಡುತ್ತೇನೆ."

## ೧೦

ಸೆರೆಮನೆಗೆ ಹೊಂದಿಕೊಂಡಂತಿದ್ದ ವಿಶಾಲವಾದ ವಿಚಾರಣಾ ಕೋಣೆಯಲ್ಲಿ ಧನನಂದ ತನ್ನ ಪೀಠದಲ್ಲಿ ಕುಳಿತಿದ್ದ. ಎದುರಿಗೆ ಚಣಕ ನಿಂತಿದ್ದ. ಅಮಾತ್ಯ ರಾಕ್ಷಸ, ಅಮಾತ್ಯ ಶ್ರೀಯಕ, ಅಮಾತ್ಯ ವಕ್ರನಾಸ ಮತ್ತಿತರ ಅಮಾತ್ಯ ಪರಿಷತ್ತಿನ ಸದಸ್ಯರು ಕುಳಿತಿದ್ದರು. ವಕ್ರನಾಸ ಸಾಕಷ್ಟು ವೃದ್ಧನಾಗಿದ್ದ. ಇಂಥ ಕೆಲವು ಸಂದರ್ಭಗಳನ್ನು ಬಿಟ್ಟರೆ, ಉಳಿದಂತೆ ಅರಮನೆಯಿಂದ ಅವನಿಗೆ ಯಾವುದಕ್ಕೂ ಕರೆ ಬರುತ್ತಿರಲಿಲ್ಲ. ಶ್ರೀಯಕನನ್ನು ಬಿಟ್ಟರೆ ಉಳಿದ ಅಮಾತ್ಯರು ತಮ್ಮ ಮಾತಿಗೆ ಮಾನ್ಯತೆಯೇ ಇಲ್ಲವೆಂದು ಮನವರಿಕೆಯಾದ ಮೇಲೆ ಅಭಿಪ್ರಾಯ ವ್ಯಕ್ತಪಡಿಸುವುದನ್ನೇ ಬಿಟ್ಟಿದ್ದರು. ಅಲ್ಲದೆ ಅವರಲ್ಲಿ ಕೆಲವರು ಈಗಾಗಲೇ ಶ್ರೀಯಕನ ತಾಳಕ್ಕೆ ತಕ್ಕಂತೆ ಕುಣಿಯುವುದನ್ನು ಅಭ್ಯಾಸ ಮಾಡಿಕೊಂಡಿದ್ದರು.

"ದಂಗೆಯೇಳಿಸುವುದರಂಥ ಗುರುತರ ಅಪರಾಧ ಮಾಡಿದವರಿಗೆ, ಅವರು ಯಾರಾದರೂ ಸರಿ ಮರಣದಂಡನೆ ವಿಧಿಸಬೇಕು" ಎಂದ ಶ್ರೀಯಕ.

"ಮೊದಲು ನಾನು ದಂಗೆಗೆ ಪ್ರೇರಣೆ ನೀಡಿದೆನೆನ್ನುವುದು ಖಚಿತವಾಗಬೇಕು. ನಂತರ, ಅದು ದಂಗೆಯ ಪ್ರಯತ್ನವೇ ಆದರೂ, ಮರಣದಂಡನೆಯನ್ನು ವಿಧಿಸುವುದು ಸರಿಯೇ, ಎನ್ನುವುದು ನಿರ್ಧಾರವಾಗಬೇಕು" ಎಂದ ಚಣಕ ನಿರ್ಭಯವಾಗಿ.

"ಅಪರಾಧಿಯಿಂದ ಪಾಠ ಹೇಳಿಸಿಕೊಂಡು ಶಿಕ್ಷೆಯನ್ನು ವಿಧಿಸಲು ನಾವೆಲ್ಲ ಅವಿವೇಕಿಗಳೆಂದು ನಿನ್ನ ಅಭಿಪ್ರಾಯವೇ ?" ಎಂದ ಧನನಂದ.

"ನಿನ್ನಿಚ್ಛೆಗೆ ನೀನೇ ನಿರ್ಧಾರ ಮಾಡುವುದಾದರೆ, ಬುದ್ಧಿವಂತರಾದ ಈ ಅಮಾತ್ಯ ಪರಿಷತ್ತಿನ ಅಗತ್ಯವೇನಿದೆ ? ನಿನ್ನ ಕುಣಿತಕ್ಕೆ ತಾಳ ಹಾಕುವುದಾದರೆ ಈ ಅಮಾತ್ಯರನ್ನು ಬುದ್ಧಿವಂತರೆಂದು ಕರೆಯಬಹುದೇ ?"

ಅದಕ್ಕೆ ಶ್ರೀಯಕ ಹೇಳಿದ, "ಚಕ್ರವರ್ತಿಗಳನ್ನು ಬಹುವಚನದಲ್ಲಿ ಸಂಬೋಧಿಸುವುದು ಗೊತ್ತಿಲ್ಲದ ನೀನೆಂಥ ಆಚಾರ್ಯ ?"

"ಒಬ್ಬ ವಿದ್ವಾಂಸನೂ, ವೃದ್ಧನೂ ಆದ ಬ್ರಾಹ್ಮಣನನ್ನು ಗೌರವದಿಂದ ಸಂಬೋಧಿಸಲು ತಿಳಿಯದ ಇವನೆಂಥ ಚಕ್ರವರ್ತಿ ! ನೀನೆಂಥ ಅಮಾತ್ಯ !" ಎಂದ ಚಣಕ ಹರಿತವಾಗಿಯೇ.

"ಬಾಯಿ ಮುಚ್ಚು" ಧನನಂದ ಅಬ್ಬರಿಸಿದ, "ನೀನೊಬ್ಬ ಅಪರಾಧಿಯೆನ್ನುವುದು ನೆನಪಿನಲ್ಲಿರಲಿ."

"ಸಾಕ್ಷ್ಯಾಧಾರಗಳಿಂದ ಅದನ್ನು ಖಚಿತಪಡಿಸಿದ ಮೇಲಲ್ಲವೇ, ನಾನು ಅಪರಾಧಿ-ಯೆನಿಸಿಕೊಳ್ಳುವುದು ?"

ಮಾತು ದಿಕ್ಕು ತಪ್ಪಿ ಇನ್ನೇನು ಅನಾಹುತವಾಗುವುದೋ, ಎಂದು ರಾಕ್ಷಸ ಭೀತನಾದ. ಅವನು ಶ್ರೀಯಕನಿಗೆ "ಅಮಾತ್ಯರೇ, ಸ್ವಲ್ಪ ಸುಮ್ಮನಿರಿ" ಎಂದು ಹೇಳಿ, "ಚಣಕರೇ, ನಿಮ್ಮ ಸಮರ್ಥನೆ ಏನು ? ಚಂದ್ರಗುಪ್ತ ಮತ್ತು ನಮ್ಮ ಸೇನೆಯ ಹಲವರು ಮತ್ತು ಸಹದೇವ ರಹಸ್ಯವಾಗಿ ಸೇರಿದ್ದರ ಉದ್ದೇಶವೇನು ? ನಿಮಗೂ ಅವರಿಗೂ ಏನು ಸಂಬಂಧ ?" ಎಂದು ಕೇಳಿದ.

"ಮನುಷ್ಯ ಸಂಬಂಧ" ಚಣಕ ಹೇಳಿದ, "ತಕ್ಷಶಿಲೆಯಿಂದ ಬಂದ ನನಗೆ ಪಾಟಲೀಪುತ್ರದ ಸಂಬಂಧವೇ ಆಗಬಹುದು, ಪಾಟಲೀಪುತ್ರದಲ್ಲೇ ಇರುವ ಈ ಜನಗಳ ಜೊತೆ ನನ್ನ ಸಂಬಂಧವಾಗಬಾರದೇ ? ಸ್ನೇಹ, ವಿಶ್ವಾಸ, ಸಹಾನುಭೂತಿ ಇತ್ಯಾದಿ ಮಾನವೀಯ ಗುಣಗಳು ಇರುವವರೆಗೂ ಮನುಷ್ಯ ಮನುಷ್ಯರ ನಡುವೆ ಸಂಬಂಧವೇರ್ಪಡುತ್ತದೆ, ಅಮಾತ್ಯ."

"ಅದು ನಿಜವಿರಬಹುದು. ಆದರೆ ನಡುರಾತ್ರಿ ಗುಟ್ಟಾಗಿ ಸೇರುವ ಉದ್ದೇಶವೇನೆಂದು ನನಗೆ ಅರ್ಥವಾಗಲಿಲ್ಲ" ರಾಕ್ಷಸನ ಧ್ವನಿಯಲ್ಲಿ ಸ್ವಲ್ಪ ವ್ಯಂಗ್ಯವಿತ್ತು.

"ಎಷ್ಟೋ ಸಲ ಸೂರ್ಯನ ಬೆಳಕಿನಲ್ಲಿ ನಡೆಸಲಾಗದ ಮಾತುಕತೆಯನ್ನು ಕತ್ತಲೆಯ ಮರೆಯಲ್ಲಿ ನಡೆಸಬೇಕಾಗುತ್ತದೆ. ನಿಮ್ಮ ಗೂಢಚರ್ಯ ಸಾಮರ್ಥ್ಯವನ್ನು ನಾನು ಮೆಚ್ಚುತ್ತೇನೆ. ಆದರೆ ಆ ನಿಮ್ಮ ಗೂಢಚಾರಿ ಸ್ವಲ್ಪ ತಡೆದು ಕಾರ್ಯಾಚರಣೆ ನಡೆಸಿದ್ದರೆ, ಅದಕ್ಕೆ ಮೊದಲು ಸಹದೇವನ ಮನೆಯ ಗೋಡೆಗೆ ಕಿವಿಯಾನಿಸಿದ್ದರೆ ನಾವು ಏನು ಮಾತಾಡುತ್ತಿದ್ದೆವೆಂದು ಸ್ಪಷ್ಟವಾಗಿ ತಿಳಿಯುತ್ತಿತ್ತು. ಅವನು ಆತುರಪಟ್ಟನೆಂದು ನಿಮಗೆ ಅನಿಸುತ್ತಿಲ್ಲವೇ ?"

"ಅಂದರೆ, ಪರೋಕ್ಷವಾಗಿ ನೀನು ರಾಜದ್ರೋಹದ ಪ್ರಯತ್ನ ಮಾಡಿದೆನೆಂದು ಒಪ್ಪಿಕೊಳ್ಳುತ್ತಿರುವೆಯಲ್ಲವೇ ?" ಎಂದ ಧನನಂದ.

“ಚಕ್ರವರ್ತಿ ಪ್ರಜೆಗಳಿಗೆ ಪ್ರತ್ಯಕ್ಷ ದೇವತೆಯಂತೆ ನಡೆದುಕೊಳ್ಳುವುದಾದರೆ, ಅವನ ವಿರುದ್ಧವಾಗಿ ವರ್ತಿಸುವುದು ರಾಜದ್ರೋಹವೆಂದು ನಾನು ಒಪ್ಪಿಕೊಳ್ಳುತ್ತೇನೆ. ಆದರೆ ಇಲ್ಲಿ ಅಂಥ ಪ್ರಸಂಗ ಬಂದಿಲ್ಲವಲ್ಲ.”

“ಅಂದರೆ, ನನ್ನ ವಿರುದ್ಧವಾಗಿ ಸಂಚು ಮಾಡುವುದು ದ್ರೋಹವಲ್ಲವೆಂದು ನಿನ್ನ ಅಭಿಪ್ರಾಯವೋ ? ಅಮಾತ್ಯರೇ, ಮೊದಲು ಇವನನ್ನು ಇಲ್ಲಿಂದ ಕರೆದುಕೊಂಡು ಹೋಗಿ ಶೂಲಕ್ಕೇರಿಸಿಬಿಡಿ. ಇಲ್ಲೇ ಇದ್ದರೆ, ಇವನು ತನ್ನ ಹರಿತವಾದ ನಾಲಿಗೆಯಿಂದ ಇನ್ನಷ್ಟು ನನ್ನ ತೇಜೋವಧೆ ಮಾಡುತ್ತಾನೆ” ಎಂದ ಧನನಂದ ಅಸಹನೆಯಿಂದ.

“ತೇಜವಿದ್ದರಲ್ಲವೇ ಅದರ ವಧೆಯ ಪ್ರಶ್ನೆ !”

“ಅಮಾತ್ಯ !” ಧನನಂದ ಕೋಪದಿಂದ ಕಿರುಚಿದ. ಅಮಾತ್ಯ ರಾಕ್ಷಸ ಚಣಕನನ್ನು ಕರೆದೊಯ್ಯುವಂತೆ ಸೈನಿಕರಿಗೆ ಸನ್ನೆ ಮಾಡಿದ. ಧನನಂದನತ್ತ ಕುಹಕದಿಂದ ನೋಡುತ್ತಲೇ ಚಣಕ ಅವರೊಂದಿಗೆ ಹೊರಟುಹೋದ.

ಧನನಂದ ಮತ್ತು ಶ್ರೀಯಕ ಕೋಪದಿಂದ ಕುದಿಯುತ್ತಿದ್ದರು. ರಾಕ್ಷಸ ಚಿಂತಾಕ್ರಾಂತನಾಗಿದ್ದ. ವಕ್ರನಾಸನ ಮುಖದಲ್ಲಿನ ಮುಪ್ಪಿನ ಗೆರೆಗಳು ನೋವಿನಿಂದ ಇನ್ನಷ್ಟು ಆಳವಾದವು. ಉಳಿದ ಅಮಾತ್ಯರು ನಿರ್ಭಾವದಿಂದ ಕುಳಿತಿದ್ದರು.

ಕೆಲವು ಕ್ಷಣಗಳ ನಂತರ ಶ್ರೀಯಕ ಹೇಳಿದ, “ಪ್ರಭು, ವಿಷಬೀಜವನ್ನು ಮೊಳೆಯಲು ಅವಕಾಶವನ್ನೇ ಕೊಡದೆ ಹೊಸಕಿ ಹಾಕುವುದು ಲೇಸು. ಈ ಸಂಚಿನಲ್ಲಿ ಸೇರಿದ ಎಲ್ಲರನ್ನೂ ಸಾರ್ವಜನಿಕವಾಗಿ ಕೊಲ್ಲಬೇಕು. ಅದರಿಂದ ಶತ್ರುಶೇಷ ನಾಶವಾಗುತ್ತದೆ ಮತ್ತು ಮುಂದೆ ಅಂಥ ಪ್ರಯತ್ನ ಪಡುವವರಿಗೆ ಸೂಕ್ತ ಎಚ್ಚರಿಕೆ ನೀಡಿದಂತಾಗುತ್ತದೆ.”

“ಹೌದು, ಅದೇ ಸರಿಯಾದದ್ದು” ಧನನಂದ ಹಲ್ಲುಕಡಿಯುತ್ತ ಹೇಳಿದ, “ಆ ದರಿದ್ರ ಬ್ರಾಹ್ಮಣನ ದುರಹಂಕಾರದ ಮಾತುಗಳನ್ನು ಕೇಳಿ, ನಾನೇ ಇರಿದು ಕೊಲ್ಲಬೇಕೆಂಬಷ್ಟು ಕೋಪ ಬಂದಿತ್ತು. ಈ ಬ್ರಾಹ್ಮಣ ಜಾತಿಯೇ ಹೀಗೆ, ಅವರನ್ನು ವಿಶ್ವಾಸದಿಂದ ಕಾಣಲೇ ಬಾರದು, ದ್ರೋಹಿಗಳು.”

“ಪ್ರಭು” ವಕ್ರನಾಸ ತಡೆದುಕೊಳ್ಳಲಾರದೆ ಹೇಳಿದ, “ಯಾರದೋ ಮೇಲಿನ ಅಸಮಾಧಾನಕ್ಕೆ ಇಡೀ ಬ್ರಾಹ್ಮಣ ಕುಲವನ್ನು ಅವಹೇಳನ ಮಾಡುವುದು ತಪ್ಪೆಂದು ಹೇಳಲೇಬೇಕಾಗಿದೆ. ಪ್ರಧಾನಾಮಾತ್ಯ ರಾಕ್ಷಸರೂ ಬ್ರಾಹ್ಮಣರೇ, ನಾನೂ ಬ್ರಾಹ್ಮಣನೇ, ಅಮಾತ್ಯ ಪರಿಷತ್ತಿನಲ್ಲಿ ಒಂದಿಬ್ಬರನ್ನು ಬಿಟ್ಟು ಉಳಿದವರೆಲ್ಲ ಬ್ರಾಹ್ಮಣರೇ. ಅಂದರೆ ನಾವೆಲ್ಲ ದ್ರೋಹಿಗಳೆಂದು ನಿಮ್ಮ ಅಭಿಪ್ರಾಯವೇ ?”

ತನ್ನ ಮಾತಿನ ತಪ್ಪು ಧನನಂದನಿಗೆ ಅರ್ಥವಾಯಿತು. ಆದರೆ ತಾನು ತಪ್ಪು ಮಾತಾಡಿದೆನೆಂದು ಒಪ್ಪಿಕೊಳ್ಳಲು ಅವನು ಹಿಂಜರಿಯುತ್ತಿರುವಾಗ ಶ್ರೀಯಕ ತಾನೇ ಹೇಳಿದ, “ಕ್ಷಮಿಸಿ ವಕ್ರನಾಸರೇ, ಪ್ರಭುಗಳ ಅಭಿಪ್ರಾಯ ಅದಲ್ಲ, ನಿಮ್ಮ ಬಗ್ಗೆ ಎಲ್ಲ ಅಮಾತ್ಯರ ಬಗ್ಗೆ ಅವರಿಗೆ ಗೌರವವಿದೆ. ಏನೋ ಬಾಯಿ ತಪ್ಪಿ ಬಂದ ಮಾತು.”

“ಬಾಯಿ ತಪ್ಪಿದ್ದಲ್ಲ ಶ್ರೀಯಕ” ವಕ್ರನಾಸ ಹೇಳಿದ, “ಉದ್ದೇಶಪೂರ್ವಕವಾದ ಹೇಳಿಕೆ ಅದು. ಈ ನಂದವಂಶದ ಒಂಬತ್ತು ರಾಜರ ಧೋರಣೆಯೂ ಇದೇ ಎಂಬುದು ನನಗೆ ಗೊತ್ತಿಲ್ಲವೇ ?”

ಮತ್ತೆ ಮಾತು ದಿಕ್ಕು ತಪ್ಪುತ್ತಿರುವುದನ್ನು ಕಂಡು ರಾಕ್ಷಸ “ಈಗ ನಮಗೆ ಆ ವಿಷಯ ಮುಖ್ಯವಲ್ಲ” ಎಂದ.

“ಹೌದು” ಶ್ರೀಯಕ ಹೇಳಿದ, “ಸಂಚುಕೋರರಿಗೆ ಏನು ಶಿಕ್ಷೆ ಕೊಡಬೇಕೆಂದು ಮೊದಲು ನಿರ್ಧಾರವಾಗಬೇಕು.”

“ಮರಣದಂಡನೆಗಿಂತ ಕಡಿಮೆ ಶಿಕ್ಷೆ ಕೂಡದೆಂದು ನನ್ನ ಅಭಿಪ್ರಾಯ” ಎಂದ ಧನನಂದ.

“ಅದು ತಪ್ಪಾಗುತ್ತದೆ” ರಾಕ್ಷಸ ವಿವರಿಸಿದ, “ಹಾಗೆ ನೋಡಿದರೆ ಅವರು ಚಕ್ರವರ್ತಿಯ ವಿರುದ್ಧ ಸಂಚು ಮಾಡುತ್ತಿದ್ದಾರೆ, ದಂಗೆಗೆ ಪ್ರಚೋದನೆ ನೀಡುತ್ತಿದ್ದಾರೆಂದು ನಿರ್ಧರಿಸಲು ಖಚಿತವಾದ ಸಾಕ್ಷ್ಯಾಧಾರಗಳೇ ಇಲ್ಲ, ಅದು ನಿಜವಾದರೂ, ಅದೇ ಸಂದೇಹದಿಂದಲೇ ನಾವು ಸೆರೆ ಹಿಡಿದಿದ್ದರೂ, ವ್ಯಕ್ತವಾದ ಸಾಕ್ಷಿಗಳು ಯಾವುವೂ ಇಲ್ಲ.”

“ಸೆರೆಯಲ್ಲಿರುವ ಆ ಸೈನಿಕರಿಗೆ ಚಿತ್ರಹಿಂಸೆ ನೀಡಿದರೆ ಎಲ್ಲ ಬಾಯಿ ಬಿಡುತ್ತಾರೆ” ಎಂದ ಶ್ರೀಯಕ.

“ಅವರೂ ಚಣಕನಂತೆಯೇ ಮಾತನಾಡಿದರೆ ಬಾಯಿ ಬಿಡುವ ಪ್ರಶ್ನೆಯೆಲ್ಲಿ ಬಂತು ?” ರಾಕ್ಷಸ ನಕ್ಕ.

“ಚಣಕನ ಮಾತಿನ ಧಾಟಿಯಲ್ಲೇ ಅವನ ಉದ್ದೇಶ ವ್ಯಕ್ತವಾಗುತ್ತಿತ್ತಲ್ಲವೇ ?”

“ಎಲ್ಲ ನಿಜವೇ ಆದರೂ, ಮರಣ ದಂಡನೆ ನೀಡುವಂಥ ದುಡುಕಿನ ಹೆಜ್ಜೆಯಿಡುವಂತಿಲ್ಲ, ಗಡೀಪಾರು ಅಥವಾ ಸೆರೆವಾಸಗಳನ್ನು ವಿಧಿಸಬಹುದು” ರಾಕ್ಷಸ ದೃಢವಾಗಿ ಹೇಳಿದ.

ಧನನಂದನಿಗೆ ಮತ್ತು ಶ್ರೀಯಕನಿಗೆ ಅದು ಸಮ್ಮತವಾಗಲಿಲ್ಲವೆಂದು ಮುಖ ನೋಡಿದರೇ ತಿಳಿಯುತ್ತಿತ್ತು. “ಉಳಿದವರ ವಿಷಯ ಏನಾದರಾಗಲಿ, ಆ ಚಣಕನಿಗಾದರೂ ಮರಣದಂಡನೆಯನ್ನು ವಿಧಿಸಬೇಕು” ಧನನಂದ ಹೇಳಿದ.

“ಅದು ಇನ್ನೂ ಅಪಾಯಕಾರಿ” ರಾಕ್ಷಸ ಹೇಳಿದ, “ಬ್ರಾಹ್ಮಣನಿಗೆ ದೇಹದಂಡನೆ ಕೊಡುವುದು ಸರಿಯಲ್ಲ, ಜೊತೆಗೆ ಆತ ವೃದ್ಧ, ವಿದ್ವಾಂಸ, ಬಹುಜನರ ಪ್ರೀತಿ ಗೌರವಗಳನ್ನು ಗಳಿಸಿರುವ ಗೌರವಾನ್ವಿತ ವ್ಯಕ್ತಿ. ಅಕಸ್ಮಾತ್ ನಾವು ಆತುರಪಟ್ಟು ಅಂಥ ಶಿಕ್ಷೆ ವಿಧಿಸಿದ್ದೇ ಆದರೆ, ಈಗ ದಂಗೆಯ ಪ್ರಯತ್ನ ನಡೆದದ್ದು, ನಾಳೆ ನಿಜವಾದ ದಂಗೆಗೇ ಪ್ರಚೋದನೆ ನೀಡಿಬಿಡಬಹುದು. ಆದರಿಂದ ಅನವಶ್ಯಕವಾಗಿ ಜನರ ಅಸಮಾಧಾನಕ್ಕೆ ನಾವೇ ಅವಕಾಶ ಮಾಡಿಕೊಟ್ಟಂತಾಗುತ್ತದೆ.”

“ಹೌದು, ರಾಕ್ಷಸರ ಮಾತಿನಲ್ಲಿ ವಿವೇಕವಿದೆ. ವೈಯಕ್ತಿಕ ದ್ವೇಷಕ್ಕಿಂತ ನಾಡಿನ ಹಿತದೃಷ್ಟಿಯಿಂದ ಯೋಚಿಸುವುದು ಒಳ್ಳೆಯದು” ಎಂದ ವಕ್ರನಾಸ. ಉಳಿದ ಅಮಾತ್ಯರೂ ಅವನ ಮಾತನ್ನು ಅನುಮೋದಿಸಿದರು. ತಾವಿಬ್ಬರೇ ಒಂದು ಪಕ್ಷವಾದ ಅಸಮಾಧಾನ ಧನನಂದನ ಮತ್ತು ಶ್ರೀಯಕನ ಕೊರಳು ಹಿಡಿಯಿತು.

“ಹಾಗಾದರೆ ಅವನನ್ನು ಸೆರೆಯಲ್ಲಿಡಬೇಕೇ ? ಅಲ್ಲೇ ಅವನು ತನ್ನ ದಂಗೆಯ ಪ್ರಯತ್ನವನ್ನು ಮುಂದುವರಿಸಿದರೆ ?” ಎಂದು ಶ್ರೀಯಕ ಕೇಳಿದ.

“ಅವನನ್ನು ಅಲ್ಲಿರಿಸುವುದೂ ಬೇಡ. ಕೂಡಲೇ ನಗರ ಬಿಟ್ಟುಹೋಗುವಂತೆ ಆದೇಶ ನೀಡುವುದೇ ಕ್ಷೇಮ” ಎಂದ ರಾಕ್ಷಸ.

“ಏನು ! ಇಷ್ಟೆಲ್ಲಾ ಮಾಡಿದ ಅವನನ್ನು ಜೀವಸಹಿತ ಬಿಟ್ಟು ಕಳಿಸಿಬಿಡಬೇಕೆ ?” ಧನನಂದ ಕೆರಳಿದ.

“ಬೇರೇ ಇಲ್ಲದಿದ್ದರೆ ದಂಗೆಯ ಗಿಡ ಬೆಳೆಯುವ ಸಾಧ್ಯತೆಯೇ ಇಲ್ಲ ಪ್ರಭು. ಹೀಗೆ ಮಾಡುವುದರಿಂದ ನಿಮ್ಮ ಔದಾರ್ಯಕ್ಕೆ ಒಂದು ಅವಕಾಶ ದೊರೆತಂತಾಗುತ್ತದೆ ಮತ್ತು ಚಣಕನ ತೊಂದರೆಯಿಂದಲೂ ಮುಕ್ತಿ ಸಿಗುತ್ತದೆ.”

“ಬ್ರಾಹ್ಮಣನಿಗೆ ದೇಹದಂಡನೆ ವಿಧಿಸಬಾರದೆಂದು ಶಾಸ್ತ್ರದಲ್ಲೇ ಹೇಳಿದೆ” ಎಂದ ಇನ್ನೊಬ್ಬ ಅಮಾತ್ಯ.

“ಆ ಶಾಸ್ತ್ರಗಳನ್ನೆಲ್ಲ ಮಾಡಿದ್ದು ಬ್ರಾಹ್ಮಣರೇ ಅಲ್ಲವೇ ?” ಎಂದ ಧನನಂದ ವ್ಯಂಗ್ಯವಾಗಿ.

ಮತ್ತೆ ಘರ್ಷಣೆಗೆ ದಾರಿಯಾಗುವ ಸೂಚನೆ ಕಂಡಿತು. ರಾಕ್ಷಸ ತಾನೇ ಮಾತಾಡಿದ, “ಯಾರೇ ಮಾಡಿರಲಿ, ಈಗ ಪ್ರಸ್ತುತವಲ್ಲ, ನಮ್ಮ ನಾಡಿನ ಹಿತದೃಷ್ಟಿಯಿಂದ ನಾವು ಈಗ ಚಣಕನನ್ನು ನಗರ ಬಿಡುವಂತೆ ಹೇಳಿ, ಉಳಿದವರನ್ನು ಆನಂತರ ವಿಚಾರಣೆ ನಡೆಸಬಹುದು.”

“ನಮಗೆಲ್ಲ ಸಮ್ಮತಿ” ಅಮಾತ್ಯ ಪರಿಷತ್ತು ಒಂದೇ ಧ್ವನಿಯಲ್ಲಿ ಅದನ್ನು ಅನುಮೋದಿಸಿತು. ಧನನಂದ ಮತ್ತು ಶ್ರೀಯಕ ಮುಖ ಮುಖ ನೋಡಿಕೊಂಡರು. ಸ್ವತಃ ಬ್ರಾಹ್ಮಣರಾದ ರಾಕ್ಷಸ ಮತ್ತು ಅಮಾತ್ಯರು ಚಣಕನ ರಕ್ಷಣೆಗೆ ನಿಂತಿರುವರೆಂದು ಶ್ರೀಯಕನಿಗೆ ಅನ್ನಿಸಿತು. ಆದರೆ ಧನನಂದ್ನ ಮಾತ್ರ, ರಾಕ್ಷಸ ಹಾಗೆ ಸ್ವಕುಲಪಕ್ಷಪಾತಿಯಾಗಲಾರ, ಬಹುಶಃ ನಾಡಿನ ಶ್ರೇಯಸ್ಸು ಈ ನಿರ್ಧಾರದಲ್ಲೇ ಅಡಗಿರಬಹುದು, ಎಂದುಕೊಂಡ. ಆದರೂ ಚಣಕ ತನ್ನ ಮುಖದ ಮೇಲೇ ಹರಿತವಾಗಿ 'ನೀನೊಂದು ಹುಳು' ಎಂಬ ಧೋರಣೆಯಲ್ಲಿ ಮಾತಾಡಿದ್ದನ್ನು ಸಹಿಸಲಾಗಲಿಲ್ಲ. ಅವನ ತಪ್ಪಿಗೆ ಶಿಕ್ಷೆಯೇ ಬೇಡವೆಂದರೆ ಮನಸ್ಸು ಒಪ್ಪುವುದು ಕಷ್ಟವಾಗಿತ್ತು. ಆದರೆ ಅಮಾತ್ಯ ಪರಿಷತ್ತಿನ ಬಹುಮತದ ನಿರ್ಧಾರವನ್ನು ಮೀರಿ ನಡೆಯಲಾರದ ಸಂದಿಗ್ಧದಲ್ಲಿ ಅವನು ಸಿಲುಕಿದ್ದ. ವಿಧಿಯಿಲ್ಲದೆ ಸಮ್ಮತಿ ನೀಡಿ ಬೇಸರದಿಂದಲೇ ಅವನು ಶ್ರೀಯಕನೊಂದಿಗೆ ಎದ್ದು ಹೋದ. 'ಸದ್ಯ ಬ್ರಾಹ್ಮಣವಧೆ ತಪ್ಪಿತಲ್ಲಾ!' ಎಂಬ ನಿರಾಳ ಭಾವನೆ ರಾಕ್ಷಸ ಮತ್ತು ಉಳಿದ ಅಮಾತ್ಯರ ಮುಖದಲ್ಲಿ ಸುಳಿದುಹೋಯಿತು.

★ ★ ★

ವಿಚಾರಣೆಯ ಕೋಣೆಯಿಂದ ಮತ್ತೆ ಸೆರೆಮನೆಗೆ ಕರೆತಂದಾಗ ಚಣಕ ಉಲ್ಲಾಸದಿಂದಲೇ ಇದ್ದ. ಎಲ್ಲ ಅವನನ್ನು ಮುತ್ತಿಕೊಂಡರು. ಅಲ್ಲಿ ಏನು ನಡೆಯಿತೆಂದು ಅವನು ವಿವರಿಸಿದ. ಕೆರಳಿ ಮೈ ಪರಚಿಕೊಳ್ಳುವಂತಿದ್ದ ಧನನಂದನ ಮುಖವನ್ನು ನೆನೆದುಕೊಂಡು ಮತ್ತೆ ಮತ್ತೆ ನಕ್ಕ.

“ತಾನೇ ಏಕಪಕ್ಷೀಯವಾಗಿ ನಿರ್ಧಾರ ತೆಗೆದುಕೊಳ್ಳುವ ಉದ್ಧಟತನ ತೋರದೆ, ಅಮಾತ್ಯರ ಸಲಹೆ ಕೇಳುವ ಸೌಜನ್ಯ ಇನ್ನೂ ಆ ಧನನಂದನಲ್ಲಿದೆಯಲ್ಲ! ಅದೇ ನಮ್ಮ ಅದೃಷ್ಟ” ಎಂದ ಚಂದ್ರಗುಪ್ತ.

ಸ್ವಲ್ಪ ಹೊತ್ತಿನ ನಂತರ ಚಣಕ ಗಂಭೀರವಾಗಿ ಹೇಳಿದ, “ಇಷ್ಟೆಲ್ಲಾ ಆದ ಮೇಲೆ ಅವರು ನನ್ನನ್ನು ನಿಮ್ಮ ಜೊತೆ ಇರಿಸಲಾರರು.”

“ಅಂದರೆ ? ನಿಮ್ಮನ್ನು ಸ್ಥಳಾಂತರಿಸುತ್ತಾರೆಯೇ ?”

“ಸೆರೆಯಲ್ಲೇ ಇರಿಸುವುದಾದರೆ ಪಾಟಲಿಪುತ್ರದಿಂದ ಹೊರಗಿಡುತ್ತಾರೆ. ಇಲ್ಲವೇ ಗಡೀಪಾರು ಮಾಡಿ ಊರು ಬಿಡಿಸುತ್ತಾರೆ, ಇಲ್ಲವೇ ...”

“ಇಲ್ಲ” ಚಂದ್ರಗುಪ್ತ ತಡೆದ, “ಬೇಡಿ ಆಚಾರ್ಯ, ಆ ಶಬ್ದವನ್ನು ನುಡಿಯಬೇಡಿ.”

"ಎಲ್ಲಿದ್ದರೂ ಮತ್ತೆ ನನ್ನದು ಇದೇ ಪ್ರಯತ್ನ ಚಂದ್ರಗುಪ್ತ. ಚರಣನ ಸಹಾಯದಿಂದ ಖಂಡಿತ ನಿಮಗೆ ಬಿಡುಗಡೆಯಾಗುತ್ತದೆ. ಮತ್ತೆ ಒಟ್ಟಿಗೆ ಸೇರೋಣ. ಈ ಮಹತ್ವದ ಕರ್ತವ್ಯವನ್ನು ಮತ್ತೆ ಮುಂದುವರಿಸೋಣ."

ಆ ದಿನ ಸಂಜೆ ಸೆರೆಮನೆಯ ಅಧಿಕಾರಿ ರಾಜಾಜ್ಞೆಯನ್ನು ಚಣಕನ ಕೈಗೆ ತಂದುಕೊಟ್ಟ. ಎಲ್ಲ ಕಾತರದಿಂದ ಅದನ್ನು ನೋಡಿದರು. 'ರಾಜಪುರೋಹಿತರಾದ ಆಚಾರ್ಯ ಚಣಕರು ಸೈನ್ಯದ ಕೆಲವರನ್ನು ಎತ್ತಿಕಟ್ಟಿ ದಂಗೆಗೆ ಪ್ರಚೋದನೆ ನೀಡುವ ಪ್ರಯತ್ನ ಮಾಡಿದ್ದು ಅಮಾತ್ಯ ಪರಿಷತ್ತಿಗೆ ಸ್ಪಷ್ಟವಾಗಿ ಮನವರಿಕೆಯಾಗಿದೆ. ಇಂಥ ಗುರುತರ ಅಪರಾಧ ಮಾಡಿದವರು ರಾಜಧಾನಿಯಲ್ಲಿರುವುದು ಅಪಾಯಕಾರಿಯೆಂದು ಪರಿಷತ್ತು ನಿರ್ಧರಿಸಿದೆ. ಅವರು ನಾಳೆಯೇ ನಗರವನ್ನು ಬಿಡುವಂತೆ ಆದೇಶ ನೀಡಲಾಗಿದೆ ಮತ್ತು ಹದಿನೈದು ದಿನಗಳೊಳಗೆ ಮಗಧದ ಗಡಿಯನ್ನು ದಾಟಿ ಹೋಗಬೇಕು. ತಪ್ಪಿದರೆ ತೀವ್ರ ಶಿಕ್ಷೆಗೆ ಗುರಿಯಾಗಬೇಕಾಗುತ್ತದೆ.' ಇದಕ್ಕೆ ಧನನಂದ ಮತ್ತು ಅಮಾತ್ಯರ ಮುದ್ರೆ ಹಾಕಲಾಗಿತ್ತು.

"ಸ್ವಲ್ಪ ಹೊತ್ತು ತನ್ನ ಮಿತ್ರರೊಂದಿಗೆ ಮಾತಾಡಲು ದಯವಿಟ್ಟು ಅವಕಾಶ ಮಾಡಿಕೊಡಿ" ಎಂದು ಚಣಕ ಕೇಳಿದಾಗ ಅಧಿಕಾರಿ ಸಮ್ಮತಿಸಿ ಹೊರಗೆ ಹೋದ.

ಇಷ್ಟರಲ್ಲೇ ಮುಗಿಯಿತೆಂದು ಎಲ್ಲರಿಗೂ ಸಮಾಧಾನವಾಗಿತ್ತು. "ಮುಂದೇನು ?" ಎಂದ ಚಂದ್ರಗುಪ್ತ.

"ನಾನು ನಾಳೆ ಬೆಳಿಗ್ಗೆಯೇ ಊರು ಬಿಡುತ್ತೇನೆ. ನೀವು ಹೊರಬಂದಾಗ ನಾನು ಸುಲಭವಾಗಿ ನಿಮ್ಮ ಕೈಗೆ ಸಿಗುವಂಥ ರಹಸ್ಯ ಸ್ಥಳ ಪಾಟಲೀಪುತ್ರದ ಆಸುಪಾಸಿನಲ್ಲಿ ಯಾವುದಾದರೂ ಇದೆಯೇನೋ ನೋಡುತ್ತೇನೆ" ಎಂದ ಚಣಕ.

"ನೀವು ಬೇರೆಲ್ಲೂ ಹೋಗಬೇಕಾಗಿಲ್ಲ" ಸಹದೇವ ಹೇಳಿದ, "ನನ್ನ ಹೆಂಡತಿಯ ಗ್ರಾಮ ಪುರುಷಪುರ ಇಲ್ಲಿಂದ ಒಂದು ದಿನದ ಪ್ರಯಾಣ. ನೀವು ಅಲ್ಲಿದ್ದು ಬಿಡಿ. ಅಲ್ಲಿ ಯಾವ ಅಪಾಯವೂ ಇಲ್ಲ. ನಿಮ್ಮ ಬಗ್ಗೆ ಅವರಿಗೆಲ್ಲ ಗೊತ್ತಿದೆ. ನಾವೆಲ್ಲ ನೇರವಾಗಿ ಅಲ್ಲಿಗೇ ಬಂದುಬಿಡುತ್ತೇವೆ."

"ಹೌದು ಆಚಾರ್ಯ, ಇದೇ ಸೂಕ್ತವಾಗಿದೆ" ಎಂದ ಚಂದ್ರಗುಪ್ತ. ಉಳಿದವರಿಗೂ ಅದು ಸರಿಯೆನ್ನಿಸಿತು.

"ನಿಮ್ಮ ಬಿಡುಗಡೆಯ ವಿಷಯ ಚರಣನಿಗೆ ತಿಳಿಯುವುದು ಹೇಗೆ ?" ಎಂದು ಸಿಂಹಸೇನ ಕೇಳಿದ.

ಎರಡು ಕ್ಷಣ ಯೋಚಿಸಿ ಚಣಕ ಹೇಳಿದ, "ಹೌದು, ಅದೊಂದು ಸಮಸ್ಯೆ. ಬಹುಶಃ ನನ್ನ ಮೇಲೆ ಕಣ್ಣಿಡಲು ಇವರು ಯಾರನ್ನಾದರೂ ಕಳಿಸಬಹುದು. ನಾನು ಅವನನ್ನು ನೋಡುವುದಾಗಲೀ, ಅವನು ನನ್ನನ್ನು ನೋಡುವುದಾಗಲೀ ತೊಂದರೆಗೆ ಆಹ್ವಾನ ಕೊಟ್ಟಂತಾಗಬಹುದು. ನೋಡೋಣ, ಮೊದಲು ಮನೆ ಸೇರಿಕೊಂಡು ಆಮೇಲೆ ಯೋಚಿಸಿದರಾಯಿತು."

★ ★ ★

ಚಣಕ ಮನೆಗೆ ಬಂದಾಗ ಕತ್ತಲಾಗಿ ಬಹಳ ಹೊತ್ತಾಗಿತ್ತು. ತನ್ನನ್ನು ಯಾರಾದರೂ ಹಿಂಬಾಲಿಸುತ್ತಿರಬಹುದೇನೋ ಎಂದು ಅವನು ಎಚ್ಚರಿಕೆಯಿಂದ ನೋಡಿಕೊಂಡೇ ಬಂದ. ಯಾರೂ ಇದ್ದಂತೆ ಕಾಣಲಿಲ್ಲ. ಚರಣನನ್ನು ಹೇಗೆ ಭೇಟಿಯಾಗುವುದು ಎಂದು ಯೋಚಿಸುತ್ತಲೇ ಮನೆಯೊಳಗೆ ಕಾಲಿರಿಸಿದಾಗ ಅಚ್ಚರಿಯಾಗುವಂತೆ ಅವನು ಮನೆಯ ಒಳಗೇ ಇದ್ದ. "ಚರಣ ! ನೀನು ಇಲ್ಲಿ !" ಎಂದ ಅವಾಕ್ಕಾಗಿ.

ತಕ್ಷಣ ಬಾಗಿಲನ್ನು ಭದ್ರಪಡಿಸಿ "ಮೆಲ್ಲಗೆ ಮಾತಾಡಿ, ಯಾರಾದರೂ ಕೇಳಿಸಿಕೊಂಡರೆ ಕಷ್ಟ" ಎಂದ ಚರಣ.

"ಎಲ್ಲ ಆಮೇಲೆ ಮಾತಾಡೋಣ. ಮೊದಲು ಸ್ನಾನ ಸಂಧ್ಯೋಪಾಸನೆ ಮುಗಿಸಿ ಹಗುರವಾಗುತ್ತೇನೆ. ಗೌತಮ..."

"ಆವನಿಲ್ಲ"

"ಇಲ್ಲ ? ಎಲ್ಲಿಗೆ ಹೋದ ?"

"ತಕ್ಷಶಿಲೆಗೆ."

"ತಕ್ಷಶಿಲೆಯಲ್ಲಿ ಅವನಿಗೇನು ಕೆಲಸ ?"

"ನಿಮ್ಮನ್ನು ಸೆರೆ ಹಿಡಿದ ದಿನ ನಾನು ಮತ್ತು ನಂದಿಕೇಶ ಸಹದೇವನ ಮನೆಗೆ ಬರುತ್ತಿದ್ದವರು, ರಾಜಭಟರನ್ನು ಕಂಡು ಮರೆಯಲ್ಲಿ ನಿಂತು ನೋಡಿದೆವು. ನಂತರ ಇಲ್ಲಿಗೆ ಬಂದಾಗ ವಿಷಯ ತಿಳಿದು ಗೌತಮ ಹೆದರಿಬಿಟ್ಟ, ನಿಮಗೇನಾದರೂ ಅಪಾಯವಾಗ ಬಹುದೆಂದು ಆತಂಕಗೊಂಡು ತಕ್ಷಶಿಲೆಗೆ ಹೋಗಿ ನಿಮ್ಮ ಮಗ ವಿಷ್ಣುಗುಪ್ತನನ್ನು ಕಂಡು ವಿಷಯ ತಿಳಿಸಬೇಕೆಂದು ಆತುರಪಟ್ಟ. ಧನನಂದನ ಹುಚ್ಚು ಆಡಳಿತದಲ್ಲಿ ನಿಮಗೆ ಆಪತ್ತು ಸಂಭವಿಸಬಹುದೆಂದು ನಾನೂ ಹೋಗಿಬರುವಂತೆ ಕಳಿಸಿಕೊಟ್ಟೆ."

ಸ್ವಲ್ಪ ಹೊತ್ತು ಚಣಕ ಗಂಭೀರನಾದ. ತಾನೇ ಇಲ್ಲಿಂದ ಹೋಗುತ್ತಿರುವಾಗ ವಿಷ್ಣುಗುಪ್ತ ಬಂದು ಏನು ಮಾಡುತ್ತಾನೆ ಎನ್ನಿಸಿತು. ವೃಥಾ ಅವನಿಗೂ ಚಿಂತೆ ಎಂದುಕೊಂಡ. ಕಡೆಗೆ, ತಾನು ಸಹದೇವನ ಹೆಂಡತಿಯ ಗ್ರಾಮ ಪುರುಷಪುರದಲ್ಲಿರುವುದಾಗಿಯೂ, ವಿಷ್ಣುಗುಪ್ತ ಬಂದರೆ ಅಲ್ಲಿಗೇ ಕಳಿಸಬೇಕೆಂದೂ ಸೂಚಿಸಿದ.

ಚಣಕ ಸ್ನಾನಸಂಧ್ಯೋಪಾಸನೆ ಮುಗಿಸಿ, ತಾನೇ ಅಡಿಗೆ ಮಾಡಿ ಊಟ ಪೂರೈಸುವವರೆಗೂ ಜೊತೆಯಲ್ಲಿದ್ದು ಚರಣ, ಚಂದ್ರಗುಪ್ತ ಮತ್ತು ಮಿತ್ರರನ್ನು ಸೆರೆಮನೆಯಿಂದ ಬಿಡಿಸಲು ತಾನು ಅಂದುಕೊಂಡಿರುವ ಯೋಜನೆಗಳನ್ನು ಚಣಕನೊಂದಿಗೆ ಬಹಳ ಹೊತ್ತು ಚರ್ಚೆ ಮಾಡಿದ. ಅದು ಅವಸರದಲ್ಲಿ ಆಗುವ ಕಾರ್ಯವಲ್ಲ ಎಂಬುದನ್ನು ಚರಣ ಸ್ಪಷ್ಟಪಡಿಸಿದ. ಹೊರಡುವ ಮೊದಲು ಚರಣ ಹೇಳಿದ, "ವರುಣ ಎಂಬ ನನ್ನ ಪರಿಚಿತ ಹುಡುಗನನ್ನು ಕಳಿಸಿಕೊಡುತ್ತೇನೆ. ಅವನು ನಿಮ್ಮ ಜೊತೆ ಇರುತ್ತಾನೆ. ನಿಮ್ಮ ಅಗತ್ಯ ಪದಾರ್ಥಗಳನ್ನು ಹೊತ್ತುಕೊಂಡು ಜೊತೆಯಲ್ಲಿ ಬಂದು, ಸಹದೇವನ ಹೆಂಡತಿಯ ಗ್ರಾಮಕ್ಕೆ ತಲುಪಿಸಿ ಹಿಂದಕ್ಕೆ ಬರುತ್ತಾನೆ."

"ಚರಣ ಎಚ್ಚರ, ಹೊರಗಡೆ ಯಾರಾದರೂ ಗೂಢಚಾರರೋ, ರಾಜಭಟರೋ ಇದ್ದಾರು. ನೀನೂ ಸಿಕ್ಕಿಬಿದ್ದರೆ ಎಲ್ಲ ಕೆಲಸಗಳಿಗೂ ತೊಂದರೆಯಾಗುತ್ತದೆ."

"ನಾನು ಎಚ್ಚರದಿಂದಿರುತ್ತೇನೆ" ಎಂದು ಸ್ವಲ್ಪ ಬಾಗಿಲು ತೆರೆದು ಅತ್ತಿತ್ತ ಇಣುಕಿ ನೋಡಿದ ಚರಣ, ಯಾರೂ ಇಲ್ಲವೆಂದು ಖಚಿತಪಡಿಸಿಕೊಂಡು ಹೊರಬಂದು ಕತ್ತಲೆಯಲ್ಲಿ ಮರೆಯಾದ. ಚಣಕ ನಾಳೆ ಹೊರಡಲು ಆಗತ್ಯವಾದ ಪದಾರ್ಥಗಳನ್ನು ಸಿದ್ಧಪಡಿಸಿಕೊಳ್ಳಲು ಆರಂಭಿಸಿದ.

★ ★ ★

ಬೆಳಿಗ್ಗೆ ಅರಮನೆಯತ್ತ ಹೊರಟಿದ್ದ ಚರಣ, ಚಣಕನ ಮನೆಯ ಮುಂದೆ ಜನ ಗುಂಪುಗೂಡಿರುವುದನ್ನು ಕಂಡು, ಕುತೂಹಲದಿಂದ, ಹತ್ತಿರಬಂದು ಒಳಗೆ ಇಣುಕಿ ನೋಡಿದ. ನಡುಮನೆಯ ಎತ್ತರವಾದ ತೊಲೆಯಲ್ಲಿ ಚಣಕನ ಶವ ನೇತಾಡುತ್ತಿತ್ತು.

# ಅಧ್ಯಾಯ ಮೂರು

## ೧

ಗೌತಮ ತಕ್ಷಶಿಲೆಯನ್ನು ಸೇರಿದಾಗ ಮಧ್ಯಾಹ್ನವಾಗಿತ್ತು. ಅಲ್ಲಲ್ಲಿ ವಿಚಾರಿಸಿ ವಿಷ್ಣುಗುಪ್ತನ ಮನೆಯ ಗುರುತು ಕಂಡುಹಿಡಿದು ಅಲ್ಲಿಗೆ ಬರುವ ವೇಳೆಗೆ ಹಸಿವು, ಬಾಯಾರಿಕೆ ಮತ್ತು ಪ್ರಯಾಣದ ಆಯಾಸದಿಂದ ಬಳಲಿಹೋಗಿದ್ದ. ಬಾಗಿಲು ತಟ್ಟಿದಾಗ ತೆರೆದವನು ಚಂದಕ. "ಯಾರು ? ಯಾರು ಬೇಕಾಗಿತ್ತು ?" ಎಂದು ಅವನು ಕೇಳಿದ.

"ನಾನು ಗೌತಮ, ಪಾಟಲೀಪುತ್ರದಲ್ಲಿ ಆಚಾರ್ಯ ಚಣಕರ ಪರಿಚಾರಕ. ಅವರ ಪುತ್ರ ವಿಷ್ಣುಗುಪ್ತರ ಮನೆ ಇದೇ ತಾನೇ ?"

"ಹೌದು, ಇದೇ. ಆದರೆ ಅವರು ಇಲ್ಲಿಲ್ಲವಲ್ಲ."

"ಇಲ್ಲವೇ ? ಎಲ್ಲಿ ಹೋದರು ?" ಎಂದ ಗೌತಮ ನಿರಾಸೆಯಿಂದ ಮುಖದ ಮೇಲೆ ಸುರಿಯುತ್ತಿದ್ದ ಬೆವರನ್ನು ಒರೆಸಿಕೊಂಡ.

"ಮೊದಲು ಒಳಗೆ ಬಾ, ಸ್ವಲ್ಪ ನೀರು ಕುಡಿದು ದಣಿವಾರಿಸಿಕೊ. ನಂತರ ಬೇಕಾದರೆ ಸ್ನಾನ ಮಾಡು. ಊಟ ಬಡಿಸುತ್ತೇನೆ. ಸಂಜೆ ಪ್ರಭಂಜನರು ಬರುತ್ತಾರೆ. ಎಲ್ಲ ವಿಷಯ ತಿಳಿಸುತ್ತಾರೆ."

ಗೌತಮ ಒಳಗೆ ಹೋಗಿ ಒಂದು ಕಡೆ ಕುಳಿತ. ಒಂದು ಮಣ್ಣಿನ ಪಾತ್ರೆಯಲ್ಲಿ ಚಂದಕ ಶೀತಲವಾದ ನೀರನ್ನು ತಂದುಕೊಟ್ಟ. ಅದನ್ನು ಕುಡಿದು, ಹೋದ ಜೀವ ಮರಳಿ ಬಂದಂತಾಯಿತು. ಸ್ವಲ್ಪ ಹೊತ್ತಿನ ನಂತರ ಬಾವಿಯ ಬಳಿಗೆ ಹೋಗಿ ಸಮೃದ್ಧವಾಗಿ ನೀರು ಸುರಿದುಕೊಂಡು ಸ್ನಾನ ಮಾಡಿದ. ನಂತರ ಚಂದಕ ಬಡಿಸಿದ ಊಟವನ್ನು ತೃಪ್ತಿಯಿಂದ ಸೇವಿಸಿದ.

"ಸಂಜೆಯವರೆಗೆ ಸ್ವಲ್ಪ ನಿದ್ರೆ ಮಾಡುವುದಿದ್ದರೆ ಮಾಡು" ಎಂದ ಚಂದಕ.

"ಬೇಡ, ವಿಷ್ಣುಗುಪ್ತರನ್ನು ಕಂಡು ವಿಷಯ ತಿಳಿಸುವವರೆಗೂ ನನಗೆ ಸಮಾಧಾನವಿಲ್ಲ."

ಇಬ್ಬರೂ ಸ್ವಲ್ಪ ಹೊತ್ತು ಸಲಿಗೆಯಿಂದ ಮಾತಾಡಿಕೊಂಡರು. ಗೌತಮ ಪಾಟಲೀಪುತ್ರದ ವಿಷಯವನ್ನು, ಚಣಕ ಸೆರೆಯಾದ ವಿಷಯವನ್ನು ಹೇಳಿದಾಗ ಚಂದಕ ನಿಜವಾಗಲೂ ಆತಂಕಗೊಂಡ. ಆದರೆ ವಿಷ್ಣುಗುಪ್ತ ಇರುವ ಸ್ಥಳವನ್ನು ಅವನಿಗೆ ತಾನು ತಿಳಿಸುವುದು ಸರಿಯೋ ತಪ್ಪೋ ಎಂದು ನಿರ್ಧರಿಸಲಾಗದೆ, ಪ್ರಭಂಜನನೇ ಹೇಳಲಿ ಎಂದುಕೊಂಡು ಸುಮ್ಮನಾದ.

ಸಂಜೆ ಪ್ರಭಂಜನ ಗುರುಕುಲದಿಂದ ಬಂದ. ಗೌತಮ ತನ್ನ ಪರಿಚಯ ಹೇಳಿಕೊಂಡು, "ಚಣಕರನ್ನು ರಾಜಭಟರು ಸೆರೆಹಿಡಿದಿದ್ದಾರೆ. ಏನಾಗುವುದೋ ಏನೋ ಎಂದು ಭಯವಾಗಿ ವಿಷ್ಣುಗುಪ್ತರಿಗೆ ಆ ವಿಷಯ ತಿಳಿಸಿ ಹೋಗಬೇಕೆಂದು ಬಂದೆ" ಎಂದ.

"ಹಾಂ! ವಿಷ್ಣುಗುಪ್ತರ ತಂದೆ ಸೆರೆಯಾದರೆ?" ಪ್ರಭಂಜನ ಆತಂಕದಿಂದ ಕೇಳಿದ, "ಚಕ್ರವರ್ತಿಗೆ ಅವರ ಮೇಲೇನು ದ್ವೇಷ?"

ಗೌತಮ ಸೂಕ್ಷ್ಮವಾಗಿ ಅದರ ಕಾರಣವನ್ನು ತಿಳಿಸಿದ.

"ಹಾಗಾದರೆ ನಾನೇ ನಿನ್ನನ್ನು ವಿಷ್ಣುಗುಪ್ತರಿರುವ ಕಡೆಗೆ ಕರೆದುಕೊಂಡು ಹೋಗಬೇಕು."

"ತುಂಬಾ ದೂರವೇ?"

"ಹೆಚ್ಚೇನಿಲ್ಲ, ಒಂದೂವರೆ ದಿನದ ಪ್ರಯಾಣ, ಅಷ್ಟೆ"

"ಎಷ್ಟಾದರೂ ಚಿಂತೆಯಿಲ್ಲ. ನಾನವರನ್ನು ಕಾಣಲೇಬೇಕು."

"ಸರಿ ಹಾಗಾದರೆ, ನಾಳೆ ಕತ್ತಲೆಯಿರುವಾಗಲೇ ನಾವು ತಕ್ಷಶಿಲೆಯನ್ನು ಬಿಡಬೇಕು" ಎಂದು ಹೇಳಿ, ನಾಳೆಯ ಪ್ರಯಾಣಕ್ಕೆ ಅಗತ್ಯವಾದ ವಸ್ತುಗಳನ್ನು ಸಿದ್ಧಪಡಿಸುವಂತೆ ಪ್ರಭಂಜನ ಚಂದಕನಿಗೆ ಸೂಚಿಸಿದ.

★ ★ ★

ವಿಷ್ಣುಗುಪ್ತನ ಹೊಸ ಗುರುಕುಲ ಪ್ರಶಾಂತವಾಗಿ ಹರಿಯುವ ನದಿಯಂತೆ ತನ್ನ ಚಟುವಟಿಕೆಗಳಲ್ಲಿ ತೊಡಗಿತ್ತು. ಆಶ್ರಮದ ವಾತಾವರಣ ಈಗ ಗಿಡಬಳ್ಳಿಗಳಿಂದ, ಹಣ್ಣು ಕಾಯಿ, ಹೂವುಗಳಿಂದ ರಮಣೀಯವಾಗಿತ್ತು. ಅಧ್ಯಯನ ಮತ್ತು ಅಧ್ಯಾಪನಗಳು ಕ್ರಮಬದ್ಧವಾಗಿ ನಡೆಯುತ್ತಿದ್ದವು.

ಆ ದಿನ ಮಧ್ಯಾಹ್ನ ನದೀ ತೀರದಲ್ಲಿ ವಿಷ್ಣುಗುಪ್ತ, ಶಿವಸ್ಕಂದ, ಕಾತ್ಯಾಯನ, ಇಂದುಶರ್ಮ ಮತ್ತು ನಾಗದತ್ತ ಮಾತಾಡುತ್ತ ಕುಳಿತಿದ್ದರು. ಶಿಷ್ಯರು ಸ್ವಲ್ಪ ಮೇಲುಗಡೆ, ಒಂದು ಗುಡ್ಡದ ಬದಿಯಲ್ಲಿ ಉಲ್ಲಾಸದಿಂದ ನಗುತ್ತ ತಮ್ಮ ತಮ್ಮಲ್ಲೇ ಮಾತಾಡಿಕೊಳ್ಳುವುದು ಕೇಳಿಸುತ್ತಿತ್ತು. ಧರ್ಮದತ್ತ ಹೂವಿನ ಗಿಡಗಳ ಪಾತಿ ಸರಿ ಮಾಡುತ್ತಿದ್ದ.

ಸ್ವಲ್ಪ ಹೊತ್ತು ಮಾತುಕತೆ ನಡೆದ ನಂತರ, ಇದ್ದಕ್ಕಿದ್ದಂತೆ ವಿಷ್ಣುಗುಪ್ತ ತೀರ ಗಂಭೀರನಾಗಿ ನದಿಯ ನೀರನ್ನೇ ನೋಡುತ್ತ ಸುಮ್ಮನೆ ಕುಳಿತುಬಿಟ್ಟ. ಯಾವುದೋ ವಿಷಯ ಅವನಲ್ಲಿ ಅಶಾಂತಿ ಮೂಡಿಸಿದೆಯೆಂದು ಇಂದುಶರ್ಮ ಊಹಿಸಿದ. ಅದೇನಿರಬಹುದೆಂದು ಅವನು ಯೋಚಿಸುತ್ತಿರುವಾಗ ವಿಷ್ಣುಗುಪ್ತನೇ ಮಾತಿಗಾರಂಭಿಸಿದ, "ಆ ವಿಷಯ ತಿಳಿದಾಗಿನಿಂದ ನನ್ನ ಮನಸ್ಸು ಅಶಾಂತಿಯ ಗೂಡಾಗಿದೆ."

"ಯಾವ ವಿಷಯ ವಿಷ್ಣುಗುಪ್ತ?" ಇಂದುಶರ್ಮ ಕೇಳಿದ.

"ಪರಕೀಯರ ದಾಳಿಯ ಸೂಚನೆಯಿದೆಯೆಂದು ತಕ್ಷಶಿಲೆಯಿಂದ ಬಂದು ಹೋದ ಆಪ್ತ ಹೇಳಿದ್ದು ಮರೆತುಹೋಯಿತೆ?"

"ನೆನಪಿದೆ, ಯವನರ ಅಲೆಗ್ಸಾಂಡರ್ ಎಂಬುವವನು ಈಗಾಗಲೇ ತನ್ನ ಸೇನೆಯೊಂದಿಗೆ ಹೊರಟಿರುವನಂತೆ."

"ಹಿಂದೆ ಅಖಿಮೇನಿಯನ್ನರು ದಾಳಿ ಮಾಡಿ ನಮ್ಮ ಪವಿತ್ರ ಭೂಮಿಯ ಹಲವು ಪ್ರದೇಶಗಳ ಅಧಿಪತಿಗಳಾದರು. ಈ ಗಾಂಧಾರವೂ ಕೆಲವು ಕಾಲ ಅವರ ವಶದಲ್ಲಿತ್ತು. ಈಗ ಯವನರ ಸರದಿ. ಸಣ್ಣ ಪ್ರಾಂತಗಳ ರಾಜರಾಗಿ ಬ್ರಹ್ಮಾಂಡದಷ್ಟು ದುರಹಂಕಾರವುಳ್ಳ ಗಾಂಧಾರ ರಾಜನಂಥವರಿಂದ ಇಡೀ ಆರ್ಯಾವರ್ತವೇ ವಿದೇಶೀಯರ ಪಾದಾಕ್ರಾಂತಕ್ಕೆ ಒಳಗಾದರೆ ಆಶ್ಚರ್ಯಪಡಬೇಕಾಗಿಲ್ಲ."

"ಆದರೆ ಮಗಧ ಬೃಹತ್ ಸೇನೆಯುಳ್ಳ ದೊಡ್ಡ ಸಾಮ್ರಾಜ್ಯವೆಂದು ನೀವೇ ಹೇಳುತ್ತಿದ್ದಿರಿ" ಎಂದ ನಾಗದತ್ತ.

"ಹೌದು, ಆದರೆ ಈಗ ಅದು ಒಬ್ಬ ಮೂರ್ಖ ಚಕ್ರವರ್ತಿಯ ಕೈಯಲ್ಲಿದೆ. ಒಂದು ವೇಳೆ ಅವನೂ ಮುಕ್ತ ಮನಸ್ಸಿನವನಾಗಿ, ಬೇರೆ ರಾಜ್ಯಗಳು ಮತ್ತು ಜನಪದಗಳು ಇಂಥ ಸಂಕಟ ಸಮಯದಲ್ಲಿ ಒಟ್ಟಾದರೆ ಯಾವ ವಿದೇಶೀಯನೂ ನಮ್ಮ ನೆಲದ ಮೇಲೆ ಕಾಲಿಡಲಾಗುವುದಿಲ್ಲ."

"ಆ ಯವನವೀರನ ಸೇನೆ ನಮ್ಮ ಆರ್ಯಾವರ್ತದ ವಾಯುವ್ಯದಿಂದಲೇ ಪ್ರವೇಶಿಸುವುದು ನಿಜವಾದರೆ, ಅವನ ದಾಳಿಗೆ ತುತ್ತಾಗುವ ಮೊದಲ ಪ್ರಾಂತವೇ ಗಾಂಧಾರವಲ್ಲವೆ ?" ಎಂದ ಕಾತ್ಯಾಯನ.

"ಹೌದು" ವಿಷ್ಣುಗುಪ್ತ ಹೇಳಿದ, "ಆದರೆ ವೈವಸ್ವತನಾಗಲಿ, ಅವನ ಮಗ ಆಂಭೀಕನಾಗಲೀ ಇನ್ನೊಬ್ಬರ ಉಪಯುಕ್ತ ಸಲಹೆಯನ್ನು ತೆಗೆದುಕೊಳ್ಳಲಾರದಷ್ಟು ದುರಹಂಕಾರಿಗಳು."

"ನಿಮ್ಮ ತಂದೆಯನ್ನು ಊರು ಬಿಡುವಂತೆ ಮಾಡಿದ, ನಿಮ್ಮನ್ನು ಊರು ಬಿಡಿಸಿದ ಆ ರಾಜ ಮತ್ತು ಅವನ ನಾಡು ಹಾಳಾದರೆ ಆಗಲಿ" ಎಂದ ನಾಗದತ್ತ ಕೋಪದಿಂದ.

"ನನ್ನ ಒಳಮನಸ್ಸೂ ಅದನ್ನೇ ಹೇಳುತ್ತಿದೆ, ನಾಗದತ್ತ" ವಿಷ್ಣುಗುಪ್ತ ತುಸು ನಗುತ್ತ ಹೇಳಿದ, "ಆದರೆ ಅದು ನನ್ನ ತಾಯಿನಾಡು. ತಕ್ಷಶಿಲೆ ಸಾಕಿ ಬೆಳೆಸಿ, ವಿದ್ಯೆ ಬುದ್ಧಿ ನೀಡಿ ವ್ಯಕ್ತಿತ್ವವನ್ನು ರೂಪಿಸಿದ ತಾಯಿ. ಅದು ಅನ್ಯರ ಆಕ್ರಮಣಕ್ಕೆ ಒಳಗಾಗಿ ತಲೆತಗ್ಗಿಸುವಂತಾಗಲಿ ಎಂದು ಹೇಳಲಾರೆ, ನಾಗದತ್ತ. ಆ ದುಷ್ಟ ರಾಜವಂಶವನ್ನು ನಿರ್ಮೂಲ ಮಾಡುವುದು ಸಾಧ್ಯವಾಗಿದ್ದರೆ, ಅದು ಬೇರೆ ಮಾತಾಗುತ್ತಿತ್ತು."

ಅಷ್ಟರಲ್ಲಿ "ವಿಷ್ಣುಗುಪ್ತ ! ವಿಷ್ಣುಗುಪ್ತ !" ಎಂದು ಜೋರಾಗಿ ಕೂಗುತ್ತ ಧರ್ಮದತ್ತ ಓಡಿಬಂದ. ಎಲ್ಲ ಏಕಿರಬಹುದೆಂದು ಅವನತ್ತ ಕುತೂಹಲದಿಂದ ನೋಡಿದರು. "ಏಕೆ ? ಏನು ವಿಷಯ ?" ಎಂದು ವಿಷ್ಣುಗುಪ್ತ ಕೇಳಿದ.

"ತಕ್ಷಶಿಲೆಯಿಂದ ಪ್ರಭಂಜನ ಬಂದಿದ್ದಾನೆ. ಅವನೊಂದಿಗೆ ಪಾಟಲೀಪುತ್ರದಿಂದ ಬಂದಿರುವ ಚಣಕನ ಪರಿಚಾರಕ ಗೌತಮನೂ ಇದ್ದಾನೆ."

ವಿಷ್ಣುಗುಪ್ತ ತಕ್ಷಣ ಮೇಲೆದ್ದು ಆಶ್ರಮದ ಕಡೆಗೆ ಹೊರಟ. ಉಳಿದವರು ಹಿಂಬಾಲಿಸಿದರು. ಏನೋ ಮುಖ್ಯವಾದ ವಿಷಯವಿರಬೇಕೆಂಬ ಅನುಮಾನ ಎಲ್ಲರ ಮನಸ್ಸಿನಲ್ಲೂ ಇತ್ತು. ಆ ವೇಳೆಗೆ ಸಿದ್ಧಾರ್ಥಕ ಮುಂತಾದ ಶಿಷ್ಯರು ಆಶ್ರಮಕ್ಕೆ ಮರಳಿದ್ದರು.

ವಿಷ್ಣುಗುಪ್ತನನ್ನು ಕಂಡ ಕೂಡಲೇ ಪ್ರಭಂಜನ ಮತ್ತು ಗೌತಮ ಗೌರವಪೂರ್ವಕವಾಗಿ ನಮಸ್ಕರಿಸಿದರು. ಅಧ್ಯಯನ ಕುಟೀರದ ಅಂಗಳದಲ್ಲಿ ಎಲ್ಲ ಕುಳಿತುಕೊಂಡ ನಂತರ ವಿಷ್ಣುಗುಪ್ತ ಮೊದಲು ಪ್ರಭಂಜನನ ಕ್ಷೇಮ ಸಮಾಚಾರ, ತಕ್ಷಶಿಲೆಯ ವೃತ್ತಾಂತಗಳ ಬಗ್ಗೆ ವಿಚಾರಿಸಿದ. ನಂತರ "ಏನು ವಿಷಯ ಗೌತಮ ?" ಎಂದು ಕೇಳಿದ.

"ಒಂದು ಮುಖ್ಯವಾದ ವಿಷಯವಿತ್ತು ಆಚಾರ್ಯ. ನಿಮ್ಮನ್ನು ಹುಡುಕಿಕೊಂಡು ತಕ್ಷಶಿಲೆಯ ನಿಮ್ಮ ಮನೆಗೆ ಹೋದೆ. ಅಲ್ಲಿ ನೀವಿರಲಿಲ್ಲ. ಇವರು ಇಲ್ಲಿಗೆ ಕರೆದುಕೊಂಡು ಬಂದರು."

"ಹೌದು ಆಚಾರ್ಯ, ನಿನ್ನೆ ಮುಂಜಾನೆ ಹೊರಟದ್ದು, ದಾರಿತಪ್ಪಿ ಈಗ ಬರುತ್ತಿದ್ದೇವೆ" ಎಂದ ಪ್ರಭಂಜನ.

"ಗೌತಮ, ಪಾಟಲೀಪುತ್ರದಲ್ಲಿ ತಂದೆಯವರು ಕ್ಷೇಮದಿಂದಿರುವರು ತಾನೇ ?"

"ಕ್ಷೇಮವಿಲ್ಲವೆಂದೇ ನಾನು ಅಲ್ಲಿಂದ ಹೊರಟು ಬಂದೆ."

"ಏಕೆ ? ಏನಾಯಿತು ? ಏನಾದರೂ ಆಪತ್ತಿನ ಸಂಗತಿಯೇ ?" ಎಂದು ವಿಷ್ಣುಗುಪ್ತ ಆತಂಕದಿಂದ ಕೇಳಿದ. ಉಳಿದವರಿಗೂ ಏನೋ ಅಪ್ರಿಯ ವಾರ್ತೆಯಿರಬೇಕೆಂಬ ಭಾವನೆ ಬಂತು.

"ಒಂದು ರೀತಿಯಲ್ಲಿ ಆಪತ್ತೇ. ಆಚಾರ್ಯರನ್ನು ಚಕ್ರವರ್ತಿಯ ಕಡೆಯವರು ಸೆರೆಹಿಡಿದುಕೊಂಡು ಹೋದರು."

"ಏನು !" ವಿಷ್ಣುಗುಪ್ತ ದಿಗ್ಭ್ರಾಂತನಾದ. "ನನ್ನ ತಂದೆಯವರನ್ನು ಸೆರೆಹಿಡಿದರೇ !"

"ಹೌದು ಆಚಾರ್ಯ, ಅಕಸ್ಮಾತ್ ಏನಾದರೂ ಅಪಾಯ ಸಂಭವಿಸಬಹುದೆಂಬ ಭೀತಿಯಿಂದ ನಿಮಗೆ ಸುದ್ದಿ ಕೊಡಲು ಬಂದೆ. ನೀವು ಅಲ್ಲಿಗೆ ಬಂದರೆ ಅವರ ಬಿಡುಗಡೆಗೆ ಏನಾದರೂ ಪ್ರಯತ್ನ ಮಾಡಬಹುದು."

"ಸೆರೆಹಿಡಿಯಲು ಕಾರಣವೇನೆಂದು ನಿನಗೇನಾದರೂ ಗೊತ್ತೇ ?"

"ಗೊತ್ತು" ಎಂದು ಗೌತಮ ಸಹದೇವನ ಪ್ರಸಂಗದಿಂದ ಹಿಡಿದು ರಾಜಭಟರು ಎಳೆದುಕೊಂಡು ಹೋಗುವವರೆಗೂ ನಡೆದ ವಿಷಯಗಳನ್ನು ವಿವರಿಸಿದ.

ಸ್ವಲ್ಪ ಹೊತ್ತು ಯಾರೂ ಮಾತಾಡಲಿಲ್ಲ, ಎಲ್ಲರ ಮುಖಗಳೂ ಗಂಭೀರವಾಗಿದ್ದವು. ವಿಷ್ಣುಗುಪ್ತ ತನ್ನ ಭಾವನೆಗಳ ಅಲ್ಲೋಲ ಕಲ್ಲೋಲವನ್ನು ಅಡಗಿಸಲು ಪ್ರಯತ್ನಿಸುತ್ತಿರುವಂತಿತ್ತು. ಅವನೇ ಮಾತಾಡಿದ, "ನನ್ನ ತಂದೆಗಾಗಿ ಹೆಮ್ಮೆ ಪಡಬೇಕೆನಿಸುತ್ತದೆ. ಇಂಥ ವೃದ್ಧಾಪ್ಯದಲ್ಲೂ ಸ್ವಾಭಿಮಾನವನ್ನು ಬಿಟ್ಟುಕೊಡದೆ, ದುರಾಡಳಿತದ ವಿರುದ್ಧವಾಗಿ ಜನರನ್ನು ಸಂಘಟಿಸಲು ಪ್ರಯತ್ನಿಸಿದ್ದು ಸಂತೋಷಪಡಬೇಕಾದ, ಅಭಿಮಾನಪಡಬೇಕಾದ ವಿಷಯ ಎನಿಸುತ್ತಿದೆ."

"ಮೊದಲು ಅವನನ್ನು ಬಿಡಿಸಲು ಪ್ರಯತ್ನ ಪಡಬೇಕು ವಿಷ್ಣುಗುಪ್ತ. ಆ ಧನನಂದ ಬಹಳ ದುಷ್ಟನೆಂದು ನೀನೇ ಹಲವು ಸಲ ಹೇಳಿದ್ದೆ" ಎಂದ ಧರ್ಮದತ್ತ.

"ಹೌದು, ತಂದೆಯವರೇ ಹೇಳಿದಂತೆ, ಜೊತೆಗೆ ಜನಜನಿತವಾಗಿರುವಂತೆ ಆ ಧನನಂದ ಅವಿವೇಕಿ, ಉದ್ಧಟ, ಹಿಂಸಾ ಪ್ರವೃತ್ತಿಯುಳ್ಳವನು. ಅದರಲ್ಲೂ ಇದು ದಂಗೆಯ ಪ್ರಯತ್ನವಾಗಿರುವುದರಿಂದ ಏನು ಮಾಡುವನೋ ಎಂದು ಊಹೆ ಮಾಡುವುದು ಕಷ್ಟ ಅಮಾತ್ಯ ರಾಕ್ಷಸ ಎಷ್ಟೇ ರಾಜನಿಷ್ಠನಾದರೂ, ಒಬ್ಬ ವೃದ್ಧ ಬ್ರಾಹ್ಮಣನನ್ನು ಕೊಲ್ಲುವಷ್ಟು ಕ್ರೂರ ಪ್ರಯತ್ನಕ್ಕೆ ಅವಕಾಶ ಕೊಡಲಾರನೆಂದು ನಾನು ನಿರೀಕ್ಷಿಸುತ್ತೇನೆ" ಎಂದ ವಿಷ್ಣುಗುಪ್ತ.

ಗೌತಮ ಹೇಳಿದ, "ನೀವೇ ಅಲ್ಲಿಗೆ ಬಂದು ರಾಕ್ಷಸನೊಂದಿಗೆ ಮಾತನಾಡಿದರೆ ಆಚಾರ್ಯರ ಬಿಡುಗಡೆಯಾಗಬಹುದು."

"ಹೌದು ವಿಷ್ಣು" ಧರ್ಮದತ್ತ ಹೇಳಿದ, "ನಾವು ಕೂಡಲೇ ಹೊರಟುಬಿಡೋಣ. ನನಗೂ ನನ್ನ ಮಿತ್ರನನ್ನು ನೋಡುವ ಆಸೆಯಾಗಿದೆ."

ಎರಡು ಕ್ಷಣ ಮೌನವಾಗಿದ್ದು ನಂತರ ವಿಷ್ಣುಗುಪ್ತ ಹೇಳಿದ, "ಸರಿ, ನಾನು, ಧರ್ಮದತ್ತರು ಮತ್ತು ಗೌತಮ ನಾಳೆ ಮುಂಜಾನೆಯೇ ಪಾಟಲೀಪುತ್ರದ ಕಡೆಗೆ ಹೊರಡುತ್ತೇವೆ. ಇಲ್ಲಿ ನಿತ್ಯದ ಎಲ್ಲ ಕಾರ್ಯಕ್ರಮಗಳೂ ಹೀಗೇ ನಡೆದುಕೊಂಡು ಹೋಗುತ್ತಿರಲಿ."

"ಅದರ ಚಿಂತೆ ಬೇಡ, ನೀನು ನಿರಾತಂಕವಾಗಿ ಹೋಗಿ ಬಾ" ಎಂದ ಇಂದುಶರ್ಮ.

"ಬರುತ್ತಾ ನಿನ್ನ ತಂದೆಯವರನ್ನು ಜೊತೆಯಲ್ಲೇ ಕರೆದುಕೊಂಡು ಬಂದರೆ ಇನ್ನೂ ಸಂತೋಷವಾಗುತ್ತದೆ. ನಮ್ಮ ಗುರುಕುಲಕ್ಕೆ ನಿಜವಾದ ಹಿರಿಯರೊಬ್ಬರು ದೊರೆತಂತಾಗುತ್ತದೆ" ಎಂದ ಕಾತ್ಯಾಯನ.

ವಿಷ್ಣುಗುಪ್ತ ಪ್ರಭಂಜನನತ್ತ ನೋಡಿ "ನೀನೂ ನಾಳೆ ತಕ್ಷಶಿಲೆಗೆ ಹೊರಡುವವನೋ, ಅಥವಾ ಒಂದೆರಡು ದಿನ ಇಲ್ಲಿರುವ ಆಲೋಚನೆಯೋ?" ಎಂದು ಕೇಳಿದ.

"ಈ ವಾತಾವರಣವನ್ನು ನೋಡಿದರೆ ನಾನೂ ಇಲ್ಲಿಗೇ ಬಂದುಬಿಡೋಣ ಎನ್ನಿಸುತ್ತಿದೆ. ಆದರೆ ......."

"ನೀನು ಸದ್ಯಕ್ಕೆ ಅಲ್ಲಿರುವುದೇ ಕ್ಷೇಮ. ತಕ್ಷಶಿಲೆಯಲ್ಲಿ ನಮ್ಮ ಆಪ್ತರೆಂದು ಕೆಲವರಾದರೂ ಇರುವುದರಿಂದ ಮುಂದೆ ನಮಗೆ ಉಪಯೋಗವಾಗಬಹುದು."

"ಆಗಲಿ, ಎರಡು ದಿನ ಇದ್ದು ನಾನು ಆಮೇಲೆ ಹೋಗುತ್ತೇನೆ."

ಎಲ್ಲ ಚದುರಿದರು. ವಿದ್ಯಾರ್ಥಿಗಳು ತಮ್ಮ ಅಧ್ಯಯನವನ್ನು ಆರಂಭಿಸಿದರು. ಪ್ರಭಂಜನ ಮತ್ತು ಗೌತಮ ಸ್ನಾನ ಸಂಧ್ಯೋಪಾಸನೆ ಮಾಡಲು ಹೋದರು. ಅವರಿಗೆ ಊಟದ ವ್ಯವಸ್ಥೆ ಮಾಡಲು ನಾಗದತ್ತ ಪಾಕಶಾಲೆಯ ಕಡೆಗೆ ಹೊರಟ. ಧರ್ಮದತ್ತ ನಾಳೆ ಪ್ರಾರಂಭವಾಗುವ ಪ್ರಯಾಣಕ್ಕೆ ಬೇಕಾದ ಸಿದ್ಧತೆಗಳನ್ನು ಮಾಡಿಕೊಳ್ಳಲು ಹೋದ. ಶಿವಸ್ಕಂದ ಅವನಿಗೆ ನೆರವಾದ.

ಎಲ್ಲರ ಊಟ ಮುಗಿದು ಮಲಗಲು ಹೋದರು. ಗೌತಮ ಅತಿಥಿ ಕುಟೀರದಲ್ಲಿ ಮಲಗಿದ. ನಾಗದತ್ತ ಮತ್ತು ಶಿವಸ್ಕಂದರ ಕುಟೀರದಲ್ಲಿ ಪ್ರಭಂಜನ ಮಲಗಿದ. ಅವರು ತಕ್ಷಶಿಲೆಯ ವಿಷಯ, ಗುರುಕುಲದ ವಿಷಯ, ವೇದಗುಪ್ತನ ವಿಷಯ ಹೀಗೆ ಬಹಳ ಹೊತ್ತು ಮಾತಾಡುತ್ತಿದ್ದರು. ಹೊಸ ಗುರುಕುಲ ಇಷ್ಟು ಬೇಗ ಇಷ್ಟು ಸುವ್ಯವಸ್ಥಿತವಾಗಿ ನಡೆಯುತ್ತಿರುವುದಕ್ಕೆ ಪ್ರಭಂಜನ ಸಂತೋಷ ವ್ಯಕ್ತಪಡಿಸಿದ.

"ವಿಷ್ಣುಗುಪ್ತರ ಸಂಕಲ್ಪಶಕ್ತಿ ನಿನಗೇ ಗೊತ್ತಲ್ಲ, ಒಂದು ರೀತಿಯಲ್ಲಿ ಅದೇ ನಮ್ಮ ಮೇಲೆ ಪ್ರಭಾವ ಬೀರಿ, ನಾವು ಅವರ ನಿರೀಕ್ಷೆಗೆ ತಕ್ಕಂತೆ ನಡೆದುಕೊಳ್ಳುವಂತೆ ಮಾಡಿದೆಯೆಂದು ಹೇಳಬಹುದು" ಎಂದ ಶಿವಸ್ಕಂದ.

ನಾಗದತ್ತ ಹೇಳಿದ, "ನಮ್ಮ ವಿದ್ಯಾರ್ಥಿಗಳೂ ಅಷ್ಟೇ. ಸಿದ್ಧಾರ್ಥಕ, ಸಮಿದ್ಧಾರ್ಥಕ, ಪಶುಲೋಮ ಮುಂತಾದವರೆಲ್ಲ ಗೊಣಗದೆ, ಮುಖ ಕೆಡಿಸಿಕೊಳ್ಳದೆ, ಕಡೇಪಕ್ಷ ಕಿಂಚಿತ್ತಾದರೂ ಬೇಸರಿಸಿಕೊಳ್ಳದೆ ತಮ್ಮ ಪಾಲಿನ ಕೆಲಸ ಕಾರ್ಯಗಳನ್ನು ಅಚ್ಚುಕಟ್ಟಾಗಿ ನಿರ್ವಹಿಸುತ್ತಾರೆ. ಜೊತೆಗೆ ಅಷ್ಟೇ ನಿಷ್ಠೆಯಿಂದ ಅಧ್ಯಯನವನ್ನೂ ಮಾಡುತ್ತಾರೆ."

"ನನಗಂತೂ ತಕ್ಷಶಿಲೆಯ ಗುರುಕುಲದ ವಾತಾವರಣ ಉಸಿರು ಕಟ್ಟುವಂತಾಗಿದೆ. ಇರುವಂತಿಲ್ಲ, ಬಿಡುವಂತಿಲ್ಲ ಎಂಬ ಸಂದಿಗ್ಧದಲ್ಲಿದ್ದೇನೆ" ಪ್ರಭಂಜನ ಬೇಸರದಿಂದ ಹೇಳಿದ.

"ವಿದೇಶೀ ಆಕ್ರಮಣದ ಸೂಚನೆಯಿದೆಯಲ್ಲಾ, ರಾಜನ ಮೇಲೆ, ಜನರ ಮೇಲೆ ಅದರ ಪರಿಣಾಮವೇನೂ ಕಾಣುತ್ತಿಲ್ಲವೇ?" ಎಂದು ನಾಗದತ್ತ ಕೇಳಿದ.

"ರಾಜನ ಮೇಲೆ ಏನಾಗಿದೆಯೋ ಗೊತ್ತಿಲ್ಲ" ಪ್ರಭಂಜನ ಹೇಳಿದ, "ಜನರೇನೋ ಅಲ್ಲಲ್ಲಿ ಮಾತಾಡಿಕೊಳ್ಳುತ್ತಾರೆ. ಅವರ ಭಯ ಶತ್ರುಗಳು ನಗರದೊಳಕ್ಕೆ ನುಗ್ಗಿದರೆ ಆಗುವ

ಸಾವುನೋವು, ಆಸ್ತಿಪಾಸ್ತಿಗಳ ನಷ್ಟದ ಬಗ್ಗೆ ಮಾತ್ರ ಇದೆ. ನಮ್ಮ ಕುಲಪತಿ ವೇದಗುಪ್ತ ಗುರುಕುಲದ ಕಾವಲಿಗೆ ಒಂದಷ್ಟು ಜನ ಸೈನಿಕರನ್ನು ಕೊಡುವಂತೆ ಕೇಳಿ ಕರೆಸಿಕೊಂಡಿದ್ದಾನೆ."

"ಅಂದರೆ, ಈಗ ಗುರುಕುಲ ಸೈನಿಕರ ಕಾವಲಿನಲ್ಲಿ ನಡೆಯುತ್ತಿದೆ" ಎಂದ ಶಿವಸ್ಕಂದ ನಗುತ್ತ.

ಅದಕ್ಕೆ ನಾಗದತ್ತ ಹೇಳಿದ, "ತಕ್ಷಶಿಲೆಗೆ ಏನಾದರಾಗಲಿ, ತನ್ನ ಗುರುಕುಲ ಕ್ಷೇಮವಾಗಿದ್ದರೆ ಸಾಕೆಂದು ಅವನು ಯೋಚಿಸಿರಬಹುದು."

"ಭ್ರಮೆ ಅಷ್ಟೆ" ಪ್ರಭಂಜನ ಹೇಳಿದ, "ನೂರಾರು ಜನ ಸೈನಿಕರು ಒಳಗೆ ನುಗ್ಗಿದರೆ ಅವನೇನು ಮಾಡಲು ಸಾಧ್ಯ? ತಾನು, ತನ್ನ ಅಧಿಕಾರಸ್ಥಾನ ಶಾಶ್ವತವೆಂದು ಅವನು ತಪ್ಪು ತಿಳಿದಿರಬೇಕು."

ಸ್ವಲ್ಪ ಹೊತ್ತಿನ ಮೌನದ ನಂತರ ಪ್ರಭಂಜನ ಹೇಳಿದ, "ಇನ್ನೊಂದು ವಿಷಯ ವಿಷ್ಣುಗುಪ್ತರನ್ನು ಕೇಳಬೇಕಾಗಿತ್ತು."

"ಯಾವ ವಿಷಯ?" ಶಿವಸ್ಕಂದ ಕುತೂಹಲದಿಂದ ಕೇಳಿದ.

"ಗುರುಕುಲವನ್ನು ಬಿಟ್ಟುಬರಲು ಹಲವು ವಿದ್ಯಾರ್ಥಿಗಳು ಸಿದ್ಧರಾಗಿದ್ದಾರೆ. ಹೇಗಿದ್ದರೂ ಇಲ್ಲಿನ ವ್ಯವಸ್ಥೆಗಳು ಪೂರೈಸಿವೆ. ಇನ್ನಷ್ಟು ಜನ ವಿದ್ಯಾರ್ಥಿಗಳನ್ನು ಏಕೆ ಸೇರಿಸಿಕೊಳ್ಳಬಾರದು?"

"ಕೆಲವು ದಿನಗಳ ಹಿಂದೆ ಆ ವಿಷಯದ ಬಗ್ಗೆ ಚರ್ಚೆ ನಡೆಯಿತು" ನಾಗದತ್ತ ಹೇಳಿದ, "ಆದರೆ ವಿಷ್ಣುಗುಪ್ತರ ಆಲೋಚನೆ ಬೇರೆಯಾಗಿದೆ. ಗುರುಕುಲ ಬಿಟ್ಟುಬರುವ ವಿದ್ಯಾರ್ಥಿಗಳು ಇಲ್ಲಿ ಬಂದು ಸೇರಿಕೊಂಡರೆ, ಸಹಜವಾಗಿ ವೇದಗುಪ್ತನಿಗೆ ಸಂದೇಹ ಬರುತ್ತದೆ. ಅವನು ರಾಜನಿಗೆ ಹೇಳಿ ಒತ್ತಡ ಹೇರುತ್ತಾನೆ. ಸೈನಿಕರು ಇಲ್ಲಿ ದಾಳಿ ಮಾಡಿ ತೊಂದರೆ ಕೊಡಬಹುದು. ಅಲ್ಲದೆ ಗುರುಕುಲವನ್ನು ಮುಚ್ಚುವ ಸಂದರ್ಭವೂ ಒದಗಬಹುದು."

"ಒಂದು ರೀತಿಯಲ್ಲಿ ಅವರ ಆಲೋಚನೆ ಸರಿಯಾಗಿದೆ" ಎಂದ ಪ್ರಭಂಜನ.

"ಅಲ್ಲದೆ" ಶಿವಸ್ಕಂದ ಹೇಳಿದ, "ಸದ್ಯದಲ್ಲಿ ಗುರುಕುಲ ನಡೆಸಬೇಕೆಂಬುದು ಅವರ ಮುಖ್ಯ ಉದ್ದೇಶವಲ್ಲ ಎಂಬುದು ನಿನಗೂ ಗೊತ್ತಿದೆ. ಅವರ ಧ್ಯೇಯವಿರುವುದು ಸನಾತನ ಧರ್ಮದ ಉಳಿವು, ಅದಕ್ಕೆ ಬೆಂಬಲ ನೀಡುವ ಸಾಮ್ರಾಜ್ಯ ಸ್ಥಾಪನೆ."

"ಅಧಿಕಾರ ಬಲದಿಂದ ಎಲ್ಲ ಪ್ರತಿಭಟನೆಗಳನ್ನೂ ಕೊಚ್ಚಿ ಹಾಕುವ ರಾಜರಿರುವಾಗ ಅವರ ಧ್ಯೇಯ ಈಡೇರುವುದು ಸಾಧ್ಯವೆನ್ನುತ್ತೀಯಾ?" ಪ್ರಭಂಜನ ಸಂದೇಹ ವ್ಯಕ್ತಪಡಿಸಿದ.

"ಅದು ಕಷ್ಟವಿರಬಹುದು, ಆದರೆ ವಿಷ್ಣುಗುಪ್ತರಿಂದ ಆಗದ ಕಾರ್ಯವಿಲ್ಲ, ಏಕೆಂದರೆ ಅವರ ಧೈರ್ಯ, ಸಂಕಲ್ಪ ಶಕ್ತಿಗಳು ಯಾರಲ್ಲೂ ಇಲ್ಲ, ಅವರು ವೇದಗುಪ್ತನಿಗೆ ಉತ್ತರ ಕೊಟ್ಟದ್ದು, ವೈವಸ್ವತ ಮತ್ತು ಆಂಭೀಕನ ಮುಖದ ಮೇಲೇ ಹೊಡೆದಂತೆ ಮಾತನಾಡಿದ್ದು ನೆನಪಿದೆ ತಾನೆ?"

ಹೀಗೆ ಮಾತನಾಡುತ್ತ ಅವರು ನಿದ್ರೆ ಹೋದರು. ಆದರೆ ವಿಷ್ಣುಗುಪ್ತನಿಗೆ ನಿದ್ರೆ ಹತ್ತಿರ ಸುಳಿಯಲಿಲ್ಲ, ಅವನು ತನ್ನ ಕುಟೀರದಲ್ಲಿ ಅಂಗಾತನಾಗಿ ಮಲಗಿ ಕಣ್ಣುಬಿಟ್ಟುಕೊಂಡೇ ಯೋಚಿಸುತ್ತಿದ್ದ. ಚಣಕನಿಗೆ ಏನಾಗುವುದೋ ಎಂಬ ಭೀತಿ ಅವನ ಮನಸ್ಸನ್ನಾವರಿಸಿತ್ತು. 'ಈಗಾಗಲೇ ಅವರು ಸೆರೆಯಾಗಿ ಎಷ್ಟೋ ದಿನಗಳು ಕಳೆದುಹೋಗಿವೆ. ಗೌತಮ ಪಾಟಲೀಪುತ್ರದಿಂದ ಹಲವು ದಿನಗಳ ಕಾಲ ನಡೆದು ಇಲ್ಲಿಗೆ ಬಂದಿದ್ದಾನೆ. ಈಗ ನಾನು

ಅಲ್ಲಿಗೆ ಮುಟ್ಟಬೇಕಾದರೆ ಇನ್ನಷ್ಟು ದಿನಗಳು ಕಳೆಯುತ್ತವೆ. ಅಷ್ಟರಲ್ಲಿ ಏನಾದರೂ ಹೆಚ್ಚುಕಡಿಮೆಯಾದರೆ ಏನು ಗತಿ! ಆ ಧನನಂದ ಎಂಥ ನೀಚನಾದರೂ ಒಬ್ಬ ವೃದ್ಧ ಬ್ರಾಹ್ಮಣನನ್ನು ಕೊಲ್ಲುವಷ್ಟು ಕ್ರೂರಿಯಾಗಲಾರ ಎಂದು ಧೈರ್ಯ ತಂದುಕೊಳ್ಳಬೇಕಷ್ಟೆ

'ಹಿಂದೆ ಒಂದು ಸಲ ನಾನು ಪಾಟಲೀಪುತ್ರಕ್ಕೆ ಹೋಗಿದ್ದಾಗ, ಅಲ್ಲಿಯೂ ಪರಿಸ್ಥಿತಿ ಸುಗಮವಾಗಿಲ್ಲವೆಂದು ತಂದೆಯವರು ಹೇಳಿದ್ದರು. ಗಾಂಧಾರವನ್ನು ಬಿಟ್ಟು ಇಲ್ಲಿಗೆ ಬಂದೆ, ಇಲ್ಲಿಂದಲೂ ಓಡಿ ಹೋಗುವ ಸಂದರ್ಭ ಬಂದರೆ ಈ ವೃದ್ಧಾಪ್ಯದಲ್ಲಿ ಇನ್ನೆಲ್ಲಿಗೆ ಹೋಗಲಿ, ಎಂದು ಕೇಳಿದ್ದರು. ಅಂದರೆ ಬಹಳ ದಿನಗಳ ಅವರ ತಾಳ್ಮೆಯ ಕಟ್ಟೆಯೊಡೆದು, ದುಷ್ಟ ಆಡಳಿತದ ವಿರುದ್ಧ ನಿಂತಿರಬೇಕು. ದಂಗೆಯ ಪ್ರಚೋದನೆಯಂಥ ಗುರುತರ ಅಪರಾಧ ಮಾಡಬೇಕಾದರೆ ಅದು ಅಂಥಿಂಥ ಕಾರಣವಿರಲಾರದು. ಗೌತಮ ಹೇಳಿದಂತೆ ಚರ್ಮಕಾರ ಸಹದೇವನ ಘಟನೆ ಬರೀ ಒಂದು ನೆಪವಾಗಿರಬೇಕು.

'ಅದಾರೋ ಚಂದ್ರಗುಪ್ತನೆಂಬ ತರುಣನ ವಿಷಯವನ್ನು ಗೌತಮ ಹೇಳಿದ. ತಂದೆಯವರು ಸೆರೆಯಾದರೆಂಬ ಆಘಾತದಲ್ಲಿ ಅವನ ವಿಷಯವನ್ನು ಸರಿಯಾಗಿ ಕೇಳಿಸಿಕೊಳ್ಳಲಿಲ್ಲ, ಹೋಗುತ್ತ ಅವನ ವಿವರಗಳನ್ನು ಕೇಳಿ ತಿಳಿದುಕೊಳ್ಳಬೇಕು. ಅವನು ನನ್ನ ಕೆಲಸಕ್ಕೆ ಒದಗುವನೋ ಹೇಗೆಂದು ನೋಡಬೇಕು' ಇತ್ಯಾದಿ ಯೋಚಿಸುತ್ತ ವಿಷ್ಣುಗುಪ್ತ ನಿದ್ರೆಹೋದ.

ಧರ್ಮದತ್ತ 'ವಿಷ್ಣುಗುಪ್ತಾ' ಎಂದು ಕೂಗಿದಾಗ ಅವನಿಗೆ ದಡಕ್ಕನೆ ಎಚ್ಚರವಾಯಿತು. ಇದೇ ಈಗ ಮಲಗಿದಂತಿತ್ತು. ಬೇಗ ಹೊರಡಬೇಕಾಗಿದ್ದುದರಿಂದ ಎದ್ದು ಸಿದ್ಧನಾಗತೊಡಗಿದ. ಅಷ್ಟರಲ್ಲಿ ಇಡೀ ಆಶ್ರಮವೇ ಎದ್ದು ರೂಢಿಯ ಚಟುವಟಿಕೆಗಳಲ್ಲಿ ತೊಡಗಿತ್ತು. ಸೂರ್ಯೋದಯವಾಗಲು ಇನ್ನೂ ಬಹಳ ಹೊತ್ತಿತ್ತು.

ದಾರಿಯ ಅಗತ್ಯಕ್ಕೆ ಬೇಕಾದ ಆಹಾರ ಸಾಮಗ್ರಿಗಳು, ಅಡಿಗೆ ಪಾತ್ರೆಗಳು ಇತ್ಯಾದಿಗಳ ಗಂಟನ್ನು ಹೊತ್ತು ಗೌತಮ ಸಿದ್ಧನಾದ. ಬೇಗ ಹಿಂದಿರುಗಿ ಬರುವುದಾಗಿ ಹೇಳಿ ವಿಷ್ಣುಗುಪ್ತ ಮತ್ತು ಧರ್ಮದತ್ತ ಹೊರಟರು. ಎಲ್ಲರೂ ಮೌನವಾಗಿಯೇ ಅವರಿಗೆ ಶುಭ ಕೋರಿ ಬೀಳ್ಕೊಟ್ಟರು.

## ೨

ವಿಷ್ಣುಗುಪ್ತ, ಧರ್ಮದತ್ತ ಮತ್ತು ಗೌತಮ ನಗರಗಳು ಅಥವಾ ಮುಖ್ಯ ಊರುಗಳ ಮೂಲಕ ಸಾಗುವುದನ್ನು ತಪ್ಪಿಸಿಕೊಂಡು ಸಾಧ್ಯವಾದಷ್ಟು ಹೊರವಲಯದ ಮಾರ್ಗಗಳ ಮೂಲಕವೇ ಸಾಗುತ್ತಿದ್ದರು. ರಾತ್ರಿಯಾಗುತ್ತಿದ್ದಂತೆ ಯಾವುದಾದರೂ ಗ್ರಾಮದ ಹೊರಗಿರುವ ಮಂಟಪಗಳಲ್ಲಿ ತಂಗಿ, ಅಡಿಗೆ ಮಾಡಿಕೊಂಡು ಊಟ ಮಾಡಿ ಮಲಗುತ್ತಿದ್ದರು. ಬೆಳಿಗ್ಗೆ ಎದ್ದು ಸ್ನಾನ ಸಂಧ್ಯೋಪಾಸನೆಗಳನ್ನು ಮುಗಿಸಿ, ಮತ್ತೆ ಅಡಿಗೆ ಮಾಡಿ ಊಟ ಮಾಡಿ ಪ್ರಯಾಣವನ್ನು ಮುಂದುವರಿಸುತ್ತಿದ್ದರು. ಜೊತೆಯಲ್ಲಿ ಅವರು ತೆಗೆದುಕೊಂಡು ಹೋಗುತ್ತಿದ್ದ ನೀರೊಂದೇ ಅವರಿಗೆ ಹಗಲಿನಲ್ಲಿ ಆಸರೆಯಾಗುತ್ತಿತ್ತು. ಮೊದಲ ನಾಲ್ಕೈದು ದಿನ ಹೆಚ್ಚು ದೂರವನ್ನು ಕ್ರಮಿಸಿದರೂ, ನಂತರ ವಯಸ್ಸಾದ ಕಾರಣದಿಂದ ಧರ್ಮದತ್ತ ಅವರಿಬ್ಬರ ಸಮಕ್ಕೆ ನಡೆಯಲಾಗದೆ ಪ್ರಯಾಣ ನಿಧಾನವಾಗಲೇಬೇಕಾಯಿತು.

ನಡುವೆ ಸಿಕ್ಕಿದ ನದಿಗಳನ್ನು ದೋಣಿಗಳ ಮೂಲಕ ದಾಟಬೇಕಾಯಿತು. ಅದಕ್ಕಾಗಿ ಅವರ ಬಳಿ ಇದ್ದ ಅಲ್ಪ ಸ್ವಲ್ಪ ಧನವೂ ವೆಚ್ಚವಾಗಿ ಹೋಯಿತು. ದಾರಿಯಲ್ಲಿ ಸಿಕ್ಕಿದ ಒಂದೆರಡು ವರ್ತಕರ ಗುಂಪುಗಳು ತಮ್ಮ ಜೊತೆ ಬರುವಂತೆ ಆಹ್ವಾನ ನೀಡಿದ್ದೂ ಉಂಟು. ಆದರೆ ವಿಷ್ಣುಗುಪ್ತ ಅದನ್ನು ನಿರಾಕರಿಸಿದ. ಅವರೊಂದಿಗೆ ಹೋದರೆ ಕಳ್ಳಕಾಕರ ಭಯದಿಂದ ರಕ್ಷಣೆ ದೊರೆಯುವುದು ನಿಜವಾದರೂ, ತಮ್ಮ ಪ್ರಯಾಣ ಆ ಗುಂಪಿನ ಚಲನೆಯನ್ನು ಅವಲಂಬಿಸಬೇಕಾಗುತ್ತದೆ ಎಂಬುದು ಅದಕ್ಕೆ ಮುಖ್ಯ ಕಾರಣವಾಗಿತ್ತು. ಜೊತೆಗೆ ತಮ್ಮ ಪರಿಚಯ ಬಹಿರಂಗವಾಗುವುದು ವಿಷ್ಣುಗುಪ್ತನಿಗೆ ಇಷ್ಟವಿರಲಿಲ್ಲ.

ಒಂದು ದಿನ ಧರ್ಮದತ್ತ ಬಹಳ ಬಳಲಿದ್ದುದರಿಂದ, ಕತ್ತಲಾಗುವ ಮೊದಲೇ ಒಂದು ಗ್ರಾಮದ ಹೊರಭಾಗದ ಮಂಟಪದಲ್ಲಿ ತಂಗಿದರು. ಹತ್ತಿರದಲ್ಲಿ ಹರಿಯುತ್ತಿದ್ದ ಸಣ್ಣ ತೊರೆಯಲ್ಲಿ ಮನದಣಿಯ ಸ್ನಾನ ಮಾಡಿ ಸಂಧ್ಯೋಪಾಸನೆಯನ್ನು ಮುಗಿಸಿದರು. ಅಡಿಗೆ ಮಾಡಿಕೊಂಡು ಊಟ ಮಾಡಿ, ಕತ್ತಲಾಗುತ್ತಿದ್ದಂತೆ ಜೊತೆಯಲ್ಲಿ ತಂದಿದ್ದ ದರ್ಭೆಯ ಚಾಪೆಗಳನ್ನು ಹಾಸಿಕೊಂಡು ಮಲಗಿದರು. ಧರ್ಮದತ್ತ ಬೇಗ ನಿದ್ರೆ ಹೋದ. ವಿಷ್ಣುಗುಪ್ತನಿಗೆ ಎಷ್ಟು ಬೇಗ ಪಾಟಲೀಪುತ್ರಕ್ಕೆ ಹೋಗಿ ತಂದೆಯನ್ನು ನೋಡುತ್ತೇನೋ ಎಂಬ ಕಾತರವಿದ್ದುದರಿಂದ ಮನಸ್ಸು ಸ್ವಲ್ಪ ವ್ಯಗ್ರವಾಗಿತ್ತು. ಅವನು 'ಗೌತಮ' ಎಂದ ಸ್ವಲ್ಪ ಕೆಳದನಿಯಲ್ಲಿ.

ಅದೇ ತಾನೆ ನಿದ್ದೆಯ ಆಳಕ್ಕಿಳಿಯುತ್ತಿದ್ದ ಗೌತಮ "ಏನು ಆಚಾರ್ಯ ?" ಎಂದು ಕೇಳುತ್ತಾ ಎದ್ದು ಕುಳಿತ.

"ನಿದ್ದೆ ಬರುತ್ತಿದೆಯೇ ?"

"ಏನು ಹೇಳಿ ಆಚಾರ್ಯ."

"ನನ್ನ ತಂದೆಯವರಿಗೆ ಪಾಟಲೀಪುತ್ರದಲ್ಲಿ ಬೇಕಾದ ಜನರಿದ್ದಾರೆಯೇ ?"

"ಏಕೆ ಹೀಗೆ ಕೇಳುತ್ತೀರಿ ಆಚಾರ್ಯ ? ಅವರಲ್ಲಿ ಪ್ರೀತಿ, ಗೌರವ ತೋರಿಸುವ ನೂರಾರು ಜನರಿದ್ದಾರೆ. ಮೇಲು, ಕೀಳು ಎಂಬ ತಾರತಮ್ಯವಿಲ್ಲದೆ ಅವರು ಎಲ್ಲರನ್ನೂ ಪ್ರೀತಿಸುತ್ತಾರೆ. ಕಷ್ಟದಲ್ಲಿದ್ದವರಿಗೆ ಸಲಹೆ ನೀಡುತ್ತಾರೆ, ತಿಳುವಳಿಕೆ ಹೇಳುತ್ತಾರೆ. ಎಷ್ಟೋ ಸಲ ತಮ್ಮ ಕೈಲಾದ ನೆರವನ್ನೂ ನೀಡುತ್ತಾರೆ. ಬಹುಶಃ ಚಕ್ರವರ್ತಿ, ಅಮಾತ್ಯರು ಮತ್ತು ಅವರ ಬೆಂಬಲಿಗರನ್ನು ಬಿಟ್ಟರೆ ಪಾಟಲೀಪುತ್ರದ ಪ್ರತಿಯೊಬ್ಬ ಪ್ರಜೆಯೂ ಅವರನ್ನು ಗೌರವಿಸುತ್ತಾನೆ."

"ಹಾಗಾದರೆ ಧನನಂದ ಖಂಡಿತ ಅವರಿಗೆ ಮರಣದಂಡನೆ ವಿಧಿಸುವ ಅವಿವೇಕ ಮಾಡಲಾರ."

"ಅಷ್ಟು ಖಚಿತವಾಗಿ ಹೇಗೆ ಹೇಳುತ್ತೀರಿ ?"

"ಜನ ಕೆರಳಿ ತಿರುಗಿ ಬೀಳುವರೆಂಬ ಭಯವಿರುವುದಿಲ್ಲವೇ ?"

"ನಿಮ್ಮ ಅನಿಸಿಕೆಯಂತೆ ಆಷ್ಟಾದರೆ ಸಾಕು, ಆಚಾರ್ಯ. ಆದರೆ ನನ್ನದೊಂದು ಕೋರಿಕೆ. ಈ ಸಲ ನೀವು ಅವರನ್ನು ಜೊತೆಯಲ್ಲೇ ಕರೆದುಕೊಂಡು ಹೊರಟುಬಿಡಿ. ಅಲ್ಲಿ ಎಂದಿದ್ದರೂ ಅವರಿಗೆ ಅಪಾಯವೇ."

"ಅವರು ನನ್ನ ಮಾತು ಕೇಳಿದರೆ ತಾನೆ?"

"ಏಕೆ ಕೇಳುವುದಿಲ್ಲ ?"

"ಗೌತಮ, ನನ್ನ ತಂದೆಯವರದು ಮಹಾ ಹಠದ ಸ್ವಭಾವ. ನಾನೂ ಹಾಗೇ ಎಂದಿಟ್ಟುಕೋ. ತಂದೆಯಿಂದ ಬಂದ ಬಳುವಳಿ ಅದು. ಅಲ್ಲದೆ ಅನ್ಯಾಯವನ್ನು ಕಂಡಾಗ ಕೆರಳುವುದು, ಅನ್ಯಾಯ ಮಾಡುವವರು ರಾಜನಾಗಿರಲಿ ಅಥವಾ ಯಾರೇ ಆಗಿರಲಿ ನಿರ್ಭಯವಾಗಿ ಪ್ರತಿಭಟಿಸುವುದರಲ್ಲಿ ನಮ್ಮ ತಂದೆಯವರೂ ಒಂದೇ, ನಾನೂ ಒಂದೇ. ಆದರಿಂದಲೇ ಅವರು ಗಾಂಧಾರವನ್ನು ಬಿಟ್ಟರು. ಆದರಿಂದಲೇ ಈಗ ಅವರು ಮಗಧದ ಸೆರೆಮನೆಯನ್ನು ಸೇರಿದರು. ಆದರಿಂದಲೇ ನಾನು ತಕ್ಷಶಿಲೆಯನ್ನು ಬಿಟ್ಟು ಅಜ್ಞಾತವಾಸವನ್ನು ಮಾಡುತ್ತಿದ್ದೇನೆ."

"ತಾವು ತಪ್ಪು ತಿಳಿಯದಿದ್ದರೆ ನಾನೊಂದು ಸಲಹೆ ಕೊಡಲೇ? ಪರಿಚಾರಕನ ಸಲಹೆಯಿಂದೇನು, ಎಂದು ತಿರಸ್ಕರಿಸುವುದಿಲ್ಲವೆಂದರೆ ಹೇಳುತ್ತೇನೆ."

"ಗೌತಮ" ವಿಷ್ಣುಗುಪ್ತ ಹೇಳಿದ, "ಪರಿಚಾರಿಕೆ ನಿನ್ನ ವೃತ್ತಿ. ಅಧ್ಯಾಪನ ನನ್ನ ವೃತ್ತಿ ಇದ್ದಂತೆ. ನಾನು ನನ್ನ ಪರಿಚಾರಕನನ್ನು ಕೀಳಾಗಿ ಕಾಣುವುದಿಲ್ಲ, ನನ್ನ ತಂದೆಯವರೇನಾದರೂ ನಿನ್ನ ಜೊತೆ ಹಾಗೆ ನಡೆದುಕೊಂಡಿದ್ದರೆ?"

"ಇಲ್ಲ ಆಚಾರ್ಯ, ಹಾಗಿದ್ದರೆ ಅವರ ಯೋಗಕ್ಷೇಮದ ಆತಂಕದಿಂದ ನಿಮಗೆ ಸುದ್ದಿ ಕೊಡಲು ಅಷ್ಟು ದೂರದಿಂದ ಬರುತ್ತಿರಲಿಲ್ಲ"

"ಹಾಗಾದರೆ ನಿನ್ನ ಸಲಹೆಯೇನು ಹೇಳು. ನಾನು ಮಹಾ ಬುದ್ಧಿವಂತನೆಂದುಕೊಂಡರೂ, ಒಮ್ಮೊಮ್ಮೆ ಒಬ್ಬ ಸಾಮಾನ್ಯನ ಸಲಹೆಯೂ ಉಪಯುಕ್ತವಾಗಬಹುದು."

"ನಿಮ್ಮ ಮತ್ತು ನಿಮ್ಮ ತಂದೆಯವರ ಧ್ಯೇಯ, ಧೋರಣೆಗಳನ್ನೆಲ್ಲಾ ನಾನೂ ಒಪ್ಪುತ್ತೇನೆ. ಆದರೆ ಅನ್ಯಾಯವನ್ನು ಕಂಡೊಡನೆ ಕೆರಳಿ ಪ್ರತಿಭಟಿಸುವುದು ಸರಿಯಲ್ಲವೆಂದು ನನ್ನ ಭಾವನೆ."

"ಅಂದರೆ ? ಪ್ರತಿಭಟಿಸದೆ ಎಲ್ಲರಂತೆ ನಾವೂ ಭೀತಿಯಿಂದ ನಮ್ಮ ಹಿತಾಸಕ್ತಿಯನ್ನು ಮಾತ್ರ ನೋಡಿಕೊಳ್ಳಬೇಕೇನು?"

"ಇಲ್ಲ, ನೀವು ಕೆರಳುವುದೂ ಸರಿ, ಪ್ರತಿಭಟಿಸುವುದೂ ಸರಿ. ಆದರೆ ಅದರ ಕ್ರಮ ಮಾತ್ರ ಬೇರೆಯಾಗಬೇಕು."

ವಿಷ್ಣುಗುಪ್ತ ಸ್ವಲ್ಪ ನಕ್ಕು ಹೇಳಿದ, "ಗೌತಮ, ನೀನು ಪರಿಚಾರಕನ ವೇಷದಲ್ಲಿರುವ ಜ್ಞಾನಿಯಂತೆ ಮಾತಾಡುತ್ತಿರುವೆ."

"ಇಲ್ಲ ಆಚಾರ್ಯ" ಗೌತಮ ಹೇಳಿದ, "ಖಂಡಿತ ನಾನು ಜ್ಞಾನಿಯಲ್ಲ, ಜ್ಞಾನಿಗಳ ಸಂಪರ್ಕದಲ್ಲಿರುವುದರಿಂದ ಜ್ಞಾನದ ವಾಸನೆ ನನ್ನ ಮೂಗಿಗೂ ಸ್ವಲ್ಪ ತಾಗಿರಬೇಕು."

"ನಿನ್ನ ಸಲಹೆಯನ್ನು ಮುಂದುವರಿಸು."

"ನಿಮ್ಮ ತಂದೆಯವರು ಸ್ವಲ್ಪ ತಾಳ್ಮೆ ವಹಿಸಿದ್ದರೆ, ಈ ವೇಳೆಗೆ ಪಾಟಲಿಪುತ್ರದಲ್ಲಿ ದಂಗೆ ಯಶಸ್ವಿಯಾಗಿಬಿಡುತ್ತಿತ್ತೇನೋ !"

"ಏನು ಹಾಗೆಂದರೆ ?"

"ಅವರು ಸಹದೇವನ ವಿಷಯದಿಂದ ಕೆರಳಿ ಚಕ್ರವರ್ತಿಯೊಂದಿಗೆ, ಅಮಾತ್ಯ ರಾಕ್ಷಸನೊಂದಿಗೆ ಒರಟಾಗಿ ನಡೆದುಕೊಂಡರು. ಕಠಿಣವಾದ ಮಾತುಗಳನ್ನಾಡಿದರು. ಸಹದೇವ ಮತ್ತೆ ಮತ್ತೆ ತಮ್ಮ ಮನೆಗೆ ಬರಲು ಅವಕಾಶ ಕೊಟ್ಟರು. ಕಡೆಗೆ ಅವನ ಮನೆಯಲ್ಲೇ

ರಹಸ್ಯ ಸಭೆ ಸೇರಿಸಿದರು. ರಾಕ್ಷಸ ಊಹೆ ಮಾಡಿದಂತೆಯೇ ನಡೆದುಕೊಂಡು ಸೆರೆ ಸಿಕ್ಕಿದರು. ಅವರ ದೊಡ್ಡ ಯೋಜನೆ ಒಂದೇ ಒಂದು ಹೆಜ್ಜೆಯಿಡುವ ಮೊದಲೇ ವಿಫಲವಾಯಿತು. ಅದರ ಬದಲು ಅವರು ತಮ್ಮ ಕೋಪದ ಭಾವನೆಗಳನ್ನು ತಮ್ಮಲ್ಲೇ ಅಡಗಿಸಿಕೊಂಡು ಸದ್ದಿಲ್ಲದೆ ಕೆಲಸ ಮಾಡಿದ್ದರೆ ಈ ಸ್ಥಿತಿ ಬರುತ್ತಿರಲಿಲ್ಲ, ಎಂದು ನನ್ನ ಭಾವನೆ.''

ಅವನ ಮಾತು ಸರಿಯೆನ್ನಿಸಿ ವಿಷ್ಣುಗುಪ್ತ ಸುಮ್ಮನಾದ.

''ಆಚಾರ್ಯ, ನನ್ನ ಮಾತು ತಪ್ಪೆನ್ನಿಸುತ್ತಿದೆಯೇ ?'' ಎಂದು ಗೌತಮ ಕೇಳಿದ.

''ಇಲ್ಲ ಗೌತಮ, ನಿನ್ನ ಮಾತು ಸರಿಯಾಗಿದೆ. ಇದು ನನಗೂ ಉಪಯೋಗವಾಗಬಹುದು. ಆದರೆ ಕೋಪ ಕೆರಳಿದಾಗ ವಿವೇಕದ ಬಾಗಿಲು ಮುಚ್ಚಿಕೊಳ್ಳುತ್ತದೆ. ನಿನ್ನ ಸಲಹೆಯಂತೆ ನಾನು ನಡೆಯಲು ಪ್ರಯತ್ನ ಪಡುತ್ತೇನೆ.''

''ಇದು ಬೇಟೆಯಾಡಿದಂತೆ ಆಚಾರ್ಯ. ದುಷ್ಟ ಮೃಗದ ಮೇಲೆ ಹಿಂದೆ ಮುಂದೆ ನೋಡದೆ ನುಗ್ಗಿ ಹೋಗಿ ಗಾಯಗೊಳ್ಳುವುದರಲ್ಲಿ ಅಥವಾ ಸಾಯುವುದರಲ್ಲಿ ಅರ್ಥವಿಲ್ಲ. ಅದರ ಚಲನವಲನಗಳನ್ನು ಗಮನಿಸಿ, ಶಕ್ತಿ ಸಾಮರ್ಥ್ಯವನ್ನು ಅಳೆದು ತೂಗಿ, ಆಯಕಟ್ಟಿನ ಸ್ಥಳದಲ್ಲಿ ಸುರಕ್ಷಿತವಾಗಿ ಕುಳಿತು ಬಾಣ ಪ್ರಯೋಗಿಸಿ ಅದನ್ನು ಕೊಲ್ಲಬೇಕಲ್ಲವೇ ?''

ಅವನ ವಿಷಯ ವಿಶ್ಲೇಷಣೆಯ ಸಾಮರ್ಥ್ಯವನ್ನು ಕಂಡು ವಿಷ್ಣುಗುಪ್ತನಿಗೆ ಸಂತೋಷವಾಯಿತು. ''ನಿಜ ಗೌತಮ, ನಿನ್ನ ಮಾತು ಅರ್ಥಪೂರ್ಣವಾಗಿದೆ'' ಎಂದ. ಎರಡು ಕ್ಷಣ ಬಿಟ್ಟು ತಾನೇ ಕೇಳಿದ, ''ಗೌತಮ, ಆ ಚಂದ್ರಗುಪ್ತನೆಂಬ ತರುಣನ ಬಗ್ಗೆ ಹೇಳಿದೆ. ನಾನು ಗಮನವಿಟ್ಟು ಕೇಳಲಿಲ್ಲ. ಇನ್ನೊಂದು ಸಲ ಅವನ ವಿಷಯವನ್ನು ಹೇಳುತ್ತೀಯಾ ?''

''ಖಂಡಿತ ಹೇಳುತ್ತೇನೆ, ಆಚಾರ್ಯ'' ಎಂದು ಗೌತಮ ಚಂದ್ರಗುಪ್ತನ ಹಿನ್ನೆಲೆ, ಅವನ ತಾಯಿ, ಚಣಕನ ಸಂಪರ್ಕ, ರಾಜನೀತಿಯನ್ನು ಕಲಿಯಲು ಬರುತ್ತಿದ್ದುದು, ಭಾಗುರಾಯಣನ ವಿಶ್ವಾಸ, ಅವನ ಮಗಳ ಸ್ನೇಹ, ಅವನ ಮಹತ್ವಾಕಾಂಕ್ಷೆ, ಚರಣ ಮುಂತಾದ ಅವನ ಮಿತ್ರರು ಇತ್ಯಾದಿ, ಎಲ್ಲವನ್ನೂ ವಿವರವಾಗಿ ತಿಳಿಸಿದ.

ಬಹಳ ಹೊತ್ತು ಚಂದ್ರಗುಪ್ತನ ವಿಷಯವನ್ನೇ ವಿಷ್ಣುಗುಪ್ತ ಮನನ ಮಾಡುತ್ತಿದ್ದ. ತನ್ನ ತಂದೆ ಅವನಿಗೆ ಬೆಂಬಲವಾಗಿ ನಿಲ್ಲಬೇಕಾದರೆ ಅವನು ಸಮರ್ಥನೂ, ಅರ್ಹನೂ ಆಗಿರಬೇಕೆನ್ನಿಸಿತು. ತನ್ನ ಉದ್ದೇಶ ಸಾಧನೆಗೆ ಅವನು ಸಾಧನವಾಗಬಹುದೇ? ಅಥವಾ ಅವನ ಮಹತ್ವಾಕಾಂಕ್ಷೆಗೆ ತನ್ನ ಅಗತ್ಯವಿದೆಯೇ ? ಎಂಬುದನ್ನು ನಿಧಾನವಾಗಿ ಆಲೋಚಿಸಬೇಕೆಂದುಕೊಂಡು ಗೌತಮನತ್ತ ನೋಡಿದ. ಅವನು ಸಣ್ಣಗೆ ಗೊರಕೆ ಹೊಡೆಯುತ್ತಿದ್ದ.

ತಂದೆಯ ನೆನಪು ಬಂತು. ಅವರು ತಕ್ಷಶಿಲೆಯನ್ನು ಬಿಡಬೇಕಾದ ಸಂದರ್ಭ ನೆನಪಿಗೆ ಬಂತು. ಅದರ ಜೊತೆಯಲ್ಲೇ ತಾನು ತಕ್ಷಶಿಲೆಯನ್ನು ಬಿಡಬೇಕಾಗಿ ಬಂದ ಪ್ರಸಂಗ, ವೇದಗುಪ್ತನೊಂದಿಗೆ ನಡೆದ ಮಾತುಕತೆ, ವೈವಸ್ವತ ಮತ್ತು ಆಂಭೀಕನೊಂದಿಗೆ ನಡೆದ ವಾಗ್ವಾದ ನೆನಪಾಯಿತು. ರಾಜರಾದ ಮಾತ್ರಕ್ಕೇ ಅಷ್ಟೊಂದು ದುರಹಂಕಾರವೇ ? ಎಂದುಕೊಂಡ. ಈಗ ಪಾಟಲೀಪುತ್ರದಲ್ಲಿ ತಂದೆಯವರಿಗೂ ಅಂಥದೇ ಪರಿಸ್ಥಿತಿ ಎದುರಾಗಿದೆ. ಅಧಿಕಾರ ಸ್ಥಾನದಲ್ಲಿರುವವರೆಲ್ಲ ಹೀಗೆ ನಡೆದುಕೊಂಡರೆ ಜನರ ನೆಮ್ಮದಿಯ ಗತಿಯೇನು ? ಎನ್ನಿಸಿತು. ಅಧಿಕಾರವಿರುವುದು ತನ್ನ ವೈಯಕ್ತಿಕ ಪ್ರತಿಷ್ಠೆಯ ಪ್ರದರ್ಶನಕ್ಕಲ್ಲ, ಜನರ ಸೇವೆಗೆ, ನಾಡಿನ ರಕ್ಷಣೆಗೆ ಸಿಕ್ಕಿರುವ ಒಂದು ಅಪರೂಪದ ಅವಕಾಶ ಎಂಬ ಭಾವನೆ ಎಲ್ಲಿಯವರೆಗೆ

ಬರುವುದಿಲ್ಲವೋ, ಅಲ್ಲಿಯವರೆಗೆ ಪ್ರಜೆಗಳ ಸುಖಶಾಂತಿಗಳು ಬರೀ ಕನಸುಗಳಾಗಿಯೇ ಉಳಿಯುತ್ತವೆ ಎಂದುಕೊಂಡ.

ಗೌತಮನ ಸಲಹೆಯಂತೆ ತನ್ನ ತಂದೆಯೂ ಒಬ್ಬ ಬೇಟೆಗಾರನಂತೆ, ಹೊಂಚುಹಾಕಿ ವೈವಸ್ವತನನ್ನೂ, ಆಂಭೀಕನನ್ನೂ ಅಧಿಕಾರದಿಂದ ಕಿತ್ತೊಗೆಯುವುದು ಸಾಧ್ಯವಿತ್ತೇ? ಬಹುಶಃ ತಂದೆಯವರಿಗೆ ಆ ಯೋಚನೆ ಬಂದಿರಲಾರದು. ರಾಜ ತನ್ನ ಪ್ರವೃತ್ತಿಯನ್ನು ಬದಲಾಯಿಸಿಕೊಂಡು ನ್ಯಾಯ ಧರ್ಮಗಳ ರಕ್ಷಣೆ ಮಾಡಬೇಕೆಂಬುದು ಮಾತ್ರ ಅವರ ಉದ್ದೇಶವಾಗಿತ್ತೆಂದು ಕಾಣುತ್ತದೆ. 'ಅಥವಾ ನಾನಾದರೂ ಬೇಟೆಗಾರನಂತೆ ಸಮಯ ಕಾದು ಬಲೆ ಬೀಸಿ ಅವರನ್ನು ಅಧಿಕಾರದಿಂದ ಇಳಿಸಬಹುದಾಗಿತ್ತಲ್ಲವೇ? ಹೌದು, ನಾನು ಆ ಪ್ರಯತ್ನ ಮಾಡಬಹುದಾಗಿತ್ತು. ಯಶಸ್ವಿಯೂ ಆಗಬಹುದಾಗಿತ್ತು. ಆದರೆ ನನ್ನ ಗುರಿ ಗಾಂಧಾರದ ಪರಿಮಿತ ಸೀಮೆಯನ್ನು ದಾಟಿ ಇಡೀ ಆರ್ಯಾವರ್ತದ ಕ್ಷೇಮವನ್ನು ಆಲೋಚಿಸುತ್ತಿತ್ತು. ನನ್ನ ಮೊದಲ ಉದ್ದೇಶ, ನನ್ನ ಸನಾತನ ಧರ್ಮದ ರಕ್ಷಣೆ, ಅದಕ್ಕೆ ಪೂರಕವಾಗಿ ಒಂದು ಪ್ರಬಲವಾದ, ಆರ್ಯಾವರ್ತವನ್ನೆಲ್ಲ ಹಿಡಿತದಲ್ಲಿಟ್ಟುಕೊಳ್ಳಬಲ್ಲ ರಾಜಸತ್ತೆಯ ಕನಸು. ಹೌದು, ಈಗಲೂ ನನ್ನ ಮನಸ್ಸಿನಲ್ಲಿರುವುದು ಅದೇ. ಆ ರಾಜ ಧನನಂದನಾಗಬಾರದು, ವೈವಸ್ವತ ಅಥವಾ ಆಂಭೀಕನೂ ಆಗಬಾರದು. ವೇದಗುಪ್ತನಂತೆ ಅನರ್ಹರು, ಹೊಣೆಗಾರಿಕೆಯ ಸ್ಥಾನದಲ್ಲಿ ಕುಳಿತು ತಮ್ಮ ಸ್ವಾರ್ಥಕ್ಕಾಗಿ ನೀತಿಯ ಕಟ್ಟಳೆಯನ್ನೇ ಮೀರಬಾರದು...' ಇತ್ಯಾದಿ ಯೋಚಿಸುತ್ತಾ ಅವನು ನಿದ್ದೆಹೋದ.

ಮರುದಿನ ಎಂದಿನಂತೆ ಅವರ ಪ್ರಯಾಣ ಮುಂದುವರಿಯಿತು. ಧರ್ಮದತ್ತನಿಗಾಗಿ ಅವರು ಸ್ವಲ್ಪ ನಿಧಾನವಾಗಿಯೇ ನಡೆಯುತ್ತಿದ್ದರು. "ನನ್ನಿಂದ ವೃಥಾ ತಡವಾಗುತ್ತಿದೆಯೆಂದು ಕಾಣುತ್ತಿದೆ. ನಾನು ಬರಬಾರದಾಗಿತ್ತೇನೋ" ಎಂದ ಧರ್ಮದತ್ತ ಒಂದು ಕಡೆ ದಣಿವಾರಿಸಿಕೊಳ್ಳಲು ಕುಳಿತಾಗ.

"ಒಂದೆರಡು ದಿನ ತಡವಾದರೆ ಆಗಲಿ ಬಿಡಿ. ನೀವೇಕೆ ಪೇಚಾಡುತ್ತೀರಿ?" ಎಂದ ವಿಷ್ಣುಗುಪ್ತ.

"ಪೇಚಾಟವಲ್ಲ, ವಿಷ್ಣು" ಧರ್ಮದತ್ತ ಹೇಳಿದ, "ನನ್ನ ಪ್ರಿಯಮಿತ್ರ ಚಣಕನನ್ನು ನೋಡಿ ಎಷ್ಟೋ ವರ್ಷಗಳಾದುವಲ್ಲ, ಮತ್ತೆ ಅವನನ್ನು ನೋಡುವ ಅವಕಾಶ ದೊರೆಯುವುದೋ ಇಲ್ಲವೋ, ಒಮ್ಮೆ ಕಣ್ತುಂಬ ನೋಡಿ, ಬಾಯ್ತುಂಬ ಮಾತನಾಡಿಬಿಡಬೇಕೆಂಬ ಪ್ರೇರಣೆಯನ್ನು ತಡೆದುಕೊಳ್ಳಲಾರದೆ ನಿನ್ನ ಜೊತೆ ಹೊರಟು ಬಂದುಬಿಟ್ಟೆ, ಆಗ ನನಗೆ ವಯಸ್ಸಾಗಿದೆ, ಅಷ್ಟು ದಿನ, ಅಷ್ಟು ದೂರದ ಪ್ರಯಾಣ, ನನ್ನಿಂದಾಗುವುದೋ ಇಲ್ಲವೋ ಎಂದು ಯೋಚಿಸಲೇ ಇಲ್ಲ"

"ಆಗುತ್ತದೆ" ವಿಷ್ಣುಗುಪ್ತ ಹೇಳಿದ, "ಖಂಡಿತ ನಿಮ್ಮಿಂದ ಆಗುತ್ತದೆ. ನೀವು ತಕ್ಷಶಿಲೆಯನ್ನು ಬಿಟ್ಟವರೇ ಅಲ್ಲ ಅಲ್ಲವೇ? ಪ್ರಯಾಣದ ಅನುಭವವಿಲ್ಲದೆ ಹೀಗಾಗುತ್ತಿದೆ ಅಷ್ಟೆ. ನೋಡಿ ಬೇಕಾದರೆ, ಹಿಂದಿರುಗಿ ಬರುವಾಗ ನೀವು ನಮಗಿಂತ ಚುರುಕಾಗಿ ಹೆಜ್ಜೆ ಹಾಕುತ್ತೀರಿ."

"ದೇಶ ಪರ್ಯಟನೆ ಜ್ಞಾನಸಂಪಾದನೆಯ ಒಂದು ಅಂಗ ಎಂದು ಹಿರಿಯರು ಹೇಳಿದ ಮಾತಿನ ಅರ್ಥ ಈಗ ನನಗೆ ಸ್ಪಷ್ಟವಾಗುತ್ತಿದೆ. ಇದ್ದಲ್ಲೇ ಇದ್ದು ಕಲಿತ ವಿದ್ಯೆಗೆ ಅನುಭವದ ಸಾಣೆ ಹಿಡಿದಾಗಲೇ ಅದಕ್ಕೆ ಹೊಳಪು ಬರುವುದು. ಆ ಅನುಭವ ಲಭ್ಯವಾಗುವುದು ಇಂಥ

ಸಂಚಾರಗಳಿಂದ. ನೆಲ, ಜಲ, ಪ್ರಕೃತಿ, ಜನರ ಕಷ್ಟಸುಖ, ವೈವಿಧ್ಯಗಳು ನಿಜವಾಗಲೂ ಮನಸ್ಸಿಗೆ ಉಲ್ಲಾಸ ನೀಡುತ್ತಿವೆ.''

ವಿಷ್ಣುಗುಪ್ತ ಅವನ ಮಾತನ್ನು ಅನುಮೋದಿಸಿದ. ಅಂದು ಕತ್ತಲಾದರೂ ಹತ್ತಿರದಲ್ಲಿ ಒಂದು ಗ್ರಾಮವೂ ಸಿಗಲಿಲ್ಲ. ಕತ್ತಲೆಯಲ್ಲೇ ಸ್ವಲ್ಪ ದೂರ ನಡೆದರು. ಸಾಕಷ್ಟು ಬಳಲಿಕೆಯಾಗಿತ್ತು. ಕುರುಚಲು ಕಾಡುಪ್ರದೇಶ, ಗುಡ್ಡದ ಪಕ್ಕದ ದಾರಿ, ಊರು ಸಿಗಲು ಇನ್ನೂ ಎಷ್ಟು ದೂರ ಹೋಗಬೇಕೋ ಏನೋ, ಪಾಪ ಧರ್ಮದತ್ತನಿಗೆ ವಿಶ್ರಾಂತಿಯ ಅಗತ್ಯವಿದೆ ಎಂದು ವಿಷ್ಣುಗುಪ್ತ ಯೋಚಿಸಿದ. ಸ್ವಲ್ಪ ದೂರ ಸಾಗಿದಾಗ ಪಕ್ಕದಲ್ಲೇ ಒಂದು ಹಳ್ಳ ಹರಿಯುತ್ತಿತ್ತು. ಅಲ್ಲೇ ಒಂದು ಮರದ ಕೆಳಗೆ ಬೀಡು ಬಿಡಲು ಅವನು ನಿರ್ಧರಿಸಿದ.

''ಈ ಕಾಡಿನಲ್ಲೇ !'' ಗೌತಮ ಕಣ್ಣರಳಿಸಿ ಕೇಳಿದ.

''ಹೌದು, ಊರು ಸಿಗದಿದ್ದರೆ ರಾತ್ರಿಯೆಲ್ಲಾ ನಡೆಯಬೇಕಾಗುತ್ತದೆ.''

''ಕಳ್ಳಕಾಕರೇನಾದರೂ ಮೇಲೆ ಬಿದ್ದರೆ ?''

''ಮೇಲೆ ಬಿದ್ದು ಏನು ಮಾಡುತ್ತಾರೆ ?'' ಧರ್ಮದತ್ತ ನಗುತ್ತ ಹೇಳಿದ, ''ನಮ್ಮ ಬಳಿ ಏನಿದೆ ? ಚಿನ್ನವೇ ? ಬೆಳ್ಳಿಯೇ ? ರತ್ನಾಭರಣಗಳೇ ? ಅಥವಾ ಅವರು ಕಿತ್ತುಕೊಳ್ಳುವಂಥ ಬೇರೆ ವಸ್ತುಗಳಾದರೂ ನಮ್ಮಲ್ಲಿವೆಯೇ ? ವಿಷ್ಣು ಇಲ್ಲೇ ಬೀಡು ಬಿಡೋಣ. ಆದರೆ ಆ ಅನುಭವವೂ ಆಗಿಹೋಗಲಿ.''

ಹಳ್ಳದ ನೀರಿನಲ್ಲಿ ಅವರು ಶುಭ್ರವಾದರು. ನಂತರ ಕಲ್ಲುಗಳನ್ನು ಜೋಡಿಸಿ, ಬೆಂಕಿ ಉರಿಸಿ ಅಡಿಗೆಗೆ ಮೊದಲು ಮಾಡಿದರು. ಅಷ್ಟರಲ್ಲಿ ಹತ್ತಿರದಲ್ಲೇ ಏನೋ ಸದ್ದಾಯಿತು. ಎಲ್ಲ ಮೈಯೆಲ್ಲ ಕಣ್ಣಾಗಿ, ಯಾವುದಾದರೂ ಕಾಡುಮೃಗವಿರಬಹುದೇ, ಎಂದು ಸುತ್ತಮುತ್ತ ನೋಡಿದರು. ಇದ್ದಕ್ಕಿದ್ದಂತೆ ಖಡ್ಗ ಹಿಡಿದ ನಾಲ್ಕು ಜನ ತರುಣರು ನುಗ್ಗಿ ಬಂದು ಎದುರು ನಿಂತರು. ಮೂವರೂ ಅವಾಕ್ಕಾಗಿ ದಡಕ್ಕನೆ ಎದ್ದು ನಿಂತರು. ಅವರು ತಮ್ಮ ಖಡ್ಗಗಳನ್ನು ಮೂವರ ಕೊರಳುಗಳ ಬಳಿ ತಂದು ''ಬೇಗ ಬೇಗ, ಏನೇನಿದೆ ಎಲ್ಲವನ್ನೂ ಕೊಟ್ಟು ನಿಮ್ಮ ಪ್ರಾಣ ಉಳಿಸಿಕೊಳ್ಳಿ'' ಎಂದು ಅಬ್ಬರಿಸಿದರು.

ಗೌತಮ ಮತ್ತು ಧರ್ಮದತ್ತ ಭಯದಿಂದ ತತ್ತರಿಸಿದರು. ಈ ಅನಿರೀಕ್ಷಿತ ಆಕ್ರಮಣದಿಂದ ತುಸು ಹೊತ್ತು ದಿಗ್ಭ್ರಾಂತನಾಗಿದ್ದ ವಿಷ್ಣುಗುಪ್ತ ಬಹು ಬೇಗನೆ ಚೇತರಿಸಿಕೊಂಡು ಹೇಳಿದ, ''ಖಡ್ಗವನ್ನು ಇಳಿಸಿ, ನಮ್ಮಲ್ಲಿರುವುದನ್ನೆಲ್ಲ ತೆಗೆದುಕೊಳ್ಳಿ. ಒಂದೊಂದು ಧೋತ್ರ, ಒಂದೊಂದು ಮೇಲುವಸ್ತ್ರ, ಮೂರು ದರ್ಭೆಯ ಚಾಪೆಗಳು, ಸ್ವಲ್ಪ ಆಹಾರ ಸಾಮಗ್ರಿ, ಅಡಿಗೆ ಮಾಡುವ ನಾಲ್ಕು ಪಾತ್ರೆಗಳು, ಒಂದು ನೀರಿನ ಹೂಜಿ, ಜೀರ್ಣವಾಗಿರುವ ಪಾದರಕ್ಷೆಗಳು. ಇಷ್ಟೇ ನಮ್ಮ ಸರ್ವಸ್ವ. ಬೇಕಾದರೆ ತೆಗೆದುಕೊಳ್ಳಿ. ಸ್ವಲ್ಪ ಹೊತ್ತಿದ್ದರೆ ಅಡಿಗೆಯಾಗುತ್ತದೆ. ನೀವೂ ಹಸಿದಿರುವಂತೆ ಕಾಣುತ್ತಿದೆ. ಊಟ ಮಾಡಿ ಆಮೇಲೆ ಎಲ್ಲವನ್ನೂ ತೆಗೆದುಕೊಂಡು ಹೋಗಬಹುದು.''

ಅವರು ಸಪ್ಪೆಯಾದರು. ''ಇಷ್ಟೇನೇ !'' ಎಂದ ಅವರ ನಾಯಕ. ''ನೀವು ಯಾರು? ಎಲ್ಲಿಗೆ ಹೊರಟಿದ್ದೀರಿ ?'' ಎಂದು ಕೇಳಿದರು.

''ನಾವು ತಕ್ಷಶಿಲೆಯವರು, ಪಾಟಲೀಪುತ್ರಕ್ಕೆ ಹೊರಟಿದ್ದೇವೆ'' ಎಂದ ವಿಷ್ಣುಗುಪ್ತ.

''ಅಲ್ಲೇನು ಕೆಲಸ ?''

"ನಾವು ಬಡಬ್ರಾಹ್ಮಣರು, ಏನಾದರೂ ಜೀವನೋಪಾಯ ಹುಡುಕಿಕೊಂಡು ಹೊರಟಿದ್ದೇವೆ."

"ಆ ದರಿದ್ರ ಮಗಧದಲ್ಲಿ ಏನು ಜೀವನೋಪಾಯ ಸಿಗುತ್ತದೆ! ಆ ಚಕ್ರವರ್ತಿ ಜನರನ್ನು ಸುಲಿದು ಸುಲಿದು ಬೆತ್ತಲೆ ಮಾಡಿದ್ದಾನೆ. ನೀವು ಮೊದಲೇ ಬೆತ್ತಲೆ ಬ್ರಾಹ್ಮಣರು, ಅಲ್ಲಿ ಹೋಗಿ ಏನು ಮಾಡುತ್ತೀರಿ?" ಎಂದು ಅವನು ತನ್ನ ಕತ್ತಿಯನ್ನು ಒರೆಗೆ ಸೇರಿಸಿದ.

"ಈ ವಿಷಯವೆಲ್ಲ ನಿನಗೆ ಹೇಗೆ ಗೊತ್ತು?"

"ನಾವೂ ಮಗಧದವರೆ. ಅಲ್ಲಿನ ಬದುಕು ದುಸ್ತರವಾದುದರಿಂದ ಗುಂಪು ಕಟ್ಟಿಕೊಂಡು ಹೊರಗೆ ಬಂದೆ. ನ್ಯಾಯವಾಗಿ ಬದುಕಲು ಸಾಧ್ಯವಿಲ್ಲವೆಂದು ಅರಿವಾದ ಮೇಲೆ ಕಳ್ಳತನಕ್ಕಿಳಿದೆ."

ವಿಷ್ಣುಗುಪ್ತ ಏನೋ ಯೋಚಿಸಿ ಕೇಳಿದ, "ನಿನ್ನ ಹೆಸರೇನು ?"

"ಮಾತಂಗ, ನನ್ನ ಗುಂಪಿನಲ್ಲಿ ಐವತ್ತು ಜನರಿದ್ದಾರೆ. ಎಲ್ಲರೂ ವಿವಿಧ ಆಯುಧಗಳಲ್ಲಿ ಪರಿಣತರು. ಆದರೆ ಈಗ ನಮ್ಮ ಪರಿಣತಿಯನ್ನು ಕಳ್ಳತನಕ್ಕೆ ಬಳಸುತ್ತಿದ್ದೇವೆ. ಆದರೂ ನಾವು ಬಡವರನ್ನು ಹಿಂಸಿಸುವುದಿಲ್ಲ. ಸಾಮಾನ್ಯವಾಗಿ ಮಗಧದ ಗಡಿಯಲ್ಲೇ ನಮ್ಮ ಕಾರ್ಯಾಚರಣೆ. ಕೆಲಸ ಮುಗಿಸಿ ಗಡಿ ದಾಟಿಬಿಡುತ್ತೇವೆ. ಇಲ್ಲದಿದ್ದರೆ ಆ ರಾಕ್ಷಸನ ಕಾಟ."

"ಅಂದರೆ, ನಿನಗೆ ಧನನಂದನ ಮೇಲೆ ಆಕ್ರೋಶವಿದೆ?"

"ಹೌದು, ಅವನೊಬ್ಬ ರಾಜನೆಂದು ಯಾರು ಕರೆದರೋ! ಕಟುಕನೆಂದರೆ ಹೆಚ್ಚು ಸಮಂಜಸ !"

"ಒಂದು ವೇಳೆ ಆ ದುಷ್ಟ ರಾಜನನ್ನು ನಾಶ ಮಾಡುವುದಾದರೆ, ನ್ಯಾಯವಾಗಿ ಬದುಕುವ ಅವಕಾಶ ದೊರೆಯುವುದಾದರೆ, ನೀನು, ನಿನ್ನ ಗುಂಪಿನವರು ಕಳ್ಳತನವನ್ನು ಬಿಟ್ಟು ನಮಗೆ ಸಹಾಯ ಮಾಡುತ್ತೀರಾ?"

"ಖಂಡಿತ, ಜನರಿಂದ ದೂರವಾಗಿ ತಲೆ ಮರೆಸಿಕೊಂಡು ಕಾಡುಮೇಡುಗಳಲ್ಲಿ ಅಲೆಯುವುದು ನಮಗೇನೂ ಪ್ರಿಯವಲ್ಲ. ಆದರೆ ನೀವು ನೋಡಿದರೆ ಬ್ರಾಹ್ಮಣರು, ನಿಮ್ಮಿಂದೇನಾಗುತ್ತದೆ?"

"ಬ್ರಾಹ್ಮಣರು ನಿನ್ನ ಹಾಗೆ ಆಯುಧ ಬಳಸುವುದಿಲ್ಲ ಮಾತಂಗ, ಬುದ್ಧಿಯನ್ನು ಬಳಸುತ್ತಾರೆ, ಅದಿರಲಿ, ನಿನ್ನ ವಸತಿಯ ಗುರುತೇನು?"

"ಶ್ರಾವಸ್ತಿಗೆ ಸಮೀಪದ ಗುಡ್ಡದ ಒಂದು ಬಂಡೆಯ ಮೇಲೆ ನಿಂತು 'ಮಾತಂಗಾ' ಎಂದು ಜೋರಾಗಿ ಕೂಗು ಹಾಕಿದರೆ ನಾನು, ನನ್ನ ಜನ ಎಲ್ಲ ಎದುರಿಗೆ ಬರುತ್ತೇವೆ. ಆದರೆ ಈ ವಿಷಯವನ್ನು ರಾಕ್ಷಸನ ಕಡೆಯವರಿಗೆ ತಿಳಿಸಿ ನನ್ನನ್ನು ಹಿಡಿಸಿ ಕೊಡುವ ಪ್ರಯತ್ನಪಡುವುದಿಲ್ಲ ತಾನೆ?"

"ಖಂಡಿತ ಇಲ್ಲ" ಎಂದು ವಿಷ್ಣುಗುಪ್ತ ತನ್ನ ಗುರುತನ್ನು ಹೇಳಿದ. ತಾನು ಅಂದುಕೊಂಡಿರುವ ಧ್ಯೇಯವನ್ನೂ ಹೇಳಿದ. ಅವನಿಗೆ ನಂಬಿಕೆ ಬಂತು.

ನಂತರ ಅವರನ್ನು ಅಲ್ಲೇ ಇರಿಸಿಕೊಂಡು, ಅಡಿಗೆ ಮುಗಿದ ಮೇಲೆ ಊಟ ಮಾಡಿಸಿದರು. ತುಂಬ ಹಸಿದಿದ್ದ ಅವರಿಗೆ ಅದು ಅಮೃತ ಸಮಾನವಾಗಿತ್ತು. ಊಟವಾದ ನಂತರ ಮಾತಂಗ ಹೇಳಿದ, "ನಿಮ್ಮ ಅನ್ನ ತಿಂದಿದ್ದೇವೆ. ನೀವು ಬಯಸಿದಾಗ ನಿಮ್ಮ ಕಾರ್ಯದಲ್ಲಿ ನಾವು ಪಾಲುದಾರರಾಗುತ್ತೇವೆ. ಇದನ್ನು ನನ್ನ ಪ್ರತಿಜ್ಞೆಯೆಂದೇ ತಿಳಿಯಬಹುದು."

ಆ ರಾತ್ರಿ ಅವರು ಅಲ್ಲೇ ಉಳಿದರು. ಧರ್ಮದತ್ತ ಮತ್ತು ಗೌತಮ ನಿದ್ದೆ ಹೋದರೂ, ವಿಷ್ಣುಗುಪ್ತ ಮತ್ತು ಮಾತಂಗ ಹಲವು ವಿಷಯಗಳ ಬಗ್ಗೆ ಬಹಳ ಹೊತ್ತು ಚರ್ಚೆ ಮಾಡಿದರು. ಮತ್ತೆ ತಾನು ಅಥವಾ ತನ್ನ ಕಡೆಯವರು ಅವರನ್ನು ಭೇಟಿಯಾಗುವುದಾಗಿ ವಿಷ್ಣುಗುಪ್ತ ಹೇಳಿದ.

ಬೆಳಿಗ್ಗೆ ಮಾತಂಗ ಮತ್ತು ಅವರ ಸಂಗಡಿಗರನ್ನು ಬೀಳ್ಕೊಂಡು ಅವರು ಮತ್ತೆ ತಮ್ಮ ಪ್ರಯಾಣವನ್ನು ಮುಂದುವರಿಸಿದರು.

ಎಲ್ಲೆಲ್ಲಿಂದಲೋ, ಯಾವ ಯಾವುದೋ ಸಂಬಂಧಗಳ ಕೊಂಡಿ ತಾನಾಗಿಯೇ ಜೋಡಿಸಿಕೊಳ್ಳುತ್ತಿದೆಯೆಂದು ವಿಷ್ಣುಗುಪ್ತನಿಗೆ ಸಂತೋಷವಾಯಿತು. ಸತ್ಕಾರ್ಯದಲ್ಲಿ ಪ್ರಯತ್ನಶೀಲನಾದವನಿಗೆ ದೈವ ಸಹಾಯ ತಾನಾಗಿಯೇ ಒದಗಿ ಬರುವುದೆಂಬುದಕ್ಕೆ ಇದೊಂದು ಉದಾಹರಣೆಯೇ ? ಎಂದು ತನ್ನನ್ನು ತಾನೇ ಕೇಳಿಕೊಂಡ.

## ೩

"ಒಬ್ಬ ಕಳ್ಳನ ಮಾತನ್ನು ನಂಬಿ ನಿನ್ನ ವಿಷಯವನ್ನೆಲ್ಲ ಹೇಳಿಬಿಟ್ಟೆಯಲ್ಲಾ, ವಿಷ್ಣು ?" ಎಂದು ಧರ್ಮದತ್ತ ದಾರಿಯಲ್ಲಿ ಕೇಳಿದ.

"ಇಂದಿನ ಪರಿಸ್ಥಿತಿಯಲ್ಲಿ ಕಳ್ಳನನ್ನಾದರೂ ನಂಬಬಹುದು, ಒಬ್ಬ ಬುದ್ಧಿವಂತ ನಾಗರೀಕನನ್ನು ನಂಬುವುದು ಕಷ್ಟ, ಧರ್ಮದತ್ತರೇ. ಬುದ್ಧಿವಂತನಾದ ಸಭ್ಯವ್ಯಕ್ತಿ ತನ್ನ ಸ್ವಾರ್ಥಕ್ಕಾಗಿ ನ್ಯಾಯ, ನೀತಿ, ಧರ್ಮಗಳನ್ನು ತಿರುಚಿ, ತನಗೆ ಬೇಕಾದಂತೆ ಅವಕ್ಕೆ ಅರ್ಥ ನೀಡಿ ಸಮರ್ಥಿಸಿಕೊಳ್ಳಬಲ್ಲ, ತನ್ನ ಅನುಕೂಲ ಮತ್ತು ಪ್ರತಿಕೂಲ ಸಂದರ್ಭಗಳಲ್ಲಿ ಬೇರೆ ಬೇರೆ ರೀತಿಯ ಸಮರ್ಥನೆ ಅವನ ತುದಿ ನಾಲಿಗೆಯಲ್ಲಿರುತ್ತದೆ. ಆದರೆ ಒಬ್ಬ ಕಳ್ಳನಿಗೆ ತಾನು ನಾಗರೀಕ ಸಮಾಜದಲ್ಲಿ ಸಲ್ಲದ ಕಾರ್ಯ ಮಾಡುತ್ತಿದ್ದೇನೆಂಬುದು ಗೊತ್ತಿರುತ್ತದೆ. ಅದಕ್ಕೆ ತಕ್ಕ ಅವನ ಸಮರ್ಥನೆ ಇದ್ದೇ ಇರುತ್ತದೆ. ಅದನ್ನು ಅವನು ಬೇಕಾದಾಗ ಬೇಕಾದಂತೆ ಬದಲಿಸಲಾರ. ಅದಕ್ಕಿಂತ ಮುಖ್ಯವಾಗಿ ಕೊಟ್ಟ ಮಾತಿಗೆ ತಪ್ಪದ ನಿಷ್ಠೆ ಕಳ್ಳರಲ್ಲಿರುತ್ತದೆ. ನಮ್ಮ ಮಾತಿನಲ್ಲಿ ಅಪನಂಬಿಕೆ ಬಂದಿದ್ದರೆ ಆ ಮಾತಂಗ ಖಂಡಿತ ನಮಗೆ ತೊಂದರೆ ಕೊಡುತ್ತಿದ್ದ. ಸಮಯ ಬಿದ್ದರೆ ಈ ಕಳ್ಳರೇ ನಿಷ್ಠಾವಂತ ಯೋಧರಾಗುವುದು ಸಾಧ್ಯ. ಅದೇ ನನ್ನ ದೃಷ್ಟಿಯಲ್ಲಿರುವುದು."

"ಅಂತೂ ಮಗಧದ ಆಳ್ವಿಕೆಗೆ ಬೇಸತ್ತ ಬಹಳ ಜನರಿರುವರೆಂದು ಇದರಿಂದ ಸ್ಪಷ್ಟವಾಯಿತು" ಎಂದ ಗೌತಮ.

"ಹೌದು" ವಿಷ್ಣುಗುಪ್ತ ಹೇಳಿದ, "ಆ ಅತೃಪ್ತರನ್ನೆಲ್ಲ ಸಂಘಟಿಸುವುದು ಸಾಧ್ಯವಾದರೆ ನನ್ನ ತಂದೆ ಅಂದುಕೊಂಡಿರುವ ದಂಗೆ ಸಾಧ್ಯವಾಗುತ್ತದೆ."

ಮಗಧದ ಗಡಿಯೊಳಗೆ ಪ್ರವೇಶಿಸುತ್ತಿದ್ದಂತೆ ಅವರ ಆಹಾರ ಸಾಮಗ್ರಿ ಮುಗಿದು ಹೋಯಿತು. ಅಂದುಕೊಂಡದ್ದಕ್ಕಿಂತ ದಿನಗಳ ಲೆಕ್ಕ ಹೆಚ್ಚಾದ್ದರಿಂದ, ಇನ್ನೂ ಉಳಿದಿರುವ ದಿನಗಳಿಗೆ ಆಹಾರವನ್ನು ಹೇಗೆ ವ್ಯವಸ್ಥೆ ಮಾಡಿಕೊಳ್ಳುವುದೆಂದು ಅವರು ಯೋಚಿಸಬೇಕಾಯಿತು. ಅವರ ಬಳಿ ಧನವೂ ಇರಲಿಲ್ಲ, ಇದ್ದ ಅಲ್ಪ ಸ್ವಲ್ಪ ದೋಣಿಗಳಿಗೆ ಸಂದಾಯವಾಗಿತ್ತು. "ಜೊತೆಯಲ್ಲಿ ನಾವು ಇನ್ನೂ ಸ್ವಲ್ಪ ಧನವನ್ನು ತರಬೇಕಾಗಿತ್ತು" ಎಂದ ಗೌತಮ.

"ಇದ್ದಿದ್ದರೆ ಅನಾಯಾಸವಾಗಿ ಕಳ್ಳರ ಪಾಲಾಗುತ್ತಿತ್ತು" ಎಂದ ಧರ್ಮದತ್ತ ನಗುತ್ತ.

"ಅವರು ಆಚಾರ್ಯರ ಮಾತನ್ನು ನಂಬಿ ಸುಮ್ಮನಾದರಲ್ಲ?"

"ಹೌದು, ಸುಮ್ಮನಾದರು" ವಿಷ್ಣುಗುಪ್ತ ಹೇಳಿದ, "ನಮ್ಮಲ್ಲಿ ಧನ, ಆಭರಣ ಇಲ್ಲದಿದ್ದುದರಿಂದಲೇ ನಾನು ನಿರ್ಭಯವಾಗಿ ಸತ್ಯಸಂಗತಿ ಹೇಳಿದೆ. ಒಂದು ವೇಳೆ ನನ್ನ ಮಾತಿನಲ್ಲಿ ನಂಬಿಕೆಯಿಲ್ಲದೆ ಅವರು ನಮ್ಮ ವಸ್ತುಗಳನ್ನು ಹುಡುಕಿ, ಧನ ಸಿಕ್ಕಿದ್ದರೆ ಅದರ ಪರಿಣಾಮವೇನಾಗುತ್ತಿತ್ತು ಯೋಚಿಸಿ."

"ಅದು ಸರಿ, ಈಗೇನು ಮಾಡುವುದು?" ಗೌತಮ ಕೇಳಿದ.

ಅದಕ್ಕೆ ವಿಷ್ಣುಗುಪ್ತ ಹೇಳಿದ, "ಮಗಧದಲ್ಲಿ ಎಲ್ಲರೂ ಹಸಿದ ಬ್ರಾಹ್ಮಣರಿಗೆ ಹಿಡಿ ಅನ್ನ ಹಾಕಲಾರದ ನಿರ್ದಯಿ ಜನಗಳೆಂದು ನಾನು ಭಾವಿಸಿಲ್ಲ"

"ನಾನೂ ನಿಮ್ಮ ಸಮಕ್ಕೆ ನಡೆಯುವುದು ಸಾಧ್ಯವಾಗಿದ್ದರೆ ಈ ಸಮಸ್ಯೆ ಬರುತ್ತಿರಲಿಲ್ಲ" ಎಂದ ಧರ್ಮದತ್ತ ಸಪ್ಪೆಯಾಗಿ.

"ನೀವು ಹೀಗೆ ಪೇಚಾಡಿಕೊಳ್ಳಲು ಅಂಥ ಅನಾಹುತವೇನಾಯಿತು? ಹಸಿವಿನಿಂದ ಸಾಯುವ ಪರಿಸ್ಥಿತಿ ಖಂಡಿತ ನಮಗೆ ಬರುವುದಿಲ್ಲ. ದಾರಿಯಲ್ಲಿ ಸಿಗುವ ಗ್ರಾಮದಲ್ಲಿ ಬ್ರಾಹ್ಮಣರ ಮನೆ ಇರುವುದಿಲ್ಲವೇ? ಅಲ್ಲಿ ಒಂದು ಹೊತ್ತಿನ ಅನ್ನ ಸಿಕ್ಕಲಾರದೆ?" ಎಂದು ವಿಷ್ಣುಗುಪ್ತ ತಾನೇ ಸಮಾಧಾನ ಹೇಳಿದ.

ಕತ್ತಲಾಗುವ ಮೊದಲು ದಾರಿಯಲ್ಲಿ ಯಾವ ಊರೂ ಸಿಗದಿದ್ದರೆ ಬಯಲಿನಲ್ಲೇ ವಸತಿ ಹೂಡಬೇಕಾಗಿ ಬರಬಹುದೆಂದು ಧರ್ಮದತ್ತ ಮತ್ತು ಗೌತಮ ಆತಂಕಗೊಂಡಿದ್ದರು. ಆಹಾರವೂ ಇಲ್ಲದೆ ಹಾದಿಬದಿಯಲ್ಲಿ ರಾತ್ರಿಯನ್ನು ಕಳೆಯುವುದನ್ನು ಊಹಿಸಿಕೊಂಡೇ ಅವರು ಭಯಗೊಂಡಿದ್ದರು. ಆ ದಿನ ಅವರಿಗೆ ಬೆಳಗಿನಿಂದಲೂ ಏನೂ ಇರಲಿಲ್ಲ. ಕಷ್ಟಪಟ್ಟು ಹೆಜ್ಜೆ ಇಡುತ್ತಿದ್ದರು.

ಕತ್ತಲಾಗುವ ಮೊದಲು ದೂರದಲ್ಲಿ ಹೊಗೆಯೇಳುವುದು ಕಂಡಿತು. ದನಕರುಗಳು ಮತ್ತು ಕುರಿ ಮೇಕೆಗಳ ಮಂದೆಗಳು ಊರು ಸೇರಿಕೊಳ್ಳಲು ಧಾವಿಸುತ್ತಿದ್ದವು. ಅವರು ಒಂದು ಸಮಾಧಾನದ ಉಸಿರುಬಿಟ್ಟು ಬೇಗ ಬೇಗ ನಡೆಯತೊಡಗಿದರು.

ಊರು ತಲಪುವ ವೇಳೆಗೆ ಪೂರ್ಣ ಕತ್ತಲಾಯಿತು. ಒಂದು ಮರದ ಬುಡದಲ್ಲಿದ್ದ ಕಟ್ಟೆಯ ಮೇಲೆ ಮೂವರೂ ಕುಳಿತು ಬೆವರೊರೆಸಿಕೊಂಡು ದಣಿವಾರಿಸಿಕೊಳ್ಳುತ್ತಿದ್ದರು. ಆ ಕಟ್ಟೆಯ ಇನ್ನೊಂದು ಬದಿಯಲ್ಲಿ ಇಬ್ಬರು ವೃದ್ಧರು ಕೆಮ್ಮುತ್ತಾ ಏನೋ ಚರ್ಚೆ ಮಾಡಿಕೊಳ್ಳುತ್ತಿದ್ದರು.

"ಏನು ಸ್ವಾಮಿ" ವಿಷ್ಣುಗುಪ್ತ ಕೇಳಿದ, "ಈ ಊರಿನಲ್ಲಿ ಬ್ರಾಹ್ಮಣರ ಮನೆ ಯೇನಾದರೂ ಇದೆಯೇ ?"

ಆ ಮುದುಕರು ತಮ್ಮ ಮಾತು ನಿಲ್ಲಿಸಿ ಅವರತ್ತ ದಿಟ್ಟಿಸಿದರು. "ಎಲ್ಲಿಯವರು ಸ್ವಾಮಿ ?" ವೃದ್ಧ ಕೇಳಿದ.

"ನಾವು ತಕ್ಷಶಿಲೆಯವರು, ಪಾಟಲೀಪುತ್ರಕ್ಕೆ ಹೊರಟಿದ್ದೇವೆ."

"ಇಲ್ಲಿ ಬ್ರಾಹ್ಮಣರೇ ಇಲ್ಲವಲ್ಲ, ಸ್ವಾಮಿ. ಈ ಊರಿನ ಹೆಸರೇ ಗೋಪಾಲಪುರ. ಇಲ್ಲಿರುವವರು ಗೋಪಾಲಕರು ಮತ್ತು ಕೃಷಿಕರು ಅಷ್ಟೆ"

"ರಾತ್ರಿ ತಂಗಲು ಆಶ್ರಯ ಹುಡುಕುತ್ತಿದ್ದೀರಾ?" ಇನ್ನೊಬ್ಬ ಕೇಳಿದ.

"ಹೌದು, ಆದರೆ ನಮಗೆ ಇರಲು ಚಿಂತೆಯಿಲ್ಲ ಬೇಕಾದರೆ ಈ ಕಟ್ಟೆಯ ಮೇಲೇ ರಾತ್ರಿಯನ್ನು ಕಳೆಯುತ್ತೇವೆ. ನಾವು ತಂದಿದ್ದ ಆಹಾರ ಸಾಮಗ್ರಿಯೆಲ್ಲ ನಿನ್ನೆಗೇ ಮುಗಿದು ಹೋಯಿತು. ಈ ದಿನವೆಲ್ಲಾ ಆಹಾರವಿಲ್ಲದೆ ನಡೆದುಬಂದೆವು. ಅದಕ್ಕೆ ಕೇಳಿದೆ."

"ಅಯ್ಯೋ ಪಾಪ" ಮೊದಲ ವೃದ್ಧ ಸಹಾನುಭೂತಿ ತೋರಿಸಿದ. "ಒಂದು ಕೆಲಸ ಮಾಡಿ, ನನ್ನ ಮನೆಗೆ ಬಂದು ಬಿಡಿ. ನಿಮಗೆ ಬೇಕಾದ ಪದಾರ್ಥಗಳನ್ನೆಲ್ಲ ಕೊಡುತ್ತೇನೆ. ಅಡಿಗೆ ಮಾಡಿಕೊಂಡು ಸಂತೃಪ್ತಿಯಿಂದ ಊಟ ಮಾಡಿ. ಹಸಿವಿನ ಕಷ್ಟ ಏನೆಂದು ನನಗೆ ಗೊತ್ತು ಸ್ವಾಮಿ."

"ಆಗಬಹುದು, ಆಗಬಹುದು" ಎಂದು ಧರ್ಮದತ್ತ ಕಟ್ಟೆಯಿಂದ ಇಳಿಯತೊಡಗಿದ. ಗೌತಮನೂ ಸಿದ್ಧನಾದ.

ತನ್ನ ಗೆಳೆಯನನ್ನು ಬೀಳ್ಕೊಂಡು ಆ ವೃದ್ಧ 'ಬನ್ನಿ' ಎಂದು ತನ್ನ ಮನೆಯ ಕಡೆಗೆ ಹೊರಟ. ಮೂವರೂ ಅವನನ್ನು ಹಿಂಬಾಲಿಸಿದರು. ದಾರಿಯಲ್ಲಿ ಅವನಿಗೆ ಸಂಕ್ಷಿಪ್ತವಾಗಿ ತಮ್ಮ ಪರಿಚಯವನ್ನು ಹೇಳಿದರು. ಅವನ ಹೆಸರು ಧನಂಜಯನೆಂದು ತಿಳಿಯಿತು.

ಮುಖ್ಯ ಬೀದಿಯ ಕೊನೆಯಲ್ಲಿ ಧನಂಜಯನ ದೊಡ್ಡ ಮನೆಯಿತ್ತು. ಮನೆಯ ಮುಂದೆ ಒಂದು ಬಾವಿ ಇತ್ತು. ವಿಶಾಲವಾದ ಜಗಲಿಯನ್ನು ದಾಟಿ ಒಳಗೆ ಹೆಜ್ಜೆಯಿರಿಸಿದರೆ ದೊಡ್ಡ ನಡುಮನೆ. ಅದು ಕೃಷಿಕರ ಮನೆಯೆಂಬುದನ್ನು ಸೂಚಿಸುವಂತೆ ದವಸವನ್ನು ತುಂಬಿ ಕಟ್ಟಿ ಜೋಡಿಸಿದ್ದ ಪಿಂಡಿಗಳಿದ್ದವು. ಮನೆಗೆ ಹೊಂದಿಕೊಂಡಂತಿದ್ದ ಕೊಟ್ಟಿಗೆಯಲ್ಲಿ ದನಕರುಗಳಿಗೆ ಮತ್ತು ಕುರಿಮೇಕೆಗಳಿಗೆ ಪ್ರತ್ಯೇಕ ವ್ಯವಸ್ಥೆ ಮಾಡಲಾಗಿತ್ತು.

"ನೀವು ಪಶುಪಾಲನೆ ಮತ್ತು ಕೃಷಿ ಎರಡನ್ನೂ ಮಾಡುತ್ತಿರುವಂತೆ ಕಾಣುತ್ತದೆ" ಎಂದ ವಿಷ್ಣುಗುಪ್ತ.

"ಹೌದು" ಧನಂಜಯ ಹೇಳಿದ, "ಪಶುಪಾಲನೆಯೇ ನನ್ನ ಮೂಲವೃತ್ತಿ. ನನ್ನ ತಂದೆಗೆ ಕೃಷಿಯಲ್ಲಿ ಹೆಚ್ಚಿನ ಆಸಕ್ತಿಯಿದ್ದುದರಿಂದ ಸ್ವಲ್ಪ ಭೂಮಿ ಕೊಂಡರು. ನಮ್ಮ ನಂತರ ಇನ್ನೂ ಒಂದಿಬ್ಬರು ಕೃಷಿ ಕಾರ್ಯ ಮಾಡುತ್ತಿದ್ದಾರೆ" ಎಂದು ಅವನು ಒಬ್ಬ ತರುಣಿಯನ್ನು ಕರೆಸಿ ಅವಳಿಂದ ನಮಸ್ಕಾರ ಮಾಡಿಸಿ ಹೇಳಿದ, "ಇವಳು ನನ್ನ ಸೊಸೆ ಮಲ್ಲಿಕಾ. ಇವರಿಗೆ ಅಕ್ಕಿ ಹಾಲು, ತುಪ್ಪ ಮೊಸರು ಇತ್ಯಾದಿ ಅಡಿಗೆಗೆ ಏನೇನು ಬೇಕೋ ಎಲ್ಲವನ್ನೂ ಕೊಡು ತಾಯಿ. ಬಾವಿ ಇದೆ, ಸ್ನಾನ ಮುಗಿಸಿ ಬನ್ನಿ, ಜಗಲಿಯ ಮೇಲೇ ಅಡಿಗೆ ಮಾಡಿಕೊಂಡು ಅಲ್ಲೇ ಮಲಗಬಹುದು. ಒಳಗೆ ಬಂದು ಮಲಗಿದರೂ ಚಿಂತೆಯಿಲ್ಲ, ನಿಮ್ಮ ಇಷ್ಟ, ಬೇಕಾದರೆ ಹಾಸಲು, ಹೊದೆಯಲು ಕೊಡುತ್ತೇನೆ."

"ತುಂಬ ಉಪಕಾರವಾಯಿತು ಧನಂಜಯರೆ" ವಿಷ್ಣುಗುಪ್ತ ಹೇಳಿದ, "ಜಗಲಿಯೇ ನಮಗೆ ಸಾಕು. ನಮ್ಮ ಬಳಿ ಹಾಸಲು ಹೊದೆಯಲು ಚಾಪೆ, ವಸ್ತ್ರಗಳಿವೆ."

ಮೂವರೂ ಬಾವಿಯಲ್ಲಿ ನೀರು ಸೇದಿಕೊಂಡು ಸ್ನಾನ ಮಾಡಿ ಸಂಧ್ಯೋಪಾಸನೆಯನ್ನು ಪೂರೈಸಿದರು. ಜಗಲಿಯ ಮೇಲೆ ಧನಂಜಯ ಕಲ್ಲು ಹೂಡಿ, ಒಲೆ ಸಿದ್ಧಪಡಿಸಿ, ಬೇಕಾದ ಕಟ್ಟಿಗೆಯನ್ನೂ ತಂದುಕೊಟ್ಟ. ಅಷ್ಟು ಹೊತ್ತಿಗೆ ಮಲ್ಲಿಕಾ ಬೇಕಾದ ಪದಾರ್ಥಗಳನ್ನು ಸಮೃದ್ಧವಾಗಿ ತಂದಿರಿಸಿದಳು. ಗೌತಮ ಅಡಿಗೆಯ ಕೆಲಸಕ್ಕೆ ತೊಡಗಿದ.

ಧನಂಜಯ ಹಸು ಕರು, ಕುರಿ ಮೇಕೆಗಳ ವ್ಯವಸ್ಥೆಯನ್ನೆಲ್ಲಾ ನೋಡಿಕೊಂಡು, ಊಟ ಮಾಡಿ ಬರುವ ವೇಳೆಗೆ, ಮೂವರೂ ಹೊಟ್ಟೆ ತುಂಬಾ ಉಂಡು ತೃಪ್ತಿಯಿಂದ ಕುಳಿತಿದ್ದರು.

ಜಗಲಿಯ ಮೇಲೆ ಗೋಡೆಗೊರಗಿ ಕುಳಿತು, "ಊಟವಾಯಿತೇ ?" ಎಂದು ಧನಂಜಯ ಕೇಳಿದ.

"ಆಯಿತು, ಬನ್ನಿ ಧನಂಜಯರೆ" ವಿಷ್ಣುಗುಪ್ತ ಹೇಳಿದ, "ನಿಮ್ಮ ಈ ಉಪಕಾರವನ್ನು ನಾವು ಎಂದೂ ಮರೆಯುವುದಿಲ್ಲ"

"ಇದರಲ್ಲಿ ಉಪಕಾರವೇನು ಬಂತು ?" ಧನಂಜಯ ಹೇಳಿದ, "ಹಸಿದು ಬಂದವರಿಗೆ ತುತ್ತು ಅನ್ನ ಕೊಡುವುದು ಮನುಷ್ಯ ಧರ್ಮ. ನನ್ನ ತಂದೆ, ತಾತ ಎಲ್ಲ ಇದೇ ನಂಬಿಕೆಯಿಂದ ನಡೆದುಬಂದವರು. ನಾನು ಸಂಪಾದಿಸಿದ್ದನ್ನೆಲ್ಲಾ ನಾನೊಬ್ಬನೇ ತಿಂದು ಮುಗಿಸುವೆನೆಂಬುದು ಅತಿ ಸ್ವಾರ್ಥವಲ್ಲವೇ ?"

"ನಿಮ್ಮ ಉದಾತ್ತ ಭಾವನೆಯನ್ನು ಕಂಡು ನನಗೆ ಸಂತೋಷವಾಗುತ್ತಿದೆ. ನಮ್ಮ ಸನಾತನ ಧರ್ಮದ ಅತಿಥಿ ಸತ್ಕಾರ, ಹಂಚಿ ತಿನ್ನುವ ಗುಣ ಇನ್ನೂ ಜೀವಂತವಾಗಿರುವುದನ್ನು ಕಂಡು ಹೆಮ್ಮೆಯೆನಿಸುತ್ತಿದೆ."

"ಆದರೆ ಎಷ್ಟು ದಿನ ಈ ಹೆಮ್ಮೆ ? ಇನ್ನೆಷ್ಟು ಕಾಲ ಈ ಸಂತೋಷ ?" ಧನಂಜಯ ವಿಷಾದದಿಂದ ಹೇಳಿದ.

"ಏಕೆ ಈ ವಿಷಾದ ?"

"ಧರ್ಮ ನೀತಿಗಳು ಕಣ್ಣಮುಂದೆಯೇ ಕುಸಿದು ಬೀಳುವುದನ್ನು ಕಂಡು ವಿಷಾದವಾಗದೆ ಇನ್ನೇನಾಗುತ್ತದೆ ?"

ಗೌತಮ ಮತ್ತು ಧರ್ಮದತ್ತ ಚಕಿತರಾಗಿ ವಿಷ್ಣುಗುಪ್ತನ ಮುಖ ನೋಡಿದರು. ಧರ್ಮದತ್ತ ಕೇಳಿದ, "ನಿಮ್ಮ ಮನಸ್ಸಿನಲ್ಲಿ ಯಾವುದೋ ಕಹಿ ನೆನಪು ಬಾಧಿಸುತ್ತಿರುವಂತಿದೆ ?"

ಧನಂಜಯ ಒಂದು ನಿಟ್ಟುಸಿರು ಬಿಟ್ಟ. ಅದರಿಂದ ಅವನ ನೋವಿನ ಆಳವನ್ನು ಗುರುತಿಸಬಹುದಾಗಿತ್ತು. ಅವನು ಕೇಳಿದ, "ನನ್ನ ನೋವಿರಲಿ, ಈ ಮಗಧದಲ್ಲಿ ನಿತ್ಯ ಎಷ್ಟು ಸಾವಿರ ನೋವುಗಳ ಬೆಳೆ ಬೆಳೆಯುತ್ತಿದೆ ಗೊತ್ತೇ ಸ್ವಾಮಿ ?"

ಮೂವರೂ ಮುಖ ಮುಖ ನೋಡಿಕೊಂಡರು. ಧನಂಜಯ ಮುಂದುವರಿಸಿದ, "ನಮ್ಮ ಸನಾತನ ಧರ್ಮ ಎಂದು ನೀವು ಹೆಮ್ಮೆಯಿಂದ ಹೇಳಿಕೊಂಡಿರಿ. ವೇದಪುರಾಣಗಳನ್ನು ಅಧ್ಯಯನ ಮಾಡಿ ಧರ್ಮವೆಂದರೇನೆಂದು ವಿವರವಾಗಿ ತಿಳಿದಿರುವ ಬ್ರಾಹ್ಮಣರು ನೀವು. ನಾನು ಅಷ್ಟೆಲ್ಲ ಓದಿದವನಲ್ಲ, ಸ್ನೇಹ, ವಿಶ್ವಾಸ, ಗುರುಹಿರಿಯರಲ್ಲಿ ಗೌರವ, ಅತಿಥಿಗಳ ಸತ್ಕಾರ, ಕಷ್ಟದಲ್ಲಿರುವವರಿಗೆ ನೆರವು, ಸೌಜನ್ಯದ ನಡವಳಿಕೆ, ಒಳ್ಳೆಯ ಮಾತು ಇವೇ ನಿಜವಾದ ಧರ್ಮವೆಂದು ನನ್ನ ನಂಬಿಕೆ."

"ನಮ್ಮ ವೇದ ಪುರಾಣಗಳೆಲ್ಲ ಹೇಳುವುದು ಅದನ್ನೇ" ಎಂದ ವಿಷ್ಣುಗುಪ್ತ.

"ಆದರೆ ಆ ಸನಾತನ ಧರ್ಮ ಈಗ ಅನಾಥವಾಗುತ್ತಿದೆ. ಬೇರೆ ಕಡೆಯಲ್ಲಿ ಹೇಗೋ, ಈ ಮಗಧದಲ್ಲಂತೂ ಧರ್ಮ ಸಾಯುತ್ತಿದೆ ಸ್ವಾಮೀ, ಧರ್ಮ ಸಾಯುತ್ತಿದೆ. ಹೀಗೇ ಆದರೆ ಇನ್ನು ಕೆಲವೇ ವರ್ಷಗಳಲ್ಲಿ ಮಗಧವನ್ನು ಸನಾತನ ಧರ್ಮದ ಸಮಾಧಿ ಎಂದು ಕರೆಯಬೇಕಾಗುತ್ತದೆ."

ವಿಷ್ಣುಗುಪ್ತನಿಗೆ ಕುತೂಹಲ ಮೂಡಿತು. ಧನಂಜಯನ ಜೀವನದಲ್ಲಿ ಏನೋ ಕೆಟ್ಟ ಸಂಗತಿ ನಡೆದಿರಬೇಕೆನ್ನಿಸಿತು. ಅದೇನೆಂದು ಕೇಳಬೇಕೆನ್ನುವಷ್ಟರಲ್ಲಿ ಧನಂಜಯ ಹೇಳಿದ, "ಸಹಜೀವನ, ಸಹಭೋಜನ ಇತ್ಯಾದಿ ಹೇಳುತ್ತ, ಇದ್ದವರು ಇಲ್ಲದವರ ಜೊತೆ ಹಂಚಿ ತಿನ್ನುವುದನ್ನು ನಮ್ಮ ಧರ್ಮ ಹೇಳುತ್ತದೆ ಎಂದಿರಿ. ಆದರೆ ನಮ್ಮ ಚಕ್ರವರ್ತಿ ಧನನಂದನಿಗೆ ಸುಲಿದು ಸಂಗ್ರಹಿಸುವುದನ್ನು ಬಿಟ್ಟು ಹಂಚಿ ತಿನ್ನುವುದು ಗೊತ್ತೇ ಇಲ್ಲ, ನಾವು ಧಾನ್ಯ ಬೆಳೆಯುವ ಕೃಷಿಕರು. ಷಡ್ಭಾಗವನ್ನು ಕೊಡುವುದು ನಮ್ಮ ತಾತನ ಕಾಲದಿಂದ ನಡೆದುಕೊಂಡು ಬಂದ ಪದ್ಧತಿ. ಮಳೆಬೆಳೆಗಳಿಲ್ಲದ ಸಂದರ್ಭಗಳಲ್ಲಿ ಹಿಂದೆ ಅದಕ್ಕೆ ವಿನಾಯಿತಿ ನೀಡುವ ಮಾನವೀಯತೆ ಇತ್ತು. ಆದರೆ ಈಗ ಎಲ್ಲ ಪದ್ಧತಿಗಳೂ ಹೃದಯ ಕಳೆದುಕೊಂಡಿವೆ. ಕಳೆದ ವರ್ಷ ಮಳೆಯಿಲ್ಲದೆ ನಮ್ಮ ಸುತ್ತಮುತ್ತಲಿನ ಗ್ರಾಮಗಳ ಕೃಷಿಕರೆಲ್ಲ ಕಂಗಾಲಾದರು. ಆದರೆ ಹೃದಯವಿಲ್ಲದ ರಾಜಶಾಸನ ದಯೆ ತೋರಿಸಲಿಲ್ಲ, ನಮ್ಮಂಥ ಸ್ವಲ್ಪ ಅನುಕೂಲವಂತರು ಹೇಗೋ ಕೊಟ್ಟೆವು. ಇಲ್ಲದವರ ದನಕರು, ಕುರಿಮೇಕೆಗಳನ್ನೇ ಬಲವಂತವಾಗಿ ಕಿತ್ತುಕೊಂಡು ಹೋದರು. ಆದೂ ಇಲ್ಲದವರಿಗೆ ಛಡಿಯೇಟಿನ ಶಿಕ್ಷೆ. ಇದಾವ ನ್ಯಾಯ, ನೀವೇ ಹೇಳಿ. ನನ್ನ ಮನೆ ಸದಾ ಧಾನ್ಯದಿಂದ ತುಂಬಿರುತ್ತಿತ್ತು. ಈಗ ನೋಡಿ ಪೂರಾ ಸೊರಗಿಹೋಗಿದೆ. ದೇವರ ದಯೆ, ಹೊಟ್ಟೆತುಂಬ ಊಟ ಮಾಡಿ ವರ್ಷಪೂರ್ತಿ ಕಳೆಯಲು, ನಿಮ್ಮಂಥ ಸಜ್ಜನರಿಗೆ ಅತಿಥಿ ಸತ್ಕಾರ ಮಾಡಲು ಇನ್ನೂ ಅವಕಾಶವಿದೆಯಲ್ಲಾ, ಎಂಬುದೇ ನನಗೆ ಸಮಾಧಾನ."

ಪಾಟಲೀಪುತ್ರ ನಗರದಿಂದಾಚೆಗೂ ರಾಜಶಾಸನದ ಕರಾಳಹಸ್ತ ತನ್ನ ಹಿಂಸಾ ಪ್ರವೃತ್ತಿಯನ್ನು ವ್ಯಾಪಕವಾಗಿ ಹರಡಿದೆಯೆಂಬುದು ಮನವರಿಕೆಯಾದಂತಾಯಿತು. ಧನಂಜಯ ಆ ಎಲ್ಲ ನೊಂದವರ ಪ್ರತಿನಿಧಿಯಂತೆ ಮಾತಾಡಿದ್ದ. ಈ ಹಿನ್ನೆಲೆಯಲ್ಲಿ ತನ್ನ ತಂದೆ ಚಣಕರ ಪ್ರತಿಭಟನೆ ಅನಿವಾರ್ಯವಾಗಿತ್ತು ಎಂದು ವಿಷ್ಣುಗುಪ್ತ ಆಲೋಚಿಸುತ್ತಿದ್ದ.

"ಇಷ್ಟು ದೊಡ್ಡ ಮನೆ! ಇಷ್ಟೊಂದು ದನಕರು, ಕುರಿಮೇಕೆಗಳು! ಬೇರೆ ಜನವೇ ಕಾಣುತ್ತಿಲ್ಲ, ನಿಮ್ಮ ಹೆಂಡತಿ, ಮಕ್ಕಳು..." ಧರ್ಮದತ್ತ ಕೇಳಿದ.

"ಯಾರೂ ಇಲ್ಲ, ಮನೆಯಲ್ಲಿ ನಾವಿಬ್ಬರೇ. ನಾನು, ನನ್ನ ಸೊಸೆ. ಹಗಲು ರಾತ್ರಿ ಬರೀ ದುಃಖವನ್ನೇ ಹೊಟ್ಟೆ ತುಂಬ ಉಂಡು, ಅದನ್ನೇ ಹಾಸಿ, ಹೊದೆಯುತ್ತಿದ್ದೇವೆ."

ತುಸು ತಡೆದು ವಿಷ್ಣುಗುಪ್ತ ಹಿಂಜರಿಯುತ್ತಲೇ ಕೇಳಿದ, "ಬಹುಶಃ ನಿಮ್ಮ ಮನೆಯಲ್ಲಿ ಯಾವುದೋ ಅನಾಹುತ ನಡೆದಿರಬೇಕೆನಿಸುತ್ತಿದೆ."

"ಹೌದು, ಆದರೆ ಅತಿಥಿಗಳಾಗಿ ಬಂದವರಿಗೆ ಒಂದು ತುತ್ತು ಅನ್ನ ಹಾಕಿ, ನನ್ನ ದುಃಖದ ಕಥೆ ಹೇಳಿ ಬೇಸರ ಪಡಿಸುವ ಇಚ್ಛೆ ನನಗಿಲ್ಲ"

"ನಿಮ್ಮ ಸಂಸ್ಕೃತಿ ತುಂಬ ದೊಡ್ಡದು, ಧನಂಜಯರೇ" ವಿಷ್ಣುಗುಪ್ತ ಹೇಳಿದ, "ನಿಮ್ಮ ಉದಾರವಾದ ಸತ್ಕಾರ ಪಡೆದು ತೃಪ್ತರಾಗಿರುವ ನಾವು, ನಿಮ್ಮ ದುಃಖಕ್ಕೆ ಸಹಾನುಭೂತಿ ತೋರಿಸುವಷ್ಟಾದರೂ ಸಜ್ಜನಿಕೆ ವ್ಯಕ್ತಪಡಿಸಬೇಕು. ಜೊತೆಗೆ ನಿಮ್ಮ ಮಾತನ್ನು ಕೇಳುತ್ತಿದ್ದರೆ, ನಿಮ್ಮ ದುಃಖಕ್ಕೆ ಪಾಟಲೀಪುತ್ರದ ಅರಮನೆಯೇ ಕಾರಣವಾಗಿರಬೇಕೆಂಬ ಭಾವನೆ ಬರುತ್ತಿದೆ. ಧನನಂದನ ದುರಾಡಳಿತದ ಬಗ್ಗೆ, ಅದರ ಜ್ವಾಲೆಯಲ್ಲಿ ಸಿಕ್ಕು ಬೆಂದುಹೋಗುತ್ತಿರುವ ಪ್ರಜೆಗಳ ಬಗ್ಗೆ ಬೇಕಾದಷ್ಟು ವಿಷಯಗಳನ್ನು ಕೇಳಿದ್ದೇವೆ. ಜೊತೆಗೆ ನಾವೂ ಅನಿವಾರ್ಯವಾಗಿ ಅದರಲ್ಲಿ ಸಿಕ್ಕಿಕೊಂಡಿದ್ದೇವೆ."

ಧನಂಜಯ ಚಕಿತನಾಗಿ ಹೇಳಿದ, "ಏನು! ನೀವೂ ಸಿಕ್ಕಿಕೊಂಡಿದ್ದೀರಾ!"

"ಹೌದು, ನಮ್ಮ ತಂದೆ ಅನ್ಯಾಯವನ್ನು ಪ್ರತಿಭಟಿಸಲು ಹೋಗಿ ಸೆರೆಮನೆ ಸೇರಿದ್ದಾರೆ. ಅವರನ್ನು ಬಿಡಿಸಲು ನಾನು ಹೊರಟಿದ್ದೇನೆ."

"ಅವರು ಯಾರೆಂದು ಕೇಳಬಹುದೇ ?"

"ರಾಜಪುರೋಹಿತ ಆಚಾರ್ಯ ಚಣಕ."

"ನಾನೂ ಅವರ ಹೆಸರನ್ನು ಕೇಳಿದ್ದೇನೆ."

"ಇವರು ಅವರ ಬಾಲ್ಯಮಿತ್ರ ಧರ್ಮದತ್ತ. ಈತ ಗೌತಮ. ಅವರ ಬಳಿ ಹಲವು ವರ್ಷಗಳಿಂದ ಪರಿಚಾರಿಕೆ ಮಾಡುತ್ತಿರುವವನು" ಎಂದು ವಿಷ್ಣುಗುಪ್ತ ಆ ಘಟನೆಯ ವಿವರಗಳನ್ನೆಲ್ಲಾ ಹೇಳಿದಾಗ ಧನಂಜಯನಿಗೆ ಆಶ್ಚರ್ಯವಾಯಿತು, ಬೇಸರವೂ ಆಯಿತು.

"ಪೂಜ್ಯರಾದ ಬ್ರಾಹ್ಮಣರನ್ನು ಕಾಡುವ ಈ ಚಕ್ರವರ್ತಿಗೆ ಒಳ್ಳೆಯದಾಗುವುದಿಲ್ಲ. ಹಾಂ, ನಾನು ನಿಮ್ಮನ್ನು ಆಚಾರ್ಯ ಎಂದು ಕರೆಯಬಹುದೇ ?"

ಅದಕ್ಕೆ ಧರ್ಮದತ್ತ ನಗುತ್ತ ಹೇಳಿದ, "ಆಚಾರ್ಯನನ್ನು ಆಚಾರ್ಯನೆಂದು ಕರೆಯುವುದರಲ್ಲಿ ತಪ್ಪೇನಿಲ್ಲ. ಈತ ತಕ್ಷಶಿಲೆಯ ಗುರುಕುಲದಲ್ಲಿ ಪ್ರಸಿದ್ಧ ಆಚಾರ್ಯ."

"ಬಹಳ ಸಂತೋಷ, ಆಚಾರ್ಯ. ನಾನು ಬಹಳ ಹಿಂದೆ ಒಂದು ಸಲ ಪಾಟಲೀಪುತ್ರಕ್ಕೆ ಹೋಗಿದ್ದೆ. ಏಕೆ ಗೊತ್ತೆ? ನನ್ನ ಮಗನ ಶವವನ್ನು ತೆಗೆದುಕೊಂಡು ಬರಲು."

"ಶವ!" ವಿಷ್ಣುಗುಪ್ತ ಬೆಚ್ಚಿ ಉದ್ಗರಿಸಿದ. ಉಳಿದವರ ಮುಖದಲ್ಲೂ ಆತಂಕ, ಅಚ್ಚರಿಗಳಿದ್ದವು.

"ಹೌದು ಆಚಾರ್ಯ, ಕೈಗೆ ಬಂದ ಮಗ. ಒಬ್ಬನೇ ಮಗ. ನನಗೂ ನನ್ನ ಹೆಂಡತಿಗೂ ಅವನೇ ಪ್ರಾಣ. ನಮ್ಮ ಪ್ರೀತಿ ವಾತ್ಸಲ್ಯಗಳನ್ನೆಲ್ಲ ಧಾರೆಯೆರೆದು ಅವನನ್ನು ಸಾಕಿದೆವು. ಅವನೂ ಅಷ್ಟೇ ಸಭ್ಯ. ತಂದೆತಾಯಿಗಳೆಂದರೆ ಅಭಿಮಾನ, ಗೌರವ. ಆದರೆ ಅವನಿಗೆ ಯಾವ ದುರದೃಷ್ಟವೋ ಏನೋ, ಕೃಷಿ ಮತ್ತು ಪಶುಪಾಲನೆಯನ್ನು ಬಿಟ್ಟು ಯೋಧನಾಗಬೇಕೆಂಬ ಚಪಲ. ಎಲ್ಲೋ ಹೋಗಿ, ಯಾರ ಬಳಿಯಲ್ಲೋ ಅಲ್ಪ ಸ್ವಲ್ಪ ಯುದ್ಧವಿದ್ಯೆಯನ್ನು ಕಲಿತು ಬಂದ. ರಾಜನ ಸೇನೆ ಸೇರುವೆನೆಂದು ಆತುರಪಡುತ್ತಿದ್ದ ಮಗ ಕೈಬಿಟ್ಟು ಹೋದಾನೆಂದು ಈ ಹುಡುಗಿಯನ್ನು ತಂದು ವಿವಾಹ ಮಾಡಿದೆ. ಸ್ವಲ್ಪ ದಿನ ಸುಮ್ಮನಿದ್ದ. ಮತ್ತೆ ಅದೇ ರಾಗ. ಹಲವರಿಗೆ ಕೈಯೆತ್ತಿ ಕೊಡುವ ದಾನಿಯಾದ ಕೃಷಿಕ ನೀನು, ಇನ್ನೊಬ್ಬರ ಬಳಿ ಸಂಬಳಕ್ಕಾಗಿ ಕೈಚಾಚುವ ದೀನನಾಗುವುದು ಬೇಡ, ಎಂದು ಎಷ್ಟು ಬುದ್ಧಿ ಹೇಳಿದರೂ ಕೇಳಲಿಲ್ಲ. ಒಂದು ದಿನ ಪಾಟಲೀಪುತ್ರಕ್ಕೆ ಹೋಗುತ್ತೇನೆಂದು ಹೇಳಿ ಹೊರಟೇ ಹೋದ.

ಸೇನೆಯಲ್ಲಿ ಕೆಲಸ ಸಿಕ್ಕಿದೆಯೆಂದು ಒಮ್ಮೆ ಬಂದು ಹೇಳಿದ. ಆಗಾಗ ಬಂದು ಹೋಗುತ್ತಿದ್ದ. ಎಲ್ಲೋ ಚೆನ್ನಾಗಿರಲಿ, ಎಂದು ನಾವೂ ಸಮಾಧಾನ ಮಾಡಿಕೊಂಡೆವು. ಆದರೆ, ಒಂದು ದಿನ, ಅವನ ಶವ ನಗರದ ಹೊರಗೆ ಸಿಕ್ಕಿದೆಯೆಂದು ರಾಜಭಟರು ಸುದ್ದಿ ತಂದಾಗ ನಿಂತ ನೆಲವೇ ಬಿರುಕು ಬಿಟ್ಟಂತಾಯಿತು. ನನ್ನ ಹೆಂಡತಿ, ಸೊಸೆಯ ಪರಿಸ್ಥಿತಿ ಏನಾಗಿರಬೇಕೆಂದು ನೀವೇ ಊಹಿಸಿಕೊಳ್ಳಿ. ಅವನು ಹೇಗೆ ಸತ್ತ, ಏನು ಕತೆಯೆಂದು ಅವರು ಬಾಯಿ ಬಿಡಲಿಲ್ಲ.

"ನಾನು ಕೂಡಲೇ ಓಡಿದೆ. ಶವವನ್ನು ವಶಕ್ಕೆ ತೆಗೆದುಕೊಂಡೆ. ನೋಡಿದರೆ ಕೊಲೆ ಮಾಡಿದ್ದಾರೆಂದು ಸ್ಪಷ್ಟವಾಗಿ ಗೋಚರಿಸುತ್ತಿತ್ತು. ಆದರೆ ಯಾರು ಮಾಡಿದರು? ಏಕೆ

ಮಾಡಿದರು ? ಎಂಬುದಕ್ಕೆ ಸಮಾಧಾನಕರ ಉತ್ತರ ದೊರೆಯಲಿಲ್ಲ. ಹೊಟ್ಟೆಯ ಸಂಕಟ ತಡೆಯಲಾರದೆ ಅಮಾತ್ಯ ರಾಕ್ಷಸನನ್ನೇ ಕಂಡೆ. 'ಐದು ಜನ ಸೈನಿಕರನ್ನು ಕರೆದುಕೊಂಡು ಒಂದು ರಾಜಕಾರ್ಯದ ಮೇಲೆ ನಗರದಿಂದ ಹೊರಗೆ ಹೋಗಿದ್ದೆವು. ಕೆಲಸ ಮುಗಿದ ಮೇಲೆ ಅವರು ತಮ್ಮ ಪಾಡಿಗೆ ತಾವು ಹೊರಟುಹೋದರು. ಅನಂತರ ಯಾರೋ ದುರಾತ್ಮರು ಅವರನ್ನು ಕೊಂದಿರಬೇಕು. ಯಾರೆಂದು ನಾವು ಕಂಡು ಹಿಡಿಯುತ್ತೇವೆ' ಎಂದು ಹೇಳಿ ರಾಕ್ಷಸ ಭಂಡಾರದಿಂದ ಪರಿಹಾರ ಕೊಡಿಸಲು ಮುಂದಾದ. ನನಗೆ ಭಯಂಕರ ಸಿಟ್ಟು ಬಂತು. 'ನನ್ನ ಮಗನ ಪ್ರಾಣಕ್ಕೆ ಪರಿಹಾರ ಕೊಡುತ್ತೀರಾ ? ಯಾರಿಗೆ ಬೇಕು ನಿಮ್ಮ ಪರಿಹಾರ ? ನನ್ನ ಮಗನನ್ನು ಕೊಂದ, ಕೊಲ್ಲಿಸಿದ ಪಾಪಿಗಳ ಪ್ರಾಣಕ್ಕೆ ನನ್ನ ಪ್ರಾಣ, ಆಸ್ತಿ ಪಾಸ್ತಿ ಎಲ್ಲವನ್ನೂ ಕೊಟ್ಟುಬಿಡುತ್ತೇನೆ. ಅವರ ಶವಗಳನ್ನು ತಂದು ನನ್ನ ಮುಂದೆ ಹಾಕುವುದು ನಿಮ್ಮಿಂದ ಆಗುತ್ತದೆಯೇ ?' ಎಂದು ಜೋರಾಗಿ ಕೂಗಾಡಿದೆ.

''ಆದರೇನು ಪ್ರಯೋಜನ ? ರಾಜಭಟರು ನನ್ನನ್ನು ನಾಯಿಯಂತೆ ಎಳೆದು ಆಚೆ ದೂಡಿದರು. ಶವದೊಂದಿಗೆ ಊರಿಗೆ ಬಂದೆ. 'ಮಗನೇ' ಎಂದು ಹೆಣದ ಮೇಲೆ ಬಿದ್ದ ನನ್ನ ಹೆಂಡತಿ ಮತ್ತೆ ಮೇಲೇಳಲಿಲ್ಲ, ತಾಯಿ ಮಗನ ಅಂತ್ಯಕ್ರಿಯೆಯನ್ನು ಇವೇ ಪಾಪಿ ಕೈಗಳಿಂದ ಮಾಡಬೇಕಾಯಿತು, ಆಚಾರ್ಯ. ಆಗಿನಿಂದ ನಾನು, ನನ್ನ ಸೊಸೆ ಹೇಗೋ ಜೀವ ಹಿಡಿದು ಬದುಕಿದ್ದೇವೆ'' ಎಂದು ಧನಂಜಯ ಕಣ್ಣೊರೆಸಿಕೊಂಡ.

ಅವರಿಗೆ ಅಯ್ಯೋ ಎನಿಸಿತು. ಮನಸ್ಸಿನಲ್ಲಿ ಕ್ರೋಧವೂ ತುಂಬಿತು. ಗೌತಮನಿಗೆ ಚಂದ್ರಗುಪ್ತ ಚಣಕರ ಮಾತುಕತೆಯ ನಡುವೆ ಆ ವಿಷಯ ಸ್ವಲ್ಪ ಕಿವಿಗೆ ಬಿದ್ದಿತ್ತು. ಅವನು ಹೇಳಿದ, ''ಕೊಲ್ಲಿಸಿದವರು ಬೇರೆ ಯಾರೂ ಅಲ್ಲ ಆಚಾರ್ಯ, ಅಮಾತ್ಯರಾಕ್ಷಸನೇ !''

''ರಾಕ್ಷಸನೇ !'' ಧನಂಜಯ ಆಶ್ಚರ್ಯದಿಂದ ಕೇಳಿದ, ''ನನ್ನ ಮಗನ ಮೇಲೆ ಅವನಿಗೇನು ಹಗೆತನ ? ಅವನೇನು ಅನ್ಯಾಯ ಮಾಡಿ ?''

ಗೌತಮ ಹೇಳಿದ, ''ಗಂಗಾನದಿ ತೀರದಲ್ಲಿ ಗುಪ್ತನಿಧಿಯಿರಿಸಿರುವ ಸ್ಥಳಕ್ಕೆ ಅಮಾಯಕರಾದ ಐದು ಜನರನ್ನು ಸಹಾಯಕ್ಕೆ ಕರೆದುಕೊಂಡು ಹೋದರು. ಕೆಲಸ ಮುಗಿಸಿ ಬರುವಾಗ ಆ ರಹಸ್ಯ ಬಯಲಾಗಬಾರದೆಂದು ಅವರನ್ನು ಕೊಂದರು. ಅವರಲ್ಲಿ ಒಬ್ಬ ಅಶ್ವಾಧ್ಯಕ್ಷ ಭಾಗುರಾಯಣನ ಸೋದರಿಯ ಮಗನಂತೆ. ಅವನ ಸುಳಿವಿಲ್ಲ. ಅವನು ತಪ್ಪಿಸಿಕೊಂಡನೋ, ಅವನನ್ನೂ ಕೊಂದರೋ ಎಂಬುದು ಇನ್ನೂ ತಿಳಿದಿಲ್ಲ''

''ಹಾಗಾದರೆ, ಧನನಂದನ ನಿಧಿಗೆ ಆಗಾಗ ಜನರ ಸುಲಿಗೆಯ ಧನವನ್ನು ಸೇರಿಸಲು ಹೋದಾಗಲೆಲ್ಲ ಸಲಕ್ಕೆ ಐದೈದು ಜನರಂತೆ ಎಷ್ಟೋ ಜನರ ಬಲಿಯಾಗಿರಬೇಕು'' ಎಂದ ಧರ್ಮದತ್ತ.

''ಛೇ, ಇಷ್ಟೊಂದು ಅನ್ಯಾಯವೇ !'' ಎಂದ ವಿಷ್ಣುಗುಪ್ತ.

''ನನ್ನ ಸಂಕಟದ ಬೆಂಕಿ ಈಗ ಹೊತ್ತಿ ಉರಿಯುತ್ತಿದೆ ಆಚಾರ್ಯ'' ಧನಂಜಯ ಆಕ್ರೋಶದಿಂದ ಕೂಗಿದ, ''ಈ ಜ್ವಾಲೆಗೆ ಆ ಧನನಂದನನ್ನೂ, ಅವನ ಅಮಾತ್ಯನನ್ನೂ ಸುಟ್ಟು ಉರಿಸುವ ಶಕ್ತಿ ಇದ್ದಿದ್ದರೆ ?''

''ಸಮಾಧಾನ ಮಾಡಿಕೊಳ್ಳಿ ಧನಂಜಯರೆ'' ವಿಷ್ಣುಗುಪ್ತ ಹೇಳಿದ, ''ಇಂಥ ಅನ್ಯಾಯವನ್ನು ನೋಡಿ ನೋಡಿ ಬೇಸತ್ತೇ, ನನ್ನ ತಂದೆಯವರು ದಂಗೆಯೇಳಿಸಿ ಈ ದುಷ್ಟರಾಜನನ್ನು

ಕಿತ್ತೊಗೆಯಲು ಪ್ರಯತ್ನಿಸಿ ಸೆರೆ ಸಿಕ್ಕಿದ್ದಾರೆ. ಮೊದಲು ಅವರನ್ನು ಸೆರೆಯಿಂದ ಬಿಡಿಸುತ್ತೇನೆ. ಆಮೇಲೆ ಏನಾದರೂ ಮಾಡಲು ಸಾಧ್ಯವಾಗುವುದೇನೋ ಎಂದು ಯೋಚಿಸೋಣ.''

''ನೀವು ಯೋಚಿಸುತ್ತಲೇ ಇರಿ. ನಾವು ಅಸಹಾಯಕತೆಯಿಂದ, ನೋವು ಅಪಮಾನಗಳಿಂದ ನರಳುತ್ತಲೇ ಇರುತ್ತೇವೆ. ಅವರು ತಮ್ಮ ಕ್ರೂರ ಕರ್ಮಗಳನ್ನು ಮುಂದುವರಿಸುತ್ತಲೇ ಇರುತ್ತಾರೆ'' ಧನಂಜಯನ ಧ್ವನಿಯಲ್ಲಿ ತೀವ್ರ ವಿಷಾದವಿತ್ತು.

''ಈಗ ತಾಳ್ಮೆ ಅತ್ಯಗತ್ಯ. ಅಧಿಕಾರದಲ್ಲಿರುವವರಿಗೆ ಸೈನ್ಯದ ಬೆಂಬಲವಿರುತ್ತದೆ. ಜೊತೆಗೆ ಆತ್ಮಗೌರವವನ್ನೇ ಕಳೆದುಕೊಂಡು ಅಸಹಾಯಕರಾಗಿರುವ ಪ್ರಜೆಗಳಲ್ಲಿ ಮರಳಿ ಆತ್ಮಶಕ್ತಿಯನ್ನು ಜಾಗೃತಗೊಳಿಸಬೇಕು. ಇಡೀ ಮಗಧವೇ ಒಟ್ಟಾಗಿ ನಿಲ್ಲಬೇಕು.''

''ನಿಂತೇ ನಿಲ್ಲುತ್ತದೆ. ಬೇಕಾದರೆ ನಾನು, ನಮ್ಮ ಸುತ್ತಮುತ್ತಲ ಹತ್ತು ಊರುಗಳ ಜನ ಎದ್ದು ನಿಲ್ಲುವಂತೆ ಮಾಡುತ್ತೇನೆ. ನಾವು ಸತ್ತರೂ ಚಿಂತೆಯಿಲ್ಲ, ಮುಂದೆ ಬರುವ ಜನರಿಗಾದರೂ ಒಳ್ಳೆಯ ರಾಜ, ಒಳ್ಳೆಯ ಆಳ್ವಿಕೆ, ನೆಮ್ಮದಿಯ ಜೀವನ ದೊರೆಯುವಂತಾಗಲಿ.''

''ನಿಮ್ಮ ಭಾವನೆಯೇ ಎಲ್ಲರಲ್ಲೂ ಬಂದುಬಿಟ್ಟರೆ ಧನನಂದನ ಆಯುಸ್ಸು ಹೆಚ್ಚುದಿನ ಉಳಿಯುವುದಿಲ್ಲ. ಮಗಧವೇನು, ಇಡೀ ಆರ್ಯಾವರ್ತವನ್ನೇ ಒಂದೇ ಸಾಮ್ರಾಜ್ಯವಾಗಿ ರೂಪಿಸುವ ಕನಸು ಕಟ್ಟಿದ್ದೇನೆ ನಾನು. ಪಾಟಲೀಪುತ್ರದಿಂದ ಬಂದ ನಂತರ ನನ್ನ ಕಾರ್ಯ ಯೋಜನೆಯನ್ನು ರೂಪಿಸುತ್ತೇನೆ. ಇದರಲ್ಲಿ ಕೃಷಿಕ, ಬ್ರಾಹ್ಮಣ, ಸೈನಿಕ ಇತ್ಯಾದಿ ಪ್ರತಿಯೊಬ್ಬರ ಪಾಲೂ ಅಗತ್ಯವಾಗುತ್ತದೆ.''

''ಇಂಥ ಒಳ್ಳೆಯ ಕಾರ್ಯವಾಗುವುದಾದರೆ ನನ್ನ ಸರ್ವಸ್ವವನ್ನೂ, ನನ್ನ ಪ್ರಾಣಸಹಿತ ಅರ್ಪಿಸಲು ಸಿದ್ಧನಾಗಿದ್ದೇನೆ.''

''ಬಹಳ ಸಂತೋಷ. ಅಂಥ ಸಂದರ್ಭ ಬಂದಾಗ ಖಂಡಿತ ನಿಮಗೆ ಸುದ್ದಿ ಕಳಿಸುತ್ತೇನೆ. ಈಗ ಹೋಗಿ, ಹೊತ್ತಾಯಿತು ಮಲಗಿ.''

ಧನಂಜಯ ಏಳಲಾಗದೆ ಎದ್ದು ಒಳಗೆ ಹೋದ. ಮೂವರಿಗೂ ನಿದ್ರೆ ಹಾರಿಹೋಗಿತ್ತು. ಬೆಳಗಾಗುವವರೆಗೂ ಅವರು ಮಾತಾಡುತ್ತಲೇ ಇದ್ದರು.

ಬೆಳಿಗ್ಗೆ ಧನಂಜಯ ಪಾಟಲೀಪುತ್ರಕ್ಕೆ ಸೇರುವವರೆಗೆ ಅಗತ್ಯವಾದ ಆಹಾರ ಸಾಮಗ್ರಿಗಳನ್ನು ಕೊಟ್ಟು, ಊರಿನಿಂದ ಸ್ವಲ್ಪ ದೂರದವರೆಗೆ ಜೊತೆಯಲ್ಲಿ ಬಂದು ಬೀಳ್ಕೊಟ್ಟ. ದಾರಿಯುದ್ದಕ್ಕೂ ಧನಂಜಯನ ಔದಾರ್ಯ, ಅವನ ವ್ಯಕ್ತಿತ್ವ, ಅವನ ಗೋಳಿನ ಕಥೆಗಳೇ ಅವರ ಮನಸ್ಸಿನಲ್ಲಿ ತುಂಬಿತ್ತು. ಅವರು ಮಾತಾಡದೆ ಮೌನವಾಗಿ ಹೆಜ್ಜೆ ಹಾಕತೊಡಗಿದರು.

## ೪

ವಿಷ್ಣುಗುಪ್ತ, ಧರ್ಮದತ್ತ ಮತ್ತು ಗೌತಮ ಪಾಟಲೀಪುತ್ರ ತಲಪಿದಾಗ ಕತ್ತಲಾಗಿ ಸ್ವಲ್ಪ ಹೊತ್ತಾಗಿತ್ತು. ಚಣಕನ ಮನೆಯ ಬಾಗಿಲಿಗೆ ಬೀಗ ಹಾಕಿತ್ತು. ಅಕ್ಕಪಕ್ಕದಲ್ಲಿ ವಿಚಾರಿಸಿದಾಗ ಒಬ್ಬರು ಬೀಗದಕೈ ತಂದು ಕೊಟ್ಟರು. ಅವರು ''ಇಷ್ಟು ದಿನ ಎಲ್ಲಿಗೆ ಹೋಗಿದ್ದೆ ಗೌತಮ ?'' ಎಂದು ಕೇಳಿದರು.

''ನಮ್ಮ ಆಚಾರ್ಯರ ಮಗನನ್ನು ತಕ್ಷಶಿಲೆಯಿಂದ ಕರೆದುಕೊಂಡು ಬಂದಿದ್ದೇನೆ. ಇನ್ನೇನು ಭಯವಿಲ್ಲ, ಅವರು ಹೇಗಾದರೂ ಮಾಡಿ ಆಚಾರ್ಯರನ್ನು ಸೆರೆಯಿಂದ ಬಿಡಿಸುತ್ತಾರೆ'' ಎಂದು ಹೇಳಿ ಗೌತಮ ತಕ್ಷಣ ಅಲ್ಲಿಂದ ಹೊರಟುಬಿಟ್ಟ.

ಅವರು 'ಅಯ್ಯೋಪಾಪ. ಇವನಿಗೆ ವಿಷಯ ತಿಳಿದಿಲ್ಲವೆಂದು ಕಾಣುತ್ತದೆ' ಎಂದು ನೊಂದುಕೊಂಡರು. ಆದರೆ ಚಣಕ ತೀರಿಹೋದರೆಂದು ತಾವೇ ಹೇಳಲು ಮನಸ್ಸಾಗಲಿಲ್ಲ.

ಬಾಗಿಲು ತೆರೆದಾಗ ಮನೆ ಅಸ್ತವ್ಯಸ್ತವಾಗಿತ್ತು. ಗೌತಮ ಗಡಿಬಿಡಿಯಿಂದ ಮನೆಯನ್ನೆಲ್ಲ ಶುಚಿ ಮಾಡಿದ. ಮೊದಲು ತಾನು ಸ್ನಾನ ಮಾಡಿ ಅಡಿಗೆಗೆ ತೊಡಗಿದ. ಗುರಿ ಸೇರಿದ ನೆಮ್ಮದಿಯ ಭಾವನೆಯಿಂದ ವಿಷ್ಣುಗುಪ್ತ ಮತ್ತು ಧರ್ಮದತ್ತ ಸ್ನಾನ ಮಾಡಿದರು. ಅಡಿಗೆ ಮುಗಿದ ಮೇಲೆ "ಆಚಾರ್ಯ ಈಗ ಬಂದೆ, ನೀವು ಬಡಿಸಿಕೊಂಡು ಊಟ ಮಾಡುತ್ತಿರಿ" ಎಂದು ಹೇಳಿ ಗೌತಮ ಚರಣನ ಮನೆಯ ಕಡೆಗೆ ಓಡಿದ.

ಇಬ್ಬರೂ ಸಂಧ್ಯೋಪಾಸನೆ ಮುಗಿಸಿದರು. "ಈ ಗೌತಮ ಎಲ್ಲಿಗೆ ಹೋದ? ಊಟ ಮುಗಿಸಿ ಹೋಗಬಹುದಾಗಿತ್ತು" ಎಂದ ವಿಷ್ಣುಗುಪ್ತ.

"ಯಾರನ್ನೋ ನೋಡಲು ಹೋಗಿರಬೇಕು. ಬಡಿಸಿಕೊಂಡು ಊಟ ಮಾಡಿ ಎಂದು ಹೇಳಿದನಲ್ಲ. ಬಹುಶಃ ತಡವಾಗಬಹುದು. ನನಗಂತೂ ತುಂಬಾ ಹಸಿವಾಗಿದೆ. ಬಾ ನಾವು ಊಟ ಮುಗಿಸಿಬಿಡೋಣ" ಎಂದು ಧರ್ಮದತ್ತ ಅವಸರಿಸಿದ.

ಅವನನ್ನು ವೃಥಾ ಕಾಯಿಸುವುದು ಬೇಡವೆಂದು ವಿಷ್ಣುಗುಪ್ತ ಧರ್ಮದತ್ತನೊಂದಿಗೆ ಊಟಕ್ಕೆ ಕುಳಿತ. ಧರ್ಮದತ್ತ ಹರಿವಾಣಗಳಿಗೆ ಬಡಿಸಿದ. ಕಲಸಿ ತುತ್ತು ಬಾಯಿಗಿಡಬೇಕು, ಅಷ್ಟರಲ್ಲಿ "ಆಚಾರ್ಯ, ಆಚಾರ್ಯ" ಎಂದು ಗೌತಮ ಅಳುತ್ತ ಕರುಣಾಜನಕವಾಗಿ ಕೂಗುತ್ತಿರುವುದು ಕೇಳಿಸಿತು. ಇಬ್ಬರೂ ತಿನ್ನುವುದನ್ನು ಬಿಟ್ಟು ಅವ್ಯಕ್ತ ಭೀತಿಯಿಂದ ಮುಖ ಮುಖ ನೋಡಿಕೊಂಡರು. "ಏಕೆ ಗೌತಮ, ಏನಾಯಿತು?" ಎಂದು ವಿಷ್ಣುಗುಪ್ತ ಎದ್ದು ನಡುಮನೆಗೆ ಬಂದ. ಧರ್ಮದತ್ತ ಹಿಂಬಾಲಿಸಿದ. ಗೌತಮ ಅಳುತ್ತ ನಿಂತಿದ್ದ. ಅವನ ಜೊತೆ ನೋವಿನ ಮುಖ ಹೊತ್ತ ಚರಣನಿದ್ದ.

"ಗೌತಮ ಏನಾಯಿತು? ಏಕೆ ಅಳುತ್ತಿದ್ದಿ?" ಎಂದು ಮತ್ತೆ ವಿಷ್ಣುಗುಪ್ತ ಕೇಳಿದ.

"ಆಚಾರ್ಯರು..." ಎಂದು ಹೇಳಲಾರದೆ ಅವನು ಬಿಕ್ಕಿ ಬಿಕ್ಕಿ ಅಳತೊಡಗಿದ.

"ಗೌತಮ, ಏನು ಹೇಳು. ನೀನು ಹೀಗೆ ಅಳುತ್ತಿದ್ದರೆ ನನಗೆ ಹೇಗೆ ಅರ್ಥವಾಗಬೇಕು?" ವಿಷ್ಣುಗುಪ್ತ ಅವನ ಭುಜಹಿಡಿದು ಜೋರಾಗಿ ಅಲುಗಿಸಿದ.

"ನಾನು ಹೇಳುತ್ತೇನೆ" ಎಂದ ಚರಣ.

"ಯಾರು ನೀನು?"

"ನನ್ನ ಹೆಸರು ಚರಣ, ಆಚಾರ್ಯ ಚಣಕರಿಗೆ ಆಪ್ತ. ಚಂದ್ರಗುಪ್ತನ ಮಿತ್ರ. ಈ ದಂಗೆಯ ಪ್ರಯತ್ನದಲ್ಲಿ ನಾನೂ ಭಾಗವಹಿಸಿ ಸೆರೆಮನೆ ಸೇರಬೇಕಾಗಿತ್ತು. ಆ ದಿನ ನಾನು ಬರುವುದು ತಡವಾದ್ದರಿಂದ ಆಕಸ್ಮಿಕವಾಗಿ ಹೊರಗೆ ಉಳಿದೆ."

ಚರಣ ಮತ್ತು ಚಂದ್ರಗುಪ್ತನ ವಿಷಯವಾಗಿ ಗೌತಮ ಹೇಳಿದ್ದು ವಿಷ್ಣುಗುಪ್ತನಿಗೆ ನೆನಪಾಯಿತು. ಅವನು ಹೇಳಿದ, "ಏನು ವಿಷಯ ಹೇಳು. ನನ್ನ ತಂದೆ ಆಚಾರ್ಯ ಚಣಕರು ಸೆರೆಯಲ್ಲಿ ಕ್ಷೇಮದಿಂದಿರುವರು ತಾನೆ?"

"ಇಲ್ಲ, ಅವರು... ಎಲ್ಲ ಸೆರೆಗಳಿಂದಲೂ ಮುಕ್ತರಾದರು."

"ಅಂದರೆ ? ಒಗಟಿನಂತೆ ಮಾತಾಡಬೇಡ. ಅದೇನೆಂದು ನೇರವಾಗಿ ಸ್ಪಷ್ಟವಾಗಿ ಹೇಳು."

"ಚಣಕರಿಗೆ ಗಡೀಪಾರಿನ ಆದೇಶ ನೀಡಿ ಸೆರೆಮನೆಯಿಂದ ಬಿಡುಗಡೆ ಮಾಡಿದರು."

"ಸೆರೆಯಿಂದ ಬಿಡುಗಡೆಯಾದರೆ ! ಹಾಗಾದರೆ ಈಗ ಅವರು ಎಲ್ಲಿದ್ದಾರೆ ?" ವಿಷ್ಣುಗುಪ್ತ ಆತುರದಿಂದ ಕೇಳಿದ.

"ಆದರೆ, ಅವರಿಗೆ ತಮಗಾದ ಅಪಮಾನವನ್ನು ಸಹಿಸುವುದು ಸಾಧ್ಯವಾಗಲಿಲ್ಲವೆಂದು ಕಾಣುತ್ತದೆ. ಅವರು... ನೇಣುಹಾಕಿಕೊಂಡು ಆತ್ಮಹತ್ಯೆ ಮಾಡಿಕೊಂಡರು."

"ಹಾಂ !" ಎಂದು ಉದ್ಗರಿಸಿದ ವಿಷ್ಣುಗುಪ್ತ ನಿಂತಲ್ಲೇ ಕುಸಿದು ಕುಳಿತು ರೆಪ್ಪೆ ಬಡಿಯದೆ ಶೂನ್ಯವನ್ನು ದಿಟ್ಟಿಸತೊಡಗಿದ. ಗೌತಮನ ಅಳು ನಿರಂತರವಾಗಿ ಮುಂದುವರಿಯುತ್ತಿತ್ತು. ಧರ್ಮದತ್ತ ಸಂಕಟದಿಂದ ತಳಮಳಿಸುತ್ತ ನೆಲದ ಮೇಲೆ ಬಿದ್ದು ಹೊರಳಾಡಿದ.

"ಒಬ್ಬರಿಗೊಂದು ಕೇಡು ಮಾಡಿದವರಲ್ಲ, ಒಂದು ಕೆಟ್ಟ ಮಾತಾಡಿದವರಲ್ಲ, ನೂರಾರು ಜನರಿಗೆ ಎಂಥೆಂಥ ಸಹಾಯ ಮಾಡಿದರು ! ದಿಕ್ಕಿಲ್ಲದ ನನ್ನನ್ನು ತಮ್ಮ ಸ್ವಂತ ಮಗನಂತೆ ನೋಡಿಕೊಂಡರು. ನಾನು ತಕ್ಷಶಿಲೆಗೆ ಹೋಗಬಾರದಾಗಿತ್ತು. ನಾನು ಇಲ್ಲೇ ಇದ್ದಿದ್ದರೆ ಅವರು ಸಾಯುತ್ತಿರಲಿಲ್ಲ, ಅವರನ್ನು ಸಾಯಲು ನಾನು ಬಿಡುತ್ತಿರಲಿಲ್ಲ ಅಂಥ ದೊಡ್ಡವರನ್ನು ಆ ಪಾಪಿಗಳು ಸೆರೆಮನೆಗೆ ಹಾಕಿ ಅವಮಾನ ಮಾಡಿದರು. ಅನ್ಯಾಯವಾಗಿ ಅವರು ಸಾಯುವಂತೆ ಮಾಡಿದರು" ಎಂದು ಅಳುತ್ತಲೇ ಗೌತಮ ಗೋಳಾಡಿದ.

ಧರ್ಮದತ್ತ ಬಾಲ್ಯದಿಂದಲೂ ಬೆಳೆದುಬಂದ ತಮ್ಮಿಬ್ಬರ ಸ್ನೇಹವನ್ನು ನೆನೆನೆನೆದು ಪ್ರಲಾಪಿಸಿದ. "ನನ್ನ ಒಬ್ಬನೇ ಮಗ ಕೈಬಿಟ್ಟು ಹೋದಾಗ, ನನ್ನ ಹೆಂಡತಿ ತೀರಿಕೊಂಡಾಗ ನನಗೆ ಇಷ್ಟು ದುಃಖವಾಗಲಿಲ್ಲ, ಆದರೆ ಪ್ರಿಯ ಮಿತ್ರ ನೀನು ಇಲ್ಲವೆಂಬುದನ್ನು ನಂಬುವುದಕ್ಕೇ ನನ್ನಿಂದಾಗುತ್ತಿಲ್ಲ, ಏಕೆ ಹೀಗೆ ಮಾಡಿದೆ? ಆ ದುಷ್ಟರು ಮಾಡಿದ ನೀಚ ಕಾರ್ಯಕ್ಕೆ ನೀನೇಕೆ ನೊಂದುಕೊಂಡೆ ? ನಿನ್ನ ಕ್ಷೇಮವನ್ನು ಬಯಸುವ ಮಗ, ನಾನು, ಗೌತಮ ಎಲ್ಲ ಇರುವ ರೆಂಬುದನ್ನು ಏಕೆ ಮರೆತೆ? ನಿನ್ನನ್ನು ನೋಡಬೇಕೆಂಬ ಆಸೆಯಿಂದ ಅಷ್ಟು ದೂರದಿಂದ, ಅಷ್ಟೊಂದು ದಿನಗಳ ಕಾಲ ಪ್ರಯಾಣ ಮಾಡಿ ಬಂದೆ. ಆದರೆ ನೀನೇ ಇಲ್ಲ, ನನ್ನ ಹೃದಯ ಒಡೆದು ಹೋಗುತ್ತಿದೆ ಚಣಕ. ನಿನ್ನಂಥ ಜ್ಞಾನಿ ಆತ್ಮಹತ್ಯೆಯಂಥ ಕೆಟ್ಟ ಯೋಚನೆ ಮಾಡಬಹುದೆ ?"

ಅತ್ತು ಅತ್ತು ಅವರಿಬ್ಬರೂ ಬಳಲಿ, ಇನ್ನು ಅಳುವುದು ಸಾಧ್ಯವೇ ಇಲ್ಲವೆಂಬಷ್ಟು ನಿತ್ರಾಣಿಗಳಾಗಿ ಕುಳಿತರು. ಶಿಲೆಯಂತೆ ನಿಶ್ಚಲವಾಗಿ ಕುಳಿತಿದ್ದ ವಿಷ್ಣುಗುಪ್ತನ ಕಣ್ಣುಗಳಲ್ಲಿ ಕಂಬನಿ ತುಂಬಿಕೊಂಡಿತ್ತು. ಮುಖ ತೀವ್ರವಾದ ನೋವಿನಿಂದ ಗಂಟಿಕ್ಕಿತ್ತು. ನೋಡುನೋಡುತ್ತಿದ್ದಂತೆ ರೆಪ್ಪೆಗಳಿಂದ ಎರಡು ಹನಿ ಕಣ್ಣೀರು ತುಳುಕಿತು. ತಕ್ಷಣ ಅದನ್ನು ಒರೆಸಿಕೊಂಡು ಬಹಳ ಪ್ರಯತ್ನದಿಂದ ಸಮಾಧಾನ ಸ್ಥಿತಿ ತಂದುಕೊಂಡು ಹೇಳಿದ, "ಈಗ ಎಷ್ಟು ದುಃಖಿಸಿದರೂ ಅಷ್ಟೆ ಮುಗಿದು ಹೋದ ಬದುಕಿಗೆ ಮತ್ತೆ ಜೀವ ಬರುವುದಿಲ್ಲ, ಆದರೆ ನನ್ನ ತಂದೆ ಆತ್ಮಹತ್ಯೆ ಮಾಡಿಕೊಂಡರೆಂದು ನಂಬುವುದಕ್ಕೇ ಆಗುತ್ತಿಲ್ಲ"

"ಹೌದು ಆಚಾರ್ಯ" ಚರಣ ಹೇಳಿದ, "ನಾನೂ ನಂಬಲಿಲ್ಲ, ಅವರು ಸೆರೆಮನೆಯಿಂದ ಬಂದ ರಾತ್ರಿ ನಾನೇ ಇಲ್ಲಿಗೆ ಬಂದು ಅವರೊಂದಿಗೆ ಬಹಳ ಹೊತ್ತು ಮಾತಾಡಿಹೋದೆ. ನಂಬಿಕೆಯ ಒಬ್ಬ ಹುಡುಗನನ್ನು ಕಳಿಸಿಕೊಡುವೆನೆಂದು ಹೇಳಿದ್ದೆ. ಆದರಂತೆ ಕಳಿಸಿಯೂ ಕಳಿಸಿದೆ. ಅಂದಿನಿಂದ ಅವನನ್ನೂ ನಾನು ಕಾಣಲಿಲ್ಲ, ಅವನು ಏನಾದನೆಂದೇ ಗೊತ್ತಿಲ್ಲ, ಆ ದಿನ ಅವರು ಉಲ್ಲಾಸದಿಂದಲೇ ಇದ್ದರು. ಅವರು ಚರ್ಮಕಾರ ಸಹದೇವನ ಹೆಂಡತಿಯ ಗ್ರಾಮ

ಪುರುಷಪುರದಲ್ಲಿ ಗುಪ್ತವಾಗಿ ಇರುವುದಾಗಿಯೂ, ಸೆರೆಮನೆಯಲ್ಲಿರುವ ಚಂದ್ರಗುಪ್ತ ಮತ್ತಿತರರು ಅಲ್ಲಿಂದ ಬಿಡುಗಡೆಯಾದ ಮೇಲೆ ತಮ್ಮನ್ನು ಅಲ್ಲಿಯೇ ಭೇಟಿ ಮಾಡುವಂತೆಯೂ ಹೇಳಿದ್ದರು. ಮತ್ತೆ ಎಲ್ಲ ಒಟ್ಟಿಗೆ ಸೇರೋಣ, ಮತ್ತೆ ಇದೇ ಕಾರ್ಯವನ್ನು ಮುಂದುವರಿಸೋಣ ಎಂದು ಅವರು ದೃಢವಾಗಿ ಹೇಳಿದ್ದರು. ಆದರೆ ಬೆಳಿಗ್ಗೆ ಅವರ ಶವ ಇಲ್ಲೇ, ಅದೇ ತೊಲೆಯ ಮೇಲೆ ನೇತಾಡುತ್ತಿತ್ತು'' ಎಂದು ಚರಣ ತಲೆಯೆತ್ತಿ ಮೇಲೆ ನೋಡಿದ.

ಆ ದೃಶ್ಯ ಮೂವರ ಕಲ್ಪನೆಯಲ್ಲೂ ಮತ್ತೆ ಕಾಣಿಸಿಕೊಂಡು ಸಂಕಟವಾಯಿತು. ಚರಣ ಮುಂದುವರಿಸಿದ, ''ನನಗೆ ಪರಿಚಿತರಾದ ಬ್ರಾಹ್ಮಣರಿಂದ ಶವದಹನಕ್ಕೆ ನಾನೇ ವ್ಯವಸ್ಥೆ ಮಾಡಿಸಿದೆ. ತಕ್ಷಶಿಲೆಗೆ ಹೋದ ಗೌತಮ ನಿಮ್ಮನ್ನು ಕರೆದುಕೊಂಡು ಬಂದೇ ಬರುವನೆಂದು ನಾನು ದಿನಗಳನ್ನು ಎಣಿಸುತ್ತಿದ್ದೆ. ಸದ್ಯ ನೀವು ಬಂದಿರಿ. ಮೊದಲು ಮಗನಾಗಿ ತಂದೆಯ ಕ್ರಿಯಾಕರ್ಮಗಳನ್ನು ಮುಗಿಸಿ, ಆಮೇಲೆ ಉಳಿದ ಯೋಚನೆ ಮಾಡೋಣ.''

ಯಾರೂ ಮಾತಾಡಲಿಲ್ಲ. ವಿಷ್ಣುಗುಪ್ತ ತನ್ನ ಮುಖದ ಮೇಲೆ ಬೆಳೆದಿದ್ದ ದಟ್ಟವಾದ ಗಡ್ಡಮೀಸೆಗಳನ್ನು ಒಮ್ಮೆ ಸವರಿಕೊಂಡ. ತಂದೆಯ ಶ್ರಾದ್ಧಕರ್ಮವನ್ನು ಮಾಡಲು ಅಷ್ಟು ದೂರದಿಂದ ಬಂದ ಹಾಗಾಯಿತು, ಎಂದುಕೊಂಡ.

''ತಮ್ಮ ಬಗ್ಗೆ ಚಣಕರು ತುಂಬ ಅಭಿಮಾನದಿಂದ ಹೇಳುತ್ತಿದ್ದರು'' ಚರಣ ಹೇಳಿದ, ''ನನ್ನ ಮಗ ದಂಡನೀತಿ ಶಾಸ್ತ್ರದಲ್ಲಿ ಪಾರಂಗತ. ಅವನ ಬಳಿ ನೀನು ಕಲಿಯಬೇಕು, ಎಂದು ಚಂದ್ರಗುಪ್ತನಿಗೆ ಆಗಾಗ ಹೇಳುತ್ತಲೇ ಇದ್ದರು. ಅವನಿಗೂ ನಿಮ್ಮನ್ನು ಕಾಣಬೇಕು, ನಿಮ್ಮ ಬಳಿ ಕಲಿಯಬೇಕೆಂಬ ಆಕಾಂಕ್ಷೆ ಇತ್ತು. ಚಣಕರ ಅವಸಾನ ಹೀಗಾಗುವುದೆಂದು ನಾವ್ಯಾರೂ ನಿರೀಕ್ಷಿಸಿರಲಿಲ್ಲ. ಆದರೂ ನಮಗೆ ನಿಮ್ಮ ಸಹಾಯ, ಮಾರ್ಗದರ್ಶನ ಬೇಕು.''

ವಿಷ್ಣುಗುಪ್ತ ಒಮ್ಮೆ ಅವನ ಮುಖ ನೋಡಿದ ಅಷ್ಟೆ ಮಾತಾಡಲಿಲ್ಲ. ''ನಾಳೆ ಸಂಜೆ ಮತ್ತೆ ಭೇಟಿ ಮಾಡುತ್ತೇನೆ, ಈಗ ಬರುತ್ತೇನೆ'' ಎಂದು ಚರಣ ಹೊರಟುಹೋದ.

ವಿಷ್ಣುಗುಪ್ತ ಅಡಿಗೆ ಮನೆಯತ್ತ ನೋಡಿದ. ಅನ್ನ ತುಂಬಿದ ಎರಡು ಹರಿವಾಣಗಳು ಅನಾಥವಾಗಿದ್ದವು. ಅವನು ಹೇಳಿದ, ''ಗೌತಮ, ಪಾಟಲೀಪುತ್ರದಲ್ಲಿ ನಮಗೆ ಈ ದಿನ ಊಟ ಮಾಡುವ ಋಣವಿಲ್ಲವೆಂದು ಕಾಣುತ್ತದೆ. ಅದನ್ನು ತೆಗೆದು ಶುಚಿಮಾಡು. ಅನ್ನವನ್ನು ಹೊರಗೆ ಹಾಕು, ನಾಯಿಗಳಿಗಾದರೂ ಹೊಟ್ಟೆ ತುಂಬಲಿ.''

ಗೌತಮ ಆ ಕೆಲಸ ಮುಗಿಸಿ ಬಂದ. ಇಬ್ಬರಿಗೂ ಒಂದೊಂದು ದರ್ಭೆಯ ಚಾಪೆಯನ್ನು ಹಾಸಿದ. ತಾನೂ ಒಂದು ಕಡೆ ಹಾಸಿಕೊಂಡ. ವಿಷ್ಣುಗುಪ್ತ ಮತ್ತು ಧರ್ಮದತ್ತ ಚಾಪೆಗಳ ಮೇಲೆ ಉರುಳಿಕೊಂಡರು. ಅವರು ಮಲಗಿದ ಮೇಲೆ ದೀಪ ಸಣ್ಣಗೆ ಮಾಡಿ ಗೌತಮ ತಾನೂ ಮಲಗಿದ.

ವಿಷ್ಣುಗುಪ್ತ ಕಣ್ಣುಬಿಟ್ಟುಕೊಂಡೇ ತನ್ನೊಳಗೆ ತಾನು ಮಾತನಾಡಿಕೊಳ್ಳತೊಡಗಿದ...

'ಸಹಜ ಸಾವಿಗೂ ಈ ಆತ್ಮಹತ್ಯೆಗೂ ಎಷ್ಟೊಂದು ಅಂತರ! ಬದುಕಿಗೆ ನಿಸರ್ಗದ ನಿಷ್ಠುರ ತೀರ್ಪು ಸಹಜ ಸಾವು! ಆದರೆ ಆತ್ಮಹತ್ಯೆ ಒಂದು ಜೀವದ ಯಾತನೆಯ ಪರಮಸೀಮೆ! ವ್ಯಕ್ತಿಯೋ, ವ್ಯಕ್ತಿಗಳೋ ಅಥವಾ ಸಂದರ್ಭಗಳೋ ಕಾರಣವಾದರೂ, ಆತ್ಮಹತ್ಯೆ ಮಾಡಿಕೊಂಡ ಆ ಜೀವದ ಯಾತನೆಯನ್ನು ಊಹಿಸುವುದಂತೂ ಸಾಧ್ಯವಿಲ್ಲ. ನನ್ನ ತಂದೆ ಆತ್ಮಹತ್ಯೆ ಮಾಡಿಕೊಳ್ಳುವ ನಿರ್ಧಾರ ಮಾಡಬೇಕಾದರೆ, ಅವರಿಗಾದ ಅಪಮಾನದ ತೀವ್ರತೆ ಎಷ್ಟಿರಬಹುದು! ಅದರಿಂದಾದ

ನೋವಿನ ಆಳ ಎಷ್ಟಿರಬಹುದು! ಎಂಥ ಜೀವ! ಎಂಥ ಕೊನೆ! ಈ ಸಂಪತ್ತಿಗೆ ತಕ್ಷಶಿಲೆಯಿಂದ ಪಾಟಲೀಪುತ್ರಕ್ಕೆ ಬರಬೇಕಾಗಿತ್ತೆ? ಅವರು ಮಾತ್ರ ಸಾವಿನ ಕಪ್ಪು ಬದುಕನ್ನು ಆರಿಸಿಕೊಂಡು, ನಮ್ಮ ಹೃದಯಗಳಲ್ಲಿ ದುಃಖದ ಭಾರವಾದ ಗಟ್ಟಿಯನ್ನೇ ಇಟ್ಟು ಹೋದರು. ನಮ್ಮ ಬದುಕಿನುದ್ದಕ್ಕೂ ಅವರ ಸಾವಿನ ಕಪ್ಪು ನೆನಪು ತಪ್ಪದೆ ಕಾಡುತ್ತಲೇ ಇರುತ್ತದೆ.

'ಆದರೆ ಈ ಕ್ಷಣವೂ ನನ್ನ ಮನಸ್ಸು ಅದನ್ನು ನಂಬುವುದಕ್ಕೆ ಸಿದ್ಧವಾಗಿಲ್ಲ, ನನ್ನ ತಂದೆ ಅಷ್ಟು ದುರ್ಬಲ ಮನಸ್ಸಿನವರಲ್ಲ, ತನ್ನನ್ನು ತಾನೇ ಕೊಂದುಕೊಳ್ಳುವುದು ಅತ್ಯಂತ ಹೇಯ ಕೃತ್ಯವೆಂಬುದು ಅವರಿಗೆ ತಿಳಿಯದ ಸಂಗತಿಯೆ? ಬೇರೆ ಏನಾದರೂ ಕಾರಣವಿರಬಹುದೇ? ಅಥವಾ ಇವರೆಲ್ಲ ಹೇಳುತ್ತಿರುವಂತೆ ಸೆರೆಮನೆಗೆ ಹೋದದ್ದನ್ನೇ ಅವರು ತೀವ್ರವಾಗಿ ಮನಸ್ಸಿಗೆ ತೆಗೆದುಕೊಂಡರೆ? ದಂಗೆಯೇಳಿಸುವ ಪ್ರಯತ್ನದಲ್ಲಿ ಮುಂದೆ ಹೆಜ್ಜೆಯಿಟ್ಟವರು ಆ ಉದ್ಯಮದಲ್ಲಿ ಮತ್ತಷ್ಟು ಸಂಕಲ್ಪ ಶಕ್ತಿಯಿಂದ ಮುಂದುವರಿಯುವುದು, ನಾನು ತಿಳಿದಂತೆ ಅವರ ಸ್ವಭಾವಕ್ಕೆ ಸಹಜವಾದದ್ದು. ಆದರೆ ಅವರು ಆತ್ಮಹತ್ಯೆ ಮಾಡಿಕೊಂಡರೆಂಬುದು ವಿಪರ್ಯಾಸವಾಗಿಯೇ ಕಾಣುತ್ತಿದೆ.

'ನನಗೆ ಮಾತ್ರ ಅನಾಥ ಭಾವನೆ ಬರುತ್ತಿದೆ. ನನ್ನ ತಂದೆ ಎಲ್ಲಿಯೋ ಜೀವಂತವಾಗಿದ್ದಾರೆ, ಎಂಬ ಭಾವನೆಯೇ ನನ್ನ ನೈತಿಕ ಶಕ್ತಿಗೆ ಬೆಂಬಲವಾಗಿತ್ತು. ತಾಯಿಯಿಲ್ಲದ ನನ್ನನ್ನು, ಮತ್ತೆ ವಿವಾಹ ಮಾಡಿಕೊಳ್ಳದೆ ಅತ್ಯಂತ ಅಕ್ಕರೆಯಿಂದ ಸಾಕಿ ಬೆಳೆಸಿದರು. ಜೊತೆ ಜೊತೆಯಲ್ಲೇ ನನ್ನ ವ್ಯಕ್ತಿತ್ವವನ್ನೂ ರೂಪಿಸಿದರು. ಸತ್ಯನಿಷ್ಠೆ ಧರ್ಮಪ್ರೀತಿಗಳನ್ನು ಕಲಿಸಿದರು. ನಾನು ಆಚಾರ್ಯ ಚಣಕರ ಮಗ ಎಂದು ಹೆಮ್ಮೆಯಿಂದ ಹೇಳಿಕೊಳ್ಳುವಂತೆ ತಮ್ಮ ವ್ಯಕ್ತಿತ್ವದ ಉನ್ನತಿಯನ್ನು ಕಡೆಯವರೆಗೂ ಕಾಪಾಡಿಕೊಂಡು ಬಂದರು. ಸ್ವತಂತ್ರ ಮನೋವೃತ್ತಿಯನ್ನು ನನ್ನಲ್ಲೂ ಬೆಳೆಸಿದರು. ನನ್ನ ಆಲೋಚನೆಗಳಿಗೆ, ನಿರ್ಧಾರಗಳಿಗೆ ಎಂದೂ ಅಡ್ಡಿ ಮಾಡಿದವರಲ್ಲ, ಎಂದೂ ತಮ್ಮ ಅಭಿಪ್ರಾಯಗಳನ್ನು ನನ್ನ ಮೇಲೆ ಹೇರುವ ಪ್ರಯತ್ನ ಮಾಡಲಿಲ್ಲ.

'ಇಲ್ಲಿಯ ಪರಿಸ್ಥಿತಿಯ ಬಗ್ಗೆ ನಾನು ಇಲ್ಲಿಗೆ ಬಂದಾಗಲೆಲ್ಲ ಅಸಮಾಧಾನದಿಂದ ಹೇಳುತ್ತಿದ್ದರು. ಆಗ ನಾನೇ ಒತ್ತಾಯ ಮಾಡಿ ಅವರನ್ನು ತಕ್ಷಶಿಲೆಗೆ ಕರೆದುಕೊಂಡು ಹೋಗಬೇಕಾಗಿತ್ತು. ಅಲ್ಲಿಗೆ ಬರುವುದು ಇಷ್ಟವಿಲ್ಲದಿದ್ದರೆ, ಇಬ್ಬರೂ ಬೇರೆಲ್ಲಿಗಾದರೂ ಹೋಗಿಬಿಡಬಹುದಾಗಿತ್ತು. ಹುಂ! ಎಂಥ ವಿಚಿತ್ರ! ಇಬ್ಬರ ಸ್ವಭಾವಕ್ಕೂ ಒಗ್ಗದ ಆಲೋಚನೆ ಮಾಡುತ್ತಿದ್ದೇನೆ! ಪ್ರತಿಕೂಲ ಘಟನೆಗಳು ನಡೆದಾಗ ಮನಸ್ಸು ತನ್ನ ಸ್ವಭಾವಕ್ಕೆ ವಿರುದ್ಧವಾಗಿ ಆಲೋಚಿಸುವಷ್ಟು ದುರ್ಬಲವಾಗಿಬಿಡುತ್ತದೆ! ಇಲ್ಲ, ನನ್ನ ಮನಸ್ಸು ದುರ್ಬಲವಾಗಲು ಬಿಡಬಾರದು. ನನ್ನ ಗುರಿ, ಕರ್ತವ್ಯಗಳನ್ನು ಮರೆಯಬಾರದು. ಹುಟ್ಟು ಸಾವಿನ ನಡುವಿನ ಬದುಕನ್ನು ಅರ್ಥಪೂರ್ಣಗೊಳಿಸಬೇಕು.'

ಬೆಳಗಾಯಿತು. ತಾತ್ಕಾಲಿಕವಾಗಿಯಾದರೂ ವಿಷ್ಣುಗುಪ್ತ ತನ್ನ ಆಲೋಚನೆಗಳನ್ನು ಮುಗಿಸಲೇಬೇಕಾಯಿತು. ಎದ್ದು ಕುಳಿತು ಸುತ್ತ ನೋಡಿದ. ಗೌತಮ ಆಗಲೇ ಎದ್ದು ಮನೆಗೆಲಸದಲ್ಲಿ ತೊಡಗಿದ್ದ. ಧರ್ಮದತ್ತ ಚಾಪೆಯ ಮೇಲೆ ಕುಳಿತಿದ್ದ. ಅವನ ಕೆಂಪಾದ ಕಣ್ಣುಗಳನ್ನು ನೋಡಿದರೆ, ಅವನೂ ಇಡೀ ರಾತ್ರಿ ಕಣ್ಣುಮುಚ್ಚಿಲ್ಲವೆಂದು ಅರ್ಥವಾಗುತ್ತಿತ್ತು.

ಎಲ್ಲ ಸಿದ್ಧತೆಗಳನ್ನು ಮಾಡಿಕೊಂಡು ಗಂಗಾತೀರಕ್ಕೆ ಹೋದರು. ಗೌತಮ ಕ್ಷೌರಿಕನನ್ನು ಕರೆದುಕೊಂಡು ಬಂದ. ಅವನು ತನ್ನ ಕೆಲಸ ಮಾಡುತ್ತಿರುವಾಗ ವಿಷ್ಣುಗುಪ್ತನಿಗೆ ಧನನಂದನೇ

ಕ್ಷೌರಮಾಡುತ್ತಿರುವನೆಂಬ ಭ್ರಮೆಯಾಯಿತು. ಅವನ ಮೂಲ ಪುರುಷ ಕ್ಷೌರಿಕನಿಂದ ಹುಟ್ಟಿದವನೆಂದು ತಂದೆ ಹೇಳಿದ್ದು ಹೀಗೆ ಭ್ರಮೆ ಹುಟ್ಟಿಸಿರಬೇಕೆಂದು ಸ್ವಲ್ಪ ನಗು ಬಂತು. ಯಾವನೋ ಒಬ್ಬ ನೀಚನಾಗಿ ನಡೆದುಕೊಂಡರೆ ಈ ಕ್ಷೌರಿಕನದೇನು ತಪ್ಪು! ಒಬ್ಬ ಚರ್ಮಕಾರನಿಗೆ ನನ್ನ ತಂದೆ ಸಹಾನುಭೂತಿ ತೋರಿಸಬೇಕಾದರೆ, ಅವನಲ್ಲೂ ಒಳ್ಳೆಯತನ ವಿದ್ದಿರಲೇಬೇಕು. ನಂದ ವಂಶದ ಆ ಮೂಲಪುರುಷನು ರಾಜ್ಯ ಕಟ್ಟುವುದರ ಬದಲು ತನ್ನ ವೃತ್ತಿಯಲ್ಲಿ ನಿಷ್ಠನಾಗಿದ್ದಿದ್ದರೆ, ತನ್ನ ನೀಚ ಸಂತಾನದಿಂದ ಮಗಧವನ್ನು ಕಾಡುತ್ತಿರಲಿಲ್ಲ' ಎಂದುಕೊಂಡ.

ಶ್ರಾದ್ಧ ಕರ್ಮಗಳನ್ನೆಲ್ಲ ಮುಗಿಸಿ, ಅಲ್ಲೇ ಅಡಿಗೆ ಮಾಡಿ ಊಟಕ್ಕೆ ಕೂಡುವ ವೇಳೆಗೆ ಮಧ್ಯಾಹ್ನವಾಗಿತ್ತು. ಮೂವರೂ ತಕ್ಕಮಟ್ಟಿಗೆ ಊಟ ಮಾಡಿದರು. ಸುದ್ದಿ ಕೇಳಿದ ಆಘಾತದಿಂದ ಬಳಲಿದ ಮನಸ್ಸು ಇಡೀ ರಾತ್ರಿ ನಿದ್ರೆಯಿಲ್ಲದ ಮತ್ತು ಪ್ರಯಾಣದ ಆಯಾಸದಿಂದ ಅವರು ಅಲ್ಲೇ ಒಂದು ಮರದ ಕೆಳಗೆ ಮಲಗಿಬಿಟ್ಟರು. ಗಾಢವಾದ ನಿದ್ರೆ ಆವರಿಸಿತು. ಎಚ್ಚರವಾದಾಗ ಕತ್ತಲಾಗಿ ಬಹಳ ಹೊತ್ತಾಗಿತ್ತು. ಎದ್ದ ತಕ್ಷಣ ಮೂವರಿಗೂ ಮತ್ತೆ ಚಣಕನ ಆತ್ಮಹತ್ಯೆಯ ವಿಷಯ ನೆನಪಾಯಿತು. ಯಾರಿಗೂ ಮಾತು ಬೇಕಿರಲಿಲ್ಲ. ಪದಾರ್ಥಗಳನ್ನು ಒಟ್ಟುಗೂಡಿಸಿ ಕೊಂಡು ಮೂವರೂ ಕಾಲೆಳೆದುಕೊಂಡು ನಿಧಾನವಾಗಿ ಮನೆಯ ಕಡೆಗೆ ಹೆಜ್ಜೆ ಹಾಕಿದರು.

ಬಾಗಿಲು ತೆರೆದು ಒಳಗೆ ಹೋಗುತ್ತಿದ್ದಂತೆ ಗೌತಮ ದೀಪ ಹಚ್ಚಿಟ್ಟ. ಧರ್ಮದತ್ತ ಮತ್ತು ವಿಷ್ಣುಗುಪ್ತ ಗೋಡೆಗೊರಗಿ ಮೌನವಾಗಿ ಕುಳಿತುಕೊಂಡರು. ಅದೇ ಮನೆಯಲ್ಲಿ ತಾನು ತಂದೆಯೊಂದಿಗೆ ಮಾತಾಡಿದ ಸಂದರ್ಭಗಳನ್ನು ವಿಷ್ಣುಗುಪ್ತ ನೆನಪು ಮಾಡಿಕೊಳ್ಳುತ್ತಿದ್ದ.

"ಗೌತಮಾ, ಗೌತಮಾ" ಎಂದು ಯಾರೋ ಹೊರಗೆ ಕೂಗಿದಂತಾಯಿತು. ಗೌತಮ ಎದ್ದು ಹೋಗಿ ಬಾಗಿಲು ತೆರೆದ. ಚರಣ ಒಳಬಂದ. ಅವನ ಜೊತೆಯಲ್ಲಿ ನಂದಿಕೇಶ ಮತ್ತು ಇನ್ನೊಬ್ಬನಿದ್ದ. ಗಡ್ಡಮೀಸೆಗಳು ಮುಖ ಮುಚ್ಚಿದ್ದ ಆ ಇನ್ನೊಬ್ಬ ಒಂದು ಕಂಬಳಿಯನ್ನು ಹೊದ್ದುಕೊಂಡಿದ್ದ. ಅವನಿಗೆ ಚರಣನನ್ನು ಬಿಟ್ಟು ಉಳಿದಿಬ್ಬರ ಪರಿಚಯವಿರಲಿಲ್ಲ.

"ಬಾ ಚರಣ ಕುಳಿತುಕೋ" ಎಂದ ವಿಷ್ಣುಗುಪ್ತ.

ಅವರು ಕುಳಿತರು. ಮಾತನ್ನು ಹೇಗೆ ಆರಂಭಿಸಬೇಕೆಂದು ಎರಡು ಕ್ಷಣ ಚಡಪಡಿಸಿದ ಚರಣ ನಂತರ ಹೇಳಿದ, "ಆಚಾರ್ಯ, ನಿಮ್ಮ ಊಹೆ ಸರಿ."

"ಯಾವ ವಿಷಯದ ಬಗ್ಗೆ ಹೇಳುತ್ತಿರುವೆ ಚರಣ?"

"ಆಚಾರ್ಯ ಚಣಕರು ಆತ್ಮಹತ್ಯೆ ಮಾಡಿಕೊಳ್ಳಲಾರರು ಎಂಬ ವಿಷಯ."

"ಅಂದರೆ? ನನಗೆ ಅರ್ಥವಾಗಲಿಲ್ಲ, ಬಿಡಿಸಿ ಹೇಳು."

"ಅದು ಆತ್ಮಹತ್ಯೆಯಲ್ಲ... ಕೊಲೆ !"

"ಹಾಂ!" ಎಂದು ವಿಷ್ಣುಗುಪ್ತ ಸರಿಯಾಗಿ ಕುಳಿತ. ಧರ್ಮದತ್ತ ಮತ್ತು ಗೌತಮ ಕೂಡ ಚಕಿತರಾಗಿ ಚರಣನ ಮುಖವನ್ನೇ ನೋಡಿದರು.

"ಅದಕ್ಕೆ ಸಾಕ್ಷಿ ಈ ವರುಣ" ಎಂದು ಚರಣ ಆ ಇನ್ನೊಬ್ಬನನ್ನು ತೋರಿಸಿದ.

"ವರುಣ? ಯಾರಿವನು?"

"ಅದೇ, ಚಣಕರು ಸೆರೆಯಿಂದ ಬಿಡುಗಡೆಯಾಗಿ ಬಂದ ದಿನ ರಾತ್ರಿ ನಾನೇ ಮಾತಾಡಿಹೋದೆ, ಅವರು ಪುರುಷಪುರಕ್ಕೆ ಹೋಗಲು ಜೊತೆಯಾಗಿರಲು ಒಬ್ಬನನ್ನು ಕಳಿಸಿದೆನೆಂದು ಹೇಳಿದೆನಲ್ಲ ಅವನೇ ಇವನು."

"ಇಷ್ಟು ದಿನ ಇವನು ಎಲ್ಲಿಗೆ ಹೋಗಿದ್ದ ?"

"ರಾಜಭಟರು ಚಣಕರನ್ನು ನೇಣುಹಾಕುವುದನ್ನು ಕಣ್ಣಾರೆ ಕಂಡು, ತಾನು ಸಿಕ್ಕಿಬಿದ್ದರೆ ಜೀವಸಹಿತ ಉಳಿಸುವುದಿಲ್ಲವೆಂಬ ಭಯದಿಂದ ಇಷ್ಟು ದಿನ ಕಣ್ಮರೆಯಾಗಿದ್ದ. ಈಗ ಸ್ವಲ್ಪಹೊತ್ತಿಗೆ ಮುಂಚೆ ಬಂದು ಎಲ್ಲ ಹೇಳಿದ."

"ಏನು! ರಾಜಭಟರು ತಂದೆಯವರನ್ನು ನೇಣುಹಾಕಿದರೆ !" ವಿಷ್ಣುಗುಪ್ತನ ಕಣ್ಣುಗಳು ಕೆರಳಿ ಕೆಂಡದುಂಡೆಗಳಾದವು. "ಇದು ನಿಜವೇ!"

"ಹೌದು ಆಚಾರ್ಯ" ವರುಣ ಬಿಕ್ಕಿ ಬಿಕ್ಕಿ ಅಳುತ್ತಾ ಹೇಳಿದ, "ಅದನ್ನು ನಾನು ಈ ಪಾಪಿ ಕಣ್ಣುಗಳಿಂದಲೇ ನೋಡಿದೆ. ಚರಣ ಹೇಳಿದಂತೆ ನಾನು ಚಣಕರ ಮನೆಯ ಬಳಿಗೆ ಬಂದೆ. ಬಾಗಿಲು ಅರ್ಧ ತೆರೆದಿತ್ತು 'ಆಚಾರ್ಯ' ಎಂದು ಇನ್ನೇನು ಕೂಗಬೇಕು, ಅಷ್ಟರಲ್ಲಿ ಏನೋ ಗದ್ದಲ ನಡೆಯುತ್ತಿದೆಯೆನ್ನಿಸಿತು. ಬಾಗಿಲು ಸಂದಿಯಿಂದ ಇಣುಕಿ ನೋಡಿದೆ. ಒಳಗೆ ನಾಲ್ಕು ಜನ ರಾಜಭಟರು ಪ್ರಜ್ಞೆತಪ್ಪಿದ್ದ ಚಣಕರನ್ನು ನೇಣು ಹಾಕುತ್ತಿದ್ದರು. ನಾನು ಅಲ್ಲಿಗೆ ಹೋಗುವ ವೇಳೆಗೇ ಅವರಿಗೆ ಚೆನ್ನಾಗಿ ಹೊಡೆದು ಪ್ರಜ್ಞೆ ತಪ್ಪಿಸಿರಬೇಕು. ನನ್ನನ್ನು ಕಂಡರೆ ಸುಮ್ಮನೆ ಬಿಡುವುದಿಲ್ಲ, ಎಂದು ಭಯವಾಯಿತು. ಓಡಿ ಹೋಗಿ ತಲೆಮರೆಸಿಕೊಂಡೆ. ಆದರೆ ಆ ದೃಶ್ಯ ಒಂದು ಕ್ಷಣವೂ ನೆಮ್ಮದಿ ಕೊಡದೆ ಸದಾ ನನ್ನನ್ನು ಕಾಡುತ್ತಲೇ ಇತ್ತು. ಚಣಕರು ಆತ್ಮಹತ್ಯೆ ಮಾಡಿಕೊಂಡರೆಂಬ ಸುದ್ದಿ ಹರಡಿತು. ಅನ್ಯಾಯವನ್ನು ಕಣ್ಣಾರೆ ಕಂಡ ನಾನು ಅದನ್ನು ಚರಣನಿಗಾದರೂ ತಿಳಿಸಬೇಕು, ಎಂದುಕೊಂಡು ಈ ದಿನ ಧೈರ್ಯವಹಿಸಿ ಬಂದುಬಿಟ್ಟೆ."

ಅವನ ಮಾತು ಮುಗಿಯುವ ಮೊದಲೇ ಗೌತಮ ಅಳುತ್ತಿದ್ದ, ಧರ್ಮದತ್ತ ಕೋಪ ದುಃಖಗಳ ಸಮ್ಮಿಶ್ರ ಭಾವನೆಯಲ್ಲಿ ತಳಮಳಿಸುತ್ತಿದ್ದ. ವಿಷ್ಣುಗುಪ್ತ ಜ್ವಾಲಾಮುಖಿಯಂತೆ ಉರಿಯುತ್ತ ಕುಳಿತಿದ್ದ. ಅವನ ಅವತಾರವನ್ನು ಕಂಡು ಎಲ್ಲ ನಡುಗಿದರು. ಇಡೀ ಲೋಕವನ್ನೇ ಭಸ್ಮ ಮಾಡಿಬಿಡುವೆನೆಂಬಂತೆ ಅವನು ಧಗಧಗಿಸುತ್ತಿದ್ದ. ನಂದಿಕೇಶ ಧೈರ್ಯವಹಿಸಿ "ಸಮಾಧಾನ ತಂದುಕೊಳ್ಳಿ ಆಚಾರ್ಯ" ಎಂದ.

"ಸಮಾಧಾನ ? ಇನ್ನೆಲ್ಲಿಯ ಸಮಾಧಾನ ?" ವಿಷ್ಣುಗುಪ್ತ ಗುಡುಗಿದ, "ಒಬ್ಬ ನಿಸ್ಸಹಾಯಕ ಬ್ರಾಹ್ಮಣನನ್ನು ಸಂಚುಮಾಡಿ ಕೊಂದುಹಾಕಿದ ಪಾಪಿಗಳ ಮೇಲೆ ಸೇಡು ತೀರಿಸಿಕೊಳ್ಳದೆ ನನ್ನ ಮನಸ್ಸಿಗೆ ಸಮಾಧಾನವೆಲ್ಲಿ? ರಕ್ಷಿಸಬೇಕಾದ ಕೈಗಳೇ ಕೊಲೆಮಾಡುವಷ್ಟು ಕೀಳುಸ್ಥಿತಿಗಿಳಿದ ಮೇಲೆ ಸಮಾಧಾನದಿಂದ ಕೂಡಬೇಕೆ? ಇಲ್ಲ, ನನಗೆ ಸಮಾಧಾನವಿಲ್ಲ, ಈ ಧನನಂದನ ವಂಶ ನಿರ್ವಂಶ ಮಾಡುವವರೆಗೆ ನನಗೆ ಸಮಾಧಾನವಿಲ್ಲ, ನನ್ನ ತಂದೆಯ ಸಾವಿನ ಸೇಡು ತೀರಿಸಿಕೊಳ್ಳುವವರೆಗೆ ನನಗೆ ಸಮಾಧಾನವಿಲ್ಲ."

"ವಿಷ್ಣುಗುಪ್ತ!" ಧರ್ಮದತ್ತ ಆರ್ತನಾಗಿ ಕೂಗಿದ.

"ಇಲ್ಲ ಧರ್ಮದತ್ತರೆ, ನಾನು ವಿಷ್ಣುಗುಪ್ತನಲ್ಲ, ನಾನು ಚಣಕನ ಮಗ ಚಾಣಕ್ಯ, ಚಾಣಕ್ಯ! ಹೌದು, ವಿಷ್ಣುಗುಪ್ತ ಇದೇ ಈಗ ಸತ್ತುಹೋದ. ಈಗ ಚಣಕನ ಮಗ ಚಾಣಕ್ಯ ಮಾತ್ರ ಉಳಿದಿದ್ದಾನೆ. ಚಣಕ ದಂಗೆಯೇಳಿಸಲು ಪ್ರಯತ್ನಪಟ್ಟು ಕೊಲೆಯಾದ. ಈ ಚಾಣಕ್ಯ ದಂಗೆಯೇಳಿಸುವುದು ಮಾತ್ರವಲ್ಲ, ತನ್ನ ಕೋಪಾಗ್ನಿ ಜ್ವಾಲೆಯಲ್ಲಿ ಈ ಪಾಟಲೀಪುತ್ರದ ದುಷ್ಟರ ಕೊಲೆ ಮಾಡಿಸುತ್ತಾನೆ. ಇದು ಸತ್ಯ, ಸತ್ಯ, ಸತ್ಯ!"

ಚಾಣಕ್ಯ ಕೋಪ ತೀವ್ರತೆಯಿಂದ ನಡುಗುತ್ತಿದ್ದ, ಎಲ್ಲ ದಿಗ್ಭ್ರಾಂತರಾದರು. ಮುಂದಿನ ಯೋಜನೆಗಳ ಬಗ್ಗೆ ಚರ್ಚಿಸುವ ಉದ್ದೇಶದಿಂದ ಚರಣ ಮತ್ತು ನಂದಿಕೇಶ ಬಂದಿದ್ದರು.

ಆದರೆ ಈಗ ಆ ವಿಷಯವನ್ನು ಎತ್ತಲೂ ಧೈರ್ಯ ಸಾಲಲಿಲ್ಲ. ಉಸಿರಾಡುವುದನ್ನೂ ಮರೆತು ಅವರೆಲ್ಲ ಚಾಣಕ್ಯನತ್ತಲೇ ಭೀತಿಯಿಂದ ನೋಡುತ್ತಿದ್ದರು.

ಚಾಣಕ್ಯ ತನ್ನಷ್ಟಕ್ಕೆಂಬಂತೆ ಹೇಳಿಕೊಂಡ, "ಇನ್ನು ಚಾಣಕ್ಯನ ಹೃದಯ ವಜ್ರದಷ್ಟು ಕಠಿಣ! ಏ ಕರುಣೆಯೇ ನನ್ನ ಗುರಿ ಸಾಧನೆಯಾಗುವವರೆಗೆ ಹತ್ತಿರ ಸುಳಿಯಬೇಡ! ಪ್ರಕಾಂಡ ಪಂಡಿತನಾದ ಚಾಣಕ್ಯ ಬರೀ ಪಾಠ ಹೇಳುವ ಬ್ರಾಹ್ಮಣನಲ್ಲ, ಕೈಲಾಗದ ಅಸಹಾಯಕನಲ್ಲ. ಅವನು ತನ್ನ ಜ್ಞಾನವನ್ನು ಖಡ್ಗವನ್ನಾಗಿ ಬಳಸುತ್ತಾನೆ! ಪಾಪಿಗಳ ರುಂಡಗಳನ್ನು ಚೆಂಡಾಡುತ್ತಾನೆ! ಈ ಬ್ರಾಹ್ಮಣನ ಬುದ್ಧಿ ಎಷ್ಟು ಪ್ರಬಲವೆಂದು ಜಗತ್ತು ನೋಡಲಿ! ಇಚ್ಛಾಮಾತ್ರದಿಂದ ಸಾಮ್ರಾಜ್ಯವನ್ನು ಅಳಿಸುವ, ಕಟ್ಟುವ ನನ್ನ ಸಾಮರ್ಥ್ಯವನ್ನು ಕಂಡು ಬೆರಗಾಗಲಿ!"

ಈ ಮಾತುಗಳನ್ನು ಕೇಳುತ್ತ ಚರಣ ಮತ್ತು ನಂದಿಕೇಶ ರೋಮಾಂಚಿತರಾದರು. ತಾವಂದುಕೊಂಡ ಗುರಿ ಸಾಧನೆಗೆ ಚಾಣಕ್ಯ ಸೂತ್ರಧಾರನಾಗುವನೆಂಬ ಭರವಸೆ ಬಂತು. ಆದರೆ ಧರ್ಮದತ್ತ ಮತ್ತು ಗೌತಮ ಭಯಗೊಂಡರು. ಕ್ರೋಧದಿಂದ ಉನ್ಮತ್ತನಾಗಿರುವ ಚಾಣಕ್ಯ ಯಾವ ದುಸ್ಸಾಹಸ ಮಾಡಲು ಹೋಗಿ, ಎಂಥ ಅಪಾಯವನ್ನು ಮೇಲೆ ಹಾಕಿಕೊಳ್ಳುವನೋ ಎಂದು ಚಿಂತಿತನಾದ.

ನಾಳೆ ಮತ್ತೆ ಬಂದು ನೋಡುವುದಾಗಿ ಹೇಳಿ ಚರಣ, ನಂದಿಕೇಶ ಮತ್ತು ವರುಣ ಅಲ್ಲಿಂದ ಹೊರಟುಹೋದರು.

ಮೂವರಿಗೂ ಮತ್ತೆ ನಿದ್ರೆಯಿಲ್ಲದ ರಾತ್ರಿ ಆರಂಭವಾಯಿತು. ಗೌತಮ ಮತ್ತು ಧರ್ಮದತ್ತರಿಗೆ ಆಗಾಗ ತೂಕಡಿಕೆ ಬಂದರೂ, ಚಾಣಕ್ಯ ಏನು ಮಾಡುವನೋ, ಎಲ್ಲಿ ಹೋಗುವನೋ, ಎಂದು ಪ್ರಯತ್ನ ಪೂರ್ವಕವಾಗಿ ಎಚ್ಚರದಿಂದಿದ್ದು ಕಾವಲು ಕಾಯ ತೊಡಗಿದರು. ಅವನು ಮಾತ್ರ ನೆಲದಲ್ಲಿ ಹಳ್ಳಬೀಳುವಷ್ಟು ಗಟ್ಟಿಯಾಗಿ ಪಾದಗಳನ್ನು ಊರುತ್ತಾ, ಕಣ್ಣು ಕೆಂಪಗೆ ಮಾಡಿಕೊಂಡು, ಅತ್ತಿಂದಿತ್ತ ಅಡ್ಡಾಡುತ್ತಿದ್ದ. ಅಸ್ಪಷ್ಟವಾಗಿ ತನ್ನಲ್ಲೇ ಏನನ್ನೋ ಗೊಣಗಿಕೊಳ್ಳುತ್ತಿದ್ದ.

೫

ಯಾವಾಗಲೋ ನಿದ್ದೆ ಬಂದು ಗೌತಮನಿಗೆ ದಢಕ್ಕನೆ ಎಚ್ಚರವಾದಾಗ ಚಾಣಕ್ಯ ಚಾಪೆಯ ಮೇಲೆ ಇರಲಿಲ್ಲ. ಧರ್ಮದತ್ತ ಒಬ್ಬನೇ ಕುಳಿತು ಮಿಕಿಮಿಕಿ ನೋಡುತ್ತಿದ್ದ. ಎರಡೇ ದಿನದಲ್ಲಿ ಅವನು ಹತ್ತು ವರ್ಷ ಹೆಚ್ಚು ವಯಸ್ಸಾದವನಂತೆ ಕಾಣುತ್ತಿದ್ದ. 'ಅವರೆಲ್ಲಿ?' ಎಂದು ಕೇಳಬೇಕೆನ್ನುವಷ್ಟರಲ್ಲಿ ಸ್ನಾನಗೃಹದಲ್ಲಿ ದಬದಬ ನೀರು ಸುರಿಯುತ್ತಿರುವುದು ಕೇಳಿಸಿತು. ಗೌತಮ ಗಡಿಬಿಡಿಯಿಂದ ಎದ್ದು ಮನೆಗೆಲಸದ ಕಡೆ ಗಮನಹರಿಸಿದ.

ಸ್ವಲ್ಪ ಹೊತ್ತಿಗೆ ಚಾಣಕ್ಯ ಸ್ನಾನ ಮುಗಿಸಿ ಬಂದ. ಮಡಿಧೋತ್ರ ಉಟ್ಟು ಮೇಲುವಸ್ತ್ರವನ್ನು ಮೈಮೇಲೆ ಹೊದ್ದುಕೊಂಡು ಪಾದರಕ್ಷೆಗಳನ್ನು ಮೆಟ್ಟಿ ಹೊರಗೆ ಹೊರಟ.

"ವಿಷ್ಣುಗುಪ್ತ" ಎಂದ ಧರ್ಮದತ್ತ ಹೆದರುತ್ತಲೆ.

"ಧರ್ಮದತ್ತರೆ, ಇನ್ನು ಮೇಲೆ ನನ್ನನ್ನು ಚಾಣಕ್ಯನೆಂದೇ ಕರೆಯಿರಿ. ನೀವು ಮಾತ್ರ

ಅಲ್ಲ, ಎಲ್ಲರೂ ಹಾಗೆಯೇ ಕರೆಯಬೇಕು. ಚಾಣಕ್ಯನೆಂದು ಮತ್ತೆ ಮತ್ತೆ ನಾನೂ ಅಂದುಕೊಳ್ಳಬೇಕು. ಆ ಶಬ್ದ ಕಿವಿಗೆ ಬೀಳುತ್ತಿದ್ದರೆ ಆಚಾರ್ಯ ಚಣಕರ ಕೊಲೆಯ ಸೇಡು ತೀರಿಸಿಕೊಳ್ಳುವ ಆವೇಶ ಸದಾ ನನ್ನಲ್ಲಿ ಪ್ರಜ್ವಲಿಸುತ್ತಿರುತ್ತದೆ.''

''ಹಾಗೇ ಆಗಲಿ, ಈಗ ಯಾವ ಕಾರ್ಯದ ಮೇಲೆ ಹೊರಟೆ ?''

''ಆ ದುಷ್ಟರಾಜನ ದುಷ್ಟ ಅಮಾತ್ಯ ರಾಕ್ಷಸನನ್ನು ಕಂಡು ಬರುತ್ತೇನೆ.''

''ಕಾರಣವಿಲ್ಲದೆ ಕಾಣುವುದೆ ?''

''ಕಾರಣವಿಲ್ಲವೆ?'' ಚಾಣಕ್ಯ ಕ್ರೂರವಾಗಿ ಅವನತ್ತ ನೋಡಿದ. ''ಕೊಲೆ ಮಾಡಿ ಅವನು ನೆಮ್ಮದಿಯಿಂದಿರಬೇಕೆ? ಕೊಲೆ ಮಾಡಲೇ ಇಲ್ಲವೆಂದು ಹೇಳುತ್ತಾನೋ? ಚಕ್ರವರ್ತಿ ಮಾಡಿಸಿದನೆಂದು ಹೇಳುತ್ತಾನೋ? ಅಥವಾ ಕೊಲೆ ಮಾಡಿದ್ದೇ ಸರಿ ಎಂದು ಸಮರ್ಥಿಸಿ ಕೊಳ್ಳುತ್ತಾನೋ? ಕೇಳಿ ಬರುತ್ತೇನೆ.''

''ನಾನೂ ನಿನ್ನ ಜೊತೆ ಬರುತ್ತೇನೆ.''

''ಬೇಡ, ನನ್ನ ಜೊತೆ ಯಾರೂ ಬರಬೇಕಾಗಿಲ್ಲ'' ಎಂದು ಒರಟಾಗಿ ಹೇಳಿ ಚಾಣಕ್ಯ ದಡದಡನೆ ಹೆಜ್ಜೆಯಿರಿಸಿ ಬಾಗಿಲು ದಾಟಿ ಬೀದಿಗಿಳಿದ.

ಧರ್ಮದತ್ತನ ಹೃದಯ ಡವಡವನೆ ವೇಗವಾಗಿ ಹೊಡೆದುಕೊಳ್ಳತೊಡಗಿತು, ''ಅಯ್ಯೋ ಇನ್ನೇನು ಗತಿ !'' ಎಂದು ಅಡಿಗೆಮನೆಯ ಬಾಗಿಲಲ್ಲಿ ನಿಂತು ಗೌತಮ ಉದ್ಗರಿಸಿದ, ''ಆ ಪಾಪಿಗಳು ಏನಾದರೂ ಅಪಾಯ ಮಾಡಿದರೆ ಏನು ಮಾಡುವುದು ?''

''ಬೆಂಕಿಯ ಉಂಡೆಯಂತೆ ಪ್ರಜ್ವಲಿಸುತ್ತಿರುವ ಚಾಣಕ್ಯನಿಗೆ ಅಪಾಯ ಮಾಡುವ ಧೈರ್ಯ ಯಾರಿಗಿದೆ ?'' ಧರ್ಮದತ್ತ ಕೇಳಿದ.

''ಇವರ ವಿಷಯ ನಿಮಗೆ ಗೊತ್ತಿಲ್ಲ'' ಗೌತಮ ಹೇಳಿದ, ''ತಮಗೆ ಆಗದವರನ್ನು ಮುಗಿಸಲು ಏನು ಬೇಕಾದರೂ ಮಾಡುತ್ತಾರೆ, ಯಾವ ಕೀಳುಮಟ್ಟಕ್ಕಾದರೂ ಇಳಿಯುತ್ತಾರೆ. ಆಚಾರ್ಯರು ಕೋಪದಿಂದ ಕೂಗಾಡಿ ತಾವೇ ಆಪತ್ತನ್ನು ಮೈಮೇಲೆ ಹಾಕಿಕೊಳ್ಳುವರೋ ಏನೋ !''

''ತನ್ನ ತಂದೆ ಆತ್ಮಹತ್ಯೆ ಮಾಡಿಕೊಳ್ಳಲಿಲ್ಲ, ರಾಜಭಟರು ಕೊಲೆಮಾಡಿದ್ದಾರೆಂದು ಗೊತ್ತಾದ ಮೇಲೂ ಸುಮ್ಮನಿರುವುದು ಸಾಧ್ಯವೇ? ಚಾಣಕ್ಯ ಈ ಆಘಾತವನ್ನು ಹೇಗೆ ತಾನೆ ಸಹಿಸಬಲ್ಲ? ನೀನು ಹೋಗಬೇಡವೆಂದು ಅವನಿಗೆ ಯಾವ ಬಾಯಿಂದ ಹೇಳಲಿ ? ಹೇಳಿದರೆ ಅವನು ಕೇಳುತ್ತಿದ್ದನೆ? ಅವನ ಸ್ವಭಾವ ನನಗೆ ಚೆನ್ನಾಗಿ ಗೊತ್ತು ಗೌತಮ. ವಿಷಯ ತಿಳಿದು ರಾತ್ರಿಯೇ ಅವನು ಅರಮನೆಯತ್ತ ನುಗ್ಗಿ ಹೋಗದೆ ಇಷ್ಟು ಹೊತ್ತು ತಡೆದದ್ದೇ ದೊಡ್ಡದು.''

''ಎಲ್ಲ ಸರಿ ಸ್ವಾಮಿ'' ಗೌತಮ ಆತಂಕದಿಂದ ಹೇಳಿದ, ''ಆದರೆ ಇವರೂ ಸೆರೆಯಾದರೆ ? ರಾಜಭಟರು ಇವರನ್ನೂ...''

''ಗೌತಮ'' ಧರ್ಮದತ್ತ ತಡೆದ, ''ಅಪಶಬ್ದ ನುಡಿಯಬೇಡ. ಚಾಣಕ್ಯನಿಗೆ ಏನೂ ಆಗುವುದಿಲ್ಲ, ಅವನನ್ನು ಹಿಡಿದಿಡುವ ಸೆರೆಮನೆ ಪಾಟಲೀಪುತ್ರದಲ್ಲಿಲ್ಲ, ಅವನನ್ನು ಕೊಲ್ಲಬಲ್ಲ ಖಡ್ಗ ಇನ್ನೂ ಸೃಷ್ಟಿಯಾಗಿಲ್ಲ''

''ದೇವರ ದಯದಿಂದ ಅಷ್ಟಾದರೆ ಸಾಕು.''

ಅಷ್ಟು ಹೇಳಿದರೂ ಧರ್ಮದತ್ತನಿಗೆ ತನ್ನ ಮಾತಿನಲ್ಲಿ ತನಗೇ ನಂಬಿಕೆಯಿರಲಿಲ್ಲ. ಗೌತಮನಂತೆ ಅವನೂ ಮನಸ್ಸಿನಲ್ಲೇ 'ಚಾಣಕ್ಯನಿಗೆ ಏನೂ ಅಪಾಯವಾಗದಿರಲಿ' ಎಂದು ಹಾರೈಸುತ್ತ ಸ್ನಾನ ಮಾಡಲು ಹೋದ.

★ ★ ★

ಚಾಣಕ್ಯ ರಾಕ್ಷಸನ ಭವನದ ಬಳಿಗೆ ಬಂದಾಗ ಸೂರ್ಯೋದಯವಾಗಿ ಸ್ವಲ್ಪ ಹೊತ್ತಾಗಿತ್ತು. ಬಿರುಗಾಳಿಯಂತೆ ಒಳಗೆ ನುಗ್ಗುತ್ತಿದ್ದವನನ್ನು ದ್ವಾರಪಾಲಕ ತಡೆದ. ಅವನನ್ನು ಪಕ್ಕಕ್ಕೆ ತಳ್ಳಿ ಮುಂದೆ ಸಾಗಿದ. ಅವನು "ನಿಲ್ಲಿ ನಿಲ್ಲಿ" ಎಂದು ಜೋರಾಗಿ ಕೂಗುತ್ತ ಹಿಂದೆಯೇ ಬರುತ್ತಿದ್ದ. ಇನ್ನೊಂದಿಬ್ಬರು ಕಾವಲುಗಾರರು ಅತ್ತಕಡೆಯಿಂದ, ಇತ್ತಕಡೆಯಿಂದ ಬಂದರು. ಗದ್ದಲವೇನೆಂದು ಕುತೂಹಲದಿಂದ, ಅರಮನೆಯ ವಿಶೇಷ ಓಲಗಕ್ಕೆ ಸಿದ್ಧನಾಗುತ್ತಿದ್ದ ರಾಕ್ಷಸ ತನ್ನ ಕೋಣೆಯಿಂದ ಹೊರಟು ಸಂದರ್ಶನ ಶಾಲೆಗೆ ಬರುವುದಕ್ಕೂ ಚಾಣಕ್ಯ ಅಲ್ಲಿಗೆ ಬರುವುದಕ್ಕೂ ಸರಿಹೋಯಿತು.

"ತಡೆಯುತ್ತಿದ್ದರೂ ಲೆಕ್ಕಿಸದೆ ಬರುತ್ತಿದ್ದಾರೆ ಅಮಾತ್ಯರೆ" ಎಂದ ದ್ವಾರಪಾಲಕ.

'ನೀನು ಹೋಗು' ಎಂದು ಸನ್ನೆ ಮಾಡಿದ ರಾಕ್ಷಸ ಎದುರಿಗೆ ನಿಂತಿದ್ದ ಚಾಣಕ್ಯನನ್ನೇ ಮೇಲಿನಿಂದ ಕೆಳಗೆ ದುರುಗುಟ್ಟಿ ನೋಡಿದ. ಚಾಣಕ್ಯನೂ ಅವನನ್ನು ನುಂಗಿಬಿಡುವಂತೆ ಕೆಕ್ಕರಿಸಿಕೊಂಡು ನೋಡಿದ. ಎರಡು ಸಿಂಹಗಳು ಒಂದರ ಮೇಲೊಂದು ಬೀಳಲು ಹೊಂಚು ಹಾಕುತ್ತ, ಪರಸ್ಪರ ದಿಟ್ಟಿಸಿ ನೋಡುವಂತಿತ್ತು ಆ ದೃಶ್ಯ. ಚಾಣಕ್ಯನ ಹರಿತವಾದ ನೋಟ ತನ್ನ ಹೃದಯ ಸೀಳಲು ಪ್ರಯತ್ನಿಸುತ್ತಿರುವಂತೆ ಭಾಸವಾಗಿ ರಾಕ್ಷಸ ಒಂದು ಕ್ಷಣ ವಿಚಲಿತನಾದ. "ಯಾರು ನೀನು?" ಎಂದು ಏಕವಚನವನ್ನೇ ಪ್ರಯೋಗಿಸಿದ.

"ನೀನೇನೋ ಅಮಾತ್ಯ ರಾಕ್ಷಸ? ಇದು ಬ್ರಾಹ್ಮಣ ವಸುಭೂತಿಯಲ್ಲ, ಅಮಾತ್ಯ ರಾಕ್ಷಸ! ಹೌದು ರಾಕ್ಷಸ! ರಾಕ್ಷಸ! ನಿನ್ನಂಥ ಕ್ರೂರನನ್ನು ರಾಕ್ಷಸನೆಂದೇ ಕರೆಯಬೇಕು!"

"ಏನು ಈ ಉದ್ಧಟತನ! ಯಾರು ನೀನು?" ರಾಕ್ಷಸ ಕೆರಳಿದ.

"ನಾನು ಕುಟಿಲ ಗೋತ್ರೋದ್ಭವ ಚಣಕ ಪುತ್ರ ಚಾಣಕ್ಯ."

"ಓ! ನೀನು ಚಣಕ ಪುತ್ರ ಚಾಣಕ್ಯನೋ! ಅದಕ್ಕೇ ಈ ದುಡುಕಿನ ನಡವಳಿಕೆ, ತುಟಿ ಮೀರಿದ ಮಾತು!" ರಾಕ್ಷಸನ ಧ್ವನಿಯಲ್ಲಿ ವ್ಯಂಗ್ಯವಿತ್ತು.

"ನಿಜ, ಅನ್ಯಾಯವನ್ನು ಕಂಡಾಗ ದುಡುಕಿ, ಸತ್ಯವನ್ನು ಸ್ಪಷ್ಟವಾಗಿ ಹೇಳಿಬಿಡುವುದು ನಮ್ಮ ವಂಶದ ಗುಣ. ಆದರೆ ಸಮಯ ನೋಡಿ, ನರಿಯಂತೆ ಹೊಂಚು ಹಾಕಿ, ಗುಟ್ಟಾಗಿ ಬೆನ್ನಲ್ಲಿ ಚೂರಿ ಹಾಕಿಬಿಡುವುದು ಮಹಾಮಾತ್ಯ ರಾಕ್ಷಸನ ನಯವಂಚಕ ಗುಣ!" ಚಾಣಕ್ಯ ಅದೇ ವ್ಯಂಗ್ಯದಲ್ಲಿ ಉತ್ತರಿಸಿದ.

"ಎಚ್ಚರ ಬ್ರಾಹ್ಮಣ, ಯೋಚಿಸಿ ಮಾತನಾಡು."

"ಬ್ರಾಹ್ಮಣ್ಯಕ್ಕೇ ಕಳಂಕವಾದ ಮರುಳು ಅಮಾತ್ಯ, 'ಬ್ರಾಹ್ಮಣ' ಎಂದು ಪರಿಹಾಸ ಮಾಡುವೆಯೇಕೆ? ಅಧಿಕಾರದ ಆಸೆಗೆ, ಪ್ರಜೆಗಳನ್ನು ಸುಲಿದ ಈ ವೈಭೋಗಕ್ಕೆ ಮೋಹಗೊಂಡು, ಬಂದ ಮೂಲವನ್ನೇ ಮರೆತು ಅಯೋಗ್ಯನನ್ನು ಓಲೈಸುತ್ತಿರುವ ನೀನು ಮೊದಲು ಯೋಚಿಸು."

"ನನ್ನ ತಾಳ್ಮೆಯನ್ನು ಪರೀಕ್ಷಿಸಬೇಡ, ಸೈನಿಕರನ್ನು ಕರೆಸಬೇಕಾಗುತ್ತದೆ."

"ಸೈನಿಕರನ್ನು ಕರೆಸುವುದು, ಸೆರೆಮನೆಗೆ ದೂಡುವುದು, ಆಮೇಲೆ ಬಿಡುಗಡೆಯ ನಾಟಕವಾಡುವುದು, ರಾತ್ರೋರಾತ್ರಿ ನೇಣು ಹಾಕಿ ಕೊಂದುಬಿಡುವುದು. ಇದರಲ್ಲಿ ಪಳಗಿದ ಕಟುಕನಲ್ಲವೇ ನೀನು ?"

"ಏನು ಹಾಗೆಂದರೆ? ಯಾರು, ಯಾರನ್ನು ನೇಣು ಹಾಕಿ ಕೊಂದದ್ದು?"

"ಆಚಾರ್ಯ ಚಣಕರನ್ನು ನೀನು ನೇಣು ಹಾಕಿ ಕೊಂದದ್ದು."

"ಓ, ಆ ವಿಷಯವೋ !" ರಾಕ್ಷಸನ ಮುಖದಲ್ಲಿ ಮತ್ತೆ ಪರಿಹಾಸದ ನಗು ಕಾಣಿಸಿಕೊಂಡಿತು. "ಚಣಕ ತಾನೇ ನೇಣುಹಾಕಿಕೊಂಡರೆ ನನ್ನದೇನು ತಪ್ಪು? ನಾನೇ ನೇಣುಹಾಕಿದೆನೆಂದು ನಿನಗೆ ಯಾರು ಹೇಳಿದರು? ತಂದೆಯ ಸಾವಿನ ದುಃಖವಿರುವುದು ಸಹಜ. ಹಾಗೆಂದು ಇಲ್ಲದ ಆರೋಪವನ್ನು ನನ್ನ ಮೇಲೆ ಹೊರಿಸುವ ಪ್ರಯತ್ನ ಪಡಬೇಡ. ನಿಜವಾದ ಸಂಗತಿಯೆಂದರೆ, ಚಕ್ರವರ್ತಿ ಮರಣದಂಡನೆ ವಿಧಿಸುವುದನ್ನು ತಪ್ಪಿಸಿ, ಚಣಕನನ್ನು ಸೆರೆಯಿಂದ ಬಿಡುಗಡೆ ಮಾಡಿಸಿದ್ದು ನಾನು."

"ಹೌದು, ಬಿಡುಗಡೆ ಮಾಡಿಸಿದೆ, ಆದರೆ ಮಹಾ ಹಠವಾದಿಯಾದ ಚಣಕ ಮತ್ತೆ ಏನು ತೊಂದರೆ ಕೊಡುವನೋ ಎಂಬ ಭೀತಿಯಿಂದ, ನಂಬಿಕೆಯ ಜನಗಳನ್ನು ಕಳಿಸಿ ನೇಣು ಹಾಕಿಸಿ, ಅವರೇ ಆತ್ಮಹತ್ಯೆ ಮಾಡಿಕೊಂಡಂತೆ ಪ್ರಚಾರ ಮಾಡಿದೆ."

"ಇಲ್ಲ, ನನಗೆ ಚಣಕನ ಸಾವಿನಿಂದ ಏನೂ ಆಗಬೇಕಾಗಿರಲಿಲ್ಲ. ಆತನ ಮೇಲೆ ನನಗೆ ಯಾವ ವೈಯಕ್ತಿಕ ದ್ವೇಷವೂ ಇರಲಿಲ್ಲ."

"ನಿನಗಿರಲಿಲ್ಲ, ಆದರೆ ನಿನ್ನ ಚಕ್ರವರ್ತಿಗಿರಲಿಲ್ಲವೆ ? ಅವನಿಗಾಗಿ ನೀನು ಈ ಕೆಲಸ ಮಾಡಲಿಲ್ಲವೇ ?"

"ನೀನು ನಂಬದಿದ್ದರೆ ನಾನೇನೂ ಮಾಡುವಂತಿಲ್ಲ. ಆದರೆ ನಾನು ಸತ್ಯವಾಗಿ ಹೇಳುತ್ತೇನೆ, ನಾನು ಆ ಕೆಲಸ ಮಾಡಲಿಲ್ಲ, ಖಂಡಿತ ಅದು ಆತ್ಮಹತ್ಯೆಯೇ."

"ಅದು ಆತ್ಮಹತ್ಯೆಯೆಂದೇ ನಿನ್ನೆ ರಾತ್ರಿಯವರೆಗೆ ನಾನೂ ತಿಳಿದುಕೊಂಡಿದ್ದೆ" ಚಾಣಕ್ಯ ಗಂಭೀರವಾಗಿ ಹೇಳಿದ, "ಆದರೆ ನನ್ನ ತಂದೆ ಸೆರೆಮನೆಯಿಂದ ಮನೆಗೆ ಬಂದ ರಾತ್ರಿ ಏನು ನಡೆಯಿತೆಂದು, ರಾಜಭಟರು ನಡುರಾತ್ರಿ ಒಳನುಗ್ಗಿ ಹೊಡೆದು ಪ್ರಜ್ಞೆತಪ್ಪಿಸಿ ಹೇಗೆ ನೇಣುಹಾಕಿದರೆಂದು ಬಾಗಿಲ ಸಂದಿಯಿಂದ ಕಣ್ಣಾರೆ ಕಂಡ ಒಬ್ಬ ವ್ಯಕ್ತಿ ವಿವರಿಸಿದ.. ಹೌದು ರಾಕ್ಷಸ, ನನ್ನ ತಂದೆ ತಮ್ಮನ್ನು ತಾವೇ ಕೊಂದುಕೊಳ್ಳುವಂಥ ಹೇಡಿಯಾಗಿರಲಿಲ್ಲ, ಹೇಡಿಯಾಗಿದ್ದರೆ ವೃದ್ಧರಾದ ಅವರು ಜನಹಿತಕ್ಕಾಗಿ, ಕ್ರೂರಿಗಳೆಂದು ಗೊತ್ತಿದ್ದರೂ ನಿಮ್ಮ ಮುಂದೆ ದನಿಯೆತ್ತುತ್ತಿರಲಿಲ್ಲ."

ತಕ್ಷಣ ರಾಕ್ಷಸನಿಗೆ ಮರಣದಂಡನೆಯನ್ನೇ ವಿಧಿಸುವಂತೆ ಧನನಂದ ಮತ್ತು ಶ್ರೀಯಕ ಒತ್ತಾಯಿಸಿದ್ದು ನೆನಪಾಯಿತು. ಬಹುಶಃ ತನಗೆ ಗೊತ್ತಿಲ್ಲದಂತೆ, ಯಾರನ್ನೋ ಚಣಕನ ಮನೆಗೆ ಕಳಿಸಿ ಕೊಲ್ಲಿಸಿರಬೇಕೆಂದು ಅನ್ನಿಸಿತು. "ಆ ಸಾಕ್ಷಿ ಯಾರೆಂದು ಕೇಳಬಹುದೇ?" ಎಂದ ರಾಕ್ಷಸನ ಧ್ವನಿ ಸ್ವಲ್ಪ ಮೃದುವಾಗಿತ್ತು.

"ಏಕೆ? ಅವನನ್ನೂ ಮುಗಿಸಬೇಕೆ?"

"ಅಲ್ಲ, ಸತ್ಯಸಂಗತಿಯನ್ನು ತಿಳಿಯುವುದಕ್ಕೆ."

"ತಂದೆಯನ್ನು ಕಳೆದುಕೊಂಡ ನಾನು ಸುಳ್ಳು ಹೇಳುತ್ತಿದ್ದೇನೆಂದು ಭಾವಿಸಿದೆಯಾ ?"

"ಆದರೂ, ಸಾಕ್ಷಿಯಿಲ್ಲದೆ ಹೇಗೆ ನಂಬುವುದು ?"

"ಸಾಕ್ಷಿಯನ್ನು ನಿನ್ನ ಮುಂದೆ ಪ್ರದರ್ಶಿಸುವ ಅಗತ್ಯ ನನಗಿಲ್ಲ. ಅವನು ಎದುರಿಗೆ ಬಂದರೆ ನೀವು ಉಳಿಸುವುದಿಲ್ಲವೆಂಬುದೂ ನನಗೆ ಚೆನ್ನಾಗಿ ಗೊತ್ತು. ಸತ್ಯವೇನೆಂಬುದು ನನಗೆ ಸ್ಪಷ್ಟವಾಗಿ ಗೊತ್ತಾಗಿದೆ. ಆ ಕೊಲೆಗಾರರನ್ನು ಕಳಿಸಿದ್ದು ನೀನೋ, ನಿನ್ನ ಚಕ್ರವರ್ತಿಯೋ ಎಂಬುದನ್ನು ತಿಳಿಯಬೇಕು, ಅಷ್ಟೆ."

"ನಾನಂತೂ ಅಲ್ಲ, ಇದು ಸತ್ಯ."

"ಹಾಗಾದರೆ ಆ ಧನನಂದನೇ ಇರಬೇಕು."

"ಅದನ್ನು ನೀನು ಅವನನ್ನೇ ಕೇಳಬೇಕು."

"ಕೇಳುತ್ತೇನೆ, ಅವನೇ ಆಗಿದ್ದರೆ..."

"ಆಗಿದ್ದರೆ ?"

"ಅದನ್ನು ಇಲ್ಲಿ ಹೇಳುವುದಿಲ್ಲ. ಅವನ ಎದುರಿಗೇ ಹೇಳುತ್ತೇನೆ."

"ಹೌದೇನು ? ಅಷ್ಟು ಧೈರ್ಯವೋ ? ಸರಿ ಹಾಗಾದರೆ, ಈ ದಿನ ವಿಶೇಷ ಓಲಗವಿದೆ, ರಾಜಸಭೆಗೆ ಬಾ. ನಾನು ಅನುಮತಿ ಕೊಡಿಸುತ್ತೇನೆ. ತುಂಬಿದ ಸಭೆಯಲ್ಲಿ ಎಲ್ಲರೆದುರಿಗೂ ನ್ಯಾಯ ಕೇಳು."

"ಕೇಳುತ್ತೇನೆ, ಖಂಡಿತ ಕೇಳುತ್ತೇನೆ."

"ಆದರೆ ತುಂಬಿದ ಸಭೆಯಲ್ಲಿ ನಿನಗೂ ಅವಮಾನವಾದರೆ ನಾನು ಹೊಣೆಯಲ್ಲ. ಆಮೇಲೆ ನೀನೂ ಆತ್ಮಹತ್ಯೆ ಮಾಡಿಕೊಂಡರೆ, ನಾನೇ ಕೊಲೆ ಮಾಡಿಸಿದೆನೆಂದು ನಿನ್ನ ಮಗ ಆರೋಪ ಹೊರಿಸಬಹುದು" ತನ್ನ ವ್ಯಂಗ್ಯಕ್ಕೆ ರಾಕ್ಷಸ ತಾನೇ ನಕ್ಕ.

ಪ್ರತಿಯಾಗಿ ಚಾಣಕ್ಯ ಸ್ವಲ್ಪ ಜೋರಾಗಿಯೇ ನಕ್ಕು ಹೇಳಿದ, "ನಿನ್ನ ಕೀಳು ಅಭಿರುಚಿಯೇ ಹೇಳುತ್ತಿದೆ, ನೀನು ಬ್ರಾಹ್ಮಣನೆನಿಸಿಕೊಳ್ಳಲು ಯೋಗ್ಯನಲ್ಲ ಎಂಬುದನ್ನು. ನೆನಪಿಟ್ಟುಕೋ, ನಾನು ಆತ್ಮಹತ್ಯೆ ಮಾಡಿಕೊಳ್ಳುವವನಲ್ಲ. ಆದರ ಆರೋಪ ಹೊರಿಸಲು ನನ್ನ ಮಗ ಇರುವುದಿಲ್ಲ, ಏಕೆಂದರೆ ನಾನು ಅಖಂಡ ಬ್ರಹ್ಮಚಾರಿ. ಆದರೆ ನೀನು ಆತ್ಮಹತ್ಯೆ ಮಾಡಿಕೊಳ್ಳುವಂಥ ಪ್ರಸಂಗವನ್ನಂತೂ ಸೃಷ್ಟಿಸಿ ಕೊಡುತ್ತೇನೆ. ಆ ದಿನ ಈ ಚಾಣಕ್ಯನನ್ನು ನೆನಪು ಮಾಡಿಕೊ."

"ನೀನೇನು ಶಾಪಾನುಗ್ರಹ ಶಕ್ತಿಯುಳ್ಳ ಋಷಿಯೋ ?"

"ಋಷಿಯಲ್ಲ, ದ್ರಷ್ಟಾರ. ನಾನು ಶಾಪ ಕೊಡುವುದಿಲ್ಲ, ನನ್ನ ಬುದ್ಧಿಯ ಖಡ್ಗದಿಂದ ಚುಚ್ಚಿ ಚುಚ್ಚಿ ನನ್ನ ಶತ್ರುವನ್ನು ಚಿತ್ರಹಿಂಸೆ ಮಾಡಿ ಕೊಲ್ಲುತ್ತೇನೆ. ಆ ನನ್ನ ಶತ್ರುಗಳ ಪಟ್ಟಿಯಲ್ಲಿ ನೀನೂ ಇರಬಹುದು, ಎಚ್ಚರ. ನಾನು ಬರುತ್ತೇನೆ."

ಚಾಣಕ್ಯ ಅವನ ಉತ್ತರಕ್ಕೆ ಕಾಯದೆ ಹೊರಟ. ರಾಕ್ಷಸ "ಚಾಣಕ್ಯ" ಎಂದ. ಅವನು ನಿಂತಾಗ ಹೇಳಿದ, "ಇನ್ನು ಸ್ವಲ್ಪ ಹೊತ್ತಿಗೆ ರಾಜಸಭೆ ಆರಂಭವಾಗುತ್ತದೆ. ದ್ವಾರಪಾಲಕರಿಗೆ ನಾನು ಹೇಳಿರುತ್ತೇನೆ. ಪ್ರವೇಶ ದೊರೆಯುತ್ತದೆ."

"ಆಗಬಹುದು" ಎಂದು ತಿರುಗಿ ನೋಡದೆ ಚಾಣಕ್ಯ ಹೊರಗೆ ಹೋದ.

ಬಿರುಮಳೆ ಬಂದು ನಿಂತಂತೆ ಇಡೀ ವಾತಾವರಣ ಶಾಂತವಾದಂತೆನಿಸಿತು. ರಾಕ್ಷಸ ತನಗೆ ಅರಿವಿಲ್ಲದೆ ಮುಖದ ಮೇಲೆ, ಕೊರಳ ಸುತ್ತ ಬೆವರು ಜಿನುಗುತ್ತಿರುವ ಅನುಭವವಾಗಿ, ಉತ್ತರೀಯದಿಂದ ಒರೆಸಿಕೊಂಡು ಸ್ವಲ್ಪ ಹೊತ್ತು ಅಲ್ಲೇ ಕುಳಿತ. ಚಾಣಕ್ಯ ಇನ್ನೂ ಅಲ್ಲೇ

ನಿಂತಿರುವಂತೆ, ತನ್ನತ್ತ ಬಿರುಗಣ್ಣು ಬಿಟ್ಟು ನೋಡುತ್ತ ಘಟ್ಟಿಸಿ ಮಾತಾಡುತ್ತಿರುವಂತೆ ಭ್ರಮೆಯಾಯಿತು.

'ಅವನ ಧೀರ ನಿಲುವು, ಹರಿತ ನೋಟ, ನೇರ ಮಾತು ಅವನು ಮಹಾ ಶಕ್ತಿವಂತ ನೆಂಬುದನ್ನು ಸೂಚಿಸುತ್ತಿತ್ತು. ಧನನಂದ ಚಣಕನನ್ನು ಕೊಲ್ಲಿಸಿದ್ದು ನಿಜವಾದರೆ ದೊಡ್ಡ ತಪ್ಪು ಮಾಡಿದನೆಂದೇ ಅರ್ಥ. ಈ ಚಾಣಕ್ಯ ಅವನಿಗೆ ಪ್ರಬಲ ಶತ್ರುವಾಗುವುದರಲ್ಲಿ ಸಂದೇಹವಿಲ್ಲ.

'ರಾಜಾಸ್ಥಾನಕ್ಕೆ ಬರುವಂತೆ ಹೇಳಿಬಿಟ್ಟೆ. ಅಲ್ಲಿ ಅವನು ಇದೇ ರೀತಿ ಮಾತನಾಡಿ, ಧನನಂದ ಅನುಚಿತವಾಗಿ ನಡೆದುಕೊಂಡು ಸಭಾ ಮರ್ಯಾದೆಯೇ ಹಾಳಾದರೆ ಏನು ಗತಿ ! ನಾನೇನೋ ಇವನಿಂದೇನಾಗುತ್ತದೆ ಎಂಬ ಧೋರಣೆಯಿಂದ ಸ್ವಲ್ಪ ಪರಿಹಾಸದಿಂದ ಹೇಳಿಬಿಟ್ಟೆ. ಆದರೆ ಇವನು ಸಾಮಾನ್ಯನಂತೆ ಕಾಣುತ್ತಿಲ್ಲ. ಮೊದಲು ಇವನು ಪಾಟಲೀಪುತ್ರವನ್ನು ಬಿಟ್ಟು ಹೋಗಬೇಕು. ಆತುರಪಟ್ಟು ಇವನನ್ನೂ ಸೆರೆಹಿಡಿದರೆ ಸಭೆಯಲ್ಲೇ ಅಮಾತ್ಯರು, ಗಣ್ಯರು ಪ್ರತಿಭಟಿಸುವ ಸಾಧ್ಯತೆಯಿದೆ. ಅಲ್ಲದೆ ಚಣಕ ಕೊಲೆಯಾಗಿರುವ ಸಂಗತಿಯ ಬಗ್ಗೆ ವಿಚಾರಣೆ ನಡೆಯಲು ಅಮಾತ್ಯರು ಒತ್ತಾಯಿಸಿದರೆ, ಸಭಾಸದರೆಲ್ಲ ಒಮ್ಮತದಿಂದ ಅದನ್ನು ಅನುಮೋದಿಸುತ್ತಾರೆ. ಆಗ ಧನನಂದನ ತೇಜೋವಧೆಯಾಗುತ್ತದೆ. ಚಾಣಕ್ಯ ಏನಾದರೂ ಕೂಗಾಡಿಕೊಳ್ಳಲಿ, ಮೊದಲು ನಗರ ಬಿಟ್ಟು ಹೋದರೆ ಸಾಕು. ಆಮೇಲೆ ಅವನು ಮಾಡಬಹುದಾದ ಪ್ರಯತ್ನಗಳನ್ನೆಲ್ಲ ವಿಫಲಗೊಳಿಸುವುದು ಹೇಗೆಂದು ನನಗೆ ಗೊತ್ತು.

'ಬಹುಶಃ ಆ ಶ್ರೀಯಕನ ಪ್ರಚೋದನೆಯಿಂದ ಧನನಂದ ಚಣಕನನ್ನು ಕೊಲ್ಲಿಸಿರುತ್ತಾನೆ. ಅದು ಹಿಂದಿರುಗಿ ತಮ್ಮ ಮುಖಕ್ಕೇ ಅಪ್ಪಳಿಸುವುದೆಂದು ಅವರೂ ಕಾಣಲಿ. ಶ್ರೀಯಕನ ಮಾತು ಕೇಳಿದರೆ ಏನಾಗುವುದೆಂದು ಧನನಂದನಿಗೂ ಅರ್ಥವಾಗುವುದು ಒಳ್ಳೆಯದು. ಅವಕಾಶ ಸಿಕ್ಕಿದಾಗಲೆಲ್ಲ ಶ್ರೀಯಕ ನನ್ನ ವಿರುದ್ಧವಾಗಿ ಚಕ್ರವರ್ತಿಯ ಕಿವಿ ತುಂಬುತ್ತಿರುವುದು ನನಗೆ ಗೊತ್ತಿದೆ. ಅವನಿಗೆ ನನ್ನ ಸ್ಥಾನವನ್ನು ತಾನು ಆಕ್ರಮಿಸಬೇಕೆಂಬ ದುರಾಸೆಯಿದೆ. ಧನನಂದನ ಬ್ರಾಹ್ಮಣ ವಿರೋಧಿ ಸ್ವಭಾವವನ್ನು ಬಳಸಿಕೊಂಡು ತನ್ನ ಕೆಲಸ ಸಾಧಿಸಿಕೊಳ್ಳಲು ವ್ಯರ್ಥಪ್ರಯತ್ನ ಮಾಡುತ್ತಲೇ ಇದ್ದಾನೆ. ಇಷ್ಟು ವರ್ಷ ಕಷ್ಟಪಟ್ಟು ಗಳಿಸಿರುವ ಚಕ್ರವರ್ತಿಯ ವಿಶ್ವಾಸದಲ್ಲಿ ಶ್ರೀಯಕ ಬಿರುಕುಂಟುಮಾಡಲು ನಾನು ಖಂಡಿತ ಅವಕಾಶ ಕೊಡುವುದಿಲ್ಲ. ಅಮಾತ್ಯ ಪರಿಷತ್ತಿನಲ್ಲಿ ಇಬ್ಬರನ್ನು ಬಿಟ್ಟರೆ ಉಳಿದವರೆಲ್ಲ ಬ್ರಾಹ್ಮಣರೇ ಆಗಿರುವುದು ಶ್ರೀಯಕನಿಗೆ ನುಂಗಲಾರದ ತುತ್ತಾಗಿದೆ. ನನ್ನ ಪ್ರಸ್ತಾಪಗಳು ಬಹುಮತದಿಂದ ಅಂಗೀಕಾರವಾಗುವುದು ಅವನಿಗೆ ಸಂಕಟವುಂಟು ಮಾಡುತ್ತದೆ. ಚಣಕನ ಮರಣದಂಡನೆಯನ್ನು ನಾನು ವಿರೋಧಿಸಿ ಬರೀ ಗಡೀಪಾರಿನ ಶಿಕ್ಷೆ ವಿಧಿಸಿದ್ದು ಚಕ್ರವರ್ತಿಗೂ ಇಷ್ಟವಾಗಲಿಲ್ಲ. ಅವನಿಗೆ ಚಣಕನ ಸಾವು ಬೇಕಾಗಿತ್ತು. ಶ್ರೀಯಕನಿಗೆ ನನ್ನ ಮುಖಕ್ಕೆ ಮಸಿ ಬಳಿಯುವುದು ಬೇಕಾಗಿತ್ತು. ಇಬ್ಬರೂ ಸೇರಿ ಆ ವೃದ್ಧ ಬ್ರಾಹ್ಮಣನನ್ನು ಕೊಂದೇಬಿಟ್ಟರು !

'ಈಗ ಚಾಣಕ್ಯನನ್ನು ಕೊಲ್ಲಲು ಪ್ರಯತ್ನ ಪಡಬಹುದು. ಪಡಬಹುದು ಏನು, ಪಟ್ಟೇ ಪಡುತ್ತಾರೆ. ಕೊಲ್ಲುವುದೆಂದರೆ ಅವರಿಗೆ ನೀರು ಕುಡಿದಷ್ಟು ಸುಲಭ. ಧನನಂದನಿಗಂತೂ ತನ್ನ ವಿರೋಧಿಗಳು ಒಬ್ಬರೂ ಇರಬಾರದೆಂದು ಆಸೆ. ಅವನ ಇಚ್ಛೆಯಂತೆ ಅವನು ವಿರೋಧಿಸಿದ ಎಲ್ಲರನ್ನೂ ಕೊಲ್ಲುತ್ತಾ ಬಂದಿದ್ದರೆ, ಇಷ್ಟುಹೊತ್ತಿಗೆ ಇಡೀ ಪಾಟಲೀಪುತ್ರವೇ ಸ್ಮಶಾನವಾಗುತ್ತಿತ್ತು. ಒಂದು ನರಪಿಳ್ಳೆಯೂ ಜೀವಂತವಾಗಿರುತ್ತಿರಲಿಲ್ಲ. ಚಾಣಕ್ಯನ ಮೇಲೆ ಅವರು ಕಠಿಣ ಶಿಕ್ಷೆ ವಿಧಿಸುವ ಪ್ರಯತ್ನ ಮಾಡದಂತೆ ಎಚ್ಚರವಹಿಸಬೇಕು. ಅವನು

ಜೀವಂತವಾಗಿ ಹೊರಗೆ ಹೋದರೆ ಆ ಶ್ರೀಯಕ ಬಾಯಿ ಮುಚ್ಚಿಕೊಳ್ಳುತ್ತಾನೆ. ನನ್ನ ಪ್ರತಿಷ್ಠೆ ಉಳಿಯಬೇಕಾದರೆ ಈ ಕೆಲಸವಾಗಬೇಕು...'

ಇತ್ಯಾದಿ ಅವನು ಯೋಚಿಸುತ್ತ ಕುಳಿತೇ ಇದ್ದ. ಅವನ ಹೆಂಡತಿ ವೈಶಾಲಿ ಹತ್ತಿರ ಬಂದಳು. "ಇದೇನು, ರಾಜಸಭೆಗೆ ಹೊತ್ತಾಯಿತೆಂದು ಆಗ ಅವಸರ ಮಾಡಿದವರು ಇಲ್ಲಿ ಬಂದು ಸುಮ್ಮನೆ ಕುಳಿತುಬಿಟ್ಟಿದ್ದೀರಿ ? ಉಪಾಹಾರ ಸಿದ್ಧವಾಗಿದೆ ಬನ್ನಿ" ಎಂದಳು.

ಅವಳತ್ತ ನೋಡಿ ಸಣ್ಣಗೆ ನಕ್ಕು, ರಾಕ್ಷಸ ಮೇಲೆದ್ದು ಭೋಜನ ಶಾಲೆಯತ್ತ ಸಾಗಿದ.

ಉಪಾಹಾರ ಸೇವಿಸುತ್ತಿದ್ದರೂ ಚಾಣಕ್ಯನ ಆ ಕೆರಳಿದ ರೂಪ ಅವನ ಕಣ್ಣಿಂದ ಮರೆಯಾಗಲೇ ಇಲ್ಲ. ಮತ್ತೆ ಮತ್ತೆ ಅವನ ಮಾತಿನ ಚಾಟಿಯೇಟು ತನ್ನ ಮೈಮೇಲೆ ಬೀಳುತ್ತಿರುವಂತೆ ಭಾಸವಾಗಿ ಬೇಗ ಕೈತೊಳೆದು ಎದ್ದುಬಿಟ್ಟ. ವೈಶಾಲಿಗೆ ಅವನ ವರ್ತನೆ ಅರ್ಥವಾಗಲಿಲ್ಲ. ಅದನ್ನು ಕೆದಕಿ ಕೇಳುವ ಸ್ವಭಾವ ಅವಳದಲ್ಲ.

ರಾಕ್ಷಸ ಆತುರದಿಂದ ಹೊರಬಂದ. ಸಿದ್ಧವಾಗಿದ್ದ ಪಲ್ಲಕ್ಕಿಯನ್ನೇರಿ ಅರಮನೆಯತ್ತ ಹೊರಟ.

## ೬

ರಾಕ್ಷಸ ಭವನದಿಂದ ಹೊರ ಬಂದ ಚಾಣಕ್ಯ ರಾಜಸಭೆ ಆರಂಭವಾಗುವವರೆಗೆ ಹೇಗೆ ಕಾಲ ಕಳೆಯಬೇಕೆಂದು ಚಡಪಡಿಸುತ್ತಾ ಸುತ್ತಮುತ್ತ ನೋಡಿದ. ಅರಮನೆಯ ಮುಂಭಾಗಕ್ಕೆ ಬಂದ. ಮಹಾದ್ವಾರ ತೆರೆದಿದ್ದುದರಿಂದ ಒಳಗಿನ ಅರಮನೆಯ ಸ್ವಲ್ಪ ಭಾಗ ಕಾಣಿಸುತ್ತಿತ್ತು. ಸುತ್ತ ಭದ್ರವಾದ ಕೋಟೆಯಿತ್ತು 'ಎಷ್ಟು ಜನರ ದುಃಖದ ಅಡಿಪಾಯದ ಮೇಲೆ ಈ ಅರಮನೆಯ ನಿರ್ಮಾಣವಾಗಿರಬಹುದು ! ಆಳುವವರ ದೌರ್ಜನ್ಯಕ್ಕೆ ಸಿಕ್ಕಿ ಅಕಾಲಮೃತ್ಯುವಿಗೆ ತುತ್ತಾದ ಎಷ್ಟು ಜನರ ನಿಟ್ಟುಸಿರು ಒಳಗೆ ಸಂಚರಿಸುತ್ತಿರಬಹುದು !' ಎಂದುಕೊಂಡ.

ಕುದುರೆಯೇರಿದ ಕಾವಲುಗಾರರು ಅಡ್ಡಾಡುತ್ತಿದ್ದರು. 'ಸತ್ಯವಂತರಿಗೆ, ನೀತಿವಂತರಿಗೆ, ಸಜ್ಜನರಿಗೆ ರಕ್ಷಣೆಯಿಲ್ಲ; ದುಷ್ಟರಿಗೆ ಎಷ್ಟೊಂದು ರಕ್ಷಣೆ ! ನೀಚರಿಗೆ ರಾಜಾಧಿಕಾರ, ಅರಮನೆಯ ಸುಖ ವೈಭೋಗ !' ಎಂದುಕೊಂಡ.

'ಇವನು ಯಾರು, ಹೀಗೆ ಅರಮನೆಯತ್ತಲೇ ನೋಡುತ್ತಿದ್ದಾನೆ' ಎಂಬಂತೆ ಮಹಾದ್ವಾರದ ಕಾವಲುಗಾರರು ಚಾಣಕ್ಯನತ್ತಲೇ ದಿಟ್ಟಿಸಿದರು. ಅವನು ಅಲ್ಲಿಂದ ಹೊರಟುಬಿಟ್ಟ.

ಸ್ವಲ್ಪ ದೂರದಲ್ಲಿ ಒಂದು ಶಿವದೇವಾಲಯವಿತ್ತು. ಅತ್ತ ಹೆಜ್ಜೆ ಹಾಕಿದ. ಒಳಗೆ ಹೋಗುವ ಮನಸ್ಸಾಗಲಿಲ್ಲ, ಎದುರಿಗೆ ಒಂದು ಕಲ್ಯಾಣಿಯಿತ್ತು. ಅದರ ದಂಡೆಯ ಮೇಲಿದ್ದ ಒಂದು ಶಿಲಾಪೀಠದ ಮೇಲೆ ಸುಮ್ಮನೆ ಕುಳಿತುಕೊಂಡ.

"ವಿಷ್ಣು ಅಲ್ಲ ಅಲ್ಲ! ಚಾಣಕ್ಯ."

ಧ್ವನಿ ಬಂದತ್ತ ತಿರುಗಿ ನೋಡಿದ. ಧರ್ಮದತ್ತ ನಿಂತಿದ್ದ. "ನೀವೇಕೆ ಬಂದಿರಿ ?" ಎಂದ ಚಾಣಕ್ಯ.

"ಮನಸ್ಸು ತಡೆಯಲಿಲ್ಲ, ಚಾಣಕ್ಯ" ಎಂದು ಧರ್ಮದತ್ತ ಪಕ್ಕದಲ್ಲಿ ಕುಳಿತ. ಚಾಣಕ್ಯ ಮಾತನಾಡಲಿಲ್ಲ. "ಬಾ ಮನೆಗೆ ಹೋಗೋಣ" ಎಂದು ಧರ್ಮದತ್ತ ಭುಜದ ಮೇಲೆ ಕೈಯಿರಿಸಿದ.

"ನಾನು ಬರುವುದಿಲ್ಲ" ಎಂದು ಅಬ್ಬರಿಸಿ ಚಾಣಕ್ಯ ಅವನ ಕೈ ಕೊಡವಿದ. ಬೆಚ್ಚಿದ ಧರ್ಮದತ್ತ ಸ್ವಲ್ಪ ಹೊತ್ತು ಸುಮ್ಮನಾದ. ಕಿಡಿ ತಗಲಿದರೆ ಹೊತ್ತಿ ಉರಿಯುವಷ್ಟು ಚಾಣಕ್ಯ ಕೆರಳಿದ್ದ.

ಕೆಲವು ಕ್ಷಣಗಳ ನಂತರ ಚಾಣಕ್ಯ ಧರ್ಮದತ್ತನ ಮುಖ ನೋಡಿದ. ಅವನು ತೀರ ಮಂಕಾಗಿದ್ದ. ತನ್ನ ವರ್ತನೆ ತುಂಬಾ ಒರಟಾಯಿತೇನೋ ಎಂದು ಒಂದು ಕ್ಷಣ ಅನ್ನಿಸಿ ಹೇಳಿದ, "ನಾನು ರಾಕ್ಷಸನನ್ನು ಕಂಡು ಬಂದೆ. ಅವನು, ತಾನು ನನ್ನ ತಂದೆಯ ಕೊಲೆ ಮಾಡಿಸಲಿಲ್ಲವೆಂದು ಖಚಿತವಾಗಿ ಹೇಳಿದ. ಆ ಧನನಂದನೇ ಮಾಡಿಸಿರಬೇಕು, ಅವನನ್ನೇ ಕೇಳು ಎಂದು ಹೇಳಿದ. ರಾಜಸಭೆಗೆ ತಾನೇ ಅನುಮತಿ ಕೊಡಿಸುವುದಾಗಿ ಹೇಳಿದ."

"ಅಂದರೆ, ಈಗ ನೀನು ರಾಜಸಭೆಗೆ ಹೋಗುತ್ತೀಯಾ?"

"ಹೌದು, ಹೋಗುತ್ತೇನೆ. ಆ ದುರಾತ್ಮ ಧನನಂದನನ್ನೇ ಕೇಳುತ್ತೇನೆ."

"ನನಗೆ ಭಯವಾಗುತ್ತಿದೆ, ಚಾಣಕ್ಯ. ಈಗ ಯಾರನ್ನು ಕೇಳಿ ಏನು ಪ್ರಯೋಜನ? ಯಾರು ಏನು ಹೇಳಿದರೂ ಚಣಕ ಮತ್ತೆ ಬದುಕಿ ಬರುವುದಿಲ್ಲ. ನೀನಾಗಿ ಆಪತ್ತನ್ನು ಮೈಮೇಲೆ ಹಾಕಿಕೊಳ್ಳಬಾರದು. ಬಾ ಹೊರಟು ಹೋಗೋಣ. ಇವರಿಗೆ ಬುದ್ಧಿ ಕಲಿಸೋಣ."

"ಧರ್ಮದತ್ತರೇ, ನನಗೆ ಪ್ರಾಣ ಭಯವೇ? ವೃದ್ಧರಾದ ನನ್ನ ತಂದೆಗೇ ಇಲ್ಲದ ಪ್ರಾಣಭಯ ನನಗಿರುವುದೇ? ಭಯಗೊಳ್ಳುವವನು ಏನನ್ನೂ ಸಾಧಿಸಲಾರ. ತನ್ನ ಪ್ರಾಣರಕ್ಷಣೆಯೇ ಪ್ರಧಾನವೆಂದು ಭಾವಿಸುವವನು ಯಾವ ಒಳ್ಳೆಯ ಕೆಲಸವನ್ನೂ ಮಾಡಲಾರ. ಅಂಥವನು ತಾನು ಉಂಡು ತಿಂದು, ಸುಖಪಟ್ಟು ಕ್ರಿಮಿಕೀಟಗಳಿಗಿಂತ ಕಡೆಯಾಗಿ ಬದುಕಿ, ನಿರರ್ಥಕವಾಗಿ ಮುಗಿದುಹೋಗುತ್ತಾನೆ. ಅವನ ಬದುಕು, ಸಾವು ಎರಡೂ ಲೆಕ್ಕಕ್ಕೆ ಸಿಕ್ಕುವುದಿಲ್ಲ. ನಾನೂ ಅಂಥ ಬಾಳನ್ನು ಬದುಕಬೇಕೆಂದು ನೀವು ಬಯಸುತ್ತೀರಾ? ಹಾಗಿದ್ದರೆ ತಕ್ಷಶಿಲೆಯನ್ನು ಬಿಟ್ಟು ನನ್ನ ತಂದೆ ಇಲ್ಲಿಯವರೆಗೆ ಏಕೆ ಬರಬೇಕಾಗಿತ್ತು? ನಾನಾದರೂ ತಕ್ಷಶಿಲೆಯನ್ನು ಏಕೆ ಬಿಡಬೇಕಾಗಿತ್ತು? ಸ್ವಾಭಿಮಾನವೊಂದನ್ನು ಬಿಟ್ಟಿದ್ದರೆ ತಕ್ಷಶಿಲೆಯಲ್ಲಿ ನಾನು ಸುಖವಾಗಿ ಬದುಕಬಹುದಾಗಿತ್ತಲ್ಲ?"

ಅದಕ್ಕೆ ಧರ್ಮದತ್ತ ಉತ್ತರ ಕೊಡಲಾಗದೆ ತಲೆ ಕೆಳಗೆ ಹಾಕಿದ. ಆದರೆ ಸದ್ಯದ ಪರಿಸ್ಥಿತಿಯಲ್ಲಿ ಮಿತಿ ಮೀರಿದ ಕೋಪದ ಉದ್ವೇಗದಲ್ಲಿ ಕಠಿಣವಾಗಿ ಮಾತಾಡಿದರೆ, ಧನನಂದ ಚಾಣಕ್ಯನನ್ನು ಸುಮ್ಮನೆ ಬಿಡಲಾರನೆಂಬ ಭೀತಿ ಮನಸ್ಸಿನಿಂದ ಹೋಗಲಿಲ್ಲ.

"ಹೊತ್ತಾಯಿತು, ನಾನು ಬರುತ್ತೇನೆ. ನೀವು ಮನೆಯಲ್ಲಿ ಹೊರಡಲು ಸಿದ್ಧರಾಗಿ ಕಾದಿರಿ" ಎಂದು ಚಾಣಕ್ಯ ಎದ್ದು ಎರಡು ಹೆಜ್ಜೆಯಿಟ್ಟ.

"ಚಾಣಕ್ಯ"

ಚಾಣಕ್ಯ ನಿಂತು ತಿರುಗಿ ನೋಡಿದ. "ನನಗೋಸ್ಕರವಾಗಿಯಾದರೂ ಸ್ವಲ್ಪ ತಾಳ್ಮೆಯಿಂದ ಮಾತಾಡು."

"ಪ್ರಯತ್ನಿಸುತ್ತೇನೆ" ಎಂದು ಹೇಳಿ ಹಿಂದಿರುಗಿ ನೋಡದೆ ಚಾಣಕ್ಯ ದಡದಡನೆ ಅರಮನೆಯತ್ತ ಸಾಗಿದ. ಒಂದು ನಿಟ್ಟುಸಿರು ಬಿಟ್ಟು, ಡವಗುಡುವ ಎದೆಯ ಮೇಲೆ ಕೈಯಿರಿಸಿಕೊಂಡ ಧರ್ಮದತ್ತ ಮನೆಯ ಕಡೆಗೆ ಹೆಜ್ಜೆ ಹಾಕಿದ. ಹೋದಕೂಡಲೇ ಗೌತಮನನ್ನು ಕರೆದುಕೊಂಡು ಹೋಗಿ ಮೊದಲು ಚರಣನನ್ನು ಭೇಟಿ ಮಾಡಬೇಕೆಂದು ಯೋಚಿಸಿದ.

ಚಾಣಕ್ಯ ಅರಮನೆಯ ಮಹಾದ್ವಾರಕ್ಕೆ ಬಂದ. ಕಾವಲುಗಾರನಿಗೆ ತನ್ನ ಪರಿಚಯ ಹೇಳಿದ. ಅವನು ಒಳಗೆ ಬಿಟ್ಟ 'ರಾಕ್ಷಸ ಮರೆಯದೆ ಕಾವಲುಗಾರನಿಗೆ ತಿಳಿಸಿದ್ದಾನೆ' ಎಂದುಕೊಂಡ. ರಾಜಸಭೆ ನಡೆಯುತ್ತಿದ್ದ ವಿಶಾಲ ಸಭಾಂಗಣದ ಹೊರಬಾಗಿಲಿಗೆ ಬಂದಾಗ, ಅಲ್ಲಿಯ ಕಾವಲುಗಾರ ಚಾಣಕ್ಯನನ್ನು ಅಲ್ಲಿಯೇ ನಿಲ್ಲಿಸಿ ಅಲ್ಲಿಂದಲೇ ವೇದಿಕೆಯ ಮೇಲಿದ್ದ ರಾಕ್ಷಸನಿಗೆ ಸನ್ನೆ ಮಾಡಿದ. ಅವನ ಒಪ್ಪಿಗೆ ಪಡೆದು ಚಾಣಕ್ಯನನ್ನು ಒಳಗೆ ಹೋಗುವಂತೆ ಸೂಚಿಸಿದ.

ಸಭಾಂಗಣದ ಒಳಬಂದು ಚಾಣಕ್ಯ ಒಂದು ಕ್ಷಣ ಅಲ್ಲೇ ನಿಂತು ದಿಟ್ಟಿಸಿದ. ಏನು ವೈಭವ! ಏನು ಅಲಂಕಾರ! ಇಂದ್ರನ ಅಮರಾವತಿ ಹೀಗೇ ಇರಬಹುದೇನೋ! ಎನ್ನಿಸಿತು. ವೇದಿಕೆಯ ಮೇಲೆ ಸಿಂಹಾಸನದಲ್ಲಿ ಧನನಂದ ದರ್ಪದಿಂದ ಕುಳಿತಿದ್ದ. ಅವನ ಕಿರೀಟದಲ್ಲಿ ಅಳವಡಿಸಲಾಗಿದ್ದ ಅಮೂಲ್ಯ ಹರಳುಗಳು ಮತ್ತು ಕೊರಳಿನಲ್ಲಿದ್ದ ರತ್ನಾಭರಣಗಳು ಥಳ ಥಳ ಹೊಳೆಯುತ್ತಿದ್ದವು. ಅವನು ಹೊಳೆಹೊಳೆಯುವ ನೀಲಿ ರೇಷ್ಮೆಯ ಉಡುಪು ಧರಿಸಿದ್ದ. ಅವುಗಳಿಗೆ ಚಿನ್ನದ ಜರಿಯ ಅಲಂಕಾರ ಮಾಡಲಾಗಿತ್ತು. ಸಿಂಹಾಸನದ ಹಿಡಿಕೆಗೆ ಮತ್ತು ಒರಗುವ ಜಾಗದ ಅಂಚಿಗೆಲ್ಲ ಮುತ್ತುರತ್ನಗಳ ಅಲಂಕಾರವಿತ್ತು. 'ಚಕ್ರವರ್ತಿಯಾದವನು ಇಷ್ಟು ವೈಭವದಿಂದ ಓಲಗ ಕೊಡುವುದು ಸರಿಯಾದದ್ದೇ. ಆದರೆ ಅನರ್ಹನಾದವನು ಸಿಂಹಾಸನದಲ್ಲಿ ಕುಳಿತಾಗ ಅದು ವಿಕೃತವಾಗಿ ಕಾಣುತ್ತದೆ. ಈ ವೈಭವಗಳಿಗೆಲ್ಲ ಅವನು ಅಯೋಗ್ಯನಾಗುತ್ತಾನೆ. ಪ್ರಜೆಗಳನ್ನು ಸತ್ಯಧರ್ಮದಿಂದ ಪಾಲಿಸುವವನಿಗೆ ಮಾತ್ರ ಈ ವೈಭವ, ಧನನಂದನಂಥ ನೀಚನಿಗಲ್ಲ' ಎಂಬ ಭಾವನೆ ಬಂತು.

ಸಿಂಹಾಸನದ ಬಲಗಡೆ ತುಸು ದೂರದಲ್ಲಿ ಇನ್ನೊಂದು ಪೀಠವಿತ್ತು. ಅದು ಮಹಾಮಾತ್ಯ ರಾಕ್ಷಸನದು. ಅವನು ಇನ್ನೊಬ್ಬ ರಾಜನಂತೆಯೇ ಕಾಣುತ್ತಿದ್ದ. ಅವನ ಅಲಂಕಾರವೂ ಸಂಪದ್ಭರಿತವಾಗಿತ್ತು. ಎಡ ಸಾಲಿನಲ್ಲಿ ಶ್ರೀಯಕನೇ ಮುಂತಾದ ಅಮಾತ್ಯರ ಪೀಠಗಳು, ಬಲಸಾಲಿನಲ್ಲಿ ಭಾಗುರಾಯಣನೇ ಮುಂತಾದ ಸೇನಾಧ್ಯಕ್ಷರ ಪೀಠಗಳು, ಅವರ ಹಿಂದುಗಡೆ ವಣಿಕಶ್ರೇಣಿಯ ಚಂದನದಾಸ, ಅಜಿತ ಮುಂತಾದವರು, ಎಡಸಾಲಿನ ಹಿಂಬದಿಯಲ್ಲಿ ಪುರ ಪ್ರಮುಖರಿದ್ದರು. ಪುರಜನರು ಪ್ರತ್ಯೇಕವಾಗಿ ಬಾಗಿಲ ಬಳಿ ಗುಂಪಾಗಿ ನಿಂತಿದ್ದರು.

ಬಾಗಿಲ ಬಳಿ ನಿಂತು ನೋಡುತ್ತಿರುವ ಚಾಣಕ್ಯನನ್ನು ರಾಕ್ಷಸ ಗುರುತಿಸಿದ. ಉಳಿದವರಾರೂ ಗಮನಿಸಲಿಲ್ಲ, ಯಾವುದೋ ಮಹತ್ವದ ವಿಷಯದ ಮೇಲೆ ಚರ್ಚೆ ನಡೆಯುತ್ತಿತ್ತು. ಚಾಣಕ್ಯನಿಗೆ ಅದೆಲ್ಲ ಬರೀ ಅಣಕದಂತೆ ಕಂಡಿತು. ಅವನು ಆನೆಯಂತೆ ಒಂದೊಂದೇ ಹೆಜ್ಜೆಯಿರಿಸುತ್ತ ನಿಧಾನವಾಗಿ, ಗಂಭೀರವಾಗಿ ವೇದಿಕೆಯ ಮುಂಬದಿಗೇ ಬರತೊಡಗಿದ. ಇದ್ದಕ್ಕಿದ್ದಂತೆ ಅವನನ್ನು ಗಮನಿಸಿ ಇಡೀ ಸಭೆ ಸ್ತಬ್ಧವಾಯಿತು. ಎಲ್ಲರ ದೃಷ್ಟಿಯೂ ಅವನತ್ತಲೇ ಕೇಂದ್ರೀಕೃವಾಯಿತು. ಶ್ರೀಯಕ ಅಸಹನೆಯಿಂದ ಧನನಂದನತ್ತ ನೋಡಿದ. ಧನನಂದನ ಕಪೋಲಗಳು ಕೋಪದಿಂದ ನಡುಗುತ್ತಿದ್ದವು. ಅವನು ಸಿಂಹಾಸನದ ಹಿಡಿಯನ್ನು ಪುಡಿಯಾಗುವಷ್ಟು ಗಟ್ಟಿಯಾಗಿ ಹಿಡಿದ.

ಚಾಣಕ್ಯ ವೇದಿಕೆಯ ಮೆಟ್ಟಿಲ ಬಳಿ ನಿಂತು ಧನನಂದನನ್ನೇ ಕ್ರೂರವಾಗಿ ದಿಟ್ಟಿಸಿದ. ಕೋಪದಿಂದ ಕಪ್ಪಿಟ್ಟ ಶ್ರೀಯಕನ ಮುಖವನ್ನು ರಾಕ್ಷಸ ಚೇಷ್ಟೆಯ ಭಾವನೆಯಿಂದ ಒಮ್ಮೆ ನೋಡಿದ.

"ಯಾರು ನೀನು ?" ಧನನಂದನ ಧ್ವನಿ ಕಠಿಣವಾಗಿತ್ತು.

"ಕುಟಿಲ ಗೋತ್ರೋದ್ಭವ ಚಣಕ ಪುತ್ರ ಚಾಣಕ್ಯ."

"ನನ್ನಿಂದೇನಾಗಬೇಕು ?"

"ನನಗೆ ನ್ಯಾಯ ಬೇಕು."

"ಯಾವ ನ್ಯಾಯ ? ನಿನಗೇನು ಅನ್ಯಾಯವಾಗಿದೆ ?"

"ನನ್ನ ತಂದೆ ಚಣಕರ ಕೊಲೆಯಾಗಿದೆ."

ಇಡೀ ಸಭೆ ಚಕಿತವಾಯಿತು. ಚಣಕನ ಕೊಲೆಯ ವಿಷಯ ಯಾರಿಗೂ ಗೊತ್ತಿರಲಿಲ್ಲ, ಅದು ಆತ್ಮಹತ್ಯೆಯೆಂದೇ ಎಲ್ಲ ನಂಬಿಕೊಂಡಿದ್ದರು. ಸಭಾಸದರಲ್ಲಿ ಕುತೂಹಲ, ಚಾಣಕ್ಯನ ಧೀರ ವ್ಯಕ್ತಿತ್ವದ ಬಗ್ಗೆ ಮೆಚ್ಚುಗೆ ಒಟ್ಟಿಗೇ ಉಂಟಾದವು.

"ಕೊಲೆಯೇ ?" ಧನನಂದ ಜೋರಾಗಿ ನಕ್ಕ, "ಅವನು ಆತ್ಮಹತ್ಯೆ ಮಾಡಿಕೊಂಡ ನೆಂಬುದು ಇಡೀ ನಗರಕ್ಕೇ ಗೊತ್ತಿದೆ."

"ಆತ್ಮಹತ್ಯೆ ಮಾಡಿಕೊಳ್ಳುತ್ತಿರುವುದನ್ನು ಯಾರು ನೋಡಿದವರು ?"

"ಆತ್ಮಹತ್ಯೆ ಮಾಡಿಕೊಳ್ಳುವವರು ಎಲ್ಲರಿಗೂ ಕಾಣುವಂತೆ ಮಾಡಿಕೊಳ್ಳುತ್ತಾರೆಯೇ ? ಕತ್ತಲೆಯಲ್ಲಿ ಮಾಡಿಕೊಳ್ಳುತ್ತಾರೆ, ಬೆಳಗಾದ ಮೇಲೆ ಅದು ಬಹಿರಂಗವಾಗುತ್ತದೆ."

"ಬೆಳಕಿನಲ್ಲಿ ಬಹಿರಂಗವಾಗುವುದಿಲ್ಲವೆಂದು ಕತ್ತಲೆಯಲ್ಲಿ ಕೊಲೆ ಮಾಡುವುದು ಸಾಧ್ಯವಿಲ್ಲವೇ ?"

ಧನನಂದನ ಮುಖ ಕಪ್ಪಿಟ್ಟಿತು. "ಏನು ಹಾಗೆಂದರೆ ?" ಎಂದ.

"ಇದು ರಾಜಸಭೆ, ನಿನ್ನ ಬುದ್ಧಿವಂತಿಕೆಯ ಪ್ರದರ್ಶನ ಬೇಕಾಗಿಲ್ಲ, ಹೇಳಬೇಕಾದುದನ್ನು ಸ್ಪಷ್ಟವಾಗಿ ಹೇಳಿ ಹೋಗಿಬಿಡು" ಎಂದ ಶ್ರೀಯಕ.

"ಅಮಾತ್ಯರೆ, ಸ್ವಲ್ಪ ತಡೆಯಿರಿ" ವೃದ್ಧ ಅಮಾತ್ಯ ವಕ್ರನಾಸ ಎದ್ದು ನಿಂತು ಹೇಳಿದ, "ಚಣಕರ ಕೊಲೆಯಾಗಿದೆಯೆಂಬುದು ಗುರುತರವಾದ ಆಪಾದನೆ. ಆಪಾದನೆ ಮಾಡುತ್ತಿರು ವವನು ತೀರಿಕೊಂಡ ಚಣಕರ ಮಗ. ಇದು ಕಡೆಗಣಿಸುವಂಥ ವಿಷಯವಲ್ಲ, ಈತ ಹೇಳುತ್ತಿರುವಂತೆ ಕೊಲೆಯೇ ಆಗಿದ್ದರೆ, ಇದು ಗಂಭೀರವಾಗಿ ಪರಿಗಣಿಸಬೇಕಾದ ವಿಷಯ."

"ಹೌದು" ಎಂದ ಇನ್ನೊಬ್ಬ ಅಮಾತ್ಯ, "ಚಣಕರು ರಾಜ ಪುರೋಹಿತರಾಗಿದ್ದರು. ಬಹು ಜನರಿಗೆ ಪ್ರಿಯರಾಗಿದ್ದವರು. ಅಂಥವರ ಕೊಲೆಯಾಯಿತೆಂದರೆ ನಾಡಿಗೇ ಅವಮಾನ."

ಧನನಂದ ಮತ್ತು ಶ್ರೀಯಕ ಮುಖ ಮುಖ ನೋಡಿಕೊಂಡರು.

"ಆಚಾರ್ಯರೇ" ರಾಕ್ಷಸ ಬೇಕೆಂದೇ ಬಹುವಚನ ಸಂಬೋಧಿಸಿದ, "ಮಗಧ ಸಿಂಹಾಸನದಿಂದ ನ್ಯಾಯ ದೊರೆಯುತ್ತದೆ. ನಿಮ್ಮ ಆರೋಪವನ್ನು ಖಚಿತಪಡಿಸಿ."

ಚಾಣಕ್ಯ ಚಪ್ಪಾಳೆ ತಟ್ಟಿ ಹೇಳಿದ, "ಭಲೆ, ಈ ರಾಜಸಭೆಯಲ್ಲಿ ಇನ್ನೂ ಕೆಲವರಾದರೂ ನ್ಯಾಯ ಪಕ್ಷಪಾತಿಗಳಾದವರು ಇದ್ದಾರೆ! ಬಹಳ ಸಂತೋಷ."

"ನಿನ್ನ ಮೆಚ್ಚುಗೆಗೆ ನಾವು ಕಾದು ಕುಳಿತಿಲ್ಲ, ಅದೇನು ಬೇಗ ಹೇಳು. ಬಹಳ ಮುಖ್ಯವಾದ ಚರ್ಚೆ ನಡೆಯುತ್ತಿದೆ" ಎಂದ ಧನನಂದ.

"ಒಬ್ಬ ಗೌರವಾನ್ವಿತ ವ್ಯಕ್ತಿಯ ಕೊಲೆಯ ವಿಷಯಕ್ಕಿಂತ ಮಹತ್ವದ ವಿಷಯ ಬೇರೆ ಯಾವುದಿದೆ ?"

"ನಿನ್ನ ಅಭಿಪ್ರಾಯದಲ್ಲಿ ಈ ಕೊಲೆಯನ್ನು ಮಾಡಿದವರಾರು?" ಎಂದು ಶ್ರೀಯಕ ಕೇಳಿದ.

"ಕೇವಲ ಅಭಿಪ್ರಾಯದ ಮಾತುಗಳ ಮೇಲೆ ಕೊಲೆಯ ವಿಷಯವನ್ನು ನಿರ್ಧರಿಸಲಾಗುವುದಿಲ್ಲ, ಅಮಾತ್ಯ."

"ಹಾಗಾದರೆ ಖಚಿತವಾಗಿ ಹೇಳು. ಯಾರು ಕೊಲೆ ಮಾಡಿದವರು?"

"ರಾಜಭಟರು."

ಧನನಂದ ಮತ್ತು ಶ್ರೀಯಕ ತುಸು ಬೆಚ್ಚಿದರು. ಇಬ್ಬರೂ ಉಗುಳು ನುಂಗುವುದು ಅವರ ಗಂಟಲ ಚಲನೆಯಿಂದ ಕಾಣುತ್ತಿತ್ತು. ಸಭಾಸದರೆಲ್ಲ ಸಂದೇಹದ ದೃಷ್ಟಿಯಿಂದ ಧನನಂದನ ಮುಖವನ್ನೇ ನೋಡುತ್ತಿದ್ದರು.

"ಅಂದರೆ, ನಿನ್ನ ಮಾತಿನ ಅರ್ಥ?" ಧನನಂದ ಕೇಳಿದ.

"ಅರ್ಥವಾಗದಂಥ ಜಟಿಲ ಒಗಟಲ್ಲ, ಚಕ್ರವರ್ತಿ. ರಾಜಭಟರನ್ನು ಯಾರು ಕಳುಹಿಸುತ್ತಾರೆ? ಅಮಾತ್ಯರು ಕಳಿಸಬೇಕು, ಸೇನಾಧ್ಯಕ್ಷರು ಕಳಿಸಬೇಕು ಅಥವಾ ಸ್ವತಃ ಚಕ್ರವರ್ತಿಯೇ ಕಳಿಸಬೇಕು. ಯಾರೇ ಕಳಿಸಿದರೂ ಅದಕ್ಕೆ ಚಕ್ರವರ್ತಿಯ ಸಮ್ಮತಿ ಇದ್ದೇ ಇರಬೇಕೆಂದು ಈ ಸಭೆಯಲ್ಲಿರುವವರಿಗೆಲ್ಲ ಅರ್ಥವಾಗುತ್ತದೆ."

ಸಭೆ ಕೆಲವು ಕ್ಷಣ ಮೌನವಾಯಿತು. ಎಲ್ಲರ ದೃಷ್ಟಿ ತನ್ನ ಮೇಲೇ ಇರುವುದು ಧನನಂದನ ಗಮನಕ್ಕೆ ಬಂತು. ಸಹಾಯ ಬೇಡುವಂತೆ ಅವನು ಶ್ರೀಯಕನ ಮುಖ ನೋಡಿದ. ಶ್ರೀಯಕ ಹೇಳಿದ, "ಚಕ್ರವರ್ತಿಯೇ ನಿನ್ನ ತಂದೆಯ ಕೊಲೆ ಮಾಡಿಸಿದ್ದಾರೆಂದು ಹೇಳುತ್ತಿರುವೆಯಾ?"

"ಇನ್ನೂ ಬಿಡಿಸಿ ಹೇಳಬೇಕೆ? ಇಷ್ಟು ಸರಳ ಸಂಗತಿ ಅರ್ಥವಾಗದ ನೀನೆಂಥ ಅಮಾತ್ಯ?"

'ವೃದ್ಧನಾದ, ಪಂಡಿತನಾದ ಒಬ್ಬ ಬ್ರಾಹ್ಮಣನನ್ನು ಗೌರವದಿಂದ ಸಂಭೋಧಿಸುವುದು ಗೊತ್ತಿಲ್ಲದ ಇವನೆಂಥ ರಾಜ! ನೀನೆಂಥ ಅಮಾತ್ಯ!' ಎಂದು ಚಣಕ ಹೇಳಿದ್ದು ಧನನಂದನಿಗೆ ನೆನಪಾಯಿತು. "ಯಾರ ಮೇಲೆ ಆಪಾದನೆ ಹೊರಿಸುತ್ತಿರುವೆಯೆಂಬ ಎಚ್ಚರವಿರಲಿ" ಅವನೆಂದ.

"ಎಚ್ಚರವಿದೆ ಚಕ್ರವರ್ತಿ" ಚಾಣಕ್ಯ ದೃಢವಾಗಿ ಹೇಳಿದ, "ಏಕೆ, ಚಕ್ರವರ್ತಿಯ ಮೇಲೆ ಆಪಾದನೆ ಹೊರಿಸಬಾರದೆ? ಅವನು ಅಪರಾಧ ಮಾಡಬಹುದು, ಅದನ್ನು ಅಪರಾಧವೆಂದು ಹೇಳುವುದು ತಪ್ಪೇ? ಚಕ್ರವರ್ತಿ ನಾಡಿನ ಶಾಸನಕ್ಕೆ ಅತೀತನೆ? ಚಕ್ರವರ್ತಿಯಾದ ಮಾತ್ರಕ್ಕೆ ಅವನು ಸ್ವಚ್ಛಂದವಾಗಿ ನಡೆದುಕೊಳ್ಳಬಹುದೇ? ಈ ಸಭೆಯಲ್ಲಿರುವ ಒಬ್ಬರೇ ಒಬ್ಬರಾದರೂ ಹೇಳಿ. ಈ ಚಕ್ರವರ್ತಿ ಧರ್ಮನಿಷ್ಠೆಯಿಂದ ರಾಜ್ಯವಾಳುತ್ತಿರುವನೆಂದು ನಿಮ್ಮ ಹೃದಯ ಮುಟ್ಟಿಕೊಂಡು ಹೇಳಿ."

ಇಲ್ಲ, ಒಬ್ಬರೂ ಹೇಳಲಿಲ್ಲ. ಒಂದೇ ಒಂದು ಬಾಯಿಯೂ ಹಾಗೆ ನುಡಿಯಲಿಲ್ಲ. ಹಂತಹಂತವಾಗಿ ತನ್ನ ತೇಜೋವಧೆ ಮಾಡುತ್ತಿರುವ ಚಾಣಕ್ಯನನ್ನು ಕೊಂದು ಬಿಡಬೇಕೆಂಬಷ್ಟು ಕೋಪ ಬಂತು ಧನನಂದನಿಗೆ.

"ನಾನು ಹೇಳುತ್ತೇನೆ" ಎಂದ ಶ್ರೀಯಕ, "ನಮ್ಮ ಚಕ್ರವರ್ತಿ ಸತ್ಯದಿಂದ, ಧರ್ಮದಿಂದ ರಾಜ್ಯವಾಳುತ್ತಿದ್ದಾನೆ."

"ಸತ್ಯವನ್ನು ನುಡಿಯುವ ವ್ಯಕ್ತಿಯನ್ನೇ ಗುಟ್ಟಾಗಿ ಮುಗಿಸಿಬಿಡುವುದು ನಿಮ್ಮ ಸತ್ಯವಿರಬೇಕು. ಚರ್ಮ, ಅಂಟುಗಳ ಮೇಲೆ, ಬ್ರಾಹ್ಮಣರ ದೇವತಾಕಾರ್ಯಗಳ ಮೇಲೆ ಕರ ಹೇರಿ ಭಂಡಾರ ತುಂಬಿಕೊಳ್ಳುವುದೇ ನಿಮ್ಮ ಧರ್ಮವಾಗಿರಬೇಕು. ಈ ನಗರದ ಬೀದಿ ಬೀದಿಗಳಲ್ಲಿ ಮನೆ ಮನೆಗಳಲ್ಲಿ ಮನಸ್ಸುಗಳಲ್ಲಿ ನಿಮ್ಮ ದೌರ್ಜನ್ಯದ ಮೂಕವೇದನೆ ಮಾತಿಗಾಗಿ ಹುಡುಕುತ್ತಿರುವುದು ನಿಮಗೆ ಕಾಣಿಸುತ್ತಿಲ್ಲ, ಏಕೆಂದರೆ ಹಿಂಸೆ ನೀಡಿ ಸಂತೋಷಪಡುವ ವಿಕೃತ ಮನಸ್ಸಿನ ಕ್ರೂರಕರ್ಮಿಗಳು ನೀವು."

"ಏ ಬ್ರಾಹ್ಮಣಾ !" ಧನನಂದ ಎದ್ದುನಿಂತು ಜೋರಾಗಿ ಕೂಗಿದ, "ಕೊಲೆಯ ಸಾಕ್ಷಿಯನ್ನು ಒದಗಿಸಿ ನಿನ್ನ ಆಪಾದನೆಯನ್ನು ಖಚಿತಪಡಿಸುವುದನ್ನು ಬಿಟ್ಟು ಧರ್ಮೋಪದೇಶ ಮಾಡಬೇಡ."

"ಹೌದು ಮರೆತಿದ್ದೆ" ಚಾಣಕ್ಯ ನಕ್ಕು ಹೇಳಿದ, "ಧರ್ಮದ ಕೊರಳು ಮುರಿದು ಅಧರ್ಮದ ಕೆಸರಿನಲ್ಲಿ ಮುಳುಗಿ ಆನಂದಪಡುತ್ತಿರುವ ನಿಮಗೆ ಧರ್ಮೋಪದೇಶ ರುಚಿಸುವುದಿಲ್ಲವೆಂಬುದನ್ನು ನಾನು ಮರೆತಿದ್ದೆ. ಸಾಕ್ಷ್ಯಾಧಾರವನ್ನು ನಿರೂಪಿಸುವಂತೆ ಕೇಳುತ್ತಿರುವ ನೀವೇ, ಸಾಕ್ಷ್ಯಾಧಾರಗಳ ಸಹಿತ ಕೊಲೆ ಮಾಡಿಸಿಲ್ಲವೆಂಬುದನ್ನು ನಿರೂಪಿಸಿ, ಎಂದು ನಾನು ಕೇಳಿದರೆ?"

"ಆರೋಪಿಸುತ್ತಿರುವವನು ನೀನು, ಸಾಕ್ಷ್ಯಾಧಾರಗಳನ್ನು ಒದಗಿಸಬೇಕಾದ ಹೊಣೆ ನಿನ್ನದು" ಎಂದ ಶ್ರೀಯಕ.

"ಅದನ್ನು ಒಪ್ಪುತ್ತೇನೆ. ಆದರೆ ಕಣ್ಣಾರೆ ಕಂಡ ವ್ಯಕ್ತಿಯನ್ನು ನಿಮ್ಮೆದುರು ತಂದು ನಿಲ್ಲಿಸಿದರೆ, ನೀವು ಅವನನ್ನು ಜೀವಂತವಾಗಿ ಉಳಿಸುತ್ತೀರಾ? ಇಲ್ಲ, ಖಂಡಿತ ಉಳಿಸುವುದಿಲ್ಲ, ಏಕೆಂದರೆ ಇಲ್ಲಿ ಚಕ್ರವರ್ತಿಯೇ ಆರೋಪಿ. ನಿಧಿಯಿರಿಸುವ ರಹಸ್ಯ ಸ್ಥಳಕ್ಕೆ ಐದು ಜನ ಸೈನಿಕರನ್ನು ಕರೆದುಕೊಂಡು ಹೋಗಿ, ಆ ಸ್ಥಳದ ಗುರುತು ಬಹಿರಂಗವಾಗಬಾರದೆಂದು ಅವರನ್ನು ಕೊಲೆ ಮಾಡಿರುವ ಉದಾಹರಣೆ ಇದೆ. ಇಲ್ಲಿರುವ ಯಾರೂ ಅದನ್ನು ಹೇಳದಿದ್ದರೂ, ಹಲವರಿಗೆ ಈ ವಿಷಯ ಗೊತ್ತಿದೆ."

ಮತ್ತೆ ಸಭೆ ಸ್ತಬ್ಧವಾಯಿತು. ಇಷ್ಟೆಲ್ಲಾ ಸತ್ಯಸಂಗತಿಗಳನ್ನು ತಿಳಿದುಕೊಂಡು, ವ್ಯವಸ್ಥಿತವಾಗಿ ನಿರೂಪಿಸುತ್ತಿರುವ ಚಾಣಕ್ಯನ ಸಾಮರ್ಥ್ಯ ಮತ್ತು ಧೈರ್ಯವನ್ನು ರಾಕ್ಷಸ ಮನಸ್ಸಿನಲ್ಲೇ ಮೆಚ್ಚಿದ. ಆದರೆ ಸೈನಿಕರ ಕೊಲೆಯಲ್ಲಿ ತಾನೂ ಭಾಗಿಯಾಗಿದ್ದುದರಿಂದ ಸ್ವಲ್ಪ ಅಳುಕಿದ. ಅವನು ಹೇಳಿದ, "ಅನ್ಯ ವಿಷಯಗಳತ್ತ ಗಮನ ಹರಿಸದೆ, ನಿಮ್ಮ ವಿಷಯದತ್ತ ಮಾತ್ರ ಗಮನ ಹರಿಸಿ."

"ಇಲ್ಲಿ ನನ್ನ ವಿಷಯ, ಅನ್ಯ ವಿಷಯಗಳಿಗೆ ವ್ಯತ್ಯಾಸವೇ ಇಲ್ಲ ಅಮಾತ್ಯ. ಏಕೆಂದರೆ ಇಂದು ನನ್ನ ತಂದೆಯ ಕೊಲೆ ಮಾಡಿದವರು, ನಾಳೆ ಇಲ್ಲಿರುವ ಇನ್ನೊಬ್ಬರ ತಂದೆಯ ಕೊಲೆ ಮಾಡುತ್ತಾರೆ, ನಾಳಿದ್ದು ಮತ್ತೊಬ್ಬರ ಮಗನನ್ನು ಕೊಲೆ ಮಾಡುತ್ತಾರೆ, ಅದಕ್ಕೆ ಆತ್ಮಹತ್ಯೆಯ ಬಣ್ಣ ಕಟ್ಟುತ್ತಾರೆ ಅಥವಾ ಶತ್ರುಗಳ ಸಂಚೆಂದು ನಂಬಿಸಲು ಪ್ರಯತ್ನಿಸುತ್ತಾರೆ."

ಇಷ್ಟಾದರೂ ಸಭಾಸದರೆಲ್ಲ ಚಾಣಕ್ಯನ ಮಾತಿನ ಮೋಡಿಗೆ ಮರುಳಾದವರಂತೆ ಅವನ ಮೇಲೇ ದೃಷ್ಟಿ ಕೇಂದ್ರೀಕರಿಸಿದರು. ತಮ್ಮೆಲ್ಲರ ಮನಸ್ಸಿನ ಭಾವನೆಗಳಿಗೆ ಮಾತು ಕೊಡುತ್ತಿರುವ ಅವನ ಬಗ್ಗೆ ಎಲ್ಲರಿಗೂ ಮೆಚ್ಚಿಗೆಯೇ ಮೂಡಿತು. ಹಲವರು ತನ್ನತ್ತ ಕುಹಕದಿಂದ ನೋಡುತ್ತಿರುವುದು ಧನನಂದನ ಮೈಯಲ್ಲಿ ಮುಳ್ಳೇಳಿಸಿತು.

"ಆಧಾರವಿಲ್ಲದೆ ಆರೋಪ ಹೊರಿಸುತ್ತಿರುವ ನಿನಗೆ ಮರಣದಂಡನೆ ವಿಧಿಸುತ್ತೇನೆ" ಎಂದು ಧನನಂದ ಕೂಗಿದ.

"ನಿಮ್ಮ ದೃಷ್ಟಿಯಲ್ಲಿ ಮರಣದಂಡನೆ ಮತ್ತು ಕೊಲೆಗೆ ವ್ಯತ್ಯಾಸವಿಲ್ಲ, ಚಕ್ರವರ್ತಿ. ಒಂದನ್ನು ಬಹಿರಂಗವಾಗಿ ಮಾಡುತ್ತೀರಿ, ಇನ್ನೊಂದನ್ನು ಗುಪ್ತವಾಗಿ ಮಾಡುತ್ತೀರಿ."

"ಅಮಾತ್ಯರೆ, ಇವನನ್ನು ಎಳೆದುಕೊಂಡು ಹೋಗಿ ಈಗಲೇ ಶೂಲಕ್ಕೆ ಹಾಕಿ."

"ತಾಳ್ಮೆ ಪ್ರಭು" ವಕ್ರನಾಸ ಹೇಳಿದ, "ತಂದೆಯನ್ನು ಕಳೆದುಕೊಂಡ ದುಃಖದಿಂದ ಈತ ಸ್ವಲ್ಪ ಒರಟಾಗಿ ಮಾತಾಡಿರಬಹುದು. ತಂದೆಯ ಕೊಲೆಯಾಗಿದೆಯೆಂದು ತಿಳಿದಾಗ ಯಾರೂ ಸಹನೆಯಿಂದ ಮಾತಾಡಲಾರರು. ಅವರ ಸಾಕ್ಷಿಗೆ ಪ್ರಾಣಭೀತಿಯಿದೆಯೆಂಬುದು ನಿಜವಾದರೆ, ಬೇರೆ ರೀತಿಯಲ್ಲಿ ವಿಚಾರಣೆ ನಡೆಸಿ ಸತ್ಯಸಂಗತಿಯನ್ನು ತಿಳಿಯಲು ಪ್ರಯತ್ನ ಪಡಬಹುದು ಅಥವಾ ಆ ಸಾಕ್ಷಿಗೆ ಸೂಕ್ತ ರಕ್ಷಣೆಯ ಭರವಸೆ ನೀಡಬಹುದು."

"ಅಮಾತ್ಯ" ಧನನಂದ ವಕ್ರನಾಸನತ್ತ ಕೆಕ್ಕರಿಸಿ ನೋಡುತ್ತ ಹೇಳಿದ, "ಏನು ಅಮಾತ್ಯ, ಸ್ವಜಾತಿ ಪ್ರೀತಿ ಬಂದುಬಿಟ್ಟೀತೇ? ಬ್ರಾಹ್ಮಣನಾದ ನಿನಗೆ ಈ ಹುಚ್ಚು ಬ್ರಾಹ್ಮಣನನ್ನು ರಕ್ಷಿಸಬೇಕೆಂಬ ಆಸೆಯಾಯಿತೇ? ಈಗ ನಿನಗೆ ಅನ್ನ ನೀಡುತ್ತಿರುವ ಚಕ್ರವರ್ತಿಗಾಗುತ್ತಿರುವ ಅಪಮಾನ ನಿನಗೇನೂ ಅಲ್ಲವೇ?"

"ಇದು ವೃಥಾ ಆರೋಪ" ವಕ್ರನಾಸ ನೊಂದು ನುಡಿದ. ಸಭೆಯಲ್ಲಿ ತುಸು ಗೊಂದಲವಾಯಿತು.

"ಸದ್ದು !" ಧನನಂದ ಅಬ್ಬರಿಸಿದ. ಚಾಣಕ್ಯನ ಕಡೆಗೆ ತಿರುಗಿ ಹೇಳಿದ, "ಏ ಹುಚ್ಚು ಬ್ರಾಹ್ಮಣ, ಮೊದಲು ಇಲ್ಲಿಂದ ತೊಲಗಿ ಹೋಗು, ನಿನ್ನನ್ನು ಸಭಾಸ್ಥಾನಕ್ಕೆ ಬಿಟ್ಟದ್ದೇ ಮೊದಲ ತಪ್ಪು, ನಿನ್ನ ಹುಚ್ಚು ಮಾತುಗಳನ್ನು ಇಷ್ಟು ಹೊತ್ತು ಕೇಳಿದ್ದು ಎರಡನೇ ತಪ್ಪು, ಇನ್ನೊಬ್ಬರ ಹಂಗಿನಲ್ಲಿ ಬದುಕುವ ಒಬ್ಬ ಬ್ರಾಹ್ಮಣನಿಗೆ ಎಷ್ಟು ದುರಹಂಕಾರ!"

"ನೀನೇನು ಸ್ವಂತ ಉತ್ತು ಬಿತ್ತು ಬೆಳೆದು ದುಡಿದು ತಿನ್ನುತ್ತಿರುವೆಯಾ? ಪ್ರಜೆಗಳನ್ನು ಸುಲಿದು ಮೃಷ್ಟಾನ್ನ ಭೋಜನ ಮಾಡುತ್ತಿರುವ ನೀನು ಕಳ್ಳ, ದರೋಡೆಕಾರ. ಬ್ರಾಹ್ಮಣರು ದೀನರಲ್ಲ, ಜ್ಞಾನವಿಲ್ಲದ ನಿನ್ನಂಥ ಅವಿವೇಕಿಗಳಿಗೆ ದಾರಿ ತೋರಿಸುವ ಸಜ್ಜನರು. ನೀವು ಮರೆತ ಧರ್ಮನೀತಿಗಳನ್ನು, ಸನ್ನಡತೆಯನ್ನು ಮತ್ತೆ ಮತ್ತೆ ನೆನಪು ಮಾಡಿಕೊಡುವ, ಕಲಿಸಿಕೊಡುವ ಹಿತೈಷಿಗಳು. ಅವರಿಗೆ ಯಾರ ಹಂಗೂ ಬೇಕಾಗಿಲ್ಲ, ನಿನ್ನಂಥವನ ಹಂಗಂತೂ ಬೇಡ. ಏಕೆಂದರೆ ನೀನು ಮನುಷ್ಯರೂಪದ ರಾಕ್ಷಸ. ನಿನ್ನಂಥವನು ಕುಳಿತಿರುವುದರಿಂದ, ಆ ಸಿಂಹಾಸನ ಎಷ್ಟು ಅಸಹ್ಯ ಪಟ್ಟುಕೊಂಡು ನಿತ್ಯ ಕಣ್ಣೀರು ಹಾಕುತ್ತಿದೆಯೋ ಏನೋ!"

ಧನನಂದನ ತಾಳ್ಮೆ ಛಿದ್ರಛಿದ್ರವಾಯಿತು. ಏದುಸಿರು ಬಿಡುತ್ತಾ ಹಲ್ಲುಗಳನ್ನು ಮಸೆಯುತ್ತಾ "ಸೈನಿಕರೇ, ಈ ನೀಚನನ್ನು ಕತ್ತು ಹಿಡಿದು ಆಚೆಗೆ ನೂಕಿ" ಎಂದು ಅಬ್ಬರಿಸಿದ.

ಸಭೆಯೆಲ್ಲ ಆತಂಕದಿಂದ, ಇನ್ನೇನು ಗತಿ ಎಂಬ ಭೀತಿಯಿಂದ ಕಣ್ಣರಳಿಸಿತು. ಬೇಡವೆಂದು ಹೇಳಬೇಕೆಂದು ಬಾಯಿ ತೆರೆಯಲು ಹೋದ ರಾಕ್ಷಸ ಸುಮ್ಮನಾದ. ಇಬ್ಬರು ಸೈನಿಕರು ಕೂಡಲೇ ಓಡಿ ಬಂದು ಚಾಣಕ್ಯನ ತೋಳು ಹಿಡಿದರು. ಚಾಣಕ್ಯ ಕೆಂಗಣ್ಣು ಬಿಟ್ಟು ಅವರತ್ತ ನೋಡಿ ಮೈ ಕೊಡವಿದ. "ಏನು ನೋಡುತ್ತೀರಿ, ದಬ್ಬಿ ಅವನನ್ನು" ಎಂದು ಧನನಂದ ಮತ್ತೆ ಕೂಗಿದ. ಅವರು ಚಾಣಕ್ಯನನ್ನು ಬಲವಾಗಿ ತಳ್ಳಿದರು. ಅವನು ನೆಲದ

ಮೇಲೆ ಬಿದ್ದುಬಿಟ್ಟ. ಅವನ ಕಟ್ಟಿದ ಶಿಖೆ ಬಿಚ್ಚಿಕೊಂಡಿತು. ಮೈಮೇಲಿನ ವಸ್ತ್ರ ಕೆಳಗೆ ಬಿತ್ತು. ಸಭೆಯೆಲ್ಲ ಒಟ್ಟಿಗೇ "ಹಾಂ!" ಎಂದು ಬಾಯಿ ತೆರೆಯಿತು. ಎಲ್ಲ ಉದ್ವೇಗದಿಂದ ನೋಡುತ್ತಿದ್ದರು.

ಚಾಣಕ್ಯ ಮೆಲ್ಲಗೆ ಮೇಲೆದ್ದ. ಉತ್ತರೀಯವನ್ನು ತೆಗೆದು ಸೊಂಟಕ್ಕೆ ಬಿಗಿದುಕೊಂಡ. ದೃಢವಾಗಿ ಹೆಜ್ಜೆಯೂರಿ ನಿಂತ. ಸೈನಿಕರು ಮತ್ತೆ ಹತ್ತಿರ ಬರುವಷ್ಟರಲ್ಲಿ "ಏ ನಾಯಿಗಳೇ, ದೂರ ಸರಿಯಿರಿ!" ಎಂದು ಗುಡುಗಿದ. ಅವರು ಬೆಚ್ಚಿ ಹಿಂದೆ ಸರಿದರು. ಧನನಂದನತ್ತ ದುರುಗುಟ್ಟಿ ನೋಡುತ್ತಾ ಹೇಳಿದ, "ಎಲವೋ ದುರಾತ್ಮ, ತುಂಬಿದ ಸಭೆಯಲ್ಲಿ ನನಗೆ ಅಪಮಾನ ಮಾಡುತ್ತೀಯಾ? ನನ್ನನ್ನು ಈ ನಾಯಿಗಳಿಂದ ತಳ್ಳಿಸುತ್ತೀಯಾ? ಇದೊಂದು ಸಭೆಯೇ! ಇಷ್ಟು ಹೊತ್ತು ವಿದ್ಯಾವಂತನಾದ, ಆಚಾರ್ಯನಾದ ಬ್ರಾಹ್ಮಣನನ್ನು ಪ್ರತಿಯೊಬ್ಬರೂ ಏಕವಚನದಲ್ಲೇ ಸಂಬೋಧಿಸಿ ನೀವೆಲ್ಲ ಎಷ್ಟು ಅನಾಗರಿಕರೆಂದು ತೋರಿಸಿಕೊಂಡಿರಿ. ಎಲವೋ ಧನನಂದ, ಯಾವ ಸಭೆಯಲ್ಲಿ ನನ್ನನ್ನು ಅಪಮಾನಪಡಿಸಿದೆಯೋ, ಇದೇ ಸಭಾ ಸ್ಥಾನದಲ್ಲಿ ನಿನ್ನನ್ನು ನಿನ್ನ ಜನರ ಎದುರಿಗೇ ಬೀದಿಯ ನಾಯಿಯನ್ನು ಕೊಲ್ಲಿಸುವಂತೆ ಕೊಲ್ಲಿಸುತ್ತೇನೆ. ಇನ್ನೆಂದೂ ರಾಜ್ಯಾಧಿಕಾರ ನಡೆಸಿ ಪ್ರಜೆಗಳನ್ನು ಕಾಡದಂತೆ ನಿನ್ನ ವಂಶ ನಿರ್ವಂಶ ಮಾಡುತ್ತೇನೆ. ಈ ಮಗಧಕ್ಕೆ ಧರ್ಮ ನೀತಿಯಿಂದ ಪ್ರಜಾಪಾಲನೆ ಮಾಡಬಲ್ಲ ಹೊಸ ಚಕ್ರವರ್ತಿಯನ್ನು ತರುತ್ತೇನೆ. ಪ್ರಜೆಗಳ ದುಃಖ ಸಂಕಟಗಳಿಗೆ ಮುಚ್ಚಿರುವ ಈ ಅರಮನೆಯನ್ನು ಎಲ್ಲರಿಗೂ ಮುಕ್ತಗೊಳಿಸುತ್ತೇನೆ. ಅಲ್ಲಿಯವರೆಗೂ ನನ್ನ ಈ ಬಿಚ್ಚಿದ ಶಿಖೆಯನ್ನು ಕಟ್ಟುವುದಿಲ್ಲ. ಸೂರ್ಯಚಂದ್ರಾದಿ ಪಂಚಭೂತಗಳ ಸಾಕ್ಷಿಯಾಗಿ ಇದು ನನ್ನ ಪ್ರತಿಜ್ಞೆ."

ಸಭೆಯೆಲ್ಲ ನಡುಗಿಹೋಯಿತು. ಧನನಂದನೂ ತುಸು ಬೆಚ್ಚಿದ. ಆದರೂ "ಏ ಹೋಗು, ಹೋಗು, ನಿನ್ನಂಥ ಬಡಬ್ರಾಹ್ಮಣ ನನ್ನನ್ನೇನು ಮಾಡಬಲ್ಲ!"

"ಬ್ರಾಹ್ಮಣ ಏನು ಬೇಕಾದರೂ ಮಾಡಬಲ್ಲನೆಂಬುದು ಸದ್ಯದಲ್ಲೇ ನಿನಗೆ ಮನವರಿಕೆಯಾಗುತ್ತದೆ. ಈ ಸಭೆಯಲ್ಲಿ ನನ್ನ ಮಾತು ಸರಿಯೆಂದು ಭಾವಿಸಿದ, ನನ್ನ ತಂದೆಯ ಕೊಲೆಯ ಬಗ್ಗೆ ಸಹಾನುಭೂತಿ ತೋರಿಸಿದ ಸಜ್ಜನರಿಗೆ ನಮಸ್ಕಾರ" ಎಂದು ಹೇಳಿ ಚಾಣಕ್ಯ ದುಡು ದುಡು ಹೊರಟುಬಿಟ್ಟ. ಬಿಚ್ಚಿದ ಉದ್ದವಾದ ಶಿಖೆ ಅವನ ಬೆನ್ನ ಹಿಂದೆ ಕಾಳ ಸರ್ಪದಂತೆ ತೂಗಾಡುತ್ತಿತ್ತು.

ಬಹಳ ಹೊತ್ತು ಎಲ್ಲ ಮಾತು ಮರೆತ ಮೂಕರಂತೆ ಸುಮ್ಮನೆ ಕುಳಿತಿದ್ದರು. ಎಲ್ಲರೂ ಚಾಣಕ್ಯನ ವ್ಯಕ್ತಿತ್ವದ ಪ್ರಭಾವಕ್ಕೆ ಒಳಗಾಗಿದ್ದರು. ಧನನಂದ ಒಂದು ಮಾತನ್ನೂ ಆಡದೆ ಎದ್ದುಹೋಗಿ ಬಿಟ್ಟ. ಶ್ರೀಯಕ ಅವನನ್ನು ಹಿಂಬಾಲಿಸಿದ. ಸಭೆ ಚದುರಿತು. 'ಈ ಚಾಣಕ್ಯ ಸಾಮಾನ್ಯನೆಂದು ಭಾವಿಸುವಂತಿಲ್ಲ. ಇನ್ನು ಮೇಲೆ ನಾನು ಸಾಕಷ್ಟು ಎಚ್ಚರದಿಂದಿರಬೇಕು' ಎಂದು ಯೋಚಿಸುತ್ತ ರಾಕ್ಷಸ ತನ್ನ ಭವನದ ಕಡೆಗೆ ಸಾಗಿದ.

## ೭

ಬಾಗಿಲು ಮುರಿಯುವಂತೆ ದಡದಡ ಬಡಿದಾಗ "ಯಾರು? ಯಾರದು?" ಎಂದು ಕೂಗುತ್ತ ಧರ್ಮದತ್ತ ಎದ್ದು ಬಂದು ಬಾಗಿಲು ತೆಗೆದ. ಪ್ರಳಯರುದ್ರನಂತೆ ಜಡೆ ಬಿಚ್ಚಿಕೊಂಡು

ಬರೀ ಮೈಯಲ್ಲಿ ಉರಿಯುತ್ತಾ ನಿಂತಿರುವ ಚಾಣಕ್ಯನನ್ನು ಕಂಡು, ಒಂದು ಹೆಜ್ಜೆ ಹಿಂದೆ ಸರಿದು ಕಣ್ಣರಳಿಸಿ ಅವನನ್ನೇ ನೋಡುತ್ತಿದ್ದ. ಒಳಬಂದ ಚಾಣಕ್ಯ "ಇನ್ನು ಹೊರಡೋಣ" ಎಂದ. ಆ ವೇಳೆಗೆ ಪದಾರ್ಥಗಳ ಗಂಟು ಕಟ್ಟುತ್ತಿದ್ದ ಗೌತಮನೂ ಭೀತಿಯಿಂದ ಎದ್ದುನಿಂತ.

"ರಾಜಸಭೆಯಲ್ಲಿ ಏನಾಯಿತು?" ಎಂದು ಧರ್ಮದತ್ತ ಹಿಂಜರಿಯುತ್ತಲೇ ಕೇಳಿದ.

"ನನ್ನನ್ನು ಏನೂ ಕೇಳಬೇಡಿ. ಮಾತು ಬೇಡ, ಬರೀ ಮಾತು ಮೊಂಡಾದ ಖಡ್ಗದ ಹಾಗೆ. ಇನ್ನೇನಿದ್ದರೂ ಕಾರ್ಯ, ಕಾರ್ಯ. ಹುಂ, ಹೊರಡಿ. ಗೌತಮ ನೀನು ಇಷ್ಟವಿದ್ದರೆ ಬರಬಹುದು, ಇಲ್ಲವೇ ಇಲ್ಲೇ ಇರಬಹುದು."

"ಇಲ್ಲ ಆಚಾರ್ಯ, ನಾನು ಇಲ್ಲಿರುವುದಿಲ್ಲ, ನಿಮ್ಮೊಂದಿಗೆ ಬರುತ್ತೇನೆ."

"ಸರಿ ಹೊರಡಿ" ಎಂದು ಚಾಣಕ್ಯ ಹೊರಟೇಬಿಟ್ಟ. ಗೌತಮ ಮತ್ತು ಧರ್ಮದತ್ತ ಗಂಟುಗಳನ್ನು ಎತ್ತಿಕೊಂಡರು. "ಬೀಗಹಾಕಿ, ಚರಣನಿಗೆ ಬೀಗದ ಕೈ ಕೊಟ್ಟು ಬೇಗ ಬಂದುಬಿಡು. ನಾನು ಹೋಗುತ್ತಿರುತ್ತೇನೆ" ಎಂದು ಧರ್ಮದತ್ತ ಪಿಸುಗುಟ್ಟಿದಾಗ ಗೌತಮ ಗಡಿಬಿಡಿಯಿಂದ ಬೀಗ ಹಾಕಿ ಚರಣನ ಮನೆಯ ಕಡೆಗೆ ಓಡಿದ.

ಚಾಣಕ್ಯ ಹಿಂದಿರುಗಿ ನೋಡದೆ, ನೆಲ ಹಳ್ಳ ಬೀಳುವಂತೆ ಗಟ್ಟಿಯಾಗಿ ಹೆಜ್ಜೆಯಿಡುತ್ತ ಬೇಗ ಬೇಗ ನಡೆಯುತ್ತಿದ್ದ. ಅವನ ಸಮಕ್ಕೆ ನಡೆಯಲಾಗದೆ ಧರ್ಮದತ್ತ ಹಿಂದೆ ಬಿದ್ದ. ಗೌತಮನಿಗಾಗಿ ಮತ್ತೆ ಮತ್ತೆ ಹಿಂದೆ ನೋಡುತ್ತಿದ್ದ. ಅಂತೂ ನಗರದ ಎಲ್ಲೆ ದಾಟುವಷ್ಟರಲ್ಲಿ ಗೌತಮ ಓಡೋಡಿ ಬಂದು ಅವನನ್ನು ಕೂಡಿಕೊಂಡ. ಸನ್ನೆಯಿಂದಲೇ ಕೆಲಸವಾಯಿತೆಂದು ಸೂಚಿಸಿದ.

ಅವರಿಗೆ ಚಾಣಕ್ಯನ ಬೆನ್ನು ಮಾತ್ರ ಕಾಣಿಸುತ್ತಿತ್ತು. ಬೆನ್ನ ಮೇಲೆ ಇಳಿಬಿದ್ದ ಶಿಖೆ ಏನೋ ಕಥೆ ಹೇಳುತ್ತಿರುವಂತಿತ್ತು. ಏನೆಂದು ಊಹಿಸಲಾಗಲಿಲ್ಲ. ಅವನನ್ನು ಎಳೆದಾಡಿ ರಾಜಸಭೆಯಲ್ಲಿ ಅವಮಾನ ಮಾಡಿರಬಹುದೇ? ಎಂದು ಧರ್ಮದತ್ತ ಯೋಚಿಸಿದ. ಏನಾದರೂ ಆಗಿರಲಿ, ಜೀವಸಹಿತ ಹಿಂದಿರುಗಿ ಬಂದನಲ್ಲಾ, ಎಂದು ಸಮಾಧಾನಪಟ್ಟುಕೊಂಡ. ಬಹಳ ಕೋಪದಲ್ಲಿರುವಂತೆ ಕಾಣುವ ಚಾಣಕ್ಯ ಬಹುಶಃ ಸಂಜೆಯ ವೇಳೆಗೆ ಶಾಂತನಾಗ ಬಹುದೆಂದು ಭಾವಿಸಿದ.

ಅವರಿಬ್ಬರೂ ಪುಣ್ಯಕ್ಕೆ ಮೊದಲೇ ಊಟ ಮಾಡಿದ್ದರು. ಆದರೆ ಚಾಣಕ್ಯ ನಿನ್ನೆ ಮಧ್ಯಾಹ್ನ ತಂದೆಯ ಶ್ರಾದ್ಧ ಮುಗಿಸಿ ಊಟ ಮಾಡಿದ್ದು ಎಷ್ಟೋ ಅಷ್ಟೆ. ಬೆಳಿಗ್ಗೆ ಸ್ನಾನ ಮಾಡಿದವನು ಸಂಧ್ಯೋಪಾಸನೆಯನ್ನೂ ಮಾಡದೆ ರಾಕ್ಷಸನನ್ನು ನೋಡಲು ಹೋಗಿದ್ದ. ಬಂದ ಮೇಲಾದರೂ, ಅವನು ಊಟ ಮಾಡಿದ ಮೇಲೆ ಹೊರಡಬಹುದೆಂದು ಹಾಕಿದ್ದ ಲೆಕ್ಕ ತಲೆಕೆಳಗಾಗಿತ್ತು. ಈಗ ಅವನ ಹೊಟ್ಟೆಯ ತುಂಬ ಬರೀ ಕೋಪವೇ ತುಂಬಿಕೊಂಡಿತ್ತು.

ಚಾಣಕ್ಯನಿಗೆ ಬೇರೆ ಏನೂ ಕಾಣುತ್ತಿರಲಿಲ್ಲ. ಅವನ ಕಣ್ಣಮುಂದೆ ಸೈನಿಕರು ತಳ್ಳಿದ್ದು, ತಾನು ಕೆಳಗೆ ಬಿದ್ದು ಜುಟ್ಟು ಬಿಚ್ಚಿಹೋದದ್ದು, ತಾನು ಪ್ರತಿಜ್ಞೆ ಮಾಡಿದ್ದು ಇವೇ ಒಂದು ಸಲ, ಹತ್ತು ಸಲ, ನೂರು ಸಲ, ಸಾವಿರ ಸಲ ಪುನರಾವರ್ತನೆಯಾಗುತ್ತಲೇ ಇತ್ತು. ನಡೆಯುತ್ತ ನಡೆಯುತ್ತ ದಾರಿಯಲ್ಲಿ ಮೇಲೆದ್ದುಕೊಂಡಿದ್ದ ಒಂದು ಕಲ್ಲನ್ನು ಎಡವಿ ಕೆಳಗೆ ಬಿದ್ದುಬಿಟ್ಟ. ಪಾದರಕ್ಷೆಯ ಪಟ್ಟಿ ಕಿತ್ತುಹೋಯಿತು. ಎದ್ದು ನಿಂತ ಚಾಣಕ್ಯ ಕಿತ್ತುಹೋದ ಪಾದರಕ್ಷೆಯನ್ನು ದೂರಕ್ಕೆ ಬೀಸಿ ಎಸೆದ. ತಾನು ಎಡವಿದ ಕಲ್ಲನ್ನು ಇನ್ನೊಂದು ಕಲ್ಲಿನ ಸಹಾಯದಿಂದ

ನೆಲದಿಂದ ಬಗೆದು ತೆಗೆದು ದೂರ ಎಸೆಯುವವರೆಗೂ ಅವನು ಬಿಡಲಿಲ್ಲ. ಈ ವೇಳೆಗೆ ಹತ್ತಿರ ಬಂದಿದ್ದ ಧರ್ಮದತ್ತ ಮತ್ತು ಗೌತಮ ಅವನು ಮಾಡುವುದನ್ನು ಬೆರಗಿನಿಂದ ನೋಡುತ್ತಿದ್ದರು.

ಕೆಲಸ ಮುಗಿಸಿ ಚಾಣಕ್ಯ ಮೇಲೆದ್ದ. ಎಡವಿದ ಕಾಲಿನ ಉಂಗುಷ್ಠದಿಂದ ರಕ್ತ ಸುರಿಯುತ್ತಿತ್ತು. ಗೌತಮ ಗಂಟನ್ನು ಎಸೆದು "ಆಚಾರ್ಯ, ರಕ್ತ ಬರುತ್ತಿದೆ" ಎಂದು ಹತ್ತಿರಕ್ಕೆ ಓಡಿ ಹೋಗಿ ಕಾಲಿಗೆ ಕೈಯಿಟ್ಟ. ಬಿಡಿಸಿಕೊಂಡು ದೂರ ಸರಿದ ಚಾಣಕ್ಯ ಸೊಂಟಕ್ಕೆ ಕಟ್ಟಿದ್ದ ತನ್ನ ಉತ್ತರೀಯವನ್ನು ಹರಿದು ಬೆರಳಿಗೆ ಕಟ್ಟಿಕೊಂಡು, ಬರಿಗಾಲಿನಲ್ಲೇ ನಡೆಯತೊಡಗಿದ. ಬೆಪ್ಪಾದ ಅವರಿಬ್ಬರೂ ಹಿಂಬಾಲಿಸಿದರು.

ಹಸಿವು ಬಾಯಾರಿಕೆಗಳ ಪರಿವೆಯಿಲ್ಲದೆ ಮರುಳುಗೊಂಡವನಂತೆ ನಡೆಯುತ್ತಿರುವ ಚಾಣಕ್ಯನಿಗಾಗಿ ಧರ್ಮದತ್ತ ಮರುಗಿದ. ಆದರೆ ಅವನನ್ನು ಮಾತಾಡಿಸುವ ಧೈರ್ಯವಾಗಲಿಲ್ಲ. ಅವನ ಸಮಕ್ಕೆ ನಡೆಯುವ ಪ್ರಯತ್ನದಲ್ಲಿ ಧರ್ಮದತ್ತ ಸಾಕಷ್ಟು ಬಳಲಿದ್ದ. ಅವನಿಗೆ ವಿಶ್ರಾಂತಿ ಅಗತ್ಯವಾಗಿತ್ತು. ಆದರೆ ಚಾಣಕ್ಯ ನಿಲ್ಲುವ ಸೂಚನೆಯೇ ಇರಲಿಲ್ಲ. ತಕ್ಷಶಿಲೆಯವರೆಗೂ ಅವನು ಹೀಗೇ ನಡೆದುಬಿಡುವನೆನ್ನಿಸಿತು.

ಕತ್ತಲಾವರಿಸಿತು. ಇನ್ನು ನಡೆಯಲಾರೆನೆಂಬಷ್ಟು ನಿತ್ರಾಣನಾಗಿದ್ದ ಧರ್ಮದತ್ತ ತಲೆ ಸುತ್ತಿದಂತಾಗಿ ನಿಂತಲ್ಲೇ ಕುಸಿದು ಕುಳಿತುಬಿಟ್ಟ. ಗೌತಮ 'ಆಚಾರ್ಯಾ' ಎಂದು ಜೋರಾಗಿ ಕೂಗಿ ಧರ್ಮದತ್ತನ ಉಪಚಾರಕ್ಕೆ ನಿಂತ. ಸ್ವಲ್ಪ ದೂರ ಮುಂದೆ ಇದ್ದ ಚಾಣಕ್ಯ ನಿಂತು ಹಿಂದಿರುಗಿ ನೋಡಿದ. ಗೌತಮ ಅವನ ಬಳಿಗೆ ಹೋಗಿ "ಆಚಾರ್ಯ, ಧರ್ಮದತ್ತರು ತುಂಬಾ ಆಯಾಸಗೊಂಡಿದ್ದಾರೆ. ಇಲ್ಲೇ ಬಿಡಾರ ಹೂಡುವುದು ಒಳ್ಳೆಯದೆಂದು ಕಾಣುತ್ತದೆ" ಎಂದ.

ಚಾಣಕ್ಯ ಸುತ್ತಮುತ್ತ ನೋಡಿದ. ಬಂದ ದಾರಿಯಲ್ಲಿ ಸ್ವಲ್ಪ ಹಿಂದೆ ಮಾರ್ಗದ ಪಕ್ಕದಲ್ಲಿ ಒಂದು ಹಾಳು ಮಂಟಪವಿರುವಂತೆ ಕಂಡಿತು. ಅಲ್ಲಿಗೆ ಹೋಗಿ ಮಂಟಪದಲ್ಲಿ ಕಾಲು ಚಾಚಿ ಮಲಗಿಬಿಟ್ಟ. ಧರ್ಮದತ್ತನನ್ನು ಕರೆದುಕೊಂಡು ಗೌತಮನೂ ಅಲ್ಲಿಗೆ ಸೇರಿದ. ಒಂದಿಷ್ಟು ಪುಳ್ಳೆಗಳನ್ನು ಸಂಗ್ರಹಿಸಿ ಗೌತಮ ಬೆಂಕಿ ಮಾಡಿದ. ಹತ್ತಿರದಲ್ಲಿ ಎಲ್ಲೂ ನೀರಿರಲಿಲ್ಲ. ಕುಡಿಯಲು ಹೊತ್ತು ತಂದಿದ್ದ ನೀರಿತ್ತು. ಮುಂದಾಲೋಚನೆಯಿಂದ ಗೌತಮ ಬೆಳಿಗ್ಗೆ ಮಾಡಿದ್ದ ಅನ್ನವನ್ನು ಕಟ್ಟಿಕೊಂಡು ಬಂದಿದ್ದ.

ಸ್ವಲ್ಪ ಹೊತ್ತಿನ ನಂತರ ಗೌತಮ ಅನ್ನವನ್ನು ಬಟ್ಟಲಿನಲ್ಲಿ ಹಾಕಿ ಇಬ್ಬರಿಗೂ ಕೊಟ್ಟ. ಧರ್ಮದತ್ತ ಆತುರದಿಂದ ತಿಂದು ಮುಗಿಸಿದ. ಬಹಳ ಹೊತ್ತು ಎದುರಿಗಿದ್ದ ಬಟ್ಟಲನ್ನೇ ನೋಡುತ್ತಿದ್ದ ಚಾಣಕ್ಯ ನಂತರ ಅದನ್ನು ಕೈಗೆತ್ತಿಕೊಂಡ. ಎರಡು ತುತ್ತು ತಿಂದ. ಮೂರನೇ ತುತ್ತು ಬಾಯಿಗಿಡುವ ವೇಳೆಗೆ ಉಬ್ಬಳಿಸಿ ಬಂದು, ಬಟ್ಟಲನ್ನು ಎಸೆದು ಸ್ವಲ್ಪ ದೂರ ಹೋಗಿ ವಾಂತಿ ಮಾಡಿಕೊಂಡ. ಸ್ವಲ್ಪ ನೀರು ಕುಡಿದು ಮತ್ತೆ ಅಂಗಾತ ಮಲಗಿಕೊಂಡ. ಅಯ್ಯೋ ಅನ್ನಿಸಿದರೂ ತಾನೂ ಅವನಂತೆ ಬರಿ ಹೊಟ್ಟೆಯಲ್ಲಿರುವುದು ಸಾಧ್ಯವಿಲ್ಲವೆಂಬ ಅರಿವಿನಿಂದ ಧರ್ಮದತ್ತನಂತೆ, ಗೌತಮ ತಾನೂ ಒಂದಷ್ಟು ಅನ್ನ ತಿಂದ.

ಎರಡು ಕೈಗಳನ್ನೂ ತಲೆಯ ಕೆಳಗಿರಿಸಿಕೊಂಡು ಅಂಗಾತನಾಗಿ ಮಲಗಿ ಚಾಣಕ್ಯ ಆಕಾಶದತ್ತ ನೋಡುತ್ತಿದ್ದ. ಧರ್ಮದತ್ತ ಮತ್ತು ಗೌತಮನಿಗೆ ಕಣ್ಣುಗಳು ಎಳೆಯುತ್ತಿದ್ದವು. ಬೆಂಕಿ ಆರಿದ್ದರೂ, ಗಾಳಿ ಬೀಸಿದಾಗ ಬೂದಿ ಹಾರಿ, ಕೆಂಡ ಪ್ರಜ್ವಲಿಸಿ ತುಸು ಬೆಳಕಾಗುತ್ತಿತ್ತು.

ಇದ್ದಕ್ಕಿದ್ದ ಹಾಗೆ ಕುದುರೆಗಳ ಖುರಪುಟ ಧ್ವನಿ ಕೇಳಿಸಿತು. ಗೌತಮ ಮತ್ತು ಧರ್ಮದತ್ತ ದಡಕ್ಕನೆ ಎದ್ದು ಕುಳಿತರು. "ಯಾರೋ ಅಶ್ವಾರೋಹಿಗಳು ಬರುತ್ತಿದ್ದಾರೆ" ಎಂದ ಧರ್ಮದತ್ತ, ಚಾಣಕ್ಯನೂ ಎದ್ದು ಕುಳಿತವನು 'ಯಾರು ಬಂದರೆ ನನಗೇನು ?' ಎಂಬಂತೆ ಮತ್ತೆ ಮಲಗಿದ.

ಅವರು ಯಾರಿರಬಹುದು ? ಧನನಂದನ ಕಡೆಯವರೇನಾದರೂ ಆಗಿದ್ದರೆ ? ಎಂದು ಯೋಚಿಸುತ್ತ ಧರ್ಮದತ್ತ ಆತಂಕಗೊಂಡ. ಏನು ಮಾಡುವುದೆಂದು ತೋಚದೆ ಖುರಪುಟ ಧ್ವನಿ ಹತ್ತಿರವಾಗುವುದನ್ನು ಅವರು ಕಾಯುತ್ತಿದ್ದರು.

"ಅಲ್ಲಿ ಹೊಗೆಯೇಳುತ್ತಿದೆ ನೋಡು, ಅವರು ಅಲ್ಲೇ ಇರಬೇಕು" ಎಂದು ಒಬ್ಬ ಅಶ್ವಾರೋಹಿ ಹೇಳಿದ. ಅವರು ಬಂದು ಎದುರಿಗೇ ತಮ್ಮ ಕುದುರೆಗಳಿಂದ ಇಳಿಯುವಷ್ಟರಲ್ಲಿ ಧರ್ಮದತ್ತ ಮತ್ತು ಗೌತಮ ಎದ್ದು ನಿಂತರು. ಚಾಣಕ್ಯನೂ ಎದ್ದು ಕುಳಿತಿದ್ದ. ಅವರು ಖಡ್ಗಗಳನ್ನು ಒರೆಯಿಂದ ಸೆಳೆದು ತಮ್ಮತ್ತ ಬರುವುದನ್ನು ಕಂಡು ಭೀತಿಗೊಂಡ ಧರ್ಮದತ್ತ ಮತ್ತು ಗೌತಮ ಚಾಣಕ್ಯನ ಬಳಿಗೆ ಹೋಗಿ ನಿಂತರು. ಅವರು ಹತ್ತಿರ ಬರುವಷ್ಟರಲ್ಲಿ ಹಿಂದಿನಿಂದ ಹತ್ತುಜನ ಮುಸುಕುಧಾರಿಗಳೂ ಗದ್ದಲ ಮಾಡುತ್ತಾ ಆಯುಧಪಾಣಿಗಳಾಗಿ ನುಗ್ಗಿ ಬಂದರು. ಅಶ್ವಾರೋಹಿಗಳು ಬೆದರಿ ಏನಾಗುತ್ತಿದೆಯೆಂದು ಅರಿವಾಗದೆ ಗೊಂದಲಗೊಳ್ಳುತ್ತಿರುವಾಗಲೇ ಮುಸುಕುಧಾರಿಗಳು ಅವರಿಬ್ಬರನ್ನು ಭದ್ರವಾಗಿ ಹಿಡಿದು ಖಡ್ಗಗಳನ್ನು ಕಿತ್ತುಕೊಂಡರು. ಒಬ್ಬ ಹೋಗಿ ಕುದುರೆಗಳನ್ನು ಬೆದರಿಸಿ ಓಡಿಸಿದ. ಅವು ಬಂದ ದಾರಿಯಲ್ಲಿ ನಾಗಾಲೋಟ ಓಡಿದವು.

"ಯಾರು ನೀವು ? ದರೋಡೆಕೋರರೋ ?" ಎಂದ ಒಬ್ಬ ಅಶ್ವಾರೋಹಿ.

"ನೀವು ಯಾರು ? ಕೊಲೆಗಾರರೋ ?" ಎಂದ ಮುಸುಕುಧಾರಿಗಳ ನಾಯಕ.

"ನಾವು ಧನನಂದನ ಸೈನಿಕರು. ನಮ್ಮನ್ನು ತಡೆದರೆ ನಿಮಗೆ ಶಿಕ್ಷೆಯಾಗುತ್ತದೆ, ನೆನಪಿರಲಿ."

"ಯಾವ ಧರ್ಮಕಾರ್ಯಕ್ಕಾಗಿ ತಾವು ಬಂದಿದ್ದೀರೋ ?"

"ರಾಜಾಜ್ಞೆಯನ್ನು ಪಾಲಿಸಲು ಬಂದಿದ್ದೇವೆ."

"ಅವನೊಬ್ಬ ರಾಜ, ಅವನದೊಂದು ಆಜ್ಞೆ. ಏನು ಅವನ ಆಜ್ಞೆ?" ಎಂದು ಹೇಳುತ್ತ ಚಾಣಕ್ಯ ಹತ್ತಿರ ಬಂದು ಅವನ ಕಪಾಳಕ್ಕೆ ಬೀಸಿ ಹೊಡೆದ. ಅವನು ಬಾಯಿ ಬಿಡಲಿಲ್ಲ.

"ಪ್ರಾಣದ ಮೇಲೆ ಆಸೆಯಿದ್ದರೆ ಹೇಳು. ಇಲ್ಲವಾದರೆ ನಿಮ್ಮಿಬ್ಬರನ್ನೂ ಚಿತ್ರಹಿಂಸೆ ಮಾಡಿ ಕತ್ತರಿಸಿ ಎಸೆಯುತ್ತೇನೆ" ಎಂದು ಹೆದರಿಸಿ ಮುಸುಕುಧಾರಿ ಖಡ್ಗವನ್ನು ಅವರ ಎದೆಯತ್ತ ಗುರಿಹಿಡಿದ. ಅವರು ಸುಮ್ಮನೆ ಹೇಳುತ್ತಿಲ್ಲವೆಂದು ಅರಿವಾಗಿ ಅವರು ಬಾಯಿ ಬಿಡಲೇಬೇಕಾಯಿತು.

ಒಬ್ಬ ಹೇಳಿದ, "ಧನನಂದ ಮತ್ತು ಅಮಾತ್ಯ ಶ್ರೀಯಕರು ನಮ್ಮನ್ನು ಕರೆದು, ಚಾಣಕ್ಯನನ್ನು ಗುಟ್ಟಾಗಿ ಹಿಂಬಾಲಿಸಿ ಹೋಗಿ ದಾರಿಯಲ್ಲಿ ಕೊಂದು ಬರುವಂತೆ ಆಜ್ಞೆ ಮಾಡಿದರು."

ನಿರೀಕ್ಷಿಸಿದಂತೆಯೇ ನಡೆದಿತ್ತು. "ಆಚಾರ್ಯ, ಇವರನ್ನೇನು ಮಾಡೋಣ ?" ಮುಸುಕುಧಾರಿಗಳ ನಾಯಕ ಕೇಳಿದ.

ಆ ಧ್ವನಿ ಎಲ್ಲಿಯೋ ಕೇಳಿದಂತಿತ್ತು. ಅದನ್ನು ಆಮೇಲೆ ತಿಳಿಯಬೇಕೆಂದುಕೊಂಡು ಚಾಣಕ್ಯ ಹೇಳಿದ, "ಒಡೆಯನ ಎಂಜಲು ತಿನ್ನುವ ನಾಯಿಗಳಿಗೆ ಸರಿ ತಪ್ಪುಗಳ ಪರಿವೆಯೆಲ್ಲಿರುತ್ತದೆ ? ಬಿಟ್ಟು ಕಳಿಸು. ಏ ಸೈನಿಕ, ಹೋಗಿ ನಿನ್ನನ್ನು ಕಳಿಸಿದವರಿಗೆ ಹೇಳು. ಕೊಲ್ಲುವ ನಾಲ್ಕು ಕೈಗಳನ್ನು ನೀನು ಕಳಿಸಿದರೆ, ಕಾಯುವ ಇಪ್ಪತ್ತು ಕೈಗಳು ನನ್ನ ಸಹಾಯಕ್ಕೆ ಬರುತ್ತವೆ."

“ಮತ್ತೆ ಹಿಂಬಾಲಿಸುವ ಪ್ರಯತ್ನಪಟ್ಟರೆ ನಿರ್ದಯೆಯಿಂದ ನಿಮ್ಮನ್ನು ವಧಿಸಲಾಗುತ್ತದೆ. ತೊಲಗಿ ಹೋಗಿ” ಎಂದು ಮುಸುಕುಧಾರಿ ಅಬ್ಬರಿಸಿದ. ಜೀವವುಳಿದದ್ದೇ ಪುಣ್ಯವೆಂದು ಅವರು ಅಲ್ಲಿಂದ ಓಟ ಕಿತ್ತರು. ಮತ್ತೆ ಒಮ್ಮೆ ತಿರುಗಿ ನೋಡುವ ಧೈರ್ಯವೂ ಬರಲಿಲ್ಲ.

“ಸಮಯದಲ್ಲಿ ಬಂದು ನಮ್ಮ ಪ್ರಾಣರಕ್ಷಣೆ ಮಾಡಿದೆ. ಸದಾ ನಿನ್ನನ್ನು ಕೃತಜ್ಞತೆಯಿಂದ ಸ್ಮರಿಸುತ್ತೇವೆ” ಎಂದ ಚಾಣಕ್ಯ.

“ಆಚಾರ್ಯ! ನನ್ನ ಗುರುತು ಸಿಗಲಿಲ್ಲವೇ?” ಎನ್ನುತ್ತ ಅವನು ಮುಸುಕು ತೆಗೆದ.

“ಓ ಚರಣ!” ಎಂದು ಧರ್ಮದತ್ತ ಆಶ್ಚರ್ಯದಿಂದ ಉದ್ಗರಿಸಿದ.

“ಹೌದು ಆಚಾರ್ಯ, ಹೊರಡುವ ಮೊದಲು ಗೌತಮ ಬಂದು ವಿಷಯ ತಿಳಿಸಿದ. ನೀವಿದ್ದ ಪರಿಸ್ಥಿತಿಯನ್ನೂ ಹೇಳಿದ. ರಾಜಸಭೆಯಲ್ಲಿ ನೀವು ಕಠಿಣವಾಗಿ ಮಾತಾಡಿರಬಹುದೆಂದು ನಾನು ಊಹೆ ಮಾಡಿದೆ. ನಿಮ್ಮ ತಂದೆಯವರ ಉದಾಹರಣೆ ಇತ್ತಲ್ಲ, ಅವರನ್ನು ಕೊಂದು ಹಾಕಿದಂತೆ ಧನನಂದ ನಿಮ್ಮನ್ನೂ ಕೊಲ್ಲಲು ಪ್ರಯತ್ನಿಸಬಹುದೆಂದು ಅನ್ನಿಸಿತು. ಕೂಡಲೇ ನನ್ನ ಮಿತ್ರರನ್ನು ಕರೆದುಕೊಂಡು ಸಾಕಷ್ಟು ದೂರದಿಂದಲೇ ನಿಮ್ಮನ್ನು ಹಿಂಬಾಲಿಸುತ್ತಿದ್ದೆ. ನನ್ನ ಊಹೆ ನಿಜವಾಯಿತು.”

ಚಾಣಕ್ಯ ಮಾತಾಡದೆ ಅವನ ಭುಜದ ಮೇಲೆ ಕೈಯಿರಿಸಿದ. ಅಲ್ಲೇ ಇದ್ದ ವರುಣನ ತಲೆ ನೇವರಿಸಿ ಹೇಳಿದ, “ನನ್ನ ತಂದೆಯ ಸಾವಿನ ಸತ್ಯದರ್ಶನ ಮಾಡಿಸಿದೆ ನೀನು. ನನ್ನ ಯೋಜನೆ ಯಶಸ್ವಿಯಾದರೆ, ಮಗಧದ ಭಾಗ್ಯರೇಖೆಯನ್ನು ಬರೆದವರಲ್ಲಿ ನಿನ್ನ ಹೆಸರೂ ಸೇರುತ್ತದೆ ವರುಣ.”

“ನೀವೆಲ್ಲಿ ನನ್ನ ಹೆಸರನ್ನು ಹೇಳಿ ನನ್ನ ಪ್ರಾಣಕ್ಕೆ ಅಪಾಯವಾಗುವುದೋ ಎಂದು ನಾನು ತುಂಬ ಹೆದರಿದ್ದೆ” ಎಂದ ವರುಣ.

ಚಾಣಕ್ಯ ಕುಳಿತುಕೊಂಡ ನಂತರ ಉಳಿದವರೂ ಕುಳಿತರು. “ಸ್ವಂತ ಪ್ರಾಣಭೀತಿಯನ್ನು ಎಲ್ಲರೂ ಬಿಟ್ಟಾಗ ಮಾತ್ರ ಮಗಧದ ಉದ್ಧಾರ” ಎಂದ ಚಾಣಕ್ಯ, “ಸ್ವಾತಂತ್ರ್ಯಹೀನರಾಗಿ, ಸ್ವಾಭಿಮಾನಶೂನ್ಯರಾಗಿ ಬದುಕುವುದಕ್ಕಿಂತ ಸಾಯುವುದು ಸುಖ. ಆದರೆ ಹಾಗೆ ಸಾಯುವ ಮೊದಲು, ಏನಾದರೂ ಕಿಂಚಿತ್ತು ಒಳ್ಳೆಯದನ್ನು ಮಾಡಿಯೇ ಸಾಯಬೇಕು. ಬರೀ ಒಂದು ಹುಲ್ಲುಕಡ್ಡಿ ಲೆಕ್ಕಕ್ಕಿಲ್ಲದ ಒಂದು ವಸ್ತು. ಆದರೆ ಅದೇ ಹುಲ್ಲಿನಿಂದ ಮಾಡಿದ ಹಗ್ಗದಿಂದ ಮದಿಸಿದ ಆನೆಯನ್ನೇ ಹಿಡಿದು ಕಟ್ಟಬಹುದು.”

“ನೀವು ಮಲಗಿ, ಬೆಳಗಾಗುವವರೆಗೂ ನಾವು ಕಾಯುತ್ತೇವೆ” ಎಂದ ಚರಣ. ಧರ್ಮದತ್ತ ಮತ್ತು ಗೌತಮ ಮಲಗಿದರು. ಹತ್ತು ಜನರಲ್ಲಿ ನಾಲ್ವರನ್ನುಳಿದು ಉಳಿದವರು ಸಿಕ್ಕಿದ ಕಡೆ ಮಲಗಿಕೊಂಡರು. ಚಾಣಕ್ಯ ಮಾತ್ರ ನಿದ್ರೆ ಮಾಡದೆ ಆಕಾಶವನ್ನೇ ನೋಡುತ್ತಿದ್ದ. ಚರಣ ಅವನ ಪಕ್ಕದಲ್ಲೇ ಕುಳಿತಿದ್ದ.

ಸ್ವಲ್ಪ ಹೊತ್ತಿನ ನಂತರ ಚರಣ ಕೇಳಿದ, “ಆಚಾರ್ಯ, ಮುಂದೇನು ಮಾಡಬೇಕೆಂದು ಯೋಚಿಸಿದ್ದೀರಿ?”

“ಇಲ್ಲ ಚರಣ” ಚಾಣಕ್ಯ ಹೇಳಿದ, “ಈಗ ನನ್ನಲ್ಲಿ ಯಾವ ಆಲೋಚನೆಯೂ ಹೊಳೆಯುತ್ತಿಲ್ಲ. ಯಾವ ಯೋಜನೆಯೂ ಕಾಣುತ್ತಿಲ್ಲ. ನನ್ನ ತಲೆ ತುಂಬ ಆ ದುಷ್ಟ ಧನನಂದನ ಆಸ್ಥಾನದ ಚಿತ್ರವೇ ತುಂಬಿಕೊಂಡಿದೆ. ಅವನು ನನ್ನನ್ನು ಸೈನಿಕರಿಂದ ತಳ್ಳಿಸಿದ್ದು

ನಾನು ಕೆಳಗೆ ಬಿದ್ದು ನನ್ನ ಶಿಖೆ ಬಿಚ್ಚಿಕೊಂಡದ್ದು ನಾನು ಪ್ರತಿಜ್ಞೆ ಮಾಡಿದ್ದು ಇವೇ ಚಿತ್ರಗಳು ಮತ್ತೆ ಮತ್ತೆ ನೆನಪಾಗುತ್ತಿವೆ. ನಾನು ಏನನ್ನೂ ಯೋಚಿಸಲಾರೆ. ಅನ್ನಾಹಾರಗಳೂ ಬೇಕೆನಿಸುತ್ತಿಲ್ಲ. ಆ ಧನನಂದನ ಕೊರಳನ್ನು ಕಿವುಚಿ ಕೊಂದಂತೆ ಒಂದು ಸಲ, ಇನ್ನೊಂದು ಸಲ ಕಟುಕರ ಮಾಂಸವನ್ನು ಕತ್ತರಿಸಿದಂತೆ ಅವನ ಆ ಒಂದೊಂದೇ ಅಂಗಗಳನ್ನು ತುಂಡು ತುಂಡು ಮಾಡಿದಂತೆ, ಮತ್ತೊಂದು ಸಲ ನನ್ನನ್ನು ಅವಹೇಳನ ಮಾಡಿದ ಅವನ ನಾಲಿಗೆಯನ್ನು ಕತ್ತರಿಸಿದಂತೆ ನನ್ನ ಮನಸ್ಸಿನ ತುಂಬ ಭ್ರಮೆಯ ಚಿತ್ರಗಳು ಮೂಡುತ್ತವೆ. ಈಗ ನನ್ನ ದೇಹವೇ ಒಂದು ಅಗ್ನಿಕುಂಡವಾಗಿದೆ. ಅದು ನನ್ನನ್ನೇ ಭಸ್ಮ ಮಾಡುತ್ತದೋ, ಅಥವಾ ಆ ಧನನಂದನನ್ನು ನಾಶ ಮಾಡುತ್ತದೋ ನೋಡಬೇಕು.''

"ಅವನೇ ನಾಶವಾಗಬೇಕು ಆಚಾರ್ಯ. ಅವನ ವಿನಾಶ ಆಗಿಯೇ ಆಗುತ್ತದೆ ಎಂಬ ನಂಬಿಕೆ ನನಗಿದೆ. ಇನ್ನು ಕೆಲವೇ ದಿನ. ನನ್ನ ಮಿತ್ರರೊಂದಿಗೆ ಚಂದ್ರಗುಪ್ತನನ್ನು ಸೆರೆಮನೆಯಿಂದ ಬಿಡಿಸಲು ಒಂದು ಯೋಜನೆಯನ್ನು ಸಿದ್ಧಪಡಿಸಿದ್ದೇನೆ. ಅವನೂ ಹೊರಗೆ ಬಂದರೆ, ಬೆಂಕಿಗೆ ಬಿರುಗಾಳಿ ಸೇರಿದಂತೆ ಈ ಧನನಂದ ಕ್ಷಣಮಾತ್ರದಲ್ಲಿ ಧೂಳೀಪಟವಾಗುತ್ತಾನೆ.''

"ಮತ್ತೆ ದಾರಿಯಲ್ಲಿ ಏನೂ ತೊಂದರೆಯಾಗುವುದಿಲ್ಲ ತಾನೇ?'' ಧರ್ಮದತ್ತ ಮೆಲ್ಲಗೆ ಕೇಳಿದ.

"ಇಲ್ಲ. ಆ ಧೈರ್ಯವಿಲ್ಲ. ಧೈರ್ಯವಿದ್ದರೆ ಬೆನ್ನ ಹಿಂದೆ ಕೊಲೆಗಾರರನ್ನು ಕಳಿಸುತ್ತಿರಲಿಲ್ಲ. ಹಾಗೇನಾದರೂ ಮಾಡಿ ಅದು ಬಹಿರಂಗವಾದರೆ, ಅವನೇ ಚಣಕನನ್ನು ಕೊಲ್ಲಿಸಿದನೆಂಬುದಕ್ಕೆ ಬೇರೆ ಸಾಕ್ಷಿ ಬೇಕಾಗುವುದಿಲ್ಲವೆಂದು ಅವನಿಗೆ ಗೊತ್ತಿರುತ್ತದೆ. ನೀವು ನಿಶ್ಚಿಂತೆಯಿಂದ ಪ್ರಯಾಣ ಮುಂದುವರಿಸಬಹುದು.''

ಚರಣ ಚಾಣಕ್ಯನ ಪಕ್ಕವನ್ನು ಬಿಟ್ಟು ಧರ್ಮದತ್ತನ ಹತ್ತಿರ ಬಂದು ಪಿಸು ಮಾತಿನಲ್ಲಿ ಕೇಳಿದ, "ಈಗ ನಿಮ್ಮ ಪ್ರಯಾಣ ಯಾವ ಕಡೆಗೆ ಎಂದು ಕೇಳಬಹುದೇ?''

"ಬಹುಶಃ ತಕ್ಷಶಿಲೆಯ ಬಳಿಯಿರುವ ಗುರುಕುಲಕ್ಕೆ ಎಂದು ಕಾಣುತ್ತದೆ. ಚಾಣಕ್ಯನ ಮನಸ್ಸಿನಲ್ಲೇನಿದೆಯೋ ನನಗೆ ಗೊತ್ತಿಲ್ಲ.''

"ಏಕೆಂದರೆ ನಾವು ಮತ್ತೆ ಎಲ್ಲಿ ಭೇಟಿಯಾಗಬೇಕೆಂದು ಮೊದಲೇ ತಿಳಿದಿದ್ದರೆ ಒಳ್ಳೆಯದಲ್ಲವೇ?''

"ಆದರೆ ಈಗಿನ ಮನಃಸ್ಥಿತಿಯಲ್ಲಿ ಚಾಣಕ್ಯನನ್ನು ಮಾತಾಡಿಸಲೂ ಭಯವಾಗುತ್ತಿದೆ.''

ಅದನ್ನು ಕೇಳಿಸಿಕೊಂಡು ಚಾಣಕ್ಯ ತಾನೇ ಹೇಳಿದ, "ಚರಣ, ನೀನು ಚಿಂತೆ ಮಾಡಬೇಕಾಗಿಲ್ಲ. ಸೇರುವ ಸಮಯ ಬಂದಾಗ ನಾವೆಲ್ಲ ಒಟ್ಟಿಗೆ ಸೇರಿಯೇ ಸೇರುತ್ತೇವೆ. ಈಗ ನಿಮ್ಮ ರೀತಿಯಲ್ಲೇ ನಿಮ್ಮ ಕೆಲಸಗಳನ್ನು ಮಾಡಿ. ನನ್ನ ಯೋಜನೆ ಸಿದ್ಧವಾದಾಗ ನನ್ನ ರೀತಿಯಲ್ಲಿ ನಾನು ನಿಮ್ಮೆಲ್ಲರನ್ನೂ ಸಂಪರ್ಕಿಸುತ್ತೇನೆ.''

ಮುಂದೆ ಮಾತಿಗೆ ಅವಕಾಶವಿರಲಿಲ್ಲ. ಚಾಣಕ್ಯನ ಮಾತು ಎಷ್ಟು ಸ್ಪಷ್ಟವಾಗಿತ್ತೋ ಅಷ್ಟೇ ನಿಷ್ಠುರವಾಗಿತ್ತು. ಬೆಳಗಾಗುವವರೆಗೂ ಚಾಣಕ್ಯ ನಿದ್ದೆಯನ್ನೇ ಮಾಡಲಿಲ್ಲ. ಚರಣನ ಕಡೆಯವರು ಸರದಿ ಮಾಡಿಕೊಂಡು ಕಾವಲು ಮಾಡಿದರು.

ಧರ್ಮದತ್ತ ಮತ್ತು ಗೌತಮ ಎಚ್ಚರಗೊಂಡಾಗ ಚಾಣಕ್ಯ ಆಗಲೇ ಹೊರಡಲು ಸಿದ್ಧನಾಗಿದ್ದ. ಅಡಿಗೆಯ ಯೋಚನೆ ಮಾಡುವಂತಿರಲಿಲ್ಲ. ಅದಕ್ಕೆ ನೀರು ಸಿಗುವ ಸ್ಥಳವನ್ನು ಹುಡುಕಬೇಕಾಗಿತ್ತು. ಕುಡಿಯುವ ನೀರಿನಲ್ಲಿ ಸ್ವಲ್ಪ ತೆಗೆದುಕೊಂಡು ಮುಖ ತೊಳೆದ ಶಾಸ್ತ್ರ

ಮಾಡಿ ಮುಂದೆ ಹೊರಟರು. ''ಇನ್ನು ನಿಮ್ಮ ಅಗತ್ಯವಿಲ್ಲವೆಂದು ಕಾಣುತ್ತದೆ'' ಎಂದ ಚಾಣಕ್ಯ ಚರಣನಿಗೆ.

''ನಿಮಗೆ ನೀರಿನ ಆಸರೆ ಸಿಗುವವರೆಗೆ ಜೊತೆಯಲ್ಲಿ ಬಂದು, ಅಲ್ಲಿಂದ ಹಿಂದಕ್ಕೆ ಹೊರಡುತ್ತೇವೆ.''

''ನಿನ್ನಿಷ್ಟ'' ಎಂದು ಚಾಣಕ್ಯ ಬಿರಬಿರನೆ ಹೆಜ್ಜೆ ಹಾಕಿದ. ನಡೆಯುವಾಗ ಅವನು ಸ್ವಲ್ಪ ಕುಂಟುತ್ತಿದ್ದ. ಗಮನಿಸಿದಾಗ ನಿನ್ನೆ ಎಡವಿದ ಕಾಲು ಸ್ವಲ್ಪ ಊದಿಕೊಂಡಂತಿತ್ತು. ಅದನ್ನು ಅವನಿಗೆ ಹೇಳಲಾಗದೆ ಗೌತಮ ಚಡಪಡಿಸಿದ.

ಸ್ವಲ್ಪ ದೂರ ಹೋದನಂತರ ಸೂರ್ಯೋದಯವಾಯಿತು. ಅಷ್ಟು ಹೊತ್ತಿಗೆ ನೀರಿನ ಒಂದು ಚಿಲುಮೆಯೂ ಕಂಡಿತು. ನಿತ್ಯ ಕಾರ್ಯಗಳನ್ನು ಮುಗಿಸಲು ಮತ್ತು ಅಡಿಗೆ ಮಾಡಲು ಅದೇ ಸೂಕ್ತ ಸ್ಥಳವೆಂದು ಧರ್ಮದತ್ತ ಮತ್ತು ಗೌತಮ ಗಂಟುಗಳನ್ನು ಇಳಿಸಿದರು. ಯಾವ ಮಾತನ್ನೂ ಆಡದೆ ಚಾಣಕ್ಯ ಒಂದು ಮರದ ಕೆಳಗೆ ಹೋಗಿ ಅಂಗಾತ ಮಲಗಿಬಿಟ್ಟ. ರಾತ್ರಿಯೆಲ್ಲ ಎದ್ದಿದ್ದಾನೆ, ನಿದ್ರೆಯನ್ನಾದರೂ ಮಾಡಲಿ ಎಂದುಕೊಂಡು ಧರ್ಮದತ್ತ ತನ್ನ ಕೆಲಸದಲ್ಲಿ ತೊಡಗಿದ.

ಚರಣ ತನ್ನ ಸಂಗಡಿಗರೊಂದಿಗೆ ಹೊರಟುನಿಂತ. ಒಲೆಯನ್ನು ಸಿದ್ಧಪಡಿಸುತ್ತಿದ್ದ ಗೌತಮ ಹೇಳಿದ, ''ಸ್ವಲ್ಪ ಹೊತ್ತು ಇದ್ದರೆ ಅಡಿಗೆ ಮಾಡುತ್ತೇನೆ, ಊಟ ಮುಗಿಸಿ ಹೋಗಬಹುದು.''

''ಬೇಡ, ನಾವು ಹತ್ತು ಜನ ಉಂಡುಬಿಟ್ಟರೆ, ನಿಮ್ಮ ಹತ್ತುದಿನದ ಆಹಾರ ಧ್ವಂಸವಾಗಿ ಬಿಡುತ್ತದೆ. ಚಿಂತೆ ಮಾಡಬೇಡ. ನಾವು ಬೇಗ ನಗರ ಸೇರಿಕೊಳ್ಳುತ್ತೇವೆ'' ಎಂದು ನಗುತ್ತ ಹೇಳಿದ ಚರಣ ಚಾಣಕ್ಯನಿಗೆ ನಮಸ್ಕರಿಸಿ ತನ್ನ ಸಂಗಡಿಗರೊಂದಿಗೆ ಹೊರಟುಬಿಟ್ಟ.

''ಚರಣ, ನಿಮ್ಮ ಮೇಲೆ ಸಂದೇಹ ಬಂದೀತು, ಎಚ್ಚರ'' ಎಂದು ಧರ್ಮದತ್ತ ಕೂಗಿ ಹೇಳಿದ.

''ಚಿಂತಿಸಬೇಡಿ, ನಾವು ಬೇರೆ ಬೇರೆ ದಾರಿಗಳಿಂದ ಪ್ರತ್ಯೇಕವಾಗಿ ಊರು ಸೇರಿಕೊಳ್ಳುತ್ತೇವೆ. ನಿಮ್ಮ ಪ್ರಯಾಣ ಸುಸೂತ್ರವಾಗಿ ಸಾಗಲಿ.''

ಅವರು ಮರೆಯಾದ ನಂತರ ಧರ್ಮದತ್ತ ಮತ್ತು ಗೌತಮ ಸ್ನಾನ ಮುಗಿಸಿ ಬಂದರು. ಚಾಣಕ್ಯ ಮಲಗಿಯೇ ಇದ್ದ. ಅವನ ಕಣ್ಣುಗಳು ಮೊದಲಿನಂತೆಯೇ ಕೆಂಡದುಂಡೆಗಳಂತೆ ನಿಗಿನಿಗಿಸುತ್ತಿದ್ದವು.

''ನೀನು ಸ್ನಾನ ಮಾಡುವುದಿಲ್ಲವೇ ?'' ಧರ್ಮದತ್ತ ಕೇಳಿದ.

''ಇಲ್ಲ'' ಚಾಣಕ್ಯ ತಿರುಗಿ ನೋಡದೆ ಹೇಳಿದ.

ಗೌತಮ ಅಡಿಗೆ ಮುಗಿಸಿದ ನಂತರ ಮತ್ತೆ ಚಾಣಕ್ಯನ ಬಳಿಗೆ ಬಂದು ಧರ್ಮದತ್ತ ''ಊಟ ಮಾಡೋಣ'' ಎಂದ.

''ನೀವು ಮಾಡಿ, ನನಗೆ ಬೇಡ.''

''ಮೊನ್ನೆ ಮಧ್ಯಾಹ್ನ ನೀನು ಊಟ ಮಾಡಿದ್ದು.''

''ಹೌದು, ಆದರೆ ನನ್ನ ಹೊಟ್ಟೆಯಲ್ಲಿರುವ ಸಿಟ್ಟಿನ ಬೆಂಕಿಗೆ ಅನ್ನ ಬೇಕಾಗಿಲ್ಲ, ಆ ಧನನಂದನ ಪ್ರಾಣ ಬೇಕಾಗಿದೆ.''

ಧರ್ಮದತ್ತ ಸುಮ್ಮನೆ ನಿಂತಿದ್ದ. ''ಬೇಗ ಮುಗಿಸಿ, ಹೊತ್ತಾಗುತ್ತದೆ'' ಎಂದು ಚಾಣಕ್ಯ ಒರಟಾಗಿ ಹೇಳಿದಾಗ ಧರ್ಮದತ್ತ ಬಂದುಬಿಟ್ಟ.

ಇಬ್ಬರೂ ತೃಪ್ತಿಯಿಂದ ಅಲ್ಲದಿದ್ದರೂ, ಅನಿವಾರ್ಯವಾಗಿ ಊಟ ಮುಗಿಸಿದರು. ಅವರು ಪದಾರ್ಥಗಳನ್ನೆಲ್ಲ ಗಂಟು ಕಟ್ಟಲು ಆರಂಭಿಸುತ್ತಿದ್ದಂತೆ, ಆಗಲೇ ಅಷ್ಟು ದೂರ ಸಾಗುತ್ತಿದ್ದ ಚಾಣಕ್ಯನ ಬೆನ್ನು ಕಾಣಿಸಿತು.

## ೮

ಆ ದಿನ ರಾತ್ರಿ ಒಂದು ಗ್ರಾಮದ ಬಳಿ ತಂಗಿದಾಗ ಚಾಣಕ್ಯನ ಮುಖ ಕಪ್ಪಿಟ್ಟು ಹೋಗಿತ್ತು. ಮೂರು ದಿನಗಳಿಂದ ಆಹಾರನಿದ್ರೆಯಿಲ್ಲದೆ ರೋಗಿಷ್ಟನಂತೆ ಕಾಣುತ್ತಿದ್ದ. ಆದರೆ ಕಣ್ಣಿನಲ್ಲಿನ ಕೋಪದ ಬೆಂಕಿ ಮಾತ್ರ ಅದೇ ಪ್ರಖರತೆಯಿಂದಲೇ ಉರಿಯುತ್ತಿತ್ತು. ತಾವು ಮಾತ್ರ ಏನೋ ಸ್ವಲ್ಪ ಹೊಟ್ಟೆಗೆ ಸೇರಿಸಿ, ಅಲ್ಪ ಸ್ವಲ್ಪವಾದರೂ ನಿದ್ರೆ ಮಾಡುತ್ತಿರುವಾಗ, ಚಾಣಕ್ಯ ಹೀಗೆ ದೇಹ ದಂಡಿಸುತ್ತಿರುವುದು ಧರ್ಮದತ್ತ ಮತ್ತು ಗೌತಮನಿಗೆ ಸಹಿಸಲಾಗದ ಸಂದಿಗ್ಧವಾಗಿತ್ತು. ಮಾತಾಡಿಸಿದರೆ ಸಿಡಿದುಬೀಳುವ ಅವನನ್ನು ಹೇಗೆ ಸಮಾಧಾನ ಪಡಿಸುವುದೆಂದೇ ಅವರಿಗೆ ಅರ್ಥವಾಗಲಿಲ್ಲ.

ಆ ದಿನವೂ ಧರ್ಮದತ್ತ ಚಾಣಕ್ಯನಿಗೆ ಊಟ ತೆಗೆದುಕೊಂಡು ಹೋದ. "ನನಗೆ ಬೇಡ" ಎಂದು ಅವನು ಒರಟಾಗಿಯೇ ಹೇಳಿದ. ಇಬ್ಬರಿಗೂ ಅನ್ನ ಗಂಟಲಲ್ಲಿಳಿಯುವುದು ಕಷ್ಟವಾಯಿತು. ಆದರೂ ತಿಂದ ಶಾಸ್ತ್ರ ಮಾಡಿ ಮಲಗಿಕೊಂಡರು.

'ಎಷ್ಟು ದಿನ ಈ ಉಪವಾಸ' ಧರ್ಮದತ್ತ ಯೋಚಿಸಿದ, 'ನಿದ್ರೆ ಆಹಾರವಿಲ್ಲದೆ, ಜೊತೆಗೆ ದೀರ್ಘ ಪ್ರಯಾಣವನ್ನೂ ಮಾಡುತ್ತ, ದೇಹದಲ್ಲಿ ಶಕ್ತಿ ಎಲ್ಲಿಯವರೆಗೆ ಉಳಿಯುತ್ತದೆ ? ಅವನ ಹಟವನ್ನು ಮೆಚ್ಚಲೇಬೇಕು. ಆದರೆ ಜೀವಕ್ಕೇನಾದರೂ ಆದರೆ ಏನು ಗತಿ ! ಚಣಕನದು ಆತ್ಮಹತ್ಯೆಯಲ್ಲ, ಕೊಲೆ ಎಂದು ತಿಳಿದಾಗ ನನಗೇ ಅಷ್ಟು ಕೋಪ ಬಂತು. ಇನ್ನು ಮಗನಾದ ಅವನಿಗೆ ಕೋಪ ಬರುವುದರಲ್ಲಿ ಆಶ್ಚರ್ಯವೇನು? ಅದೇ ವಿಷಯವನ್ನು ಅವನು ರಾಜಸಭೆಯಲ್ಲಿ ಧನನಂದನ ಮುಖದ ಮೇಲೆ ಕೇಳಿರುತ್ತಾನೆ. ಜೊತೆಗೆ ನೀನು ಇಂಥವನು, ಅಂಥವನು ಎಂದು ಕಠಿಣ ಮಾತುಗಳಲ್ಲಿ ನಿಂದಿಸಿರುತ್ತಾನೆ. ಅವನ ಸ್ವಭಾವ ನನಗೆ ಗೊತ್ತಿಲ್ಲವೇ ? ತಂದೆಯಂತೆ ಮಗ! ಜೊತೆಗೆ ಚರಣನ ಬಳಿ ತಾನೇ ಹೇಳಿದನಲ್ಲ, ಧನನಂದ ಸೈನಿಕರಿಂದ ತಳ್ಳಿಸಿದ್ದು, ತಾನು ಕೆಳಗೆ ಬಿದ್ದು ಶಿಖೆ ಬಿಚ್ಚಿಹೋದದ್ದು, ಪ್ರತಿಜ್ಞೆ ಮಾಡಿದ್ದು ತಲೆ ತುಂಬಾ ಸುತ್ತುತ್ತಿದೆಯೆಂದು! ಅಂದರೆ ಅವನು ಧನನಂದನ ವಿನಾಶ ಮಾಡದ ಹೊರತು ತನ್ನ ಬಿಚ್ಚಿದ ಶಿಖೆಯನ್ನು ಕಟ್ಟುವುದಿಲ್ಲವೆಂದು ಪ್ರತಿಜ್ಞೆ ಮಾಡಿರುತ್ತಾನೆ. ಹೌದು, ಅದು ಖಂಡಿತ.

'ಆದರೆ, ಅಷ್ಟೆಲ್ಲಾ ಆದ ಮೇಲೂ ಇವನನ್ನು ಜೀವಸಹಿತ ಬಿಟ್ಟು ಕಳಿಸಿ, ಗುಪ್ತವಾಗಿ ಕೊಲೆ ಮಾಡಲು ಕಳಿಸಿದ ಆ ಧನನಂದನದು ಹೇಡಿತನವೋ, ಅಥವಾ ಚಾಣಕ್ಯನ ತೇಜಸ್ಸಿನ ಮುಂದೆ ಹೆದರಿಬಿಟ್ಟನೋ! ಏನಾದರಾಗಲಿ, ಚಾಣಕ್ಯ ಸುರಕ್ಷಿತವಾಗಿ ಬಂದನೆಂದು ಸಮಾಧಾನ ಪಟ್ಟುಕೊಳ್ಳುವಂತಿಲ್ಲ. ಅನ್ನ ನಿದ್ರೆಗಳನ್ನು ಬಿಟ್ಟ ಅವನ ಆಕ್ರೋಶವನ್ನು ನೋಡಿದರೆ ಭಯವಾಗುತ್ತದೆ. ಅವನು ಪ್ರತಿಜ್ಞೆ ಮಾಡಿದ್ದರೆ, ಅದನ್ನು ನೆರವೇರಿಸಲೆಂದಾದರೂ ಜೀವಂತವಾಗಿ ಉಳಿಯಬೇಕಲ್ಲವೇ? ಏಕೆ ಇಂಥ ಹುಚ್ಚು ಹಠ ಮಾಡುತ್ತಿದ್ದಾನೆ? ಇಲ್ಲ ಇದನ್ನು ಹೀಗೇ ಬಿಡಬಾರದು. ಬಿಟ್ಟರೆ ಚಾಣಕ್ಯ ತಕ್ಷಶಿಲೆಯನ್ನು ಜೀವಂತವಾಗಿ ಸೇರುವುದಿಲ್ಲ.

ನಾಳೆಯೂ ಅವನು ತನ್ನ ಹಠ ಮುಂದುವರಿಸಿದರೆ, ನಾನೂ ಗೌತಮನೂ ಊಟ ಮಾಡುವುದಿಲ್ಲವೆಂದು ಹಠ ಹಿಡಿಯಬೇಕು. ಇವನನ್ನು ದಾರಿಗೆ ತರಲು ಇದೊಂದೇ ಮಾರ್ಗ.'

ಬೆಳಿಗ್ಗೆ ಎಚ್ಚರವಾದಾಗ ನಿತ್ಯದಂತೆ ಚಾಣಕ್ಯ ಎದ್ದು ಕುಳಿತಿರಲಿಲ್ಲ. ಇನ್ನೂ ಮಲಗಿದ್ದ. ನಿದ್ರೆ ಮಾಡುತ್ತಿರಬಹುದೇನೋ ಎಂದು ಧರ್ಮದತ್ತ ಹತ್ತಿರ ಹೋಗಿ ನೋಡಿದ. ಅವನು ಕಣ್ಣು ಮುಚ್ಚಿದ್ದ. ದೇಹ ಗಡಗಡನೆ ನಡುಗುತ್ತಿತ್ತು. ಅವನ ಎಡವಿದ ಎಡಪಾದ ಸಾಕಷ್ಟು ಬಾತುಕೊಂಡಿತ್ತು. ಧರ್ಮದತ್ತ ಕೆಳಗೆ ಬಾಗಿ, "ಚಾಣಕ್ಯ" ಎಂದು ಮೈಮುಟ್ಟಿ ತಕ್ಷಣ ಕೈ ಹಿಂದಕ್ಕೆಳೆದುಕೊಂಡ. ಅವನ ಮೈ ಕೆಂಡದಂತೆ ಸುಡುತ್ತಿತ್ತು. ಚಾಣಕ್ಯ ಮೆಲ್ಲಗೆ ಕಣ್ಣು ತೆರೆದ. ಅವು ರಕ್ತವರ್ಣವಾಗಿದ್ದವು. "ಗೌತಮಾ !" ಎಂದು ಧರ್ಮದತ್ತ ಜೋರಾಗಿ ಕೂಗಿಕೊಂಡ. ಅವನು ಓಡಿಬಂದ. "ಚಾಣಕ್ಯನಿಗೆ ವಿಪರೀತ ಜ್ವರ ಕಾಯುತ್ತಿದೆ" ಎಂದ ಧರ್ಮದತ್ತ.

"ಇಲ್ಲ, ನನಗೇನೂ ಆಗಿಲ್ಲ, ನೀವು ಬೇಗ ಬೇಗ ಕೆಲಸ ಮುಗಿಸಿ ಸಿದ್ಧರಾಗಿ" ಎಂದ ಚಾಣಕ್ಯ ಏದುಸಿರು ಬಿಡುತ್ತ.

ಧರ್ಮದತ್ತ ಕಣ್ಣಲ್ಲಿ ನೀರು ಹಾಕಿಕೊಂಡು ಹೇಳಿದ, "ಇದೇನು ಚಾಣಕ್ಯ, ನಾವೇನು ಕಲ್ಲುಮನಸ್ಸಿನವರೆಂದು ತಿಳಿದುಕೊಂಡೆಯಾ ? ನೀನು ಅನ್ನ ನಿದ್ರೆಯಿಲ್ಲದೆ ಸಂಕಟ ಪಡುತ್ತಿರುವಾಗ ನಾವು ಊಟ ಮಾಡಿ, ನಿದ್ರೆ ಮಾಡಿ ನೆಮ್ಮದಿಯಿಂದಿರುತ್ತೇವೆಂದು ಭಾವಿಸಿದೆಯಾ ? ಬೇಡ ಚಾಣಕ್ಯ, ಹಠ ಮಾಡಬೇಡ."

"ಈಗ ನನಗೇನಾಗಿದೆಯೆಂದು ನೀವು ನೊಂದುಕೊಳ್ಳುತ್ತೀರಾ ?"

"ಏನೂ ಆಗಿಲ್ಲ, ಆದರೆ ನಿನ್ನ ಕಾಲು ಬಾತುಕೊಂಡಿದೆ. ಮೈ ಜ್ವರದಿಂದ ಬೇಯುತ್ತಿದೆ. ಆ ಪಾಪಿ ಧನನಂದನ ಮೇಲೆ ಕೋಪವಿದ್ದರೆ ಅವನ ಮೇಲೆ ತೀರಿಸಬೇಕು. ಅದನ್ನು ಬಿಟ್ಟು ನಿನ್ನನ್ನು ನೀನೇ ಏಕೆ ದಂಡಿಸಿಕೊಳ್ಳುತ್ತಿ ?"

"ನಾನೇನು ಮಾಡಲಿ, ಧರ್ಮದತ್ತರೇ, ನನ್ನ ಹೃದಯ ಬೇಯುತ್ತಿದೆ. ರಾಜಾಸ್ಥಾನದಲ್ಲಾದ ಅಪಮಾನವನ್ನು ನೆನೆನೆನೆದು ತಲೆ ಸಿಡಿದುಹೋಗುತ್ತಿದೆ. ಅನ್ನ ಬೇಕೆನಿಸುತ್ತಿಲ್ಲ, ನಿದ್ರೆ ಬೇಕೆನಿಸುತ್ತಿಲ್ಲ"

"ಆದರೆ ಹೀಗೇ ಇನ್ನೆರಡು ದಿನ ಕಳೆದರೆ ನೀನೇ ಸತ್ತುಹೋಗುತ್ತಿ. ಅದರಿಂದೇನಾಗುತ್ತದೆ ? ನೀನು ಮಾಡಿದ ಪ್ರತಿಜ್ಞೆಯೂ ನಿನ್ನೊಂದಿಗೇ ಸತ್ತುಹೋಗುತ್ತದೆ. ಇದರಿಂದ ಚಣಕನ ಮಗ ಚಾಣಕ್ಯ ತಾನು ಮಾಡಿದ ಪ್ರತಿಜ್ಞೆಗೆ ತಾನೇ ತಪ್ಪಿ ಆತ್ಮಹತ್ಯೆ ಮಾಡಿಕೊಂಡಂತೆ ಆಗುವುದಿಲ್ಲವೇ ?"

ಧರ್ಮದತ್ತನ ಮಾತು ಸ್ವಲ್ಪ ಕೆಲಸ ಮಾಡಿತು. ಚಾಣಕ್ಯನಿಗೆ, ಕೋಪಾವೇಶಕ್ಕೆ ವಶನಾಗಿ ತಾನು ವಿವೇಕವನ್ನು ಕಳೆದುಕೊಳ್ಳುತ್ತಿರುವೆನೆನ್ನಿಸಿತು. ಅಷ್ಟರಲ್ಲಿ ಹತ್ತಿರ ಬಂದಿದ್ದ ಗೌತಮನೂ ಹೇಳಿದ, "ಇನ್ನು ನಮ್ಮಿಂದ ನಿಮ್ಮ ಅವಸ್ಥೆಯನ್ನು ನೋಡಲಾಗುವುದಿಲ್ಲ, ಆಚಾರ್ಯ. ನೀವು ಊಟ ಮಾಡದಿದ್ದರೆ ನಾವೂ ಊಟ ಮಾಡುವುದಿಲ್ಲ, ಒಂದು ತೊಟ್ಟು ನೀರನ್ನೂ ಬಾಯಿಗೆ ಹಾಕುವುದಿಲ್ಲ"

ಇಬ್ಬರೂ ತಮ್ಮ ಕೆಲಸಗಳ ಕಡೆಗೆ ಗಮನ ಹರಿಸಿದರು. ಚಾಣಕ್ಯ ಕಷ್ಟಪಟ್ಟು ಎದ್ದು ಕುಳಿತ. ಮೈಕೈಗಳೆಲ್ಲ ಕತ್ತರಿಸಿದಂತೆ ನೋಯುತ್ತಿದ್ದವು. ತಲೆ ಗಿರ್ರನೆ ಸುತ್ತುತ್ತಿತ್ತು. ಮನಸ್ಸು ಮಾತ್ರ

ಸ್ವಲ್ಪ ತಿಳಿಯಾಗಿತ್ತು. ತನ್ನ ಕಾರಣವಾಗಿ ಧರ್ಮದತ್ತ ಮತ್ತು ಗೌತಮ ಎಷ್ಟು ಚಿಂತಿಸಿರಬೇಕೆಂದು ಅವನು ಊಹೆ ಮಾಡಿಕೊಂಡ. 'ಹೌದು, ಧರ್ಮದತ್ತನ ಮಾತಿನಲ್ಲಿ ಅರ್ಥವಿದೆ, ಧನನಂದನ ಮೇಲಿನ ಕೋಪವನ್ನು ನನ್ನ ದೇಹದ ಮೇಲೆ ತೀರಿಸಿಕೊಂಡರೆ ಏನು ಪ್ರಯೋಜನ! ಅನ್ನ ನಿದ್ರೆಯಿಲ್ಲದೆ ನಾನೇ ಸತ್ತು ಹೋದರೆ ಏನು ಸಾಧಿಸಿದಂತಾಯಿತು? ಸರ್ವರ ಎದುರಿನಲ್ಲಿ ಪಂಚಭೂತಗಳ ಸಾಕ್ಷಿಯಾಗಿ ಮಾಡಿದ ನನ್ನ ಪ್ರತಿಜ್ಞೆಯ ಗತಿ ಏನು! ನಾನು ನನ್ನ ದೇಹವನ್ನು ಸುಸ್ಥಿತಿಯಲ್ಲಿಟ್ಟುಕೊಳ್ಳಬೇಕು. ದೇಹಶಕ್ತಿಯ ಬೆಂಬಲವಿಲ್ಲದೆ ಆತ್ಮಶಕ್ತಿ ಏನನ್ನೂ ಮಾಡಲಾಗುವುದಿಲ್ಲ ಎಂದು ಹಿಂದೊಮ್ಮೆ ನಾನೇ ಯೋಚಿಸಿದ್ದೆ. ಕೋಪಾವೇಶ ನನ್ನ ಮೇಲೆ ಅಧಿಕಾರ ನಡೆಸಲು ಬಿಡಬಾರದು' ಇತ್ಯಾದಿ ಯೋಚಿಸಿದ.

ಸ್ನಾನ ಸಂಧ್ಯೋಪಾಸನೆ ಮುಗಿಸಿ ಧರ್ಮದತ್ತ ಹತ್ತಿರ ಬಂದ. ಗೌತಮ ಅಡಿಗೆ ಮಾಡುತ್ತಿದ್ದ. "ನಾನೂ ಸ್ನಾನ ಮಾಡಿಬಿಡುತ್ತೇನೆ" ಎಂದು ಏಳಲು ಹೋಗಿ ಕುಸಿದು ಬೀಳುತ್ತಿದ್ದ ಚಾಣಕ್ಯನನ್ನು ಧರ್ಮದತ್ತ ಹಾಗೇ ಹಿಡಿದುಕೊಂಡ. ಗೌತಮನೂ ಓಡಿಬಂದ. ಇಬ್ಬರೂ ಸೇರಿ ಅವನನ್ನು ಮೆಲ್ಲಗೆ ಕೂಡಿಸಿದರು.

ಧರ್ಮದತ್ತ ಹೇಳಿದ, "ನೀನು ಸ್ನಾನ ಮಾಡುವುದು ಬೇಡ. ಈ ಜ್ವರ ಮತ್ತು ಕಾಲಿನ ಗಾಯ ಇನ್ನಷ್ಟು ಹೆಚ್ಚಾಗಬಹುದು. ಗೌತಮ, ಚಾಣಕ್ಯ ಅನ್ನ ತಿನ್ನುವ ಸ್ಥಿತಿಯಲ್ಲಿಲ್ಲ, ಸ್ವಲ್ಪ ಹಾಲು ತರಲು ಪ್ರಯತ್ನಿಸುತ್ತೀಯಾ?"

"ಈಗ ಹೊರಟೆ" ಎಂದು ಗೌತಮ ಹತ್ತಿರದ ಗ್ರಾಮಕ್ಕೆ ಓಡಿಹೋಗಿ, ಯಾರನ್ನೋ ಕೇಳಿ ಸ್ವಲ್ಪ ಹಾಲು ತರುವ ವೇಳೆಗೆ ಧರ್ಮದತ್ತ ಚಾಣಕ್ಯನಿಗೆ ಮುಖ ತೊಳೆಸಿದ್ದ. ಗೌತಮ ಬಂದು ಹಾಲನ್ನು ಚೆನ್ನಾಗಿ ಕಾಯಿಸಿ ನೀಡಿದ. ಕಷ್ಟಪಟ್ಟು ಅವನು ತೊಟ್ಟುತೊಟ್ಟಾಗಿ ಕುಡಿಯುತ್ತಿರುವಾಗ, ಅವರು ತಮ್ಮ ಊಟ ಮುಗಿಸಿದರು.

"ಇನ್ನು ಹೊರಡೋಣ" ಎಂದ ಚಾಣಕ್ಯ.

"ನಿನ್ನ ಈ ಸ್ಥಿತಿಯಲ್ಲಿ ಪ್ರಯಾಣ ಮಾಡುವುದು ಕಷ್ಟ ಚಾಣಕ್ಯ" ಧರ್ಮದತ್ತ ಹೇಳಿದ, "ಎರಡು ದಿನ ಇಲ್ಲೇ ಇದ್ದುಬಿಡೋಣ."

"ಊರೊಳಗೆ ಹೋಗಿ ವೈದ್ಯ ಗೊತ್ತಿರುವ ಯಾರಾದರೂ ಇದ್ದರೆ ಕರೆತಂದು ಕಾಲಿನ ಗಾಯಕ್ಕೆ ಮದ್ದು ಮಾಡಿಸೋಣ" ಎಂದ ಗೌತಮ.

"ಬೇಡ" ಚಾಣಕ್ಯ ಹೇಳಿದ, "ಈಗ ಹೊಟ್ಟೆಗೆ ಹಾಲು ಬಿದ್ದಿರುವುದರಿಂದ ಸ್ವಲ್ಪ ಶಕ್ತಿ ಬಂದಿದೆ. ಮೆಲ್ಲಗೆ ಹೊರಟುಬಿಡೋಣ."

ಮತ್ತೆ ಯಾರಾದರೂ ಹಿಂಬಾಲಿಸಬಹುದೆಂಬ ಭಯ ಅವರಿಗೂ ಇದ್ದುದರಿಂದ ಅನಿವಾರ್ಯವಾಗಿ ಹೊರಟುಬಿಟ್ಟರು. ಆದರೆ ಚಾಣಕ್ಯ ವೇಗವಾಗಿ ನಡೆಯುವುದಿರಲಿ, ನಿಧಾನವಾಗಿ ನಡೆಯುತ್ತ, ಮತ್ತೆ ಮತ್ತೆ ಕುಳಿತು ಸುಧಾರಿಸಿಕೊಳ್ಳಬೇಕಾಯಿತು. ಕಡೆಗೆ ಧರ್ಮದತ್ತ ಮತ್ತು ಗೌತಮನ ಭುಜಗಳ ಮೇಲೆ ತೋಳಿರಿಸಿ ನಡೆಯಬೇಕಾಯಿತು. ಧರ್ಮದತ್ತ ಭಯಗೊಂಡ. ಕಡೆಗಣಿಸಿದರೆ ಏನು ಅಪಾಯವಾಗುವುದೋ ಎಂದು ಚಿಂತಿತನಾದ. ಮಧ್ಯಾಹ್ನ ಒಂದು ಕಡೆ ಕುಳಿತ್ತು ವಿಶ್ರಾಂತಿ ಪಡೆಯುತ್ತಿರುವಾಗ, ತಾವಿರುವ ಸ್ಥಳವನ್ನು ಗಮನಿಸಿ ಗೌತಮ ಹೇಳಿದ, "ಕೃಷಿಕ ಧನಂಜಯನ ಗ್ರಾಮ ಗೋಪಾಲಪುರ ಹತ್ತಿರದಲ್ಲೇ ಇರುವಂತಿದೆ. ಅಲ್ಲಿ ಉಳಿದುಕೊಂಡು ಆಚಾರ್ಯರು ಗುಣವಾದ ನಂತರ ಮುಂದೆ ಹೋಗಬಹುದಲ್ಲವೇ?"

"ಹೌದು, ನೀನು ಹೇಳುವುದು ಸರಿ" ಎಂದ ಧರ್ಮದತ್ತ. ಚಾಣಕ್ಯ ಬೇಡವೆನ್ನಲಿಲ್ಲ. ಮತ್ತೆ ಅವರು ಹೊರಟರು.

ಧನಂಜಯನ ಗ್ರಾಮ ತಲುಪಿದಾಗ ಕತ್ತಲಾಗಿ ಸ್ವಲ್ಪ ಹೊತ್ತಾಗಿತ್ತು. ಅವನ ಮನೆಯ ಜಗಲಿಯ ಮೇಲೆ ಕೂಡಿಸುತ್ತಿದ್ದಂತೆ ಚಾಣಕ್ಯ ಹಾಗೇ ಮಲಗಿ ಪ್ರಜ್ಞೆ ತಪ್ಪಿದ. ಮಲ್ಲಿಕಾ ಅವರನ್ನು ಗುರುತಿಸಿ ಒಳಗೆ ಹೋಗಿ ಧನಂಜಯನಿಗೆ ಹೇಳಿದಳು. ಅವನು ಓಡಿಬಂದು ಆತಂಕದಿಂದ ವಿಚಾರಿಸಿದ, "ಏನಾಯಿತು ಇವರಿಗೆ?"

"ಕಾಲಿನಲ್ಲಿ ಗಾಯವಾಗಿದೆ, ಜೊತೆಗೆ ವಿಪರೀತ ಜ್ವರ. ಮೊದಲು ಯಾರಾದರೂ ವೈದ್ಯರನ್ನು ಕರೆಸಿದರೆ ತುಂಬಾ ಉಪಕಾರವಾಗ್ತುದೆ" ಎಂದ ಧರ್ಮದತ್ತ.

"ನಮ್ಮೂರಿನಲ್ಲಿ ದೊಡ್ಡ ವೈದ್ಯರು ಯಾರೂ ಇಲ್ಲ. ಅಲ್ಪ ಸ್ವಲ್ಪ ತಿಳಿದಿರುವ ಒಬ್ಬನಿದ್ದಾನೆ ಅಷ್ಟೆ"

"ಯಾರೋ ಮೊದಲು ಕರೆಯಿರಿ ಧನಂಜಯರೆ. ಕಾಲಿನ ಗಾಯ ವಾಸಿಯಾಗಿ ಜ್ವರ ಕಡಿಮೆಯಾದರೆ ಸಾಕು."

"ಈಗ ಬಂದೆ" ಎಂದು ಧನಂಜಯ ಆತುರದಿಂದ ಹೊರಗೆ ಹೋದ. ಮಲ್ಲಿಕಾ ಬಿಸಿ ನೀರು ಕಾಯಿಸಿ ತಂದುಕೊಟ್ಟಳು. ಆ ನೀರಿನಲ್ಲಿ ಗೌತಮ ಒಂದು ಬಟ್ಟೆಯನ್ನು ಅದ್ದಿ ಅದರಿಂದ ಚಾಣಕ್ಯನ ಮುಖ ಕೊರಳನ್ನೆಲ್ಲ ಮೃದುವಾಗಿ ಒರೆಸಿದ. ಸ್ವಲ್ಪ ಹೊತ್ತಿಗೆ ಅವನಿಗೆ ಎಚ್ಚರವಾಯಿತು. ಸುತ್ತಮುತ್ತ ನೋಡಿದ.

"ನಾವೀಗ ಧನಂಜಯನ ಮನೆಯ ಜಗಲಿಯ ಮೇಲಿದ್ದೇವೆ ಚಾಣಕ್ಯ. ಅವನು ವೈದ್ಯರನ್ನು ಕರೆತರಲು ಹೋಗಿದ್ದಾನೆ" ಎಂದ ಧರ್ಮದತ್ತ.

ಚಾಣಕ್ಯ ಗೌತಮನ ಸಹಾಯದಿಂದ ಕಷ್ಟಪಟ್ಟು ಎದ್ದು ಗೋಡೆಗೆ ಒರಗಿ ಕುಳಿತು "ನನ್ನಿಂದ ಅವರಿಗೆ ವೃಥಾ ತೊಂದರೆ ಕೊಟ್ಟಂತಾಯಿತು" ಎಂದ.

"ತೊಂದರೆಯೇನು ಬಂತು?" ಎನುತ್ತಲೇ ಧನಂಜಯ ವೈದ್ಯನೊಂದಿಗೆ ಬಂದ. "ಮತ್ತೆ ತಮ್ಮನ್ನು ನೋಡುವ ಭಾಗ್ಯ ದೊರೆಯಿತಲ್ಲಾ, ಅದೇ ನನಗೆ ಸಂತೋಷ" ಎಂದ.

"ಆದರೆ ನಾನು ನಿಮಗೆ ಸಂತೋಷ ಕೊಡುವ ಪರಿಸ್ಥಿತಿಯಲ್ಲಿ ಇಲ್ಲ. ಆರೋಗ್ಯವೂ ಇಲ್ಲವೆಂದು ನನಗೆ ವಿಷಾದವಾಗುತ್ತಿದೆ" ಎಂದ ಚಾಣಕ್ಯ ಏದುಸಿರು ಬಿಡುತ್ತ.

"ನೀವು ಮಾತಾಡಿ ಆಯಾಸ ಮಾಡಿಕೊಳ್ಳಬೇಡಿ. ಅನಾರೋಗ್ಯಕ್ಕೆ ಆತಂಕ ಪಟ್ಟುಕೊಳ್ಳುತ್ತಾರೆಯೇ? ಇದು ನಿಮ್ಮದೇ ಮನೆ. ಪೂರ್ಣವಾಗಿ ಗುಣವಾಗುವವರೆಗೆ ನೀವು ಇಲ್ಲಿಂದ ಕದಲಲು ನಾನು ಬಿಡುವುದಿಲ್ಲ"

ವೈದ್ಯ ನಾಡಿ ಪರೀಕ್ಷೆ ಮಾಡಿದ. ಕಾಲಿನ ಗಾಯವನ್ನು ಪರಿಶೀಲಿಸಿದ. ತನ್ನ ಚೀಲದಿಂದ ಯಾವುದೋ ಸೊಪ್ಪನ್ನು ತೆಗೆದು ಅಲ್ಲೇ ಅರೆದು ಗಾಯಕ್ಕೆ ಮೆತ್ತಿ, ಭದ್ರವಾದ ಪಟ್ಟಿ ಕಟ್ಟಿದ. ಹಾಲಿನಲ್ಲಿ ಕುಡಿಯುವಂತೆ ಯಾವುದೋ ಪುಡಿ ಕೊಟ್ಟು, ಕಡೇಪಕ್ಷ ಇನ್ನೆರಡು ದಿನ ಸ್ನಾನ ಮಾಡಬಾರದೆಂದು ಸೂಚಿಸಿ, ಮತ್ತೆ ನಾಳೆ ಬಂದು ನೋಡುವುದಾಗಿ ಹೇಳಿ ಹೊರಟುಹೋದ. ಮಲ್ಲಿಕಾ ತಂದು ಕೊಟ್ಟ ಹಾಲನ್ನು ಕಾಯಿಸಿ, ವೈದ್ಯ ಕೊಟ್ಟ ಪುಡಿ ಹಾಕಿ ಗೌತಮ ಚಾಣಕ್ಯನಿಗೆ ಕೊಟ್ಟ.

ಧರ್ಮದತ್ತ ಮತ್ತು ಗೌತಮ ಅಡಿಗೆ ಮಾಡಿ ಊಟ ಮುಗಿಸುವ ವೇಳೆಗೆ ಚಾಣಕ್ಯ ಗಾಢ ನಿದ್ರೆಯಲ್ಲಿದ್ದ. ಧರ್ಮದತ್ತನಿಗೆ ಎಷ್ಟೋ ಸಮಾಧಾನವಾಯಿತು. ನಿದ್ರೆ ಮಾಡುವುದರಿಂದ ಚಾಣಕ್ಯ ಬೇಗ ಸುಧಾರಿಸಿಕೊಳ್ಳುವನೆಂದು ಅವನು ಆಲೋಚಿಸಿದ.

ಅವರು ಮಲಗಲು ಸಿದ್ಧತೆ ಮಾಡಿಕೊಳ್ಳುವ ವೇಳೆಗೆ ಧನಂಜಯನೂ ತನ್ನ ಊಟ ಮುಗಿಸಿ ಬಂದು ಮಾತಿಗೆ ಕುಳಿತ. ಅವನಿಗೆ ಅವರು ಪಾಟಲೀಪುತ್ರಕ್ಕೆ ಹೋದ ಮೇಲೆ ಅಲ್ಲಿ ಏನೇನು ನಡೆಯಿತೆಂದು ತಿಳಿಯುವ ಕುತೂಹಲವಿತ್ತು. ಚಾಣಕ್ಯನ ಈ ಸ್ಥಿತಿಗೆ ಏನೋ ಪ್ರಬಲವಾದ ಕಾರಣವೇ ಇರಬೇಕೆಂದು ಅವನು ಊಹಿಸಿದ. "ನೀವು ಇಲ್ಲಿಂದ ಹೋದಮೇಲೆ ಪಾಟಲೀಪುತ್ರದಲ್ಲಿ ನಡೆದ ವಿಷಯಗಳನ್ನು ತಿಳಿಯುವ ಆತುರವಾಗುತ್ತಿದೆ. ಆಚಾರ್ಯರ ಈ ಅನಾರೋಗ್ಯಕ್ಕೆ ಬೇರೆ ಏನೋ ಕಾರಣವಿರಬೇಕೆನಿಸುತ್ತದೆ" ಎಂದ ಧನಂಜಯ.

ಧರ್ಮದತ್ತ ಎಲ್ಲವನ್ನೂ ಹೇಳಿದ. ಚಣಕನ ಆತ್ಮಹತ್ಯೆಯ ವಿಷಯ, ಶ್ರಾದ್ಧಕರ್ಮಗಳನ್ನು ಮಾಡಿದ್ದು, ಕೊಲೆಯೆಂದು ತಿಳಿದದ್ದು, ಚಾಣಕ್ಯ ಕೋಪಾವೇಶದಿಂದ ಹುಚ್ಚನಾದದ್ದು, ರಾಕ್ಷಸನ ಬಳಿಗೆ ಹೋದದ್ದು, ರಾಜಸಭೆಗೆ ಹೋದದ್ದು, ಅಲ್ಲಿ ಸೈನಿಕರಿಂದ ತಳ್ಳಿಸಿದ್ದು, ಶಿಖೆ ಬಿಚ್ಚಿಕೊಂಡದ್ದು, ಪ್ರತಿಜ್ಞೆ ಮಾಡಿದ್ದು, ನಿಂತ ಕಾಲ ಮೇಲೆ ಹೊರಟದ್ದು, ದಾರಿಯಲ್ಲಿ ಕಲ್ಲು ಎಡವಿ ಗಾಯವಾದದ್ದು, ಅವನು ಆ ಕಲ್ಲನ್ನು ಕಿತ್ತು ತೆಗೆದದ್ದು, ಧನನಂದನ ಸೈನಿಕರು ಕೊಲ್ಲಲು ಬಂದದ್ದು, ಚರಣ ರಕ್ಷಿಸಿದ್ದು, ಚಾಣಕ್ಯ ಊಟ ನಿದ್ರೆಗಳನ್ನು ಬಿಟ್ಟದ್ದು ಎಲ್ಲವನ್ನೂ ವಿವರ ವಿವರವಾಗಿ ತಿಳಿಸಿದ. ಧನಂಜಯನಿಗೆ ಬಹಳ ಕೆಡುಕೆನಿಸಿತು. "ಅಷ್ಟೊಂದು ಪಾಪದ ಭಂಡಾರವನ್ನೇ ಹೊತ್ತಿರುವ ಮಗಧವನ್ನು ಆ ದೇವರೇ ಬಂದರೂ ಉಳಿಸುವುದು ಸಾಧ್ಯವಿಲ್ಲ" ಎಂದ.

"ಮಗಧವನ್ನು ಎಂದು ಏಕೆ ಹೇಳುತ್ತೀರಿ ?" ಧರ್ಮದತ್ತ ಹೇಳಿದ, "ಆ ದುಷ್ಟ ಧನನಂದ ಮತ್ತು ಅವನ ಪರಿವಾರವನ್ನು ಎಂದು ಹೇಳಿ."

"ಅತಿಯಾದ ಆಹಾರ ಅಜೀರ್ಣವುಂಟುಮಾಡುವಂತೆ ಆ ಧನನಂದನ ಅತಿಯಾದ ದುರಹಂಕಾರವೇ ಅವನ ವಿನಾಶಕ್ಕೆ ಕಾರಣವಾಗುತ್ತದೆ. ಆದಿರಲಿ, ಚಾಣಕ್ಯರು ಮುಂದೇನು ಮಾಡಬೇಕೆಂದು ಯೋಚಿಸಿದ್ದಾರೆ ?"

"ಇನ್ನೂ ನನಗೆ ಅದರ ಸ್ಪಷ್ಟ ತಿಳುವಳಿಕೆಯಿಲ್ಲ" ಧರ್ಮದತ್ತ ಹೇಳಿದ, "ತಂದೆಯ ಕೊಲೆಯ ನೋವು ಮತ್ತು ಕೋಪದ ಭರದಲ್ಲಿ ಹುಚ್ಚನಾಗಿರುವ ಚಾಣಕ್ಯ ಈಗ ಜ್ವರ ತಂದುಕೊಂಡಿದ್ದಾರೆ. ಮೊದಲು ಅವನು ಗುಣವಾಗಿ ಗುರುಕುಲ ಸೇರಬೇಕು. ಆಮೇಲೆ, ಬಹುಶಃ ಮುಂದಿನ ಯೋಜನೆಯನ್ನು ಆಲೋಚಿಸುತ್ತಾನೆಂದು ಕಾಣುತ್ತದೆ. ಏನೇ ಆದರೂ ಇಂದಲ್ಲ ನಾಳೆ ಆ ಧನನಂದನ ವಿನಾಶ ಖಂಡಿತ. ಇವನ ಸ್ವಭಾವ ನನಗೆ ಚೆನ್ನಾಗಿ ಗೊತ್ತು. ತಂದೆಗಿಂತಲೂ ಹಠವಾದಿ."

"ಹೌದು, ಅವರು ಮೊದಲು ಗುಣವಾಗಲಿ. ಅಲ್ಲಿಯವರೆಗೆ ನೀವೆಲ್ಲ ಇಲ್ಲಿಯೇ ಇರಬೇಕು" ಎಂದು ಹೇಳಿ ಧನಂಜಯ ಮಲಗಲು ಹೋದ. ಚಾಣಕ್ಯ ಸಣ್ಣಗೆ ಗೊರಕೆ ಹೊಡೆಯುತ್ತಿದ್ದ. ಧರ್ಮದತ್ತ ಮತ್ತು ಗೌತಮ ನಿರಾಳವಾಗಿ ನಿದ್ರೆ ಹೋದರು.

ಮೂರು ದಿನಗಳಲ್ಲಿ ಚಾಣಕ್ಯನ ಕಾಲಿನ ಗಾಯ ಬಹು ಪಾಲು ವಾಸಿಯಾಯಿತು. ಜ್ವರವೇನೋ ಬಿಟ್ಟಿತ್ತು. ಆದರೆ ಅವನು ಎದ್ದು ಓಡಾಡಲಾರದಷ್ಟು ನಿತ್ರಾಣಗೊಂಡಿದ್ದ.

ನಾಲ್ಕನೆಯ ದಿನ ಅನ್ನವನ್ನು ಊಟ ಮಾಡುವಂತೆ ವೈದ್ಯ ಸೂಚಿಸಿದ. ಚಾಣಕ್ಯನಿಗೆ ಹೊರಡುವ ಆತುರ. ಧನಂಜಯ ಬಿಡಲಿಲ್ಲ "ಮತ್ತೆ ದಾರಿಯಲ್ಲಿ ತೊಂದರೆಯಾದರೆ ಕಷ್ಟ ಪೂರ್ಣ ಗುಣವಾಗಲಿ. ಇನ್ನೊಂದು ನಾಲ್ಕು ದಿನ ಕಳೆಯಲಿ" ಎಂದು ಒತ್ತಾಯ ಮಾಡಿ ಉಳಿಸಿಕೊಂಡ.

"ಅಕಾರಣ ಬಂಧುವಾದ ನಿಮಗೆ ಎಷ್ಟು ಕೃತಜ್ಞತೆ ಸಲ್ಲಿಸಿದರೂ ಸಾಲದು" ಎಂದ ಚಾಣಕ್ಯ.

"ಅಕಾರಣ ಬಂಧುವಲ್ಲ ಆಚಾರ್ಯ" ಧನಂಜಯ ಹೇಳಿದ, "ಒಂದು ರೀತಿಯಲ್ಲಿ ಸಕಾರಣ ಬಂಧುವೇ. ಆ ಸಕಾರಣ ಯಾವುದೆಂದು ಕೇಳುತ್ತೀರಾ ? ನನ್ನ ಮಗನನ್ನು ಕಿತ್ತುಕೊಂಡ ಅದೇ ಚಕ್ರವರ್ತಿ ನಿಮ್ಮ ತಂದೆಯನ್ನು ಕಿತ್ತುಕೊಂಡ. ಒಬ್ಬನಿಂದಲೇ ಇಬ್ಬರೂ ದುಃಖ ಅನುಭವಿಸುತ್ತಿರುವುದರಿಂದ ನಾವು ಬಂಧುಗಳಾದಂತಾಯಿತಲ್ಲವೇ ?" ಎಂದು ಅವನು ನಕ್ಕ. ಆ ನಗುವಿನ ಆಳದಲ್ಲಿ ತೀವ್ರ ವಿಷಾದವಿತ್ತು.

"ಅದು ನಿಜವೇ" ಧರ್ಮದತ್ತ ಹೇಳಿದ, "ನೀವಿಟ್ಟ ಅನ್ನವುಂಡಿದ್ದೇವೆ. ನಿಮ್ಮ ನೆರಳಿನಲ್ಲಿ ಮಲಗಿದ್ದೇವೆ. ಅದಕ್ಕಿಂತ ಮಿಗಿಲಾಗಿ ನಿಮ್ಮ ಪ್ರೀತಿ ವಿಶ್ವಾಸ ನಮ್ಮ ಚಾಣಕ್ಯನನ್ನು ಉಳಿಸಿಕೊಟ್ಟಿದೆ."

"ಹೌದು ಧನಂಜಯರೇ" ಚಾಣಕ್ಯ ಹೇಳಿದ, "ನಿಮ್ಮ ಮಾತನ್ನು ಕೇಳಿದ ಮೇಲೆ, ನನ್ನ ದುಃಖವೇ ಹೆಚ್ಚೆಂಬ ಆತ್ಮಾನುಕಂಪ ಸರಿಯಲ್ಲವೆನಿಸುತ್ತದೆ. ನಿಮ್ಮ ದುಃಖವನ್ನು ಒಳಗಿಟ್ಟುಕೊಂಡು ನೀವು ನಮ್ಮನ್ನು ಸತ್ಕರಿಸಿದಿರಿ. ನಾನೂ, ನನ್ನ ದುಃಖವನ್ನು ನುಂಗಿಕೊಂಡು, ಈ ಧನನಂದನ ಆಳ್ವಿಕೆಯಲ್ಲಿ ದುಃಖಿಗಳಾಗಿರುವ ಅಸಂಖ್ಯಾತ ಪ್ರಜೆಗಳಿಗಾಗಿ ಕೆಲಸ ಮಾಡಬೇಕೆಂಬ ನನ್ನ ಸಂಕಲ್ಪ ಇನ್ನಷ್ಟು ದೃಢವಾದಂತಾಯಿತು."

"ನಿಮ್ಮಂಥ ಜ್ಞಾನಿಗಳು ಮುಂದೆ ನಿಂತರೆ, ಸಾವಿರಾರು ಜನ ಬೆಂಬಲಕ್ಕೆ ಬರುತ್ತಾರೆ ಆಚಾರ್ಯ. ನಾನು ಆ ಹೊತ್ತೇ ಹೇಳಿದ ಹಾಗೆ, ನಿಮ್ಮ ಮಹತ್ವದ ಕೆಲಸಕ್ಕೆ ನನ್ನಲ್ಲಿರುವುದನ್ನೆಲ್ಲ ಸಮರ್ಪಿಸಿಬಿಡಲು ನಾನು ಸಿದ್ಧನಾಗಿದ್ದೇನೆ."

"ನಮ್ಮ ಗೌತಮ ಮೊದಲೇ ಒಂದು ಮಾತು ಹೇಳಿದ್ದ. ಕಾಡಿನ ದುಷ್ಟ ಮೃಗವನ್ನು ಕೊಲ್ಲುವ ಬೇಟೆಗಾರ, ಅದಕ್ಕಾಗಿ, ಸಾಕಷ್ಟು ಸಿದ್ಧತೆಗಳನ್ನು ಮಾಡಿಕೊಳ್ಳಬೇಕಾಗುತ್ತದೆ. ನ್ಯಾಯ, ನೀತಿ, ಧರ್ಮಗಳು ಗೊತ್ತಿಲ್ಲದ ಆ ದುಷ್ಟ ಮೃಗ ಹುಂಬತನದಿಂದ ಹಠಾತ್ತನೆ ಮೇಲೆರಗಿ ಕೊಲ್ಲುವ ಕ್ರೂರ ಜೀವಿ. ಅದನ್ನು ಬೇಟೆಯಾಡಬೇಕಾದರೆ ಆತುರಕ್ಕಿಂತ, ತಾಳ್ಮೆಯಿಂದ ಮಾಡಿಕೊಳ್ಳುವ ಸಿದ್ಧತೆ, ಅದರ ದೌರ್ಬಲ್ಯ ಮತ್ತು ಅವಿವೇಕಗಳನ್ನು ಮೊದಲೇ ತೂಗಿ ನೋಡುವ ಜಾಣತನ ಬೇಕಾಗುತ್ತದೆ. ಧನನಂದನನ್ನು ಬೇಟೆಯಾಡಬೇಕಾದರೂ, ನಾವು ಅದೇ ರೀತಿ ವ್ಯವಸ್ಥಿತವಾಗಿ, ಬಿರುಕಿಲ್ಲದಂತೆ ಸಿದ್ಧತೆಗಳನ್ನು ಮಾಡಿಕೊಳ್ಳಬೇಕು. ಅದಕ್ಕೆ ಸಾಕಷ್ಟು ಸಮಯವೂ ಬೇಕಾಗುತ್ತದೆ. ಅಲ್ಲವೇ ಗೌತಮ ?"

ತನ್ನ ಸಲಹೆಯನ್ನು ಮಾನ್ಯ ಮಾಡಿದ್ದರಿಂದ ಗೌತಮನಿಗೆ ಸಂತೋಷವಾಯಿತು. ತುಸು ನಾಚಿಕೆಯಿಂದ ಅವನು ಒಂದು ಸಣ್ಣ ನಗು ಹೊಮ್ಮಿಸಿದ.

ಆರನೇ ದಿನ ಚಾಣಕ್ಯ ಸಾಕಷ್ಟು ಸುಧಾರಿಸಿದ್ದ. ಇನ್ನು ತಡಮಾಡದೆ ಹೊರಟುಬಿಡುವುದಾಗಿ ಅವನು ಹಠ ಹಿಡಿದಾಗ, ಧನಂಜಯ ಅನಿವಾರ್ಯವಾಗಿ ಒಪ್ಪಬೇಕಾಯಿತು. "ಆಗಬಹುದು, ಆದರೆ ನೀವು ನನ್ನ ಒಂದು ಸಲಹೆಯನ್ನು ತೆಗೆದುಕೊಳ್ಳಲೇಬೇಕು."

"ಏನು ಹೇಳಿ."

“ನಾನು ಕುದುರೆಯ ಗಾಡಿ ಕಟ್ಟಿಸಿ, ಒಬ್ಬ ಆಳಿನೊಂದಿಗೆ ಕಳಿಸಿಕೊಡುತ್ತೇನೆ. ನಿಮ್ಮ ಪದಾರ್ಥಗಳನ್ನು ಹೊರುವ ತೊಂದರೆಯೂ ಇಲ್ಲ, ಜೊತೆಗೆ ದೈಹಿಕವಾಗಿ ವಿಶ್ರಾಂತಿಯೂ ದೊರೆಯುತ್ತದೆ.”

“ಬೇಡ ಧನಂಜಯರೇ” ಚಾಣಕ್ಯ ಹೇಳಿದ, “ಇಷ್ಟು ದಿನ ನಿಮ್ಮ ಉಪಚಾರದಲ್ಲಿ ತೆಗೆದುಕೊಂಡ ವಿಶ್ರಾಂತಿ ಸಾಲದೆ ? ಈಗಾಗಲೇ ದೇಹ ಜಡವಾಗಿದೆ. ದೇಹದ ಪ್ರಕೃತಿಯೇ ಹಾಗೆ. ಸುಖಕ್ಕೆ ಬಹುಬೇಗ ಒಗ್ಗಿಬಿಡುತ್ತದೆ. ಅದನ್ನು ಮತ್ತೆ ಚಟುವಟಿಕೆಯಲ್ಲಿ ತೊಡಗಿಸುವುದು ಕಷ್ಟವಾಗುತ್ತದೆ. ಇನ್ನು ಬಂಡಿಯಲ್ಲೇ ಪ್ರಯಾಣ ಮಾಡಿದರೆ ಮತ್ತೆ ನಡೆಯುವುದಕ್ಕೆ ಪಳಗಿಸಲು ಬಹುಕಾಲ ಹಿಡಿಯುತ್ತದೆ.”

“ನಿಮ್ಮ ಆರೋಗ್ಯದ ಬಗ್ಗೆ ನನಗೆ ಚಿಂತೆ.”

“ಈಗ ನಾನು ಸಂಪೂರ್ಣ ಗುಣವಾಗಿದ್ದೇನೆ. ನೀವು ಚಿಂತಿಸಬೇಡಿ. ನಮ್ಮನ್ನು ಕಳಿಸಿಕೊಡಿ. ನಿಮ್ಮ ನೆನಪು ಸದಾ ನಮ್ಮ ಮನಸ್ಸಿನಲ್ಲಿರುತ್ತದೆ.”

“ಇನ್ನೇನು ಹೇಳಲಿ? ಈ ಕೆಲವೇ ದಿನಗಳಲ್ಲಿ ನೀವೆಲ್ಲ ನನ್ನ ಮನೆಯವರೇ ಆಗಿಬಿಟ್ಟಿದ್ದೀರಿ. ಈಗ ಮನಸ್ಸು ಭಾರವಾಗುತ್ತಿದೆ.”

“ನಮಗೂ ದುಃಖವಾಗುತ್ತಿದೆ” ಧರ್ಮದತ್ತ ಹೇಳಿದ, “ಆದರೆ ಹೋಗಲೇಬೇಕಲ್ಲ ?”

“ಮತ್ತೆ ನಿಮ್ಮನ್ನು ಭೇಟಿ ಮಾಡುತ್ತೇವೆ” ಎಂದ ಗೌತಮ.

“ನೀವು ಭೇಟಿ ಮಾಡಬಹುದು. ಆದರೆ ಅಲ್ಲಿಯವರೆಗೆ ನಾನು ಬದುಕಿರಬೇಕಲ್ಲ ?” ಎಂದ ಧನಂಜಯ.

“ಹಾಗೇಕೆ ಹೇಳುತ್ತೀರಿ ?” ಚಾಣಕ್ಯ ಹೇಳಿದ, “ನೀವು ಇನ್ನೂ ಬಹುಕಾಲ ಬದುಕಿರಬೇಕು. ನಿಮ್ಮ ಸೊಸೆಯ ರಕ್ಷಣೆಗಾಗಿಯಾದರೂ ನೀವಿರಬೇಕು. ಅದಕ್ಕಿಂತ ಮುಖ್ಯವಾಗಿ, ನಿಮ್ಮ ಮಗನ ಸಾವಿನ ಸೇಡು ತೀರಿ, ಆ ಧನನಂದ ಸಾಯುವುದನ್ನು ನೀವು ಕಾಣಬೇಕು. ಆ ಕಾಲ ಬಂದೇ ಬರುತ್ತದೆ. ನೀವೂ ಇದ್ದೇ ಇರುತ್ತೀರಿ. ಪಾಟಲೀಪುತ್ರಕ್ಕೆ ಬಂದು ನಮಗೆಲ್ಲ ಆಶೀರ್ವಾದ ನೀಡುತ್ತೀರಿ ಎಂಬ ಭರವಸೆ ನಮಗಿದೆ.”

ತುಳುಕಿದ ಕಣ್ಣೀರನ್ನು ಒರೆಸಿಕೊಂಡು ಧನಂಜಯ ಸೊಸೆಯನ್ನು ಕರೆದು ನಮಸ್ಕಾರ ಮಾಡಿಸಿದ. ತಾನೂ ಚಾಣಕ್ಯನ ಕಾಲಿಗೆ ನಮಸ್ಕರಿಸಲು ಹೋದಾಗ ಅವನು ತಡೆದು, “ಬೇಡ ಧನಂಜಯರೇ, ನೀವು ನನಗೆ ನಮಸ್ಕಾರ ಮಾಡಬಾರದು” ಎಂದ.

“ಪೂಜ್ಯರಾದ ಬ್ರಾಹ್ಮಣರು ದೊಡ್ಡವರು. ಅವರಿಗೆ ನಮಸ್ಕಾರ ಮಾಡುವುದು ಶ್ರೇಯಸ್ಸು.”

“ಅದು ಬರೀ ನಂಬಿಕೆ ಅಷ್ಟೆ. ಯಾವಾಗಲೂ ನಮ್ಮ ನಮಸ್ಕಾರ ಸಲ್ಲುವುದು ವ್ಯಕ್ತಿಗಲ್ಲ ಅಥವಾ ಅವನು ಇಂಥ ವರ್ಣದವನೆಂದಲ್ಲ, ಅವನ ಆತ್ಮಕ್ಕೆ. ಆ ಆತ್ಮ ಉನ್ನತವಾಗಿದ್ದರೆ, ಅದಕ್ಕೆ ವರ್ಣದ ತಾರತಮ್ಯವಿಲ್ಲದೆ ನಮಸ್ಕಾರ ಮಾಡಬೇಕು. ನೀವು ವಯಸ್ಸಿನಲ್ಲಿ ಹಿರಿಯರು, ಉದಾತ್ತಗುಣದಲ್ಲಿ ಬ್ರಾಹ್ಮಣನಿಗಿಂತ ದೊಡ್ಡವರು. ನಿಮಗಿದೋ ಕುಟಿಲ ಗೋತ್ರೋದ್ಭವ ಚಣಕ ಪುತ್ರ ಚಾಣಕ್ಯ ನಮಸ್ಕರಿಸುತ್ತಿದ್ದಾನೆ” ಎಂದು ವಿನಯ ಪೂರ್ವಕವಾಗಿ ಎರಡೂ ಕೈಜೋಡಿಸಿ ಚಾಣಕ್ಯ ತಲೆಬಾಗಿದ.

ಧನಂಜಯ ಗದ್ಗದಿತನಾದ. ಭಾವೋದ್ವೇಗದಿಂದ ಚಾಣಕ್ಯನನ್ನು ಬಾಚಿ ತಬ್ಬಿಕೊಂಡು, “ನನ್ನ ಸತ್ತ ಮಗ ಮತ್ತೆ ಬದುಕಿಬಂದಷ್ಟು ಸಂತೋಷವಾಯಿತು” ಎಂದು ಅಳತೊಡಗಿದ.

"ನನಗೂ ನಿಮ್ಮಲ್ಲಿ ನನ್ನ ಸತ್ತ ತಂದೆ ಕಾಣುತ್ತಿದ್ದಾರೆ. ಸಮಾಧಾನ ತಂದುಕೊಳ್ಳಿ."

"ನಿಮ್ಮನ್ನು ಮುಟ್ಟಿ ತಪ್ಪು ಮಾಡಿದೆನೆಂದು ಕಾಣುತ್ತಿದೆ" ಎಂದ ಧನಂಜಯ ಕಣ್ಣೀರನ್ನು ಒರೆಸಿಕೊಳ್ಳುತ್ತ.

"ಇಲ್ಲ, ನೀವು ತಪ್ಪು ಮಾಡಿಲ್ಲ, ಹೃದಯದ ಭಾವನೆಗಳಿಗೆ ಕೀಳು, ಮೇಲು, ಆ ವರ್ಣ, ಈ ವರ್ಣ, ಮಡಿ, ಮೈಲಿಗೆಗಳ ತಾರತಮ್ಯವಿರುವುದಿಲ್ಲ ಎಂಬ ಮಹಾಸತ್ಯ ನನಗಿಂದು ಗೋಚರವಾಯಿತು. ನನ್ನ ತಂದೆಯದು ಆತ್ಮಹತ್ಯೆಯೆಂದು ತಿಳಿದಾಗ ಎರಡು ಹನಿ ಕಣ್ಣೀರು ತುಳುಕಿತ್ತು. ಆಮೇಲೆ ಅದು ಕೊಲೆಯೆಂದು ತಿಳಿದಾಗ ರೋಷದಿಂದ ಬೆಂಕಿಯಾದೆ. ತಂದೆಯ ಸಾವಿಗೆ ನಾನು ಅಳಲಿಲ್ಲ, ಆದರೆ ಈಗ ನಿಮ್ಮೆದುರು ಅತ್ತು ಅತ್ತು ನನ್ನ ಹೃದಯದ ಸಂಕಟವನ್ನೆಲ್ಲ ತೋಡಿ ತೋಡಿ ಹೊರಗೆ ಸುರಿದುಬಿಡಬೇಕೆನಿಸುತ್ತಿದೆ" ಎಂದು ಚಾಣಕ್ಯ ಬಿಕ್ಕಿ ಬಿಕ್ಕಿ ಅಳತೊಡಗಿದ.

ಧನಂಜಯ ಅವನನ್ನು ತಡೆಯಲು ಹೋದಾಗ ಧರ್ಮದತ್ತ ಬೇಡವೆಂದು ಸನ್ನೆ ಮಾಡಿದ. ಇದು ಮೊದಲೇ ಆಗಿದ್ದರೆ, ಅವನ ರೋಷ ಇಷ್ಟು ದಿನ ಇರುತ್ತಿರಲಿಲ್ಲ ಎಂದುಕೊಂಡ ಧರ್ಮದತ್ತ, ಇನ್ನು ಭಯವಿಲ್ಲ, ಚಾಣಕ್ಯ ಮೊದಲಿನಂತಾಗುತ್ತಾನೆ ಎಂದು ಸಮಾಧಾನಪಟ್ಟುಕೊಂಡ.

ಸ್ವಲ್ಪ ಹೊತ್ತು ಅತ್ತು ಸಮಾಧಾನ ಮಾಡಿಕೊಂಡ ಚಾಣಕ್ಯ ಹೊರಡಲು ಸಿದ್ಧನಾದ. ಆಗಿನಂತೆಯೇ ಈಗಲೂ, ಧನಂಜಯ ಅವರಿಗೆ ಅಗತ್ಯವಾದ ವಸ್ತುಗಳ ಗಂಟುಗಳನ್ನು ಸಿದ್ಧಮಾಡಿದ್ದ. ಧರ್ಮದತ್ತ ಮತ್ತು ಗೌತಮ ಆ ಗಂಟುಗಳನ್ನು ಹೊತ್ತು ಹೊರಟರು. "ಸ್ವಲ್ಪ ನಿಲ್ಲಿ ಈಗ ಬಂದೆ" ಎಂದು ಹೇಳಿ ಧನಂಜಯ ಒಳಗೆ ಹೋದ. ಎರಡು ಕ್ಷಣದಲ್ಲಿ ಮರಳಿ ಬಂದು "ತೆಗೆದುಕೊಳ್ಳಿ" ಎಂದ.

"ಏನದು ?" ಎನ್ನುತ್ತ ನೋಡಿದಾಗ ಧನಂಜಯ ಹೊಸದಾಗಿ ಮಾಡಿಸಿದ್ದ ಒಂದು ಜೊತೆ ಪಾದರಕ್ಷೆಗಳನ್ನು ಕೆಳಗಿರಿಸಿದ.

"ಧನಂಜಯರೇ ಏನಿದು ?" ಎಂದ ಚಾಣಕ್ಯ ಅಸಮಾಧಾನದಿಂದ.

"ಪಾದರಕ್ಷೆಗಳನ್ನು ನಿಮಗಾಗಿ ನಾನೇ ಮಾಡಿಸಿದ್ದು, ಹೊಸದು, ಕಚ್ಚಿ ಗಾಯವಾಗ ಬಾರದೆಂದು ಚೆನ್ನಾಗಿ ಎಣ್ಣೆಯಲ್ಲಿ ನೆನೆಸಿದ್ದೇನೆ. ದಾರಿಯಲ್ಲಿ ಮತ್ತೆ ಎಡವಿ ಗಾಯವಾಗಬಾರದಲ್ಲವೇ ?"

ಆ ಮುದುಕನ ಪ್ರೀತಿಯ ಮುಂದೆ ತಾನು ಸಣ್ಣವನೆಂಬ ಭಾವನೆ ಬಂತು ಚಾಣಕ್ಯನಿಗೆ. ಬೇಡವೆಂದರೆ ಅವನು ನೊಂದುಕೊಳ್ಳುವನೆಂದು ಅವನ್ನು ಮೆಟ್ಟಿಕೊಂಡ.

"ಸದ್ಯ ಸರಿಯಾಗಿದೆ" ಎಂದ ಧನಂಜಯನ ಮುಖದಲ್ಲಿ ಮೂಡಿದ ಸಂತೋಷವನ್ನು ಕಂಡು ಚಾಣಕ್ಯ ಮನಸ್ಸಿನಲ್ಲೇ 'ಇವನು ಅವಿದ್ಯಾವಂತ, ಆದರೆ ಇವನ ಸಂಸ್ಕಾರ ಯಾವ ವಿದ್ಯಾವಂತನಿಗೂ ಕಡಿಮೆಯಲ್ಲ' ಎಂದುಕೊಂಡ.

ಧನಂಜಯ ಸ್ವಲ್ಪ ದೂರದವರೆಗೂ ಜೊತೆಯಲ್ಲಿ ಬಂದು ಅವರನ್ನು ಕಳಿಸಿಕೊಟ್ಟ, ಅವರು ಮತ್ತೆ ಮತ್ತೆ ಹಿಂದಿರುಗಿ ನೋಡುತ್ತ ಮುಂದೆ ಹೋದರು. ಅವರು ಮರೆಯಾಗುತ್ತಿದ್ದಂತೆ ಧನಂಜಯ ಒಂದು ನಿಟ್ಟುಸಿರು ಬಿಟ್ಟು ಭಾರವಾದ ಹೃದಯದಿಂದ ಹಿಂದಿರುಗಿದ.

# ೬

ಎರಡು ಮೂರು ದಿನ ಪ್ರಯಾಣ ಉಲ್ಲಾಸದಿಂದಲೇ ಸಾಗಿತು. ಚಾಣಕ್ಯ ಮೊದಲಿನಂತೆ ಸರಳವಾಗಿ ವರ್ತಿಸುತ್ತಿದ್ದುದು, ಸ್ನೇಹ ಭಾವನೆಯಿಂದ ಮಾತಾಡುತ್ತಿದ್ದುದು, ಧರ್ಮದತ್ತ ಮತ್ತು ಗೌತಮನಿಗೆ ಹೆಚ್ಚಿನ ಸಮಾಧಾನವುಂಟು ಮಾಡಿತ್ತು.

ನಾಲ್ಕನೇ ದಿನ ಚಾಣಕ್ಯನಿಗೆ ಮತ್ತೆ ಜ್ವರ ಕಾಣಿಸಿಕೊಂಡಿತು. ಅದನ್ನು ಲೆಕ್ಕಿಸದೆ ಅವನು ಪ್ರಯಾಣ ಮುಂದುವರೆಸಿದ. ಐದನೇ ದಿನ ಬೆಳಿಗ್ಗೆ ಅವನು ಮೇಲೇಳದಂತೆ ಮಲಗಿಬಿಟ್ಟ. ಜ್ವರವೇರಿ ಅವನು ಕಣ್ಣುಬಿಡಲೂ ಸಾಧ್ಯವಾಗದೆ ನರಳುತ್ತಿದ್ದ. ಧರ್ಮದತ್ತ ಮತ್ತು ಗೌತಮ ಕಂಗಾಲಾದರು. ಹತ್ತಿರದಲ್ಲಿ ಯಾವ ವೈದ್ಯರೂ ದೊರಕಲಿಲ್ಲ. ಧನಂಜಯನ ಮಾತು ಕೇಳಿ, ಇನ್ನು ಕೆಲವು ದಿನ ಅಲ್ಲಿಯೇ ವಿಶ್ರಾಂತಿ ಪಡೆಯಬೇಕಾಗಿತ್ತೆಂದು ಅವರು ಮಾತಾಡಿಕೊಂಡರು. ಗೌತಮ ಯಾರೋ ಪ್ರಯಾಣಿಕರನ್ನು ಗೋಗರೆದು ಅವರ ಸಾಮಾನು ತುಂಬಿದ ಗಾಡಿಯಲ್ಲಿ ಚಾಣಕ್ಯನಿಗೆ ಒಂದು ಸ್ಥಳ ಮಾಡಿಕೊಟ್ಟ. ಇಬ್ಬರೂ ಗಾಡಿಯ ಹಿಂದೆ ನಡೆದೇ ಹೋಗಬೇಕಾಯಿತು.

"ನಾವು ಧನಂಜಯನ ಗ್ರಾಮದ ವೈದ್ಯನಿಂದ ಸ್ವಲ್ಪ ಔಷಧಿಯನ್ನು ತೆಗೆದಿರಿಸಿ ಕೊಂಡಿದ್ದರೆ ಚೆನ್ನಾಗಿತ್ತು" ಎಂದ ಗೌತಮ.

"ಹೀಗಾಗುವುದೆಂದು ಯಾರಿಗೆ ಗೊತ್ತಿತ್ತು" ಧರ್ಮದತ್ತ ಬೇಸರದಿಂದ ಹೇಳಿದ, "ಚಾಣಕ್ಯ ಸಂಪೂರ್ಣ ಗುಣವಾಗಿದ್ದ. ಆಮೇಲೆ ಇದ್ದ ಎರಡು ಮೂರು ದಿನ ಜ್ವರದ ಸೂಚನೆಯೇ ಇರಲಿಲ್ಲವಲ್ಲ?"

ಚಾಣಕ್ಯನ ಆರೋಗ್ಯದ ಬಗ್ಗೆ ಮತ್ತೆ ಅವರಿಗೆ ಆತಂಕವಾಯಿತು. ನೈಸರ್ಗಿಕವಾದ ಸಣ್ಣಪುಟ್ಟ ತೊಂದರೆಗಳನ್ನು ಬಿಟ್ಟರೆ, ಚಾಣಕ್ಯ ಎಂದೂ ಗಂಭೀರವಾದ ರೋಗದಿಂದ ಮಲಗಿದವನಲ್ಲ. ಅಂಥವನು ಹೀಗಾಗಬೇಕಾದರೆ ತಂದೆಯ ಸಾವಿನ ವಿಷಯ ಮತ್ತು ರಾಜಾಸ್ಥಾನದಲ್ಲಾದ ಅಪಮಾನವೇ ಮೂಲಕಾರಣ, ಎಂದುಕೊಂಡ ಧರ್ಮದತ್ತ ಧನನಂದನ ಮೇಲೆ ಕೋಪದಿಂದ ಹಲ್ಲುಕಡಿದ. ಚಾಣಕ್ಯನನ್ನು ಸುರಕ್ಷಿತವಾಗಿ ಗುರುಕುಲ ತಲಪಿಸುವುದು ಹೇಗೆಂದು ಅವನು ಚಿಂತಿತನಾದ. ಗಾಡಿಯವರು ಹಸ್ತಿನಾವತಿಯವರಾದುದರಿಂದ ಅಲ್ಲೇ ಯಾರದಾದರೂ ಆಶ್ರಯವನ್ನು ಬೇಡಿ, ಅವನಿಗೆ ಚಿಕಿತ್ಸೆ ಕೊಡಿಸಬೇಕೆಂದು ಆಲೋಚಿಸಿದ.

ದಾರಿಯುದ್ದಕ್ಕೂ ಚಾಣಕ್ಯ ನರಳುತ್ತಲೇ ಇದ್ದ. ಮಾತಾಡಿಸಿದರೆ ಅವನು ಪ್ರತಿಕ್ರಿಯಿಸುತ್ತಿರಲಿಲ್ಲ. ಧರ್ಮದತ್ತನಂತೆಯೇ ಆಲೋಚಿಸಿದ ಗೌತಮ "ನಾವು ಆತುರಪಟ್ಟು ಗೋಪಾಲಪುರದಿಂದ ಹೊರಟೆವೆಂದು ಕಾಣುತ್ತದೆ" ಎಂದ.

"ಅವನು ಅಷ್ಟು ದಿನ ಅಲ್ಲಿರಲು ಒಪ್ಪಿದ್ದೇ ದೊಡ್ಡದು. ಅಲ್ಲದೆ ಮುಂದಿನ ಯೋಜನೆ ರೂಪಿಸಲು ಅವನಿಗೆ ಆತುರವಿರುವುದಿಲ್ಲವೆ?"

"ಆದರೆ ಈಗೇನಾಯಿತು? ಗುರುಕುಲ ತಲಪುವುದು ಇನ್ನಷ್ಟು ತಡವಾಯಿತು."

"ಎಲ್ಲಾ ಆ ಧನನಂದನಿಂದ ಆದದ್ದು. ಆ ಪಾಪಿ, ಚಣಕನನ್ನು ಕೊಲ್ಲಿಸದಿದ್ದರೆ ಚಾಣಕ್ಯನ ಸ್ಥಿತಿ ಹೀಗಾಗುತ್ತಿರಲಿಲ್ಲ."

"ಯೋಚಿಸಬೇಡಿ. ನಾವು ಹಸ್ತಿನಾವತಿಯಲ್ಲಿ ವಸತಿ ಹೂಡೋಣ. ಯಾರ ಕೈಕಾಲನ್ನು ಬೇಕಾದರೂ ಹಿಡಿಯೋಣ. ಆಚಾರ್ಯರು ಎಷ್ಟೇ ಒತ್ತಾಯಿಸಿದರೂ, ಅವರು ಸಂಪೂರ್ಣವಾಗಿ ಗುಣವಾಗುವವರೆಗೆ ಹೊರಡುವುದು ಬೇಡ. ಯಾವುದಾದರೂ ಧರ್ಮಛತ್ರವೋ, ದೇವಾಲಯದ ಅಂಗಳವೋ ಸಿಕ್ಕೇ ಸಿಗುತ್ತದೆ. ಅಥವಾ ನೀವು ಆಚಾರ್ಯರನ್ನು ನೋಡಿಕೊಂಡು ಅಲ್ಲಿದ್ದರೆ, ನಾನು ತಕ್ಷಶಿಲೆಗೆ ಹೋಗಿ ವೈದ್ಯ ಹರಿಸೇನರನ್ನೂ, ವೆಚ್ಚಕ್ಕೆ ಅಗತ್ಯವಾದ ಧನವನ್ನೂ ತೆಗೆದುಕೊಂಡು ಬೇಗ ಬಂದುಬಿಡುತ್ತೇನೆ."

ಧರ್ಮದತ್ತನಿಗೆ ಅದು ಸರಿಯೆನ್ನಿಸಿತು. ಹರಿಸೇನ ಹೇಗಿದ್ದರೂ ಚಾಣಕ್ಯನಿಗೆ ಆಪ್ತ. ವಿಷಯ ತಿಳಿದ ಕೂಡಲೇ ಅವನು ಹೊರಟು ಬರುವುದರಲ್ಲಿ ಸಂದೇಹವಿರಲಿಲ್ಲ. ಅಲ್ಲದೆ ಪ್ರಭಂಜನ ಮುಂತಾದ ಅಧ್ಯಾಪಕ ಮಿತ್ರರು ಜನ, ಧನ ಎರಡರ ನೆರವು ನೀಡಲೂ ಸಮರ್ಥರಾಗಿದ್ದರು. ಜೊತೆಗೆ ಧರ್ಮದತ್ತನಿಗೂ ನೆರವು ನೀಡುವ ಮಿತ್ರರು ತಕ್ಷಶಿಲೆಯಲ್ಲಿ ಹಲವರಿದ್ದರು. ಯಾವುದಕ್ಕೂ ಮೊದಲು ಹಸ್ತಿನಾವತಿಯನ್ನು ಮುಟ್ಟಿದರೆ ಸಾಕೆಂದುಕೊಂಡ. ಚಾಣಕ್ಯನ ಚಿಂತೆಯಲ್ಲಿ ಧರ್ಮದತ್ತ ಮತ್ತು ಗೌತಮನಿಗೆ ಊಟ ನಿದ್ರೆಗಳೂ ಬೇಕೆನಿಸಲಿಲ್ಲ.

ಅಂತೂ ಅವರು ಹಸ್ತಿನಾವತಿ ತಲಪಿದರು. ಗಾಡಿಯವರು ನಿರೀಕ್ಷೆಗಿಂತ ಬೇಗನೇ ಬಂದಿದ್ದರು. ಆಗ ಮುಸ್ಸಂಜೆ. ಅವರು ಪೇಟೆ ಬೀದಿಯ ತಿರುವಿನಲ್ಲಿ ಗಾಡಿಯನ್ನು ನಿಲ್ಲಿಸಿದಾಗ, ಧರ್ಮದತ್ತ ಮತ್ತು ಗೌತಮ ಚಾಣಕ್ಯನನ್ನು ಇಳಿಸಿಕೊಂಡರು. ಅವರಿಗೆ ಕೃತಜ್ಞತೆ ಹೇಳಿದ ಮೇಲೆ ಗಾಡಿ ಮುಂದೆ ಹೋಯಿತು. ಅನಂತರ ಅರೆಪ್ರಜ್ಞಾವಸ್ಥೆಯಲ್ಲಿ ಕುಸಿದು ಬೀಳುವಂತಿದ್ದ ಚಾಣಕ್ಯನನ್ನು ಗೌತಮ ಹೆಗಲ ಮೇಲೆ ಹೊತ್ತುಕೊಂಡ. ಧರ್ಮದತ್ತ ಗಂಟುಗಳನ್ನು ಹೊತ್ತು ಯಾರ ಬಳಿ ಆಶ್ರಯ ಕೇಳುವುದೆಂದು ಯೋಚಿಸುತ್ತ ಮುಂದೆ ಸಾಗಿದ. ಗೌತಮ ಅವನನ್ನು ಹಿಂಬಾಲಿಸಿದ. ಗೌತಮ ಚಾಣಕ್ಯನ ಭಾರವನ್ನು ಹೊರಲಾರದೆ ಹೊತ್ತು ಬಹು ಪ್ರಯಾಸದಿಂದ ಹೆಜ್ಜೆಯಿಡುತ್ತಿದ್ದ.

ಸ್ವಲ್ಪ ದೂರ ನಡೆಯುವಷ್ಟರಲ್ಲಿ ಗೌತಮ ತಿಣುಕುತ್ತಾ ಹೇಳಿದ, "ಧರ್ಮದತ್ತರೇ ಸಾಧ್ಯವಿಲ್ಲ, ಕಷ್ಟವಾಗುತ್ತಿದೆ. ಇಳಿಸಿಬಿಡಬೇಕು."

ಧರ್ಮದತ್ತ ಅತ್ತಿತ್ತ ನೋಡಿದ. ಬಲ ಭಾಗದಲ್ಲಿ ಒಂದು ದೊಡ್ಡ ಮನೆಯಿತ್ತು. ಮುಂದೆ ವಿಶಾಲವಾದ ಜಗಲಿಯಿತ್ತು. "ಇಲ್ಲೇ ಇಳಿಸಿ ಬಿಡೋಣ" ಎಂದ ಧರ್ಮದತ್ತ. ಇಬ್ಬರೂ ಸೇರಿ ಚಾಣಕ್ಯನನ್ನು ಮೆಲ್ಲಗೆ ಜಗಲಿಯ ಮೇಲೆ ಮಲಗಿಸಿದರು. ಗೌತಮ ಏದುಸಿರು ಬಿಡುತ್ತಿದ್ದ. ಚಾಣಕ್ಯ ಕಣ್ಣುಮುಚ್ಚಿಕೊಂಡೇ "ಅಮ್ಮ ಅಮ್ಮ" ಎಂದು ನರಳುತ್ತಿದ್ದ. ಧರ್ಮದತ್ತ ಬಾಗಿಲು ಬಡಿಯತೊಡಗಿದ. ಒಳಗಿನಿಂದ "ಯಾರು?" ಎಂಬ ಹೆಣ್ಣು ಧ್ವನಿ ಕೇಳಿಸಿತು.

"ನಾವು ತಕ್ಷಶಿಲೆಯವರು, ಸಹಾಯ ಬೇಡಿ ಬಂದಿರುವ ಬ್ರಾಹ್ಮಣರು. ದಯವಿಟ್ಟು ಬಾಗಿಲು ತೆರೆಯಿರಿ" ಎಂದ ಧರ್ಮದತ್ತ.

ಸುಮಾರು ಐವತ್ತು ವರ್ಷದ ಹೆಂಗಸು ಬಂದು ಬಾಗಿಲು ತೆರೆದಳು. ಧರ್ಮದತ್ತ ಚಾಣಕ್ಯನನ್ನು ತೋರಿಸಿ "ಇವನು ತಕ್ಷಶಿಲೆಯ ಆಚಾರ್ಯ ಚಣಕರ ಪುತ್ರ ಚಾಣಕ್ಯ. ಜ್ವರಬಾಧೆಯಿಂದ ಪ್ರಜ್ಞೆ ತಪ್ಪಿದ್ದಾನೆ. ದಯಮಾಡಿ ಇವನ ಜೀವವುಳಿಸಲು ಸಹಾಯ ಮಾಡಿ" ಎಂದ ದೀನನಾಗಿ.

ಅವಳ ಮುಖದಲ್ಲಿ ಅನುಕಂಪದ ಭಾವನೆ ಕಂಡಿತು. "ಒಳಗೆ ಕರೆತನ್ನಿ" ಎಂದಳು.

ಅವರು ಒಳಗೆ ಎತ್ತಿಕೊಂಡು ಹೋಗುವಷ್ಟರಲ್ಲಿ ತರುಣಿಯಾದ ಇನ್ನೊಬ್ಬಳು ಚಾಪೆ ಹಾಸಿದಳು. ಅದರ ಮೇಲೆ ಚಾಣಕ್ಯನನ್ನು ಮಲಗಿಸಿದರು. ಆ ತರುಣಿ ದೀಪ ಹಿಡಿದು ಬಂದು ಚಾಣಕ್ಯನ ಮುಖವನ್ನು ಸರಿಯಾಗಿ ನೋಡಿ "ವಿಷ್ಣು!" ಎಂದು ಅಚ್ಚರಿಯಿಂದ ಉದ್ಗರಿಸಿದಳು.

ಧರ್ಮದತ್ತ ಮತ್ತು ಗೌತಮ ಬೆರಗಿನಿಂದ ಮುಖ ನೋಡಿಕೊಂಡರು. ವಿಷ್ಣುಗುಪ್ತನ ಹೆಸರು ಇವಳಿಗೆ ಹೇಗೆ ಗೊತ್ತೆಂದು ಕುತೂಹಲಗೊಂಡ ಧರ್ಮದತ್ತ "ಇವನು ನಿಮಗೆ ಗೊತ್ತೆ?" ಎಂದ.

"ಚೆನ್ನಾಗಿ ಗೊತ್ತು. ನಾನು ತಕ್ಷಶಿಲೆಯಲ್ಲಿ ಇವರ ಮನೆಯ ಮುಂದಿನ ಮನೆಯಲ್ಲಿ ನನ್ನ ತಂದೆಯೊಂದಿಗೆ ಕೆಲವು ಕಾಲ ಇದ್ದೆ. ನನ್ನ ಹೆಸರು ವಿಶಾಖ. ಇವರು ಲಕ್ಷ್ಮಿ. ನನ್ನ ಆಶ್ರಯದಾತರು."

"ವಿಶಾಖ, ನಾನು ಹೋಗಿ ವೈದ್ಯರನ್ನು ಕರೆತರುತ್ತೇನೆ. ಅಲ್ಲಿಯವರೆಗೆ ನೀನು ಇವರನ್ನು ನೋಡಿಕೋ" ಎಂದು ಹೇಳಿ ಲಕ್ಷ್ಮಿ ಹೊರಗೆ ಹೋದಳು.

ಚಾಣಕ್ಯನ ಮನೆಗೆ ಹೋಗಿದ್ದಾಗ ಒಂದೆರಡು ಸಲ ವಿಶಾಖಳನ್ನು ನೋಡಿದ್ದು ಧರ್ಮದತ್ತನಿಗೆ ನೆನಪಾಯಿತು. ಆದರೆ ಆಗಿದ್ದ ಅವಳ ಮುಖಲಕ್ಷಣ ಈಗ ಸಂಪೂರ್ಣ ಬದಲಾಗಿರುವಂತೆ, ಅನ್ನಿಸಿತು. ಅವಳು ತೀರ ಮಂಕಾಗಿರುವಂತೆ ಭಾಸವಾಯಿತು. ತನ್ನನ್ನೂ ಅವಳು ಗುರುತಿಸಲಿಲ್ಲ. 'ಅವಳ ಬದುಕಿನ ಕಥೆ ಏನಿದೆಯೋ? ಎಂಥ ನೋವಿದೆಯೋ? ನೋವು ಯಾರನ್ನು ತಾನೆ ಬದಲಾಯಿಸುವುದಿಲ್ಲ!' ಎಂದುಕೊಂಡ.

ವಿಶಾಖ ತುಂಬ ಆತಂಕಗೊಂಡಂತಿತ್ತು. ತಣ್ಣೀರಿನಲ್ಲಿ ಅದ್ದಿದ ಬಟ್ಟೆಯನ್ನು ಹಣೆಯ ಮೇಲೆ ಹಾಕುತ್ತ "ಏನಾಯಿತು? ಈ ಜ್ವರ ಹೇಗೆ ಬಂತು? ಈ ಊರಿಗೆ ಬರಲು ಕಾರಣವೇನು?" ಎಂದು ಹಲವು ಪ್ರಶ್ನೆಗಳನ್ನು ಕೇಳಿದಳು.

ನಡೆದ ಸಂಗತಿಯನ್ನು ಧರ್ಮದತ್ತ ಸಂಕ್ಷಿಪ್ತವಾಗಿ ವಿವರಿಸಿದ. ಅವಳು ಕಣ್ಣೀರು ಹಾಕುತ್ತಾ ಹೇಳಿದಳು, "ವಿಷ್ಣು ಎಷ್ಟು ಕಾಲವಾಯಿತು ನಿನ್ನನ್ನು ನೋಡಿ! ಈ ಜನ್ಮದಲ್ಲಿ ನಿನ್ನನ್ನು ನೋಡುವೆನೆಂದುಕೊಂಡಿರಲಿಲ್ಲ, ಈಗ ನಿನ್ನನ್ನು ಕಂಡು ಸಂತೋಷಪಡಲೂ ಆಗದಷ್ಟು ಎಷ್ಟೊಂದು ದುಃಖದಲ್ಲಿ ಬೆಂದು ಬಂದಿದ್ದೀಯ ವಿಷ್ಣು!"

ಅವಳ ಮಾತಿನ ಧಾಟಿಯಿಂದ, ತನಗೆ ಗೊತ್ತಿಲ್ಲದಂಥ ಆತ್ಮೀಯತೆ, ಇವಳಿಗೂ ಚಾಣಕ್ಯನಿಗೂ ಇರಬೇಕೆಂದು ಧರ್ಮದತ್ತನಿಗೆ ಅನ್ನಿಸಿತು. ಅವನ ಬ್ರಹ್ಮಚರ್ಯದ ಮೂಲ ಕಾರಣ ಇವಳಲ್ಲೇ ಇರಬಹುದೋ ಏನೋ! ಎಂದುಕೊಂಡ. ಆ ಬಗ್ಗೆ ಹೆಚ್ಚು ಯೋಚನೆ ಮಾಡಲು ಈಗ ಅವಕಾಶವಿರಲಿಲ್ಲ, ಚಾಣಕ್ಯ ಮೊದಲು ಗುಣಮುಖನಾಗುವುದು ಈಗ ಮುಖ್ಯವಾಗಿತ್ತು.

ಲಕ್ಷ್ಮಿ ವೈದ್ಯನನ್ನು ಜೊತೆಯಲ್ಲೇ ಕರೆದುಕೊಂಡು ಬಂದಳು. ಅವನು ನಾಡಿ ನೋಡಿ, ಔಷಧಿ ನೀಡಿ ಬೆಳಗಾಗುವ ವೇಳೆಗೆ ಪ್ರಜ್ಞೆ ಬರುವುದಾಗಿ ಹೇಳಿದ. ಮತ್ತೆ ಮರುದಿನ ಬಂದು ನೋಡುವುದಾಗಿ ಹೇಳಿ ಹೊರಟು ಹೋದ.

"ವಿಶಾಖ" ಲಕ್ಷ್ಮಿ ಹೇಳಿದಳು, "ಅತಿಥಿಗಳಿಗೆ ಊಟದ ವ್ಯವಸ್ಥೆ ಮಾಡಬೇಕು."

"ಅಮ್ಮಾ, ಒಂದು ಮಾತು" ಗೌತಮ ಹೇಳಿದ, "ನಾವು ಇಲ್ಲಿರುವಷ್ಟು ದಿನ ನಾನೇ ಅಡಿಗೆ, ಮನೆಗೆಲಸ ಎಲ್ಲ ನೋಡಿಕೊಳ್ಳುತ್ತೇನೆ. ನೀವು ಚಿಂತೆ ಮಾಡಬೇಡಿ."

"ಅತಿಥಿಯ ಕೈಯಲ್ಲಿ ಕೆಲಸ ಮಾಡಿಸುವುದು ಧರ್ಮವಲ್ಲ" ಎಂದಳು ಲಕ್ಷ್ಮಿ.

"ನಾವು ಅತಿಥಿಗಳಲ್ಲ, ನಮ್ಮ ಆಚಾರ್ಯರಿಗೆ ನಿಮ್ಮ ವಿಶಾಖ ತುಂಬಾ ತಿಳಿದವರೆಂದ ಮೇಲೆ ನಾವೂ ಮನೆಯವರಾದಂತಾಯಿತು. ಪಾಟಲೀಪುತ್ರದಲ್ಲಿ ಚಾಣಕ್ಯರ ತಂದೆ ಚಣಕರ ಮನೆಯಲ್ಲಿ ನಾನು ಪರಿಚಾರಿಕೆ ಮಾಡುತ್ತಿದ್ದೆ. ಇಲ್ಲೂ ಅದೇ ಕೆಲಸ ಮಾಡುವುದು ನನಗೆ ಸಂತೋಷ. ಅಲ್ಲದೆ ಕಷ್ಟದ ಸಂದರ್ಭದಲ್ಲಿ ಆಶ್ರಯ ನೀಡಿದ ನಿಮಗೆ ಕಿಂಚಿತ್ತು ನೆರವಾದರೆ ನಮಗೂ ಸಮಾಧಾನ."

"ಪರಿಚಿತರ ಮನೆ ಬಾಗಿಲಿಗೇ ನಮ್ಮನ್ನು ಕರೆತಂದ ಆ ವಿಧಿಗೆ ಎಷ್ಟು ವಂದಿಸಿದರೂ ಸಾಲದು" ಎಂದ ಧರ್ಮದತ್ತ.

ನಂತರ ಲಕ್ಷ್ಮಿ ಧರ್ಮದತ್ತ ಮತ್ತು ಗೌತಮನ ಹೆಸರು, ಹಿನ್ನೆಲೆಗಳನ್ನು ತಿಳಿದುಕೊಂಡಳು. ಅವರಿಗೆ ಸ್ನಾನದ ವ್ಯವಸ್ಥೆ ಮಾಡಿಕೊಟ್ಟಳು. ಸ್ನಾನ ಮುಗಿಸಿ ಗೌತಮ ಅಡಿಗೆ ಮನೆ ಸೇರಿದ. ಅಡಿಗೆಯಾಗುವವರೆಗೆ ಧರ್ಮದತ್ತ ಲಕ್ಷ್ಮಿ ಮತ್ತು ವಿಶಾಖಳೊಂದಿಗೆ ಮಾತಾಡುತ್ತಿದ್ದ.

ಎಲ್ಲ ಊಟ ಮಾಡಲು ಸಿದ್ಧರಾದಾಗ "ನೀವೆಲ್ಲ ಮುಗಿಸಿ, ನಾನು ಆಮೇಲೆ ಮಾಡುತ್ತೇನೆ" ಎಂದ ವಿಶಾಖ ಚಾಣಕ್ಯನ ಪಕ್ಕವನ್ನು ಬಿಟ್ಟು ಏಳಲಿಲ್ಲ.

ಅವರು ಅತ್ತ ಹೋದಂತೆ ಚಾಣಕ್ಯ "ಅಮ್ಮ ಅಮ್ಮ" ಎಂದು ನರಳತೊಡಗಿದ. ಅವಳು "ವಿಷ್ಣು ವಿಷ್ಣು ವಿಷ್ಣು ಕಣ್ಣುಬಿಡು" ಎಂದು ಅವನನ್ನು ಜೋರಾಗಿ ಅಲುಗಿಸಿದಳು. ಆದರೆ ಅವನು ಕಣ್ಣು ಬಿಡದೆ "ಅಮ್ಮ, ಅಮ್ಮ" ಎಂದು ನರಳುತ್ತಲೇ ಇದ್ದ. ಅವಳು ಅವನ ತಲೆಯನ್ನು ತನ್ನ ತೊಡೆಯ ಮೇಲಿರಿಸಿಕೊಂಡು ಬಿಕ್ಕಳಿಸತೊಡಗಿದಳು. "ವಿಷ್ಣು ನಿನಗೇನಾಗಿದೆ? ನಿನಗೆ ಈ ದುಸ್ಥಿತಿ ತಂದ ಪಾಪಿಗಳು ನನ್ನ ಕೈಗೆ ಸಿಕ್ಕಿದರೆ ಕೊರಳು ಕಿವುಚಿ ಸಾಯಿಸುತ್ತಿದ್ದೆ" ಎಂದು ಬಡಬಡಿಸಿದಳು. ಮೃದುವಾಗಿ ಅವನ ತಲೆ ನೇವರಿಸತೊಡಗಿದಳು. ಚಾಣಕ್ಯ ಕ್ರಮೇಣ ನರಳುವುದನ್ನು ನಿಲ್ಲಿಸಿ ಸುಮ್ಮನಾದ. ಅವನಿಗೆ ನಿದ್ರೆ ಬಂದಿದೆಯೆಂದುಕೊಂಡಳು.

ಅವರೆಲ್ಲ ಊಟ ಮುಗಿಸಿ ಬಂದಾಗ ವಿಶಾಖ ಚಾಣಕ್ಯನ ತಲೆಯನ್ನು ತನ್ನ ತೊಡೆಯ ಮೇಲಿರಿಸಿಕೊಂಡಿರುವುದನ್ನು ಕಂಡು ಚಕಿತರಾಗಿ ಮುಖ ಮುಖ ನೋಡಿಕೊಂಡರು. ಅವಳಿಗೆ ಯಾವ ಸಂಕೋಚದ ಭಾವನೆಯೂ ಉಂಟಾಗಲಿಲ್ಲ. "ವಿಶಾಖ, ಹೊತ್ತಾಯಿತು ಊಟ ಮಾಡಿ ಬಾ. ಅಲ್ಲಿಯವರೆಗೆ ನಾನು ಇಲ್ಲಿರುತ್ತೇನೆ" ಎಂದಳು ಲಕ್ಷ್ಮಿ.

"ಅಮ್ಮ" ವಿಶಾಖ ಹೇಳಿದಳು, "ನನಗೆ ಹಸಿವಿಲ್ಲ, ವಿಷ್ಣು ಎಚ್ಚರವಾಗುವವರೆಗೂ ನಾನು ಊಟ ಮಾಡುವುದಿಲ್ಲ, ಇವರು ನನಗೆ ಹಳೆಯ ಪರಿಚಯದವರು."

"ಗೊತ್ತು. ಹಾಗೇ ಮಾಡು" ಎಂದು ಲಕ್ಷ್ಮಿ ಮಲಗುವಂತೆ ಸೂಚನೆ ನೀಡಿದಳು. ಧರ್ಮದತ್ತ ಮತ್ತು ಗೌತಮ ನೆಮ್ಮದಿಯಿಂದ ನಿದ್ರೆ ಮಾಡಿದರು.

ಲಕ್ಷ್ಮಿ ಬಹಳ ಹೊತ್ತು ನಿದ್ರೆ ಮಾಡಲಿಲ್ಲ. ಅವಳ ಮನಸ್ಸು ನಾಲ್ಕು ವರ್ಷಗಳ ಹಿಂದೆ, ವಿಶಾಖ ತನ್ನ ಮನೆ ಬಾಗಿಲಿಗೆ ಬಂದಾಗ ಹೆಚ್ಚು ಕಡಿಮೆ ಇದೇ ಸ್ಥಿತಿಯಲ್ಲಿದ್ದಳೆಂಬುದನ್ನು ನೆನೆದುಕೊಳ್ಳುತ್ತಿತ್ತು. ಅಂದು ಅವಳು ಜ್ವರದಿಂದ ಬಂದಿರಲಿಲ್ಲ, ದುಃಖದ ದೊಡ್ಡ ಹೊರೆಯನ್ನೇ ಹೊತ್ತು ಬಂದಿದ್ದಳು. ಅಂದಿನಿಂದ ಅವಳು ತನ್ನ ಹೊಟ್ಟೆಯ ಮಗಳಂತೆ ಇದ್ದುಬಿಟ್ಟಿದ್ದಳು. ಒಂಟಿ ಬದುಕಿಗೆ ಆಸರೆಯಾದಳು.

ಬೆಳಗಾಯಿತು. ಬೇರೆಯವರು ಏಳುವ ಮೊದಲೇ ಗೌತಮ ತನ್ನ ಪರಿಚಾರಿಕೆಯ ಕೆಲಸವನ್ನು ಆರಂಭಿಸಿದ್ದ. ಲಕ್ಷ್ಮಿ ಬಂದು ನೋಡಿದಾಗ ವಿಶಾಖ ಚಾಣಕ್ಯನ ತಲೆಯನ್ನು ತೊಡೆಯ ಮೇಲಿರಿಸಿಕೊಂಡೇ ಗೋಡೆಗೊರಗಿ ನಿದ್ರೆ ಮಾಡಿದ್ದಳು. ಆವಳು ಹಾಗೇ ಹೋಗಿಬಿಟ್ಟಳು. ಧರ್ಮದತ್ತನೂ ನೋಡಿ ಸ್ನಾನಮಾಡಲು ಹೋದ. ಅವನು ಸಂಧ್ಯೋಪಾಸನೆಯನ್ನು ಮುಗಿಸಿ ಏಳುವ ವೇಳೆಗೆ "ವಿಷ್ಣು ವಿಷ್ಣು" ಎಂದು ವಿಶಾಖ ಕೂಗಿದ್ದು ಕೇಳಿಸಿತು. ಅವನು ಓಡಿ ಬಂದ. ಗೌತಮ ಮತ್ತು ಲಕ್ಷ್ಮಿ ಕೂಡ ಓಡಿ ಬಂದರು.

ಚಾಣಕ್ಯ ಕಣ್ಣು ತೆರೆದು "ಅಮ್ಮ ಅಮ್ಮ" ಎಂದು ನರಳುತ್ತಿದ್ದ. ವಿಶಾಖ "ವಿಷ್ಣು ನಾನು ವಿಷ್ಣು ನಾನು ವಿಶಾಖ, ನನ್ನ ಕಡೆ ನೋಡು" ಎನ್ನುತ್ತಿದ್ದಳು.

"ಯಾರು? ಯಾರವರು? ಧ್ವನಿ ಎಲ್ಲಿಯೋ ಕೇಳಿದಂತಿದೆ" ಎಂದು ಚಾಣಕ್ಯ ಏಳಲು ಪ್ರಯತ್ನಿಸಿದ.

"ನಾನು ವಿಶಾಖ, ನೆನಪಾಗಲಿಲ್ಲವೆ? ತಕ್ಷಶಿಲೆಯಲ್ಲಿ ನಿಮ್ಮ ಮನೆಯ ಮುಂದಿನ ಮನೆಯಲ್ಲಿ ಸ್ವಲ್ಪ ದಿನ ಇರಲಿಲ್ಲವೆ? ನನ್ನ ತಂದೆ ಶೇಖರ ನೆನಪಿಲ್ಲವೆ? ಒಂದು ದಿನ ಅವರ ಸ್ಥಿತಿ ಗಂಭೀರವಾದಾಗ, ನೀನೇ ವೈದ್ಯ ಹರಿಸೇನರನ್ನು ಕರೆಸಿ ಔಷಧಿಯನ್ನು ಕೊಡಿಸಲಿಲ್ಲವೆ?"

ಚಾಣಕ್ಯ ಅವಳತ್ತಲೇ ದೃಷ್ಟಿಸಿ ನೋಡಿ ಗುರುತಿಗಾಗಿ ಹುಡುಕಿದ.

"ಹೌದು ವಿಷ್ಣು ನಾನು ನಿನ್ನ ಹಳೆಯ ಗೆಳತಿ, ವಿಶಾಖ."

"ಗೆಳತಿ!" ಎಂದು ಉದ್ಗರಿಸಿದ ಚಾಣಕ್ಯನಿಗೆ ಅವಳ ಗುರುತೂ ಹತ್ತಿತು, ಹಳೆಯದೆಲ್ಲ ನೆನಪೂ ಆಯಿತು. ಬಹುಬೇಗನೆ ಅವನು ತನ್ನನ್ನು ತಾನು ನಿಯಂತ್ರಿಸಿಕೊಂಡ.

"ಹೌದು ಚಾಣಕ್ಯ, ರಾತ್ರಿಯೆಲ್ಲಾ ಊಟ ನಿದ್ರೆಯಿಲ್ಲದೆ ವಿಶಾಖ ನಿನ್ನನ್ನು ತನ್ನ ತೊಡೆಯ ಮೇಲಿರಿಸಿಕೊಂಡೇ ಕುಳಿತಿದ್ದಳು" ಎಂದ ಧರ್ಮದತ್ತ.

ಚಾಣಕ್ಯನ ಕಣ್ಣಲ್ಲಿ ನೀರು ಬಂತು. "ರಾತ್ರಿಯೆಲ್ಲಾ ನಾನು ನಿನ್ನ ತೊಡೆಯ ಮೇಲೆ ಮಲಗಿದ್ದೆನೆ? ಹಾಗಾದರೆ ನಾನು ಕನಸು ಕಂಡೆನೆ?"

"ಕನಸೇ? ಏನು ಕನಸು ವಿಷ್ಣು?" ವಿಶಾಖ ಕಾತರದಿಂದ ಕೇಳಿದಳು.

"ನಾನು ಐದು ವರ್ಷದ ಬಾಲಕನಾಗಿದ್ದೆ, ನನ್ನ ಹೆತ್ತ ತಾಯಿ, ನನ್ನನ್ನು ತೊಡೆಯ ಮೇಲಿರಿಸಿಕೊಂಡು ಜೋಗುಳ ಹಾಡುತ್ತಾ, ಮೃದುವಾಗಿ ತಲೆ ನೇವರಿಸುತ್ತಾ ಮಲಗಿಸುತ್ತಿದ್ದಳು. ತಾಯಿಯ ವಾತ್ಸಲ್ಯದ ಮಡಿಲಿನಲ್ಲಿ ನಾನು ನೆಮ್ಮದಿಯಾಗಿ ಮಲಗಿ, 'ಅಮ್ಮಾ, ಇಷ್ಟು ವರ್ಷ ನನ್ನನ್ನು ಬಿಟ್ಟು ಎಲ್ಲಿಗೆ ಹೋಗಿದ್ದೆ? ಈಗ ತಂದೆಯೂ ತೀರಿಕೊಂಡರು. ನಾನು ತಬ್ಬಲಿಯಾದೆ. ಇನ್ನು ಮೇಲೆ ನೀನು ನನ್ನನ್ನು ಬಿಟ್ಟು ಎಲ್ಲಿಗೂ ಹೋಗಬೇಡ' ಎಂದು ಅಳುತ್ತಿದ್ದೆ. ಅವಳು 'ಅಳಬೇಡ ಕಂದ, ನಾನು ಇನ್ನು ಮೇಲೆ ಯಾವಾಗಲೂ ನಿನ್ನ ಜೊತೆಯಲ್ಲೇ ಇರುತ್ತೇನೆ. ಮಲಗು, ಸುಖವಾಗಿ ನಿದ್ರೆ ಮಾಡು' ಎಂದು ಸಂತೈಸುತ್ತಿದ್ದಳು. ನಾನು ಸಮಾಧಾನದಿಂದ ನಿದ್ರೆ ಹೋದೆ. ಹೌದು ವಿಶಾಖ, ನನ್ನ ತಾಯಿ ಮತ್ತೆ ನಿನ್ನ ರೂಪದಲ್ಲಿ ಬಂದಿದ್ದಾಳೆ. ಈಗ ಹಳೆಯ ವಿಷ್ಣುವೂ ಇಲ್ಲ, ಅವನ ಹಳೆಯ ಗೆಳತಿ ವಿಶಾಖಳೂ ಇಲ್ಲ, ಈಗ ನೀನು ಚಾಣಕ್ಯನ ತಾಯಿ. ನಾನು ಇನ್ನು ಮೇಲೆ ನಿನ್ನನ್ನು 'ಅಮ್ಮ' ಎಂದೇ ಕರೆಯುತ್ತೇನೆ. ಅಮ್ಮಾ ನಿನ್ನ ವಾತ್ಸಲ್ಯದ ಆಸರೆ ಕೊಡುತ್ತೀಯಾ?"

ವಿಶಾಖ ಭಾವೋದ್ವೇಗದಿಂದ ಅವನನ್ನು ಬಾಚಿ ತಬ್ಬಿಕೊಂಡು ಅಳುತ್ತ ಅವನ ತಲೆ ನೇವರಿಸಿದಳು. ಅವನ ಕಣ್ಣಲ್ಲೂ ನೀರು ತುಳುಕಿತು. ಗೌತಮ, ಧರ್ಮದತ್ತ ಮತ್ತು ಲಕ್ಷ್ಮಿಯ ಕಣ್ಣುಗಳಲ್ಲೂ ಕಂಬನಿ ಇಣುಕುತ್ತಿತ್ತು.

''ವಿಷ್ಣು-ಅಲ್ಲ-ಚಾಣಕ್ಯ'' ವಿಶಾಖ ಹೇಳಿದಳು, ''ಆಗಲಿ, ಇನ್ನು ಮೇಲೆ ನೀನು ನನ್ನ ಮಗ. ನಿಷ್ಪ್ರಯೋಜಕವಾದ ನನ್ನ ಬದುಕಿನಲ್ಲಿ ತಾಯ್ತನದ ಗೌರವದ ಸ್ಥಾನ ಕೊಟ್ಟ ನಿನ್ನ ಋಣವನ್ನು ಖಂಡಿತ ನಾನು ತೀರಿಸಲಾರೆ'' ಎಂದು ಲಕ್ಷ್ಮಿಯ ಕಡೆ ನೋಡಿ ಹೇಳಿದಳು, ''ಅಮ್ಮ, ನನಗೊಬ್ಬ ಮಗ ಸಿಕ್ಕಿ ಬಿಟ್ಟ! ನನಗಿಂತ ಐದು ವರ್ಷ ದೊಡ್ಡವನಾದ ಮಗ! ನೀನು ಅಜ್ಜಿಯಾಗಿಬಿಟ್ಟೆ! ನಾನು ಅದೃಷ್ಟಹೀನಳೆಂದು ತಿಳಿದುಕೊಂಡಿದ್ದೆ. ಆದರೆ ತಾಯಿಯಾಗಿ ನೀನು ಸಿಕ್ಕಿದೆ, ಈಗ ಒಬ್ಬ ಮಗನೂ ಸಿಕ್ಕಿದ. ನನ್ನ ಅದೃಷ್ಟಕ್ಕೆ ಎಣೆಯುಂಟೆ?''

ಎಲ್ಲರ ಕಣ್ಣೀರಿನಲ್ಲಿ ದುಃಖದ ಗಟ್ಟಿಯ ಒಂದಷ್ಟು ಭಾಗ ಕರಗಿಹೋಗಿ ಸ್ವಲ್ಪ ಹಗುರವಾದಂತಾಯಿತು. ಅಷ್ಟರಲ್ಲಿ ವೈದ್ಯ ಬಂದದ್ದರಿಂದ ಎಲ್ಲ ವಾಸ್ತವಕ್ಕೆ ಮರಳಿದರು. ಅವನು ಪರೀಕ್ಷೆ ಮಾಡಿ ''ಜ್ವರ ಬಿಟ್ಟಿದೆ, ಇನ್ನೂ ಒಂದು ವಾರ ಕಾಲ ನಿಯಮಿತವಾಗಿ ಔಷಧಿ, ಪಥ್ಯ, ವಿಶ್ರಾಂತಿ ಅಗತ್ಯ'' ಎಂದು ಹೇಳಿ ಔಷಧಿ ಕೊಟ್ಟು ಹೇಳಬೇಕಾದುದನ್ನು ಹೇಳಿ ಹೊರಟುಹೋದ.

ವಿಶಾಖ ಮೊದಲು ಚಾಣಕ್ಯನ ಔಷಧೋಪಚಾರ ನಡೆಸಿ, ನಂತರ ತಾನು ಹೋಗಿ ಸ್ನಾನಾದಿಗಳನ್ನು ಮುಗಿಸಿ ಬಂದಳು. ಅಷ್ಟರಲ್ಲಿ ಎಲ್ಲ ಈಗ ತುಸು ಗೆಲುವಾಗಿರುವ ಚಾಣಕ್ಯನ ಸುತ್ತ ಕುಳಿತುಕೊಂಡಿದ್ದರು. ಮೊದಲು ಸಂಕ್ಷಿಪ್ತವಾಗಿ ಹೇಳಿದ್ದ ಧರ್ಮದತ್ತ, ತಕ್ಷಶಿಲೆಯನ್ನು ಬಿಟ್ಟ ಮೇಲೆ ಇಲ್ಲಿಯವರೆಗೆ ನಡೆದ ಕಥೆಯನ್ನು ಈಗ ವಿವರವಾಗಿ ತಿಳಿಸಿದ. ವಿಶಾಖ ಕೋಪದಿಂದ ಹೇಳಿದಳು, ''ನೀನು ಪ್ರತಿಜ್ಞೆ ಮಾಡಿದ್ದು ಸರಿ. ಆ ದುಷ್ಟರನ್ನು ಜೀವಸಹಿತ ಉಳಿಸಬಾರದು. ನಿನ್ನ ಬೆಂಬಲಕ್ಕೆ ನಾನೂ ಇದ್ದೇನೆ. ನೀನು ಹಿಂಜರಿಯದೆ ಮುನ್ನುಗ್ಗು.''

''ತಾಯಿಯ ಬೆಂಬಲವಿದ್ದರೆ ಮಗ ತನ್ನ ಗುರಿ ಸಾಧಿಸಿಯೇ ತೀರುತ್ತಾನೆ'' ಎಂದ ಚಾಣಕ್ಯ ವಿಶಾಖಳನ್ನು ಕೇಳಿದ, ''ಅಮ್ಮ, ನನ್ನ ಕಥೆ ಕೇಳಿದೆ. ನಿನ್ನ ಕಥೆಯೇನು? ನಿನಗೆ ವಿವಾಹವಾಗಿತ್ತಲ್ಲವೆ? ನಿನ್ನ ತಂದೆ ಶೇಖರನ ವಿಷಯವೇನು? ಅವರು ಆರೋಗ್ಯವಾಗಿದ್ದಾರೆಯೇ ? ಇಲ್ಲಿಗೆ ಹೇಗೆ ಬಂದೆ? ಬೇಸರವಿಲ್ಲದಿದ್ದರೆ ದಯವಿಟ್ಟು ಹೇಳುತ್ತೀಯಾ?''

''ಹೇಳುತ್ತೇನೆ, ಖಂಡಿತ ಹೇಳುತ್ತೇನೆ'' ಎಂದು ವಿಶಾಖ ತನ್ನ ಕಥೆ ಹೇಳತೊಡಗಿದಳು...

ವಿಶಾಖ ತಕ್ಷಶಿಲೆಯನ್ನು ಬಿಟ್ಟು ಪುಷ್ಕಲಾವತಿಗೆ ಹೋದ ಮೇಲೆ, ಕೆಲವೇ ದಿನಗಳಲ್ಲಿ ಶೇಖರನ ಸೋದರಿಯ ಮಗನೊಂದಿಗೆ ಅವಳ ವಿವಾಹ ನಡೆಯಿತು. ವಿಷ್ಣುಗುಪ್ತನ ನೆನಪು ಆಗಾಗ ಬಂದರೂ, ಅವಳು ನಿರಾಸೆಗಿಂತ ಹೆಚ್ಚಾಗಿ, ಹೆಮ್ಮೆ ಅಭಿಮಾನಗಳಿಂದ ಅವನನ್ನು ನೆನೆಯುತ್ತಿದ್ದಳು.

ಆ ಸಂತೋಷ ಸಮಾಧಾನಗಳ ಆಯುಸ್ಸು ಹೆಚ್ಚಾಗಿರಲಿಲ್ಲ. ಮದುವೆಯಾದ ಕೆಲವು ತಿಂಗಳುಗಳಲ್ಲಿ ಶೇಖರನ ಆರೋಗ್ಯ ತೀರ ಕೆಟ್ಟು, ಕೆಲವೇ ದಿನಗಳಲ್ಲಿ ಅವನು ತೀರಿಕೊಳ್ಳುತ್ತಿದ್ದಂತೆ ಅವಳ ದುಃಖದ ಕಥೆ ಆರಂಭವಾಯಿತು. ಅವಳ ಅತ್ತೆ ಮಾವ, ಕಾಶಿಗೆ ಯಾತ್ರೆ ಹೋದವರು, ಆಕಸ್ಮಿಕವಾಗಿ ದೋಣಿ ಮುಳುಗಿ ಗಂಗಾ ನದಿಯಲ್ಲಿ ಮುಳುಗಿ

ಹೋದರು. ಗಂಡ ಪುಷ್ಕಲಾವತಿಯನ್ನೇ ಬಿಟ್ಟು ಅವಳನ್ನು ಉಜ್ಜಯನಿಗೆ ಕರೆದುಕೊಂಡು ಹೋದ.

ಅಲ್ಲಿ ಅವನು ಹೇಗೋ ಒಂದು ಕೆಲಸವನ್ನು ಸಂಪಾದಿಸಿಕೊಂಡ. ಆದರೆ ಕ್ರಮೇಣ ಅವನು ದುಶ್ಚಟಗಳ ದಾಸನಾದ. ಜೂಜು ಮತ್ತು ಮದ್ಯಪಾನಗಳಲ್ಲಿ ಮುಳುಗಿ ಹೆಂಡತಿಯನ್ನು ಸಂಪೂರ್ಣವಾಗಿ ಕಡೆಗಣಿಸಿದ. ತಂದೆಯ ಮನೆಯಲ್ಲಿ ಅನ್ನ ವಸ್ತ್ರಕ್ಕೆ ಕೊರತೆಯಿಲ್ಲದೆ ಇದ್ದ ವಿಶಾಖ, ಈಗ ಎಷ್ಟೋ ದಿನ ಉಪವಾಸವಿರಬೇಕಾದ ಪ್ರಸಂಗವೂ ಬಂತು. ಅವನನ್ನು ಸರಿದಾರಿಗೆ ತರಲು ಅವಳು ಸಾಕಷ್ಟು ಪ್ರಯತ್ನಪಟ್ಟಳು. ಆದರೆ ಆದರಿಂದ ಯಾವ ಪ್ರಯೋಜನವೂ ಆಗಲಿಲ್ಲ. ಅವಳ ಬಳಿಯಿದ್ದ ಸಣ್ಣಪುಟ್ಟ ಆಭರಣಗಳೂ ಬರಿದಾದವು.

ಒಂದು ದಿನ ಮತ್ತೆ ಯಾವುದಾದರೂ ಆಭರಣವಿದ್ದರೆ ಕೊಡು ಎಂದು ಗಂಡ ಒತ್ತಾಯಿಸಿದ. 'ಎಲ್ಲವನ್ನೂ ಬರಿದು ಮಾಡಿ, ಇನ್ನೂ ಕೇಳಿದರೆ ನಾನು ಎಲ್ಲಿಂದ ತರಲಿ ? ಅಡಿಗೆ ಮಾಡಿ ಎರಡು ದಿನಗಳಾದವು. ಅದಾದರೂ ನೆನಪಿದೆಯಲ್ಲ?' ಎಂದು ವಿಶಾಖ ಕೇಳಿದಳು. ಅವನು ಕೆರಳಿ, ಕಠಿಣ ಮಾತುಗಳಿಂದ ನಿಂದಿಸಿ, ಮನೆಯನ್ನೆಲ್ಲಾ ಶೋಧಿಸಿ, ಏನೂ ಸಿಕ್ಕದೆ ಬರಿಗೈಯಲ್ಲಿ ಹೊರಗೆ ಹೋದ. ಆದರೆ ಅವನು ಮರಳಿ ಜೀವಂತವಾಗಿ ಮನೆಗೆ ಬರಲಿಲ್ಲ. ಮರುದಿನ ಮುಂಜಾನೆ ಅವನ ಶವ ಮನೆಯ ಬಾಗಿಲಲ್ಲಿ ಅನಾಥವಾಗಿ ಬಿದ್ದಿತ್ತು. ಜೂಜಿನಲ್ಲಿ ಸೋತು ಹಣ ಕೊಡದೆ, ಯಾರೋ ಅವನನ್ನು ಅಮಾನುಷವಾಗಿ ಕೊಂದುಹಾಕಿದ್ದರು.

ವಿಶಾಖಳ ಗೋಳನ್ನು ವರ್ಣಿಸುವಂತಿಲ್ಲ. ಜಗತ್ತೇ ಶೂನ್ಯವಾಯಿತು. ತಂದೆ ತಾಯಿಗಳಿಲ್ಲ, ಬಂಧು ಬಾಂಧವರಿಲ್ಲ, ಈಗ ಗಂಡನೂ ಇಲ್ಲದೆ ಸಾಯುವ ಸ್ಥಿತಿ ಬಂತು. ಆದರೆ ಆತ್ಮಹತ್ಯೆ ಮಾಡಿಕೊಳ್ಳಲು ಮನಸ್ಸು ಬರಲಿಲ್ಲ. ಒಂದು ದಿನ ಉಜ್ಜಯಿನಿಯನ್ನೇ ಬಿಟ್ಟು ಹೊರಟು ಬಿಟ್ಟಳು. ಎಲ್ಲಿಗೆ ಹೋಗಬೇಕೆಂಬುದೇ ಅವಳಿಗೆ ಗೊತ್ತಿರಲಿಲ್ಲ. ಪುಣ್ಯಕ್ಕೆ ಹಸ್ತಿನಾವತಿಗೆ ಹೋಗುತ್ತಿದ್ದ ಒಂದು ವರ್ತಕರ ತಂಡ ಕರುಣೆಯಿಟ್ಟು ಅವಳನ್ನು ತಮ್ಮ ಜೊತೆ ಕರೆದುಕೊಂಡು ಹೋದರು. ದುರದೃಷ್ಟದ ಪಾತಾಳಕ್ಕೆ ಕುಸಿದುಬಿದ್ದಿದ್ದ ಅವಳಿಗೆ, ವ್ಯಾಪಾರಿಗಳು ನೀಡಿದ ಆಹಾರ ಸೇವಿಸುವುದೂ ಇಷ್ಟವಾಗಲಿಲ್ಲ.

ಒಂದು ದಿನ ಹಸ್ತಿನಾವತಿಯ ಅಂಗಡಿ ಬೀದಿಯ ತಿರುವಿನಲ್ಲಿ ಅವಳನ್ನು ಇಳಿಸಿ ವರ್ತಕರು ತಮ್ಮ ದಾರಿ ಹಿಡಿದು ಹೋದರು. ಮುಸ್ಸಂಜೆ, ಗೊತ್ತಿಲ್ಲದ ಊರಿನಲ್ಲಿ, ನೀನೇ ಎನ್ನುವವರು ದಿಕ್ಕಿಲ್ಲದೆ ವಿಶಾಖ ಅನಾಥಳಾಗಿ ನಿಂತಿದ್ದಳು.

ಅವಳು ಸುಮ್ಮನೆ ಎದುರಿಗೆ ಕಂಡ ಬೀದಿಯಲ್ಲಿ ನಡೆದಳು. ಹತ್ತು ಹೆಜ್ಜೆ ನಡೆಯುವಷ್ಟರಲ್ಲಿ ನಡೆಯುವುದು ಕಷ್ಟವಾಗಿ ತಲೆಸುತ್ತಿ ಬೀಳುವಂತಾಯಿತು. ಅವಳು ಇದೇ ಮನೆಯ ಜಗಲಿಯ ಮೇಲೆ ಸುಮ್ಮನೆ ಕುಳಿತುಬಿಟ್ಟಳು. ಏತಕ್ಕೋ ಬಾಗಿಲು ತೆಗೆದ ಲಕ್ಷ್ಮಿ ಅವಳನ್ನು ನೋಡಿ ಮಾತಾಡಿಸಿದಳು. ವಿಶಾಖ ಬಿಕ್ಕಿಬಿಕ್ಕಿ ಅಳುತ್ತ ಅವಳ ಕಾಲ ಮೇಲೆ ಬಿದ್ದು 'ನಾನೊಬ್ಬಳು ದಿಕ್ಕಿಲ್ಲದ ಅನಾಥೆ, ಕರುಣೆಯಿಟ್ಟು ಆಶ್ರಯ ಕೊಡಿ' ಎಂದು ಅಂಗಲಾಚಿದಳು.

ಲಕ್ಷ್ಮಿ ಅವಳನ್ನು ಒಳಗೆ ಕರೆದುಕೊಂಡು ಹೋಗಿ ಆಹಾರ ನೀಡಿ ಆಶ್ರಯದ ಭರವಸೆ ನೀಡಿದಳು. ಮರುದಿನ ಅವಳ ಕತೆಯನ್ನೆಲ್ಲಾ ಕೇಳಿದ ನಂತರ 'ನನಗೂ ಯಾರೂ ಇಲ್ಲ,

ನಾನೂ ಒಂಟಿಯಾಗಿದ್ದೇನೆ. ನನ್ನ ಮಗಳಾಗಿ ನನ್ನ ಜೊತೆಯಲ್ಲಿ ಇದ್ದುಬಿಡು' ಎಂದು ಇರಿಸಿಕೊಂಡಳು...

"ಕ್ರಮೇಣ ನಾನು ಎಲ್ಲ ದುಃಖಗಳನ್ನು ಮರೆಯಲಾಗದಿದ್ದರೂ ಸಮಾಧಾನ ಸ್ಥಿತಿಗೆ ಬಂದೆ. ನನ್ನಂಥ ದುಃಖಿಗಳು ಪ್ರಪಂಚದಲ್ಲಿ ಹಲವರಿದ್ದಾರೆ ಎಂಬ ಅರಿವು ಮೂಡಿತು. ಈಗ ಈ ತಾಯಿಯ ಆಶ್ರಯದಲ್ಲಿ ನಿರಾಳವಾಗಿದ್ದುಬಿಟ್ಟಿದ್ದೇನೆ" ಎಂದಳು ವಿಶಾಖ.

"ಅಮ್ಮಾ, ಈಗ ನಿನ್ನ ಮನಸ್ಸು ಪಕ್ವವಾಗಿದೆ" ಚಾಣಕ್ಯ ಹೇಳಿದ, "ನನ್ನ ಗೆಳತಿಯಾಗಿ ಕಳೆದುಹೋಗಿದ್ದವಳು, ಈಗ ನನ್ನ ತಾಯಿಯಾಗಿ ಸಿಕ್ಕಿದೆ."

"ಚಾಣಕ್ಯ, ಒಂದೊಂದು ಸಲ ನಾನು ನಿನ್ನನ್ನು ವಿವಾಹಮಾಡಿಕೊಂಡಿದ್ದರೆ ನನ್ನ ಬದುಕು ಹೀಗೆ ಛಿದ್ರಛಿದ್ರವಾಗುತ್ತಿರಲಿಲ್ಲ ಅನ್ನಿಸುತ್ತಿತ್ತು. ಅದಕ್ಕಾಗಿ ಈಗ ನನಗೆ ನಾಚಿಕೆಯೆನ್ನಿಸುತ್ತಿದೆ. ನಿನ್ನಂಥ ಮೇಧಾವಿ, ಸುಸಂಸ್ಕೃತ ಮಗನ ತಾಯಿಯೆನ್ನಿಸಿಕೊಳ್ಳುವುದು ನಿಜವಾಗಲೂ ಅತ್ಯಂತ ಉನ್ನತವಾದ ಗೌರವ."

ಚಾಣಕ್ಯ ಲಕ್ಷ್ಮಿಗೆ ಹೇಳಿದ, "ತಾಯಿ, ನೀನು ನಿಜವಾಗಲೂ ಉದಾರಹೃದಯಿ. ನಿನ್ನ ಬಾಗಿಲಿಗೆ ಬಂದು ಬಿದ್ದ ನನಗೆ ಪುನರ್ಜನ್ಮವಾದಂತಾಯಿತು. ಆದರೆ ನಿನ್ನ ಮುಖ ನೋಡಿದರೆ ಬದುಕಿನಲ್ಲಿ ಬಹಳ ನೊಂದವಳಂತೆ ಕಾಣುತ್ತಿದ್ದೀಯ. ನಮಗೆ ಹೇಳ ಬಹುದಾದರೆ ಹೇಳು. ತಿಳಿಯುವ ಕುತೂಹಲ ನನಗಿದೆ."

"ಹೇಳಬಾರದ ರಹಸ್ಯವೇನಿಲ್ಲ ಮಗು" ಎಂದು ಲಕ್ಷ್ಮಿ ಆತ್ಮೀಯತೆಯ ಭಾವನೆಯಿಂದ ಹೇಳಿದಾಗ ಚಾಣಕ್ಯನ ಮನಸ್ಸಿಗೆ ಹಿತವೆನ್ನಿಸಿತು. ಅವಳು ಮುಂದುವರಿಸಿದಳು, "ನನ್ನ ಪತಿ ವೇದ ಪಾರಂಗತರು. ಪೌರೋಹಿತ್ಯ ಮತ್ತು ಜ್ಯೋತಿಷ್ಯ ಹೇಳುವುದೇ ವೃತ್ತಿ. ಈ ನಗರದಲ್ಲಿ ಅವರನ್ನು ಕಂಡರೆ ಪ್ರತಿಯೊಬ್ಬರಿಗೂ ತುಂಬಾ ಗೌರವ. ವೃತ್ತಿಯಲ್ಲಿ ಅವರು ಸಾಕಷ್ಟು ಗಳಿಸಿದರು. ಈ ದೊಡ್ಡ ಮನೆಯಲ್ಲಿ ನಾನು ನಿಶ್ಚಿಂತೆಯಿಂದ ಬದುಕಲು ಅವರು ಮಾಡಿಟ್ಟ ಸಂಪತ್ತೇ ಕಾರಣ. ಹಾಗೆಂದು ಅವರು ಲೋಭಿಗಳಲ್ಲ, ದೀನದರಿದ್ರರಿಗೆ ಮುಕ್ತ ಹಸ್ತದಿಂದ ದಾನ ಮಾಡುತ್ತಿದ್ದರು.

"ಮಹಾಧರ್ಮನಿಷ್ಠರಾದ ಅವರಿಗೆ ಹಸ್ತಿನಾವತಿಯ ಬೀದಿಗಳಲ್ಲಿ ಬೌದ್ಧರು ಓಡಾಡುವುದನ್ನು ಕಂಡು ಮೈಯುರಿಯುತ್ತಿತ್ತು. ನನ್ನ ಬಳಿ ಬಂದು ತಮ್ಮ ಕೋಪ ತೋಡಿಕೊಳ್ಳುತ್ತಿದ್ದರು. ಚಾತುರ್ವರ್ಣ ಪದ್ಧತಿಯನ್ನು ಹಾಳು ಮಾಡಿ ಸಮಾಜದ ಕಟ್ಟನ್ನೇ ಸಡಿಲಗೊಳಿಸುತ್ತಿರುವರೆಂದು ಅವರಿಗೆ ಕೋಪ. ಬೌದ್ಧರು ಮತಾಂತರ ಮಾಡಿಸಲು ಪ್ರಯತ್ನಿಸುತ್ತಿರುವರೆಂಬುದು ತಿಳಿದಾಗ ಅವರ ತಾಳ್ಮೆ ತಪ್ಪಿತು. ಕೆಲವೇ ದಿನಗಳಲ್ಲಿ ನಗರದ ಹೊರಭಾಗದಲ್ಲಿ ಒಂದು ಬೌದ್ಧವಿಹಾರವೂ ಆರಂಭವಾದಾಗ, ಅವರು ಸಮಾನ ಮನಸ್ಸಿನ ಸ್ವಧರ್ಮೀಯರನ್ನು ಸಂಘಟಿಸಲು ಪ್ರಯತ್ನಿಸಿದರು. ಪ್ರತಿಭಟಿಸುವ ಪ್ರಯತ್ನವನ್ನೂ ಮಾಡಿದರು.

"ಬೌದ್ಧಗುರುವಿಗೂ ಇವರಿಗೂ ಒಂದು ದಿನ ಬಿಸಿ ಬಿಸಿ ವಾಗ್ವಾದ ನಡೆಯಿತಂತೆ. ಅದಾದ ಮರುದಿನ ಸಂಜೆ ಅವರು ಮನೆಗೇ ಬರಲಿಲ್ಲ, ನನಗೆ ಆತಂಕವಾಯಿತು. ಪರಿಚಿತರಲ್ಲೆಲ್ಲಾ ವಿಚಾರಿಸಿದೆ. ಎಲ್ಲೂ ಇರಲಿಲ್ಲ, ಏನು ಅಪಾಯವಾಯಿತೋ ಎಂದು, ಆ ರಾತ್ರಿಯೆಲ್ಲಾ ನಿದ್ರೆಯಿಲ್ಲದೆ ಕಳೆದೆ. ಮುಂಜಾನೆ ಅವರು ಮನೆಗೆ ಬಂದರು. ಸದ್ಯ

ಬಂದರಲ್ಲಾ ಎಂದು ಸಂತೋಷಗೊಂಡು 'ಎಲ್ಲಿಗೆ ಹೋಗಿದ್ದಿರಿ ? ಏನಾಯಿತು ?' ಎಂದು ಆತುರದಿಂದ ಕೇಳಿದೆ. ಆದರೆ ಅವರು ಮಾತನ್ನೇ ಆಡದೆ ಹೋಗಿ ಸುಮ್ಮನೆ ಮಲಗಿಬಿಟ್ಟರು. ನಾನು ಎಷ್ಟು ಮಾತಾಡಿಸಿದರೂ, ಅವರು ಒಂದು ಮಾತನ್ನೂ ಆಡಲಿಲ್ಲ. ನಾನು ವೈದ್ಯರ ಬಳಿಗೆ ಓಡಿದೆ.

"ಅವರು ಬಂದು ಪರೀಕ್ಷೆ ಮಾಡಿ ನೋಡಿದರು. ಯಾವ ರೋಗಲಕ್ಷಣವೂ ಕಾಣುತ್ತಿಲ್ಲ ಎಂದರು. ಅನ್ನಾಹಾರಗಳನ್ನು ಕೇಳಲಿಲ್ಲ. ಬಲವಂತವಾಗಿ ತಿನ್ನಿಸಿದರೆ ಹೊಟ್ಟೆಯಲ್ಲಿ ನಿಲ್ಲದೆ ತಕ್ಷಣ ಹೊರಬರುತ್ತಿತ್ತು. ಸ್ವಲ್ಪ ಹೊತ್ತು ನಿದ್ರೆ ಮಾಡುತ್ತಿದ್ದರು. ಉಳಿದಂತೆ ಕಣ್ಣು ಬಿಟ್ಟುಕೊಂಡು ಚಾವಣಿಯತ್ತ ನೋಡುತ್ತಿದ್ದರು. ಕಡೆಗೆ ವೈದ್ಯರು, ಮನಸ್ಸಿಗೆ ಯಾವುದೋ ಆಘಾತವಾಗಿರಬೇಕು, ಕ್ರಮೇಣ ಸರಿಹೋಗಬಹುದೆಂದು ಹೇಳಿದರು. ನನ್ನ ಬಲವಂತಕ್ಕೆ ಏನೋ ಔಷಧಿ ಕೊಟ್ಟರು. ಆದರೆ ಅದು ಹೊಟ್ಟೆಗೆ ಸೇರಿದರೆ ತಾನೆ ?

"ನಾಲ್ಕುದಿನ ಕಳೆದನಂತರ ಮುಖವೆಲ್ಲ ನೀಲಿಯಾಗತೊಡಗಿತು. ಆಗ ವೈದ್ಯ ಬೇಗ ಹೊರಗೆ ಕಾಣಿಸದಂಥ ಯಾವುದೋ ನಿಧಾನ ವಿಷದ ಪ್ರಯೋಗವಾಗಿರಬೇಕೆಂದು ಯೋಚಿಸಿ ಚಿಕಿತ್ಸೆಯನ್ನು ಆರಂಭಿಸಿದರು. ಆದರೆ ಕಾಲ ಮೀರಿತ್ತು. ಮರುದಿನವೇ ಅವರು ತೀರಿಕೊಂಡರು. ಅವರ ಆಪ್ತರು, ಆ ಬೌದ್ಧ ಗುರುವಿನ ಕಡೆಯವರೇ ಅವರನ್ನು ಅಪಹರಿಸಿ ವಿಷಪ್ರಯೋಗ ಮಾಡಿರಬೇಕೆಂದು ಹೇಳಿದರು. ಆದರೆ ಅದಕ್ಕೆ ನಾನು ಯಾವ ಆಧಾರವನ್ನು ತರಲಿ ? ತಂದರೂ ನನ್ನ ಗಂಡ ಮತ್ತೆ ಬದುಕಿ ಬರುತ್ತಾರೆಯೇ ? ಎಂದುಕೊಂಡು ಸುಮ್ಮನಾದೆ. ಕೆಲವು ಕಾಲದ ಮೇಲೆ ನನ್ನ ದುಃಖದ ಬದುಕಿಗೆ ದುಃಖಿಯಾದ ವಿಶಾಖ ಕೂಡ ಸೇರಿಕೊಂಡಳು. ಮಕ್ಕಳಿಲ್ಲದ ನನಗೆ ಇವಳೇ ಮಗಳಾದಳು" ಎಂದು ಲಕ್ಷ್ಮಿ ಕಣ್ಣೊರೆಸಿಕೊಂಡಳು.

ಧರ್ಮದತ್ತ ತನ್ನ ಮಗನನ್ನು, ಹೆಂಡತಿಯ ಸಾವನ್ನು ನೆನೆದುಕೊಂಡು ಉಕ್ಕಿದ ಕಣ್ಣೀರನ್ನು ಒರೆಸಿಕೊಂಡ. ಕುತೂಹಲದಿಂದ ತನ್ನತ್ತ ನೋಡಿದ ಲಕ್ಷ್ಮಿಗೆ ಚಾಣಕ್ಯ ಧರ್ಮದತ್ತನ ವಿಷಯವನ್ನು ಹೇಳಿದ.

"ಅಲ್ಲಿ ನೋಡಿದರೆ ಮಗಧದಲ್ಲಿ ಧನನಂದ, ರಾಕ್ಷಸ, ಎಲ್ಲ ಬೌದ್ಧರಿಗೆ, ಜೈನರಿಗೆ ಹೆಚ್ಚಿನ ಪ್ರಾಶಸ್ತ್ಯ ಕೊಡುತ್ತಿದ್ದಾರೆ. ಇಲ್ಲೂ ಅದೇ ಕಥೆಯೇ ? ಬ್ರಾಹ್ಮಣರನ್ನು ಕೇಳುವವರೇ ಇಲ್ಲ" ಎಂದ ಗೌತಮ.

"ಅಲ್ಲಿ ಮಾತ್ರವಲ್ಲ ಗೌತಮ" ಚಾಣಕ್ಯ ಹೇಳಿದ, "ತಕ್ಷಶಿಲೆಯಲ್ಲೂ ಅದೇ ಕಥೆ. ಇಡೀ ಆರ್ಯಾವರ್ತದಲ್ಲೇ ಆ ಬೌದ್ಧರು ನಮ್ಮ ಸನಾತನ ಧರ್ಮಕ್ಕೆ ಪ್ರತಿರೋಧ ಒಡ್ಡುತ್ತಿರುವುದು ಮಾತ್ರವಲ್ಲದೆ, ಸಮಾಜ ಜೀವನದ ನೆಮ್ಮದಿಯನ್ನೇ ಹಾಳುಗೆಡವುತ್ತಿದ್ದಾರೆ. ಅಹಿಂಸೆ, ದಯೆ, ಕರುಣೆ, ಸನ್ನಡತೆಯೆಂದು ಬಾಯಲ್ಲಿ ಹೇಳುವುದು, ಆದರೆ ತಮ್ಮ ಧರ್ಮಪ್ರಚಾರಕ್ಕೆ ಎಲ್ಲ ರೀತಿಯ ಕೀಳು ಮಾರ್ಗಗಳನ್ನು ಅನುಸರಿಸುವುದು ಎಂಥ ವಿಪರ್ಯಾಸ ! ನನಗೆ ಮೊದಲು ನಮ್ಮ ಧರ್ಮದ ಪುನರುತ್ಥಾನ ಮಾತ್ರವಲ್ಲ, ಅದರ ಜೊತೆಗೆ ಇಡೀ ಆರ್ಯಾವರ್ತವನ್ನೇ ಒಂದೇ, ಪ್ರಬಲ ರಾಜಸತ್ತೆಯಾಗಿ ರೂಪಿಸುವುದೇ ಪ್ರಮುಖ ಧ್ಯೇಯವಾಗಿದೆ. ಆದರಿಂದ ನಮ್ಮ ಧರ್ಮದ ರಕ್ಷಣೆ ತಾನಾಗಿಯೇ ಆಗುತ್ತದೆ.

ಮಗಧವೇ ಅದಕ್ಕೇ ಕೇಂದ್ರವಾಗಬೇಕು. ಆದರೆ ಎಲ್ಲಕ್ಕಿಂತ ಮೊದಲು ಆ ದುಷ್ಟ ಧನನಂದ ಸಾಯಬೇಕು.''

''ಅದನ್ನೆಲ್ಲ ಆಮೇಲೆ ಯೋಚಿಸೋಣ. ಮೊದಲು ನಿನ್ನ ಆರೋಗ್ಯ ಸಂಪೂರ್ಣ ಸುಧಾರಿಸಬೇಕು. ನೀನು ದೈಹಿಕವಾಗಿ ಮತ್ತು ಮಾನಸಿಕವಾಗಿ ಸದೃಢವಾಗಬೇಕು. ಸಮಯ ಬಂದರೆ ನಾವೂ ನಿನ್ನ ಜೊತೆಗೆ ಬಂದುಬಿಡುತ್ತೇವೆ. ಅಲ್ಲವೇನಮ್ಮ ?'' ಎಂದು ವಿಶಾಖ ಲಕ್ಷ್ಮಿಯ ಮುಖ ನೋಡಿದಳು.

''ಖಂಡಿತ'' ಲಕ್ಷ್ಮಿ ಹೇಳಿದಳು, ''ಇಬ್ಬರೇ ಇದ್ದ ನಮ್ಮ ಮನೆ ಈಗ ತುಂಬಿದ ಸಂಸಾರದಂತೆ ಕಾಣುತ್ತಿದೆ. ಮನಸ್ಸು ಎಂದೂ ಇಲ್ಲದ ಉಲ್ಲಾಸದ ಭಾವನೆಯನ್ನು ಅನುಭವಿಸುತ್ತಿದೆ. ನಿಮ್ಮ ಜೊತೆ ತಕ್ಷಶಿಲೆಗೋ, ಪಾಟಲೀಪುತ್ರಕ್ಕೋ ಬರಲು ನಾವು ಸಿದ್ಧರಾಗಿದ್ದೇವೆ. ಅಥವಾ ಇಲ್ಲಿದ್ದುಕೊಂಡೇ ನಾನು, ವಿಶಾಖ ನಿಮಗೆ ಅಗತ್ಯವಾದ ನೆರವು ನೀಡುತ್ತೇವೆ. ನನ್ನ ಗಂಡ ಗಳಿಸಿರುವುದು ಈ ಒಳ್ಳೆಯ ಉದ್ದೇಶಕ್ಕೆ ಉಪಯೋಗವಾದರೆ ಅದಕ್ಕಿಂತ ಹೆಚ್ಚಿನ ಸಂತೋಷ ಬೇರೆ ಯಾವುದಿದೆ ?''

ಎಲ್ಲರಿಗೂ ಸಂತೋಷವಾಯಿತು. ಚಾಣಕ್ಯನ ಮನಸ್ಸು ಕೃಷಿಕ ಧನಂಜಯನ ಔದಾರ್ಯವನ್ನು ನೆನೆದುಕೊಳ್ಳುತ್ತಿತ್ತು.

## ೧೦

ಚಾಣಕ್ಯ ಪೂರ್ಣ ಗುಣಮುಖನಾಗಲು ಇಪ್ಪತ್ತು ದಿನಗಳು ಬೇಕಾದವು. ವಿಶಾಖ ಮೊದಲಿನ ಮಂಕುತನವನ್ನೆಲ್ಲ ಮರೆತವಳಂತೆ ಗೆಲುವಾಗಿರುವುದನ್ನು ಕಂಡು ಲಕ್ಷ್ಮಿಗೆ ಸಂತೋಷವಾಯಿತು. ಗೌತಮ ಗುರುಕುಲಕ್ಕೆ ಹೋಗಿ ವಿಷಯ ತಿಳಿಸಿ ಬರಲು ಹೊರಟಿದ್ದ. ''ಅಗತ್ಯವಿಲ್ಲ, ಎಲ್ಲರೂ ಒಟ್ಟಿಗೆ ಹೋದರಾಯಿತು. ನೀನಿದ್ದರೆ ರುಚಿರುಚಿಯಾಗಿ ನಿತ್ಯ ಒಂದೊಂದು ಬಗೆಯ ಅಡಿಗೆ ಮಾಡಿ ಹಾಕುತ್ತಿ'' ಎಂದು ವಿಶಾಖ ನಗುತ್ತಾ ತಡೆದಳು.

''ಬೇಕಾದರೆ ಇಲ್ಲಿಯೇ ಇರಿಸಿಕೊಂಡು ಬಿಡಿ'' ಎಂದು ಧರ್ಮದತ್ತ ಚೇಷ್ಟೆ ಮಾಡಿದ.

''ನಾವು ಇಲ್ಲಿರಿಸಿಕೊಂಡರೆ, ಅಲ್ಲಿ ನನ್ನ ಮಗನ ಸೇವೆ ಮಾಡುವವರು ಯಾರು ?'' ಎಂದಳು ವಿಶಾಖ.

''ಅಲ್ಲಿಗೆ ಬೇಕಾದರೆ ತಕ್ಷಶಿಲೆಯಿಂದ ಚಂದಕ ಬರುತ್ತಾನೆ. ಮಿತ್ರರಿದ್ದಾರೆ, ಶಿಷ್ಯರಿದ್ದಾರೆ, ನಾನಿದ್ದೇನೆ'' ಎಂದ ಧರ್ಮದತ್ತ.

''ಮೊದಲಾದರೆ ಇದ್ದುಬಿಡುತ್ತಿದ್ದೆ'' ಗೌತಮ ಹೇಳಿದ, ''ಈಗ ಇಷ್ಟೆಲ್ಲಾ ಆದಮೇಲೆ, ಆಚಾರ್ಯರ ಜೊತೆ ಅವರ ಸಾಹಸದಲ್ಲಿ ಭಾಗಿಯಾಗಬೇಕೆಂಬ ಆಸೆಯಾಗುತ್ತಿದೆ.''

ಒಂದು ತಿಂಗಳ ನಂತರ ಅವರು ಗುರುಕುಲದ ಕಡೆಗೆ ಹೊರಟು ನಿಂತರು. ''ನಮ್ಮ ಕಡೆಯವರು ಯಾರಾದರೂ ಬಂದರೆ ಆಶ್ರಯ ಕೊಡಿ. ಸಾಧ್ಯವಾದರೆ ಅಲ್ಪಸ್ವಲ್ಪ ಸಹಾಯವನ್ನೂ ನೀಡಬೇಕಾಗಬಹುದು. ಪಾಟಲೀಪುತ್ರಕ್ಕೆ ನೀವು ಬರಬೇಕಾದ ಸಂದರ್ಭ ಒದಗಿದರೆ ಮೊದಲೇ ನಿಮಗೆ ಸುದ್ದಿ ಕೊಡುತ್ತೇನೆ. ಸದ್ಯಕ್ಕೆ ನಾನು, ಗುರುಕುಲದಲ್ಲಿ

ಕುಳಿತು, ಸಾವಧಾನವಾಗಿ ಯೋಚಿಸಿ ಸೂಕ್ತ ಭೂಮಿಕೆಯನ್ನು ಸಿದ್ಧಪಡಿಸಬೇಕಾಗಿದೆ'' ಎಂದ ಚಾಣಕ್ಯ.

''ಹೋಗಿ ಬಾ ಚಾಣಕ್ಯ. ನಾನು ಮತ್ತು ಅಮ್ಮ, ನಿನಗೆ ಯಶಸ್ಸು ಕೊಡುವಂತೆ ಸದಾ ದೇವರನ್ನು ಪ್ರಾರ್ಥಿಸುತ್ತೇವೆ'' ಎಂದಳು ವಿಶಾಖ.

ಅವರ ಬಳಿ ಏನೂ ಇಲ್ಲವೆಂಬುದು ಗೊತ್ತಿದ್ದುದರಿಂದ ಲಕ್ಷ್ಮಿ ಗೌತಮನ ಬಳಿ ಗುಟ್ಟಾಗಿ ಸ್ವಲ್ಪ ಧನವನ್ನು ಕೊಟ್ಟು ಅಗತ್ಯಬಿದ್ದಾಗ ಬಳಸಿಕೊಳ್ಳುವಂತೆ ಹೇಳಿದಳು. ವಿಶಾಖ ಮತ್ತು ಲಕ್ಷ್ಮಿ ಸಂತೋಷದಿಂದಲೇ ಅವರನ್ನು ಬೀಳ್ಕೊಟ್ಟರು. ಅವರು ಉತ್ಸಾಹದಿಂದಲೇ ಹಸ್ತಿನಾವತಿಯನ್ನು ಬಿಟ್ಟರು. ಈ ಸಲ ಗೌತಮ ಮುಂಜಾಗ್ರತೆ ವಹಿಸಿ, ದಾರಿಯಲ್ಲಿ ಏನಾದರೂ ಚಾಣಕ್ಯನ ಆರೋಗ್ಯ ಕೆಟ್ಟರೆ ಅಗತ್ಯ ಬೀಳಬಹುದೆಂದು, ವೈದ್ಯನಿಂದ ಸ್ವಲ್ಪ ಔಷಧಿಯನ್ನು ತೆಗೆದಿರಿಸಿಕೊಂಡಿದ್ದ.

ಈಗ ಚಾಣಕ್ಯ ಎಲ್ಲ ಉದ್ವಿಗ್ನತೆಯಿಂದಲೂ ಮುಕ್ತನಾಗಿದ್ದ. ಕೋಪ, ದುಃಖ, ಕಹಿ ಘಟನೆಗಳ ನೆನಪು ಎಲ್ಲ ಹಾಗೇ ಇದ್ದರೂ, ಅವು ಭಾವೋದ್ರೇಕವುಂಟು ಮಾಡುವ ದುರ್ಬಲ ಸ್ಥಿತಿಯಿಂದ ಹೊರಬಂದಿದ್ದ. ಅವುಗಳನ್ನು ಸಮಾಧಾನ ಸ್ಥಿತಿಯಲ್ಲಿ ನೆನಪು ಮಾಡಿಕೊಳ್ಳತೊಡಗಿದ. ಧನನಂದನ ನೆನಪು ಬಂದಾಗ ಕೋಪ ಕೆರಳಿದರೂ, ಈಗ ಆವೇಶವಾಗಿ ಅವನ ವಿವೇಕವನ್ನು ಮುಚ್ಚಲಿಲ್ಲ.

ಲಕ್ಷ್ಮಿಯ ಗಂಡನ ಘಟನೆ ಮತ್ತು ಧರ್ಮದತ್ತನ ಮಗನ ಪ್ರಸಂಗ ಹೆಚ್ಚುಕಡಿಮೆ ಒಂದನ್ನೊಂದು ಹೋಲುತ್ತಿದ್ದವು. ಅಂಥ ಘಟನೆಗಳು ಆರ್ಯಾವರ್ತದ ಬೇರೆ ಬೇರೆ ಕಡೆಗಳಲ್ಲಿ ಇನ್ನೆಷ್ಟು ನಡೆಯುತ್ತಿವೆಯೋ, ಎಂದುಕೊಂಡ. ಒಂದು ಕಡೆ ಧರ್ಮ ಪ್ರಚಾರಕರ ಕ್ಷುಲ್ಲಕ ನಡವಳಿಕೆಗಳು, ಇನ್ನೊಂದು ಕಡೆ ಧನನಂದನಂಥ ಪ್ರಜಾಪೀಡಕರು! ಈ ಎರಡು ಬಗೆಯ ಶತ್ರುಗಳೊಂದಿಗೆ ಅವನು ಹೋರಾಡಬೇಕಾಗಿತ್ತು. ಬೌದ್ಧರ ವಿರುದ್ಧ ಹೋರಾಡುವುದಕ್ಕಿಂತ ಮೊದಲು, ಧನನಂದನನ್ನು ಕೊಂದು, ಮಗಧದ ಸಿಂಹಾಸನದ ಮೇಲೆ ಒಬ್ಬ ಸಮರ್ಥ ಚಕ್ರವರ್ತಿಯನ್ನು ಕೂಡಿಸುವುದೇ ಮೊದಲು ಆಗಬೇಕಾದ ಕಾರ್ಯ, ಎಂದುಕೊಂಡ. ಆ ಹೊಸ ಚಕ್ರವರ್ತಿ ಸ್ವಧರ್ಮನಿಷ್ಠನಾದರೆ, ಇತರ ಧರ್ಮದವರು ಬಾಲ ಮುದುರಿಕೊಳ್ಳುತ್ತಾರೆ, ಎನ್ನಿಸಿತು.

ಅವರು ಗುರುಕುಲ ತಲಪಿದಾಗ ಅಲ್ಲಿದ್ದ ಎಲ್ಲರ ಮುಖಗಳೆಲ್ಲಾ ಅರಳಿದವು. ''ಸದ್ಯ, ಬಂದಿರಲ್ಲಾ'' ಎಂದ ಕಾತ್ಯಾಯನ.

''ನಮಗಂತೂ, ಪ್ರತಿದಿನ ನೀವು ಇಂದು ಬಂದೇ ಬರುವಿರೆಂದು ನಿರೀಕ್ಷಿಸುವುದೇ ಆಯಿತು'' ಎಂದ ಶಿವಸ್ಕಂದ.

''ನಿನ್ನ ಶಿಷ್ಯರಂತೂ, ಪಾಟಲೀಪುತ್ರಕ್ಕೆ ಹೋಗಿ, ನೋಡಿಕೊಂಡು ಬರುತ್ತೇವೆಂದು ತುದಿಗಾಲಲ್ಲಿ ನಿಂತಿದ್ದರು'' ಎಂದ ಇಂದುಶರ್ಮ.

ಚಾಣಕ್ಯ ನಗುತ್ತಾ ಹೇಳಿದ, ''ನಿಮ್ಮೆಲ್ಲರ ಅಭಿಮಾನಕ್ಕೆ ನನಗೆ ಬಹಳ ಸಂತೋಷ ವಾಗುತ್ತಿದೆ. ನಾನಂತೂ ಈಗ ಬೇರೆಯೇ ವ್ಯಕ್ತಿಯಾಗಿದ್ದೇನೆ. ಈ ಕೆಲವು ತಿಂಗಳುಗಳಲ್ಲಿ ಒಂದು ಜೀವಮಾನದ ಅನುಭವಗಳನ್ನೇ ಪಡೆದು ಬಂದಿದ್ದೇನೆ.''

"ಅದನ್ನೆಲ್ಲ ಕೇಳಲು ನಾವು ಕಾತರದಿಂದಿದ್ದೇವೆ" ಎಂದ ಕಾತ್ಯಾಯನ.

"ಅದನ್ನೆಲ್ಲ ನಮ್ಮ ಧರ್ಮದತ್ತರು ವಿವರವಾಗಿ ಹೇಳುತ್ತಾರೆ" ಎಂದ ಚಾಣಕ್ಯ.

ಆ ದಿನ ರಾತ್ರಿ ಊಟ ಮುಗಿದ ನಂತರ ಚಾಣಕ್ಯ ತನ್ನ ಕುಟೀರವನ್ನು ಸೇರಿಕೊಂಡ. ಉಳಿದವರೆಲ್ಲ ವಿಶಾಲವಾದ ಅಧ್ಯಯನ ಕುಟೀರದಲ್ಲಿ ಸೇರಿದರು. ಧರ್ಮದತ್ತ, ಗುರುಕುಲವನ್ನು ಬಿಟ್ಟಾಗಿನಿಂದ ಇಲ್ಲಿಯವರೆಗಿನ ಪ್ರತಿಯೊಂದು ಘಟನೆಯನ್ನೂ ಸಾವಧಾನವಾಗಿ ವಿವರಿಸಿದ. ನಡು ನಡುವೆ ಗೌತಮ ಬಿಟ್ಟ ವಿಷಯಗಳನ್ನು ನೆನಪು ಮಾಡಿಕೊಡುತ್ತಿದ್ದ. ಪಾಟಲೀಪುತ್ರದಲ್ಲಿ ನಡೆದ ಘಟನೆಗಳನ್ನು ಕೇಳುತ್ತಿದ್ದಂತೆ ಎಲ್ಲರ ಕಣ್ಣುಗಳೂ ಕೋಪದಿಂದ ಕೆಂಪಾದವು. ಚಾಣಕ್ಯನ ಜ್ವರ, ಧನಂಜಯನ ಸತ್ಕಾರ, ಬೀಳ್ಕೊಟ್ಟ ಸಂದರ್ಭದ ಭಾವೋದ್ವೇಗಕ್ಕೆ ಅವರೂ ಒಳಗಾದರು. ಹಸ್ತಿನಾವತಿಯ ವಿಶಾಖಳ ವಿಷಯ ಕೇಳಿ ಎಲ್ಲರೂ ಕಣ್ಣರಳಿಸಿದರು. ಕಡೆಯಲ್ಲಿ ಅದು ತಾಯಿ ಮಗನ ಸಂಬಂಧವಾಗಿ ಮಾರ್ಪಟ್ಟ ವಿಷಯ ಹೇಳಿದಾಗ, ಅವರೆಲ್ಲರ ಹೃದಯ ಚಾಣಕ್ಯ ಮತ್ತು ವಿಶಾಖಳ ಬಗ್ಗೆ ಹೆಮ್ಮೆ, ಅಭಿಮಾನಗಳಿಂದ ಉಬ್ಬಿದವು.

ಕೆಲವೇ ದಿನಗಳಲ್ಲಿ ಮಳೆಗಾಲ ಆರಂಭವಾಯಿತು. ಚಾಣಕ್ಯ ಬೆಳಗಿನ ಹೊತ್ತು ಅಧ್ಯಾಪನದ ಕರ್ತವ್ಯ ನಿರ್ವಹಿಸುತ್ತಿದ್ದ. ಉಳಿದಂತೆ ಇಡೀ ದಿನ, ನದೀ ತೀರದಲ್ಲಿ ಯಾವುದೋ ಒಂದು ಬಂಡೆಯ ಮೇಲೆ ಏಕಾಂಗಿಯಾಗಿ ಕುಳಿತು ಆಲೋಚನೆಯಲ್ಲಿ ಮುಳುಗುತ್ತಿದ್ದ. ರಾತ್ರಿ ಬಹುಹೊತ್ತಿನವರೆಗೆ ತನ್ನ ಕುಟೀರದಲ್ಲಿ ಅಧ್ಯಯನದಲ್ಲಿ ತೊಡಗುತ್ತಿದ್ದ. ಮುಂದಿನ ಯೋಜನೆಗಳ ಬಗ್ಗೆ ಅವನು ಗಹನವಾಗಿ ಆಲೋಚಿಸುತ್ತಿರುವನೆಂದು ಎಲ್ಲರಿಗೂ ಗೊತ್ತಿತ್ತು.

ಒಂದು ದಿನ ಇಂದುಶರ್ಮ ತಾನು ತಕ್ಷಶಿಲೆಗೆ ಹೋಗಿ ಬರುವುದಾಗಿ ಹೇಳಿದ.

"ಏಕೆ ? ಇಷ್ಟರಲ್ಲೇ ಪ್ರಭಂಜನನೋ, ಸಮಂತಭದ್ರನೋ ಬರಬಹುದು. ಅವರು ಬಾರದಿದ್ದರೆ ಅಗತ್ಯ ವಸ್ತುಗಳನ್ನು ತರಲು ಯಾರಾದರೂ ಹೋಗಬೇಕು. ಆಗ ಹೋದರಾಯಿತು" ಎಂದ ಚಾಣಕ್ಯ.

"ನನಗಂತೂ ಒಂದೇ ಕಡೆ ಹೆಚ್ಚು ದಿನ ಇರಲು ಉಸಿರು ಕಟ್ಟುತ್ತದೆ" ಇಂದುಶರ್ಮ ಹೇಳಿದ, "ಸದಾ ಬೇರೆ ಬೇರೆ ಸ್ಥಳಗಳಲ್ಲಿ ಸಂಚರಿಸುತ್ತಿರಬೇಕು."

"ಐದು ವರ್ಷ ಹಿಮಾಲಯದಲ್ಲಿ ಹೇಗಿದ್ದೆ?" ಚಾಣಕ್ಯ ನಕ್ಕ.

"ಅಲ್ಲಿ ತಾನೆ ಒಂದೇ ಕಡೆ ಎಲ್ಲಿದ್ದೆ ? ಇಂದು ಒಬ್ಬ ಗುರು, ನಾಳೆ ಇನ್ನೊಬ್ಬ. ಆದರೆ ಅಲ್ಲಿ ಎಲ್ಲಿದ್ದರೂ ಒಂದೇ ಬಿಡು. ಎಲ್ಲ ಕಡೆ ಹಿಮದ ರಾಶಿ, ಹಿಮಪರ್ವತಗಳು !" ಎಂದು ಇಂದುಶರ್ಮ ತಾನೂ ನಕ್ಕ.

"ಇಷ್ಟರಲ್ಲೇ ನೀನು ಒಂದು ದೊಡ್ಡ ಕಾರ್ಯಭಾರವನ್ನು ಹೊತ್ತು ಬೇರೆ ಕಡೆಗೆ ಹೋಗಬೇಕಾಗುತ್ತದೆ."

"ಎಲ್ಲಿಗೆ ? ಯಾವ ಊರಿಗೆ ? ಏನು ಕಾರ್ಯಭಾರ ?" ಇಂದುಶರ್ಮ ಆತುರದಿಂದ ಕೇಳಿದ.

"ಸದ್ಯದಲ್ಲೇ ತಿಳಿಸುತ್ತೇನೆ. ನನ್ನ ಯೋಜನೆ ಮೊದಲು ನನ್ನ ಮನಸ್ಸಿನಲ್ಲಿ ದೃಢವಾಗುತ್ತಿದ್ದಂತೆ ಇಲ್ಲಿರುವ ಪ್ರತಿಯೊಬ್ಬರಿಗೂ ಒಂದೊಂದು ಕೆಲಸ ಬೀಳುತ್ತದೆ."

“ಸರಿ, ಅದು ಆಮೇಲಾಗಲಿ, ಮೊದಲು ತಕ್ಷಶಿಲೆಗೆ ಹೋಗಿಬರಲು ಅನುಮತಿ ಕೊಡು. ಬೇಕಾದರೆ ಜೊತೆಯಲ್ಲಿ ಒಬ್ಬ ವಿದ್ಯಾರ್ಥಿಯೋ, ಅಥವಾ ಶಿವಸ್ಕಂದನೋ, ನಾಗದತ್ತನೋ ಬರಲಿ. ಒಂದೆರಡು ದಿನ ಇದ್ದು ಸ್ನೇಹಿತರನ್ನು ಮಾತಾಡಿಸಿಕೊಂಡು, ಅಗತ್ಯವಸ್ತುಗಳನ್ನು ತೆಗೆದುಕೊಂಡು ಬರುತ್ತೇವೆ.”

“ಆಯಿತು, ನಿನ್ನ ಜೊತೆ ಸಿದ್ಧಾರ್ಥಕನನ್ನು ಕರೆದುಕೊಂಡು ಹೋಗು. ಬರುತ್ತಾ, ಮಹತ್ವದ ಬೇರೆ ವಿಷಯಗಳೇನಾದರೂ ಇದ್ದರೆ, ಅವನ್ನೂ ವಿವರವಾಗಿ ತಿಳಿದುಕೊಂಡು ಬನ್ನಿ.”

“ಆಗಬಹುದು.”

“ನಾಳೆ ಬೆಳಿಗ್ಗೆ ಹೊರಡಿ. ಆದರೆ ಎಚ್ಚರ, ನಮ್ಮ ಬಗ್ಗೆ ರಾಜನ ಕಡೆಯವರಿಗಾಗಲಿ, ವೇದಗುಪ್ತನ ಕಡೆಯವರಿಗಾಗಲಿ ಸಂದೇಹ ಬರಬಾರದು.”

“ನಾವು ಎಚ್ಚರದಿಂದಿರುತ್ತೇವೆ. ನೀನು ಚಿಂತಿಸಬೇಡ.”

ಮರುದಿನ ಮುಂಜಾನೆಯೇ ಇಂದುಶರ್ಮ ಮತ್ತು ಸಿದ್ಧಾರ್ಥಕ ತಕ್ಷಶಿಲೆಯತ್ತ ಪ್ರಯಾಣ ಬೆಳೆಸಿದರು. ಈ ಸಂಚಾರ ಇಬ್ಬರಿಗೂ ಉಲ್ಲಾಸದಾಯಕವಾಗಿತ್ತು. ಮಳೆಗಾಲ ವಾದ್ದರಿಂದ ಎಲ್ಲ ಕಡೆ ಹಸಿರು ರಮಣೀಯವಾಗಿತ್ತು. ಎಲ್ಲೆಲ್ಲೂ ಹಳ್ಳ ತೊರೆ, ಝರಿಗಳು ತುಂಬಿ ಹರಿಯುತ್ತಿದ್ದವು. ಒಂದೆರಡು ಸಲ ಮಳೆಯಲ್ಲಿ ನೆನೆಯಬೇಕಾಯಿತು. ಒಂದು ಹಗಲು, ಒಂದು ರಾತ್ರಿಯ ಪ್ರಯಾಣ, ಎರಡು ಹಗಲು, ಒಂದು ರಾತ್ರಿಯಷ್ಟು ದೀರ್ಘವಾಯಿತು.

ನಡುನಡುವೆ ಇಂದುಶರ್ಮ ತನ್ನ ಹಿಮಾಲಯದ ಅನುಭವಗಳನ್ನು ಸ್ವಾರಸ್ಯವಾಗಿ ಬಣ್ಣಿಸುತ್ತಿದ್ದ. “ನೀವು ಇನ್ನು ಸ್ವಲ್ಪ ಕಾಲ ಅಲ್ಲೇ ಇದ್ದಿದ್ದರೆ, ತಪಸ್ಸು ಮಾಡಿ ಸಿದ್ಧಿ ಪಡೆಯ ಬಹುದಾಗಿತ್ತು” ಎಂದ ಸಿದ್ಧಾರ್ಥಕ.

“ಆ ಸಿದ್ಧಿಯಿಂದೇನಾಗಬೇಕು?”

“ಸಿದ್ಧಿ ಪಡೆದವರು ಅಂದುಕೊಂಡದ್ದನ್ನು ಸಾಧಿಸಬಹುದಂತೆ, ನೀವು ನಮ್ಮ ಆಚಾರ್ಯ ಚಾಣಕ್ಯರ ಆದರ್ಶಗಳನ್ನು ಕ್ಷಣಮಾತ್ರದಲ್ಲಿ ಈಡೇರಿಸಬಹುದಾಗಿತ್ತು.”

ಇಂದುಶರ್ಮ ನಕ್ಕು ಹೇಳಿದ, “ದೇಹ ದಂಡನೆ, ತಪಸ್ಸು ಸಿದ್ಧಿಗಳೆಲ್ಲ ಅರ್ಥಹೀನ ವೆನಿಸಿದ್ದರಿಂದಲೇ ನಾನು ಮತ್ತೆ ಹಿಂದಿರುಗಿ ಬಂದದ್ದು. ಸೃಷ್ಟಿ ಎಷ್ಟು ಸುಂದರವಾಗಿದೆ ! ಎಷ್ಟೊಂದು ವೈವಿಧ್ಯಮಯವಾಗಿದೆ ! ನಮ್ಮ ಅನುಭವಗಳೂ ವೈವಿಧ್ಯದಿಂದ ಕೂಡಿರಬೇಕೆಂದು ನನ್ನ ಆಸೆ.”

“ನೀವು ಅಲ್ಲಿಗೆ ಹೋಗದೆ ತಕ್ಷಶಿಲೆಯ ಗುರುಕುಲದಲ್ಲೇ ಇದ್ದಿದ್ದರೆ, ನೀವೂ ಆಚಾರ್ಯ ಚಣಕರಂತೆ, ಜನಪ್ರಿಯರಾಗುತ್ತಿದ್ದಿರಿ.”

“ಒಂದೇ ಕಡೆ ಇದ್ದು ಒಂದೇ ವೃತ್ತಿ ಮಾಡುವುದು ನನಗೆ ಇಷ್ಟವಿಲ್ಲವೆಂದು ಆಗಲೇ ಹೇಳಿದೆನಲ್ಲ ಸಿದ್ಧಾರ್ಥಕ? ಬದಲಾವಣೆಯಿಲ್ಲದ ಬದುಕಿನಲ್ಲಿ ಏನು ಸ್ವಾರಸ್ಯವಿರುತ್ತದೆ ?”

ಸಿದ್ಧಾರ್ಥಕ ಸುಮ್ಮನಾದ.

ಮರುದಿನ ಸಂಜೆ ಅವರು ತಕ್ಷಶಿಲೆಯನ್ನು ತಲಪಿದರು. ಈಗ ಪ್ರಭಂಜನ ಮತ್ತು ಚಂದಕ ಇದ್ದ ಚಾಣಕ್ಯನ ಮನೆಗೆ ಹೋದರು. ಸದ್ಯದ ಪ್ರಕ್ಷುಬ್ಧ ಪರಿಸ್ಥಿತಿಯಲ್ಲಿ ಅಲ್ಲಿಗೆ ಬರುವುದು ಬೇಡವೆಂದು, ಪ್ರಭಂಜನ ತನ್ನ ತಾಯಿ, ತಂದೆ, ತಂಗಿಯರ ಕುಟುಂಬವನ್ನು

ತನ್ನ ಗ್ರಾಮದಲ್ಲೇ ಇರಿಸಿದ್ದ. ಆಗಾಗ ತಾನೇ ಹೋಗಿ ಅವರಿಗೆ ಅಗತ್ಯವಾದ ಧನವನ್ನು ಕೊಟ್ಟು ಬರುತ್ತಿದ್ದ. ಆದ್ದರಿಂದ ಚಾಣಕ್ಯನ ಕಡೆಯವರು ಯಾರು, ಯಾವಾಗ ಬಂದರೂ ಅಲ್ಲಿ ನಿರ್ಯೋಚನೆಯಿಂದ ಇಳಿದುಕೊಳ್ಳಬಹುದಾಗಿತ್ತು. ಅವರನ್ನು ನೋಡಿ ಪ್ರಭಂಜನ ಮತ್ತು ಚಂದಕ ಸಂತೋಷಗೊಂಡರು.

ಊಟವಾದ ನಂತರ ಎಲ್ಲ ಮಾತಿಗೆ ಕುಳಿತಾಗ ಪ್ರಭಂಜನ ಗುರುಕುಲದ ಬಗ್ಗೆ, ಅಲ್ಲಿರುವವರ ಬಗ್ಗೆ ಕಾತರದಿಂದ ಕೇಳಿದ. ಅಲ್ಲದೆ, ಅಂದು ಗೌತಮ ಹುಡುಕಿಕೊಂಡು ಬಂದು ಚಾಣಕ್ಯನನ್ನು ಪಾಟಲೀಪುತ್ರಕ್ಕೆ ಕರೆದುಕೊಂಡು ಹೋದಮೇಲೆ ಏನಾಯಿತು? ಅವರು ಹಿಂದಿರುಗಿ ಬಂದರೆ ? ಅಲ್ಲಿನ ವಿಷಯಗಳೇನು ? ಇತ್ಯಾದಿ ಪ್ರಶ್ನೆಗಳ ಮೇಲೆ ಪ್ರಶ್ನೆಗಳನ್ನು ಕೇಳಿದ.

ಇಂದುಶರ್ಮ ಸಂಕ್ಷಿಪ್ತವಾಗಿ ಎಲ್ಲವನ್ನೂ ವಿವರಿಸಿದ. ಚಾಣಕ್ಯನ ತಂದೆ ತೀರಿಹೋದ ವಿಷಯ ಕೇಳಿ ಅವರಿಗೆ ಬಹಳ ನೋವಾಯಿತು.

''ಅದಿರಲಿ, ಸದ್ಯದಲ್ಲಿ ಇಲ್ಲಿನ ಪರಿಸ್ಥಿತಿ ಏನು ? ವೈವಸ್ವತ, ಆಂಭೀಕ ಏನನ್ನುತ್ತಾರೆ ? ಗುರುಕುಲದ ಸ್ಥಿತಿಯೇನು ? ವೇದಗುಪ್ತ ಹೇಗಿದ್ದಾನೆ ?'' ಎಂದು ಇಂದುಶರ್ಮ ಕೇಳಿದ.

''ಗುರುಕುಲದ ಕಥೆ ಏನು ಹೇಳಲಿ ?'' ಪ್ರಭಂಜನ ಹೇಳಿದ, ''ಬೌದ್ಧಪೀಠ ಆರಂಭವಾದ ಮೇಲೆ ಆ ವಿದ್ಯಾರ್ಥಿಗಳಿಗೂ ನಮ್ಮ ವಿದ್ಯಾರ್ಥಿಗಳಿಗೂ ಘರ್ಷಣೆಗಳು ನಡೆಯುತ್ತಲೇ ಇವೆ. ಇನ್ನೂ ಅವು ಹಿಂಸೆಯ ರೂಪ ತಾಳಿಲ್ಲ, ಅದೇ ನಮ್ಮ ಪುಣ್ಯ. ವೈವಸ್ವತ ಮತ್ತು ಆಂಭೀಕ ಯಥಾಪ್ರಕಾರ ಬೌದ್ಧರಿಗೆ ಬೆಂಬಲವಾಗಿಯೇ ನಡೆದುಕೊಳ್ಳುತ್ತಿದ್ದಾರೆ. ಅರ್ಧಕ್ಕಿಂತ ಹೆಚ್ಚು ಜನ ವಿದ್ಯಾರ್ಥಿಗಳು ಈಗಾಗಲೇ ಗುರುಕುಲ ಬಿಟ್ಟಿದ್ದಾರೆ. ತಕ್ಷಶಿಲೆಯ ಗುರುಕುಲವನ್ನು ಇಂದಲ್ಲ ನಾಳೆ ಬೌದ್ಧ ವಿದ್ಯಾಕೇಂದ್ರವನ್ನಾಗಿ ಮಾಡಿಯೇ ತೀರುತ್ತೇವೆಂದು ಆ ವಿದ್ಯಾರ್ಥಿಗಳು, ಅಧ್ಯಾಪಕರು, ಕಂಡಂತೆ, ಕಾಣದಂತೆ ಮಾತಾಡಿಕೊಳ್ಳುತ್ತಿದ್ದಾರೆ. ಚಾಣಕ್ಯ ಇರುವ ಸ್ಥಳ ಗೊತ್ತಾದರೆ, ಬಹುಶಃ ಎಲ್ಲ ವಿದ್ಯಾರ್ಥಿಗಳೂ ಅವರಿರುವ ಕಡೆಗೇ ಬಂದುಬಿಟ್ಟರೆ ಆಶ್ಚರ್ಯ ಪಡಬೇಕಾಗಿಲ್ಲ!''

''ಹಾಗೆ ಮಾಡಿದರೆ ಅವರಿಗೂ ಅನುಕೂಲವಾಗುತ್ತದೆ. ಗುರುಕುಲ ಅನಾಯಾಸವಾಗಿ ಬೌದ್ಧ ವಿದ್ಯಾಕೇಂದ್ರವಾಗುತ್ತದೆ.''

''ಸೌಮ್ಯ ರೀತಿಯಿಂದ ಸಾಧ್ಯವಿಲ್ಲವೆಂದು ಅರಿವಾದ ಮೇಲೆ, ನಾವು ಬಲ ಪ್ರಯೋಗ ಮಾಡಿಯಾದರೂ ನಮ್ಮ ಗುರುಕುಲವನ್ನು ಉಳಿಸಿಕೊಳ್ಳಬೇಕು'' ಎಂದ ಸಿದ್ಧಾರ್ಥಕ ಕೋಪದಿಂದ.

''ರಾಜನ ಬೆಂಬಲವಿದ್ದಾಗ ಅಂಥ ಪ್ರಯತ್ನ ಅಪಾಯಕಾರಿ ಸಿದ್ಧಾರ್ಥಕ'' ಪ್ರಭಂಜನ ಹೇಳಿದ, ''ಮೊದಲು ಇಂಥ ಅವಿವೇಕಿ ರಾಜನೇ ಹೋಗಬೇಕು.''

''ಅದಿರಲಿ, ವಿದೇಶೀ ಆಕ್ರಮಣದ ಸೂಚನೆಯಿತ್ತಲ್ಲ, ಆ ವಿಷಯವೇನು?'' ಎಂದು ಇಂದುಶರ್ಮ ಕಳಿದ.

''ಯವನ ವೀರ ಅಲೆಗ್ಸಾಂಡರ್ ಈಗಾಗಲೇ ಅಖಿಮೇನಿಯನ್ ರಾಜ ಮೂರನೇ ಡೇರಿಯಸ್ಸನ ಪ್ರಾಂತವನ್ನು ಮುಟ್ಟಿರುವನೆಂದು ಸುದ್ದಿ ಬಂದಿದೆ. ಅವನಲ್ಲಿ ಕೆಲಸ

ಮಾಡಲು ಗುಡ್ಡಗಾಡು ಪ್ರದೇಶಗಳಿಂದ ಮತ್ತು ಗ್ರಾಮಗಳಿಂದ ಸಂಬಳದ ಸೈನಿಕರು ಹೋಗುತ್ತಿರುವರೆಂಬ ಸುದ್ದಿಯೂ ಇದೆ.''

''ಅಂದರೆ ಗಾಂಧಾರಕ್ಕೂ ಅವನ ಆಕ್ರಮಣದ ಭೀತಿಯಿದೆಯೆಂದಾಯಿತು ?''

''ಹೌದು, ಹಿಂದೆ ಮೊದಲನೇ ಡೇರಿಯಸ್ ಗಾಂಧಾರವನ್ನು ಆಕ್ರಮಿಸಿ ಸಾಕಷ್ಟು ಸುಲಿಗೆ ಮಾಡಿದ್ದ. ನಮ್ಮಲ್ಲಿ ದೊರೆಯುವ ಚಿನ್ನದ ಮೇಲೆ ಅವರಿಗೆ ಬಹಳ ವ್ಯಾಮೋಹವಿತ್ತಂತೆ.''

''ಯುದ್ಧ ಮಾಡುವ ಕೆಚ್ಚಿಲ್ಲದ ಆಂಭೀಕ ಏನು ಮಾಡುವನೋ ?''

''ಈಗಾಗಲೇ ಅವನಿಗೆ ನಡುಕವುಂಟಾಗಿರುವಂತಿದೆ. ಅಲೆಗ್ಸಾಂಡರನ ಸೈನ್ಯವೇನಾದರೂ ನುಗ್ಗಿದರೆ, ಅವನು ತಕ್ಷಶಿಲೆಯನ್ನು ಬಿಟ್ಟು ಓಡಿಹೋದರೂ ಅಚ್ಚರಿಯಿಲ್ಲ!''

''ಪಂಚನದಿಗಳ ನಾಡುಗಳೆಲ್ಲ ಒಟ್ಟುಗೂಡಿ ಎದುರಿಸಿದರೆ ಬಹುಶಃ ಆ ಯವನ ವೀರನನ್ನು ಆರ್ಯಾವರ್ತದ ಬಾಗಿಲಲ್ಲೇ ಹೊಡೆದು ಹಿಂದಕ್ಕಟ್ಟಬಹುದು.''

''ಅದು ಆಗದ ಮಾತು ಇಂದು ಶರ್ಮರೇ. ಏಕೆಂದರೆ ಅವರಲ್ಲಿ ಒಬ್ಬರನ್ನು ಕಂಡರೆ ಒಬ್ಬರಿಗಾಗುವುದಿಲ್ಲ, ಅದರಲ್ಲೂ ಆಂಭೀಕನಿಗೆ ಪರ್ವತ ನಾಡಿನ ಪೌರವನನ್ನು ಕಂಡರೆ ಅಪಾರ ಶತ್ರುತ್ವ''

''ಏಕೆ, ಅದಕ್ಕೇನಾದರೂ ಕಾರಣವಿದೆಯೆ ?''

''ಯಾವ ಕಾರಣವೂ ಇಲ್ಲ, ಬರೀ ಅಸೂಯೆ, ಅಷ್ಟೇ ಅವನು ಇವನಿಗಿಂತ ಪ್ರಬಲ. ಸುಸಜ್ಜಿತವಾದ ಸೇನೆಯಿದೆ. ವೀರರಾದ ಮೂವರು ಗಂಡುಮಕ್ಕಳಿದ್ದಾರೆ. ಗಾಂಧಾರಕ್ಕಿಂತ ದೊಡ್ಡದಾದ ಸಮೃದ್ಧ ನಾಡಿಗೆ ಅವನು ಒಡೆಯನಾಗಿದ್ದಾನೆ.''

''ಅವನು ಪ್ರಬಲನಾದರೆ ಇವನಿಗೇನಂತೆ ?''

''ಕೈಲಾಗದವನು ಮೈಪರಚಿಕೊಂಡಂತೆ, ತನ್ನ ಅಸಾಮರ್ಥ್ಯವನ್ನು ಮರೆತು ಆಂಭೀಕ ಪೌರವನ ಮೇಲೆ ದ್ವೇಷ ಸಾಧಿಸುತ್ತಿದ್ದಾನೆ.''

ಮಾತುಕತೆ ಮುಗಿಸಿ ಮಲಗಿದರು. ಮರುದಿನ ಬೆಳಿಗ್ಗೆ ಮನೆಯಿಂದ ಹೊರಟ ಇಂದುಶರ್ಮ ಪರಿಚಿತರನ್ನೆಲ್ಲ ಮಾತಾಡಿಸಿಕೊಂಡು ಬಂದ. ಗುರುಕುಲದ ಬಗ್ಗೆಯೂ ತಿಳಿದುಕೊಂಡ. ವೇದಗುಪ್ತನಿಗೆ, ಚಾಣಕ್ಯ ಇಲ್ಲೇ ಎಲ್ಲೋ ಹತ್ತಿರದಲ್ಲೇ ಇರಬೇಕೆಂಬ ಸಂದೇಹವಿತ್ತು. ಅವನು ತನ್ನ ಸ್ಥಾನಕ್ಕೆ ಚ್ಯುತಿ ತರಲು ಏನಾದರೂ ಮಾಡುತ್ತಿರಬಹುದೆಂಬ ಭಯವೂ ಇತ್ತು. ಆದರೆ ಅದಕ್ಕಾಗಿ ರಾಜ ಗೂಢಚಾರರನ್ನು ಕಳಿಸಲು ಒಪ್ಪುವುದಿಲ್ಲವೆಂದು ಅವನಿಗೆ ಗೊತ್ತಿತ್ತು.

ಸಿದ್ಧಾರ್ಥಕನೂ ತನ್ನ ಮನೆಗೆ ಹೋಗಿ ಬಂದ. ಪರಿಚಿತ ಸಹಪಾಠಿಗಳನ್ನು ರಹಸ್ಯವಾಗಿ ಹೋಗಿ ಮಾತಾಡಿಸಿಕೊಂಡು ಬಂದ.

ಮಾರನೆಯ ದಿನ ಇಂದುಶರ್ಮ ಮತ್ತು ಸಿದ್ಧಾರ್ಥಕ ಹೊರಡುವ ವೇಳೆಗೆ ಅಗತ್ಯ ವಸ್ತುಗಳ ಗಂಟುಗಳು ಸಿದ್ಧವಾಗಿದ್ದವು. ಇಬ್ಬರೂ ಹೊರಡಬೇಕಾಯಿತು. ಹೊರೆಯಿದ್ದುದರಿಂದ ಈ ಸಲವೂ ಅವರ ಪ್ರಯಾಣ ನಿಧಾನವಾಯಿತು.

ಅವರು ಗುರುಕುಲ ತಲುಪಿದರು. ತಾನು ಕೇಳಿದ ಸಂಗತಿಗಳನ್ನೆಲ್ಲ ಇಂದುಶರ್ಮ ಚಾಣಕ್ಯನಿಗೆ ಹೇಳಿದ. ಪೌರವನ ಮೇಲೆ ಆಂಭೀಕ ದ್ವೇಷ ಸಾಧಿಸುತ್ತಿರುವನೆಂದು ಹೇಳಿದಾಗ

ಚಾಣಕ್ಯ ಸ್ವಲ್ಪಹೊತ್ತು ಚಿಂತೆಯಲ್ಲಿ ಮುಳುಗಿದ. ನಂತರ ಹೇಳಿದ, ''ಸದ್ಯದಲ್ಲಿ ಗಾಂಧಾರದ ರಕ್ಷಣೆಗೆ ನಾನೇನೂ ಮಾಡುವಂತಿಲ್ಲ, ಈ ನೆಪದಲ್ಲಾದರೂ ದುರಹಂಕಾರಿಗಳಾದ ಆಂಭೀಕ ಮತ್ತು ವೈವಸ್ವತ ಅಧಿಕಾರದಿಂದ ಇಳಿಯುವವರೇನೋ ಕಾದು ನೋಡೋಣ. ಪೌರವ ಇಂದಲ್ಲ ನಾಳೆ ನಮ್ಮ ಪ್ರಯೋಜನಕ್ಕೆ ಬರಬಹುದು. ಅವನ ಜೊತೆ ಸೂಕ್ತ ಸಮಯದಲ್ಲಿ ಸಂಪರ್ಕ ಬೆಳೆಸೋಣ. ಅಥವಾ ನಮ್ಮ ಗೂಢಚಾರನೊಬ್ಬನನ್ನು ಕಳಿಸೋಣ.''

''ನಮ್ಮ ಗೂಢಚಾರನೆಂದೆಯಾ ?'' ಕಾತ್ಯಾಯನ ಕೇಳಿದ, ''ನಮ್ಮಲ್ಲಿ ಅಂಥವರು ಯಾರಿದ್ದಾರೆ ?''

''ಈಗ ಇಲ್ಲದಿದ್ದರೂ, ಸಮಯ ಬಂದರೆ, ನಮ್ಮಲ್ಲಿ ಪ್ರತಿಯೊಬ್ಬರೂ ಗೂಢಚಾರರಾಗ ಬೇಕಾಗಬಹುದು.''

''ಹಾಗಾದರೆ ಪರ್ವತ ರಾಜ್ಯಕ್ಕೆ ಯಾರನ್ನು ಕಳಿಸುತ್ತೀಯಾ ?''

''ಈಗಲೇ ಅಲ್ಲ, ಇನ್ನು ಮೇಲೆ ಗೂಢಚರ್ಯದ ಬಗ್ಗೆ ನಾವೆಲ್ಲ ಒಟ್ಟಿಗೆ ಕಲೆತು ಚರ್ಚಿಸಿ ಅದರ ಒಳ ಹೊರಗನ್ನು ತಿಳಿದುಕೊಳ್ಳಬೇಕು. ನಂತರ ಯೋಜನೆಯನ್ನು ನಾನು ರೂಪಿಸುತ್ತೇನೆ. ಯಾರು ಯಾರು ಎಲ್ಲೆಲ್ಲಿಗೆ ಹೋಗಿ, ಏನೇನು ಮಾಡಬೇಕೆಂದು ನಾನು ಹೇಳುತ್ತೇನೆ. ಕೈಲಾಗದ ಬ್ರಾಹ್ಮಣನೆಂದು ಆ ಧನನಂದ ಜರಿದನಲ್ಲವೇ ? ಈ ಬ್ರಾಹ್ಮಣ ತನ್ನ ಬುದ್ಧಿಶಕ್ತಿಯಿಂದ ಇಡೀ ಆರ್ಯಾವರ್ತವನ್ನೇ ಹೇಗೆ ಆಡಿಸುವನೆಂಬುದನ್ನು ನಿರೂಪಿಸುತ್ತೇನೆ.''

# ಅಧ್ಯಾಯ ನಾಲ್ಕು

## ೧

ಅತ್ತ ಪಾಟಲೀಪುತ್ರದ ಸೆರೆಮನೆಯಲ್ಲಿ ಚಂದ್ರಗುಪ್ತ ಅಸಹನೆಯಿಂದ ಚಡಪಡಿಸುತ್ತಿದ್ದ. ಅಲ್ಲಿಂದ ಪಾರಾಗಿ ಹೋಗಲು ಚರಣನ ಪ್ರಯತ್ನ ಇನ್ನೂ ಫಲಕಾರಿಯಾಗಲಿಲ್ಲ. ಇನ್ನೂ ಅವರ ವಿಚಾರಣೆಯ ಸುಳಿವೇ ಇರಲಿಲ್ಲ. ಚಣಕ ಬಿಡುಗಡೆಯಾಗಿ ಹೋದದ್ದು ಸ್ವಲ್ಪ ಸಮಾಧಾನ ತಂದಿದ್ದರೂ, ಮರುದಿನವೇ ಅವರು ಆತ್ಮಹತ್ಯೆ ಮಾಡಿಕೊಂಡರೆಂಬ ವಿಷಯ ತಿಳಿದು ಅವರೆಲ್ಲ ತೀರ ನೊಂದುಕೊಂಡರು.

"ಛೆ, ಎಂಥ ಅನ್ಯಾಯ ! ನಮಗೆಲ್ಲರಿಗೂ ಗುರುಸ್ಥಾನದಲ್ಲಿದ್ದ ಆಚಾರ್ಯ ಚಣಕರ ಸಾವು ನಮ್ಮ ಉತ್ಸಾಹಕ್ಕೇ ತಣ್ಣೀರೆರಚಿತು" ಎಂದ ಚಂದ್ರಗುಪ್ತ ಬೇಸರದಿಂದ.

"ಹೋಗುವಾಗ ಅವರು ಸಮಾಧಾನದಿಂದಲೇ ಇದ್ದರು. ಮತ್ತೆ ಭೇಟಿ ಮಾಡೋಣ, ಈ ಕಾರ್ಯವನ್ನು ಮುಂದುವರಿಸೋಣ ಎಂದು ಹೇಳಿ ಹೋದರು. ಅಂಥವರು ಆತ್ಮಹತ್ಯೆ ಮಾಡಿಕೊಳ್ಳುತ್ತಾರೆಯೇ ?" ಎಂದ ಸಿಂಹಸೇನ.

"ಹೌದು, ಅಂಥ ಅಚಾತುರ್ಯ ಮಾಡಿಕೊಳ್ಳುವರೆಂಬ ಸಣ್ಣ ಸೂಚನೆಯೂ ಇರಲಿಲ್ಲ" ಎಂದ ಬ್ರಹ್ಮದತ್ತ.

"ನನಗೂ ನಂಬಿಕೆಯೇ ಬರುತ್ತಿಲ್ಲ" ಎಂದ ಸಹದೇವ, "ಅಂಥ ಆಲೋಚನೆ ಮಾಡಿದ್ದರೆ, ಪುರುಷಪುರದಲ್ಲಿ ಇರಿ ಎಂದು ನಾನು ಹೇಳಿದಾಗ ಅವರು ಅಷ್ಟು ಸುಲಭವಾಗಿ ಒಪ್ಪುತ್ತಿರಲಿಲ್ಲ."

"ಇಲ್ಲ ಚಂದ್ರಗುಪ್ತ" ಭಾಸ್ಕರ ಹೇಳಿದ, "ಖಂಡಿತ ಚಣಕರು ಅಂಥವರಲ್ಲ. ಇದರಲ್ಲಿ ಏನೋ ಮೋಸವಿರಬೇಕೆನ್ನಿಸುತ್ತಿದೆ."

"ಏನು ಮೋಸವಿರುತ್ತದೆ ?" ಚಂದ್ರಗುಪ್ತ ಕೇಳಿದ, "ಅವರು ಆತ್ಮಹತ್ಯೆ ಮಾಡಿಕೊಂಡಿರಬೇಕು, ಇಲ್ಲವೆ ಯಾರಾದರೂ ಕೊಲೆ ಮಾಡಿರಬೇಕು."

"ಹೌದು, ಕೊಲೆಯೇ ಎಂದು ನನ್ನ ಒಳಮನಸ್ಸು ಹೇಳುತ್ತಿದೆ." ಎಂದ ಸಹದೇವ.

"ಯಾರು ಕೊಲೆ ಮಾಡುತ್ತಾರೆ ?"

"ಇನ್ನಾರು ? ಆ ಧನನಂದನ ಕಡೆಯವರು."

"ಅದು ಹೇಗೆ ಸಾಧ್ಯ ? ಆ ಉದ್ದೇಶವಿದ್ದಿದ್ದರೆ ಮರಣ ದಂಡನೆಯನ್ನೇ ವಿಧಿಸುತ್ತಿದ್ದರು."

"ಸಹದೇವನ ಮಾತಿನಲ್ಲಿ ಅರ್ಥವಿರುವಂತಿದೆ ಚಂದ್ರಗುಪ್ತ" ಸಿಂಹಸೇನ ಹೇಳಿದ, "ಬಹಿರಂಗವಾಗಿ ಶಿಕ್ಷೆ ವಿಧಿಸಿದರೆ ಜನ ಕೆರಳಬಹುದೆಂಬ ಭಯದಿಂದ ಗುಪ್ತವಾಗಿ ಕೊಲ್ಲಿಸಿರುವ ಸಾಧ್ಯತೆಯೂ ಇದೆ."

"ಏನೋ, ನನಗಂತೂ ಇದು ತುಂಬ ಜಟಿಲವಾಗಿ ಕಾಣುತ್ತಿದೆ. ಯಾವುದು ಸತ್ಯ, ಯಾವುದು ಸುಳ್ಳು ಎಂಬುದು ಸ್ಪಷ್ಟವಾಗಿ ತಿಳಿಯುತ್ತಿಲ್ಲ. ಆದರೆ ಚಣಕರನ್ನು ಕಳೆದುಕೊಂಡದ್ದು ಮಾತ್ರ ತುಂಬ ನೋವುಂಟುಮಾಡಿದೆ. ಅಷ್ಟರಮಟ್ಟಿಗೆ ನಮ್ಮ ಕಾರ್ಯಗಳಿಗೆ ಹಿನ್ನಡೆಯೂ ಆದಂತಾಗಿದೆ."

"ನಾವು ಧೃತಿಗೆಡಬಾರದು. ಚಣಕರ ನೆನಪೇ ನಮಗೆ ಚೈತನ್ಯ ನೀಡಬೇಕು" ಎಂದ ಸಹದೇವ.

"ಒಂದು ವೇಳೆ ಅವರು ಕೊಲೆಯನ್ನೇ ಮಾಡಿದ್ದರೆ, ಆ ಧನನಂದನನ್ನು ಜೀವಸಹಿತ ಉಳಿಸುವುದಿಲ್ಲ" ಚಂದ್ರಗುಪ್ತ ಕೋಪಾವೇಶದಿಂದ ಗುಡುಗಿದ.

"ಇದೂ ಒಂದು ಕಾರಣ ಅಷ್ಟೆ" ಭಾಸ್ಕರ ಹೇಳಿದ, "ಅವನು ಆಚರಿಸಿರುವ ಕ್ರೂರ ಕರ್ಮಗಳಿಗೆ ಸಾವಿರ ಸಲ ಕೊಂದರೂ ಸಾಲದು."

"ಈ ಹಾಳು ಸೆರೆಮನೆಯಿಂದ ಒಮ್ಮೆ ಪಾರಾಗಿ ಹೋದರೆ ಒಂದು ಸಣ್ಣ ಸೇನೆಯನ್ನಾದರೂ ಕಟ್ಟಿ ಧನನಂದನನ್ನು ಮೊದಲು ಕೊಂದುಬಿಡುತ್ತೇನೆ."

"ಆತುರಪಡುವ ಸಮಯವಲ್ಲ ಇದು. ಚೆನ್ನಾಗಿ ಯೋಚಿಸಿ ಹೆಜ್ಜೆಯಿಡಬೇಕು. ಮೊದಲ ಸಲದ ಸೋಲಿನಿಂದ ನಾವು ಪಾಠ ಕಲಿಯಬೇಕು" ಎಂದ ಬ್ರಹ್ಮದತ್ತ.

ಅದೇ ದಿನ ರಾತ್ರಿ ಚರಣನ ಕಡೆಯವನು 'ಚಣಕರ ಸಾವಿನಿಂದ ಏನಾದರೂ ಗಲಭೆಯಾದೀತೆಂಬ ಭಯದಿಂದ ಎಲ್ಲ ಕಡೆ ಎಚ್ಚರದಿಂದ ಕಾವಲು ಕಾಯುತ್ತಿದ್ದಾರೆ. ಇನ್ನೂ ಸ್ವಲ್ಪ ದಿನ ಕಾಯಬೇಕು' ಎಂದು ಸುದ್ದಿಕೊಟ್ಟ. ಸೆರೆಮನೆಯಲ್ಲೂ ಆ ಕಾವಲಿನ ಪರಿಣಾಮ ಕಂಡುಬಂದದ್ದರಿಂದ ಅವರು ತಾಳ್ಮೆ ವಹಿಸಲೇ ಬೇಕಾಯಿತು.

"ನನಗೆ ಉಸಿರು ಕಟ್ಟಿದಂತಾಗುತ್ತಿದೆ" ಚಂದ್ರಗುಪ್ತ ಅಸಹನೆಯಿಂದ ಹೇಳಿದ, "ಈ ಉಕ್ಕಿನ ಸಲಾಕೆಗಳನ್ನು ಮುರಿದು ಹೊರಗೆ ಹೋಗಿಬಿಡುವಂತಿದ್ದರೆ ?"

"ನಾವೆಲ್ಲ ಸೇರಿ ಕಷ್ಟಪಟ್ಟರೆ ಸಲಾಕೆಯನ್ನು ಮುರಿದರೂ ಮುರಿಯಬಹುದು. ಆದರೆ ಅಲ್ಲಿಯವರೆಗೂ ಕಾವಲುಗಾರರು ನೋಡುತ್ತ ಸುಮ್ಮನಿರುತ್ತಾರೆಯೇ ? ಒಂದು ವೇಳೆ ಇಲ್ಲಿಂದ ತಪ್ಪಿಸಿಕೊಂಡು ಹೊರಗೆ ಹೋದರೂ ನಮ್ಮನ್ನು ಸುಮ್ಮನೆ ಬಿಡುತ್ತಾರೆಯೆ ?" ಎಂದ ಸಹದೇವ.

"ಒಬ್ಬೊಬ್ಬನನ್ನೂ ಕತ್ತರಿಸಿ ತುಂಡು ಮಾಡುತ್ತೇನೆ."

"ನೂರು ಜನ ಒಂದೇ ಸಲಕ್ಕೆ ಸುತ್ತಿಕೊಂಡರೆ ಏನು ಮಾಡುತ್ತಿ ? ಹತ್ತಾರು ಜನರನ್ನು ನಾವು ಕೊಲ್ಲಬಹುದು. ಆದರೆ ಯಾವನೋ ಒಬ್ಬ ಅನಾಮಿಕ ಸೈನಿಕನ ಖಡ್ಗ ನಮ್ಮ ಮೈಯನ್ನು ಭೇದಿಸುತ್ತದೆ" ಎಂದ ಸಿಂಹಸೇನ.

"ಹೌದು ಚಂದ್ರಗುಪ್ತ" ಭಾಸ್ಕರ ಹೇಳಿದ, "ಅಷ್ಟರಲ್ಲಿ ಹೊರಗಿರುವ ಸೇನೆ ನಮ್ಮನ್ನು

ಬೇಟೆಯಾಡಲು ಬರುತ್ತದೆ. ಜೊತೆಗೆ ರಾಕ್ಷಸ ತಾನೇ ಬಂದರೂ ಬಂದನೆ! ಅವನು ಮಹಾವೀರನೆಂಬುದು ಎಲ್ಲರಿಗೂ ಗೊತ್ತಿದೆ.''

''ಹುಂ ವೀರ!'' ಚಂದ್ರಗುಪ್ತ ಔದಾಸೀನ್ಯದಿಂದ ಹೇಳಿದ, ''ಎಷ್ಟೇ ಆಗಲಿ ಅವನು ಬ್ರಾಹ್ಮಣ. ಕ್ಷತ್ರಿಯನ ಶೌರ್ಯದ ಮುಂದೆ ಅವನ ಶೌರ್ಯ ಯಾವ ಲೆಕ್ಕ ?''

''ಅಷ್ಟು ಹಗುರವಾಗಿ ಭಾವಿಸಬೇಡ'' ಸಿಂಹಸೇನ ಹೇಳಿದ, ''ಅವನು ಕುದುರೆಯೇರಿ ಕುಳಿತು ವೀರಾವೇಶದಿಂದ ಹೋರಾಡುವುದನ್ನು ನಾನೇ ಕಣ್ಣಾರೆ ಕಂಡಿದ್ದೇನೆ.''

ಕ್ಷಾತ್ರ ಗುಣದಲ್ಲೂ ರಾಕ್ಷಸ ಸಮರ್ಥನೆಂದು ಚಣಕ ಹೇಳುತ್ತಿದ್ದುದು ಚಂದ್ರಗುಪ್ತನ ನೆನಪಿಗೆ ಬಂದು ಸ್ವಲ್ಪ ಹೊತ್ತು ಸುಮ್ಮನಾದ.

''ಏಕೆ, ಬೇಸರವಾಯಿತೆ ?'' ಸಿಂಹಸೇನ ಕೇಳಿದ.

''ಪಿಪ್ಪಲಿವನದ ನನ್ನ ನಾಡಿನ ಅಧಿಕಾರದಿಂದ ಚ್ಯುತನಾಗಿ, ಇಲ್ಲಿಗೆ ಬಂದು ಈ ದುಷ್ಟರ ಸೇವೆ ಮಾಡುವ ಪರಿಸ್ಥಿತಿ ಬಂತು. ಈಗ ಅದಕ್ಕಿಂತ ಹೀನಾಯವಾಗಿ ಸೆರೆಮನೆಯಲ್ಲಿ ಕೊಳೆಯುವಂತಾಯಿತು. ಎಷ್ಟು ದಿನ ಈ ನಾಲ್ಕು ಗೋಡೆಗಳ ನಡುವೆ ಬಿಲದಲ್ಲಿನ ಇಲಿಯಂತೆ ನರಳುವುದು ? ಎಷ್ಟು ದಿನ ಸ್ವಾತಂತ್ರ್ಯ ಸ್ವಾಭಿಮಾನದ ಕನಸು ಕಾಣುತ್ತಾ ಈ ಸರಳುಗಳ ಹಿಂದೆ ದಿನ ದೂಡುವುದು ? ಇನ್ನೆಷ್ಟು ದನ ಈ ಅನಿಶ್ಚಿತತೆಯ ಅತಂತ್ರ ಸ್ಥಿತಿಯಲ್ಲಿ ತಳಮಳಿಸುವುದು ? ನನ್ನ ತಾಯಿ ಎಷ್ಟು ಚಿಂತಿಸುತ್ತಿರುವಳೋ ಏನೋ ? ಈ ಪಾಪಿಗಳು ಅವಳಿಗೂ ಏನಾದರೂ ತೊಂದರೆ ಕೊಟ್ಟರೆ ಏನು ಮಾಡುವುದು ?''

''ತಾಳ್ಮೆ, ಚಂದ್ರಗುಪ್ತ ತಾಳ್ಮೆ'' ಸಹದೇವ ಸಮಾಧಾನಪಡಿಸಿದ.

''ನಿನ್ನ ತಾಯಿಗೆ ಯಾವ ತೊಂದರೆಯೂ ಇಲ್ಲ, ನಾನೇ ಪ್ರತಿದಿನ ಹೋಗಿ ಮಾತಾಡಿಸಿಕೊಂಡು ಬರುತ್ತಿದ್ದೇನೆ, ಎಂದು ಚರಣ ಹೇಳಿ ಕಳಿಸಿದ್ದನ್ನು ಮರೆತುಬಿಟ್ಟೆಯಾ ?''

''ಹೌದು ಚಂದ್ರಗುಪ್ತ, ಎಲ್ಲ ಒಳ್ಳೆಯದೇ ಆಗುತ್ತದೆ ಎಂದು ನಂಬಿ, ಕೆಲವು ದಿನಗಳನ್ನು ಕಳೆಯಲೇಬೇಕು'' ಎಂದ ಭಾಸ್ಕರ.

''ನಮ್ಮ ತಂದೆ ತಾಯಿಗಳು, ಮನೆಯವರು ಚಿಂತಿಸುತ್ತಿಲ್ಲವೆ ? ಮಗಧದ ಬಿಡುಗಡೆಯ ಕನಸು ಕಾಣುತ್ತ ನಾವು ಸುಮ್ಮನಿಲ್ಲವೆ ? ನೀನು ನಮ್ಮ ನಾಯಕ, ನೀನು ಆತುರಪಡಲೂ ಬಾರದು, ಉತ್ಸಾಹ ಕಳೆದುಕೊಳ್ಳಲೂಬಾರದು'' ಎಂದ ಬ್ರಹ್ಮದತ್ತ.

''ಹೌದು, ನನ್ನನ್ನು ನಂಬಿ ನನ್ನ ಹಿಂದೆ ಬಂದಿರುವ ಈ ಮಿತ್ರರ ಮುಂದೆ ಅಸಹಾಯಕತೆಯಿಂದ ವರ್ತಿಸಬಾರದು'' ಎಂದುಕೊಂಡು ಚಂದ್ರಗುಪ್ತ ಸುಮ್ಮನಾದ.

ಅದೇ ದಿನ ರಾತ್ರಿ ಚರಣ ಚಂದ್ರಗುಪ್ತನ ಮನೆಗೆ ಬಂದು, ಅವನ ತಾಯಿ ಶಿವಾಲಿಗೆ ಸಮಾಧಾನ ಹೇಳಿದ. ಅವಳಿಗಂತೂ ಮಗನ ಯೋಗಕ್ಷೇಮದ ಬಗ್ಗೆ ತುಂಬ ಚಿಂತೆಯಾಗಿತ್ತು.

''ನೀವು ಚಿಂತಿಸಬೇಡಿ'' ಚರಣ ಹೇಳಿದ, ''ಇಂದಲ್ಲ, ನಾಳೆ ನಾನು ಅವನನ್ನು ಬಿಡಿಸಿಯೇ ತೀರುತ್ತೇನೆ.''

''ಅಷ್ಟರಲ್ಲಿ ಅವನಿಗೇನಾದರೂ ಅಪಾಯವಾದರೆ ?''

"ಯಾವ ಅಪಾಯವೂ ಆಗುವುದಿಲ್ಲ, ಸೆರೆಮನೆಯಲ್ಲೂ ನನಗೆ ಕೆಲವು ಆಪ್ತರಿದ್ದಾರೆ. ಹಾಗೇನಾದರೂ ಆದರೆ ಅವರು ನನಗೆ ಮೊದಲೇ ತಿಳಿಸುತ್ತಾರೆ."

"ನನಗಂತೂ ಸದಾ ಅವನು ಮತ್ತು ಅವನ ಮಿತ್ರರ ಚಿಂತೆಯಾಗಿದೆ ಚರಣ."

"ನನಗೂ ಅಷ್ಟೆ ಅಮ್ಮ, ನನ್ನ ಮಿತ್ರರು ಆಪತ್ತಿನಲ್ಲಿರುವಾಗ ನಾನು ನೆಮ್ಮದಿಯಿಂದಿರಲು ಸಾಧ್ಯವೆ ? ನಾನೂ ಮುಂದೆ ಹೆಜ್ಜೆಯಿಟ್ಟುಬಿಡುತ್ತಿದ್ದೆ. ಆದರೆ ಈ ಸಲವೂ ಮತ್ತೆ ನಾವು ಸೋಲುವಂತಾಗಬಾರದು. ಈಗ ನಾವು ಎಷ್ಟು ಎಚ್ಚರಿಕೆಯಿಂದ ಕೆಲಸ ಮಾಡಿದರೂ ಸಾಲದು."

"ಹೌದು, ನಿನ್ನ ಮಾತು ನಿಜ. ತಡವಾದರೂ ಇಡುವ ಹೆಜ್ಜೆ ದೃಢವಾಗಿರಬೇಕು. ನನ್ನ ಮಗ ಕ್ಷೇಮವಾಗಿರುವಂತೆ ಅವನ ಮಿತ್ರರಾದ ನೀವೆಲ್ಲರೂ ಕ್ಷೇಮದಿಂದಿರುವಂತೆ ಬಯಸುತ್ತೇನೆ ಚರಣ."

"ನಮ್ಮ ಮಿತ್ರ ಚಂದ್ರಗುಪ್ತನ ತಾಯಿ ನಮಗೂ ತಾಯಿಯಿದ್ದಂತೆ. ನಿಮ್ಮ ಆಶೀರ್ವಾದ ಸದಾ ನಮಗೆ ಬೇಕಮ್ಮ."

"ನಾನು ಒಮ್ಮೆ ರಾಕ್ಷಸನನ್ನು ಕಂಡು ಸೆರೆಮನೆಯಲ್ಲೇ ಚಂದ್ರಗುಪ್ತನನ್ನು ಭೇಟಿ ಮಾಡಲು ಅನುಮತಿ ಕೇಳಬೇಕೆಂದುಕೊಂಡಿದ್ದೆ."

"ಸದ್ಯ, ಹಾಗೆ ಮಾಡದಿದ್ದುದು ಒಳ್ಳೆಯದಾಯಿತು." ಚರಣ ಹೇಳಿದ, "ನೀವು ಇಲ್ಲಿರುವುದನ್ನು ತಕ್ಷಣಕ್ಕೆ ಅವನು ಮರೆತಿರುವಂತಿದೆ. ನೆನಪು ಮಾಡಿಕೊಟ್ಟರೆ, ನಿಮ್ಮನ್ನು ಹಿಡಿದು ಚಂದ್ರಗುಪ್ತನಿಗೆ ಬುದ್ಧಿಕಲಿಸಬಹುದೆಂದು ಲೆಕ್ಕ ಹಾಕಿದರೆ ಕಷ್ಟ"

"ಹೌದು, ಈ ಸಾಧ್ಯತೆಯೂ ಇದೆ. ಆದರೆ, ನಾನು ಇಲ್ಲಿ ಹೆಚ್ಚು ದಿನವಿರುವುದು ಸುರಕ್ಷಿತವಲ್ಲವೆನಿಸುತ್ತಿದೆ."

"ಅದನ್ನು ನಾನು ಮೊದಲೇ ಯೋಚನೆ ಮಾಡಿದ್ದೇನೆ. ಅದಕ್ಕೆ ತಕ್ಕ ವ್ಯವಸ್ಥೆಯನ್ನೂ ಮಾಡಿದ್ದೇನೆ. ಚಂದ್ರಗುಪ್ತನನ್ನು ಬಿಡಿಸುವ ಯೋಜನೆಯನ್ನು ಕಾರ್ಯರೂಪಕ್ಕೆ ತರುವ ಹಿಂದಿನ ದಿನ ಒಬ್ಬ ಗಾಡಿಯವನನ್ನು ಕಳಿಸಿಕೊಡುತ್ತೇನೆ. ನಿಮ್ಮ ಅಗತ್ಯ ವಸ್ತುಗಳನ್ನು ಹಾಕಿಕೊಂಡು ಆತನೊಂದಿಗೆ ನೀವು ತಕ್ಷಣ ಹೊರಟುಬಿಡಿ. ಬೇರೊಂದು ರಹಸ್ಯ ಸ್ಥಳವನ್ನು ನಿರ್ಧರಿಸುವವರೆಗೆ ಚರ್ಮಕಾರ ಸಹದೇವನ ಹೆಂಡತಿಯ ಗ್ರಾಮದಲ್ಲೇ ಇದ್ದುಬಿಡಿ. ಎರಡು ದಿನದ ಹಿಂದೆ ನಾನು ಪುರುಷಪುರಕ್ಕೆ ಹೋಗಿ, ಒಂದು ಪ್ರತ್ಯೇಕ ಮನೆಯನ್ನೇ ವ್ಯವಸ್ಥೆ ಮಾಡಿದ್ದೇನೆ. ಅಲ್ಲಿಯ ಜನರೂ ನಮಗೆ ಅನುಕೂಲವಾಗಿದ್ದಾರೆ."

ತುಂಬಾ ಶ್ರಮಪಡುತ್ತಿರುವ, ಎಲ್ಲರ ಸುರಕ್ಷತೆಯ ಬಗೆಗೂ ಚಿಂತಿಸುತ್ತಿರುವ ಚರಣನನ್ನು ಶಿವಾಲಿ ಮೆಚ್ಚಿಕೊಂಡಳು. ಚಂದ್ರಗುಪ್ತ ಮತ್ತು ಅವನ ಮಿತ್ರರನ್ನು ಅವನು ಸೆರೆಯಿಂದ ಖಂಡಿತ ಪಾರುಮಾಡುವನೆಂಬ ಭರವಸೆ ಮೂಡಿತು.

ಅದೇ ಸಮಯದಲ್ಲಿ ಅರಮನೆಯ ಪ್ರಮದೋದ್ಯಾನದಲ್ಲಿ ಧನನಂದ, ರಾಕ್ಷಸ ಮತ್ತು ಶ್ರೀಯಕನೊಂದಿಗೆ ಮಾತನಾಡುತ್ತಿದ್ದ. ನೃತ್ಯಗಾಯನಗಳು ನಡೆಯುತ್ತಿದ್ದವು. ತನ್ನ ದೃಷ್ಟಿಯನ್ನು ಮಾದಕ ಚೆಲುವಿನ ಮೋಹಿನಿಯರ ಹಾವಭಾವಗಳಲ್ಲಿ ಕೀಲಿಸಿದ್ದ ಧನನಂದ, ಕಿವಿಯನ್ನು

ಅಮಾತ್ಯರ ಮಾತುಗಳತ್ತ ನೀಡಿದ್ದ. ರಾಕ್ಷಸ ಚಂದ್ರಗುಪ್ತ ಮತ್ತು ಅವನ ಮಿತ್ರರ ವಿಚಾರಣೆಯ ಬಗೆಗೆ ಹೇಳುತ್ತಿದ್ದ. "ಬೇಗ ವಿಚಾರಣೆ ನಡೆಸಿ, ಅವರ ಶಿಕ್ಷೆಯನ್ನು ಖಚಿತಪಡಿಸಬೇಕು" ಎಂದು ಸಲಹೆ ನೀಡಿದ.

"ಅದಕ್ಕೇನು ಅವಸರ ?" ಶ್ರೀಯಕ ತಕ್ಷಣ ಹೇಳಿದ, "ಅವರನ್ನು ಬಿಡುಗಡೆ ಮಾಡಿ ಗೌರವಿಸುವ ಯೋಚನೆಯೇನೂ ಇಲ್ಲ ತಾನೆ ?"

ಅವನ ವ್ಯಂಗ್ಯ ಅರ್ಥವಾಗಿ ರಾಕ್ಷಸ ಅವನತ್ತ ದುರುಗುಟ್ಟಿ ನೋಡಿ ಹೇಳಿದ, "ಪ್ರಭು, ನನಗೇನು ಅವರು ಬಂಧುಬಾಂಧವರಲ್ಲ ಅಥವಾ ವೈಯಕ್ತಿಕ ಶತ್ರುಗಳೂ ಅಲ್ಲ. ನಾನು ಹೇಳುತ್ತಿರುವುದು ಆಡಳಿತದ ಪದ್ಧತಿಯನ್ನು."

"ಯಾವ ಪದ್ಧತಿ ?" ತುಸು ನಗುತ್ತ ಧನನಂದ ಹೇಳಿದ, "ಆ ಬ್ರಾಹ್ಮಣರು, ಕ್ಷತ್ರಿಯರು ಮಾಡಿದ ಪದ್ಧತಿ ತಾನೆ ? ಅದನ್ನು ಪಾಲಿಸದಿದ್ದರೆ ನಮ್ಮ ತಲೆ ಹೋಗಿ ಬಿಡುತ್ತದೆಯೇ ? ಮಗಧದ ಚಕ್ರವರ್ತಿ ನಾನು. ಇಲ್ಲಿ ನಾನು ಪಾಲಿಸಿದ್ದೇ ಪದ್ಧತಿ."

ಶ್ರೀಯಕ ರಾಕ್ಷಸನತ್ತ ಚೇಷ್ಟೆಯಿಂದ ನೋಡಿದ. ಒಳಗೆ ಕೋಪ ಕುದಿಯುತ್ತಿದ್ದರೂ ತಡೆದುಕೊಂಡು ರಾಕ್ಷಸ ಹೇಳಿದ, "ಪ್ರಧಾನಾಮಾತ್ಯನಾಗಿ ನನ್ನ ಕರ್ತವ್ಯವನ್ನು ನಾನು ಮಾಡಿದ್ದೇನೆ. ಉಳಿದದ್ದು ಪ್ರಭುಚಿತ್ತ."

ಅವನಿಗೆ ಅಸಮಾಧಾನವಾಯಿತೆಂದು ಅರ್ಥವಾಗಿ ಧನನಂದ ಸಮಾಧಾನಪಡಿಸುವಂತೆ ಹೇಳಿದ, "ನೋಡಿ ಅಮಾತ್ಯರೆ, ನನ್ನ ಉದ್ದೇಶವೇ ಬೇರೆಯಿದೆ. ಅವರು ಬಿಡುಗಡೆಯ ಆಸೆಯಿಲ್ಲದೆ, ಇಷ್ಟೇ ದಿನಗಳ ಸೆರೆವಾಸವೆಂಬ ಖಚಿತ ನಿರೀಕ್ಷೆಯಿಲ್ಲದೆ, ಸೆರೆಮನೆಯಲ್ಲೇ ಒದ್ದಾಡಿ ಒದ್ದಾಡಿ ನರಳಬೇಕು. ಯಾಕಾದರೂ ಈ ಅಪರಾಧ ಮಾಡಿ ಸಿಕ್ಕಿಕೊಂಡೆವೋ, ಎಂದು ಪಶ್ಚಾತ್ತಾಪದಿಂದ ಬೆಂದು ಸಾಯಬೇಕು, ಆಗಲೇ ಅವರು ಬುದ್ಧಿ ಕಲಿಯುವುದು. ವಿಚಾರಣೆ ನಡೆಸಿ, ಇಷ್ಟು ತಿಂಗಳು ಅಥವಾ ವರ್ಷಗಳೆಂದು ನಿರ್ಧಾರವಾದರೆ, ಅಷ್ಟು ಕಾಲ ಹೇಗೋ ಜೀವ ಹಿಡಿದು ಬದುಕಿಬಿಡುತ್ತಾರೆ ಅಥವಾ ಅವಧಿ ಮುಗಿದ ಮೇಲೆ ಹೊರಗೆ ಬಂದು ನನ್ನ ಮೇಲೆ ಹೇಗೆ ಸೇಡು ತೀರಿಸಿಕೊಳ್ಳಬೇಕೆಂದು ಲೆಕ್ಕ ಹಾಕುತ್ತಾರೆ. ವಿಚಾರಣೆ ನಡೆಸಿ ಶಿಕ್ಷೆ ಖಚಿತಪಡಿಸಿ ಅವರನ್ನು ಶತ್ರುಗಳನ್ನಾಗಿ ಮಾಡಿಕೊಳ್ಳುವ ಬದಲು, ಈಗ ಬರೀ ಬಂಧಿಗಳಾಗಿ ಸೆರೆಮನೆಯಲ್ಲಿ ಇರಲಿ ಬಿಡಿ. ಏಕೆಂದರೆ ಚಣಕನಂತೆ ಅವರು ಆತ್ಮಹತ್ಯೆ ಮಾಡಿಕೊಳ್ಳುವವರಲ್ಲ, ನಾವು ಮರಣದಂಡನೆ ವಿಧಿಸುವುದೂ ಸಾಧ್ಯವಿಲ್ಲ."

"ತಾವು ವಿಧಿಸಿದರೂ ಅಮಾತ್ಯ ಪರಿಷತ್ತು ಒಪ್ಪುವುದಿಲ್ಲ" ಎಂದ ಶ್ರೀಯಕ ಮತ್ತೆ ವ್ಯಂಗ್ಯದಿಂದ ರಾಕ್ಷಸನತ್ತ ನೋಡುತ್ತ.

"ಅಮಾತ್ಯರು ರಾಜಶಾಸನದ ನಿಯಮಗಳನ್ನು ಮೀರಿ ನಡೆಯುವುದು ಕಷ್ಟವಾಗುತ್ತದೆ."

"ಹೊಸ ಶಾಸನಗಳನ್ನು ರೂಪಿಸಿದರಾಯಿತು" ಎಂದ ಶ್ರೀಯಕ.

"ಅದು ನೀವು ಹೇಳಿದಷ್ಟು ಸುಲಭದ ಕೆಲಸವಲ್ಲ. ನಮಗೆ ಅನುಕೂಲವಾಗುವ ರೀತಿಯಲ್ಲಿ ಶಾಸನಗಳನ್ನು ರೂಪಿಸುತ್ತಾ ಹೋದರೆ, ಅದು ಪ್ರಜೆಗಳಿಗೆ ಸ್ವೇಚ್ಛಾಚಾರವಾಗಿ ಕಾಣಿಸುತ್ತದೆ. ಆದರಿಂದ ಅಲ್ಲಲ್ಲಿ ಸಣ್ಣ ರೀತಿಯಲ್ಲಿ ಕಾಣಿಸಿಕೊಳ್ಳುತ್ತಿರುವ ಪ್ರತಿರೋಧಗಳು ತೀವ್ರಸ್ವರೂಪ ತಾಳಬಹುದು. ಶತ್ರುಗಳ ಮೇಲೆ ಕತ್ತಿಯೆತ್ತುವುದರ ಬದಲು, ನಾವು ನಮ್ಮ

ಪ್ರಜೆಗಳ ಮೇಲೆಯೇ ಎತ್ತಬೇಕಾಗಿ ಬರಬಹುದು. ಅದನ್ನು ಬಳಸಿಕೊಂಡು ಶತ್ರುಗಳೂ ಆಕ್ರಮಣ ಮಾಡಬಹುದು.''

''ಶತ್ರುಗಳು ಆಕ್ರಮಣ ಮಾಡಿ ಮಗಧವನ್ನು ಜಯಿಸುವುದು ಸುಲಭವಲ್ಲ ಅಮಾತ್ಯರೆ. ಇಡೀ ಆರ್ಯಾವರ್ತದಲ್ಲಿ ನಮ್ಮಷ್ಟು ಅಗಾಧವಾದ ಸೇನೆ ಬೇರೆ ಯಾರಿಗಿದೆ ?'' ಎಂದ ಶ್ರೀಯಕ.

''ರಾಕ್ಷಸನ ಮಾತಿನಲ್ಲಿ ಸತ್ಯವಿದೆ'' ಧನನಂದ ಕೂಡಲೇ ಹೇಳಿದ, ''ಹೊಸ ಶಾಸನಗಳನ್ನು ಮಾಡುವುದು ಉಚಿತವಲ್ಲ, ಆದರೆ ಚಂದ್ರಗುಪ್ತ ಮತ್ತು ಅವನ ಮಿತ್ರರನ್ನು ವಿಚಾರಣೆ ನಡೆಸದೆ ಕೆಲವು ಕಾಲ ಕೋಳ ಹಾಕುವುದಂತೂ ಸಾಧ್ಯವಿದೆ. ಅಮಾತ್ಯರೆ, ವಿಚಾರಣೆಯ ವಿಷಯವನ್ನು ಆಮೇಲೆ ಯೋಚಿಸೋಣ.''

''ತಮ್ಮ ಇಚ್ಛೆ'' ಎಂದು ನಮಸ್ಕರಿಸಿ ರಾಕ್ಷಸ ಹೊರಟುಹೋದ. ಶ್ರೀಯಕ ಅಲ್ಲೇ ಉಳಿದುಕೊಂಡ.

ಅಷ್ಟರಲ್ಲಿ ಇನ್ನೊಂದು ತಂಡದ ನೃತ್ಯಗಾಯನ ಆರಂಭವಾಯಿತು. ನೃತ್ಯಗಾತಿ ಅಪೂರ್ವ ಚೆಲುವೆಯಾಗಿದ್ದಳು. ಅವಳ ಉಡುಗೆ ತೊಡಿಗೆ, ಹಾವಭಾವಗಳೆಲ್ಲ ಅವನಿಗೆ ತುಂಬ ಆಕರ್ಷಣೀಯವಾಗಿ ಕಂಡವು. ಧನನಂದನಿಗೆ ಅವಳನ್ನು ಈ ಮೊದಲು ನೋಡಿದಂತೆ ನೆನಪಿರಲಿಲ್ಲ.

''ಅಮಾತ್ಯರೆ, ಯಾವುದೋ ಹೊಸ ಹೂವು ನನ್ನ ಪ್ರಮದೋದ್ಯಾನದಲ್ಲಿ ತನ್ನ ಹೊಸ ಪರಿಮಳವನ್ನು ಹರಡುತ್ತಿರುವಂತಿದೆ !''

''ಹೌದು ಪ್ರಭು'' ಶ್ರೀಯಕ ನಗುತ್ತ ಹೇಳಿದ, ''ಇದು ನನ್ನ ಉಡುಗೊರೆ.''

''ಏನು ! ನಿಮ್ಮ ಉಡುಗೊರೆಯೇ !'' ಧನನಂದ ಕಣ್ಣರಳಿಸಿದ, ''ಯಾವ ದುರಭ್ಯಾಸಗಳೂ ಇಲ್ಲದ ಸಾತ್ವಿಕರಾದ ನೀವು, ನನಗೆ ಇಂಥ ಉಡುಗೊರೆ ಕೊಡುತ್ತಿರುವುದು ನಂಬಲಾರದ ಅಚ್ಚರಿಯಾಗಿದೆ !''

''ನನಗೆ ಆಸಕ್ತಿಯಿಲ್ಲವೆಂದರೆ ನಿಮಗಿಲ್ಲವೆ ಪ್ರಭು ? ಪ್ರೀತಿ ಗೌರವಗಳಿದ್ದ ಕಡೆ ಉಡುಗೊರೆ ಕೊಡುವುದು ಸಾಮಾನ್ಯ. ಅವರಿಗೆ ಅವರ ಇಷ್ಟವಾದುದನ್ನು ಕೊಡುವುದು ನ್ಯಾಯ ತಾನೆ ? ನಿಮ್ಮಂಥ ರಸಿಕರಿಗೆ ಜಪಸರವನ್ನು ಕಾಣಿಕೆ ಕೊಡಲಾದೀತೇ ?''

ಶ್ರೀಯಕನ ಮಾತಿಗೆ ಧನನಂದ ಜೋರಾಗಿ ನಕ್ಕ. ಆ ನಗುವಿಗೆ ನರ್ತಕಿ ಮತ್ತು ಅವಳ ಸಂಗಡಿಗರೂ ಬೆಚ್ಚಿ ಅವರತ್ತಲೇ ನೋಡಿದರು. ಧನನಂದ ದನಿತಗ್ಗಿಸಿ ಕೇಳಿದ, ''ಈಕೆ ಯಾರು ? ನಿಮಗೆ ಎಲ್ಲಿ ಸಿಕ್ಕಿದಳು ?''

''ಇವಳು ಉಜ್ಜಯಿನಿಯವಳಂತೆ. ನನ್ನನ್ನು ಬಂದು ಕಂಡಳು.''

''ನೀವು ತುಂಬಾ ಸಜ್ಜನರೆಂದು ಯಾರೋ ಅವಳಿಗೆ ಹೇಳಿರಬೇಕು'' ಎಂದು ಧನನಂದ ಮತ್ತೆ ನಕ್ಕ.

ಆ ನಗುವಿನ ಕಡೆ ಗಮನವಿಲ್ಲದಂತೆ ಶ್ರೀಯಕ ಮುಂದುವರಿಸಿದ, ''ಇವಳ ಹೆಸರು ಸುಗಂಧಿ ಅಂತೆ.''

''ಸೊಗಸಾದ ಹೆಸರು ! ಅಷ್ಟು ದೂರವಿದ್ದರೂ ಅವಳ ಚೆಲುವಿನ ಸುಗಂಧ ನನ್ನ ಮೂಗಿಗೆ ಬಡಿಯುತ್ತಿದೆ.''

"ರಸಿಕ ಶ್ರೀಮಂತರಿಗೆ ಮನರಂಜನೆ ನೀಡುವುದೇ ಅವಳ ವೃತ್ತಿಯಂತೆ. ಪಾಟಲೀಪುತ್ರದಲ್ಲಿ ವಾಸ್ತವ್ಯ ಹೂಡಿ, ತನ್ನ ವೃತ್ತಿ ನಡೆಸಲು ಅನುಮತಿ ಕೊಡಿಸಬೇಕೆಂದು ಇವಳ ತಾಯಿ ಬೇಡಿಕೊಂಡಳು. ನಾನು ಆಗಲಿ ಎಂದೆ."

"ಒಳ್ಳೆಯ ಕೆಲಸ ಮಾಡಿದಿರಿ. ಆದರೆ ರಸಿಕ ಶ್ರೀಮಂತರಿಗೆ ಮನರಂಜನೆ ನೀಡುವ ಮೊದಲು ನನಗೆ ಮನರಂಜನೆ ನೀಡಿದರೆ..."

"ಅದಕ್ಕೇ ಅಲ್ಲವೇ ಪ್ರಭು, ಈ ಪ್ರಮದೋದ್ಯಾನದಲ್ಲಿ ಅವಳ ನರ್ತನವನ್ನು ಏರ್ಪಡಿಸಿದ್ದು."

"ಅಮಾತ್ಯರೆ, ತಾರುಣ್ಯ ಸೌಂದರ್ಯಗಳಿಂದ ಹೊಳೆಯುತ್ತಿರುವ ಈ ಹೂವನ್ನು ಬರೀ ನೋಡಿ ಎಷ್ಟು ಮನರಂಜನೆ ಪಡೆಯಬಹುದು ?"

"ಅಂದರೆ ನನಗೆ ಅರ್ಥವಾಗಲಿಲ್ಲ, ಪ್ರಭು."

"ಅರ್ಥವಾದರೂ ಅರ್ಥವಾಗದವರಂತೆ ನಟಿಸುತ್ತಿರುವಿರಾ, ಅಮಾತ್ಯರೇ ?" ಧನನಂದ ಚೇಷ್ಟೆಯಿಂದ ಶ್ರೀಯಕನ ಬೆನ್ನ ಮೇಲೆ ಮೆಲ್ಲಗೆ ತಟ್ಟಿ ಹೇಳಿದ, "ಇನ್ನೇನಿಲ್ಲ, ಚಕ್ರವರ್ತಿ ಧನನಂದನ ಆಲಿಂಗನದಲ್ಲಿ ಕೆಲವು ದಿನ ಆನಂದ ಪಡುವ ಅದೃಷ್ಟ ಅವಳಿಗೂ ಸಿಗಲಿ ಎಂದು ಅನ್ನಿಸುತ್ತಿದೆ."

ತನ್ನ ಚಪಲಕ್ಕೆ ಅವಳ ಅದೃಷ್ಟದ ಕೊಂಡಿ ಜೋಡಿಸಿದ ಧನನಂದನ ಜಾಣತನಕ್ಕೆ ಮನಸ್ಸಿನಲ್ಲೇ ನಕ್ಕುಕೊಂಡು ಶ್ರೀಯಕ ಹೇಳಿದ, "ಅವಳು ಬಹಳ ಗೌರವಾನ್ವಿತ ನರ್ತಕಿಯಂತೆ ಕಾಣುತ್ತಾಳೆ ಪ್ರಭು. ಆದರೂ ನಾನು ಅವಳೊಂದಿಗೆ ಮಾತಾಡುತ್ತೇನೆ."

"ನರ್ತನ ವೃತ್ತಿಯಾದ ಮೇಲೆ ಗೌರವಾನ್ವಿತಳೆಂದು ಕರೆಯುವುದು ಹೆಚ್ಚಾಗಬಹುದು. ಇರಲಿ, ಚಕ್ರವರ್ತಿಯ ಬಯಕೆಯೇ ಅವಳಲ್ಲಿ ಇಲ್ಲದ ಗೌರವವನ್ನು ಕೊಡುತ್ತದೆ. ಮಾತಾಡಿ, ಒಪ್ಪುತ್ತಾಳೆ, ಒಪ್ಪಲೇಬೇಕು. ಅವಳ ವಾಸ್ತವ್ಯಕ್ಕೆ ಬೇಕಾದ ಅನುಕೂಲ ಮಾಡಿಕೊಡಿ. ಭಂಡಾರದ ಧನ ಹೆಚ್ಚು ವ್ಯಯವಾಗಬಾರದು. ಯಾವನಾದರೂ ವರ್ತಕನಿಗೋ, ಧನಿಕನಿಗೋ ಬೆದರಿಸಿ ಅವರು ವೆಚ್ಚ ಮಾಡುವಂತೆ ಮಾಡಿದರೆ ಇನ್ನೂ ಒಳ್ಳೆಯದೆ."

"ಈ ದಿನವಾದರೂ ಅವಳಿಗೆ ಸ್ವಲ್ಪ ಉದಾರವಾಗಿ ಉಡುಗೊರೆ ನೀಡಿ ಪ್ರಭು."

"ಅಮಾತ್ಯರು ನನ್ನನ್ನು ಕೃಪಣನೆಂದು ಪರೋಕ್ಷವಾಗಿ ಸೂಚಿಸುತ್ತಿರುವಂತಿದೆ" ಎಂದು ನಕ್ಕ ಧನನಂದ "ಯೋಚಿಸಬೇಡಿ, ಕೊಡುತ್ತೇನೆ" ಎಂದು ಭರವಸೆ ನೀಡಿದ.

ಸುಗಂಧಿಯ ದೃಷ್ಟಿ ತನ್ನ ಮೇಲೆ ಬೀಳುತ್ತಿದ್ದಂತೆ ಧನನಂದ ಪುಳಕಿತನಾಗುತ್ತಿದ್ದ, ಅವಳ ಸ್ನೇಹ ಸಹವಾಸಗಳ ಕನಸು ಕಾಣತೊಡಗಿದ. ಅವಳ ತಂಡದ ಗಾಯಕಿ ಧನನಂದನನ್ನೇ ಕುರಿತಂತೆ ಹೊಗಳಿಕೆಯ ಒಂದು ತುಣುಕನ್ನು ಹಾಡಿದಾಗ, ಸುಗಂಧಿ ತನ್ನ ವಶವಾಗುವುದರಲ್ಲಿ ಸಂದೇಹವಿಲ್ಲವೆಂದು ಧನನಂದ ಭಾವಿಸಿಕೊಂಡ. ಶ್ರೀಯಕ ಅವನ ಮುಖದಲ್ಲಿ ನಡೆಯುತ್ತಿದ್ದ ಭಾವನೆಗಳ ಬದಲಾವಣೆಯನ್ನು ಸೂಕ್ಷ್ಮವಾಗಿ ಗಮನಿಸುತ್ತಲೇ ಇದ್ದ.

## ೨

ಮರುದಿನ ಬೆಳಿಗ್ಗೆ ಶ್ರೀಯಕ ಸುಗಂಧಿಯ ವಾಸ್ತವ್ಯಕ್ಕೆ ಒಂದು ವಿಶಾಲವಾದ ಭವನದ ವ್ಯವಸ್ಥೆ ಮಾಡಿದ. ಅರಮನೆಯಿಂದ ಅವಳಿಗೆ ಕೆಲವು ಬೆಲೆ ಬಾಳುವ ವಸ್ತುಗಳನ್ನು ಕಳಿಸಿಕೊಟ್ಟ ಮತ್ತು ಅವಳಿಗೆ ತನ್ನ ಕಡೆಯ ಪರಿಚಾರಕರನ್ನೇ ನಿಯಮಿಸಲು ಮುಂದಾದ. ಆದರೆ ವಿನಯಪೂರ್ವಕವಾಗಿ ಸುಗಂಧಿಯ ತಾಯಿ ನಿರಾಕರಿಸಿದಳು. ಈ ವೇಳೆಗೆ ಅವಳು ಉಜ್ಜಯಿನಿ ನಗರದ ಗಣಿಕೆಯೆಂದು ಸಾಕಷ್ಟು ಪ್ರಚಾರವಾಗಿತ್ತು. ರಸಿಕರಾದ ಅಜಿತ ಮುಂತಾದ ವರ್ತಕರು ಅವಳ ನರ್ತನ, ಗಾಯನಗಳ ಸವಿ ಅನುಭವಿಸುವ ಶುಭದಿನಕ್ಕಾಗಿ ಕಾತರದಿಂದ ಕಾಯುತ್ತಿದ್ದರು. ಶ್ರೀಯಕ ಅವಳನ್ನು ರಾತ್ರಿ ಬಂದು ನೋಡುವುದಾಗಿ ಮೊದಲೇ ಸುದ್ದಿ ಕಳಿಸಿದ.

ಸುಗಂಧಿ, ಅವಳ ಐವತ್ತು ವರ್ಷ ದಾಟಿದ ತಾಯಿ ಮಂಗಳೆ, ಸಹ ನರ್ತನ ಗಾಯನದಲ್ಲಿ ಭಾಗವಹಿಸುವ, ವಾದ್ಯನುಡಿಸುವ ಚಂದ್ರಿಕಾ, ಶಾಂತಿ ಇಬ್ಬರು ಹುಡುಗಿಯರು, ಮುಖ್ಯ ಗಾಯಕಿ ಕೇತಕಿ, ಅಷ್ಟು ಜನರ ಅಡಿಗೆ ಊಟೋಪಚಾರ ನೋಡಿಕೊಳ್ಳುವ ಮಧ್ಯ ವಯಸ್ಸಿನ ನಿರಂಜನ, ಮೇಲು ಕೆಲಸದ ಹದಿನಾರು ವರ್ಷದ ಶ್ರೀಧರ - ಇಷ್ಟು ಜನರ ಸಂಸಾರ ಅವರದು.

ಶ್ರೀಯಕನ ಗುರಿ ಬೇರೆಯೇ ಇತ್ತು. ಧನನಂದನ ದೌರ್ಬಲ್ಯವನ್ನು ಬಳಸಿಕೊಂಡು ತನ್ನ ಪ್ರತಿಷ್ಠೆ ಹೆಚ್ಚಿಸಿಕೊಳ್ಳುವ ಆಲೋಚನೆ ಅವನದಾಗಿತ್ತು. ಅವನ ಮೊದಲ ದೃಷ್ಟಿ ಪ್ರಧಾನಾಮಾತ್ಯ ಪದವಿಯ ಮೇಲಿತ್ತು. ರಾಕ್ಷಸನ ಮೇಲೆ ಅವನಿಗೆ ಮೊದಲಿನಿಂದಲೂ ಅಸಹನೆಯಿತ್ತು. ಅದಕ್ಕೆ ತಕ್ಕಂತೆ ಅವನು ಹೇಗೋ ತನ್ನ ಮಾತನ್ನೇ ನಡೆಸಿಕೊಳ್ಳುತ್ತಿದ್ದ. ಅವನ ಮೇಲೆ ಧನನಂದನಿಗೆ ಅತಿಯಾದ ನಂಬಿಕೆಯಿತ್ತು. 'ಆ ನಂಬಿಕೆಯ ಕಟ್ಟಡದಲ್ಲಿ ಬಿರುಕುಂಟು ಮಾಡಬೇಕು. ತನ್ನ ಸಮಕ್ಕೆ ಯಾರೂ ಇಲ್ಲವೆಂದು ಅವನ ಅಹಂ ಅಡಗಬೇಕು. ಅದಕ್ಕೆ ಈ ಗಣಿಕೆ ಸುಗಂಧಿ ಸುವರ್ಣ ಸಾಧನವಾಗಬೇಕು.

'ಹಾಗೆ ನೋಡಿದರೆ ಆ ರಾಕ್ಷಸನ ಬೆಂಬಲದಿಂದಲೇ ಧನನಂದ ಅಷ್ಟೊಂದು ಮದದಿಂದ ನಡೆದುಕೊಳ್ಳುತ್ತಿದ್ದಾನೆ. ಜೊತೆಗೆ ಬಲವಾದ ಸೈನ್ಯವಿದೆಯೆಂಬ ಅಹಂಕಾರ ಬೇರೆ. ಆ ಸೈನ್ಯದಲ್ಲೂ ಸಮಯ ಬಿದ್ದರೆ ತಿರುಗಿ ಬೀಳುವ ಜನರಿದ್ದಾರೆಂಬುದು ಚಂದ್ರಗುಪ್ತನ ದಂಗೆಯ ಪ್ರಯತ್ನದಿಂದ ಸ್ಪಷ್ಟವಾಗಿದೆ. ಸರ್ವಸೇನಾಧ್ಯಕ್ಷನಾಗಿ ರಾಕ್ಷಸನಿಲ್ಲದಿದ್ದರೆ, ಬಹುಶಃ ಅಗಾಧವಾದ ಸೈನ್ಯ ಪುಡಿಪುಡಿಯಾಗಿ ಚದರಿ ಹೋಗುತ್ತಿತ್ತೇನೋ ! ಮೊದಲು ರಾಕ್ಷಸನನ್ನು ದೂರ ಮಾಡಿ, ಪ್ರಧಾನಾಮಾತ್ಯ ಸ್ಥಾನದಲ್ಲಿ ಕುಳಿತುಬಿಟ್ಟರೆ, ಅವಿವೇಕಿಯೂ, ಆತುರಗಾರನೂ, ಉದ್ಧಟನೂ, ದುಶ್ಚಟಗಳ ದಾಸನೂ ಆದ ಧನನಂದನನ್ನು ಬಹುಬೇಗ ಮುಗಿಸಿ ಸಿಂಹಾಸನದಲ್ಲೇ ಕುಳಿತುಬಿಡಬಹುದು. ಜೈನ, ಬೌದ್ಧರೆಂದರೆ ತಿರಸ್ಕಾರದಿಂದ ಕಾಣುವ ಬ್ರಾಹ್ಮಣ ಕ್ಷತ್ರಿಯರಿಗೆ ಪಾಠ ಕಲಿಸಿ, ಜೈನ ಸಾಮ್ರಾಜ್ಯವನ್ನೇ ಕಟ್ಟಿಬಿಡಬಹುದು. ಅಂಥ ಸಂದರ್ಭ ಬಂದರೆ ಬೌದ್ಧರು ನೆರವಿಗೆ ಬಂದೇ ಬರುತ್ತಾರೆ. ಅಗತ್ಯವಿರುವವರೆಗೂ ಅವರ ಬೆಂಬಲವನ್ನು ಗಳಿಸಿಕೊಂಡು, ಭದ್ರವಾದ ಮೇಲೆ ಅವರ ಸ್ಥಾನವನ್ನು ಅವರಿಗೆ

ತೋರಿಸಿಕೊಡಬಹುದು' ಇತ್ಯಾದಿ ಯೋಚಿಸುತ್ತಾ, ಮನಸ್ಸಿನಲ್ಲೇ ಆ ಶುಭದಿನದ ಕನಸು ಕಾಣುತ್ತಾ, ರಾತ್ರಿ ಜನಸಂಚಾರ ಕಡಿಮೆಯಾದ ನಂತರ ಒಂದಿಬ್ಬರು ಬೆಂಗಾವಲಿನವರ ಜೊತೆ ಶ್ರೀಯಕ ಸುಗಂಧಿಯ ಮನೆಗೆ ಬಂದ.

ಮುಖ್ಯದ್ವಾರವನ್ನು ದಾಟಿ ಒಳಗೆ ಹೆಜ್ಜೆಯಿಡುತ್ತಿದ್ದಂತೆ ಅಂಗಳದಲ್ಲಿದ್ದ ಪಲ್ಲಕ್ಕಿ ಕಣ್ಣಿಗೆ ಬಿತ್ತು. ಒಳಬಾಗಿಲ ಬಳಿ ಕುಳಿತಿದ್ದ ಶ್ರೀಧರ ಒಳಗೆ ಹೋಗಿ ಸುಗಂಧಿಗೆ ಅಮಾತ್ಯರು ಬಂದಿರುವ ವಿಷಯ ತಿಳಿಸಿದ. ಎಲ್ಲ ಒಟ್ಟಿಗೆ ಕುಳಿತು ಯಾವುದೋ ಗೀತೆಯ ಅಭ್ಯಾಸ ನಡೆಸುತ್ತಿದ್ದವರು ತಕ್ಷಣ ನಿಲ್ಲಿಸಿದರು. ಹುಡುಗಿಯರೆಲ್ಲ ಒಳಗೆ ಓಡಿದರು.

ಶ್ರೀಯಕ ಬೆಂಗಾವಲಿನವರನ್ನು ಹೊರಗಿರುವಂತೆ ಹೇಳಿ ಒಳಗೆ ಹೆಜ್ಜೆಯಿರಿಸಿದ ಕೂಡಲೇ, ಮಂಗಳೆ ಬಂದು "ದಯಮಾಡಿಸಬೇಕು" ಎಂದು ಸ್ವಾಗತಿಸಿದಳು.

ಸುಗಂಧಿ ನಮಸ್ಕರಿಸಿ "ಬನ್ನಿ, ಬನ್ನಿ, ಕುಳಿತುಕೊಳ್ಳಿ" ಎಂದು ಪೀಠ ತೋರಿಸಿದಳು. ಶ್ರೀಯಕ ಕುಳಿತು ಸುತ್ತ ಕಣ್ಣಾಡಿಸಿದ.

ವಿಶಾಲವಾದ ನಡುಮನೆ ವೈಭವದಿಂದ ಅಲ್ಲದಿದ್ದರೂ, ಕಲಾತ್ಮಕವಾಗಿ ಸಜ್ಜುಗೊಂಡಿತ್ತು.. ಸುಗಂಧ ದ್ರವ್ಯಗಳ ಹಿತವಾದ ಪರಿಮಳ ಚೇತೋಹಾರಿಯಾಗಿತ್ತು. ಎದುರಿನಲ್ಲಿ ವಾದ್ಯಗಳು ಹರಡಿಕೊಂಡಿದ್ದವು. ಅಡಿಗೆ ಮನೆಯ ಬಾಗಿಲ ಬಳಿ ನಿಂತು ನಿರಂಜನ ನೋಡುತ್ತಿದ್ದ.

ಮಂಗಳೆ "ಮಾತನಾಡುತ್ತಿರಿ, ಈಗ ಬಂದೆ" ಎಂದು ಹೇಳಿ ನಿರಂಜನನನ್ನು ಕರೆದುಕೊಂಡು ಅಡಿಗೆ ಮನೆಗೆ ಹೋದಳು. ಶ್ರೀಯಕ ಸುಗಂಧಿಯತ್ತ ನೋಡಿದ. ಅವಳು ಮೃದುವಾಗಿ ನಕ್ಕಳು. ಅಂಥ ಯಾವ ಚಪಲವೂ ಇಲ್ಲದವನಾದರೂ, ಅವಳ ನಗು ಒಂದು ಕ್ಷಣ ಅವನಲ್ಲೂ ಉನ್ಮಾದ ಉಂಟುಮಾಡಿತು. ಅದನ್ನು ಅಡಗಿಸಿಕೊಂಡು "ಎಲ್ಲ ಅನುಕೂಲವಾಗಿದೆಯೇ ?" ಎಂದು ಕೇಳಿದ.

"ತಮ್ಮ ಕೃಪೆ, ಯಾವ ತೊಂದರೆಯೂ ಇಲ್ಲ" ಎಂದಳು ಸುಗಂಧಿ.

"ನಮ್ಮ ಚಕ್ರವರ್ತಿಗಳಿಗಂತೂ ನಿನ್ನ ನರ್ತನ, ಗಾಯನ ಎಲ್ಲ ಅತ್ಯಂತ ಪ್ರಿಯವಾಗಿವೆ. ಅವರು ಎಷ್ಟೊಂದು ಹೊಗಳಿದರು ಗೊತ್ತೆ ?" ಶ್ರೀಯಕ ಮಾತಿಗೆ ಪೀಠಿಕೆ ಹಾಕಿದ.

"ರಸಿಕರ ಆನಂದವೇ ನಮ್ಮ ಜೀವನವಲ್ಲವೆ ?" ಎಂದು ಸುಗಂಧಿ ನಕ್ಕಳು.

"ರಸಿಕರ ವಿಷಯ ಬೇರೆ, ಸ್ವತಃ ಚಕ್ರವರ್ತಿಗಳೇ ನಿನಗೆ ಮರುಳಾಗಿದ್ದಾರೆಂದರೆ, ಅದು ನಿನ್ನ ಅದೃಷ್ಟವಲ್ಲವೇ ?"

"ಹೌದೇ !" ಸುಗಂಧಿ ಅಚ್ಚರಿಯಿಂದ ಕೇಳಿದಳು, "ಅವರು ಮರುಳಾಗಿರುವುದು ನನ್ನ ನರ್ತನಕ್ಕೋ ಅಥವಾ ನನಗೋ ?"

"ಎರಡಕ್ಕೂ, ನೀನೆಷ್ಟು ಚೆಲುವೆಯೆಂಬುದು ನಿನಗೇ ಗೊತ್ತಿಲ್ಲ"

"ಚೆಲುವಿನ ಪ್ರದರ್ಶನ ಮಾಡುವುದು, ಜನರನ್ನು ಸಂತೋಷಪಡಿಸುವುದು ನಮ್ಮ ಕುಲಧರ್ಮ ಅಮಾತ್ಯರೆ."

"ರಸಿಕರು ಮತ್ತು ಜನರ ವಿಷಯ ಈಗ ಬೇಡ. ನಿನ್ನ ಚೆಲುವನ್ನು ಒಲವಾಗಿ ಪರಿವರ್ತಿಸಿದರೆ ನಿನ್ನ ಜೀವಮಾನವೆಲ್ಲ ಬೇರೆಯವರ ಹಂಗಿಲ್ಲದೆ ಸುಖವಾಗಿ ಬದುಕುವಷ್ಟು ಸಂಪತ್ತು ನಿನ್ನ ಕಾಲ ಬಳಿ ಬಂದು ಬೀಳುತ್ತದೆ."

"ಅಂದರೆ ? ನನಗೆ ಅರ್ಥವಾಗಲಿಲ್ಲ, ಬಿಡಿಸಿ ಹೇಳಿ ಅಮಾತ್ಯರೆ."

"ಹೇಳುತ್ತೇನೆ ಸುಗಂಧಿ. ಸುತ್ತಿ ಬಳಸಿ ಮಾತಾಡುವುದು ನನಗೂ ಇಷ್ಟವಿಲ್ಲ. ಈ ನಿನ್ನ ಚೆಲುವು ತಾರುಣ್ಯವಿರುವವರೆಗೆ ಮಾತ್ರ. ಆ ತಾರುಣ್ಯವೆಂಬುದು ಕೆಲವೇ ವರ್ಷಗಳ ಕೊಡುಗೆ. ಆಮೇಲೆ ನಿನ್ನ ನರ್ತನಕ್ಕೂ ಬೆಲೆಯಿರುವುದಿಲ್ಲ, ಬದುಕಿಗೂ ಅರ್ಥವಿರುವುದಿಲ್ಲ. ನಮ್ಮ ಚಕ್ರವರ್ತಿಗಳು ನಿನ್ನ ಸಹವಾಸವನ್ನು ಬಯಸಿದ್ದಾರೆ. ಹೊಸ ಹೊಸ ಹೂವಿಗೆ ಹಾತೊರೆಯುವ ಅವರು ನಿನ್ನೊಂದಿಗೆ ಶಾಶ್ವತವಾದ ಸ್ನೇಹ ಬೆಳೆಸುವರೆಂಬುದೂ ನಿಜವಲ್ಲ. ಆದರೆ ಅವರು ಬಯಸಿದಷ್ಟು ಕಾಲ ನೀನು ಬೇಕಾದಷ್ಟು ಸಂಪತ್ತನ್ನು ಗಳಿಸಬಹುದು. ಅದಕ್ಕೆ ನಾನು ನೆರವಾಗುತ್ತೇನೆ. ಚಕ್ರವರ್ತಿ ಕೈಬಿಟ್ಟ ಮೇಲೆ ನೀನು ಏನು ಗತಿ ಎಂದು ಯೋಚನೆ ಮಾಡಬೇಕಾಗಿಲ್ಲ, ನಾನಿದ್ದೇನೆ."

"ಶ್ರೀಯಕರೇ, ನೀವಾ !" ಸುಗಂಧಿ ಜೋರಾಗಿ ನಕ್ಕಳು.

"ನಾನೆಂದರೆ ನಾನಲ್ಲ ನನ್ನ ಸಹಾಯದಿಂದ ನೀನು ಇನ್ನಷ್ಟು ಪ್ರವರ್ಧಮಾನಕ್ಕೆ ಬರಬಹುದು."

"ಮತ್ತೆ ಒಗಟು ಬೇಡ ಅಮಾತ್ಯರೆ, ಬಿಡಿಸಿ ಹೇಳಿ."

"ನಿನ್ನಲ್ಲಿ ರಹಸ್ಯವೇನು ಸುಗಂಧಿ" ಶ್ರೀಯಕ ಎದ್ದು ನಿಂತು ಎತ್ತಲೋ ನೋಡುತ್ತ ಹೇಳಿದ, "ನಾನೊಂದು ಬಹಳ ದೊಡ್ಡದಾದ ಆಸೆಯಿರಿಸಿಕೊಂಡಿದ್ದೇನೆ. ಅದಕ್ಕೆ ನೀನು ನೆರವಾದರೆ, ಸುವರ್ಣದಲ್ಲೇ ನಿನ್ನನ್ನು ಮುಳುಗಿಸಿಬಿಡಬಲ್ಲೆ, ಇದೇ ಮಗಧದ ರಾಜ ನರ್ತಕಿಯನ್ನಾಗಿ ಮಾಡಬಲ್ಲೆ."

"ಆ ನಿಮ್ಮ ದೊಡ್ಡ ಆಸೆ ಯಾವುದೆಂದು ಕೇಳಬಹುದೆ ?"

"ಈಗ ಬೇಡ, ಇನ್ನೊಮ್ಮೆ ಹೇಳುತ್ತೇನೆ. ಈಗ ಚಕ್ರವರ್ತಿಗಳ ವಿಷಯಕ್ಕೆ ಏನು ಹೇಳುತ್ತಿ ?"

ಅಷ್ಟರಲ್ಲಿ ಪಾನಕ ತೆಗೆದುಕೊಂಡು ಬಂದ ಮಂಗಳೆ ಹೇಳಿದಳು, "ಇಂಥ ಅವಕಾಶವನ್ನು ಬಿಟ್ಟವರುಂಟೆ ಅಮಾತ್ಯರೆ ? ಆದರೆ ನಮ್ಮದು ಗಣಿಕೆಯರ ಕುಲವಾದರೂ, ನಮ್ಮವೇ ಆದ ಸಂಪ್ರದಾಯಗಳಿವೆ. ನೃತ್ಯಗಾಯನ ನಮ್ಮ ವೃತ್ತಿ ನಿಜ, ಹಾಗೆಂದು ಕರೆದ ಕೂಡಲೇ ಗಂಡಸರ ಹಿಂದೆ ಹೋಗುವ ಅಲ್ಪರಲ್ಲ, ನಮ್ಮ ಸುಗಂಧಿ ಇನ್ನೂ ಕುಮಾರಿ. ಮೊದಲು ಚಕ್ರವರ್ತಿಗಳ ಸಂಪರ್ಕವಾಗುತ್ತಿರುವುದು ಸಂತೋಷವೆ. ಆದರೆ ಅದಕ್ಕೆ ಒಂದು ತಿಂಗಳ ಕಾಲಾವಕಾಶ ಕೊಡಬೇಕಾಗುತ್ತದೆ."

"ಒಂದು ತಿಂಗಳೇ ? ಏಕೆ ಅಷ್ಟೊಂದು ಸಮಯ ?"

"ನಮ್ಮ ಸಂಪ್ರದಾಯದ ಪ್ರಕಾರ ಒಂದು ತಿಂಗಳ ಕಾಲ ನಮ್ಮ ಕುಲದೇವರ ಹೆಸರಿನಲ್ಲಿ ವ್ರತಾಚರಣೆ ಮಾಡಬೇಕು. ಏನೇ ಆದರೂ ಅದನ್ನು ತಪ್ಪುವಂತಿಲ್ಲ, ಕೋಪಮಾಡಿಕೊಳ್ಳದೆ ದಯವಿಟ್ಟು ಅಷ್ಟು ಅವಕಾಶ ಕೊಡಬೇಕು."

ಶ್ರೀಯಕ ಸುಮ್ಮನಾದ. ಧನನಂದನಿಗೆ ಏನು ಹೇಳುವುದೆಂದು ಅವನು ಮನಸ್ಸಿನಲ್ಲೇ ಯೋಚಿಸುತ್ತಿದ್ದ.

"ದಯವಿಟ್ಟು ಬೇಸರಮಾಡಿಕೊಳ್ಳಬೇಡಿ" ಮಂಗಳೆ ಹೇಳಿದಳು, "ಆಮೇಲೆ ನಾವು ಸದಾ ನಿಮ್ಮ ಆಜ್ಞಾನುವರ್ತಿಗಳು. ನನ್ನ ಮಗಳ ಕ್ಷೇಮದ ದೃಷ್ಟಿಯಿಂದ ತಾಯಿಯಾದ ನಾನು ನನ್ನ ಕರ್ತವ್ಯವನ್ನು ಪಾಲಿಸಲು ಅವಕಾಶ ಕೊಡಿ."

"ಆಗಲಿ, ನಾನು ಚಕ್ರವರ್ತಿಗಳಿಗೆ ಹೇಳುತ್ತೇನೆ" ಎಂದು ಶ್ರೀಯಕ ಪಾನಕ ಕುಡಿದು ಹೊರಟುಹೋದ.

ತಕ್ಷಣದ ಆಪತ್ತು ನಿವಾರಣೆಯಾಯಿತೆಂಬ ಭಾವನೆಯಿಂದ ಸುಗಂಧಿ ತಾಯಿಯ ಮುಖ ನೋಡಿದಳು. ಮಂಗಳೆ ಎದೆಯ ಮೇಲೆ ಕೈಯಿಟ್ಟುಕೊಂಡು ಒಂದು ನಿಟ್ಟುಸಿರು ಬಿಟ್ಟಳು. ಕೇತಕಿ ಮತ್ತು ಗೆಳತಿಯರು ಶ್ರೀಯಕ ಮರೆಯಾಗುತ್ತಿದ್ದಂತೆಯೇ ಓಡಿಬಂದು "ನಮ್ಮನ್ನು ಮರೆತುಬಿಡಬೇಡಿ ಮಹಾರಾಣಿಯವರೆ" ಎಂದು ಚೇಷ್ಟೆ ಮಾಡಿ ಹೊಟ್ಟೆತುಂಬ ನಕ್ಕರು. ಸುಗಂಧಿ ಸಿಂಹಾಸನದ ಮೇಲೆ ಕುಳಿತಿರುವಂತೆ ಠೀವಿಯಿಂದ ಒಂದು ಪೀಠದ ಮೇಲೆ ಕುಳಿತು "ಯಾರಲ್ಲಿ? ಇವರಿಗೆಲ್ಲ ಅರಮನೆಯ ಪಾಕಶಾಲೆಯಲ್ಲಿ ಭೂರಿ ಭೋಜನದ ವ್ಯವಸ್ಥೆ ಮಾಡಿ" ಎಂದಳು. ಅವರು ಮತ್ತಷ್ಟು ನಕ್ಕರು. ಅವಳೂ ಎಲ್ಲರ ನಗುವಿನಲ್ಲಿ ಸೇರಿಕೊಂಡಳು.

ಮರುದಿನ ಬೆಳಿಗ್ಗೆ ತನಗಾಗಿ ನಿರೀಕ್ಷೆ ಮಾಡುತ್ತಿದ್ದ ಚಕ್ರವರ್ತಿಯನ್ನು ಶ್ರೀಯಕ ಕಂಡ. "ಹೋಗಿದ್ದಿರಾ ? ಸುಗಂಧಿಯನ್ನು ಕಂಡಿರಾ ? ಅವಳೇನೆಂದಳು ?" ಎಂದು ಧನನಂದ ಆತುರದಿಂದ ಕೇಳಿದ.

"ನಿಮ್ಮ ಎಲ್ಲ ಪ್ರಶ್ನೆಗಳಿಗೂ ಒಂದೇ ಉತ್ತರ, ಒಂದು ತಿಂಗಳ ಕಾಲ ಕಾಯಬೇಕು" ಎಂದ ಶ್ರೀಯಕ ನಗುತ್ತ.

"ಏನು ? ಇನ್ನೂ ಒಂದು ತಿಂಗಳೆ ? ಏಕಂತೆ ?"

ಶ್ರೀಯಕ ಸುಗಂಧಿಯ ತಾಯಿ ಮಂಗಳೆ ಹೇಳಿದ ವಿಷಯವನ್ನೆಲ್ಲ ವಿವರಿಸಿದ. "ಬಯಸಿದ ವಸ್ತು ಬಯಸಿದ ಕೂಡಲೇ ಸಿಕ್ಕಿಬಿಟ್ಟರೆ ಅದರಲ್ಲಿ ಎಂಥ ಸ್ವಾರಸ್ಯವಿರುತ್ತದೆ ಪ್ರಭು ? ಕಾಯಬೇಕು, ವಿರಹದಿಂದ ನೋಯಬೇಕು, ಬಯಕೆ ಕಾದು ಕಾದು ಮಾಗಿ ಹಣ್ಣಾಗಬೇಕು. ಆಗ ಆ ಸುಖಕ್ಕೆ ಸಾವಿರ ಬಣ್ಣಗಳು ಸೇರುತ್ತವೆ. ಅಲ್ಲವೆ ಪ್ರಭು ?"

"ಅಮಾತ್ಯರೆ, ನಿಮ್ಮ ಬಾಯಲ್ಲಿ ಇಂಥ ಮಧುರ ಬಣ್ಣನೆಯೇ ! ನನ್ನ ನೆಪದಲ್ಲಿ ಆ ಸುಗಂಧಿಯನ್ನು ನೀವೇ..."

"ಎಲ್ಲಾದರೂ ಉಂಟೇ ಪ್ರಭು ?" ಎಂದು ಮೇಲೆ ಹೇಳಿದರೂ, ಒಳಗೆ ಅವನ ನೀಚ ಭಾವನೆಯನ್ನು ಕಂಡು ಶ್ರೀಯಕನಿಗೆ ಅಸಹ್ಯವಾಯಿತು.

"ಹಾಸ್ಯಕ್ಕೆ ಹೇಳಿದೆ, ತಪ್ಪು ತಿಳಿಯಬೇಡಿ. ನಿಮ್ಮ ಮಾತೂ ಒಂದು ರೀತಿಯಲ್ಲಿ ಸರಿಯೇ. ಬಯಸಿದ ವಸ್ತುವಿಗಾಗಿ ಕಾಯುವುದರಲ್ಲೂ ಒಂದು ರುಚಿಯಿರುತ್ತದೆ. ಹಾಗೇ ಆಗಲಿ, ಅಲ್ಲಿಯವರೆಗೆ ಅವಳ ಅಗತ್ಯಗಳ ಕಡೆಗೆ ಗಮನ ಕೊಡಿ."

"ಆಗಲಿ ಪ್ರಭು."

ಅಷ್ಟರಲ್ಲಿ ಸೇವಕಿಯೊಬ್ಬಳು ಬಂದು "ಮಹಾಪ್ರಭು ರಾಜಕುಮಾರರ ಸ್ಥಿತಿ ಗಂಭೀರವಾಗಿದೆ. ಮಹಾರಾಣಿಯವರು ತಮ್ಮನ್ನು ನೆನಪು ಮಾಡಿಕೊಂಡರು" ಎಂದಳು.

ಧನನಂದ ಶ್ರೀಯಕನ ಮುಖ ನೋಡಿ ಎದ್ದು ಅಂತಃಪುರದ ಕಡೆಗೆ ಹೊರಟ. ಶ್ರೀಯಕನೂ ಹಿಂಬಾಲಿಸಿದ.

ಅವರು ಒಳಬಂದಾಗ ಪಲ್ಲಂಗದ ಬಳಿ ರಾಣಿ ಸುಮತಿ ದುಃಖಿಸುತ್ತಾ ನಿಂತಿದ್ದಳು. ರಾಜಕುಮಾರ ಸುಮಾಲ್ಯ ನಿತ್ರಾಣಿಯಾಗಿ ಮಲಗಿದ್ದ. ರಾಜವೈದ್ಯ ಸಂಜಯ ಅವನ ನಾಡಿ ಪರೀಕ್ಷೆ ಮಾಡುತ್ತಿದ್ದ. ಸುಮತಿ ತನ್ನತ್ತ ನೋಡಿದಾಗ, ಆದೇ ತಾನೆ ಸುಗಂಧಿಯ ಸ್ನೇಹದ ಕಲ್ಪನೆಯಲ್ಲಿ ಬಾಯಿ ಚಪ್ಪರಿಸಿಕೊಳ್ಳುತ್ತಿದ್ದುದು ನೆನಪಾಗಿ, ಧನನಂದ ಸಿಕ್ಕಿಬಿದ್ದ ಕಳ್ಳನಂತೆ ಕೆಳನೋಟದಲ್ಲಿ ಅವಳತ್ತ ನೋಡಿದ. ಒಂದು ಕ್ಷಣ ಶ್ರೀಯಕನಿಗೂ ಕೆಡುಕೆನಿಸಿತು. ಬಹಳ ದಿನಗಳಿಂದ ಸುಮಾಲ್ಯನ ಆರೋಗ್ಯ ಆಗಾಗ ಹದಗೆಡುತ್ತಿರುವ ವಿಷಯ ಅವನಿಗೆ ಗೊತ್ತಿತ್ತು. ಇತ್ತೀಚೆಗೆ ಎಲ್ಲೋ ಸ್ವಲ್ಪ ಸುಧಾರಿಸುತ್ತಿದ್ದವನು ಈಗ ಸ್ಥಿತಿ ಮತ್ತೆ ಗಂಭೀರವಾಗಿತ್ತು. ಮಗನ ಆರೋಗ್ಯಕ್ಕಿಂತ ತನ್ನ ಸುಖವೇ ಪ್ರಧಾನವಾದ ಧನನಂದನ ಲೋಲುಪ್ತಿ ಒಂದು ಕ್ಷಣ ಅಸಹ್ಯವೆನಿಸಿತು. ಇನ್ನೊಂದು ಕ್ಷಣದಲ್ಲಿ 'ಇದೇ ನನಗೆ ಬೇಕಾಗಿರುವುದು. ಅಕಸ್ಮಾತ್ ಸುಮಾಲ್ಯ ಸತ್ತು ಹೋದರೆ, ಸಿಂಹಾಸನಕ್ಕೆ ಉತ್ತರಾಧಿಕಾರಿಯೇ ಇರುವುದಿಲ್ಲ. ನನ್ನ ಯೋಜನೆ ಇನ್ನಷ್ಟು ಸುಲಭವಾಗುತ್ತದೆ' ಎಂಬ ಕ್ರೂರ ಆಲೋಚನೆಯೂ ಬಂತು.

'ಕೆಲವು ಸಲ ದೊಡ್ಡವರು ಮಾಡಿದ ಪಾಪಗಳು ಮಕ್ಕಳನ್ನು ಕಾಡುತ್ತವೆ. ಮಹಾರಾಜರ ಆಡಳಿತದಲ್ಲಿ ಎಷ್ಟು ಜನ ನೊಂದರೋ, ಎಷ್ಟು ಮಕ್ಕಳು ಸಂಕಟಪಟ್ಟವೋ, ಇನ್ನೂ ಎಷ್ಟು ಜನ ದುಃಖಪಡಬೇಕೋ! ಅವರೆಲ್ಲರ ನೋವಿನ ಶಾಪ ಸುಮ್ಮನೆ ಬಿಡುತ್ತದೆಯೇ ?' ಎಂದು ಅಂದು ಚಣಕ ಹೇಳಿದ್ದ ಮಾತು ಧನನಂದನ ನೆನಪಿಗೆ ಬಂತು. ಕೋಪದಿಂದ ಮೈ ಕುದಿಯಿತು. 'ಆ ಪಾಪಿ ಬ್ರಾಹ್ಮಣನ ಮಾತು ನಿಜವಾಗುವುದೇ ? ಅವನೇನು ನಮ್ಮ ಹಣೆಬರಹವನ್ನು ನಿರ್ಧರಿಸುವ ದೇವರೇ ? ಬ್ರಾಹ್ಮಣರು ಶಾಪಾನುಗ್ರಹ ಶಕ್ತಿಯುಳ್ಳ ಮಹಾತ್ಮರೆಂದು ಜನರನ್ನು ಸುಳ್ಳು ಸುಳ್ಳೇ ನಂಬಿಸಿ, ಅವರಿಂದ ಪೂಜ್ಯತೆ, ಮಾನ್ಯತೆಗಳನ್ನು ಪಡೆಯುವುದು ತಮ್ಮ ಅಧಿಕಾರವೆಂದು ಭಾವಿಸಿದ್ದಾರೆ. ಇಲ್ಲ, ಆ ಚಣಕನ ಮಾತು ಸುಳ್ಳೆಂಬುದನ್ನು ನಿರೂಪಿಸುತ್ತೇನೆ. ನನ್ನ ಮಗ ಗುಣವಾಗುತ್ತಾನೆ. ಆರ್ಯಾವರ್ತವನ್ನೆಲ್ಲಾ ಶೋಧಿಸಿ, ಉತ್ತಮ ವೈದ್ಯನನ್ನು ಕರೆಸುತ್ತೇನೆ' ಎಂದುಕೊಂಡ.

ಅಷ್ಟರಲ್ಲಿ ಔಷಧಿ ನೀಡಿ ರಾಜವೈದ್ಯ ಸಂಜಯ ಹೊರಟುಹೋದ. ಸುಮತಿ ಮಗನ ತಲೆ ನೇವರಿಸುತ್ತ ಬಿಕ್ಕಿ ಬಿಕ್ಕಿ ಅಳತೊಡಗಿದಳು. "ನೀನು ಅಳಬೇಡಮ್ಮ, ನಾನು ಬೇಗ ಗುಣವಾಗುತ್ತೇನೆ" ಎಂದು ಸುಮಾಲ್ಯ ಕಣ್ಣೀರನ್ನು ಒರೆಸಿದಾಗ ಅವಳ ದುಃಖ ಇನ್ನಷ್ಟು ಹೆಚ್ಚಾಯಿತು.

"ಸುಮಾಲ್ಯ" ಹತ್ತಿರ ಬಂದು ಪಲ್ಲಂಗದ ಮೇಲೆ ಕುಳಿತು ಧನನಂದ ಹೇಳಿದ, "ನಿನ್ನ ರೋಗ ನಿನ್ನ ತಾಯಿಯ ದುಃಖ ಎಲ್ಲ ಮುಗಿಯುತ್ತದೆ. ನೀನು ಚಿಂತೆ ಮಾಡಬೇಡ. ಅಮಾತ್ಯರೇ" ಎಂದು ಶ್ರೀಯಕನತ್ತ ತಿರುಗಿ ಹೇಳಿದ, "ಇನ್ನೂ ಅತ್ಯುತ್ತಮ ವೈದ್ಯರು ಬೇಕು. ಅವರು ಎಲ್ಲಿದ್ದರೂ ಸರಿ, ಯಾವ ಮೂಲೆಯಲ್ಲಿದ್ದರೂ ಸರಿ, ಕರೆಸಲು ವ್ಯವಸ್ಥೆ ಮಾಡಿ."

"ಆಗಲಿ ಪ್ರಭು."

ಧನನಂದ ಮತ್ತು ಶ್ರೀಯಕ ಅಲ್ಲಿಂದ ಹೊರಟುಹೋದರು. ಸುಮತಿಗೆ ಇನ್ನಷ್ಟು ಬೇಸರವಾಯಿತು. ಅವಳಿಗಂತೂ ಚಣಕನ ಮಾತೇ ನಿಜವಾಗುತ್ತಿದೆಯೆಂಬ ಭಾವನೆ ಬಂತು.

ಅವಳು ಮದುವೆಯಾಗಿ ಅರಮನೆಗೆ ಬಂದ ದಿನವೇ ಅವಳು ತನ್ನ ದಾಂಪತ್ಯ ಜೀವನ ಮುರಿದು ಬಿದ್ದ ಆಘಾತವನ್ನು ಅನುಭವಿಸಿದಳು. ಧನನಂದನ ಸಂಪರ್ಕ ಪ್ರೀತಿ ವಿಶ್ವಾಸಗಳಿಲ್ಲದ ಬಲಾತ್ಕಾರವಾಗಿತ್ತು. ಹಲವು ಹೆಣ್ಣುಗಳಲ್ಲಿ ಸುಖ ಸೂರೆ ಮಾಡಲು ತೊಡಗಿದ್ದ ಅವನು ಅವಳ ಮೇಲೆ ಇದ್ದ ಅಲ್ಪ ಸ್ವಲ್ಪ ಆಸಕ್ತಿಯನ್ನೂ ಕಳೆದುಕೊಂಡ. ಜೊತೆಗೆ ಸ್ವಭಾವವೂ ಕಠಿಣವಾಗತೊಡಗಿತು. ಮಾತಿನಲ್ಲಿ ನಯವಿಲ್ಲದೆ ದುಡುಕು ಪ್ರಧಾನವಾಯಿತು. ಎಷ್ಟೋ ದಿನಗಳವರೆಗೆ ಅವನು ಅವಳೊಂದಿಗೆ ಮಾತನಾಡಲೂ ಕಾಣಿಸಿಕೊಳ್ಳುತ್ತಿರಲಿಲ್ಲ.

ದಿನಕ್ರಮೇಣ ಸುಮತಿ ಅಂತರ್ಮುಖಿಯಾಗತೊಡಗಿದಳು. ಮಗನ ಲಾಲನೆ ಪಾಲನೆ ಮಾಡುತ್ತ ಅವನ ಶ್ರೇಯಸ್ಸಿಗಾಗಿ ಬದುಕಬೇಕೆಂಬುದಷ್ಟೇ ಅವಳ ಗುರಿಯಾಯಿತು. ಒಂಟಿತನದ ಬೇಸರ ಅಸಹನೀಯವಾಗತೊಡಗಿತು. ಚಣಕ ರಾಜಪುರೋಹಿತನಾಗಿ ಸೇರಿ ಹಲವು ವರ್ಷಗಳಾಗಿದ್ದವು. ಅವನ ಜ್ಞಾನ, ಸೌಜನ್ಯಗಳ ಬಗ್ಗೆ ಅವಳಿಗೂ ತಿಳಿದಿತ್ತು. ಆಗಾಗ ಅವನನ್ನು ತನ್ನ ಅಂತಃಪುರಕ್ಕೆ ಕರೆಸಿಕೊಂಡು, ತನ್ನ ದುಃಖ ತೋಡಿಕೊಂಡು ಸಮಾಧಾನ ಪಟ್ಟುಕೊಳ್ಳುತ್ತಿದ್ದಳು. ಅವನೂ ಆಗಾಗ ಅಂತಃಪುರಕ್ಕೆ ಬಂದು, ಪುರಾಣ, ಪುಣ್ಯಕಥೆಗಳನ್ನು ಹೇಳಿ, ಅವಳು ಸಾಧ್ಯವಾದಷ್ಟು ತನ್ನ ನೋವು ಮರೆತು ಸಮಾಧಾನದಿಂದಿರುವಂತೆ ನೋಡಿಕೊಂಡ. ಆದರೆ ಆ ಕಹಿ ಘಟನೆ ನಡೆದ ಮೇಲೆ ಅವನು ಬರುವುದೂ ನಿಂತು ಹೋಯಿತು. ಚಣಕ ಈ ಲೋಕದಿಂದಲೇ ಹೊರಟುಹೋದ. ಆ ವಿಷಯ ತಿಳಿದಾಗ ಅವಳಿಗೆ ತುಂಬ ಸಂಕಟವಾಯಿತು. ತನ್ನಿಂದಲೇ ಅವನು ಸಾಯುವಂತಾಯಿತೇನೋ ಎಂದು ಅವಳು ಹಲವು ಸಲ ಅಂದುಕೊಂಡಿದ್ದಳು.

ಸುಮತಿ ಮಗನ ಕಡೆ ನೋಡಿದಳು. ನಗುತ್ತ, ನಲಿಯುತ್ತ ಆಡಿಕೊಂಡಿದ್ದ ಅವನು ಈಗ, ಅವನು ತನ್ನ ಮಗನೇ ! ಎಂದು ಕೇಳಿಕೊಳ್ಳುವಷ್ಟು ಬದಲಾಗಿದ್ದ. ಈ ರೋಗ ಆರಂಭವಾದಾಗಿನಿಂದ ಅವನ ನಗು ಮಾಯವಾಗಿತ್ತು. ಕಣ್ಣುಗಳು ಕಳಾಹೀನವಾಗಿದ್ದವು. ಮುಖವೆಲ್ಲ ಬತ್ತಿಹೋಗಿತ್ತು. 'ಎಲ್ಲ ಇದೆ. ಆದರೆ ಏನು ಪ್ರಯೋಜನ ? ಈ ಅರಮನೆ, ಸಂಪತ್ತು, ಅಧಿಕಾರ ಯಾರಿಗೆ ಬೇಕು ? ಈ ಯಾವ ವೈಭವಗಳೂ ಇಲ್ಲದ ಒಂದು ಸಾಮಾನ್ಯ ಕುಟುಂಬ ಎಷ್ಟೋ ನೆಮ್ಮದಿಯಿಂದಿರುತ್ತದೆ. ಗಂಡನ ಪಾಪದ ಶಾಪದ ಜೊತೆಗೆ ಈಗ ಚಣಕನ ಸಾವಿನ ಶಾಪವೂ ನನಗೇ ಸುತ್ತಿಕೊಳ್ಳುವುದೋ ಏನೋ !' ಎಂದು ಅವಳು ಭಯಗೊಂಡಳು.

ಅಷ್ಟರಲ್ಲಿ ಅಮಾತ್ಯ ರಾಕ್ಷಸ ಕಾಣಲು ಬಂದಿರುವನೆಂದು ಸೇವಕಿ ಹೇಳಿದಳು. ಅವನನ್ನು ಒಳಗೆ ಕಳಿಸಲು ಹೇಳಿ ಸುಮತಿ ಎದ್ದು ನಿಂತಳು. ರಾಕ್ಷಸ ಬಂದು ನಮಸ್ಕರಿಸಿ, ಸುಮಾಲ್ಯನ ಕಡೆ ನೋಡಿ "ಈಗ ಹೇಗಿದೆ ?" ಎಂದು ಕೇಳಿದ.

"ಹಾಗೇ ಇದ್ದಾನೆ ಅಮಾತ್ಯರೆ. ಮತ್ತೆ ಮತ್ತೆ ಬಂದು ಕಾಡುವ ಈ ಹಾಳು ರೋಗ ನನ್ನ ಮಗನನ್ನು ಒಣಗಿದ ಹೂವಿನಂತೆ ಮಾಡಿರುವುದನ್ನು ನೋಡಿ ಅಮಾತ್ಯರೆ" ಎನ್ನುತ್ತ ಅವಳು ಗದ್ಗದಿತಳಾದಳು.

"ರಾಜವೈದ್ಯರು ಬಂದಿದ್ದರೇ ?"

"ಬಂದಿದ್ದರು. ಔಷಧಿ ಕೊಟ್ಟು ಹೋದರು. ಕೆಲವು ದಿನ ಗೆಲುವಾಗುತ್ತಾನೆ. ಮತ್ತೆ ಯಥಾಪ್ರಕಾರ. ಅಮಾತ್ಯರೆ, ಈ ರೋಗ ಬಂದ ಮೇಲೆ ವಾಸಿಯಾಗುವುದಿಲ್ಲವಂತೆ ನಿಜವೇ ?"

"ಯಾರು ಹಾಗೆ ಹೇಳಿದವರು ? ಖಂಡಿತ ವಾಸಿಯಾಗುತ್ತದೆ" ಎಂದು ಹೇಳಿದರೂ ರಾಕ್ಷಸನ ಮನಸ್ಸಿನಲ್ಲಿ ಅಳುಕಿತ್ತು.

"ನನ್ನ ಮಗನನ್ನು ಬಿಟ್ಟರೆ ನನಗೆ ಬೇರೆ ಯಾವ ದಿಕ್ಕೂ ಇಲ್ಲ ಅಮಾತ್ಯರೆ. ರಾಜವೈದ್ಯರು ಔಷಧೋಪಚಾರ ನಡೆಸುತ್ತಲೇ ಇದ್ದಾರೆ. ಎಲ್ಲ ದೇವಾಲಯಗಳಲ್ಲೂ ಪೂಜೆ ಮಾಡಿಸಿದ್ದಾಯಿತು. ದಾನ ಧರ್ಮಗಳನ್ನು ಮಾಡಿದ್ದಾಯಿತು. ಇನ್ನೇನು ಮಾಡಬೇಕೋ ನನಗೆ ತಿಳಿಯದು. ನನ್ನ ಮಗ ಮೊದಲಿನಂತೆ ಆರೋಗ್ಯವಾಗಿ, ನಗು ನಗುತ್ತ ಓಡಾಡಿಕೊಂಡಿರುವುದು ಸಾಧ್ಯವಾದರೆ ನಾನು ನನ್ನ ಪ್ರಾಣವನ್ನೇ ಕೊಟ್ಟುಬಿಡಲು ಸಿದ್ಧಳಾಗಿದ್ದೇನೆ" ಎಂದು ಅವಳು ಅಳತೊಡಗಿದಳು.

"ಅಮ್ಮ, ನೀನು ಅಳಬೇಡಮ್ಮ, ನನಗೂ ಅಳು ಬರುತ್ತದೆ" ಎಂದು ಸುಮಾಲ್ಯ ತಾಯಿಯ ಕೊರಳು ಬಳಸಿ ತಾನೂ ಅಳತೊಡಗಿದ.

"ದಯವಿಟ್ಟು ಧೈರ್ಯ ಕಳೆದುಕೊಳ್ಳಬೇಡಿ, ಮಹಾರಾಣಿ" ರಾಕ್ಷಸ ಹೇಳಿದ, "ಪರ್ವತ ರಾಜ್ಯದಲ್ಲಿ ಇಂಥ ರೋಗಗಳಿಗೆ ಚಿಕಿತ್ಸೆ ನೀಡುವ ಪರಿಣತರಿದ್ದಾರಂತೆ. ಅಂಥ ಒಬ್ಬ ವೈದ್ಯನನ್ನು ಕಳಿಸಿಕೊಡುವಂತೆ ರಾಜ ಪೌರವನಿಗೆ ಪತ್ರ ಬರೆದಿದ್ದೇನೆ. ಇಷ್ಟರಲ್ಲೇ ಆ ವೈದ್ಯ ಬಂದರೂ ಬರಬಹುದು."

"ಹೌದೇ ! ಪರ್ವತರಾಜ್ಯದ ವೈದ್ಯ ಔಷಧಿ ನೀಡಿದರೆ ನನ್ನ ಮಗ ಮೊದಲಿ ನಂತಾಗುವನೆ ?" ಕಣ್ಣೊರೆಸಿಕೊಳ್ಳುತ್ತ ಸುಮತಿ ಕಾತರದಿಂದ ಕೇಳಿದಳು.

"ಖಂಡಿತ ವಾಸಿಯಾಗುವುದೆಂದು ನನ್ನ ಅಂತರಂಗ ಹೇಳುತ್ತಿದೆ."

"ಅಷ್ಟಾದರೆ ನಿಮ್ಮ ಉಪಕಾರವನ್ನು ನಾನು ಸಾಯುವವರೆಗೂ ಮರೆಯುವುದಿಲ್ಲ ಅಮಾತ್ಯರೆ."

"ಇದರಲ್ಲಿ ಉಪಕಾರವೇನು ಬಂತು ಮಹಾರಾಣಿ ? ನಾನು ರಾಜಸೇವಕ, ಇದು ನನ್ನ ಕರ್ತವ್ಯ."

"ಅದು ನಿಮ್ಮ ಅಭಿಪ್ರಾಯ. ಆದರೆ ನನ್ನ ಪಾಲಿಗೆ ನೀವೇ ಆಪದ್ಬಾಂಧವರು. ಈ ನಗರದಲ್ಲಿ ಯಾರಿಗೂ ಇಲ್ಲದ ಕರ್ತವ್ಯನಿಷ್ಠೆ ನಿಮ್ಮಲ್ಲಿ ಮಾತ್ರ ಇದೆಯೆಂದು ನನಗೆ ಗೊತ್ತು. ನನ್ನ ವಿಷಯದಲ್ಲಿ ಮಾತ್ರ ನೀವು, ಒಡಹುಟ್ಟಿದ ಸೋದರನಿಗಿಂತ ಹೆಚ್ಚಾಗಿ ಅಕ್ಕರೆಯಿಂದ ನಡೆದುಕೊಳ್ಳುತ್ತಿದ್ದೀರಿ."

"ಹೊಗಳಿಕೆ ಬೇಡ ಮಹಾರಾಣಿ. ಅದಿರಲಿ, ಸದ್ಯಕ್ಕೆ ರಾಜವೈದ್ಯರು ಕೊಡುವ ಔಷಧಿ, ಅವರು ಹೇಳಿದ ಪಥ್ಯವನ್ನು ನಿಯಮಿತವಾಗಿ ಪಾಲಿಸಿ. ಹೊಸ ವೈದ್ಯ ಬಂದ ನಂತರ ನೋಡೋಣ."

"ಈಗಲೇ ಚಕ್ರವರ್ತಿಗಳ ಗಮನಕ್ಕೂ ತಂದುಬಿಡಿ. ಆಮೇಲೆ ಅದಕ್ಕೂ ಆಕ್ಷೇಪಣೆ ಮಾಡಿದರೆ ಕಷ್ಟ. ಈಗ ಸ್ವಲ್ಪ ಹೊತ್ತಿಗೆ ಮುಂಚೆ ಅವರೂ, ಅಮಾತ್ಯ ಶ್ರೀಯಕರೂ ಬಂದು ಬೇರೆ ವೈದ್ಯನಿಗಾಗಿ ಶೋಧಿಸುವ ಮಾತಾಡಿ ಹೋದರು."

"ಹೌದೇನು? ಹಾಗಾದರೆ ಒಳ್ಳೆಯದೇ ಆಯಿತು. ನಾನು ಈಗಲೇ ಕಂಡು ಮಾತಾಡುತ್ತೇನೆ" ಎಂದು ರಾಕ್ಷಸ ಧನನಂದನನ್ನು ಹುಡುಕಿಕೊಂಡು ಹೋದ.

ಇಷ್ಟು ಹೊತ್ತಿಗೆ ಧನನಂದ ಮಗನ ಅನಾರೋಗ್ಯದ ವಿಷಯವನ್ನು ಮರೆತು, ಶ್ರೀಯಕನೊಂದಿಗೆ ಸುಗಂಧಿಯ ವಿಷಯ ಮಾತಾಡಿಕೊಂಡು ಜೋರಾಗಿ ನಗುತ್ತಿದ್ದ. ರಾಕ್ಷಸ ಬಂದ ಕೂಡಲೇ ಅವರಿಬ್ಬರೂ ಗಾಂಭೀರ್ಯದ ಮುಖವಾಡ ತೊಟ್ಟುಕೊಂಡರು.

ಅಮಾತ್ಯ ರಾಕ್ಷಸ ತಾನು ಪರ್ವತರಾಜ್ಯದ ರಾಜ ಪೌರವನಿಗೆ ಪತ್ರ ಬರೆದಿರುವ ವಿಷಯವನ್ನು ತಿಳಿಸಿದಾಗ ಧನನಂದನಿಗೆ ಸಂತೋಷವಾಯಿತು. ಶ್ರೀಯಕನಿಗೆ ಅವನು ಹೇಳಿದ, "ನೋಡಿದಿರಾ ಅಮಾತ್ಯರೇ, ಒಳ್ಳೆಯ ವೈದ್ಯನನ್ನು ಕರೆಸಬೇಕೆಂದು ನಾವು ಈಗತಾನೇ ಅಂದುಕೊಂಡೆವು. ಆದರೆ ಅಷ್ಟರಲ್ಲಿ ನಮ್ಮ ರಾಕ್ಷಸರು ಕಾರ್ಯಪ್ರವೃತ್ತರಾಗಿಯೇಬಿಟ್ಟಿದ್ದಾರೆ! ಅದಕ್ಕೇ ನನಗೆ ರಾಕ್ಷಸರನ್ನು ಕಂಡರೆ ಬಹಳ ಗೌರವ ಮತ್ತು ಅಭಿಮಾನ."

ಶ್ರೀಯಕನ ಮುಖ ಕಪ್ಪಿಟ್ಟಿತು. "ಆ ವೈದ್ಯ ಯಾರು ಅಮಾತ್ಯರೇ ? ಬಹುಶಃ ಅವನೂ ಒಬ್ಬ ಬ್ರಾಹ್ಮಣನಾಗಿರಬೇಕು?" ಎಂದು ಅವನು ವ್ಯಂಗ್ಯದಿಂದ ಹೇಳಿದ.

"ಇರಬಹುದು, ಇಲ್ಲದಿರಲೂಬಹುದು" ರಾಕ್ಷಸ ಗಂಭೀರವಾಗಿ ಹೇಳಿದ, "ಆದರೆ, ನಿಜವಾದ ವೈದ್ಯನಾದವನು ರೋಗಿಯ ರೋಗದ ಬಗ್ಗೆ ಮಾತ್ರ ಗಮನವಿರಿಸುತ್ತಾನೆ, ಅವನ ಧರ್ಮದ ಬಗ್ಗೆ ಅಲ್ಲ ಎಂದು ನಾನು ಭಾವಿಸುತ್ತೇನೆ."

"ಆದರೂ ನೆರೆಯ ರಾಜನಿಗೆ ಪತ್ರ ಬರೆದು, ನಮ್ಮ ರಾಜಕುಮಾರನಿಗೆ ಇಂಥ ರೋಗ ಬಂದಿದೆಯೆಂದು ತಿಳಿಸಿದ್ದು ತಪ್ಪೆಂದು ನನ್ನ ಭಾವನೆ."

ಅವನ ಕುಹಕ ಅರ್ಥವಾಗಿ ರಾಕ್ಷಸ ಹೇಳಿದ, "ನನಗೂ ಸ್ವಲ್ಪ ಬುದ್ಧಿಯಿದೆ ಪ್ರಭು. ಅಂಥ ಅವಿವೇಕ ಮಾಡುವಷ್ಟು ಮೂರ್ಖನಲ್ಲ. ರಾಜಕುಮಾರನ ವಿಷಯವನ್ನು ನಾನು ಬರೆದಿಲ್ಲ. ನನ್ನ ಆಪ್ತರೊಬ್ಬರಿಗೆ ಅನಾರೋಗ್ಯವಾಗಿ ವೈದ್ಯರ ಅಗತ್ಯವಿದೆಯೆಂದು ಮಾತ್ರ ಬರೆದಿದ್ದೇನೆ."

ಶ್ರೀಯಕ ಮುಂದೆ ಮಾತಾಡಲು ಅವಕಾಶ ಕೊಡದೆ ಧನನಂದ ಹೇಳಿದ, "ನಾನು ನಂಬುತ್ತೇನೆ. ರಾಕ್ಷಸರಿಗೆ ಯಾರೂ ರಾಜನೀತಿಯನ್ನು ಹೇಳಿಕೊಡುವ ಪ್ರಸಂಗ ಬರುವುದಿಲ್ಲ."

ಶ್ರೀಯಕ ಮುಂದೆ ಮಾತಾಡಲಿಲ್ಲ. ರಾಕ್ಷಸನ ಮೇಲಿನ ಅಸೂಯೆ ಇನ್ನಷ್ಟು ಗಟ್ಟಿಯಾಯಿತು. ಆದರೆ ಅದನ್ನು ವ್ಯಕ್ತಪಡಿಸಲಾಗದೆ ಮತ್ತೆ ರೂಢಿಯ ಮುಖವಾಡ ತೊಟ್ಟುಕೊಂಡ.

## ೩

ತಕ್ಷಶಿಲೆಯಿಂದ ಚಣಕ ಪುತ್ರ ಚಾಣಕ್ಯ ಬಂದದ್ದು ಚಣಕ ಆತ್ಮಹತ್ಯೆ ಮಾಡಿಕೊಳ್ಳಲಿಲ್ಲ ಧನನಂದನ ಕಡೆಯವರೇ ಕೊಲ್ಲಿಸಿದರೆಂದು ತಿಳಿದದ್ದು ಆಸ್ಥಾನದಲ್ಲಿ ಚಾಣಕ್ಯ ಕೂಗಾಡಿದ್ದು ಧನನಂದ ಅಪಮಾನ ಮಾಡಿದ್ದು ಪ್ರತಿಜ್ಞೆ ಮಾಡಿದ್ದು ಹಿಂದಿರುಗಿ ಹೋಗುವಾಗ ಗುಪ್ತವಾಗಿ ಕೊಲ್ಲಿಸಲು ಪ್ರಯತ್ನಿಸಿದ್ದು, ಚರಣ ತಪ್ಪಿಸಿದ್ದು - ಈ ಎಲ್ಲ ವಿಷಯಗಳೂ ಸೆರೆಮನೆಯಲ್ಲಿದ್ದವರಿಗೆ ತಿಳಿದವು. ಚಣಕನ ಕೊಲೆಯಾಗಿರಬೇಕೆಂಬ ಅವರ ಊಹೆ ನಿಜವಾಗಿತ್ತು.

"ಛೆ, ಎಂಥ ಕೆಲಸವಾಯಿತು !" ಚಂದ್ರಗುಪ್ತ ಉದ್ಗರಿಸಿದ. "ನನ್ನ ಬಿಡುಗಡೆಯಾಗಿದ್ದರೆ, ಚಾಣಕ್ಯರ ಜೊತೆಯಲ್ಲಿ ನಾನೂ ಹೋಗಿ, ಅವರಿಂದ ರಾಜನೀತಿಯನ್ನು ಕಲಿಯಬಹುದಾಗಿತ್ತು. ನಮ್ಮ ಯೋಜನೆಗೆ ಅವರ ನೆರವನ್ನು ಪಡೆಯಬಹುದಾಗಿತ್ತು."

"ಕಾಲ ಮಿಂಚಿ ಹೋಗಿಲ್ಲ ಚಂದ್ರಗುಪ್ತ" ಸಹದೇವ ಹೇಳಿದ, "ಆಮೇಲಾದರೂ ಅವರ ಜೊತೆ ಹೇಗಾದರೂ ಸಂಪರ್ಕ ಸಾಧಿಸಬೇಕು. ಚಣಕರಿಂದ ಆರಂಭವಾದ ಆಂದೋಲನವನ್ನು ಅವರ ಮಗ ಚಾಣಕ್ಯರ ನೆರವಿನಿಂದಲೇ ಮುಂದುವರಿಸೋಣ."

"ಚಣಕರು ಎಂಥ ದೊಡ್ಡ ವ್ಯಕ್ತಿ ! ಅವರನ್ನು ಕೊಲೆ ಮಾಡಿಸಲು ಆ ಧನನಂದನಿಗೆ ಹೇಗಾದರೂ ಮನಸ್ಸು ಬಂತು ?" ಎಂದ ಸಿಂಹಸೇನ ನೋವಿನಿಂದ.

"ಕ್ರೂರಿಗಳಿಗೆ ಕರುಣೆಯಿರುವುದಿಲ್ಲ ಸಿಂಹಸೇನ" ಎಂದ ಬ್ರಹ್ಮದತ್ತ.

"ಆ ಧನನಂದ ಬದುಕುವ ಹಕ್ಕನ್ನೇ ಕಳೆದುಕೊಂಡಿದ್ದಾನೆ" ಎಂದ ಭಾಸ್ಕರ.

"ಇಲ್ಲಿಂದ ಬಿಡುಗಡೆಯಾದ ಕೂಡಲೇ ಮೊದಲು ಮಾಡಬೇಕಾದ ಕೆಲಸವೆಂದರೆ, ಒಂದು ಸಣ್ಣ ಸೇನೆಯನ್ನಾದರೂ ಕಟ್ಟಿ ಉಪಾಯವಾಗಿ ಆ ಧನನಂದನನ್ನು ಕೊಲ್ಲುವುದು" ಎಂದ ಚಂದ್ರಗುಪ್ತ ಹಲ್ಲು ಕಡಿಯುತ್ತ.

"ಮತ್ತೆ ಆತುರಪಟ್ಟು ಸಿಕ್ಕಿಬಿದ್ದರೆ, ಹೊರಬರುವ ಅವಕಾಶವನ್ನೇ ಕಳೆದುಕೊಳ್ಳುತ್ತೇವೆ" ಎಂದ ಸಿಂಹಸೇನ.

"ತಾಳ್ಮೆ ತಾಳ್ಮೆ ಎಂದು ಕಾಯುತ್ತಿದ್ದರೆ ಆ ಧನನಂದ ಇನ್ನೂ ಯಾರು ಯಾರನ್ನು ಕೊಲ್ಲಿಸುತ್ತಾನೋ" ಎಂದ ಚಂದ್ರಗುಪ್ತ.

"ಸಣ್ಣ ಸೈನ್ಯದಿಂದ ಧನನಂದನ ಮೇಲೆ ವಿಜಯ ಸಾಧಿಸುವುದು ಸಾಧ್ಯವಾಗಬೇಕಾದರೆ, ಏನಾದರೂ ಪವಾಡ ನಡೆಯಬೇಕು, ಅಷ್ಟೆ" ಎಂದ ಭಾಸ್ಕರ.

"ವಿಜಯ ಸಿಕ್ಕದಿದ್ದರೂ ಚಿಂತೆಯಿಲ್ಲ ಒಮ್ಮೆ ಅವನಿಗೆ ನನ್ನ ಕೈರುಚಿ ತೋರಿಸಬೇಕು. ಇನ್ನುಮುಂದೆ ತನ್ನಿಚ್ಛೆ ಬಂದಂತೆ ರಾಜ್ಯವಾಳುವುದು ಸಾಧ್ಯವಿಲ್ಲವೆಂಬುದು ಮನವರಿಕೆಯಾಗಬೇಕು."

"ಫಲಿತಾಂಶದ ಖಚಿತತೆಯಿಲ್ಲದೆ ಬರಿಯ ಪ್ರಯತ್ನ ಮಾಡಿ ವ್ಯರ್ಥವಾಗಿ ನಮ್ಮ ಶಕ್ತಿ ವ್ಯಯ ಮಾಡುವುದು ಸರಿಯಲ್ಲ" ಎಂದ ಬ್ರಹ್ಮದತ್ತ.

"ಮೊದಲೇ ಪ್ರತಿಕೂಲ ಫಲಿತಾಂಶವೆಂದು ನಕಾರಾತ್ಮಕವಾಗಿ ಏಕೆ ಯೋಚಿಸಬೇಕು ? ಅನುಕೂಲ ಫಲಿತಾಂಶದ ಪ್ರಯತ್ನ ಮಾಡಲೂಬಹುದಲ್ಲವೆ ?" ಎಂದ ಸಹದೇವ.

ಸಿಂಹಸೇನ ನಕ್ಕ "ಆ ಯೋಚನೆ ಮಾಡುವುದಕ್ಕೆ ಈಗ ನಮ್ಮ ಬಳಿ ಏನಿದೆ? ಕಡೇಪಕ್ಷ ನಮ್ಮ ಆಯುಧಗಳಾಗಲಿ, ಕುದುರೆಗಳಾಗಲಿ ನಮ್ಮಲ್ಲಿಲ್ಲ, ಬರಿಗೈಯಿಂದ ಹುಲಿಯನ್ನು ಕೊಲ್ಲಲು ಹೋಗುವುದು ಹುಚ್ಚು ಸಾಹಸವಲ್ಲವೆ ?"

"ಶಕ್ತಿಯಿಂದ ಆಗದಿದ್ದರೆ ಯುಕ್ತಿಯಿಂದ ಆಗಬಹುದಲ್ಲ?" ಎಂದ ಸಹದೇವ.

"ನಾನೂ ಅದನ್ನೇ ಹೇಳುತ್ತಿರುವುದು" ಚಂದ್ರಗುಪ್ತ ಹೇಳಿದ, "ದುಷ್ಟ ಮೃಗವನ್ನು ಅದಕ್ಕೆ ಗೊತ್ತಾಗದಂತೆ ಮೋಸದಿಂದ ಹೊಡೆದು ಕೊಲ್ಲಬೇಕು."

"ನಿನ್ನ ಮೋಸಕ್ಕೆ ಪ್ರತಿಮೋಸ ಮಾಡಬಲ್ಲ ಆ ರಾಕ್ಷಸನಿದ್ದಾನಲ್ಲ?" ಎಂದ ಸಿಂಹಸೇನ.

"ಹೌದು, ಅದು ನನಗೆ ಗೊತ್ತಿದೆ. ಏಕೆ ? ಅವನಿಗಿಂತ ಹೆಚ್ಚು ಬುದ್ಧಿವಂತಿಕೆಯನ್ನು ಬಳಸುವುದು ನಮ್ಮಿಂದಾಗುವುದಿಲ್ಲವೆ ?"

"ಎಲ್ಲ ಸರಿ." ಬ್ರಹ್ಮದತ್ತ ಹೇಳಿದ, "ಎಲ್ಲದಕ್ಕೂ ಮೊದಲು ನಾವು ಇಲ್ಲಿಂದ ಬಿಡುಗಡೆಯಾಗಬೇಕು."

"ಇಂದು, ನಾಳೆಯೆಂದು ಎಣಿಸುತ್ತ ದಿನಗಳು ಕಳೆದುಹೋಗುತ್ತಿವೆ" ಎಂದ ಭಾಸ್ಕರ ಬೇಸರದಿಂದ.

"ಹೊರಗಡೆ ಚರಣ ನಮಗೋಸ್ಕರ ಎಷ್ಟು ಕಷ್ಟಪಡುತ್ತಿದ್ದಾನೋ ?" ಎಂದ ಚಂದ್ರಗುಪ್ತ.

"ಪ್ರಯತ್ನ ಪಡುತ್ತಿದ್ದಾನೋ ಅಥವಾ, ಸದ್ಯ ಈಗ ಸಿಕ್ಕಿಕೊಳ್ಳುವುದರಿಂದ ತಪ್ಪಿಸಿಕೊಂಡೆ. ಈಗ ಮತ್ತೆ ಏನೋ ಮಾಡಲು ಹೋಗಿ ಸಿಕ್ಕಿ ಬೀಳುವುದು ಬೇಡವೆಂದು ನಿಶ್ಚಿಂತೆಯಿಂದ ಇದ್ದು ಬಿಟ್ಟಿದ್ದಾನೋ ?" ಎಂದ ಬ್ರಹ್ಮದತ್ತ.

"ಅನ್ಯಾಯವಾಗಿ ಚರಣನ ಮೇಲೆ ಸಂದೇಹ ಪಡಬೇಡ ಬ್ರಹ್ಮದತ್ತ" ಚಂದ್ರಗುಪ್ತ ಹೇಳಿದ, "ನಮ್ಮ ಬಿಡುಗಡೆಯ ಪ್ರಯತ್ನ ಅಷ್ಟು ಸುಲಭವಲ್ಲ. ಎಚ್ಚರ ತಪ್ಪಿದರೆ ಅವನು ತಾನು ಸಿಕ್ಕಿ ಬೀಳುವುದಲ್ಲದೆ, ನಮ್ಮನ್ನು ಇನ್ನೂ ಅಪಾಯಕ್ಕೆ ಸಿಕ್ಕಿಸಿದಂತಾಗುತ್ತದೆ. ಅಲ್ಲದೆ ಅವನ ಆಪ್ತರು ಹಲವರಿದ್ದರೂ, ಸೆರೆಮನೆಯ ಭದ್ರ ಕಾವಲಿನ ಕಣ್ಣಿಗೆ ಮಣ್ಣೆರಚಲು ಬಹಳ ಸಿದ್ಧತೆಗಳನ್ನು ಮಾಡಿಕೊಳ್ಳಬೇಕಾಗುತ್ತದೆ."

"ಆದರೂ ಅವನು ಹೊರಗಿದ್ದಾನೆ. ಒಳಗಿರುವವರ ಕಷ್ಟ ನಮಗೇ ಗೊತ್ತು. ಬಹುಶಃ ನಮಗಿರುವ ಆತುರ ಅವನಿಗಿರಲಾರದು" ಎಂದ ಭಾಸ್ಕರ.

"ಇದು ವೃಥಾ ಊಹಾಪೋಹ" ಚಂದ್ರಗುಪ್ತ ಹೇಳಿದ, "ಚರಣನ ಸ್ವಭಾವ ನನಗೆ ಚೆನ್ನಾಗಿ ಗೊತ್ತು. ಅವನು ಬಹಳ ಯೋಚನೆ ಮಾಡಿ, ಎಚ್ಚರದಿಂದ ಕೆಲಸ ಸಾಧಿಸುತ್ತಾನೆ. ಖಂಡಿತ ನಮ್ಮನ್ನು ಬಿಡಿಸುತ್ತಾನೆ."

★ ★ ★

ಭಾಗುರಾಯಣನ ಮನೆಯಲ್ಲಿ, ಅವನು ಚಂದ್ರಗುಪ್ತನ ಬಿಡುಗಡೆಯ ಬಗ್ಗೆಯೇ ತನ್ನ ಹೆಂಡತಿ ಮಗಳೊಂದಿಗೆ ಮಾತನಾಡುತ್ತಿದ್ದ. ಅವರು ಮೂವರೂ, ಚಂದ್ರಗುಪ್ತ ಸೆರೆಯಾದಂದಿನಿಂದ ಒಂದು ರೀತಿಯ ಆತಂಕದಿಂದಲೇ ಬದುಕುತ್ತಿದ್ದರು. ಉಜ್ವಲ ಧೀರ ಹುಡುಗಿಯಾದರೂ, ಚಂದ್ರಗುಪ್ತನ ಕ್ಷೇಮದ ಬಗ್ಗೆ ಒಳಗೇ ತಳಮಳಿಸುತ್ತಿದ್ದಳು. ಅವನು ಸೆರೆಯಾದ ಕೆಲವು ದಿನಗಳಿಂದ, ಚಂದ್ರಗುಪ್ತ ತನ್ನ ಬದುಕಿನಲ್ಲಿ ಎಷ್ಟೊಂದು ಬೆರೆತು ಹೋಗಿದ್ದಾನೆಂಬುದು ಅವಳಿಗೆ ಮನವರಿಕೆಯಾಗಿತ್ತು.

''ಚಂದ್ರಗುಪ್ತನನ್ನು ನೋಡಿ ಎಷ್ಟೋ ವರ್ಷಗಳಾದಂತೆ ಭಾಸವಾಗುತ್ತಿದೆ'' ಎಂದಳು ಉಜ್ವಲ ಭಾರವಾದ ಹೃದಯದಿಂದ.

''ನಿನ್ನ ಮನಸ್ಸಿನ ಭಾವನೆಗಳನ್ನು ನಾನು ಅರ್ಥ ಮಾಡಿಕೊಳ್ಳಬಲ್ಲೆ ಮಗಳೆ'' ಭಾಗುರಾಯಣ ಹೇಳಿದ, ''ಆದರೆ ಈ ಪರಿಸ್ಥಿತಿಯಲ್ಲಿ ನಾನಾಗಲೀ, ನೀನಾಗಲೀ, ಏನೂ ಮಾಡುವಂತಿಲ್ಲವಲ್ಲ ಎಂದು ವಿಷಾದವಾಗುತ್ತಿದೆ.''

''ಏಕೆ ? ರಾಕ್ಷಸರೊಂದಿಗೆ ಮಾತಾಡಿ ಚಂದ್ರಗುಪ್ತನ ಬಿಡುಗಡೆಗೆ ಪ್ರಯತ್ನಿಸ ಬಹುದಲ್ಲ?'' ಎಂದಳು ಮಾಲಿನಿ.

''ಕೂಡದು'' ಉಜ್ವಲ ತಕ್ಷಣ ಹೇಳಿದಳು, ''ಅವರಿವರ ಭಿಕ್ಷೆಯಿಂದ ಚಂದ್ರಗುಪ್ತನ ಬಿಡುಗಡೆಯಾಗಬೇಕಾಗಿಲ್ಲ, ಅವನು ಧೀರನಾದ ಕ್ಷತ್ರಿಯ, ಧೀರನಂತೆಯೇ ಹೊರಗೆ ಬರಬೇಕು.''

''ಮೊದಲು ತನ್ನ ಪ್ರಾಣರಕ್ಷಣೆ ಮಾಡಿಕೊಂಡರೆ, ಆಮೇಲೆ ತನ್ನ ಧೀರತನದ ಪ್ರದರ್ಶನ ಮಾಡಬಹುದು.''

''ಇಲ್ಲ ಮಾಲಿನಿ'' ಭಾಗುರಾಯಣ ಹೇಳಿದ, ''ಉಜ್ವಲ ಹೇಳುವುದು ಸರಿ. ರಾಕ್ಷಸನನ್ನು ಕೇಳಲು ಹೋದರೆ, ಚಂದ್ರಗುಪ್ತ ತಾನು ಮಾಡಿದ್ದು ತಪ್ಪೆಂದು ಒಪ್ಪಿಕೊಂಡು ಕ್ಷಮಾಪಣೆ ಕೇಳಬೇಕಾಗುತ್ತದೆ. ಆತ್ಮಾಭಿಮಾನವುಳ್ಳ ಯಾರೂ ಅದನ್ನು ಇಷ್ಟಪಡುವುದಿಲ್ಲ.''

''ಅಷ್ಟರಲ್ಲಿ ಅವನಿಗೇನಾದರೂ ಅಪಾಯವಾದರೆ ?''

ಭಾಗುರಾಯಣ ಹೇಳಿದ, ''ಅಂಥ ಯಾವ ಸೂಚನೆಯೂ ಕಂಡು ಬರುತ್ತಿಲ್ಲ, ನನಗೆ ತಿಳಿದು ಬಂದ ಪ್ರಕಾರ, ವಿಚಾರಣೆಯಿಲ್ಲದೆ ಕೆಲವು ದಿನ ಅವರನ್ನು ಸೆರೆಯಲ್ಲಿ ಕೊಳೆ ಹಾಕುವ ಉದ್ದೇಶವಿರುವಂತೆ ಕಾಣುತ್ತಿದೆ.''

''ಅಪ್ಪಾಜಿ, ನಾವೂ ಏನಾದರೂ ಪ್ರಯತ್ನ ಪಡಬೇಕು'' ಎಂದಳು ಉಜ್ವಲ.

''ನನಗೂ ಹಾಗೇ ಅನ್ನಿಸುತ್ತಿದೆ. ಆದರೆ ಏನು ಮಾಡಬೇಕೆಂದು ನನಗೆ ಹೊಳೆಯುತ್ತಿಲ್ಲ, ಅಲ್ಲದೆ ನೇರವಾಗಿ ನಾನು ಏನೂ ಮಾಡುವಂತಿಲ್ಲ, ಗುಪ್ತವಾಗಿ ಏನಾದರೂ ಮಾಡಬಹುದಾದರೂ, ನನ್ನ ಮೇಲೆ ಸಂದೇಹ ಬರದಂತೆ ಎಚ್ಚರವಹಿಸಬೇಕು. ಅದು ಹೇಗೆಂದು ನನಗೆ ಅರ್ಥವಾಗುತ್ತಿಲ್ಲ.''

''ಅಪ್ಪಾಜಿ'' ಉಜ್ವಲ ಹೇಳಿದಳು, ''ಹೇಗಿದ್ದರೂ ಚರಣ ಅವರನ್ನು ಪಾರು ಮಾಡಲು ಪ್ರಯತ್ನ ಪಟ್ಟೇ ಪಡುತ್ತಾನೆ. ಅವನನ್ನು ಕರೆದು ಮಾತನಾಡಿ, ಸೂಕ್ತ ಸಲಹೆ ನೀಡಿ, ಅಗತ್ಯವಾದ ನೆರವು ನೀಡಬಹುದಲ್ಲವೆ ?''

"ಒಳ್ಳೆಯ ಆಲೋಚನೆ. ಆದರೆ ನಾನು ಅವನನ್ನು ಭೇಟಿಮಾಡುವುದರ ಬದಲು ನೀನೇ ಭೇಟಿ ಮಾಡಿ ಅವನೊಂದಿಗೆ ಮಾತಾಡು."

ಮಾಲಿನಿಗೆ ಅದು ಇಷ್ಟವಾಗಲಿಲ್ಲ. "ಹೆಣ್ಣು ಹುಡುಗಿಯನ್ನು ಇಂಥ ಅಪಾಯಕಾರಿ ಕೆಲಸಕ್ಕೆ ಕಳಿಸುವುದು ಒಳ್ಳೆಯದಲ್ಲ" ಎಂದಳು.

ಉಜ್ವಲ ನಕ್ಕಳು. "ಅಮ್ಮ ನಾನು ಕ್ಷತ್ರಿಯ ಕನ್ಯೆ. ಅದೃಷ್ಟವಿದ್ದರೆ ಮುಂದೆ ಒಂದು ದಿನ ಚಂದ್ರಗುಪ್ತನ ಜೊತೆ ಸಿಂಹಾಸನದ ಮೇಲೆ ಕೂಡಬೇಕಾದವಳು. ನನಗೆ ಯಾವ ಭಯವೂ ಇಲ್ಲ. ಸಮಯ ಬಂದರೆ ಕುದುರೆಯೇರಿ, ಯಾವುದೇ ಗಂಡಿಗಿಂತಲೂ ವೇಗವಾಗಿ ಸವಾರಿ ಮಾಡಬಲ್ಲೆ. ಖಡ್ಗ ಬೀಸಿ ನಾಲ್ಕಾರು ತಲೆಗಳನ್ನು ಉರುಳಿಸಬಲ್ಲೆ. ನಾನು ಈಗ ಹೋಗುತ್ತಿರುವುದು, ನನ್ನ ಪತಿಯಾಗಲಿರುವವನನ್ನು ಸೆರೆಮನೆಯಿಂದ ಬಿಡಿಸಲು. ಅದು ನನ್ನ ಕರ್ತವ್ಯವೆಂದು ನಿನಗೂ ಗೊತ್ತಿರಬೇಕಲ್ಲವೆ ?"

ಮಾಲಿನಿ ಮಾತಾಡಲಿಲ್ಲ. ಭಾಗುರಾಯಣನಿಗೆ ಹೆಮ್ಮೆಯೆನಿಸಿತು. ಹೆಂಡತಿಯ ಕಡೆ ಚೇಷ್ಟೆಯಿಂದ ನೋಡುತ್ತ ಹೇಳಿದ, "ನಮ್ಮ ಮಗಳು ಎಂಥ ಧೀರೆಯೆಂದು ಹೆಮ್ಮೆ ಪಡು ಮಾಲಿನಿ."

"ಆ ಸಂತೋಷ ನನಗಿದೆ" ಮಾಲಿನಿ ಹೇಳಿದಳು, "ಆದರೆ ಹೆತ್ತ ತಾಯಿ ಹೃದಯ, ಅವಳಿಗೇನಾದರೂ ಆದರೇನು ಗತಿಯೆಂದು ಒಮ್ಮೊಮ್ಮೆ ಮಿಡುಕುತ್ತದೆ."

"ಅದು ಸಹಜವೇ" ಭಾಗುರಾಯಣ ಹೇಳಿದ, "ಆದರೆ ಆ ಚಂದ್ರಗುಪ್ತನ ತಾಯಿ ಶಿವಾಲಿಯ ಪರಿಸ್ಥಿತಿಯನ್ನು ಸ್ವಲ್ಪ ಯೋಚಿಸು. ಗಂಡನನ್ನು ಕಳೆದುಕೊಂಡು, ದೊಡ್ಡ ರಾಜ್ಯವೋ, ಚಿಕ್ಕ ರಾಜ್ಯವೋ, ಇದ್ದ ಪದವಿಯಿಂದ ವಂಚಿತಳಾಗಿ, ದೂರದ ಊರಿಗೆ ಬಂದು, ಮಗ ಒಬ್ಬ ಸಾಮಾನ್ಯ ಸೈನಿಕನಾಗಿ ಕಷ್ಟಪಡುವುದನ್ನು ಕಂಡು ಅವಳು ಎಷ್ಟು ನೊಂದಿರಬಹುದು ! ಈಗ ಅವನು ಸೆರೆಯಾದ ದಿನದಿಂದ ಪ್ರತಿದಿನ, ಪ್ರತಿಕ್ಷಣ ಅವಳು ಮಗನಿಗಾಗಿ ಎಷ್ಟು ಹಂಬಲಿಸುತ್ತಿರಬಹುದು ! ನಮ್ಮ ಉಜ್ವಲ ಕೂಡ ಅವನಿಗೆ ಮನಸ್ಸು ಕೊಟ್ಟಿದ್ದಾಳೆ. ಇಂದಲ್ಲ ನಾಳೆ ಅವನು ಗಂಡನಾಗುವನೆಂದು ನಿರ್ಧರಿಸಿಕೊಂಡಿದ್ದಾಳೆ. ಅವನಿಗಾಗಿ ಇವಳ ಮನಸ್ಸಿನಲ್ಲಿ ಎಂಥ ತುಮುಲ ನಡೆಯುತ್ತಿರಬಹುದೆಂದು ನಾನು ಊಹಿಸಬಲ್ಲೆ. ಮಾಲಿನಿ, ಉಜ್ವಲ ಪ್ರಯತ್ನ ಪಡಲಿ. ನಾವು ಅವಳನ್ನು ನಿರುತ್ಸಾಹಗೊಳಿಸದೆ ಚೈತನ್ಯ ತುಂಬೋಣ."

ಮಾಲಿನಿ ಮುಂದೆ ಮಾತಾಡಲಿಲ್ಲ. ವಾತ್ಸಲ್ಯದಿಂದ ಮಗಳ ತಲೆ ನೇವರಿಸಿದಳು.

★ ★ ★

ಅದೇ ದಿನ ರಾತ್ರಿ ಜನಸಂಚಾರ ಕಡಿಮೆಯಾದ ನಂತರ ಒಬ್ಬ ಆಪ್ತ ಸೇವಕನೊಂದಿಗೆ ಉಜ್ವಲ, ತಾನೇ ಚರಣನ ಮನೆಗೆ ಹೋದಳು. ಅವಳನ್ನು ಕಂಡು ಚರಣನಿಗೆ ಆಶ್ಚರ್ಯವಾಯಿತು. "ಬನ್ನಿ ಬನ್ನಿ" ಎಂದು ಸ್ವಾಗತಿಸಿ, ಪೀಠ ತೋರಿಸಿ ಬಾಗಿಲನ್ನು ಭದ್ರಪಡಿಸಿದ. "ಇದೇನು, ಹೀಗೆ ಅನಿರೀಕ್ಷಿತ ಭೇಟಿ" ಎಂದು ಬೆರಗಿನಿಂದಲೇ ಕೇಳಿದ.

"ನಾನು ಬಂದದ್ದರಲ್ಲಿ ನನ್ನ ಸ್ವಾರ್ಥವೂ ಅಡಗಿದೆ ಚರಣ."

"ಸ್ವಾರ್ಥವೇ !"

"ಹೌದು ಚರಣ, ಸೆರೆಮನೆಯಲ್ಲಿ ನಿನ್ನ ಮಿತ್ರನಿದ್ದಾನೆ. ಆದರೆ ಅಲ್ಲಿ ನನ್ನ ಅರ್ಧಜೀವವೇ ಇದೆ."

"ಓ ! ಅದಾ !" ಎಂದು ಚರಣ ನಕ್ಕ.

"ಇನ್ನೂ ಎಷ್ಟು ದಿನ ಅವರು ಸೆರೆಮನೆಯಲ್ಲಿ ನರಳಬೇಕು ಚರಣ ?"

"ಇನ್ನು ಕೆಲವೇ ದಿನಗಳು ಅಷ್ಟೆ."

"ಏನೇನು ವ್ಯವಸ್ಥೆ ಮಾಡಿಕೊಂಡಿದ್ದಿ ? ನನ್ನ ಕಡೆಯಿಂದ ಯಾವ ರೀತಿಯ ನೆರವು ಬೇಕಾದರೂ ನೀಡಲು ಸಿದ್ಧಳಾಗಿದ್ದೇನೆ."

"ನೀವು ಈಗ ಬರದಿದ್ದರೂ, ಇಷ್ಟರಲ್ಲೇ ನಾನು ಅಶ್ವಾಧ್ಯಕ್ಷರನ್ನು ಭೇಟಿ ಮಾಡಬೇಕೆಂದಿದ್ದೆ. ಬೇರೆ ವ್ಯವಸ್ಥೆಗಳನ್ನು ನಾನು ಮಾಡಿಕೊಳ್ಳುತ್ತೇನೆ. ಬಿಡಿ ಬಿಡಿಯಾಗಿರುವ ಅವನ್ನೆಲ್ಲ ಸಮನ್ವಯಗೊಳಿಸಲು ಪ್ರಯತ್ನಿಸುತ್ತಿದ್ದೇನೆ. ಅದು ಖಚಿತವಾಗುತ್ತಿದ್ದಂತೆ, ಬಿಡುಗಡೆಗೆ ಕಾರ್ಯಾಚರಣೆಯ ದಿನವನ್ನು ಗೊತ್ತುಪಡಿಸುತ್ತೇನೆ. ನಮಗೆ ಈಗ ಅಗತ್ಯವಾಗಿ ಬೇಕಾಗಿರುವುದು ಕೆಲವು ಕುದುರೆಗಳು ಮತ್ತು ಒಂದಷ್ಟು ಧನ. ಏಕೆಂದರೆ, ಸೆರೆಯಿಂದ ತಪ್ಪಿಸಿಕೊಂಡವರು ಕಾಲು ನಡೆಯಲ್ಲಿ ಹೋಗಿ, ಬೆನ್ನಟ್ಟಬಹುದಾದ ಅಶ್ವಾರೋಹಿಗಳಿಂದ ತಪ್ಪಿಸಿಕೊಂಡು ಓಡುವುದು ಕಷ್ಟವಲ್ಲವೆ ?"

"ಹೌದು, ನಿನ್ನ ಯೋಚನೆ ಸರಿ" ಉಜ್ವಲ ಹೇಳಿದಳು. "ಕೆಲವಲ್ಲ, ನೂರು ಕುದುರೆಗಳಿಗಾಗುವಷ್ಟು ಮತ್ತು ನೂರುಜನರ ಅನ್ನಾಹಾರಗಳಿಗೆ ಒಂದು ತಿಂಗಳ ಕಾಲ ಅಗತ್ಯವಾಗುವಷ್ಟು ಧನವನ್ನು ನನ್ನ ತಂದೆಯವರಿಗೆ ಹೇಳಿ ತಂದುಕೊಡುತ್ತೇನೆ."

"ಅರಮನೆಯ ಲಾಯದಿಂದಲೇ ಕೆಲವು ಕುದುರೆಗಳನ್ನು ಕದಿಯುವುದು ಸಾಧ್ಯವಾಗುವುದೇನೋ ನೋಡುತ್ತೇನೆ. ಅದು ಸಾಧ್ಯವಾದರೆ ನೀವು ಕೊಡುವ ಧನದಿಂದ ಕೊಳ್ಳುವ ಕುದುರೆಗಳು ನಮಗೆ ಆಮೇಲೆ ಉಪಯೋಗಕ್ಕೆ ಬರುತ್ತವೆ."

"ಅದು ಸರಿ, ಹೊಸ ಕುದುರೆಗಳನ್ನು ಹೇಗೆ ಕೊಳ್ಳುತ್ತೀರಿ ?"

"ನಮ್ಮ ಅರಮನೆಗೆ ಕುದುರೆಗಳನ್ನು ಪೂರೈಸುವ ಒಬ್ಬನ ಪರಿಚಯ ನನಗಿದೆ. ಭಾಗುರಾಯಣರಿಗೂ ಅವನು ಚೆನ್ನಾಗಿ ಗೊತ್ತು. ಚಂದ್ರಗುಪ್ತನ ಪ್ರಯತ್ನದ ಬಗ್ಗೆ ಅವನಿಗೆ ಸಹಾನುಭೂತಿಯಿರುವಂತಿದೆ."

"ಅವನು ರಹಸ್ಯಪಾಲನೆ ಮಾಡುವನೆಂಬ ನಂಬಿಕೆ ನಿನಗಿದೆಯೇ ?"

"ಇದೆ. ಬೇಕಾದರೆ ಅವನ ಬಗ್ಗೆ ನಿಮ್ಮ ತಂದೆಯವರನ್ನು ವಿಚಾರಿಸಿ ಆಮೇಲೆ ನಿರ್ಧಾರ ತೆಗೆದುಕೊಳ್ಳಬಹುದು."

"ಆಗಲಿ, ಮತ್ತೆ ಬಂದು ನೋಡುತ್ತೇನೆ. ಎಲ್ಲ ನಿರ್ಧಾರವಾದ ನಂತರ ನಿನ್ನ ಯೋಜನೆಯನ್ನು ನನಗೊಮ್ಮೆ ವಿವರಿಸಿದರೆ ಸಂತೋಷವಾಗುತ್ತದೆ."

"ಖಂಡಿತ, ನೀವೂ ನಮ್ಮಲ್ಲಿ ಒಬ್ಬರೆಂದು ನಾನು ಭಾವಿಸಿಕೊಂಡಿದ್ದೇನೆ. ನಿಮ್ಮ ಸಲಹೆಯೂ ನಮಗೆ ಉಪಯುಕ್ತವಾಗಬಹುದು."

ಉಜ್ವಲ ಅಲ್ಲಿಂದ ಹೊರಟಳು. ಅವಳ ಭರವಸೆ ಚರಣನಿಗೆ ಸಮಾಧಾನವುಂಟು ಮಾಡಿತು.

ಮನೆಗೆ ಬಂದ ಮೇಲೆ ಅವಳು ಭಾಗುರಾಯಣನಿಗೆ ಚರಣನೊಂದಿಗೆ ನಡೆದ ಮಾತುಕತೆಯನ್ನು ವಿವರಿಸಿದಳು. ಕಡೆಯಲ್ಲಿ ಹೇಳಿದಳು "ನಿಮ್ಮನ್ನು ಕೇಳದೇ ನಾನು ವಾಗ್ದಾನ ಮಾಡಿಬಂದೆ. ತಪ್ಪಾಗಿದ್ದರೆ ದಯವಿಟ್ಟು ಕ್ಷಮಿಸಿ."

"ಇಲ್ಲ ಮಗಳೆ" ಭಾಗುರಾಯಣ ಹೇಳಿದ, "ಒಳ್ಳೆಯ ಕೆಲಸ ಮಾಡಿದೆ. ನಾನು ಗಳಿಸಿರುವುದು ಇನ್ನೆಂಥ ಸಂದರ್ಭದಲ್ಲಿ ಉಪಯೋಗವಾಗಬೇಕು ? ನನ್ನದಾಗಿ ಏನೇನಿದೆಯೋ ಎಲ್ಲವೂ ನಿನ್ನದೇ. ಚಂದ್ರಗುಪ್ತನಿಗಾಗಿ, ಅವನ ಶ್ರೇಯಸ್ಸಿಗಾಗಿ ಅದನ್ನೆಲ್ಲ ವಿನಿಯೋಗಿಸುವುದು ಸರಿಯಾದದ್ದೇ. ಸಮಯ ನೋಡಿ ಚರಣನಿಗೆ ತೆಗೆದುಕೊಂಡು ಹೋಗಿ ಕೊಡು."

ಕುದುರೆಗಳ ಬಗ್ಗೆ ಚರಣ ಹೇಳಿದ ವಿಷಯ ತಿಳಿಸಿ, ಅರಮನೆಗೆ ಕುದುರೆಗಳನ್ನು ಪೂರೈಸುವ ವ್ಯಾಪಾರಿಯ ಬಗ್ಗೆ ಕೇಳಿದಳು.

ಭಾಗುರಾಯಣ ಹೇಳಿದ, "ಅವನನ್ನು ನಂಬಬಹುದು. ಅವನು ಧನನಂದ ಮತ್ತು ರಾಕ್ಷಸನ ಹೆಸರು ಕೇಳಿದರೆ ಉರಿದು ಬೀಳುತ್ತಾನೆ. ಒಂದೆರಡು ಸಲ ಒಪ್ಪಿಕೊಂಡ ಬೆಲೆಗಿಂತ ಕಡಿಮೆ ಕೊಟ್ಟದ್ದಲ್ಲದೆ, ಪೂರೈಕೆಯನ್ನು ನಿಲ್ಲಿಸಿದರೆ ಕೊಂದುಬಿಡುವುದಾಗಿ ಬೆದರಿಕೆಯನ್ನೂ ಒಡ್ಡಿದ್ದಾರೆ. ತಾನು ಕೊಟ್ಟ ಮಾತಿಗೆ ತಾನೇ ತಪ್ಪುವ ಇಂಥ ರಾಜರೇ ಎಲ್ಲ ಕಡೆ ಇದ್ದರೆ, ನ್ಯಾಯ ನೀತಿಗಳ ಸಮಾಧಿಯಾಗುತ್ತದೆ ಎಂದು ನನ್ನೆದುರಿಗೇ ಹೇಳಿದ್ದಾನೆ. ಆದರೆ ನನ್ನ ಮೇಲೆ ಅವನಿಗೆ ತುಂಬ ವಿಶ್ವಾಸ. ಬೇಕಾದರೆ ರಹಸ್ಯವಾಗಿ ನಾನೇ ಅವನಿಗೆ ಹೇಳುತ್ತೇನೆ. ಮುಂಚಿತವಾಗಿ ಹೇಳಿದರೆ ನೂರಲ್ಲ, ಸಾವಿರ ಕುದುರೆಗಳನ್ನು ಪೂರೈಸುವುದೂ ಅವನಿಗೆ ಸಾಧ್ಯ."

ಉಜ್ವಲಳಿಗೆ ಸಮಾಧಾನವಾಯಿತು. ಈಗ ಚಂದ್ರಗುಪ್ತನ ಬಿಡುಗಡೆಯ ಬಗ್ಗೆ ಅವಳ ಮನಸ್ಸಿನಲ್ಲಿದ್ದ ಶಂಕೆಗಳೆಲ್ಲ ನಿವಾರಣೆಯಾದವು.

★ ★ ★

ಉಜ್ವಲ ಬಂದು ಹೋದ ಸ್ವಲ್ಪ ಹೊತ್ತಿನ ನಂತರ ಚರಣ ತಲೆಯ ಮೇಲೆ ಒಂದು ಕಂಬಳಿ ಹೊದ್ದುಕೊಂಡು ಮನೆಯಿಂದ ಹೊರಟ. ತನ್ನನ್ನು ಯಾರೂ ಹಿಂಬಾಲಿಸುತ್ತಿಲ್ಲವೆಂಬುದನ್ನು ಖಚಿತಪಡಿಸಿಕೊಂಡು ಸುಗಂಧಿಯ ಮನೆಯ ಕಡೆ ಹೆಜ್ಜೆ ಹಾಕಿದ.

ಸುಗಂಧಿಯ ವಿಷಯವನ್ನು ಅವನು ರಹಸ್ಯವಾಗಿರಿಸಿದ್ದ. ಅದನ್ನು ಉಜ್ವಲಳಿಗೆ ಹೇಳಲೂ ಅವನು ಹಿಂಜರಿದ.

ಸುಗಂಧಿಯ ಭೇಟಿ ಚರಣನಿಗೆ ಆಕಸ್ಮಿಕವಾಗಿ ಆಗಿತ್ತು. ಒಂದು ವರ್ಷದ ಹಿಂದೆ ಅವನು ಯಾವುದೋ ಕೆಲಸದ ನಿಮಿತ್ತವಾಗಿ ಉಜ್ಜಯಿನಿಗೆ ಹೋಗಿದ್ದ. ನೃತ್ಯ ಗಾಯನಗಳಲ್ಲಿ ಅಭಿರುಚಿಯಿದ್ದ ಅವನು, ಜೊತೆಗೆ ಕಾಲಕಳೆಯಲು ಸುಲಭವಾದ ಮಾರ್ಗವೆಂದು ಆ ರಾತ್ರಿ ಮಂಗಳೆಯ ಮನೆಗೆ ಹೋಗಿದ್ದ.

ಅವನು ಹೋಗುವ ವೇಳೆಗೆ ಸುಗಂಧಿಯ ನೃತ್ಯ, ಕೇತಕಿಯ ಗಾಯನ ಆರಂಭವಾಗಿತ್ತು. ಇವನೂ ಒಬ್ಬ ಪ್ರೇಕ್ಷಕನಾಗಿ ಕುಳಿತ. ಸುಗಂಧಿಯ ಚೆಲುವಿನಷ್ಟೇ ಅವಳ ನೃತ್ಯ ನೈಪುಣ್ಯವೂ ಅವನಿಗೆ ಮೆಚ್ಚಿಗೆಯಾಯಿತು. ಆದರೆ ಅಲ್ಲಿದ್ದ ರಸಿಕರಲ್ಲಿ ಅಂಥ ಶ್ರೀಮಂತರಿರುವಂತೆ ಕಾಣಲಿಲ್ಲ. ವಾದ್ಯಗಾರರೊಂದಿಗೆ ಕುಳಿತಿದ್ದ ಮಂಗಳೆಯ ಮುಖದಲ್ಲಿ ಉತ್ಸಾಹವೇನೂ ಇರಲಿಲ್ಲ.

ಅಷ್ಟರಲ್ಲಿ ಏನೋ ಗದ್ದಲವಾಯಿತು. ಸುಗಂಧಿ ಕುಣಿಯುವುದನ್ನು, ಕೇತಕಿ ಹಾಡುವುದನ್ನು, ವಾದ್ಯಗಾರರು ನುಡಿಸುವುದನ್ನು ನಿಲ್ಲಿಸಿದರು. ಮಂಗಳೆ ಮತ್ತಿತರರು ದಿಗ್ಭ್ರಾಂತಿ, ಆತಂಕಗಳಿಂದ ಬಾಗಿಲತ್ತ ನೋಡತೊಡಗಿದರು.

ಮರುಕ್ಷಣದಲ್ಲಿ ಹತ್ತು ಜನ ಖಡ್ಗಧಾರಿಗಳೊಂದಿಗೆ ಒಬ್ಬ ನುಗ್ಗಿ ಬಂದ. ಮೇಲು ನೋಟಕ್ಕೆ ಅವನು ಸಭ್ಯನಂತೆಯೇ ಕಾಣುತ್ತಿದ್ದ. ಬೇರೆ ಪ್ರೇಕ್ಷಕರು ಹೆದರಿ ಓಡಿಹೋದರು. ಅವನು, ಇವನು ಏಕೆ ಹೋಗಲಿಲ್ಲವೆಂದು ಚರಣನತ್ತ ವಕ್ರವಾಗಿ ನೋಡಿದ. ಚರಣ ಅದನ್ನು ಲೆಕ್ಕಿಸದವನಂತೆ ಮಂಗಳೆಯತ್ತ ನೋಡಿ, ''ಏಕೆ ? ಏಕೆ ನಿಲ್ಲಿಸಿ ಬಿಟ್ಟಿರಿ ?'' ಎಂದು ಕೇಳಿದ.

ಏನು ಹೇಳಬೇಕೆಂದು ತೋಚದೆ ಮಂಗಳೆ ತೊದಲುತ್ತಿರುವಾಗ ''ಏ ಯಾರು ನೀನು ?'' ಎಂದು ಅವನು ಚರಣನನ್ನು ಕೇಳಿದ.

''ನಾನೂ ನಿನ್ನ ಹಾಗೆ ಒಬ್ಬ ಮನುಷ್ಯ, ಕಣ್ಣು ಕಾಣುವುದಿಲ್ಲವೇ ?''

''ನಾನು ಯಾರು ಗೊತ್ತೋ ?''

''ಗೊತ್ತಾಗಿ ನನಗೆ ಏನೂ ಆಗಬೇಕಾಗಿಲ್ಲ.''

''ಇನ್ನೊಂದು ಕ್ಷಣ ಇಲ್ಲಿದ್ದರೆ ನಿನ್ನ ತಲೆ ನಿನ್ನ ದೇಹದ ಮೇಲೆ ಇರುವುದಿಲ್ಲ.''

''ನಾನು ನಿಮಗೇನು ತೊಂದರೆ ಮಾಡಿದೆ ?''

''ಸರಿ, ನೀನೇನೂ ತೊಂದರೆ ಮಾಡಲಿಲ್ಲ. ಹಾಗೇ ತೆಪ್ಪಗೆ ಕುಳಿತುಕೊ. ಏ ಸುಗಂಧಿ ನಡಿ ನನ್ನ ಜೊತೆ.''

''ಎಲ್ಲಿಗೆ ?'' ಎಂದಳು ಮಂಗಳೆ ಭಯದಿಂದ.

''ನನ್ನ ಮನೆಗೆ.''

''ಏಕೆ ?''

''ಏಕೆ ?'' ಅವನು ಜೋರಾಗಿ ನಕ್ಕ. ''ನಿನ್ನ ಮಗಳನ್ನು ಏಕೆ ಬಯಸುತ್ತಾರೆ ?

ಕೆಲವು ದಿನ ಅವಳೊಂದಿಗೆ ಸುಖ ಪಡಲು. ತಗೋ ಇದನ್ನು" ಎಂದು ಒಂದು ಸಣ್ಣ ಧನದ ಚೀಲವನ್ನು ಅವಳ ಮುಖದ ಮೇಲೆ ಎಸೆದ.

"ನೃತ್ಯಗಾಯನ ನಮ್ಮ ವೃತ್ತಿ. ಹಾಡಿ ಕುಣಿದು ರಸಿಕರನ್ನು ಸಂತೋಷ ಪಡಿಸಿ, ಅವರು ಕೊಡುವ ಮೆಚ್ಚುಗೆಯ ಉಡುಗೊರೆಗಳಿಂದ ನಮ್ಮ ಬದುಕು ಸಾಗಬೇಕು."

"ಏ ನನ್ನ ಬಳಿಯಲ್ಲೇ ನಿನ್ನ ಆಟ ಕಟ್ಟುತ್ತೀಯ. ಹತ್ತು ಸಲ ಹೇಳಿ ಕಳಿಸಿದರೂ ನೀನು ಅದಕ್ಕೆ ಬೆಲೆ ಕೊಡದೆ ದುರಹಂಕಾರ ತೋರಿಸಿದೆ. ಹೋದರೆ ಹೋಗಲಿ ಎಂದು ಸ್ವಲ್ಪ ಧನವನ್ನು ಕೊಡುತ್ತಿದ್ದೇನೆ. ಹೆಚ್ಚು ಮಾತಾಡಿದರೆ ನಿನ್ನ ಮಗಳನ್ನು ನಿನ್ನ ಕಣ್ಣೆದುರಿಗೇ ಬಲವಂತವಾಗಿ ಹೊತ್ತುಕೊಂಡು ಹೋಗುತ್ತೇನೆ. ಶ್ರೀಮಂತರನ್ನು ಸುಲಿಯುವಾಗ ವೃತ್ತಿಧರ್ಮ ಮರೆತು ಹೋಗುತ್ತದೆಯೆ ?"

"ಅದು ನಮ್ಮ ಇಷ್ಟ ನಿನ್ನಿಂದ ಅಪ್ಪಣೆ ಪಡೆದು ನಡೆಯಬೇಕಾಗಿಲ್ಲ" ಎಂದಳು ಸುಗಂಧಿ ತಾಳ್ಮೆ ತಪ್ಪಿ.

ಅವನು ಕೋಪದಿಂದ ಅವಳ ಕೆನ್ನೆಗೆ ಬೀಸಿ ಹೊಡೆದ. "ಎತ್ತಿಕೊಳ್ಳಿ ಇವಳನ್ನು. ನನ್ನನ್ನು ಕೆಣಕಿದ ಪರಿಣಾಮವನ್ನು ಅವಳು ಅನುಭವಿಸಲಿ" ಎಂದು ಅಬ್ಬರಿಸಿದ.

ಅವನ ಹಿಂಬಾಲಕರು ಸುಗಂಧಿಯತ್ತ ನುಗ್ಗಿದರು. ಅವಳು ತಪ್ಪಿಸಿಕೊಳ್ಳಲು ಪ್ರಯತ್ನಿಸುತ್ತಿದ್ದಳು. ಮಂಗಳೆ ತೀರ ಭಯಗೊಂಡು ಅಳುತ್ತ ಚರಣನತ್ತ ನೋಡಿದಳು. ಚರಣ ಎದ್ದು ನಿಂತು "ಬಿಡಿ ಅವಳನ್ನು" ಎಂದು ಜೋರಾಗಿ ಕೂಗಿದ.

ಅವನು ಮತ್ತು ಅವನ ಕಡೆಯವರೆಲ್ಲ ಚರಣನತ್ತ ತಿರುಗಿ ನೋಡಿದರು. ಅವನು "ತೆಪ್ಪಗಿರು ಎಂದು ಹೇಳಿದ್ದು ಮರೆತುಹೋಯಿತೇ ?"

"ಮರೆತಿಲ್ಲ, ಆದರೆ ಹೆಂಗಸರ ಮೇಲೆ ಕೈ ಮಾಡುವ ನೀವು ಗಂಡಸರೋ ಅಥವಾ ನಪುಂಸಕರೋ ಎಂದು ಸಂದೇಹ ಬಂದು ಎದ್ದು ನಿಲ್ಲಬೇಕಾಯಿತು."

"ಏನೆಂದೆ ?"

"ಅವಳನ್ನು ಹೊರಗೆ ಕರೆದುಕೊಂಡು ಹೋಗುವ ಮೊದಲು ನನ್ನ ಜೊತೆ ಹೋರಾಡಿ, ನೀವು ಗಂಡಸರೆಂಬುದನ್ನು ನಿರೂಪಿಸಿ."

"ಓ, ನೀನು ಮಹಾವೀರನೋ ?"

"ಇಲ್ಲ, ಆದರೆ ಕಷ್ಟದಲ್ಲಿರುವ ಒಂದು ಹೆಣ್ಣಿನ ರಕ್ಷಣೆಗೆ ನಿಂತಿರುವ ಒಬ್ಬ ಮನುಷ್ಯ."

"ಸಾವಿನ ಸಮಯ ಹತ್ತಿರವಾಗಿದ್ದರೆ ನಾನೇನು ಮಾಡಲು ಸಾಧ್ಯ ? ಏ ಅವನನ್ನು ಕತ್ತರಿಸಿ ಹಾಕಿ."

ತಕ್ಷಣ ಗೋಡೆಗೆ ಅಲಂಕಾರಕ್ಕೆ ನೇತು ಹಾಕಿದ್ದ ಖಡ್ಗವನ್ನು ಸೆಳೆದು ಸುಗಂಧಿ ಚರಣನತ್ತ ಎಸೆದಳು. ಹತ್ತು ಜನರೂ ಒಟ್ಟಿಗೆ ಅವನ ಮೇಲೆ ಬಿದ್ದರು. ಚರಣ ಖಡ್ಗ ಪ್ರಯೋಗದಲ್ಲಿ ಸಾಕಷ್ಟು ಪರಿಣತನಾಗಿದ್ದರಿಂದ ಅವರೊಂದಿಗೆ ವೀರಾವೇಶದಿಂದ

ಹೋರಾಡಿದ. ಅಷ್ಟೂ ಜನರನ್ನು ಗಾಯಗೊಳಿಸಿದ. ತನ್ನ ಲೆಕ್ಕಾಚಾರ ತಪ್ಪಾಗುತ್ತಿರುವುದನ್ನು ಕಂಡು ನಿರಾಸೆ, ಕೋಪದಿಂದ ಕುದಿದ ಆ ವ್ಯಕ್ತಿ ತನ್ನ ಕಠಾರಿಯನ್ನು ಚರಣನತ್ತ ಎಸೆದ. ಅಷ್ಟರಲ್ಲಿ ಸುಗಂಧಿ "ಎಚ್ಚರ" ಎಂದು ಜೋರಾಗಿ ಕಿರುಚಿದಾಗ ಚರಣ ಪಕ್ಕಕ್ಕೆ ಸರಿದ. ಆ ಕಠಾರಿ ಅವನ ಎಡಭುಜಕ್ಕೆ ನಾಟಿಕೊಂಡಿತು. ಆ ಸ್ಥಿತಿಯಲ್ಲೂ ಕೋಪದಿಂದ ಚರಣ ಆ ವ್ಯಕ್ತಿಯತ್ತ ನುಗ್ಗಿ ಹೋಗಿ ಕತ್ತಿ ಬೀಸಿದ. ಅದು ಅವನ ತೊಡೆಗೆ ಬಿದ್ದು ರಕ್ತ ಚಿಮ್ಮಿ ಕುಂಟುತ್ತಾ ಹೊರಗೆ ಓಡಿಹೋದ.

ಚರಣ ಕುಸಿದು ಕುಳಿತ. ಮಂಗಳೆ, ಸುಗಂಧಿ, ಕೇತಕಿ, ನಿರಂಜನ, ಶ್ರೀಧರ, ಚಂದ್ರಿಕಾ, ಶಾಂತಿ ಉಳಿದವರು ಎಲ್ಲ ಅವನನ್ನು ಮುತ್ತಿಕೊಂಡರು. ಶ್ರೀಧರ ಓಡಿ ಹೋಗಿ ವೈದ್ಯರನ್ನು ಕರೆತಂದು, ಔಷಧಿ ಕೊಡಿಸಿದ. ರಕ್ತ ಹೋಗಿ ಬಳಲಿದ್ದ ಅವನು ಅಂದು ರಾತ್ರಿ ಅಲ್ಲಿಯೇ ಉಳಿಯಬೇಕಾಯಿತು. ಅಂದು ಮಾತ್ರವಲ್ಲ, ಮೂರುದಿನ ಬಲವಂತವಾಗಿ ಅವನನ್ನು ಅಲ್ಲಿಯೇ ಉಳಿಸಿಕೊಂಡು ಉಪಚಾರ ಮಾಡಿದರು. ಅಷ್ಟು ಹೊತ್ತಿಗೆ ಸ್ವಲ್ಪ ಮಟ್ಟಿಗೆ ಅವನ ಗಾಯ ಗುಣವಾಯಿತು. ಪರಿಚಯವೂ ಆಯಿತು.

"ಅವನಾರು ? ಏಕೆ ಅವನು ಅಷ್ಟು ದುಷ್ಟತನದಿಂದ ವರ್ತಿಸಿದ ?" ಎಂದು ಒಂದು ದಿನ ಅವನು ಕೇಳಿದ.

"ಅವನು ಇತ್ತೀಚೆಗೆ ನಗರರಕ್ಷಣೆಯ ಪಡೆಯ ಅಧಿಕಾರಿಯಾಗಿ ಬಂದವನು. ಅವನು ಬಂದಾಗಿನಿಂದ ನಮ್ಮ ವ್ಯಾಪಾರವೇ ಇಳಿದುಹೋಗಿದೆ. ಎಲ್ಲ ಗಣಿಕೆಯರನ್ನು ಅವನು ತನ್ನ ಮಂಚಕ್ಕೆ ಕರೆದುಕೊಳ್ಳಲು ಬಯಸುತ್ತಾನೆ. ಅವನು ಕರೆದ ಕೂಡಲೇ ಹೋಗಿ, ಅವನಿಗೆ ಸಾಕೆನಿಸುವಷ್ಟು ಕಾಲ ಅವನೊಂದಿಗಿರಬೇಕು. ವಿರೋಧಿಸಿದರೆ ಬಲವಂತವಾಗಿ ಎತ್ತಿಕೊಂಡು ಹೋಗುತ್ತಾನೆ" ಮಂಗಳೆ ಹೇಳಿದಳು.

"ಅವನನ್ನು ಕೇಳುವವರು ಯಾರೂ ಇಲ್ಲವೆ ?"

"ದೂರು ಕೊಡುವವರಾರು ? ದೂರು ಕೊಡಲು ಹೋದವರಿಗೆ ಚಿತ್ರಹಿಂಸೆ. ಹೀಗೆ ಸ್ವಾರ್ಥಿಗಳಾದ, ದೌರ್ಜನ್ಯವನ್ನು ಇಷ್ಟಪಡುವ ಅಧಿಕಾರಿಗಳೇ ಎಲ್ಲ ಕಡೆ ಇದ್ದಾರೆ."

"ಒಂದು ಮಾತು ಕೇಳುತ್ತೇನೆ. ನೀವು ತಪ್ಪು ತಿಳಿಯಬಾರದು" ಎಂದು ಹಿಂಜರಿಯುತ್ತಲೇ ಚರಣ ಕೇಳಿದ, "ನೃತ್ಯಗಾಯನವೇ ನಿಮ್ಮ ವೃತ್ತಿಯೋ ಅಥವಾ ಅವನು ಹೇಳಿದಂತೆ ಬೇರೆ ವೃತ್ತಿಯನ್ನೂ ಮಾಡುತ್ತಿರುವಿರೋ ?"

"ಹಾಗಿರಲು ಬಿಡುತ್ತಾರೆಯೆ ಚರಣ ?" ಮಂಗಳೆ ಹೇಳಿದಳು. "ರಸಿಕರು ನೃತ್ಯ ಗಾಯನವನ್ನು ನೋಡಲು ಬರುವುದು ಒಂದು ನೆಪ ಅಷ್ಟೆ. ಅದರಾಚೆಯ ಸುಖಕ್ಕೇ ಎಲ್ಲ ನಿರೀಕ್ಷಿಸುವುದು."

"ಇದು ತಪ್ಪಲ್ಲವೇ ?"

"ತಪ್ಪೆಂದು ಒಂದೊಂದು ಸಲ ಅನ್ನಿಸುತ್ತದೆ. ಆದರೆ ನಾನು ತಿಳಿದಂತೆ ನನ್ನ ತಾಯಿ, ಅವಳ ತಾಯಿ ಎಲ್ಲ ಹೀಗೇ ಬದುಕಿದರು. ನನ್ನ ಮಗಳೂ ಹಾಗೇ ಬದುಕುತ್ತಾಳೆ.

ಇಲ್ಲವಾದರೆ ಅನ್ನಾಹಾರವಿಲ್ಲದೆ ಸಾಯಬೇಕಾಗುತ್ತದೆ. ಈ ಕಿರಾತಕ ಬಂದ ಮೇಲೆ ಅದೂ ಸರಿಯಾಗಿ ನಡೆಯುತ್ತಿಲ್ಲ. ಅದನ್ನು ಬಿಟ್ಟರೆ ದೇವರೇ ಗತಿ.''

''ಸುಗಂಧಿ ಎಂಥ ಮುದ್ದಾದ ಹುಡುಗಿ. ಇವಳನ್ನು ನೋಡಿದರೆ ನನಗೆ ಅಯ್ಯೋ ಅನಿಸುತ್ತದೆ.''

''ಅಮ್ಮ, ನಮಗಾಗಿ ಅಯ್ಯೋ ಅಂದ ವ್ಯಕ್ತಿ ಈ ಚರಣನೇ. ಬೇರೆ ಯಾರೂ ಅಂದ ಹಾಗೆ ನೆನಪಿಲ್ಲ'' ಎಂದಳು ಸುಗಂಧಿ ಮುಗ್ಧವಾಗಿ. ''ಚರಣ, ಈ ನಿನ್ನ ಋಣವನ್ನು ನಾನು ಎಂದೂ ತೀರಿಸಲಾರೆ.''

''ಅಂಥ ದೊಡ್ಡ ಉಪಕಾರ ನಾನೇನು ಮಾಡಿದೆ ?''

''ನಿನಗೆ ಇದು ಸಣ್ಣ ಉಪಕಾರ. ಆದರೆ ನಮಗೆ ಇದು ತುಂಬಾ ದೊಡ್ಡದು. ನನ್ನಂಥವಳ ರಕ್ಷಣೆಗಾಗಿ ನಿನ್ನ ರಕ್ತವನ್ನು ಚೆಲ್ಲಿದೆಯಲ್ಲಾ ಚರಣ ! ಅದಕ್ಕೆ ಪ್ರತಿಯಾಗಿ ನಾನು ಸಾಯುವವರೆಗೂ ಬೇಕಾದರೆ ನಿನ್ನ ದಾಸಳಾಗಿ ಇರುತ್ತೇನೆ.''

ಅವಳ ಮುಗ್ಧತೆಯನ್ನು ಕಂಡು ಚರಣನಿಗೆ ಮರುಕವಾಯಿತು. ಅಂದು ರಾತ್ರಿ ಸುಗಂಧಿ ಅಲಂಕಾರ ಮಾಡಿಕೊಂಡು ಚರಣನಿದ್ದ ಕೋಣೆಗೆ ಬಂದು ಬಾಗಿಲು ಹಾಕಿದಾಗ ಚರಣ ಚಕಿತನಾದ. ಅವಳು ನಗುತ್ತ ಉಲ್ಲಾಸ ವೈಯಾರಗಳಿಂದ ಹತ್ತಿರ ಬಂದು ಪಕ್ಕದಲ್ಲೇ ಕುಳಿತು ಅವನ ಮುಖವನ್ನೇ ನೋಡತೊಡಗಿದಳು. ಅವಳು ಏಕೆ ಬಂದಿರುವಳೆಂದು ಅರ್ಥವಾಗಿ ಚರಣನಿಗೆ ತುಂಬಾ ಮುಜುಗುರವಾಯಿತು.

''ಏಕೆ ಮೌನ. ನಾನು ನಿನ್ನ ಸೇವೆಗೆ ಬಂದಿದ್ದೇನೆ. ನಿನಗೆ ಸಂತೋಷವಿಲ್ಲವೆ ?'' ಸುಗಂಧಿ ಕೇಳಿದಳು.

''ನಾನು ಅದಕ್ಕಾಗಿ ಬರಲಿಲ್ಲ'' ಎಂದ ಚರಣ ಅವಳತ್ತ ನೋಡಿದ.

''ನೀನು ಬರದಿದ್ದರೂ ಈಗ ನಾನು ಬಂದಿದ್ದೇನೆ. ನಿನ್ನ ಉಪಕಾರಕ್ಕೆ ಪ್ರತ್ಯುಪಕಾರವಲ್ಲ, ನನ್ನ ಸಮಾಧಾನಕ್ಕೆ ಒಂದು ಅಲ್ಪ ಸೇವೆ. ಅಮ್ಮನೇ ನಿನ್ನನ್ನು ಸಂತೋಷಪಡಿಸುವಂತೆ ಹೇಳಿ ಕಳಿಸಿದ್ದಾಳೆ. ನನಗೂ ನಿನ್ನ ಮೇಲೆ ಆಸೆಯಾಗುತ್ತಿದೆ. ನಿಜ ಹೇಳಲೆ ಚರಣ, ನಾನು ಜೀವನದಲ್ಲಿ ಮೊಟ್ಟಮೊದಲ ಸಲ ಆಸೆಪಡುತ್ತಿರುವ ವ್ಯಕ್ತಿ ನೀನೇ.''

''ಸುಗಂಧಿ'' ಚರಣ ಅವಳ ಮುಖ ನೋಡಿ ಹೇಳಿದ, ''ನನ್ನ ಮೇಲೆ ನಿನಗೆ ಅಷ್ಟೊಂದು ಅಭಿಮಾನವೇ ?''

''ಹೌದು, ಅಷ್ಟೊಂದು ಜನರನ್ನು ಎದುರಿಸಿದ ಧೀರ ನೀನು. ಯಾರಿಗೋಸ್ಕರ ? ನನಗೋಸ್ಕರ. ನನಗೋಸ್ಕರ ಪ್ರಾಣಾಪಾಯವನ್ನು ಲೆಕ್ಕಿಸದೆ ಹೋರಾಡಿದ ನಿನಗಾಗಿ ನಾನು ಏನು ಬೇಕಾದರೂ ಮಾಡಲು ಸಿದ್ಧಳಾಗಿದ್ದೇನೆ.''

''ಹೌದೇ ? ಹಾಗಾದರೆ ಸಮಯ ಬಂದಾಗ ಹೇಳುತ್ತೇನೆ. ಈಗ ನನಗೆ ನಿನ್ನ ಸೇವೆ ಬೇಕಾಗಿಲ್ಲ.''

''ನಿನ್ನಿಷ್ಟ ನಿನಗೆ ಬೇಡವೆಂದರೆ ಬೇಡ. ಸುಖವಾಗಿ ನಿದ್ರೆ ಮಾಡು'' ಎಂದು ಹೇಳಿ ಸುಗಂಧಿ ಹೊರಟು ಹೋದಳು.

'ಎಂಥ ಸರಳ ಮನಸ್ಸು!' ಚರಣ ಅಂದುಕೊಂಡ. 'ಅವಳ ದೇಹದ ಚೆಲುವಿನಷ್ಟೇ ಅವಳ ಭಾವನೆಗಳೂ ಅತ್ಯಂತ ಸರಳವಾಗಿವೆ. ಪಾಪ, ತಾನು ಮಾಡುತ್ತಿರುವುದು ತಪ್ಪೆಂದು ತಿಳಿಯದ ಮುಗ್ಧತೆ ಅಚ್ಚರಿ ಹುಟ್ಟಿಸುತ್ತದೆ. ಇಂಥ ಕುಲದಲ್ಲಿ ಇವಳು ಏಕೆ ಹುಟ್ಟಿದಳೋ' ಎಂದು ವಿಷಾದದಿಂದ ಅಂದುಕೊಂಡಿದ್ದ.

ಮರುದಿನ ಅವನು ಹೊರಟು ನಿಂತಾಗ ಮಂಗಳೆಯ ಪೂರ್ಣ ಪರಿವಾರ ಚರಣನಿಗೆ ಉಪಚಾರ ನೀಡಿತು. "ಪಾಟಲೀಪುತ್ರ ದೊಡ್ಡ ನಗರವಂತೆ ?" ಎಂದು ಮಂಗಳೆ ಹಿಂಜರಿಯುತ್ತಲೇ ಕೇಳಿದಳು. ಅವಳ ಉದ್ದೇಶ ಬೇರೆ ಏನೋ ಇರುವಂತೆ ಚರಣನಿಗೆ ಅನ್ನಿಸಿತು.

ಅವನೆಂದ "ಹೌದು, ಇಡೀ ಆರ್ಯಾವರ್ತರಲ್ಲಿ ಸದ್ಯದಲ್ಲಿ ಮಗಧ ಹೇಗೆ ದೊಡ್ಡ ಸಾಮ್ರಾಜ್ಯವಾಗಿದೆಯೋ, ಅದರ ರಾಜಧಾನಿ ಪಾಟಲೀಪುತ್ರವೂ ಅಷ್ಟೇ ದೊಡ್ಡದಾಗಿದೆ."

"ನಾವೂ ಪಾಟಲೀಪುತ್ರಕ್ಕೆ ಬಂದು ಬಿಡುತ್ತೇವೆ. ನೀನು ಸಹಾಯ ಮಾಡುತ್ತೀಯ ?"

"ಅಲ್ಲೇನು ಮಾಡುತ್ತೀರಿ ?"

"ಇಲ್ಲೇನು, ಅಲ್ಲೇನು, ನಮ್ಮ ವ್ಯವಹಾರ ಎಲ್ಲಿದ್ದರೂ ಒಂದೇ ಅಲ್ಲವೆ ?" ಎಂದ ಮಂಗಳೆಯ ನಗುವಿನಲ್ಲಿ ವಿಷಾದವಿರುವಂತಿತ್ತು.

"ಮತ್ತೆ ಕೇಳುತ್ತೇನೆ, ನೀವು ಈ ವೃತ್ತಿಯನ್ನು ನಿಜವಾಗಲೂ ಸಂತೋಷದಿಂದ ಮಾಡುತ್ತಿದ್ದೀರ ?" ಚರಣ ಕೇಳಿದ.

ಮಂಗಳೆ ಹೇಳಿದಳು, "ನಿಜ ಹೇಳಬೇಕೆಂದರೆ ಯಾವ ಹೆಣ್ಣೂ ಬಹುಶಃ ಈ ವೃತ್ತಿಯನ್ನು ಸಂತೋಷದಿಂದ ಮಾಡುವುದಿಲ್ಲ, ಆದರೆ ಈ ಕುಲದಲ್ಲಿ ಹುಟ್ಟಿದ ಮೇಲೆ ಬೇರೆ ದಾರಿಯೆಲ್ಲಿದೆ ? ಯಾರಾದರೂ ಕುಲೀನ ನನ್ನ ಮಗಳನ್ನು ವಿವಾಹವಾಗುವನೆಂದು ನಿರೀಕ್ಷಿಸಬಹುದೇ ? ಬಿಡು, ಈಗ ಆ ವಿಷಯವೇಕೆ ? ನಮಗೆ ಸಹಾಯ ಮಾಡಲು ಸಾಧ್ಯವಿದ್ದರೆ ಹೇಳು."

"ನನಗೇನು ಪ್ರತಿಫಲ ?" ಎಂದು ಚರಣ ನಗುತ್ತಾ ಕೇಳಿದ.

"ನೀನು ನಮ್ಮ ಮನೆಯವನಾಗುತ್ತೀಯ. ಮಂಗಳೆಯ ಮನೆಯ ಬಾಗಿಲು ಸದಾ ನಿನಗೆ ಉಚಿತವಾಗಿ ತೆರೆದಿರುತ್ತದೆ."

ಆ 'ಉಚಿತವಾಗಿ' ಎಂಬ ಶಬ್ದ ಚರಣನ ಹೃದಯವನ್ನು ಚುಚ್ಚಿತ್ತು. ಪ್ರಯತ್ನಿಸಿ ತಿಳಿಸುವುದಾಗಿ ಹೇಳಿ, ಹೊರಟು ಬಂದಿದ್ದ ಚರಣ ಆಮೇಲೆ ಅವರನ್ನು ಮರೆತೂ ಬಿಟ್ಟಿದ್ದ.

ಪಾಟಲೀಪುತ್ರದ ಘಟನೆಗಳ ನಂತರ ಆಕಸ್ಮಿಕವಾಗಿ ಮರೆತಿದ್ದ ಮಂಗಳೆ ಮತ್ತು ಸುಗಂಧಿ ನೆನಪಿಗೆ ಬಂದಿದ್ದರು. ಹೆಣ್ಣೆಂದರೆ ಜೊಲ್ಲು ಸುರಿಸುವ ಧನನಂದನ ದೌರ್ಬಲ್ಯವನ್ನು ತಮ್ಮ ಕಾರ್ಯಕ್ಕೆ ಬಳಸಿಕೊಳ್ಳುವುದು ಸಾಧ್ಯವಾಗುವುದೇನೋ ಎಂದು ಯೋಚಿಸಿದ. ಅವರಿಗೆ ಸುದ್ದಿ ಕಳಿಸಿದ. ಅವರು ನಗರ ಪ್ರವೇಶ ಮಾಡುವ ಮೊದಲೇ ಭೇಟಿಮಾಡಿ, ಹೇಳಬೇಕಾದುದನ್ನು ಹೇಳಿ ಒಪ್ಪಿಸಿದ. 'ಅವಳು ಗಣಿಕೆಯೇ ಆದರೂ, ನಮ್ಮ ಕೆಲಸಕ್ಕೆ

ಅವಳನ್ನು ಬಳಸಿಕೊಳ್ಳುವುದು ತಪ್ಪಲ್ಲವೇ ?' ಎಂದು ಒಂದು ಕ್ಷಣ ಅನ್ನಿಸಿದರೂ, 'ಅವರ ವೃತ್ತಿ ಅದೇ, ಇದರಿಂದ ಅವರಿಗೂ ಉಪಯೋಗವಾಗುವುದಲ್ಲ' ಎಂದುಕೊಂಡು ಸುಮ್ಮನಾದ...

ಇಷ್ಟು ಹೊತ್ತಿಗೆ ಚರಣ ಸುಗಂಧಿಯ ಮನೆ ಬಾಗಿಲಿಗೆ ಬಂದಿದ್ದ, ಎಲ್ಲ ಕಡೆ ನಿಶ್ಶಬ್ದ ನಗರವೆಲ್ಲ ನಿದ್ದೆ ಹೋಗಿತ್ತು. ಚರಣ ಮೆಲ್ಲಗೆ ಬಾಗಿಲು ತಟ್ಟಿದ. ಎರಡು ಮೂರು ಸಲ ತಟ್ಟಿದ ಮೇಲೆ ಒಳಗೆ ಬಾಗಿಲ ಬಳಿ ಮಲಗಿದ್ದ ಶ್ರೀಧರ "ಯಾರು ?" ಎಂದ.

"ನಾನು ಚರಣ ಶ್ರೀಧರ, ಬಾಗಿಲು ತೆಗೆ" ಎಂದ ಚರಣ ಮೆಲ್ಲಗೆ.

ಅವನು ಬಾಗಿಲು ತೆರೆದ. ಸರಕ್ಕನೆ ಒಳಗೆ ಹೋಗಿ ಚರಣ ತಾನೇ ಬಾಗಿಲನ್ನು ಭದ್ರಪಡಿಸಿದ. ಶ್ರೀಧರ ಹೋಗಿ ಸುಗಂಧಿ ಮತ್ತು ಮಂಗಳೆಯನ್ನು ಎಚ್ಚರಗೊಳಿಸಿದ. ಅವರು ಕಣ್ಣುಜ್ಜಿಕೊಂಡು ಮಲಗುವ ಕೋಣೆಯಿಂದ ಹೊರಗೆ ಬಂದು, ಚರಣನ ಎದುರಿಗೆ ಕುಳಿತರು.

"ಅವೇಳೆಯಲ್ಲಿ ಬಂದು ನಿದ್ರೆ ಕೆಡಿಸಿದ ನನ್ನಲ್ಲಿ ಕ್ಷಮೆಯಿರಲಿ" ಎಂದು ಚರಣ ತನ್ನ ತಲೆಯ ಮೇಲಿದ್ದ ಮುಸುಕನ್ನು ತೆಗೆದ.

"ಚಿಂತೆಯಿಲ್ಲ, ನೀನು ಹಾಗೆ ಭಾವಿಸಬೇಡ. ನಾವು ನಿನ್ನನ್ನು ನಿರೀಕ್ಷಿಸುತ್ತಿದ್ದೆವು" ಎಂದಳು ಮಂಗಳೆ. ನಂತರ ನಡೆದ ಎಲ್ಲ ವಿಷಯವನ್ನೂ ವಿವರವಾಗಿ ತಿಳಿಸಿದಳು.

"ನಾನಂದುಕೊಂಡ ಹಾಗೇ ನಡೆಯುತ್ತಿದೆ. ತಿಂಗಳ ಅವಧಿ ಮುಗಿದು ಸುಗಂಧಿ ಅರಮನೆ ಸೇರುವ ದಿನ ನಮ್ಮ ಕೆಲಸವಾಗಬೇಕೆಂದು ನಾನು ವ್ಯವಸ್ಥೆ ಮಾಡುತ್ತಿದ್ದೇನೆ. ಸುಗಂಧಿಯ ಮೋಹಪಾಶದಲ್ಲಿ ಧನನಂದ ಮೈಮರೆತಿರುವಾಗ ನಾವು ಪಾಟಲೀಪುತ್ರವನ್ನು ಬಿಡುತ್ತೇವೆ."

"ನಮ್ಮ ಮೇಲೆ ಸಂದೇಹ ಬರುವುದಿಲ್ಲ ತಾನೆ ?" ಸುಗಂಧಿ ಕೇಳಿದಳು.

"ಇಲ್ಲ, ನಮ್ಮ ಹಂಚಿಕೆಗೂ ನಿಮಗೂ ಸಂಬಂಧವಿದೆಯೆಂದು ಅವರು ಊಹೆಯನ್ನೂ ಮಾಡುವುದಿಲ್ಲ, ಅದಿರಲಿ, ನನ್ನ ನಿರೀಕ್ಷೆಯನ್ನೂ ಮೀರಿ ಆ ಕೃಪಣ ರಾಜ ನಿಮಗೆ ಇಷ್ಟೆಲ್ಲ ವ್ಯವಸ್ಥೆ ಮಾಡಿಕೊಟ್ಟಿದ್ದಾನೆ."

"ರಾಜನಿಗಿಂತ ಇದರಲ್ಲಿ ಶ್ರೀಯಕನ ಆಸಕ್ತಿಯೇ ಹೆಚ್ಚಾಗಿದೆ" ಎಂದಳು ಮಂಗಳೆ.

"ಅವನು ಅದನ್ನೂ ಹೇಳಿದ" ಸುಗಂಧಿ ಹೇಳಿದಳು, "ಚಕ್ರವರ್ತಿಗೆ ಸಾಕಾದ ನಂತರ ನನಗೆ ಸಂಪಾದನೆಗೆ ಬೇರೆ ದಾರಿ ತೋರಿಸುವನಂತೆ. ಅವನ ಒಂದು ಮುಖ್ಯವಾದ ಕೆಲಸವಾದರೆ ನನ್ನುದ್ದಕ್ಕೆ ಸುವರ್ಣವನ್ನು ಸುರಿಯುವನಂತೆ. ಸಾಧ್ಯವಾದರೆ ರಾಜನರ್ತಕಿಯ ಸ್ಥಾನವನ್ನೇ ಕೊಡಿಸುವನಂತೆ."

ಅಂದರೆ ಅವನದೂ ಏನೋ ಒಳಸಂಚಿರಬೇಕೆಂದು ಚರಣ ತರ್ಕಿಸಿದ. ಸದ್ಯಕ್ಕೆ ತಮ್ಮ ಕಾರ್ಯ ಸಾಧಿಸಿಕೊಂಡು ಅವನ ವಿಷಯವನ್ನು ಆಮೇಲೆ ಯೋಚಿಸಿದರಾಯಿತೆಂದುಕೊಂಡು ಹೇಳಿದ, "ನಾನು ನಿಮ್ಮನ್ನು ಹೀಗೆ ಉಪಯೋಗಿಸಿಕೊಳ್ಳುತ್ತಿರುವೆನೆಂದು ನಿಮಗೆ ಬೇಸರವಿಲ್ಲ ತಾನೆ ?"

"ಇಲ್ಲ ಚರಣ" ಮಂಗಳೆ ಹೇಳಿದಳು, "ಅಂದು ಉಜ್ಜಯಿನಿಯಲ್ಲಿ ನಿನ್ನನ್ನು ಕಂಡಾಗಲೇ ನಿನ್ನ ಬಗ್ಗೆ ನನಗೆ ಅಭಿಮಾನ ಮೂಡಿತು. ನಾನು ಕಂಡ ಎಲ್ಲ ಪುರುಷರಿಗಿಂತ

ಹೆಚ್ಚು ಸಜ್ಜನನಾಗಿ ನೀನು ನಡೆದುಕೊಂಡೆ. ಹಲವು ಜನರಿಗೆ ಒಳ್ಳೆಯದಾಗುವ ನಿನ್ನ ಕಾರ್ಯಕ್ಕೆ ನಾವೂ ನೆರವಾಗುತ್ತಿರುವುದು ಒಂದು ರೀತಿ ಸಂತೋಷವನ್ನೇ ಕೊಡುತ್ತಿದೆ. ನೀನು ಯಶಸ್ವಿಯಾಗುತ್ತಿ, ಧೈರ್ಯವಾಗಿರು.''

ಚರಣ ಅವಳ ಕೈಹಿಡಿದು ಮೃದುವಾಗಿ ಅದುಮಿ, ಸ್ವಲ್ಪ ಸಂಕೋಚದ ಭಾವನೆಯಿಂದ ಹೇಳಿದ, ''ಸುಗಂಧಿ, ನಿನ್ನ ವೃತ್ತಿಯನ್ನು ನನ್ನ ಸ್ವಾರ್ಥಕ್ಕಾಗಿ ಬಳಸಿಕೊಳ್ಳುತ್ತಿದ್ದೇನೆಂಬ ಅಳುಕು ಈಗ ಮರೆಯಾಯಿತು. ನಾನಂತೂ ಶ್ರೀಯಕನಂತೆ ಯಾವ ಭರವಸೆಯನ್ನೂ ನೀಡಲಾರೆ. ನಮ್ಮೆಲ್ಲರ ಕನಸು ನನಸಾದರೆ, ಆ ಸಂತೋಷದಲ್ಲಿ, ಆ ಯಶಸ್ಸಿನಲ್ಲಿ ನೀನೂ ಭಾಗಿ ಎಂಬುದನ್ನು ಮಾತ್ರ ಮರೆಯುವುದಿಲ್ಲ, ಬರುತ್ತೇನೆ, ಮತ್ತೆ ಭೇಟಿ ಮಾಡುತ್ತೇನೆ'' ಎಂದು ಅವನು ಮತ್ತೆ ಎಚ್ಚರಿಕೆಯಿಂದ ಹೊರಬಂದು ಕತ್ತಲೆಯಲ್ಲಿ ಮರೆಯಾದ.

## ೪

ಚರಣನಿಗೆ ಅನುಕೂಲಕರವಾಗುವ ಇನ್ನೊಂದು ಘಟನೆ ಪಾಟಲೀಪುತ್ರದಲ್ಲಿ ನಡೆಯಿತು. ಅದು ಕೃಷಿಕ ಚಿದಂಬರನನ್ನು ನೇಣಿಗೆ ಹಾಕಿದ್ದು. ವಿಚಾರಣೆ ನಡೆಸಿ ಆ ತೀರ್ಪಿಗೆ ಚಕ್ರವರ್ತಿಯೇ ಅಂಕಿತ ಹಾಕಿದ್ದರೂ, ಚಿದಂಬರನನ್ನು ನೇಣಿಗೆ ಹಾಕಿದ ದಿನ ಪಾಟಲೀಪುತ್ರದ ಬೀದಿ ಬೀದಿಗಳಲ್ಲಿ ಸೈನಿಕರೇ ತುಂಬಿಕೊಂಡಿದ್ದರು. ಆದರೆ ಜನ ಗಲಭೆ ಮಾಡುವುದರ ಬದಲು, ಸುಮ್ಮನೆ ಗೊಣಗಿಕೊಂಡು ತಮಗೇನಾಗಬೇಕು ಎಂಬಂತೆ ಮನೆಗಳ ಬಾಗಿಲು ಹಾಕಿಕೊಂಡರು. ಚಂದ್ರಗುಪ್ತನ ಸೆರೆವಾಸ, ಚಣಕನ ಸಾವು ಅವರನ್ನು ಭಯಭೀತರನ್ನಾಗಿ ಮಾಡಿತ್ತು. ಚಿದಂಬರನ ಪ್ರಸಂಗ ನಡೆದದ್ದು ಹೀಗೆ :

ಆರ್ಯಾವರ್ತದ ಹಲವು ಭಾಗಗಳಂತೆ ಮಗಧದಲ್ಲೂ ಬೌದ್ಧರು ಸಂಖ್ಯಾದೃಷ್ಟಿಯಿಂದ ಪ್ರಬಲವಾಗಿ ಬೆಳೆಯುತ್ತಿದ್ದರು. ಸಂಖ್ಯಾ ದೃಷ್ಟಿಯಿಂದ ಪಾಟಲೀಪುತ್ರದಲ್ಲಿ ಅವರು ಕಡಿಮೆಯಿದ್ದರೂ, ಗಣ್ಯಸ್ಥಾನಗಳ ದೃಷ್ಟಿಯಿಂದ ಪ್ರಬಲವೇ ಆಗಿದ್ದರು. ಎಲ್ಲ ಕಡೆ ಅವರು ಗುಂಪು ಗುಂಪಾಗಿ ಓಡಾಡುವುದನ್ನು ಕಾಣಬಹುದಾಗಿತ್ತು. ಜೊತೆಗೆ ಚಂದನದಾಸನಂಥ ಗಣ್ಯವರ್ತಕರೂ ಅಲ್ಲಿದ್ದರು. ಸ್ವತಃ ಚಕ್ರವರ್ತಿಯೇ ತನ್ನ ಬ್ರಾಹ್ಮಣ ವಿರೋಧವನ್ನು ಬೌದ್ಧರಿಗೆ ಪ್ರೋತ್ಸಾಹ ನೀಡುವುದರ ಮೂಲಕ ವ್ಯಕ್ತಪಡಿಸುತ್ತಿದ್ದ. ನ್ಯಾಯ ವಿತರಣೆಯ ಸಂದರ್ಭದಲ್ಲೂ, ಬ್ರಾಹ್ಮಣರು, ಕ್ಷತ್ರಿಯರು ಮತ್ತು ಇತರರ ನಡುವೆ ಪಕ್ಷಪಾತ ಧೋರಣೆಯನ್ನು ಅನುಸರಿಸುತ್ತಿದ್ದ. ಅದು ಎಲ್ಲರಿಗೂ ಗೊತ್ತಿದ್ದರೂ, ಅಧಿಕಾರ ಶಕ್ತಿಯನ್ನು ಅವಿವೇಕದಿಂದ ಬಳಸಲು ತುದಿಗಾಲ ಮೇಲೆ ನಿಂತಿರುವ ಚಕ್ರವರ್ತಿಯ ಬಗ್ಗೆ ಜನ ಹೆದರುತ್ತಿದ್ದರು. ರಾಕ್ಷಸ ಬ್ರಾಹ್ಮಣನಾದರೂ ಬ್ರಾಹ್ಮಣ ಪಕ್ಷಪಾತಿಯಾಗಿರಲಿಲ್ಲ. ಅವನು ಯಾವ ಧರ್ಮವನ್ನೂ ಲೆಕ್ಕಿಸದೆ ರಾಜಶಾಸನವನ್ನು ಮಾತ್ರ ಮಾನ್ಯ ಮಾಡುತ್ತಿದ್ದ. ಚಣಕನ ಸಂದರ್ಭದಲ್ಲಿ ಮತ್ತು ಚಾಣಕ್ಯನ ಸಂದರ್ಭದಲ್ಲಿ ಅವರಿಗೆ ಮರಣದಂಡನೆ ವಿಧಿಸುವುದನ್ನೂ ಅವನು ನ್ಯಾಯಕ್ಕೆ ಅನುಗುಣವಾಗಿ ವಿರೋಧಿಸಿದ್ದರಿಂದ, ಬ್ರಾಹ್ಮಣ ಪಕ್ಷಪಾತಿಯೆಂದು ಚಕ್ರವರ್ತಿ ಮತ್ತು ಶ್ರೀಯಕ ಚುಚ್ಚಿ

ನುಡಿದಿದ್ದರು. ಆದರೂ ಧನನಂದನಿಗೆ ರಾಕ್ಷಸನ ಮೇಲೆ ಅಪರಿಮಿತವಾದ ನಂಬಿಕೆ ಮತ್ತು ಭರವಸೆಗಳಿರಲು ಅವನ ರಾಜನಿಷ್ಠೆಯೇ ಕಾರಣವಾಗಿತ್ತು.

ಇನ್ನು ಶ್ರೀಯಕನಾದರೋ ಅತಿ ನಿಷ್ಠ ಜೈನ. ಬೌದ್ಧರ ಪ್ರಾಬಲ್ಯದಲ್ಲಿ ಜೈನರು ಎಲ್ಲಿ ಮೂಲೆಗುಂಪಾಗುವರೋ ಎಂಬ ಆಂಜಿಕೆ ಅವನಲ್ಲಿತ್ತು. ಆದಕ್ಕೇ ಹೇಗಾದರೂ ಧನನಂದನನ್ನು ಮುಗಿಸಿ ತಾನೇ ಸಿಂಹಾಸನವೇರಿ ಜೈನ ಸಾಮ್ರಾಜ್ಯ ಸ್ಥಾಪಿಸಬೇಕೆಂಬ ಮಹತ್ವಾಕಾಂಕ್ಷೆಯ ಹುಳು ಅವನ ತಲೆ ಹೊಕ್ಕಿತ್ತು. ಆದರೆ ಬ್ರಾಹ್ಮಣರನ್ನು ವಿರೋಧಿಸುವ ಸಂದರ್ಭ ಬಂದಾಗ ಮಾತ್ರ ಅವನು ಯಾವ ಹಿಂಜರಿಕೆಯೂ ಇಲ್ಲದೆ ಬೌದ್ಧರ ಜೊತೆ ಕೈಜೋಡಿಸಲು, ಅವರ ಪರವಹಿಸಲು ಸಿದ್ಧನಾಗುತ್ತಿದ್ದ. ಅದು ಆದದ್ದೂ ಹಾಗೆಯೇ.

ಚಿದಂಬರ ಪಾಟಲೀಪುತ್ರದ ಹೊರವಲಯದಲ್ಲಿ ವಿಶಾಲವಾದ ಕೃಷಿ ಭೂಮಿಯುಳ್ಳ ಗಣ್ಯ ಕೃಷಿಕ. ಅವನು ಮಹಾ ದೈವಭಕ್ತ. ಮಕ್ಕಳು ಮೊಮ್ಮಕ್ಕಳಿಂದ, ದನಕರುಗಳಿಂದ ತುಂಬಿದ ಸಂಸಾರ ಅವನದು. ಈಗಾಗಲೇ ಅವನಿಗೆ ಅರವತ್ತು ವರ್ಷ ದಾಟಿತ್ತು. ಹಿರಿಯ ಮಗ ವಸುಂಧರನಿಗಂತೂ ತಂದೆಯನ್ನು ಕಂಡರೆ ಅಪಾರ ಗೌರವ, ಪ್ರೀತಿ. ಚಿದಂಬರನ ಪಕ್ಕದ ಭೂಮಿಯವನು ಮಕ್ಕಳಿಲ್ಲದೆ, ಕಡೆಗಾಲದಲ್ಲಿ ಬೌದ್ಧ ಗುರುವಿನ ಉಪದೇಶಕ್ಕೆ ಮರುಳಾಗಿ, ಆ ಧರ್ಮಕ್ಕೆ ಮತಾಂತರಗೊಂಡ. ಸಾಯುವ ಮೊದಲು ತನ್ನ ಭೂಮಿಯನ್ನು ಬೌದ್ಧಸಂಘಕ್ಕೆ ದಾನ ನೀಡಿದ. ಅಲ್ಲಿ ಒಂದು ದೊಡ್ಡ ವಿಹಾರ ನಿರ್ಮಾಣಗೊಂಡಿತು.

ಗೌತಮ ಬುದ್ಧನ ಉಪದೇಶಗಳು ಸಕಲ ಮಾನವರ ಹಿತವನ್ನು ಕೋರುವುದು ನಿಜವಾದರೂ, ಅವನ ನಂತರ ಬಂದ ಬೌದ್ಧಗುರುಗಳು ಧರ್ಮಪ್ರಚಾರವನ್ನು ತೀವ್ರವಾಗಿ ಆರಂಭಿಸಿದರು. ಅವರು ಎಲ್ಲ ರೀತಿಯ ತಂತ್ರಗಳನ್ನೂ ಬಳಸುವರೆಂದು ಜನ ಆಡಿಕೊಳ್ಳುತ್ತಿದ್ದರು. ಸ್ವಧರ್ಮದಲ್ಲಿ ಅತಿ ನಿಷ್ಠೆಯಿದ್ದ ಚಿದಂಬರನಿಗೆ ಅದು ಸಹಿಸಲಸಾಧ್ಯವಾದ ಸಂಗತಿಯಾಗಿತ್ತು. ಆದರೆ ವೃದ್ಧನಾದ ಅವನು ಏನೂ ಮಾಡುವಂತಿರಲಿಲ್ಲ, ತನ್ನ ಕುಟುಂಬದ ಯೋಗಕ್ಷೇಮದ ದೃಷ್ಟಿಯಿಂದಲೂ, ಅವನು ತನ್ನ ಮಕ್ಕಳಿಗೂ, ಉದ್ಧಟತನದಿಂದ ವರ್ತಿಸಿ ಧನನಂದನ ಆಗ್ರಹಕ್ಕೆ ತುತ್ತಾಗಬಾರದೆಂದು ಬುದ್ಧಿ ಹೇಳುತ್ತಿದ್ದ.

ಇತ್ತೀಚೆಗೆ, ಅಂದರೆ ಚಂದ್ರಗುಪ್ತ ಮತ್ತು ಅವನ ಮಿತ್ರರು ಸೆರೆಯಾದ ಕೆಲವು ದಿನಗಳ ನಂತರ, ತನ್ನ ಕುಟುಂಬದ ಶ್ರೇಯಸ್ಸಿಗಾಗಿ ಅವನ ಭೂಮಿಯಲ್ಲಿ ಒಂದು ಯಾಗವನ್ನು ಮಾಡಲು ಉದ್ದೇಶಿಸಿದ. ಬೌದ್ಧವಿಹಾರದ ಪಕ್ಕದಲ್ಲೇ ಯಜ್ಞವೇದಿಕೆ ಸಿದ್ಧವಾಯಿತು. ಯಜ್ಞ ನಡೆಯುವ ದಿನದವರೆಗೂ ಸುಮ್ಮನಿದ್ದ ಬೌದ್ಧಗುರು ಆ ದಿನ ತನ್ನ ಶಿಷ್ಯರ ಸಮೂಹದೊಡನೆ ಅಲ್ಲಿಗೆ ಬಂದ. ಹತ್ತಿಪ್ಪತ್ತು ಜನ ಬ್ರಾಹ್ಮಣರು, ಕುಟುಂಬದ ನೆಂಟರಿಷ್ಟರು, ಗಣ್ಯರು, ಆಪ್ತರು ಎಲ್ಲ ಸೇರಿ ಯಜ್ಞದ ಚಪ್ಪರ ಕಿಕ್ಕಿರಿದಿತ್ತು. ಸ್ವಲ್ಪ ದೂರದಲ್ಲಿ ತಾತ್ಕಾಲಿಕ ಪಾಕಶಾಲೆ ನಿರ್ಮಾಣ ಗೊಂಡು, ಅಲ್ಲಿ ಭೋಜನದ ವ್ಯವಸ್ಥೆಗಳು ನಡೆಯುತ್ತಿದ್ದವು. ಯಜ್ಞಕ್ಕೆ ಬೇಕಾದ ದರ್ಭೆ, ತುಪ್ಪ ಇತ್ಯಾದಿ ಮಂಗಳ ದ್ರವ್ಯಗಳ ರಾಶಿರಾಶಿಯೇ ಸಿದ್ಧವಾಗಿತ್ತು. ಚಿದಂಬರ ಸಾಕಷ್ಟು ವೆಚ್ಚ ಮಾಡಿದ್ದ.

ಬೌದ್ಧಗುರು ತನ್ನ ಶಿಷ್ಯರೊಂದಿಗೆ ಬಂದು ''ನಿಲ್ಲಿಸಿ, ಈ ಅರ್ಥಹೀನ ಯಾಗ ಮಾಡಲು ನಿಮಗೆ ಯಾರು ಹೇಳಿದವರು ?'' ಎಂದು ಕೂಗಾಡಿದ.

''ನಮ್ಮ ಯಾಗ ಅರ್ಥಹೀನವೆಂದು ಹೇಳುವ ಅಧಿಕಾರ ನಿಮಗಿಲ್ಲ'' ಎಂದ ಒಬ್ಬ ಬ್ರಾಹ್ಮಣ.

''ನಮ್ಮ ವಿಹಾರದ ಬಳಿಯೇ ಏಕೆ ಮಾಡಬೇಕು ?''

''ಮಾಡಿದರೆ ಏನಾಯಿತು ?'' ಎಂದು ಚಿದಂಬರ ರೇಗಿದ.

''ನಮ್ಮ ಧ್ಯಾನ, ಪ್ರಾರ್ಥನೆಗೆ ಭಂಗ ಬರುತ್ತದೆ.''

''ನನ್ನ ಭೂಮಿಯಲ್ಲಿ ನಾನು, ನನ್ನ ಕುಟುಂಬದ ಶ್ರೇಯಸ್ಸಿಗಾಗಿ ಯಾಗ ಮಾಡಿಸುತ್ತಿದ್ದೇನೆ. ಅದಕ್ಕೆ ಕೊಡಬೇಕಾದ ಕರವನ್ನು ನಗರಾಧ್ಯಕ್ಷನಿಗೆ ನೀಡಿ ಒಪ್ಪಿಗೆ ಪಡೆದಿದ್ದೇನೆ.''

''ನಮ್ಮ ಪೂಜಾಸ್ಥಳದ ಬಳಿ ಹೀಗೆ ಮಾಡುತ್ತಿರುವುದು ದುರುದ್ದೇಶದಿಂದಲೇ.''

''ನಮ್ಮ ಧರ್ಮಕಾರ್ಯವನ್ನು ತಡೆಯಲು ಬಂದಿರುವುದು ನಿಮ್ಮದೇ ದುರುದ್ದೇಶ.''

''ಏನೇ ಆದರೂ ಬಿಡುವುದಿಲ್ಲ, ಬಿಡುವುದಿಲ್ಲ'' ಎಂದು ಅವನ ಜೊತೆಯಲ್ಲಿ ಬಂದಿದ್ದ ಶಿಷ್ಯರು ಒಕ್ಕೊರಲಿನಿಂದ ಕೂಗಿದರು.

''ನೀವು ತೊಂದರೆ ಕೊಟ್ಟರೆ ನಾವು ಬೇರೆ ಯೋಚನೆ ಮಾಡಬೇಕಾಗುತ್ತದೆ'' ಎಂದ ತಾಳ್ಮೆತಪ್ಪಿ ಚಿದಂಬರನ ಮಗ ವಸುಂಧರ.

''ಏನು ಯೋಚನೆ ಮಾಡುತ್ತೀರಾ ?'' ಗುರು ಮೇಲೇರಿ ಬಂದ, ''ಹೊಡೆಯುತ್ತೀರಾ ? ಬಡಿಯುತ್ತೀರಾ ? ಕೊಲ್ಲುತ್ತೀರಾ ?''

''ಇನ್ನೊಂದು ಹೆಜ್ಜೆ ಮುಂದಿಟ್ಟರೆ ಏನು ಬೇಕಾದರೂ ಆಗಬಹುದು.''

''ಇದೋ ಮುಂದೆ ಬಂದೆ, ಏನು ಮಾಡುತ್ತೀಯೋ ಮಾಡು'' ಎಂದು ಗುರು ಎರಡು ಹೆಜ್ಜೆ ಮುಂದೆ ಬಂದ. ಆದರೆ ಬಲಶಾಲಿಯಾದ ವಸುಂಧರ ತಳ್ಳಿದ್ದರಿಂದ ಗುರು ಆಯ ತಪ್ಪಿ ಅಷ್ಟು ದೂರ ಹೋಗಿ ಬಿದ್ದ. ಕೋಪಗೊಂಡ ಶಿಷ್ಯರೆಲ್ಲ ಸುತ್ತಿಕೊಂಡು ವಸುಂಧರನಿಗೆ ಹೊಡೆದರು. ಗದ್ದಲವಾಯಿತು. ಯಜ್ಞವೇದಿಕೆ ಧ್ವಂಸವಾಯಿತು. ಪೂಜಾದ್ರವ್ಯಗಳೆಲ್ಲ ಚೆಲ್ಲಾಪಿಲ್ಲಿಯಾದವು. ಚಿದಂಬರ ಮತ್ತು ಅವನ ಇತರ ಮಕ್ಕಳು ವಸುಂಧರನನ್ನು ಬಿಡಿಸಲು ಪ್ರಯತ್ನಿಸುತ್ತಲೇ ಇದ್ದರು. ಅಷ್ಟರಲ್ಲಿ ಯಾರೋ ಒಬ್ಬ ಅರಮನೆಗೆ ಸುದ್ದಿ ಕೊಡಲು ಓಡಿದ.

ಕಷ್ಟಪಟ್ಟು ವಸುಂಧರನನ್ನು ಬಿಡಿಸಿದಾಗ ಅವನ ಹಣೆಯ ಮೇಲೆ ಏಟು ಬಿದ್ದು ರಕ್ತ ಸುರಿಯುತ್ತಿತ್ತು. ಚಿದಂಬರನ ಕೋಪ ನೆತ್ತಿಗೇರಿತು. ಗುರುವನ್ನು ಕುರಿತು ''ಥೂ, ನೀನೊಬ್ಬ ಗುರುವೇ ? ಹಿಂಸಾಚಾರವನ್ನು ಪ್ರಚೋದಿಸುವ ನೀನು ಧರ್ಮರಕ್ಷಕನಲ್ಲ, ಕಟುಕ. ಈ ಕಾವಿಯೇಕೆ ನಿನಗೆ, ಅವಲಕ್ಷಣ !'' ಎಂದು ಜರಿದು ನುಡಿದ.

ಗುರು ಕೆರಳಿ, ''ಏ ಮುದಿಯ, ನನ್ನನ್ನೇ ನಿಂದಿಸುತ್ತೀಯಾ ?'' ಎಂದು ಬೀಸಿ ಕಪಾಳಕ್ಕೆ ಹೊಡೆದ.

ಚಿದಂಬರನ ಮಕ್ಕಳು ತಾಳ್ಮೆ ತಪ್ಪಿದರು. ಸಿಕ್ಕಿದ ಪದಾರ್ಥಗಳನ್ನು ತೆಗೆದುಕೊಂಡು ಶಿಷ್ಯರನ್ನು ಅಟ್ಟಾಡಿಸಿಕೊಂಡು ಬಡಿಯತೊಡಗಿದರು. ಗುರು, ತಾನು ಗುರುವೆಂಬುದನ್ನೇ ಮರೆತು, ಅಹಿಂಸೆ, ಕರುಣೆ ತನ್ನ ಧರ್ಮದ ಮೂಲ ಸೂತ್ರಗಳೆಂಬುದನ್ನು ಮರೆತು, ವಸುಂಧರನ ತಲೆಗೆ ಒಂದು ಇಟ್ಟಿಗೆಯಿಂದ ಬಲವಾಗಿ ಹೊಡೆದ. ಅವನು ಪ್ರಜ್ಞೆ ತಪ್ಪಿ ಕೆಳಗೆ ಬಿದ್ದುಬಿಟ್ಟ. ರೋಷಾವಿಷ್ಟನಾದ ಚಿದಂಬರ ಒಂದು ಹರಿತವಾದ ಆಯುಧದಿಂದ ಗುರುವಿನತ್ತ ನುಗ್ಗಿದ. ಆದರೆ ಅವನ ಏಟು ಸ್ವಲ್ಪದರಲ್ಲಿ ತಪ್ಪಿ ಒಬ್ಬ ಶಿಷ್ಯನಿಗೆ ಬಿತ್ತು. ಅದು ಅವನ ಎದೆಗೆ ನಾಟಿ ಕೆಲವೇ ಕ್ಷಣಗಳಲ್ಲಿ ಸತ್ತು ಹೋದ.

ಯಜ್ಞವೇದಿಕೆ ರಣಾಂಗಣವಾಗಿತ್ತು. ಜನರೆಲ್ಲ ಹೆದರಿ ಓಡಿಹೋದರು. ಚಿದಂಬರ ನಿಶ್ಚಲವಾಗಿ ನಿಂತಿದ್ದ. ಬೌದ್ಧಗುರು ಮತ್ತು ಅವನ ಶಿಷ್ಯರು ಸಾಕಷ್ಟು ಏಟುಗಳನ್ನು ತಿಂದು ನರಳುತ್ತಿದ್ದರು. ಚಿದಂಬರನ ಕುಟುಂಬದವರೆಲ್ಲ ರಕ್ತಸಿಕ್ತ ವಸ್ತ್ರಗಳಿಂದ ದಿಗ್ಭ್ರಾಂತಿಯಿಂದ ಕುಳಿತಿದ್ದರು.

ರಾಜಭಟರು ಬಂದರು. ಆಕಸ್ಮಿಕವಾಗಿ ಆ ತಂಡದ ನಾಯಕನಾಗಿ ಚರಣನೇ ಬಂದಿದ್ದ. ಅವನು ಸತ್ತು ಬಿದ್ದ ಬೌದ್ಧ ಗುರು ಮತ್ತು ಶಿಷ್ಯನನ್ನೂ, ಗಾಯಗೊಂಡ ಇತರರನ್ನೂ ನೋಡಿದ. "ಯಾರು ಈ ಕೊಲೆ ಮಾಡಿದವರು ?" ಎಂದು ಗಡುಸಾಗಿ ಕೇಳಿದ.

"ನಾನೇ, ನಾನೇ ಈ ಕೊಲೆ ಮಾಡಿದವನು" ಎಂದು ಚಿದಂಬರ ನಿರ್ಭಯವಾಗಿ ಮುಂದೆ ಬಂದ.

"ಏಕೆ ? ಏನು ಕಾರಣ ?"

"ನಾನು ಮಾಡಿಸುತ್ತಿದ್ದ ಯಜ್ಞಕ್ಕೆ ಅಡ್ಡಿಪಡಿಸಿದ್ದೂ ಅಲ್ಲದೆ, ಯಜ್ಞಶಾಲೆಯನ್ನು ಅಪವಿತ್ರಗೊಳಿಸಿ ನಾಶ ಮಾಡಿದರು. ಜೊತೆಗೆ ನನ್ನ ಮೇಲೆ ಕೈ ಮಾಡಿದರು. ನನ್ನ ಮಗನಿಗೆ ಮರಣಾಂತಿಕ ಪೆಟ್ಟು ಕೊಟ್ಟರು. ತಡೆಯಲಾರದೆ ಕೊಂದುಬಿಟ್ಟೆ. ಆದರೆ ನಾನು ಕೊಲ್ಲಲು ಹೋಗಿದ್ದು ಗುರುವನ್ನು, ಸತ್ತದ್ದು ಶಿಷ್ಯ. ಗುರುವನ್ನೇ ಕೊಲ್ಲಬೇಕಾಗಿತ್ತು. ಇಂಥ ಗುರುವನ್ನು ಕೊಂದರೆ ಖಂಡಿತ ಯಾವ ಪಾಪವೂ ಬರುವುದಿಲ್ಲ"

ಚರಣ ಚಿದಂಬರನನ್ನು ಕರೆದುಕೊಂಡು ಹೋದ. ಅವನ ಮನೆಯವರು ಗೋಳೋ ಎಂದು ಕರುಣಾಜನಕವಾಗಿ ಅಳುತ್ತಿದ್ದರು. ಆದರೆ ರಾಜಶಾಸನವನ್ನು ಮೀರುವಂತಿರಲಿಲ್ಲ. ಚರಣ ಚಿದಂಬರನನ್ನು ಸೆರೆಮನೆಗೆ ತಲುಪಿಸಿ, ರಾಕ್ಷಸನಿಗೆ ಸುದ್ದಿ ಮುಟ್ಟಿಸಿದ.

ವಿಚಾರಣೆ ನಡೆಯಿತು. ಶ್ರೀಯಕ ಮತ್ತು ಧನನಂದ ಯಥಾಪ್ರಕಾರ ಬೌದ್ಧಧರ್ಮ ಗುರುವಿನ ಪರವಹಿಸಿದರು. ಅವನು ಯಜ್ಞಕ್ಕೆ ಅಡ್ಡಿಪಡಿಸಿ, ದಾಂಧಲೆ ಮಾಡಿದ್ದು ಲೆಕ್ಕಕ್ಕೇ ಬರಲಿಲ್ಲ, ಚಿದಂಬರ ಕೊಲೆ ಮಾಡಿದ್ದಷ್ಟೇ ಪ್ರಧಾನವಾಯಿತು. ಮರಣದಂಡನೆ ವಿಧಿಸಲಾಯಿತು. ರಾಕ್ಷಸನಿಗೆ ಚಿದಂಬರನ ಮರಣದಂಡನೆಯ ಬಗ್ಗೆ ಭಿನ್ನಾಭಿಪ್ರಾಯ ವಿಲ್ಲದಿದ್ದರೂ, ಬೌದ್ಧಗುರು ಮತ್ತು ಅವನ ಶಿಷ್ಯರ ಅಪರಾಧವನ್ನು ಪರಿಗಣಿಸಬೇಕಾಗಿತ್ತೆಂದು ಅವನು ಭಾವಿಸಿದ್ದ. ಆದರೆ ಪಟ್ಟು ಹಿಡಿದ ಧನನಂದನ ವಿರುದ್ಧ ವಾದ ಮಾಡುವ ಇಚ್ಛೆಯಿಲ್ಲದೆ ಸುಮ್ಮನಾದ. ಮರಣದಂಡನೆ ಕಾರ್ಯರೂಪಕ್ಕೆ ಬಂದೂ ಆಯಿತು. ಸಾಕಷ್ಟು

ಮುನ್ನೆಚ್ಚರಿಕೆಯ ಕ್ರಮಗಳನ್ನು ತೆಗೆದುಕೊಂಡಿದ್ದರೂ ನಗರದಲ್ಲಿ ಯಾವ ಗಲಭೆಯೂ ನಡೆಯಲಿಲ್ಲ. ಸಂದರ್ಭವನ್ನು ಕಣ್ಣಾರೆ ಕಂಡವರು ಚಿದಂಬರನಿಗಾದ ಶಿಕ್ಷೆ ಅನ್ಯಾಯದ್ದೆಂದು ಅನ್ನಿಸಿದರೂ, ಅಸಹಾಯಕತೆಯಿಂದ ಅಸಮಾಧಾನವನ್ನು ನುಂಗಿಕೊಂಡು ಸುಮ್ಮನಾದರು.

ಆದರೆ ವಸುಂಧರ ಮತ್ತು ಅವನ ಮನೆಯವರ ಗೋಳು ಉಕ್ಕಿ ಉಕ್ಕಿ ಹರಿಯಿತು. ಕೃಷಿಕ ಸಮಾಜದಲ್ಲಿ ಚಿದಂಬರನ ಬಗ್ಗೆ ತುಂಬ ಅಭಿಮಾನ, ಗೌರವಗಳನ್ನಿರಿಸಿಕೊಂಡಿದ್ದವರು, ಅವನಿಂದ ಸಹಾಯ ಪಡೆದವರು, ವಸುಂಧರನ ಮಿತ್ರರು, ಆಪ್ತರು – ಎಲ್ಲ ಒಳಗೇ ಕುದಿಯುತ್ತಿದ್ದರು. ಈ ಸಂದರ್ಭವನ್ನು ತನ್ನ ಪ್ರಯೋಜನಕ್ಕೆ ಬಳಸಿಕೊಳ್ಳಲು ಸಾಧ್ಯವಾಗ ಬಹುದೇನೋ ಎಂದು ಚರಣ ಯೋಚಿಸಿದ.

ಚಿದಂಬರನ ಸಂಸ್ಕಾರ ಮುಗಿದ ಮೂರನೇ ದಿನ ರಾತ್ರಿ, ಚರಣ ರಹಸ್ಯವಾಗಿ ವಸುಂಧರನನ್ನು ಅವನ ಮನೆಯಲ್ಲೇ ಭೇಟಿ ಮಾಡಿದ. ಅವನ ಮನೆಯವರ ದುಃಖದ ತೀವ್ರತೆ ಸ್ವಲ್ಪ ಕಡಿಮೆಯಾಗಿದ್ದರೂ, ಮನಸ್ಸಿನ ರೋಷ ಮಾತ್ರ ಕಿಂಚಿತ್ತೂ ಕಡಿಮೆ ಯಾಗಿರಲಿಲ್ಲ.

ತಂದೆಯನ್ನು ಎಳೆದುಕೊಂಡು ಹೋದ ಸೈನಿಕರ ತಂಡದ ನಾಯಕ ಅವನೇ ಎಂದು ಗೊತ್ತಿದ್ದುದರಿಂದ ವಸುಂಧರ ಕೋಪದಿಂದಲೇ ಕೇಳಿದ, "ನೀನು ಇಲ್ಲಿಗೇಕೆ ಬಂದೆ ? ಮತ್ತೆ ಯಾರನ್ನು ಎಳೆದುಕೊಂಡು ಹೋಗಿ ನೇಣಿಗೆ ಹಾಕಿಸಲು ಯೋಚಿಸಿದ್ದಿ ?"

"ಮೆಲ್ಲಗೆ ಮಾತಾಡು ವಸುಂಧರ" ಚರಣ ಬಾಗಿಲು ಭದ್ರಪಡಿಸುತ್ತ ಹೇಳಿದ, "ನಾನೀಗ ರಾಜಭಟನಾಗಿ ಬಂದಿಲ್ಲ. ನಿನ್ನ ಸಹಾಯ ಕೋರಿ ಬಂದಿದ್ದೇನೆ."

"ನಾನು ನಿನಗೆ ಸಹಾಯ ಮಾಡಬೇಕೇ ? ನೀನು ಮಾಡಿದ ಉಪಕಾರಕ್ಕೆ ಪ್ರತ್ಯುಪಕಾರ ಮಾಡಬೇಕೆ ?"

"ನಾನು ರಾಜಶಾಸನದ ಪ್ರಕಾರ ನನ್ನ ಕರ್ತವ್ಯ ಮಾಡಿದೆ. ಆದರೆ ಈಗ ಚಕ್ರವರ್ತಿಯ ವಿರುದ್ಧವಾಗಿ ನಾವು ರೂಪಿಸುತ್ತಿರುವ ಸಂಘಟನೆಗೆ ನಿನ್ನ ಸಹಾಯ ಯಾಚಿಸಿ ಬಂದಿದ್ದೇನೆ."

"ಚಕ್ರವರ್ತಿಯ ವಿರುದ್ಧ ಸಂಘಟನೆಯೆ ?" ವಸುಂಧರನಲ್ಲಿ ಕುತೂಹಲ ಮೂಡಿತು.

"ಹೌದು" ಚರಣ ಇಲ್ಲಿಯವರೆಗೆ ನಡೆದ ಘಟನೆಗಳನ್ನು ವಿವರವಾಗಿ ಹೇಳಿದ. ಅದನ್ನೆಲ್ಲ ವಸುಂಧರ ನಂಬಿಯೂ ನಂಬಿದ.

"ಹೌದು" ವಸುಂಧರ ಸಮಾಧಾನದಿಂದ ಹೇಳಿದ, "ನನ್ನ ತಂದೆಯ ಸಾವಿನಲ್ಲಿ ನಿನ್ನ ತಪ್ಪೇನೂ ಇಲ್ಲ. ಆದರೆ ನನ್ನ ಹೃದಯ ಸುಟ್ಟು ಹೋಗುತ್ತಿದೆ, ಚರಣ. ಆ ಬೌದ್ಧ ಗುರುವನ್ನು ಕತ್ತರಿಸಿ ತುಂಡು ತುಂಡು ಮಾಡಬೇಕೆಂದು ಮನಸ್ಸು ಹಾತೊರೆಯುತ್ತಿದೆ."

"ನಿನ್ನ ಸೇಡು ತೀರಿಸಿಕೊಳ್ಳಲು ಒಂದು ಅವಕಾಶವಿದೆ. ನೀನು ನಾನು ಹೇಳಿದಂತೆ ನಡೆದುಕೊಂಡರೆ ನಿನ್ನ ಸೇಡೂ ತೀರುತ್ತದೆ, ಸೆರೆಮನೆಯಲ್ಲಿರುವ ನನ್ನ ಮಿತ್ರರಿಗೆ ಬಿಡುಗಡೆಯೂ ದೊರೆಯುತ್ತದೆ."

"ಹೇಗೆ ? ಸ್ವಲ್ಪ ವಿವರವಾಗಿ ಹೇಳು."

“ಸದ್ಯಕ್ಕೆ ಬೇಡ. ಇದೇ ತಾನೇ ನೀನು ನಮ್ಮೊಡನೆ ಕೈಜೋಡಿಸಲು ಒಪ್ಪಿದ್ದೀಯ. ನಿನ್ನ ಕೆಲಸವೇನೆಂಬುದನ್ನು ನಿಧಾನವಾಗಿ ಯೋಚಿಸಿ, ಒಂದೆರಡು ದಿನದಲ್ಲೇ ನಿನಗೆ ತಿಳಿಸುತ್ತೇನೆ. ನೀನು ಅಗತ್ಯವಾದ ಸಿದ್ಧತೆಗಳನ್ನು ಮಾಡಿಕೊಳ್ಳಬಹುದು.”

“ಆಗಬಹುದು. ನಾನು, ನನ್ನ ಮಿತ್ರರೆಲ್ಲ ನಿನ್ನ ದಂಗೆಯಲ್ಲಿ ಸೇರಿಬಿಡುತ್ತೇವೆ.”

“ನೀವು ಇಲ್ಲಿದ್ದೇ ನಮ್ಮ ಕೆಲಸ ಮಾಡಿದರೆ ಒಳ್ಳೆಯದು. ಮುಂದೊಂದು ದಿನ ನಡೆಯಬಹುದಾದ ಧನನಂದನ ಮಾರಣಹೋಮಕ್ಕೆ ನಿಮ್ಮ ಪಾಲನ್ನೂ ಸಲ್ಲಿಸಬಹುದು. ಹೊಸ ಚಕ್ರವರ್ತಿ ಬಂದು ಹೊಸ ನೆಮ್ಮದಿಯ ಬದುಕು ನಮ್ಮದಾದಾಗ, ಈಗ ಪಟ್ಟ ಕಷ್ಟಗಳೆಲ್ಲ ಮರೆತು ಹೋಗುತ್ತವೆ.”

“ನಿನ್ನ ಮಾತು ನಿಜ” ವಸುಂಧರ ಹೇಳಿದ, “ಮೊದಲೇ ಇಂಥ ಪ್ರಯತ್ನಗಳು ನಡೆದಿದ್ದರೆ, ನಮ್ಮ ತಂದೆ ಸಾಯುತ್ತಿರಲಿಲ್ಲವೇನೋ ?”

“ಆಗಿದ್ದು ಆಗಿಹೋಯಿತು. ನಿನ್ನ ದುಃಖ, ಕೋಪಗಳನ್ನು ಈಗ ಮಗಧದ ಒಳಿತಿಗಾಗಿ ಉಪಯೋಗಿಸು.”

“ಅಷ್ಟೇ ಅಲ್ಲ ಚರಣ, ಧನಧಾನ್ಯ ಏನು ಬೇಕಾದರೂ ಕೊಡುತ್ತೇನೆ. ನಮ್ಮ ಸಂಪತ್ತೆಲ್ಲಾ ಬರಿದಾದರೂ ಸರಿ, ನನ್ನ ತಂದೆಯ ಸಾವಿನ ಸೇಡು ತೀರಬೇಕು, ಮಗಧಕ್ಕೆ ಬಿಡುಗಡೆ ದೊರೆಯಬೇಕು.”

“ನಾನು ಬರುತ್ತೇನೆ” ಎಂದು ಮೇಲೆದ್ದ ಚರಣ ಹೇಳಿದ, “ಆದರೆ ಒಂದು ಮುಖ್ಯವಾದ ಮಾತು, ನೀನು ನಿನ್ನ ಕೋಪತಾಪಗಳನ್ನು ವ್ಯಕ್ತಪಡಿಸಿ, ಮತ್ತೆ ಬೇರೆಯವರ ಸಂದೇಹಕ್ಕೆ ಗುರಿಯಾಗದಂತೆ ತಟಸ್ಥನಾಗಿದ್ದುಬಿಡು.”

“ಈಗೇನೋ ಸರಿ, ಆಮೇಲೆ ?”

“ಆಮೇಲೆ, ನಿನ್ನ ಮೇಲೆ ಸಂದೇಹ ಬಾರದಂತೆ ಏನಾದರೂ ಉಪಾಯವನ್ನು ಯೋಚಿಸೋಣ.”

“ಆಗಬಹುದು, ನಿನ್ನ ಸಲಹೆಯಂತೆ ನಡೆಯುತ್ತೇನೆ.”

ಚರಣ ಅಲ್ಲಿಂದ ಹೊರಟುಬಿಟ್ಟ.

ಮನೆಗೆ ಬಂದಾಗ ಚರಣ ಉಲ್ಲಸಿತನಾಗಿದ್ದ. ಏಕೆಂದರೆ ಆಕಸ್ಮಿಕವೆಂಬಂತೆ ಎಲ್ಲ ಅನುಕೂಲಗಳೂ ತಾವಾಗಿ ಒದಗಿ ಬರುತ್ತಿದ್ದವು. ಆದರೆ ಅವನಿಗಿದ್ದುದು ರಾಕ್ಷಸನ ಭಯವೊಂದೇ. ಒಂದು ಸಣ್ಣ ಸುಳಿವು ಸಿಕ್ಕಿದರೂ ಅವನು ಬೇರನ್ನು ಶೋಧಿಸಬಲ್ಲ ಸಮರ್ಥನೆಂಬುದು ಅವನಿಗೆ ಗೊತ್ತಿತ್ತು. ಆ ದಿನವಂತೂ ಯಾವ ವಿಷಯವೂ ಅವನ ಗಮನಕ್ಕೆ ಬೀಳಬಾರದು. ಆದರೆ ಹೇಗೆ ? ಹೇಗೆ ? ಎಂದು ಅವನು ಬಹಳ ಹೊತ್ತು ತಲೆ ಕೆಡಿಸಿಕೊಂಡ. ವಸುಂಧರನ ಬೌದ್ಧ ಗುರುವಿನ ಮೇಲಿನ ದ್ವೇಷವನ್ನು ಮತ್ತೆ ನೆನಪು ಮಾಡಿಕೊಳ್ಳುತ್ತಿರುವಾಗ ಬುದ್ಧಜಯಂತಿ ಹತ್ತಿರವಿರುವುಹು ಮನಸ್ಸಿನಲ್ಲಿ ಸುಳಿಯಿತು. ಅವನ ಮುಖ ಅರಳಿತು. ‘ಹೌದು ಬುದ್ಧಜಯಂತಿ ! ಬೌದ್ಧರು ಸಂಭ್ರಮದಿಂದ ಆಚರಿಸುವ

ಹಬ್ಬ! ಪ್ರತಿವರ್ಷವೂ ರಾಕ್ಷಸ ಆ ದಿನ ತಪ್ಪದೇ ಚಂದನದಾಸನ ಮನೆಗೆ ಹೋಗುವುದು ಪದ್ಧತಿ !'

'ಹೌದು, ಅದೇ ಸೂಕ್ತವಾದ ದಿನ! ವೈಶಾಖ ಮಾಸದ ಶುಕ್ಲ ಪೂರ್ಣಿಮೆಯ ಆ ದಿನ ಚಂದ್ರಗುಪ್ತ ಮತ್ತು ಮಿತ್ರರು ಸೆರೆಯಿಂದ ಪಾರಾಗುವ ಸುದಿನ! ರಾಕ್ಷಸ ಚಂದನದಾಸನ ಮನೆಯಲ್ಲಿರುತ್ತಾನೆ. ಧನನಂದ ಸುಗಂಧಿಯ ಪ್ರೇಮ ಸಾಮ್ರಾಜ್ಯದಲ್ಲಿ ತೇಲುತ್ತಿರುತ್ತಾನೆ. ಈ ವಿಷಯಗಳಲ್ಲಿ ಶ್ರೀಯಕನ ಬುದ್ಧಿ ಅಷ್ಟು ಚುರುಕಾಗಿ ಕೆಲಸ ಮಾಡುವುದಿಲ್ಲ. ಆ ದಿನಕ್ಕೆ ಹೊಂದುವಂತೆ ನನ್ನ ಯೋಜನೆಗಳನ್ನು ರೂಪಿಸಿಕೊಳ್ಳಬೇಕು' ಎಂದು ನಿರ್ಧರಿಸಿಕೊಂಡ.

೫

"ಕೊಲೆ ಮಾಡಿದವನಿಗೆ ಮರಣದಂಡನೆಯನ್ನು ವಿಧಿಸಿದ್ದು ಸರಿಯೆಂದು ಒಪ್ಪಿಕೊಂಡರೂ, ಆ ನೆಪದಲ್ಲಿ ಅರಮನೆಯೇ ಧರ್ಮ ಧರ್ಮಗಳ ನಡುವೆ ಸಂಘರ್ಷಕ್ಕೆ ದಾರಿ ಮಾಡಿಕೊಡುತ್ತಿರುವುದು ಬಹಳ ಕೆಟ್ಟದೆಂದು ನನಗೆ ಅನ್ನಿಸುತ್ತಿದೆ" ಬುದ್ಧ ಜಯಂತಿಗೆ ಆಹ್ವಾನ ನೀಡಲು ಬಂದಿದ್ದ ಚಂದನದಾಸನೊಡನೆ ಮಾತಾಡುತ್ತ ರಾಕ್ಷಸ ಹೇಳಿದ.

ಅದಕ್ಕೆ ಚಂದನದಾಸ ಹೇಳಿದ, "ನನಗೂ ವಿಷಯ ತಿಳಿಯಿತು. ಜನ ಆಡಿಕೊಳ್ಳುವುದೂ ಕಿವಿಗೆ ಬಿತ್ತು. ಬಹುಶಃ ಬೌದ್ಧ ಗುರು ಮತ್ತು ಶಿಷ್ಯರದೇ ತಪ್ಪೆಂದು ನನಗೆ ಅನ್ನಿಸುತ್ತಿದೆ. ದಯೆ, ಕರುಣೆ, ಸನ್ನಡತೆಗಳ ಬುದ್ಧನ ಧರ್ಮದ ಒಬ್ಬ ಗುರುವೇ ಹೀಗೆ ಹಿಂಸೆಗೆ ಪ್ರಚೋದನೆ ನೀಡಿದನೆಂದು ನನಗೆ ನಾಚಿಕೆಯಾಗುತ್ತಿದೆ."

"ಆ ಗುರುವಿನ ಎದುರಿಗೆ ಈ ಮಾತನ್ನು ಹೇಳು, ಅವನು ರೊಚ್ಚಿಗೆದ್ದು ನಿನ್ನ ಮೇಲೇ ಏರಿ ಬರುತ್ತಾನೆ" ಎಂದು ರಾಕ್ಷಸ ನಕ್ಕ.

"ಅದೇ ವಿಪರ್ಯಾಸ" ಚಂದನದಾಸ ತಾನೂ ನಗುತ್ತ ಹೇಳಿದ, "ವೈಯಕ್ತಿಕವಾದ, ಹೆಚ್ಚೆಂದರೆ ಒಂದು ಕುಟುಂಬದ ನಂಬಿಕೆಯಾದ ಧರ್ಮಾಚರಣೆಯನ್ನು ಹೀಗೆ ಸಾರ್ವಜನಿಕವಾಗಿ ಅವಮಾನಗೊಳಿಸುವುದು ಅನಾಗರಿಕ ಲಕ್ಷಣವಲ್ಲವೆ ?"

"ಹೊರವೇಷದಲ್ಲಿ ನಾವು ನಾಗರಿಕರೇ, ಆದರೆ ಅಂತರಂಗದಲ್ಲಿ ನಾವೆಲ್ಲ ಇನ್ನೂ ಕಾಡು ಮನುಷ್ಯರೇ ಆಗಿದ್ದೇವೆ. ಆ ಗುಂಪಿನಲ್ಲಿ ನಾನೂ ಇರಬಹುದು. ಎಷ್ಟೇ ಆಗಲಿ ನಾನು ರಾಕ್ಷಸನಲ್ಲವೆ ?"

"ಅದು ಜನ ಕರೆದ ಹೆಸರು ವಸುಭೂತಿ."

"ಹೌದು, ಅದು ಜನ ಕರೆದ ಹೆಸರು. ಆದರೆ ಆ ಹೆಸರು ನನ್ನ ಹೆಮ್ಮೆಯ ಲಾಂಛನವೆಂಬ ಭಾವನೆ ಯಾವಾಗ ಬರತೊಡಗಿತೋ, ಆಗಲೇ ನಾನು ನಿಜವಾದ ರಾಕ್ಷಸನಾದೆ. ಮೊದಲು ನನ್ನ ವರ್ತನೆಗೆ ಜನ ಆ ಹೆಸರನ್ನು ಅನ್ವಯಿಸಿದರು. ನಂತರ ಆ ಹೆಸರಿಗೆ ನಾನೇ ನನ್ನ ವರ್ತನೆಯನ್ನು ಅನ್ವಯಿಸಲಾರಂಭಿಸಿದೆ. ಇದು ಇನ್ನೊಂದು ವಿಪರ್ಯಾಸವಲ್ಲವೆ !" ಅವನು ಸಣ್ಣಗೆ ನಕ್ಕ. ಆ ನಗುವಿನಾಳದಲ್ಲಿ ವಿಷಾದವಿರುವುದು ಗೊತ್ತಾಗುತ್ತಿತ್ತು.

"ನಿನ್ನನ್ನು ನೀನೇ ಏಕೆ ಪರಿಹಾಸ ಮಾಡಿಕೊಳ್ಳುತ್ತಿ ವಸುಭೂತಿ ?"

"ಬೇರೆಯವರ ಪರಿಹಾಸಕ್ಕಿಂತ ಇದು ಎಷ್ಟೋ ಮೇಲು. ವಿಚಿತ್ರವೆಂದರೆ, ನನಗೆ ನನ್ನ ಪದವಿಯ ಮೋಹ ಎಷ್ಟು ಪ್ರಬಲವಾಗಿದೆಯೆಂದರೆ, ನನ್ನ ತಪ್ಪುಗಳ ಅರಿವು ಸಾವಿರ ಸಲ ಅಂತರಂಗವನ್ನು ಕಲಕಿದರೂ, ಅದು ಅದನ್ನೆಲ್ಲ ತುಳಿದು ಮತ್ತೆ ವಿಜೃಂಭಿಸುತ್ತದೆ."

"ನೀನು ತಪ್ಪು ಮಾಡಿದ್ದರೆ ಅದು ನಿನಗಾಗಿ ಅಲ್ಲ, ಚಕ್ರವರ್ತಿಗಾಗಿ. ರಾಜನಿಷ್ಠೆಯ ಕಾರಣದಿಂದ ನಡೆದ ಅಚಾತುರ್ಯಗಳಿಗೆ ನೀನು ಸಂಪೂರ್ಣ ಹೊಣೆಯಾಗುವುದಿಲ್ಲ."

"ನಿಜ, ನಾನು ಪದವಿಯಿಂದ ಕೆಳಗಿಳಿದುಬಿಟ್ಟರೆ ಆ ರಾಜನಿಷ್ಠೆಯ ಬಂಧನವೋ, ದಾಕ್ಷಿಣ್ಯವೋ ಕಳಚಿ ಬೀಳುತ್ತದೆ. ಅದಕ್ಕೆ ಮಾತ್ರ ನಾನು ಸಿದ್ಧನಾಗಿಲ್ಲ."

"ಹೋಗಲಿ ಬಿಡು" ಚಂದನದಾಸ ಹೇಳಿದ, "ಆ ವಿಷಯದಲ್ಲಿ ಎಷ್ಟು ಚರ್ಚೆ ಮಾಡಿದರೂ ಅಷ್ಟೆ ಫಲಿತಾಂಶ ಶೂನ್ಯ."

"ಈ ಮಗಧದಲ್ಲಿ ಪ್ರತಿಯೊಂದು ಕಾರ್ಯವೂ ಶೂನ್ಯ ಫಲಿತಾಂಶದಲ್ಲೇ ಮುಗಿದು ಹೋಗುತ್ತಿದೆ ಚಂದನದಾಸ. ಆ ಚಣಕ, ಚಂದ್ರಗುಪ್ತರ ದಂಗೆಯ ಪ್ರಯತ್ನವಾದರೂ ಫಲಿತಾಂಶ ಕೊಡುವಂತಿದ್ದರೆ, ನಾನು ಸೋಲೊಪ್ಪಿಕೊಳ್ಳುವಂತಿದ್ದರೆ, ಈ ಮಗಧದ ಪ್ರಜೆಗಳು ಧನನಂದನಿಗೆ ಹಾಕುವ ಶಾಪಗಳಲ್ಲಿ ನಾನೂ ಭಾಗಿಯಾಗುವುದು ಮುಗಿಯುತ್ತಿತ್ತು."

"ಅಂದರೆ, ಚಣಕನ ದಂಗೆ ಯಶಸ್ವಿಯಾಗಬೇಕಾಗಿತ್ತೆಂದು ಭಾವಿಸುತ್ತೀಯಾ ?"

"ಹೌದು, ಆದರೆ ಅವರು ನನಗೆ, ನನ್ನ ಬುದ್ಧಿಶಕ್ತಿಗೆ, ನನ್ನ ರಾಜನೀತಿಗೆ ಸಮ ಸಮನಾಗಿ ಸ್ಪರ್ಧೆ ನೀಡಿ ಜಯಿಸಿದ್ದರೆ ಮಾತ್ರ."

"ನಿನ್ನ ಬುದ್ಧಿ ಶಕ್ತಿಯ ಬಗ್ಗೆ ನೀನು ಹೆಮ್ಮೆ ಪಡುವುದರಲ್ಲಿ ಅರ್ಥವಿದೆ" ಚಂದನದಾಸ ನಕ್ಕ. "ಮಗಧದಲ್ಲಿ ಎಲ್ಲರೂ ನಿನ್ನ ಬುದ್ಧಿ ಶಕ್ತಿಗೆ ಹೆದರುತ್ತಾರೆ. ನಾನೂ ಅದನ್ನು ಗೌರವಿಸುತ್ತೇನೆ."

"ಒಂದೊಂದು ಸಲ ನನಗೇ ಆಶ್ಚರ್ಯವಾಗುತ್ತದೆ" ರಾಕ್ಷಸ ಎತ್ತಲೋ ನೋಡುತ್ತ ಹೇಳಿದ, "ಯಾರಾದರೂ ನೆನಪು ಮಾಡಿದಾಗ ಮಾತ್ರ ನಾನು ಬ್ರಾಹ್ಮಣನೆಂಬುದು ನೆನಪಾಗುತ್ತದೆ. ಉಳಿದಂತೆ ನನ್ನ ಆಲೋಚನೆ, ವರ್ತನೆ ಎಲ್ಲ ಕ್ಷತ್ರಿಯನಂತಿರುತ್ತದೆ. ನಮ್ಮ ಚಕ್ರವರ್ತಿಯೂ ನಿಜವಾದ ಕ್ಷತ್ರಿಯನಂತೆ ನ್ಯಾಯನೀತಿಗಳಿಂದ ಪ್ರಜಾಪಾಲನೆ ಮಾಡುವುದು ಸಾಧ್ಯವಿಲ್ಲವೇ ?"

"ಸಾಧ್ಯವಿದೆ. ಆದರೆ ಅದಕ್ಕೆ ಮುಕ್ತ ಮನಸ್ಸು ಬೇಕು. ಮನಸ್ಸಿನಲ್ಲಿ ಪೂರ್ವ ನಿರ್ಧಾರಿತ ದ್ವೇಷವೇ ತುಂಬಿದ್ದರೆ ಅದು ಹೇಗೆ ಸಾಧ್ಯವಾಗುತ್ತದೆ ?"

ರಾಕ್ಷಸ ಮಾತಾಡಲಿಲ್ಲ, ಯೋಚನೆಯಲ್ಲಿ ಮುಳುಗಿದವನಂತೆ ಸುಮ್ಮನೆ ಕುಳಿತ. ಚಂದನದಾಸ ಮೇಲೇಳುತ್ತಾ ಹೇಳಿದ, "ಬುದ್ಧ ಜಯಂತಿಯ ದಿನ ನಮ್ಮ ಮನೆಗೆ ಬರುವುದನ್ನು ಮರೆಯಬೇಡ."

"ಪ್ರತಿವರ್ಷ ತಪ್ಪದೆ ಬರುತ್ತಿದ್ದೇನೆ. ಈ ಸಲ ತಪ್ಪಿಸಿಕೊಳ್ಳುತ್ತೇನೆಯೇ ?"

''ಸದ್ಯದಲ್ಲಿ ನಿನ್ನ ಮನಸ್ಸು ಈ ರಾಜಕೀಯ ಗೊಂದಲದಲ್ಲಿ ಮುಳುಗಿರುವುದರಿಂದ ಮರೆತು ಹೋಗಬಾರದೆಂದು ಮೊದಲೇ ಜ್ಞಾಪಿಸಿದೆ.''

''ಮರೆಯುವುದಿಲ್ಲ, ಖಂಡಿತ ಬರುತ್ತೇನೆ.''

ರಾಕ್ಷಸ ಬಾಗಿಲವರೆಗೂ ಬಂದು ಚಂದನದಾಸನನ್ನು ಬೀಳ್ಕೊಟ್ಟ.

ಮರುದಿನ ರಾಕ್ಷಸ ರೂಢಿಯ ಪರಿಶೀಲನೆಗೆಂದು ಸೆರೆಮನೆಗೆ ಭೇಟಿ ಕೊಟ್ಟ. ಚಂದ್ರಗುಪ್ತ ಸೆರೆಯಾದ ನಂತರ, ಬೇರೆ ಒತ್ತಡಗಳ ಕಾರಣದಿಂದ, ಚಣಕನ ವಿಚಾರಣೆಯ ಸಂದರ್ಭವನ್ನು ಬಿಟ್ಟು, ಅತ್ತ ಹೋಗಿರಲಿಲ್ಲ.

ಸೆರೆಮನೆಯ ಶುಚಿ, ಆಹಾರ, ಇತರ ವ್ಯವಸ್ಥೆಗಳನ್ನೆಲ್ಲ ಪರಿಶೀಲಿಸುತ್ತ, ಚಂದ್ರಗುಪ್ತ ಮತ್ತು ಅವನ ಮಿತ್ರರಿದ್ದ ಕೋಣೆಯ ಬಳಿಗೆ ಬಂದಾಗ ಒಂದು ಕ್ಷಣ ಅಲ್ಲೇ ನಿಂತ.

ಒಳಗೆ ಚಂದ್ರಗುಪ್ತ ಕಲ್ಲಿನ ಕಟ್ಟೆಯ ಮೇಲೆ ರಾಜನಂತೆ ದರ್ಪದಿಂದ ಕುಳಿತಿದ್ದ. ಸಿಂಹಸೇನ ಅಮಾತ್ಯನಂತೆ ಕೈಕಟ್ಟಿ ಪಕ್ಕದಲ್ಲಿ ನಿಂತಿದ್ದ. ಬ್ರಹ್ಮದತ್ತ ಸೇನಾಧ್ಯಕ್ಷನಾಗಿ ಇನ್ನೊಂದು ಪಕ್ಕದಲ್ಲಿ ನಿಂತಿದ್ದ. ಸಹದೇವ ಮತ್ತು ಭಾಸ್ಕರ ಅಪರಾಧಿಗಳಂತೆ ತಲೆತಗ್ಗಿಸಿ ನಿಂತಿದ್ದರು.

''ಅಮಾತ್ಯರೇ, ಈ ಚರ್ಮಕಾರ ಮಾಡಿದ ಅಪರಾಧವೇನು ?'' ಚಂದ್ರಗುಪ್ತ ಕೇಳಿದ.

''ಕೆಟ್ಟ ರಾಜನೆಂದು ಕೆಟ್ಟ ಮಾತುಗಳನ್ನಾಡಿ ಮಹಾಪರಾಧ ಮಾಡಿದ್ದಾನೆ ಪ್ರಭು'' ಎಂದ ಸಿಂಹಸೇನ.

''ಎಲವೋ ದುಷ್ಟ ಚರ್ಮಕಾರ, ನಿನಗೆ ಮರಣದಂಡನೆ ವಿಧಿಸಿದ್ದೇನೆ.''

''ಇವನು ಅಧಿಕಪ್ರಸಂಗಿ ಬ್ರಾಹ್ಮಣ, ಮಹಾಪ್ರಭು'' ಸಿಂಹಸೇನ ಹೇಳಿದ, ''ರಾಜನಿಗೆ ಪ್ರಜೆಗಳ ಮೇಲೆ ಕರ ಹೇರುವ ಸ್ವಾತಂತ್ರ್ಯವೂ ಬೇಡವೆಂದು ಬುದ್ಧಿ ಹೇಳುತ್ತಾನೆ.''

''ಹೌದೇ ! ಇವನ ಬುದ್ಧಿಯನ್ನೇ ಎಲ್ಲರೂ ಕಲಿತುಬಿಟ್ಟರೆ ನಮ್ಮ ಸಾಮ್ರಾಜ್ಯದ ಗತಿಯೇನು ? ನನ್ನ ಅಧಿಕಾರಕ್ಕೇ ಸಂಚಕಾರವಾಗುತ್ತದೆ. ಇವನನ್ನು ಕೊಂದುಬಿಡುವುದೇ ಸರಿ.''

''ಬೇಡ ಪ್ರಭು, ಇವನು ಬಹಳ ಜನಪ್ರಿಯನಾದ ಬ್ರಾಹ್ಮಣ. ಪ್ರಜೆಗಳು ತಿರುಗಿಬಿದ್ದರೆ ಕಷ್ಟ''

''ಹಾಗಾದರೆ ಗುಟ್ಟಾಗಿ ಕೊಲ್ಲಿಸಿಬಿಡುತ್ತೇನೆ. ಇದು ಗುಟ್ಟು ಅಮಾತ್ಯರೇ, ನಿಮಗೂ ಗೊತ್ತಿಲ್ಲವೆಂದು ತಿಳಿಯಿರಿ.''

ಎಲ್ಲ ಜೋರಾಗಿ ನಕ್ಕರು. ತಾನು ಬರುವುದು ಗೊತ್ತಿದ್ದೇ ಚಂದ್ರಗುಪ್ತ ತನ್ನನ್ನು ಪರಿಹಾಸ್ಯ ಮಾಡುತ್ತಿರುವನೆಂದು ರಾಕ್ಷಸನಿಗೆ ಅರ್ಥವಾಯಿತು. ತಕ್ಷಣ ಮುಂದೆ ಬಂದು ''ನಿಲ್ಲಿಸಿ, ಏನಿದು ನಿಮ್ಮ ಹುಡುಗಾಟ ?'' ಎಂದು ಅಬ್ಬರಿಸಿದ.

ಚಂದ್ರಗುಪ್ತ ಭದ್ರಪಡಿಸಿದ್ದ ಬಾಗಿಲವರೆಗೂ ಬಂದು ಹೇಳಿದ, ''ಏಕೆ ಅಮಾತ್ಯರೇ, ಸೆರೆಮನೆಯಲ್ಲೂ ಸ್ವಲ್ಪ ಮನರಂಜನೆ ತೆಗೆದುಕೊಳ್ಳುವ ಸ್ವಾತಂತ್ರ್ಯವಿಲ್ಲವೆ. ಅದಕ್ಕೂ ಕರ ಕೊಡಬೇಕೆ ?''

"ಕರವಲ್ಲ, ಪ್ರಾಣವನ್ನೇ ಕೊಡಬೇಕಾಗಿ ಬರಬಹುದು" ಎಂದ ರಾಕ್ಷಸ ವ್ಯಂಗ್ಯವಾಗಿ.

"ನಿಜವಾದ ಕ್ಷತ್ರಿಯ ಪ್ರಾಣ ಕೊಡಲು ಹೆದರುವುದಿಲ್ಲ, ಅಮಾತ್ಯರೇ."

"ಹಾಗಾದರೆ ನಿನಗೆ ಮರಣದಂಡನೆಯನ್ನು ವಿಧಿಸುವುದು ಒಳ್ಳೆಯದು. ಹೆದರದೆ ಸುಲಭವಾಗಿ ಪ್ರಾಣ ಕೊಟ್ಟುಬಿಡಬಹುದು. ಅಲ್ಲ ಅಲ್ಲ – ನಿನ್ನ ಪ್ರಾಣವನ್ನು ನಾವೇ ತೆಗೆದುಕೊಂಡು ಬಿಡಬಹುದು."

"ಹಾಗೇ ಮಾಡಿ, ನೀವು ಪ್ರಾಣ ತೆಗೆದುಕೊಳ್ಳಲು ಪ್ರಯತ್ನ ಪಡಿ, ನಾನು ನನ್ನ ಪ್ರಾಣ ಉಳಿಸಿಕೊಳ್ಳಲು ಪ್ರಯತ್ನಿಸುತ್ತೇನೆ."

"ನಮ್ಮ ಕೈಕೆಳಗೆ ಸೇವೆ ಮಾಡುವ ಒಬ್ಬ ಸಾಮಾನ್ಯ ಯೋಧನಿಗೆ ಇಷ್ಟೊಂದು ದುರಹಂಕಾರವೇ !"

"ಇದು ಅಹಂಕಾರವಲ್ಲ ಅಮಾತ್ಯರೇ, ಸ್ವಾಭಿಮಾನ. ನಾನು ಸಾಮಾನ್ಯ ಯೋಧನಲ್ಲ, ಪಿಪ್ಪಲಿವನದ ರಾಜ ಚಂದ್ರಗುಪ್ತ ಮೌರ್ಯ."

"ಹುಂ. ಚಂದ್ರಗುಪ್ತ ಮೌರ್ಯ !" ರಾಕ್ಷಸ ಅಣಕದಿಂದ ನಕ್ಕ. "ಪಿಪ್ಪಲಿವನ ಮಗಧದಲ್ಲಿ ಸೇರಿ ಹೋಗಿ ಎಷ್ಟೋ ಕಾಲವಾಯಿತು."

"ಅದನ್ನು ನಾನು ಬಿಡಿಸಿಕೊಳ್ಳುತ್ತೇನೆ."

"ಕರುಣೆಯಿಂದ ಆಶ್ರಯ ನೀಡಿ ಕೆಲಸ ಕೊಟ್ಟರೆ, ಕೃತಘ್ನತೆಯಿಂದ ತಿರುಗಿ ಬೀಳುವ ರಾಜದ್ರೋಹಿಗೆ ಎಂಥ ಶಿಕ್ಷೆ ಎಂದು ನಿನಗೆ ಗೊತ್ತೇ ?"

"ಗೊತ್ತು. ಆದರೆ ನಾನು ರಾಜದ್ರೋಹಿಯಲ್ಲ, ದ್ರೋಹಿಯಾದ ರಾಜನಿಗೆ ತಿರುಗಿ ಬೀಳುವುದು ನ್ಯಾಯವಾದ ಕಾರ್ಯ."

ಒಳಗೇ ಚಂದ್ರಗುಪ್ತನ ಧೈರ್ಯಕ್ಕೆ ಮೆಚ್ಚಿಕೊಂಡ ರಾಕ್ಷಸನ ಕೋಪ ಮರೆಯಾಯಿತು. ವಿಚಾರಣೆಯಿಲ್ಲದೆ ಇನ್ನಷ್ಟು ದಿನ ಸೆರೆಮನೆಯಲ್ಲೇ ಕೊಳೆಯಲಿ, ಎಂದು ಹೇಳಿ ಧನನಂದ ಸರಿಯಾದ ನಿರ್ಧಾರವನ್ನೇ ತೆಗೆದುಕೊಂಡಿದ್ದಾನೆ ಅನ್ನಿಸಿತು. ವಿಚಾರಣೆಯಾಗಿ, ಶಿಕ್ಷೆ ನಿರ್ಧಾರವಾಗಿ ಒಂದಷ್ಟು ವರ್ಷಗಳನ್ನು ಸೆರೆಮನೆಯಲ್ಲೇ ಕಳೆದರೆ ಈ ಚಂದ್ರಗುಪ್ತನ ದರ್ಪ ಅಡಗಿ, ಅತಿ ದೀನಾವಸ್ಥೆಗೆ ಮುಟ್ಟುವುದನ್ನು ಕಲ್ಪಿಸಿಕೊಂಡು ನಗು ಬಂತು. ಒಂದು ಕ್ಷಣ 'ಅಯ್ಯೋ ಪಾಪ' ಎಂದು ಮರುಕವೂ ಆಯಿತು. ಸುಮ್ಮನೆ ಅವನನ್ನು ಕೆರಳಿಸಿ, ಅವನೊಂದಿಗೆ ವಾದ ಮಾಡುತ್ತ ನಿಲ್ಲುವುದು ತನ್ನ ಘನತೆಗೇ ಕುಂದೆಂದು ಭಾವಿಸಿ, ಮಾತಾಡದೆ ಹುಸಿ ನಗುತ್ತ ಅಲ್ಲಿಂದ ಹೊರಟುಬಿಟ್ಟ. ಆದರೆ ಚಂದ್ರಗುಪ್ತ ರಾಜನಂತೆ ದರ್ಪದಿಂದ ಕುಳಿತ ಭಂಗಿ ಮತ್ತೆ ಮತ್ತೆ ಅವನ ಮನಸ್ಸಿನಲ್ಲಿ ಸುಳಿಯುತ್ತಲೇ ಇತ್ತು.

ಎಲ್ಲರಿಗೂ ಆಶ್ಚರ್ಯವಾಯಿತು. "ಅವನೇಕೆ ಸುಮ್ಮನೆ ಹೋಗಿಬಿಟ್ಟ ?" ಎಂದು ಸಿಂಹಸೇನ ಕೇಳಿದ.

"ಇನ್ನು ಸ್ವಲ್ಪ ಹೊತ್ತು ಇಲ್ಲೇ ಇದ್ದರೆ, ನಾವಾಡುವ ಮಾತುಗಳಿಂದ ಸೇವಕರೆದುರಿನಲ್ಲಿ ಅಪಮಾನವಾಗುವುದೆಂದು ಹೆದರಿ ಹೊರಟುಹೋದ" ಎಂದ ಚಂದ್ರಗುಪ್ತ.

"ಇಲ್ಲ, ಹಾಗಿರಲಾರದು" ಸಹದೇವ ಸ್ವಲ್ಪ ಭಯದಿಂದ ಹೇಳಿದ, "ಕಡೆಯಲ್ಲಿ ಅವನ ಮುಖದಲ್ಲಿ ಸುಳಿದ ಹುಸಿ ನಗುವಿಗೆ ಏನೋ ಅರ್ಥವಿರಬೇಕೆನಿಸುತ್ತಿದೆ."

"ಇನ್ನೇನಿರುತ್ತದೆ ?" ಚಂದ್ರಗುಪ್ತ ಉದಾಸೀನತೆಯಿಂದ ಕೇಳಿದ, "ನನಗೆ ಶಿಕ್ಷೆಯನ್ನು ಹೆಚ್ಚು ಮಾಡಬಹುದು ಅಥವಾ ನೇಣು ಹಾಕಬಹುದು, ಅಷ್ಟೇ ತಾನೆ ?"

"ಹೌದು" ಎಂದ ಸಹದೇವ, "ರಾಕ್ಷಸ ಅತಿ ದುರಭಿಮಾನಿ."

"ಸಹದೇವ" ಚಂದ್ರಗುಪ್ತ ಹೇಳಿದ, "ಅವನು ದುರಭಿಮಾನಿಯಾದರೆ ನಾನು ಸ್ವಾಭಿಮಾನಿ. ಶಿಕ್ಷೆಯ ಭಯದಿಂದ ಅವನನ್ನು ಓಲೈಸುವ ಮಾತಾಡುವುದು ನನ್ನಿಂದ ಸಾಧ್ಯವಿಲ್ಲ."

ಎಲ್ಲ ಸುಮ್ಮನಾದರು. ಆದರೆ ಚಂದ್ರಗುಪ್ತನ ಮಾತುಗಳಿಂದ ಕೆರಳಿ ರಾಕ್ಷಸ ಏನು ನಿರ್ಧಾರ ತೆಗೆದುಕೊಳ್ಳುವನೋ ಎಂದು ಅವರೆಲ್ಲ ಭಯಗೊಂಡಿದ್ದರು. ಅಷ್ಟರಲ್ಲಿ ಚರಣನ ಯೋಜನೆ ಕಾರ್ಯಗತವಾಗಿ, ಇಲ್ಲಿಂದ ಪಾರಾದರೆ ಸಾಕೆಂದು ಎಲ್ಲ ಯೋಚಿಸುತ್ತಿದ್ದರು. 'ಬಿಡುಗಡೆಯ ದಿನ ಹತ್ತಿರ ಬಂದಿದೆ' ಎಂದಷ್ಟೇ ಚರಣ ಹೊಸ ಸುದ್ದಿ ಕಳಿಸಿದ್ದ. ರಾಕ್ಷಸ ಏನಾದರೂ ಕೇಡಿನ ಯೋಚನೆ ಮಾಡುವ ಮೊದಲೇ ಆ ದಿನ ಬಂದುಬಿಟ್ಟರೆ ಸಾಕೆಂದು ಎಲ್ಲ ಮನಸ್ಸಿನಲ್ಲೇ ಹಾರೈಸುತ್ತಿದ್ದರು.

★ ★ ★

ರಾಕ್ಷಸನ ಸೂಚನೆಯಂತೆ ಪರ್ವತರಾಜ ಪೌರವ ಸುಮಂತನೆಂಬ ಒಬ್ಬ ಸುಮಾರು ನಲವತ್ತು ವರ್ಷ ವಯಸ್ಸಿನ ವೈದ್ಯನನ್ನು ಕಳಿಸಿಕೊಟ್ಟ. ಅವನು ಒಬ್ಬ ಪರಿಚಾರಕನೊಂದಿಗೆ ಕುದುರೆಯೇರಿ ಪ್ರಯಾಣ ಮಾಡಿ ಪಾಟಲೀಪುತ್ರವನ್ನು ತಲುಪಿ, ರಾಕ್ಷಸನನ್ನು ಭೇಟಿ ಮಾಡಿದ. ತನ್ನ ಪರಿಚಯವನ್ನು ಹೇಳಿಕೊಂಡ. ಅವನ ವಿಶ್ರಾಂತಿಗೆ, ವಸತಿಗೆ ಎಲ್ಲ ವ್ಯವಸ್ಥೆ ಮಾಡಿಕೊಟ್ಟ. ಮರುದಿನ ತಾನೇ ಹೋಗಿ ಅವನನ್ನು ಭೇಟಿ ಮಾಡಿದ.

"ಸುಮಂತ, ನನಗೆ ನಿಮ್ಮಿಂದ ಮೊದಲು ಒಂದು ಭರವಸೆ ಬೇಕು" ಎಂದು ರಾಕ್ಷಸ ಕೇಳಿದ.

"ಏನು ಹೇಳಿ ಅಮಾತ್ಯರೇ ?" ಎಂದ ಸುಮಂತ.

"ಈಗ ನೀವು ಚಿಕಿತ್ಸೆ ನಡೆಸಬೇಕಾಗಿರುವ ರೋಗಿ ಚಕ್ರವರ್ತಿ ಧನನಂದನ ಏಕಮಾತ್ರ ಪುತ್ರ ಸುಮಾಲ್ಯ."

ಸ್ವಲ್ಪ ಚಕಿತನಾದ ಸುಮಂತ ಹೇಳಿದ, "ಹೌದೇ ! ನಿಮ್ಮ ಆಪ್ತರೆಂದರೆ ನಿಮ್ಮ ಕುಟುಂಬಕ್ಕೆ ಸೇರಿದ ಯಾರೋ ಒಬ್ಬರಿರಬೇಕೆಂದುಕೊಂಡಿದ್ದೆ."

"ಚಕ್ರವರ್ತಿಯ ಅಮಾತ್ಯನೆಂದ ಮೇಲೆ ಅವನ ಮಗನೂ ನನ್ನ ಕುಟುಂಬಕ್ಕೆ ಅಥವಾ ನಾನೇ ಚಕ್ರವರ್ತಿಯ ಕುಟುಂಬಕ್ಕೆ ಸೇರಿದಂತಾಗಲಿಲ್ಲವೇ ?" ಎಂದು ರಾಕ್ಷಸ ನಕ್ಕ.

"ಯಾರಾದರೇನು ? ರಾಜನ ಮಗನಾಗಲಿ, ಅಮಾತ್ಯನ ಆಪ್ತನಾಗಲಿ ಅಥವಾ ಸಾಮಾನ್ಯನ ಮಗನಾಗಲಿ ರೋಗಿ ರೋಗಿಯೇ. ನಾನು ರೋಗಿಗೆ ಚಿಕಿತ್ಸೆ ನೀಡುವವನೇ ಹೊರತು, ಚಕ್ರವರ್ತಿಯ ಮಗನಿಗಲ್ಲ."

"ಬಹಳ ಸಂತೋಷ. ಇದು ನಿಜವಾದ ವೈದ್ಯ ಅನುಸರಿಸಬೇಕಾದ ನೀತಿ. ಆದರೆ ಚಕ್ರವರ್ತಿಯ ಮಗನಿಗೆ ಇಂಥ ಒಂದು ರೋಗವಿದೆಯೆಂಬ ವಿಷಯ ಪ್ರಚಾರವಾಗಬಾರದು.

ಅದರಲ್ಲೂ ಪರ್ವತರಾಜ್ಯಕ್ಕೆ ಯಾವ ಕಾರಣದಿಂದಲೂ ಈ ಸುದ್ದಿ ಹೋಗಬಾರದು. ಏಕೆಂದರೆ...''

''ನನಗೆ ಗೊತ್ತು ಅಮಾತ್ಯರೇ'' ಸುಮಂತ ತಕ್ಷಣ ಹೇಳಿದ, ''ಉತ್ತರಾಧಿಕಾರಿ ರೋಗಿಷ್ಠನೆಂದು ತಿಳಿದಾಗ ಅಕ್ಕಪಕ್ಕದ ಶತ್ರುಗಳಿಗೆ ರೆಕ್ಕೆ ಮೂಡುತ್ತದೆ.''

ರಾಕ್ಷಸನಿಗೆ ಸಮಾಧಾನವಾಯಿತು. ''ಇಂಗಿತಜ್ಞರಾದ ಸುಮಂತ, ನಿಮ್ಮಿಂದ ನಮ್ಮ ರಾಜಕುಮಾರನ ಗುಣವೂ ಆಗಬೇಕು. ಸ್ವಂತ ಹೊಣೆಯ ಮೇಲೆ ನಿಮ್ಮನ್ನು ಕರೆಸಿದ ನನ್ನ ಮರ್ಯಾದೆಯನ್ನೂ ಕಾಪಾಡಬೇಕು.''

''ಚಿಂತಿಸಬೇಡಿ. ಎಲ್ಲ ಹೊಣೆ ನನಗಿರಲಿ. ದೈವ ಕೃಪೆಯಿಂದ ರಾಜಕುಮಾರ ಬೇಗ ಗುಣಮುಖನಾಗಿ, ನಾನು ನಿಮ್ಮ ವಿಶ್ವಾಸವನ್ನು ಉಳಿಸಿಕೊಂಡು ಹೊರಡುವಂತಾಗಬೇಕು.''

''ನೀವು ಇಲ್ಲಿರುವವರೆಗೆ ಯಾವ ಕೊರತೆಯೂ ಇಲ್ಲದೆ ಸುಖವಾಗಿರುವಂತೆ ನಾನು ನೋಡಿಕೊಳ್ಳುತ್ತೇನೆ'' ಎಂದು ಭರವಸೆ ನೀಡಿ, ಅವನನ್ನು ಕರೆದುಕೊಂಡು ಅರಮನೆಗೆ ಹೋದ.

ಮೊದಲು ಧನನಂದನನ್ನು ಭೇಟಿ ಮಾಡಿಸಿದ. ಅಲ್ಲೇ ಇದ್ದ ಶ್ರೀಯಕ, ರಾಕ್ಷಸ ಎಷ್ಟು ಶೀಘ್ರಕಾರ್ಯಶೀಲನೆಂದು ಅಸೂಯೆಪಟ್ಟ. ಅವರಿಬ್ಬರೂ ಕೇಳಿದ ಪ್ರಶ್ನೆಗಳಿಗೆ ಸುಮಂತ ಚುಟುಕಾಗಿ, ಸಮಾಧಾನಕರವಾದ ಉತ್ತರ ಕೊಟ್ಟ.

ಅನಂತರ ಸುಮಂತ ಅವರೊಂದಿಗೆ ಅಂತಃಪುರಕ್ಕೆ ಬಂದ. ಮಹಾರಾಣಿ ಸುಮತಿ ನಮಸ್ಕರಿಸಿ ಸ್ವಾಗತಿಸಿದಳು. ಸುಮಂತ ಸುಮಾಲ್ಯನನ್ನು ತೀವ್ರವಾಗಿ ಪರಿಶೀಲಿಸಿದ. ಅವನ ರೋಗಕ್ಕೆ ಸಂಬಂಧಿಸಿದಂತೆ ತಾಯಿಯನ್ನು ಕೇಳಿ ತಿಳಿದುಕೊಂಡ. ಹುಡುಗನನ್ನೇ ಒಂದೆರಡು ಪ್ರಶ್ನೆ ಕೇಳಿದ. ನಂತರ ಕೋಣೆಯಿಂದ ಹೊರಗೆ ಬಂದ. ಧನನಂದ, ಶ್ರೀಯಕ ಮತ್ತು ರಾಕ್ಷಸ ಹಿಂಬಾಲಿಸಿದರು. ಕುತೂಹಲದಿಂದ ಸುಮತಿ ಬಾಗಿಲ ಬಳಿ ಹೋಗಿ ನಿಂತಳು.

''ರೋಗ ಹುಡುಗನನ್ನು ಸಾಕಷ್ಟು ಹಿಂಡಿ ಹಿಪ್ಪೆ ಮಾಡಿಬಿಟ್ಟಿದೆ. ಆದರೆ ನಾನು ವಾಸಿ ಮಾಡಬಲ್ಲೆನೆಂದು ಕಾಣುತ್ತದೆ'' ಎಂದ ಸುಮಂತ.

''ಅದಕ್ಕೇ ಅಲ್ಲವೇ ನಿಮ್ಮನ್ನು ಅಷ್ಟು ದೂರದಿಂದ ಕರೆಸಿರುವುದು'' ಎಂದು ಶ್ರೀಯಕ ಕೊಂಕು ನುಡಿದ.

ಅದರತ್ತ ಗಮನ ಕೊಡದೆ ಸುಮಂತ ಹೇಳಿದ, ''ಇದು ಸಂಪೂರ್ಣವಾಗಿ ಗುಣವಾಗಬೇಕಾದರೆ ಒಂದು ವರ್ಷವಾದರೂ ಬೇಕು. ಆದರೆ ಮೂರು ತಿಂಗಳಲ್ಲಿ ಸ್ಪಷ್ಟವಾದ ಪ್ರಗತಿ ಗೋಚರಿಸುತ್ತದೆ.''

''ಅಷ್ಟಾದರೆ ಎಷ್ಟೋ ಧೈರ್ಯ ಬರುತ್ತದೆ'' ಎಂದ ರಾಕ್ಷಸ.

''ಒಂದು ವಾರದ ನಂತರ ನಾನು ಚಿಕಿತ್ಸೆ ಆರಂಭಿಸುತ್ತೇನೆ.''

''ನಾಳೆ ಕೊಟ್ಟರೆ ನಿಮ್ಮ ಔಷಧಿ ಕೆಲಸ ಮಾಡುವುದಿಲ್ಲವೆ ?'' ಎಂದ ಮತ್ತೆ ಶ್ರೀಯಕ ವ್ಯಂಗ್ಯವಾಗಿ.

"ಅದು ನನಗೆ ಗೊತ್ತಿಲ್ಲ" ಸುಮಂತ ಸ್ಪಷ್ಟವಾಗಿ ಹೇಳಿದ, "ತೀರ ಗಂಭೀರವಾದ ಕಾಯಿಲೆಗಳ ಚಿಕಿತ್ಸೆ ಆರಂಭಿಸುವ ಮೊದಲು ನಾನು ಒಂದು ವಾರ ಕಾಲ ವ್ರತಾಚರಣೆ ಮಾಡಿ, ಔಷಧಿಯನ್ನು ಸಿದ್ಧಪಡಿಸಿಕೊಂಡು, ದೇವತಾ ಪ್ರಾರ್ಥನೆ ಮಾಡಿ ಚಿಕಿತ್ಸೆ ಆರಂಭಿಸುವುದು ಪದ್ಧತಿ. ಔಷಧಿ ಕೊಡುವವನು ನಾನೇ, ಆದರೆ ಆಯುಸ್ಸು ಕೊಡುವವನು ಭಗವಂತನಲ್ಲವೇ ? ನಾನು ವಾಸಿ ಮಾಡುತ್ತೇನೆ, ನನ್ನಿಂದಾಗುತ್ತದೆ ಎಂಬ ಅಹಂಕಾರ ನನಗಿಲ್ಲ, ಆ ದೇವರು ನನ್ನಿಂದ ಆ ಕೆಲಸ ಮಾಡಿಸುತ್ತಾನೆ, ಎಂದು ನಂಬಿರುವವನು ನಾನು."

ಶ್ರೀಯಕನಿಗೆ ಮುಖದ ಮೇಲೆ ಹೊಡೆದಂತಾಯಿತು. ಸ್ವಲ್ಪ ಕೆರಳಿ ಏನೋ ಮಾತಾಡಬೇಕೆಂದು ಅವನು ಬಾಯಿ ತೆರೆಯುವಷ್ಟರಲ್ಲಿ ಧನನಂದ ಹೇಳಿದ, "ವೈದ್ಯರೇ, ನಿಮ್ಮ ನಂಬಿಕೆಯನ್ನು ನಾನು ಗೌರವಿಸುತ್ತೇನೆ. ನನಗೆ ನನ್ನ ಮಗ ಗುಣಮುಖನಾಗುವುದು ಮುಖ್ಯ. ಅವನು ಸರಿಹೋದರೆ ನಿಮಗೆ ಬೇಕಾದ್ದು ಕೊಡುತ್ತೇನೆ."

"ಪ್ರಭು" ಸುಮಂತ ಹೇಳಿದ, "ಬಹುಮಾನದ ಆಸೆಗಾಗಿ, ನಾನು ಈ ಕೆಲಸ ಮಾಡಲು ಬರಲಿಲ್ಲ ಎಂಬುದನ್ನು ಮೊದಲೇ ತಿಳಿಸಿಬಿಡುತ್ತೇನೆ. ರೋಗಿಗಳ ಸೇವೆ ನನ್ನ ವೃತ್ತಿ, ಧರ್ಮ. ನಿಮ್ಮ ಮಗ ಗುಣವಾದರೆ ಅದೇ ನನಗೆ ಬಹುಮಾನ. ಅಲ್ಲಿಯವರೆಗೆ ನನ್ನ ನಿತ್ಯದ ಬದುಕು ನಡೆದರೆ ಸಾಕು."

"ಆಗಬಹುದು. ಅದರ ವ್ಯವಸ್ಥೆಯನ್ನು ಅಮಾತ್ಯ ರಾಕ್ಷಸರು ನೋಡಿಕೊಳ್ಳುತ್ತಾರೆ. ಆಮೇಲೆ ಇನ್ನೊಂದು ವಿಷಯ..."

"ಅದನ್ನು ನಾನು ಆಗಲೇ ಹೇಳಿದ್ದೇನೆ ಪ್ರಭು" ರಾಕ್ಷಸ ಹೇಳಿದ, "ರಾಜಕುಮಾರನಿಗೆ ಇಂಥ ರೋಗವಿದೆಯೆಂದು ಪ್ರಚಾರವಾಗಬಾರದು ಮತ್ತು ಪರ್ವತರಾಜ್ಯಕ್ಕಂತೂ ವಿಷಯ ತಿಳಿಯಲೇಬಾರದೆಂದು ಹೇಳಿ ವೈದ್ಯರಿಂದ ಭರವಸೆ ಪಡೆದಿದ್ದೇನೆ."

"ನಾನು ಅಂದುಕೊಳ್ಳುವ ಮೊದಲೇ ಅದನ್ನು ಕಾರ್ಯರೂಪಕ್ಕೆ ತರುವ ನಮ್ಮ ಅಮಾತ್ಯ ರಾಕ್ಷಸರ ಬಗ್ಗೆ ನನಗೆ ಸಂಪೂರ್ಣ ಭರವಸೆ ಇದೆ" ಎಂದ ಧನನಂದ.

ರಾಕ್ಷಸನನ್ನು ಹೊಗಳಿದ್ದು ಶ್ರೀಯಕನಿಗೆ ಸರಿಬರಲಿಲ್ಲ, ಮನಸ್ಸಿನಲ್ಲೇ ಅಸೂಯೆ ಪಟ್ಟುಕೊಂಡು ಸುಮ್ಮನಾದ. ಸುಮಂತ ರಾಕ್ಷಸನೊಂದಿಗೆ ಹೊರಟುಹೋದ. ಬಾಗಿಲ ಬಳಿ ಅವರ ಮಾತುಗಳನ್ನು ಕೇಳಿಸಿಕೊಂಡ ಸುಮತಿ, ಸದ್ಯ ನನ್ನ ಮಗ ಮೊದಲಿನಂತಾಗುವನಲ್ಲಾ ಎಂದು ಸಮಾಧಾನ, ಸಂತೋಷಗಳಿಂದ ಒಳಗೆ ಹೋದಳು.

ಧನನಂದ ಮತ್ತು ಶ್ರೀಯಕ ಮತ್ತೆ ಸಂದರ್ಶನ ಶಾಲೆಯಲ್ಲಿ ಕುಳಿತು ತಮ್ಮ ಮಾತನ್ನು ಮುಂದುವರಿಸಿದರು. ಧನನಂದನಿಗೆ ಸಂತೋಷವಾಗಿತ್ತು. ಅವನು ಹೇಳಿದ, "ರಾಕ್ಷಸನ ಕಾರ್ಯವಿಧಾನವೇ ಅಚ್ಚರಿ ಮೂಡಿಸುವಷ್ಟು ಶೀಘ್ರವಾಗಿರುತ್ತದೆ. ಚಕ್ರವರ್ತಿಗೆ ಸಂಬಂಧಿಸಿದ ಪ್ರತಿಯೊಂದನ್ನೂ, ತನ್ನದೇ ಎಂಬಷ್ಟು ಮನಸ್ಸಿಗೆ ತೆಗೆದುಕೊಂಡು ನಡೆಸುತ್ತಾನೆ."

"ಆದರೂ ನಾವು ಎಚ್ಚರದಿಂದಿರಬೇಕು" ಎಂದ ಶ್ರೀಯಕ.

"ಯಾರ ಬಗ್ಗೆ ಎಚ್ಚರ ? ರಾಕ್ಷಸ ನನಗೆ ದ್ರೋಹ ಮಾಡುವನೆಂದು ನಿಮಗೆ ಸಂದೇಹವೇ ?"

“ಹಾಗಲ್ಲ ಪ್ರಭು” ಶ್ರೀಯಕ ಹೇಳಿದ, “ಬಂದಿರುವ ವೈದ್ಯ ಅಪರಿಚಿತ, ಅದೂ ಶತ್ರು ನಾಡಿನವನು.”

“ಅದನ್ನೆಲ್ಲ ರಾಕ್ಷಸ ಗಮನಿಸಿಕೊಳ್ಳುತ್ತಾನೆ ಅಮಾತ್ಯರೇ. ಆ ವೈದ್ಯ ಮಹಾ ದೈವಭಕ್ತ ಮತ್ತು ನೀತಿನಿಷ್ಠನೆಂದು ಕಾಣುತ್ತದೆ.”

“ಅದು ತೋರಿಕೆಯೂ ಆಗಿರಬಹುದಲ್ಲವೇ ?”

“ಸಾಧ್ಯವಿಲ್ಲ, ತೋರಿಕೆಯದಾಗಿದ್ದರೆ ನಮಗಿಂತ ಮೊದಲು ಅದು ರಾಕ್ಷಸನ ಹದ್ದಿನಕಣ್ಣಿಗೆ ಬೀಳುತ್ತದೆ. ಹಾಗೇನಾದರೂ ಅವನು ದ್ರೋಹಿಯೆಂದು ಕಂಡುಬಂದರೆ ಸಿಗಿದುಹಾಕುತ್ತಾನೆ.”

“ಅಲ್ಲಾ, ವೈದ್ಯನನ್ನು ಶತ್ರುನಾಡಿನಿಂದಲೇ ಕರೆಸಬೇಕಾಗಿತ್ತೇ ? ಶೋಧಿಸಿದ್ದರೆ ಮಗಧದಲ್ಲೇ ಅಂಥ ಒಬ್ಬ ವೈದ್ಯ ಸಿಗುತ್ತಿರಲಿಲ್ಲವೇ ?”

“ಇದು ಬುಡವಿಲ್ಲದ ಅನುಮಾನ” ಧನನಂದ ಹೇಳಿದ, “ರಾಕ್ಷಸ ಮೊದಲು ಆ ಶೋಧನೆಯನ್ನು ಮಾಡಿಯೇ ಈ ನಿರ್ಧಾರಕ್ಕೆ ಬಂದಿರುತ್ತಾನೆ. ನನಗೇನೋ ರಾಕ್ಷಸನ ಮೇಲೆ ಕಿಂಚಿತ್ತು ಸಂದೇಹವೂ ಇಲ್ಲ.”

ಧನನಂದನ ರಾಕ್ಷಸನ ಮೇಲಿನ ನಂಬಿಕೆಯನ್ನು ಸಡಿಲಗೊಳಿಸುವುದು ಸಾಧ್ಯವೇ ಇಲ್ಲವೇನೋ ಎಂಬ ನಿರಾಸೆಯಲ್ಲಿ ಶ್ರೀಯಕ ಮುಂದೆ ಮಾತಾಡದೆ ಸುಮ್ಮನಾದ.

ಎರಡು ಕ್ಷಣ ಬಿಟ್ಟು ಧನನಂದ ತಾನೇ ಹೇಳಿದ, “ನನ್ನ ಮಗನ ಆರೋಗ್ಯದ ವಿಷಯದಲ್ಲಿ ನನಗೆ ನಿಶ್ಚಿಂತೆಯಾಯಿತು. ಈಗ ನನ್ನ ಆರೋಗ್ಯದ ವಿಷಯವಾಗಿ ಯೋಚನೆ ಮಾಡಬೇಕು.”

“ಅಂದರೆ, ನಿಮ್ಮ ಮೈಗೆ ಸರಿಯಿಲ್ಲವೇ ?” ಎಂದ ಶ್ರೀಯಕ.

“ಅದೇ ಅಮಾತ್ಯರೇ, ಸುಗಂಧಿಯ ವಿಷಯ. ಅವಳ ವ್ರತ ಮುಗಿಯಲು ಇನ್ನೂ ಎಷ್ಟು ದಿನಗಳಿವೆ. ಅವಳಿಗಾಗಿ ಹಗಲು ರಾತ್ರಿ ನನ್ನ ಮನಸ್ಸು ಆತುರಪಡುತ್ತಿದೆ.”

ಎಲ್ಲಿ ಹೋದರೂ ಮತ್ತೆ ಅಲ್ಲಿಗೇ ಬರುವ ಧನನಂದನ ಚಪಲಕ್ಕೆ ಒಳಗೇ ನಕ್ಕ ಶ್ರೀಯಕ ಹೇಳಿದ, “ಹಬ್ಬದ ದಿನವೇ ನಿಮಗೆ ಹಬ್ಬ ಕಾದಿದೆ ಪ್ರಭು.”

“ಹಬ್ಬದ ದಿನವೇ ? ಯಾವ ಹಬ್ಬ ?”

“ಬುದ್ಧ ಜಯಂತಿ. ಆ ದಿನ ಸುಗಂಧಿ ತಮ್ಮ ಪಲ್ಲಂಗವನ್ನು ಸೇರುತ್ತಾಳೆ.”

“ಹೌದೇ ! ಸರ್ವಸಂಗ ಪರಿತ್ಯಾಗ ಮಾಡಿದ ಬುದ್ಧ ಜಯಂತಿಯ ದಿನವೇ ಸುಗಂಧಿಯ ಸಂಗಸುಖ ನನಗೆ ದೊರೆಯುತ್ತಿರುವುದು ನೆನಪಿಡಬೇಕಾದ ಸಂಗತಿಯಲ್ಲವೆ ?”

“ಹೌದು ಪ್ರಭು, ನಿಮ್ಮ ಮನ್ಮಥಲೀಲೆಯ ಸಂಭ್ರಮವನ್ನು ಆ ಬುದ್ಧನೂ ಎದ್ದು ಕುಳಿತು ನೋಡಬೇಕು” ಎಂದ ಶ್ರೀಯಕ ನಗುತ್ತಾ.

೬

ಹೊಸವೈದ್ಯ ಬಂದು ರಾಜಕುಮಾರನಿಗೆ ಚಿಕಿತ್ಸೆ ಆರಂಭಿಸಿದ್ದು, ಅವನು ಒಂದು ವರ್ಷದೊಳಗೆ ಪೂರ್ಣ ಗುಣ ಮಾಡುವುದಾಗಿ ಹೇಳಿದ್ದು ರಾಜವೈದ್ಯ ಸಂಜಯನಿಗೆ ಸಹಿಸದಾಯಿತು. ಪರ್ವತರಾಜ್ಯದಿಂದ ಬಂದ ವೈದ್ಯ ಸುಮಂತನಿಗೆ ಅಮಾತ್ಯ ರಾಕ್ಷಸ ವಿಶೇಷ ಆದರೋಪಚಾರಗಳನ್ನು ನೀಡುತ್ತಿರುವನೆಂದು ಅಸೂಯೆ ಮೂಡಿತು. ಸಂಜಯನೂ ಒಳ್ಳೆಯ ವೈದ್ಯನೇ, ಆದರೆ ತೀವ್ರ ಸ್ವರೂಪದ ಕೆಲವು ರೋಗಗಳ ಚಿಕಿತ್ಸೆಯ ಬಗ್ಗೆ ಅವನಿಗೆ ಸಮಗ್ರವಾದ ಜ್ಞಾನವಿಲ್ಲ. ಅಂಥ ಸಂದರ್ಭ ಬಂದರೆ ತನಗೆ ತಿಳಿದಿಲ್ಲವೆಂಬುದನ್ನು ಒಪ್ಪಿಕೊಳ್ಳದೆ, ಯಾವ ಯಾವುದೋ ಔಷಧಗಳನ್ನು ನೀಡಿ ತನ್ನ ಅಜ್ಞಾನವನ್ನು ಮುಚ್ಚಿಕೊಳ್ಳಲು ಪ್ರಯತ್ನಿಸುತ್ತಿದ್ದ. ಅದೃಷ್ಟವಶಾತ್ ರಾಜವೈದ್ಯನೆಂದು ನೇಮಕವಾದ ಮೇಲೆ ಅವನಿಗೆ ರಾಜಪರಿವಾರದ ಆರೋಗ್ಯದ ಹೊಣೆ ಮಾತ್ರ ಉಳಿದುಕೊಂಡಿತು. ಅಷ್ಟಕ್ಕೆ ಅವನ ಜ್ಞಾನ ಸಾಕಾಗುತ್ತಿತ್ತು. ಆದರೆ ಈಗ ರಾಜಕುಮಾರನಿಗೆ ಬಂದ ಅಪಸ್ಮಾರ ರೋಗದ ಚಿಕಿತ್ಸೆ ಅವನ ಅಳವನ್ನು ಮೀರಿತ್ತು. ಅದನ್ನು ಸೂಕ್ಷ್ಮವಾಗಿ ತಿಳಿದುಕೊಂಡೇ ಅಮಾತ್ಯ ರಾಕ್ಷಸ ಬೇರೆ ವ್ಯವಸ್ಥೆ ಮಾಡಿದ್ದು. ಅದನ್ನು ಸಂಜಯ ತನಗೆ ಅಪಮಾನವಾಯಿತೆಂದು ಭಾವಿಸಿದ. ಹಾಗೆಂದು ಅವನು ಶ್ರೀಯಕನ ಬಳಿ ತನ್ನ ಅಸಮಾಧಾನವನ್ನು ತೋಡಿಕೊಂಡ. ರಾಕ್ಷಸನ ಬಳಿ ಹೋಗುವ ಧೈರ್ಯ ಅವನಿಗಿರಲಿಲ್ಲ.

"ನನಗೆ ಅರ್ಥವಾಗುತ್ತದೆ ವೈದ್ಯರೇ" ಶ್ರೀಯಕ ಅನುಕಂಪೆಯ ನಾಟಕವಾಡುತ್ತ ಹೇಳಿದ, "ಆದರೆ ನಾನೇನು ಮಾಡಲಿ ? ರಾಜಕುಮಾರನ ಆರೋಗ್ಯ ಮುಖ್ಯವಲ್ಲವೇ ?"

"ಅಮಾತ್ಯರೇ" ಸಂಜಯ ಹೇಳಿದ, "ನಾನು ಹೀಗೆ ಹೇಳುತ್ತೇನೆಂದು ತಪ್ಪು ತಿಳಿದುಕೊಳ್ಳಬೇಡಿ."

"ಏನು ಹೇಳಿ."

"ಅಪಸ್ಮಾರ ರೋಗ ಬಂದವರು ಗುಣವಾಗುತ್ತಾರಾ ? ಹೆಚ್ಚು ಕಾಲ ಬದುಕಿ ಉಳಿಯುತ್ತಾರಾ ?"

"ಅಂದರೆ ? ರಾಜಕುಮಾರನ ರೋಗ ಗುಣವಾಗುವುದಿಲ್ಲವೆ ? ಅವನು ಹೆಚ್ಚು ಕಾಲ ಬದುಕುವುದಿಲ್ಲವೆ ?"

"ಇಲ್ಲ, ಅವನು ಸಾವಿನ ಹೊಸಿಲ ಬಳಿ ಇದ್ದಾನೆ. ಒಂದು ಹೆಜ್ಜೆ ಆಚೆ ಇಟ್ಟರೆ ಅವನ ಕಥೆ ಮುಗಿದಂತೆಯೇ."

"ಪರ್ವತ ರಾಜ್ಯದ ವೈದ್ಯ ತಾನು ಒಂದು ವರ್ಷದಲ್ಲಿ ಗುಣಪಡಿಸುತ್ತೇನೆಂದು ಹೇಳಿದನಲ್ಲ ?"

"ಹೇಳದೆ ಏನು ! ಒಂದು ವರ್ಷವಾದರೂ ರಾಜೋಪಚಾರ ಪಡೆಯುತ್ತಾನೆ. ನಂತರ ಒಂದು ದಿನ ಹೇಳದೇ ಕೇಳದೇ ಓಡಿಹೋಗುತ್ತಾನೆ."

"ಇದನ್ನು ಮೊದಲೇ ಏಕೆ ಹೇಳಲಿಲ್ಲ ?"

"ಕೆಲವು ಸಲ ಸತ್ಯ ತುಂಬ ಕಹಿಯಾಗಿರುತ್ತದೆ ಅಮಾತ್ಯರೇ" ಸಂಜಯ ಹೇಳಿದ, "ನಿಮ್ಮ ಮಗನ ರೋಗ ವಾಸಿಯಾಗುವುದಿಲ್ಲ, ಕೆಲವೇ ದಿನಗಳಲ್ಲಿ ಅವನು ಸತ್ತು ಹೋಗುತ್ತಾನೆಂದು ಹೇಗೆ ಹೇಳುವುದು ? ಪಾಪ, ಆ ತಾಯಿಗೆ ಎಷ್ಟು ಸಂಕಟವಾಗುತ್ತದೆ ! ಸಿಂಹಾಸನದ ಉತ್ತರಾಧಿಕಾರಕ್ಕೆ ಯಾರು ದಿಕ್ಕೆಂದು ಚಕ್ರವರ್ತಿಗಳು ಎಷ್ಟು ನೋಯಬಹುದು ! ಅದಕ್ಕೇ ನಾನು ಇದ್ದ ವಿಷಯವನ್ನು ಹೇಳಲು ಹಿಂಜರಿದೆ."

"ಅವನೂ ಒಂದಷ್ಟು ದಿನ ಪ್ರಯತ್ನಿಸಿ ಹೋಗಲಿ ಬಿಡಿ" ಶ್ರೀಯಕ ವಿಷಯವನ್ನು ತೇಲಿಸಲು ಪ್ರಯತ್ನಿಸಿದ.

"ಅದಲ್ಲ ಅಮಾತ್ಯರೇ, ಯಾರು ಬಂದು ಯಾವ ಪ್ರಯತ್ನ ಮಾಡಿದರೂ ಫಲಿತಾಂಶ ಅಷ್ಟೇ ಎಂದು ನನಗೆ ಗೊತ್ತು. ನಾನು ಅರಮನೆಯ ವೈದ್ಯ, ಇಷ್ಟು ವರ್ಷ ಎಲ್ಲರ ಆರೋಗ್ಯ ರಕ್ಷಣೆ ಮಾಡಿದ್ದೇನೆ. ನನ್ನನ್ನು ಒಂದು ಮಾತು ಕೇಳಿದ್ದರೆ, ಕೇಳುವುದು ಬೇಡ, ಬೇರೆ ವೈದ್ಯ ಬರುತ್ತಿರುವ ವಿಷಯವನ್ನು ನನ್ನ ಗಮನಕ್ಕಾದರೂ ತಂದಿದ್ದರೆ ನನಗಿಷ್ಟು ಬೇಸರವಾಗುತ್ತಿರಲಿಲ್ಲ."

'ನೀನು ಯಾವ ದೊಡ್ಡ ಮನುಷ್ಯನೆಂದು ನಿನ್ನನ್ನು ಕೇಳಬೇಕು ?' ಎಂದು ಮನಸ್ಸಿನಲ್ಲೇ ಅಂದುಕೊಂಡ ಶ್ರೀಯಕ "ಚಕ್ರವರ್ತಿಯ ಸೇವೆಯೆಂದರೆ ಇಷ್ಟೇ ವೈದ್ಯರೆ. ಅವರಿಗೆ ನಾವು ಬುದ್ಧಿ ಹೇಳಲಾಗುತ್ತದೆಯೇ ?" ಎಂದ.

"ಆದರೆ ಅವನ ಈ ವರ್ತನೆಯಿಂದ ನಾನು ಅಯೋಗ್ಯನೆಂದು ಪರೋಕ್ಷವಾಗಿ ನಿರ್ಧರಿಸಿದಂತಾಯಿತಲ್ಲವೆ ? ಇದೆಲ್ಲ ರಾಕ್ಷಸರ ಕೆಲಸವೆ."

ರಾಕ್ಷಸನ ಮೇಲೆ ಸಂದೇಹ, ಅಸಮಾಧಾನ ವ್ಯಕ್ತಪಡಿಸಿದ್ದು ಶ್ರೀಯಕನಿಗೆ ಇಷ್ಟವಾಯಿತು. ಅಲ್ಲದೆ ಬೇರೆ ಇನ್ನೊಂದು ಯೋಚನೆ ಅವನ ಮನಸ್ಸಿನಲ್ಲಿ ಸುಳಿಯುತ್ತಿತ್ತು. ಬೇಕೆಂದೇ ಹೇಳಿದ, "ಅವರು ಪ್ರಧಾನ ಅಮಾತ್ಯರು, ಸರ್ವಸೇನಾಧ್ಯಕ್ಷರು, ಚಕ್ರವರ್ತಿಗಳಿಗೆ ಬಹಳ ನಂಬಿಕೆಯವರು. ಅವರು ಏನು ಮಾಡಿದರೂ ಸರಿಯೇ."

"ನೀವು ತಪ್ಪು ತಿಳಿದರೂ ಸರಿ, ಅವರು ಮಹಾಪ್ರತಿಷ್ಠೆಯ ವ್ಯಕ್ತಿ. ತಾವೇ ಸರಿ, ತಮ್ಮಿಂದಲೇ ಎಲ್ಲ ನಡೆಯುವುದು, ತಮ್ಮ ಸಮ ಯಾರೂ ಇಲ್ಲ ಎಂಬ ಧೋರಣೆಯವರು. ಬೇರೆಯವರ ಅಭಿಮಾನ, ಗೌರವಗಳನ್ನು ಲೆಕ್ಕಿಸುವುದಿಲ್ಲ" ಎಂದು ಹೇಳಿ ಸಂಜಯ ಸ್ವಲ್ಪ ಹೆದರಿದವನಂತೆ "ಆದರೆ ನನ್ನ ಮಾತನ್ನು ರಾಕ್ಷಸರಿಗೆ ಹೇಳಿ, ದಯವಿಟ್ಟು ನನಗೆ ಆಪತ್ತು ತರಬೇಡಿ" ಎಂದು ಬೇಡಿಕೊಂಡ.

"ಅಂಥ ಪಿಸುಣ ನಾನಲ್ಲ" ಎಂದ ಶ್ರೀಯಕ, ಒಂದೆರಡು ಕ್ಷಣ ಗಂಭೀರವಾಗಿ ಆಲೋಚಿಸಿ ನಂತರ ಹೇಳಿದ, "ವೈದ್ಯರೇ, ನಿಮ್ಮ ಮಟ್ಟದಲ್ಲಿ ನಿಮಗೆ ಅಪಮಾನವಾಯಿತೆಂದು ನೋಯುತ್ತಿದ್ದೀರಿ. ಅದನ್ನು ನನ್ನ ಬಳಿ ತೋಡಿಕೊಳ್ಳುತ್ತಿದ್ದೀರಿ. ಆದರೆ ನನ್ನ ಮಟ್ಟದಲ್ಲಿ ನಾನು ಅನುಭವಿಸುವ ಅಪಮಾನವನ್ನು ನಿಮ್ಮ ಹಾಗೆ ನಾನು ಯಾರ ಬಳಿಯೂ ಹೇಳಿಕೊಳ್ಳುವಂತಿಲ್ಲ. ಚಕ್ರವರ್ತಿಗಳು ನನಗೂ ಆಪ್ತರೇ, ಆದರೆ ರಾಕ್ಷಸನಷ್ಟಲ್ಲ. ನನ್ನ

ಮೇಲೂ ಅವರಿಗೆ ನಂಬಿಕೆಯಿದೆ, ಆದರೆ ಅದು ರಾಕ್ಷಸನ ಮೇಲಿರುವಷ್ಟಲ್ಲ. ನಾನು ಏನೇ ಮಾಡಿದರೂ, ಹೇಗೋ ಅದನ್ನು ತಪ್ಪೆಂದು ಚಕ್ರವರ್ತಿಗಳನ್ನು ಒಪ್ಪಿಸಿ, ಆ ರಾಕ್ಷಸ ತನ್ನ ಮಾತನ್ನೇ ಸಾಧಿಸುತ್ತಾನೆ. ನಾನು ಬರೀ ಹೆಸರಿಗೆ ಮಾತ್ರ ಒಬ್ಬ ಅಮಾತ್ಯ ಅಷ್ಟೆ"

"ನಿಮ್ಮಂಥವರು ಪ್ರಧಾನಾಮಾತ್ಯನ ಸ್ಥಾನದಲ್ಲಿರಬೇಕಾಗಿತ್ತು."

"ನಿಮ್ಮಂಥ ಹಿತೈಷಿಗಳು ಇಷ್ಟಪಟ್ಟರೆ ಅದು ಎಷ್ಟರ ಕೆಲಸ !"

"ಏನು ಮಾಡಬೇಕು ಹೇಳಿ. ನೀವು ಪ್ರಧಾನಾಮಾತ್ಯರಾಗುವುದಾದರೆ ನಾನು ಏನು ಮಾಡುವುದಕ್ಕೂ ಸಿದ್ಧ."

"ನಿಮ್ಮ ಮೇಲೆ ನನಗೆ ನಂಬಿಕೆಯಿದೆ, ವೈದ್ಯರೇ. ಸದ್ಯಕ್ಕೆ ಇಷ್ಟು ಸಾಕು. ನಿಮ್ಮಿಂದ ಯಾವ ರೀತಿ ಸಹಾಯ ಬೇಕಾಗಬಹುದೆಂದು ನಾನು ಆಮೇಲೆ ಹೇಳುತ್ತೇನೆ."

"ಆಗಬಹುದು. ಯಾವಾಗ ಬೇಕಾದರೂ ನಾನು ಸಿದ್ಧ. ಈ ಸಂಜಯ ಯಾವಾಗಲೂ ಶ್ರೀಯಕನ ಪರ."

"ಆದರೆ ಒಂದು ಮಾತು. ನಿನ್ನ ಮನಸ್ಸಿನಲ್ಲಿರುವ ಅಸಮಾಧಾನವನ್ನು ಯಾವ ಕಾರಣಕ್ಕೂ, ಯಾರ ಬಳಿಯಲ್ಲೂ, ನಿಮ್ಮ ಮನೆಯಲ್ಲೂ ವ್ಯಕ್ತಪಡಿಸಬಾರದು. ಹಾಗೇನಾದರೂ ಅದು ಬಹಿರಂಗವಾದರೆ ನಿಮಗೇ ಅಪಾಯ."

"ನಿಮ್ಮ ಮಾತು ಸರಿ. ನಾನು ಯಾರ ಬಳಿಯಲ್ಲೂ ಹೇಳುವುದಿಲ್ಲ" ಎಂದ ಸಂಜಯ ಹೊರಟುಹೋದ.

ಶ್ರೀಯಕ ಉಲ್ಲಾಸಗೊಂಡ. ತನ್ನ ಮಹತ್ವಾಕಾಂಕ್ಷೆಗೆ ಸಂಜಯನನ್ನು ಹೇಗೆ ಬಳಸಿಕೊಳ್ಳಬೇಕೆಂದು ಆಲೋಚಿಸಿದ. 'ರಾಕ್ಷಸಾ ! ನಿನ್ನ ನಾಗಾಲೋಟವನ್ನು ಪ್ರತಿಬಂಧಿಸಲು ಈ ಶ್ರೀಯಕ ಸಮರ್ಥನಾಗಿರುವನೆಂದು ನಿನಗೆ ತೋರಿಸಿಕೊಡುತ್ತೇನೆ. ಎಲ್ಲ ನಾನಂದು ಕೊಂಡಂತೆಯೇ ನಡೆದರೆ ಸುಮಾಲ್ಯನನ್ನು, ಧನನಂದನನ್ನು ನೀನು ಹೇಗೆ ರಕ್ಷಿಸುತ್ತೀಯೋ ನಾನೂ ನೋಡುತ್ತೇನೆ' ಎಂದುಕೊಂಡ.

★ ★ ★

ಪ್ರಭಾಕರ ಆ ದಿನ ರಾತ್ರಿ ಚರಣನನ್ನು ಭೇಟಿ ಮಾಡಿದಾಗ ಅವನಿಗೆ ಬಹಳ ಆಶ್ಚರ್ಯವಾಯಿತು. ಅವನು ತನಗೆ ಮತ್ತು ಚಂದ್ರಗುಪ್ತನಿಗೆ ಆಪ್ತ ಮಿತ್ರನಾಗಿದ್ದರೂ, ದಂಗೆಯಲ್ಲಿ ಭಾಗವಹಿಸಲು ಹಿಂಜರಿದ ಮೇಲೆ ಪರಸ್ಪರ ಭೇಟಿಯಾದದ್ದು ಇದೇ ಮೊದಲು. ಅವರೆಲ್ಲ ಸೆರೆಯಾದಾಗ, ಪ್ರಭಾಕರನೇ ಸುದ್ದಿ ಕೊಟ್ಟು ಹಿಡಿಸಿರಬೇಕೆಂದು ಮೊದಲು ಎಲ್ಲ ಸಂದೇಹ ಪಟ್ಟದ್ದು ನಿಜ. ನಂತರ ಅದು ಅವನ ಕೆಲಸವಲ್ಲ, ರಾಕ್ಷಸನ ಗೂಢಚಾರನ ಕೆಲಸ ಎಂದು ಸ್ಪಷ್ಟವಾಗಿತ್ತು.

"ಬಾ ಪ್ರಭಾಕರ, ನೀನು ನನ್ನ ಮನೆಗೆ ಬಂದಿರುವೆಯೆಂದರೆ, ನನಗೆ ನಂಬಲೇ ಆಗುತ್ತಿಲ್ಲ" ಎಂದು ಚರಣ ಸ್ವಾಗತಿಸಿದ.

"ಸದ್ಯ ನನ್ನನ್ನು ಮರೆತಿಲ್ಲವಲ್ಲ! ನನ್ನ ಹೆಸರೂ ನೆನಪಿದೆಯಲ್ಲ! ಅದೇ ಸಂತೋಷ" ಎಂದ ಪ್ರಭಾಕರ ನಗುತ್ತ.

"ಏನು, ಪರೋಕ್ಷವಾಗಿ ನನ್ನ ಮೇಲೆ ಆಕ್ಷೇಪಣೆ ಮಾಡುವಂತಿದೆ ? ನಾವು ನಿನ್ನನ್ನು ಮರೆತೆವೋ ? ನೀನು ನಮ್ಮನ್ನು ಮರೆತೆಯೋ ?"

"ನಾನು ಮರೆಯಲಿಲ್ಲ, ಆದರೆ ಆ ಸಂದರ್ಭದಲ್ಲಿ ನಾನು ಹೆದರಿ ಹಿಂಜರಿದದ್ದು ನಿಜ. ಹಾಗೆಂದು ಸ್ನೇಹಕ್ಕೇ ಅರ್ಹನಲ್ಲದಷ್ಟು ನಿಕೃಷ್ಟನಾದೆನೆ ?"

"ನಾವು ಎಂದೂ ಹಾಗೆ ಭಾವಿಸಲಿಲ್ಲ."

"ಹಾಗಾದರೆ, ಚಂದ್ರಗುಪ್ತ ಮತ್ತು ನಮ್ಮ ಮಿತ್ರರು ಸೆರೆಯಾದ ಮೇಲೆ ನೀನು ಒಮ್ಮೆಯೂ ನನ್ನ ಜೊತೆ ಮಾತಾಡಲಿಲ್ಲ, ಏಕೆ ? ನಿತ್ಯ ಅರಮನೆಯಲ್ಲಿ ಸೈನ್ಯದ ಅಭ್ಯಾಸದ ಸಮಯದಲ್ಲಿ ಕಂಡರೂ ಕಾಣದಂತೆ ಹೋದದ್ದು ಸುಳ್ಳೇನು ?"

"ನಿಜ, ನಾನು ಹಾಗೆ ಮಾಡಲೇಬೇಕಾಯಿತು. ಅನುಮಾನಕ್ಕೆ ಆಸ್ಪದವಾದರೆ, ನೀನೂ, ನಾನೂ ಸೆರೆಯಾಗುವ ಅಪಾಯವಿರಲಿಲ್ಲವೆ ?"

"ನಾವು ಸ್ನೇಹಿತರೆಂಬುದು ಇಡೀ ಸೈನ್ಯಕ್ಕೆ, ಸೇನಾಧ್ಯಕ್ಷರಿಗೆ, ಎಲ್ಲರಿಗೂ ಗೊತ್ತು. ನಾವು ಮಾತಾಡುವುದರಿಂದಲೇ ಅಪಾಯವಾಗುವುದೆಂದು ನಾನು ನಂಬುವುದಿಲ್ಲ ಅಥವಾ ಅಪಾಯದ ಭಯದಿಂದ ಸುಮ್ಮನಿರುವುದು ಸ್ನೇಹವಲ್ಲ, ಹೋಗಲಿ ಬಿಡು, ಬಹಳ ದಿನಗಳ ಮೇಲೆ ಭೇಟಿ ಮಾಡಿದ್ದೇವೆ. ವಿಶ್ವಾಸದಿಂದ ನಾಲ್ಕು ಮಾತಾಡೋಣ."

"ಬರೀ ನಾಲ್ಕು ಮಾತಾಡಲು ನಾನು ಬರಲಿಲ್ಲ ಚರಣ."

"ಮತ್ತೆ, ಇನ್ನಾವ ಕಾರಣದಿಂದ ಬಂದೆ ?"

"ಚರಣ, ನೀನು ಮತ್ತು ನಂದಿಕೇಶ, ಚಂದ್ರಗುಪ್ತ ಮತ್ತು ಮಿತ್ರರನ್ನು ಸೆರೆಮನೆಯಿಂದ ಪಾರು ಮಾಡಲು ಪ್ರಯತ್ನಿಸುತ್ತಿರುವುದು ನನಗೆ ಚೆನ್ನಾಗಿ ಗೊತ್ತಿದೆ."

"ಹಾಂ !" ಚರಣ ಒಂದು ಕ್ಷಣ ಬೆದರಿ ಕೇಳಿದ, "ನಿನಗೆ ಯಾರು ಹೇಳಿದರು ?"

"ಹೆದರಬೇಡ. ಈ ವಿಷಯ ಬಹಿರಂಗವಾಗಿದೆಯೆಂದು ಆತಂಕ ಪಡಬೇಡ. ನಿನಗೆ ನೆರವಾಗುತ್ತಿರುವ ನಂಬಿಕೆಯ ಆಪ್ತರಲ್ಲಿ ಕೆಲವರು, ನನಗೂ ಆಪ್ತರಾಗಿರುವುದು ಆಶ್ಚರ್ಯಪಡಬೇಕಾದ ಸಂಗತಿಯಲ್ಲ"

"ಹಾಗೆ ಮಾಡುವುದು ಬೇಡ, ಅದು ಅಪಾಯಕಾರಿ ಎಂದು ಹೇಳಲು ಬಂದೆಯಾ ?" ಚರಣ ತುಸು ಅಸಮಾಧಾನದಿಂದ ಕೇಳಿದ.

"ಇಲ್ಲ" ಪ್ರಭಾಕರ ಹೇಳಿದ, "ನಾನು ಅದಕ್ಕೆ ಬರಲಿಲ್ಲ, ಚರಣ. ಆ ದಿನ ನಾನು ಮಾಡಿದ್ದನ್ನು ಮರೆತುಬಿಡು. ನೀವೆಲ್ಲ ಇಷ್ಟೊಂದು ಕಷ್ಟಪಟ್ಟು ಪ್ರಾಣಕ್ಕೂ ಹೆದರದೆ ಒಂದು ಮಹತ್ವದ ಕಾರ್ಯದಲ್ಲಿ ತೊಡಗಿಸಿಕೊಂಡಿರುವಾಗ, ನಿಮ್ಮ ಆಪ್ತಮಿತ್ರನಾದ ನಾನು ತಟಸ್ಥವಾಗಿರುವುದು ನಾಚಿಕೆಯೆನಿಸಿತು. ಬಹಳ ಯೋಚನೆ ಮಾಡಿ, ನಾನೂ ನಿಮ್ಮ ಜೊತೆ ಸೇರಬೇಕೆಂದು ನಿರ್ಧರಿಸಿಕೊಂಡೇ ಬಂದಿದ್ದೇನೆ."

"ನಿಜವಾಗಲೂ ನನಗೆ ಸಂತೋಷವಾಗುತ್ತಿದೆ, ಪ್ರಭಾಕರ" ಚರಣ ಅವನ ಕೈಹಿಡಿದು ಹೇಳಿದ, "ನಿನ್ನಿಂದ ನಮಗೆ ಬಹಳ ಉಪಯೋಗವಾಗುತ್ತದೆ."

"ನನ್ನ ಮೇಲೆ ನಂಬಿಕೆಯಿದ್ದರೆ ಮಾತ್ರ."

"ಖಂಡಿತವಾಗಿ ನಾನು ನಿನ್ನನ್ನು ನಂಬುತ್ತೇನೆ, ಪ್ರಭಾಕರ. ಆದರೆ ಈಗ ನೀನು ನಮ್ಮ ಜೊತೆ ಬರುವುದು ಬೇಡ."

"ಅಂದರೆ, ನಿನಗೆ ನನ್ನ ಮೇಲೆ ನಂಬಿಕೆ ಬರಲಿಲ್ಲವೆಂದೇ ಅರ್ಥ."

"ಹಾಗಲ್ಲ ಪ್ರಭಾಕರ, ಇಲ್ಲಿದ್ದು ನಮಗಾಗಿ ಕೆಲಸ ಮಾಡುವವರು ಕೆಲವರಾದರೂ ಬೇಕು. ನಿನಗಿಂತ ನಂಬಿಕೆಯವರು ಇಲ್ಲಿ ಬೇರೆ ಯಾರಿದ್ದಾರೆ ?"

ಪ್ರಭಾಕರ ಮಾತಾಡದೆ ಸಪ್ಪೆ ಮುಖ ಮಾಡಿಕೊಂಡ. ಚರಣ ಮತ್ತೆ ಹೇಳಿದ, "ಬೇಸರವಾಯಿತೇ ? ಹಾಗೆ ನೋಡಿದರೆ, ನೀನು ನಮ್ಮ ಜೊತೆ ಬಂದುಬಿಡುವುದಕ್ಕಿಂತ ಇಲ್ಲಿದ್ದು ಕೆಲಸ ಮಾಡುವುದೇ ಕಠಿಣ. ಅದನ್ನು ನೀನು ಧೈರ್ಯದಿಂದ ಮತ್ತು ಬುದ್ಧಿವಂತಿಕೆಯಿಂದ ನಿರ್ವಹಿಸಬಲ್ಲೆಯೆಂಬ ನಂಬಿಕೆ ನನಗಿದೆ."

ಪ್ರಭಾಕರನಿಗೆ ಅದೂ ಸರಿಯೆನ್ನಿಸಿತು. ಅವನೆಂದ, "ಸರಿ ಹಾಗಾದರೆ, ನಾನು ಸಿದ್ಧನಾಗಿದ್ದೇನೆ. ಈಗ ನಾನು ಮಾಡಬೇಕಾದ ಕೆಲಸವೇನು ?"

"ಈಗಾಗಲೇ ನಾನು ಯೋಜನೆಯನ್ನು ರೂಪಿಸಿದ್ದೇನೆ. ಆ ಯೋಜನೆಯಲ್ಲಿ ಈಗ ನಿನ್ನನ್ನು ಎಲ್ಲಿ ಹೇಗೆ ಅಳವಡಿಸಬೇಕೆಂದು ಯೋಚಿಸಬೇಕು. ನಾಳೆ ರಾತ್ರಿ ನಾನೇ ನಿನ್ನನ್ನು ಭೇಟಿ ಮಾಡಿ ಎಲ್ಲ ವಿಷಯ ತಿಳಿಸುತ್ತೇನೆ. ಒಟ್ಟಿನಲ್ಲಿ ಬುದ್ಧಜಯಂತಿಯಂದು ನಮ್ಮ ಕಾರ್ಯಾಚರಣೆ ಎಂಬುದು ಖಚಿತ."

ಪ್ರಭಾಕರ ಉತ್ಸಾಹಗೊಂಡ. ತನ್ನ ಮಿತ್ರರ ಎದುರಿಗೆ ತಾನು ಕೀಳಾಗಲಿಲ್ಲವೆಂದು ಸಮಾಧಾನಗೊಂಡ. ನಾಳೆ ಕಾಯುವುದಾಗಿ ಹೇಳಿ ಅವನು ಹೊರಟುಹೋದ.

★ ★ ★

ರಾಕ್ಷಸ ರಾಜವೈದ್ಯ ಸಂಜಯನ ಬಗ್ಗೆ ಸರಿಯಾಗಿಯೇ ಊಹೆ ಮಾಡಿ ಅವನನ್ನು ತನ್ನ ಭವನಕ್ಕೆ ಕರೆಸಿಕೊಂಡ. ಅವನ ಮುಖ ನೋಡುತ್ತಿದ್ದಂತೆ ತನ್ನ ಗುಟ್ಟು ರಟ್ಟಾಯಿತೇನೋ, ಇನ್ನೇನು ಆಪತ್ತು ಕಾದಿದೆಯೋ ಎಂದು ಸಂಜಯ ಭಯದಿಂದ ಬೆವರುತ್ತಿದ್ದ.

"ಬನ್ನಿ ವೈದ್ಯರೇ, ಬನ್ನಿ ಕುಳಿತುಕೊಳ್ಳಿ" ಎಂದು ರಾಕ್ಷಸ ಪೀಠ ತೋರಿಸಿದ.

ಸಂಜಯನ ಹೃದಯ ಡವಡವನೆ ಹೊಡೆದುಕೊಳ್ಳುತ್ತಿತ್ತು. ನಡುಗುತ್ತಲೇ ಅವನು ಪೀಠದ ತುದಿಯಲ್ಲಿ ಕುಳಿತ. ರಾಕ್ಷಸ ತನ್ನತ್ತಲೇ ಪರೀಕ್ಷಿಸುವಂತೆ ನೋಡುತ್ತಿರುವುದನ್ನು ಗಮನಿಸಿ ತಲೆ ತಗ್ಗಿಸಿದ.

"ವೈದ್ಯರೇ, ಏನೋ ಒಂದು ಹೊಸ ರೀತಿಯಲ್ಲಿದ್ದೀರಿ ?" ಎಂದು ರಾಕ್ಷಸ ಕೇಳಿದ.

"ಏನಿಲ್ಲವಲ್ಲಾ! ನಾನು ಸರಿಯಾಗಿಯೇ ಇದ್ದೇನೆ" ಎಂದು ತಡವರಿಸುತ್ತ ಹೇಳಿ, ಸಂಜಯ ಉಗುಳು ನುಂಗಿದ.

"ಇಲ್ಲ, ಕೈಕಾಲು ನಡುಗುತ್ತಿವೆ. ಮುಖದ ಮೇಲೆ ಬೆವರಿದೆ. ಹೃದಯವೂ ಸ್ಥಿಮಿತದಲ್ಲಿರುವಂತೆ ಕಾಣುತ್ತಿಲ್ಲ. ಏನೋ ಹೆಚ್ಚು ಕಡಿಮೆಯಾಗಿರುವಂತಿದೆ."

“ಹೌದೇ ? ನಾನು ಗಮನಿಸಲಿಲ್ಲ.”

“ನಿಮಗೇನು ಹೆಚ್ಚುಕಡಿಮೆಯಾಗಿದೆಯೆಂದು ನೀವೇ ತಿಳಿದುಕೊಳ್ಳದೆ, ಬೇರೆಯವರಿಗೆ ಹೇಗೆ ಚಿಕಿತ್ಸೆ ನಡೆಸುತ್ತೀರಿ ?”

ಅದಕ್ಕೆ ಉತ್ತರ ಕೊಡಲಾಗದೆ ಸಂಜಯ ಬೆಪ್ಪನಂತೆ ನಕ್ಕ.

“ನಾನು ರಾಜಕುಮಾರನ ಚಿಕಿತ್ಸೆಗೆ ಬೇರೆ ವೈದ್ಯರನ್ನು ಕರೆಸಿದ್ದರಿಂದ ನಿಮಗೆ ಅಸಮಾಧಾನವಾಗಿರಬೇಕಲ್ಲವೇ ?”

“ಎಲ್ಲಿಯಾದರೂ ಉಂಟೇ ? ರಾಜಕುಮಾರನ ಆರೋಗ್ಯ ಮುಖ್ಯ. ನನಗಿಂತ ಉತ್ತಮ ವೈದ್ಯರನ್ನೇ ಕರೆಸಿರುತ್ತೀರಿ.”

“ನೀವು ಸುಳ್ಳು ಹೇಳುತ್ತಿದ್ದೀರ.”

“ಇಲ್ಲ ಅಮಾತ್ಯರೆ.”

“ನಿಮಗೆ ಬೇಸರವಾಗಿದೆ. ನಿಮಗೆ ಮೊದಲೇ ಒಂದು ಮಾತು ತಿಳಿಸದೆ ನಾನು ಹೀಗೆ ಮಾಡಿದೆನೆಂದು ನನ್ನ ಮೇಲೆ ನಿಮಗೆ ಕೋಪ ಬಂದಿದೆ.”

“ಇಲ್ಲ ಅಮಾತ್ಯರೇ, ಹಾಗೇನೂ ಇಲ್ಲ.”

“ವೈದ್ಯರೇ” ರಾಕ್ಷಸನ ಧ್ವನಿ ಕಠಿಣವಾಯಿತು. ಮುಖ ಗಂಭೀರವಾಗಿತ್ತು. ಸಂಜಯ ದಡಕ್ಕನೆ ಎದ್ದು ನಿಂತ. ರಾಕ್ಷಸ ಮುಂದುವರಿಸಿದ, “ನಿಮ್ಮ ಮಿತಿಯನ್ನು ನೀವು ತಿಳಿದುಕೊಳ್ಳುವುದು ಒಳ್ಳೆಯದು. ನನ್ನ ಮೇಲಾಗಲೀ ಚಕ್ರವರ್ತಿಗಳ ಮೇಲಾಗಲೀ, ಅಸಮಾಧಾನವಿದ್ದರೆ, ಆ ವಿಷ ನಿಮ್ಮ ಹೊಟ್ಟೆಯಲ್ಲೇ ಇರಲಿ. ಅದು ಮಾತಾಗಿ ಹೊರಗೆ ಬರಬಾರದು. ಬಂದರೆ ಪರಿಣಾಮವೇನಾಗಬಹುದೆಂದು ಗೊತ್ತಲ್ಲ ?” ಸಂಜಯ ಕೊರಳು ಮುಟ್ಟಿಕೊಂಡು “ಗೊತ್ತು ಗೊತ್ತು” ಎಂದು ಹೇಳಿದ, “ನೀವು ತಪ್ಪು ತಿಳಿದಿದ್ದೀರಿ ಅಮಾತ್ಯರೆ. ನಾನು ಅಂಥವನಲ್ಲ. ನನ್ನನ್ನು ನಂಬಿ. ಯಾರು ಚಿಕಿತ್ಸೆ ನೀಡಿದರೇನು, ರಾಜಕುಮಾರ ಗುಣವಾದರೆ ಸಾಕು.”

“ಈ ಭಾವನೆ ನಾಲಿಗೆಯಲ್ಲೂ ಇರಬೇಕು, ಮನಸ್ಸಿನಲ್ಲೂ ಇರಬೇಕು. ನಿಮ್ಮ ರಾಜವೈದ್ಯನ ಪದವಿ ನಿಮಗೇ ಇರುತ್ತದೆ. ನೀವಿನ್ನು ಹೋಗಬಹುದು.”

ಸಿಂಹದ ಕೈಯಿಂದ ತಪ್ಪಿಸಿಕೊಂಡಂತೆ, ಸಂಜಯ ಹೆಚ್ಚುಕಡಿಮೆ ಅಲ್ಲಿಂದ ಓಡಿದ. ಒಂದು ಕಡೆ ರಾಕ್ಷಸನ ಮೇಲೆ ಅಸಾಧ್ಯವಾದ ಕೋಪ, ಇನ್ನೊಂದು ಕಡೆ ಅವನ ಕೋಪಕ್ಕೆ ತುತ್ತಾಗಿ ಪದವಿ, ಪ್ರಾಣ-ಎರಡನ್ನೂ ಕಳೆದುಕೊಳ್ಳುವಂತಾಗುವುದೇನೋ ಎಂಬ ಭಯ. ಎರಡರ ನಡುವೆ ಸಂಜಯ ತಳಮಳಿಸಿದ. ಆದರೆ ರಾಕ್ಷಸನ ಮೇಲಿನ ಭಯಕ್ಕಿಂತ ಕೋಪವೇ ಮಿಗಿಲಾಯಿತು. ತನ್ನನ್ನು ಒಬ್ಬ ಸಣ್ಣ ಸೇವಕನಂತೆ ಗದರಿಸಿದ ರಾಕ್ಷಸನ ಅಹಂಕಾರ ಅತಿಯೆನ್ನಿಸಿತು. ಶ್ರೀಯಕನನ್ನು ನೋಡಲೋ ಬೇಡವೋ, ನೋಡಿದರೆ ಅದು ಎಲ್ಲಿ ರಾಕ್ಷಸನಿಗೆ ಗೊತ್ತಾಗುವುದೋ ಎಂದು ದಿನವೆಲ್ಲ ಒದ್ದಾಡಿದ. ಆ ರಾತ್ರಿ ಶ್ರೀಯಕನೇ ತನ್ನ ಮನೆಗೆ ಬಂದಾಗ ಅವನಿಗೆ ಆಶ್ಚರ್ಯವಾಯಿತು. ನಡೆದ ವಿಷಯವನ್ನೆಲ್ಲ ಅವನಿಗೆ ಹೇಳಿ, ಬಹುಶಃ ರಾಕ್ಷಸ ನನ್ನ ನಿಮ್ಮ ಹಿಂದೆ ಯಾರನ್ನೋ ಬಿಟ್ಟಿರಬೇಕು” ಎಂದ.

"ಇಲ್ಲ ವೈದ್ಯರೇ" ಶ್ರೀಯಕ ಹೇಳಿದ, "ರಾಕ್ಷಸ ಊಹೆ ಮಾಡಿ ನಿಮ್ಮನ್ನು ಬೆದರಿಸಿದ್ದಾನೆ. ನಿಮ್ಮ ಹೆದರಿಕೆಯನ್ನು ಕಂಡು ತನ್ನ ಊಹೆ ನಿಜವಿರಬಹುದೆಂದು ಲೆಕ್ಕ ಹಾಕಿರುತ್ತಾನೆ. ಅವನು ಬಹಳ ಬುದ್ಧಿವಂತನೆಂಬುದು ನಿಜ. ಇನ್ನು ಮೇಲೆ ನೀವು ಬಹಳ ಎಚ್ಚರಿಕೆಯಿಂದಿರಬೇಕು. ಅಗತ್ಯವಾದರೆ ನಾನೇ ಭೇಟಿ ಮಾಡುತ್ತೇನೆ. ನೀವು ಸುಮ್ಮನಿದ್ದು ಬಿಡಿ."

"ಹಾಗಾದರೆ ಈ ರಾಕ್ಷಸ ಬಹಳ ಪ್ರಚಂಡ!" ಸಂಜಯ ಕಣ್ಣರಳಿಸಿದ.

"ಹೌದು, ಮಹಾಪ್ರಚಂಡ. ಆ ಪ್ರಚಂಡನಿಗೆ ಸ್ಪರ್ಧೆ ಕೊಡಬೇಕಾದರೆ ನಾವೂ ಪ್ರಚಂಡರಾಗಬೇಕಾಗುತ್ತದೆ. ಶತ್ರು ಬುದ್ಧಿವಂತನೆಂದು ತಿಳಿದಾಗ, ನಾವೂ ಸಕಲ ಸಿದ್ಧತೆಗಳನ್ನೂ ಮಾಡಿಕೊಂಡು ಆಕ್ರಮಿಸಬೇಕಾಗುತ್ತದೆ."

"ಈ ಆಕ್ರಮಣದಲ್ಲಿ ನಾನು ಬಲಿಯಾಗದಂತೆ ಭರವಸೆ ನೀಡಿದರೆ ಸಾಕು" ಎಂದ ಸಂಜಯ. ಅವನ ಧ್ವನಿಯಲ್ಲಿ ಇನ್ನೂ ಭಯವಿತ್ತು.

"ಮನಸ್ಸು ಗಟ್ಟಿಯಿರಲಿ ಸಂಜಯ. ಬಲಿ ಕೊಡಲು ಸಿದ್ಧರಾಗೋಣ. ನಾವು ಬಲಿಯಾಗುವುದು ಬೇಡ. ಯೋಚಿಸಬೇಡ, ನಾನಿದ್ದೇನೆ. ನಿಮಗೆ ಏನೂ ಆಗುವುದಿಲ್ಲ" ಎಂದು ಹೇಳಿ ಶ್ರೀಯಕ ಅಲ್ಲಿಂದ ಹೊರಟುಹೋದ. ಅವನು ಕೊಟ್ಟ ಧೈರ್ಯದಿಂದ ಸಂಜಯ ಎಷ್ಟೋ ಸಮಾಧಾನಗೊಂಡ.

## ೭

ಚರಣ ಮೊದಲು ಉಜ್ವಲ ಮತ್ತು ಭಾಗುರಾಯಣನನ್ನು ಭೇಟಿ ಮಾಡಿ, ತಾನು ಮಾಡಿರುವ ಯೋಜನೆಯನ್ನೆಲ್ಲ ವಿವರಿಸಿದ. ತುಂಬಾ ಜಾಣ್ಮೆ ಮತ್ತು ಬುದ್ಧಿವಂತಿಕೆಯಿಂದ ಮತ್ತು ಮುಂದಾಲೋಚನೆಯಿಂದ ಅವನು ರೂಪಿಸಿರುವ ಯೋಜನೆಯನ್ನು ಅವರು ಹೃದಯಪೂರ್ವಕವಾಗಿ ಮೆಚ್ಚಿಕೊಂಡರು.

"ಚರಣ" ಉಜ್ವಲ ಹೇಳಿದಳು, "ಚಂದ್ರಗುಪ್ತ ಮಗಧ ಸಿಂಹಾಸನವನ್ನೇರಿದರೆ ಅತ್ಯಂತ ಮಹತ್ವದ ಪದವಿ ನಿನಗೆ ಕಾದಿದೆ."

"ನಿಮ್ಮ ಅಭಿಮಾನಕ್ಕೆ ನಾನು ಕೃತಜ್ಞ" ಚರಣ ಹೇಳಿದ, "ಆದರೆ ಇದು ಚಂದ್ರಗುಪ್ತ ನೊಂದಿಗೆ ನನಗಿರುವ ಮಿತ್ರತ್ವದ ಕಾರಣದಿಂದ ಮಾಡುತ್ತಿರುವ ಕರ್ತವ್ಯ. ಮೊದಲ ಸಲವೇ ಆದ ಸೋಲಿನ ಕಹಿ ಮತ್ತೆ ಮರುಕಳಿಸಬಾರದೆಂದು ಅತಿಯಾದ ಎಚ್ಚರಿಕೆ ವಹಿಸುವುದು ಅನಿವಾರ್ಯವಾಗಿದೆ."

"ಬಹಳ ಸಂತೋಷ ಚರಣ" ಭಾಗುರಾಯಣ ಹೇಳಿದ, "ನಿನ್ನಂಥ ಬುದ್ಧಿವಂತ ಮತ್ತು ನಿಷ್ಠಾವಂತ ಮಿತ್ರರಿರುವಾಗ ಇಂದಲ್ಲ ನಾಳೆ ಚಂದ್ರಗುಪ್ತ ತನ್ನ ಗುರಿಯನ್ನು ಸಾಧಿಸಿಯೇ ತೀರುತ್ತಾನೆ, ಎಂಬ ನಂಬಿಕೆ ನನಗಿದೆ."

"ಅಷ್ಟಾದರೆ ಸಾಕು. ಆಮೇಲೆ ಇನ್ನೊಂದು ವಿಷಯ, ಇಲ್ಲಿಂದಲೇ ಕುದುರೆಗಳನ್ನು ಹೊಂದಿಸಿಕೊಳ್ಳಲು ವ್ಯವಸ್ಥೆ ಮಾಡಿಕೊಂಡಿದ್ದೇನೆ. ನೀವು ಕೊಟ್ಟ ಧನ ಸುರಕ್ಷಿತವಾಗಿದೆ.

ಆ ವ್ಯಾಪಾರಿ, ನಾವು ಇಲ್ಲಿಂದ ಪಾರಾಗಿ ಹೋದ ಮೇಲೆ ನಮ್ಮ ರಹಸ್ಯ ಸ್ಥಳಕ್ಕೆ ಕುದುರೆಗಳನ್ನು ತಲುಪಿಸಲು ಒಪ್ಪಿಕೊಂಡಿದ್ದಾನೆ."

"ಸರಿ. ಬುದ್ಧಜಯಂತಿಗೆ ಎರಡು ದಿನ ಮೊದಲು, ಅಂದರೆ ನಾಳಿದ್ದು, ನಾನು ನನ್ನ ಆಪ್ತ ಬಂಧುವಿನ ಅನಾರೋಗ್ಯದ ನೆಪ ಹೇಳಿ, ಚಕ್ರವರ್ತಿಯಿಂದ ಅನುಮತಿ ಪಡೆದು, ಕುಟುಂಬ ಸಹಿತ ನಗರ ಬಿಡಬೇಕು, ಅಷ್ಟೇ ತಾನೆ ?"

"ಹೌದು, ನೀವು ಇಲ್ಲಿದ್ದರೆ, ನಮ್ಮ ಮೇಲೆ ಆಕ್ರಮಣ ಮಾಡುವ ಸಂದಿಗ್ಧದಲ್ಲಿ ಸಿಕ್ಕಿಬೀಳುವಂತಾಗುತ್ತದೆ."

"ಆಗಲಿ, ನಾನು ನಾಳೆಯೇ ಹೋಗಿ ಚಕ್ರವರ್ತಿಯನ್ನು ಕಾಣುತ್ತೇನೆ."

"ಸರಿ, ನಾನು ಬರುತ್ತೇನೆ. ಕಡೆಯ ಕ್ಷಣದ ಸೂಚನೆಗಳನ್ನು ನೀಡಲು, ನಾನು ಇನ್ನೂ ಹಲವರನ್ನು ಭೇಟಿ ಮಾಡಬೇಕು" ಎಂದು ಚರಣ ಎದ್ದ.

"ಚರಣ" ಉಜ್ವಲ ಹೇಳಿದಳು, "ಚಂದ್ರಗುಪ್ತನಂತೆ ನಮಗೆ ನಿಮ್ಮೆಲ್ಲರ ಪ್ರಾಣಗಳೂ ಅಮೂಲ್ಯ, ಎಚ್ಚರದಿಂದಿರು."

"ಆಗಲಿ ಮಹಾರಾಣಿ, ನೀವು ಚಿಂತಿಸಬೇಡಿ" ಎಂದು ಚರಣ ನಕ್ಕ.

"ಏನು ! ಈಗಲೇ ನನ್ನನ್ನು ಮಹಾರಾಣಿ ಎಂದು ಕರೆದು ಹಾಸ್ಯ ಮಾಡುತ್ತಿರುವೆಯಾ ?" ಎಂದು ಉಜ್ವಲ ತುಸು ನಾಚಿದಳು.

"ಚಂದ್ರಗುಪ್ತ ಮಹಾರಾಜನಾಗುವುದು, ನೀವು ಮಹಾರಾಣಿಯಾಗುವುದು ಇಂದಲ್ಲ ನಾಳೆ ಸತ್ಯ ತಾನೇ ? ನಾನು ಬರುತ್ತೇನೆ."

★ ★ ★

ಅಲ್ಲಿಂದ ಹೊರಟ ಚರಣ ವಸುಂಧರನನ್ನು ಭೇಟಿ ಮಾಡಿದ. ಅವನ ಮಾತಿಗೆ ಬೆಲೆಕೊಟ್ಟು ವಸುಂಧರ ಮತ್ತೆ ಯಾವ ಗಲಭೆಗೂ ಅವಕಾಶ ಕೊಡದೆ ತಾಳ್ಮೆಯಿಂದಿದ್ದ. "ಆ ಗುರು ಬೇಕೆಂದೇ ನಿತ್ಯ ನನ್ನನ್ನು ಕೆಣುಕುತ್ತಾನೆ. ಅವನ ಶಿಷ್ಯರು ಬೇಕೆಂದೇ ನಿಂದಿಸುವ ಮಾತಾಡಿ ನನ್ನನ್ನು ಕೆರಳಿಸಲು ಪ್ರಯತ್ನಿಸುತ್ತಾರೆ. ಬೇಕೆಂದೇ ರಾತ್ರಿ ಎಲ್ಲ ಮಲಗಿದ ಮೇಲೆ ಜೋರಾಗಿ ಪ್ರಾರ್ಥನೆಗಳನ್ನು ಕಿರುಚುತ್ತಾರೆ. ನನಗಂತೂ ಸಾಕಾಗಿಹೋಗಿದೆ" ಎಂದ ವಸುಂಧರ ಬೇಸರದಿಂದ.

"ಅದಕ್ಕೆ ನೀನು ಪ್ರತಿಕ್ರಿಯಿಸಲಿಲ್ಲವಲ್ಲ, ಒಳ್ಳೆಯದಾಯಿತು. ನೀನು ಈಗ ಇನ್ನೂ ಒಂದು ಕೆಲಸ ಮಾಡಬೇಕಾಗಿದೆ."

"ಏನು ಹೇಳು."

"ನಾಳೆಯೇ ನೀನು ನಗರಾಧ್ಯಕ್ಷರನ್ನು ಕಂಡು, ತಂದೆಯ ಸಾವಿನ ದುಃಖ ಮರೆಯಲು ಕುಟುಂಬಸಹಿತ ಕಾಶೀಯಾತ್ರೆಗೆ ಹೋಗಿಬರುವುದಾಗಿ ಹೇಳಿ ಅನುಮತಿ ಪಡೆದುಕೊ."

"ನಾನು ಕಾಶೀಯಾತ್ರೆಗೆ ಹೋದರೆ ನನ್ನ ಸೇಡಿನ ಗತಿ ?"

“ನನ್ನ ಮಾತು ಕೇಳು ವಸುಂಧರ. ನೀನು ಇಲ್ಲಿದ್ದೇ ಆ ಗುರುವಿಗೆ ಹಾನಿ ಮಾಡಿದರೆ ನಿನ್ನ ಮೇಲೆ ಸಂದೇಹ ಬರುತ್ತದೆ. ಅದರಿಂದ ನಿನಗೂ ಅಪಾಯ, ನಿನ್ನ ಕುಟುಂಬಕ್ಕೂ ಅಪಾಯ.”

“ಅದೇನು ನಿನ್ನ ಹಂಚಿಕೆ ? ಬಿಡಿಸಿ ಹೇಳು ಚರಣ.”

“ನೀನು ಕುಟುಂಬದೊಡನೆ ನಗರ ಬಿಡುತ್ತಿ. ಕುಟುಂಬದವರನ್ನು ಸುರಕ್ಷಿತವಾದ ಸ್ಥಳದಲ್ಲಿರಿಸಿ ಮತ್ತೆ ಹಿಂದೆ ಬರುತ್ತಿ. ನಿನ್ನ ಮಿತ್ರರ, ಹಿತೈಷಿಗಳ ನೂರಿನ್ನೂರು ಜನರ ಗುಂಪನ್ನು ಬುದ್ಧ ಜಯಂತಿಯ ದಿನ ರಾತ್ರಿ ಸೇರಿಕೊಳ್ಳುತ್ತಿ. ನೆನಪಿರಲಿ, ನೀವೆಲ್ಲ ಗುರುತು ಸಿಗದಂತೆ ಮುಖವಾಡ ಧರಿಸಿರುತ್ತೀರ.”

“ಅರ್ಥವಾಯಿತು ಬಿಡು” ವಸುಂಧರ ಉತ್ಸಾಹದಿಂದ ಹೇಳಿದ, “ಆದರೆ ಆಮೇಲೂ ನನ್ನ ಮೇಲೆ ಸಂದೇಹ ಬರಬಹುದಲ್ಲ ?”

“ಬರುತ್ತದೆ, ಖಂಡಿತ ಬರುತ್ತದೆ. ಆದರೆ ಅದಕ್ಕೆ ಸಾಕ್ಷ್ಯಾಧಾರವಿರುವುದಿಲ್ಲ. ಆಗ ನೀನು ನಾಟಕ ಮಾಡಬೇಕಾಗುತ್ತದೆ. ಆ ನಾಟಕ ಏನೆಂದು ಆಮೇಲೆ ಯೋಚಿಸಿದರಾಯಿತು.”

“ಸರಿ, ಎಲ್ಲ ನೀನು ಹೇಳಿದಂತೆಯೇ ನಡೆಯುತ್ತದೆ.”

“ಎಚ್ಚರ, ನಿಮ್ಮ ಗಲಭೆಯನ್ನು ಅಡಗಿಸಲು ಸೈನ್ಯ ಬರುವಷ್ಟರಲ್ಲಿ ನೀವು ಸುತ್ತ ಮುತ್ತ ಎಲ್ಲಿಯೂ ಕಾಣಿಸಿಕೊಳ್ಳಬಾರದು.”

“ಗೊತ್ತಾಯಿತು ಬಿಡು.”

★ ★ ★

ಚರಣ ಸುಗಂಧಿಯ ಮನೆಗೆ ಬಂದಾಗ ನಡುರಾತ್ರಿ ಮೀರಿತ್ತು. ಅವಳು ಮತ್ತು ಮಂಗಳೆ ಅವನಿಗಾಗಿ ಕಾದಿದ್ದರು. “ನೀನು ಬಯಸಿದಂತೆ ಬುದ್ಧ ಜಯಂತಿಯ ದಿನ ನನ್ನ ವ್ರತ ಮುಗಿಯುತ್ತದೆ ಚರಣ” ಎಂದಳು ಸುಗಂಧಿ ನಗುತ್ತ.

ಅವಳ ಮುಗ್ಧ ನಗುವನ್ನು ಕಂಡು ಚರಣನಿಗೇ ಅಳುಕಾಯಿತು. ಅವಳ ಮುಖವನ್ನೇ ನೋಡತೊಡಗಿದ.

“ಏಕೆ ಚರಣ ? ಎಂದೂ ನೋಡಿಲ್ಲದವರಂತೆ ನನ್ನನ್ನು ನೋಡುತ್ತಿರುವೆ ?” ಅವಳು ಕೇಳಿದಳು.

“ಸುಗಂಧಿ, ನಿನ್ನನ್ನು ಉಪಯೋಗಿಸಿಕೊಂಡು ನಾನು ತಪ್ಪು ಮಾಡುತ್ತಿರುವೆನೆಂದು ನಿನಗೆ ಅನಿಸುತ್ತಿಲ್ಲವೆ ?”

“ತಪ್ಪು ? ಯಾವ ತಪ್ಪು ? ಇದರಲ್ಲಿ ನಿನ್ನ ತಪ್ಪೇನಿದೆ ಚರಣ ? ಹಲವರ ಸುಖಕ್ಕಾಗಿ ಬದುಕುವಂತೆ ನಮ್ಮ ಕುಲವನ್ನು ಮೊದಲು ಯಾರು ಮಾಡಿದರೋ, ಅದು ಅವರ ತಪ್ಪು. ಎಲ್ಲರೂ ಧನವನ್ನು ಕೊಟ್ಟು ಸುಖವನ್ನು ಕೊಂಡುಕೊಳ್ಳುವ ವ್ಯಾಪಾರೀ ಮನೋಭಾವದವರು. ಆದರೆ ನೀನು ಮಾತ್ರ ನನ್ನ ಮನಸ್ಸನ್ನು ಮಿಡಿದೆ. ನಾನೂ ಒಂದು ಜೀವವಿರುವ ವ್ಯಕ್ತಿಯೆಂದು ಪರಿಗಣಿಸಿ ವಿಶ್ವಾಸದಿಂದ ನಡೆದುಕೊಂಡೆ. ನಮ್ಮ ಬಳಿ

ಎಲ್ಲ ಇತ್ತು ಚರಣ. ಆದರೆ ಪ್ರೀತಿ ವಿಶ್ವಾಸಗಳಿಂದ ಕಾಣುವ ಹೃದಯವಂತರ ಸ್ನೇಹವಿರಲಿಲ್ಲ. ಆ ಕೊರತೆಯನ್ನು ನೀನು ತುಂಬಿದೆ. ನಿನಗಾಗಿ ನಾನು ಸಾಯಲೂ ಸಿದ್ಧ."

ಚರಣನ ಕಣ್ಣಲ್ಲಿ ಕಂಬನಿ ತುಳುಕಿತು. ಅವನು ಗದ್ಗದಿತನಾಗಿ ಅವಳ ಕೈಹಿಡಿದು ಹೇಳಿದ "ಸುಗಂಧಿ, ನಿನ್ನ ಈ ಸುಂದರ ದೇಹದಲ್ಲಿ ಅದಕ್ಕಿಂತಲೂ ಸುಂದರ ಹೃದಯವಿದೆಯೆಂದು ನನಗೆ ಗೊತ್ತಿರಲಿಲ್ಲ. ನಾನಂದುಕೊಂಡ ಕಾರ್ಯಗಳೆಲ್ಲ ಈಡೇರಿಬಿಟ್ಟರೆ, ಖಂಡಿತ ನಾನು ನಿನ್ನ ಋಣ ತೀರಿಸುತ್ತೇನೆ."

ಸುಗಂಧಿ ಅವನ ಕಣ್ಣೀರನ್ನು ತನ್ನ ಬೆರಳಿನಿಂದ ಒರೆಸುತ್ತ ಹೇಳಿದಳು, "ಚರಣ, ಅಂದು ನೀನು ನನಗಾಗಿ ನಿನ್ನ ನೆತ್ತರು ಸುರಿಸಿದೆ. ನೀನು ಈಗ ನನಗಾಗಿ ಸುರಿಸಿದ ಈ ಕಣ್ಣೀರು, ನನ್ನಂಥವಳ ಬದುಕಿಗೂ ಒಂದು ಅರ್ಥವಿದೆಯೆಂಬುದನ್ನು ಧೃಢಪಡಿಸಿದೆ."

ಮಂಗಳೆ ಅವರಿಬ್ಬರ ನಡುವಿನ ಸಂಭಾಷಣೆಯನ್ನು ಮಂತ್ರಮುಗ್ಧಳಾಗಿ ಕೇಳುತ್ತಿದ್ದಳು. ಜೀವನದಲ್ಲಿ ಮೊಟ್ಟ ಮೊದಲ ಸಲ ಅವಳಿಗೆ 'ನಮ್ಮದೂ ಒಂದು ಜೀವನವೇ !' ಎನ್ನಿಸಿತು. "ಚರಣ, ಜನರ ಮನರಂಜನೆಗೆಂದು ನಾವು ಹಾಡುವ ಗೀತೆಗಳಲ್ಲಿ, ನರ್ತನದ ಹಾವಭಾವಗಳಲ್ಲಿ ನಾವು ಹೃದಯ ಮಾತಾಡುವ ಅಭಿನಯವನ್ನು ಮಾತ್ರ ನೀಡುತ್ತಿದ್ದೆವು. ಆದರೆ ಅದು ಹೇಗೆಂದು ಗೊತ್ತಿರಲಿಲ್ಲ. ಈಗ ಹೃದಯಗಳು ಹೇಗೆ ಮಾತಾಡುತ್ತವೆಂದು ನನಗೆ ಅರ್ಥವಾಯಿತು" ಎಂದು ಅವಳು ಕಣ್ಣೊರೆಸಿಕೊಂಡಳು.

ಚರಣ ಮೇಲೆದ್ದು ಹೊರಡುತ್ತ ಹೇಳಿದ, "ಮತ್ತೆ ಯಾವಾಗ ಭೇಟಿಯೋ, ಭೇಟಿಯಾಗುವ ವೇಳೆಗೆ ಏನೆಲ್ಲ ನಡೆದಿರುತ್ತದೋ ಗೊತ್ತಿಲ್ಲ. ನಾನು ಬರುತ್ತೇನೆ."

"ಚರಣ" ಸುಗಂಧಿ ಕೂಗಿದಳು. ಬಾಗಿಲವರೆಗೂ ಹೋಗಿದ್ದ ಚರಣ ನಿಂತು ತಿರುಗಿ ನೋಡಿದ. ಸುಗಂಧಿ ಹತ್ತಿರ ಬಂದಳು. ಅವನ ಕೈಹಿಡಿದು ಮೃದುವಾಗಿ ಸವರಿ ಹೇಳಿದಳು, "ಎಚ್ಚರ ನೀನು ನಿನ್ನ ಕಾರ್ಯದಲ್ಲಿ ಯಶಸ್ವಿಯಾಗಿ ಗೆಲುವಿನ ಹೆಮ್ಮೆಯಿಂದ ನನ್ನೆದುರು ನಿಲ್ಲಬೇಕು."

'ಆಗಲಿ' ಎಂಬಂತೆ ತಲೆಯಾಡಿಸಿ, ಅವಳ ಕೆನ್ನೆ ಸವರಿ ಚರಣ ಹೊರಗೆ ಬಂದುಬಿಟ್ಟ.

★ ★ ★

ನಂತರ ಚರಣ ಪ್ರಭಾಕರನ ಮನೆಗೆ ಹೋದ. ತನ್ನ ಯೋಜನೆಯನ್ನೆಲ್ಲ ಅವನಿಗೆ ವಿವರಿಸಿದ, "ಕುದುರೆಗಳ ಲಾಯದ ಕಾವಲಿಗೆ ಆ ದಿನ ರಾತ್ರಿ ನಿನ್ನ ಕಡೆಯವರೇ ಇರುತ್ತಾರೆ ತಾನೆ ?"

"ಹೌದು, ನಾನು ಅವರಿಗೆ ಹೇಳಬೇಕಾದುದನ್ನೆಲ್ಲ ಹೇಳಿದ್ದೇನೆ."

"ನಿನಗೆ ತುರ್ತು ಕರೆ ಬಂದೇ ಬರುತ್ತದೆ. ಸ್ವಲ್ಪ ತಡವಾಗಿಯೇ ಹೊರಡು. ಬೌದ್ಧ ವಿಹಾರದ ಬಳಿ ಇನ್ನಷ್ಟು ತಡಮಾಡು. ರಾಕ್ಷಸ ಚಂದನದಾಸನ ಮನೆಯಲ್ಲಿರುತ್ತಾನೆ. ಅವನು ಅಲ್ಲಿಂದ ಹೊರಡಲು ಅರ್ಧರಾತ್ರಿ ಕಳೆಯುತ್ತದೆ. ಅವನಿಗೆ ಎಷ್ಟು ತಡವಾಗಿ ಸುದ್ದಿ ಮುಟ್ಟಿದರೆ ಅಷ್ಟು ಒಳ್ಳೆಯದು."

"ಆಮೇಲೆ ?"

"ಚಿದಂಬರನ ಮಗ ವಸುಂಧರನ ಮೇಲೆ ಅನುಮಾನ ಬಾರದಂತೆ ನೋಡಿಕೊ. ಬೇರೆ ಯಾರೋ ದುಷ್ಕರ್ಮಿಗಳ ಕಾರ್ಯವೆಂದು ನಿರೂಪಿಸಲು ಸಾಧ್ಯವಾದರೆ ಇನ್ನೂ ಒಳ್ಳೆಯದೆ,"

"ನೀವು ಇಲ್ಲಿಂದ ಹೊರಗೆ ಹೋದ ನಂತರ ನಾನು ಭೇಟಿ ಮಾಡುವುದು ಹೇಗೆ ? ನೀವು ಎಲ್ಲಿರುತ್ತೀರಿ ?"

"ಸದ್ಯಕ್ಕೆ ಅದನ್ನು ನಿರ್ಧಾರ ಮಾಡುವಂತಿಲ್ಲ. ಆದರೆ ಆಗತ್ಯಬಿದ್ದರೆ, ನಾವೇ ಒಬ್ಬ ನಂಬಿಕೆಯವನನ್ನು ನಿನ್ನ ಬಳಿಗೆ ಕಳಿಸುತ್ತೇವೆ. ನಿನ್ನ ಕೆಲಸ ಮಾತ್ರ ಸದಾ ನಡೆಯುತ್ತಲೇ ಇರಬೇಕು. ಧನನಂದನ ವಿರುದ್ಧವಾಗಿ, ಚಂದ್ರಗುಪ್ತನ ಪರವಾಗಿ ಸೇನೆಯಲ್ಲಿ ಮಾತ್ರವಲ್ಲ, ಜನರಲ್ಲೂ ಅಭಿಪ್ರಾಯ ಮೂಡಿಸಬೇಕು. ನಿರ್ಣಾಯಕ ಸಂದರ್ಭ ಬಂದಾಗ ಅದರಿಂದ ಅಮೂಲ್ಯವಾದ ಪ್ರಯೋಜನವಾಗಬಹುದು."

"ಆಗಲಿ, ಎಲ್ಲ ನೀನಂದುಕೊಂಡಂತೆಯೇ ನಡೆಯುತ್ತದೆ."

★ ★ ★

ಅಲ್ಲಿಂದ ಚರಣ ಚಂದ್ರಗುಪ್ತನ ತಾಯಿ ಶಿವಾಲಿಯ ಮನೆಗೆ ಬಂದ. ಅವಳು ನಾಳೆ ಮುಂಜಾನೆಯೇ ಹೊರಡುವಂತೆ ಹೇಳಿದ. ಅದಕ್ಕೆ ಈಗಾಗಲೇ ಎಲ್ಲ ವ್ಯವಸ್ಥೆಯನ್ನೂ ಮಾಡಿದ್ದ.

"ಬೆಳಿಗ್ಗೆ ಇನ್ನೂ ಕತ್ತಲಿರುವಾಗಲೇ, ಒಬ್ಬ ಗಾಡಿಯವನು ಮತ್ತು ಇನ್ನೊಬ್ಬ ಬರುತ್ತಾರೆ. ನೀವು ಕೂಡಲೇ ಹೊರಟುಬಿಡಿ. ತೀರ ಅಗತ್ಯವಾದ ವಸ್ತುಗಳು ಮತ್ತು ಅಮೂಲ್ಯವಾದ ವಸ್ತುಗಳೇನಾದರೂ ಇದ್ದರೆ, ಅವನ್ನು ಮಾತ್ರ ತೆಗೆದುಕೊಳ್ಳಿ. ಚಿಂತಿಸಬೇಕಾಗಿಲ್ಲ, ನಗರದ ಮಹಾದ್ವಾರದ ಕಾವಲುಗಾರ ನಮ್ಮವನೇ ಇರುತ್ತಾನೆ. ಸಂಜೆಯ ವೇಳೆಗೆ ನೀವು ಸಹದೇವನ ಹೆಂಡತಿಯ ಗ್ರಾಮ ಪುರುಷಪುರದಲ್ಲಿರುತ್ತೀರಿ."

ಎರಡು ಕ್ಷಣ ಬಿಟ್ಟು ಶಿವಾಲಿ ಕೇಳಿದಳು, "ಚರಣ, ಮತ್ತೆ ಏನೂ ತೊಂದರೆ ಯಾಗುವುದಿಲ್ಲ ತಾನೆ ?"

"ಇಲ್ಲಮ್ಮ. ನಾನು ಬಹಳ ದಿನ ತೆಗೆದುಕೊಂಡು, ಬಹಳ ಎಚ್ಚರಿಕೆಯಿಂದ ಎಲ್ಲ ವ್ಯವಸ್ಥೆ ಮಾಡಿದ್ದೇನೆ."

"ನನಗಂತೂ ಚಂದ್ರಗುಪ್ತನನ್ನು ಎಷ್ಟು ಹೊತ್ತಿಗೆ ನೋಡುತ್ತೇನೋ ಎಂದು ಮನಸ್ಸು ಕಾತರಿಸುತ್ತಿದೆ."

"ಬುದ್ಧ ಜಯಂತಿಯ ಮಾರನೆಯ ದಿನ, ಚಂದ್ರಗುಪ್ತ ನಿಮ್ಮ ಎದುರಿನಲ್ಲಿರುವನೆಂದು ನಾನು ಭರವಸೆ ನೀಡುತ್ತೇನೆ."

"ಮಿತ್ರನಾಗಿ ನೀನು ಎಷ್ಟು ತೊಂದರೆ ಪಡುತ್ತಿರುವೆಯೋ ?"

"ಬರೀ ಮಿತ್ರನಾಗಿ ಮಾತ್ರ ಅಲ್ಲ, ಇಡೀ ಮಗಧಕ್ಕಾಗಿ ಎಂದು ಹೇಳಿ. ನನ್ನ ಮಗಧಕ್ಕೆ ದುಷ್ಟರ ಕೈಗಳಿಂದ ಬಿಡುಗಡೆ ದೊರೆಯಬೇಕೆಂಬ ಸ್ವಾರ್ಥವೂ ಇದರಲ್ಲಿದೆ."

"ನಿನಗಿರುವ ಈ ಉದಾತ್ತ ಸ್ವಾರ್ಥ ಎಲ್ಲರಲ್ಲೂ ಇದ್ದುಬಿಟ್ಟರೆ ಮಗಧದ ಅದೃಷ್ಟ ಚಕ್ರ ಮತ್ತೆ ಹೊರಳುತ್ತದೆ ಚರಣ."

"ಹೊರಳಿಸಬೇಕಮ್ಮ. ಚಂದ್ರಗುಪ್ತನೇ ಅದರ ಸೂತ್ರಧಾರನಾಗಬೇಕು."

"ಅದು ನನ್ನ ಮಗನ ಅದೃಷ್ಟ"

"ಅದೃಷ್ಟವಲ್ಲ, ಅಗತ್ಯ. ಚಂದ್ರಗುಪ್ತ ಸಾಮಾನ್ಯನಲ್ಲ, ಅವನು ಆಳಲೆಂದೇ ಹುಟ್ಟಿದವನೆಂದು ನನ್ನ ಭಾವನೆ. ತನ್ನ ಸಣ್ಣ ಅಧಿಕಾರದಲ್ಲಿ ಅವನು ಪ್ರತಿದಿನ, ಪ್ರತಿಕ್ಷಣ ಎಷ್ಟು ಸಂಕಟಪಡುತ್ತಿದ್ದ ಗೊತ್ತೆ? ರಾಣಿಯಾಗಿದ್ದ ನನ್ನ ತಾಯಿ, ಯಾವುದೋ ಊರಿನಲ್ಲಿ ಸಾಮಾನ್ಯಳಂತೆ ಬದುಕುವಂತಾಯಿತಲ್ಲಾ, ಎಂದು ಎಷ್ಟು ನೋಯುತ್ತಿದ್ದನೆಂದು ನನಗೆ ಚೆನ್ನಾಗಿ ಗೊತ್ತು. ಇಲ್ಲಿಯ ದುರಾಡಳಿತವನ್ನು ನೋಡಿ ನೋಡಿ ಸಿಡಿಯುತ್ತಿದ್ದ, ಜನರ ಸಂಕಷ್ಟಗಳಿಗಾಗಿ ನಿತ್ಯ ಮರುಗುತ್ತಿದ್ದ. 'ಚರಣ, ಮೊದಲು ನಾನು ನನ್ನ ಪಿಪ್ಪಲಿವನದ ಅಧಿಕಾರ ಮಾತ್ರ ಸಿಕ್ಕರೆ ಸಾಕೆಂದುಕೊಂಡಿದ್ದೆ. ಅಷ್ಟು ಸಾಲದು. ಈಗ ಮಗಧ ಸಾಮ್ರಾಜ್ಯದ ಚಕ್ರವರ್ತಿಯಾಗಲೇಬೇಕೆಂದು ಆಸೆಯಾಗುತ್ತಿದೆ. ಸಾಧ್ಯವಾದರೆ ಇಡೀ ಆರ್ಯಾವರ್ತವನ್ನೇ ಆಳಬೇಕು. ಮರೆತು ಹೋಗಿರುವ ಧರ್ಮ, ನೀತಿಗಳನ್ನು ಮತ್ತೆ ಸ್ಥಾಪಿಸಬೇಕು. ಪ್ರಜೆಗಳು ನೆಮ್ಮದಿಯಿಂದ ಬದುಕುವಂತೆ ಮಾಡಬೇಕು' ಎಂದು ನನ್ನ ಬಳಿ ಮತ್ತೆ ಮತ್ತೆ ಹೇಳುತ್ತಿದ್ದ. ತಾನು ರಾಜನಾಗಿ ಸುಖ ವೈಭವದಿಂದ ಬಾಳಬೇಕೆಂಬ ಸ್ವಾರ್ಥಭಾವನೆಯಿಂದ ಎಂದೂ ಮಾತಾಡಿದವನಲ್ಲ, ಪ್ರಜೆಗಳಿಗಾಗಿ ಮರುಗುವ, ಧರ್ಮನೀತಿಯಿಂದ ನಡೆಯುವ ಅಂಥ ಚಕ್ರವರ್ತಿ ಮಗಧಕ್ಕೆ ಬೇಕು ತಾಯಿ. ಅದು ಸಾಧ್ಯವಾಗಬೇಕು, ಸಾಧ್ಯವಾಗಬೇಕು."

"ನಿನ್ನಂಥ ಮಿತ್ರರಿರುವಾಗ ಏಕೆ ಸಾಧ್ಯವಾಗುವುದಿಲ್ಲ?"

"ಸರಿ, ನಾನು ಬರುತ್ತೇನೆ. ನಾಳೆ ಹೊರಡುವುದನ್ನು ಮರೆಯಬೇಡಿ" ಎಂದು ಚರಣ ಶಿವಾಲಿಯ ಪಾದಮುಟ್ಟಿ ನಮಸ್ಕರಿಸಿದ.

"ಹೋಗಿ ಬಾ ಮಗು. ನೀವು ಹಿಡಿದ ಕಾರ್ಯ ಯಶಸ್ವಿಯಾಗಲಿ" ಎಂದು ಹೃದಯಪೂರ್ವಕವಾಗಿ ಹಾರೈಸಿ ಶಿವಾಲಿ ಅವನನ್ನು ಬೀಳ್ಕೊಟ್ಟಳು. ನಂತರ ಮರುದಿನದ ಪ್ರಯಾಣಕ್ಕೆ ಸಿದ್ಧತೆಗಳನ್ನು ಮಾಡಿಕೊಳ್ಳತೊಡಗಿದಳು.

★ ★ ★

ಚರಣ ನಂದಿಕೇಶನ ಮನೆಗೆ ಬಂದಾಗ ಬೆಳಗಿನ ಜಾವ. ಅವನೂ ನಿದ್ರೆ ಮಾಡದೆ ಕಾದಿದ್ದ. ಇಬ್ಬರೂ ಬೆಳಗಾಗುವವರೆಗೂ ಚರ್ಚೆಮಾಡಿದರು. ತಮ್ಮ ಯೋಜನೆಯಲ್ಲಿ ಎಲ್ಲೂ ಬಿರುಕಿಲ್ಲವೆಂಬುದನ್ನು ಮತ್ತೆ ಮತ್ತೆ ಪರಿಶೀಲಿಸಿಕೊಂಡರು. ಸೆರೆಯಲ್ಲಿರುವ ಚಂದ್ರಗುಪ್ತನಿಗೆ ಸುದ್ದಿ ತಿಳಿದಿದೆಯೆಂಬುದನ್ನು ಖಚಿತಪಡಿಸಿಕೊಂಡರು. ತಮ್ಮ ಕುಟುಂಬವನ್ನು ಅವರು ಸುರಕ್ಷಿತವಾದ ಬೇರೆ ಊರುಗಳಿಗೆ ಕಳಿಸಿಬಿಟ್ಟಿದ್ದರು. ಹಾಗೆ ನೋಡಿದರೆ ನಂದಿಕೇಶನಿಗೆ ಕುಟುಂಬವೇ ಇಲ್ಲ, ಒಬ್ಬಂಟಿ. ಮೂರುದಿನ ಕೆಲಸದ ಮೇಲೆ ಬರುವುದಿಲ್ಲವೆಂದು ಹೇಳಿ ಸೇನಾಧ್ಯಕ್ಷರಿಂದ ಅನುಮತಿ ಪಡೆದಿದ್ದರು.

ಮಾತುಕತೆ ಮುಗಿಯುವ ವೇಳೆಗೆ ಬೆಳಗಾಗುತ್ತಿರುವ ಸೂಚನೆ ಕಂಡಿತು. ಚರಣ ಮೇಲೆದ್ದ "ನಾನಿನ್ನು ಬರುತ್ತೇನೆ. ಮಧ್ಯಾಹ್ನದವರೆಗೂ ನಿದ್ರೆ ಮಾಡೋಣ. ಇನ್ನೆರಡು ದಿನ ನಿದ್ರೆ ಮಾಡುವುದು ಸಾಧ್ಯವಾಗುವುದೋ, ಇಲ್ಲವೋ" ಎಂದು ಹೊರಟ.

ಅವನು ಹೋದ ನಂತರ ಬಾಗಿಲು ಭದ್ರಪಡಿಸಿ ನಂದಿಕೇಶ ತಾನೂ ಮಲಗಲು ಹೋದ.

## ೮

ಬುದ್ಧ ಜಯಂತಿಯ ದಿನ ಬಂತು. ಪಾಟಲೀಪುತ್ರದ ಬೀದಿಗಳಲ್ಲಿ ಬೌದ್ಧ ಭಿಕ್ಷುಗಳು, ಶಿಷ್ಯರ, ಗೃಹಸ್ಥರ ಸಡಗರದ ಓಡಾಟ ಕಾಣುತ್ತಿತ್ತು. ವಿಹಾರದಲ್ಲಿ ವಿಶೇಷ ಕಾರ್ಯಕ್ರಮಗಳ ವ್ಯವಸ್ಥೆ ನಡೆಯುತ್ತಿತ್ತು. ಚಂದನದಾಸನ ಮನೆಯಲ್ಲಿ ಪ್ರತಿವರ್ಷ ಈ ಹಬ್ಬವನ್ನು ಅತ್ಯಂತ ಸಂಭ್ರಮದಿಂದ, ಅಷ್ಟೇ ಶ್ರದ್ಧಾ ಭಕ್ತಿಗಳಿಂದ ಆಚರಿಸಲಾಗುತ್ತಿತ್ತು. ನಡುರಾತ್ರಿಯವರೆಗೂ ಪೂಜೆ, ಪ್ರಾರ್ಥನೆ, ಪ್ರವಚನ ಇತ್ಯಾದಿ ಕಾರ್ಯಕ್ರಮಗಳು ನಡೆಯುತ್ತಿದ್ದವು. ಬಹಳ ಜನ ಬೌದ್ಧ ಗೃಹಸ್ಥರೇ ಅಲ್ಲದೆ, ಅವನಿಗೆ ಆಪ್ತರಾದ ಬೇರೆಯವರೂ ಭಾಗವಹಿಸುತ್ತಿದ್ದರು.

ಚಕ್ರವರ್ತಿ ಧನನಂದ ಸುಗಂಧಿಯ ಸಮಾಗಮದ ನಿರೀಕ್ಷೆಯ ಸಂಭ್ರಮದಲ್ಲಿದ್ದ. ಪ್ರಮದೋದ್ಯಾನವನ್ನು ವಿಶೇಷವಾಗಿ ಸಿಂಗರಿಸಿಲು ಹೇಳಿದ್ದ. ಜೊತೆಗೆ ತನ್ನ ಮನ್ಮಥ ಲೀಲೆಗೆ ಮೀಸಲಾದ ಪ್ರತ್ಯೇಕ ಭವನದಲ್ಲಿ ವೈಭವದ ಸಿದ್ಧತೆಗಳಿಗೂ ಆದೇಶ ನೀಡಿದ್ದ. ಈಗ ಸುಗಂಧಿಯನ್ನು ಬಿಟ್ಟು ಅವನಿಗೆ ಬೇರೆ ಏನೂ ಕಾಣುತ್ತಿರಲಿಲ್ಲ.

ಆ ವಿಷಯ ತಿಳಿದು ಧನನಂದನ ದೌರ್ಬಲ್ಯದ ಬಗ್ಗೆ ರಾಕ್ಷಸ ಬೇಸರ ಪಟ್ಟುಕೊಂಡ. ಆದರೆ ಅವನು ಬದಲಾಗುವುದಾಗಲಿ, ತಾನು ಬದಲಾಯಿಸುವುದಾಗಲಿ ಸಾಧ್ಯವಿಲ್ಲವೆಂಬ ಅರಿವಿನಿಂದ ಸುಮ್ಮನಾದ. ಸಂಜೆ ಚಂದನದಾಸನ ಮನೆಗೆ ಹೋಗಬೇಕೆಂಬುದನ್ನು ಮೊದಲೇ ನೆನಪು ಮಾಡಿಕೊಂಡ.

ಸುಗಂಧಿ ಮತ್ತು ಮಂಗಳೆ ಅರಮನೆಗೆ ಹೋಗುವುದು, ಅಲ್ಲಿ ಹೇಗೆ ನಡೆದುಕೊಳ್ಳುವುದು ಇತ್ಯಾದಿ ಚರ್ಚಿಸಿ, ಚರಣನ ಕೆಲಸ ಸುಗಮವಾಗಿ ನೆರವೇರಲಿ ಎಂದು ಹಾರೈಸಿದರು.

ಶ್ರೀಯಕ ಹಿಂದಿನ ದಿನವೇ ಸುಗಂಧಿಯನ್ನು ಕಂಡು ಮರುದಿನ ಅವಳು ಅರಮನೆಗೆ ಬರುವುದನ್ನು ಖಚಿತಪಡಿಸಿಕೊಂಡು ಬಂದಿದ್ದ. ಚಕ್ರವರ್ತಿ ಇದರಿಂದ ತನ್ನ ಬಗ್ಗೆ ಪ್ರಸನ್ನನಾಗುತ್ತಾನೆ, ಅವನ ಈ ದೌರ್ಬಲ್ಯವನ್ನು ಇನ್ನಷ್ಟು ಮತ್ತಷ್ಟು ಬಳಸಿಕೊಂಡು ತಾನು ಹೇಗೆ ತನ್ನ ಮಹತ್ವಾಕಾಂಕ್ಷೆಯ ಒಂದೊಂದೇ ಮೆಟ್ಟಿಲನ್ನು ಏರಬಹುದೆಂದು ಯೋಚಿಸುತ್ತಿದ್ದ.

ಚಂದ್ರಗುಪ್ತನ ತಾಯಿ ಶಿವಾಲಿ ಸುರಕ್ಷಿತವಾಗಿ ಪಾಟಲೀಪುತ್ರವನ್ನು ಬಿಟ್ಟಿದ್ದಳು. ಚರಣ ಮತ್ತು ನಂದಿಕೇಶ ರಾತ್ರಿಯ ಕಾರ್ಯಾಚರಣೆಗೆ ಎಲ್ಲ ಸಿದ್ಧತೆಗಳೂ ಸರಿಯಾಗಿ ಆಗಿವೆಯೇ, ಎಂಬುದನ್ನು ಖಚಿತಪಡಿಸಿಕೊಂಡರು.

ಸೆರೆಮನೆಯಲ್ಲಿ ಚಂದ್ರಗುಪ್ತ ಮತ್ತು ಅವನ ಮಿತ್ರರೂ ರಾತ್ರಿಗಾಗಿ ಕಾತರದಿಂದ ಕಾಯುತ್ತಿದ್ದರು. ತಮ್ಮ ಬಿಡುಗಡೆಯ ಕನಸಿನಲ್ಲಿ ಅವರು ಇಡೀ ರಾತ್ರಿ ನಿದ್ರೆ ಮಾಡಿರಲಿಲ್ಲ.

ಹಗಲು ಕಳೆಯಿತು. ಸಂಜೆಯಾಯಿತು, ರಾತ್ರಿಯಾಯಿತು, ರಾತ್ರಿಯೂ ನಿಧಾನವಾಗಿ ಸಾಗಿತು. ಅರ್ಧರಾತ್ರಿಯ ಸಮಯವೂ ಬಂತು. ಬೌದ್ಧ ವಿಹಾರದಲ್ಲಿ ಬುದ್ಧ ಜಯಂತಿಯ ಪ್ರಾರ್ಥನೆ ನಡೆಯುತ್ತಿದೆ. ಎಲ್ಲ ತನ್ಮಯರಾಗಿದ್ದಾರೆ. ಇದ್ದಕ್ಕಿದ್ದಂತೆ ಗಲಭೆಯಾಯಿತು. ನೂರಿನ್ನೂರು ಜನ ಮುಸುಕುಧಾರಿಗಳು ಆಯುಧಗಳನ್ನು ಹಿಡಿದು ಹಠಾತ್ತನೆ ಒಳಗೆ ನುಗ್ಗಿದರು. ಯಾರು, ಏನು ಎಂದು ಅವರು ಎಚ್ಚೆತ್ತುಕೊಳ್ಳುವ ಮೊದಲೇ ಆಕ್ರಮಣಕಾರರ ಏಟುಗಳಿಗೆ ತತ್ತರಿಸಿ ಕೆಳಗೆ ಬಿದ್ದರು. ವಸುಂಧರ ಯಾವುದೇ ಕಾರಣಕ್ಕೂ ಮಾತನಾಡದೆ ತನ್ನ ಧ್ವನಿ ಹೊರಬರದಂತೆ ಎಚ್ಚರವಹಿಸಿದ್ದ, ಆ ಗದ್ದಲದಲ್ಲಿ ಅವನು ಗುರುವನ್ನು ಹುಡುಕಿ ತನ್ನ ಕತ್ತಿಯಿಂದ ಅವನ ಎದೆಗೇ ಚುಚ್ಚಿದ. ಅವನು ಉರುಳಿಬಿದ್ದ. ಒಬ್ಬ ಹೇಗೋ ತಪ್ಪಿಸಿಕೊಂಡು ಅರಮನೆಗೆ ಸುದ್ದಿ ಕೊಡಲು ಓಡಿದ. ವಸುಂಧರನ ಗುಂಪು ತನ್ನ ಕೆಲಸ ಮುಗಿಸಿ ಅಲ್ಲಿಂದ ಪರಾರಿಯಾಯಿತು.

ಕ್ಷಣಮಾತ್ರದಲ್ಲಿ ಆ ವಿಹಾರ ಯುದ್ಧ ಮುಗಿದ ನಂತರದ ರಣರಂಗದಂತೆ ಕಾಣುತ್ತಿತ್ತು. ಗುರು ಸತ್ತಿದ್ದ, ಉಳಿದವರಲ್ಲಿ ಬಹಳ ಜನ ಮರಣಾಂತಿಕ ಪೆಟ್ಟು ತಿಂದು ಬಿದ್ದು ನರಳುತ್ತಿದ್ದರು. ಏಟು ಬೀಳದೆ ಪಾರಾದವರು ಬಹಳ ಕಡಿಮೆ ಜನ. ಅವರು ದುಃಖಿಸುತ್ತ ದಿಗ್ಭ್ರಾಂತಿಯಿಂದ ಕುಸಿದು ಕುಳಿತರು.

ಇತ್ತ ಸೆರೆಮನೆಯ ಮುಂಭಾಗದ ವಿಶಾಲವಾದ ಬಯಲಿನಲ್ಲಿ ಆನೆಗಳು ಮತ್ತು ಕುದುರೆಗಳ ಲಾಯಗಳಿದ್ದವು. ಸೆರೆಮನೆಯಲ್ಲಿ ನಡುರಾತ್ರಿಯ ಪಾಳಿ ಬದಲಾಗಿ, ಮೊದಲ ಕಾವಲುಗಾರರು ಕೆಲಸವಹಿಸಿ ಹೊರಗೆ ಹೋಗಿ ಸ್ವಲ್ಪ ಹೊತ್ತಾಗಿತ್ತು. ಇದ್ದಕ್ಕಿದ್ದಂತೆ ಕುದುರೆ ಲಾಯದ ಬಳಿಯ ಹುಲ್ಲಿನ ಸಂಗ್ರಹಕ್ಕೆ ಬೆಂಕಿ ತಗುಲಿತು. ಅದು ಧಗಧಗ ಉರಿಯುತ್ತಿರುವಾಗ ಕೋಲಾಹಲವುಂಟಾಯಿತು. ''ಬೆಂಕಿ ! ಬೆಂಕಿ !'' ಎಂದು ಅರಚುತ್ತ ಲಾಯದ ಕಾವಲುಗಾರರು ''ಆರಿಸಿ, ನೀರು ತನ್ನಿ'' ಎಂದು ಕೂಗುತ್ತ ಗಡಿಬಿಡಿಯಿಂದ ಓಡಾಡತೊಡಗಿದ್ದರು. ಅಷ್ಟರಲ್ಲಿ ಯಾರೋ ಒಬ್ಬ ''ಕುದುರೆಗಳಿಗೆ ಅಪಾಯವಾಗುತ್ತದೆ, ಅವನ್ನು ಮೊದಲು ಬಿಚ್ಚಿಬಿಡಿ'' ಎಂದು ಕೂಗಿಕೊಂಡ. ಕೆಲವರು ಕುದುರೆಗಳನ್ನು ಬಿಚ್ಚಿ ಓಡಿಸತೊಡಗಿದರು.

ಸೆರೆಮನೆಯ ಒಳಗೆ ಹೊರಗಿನ ಬೆಂಕಿಯ ಸುದ್ದಿ ಹಬ್ಬಿ ಅಲ್ಲಿಯ ಕಾವಲುಗಾರರು ನೆರವಿಗಾಗಿ ಧಾವಿಸತೊಡಗಿದರು. ಆ ಗಲಿಬಿಲಿಯಲ್ಲಿ ಚರಣನ ಕಡೆಯ ಒಬ್ಬ ಚಂದ್ರಗುಪ್ತನ ಕೋಣೆಯ ಬೀಗ ತೆಗೆದ, ಕಾದಿದ್ದ ಅವರು ತಕ್ಷಣ ಹೊರಬಂದರು. ಕಾವಲುಗಾರರ ಆಯುಧಗಳು ಕೈಗೆ ಸಿಕ್ಕಿದವು. ಅವುಗಳನ್ನು ಹಿಡಿದು ಹೊರಗೆ ನುಗ್ಗಿದರು. ಅನಿರೀಕ್ಷಿತವಾಗಿ ಬೇರೆ ಕಾವಲುಗಾರರು ''ತಪ್ಪಿಸಿಕೊಳ್ಳುತ್ತಿದ್ದಾರೆ, ಹಿಡಿಯಿರಿ'' ಎಂದು ಅಡ್ಡ ನುಗ್ಗಿದರು. ಆದರೆ ಅವರೆಲ್ಲ ಚಂದ್ರಗುಪ್ತ ಮತ್ತು ಅವನ ಮಿತ್ರರ ಖಡ್ಗಗಳಿಗೆ ಬಲಿಯಾದರು.

ಹೊರಬಂದಾಗ, ಬೆಂಕಿ ಆರಿಸುವ ಗಡಿಬಿಡಿಯಲ್ಲಿದ್ದ ಕಾವಲು ಸೈನಿಕರ ಕಣ್ತಪ್ಪಿಸಿ, ಇನ್ನೊಂದು ಕಡೆಯಿಂದ ಬರುವ ವೇಳೆಗೆ ಚರಣ ಮತ್ತು ನಂದಿಕೇಶ, ತುಸುದೂರದಲ್ಲಿ ತಮಗೆ ಅಗತ್ಯವಾದಷ್ಟು ಕುದುರೆಗಳನ್ನು ನಿಲ್ಲಿಸಿಕೊಂಡು ಕಾದಿರುವುದು ಕಂಡಿತು. ಎಲ್ಲ ಕುದುರೆಯೇರಿದರು. ಬೇಕೆಂದೇ ಅವರು ನಗರದ ಪೂರ್ವದ್ವಾರದತ್ತ ನುಗ್ಗಿ, ಅಲ್ಲಿಯ ಕಾವಲಿನವರನ್ನು ಕೊಂದು, ನಂತರ ಪಶ್ಚಿಮದ ಕಡೆಗೆ ಪಲಾಯನ ಮಾಡಿದರು.

ಇತ್ತ ಬೌದ್ಧ ವಿಹಾರದ ಶಿಷ್ಯ ಅರಮನೆಯ ಬಾಗಿಲಿಗೆ ಬರುವ ವೇಳೆಗೆ, ಸೆರೆಮನೆಯ ಕಾವಲಗಾರನೊಬ್ಬ ಓಡಿಬಂದಿದ್ದ. ಇಬ್ಬರೂ ಭಯ ಆತಂಕಗಳಿಂದ ಏದುಸಿರು ಬಿಡುತ್ತಿದ್ದರು. ಧಾರಾಕಾರವಾಗಿ ಸುರಿದ ಬೆವರಿನಿಂದ ಸಂಪೂರ್ಣ ನೆನೆದುಹೋಗಿ ಅವರ ಬಟ್ಟೆಗಳು ಮೈಗೆ ಅಂಟಿಕೊಂಡಿದ್ದವು. ಹೊರಬಾಗಿಲಲ್ಲೇ ಅವರನ್ನು ದ್ವಾರಪಾಲಕ ತಡೆದ. ಬೌದ್ಧ ವಿಹಾರದಲ್ಲಿ ನರಮೇಧ ನಡೆದದ್ದನ್ನು ಶಿಷ್ಯ ಹೇಳಿದ. ಚಂದ್ರಗುಪ್ತ ಮತ್ತು ಅವನ ಮಿತ್ರರು ಸೆರೆಮನೆಯಿಂದ ತಪ್ಪಿಸಿಕೊಂಡು ಹೋದ ವಿಷಯವನ್ನು ಕಾವಲುಗಾರ ಹೇಳಿದ. ತಕ್ಷಣ ಚಕ್ರವರ್ತಿಗಳನ್ನು ಭೇಟಿ ಮಾಡಲು ಅವರು ಅವಸರಪಡಿಸಿದರು. ಆದರೆ ಸುಗಂಧಿಯ ಜೊತೆಯ ಸುಖಕ್ಕೆ ಅಡ್ಡಿಯಾಗಿ ರಸಭಂಗವಾಗಬಾರದೆಂದು ಧನನಂದ, ಎಂಥದೇ ವಿಷಯವಾದರೂ, ಯಾರೇ ಬಂದರೂ ಒಳಗೆ ಬಿಡಬಾರದೆಂದು ಕಟ್ಟಪ್ಪಣೆ ಮಾಡಿದ್ದ. ಅವನ ಆಜ್ಞೆಯನ್ನು ಮೀರುವಂತೆಯೂ ಇರಲಿಲ್ಲ, ಈಗ ನಡೆದಿರುವ ಅನಾಹುತದ ಸುದ್ದಿಯನ್ನು ತಿಳಿಸದೆ ಸುಮ್ಮನಿರುವಂತೆಯೂ ಇರಲಿಲ್ಲ. ಒಂದುಕ್ಷಣ ಗೊಂದಲದಲ್ಲಿ ಬಿದ್ದ ದ್ವಾರಪಾಲಕ ಅಮಾತ್ಯ ರಾಕ್ಷಸನನನ್ನು ಕಾಣುವಂತೆ ಸಲಹೆ ನೀಡಿದ.

ಅವರು ಅಲ್ಲಿಂದ ರಾಕ್ಷಸನಭವನಕ್ಕೆ ಓಡಿದರು. ಅವನು ಚಂದನದಾಸನ ಮನೆಯಲ್ಲಿರುವ ವಿಷಯ ತಿಳಿಯಿತು. ಅಲ್ಲಿಗೆ ಹೋಗಿ ಅವನನ್ನು ಕಂಡು ವಿಷಯ ತಿಳಿಸಿದಾಗ ಅವನು ಹೌಹಾರಿದ. ಒಂದುಕ್ಷಣ ದಿಗ್ಭ್ರಮೆ ಹಿಡಿದಂತಾಯಿತು. ಕೂಡಲೇ ಅಲ್ಲಿಂದ ಹೊರಟ. ಕರ್ತವ್ಯದ ಮೇಲಿರುವ, ವಿಶ್ರಾಂತಿಯಲ್ಲಿರುವ, ಪಾಳಿ ಮುಗಿಸಿದ ಎಲ್ಲ ಸೈನಿಕರು ಮತ್ತು ಸೇನಾನಾಯಕರಿಗೂ ತುರ್ತು ಸಂದೇಶ ಕಳಿಸಿದ. ಅವರು ಬಂದು ಸೇರಲು ಸ್ವಲ್ಪ ಹೊತ್ತಾಯಿತು. ಅವರೊಂದಿಗೆ ತಾನು ಕುದುರೆಯೇರಿ ಮೊದಲು ಸೆರೆಮನೆಗೆ ಹೋದ. ಅಲ್ಲಿ ನಾಲ್ಕಾರು ಹೆಣಗಳು ಬಿದ್ದಿದ್ದವು. ಉಳಿದ ಕಾವಲುಗಾರರು ಬೆದರಿ ನಡುಗುತ್ತಿದ್ದರು. ಲಾಯದಲ್ಲಿ ಬೆಂಕಿಬಿದ್ದು, ಅದನ್ನು ಆರಿಸಲು ಕೆಲವರು ಅತ್ತ ಹೋಗಬೇಕಾಯಿತೆಂದು ಒಬ್ಬ ವಿವರಿಸಿದ.

ಲಾಯದ ಬಳಿಗೆ ಹೋದಾಗ ಒಣ ಹುಲ್ಲಿನ ಸಂಗ್ರಹ ನಷ್ಟವಾಗಿತ್ತು. ಲಾಯವೆಲ್ಲ ಸುಟ್ಟು ಕರಕಲಾಗಿತ್ತು. ಕೆಲವು ಕುದುರೆಗಳು ಗಾಯಗೊಂಡಿದ್ದವು. ಚಂದ್ರಗುಪ್ತ ಮತ್ತು ಅವನ ಕಡೆಯವರು ಕೆಲವು ಕುದುರೆಗಳನ್ನು ತೆಗೆದುಕೊಂಡು ಪಲಾಯನ ಮಾಡಿದ ವಿಷಯ ತಿಳಿಯಿತು.

ಅಲ್ಲಿಂದ ವಿಹಾರಕ್ಕೆ ಬಂದಾಗ, ಅಲ್ಲಿನ ದೃಶ್ಯವನ್ನು ಕಂಡು ರಾಕ್ಷಸನಿಗೆ ಬಹಳ ಸಂಕಟವಾಯಿತು. ಪ್ರಭಾಕರ ಅಲ್ಲಿಯೇ ಇದ್ದ. ತಕ್ಷಣ ರಾಕ್ಷಸನಿಗೆ, ಇದು ಮರಣದಂಡನೆಗೆ ಗುರಿಯಾದ ಚಿದಂಬರನ ಮಗ ವಸುಂಧರನ ಕೆಲಸವೇ ಇರಬೇಕೆಂದು ಅನ್ನಿಸಿತು. ಅವನಿಗಾಗಿ ವಿಚಾರಿಸಿದ. ಅವನು ಮೂರು ದಿನ ಮೊದಲೇ ಕುಟುಂಬದೊಡನೆ ಕಾಶೀಯಾತ್ರೆಗೆ ಹೋದ ವಿಷಯ ತಿಳಿಯಿತು. ಇದೇ ಸಮಯವೆಂದುಕೊಂಡು ಪ್ರಭಾಕರ ಹೇಳಿದ, ''ಬಹುಶಃ ಇದು ಶತ್ರುಗಳ ಕೈವಾಡವಿರಬೇಕು.''

''ಶತ್ರುಗಳ ಕೈವಾಡವೇ ?'' ರಾಕ್ಷಸ ಚಿಂತೆಯಿಂದ ಕೇಳಿದ.

“ಹೌದು ಅಮಾತ್ಯರೆ, ಅವರೆಲ್ಲ ಪರ್ವತರಾಜ್ಯದವರಂತಿದ್ದರು, ಎಂದು ಜನ ಗುಸುಗುಸು ಮಾತಾಡಿಕೊಳ್ಳುತ್ತಿದ್ದಾರೆ.”

“ಪರ್ವತರಾಜ ಇಂಥ ಕುಯುಕ್ತಿಯ ಕೆಲಸ ಮಾಡಿರಲಾರ. ತನ್ನ ತಂದೆಯ ಸಾವಿನ ಸೇಡು ತೀರಿಸಿಕೊಳ್ಳಲು ವಸುಂಧರ ಈ ನರಮೇಧ ನಡೆಸಿರುವ ಸಾಧ್ಯತೆ ಇದೆ.”

“ಆದರೆ ಚಂದ್ರಗುಪ್ತ ತಪ್ಪಿಸಿಕೊಂಡಿರುವನಲ್ಲ ಅಮಾತ್ಯರೆ? ಅವನನ್ನು ಬಿಡಿಸಿದ ತಂಡವೇ ಈ ಕೆಲಸವನ್ನೂ ಮಾಡಿರಬೇಕು.”

“ಈ ಬೌದ್ಧ ಗುರು, ಶಿಷ್ಯರಿಗೂ ಅವರಿಗೂ ಏನು ಸಂಬಂಧ?”

“ಚಿದಂಬರನಿಗೆ ಮರಣದಂಡನೆ ವಿಧಿಸಿದ ವಿಷಯ ಬಹುಶಃ ಅವರಿಗೆ ಗೊತ್ತಿರಬೇಕು. ಸಂದೇಹ ವಸುಂಧರನ ಮೇಲೆ ಬರುವಂತೆ, ಮತ್ತು ನಮ್ಮ ಗಮನ ಬೇರೆಡೆಗೆ ತಿರುಗಿ ಗೊಂದಲದಲ್ಲಿ ಬೀಳುವಂತೆ ಹಂಚಿಕೆ ಮಾಡಿರುವಂತೆ ಕಾಣುತ್ತಿದೆ.”

ರಾಕ್ಷಸನಿಗೆ ಅದೂ ಸಾಧ್ಯವೆನಿಸಿತು. ಅಷ್ಟರಲ್ಲಿ ಬದುಕುಳಿದ ಪೂರ್ವದ್ವಾರದ ಒಬ್ಬ ಕಾವಲುಗಾರ ಓಡಿಬಂದು, ಯಾರೋ ಐದು ಜನ ಅಶ್ವಾರೋಹಿಗಳು ಎಲ್ಲರನ್ನೂ ಕೊಂದು ನಾಗಾಲೋಟ ಹೂಡಿದರೆಂದು ಹೇಳಿದ, “ಹಾಗಾದರೆ ಅವರು ಪೂರ್ವದಿಕ್ಕಿನತ್ತಲೇ ಸಾಗಿರುತ್ತಾರೆ. ಪ್ರಭಾಕರ, ನೀನು ನಿನ್ನ ತಂಡದೊಡನೆ ಅವರನ್ನು ಬೆನ್ನಟ್ಟು” ಎಂದ ರಾಕ್ಷಸ.

“ಅಪ್ಪಣೆ” ಎಂದು ಪ್ರಭಾಕರ ತನ್ನ ಹಂಚಿಕೆ ಫಲಿಸಿತೆಂಬ ಸಮಾಧಾನದಿಂದ ಪೂರ್ವದಿಕ್ಕಿನ ಮಾರ್ಗದತ್ತ ಹೊರಟ. ಎಲ್ಲ ವ್ಯವಸ್ಥೆಗಳನ್ನು ಮುಗಿಸಿ ರಾಕ್ಷಸ ಖಿನ್ನವಾಗಿ ತನ್ನ ಭವನಕ್ಕೆ ಬಂದು, ತನ್ನ ಕೋಣೆಯನ್ನು ಸೇರಿ ಚಿಂತೆಯಲ್ಲಿ ಮುಳುಗಿಹೋದ.

ಅವನಿಗೆ ಮೊಟ್ಟಮೊದಲ ಸಲ ಸೋಲಿನ ಕಹಿಯ ಅನುಭವವಾಗಿತ್ತು. ‘ಚಂದ್ರಗುಪ್ತ ಮುಟ್ಟಿ ನೋಡಿಕೊಳ್ಳುವಂತೆ ನನ್ನ ಕೆನ್ನೆಗೆ ಅಪ್ಪಳಿಸಿ ಹೋದ! ಅವನೊಬ್ಬ ಸಾಮಾನ್ಯ ಸೇನಾನಾಯಕ ಎಂದು ಮಾತ್ರ ತಿಳಿದಿದ್ದೆ. ಹೆಚ್ಚೆಂದರೆ ದಂಗೆಯ ವ್ಯರ್ಥಪ್ರಯತ್ನ ಮಾಡಿದ ಅಮಾಯಕನೆಂದು ಭಾವಿಸಿದೆ. ಆದರೆ ಅವನು ಪಿಪ್ಪಲಿವನದ ರಾಜನಾಗಿದ್ದ ರವಿಗುಪ್ತಮೌರ್ಯನ ಮಗ ಚಂದ್ರಗುಪ್ತಮೌರ್ಯ ಎಂಬುದನ್ನು ಮರೆತಿದ್ದೆ. ಧನನಂದನೂ ಮರೆತುಬಿಟ್ಟ. ಸತ್ತು ಹೋದ ಸಿಂಹದ ಮರಿ ಬರೀ ಅಸಹಾಯಕ ಕುನ್ನಿಯಲ್ಲ, ಅದು ಬೆಳೆದು ತನ್ನ ಸ್ವಭಾವಕ್ಕೆ ಸಹಜವಾಗಿ ಘರ್ಜಿಸುತ್ತದೆ, ಎಂದು ಮೊದಲೇ ಯೋಚಿಸದೆ ಉದಾಸೀನ ಮಾಡಿದ್ದರ ಫಲ ಇದು.

‘ಹೌದು, ಆ ದಿನ ಸೆರೆಮನೆಯಲ್ಲಿ ಅವನು ರಾಜನ ಪಾತ್ರವನ್ನು ನಟಿಸುತ್ತಿದ್ದ. ಅದರಲ್ಲಿ ನನ್ನನ್ನೂ ಧನನಂದನನ್ನೂ ಪರಿಹಾಸ ಮಾಡುತ್ತಿದ್ದ. ಅವನು ಕುಳಿತಿದ್ದ ಠೀವಿ, ಅವನ ಮಾತಿನ ದರ್ಪ ಮರೆಯಲಾಗದಂತೆ ನನ್ನ ಮನಸ್ಸಿನಲ್ಲಿ ಅಚ್ಚೊತ್ತಿದೆ. ಅವನು ನನ್ನೆದುರಿಗೇ ನನ್ನನ್ನು ಅಷ್ಟು ಹಗುರವಾಗಿ ಪರಿಹಾಸ ಮಾಡಿದ್ದು ಒಂದು ಕ್ಷಣ ನನ್ನ ಕೋಪವನ್ನು ಕೆರಳಿಸಿತ್ತು. ಆದರೆ ಮರುಕ್ಷಣದಲ್ಲೇ, ಸೆರೆಯಲ್ಲಿ ಕೆಲವು ವರ್ಷ ಕೊಳೆತರೆ ಅವನ ಪರಿಹಾಸದ ಧ್ವನಿ ಉಡುಗಿಹೋಗುವುದೆಂದು ಯೋಚಿಸಿ ಅಯ್ಯೋ ಪಾಪ ಎಂದುಕೊಂಡಿದ್ದೆ. ಅದೇ ನಾನು ಮಾಡಿದ ತಪ್ಪು. ಅಷ್ಟು ಧೈರ್ಯವಿರುವ ಅವನು

ತನ್ನ ಬೆನ್ನ ಹಿಂದೆ ಯಾರದೋ ಬೆಂಬಲವಿರಿಸಿಕೊಂಡಿರಬಹುದೆಂದು ಊಹೆ ಮಾಡದೆ ನಾನು ತಪ್ಪು ಮಾಡಿದೆ. ನನ್ನ ಬುದ್ಧಿವಂತಿಕೆ ಏಕೆ ಕೈ ಕೊಟ್ಟಿತು. ಒಂದು ಕ್ಷಣ ಹಾಗೆ ಅನ್ನಿಸಿದ್ದರೆ, ಅವನನ್ನು ಕಠಿಣ ಕಾವಲಿನಲ್ಲಿ ಒಂಟಿಯಾಗಿ ಬಂಧಿಸಿಡಬಹುದಾಗಿತ್ತು.

'ಯಾರು ಅವನಿಗೆ ಬೆಂಬಲ ನೀಡಿದವರು ? ಪರ್ವತರಾಜ್ಯದವರಿರಬೇಕೆಂದು ಜನ ಮಾತಾಡಿಕೊಂಡರೆಂದು ಆ ಪ್ರಭಾಕರ ಹೇಳಿದ. ಅದು ಹೇಗೆ ಸಾಧ್ಯ ? ಪರ್ವತರಾಜ ಪೌರವನ ಬಳಿ ಪ್ರಬಲವಾದ ಸೇನೆಯಿದೆ. ಅದು ನಮ್ಮ ಸೈನ್ಯಕ್ಕಿಂತ ಸಂಖ್ಯೆಯಲ್ಲಿ ಕಡಿಮೆಯಿರಬಹುದು. ಆದರೆ ಅವನು ಕಳ್ಳಕಾಕರಂತೆ, ಹೀಗೆ ಗುಟ್ಟಾಗಿ ಒಳನುಸುಳಿ ಚಂದ್ರಗುಪ್ತನನ್ನು ಬಿಡಿಸಿಕೊಂಡು ಹೋಗುವ ನೀಚತನಕ್ಕೆ ಇಳಿಯುತ್ತಾನೆಯೇ ? ಒಂದು ವೇಳೆ ಆ ವೈದ್ಯ ಸುಮಂತನೇನಾದರೂ ಈ ಸಂಚಿನಲ್ಲಿ ಭಾಗಿಯಾಗಿರಬಹುದೆ ?

'ಛೆ ಇರಲಾರದು ! ಮುಖ ನೋಡಿದರೆ ಅವನು ಸಾತ್ವಿಕನಾದ ಸತ್ಯಶೀಲನೆಂದು ಅರ್ಥವಾಗುತ್ತದೆ. ಅಥವಾ ನಾನು ಈಗ ಮೋಸ ಹೋದಂತೆ ಅವನ ವಿಷಯದಲ್ಲೂ ಮೋಸ ಹೋಗಿದ್ದೇನೆಯೇ ? ಇದು ನಿಜವಾದರೆ ಆ ಶ್ರೀಯಕನ ಕುಹಕಕ್ಕೆ ಕೈಕಾಲು ಮೂಡುತ್ತವೆ. ಧನನಂದನ ಮನಸ್ಸಿನಲ್ಲಿ ನನ್ನ ವಿರುದ್ಧವಾಗಿ ವಿಷ ತುಂಬಲು ಅವನು ಕಾದು ಕುಳಿತಿದ್ದಾನೆ.

'ಯಾರೋ ಬಹಳ ಎಚ್ಚರಿಕೆಯಿಂದ ಯೋಜನೆಯನ್ನು ರೂಪಿಸಿದ್ದಾರೆ. ಧನನಂದ ಪ್ರಮದೋದ್ಯಾನದ ಅರಮನೆಯಲ್ಲಿ ಹೊಸ ಹೆಣ್ಣಿನೊಂದಿಗೆ ಲೋಲುಪ್ತಿಯಲ್ಲಿರುವಾಗ, ನಾನು ಬುದ್ಧ ಜಯಂತಿಯ ಸಂದರ್ಭವೆಂದು ಮಿತ್ರ ಚಂದನದಾಸನ ಮನೆಯಲ್ಲಿರುವಾಗ, ಅತ್ತ ವಿಹಾರದಲ್ಲಿ ಗಲಭೆಯೆಬ್ಬಿಸಿ, ಇತ್ತ ಲಾಯದಲ್ಲಿ ಬೆಂಕಿ ಹಾಕಿ ಗೊಂದಲವುಂಟುಮಾಡಿ ಚಂದ್ರಗುಪ್ತನನ್ನು ಬಿಡಿಸಿಕೊಂಡು ಹೋಗಿದ್ದಾರೆ. ಎಲ್ಲ ವಿಷಯ ಬಲ್ಲ ನಮ್ಮವರೇ ಯಾರೋ ಸಂಚು ಮಾಡಿರುವ ಸಾಧ್ಯತೆಯೂ ಇದೆ. ಹಾಗೆ ಮಾಡಿದ್ದರೆ ನನಗೆ ತಿಳಿಯುತ್ತಿರಲಿಲ್ಲವೆ ? ನನ್ನ ಗೂಢಚಾರರ ಗಮನಕ್ಕೂ ಬಾರದ ಹಾಗೆ ಕೆಲಸ ಮಾಡುವ ಬುದ್ಧಿವಂತರು ಯಾರು ? ಹೌದು, ಮೊದಲ ಸಲ ಅವರ ದಂಗೆಯ ಪ್ರಯತ್ನವನ್ನು ಆರಂಭದಲ್ಲೇ ಚಿವುಟಿ ಹಾಕಿದ್ದರಿಂದ ಅವರು ಬಹಳ ಎಚ್ಚರಿಕೆಯಿಂದ ಕೆಲಸ ಮಾಡಿರಬೇಕು. ಪರ್ವತರಾಜನ ಸೈನಿಕರೆಂದು ಏನು ಮಾಡಿದರೂ ನನ್ನ ಮನಸ್ಸು ಒಪ್ಪುತ್ತಿಲ್ಲ, ಇಲ್ಲಿಯವರೇ ಯಾರೋ ಚಂದ್ರಗುಪ್ತನ ಕಡೆ ಸೇರಿರಬೇಕು. ನಮ್ಮವರೇ, ನಮ್ಮ ಸೇನೆಯಲ್ಲಿರುವವರೇ ಇರಬೇಕು. ಆದರೆ ಅವರು ಯಾರು ?'

ಬೆಳಿಗ್ಗೆಯ ವೇಳೆಗೆ ಆ ಪ್ರಶ್ನೆಗೂ ಉತ್ತರ ಸಿಕ್ಕಿತು. ಚರಣ ಮತ್ತು ನಂದಿಕೇಶ ಕಾಣೆಯಾಗಿರುವ ವಿಷಯ ತಿಳಿಯಿತು. 'ಏನು ! ಚರಣ ಮತ್ತು ನಂದಿಕೇಶ ಇದರಲ್ಲಿ ಭಾಗಿಗಳಾಗಿದ್ದಾರೆಯೆ ! ಅಂದರೆ ಇದು ಹೊರಗಿನವರ ಕೆಲಸವಲ್ಲ, ಒಳಗಿನವರದೇ ! ಅದಕ್ಕೇ ನನಗೆ ಸುಳಿವು ಸಿಗಲಿಲ್ಲ, ಚರಣ ಇಷ್ಟೊಂದು ಬುದ್ಧಿವಂತನೆಂದು ನನಗೆ ಗೊತ್ತಿರಲಿಲ್ಲ, ಬೌದ್ಧ ವಿಹಾರದ ನರಮೇಧದ ಹಂಚಿಕೆ ಅವನದೇ. ವಸುಂಧರನ ಮೇಲೆ ಸಂದೇಹ ಬರುವಂತೆ ಅವನೇ ಉಪಾಯ ಮಾಡಿರುತ್ತಾನೆ' ಎಂದುಕೊಂಡು ಏನೋ ಯೋಚಿಸಿ, ಚಂದ್ರಗುಪ್ತನ ತಾಯಿ, ಚರಣ ಮತ್ತು ನಂದಿಕೇಶನ ಮನೆಯವರನ್ನು ಹಿಡಿದು ತರುವಂತೆ ಸೈನಿಕರಿಗೆ ಹೇಳಿ ಸ್ನಾನ ಮಾಡಲು ಹೋದ.

ಅವನು ಸ್ನಾನ ಪೂಜೆಗಳನ್ನು ಮುಗಿಸಿ ಅರಮನೆಗೆ ಹೋಗಲು ಸಿದ್ಧನಾಗಿ ಬರುವ ವೇಳೆಗೆ, ಯಾರೂ ಮನೆಯಲ್ಲಿಲ್ಲ, ಅವರು ಮೂರುದಿನಗಳ ಹಿಂದೆಯೇ ಎಲ್ಲಿಗೋ ಹೋದರೆಂದು ಸೈನಿಕರು ಸುದ್ದಿ ತಂದರು. 'ಭಲೆ !' ಎಂದುಕೊಂಡ ರಾಕ್ಷಸ. 'ಚಂದ್ರಗುಪ್ತ ಸೆರೆಯಾದ ದಿನದಿಂದ ಈ ಸಂಚು ಆರಂಭವಾಗಿದೆ. ಇಷ್ಟು ದಿನಗಳ ಕಾಲ ಎಚ್ಚರಿಕೆಯಿಂದ, ಜಾಣತನದಿಂದ ಕಾವು ಕೊಟ್ಟು ಈ ದಿನ ಮರಿಯಾಗಿದೆ. ಎಂಥ ಅಪಮಾನ ! ಈ ಅಮಾತ್ಯ ರಾಕ್ಷಸನ ಮುಖದ ಮೇಲೆ ಹೊಡೆದಂತೆ ಸಂಚುಗಾರರು ಗೆಲುವು ಸಾಧಿಸಿದರೆಂದರೆ ನನ್ನ ಪ್ರತಿಷ್ಠೆ ಏನಾಗಬೇಕು !' ಎಂದು ಹಲ್ಲು ಕಡಿದ.

ಅರಮನೆಗೆ ಬರುವ ವೇಳೆಗೆ ಸಂದರ್ಶನ ಶಾಲೆಯಲ್ಲಿ ಶ್ರೀಯಕ, ವೈದ್ಯ ಸುಮಂತ ಧನನಂದನೊಂದಿಗಿದ್ದರು. ಆದರಿಂದ ರಾಕ್ಷಸನಿಗೆ ಆಶ್ಚರ್ಯವೇನೂ ಆಗಲಿಲ್ಲ. ಶ್ರೀಯಕ ತನ್ನ ವಿರುದ್ಧ ತುಸು ಅವಕಾಶ ಸಿಕ್ಕಿದರೂ ಅದರ ಬೇರು ಶೋಧಿಸಲು ಶೀಘ್ರವಾಗಿ ಪ್ರಯತ್ನಿಸುವನೆಂದು ಅವನಿಗೆ ಗೊತ್ತಿತ್ತು. ಚಕ್ರವರ್ತಿಗೆ ನಮಸ್ಕರಿಸಿ ಅವನು ಒಂದು ಪೀಠದ ಮೇಲೆ ಕುಳಿತ.

ಸುಮಂತ ನಿಂತೇ ಇರುವುದನ್ನು ಕಂಡು ರಾಕ್ಷಸ ಹೇಳಿದ, "ನೀವೇಕೆ ನಿಂತಿದ್ದೀರಿ ? ಕುಳಿತುಕೊಳ್ಳಿ ವೈದ್ಯರೆ."

"ನಿಂತಿದ್ದರೆ ನನಗೇನು ಅವಮಾನವಿಲ್ಲ ಬಿಡಿ" ಎಂದ ಸುಮಂತ. ಅವನ ಧ್ವನಿಯಲ್ಲಿ ತುಸು ನೋವಿದ್ದಂತಿತ್ತು.

"ಅಮಾತ್ಯರೆ" ಶ್ರೀಯಕ ಹೇಳಿದ, "ಅವರು ಈಗ ವೈದ್ಯರಾಗಿ ಇಲ್ಲಿಗೆ ಬಂದಿಲ್ಲ, ಸಂದೇಹದಿಂದ ಇಲ್ಲಿಗೆ ಕರೆಸಲಾಗಿದೆ."

ರಾಕ್ಷಸ 'ಇದು ನಿಜವೇ ?' ಎಂಬಂತೆ ಧನನಂದನ ಮುಖ ನೋಡಿದ. ಧನನಂದ ಹೇಳಿದ, "ಹೌದು ಅಮಾತ್ಯರೆ, ಚಂದ್ರಗುಪ್ತನನ್ನು ಸೆರೆಯಿಂದ ಬಿಡಿಸಿಕೊಂಡು ಹೋದದ್ದು ಬೌದ್ಧ ವಿಹಾರದಲ್ಲಿ ದಾಂಧಲೆ ಮಾಡಿದ್ದು ಪರ್ವತರಾಜ್ಯದ ಜನರೆಂದು ಜನ ಆಡಿಕೊಳ್ಳುತ್ತಿದ್ದಾರೆ. ಸುಮಂತನೂ ಪರ್ವತರಾಜ್ಯದವನಾಗಿರುವುದರಿಂದ, ಅವರು ಪೌರವನ ಗುಪ್ತಚರನಾಗಿ ಅಲ್ಲಿಂದ ಬಂದಿರಬಹುದೆಂದು ಸಂದೇಹವುಂಟಾಗಿದೆ."

"ನಿಮಗೋ ? ಅಮಾತ್ಯ ಶ್ರೀಯಕರಿಗೋ ?"

ಧನನಂದ ಉತ್ತರ ಹೇಳಲು ಹಿಂದೆ ಮುಂದೆ ನೋಡುತ್ತಿರುವಾಗ ಶ್ರೀಯಕ ತಾನೇ ಹೇಳಿದ, "ನನಗೇ ಆ ಸಂದೇಹ ಬಂದಿದೆ. ಅದು ಸಹಜವಲ್ಲವೇ ? ಇಲ್ಲಿಯ ವಿಷಯಗಳನ್ನು ಪೌರವನ ಕಡೆಯವರಿಗೆ ಇನ್ನಾರು ತಿಳಿಸುತ್ತಾರೆ ?"

ರಾಕ್ಷಸ ನಕ್ಕ "ಅಮಾತ್ಯರೆ, ಮೊದಲು ಅವರು ಪರ್ವತರಾಜ್ಯದ ಜನರೇ, ಅಲ್ಲವೇ ಎಂಬುದು ಖಚಿತವಾಗಬೇಕು" ಎಂದ.

"ಅಂದರೆ ಜನ ಆಡಿಕೊಳ್ಳುವುದರಲ್ಲಿ ಅರ್ಥವಿಲ್ಲವೆನ್ನುತ್ತೀರ ?"

"ಹೌದು, ನಾಲ್ಕು ಜನರಿದ್ದ ಕಡೆ ಒಂದು ಸುಳ್ಳು ಹೇಳಿದರೆ, ಅದು ಸತ್ಯದ ವೇಷ

ಧರಿಸಿ ನಾಲ್ಕು ನೂರು, ನಾಲ್ಕು ಸಾವಿರ ಜನರ ನಡುವೆ ಸಂಚರಿಸುತ್ತದೆ. ಅಂದ ಮಾತ್ರಕ್ಕೆ ಸುಳ್ಳು ಸತ್ಯವಾಗಲು ಸಾಧ್ಯವಿಲ್ಲ.''

''ನೀವು ಕರೆಸಿದ ವೈದ್ಯರನ್ನು ರಕ್ಷಿಸುವ ಪ್ರಯತ್ನಪಡುತ್ತಿರುವಿರಾ ?'' ಶ್ರೀಯಕ ಆಣಕದಿಂದ ಕೇಳಿದ.

''ಪ್ರಭು, ಅಮಾತ್ಯ ಶ್ರೀಯಕರ ಮಾತನ್ನು ನಾನು ಕಠಿಣವಾಗಿ ವಿರೋಧಿಸ ಬೇಕಾಗುತ್ತದೆ.''

''ವಿರೋಧಿಸುವುದಾದರೆ'' ಧನನಂದನ ಹೇಳಿದ, ''ಜನ ಆಡಿಕೊಳ್ಳುತ್ತಿರುವುದು ಸುಳ್ಳೆಂದು ನೀವು ನಿರೂಪಿಸಬೇಕಾಗುತ್ತದೆ.''

''ಅದು ನನಗೆ ಗೊತ್ತಿದೆ'' ರಾಕ್ಷಸ ದೃಢವಾಗಿ ಹೇಳಿದ, ''ಮೊದಲನೆಯದು ಪೌರವನ ಕಡೆಯವರಿಗೂ, ಈ ಗದ್ದಲಗಳಿಗೂ ಯಾವುದೇ ಸಂಬಂಧವಿಲ್ಲ, ಅದಕ್ಕೆ ಆಧಾರವೆಂದರೆ, ನಮ್ಮ ಸೇನೆಯಲ್ಲಿದ್ದವರೇ ವಿದ್ರೋಹವೆಸಗಿದ್ದಾರೆ.''

''ವಿದ್ರೋಹಿಗಳನ್ನು ಚಂದ್ರಗುಪ್ತನೊಂದಿಗೇ ಸೆರೆಹಿಡಿದಿರಲಿಲ್ಲವೆ ?''

''ನಾವು ಹಾಗೆ ಭಾವಿಸಿ ಉದಾಸೀನ ಮಾಡಿದೆವು. ಆದರೆ ಅವರ ಮಿತ್ರರು ತಮ್ಮ ಪ್ರಯತ್ನವನ್ನು ಜೀವಂತವಾಗಿರಿಸಿಕೊಂಡಿದ್ದರು. ಚಂದ್ರಗುಪ್ತ ಸೆರೆಯಾದ ದಿನದಿಂದಲೇ ಬಹಳ ಎಚ್ಚರಿಕೆಯಿಂದ ಯೋಜನೆ ರೂಪಿಸಿಕೊಂಡು ಈಗ ಕಾರ್ಯಗತ ಮಾಡಿದರು. ಬುದ್ಧಜಯಂತಿ ಮತ್ತು ಚಿದಂಬರನ ಪ್ರಸಂಗವನ್ನು ತಮ್ಮ ಅನುಕೂಲಕ್ಕೆ ತಕ್ಕಂತೆ ಬಳಸಿಕೊಂಡಿದ್ದಾರೆ'' ಎಂದು ರಾಕ್ಷಸ ಅದು ಹೇಗೆ ನಡೆದಿರಬೇಕೆಂಬ ತನ್ನ ಊಹಾ ಚಿತ್ರವನ್ನು ಧನನಂದನಿಗೆ ವಿವರಿಸಿ ಹೇಳಿದ.

''ಸ್ವಾರಸ್ಯವಾಗಿದೆ'' ಮತ್ತೆ ಶ್ರೀಯಕ ವ್ಯಂಗ್ಯದಿಂದ ಹೇಳಿದ, ''ಆದರೆ ಅಮಾತ್ಯರೇ, ಹಾಗೆ ವಿದ್ರೋಹವೆಸಗಿದ ಸೈನ್ಯದ ಜನ ಯಾರೆಂದು ನೀವು ಹೇಳಲೇ ಇಲ್ಲ.''

''ಹೇಳುತ್ತೇನೆ'' ಶ್ರೀಯಕನ ಕಡೆ ಒಂದು ಹರಿತ ನೋಡ ಬೀರಿ ರಾಕ್ಷಸ ಹೇಳಿದ, ''ಅವರು ಬೇರೆ ಯಾರೂ ಅಲ್ಲ, ಚರಣ ಮತ್ತು ನಂದಿಕೇಶ, ಸೇನಾನಾಯಕರು.''

''ಹಾಂ !'' ಎಂದು ಒಂದು ಕ್ಷಣ ಧನನಂದ ಕಣ್ಣರಳಿಸಿದ.

''ಅವರನ್ನು ಇನ್ನೂ ಬಂಧಿಸಲಿಲ್ಲವೇಕೆ ?'' ಎಂದ ಶ್ರೀಯಕ.

''ವಿದ್ರೋಹ ಮಾಡಿದವರು ನಾವು ಬಂಧಿಸಲಿ ಎಂದು ಕಾದು ಕುಳಿತಿರುವುದಿಲ್ಲ, ಎಂಬುದು ನಿಮಗೆ ಅರ್ಥವಾಗುವುದೆಂದುಕೊಂಡಿದ್ದೇನೆ. ಹೌದು ಪ್ರಭು, ಅವರೂ ಚಂದ್ರಗುಪ್ತ ಮತ್ತು ಅವನ ಸಂಗಡಿಗರೊಡನೆ ಪಲಾಯನ ಮಾಡಿದ್ದಾರೆ. ಜೊತೆಗೆ ಮೊದಲೇ ತಮ್ಮ ಕುಟುಂಬದವರನ್ನು ಬೇರೆ ಕಡೆಗೆ ಸಾಗಿಸಿದ್ದಾರೆ. ಚಂದ್ರಗುಪ್ತನ ತಾಯಿಯ ಸುಳಿವೂ ಇಲ್ಲ, ಎಲ್ಲಿಗೆ ಹೋದರೆಂದು ಯಾರಿಗೂ ಗೊತ್ತಿಲ್ಲ.''

ಧನನಂದ ಸುಮ್ಮನಾದ. ಕೋಪದಿಂದ ಅವನ ಕೆನ್ನೆಗಳು ಅಲುಗುತ್ತಿದ್ದವು. ಇನ್ನೂ ಸುಗಂಧಿಯ ಗುಂಗಿನಲ್ಲೇ ಇದ್ದ ಅವನಿಗೆ ಒಂದುಕ್ಷಣ ಅವಳು ಮರೆತೇ ಹೋದಳು. ತನ್ನ ಅನಿಸಿಕೆ, ಊಹೆ ಸುಳ್ಳಾಯಿತೆಂದು ಶ್ರೀಯಕನ ಮುಖ ಕಪ್ಪಾಯಿತು. ಅವನು ಅಸಹನೆಯಿಂದ ವೈದ್ಯ ಸುಮಂತನತ್ತ ನೋಡಿದ.

ಅದನ್ನು ಗಮನಿಸಿದ ರಾಕ್ಷಸ ಹೇಳಿದ, ''ನಮಗೆ ಉಪಕಾರಿಯಾಗಿ ಬಂದ ವೈದ್ಯ ಸುಮಂತನ ಮೇಲೆ ವೃಥಾ ಸಂಶಯ ಪಟ್ಟು ಅವರಿಗೆ ನೋವು ಮಾಡಿದಂತಾಯಿತು.''

''ಹಾಗೇನೂ ಇಲ್ಲ ಅಮಾತ್ಯರೇ'' ಸುಮಂತ ತಾನೇ ಹೇಳಿದ, ''ಸಂಶಯ ಪಡುವಂತೆ ಸಂದರ್ಭ ಹಾಗೆ ಬಂತು. ಇದರಲ್ಲಿ ಯಾರ ತಪ್ಪೂ ಇಲ್ಲ, ಸಂಶಯ ನಿವಾರಣೆಯಾಯಿತೆಂಬ ಸಂತೋಷದ ಮುಂದೆ ಆ ನೋವು ಏನೂ ಅಲ್ಲ.''

''ಅದು ನಿಮ್ಮ ಉದಾರಗುಣ'' ಎಂದು ಧನನಂದನೇ ಹೇಳಿದ.

''ಇಷ್ಟು ಮಾತ್ರ ನಿಜ ಪ್ರಭು'' ಸುಮಂತ ಹೇಳಿದ, ''ರೋಗಿಗಳ ಸೇವೆಯೇ ನನಗೆ ದೇವರ ಪೂಜೆ. ಹಾಗೆಂದು ನಂಬಿಕೊಂಡೇ ನಾನು ಈವರೆಗೆ ಬದುಕಿದ್ದೇನೆ. ಈ ಅಪವಾದ ದಿಂದ ನನಗೇನಾದರೂ ಆದರೆ, ಅಥವಾ ನನ್ನನ್ನು ಇಲ್ಲಿಂದ ಕಳಿಸಿಬಿಟ್ಟರೆ, ರಾಜಕುಮಾರನ ಗತಿಯೇನು ಎಂಬ ಭೀತಿ ನನ್ನ ಮನಸ್ಸಿನಲ್ಲಿತ್ತು. ಸದ್ಯ, ಅದು ಈಗ ತಪ್ಪಿತು. ಅಷ್ಟು ಸಾಕು ನನಗೆ.''

''ವೈದ್ಯರೇ'' ರಾಕ್ಷಸ ಹೇಳಿದ, ''ನಿಮ್ಮ ವೃತ್ತಿನಿಷ್ಠೆಯ ಬಗ್ಗೆ ನನಗೆ ಚೆನ್ನಾಗಿ ಮನವರಿಕೆ ಯಾಗಿದೆ. ಉದ್ದೇಶವಿಲ್ಲದೆ ನಡೆದ ಅಚಾತುರ್ಯದ ಕಹಿಯನ್ನು ಮನಸ್ಸಿನಲ್ಲಿಟ್ಟುಕೊಳ್ಳದೆ, ಎಂದಿನಂತೆ ರಾಜಕುಮಾರನ ಯೋಗಕ್ಷೇಮದ ಕಡೆ ಗಮನ ಕೊಡಬೇಕೆಂದು ನಾನೂ, ಪ್ರಭುಗಳೂ ಕೇಳಿಕೊಳ್ಳುತ್ತೇವೆ. ಅಲ್ಲವೇ ಪ್ರಭು ?''

''ಹೌದು ಹೌದು'' ಧನನಂದ ತಡವರಿಸುತ್ತ ಹೇಳಿದ, ''ಹೌದು ವೈದ್ಯರೇ, ನಮ್ಮೆಲ್ಲರ ಅಭಿಪ್ರಾಯ ಅದೇ. ಹೋಗಿಬನ್ನಿ.''

ಸುಮಂತ ನಮಸ್ಕರಿಸಿ ಹೊರಟುಹೋದ. ಶ್ರೀಯಕ ಏನೋ ನೆಪ ಹೇಳಿ ಅಲ್ಲಿಂದ ಜಾರಿಕೊಂಡ.

''ಅಲ್ಲಾ, ನಾವು ಯೋಚನೆ ಮಾಡುವುದಕ್ಕೆ ಮೊದಲೇ ನೀವು ಹೇಗೆ ಆ ವಿಷಯವನ್ನೆಲ್ಲ ತಿಳಿದುಕೊಂಡಿರಿ ?'' ಧನನಂದ ಸ್ವಲ್ಪ ಅಚ್ಚರಿಯಿಂದ ಕೇಳಿದ.

''ಅದಕ್ಕೆ ಅಂಥ ಮೇಧಾಶಕ್ತಿಯೇನೂ ಬೇಕಾಗಿಲ್ಲ ಪ್ರಭು'' ರಾಕ್ಷಸ ಹೇಳಿದ, ''ಆದರೆ ಅವರು ಮೊಟ್ಟ ಮೊದಲ ಸಲ ನನ್ನ ಕಣ್ಣೆದುರಿಗೇ ನನ್ನನ್ನು ಸೋಲಿಸಿ ಹೋದರಲ್ಲಾ, ಎಂಬ ನೋವು ಬಾಧಿಸುತ್ತಿದೆ.''

''ಆ ದಿನ ನೀವು ಹೇಳಿದಂತೆ ಚಂದ್ರಗುಪ್ತ ಮತ್ತು ಅವನ ಮಿತ್ರರ ವಿಚಾರಣೆ ನಡೆಸಿ ಬಿಗಿ ಭದ್ರತೆಯಲ್ಲಿರಿಸಿದ್ದರೆ ಇಂಥ ಪ್ರಸಂಗ ನಡೆಯುತ್ತಿರಲಿಲ್ಲವೆಂದು ಕಾಣುತ್ತದೆ.''

''ನಿಮಗೆ ಬೇಸರವಾಗಬಹುದು, ಆದರೆ ಚಣಕನ ಕೊಲೆಯೇ ಇದರ ಮೂಲ ಎಂಬುದು ಸತ್ಯಸಂಗತಿ.''

''ಆ ಮುದಿ ಬ್ರಾಹ್ಮಣ ಮಾಡಿದ ತೇಜೋವಧೆಯನ್ನು ಸಹಿಸಿಕೊಂಡು, ಚಕ್ರವರ್ತಿಯಾದ ನಾನು ಸುಮ್ಮನಿರಬೇಕಾಗಿತ್ತೆ ?''

''ಹೋಗಲಿ ಬಿಡಿ. ಇಂಥ ವಿಷಯಗಳಲ್ಲಿ ನಮ್ಮ ಅಭಿಪ್ರಾಯಗಳು ಭಿನ್ನವಾಗುತ್ತವೆ.''

''ಅವರು ಯಾವ ದಿಕ್ಕಿನಲ್ಲಿ ಹೋದರೆಂದು ಏನಾದರೂ ಸುಳಿವು ಸಿಕ್ಕಿತೆ ?''

"ಇಲ್ಲ ಅವರು ಪೂರ್ವದ್ವಾರದ ಕಾವಲಗಾರರನ್ನು ಕೊಂದು ಹೋಗಿರುವುದನ್ನು ತಿಳಿದು, ಪ್ರಭಾಕರನನ್ನು ಸೇನೆಯೊಂದಿಗೆ ಆ ದಿಕ್ಕಿಗೆ ಕಳಿಸಿದೆ. ಆದರೆ ಅವರು ಅತ್ತ ಹೋದ ಯಾವ ಸುಳಿವೂ ಸಿಗದೆ ಅವನು ಬರಿಗೈಯಲ್ಲಿ ಹಿಂದಿರುಗಿದ. ಅಲ್ಲೂ ಅವರು, ನಮ್ಮನ್ನು ದಿಕ್ಕು ತಪ್ಪಿಸಲು ಬೇರೆ ಉಪಾಯ ಹೂಡಿರುವ ಸಾಧ್ಯತೆಯೂ ಇದೆ."

"ಮರಣದಂಡನೆಗೆ ಒಳಗಾದ ಆ ಚಿದಂಬರನ ಮಗ ವಸುಂಧರನ ಕೈವಾಡವೇನೂ ಇಲ್ಲವೆನ್ನುತ್ತೀರಾ ?"

"ಬೌದ್ಧ ಗುರುವಿನ ಕೊಲೆಯಿಂದ ನನಗೂ ಹಾಗೇ ಅನ್ನಿಸಿತು. ಆದರೆ ಅವನು ಅಷ್ಟಕ್ಕೇ ಮುಗಿಸದೆ ಚಂದ್ರಗುಪ್ತನನ್ನು ಬಿಡಿಸಲು ಏಕೆ ಹೋಗುತ್ತಾನೆ ? ಅವನ ಮೇಲೆ ಸಂದೇಹ ಬರಲಿ ಎಂದೇ ಚರಣ ಈ ಉಪಾಯ ಮಾಡಿರುತ್ತಾನೆ."

"ಓಡಿ ಹೋದ ಚಂದ್ರಗುಪ್ತ ಮತ್ತೆ ಯಾವ ತೊಂದರೆಯನ್ನೂ ಕೊಡುವುದಿಲ್ಲವೆ ?"

"ಅಷ್ಟು ಬೆಂಬಲ ಅವನಿಗಿಲ್ಲವೆಂದುಕೊಳ್ಳುತ್ತೇನೆ. ಆದರೂ ಏನೇನು ಮುನ್ನೆಚ್ಚರಿಕೆಯ ಕ್ರಮಗಳನ್ನು ತೆಗೆದುಕೊಳ್ಳಬೇಕೋ ಅದನ್ನೆಲ್ಲ ತೆಗೆದುಕೊಳ್ಳುತ್ತೇನೆ. ಅರಮನೆಯ ಕಾವಲನ್ನೂ ಬಿಗಿಗೊಳಿಸುತ್ತೇನೆ."

"ಅಗತ್ಯಬಿದ್ದರೆ ಗಡಿ ಕಾವಲಿನ ಸೈನ್ಯವನ್ನು ಕರೆಸಿಕೊಳ್ಳಿ."

"ಹಾಗೆ ಮಾಡಿದರೆ, ಸಣ್ಣ ಶತ್ರುವಿಗೆ ದೊಡ್ಡ ಸೈನ್ಯ ಕರೆಸಿ ಅವನಿಗೆ ಅರ್ಹತೆಗೆ ಮೀರಿದ ಗೌರವ ಕೊಟ್ಟಂತಾಗುತ್ತದೆ."

ಮೇಲೆ ಎಷ್ಟು ಹಾರಾಡಿದರೂ ಧನನಂದ ಒಳಗೆ ಯುದ್ಧವೆಂದರೆ ಹೆದರುವ, ತನಗೆ ಏನಾಗಿಬಿಡುವುದೋ ಎಂದು ಆತಂಕ ಪಡುವ ಪುಕ್ಕನೆಂಬುದು ರಾಕ್ಷಸನಿಗೆ ಗೊತ್ತಿತ್ತು. ಅಂಥದೇನೂ ಆಗದಂತೆ ನೋಡಿಕೊಳ್ಳುವುದಾಗಿ ರಾಕ್ಷಸ ಅವನಿಗೆ ಭರವಸೆ ನೀಡಿದ.

## ೬

ಚಂದ್ರಗುಪ್ತ ಮತ್ತು ಅವನ ಸಂಗಡಿಗರು ಪುರುಷಪುರವನ್ನು ತಲಪಿದಾಗ ಇನ್ನೇನು ಸೂರ್ಯೋದಯವಾಗುವುದರಲ್ಲಿತ್ತು. ಅವರ ಸ್ವಾಗತಕ್ಕೆ ಹತ್ತಿಪ್ಪತ್ತು ತರುಣರ ಒಂದು ತಂಡವೇ ಕಾದಿತ್ತು. ಅವರ ಜೊತೆಯಲ್ಲಿ ಸಹದೇವನ ಹೆಂಡತಿ ಪ್ರಭಾವತಿಯೂ ಇದ್ದಳು. ಅವರನ್ನು ಕಂಡಕೂಡಲೇ ಅವರ ಎಲ್ಲ ಆತಂಕ ದೂರವಾಗಿ ಸಂತೋಷವುಕ್ಕಿತು. ಮೊದಲು ತನ್ನ ತಾಯಿಯನ್ನು ನೋಡುವಂತೆ ಚಂದ್ರಗುಪ್ತನಿಗೆ ಹೇಳಿ ಸಹದೇವ ಹೆಂಡತಿಯೊಂದಿಗೆ ತನ್ನ ಮನೆಗೆ ಹೋದ. ಆ ತರುಣರ ತಂಡ ಯಾರಾದರೂ ಹಿಂಬಾಲಿಸುವರೇನೋ ಎಂದು ಗ್ರಾಮದ ನಾಲ್ಕೂ ದಿಕ್ಕಿನಲ್ಲಿ ಕಾವಲು ಕಾಯತೊಡಗಿದರು. ಇನ್ನೊಬ್ಬ ಅವರಿಗೆಲ್ಲ ವ್ಯವಸ್ಥೆ ಮಾಡಿದ್ದ ವಿಶಾಲವಾದ ಮನೆಗೆ ಕರೆದುಕೊಂಡು ಹೋದ.

"ಅಮ್ಮಾ, ಅಮ್ಮಾ" ಎಂದು ಜೋರಾಗಿ ಕೂಗುತ್ತ ಬಾಗಿಲಿಗೆ ಬಂದ ಚಂದ್ರಗುಪ್ತನನ್ನು ಕಂಡು ಕುಳಿತಿದ್ದ ಶಿವಾಲಿ ಮೇಲೆದ್ದು ನಿಂತಳು. "ಚಂದ್ರಗುಪ್ತಾ, ಮಗನೇ" ಎಂದು

ಭಾವೋದ್ವೇಗದಿಂದ ಉದ್ಗರಿಸಿದಳು. ಅವಳ ಕಣ್ಣುಗಳು ತುಂಬಿಕೊಂಡವು. ಕಂಠ ಗದ್ಗದವಾಯಿತು. ಓಡಿ ಬಂದ ಮಗನನ್ನು ಬಾಚಿ ತಬ್ಬಿಕೊಂಡು ಮಾತಿಲ್ಲದೆ ಅವನ ತಲೆ ನೇವರಿಸಿದಳು.

"ಎಷ್ಟೇ ಆಗಲಿ, ಹೆತ್ತ ತಾಯಿಗೆ ತನ್ನ ಸ್ವಂತ ಮಗನನ್ನು ಕಂಡ ಕೂಡಲೇ ಉಳಿದವರೆಲ್ಲ ಮರೆತೇ ಹೋಗುತ್ತಾರೆ" ಎಂದ ಚರಣ ನಗುತ್ತ.

ಶಿವಾಲಿ ಬೆಚ್ಚಿ ಮಗನನ್ನು ಬಿಟ್ಟು ಕಣ್ಣೊರೆಸಿಕೊಂಡು "ಹಾಗೇಕೆ ಹೇಳುತ್ತಿ ಚರಣ ? ನನ್ನ ಮಗನನ್ನು ಉಳಿಸಿಕೊಟ್ಟ ಪುಣ್ಯಾತ್ಮ, ನಿನ್ನ ಉಪಕಾರವನ್ನು ಮರೆತು ನಾನು ಯಾವ ನರಕಕ್ಕೆ ಹೋಗಲಿ ? ನೀವೆಲ್ಲರೂ ನನ್ನ ಮಕ್ಕಳೇ" ಎಂದಳು, ಹತ್ತಿರ ಬಂದು ವಾತ್ಸಲ್ಯದಿಂದ ಎಲ್ಲರ ತಲೆಯನ್ನೂ ನೇವರಿಸಿದಳು.

"ಚಂದ್ರಗುಪ್ತನಿಗಾಗಿ ನಾವೆಲ್ಲ ಮನೆ, ಮನೆಯವರನ್ನು ಬಿಟ್ಟು ಬಂದಿದ್ದೇವೆ. ಈಗ ನೀವೇ ನಮಗೆ ತಾಯಿ, ತಂದೆ ಎಲ್ಲ" ಎಂದ ಚರಣ.

"ಚಿಂತೆ ಮಾಡಬೇಡ ಚರಣ, ನನ್ನ ಮಗನ ಶ್ರೇಯಸ್ಸನ್ನು ಬಯಸುವಂತೆ ನಿಮ್ಮೆಲ್ಲರ ಶ್ರೇಯಸ್ಸನ್ನೂ ಬಯಸುತ್ತೇನೆ. ತುಂಬ ದಣಿದಿರಬೇಕು, ಮೊದಲು ಸ್ನಾನ ಮುಗಿಸಿ, ಅಡಿಗೆ ಮಾಡಿದ್ದೇನೆ, ಎಲ್ಲರೂ ಬಿಸಿಬಿಸಿ ಊಟ ಮಾಡುವಿರಂತೆ."

"ಅಮ್ಮ, ಇಷ್ಟು ಜನರಿಗೆ ನೀವೇ ಅಡಿಗೆ ಮಾಡಿದಿರಾ ?" ಚರಣ ಅಚ್ಚರಿಯಿಂದ ಕೇಳಿದ.

"ಹಸಿದು ಬರುವ ಮಕ್ಕಳಿಗೆ ಅಡಿಗೆ ಮಾಡಿ ಬಡಿಸುವುದು ತಾಯಿಯಾದವಳ ಕರ್ತವ್ಯವಲ್ಲವೆ ?" ಎಂದಳು ಶಿವಾಲಿ.

ಅವರೆಲ್ಲ ಸ್ನಾನ ಮುಗಿಸಿ ಬರುವ ವೇಳೆಗೆ ಸೂರ್ಯ ಆಳುದ್ದ ಮೇಲೆ ಬಂದಿದ್ದ, ಬಿಸಿಲು ಚುರುಕಾಗಿತ್ತು. ನಡುಮನೆಯಲ್ಲೇ ಎಲ್ಲರನ್ನೂ ಕೂಡಿಸಿ ಶಿವಾಲಿ ತಾನೇ ಬಡಿಸಿದಳು. ಕೇಳಿ ಕೇಳಿ, ಒತ್ತಾಯ ಪೂರ್ವಕವಾಗಿ ಅವರೆಲ್ಲ ಹೊಟ್ಟೆತುಂಬ ಊಟಮಾಡುವಂತೆ ಮಾಡಿದಳು. ತಮ್ಮ ಕಾರ್ಯ ಯಶಸ್ವಿಯಾದ ಉತ್ಸಾಹದಲ್ಲಿ ಎಲ್ಲ ತೃಪ್ತಿಯಿಂದ ಊಟ ಮಾಡಿದರು. ರಾಣಿಯಾಗಿದ್ದ ಶಿವಾಲಿ ಅಕ್ಕರೆಯಿಂದ, ತಾನೇ ಎಲ್ಲರಿಗೂ ಅಡಿಗೆ ಮಾಡಿ ಊಟಕ್ಕಿಟ್ಟದ್ದು ಅವರ ಮನಸ್ಸುಗಳನ್ನು ಕರಗಿಸಿತು. ಅದೇ ಸರಳತೆಯಿಂದಲೇ ಚಂದ್ರಗುಪ್ತನೂ ಕೂಡ ಅವರೆಲ್ಲರ ಸ್ನೇಹವನ್ನು ಗೆದ್ದಿದ್ದ.

ಊಟ ಮುಗಿಯುವ ವೇಳೆಗೆ ಸಹದೇವನೂ ಬಂದ. "ಅಮ್ಮಾ, ಏನೂ ಕೊರತೆಯಾಗಲಿಲ್ಲ ತಾನೆ ?" ಎಂದು ಕೇಳಿದ.

"ಬಾ, ಸಹದೇವ" ಶಿವಾಲಿ ಸ್ವಾಗತಿಸಿದಳು. "ಕೊರತೆಯೇನು ಬಂತು ? ನಿನ್ನ ಹೆಂಡತಿ, ಅವಳ ಮನೆಯವರು ಮತ್ತು ಈ ಊರಿನ ಜನವೆಲ್ಲ ಬಹಳ ಸಜ್ಜನರು, ಉದಾರಿಗಳು. ಎಲ್ಲರ ಋಣವೂ ನನ್ನ ಮೇಲಿದೆ."

"ಋಣವಲ್ಲ ತಾಯಿ" ಸಹದೇವ ಹೇಳಿದ, "ಕರ್ತವ್ಯ, ನಮ್ಮ ಮುಂದಿನ ಚಕ್ರವರ್ತಿಗೆ ನಮ್ಮ ಸಣ್ಣ ಸೇವೆ."

"ನನ್ನ ಮಗ ಚಕ್ರವರ್ತಿಯಾಗುವನೋ ಇಲ್ಲವೋ, ಆ ನೆಪದಲ್ಲಿ ನಿಮ್ಮೆಲ್ಲರ ಪ್ರೀತಿ, ಸ್ನೇಹ ನನ್ನ ಮಗನಿಗೆ ದೊರೆತಿದೆಯಲ್ಲಾ ಅದೇ ದೊಡ್ಡ ಸಂಪತ್ತು."

ಅನಂತರ ಚಂದ್ರಗುಪ್ತ ಸೆರೆಯಾದಾಗಿನಿಂದ ಹಿಡಿದು ಇಲ್ಲಿಯವರೆಗೆ, ಅವನನ್ನು ಬಿಡಿಸಲು ತಾನು ಮಾಡಿದ ಪ್ರತಿಯೊಂದು ಪ್ರಯತ್ನವನ್ನೂ ಚರಣ ವಿವರ ವಿವರವಾಗಿ ತಿಳಿಸಿದ. ಅದನ್ನು ಕೇಳುತ್ತ ಕೇಳುತ್ತ, ಮೆಚ್ಚಿಗೆ, ಅಭಿಮಾನದಿಂದ ಎಲ್ಲರ ಹೃದಯಗಳೂ ತುಂಬಿಬಂದವು. ಚಂದ್ರಗುಪ್ತ ಚರಣನನ್ನು ಅಭಿನಂದಿಸುತ್ತ ಹೇಳಿದ, "ಭಲೆ ಚರಣ ! ನಿನ್ನ ಬುದ್ಧಿವಂತಿಕೆ ಇಂದು ನನ್ನನ್ನು ಪಾರು ಮಾಡಿತು."

ಅದಕ್ಕೆ ಚರಣ ಹೇಳಿದ "ನನ್ನ ಮಿತ್ರರನ್ನು ಸೆರೆಯಿಂದ ಬಿಡಿಸಬೇಕೆಂಬ ಸಂಕಲ್ಪವೇ ನನ್ನ ಬುದ್ಧಿಯನ್ನು ಚುರುಕುಗೊಳಿಸಿತು. ನಂದಿಕೇಶನೂ ನನಗೆ ಸಹಾಯಮಾಡಿದ. ಪಾಟಲೀಪುತ್ರದ ವಸುಂಧರ ಮುಂತಾದ ಹಲವರು ನೆರವು ನೀಡಿದ್ದಾರೆ. ಸುಗಂಧಿಯ ಉಪಕಾರವನ್ನಂತೂ ನಾನು ಮರೆಯಲಾರೆ."

"ಸುಗಂಧಿ ? ಆಕೆ ಯಾರು ?" ಚಂದ್ರಗುಪ್ತ ಕೇಳಿದ.

ಚರಣ ಸಂಕ್ಷಿಪ್ತವಾಗಿ ಅವಳ ಕಥೆಯನ್ನು ಹೇಳಿದ. ಅವಳನ್ನು ತನ್ನ ಕಾರ್ಯಕ್ಕೆ ಉಪಯೋಗಿಸಿಕೊಂಡೆನೆಂಬ ಅಳುಕು ಬಾಧಿಸುತ್ತಿರುವುದನ್ನೂ ಹೇಳಿದ. ಪ್ರಭಾಕರ ತಾನೇ ಸಹಾಯ ಮಾಡುವುದಾಗಿ ಬಂದು ಕೇಳಿದ್ದನ್ನು ತಿಳಿದಾಗ ಎಲ್ಲ ಆಶ್ಚರ್ಯಗೊಂಡರು. "ನಾನೇ ಅವನು ನಮ್ಮ ಜೊತೆ ಬರುವುದು ಬೇಡವೆಂದು ಹೇಳಿದೆ. ನಮ್ಮವನಾಗಿ ಅವನು ಅಲ್ಲೇ ಇದ್ದರೆ, ಮುಂದೆ ನಮ್ಮ ಕಾರ್ಯಗಳಿಗೆ ಅವನು ಉಪಯುಕ್ತನಾಗುತ್ತಾನೆ."

"ಒಳ್ಳೆಯ ಆಲೋಚನೆ" ಎಂದ ಸಹದೇವ.

ಚಣಕನ ನೆನಪು ಬಂದು, ಅವನಿಗೆ ಗೌರವ ಸಲ್ಲಿಸುವಂತೆ ಎಲ್ಲ ಕೆಲವು ಕ್ಷಣ ಗಂಭೀರರಾದರು. ಎಲ್ಲರ ಮುಖದಲ್ಲೂ ದುಃಖದ ಮಂಕು ಕವಿಯಿತು. "ನಮ್ಮೆಲ್ಲರ ಮನಸ್ಸಿನಲ್ಲಿ ಸ್ಫೂರ್ತಿಯ ಚೈತನ್ಯವನ್ನು ಬಿತ್ತಿದ, ಗುರುಸ್ಥಾನದಲ್ಲಿದ್ದು ವೃದ್ಧಾಪ್ಯದಲ್ಲೂ ಮಗಧಕ್ಕೆ ಒಳಿತಾಗಬೇಕೆಂಬ ಆಸೆಯಿಂದ ತರುಣರಿಗಿಂತ ಹೆಚ್ಚು ಉತ್ಸಾಹದಿಂದ ನಮ್ಮ ಜೊತೆ ಸೇರಿ, ಸೆರೆಮನೆಗೂ ಬಂದ ಆ ಪುಣ್ಯಾತ್ಮನ ಸ್ಮರಣೆ ನಮಗೆ ಆಶೀರ್ವಾದವಾಗಿ ಮುನ್ನಡೆಸಬೇಕು" ಎಂದ ಚಂದ್ರಗುಪ್ತ.

"ಅಂಥ ದೊಡ್ಡ ವ್ಯಕ್ತಿಯ ಕೊಲೆ ಮಾಡಿಸಿದ ಆ ಪಾಪಿ ಧನನಂದ ಬದುಕಿರಬೇಕೆ ?" ಚರಣ ಹಲ್ಲು ಕಡಿದ.

"ಕೂಡದು, ಅವನು ಬದುಕಿರಬಾರದು. ಎಷ್ಟು ಬೇಗ ಸಾಧ್ಯವಾದರೆ ಅಷ್ಟು ಬೇಗ ಅವನನ್ನು ಮುಗಿಸಬೇಕು" ಎಂದ ಸಿಂಹಸೇನ.

"ನಮ್ಮ ಮುಂದಿನ ಗುರಿ ಅದೇ ಅಲ್ಲವೆ ?" ಎಂದ ಭಾಸ್ಕರ.

"ಆತುರಪಡಬೇಡಿ" ಶಿವಾಲಿ ಹೇಳಿದಳು, "ಮೊದಲು ನಿದ್ರೆ ಮಾಡಿ ವಿಶ್ರಾಂತಿ ಪಡೆಯಿರಿ, ನಿಧಾನವಾಗಿ ನಿರ್ಧರಿಸಿದರಾಯಿತು."

"ಒಂದು ಮಾತು ಚಂದ್ರಗುಪ್ತ" ಸಹದೇವ ಹೇಳಿದ, "ನಾವೆಲ್ಲರೂ ಇಲ್ಲಿ ಒಟ್ಟಿಗೆ ಹೆಚ್ಚುದಿನ ಇರುವುದು ಅಪಾಯಕಾರಿ."

"ಹೌದು" ಚರಣ ಹೇಳಿದ, "ನಾನೂ ಅದನ್ನೇ ಯೋಚಿಸುತ್ತಿದ್ದೆ. ರಾಕ್ಷಸ ಸುಮ್ಮನೆ ಬಿಡುವವನಲ್ಲ. ಇಂದಲ್ಲ ನಾಳೆ ಅವನ ಕಡೆಯವರು ನಮ್ಮನ್ನು ಕಂಡುಹಿಡಿಯಬಹುದು."

"ಇದಕ್ಕಿಂತ ಸುರಕ್ಷಿತವಾದ ಸ್ಥಳ ಇನ್ನಾವುದಿದೆ ?" ಎಂದ ನಂದಿಕೇಶ.

"ಇದೆ" ಸಹದೇವ ಹೇಳಿದ, "ನಮ್ಮೂರಿನ ಉತ್ತರದ ಕಡೆಗಿರುವ ಗುಡ್ಡದಲ್ಲಿ ಒಂದು ವಿಶಾಲವಾದ ಗವಿಯಿದೆ. ನಾವೆಲ್ಲ ಅಲ್ಲಿರುವುದು ಒಳ್ಳೆಯದು."

"ಅನ್ನಾಹಾರಗಳ ವ್ಯವಸ್ಥೆ ಹೇಗೆ ?" ಶಿವಾಲಿ ಕೇಳಿದಳು.

"ಅಲ್ಲೇ ಮಾಡಿಕೊಳ್ಳಬೇಕು. ಇಲ್ಲವೇ ಯಾರಾದರೊಬ್ಬರು ನಿತ್ಯ ಒಂದು ಸಲ ಬಂದು ತೆಗೆದುಕೊಂಡು ಹೋಗಬೇಕು."

"ಸೆರೆಮನೆಯ ಆಹಾರ ತಿಂದು ತಿಂದು ನಾಲಿಗೆ ಕೆಟ್ಟು ಹೋಗಿತ್ತು. ಕೆಲವು ದಿನ ಅಮ್ಮನ ಕೈಯಡಿಗೆ ಉಂಡು ಬರ ಹರಿಸಿಕೊಳ್ಳಬೇಕೆಂದುಕೊಂಡಿದ್ದೆ" ಎಂದು ಚಂದ್ರಗುಪ್ತ ರಾಗ ಎಳೆದ.

"ಅಮ್ಮನ ಕೈಯೂಟಕ್ಕಿಂತ ನಿಮ್ಮ ಪ್ರಾಣರಕ್ಷಣೆ ಮುಖ್ಯ ಚಂದ್ರಗುಪ್ತ" ಎಂದು ಶಿವಾಲಿ ತಾನೇ ಹೇಳಿದಳು. ನಿತ್ಯ ತಾನೇ ಅಡಿಗೆ ಮಾಡಿ ಕಳಿಸುವುದಾಗಿ ಭರವಸೆ ನೀಡಿದಳು. ಸದ್ಯದಲ್ಲಿ ಕುದುರೆಗಳನ್ನು ಅಲ್ಲೇ ರಹಸ್ಯವಾಗಿರಿಸಲು ಸಹದೇವ ಒಪ್ಪಿಕೊಂಡ.

ಸಹದೇವನ ಸಲಹೆಯನ್ನು ಒಪ್ಪದೆ ಬೇರೆ ದಾರಿಯೇ ಇರಲಿಲ್ಲ. ಸ್ವಲ್ಪ ಹೊತ್ತು ಎಲ್ಲ ಉಲ್ಲಾಸದ ಮಾತುಕತೆಯಲ್ಲಿ ತೊಡಗಿದರು. ಮತ್ತೆ ಚಣಕನ ವಿಷಯ, ಅದಕ್ಕೆ ಜೊತೆಯಾಗಿ ಚಾಣಕ್ಯನ ವಿಷಯ ಬಂತು. "ಅವರನ್ನು ನಾನು ಭೇಟಿ ಮಾಡಬೇಕಾಗಿತ್ತು" ಎಂದ ಚಂದ್ರಗುಪ್ತ.

"ಹೌದು, ನನ್ನ ಅಭಿಲಾಷೆಯೂ ಅದೇ ಆಗಿತ್ತು" ಚರಣ ಹೇಳಿದ, ಆದರೆ ತಮ್ಮ ತಂದೆಯವರದು ಆತ್ಮಹತ್ಯೆಯೆಂದು ತಿಳಿದಾಗ ಅವರು ಎಷ್ಟು ನೊಂದರೋ, ಅದು ಕೊಲೆಯೆಂದು ತಿಳಿದಾಗ ಅದಕ್ಕಿಂತ ಸಾವಿರಪಟ್ಟು ಕ್ರೋಧಾವಿಷ್ಟರಾದರು. ತುಂಬಿದ ರಾಜಸಭೆಯಲ್ಲೇ ಧನನಂದ ಎಂಥ ನೀಚನೆಂದು ತೋರಿಸಿಕೊಟ್ಟರು. ಅವಮಾನವನ್ನು ಸಹಿಸದೆ ಪ್ರತಿಜ್ಞೆ ಮಾಡಿಹೋದರು. ಮೊದಲೇ ಊಹೆ ಮಾಡಿ ನಾನು ಹಿಂಬಾಲಿಸಿ ಹೋಗಿ ರಕ್ಷಿಸದಿದ್ದರೆ, ಧನನಂದನ ಕಡೆಯವರು ಅವರನ್ನೂ ಕೊಲೆ ಮಾಡಿಬಿಡುತ್ತಿದ್ದರು" ಎಂದು ಚರಣ ಅದನ್ನೆಲ್ಲ ವಿವರಿಸಿದ.

"ಅಂದರೆ ಚಣಕರ ಆದರ್ಶವನ್ನು ಅವರ ಮಗ ಚಾಣಕ್ಯರು ಮುಂದುವರಿಸುತ್ತಾರೆ ?" ಚಂದ್ರಗುಪ್ತ ಕೇಳಿದ.

"ಹೌದು, ಅವರ ಸಂಕಲ್ಪಶಕ್ತಿ ಚಣಕರದಕ್ಕಿಂತ ಪ್ರಚಂಡವಾಗಿರುವಂತೆ ಕಾಣುತ್ತಿದೆ."

"ನಾವೂ ಅವರೊಂದಿಗೆ ಸೇರಿಬಿಟ್ಟರೆ ಒಳ್ಳೆಯದಲ್ಲವೆ ?" ಎಂದ ಬ್ರಹ್ಮದತ್ತ.

"ಹೌದು ಚಂದ್ರಗುಪ್ತ" ಶಿವಾಲಿ ಹೇಳಿದಳು, "ಅವರು ತಿಳಿದವರು, ಜ್ಞಾನಿಗಳು. ಅಂಥವರ ಮಾರ್ಗದರ್ಶನದಲ್ಲಿ ಮುಂದೆ ಹೆಜ್ಜೆಯಿರಿಸುವುದು ಕ್ಷೇಮ."

“ಹೌದಮ್ಮ, ಅದು ನಿಜ” ಚಂದ್ರಗುಪ್ತ ಹೇಳಿದ, “ಆದರೆ ಅದಕ್ಕೆ ಮೊದಲು ನಾನು ನನ್ನ ರೀತಿಯಲ್ಲಿ ಪ್ರಯತ್ನಪಟ್ಟು ನೋಡಬೇಕು.”

“ಅಂದರೆ, ನೀನು ಏನು ಮಾಡಲು ಯೋಚಿಸಿದ್ದಿ?” ಶಿವಾಲಿ ಸ್ವಲ್ಪ ಆತಂಕದಿಂದ ಕೇಳಿದಳು.

“ನನ್ನ ಮನಸ್ಸಿನಲ್ಲಿ, ಸೆರೆಮನೆಯಲ್ಲಿದ್ದ ಒಂದೊಂದು ದಿನವೂ, ಒಂದೊಂದು ಕ್ಷಣವೂ ನೆನಪಾಗಿ ಸುಡುತ್ತಿದೆ. ಆ ಜ್ವಾಲೆ ಆರಬೇಕಾದರೆ, ನಾನು ಇಷ್ಟರಲ್ಲೇ ಪಾಟಲೀಪುತ್ರದ ಅರಮನೆಯ ಮೇಲೆ ಆಕ್ರಮಣ ಮಾಡಬೇಕು.”

“ಅರಮನೆಯ ಮೇಲೆ ಆಕ್ರಮಣವೇ!” ಭಾಸ್ಕರ ಉದ್ಗರಿಸಿದ.

“ಹೌದು, ಒಂದು ಸಣ್ಣ ಸೇನೆಯ ಸಹಾಯದಿಂದ ದೊಡ್ಡ ಪ್ರಯತ್ನ.”

“ಅದರ ಪರಿಣಾಮ ಏನಾಗಬಹುದೆಂದು ಗೊತ್ತೆ?” ಎಂದ ನಂದಿಕೇಶ.

“ಗೊತ್ತು, ಗೆದ್ದರೆ ಧನನಂದನ ಅಂತ್ಯ. ಸೋತರೆ ಮತ್ತೊಂದು ಪ್ರಯತ್ನ ಮಾಡಲು ಅಲ್ಲಿಂದ ಪಲಾಯನ.”

“ಆಕ್ರಮಣ ಮಾಡಲು ಹೋದ ಮೇಲೆ, ತಪ್ಪಿಸಿಕೊಂಡು ಪಲಾಯನ ಮಾಡುವುದು ಅಷ್ಟು ಸುಲಭವೇ?” ಎಂದ ಸಹದೇವ.

“ಸುಲಭವಲ್ಲ, ಕಷ್ಟ ಎಂಬುದು ನನಗೆ ಗೊತ್ತು. ಆದರೆ ಯೋಜನೆ ರೂಪಿಸುವ ಬುದ್ಧಿವಂತನಾದ ಚರಣ ನಮ್ಮ ಜೊತೆ ಇದ್ದಾನೆ” ಎಂದು ಚಂದ್ರಗುಪ್ತ ಅಭಿಮಾನದಿಂದ ಚರಣನ ಬೆನ್ನ ಮೇಲೆ ಕೈಯಿರಿಸಿದ.

“ಯಾರಿದ್ದರೂ ಅಷ್ಟೆ” ಚರಣ ಹೇಳಿದ, “ಒಂದು ಸಲ ಏಟು ತಿಂದ ರಾಕ್ಷಸ ಮತ್ತೆ ಅಂಥ ಅವಿವೇಕ ಮಾಡಿಕೊಳ್ಳಲಾರ. ನಮ್ಮನ್ನು ಹಿಡಿಯಲು ಬಲೆ ಹರಡಿಯೇ ಸಿದ್ಧನಾಗಿರುತ್ತಾನೆ.”

“ಅವನು ಏನೇನು ಮಾಡುತ್ತಾನೆಂದು ಮೊದಲೇ ಊಹೆ ಮಾಡಿ, ಅದಕ್ಕೆ ಹೇಗೆ ಪ್ರತಿಪಟ್ಟು ಹಾಕಬೇಕೆಂದು ಯೋಚಿಸಿಯೇ ಮುನ್ನುಗ್ಗೋಣ.”

“ಬೇಡ, ಚಂದ್ರಗುಪ್ತ” ಶಿವಾಲಿ ಹೇಳಿದಳು, “ಚರಣನ ಮಾತು ಸೂಕ್ತವಾಗಿದೆ. ಚಾಣಕ್ಯರನ್ನು ಕಂಡು, ಅವರ ಜೊತೆ ಸೇರಿ, ಸೂಕ್ತ ಸಿದ್ಧತೆಗಳನ್ನು ಮಾಡಿಕೊಂಡು ಮುಂದೆ ಹೋಗುವುದು ಒಳ್ಳೆಯದು.”

“ಇಲ್ಲಮ್ಮ, ನಾನೊಂದು ಪ್ರಯತ್ನ ಪಡಲೇಬೇಕು. ಕಡೆಯ ಪಕ್ಷ ಇಂದಲ್ಲ ನಾಳೆ ಚಂದ್ರಗುಪ್ತ ಮೌರ್ಯ ಮಗಧ ಸಿಂಹಾಸನವನ್ನೇರುವನೆಂಬ ಸಂಗತಿ ಎಲ್ಲ ಕಡೆ ಜನಜನಿತವಾಗಬೇಕು.”

“ಸದ್ಯಕ್ಕೆ ಆ ವಿಷಯ ಬಿಡೋಣ, ಮೊದಲು ಸಹದೇವ ಹೇಳಿದ ರಹಸ್ಯ ಸ್ಥಳದಲ್ಲಿ ಸೇರೋಣ” ಎಂದ ಚರಣ.

“ಹೌದು, ಅಲ್ಲಿ ಸುತ್ತಮುತ್ತಿನ ಉತ್ಸಾಹಿ ತರುಣರನ್ನು ಸೇರಿಸಿ, ಅವರಿಗೆ ಯುದ್ಧ ವಿದ್ಯೆಯಲ್ಲಿ ಕನಿಷ್ಠ ಅಭ್ಯಾಸವನ್ನಾದರೂ ನೀಡಿ, ಒಂದು ಸಣ್ಣ ಸೈನ್ಯ ಕಟ್ಟೋಣ” ಎಂದು

ಚಂದ್ರಗುಪ್ತ ಉತ್ಸಾಹದಿಂದ ಹೇಳಿದಾಗ ಚರಣ ಶಿವಾಲಿಯ ಮುಖ ನೋಡಿದ. ಅವಳು ಏನೂ ಹೇಳಲಾರದ ಅಸಹಾಯಕ ಭಾವನೆಯಿಂದ ನೋಡಿದಳು.

ಆ ದಿನ ಅವರು ಸಂಪೂರ್ಣ ವಿಶ್ರಾಂತಿ ಪಡೆದರು. ಕುದುರೆಗಳ ವಾಸ ಮತ್ತು ಆರೈಕೆಗೆ ಸಹದೇವ ತಕ್ಕ ವ್ಯವಸ್ಥೆ ಮಾಡಿದ. ಚರ್ಮಕಾರನಾದರೂ ಆ ಊರಿನಲ್ಲಿ ಮತ್ತು ಸುತ್ತಮುತ್ತಣ ಗ್ರಾಮಗಳಲ್ಲಿ ಅವನಿಗೆ ಬಹಳ ಗೌರವವಿದೆಯೆಂಬುದನ್ನು ತಿಳಿದು ಚಂದ್ರಗುಪ್ತ ಮತ್ತು ಅವನ ಮಿತ್ರರು ಆಶ್ಚರ್ಯಗೊಂಡರು. ಅವನ ಮಾವನೂ ಅಷ್ಟೇ ಗಣ್ಯನಾಗಿದ್ದ. "ಸಹದೇವ ಈ ಸುತ್ತಿನಲ್ಲಿ ಒಂದು ಸಣ್ಣ ರಾಜ್ಯವನ್ನೇ ಕಟ್ಟುವಷ್ಟು ಜನಪ್ರಿಯನಾಗಿದ್ದಾನೆ" ಎಂದ ನಗುತ್ತ ಚಂದ್ರಗುಪ್ತ.

"ನನ್ನ ಜನಪ್ರಿಯತೆಯಾಗಲೀ, ನನ್ನ ಮಾವನ ಜನಪ್ರಿಯತೆಯಾಗಲೀ ಬಂದದ್ದು ನಮ್ಮ ಶ್ರೀಮಂತಿಕೆಯಿಂದಲ್ಲ ಚಂದ್ರಗುಪ್ತ. ಹಾಗೆ ನೋಡಿದರೆ ನಮ್ಮ ಶ್ರೀಮಂತಿಕೆ ಎಷ್ಟೆಂದು ನಿನಗೇ ಗೊತ್ತಲ್ಲ. ನಮ್ಮ ಒಳ್ಳೆಯ ನಡವಳಿಕೆಯಿಂದ, ಎಲ್ಲರೊಂದಿಗೆ ಹೊಂದಿ ಬಾಳುವ ಸ್ನೇಹಶೀಲತೆಯಿಂದ ಮತ್ತು ಅಹಂಕಾರವಿಲ್ಲದ ಸಭ್ಯತೆಯಿಂದ ಇದು ಸಾಧ್ಯವಾಗಿದೆ. ನಾನೇ ಅಲ್ಲ, ಈ ಮೂರು ಗುಣಗಳಿಂದ ಯಾರೇ ಆದರೂ ಎಲ್ಲೇ ಇದ್ದರೂ ಜನಪ್ರಿಯರಾಗಬಹುದು" ಎಂದ ಸಹದೇವ.

ಒಂದು ಕ್ಷಣ ಆ ಮಾತನ್ನೇ ಯೋಚಿಸುತ್ತ ಚಂದ್ರಗುಪ್ತ ಹೇಳಿದ, "ಒಳ್ಳೆಯ ನಡವಳಿಕೆ, ಎಲ್ಲರೊಂದಿಗೆ ಹೊಂದಿಬಾಳುವ ಸ್ನೇಹಶೀಲತೆ ಮತ್ತು ಅಹಂಕಾರವಿಲ್ಲದ ಸಭ್ಯತೆ. ಬಹಳ ಬೆಲೆ ಬಾಳುವ ಮಾತು. ಸಹದೇವ ಈ ನಿನ್ನ ಮಾತನ್ನು ನಾನು ಎಂದೂ ಮರೆಯುವುದಿಲ್ಲ. ಈ ಮಾತಿನಲ್ಲಿ ಜೀವನ ಸೂತ್ರವೇ ಅಡಗಿರುವಂತಿದೆ."

"ಮರೆಯಬಾರದು ಚಂದ್ರಗುಪ್ತ, ರಾಜನಾಗುತ್ತಿರುವ ನೀನಂತೂ ಈ ಸೂತ್ರವನ್ನು ಮರೆಯಲೇಬಾರದು."

ಸಹದೇವನ ಸೂಚನೆಯಂತೆ ಸುಮಾರು ಇನ್ನೂರು ತರುಣರು ಅವರ ರಹಸ್ಯ ತಾಣವನ್ನು ಸೇರಿದರು. ಅವರಿಗೆ ಅಭ್ಯಾಸ ಕೊಡುವುದೂ ಆರಂಭವಾಯಿತು. ಬೆಳಿಗ್ಗೆ, ಸಂಜೆ ಸಹದೇವ ವರುಣನೊಂದಿಗೆ ಅವರಿಗೆಲ್ಲ ಆಹಾರವನ್ನು ಹೊತ್ತು ತರುತ್ತಿದ್ದ. ಭಾಗುರಾಯಣನ ಕಡೆಯಿಂದ ಬಂದ ಧನ ಅವರಿಗೆ ಉಪಯೋಗವಾಯಿತು. ಈಗಲೇ ಕುದುರೆಗಳನ್ನು ಸಂಗ್ರಹಿಸುವುದು ಬೇಡವೆಂದು ಅಗತ್ಯವಾದಾಗ ತಂದುಕೊಡುವಂತೆ ಆ ವ್ಯಾಪಾರಿಗೆ ಸೂಚನೆ ಕಳಿಸಿದರು.

ಒಂದು ಸಲ ಅಭ್ಯಾಸದ ನಡುವೆ ವಿಶ್ರಾಂತಿಗೆ ಕುಳಿತಾಗ ಚಂದ್ರಗುಪ್ತ ಚರಣನನ್ನು ಕೇಳಿದ, "ಚಾಣಕ್ಯರು ಎಲ್ಲಿರುತ್ತಾರೆ ? ಅವರನ್ನು ನಾವು ಕಾಣುವುದು ಹೇಗೆ?"

"ಬಹುಶಃ ಅವರು, ತಕ್ಷಶಿಲೆಯ ಬಳಿಯಲ್ಲಿ ಅವರು ಹೊಸದಾಗಿ ಸ್ಥಾಪಿಸಿರುವ ಗುರುಕುಲದಲ್ಲಿರಬಹುದು."

"ನೀನು ಅಷ್ಟೆಲ್ಲ ಹೇಳಿದ ಮೇಲೆ, ಅವರು ತಮ್ಮ ರೀತಿಯಲ್ಲಿ ಧನನಂದನ ಮೇಲೆ ತಮ್ಮ ತಂದೆಯ ಸಾವಿನ ಸೇಡು ತೀರಿಸಿಕೊಳ್ಳಲು ಪ್ರಯತ್ನಿಸಬಹುದಲ್ಲವೆ ?"

"ಖಂಡಿತ, ಅವರು ಧನನಂದನನ್ನು ಬೇರು ಸಹಿತ ನಿರ್ಮೂಲ ಮಾಡಿಯೇ ಮಾಡುತ್ತಾರೆ" ಎಂದು ಚರಣ ಧರ್ಮದತ್ತ ಹೇಳಿದ್ದ ದಾರಿಯಲ್ಲಿ ಚಾಣಕ್ಯ ತಾನು ಎಡವಿದ ಕಲ್ಲನ್ನು ಬುಡಸಹಿತ ಕಿತ್ತೆಸೆದ ಪ್ರಸಂಗವನ್ನು ವಿವರಿಸಿದ.

"ಛಲವೆಂದರೆ ಅದು ! ಅಂಥ ಛಲವಾದಿಗಳು ನಮಗೆ ಬೇಕು. ಜೊತೆಗೆ ನಮ್ಮಲ್ಲೂ ಅಂಥ ಛಲವಿರಬೇಕು."

"ಆದರೆ ಇನ್ನೂರು ಜನರ ಸೇನೆಯೊಂದಿಗೆ ಪಾಟಲೀಪುತ್ರವನ್ನು ಮುತ್ತುವುದು ಅಪಾಯಕಾರಿ ಚಂದ್ರಗುಪ್ತ."

"ಗೆಲ್ಲುವುದು ಸಾಧ್ಯವಿಲ್ಲವೆಂದು ನನಗೆ ಗೊತ್ತು ಚರಣ" ಚಂದ್ರಗುಪ್ತ ಹೇಳಿದ, "ನಮ್ಮನ್ನು ಅಷ್ಟು ದಿನ ಸೆರೆಯಲ್ಲಿಟ್ಟು ಕಾಡಿದ ಮತ್ತು ಆಚಾರ್ಯ ಚಣಕರನ್ನು ಕೊಂದ ಆ ಪಾಪಿಗಳಾದ ಧನನಂದ ಮತ್ತು ರಾಕ್ಷಸ ಒಂದು ಕ್ಷಣವೂ ನೆಮ್ಮದಿಯಿಂದಿರಲು ಬಿಡಬಾರದು. ಅಲ್ಲದೆ ನಾವು ಆಕ್ರಮಣ ಮಾಡಿದ ಸುದ್ದಿ ಜನಜನಿತವಾಗುತ್ತಿದ್ದಂತೆ, ಪಾಟಲೀಪುತ್ರದಲ್ಲಿ ನಮ್ಮ ಹಿತಚಿಂತಕರು ತಟಸ್ಥರಾಗದೆ ಧನನಂದನ ವಿರೋಧೀ ಭಾವನೆಯನ್ನು ಜೀವಂತವಾಗಿರಿಸುತ್ತಾರೆ. ಅವನ ದುರಾಡಳಿತಕ್ಕೆ ಬೇಸತ್ತ ಜನರ ಸಂಘಟನೆ ಸದಾ ಕ್ರಿಯಾಶೀಲವಾಗಿರುತ್ತದೆ."

"ಒಂದು ರೀತಿಯಲ್ಲಿ ನಿನ್ನ ಮಾತು ಸರಿ" ಸಿಂಹಸೇನ ಹೇಳಿದ, "ಆದರೆ ಗೆಲುವಿಲ್ಲದ ಪ್ರಯತ್ನದಲ್ಲಿ ಹಲವರು ವೃಥಾ ಬಲಿಯಾದಂತಾಗುವುದಿಲ್ಲವೆ ?"

"ಹೌದು, ಆದರೆ ನಾವು ಒಂದು ಜೀವವೂ ಹಾನಿಯಾಗದಂತೆ ಯೋಚಿಸಿ ಕಾರ್ಯತಂತ್ರವನ್ನು ರೂಪಿಸಬೇಕು. ಅಕಸ್ಮಾತ್ ರಾಕ್ಷಸ ಈ ಸಣ್ಣ ಶತ್ರುಗಳಿಂದೇನಾಗುತ್ತದೆ ಎಂದು ಉದಾಸೀನವಾಗಿದ್ದು ಅರಮನೆಯ ಪ್ರವೇಶ ಲಭ್ಯವಾದರೆ ಈಗಲೇ ಧನನಂದನಿಗೆ ಮುಕ್ತಿ ಕಾಣಿಸಬಹುದು."

"ಸಾಧ್ಯವಿಲ್ಲ" ನಂದಿಕೇಶ ಹೇಳಿದ, "ರಾಕ್ಷಸ ಅಂಥ ಮೂರ್ಖನಲ್ಲ. ಈಗಾಗಲೇ ಅವನು ಯಾರು ಯಾರು ಹೇಗೆ ಹೇಗೆ ನಮ್ಮ ಪಲಾಯನದ ಘಟನೆಯಲ್ಲಿ ಕೆಲಸ ಮಾಡಿರಬಹುದೆಂದು ಊಹಿಸಿಯೇ ಇರುತ್ತಾನೆ. ಈಗ ನಾವು ಯೋಚಿಸಿರುವಂತೆ ಅವನೂ ಯೋಚಿಸಿ, ನಮ್ಮ ದಾಳಿಯನ್ನು ನಿರೀಕ್ಷಿಸಿ ಅದಕ್ಕೆ ತಕ್ಕ ವ್ಯವಸ್ಥೆ ಮಾಡಿದ್ದರೂ ಆಶ್ಚರ್ಯಪಡಬೇಕಾಗಿಲ್ಲ."

"ಇರಲಿ, ನಮಗಿಂತ ಪ್ರಬಲ ಪ್ರತಿಸ್ಪರ್ಧಿ ಎದುರಿಗಿದ್ದರೇ ನಮ್ಮ ಪರಾಕ್ರಮಕ್ಕೂ ಒಂದು ಬೆಲೆ."

"ನೋಡೋಣ, ಒಂದು ತಿಂಗಳಾದರೂ ಕಳೆಯಲಿ, ಆಮೇಲೆ ಯೋಚಿಸೋಣ" ಎಂದು ಚರಣ ಮಾತು ಮುಗಿಸುವಂತೆ ಹೇಳಿದ.

"ಪ್ರಭಾಕರನ ಮೇಲೆ ಮತ್ತು ಸೆರೆಮನೆಯಲ್ಲಿ ನೆರವಾದವರ ಮೇಲೆ ಸಂದೇಹ ಬರುವುದಿಲ್ಲವೆನ್ನುತ್ತೀಯಾ ?" ಎಂದು ಭಾಸ್ಕರ ಕೇಳಿದ.

"ಸಾಧ್ಯವೇ ಇಲ್ಲ" ಚರಣ ಖಂಡಿತವಾಗಿ ಹೇಳಿದ, "ವಸುಂಧರನ ಮೇಲೂ ಬರುವುದಿಲ್ಲ, ನಾನು ಮತ್ತು ನಂದಿಕೇಶ ಕಾಣೆಯಾಗಿರುವುದರಿಂದ ಆ ಎಲ್ಲ ಘಟನೆಗಳಿಗೂ ನಮಗೂ ಸಮೀಕರಣ ನಡೆದಿರುತ್ತದೆ."

"ಅಂತೂ ಬುದ್ಧಿವಂತನಾದ ನನಗೇ ವಂಚಿಸಿದರಲ್ಲಾ ಎಂದು ಆ ರಾಕ್ಷಸ ಕೈಕೈ ಹಿಸುಕಿಕೊಂಡಿರುತ್ತಾನೆ" ಎಂದ ಬ್ರಹ್ಮದತ್ತ.

ಬೆಪ್ಪಾದ ರಾಕ್ಷಸನ ಮುಖವನ್ನು, ಅವನು ಮನಸ್ಸಿನಲ್ಲೇ ಸೋಲಿನ ಭಾವನೆಯಿಂದ ಚಡಪಡಿಸುವುದನ್ನು ನೆನೆದುಕೊಂಡು ಎಲ್ಲ ನಕ್ಕರು.

"ಅವನನ್ನು ಹೀಗೆ ಆಗಾಗ ಕೆರಳಿಸುವುದು ಒಳ್ಳೆಯದೇ" ಸಹದೇವ ಹೇಳಿದ, " ಆ ಕೋಪಾವೇಶದಲ್ಲಿ ಅವನು ವಿವೇಕಶೂನ್ಯನಾಗಿ ತಪ್ಪು ಹೆಜ್ಜೆಯಿಡುವ ಸಾಧ್ಯತೆಯೂ ಇರುತ್ತದೆ."

"ಹೌದು, ಅವನಿಂದ ತಪ್ಪು ಮಾಡಿಸಬೇಕು" ಎಂದ ಚಂದ್ರಗುಪ್ತ.

ಎಲ್ಲ ಮತ್ತೆ ಅಭ್ಯಾಸಕ್ಕೆ ಮೇಲೆದ್ದರು. ಆಕಸ್ಮಿಕವೆಂಬಂತೆ ಚಂದ್ರಗುಪ್ತನಿಗೆ ಉಜ್ವಲಳ ನೆನಪು ಬಂತು. ಅವನು ಅಭ್ಯಾಸಕ್ಕೆ ಹೋಗದೆ ಬಂಡೆಯ ಮೇಲೆ ಒಬ್ಬನೇ ಕುಳಿತು ಯೋಚಿಸತೊಡಗಿದ.

## ೧೦

ಭಾಗುರಾಯಣನ ಮನೆಯಲ್ಲಿ ಅವನು, ಮಾಲಿನಿ ಮತ್ತು ಉಜ್ವಲ ಮಾತಾಡುತ್ತ ಕುಳಿತಿದ್ದರು. ಚಂದ್ರಗುಪ್ತ ಸೆರೆಮನೆಯಿಂದ ಪಾರಾಗಿಹೋದದ್ದು ಅವರಿಗೆ ಸಮಾಧಾನ ತಂದಿತ್ತು. "ಅಂತೂ ಚರಣ ಸಾಧಿಸಿಬಿಟ್ಟ" ಎಂದು ಭಾಗುರಾಯಣ ಮೆಚ್ಚಿಗೆಯಿಂದ.

"ಹೌದು ಅಪ್ಪಾಜಿ" ಉಜ್ವಲ ಹೇಳಿದಳು, "ಇಂಥ ಸ್ನೇಹಿತರನ್ನು ಪಡೆಯಬೇಕಾದರೆ ಚಂದ್ರಗುಪ್ತ ಅದೃಷ್ಟ ಮಾಡಿದ್ದ."

"ಸದ್ಯ ನಾನು ಊರು ಬಿಟ್ಟಿದ್ದೇಕೆಂದು ರಾಕ್ಷಸ ಶೋಧಿಸಲಿಲ್ಲ."

"ಸಂದೇಹ ಬಂದಿದ್ದರೆ ತಾನೆ ಶೋಧನೆಯ ವಿಷಯ."

"ರಾಕ್ಷಸ ಈಗ ನಗರದ ಎಲ್ಲ ದ್ವಾರಗಳನ್ನೂ ಭದ್ರಪಡಿಸುತ್ತಿದ್ದಾನೆ. ಸೇನೆಯನ್ನೆಲ್ಲ ನಾಲ್ಕು ದ್ವಾರಗಳಿಗೂ ಹಂಚಿ ನಿರಂತರ ಕಾವಲಿಗೆ ವ್ಯವಸ್ಥೆ ಮಾಡಿದ್ದಾನೆ. ನಿತ್ಯ ನಾನೂ ಪರಿಶೀಲನೆಗೆ ಹೋಗಬೇಕು."

"ಊರೆಲ್ಲಾ ಸೂರೆಯಾದ ಮೇಲೆ ಬಾಗಿಲು ಹಾಕಿದಂತಾಯಿತು" ಎಂದು ಮಾಲಿನಿ ನಕ್ಕಳು.

"ಇದು ನಗುವ ವಿಷಯವಲ್ಲ ಮಾಲಿನಿ" ಭಾಗುರಾಯಣ ಹೇಳಿದ, "ರಾಕ್ಷಸನ ಲೆಕ್ಕಾಚಾರ ಏನಿದೆಯೋ ? ಚಂದ್ರಗುಪ್ತ ಸೆರೆಮನೆಯಿಂದ ತಪ್ಪಿಸಿಕೊಂಡಿದ್ದರಿಂದ ಉತ್ತೇಜಿತನಾಗಿ ಆತುರದ ನಿರ್ಧಾರ ಕೈಗೊಳ್ಳದಿದ್ದರೆ ಅವನಿಗೆ ಅಪಾಯವಿಲ್ಲ."

"ಬಹುಶಃ ಚಂದ್ರಗುಪ್ತ ಅಂಥ ಅವಿವೇಕ ಮಾಡುವುದಿಲ್ಲ, ಮತ್ತೆ ಇತ್ತ ಬಂದರೆ ಪೂರ್ಣ ಸಿದ್ಧತೆಗಳನ್ನು ಮಾಡಿಕೊಂಡೇ ಬರುತ್ತಾನೆ."

"ಪಾಪ, ಅವರೆಲ್ಲ ಎಲ್ಲಿರುತ್ತಾರೋ, ಏನೇನು ತೊಂದರೆಗಳಿಗೆ ಸಿಕ್ಕುತ್ತಾರೋ, ಅವನ ತಾಯಿ ಎಷ್ಟು ಕಷ್ಟ ಪಡುತ್ತಾಳೋ !" ಎಂದು ಮಾಲಿನಿ ಉದ್ಗರಿಸಿದಳು.

"ಅಷ್ಟು ಜನ ಪ್ರಾಣಸ್ನೇಹಿತರಿರುವಾಗಿ ಅವನು ಚೆನ್ನಾಗಿಯೇ ಇರುತ್ತಾನೆ" ಎಂದ ಭಾಗುರಾಯಣ.

ಉಜ್ವಲ ಗಂಭೀರಳಾದಳು. ಸ್ವಲ್ಪ ನೋವಿನ ಛಾಯೆಯೂ ಅವಳ ಮುಖದಲ್ಲಿ ಕಾಣಿಸಿಕೊಂಡಿತು. ಭಾಗುರಾಯಣ ಮತ್ತು ಮಾಲಿನಿ ಮುಖ ಮುಖ ನೋಡಿಕೊಂಡರು. ಮಾಲಿನಿ ಮಗಳ ಭುಜದ ಮೇಲೆ ಕೈಯಿರಿಸಿ ಹೇಳಿದಳು, "ಏಕೆ ಸುಮ್ಮನಾದೆ ? ಚಂದ್ರಗುಪ್ತನನ್ನು ಮತ್ತೆ ಯಾವಾಗ ನೋಡುತ್ತೇನೋ ಎಂಬ ಚಿಂತೆಯೇ ?"

"ಚಿಂತೆಯಿರುವುದಿಲ್ಲವೆ ?" ಭಾಗುರಾಯಣ ಹೇಳಿದ, "ಆದರೆ ಅವನ ಸಾಹಸಕ್ಕೆ ಸ್ಫೂರ್ತಿ ಮತ್ತು ಚೈತನ್ಯ ನೀಡಿದ ನೀನೇ ಹೀಗೆ ಸಪ್ಪೆ ಮುಖ ಮಾಡಿ ಕುಳಿತರೆ ಹೇಗೆ ?"

"ಅದು ನನಗೂ ಗೊತ್ತು ಅಪ್ಪಾಜಿ" ಉಜ್ವಲ ಹೇಳಿದಳು, "ಆದರೂ ಈ ಹಾಳು ಮನಸ್ಸು ಸದಾ ಅವನನ್ನು ಹಂಬಲಿಸುತ್ತದೆ."

"ನೀನೂ ಅವನ ಜೊತೆಯಲ್ಲೇ ಹೋಗಿಬಿಡಬೇಕಾಗಿತ್ತು" ಎಂದಳು ಮಾಲಿನಿ ಚೇಷ್ಟೆಯಿಂದ.

"ಹೋಗುತ್ತೇನಮ್ಮ" ಉಜ್ವಲ ಉತ್ಸಾಹದಿಂದ ಹೇಳಿದಳು, "ಅವನು ದೊಡ್ಡ ಸೈನ್ಯ ತೆಗೆದುಕೊಂಡು ಬರಲಿ, ನಾನೂ ಖಡ್ಗ ಹಿಡಿದು ಕುದುರೆಯೇರಿ ಅವನ ಪಕ್ಕದಲ್ಲೇ ಇರುತ್ತೇನೆ."

"ಇಂಥ ಧೀರೆಯಾದ ನನ್ನ ಮಗಳು ಸಪ್ಪೆ ಮುಖ ಮಾಡಿಕೊಂಡು ಕುಳಿತರೆ ಅದು ಲಕ್ಷಣವಲ್ಲ, ಅಲ್ಲವೆ ?"

ಉಜ್ವಲ ತಂದೆಯತ್ತ ನೋಡಿ ನಗುಮುಖ ಮಾಡಿಕೊಂಡಳು.

★ ★ ★

"ಅಹಿಂಸೆಯನ್ನು ಹೇಳಿದ ಮಹಾತ್ಮ ಬುದ್ಧನ ಜಯಂತಿಯ ದಿನದಂದೇ ಬೌದ್ಧ ವಿಹಾರದಲ್ಲಿ ಗುರುವಿನ ವಧೆ ನಡೆದದ್ದು ನನಗಂತೂ ತೀರ ಸಂಕಟವುಂಟು ಮಾಡಿತು ಚಂದನದಾಸ" ಎಂದ ರಾಕ್ಷಸ ತನ್ನನ್ನು ಕಾಣಲು ಬಂದ ಮಿತ್ರನೊಂದಿಗೆ ಮಾತನಾಡುತ್ತಾ.

"ನಿಜ, ಅದು ಬಹಳ ದುರದೃಷ್ಟದ ಸಂಗತಿ" ಚಂದನದಾಸ ಭಾರವಾದ ಧ್ವನಿಯಲ್ಲಿ ಹೇಳಿದ, "ಆದರೆ ತನ್ನ ಶಿಷ್ಯರಿಗೆ ಬುದ್ಧ ಭಗವಾನನ ಅಹಿಂಸಾತತ್ವವನ್ನು ಬೋಧಿಸಬೇಕಾದ ಗುರುವೇ ಈ ಹಿಂಸೆಗೆ ಮೂಲಕಾರಣನಾದನೆಂಬುದು ಅತ್ಯಂತ ನೋವಿನ ಸಂಗತಿ."

"ಹಾಗೆಂದು ಕೊಲೆ ಮಾಡುವಂಥ ಹೇಯ ಕೃತ್ಯಕ್ಕಿಳಿಯಬೇಕೆ ?"

"ಆ ಚಿದಂಬರನದೂ ಒಂದು ರೀತಿಯ ಕೊಲೆಯಲ್ಲವೆ ವಸುಭೂತಿ ? ಕ್ಷಮೆ ಬಹಳ ದೊಡ್ಡಗುಣ. ಬುದ್ಧನ ಧರ್ಮಾವಲಂಬಿಗಳು ಕ್ಷಮಾಗುಣದಲ್ಲಿ ಎಲ್ಲರಿಗಿಂತ ಮುಂದಿರಬೇಕು. ಆದರೆ ಅವರೂ ಕೂಡ ಈ ಧರ್ಮ ಸಂಘರ್ಷದಲ್ಲಿ ಭಾಗಿಯಾಗುತ್ತಿರುವುದು ಎಂಥ ವಿಪರ್ಯಾಸ !"

“ಇದು ಧರ್ಮಸಂಘರ್ಷವಲ್ಲ ಚಂದನದಾಸ, ಕೆಲವು ಸ್ವಾರ್ಥಿಗಳು ತಮ್ಮ ಸಣ್ಣತನದಿಂದ ಹರಡುತ್ತಿರುವ ಅಶಾಂತಿ, ಅಷ್ಟೆ”

“ಇದನ್ನು ಹೀಗೇ ಬಿಟ್ಟರೆ ಸಾರ್ವಜನಿಕ ಜೀವನವೇ ಸಂಪೂರ್ಣವಾಗಿ ಕಲುಷಿತವಾಗುವ ಸಾಧ್ಯತೆಯಿದೆ. ಆಮೇಲೆ ಅದು ಯಾವ ರಾಜಶಾಸನದ ನಿಯಂತ್ರಣಕ್ಕೂ ಸಿಕ್ಕುವುದಿಲ್ಲ. ಒಂದೊಂದು ಸಲ ಸಮಾಜವನ್ನು ಛಿದ್ರಗೊಳಿಸುವ ಈ ಧರ್ಮಗಳು ಏಕೆ ಬೇಕು ? ಎಂದೂ ಅನ್ನಿಸುತ್ತದೆ.”

“ಚಂದನದಾಸ, ಎಲ್ಲರದೂ ಒಂದು ತೂಕವಾದರೆ, ನಿನ್ನದೇ ಒಂದು ತೂಕ” ಎಂದ ರಾಕ್ಷಸ ಮೆಚ್ಚಿಗೆಯಿಂದ, “ನೀನು ಬೌದ್ಧನಾದರೂ ಬೌದ್ಧಗುರು ಮಾಡಿದ್ದು ತಪ್ಪೆಂದು ಹೇಳುವ ನೈತಿಕ ಧೈರ್ಯ ನಿನ್ನಲ್ಲಿದೆ. ಹೌದು, ವ್ಯಕ್ತಿಯ ತಪ್ಪಿನಿಂದ ಅವನ ಧರ್ಮವನ್ನು ಹೀಗಳೆಯುವ ಪ್ರವೃತ್ತಿ ಎಲ್ಲಕಡೆ ಬೆಳೆಯುತ್ತಿದೆ. ಆದರೆ ನಾನು ಶಾಸನ ಮಾಡುವ ರಾಜನಲ್ಲ, ರಾಜಶಾಸನವನ್ನು ಪಾಲಿಸುವ ಅಮಾತ್ಯ.”

“ನನ್ನ ಅಭಿಪ್ರಾಯದಲ್ಲಿ ಶಾಸನ ಮಾಡುವ ರಾಜನಲ್ಲಿ ಹೃದಯವಿರಬೇಕು. ರಾಜಶಾಸನವನ್ನು ಪಾಲಿಸುವ ಅಮಾತ್ಯನಲ್ಲಿ ಕರುಣೆಯಿರಬೇಕು.”

“ಬಹಳ ಚೆನ್ನಾಗಿ ಹೇಳಿದೆ” ರಾಕ್ಷಸ ವಿಷಾದದಿಂದ ನಕ್ಕ. “ಆದರೆ ಈಗಿರುವುದು ಹೃದಯವಿಲ್ಲದ ರಾಜ, ಕರುಣೆಯಿಲ್ಲದ ಅಮಾತ್ಯ.”

“ನಿನ್ನನ್ನು ಟೀಕಿಸಲು ನಾನು ಹೀಗೆ ಹೇಳುತ್ತಿರುವೆನೆಂದು ದಯವಿಟ್ಟು ತಪ್ಪು ತಿಳಿಯಬೇಡ.”

“ಇಲ್ಲ ಚಂದನದಾಸ” ರಾಕ್ಷಸ ಹೇಳಿದ, “ನಾನು ತಪ್ಪು ತಿಳಿಯಲಿಲ್ಲ, ತಪ್ಪುಗಳೆಂದು ತಿಳಿದಿದ್ದರೂ ತಿದ್ದಿಕೊಳ್ಳಲಾರದ ಅಧಿಕಾರ ವ್ಯಾಮೋಹದ ಅಸಹಾಯಕತೆಯಲ್ಲಿ ಒದ್ದಾಡುತ್ತಿದ್ದೇನೆ. ನೀನು ಏನೇ ಹೇಳು ಚಂದನದಾಸ, ಇನ್ನೊಬ್ಬರ ಋಣಕ್ಕೂ ಒಳಗಾಗಬಾರದು, ಅತಿಸುಖದ ಜೀವನದ ರುಚಿಗೂ ನಾಲಿಗೆಯನ್ನು ಒಗ್ಗಿಸಿಕೊಳ್ಳಬಾರದು. ಈಗ ನೋಡು. ಧನನಂದ ದೊಡ್ಡ ಅಧಿಕಾರ ನೀಡಿ ಉಪಕಾರ ಮಾಡಿದನೆಂಬ ಋಣಭಾರ, ಅವನನ್ನು ವಿರೋಧಿಸಲು ಅವಕಾಶ ನೀಡುತ್ತಿಲ್ಲ, ಈ ಪ್ರಧಾನಾಮಾತ್ಯ ಪದವಿ, ಆದರ ಕಾರಣವಾಗಿ ನಡೆಸುತ್ತಿರುವ ವೈಭವ ಜೀವನದ ರುಚಿ ನನ್ನ ರಕ್ತದಲ್ಲಿ ಸೇರಿಹೋಗಿದೆ. ಸರಳ ಜೀವನವನ್ನು ಕಲ್ಪನೆ ಮಾಡಿಕೊಳ್ಳುವುದೂ ಸಾಧ್ಯವಿಲ್ಲದಂತಾಗಿದೆ.”

“ಸದ್ಯ, ಈ ಹಳೆಯ ಸ್ನೇಹಿತನನ್ನು ಮರೆಯಲಿಲ್ಲವಲ್ಲಾ !” ಎಂದು ಚಂದನದಾಸ ನಕ್ಕ.

“ನನ್ನ ಎರಡೂ ಬಗೆಯ ಜೀವನದಲ್ಲಿ ಸಮಾನವಾಗಿ ನನ್ನ ಹೃದಯಕ್ಕೆ ಹತ್ತಿರ ವಾದವನು ನೀನೊಬ್ಬನೇ” ಎಂದು ರಾಕ್ಷಸ ತಾನೂ ನಕ್ಕ.

★ ★ ★

ರಾಕ್ಷಸ ಕರೆಸಿದ ಪರ್ವತ ರಾಜ್ಯದ ವೈದ್ಯ ಸುಮಂತನ ಮೇಲೆ ಗೂಢಚರ್ಯದ ಆಪಾದನೆ ಹೊರಿಸಿ ಓಡಿಸಲು ಸಾಧ್ಯವಾಗಲಿಲ್ಲವಲ್ಲಾ, ಎಂದು ಶ್ರೀಯಕ ಪರಿತಪಿಸುತ್ತಿದ್ದ. 'ಆ ರಾಕ್ಷಸನ ಬುದ್ಧಿ ಶಕ್ತಿಯೇ ಅಷ್ಟು ಪ್ರಖರವೋ ಅಥವಾ ಅವನ ಅದೃಷ್ಟವೇ ಅವನನ್ನು ಕಾಯುತ್ತಿದೆಯೋ ! ಅಥವಾ ನನ್ನ ಅದೃಷ್ಟದ ಬಾಗಿಲು ಇನ್ನೂ ತೆರೆದಿಲ್ಲವೋ ! ನಾನು ಅವನ ವಿರುದ್ಧವಾಗಿ ಏನು ಮಾಡಲು ಹೋದರೂ, ಸೋತು ಮುಖ ಸಪ್ಪೆ ಮಾಡಿಕೊಳ್ಳುವ ಪ್ರಸಂಗವೇ ಬರುತ್ತಿದೆ.

'ಏನೇ ಆದರೂ ಆ ಚಂದ್ರಗುಪ್ತ, ತಾನೇ ಬುದ್ಧಿವಂತನೆಂಬ ರಾಕ್ಷಸನ ದುರಹಂಕಾರಕ್ಕೆ ಸರಿಯಾದ ಪಾಠ ಕಲಿಸಿದ. ಆದರೆ ಅವನೇನಾದರೂ ನನ್ನ ಮಹತ್ವಾಕಾಂಕ್ಷೆಗೆ ಪ್ರತಿಸ್ಪರ್ಧಿಯಾದರೆ ? ಆಗಲಿ, ಆದರೆ ಒಂದು ರೀತಿ ಒಳ್ಳೆಯದೇ. ಧನನಂದ ಆ ಶತ್ರುವಿನ ಕಾಟ ತಪ್ಪಿಸಿಕೊಳ್ಳಲು ಪ್ರಯತ್ನಿಸುತ್ತಿರಲಿ. ಅದೇ ಸುಸಂಧಿಯನ್ನು ಬಳಸಿಕೊಂಡು ನಾನು ನನ್ನ ಕೆಲಸ ಸಾಧಿಸಿಕೊಳ್ಳುತ್ತೇನೆ.

'ಧನನಂದ ನನ್ನ ಮೇಲೆ ಅತಿ ನಂಬಿಕೆಯಿರುವಂತೆಯೇ ನಟಿಸುತ್ತಾನೆ. ಆದರೆ ಅವನ ನಂಬಿಕೆಯಿರುವುದು ರಾಕ್ಷಸನ ಮೇಲೆ ಮಾತ್ರ. ಬ್ರಾಹ್ಮಣ ವಿರೋಧಿಯಂತೆ ನಡೆದುಕೊಳ್ಳುತ್ತಾನೆ. ಆದರೆ ಬ್ರಾಹ್ಮಣನಾದ ರಾಕ್ಷಸನ ಮೇಲೆ ಎಲ್ಲಿಲ್ಲದ ಭರವಸೆ. ಅವನ ಶೃಂಗಾರ ಲೀಲೆಗಳಿಗೆ ನೆರವು ನೀಡಲು ನಾನು ಬೇಕು, ರಾಜಕೀಯ ನಿರ್ಧಾರಗಳ ವಿಷಯ ಬಂದಾಗ ಮಾತ್ರ ಆ ರಾಕ್ಷಸನೇ. ಅಷ್ಟೇ ಆದರೆ ಒಬ್ಬ ತಲೆಹಿಡುಕನಿಗೂ ನನಗೂ ಏನು ವ್ಯತ್ಯಾಸ ?

'ಆ ಸುಗಂಧಿಯನ್ನು ಬಳಸಿ ಮುಖ್ಯ ವ್ಯಕ್ತಿಗಳನ್ನು ನನ್ನ ಕಡೆಗೆ ಸೆಳೆದುಕೊಳ್ಳುವುದು ಸಾಧ್ಯವೇನೋ ನೋಡಬೇಕು. ಹೇಗಿದ್ದರೂ ತಿಂಗಳು ಕಳೆಯುವುದರಲ್ಲಿ ಅವಳು ಪ್ರಮದೋದ್ಯಾನದಿಂದ ತನ್ನ ಮನೆಗೆ ಹಿಂದಿರುಗುವುದು ಖಚಿತ. ಅದೃಷ್ಟವಶಾತ್ ಕೃಪಣನಾದ ಧನನಂದ ನನ್ನ ಮಾತಿನ ಮೇಲೆ ಸುಗಂಧಿಗೆ ಬೇಕಾದಷ್ಟು ಸಂಪತ್ತನ್ನು ಈಗಾಗಲೇ ಕೊಟ್ಟಿದ್ದಾನೆ. ಆ ಉಪಕಾರ ನನ್ನಿಂದಾದದ್ದು ಎಂಬ ಕೃತಜ್ಞತೆ ಅವಳಲ್ಲಿ ಇದ್ದೇ ಇರುತ್ತದೆ. ಅವಳಿರುವ ಮನೆಯನ್ನೂ ಅವಳ ಸ್ವಂತಕ್ಕೆ ಕೊಂಡುಕೊಡಲು ಎಲ್ಲ ವ್ಯವಸ್ಥೆ ಮಾಡಿದ್ದೇನೆ.

'ಹೌದು, ನಾನು ಆ ಬಗ್ಗೆ ಎಚ್ಚರಿಕೆಯಿಂದ ಯೋಚನೆ ಮಾಡಬೇಕು. ತನ್ನ ಅಗಾಧ ಸೈನ್ಯದ ಬಲದಿಂದಲೇ ಆ ಧನನಂದ ಇಷ್ಟೊಂದು ಹಾರಾಡುತ್ತಿರುವನಲ್ಲವೆ ? ಎಲ್ಲ ಸೇನಾಧ್ಯಕ್ಷರೂ ಸರ್ವಸೇನಾಧ್ಯಕ್ಷನಾದ ತಾನು ಹೇಳಿದಂತೆ ಕೇಳುವರೆಂದು ರಾಕ್ಷಸ ಬೀಗುತ್ತಿರುವನಲ್ಲವೆ ? ಆ ಸೇನಾಧ್ಯಕ್ಷರನ್ನೇ ನನ್ನ ಕಡೆ ಮಾಡಿಕೊಂಡರೆ ? ಭಾಗುರಾಯಣ, ಭದ್ರಭಟ, ಡಿಂಗಿರಾತ, ಚಿತ್ರವರ್ಮರಲ್ಲಿ ಇಬ್ಬರು ನನ್ನ ಕಡೆ ಆದರೂ ಸಾಕು. ಹೌದು, ಅದೇ ಸರಿ. ಸುಗಂಧಿಯೊಂದಿಗೆ, ಅವಳ ತಾಯಿ ಮಂಗಳೆಯೊಂದಿಗೆ ಮಾತಾಡಬೇಕು' ಎಂದು ಅಂದುಕೊಂಡ. ಮರುಕ್ಷಣವೇ ಸುಗಂಧಿ ಅರಮನೆಯಿಂದ ಬರುವವರೆಗೆ ಕಾಯುವುದರ ಬದಲು ಮಂಗಳೆಯೊಂದಿಗೇ ಮಾತಾಡಿಬಿಡಬೇಕೆಂದು ಆತುರಗೊಂಡ.

ಅಂದು ರಾತ್ರಿಯೇ ಶ್ರೀಯಕ ಮಂಗಳೆಯ ಮನೆಗೆ ಬಂದ.

"ಬನ್ನಿ ಬನ್ನಿ ಅಮಾತ್ಯರಿಗೆ ಸುಸ್ವಾಗತ" ಎಂದು ಮಂಗಳೆ ಬಾಯಿತುಂಬ ಮಾತಾಡಿಸಿ ಪೀಠ ತೋರಿಸಿದಳು.

ಶ್ರೀಯಕ ಮುಖದ ತುಂಬ ನಗು ತಂದುಕೊಂಡು "ಅರಮನೆಯಿಂದ ಕಳಿಸಿದ ಎಲ್ಲ ಅಮೂಲ್ಯ ವಸ್ತುಗಳು ತಲಪಿದವಲ್ಲವೆ ?" ಎಂದು ಕೇಳಿದ.

"ತಲಪಿದವು, ಎಲ್ಲ ಚಕ್ರವರ್ತಿಗಳ ಮತ್ತು ತಮ್ಮ ಕೃಪೆ."

"ಚಕ್ರವರ್ತಿಗಳ ಕೃಪೆಯಲ್ಲ ಮಂಗಳೆ, ನನ್ನ ಕೃಪೆಯೆಂದೇ ಹೇಳು. ಏಕೆಂದರೆ ಧನನಂದ ಮಹಾಧನಿಕ, ಆದರೆ ಅಷ್ಟೇ ಕೃಪಣ. ನಾನಂತೂ ನನ್ನ ಭರವಸೆ ಈಡೇರಿಸಿದ್ದೇನೆ. ಈಗ ನೀನು ನಿನ್ನ ಮಾತನ್ನು ನಡೆಸಬೇಕು."

'ಇವನು ಏನೋ ದ್ರೋಹಚಿಂತನೆ ನಡೆಸಿದ್ದಾನೆ. ನಾವು ಚರಣನ ಸೂಚನೆಯಂತೆ ಇವನ ಮೂಲಕ ಚಕ್ರವರ್ತಿಯನ್ನು ಮುಟ್ಟಿರುವ ವಿಷಯ ಇವನಿಗೆ ಗೊತ್ತಿಲ್ಲ. ಸದ್ಯಕ್ಕೆ ಇವನ ವಿರೋಧವನ್ನು ಕಟ್ಟಿಕೊಳ್ಳುವಂತಿಲ್ಲ' ಎಂದು ಮನಸ್ಸಿನಲ್ಲೇ ಅಂದುಕೊಂಡ ಮಂಗಳೆ ಹೇಳಿದಳು, "ತಮ್ಮಿಂದಾದ ಉಪಕಾರವನ್ನು ಮರೆಯಲಾಗುವುದೆ ? ಏನು ಮಾಡಬೇಕು ಹೇಳಿ."

"ಧನನಂದನಂತೆಯೇ ಬೇರೆ ಪ್ರಮುಖ ವ್ಯಕ್ತಿಗಳನ್ನು ಸುಗಂಧಿ ಸಂತೋಷ ಪಡಿಸಬೇಕು."

"ಚಕ್ರವರ್ತಿಗಳು ಸುಮ್ಮನೆ ಬಿಡುತ್ತಾರೆಯೆ ?"

ಶ್ರೀಯಕ ನಕ್ಕು ಕೇಳಿದ, "ಮಂಗಳೆ, ಧನನಂದ ಶೃಂಗಾರ ತೋಟದ ಭ್ರಮರ, ಚಪ್ಪರಿಸಲು ಅವನಿಗೆ ಮಕರಂದ ಬೇಕು, ಅಷ್ಟೆ. ಹೊಸ ಹೊಸ ಹೂವುಗಳ ಹೊಸ ರುಚಿ ನೋಡಲು ಮಾತ್ರ ಬಯಸುವ ಆತ ಯಾವ ಹೂವಿನೊಂದಿಗೂ ಭಾವನೆಯ ಸೇತುವೆ ಕಟ್ಟುವುದಿಲ್ಲ. ನಿನ್ನ ಮಗಳು ಅಪರೂಪದ ಚೆಲುವೆ. ಹೆಚ್ಚೆಂದರೆ ಒಂದು ತಿಂಗಳು ಮಾತ್ರ ಅವಳ ಆಕರ್ಷಣೆ. ಮತ್ತೆ ಅವಳು ಮನೆಗೆ ಬರುತ್ತಾಳೆ. ಬಂದ ಮೇಲೆ ಅವಳೇನಾದರೂ, ಏನೂ ಮಾಡಿದರೂ, ಯಾರ ಜೊತೆ ಸಂಪರ್ಕ ಬೆಳೆಸಿದರೂ ಅವನು ತಲೆಕೆಡಿಸಿಕೊಳ್ಳುವುದಿಲ್ಲ. ಏನೋ ನನ್ನ ಮಾತಿಗೆ ಬೆಲೆಕೊಟ್ಟು ಅವನು ನಿನ್ನ ಮನೆಯನ್ನು ಸಂಪತ್ತಿನಿಂದ ತುಂಬಿದ್ದಾನೆ."

"ಅದು ನಿಜ. ನಿಮ್ಮ ಉಪಕಾರದಿಂದ ಸಾಕಷ್ಟು ಸಂಪತ್ತು ಸೇರಿತು. ಇನ್ನು ಸಾಕು. ಎಲ್ಲ ಬಿಟ್ಟು ನೆಮ್ಮದಿಯಿಂದ ಬದುಕಬೇಕು."

"ಮಂಗಳೆ" ಶ್ರೀಯಕ ತಕ್ಷಣ ಹೇಳಿದ, "ಸಾಕು ಎಂಬ ಶಬ್ದ ನಿನ್ನಂಥವಳ ಬಾಯಿಯಿಂದ ಬರಬಾರದು. ಇನ್ನಷ್ಟು ಮತ್ತಷ್ಟು ಬಾಚಿಕೊಳ್ಳುವ ಅವಕಾಶವಿರುವಾಗ, ಸಾಕೆಂಬ ವೈರಾಗ್ಯದ ಮಾತು ಹಾಸ್ಯಾಸ್ಪದವಾಗಿ ಕಾಣುತ್ತದೆ. ಸಾಕೆಂಬ ತೃಪ್ತಿ ಎಲ್ಲರಿಗೂ ಬಂದುಬಿಡುವುದಾದರೆ ಯಾರೂ ಶ್ರೀಮಂತರೇ ಇರುತ್ತಿರಲಿಲ್ಲ. ಧನ ಮತ್ತು ಅಧಿಕಾರ, ಈ ಎರಡು ಲಾಲಸೆಗಳು ಎಂದೂ ಮುಗಿಯುವುದಿಲ್ಲ ಮಂಗಳೆ."

"ಧನದ ವಿಷಯ ಸರಿಯಿರಬಹುದು, ಆದರೆ ಅಧಿಕಾರ ?"

"ಈಗ ನೋಡು, ನಾನು ಬರೀ ಅಮಾತ್ಯ, ಪ್ರಧಾನಾಮಾತ್ಯನಾಗಬೇಕೆಂಬ ಆಸೆ ನನಗಿದೆ."

"ಆಮೇಲೆ ?"

"ಆಮೇಲೆ ಅದಕ್ಕಿಂತ ಮೇಲೆ ಹೋಗಬೇಕೆಂಬ ಆಸೆಯಿದೆ."

"ಅದಕ್ಕಿಂತ ಮೇಲೆ ಎಂದರೆ ಚಕ್ರವರ್ತಿಯ ಸಿಂಹಾಸನ !"

ಶ್ರೀಯಕ ಅರ್ಥಪೂರ್ಣವಾಗಿ ನಕ್ಕ. "ಅಲ್ಲ ಮಾತಿಗೆ ಹೇಳಿದೆ" ಎಂದು ಅವನು ಮಾತು ಮರೆಸಲು ಪ್ರಯತ್ನಿಸಿದ. "ಸದ್ಯಕ್ಕೆ ನಾನು ಪ್ರಧಾನಾಮಾತ್ಯನಾಗಬೇಕು ಮಂಗಳೆ. ಅದಕ್ಕೆ ನಿನ್ನ ಮಗಳಿಂದ ನನಗೆ ಸಹಾಯವಾಗಬೇಕು" ಎಂದ.

'ಅಂದರೆ ಈ ದ್ರೋಹಿ ಚಕ್ರವರ್ತಿಯ ಸ್ಥಾನದ ಮೇಲೇ ಕಣ್ಣಿಟ್ಟಿದ್ದಾನೆ' ಎಂದು ಮನಸ್ಸಿನಲ್ಲೇ ಅಂದುಕೊಂಡ ಮಂಗಳೆ "ಯಾವುದಕ್ಕೂ ಸುಗಂಧಿ ಅರಮನೆಯಿಂದ ಬರಲಿ ಅಮಾತ್ಯರೆ" ಎಂದಳು.

"ಆಗಲಿ, ಅದಕ್ಕೆ ಮೊದಲು ನಿನ್ನ ಕಿವಿಗೆ ಒಂದು ಮಾತು ಹಾಕಿ ಹೋಗೋಣ ಎಂದು ಬಂದೆ. ಏಕೆಂದರೆ ನೀನು ಸುಗಂಧಿಯ ವಿಷಯದಲ್ಲಿ ಬೇರೆಯವರ ಬಳಿ ಒಪ್ಪಿಕೊಳ್ಳಬಾರದೆಂದು."

ತಮ್ಮ ಬಗ್ಗೆ ಅವನು ಎಷ್ಟು ಹಗುರವಾಗಿ ಭಾವಿಸಿರುವನೆಂದು ಮಂಗಳೆಗೆ ಕೋಪ ಬಂದರೂ ತಡೆದುಕೊಂಡು ಅವನನ್ನು ಬೀಳ್ಕೊಟ್ಟಳು. ಅವನು ಹೊರಬಾಗಿಲು ದಾಟುತ್ತಿದ್ದಂತೆ, ಉರಿಮುಖ ಮಾಡಿಕೊಂಡು ಗೊಣಗಿಕೊಳ್ಳುತ್ತ ಪೀಠದ ಮೇಲೆ ದೊಪ್ಪನೆ ಕುಳಿತಳು. "ನಿರಂಜನಾ, ಕುಡಿಯಲು ತಣ್ಣೀರು ತೆಗೆದುಕೊಂಡು ಬಾ" ಎಂದು ಜೋರಾಗಿ ಕೂಗಿದಳು.

ಅವನು ನೀರಿನೊಂದಿಗೆ ಬರುವ ವೇಳೆಗೆ ಕೋಣೆಯಿಂದ ಓಡಿ ಬಂದ ಕೇತಕಿ "ಅಮ್ಮಾ, ಏನಾಯಿತು ? ಯಾರ ಮೇಲೆ ಈ ಕೋಪ ?" ಎಂದು ಚೇಷ್ಟೆಯಿಂದ ಕೇಳಿದಳು.

ಅವಳ ಪ್ರಶ್ನೆಗೆ ಉತ್ತರ ಕೊಡದೆ ಮಂಗಳೆ "ಅಮಾತ್ಯನಂತೆ ಇವನು ! ಇವನು ಪ್ರಧಾನಾಮಾತ್ಯನಾಗಲು ನನ್ನ ಮಗಳು ನೆರವಾಗಬೇಕಂತೆ ! ಏನೆಂದು ತಿಳಿದಿದ್ದಾನೆ ?" ಎಂದು ತನ್ನಷ್ಟಕ್ಕೆಂಬಂತೆ ಹೇಳಿಕೊಂಡಳು.

"ಅಲ್ಲವೇ ಮತ್ತೆ ?" ಕೇತಕಿ ನಾಟಕೀಯವಾಗಿ ಹೇಳಿದಳು, "ಸಾಕು ಎಂಬ ಶಬ್ದ ನಿನ್ನಂಥವಳ ಬಾಯಿಂದ ಬರಬಾರದು. ಇನ್ನಷ್ಟು ಮತ್ತಷ್ಟು ಬಾಚಿಕೊಳ್ಳುವ ಅವಕಾಶವಿರುವಾಗ ಸಾಕೆಂಬ ವೈರಾಗ್ಯದ ಮಾತು ಹಾಸ್ಯಾಸ್ಪದವಾಗಿ ಕಾಣುತ್ತದೆ, ಎಂದಲ್ಲವೇ ಅವನು ಹೇಳಿದ್ದು"

"ಕೇತಕಿ ಪರಿಹಾಸ ಮಾಡಬೇಡ, ಸಾಕು ಮಾಡು" ಮಂಗಳೆ ಗದರಿದಳು.

"ಹೌದಮ್ಮ" ಕೇತಕಿ ಗಂಭೀರವಾಗಿ ಹೇಳಿದಳು, "ಇನ್ನಷ್ಟು ಸಂಪತ್ತು ಸೇರಿದರೆ ಅನ್ನದ ಬದಲು ಚಿನ್ನವನ್ನೇ ತಿನ್ನಬಹುದು."

"ಕೇತಕಿ, ಏಕೆ ಏನೇನೋ ಮಾತಾಡುತ್ತಿರುವೆ ?"

"ಇನ್ನೇನಮ್ಮ ಹೇಳಲಿ ? ಇಲ್ಲಿಗೆ ಬಂದು ನಾವು ನಮ್ಮ ಸ್ವಾತಂತ್ರ್ಯವನ್ನು ಕಳೆದು ಕೊಂಡಂತಾಯಿತು. ಒಬ್ಬೊಬ್ಬರೂ ಒಂದೊಂದು ರೀತಿ ಉಪಯೋಗಿಸಿಕೊಳ್ಳಲು ನೋಡುತ್ತಿದ್ದಾರೆ. ಆ ಚರಣ ಒಂದು ರೀತಿ, ಈಗ ಈ ಅಮಾತ್ಯ ಇನ್ನೊಂದು ರೀತಿ. ನಮಗೂ ಒಂದು ಮನಸ್ಸಿದೆ, ನಮ್ಮವೇ ಆದ ಇಷ್ಟಾನಿಷ್ಟಗಳಿವೆ ಎಂದು ಯಾರೂ ಯೋಚಿಸುವುದಿಲ್ಲ"

"ಕೇತಕಿ" ಮಂಗಳೆ ಹೇಳಿದಳು, "ಚರಣನನ್ನು ಈ ಅಮಾತ್ಯನ ಜೊತೆ ಹೋಲಿಸಬೇಡ. ಅವನು ಇವನಂತೆ ಸುಗಂಧಿಯನ್ನು ತನ್ನ ಸ್ವಾರ್ಥಕ್ಕೆ ಬಳಸಿಕೊಳ್ಳುತ್ತಿಲ್ಲ. ಈ ದುಷ್ಟ ಧನನಂದನಿಂದ ಮಗಧವನ್ನು ಬಿಡುಗಡೆ ಮಾಡಲು ಅವನು, ಅವನ ಮಿತ್ರರು ಪ್ರಯತ್ನ ಪಡುತ್ತಿದ್ದಾರೆ. ಅವನಿಗೆ ನೆರವಾಗುವುದು ನಮ್ಮ ಧರ್ಮ. ಅಷ್ಟಾದರೂ ಅವನು ಅಳುಕುತ್ತಲೇ ಹೇಳಿದ. ಹೋಗುವಾಗ ಆ ದಿನ ಅವನು ಎಷ್ಟು ದುಃಖದಿಂದಿದ್ದ ಎಂಬುದನ್ನು ನೀನೇ ನೋಡಿದೆಯಲ್ಲ."

"ಅದು ಸರಿಯಮ್ಮ. ಈ ಅಮಾತ್ಯನ ಕಾಟದಿಂದ ತಪ್ಪಿಸಿಕೊಳ್ಳುವುದು ಹೇಗೆ ? ಅಧಿಕಾರ ಕೈಯಲ್ಲಿದೆ, ವಿರೋಧಿಸಿದರೆ ಏನು ತೊಂದರೆ ಮಾಡುತ್ತಾನೋ."

"ಯಾವುದಕ್ಕೂ ಚರಣನ ಸಲಹೆ ಕೇಳುವುದು ಒಳ್ಳೆಯದು."

"ಅವನೆಲ್ಲಿದ್ದಾನೋ, ಏನು ಮಾಡುತ್ತಿದ್ದಾನೋ ಅಥವಾ ಸೆರೆಯಿಂದ ತನ್ನ ಮಿತ್ರರನ್ನು ಬಿಡಿಸಿಕೊಂಡು ಹೋದ ಮೇಲೆ ನಮ್ಮನ್ನು ಮರೆತೇಬಿಟ್ಟಿದ್ದಾನೋ !"

"ಇಲ್ಲ ಕೇತಕಿ, ಅವನು ಅಂಥವನಲ್ಲ. ಅವನು ಎಲ್ಲಿರುವನೆಂದು ನನಗೆ ಗೊತ್ತು" ಎಂದಳು ಮಂಗಳೆ.

"ಏನು ? ಅವನಿರುವ ಸ್ಥಳ ನಿನಗೆ ಗೊತ್ತೆ !"

"ಗೊತ್ತು, ಅವನಿಲ್ಲದಿದ್ದರೂ, ಅವನಿಗೆ ಸಂದೇಶ ಮುಟ್ಟಿಸಬಹುದು."

"ಆ ಗುಟ್ಟನ್ನು ನಿನಗೆ ಮಾತ್ರ ಯಾವಾಗ ಹೇಳಿದ ?"

"ಗುಟ್ಟೆಂದು ಹೇಳಿದೆಯಲ್ಲ, ರಟ್ಟು ಮಾಡುವ ನಿನ್ನ ಕಿವಿಗೆ ಬೀಳದ ಹಾಗೆ ಅದನ್ನು ನನಗೆ ಮಾತ್ರ ಹೇಳಿದ್ದಾನೆ" ಎಂದು ಮಂಗಳೆ ನಕ್ಕಳು.

# ಅಧ್ಯಾಯ ಐದು

## ೧

ಮಂಗಳೆಯ ಸೇವಕ ಶ್ರೀಧರ ಪುರುಷಪುರಕ್ಕೆ ಬಂದಾಗ ಸಹದೇವ ಅವನಿಗೆ ಹಲವು ಪ್ರಶ್ನೆಗಳನ್ನು ಕೇಳಿ ನಂಬಿಕೆಯವನೆಂದು ಖಚಿತಪಡಿಸಿಕೊಂಡು ಚಂದ್ರಗುಪ್ತ, ಚರಣ ಮತ್ತು ಅವರ ಮಿತ್ರರಿದ್ದ ರಹಸ್ಯ ತಾಣಕ್ಕೆ ಕರೆದುಕೊಂಡು ಬಂದ. ಯಾರಿಗೂ ಅವನ ಪರಿಚಯ ಇಲ್ಲದಿದ್ದುದರಿಂದ ಎಲ್ಲ ಕುತೂಹಲದಿಂದ ಅವನನ್ನೇ ನೋಡ ತೊಡಗಿದರು. ಚರಣ ಮಾತ್ರ "ಓ ಶ್ರೀಧರ! ಬಾ" ಎಂದು ಸ್ವಾಗತಿಸಿದ. ಅವನು ಎಲ್ಲರಿಗೂ ವಿನಯದಿಂದ ನಮಸ್ಕರಿಸಿ ಚರಣನ ಹತ್ತಿರದಲ್ಲಿ ಬಂದು ಕುಳಿತ.

"ಇವನು ಶ್ರೀಧರ, ಸುಗಂಧಿಯ ಮನೆಯ ಪರಿಚಾರಕ" ಎಂದು ಚರಣ ಚಂದ್ರಗುಪ್ತನಿಗೆ ಪರಿಚಯಿಸಿದ. ಚಂದ್ರಗುಪ್ತನಿಗೆ ಚರಣ ಅವಳ ಬಗ್ಗೆ ಹೇಳಿದ್ದು ನೆನಪಾಗಿ "ಹೌದೇ?" ಎಂದು ಮುಗುಳುನಗುತ್ತ ಪ್ರೀತಿಯಿಂದ ಶ್ರೀಧರನ ಬೆನ್ನ ಮೇಲೆ ಕೈಯಾಡಿಸಿದ.

"ಒಂದು ವಿಷಯದಲ್ಲಿ ನಿಮ್ಮ ಸಲಹೆ ಕೇಳಿ ಬರುವಂತೆ ಅಮ್ಮ ನನ್ನನ್ನು ಕಳಿಸಿದ್ದಾಳೆ" ಎಂದ ಶ್ರೀಧರ.

"ನನ್ನ ಸಲಹೆ ಕೇಳುವಷ್ಟು ಮಹತ್ವದ ವಿಷಯವೇನು?" ಎಂದು ಚರಣ ಕೇಳಿದ.

ಆ ಹುಡುಗ ಏನು ಹೇಳುವನೋ ಎಂದು ಎಲ್ಲ ಕುತೂಹಲದಿಂದ ಅವನ ಮುಖವನ್ನೇ ನೋಡುತ್ತಿದ್ದರು. ಎಲ್ಲರೆದುರಿಗೆ ಹೇಳಲು ಅವನು ತುಸು ಹಿಂಜರಿಯುತ್ತಿರುವುದನ್ನು ಕಂಡು "ನಾವೆಲ್ಲ ಮಿತ್ರರು. ಒಂದೇ ಜೀವ ಹಲವು ದೇಹಗಳಿದ್ದಂತೆ. ಹೇಳು" ಎಂದ ಚರಣ.

ಶ್ರೀಯಕ ಮನೆಗೆ ಬಂದು ಮಂಗಳೆಯೊಂದಿಗೆ ಆಡಿದ ಮಾತುಗಳನ್ನೆಲ್ಲ ಒಂದೂ ಬಿಡದೆ ವಿವರಿಸಿದ ಶ್ರೀಧರ ಹೇಳಿದ, "ಅಮ್ಮ ತುಂಬ ನೊಂದುಕೊಂಡಿದ್ದಾಳೆ. ನಿಮ್ಮ ಸೂಚನೆಯಂತೆ ನಡೆಯಲು ಅಮ್ಮ ಮತ್ತು ಅಕ್ಕನಿಗೆ ನಿಮ್ಮ ಮೇಲಿದ್ದ ಪ್ರೀತಿ, ನಂಬಿಕೆ ಕಾರಣ. ಆದರೆ ಅವನ ಮಾತಿನಂತೆ ನಡೆಯದಿದ್ದರೆ ಆ ಶ್ರೀಯಕ ಏನು ತೊಂದರೆ ಮಾಡುತ್ತಾನೋ ಎಂದು ಅಮ್ಮ ಹೆದರಿದ್ದಾಳೆ."

"ಅಂದರೆ, ಶ್ರೀಯಕ ಇನ್ನೊಂದು ದಿಕ್ಕಿನಿಂದ ಧನನಂದನ ವಿರುದ್ಧ ದ್ರೋಹಚಿಂತನೆ ಮಾಡುತ್ತಿರುವಂತಿದೆ" ಎಂದ ಚಂದ್ರಗುಪ್ತ.

"ಹೌದು" ಶ್ರೀಧರ ಹೇಳಿದ, "ಅಮ್ಮನೂ ಅದನ್ನೇ ಹೇಳುತ್ತಿದ್ದಳು. ಅದಕ್ಕೇ ಅವಳು ಭಯಗೊಂಡಿರುವುದು."

ಚರಣ ಗಂಭೀರನಾದ. ಅವನ ಮುಖದಲ್ಲಿ ನೋವಿತ್ತು. "ಇಂಥ ಸಂದಿಗ್ಧದಲ್ಲಿ ಅವರನ್ನು ಸಿಲುಕಿಸಲು ನಾನೇ ತಪ್ಪು ಮಾಡಿದಂತಾಯಿತು" ಎಂದ.

"ನಿಮ್ಮ ಮೇಲೆ ಅಮ್ಮನಿಗೆ, ಅಕ್ಕನಿಗೆ ಕಿಂಚಿತ್ತೂ ಬೇಸರವಿಲ್ಲ ಚರಣ" ಎಂದ ಶ್ರೀಧರ.

"ಚಕ್ರವರ್ತಿಯ ವಿರುದ್ಧ ಅವನೆಂಥ ದ್ರೋಹ ಮಾಡುವುದಕ್ಕೆ ಸಾಧ್ಯ?" ಎಂದ ಸಿಂಹಸೇನ.

"ಪ್ರಧಾನಾಮಾತ್ಯನ ಪದವಿಗಾಗಿ ಎಂದು ಶ್ರೀಧರ ಹೇಳಿದನಲ್ಲಾ?" ಎಂದ ಭಾಸ್ಕರ.

"ಇಲ್ಲ" ಚಂದ್ರಗುಪ್ತ ಹೇಳಿದ, "ಅವನ ಗುರಿ ಧನನಂದನ ಸಿಂಹಾಸನದ ಮೇಲೇ ಇರುವಂತಿದೆ."

"ಖಂಡಿತ" ಚರಣ ಅದನ್ನು ಅನುಮೋದಿಸಿದ, "ಇಷ್ಟೆಲ್ಲಾ ಯೋಚಿಸಿರಬೇಕಾದರೆ ಅವನ ದೃಷ್ಟಿ ಅಲ್ಲೇ ಎನ್ನುವುದರಲ್ಲಿ ಸಂದೇಹವಿಲ್ಲ."

"ಆದರೆ ಚರಣ" ಚಂದ್ರಗುಪ್ತ ತುಸು ಚಿಂತೆಯಿಂದ ಹೇಳಿದ, "ನಾವೂ ಅದೇ ಗುರಿಯಿಟ್ಟುಕೊಂಡು ಪಾಡುಪಡುತ್ತಿದ್ದೇವೆ. ಅವನೂ ಅದೇ ಪ್ರಯತ್ನಪಡುತ್ತಿದ್ದಾನೆ. ಫಲಿತಾಂಶ ಏನಾಗುವುದೋ? ಏಕೆಂದರೆ ನಮಗಿಂತ ಅವನಿಗೆ ಅನುಕೂಲ ಹೆಚ್ಚಲ್ಲವೆ? ಅವನಾದರೆ ಸುಲಭವಾಗಿ ಬೆನ್ನಲ್ಲಿ ಚೂರಿ ಹಾಕಬಹುದು."

"ಅದು ಅಷ್ಟು ಸುಲಭವಲ್ಲ" ನಂದಿಕೇಶ ಹೇಳಿದ, "ರಾಕ್ಷಸನ ಕಣ್ಣು ತಪ್ಪಿಸುವುದು ಅಸಾಧ್ಯ."

"ನಾವು ತಪ್ಪಿಸಿ ಬರಲಿಲ್ಲವೆ?" ಎಂದ ಬ್ರಹ್ಮದತ್ತ.

"ಅದು ನಮ್ಮ ಅದೃಷ್ಟ ಅಷ್ಟೆ?" ಚರಣ ಹೇಳಿದ, "ಅದರ ಪರಿಣಾಮವಾಗಿಯೇ ಅವನು ಈಗ ಮೈಯೆಲ್ಲ ಕಣ್ಣಾಗಿರುತ್ತಾನೆ. ಇನ್ನಷ್ಟು ಎಚ್ಚರದಿಂದ ತನ್ನ ಚಕ್ರವರ್ತಿಯನ್ನು ಕಾಯುತ್ತಾನೆ."

"ಹೌದು" ಚಂದ್ರಗುಪ್ತ ಹೇಳಿದ, "ಚರಣನ ಮಾತು ನಿಜ."

"ಅಮ್ಮನಿಗೆ ನಾನು ಏನು ಹೇಳಲಿ ಚರಣ" ಶ್ರೀಧರ ಮತ್ತೆ ಕೇಳಿದ.

ಚರಣ ಚಂದ್ರಗುಪ್ತನ ಮುಖ ನೋಡಿದ. ಇಬ್ಬರೂ ಸ್ವಲ್ಪ ಹೊತ್ತು ಗಂಭೀರವಾಗಿ ಆಲೋಚನೆಯಲ್ಲಿ ಮುಳುಗಿದರು. ನಂತರ ಚಂದ್ರಗುಪ್ತನೇ ಮಾತಾಡಿದ, "ಚರಣ, ಅವನು ಸುಗಂಧಿಯನ್ನು ಬಳಸಬೇಕೆಂದರೆ, ಅವನ ಬೆಂಬಲಕ್ಕೆ ಗಣ್ಯ ಅಧಿಕಾರಿಗಳೇ ಇರಬೇಕು."

"ಹೌದು, ಅಂಥ ಅಧಿಕಾರಿಗಳು ಯಾರು? ಅಮಾತ್ಯ ರಾಕ್ಷಸನಂತೂ ಇರಲಾರ."

"ಅವನ ಸ್ಥಾನವನ್ನೇ ಕಬಳಿಸಲು ಹೊರಟಿರುವ ಶ್ರೀಯಕ ಅಂಥ ಪ್ರಯತ್ನ ಪಡಲಾರ. ಹಾಗೇನಾದರೂ ಮಾಡಿದರೆ ಇರುವ ಅಧಿಕಾರವನ್ನೂ ಕಳೆದುಕೊಳ್ಳುತ್ತಾನೆ."

ಒಂದು ವೇಳೆ ಅವನು ಸಿಂಹಾಸನದ ಮೇಲೆ ಕಣ್ಣಿಟ್ಟಿರುವುದೇ ನಿಜವಾದರೆ, ಎಲ್ಲರಿಗಿಂತ ಮೊದಲು ಅವನು ತನ್ನ ಪರ ಮಾಡಿಕೊಳ್ಳಲು ಪ್ರಯತ್ನಿಸುವುದು ಸೇನಾಧ್ಯಕ್ಷರನ್ನು."

"ಸರಿಯಾಗಿ ಹೇಳಿದೆ ಚರಣ. ನಿನ್ನ ತರ್ಕ ಸೂಕ್ತವಾಗಿದೆ."

"ಹಾಗಿದ್ದರೆ ಸುಗಂಧಿಯನ್ನು ನಾವು ರಕ್ಷಿಸಬಹುದು" ಚರಣ ಉತ್ಸಾಹದಿಂದ ಹೇಳಿದ.

"ಅದು ಹೇಗೆ ?"

"ಅದನ್ನು ಆಮೇಲೆ ಹೇಳುತ್ತೇನೆ. ಶ್ರೀಧರ, ನೀನು ನಾಳೆ ಹೋಗುವಾಗ ನಿನ್ನ ಅಮ್ಮನಿಗೆ ಏನು ಹೇಳಬೇಕೆಂದು ತಿಳಿಸುತ್ತೇನೆ" ಎಂದು ಚರಣ ಅವನನ್ನು ಸಹದೇವ ನೊಂದಿಗೆ ಕಳಿಸಿಕೊಟ್ಟ.

ಅವರು ಹೋದ ಮೇಲೆ ಚಂದ್ರಗುಪ್ತ ಕೇಳಿದ, "ಏಕೆ ಚರಣ, ಶ್ರೀಧರನಿಗೆ ತಿಳಿಯಬಾರದೆಂದು ಸುಮ್ಮನಾದೆಯಾ ?"

"ಹಾಗೇನೂ ಇಲ್ಲ, ಆದರೂ ನಮ್ಮ ಎಚ್ಚರದಲ್ಲಿ ನಾವು ಇರಬೇಕಲ್ಲವೆ ?"

"ನಾಳೆ ಅವನ ಬಳಿ ಹೇಳಿ ಕಳಿಸಬೇಕಲ್ಲ?"

"ಇಲ್ಲ, ಬರೆದು ಕಳಿಸುತ್ತೇನೆ. ಅವನಿಗೆ ಓದುಬರಹ ಬರುವುದಿಲ್ಲ"

"ಬೇರೆಯವರ ಬಳಿ ಓದಿಸಬಹುದು."

"ಅವನು ಅಂಥವನಲ್ಲ, ಪ್ರಾಮಾಣಿಕ, ನಿಷ್ಠಾವಂತ, ಅವನಿಗೆ ಗೊತ್ತಾದರೂ ಬಹಿರಂಗಪಡಿಸುವವನಲ್ಲ. ಆಕಸ್ಮಿಕವಾಗಿ ಏಕೆ ತೊಂದರೆಯೆಂದುಕೊಂಡೆ ಅಷ್ಟೆ"

"ಅದು ಸರಿ, ಆ ರಹಸ್ಯ ಏನೆಂದು ನೀನು ಹೇಳಲೇ ಇಲ್ಲ?" ಎಂದ ನಂದಿಕೇಶ.

"ಈಗ ಹೇಳುತ್ತೇನೆ" ಚರಣ ಆರಂಭಿಸಿದ, "ನಾನು ತಿಳಿದ ಮಟ್ಟಿಗೆ ನಮ್ಮ ಸೇನಾಧ್ಯಕ್ಷರಾಗಲೀ, ಶ್ರೀಯಕನನ್ನೂ ಸೇರಿಸಿಕೊಂಡು ಬೇರೆ ಅಮಾತ್ಯರಾಗಲೀ ಸ್ತ್ರೀಲೋಲರಲ್ಲ. ಶ್ರೀಯಕನನ್ನು ಬಿಟ್ಟರೆ ಉಳಿದವರಿಗೆ ಅಧಿಕಾರದ ವ್ಯಾಮೋಹವೂ ಇಲ್ಲ, ಅದರಲ್ಲೂ ಅಶ್ವಾಧ್ಯಕ್ಷ ಭಾಗುರಾಯಣರಂತೂ ನಮಗೆಲ್ಲ ಆಪ್ತರು. ನಮ್ಮ ನಾಯಕ ಚಂದ್ರಗುಪ್ತನ ಮಾವನಾಗಲಿರುವವರು. ಅವರು ಸುಗಂಧಿಯನ್ನು ರಕ್ಷಿಸುವುದು ಸಾಧ್ಯ."

"ಸ್ವಲ್ಪ ಬಿಡಿಸಿ ಹೇಳು ಚರಣ" ಚಂದ್ರಗುಪ್ತ ಕೇಳಿದ.

"ಬಹಳ ಸರಳ. ಮೊದಲು ಶ್ರೀಯಕ ಬಹಳ ಉಪಾಯವಾಗಿ ಭಾಗುರಾಯಣನನ್ನು ಸಂಪರ್ಕಿಸುತ್ತಾನೆ. ಸುಗಂಧಿಯ ಸ್ನೇಹದ ಸೂಚನೆ ನೀಡುತ್ತಾನೆ. ಭಾಗುರಾಯಣ ಆಸಕ್ತಿಯಿರುವಂತೆ ನಾಟಕ ಮಾಡಲಿ. ಸಾಧ್ಯವಾದರೆ ಡಿಂಗಿರಾತ, ಭದ್ರಭಟ ಮತ್ತು ಚಿತ್ರವರ್ಮರಿಗೂ ಹೇಳಿ ನಾಟಕ ಮಾಡಿಸಲಿ. ಆದರಿಂದ ಎರಡು ರೀತಿಯ ಪ್ರಯೋಜನ ವಾಗುತ್ತದೆ."

"ಅದೇನೆಂದು ನಾನು ಹೇಳುತ್ತೇನೆ" ಚಂದ್ರಗುಪ್ತ ಹೇಳಿದ, "ಸುಗಂಧಿಗೆ ಇಷ್ಟವಿಲ್ಲದ ಕೆಲಸ ಮಾಡುವ ಆತಂಕ ತಪ್ಪುತ್ತದೆ. ಅದಕ್ಕಿಂತ ಮುಖ್ಯವಾಗಿ ಸೇನಾಧ್ಯಕ್ಷರು ತನ್ನ ಪರ ಇರುವರೆಂದು ತಪ್ಪು ತಿಳಿದುಕೊಂಡು, ನಿರ್ಣಾಯಕ ಸಂದರ್ಭದಲ್ಲಿ ಶ್ರೀಯಕ ತಪ್ಪು ಹೆಜ್ಜೆ ಇಡುತ್ತಾನೆ. ಅದು ಅವನ ವಿನಾಶಕ್ಕೆ ಮಾತ್ರವಲ್ಲದೆ, ನಮ್ಮ ಕಾರ್ಯಸಾಧನೆಗೂ ಅನುಕೂಲ ವಾಗುತ್ತದೆ."

"ಹೌದು, ನೀನು ಭಾಗುರಾಯಣನಿಗೆ ಒಂದು ಪತ್ರ ಬರಿ. ನಾನು ಮಂಗಳೆಗೆ ಪತ್ರ ಬರೆಯುತ್ತೇನೆ. ಶ್ರೀಧರ ಎಚ್ಚರಿಕೆಯಿಂದ ತಲಪಿಸುತ್ತಾನೆ."

ಚಂದ್ರಗುಪ್ತ ಚರಣನ ಮುಖವನ್ನೇ ದಿಟ್ಟಿಸಿ ನೋಡಿದ. ಅವನು ಅರ್ಥವಾಗದೆ "ಏಕೆ ಹಾಗೆ ನೋಡುತ್ತಿರುವೆ ?" ಎಂದು ಕೇಳಿದ.

"ನಿನ್ನ ಬುದ್ಧಿವಂತಿಕೆಗೆ ದೊಡ್ಡ ನಮಸ್ಕಾರ !" ಎಂದು ಕೈಮುಗಿದು ಅವನನ್ನು ಬಾಚಿ ತಬ್ಬಿಕೊಂಡು ಹಣೆ ಚುಂಬಿಸಿ "ನಿನ್ನಂಥ ಮಿತ್ರನನ್ನು ಪಡೆಯುವುದಕ್ಕೆ ನಾನು ತುಂಬ ಅದೃಷ್ಟ ಮಾಡಿದ್ದೆ ಚರಣ" ಎಂದ ಭಾವೋದ್ವೇಗದಿಂದ.

ಚರಣನೂ ಕಣ್ಣಲ್ಲಿ ನೀರು ತುಂಬಿಕೊಂಡು "ನಿನಗಾಗಿ ನನ್ನ ಪ್ರಾಣವೇ ಮೀಸಲಾಗಿದೆ ಚಂದ್ರಗುಪ್ತ" ಎಂದ. ಎಲ್ಲ ಸಂತೋಷದಿಂದ ಚಪ್ಪಾಳೆ ತಟ್ಟಿದರು.

"ನಮ್ಮನ್ನು ಬೇರೆ ಮಾಡಿಬಿಟ್ಟೆಯಲ್ಲ ಚರಣ ?" ಎಂದ ಸಿಂಹಸೇನ.

"ತಪ್ಪು ತಿಳಿಯಬೇಡ ಸಿಂಹಸೇನ" ಚರಣ ಹೇಳಿದ, "ನೀವೆಲ್ಲ ನಮ್ಮ ಪ್ರಾಣ ಸ್ನೇಹಿತರು, ನಿಜ. ಆದರೆ ನಾನು ನನ್ನ ಪ್ರಾಣ ಕೊಡುವೆನೆಂದು ಹೇಳಿದಂತೆ, ನೀವು ನಿಮ್ಮ ಪ್ರಾಣವನ್ನು ಕೊಡಿ ಎಂದು ಹೇಳುವ ಅಧಿಕಾರ ನನಗುಂಟೆ ?"

ಚಂದ್ರಗುಪ್ತ ನಡುವೆ ಮಾತಾಡಿದ, "ಸುಮ್ಮನೆ ತರ್ಕವೇಕೆ ? ನಮ್ಮಲ್ಲಿ ಯಾರೂ ಪ್ರಾಣ ಕೊಡುವುದು ಬೇಡ. ನಮ್ಮ ಪ್ರಾಣಗಳನ್ನು ಉಳಿಸಿಕೊಂಡು ನಮ್ಮ ಶತ್ರುಗಳ ಪ್ರಾಣ ತೆಗೆಯೋಣ."

"ಅವತ್ತು ಅಮ್ಮ ಹೇಳಿದರಲ್ಲ, ನೀವೆಲ್ಲ ನನಗೆ ಮಕ್ಕಳೇ ಎಂದು" ಎಂದ ಬ್ರಹ್ಮದತ್ತ.

ನಂತರ ಅವರೆಲ್ಲ ಮುಂದಿನ ವಾರ ಪಾಟಲೀಪುತ್ರಕ್ಕೆ ವೇಷ ಮರೆಸಿಕೊಂಡು ಹೇಗೆ ಹೋಗುವುದು ? ಅಲ್ಲಿ ಏನು ಮಾಡುವುದು ? ಅಪಾಯವಾದರೆ ಹೇಗೆ ತಪ್ಪಿಸಿಕೊಂಡು ಬರುವುದೆಂದು ಚರ್ಚೆಮಾಡಿದರು. ತನಗಾಗಿ ಮಯೂರ ಲಾಂಛನದ ಒಂದು ಧ್ವಜವನ್ನು ಪ್ರದರ್ಶಿಸಲು ಚಂದ್ರಗುಪ್ತ ಇಷ್ಟಪಟ್ಟ. ತಮ್ಮಲ್ಲಿರುವ ಕುದುರೆಗಳಷ್ಟು ಸಂಖ್ಯೆಯ ವ್ಯಕ್ತಿಗಳು ಮಾತ್ರ ಹೋದರೆ, ಸುರಕ್ಷಿತವಾಗಿ ಮತ್ತು ವೇಗವಾಗಿ ತಪ್ಪಿಸಿಕೊಂಡು ಬರುವುದು ಸಾಧ್ಯವಾಗುವುದೆಂದು ಆಲೋಚಿಸಿದರು. ಗ್ರಾಮದ ತರುಣರು ನಿರಾಸೆ ಪಟ್ಟುಕೊಂಡರು. ಮುಂದೆ ದೊಡ್ಡ ಸಾಹಸದ ಸಂದರ್ಭದಲ್ಲಿ ಅವರನ್ನು ಖಂಡಿತ ಬಳಸಿಕೊಳ್ಳಲಾಗುವುದೆಂದು ಸಮಾಧಾನಪಡಿಸಬೇಕಾಯಿತು. ಅಲ್ಲದೆ ನೆಲೆಯಿಲ್ಲದೆ ಬಂದ ತಮಗೆ ಆಶ್ರಯ ನೀಡಿದ ಗ್ರಾಮದ ತರುಣರಲ್ಲಿ ಯಾರಾದರೂ ಆಕಸ್ಮಿಕವಾಗಿ ಬಲಿಯಾಗಿ, ಗ್ರಾಮದ ಜನರಿಗೆ ನೋವುಂಟುಮಾಡುವುದು ಅವರಿಗೆ ಇಷ್ಟವಿರಲಿಲ್ಲ.

ಮರುದಿನವೇ ಪತ್ರಗಳನ್ನು ಕೊಟ್ಟು ಹೇಳಬೇಕಾದುದನ್ನು ಹೇಳಿ ಶ್ರೀಧರನನ್ನು ಕಳಿಸಿಕೊಟ್ಟರು.

★ ★ ★

ಚಂದ್ರಗುಪ್ತನ ಪತ್ರ ಬಂದಾಗ ಭಾಗುರಾಯಣ ಅಚ್ಚರಿಗೊಂಡ. ಶ್ರೀಯಕ ಇಂಥ ಯೋಚನೆ ಮಾಡುವನೆಂದು ಅವನಿಗೆ ನಂಬುವುದಕ್ಕೇ ಆಗಲಿಲ್ಲ. ಸುಗಂಧಿಯ ಬಗ್ಗೆ ಅವನಿಗೆ ಮರುಕವಾಯಿತು. "ಅವಳು ಒಬ್ಬ ಗಣಿಕೆ ಎಂಬ ದೌರ್ಬಲ್ಯವನ್ನು ಹೀಗೆ ಶ್ರೀಯಕ ತನ್ನ ದ್ರೋಹಕ್ಕೆ ಬಳಸಿಕೊಳ್ಳಲು ಆಲೋಚಿಸುತ್ತಿರುವುದು ಎಂಥ ನೀಚತನ!" ಎಂದ.

"ಅವನ ನೀಚತನಕ್ಕಿಂತ, ಅವನ ಸಹಾಯದಿಂದ ಸುಗಂಧಿಯನ್ನು ತನ್ನ ಶೃಂಗಾರಕ್ಕೆ ಬಳಸಿಕೊಂಡ ಆ ಧನನಂದನ ನೀಚತನ ದೊಡ್ಡದು" ಎಂದಳು ಉಜ್ವಲ ಬೇಸರ, ಕೋಪಗಳಿಂದ.

"ಛೀ! ಎಂಥ ದುರ್ಗತಿ ಬಂತು ಮಗಧಕ್ಕೆ! ಈ ದೊಡ್ಡ ಸಾಮ್ರಾಜ್ಯದ ಚಕ್ರವರ್ತಿ ತನ್ನ ಕಾಮಲಾಲಸೆಗೆ ಒಬ್ಬ ಗಣಿಕೆಯನ್ನೂ ಬಿಡಲಿಲ್ಲವೆಂದರೆ ಅವನ ಅಭಿರುಚಿ ಎಂಥ ಕೀಳುಮಟ್ಟದ್ದು! ಅಂಥವನು ತನ್ನ ಸಾಮ್ರಾಜ್ಯವನ್ನು ಇನ್ನೆಷ್ಟರಮಟ್ಟಿಗೆ ಆಳಬಲ್ಲ!" ಮಾಲಿನಿ ಮುಖ ಕಿವುಚಿಕೊಂಡಳು.

"ಅಮ್ಮ, ಈಗ ಅದು ಮುಖ್ಯವಾದ ವಿಷಯವಲ್ಲ" ಉಜ್ವಲ ಹೇಳಿದಳು, "ಅಪ್ಪಾಜಿ ಮತ್ತು ಇತರ ಸೇನಾಧ್ಯಕ್ಷರನ್ನು ಸುಗಂಧಿಯ ಮೂಲಕ ತನ್ನತ್ತ ಸೆಳೆದುಕೊಂಡರೆ, ಧನನಂದನನ್ನು ಪದಚ್ಯುತಿಗೊಳಿಸಬಹುದೆಂಬುದು ಅವನ ಲೆಕ್ಕಾಚಾರ. ಜೊತೆಗೆ ಸುಗಂಧಿಯನ್ನು ರಕ್ಷಣೆ ಮಾಡುವಂತೆ ಚಂದ್ರಗುಪ್ತ ಬರೆದಿರಬೇಕಾದರೆ ಅವಳು ಒಳ್ಳೆಯವಳೇ ಇರಬೇಕು."

"ಗಣಿಕೆಯಾದ ಮಾತ್ರಕ್ಕೆ ಯಾರದೋ ಮಾತಿನ ಬಲವಂತಕ್ಕೆ ಇಷ್ಟವಿಲ್ಲದ ವ್ಯಕ್ತಿಗಳ ಜೊತೆ ದೇಹ ಸಂಬಂಧ ಬೆಳೆಸುತ್ತಾಳೆಯೆ? ಪಾಪ, ಅವಳು ಎಂಥ ಸಂದಿಗ್ಧದಲ್ಲಿ ಸಿಲುಕಿದ್ದಾಳೋ ಏನೋ!" ಮಾಲಿನಿ ಹೇಳಿದಳು.

ಅದಕ್ಕೆ ಭಾಗುರಾಯಣ ಹೇಳಿದ, "ಅವಳ ಬಗ್ಗೆ ನೀನು ಅನುಕಂಪ ತೋರಿಸಿದೆಯಲ್ಲಾ, ಸಾಕು ಬಿಡು. ಅವಳನ್ನು ನಾನು ರಕ್ಷಿಸುತ್ತೇನೆ. ಜೊತೆಗೆ ಶ್ರೀಯಕ ಚಂದ್ರಗುಪ್ತನ ಕಾರ್ಯವಾಗುವವರೆಗೂ ತಪ್ಪು ತಿಳುವಳಿಕೆಯ ಗುಂಗಿನಲ್ಲೇ ಇರುವಂತೆ ನಾನು ನೋಡಿಕೊಳ್ಳುತ್ತೇನೆ."

"ಅದು ಹೇಗೆ?" ಮಾಲಿನಿ ಕುತೂಹಲಗೊಂಡಳು.

"ಚಂದ್ರಗುಪ್ತನ ಊಹೆ ನಿಜವೇ ಆಗಿದ್ದರೆ, ಶ್ರೀಯಕ ನನ್ನನ್ನು ಪರೋಕ್ಷವಾಗಿ ಯಾದರೂ ಸಂಪರ್ಕಿಸುತ್ತಾನೆ. ಹಾಗೆಯೇ ಬೇರೆ ಸೇನಾಧ್ಯಕ್ಷರಿಗೂ ಸುಗಂಧಿಯ ಆಮಿಷ ತೋರಿಸುತ್ತಾನೆ. ಡಿಂಗಿರಾತ, ಭದ್ರಭಟ ಮತ್ತು ಚಿತ್ರವರ್ಮರಿಗೆ ಮೊದಲೇ ನಾನು ಸೂಕ್ಷ್ಮವಾಗಿ ವಿಷಯ ತಿಳಿಸಿ ಸರಿ ಮಾಡುತ್ತೇನೆ. ಸುಗಂಧಿ ಒಬ್ಬೊಬ್ಬರ ಜೊತೆ ಒಂದು ತಿಂಗಳೋ, ಎರಡು ತಿಂಗಳೋ ಇರಲಿ."

"ಹಾಂ! ಏನೆಂದಿರಿ!" ಮಾಲಿನಿ ಕಣ್ಣರಳಿಸಿದಳು.

"ಕೋಪಿಸಿಕೊಳ್ಳಬೇಡ" ಭಾಗುರಾಯಣ ನಗುತ್ತ ಹೇಳಿದ, "ಸುಗಂಧಿ ನನ್ನ ಮಗಳ ಜೊತೆ ಇನ್ನೊಬ್ಬ ಮಗಳಾಗಿ ಅಷ್ಟು ದಿನ ನಮ್ಮ ಮನೆಯಲ್ಲಿ ನೆಮ್ಮದಿಯಿಂದಿರಲಿ."

ಮಾಲಿನಿ ನಿರಾಳವಾದ ಉಸಿರುಬಿಟ್ಟಳು.

"ನೋಡಿದೆಯಾ ಉಜ್ವಲ, ನಿಮ್ಮಮ್ಮನಿಗೆ ಇಷ್ಟು ವರ್ಷಗಳಾದರೂ ನನ್ನ ಮೇಲೆ ನಂಬಿಕೆಯೇ ಇಲ್ಲ" ಎಂದು ಭಾಗುರಾಯಣ ಚೇಷ್ಟೆಯಿಂದ ನಕ್ಕ.

★ ★ ★

ಆ ದಿನ ಸಂಜೆ ಚಂದ್ರಗುಪ್ತ, ಚರಣ, ಸಿಂಹಸೇನ, ಬ್ರಹ್ಮದತ್ತ, ನಂದಿಕೇಶ ಮತ್ತು ಭಾಸ್ಕರ ಕುದುರೆಗಳನ್ನೇರಿ ಪುರುಷಪುರದಿಂದ ಹೊರಟರು. ಸಹದೇವ ಮತ್ತು ಶಿವಾಲಿ ಮತ್ತೆ ಮತ್ತೆ ಎಚ್ಚರ ಹೇಳಿ ಬೀಳ್ಕೊಟ್ಟರು.

ನಡುರಾತ್ರಿಯ ವೇಳೆಗೆ ಅವರು ಬಳಸುದಾರಿಯಿಂದ ಪಾಟಲೀಪುತ್ರದ ಪಶ್ಚಿಮ

ದ್ವಾರದ ದಿಕ್ಕಿನಲ್ಲಿ ಬಂದರು. ರಾಜಭಟರು ಹಿಂಬಾಲಿಸಿದರೂ ಆ ಸಲದಂತೆ ಈ ಸಲವೂ ಪಶ್ಚಿಮದತ್ತ ಸಾಗಿ ದಾರಿತಪ್ಪುವರೆಂದು ಅವರು ಈ ಯೋಚನೆ ಮಾಡಿದ್ದರು. ಸ್ವಲ್ಪ ದೂರದಲ್ಲಿ ಒಂದು ಮರೆಯಾದ ಸ್ಥಳದಲ್ಲಿ ನಿಂತರು. ಕಾವಲಿನ ಸ್ಥಿತಿ ಹೇಗಿರುವುದೆಂದು ನೋಡಿಬರಲು ನಂದಿಕೇಶ ಒಬ್ಬನೇ ಹೋದ. ಸ್ವಲ್ಪ ಹೊತ್ತಿಗೆ ಅವನು ಹಿಂದಿರುಗಿ ಬಂದು, ಸುಮಾರು ಇನ್ನೂರು ಜನರ ಒಂದು ಸಣ್ಣ ಪಡೆಯೇ ಕಾವಲಿರುವುದೆಂದು ಹೇಳಿದ.

"ಅಂದರೆ, ಎಲ್ಲ ದ್ವಾರಗಳಲ್ಲೂ ಇದೇ ವ್ಯವಸ್ಥೆಯಿದೆಯೆಂದು ಖಚಿತವಾಯಿತು" ಎಂದ ಚಂದ್ರಗುಪ್ತ.

"ನಮ್ಮದು ವ್ಯರ್ಥ ಪ್ರಯತ್ನವಾಗುತ್ತದೆ. ನಗರ ಪ್ರವೇಶ ಮಾಡುವುದೂ ಸಾಧ್ಯವಿಲ್ಲ. ಒಂದು ವೇಳೆ ನಾವು ಒಳಗೆ ಹೋದರೂ ಅದು ಸಾವಿನ ಮನೆಯನ್ನು ಹೊಕ್ಕಂತೆ" ಎಂದ ಚರಣ.

"ಹೌದು, ನೀನು ಹೇಳಿದಂತೆ ರಾಕ್ಷಸ ಎಲ್ಲ ವ್ಯವಸ್ಥೆ ಮಾಡಿದ್ದಾನೆ. ಗದ್ದಲವಾದರೆ ಒಳಗಿನಿಂದ ಶೀಘ್ರವಾಗಿ ಇನ್ನಷ್ಟು ಸೇನೆ ಬಂದರೂ ಆಶ್ಚರ್ಯಪಡಬೇಕಾಗಿಲ್ಲ."

"ಹಾಗಾದರೆ ಹಿಂದಿರುಗೋಣ ?" ಎಂದ ಬ್ರಹ್ಮದತ್ತ.

"ಇಷ್ಟು ದೂರ ಬಂದು ಹಾಗೇ ಹೋಗಲು ಮನಸ್ಸಾಗುತ್ತಿಲ್ಲ. ಒಂದೇ ಒಂದು ಏಟನ್ನಾದರೂ ಹಾಕದೆ, ನಾನು ಬಂದಿದ್ದೇನೆಂಬುದನ್ನು ಪ್ರಕಟಿಸಿ ಆ ರಾಕ್ಷಸನಿಗೆ, ಧನನಂದನಿಗೆ ನಿದ್ರೆ ಕೆಡಿಸದೆ ಹಾಗೇ ಹೋದರೆ ಏನು ಪ್ರಯೋಜನ ?"

ಅವರೆಲ್ಲ ಬಹಳ ಹೊತ್ತು ಚರ್ಚಿಸಿ ಒಂದು ನಿರ್ಧಾರಕ್ಕೆ ಬಂದರು. ತೀರ ಹತ್ತಿರದವರೆಗೂ ಸದ್ದಾಗದಂತೆ ಕುದುರೆಗಳನ್ನು ನಡೆಸಿಕೊಂಡು ಹೋಗಿ, ನಂತರ ಮೇಲೇರಿ ಹಠಾತ್ತನೆ ಗದ್ದಲವೆಬ್ಬಿಸಿ ಸೈನಿಕರ ಮೇಲೆ ನುಗ್ಗುವುದು. ಒಂದಿಷ್ಟು ಹೋರಾಡಿ, ಧ್ವಜವೆತ್ತಿ 'ಚಂದ್ರಗುಪ್ತ ಮೌರ್ಯನಿಗೆ ಜಯವಾಗಲಿ' ಎಂದು ಘೋಷಿಸಿ ಪಶ್ಚಿಮದತ್ತಲೇ ನಾಗಾಲೋಟ ಹೂಡಿ ಅವರ ಕಣ್ತಪ್ಪಿಸಿ ಹೋಗುವುದು.

ಅದರಂತೆಯೇ ಅವರು ನಡೆದುಕೊಂಡರು. ಶತ್ರು ನಿರೀಕ್ಷೆಯಿಲ್ಲದೆ ವಿರಾಮವಾಗಿ ಮಾತಾಡುತ್ತ ಕುಳಿತಿದ್ದ ಸೈನಿಕರು, ಹಠಾತ್ತನೆ ಮೇಲೆ ಬಿದ್ದ ಚಂದ್ರಗುಪ್ತ ಮತ್ತು ಅವನ ಮಿತ್ರರನ್ನು ಕಂಡು ದಿಗ್ಭ್ರಾಂತರಾದರು. ಅವರು ತಮ್ಮ ಆಯುಧಗಳನ್ನು ತೆಗೆದುಕೊಳ್ಳುವ ಮೊದಲೇ ನಾಲ್ಕಾರು ಜನ ಬಲಿಯಾದರು. ಮಯೂರ ಧ್ವಜವೆತ್ತಿ ಅವರೆಲ್ಲ "ಚಂದ್ರಗುಪ್ತ ಮೌರ್ಯನಿಗೆ ಜಯವಾಗಲಿ" ಎಂಬ ಘೋಷಣೆ ಕೂಗಿದಾಗ ಅವರು ವಿಚಲಿತರಾದರು. ಅವನ ಬಗ್ಗೆ ಸಹಾನುಭೂತಿಯಿದ್ದ ಕೆಲವರು ಆಯುಧ ಹಿಡಿಯುವುದನ್ನೇ ಮರೆತು ಅವನತ್ತ ನೋಡತೊಡಗಿದರು. ಅಷ್ಟರಲ್ಲಿ ಒಬ್ಬ ಕಹಳೆಯೂದಿ ಅಪಾಯದ ಸಂಕೇತದ ಶಬ್ದ ಹೊರಡಿಸಿದ. ಕೂಡಲೇ ಚಂದ್ರಗುಪ್ತ ಮತ್ತು ಸಂಗಡಿಗರು ಅಲ್ಲಿಂದ ಪಲಾಯನ ಮಾಡಿದರು.

ಬೇರೆ ದ್ವಾರಗಳಿಂದ ಸೈನ್ಯ ಬಂದು, ಇವರು ಅವರಿಗೆ ವಿಷಯ ತಿಳಿಸಿ ಬೆನ್ನಟ್ಟುವ ವೇಳೆಗೆ, ಅವರು ಪಶ್ಚಿಮದ ಬಳಸುದಾರಿಯನ್ನು ಬಿಟ್ಟು ಪೂರ್ವದಿಕ್ಕಿನ ಪುರುಷಪುರದ ದಾರಿಯನ್ನು ಹಿಡಿದಿದ್ದರು. ಯಥಾಪ್ರಕಾರ ಬಹಳ ದೂರ ಹುಡುಕಿಕೊಂಡು ಹೋದ ಸೈನ್ಯ ನಿರಾಸೆಯಿಂದ ಬರಿಗೈಯಲ್ಲಿ ಹಿಂದಿರುಗಿತು.

ಬೆಳಗಾಗುವ ವೇಳೆಗೆ ಸುರಕ್ಷಿತವಾಗಿ ಹಿಂದಿರುಗಿ ಬಂದ ಅವರನ್ನು ಕಂಡು ಶಿವಾಲಿ, ಸಹದೇವ ಮತ್ತಿತರರೆಲ್ಲ ನೆಮ್ಮದಿಯ ಉಸಿರುಬಿಟ್ಟರು. ಎಲ್ಲರೂ ಒಂದು ಗಾಯವೂ ಇಲ್ಲದೆ ಬಂದಿದ್ದರು. ಎಲ್ಲ ವಿಶ್ರಮಿಸುತ್ತ ಕುಳಿತಾಗ "ನಾವು ಈ ಪ್ರಯತ್ನವನ್ನು ಮಾಡಲೇ ಬಾರದಾಗಿತ್ತು" ಎಂದ ಚರಣ.

"ಅದರಿಂದೇನಾಯಿತು?" ಚಂದ್ರಗುಪ್ತ ಕೇಳಿದ, "ಚಂದ್ರಗುಪ್ತ ಮತ್ತೆ ಯಾವಾಗ ಬಂದು ಆಕ್ರಮಣ ಮಾಡುತ್ತಾನೋ ಎಂದು ಆ ಧನನಂದ ಮತ್ತು ರಾಕ್ಷಸ ನೆಮ್ಮದಿಗೆಡುತ್ತಾರೆ. ಅವನ ಅಧಿಕಾರವನ್ನು ಕಿತ್ತುಕೊಂಡು ಚಂದ್ರಗುಪ್ತನನ್ನು ಸಾಮಾನ್ಯ ಸೈನಿಕನಂತೆ ನಡೆಸಿಕೊಳ್ಳ ಬಾರದಿತ್ತು ಎಂಬ ಪಶ್ಚಾತ್ತಾಪದ ಭಾವನೆ ಅವರಲ್ಲಿ ಬರಬೇಕು."

"ಎಲ್ಲ ಸರಿ, ಆದರೆ ನಾವು ಇನ್ನು ಇಲ್ಲಿರುವುದು ಅಪಾಯಕಾರಿ."

"ಏಕೆ? ಅವರ ದಾರಿ ತಪ್ಪಿಸಿದೆವಲ್ಲ?"

"ಕಳೆದ ಸಲ ಆ ಉಪಾಯ ಕೆಲಸ ಮಾಡಿತು, ಅವರು ಸುಮ್ಮನಾದರು. ಆದರೆ ಈ ಸಲ ಅವರು ನಮ್ಮನ್ನು ಎಲ್ಲ ದಿಕ್ಕುಗಳಲ್ಲೂ ಶೋಧಿಸಲು ಪ್ರಯತ್ನಿಸುವುದು ಖಂಡಿತ. ಜೇನು ಹುಟ್ಟಿಗೆ ಕಲ್ಲು ಹೊಡೆದು ಕೆಣಕಿದ್ದು ನಮ್ಮದೇ ತಪ್ಪು."

"ಹೌದು ಚಂದ್ರಗುಪ್ತ, ಚರಣ ಹೇಳುವುದು ನಿಜ" ಎಂದ ಸಹದೇವ.

"ಚಂದ್ರಗುಪ್ತ" ಚರಣ ಹೇಳಿದ, "ನಮ್ಮ ಅಚಾತುರ್ಯದಿಂದ ನಿಮಗೆ ಆಶ್ರಯ ನೀಡಿರುವ ಈ ಗ್ರಾಮದ ಜನರಿಗೂ ತೊಂದರೆಯಾಗಬಾರದು."

"ಹಾಗಾದರೆ ನಾವು ಈಗೇನು ಮಾಡೋಣ?" ಚಂದ್ರಗುಪ್ತ ಚಿಂತೆಯಿಂದ ಕೇಳಿದ.

"ಇಲ್ಲಿಂದ ಹೊರಟುಬಿಡೋಣ."

"ಎಲ್ಲಿಗೆ?"

"ನಮ್ಮ ಮೊದಲ ಗುರಿ ಚಾಣಕ್ಯರನ್ನು ಹುಡುಕಲು ತಕ್ಷಶಿಲೆಗೆ ಹೋಗುವುದು. ಅವರು ಸಿಕ್ಕಮೇಲೆ ಅವರ ಸಲಹೆಯಂತೆ ಮುಂದಿನ ಯೋಜನೆ ರೂಪಿಸುವುದು."

"ಹಾಗಾದರೆ ಆ ಧನನಂದನಿಗೆ ಇನ್ನೂ ಸ್ವಲ್ಪ ಆಯುಸ್ಸಿದೆ?"

"ಚಂದ್ರಗುಪ್ತ" ನಂದಿಕೇಶ ಹೇಳಿದ, "ಧನನಂದನನ್ನು ಕೊಲ್ಲಿಸುವುದಾಗಿ ಚಾಣಕ್ಯರು ಪ್ರತಿಜ್ಞೆ ಮಾಡಿದ್ದಾರೆ. ಅದು ಅವರಿಂದಲೇ ಆಗಬೇಕು."

"ಹೌದು" ಚಂದ್ರಗುಪ್ತ ಹೇಳಿದ, "ಕೊಲ್ಲಿಸುವವರು ಅವರೇ. ಆದರೆ ಕೊಲ್ಲುವವನು ಮಾತ್ರ ನಾನೇ ಆಗಬೇಕು."

"ಆ ಶ್ರೀಯಕನೇನಾದರೂ ಯಶಸ್ವಿಯಾದರೆ?" ಬ್ರಹ್ಮದತ್ತ ಸಂದೇಹ ವ್ಯಕ್ತಪಡಿಸಿದ.

"ಭಾಗುರಾಯಣ ಮತ್ತು ಉಜ್ವಲ ಇಬ್ಬರೂ ಅದಕ್ಕೆ ಅವಕಾಶ ಕೊಡುವುದಿಲ್ಲ" ಎಂದು ಚಂದ್ರಗುಪ್ತ ಖಚಿತವಾಗಿ ಹೇಳಿದ.

ಆ ದಿನವೆಲ್ಲ ಅವರು ಸುದೀರ್ಘ ಚರ್ಚೆ ಮಾಡಿದರು. ಯಾರೇ ಬಂದರೂ ಶಿವಾಲಿಯ ಗುರುತು ಸಿಕ್ಕದಂತೆ ಎಚ್ಚರದಿಂದ ನೋಡಿಕೊಳ್ಳುವುದಾಗಿ ಸಹದೇವ ಮತ್ತು ಜನ ಭರವಸೆ ನೀಡಿದರು. ಅವರೆಲ್ಲ ಆಗತ್ಯವಾದ ಆಹಾರ ಪದಾರ್ಥಗಳನ್ನು ಹೇರಿಕೊಂಡು, ವ್ಯಾಪಾರಿಗಳಂತೆ ಮತ್ತು ಅವರ ಅಂಗರಕ್ಷಕರಂತೆ ವೇಷ ಧರಿಸಿ ಹೋಗುವುದೆಂದು ನಿರ್ಧಾರವಾಯಿತು. ಕೂಡಲೇ ಅದಕ್ಕೆ ಬೇಕಾದ ಸಿದ್ಧತೆಗಳನ್ನು ಮಾಡಿಕೊಂಡರು.

ಮರುದಿನ ಇನ್ನೂ ಕತ್ತಲಿರುವಾಗಲೇ ಅವರೆಲ್ಲ ಹೊರಟುಬಿಟ್ಟರು. ಮತ್ತೆ ಮಗನನ್ನು ಯಾವಾಗ ನೋಡುವುದೋ ಎಂಬ ಸಂಕಟ ಬಾಧಿಸುತ್ತಿದ್ದರೂ, ಅಷ್ಟು ಜನ ಮಿತ್ರರಿರುವಾಗ ತನ್ನ ಮಗ ಕ್ಷೇಮದಿಂದಲೇ ಇರುವನೆಂಬ ಭರವಸೆಯಿಂದ ಶಿವಾಲಿ ಬೀಳ್ಕೊಟ್ಟಳು.

೨

"ಅಮಾತ್ಯರೇ ಇದು ಅತಿಯಾಯಿತು" ಧನನಂದ ಕಿರುಚಿದ, "ನಿಮ್ಮ ವ್ಯವಸ್ಥೆಗಳನ್ನೆಲ್ಲ ಅವಹೇಳನ ಮಾಡುವಂತೆ, ಆ ಚಂದ್ರಗುಪ್ತ ಬೆರಳೆಣಿಕೆಯಷ್ಟು ಜನರೊಡನೆ ಪಾಟಲೀ ಪುತ್ರದ ದ್ವಾರದಲ್ಲೇ ದಾಂಧಲೆ ಎಬ್ಬಿಸಿ ಹೋದನೆಂದರೆ, ನೀವು ನಾಚಿಕೆಯಿಂದ ತಲೆ ತಗ್ಗಿಸಬೇಕು."

ಶ್ರೀಯಕ ಕೆಳಗಣ್ಣಿನಿಂದ ರಾಕ್ಷಸನತ್ತ ನೋಡಿದ. ಅದನ್ನು ಗಮನಿಸಿಯೂ ಗಮನಿಸದವನಂತೆ ರಾಕ್ಷಸ ಹೇಳಿದ, "ಪ್ರಭು, ಇದರಲ್ಲಿ ನಾನು ನಾಚಿಕೆ ಪಡುವಂಥದೇನೂ ಇಲ್ಲ. ಏಕೆಂದರೆ ನಾನು ಮಾಡಿದ ವ್ಯವಸ್ಥೆಗಳಿಂದಲೇ ಆ ಚಂದ್ರಗುಪ್ತ ಅಷ್ಟೇ ದಾಂಧಲೆ ಮಾಡಿ ಓಡಿಹೋದ. ಇಲ್ಲವಾದರೆ ಅರಮನೆಯವರೆಗೂ ಬಂದುಬಿಡುತ್ತಿದ್ದ."

"ಬರೀ ದಾಂಧಲೆಯಲ್ಲ ಮಹಾಮಾತ್ಯರೇ" ಶ್ರೀಯಕ ಹೇಳಿದ, "ನಮ್ಮ ಏಳು ಜನ ಸೈನಿಕರು ಸತ್ತಿದ್ದಾರೆ. ಅವರ ಪ್ರಾಣಗಳಿಗೆ ಬೆಲೆಯೇ ಇಲ್ಲವೆ?"

"ಹೌದು ಸತ್ತಿದ್ದಾರೆ. ಅಷ್ಟಾದರೂ ನಮ್ಮ ಸೈನಿಕರು ನಗರದ ಪಶ್ಚಿಮದ್ವಾರವನ್ನು ರಕ್ಷಿಸಿದ್ದಾರೆ. ಒಂದು ಯುದ್ಧವಾದರೆ ಸಾವಿರಾರು ಜನ ಸಾಯುತ್ತಾರೆ. ಸೈನಿಕರ ಸಾವು ಮಹತ್ವದ್ದಲ್ಲ. ಅವರು ಹೇಗೆ ತಮ್ಮ ಕರ್ತವ್ಯ ನಿರ್ವಹಿಸಿದರೆಂಬುದೇ ಮುಖ್ಯ. ನಮ್ಮ ಅಮಾತ್ಯರಿಗೆ ಯೋಧವೃತ್ತಿಯ ಪರಿಚಯವಿಲ್ಲ ಅಲ್ಲವೆ?"

ಆ ವ್ಯಂಗ್ಯ ಚುಚ್ಚಿ ಶ್ರೀಯಕ ಮುಖ ಕೆಡಿಸಿಕೊಂಡ.

"ಅಮಾತ್ಯರೇ, ನಿಮ್ಮ ತರ್ಕಗಳಾಗಲೀ, ಸಮಾಧಾನಗಳಾಗಲೀ ನನಗೆ ನೆಮ್ಮದಿ ಕೊಡುವುದಿಲ್ಲ" ಧನನಂದ ಹೇಳಿದ.

"ಇದು, ಅವನನ್ನು ಸೆರೆಗೆ ಹಾಕಿದ ಕೋಪದಿಂದ, ನಮ್ಮ ನೆಮ್ಮದಿ ಕೆಡಿಸಲು ಮಾಡಿದ ಕೀಟಲೆ ಅಷ್ಟೆ ಎಂದು ನನ್ನ ಭಾವನೆ."

"ಈ ಕೀಟಲೆಯೇ ಮುಂದೆ ದೊಡ್ಡ ಕೋಟಲೆಯಾಗುವುದಿಲ್ಲವೆಂದು ಹೇಗೆ ಹೇಳುವುದು ?"

"ಲಕ್ಷ ಲಕ್ಷ ಸಂಖ್ಯೆಯ ಮಗಧ ಸೈನ್ಯವನ್ನು ಎದುರಿಸಲು ಬಹಳ ಸಿದ್ಧತೆ ಬೇಕಾಗುತ್ತದೆ. ಒಬ್ಬ ಸಣ್ಣ ಸೇನಾನಾಯಕ, ಅಷ್ಟು ಸಿದ್ಧತೆ ಮಾಡಿಕೊಂಡು ನಮ್ಮನ್ನು ಎದುರಿಸುವುದು ಅಸಾಧ್ಯವೆಂದೇ ನನ್ನ ಭಾವನೆ."

"ಹಾಗೆಂದು ಉದಾಸೀನ ಮಾಡಿದ್ದರ ಫಲ ನೋಡಿದಿರಲ್ಲ" ಶ್ರೀಯಕ ಹೇಳಿದ, "ಒಬ್ಬ ಸಾಮಾನ್ಯ ಬ್ರಾಹ್ಮಣ ಇಡೀ ನಗರದಲ್ಲಿ ದಂಗೆಯೇಳಿಸಲು ಪ್ರಯತ್ನಿಸಿದ. ನಮ್ಮ ಸೈನ್ಯದ ವ್ಯಕ್ತಿಗಳೂ ಅದರಲ್ಲಿ ಭಾಗಿಗಳಾದರು. ಸೆರೆಯಲ್ಲಿರುವ ಅವರೇನು ಮಾಡಬಲ್ಲರೆಂದು ಉದಾಸೀನ ಮಾಡಿದ್ದರ ಫಲವಾಗಿ ಒಬ್ಬ ಧರ್ಮಗುರು ಮತ್ತು ಶಿಷ್ಯರನ್ನು ಕೊಂದು ನಮ್ಮದೇ ಕುದುರೆಗಳೊಂದಿಗೆ ಅವರು ಪಲಾಯನ ಮಾಡಿದರು. ಈಗ ಈ ಕೆಲಸ."

"ಅಂದರೆ ಅಮಾತ್ಯರು ನನ್ನ ಕಾರ್ಯನಿರ್ವಹಣೆಯ ಬಗ್ಗೆ ಅತೃಪ್ತಿ ವ್ಯಕ್ತಪಡಿಸುತ್ತಿದ್ದಾರೆ" ರಾಕ್ಷಸ ಅಸಮಾಧಾನದಿಂದ ಹೇಳಿದ.

"ಅದು ನಿಮ್ಮ ಬಾಯಿಂದಲೇ ಬಂತಲ್ಲ" ಶ್ರೀಯಕ ವ್ಯಂಗ್ಯದ ಬಾಣ ಬಿಟ್ಟ.

"ಪ್ರಭು, ತಾವು ಸುಮ್ಮನಿರುವುದನ್ನು ನೋಡಿದರೆ, ಅಮಾತ್ಯರ ಅಭಿಪ್ರಾಯವೇ ನಿಮ್ಮದೂ ಆಗಿದೆಯೆಂದು ಭಾವಿಸಬೇಕಾಗುತ್ತದೆ. ಬಹುಶಃ ಅಮಾತ್ಯ ಶ್ರೀಯಕರು ಸೈನ್ಯವನ್ನು ನಿರ್ವಹಿಸುವುದರಲ್ಲಿ ನನಗಿಂತ ಸಮರ್ಥರಿರುವಂತೆ ಕಾಣುತ್ತದೆ. ನಾನು ಸಂತೋಷದಿಂದ ಆ ಹೊಣೆಯನ್ನು ಬಿಟ್ಟು ಕೊಡಲು ಸಿದ್ಧನಾಗಿದ್ದೇನೆ."

ಶ್ರೀಯಕ ಆ ಮಾತು ಕೇಳಿ ಸಂತೋಷಪಡುವಷ್ಟರಲ್ಲಿ ಧನನಂದ "ಬೇಡ ಬೇಡ" ಎಂದು ಕೂಗಿದ. "ಅಮಾತ್ಯರೇ, ತಪ್ಪು ತಿಳಿದುಕೊಳ್ಳಬೇಡಿ. ಆ ಚಣಕನ ಘಟನೆ ನಡೆದಾಗಿನಿಂದ ಅಸುರಕ್ಷಿತತೆಯ ಭಾವನೆ ನನ್ನನ್ನು ಮತ್ತೆ ಮತ್ತೆ ಕಾಡುತ್ತಿದೆ. ಒಂದೊಂದು ಸಲ ನನ್ನ ಸುತ್ತಲೇ ಸಂಚುಗಾರರಿದ್ದಾರೆಂಬ ಸಂದೇಹವಾಗುತ್ತದೆ. ನಿಮಗಿಂತ ಆಪ್ತರು, ನಂಬಿಕೆಯುವರು ಬೇರೆ ಯಾರಿದ್ದಾರೆ? ದಯವಿಟ್ಟು ಇನ್ನಷ್ಟು ಎಚ್ಚರ ವಹಿಸಿ. ಹಾಗೇ ಗಡಿ ರಕ್ಷಣೆಯ ಬಗ್ಗೆಯೂ ಗಮನ ಕೊಡಿ."

"ನಿಮ್ಮ ಮನಸ್ಸಿನ ಗೊಂದಲ ನನಗೆ ಅರ್ಥವಾಗುತ್ತದೆ ಪ್ರಭು" ರಾಕ್ಷಸ ಹೇಳಿದ, "ಆದರೆ ನಾನೆಂದೂ ನಿಮ್ಮ ಸೇವೆಯಲ್ಲಿ ಉದಾಸೀನತೆ ತೋರಿಸಿಲ್ಲ, ತೋರಿಸುವುದೂ ಇಲ್ಲ. ಕೆಲವು ಸಲ ನಮ್ಮ ವಿರೋಧಿಗಳು ನಮಗಿಂತ ಬುದ್ಧಿವಂತಿಕೆ ತೋರಿಸಿ, ಮೇಲುಗೈ ಸಾಧಿಸಿದಂತೆ ಕಾಣುತ್ತದೆ. ಆದರೆ ನೀವು ಭಯಪಡಬೇಡಿ. ನಾನು ಎಚ್ಚರವಾಗಿದ್ದೇನೆ. ಅಚಾತುರ್ಯದಿಂದಾದ ಬಿರುಕುಗಳನ್ನು ಇನ್ನಷ್ಟು ಭದ್ರಪಡಿಸುತ್ತೇನೆ" ಎಂದು ಶ್ರೀಯಕನತ್ತ ನೋಡಿ ಸಣ್ಣಗೆ ನಕ್ಕು ರಾಕ್ಷಸ ಹೊರಟುಹೋದ. ಮುಖಕ್ಕೆ ಹೊಡೆದಂತಾಗಿ ಶ್ರೀಯಕ ಒಳಗೇ ಹಲ್ಲು ಕಡಿದ.

"ನೀವು ಏನೇ ಹೇಳಿ ಅಮಾತ್ಯರೆ" ಧನನಂದ ಹೇಳಿದ, "ನಮ್ಮ ಅಮಾತ್ಯ ರಾಕ್ಷಸರ ಸಮಕ್ಕೆ ಬೇರೆ ಯಾರೂ ಇಲ್ಲ. ಅವರು ಎಲ್ಲ ದ್ವಾರಗಳಿಗೂ ಸೇನೆಯ ಕಾವಲಿರಿಸಿದ್ದರಿಂದಲೇ ಆ ಚಂದ್ರಗುಪ್ತ ತನ್ನ ಆಟ ಸಾಗದೆ ಓಡಿಹೋದ. ಅವನ ಮುನ್ನೆಚ್ಚರಿಕೆಯ ಕ್ರಮವನ್ನು ಮೆಚ್ಚಲೇಬೇಕಲ್ಲವೆ?"

"ಹಾಂ, ಹೌದು ಹೌದು" ಎಂದು ಶ್ರೀಯಕ ಬಲವಂತದ ನಗು ತಂದುಕೊಂಡು ತೊದಲಿದ.

★ ★ ★

ಚರಣ ಸಂದೇಹ ಪಟ್ಟಂತೆ ರಾಕ್ಷಸ, ರಾಜಧಾನಿಯ ನಾಲ್ಕೂ ದಿಕ್ಕಿನಲ್ಲಿ ಬರುವ ಎಲ್ಲ ಊರುಗಳ ಶೋಧನೆ ಮಾಡುವಂತೆ ಒಂದು ತಂಡವನ್ನು ನೇಮಿಸಿದ. ಅದೃಷ್ಟವಶಾತ್ ಆ ತಂಡದ ನಾಯಕನಾಗಿ ಪ್ರಭಾಕರನೇ ಆಯ್ಕೆಯಾದ. ಅವನು ಒಂದೊಂದು ದಿನ ಒಂದೊಂದು ದಿಕ್ಕಿನಲ್ಲಿ ಶೋಧನೆ ನಡೆಸಿದ.

ಒಂದು ದಿನ ಅವರು ಪುರುಷಪುರಕ್ಕೂ ಬಂದರು. ಕುದುರೆಗಳ ಖುರಪುಟ ಧ್ವನಿ ಕೇಳಿಬರುತ್ತಿದ್ದಂತೆ ಒಬ್ಬ ತರುಣ ಓಡಿ ಹೋಗಿ ಸಹದೇವನಿಗೂ, ಶಿವಾಲಿಗೂ ಸುದ್ದಿ

ಮುಟ್ಟಿಸಿದ. ಸಹದೇವ ಮೊದಲು, ಶಿವಾಲಿಯಿದ್ದ ಮನೆಯ ಒಳಗೆ ಸೇರಿಕೊಂಡು, ಹೊರಗಿನಿಂದ ಬೀಗ ಹಾಕುವಂತೆ ಸೂಚನೆ ನೀಡಿದ.

ಸೈನಿಕರು ಪ್ರತಿಯೊಂದೂ ಮನೆಯನ್ನೂ, ಪ್ರತಿಯೊಬ್ಬ ವ್ಯಕ್ತಿಯನ್ನೂ ಪರೀಕ್ಷಿಸಿದರು. ಶಿವಾಲಿಯಿದ್ದ ಮನೆಯ ಬಳಿಗೆ ಬಂದಾಗ "ಈ ಮನೆಯ ಬೀಗ ತೆಗೆಯಿರಿ" ಎಂದ ಪ್ರಭಾಕರ.

"ಒಳಗೆ ಯಾರೂ ಇಲ್ಲ" ಎಂದ ಒಬ್ಬ ವೃದ್ಧ. ಅವನ ಮುಖದಲ್ಲಿ ಮತ್ತು ಅಲ್ಲಿದ್ದ ಬೇರೆಯವರ ಮುಖದಲ್ಲಿದ್ದ ಆತಂಕವನ್ನು ಗಮನಿಸಿ ಪ್ರಭಾಕರ, ಚಂದ್ರಗುಪ್ತನ ಕಡೆಯವರು ಯಾರೋ ಅಲ್ಲಿರಬೇಕೆಂದು ಸಂದೇಹಗೊಂಡ. "ಬೀಗ ಒಡೆದು ನೋಡಬಹುದೇ?" ಅವನೆಂದ.

"ಓ ಅದಕ್ಕೇನಂತೆ" ಎಂದು ವೃದ್ಧ ಉಗುಳು ನುಂಗಿದ. ಆ ವೇಳೆಗಾಗಲೇ ಬಾಗಿಲತ್ತ ನುಗ್ಗುತ್ತಿದ್ದ ಸೈನಿಕರನ್ನು ಪ್ರಭಾಕರ ತಡೆದು "ಸುಮ್ಮನೆ ಸಮಯ ಹಾಳು, ಬನ್ನಿ ಹೋಗೋಣ" ಎಂದು ಹೊರಟುಬಿಟ್ಟ.

ಎಲ್ಲ ನೆಮ್ಮದಿಯ ಉಸಿರುಬಿಟ್ಟರು. ಒಳಗೆ ಹುದುಗಿ ಕುಳಿತಿದ್ದ ಶಿವಾಲಿ ಮತ್ತು ಸಹದೇವನ ಡವಗುಡುವ ಹೃದಯಗಳು ಸಮಾಧಾನ ಸ್ಥಿತಿಗೆ ಬಂದವು. ಸೈನಿಕರು ದೂರ ಹೋದರೆಂದು ಖಚಿತವಾದ ನಂತರ ಬೀಗ ತೆರೆದರು. ಪ್ರಭಾಕರನಿಗೆ ಅನುಮಾನ ಬಂದಿತ್ತು ಮತ್ತು ಅವನು ಬೇಕೆಂದೇ ಬೀಗ ಒಡೆಸದೆ ಹೋದನೆಂದು ವೃದ್ಧ ಹೇಳಿದ. ಪ್ರಭಾಕರನ ವಿಷಯ ಶಿವಾಲಿ ಮತ್ತು ಸಹದೇವನಿಗೆ ಮೊದಲೇ ಗೊತ್ತಿದ್ದುದರಿಂದ ವೃದ್ಧನ ಮಾತು ಸತ್ಯವೆನ್ನಿಸಿತು.

"ನಮ್ಮ ಅದೃಷ್ಟಕ್ಕೆ ಶೋಧನೆಗೆ ನಮ್ಮ ಮಿತ್ರ ಪ್ರಭಾಕರನೇ ಬಂದನಲ್ಲ! ಅಮ್ಮ, ಇನ್ನು ನೀವು ಇಲ್ಲಿ ಯಾವ ಭಯವೂ ಇಲ್ಲದೆ ನಿಶ್ಚಿಂತೆಯಿಂದಿರಬಹುದು. ಮತ್ತೆ ರಾಜಭಟರು ಇತ್ತ ಖಂಡಿತ ಬರುವುದಿಲ್ಲ" ಎಂದ ಸಹದೇವ ಸಮಾಧಾನದಿಂದ.

★ ★ ★

ಶ್ರೀಯಕ ಹೇಳಿದ ಮಾತು ನಿಜವಾಯಿತು. ಒಂದು ತಿಂಗಳ ನಂತರ ಸುಗಂಧಿ ರತ್ನಾಭರಣಗಳ ಸಹಿತ ಮನೆಗೆ ಬಂದಳು. ಅವಳ ಮುಖದಲ್ಲಿ ಉಲ್ಲಾಸ, ಸಂತೋಷಗಳಿರಲಿಲ್ಲ. ಚಕ್ರವರ್ತಿ ಅವಳನ್ನು ಚೆನ್ನಾಗಿ ಕಾಡಿರಬೇಕೆಂದು ಮಂಗಳೆ ಮತ್ತು ಕೇತಕಿ ಭಾವಿಸಿದರು. ಮಂಗಳೆ ಹಾಗೆಂದು ಕೇಳಿಯೂ ಕೇಳಿದಳು.

"ಇಲ್ಲಮ್ಮ" ಸುಗಂಧಿ ಗಂಭೀರವಾಗಿ ಹೇಳಿದಳು, "ಕಾಡುವಷ್ಟು ಕಸುವು ಅವನ ದೇಹದಲ್ಲಿಲ್ಲ, ಜೊತೆಗೆ ಶೃಂಗಾರದ ಪ್ರಥಮ ಪಾಠಗಳೂ ಅವನಿಗೆ ತಿಳಿದಿಲ್ಲ, ದೇವರ ದಯ, ಅವನು ಅತ್ಯುತ್ಸಾಹದಿಂದ ಅತಿಯಾಗಿ ಮಧುಪಾನ ಮಾಡಿ ಮೈಮರೆಯುತ್ತಿದ್ದುದು ಎಷ್ಟೋ ಸಲ ನನ್ನನ್ನು ಪಾರು ಮಾಡುತ್ತಿತ್ತು."

"ಆದರೆ ನೀನು ಇಷ್ಟೊಂದು ಮಂಕಾಗಿರುವುದು ಏಕೆ ಸುಗಂಧಿ?" ಕೇತಕಿ ಕೇಳಿದಳು.

"ಏಕೋ ಏನೋ, ಅರಮನೆಗೆ ಹೋದಾಗಿನಿಂದ ಚರಣನ ನೆನಪು ಬಿಡದೆ ನನ್ನನ್ನು ಕಾಡುತ್ತಿದೆ. ಅವನನ್ನು ನೋಡಬೇಕು, ಅವನೊಂದಿಗೆ ಮಾತಾಡಬೇಕು, ಎಂದು ಮನಸ್ಸು ಕಾತರಿಸುತ್ತಿದೆ. ಆ ದಿನ ಹೋಗುವ ಮೊದಲು ಅವನು ನನ್ನ ಕಣ್ಣಲ್ಲಿ ಕಣ್ಣಿಟ್ಟು ನೋಡುತ್ತ

ನನ್ನ ಕೆನ್ನೆ ಸವರಿದ್ದು ಕಣ್ಣೀರನ್ನು ಒರೆಸಿದ್ದು ನನ್ನ ಕೈಹಿಡಿದು ಅದುಮಿದ್ದು ಈಗ ನಡೆಯುತ್ತಿರುವಂತೆ ಭಾಸವಾಗುತ್ತಿದೆ'' ಸುಗಂಧಿ ತನ್ಮಯತೆಯಿಂದ ಹೇಳಿದಳು. ಈಗ ಅವಳ ಕಣ್ಣುಗಳಲ್ಲಿ ಹೊಳಪು ಸುಳಿಯುತ್ತಿತ್ತು.

''ಇದರ ಅರ್ಥವೇನೆಂದರೆ ನೀನು ಚರಣನನ್ನು ಪ್ರೇಮಿಸುತ್ತಿದ್ದಿ'' ಎಂದು ಕೇತಕಿ ನಕ್ಕಳು.

''ಹೌದು, ನನಗೂ ಹಾಗೇ ಅನ್ನಿಸುತ್ತಿದೆ. ನನ್ನ ಉಸಿರು ಅವನ ಹೆಸರನ್ನು ನುಡಿಯುತ್ತಿರುವಂತಿದೆ. ಆ ದುಷ್ಟ ಚಕ್ರವರ್ತಿ ತನ್ನ ಕೊಳಕು ಕೈಗಳಿಂದ ನನ್ನನ್ನು ಬಳಸಿದಾಗ, ಆ ಕೈಗಳು ಚರಣನದಾಗಬಾರದಿತ್ತೆ ಎಂದು ಹಂಬಲಿಸುತ್ತಿದ್ದೆ. ಹೌದು ಕೇತಕಿ, ನಾನು ಚರಣನನ್ನು ಪ್ರೇಮಿಸುತ್ತಿದ್ದೇನೆ.''

''ಅವನನ್ನು ವಿವಾಹ ಮಾಡಿಕೊಂಡುಬಿಡು'' ಕೇತಕಿ ಸರಳವಾಗಿ ಹೇಳಿದಳು. ಆದರೆ ಮಂಗಳೆಯ ಮುಖ ಗಂಭೀರವಾಗಿತ್ತು.

ಸುಗಂಧಿ ಒಂದು ವಿಷಾದದ ನಗು ಹೊರಡಿಸಿ ಹೇಳಿದಳು, ''ಕೇತಕಿ, ನನ್ನನ್ನು ಪರಿಹಾಸ ಮಾಡಿದರೆ, ನಿನ್ನನ್ನೂ ಪರಿಹಾಸ ಮಾಡಿಕೊಂಡಂತೆ. ಚರಣನನ್ನು ಪ್ರೀತಿಸುವ ಸ್ವಾತಂತ್ರ್ಯ ನನಗಿದೆ. ಅವನೂ ನನ್ನನ್ನು ಪ್ರೇಮಿಸಬಹುದು. ನನ್ನನ್ನು ಪ್ರೇಮಿಸು ಎಂದು ನಾನು ಕೇಳುವುದೂ ತಪ್ಪಲ್ಲ, ಆದರೆ ವಿವಾಹ ಮಾಡಿಕೊ ಎಂದು ಕೇಳುವುದು ತಪ್ಪು. ಆ ಅದೃಷ್ಟ ನಮಗಿಲ್ಲ.''

''ಸುಗಂಧಿ'' ಮಂಗಳೆ ಕಣ್ಣೀರು ತುಂಬಿಕೊಂಡು ಹೇಳಿದಳು, ''ನಿನ್ನ ಮಾತುಗಳನ್ನು ಕೇಳುತ್ತಿದ್ದರೆ ಆ ಚಕ್ರವರ್ತಿಯಿಂದ ಬಂದಿರುವ ಸಂಪತ್ತೆಲ್ಲ ಪಾಪದ ಗಳಿಕೆ, ಎಂಬ ಭಾವನೆ ಬರುತ್ತಿದೆ.''

''ಇಲ್ಲಮ್ಮ, ಅದು ನಮ್ಮ ವೃತ್ತಿಧರ್ಮ'' ಎಂದು ಗದ್ಗದಿಸುತ್ತ ಸುಗಂಧಿ ಹೇಳಿದಳು, ''ಅಮ್ಮ, ನಮ್ಮ ಈ ಕುಲವನ್ನು ಸೃಷ್ಟಿ ಮಾಡಿದವರಾರು ?'' ಮಾತು ಮುಗಿಯುವ ವೇಳೆಗೆ ಅವಳು ತಾಯಿಯನ್ನು ತಬ್ಬಿಕೊಂಡು ಬಿಕ್ಕಿ ಬಿಕ್ಕಿ ಅಳತೊಡಗಿದಳು. ಕೇತಕಿ, ನಿರಂಜನ, ಶ್ರೀಧರ ಕೂಡ ಭಾವೋದ್ವೇಗಕ್ಕೆ ಒಳಗಾದರು.

ಸ್ವಲ್ಪ ಸಮಾಧಾನ ಸ್ಥಿತಿಗೆ ಬಂದ ಮೇಲೆ ಸುಗಂಧಿ ತಾನೇ ಹೇಳಿದಳು, ''ಆ ಅಮಾತ್ಯನೇನೋ ಹೇಳಿದ, ಸಂಪತ್ತು ಸಾಕೆನಿಸುವುದಿಲ್ಲ ಎಂದು. ಆದರೆ ನನಗೆ ಸುಖದ ವ್ಯಾಪಾರ ಮಾಡಿ ಗಳಿಸುವುದು ಇನ್ನು ಸಾಕೆನಿಸುತ್ತಿದೆ. ನಮ್ಮ ಕೇತಕಿಯನ್ನಾದರೂ ಯಾರಿಗಾದರೂ ವಿವಾಹ ಮಾಡಿಕೊಟ್ಟು ಅವಳು ಸಂಸಾರಿಯಾಗಿ ಬದುಕುವುದನ್ನು ನೋಡುವ ಭಾಗ್ಯವಿಲ್ಲವೆ ?''

''ಸುಗಂಧಿ'' ಕೇತಕಿ ಹೇಳಿದಳು, ''ನನಗಾಗಿ ಕರಗುವ, ಮರುಗುವ ನಿನ್ನನ್ನೂ ಅಮ್ಮನನ್ನೂ ಬಿಟ್ಟು ಸಿಗುವ ಯಾವ ಸ್ವರ್ಗವೂ ನನಗೆ ಬೇಡ.''

''ಈ ಸಮಾಜದ ಕ್ರೂರ ಕಟ್ಟಳೆಗಳಲ್ಲಿ ನಮ್ಮ ಇಷ್ಟಾನಿಷ್ಟಗಳಿಗೆ ಬೆಲೆಯಿಲ್ಲ ಸುಗಂಧಿ. ಆ ಶ್ರೀಯಕ ಬಂದಿದ್ದ'' ಎಂದು ಮಂಗಳೆ ಅಂದು ಅವನು ಹೇಳಿದ್ದನ್ನೆಲ್ಲ ವಿವರಿಸಿದಳು. ಕಡೆಯಲ್ಲಿ ''ಅವನಿಗೆ ವಿರೋಧವಾಗಿ ನಡೆದುಕೊಂಡರೆ ಏನು ಮಾಡುವನೋ ಎಂಬ ಭೀತಿಯೂ ಇತ್ತು'' ಎಂದಳು.

"ಅಮ್ಮ, ಏನಾದರಾಗಲಿ ಮತ್ತೆ ಅಂಥ ವ್ಯವಹಾರ ಮಾಡಲು ಮನಸ್ಸು ಹೇಸುತ್ತಿದೆ."

"ಏನು ಮಾಡಬೇಕೆಂದು ಕೇಳಿ ನಾನು ಚರಣನಿಗೆ ಪತ್ರ ಕಳಿಸಿದ್ದೆ."

ಸುಗಂಧಿಯ ಮುಖ ಅರಳಿತು. "ಹೌದೇ ? ಅವನಿರುವ ಸ್ಥಳ ನಿನಗೆ ಗೊತ್ತಿತ್ತೆ ? ಅವನು ಸಿಕ್ಕಿದನೆ ? ಹೇಗಿದ್ದಾನಂತೆ ? ಏನು ಹೇಳಿ ಕಳಿಸಿದ್ದಾನೆ ? ಮತ್ತೆ ಯಾವಾಗ ಬರುತ್ತಾನಂತೆ ?" ಎಂದಳು.

"ಇಷ್ಟೊಂದು ಪ್ರಶ್ನೆಗಳನ್ನು ಒಟ್ಟಿಗೆ ಕೇಳಿದರೆ ಅಮ್ಮ ಹೇಗೆ ಉತ್ತರ ಕೊಡಬೇಕು ?" ಎಂದ ನಿರಂಜನ ನಗುತ್ತ.

"ಅಕ್ಕನಿಗೆ ಚರಣ ಎಂಬ ಪದ ಕಿವಿಗೆ ಬಿದ್ದ ಕೂಡಲೇ ಎಲ್ಲಿಲ್ಲದ ಉತ್ಸಾಹ ಬಂದು ಬಿಡುತ್ತದೆ" ಎಂದ ಶ್ರೀಧರ.

"ಓ, ನೀನೂ ನನ್ನನ್ನು ಹಾಸ್ಯ ಮಾಡಲು ಆರಂಭಿಸಿಬಿಟ್ಟೆಯಾ ?" ಎಂದು ಸುಗಂಧಿ ಹುಸಿಮುನಿಸು ತೋರಿಸಿದಳು.

ಮಂಗಳೆ ಅವನು ಮಾಡಿರುವ ವ್ಯವಸ್ಥೆಯನ್ನೆಲ್ಲ ವಿವರಿಸಿದಳು. ಅವಳಿಗೆ ಸಮಾಧಾನವೂ ಆಯಿತು, ಚರಣನ ಬಗ್ಗೆ ಅಭಿಮಾನವೂ ಮೂಡಿತು. "ಅಮ್ಮ, ನೀನು ಏನೇ ಹೇಳು, ಚರಣನೆಂದರೆ ಚರಣನೆ ! ಅಂಥ ವ್ಯಕ್ತಿಗಳು ವಿರಳ."

"ತಮ್ಮ ಪ್ರೀತಿಪಾತ್ರರ ಬಗ್ಗೆ ಎಲ್ಲರೂ ಹಾಗೆಯೇ ಹೇಳುವುದು" ಎಂದಳು ಕೇತಕಿ.

"ಅಮ್ಮಾ, ನನಗೆ ಹೊಟ್ಟೆ ತುಂಬಾ ಊಟ ಮಾಡಿ, ಕಣ್ತುಂಬ ನಿದ್ದೆ ಮಾಡಬೇಕೆಂದು ಆಸೆಯಾಗುತ್ತಿದೆ."

"ನೀನು ಸ್ನಾನ ಮಾಡಿ ಬರುವ ವೇಳೆಗೆ ಬಿಸಿ ಅಡಿಗೆ ಸಿದ್ಧವಾಗಿರುತ್ತದೆ. ನಿನಗೆ ಏನಿಷ್ಟ ಹೇಳು ?" ಎಂದ ನಿರಂಜನ.

"ನನ್ನ ಮನೆಯ ಊಟ ಏನಾದರೂ ಹಿತವಾಗಿರುತ್ತದೆ ನಿರಂಜನ. ನಿನಗೆ ಇಷ್ಟ ಬಂದದ್ದನ್ನು ಮಾಡು" ಎಂದು ಸುಗಂಧಿ ಸ್ನಾನ ಮಾಡಲು ಹೋದಳು.

★ ★ ★

ಚಂದ್ರಗುಪ್ತ ನಗರದ ದ್ವಾರದಲ್ಲಿ ಮಾಡಿದ ಗದ್ದಲವನ್ನು ನೆಪ ಮಾಡಿಕೊಂಡು, ರಾಕ್ಷಸನ ಬಗ್ಗೆ ಧನನಂದನ ಮನಸ್ಸಿನಲ್ಲಿ ವಿಷ ತುಂಬಲು ಮಾಡಿದ ಪ್ರಯತ್ನವೂ ವಿಫಲವಾದಾಗ ಶ್ರೀಯಕನ ಕೋಪ ಅಳತೆ ಮೀರಿತು. ಆದರೆ ಅದನ್ನು ಅವನು ನುಂಗಲೇಬೇಕಾಯಿತು. ಇನ್ನಷ್ಟು ಚುರುಕಾಗಿ ತನ್ನ ಕಾರ್ಯಚಟುವಟಿಕೆಗಳಿಗೆ ಚಾಲನೆ ನೀಡಲು ಅವನು ಆಲೋಚಿಸಿದ.

ವೈದ್ಯ ಸುಮಂತನನ್ನು ಕಂಡರೆ ಮಹಾರಾಣಿ ಸುಮತಿ ಮತ್ತು ಚಕ್ರವರ್ತಿ ಇಬ್ಬರಿಗೂ ಈಗ ಬಹಳ ಅಭಿಮಾನ ಬಂದುಬಿಟ್ಟಿತ್ತು. ಅದಕ್ಕೆ ಕಾರಣ, ಸುಮಾಲ್ಯ ಕ್ರಮೇಣ ಗುಣಮುಖನಾಗತೊಡಗಿದ್ದ. ಆ ವೈದ್ಯನನ್ನು ರಾಕ್ಷಸನೇ ಕರೆಸಿದ್ದುದರಿಂದ ಆದರ ಕೀರ್ತಿಯೂ ಅವನಿಗೇ ಸಲ್ಲತೊಡಗಿತು. ರಾಜವೈದ್ಯ ಸಂಜಯ ಅರಮನೆಯ ಕಡೆಗೆ ಹೋಗುವುದನ್ನೇ ಬಿಟ್ಟಿದ್ದ. "ನೀವು ಆಗಾಗ ಅರಮನೆಗೆ ಹೋಗಿಬರಬೇಕು" ಎಂದು ಅವನಿಗೆ ಒಮ್ಮೆ ಶ್ರೀಯಕ ಹೇಳಿದ.

"ಅಲ್ಲಿ ನನ್ನ ಅಗತ್ಯವೇನೂ ಇಲ್ಲವಲ್ಲ?"

"ನಿಮ್ಮ ಅಗತ್ಯ ಅವರಿಗಿಲ್ಲದಿರಬಹುದು, ನನಗಿದೆಯಲ್ಲ?"

"ಆದರೆ, ಬೇರೊಬ್ಬರು ಚಿಕಿತ್ಸೆ ನಡೆಸುತ್ತಿರುವಾಗ ನಾನು ಹೋಗುವುದು ಸರಿಯಾಗುವುದೋ ಇಲ್ಲವೋ?" ಎಂದು ಸಂಜಯ ಸಂದೇಹ ವ್ಯಕ್ತಪಡಿಸಿದ.

"ಹಾಗಲ್ಲ ವೈದ್ಯರೇ" ಶ್ರೀಯಕ ಹೇಳಿದ, "ನೀವು ರಾಜವೈದ್ಯರು, ಅವನು ಎಷ್ಟೇ ಆಗಲಿ ತನ್ನ ಕೆಲಸ ಮುಗಿಸಿ ಇಲ್ಲಿಂದ ತನ್ನ ನಾಡಿಗೆ ಹೋಗಬೇಕಾದವನು."

"ಆದರೆ ನನ್ನಿಂದ ಗುಣವಾಗದ ರಾಜಕುಮಾರನ ರೋಗ ಅವನಿಂದ ಗುಣವಾದರೆ, ನನ್ನ ಸಾಮರ್ಥ್ಯವೇ ಸಂಶಯಾಸ್ಪದವಾಗುವುದು ಸಹಜವಲ್ಲವೆ? ನನಗೂ ಅಲ್ಲಿ ಮುಖವಿರುವುದಿಲ್ಲ ಮತ್ತು ಚಕ್ರವರ್ತಿಯೂ ಕೂಡ ನಿನ್ನ ಅಗತ್ಯವಿಲ್ಲ ಎಂದು ಮುಖದ ಮೇಲೇ ಹೇಳಿ ಕಳಿಸಬಹುದು."

"ಅದೆಲ್ಲ ಆಮೇಲೆ ಯೋಚಿಸಬೇಕಾದ ವಿಷಯ. ನೀವು ಅರಮನೆಗೆ ಹೋಗುವುದನ್ನೇ ನಿಲ್ಲಿಸಿದರೆ, ಎಂದೋ ಆಗುವ ಆ ಕಾರ್ಯ ಇಂದೇ ಆಗಿಬಿಡಬಹುದು. ಅದು ನಿಮಗೂ ಒಳ್ಳೆಯದಲ್ಲ, ನನ್ನ ಯೋಜನೆಗಳೂ ಹಾಳಾಗುತ್ತವೆ. ಆದ್ದರಿಂದ ನೀವು ಆಗಾಗ ಅರಮನೆಗೆ ಹೋಗಿ ರಾಜಕುಮಾರನ ಆರೋಗ್ಯವನ್ನು ವಿಚಾರಿಸಿ. ಯಾರಿಂದಲಾದರೂ ಸರಿ, ಅವನು ಗುಣವಾದರೆ ಸಾಕೆಂದು ಹೇಳಿ, ಸುಮಂತನನ್ನು ಹೊಗಳಿ. ರಾಜಕುಮಾರ ಗುಣವಾದ ನಂತರ, ನಿಮಗೆ ತಿಳಿಯದ ಚಿಕಿತ್ಸಾವಿಧಾನಗಳನ್ನು ಅವನ ಬಳಿ ಕೆಲವು ಕಾಲ ಕಲಿಯುವ ಅಪೇಕ್ಷೆಯಿದೆಯೆಂದು ಸುಳ್ಳು ಹೇಳಿ. ಆಮೇಲೆ ನೋಡೋಣ."

ಸಂಜಯ ಅವನ ಮಾತಿಗೆ ಒಪ್ಪಿಕೊಂಡ. ಅದರಂತೆ ಮರುದಿನವೇ ಅರಮನೆಗೆ ಹೋದ. ಸುಮಾಲ್ಯ ಈಗ ನಿಜವಾಗಲೂ ಎಷ್ಟೋ ಗೆಲುವಾಗಿದ್ದ. ರಾಣಿ ಏನು ಹೇಳುವಳೋ ಎಂಬ ಅಳುಕು ಮನಸ್ಸಿನಲ್ಲಿತ್ತು. ಆದರೆ ಅವಳು ಎಂದಿನಂತೆ ಅವನನ್ನು ಸರಳವಾಗಿ ಮಾತಾಡಿಸಿದಳು.

"ಕ್ಷಮಿಸಿ ಮಹಾರಾಣಿ" ಸಂಜಯ ಹೇಳಿದ, "ರಾಜಕುಮಾರನ ರೋಗದ ಬಗ್ಗೆ ನನಗೆ ಸಂಪೂರ್ಣ ತಿಳುವಳಿಕೆಯಿಲ್ಲವೆಂದು ಮೊದಲೇ ಒಪ್ಪಿಕೊಳ್ಳದೆ ತಪ್ಪು ಮಾಡಿದೆನೆಂದು ಕಾಣುತ್ತದೆ. ಒಪ್ಪಿಕೊಂಡಿದ್ದರೆ ಬಹುಶಃ ರಾಜಕುಮಾರ ಇಷ್ಟು ಹೊತ್ತಿಗೆ ಪೂರ್ಣ ಗುಣಮುಖನಾಗುತ್ತಿದ್ದ. ಹಾಗೆ ಹೇಳಿದ್ದರೆ ಚಕ್ರವರ್ತಿಗಳು ರಾಜವೈದ್ಯ ಪದವಿಯಿಂದ ತೆಗೆದುಬಿಡುವರೆಂದು ಭಯವಿತ್ತು."

"ಹೋಗಲಿ ಬಿಡಿ" ಸುಮತಿ ಹೇಳಿದಳು, "ಏಕೆ ನೊಂದುಕೊಳ್ಳುತ್ತೀರಿ? ಎಲ್ಲ ಒಳ್ಳೆಯದೇ ಆಯಿತಲ್ಲ."

ಅಷ್ಟರಲ್ಲಿ ಸುಮಂತನೂ ಬಂದ. ಅಲ್ಲಿ ಸಂಜಯನನ್ನು ನೋಡಿ ಅವನಿಗೆ ಆಶ್ಚರ್ಯವಾದರೂ ತೋರಿಸಿಕೊಳ್ಳದೆ ವಿಶ್ವಾಸದಿಂದಲೇ ಮಾತನಾಡಿಸಿದ. ಸುಮಾಲ್ಯನ ಸ್ಥಿತಿಯನ್ನು ವಿಚಾರಿಸಿದ. "ನಿಮ್ಮ ಅಭ್ಯಂತರವಿಲ್ಲದಿದ್ದರೆ ನಿಮ್ಮಲ್ಲಿ ಶಿಷ್ಯವೃತ್ತಿ ಮಾಡಬೇಕೆಂದುಕೊಂಡಿದ್ದೇನೆ" ಎಂದ ಸಂಜಯ.

ಸುಮಂತ ನಕ್ಕ, "ನನ್ನ ಬಳಿ ತಾವು ಶಿಷ್ಯವೃತ್ತಿ ಮಾಡುತ್ತೀರ! ಪರಿಹಾಸ ಮಾಡಬೇಡಿ ವೈದ್ಯರೇ."

"ಪರಿಹಾಸವಲ್ಲ" ಸಂಜಯ ಹೇಳಿದ, "ಸತ್ಯ ಸಂಗತಿ. ನಮಗೆ ಗೊತ್ತಿಲ್ಲದಿರುವುದನ್ನು ಗೊತ್ತಿರುವವರ ಬಳಿ ಕಲಿತುಕೊಳ್ಳಲು ಪ್ರತಿಷ್ಠೆ ಅಡ್ಡ ಬರಬಾರದು ಎಂದು ಈಗ ನನಗೆ ಮನವರಿಕೆಯಾಗಿದೆ."

"ರಾಜವೈದ್ಯರೇ, ನಿಮಗೆ ಕಲಿಸುವಷ್ಟು ನಾನು ದೊಡ್ಡವನಲ್ಲ ಎಂದುಕೊಂಡಿದ್ದೇನೆ."

"ಇದು ದೊಡ್ಡವರು, ಚಿಕ್ಕವರ ಪ್ರಶ್ನೆಯಲ್ಲ ವೈದ್ಯರೇ. ಈ ರೋಗದ ಬಗ್ಗೆ ನನ್ನ ಜ್ಞಾನ ಬಹಳ ಪರಿಮಿತವಾದದ್ದು. ರಹಸ್ಯವಿಲ್ಲದಿದ್ದರೆ ನಾನು ನಿಮ್ಮಿಂದ ಅದನ್ನು ಕಲಿಯಲು ಬಯಸುತ್ತೇನೆ."

"ರಹಸ್ಯವೇ ?"

"ಕೆಲವರು ತಮ್ಮ ವಿದ್ಯೆಯನ್ನು ಬೇರೆಯವರಿಗೆ ತಿಳಿಸಲು ಇಷ್ಟಪಡುವುದಿಲ್ಲ."

"ನಾನು ಅಂಥವನಲ್ಲ" ಸುಮಂತ ನಕ್ಕ "ವೈದ್ಯ ಜ್ಞಾನವನ್ನು ರಹಸ್ಯ ಮಾಡುವುದು ಮಾನವ ಕುಲಕ್ಕೆ ಮಾಡುವ ದ್ರೋಹ. ಹಲವರ ಪ್ರಾಣವುಳಿಸುವ ಜ್ಞಾನವನ್ನು ನನ್ನೊಬ್ಬನಲ್ಲೇ ಇಟ್ಟುಕೊಳ್ಳುವ ಸ್ವಾರ್ಥಿ ನಾನಾಗಲಾರೆ."

"ತುಂಬ ದೊಡ್ಡ ವ್ಯಕ್ತಿತ್ವ ನಿಮ್ಮದು" ಸಂಜಯ ಹೇಳಿದ, "ಈಗ ನಿಮಗೆ ತೊಂದರೆ ಕೊಡುವುದಿಲ್ಲ, ರಾಜಕುಮಾರ ಸಂಪೂರ್ಣ ಗುಣವಾದ ನಂತರ ನಾನು ಚಕ್ರವರ್ತಿಗಳ ಅನುಮತಿ ಪಡೆದೇ ನಿಮ್ಮೊಂದಿಗೆ ನಿಮ್ಮ ಊರಿಗೆ ಬಂದು, ಅಲ್ಲೇ ಒಂದು ವರ್ಷ ನಿಮ್ಮ ಜೊತೆಯಲ್ಲಿದ್ದು ಕಲಿತು ಬರುತ್ತೇನೆ."

"ಸಂತೋಷವಾಗಿ ಬನ್ನಿ" ಸುಮಂತ ಹೇಳಿದ, "ನನಗೆ ಗೊತ್ತಿರುವುದನ್ನು ನಿಮಗೆ ಕಲಿಸುತ್ತೇನೆ. ನನಗೆ ಗೊತ್ತಿಲ್ಲದಿರುವುದನ್ನು ನೀವು ಕಲಿಸಿ."

ಸಂಜಯ ಸುಮಂತನೊಂದಿಗೆ ಬಹಳ ವಿಶ್ವಾಸದಿಂದ ಸ್ವಲ್ಪದೂರ ಮಾತನಾಡುತ್ತ ಜೊತೆಯಲ್ಲಿ ಬಂದ. ಅವನು ಹೋದನಂತರ ಸುಮಂತನಿಗೆ ಅವನ ಈ ತಕ್ಷಣದ ಬದಲಾವಣೆ, ಕುತೂಹಲ, ಸಂದೇಹ ಒಟ್ಟಿಗೇ ಮೂಡಿಸಿತು. ಮನೆಯ ಕಡೆಗೆ ಹೋಗುತ್ತಿದ್ದವನು ಏನೋ ಅನ್ನಿಸಿ ಹಿಂದಿರುಗಿ ರಾಕ್ಷಸನ ಭವನದ ಕಡೆಗೆ ಸಾಗಿದ.

ರಾಕ್ಷಸ, ಸುಮಂತ ಹೇಳಿದ್ದನ್ನೆಲ್ಲ ಕೇಳಿ ಮೊದಲು ಅಚ್ಚರಿಗೊಂಡರೂ, ನಂತರ ಸಂದೇಹದ ಭಾವನೆ ಅವನ ಮುಖದಲ್ಲಿ ಸ್ಥಿರವಾಯಿತು. ಅದರ ಹಿಂದೆ ಅಮಾತ್ಯ ಶ್ರೀಯಕನ ತಲೆ ಕೆಲಸ ಮಾಡುತ್ತಿದೆಯೆಂದು ಅವನಿಗೆ ತಕ್ಷಣ ಅನ್ನಿಸಿತು.

## ೩

ಚಂದ್ರಗುಪ್ತ ಮತ್ತು ಅವನ ಮಿತ್ರರು ಸುಗಮವಾಗಿ ಮಗಧದ ಗಡಿಯನ್ನು ದಾಟಿದರು. ಮುಖ್ಯ ಮಾರ್ಗದಲ್ಲಿ ಹೋಗಿದ್ದರೆ ಅವರು ಗಡಿಕಾವಲಿನ ಸೈನ್ಯದ ಕೈಗೆ ಸಿಕ್ಕಿಬೀಳುತ್ತಿದ್ದರು. ಅದರಿಂದ ಖಂಡಿತ ಅಪಾಯವಾಗುತ್ತಿತ್ತು. ಅಥವಾ ಆ ಪಡೆಯಲ್ಲಿ ಚರಣ ಮತ್ತು ಚಂದ್ರಗುಪ್ತನ ಮಿತ್ರರೇ ಇದ್ದಿದ್ದರೆ ಸುಲಲಿತವಾಗಿ ಗಡಿ ದಾಟಲೂಬಹುದಾಗಿತ್ತು. ಆದರೆ ಅಂಥ ಯಾವ ಅಪಾಯಕ್ಕೂ ಸಿದ್ಧರಾಗುವುದು ಒಳ್ಳೆಯದಲ್ಲವೆಂದು ಅವರು ಕಳ್ಳದಾರಿಯ ಮೂಲಕವೇ ಗಡಿ ದಾಟಿದರು.

ಅಲ್ಲಿಂದ ಮುಂದೆ ಮುಂದೆ ಸಾಗಿದಂತೆ ಯವನವೀರ ಅಲೆಗ್ಸಾಂಡರ್ ಆರ್ಯಾವರ್ತದ ಮೇಲೆ ಆಕ್ರಮಣ ಮಾಡುವನೆಂಬ ಸುದ್ದಿಯೇ ಎಲ್ಲರ ಚರ್ಚೆಯ ವಿಷಯವಾಗಿತ್ತು. ಅವನು ಈಗಾಗಲೇ ಅಖಿಮೇನಿಯನ್ ಚಕ್ರವರ್ತಿ ಮೂರನೇ ಡೇರಿಯಸ್ಸನನ್ನು ಸೋಲಿಸಿ ಅವನ ರಾಜಧಾನಿ ಪರ್ಸಿಪೋಲಿಸ್ ಅನ್ನು ಸುಟ್ಟು ಹಾಕಿದ್ದ.

ಅವನು ಮಹಾವೀರನಂತೆ! ನೋಡಲು ಬಹಳ ಸುಂದರನಂತೆ! ಇನ್ನೂ ಎಳೆಯ ವಯಸ್ಸಿನ ತರುಣನಂತೆ! ಅವನು ವಿಶ್ವವನ್ನೇ ಗೆಲ್ಲಲು ಹೊರಟಿರುವನಂತೆ! ಅವನ ಬಳಿ ಅಪಾರವಾದ ಸೇನೆಯಿದೆಯಂತೆ ! ಸೇನಾವ್ಯೂಹರಚನೆಯಲ್ಲಿ ಅವನು ತುಂಬಾ ಚತುರನಂತೆ ! ಇತ್ಯಾದಿ ಅಲೆಗ್ಸಾಂಡರನನ್ನು ಹೊಗಳುವ ಅತಿಶಯೋಕ್ತಿಗಳ ಸುರಿಮಳೆಯನ್ನೇ ಅವರು ಕೇಳಿದರು. ಅವನ ಬಗ್ಗೆ ಸಹಜವಾಗಿಯೇ ಚಂದ್ರಗುಪ್ತನಿಗೆ ಕುತೂಹಲ ಮೂಡಿತು.

"ಇಲ್ಲಿ ಹೆಜ್ಜೆಯಿಡುವ ಮೊದಲೇ ಪುರಾಣಪುರುಷನಂತೆ ಪ್ರಸಿದ್ಧನಾದ ಆ ಅಲೆಗ್ಸಾಂಡರನನ್ನು ಭೇಟಿ ಮಾಡಬೇಕೆಂದು ಆಸೆಯಾಗುತ್ತಿದೆ ಚರಣ" ಎಂದ ಚಂದ್ರಗುಪ್ತ.

"ಏಕೆ ? ಅವನ ಸೇನೆಯಲ್ಲಿ ಒಂದು ಕೆಲಸ ಕೇಳಲೋ ?" ಎಂದ ಚರಣ.

"ಕೆಲಸದ ಅಗತ್ಯವಿಲ್ಲದಿದ್ದರೂ, ಅವನ ಸೈನ್ಯದ ವಿಶೇಷವೇನೆಂದು ತಿಳಿದುಕೊಳ್ಳಬೇಕು. ಅದಕ್ಕಿಂತ ಮುಖ್ಯವಾಗಿ, ಅವನೇನಾದರೂ ತನ್ನ ಸೇನೆಯ ಸಹಾಯ ನೀಡಿದರೆ ಮಗಧದ ಮೇಲೆ ದಾಳಿ ಮಾಡಬಹುದಲ್ಲವೇ ?"

"ಹಾವನ್ನು ಹೊಡೆದು ಹದ್ದಿಗೆ ಹಾಕಿದಂತಾಗುತ್ತದೆ" ಎಂದ ಸಿಂಹಸೇನ.

"ಪ್ರಯತ್ನ ಪಡುವುದರಲ್ಲಿ ತಪ್ಪೇನಿದೆ ?" ಎಂದ ಬ್ರಹ್ಮದತ್ತ.

"ಮತ್ತೆ ಇನ್ನೊಂದು ವ್ಯರ್ಥ ಪ್ರಯತ್ನವೋ ?" ಎಂದ ನಂದಿಕೇಶ.

"ನನ್ನದೆಲ್ಲ ವ್ಯರ್ಥ ಪ್ರಯತ್ನಗಳೇ ಎಂದು ಹಂಗಿಸುತ್ತಿರುವೆಯಾ ನಂದಿಕೇಶ ?" ಎಂದು ಚಂದ್ರಗುಪ್ತ ಹುಸಿಮುನಿಸು ತೋರಿಸಿದ.

"ಇಲ್ಲ ಚಂದ್ರಗುಪ್ತ" ಚರಣ ಹೇಳಿದ, "ಖಂಡಿತ ಇದು ವ್ಯರ್ಥಪ್ರಯತ್ನವೇ ಆಗಬಹುದು."

ಎರಡು ಕ್ಷಣ ಯೋಚಿಸಿದ ಚಂದ್ರಗುಪ್ತ "ಒಂದು ಕೆಲಸ ಮಾಡೋಣ ?" ಎಂದ. ಅವನು ಏನು ಹೇಳುವನೋ ಎಂದು ಎಲ್ಲ ಕುತೂಹಲದಿಂದ ಮುಖ ನೋಡತೊಡಗಿದರು. ಚಂದ್ರಗುಪ್ತ ಮುಂದುವರಿಸಿದ, "ಈಗ ನಾವು ವ್ಯಾಪಾರಿಗಳಂತೆ ವೇಷ ಮರೆಸಿಕೊಂಡು ಮಗಧದಿಂದ ಬಂದಂತೆ, ಈಗಲೂ ವೇಷ ಮರೆಸಿಕೊಂಡು ಹೋಗಿ ಅಲೆಗ್ಸಾಂಡರನ ಬಳಿ ಪರಿಚಾರಕರ ಕೆಲಸಕ್ಕೆ ಸೇರೋಣ. ಅಲ್ಲಿದ್ದುಕೊಂಡೇ ಅವನ ಸೇನಾ ಪದ್ಧತಿಯನ್ನು ಪರಿಶೀಲಿಸೋಣ. ಮುಂದೆ ಅದು ನಮಗೆ ಉಪಯೋಗಕ್ಕೆ ಬರಬಹುದು."

"ಸಿಕ್ಕಿಬಿದ್ದರೆ ?" ಎಂದ ಭಾಸ್ಕರ.

"ಸಿಕ್ಕಿಬಿದ್ದರೆ ತಪ್ಪಿಸಿಕೊಳ್ಳಲು ನಮ್ಮ ಚರಣ ಏನಾದರೂ ಉಪಾಯ ಹುಡುಕೇ ಹುಡುಕುತ್ತಾನೆ."

"ಎಲ್ಲರೂ ಹೋಗುವುದು ಬೇಡ" ಚರಣ ಹೇಳಿದ, "ನಾನು ನೀನು ಮಾತ್ರ ಹೋಗೋಣ. ಉಳಿದವರು ಚಾಣಕ್ಯರ ಗುರುಕುಲದಲ್ಲಿದ್ದು ನಮ್ಮ ದಾರಿ ಕಾಯಲಿ."

"ಒಳ್ಳೆಯ ಆಲೋಚನೆ" ಚಂದ್ರಗುಪ್ತ ಸಮ್ಮತಿಸಿದ. ಉಳಿದವರಿಗೆ ನಿರಾಸೆಯಾದರೂ ಒಪ್ಪಲೇಬೇಕಾಯಿತು.

"ಚಾಣಕ್ಯರನ್ನು ಕಂಡು ಅವರ ಸಲಹೆ ಕೇಳಿದ್ದರೆ ಒಳ್ಳೆಯದಾಗುತ್ತಿತ್ತು" ಎಂದ ಚರಣ.

"ಅದು ಆಮೇಲೆ ಆಗಲೇಬೇಕಾದ ಕೆಲಸ" ಚಂದ್ರಗುಪ್ತ ಹೇಳಿದ, "ಆದರೆ ಈ ವಿದೇಶೀ ಆಕ್ರಮಣ ಅನಿರೀಕ್ಷಿತವಲ್ಲವೆ? ಈ ಯವನರ ದಾಳಿ ಯಶಸ್ವಿಯಾದರೆ ನಮ್ಮ ಉದ್ದೇಶಕ್ಕೆ ಭಂಗ ಬರುವುದಿಲ್ಲವೆ ? ಅಥವಾ ಅದನ್ನು ನಮ್ಮ ಉಪಯೋಗಕ್ಕೆ ಬಳಸಿ ಕೊಳ್ಳುವುದು ಸಾಧ್ಯವೇ? ಎಂದು ಯೋಚಿಸುವುದು ಅಗತ್ಯವಲ್ಲವೆ? ಚಾಣಕ್ಯರು ಖಂಡಿತ ಆಕ್ಷೇಪಿಸುವುದಿಲ್ಲವೆಂಬ ನಂಬಿಕೆ ನನಗಿದೆ."

"ನಿನ್ನಿಷ್ಟದಂತೆ ಆ ಸಾಹಸವನ್ನೂ ಮಾಡಿಬಿಡೋಣ" ಎಂದ ಚರಣ, "ಆದರೆ ಆ ಯವನರ ಸೇನಾ ಶಿಬಿರವನ್ನು ಸೇರಲು ಬಹುದೂರ ಪ್ರಯಾಣ ಮಾಡಬೇಕಾಗುತ್ತದೆ."

"ಪಾಟಲೀಪುತ್ರದಿಂದ ತಕ್ಷಶಿಲೆಯವರೆಗೆ ಪ್ರಯಾಣ ಮಾಡುವವರಿಗೆ ಅಲ್ಲಿಂದ ಅಲೆಗ್ಸಾಂಡರನ ಸೇನಾ ಶಿಬಿರವನ್ನು ಸೇರುವುದು ಕಷ್ಟವೇ?" ಎಂದು ಚಂದ್ರಗುಪ್ತ ನಕ್ಕ.

ಅವರು ಮತ್ತೆ ಪ್ರಯಾಣ ಮುಂದುವರಿಸಿ ಕೆಲವೇ ದಿನಗಳಲ್ಲಿ ತಕ್ಷಶಿಲೆಯನ್ನು ಸೇರಿದರು. ಅವರು ನಗರದ ಹೊರವಲಯದಲ್ಲಿ ಬೀಡುಬಿಟ್ಟರು. ಚರಣನೊಬ್ಬನೇ ನಗರದೊಳಗೆ ಹೋಗಿ ಚಾಣಕ್ಯನ ಮನೆಯ ಗುರುತು ಹಿಡಿದು ಅಧ್ಯಾಪಕ ಪ್ರಭಂಜನನನ್ನು ಕಂಡು ಪರಿಚಯ ಹೇಳಿಕೊಂಡ. ಅವನು ಮರುದಿನ ಮುಂಜಾನೆ ಚಾಣಕ್ಯನನ್ನು ಕಾಣಲು ತಾನೂ ಅವರ ಜೊತೆಯಲ್ಲಿ ಗುರುಕುಲಕ್ಕೆ ಬರುವುದಾಗಿ ಹೇಳಿದ. ಅಂದಿನ ಅವರ ಆಹಾರದ ವ್ಯವಸ್ಥೆಯನ್ನೂ ಮಾಡಿಕೊಟ್ಟ.

ಮುಂಜಾನೆ ಪ್ರಭಂಜನನ ಪರಿಚಯ ಮಾಡಿಕೊಂಡ ನಂತರ ಚಂದ್ರಗುಪ್ತ ಮತ್ತು ಚರಣ ಅಲೆಗ್ಸಾಂಡರನ ಸೇನಾಶಿಬಿರವನ್ನು ಸೇರಲು ಕುದುರೆಯೇರಿ ಹೊರಟುಹೋದರು. ಉಳಿದವರು ತಮ್ಮ ಕುದುರೆಗಳು ಮತ್ತು ಬಂಡಿಯೊಂದಿಗೆ ಗುರುಕುಲದತ್ತ ಪ್ರಯಾಣ ಬೆಳೆಸಿದರು.

ಕಾಲುನಡೆಯ ಶ್ರಮವಿಲ್ಲದೆ ಕುದುರೆಗಳನ್ನೇರಿ ಮತ್ತು ಗಾಡಿಯಲ್ಲಿ ಕುಳಿತು ಪ್ರಯಾಣ ಮಾಡಿದ್ದರಿಂದ, ಅವರೆಲ್ಲ ಅಂದೇ ಕತ್ತಲಾದ ಸ್ವಲ್ಪ ಹೊತ್ತಿಗೆ ಗುರುಕುಲವನ್ನು ಸೇರಿದರು. ಚಾಣಕ್ಯ ಗುರುಕುಲದಲ್ಲೇ ಇದ್ದ. ಅವರನ್ನೆಲ್ಲ ನೋಡಿ ಗೌತಮ ಉತ್ಸಾಹದಿಂದ ಸ್ವಾಗತಿಸಿ ಕ್ಷೇಮ ಸಮಾಚಾರ ವಿಚಾರಿಸಿಕೊಂಡ. ಅವರ ವಾಸ್ತವ್ಯಕ್ಕೆ ವ್ಯವಸ್ಥೆ ಮಾಡಿ, ಅವರು ಬಂದಿರುವ ವಿಷಯವನ್ನು ಚಾಣಕ್ಯನಿಗೆ ತಿಳಿಸಿದ.

ಸಂದರ್ಶಕರ ವಿಶಾಲ ಕುಟೀರದಲ್ಲಿ ಅವರೆಲ್ಲ ಕಾದು ಕುಳಿತಿರುವಾಗ ಚಾಣಕ್ಯ ಬಂದ. ಎಲ್ಲರೂ ಅವನಿಗೆ ಗೌರವಪೂರ್ವಕವಾಗಿ ನಮಸ್ಕರಿಸಿದರು. ಪಾಟಲೀಪುತ್ರದ ವಿಷಯವನ್ನೆಲ್ಲ ಹೇಳಿದರು. ಸಿಂಹಸೇನ, ಚರಣನ ಪ್ರಯತ್ನದಿಂದ ತಾವು ಸೆರೆಮನೆಯಿಂದ ಪಾರಾದದ್ದು, ಪುರುಷಪುರದಲ್ಲಿ ಆಶ್ರಯ ಪಡೆದದ್ದು, ರಾತ್ರಿ ಗುಟ್ಟಾಗಿ ಹೋಗಿ ನಗರದ್ವಾರದಲ್ಲಿ ಗದ್ದಲ ಮಾಡಿ ಬಂದದ್ದು, ಅಲ್ಲಿಂದ ಹಿಂದಿರುಗಿ ಬಂದು ತಕ್ಷಶಿಲೆಯನ್ನು ತಲುಪಿದ್ದು, ಚರಣ ಮತ್ತು ಚಂದ್ರಗುಪ್ತ ಅಲೆಗ್ಸಾಂಡರನ ಸೇನಾಶಿಬಿರ ಸೇರಲು ಹೋದದ್ದು, ತಾವು ಈ ಕಡೆ ಬಂದದ್ದು, ಎಲ್ಲವನ್ನೂ ವಿವರಿಸಿದ.

ಚಾಣಕ್ಯ ಕುತೂಹಲದಿಂದ ಕೇಳಿದ, "ಚರಣ ನಿಮ್ಮನ್ನೆಲ್ಲ ಸೆರೆಮನೆಯಿಂದ ಬಿಡಿಸಿದನೆ? ಅದು ಹೇಗೆ?"

ಸಿಂಹಸೇನ ತನಗೆ ತಿಳಿದಿದ್ದ ಎಲ್ಲ ವಿವರಗಳನ್ನೂ ಹೇಳಿದ. ಅದರಲ್ಲೂ ಸೆರೆಮನೆಯಿಂದ ಪಾರಾದ ದಿನದ ಕಾರ್ಯಾಚರಣೆಯನ್ನು ಕಣ್ಣಿಗೆ ಕಟ್ಟಿದಂತೆ ವಿವರಿಸಿದ. ಚರಣನ ಬುದ್ಧಿವಂತಿಕೆಯನ್ನು ಚಾಣಕ್ಯ ಮನಸ್ಸಿನಲ್ಲೇ ಮೆಚ್ಚಿದ. ಇಷ್ಟೆಲ್ಲಾ ಉಪಾಯಗಳನ್ನು ಮಾಡಿರಬೇಕಾದರೆ, ಅವನು ದಂಡನೀತಿ ಶಾಸ್ತ್ರದಲ್ಲಿ ಸಾಕಷ್ಟು ಪರಿಣತಿ ಪಡೆದಿರಬೇಕೆಂದು ಅನ್ನಿಸಿತು. ಸಾಮಾನ್ಯರಂತೆ ಕಾಣುವವರಲ್ಲೂ ಸಂದರ್ಭ ಒದಗಿದಾಗ ಅಸಾಮಾನ್ಯ ಬುದ್ಧಿಶಕ್ತಿ ಯಿರುವುದು ಗೋಚರವಾಗುತ್ತದೆ, ಎಂದುಕೊಂಡ. ಸ್ವಲ್ಪ ಹೊತ್ತು ಬಿಟ್ಟು ಚಂದ್ರಗುಪ್ತನ ಬಗ್ಗೆ ವಿಚಾರಿಸಿದ. ಸಿಂಹಸೇನ ಅವನನ್ನು ಕುರಿತ ಎಲ್ಲ ವಿವರಗಳನ್ನೂ ಹೇಳಿದ.

“ಹಾಗಾದರೆ ಅವನು ಕ್ಷತ್ರಿಯ ?'' ಚಾಣಕ್ಯ ಕೇಳಿದ.

“ಹೌದು, ಅದರ ಬಗ್ಗೆ ಅವನಿಗೆ ಹೆಮ್ಮೆಯಿದೆ. ಮೊದಲು ತನ್ನ ತಾಯಿನಾಡಾದ ಪಿಪ್ಪಲಿವನದ ಅಧಿಕಾರ ಸಿಕ್ಕರೆ ಸಾಕೆಂದುಕೊಂಡಿದ್ದ. ಈಗ ಅವನ ಗಮನ ಮಗಧ ಸಿಂಹಾಸನವನ್ನೇ ಆಕ್ರಮಿಸಬೇಕೆಂದಿದೆ. ಅದಕ್ಕೆ ನಾವೆಲ್ಲ ಹೃತ್ಪೂರ್ವಕವಾಗಿ ಬೆಂಬಲ ನೀಡುತ್ತಿದ್ದೇವೆ.''

“ಅಂಥ ವಿಶೇಷವೇನಿದೆ ಅವನಲ್ಲಿ?'' ಚಾಣಕ್ಯ ಬೇಕೆಂದೇ ಕೆಣಕುವಂತೆ ಕೇಳಿದ.

“ಒಬ್ಬ ರಾಜನಿಗಿರಬೇಕಾದ ಎಲ್ಲ ಗುಣಗಳೂ ಅವನಲ್ಲಿವೆ ಆಚಾರ್ಯ'' ಎಂದ ಸಿಂಹಸೇನ ಅಭಿಮಾನದಿಂದ.

“ರಾಜನಲ್ಲಿರಬೇಕಾದ ಗುಣಗಳು ಯಾವುವೆಂದು ನಿನಗೆ ಗೊತ್ತೇನು ?''

“ಗೊತ್ತು ಆಚಾರ್ಯ'' ಸಿಂಹಸೇನ ಹೇಳಿದ, “ನನಗೆ ತಿಳಿದಂತೆ ತನ್ನ ನಾಡನ್ನು ಶತ್ರುಗಳಿಂದ ರಕ್ಷಿಸಬಲ್ಲ ಶೌರ್ಯ ಪರಾಕ್ರಮ, ಪ್ರಜೆಗಳನ್ನು ಮಕ್ಕಳಂತೆ ಪಾಲಿಸುವ ಉದಾರಗುಣ ಮತ್ತು ಗುರುಹಿರಿಯರಲ್ಲಿ ಗೌರವ ಭಾವನೆ.''

“ಎಲ್ಲಕ್ಕಿಂತ ಮುಖ್ಯವಾದ ಇನ್ನೊಂದನ್ನು ಬಿಟ್ಟೆ''

“ಯಾವುದು ಆಚಾರ್ಯ ?''

“ಧರ್ಮ'' ಚಾಣಕ್ಯ ದೃಢವಾಗಿ ಹೇಳಿದ, “ಧರ್ಮ ತಾಯಿಯಂತೆ. ಎಲ್ಲ ಸದ್ಗುಣಗಳೂ ಆ ಧರ್ಮದ ಅಡಿಪಾಯದ ಮೇಲಿದ್ದರೆ ಅದಕ್ಕೆ ಅರ್ಥ.''

“ಧರ್ಮಪ್ರೀತಿ ಮತ್ತು ನಿಷ್ಠೆ ಅವನಲ್ಲಿದೆ ಆಚಾರ್ಯ'' ಎಂದು ನಂದಿಕೇಶ ಹೇಳಿದ.

“ಅವನ ತಾಯಿ ಶಿವಾಲಿಯಂತೂ ಬಹಳ ದೊಡ್ಡ ಗುಣದ ಹೆಂಗಸು. ನಮ್ಮನ್ನೆಲ್ಲ ಆಕೆ ತನ್ನ ಸ್ವಂತ ಮಕ್ಕಳಂತೆಯೇ ಭಾವಿಸುತ್ತಾಳೆ'' ಎಂದ ಭಾಸ್ಕರ.

“ಆಕೆ ಈಗ ಎಲ್ಲಿದ್ದಾಳೆ ?''

“ಅವಳು ಸಹದೇವನ ಹೆಂಡತಿಯ ಗ್ರಾಮ ಪುರುಷಪುರದಲ್ಲಿ ಗುಪ್ತವಾಗಿದ್ದಾಳೆ'' ಎಂದ ಬ್ರಹ್ಮದತ್ತ.

“ಮಗ ಅಪಾಯಕ್ಕೆ ಸಿಕ್ಕಿಕೊಳ್ಳುವ ಭೀತಿಯಿಂದ, ಅವಳು ಚಂದ್ರಗುಪ್ತನನ್ನು ತಡೆಯಲು ಪ್ರಯತ್ನಿಸಲಿಲ್ಲವೆ ?''

“ಇಲ್ಲ ಆಚಾರ್ಯ'' ಸಿಂಹಸೇನ ಹೇಳಿದ, “ಮೊದಲ ಸ್ಫೂರ್ತಿ ಆಕೆಯೇ. ಪುಟ್ಟ ರಾಜ್ಯವಾದರೂ ಅವಳ ಗಂಡ ರಾಜನಾಗಿದ್ದ. ಅವಳು ರಾಣಿಯಾಗಿದ್ದಳು. ಆದರೆ ಅದನ್ನು

ಧನನಂದ ಕಿತ್ತುಕೊಂಡದ್ದು ತಾನು, ತನ್ನ ಮಗ ಪಾಟಲೀಪುತ್ರಕ್ಕೆ ಬಂದದ್ದು ಮಗ ಒಬ್ಬ ಸಾಧಾರಣ ಸೇನಾನಾಯಕನಾದದ್ದು ಅವಳಿಗೆ ತುಂಬ ದುಃಖವುಂಟು ಮಾಡಿತ್ತು. ಜೊತೆಗೆ ಸೇಡಿನ ಭಾವನೆಯೂ ಇದ್ದಿರಬಹುದು. ಕಳೆದುಹೋದ ಘನತೆಯನ್ನು ಮತ್ತೆ ಗಳಿಸಿಕೊಳ್ಳ ಬೇಕೆಂದು ಅವಳು ಮಗನನ್ನು ಪ್ರೋತ್ಸಾಹಿಸುತ್ತಿದ್ದಾಳೆ. ಆಚಾರ್ಯ ಚಣಕರಿಗಂತೂ ಚಂದ್ರಗುಪ್ತನನ್ನು ಕಂಡರೆ ಬಹಳ ಪ್ರೀತಿ ಇತ್ತು. ಅವನಿಗೂ ಅವರ ಮೇಲೆ ಅಪಾರ ಗೌರವವಿತ್ತು. ಅವರು ಆಗಾಗ ನಿಮ್ಮ ವಿಷಯವನ್ನು ಹೇಳುತ್ತಲೇ ಇದ್ದರು. ಚಂದ್ರಗುಪ್ತನೂ ತಮ್ಮ ಬಳಿ ದಂಡನೀತಿ ಶಾಸ್ತ್ರವನ್ನು ಕಲಿಯುವ ಆಸೆಯಿರಿಸಿಕೊಂಡಿದ್ದಾನೆ.''

``ನನ್ನನ್ನು ಕಾಣದೆ ಯವನರ ಸೇನಾಶಿಬಿರಕ್ಕೆ ಹೋಗುವ ಆತುರವೇನಿತ್ತು ?'' ಚಾಣಕ್ಯ ಕೇಳಿದ.

``ಈ ಆತುರದ ಸ್ವಭಾವ ಅವನಲ್ಲಿದೆ. ಹುಚ್ಚು ಧೈರ್ಯದಿಂದ ಹಿಂದೆ ಮುಂದೆ ನೋಡದೆ ನುಗ್ಗಿ ಹೋಗಿಬಿಡುತ್ತಾನೆ.''

``ಅಥವಾ ತಮ್ಮನ್ನು ಕೇಳಿದರೆ ಬೇಡವೆನ್ನಬಹುದೆಂದು ಅವನು ಭಾವಿಸಿರಬೇಕು'' ಎಂದ ನಂದಿಕೇಶ.

ಚಾಣಕ್ಯ ಮಾತಾಡಲಿಲ್ಲ. ಬಹುಶಃ ತಾನು ಹುಡುಕುತ್ತಿದ್ದ ವ್ಯಕ್ತಿ ಈ ಚಂದ್ರಗುಪ್ತನೇ ಇರಬೇಕು ಅನ್ನಿಸಿತು. 'ಒಳ್ಳೆಯ ಸ್ನೇಹಿತರ ಬಲವೂ ಅವನಿಗಿದೆ. ಧೈರ್ಯ ಸಾಹಸಗಳು ಇವೆಯೆಂಬುದಕ್ಕೆ ಅವನು ಆ ಯವನವೀರನ ಶಿಬಿರಕ್ಕೆ ಹೊರಟಿರುವುದೇ ಸಾಕ್ಷಿಯಾಗಿದೆ. ನನ್ನ ತಂದೆಯವರಿಗೂ ಆಪ್ತನಾಗಿದ್ದನೆಂದ ಮೇಲೆ ಅವನಲ್ಲಿ ವಿಶೇಷ ಗುಣಗಳಿರಬೇಕು. ಅವನನ್ನು ತಿದ್ದಿ ತೀಡಿ ಆರ್ಯಾವರ್ತದ ಚಕ್ರವರ್ತಿಯನ್ನಾಗಿ ಮಾಡಬಹುದೆ?' ಇತ್ಯಾದಿ ಯೋಚಿಸಿದ.

ನಂತರ ಚಾಣಕ್ಯ ತಕ್ಷಶಿಲೆಯ ಪರಿಸ್ಥಿತಿಯ ಬಗ್ಗೆ ಪ್ರಭಂಜನನನ್ನು ವಿಚಾರಿಸಿದ. ಪ್ರಭಂಜನ ಹೇಳಿದ, ``ಯವನರ ದಾಳಿ ನಿಶ್ಚಿತವೆಂಬ ಭಾವನೆಯಿಂದ ಜನಜೀವನದಲ್ಲಿ ಒತ್ತಡ ಕಾಣುತ್ತಿದೆ. ಕೆಲವರು ನಗರವನ್ನು ಬಿಟ್ಟು ಸುರಕ್ಷಿತ ಸ್ಥಳಗಳಿಗೆ ವಲಸೆ ಹೋಗಲು ಯೋಚಿಸುತ್ತಿದ್ದಾರೆ.''

``ಆ ನಿಷ್ಪ್ರಯೋಜಕ ರಾಜ ವೈವಸ್ವತ, ಅವನ ಉದ್ಧಟ ಮಗ ಆಂಭೀಕ ಏನು ಯೋಚಿಸುತ್ತಿದ್ದಾರೆ?''

``ಯುದ್ಧ ಮಾಡುವುದಂತೂ ದೂರದ ಮಾತು.''

``ದುರ್ಬಲರ ಮೇಲೆ ದೌರ್ಜನ್ಯ ನಡೆಸುವ ಅವರಿಗೆ, ಶತ್ರುವಿನ ಮೇಲೆ ಹೋರಾಡುವ ಧೈರ್ಯವೆಲ್ಲಿದೆ? ಅವರು ತಲೆ ತಪ್ಪಿಸಿಕೊಂಡು ಓಡಿಹೋಗಬೇಕು. ಇಲ್ಲವೇ ಶತ್ರುಗಳಿಗೆ ನಗರ ದ್ವಾರವನ್ನು ತೆರೆದು ಶರಣಾಗತರಾಗಬೇಕು.''

``ಯಾವ ನಿರ್ಧಾರದ ಸೂಚನೆಯೂ ಹೊರಬರುತ್ತಿಲ್ಲ. ಜನರಿಗಂತೂ ಅವನು ತಮ್ಮನ್ನು ರಕ್ಷಿಸುವನೆಂಬ ನಂಬಿಕೆಯೇ ಇಲ್ಲ.''

ನಂತರ ಎಲ್ಲ ಮಲಗಲು ಹೋದರು. ಧರ್ಮದತ್ತ ಮತ್ತು ಪ್ರಭಂಜನನೊಂದಿಗೆ ಚಾಣಕ್ಯ ಬಹಳ ಹೊತ್ತು ಮಾತಾಡುತ್ತಿದ್ದ. ``ನಾನು ಈಗ ಹೊರಗಿನ ಶತ್ರುಗಳು ಮತ್ತು ಒಳಗಿನ ಶತ್ರುಗಳು ಇಬ್ಬರೊಂದಿಗೂ ಹೋರಾಡಬೇಕಾಗಿದೆ'' ಎಂದ ಚಾಣಕ್ಯ ಚಿಂತಾಕ್ರಾಂತನಾಗಿ.

"ಒಳ್ಳೆಯದೇ ಆಯಿತು ಬಿಡು" ಧರ್ಮದತ್ತ ಹೇಳಿದ, "ನಾವು ಮಾಡಬೇಕಾಗಿರುವ ಕೆಲಸವನ್ನು ಆ ಯವನರೇ ಮಾಡಿಬಿಡುತ್ತಾರೆ."

"ಆದರಿಂದ ಇನ್ನೂ ಅಪಾಯವಾಗಬಹುದು" ಚಾಣಕ್ಯ ಹೇಳಿದ, "ನಮ್ಮ ಶತ್ರುಗಳೇ ಇದ್ದರೆ ಕೆಟ್ಟಿರುವ ನಮ್ಮ ಧರ್ಮವೃಕ್ಷವನ್ನು ಚಿಕಿತ್ಸೆಮಾಡಿ ಸರಿಪಡಿಸಬಹುದು. ಆದರೆ ಹೊರಗಿನ ಶತ್ರುಗಳು ಯಶಸ್ವಿಯಾದರೆ ನಮ್ಮ ಧರ್ಮದ ಬೇರುಗಳನ್ನೇ ಕಿತ್ತೆಸೆದು ತಮ್ಮ ಧರ್ಮದ ಸಸಿಗಳನ್ನು ನೆಡಬಹುದು."

"ಈಗ ಬೇರೆ ದಾರಿಯೇನಿದೆ?" ಪ್ರಭಂಜನ ಕೇಳಿದ, "ಸೈನ್ಯದ ಬೆಂಬಲವಿಲ್ಲದೆ ನಾವು ಯಾವ ಹೋರಾಟವನ್ನು ಮಾಡುವುದೂ ಸಾಧ್ಯವಿಲ್ಲ."

"ಹೌದು, ಇದು ಕಹಿಯಾದ ಸತ್ಯ. ನಾವೀಗ ಅಸಹಾಯಕ ಸ್ಥಿತಿಯಲ್ಲಿದ್ದೇವೆ. ಯವನರನ್ನು ತಡೆಯುವ ಸಾಮರ್ಥ್ಯವಂತೂ ನಮ್ಮಲ್ಲಿಲ್ಲ. ಚಂದ್ರಗುಪ್ತ ಅಲ್ಲಿಗೆ ಹೋಗಿ ಒಳ್ಳೆಯ ಕೆಲಸವನ್ನೇ ಮಾಡಿದ್ದಾನೆ. ಅವನೇನಾದರೂ ತನ್ನ ಕಾರ್ಯದಲ್ಲಿ ಯಶಸ್ವಿಯಾದರೆ ಆ ಯವನರ ಸಾಮರ್ಥ್ಯದ ನಿಜವಾದ ಸ್ಥಿತಿ ನಮಗೆ ಗೊತ್ತಾಗುತ್ತದೆ. ಅನಂತರ ನಾವೇನು ಮಾಡಬಹುದೆಂದು ಯೋಚಿಸಬಹುದು."

"ಅವನು ಯಶಸ್ವಿಯಾದರೆ ತಾನೆ?" ಧರ್ಮದತ್ತ ಸಂದೇಹ ವ್ಯಕ್ತಪಡಿಸಿದ, "ಅವನು ಪ್ರಾಣಾಪಾಯಕ್ಕೆ ಒಳಗಾಗುವುದಿಲ್ಲವೆಂದು ಹೇಗೆ ಹೇಳುವುದು?"

"ಇಲ್ಲ, ಹಾಗಾಗಲಾರದು" ಚಾಣಕ್ಯ ಭರವಸೆಯಿಂದ ಹೇಳಿದ, "ಅವನಲ್ಲಿ ಒಬ್ಬ ಕ್ಷತ್ರಿಯನಿಗಿರಬೇಕಾದ ಧೈರ್ಯ ಸಾಹಸಗಳಿವೆ. ಅವನ ಮಿತ್ರ ಚರಣನ ಬುದ್ಧಿವಂತಿಕೆಯಿಂದ, ಪ್ರಚಂಡನಾದ ಅಮಾತ್ಯ ರಾಕ್ಷಸನ ಕಣ್ಣೆದುರಿಗೇ ಸೆರೆಯಿಂದ ಪಾರಾಗಿ ಬಂದಿದ್ದಾನೆ. ಇಲ್ಲಿಯೂ ಚರಣ ತನ್ನ ಮಿತ್ರ ಅಪಾಯಕ್ಕೆ ಸಿಕ್ಕಲು ಖಂಡಿತ ಅವಕಾಶ ಕೊಡುವುದಿಲ್ಲ."

"ನನಗೂ ಹಾಗೇ ಅನ್ನಿಸುತ್ತಿದೆ" ಪ್ರಭಂಜನ ಹೇಳಿದ, "ಇಷ್ಟು ಜನ ಆತ್ಮೀಯ ಮಿತ್ರರನ್ನು ಗಳಿಸಿರುವ ಆ ಚಂದ್ರಗುಪ್ತ ನೋಡಲು ಎಷ್ಟು ಸುಂದರನೋ, ವ್ಯಕ್ತಿತ್ವದ ಮಹಿಮೆಯಲ್ಲೂ ಮುಂದಿದ್ದಾನೆ ಎನಿಸುತ್ತಿದೆ."

"ಇವರೆಲ್ಲರ ಮಾತುಗಳನ್ನು ಕೇಳುತ್ತಿದ್ದಂತೆ, ಅವನಲ್ಲಿ ಆರ್ಯಾವರ್ತದ ಸಾಮ್ರಾಟನಾಗುವ ಸರ್ವ ಲಕ್ಷಣಗಳೂ ಇರುವಂತೆ ಕಾಣುತ್ತಿದೆ" ಎಂದ ಚಾಣಕ್ಯ.

"ಹೌದು" ಧರ್ಮದತ್ತ ಹೇಳಿದ, "ಅಲ್ಲದೆ ಪಾಟಲೀಪುತ್ರದಲ್ಲೂ ಅವನಿಗೆ ಸಾಕಷ್ಟು ಜನ ಅಭಿಮಾನಿಗಳಿರಬಹುದು. ಅವನ ಮಿತ್ರರೆಲ್ಲ ಸೇನೆಯಲ್ಲಿ ಸಣ್ಣ ನಾಯಕರಾಗಿರುವುದರಿಂದ, ಸೈನ್ಯದಲ್ಲೂ ಅವನ ಬೆಂಬಲಿಗರು ಬಹಳ ಜನರಿರಬೇಕು."

"ಚಂದ್ರಗುಪ್ತ ಬಂದ ನಂತರವೇ ಮುಂದಿನ ಯೋಜನೆಗಳ ಬಗ್ಗೆ ಆಲೋಚನೆ ಮಾಡುವುದು ಸಾಧ್ಯ" ಎಂದು ಚಾಣಕ್ಯ ಮಾತು ಮುಗಿಸಿದ.

ಮರುದಿನ ಮುಂಜಾನೆಯೇ ಪ್ರಭಂಜನ ಹೊರಟುಬಿಟ್ಟ. ಹೊರಡುವ ಮೊದಲು, ಚಂದ್ರಗುಪ್ತ ಮತ್ತು ಚರಣ ಬಂದರೆ ಅವರನ್ನು ಸುರಕ್ಷಿತವಾಗಿ ಗುರುಕುಲಕ್ಕೆ ತಲಪಿಸುವ ಮತ್ತು ಯವನರ ಆಕ್ರಮಣದ ಬಗ್ಗೆ ಸುದ್ದಿಗಳನ್ನು ಸಂಗ್ರಹಿಸುವ ಹೊಣೆಯನ್ನು ಚಾಣಕ್ಯ ಅವನಿಗೆ ವಹಿಸಿದ.

ಗುರುಕುಲದ ಚಟುವಟಿಕೆಗಳು ರೂಢಿಯಂತೆ ಆರಂಭವಾದವು. ನಾಗದತ್ತ ಮತ್ತು

ಶಿವಸ್ಕಂದ ಶಿಷ್ಯರಿಗೆ ಪಾಠ ಹೇಳುವುದನ್ನು ಆರಂಭಿಸಿದರು. ನಿತ್ಯ ತನ್ನ ಅಧ್ಯಯನ ಕುಟೀರದಲ್ಲಿ ಸೇರಿಕೊಳ್ಳುತ್ತಿದ್ದ ಚಾಣಕ್ಯ ಈ ದಿನ ಧರ್ಮದತ್ತನೊಂದಿಗೆ ನದೀತೀರದ ಒಂದು ಬಂಡೆಯ ಮೇಲೆ ಮಾತಾಡುತ್ತಾ ಕುಳಿತುಕೊಂಡ. ಸಿಂಹಸೇನ ಮತ್ತು ಮಿತ್ರರು ಅವರನ್ನು ಹುಡುಕಿಕೊಂಡು ಅಲ್ಲಿಗೆ ಬಂದರು.

"ತಮ್ಮ ಅಭ್ಯಂತರವಿಲ್ಲದಿದ್ದರೆ ನಾವೂ ನಿಮ್ಮೊಂದಿಗೆ ಕೂಡಬಹುದೇ ?" ಎಂದು ಸಿಂಹಸೇನ ಸೌಜನ್ಯದಿಂದ ಕೇಳಿದ.

"ನಮ್ಮಲ್ಲಿ ರಹಸ್ಯವೇನಿಲ್ಲ, ಬನ್ನಿ ಕುಳಿತುಕೊಳ್ಳಿ" ಎಂದ ಚಾಣಕ್ಯ. ಸಿಂಹಸೇನ, ನಂದಿಕೇಶ, ಭಾಸ್ಕರ, ವರುಣ, ಬ್ರಹ್ಮದತ್ತ ಎಲ್ಲ ಒಂದು ಕಡೆ ಕುಳಿತುಕೊಂಡರು.

"ತಾವು ತಪ್ಪು ತಿಳಿಯದಿದ್ದರೆ ಒಂದು ಮಾತು." ಎಂದ ಸಿಂಹಸೇನ.

"ಏನು ಹೇಳು ?"

"ಇಂದಲ್ಲ ನಾಳೆ ನಮ್ಮ ಚಂದ್ರಗುಪ್ತ ಮಗಧದ ಚಕ್ರವರ್ತಿಯಾಗುವುದು ಖಂಡಿತ. ಅವನ ಮಿತ್ರರಾದ ನಾವು ಅವನ ಸೇವೆಗೆ ನಿಲ್ಲುವುದು ಅಷ್ಟೇ ಸತ್ಯ. ಆದ್ದರಿಂದ ತಮ್ಮ ಗುರುಕುಲದಲ್ಲಿ ನಮಗೂ ಅಲ್ಪ ಸ್ವಲ್ಪ ಅಧ್ಯಯನ ಮಾಡಲು ಅವಕಾಶ ನೀಡಬೇಕೆಂದು ವಿನಂತಿಸಿಕೊಳ್ಳುತ್ತೇವೆ."

ಚಾಣಕ್ಯ ನಗುತ್ತಾ, "ಚಂದ್ರಗುಪ್ತ ಚಕ್ರವರ್ತಿಯಾಗುವನೆಂಬುದು ಅಷ್ಟೊಂದು ಖಚಿತವೆ ?" ಎಂದ.

"ಆಗುತ್ತಾನೆ ಎಂಬುದು ಅಹಂಕಾರದ ಮಾತಾಗಬಹುದು, ಕ್ಷಮಿಸಿ. ತಮ್ಮಂಥ ಮಹಾನುಭಾವರ ಆಶೀರ್ವಾದದಿಂದ ಅವನು ಚಕ್ರವರ್ತಿಯಾಗಬೇಕು. ತಮ್ಮ ಕೃಪೆಯಿದ್ದರೆ ಅದು ಅಸಾಧ್ಯವಲ್ಲ."

ಅವನ ಸೌಜನ್ಯ ಚಾಣಕ್ಯನಿಗೆ ಮೆಚ್ಚುಗೆಯಾಯಿತು. "ನೀವು ಏನು ಕಲಿಯಬೇಕೆಂದು ಕೊಂಡಿದ್ದೀರಾ ?"

"ರಾಜನೀತಿಯ ಬಗ್ಗೆ ಕಲಿಯಬೇಕೆಂಬ ಆಸೆಯಿದೆ. ಏಕೆಂದರೆ ಮಗಧಕ್ಕೆ ಒಳ್ಳೆಯ ಆಡಳಿತ ದೊರೆಯಬೇಕು. ಪ್ರಜೆಗಳು ನೆಮ್ಮದಿಯಿಂದ ಬಾಳಬೇಕು. ಧನನಂದನ ದುರಾಡಳಿತವನ್ನು ಕಂಡು ಕಂಡು ನಾನು ರೋಸಿಹೋಗಿದ್ದೇನೆ."

"ನಿಮ್ಮ ಉದ್ದೇಶ ಒಳ್ಳೆಯದೇ. ಆಗಲಿ, ಅದಕ್ಕೆ ವ್ಯವಸ್ಥೆ ಮಾಡುತ್ತೇನೆ. ನಿಮ್ಮ ಮಾತನ್ನು ಕೇಳಿದರೆ ಚಂದ್ರಗುಪ್ತ ಪಾಟಲೀಪುತ್ರದಲ್ಲಿ ಬಹಳ ಜನಪ್ರಿಯನೆಂದು ಅನ್ನಿಸುತ್ತಿದೆ."

"ಹೌದು ಆಚಾರ್ಯ" ಸಿಂಹಸೇನ ಹೇಳಿದ, "ಅವನ ಬಗ್ಗೆ ಸಹಾನುಭೂತಿ, ಪ್ರೀತಿ ಇರುವವರು ಹಲವರಿದ್ದಾರೆ. ಸ್ವತಃ ಅಶ್ವಾಧ್ಯಕ್ಷ ಭಾಗುರಾಯಣರೇ ಅವನನ್ನು ಆದರಿಸುತ್ತಾರೆ."

"ಅಶ್ವಾಧ್ಯಕ್ಷರೇ !" ಚಾಣಕ್ಯ ಕುತೂಹಲ ತೋರಿಸಿದ.

ಸಿಂಹಸೇನ ಭಾಗುರಾಯಣನ ಮಗಳು ಉಜ್ವಲಳನ್ನು ಚಂದ್ರಗುಪ್ತ ಪ್ರೇಮಿಸಿರುವ ವಿಷಯ, ಚರಣ ಮತ್ತು ಸುಗಂಧಿಯ ವಿಷಯವನ್ನು ಹೇಳಿದ.

ಚಾಣಕ್ಯನಿಗೆ ಸ್ವಲ್ಪ ಆಶ್ಚರ್ಯವೇ ಆಯಿತು. "ನಮ್ಮ ಯೋಜನೆಯ ಬಲೆ ನೇಯಲು ಇವರು ಈಗಾಗಲೇ ಹಲವು ಕೊಂಡಿಗಳನ್ನು ಸಿದ್ಧಪಡಿಸಿದ್ದಾರೆ, ಅಲ್ಲವೇ ಧರ್ಮದತ್ತರೇ ?" ಎಂದು ಅವನು ಕೇಳಿದ.

"ಈ ಚರಣ ತುಂಬಾ ಪ್ರಚಂಡನಾಗಿರುವಂತೆ ಕಾಣುತ್ತಾನೆ" ಎಂದ ಧರ್ಮದತ್ತ ಮೆಚ್ಚಿಗೆಯಿಂದ.

"ಹೌದು" ಚಾಣಕ್ಯ ಹೇಳಿದ, "ಗೂಢಚರ್ಯದ ಉಪಯುಕ್ತತೆಯ ಬಗ್ಗೆ ಚರಣ ತುಂಬಾ ಅರ್ಥ ಮಾಡಿಕೊಂಡಿದ್ದಾನೆ. ನಾವು ಕೈಗೊಳ್ಳುವ ಯೋಜನೆಯಲ್ಲಿ ಇದೇ ಹೆಚ್ಚು ಪ್ರಯೋಜನಕಾರಿಯೆನಿಸುತ್ತಿದೆ. ಈ ಕೆಲಸಕ್ಕೆ ನಾವು ಹಲವರನ್ನು ಸಿದ್ಧಪಡಿಸಬೇಕಾಗುತ್ತದೆ."

ಚಾಣಕ್ಯನಿಗೆ ಸಿಂಹಸೇನನ ಕೋರಿಕೆ ಈಗ ಹೆಚ್ಚು ಅರ್ಥಪೂರ್ಣವೆನಿಸಿತು. ವಾಸ್ತವ ಕಾರ್ಯಾಚರಣೆಯನ್ನು ಆರಂಭಿಸುವವರೆಗೆ ಅವನ ಇಷ್ಟದಂತೆ ಅವರಿಗೆ ಉಪಯುಕ್ತವಾದ ರಾಜನೀತಿಯನ್ನು ಕಲಿಸಿಕೊಡುವ ವ್ಯವಸ್ಥೆ ಮಾಡಲು ಅವನು ಒಪ್ಪಿಕೊಂಡ. ಆದರಿಂದ ಮುಂದೆ ಸಮರ್ಥರಾದ ಅಮಾತ್ಯರನ್ನು ಮತ್ತು ಹೊಣೆಗಾರಿಕೆಯ ಅಧಿಕಾರಿಗಳನ್ನು ರೂಪಿಸುವುದು ಸಾಧ್ಯವಾಗುವುದೆಂದು ಅವನು ಯೋಚಿಸಿದ.

೪

ಇತ್ತ ಪಾಟಲೀಪುತ್ರದಲ್ಲಿ ಒಂದು ಸಲ ಶ್ರೀಯಕ ಅರಮನೆಯಲ್ಲಿ ಭಾಗುರಾಯಣನನ್ನು ಕಂಡಾಗ "ತಮ್ಮೊಂದಿಗೆ ಸ್ವಲ್ಪ ಏಕಾಂತವಾಗಿ ಮಾತಾಡಬೇಕು" ಎಂದ.

ಅವನ ಏಕಾಂತ ಮಾತು ಏನಿರಬಹುದೆಂದು ಊಹೆ ಮಾಡಿದ ಭಾಗುರಾಯಣ "ಅದಕ್ಕೇನಂತೆ ? ಒಮ್ಮೆ ನಮ್ಮ ಮನೆಗೇ ಬನ್ನಿ ಅಮಾತ್ಯರೇ" ಎಂದ.

"ನಿಮ್ಮ ಮನೆಯಲ್ಲಿ ಆ ವಿಷಯ ಮಾತಾಡುವುದು ಸರಿಯೋ, ಅಲ್ಲವೋ ಎಂದು ಯೋಚಿಸುತ್ತಿದ್ದೇನೆ."

"ನೀವೇನೂ ಯೋಚನೆ ಮಾಡಬೇಡಿ" ಭಾಗುರಾಯಣ ಹೇಳಿದ, "ನನ್ನ ಮನೆಯ ಉಪ್ಪರಿಗೆ ಪ್ರತ್ಯೇಕವಾಗಿದೆ. ಬಾಗಿಲು ಭದ್ರಪಡಿಸಿದರೆ ನಾವು ಆಡುವ ಮಾತುಗಳು ಕೆಳಗೂ ಕೇಳಿಸುವುದಿಲ್ಲ. ಇಂದು ರಾತ್ರಿಯೇ ಬನ್ನಿ. ನಾನು ನಿಮಗಾಗಿ ಕಾದಿರುತ್ತೇನೆ."

ಶ್ರೀಯಕ ಈ ದಿನವೇ ಬರುವುದಾಗಿ ಹೇಳಿ ಹೋದ.

ಭಾಗುರಾಯಣ ಊಟ ಮುಗಿಸುವ ವೇಳೆಗೆ ಸೇವಕ ಬಂದು, ಅಮಾತ್ಯ ಶ್ರೀಯಕ ಬಂದಿರುವುದಾಗಿಯೂ, ಮೊದಲೇ ಸೂಚನೆ ಕೊಟ್ಟಂತೆ, ಅವನನ್ನು ಉಪ್ಪರಿಗೆಯಲ್ಲಿ ಕೂಡಿಸಿರುವುದಾಗಿಯೂ ಹೇಳಿದ. ಭಾಗುರಾಯಣ ಹೆಂಡತಿ ಮತ್ತು ಮಗಳ ಕಡೆ ಅರ್ಥಪೂರ್ಣವಾಗಿ ನೋಡಿ ಲಗುಬಗೆಯಿಂದ ಮೇಲೆ ಬಂದ.

ಒಳಗೆ ಪ್ರವೇಶಿಸಿ ಬಾಗಿಲು ಭದ್ರಪಡಿಸುತ್ತಿದ್ದಂತೆ ಶ್ರೀಯಕ ಅವನತ್ತ ತಿರುಗಿ ನೋಡಿದ, "ನಮಸ್ಕಾರ ಅಮಾತ್ಯರಿಗೆ" ಭಾಗುರಾಯಣ ಹೇಳಿದ, "ತಾವು ನಮ್ಮ ಮನೆಯಲ್ಲಿ ಊಟ ಮಾಡುವುದಿಲ್ಲವೆಂದು ನನಗೆ ಗೊತ್ತು. ಆದರೂ ಸಭ್ಯತೆಗಾಗಿಯಾದರೂ ಕೇಳಬೇಕಲ್ಲ. ತಾವು ನಮ್ಮಲ್ಲಿ ಊಟ ಮಾಡಬಹುದು, ಇಲ್ಲವೇ ಹಾಲು ಹಣ್ಣನ್ನಾದರೂ ಸ್ವೀಕರಿಸಿದರೆ ಸಂತೋಷವಾಗುತ್ತದೆ."

"ಏನೂ ಬೇಡ" ಶ್ರೀಯಕ ಹೇಳಿದ, "ಇದೇ ಈಗ ಮನೆಯಿಂದ ಊಟ ಮುಗಿಸಿಕೊಂಡೇ ಬರುತ್ತಿದ್ದೇನೆ. ತಮ್ಮ ಸೌಜನ್ಯಕ್ಕೆ ಧನ್ಯವಾದಗಳು."

"ಈಗ ಹೇಳಿ ಅಮಾತ್ಯರೇ, ನನ್ನಿಂದೇನಾಗಬೇಕು ?" ಎನ್ನುತ್ತ ಭಾಗುರಾಯಣ ಅವನೆದುರಿನ ಇನ್ನೊಂದು ಪೀಠದಲ್ಲಿ ಕುಳಿತ.

"ನಿಮ್ಮಿಂದ ನನಗೇನೂ ಆಗಬೇಕಿಲ್ಲ ಅಶ್ವಾಧ್ಯಕ್ಷರೇ. ನನ್ನಿಂದ ನಿಮಗೇನಾದರೂ ಪ್ರಯೋಜನವಾಗುವುದಿದ್ದರೆ ಆಗಲಿ ಎಂದುಕೊಂಡು ಬಂದಿದ್ದೇನೆ."

"ನಿಮ್ಮಿಂದ ನನಗೆ ಪ್ರಯೋಜನವೇ !" ಭಾಗುರಾಯಣ ಅರ್ಥವಾಗದವನಂತೆ ಕುತೂಹಲ ನಟಿಸಿದ.

"ಹೌದು, ಆದರೆ ಅದು ನಿಮ್ಮ ಅಭಿರುಚಿಯನ್ನು ಅವಲಂಬಿಸಿದೆ."

"ಅಭಿರುಚಿಯೆ ! ಎಂಥ ಅಭಿರುಚಿ ! ನನಗೆ ಅರ್ಥವಾಗಲಿಲ್ಲ"

"ನಮ್ಮದೆಲ್ಲ ಆಡಳಿತದ ಯಾಂತ್ರಿಕತೆಯಲ್ಲಿ ಜಡ್ಡುಗಟ್ಟಿದ ಜೀವನ. ಒಂದು ರೀತಿಯಲ್ಲಿ ನಾವೆಲ್ಲ ಕರ್ತವ್ಯದ ಗಾಣದಲ್ಲಿ ಕಣ್ಣು ಕಟ್ಟಿಕೊಂಡು ಸುತ್ತುವ ಎತ್ತುಗಳು ! ಆದರಲ್ಲಿ ಜೀವನದ ಸ್ವಾರಸ್ಯವನ್ನು ಅನುಭವಿಸುವ ಅವಕಾಶವೇ ಇಲ್ಲದಂತಾಗಿದೆ."

"ಜೀವನದ ಸ್ವಾರಸ್ಯವೇ ? ಯಾವ ಸ್ವಾರಸ್ಯ ?"

"ಭಾಗುರಾಯಣರೇ, ನೀವು ಈಗಾಗಲೇ ಆಯುಸ್ಸಿನ ಅವರೋಹಣದ ಮಗ್ಗುಲಿಗೆ ಹೊರಳಿದ್ದೀರಿ. ಹೆಂಡತಿ ಮತ್ತು ಮಗಳ ಜೊತೆ ಕರ್ತವ್ಯವೆಂಬಂತೆ ಬದುಕುತ್ತಿರುವ ನೀವು ಸುಂದರವಾದುದನ್ನು ಕಂಡು ಮೆಚ್ಚುವ ವ್ಯವಧಾನವಿದೆಯೆ ? ಒಂದು ನೃತ್ಯ, ಸಂಗೀತವನ್ನು ಕಂಡು ಕೇಳಿ ಆನಂದಿಸುವ ರಸಿಕತೆಯನ್ನು ಕಳೆದುಕೊಂಡಿದ್ದೀರಿ, ಇಲ್ಲವೇ ಮರೆತುಬಿಟ್ಟಿದ್ದೀರಿ. ಅಲ್ಲವೇ ?"

ನಿರೀಕ್ಷಿಸಿದ ವಿಷಯಕ್ಕೆ ಶ್ರೀಯಕ ಬಂದನೆಂದು ಭಾಗುರಾಯಣನಿಗೆ ಅರ್ಥವಾಯಿತು. "ಏನು ಶ್ರೀಯಕರೇ" ಭಾಗುರಾಯಣ ನಗುತ್ತಾ ಹೇಳಿದ, "ನನಗೆ ವಯಸ್ಸಾಯಿತೆಂದು ಪರೋಕ್ಷವಾಗಿ ಹೇಳುತ್ತಿದ್ದೀರ ? ಅಥವಾ ಎಲ್ಲ ರಸಿಕತೆಯನ್ನೂ ಚಕ್ರವರ್ತಿಗಳಿಗೇ ಒಪ್ಪಿಸಿ ನಾವು ಜಡರಾಗಿದ್ದೇವೆಂದು ಪರಿಹಾಸ ಮಾಡುತ್ತಿರುವಿರಾ ? ಆದರೇನು ಮಾಡುವುದು ? ನಮ್ಮ ರಸಿಕತೆಯನ್ನು ತೋರಿಸುವ ಅವಕಾಶವೇ ನಮಗೆ ಬರಲಿಲ್ಲವಲ್ಲ?"

"ಅವಕಾಶ ಒದಗಿ ಬಂದರೆ, ನಿಮ್ಮ ರಸಿಕತೆಯನ್ನು ಪುನಶ್ಚೇತನಗೊಳಿಸಿಕೊಳ್ಳಲು ಸಿದ್ಧರಾಗಿರುವಿರೆಂದು ಅರ್ಥವಾಯಿತು" ಶ್ರೀಯಕ ಸಮಾಧಾನದಿಂದ ಹೇಳಿದ.

"ಆ ಅವಕಾಶ ನಮಗೆಲ್ಲಿ ಬರುತ್ತದೆ ಅಮಾತ್ಯರೇ" ಭಾಗುರಾಯಣ ನಿರಾಸೆಯ ಮುಖ ಮಾಡಿಕೊಂಡು ಹೇಳಿದ, "ಅಂಥ ಎಲ್ಲ ದಾರಿಗಳೂ ಅರಮನೆಯ ಕಡೆಗೇ ಸಾಗುತ್ತವೆ. ನಮ್ಮ ಸ್ಥಾನಗೌರವದ ದೆಸೆಯಿಂದ ನಾವು ಸಾರ್ವಜನಿಕ ವಿನೋದ ಕೇಂದ್ರಗಳಿಗೆ ಹೋಗುವಂತಿಲ್ಲ, ಏನು ಮಾಡುವುದು ನೀವೇ ಹೇಳಿ."

"ಅಂಥ ಅವಕಾಶ ಈಗ ಸಿಕ್ಕಿದೆ. ಆದರಲ್ಲಿ ನನಗೆ ಎರಡು ಉದ್ದೇಶಗಳಿವೆ. ಒಂದು ನಿಮ್ಮ ಸಂತೋಷಕ್ಕೆ ಸಹಾಯ ಮಾಡುವುದು, ಎರಡು, ಇನ್ನೊಂದು ಜೀವದ ಶುಭಕ್ಕೆ ದಾರಿ ತೋರುವುದು."

"ಆ ವ್ಯಕ್ತಿ ಯಾರು ? ಎಲ್ಲಿಯವಳು ? ಬೇಗ ಹೇಳಿ" ಎಂದು ಭಾಗುರಾಯಣ ಅತಿ ಆಸಕ್ತಿಯಿರುವಂತೆ ಆತುರ ತೋರಿಸಿದ.

ಅವನು 'ಎಲ್ಲಿಯವಳು' ಎಂಬ ಶಬ್ದ ಪ್ರಯೋಗಿಸದಾಗಲೇ, ಭಾಗುರಾಯಣ ಸುಲಭವಾಗಿ ತನ್ನ ಹಂಚಿಕೆಗೆ ತುತ್ತಾಗುವನೆಂದು ಶ್ರೀಯಕನಿಗೆ ಭರವಸೆ ಮೂಡಿತು. ಅವನು ಹೇಳಿದ, "ಆಕೆ ನಮ್ಮ ಚಕ್ರವರ್ತಿಗಳ ಸಂಪರ್ಕಕ್ಕೆ ಬಂದ ಹೆಣ್ಣು, ಅಂಥವಳು ಸಣ್ಣಪುಟ್ಟವರ ಸಂಪರ್ಕ ಮಾಡುವುದು ಸರಿಯಲ್ಲ" ಎಂದು ಅವನು ಸುಗಂಧಿಯ ವಿಷಯ ಹೇಳಿ, ಕಡೆಯಲ್ಲಿ "ಅವಳು ಅಪರೂಪದ ಚೆಲುವೆ, ಅಷ್ಟೇ ಸದ್ಗುಣಿ, ಮಾತ್ರವಲ್ಲ ಉತ್ತಮ ನರ್ತಕಿ" ಎಂದ.

"ನಮ್ಮ ಚಕ್ರವರ್ತಿಗಳು ಆಸಕ್ತಿ ವಹಿಸಬೇಕಾದರೆ ಅವಳು ಸುಂದರಿಯೇ ಆಗಿರಬೇಕು. ನಿಮ್ಮ ಮಾತು ನಿಜ, ಅವಳು ಸಣ್ಣಪುಟ್ಟವರ ಕೈಯಲ್ಲಿ ಬೀಳಬಾರದು. ನಮ್ಮಂಥ ದೊಡ್ಡವರ ಮಡಿಲಲ್ಲಿ ಬೀಳಬೇಕು" ಎಂದು ಭಾಗುರಾಯಣ ಅರ್ಥಪೂರ್ಣವಾಗಿ ನಕ್ಕ.

"ಹಾಗಾದರೆ ತಮ್ಮನ್ನು ಸಂಪರ್ಕಿಸಲು ನಾನು ಸುಗಂಧಿಗೆ ಹೇಳುತ್ತೇನೆ. ಇಲ್ಲಿಗೇ ಕರೆಸಿಕೊಳ್ಳುತ್ತೀರೋ ಅಥವಾ ಬೇರೊಂದು ಪ್ರತ್ಯೇಕ ವ್ಯವಸ್ಥೆ ಮಾಡಿಕೊಳ್ಳುತ್ತೀರೋ, ಅದು ನಿಮಗೆ ಬಿಟ್ಟದ್ದು."

"ಪ್ರತ್ಯೇಕ ವ್ಯವಸ್ಥೆಯ ಅಗತ್ಯವಿಲ್ಲ ಅಮಾತ್ಯರೇ. ನನ್ನ ವೈಯಕ್ತಿಕ ವಿಷಯಗಳಲ್ಲಿ ನನ್ನ ಹೆಂಡತಿ ಮಗಳು ತಲೆ ಹಾಕುವುದಿಲ್ಲ, ಉಪ್ಪರಿಗೆ ನನ್ನ ಉಪಯೋಗಕ್ಕೆ ಮಾತ್ರ ಇದೆ. ಸುಗಂಧಿಯ ಅಗತ್ಯಗಳನ್ನು ನಾನು ನೋಡಿಕೊಳ್ಳುತ್ತೇನೆ. ಅದಿರಲಿ, ಈ ವಿಷಯ ತಿಳಿದರೆ ಚಕ್ರವರ್ತಿಗಳು ಅಸಮಾಧಾನಪಡುವುದಿಲ್ಲವೆ?"

"ಹೊಸ ಹೆಣ್ಣಿನ ಶೋಧದಲ್ಲಿ ಮಗ್ನರಾಗಿರುವ ನಮ್ಮ ಚಕ್ರವರ್ತಿಗಳು ಬಳಸಿ ಬಿಟ್ಟ ಹೆಣ್ಣಿನ ಬಗ್ಗೆ ಕಿಂಚಿತ್ತೂ ಆಸಕ್ತಿಯಿರಿಸಿಕೊಳ್ಳುವುದಿಲ್ಲ, ಅದು ನನಗೆ ಚೆನ್ನಾಗಿ ಗೊತ್ತು."

"ಅಮಾತ್ಯರೇ, ತಾವು ತಪ್ಪು ತಿಳಿಯದಿದ್ದರೆ ಒಂದು ಮಾತು" ಎಂದು ಭಾಗುರಾಯಣ ನಗುತ್ತಾ ಹೇಳಿದ, "ಇನ್ನೊಬ್ಬರ ಮನರಂಜನೆಗೆ ಆಸಕ್ತಿ ವಹಿಸುತ್ತಿರುವ ನೀವು, ನಿಮ್ಮ ಮನರಂಜನೆಯ ಬಗ್ಗೆ ಯೋಚಿಸಲಿಲ್ಲವೇಕೆ?"

ಶ್ರೀಯಕ ಜೋರಾಗಿ ನಕ್ಕ. "ನೀವು ಈ ಪ್ರಶ್ನೆ ಕೇಳುವಿರೆಂದು ನನಗೆ ಮೊದಲೇ ಗೊತ್ತಿತ್ತು. ಇಂಥ ವಿಷಯಗಳಲ್ಲಿ ಕ್ಷತ್ರಿಯರಿಗಿರುವಷ್ಟು ಆಸಕ್ತಿ ಇತರರಿಗಿರುವುದಿಲ್ಲ. ಅದಕ್ಕಿಂತ ಮುಖ್ಯವಾಗಿ ಮೊದಲಿನಿಂದಲೂ ನನಗೆ ಹೆಣ್ಣಿನ ಬಗ್ಗೆಯೇ ಆಸಕ್ತಿಯಿಲ್ಲ. ಅದಕ್ಕೇ ನಾನು ವಿವಾಹ ಮಾಡಿಕೊಳ್ಳದೆ ಬ್ರಹ್ಮಚಾರಿಯಾಗಿರುವುದು."

'ಹಾಗಾದರೆ ಕ್ಷತ್ರಿಯನಲ್ಲದ ಧನನಂದನ ಬಗ್ಗೆ ಏನು ಹೇಳುತ್ತೀರಿ?' ಎಂದು ಕೇಳಬೇಕೆಂದು ಅನ್ನಿಸಿದರೂ, ಭಾಗುರಾಯಣ ಆ ಮಾತನ್ನು ನುಂಗಿಕೊಂಡು ಸುಮ್ಮನಾದ.

"ಇಂದು ರಾತ್ರಿಯೇ ಪಕ್ಕವಾದ್ಯದವರೊಂದಿಗೆ ನಿಮ್ಮ ಮನೆಗೆ ಬರುವಂತೆ ಅವಳಿಗೆ ಸುದ್ದಿ ಕಳಿಸುತ್ತೇನೆ."

"ಬೇಡ, ಯಾವ ವಾದ್ಯಗೋಷ್ಠಿಯೂ ಬೇಡ. ಸಂಗೀತ ನರ್ತನಗಳ ನೆಪ ನನಗೆ ಬೇಕಾಗಿಲ್ಲ, ನೇರವಾಗಿಯೇ ಅವಳೊಂದಿಗೆ ವಿಷಯ ಪ್ರಸ್ತಾಪಿಸುತ್ತೇನೆ. ಅವಳು ಒಬ್ಬಳೇ ಬರಲಿ. ಆಮೇಲೆ ಬೇಕಾದರೆ ಎಲ್ಲ ವ್ಯವಸ್ಥೆಗಳನ್ನೂ ಮಾಡಿದರಾಯಿತು" ಎಂದು ಹೇಳಿ ಭಾಗುರಾಯಣ ಶ್ರೀಯಕನನ್ನು ಕಳಿಸಿಕೊಟ್ಟ.

ಮೊದಲು ಅವಳಿಗೆ ಸುದ್ದಿ ಕಳಿಸಬೇಕೆಂದುಕೊಂಡಿದ್ದವನು, ಮನಸ್ಸು ಬದಲಾಯಿಸಿ ತಾನೇ ಸುಗಂಧಿಯ ಮನೆಗೆ ಬಂದ. ಮಂಗಳೆ, ಸುಗಂಧಿ ಮತ್ತು ಕೇತಕಿ ನಡುಮನೆಯಲ್ಲಿ

ಮಾತಾಡುತ್ತಾ ಕುಳಿತಿದ್ದರು. ಶ್ರೀಧರ ಅಮಾತ್ಯರು ಬರುತ್ತಿದ್ದಾರೆಂದು ಹೇಳಿದಾಗ ತಾಯಿ ಮಗಳು ಮುಖ ಮುಖ ನೋಡಿಕೊಂಡರು. ಕೇತಕಿ ಎದ್ದು ಕೋಣೆಗೆ ಹೋಗಿಬಿಟ್ಟಳು.

"ಅಮಾತ್ಯರು ದಯಮಾಡಿಸಬೇಕು" ಎಂದು ಮಂಗಳೆ ಎದ್ದು ನಿಂತು ವಿನಯದಿಂದ ಸ್ವಾಗತಿಸಿ ಪೀಠ ತೋರಿಸಿದಳು.

ಶ್ರೀಯಕ ಸುಗಂಧಿಯತ್ತಲೇ ನೋಡುತ್ತ ಪೀಠದಲ್ಲಿ ಕುಳಿತು ಹೇಳಿದ, "ಮಂಗಳೆ, ನೀನು ಉಜ್ಜಯಿನಿಯನ್ನು ಬಿಟ್ಟು ಬಂದು ತುಂಬ ಒಳ್ಳೆಯ ಕೆಲಸ ಮಾಡಿದೆ."

"ಹೌದು ಅಮಾತ್ಯರೇ, ಇಲ್ಲದಿದ್ದರೆ ತಮ್ಮಂಥ ಮಹಾನುಭಾವರ ಸ್ನೇಹ ನಮಗೆಲ್ಲಿ ದೊರಕುತ್ತಿತ್ತು ?" ಎಂದಳು ಸುಗಂಧಿ ವ್ಯಂಗ್ಯವಾಗಿ.

ಆ ವ್ಯಂಗ್ಯದ ಕಡೆ ಶ್ರೀಯಕನ ಗಮನವಿರಲಿಲ್ಲ. "ನನ್ನ ಸ್ನೇಹವಿದೆಯೆಂದು ಯಾರ ಬಳಿಯಲ್ಲಾದರೂ ಹೇಳಿಬಿಟ್ಟೀಯ ! ಇಂಥದ್ದರಲ್ಲೆಲ್ಲ ನನಗೆ ಆಸಕ್ತಿಯಿಲ್ಲ" ಎಂದ ನಗುತ್ತ.

"ಹೌದು ಹೌದು" ಸುಗಂಧಿ ನಗುತ್ತಲೇ ಹೇಳಿದಳು, "ನಿಮ್ಮ ಆಸಕ್ತಿಯಿರುವುದೆಲ್ಲಾ ಬೇರೆ ವಿಷಯದಲ್ಲಿ."

"ನಿಜ. ಆಸಕ್ತಿಯಿರುವ ಬೇರೆಯವರಿಗೆ ನಿನ್ನ ಸ್ನೇಹವನ್ನು ಒದಗಿಸಿ ಕೊಡುವುದು ನನ್ನ ಆಸಕ್ತಿಗೆ ಸಹಾಯವಾಗುತ್ತದೆ. ನಿನ್ನ ಆಸಕ್ತಿಯಿರುವುದು ಸಂಪತ್ತಿನ ಮೇಲೆ ಅಲ್ಲವೇ ಮಂಗಳೆ ?"

"ಅರಮನೆಯಿಂದ ಬಂದಿರುವುದೇ ಸಾಕೆಂದು ಹೇಳಿದರೆ ನೀವು ಕೇಳುವುದಿಲ್ಲವಲ್ಲ" ಮಂಗಳೆ ನಕ್ಕಳು.

"ಸಂಪಾದನೆಯಿಲ್ಲದೆ ಬರೀ ವೆಚ್ಚವಾಗುತ್ತಿದ್ದರೆ, ಎಷ್ಟು ಸಂಪತ್ತಿದ್ದರೂ ಸಾಲುವುದಿಲ್ಲ ಮಂಗಳೆ. ನಿನ್ನ ಮಗಳು ಸುಗಂಧಿ ಅಂಥಿಂಥವಳಲ್ಲ, ಅವಳ ಒಂದು ಕಟಾಕ್ಷಕ್ಕೆ ಲಕ್ಷ ಸುವರ್ಣಮುದ್ರೆಗಳನ್ನು ಗಳಿಸುವ ಸಾಮರ್ಥ್ಯವಿದೆ."

"ಅಮಾತ್ಯರೇ" ಸುಗಂಧಿ ನಗುತ್ತಲೇ ಹೇಳಿದಳು, "ಪೀಠಿಕೆ ತುಂಬಾ ದೀರ್ಘವಾಯಿತು. ಈಗ ಯಾರ ಜೊತೆಗೆ ನನ್ನ ಸ್ನೇಹ ಬೆಸೆದು ಬಂದಿದ್ದೀರ ?"

"ಮಂಗಳೆ, ನಿನ್ನ ಮಗಳು ನಮ್ಮ ನಗರಕ್ಕೆ ಬಂದ ಮೇಲೆ ತುಂಬಾ ಚುರುಕಾದಳಲ್ಲವೆ ?"

"ಎಲ್ಲ ತಮ್ಮಂಥವರ ಕೃಪೆ."

"ಹಾಂ! ಅಶ್ವಾಧ್ಯಕ್ಷರ ಭಾಗುರಾಯಣರ ಜೊತೆ ಮಾತಾಡಿ ಬಂದಿದ್ದೇನೆ. ಇಂದು ರಾತ್ರಿಯೇ ಬರಲು ಹೇಳಿದ್ದಾರೆ. ಅದೇನೋ ನೀನೊಬ್ಬಳೇ ಹೋಗಬೇಕಂತೆ. ನಿನ್ನೊಂದಿಗೆ ನೇರವಾಗಿ ಮಾತಾಡಿದ ಮೇಲೆ ಬೇಕಾದರೆ ಸಂಗೀತ ನರ್ತನದ ವ್ಯವಸ್ಥೆ ಮಾಡುತ್ತಾನಂತೆ."

"ಇಲ್ಲಿ ಒಂದು ತಿಂಗಳೋ ?" ಮಂಗಳೆ ಕೇಳಿದಳು.

"ಅದು ನಿನ್ನ ಮಗಳನ್ನೇ ಅವಲಂಬಿಸಿದೆ. ಒಂದು ತಿಂಗಳಾಗಬಹುದು, ಒಂದು ವರ್ಷವೂ ಆಗಬಹುದು. ನಿನಗೆ ಪ್ರಯೋಜನವಿಲ್ಲದೆ ಹೆಚ್ಚು ದಿನ ಮುಂದುವರಿಸುವುದು ಬೇಡ. ಅಲ್ಲದೆ ಅವನೊಬ್ಬನೇ ಆದರೆ ಉಳಿದ ಸೇನಾಧ್ಯಕ್ಷರು ಏನು ಮಾಡಬೇಕು. ನನ್ನ ಉಪಯೋಗಕ್ಕೆ ಎಲ್ಲರೂ ಬೇಕು."

'ಎಲಾ ಕುತಂತ್ರಿ' ಎಂದು ಮನಸ್ಸಿನಲ್ಲೇ ಅವನನ್ನು ನಿಂದಿಸಿದ ಸುಗಂಧಿ ಮೇಲೆ ನಗುತ್ತ ಹೇಳಿದಳು, "ಅಮಾತ್ಯರೇ, ನಿಮ್ಮ ಉಪಕಾರಕ್ಕೆ ನಾವು ಅಷ್ಟಾದರೂ ಪ್ರತ್ಯುಪಕಾರ

ಮಾಡದಿದ್ದರೆ ಹೇಗೆ? ನೀವು ಏನೂ ಯೋಚನೆ ಮಾಡಬೇಡಿ. ನಾನು ಭಾಗುರಾಯಣರ ಮನೆಗೆ ಹೋಗುತ್ತೇನೆ.''

''ತುಂಬಾ ಸಂತೋಷ. ನಾನು ಬರುತ್ತೇನೆ'' ಎಂದು ಶ್ರೀಯಕ ಎದ್ದ.

''ನಾನು ಭಾಗುರಾಯಣರ ಸಂಪರ್ಕ ಕಡಿದುಕೊಳ್ಳುವವರೆಗೂ ನೀವು ಇಲ್ಲಿಗೆ ಬರುವ ಆಗತ್ಯ ಬೀಳುವುದಿಲ್ಲ'' ಎಂದು ಸುಗಂಧಿ ನಕ್ಕಳು.

ಶ್ರೀಯಕ ತಾನೂ ನಗುತ್ತ ಹೊರಟುಹೋದ.

ಅವನು ಹೋದತ್ತಲೇ ಕೋಪದಿಂದ ಕೆಲವು ಕ್ಷಣ ನೋಡುತ್ತಿದ್ದ ಸುಗಂಧಿ ನಂತರ ತಾಯಿಯ ಕಡೆ ತಿರುಗಿ ಹೇಳಿದಳು, ''ಅಮ್ಮ, ನೀನು ಚರಣನಿಗೆ ಪತ್ರ ಬರೆದು ವಿಷಯ ತಿಳಿಸಿ, ಅವನ ಸಲಹೆ ತೆಗೆದುಕೊಂಡದ್ದು ಬಹಳ ಒಳ್ಳೆಯದಾಯಿತು.''

''ಹೌದು ಸುಗಂಧಿ, ಈಗ ನನಗೆ ನಾವು ಉಜ್ಜಯಿನಿಯಿಂದ ಇಲ್ಲಿಗೆ ಬರಲೇ ಬಾರದಾಗಿತ್ತು, ಎನಿಸುತ್ತಿದೆ'' ಎಂದಳು ಮಂಗಳೆ.

''ಹೌದಮ್ಮ'' ಅಷ್ಟು ಹೊತ್ತಿಗೆ ಕೋಣೆಯಿಂದ ಬಂದಿದ್ದ ಕೇತಕಿ ಹೇಳಿದಳು, ''ಅಲ್ಲಿ ನಮ್ಮ ಇಷ್ಟ ಬಂದಂತೆ ಬಂದವರ ಇಷ್ಟ ಸಲ್ಲಿಸುತ್ತಿದ್ದೆವು. ಇಲ್ಲಿ ನಮಗೆ ಇಷ್ಟವಿಲ್ಲದಿದ್ದರೂ, ಇನ್ನೊಬ್ಬರ ಇಷ್ಟದ ಪ್ರಕಾರ ಮತ್ತೊಬ್ಬರ ಇಷ್ಟ ಸಲ್ಲಿಸುವಂಥ ಪರಿಸ್ಥಿತಿ ಬಂದಿದೆ.''

''ಅಷ್ಟು ಕೋಪಕ್ಕೆ ಕಾರಣವಿಲ್ಲ ಕೇತಕಿ'' ಸುಗಂಧಿ ಹೇಳಿದಳು, ''ನನ್ನ ಚರಣ ಭಾಗುರಾಯಣರಿಗೆ ತಿಳಿಸಬೇಕಾದ ವಿಷಯ ತಿಳಿಸಿರುತ್ತಾನೆ.''

''ಓಹೋ! ನನ್ನ ಚರಣನೋ!'' ಕೇತಕಿ ಚೇಷ್ಟೆಯಿಂದ ನಕ್ಕಳು.

''ಹೌದು, ಏನೀಗ? ಅವನು ನನ್ನ ಚರಣನೇ.''

''ಅವನ ಎರಡು ಚರಣಗಳಲ್ಲಿ ಒಂದು ನನಗೆ ಒಂದು ನಿನಗೆ'' ಎಂದು ಕೇತಕಿ ಇನ್ನಷ್ಟು ಜೋರಾಗಿ ನಕ್ಕಳು.

''ಎಲಾ ಕಳ್ಳಿ, ನನ್ನ ಚರಣನಲ್ಲಿ ಪಾಲು ಕೇಳುತ್ತೀಯಾ?'' ಎಂದು ಸುಗಂಧಿ ಅಟ್ಟಿಸಿಕೊಂಡು ಹೋದಳು. ಕೇತಕಿ ಓಡಿದಳು. ಅವರ ಹುಡುಗಾಟವನ್ನು ಕಂಡು ಮಂಗಳೆಯ ಮುಖದಲ್ಲಿ ಸಂತೋಷ ಚಿಮ್ಮಿತು.

ರಾತ್ರಿ ತನ್ನ ಪಲ್ಲಕ್ಕಿಯಲ್ಲಿ ಕುಳಿತು ವೈಭವದಿಂದ ಹೋಗುವುದು ಇಷ್ಟವಾಗದೆ, ಸುಗಂಧಿ ಶ್ರೀಧರನೊಂದಿಗೆ ನಡೆದುಕೊಂಡೇ ಭಾಗುರಾಯಣನ ಮನೆಗೆ ಹೋಗಲು ನಿರ್ಧರಿಸಿದಳು. ಒಡವೆ ವಸ್ತ್ರಗಳ ಅಲಂಕಾರ ಮಾಡಿಕೊಳ್ಳುವುದು ಅವಳಿಗೆ ಇಷ್ಟವಾಗಲಿಲ್ಲ. 'ಬಹುಶಃ ಭಾಗುರಾಯಣರಿಗೆ ನನ್ನ ತಂದೆಯ ವಯಸ್ಸಾಗಿರಬೇಕು. ಅವರಿಗೆ ನನ್ನ ವಯಸ್ಸಿನ ಮಗಳಿದ್ದಾಳಂತೆ. ಚರಣನ ಮಿತ್ರ ಚಂದ್ರಗುಪ್ತ ಅವಳನ್ನೇ ವಿವಾಹವಾಗುವನಂತೆ. ಅಂದ ಮೇಲೆ ಮಗಳಂತೆಯೇ ಇರುವ ನಾನು ಅಲಂಕಾರ ಮಾಡಿಕೊಂಡು ಬರಲಿಲ್ಲವೆಂದು ಅವರು ಆಕ್ಷೇಪಿಸಲಾರರು.

'ಒಂದು ವೇಳೆ ಚರಣ ಅವರಿಗೆ ಮೊದಲೇ ವಿಷಯ ತಿಳಿಸದಿದ್ದರೆ ಏನಾಗುತ್ತಿತ್ತು? ಶ್ರೀಯಕನ ಮಾತು ಕೇಳಿ ಆಸಕ್ತಿಯಿದ್ದರೆ ನನ್ನನ್ನು ಬಳಸಿಕೊಳ್ಳುತ್ತಿದ್ದರು, ಇಲ್ಲದಿದ್ದರೆ ಆ ಸಲಹೆ ನೀಡಿದ ಶ್ರೀಯಕನ ಮೇಲೆ ಚಕ್ರವರ್ತಿಗೆ ದೂರು ಹೇಳುತ್ತಿದ್ದರು. ಆಗ ಶ್ರೀಯಕ ಏನು ಮಾಡುತ್ತಿದ್ದ. ತನ್ನ ಸ್ವಾರ್ಥಕ್ಕಾಗಿ ಅವನು ಯಾರಿಗೆ ಬೇಕಾದರೂ ನನ್ನನ್ನು

ಮಾರಿಬಿಡುತ್ತಿದ್ದನೇನೋ! ಚರಣ ತುಂಬಾ ದೂರಾಲೋಚನೆಯುಳ್ಳವನು. ಬಲವಂತದ ಬಂಧನಗಳಿಲ್ಲದೆ ಕೆಲವು ಕಾಲ ಹಾಯಾಗಿರಬಹುದು. ಆದರಿಂದ ಮಗಧಕ್ಕೆ ಒಳ್ಳೆಯದಾದರೆ ಆಗಲಿ. ಇಲ್ಲಿಯ ಅನ್ನ ತಿಂದು, ನೀರು ಕುಡಿದ ಋಣದಲ್ಲಿ ಸ್ವಲ್ಪವಾದರೂ ನನ್ನಿಂದ ಪ್ರಯೋಜನವಾದರೆ ನನ್ನ ಜನ್ಮ ಸಾರ್ಥಕವಾಗುತ್ತದೆ' ಇತ್ಯಾದಿ ಅವಳು ಯೋಚಿಸುತ್ತಲೇ ಇದ್ದಳು.

ಭಾಗುರಾಯಣನ ಮನೆ ಬಂತೆಂದು ಶ್ರೀಧರ ನೆನಪಿಸಿದಾಗ ಸುಗಂಧಿಯ ಯೋಚನೆ ಕಡಿಯಿತು. ಬೆಚ್ಚಿ ವಾಸ್ತವಕ್ಕೆ ಬಂದು ಕತ್ತೆತ್ತಿ ನೋಡಿದಳು. ಭಾಗುರಾಯಣನ ಸಾಕಷ್ಟು ವಿಶಾಲವಾದ ಉಪ್ಪರಿಗೆ ಮನೆ ಕಾಣಿಸಿತು.

ಹೊರಬಾಗಿಲು ದಾಟಿ ಒಳಗೆ ಬಂದಾಗ ಮನೆಯ ಮುಖ್ಯ ದ್ವಾರದ ಕಾವಲುಗಾರನಿಗೆ ಶ್ರೀಧರ ತಾವು ಬಂದಿರುವ ವಿಷಯ ತಿಳಿಸಿದ. ಅವನು ಒಳಗೆ ಹೋಗಿ ಬಂದು ಇವರಿಗೆ ಹೋಗುವಂತೆ ಸೂಚಿಸಿದ. ಅಳುಕುತ್ತಲೇ ಸುಗಂಧಿ ಒಳಗೆ ಹೆಜ್ಜೆಯಿರಿಸಿದಳು. ಒಳಬಂದ ಶ್ರೀಧರ ಬಾಗಿಲ ಬಳಿಯಲ್ಲೇ ನಿಂತುಕೊಂಡ.

"ಬಾ ಸುಗಂಧಿ."

ಎರಡು ಹೆಜ್ಜೆ ತಲೆತಗ್ಗಿಸಿಯೇ ಮುಂದೆ ಬಂದಿದ್ದ ಸುಗಂಧಿ ಮಾಲಿನಿಯ ಧ್ವನಿ ಕೇಳಿ ನಿಂತು ತಲೆಯೆತ್ತಿ ನೋಡಿದಳು. ಭಾಗುರಾಯಣ, ಮಾಲಿನಿ ಮತ್ತು ಉಜ್ವಲ ಅವಳತ್ತಲೇ ನೋಡುತ್ತಿದ್ದರು. ನಾಚಿಕೆಯಿಂದ ಕುಸಿಯುವಂತಾಗಿ ಅವಳು ಮಿಕಿ ಮಿಕಿ ನೋಡತೊಡಗಿದಳು.

"ಬಾ ತಾಯಿ, ಏಕೆ ಅಲ್ಲೇ ನಿಂತೆ?" ಭಾಗುರಾಯಣ ಕರೆದ. ಉಜ್ವಲ ಹತ್ತಿರ ಬಂದು ಅವಳ ಕೈಹಿಡಿದು ಕರೆತಂದು ಒಂದು ಪೀಠದ ಮೇಲೆ ಕೂಡಿಸಿದಳು. ಅನಿರೀಕ್ಷಿತವಾದ ಅವರ ಆದರ, ಸೌಜನ್ಯಗಳನ್ನು ಕಂಡು ಭಾವೋದ್ವೇಗಕ್ಕೆ ಒಳಗಾದ ಸುಗಂಧಿ ಬಿಕ್ಕಿ ಬಿಕ್ಕಿ ಅಳತೊಡಗಿದಳು. "ಇಷ್ಟೊಂದು ಸೌಜನ್ಯಕ್ಕೆ ನಾನು ಅರ್ಹಳಲ್ಲ" ಎಂದು ಅಳುತ್ತಲೇ ಹೇಳಿದಳು.

"ಸುಗಂಧಿ, ಜಗತ್ತಿನಲ್ಲಿರುವ ಎಲ್ಲರೂ ಸ್ವಾರ್ಥಿಗಳಲ್ಲ, ಎಲ್ಲರೂ ಲಂಪಟರಲ್ಲ" ಎಂದಳು ಮಾಲಿನಿ, ಅವಳ ತಲೆ ನೇವರಿಸುತ್ತ.

"ಹೌದಮ್ಮ, ಚರಣನಂಥ ಸಜ್ಜನನಿರುವಂತೆ, ತಮ್ಮಂಥ ಉದಾರ ಹೃದಯಿಗಳೂ ಇರುವರೆಂದು ಈಗ ಗೊತ್ತಾಯಿತು."

"ಚರಣ ನಿನಗೆ ಹೇಗೆ ಪರಿಚಯವಾದ?" ಭಾಗುರಾಯಣ ಕೇಳಿದ.

ಸುಗಂಧಿ ಅವನ ಪರಿಚಯವಾದಾಗಿನಿಂದ ಈವರೆಗೆ ನಡೆದ ಎಲ್ಲ ವಿಷಯಗಳನ್ನು ವಿವರಿಸಿದಳು. ಅವನಿಗಾಗಿ ತಾನು ಚಕ್ರವರ್ತಿಯ ಅಂತಃಪುರವನ್ನು ಸೇರಬೇಕಾಯಿತೆಂದು ಹೇಳುವಾಗ ಅವಳಲ್ಲಿ ಸ್ವಲ್ಪವೂ ವಿಷಾದವಿರಲಿಲ್ಲ. ಉಜ್ವಲ ಅವಳ ಬಗ್ಗೆ ಅಭಿಮಾನ ತಾಳಿದಳು. "ಸುಗಂಧಿ, ನಿನ್ನ ಉಪಕಾರದ ಋಣವೇ ನಮ್ಮ ಮೇಲಿದೆ" ಎಂದಳು.

"ಅಯ್ಯೋ ಅಷ್ಟು ದೊಡ್ಡ ಮಾತಾಡಬೇಡಿ. ನಾನೊಂದು ಯಃಕಶ್ಚಿತ್ ಹೆಣ್ಣು, ಬಹುಜನರ ಸಂಪರ್ಕದಿಂದ ಹೊಟ್ಟೆ ಹೊರೆದುಕೊಳ್ಳುವ ಗಣಿಕೆ."

"ಆ ಕುಲದಲ್ಲಿ ಹುಟ್ಟಿದ್ದು ನಿನ್ನ ತಪ್ಪಲ್ಲ ಸುಗಂಧಿ" ಮಾಲಿನಿ ಹೇಳಿದಳು, "ನಿನ್ನ ಹೃದಯ ಪರಿಶುದ್ಧವಾಗಿದೆ. ನೀನು ಚರಣನಿಗಾಗಿ ಈ ಕೆಲಸ ಮಾಡಿದೆ. ಅವನು ತನ್ನ ಪ್ರಿಯ ಮಿತ್ರ ಚಂದ್ರಗುಪ್ತನ ಬಿಡುಗಡೆಗಾಗಿ ನಿನಗೆ ಆ ಕೆಲಸ ವಹಿಸಿದ. ಚಂದ್ರಗುಪ್ತ

ದುರಾಡಳಿತದಿಂದ ಮಗಧವನ್ನು ಮುಕ್ತಗೊಳಿಸಲು ಶ್ರಮಿಸುತ್ತಿದ್ದಾನೆ. ಅಂದ ಮೇಲೆ ಇಡೀ ಮಗಧವೇ ನಿನ್ನ ಋಣಭಾರವನ್ನು ಹೊತ್ತುಕೊಂಡಿದೆಯಲ್ಲವೆ ?''

''ಆದರೆ ನಾನು ಆ ಶ್ರೀಯಕನ ಮುಷ್ಟಿಯಲ್ಲಿ ಸಿಕ್ಕಿಕೊಂಡಿದ್ದೇನೆ. ಅವನು ಅತಿ ಸ್ವಾರ್ಥಿ.''

''ಅದೆಲ್ಲ ನನಗೆ ಗೊತ್ತಿದೆ ಸುಗಂಧಿ'' ಭಾಗುರಾಯಣ ಹೇಳಿದ, ''ಎಲ್ಲವನ್ನೂ ಚಂದ್ರಗುಪ್ತ ವಿವರವಾಗಿ ಬರೆದು ತಿಳಿಸಿದ್ದಾನೆ.''

''ಅದಿರಲಿ'' ಉಜ್ವಲ ಕೇಳಿದಳು, ''ಇದೇನು ಒಂದು ಒಡವೆಯಿಲ್ಲ, ಅಲಂಕಾರವಿಲ್ಲ, ಒಳ್ಳೆಯ ವಸ್ತ್ರವೂ ಇಲ್ಲ, ಹಾಗೇ ಬಂದುಬಿಟ್ಟಿರುವೆ ?''

''ಅದೆಲ್ಲ ಬೇರೆಯವರನ್ನು ಒಲಿಸಿಕೊಳ್ಳಲು ಅಥವಾ ಸಂತೋಷಪಡಿಸಲು, ಇಷ್ಟವಿಲ್ಲದಿದ್ದರೂ ಮಾಡಿಕೊಳ್ಳಬೇಕಾದ ಕರ್ಮ. ಆದರೆ ಇಲ್ಲಿ ನಿಮ್ಮ ತಂದೆ ಅಂಥವರಲ್ಲ ಎಂದು ನನಗೆ ಗೊತ್ತಿತ್ತು. ನಮ್ಮ ಚರಣನ ಮಿತ್ರನ ಮಾವನಾಗುವವರು ನನಗೂ ತಂದೆಯ ಸಮಾನ ಎಂದು ಭಾವಿಸಿಕೊಂಡೆ. ತಂದೆಯನ್ನು ನೋಡಲು ಬರುವಾಗ ಮಗಳು ಅಲಂಕಾರ ಮಾಡಿಕೊಳ್ಳಬೇಕೇ ?''

ಎಲ್ಲ ಒಂದು ಕ್ಷಣ ಮಾತಾಡದೆ ತುಸು ಅಚ್ಚರಿಯಿಂದ ಮುಖ ಮುಖ ನೋಡಿಕೊಂಡರು. ಅವಳಿಗೆ ತನ್ನ ಮಾತು ತಪ್ಪಾಯಿತೇನೋ ಎನ್ನಿಸಿತು. ಅವಳು ಹೇಳಿದಳು, ''ನನ್ನ ಮಾತು ನಿಮಗೆ ಹಿಡಿಸಲಿಲ್ಲವೆ ? ಹೌದು, ನನ್ನಂಥವಳು ತಂದೆ ಮಗಳ ಸಂಬಂಧ ಜೋಡಿಸುವುದು ತಪ್ಪಾಗುವುದೆಂದು ನನಗೆ ಹೊಳೆಯಲೇ ಇಲ್ಲ.''

''ಹಾಗಲ್ಲ ಸುಗಂಧಿ'' ಭಾಗುರಾಯಣ ತಾನೇ ಹೇಳಿದ, ''ಅಂಥ ಕೀಳು ಮನಸ್ಸು ನನ್ನದಲ್ಲ, ನಿನ್ನ ಹೃದಯದಾಳದಿಂದ ಬಂದ ಮಾತನ್ನು ನಾನು ಗೌರವಿಸುತ್ತೇನೆ. ನನಗೂ ಒಬ್ಬಳೇ ಮಗಳು. ಇನ್ನು ಮೇಲೆ ನೀನು ಉಜ್ವಲಳ ಜೊತೆ ಇನ್ನೊಬ್ಬ ಮಗಳಾಗು, ಅಲ್ಲವೇ ಮಾಲಿನಿ ?''

''ಹೌದು, ನನಗೆ ಸಂತೋಷ. ಇವಳ ಸರಳ ಮನಸ್ಸು ಎಲ್ಲ ಹೆಣ್ಣುಗಳಲ್ಲೂ ಇರಲಿ ಎಂದು ಬಯಸುತ್ತೇನೆ'' ಎಂದಳು ಮಾಲಿನಿ.

ಉದ್ವಿಗ್ನತೆಯಿಂದ ಸುಗಂಧಿ ಹಾಗೇ ಭಾಗುರಾಯಣನ ಕಾಲುಗಳ ಮೇಲೆ ಕುಸಿದಳು. ಅವನು ಅವಳನು ಹಿಡಿದೆತ್ತಿ, ಹಣೆಯನ್ನು ಚುಂಬಿಸಿ, ಕಣ್ಣೀರನ್ನು ಒರೆಸಿದ. ಮಾಲಿನಿ ತಬ್ಬಿಕೊಂಡಳು.

ಉಜ್ವಲ ಸುಗಂಧಿಯ ಕೈಹಿಡಿದು ತಾಯಿಯ ಕಡೆ ತಿರುಗಿ ಹೇಳಿದಳು, ''ಅಮ್ಮ, ನಿನ್ನ ಅದೃಷ್ಟವೇ ಅದೃಷ್ಟ, ಹೆತ್ತು ಹೊತ್ತು ಸಾಕಿ ಸಲಹುವ ಯಾವ ತೊಂದರೆಯೂ ಇಲ್ಲದೆ, ಬೆಳೆದ ಮಗಳೇ ಕೈಗೆ ಸಿಕ್ಕಿಬಿಟ್ಟಳು !''

''ಹೌದು ಉಜ್ವಲ, ನನ್ನ ಅದೃಷ್ಟ'' ಎಂದಳು ಮಾಲಿನಿ ಸಂತೋಷದಿಂದ.

''ಮೊಟ್ಟಮೊದಲು ಮನೆಗೆ ಬಂದ ಮಗಳಿಗೆ ಊಟ ಹಾಕುವುದಿಲ್ಲವೆ ?''

''ಇಲ್ಲಮ್ಮ, ನಾನು ಮನೆಗೆ ಹೋಗುತ್ತೇನೆ.''

''ಸಾಧ್ಯವಿಲ್ಲ'' ಭಾಗುರಾಯಣ ಹೇಳಿದ, ''ನೀನು ಬರುವೆಯೆಂದು ಮೊದಲೇ ನಿನ್ನನ್ನೂ ಸೇರಿಸಿಕೊಂಡು ಊಟದ ವ್ಯವಸ್ಥೆ ಆಗಿಬಿಟ್ಟಿದೆ. ಅಲ್ಲದೆ ನಮ್ಮ ಯೋಜನೆಯ

ಪ್ರಕಾರ ನೀನು ಇನ್ನು ಮೇಲೆ ನಮ್ಮ ಮನೆಯಲ್ಲೇ ಇರಬೇಕು.''

''ಹೌದು ಸುಗಂಧಿ'' ಉಜ್ವಲ ಹೇಳಿದಳು, ''ಶ್ರೀಯಕನಿಗೆ ಸಂಶಯ ಬರಬಾರದಲ್ಲವೇ ?''

''ಬೇಕೆನಿಸಿದಾಗ ನೀನು ಮನೆಗೆ ಹೋಗಿ ನಿನ್ನ ತಾಯಿಯನ್ನು ನೋಡಿಕೊಂಡು ಬಾ. ಅವರೂ ಬೇಕೆನಿಸಿದಾಗ ಬಂದು ಹೋಗಲಿ. ನಮ್ಮ ಅಭ್ಯಂತರವೇನೂ ಇಲ್ಲ'' ಎಂದಳು ಮಾಲಿನಿ.

''ನನಗೂ ಒಬ್ಬಳೇ ಇದ್ದು ಬೇಸರವಾಗಿತ್ತು. ನಿತ್ಯ ನಾನು ನೀನು ಬೇಕಾದಷ್ಟು ಹರಟೆ ಹೊಡೆಯಬಹುದು'' ಎಂದಳು ಉಜ್ವಲ.

'ಚರಣ, ನಿನಗೋಸ್ಕರವಾಗಿಯಾದರೂ ನಾನು ಇನ್ನುಮೇಲೆ ಯಾವ ಗಂಡಸಿನ ಸಂಪರ್ಕವನ್ನೂ ಮಾಡದಿರಲು ಪ್ರಯತ್ನಿಸುತ್ತೇನೆ' ಎಂದು ಮನಸ್ಸಿನಲ್ಲೇ ಅಂದುಕೊಂಡಳು. ಕಡೆಯಲ್ಲಿ ಅವಳು ಹೇಳಿದಳು, ''ಇವತ್ತು ಒಂದು ದಿನ ಮನೆಗೆ ಹೋಗಲು ಅನುಮತಿ ಕೊಡಿ. ಏಕೆಂದರೆ ಈ ಸಂತೋಷದ ಸುದ್ದಿಯನ್ನು ನನ್ನ ಅಮ್ಮನಿಗೆ, ನನ್ನ ಗೆಳತಿ ಕೇತಕಿಗೆ, ಉಳಿದ ಎಲ್ಲರಿಗೂ ತಿಳಿಸಿ ಬರಬೇಕು. ಅವರೆಲ್ಲ ಸಂತೋಷಪಡುವುದನ್ನು ಕಂಡು ನಾನೂ ಸಂತೋಷಪಡಬೇಕು.''

ಅವಳ ಮುಗ್ಧ ಮಾತುಗಳನ್ನು ಕೇಳಿ ಮಾಲಿನಿ ''ಹುಚ್ಚು ಹುಡುಗಿ, ಆಗಲಿ ಊಟ ಮಾಡಿ ಹೋಗಿ, ನಾಳೆ ಬಾ.''

''ಆದರೆ ನೆನಪಿರಲಿ'' ಉಜ್ವಲ ಹೇಳಿದಳು, ''ಶ್ರೀಯಕನ ದೃಷ್ಟಿಯಲ್ಲಿ ನೀನು ಹೇಗಿರಬೇಕೆಂದು ಅವನು ನಿರೀಕ್ಷಿಸಿದ್ದಾನೋ, ಹಾಗೆಯೇ ಇರುವೆಯೆಂದು ಅವನಿಗೆ ನಂಬಿಕೆ ಬರುವಂತೆ ಹೊರಗೆ ನೀನಾಗಲಿ, ನಿನ್ನ ಮನೆಯವರಾಗಲೀ ನಡೆದುಕೊಳ್ಳಬೇಕು.''

''ನೆನಪಿದೆ'' ಎಂದಳು ಸುಗಂಧಿ.

ಱ

ತಕ್ಷಶಿಲೆಯಿಂದ ಹಲವು ದಿನಗಳ ಕಾಲ ಪ್ರಯಾಣ ಮಾಡಿ ಚಂದ್ರಗುಪ್ತ ಮತ್ತು ಚರಣ, ಗಾಂಧಾರ ರಾಜ್ಯದ ಗಡಿಯನ್ನು ದಾಟಿ ಮುಂದೆ ಸಾಗಿದರು. ಅಶ್ವಕರ ನಾಡನ್ನೂ ದಾಟಿ ಅವರು ಅಲೆಗ್ಸಾಂಡರನ ಸೈನ್ಯದ ಶಿಬಿರದ ಸಮೀಪಕ್ಕೆ ಬಂದರು. ಒಂದು ಗ್ರಾಮದಲ್ಲಿ ತಮ್ಮ ಕುದುರೆಗಳನ್ನು ನೋಡಿಕೊಳ್ಳಲು ಒಬ್ಬನಿಗೆ ವೆಚ್ಚಕ್ಕೆ ಸ್ವಲ್ಪ ಹೊನ್ನು ಕೊಟ್ಟು ಕಾಲು ನಡೆಯಲ್ಲಿ ಹೊರಟರು. ಬಹಳ ದಿನಗಳ ಪ್ರಯಾಣದ ಬಳಲಿಕೆ ಮತ್ತು ಕೊಳೆಯಾದ ವಸ್ತ್ರಗಳಿಂದ ಅವರು ದೈನ್ಯಾವಸ್ಥೆಯಲ್ಲಿರುವ ಪರಿಚಾರಕರಂತೆಯೇ ಕಾಣುತ್ತಿದ್ದರು.

ಅವರು ಸೇನಾಶಿಬಿರದ ಹತ್ತಿರ ಬಂದಾಗ ಸೂರ್ಯಾಸ್ತವಾಗುವುದರಲ್ಲಿತ್ತು. ಸಾಲು ಸಾಲಾಗಿ ನಿಂತ ಬಟ್ಟೆಯ ಗುಡಾರಗಳು, ಒಂದು ಕಡೆ ಕುದುರೆಗಳ ಸಾಲುಗಳು, ಮತ್ತೊಂದು ಕಡೆ ರಥಗಳು, ಸೈನಿಕರ ವಾಸದ ಗುಡಾರಗಳು ಇತ್ಯಾದಿಗಳಿಂದ ಅದೇ ಒಂದು ನಗರದಂತೆ ಕಾಣುತ್ತಿತ್ತು. ಹೊರಭಾಗದಲ್ಲಿ ಬಲವಾದ ಕಾವಲಿತ್ತು. ಆ ಕಾವಲಿನವರಲ್ಲಿ ಹೆಚ್ಚು ಜನ ಆರ್ಯಾವರ್ತದ ವಾಯುವ್ಯ ಮೂಲೆಯ ಗಿರಿಜನರ ಹಲವು ಪಂಗಡಗಳಿಂದ ಬಂಧ ಸಂಬಳದ ಸೈನಿಕರೇ ಇದ್ದಂತೆ ಕಂಡಿತು.

ಚಂದ್ರಗುಪ್ತ ಮತ್ತು ಚರಣ ಮುಖ ಮುಖ ನೋಡಿಕೊಂಡರು. ನಂತರ ಹೊರ

ದ್ವಾರದ ಬಳಿಗೆ ಹೋಗಿ ಕಾವಲುಗಾರರ ಎದುರು ನಿಂತರು. ಒಬ್ಬ ಅವರತ್ತ ನೋಡಿ "ಯಾರು ನೀವು? ಇಲ್ಲೇನು ಕೆಲಸ?" ಎಂದು ಕೇಳಿದ.

"ನಾವು ಪುಷ್ಕಲಾವತಿಯಿಂದ ಬಂದಿದ್ದೇವೆ" ಎಂದ ಚರಣ.

"ಇಲ್ಲಿಗೇಕೆ ಬಂದಿರಿ?"

"ಏನಾದರೂ ಕೆಲಸ ಸಿಗುವುದೇನೋ ಎಂದು ಬಹಳ ಆಸೆಯಿಟ್ಟುಕೊಂಡು ಬಂದಿದ್ದೇವೆ" ಎಂದ ಚಂದ್ರಗುಪ್ತ.

"ಏನು ಕೆಲಸ ಮಾಡುತ್ತೀರ?"

"ಏನು ಬೇಕಾದರೂ ಮಾಡುತ್ತೇವೆ."

ಅವನು ಅವರನ್ನು ಹತ್ತಿರದಲ್ಲೇ ಒಂದು ಸಣ್ಣ ಗುಡಾರದಲ್ಲಿದ್ದ ಒಬ್ಬ ಯವನನ ಬಳಿಗೆ ಕರೆದುಕೊಂಡು ಹೋದ. ಅವನಿಗೆ ಅವನ ಭಾಷೆಯಲ್ಲಿ ತಪ್ಪು ತಪ್ಪಾಗಿ ಏನೇನೋ ಹೇಳಿದ. ಅವನು ಕಷ್ಟಪಟ್ಟು ಅರ್ಥಮಾಡಿಕೊಂಡು, ಇವರನ್ನು ಮೇಲಿನಿಂದ ಕೆಳಗಿನವರೆಗೂ ನೋಡಿ ಏನೋ ಹೇಳಿದ. ಕಾವಲುಗಾರ "ಲಾಯದಲ್ಲಿ ಕೆಲಸವಿದೆ ಮಾಡುತ್ತೀರಾ?"

"ಓಹೋ, ಆಗಬಹುದು."

ಆ ಕಾವಲುಗಾರ ಇನ್ನೊಬ್ಬನನ್ನು ಕರೆದು ಲಾಯದ ಕೆಲಸಕ್ಕೆ ತೊಡಗಿಸಬೇಕೆಂದು ಹೇಳಿ ಕಳಿಸಿಕೊಟ್ಟ. ಅವನು ಅವರನ್ನು ಕರೆದುಕೊಂಡು ಲಾಯದ ಕೆಲಸಗಾರರ ಮುಖ್ಯಸ್ಥನ ಬಳಿಗೆ ಹೋದ. ಅವನೂ ಆರ್ಯಾವರ್ತದವನೇ ಆಗಿದ್ದ. ಅವನ ಬಳಿ ಇವರು ಚರಣ, ಚಂದ್ರಗುಪ್ತನೆಂದು ತಮ್ಮ ಹೆಸರನ್ನೇ ಹೇಳಿಕೊಂಡರು. ಲಾಯದ ಒಂದು ಪಾರ್ಶ್ವದಲ್ಲಿ ಒಂದು ಕಡೆ ದೊಡ್ಡ ಗುಡಾರದಲ್ಲಿ ಇರಲು ವ್ಯವಸ್ಥೆಯಿತ್ತು. ಅವರಿಗೆ ಒಂದೊಂದು ಕಂಬಳಿ ಕೊಡಲಾಯಿತು. ಮರುದಿನದಿಂದ ಕೆಲಸ ಮಾಡುವಂತೆ ಅವನು ಆದೇಶಿಸಿದ.

ಚಂದ್ರಗುಪ್ತ ಮತ್ತು ಚರಣ ಕೆಲಸಗಾರರ ಗುಡಾರಕ್ಕೆ ಹೋದಾಗ ಕೆಲವರು ಹರಟೆ ಹೊಡೆಯುತ್ತಿದ್ದರು. ಕೆಲವರು ನಿದ್ರೆ ಹೋಗಿದ್ದರು. ತೆರವಾಗಿದ್ದ ಸ್ಥಳದಲ್ಲಿ ಇವರು ತಮ್ಮ ಕಂಬಳಿ ಹಾಸಿಕೊಂಡು ಕುಳಿತರು. "ನಮ್ಮವರೇ ಬಹಳಷ್ಟು ಜನ ಈ ಯವನ ಶಿಬಿರದಲ್ಲಿ ಕೆಲಸ ಮಾಡುತ್ತಿರುವಂತಿದೆ" ಎಂದ ಚರಣ.

"ಬರೀ ಕೆಲಸಗಾರರೇ ಅಲ್ಲ, ಸೈನಿಕರೂ ಬಹಳ ಜನ ಇರುವಂತೆ ಕಾಣುತ್ತಿದೆ. ಈ ಅಲೆಗ್ಸಾಂಡರ್ ತನ್ನ ದೇಶದಿಂದ ಬಹು ದೊಡ್ಡ ಸೈನ್ಯವನ್ನು ತಂದಿರುವನೆಂಬುದು ಬಡಿವಾರದ ಮಾತಾಯಿತು" ಎಂದ ಚಂದ್ರಗುಪ್ತ.

"ತನ್ನ ಮೂಲ ಸೈನ್ಯದೊಂದಿಗೆ ಸ್ಥಳೀಯರ ಸಂಬಳದ ಸೈನಿಕರನ್ನು ಸೇರಿಸಿಕೊಂಡು, ದೊಡ್ಡ ಸಂಖ್ಯೆಯಿಂದಲೇ ಬೆದರಿಸಿ ಗೆಲ್ಲುವ ಆಲೋಚನೆಯಿರಬೇಕು, ಅವನಿಗೆ."

"ಅಂತೂ ಕುದುರೆ ಲಾಯದಲ್ಲಿ ಕೆಲಸ ಮಾಡುವ ಅದೃಷ್ಟ ನಮಗಾಗಿ ಕಾದಿತ್ತು" ಎಂದ ಚಂದ್ರಗುಪ್ತ ನಗುತ್ತ.

"ಬಹುಶಃ ಅಷ್ಟೇ ಪ್ರಯೋಜನವೆಂದು ಕಾಣುತ್ತದೆ" ಚರಣ ಹೇಳಿದ, "ಯವನರ ಯುದ್ಧ ತಂತ್ರಗಳನ್ನು ತಿಳಿಯಬೇಕೆಂಬ ನಿನ್ನ ಅಪೇಕ್ಷೆ ಈಡೇರಲಾರದು."

"ಏಕೆ ಸಾಧ್ಯವಿಲ್ಲ?"

“ಕುದುರೆಗಳ ಮಲ ಮೂತ್ರಗಳನ್ನು ಶುಚಿ ಮಾಡುವುದು, ಅವುಗಳ ದೇಹವನ್ನು ನಯಗೊಳಿಸುವುದು, ಮೇವು ಹಾಕುವುದು ಇತ್ಯಾದಿ ಕೆಲಸಗಳ ನಡುವೆ ಬಿಡುವು ದೊರೆತರೆ ತಾನೆ? ಅಷ್ಟೇ ಅಲ್ಲದೆ, ಒಬ್ಬ ಕುದುರೆ ಲಾಯದ ಕೆಲಸಗಾರ ಅನುಮತಿಯಿಲ್ಲದೆ ಎಲ್ಲ ಕಡೆ ಓಡಾಡಿದರೆ ಅವರಿಗೆ ಸಂದೇಹ ಬರುವುದಿಲ್ಲವೆ?”

“ಆದರೂ ಪ್ರಯತ್ನ ಪಡಲೇಬೇಕು ಚರಣ” ಚಂದ್ರಗುಪ್ತ ಹೇಳಿದ, “ಆಕಸ್ಮಾತ್ ಸಿಕ್ಕಿಬಿದ್ದರೆ ಬಿಡಿಸಲು ನೀನು ಏನಾದರೂ ಉಪಾಯ ಮಾಡೇ ಮಾಡುತ್ತಿ.”

“ಅಪಾಯವಾದ ನಂತರ ಉಪಾಯವನ್ನು ಯೋಚಿಸುವುದರ ಬದಲು ಅಪಾಯಕ್ಕೆ ಸಿಕ್ಕಿಕೊಳ್ಳದಂತೆ ಎಚ್ಚರ ವಹಿಸುವುದು ಒಳ್ಳೆಯದಲ್ಲವೆ?” ಎಂದ ಚರಣ ನಗುತ್ತ.

ಅಷ್ಟರಲ್ಲಿ ಹೊಸಬರನ್ನು ನೋಡಿ ಅಲ್ಲಿದ್ದ ಕೆಲವರು ಪರಿಚಯ ಮಾಡಿಕೊಳ್ಳಲು ಬಂದರು. ಇವರು ತಾವು ಪುಷ್ಕಲಾವತಿಯಿಂದ ಕೆಲಸ ಹುಡುಕಿಕೊಂಡು ಇದೇ ದಿನ ಬಂದು ಸೇರಿದ್ದಾಗಿ ಹೇಳಿದರು. ಅವರು ತಮ್ಮ ಪರಿಚಯ ಹೇಳಿಕೊಂಡರು. ಒಂದಿಬ್ಬರು “ಏನೋ ಅಂದುಕೊಂಡು ನಾವೂ ಬಹಳ ದೂರದಿಂದ ಬಂದೆವು. ಆದರೆ ಇದು ಬೇಸರದ ಕೆಲಸವೇ” ಎಂದು ತಮ್ಮ ಅತೃಪ್ತಿ ವ್ಯಕ್ತಪಡಿಸಿದರು. ಮಾತುಕತೆಯಲ್ಲಿ ವ್ಯಕ್ತವಾದಂತೆ ಅವರೆಲ್ಲ ಹೊಟ್ಟೆ ಪಾಡಿನ ಕಾರಣವಾಗಿ, ಅನಿವಾರ್ಯವಾಗಿ ಇಲ್ಲಿ ಕೆಲಸಕ್ಕೆ ಸೇರಿಕೊಂಡಿದ್ದರು. ಜೊತೆಗೆ ಅವರಿಗೆ ಹಿಂದಿರುಗಿ ಹೋಗುವಾಗ ಹೆಚ್ಚಿನ ಸಂಬಳವನ್ನು ಕೊಡುವ ಆಮಿಷವನ್ನೂ ತೋರಿಸಲಾಗಿತ್ತು. ಇಲ್ಲಿಯ ಜನರಿಂದಲೇ ಇಲ್ಲಿಯ ಪ್ರದೇಶಗಳನ್ನು ಆಕ್ರಮಿಸಿ, ಇಲ್ಲಿಯ ಸಂಪತ್ತನ್ನೇ ಸೂರೆ ಮಾಡಿ, ಅದರಲ್ಲಿ ಸ್ವಲ್ಪ ಭಾಗ ಇಲ್ಲಿಯವರಿಗೇ ಸಂಬಳ ಕೊಡುವ ಆ ಯವನರ ಹಂಚಿಕೆ ಚರಣ ಮತ್ತು ಚಂದ್ರಗುಪ್ತರಿಗೆ ಕ್ರೂರವಾಗಿ ಕಂಡಿತು.

“ಆ ಯವನವೀರ ಅಲೆಗ್ಸಾಂಡರ್ ಹೇಗೆ?” ಚಂದ್ರಗುಪ್ತ ಕೇಳಿದ.

ಒಬ್ಬ ಆಚ್ಚರ್ಯಿಯಿಂದ ಹೇಳಿದ, “ಚಿಂತೆಯಿಲ್ಲ, ನೀನು ಅವನ ಹೆಸರನ್ನು ಸರಿಯಾಗಿ ಉಚ್ಚಾರ ಮಾಡುತ್ತಿದ್ದಿ. ನಮ್ಮಲ್ಲಿ ಬಹಳ ಜನ, ಅವನೇ ಏನು, ಅವನ ಕಡೆಯ ಯಾರ ಹೆಸರನ್ನೂ ಸರಿಯಾಗಿ ಹೇಳಲು ಕಷ್ಟಪಡುತ್ತಾರೆ. ಎಲ್ಲ ಆ ಯವನವೀರನನ್ನು ಅಲಕಸುಂದರ ಎಂದು ಬಿಡುತ್ತಾರೆ.”

“ಹೆಸರಿಗೆ ತಕ್ಕಂತೆ ಅವನು ಸುಂದರನೆ!” ಇನ್ನೊಬ್ಬ ಹೇಳಿದ.

“ನೀನು ಅವನನ್ನು ನೋಡಿದ್ದೀಯಾ?” ಚರಣ ಕೇಳಿದ.

“ನೋಡದೆ ಏನು” ಅವನೆಂದ, “ಪ್ರತಿದಿನ ಬೆಳಿಗ್ಗೆ ಒಂದು ಸಲ ಎಲ್ಲಾ ಕುದುರೆಗಳ ವ್ಯವಸ್ಥೆಯನ್ನು ನೋಡಲು ಬರುತ್ತಾನೆ.”

ರಾತ್ರಿ ಅವರ ಜೊತೆಯಲ್ಲಿ ಚಂದ್ರಗುಪ್ತ ಮತ್ತು ಚರಣ ಕೆಲಸಗಾರರಿಗೇ ಪ್ರತ್ಯೇಕವಾದ ಪಾಕಶಾಲೆಯಲ್ಲಿ ಊಟ ಮಾಡಿದರು. ಅದು ತೀರ ಸಾಧಾರಣವಾದ ಆಹಾರವಾಗಿತ್ತು. ಚರಣ ಚಂದ್ರಗುಪ್ತನ ಮುಖ ನೋಡಿ “ಕುದುರೆ ಲಾಯದ ಕೆಲಸದ ಜೊತೆಗೆ, ಈ ಬಡ ಆಹಾರದ ಅದೃಷ್ಟವೂ ನಮಗಾಗಿ ಕಾದಿತ್ತಲ್ಲವೆ?” ಎಂದು ನಕ್ಕ.

“ಮುಂದೆ ಚಕ್ರವರ್ತಿಯಾಗಲಿರುವ ನನಗೆ ಈ ಅನುಭವ ಅಗತ್ಯವಾಗಿ ಆಗಬೇಕು. ಯಾರದೋ ಸೈನ್ಯದಲ್ಲಿ ಕೆಲಸ ಮಾಡಲು ಬಂದು, ಇಂಥ ಕೀಳು ಆಹಾರ ತಿನ್ನುವ

ದರಿದ್ರಾವಸ್ಥೆ ನನ್ನ ಸಾಮ್ರಾಜ್ಯದ ಯಾವ ಪ್ರಜೆಗೂ ಬಾರದಂತೆ ನಾನು ನೋಡಿಕೊಳ್ಳುತ್ತೇನೆ'' ಎಂದ ಚಂದ್ರಗುಪ್ತ.

''ಆ ದೃಷ್ಟಿಯಿಂದ ನೀನು ಇಲ್ಲಿಗೆ ಬಂದದ್ದು ಸಾರ್ಥಕವಾದಂತೆ.''

''ಬಹುಶಃ ಸೈನಿಕರಿಗೇ ಬೇರೆ ಪಾಕಶಾಲೆ ಇರಬೇಕು. ಅವರ ಆಹಾರ ಇದಕ್ಕಿಂತ ಉತ್ತಮವಾಗಿರಬಹುದು.''

''ಆ ಯವನರಿಗೇ ಪ್ರತ್ಯೇಕ ಪಾಕಶಾಲೆಯಿದ್ದು ಅವರ ಆಹಾರ ಇನ್ನೂ ಉತ್ತಮವಾಗಿರುತ್ತದೆ. ಅಲೆಗ್ಸಾಂಡರ್ ಮತ್ತು ಅವನ ಪರಿವಾರದವರ ಆಹಾರ ಸಹಜವಾಗಿ ಉತ್ತಮೋತ್ತಮವಾಗಿ ಇದ್ದೇ ಇರುತ್ತದೆ'' ಎಂದು ಚರಣ ಹಾಸ್ಯ ಮಾಡಿದ.

ಆ ದಿನ ರಾತ್ರಿ ಬಹಳ ಹೊತ್ತು ನಿದ್ದೆ ಮಾಡದೆ ಅವರು ಪಿಸು ಪಿಸು ಮಾತಾಡುತ್ತಿದ್ದರು. ಯಾವಾಗಲೋ ನಿದ್ದೆ ಬಂತು. ಮುಂಜಾನೆಯ ಎಚ್ಚರಿಸುವ ವಾದ್ಯ ಧ್ವನಿ ಕೇಳಿದ ಕೂಡಲೇ ಆತುರಾತುರವಾಗಿ ಎದ್ದು ನಿತ್ಯಕರ್ಮಗಳನ್ನು ಮುಗಿಸಿದರು. ಮುಖ್ಯಸ್ಥನನ್ನು ಕಂಡು ಅವನ ಸೂಚನೆಯಂತೆ ಬೇರೆ ಕೆಲಸಗಾರರ ಜೊತೆ ಸೇರಿಕೊಂಡರು. ಯಾವ ಕೀಳರಿಮೆಯೂ ಇಲ್ಲದೆ, ಇಬ್ಬರೂ ಕೆಲಸಗಾರರಾಗಿಯೇ ಹುಟ್ಟಿದವರಂತೆ ಉಸಿರುಕಟ್ಟಿ ದುಡಿದರು. ಮುಖ್ಯಸ್ಥ ಬೆನ್ನು ತಟ್ಟಿ ಮೆಚ್ಚಿಗೆ ಸೂಚಿಸಿದ. ಇತರ ಕೆಲಸಗಾರರು 'ಹೊಸಬರಲ್ಲವೇ? ಅದಕ್ಕೇ ಈ ಉತ್ಸಾಹ' ಎಂದು ಕೊಂಕು ಮಾತನ್ನೂ ಆಡಿದರು.

ಕೆಲಸವೆಲ್ಲ ಮುಗಿದು ಎಲ್ಲ ಶುಚಿಯಾಗಿ ಕೈಕಾಲು ತೊಳೆದುಕೊಳ್ಳುವ ವೇಳೆಗೆ ಮತ್ತೊಂದು ವಾದ್ಯ ಧ್ವನಿ ಕೇಳಿಸಿತು. ಅದು ಅಲೆಗ್ಸಾಂಡರ್ ಪರಿಶೀಲನೆಗೆ ಬರುತ್ತಿರುವುದರ ಸೂಚನೆಯೆಂದು ಜೊತೆಯವರು ಹೇಳಿದರು. ಕೆಲಸಗಾರರೆಲ್ಲ ಸಾಲುಗಟ್ಟಿ ಅಚ್ಚುಕಟ್ಟಾಗಿ ನಿಂತರು. ಗುಡಾರಗಳ ಮಧ್ಯೆ ಓಣಿಯಂತಿದ್ದ ದಾರಿಯತ್ತ ಎಲ್ಲ ನೋಡತೊಡಗಿದರು. ಮೊದಲು ಒಬ್ಬ ಯವನ ಸೈನಿಕ ಧ್ವಜ ಹಿಡಿದು ಕುದುರೆಯ ಮೇಲೇರಿ ನಿಧಾನವಾಗಿ ಬಂದ. ಅವನ ಹಿಂದೆ ಎತ್ತರವಾದ ಕುದುರೆಯ ಮೇಲೆ ಸೆಟೆದು ಕುಳಿತಿದ್ದ ಅಲೆಗ್ಸಾಂಡರನಿದ್ದ. ಅವನ ಹಿಂದೆ ಅವನ ದಳಪತಿಗಳಾದ ಸೆಲ್ಯೂಕಸ್ ಮತ್ತು ಯೂಡಿಮಸ್ ಇದ್ದರು. ಅಮೃತ ಶಿಲೆಯಂಥ ಬಿಳುಪಿನ ಅವನ ಮುಖದಲ್ಲಿ ಅಪೂರ್ವವಾದ ತೇಜಸ್ಸಿತ್ತು. ಅವನ ಹೊಳೆಯುವ ಕಣ್ಣುಗಳ ನೋಟ ಕತ್ತಿಯ ಅಲಗಿನಂತೆ ಹರಿತವಾಗಿತ್ತು. ಸ್ವಲ್ಪ ತೆಳ್ಳಗಿರುವಂತೆ ಕಂಡರೂ, ಸದೃಢವಾಗಿದ್ದ ಅವನ ದೇಹಲಕ್ಷಣದಿಂದ ಅವನ ಎತ್ತರವನ್ನು ಚಂದ್ರಗುಪ್ತ ಊಹೆ ಮಾಡಿದ. ಅವನ ವೇಷಭೂಷಣಗಳು ವಿಚಿತ್ರವೆನಿಸಿದರೂ ಸರಳವಾಗಿದ್ದವು.

ಅಲೆಗ್ಸಾಂಡರ್ ಮರೆಯಾದ ನಂತರ ಆಹಾರ ಮತ್ತು ವಿಶ್ರಾಂತಿ. ಮಧ್ಯಾಹ್ನ ಮತ್ತೆ ಇನ್ನೊಂದು ಸುತ್ತು ಲಾಯ ಶುಚಿ ಮಾಡುವ ಕೆಲಸ, ಕತ್ತಲಾಗುತ್ತಿದ್ದಂತೆ ವಿಶ್ರಾಂತಿ. ಆಮೇಲೆ ಊಟ. ಇದು ದಿನಚರಿ.

ಒಂದು ವಾರ ಕಳೆಯುವಷ್ಟರಲ್ಲಿ ಚಂದ್ರಗುಪ್ತ ಮತ್ತು ಚರಣ ಒಂದೇ ಉತ್ಸಾಹದಿಂದ ಕೆಲಸ ಮಾಡಿ ಮುಖ್ಯಸ್ಥನಿಗೆ ಆಪ್ತರಾದರು. ಶಿಬಿರದ ಬೇರೆ ಬೇರೆ ಕಡೆಗಳಲ್ಲಿ ಅಡ್ಡಾಡುವಷ್ಟು ಸಲಿಗೆ ಬೆಳೆಸಿಕೊಂಡರು. ಕಂಡೂ ಕಾಣದಂತೆ ಎಲ್ಲ ಕಡೆ ಅವಕಾಶ ಸಿಕ್ಕಾಗಲೆಲ್ಲ ಓಡಾಡಿದರು. ಅರಮನೆಯಂತೆ ವೈಭವದಿಂದ ಸಜ್ಜುಗೊಳಿಸಿದ್ದ ಅಲೆಗ್ಸಾಂಡರ್‌ನ ವಿಶಾಲವಾದ ಗುಡಾರವನ್ನೂ ಇಣುಕಿ ನೋಡಿದರು. ಸಾಕಷ್ಟು ಜನ ಸ್ತ್ರೀಯರು ಅವರ ಜೊತೆಯಲ್ಲಿ ಬಂದಿದ್ದರು. ಆದರೆ

ಯವನರ ಮೂಲ ಸೈನ್ಯವಿರುವ ಗುಡಾರಗಳನ್ನು ದೂರದಿಂದ ನೋಡುವುದು ಮಾತ್ರ ಸಾಧ್ಯವಾಯಿತು. ಅದರ ವ್ಯವಸ್ಥೆ ಸ್ಥಳೀಯ ಸೈನ್ಯಕ್ಕಿಂತ ಭಿನ್ನವಾಗಿತ್ತು. ಒಟ್ಟು ಸೈನ್ಯದಲ್ಲಿ ಒಂದು ಭಾಗ ಯವನರಿದ್ದರೆ, ಉಳಿದವರು ಮೂರು ಭಾಗ ಇರುವರೆಂದು ಅವರು ಲೆಕ್ಕ ಹಾಕಿದರು.

ಎಂಟನೇ ದಿನ ಅಲೆಗ್ಸಾಂಡರನ ಸೈನ್ಯ ಮುಂದೆ ಹೊರಟಿತು. ಅಶ್ವಕರ ನಾಡಿನ ಮೇಲೆ ದಾಳಿ ಅವನ ಮುಂದಿನ ಗುರಿಯಾಗಿತ್ತು. ಸೈನ್ಯದೊಂದಿಗೆ ಚಂದ್ರಗುಪ್ತ ಮತ್ತು ಚರಣ ತಾವೂ ಹೊರಡಬೇಕಾಯಿತು. ಹಗಲೆಲ್ಲ ಪ್ರಯಾಣ, ರಾತ್ರಿ ಮಾತ್ರ ವಿಶ್ರಾಂತಿ. ತೀರ ಬಳಲುವಂತಾಯಿತು. ಸರಿಯಾದ ಊಟದ ವ್ಯವಸ್ಥೆಯೂ ಇರಲಿಲ್ಲ. ಅಲ್ಲಿಂದ ಹಾಗೇ ತಪ್ಪಿಸಿಕೊಂಡು ಹೋಗಿಬಿಡಬೇಕೆಂದು ಅನ್ನಿಸಿದರೂ, ಕೆಲವು ದಿನ ಇದ್ದು ಅವರ ಹೋರಾಟದ ರೀತಿಯನ್ನು ನೋಡಬೇಕೆಂಬ ಚಪಲದಿಂದ ಅವರು ಅಲ್ಲೇ ಉಳಿದುಕೊಂಡರು.

ನಾಲ್ಕು ದಿನಗಳ ಪ್ರಯಾಣದ ನಂತರ ಅವರು ಅಶ್ವಕರ ನಾಡನ್ನು ಪ್ರವೇಶಿಸಿದರು. ಗಡಿಯಲ್ಲೇ ಅಶ್ವಕರ ಸೈನ್ಯ ಪ್ರತಿಭಟಿಸಿತು. ಆದರೆ ಅಲೆಗ್ಸಾಂಡರ್‌ನ ಸೈನ್ಯ ಯಾವ ಯುದ್ಧ ಧರ್ಮವನ್ನೂ ಅನುಸರಿಸದೆ, ಅಮಾನುಷವಾಗಿ ಸಿಕ್ಕಿದವರನ್ನು ಕೊಚ್ಚಿ ಹಾಕುತ್ತ ಮುಂದೆ ಸಾಗಿತು. ಎರಡು ದಿನಗಳಲ್ಲಿ ಅಶ್ವಕರ ಸೈನ್ಯ ಧೂಳೀಪಟವಾಯಿತು.

ಅಲ್ಲಿಂದ ಸೈನ್ಯ ಪುಷ್ಕಲಾವತಿಯನ್ನು ಸೋಲಿಸಿತು. ಅದೇ ಹೆಸರಿನ ನಗರದಲ್ಲಿ ಶಿಬಿರ ಸ್ಥಾಪಿಸಿತು. ಚಂದ್ರಗುಪ್ತನಿಗೆ ಭ್ರಮನಿರಸನವಾಯಿತು. "ಇವರಿಂದ ಅನಾಗರಿಕವಾದ ಪಶು ವೃತ್ತಿಯನ್ನು ಕಲಿಯಬೇಕಷ್ಟೆ" ಎಂದ ಚಂದ್ರಗುಪ್ತ ಆ ರಾತ್ರಿ.

"ಹೌದು ಚಂದ್ರಗುಪ್ತ, ಕಾಡು ಜನರಂತೆ ನಿಷ್ಕರುಣೆಯಿಂದ ಜನರನ್ನು ಕೊಲ್ಲುವುದನ್ನು ಕಂಡು ರಕ್ತ ಕುದಿಯುತ್ತಿದೆ" ಎಂದು ಚರಣ ಹಲ್ಲುಕಡಿದ.

"ನಾವು ಇವರಿಂದ ಕಲಿಯಬೇಕಾದ ಯುದ್ಧ ತಂತ್ರ ಯಾವುದೂ ಇಲ್ಲ. ಅವರ ಸ್ವಂತ ಸೈನ್ಯದಲ್ಲಿ ಒಂದು ಅಚ್ಚುಕಟ್ಟಾದ ವ್ಯವಸ್ಥೆಯೇನೋ ಇದೆ. ಆದರೆ ಯುದ್ಧ ಮಾಡುವಾಗ ಒಂದು ನೀತಿ ನಿಯಮವನ್ನು ಪಾಲಿಸುವುದಿಲ್ಲ."

ಅಷ್ಟರಲ್ಲಿ ಸ್ಥಳೀಯ ಸೈನಿಕರು ಗುಸು ಗುಸು ಮಾತಾಡಿಕೊಳ್ಳುವುದು ಅವರ ಗಮನಕ್ಕೆ ಬಂತು. ಚರಣ ಹೋಗಿ ವಿಚಾರಿಸಿದ. ಶಶಿಗುಪ್ತನೆಂಬ ಸಣ್ಣರಾಜನ ಕಡೆಯ ದೂತ ಬಂದಿರುವ ವಿಷಯ ತಿಳಿಯಿತು. ಚಂದ್ರಗುಪ್ತ ಮತ್ತು ಚರಣ ಮುಖ ಮುಖ ನೋಡಿಕೊಂಡರು. "ನಾನು ಹೋಗಿ ಆ ದೂತ ಏಕೆ ಬಂದಿರುವನೆಂದು ಹೇಗಾದರೂ ಮಾಡಿ ತಿಳಿದುಬರುತ್ತೇನೆ" ಎಂದ ಚಂದ್ರಗುಪ್ತ ಹೊರಟ.

"ಚಂದ್ರಗುಪ್ತ!" ಚರಣ ತಡೆದ, "ಬೇಡ, ಅದು ಅಪಾಯ" ಎಂದ.

"ನಾವು ಇಲ್ಲಿಗೆ ಅಪಾಯವನ್ನು ಮಡಿಲಲ್ಲಿ ಕಟ್ಟಿಕೊಂಡೇ ಬಂದಿದ್ದೇವಲ್ಲವೇ?"

"ಹಾಗಾದರೆ ನಾನೂ ಬರುತ್ತೇನೆ."

"ಬೇಡ, ಅಕಸ್ಮಾತ್ ಸಿಕ್ಕಿಬಿದ್ದರೆ ನನ್ನನ್ನು ಬಿಡಿಸಲು ನೀನು ಬೇಕಲ್ಲ!" ಎಂದು ಚಂದ್ರಗುಪ್ತ ಅಲ್ಲಿಂದ ಮರೆಯಾದ. ಆತಂಕದ ಭಾವನೆಯಿಂದ ಒಂದು ಕ್ಷಣ ನಿಂತ ಚರಣ, ನಂತರ ಏನೋ ಯೋಚಿಸಿ ಅವನನ್ನು ಸ್ವಲ್ಪ ದೂರದಿಂದ ಹಿಂಬಾಲಿಸಿದ.

ಚಂದ್ರಗುಪ್ತ ಅಲೆಗ್ಸಾಂಡರನ ವಿಶಾಲವಾದ ಗುಡಾರಕ್ಕೆ ಸ್ವಲ್ಪ ದೂರದಲ್ಲಿ ನಿಂತು ನೋಡಿದ. ಮುಂದುಗಡೆ ಬಲವಾದ ಕಾವಲಿತ್ತು. ಆದೇ ತಾನೆ ಆ ದೂತನನ್ನು ಒಳಗೆ ಕರೆದುಕೊಂಡು ಹೋಗುತ್ತಿದ್ದರು. ಅವನು ಗುಡಾರವನ್ನು ಬಳಸಿಕೊಂಡು ಬಂದ. ಹಿಂಭಾಗದಲ್ಲಿ ಒಂದು ಕುದುರೆಗಾಡಿ ನಿಂತಿತ್ತು. ಆ ಭಾಗದಲ್ಲಿ ಸ್ವಲ್ಪ ಕತ್ತಲೆಯೂ ಇತ್ತು. ಮೆಲ್ಲಗೆ ಅಲ್ಲಿಗೆ ನುಸುಳಿ ಹೋಗಿ, ಗಾಡಿಯ ಮರೆಯಲ್ಲಿ ಹೋಗಿ ಕುಳಿತು ಚಂದ್ರಗುಪ್ತ ಗುಡಾರದ ಬಟ್ಟೆಗೆ ಕಿವಿಯಾನಿಸಿದ.

ಒಳಗೆ ದುಭಾಷಿಯ ನೆರವಿನೊಂದಿಗೆ ಅಲೆಗ್ಸಾಂಡರ್ ದೂತನೊಡನೆ ಸಂಭಾಷಣೆ ನಡೆಸುತ್ತಿದ್ದ. "ನಮ್ಮ ರಾಜ ಶಶಿಗುಪ್ತ, ಶರಣಾಗತಿಯ ವಿಷಯ ತಿಳಿಸಲು ನನ್ನನ್ನು ಕಳಿಸಿದ್ದಾನೆ. ಅವನು ತನ್ನ ಸೈನ್ಯದೊಂದಿಗೆ ನಿಮ್ಮ ದಂಡಯಾತ್ರೆಯಲ್ಲಿ ಭಾಗವಹಿಸಲು ಬಯಸುತ್ತಾನೆ. ಆದ್ದರಿಂದ ಅವನ ನಾಡಿನ ಮೇಲೆ ದಾಳಿ ಮಾಡಬಾರದೆಂದು ಕೇಳಿಕೊಳ್ಳುತ್ತಾನೆ" ದೂತ ಹೇಳಿದ.

'ಎಲಾ ದೇಶದ್ರೋಹಿ!' ಎಂದು ಚಂದ್ರಗುಪ್ತ ಮನಸ್ಸಿನಲ್ಲೇ ಶಶಿಗುಪ್ತನನ್ನು ನಿಂದಿಸಿದ. ಅಲೆಗ್ಸಾಂಡರ್ ಅವನಿಗೆ ಅಭಯ ನೀಡಿ, ಅವನು ಸಾಧ್ಯವಾದಷ್ಟು ಬೇಗ ತನ್ನ ಸೈನ್ಯದೊಂದಿಗೆ ಬಂದು ತನ್ನನ್ನು ಸೇರಿಕೊಳ್ಳುವಂತೆ ಸೂಚಿಸಿದ.

ಇನ್ನೇನು ಅಲ್ಲಿಂದ ಹೊರಡಬೇಕೆನ್ನುವಷ್ಟರಲ್ಲಿ ಬೆನ್ನಿನಲ್ಲಿ ಏನೋ ಚುಚ್ಚಿದಂತಾಯಿತು. ಚಂದ್ರಗುಪ್ತ ತಿರುಗಿ ನೋಡಿದಾಗ, ಅಲೆಗ್ಸಾಂಡರನ ಅಂಗರಕ್ಷಕ ಪಡೆಯ ಒಬ್ಬ ಯವನ ಸೈನಿಕ ಅವನ ಬೆನ್ನಿಗೆ ಕತ್ತಿಯಿರಿಸಿ ನಿಂತಿದ್ದ. ಚಂದ್ರಗುಪ್ತ, ಒಂದು ಕ್ಷಣ ವಿಚಲಿತನಾದರೂ ನಿರ್ಭಯವಾಗಿ ಮೇಲೆದ್ದ. ಆ ಸೈನಿಕ ತನ್ನ ಭಾಷೆಯಲ್ಲಿ ಏನೋ ಕೂಗಿದ. ಹತ್ತು ಜನ ಯವನ ಸೈನಿಕರು ಚಂದ್ರಗುಪ್ತನನ್ನು ಮುತ್ತಿಕೊಂಡರು. ಅವನು ಸುತ್ತಮುತ್ತ ನೋಡಿದ. ಸ್ವಲ್ಪ ದೂರದಲ್ಲಿ ಚರಣ ನಿಂತು ತನ್ನತ್ತಲೇ ನೋಡುತ್ತಿರುವುದು ಕಂಡಿತು. ತಾನು ಸೆರೆಯಾದ ವಿಷಯ ಅವನಿಗೆ ತಿಳಿಯಿತೆಂಬ ಸಮಾಧಾನದಿಂದ ಚಂದ್ರಗುಪ್ತ ಆ ಸೈನಿಕರ ಜೊತೆ ಹೊರಟ.

ಶಶಿಗುಪ್ತನ ದೂತನನ್ನು ಸೈನಿಕರು ಹೊರಗೆ ಕರೆದುಕೊಂಡು ಬರುತ್ತಿದ್ದಂತೆ, ಚಂದ್ರಗುಪ್ತನನ್ನು ಒಳಗೆ ಕರೆದುಕೊಂಡು ಹೋದರು. ಅಲೆಗ್ಸಾಂಡರ್ ಕುತೂಹಲದಿಂದ ನೋಡಿದ. ಹಿಡಿದ ಸೈನಿಕ ಏನೋ ಹೇಳಿದ. ಅವನ ಮುಖ ಕೆರಳಿತು. ಅವನು ದುಭಾಷಿಯ ಸಹಾಯದಿಂದ ಮಾತಾಡಿದ.

"ಯಾರು ನೀನು?" ಅಲೆಗ್ಸಾಂಡರ್ ಕೇಳಿದ.

"ಕುದುರೆ ಲಾಯದ ಕೆಲಸಗಾರ."

"ಕುದುರೆ ಲಾಯದಲ್ಲಿ ಕೆಲಸ ಮಾಡುವ ನೀನು ನನ್ನ ಗುಡಾರದ ಬಳಿ ಕದ್ದು ಕೇಳುತ್ತಿದ್ದುದೇಕೆ?"

"ನಮ್ಮ ದೇಶದ ಒಬ್ಬ ರಾಜ, ನಮ್ಮ ದೇಶದ ಮೇಲೆ ದುರಾಕ್ರಮಣ ಮಾಡಲು ಬಂದಿರುವ ನಿನಗೆ ಶರಣಾಗತನಾಗುವೆನೆಂದು ಸುದ್ದಿ ಕಳಿಸಿದ ನೀಚತನವನ್ನು ಕೇಳಿಸಿ ಕೊಳ್ಳುತ್ತಿದ್ದೆ."

"ಅಂದರೆ, ನೀನು ಗೂಢಚಾರಿಯೇ?"

"ಅಲ್ಲ, ತನ್ನ ಮಾತೃಭೂಮಿಯ ಮೇಲೆ ಪ್ರೀತಿ, ಅಭಿಮಾನಗಳಿರುವ ಒಬ್ಬ ಕ್ಷತ್ರಿಯ."

"ನಿನ್ನ ಹೆಸರೇನು?"

"ಚಂದ್ರಗುಪ್ತ ಮೌರ್ಯ, ಒಬ್ಬ ರಾಜಕುಮಾರ."

"ಓಹೋ! ನೀನು ರಾಜಕುಮಾರನೋ! ನನ್ನ ಕುದುರೆಲಾಯದಲ್ಲಿ ಕೆಲಸ ಮಾಡುವ ನೀನು ರಾಜಕುಮಾರನೆಂದರೆ ಯಾರು ನಂಬುತ್ತಾರೆ?"

"ಕಾರಣವಿಲ್ಲದೆ, ಶತ್ರುತ್ವವಿಲ್ಲದೆ ಇನ್ನೊಂದು ದೇಶದ ಮೇಲೆ ಆಕ್ರಮಣ ಮಾಡಲು ಬಂದಿರುವ ನಿನ್ನ ಆಳ ಅಗಲಗಳನ್ನು ತಿಳಿಯಲು ಈ ವೇಷ ಹಾಕಬೇಕಾಯಿತು."

"ಅಂದರೆ ನೀನು ಗುಪ್ತಚಾರನೆಂಬುದೇ ನಿಜವಾಯಿತು. ಇರಲಿ, ನೀನು ನನ್ನ ಬಗ್ಗೆ ಏನೇನು ತಿಳಿದುಕೊಂಡೆ?"

"ಶೌರ್ಯ ಪರಾಕ್ರಮಗಳೆಂಬ ಶಬ್ದಗಳಿಗೆ ಮಸಿ ಬಳಿಯುವ ನಿಮ್ಮದು ಅನಾಗರಿಕರ ಯುದ್ಧ ಎಂದು ಅರ್ಥ ಮಾಡಿಕೊಂಡೆ."

"ಮುಚ್ಚು ಬಾಯಿ" ಅಲೆಗ್ಸಾಂಡರ್ ಅಬ್ಬರಿಸಿದ, "ಈ ಅಲೆಗ್ಸಾಂಡರನ ಮುಂದೆ ಇಷ್ಟು ಉದ್ಧಟತನದಿಂದ ಮಾತಾಡಲು ನಿನಗೆಷ್ಟು ಧೈರ್ಯ."

"ಕಳ್ಳನಂತೆ ಕಂಡವರ ನೆಲದ ಮೇಲೆ, ಸೂರೆ ಮಾಡಲು ಬಂದಿರುವ ನಿನಗಿಂತ ಹೆಚ್ಚು ಧೈರ್ಯ ನನ್ನಲ್ಲಿದೆ. ಏಕೆಂದರೆ ನಾನು ಈ ರಾಷ್ಟ್ರದ ಪ್ರಜೆ."

"ರಾಷ್ಟ್ರ!" ಅಲೆಗ್ಸಾಂಡರ್ ಕುಹಕದಿಂದ ನಕ್ಕ. "ಎಲ್ಲಿದೆ ರಾಷ್ಟ್ರ! ರಾಷ್ಟ್ರವಾಗಿದ್ದರೆ ಇಷ್ಟೊಂದು ಜನ ರಾಜರಿರುತ್ತಿದ್ದರೇ?"

"ಹೌದು, ನಮ್ಮಲ್ಲಿ ಸಣ್ಣಪುಟ್ಟ ರಾಜರು ಹಲವರಿದ್ದಾರೆ. ಅವರಲ್ಲಿ ಎದುರಿಸಿ ಸೋಲುವ ಧೀರರೂ ಇದ್ದಾರೆ. ಎದುರಿಸದೇ ಶರಣಾಗತರಾಗುವ ಶಶಿಗುಪ್ತನಂಥ ಹೇಡಿಗಳೂ ಇದ್ದಾರೆ. ಆದರೆ ಎಂದಿದ್ದರೂ ಆರ್ಯಾವರ್ತ ಒಂದೇ ರಾಷ್ಟ್ರ ಇಲ್ಲಿರುವುದು ಒಂದೇ ಧರ್ಮ, ಒಂದೇ ಸಂಸ್ಕೃತಿ, ಒಂದೇ ಪರಂಪರೆ."

"ಇರಬಹುದು, ನಿನ್ನ ಆರ್ಯಾವರ್ತ ನನ್ನ ದೃಷ್ಟಿಯಲ್ಲಿ ಈಗ ಒಂದು ರಾಷ್ಟ್ರವಲ್ಲ ಅದನ್ನು ನಾನು ಒಂದು ರಾಷ್ಟ್ರವನ್ನಾಗಿ ಮಾಡುತ್ತೇನೆ. ಅದು ಯವನ ರಾಷ್ಟ್ರ!"

"ಈ ಸಣ್ಣಪುಟ್ಟ ಜಯಗಳಿಂದಲೇ ಆರ್ಯಾವರ್ತ ನಿನ್ನ ವಶವಾಗುವುದೆಂದು ಕನಸು ಕಾಣಬೇಡ ಅಲೆಗ್ಸಾಂಡರ್. ಅಥವಾ ಈಗ ನೀನು ಯಶಸ್ವಿಯಾದರೂ, ಇನ್ನು ಕೆಲವೇ ದಿನಗಳಲ್ಲಿ ಅದೆಲ್ಲ ಚಂದ್ರಗುಪ್ತನ ಮಹಾಸಾಮ್ರಾಜ್ಯವಾಗುತ್ತದೆ. ನನ್ನ ಮಾತೃಭೂಮಿಯ ನೆಲದ ಮೇಲೆ ಒಬ್ಬನೇ ಒಬ್ಬ ಯವನನೂ ಇಲ್ಲದಂತೆ ಮಾಡುತ್ತೇನೆ."

"ಎಷ್ಟು ಉದ್ಧಟತನ! ಎಂಥ ದುರಹಂಕಾರ!"

"ದುರಹಂಕಾರವಲ್ಲ, ಸ್ವಾಭಿಮಾನ!"

"ಸ್ವಾಭಿಮಾನವಲ್ಲ, ಅವಿವೇಕ! ನಿನ್ನ ಈ ಅವಿವೇಕದ ಪರಿಣಾಮವೇನಾಗುವುದೆಂದು ನಿನಗೆ ಗೊತ್ತೆ?"

"ಸಾವಿಗೆ ಹೆದರುವವನಾಗಿದ್ದರೆ, ಇಂಥ ಅಪಾಯದ ಕೆಲಸಕ್ಕೆ ನಾನು ಮುಂದಾಗುತ್ತಲೇ ಇರಲಿಲ್ಲ."

ಮಾತಿಗೆ ಪ್ರತಿಮಾತು ಕೊಡುವ ಅವನೊಂದಿಗೆ ವಾದ ಮುಂದುವರಿಸುವ ಇಷ್ಟವಿಲ್ಲದೆ "ಈತನನ್ನು ಎಳೆದುಕೊಂಡು ಹೋಗಿ ಭದ್ರವಾದ ಕಾವಲಿನಲ್ಲಿರಿಸಿ" ಎಂದು ಕೂಗಿದ.

ಸೈನಿಕರು ಅವನನ್ನು ಎಳೆದುಕೊಂಡು ಹೋದರು. ಚಂದ್ರಗುಪ್ತ ಅಲೆಗ್ಸಾಂಡರನ ಮೈಯುರಿಯುವಂತೆ ನಗುನಗುತ್ತಲೇ ಹೋದ. ಅವನ ಧೈರ್ಯ ಮತ್ತು ನಿರ್ಭಯತೆಗಳನ್ನು ಅಲೆಗ್ಸಾಂಡರ್ ಮನಸ್ಸಿನಲ್ಲೇ ಮೆಚ್ಚಿಕೊಂಡ. ಅವನ ಸೇನಾನಿ ಯೂಡಿಮಸ್ ಚಂದ್ರಗುಪ್ತನನ್ನು ಕೊಂದುಬಿಡುವಂತೆ ಸೂಚಿಸಿದ. ಕೊಲ್ಲುವ ಬದಲು, ಸೆರೆಯಲ್ಲಿರಿಸಿ ಅವನ ಅಹಂಕಾರವನ್ನು ಅಡಗಿಸಬೇಕೆಂಬ ಆಲೋಚನೆ ಅಲೆಗ್ಸಾಂಡರನಲ್ಲಿತ್ತು.

ಸೈನಿಕರು ಚಂದ್ರಗುಪ್ತನನ್ನು ಎಳೆದುಕೊಂಡು ಹೋಗುವುದನ್ನು ಚರಣ ಗಮನಿಸಿದ. ಎಚ್ಚರಿಕೆಯಿಂದ ಹಿಂಬಾಲಿಸಿದ. ಕೆಲಸಗಾರರ ಗುಡಾರಕ್ಕೆ ತುಸುದೂರದಲ್ಲಿ, ಕುದುರೆ ಲಾಯದ ಪಕ್ಕದ ಒಂದು ಮರಕ್ಕೆ ಹಗ್ಗದಿಂದ ಅವನ ಕೈಗಳನ್ನು ಕಟ್ಟಿದರು. ಅನ್ನಾಹಾರವಿಲ್ಲದೆ, ಬಯಲಿನಲ್ಲೇ ನರಳಬೇಕೆಂಬುದು ಅವರ ಉದ್ದೇಶವಾಗಿತ್ತು. ಅವನ ಕಾವಲಿಗೆ ಇಬ್ಬರು ಸೈನಿಕರನ್ನು ನಿಯಮಿಸಲಾಯಿತು.

ಅದನ್ನೆಲ್ಲ ನೋಡಿಕೊಂಡು ತನ್ನ ಗುಡಾರಕ್ಕೆ ಬಂದ ಚರಣ ಮುಂದೆ ಏನು ಮಾಡುವುದೆಂದು ಯೋಚಿಸುತ್ತ ಕುಳಿತ. ಅಷ್ಟರಲ್ಲಿ ಲಾಯದ ಕೆಲಸಗಾರರ ಮುಖ್ಯಸ್ಥ ಬಂದು "ನಿಜ ಹೇಳು, ಯಾರು ನೀವು?" ಎಂದು ಜೋರು ಮಾಡಿದ.

"ನಾವು ಕೆಲಸದವರು" ಎಂದ ಚರಣ ಸಹಜವಾಗಿ.

"ಅವನು ಸಿಕ್ಕಿಬಿದ್ದ. ನೀನು ಅವನ ಜೊತೆಯಲ್ಲಿ ಬಂದವನು ತಾನೆ?"

"ಹೌದು, ಅವನು ದಾರಿಯಲ್ಲಿ ಸಿಕ್ಕಿದ. ಅವನಾರೋ ನನಗೆ ಗೊತ್ತಿಲ್ಲ, ಇಬ್ಬರೂ ಜೊತೆಯಲ್ಲಿ ಬಂದು ಕೆಲಸಕ್ಕೆ ಸೇರಿಕೊಂಡೆವು."

ಅವನ ಮಾತಿನಲ್ಲಿ ನಂಬಿಕೆ ಬಂದು, ಮುಖ್ಯಸ್ಥ ಹೊರಟು ಹೋದ.

ಬೇರೊಬ್ಬ ಜೊತೆಯ ಕೆಲಸಗಾರ ಬಂದು ಮಾತಾಡಿದಾಗಲೂ ಚರಣ "ಅವನು ಯಾರೋ, ಅವನು ಸಿಕ್ಕಿಬಿದ್ದರೆ ನನಗೇನು!" ಎಂದು ಉದಾಸೀನತೆಯಿಂದಲೇ ಮಾತಾಡಿದ. ನಂತರ ಏನೂ ಆಗಲೇ ಇಲ್ಲವೇನೋ ಎಂಬಂತೆ ಕೆಲಸಗಾರರ ಜೊತೆಯಲ್ಲಿ ಹೋಗಿ ಊಟ ಮಾಡಿದ. ಅವರ ಜೊತೆ ಹರಟೆ ಹೊಡೆದ. ಬೇಗ ಮಲಗಿಯೂ ಬಿಟ್ಟ. ಆದರೆ ಅವನು ಚಂದ್ರಗುಪ್ತನನ್ನು ಬಿಡಿಸಲು ಏನು ಉಪಾಯ ಮಾಡುವುದೆಂದು ಕಣ್ಣುಮುಚ್ಚಿಕೊಂಡೇ ಯೋಚಿಸುತ್ತಿದ್ದ.

ತಕ್ಷಣ ಅವನಿಗೆ ಪಾಟಲೀಪುತ್ರದ ಘಟನೆ ನೆನಪಿಗೆ ಬಂತು. ಅಲ್ಲಿ ಕುದುರೆ ಲಾಯಕ್ಕೆ ಬೆಂಕಿ ಹಾಕಿ ಸೆರೆಮನೆಯಿಂದ ತಪ್ಪಿಸಿಕೊಂಡಂತೆ, ಇಲ್ಲಿಯೂ ಅದೇ ಉಪಾಯವನ್ನು ಪ್ರಯೋಗಿಸುವುದು ಸಾಧ್ಯವಾಗುವುದೇ, ಎಂದು ಯೋಚಿಸಿದ. ಲಾಯದ ಸಮೀಪದಲ್ಲೇ ಚಂದ್ರಗುಪ್ತನನ್ನು ಕಟ್ಟಿದ್ದುದರಿಂದ ಅದು ಸಾಧ್ಯವಾಗಬಹುದೆನ್ನಿಸಿತು. ಹುಲ್ಲುರಾಶಿ ಎಲ್ಲಿದೆ, ದೀಪ ಎಲ್ಲಿದೆ? ಕಾವಲುಗಾರರು ಎಲ್ಲೆಲ್ಲಿರುತ್ತಾರೆ? ಎಂಬುದನ್ನೆಲ್ಲ ಮನಸ್ಸಿನಲ್ಲೇ ಲೆಕ್ಕ ಹಾಕಿಕೊಂಡ.

ನಡುರಾತ್ರಿಯವರೆಗೂ ಕ್ಷಣಗಳನ್ನು ಎಣಿಸುತ್ತ ಕಾದ. ಎಲ್ಲ ನಿದ್ರೆ ಹೋಗಿರುವರೆಂದು ಖಚಿತವಾದ ನಂತರ, ಮೆಲ್ಲಗೆ ಎದ್ದು ಸದ್ದು ಮಾಡದಂತೆ ಗುಡಾರದ ಹೊರಗೆ ಬಂದ. ರಾತ್ರಿಯ ಕಾವಲುಗಾರ ಅತ್ತಿಂದಿತ್ತ ಇತ್ತಿಂದತ್ತ ನಿಯಮಿತವಾಗಿ ಹೆಜ್ಜೆ ಹಾಕತೊಡಗಿದ್ದ. ಅವನನ್ನು ನಿವಾರಿಸಿಕೊಂಡರೆ ಲಾಯ ಸಮೀಪಿಸಬಹುದಾಗಿತ್ತು. ಅವನ ಕಣ್ಣಿಗೆ ಬಿದ್ದರೆ

ತಾನೂ ಸಿಕ್ಕಿಬೀಳುವುದು ಖಚಿತವಾಗಿತ್ತು. ಆದರಿಂದ ಚಂದ್ರಗುಪ್ತನಿಗೂ ಅಪಾಯವಾಗುವ ಸಾಧ್ಯತೆಯಿತ್ತು. ಮತ್ತೆ ಗುಡಾರದ ಹಿಂದೆ ಮರೆಯಾದ. ಕಾವಲುಗಾರನ ಬೆನ್ನು ಕಂಡಕೂಡಲೇ ಹಿಂದಿನಿಂದ ಅವನು ಪ್ರಜ್ಞೆ ತಪ್ಪಿ ಬೀಳುವಂತೆ ಒಂದು ಬಲವಾದ ಪೆಟ್ಟು ಕೊಟ್ಟ. ಅವನ ಕೈಯಲ್ಲಿದ್ದ ಖಡ್ಗವನ್ನು ತೆಗೆದುಕೊಂಡು ಒಂದೇ ಓಟದಲ್ಲಿ ಲಾಯದ ಬಳಿಗೆ ಬಂದ.

ಚಂದ್ರಗುಪ್ತನ ಬಳಿಯಿದ್ದ ಕಾವಲುಗಾರರಲ್ಲಿ ಒಬ್ಬ ತೂಕಡಿಸುತ್ತಿದ್ದ. ಇನ್ನೊಬ್ಬ ಬಹಳ ಪ್ರಯಾಸದಿಂದ ಎಚ್ಚರದಿಂದಿದ್ದ. ಚಂದ್ರಗುಪ್ತ ಚರಣನ ನಿರೀಕ್ಷೆ ಮಾಡುತ್ತಿರುವಂತೆ ಅವನ ಗುಡಾರದತ್ತಲೇ ನೋಡುತ್ತಿದ್ದ. ಅವನು ಬರುವುದನ್ನು ಕಂಡು ಅವನು ಗೆಲುವಾದ. ಚರಣ ಹಿಂದಿನಿಂದ ಬಂದು ಕತ್ತಿಯ ಹಿಡಿಯಿಂದ ಒಬ್ಬನ ತಲೆಗೆ ಹೊಡೆದ. ಅವನು ಕೆಳಗೆ ಬಿದ್ದ. ಆ ಶಬ್ದಕ್ಕೆ ಇನ್ನೊಬ್ಬ ಎಚ್ಚರಗೊಂಡು ತನ್ನ ಮೇಲೆ ಕತ್ತಿಯೆತ್ತುವ ಮೊದಲು ಚಂದ್ರಗುಪ್ತನನ್ನು ಕಟ್ಟಿದ್ದ ಹಗ್ಗವನ್ನು ಕತ್ತರಿಸಿದ. ತಕ್ಷಣ ಲಾಯದ ಬಳಿಯಿದ್ದ ಹುಲ್ಲಿನ ರಾಶಿಗೆ, ತೂಗು ಹಾಕಿದ್ದ ದೀಪ ತೆಗೆದು ಎಸೆದುಬಿಟ್ಟ. ಕ್ಷಣಮಾತ್ರದಲ್ಲಿ ಬೆಂಕಿ ಧಗಧಗಿಸಿ, ಪಕ್ಕದ ಗುಡಾರಕ್ಕೂ ಹೊತ್ತಿಕೊಂಡಿತು. ಚರಣನೇ "ಬೆಂಕಿ ! ಬೆಂಕಿ !" ಎಂದು ಕೂಗಿದ. ಎಲ್ಲ ಓಡಿಬಂದರು. ಸೈನಿಕರು, ಸೇವಕರೆನ್ನದೆ ಎಲ್ಲರೂ ಬೆಂಕಿ ಆರಿಸಲು ಶ್ರಮಿಸತೊಡಗಿದರು. ಇವರೂ ಅವರ ನಡುವೆ ಕೆಲಸ ಮಾಡುವಂತೆ ನಟಿಸಿ, ಗುಂಪಿನ ಗದ್ದಲದಲ್ಲಿ ನುಸುಳಿ ಹೊರಗೆ ಓಡಿ ತಪ್ಪಿಸಿಕೊಂಡರು. ಬೆಂಕಿಯ ಗಡಿಬಿಡಿಯಲ್ಲಿ ಅಲ್ಲಿ ಕಟ್ಟಿರಿಸಿದ್ದ ಚಂದ್ರಗುಪ್ತನ ನೆನಪು ಯಾರಿಗೂ ಬರಲಿಲ್ಲ.

## ೬

ಅಲೆಗ್ಸಾಂಡರನ ಸೇನಾಶಿಬಿರದಿಂದ ತಪ್ಪಿಸಿಕೊಂಡು ಓಡಿ ಓಡಿ ದಣಿದ ಚರಣ ಮತ್ತು ಚಂದ್ರಗುಪ್ತ, ಬೆಳಗಾಗುವ ವೇಳೆಗೆ ಒಂದು ಗ್ರಾಮದ ಬಳಿಗೆ ಬಂದಿದ್ದರು. ಹಾದಿಬದಿಯ ಒಂದು ಮರದ ಕೆಳಗೆ ಕುಳಿತು ಸುಧಾರಿಸಿಕೊಳ್ಳತೊಡಗಿದರು. ಸೈನಿಕರು ತಮ್ಮನ್ನು ಹಿಂಬಾಲಿಸಿ ಬರುವರೆನ್ನುವ ಆತಂಕ ಕಡಿಮೆಯಾಗಿತ್ತು.

"ಅಂತೂ ನಾನಂದುಕೊಂಡಂತೆಯೇ ಎಲ್ಲ ನಡೆಯಿತು" ಎಂದ ಚಂದ್ರಗುಪ್ತ.

"ತರವಲ್ಲದ ಸಾಹಸ ಮಾಡಿ ಸಿಕ್ಕಿಬಿದ್ದಿದ್ದು ತಾನೆ?" ಚರಣ ಕೇಳಿದ.

"ಅಲ್ಲ! ನಾನು ಸಿಕ್ಕಿಬಿದ್ದರೆ ಹೇಗಾದರೂ ಮಾಡಿ ನೀನು ಬಿಡಿಸುವೆಯೆಂಬುದು."

"ಅಪಾಯವೆಂದು ಗೊತ್ತಿದ್ದೂ ಮುನ್ನುಗ್ಗುವುದು ಅವಿವೇಕವೆಂದು ನನ್ನ ಭಾವನೆ. ಈಗ ನೋಡು, ನಾವು ಇಲ್ಲಿ ಲಾಯದ ಕೆಲಸ ಮಾಡಿ ಕಾಲ ವ್ಯರ್ಥಮಾಡದೆ, ಗುರುಕುಲಕ್ಕೆ ಹೋಗಿ ಚಾಣಕ್ಯರನ್ನು ಕಂಡಿದ್ದರೆ ಎಷ್ಟೋ ಪ್ರಯೋಜನವಾಗುತ್ತಿರಲಿಲ್ಲವೆ ?"

"ನಾವು ಕಷ್ಟಪಟ್ಟಿದ್ದರಿಂದ ಪ್ರಯೋಜನವೇ ಆಗಿಲ್ಲವೆಂದು ಏಕೆ ಭಾವಿಸುತ್ತಿ ?" ಚಂದ್ರಗುಪ್ತ ಹೇಳಿದ, "ಶಶಿಗುಪ್ತನೆಂಬ ದೇಶದ್ರೋಹಿ ವಿದೇಶೀಯನಿಗೆ ಶರಣಾಗುತ್ತಿರುವ ವಿಷಯ ತಿಳಿಯಲಿಲ್ಲವೆ? ನಮ್ಮ ಭೂಪ್ರದೇಶದ ಜನರೇ ಕೇವಲ ನಿತ್ಯದ ಸಂಬಳಕ್ಕಾಗಿ ವಿದೇಶೀಯನ ಬಳಿ ಸೇವೆಗೆ ನಿಂತಿರುವ ವಿಪರ್ಯಾಸವನ್ನು ಕಾಣಲಿಲ್ಲವೆ ?"

"ಹೋಗಲಿ ಬಿಡು, ಸದ್ಯ ಹೊರಬಂದೆವಲ್ಲ! ಇನ್ನು ನಮ್ಮ ಪ್ರಯಾಣ ಗುರುಕುಲದ ಕಡೆಗೆ ತಾನೆ ?"

"ಹೌದು, ಆದರೆ ನಾವು ಇನ್ನು ಸ್ವಲ್ಪ ಮುಂದೆ ಹೋಗಿ ವಿಶ್ರಾಂತಿ ಪಡೆಯಬೇಕು. ಏಕೆಂದರೆ ಅಲೆಗ್ಸಾಂಡರನ ಸೈನ್ಯದಿಂದ ಪೂರ್ಣ ಸುರಕ್ಷಿತವಾದ ಅಂತರವನ್ನು ನಾವಿನ್ನೂ ತಲಪಿಲ್ಲ."

ಮತ್ತೆ ಅವರು ಅಲ್ಲಿಂದ ಹೊರಟರು. ಬಳಿಯಿದ್ದ ಅತಿ ಸ್ವಲ್ಪ ಧನದಿಂದ ನಡುದಾರಿಯಲ್ಲಿ ಒಂದಿಷ್ಟು ಆಹಾರದ ವ್ಯವಸ್ಥೆ ಮಾಡಿಕೊಂಡರು. ಅಂದು ಸಂಜೆಯ ವೇಳೆಗೆ ತಾವು ಕುದುರೆಗಳನ್ನು ಬಿಟ್ಟಿದ್ದ ಗ್ರಾಮವನ್ನು ತಲಪಿದರು. ಅಂದು ಅಲ್ಲೇ ತಂಗಿದ್ದು ಆ ಬಡವನ ಆತಿಥ್ಯ ಸ್ವೀಕರಿಸಿ ಮುಂಜಾನೆ ಕುದುರೆಗಳನ್ನೇರಿದರು. ಅಷ್ಟು ದಿನ ತಮ್ಮ ಕುದುರೆಗಳನ್ನು ನೋಡಿಕೊಂಡ ಅವನಿಗೆ ಕೊಡಲು ಅವರ ಬಳಿ ಧನವೇನೂ ಇರಲಿಲ್ಲ. ಚಂದ್ರಗುಪ್ತ ಮನಸ್ಸು ತಡೆಯಲಾರದೆ, ತನ್ನ ಬಳಿಯಿದ್ದ ಒಂದೇ ಆಭರಣ, ಬೆರಳಿನ ಉಂಗುರವನ್ನು ಅವನಿಗೆ ಕೃತಜ್ಞತಾಪೂರ್ವಕವಾಗಿ ಕೊಟ್ಟ. ಅವನು "ಬೇಡ, ದಾರಿಯ ವೆಚ್ಚಕ್ಕೆ ನಿಮಗೇ ಬೇಕಾಗಬಹುದು" ಎಂದು ಮರಳಿ ಕೊಡಲು ಬಂದ. ಆದರೆ ಚಂದ್ರಗುಪ್ತ ತೆಗೆದುಕೊಳ್ಳಲಿಲ್ಲ. ಅವರು ಕುದುರೆಯೇರಿ ಹೊರಟುಬಿಟ್ಟರು.

ಮರುದಿನ ಸಂಜೆಯ ವೇಳೆಗೆ ಅವರು ಗಾಂಧಾರದ ಗಡಿ ಪ್ರವೇಶಿಸಿದರು. ಒಂದು ಗ್ರಾಮದ ಒಂದು ಗುಡಿಸಲಿನ ಮುಂದೆ ಕುದುರೆಯಿಂದಿಳಿದು, ಜಗಲಿಯ ಮೇಲೆ, ಕುಳಿತುಕೊಂಡರು. ಧಾರಾಕಾರವಾಗಿ ಸುರಿವ ಬೆವರೊರೆಸಿಕೊಳ್ಳತೊಡಗಿದರು. ಹಸಿವು, ಆಯಾಸಗಳಿಂದ ಅವರು ತುಂಬ ಬಳಲಿದ್ದರು. ಚರಣ "ನಾವು ಪ್ರಯಾಣಿಕರು, ತುಂಬಾ ಬಾಯಾರಿಕೆ. ಸ್ವಲ್ಪ ಕುಡಿಯಲು ನೀರು ಕೊಡುತ್ತೀರಾ ?" ಎಂದು ಜೋರಾಗಿ ಕೂಗಿದ.

ಗುಡಿಸಲಿನ ಬಾಗಿಲು ತೆರೆದುಕೊಂಡಿತು. ಸುಮಾರು ಎಪ್ಪತ್ತು ವರ್ಷದ ವೃದ್ಧೆಯೊಬ್ಬಳು ಒಂದು ತಂಬಿಗೆ ಬಟ್ಟಲಿನ ಸಹಿತ ತಂದು ನೀರು ಕೊಟ್ಟಳು. ಇಬ್ಬರನ್ನೂ ದಿಟ್ಟಿಸಿ ನೋಡಿದಳು. "ಎಲ್ಲಿಯವರು ಮಕ್ಕಳಾ ?" ಎಂದು ಅಕ್ಕರೆಯಿಂದ ಕೇಳಿದಳು.

"ತುಂಬಾ ದೂರದಿಂದ ಬರುತ್ತಿದ್ದೇವೆ ಅಜ್ಜಿ" ಚಂದ್ರಗುಪ್ತ ಹೇಳಿದ, "ತಕ್ಷಶಿಲೆಗೆ ಹೊರಟಿದ್ದೇವೆ."

"ಪಾಪ, ತುಂಬಾ ದಣಿದಿರುವಂತಿದೆ. ಹಸಿವಾಗಿದೆಯೇ ?"

ಅವಳು ಹಾಗೆ ಕೇಳುತ್ತಿದ್ದಂತೆಯೇ ಅವರಿಗೆ ಊಟ ಮಾಡಿದಷ್ಟೇ ಆನಂದವಾಯಿತು. ಚರಣ ಹೇಳಿದ, "ಹೌದು ಅಜ್ಜಿ ನಿನಗೆ ತೊಂದರೆಯಾಗದಿದ್ದರೆ ಹೊಟ್ಟೆಗೆ ಏನಾದರೂ ಬೇಕು. ಈ ಜಗಲಿಯಲ್ಲೇ ಮಲಗಿ ರಾತ್ರಿ ಕಳೆದು, ಬೆಳಿಗ್ಗೆ ಹೊರಟುಬಿಡುತ್ತೇವೆ."

"ತೊಂದರೆಯೇನು ಬಂತು ಮಗು" ಅಜ್ಜಿ ಹೇಳಿದಳು, "ನಾನೂ ಒಬ್ಬಳೇ ಇರುವುದು. ಹಸಿದವರಿಗೆ ತುತ್ತು ಆಹಾರ ಕೊಡುವುದು ಪುಣ್ಯದ ಕೆಲಸ" ಎಂದು ಒಳಗೆ ಹೋಗಿ ಒಂದು ಬಿಂದಿಗೆಯನ್ನು ತಂದು ಕೊಟ್ಟು "ಅಲ್ಲಿ ನೋಡಿ, ಬಾವಿಯಿದೆ. ಹೋಗಿ ಸ್ನಾನ ಮಾಡಿ ಬನ್ನಿ. ಅಷ್ಟುಹೊತ್ತಿಗೆ ರೊಟ್ಟಿ ಮಾಡುತ್ತೇನೆ. ನಿಮ್ಮ ಕುದುರೆಗಳಿಗೆ ಹುಲ್ಲಿನ ವ್ಯವಸ್ಥೆಯನ್ನೂ ಮಾಡುತ್ತೇನೆ" ಎಂದು ಒಳಗೆ ಹೋದಳು.

"ನಿನ್ನ ಹೊಟ್ಟೆ ತಣ್ಣಗಿರಲಿ" ಎಂದುಕೊಂಡು ಅವರು ಬಿಂದಿಗೆಯೊಂದಿಗೆ ಸ್ನಾನ ಮಾಡಲು ಹೋದರು.

ಅವರು ಸ್ನಾನ ಮುಗಿಸಿ ಬರುವ ವೇಳೆಗೆ ಕುದುರೆಗಳು ಹುಲ್ಲು ಮೇಯುತ್ತಿದ್ದವು.

ಬಂದು ಜಗಲಿಯ ಮೇಲೆ ಕುಳಿತರು. ಒಳಗೆ ದೀಪ ಉರಿಯುತ್ತಿತ್ತು. ಬೇಯುತ್ತಿರುವ ರೊಟ್ಟಿಯ ಗಮ್ಮನೆಯ ವಾಸನೆ ಹಿತವಾಗಿ ಮೂಗನ್ನು ಮುಟ್ಟಿತು.

ಸ್ವಲ್ಪ ಹೊತ್ತಿನ ನಂತರ ಒಳಗೆ ಬರುವಂತೆ ಅಜ್ಜಿ ಕರೆದಳು. ಅವರು ಹೋದರು. ಅದೊಂದು ಚಿಕ್ಕ ಗುಡಿಸಲು. ಒಂದು ಕಡೆ ಒಲೆ ಉರಿಸಿ ಅಜ್ಜಿ ರೊಟ್ಟಿ ಬೇಯಿಸುತ್ತಿದ್ದಳು. ಇನ್ನೊಂದು ಕಡೆ ಕೆಲವು ಪದಾರ್ಥಗಳು, ಹಾಸುವ ಹೊದೆಯುವ ವಸ್ತುಗಳು, ಆಹಾರ ಧಾನ್ಯದ ಕೆಲವು ಪಿಂಡಿಗಳಿದ್ದವು. ನೋಡಿದ ಕೂಡಲೇ ಅದು ಕೃಷಿಕರ ಮನೆಯೆಂದು ಹೇಳಬಹುದಾಗಿತ್ತು.

ಅವರಿಬ್ಬರೂ ಒಲೆಯ ಪಕ್ಕದಲ್ಲೇ ಅಜ್ಜಿಯ ಮುಂದೆ ಕುಳಿತರು. ಅಜ್ಜಿ ಇಬ್ಬರಿಗೂ ಒಂದೊಂದು ಬಿಸಿ ರೊಟ್ಟಿ ಕೊಟ್ಟು ಅದರ ಮೇಲಷ್ಟು ಬೇಳೆಯ ಮೇಲೋಗರವನ್ನು ಸುರಿದಳು. ಹಸಿವಿನ ಆತುರದಿಂದ ಚಂದ್ರಗುಪ್ತ ರೊಟ್ಟಿಯ ಮಧ್ಯಭಾಗಕ್ಕೆ ಕೈ ಹಾಕಿ, ಅದು ಕೈಸುಟ್ಟು "ಹಾಂ!" ಎಂದು ಉದ್ಗರಿಸಿ ಕೈ ಹಿಂದೆ ತೆಗೆದುಕೊಂಡ.

ಅಜ್ಜಿ ನಕ್ಕಳು "ನಿಧಾನ ಮಗು. ನಿನ್ನ ಆತುರವನ್ನು ನೋಡಿದರೆ, ಆ ಚಂದ್ರಗುಪ್ತ ರಾಜ್ಯ ಗಳಿಸಲು ಮಾಡಿದ ಹುಚ್ಚು ಪ್ರಯತ್ನ ನೆನಪಿಗೆ ಬರುತ್ತದೆ" ಎಂದಳು.

ಇಬ್ಬರೂ ಚಕಿತರಾಗಿ ಮುಖ ಮುಖ ನೋಡಿಕೊಂಡರು "ಚಂದ್ರಗುಪ್ತ ಮಾಡಿದ ಹುಚ್ಚು ಪ್ರಯತ್ನವೇನು ಅಜ್ಜಿ?" ಎಂದು ಚಂದ್ರಗುಪ್ತನೇ ಕೇಳಿದ.

"ಅಲ್ಲ, ಅವನು ರಾಜ್ಯ ಗಳಿಸಬೇಕೆಂದಿದ್ದರೆ, ತಾಳ್ಮೆ ಮತ್ತು ವಿವೇಕದಿಂದ ಮಗಧ ರಾಜ್ಯದ ಗಡಿಗಳನ್ನು ಮೊದಲು ಗೆದ್ದು ಆಮೇಲೆ ರಾಜಧಾನಿಯ ಮೇಲೆ ಬೀಳಬೇಕು. ಅದನ್ನು ಬಿಟ್ಟು ಅಲ್ಪ ಸೇನೆಯೊಂದಿಗೆ ಹೋಗಿ ಆ ಪಾಟಲೀಪುತ್ರದ ಮೇಲೆ ಬಿದ್ದರೆ, ನೀನು ಹೀಗೆ ಬಿಸಿರೊಟ್ಟಿಯ ಮಧ್ಯಕ್ಕೆ ಕೈಯಿಟ್ಟು ಸುಟ್ಟುಕೊಂಡಂತಾಯಿತು. ಬಿಸಿರೊಟ್ಟಿಯಾಗಲೀ, ಬಿಸಿಯಾದ ಯಾವುದೇ ಆಹಾರ ಪದಾರ್ಥವಾಗಲೀ ಅಂಚಿನಿಂದ ಸ್ವಲ್ಪ ಸ್ವಲ್ಪ ತಿನ್ನಬೇಕು."

ಅವಳ ಅನುಭವದ ಮಾತು ಬಹಳ ಅರ್ಥಪೂರ್ಣವಾಗಿದೆಯೆಂದು ಇಬ್ಬರೂ ತಮ್ಮಲ್ಲೇ ಅಂದುಕೊಂಡರು. "ಆ ಚಂದ್ರಗುಪ್ತನ ವಿಷಯ ನಿನಗೆ ಹೇಗೆ ಗೊತ್ತು ಅಜ್ಜಿ?" ಎಂದು ಚರಣ ಕುತೂಹಲದಿಂದ ಕೇಳಿದ.

"ಜನ ಆಡಿಕೊಳ್ಳುವುದನ್ನು ಕೇಳಿದ್ದೇನೆ. ಇಷ್ಟೇ ಅಲ್ಲ, ಅವನು ಪಿಪ್ಪಲಿವನದ ರಾಜವಂಶದವನಂತೆ, ಮಗಧದ ಸೇನೆಯಲ್ಲಿ ಕೆಲಸ ಮಾಡುತ್ತಿದ್ದನಂತೆ, ದಂಗೆಯೇಳಿಸಲು ಸಂಚು ಮಾಡಿ ಸಿಕ್ಕಿಬಿದ್ದನಂತೆ, ಸೆರೆಯಿಂದ ತಪ್ಪಿಸಿಕೊಂಡು ಪಾಟಲೀಪುತ್ರದ ಮೇಲೆ ದಾಳಿ ಮಾಡಲು ಹೋಗಿ ಸೋತು ತಲೆ ತಪ್ಪಿಸಿಕೊಂಡನಂತೆ."

"ಅಲ್ಲಿ ನಡೆದ ಘಟನೆ ಇಲ್ಲಿಯವರೆಗೂ ಹೇಗೆ ಪ್ರಚಾರವಾಯಿತೆಂದೇ ನನಗೆ ಆಶ್ಚರ್ಯವಾಗಿದೆ" ಎಂದ ಚಂದ್ರಗುಪ್ತ ಬೆರಗಿನಿಂದ.

"ಅದಕ್ಕೆ ಎರಡು ಕಾರಣಗಳಿವೆ" ಅಜ್ಜಿ ವಿಶ್ಲೇಷಿಸಿದಳು, "ತಮಗೆ ರುಚಿಸಿದ ವಿಷಯಗಳನ್ನು ಜನ ಬಣ್ಣ ಕಟ್ಟಿ ಪ್ರಚಾರ ಮಾಡುತ್ತಾರೆ. ಅಲ್ಲದೆ ಆ ಚಂದ್ರಗುಪ್ತ ಮಗಧದ ರಾಜನಾಗಲಿ ಎಂಬ ಆಸೆಯೂ ಸುದ್ದಿ ಹಬ್ಬಿಸಿರುವ ಜನರ ಮನಸ್ಸಿನಲ್ಲಿರುವಂತಿದೆ."

"ನಿಜವಾಗಲೂ ಆ ಚಂದ್ರಗುಪ್ತನಿಗೆ ಮಗಧದಂಥ ದೊಡ್ಡ ಸಾಮ್ರಾಜ್ಯದ ರಾಜನಾಗುವ ಅರ್ಹತೆಯಿದೆಯೆ?" ಚರಣ ಬೇಕೆಂದೇ ಕೇಳಿದ.

"ಅರ್ಹತೆಯಿರಲೇಬೇಕು" ಅಜ್ಜಿ ದೃಢವಾಗಿ ಹೇಳಿದಳು, "ಜೊತೆಗೆ ಚಣಕನೆಂಬ ಒಬ್ಬ ಮೇಧಾವಿಯಾದ ಬ್ರಾಹ್ಮಣ ಅವನ ಬೆಂಬಲಕ್ಕಿದ್ದನಂತೆ. ಅವನನ್ನು ನಂದರಾಜ ಮೋಸದಿಂದ ಕೊಲ್ಲಿಸಿದನಂತೆ. ಆ ಬ್ರಾಹ್ಮಣ ನಮ್ಮ ತಕ್ಷಶಿಲೆಯವನೇ ಅಂತೆ. ನೋಡು ಮಗು, ಈಗ ಎಲ್ಲೆಲ್ಲಿ ನೋಡಿದರೂ ಅತೃಪ್ತಿ, ಅರಾಜಕತೆ ತಾಂಡವವಾಡುತ್ತಿದೆ. ಮಗಧದಲ್ಲೂ ಅಷ್ಟೆ ಗಾಂಧಾರದಲ್ಲೂ ಅಷ್ಟೆ ಕಾಶಿ, ಕೋಸಲಗಳೂ ಅಷ್ಟೆ. ನಮ್ಮ ಆರ್ಯಾವರ್ತದ ಭಾಗ್ಯಚಕ್ರ ಬದಲಾಗುವ ಅದೃಷ್ಟವಿರಬೇಕಾದರೆ, ಅದು ಎಲ್ಲವನ್ನೂ ಒಂದಕ್ಕೊಂದು ಪೂರಕವಾಗಿ ಸೇರಿಸಿ ತನ್ನ ಗುರಿ ಸಾಧಿಸಿಕೊಳ್ಳುತ್ತದೆ."

"ಹಾಗಾದರೆ ಚಂದ್ರಗುಪ್ತ ಮಗಧದ ರಾಜನಾಗುತ್ತಾನೆನ್ನುತ್ತೀಯಾ?" ಚಂದ್ರಗುಪ್ತ ತಾನೇ ಕೇಳಿದ.

"ನನ್ನ ಮನಸ್ಸೇನೋ ಆಗುತ್ತಾನೆಂದು ಹೇಳುತ್ತಿದೆ. ಆದರೆ ಆ ಯವನರು ಆರ್ಯಾವರ್ತದೊಳಗೆ ನುಗ್ಗುವ ಸುದ್ದಿ ಕೇಳಿ ಬರುತ್ತಿದೆ. ಅವರ ಸೈನ್ಯ ತೀರ ಹತ್ತಿರಕ್ಕೆ ಬಂದುಬಿಟ್ಟಿದೆಯಂತೆ! ಅಯೋಗ್ಯ ರಾಜರನ್ನು ಹೊಂದಿರುವ ಈ ನತದೃಷ್ಟ ಗಾಂಧಾರದ ಗತಿ ಏನಾಗುವುದೋ, ಎಂದು ನನಗೆ ಭಯವಾಗುತ್ತಿದೆ."

ಹೊರಜಗತ್ತಿನ ಆಗು ಹೋಗುಗಳ ಬಗ್ಗೆ ಅಷ್ಟೊಂದು ಆಸಕ್ತಿಯಿಂದ ತಿಳಿದುಕೊಂಡು, ಅದನ್ನು ಅನುಭವಿಗಳಂತೆ ವಿಶ್ಲೇಷಣೆ ನಡೆಸಿದ ಅಜ್ಜಿಯ ಬಗ್ಗೆ ಚಂದ್ರಗುಪ್ತ ಮತ್ತು ಚರಣನಲ್ಲಿ ಮೆಚ್ಚುಗೆ ಮೂಡಿತು.

ಆಕೆ ಒತ್ತಾಯ ಮಾಡಿ ಚೆನ್ನಾಗಿ ರೊಟ್ಟಿ ತಿನ್ನಿಸಿದಳು. ತನ್ನ ಬಗ್ಗೆಯೂ ಹೇಳಿಕೊಂಡಳು. ಅವಳ ಮಗ ಒಂದು ಉದ್ಯೋಗ ಹಿಡಿದು ಹೆಂಡತಿ ಮಗನೊಂದಿಗೆ ತಕ್ಷಶಿಲೆಯಲ್ಲಿದ್ದ. ಹುಟ್ಟಿದೂರನ್ನು ಬಿಟ್ಟ ಹೋಗಲು ಇಷ್ಟವಾಗದೆ, ತನ್ನ ಅಲ್ಪ ಭೂಮಿಯಲ್ಲಿ ಕೃಷಿ ಕೆಲಸ ಮಾಡಿಕೊಂಡು, ಅವಳು ಒಬ್ಬಳೇ ಇದ್ದುಬಿಟ್ಟಿದ್ದಳು. ಕಡೆಯಲ್ಲಿ ಅವಳು ಹೇಳಿದಳು, "ನೀವು ನಾಳೆಯೇ ಹೋಗಬೇಕಾಗಿಲ್ಲ, ಕೆಲವು ದಿನ ಇದ್ದು ವಿಶ್ರಾಂತಿ ಪಡೆದು ಹೋಗಿ."

"ಸುಮ್ಮನೆ ನಿನಗೇಕೆ ತೊಂದರೆ? ಬೇಡ ಅಜ್ಜಿ" ಎಂದ ಚಂದ್ರಗುಪ್ತ.

"ನಿಮ್ಮನ್ನು ನೋಡಿದರೆ ನನಗೆ ನನ್ನ ಮಗ ನೆನಪಿಗೆ ಬರುತ್ತಾನೆ. ನಿಮಗೆ ಹೊಟ್ಟೆ ತುಂಬ ಊಟ ಮಾಡಿಸಿದರೆ ನನಗೆ ಸಂತೋಷವಾಗುತ್ತದೆ."

"ಇಲ್ಲ ಅಜ್ಜಿ" ಚರಣ ಹೇಳಿದ, "ನಾವು ಬೇಗ ತಕ್ಷಶಿಲೆಗೆ ಹೋಗಬೇಕು. ಬೆಳಿಗ್ಗೆ ಹೊರಟುಬಿಡುತ್ತೇವೆ."

"ಆಗಲಿ, ಬೆಳಿಗ್ಗೆ ಹೋಗುವ ಮೊದಲು ಹೊಟ್ಟೆ ತುಂಬ ರೊಟ್ಟಿ ತಿಂದು ಹೋಗಿ."

ಅವರು ಜಗಲಿಯಲ್ಲೇ ಮಲಗಿದರು. ತುಂಬಿದ ಹೊಟ್ಟೆ, ಪ್ರಯಾಣದ ಆಯಾಸಗಳಿಂದ ಮಲಗಿದ ಸ್ವಲ್ಪ ಹೊತ್ತಿಗೇ ಗಾಢ ನಿದ್ರೆಯಲ್ಲಿ ಮುಳುಗಿದರು.

ಬೆಳಿಗ್ಗೆ ಅವರಿಗೆ ಎಚ್ಚರವಾದಾಗ ಬೆಳಗಾಗಿ ಬಹಳ ಹೊತ್ತಾಗಿತ್ತು. ಅಷ್ಟು ಹೊತ್ತಿಗೆ ಅಜ್ಜಿ ಎದ್ದು ರೊಟ್ಟಿ ಮಾಡುವುದರಲ್ಲಿ ತೊಡಗಿದ್ದಳು. ಅವರು ನಿತ್ಯಕರ್ಮಗಳನ್ನು ಮುಗಿಸಿಕೊಂಡು ರೊಟ್ಟಿ ತಿಂದರು. ಅವಳು ಕಟ್ಟಿಕೊಟ್ಟ ಬುತ್ತಿಯನ್ನು ಕೈಯಲ್ಲಿ ಹಿಡಿದು "ಅಜ್ಜಿ ನಿನ್ನ ಅಕ್ಕರೆಯನ್ನೂ, ಔದಾರ್ಯವನ್ನೂ ನಾವು ಮರೆಯುವುದಿಲ್ಲ" ಎಂದು ಕಾಲು ಮುಟ್ಟಿ ನಮಸ್ಕರಿಸಿದರು. ಅವಳು ಮಮತೆಯಿಂದ ಅವರ ತಲೆ ನೇವರಿಸಿ "ದೇವರು ನಿಮಗೆ ಒಳ್ಳೆಯದು ಮಾಡಲಿ" ಎಂದು ಹೃತ್ಪೂರ್ವಕವಾಗಿ ಹಾರೈಸಿ ಬೀಳ್ಕೊಟ್ಟಳು.

ಆ ದಿನವೆಲ್ಲ ಅವರು ಅಜ್ಜಿಯ ಒಳ್ಳೆಯತನದ ಬಗ್ಗೆಯೇ ಮಾತಾಡಿಕೊಂಡರು. ಚಂದ್ರಗುಪ್ತ ರಾಜನಾಗುವನೆಂದು ಅವಳು ಹೇಳಿದ್ದು ಆ ದೇವರೇ ನುಡಿದ ಭವಿಷ್ಯ ವಾಣಿಯಂತೆ ಇಬ್ಬರ ಮನಸ್ಸಿನಲ್ಲೂ ಉಲ್ಲಾಸ ಮೂಡಿಸಿತ್ತು.

"ನಾವು ಅಲೆಗ್ಸಾಂಡರನ ಸೇನೆಯಲ್ಲಿ ಸೇರಿದ್ದು ವ್ಯರ್ಥ, ಸಮಯ ಹಾಳೆಂದು ಹೇಳುತ್ತಿದ್ದೆಯಲ್ಲ, ಈಗೇನು ಹೇಳುತ್ತಿ? ನಾವು ಅಲ್ಲಿಗೆ ಹೋಗದಿದ್ದರೆ ಇಂಥ ಅಜ್ಜಿಯ ಅಕ್ಕರೆಯ ತುತ್ತು ತಿನ್ನುವ ಸದವಕಾಶ ದೊರಕುತ್ತಿತ್ತೆ?" ಎಂದು ಚಂದ್ರಗುಪ್ತ ನಗುತ್ತ ಕೇಳಿದ.

"ಇದೊಂದು ದೊಡ್ಡ ಲಾಭವೇ ಎಂಬುದನ್ನು ನಾನು ಒಪ್ಪುತ್ತೇನೆ" ಎಂದ ಚರಣ.

ಕೆಲವು ಕ್ಷಣಬಿಟ್ಟು ಚಂದ್ರಗುಪ್ತ ಗಂಭೀರವಾಗಿ ಹೇಳಿದ, "ಇಂಥ ಹೃದಯ ಸಂಪನ್ನತೆ ಇನ್ನೂ ಇರುವುದರಿಂದಲೇ ನಮ್ಮ ಆರ್ಯಾವರ್ತ ಇನ್ನೂ ಪೂರ್ತಿ ಕೆಟ್ಟಿಲ್ಲ ಎಂಬ ಭಾವನೆ ಬರುತ್ತದೆ. ಆ ಸುಗಂಧಿ ಒಂದು ಕಡೆ, ಇಲ್ಲಿ ಈ ಅಜ್ಜಿ! ವರ್ಣಗಳ ತಾರತಮ್ಯವಿಲ್ಲದೆ ಅರಳುವ ಇಂಥ ಸಜ್ಜನಿಕೆ ನಮ್ಮ ಸಂಸ್ಕೃತಿಯ ಸಾರವೆನಿಸುತ್ತದೆ, ನಮ್ಮ ಧರ್ಮದ ಫಲವೆನ್ನಿಸುತ್ತದೆ. ಧರ್ಮನಿಷ್ಠೆ ವ್ಯಕ್ತಿತ್ವವನ್ನು ವಿಕಾಸಗೊಳಿಸುತ್ತದೆ ಮತ್ತು ಅಹಂಕಾರವಿಲ್ಲದ ಸಭ್ಯತೆಯನ್ನು ಕಲಿಸುತ್ತದೆ ಅಲ್ಲವೇ?"

"ಏನು ಈ ದಿನದ ವಿಶೇಷ! ತತ್ವಜ್ಞಾನಿಯಂತೆ ಮಾತಾಡುತ್ತಿರುವೆ?" ಎಂದು ಚರಣ ನಕ್ಕ.

"ಹೌದು ಚರಣ" ಚಂದ್ರಗುಪ್ತ ಹೇಳಿದ. "ಇದು ಗ್ರಂಥಗಳನ್ನು ಅಧ್ಯಯನ ಮಾಡಿ ಕಲಿಯುವ ತತ್ವಜ್ಞಾನವಲ್ಲ, ಜೀವನ ಕಲಿಸಿಕೊಡುವ ತತ್ವಜ್ಞಾನ."

"ನಿನ್ನ ಮಾತು ನಿಜ. ಆ ಅಜ್ಜಿ ಯಾವ ಗ್ರಂಥ ಓದಿದ್ದಾಳೆ? ಬಹುಶಃ ಅವಳಿಗೆ ಅಕ್ಷರ ಜ್ಞಾನವೂ ಇದೆಯೋ ಇಲ್ಲವೋ! ಆದರೆ ಅವಳು ಬಿಸಿರೊಟ್ಟಿಯ ಉದಾಹರಣೆಯಿಂದ ನಿನ್ನ ಅವಿವೇಕವನ್ನು ತಿಳಿಸಿದ ರೀತಿ ಅದ್ಭುತವಾಗಿತ್ತು."

"ರಾಜಕುಮಾರರು ವಿದ್ಯಾಭ್ಯಾಸ ಮುಗಿದ ನಂತರ ಸಾಮಾನ್ಯರಂತೆ ದೇಶಾಟನೆ ಮಾಡಲೇಬೇಕೆಂದು ಬಲ್ಲವರು ಹೇಳುತ್ತಾರೆ. ಅದರ ಉದ್ದೇಶ ಬಹುಶಃ ಇದೇ ಆಗಿರಬೇಕು."

ಒಂದೇ ದಿನದಲ್ಲಿ ಅಜ್ಜಿ ಕಟ್ಟಿಕೊಟ್ಟ ಬುತ್ತಿ ಮುಗಿಯಿತು. ಮರುದಿನ ಸಂಜೆಯ ವೇಳೆಗೆ ಹಸಿವಿನ ಬಾಧೆ ಆರಂಭವಾಯಿತು. ವಿಧಿಯಿಲ್ಲದೆ ಒಂದು ಕುದುರೆಯನ್ನು ಮಾರಿ ಆಹಾರದ ವ್ಯವಸ್ಥೆ ಮಾಡಿಕೊಂಡರು.

ಮತ್ತೆ ಮೂರು ದಿನದ ಕಥೆ ಕಳೆಯಿತು. ಆದರೆ ಒಂದೇ ಕುದುರೆಯ ಮೇಲೆ ಇಬ್ಬರ ಪ್ರಯಾಣ ನಿಧಾನವಾಯಿತು. ಅಲ್ಲಿಂದ ತಕ್ಷಶಿಲೆಯನ್ನು ತಲಪಲು ಇನ್ನು ನಾಲ್ಕು ದಿನಗಳಾದರೂ ಬೇಕಾಗಿತ್ತು.

ಆ ದಿನ ಮಧ್ಯಾಹ್ನ ಒಂದು ಹೊಳೆಯ ಬಳಿ ಮರದ ನೆರಳಿನಲ್ಲಿ ಅವರು ವಿಶ್ರಮಿಸಿಕೊಳ್ಳುತ್ತಿದ್ದರು. ಆಯಾಸದಿಂದ ಚಂದ್ರಗುಪ್ತ ಮೈಚಾಚಿ ಕಣ್ಣು ಮುಚ್ಚಿಕೊಂಡಿದ್ದ, ಚರಣ ಕುದುರೆಗೆ ನೀರು ಕುಡಿಸಲು ಹೊಳೆಗೆ ಹೋದ. ಅದು ನೀರು ಕುಡಿಯುತ್ತಿರುವಾಗ, ತಾನೂ ಕೈಕಾಲು ಮುಖ ತೊಳೆದುಕೊಂಡು ತಣ್ಣೀರನ್ನು ಕೊರಳ ಸುತ್ತ ಹಾಕಿಕೊಂಡು ಹಿತ ಅನುಭವಿಸುತ್ತಿದ್ದ. ಅಷ್ಟರಲ್ಲಿ "ಚರಣ" ಎಂಬ ಧ್ವನಿ ಕೇಳಿ ಬೆಚ್ಚಿ ತಿರುಗಿ ನೋಡಿದ. ಮುಖದ ತುಂಬ ಬೆಳೆದ ಕೂದಲಿನ, ಮಲಿನ ವಸ್ತ್ರಗಳ ಒಬ್ಬ ಬ್ರಾಹ್ಮಣ ನಿಂತಿದ್ದ. ಅವನು ಅಚ್ಚರಿಯಿಂದ ಅವನ ಮುಖವನ್ನೇ ದಿಟ್ಟಿಸಿ ನೋಡಿದ. ಗುರುತು ಹತ್ತಿ, ಮುಖ ಅರಳಿ, ದಡಕ್ಕನೆ ಎದ್ದು

"ಆಚಾರ್ಯ ಚಾಣಕ್ಯರು!" ಎಂದು ಹತ್ತಿರ ಬಂದು ಪಾದ ಮುಟ್ಟಿದ. "ಇದೇನು ಆಚಾರ್ಯ, ನೀವಿಲ್ಲಿ!" ಎಂದ ಅಚ್ಚರಿಯಿಂದ.

"ನಿಮ್ಮನ್ನು ನಿರೀಕ್ಷಿಸುತ್ತಲೇ ಎರಡು ದಿನದಿಂದ ನಾನು ಈ ಆಸುಪಾಸಿನಲ್ಲೇ ಸುತ್ತಾಡುತ್ತಿದ್ದೇನೆ. ನೀವು ಹಿಂದಿರುಗಿ ಬರುವ ಮಾರ್ಗ ಇದೇ ಎಂದು ನನಗೆ ಗೊತ್ತಿತ್ತು."

"ಬನ್ನಿ, ಚಂದ್ರಗುಪ್ತ ಅಲ್ಲೇ ಮರದ ನೆರಳಿನಲ್ಲಿ ವಿಶ್ರಮಿಸುತ್ತಿದ್ದಾನೆ."

"ಬೇಡ ಚರಣ" ಚಾಣಕ್ಯ ತಡೆದ, "ನಾವು ಗುರುಕುಲವನ್ನು ಮುಟ್ಟುವವರೆಗೆ ನನ್ನ ಪರಿಚಯವನ್ನು ಅವನಿಗೆ ಹೇಳಬೇಡ. ಒಬ್ಬ ಅಪರಿಚಿತನಂತೆಯೇ ನಿಮ್ಮೊಂದಿಗೆ ಬರುತ್ತೇನೆ."

"ಆಚಾರ್ಯ! ಕಾರಣ?"

ಚಾಣಕ್ಯ ಅವನಿಗೆ ಹೇಳಬೇಕಾದುದನ್ನು ಹೇಳಿದ. ಚರಣನೂ ಈವರೆಗೆ ನಡೆದ ವಿಷಯಗಳನ್ನೆಲ್ಲಾ ಸೂಕ್ಷ್ಮವಾಗಿ ತಿಳಿಸಿದ. ನಂತರ ಇಬ್ಬರೂ ಮರದ ಬಳಿಗೆ ಬಂದರು. ಆಗಲೇ ಚಂದ್ರಗುಪ್ತ ಸಣ್ಣಗೆ ಗೊರಕೆ ಹೊಡೆಯುತ್ತಿದ್ದ. ಚರಣ "ಚಂದ್ರಗುಪ್ತಾ!" ಎಂದ.

ಅವನು ಬೆಚ್ಚಿ ಎಚ್ಚರಗೊಂಡು ಎದ್ದು ಕುಳಿತ. ಚರಣನೊಂದಿಗಿದ್ದ ಅಪರಿಚಿತನನ್ನೇ ದಿಟ್ಟಿಸಿ ನೋಡಿದ. "ಯಾರು? ಯಾರವರು?" ಎಂದ.

"ನನಗೂ ಗೊತ್ತಿಲ್ಲ, ನಾನು ಬರುವ ವೇಳೆಗೆ ಇಲ್ಲಿ ನಿಂತು ಇವರು ನಿನ್ನನ್ನೇ ದಿಟ್ಟಿಸಿ ನೋಡುತ್ತಿದ್ದರು."

ಚಂದ್ರಗುಪ್ತ "ನೋಡಿದರೆ ಬ್ರಾಹ್ಮಣರಂತೆ ಕಾಣುತ್ತಿದ್ದೀರಿ. ನನ್ನ ನಮಸ್ಕಾರವನ್ನು ಸ್ವೀಕರಿಸಿ" ಎಂದು ಎದ್ದು ಬಂದು ನಮಸ್ಕರಿಸಿದ.

"ಚಂದ್ರಗುಪ್ತ, ಯಾರೋ ಅಪರಿಚಿತನಿಗೆ ರಾಜಕುಮಾರನಾದ ನೀನು ಹೀಗೆ ನಮಸ್ಕರಿಸುವುದು ನಿನ್ನ ಘನತೆಗೆ ತಕ್ಕುದಲ್ಲ" ಎಂದ ಚರಣ.

"ಗುರು ಹಿರಿಯರು, ಬ್ರಾಹ್ಮಣರು ಮತ್ತು ಆಚಾರ್ಯರಿಗೆ ನಮಸ್ಕರಿಸುವುದು ಯಾವಾಗಲೂ ಶ್ರೇಯಸ್ಕರ, ಚರಣ."

"ಅಂದರೆ, ನಿನಗೂ ಈ ಮೂಢನಂಬಿಕೆಯೆ?" ಚರಣ ವ್ಯಂಗ್ಯವಾಗಿ ಹೇಳಿದ, "ಇವನು ಕೇವಲ ವೇಷಧಾರಿ ಬ್ರಾಹ್ಮಣನಾಗಿದ್ದರೆ? ಅಥವಾ ಬ್ರಾಹ್ಮಣನಾಗಿದ್ದರೂ ಅಯೋಗ್ಯನಾಗಿದ್ದರೆ?"

"ಇವನು ಯಾರಾದರೂ ಆಗಿರಲಿ. ಇವನ ಕೆಟ್ಟತನ ಇವನಿಗೇ ಸೇರಿದ್ದು. ಬ್ರಾಹ್ಮಣನೆಂದು ನಮಸ್ಕರಿಸುವುದು ನನ್ನ ಸಭ್ಯತೆ. ಇವನ ಅರ್ಹತೆಯ ಬಗ್ಗೆ ಸಂದೇಹಪಟ್ಟು ನನ್ನ ಸಂಸ್ಕೃತಿಯನ್ನು ನಾನು ಬಿಡಲಾರೆ."

ಚರಣ ಅರ್ಥಪೂರ್ಣವಾಗಿ ಚಾಣಕ್ಯನ ಮುಖ ನೋಡಿದ. ನಂತರ ಚಂದ್ರಗುಪ್ತ "ತಾವು ಯಾರು ಸ್ವಾಮಿ? ತಮ್ಮ ಹೆಸರೇನು? ನನ್ನಿಂದೇನಾಗಬೇಕು?" ಎಂದು ವಿನಯದಿಂದ ಕೇಳಿದ.

"ನನ್ನ ಹೆಸರು, ಕುಲಗೋತ್ರಗಳನ್ನು ಕಟ್ಟಿಕೊಂಡು ನಿನಗೇನಾಗಬೇಕು? ನಾನೊಬ್ಬ ದರಿದ್ರ ಬ್ರಾಹ್ಮಣ. ತಕ್ಷಶಿಲೆಗೆ ಹೋಗಬೇಕು. ಹೊಟ್ಟೆಗೆ ಆಹಾರವಿಲ್ಲ, ಕಾಲಲ್ಲಿ ತ್ರಾಣವಿಲ್ಲ, ವೆಚ್ಚಕ್ಕೆ ಧನವಿಲ್ಲ, ನನ್ನನ್ನು ನಿಮ್ಮೊಡನೆ ಕರೆದುಕೊಂಡು ಹೋಗುವ ಸೌಜನ್ಯವಿದೆಯೇ?"

“ಖಂಡಿತ ಇದೆ ಸ್ವಾಮಿ. ನಾನು ಕ್ಷತ್ರಿಯ, ಆಶ್ರಿತರ ರಕ್ಷಣೆಗೆ ಬೇಕಾದರೆ ನನ್ನ ಜೀವವನ್ನೇ ಕೊಡಬಲ್ಲೆ.”

“ಹಾಗಾದರೆ ಸರಿ. ನಾನು ನಿಮ್ಮೊಂದಿಗೆ ಬರುತ್ತೇನೆ. ಈತ ಯಾರು?”

“ಈತ ಚರಣ. ನನ್ನ ಪ್ರಾಣ ಮಿತ್ರ. ಅಷ್ಟೇ ಅಲ್ಲ, ಎರಡು ಸಲ ನನ್ನ ಪ್ರಾಣ ರಕ್ಷಿಸಿದ ಆಪದ್ಬಾಂಧವ. ನಾನು ಚಂದ್ರಗುಪ್ತ ಮೌರ್ಯ. ಪಿಪ್ಪಲಿವನದ ರಾಜಕುಮಾರ. ಮಗಧದ ಸಿಂಹಾಸನವೇರಲು ಪ್ರಯತ್ನಿಸುತ್ತಿರುವ ಮಹತ್ವಾಕಾಂಕ್ಷಿ.”

“ತಕ್ಷಶಿಲೆಯಲ್ಲಿ ನಿಮಗೇನು ಕೆಲಸ?” ಚಾಣಕ್ಯ ಕೇಳಿದ.

“ಅಲ್ಲಿ ನನ್ನ ಗುರುಗಳಾಗಿದ್ದ ಚಣಕರ ಮಗ ಆಚಾರ್ಯ ಚಾಣಕ್ಯರನ್ನು ಕಾಣಬೇಕು. ಅವರ ಸಲಹೆ, ಸಹಕಾರಗಳಿಂದ ನನ್ನ ಆಸೆ ಪೂರೈಸಬೇಕು.”

“ಅವನ ಬಗ್ಗೆ ನಾನೂ ಕೇಳಿದ್ದೇನೆ. ಅವನು ಮಹಾ ಜಗಳಗಂಟನೆಂದು ಹೇಳುತ್ತಾರೆ.”

ಚಂದ್ರಗುಪ್ತ ಹೇಳಿದ, “ಕ್ಷಮಿಸಿ ಸ್ವಾಮಿ, ಅವರನ್ನು ನಾನು ನೋಡಿಲ್ಲ ನಿಜ. ಆದರೆ ಅವರು ನನಗೆ ಗುರುಸಮಾನರು, ಪೂಜ್ಯರು. ಅವರ ಬಗ್ಗೆ ಬೇರೆಯವರು ಹಗುರವಾಗಿ ಮಾತಾಡಿದರೆ ನಾನು ಸಹಿಸಲಾರೆ.”

“ಸರಿ, ನನಗೇಕೆ ಇನ್ನೊಬ್ಬರ ವಿಷಯ. ಹೊರಡೋಣವೆ? ನಡೆಯಲು ನನ್ನಿಂದಾಗುವುದಿಲ್ಲ.”

“ಒಂದೇ ಒಂದು ಕುದುರೆಯಿದೆ. ಅದರ ಮೇಲೆ ನೀವು ಕೂಡಿ. ನಾವು ನಡೆದು ಬರುತ್ತೇವೆ.”

ಚಾಣಕ್ಯನನ್ನು ಕುದುರೆಯ ಮೇಲೆ ಕೂಡಿಸಿ, ಇಬ್ಬರೂ ಅವನ ಜೊತೆ ನಡೆದುಕೊಂಡೇ ಮುಂದೆ ಹೊರಟರು.

೭

ಅಂದು ಸಂಜೆ ಚಂದ್ರಗುಪ್ತ, ಚರಣ ಮತ್ತು ಚಾಣಕ್ಯ ಒಂದು ಗ್ರಾಮದ ಬಳಿ ತಂಗಿದರು. ಮೂವರೂ ಹಸಿವು, ಆಯಾಸಗಳಿಂದ ಬಳಲಿದ್ದರು. ಅಲ್ಲಿ ಅಜ್ಜಿ ಅನ್ನ ಆಶ್ರಯ ನೀಡಿದಂತೆ, ಇಲ್ಲಿ ಯಾರಾದರೂ ಸಿಕ್ಕುವರೇನೋ ಎಂದು ಚಂದ್ರಗುಪ್ತ, ಚರಣ ಮಾತಾಡಿಕೊಂಡರು. ಅದು ಚಾಣಕ್ಯನಿಗೆ ಕೇಳಿಸಿತು. “ಇನ್ನೊಬ್ಬರ ಕೃಪೆಯನ್ನು ಕಾಯುವ ನೀನೆಂಥ ಕ್ಷತ್ರಿಯ? ಹಾಗೆ ಭಿಕ್ಷೆ ಬೇಡುವಂತಿದ್ದರೆ ನಾನೇ ಬೇಡುತ್ತಿದ್ದೆ. ಬ್ರಾಹ್ಮಣ ಭಿಕ್ಷೆ ಬೇಡಿದರೆ ಯಾರೂ ಆಕ್ಷೇಪಿಸುವುದಿಲ್ಲ. ಈಗಲೂ ನಿಮ್ಮ ಕೈಯಲ್ಲಿ ಆಗಲಿಲ್ಲವೆಂದರೆ ಹೇಳಿ. ನಾನೇ ನಾಲ್ಕು ಮನೆಯಲ್ಲಿ ಭಿಕ್ಷೆ ಬೇಡಿ ನಿಮಗೂ ಊಟ ಹಾಕುತ್ತೇನೆ” ಎಂದು ಅವನು ಮುಖ ಗಂಟಿಕ್ಕಿಕೊಂಡು ಹೇಳಿದ.

“ಬೇಡ ಬೇಡ” ಚಂದ್ರಗುಪ್ತ ತಕ್ಷಣ ಹೇಳಿದ, “ನಾವೇ ಏನಾದರೂ ದಾರಿ ಹುಡುಕುತ್ತೇವೆ.”

ಚಂದ್ರಗುಪ್ತ ಚರಣನೊಂದಿಗೆ ಮಾತಾಡಿದ. ಅವರು ತಮ್ಮ ಇನ್ನೊಂದು ಕುದುರೆಯನ್ನು ಮಾರಿಬಿಡಲು ನಿರ್ಧರಿಸಿದರು. ಚರಣ ಕುದುರೆಯೊಂದಿಗೆ ಹೋದ. ಅವನು ಹೋಗುವಾಗ ತುಪ್ಪ ಹಾಲು ಇತ್ಯಾದಿ ಹೆಚ್ಚು ವೆಚ್ಚವಾಗುವ ಪದಾರ್ಥಗಳನ್ನು ತರಬೇಕೆಂದು ಚಾಣಕ್ಯ ಹೇಳಿಕಳಿಸಿದ.

ಅವನು ಅತ್ತ ಹೋದಂತೆ ಚಾಣಕ್ಯ ನೋಯುತ್ತಿರುವ ತನ್ನ ಕಾಲುಗಳನ್ನು ಒತ್ತಿಕೊಳ್ಳುತ್ತ

"ಚಂದ್ರಗುಪ್ತ, ನಿನಗೆ ನೀನು ಕ್ಷತ್ರಿಯನೆಂಬ ಅಭಿಮಾನವಿರಬೇಕಲ್ಲವೆ ?" ಎಂದ.

"ಹೌದು, ಅಭಿಮಾನವಿದೆ, ಆದರೆ ದುರಭಿಮಾನವಿಲ್ಲ"

"ಬ್ರಾಹ್ಮಣನಾಗಲೀ, ಕ್ಷತ್ರಿಯನಾಗಲೀ ತನ್ನ ವರ್ಣದ ಬಗ್ಗೆ ಮಾತ್ರ ಅಭಿಮಾನಪಟ್ಟರೆ ಸಾಕೆ? ಅದಕ್ಕೆ ಅರ್ಹತೆಯಿರಬೇಡವೆ ?"

"ಖಂಡಿತ ಇರಬೇಕು. ನೀಚನಾಗಿ ನಡೆದುಕೊಳ್ಳುವ ಬ್ರಾಹ್ಮಣ ತನ್ನ ವರ್ಣದ ಬಗ್ಗೆ ಅಭಿಮಾನ ಪಟ್ಟರೆ ಅದಕ್ಕೆ ಅರ್ಥವಿಲ್ಲ"

"ಅದನ್ನು ನಾನು ಒಪ್ಪುತ್ತೇನೆ. ಆದರೆ ಕ್ಷತ್ರಿಯನೆಂದುಕೊಳ್ಳುವ ನಿನಗಿರುವ ಅರ್ಹತೆಯೇನು ?"

"ಪ್ರಮುಖವಾಗಿ ನನ್ನಲ್ಲಿ ಕ್ಷತ್ರಿಯನಿಗಿರಬೇಕಾದ ಕ್ಷಾತ್ರವಿದೆ, ನಿರ್ಭಯತೆಯಿದೆ, ಅಹಂಕಾರವಿಲ್ಲದ ಸಜ್ಜನಿಕೆಯಿದೆ. ಸಕಾರಣವಾದ ಸ್ವಾಭಿಮಾನವಿದೆ. ಗುಣವಂತರನ್ನು ಗುರುತಿಸುವ ಜಾಣತನವಿದೆ, ಉಪಕಾರಿಗಳನ್ನು ಕಡೆಗಣಿಸದ ಕೃತಜ್ಞತೆಯಿದೆ. ಎಲ್ಲಕ್ಕಿಂತ ಮಿಗಿಲಾಗಿ ಎಲ್ಲ ಪ್ರಜೆಗಳು ಸುಖ ನೆಮ್ಮದಿಗಳಿಂದ ಬಾಳುವಂತೆ ಆಡಳಿತ ನಡೆಸಬೇಕೆಂಬ ಕನಸಿದೆ."

"ಜೊತೆಗೆ ಸ್ವಲ್ಪ ಆತುರದ ಸ್ವಭಾವವೂ ಇದೆ" ಎಂದು ಚಾಣಕ್ಯ ನಕ್ಕ.

"ನನ್ನ ಆತುರದ ಸ್ವಭಾವ ನಿಮಗೆ ಹೇಗೆ ಗೊತ್ತಾಯಿತು ?" ಚಂದ್ರಗುಪ್ತ ಸ್ವಲ್ಪ ಅಚ್ಚರಿಯಿಂದ ಕೇಳಿದ.

"ನೀನು ನಾಲ್ಕೈದು ಜನರೊಂದಿಗ ಪಾಟಲೀಪುತ್ರಕ್ಕೆ ಮುತ್ತಿಗೆ ಹಾಕಿದ ವಿಷಯ ಇಡೀ ಆರ್ಯಾವರ್ತದಲ್ಲಿ ಜನಜನಿತವಾಗಿದೆ."

"ನನ್ನ ಉದ್ದೇಶವೂ ಅದೇ ಆಗಿತ್ತು" ಚಂದ್ರಗುಪ್ತ ಹೇಳಿದ, "ಅದು ದುಸ್ಸಾಹಸ, ನಿಜ. ಆದರೆ ಚಂದ್ರಗುಪ್ತ ಮಗಧ ಸಿಂಹಾಸನಕ್ಕೆ ಪ್ರತಿಸ್ಪರ್ಧಿ ಎಂಬುದು ಮಗಧದ ತುಂಬ ಪ್ರಚಾರವಾಗಬೇಕೆಂಬುದೇ ನನ್ನ ಉದ್ದೇಶವಾಗಿತ್ತು. ಅದರಿಂದ ನನ್ನ ಅಂತಸ್ತು ಏರುತ್ತದೆ ಮತ್ತು ಬಹುಜನರ ಸಹಾನುಭೂತಿ ನನಗೆ ಸಿಗುವುದೆಂದು ನಾನು ಲೆಕ್ಕ ಹಾಕಿದೆ."

"ನಿನ್ನ ಲೆಕ್ಕಾಚಾರ ಸರಿ. ಆದರೆ ಪ್ರಾಣಾಪಾಯವಾಗಿದ್ದರೆ ಏನು ಸಾಧಿಸಿದಂತಾಗುತ್ತಿತ್ತು ?"

"ಸಾವಿಗೆ ಹೆದರಿ ಸಾಹಸವನ್ನೇ ಮಾಡದಿರಲು ಆಗುತ್ತದೆಯೆ? ನನಗೆ ಸಾವಿನ ಭಯವಿಲ್ಲ ಸ್ವಾಮಿ. ಸಾಯುವ ಮೊದಲು ಕಿಂಚಿತ್ತಾದರೂ ಒಳ್ಳೆಯದು ಮಾಡಿದ್ದೇನೆಯೆ ಎಂಬುದು ಮುಖ್ಯ."

ಅವನ ಉತ್ತರಗಳನ್ನು ಕೇಳಿ ಚಾಣಕ್ಯನಿಗೆ ಸಮಾಧಾನವಾಯಿತು. ಸ್ವಲ್ಪ ಹೊತ್ತು ಬಿಟ್ಟು ಚಾಣಕ್ಯ ಹೇಳಿದ, "ಚಂದ್ರಗುಪ್ತ, ನನ್ನ ಕಾಲುಗಳು ವಿಪರೀತ ನೋಯುತ್ತಿವೆ, ನಿನ್ನ ಅಭಿಮಾನಕ್ಕೆ ಭಂಗ ಬಾರದಿದ್ದರೆ ಸ್ವಲ್ಪ ಒತ್ತುತ್ತೀಯಾ? ಆ ಚರಣ ಬರಲು ಇನ್ನೂ ಎಷ್ಟು ಹೊತ್ತಾಗುತ್ತದೋ ಏನೋ ?"

"ಅದಕ್ಕೇನು, ನನಗಿಂತ ಹಿರಿಯರು ನೀವು, ಜೊತೆಗೆ ಬ್ರಾಹ್ಮಣರು. ನಿಮ್ಮ ಸೇವೆ ಮಾಡುವುದು ನನಗೆ ಸಂತೋಷವೇ" ಎಂದು ಚಂದ್ರಗುಪ್ತ ಅವನ ಕಾಲುಗಳನ್ನು ಒತ್ತತೊಡಗಿದ. ಮೆಲ್ಲಗೆ ನಗುತ್ತ "ವೇಷ ಮರೆಸಿಕೊಂಡು ಹೋಗಿ, ಆ ಅಲೆಗ್ಸಾಂಡರನ ಲಾಯ ಶುಚಿ ಮಾಡುವುದಕ್ಕಿಂತ ಇದು ಕೀಳಲ್ಲ" ಎಂದ.

“ಅಂದರೆ, ನಿನಗೆ ಪ್ರಯೋಜನವಾಗುವಂತಿದ್ದರೆ ಮಾತ್ರ ಏನೂ ಬೇಕಾದರೂ ಮಾಡುತ್ತಿ ಎಂದಾಯಿತು ?” ಚಾಣಕ್ಯ ಬೇಕೆಂದೇ ಕುಟುಕಿದ.

“ನನ್ನ ಪ್ರಯೋಜನವಲ್ಲ ಸ್ವಾಮಿ” ಚಂದ್ರಗುಪ್ತ ಹೇಳಿದ, “ನನ್ನ ಉದ್ದೇಶಕ್ಕೆ ಉಪಯುಕ್ತವಾದರೆ ಎಂದು ಹೇಳಿ. ಆದರೆ ನಿಮ್ಮ ಸೇವೆಯಲ್ಲಿ ನನಗೆ ಕಿಂಚಿತ್ತೂ ಸ್ವಾರ್ಥದ ಉದ್ದೇಶವೂ ಇಲ್ಲ. ಇದು ನನ್ನ ಕರ್ತವ್ಯ.” ಅಷ್ಟರಲ್ಲಿ ಚರಣ ಬಂದ. ಕುದುರೆ ಮಾರಿ ಬಂದ ಧನವನ್ನೆಲ್ಲ ವೆಚ್ಚಮಾಡಿ ಆಹಾರ ಪದಾರ್ಥಗಳನ್ನು ತಂದಿದ್ದ. ಪುಣ್ಯಕ್ಕೆ ಬೇಯಿಸುವ ಮತ್ತು ಊಟ ಮಾಡುವ ಮೂರ್ನಾಲ್ಕು ಪಾತ್ರೆಗಳು ಅವರ ಬಳಿ ಇದ್ದವು. ಚರಣ ಬೇಗ ಬೇಗ ಅಡಿಗೆ ಮಾಡಿದ. ಚಂದ್ರಗುಪ್ತನಿಂದ ಚಾಣಕ್ಯ ಕಾಲೊತ್ತಿಸಿಕೊಳ್ಳುತ್ತಿರುವುದನ್ನು ನೋಡಿ ಅವನು ಒಳಗೇ ನಕ್ಕ.

ಚೆನ್ನಾಗಿ ಹಸಿದಿದ್ದುದರಿಂದ ಮೂವರೂ ಸಂತೃಪ್ತಿಯಿಂದ ಊಟ ಮಾಡಿ ಮಲಗಿದರು. ಸ್ವಲ್ಪ ಹೊತ್ತಿಗೇ ಚಾಣಕ್ಯ ನಿದ್ದೆ ಹೋದ. “ಚರಣ” ಚಂದ್ರಗುಪ್ತ ಪಿಸುಮಾತಿನಲ್ಲಿ ಹೇಳಿದ, “ಇವನು ಒಬ್ಬ ನಿಗೂಢ ವ್ಯಕ್ತಿಯಂತೆ ಕಾಣುತ್ತಿದ್ದಾನೆ. ನನ್ನನ್ನು ಪರೀಕ್ಷಿಸಲು ಬಂದಿರುವ ಯಾರೋ ಮಹಾಜ್ಞಾನಿಯಿರುವಂತೆ ಅನ್ನಿಸುತ್ತಿದೆ.”

“ನಿನಗೆಲ್ಲೋ ಭ್ರಮೆ” ಚರಣ ಹೇಳಿದ, “ಯಾವನೋ ವೇಷಧಾರಿಯೇ ಇರಬೇಕೆಂದು ನನ್ನ ಭಾವನೆ. ಯಾರೋ ಏನೋ, ಗುರುತಿಲ್ಲ ಪರಿಚಯವಿಲ್ಲ, ಅವನನ್ನು ಕಟ್ಟಿಕೊಂಡು ನಾವು ನಮ್ಮ ಕುದುರೆಯನ್ನೇ ಮಾರಬೇಕಾಯಿತು. ನಾವೇ ಆಗಿದ್ದರೆ ಇಷ್ಟು ಹೊತ್ತಿಗೆ ತಕ್ಷಶಿಲೆಯನ್ನು ಮುಟ್ಟಬಹುದಾಗಿತ್ತು. ನೀನು ಮುಂದೆ ರಾಜನಾಗಬೇಕಾದವನು, ಅವನ ಕಾಲೊತ್ತಿ ಸೇವೆ ಮಾಡುವುದು ನನಗೇನೋ ಸರಿಕಾಣಲಿಲ್ಲ.”

“ಹಾಗೆ ಹೇಳಬೇಡ ಚರಣ” ಚಂದ್ರಗುಪ್ತ ಹೇಳಿದ, “ಹಸಿದವರ ಜೊತೆ ಹಂಚಿ ತಿನ್ನುವುದು ಮನುಷ್ಯಧರ್ಮ. ಪ್ರಜೆಗಳು ಎಷ್ಟು ಸಂಕಟಪಟ್ಟರೂ ಚಿಂತೆಯಿಲ್ಲ, ತಾನು ಮಾತ್ರ ಸಂಪತ್ತನ್ನೆಲ್ಲ ದೋಚಿ ಸುಖವಾಗಿರಬೇಕೆಂಬ ಧನನಂದನಂಥ ಸ್ವಾರ್ಥಿ ನಾನಾಗಲಾರೆ.”

“ಅವನು ರಾಜ, ಸುಖ ವೈಭೋಗಗಳು ತನ್ನ ಅಧಿಕಾರವೆಂದು ಹೇಳುತ್ತಾನೆ.”

“ಪ್ರಜೆಗಳಿಲ್ಲದೆ ರಾಜನಿಲ್ಲ, ಪ್ರಜೆಗಳಿಗೆ ಬೇಡವಾದರೆ ಅಂಥವನನ್ನು ಅವರು ಕಿತ್ತೆಸೆಯ ಬಲ್ಲರು. ಪ್ರಜೆಗಳ ಸುಖ ಮತ್ತು ನೆಮ್ಮದಿಗೆ ದುಡಿಯುವಂಥ ರಾಜನಿಗೆ ಮಾತ್ರ ಸುಖ ಪಡೆಯುವ ಅಧಿಕಾರವಿದೆ.”

“ಅಂದರೆ, ನೀನು ರಾಜನಾದರೆ ಇಡೀ ವ್ಯವಸ್ಥೆಯನ್ನೇ ಬದಲಾಯಿಸುವೆಯಲ್ಲವೆ ?”

“ಖಂಡಿತ. ಪ್ರಾಮಾಣಿಕವಾದ ಪ್ರಯತ್ನವನ್ನಂತೂ ಮಾಡುತ್ತೇನೆ.”

“ನಿನ್ನೊಬ್ಬನ ಉದ್ದೇಶವಿದ್ದರೆ ಸಾಲದು. ನಿನ್ನ ಸುತ್ತ ಮುತ್ತಲಿರುವ ಅಮಾತ್ಯರು, ಅಧಿಕಾರಿಗಳು ಎಲ್ಲ ಒಂದೇ ಮನಸ್ಸಿನಿಂದ ತೊಡಗಿಸಿಕೊಂಡಾಗ ಮಾತ್ರ ನಿನ್ನ ಉದ್ದೇಶ ಸಾರ್ಥಕವಾಗುತ್ತದೆ.”

“ಅದು ನನಗೆ ಗೊತ್ತಿದೆ ಚರಣ. ನಿನ್ನಂಥ ಮಿತ್ರರಿದ್ದಾರೆ, ಚಾಣಕ್ಯರಂಥ ಆಚಾರ್ಯರಿದ್ದಾರೆ. ಇನ್ನು ಮುಂದೆ ನಾನಂತೂ ಚಾಣಕ್ಯರ ಸಲಹೆಯಿಲ್ಲದೆ ಏನೂ ಮಾಡಬಾರದೆಂದು ನಿರ್ಧರಿಸಿದ್ದೇನೆ.”

“ಅಂದರೆ, ಇಷ್ಟು ದಿನ ನೀನು ನನ್ನ ಬುದ್ಧಿವಂತಿಕೆಯನ್ನು ಹೊಗಳುತ್ತಿದ್ದುದೆಲ್ಲಾ ಬರೀ ಬಡಿವಾರವೇ ?”

"ಖಂಡಿತ ಇಲ್ಲ, ಚರಣ, ನಿನ್ನ ಬಗ್ಗೆ ನನ್ನಲ್ಲಿರುವ ಪ್ರೀತಿ, ಅಭಿಮಾನಗಳ ಆಗಾಧತೆಯನ್ನು ನಾನು ಮಾತಿನಲ್ಲಿ ವರ್ಣಿಸಲಾರೆ. ಆದರೆ ನೀನು ಎಷ್ಟೇ ಬುದ್ಧಿವಂತಿಕೆಯನ್ನು ಬಳಸಿದ್ದರೂ, ಅದು ನಿನ್ನ ಸ್ನೇಹಿತನ ಮೇಲಿನ ಪ್ರೀತಿಯ ಕಾರಣದಿಂದ ಎಂಬ ಅರ್ಥ ಬಂದು ಬಿಡುತ್ತದೆ. ಆದರೆ ಆಚಾರ್ಯ ಚಾಣಕ್ಯರು ಅಂಥ ವೈಯಕ್ತಿಕ ಸಂಬಂಧದ ಕಾರಣವಿಲ್ಲದೆ ಇಡೀ ಮಗಧದ ಅಥವಾ ಆರ್ಯಾವರ್ತದ ಹಿತದೃಷ್ಟಿಯಿಂದ ಸಲಹೆ ನೀಡುತ್ತಾರಲ್ಲವೇ ?"

"ಹೌದು, ನಿನ್ನ ಮಾತು ನಿಜ" ಎಂದು ಚರಣ ಒಪ್ಪಿಕೊಂಡ.

ವಾಸ್ತವವಾಗಿ ನಿದ್ದೆ ಮಾಡುವಂತೆ ನಟಿಸುತ್ತಿದ್ದ ಚಾಣಕ್ಯ ಅವರ ಮಾತುಗಳನ್ನು ಸ್ಪಷ್ಟವಾಗಿ ಕೇಳಿಸಿಕೊಂಡ. ಅವನಿಗೆ ನಿಜವಾಗಲೂ ಸಂತೋಷವಾಯಿತು. 'ಧರ್ಮ, ನೀತಿಗಳನ್ನು ಮೀರದ ಪ್ರಭುಶಕ್ತಿಯಾಗಿ ರೂಪುಗೊಳ್ಳುವ ಸಾಮರ್ಥ್ಯ ಈ ಚಂದ್ರಗುಪ್ತನಲ್ಲಿದೆ. ಜೊತೆಗೆ ಅವನೇ ಹೇಳುವಂತೆ ಅಹಂಕಾರವಿಲ್ಲದ ಸಜ್ಜನಿಕೆಯಿದೆ. ಸರ್ವರ ಸುಖಕ್ಕಾಗಿ ಶ್ರಮಿಸುವ ಸಾಮಾಜಿಕ ಹೊಣೆಗಾರಿಕೆಯೂ ಇದೆ. ನನ್ನ ಉದ್ದೇಶಕ್ಕೆ ಇವನು ಒದಗಿ ಬರುತ್ತಾನೆ. ಶುದ್ಧವಾದ ಚಿನ್ನದ ಗಟ್ಟಿ ಇದು. ಇದನ್ನು ಅಲ್ಪಸ್ವಲ್ಪ ತಿದ್ದಿ ತೀಡಿ ಸುಂದರ ವಿಗ್ರಹವಾಗಿ ರೂಪಿಸಬಹುದು, ಆರ್ಯಾವರ್ತದ ಅದೃಷ್ಟರೇಖೆಯನ್ನು ಬರೆಯಹುದು' ಎಂದುಕೊಂಡ.

ಮರುದಿನ ಮತ್ತೆ ಪ್ರಯಾಣ ಮುಂದುವರಿಸಿದರು. ಸ್ವಲ್ಪ ದೂರ ಜೊತೆಯಲ್ಲೇ ನಡೆದು ಬಂದ ಚಾಣಕ್ಯ ಮತ್ತೆ ಕಾಲುನೋವಿನ ನಾಟಕವಾಡಿದ. "ಈಗ ಕುದುರೆಯೂ ಇಲ್ಲ, ಏನು ಮಾಡುವುದು ?" ಎಂದು ಚರಣ ಪೇಚಾಡುತ್ತಿರುವಾಗ, ಚಂದ್ರಗುಪ್ತ "ಚಿಂತಿಸಬೇಡಿ ಸ್ವಾಮಿ, ನಾನು ನಿಮ್ಮನ್ನು ಹೊತ್ತುಕೊಳ್ಳುತ್ತೇನೆ" ಎಂದು ಮುಂದೆ ಬಂದ. ಯಾವ ಹಿಂಜರಿಕೆಯೂ ಇಲ್ಲದೆ ಚಾಣಕ್ಯ ಅವನ ಬೆನ್ನ ಮೇಲೆ ಜೋತುಬಿದ್ದ. ಚಂದ್ರಗುಪ್ತ ಮುಂದೆ ಸಾಗಿದ. ಪ್ರಯಾಣ ಇನ್ನೂ ನಿಧಾನವಾಯಿತು.

ಹೇಗೋ ಆ ದಿನವೂ ಕಳೆಯಿತು, ಮರುದಿನವೂ ಕಳೆಯಿತು. ಆಹಾರ ಸಾಮಗ್ರಿಗಳು ಮುಗಿದುಹೋದವು. ರಾತ್ರಿ ಇದ್ದ ಸ್ವಲ್ಪವನ್ನು ಚರಣ ಮತ್ತು ಚಂದ್ರಗುಪ್ತ ಇಬ್ಬರೂ ಸೇರಿ ಬೇಯಿಸಿದರು. ಚಾಣಕ್ಯ ಸ್ವಲ್ಪ ದೂರದಲ್ಲಿ ಕಾಲುಚಾಚಿ ಕುಳಿತು ವಿಶ್ರಮಿಸಿಕೊಳ್ಳುತ್ತಿದ್ದ.

"ಇದು ಒಬ್ಬರಿಗೆ ಮಾತ್ರ ಸಾಕಾಗುವಷ್ಟಿದೆಯಲ್ಲ ಚರಣ ?" ಎಂದ ಚಂದ್ರಗುಪ್ತ.

"ಏನು ಮಾಡುವುದು, ಇರುವುದನ್ನೇ ಮೂವರೂ ಹಂಚಿಕೊಂಡು ತಿಂದರಾಯಿತು."

"ಬೇಡ ಬೇಡ. ಮೊದಲೇ ಬ್ರಾಹ್ಮಣ, ಹಸಿವನ್ನು ತಡೆಯಲಾರ. ಮೊದಲು ಅವರಿಗೇ ಬಡಿಸಿಬಿಡು."

"ಇದೇನು ಹುಚ್ಚು ಚಂದ್ರಗುಪ್ತ, ಬಂಧುವಲ್ಲ, ಬಳಗವಲ್ಲ, ಎಲ್ಲಿಂದಲೋ ಅಂಟಿಕೊಂಡ ಅವನಿಗೆ ನಾವು ಉಪವಾಸವಿದ್ದು ಉಪಚಾರ ಮಾಡಬೇಕೆ ?"

"ನಿನ್ನ ಭಾವನೆ ತಪ್ಪು ಚರಣ. ಈ ನಾಲ್ಕೈದು ದಿನಗಳಲ್ಲಿ ಅವರು ನಮ್ಮವರೇ ಆಗಿಬಿಟ್ಟಿದ್ದಾರೆ. ನಮ್ಮ ಜೊತೆ ಊಟಮಾಡಿದ್ದಾರೆ, ನಿದ್ರೆ ಮಾಡಿದ್ದಾರೆ, ನಡೆದು ಬಂದಿದ್ದಾರೆ. ಅವರು ಈಗ ನಮ್ಮ ಬಂಧುವೇ. ನನ್ನ ತಂದೆಯಾಗಿದ್ದರೆ ಅವರ ಸೇವೆ ಮಾಡುವುದು, ಅವರ ಹಸಿವನ್ನು ತೀರಿಸುವುದು ನನ್ನ ಕರ್ತವ್ಯವಾಗಿತ್ತಲ್ಲವೆ ? ಇವರನ್ನೂ ನನ್ನ ತಂದೆಯೆಂದೇ ಭಾವಿಸುತ್ತೇನೆ."

"ಹುಚ್ಚು" ಚರಣ ನಕ್ಕ "ಇವನು ನಿನಗಿಂತ ಒಂದು ಹತ್ತು ವರ್ಷ ದೊಡ್ಡವನಿರ ಬಹುದು, ನಿನಗೆ ತಂದೆಯಾಗುತ್ತಾನೆಯೇ ?"

"ವಯಸ್ಸು ಮುಖ್ಯವಲ್ಲ ಚರಣ. ಆತನನ್ನು ನೋಡಿದರೆ ನನ್ನಲ್ಲಿ ಏನೋ ಒಂದು ರೀತಿಯ ಗೌರವ ಭಾವನೆ ಮೂಡುತ್ತದೆ. ಅವರು ದೊಡ್ಡಜ್ಞಾನಿಯಿರಬಹುದೆಂದು ಮನಸ್ಸಿಗೆ ಬೋಧೆಯಾಗುತ್ತಿದೆ. ಅದಕ್ಕಿಂತ ಮಿಗಿಲಾಗಿ, ಒಬ್ಬ ಮನುಷ್ಯನಾದವನು ಹೀಗೆ ನಡೆದು ಕೊಳ್ಳಬೇಕು, ಅವನ ಮನೋಧರ್ಮ ಹೀಗಿರಬೇಕು, ಎಂಬ ಪಾಠವನ್ನು ಪರೋಕ್ಷವಾಗಿ ಕಲಿಸುತ್ತಿರುವಂತೆ ಭಾಸವಾಗುತ್ತಿದೆ."

"ರಾಜನಾಗಲು ಹೊರಟಿರುವ ನಿನ್ನನ್ನು ಅವನು ವೇದಾಂತಿಯನ್ನಾಗಿ ಮಾಡಿಬಿಡು ತ್ತಾನೇನೋ!"

"ಇಲ್ಲ ಚರಣ, ನಾನು ನನ್ನ ಗುರಿಯಿಂದ ಹಿಂದೆ ಸರಿಯುವುದಿಲ್ಲ. ಪೂಜ್ಯರಾದ ಚಣಕರನ್ನು ಕೊಂದ ಆ ಪಾಪಿ ಧನನಂದನನ್ನು ನಾನು ಉಳಿಸುವುದಿಲ್ಲ. ಮಗಧ ಸಿಂಹಾಸನ ವೇರುವ ನನ್ನ ಕನಸು ಕೈಗೂಡದೆ ವಿಶ್ರಮಿಸುವುದಿಲ್ಲ."

"ಆದರೆ ಈ ಬ್ರಾಹ್ಮಣನ ಜೊತೆಯ ಜಂಜಾಟವೇಕೆ? ನಿನ್ನ ದಾರಿ ನೀನು ನೋಡಿಕೋ ಎಂದು ನಮ್ಮ ಪಾಡಿಗೆ ನಾವು ಹೋಗಿಬಿಡಬಹುದಾಗಿತ್ತು. ಈಗಲೂ ಆ ಕೆಲಸ ಮಾಡಬಹುದು."

"ಇವನು ಮೇಲೆ ಕಾಣುವಂಥ ಸಾಮಾನ್ಯನಲ್ಲ ಚರಣ. ಈತನ ಸಹವಾಸವಾದ ಮೇಲೆ ನಾನು ನನ್ನಲ್ಲೇ ಯೋಚಿಸುವುದನ್ನು ಅಭ್ಯಾಸ ಮಾಡಿಕೊಳ್ಳುತ್ತಿದ್ದೇನೆ. ರಾಜನೀತಿಗೆ ತತ್ವಜಿಜ್ಞಾಸೆಯ ಅಡಿಪಾಯವಿರುವುದು ಒಳ್ಳೆಯದೆನಿಸುತ್ತಿದೆ. ಇವನಿಂದ ಯಾವ ಪ್ರಯೋಜನ ವಾಗದಿದ್ದರೂ ಇವನು ನನಗೆ ಸಂಯಮವನ್ನು ಕಲಿಸುತ್ತಿದ್ದಾನೆ."

"ಇದರಿಂದ ನಿನ್ನ ಶೌರ್ಯದ ಖಡ್ಗದ ಅಲಗಿನ ಮೊನಚು ಮೊಂಡಾಗದಿದ್ದರೆ ಸರಿ" ಎಂದು ಚರಣ ಸುಮ್ಮನಾದ.

ಅಡಿಗೆ ಮುಗಿಯಿತು. ಅಷ್ಟರಲ್ಲಿ ಚಾಣಕ್ಯ ಎರಡು ಮೂರುಸಲ "ಅಡಿಗೆಯಾಯಿತೇ ? ನನಗೆ ತುಂಬಾ ಹಸಿವಾಗುತ್ತಿದೆ' ಎಂದು ನೆನಪಿಸಿದ.

ಅವರು ಕರೆದಾಗ ಬಂದು ಕುಳಿತು ಆತುರಾತುರವಾಗಿ ಊಟ ಮಾಡಿ ಹೋಗಿ ಮಲಗಿಬಿಟ್ಟ. ಉಳಿದದ್ದು ಸ್ವಲ್ಪ. "ಇದು ಯಾರಿಗೂ ಸಾಲುವುದಿಲ್ಲ. ನನಗಂತೂ ಬಹಳ ಹಸಿವೆಯಾಗಿದೆ" ಎಂದ ಚರಣ.

"ಇರುವುದನ್ನು ನೀನು ತಿಂದುಬಿಡು" ಎಂದ ಚಂದ್ರಗುಪ್ತ.

"ಬೇಡ ನೀನೇ ತಿಂದುಬಿಡು."

"ಇಬ್ಬರೂ ಹಂಚಿಕೊಂಡು ತಿನ್ನೋಣ."

"ಹಂಚಿಕೊಳ್ಳುವಷ್ಟಿಲ್ಲ. ನನಗೇಕೋ ಹಸಿವಾಗುತ್ತಿಲ್ಲ. ನೀನು ತಿಂದುಬಿಡು ಚರಣ."

"ಕ್ಷಮಿಸು, ನಿನ್ನನ್ನು ಬಿಟ್ಟು ತಿನ್ನುತ್ತಿರುವೆನೆಂದು ಬೇಸರ ಮಾಡಿಕೊಳ್ಳಬೇಡ" ಎಂದ ಚರಣ ಉಳಿದುದನ್ನು ತಿಂದುಬಿಟ್ಟ. ಚಂದ್ರಗುಪ್ತ ಹೊಟ್ಟೆ ತುಂಬ ನೀರು ಕುಡಿದು ಮಲಗಿದ. ಹಸಿವಿನಿಂದ ಬಹಳ ಹೊತ್ತು ಹೊರಳಾಡಿದ. ಕಡೆಗೆ ಯಾವಾಗಲೋ ನಿದ್ರೆ ಬಂತು.

ಅವನಿಗೆ ಎಚ್ಚರವಾದಾಗ ಸೂರ್ಯೋದಯವಾಗಿ ಬಹಳ ಹೊತ್ತಾಗಿತ್ತು. ಎದ್ದು ನೋಡಿದಾಗ ಚರಣನೊಬ್ಬನೇ ಕುಳಿತಿದ್ದ. ಆ ಬ್ರಾಹ್ಮಣ ಎಲ್ಲೂ ಕಾಣಲಿಲ್ಲ. "ಅವರೆಲ್ಲಿ?" ಎಂದು ಚಂದ್ರಗುಪ್ತ ಕೇಳಿದ.

"ಗೊತ್ತಿಲ್ಲ, ನಾನು ಏಳುವ ವೇಳೆಗೆ ಅವನು ಹೊರಟು ಹೋಗಿದ್ದ. ನಾನು ಸುತ್ತಮುತ್ತ ಹುಡುಕಿದೆ, ಅವನ ಸುಳಿವಿಲ್ಲ" ಎಂದ ಚರಣ.

"ಇಲ್ಲೇ ಎಲ್ಲೋ ಹೋಗಿರಬೇಕು, ಸರಿಯಾಗಿ ನೋಡು ಚರಣ."

"ಇಲ್ಲ, ನಾನು ಎಲ್ಲ ಕಡೆ ಹುಡುಕಿದೆ."

ಚಂದ್ರಗುಪ್ತ ಮಂಕಾದ. ಎಲ್ಲಿಹೋಗಿರಬಹುದು ? ಏಕೆ ಇದ್ದಕ್ಕಿದ್ದಂತೆ ಹೊರಟು ಹೋದರು ? ಅವರು ಯಾರು ? ಏಕೆ ಬಂದಿದ್ದರು ? ಇತ್ಯಾದಿ ಅವನು ಯೋಚಿಸುತ್ತಿದ್ದ.

"ಹೋದರೆ ಹೋಗಲಿ ಬಿಡು" ಚರಣ ಹೇಳಿದ, "ನಮ್ಮಲ್ಲಿ ಇನ್ನು ಏನೂ ಇಲ್ಲ, ಇವರ ಜೊತೆ ಹಸಿವಿನಿಂದ ಸಾಯುವುದೇಕೆಂದು ಹೊರಟು ಹೋಗಿರುತ್ತಾನೆ, ಕಳ್ಳ ಬ್ರಾಹ್ಮಣ !"

"ಚರಣ" ಚಂದ್ರಗುಪ್ತ ಗದರಿದ, "ಹಾಗೆ ಹೇಳಬೇಡ. ನಮ್ಮಲ್ಲಿ ಏನೂ ಇರಲಿಲ್ಲ, ನಿಜ. ಆದರೆ ನನ್ನ ಕೈಗಳಲ್ಲಿ ಶಕ್ತಿಯಿತ್ತು. ಎಲ್ಲಾದರೂ ಕೆಲಸ ಮಾಡಿ ತಂದು ಅವರಿಗೆ ಅನ್ನ ನೀಡುತ್ತಿದ್ದೆ."

"ಹೇಳದೆ ಕೇಳದೆ ಅವನೇ ಹೊರಟು ಹೋಗಿರುವಾಗ ನೀನೇಕೆ ಅವನ ಬಗ್ಗೆ ತಲೆ ಕೆಡಿಸಿಕೊಳ್ಳುತ್ತಿ ? ಬೇಗ ಹೊರಡು. ಈಗಲಾದರೂ ಬೇಗ ಗುರುಕುಲವನ್ನು ಸೇರಿಕೊಳ್ಳೋಣ."

ಬೇಸರದಿಂದ ಚಂದ್ರಗುಪ್ತ ಮೇಲೆದ್ದ. ಆ ಬ್ರಾಹ್ಮಣ ಹೀಗೆ ನಿಗೂಢ ರೀತಿಯಲ್ಲಿ ಏಕೆ ಕಣ್ಮರೆಯಾದ, ಎಂದು ಯೋಚಿಸುವುದರಲ್ಲಿ ಅವನಿಗೆ ಹಸಿವಿನ ನೆನಪೇ ಬರಲಿಲ್ಲ. ಸ್ವಲ್ಪ ದೂರ ಹೋದ ಮೇಲೆ ಅವನು ಕೇಳಿದ, "ಚರಣ, ನನಗೇನೋ ಆ ಬ್ರಾಹ್ಮಣ ಬಂದು ಹೋದದ್ದು ಕನಸಿನಂತೆ ಭಾಸವಾಗುತ್ತಿದೆ."

"ಮತ್ತೆ ಅವನ ಯೋಚನೆಯೇ ?" ಚರಣ ಬೇಸರದಿಂದೆಂಬಂತೆ ಹೇಳಿದ, "ಸದ್ಯ, ಕಡೆಗೂ ಅವನು ತೊಲಗಿದನಲ್ಲಾ, ಎಂದು ನನಗೆ ಸಂತೋಷವಾಗುತ್ತಿದೆ."

"ನೀನು ಇಷ್ಟೊಂದು ಬೇಸರ ಮಾಡಿಕೊಳ್ಳಲು ಆ ಬಡಪಾಯಿ ಮಾಡಿದ ಅಪರಾಧವಾದರೂ ಏನು ?"

"ಬೇಸರವಾಗದೆ ಇನ್ನೇನು ? ರಾಜನಾಗಲಿರುವ ನಿನ್ನಿಂದ ಆ ದರಿದ್ರ ಬ್ರಾಹ್ಮಣ ಕಾಲೊತ್ತಿಸಿಕೊಳ್ಳುವುದೆಂದರೇನು ? ನೀನು ಅವನನ್ನು ಬೆನ್ನ ಮೇಲೆ ಹೊತ್ತು ನಡೆಯುವುದೆಂದರೇನು ? ನಿನ್ನ ಘನತೆಯೇನು ? ಅವನ ಸ್ಥಾನವೇನು ! ನೀನು ಸಹಿಸಿಕೊಳ್ಳಬಹುದು. ಆದರೆ ನಿನ್ನ ಮಿತ್ರನಾದ ನನಗೆ ಎಷ್ಟು ಸಂಕಟವಾಯಿತೆಂದು ನಿನಗೆ ಹೇಗೆ ಗೊತ್ತಾಗಬೇಕು ?"

"ಇಲ್ಲ ಚರಣ, ನಿನ್ನ ಕೋಪಕ್ಕೂ ಕಾರಣವಿಲ್ಲ, ದುಃಖಕ್ಕೂ ಕಾರಣವಿಲ್ಲ. ರಾಜನಾದರೆ ನಾನು ಬರೀ ನಿನ್ನ ಮಿತ್ರನಾಗಿರುವುದು ಸಾಧ್ಯವಿಲ್ಲ, ಎಂಬುದು ನಿನಗೆ ಅರ್ಥವಾಗಬೇಕು. ನನ್ನ ಬಳಿಗೆ ಆತ ಆಶ್ರಯ ಕೋರಿ ಬಂದಿದ್ದರು. ನಾವು ಅವರನ್ನು ತಕ್ಷಶಿಲೆಗೆ ತಲುಪಿಸಲು ಒಪ್ಪಿಕೊಂಡಿದ್ದೆವು. ಅಂದರೆ, ಅವರ ಯೋಗಕ್ಷೇಮದ ಹೊಣೆಯನ್ನು ನಾವೇ ಹೊತ್ತುಕೊಂಡಂತಾಯಿತು. ನಮಗೆ ಸ್ವಲ್ಪ ಅನಾನುಕೂಲವಾಯಿತೆಂದು, ಅವರನ್ನು ಕಳಿಸಿಬಿಡುವುದಾಗಲೀ ಅವರ ಬಗ್ಗೆ ಅಸಮಾಧಾನ ಪಡುವುದಾಗಲೀ ಸಲ್ಲದು, ಅಲ್ಲವೆ ?"

"ಅವನಿಂದ ನಾವು ಗುರುಕುಲ ಸೇರುವುದು ನಾಲ್ಕು ದಿನ ತಡವಾಯಿತು."

"ನಾಲ್ಕು ದಿನ ತಡವಾಯಿತು, ಆಯುಸ್ಸು ಮುಗಿದುಹೋಗಲಿಲ್ಲವಲ್ಲ?"

"ಹೋಗಲಿ ಬಿಡು, ಸುಮ್ಮನೆ ವಾದವೇಕೆ?"

"ನನಗೇನೋ ಮನಸ್ಸಿನಿಂದ ಆ ಬ್ರಾಹ್ಮಣನ ರೂಪ ಮರೆಯಾಗುತ್ತಿಲ್ಲ, ಅವನ ಸೇವೆ ಮಾಡಿದ್ದರಿಂದ ಮನಸ್ಸಿಗೆ ಏನೋ ಒಂದು ರೀತಿಯ ತೃಪ್ತಿಯಾಗಿದೆ. ನಾನು ಕ್ಷತ್ರಿಯ, ರಾಜಕುಮಾರ, ಎಂಬ ಅಹಂಕಾರವೂ ನನ್ನಲ್ಲಿತ್ತೆಂದು ಕಾಣುತ್ತದೆ. 'ಅಯ್ಯಾ, ಅಹಂಕಾರ ಪಡಬೇಡ. ರಾಜನಾದವನು ಸಿಂಹಾಸನವೇರಿ ದರ್ಪದಿಂದ ರಾಜ್ಯವಾಳುವುದಷ್ಟೇ ಅಲ್ಲ ಸೌಜನ್ಯದಿಂದ ಪ್ರಜೆಗಳ ಸೇವೆ ಮಾಡಬೇಕು' ಎಂಬ ಮಹಾಸತ್ಯವನ್ನು ತಿಳಿಸಿ ಕೊಡಲು ಆತ ಬಂದು ಹೋಗಿರಬೇಕೆನಿಸುತ್ತಿದೆ."

'ಆಚಾರ್ಯ, ನಿಮ್ಮ ಉದ್ದೇಶ ಸಫಲವಾಯಿತು' ಎಂದು ಚರಣ ತನ್ನಲ್ಲೇ ಅಂದುಕೊಂಡ. ಮೊದಲೇ ಗುರುಕುಲದ ದಿಕ್ಕನ್ನು ಚಾಣಕ್ಯ ಹೇಳಿ ಹೋಗಿದ್ದುದರಿಂದ ಚರಣ ಚಂದ್ರಗುಪ್ತನನ್ನು ತಕ್ಷಶಿಲೆಯ ಬದಲು ಗುರುಕುಲದತ್ತ ಕರೆದೊಯ್ದ. ಅದಾವುದನ್ನೂ ಗಮನಿಸದೆ ಬ್ರಾಹ್ಮಣನ ಗುಂಗಿನಲ್ಲೇ ಇದ್ದ ಚಂದ್ರಗುಪ್ತ ಚರಣನನ್ನು ಹಿಂಬಾಲಿಸಿದ.

ಸೂರ್ಯಾಸ್ತವಾಗುವ ವೇಳೆಗೆ ದೂರದಲ್ಲಿ ಹೊಗೆಯೇಳುವುದು ಕಂಡಿತು. ಅದೇ ಗುರುಕುಲವಿರಬೇಕೆಂದು ಚರಣ ಉತ್ಸಾಹಿತನಾದ. ಹೆಜ್ಜೆಯನ್ನು ವೇಗಗೊಳಿಸಿದ.

ಸ್ವಲ್ಪ ಹೊತ್ತಿಗೆ ಅವರು ಗುರುಕುಲದ ಬಾಗಿಲಿಗೆ ಬಂದರು. ಕೆಲವು ಕುದುರೆಗಳು ಕಂಡವು. ಚರಣನಿಗೆ ಅದೇ ತಾವು ಸೇರಬೇಕಾದ ಸ್ಥಳವೆಂದು ಖಚಿತವಾಯಿತು. ಚಂದ್ರಗುಪ್ತ "ಯಾರದೋ ಆಶ್ರಮವಿರಬೇಕು" ಎಂದ.

"ಆಶ್ರಮವಲ್ಲ, ಇದೇ ಚಾಣಕ್ಯರ ಗುರುಕುಲ" ಎಂದ ಚರಣ.

"ಹೌದೇ! ನಾವು ಗುರುಕುಲಕ್ಕೆ ಬಂದೇಬಿಟ್ಟೆವೆ! ಅಂದರೆ, ಚಾಣಕ್ಯರ ದರ್ಶನ ಭಾಗ್ಯ ಇಂದೇ ಲಭಿಸುತ್ತದೆಯೆ!" ಚಂದ್ರಗುಪ್ತ ಅತ್ಯುತ್ಸಾಹದಿಂದ ಕೇಳಿದ.

"ಎಲ್ಲ ಆಗುತ್ತದೆ, ಆತುರವೇಕೆ?"

ಇಬ್ಬರೂ ಒಳಗೆ ಬರುತ್ತಿದ್ದಂತೆ ಎದುರಿಗೆ ಬ್ರಹ್ಮದತ್ತ, ಸಿಂಹಸೇನ, ನಂದಿಕೇಶ ಮತ್ತು ಭಾಸ್ಕರ ಬಂದರು. ಚಂದ್ರಗುಪ್ತ ಆನಂದದಿಂದ ಓಡಿಹೋಗಿ ಅವರನ್ನೆಲ್ಲ ಆಲಿಂಗಿಸಿಕೊಂಡ. ಅವರು ಕುಶಲ ವಿಚಾರಿಸಿದರು. ನಂತರ ಧರ್ಮದತ್ತ ಬಂದ. "ನೀವು ಈದಿನ ಬರುವಿರೆಂದು ಚಾಣಕ್ಯ ಹೇಳಿದ್ದ, ಮೊದಲು ಹೋಗಿ ಸ್ನಾನ ಸಂಧ್ಯೋಪಾಸನೆಗಳನ್ನು ತೀರಿಸಿ, ಅಧ್ಯಯನ ಕುಟೀರಕ್ಕೆ ಬರುವಂತೆ ಹೇಳಿದ್ದಾನೆ."

ನಂತರ ಸಿಂಹಸೇನನ ಜೊತೆ ಒಂದು ಕುಟೀರಕ್ಕೆ ಹೋಗಿ ಅಲ್ಲಿ ಮಡಿವಸ್ತ್ರಗಳನ್ನು ತೆಗೆದುಕೊಂಡು, ನದೀ ತೀರಕ್ಕೆ ಹೋಗಿ ಸ್ನಾನ ಸಂಧ್ಯೋಪಾಸನೆಗಳನ್ನು ಮುಗಿಸಿದರು. ನಂತರ ತುಂಬಾ ಹಸಿದು ಬಂದಿರುವರೆಂದು ಅವರಿಬ್ಬರಿಗೇ ಸೊಗಸಾದ ಊಟ ಹಾಕಿದರು. ಇಬ್ಬರೂ ಹೊಟ್ಟೆ ತುಂಬ ಊಟ ಮಾಡಿ ತೃಪ್ತಿಯಿಂದ ತೇಗಿದರು. ಅಷ್ಟು ಹೊತ್ತಿಗೆ ಕತ್ತಲಾಗಿ ಸ್ವಲ್ಪ ಹೊತ್ತಾಗಿತ್ತು.

ಸಿಂಹಸೇನ, ಭಾಸ್ಕರ, ನಂದಿಕೇಶ, ಬ್ರಹ್ಮದತ್ತ, ಚರಣ, ಚಂದ್ರಗುಪ್ತ ಒಟ್ಟಿಗೆ ಅಧ್ಯಯನ ಕುಟೀರಕ್ಕೆ ಬಂದರು. ಅಷ್ಟು ಹೊತ್ತಿಗೆ ಅಲ್ಲಿ ಸಿದ್ಧಾರ್ಥಕ, ಸಮಿದ್ಧಾರ್ಥಕ, ಪಶುಲೋಮ, ನಿಪುಣಕ ಮುಂತಾದ ಶಿಷ್ಯರು, ಧರ್ಮದತ್ತ, ನಾಗದತ್ತ, ಶಿವಸ್ಕಂದ, ಕಾತ್ಯಾಯನ, ಇಂದುಶರ್ಮ,

ಈ ಅಧ್ಯಾಪಕರೆಲ್ಲ ಬಂದು ನೆಲದ ಮೇಲೆ ಕುಳಿತಿದ್ದರು. ವರುಣ ಕುಟೀರದ ಎರಡೂ ಬದಿಯಲ್ಲಿ ಹಚ್ಚಿರಿಸಿದ್ದ ದೀಪಗಳಿಗೆ ಎಣ್ಣೆ ಹಾಕುತ್ತಿದ್ದ. ಚಾಣಕ್ಯ ಇನ್ನೂ ಬಂದಿರಲಿಲ್ಲ. ಧರ್ಮದತ್ತ ಮುಂಭಾಗದಲ್ಲಿ ಕುಳಿತುಕೊಳ್ಳುವಂತೆ ಚಂದ್ರಗುಪ್ತ ಮುಂತಾದವರಿಗೆ ಸೂಚಿಸಿದ. ಎಲ್ಲ ಅವರತ್ತಲೇ ಕುತೂಹಲದಿಂದ ನೋಡುತ್ತಿದ್ದರು.

ಕೆಲವು ಕ್ಷಣಗಳಲ್ಲಿ ದಡ ದಡ ಹೆಜ್ಜೆಯಿಡುತ್ತಾ ಚಾಣಕ್ಯ ಬಂದ. ಮುಂದೆ ಹಾಸಿದ್ದ ದರ್ಭೆಯ ಚಾಪೆಯ ಮೇಲೆ ಕುಳಿತು ಚಂದ್ರಗುಪ್ತನತ್ತ ನೋಡಿದ. ಈಗ ಅವನ ಮುಖದಲ್ಲಿ ಗಡ್ಡಮೀಸೆಗಳಿರಲಿಲ್ಲ. ಚಂದ್ರಗುಪ್ತ ಕೆಲವೇ ಕ್ಷಣಗಳಲ್ಲಿ ಅವನನ್ನು ಗುರುತು ಹಿಡಿದು "ನೀವು ಇಲ್ಲಿ !" ಎಂದ ವಿಸ್ಮಯದಿಂದ ಜೋರಾಗಿ ಉದ್ಗರಿಸಿ ಚರಣನ ಮುಖ ನೋಡಿದ. ಅಲ್ಲೊಂದು ಚೇಷ್ಟೆಯ ನಗು ಮಾತ್ರ ಇತ್ತು.

"ಹೌದು ಚಂದ್ರಗುಪ್ತ" ಚಾಣಕ್ಯ ಹುಸಿನಗುತ್ತ ಹೇಳಿದ, "ನಾನೇ ಆಚಾರ್ಯ ಚಾಣಕ್ಯ. ನಿನ್ನನ್ನು ಪರೀಕ್ಷಿಸಲು ಬಂದಿದ್ದೆ. ಒಂದೆರಡು ದಿನ ನಿನ್ನನ್ನು ಕಾಡಿದೆ."

ಚಂದ್ರಗುಪ್ತ ಭಾವಪರವಶನಾಗಿ ಎದ್ದು ಹೋಗಿ ವಿನಯಪೂರ್ವಕವಾಗಿ ಚಾಣಕ್ಯನ ಪಾದ ಮುಟ್ಟಿ ಸಾಷ್ಟಾಂಗ ನಮಸ್ಕರಿಸಿ ಕೈಕಟ್ಟಿ ನಿಂತು ಹೇಳಿದ, "ಆಚಾರ್ಯ, ನಾನು ಧನ್ಯ. ತಮ್ಮ ಸೇವೆ ಮಾಡಿ ನನ್ನ ಜನ್ಮ ಸಾರ್ಥಕವಾಯಿತು. ಆದರೆ ನೀವೇ ಎಂದು ಗೊತ್ತಿದ್ದರೆ ಇನ್ನಷ್ಟು ಶ್ರದ್ಧೆಯಿಂದ ಸೇವೆ ಮಾಡುತ್ತಿದ್ದೆ. ಇನ್ನಷ್ಟು ಪೂಜ್ಯ ಭಾವನೆಯಿಂದ ನಿಮ್ಮ ಯೋಗಕ್ಷೇಮವನ್ನು ನೋಡಿಕೊಳ್ಳುತ್ತಿದ್ದೆ."

"ಇಲ್ಲ ಚಂದ್ರಗುಪ್ತ, ಅದರಿಂದ ನಿನ್ನ ಪರೀಕ್ಷೆಯಾಗುತ್ತಿರಲಿಲ್ಲ. ನಾನೆಂದು ತಿಳಿದು ನೀನು ಇನ್ನಷ್ಟು ಮಾಡುವ ಸೇವೆಗಿಂತ, ನನ್ನನ್ನು ಒಬ್ಬ ಅಪರಿಚಿತನೆಂದು ತಿಳಿದು ನಿಷ್ಠೆಯಿಂದ ಮಾಡಿದ ಸೇವೆ ಬಹಳ ಬೆಲೆಯುಳ್ಳದ್ದು. ನಿನ್ನ ಸರಳತನ, ಸಹನೆ, ಸೇವಾ ಭಾವನೆ, ನೀನೇ ಹೇಳಿದಂಥ ಅಹಂಕಾರರಹಿತ ಸೌಜನ್ಯ ನನ್ನ ಮನಸ್ಸನ್ನು ಗೆದ್ದಿದೆ. ನಾನು ಪ್ರಸನ್ನನಾಗಿದ್ದೇನೆ."

"ಚಂದ್ರಗುಪ್ತ, ನನ್ನನ್ನು ಕ್ಷಮಿಸು. ಚಾಣಕ್ಯರೆಂದು ಗೊತ್ತಿದ್ದರೂ ಅವರ ಸೂಚನೆಯ ಮೇರೆಗೆ ನಾನು ನಿನಗೆ ಅದನ್ನು ತಿಳಿಸಲಿಲ್ಲ. ಜೊತೆಗೆ, ನಿನ್ನ ಮಿತ್ರನಾಗಿ ನಿನ್ನ ಅನ್ನವನ್ನು ನಾನು ತಿಂದುಬಿಟ್ಟು ನೀನು ನಿನ್ನೆಯಿಂದ ಇಲ್ಲಿಯವರೆಗೂ ಹಸಿವಿನಿಂದಿರುವಂತೆ ಮಾಡಿದೆ."

"ಅದು ನನ್ನ ಅನ್ನವಲ್ಲ ಚರಣ" ಚಂದ್ರಗುಪ್ತ ಹೇಳಿದ, "ಅನ್ನ ಯಾರದೂ ಅಲ್ಲ. ಅದು ಹಸಿದವರದು. ನಾನು ಹಸಿದಿದ್ದೆ ನಿಜ. ಆದರೆ ನನಗಾಗಿ ತನ್ನ ಎಲ್ಲ ಸುಖವನ್ನೂ ಬಲಿಗೊಟ್ಟು ಹಿಂದೆ ಬಂದು ಪಾಡುಪಡುತ್ತಿರುವ ಮಿತ್ರನ ಹಸಿವನ್ನು ತೀರಿಸಬೇಕಾದ್ದು ನನ್ನ ಮೊದಲ ಕರ್ತವ್ಯ."

"ಭಲೇ ಚಂದ್ರಗುಪ್ತ !" ಚಾಣಕ್ಯ ಮೆಚ್ಚಿ ಹೇಳಿದ, "ಈ ಗುಣ ಸದಾ ನಿನ್ನಲ್ಲಿರಲಿ. ಪ್ರಜೆಗಳ ಸುಖ ನೆಮ್ಮದಿ ಮೊದಲು, ನಿನ್ನ ಸುಖ ಸಂತೋಷ ಆಮೇಲೆ. ಈ ಗುಣವಿದ್ದವನು ಯಶಸ್ವೀ ರಾಜನಾಗುತ್ತಾನೆ. ನನಗೆ ಸಂತೋಷವಾಗಿದೆ ಚಂದ್ರಗುಪ್ತ, ಪ್ರಭುಶಕ್ತಿಗೆ ಬೇಕಾದ ಧೀರತನ, ಮಾನವೀಯ ಹೃದಯ ಮತ್ತು ವಿವೇಕ, ಈ ಮೂರೂ ನಿನ್ನಲ್ಲಿವೆ. ನಾನು ನಿನ್ನನ್ನು ಮಗಧ ಮಾತ್ರವಲ್ಲ, ಇಡೀ ಆರ್ಯಾವರ್ತದ ವಿಶಾಲ ಸಾಮ್ರಾಜ್ಯದ ಚಕ್ರವರ್ತಿ ಮಾಡಿಯೇ ತೀರುತ್ತೇನೆ. ಇದು ನನ್ನ ಪ್ರತಿಜ್ಞೆ."

ಚಂದ್ರಗುಪ್ತ ಕೈಮುಗಿದು ಹೇಳಿದ, "ತಮ್ಮ ಕೃಪೆ ಮತ್ತು ಮಾರ್ಗದರ್ಶನವೇ ನನ್ನ ಬದುಕನ್ನು ಮುನ್ನಡೆಸಬೇಕು. ತಮ್ಮ ನಿರೀಕ್ಷೆಗೆ ತಕ್ಕಂತೆ ನಡೆದುಕೊಳ್ಳುವುದಾಗಿ ನಾನು ಮಾತು ಕೊಡುತ್ತೇನೆ."

"ಮಿತ್ರರೇ" ಚಾಣಕ್ಯ ಎಲ್ಲರನ್ನೂ ಉದ್ದೇಶಿಸಿ ಹೇಳಿದ, "ಇವನಾರೆಂದು ನಿಮಗೆಲ್ಲ ಈಗಾಗಲೇ ಅರ್ಥವಾಗಿರಬೇಕು. ಇವನೇ ಚಂದ್ರಗುಪ್ತ ಮೌರ್ಯ. ಮುಂದಿನ ಮಗಧದ ಚಕ್ರವರ್ತಿ. ನನಗೆ ಇನ್ನು ಮುಂದೆ ಶಿಷ್ಯ, ಸಾಕುಮಗ, ನಿಮ್ಮೆಲ್ಲರ ಮಿತ್ರ, ಹಿತೈಷಿ. ನಾವೆಲ್ಲರೂ ನಮ್ಮ ಧರ್ಮದ ಉಳಿವಿಗಾಗಿ, ಉನ್ನತಿಗಾಗಿ, ಪ್ರಜಾವಾತ್ಸಲ್ಯದ ಹೊಸ ಸಾಮ್ರಾಜ್ಯದ ನಿರ್ಮಾಣಕ್ಕಾಗಿ ನಮ್ಮನ್ನು ನಾವು ಸಮರ್ಪಿಸಿಕೊಳ್ಳೋಣ. ಸಮಾನ ಉದ್ದೇಶಕ್ಕಾಗಿ ಸಮಾನ ಸ್ನೇಹ ಮತ್ತು ಹೊಣೆಗಾರಿಕೆಯಿಂದ ಕೆಲಸ ಮಾಡೋಣ."

ಎಲ್ಲ ಸಂತೋಷದಿಂದ ಚಪ್ಪಾಳೆ ತಟ್ಟಿದರು. ಚಂದ್ರಗುಪ್ತ ಕಣ್ಣಲ್ಲಿ ನೀರು ತುಂಬಿಕೊಂಡು ಎಲ್ಲರಿಗೂ ನಮಸ್ಕರಿಸಿದ. ಎಲ್ಲರನ್ನೂ ಆಲಿಂಗಿಸಿಕೊಂಡು ಒಬ್ಬೊಬ್ಬರ ಪರಿಚಯವನ್ನೂ ಮಾಡಿಕೊಂಡ.

## ೮

ಎರಡು ಮೂರು ದಿವಸ ಸಂಪೂರ್ಣ ವಿಶ್ರಾಂತಿ ಪಡೆಯುವಂತೆ ಚರಣ ಮತ್ತು ಚಂದ್ರಗುಪ್ತನಿಗೆ ಚಾಣಕ್ಯ ಸೂಚಿಸಿದ. ಪ್ರಯಾಣದ ಆಯಾಸ, ನಿದ್ರೆಯಿಲ್ಲದೆ ಕಳೆದ ರಾತ್ರಿಗಳ ಪ್ರಯಾಸ ಎಲ್ಲವನ್ನೂ ಪರಿಹರಿಸಿಕೊಂಡು, ಹೊಸ ಚೈತನ್ಯದಿಂದ ಮುಂದಿನ ಆಲೋಚನೆ ಮಾಡುವುದು ಒಳ್ಳೆಯದೆಂದು ಅವನ ಭಾವನೆಯಾಗಿತ್ತು. ದೈಹಿಕ ಆರೋಗ್ಯ ಸಂಪೂರ್ಣವಾಗಿ ಸಮಸ್ಥಿತಿಯಲ್ಲಿದ್ದಾಗ ಮಾತ್ರ ಬುದ್ಧಿ ಮತ್ತು ಮನಸ್ಸು ಕ್ರಿಯಾಶೀಲವಾಗಿರುವುದು ಸಾಧ್ಯವೆಂದು ಅವನ ಆಲೋಚನೆಯಾಗಿತ್ತು. ಮೂರು ದಿನ ಅವರು ಸಮೃದ್ಧವಾಗಿ ಊಟ ಮಾಡಿ, ಇಷ್ಟ ಬಂದಷ್ಟು ಹೊತ್ತು ನಿದ್ದೆ ಮಾಡಿ ವಿಶ್ರಾಂತಿ ಪಡೆದರು.

ನಾಲ್ಕನೇ ದಿನ ಮುಂಜಾನೆ ಬೇರೆಯವರಂತೆ ಅವರೂ ಬೇಗನೆ ಎದ್ದು ನದಿಯ ಕಡೆಗೆ ಹೋಗಿ ನಿತ್ಯಕರ್ಮಗಳನ್ನು ಮುಗಿಸಿದರು. ಅಲ್ಲೇ ಇದ್ದ ಸಿಂಹಸೇನ ಮತ್ತು ನಂದಿಕೇಶ ಮಾತಿಗೆ ಸಿಕ್ಕಿದರು. "ಅಂತೂ ನಿಮ್ಮ ನಿದ್ರೆಯ ಬರ ಹರಿಯಿತೆಂದು ಕಾಣುತ್ತದೆ" ಎಂದ ನಂದಿಕೇಶ ಹಾಸ್ಯ ಮಾಡುತ್ತ.

"ಮುಗಿಯಿತಪ್ಪ, ಈಗ ಯುದ್ಧಕ್ಕೇ ಹೊರಡುವಷ್ಟು ದೇಹ ಲಘುವಾಗಿದೆ" ಎಂದ ಚಂದ್ರಗುಪ್ತ ಅವನ ಭುಜದ ಮೇಲೆ ಕೈಯಿರಿಸಿ.

"ಅದಿರಲಿ, ಅಷ್ಟು ದಿನದಿಂದ ನೀವು ಇಲ್ಲಿ ಹೇಗೆ ಕಾಲ ಕಳೆಯುತ್ತಿದ್ದೀರಿ ?" ಎಂದು ಚರಣ ಕೇಳಿದ.

"ಕಾಲ ಕಳೆಯುತ್ತಿಲ್ಲ ಚರಣ" ಸಿಂಹಸೇನ ಹೇಳಿದ, "ನಾವು ಕಾಲವನ್ನು ಸದುಪಯೋಗಪಡಿಸಿಕೊಳ್ಳುತ್ತಿದ್ದೇವೆ."

"ಅಂದರೆ ?"

"ಅಂದರೆ, ಆಚಾರ್ಯರನ್ನು ಕೇಳಿಕೊಂಡು ನಾವೂ ಗುರುಕುಲದ ವಿದ್ಯಾರ್ಥಿಗಳಾಗಿದ್ದೇವೆ."

"ಇದೇನು ಸಿಂಹಸೇನ, ನೀವೂ ಗುರುಕುಲದ ವಿದ್ಯಾರ್ಥಿಗಳಾದರೆ ನನ್ನ ಗತಿಯೇನು !" ಚಂದ್ರಗುಪ್ತ ಆತಂಕವನ್ನು ನಟಿಸಿದ.

"ಹೆದರಬೇಡ" ನಂದಿಕೇಶ ಹೇಳಿದ, "ನೀನು ಹಿಂದಿರುಗಿ ಬರುವವರೆಗೆ ನಮಗೂ ರಾಜನೀತಿಯ ಬಗ್ಗೆ ಕಲಿಯುವ ಆಸೆ ಇದೆ, ಇಂದಲ್ಲ ನಾಳೆ ರಾಜನಾಗುವ ಚಂದ್ರಗುಪ್ತನಿಗೆ ನೆರವಾಗಬೇಕಲ್ಲ ಎಂದು ಚಾಣಕ್ಯರನ್ನು ಕೇಳಿಕೊಂಡೆವು. ಅವರು ಆಗಲಿ ಎಂದರು. ಬಿಡುವಿದ್ದಾಗ ಚಾಣಕ್ಯರಿಂದ ರಾಜನೀತಿ, ಅವರಿಲ್ಲದಾಗ ಶಿವಸ್ಕಂದ, ನಾಗದತ್ತ, ಕಾತ್ಯಾಯನ ಮತ್ತು ಇಂದುಶರ್ಮರಿಂದ ವೇದಪುರಾಣ ಜ್ಯೋತಿಷ್ಯಗಳ ಬಗ್ಗೆ ಅಲ್ಪಸ್ವಲ್ಪ ತಿಳಿದು ಕೊಳ್ಳುತ್ತಿದ್ದೇವೆ."

"ಒಳ್ಳೆಯ ಕೆಲಸ ಮಾಡಿದಿರಿ" ಚಂದ್ರಗುಪ್ತ ಹೇಳಿದ, "ನಾನೂ ಕಲಿಯಬೇಕು. ಆದರೆ ಸಮಯ ಸಿಗುವುದೋ ಇಲ್ಲವೋ !"

ಅಷ್ಟು ಹೊತ್ತಿಗೆ ಬ್ರಹ್ಮದತ್ತ, ಭಾಸ್ಕರ ಮತ್ತು ಧರ್ಮದತ್ತ ಕೂಡ ಗುಂಪಿಗೆ ಸೇರಿಕೊಂಡರು. ಚಂದ್ರಗುಪ್ತ ಮತ್ತು ಚರಣ ಅಲೆಗ್ಸಾಂಡರನ ಸೇನಾಶಿಬಿರದ ಅನುಭವಗಳನ್ನೆಲ್ಲ ವಿವರಿಸಿದರು. ಅಲೆಗ್ಸಾಂಡರನ ಎದುರಿಗೆ ಅವನು ಕೆರಳುವಂತೆ ಮಾತಾಡಿದ ಚಂದ್ರಗುಪ್ತನ ಧೈರ್ಯವನ್ನು ಎಲ್ಲ ಮೆಚ್ಚಿಕೊಂಡರು. ತಾವೂ ಜೊತೆಯಲ್ಲಿ ಬಂದಿದ್ದರೆ ಚೆನ್ನಾಗಿತ್ತೆಂದು ಮಿತ್ರರು ಹೇಳಿದಾಗ ಚರಣ ಹೇಳಿದ, "ನೀವೂ ಬಂದಿದ್ದರೆ ಸಮಸ್ಯೆ ಇನ್ನಷ್ಟು ಹೆಚ್ಚಾಗುತ್ತಿತ್ತು. ಪಾರಾಗುವುದು ಅಷ್ಟು ಸುಲಭವಾಗುತ್ತಿರಲಿಲ್ಲ, ಅಲ್ಲದೆ ಅಷ್ಟೊ ಜನ ಒಟ್ಟಿಗೇ ಹೋದಾಗ ಅವರಿಗೂ ಅನುಮಾನ ಬರಬಹುದಾಗಿತ್ತು."

"ಚಾಣಕ್ಯರು ನಿಮ್ಮನ್ನು ಹುಡುಕಿಕೊಡು ಬರುತ್ತಾರೆಂದು ನಮಗೆ ಗೊತ್ತೇ ಇರಲಿಲ್ಲ" ಎಂದ ಬ್ರಹ್ಮದತ್ತ.

"ಅಲ್ಲಿ ಬಂದು ಪರಿಚಯ ಹೇಳಿಕೊಳ್ಳದೆ ನಿನ್ನನ್ನು ಅಷ್ಟೆಲ್ಲಾ ಪರೀಕ್ಷೆ ಮಾಡುವರೆಂದು ನಾವು ಊಹೆಯನ್ನೂ ಮಾಡಿರಲಿಲ್ಲ" ಎಂದ ಭಾಸ್ಕರ.

"ನನ್ನ ಮೇಲೆ ಚಂದ್ರಗುಪ್ತನಿಗೆ ತುಂಬಾ ಕೋಪವಿರಬೇಕು" ಎಂದ ಚರಣ.

"ಇಲ್ಲ ಚರಣ" ಚಂದ್ರಗುಪ್ತ ಹೇಳಿದ, "ಆ ಮೂಲಕ ಆಚಾರ್ಯ ಚಾಣಕ್ಯರ ನಂಬಿಕೆ, ಭರವಸೆಗಳಿಗೆ ಪಾತ್ರನಾದೆನಲ್ಲಾ! ಅದೇನು ಸಣ್ಣ ಉಪಕಾರವೆ!"

ಅದೇ ದಿನ ಸಂಜೆ ಚಂದ್ರಗುಪ್ತ ಮತ್ತು ಅವನ ಮಿತ್ರರೊಡನೆ ಚಾಣಕ್ಯ ಮಾತನಾಡಿದ. ಧರ್ಮದತ್ತನೂ ಅಲ್ಲಿಯೇ ಇದ್ದ. ಚಾಣಕ್ಯ ಚರಣನ ಬುದ್ಧಿವಂತಿಕೆಯ ಬಗ್ಗೆ ಮಾತನಾಡುತ್ತ ಹೇಳಿದ, "ನೀನು ಸ್ವಲ್ಪವಾದರೂ ದಂಡನೀತಿ ಶಾಸ್ತ್ರವನ್ನು ಅಧ್ಯಯನ ಮಾಡಿರಬೇಕು. ಬರೀ ಶಾಸ್ತ್ರಾಭ್ಯಾಸಂಗ ಮಾಡಿದ ಮಾತ್ರಕ್ಕೆ ಯಶಸ್ವಿಯಾಗಿ ಉಪಾಯಗಳನ್ನು ರೂಪಿಸುವುದು ಸಾಧ್ಯವೆಂದು ನಾನು ಹೇಳುತ್ತಿಲ್ಲ, ಅದೆಲ್ಲ ಸಮಯಸ್ಫೂರ್ತಿ ಮತ್ತು ವ್ಯಕ್ತಿಯ ಬುದ್ಧಿವಂತಿಕೆ ಎಂದೇ ಹೇಳಿದರೂ, ನೀನು ಬಳಸಿರುವ ಉಪಾಯಗಳನ್ನು ನೋಡಿದರೆ ನನಗೆ ಹಾಗನ್ನಿಸಿತು."

"ಹೌದು ಆಚಾರ್ಯ" ಚರಣ ಹೇಳಿದ, "ನಿಮ್ಮ ತಂದೆ ಆಚಾರ್ಯ ಚಣಕರಿಂದ ನಾನೂ, ಚಂದ್ರಗುಪ್ತನೂ ಅಲ್ಪ ಸ್ವಲ್ಪ ಕಲಿತೆವು. ಕೆಲವು ಸಲ ನಾನೊಬ್ಬನೇ ಅವರ ಬಳಿಗೆ ಹೋಗಿ ಚರ್ಚಿಸುತ್ತಿದ್ದೆ."

"ನನ್ನ ತಂದೆಯವರ ಬಳಿಯಲ್ಲೇ ?" ಚಾಣಕ್ಯ ತುಸು ಅಚ್ಚರಿಗೊಂಡು ಹೇಳಿದ, "ಅವರು ದಂಡನೀತಿ ಶಾಸ್ತ್ರದಲ್ಲಿ ಪರಿಣತರಲ್ಲವಲ್ಲ ?"

"ಅವರೂ ಹಾಗೆಂದೇ ಹೇಳುತ್ತಿದ್ದರು. ತಮ್ಮ ಮಗ ಅದರಲ್ಲಿ ಪರಿಣತನೆಂದೂ

ಹೆಮ್ಮೆಯಿಂದ ಹೇಳಿಕೊಳ್ಳುತ್ತಿದ್ದರು. ತಮಗೆ ತಿಳಿದಷ್ಟನ್ನು ನಮಗೆ ಹೇಳುತ್ತಿದ್ದರು. ಆದರೆ ಹೆಚ್ಚು ತಿಳುವಳಿಕೆ ಪಡೆಯಲು ಯಾಜ್ಞವಲ್ಕ್ಯ, ಮನು ಮುಂತಾದವರ ಗ್ರಂಥಗಳನ್ನು ಅಭ್ಯಾಸ ಮಾಡಬಹುದೆಂದು ಹೇಳಿದರು. ನಾನು ಹೇಗೋ ಆ ಗ್ರಂಥಗಳನ್ನು ಸಂಪಾದಿಸಿ ಸ್ವಯಂ ಅಧ್ಯಯನ ನಡೆಸಿದೆ.''

''ಎಲಾ ಮೋಸಗಾರ !'' ಚಂದ್ರಗುಪ್ತ ಹುಸಿಮುನಿಸಿನಿಂದ ಹೇಳಿದ, ''ನಮಗಾರಿಗೂ ಗೊತ್ತಿಲ್ಲದೆ ದೊಡ್ಡ ಪಂಡಿತನಾಗುವ ಆಲೋಚನೆಯಿತ್ತೆ ?''

''ಇಲ್ಲ, ನನ್ನ ಶಾಸ್ತ್ರಜ್ಞಾನ ಎಷ್ಟು ಅಲ್ಪವೆಂದರೆ ಅದನ್ನು ಹೇಳಿಕೊಳ್ಳಲೂ ನನಗೆ ನಾಚಿಕೆಯೆನಿಸುತ್ತಿತ್ತು ಚಂದ್ರಗುಪ್ತ. ಆಚಾರ್ಯರ ಬಳಿ ಸುಳ್ಳು ಹೇಳಲಾರದೆ ನಿಜ ಹೇಳಬೇಕಾಯಿತು, ಅಷ್ಟೆ. ಈಗಲೂ ಹೇಳುತ್ತೇನೆ, ನಾನು ಯಾವುದರಲ್ಲೂ ಪರಿಣತನಲ್ಲ, ಸ್ನೇಹದಲ್ಲಿ ಪರಿಣತನೆಂದು ಬೇಕಾದರೆ ಹೆಮ್ಮೆಯಿಂದ ಹೇಳಿಕೊಳ್ಳುತ್ತೇನೆ. ನನ್ನ ಸ್ನೇಹಿತನಿಗಾಗಿ ನಾನು ನನ್ನ ಬುದ್ಧಿಯನ್ನೆಲ್ಲ ಬಳಸಲೇಬೇಕಾಯಿತು. ಅದೃಷ್ಟವಶಾತ್ ಅದು ಯಶಸ್ವಿಯಾಯಿತು. ಅದೇ ನನಗೆ ಸಂತೋಷ, ತೃಪ್ತಿ.''

ಚಂದ್ರಗುಪ್ತ ಅವನನ್ನು ಬಾಚಿ ತಬ್ಬಿಕೊಂಡು, ''ಚರಣಾ ! ನೀನೇಕೆ ಇಷ್ಟೊಂದು ಒಳ್ಳೆಯವನಾದೆ !'' ಎಂದ ಭಾವೋದ್ವೇಗದಿಂದ.

ಚಾಣಕ್ಯ ಚಪ್ಪಾಳೆ ತಟ್ಟಿದ. ''ಭಲೆ ಚರಣ ! ಸ್ನೇಹಕ್ಕೆ ನೀನೊಂದು ಆದರ್ಶ !'' ಎಂದ ಮೆಚ್ಚಿಗೆಯಿಂದ.

''ನನ್ನೊಬ್ಬನ ಬಗ್ಗೆ ಹೇಳಬೇಡಿ ಆಚಾರ್ಯ. ಇವರೆಲ್ಲ ನಮ್ಮ ಸ್ನೇಹಿತರು, ಪ್ರಾಣ ಕೊಡುವ ಮಿತ್ರರು. ಇವರೆಲ್ಲ ಸಹಕರಿಸಿದ್ದರಿಂದಲ್ಲವೇ ನನ್ನ ಉಪಾಯಗಳು ಯಶಸ್ವಿಯಾಗಿದ್ದು ?''

''ನಿಜ ಚರಣ, ಸದ್ಗುಣವಿರುವ ಕಡೆ ಸದ್ವಿನಯವೂ ಇರುವುದೆಂಬುದಕ್ಕೆ ನೀನೊಂದು ಉದಾಹರಣೆ. ಚಂದ್ರಗುಪ್ತ, ನೀನು ನಿಜವಾಗಲೂ ಅದೃಷ್ಟಶಾಲಿ.''

''ಹೌದು ಆಚಾರ್ಯ'' ಚಂದ್ರಗುಪ್ತ ಹೇಳಿದ, ''ಇಂಥ ಮಿತ್ರರು, ನಿಮ್ಮಂಥ ಹಿರಿಯರು, ಬೇಕಾದಷ್ಟು ಜನ ಹಿತೈಷಿಗಳು ! ನಿಜವಾಗಲೂ ನಾನು ಅದೃಷ್ಟವಂತ !''

ಚಾಣಕ್ಯ ಅನಂತರ ಧನಂಜಯನ ಬಗ್ಗೆ, ಕಳ್ಳರ ನಾಯಕ ಮಾತಂಗನ ಬಗ್ಗೆ, ವಿಶಾಖಳ ಬಗ್ಗೆ ವಿವರಿಸಿದ. ಚರಣ ಸಹದೇವನ ಬಗ್ಗೆ ಹೇಳಿದ. ನೆನಪು ಬಂದು ಚಂದ್ರಗುಪ್ತ ಅಲೆಗ್ಸಾಂಡರನ ಸೇನಾಶಿಬಿರದಿಂದ ಹಿಂದಿರುಗಿ ಬರುವಾಗ ಅಜ್ಜಿ ಹೇಳಿದ ಅರ್ಥಪೂರ್ಣವಾದ ಮಾತನ್ನು ಹೇಳಿದ.

ಚಾಣಕ್ಯ ಅಜ್ಜಿಯ ಬಗ್ಗೆ ಮೆಚ್ಚಿ ಮಾತನಾಡಿದ ''ನಿನ್ನಲ್ಲಿ ಆತುರವಿದೆ ಎಂದು ನಾನು ಹೇಳಿದ್ದು ನೆನಪಿದೆಯಲ್ಲವೆ? ನಾವು ಗಂಭೀರವಾಗಿ, ನೂರಾರು ಮಾತುಗಳಲ್ಲಿ, ಪಾಂಡಿತ್ಯ ಪೂರ್ಣವಾಗಿ ವಿಶ್ಲೇಷಿಸುವುದನ್ನು, ಅವಳು ಬರೀ ಒಂದು ಬಿಸಿರೊಟ್ಟಿಯ ಉದಾಹರಣೆ ಯೊಂದಿಗೆ, ಎಷ್ಟು ಸರಳವಾಗಿ, ಎಷ್ಟೊಂದು ಪರಿಣಾಮಕಾರಿಯಾಗಿ ಹೇಳಿದ್ದಾಳೆ ! ಇದೇ ನಮ್ಮ ಧರ್ಮ ಮತ್ತು ಸಂಸ್ಕೃತಿಯ ತಿರುಳು ಚಂದ್ರಗುಪ್ತ. ವಿದ್ಯಾವಂತರಾದ ನಗರವಾಸಿಗಳಲ್ಲಿ ಬರೀ ಬೂಟಾಟಿಕೆಯ ಬಡಿವಾರವಿದ್ದರೆ, ನಮ್ಮ ಗ್ರಾಮಜೀವನದಲ್ಲಿ ಆರ್ಯಾವರ್ತದ ಹೃದಯವಿದೆ, ನಮ್ಮ ವೇದ ಧರ್ಮದ ಸಾರವಾದ ಸಂಸ್ಕೃತಿಯ ಸೊಗಸಿದೆ. ಅದನ್ನು ನಾವು ಉಳಿಸಿಕೊಳ್ಳಬೇಕು. ಬೌದ್ಧರು, ಜೈನರು, ಈಗ ವಿದೇಶೀಯರು ಆದರ ಸೊಗಡನ್ನು ನಾಶಗೊಳಿಸದಂತೆ ಸಂರಕ್ಷಿಸುವುದು ನಮ್ಮೆಲ್ಲರ ಹೊಣೆ.''

''ಹೌದು ಆಚಾರ್ಯ'' ಚಂದ್ರಗುಪ್ತ ಹೇಳಿದ, ''ನೀವು ಹೇಳಿದ ಕೃಷಿಕ ಧನಂಜಯನಲ್ಲೂ ಅದು ಸಮೃದ್ಧವಾಗಿದೆ.''

''ಮಾತೃ ಭೂಮಿಯ ಪುನರುತ್ಥಾನಕ್ಕೆ ಅಂಥ ಸದಾಶಯದ ಸಂಸ್ಕೃತಿವಂತರನ್ನು ಸಂಘಟಿಸಬೇಕು. ಕೆಲವು ಸಲ ನಾವು ಕಠಿಣವಾಗಿ ವರ್ತಿಸಲೂ ಬೇಕಾಗಬಹುದು. ನಾವು ನಿರ್ದಯವಾಗಿ ನಡೆದುಕೊಂಡರೂ ಚಿಂತೆಯಿಲ್ಲ, ನಮ್ಮ ಉದ್ದೇಶ ಸನಾತನ ಧರ್ಮದ ರಕ್ಷಣೆ, ಸಂಸ್ಕೃತಿಯುಕ್ತವಾದ ಸಾಮ್ರಾಜ್ಯ ನಿರ್ಮಾಣದ ಕಡೆಗೆ ಕೇಂದ್ರೀಕೃತವಾಗಿರಬೇಕು'' ಎಂದು ಚಾಣಕ್ಯ ಧರ್ಮದತ್ತನ ಮಗನ ಬೌದ್ಧ ಧರ್ಮಕ್ಕೆ ಮತಾಂತರ, ಹೆಂಡತಿ ಮಹಾದೇವಿಯ ಸಾವು ಮತ್ತು ಅವನು ಅನುಭವಿಸಿದ ದುಃಖ ಯಾತನೆಗಳನ್ನು ವಿವರಿಸಿದ. ವಿಶಾಖಿಳಿಗೆ ಹಸ್ತಿನಾವತಿಯಲ್ಲಿ ಆಶ್ರಯ ನೀಡಿರುವ ಲಕ್ಷ್ಮಿಯ ಗಂಡನ ಸಾವಿನ ಪ್ರಸಂಗವನ್ನೂ ಹೇಳಿದ. ಚರಣ ಪಾಟಲೀಪುತ್ರದಲ್ಲಿ ಬೌದ್ಧ ಧರ್ಮಗುರು ಚಿದಂಬರನಿಗೆ ನೀಡಿದ ತೊಂದರೆ, ಅವನಿಗೆ ನೇಣು ಶಿಕ್ಷೆ, ತನ್ನ ಸೂಚನೆಯಂತೆ ವಸುಂಧರ ಸೆರೆಮನೆಯಿಂದ ಪಾರಾಗುವ ದಿನ ನಡೆದ ಗಲಭೆಯಲ್ಲಿ ಆ ಗುರುವನ್ನು ಕೊಂದದ್ದನ್ನೆಲ್ಲ ವಿವರಿಸಿದ.

ನಂತರ ಚಾಣಕ್ಯ ಹೇಳಿದ, ''ಸದ್ಯದಲ್ಲಿ ನಮ್ಮ ಧರ್ಮಕ್ಕೆ ಬೌದ್ಧರಿಂದಲೇ ಹೆಚ್ಚು ಅಪಾಯವಿರುವಂತಿದೆ. ಅದಕ್ಕೆ ಮುಖ್ಯ ಕಾರಣ, ನಮ್ಮ ಧರ್ಮದವರೇ ಆದ ರಾಜರು ಬೌದ್ಧರಿಗೆ ಹೆಚ್ಚಿನ ಪ್ರೋತ್ಸಾಹ ನೀಡುತ್ತ, ಸ್ವಧರ್ಮವನ್ನು ಕಡೆಗಣಿಸುತ್ತಿರುವುದು. ಮೊದಲಾದರೆ ವರ್ಣಾಶ್ರಮ ಧರ್ಮವನ್ನು ಒಂದು ಸಾಮಾಜಿಕ ಕಟ್ಟಳೆಯೆಂದು ಜನ ಗೌರವಿಸುತ್ತಿದ್ದರು. ಆಗ ಕ್ಷತ್ರಿಯರೇ ಪ್ರಜಾಪಾಲನೆ ಮಾಡುತ್ತಿದ್ದರು. ಆದರೆ ಈಗ ಇತರ ವರ್ಣದವರು ಅಧಿಕಾರ ಸ್ಥಾನಗಳಿಗೆ ಬಂದಿದ್ದಾರೆ. ಆದರೆ ಆ ಸ್ಥಾನಗೌರವದ ಕರ್ತವ್ಯಗಳನ್ನು ಅರಿತಿಲ್ಲ, ಅರಿತವರು ಮರೆಯುತ್ತಿದ್ದಾರೆ. ಬ್ರಾಹ್ಮಣ ಮತ್ತು ಕ್ಷತ್ರಿಯರ ತೇಜೋವಧೆ ಮಾಡುವ ಉದ್ದೇಶದಿಂದ ಪರಧರ್ಮಗಳಿಗೆ ಪ್ರೋತ್ಸಾಹ ನೀಡಿ ಸ್ವಧರ್ಮದ್ರೋಹ ಮಾಡುತ್ತಿದ್ದಾರೆ. ಎಲ್ಲ ಕಡೆ ಅರಾಜಕತೆಗೆ ಕಾರಣರಾಗುತ್ತಿದ್ದಾರೆ. ಆ ದೌರ್ಬಲ್ಯದ ಕಾರಣ ವಾಗಿಯೇ ಈಗ ವಿದೇಶೀಯರು ನಮ್ಮ ನೆಲದ ಮೇಲೆ ಆಕ್ರಮಣ ಮಾಡುವ ಧೈರ್ಯ ತೋರಿಸುತ್ತಿದ್ದಾರೆ. ಆದ್ದರಿಂದ ನಮ್ಮ ಧರ್ಮ, ಪರಂಪರೆ, ಸಂಸ್ಕೃತಿಗಳಲ್ಲಿ ಗೌರವವುಳ್ಳ ರಾಜನೀತಿಯ ಅಡಿಪಾಯದ ಮೇಲೆ ಒಂದು ವಿಶಾಲ ಸಾಮ್ರಾಜ್ಯ ಸ್ಥಾಪನೆಯಾಗಬೇಕು. ಅದಕ್ಕೆ ಸ್ವಧರ್ಮನಿಷ್ಠೆಯುಳ್ಳ ಕ್ಷತ್ರಿಯನೇ ರಾಜನಾಗಬೇಕೆಂಬುದು ನನ್ನ ಕನಸು. ಚಂದ್ರಗುಪ್ತನಲ್ಲಿ ಆ ಲಕ್ಷಣಗಳಿವೆ. ಅವನೊಂದಿಗೆ ನೀವೆಲ್ಲ ಇರುವುದರಿಂದ ನನ್ನ ಕನಸು ನನಸಾಗುವುದೆಂಬ ಭರವಸೆ ದೃಢವಾಗುತ್ತಿದೆ.''

''ನಿಮ್ಮ ಕನಸು ನಮ್ಮೆಲ್ಲರ ಕನಸು ಆಚಾರ್ಯ'' ಎಂದ ಚರಣ.

ಅಷ್ಟರಲ್ಲಿ ತಕ್ಷಶಿಲೆಯಿಂದ ಪ್ರಭಂಜನ ಬಂದಿರುವನೆಂದು ಗೌತಮ ಬಂದು ಹೇಳಿದ. ಅಲ್ಲಿಗೇ ಕರೆತರುವಂತೆ ಚಾಣಕ್ಯ ಸೂಚಿಸಿದ. ಕೈಕಾಲು ಮುಖ ತೊಳೆದು, ಅವನು ಅಲ್ಲಿಗೇ ಬಂದು ನಮಸ್ಕರಿಸಿ ಚಾಣಕ್ಯನ ಪಕ್ಕದಲ್ಲಿ ಕುಳಿತುಕೊಂಡ. ಮೊದಲು ಅವನ ಕುಶಲ ವಿಚಾರಿಸಿದ ಚಾಣಕ್ಯ ನಂತರ ಕೇಳಿದ, ''ನಿನ್ನ ಮುಖದ ಆತಂಕ ನೋಡಿದರೆ ಯಾವುದೋ ಮಹತ್ವದ ಸುದ್ದಿಯನ್ನೇ ತಂದಿರುವಂತಿದೆ. ಅದೇನು ಹೇಳು.''

''ನಾನು, ಸಮಂತಭದ್ರ ತಕ್ಷಶಿಲೆಯನ್ನು ಬಿಟ್ಟು ಇಲ್ಲಿಗೇ ಬರಬೇಕೆಂದುಕೊಂಡಿದ್ದೇವೆ. ಜೊತೆಗೆ ಕೆಲವು ವಿದ್ಯಾರ್ಥಿಗಳೂ ನಮ್ಮ ಜೊತೆಗೆ ಬರುವ ಆಸೆ ತೋಡಿಕೊಂಡಿದ್ದಾರೆ.

ಬೇಡವೆಂದರೆ ಅವರು ಅಧ್ಯಯನವನ್ನು ಬಿಟ್ಟು ತಮ್ಮ ಊರುಗಳಿಗೆ ಹೋಗಲು ನಿರ್ಧರಿಸಿದ್ದಾರೆ'' ಪ್ರಭಂಜನ ಹೇಳಿದ.

''ಅಂಥ ನಿರ್ಧಾರ ಮಾಡಲು ಕಾರಣವಾದ ಘಟನೆಯೇನು ನಡೆಯಿತು ಪ್ರಭಂಜನ ?''

''ಯಾವ ಕ್ಷಣದಲ್ಲಾದರೂ ಆ ಯವನರ ದಾಳಿ ನಡೆಯಬಹುದೆಂಬ ಆತಂಕ, ತಕ್ಷಶಿಲೆಯ ಪ್ರತಿಯೊಂದು ವ್ಯಕ್ತಿಯ ಮುಖದಲ್ಲೂ ಹೆಪ್ಪುಗಟ್ಟಿದೆ.''

''ಉದ್ಧಟತನದಿಂದ ಬಾಯಿಗೆ ಬಂದಂತೆ ಮಾತಾಡುವ ಆ ವೃದ್ಧರಾಜ ವೈವಸ್ವತ, ಅವನ ಮಗ ಆಂಭೀಕ ಏನು ಮಾಡುತ್ತಿದ್ದಾರೆ ?''

''ಮೆತ್ತಗಿರುವವರ ಕತ್ತು ಹಿಸುಕಲು ಮುನ್ನುಗ್ಗುವ ಆ ಹೇಡಿಗಳು, ಬಹುಶಃ ತಮ್ಮ ಅರಮನೆಯ ಕೋಣೆಯಲ್ಲಿ ನಡುಗುತ್ತ ಕುಳಿತಿರಬಹುದು. ಪ್ರಜೆಗಳ ರಕ್ಷಣೆಯ ಬಗ್ಗೆ ಅವರೆಲ್ಲಿ ಯೋಚಿಸುತ್ತಾರೆ.''

''ಆ ಅಯೋಗ್ಯ ಕುಲಪತಿ ವೇದಗುಪ್ತ ಏನನ್ನುತ್ತಾನೆ ?''

''ಅವನು ಗುರುಕುಲವನ್ನೂ, ತಕ್ಷಶಿಲೆಯನ್ನೂ ಬಿಟ್ಟು ಆಗಲೇ ಒಂದು ವಾರವಾಯಿತು. ಅರ್ಧಕ್ಕರ್ಧ ಅಧ್ಯಾಪಕರೂ ಇಲ್ಲ, ವಿದ್ಯಾರ್ಥಿಗಳೂ ಇಲ್ಲ, ಇನ್ನು ಕೆಲವೇ ದಿನಗಳಲ್ಲಿ ಇಡೀ ತಕ್ಷಶಿಲೆಯೇ ಬರಿದಾದರೂ ಆಶ್ಚರ್ಯಪಡಬೇಕಾಗಿಲ್ಲ, ಈಗಾಗಲೇ ಬಹಳ ಜನ ಪ್ರಾಣಭಯದಿಂದ ನಗರವನ್ನು ತ್ಯಜಿಸಿದ್ದಾರೆ.''

''ಯುದ್ಧವಾದರೆ ಸೈನ್ಯ ಹೋರಡುತ್ತದೆ, ಜನ ಏಕೆ ಹೆದರಬೇಕು ?'' ಎಂದ ಧರ್ಮದತ್ತ.

''ಯುದ್ಧವಾಗುವುದಿಲ್ಲ ಧರ್ಮದತ್ತರೇ'' ಪ್ರಭಂಜನ ಹೇಳಿದ, ''ಆದರೆ ಆ ಯವನರ ಸೇನೆ ನಿರ್ದಯವಾಗಿ ಜನರನ್ನು ಕೊಲ್ಲುತ್ತ, ನಗರಗಳನ್ನು ಧೂಳೀಪಟ ಮಾಡುತ್ತ, ಬರುತ್ತಿದೆಯೆಂದು ಎಲ್ಲ ಕಡೆ ಸುದ್ದಿ ಹರಡಿದೆ.''

''ಹೌದು, ಅವರ ಯುದ್ಧ ಪದ್ಧತಿಯೇ ಹಾಗಿರಬೇಕು. ನಾವೂ ಅದಕ್ಕೆ ಸಾಕ್ಷಿಯಾಗಿದ್ದೇವೆ'' ಎಂದ ಚಂದ್ರಗುಪ್ತ.

''ಅದು ಸರಿ, ಯುದ್ಧವಾಗುವುದಿಲ್ಲವೆಂದು ಹೇಗೆ ಹೇಳುತ್ತೀರಿ ?'' ಎಂದು ಚರಣ ಕೇಳಿದ.

''ಜನ ಆಡಿಕೊಳ್ಳುವ ಮಾತು ನಿಜವಾದರೆ, ಅಲೆಗ್ಸಾಂಡರನಿಂದ ಶರಣಾಗತಿ ಅಥವಾ ಗಾಂಧಾರದ ವಿನಾಶ ಎಂಬ ಸಂದೇಶ ಬಂದಿದೆಯಂತೆ. ಶರಣಾಗತಿಯ ನಿರ್ಧಾರವಾಗಿದೆಯಂತೆ. ಇಷ್ಟರಲ್ಲೇ ಆಂಭೀಕನ ದೂತ ಸಂದೇಶ ತೆಗೆದುಕೊಂಡು ಹೋಗುವನಂತೆ.''

''ಇದು ಆಡಿಕೊಳ್ಳುವ ಮಾತಲ್ಲ, ಬಹುಶಃ ಖಚಿತವಾದ ಮಾತು'' ಎಂದ ಧರ್ಮದತ್ತ.

''ಈಗ ಎಲ್ಲ ಊಟ ಮಾಡಿ ವಿಶ್ರಮಿಸಿಕೊಳ್ಳಿ, ನೀವೂ ಯೋಚನೆ ಮಾಡಿ, ನಾನೂ ಯೋಚಿಸುತ್ತೇನೆ. ನಾಳೆ ಮಾತನಾಡೋಣ'' ಎಂದ ಚಾಣಕ್ಯ ಮಾತು ಮುಗಿಸಿದ.

ಆ ರಾತ್ರಿ ಚಾಣಕ್ಯನಿಗೆ ಬಹಳ ಹೊತ್ತು ನಿದ್ರೆ ಬರಲಿಲ್ಲ, ಎಲ್ಲ ಒಂದು ಘಟ್ಟಕ್ಕೆ ಬಂದಿರುವಾಗ, ಈಗ ಆ ಯವನರ ಆಕ್ರಮಣ ಎಲ್ಲವನ್ನೂ ಮರು ಆಲೋಚಿಸಬೇಕಾದ ಸ್ಥಿತಿ ತಂದಿತ್ತು. 'ಆ ಯವನರನ್ನು ತಡೆಯುವ ಸಾಮರ್ಥ್ಯವಂತೂ ನನ್ನಲ್ಲಿಲ್ಲ, ನನ್ನಲ್ಲಿ ಬುದ್ಧಿ ಬಲವಿದೆ, ಚಂದ್ರಗುಪ್ತನಲ್ಲಿ ಕ್ಷಾತ್ರ ಬಲವಿದೆ, ಇಬ್ಬರಿಗೂ ಬೆಂಬಲಕ್ಕೆ ನಿಂತಿರುವ ಹಲವರ ಸ್ನೇಹ ಬಲವಿದೆ, ಇವು ಮೂರೂ ಒಟ್ಟುಗೂಡಿದ ಸಂಕಲ್ಪಶಕ್ತಿಯೂ ಇದೆ. ಆದರೆ ಧನ

ಬಲವಿಲ್ಲ, ಸೈನ್ಯಬಲವಿಲ್ಲ. ಅವುಗಳನ್ನು ಗಳಿಸಿಕೊಳ್ಳಬೇಕಾದರೆ ಸಾಕಷ್ಟು ಸಮಯ ಬೇಕು. ವಿದೇಶೀಯರು ಆರ್ಯಾವರ್ತದ ಬಾಗಿಲಿಗೇ ಬಂದುಬಿಟ್ಟಿರುವುದರಿಂದ, ಅಷ್ಟರಲ್ಲಿ ನಾವು ಅವರನ್ನು ತಡೆಗಟ್ಟುವ ಸಾಮರ್ಥ್ಯವನ್ನು ಗಳಿಸಿಕೊಳ್ಳಲು ಸಾಧ್ಯವಾಗುವುದಿಲ್ಲ. ನಮ್ಮ ಧರ್ಮ ಮತ್ತು ಸಂಸ್ಕೃತಿಗೆ ಈ ವಿದೇಶೀಯರೂ ಅಪಾಯ ತಂದೊಡ್ಡಬಹುದು. ನಮ್ಮ ಹೋರಾಟ ಇಬ್ಬರು ಶತ್ರುಗಳನ್ನು ಎದುರಿಸಬೇಕಾದ ಅನಿವಾರ್ಯ ಸ್ಥಿತಿಯನ್ನು ಮುಟ್ಟುತ್ತದೆ. ಜೊತೆಗೆ ನಮ್ಮ ಹೋರಾಟ ಇನ್ನಷ್ಟು ಜಟಿಲವೂ ಆಗುತ್ತದೆ. ಏನು ಮಾಡುವುದು ?

'ಪ್ರಭಂಜನ ಹೇಳಿದಂತೆ ಆಂಭೀಕ ಶರಣಾಗತನಾದರೆ, ಆ ಯವನರ ಆಕ್ರಮಣದ ಉತ್ಸಾಹ ಇಮ್ಮಡಿಸುತ್ತದೆ. ಈಗಾಗಲೇ ಶಶಿಗುಪ್ತನೆಂಬ ಗಿರಿಜನರ ರಾಜ ಅಲೆಗ್ಸಾಂಡರ ನೊಂದಿಗೆ ಸೇರಿಕೊಂಡಿರುವ ವಿಷಯವನ್ನು ಚಂದ್ರಗುಪ್ತ ಹೇಳಿದ. ಸ್ವಾಭಿಮಾನ ಶೂನ್ಯರಾದ ರಾಜರು ತಮ್ಮ ವೈಯಕ್ತಿಕ ಹಿತಾಕಾಂಕ್ಷೆಯ ಸ್ವಾರ್ಥದಿಂದ ಹೀಗೆ ಶರಣಾಗುತ್ತಾ ಹೋದರೆ ಆರ್ಯಾವರ್ತ ಮತ್ತೊಂದು ಯವನರ ನಾಡಾದರೆ ಗತಿಯೇನು ! ಬಂದು ಬೇರುಬಿಟ್ಟು ಅಧಿಕಾರ ಸ್ಥಾನದಲ್ಲಿ ಕುಳಿತುಬಿಟ್ಟರೆ ನಮ್ಮ ಎಲ್ಲ ಪ್ರಯತ್ನಗಳೂ ವಿಫಲವಾಗಿಬಿಡುತ್ತವೆ.

'ಇನ್ನೊಂದು ರೀತಿ ಯೋಚಿಸಿದರೆ, ಒಂದು ಸಲ ಇಂಥ ಆಕ್ರಮಣಗಳು ನಡೆದುಹೋಗಲಿ ಎನಿಸುತ್ತದೆ. ಆಗಲಾದರೂ ನಮ್ಮ ಜನ ಸಂಘಟನೆಯ, ಪರಸ್ಪರ ಸೌಹಾರ್ದದ ಅಗತ್ಯವನ್ನು ಮನಗಾಣುತ್ತಾರೇನೋ, ಎಂಬ ದೂರದಾಸೆ ಮೂಡುತ್ತದೆ. ಆದರಿಂದ ಶಕ್ತಿಹೀನರಾದ ಎಲ್ಲರನ್ನೂ ಬಗ್ಗುಬಡಿದು ದೊಡ್ಡ ಸಾಮ್ರಾಜ್ಯ ಕಟ್ಟುವುದು ಸಾಧ್ಯವಾದರೂ ಆಗಬಹುದು.

'ಸದ್ಯಕ್ಕಂತೂ ವಿದೇಶೀ ಆಕ್ರಮಣದ ವಿರುದ್ಧ ಏನೂ ಮಾಡಲಾಗದ ಅಸಹಾಯಕ ಪರಿಸ್ಥಿತಿ ನಮ್ಮದಾಗಿದೆ. ಅವರ ಚಲನವಲನಗಳನ್ನೂ, ನಮ್ಮ ರಾಜರು ಮತ್ತು ಜನಪದಗಳ ನಾಯಕರು ಹೇಗೆ ಪ್ರತಿಕ್ರಿಯಿಸುತ್ತಾರೆಂಬುದನ್ನೂ ಸೂಕ್ಷ್ಮವಾಗಿ ಗಮನಿಸುತ್ತಾ ಹೋಗಬೇಕು. ಏನೇ ಆದರೂ ಆ ಯವನರು ಮಗಧದ ಮೇಲೆ ಆಕ್ರಮಣ ಮಾಡಲು ಅವಕಾಶ ಕೊಡಬಾರದು. ಅಷ್ಟರಲ್ಲಿ ನಮ್ಮ ಯೋಜನೆಯನ್ನು ಅಂತಿಮಗೊಳಿಸಿ ನಾವು ಕ್ರಿಯಾಶೀಲ ರಾಗಬೇಕು. ನನ್ನ ಪ್ರತಿಜ್ಞೆ ಈಡೇರಲೇಬೇಕು. ಆ ನೀಚ ಧನನಂದ ನನ್ನ ಮೂಲಕವೇ ಸಾಯಬೇಕು. ಚಂದ್ರಗುಪ್ತ ಮಗಧ ಸಿಂಹಾಸನವನ್ನೇರಬೇಕು.'

ಮರುದಿನ ಎಲ್ಲ ಮಾತಿಗೆ ಸೇರಿದಾಗ ಅವರಿಗೆ ತಿಳಿಸಬೇಕಾದ ವಿಷಯಗಳನ್ನು ಚಾಣಕ್ಯ ಖಚಿತವಾಗಿ ರೂಪಿಸಿಕೊಂಡಿದ್ದ. ತಾನು ರಾತ್ರಿಯೆಲ್ಲ ಆಲೋಚಿಸಿದ್ದ ವಿಷಯಗಳನ್ನೆಲ್ಲ ವಿವರಿಸಿ ಕಡೆಗೆ ಹೇಳಿದ, "ಸದ್ಯದ ರಾಜಕೀಯದ ಪರಿಸ್ಥಿತಿಯಲ್ಲಿ ನಾವು ಧನಬಲ ಮತ್ತು ಸೇನಾಬಲ್ಲವನ್ನು ಬಳಸುವುದು ಸಾಧ್ಯವಿಲ್ಲ. ಆದರೆ ಆ ಬಲಗಳನ್ನು ಗಳಿಸಲು ಬುದ್ಧಿ ಬಲವನ್ನು ಧಾರಾಳವಾಗಿ ಬಳಸುವುದು ಸಾಧ್ಯ. ಅದೃಷ್ಟವಶಾತ್ ನಮ್ಮಲ್ಲಿ ಬುದ್ಧಿಶಕ್ತಿ ಅಪಾರವಾಗಿದೆ. ಅದರ ಒಂದು ಅಂಗ ಗೂಢಚರ್ಯ. ತನ್ನ ಗೂಢಚಾರರ ಬಲದಿಂದಲೇ ಆ ಅಮಾತ್ಯ ರಾಕ್ಷಸ ನಿಮ್ಮೆಲ್ಲರ ದಂಗೆಯ ಪ್ರಯತ್ನವನ್ನು ಆರಂಭದಲ್ಲೇ ಭಂಗಗೊಳಿಸಿ ಸೆರೆಹಿಡಿದದ್ದು ನೆನಪಿರಬಹುದು. ನನ್ನ ಶಿಷ್ಯರು ಮತ್ತು ಮಿತ್ರರನ್ನು ಆ ಕೆಲಸಕ್ಕೆ ಅನುವಾಗುವಂತೆ ಸಾಕಷ್ಟು ತಿಳುವಳಿಕೆ ನೀಡಿದ್ದೇನೆ. ಅವರೆಲ್ಲ ಪಾಟಲೀಪುತ್ರವನ್ನು ಸೇರಿ, ಅಲ್ಲಿ ವೇಷ ಮರೆಸಿಕೊಂಡು ನಮಗಾಗಿ ಕೆಲಸ ಮಾಡುತ್ತಾರೆ ಮತ್ತು ನಮಗೆ ಆಗಾಗ ಸುದ್ದಿ ಕಳಿಸುತ್ತಾರೆ. ನೀವೆಲ್ಲ ಈಗಲೇ ಪಾಟಲೀಪುತ್ರಕ್ಕೆ ಹೋಗುವಂತಿಲ್ಲ. ಕಾರಣ, ನೀವು ಅಲ್ಲಿ ಬೇಕಾದ ಅಪರಾಧಿಗಳು.

ಕೆಲವು ದಿನ ನೀವೆಲ್ಲ ಇಲ್ಲೇ ಇದ್ದು ತಕ್ಷಣದ ಉಪಯುಕ್ತತೆಯ ಕೆಲವು ವಿಷಯಗಳನ್ನು ಅರಿತುಕೊಳ್ಳುವುದು ಒಳ್ಳೆಯದು.''

ಎಲ್ಲ ಚಾಣಕ್ಯನ ಮಾತನ್ನು ಅನುಮೋದಿಸಿದರು. ಇಂದುಶರ್ಮ, ಸಿದ್ಧಾರ್ಥಕ, ಸಮಿದ್ಧಾರ್ಥಕ, ಪಶುಲೋಮ ಮತ್ತು ನಿಪುಣಕರಿಗೆ ಹೇಳಬೇಕಾದುದನ್ನು ಹೇಳಿ, ಅವರು ಮಾರನೆಯ ದಿನವೇ ಪಾಟಲೀಪುತ್ರಕ್ಕೆ ಪ್ರಯಾಣ ಬೆಳೆಸಲು ಸೂಚಿಸಲಾಯಿತು. ''ಇಲ್ಲೇ ಇದ್ದು ಬೇಸರವಾಗಿತ್ತು. ಹೊಸ ಸಾಹಸಕ್ಕೆ ನಾನು ಸಿದ್ಧನಾಗಿದ್ದೇನೆ'' ಎಂದು ಇಂದುಶರ್ಮ ತನ್ನ ಸಂತೋಷವನ್ನು ವ್ಯಕ್ತಪಡಿಸಿದ.

''ಪ್ರಭಂಜನ'' ಚಾಣಕ್ಯ ಹೇಳಿದ, ''ನೀನು ಈ ದಿನವೇ ತಕ್ಷಶಿಲೆಗೆ ಹೊರಟುಬಿಡು. ಯವನರ ದಾಳಿಯ ವಿಷಯ, ಆಂಭೀಕ ಏನು ಮಾಡುತ್ತಾನೆ ಇತ್ಯಾದಿ ಖಚಿತ ಸಮಾಚಾರಗಳು ತಿಳಿಯುವವರೆಗೂ ಇದ್ದು ನಿನ್ನ ಶಿಷ್ಯರನ್ನು ಕರೆದುಕೊಂಡು ಬಂದುಬಿಡು. ನಾವೆಲ್ಲ ಇಲ್ಲಿಂದ ಹೊರಟುಹೋದರೆ, ನೀವು ನೀವೇ ಗುರುಕುಲವನ್ನು ನಡೆಸಿಕೊಂಡು ಹೋಗಬೇಕಾಗಿ ಬರಬಹುದು. ಬರುತ್ತ ಸಾಕಷ್ಟು ಆಹಾರ ಸಾಮಗ್ರಿಗಳನ್ನು ಸಂಗ್ರಹಿಸಿಕೊಂಡು ಬರುವುದನ್ನು ಮರೆಯಬೇಡ. ಬೇಕಾದರೆ ವರುಣನನ್ನೂ ಕರೆದುಕೊಂಡು ಹೋಗು.''

''ಆಗಬಹುದು'' ಎಂದ ಪ್ರಭಂಜನ.

ನಾಗದತ್ತ ''ಅಪ್ಪಣೆ ಕೊಟ್ಟರೆ ನಾನೂ ಜೊತೆಯಲ್ಲಿ ಹೋಗಿಬರುತ್ತೇನೆ'' ಎಂದ.

''ಆಗಲಿ, ಆದರೆ ಸುದ್ದಿ ಸಂಗ್ರಹ ಬಹಳ ಮುಖ್ಯ'' ಎಂದು ಚಾಣಕ್ಯ ಎಚ್ಚರ ಹೇಳಿದ.

೬

ಎರಡು ದಿನದಿಂದ ತಕ್ಷಶಿಲೆಯ ಅರಮನೆಯಲ್ಲಿ ಸ್ಮಶಾನ ಮೌನ ನೆಲೆಸಿತ್ತು. ಅಲೆಗ್ಸಾಂಡರನಿಂದ ಬಂದ ಬೆದರಿಕೆಯ ಸಂದೇಶದ ಪರಿಣಾಮವಾಗಿ, ಮೊದಲು ನಗರವನ್ನು ಆವರಿಸಿದ್ದ ಆತಂಕ ಈಗ ಅರಮನೆಯನ್ನೇ ಆವರಿಸಿತ್ತು. ಆ ಆಘಾತಕ್ಕೆ ಕುಸಿದು ಬಿದ್ದವನಂತೆ ವೃದ್ಧನಾದ ವೈವಸ್ವತ ಹಾಸಿಗೆ ಹಿಡಿದಿದ್ದ. ವಾಸ್ತವವಾಗಿ ಅವನು ಈಗ ದಿನಗಳನ್ನು ಎಣಿಸುತ್ತಿದ್ದ. ಈ ಬಿಗಿ ವಾತಾವರಣದ ನಡುವೆಯೇ ಆಂಭೀಕನಿಗೆ ರಾಜನಾಗಿ ಪಟ್ಟಕಟ್ಟುವ ಶಾಸ್ತ್ರವನ್ನು ಮುಗಿಸಿದ್ದ. ಅದು ತಕ್ಷಶಿಲೆಯಲ್ಲಿ ಒಂದು ಸಂಭ್ರಮದ ಸಮಾರಂಭವಾಗುವುದರ ಬದಲು, ಅರಮನೆಯ ಒಂದು ಸ್ವಂತ ಘಟನೆಯಾಗಿ, ಯಾರ ಗಮನಕ್ಕೂ ಬಾರದಂತೆ ಮುಗಿದು ಹೋಗಿತ್ತು. ತಾನು ರಾಜನಾದ ಸಂತೋಷವನ್ನು ಅನುಭವಿಸಲಾರದಷ್ಟು ಆಂಭೀಕ ಕುಗ್ಗಿ ಹೋಗಿದ್ದ.

''ಮುವ್ವತ್ತು ಸಾವಿರ ಸೈನ್ಯದೊಂದಿಗೆ ಬರುತ್ತಿರುವ ಆ ಯವನರಿಗೆ ಸ್ಪರ್ಧೆ ನೀಡುವ ಸಾಮರ್ಥ್ಯ ನಮಗೆಲ್ಲಿದೆ ಆಂಭೀಕ?'' ವೈವಸ್ವತ ಹೇಳಿದ.

''ಅದು ನನಗೂ ಗೊತ್ತು. ಯುದ್ಧ ಮಾಡುವ ಶಕ್ತಿಯೂ ನಮ್ಮಲ್ಲಿಲ್ಲ, ಮನಸ್ಸೂ ಇಲ್ಲ, ಅಥವಾ ನಮಗೆ ನೆರವಾಗುವ ಬೇರೆ ರಾಜರೂ ಇಲ್ಲ'' ಆಂಭೀಕ ಹೇಳಿದ.

''ಹಾಗಾದರೆ ಆ ಅಲೆಗ್ಸಾಂಡರನ ಬಳಿಗೆ ದೂತನನ್ನು ಕಳಿಸಿಬಿಡು.''

''ಆದರೆ ಅಪ್ಪಾಜಿ, ಆ ನಮ್ಮ ಜನ್ಮಶತ್ರು ಪೌರವನ ಎದುರು ಎಲ್ಲಿ ನಮ್ಮ ಘನತೆಗೆ ಕುಂದಾಗುವುದೋ ಎಂದು ಯೋಚಿಸುತ್ತಿದ್ದೇನೆ.''

''ಹೌದು, ಆ ವಿಷಯದಲ್ಲಿ ನಾವು ಸೋತೆವು. ನಮ್ಮ ಕಣ್ಣ ಮುಂದೆಯೇ ಆ ಪೌರವ ಇಲಿಯಂತಿದ್ದವನು ಹುಲಿಯಂತೆ ಬೆಳೆದು ನಿಂತಿದ್ದಾನೆ. ಅವನ ಮೇಲೆ ಅಸೂಯೆ

ಪಡುವುದರಲ್ಲೇ ನನ್ನ ಕಾಲ ಕಳೆದುಹೋಯಿತು. ಒಂದೇ ಒಂದು ಸಲವಾದರೂ ಅವನ ಮೇಲೆ ಯುದ್ಧ ಮಾಡಿ ಜಯಿಸಲಾಗಲಿಲ್ಲ. ಅವನ ಪುಟ್ಟ ರಾಜ್ಯ ಈಗ ನಮಗಿಂತ ದೊಡ್ಡ ರಾಜ್ಯವಾಗಿದೆ. ಗಾಂಧಾರವನ್ನು ಒಂದು ದಿನ ಗೆಲ್ಲುವೆನೆಂದು ಅವನು ಅಟ್ಟಹಾಸದಿಂದ ನುಡಿಯುತ್ತಿರುವನಂತೆ. ನಾವೇನು ಹೇಡಿಗಳಲ್ಲ ಎಂದು ಒಂದು ಸಲವಾದರೂ ಅವನೆದುರು ತೊಡೆ ತಟ್ಟಿ ನಿಲ್ಲಬೇಕೆಂಬ ನನ್ನ ಆಸೆ ಈವರೆಗೂ ಈಡೇರಲಿಲ್ಲ. ನೀನಾದರೂ ಗಾಂಧಾರದ ಪ್ರತಿಷ್ಠೆಯನ್ನು ಹೆಚ್ಚಿಸಿ, ಸೈನ್ಯವನ್ನು ದೊಡ್ಡದು ಮಾಡಿ ರಾಜ್ಯ ವಿಸ್ತಾರ ಮಾಡಬಹುದು, ಆ ಪೌರವನ ಸೊಕ್ಕಡಗಿಸಬಹುದೆಂದು ಕನಸು ಕಾಣುತ್ತಿದ್ದೆ. ಆದರೆ ಈಗ ಆ ಯವನರ ಆಕ್ರಮಣದಿಂದ ಅದಕ್ಕೂ ಅಡ್ಡಿ ಬಂದಿದೆ.''

''ಅಪ್ಪಾಜಿ'' ಏನನ್ನೋ ಯೋಚಿಸುತ್ತ ಆಂಭೀಕ ಗಂಭೀರವಾಗಿ ಹೇಳಿದ, ''ನಾವು ನಮ್ಮ ಅಲ್ಪ ಸಾಮರ್ಥ್ಯವನ್ನು ಅಪಾಯಕ್ಕೆ ಒಡ್ಡದೆ, ಬಲವಂತರಾದ ಯವನರಿಗೆ ತಲೆ ಬಾಗಿ ಶರಣಾಗತರಾಗುವುದೇ ಅನಿವಾರ್ಯ. ಆದರೆ ಈ ಶರಣಾಗತಿಯ ನೆಪದಲ್ಲಿ ಆ ಪೌರವನ ಮೇಲೆ ಸೇಡು ತೀರಿಸಿಕೊಳ್ಳುವುದು ಸಾಧ್ಯವೇ? ಎಂದು ಏಕೆ ಯೋಚಿಸಬಾರದು?''

''ಅಂದರೆ? ನನಗೆ ಅರ್ಥವಾಗಲಿಲ್ಲ?''

''ಅಲೆಗ್ಸಾಂಡರ್ ಆ ಪೌರವನ ಮೇಲೆ ಆಕ್ರಮಣ ಮಾಡಿ ಅವನ ಮದ ಅಡಗಿಸುವ ಭರವಸೆ ನೀಡಿದರೆ, ಅವನಿಗೆ ನಾವು ಶರಣಾಗತರಾಗುವುದಾಗಿ ತಿಳಿಸುವುದು. ಅಗತ್ಯವಿದ್ದರೆ ಅವನ ಸೈನ್ಯದೊಂದಿಗೆ, ನಾನೂ ನನ್ನ ಸೈನ್ಯವೂ ಹೋದರಾಯಿತು.''

''ಬೇರೆಯವರು ವಿದೇಶೀಯರೊಂದಿಗೆ ಕೈಜೋಡಿಸಿದರೆಂದು ಆಡಿಕೊಳ್ಳುವುದಿಲ್ಲವೆ?''

''ಆಡಿಕೊಳ್ಳುವವರು ಆಡಿಕೊಳ್ಳಲಿ. ಆ ವಿದೇಶೀಯರ ದಾಳಿಗೆ ನಾವು ಬಲಿಯಾದರೆ, ಆಡಿಕೊಳ್ಳುವವರು ರಕ್ಷಿಸಲು ಬರುವುದಿಲ್ಲ. ಅಲ್ಲದೆ ನಾವು ಹೀಗೆ ಮಾಡುವುದರಿಂದ ಗಾಂಧಾರವನ್ನು ವಿಸ್ತರಿಸುವ ಅವಕಾಶವೂ ಒದಗಿ ಬರಬಹುದು.''

''ಅದು ಹೇಗೆ ಸಾಧ್ಯ?''

''ಗೆದ್ದ ನಾಡನ್ನೆಲ್ಲ ಅಲೆಗ್ಸಾಂಡರ್ ತಾನೇ ನೇರವಾಗಿ ಆಳುವುದಂತೂ ಅಸಾಧ್ಯ. ಈಗಿರುವ ಗಾಂಧಾರಕ್ಕೆ ಇನ್ನಷ್ಟು ಪ್ರದೇಶಗಳನ್ನು ಸೇರಿಸಿ ನನ್ನನ್ನೇ ಅಧಿಪತಿಯನ್ನಾಗಿ ನೇಮಿಸಬಹುದು. ವರ್ಷಕ್ಕಿಷ್ಟು ಕಪ್ಪ ಕೊಟ್ಟುಬಿಟ್ಟರೆ ಉಳಿದಂತೆ ನಾವು ಸ್ವತಂತ್ರವಾಗಿ ಮೆರೆಯಬಹುದು.''

ಸ್ವಲ್ಪ ಹೊತ್ತು ಆಲೋಚಿಸಿದ ವೈವಸ್ವತ ನಂತರ ಹೇಳಿದ, ''ನಿನ್ನ ಮಾತು ಸರಿ. ಹಾಗೆಂದು ಪತ್ರ ಕಳಿಸಿಬಿಡು. ಜೊತೆಯಲ್ಲಿ ಅಲೆಗ್ಸಾಂಡರನನ್ನು ಸುಪ್ರೀತಗೊಳಿಸಬಹುದಾದಷ್ಟು ಕಾಣಿಕೆಗಳನ್ನು ಕಳಿಸು.''

''ಅದನ್ನು ಆಗಲೇ ಯೋಚಿಸಿದ್ದೇನೆ. ಅರವತ್ತೈದು ಆನೆಗಳು, ಉತ್ತಮ ತಳಿಯ ಸಾವಿರಾರು ಕುರಿಗಳು ಮತ್ತು ಮೂರು ಸಾವಿರದಷ್ಟು ಹೋರಿಗಳನ್ನು ಕಳಿಸುವ ವ್ಯವಸ್ಥೆ ಮಾಡಿದ್ದೇನೆ.''

ವೈವಸ್ವತ ಸಮ್ಮತಿಸಿದ. ಆಂಭೀಕ ಉತ್ಸಾಹದಿಂದ ದೂತನಾಗಿ ಹೋಗಬೇಕಾದ ವ್ಯಕ್ತಿಯನ್ನು ಕರೆಸಿದ.

ಮೂರನೇ ದಿನ ದೂತನೊಂದಿಗೆ ಆನೆ, ಕುರಿ ಮತ್ತು ಹೋರಿಗಳು ಅರಮನೆಯಿಂದಲೇ ಹೊರಟವು. ಈ ಸುದ್ದಿ ಈಗಾಗಲೇ ಜನಜನಿತವಾಗಿ, ಮೆರವಣಿಗೆ ನೋಡಲು

ಮಾರ್ಗದ ಎರಡೂ ಕಡೆಗಳಲ್ಲಿ ಜನ ಗುಂಪುಗೂಡಿದ್ದರು. ಆ ಗುಂಪಿನಲ್ಲಿ ಪ್ರಭಂಜನ ಮತ್ತು ನಾಗದತ್ತರೂ ಇದ್ದರು. ಆನೆ, ಕುರಿಗಳ ಜೊತೆ ಹೊರಟಿದ್ದ ಸೇವಕರಲ್ಲೊಬ್ಬನನ್ನು ವಿಚಾರಿಸಿದರು. ಅವನಿಂದ ಅವೆಲ್ಲ ಅಲೆಗ್ಸಾಂಡರನಿಗೆ ಕೊಡಲು ರಾಜ ಆಂಭೀಕ ಕಳಿಸಿರುವ ವಿಷಯ ತಿಳಿಯಿತು. ಅಂದರೆ ಆಂಭೀಕನ ಶರಣಾಗತಿಯ ವಿಷಯ ಖಚಿತವಾದಂತಾಯಿತು.

ಪ್ರಭಂಜನ ಮತ್ತು ನಾಗದತ್ತ ಚಾಣಕ್ಯನ ಗುರುಕುಲದಿಂದ ಬರುವ ವೇಳೆಗೆ, ಆಂಭೀಕನ ಪಟ್ಟಾಭಿಷೇಕದ ಸಮಾರಂಭ ಪ್ರಚಾರವಿಲ್ಲದೆ ನಡೆದುಹೋದ ವಿಷಯ ತಿಳಿಯಿತು. ಇಷ್ಟು ಆತುರದಲ್ಲಿ ಪಟ್ಟಾಭಿಷೇಕ ನೆರವೇರಿಸಲು ಮುಖ್ಯವಾದ ಕಾರಣವಿರಬೇಕೆಂದು ಅವರು ತರ್ಕಿಸಿದರು. ಅದು ನಿಜವೂ ಆಗಿತ್ತು. ವೈದ್ಯ ಹರಿಸೇನ ತನ್ನ ಪರಿಚಯದ ರಾಜವೈದ್ಯನಿಂದ ತಿಳಿದ ಸಂಗತಿಯನ್ನು ಇವರಿಗೆ ಹೇಳಿದ. ವೈವಸ್ವತ ಹಾಸಿಗೆ ಹಿಡಿದಿದ್ದ. ಇಷ್ಟರಲ್ಲೇ ಅವನು ಸಾಯುವ ಸೂಚನೆಯೂ ಇತ್ತು.

ಸಾಮಾನ್ಯ ಜನ ಮಿಶ್ರ ಪ್ರತಿಕ್ರಿಯೆ ವ್ಯಕ್ತಪಡಿಸುತ್ತಿದ್ದರು. ಕೆಲವರು ಆಂಭೀಕ ಶರಣಾಗತನಾಗಿ ಗಾಂಧಾರದ ಗೌರವವನ್ನು ಮಣ್ಣುಪಾಲು ಮಾಡಿದನೆಂದುಕೊಂಡರು. ಇನ್ನು ಕೆಲವರು ಆಂಭೀಕ ಯುದ್ಧ ಮಾಡಲು ಹೆದರುವ ಹೇಡಿ ಎಂದುಕೊಂಡರು. ಮತ್ತೆ ಕೆಲವರು, ಸದ್ಯ ಯುದ್ಧ ತಪ್ಪಿದ್ದರಿಂದ ಯವನರ ಸೈನ್ಯ ಸಿಕ್ಕಿದ ಕಡೆ ನುಗ್ಗಿ ಅಮಾಯಕರನ್ನು ಹಿಂಸಿಸುವುದು ತಪ್ಪಿತಲ್ಲಾ ಎಂದು ನಿರಾಳವಾದ ಉಸಿರುಬಿಟ್ಟರು. ಆದರೆ ರಾಜನನ್ನು ಹೊಗಳುವ ಒಂದು ಮಾತೂ, ಯಾವ ಬಾಯಿಂದಲೂ ಬರಲಿಲ್ಲ.

ಇದರ ಜೊತೆಗೆ ಆಂಭೀಕ ಸೈನ್ಯದೊಂದಿಗೆ ತಾನೂ ಯವನರ ದಂಡಯಾತ್ರೆಯಲ್ಲಿ ಭಾಗವಹಿಸಲು ಸಿದ್ಧನಾಗಿರುವ ವಿಷಯವೂ ತಿಳಿಯಿತು. ಅಂದರೆ ಅವನ ಗುರಿ, ಈ ಅವಕಾಶವನ್ನು ಉಪಯೋಗಿಸಿಕೊಂಡು ಪರ್ವತರಾಜ ಪೌರವನ ಮೇಲೆ ಆಕ್ರಮಣ ಮಾಡುವುದು, ಎಂದು ಅವರಿಗೆ ಅನ್ನಿಸಿತು.

''ಇನ್ನು ನಾವು ಇಲ್ಲಿರುವುದರಲ್ಲಿ ಅರ್ಥವೇ ಇಲ್ಲ'' ಎಂದ ಪ್ರಭಂಜನ ರಾತ್ರಿ ಮನೆ ಸೇರಿದ ಮೇಲೆ.

''ನಿಜ, ಮೊದಲೇ ಅಯೋಗ್ಯ ರಾಜನಿಂದಾಗಿ ಅನಾಯಕತ್ವದಿಂದ ನರಳುತ್ತಿದ್ದ ತಕ್ಷಶಿಲೆ, ಈಗ ವಿದೇಶೀಯರ ವಶಕ್ಕೆ ಹೋದಮೇಲೆ ಸ್ವಾಭಿಮಾನದಿಂದ ಬದುಕಲು ಅನರ್ಹವಾಯಿತು'' ಎಂದ ನಾಗದತ್ತ.

''ಹೌದು ನಮ್ಮ ಜನರನ್ನು ಸುಲಿಗೆ ಮಾಡಿ, ಅವರ ಕಷ್ಟಗಳಿಗೆ ಸ್ಪಂದಿಸದ ಆಂಭೀಕ, ಯಾವನೋ ವಿದೇಶೀಯನನ್ನು ಓಲೈಸಲು ನಮ್ಮ ನಾಡಿನ ಸಂಪತ್ತನ್ನು ಕಳಿಸಿದ್ದನ್ನು ಕಂಡು ಒಂದೇ ಒಂದು ವ್ಯಕ್ತಿಯೂ ಸಂತೋಷಪಡುವುದಿಲ್ಲ''

''ಸರಿ, ಇಲ್ಲೇ ಇದ್ದರೆ ಇನ್ನಷ್ಟು ಬೇಸರ, ಇನ್ನಷ್ಟು ಸಂಕಟ ! ಬೇಗ ಹೊರಟುಬಿಡೋಣ.''

''ಇನ್ನೊಂದೆರಡು ದಿನವಿದ್ದರೆ ಆ ಮುದಿರಾಜನ ಸಾವಿನ ಸುದ್ದಿಯನ್ನೂ ತೆಗೆದುಕೊಂಡು ಹೋಗಬಹುದು.''

''ಇಷ್ಟು ದಿನ ಅವನು ಬದುಕಿದ್ದನೆ?'' ಪ್ರಭಂಜನ ವ್ಯಂಗ್ಯದಿಂದ ನಕ್ಕ.

ನಾಗದತ್ತನೂ ನಗುತ್ತ ಹೇಳಿದ, ''ಅದೇನೋ ಸರಿ, ಆದರೂ ಅವನ ಅಧಿಕೃತ ಸಾವು ಸಂಭವಿಸಿದ ಮೇಲೆ ತಾನೇ ಸತ್ತನೆಂದು ಘೋಷಿಸುವುದು ?''

''ಸರಿ, ನಮ್ಮ ಜೊತೆ ಬರುವ ಶಿಷ್ಯರಿಗೆಲ್ಲ ನಾಳಿದ್ದು ಹೊರಡಲು ಸಿದ್ಧರಾಗುವಂತೆ ಹೇಳಿ. ನಾಳೆ ರಾತ್ರಿ ತೆಗೆದುಕೊಂಡು ಹೋಗಬೇಕಾದ ಸಾಮಗ್ರಿಗಳನ್ನೆಲ್ಲ ಒಟ್ಟುಗೂಡಿಸೋಣ.''

ಆದರೆ ಮಾರನೆಯ ದಿನವೇ ಸೂರ್ಯನ ಬೆಳಕಿನೊಂದಿಗೆ, ವೈವಸ್ವತ ಸತ್ತ ಸುದ್ದಿ ತಕ್ಷಶಿಲೆಯ ತುಂಬ ಹರಡಿತು. ಜನ ಆ ಸುದ್ದಿಯನ್ನು, ಬರೀ ಒಂದು ಸುದ್ದಿಯಾಗಿ ಮಾತಾಡಿ ಕೊಳ್ಳುತ್ತಿದ್ದರೇ ಹೊರತು, ವಿಷಾದಪಡುವವರಾಗಲಿ, ದುಃಖಿಸುವವರಾಗಲಿ ಒಬ್ಬರೂ ಇರಲಿಲ್ಲ.

"ನೀನು ಹೇಳಿದಂತೆ ವೈವಸ್ವತ ಅಧಿಕೃತವಾಗಿ ಸತ್ತ ಸುದ್ದಿಯನ್ನು ಗುರುಕುಲಕ್ಕೆ ತೆಗೆದುಕೊಂಡು ಹೋಗುವಂತಾಯಿತು" ಎಂಬ ಪ್ರಭಂಜನ.

"ಅವನ ಸಾವಿಗೆ ಸಂತೋಷ ಪಡುವುದಕ್ಕಿಂತ, ತನ್ನ ಸ್ವಭಾವವನ್ನೇ ಹೋಲುವ ಆಂಭೀಕನನ್ನು ಉಳಿಸಿ ಹೋದನಲ್ಲಾ, ಎಂದು ಸಂಕಟಪಡಬೇಕಾಗಿದೆ" ಎಂದ ನಾಗದತ್ತ.

ಸಂಜೆ ಕುತೂಹಲದಿಂದ ಅವರು ರಾಜನ ಶವಯಾತ್ರೆಯ ವಿಷಯ ತಿಳಿದು ಮುಖ ಮರೆಸಿಕೊಂಡು ಅರಮನೆಯ ಪ್ರತ್ಯೇಕ ಸ್ಮಶಾನದ ಬಳಿ ಕಾದುನಿಂತರು. ಶವಯಾತ್ರೆ ಬಂತು. ಅರಮನೆಯ ಪರಿವಾರ ಮತ್ತು ಸೈನಿಕರಲ್ಲದೆ ಬೇರೆ ಒಬ್ಬ ವ್ಯಕ್ತಿಯೂ ಹಿಂದೆ ಬರಲಿಲ್ಲ. ಆ ಸ್ಥಳಕ್ಕೆ ಯಾವುದೋ ಕೆಲಸದ ಮೇಲೆ ಬಂದಿದ್ದವರೂ, ಶವಯಾತ್ರೆ ಬಂದ ತಕ್ಷಣ ಮುಖ ತಿರುಗಿಸಿಕೊಂಡು ಹೊರಟುಹೋದರು.

ನಾಗದತ್ತ ಪ್ರಭಂಜನನ ಮುಖ ನೋಡಿದ. ಪ್ರಭಂಜನ ಹೇಳಿದ, "ಕೆಟ್ಟವನ ಸಾವು, ಕೇವಲ ಅವನ ಸಾವು ಮಾತ್ರ. ಆದರೆ ಗುಣವಂತನ ಸಾವು ಹಲವರಿಗೆ ಒಬ್ಬ ಮಿತ್ರನ ಸಾವು, ಒಬ್ಬ ಸಜ್ಜನನ ಸಾವು. ಅವನು ಹಲವರ ಮನಸ್ಸಿನಲ್ಲಿ ಕೆಲವು ಕಾಲವಾದರೂ, ಸತ್ತ ಮೇಲೂ ಬದುಕಿರುತ್ತಾನೆ."

"ಹೌದು, ನಿನ್ನ ಮಾತು ನಿಜ" ನಾಗದತ್ತ ಹೇಳಿದ, "ಆಳುವವರು ಎಲ್ಲ ರೀತಿಯ ದೌರ್ಜನ್ಯವನ್ನೂ ಮಾಡಬಹುದು. ಕ್ರೌರ್ಯದಿಂದ ವರ್ತಿಸಿ, ಹಿಂಸೆ ನೀಡಿ ಆಳಿಸಬಹುದು. ಆದರೆ ಅವರು ಸತ್ತಾಗ ಬಲವಂತವಾಗಿ ಯಾರನ್ನೂ ಅಳಿಸಲಾಗುವುದಿಲ್ಲ, ಎಂಬುದಕ್ಕೆ ಇದಕ್ಕಿಂತ ಉತ್ತಮ ಉದಾಹರಣೆಯಿಲ್ಲ."

"ಅಷ್ಟೊಂದು ಪಕ್ಷಪಾತ ತೋರಿಸಿ ಆ ತಂದೆ, ಮಗ ವೇದಗುಪ್ತನನ್ನು ತಲೆಯ ಮೇಲೆ ಕೂಡಿಸಿಕೊಂಡರು. ಆದರೆ ಅವನು ಗುರುಕುಲವನ್ನು ಮರೆತು ತನ್ನ ಪ್ರಾಣ ಉಳಿಸಿಕೊಳ್ಳಲು ನಗರ ಬಿಟ್ಟು ಹೊರಟುಹೋದ."

"ಸ್ವಾರ್ಥಕ್ಕಾಗಿ ಸ್ನೇಹ ಬೆಳೆಸುವವರು, ಸ್ವಪ್ರಯೋಜನಕ್ಕಾಗಿ ಓಲೈಸುವವರಲ್ಲಿ ನಿಜವಾದ ಪ್ರೀತಿ ವಿಶ್ವಾಸಗಳಿರುತ್ತವೆಯೆ ?"

"ಆದರೆ ಅಧಿಕಾರ ಸ್ಥಾನದಲ್ಲಿರುವ ರಾಜ ತನ್ನ ಪ್ರಜೆಗಳನ್ನೆಲ್ಲ ಸರಿಸಮಾನವಾಗಿ ಕಾಣದಿದ್ದರೆ, ಅಂಥವನು ರಾಜನೆನಿಸಿಕೊಳ್ಳಲು ಅರ್ಹನಲ್ಲ."

"ನಿಜವಾದ ರಾಜರು ಈಗ ಆರ್ಯಾವರ್ತದಲ್ಲಿ ಒಬ್ಬರೂ ಇಲ್ಲವೇನೋ !"

"ಅದಕ್ಕೇ ಅಲ್ಲವೆ ಚಾಣಕ್ಯ ವಿಶಾಲ ಸಾಮ್ರಾಜ್ಯ ಸ್ಥಾಪಿಸಿ, ಅದಕ್ಕೆ ಚಂದ್ರಗುಪ್ತನನ್ನು ಚಕ್ರವರ್ತಿಯನ್ನಾಗಿ ಮಾಡಲು ಯೋಚಿಸಿರುವುದು ?"

"ನಿಜ, ಚಂದ್ರಗುಪ್ತನಲ್ಲಿ ಚಕ್ರವರ್ತಿಯಾಗುವ ಲಕ್ಷಣಗಳಿವೆ. ಜೊತೆಗೆ ಒಳ್ಳೆಯದನ್ನು ಸ್ವೀಕರಿಸಿ, ಅದನ್ನು ಅಳವಡಿಸಿಕೊಳ್ಳುವ ಶ್ರದ್ಧೆಯೂ ಇದೆ."

"ಹೌದು, ಅವನು ಅಂಥಿಂಥವನಾಗಿದ್ದರೆ ಚಾಣಕ್ಯ ಒಪ್ಪುತ್ತಿದ್ದನೆ ?"

"ಅಲ್ಲಾ, ಯಾರಿಗೂ ಸುಳಿವು ಕೊಡದೆ ಹೋಗಿ ಅವನ ಸಹನೆ, ಕಷ್ಟ ಸಹಿಷ್ಣುತೆ ಇತ್ಯಾದಿಗಳನ್ನು ಪರೀಕ್ಷಿಸಿ ಬಂದನಲ್ಲಾ!"

"ಚಾಣಕ್ಯ ಹಟವಾದಿ. ಹಿಡಿದ ಕೆಲಸವನ್ನು ಸಾಧಿಸದೆ ವಿಶ್ರಮಿಸುವವನಲ್ಲ."

"ಅವನ ಮಹತ್ವದ ಕೆಲಸದಲ್ಲಿ ನಾವೂ ಭಾಗವಹಿಸುತ್ತಿರುವುದೇ ನಾವು ಹೆಮ್ಮೆ ಪಡಬೇಕಾದ ವಿಷಯ."

"ಹೌದು, ಎಲ್ಲ ಅಸಂತೃಪ್ತಿಯನ್ನೂ ನುಂಗಿಕೊಂಡು ತಕ್ಷಶಿಲೆಯ ಗುರುಕುಲದಲ್ಲಿ ಹೊಟ್ಟೆಪಾಡಿಗಾಗಿ ವೃತ್ತಿ ಮಾಡುತ್ತ, ವ್ಯರ್ಥವಾಗುತ್ತಿದ್ದ ನಮ್ಮ ಬದುಕಿಗೆ ಈಗ ಒಂದು ಅರ್ಥಪೂರ್ಣತೆ ಬರುತ್ತಿದೆ."

"ಅದಕ್ಕಿಂತ ಮುಖ್ಯವಾಗಿ ಈಗ ನಮಗೆ ಸಂತೋಷವಿದೆ, ಉತ್ಸಾಹವಿದೆ."

"ಆ ಚಾಣಕ್ಯನ ವ್ಯಕ್ತಿತ್ವದ ಸೆಳೆತವೇ ಅಷ್ಟು ಪ್ರಬಲವಾಗಿದೆ. ಅದೊಂದು ದೈತ್ಯಶಕ್ತಿ. ಬೇರೆಲ್ಲ ಶಕ್ತಿಗಳನ್ನೂ ತನ್ನ ಮುಷ್ಟಿಯಲ್ಲಿರಿಸಿಕೊಂಡು ತನ್ನ ಇಚ್ಛೆಯಂತೆ ನಡೆಸುವ ಸಾಮರ್ಥ್ಯ ಅವನಲ್ಲಿದೆ."

ಎಲ್ಲ ವ್ಯವಸ್ಥೆಗಳನ್ನೂ ಮಾಡಿಕೊಂಡು ಮರುದಿನ ಇನ್ನೂ ಕತ್ತಲಿರುವಾಗಲೇ ಪ್ರಭಂಜನ ನಾಗದತ್ತ ಮತ್ತು ವಿದ್ಯಾರ್ಥಿಗಳೆಲ್ಲ ಗಾಡಿಯಲ್ಲಿ ಪದಾರ್ಥಗಳನ್ನು ತುಂಬಿಕೊಂಡು ಗುರುಕುಲದತ್ತ ಪ್ರಯಾಣ ಬೆಳೆಸಿದರು.

★ ★ ★

ಅತ್ತ ಆಂಭೀಕನ ದೂತ ಆನೆ, ಕುರಿ ಮತ್ತು ಹೋರಿಗಳ ಉಡುಗೊರೆಯೊಂದಿಗೆ ಹೋಗಿ, ಅಲೆಗ್ಸಾಂಡರನನ್ನು ಕಂಡು ಸಂದೇಶ ಪತ್ರವನ್ನು ಮುಟ್ಟಿಸಿದ. ಅಷ್ಟು ಅಪಾರವಾದ ಉಡುಗೊರೆ ಅಲೆಗ್ಸಾಂಡರನಲ್ಲಿ ರೋಮಾಂಚನವುಂಟುಮಾಡಿತು. ಅದರಲ್ಲೂ ಆನೆಗಳ ಬಗ್ಗೆ ಅವನಿಗೆ ಅತಿಯಾದ ವ್ಯಾಮೋಹವಿತ್ತು. ಯುದ್ಧ ಮಾಡದೇ ದೊರೆತ ವಿಶೇಷವಾದ ಉಡುಗೊರೆ, ಜೊತೆಗೆ ಆಂಭೀಕ ಸೈನ್ಯದೊಂದಿಗೆ ತಾನೂ ಜೊತೆ ಸೇರುವನೆಂಬುದು, ಅವನಿಗೆ ಇನ್ನಷ್ಟು ಆನಂದವುಂಟುಮಾಡಿತು. ಅವನ ನಿಬಂಧನೆಯಾದರೂ ಏನು ? ಅವನ ಶತ್ರುವಾದ ಪರ್ವತ ನಾಡಿನ ರಾಜ ಪೌರವನನ್ನು ಸೋಲಿಸುವುದು ! ಅದರಿಂದ ಅವನಿಗೆ ಎಷ್ಟು ಪ್ರಯೋಜನವಾಗುವುದೋ ಏನೋ, ತನಗಂತೂ ಬಹಳ ಪ್ರಯೋಜನಕಾರಿಯೆಂದು ಅಲೆಗ್ಸಾಂಡರ್ ಉತ್ಸಾಹಿತನಾದ.

ದೂತನನ್ನು ಸತ್ಕರಿಸಿ, ಕೆಲವೇ ದಿನಗಳಲ್ಲಿ ತಾನೇ ತಕ್ಷಶಿಲೆಗೆ ಬಂದು, ರಾಜನನ್ನು ನೇರವಾಗಿ ಕಂಡು ಮಾತಾಡುವುದಾಗಿ ಭರವಸೆ ನೀಡಿ ಕಳಿಸಿಕೊಟ್ಟ.

ದೂತ ತಕ್ಷಶಿಲೆಯನ್ನು ಮುಟ್ಟಿದ ಮಾರನೆಯ ದಿನವೇ ಅಲೆಗ್ಸಾಂಡರನ ಸೈನ್ಯ ತಕ್ಷಶಿಲೆಯನ್ನು ಮುಟ್ಟಿತು. ಆಂಭೀಕ ಬಹಳ ವೈಭವದಿಂದ ಅವನನ್ನು ಸ್ವಾಗತಿಸಿದ. ತನ್ನ ಅರಮನೆಯ ಓಲಗಶಾಲೆಯಲ್ಲೇ ಅವನನ್ನು ಸತ್ಕರಿಸಿದ. ಆಂಭೀಕ ಕಳಿಸಿದ್ದ ಉಡುಗೊರೆಗಳಿಗೆ ಪ್ರತಿಯಾಗಿ ಅಲೆಗ್ಸಾಂಡರ್ ಕೆಲವು ಚಿತ್ತಾರದ ಕೆಲಸ ಮಾಡಿದ್ದ ಚಿನ್ನದ ಪಾತ್ರೆಗಳು, ಪರ್ಷಿಯದ ಬೆಲೆ ಬಾಳುವ ರತ್ನಗಂಬಳಿಗಳ ಉಡುಗೊರೆ ನೀಡಿದ.

ಅಲೆಗ್ಸಾಂಡರ್ ಅಲ್ಲಿಂದಲೇ ತನ್ನ ಮುಂದಿನ ದಂಡಯಾತ್ರೆಯ ಯೋಜನೆಯನ್ನು ಸಿದ್ಧಪಡಿಸಿದ. ತನ್ನ ಇಬ್ಬರು ದಳಪತಿಗಳ ನೇತೃತ್ವದಲ್ಲಿ ಒಂದೊಂದು ಸೇನಾವಿಭಾಗವನ್ನು ಒಂದೊಂದು ದಿಕ್ಕಿಗೆ ಕಳಿಸಿದ. ಮುಖ್ಯ ಸೇನೆಯೊಂದಿಗೆ ಆಂಭೀಕನ ಸೇನೆ ಮತ್ತು ಅವನ ಮಾರ್ಗದರ್ಶನದಲ್ಲಿ ತಾನೇ ಮುಂದುವರಿಯಲು ನಿರ್ಧರಿಸಿದ.

★ ★ ★

ಪ್ರಭಂಜನ ಮತ್ತು ನಾಗದತ್ತ ಗುರುಕುಲವನ್ನು ಸೇರಿ, ಚಾಣಕ್ಯನಿಗೆ ತಕ್ಷಶಿಲೆಯ ಎಲ್ಲ ವಿಷಯಗಳನ್ನೂ ತಿಳಿಸಿದರು. ಆ ವೇಳೆಗೆ ಇಂದುಶರ್ಮ ಮತ್ತು ಶಿಷ್ಯರು ಪಾಟಲೀಪುತ್ರದತ್ತ ಹೊರಟಾಗಿತ್ತು.

ಎಲ್ಲ ಕೇಳಿದ ನಂತರ, "ಕಡೆಗೂ ಆಂಭೀಕ ತನ್ನ ಯೋಗ್ಯತೆ ಇಷ್ಟೇ ಎಂಬುದನ್ನು ನಿರೂಪಿಸಿಯೇ ಬಿಟ್ಟ" ಎಂದ ಚಾಣಕ್ಯ.

"ಅವನು ಅಲೆಗ್ಸಾಂಡರನೊಂದಿಗೆ ಸೈನ್ಯ ತೆಗೆದುಕೊಂಡು ಹೋದಾಗ, ನಾವು ಅರಮನೆಯನ್ನು ವಶಪಡಿಸಿಕೊಳ್ಳಬಹುದಾಗಿತ್ತು" ಎಂದ ಚಂದ್ರಗುಪ್ತ.

"ಪರ್ವತ ಶಿಖರವನ್ನೇರುವ ದೊಡ್ಡ ಗುರಿಯಿರಿಸಿಕೊಂಡು, ಸಣ್ಣ ಗುಡ್ಡವೇರುವ ಆತುರ ತೋರಿಸಬಾರದು" ಎಂದ ಚಾಣಕ್ಯ. ಕೆಲವು ಕ್ಷಣದ ನಂತರ ತಾನೇ ಹೇಳಿದ, "ಈಗ ನಿಮ್ಮಲ್ಲಿ ಮೂರು ಜನ, ಅಲೆಗ್ಸಾಂಡರನ ಸೈನ್ಯದ ಜೊತೆಯಲ್ಲೇ ಇದ್ದು, ಅವನ ಪ್ರತಿಯೊಂದು ಚಲನೆಯನ್ನೂ ನನಗೆ ಮುಟ್ಟಿಸಬೇಕು. ನಿಯಮಿತವಾಗಿ ಒಬ್ಬನ ಕೈಯಲ್ಲಿ ಸುದ್ದಿ ಕಳಿಸಬಹುದು ಅಥವಾ ಒಂದೊಂದು ಸಲ ಒಬ್ಬೊಬ್ಬರು ಬಂದು ಹೋಗಬಹುದು. ಇಲ್ಲವಾದರೆ, ಹಸ್ತಿನಾವತಿಯಲ್ಲಿ ವಿಶಾಖಳ ಮನೆಗೆ ಸುದ್ದಿ ಮುಟ್ಟಿಸಿದರೆ, ಅಲ್ಲಿಂದ ಅದು ನನಗೆ ತಲುಪುತ್ತದೆ."

ಸಿಂಹಸೇನ, ಬ್ರಹ್ಮದತ್ತ ಮತ್ತು ಭಾಸ್ಕರ ಮುಂದೆ ಬಂದರು. ವರುಣನನ್ನು ವಿಶಾಖಳ ಮನೆಯಲ್ಲಿರುವಂತೆ, ಅವರು ಕಳಿಸಿದ ಸುದ್ದಿಯನ್ನು ಗುರುಕುಲಕ್ಕೆ ಮುಟ್ಟಿಸುವಂತೆ ನಿಯಮಿಸಲಾಯಿತು.

"ನಮಗೇನು ಕೆಲಸ?" ಎಂದು ಚರಣ ಕೇಳಿದ.

"ಅದಕ್ಕಿಂತ ಗುರುತರವಾದ ಕೆಲಸ ನಿಮ್ಮ ಮೇಲೆ ಬೀಳಬಹುದು. ಸ್ವಲ್ಪ ತಡೆದುಕೊಳ್ಳಿ" ಎಂದ ಚಾಣಕ್ಯ.

"ನಮ್ಮ ಕುದುರೆಗಳನ್ನು ಬಳಸಬಹುದೇ?" ಎಂದು ಸಿಂಹಸೇನ ಕೇಳಿದ.

"ಬಳಸಬಹುದು. ಕುದುರೆಗಳಿದ್ದರೆ ಪ್ರಯಾಣದ ಸಮಯದ ಉಳಿತಾಯವಾಗುತ್ತದೆ. ಆದರೆ ನಿಮ್ಮ ಉದ್ದೇಶ ಬಹಿರಂಗವಾಗದಂತೆ ಬಹಳ ಎಚ್ಚರ ವಹಿಸಬೇಕಾಗುತ್ತದೆ."

"ನಾವು ಎಚ್ಚರದಿಂದಿರುತ್ತೇವೆ" ಎಂದ ಸಿಂಹಸೇನ.

"ನೀವು ಮೊದಲು ಹಸ್ತಿನಾವತಿಗೆ ಹೋಗಿ ನನ್ನ ತಾಯಿ ವಿಶಾಖಳನ್ನು ನೋಡಿ, ಅವಳಿಗೆ ಒಂದು ಪತ್ರ ಕೊಡುತ್ತೇನೆ. ನಿಮ್ಮ ವೆಚ್ಚಕ್ಕೆ ಅಗತ್ಯವಾದ ಧನವನ್ನು ಅವಳು ಕೊಡುತ್ತಾಳೆ. ಅಗತ್ಯ ಬಿದ್ದಾಗ ನಿಮಗೆ ಸಂದೇಶ ಕಳಿಸುತ್ತೇನೆ. ನಾನು ಸೂಚಿಸಿದ ಸ್ಥಳಕ್ಕೆ ಹೊರಟುಬನ್ನಿ."

ನಂತರ ಅವರು ಹೇಗೆ ಹೇಗೆ ನಡೆದುಕೊಳ್ಳಬೇಕು, ಯಾವ ಸುದ್ದಿಗಳನ್ನು ಸಂಗ್ರಹಿಸಬೇಕು ಇತ್ಯಾದಿಗಳ ಬಗ್ಗೆ ಚಾಣಕ್ಯ ಸಾಕಷ್ಟು ಮನವರಿಕೆ ಮಾಡಿಕೊಟ್ಟ.

## ೧೦

ಇಂದುಶರ್ಮ ಮತ್ತು ಶಿಷ್ಯರು ಮೊದಲು ಪುರುಷಪುರಕ್ಕೆ ಹೋದರು. ಅಲ್ಲಿ ಚಂದ್ರಗುಪ್ತನ ತಾಯಿ ಶಿವಾಲಿಗೆ, ಅವಳ ಮಗ ಕ್ಷೇಮವಾಗಿರುವನೆಂಬ ವಿಷಯ ತಿಳಿಸುವುದು ಒಂದು ಕಾರಣವಾದರೆ, ಸಹದೇವ ಮತ್ತು ಅವನ ಸಹಚರರಿಗೆ ಸಮಯ ಬಂದಾಗ ತಮ್ಮ ನೆರವಿಗೆ ಬರಲು ಸೂಚನೆ ನೀಡಬೇಕಾದದ್ದು ಇನ್ನೊಂದು ಕಾರಣವಾಗಿತ್ತು.

ಪಾಟಲೀಪುತ್ರದ ಸೈನಿಕರು ಶೋಧನೆಗಾಗಿ ಬರಹುದೆಂಬ ಭಯ ಪ್ರಭಾಕರನ ನೆರವಿನಿಂದ ನಿವಾರಣೆಯಾಗಿದ್ದರೂ, ಶಿವಾಲಿಗೆ ಚಂದ್ರಗುಪ್ತ ಎಲ್ಲಿದ್ದಾನೋ, ಏನು ಮಾಡುತ್ತಿದ್ದಾನೋ, ಎಂಬ ಆತಂಕವಿದ್ದೇ ಇತ್ತು. ಇಂದುಶರ್ಮ ಮತ್ತು ಶಿಷ್ಯರು ಅವಳ ಮನೆಯಲ್ಲಿ ಭೇಟಿಯಾಗಿ, ಚಂದ್ರಗುಪ್ತ ಮತ್ತು ಚರಣ ಮಾಡಿದ ಸಾಹಸ ಮತ್ತು ಈಗ ಚಾಣಕ್ಯನ ಆಶ್ರಯದಲ್ಲಿ ಸುರಕ್ಷಿತವಾಗಿರುವ ವಿಷಯ ತಿಳಿಸಿದಾಗ ಅವಳು ಸಮಾಧಾನ ಗೊಂಡಳು.

"ನಾನು ಹೇಳಿಲಿಲ್ಲವೇನಮ್ಮ" ಸಹದೇವ ಹೇಳಿದ, "ಅಷ್ಟು ಜನ ಮಿತ್ರರಿರುವಾಗ ನಿನ್ನ ಮಗನಿಗೆ ಯಾವ ಕೇಡೂ ಸಂಭವಿಸುವುದಿಲ್ಲವೆಂದು?"

"ಆದರೂ ಹೆತ್ತ ತಾಯಿಯ ಭಯ ಅಷ್ಟು ಸುಲಭದಲ್ಲಿ ಹೋಗುವುದಿಲ್ಲ, ಸಹದೇವ. ಅವನು ನನ್ನ ಕಣ್ಣೆದುರಿಗಿದ್ದರೆ ನಾನು ಚಿಂತೆ ಮಾಡುತ್ತಿರಲಿಲ್ಲ."

"ಆ ಕಾಲವೂ ಬೇಗ ಬರುತ್ತದೆ ತಾಯಿ" ಇಂದುಶರ್ಮ ಹೇಳಿದ, "ನನ್ನ ಮಿತ್ರ ಚಾಣಕ್ಯನ ಬುದ್ಧಿಶಕ್ತಿಯ ಮೇಲೆ ನಂಬಿಕೆಯಿಡು. ಚಂದ್ರಗುಪ್ತ ಚಕ್ರವರ್ತಿಯಾಗಿಯೇ ಆಗುತ್ತಾನೆ. ಅವನ ಜೊತೆ ನೀನು ಪಾಟಲೀಪುತ್ರದ ಅರಮನೆಯಲ್ಲಿ ನೆಮ್ಮದಿಯಿಂದ ಇರಬಹುದು."

"ಅರಮನೆಯ ಸುಖ ಈಗ ನನಗೆ ದೊಡ್ಡದೆನಿಸುತ್ತಿಲ್ಲ ಸ್ವಾಮಿ" ಶಿವಾಲಿ ಹೇಳಿದಳು, "ಈ ಸಹದೇವ, ಅವನ ಬಂಧುಗಳು ಈ ಗ್ರಾಮದ ಜನ ಎಲ್ಲರನ್ನೂ ನೋಡುತ್ತಿದ್ದರೆ, ಅಂತಸ್ತುಗಳ ಹೆಮ್ಮೆ ಅಭಿಮಾನಗಳಿಲ್ಲದ ಸರಳ ಜೀವನದ ಶ್ರೀಮಂತ ಹೃದಯಗಳ ಜೊತೆ ಬದುಕುವುದು, ಅರಮನೆಯ ಭೋಗವೈಭವಗಳಿಗಿಂತ ಉನ್ನತವಾಗಿ ಕಾಣುತ್ತಿದೆ. ಆದರೂ ಇವರೆಲ್ಲ ಅಧಿಕಾರಸ್ಥರ ದೌರ್ಜನ್ಯಗಳಿಗೆ ಸಿಕ್ಕಿ ನಿತ್ಯ ನೋಯುತ್ತಿದ್ದಾರೆ. ಇಡೀ ಮಗಧದಲ್ಲಿ ಇಂಥ ಜನಸಾಮಾನ್ಯರು ಎಷ್ಟು ಜನರಿದ್ದಾರೋ ಏನೋ! ಇವರೆಲ್ಲರ ಕಷ್ಟಗಳ ಪರಿಹಾರ ವಾಗಬೇಕು. ನೆಮ್ಮದಿಯಿಂದ ಬದುಕಬೇಕು. ಅದಕ್ಕಾದರೂ ನನ್ನ ಮಗ ರಾಜನಾಗ ಬೇಕೆಂದು ಬಯಸುತ್ತೇನೆ."

"ತುಂಬ ದೊಡ್ಡ ಯೋಚನೆ" ಎಂದು ಇಂದುಶರ್ಮ ಮೆಚ್ಚಿದ. "ನಿನ್ನ ಮಗನಲ್ಲೂ ಪ್ರಜಾವಾತ್ಸಲ್ಯದ ಉದಾತ್ತ ಭಾವನೆಗಳಿವೆ. ಎಷ್ಟೇ ಆಗಲಿ, ಅವನು ನಿನ್ನಂಥ ತಾಯಿಯ ಮಗನಲ್ಲವೇ?" ಎಂದು ಚಾಣಕ್ಯ ಅವನನ್ನು ಪರೀಕ್ಷಿಸಿದ ಘಟನೆಗಳನ್ನು ವಿವರಿಸಿದ.

ಶಿವಾಲಿಗೆ ಸಂತೋಷವಾಯಿತು. "ಅಂಥ ಮಹನೀಯರ ನಂಬಿಕೆಗೆ ನನ್ನ ಮಗ ಪಾತ್ರನಾದನಲ್ಲಾ ಎಂದು ಆನಂದವಾಗುತ್ತಿದೆ. ನಾನು ಚಣಕರನ್ನು ಹತ್ತಿರದಿಂದ ನೋಡಿದ್ದೆ. ನಿಜವಾಗಲೂ ಅವರು ಮಹಾತ್ಮರು. ಅಂಥವರ ಮಗನಾದ ಚಾಣಕ್ಯರೂ ಮಹಾತ್ಮರೇ ಆಗಿರುತ್ತಾರೆ."

"ಅವನು ಸದ್ಯಕ್ಕೆ ಮಹಾತ್ಮನಲ್ಲಮ್ಮ" ಇಂದುಶರ್ಮ ನಗುತ್ತಾ ಹೇಳಿದ, "ಅವನು ಮಹಾ ಹಟವಾದಿ. ಅವನು ಈಗ ತಂದೆಯ ಸಾವು, ರಾಜಾಸ್ಥಾನದ ಅಪಮಾನಗಳ ಬೆಂಕಿಯನ್ನು ಹೃದಯದಲ್ಲಿ ತುಂಬಿಕೊಂಡು ಕುದಿಯುತ್ತಿರುವ ಅಗ್ನಿಕುಂಡ. ಅವನ ಕೋಪದ ಜ್ವಾಲೆಯಲ್ಲಿ ಧನನಂದ ಸುಟ್ಟು ಬೂದಿಯಾಗುವುದನ್ನು ನೀನೇ ನೋಡುವೆಯಲ್ಲ."

"ಮಗಧದ ಅದೃಷ್ಟ ಮತ್ತು ಧನನಂದನ ದುರದೃಷ್ಟ ತಾನೇ ನೆಪಗಳನ್ನು ಹುಡುಕಿ ಚಾಣಕ್ಯನನ್ನು ಕಾಲರುದ್ರನನ್ನಾಗಿಸಿರಬೇಕು" ಎಂದಳು ಶಿವಾಲಿ ವೇದಾಂತಿಯಂತೆ.

"ಈ ತಾಯಿಯದು ಇದೇ ವಿಶೇಷ" ಸಹದೇವ ಹೇಳಿದ, "ಎಂಥ ಆತಂಕವಿದ್ದರೂ, ಅಶಾಂತಿಯಿದ್ದರೂ, ಬಹುಬೇಗ ಅದನ್ನೆಲ್ಲ ಅಡಗಿಸಿಕೊಂಡು ವೇದಾಂತಿಯಂತೆ ಸಮಾಧಾನ ತಂದುಕೊಂಡುಬಿಡುತ್ತಾಳೆ. ಅವನ ಮಿತ್ರರು ಅವನಿಗಾಗಿ ಕಷ್ಟಪಡುತ್ತಿರುವಾಗ, ತನ್ನ ಮಗನಿಗಾಗಿ ಚಿಂತಿಸುವುದು ಸ್ವಾರ್ಥವೆನ್ನುತ್ತಾಳೆ. ರಾಣಿಯಾದರೂ ನಮ್ಮನ್ನೆಲ್ಲ ವರ್ಣ, ಅಂತಸ್ತುಗಳ ತಾರತಮ್ಯವಿಲ್ಲದೆ ಸ್ವಂತ ಮಕ್ಕಳಂತೆಯೇ ನೋಡಿಕೊಳ್ಳುತ್ತಿದ್ದಾಳೆ."

"ಬಹಳ ಸಂತೋಷವಾಯಿತು ಸಹದೇವ" ಇಂದುಶರ್ಮ ಮೆಚ್ಚಿಗೆಯಿಂದು ಹೇಳಿದ, "ಉದಾತ್ತ ಸಂಸ್ಕಾರವುಳ್ಳ ತಾಯಿಯ ಮಗ ಸುಸಂಸ್ಕೃತನಾಗಿ ಬೆಳೆಯುತ್ತಾನೆ. ಅಂಥ ಸುಸಂಸ್ಕೃತ ರಾಜನಾದರೆ, ಅವನಲ್ಲಿ ಇಂಥ ತಾಯಿಯ ಹೃದಯವಿರುತ್ತದೆ. ಅಂಥ ರಾಜನ ಆಳ್ವಿಕೆಯಲ್ಲಿ ಪ್ರಜೆಗಳು ನಿರಾಳವಾಗಿ ಬದುಕುತ್ತಾರೆ. ರಾಜ ಒಳ್ಳೆಯವನಾದರೆ ಅವನಿಗಾಗಿ ಪ್ರಜೆಗಳು ಪ್ರಾಣ ಕೊಡುತ್ತಾರೆ."

ನಂತರ ಪಾಟಲೀಪುತ್ರದಲ್ಲಿ ಯಾರ ಯಾರ ಸ್ವಭಾವ ಹೇಗೆ ಹೇಗೆ, ಎಂದು ಇಂದುಶರ್ಮ ಕೇಳಿದ. ಸಹದೇವ ತನಗೆ ತಿಳಿದಷ್ಟನ್ನು ವಿವರಿಸಿದ. ನಂತರ ಇಂದುಶರ್ಮ ಹೇಳಿದ, "ನನಗೆ ನಿಮ್ಮಲ್ಲಿ ನಾಲ್ಕಾರು ಜನ ನಂಬಿಕೆಯ ತರುಣರು ಬೇಕು. ನನ್ನಿಂದ ಮತ್ತು ನಮ್ಮ ಶಿಷ್ಯರಿಂದ ಬಂದ ಸುದ್ದಿಗಳನ್ನು ಚಾಣಕ್ಯನಿಗೋ, ಚಂದ್ರಗುಪ್ತನಿಗೋ ಅಥವಾ ಬೇರೊಬ್ಬರಿಗೋ ತಿಳಿಸುವ ವ್ಯವಸ್ಥೆಯಾಗಬೇಕು. ಚಾಣಕ್ಯನ ಇಚ್ಛೆಯಂತೆ ಸುದ್ದಿಜಾಲ ಶೀಘ್ರ ಮತ್ತು ಸಮರ್ಪಕವಾಗಿರಬೇಕು. ಬಳಸಿಕೊಳ್ಳುವ ಅಗತ್ಯ ಬೀಳದೆಯೂ ಇರಬಹುದು. ಆದರೆ ಸಿದ್ಧರಾಗಿದ್ದರೆ ಒಂದು ಧೈರ್ಯ."

"ಅದರ ಚಿಂತೆ ಬಿಡಿ. ನಾಲ್ಕು ಜನರಲ್ಲ, ನೂರು ಜನ ತುದಿಗಾಲಲ್ಲಿ ನಿಂತಿದ್ದಾರೆ. ಪ್ರತಿಫಲಾಪೇಕ್ಷೆಯಿಲ್ಲದೆ ನಿಷ್ಠೆಯಿಂದ ಕೆಲಸ ಮಾಡುತ್ತಾರೆ."

"ಒಂದೆರಡು ದಿನ ಇಲ್ಲಿದ್ದು ವಿಶ್ರಾಂತಿ ಪಡೆದುಕೊಂಡು ಹೋಗಿ" ಎಂದಳು ಶಿವಾಲಿ. ಜೊತೆಗೆ ಎಚ್ಚರವನ್ನೂ ಹೇಳಿದಳು.

"ಇಂದುಶರ್ಮರೇ" ಸಹದೇವ ಹೇಳಿದ, "ಚಂದ್ರಗುಪ್ತ ಮಗಧದ ಮೇಲೆ ಮತ್ತೆ ಆಕ್ರಮಣ ಮಾಡಬಹುದೆಂದು, ಅಮಾತ್ಯ ರಾಕ್ಷಸ ಸೈನ್ಯವನ್ನು ಸದಾ ಎಚ್ಚರದಿಂದಿರುವಂತೆ ನಿಯಮಿಸಿದ್ದಾನಂತೆ."

"ಯೋಧರಾಗಿ ಹೋದರೆ ಭಯ" ಇಂದುಶರ್ಮ ನಗುತ್ತಾ ಹೇಳಿದ, "ನಾವು ಇರುವೆಗಳಾಗಿ ಒಳಗೆ ನುಸುಳುತ್ತೇವೆ. ಮರ ಕೊರೆಯುವ ಕೀಟಗಳಂತೆ, ಸದ್ದಿಲ್ಲದೆ ಅವರ ಆಯಕಟ್ಟಿನ ಶಕ್ತಿಕೇಂದ್ರಗಳನ್ನು ಕೊರೆದು ಟೊಳ್ಳು ಮಾಡುತ್ತೇವೆ. ಗೆದ್ದಲು ಹುಳುಗಳಂತೆ ಚಂದ್ರಗುಪ್ತನ ಉಪಯೋಗಕ್ಕಾಗಿ ಹುತ್ತಗಳನ್ನು ಕಟ್ಟಿ ಸಿದ್ಧಗೊಳಿಸುತ್ತೇವೆ."

ಮೂರು ದಿನಗಳ ನಂತರ ಇಂದುಶರ್ಮ ಮತ್ತು ಶಿಷ್ಯರು ಧನಂಜಯನನ್ನು ಕಾಣಲು ಗೋಪಾಲಪುರದತ್ತ ಪ್ರಯಾಣ ಬೆಳೆಸಿದರು.

ದಾರಿಯಲ್ಲಿ ಸಿದ್ಧಾರ್ಥಕ ಹೇಳಿದ, "ಚಂದ್ರಗುಪ್ತನ ತಾಯಿ ನಿಜವಾಗಲೂ ದೊಡ್ಡ ಮನಸ್ಸಿನ ಹೆಂಗಸು."

"ನನಗೇನೋ ಆಕೆ ತಾಯ್ತನದ ಪ್ರತಿರೂಪದಂತೆ ಕಂಡರು" ಎಂದ ಸಮಿದ್ಧಾರ್ಥಕ.

"ಯಾವ ಪ್ರತಿಷ್ಠೆಯೂ ಇಲ್ಲದೆ ಆ ಗ್ರಾಮದ ಸಾಮಾನ್ಯ ಜನರ ನಡುವೆ ಸರಳವಾಗಿ ಬದುಕುತ್ತಿರುವ ಅವಳು ಎಲ್ಲರ ಗೌರವಕ್ಕೂ ಅರ್ಹಳು" ಎಂದ ಪಶುಲೋಮ.

"ಇಂದಲ್ಲ ನಾಳೆ ಮಗಧದ ರಾಜಮಾತೆಯಾಗುವ ಅವಳು ಹಾಗೇ ಇರಬೇಕಲ್ಲವೆ ?" ಎಂದ ನಿಪುಣಕ.

"ಎಲ್ಲರ ಮಾತೂ ಸರಿ" ಇಂದುಶರ್ಮ ಹೇಳಿದ, "ಗುಣಗ್ರಾಹಕ ಶಕ್ತಿ ನಿಮ್ಮಲ್ಲಿದೆ. ಅದಕ್ಕಾಗಿ ನಾನು ಸಂತೋಷಪಡುತ್ತೇನೆ. ಸರಳವಾದ ವ್ಯಕ್ತಿಗಳನ್ನು ಉದಾತ್ತರಾದ ವ್ಯಕ್ತಿಗಳನ್ನು ನೀವು ಹೀಗೆ ಒಂದೇ ಸಲಕ್ಕೆ ಗುರುತಿಸಬಹುದು. ನೀವೇ ಅಲ್ಲ ಯಾರು ಬೇಕಾದರೂ ಅದನ್ನು ಮಾಡಬಲ್ಲರು. ಆದರೆ ಎಲ್ಲರೂ ಹಾಗಿರುವುದಿಲ್ಲ, ವಂಚಕರು, ದ್ರೋಹಿಗಳು ಇತ್ಯಾದಿಗಳೆಲ್ಲ ಸಭ್ಯತೆಯ ಸೋಗಿನ ಹಿಂದೆ ತಮ್ಮ ಕುಟಿಲ ಸ್ವಭಾವವನ್ನು ಮರೆ ಮಾಡಿ ಕೊಂಡಿರುತ್ತಾರೆ. ಅವರ ಮಾತಿನಲ್ಲಿ, ನಡವಳಿಕೆಯಲ್ಲಿ, ಮುಖ ಭಾವದಲ್ಲೂ ಕೂಡ ಅದನ್ನು ಅವರು ವ್ಯಕ್ತಪಡಿಸದಂತಿರುತ್ತಾರೆ. ಅಂಥವರನ್ನು ಗುರುತಿಸುವುದೇ ಗುಪ್ತಚಾರನ ಕೆಲಸ. ಅದಕ್ಕೆ ಮೈಯೆಲ್ಲ ಕಣ್ಣಾಗಿರಬೇಕಾಗುತ್ತದೆ. ಮಾತ್ರವಲ್ಲ, ಒಂದಕ್ಕೊಂದಕ್ಕೆ ಸಂಬಂಧ ಕಲ್ಪಿಸಿ ಸರಿಯಾಗಿ ವಿಶ್ಲೇಷಿಸಿ, ಸೂಕ್ತ ನಿರ್ಣಯ ತೆಗೆದುಕೊಳ್ಳುವ ಸಾಮರ್ಥ್ಯವೂ ಇರಬೇಕಾಗುತ್ತದೆ."

"ಅಂದರೆ ಪಾಟಲೀಪುತ್ರದಲ್ಲಿ ನಮ್ಮ ವ್ಯವಹಾರವೆಲ್ಲ ಅಂಥ ಸೋಗಿನ ವ್ಯಕ್ತಿಗಳ ಜೊತೆಯಲ್ಲೇ ಎಂದಾಯಿತು" ಎಂದ ಸಿದ್ಧಾರ್ಥಕ.

"ಹೌದು, ಆದರೆ ಒಳ್ಳೆಯವರ ಆಶ್ರಯದಲ್ಲಿದ್ದು ಕೆಟ್ಟವರ ಬೇಟೆಯಾಡಬೇಕು" ಎಂದ ಇಂದುಶರ್ಮ.

ಅದಕ್ಕೆ ಸಮಿದ್ಧಾರ್ಥಕ ಹೇಳಿದ, "ನಾವು ಬಲೆ ಹರಡಿ ಸಿದ್ಧಪಡಿಸುವುದಷ್ಟೇ. ಬೇಟೆಯಾಡಲು ಚಾಣಕ್ಯರಿದ್ದಾರಲ್ಲ!"

"ಹೌದು" ಇಂದುಶರ್ಮ ಹೇಳಿದ, "ಆದರೆ ನಮ್ಮ ಬಲೆ ಬೇಟೆಗಾರರಿಗೆ ದಾರಿ ತಪ್ಪಿಸದಷ್ಟು ಅಸಂದಿಗ್ಧವಾಗಿರಬೇಕು."

"ಮಾರ್ಗದರ್ಶಕರಾಗಿ ನೀವಿರುವಾಗ ನಾವು ದಾರಿ ತಪ್ಪುವುದಿಲ್ಲ, ಆಚಾರ್ಯರನ್ನು ದಾರಿ ತಪ್ಪಿಸುವ ಅಚಾತುರ್ಯ ನಡೆಯುವುದಿಲ್ಲವೆಂಬ ಭರವಸೆ ನಮಗಿದೆ" ಎಂದ ನಿಪುಣಕ.

ಸ್ವಲ್ಪ ದೂರ ನಡೆದ ನಂತರ, ಒಂದು ಕಡೆ ವಿಶ್ರಾಂತಿಗಾಗಿ ಕುಳಿತಾಗ ಸಮಿದ್ಧಾರ್ಥಕ ಕೇಳಿದ, "ಇಂದುಶರ್ಮರೇ, ಆ ಅಮಾತ್ಯ ರಾಕ್ಷಸನ ಬಗ್ಗೆ ಅಷ್ಟೊಂದು ಹೇಳುತ್ತಾರಲ್ಲ, ಅವನು ಅಷ್ಟು ಬುದ್ಧಿವಂತನೆ ?"

"ಅವನಿಲ್ಲದಿದ್ದರೆ ನಂದ ಸಾಮ್ರಾಜ್ಯವೇ ಉಳಿಯುತ್ತಿರಲಿಲ್ಲವಂತೆ ?" ಎಂದ ಪಶುಲೋಮ.

"ಅವನು ಬುದ್ಧಿವಂತನಿರಬಹುದು" ಇಂದುಶರ್ಮ ಹೇಳಿದ, "ಆದರೆ ನನಗನಿಸುತ್ತಿದೆ, ಅವನ ಬುದ್ಧಿವಂತಿಕೆ ಬೇರೆಯವರ ಬುದ್ಧಿಹೀನತೆಯ ಪರಿಣಾಮವಾಗಿ ಪ್ರಜ್ವಲಿಸುತ್ತಿದೆ!"

"ಅದು ಹೇಗೆ ?" ಸಿದ್ಧಾರ್ಥಕ ಕೇಳಿದ.

"ಚಂದ್ರಗುಪ್ತನನ್ನು ಬಿಡಿಸಲು ಚರಣ ಮಾಡಿದ ಉಪಾಯಗಳನ್ನು ನೆನಪಿಸಿಕೊ. ತನ್ನ ಗೂಢಚರ್ಯದ ಸಾಮರ್ಥ್ಯದಿಂದ ದಂಗೆಯ ಪ್ರಯತ್ನವನ್ನು ತಪ್ಪಿಸಿ, ಚಂದ್ರಗುಪ್ತ ಮತ್ತು ಅವನ ಮಿತ್ರರನ್ನು ಸೆರೆಹಿಡಿದವನು, ಚಣಕನ ಸಾವಿನ ನಂತರವಾದರೂ ಇನ್ನಷ್ಟು ಎಚ್ಚರದಿಂದಿರಬೇಕಾಗಿತ್ತಲ್ಲವೆ ?"

"ಅಂದರೆ ರಾಕ್ಷಸನಿಗಿಂತ ಚರಣನೇ ಬುದ್ಧಿವಂತನೆಂದು ಅರ್ಥವಾಯಿತು" ಎಂದ ಪಶುಲೋಮ.

"ಇಲ್ಲಿ ಯಾರ ಬುದ್ಧಿವಂತಿಕೆಯನ್ನು ಅಳೆಯಲೂ ನಾವು ಹೊರಟಿಲ್ಲ, ಅಗತ್ಯದ ಒತ್ತಡದಲ್ಲಿ ನಮ್ಮ ಬುದ್ಧಿವಂತಿಕೆಯ ಪ್ರಯೋಗವಾಗಬೇಕು. ಒಂದು ವೇಳೆ ಆ ರಾಕ್ಷಸ ಮಹಾಬುದ್ಧಿವಂತನೇ ಆದರೂ, ಅವನು ಈಗ ನಾವು ಭೇದಿಸಬೇಕಾದ ಪ್ರಮುಖ ವ್ಯಕ್ತಿ. ನಮ್ಮ ಕಾರ್ಯಸಾಧನೆಯ ಒತ್ತಡದಲ್ಲಿ ನಾವು ಅವನಿಗಿಂತ ಬುದ್ಧಿವಂತಿಕೆಯಿಂದ ವರ್ತಿಸುವುದು ಅನಿವಾರ್ಯ."

ಇಂದುಶರ್ಮರ ಮಾತಿಗೆ ಯಾರೂ ಪ್ರತಿಯಾಡಲಿಲ್ಲ. ಆ ಮಾತಿನ ಅರ್ಥವನ್ನು ಮನನ ಮಾಡುತ್ತಿರುವಂತೆ, ಎಲ್ಲ ಮತ್ತೆ ಪ್ರಯಾಣ ಮುಂದುವರಿಸಿದರು.

ಅವರು ಗೋಪಾಲಪುರವನ್ನು ತಲಪಿದಾಗ ರಾತ್ರಿಯಾಗಿತ್ತು. ಧನಂಜಯ ಊಟ ಮುಗಿಸಿ ಆದೇ ತಾನೆ ಬಂದು ಜಗಲಿಯ ಮೇಲೆ ಕುಳಿತಿದ್ದ. ಅಷ್ಟು ಜನ ಒಟ್ಟಿಗೆ ಬಂದದ್ದನ್ನು ಕಂಡು ಒಂದು ಕ್ಷಣ ಅವನು ಬೆದರಿದ. "ಯಾರು? ಯಾರು ನೀವು? ಎಲ್ಲಿಂದ ಬಂದಿರಿ? ನನ್ನಿಂದೇನಾಗಬೇಕು?" ಎಂದು ಒಂದೇ ಉಸಿರಿಗೆ ಹಲವು ಪ್ರಶ್ನೆಗಳನ್ನು ಕೇಳುತ್ತ ಎದ್ದು ನಿಂತುಬಿಟ್ಟ.

"ಧನಂಜಯರೇ ನೀವು ಹೆದರುವ ಕಾರಣವಿಲ್ಲ" ಇಂದುಶರ್ಮ ಜಗಲಿಯ ಮೇಲೆ ತಾನೂ ಕುಳಿತು, ಉಳಿದವರಿಗೂ ಕುಳಿತುಕೊಳ್ಳಲು ಸನ್ನೆ ಮಾಡುತ್ತಾ ಹೇಳಿದ, "ನಾವು ಆಚಾರ್ಯ ಚಾಣಕ್ಯರ ಆದೇಶದಂತೆ ಇಲ್ಲಿಗೆ ಬಂದಿದ್ದೇವೆ. ನಾನು ಇಂದುಶರ್ಮ, ಚಾಣಕ್ಯರ ಆಪ್ತ ಮಿತ್ರ, ಇವರೆಲ್ಲ ಆಚಾರ್ಯರ ಶಿಷ್ಯರು."

"ಓಹೋ! ನೀವು ಆಚಾರ್ಯ ಚಾಣಕ್ಯರ ಕಡೆಯವರೋ!" ಎಂದು ಧನಂಜಯ, ಸಮಾಧಾನದಿಂದ ತಾನೂ ಕುಳಿತುಕೊಂಡ. "ಮಲ್ಲಿಕಾ" ಎಂದು ತನ್ನ ಸೊಸೆಯನ್ನು ಕೂಗಿದ. ಅವಳು ಬಂದಳು. "ನೋಡು, ಇವರೆಲ್ಲ ಆಚಾರ್ಯ ಚಾಣಕ್ಯರ ಆಪ್ತರು. ದಣಿದು ಬಂದಿದ್ದಾರೆ. ಮೊದಲು ಇವರಿಗೆ ಅಡಿಗೆಯ ಪದಾರ್ಥಗಳನ್ನು ಕೊಡು. ಅಕ್ಕಿ, ಬೇಳೆ, ಹಾಲು, ಮೊಸರು, ತುಪ್ಪ ಎಲ್ಲ ಕೊಡು."

ಅವಳು ಎಲ್ಲರಿಗೂ ನಮಸ್ಕರಿಸಿ ಒಳಗೆ ಹೋದಳು.

"ಈಗಲೇ ಏನು ಅವಸರ?" ಎಂದ ಇಂದುಶರ್ಮ ತುಸು ಸಂಕೋಚದಿಂದ.

"ಎಲ್ಲಾದರೂ ಉಂಟೇ? ಚಾಣಕ್ಯರ ಕಡೆಯವರೆಂದ ಮೇಲೆ ನೀವು ನಮ್ಮವರೆ, ನಮ್ಮ ಗೌರವಾನ್ವಿತ ಅತಿಥಿಗಳು. ಎಷ್ಟು ದೂರದಿಂದ ದಣಿದು ಬಂದಿದ್ದೀರೋ ಏನೋ, ಅಲ್ಲಿ ಬಾವಿ ಇದೆ. ಹೋಗಿ ಸ್ನಾನ ಮಾಡಿ. ಅಡಿಗೆ ಮಾಡಿಕೊಳ್ಳಿ, ತೃಪ್ತಿಯಾಗಿ ಊಟ ಮಾಡಿ. ಆಮೇಲೆ ಬೇಕಾದರೆ ಕುಳಿತು ಮಾತಾಡೋಣ. ಅಷ್ಟು ಹೊತ್ತಿಗೆ ನಾನು ಒಂದು ಸುತ್ತು ನಮ್ಮ ದನಕರುಗಳನ್ನು ನೋಡಿ ಬರುತ್ತೇನೆ" ಎಂದು ಧನಂಜಯ ಎದ್ದು ಹೋದ.

ಚಂದ್ರಗುಪ್ತ ಬಿಸಿರೊಟ್ಟಿಯ ಉದಾಹರಣೆ ನೀಡಿದ ಅಜ್ಜಿಯ ವಿಷಯ ಹೇಳಿದಾಗ, ನಮ್ಮ ಸನಾತನ ಧರ್ಮದ ಸಾರ ನಮ್ಮ ಗ್ರಾಮೀಣ ಜನರ ಬದುಕಿನಲ್ಲಿದೆ, ಎಂದು ಚಾಣಕ್ಯ ಹೇಳಿದ್ದ ಮಾತು ತಕ್ಷಣ ಎಲ್ಲರಿಗೂ ನೆನಪಿಗೆ ಬಂತು. ಮೊದಲು ಪಶುಲೋಮ ಮತ್ತು ನಿಪುಣಕ ಸ್ನಾನ ಮಾಡಿ ಬರುವ ವೇಳೆಗೆ ಮಲ್ಲಿಕಾ ಎಲ್ಲಾ ವಸ್ತುಗಳನ್ನೂ ತಂದಿರಿಸಿದ್ದಳು. ಅವರು ತಮ್ಮ ಗಂಟಿನಲ್ಲಿದ್ದ ಪಾತ್ರೆಗಳನ್ನು ತೆಗೆದು ತೊಳೆದುಕೊಂಡು ಕಲ್ಲು ಜೋಡಿಸಿ ಒಲೆ ಹೂಡಿ ಅಡಿಗೆ ಆರಂಭಿಸಿದರು. ನಂತರ ಉಳಿದವರು ಸ್ನಾನ ಮಾಡಲು ಹೋದರು.

ಅಡಿಗೆ ಮುಗಿದ ಮೇಲೆ ಎಲ್ಲ ಸಾವಧಾನವಾಗಿ ಊಟ ಮಾಡಿದರು. ಊಟ ಮುಗಿದ ಮೇಲೆ ಧನಂಜಯ ಬಂದು ಜಗಲಿಯ ಮೇಲೆ ಮಾತಿಗೆ ಕುಳಿತ. ಮಲ್ಲಿಕಾ ಒಳಗಡೆ ಒಂದು ಚಾಪೆಯನ್ನು ಹಾಸಿಕೊಂಡು ಕುಳಿತಳು.

"ಇಂಥ ಊಟ ಮಾಡಿ ಬಹಳ ದಿನಗಳಾಗಿತ್ತು" ಎಂದ ಇಂದುಶರ್ಮ ತೇಗುತ್ತ.

"ಬ್ರಾಹ್ಮಣ ಭೋಜನಪ್ರಿಯ ಎಂದು ಹೇಳುತ್ತಾರಲ್ಲವೆ ?" ಎಂದ ಧನಂಜಯ ನಗುತ್ತ.

"ಬ್ರಾಹ್ಮಣ ಸಮೃದ್ಧವಾಗಿ ಭೋಜನ ಮಾಡಲೂ ಬಲ್ಲ, ಸಂದರ್ಭ ಬಂದರೆ ಹಲವು ದಿನಗಳ ಕಾಲ ಉಪವಾಸವಿರಲೂ ಬಲ್ಲ" ಎಂದ ಇಂದುಶರ್ಮ.

"ಬ್ರಾಹ್ಮಣನ ಹಠ ಹೇಗಿರುವುದೆಂದು ನಿಮ್ಮ ಚಾಣಕ್ಯರನ್ನು ಕಂಡಾಗಲೇ ಅರ್ಥವಾಯಿತು ಶರ್ಮರೇ. ನೆಲದಲ್ಲಿ ನೆಟ್ಟಿದ್ದ ಕಲ್ಲಿಗೆ ಎಡವಿ, ಆ ಕೋಪಕ್ಕೆ ಅದನ್ನು ಬುಡಸಹಿತ ಕಿತ್ತೆಸೆದು, ಅನ್ನಾಹಾರವಿಲ್ಲದೆ, ಕಾಲು ಬಾತುಕೊಂಡು, ಪ್ರಜ್ಞೆಯಿಲ್ಲದಷ್ಟು ಜ್ವರ ಬರಿಸಿಕೊಂಡು ಇಲ್ಲಿಗೆ ಬಂದಾಗ ನನ್ನ ಎದೆಯೇ ಒಡೆದುಹೋಗಿತ್ತು. ಆದರೆ ನಡೆದ ವಿಷಯವನ್ನೆಲ್ಲ ತಿಳಿದ ಮೇಲೆ 'ಭಲಾ !' ಎಂದುಕೊಂಡಿದ್ದೆ. ಹೌದು ಶರ್ಮರೇ, ಚಾಣಕ್ಯರ ಸಂಕಲ್ಪ ವಜ್ರದಷ್ಟು ಕಠಿಣವಾದರೂ, ಮನಸ್ಸು ಮಾತ್ರ ಹೂವಿನಷ್ಟು ಮೃದು. ನಮಗಂತೂ ಅವರು ಅನಿಮಿತ್ತ ಬಂಧು."

"ಅನಿಮಿತ್ತ ಎನ್ನಬೇಡಿ ಧನಂಜಯರೇ" ಇಂದುಶರ್ಮ ಹೇಳಿದ, "ಬಂಧುತ್ವವಂತೂ ಭದ್ರವಾಗಿದೆ. ಅದನ್ನೇ ನಿಮಿತ್ತ ಮಾಡಿಕೊಂಡು ಚಾಣಕ್ಯ ಕೈಗೊಂಡಿರುವ ಮಹತ್ವದ ಕಾರ್ಯದಲ್ಲಿ ನಾವೆಲ್ಲ ಕೈಜೋಡಿಸಬೇಕಾಗಿದೆ."

"ಅದನ್ನು ಮತ್ತೆ ಹೇಳಬೇಕೆ ಶರ್ಮರೆ" ಧನಂಜಯ ಹೇಳಿದ, "ಚಾಣಕ್ಯರಿಗೆ ಆ ದಿನವೇ ಹೇಳಿಬಿಟ್ಟಿದ್ದೇನೆ. ನನ್ನಲ್ಲಿರುವುದೆಲ್ಲ ನಿಮ್ಮದು, ಧನನಂದನನ್ನು ನಿರ್ಮೂಲ ಮಾಡುವುದಾದರೆ ಅದನ್ನೆಲ್ಲ ವಿನಿಯೋಗಿಸಲೂ ನಾನು ಸಿದ್ಧನಾಗಿದ್ದೇನೆ, ಎಂದು."

"ಸದ್ಯಕ್ಕೆ ಅಷ್ಟೆಲ್ಲ ಬೇಡ. ವೆಚ್ಚಕ್ಕೆ ಸ್ವಲ್ಪ ಧನ ಬೇಕು. ನಾವು ಪಾಟಲೀಪುತ್ರವನ್ನು ಸೇರಿಕೊಂಡ ಮೇಲೆ ಅಗತ್ಯವಾದರೆ ಸಹಾಯ ಒದಗಿಸಬೇಕು. ಜೀವನೋಪಾಯಕ್ಕೆ ಅಲ್ಲೇ ಹೊಂದಿಸಿಕೊಳ್ಳುವ ಧೈರ್ಯವಿದೆ ಆದರೂ..."

"ನೀವೇನೂ ಯೋಚಿಸಬೇಡಿ. ಬೇಕಾದರೆ ನಿಮ್ಮೆಲ್ಲರಿಗೂ ವರ್ಷಕ್ಕೆ ಬೇಕಾಗುವಷ್ಟು ಪದಾರ್ಥಗಳನ್ನು ನಾನು ಕಳಿಸಿಕೊಡುತ್ತೇನೆ."

"ಅಷ್ಟೆಲ್ಲಾ ಬೇಡ, ನಾವೇನು ಅಲ್ಲಿ ಮನೆ ಮಾಡಿ ಸಂಸಾರ ಹೂಡಲು ಹೊರಟಿದ್ದೇವೆಯೇ ! ನಮಗೆ ಬೇಕಾದಾಗ ಬೇಕಾದಷ್ಟು ಒದಗಿಸಿದರೆ ಸಾಕು."

"ನೀವು ಯಾವಾಗ ಹೇಳಿದರೆ ಆಗ ಕಳಿಸಿಕೊಡುತ್ತೇನೆ. ಬೇಕಾದರೆ ನೀವೆಲ್ಲ ಇಲ್ಲೇ ಇದ್ದರೂ ಸಂತೋಷವೇ."

"ನಿಮ್ಮ ಒಂದು ಹೊತ್ತಿನ ಆತಿಥ್ಯವೇ ಇಷ್ಟೊಂದು ವೈಭವದಿಂದ ಕೂಡಿದೆ. ಇನ್ನು ಇಲ್ಲೇ ಒಂದು ತಿಂಗಳು ಇದ್ದರೆ, ಚಾಣಕ್ಯರ ಕಾರ್ಯವನ್ನು ಸಂಪೂರ್ಣವಾಗಿ ಮರೆತು ಜಡರಾಗಿ ಬಿಡುತ್ತೇವೆ" ಎಂದ ಸಿದ್ಧಾರ್ಥಕ.

"ಅಷ್ಟು ದೂರದಿಂದ ಹೊತ್ತು ಹೊತ್ತಿಗೆ ಸರಿಯಾದ ಆಹಾರವಿಲ್ಲದೆ ಬಳಲಿ ಬಂದಿದ್ದೀರ. ಕೆಲವು ದಿನ ಇಲ್ಲಿದ್ದು ಶಕ್ತಿ ಕೂಡಿಸಿಕೊಂಡು ಹೋದರೆ ತಪ್ಪೇನಿಲ್ಲ" ಎಂದ ಧನಂಜಯ.

"ಮೂರು ನಾಲ್ಕು ದಿನ ಇಲ್ಲಿರಲು ನಮ್ಮ ಅಭ್ಯಂತರವೇನೂ ಇಲ್ಲ!" ಎಂದ ನಿಪುಣಕ.

"ನಮ್ಮ ಶಿಷ್ಯರು ಹೇಳಿದ ಮೇಲೆ ನಾನು ಬೇಡವೆನ್ನುವಂತೆಯೇ ಇಲ್ಲ" ಎಂದು ಇಂದುಶರ್ಮ ನಕ್ಕ.

"ಹಾಗೇನೂ ಇಲ್ಲ" ತಲೆ ಕೆರೆಯುತ್ತ ಸಮಿದ್ಧಾರ್ಥಕ ಹೇಳಿದ, "ಪಾಪ, ಧನಂಜಯರಿಗೆ ಬೇಸರ ಮಾಡಬಾರದೆಂದು, ಅಷ್ಟೆ"

"ಒಂದಿಪ್ಪತ್ತು ವರ್ಷ ನನ್ನ ವಯಸ್ಸು ಕಡಿಮೆಯಾಗಿದ್ದರೆ ನಿಮ್ಮ ಜೊತೆಯಲ್ಲಿ ನಾನೂ ಬಂದುಬಿಡುತ್ತಿದ್ದೆ. ನನ್ನ ಒಬ್ಬನೇ ಮಗನನ್ನು ಅಮಾನುಷವಾಗಿ ಕೊಂದ ಆ ನೀಚರನ್ನು ಕತ್ತರಿಸಿ ಹಾಕುತ್ತಿದ್ದೆ" ಎಂದ ಧನಂಜಯ ಆವೇಶದಿಂದ. ಮರುಕ್ಷಣದಲ್ಲೇ ಮಗನ ನೆನಪಿನಿಂದ ಅವನ ಕಣ್ಣುಗಳಲ್ಲಿ ನೀರು ತುಂಬಿತು. ಅಷ್ಟರಲ್ಲಿ ಒಳಗೆ ಕುಳಿತಿದ್ದ ಅವನ ಸೊಸೆ ಬಿಕ್ಕಿ ಬಿಕ್ಕಿ ಅಳತೊಡಗಿದಳು. ಆ ಕಥೆ ಮೊದಲೇ ಗೊತ್ತಿದ್ದುದರಿಂದ ಎಲ್ಲ ಗಂಭೀರವಾದರು. ಅವರನ್ನು ಸಮಾಧಾನಪಡಿಸಲು ಯಾವ ಮಾತಾಡಬೇಕೆಂದು ತೋಚದೆ ಪರಸ್ಪರ ಮುಖ ನೋಡಿಕೊಂಡರು.

ಕೆಲವು ಕ್ಷಣಗಳ ನಂತರ ಮಲ್ಲಿಕಾ "ಮಾವ" ಎಂದಳು.

"ಏನು ತಾಯಿ?" ಎಂದ ಧನಂಜಯ ಕಣ್ಣೊರೆಸಿಕೊಳ್ಳುತ್ತ.

"ಮಗನನ್ನು ಕಳೆದುಕೊಂಡ ನಿಮ್ಮ ದುಃಖ, ಗಂಡನನ್ನು ಕಳೆದುಕೊಂಡ ನನ್ನ ದುಃಖ ನಾವು ಸಾಯುವವರೆಗೂ ನಮ್ಮ ಜೊತೆ ಇರುತ್ತದೆ. ನಮ್ಮ ದುಃಖದ ಕಥೆಯನ್ನು ಮತ್ತೆ ಮತ್ತೆ ಹೇಳಿ ಇವರಿಗೆ ಬೇಸರ ಮಾಡಬಾರದಲ್ಲವೆ? ದಣಿದಿದ್ದಾರೆ, ಅವರು ನೆಮ್ಮದಿಯಿಂದ ನಿದ್ರೆ ಮಾಡಲಿ. ಬನ್ನಿ ಹೊತ್ತಾಯಿತು. ನೀವೂ ಮಲಗಿ."

"ಹೌದು ಹೌದು, ನಿನ್ನ ಮಾತು ಸರಿ" ಧನಂಜಯ ಹೇಳಿದ, "ಮುಪ್ಪಿನ ಅರುಳು ಮರುಳು, ಎಲ್ಲ ಮರೆತೇ ಬಿಡುತ್ತೇನೆ. ಕ್ಷಮಿಸಿ ಶರ್ಮರೇ, ನೀವೂ ಕ್ಷಮಿಸಿ ಮಕ್ಕಳೇ, ಈ ಮಗಧದಲ್ಲಿ ನಮ್ಮಂಥ ದುಃಖಿಗಳು ಎಷ್ಟು ಜನರಿದ್ದಾರೋ! ಅವರೆಲ್ಲರ ದುಃಖಕ್ಕಿಂತ ನಮ್ಮದೇ ದೊಡ್ಡದೆಂದು ಭಾವಿಸುವುದು ಮೂರ್ಖತನ."

"ಹೊಸ ದುಃಖಿಗಳ ಸಂಖ್ಯೆ ಬೆಳೆಯಬಾರದೆಂದೇ ಈಗ ನಮ್ಮೆಲ್ಲರ ಪ್ರಯತ್ನ ಸಮಾಧಾನ ಮಾಡಿಕೊಳ್ಳಿ, ನಿಮಗಾದ ಅನ್ಯಾಯದ ಸೇಡು ತೀರುತ್ತದೆ" ಎಂದ ಇಂದುಶರ್ಮ.

"ಆ ನಂಬಿಕೆ, ಭರವಸೆ ನನಗಿದೆ. ಮಲಗಿ ಮಲಗಿ" ಎಂದು ಹೇಳಿ ಚಾಪೆ ದಿಂಬುಗಳನ್ನು ಒದಗಿಸಿ, ಧನಂಜಯ ಒಳಗೆ ಹೋಗಿ ಬಾಗಿಲು ಹಾಕಿದ.

ಅವರಿಗೆ ಬಹಳ ಹೊತ್ತು ನಿದ್ರೆಯೂ ಬರಲಿಲ್ಲ, ಮಾತಾಡುವ ಆಸಕ್ತಿಯೂ ಇರಲಿಲ್ಲ. ಎಲ್ಲರೂ ಧನಂಜಯನ ವ್ಯಕ್ತಿತ್ವವನ್ನು ತೂಗಿ ನೋಡುವಂತೆ ತಮ್ಮಲ್ಲೇ ಆಲೋಚಿಸುತ್ತಿದ್ದರು.

ಧನಂಜಯನ ಇಚ್ಛೆಯಂತೆ ಅವರು ಐದು ದಿನಗಳ ಕಾಲ ಅಲ್ಲಿದ್ದು ಆರನೆಯ ದಿನ ಪಾಟಲೀಪುತ್ರದ ಕಡೆಗೆ ಸಾಗಿದರು.

# ಅಧ್ಯಾಯ ಆರು

## ೧

ಪೌರವ ತನ್ನ ಅರಮನೆಯ ಮಂತ್ರಶಾಲೆಯಲ್ಲಿ ರಾತ್ರಿ ಅಮಾತ್ಯ ಶಬರವರ್ಮ, ಹಿರಿಯ ಮಗ ಮತ್ತು ಸೇನಾಪತಿ ಮಲಯಕೇತು, ಇತರ ಮಕ್ಕಳಾದ ವಿರೋಚನ ಮತ್ತು ಶೀಲಧರನೊಂದಿಗೆ ಮಾತಿನಲ್ಲಿ ತೊಡಗಿದ್ದ. ಅವನ ನಿಯೋಗಿ ಕಮಲಾಪೀಡ ಬೆಳಿಗ್ಗೆ ತಾನೇ ಸುದ್ದಿ ಕೊಟ್ಟು ಹೋಗಿದ್ದ. ಎಲ್ಲರ ಮುಖದಲ್ಲಿ ಕೋಪ ಕುದಿಯುತ್ತಿತ್ತು. ಅಮಾತ್ಯ ಶಬರವರ್ಮ ಕೋಪಕ್ಕಿಂತ ಹೆಚ್ಚಾಗಿ ಚಿಂತಾಕ್ರಾಂತನಾಗಿದ್ದ.

ಪೌರವ ಸುಮಾರು ಅರವತ್ತು ವರ್ಷ ವಯಸ್ಸಿನವನಾದರೂ, ಎತ್ತರದ ನಿಲುವಿನ, ವಿಶಾಲ ವಕ್ಷಸ್ಥಳದ ಸದೃಢ ವ್ಯಕ್ತಿಯಾಗಿದ್ದ. ತಲೆಯ ಬಿಳಿಗೂದಲು, ದಪ್ಪ ಬಿಳಿ ಮೀಸೆ ಮತ್ತು ಮುಖದ ಮೇಲಿನ ಕೆಲವು ಗೆರೆಗಳು ಅವನ ವಯಸ್ಸನ್ನು ಸೂಚಿಸುತ್ತಿದ್ದರೂ, ಅವನ ಕಣ್ಣುಗಳಲ್ಲಿ ಕುಂದದ ಉತ್ಸಾಹದ ಹೊಳಪಿತ್ತು. ಅಮಾತ್ಯ ಶಬರವರ್ಮನಿಗೂ ಸುಮಾರು ಅಷ್ಟೇ ವಯಸ್ಸಾದರೂ, ತೆಳುದೇಹದ ಅವನು ಹೆಚ್ಚು ವಯಸ್ಸಾದವನಂತೆ ಕಾಣುತ್ತಿದ್ದ. ಹಿರಿಯ ಮಗ ಮಲಯಕೇತು, ಸುಮಾರು ಮೂವತ್ತು ವಯಸ್ಸಿನವನಾದರೆ, ವಿರೋಚನ ಮತ್ತು ಶೀಲಧರ ಕ್ರಮವಾಗಿ ಇಪ್ಪತ್ತೇಳು, ಇಪ್ಪತ್ನಾಲ್ಕು ವಯಸ್ಸಿನವರಾಗಿದ್ದರು.

''ವಿದೇಶೀಯರ ಆಕ್ರಮಣಕ್ಕಿಂತ ಹೆಚ್ಚಾಗಿ, ಸ್ವದೇಶೀಯರ ದ್ರೋಹದಿಂದ ನನಗೆ ಹುಚ್ಚು ಕೋಪ ಬರುತ್ತಿದೆ ಅಮಾತ್ಯರೆ'' ಎಂದ ಪೌರವ.

''ಹೌದು ಪ್ರಭು, ನಮ್ಮ ಜನರ ಸ್ವಾಭಿಮಾನಶೂನ್ಯತೆ ಗೊತ್ತಿಲ್ಲದ ಸಂಗತಿಯೇನಲ್ಲ'' ಎಂದ ಶಬರವರ್ಮ.

''ಹೊಟ್ಟೆಕಿಚ್ಚಿನ ಆ ಆಂಭೀಕನೂ, ತಂದೆಯಂತೆಯೇ ತನ್ನ ಕೈಲಾಗದ ಕೆಲಸಕ್ಕೆ ಬರೀ ಅಸೂಯೆಯಿಂದ ಮೈಪರಚಿಕೊಳ್ಳುವುದನ್ನು ಮುಂದುವರಿಸಿದ್ದಾನೆ.''

''ಅವನಷ್ಟಕ್ಕೆ ಅವನು ಮೈಪರಚಿಕೊಂಡರೆ ಚಿಂತೆಯಿಲ್ಲ ಅಪ್ಪಾಜಿ'' ಮಲಯಕೇತು ಹೇಳಿದ, ''ಆದರೆ ಈಗ ಅವನು ನಮ್ಮ ಮೇಲೆ ದಾಳಿ ಮಾಡುವ ನಿಬಂಧನೆಯ ಮೇಲೆ ಆ ಯವನನಿಗೆ ಶರಣಾಗತನಾಗಿದ್ದಾನೆ.''

''ನಮ್ಮ ಏಳಿಗೆಯನ್ನು ಕಂಡು ಅವನಿಗೆ ಸಹನೆಯಿಲ್ಲ'' ಎಂದ ವಿರೋಚನ.

''ಹಾಗೆಂದು ವಿದೇಶೀಯನಿಗೆ ಶರಣಾಗತನಾಗುವುದು ತೀರ ನಾಚಿಕೆಗೇಡಿನ ವಿಷಯವೆಂದು ಅವನಿಗೆ ಅರ್ಥವಾಗಲಿಲ್ಲವೆ ?'' ಎಂದ ಶೀಲಧರ.

"ವಿದೇಶದವನೊಡನೆ ಕೈಜೋಡಿಸಿ ದ್ರೋಹಿ ಎನಿಸಿಕೊಳ್ಳುವುದರ ಬದಲು, ಸ್ವದೇಶದವರೊಡನೆ ದುರಭಿಮಾನವನ್ನು ಬಿಟ್ಟು ಸ್ನೇಹ ಬಯಸಿದ್ದರೆ ಅಪನಿಂದೆಗೆ ಒಳಗಾಗುತ್ತಿರಲಿಲ್ಲ" ಎಂದ ಮಲಯಕೇತು.

"ಇದು ನಮ್ಮ ದೃಷ್ಟಿ ಯುವರಾಜ" ಶಬರವರ್ಮ ಹೇಳಿದ, "ಆದರೆ ಅವನ ದೃಷ್ಟಿಯಲ್ಲಿ ರಾಷ್ಟ್ರಪ್ರೇಮ, ಸ್ವಾಭಿಮಾನ, ಸ್ವಜನ, ಸ್ವಧರ್ಮಗಳ ನಿಷ್ಠೆಯ ಅಗತ್ಯವಿಲ್ಲದಿರಬಹುದು. ಆ ತಕ್ಷಶಿಲೆಯ ವಿದ್ಯಾಕೇಂದ್ರದ ಅವ್ಯವಸ್ಥೆಯ ವಿಷಯ ಗೊತ್ತು ತಾನೆ ? ತಂದೆ, ಮಗನ ಉದ್ಧಟತನದಿಂದ ಅಲ್ಲಿದ್ದ ಚಣಕನೆಂಬ ಆಚಾರ್ಯ ಬಿಟ್ಟು ಹೋದ. ಅವನ ಮಗ ಚಾಣಕ್ಯ ಮತ್ತಿತರ ಉತ್ತಮ ಅಧ್ಯಾಪಕರೆಲ್ಲ ಬಿಟ್ಟು ಹೋದರು. ಸಾಕಷ್ಟು ಸಂಖ್ಯೆಯ ವಿದ್ಯಾರ್ಥಿಗಳೂ ಇಲ್ಲವಂತೆ."

"ಆ ಚಣಕ ಪಾಟಲೀಪುತ್ರದಲ್ಲಿ ಸತ್ತುಹೋದನಂತೆ. ಅವನ ಮಗ ನಂದವಿನಾಶದ ಪ್ರತಿಜ್ಞೆ ಮಾಡಿ ಹೊರಬಂದನಂತೆ" ಎಂದು ಪೌರವ ಹೇಳಿದ.

"ಅಷ್ಟೇ ಅಲ್ಲ ಪ್ರಭು" ಶಬರವರ್ಮ ಹೇಳಿದ, "ಪಿಪ್ಪಲಿವನದ ಮೌರ್ಯ ಕುಲದ ಚಂದ್ರಗುಪ್ತನೆಂಬ ಒಬ್ಬ ತರುಣ ನಂದರ ಸೇನೆಯಲ್ಲಿದ್ದ. ಚಣಕನ ನೆರವಿನಿಂದ ದಂಗೆಯ ಪ್ರಯತ್ನ ನಡೆಸಿ, ಸಿಕ್ಕಿಬಿದ್ದು ಸೆರೆಯಾಗಿ, ಅಲ್ಲಿಂದ ತಪ್ಪಿಸಿಕೊಂಡು ಓಡಿ ಹೋಗಿ ಯುದ್ಧದ ಪ್ರಯತ್ನ ಮಾಡುತ್ತಿರುವನಂತೆ."

"ಅಂದರೆ, ಇಡೀ ಆರ್ಯಾವರ್ತದಲ್ಲಿ ಹಲವು ಮಹತ್ವದ ಸಂಗತಿಗಳು ನಡೆಯುತ್ತಿವೆ ?"

"ಎಲ್ಲಕ್ಕಿಂತ ಈಗ ಮುಖ್ಯವಾದದ್ದು ಯವನರ ಆಕ್ರಮಣ. ಸದ್ಯದಲ್ಲಿ ಅದನ್ನು ಹೇಗೆ ನಿರ್ವಹಿಸಬೇಕೆಂದು ನಾವು ಆಲೋಚಿಸಬೇಕು."

"ಆಲೋಚನೆಯೇನು ಬಂತು ? ಆ ವಿದೇಶೀ ಆಕ್ರಮಣಕಾರನನ್ನು ಎದುರಿಸಿ ಹೊಡೆದಟ್ಟುವುದು ಆಲೋಚಿಸಬೇಕಾದ ವಿಷಯವಲ್ಲ" ಪೌರವ ದೃಢವಾಗಿ ಹೇಳಿ ತನ್ನ ಮಕ್ಕಳ ಮುಖ ನೋಡಿದ.

"ಹೌದು ಅಮಾತ್ಯರೇ" ಮಲಯಕೇತು ದನಿಗೂಡಿಸಿದ, "ಇದು ನಮ್ಮ ಸಾಮರ್ಥ್ಯ ಮತ್ತು ಸ್ವಾಭಿಮಾನದ ಪ್ರಶ್ನೆ."

"ಆದರೆ ಆ ಯವನವೀರ ಅಲೆಗ್ಸಾಂಡರನನ್ನು ಜಯಿಸುವುದು ಅಷ್ಟು ಸುಲಭವಲ್ಲ" ಶಬರವರ್ಮ ಹೇಳಿದ, "ಏಕೆಂದರೆ ಅವನಲ್ಲಿ ಅಪಾರವಾದ ಸೈನ್ಯವಿದೆ. ಜೊತೆಗೆ ನಮ್ಮ ದೇಶದವರೇ ಆದ ಬಹುಸಂಖ್ಯೆಯ ಸಂಬಳದ ಯೋಧರಿದ್ದಾರೆ. ಅಷ್ಟು ಸಾಲದೆಂಬಂತೆ ಆಂಭೀಕನಂಥ ದ್ರೋಹಿಗಳ ಸೈನ್ಯವೂ ಅವರೊಂದಿಗೆ ಸೇರಿಕೊಂಡಿದೆ."

"ಇರಲಿ ಬಿಡಿ. ಸಂಖ್ಯೆಯೇನು ಮಾಡೀತು ? ಸೈನ್ಯದ ಸಂಖ್ಯೆಯನ್ನು ನೋಡಿ ಹೆದರಿ ನಾವೂ ಶರಣಾಗತರಾಗಬೇಕೆ ? ಮುದುಕನಾದ ನಾನೇ ಒಂದು ಸಾವಿರ ಜನರನ್ನು ಕೊಲ್ಲಬಲ್ಲೆ."

ಅದಕ್ಕೆ ಶಬರವರ್ಮ ಹೇಳಿದ, "ಇದು ಬರೀ ಕೊಲ್ಲುವ ಸಾಮರ್ಥ್ಯದ ಪ್ರಶ್ನೆಯಲ್ಲ ಪ್ರಭು. ಗೆಲ್ಲುವುದು ಸಾಧ್ಯವೇ ಎಂದು ಯೋಚಿಸಬೇಕು."

"ಅಮಾತ್ಯರೇ, ಆ ಗಾಂಧಾರವನ್ನೂ ಸೇರಿಸಿಕೊಂಡು ನನ್ನ ಸಾಮ್ರಾಜ್ಯವನ್ನು ಇನ್ನಷ್ಟು ವಿಸ್ತರಿಸಬೇಕೆಂಬ ಆಸೆ ಕೈಗೂಡಲಿಲ್ಲ. ಈ ನೆಪದಲ್ಲಾದರೂ ಅದು ಸಾಧ್ಯವಾಗಬಹುದು.

ಆ ಯವನರನ್ನು ಹೊಡೆದಟ್ಟಿದರೆ ಅವರು ಈಗಾಗಲೇ ಗೆದ್ದಿರುವ ಪ್ರದೇಶಗಳು ಸುಲಭವಾಗಿ ನಮ್ಮ ಕೈವಶವಾಗುತ್ತವೆ. ಅವುಗಳ ಜೊತೆಯಲ್ಲಿ ಗಾಂಧಾರವೂ ಕೈಗೆ ಸಿಕ್ಕಿದರೆ ಆ ಆಂಭೀಕನ ಮದವನ್ನು ಅಡಗಿಸಬಹುದು.''

''ಅಥವಾ ನಾವೇ ಸೋತು, ನಮ್ಮ ರಾಜ್ಯ ಗಾಂಧಾರದವರ ವಶವಾದರೆ ?''

ಶಬರವರ್ಮನ ಮಾತಿನಿಂದ ಮೂವರ ಮುಖದಲ್ಲೂ ಕೋಪ ಕಾಣಿಸಿಕೊಂಡಿತು. ಅದನ್ನು ನಿರೀಕ್ಷಿಸಿದ್ದ ಶಬರವರ್ಮ ಹೇಳಿದ, ''ನಿಮಗೆ ಕೋಪ ಬರುವುದು ಸಹಜ. ಆದರೆ ನಾವು ನಮಗೇ ಗೆಲುವು ದೊರೆಯುವುದೆಂದು ಖಚಿತವಾಗಿ ಭಾವಿಸುವುದು ಸಾಧ್ಯವಿಲ್ಲ. ಏಕೆಂದರೆ ನಮಗೆ ಸಹಾಯ ಮಾಡಬಹುದಾಗಿದ್ದ ಅಭಿಸಾರ ಮುಂತಾದ ಸಣ್ಣಪುಟ್ಟ ರಾಜರಲ್ಲಿ ಬಹುಪಾಲು ಅಲೆಗ್ಸಾಂಡರನಿಗೆ ಶರಣಾದ ಸಂಗತಿ ಈಗಾಗಲೇ ನನಗೆ ಗೊತ್ತಿದೆ.''

''ಹಾಗೆಂದು ನಾವೂ ನಮ್ಮ ಘನತೆ ಗೌರವಗಳನ್ನು ಬಿಟ್ಟುಕೊಡುವಂತಿಲ್ಲ ಅಮಾತ್ಯರೇ. ಎಷ್ಟೋ ದೂರದಿಂದ ಬಂದಿರುವ ಆ ಯವನರಿಗೆ ಅಷ್ಟೊಂದು ಸಾಮರ್ಥ್ಯವಿರುವುದಾದರೆ, ನಮ್ಮ ನಾಡಿನಲ್ಲಿ ನಾವು ಇನ್ನೆಷ್ಟು ಸಮರ್ಥರಾಗಿರಬೇಕು ! ಅವರ ಸಾಹಸ ಪರನಾಡುಗಳನ್ನು ದೋಚುವ ದುರುದ್ದೇಶದ್ದು. ಆದರೆ ನಮ್ಮದು ನಮ್ಮ ನಾಡಿನ ಸ್ವಾಭಿಮಾನ, ಗೌರವಗಳನ್ನು ರಕ್ಷಿಸಿಕೊಳ್ಳುವ ಸದುದ್ದೇಶದ್ದು. ಅಂದ ಮೇಲೆ ನಮ್ಮ ಕೈ ಮೇಲಾಗಬೇಕು.''

''ಅಂದರೆ ತಮ್ಮ ನಿರ್ಧಾರ ಯುದ್ಧವೆಂದೇ ?''

''ಹೌದು, ಬಂದದ್ದು ಬರಲಿ, ಯುದ್ಧ ಮಾಡೋಣ. ಗೆಲುವು ಸಂದೇಹಾಸ್ಪದ ಎನ್ನುವುದಾದರೆ ಧೀರರಾಗಿ ಹೋರಾಡಿ ಸೋಲೋಣ.''

''ಹೌದು ಅಮಾತ್ಯರೆ'' ಮಲಯಕೇತು ಹೇಳಿದ, ''ಶೌರ್ಯ ಪರಾಕ್ರಮಗಳಲ್ಲಿ ನಾವಾಗಲೀ, ನಮ್ಮ ಸೈನ್ಯವಾಗಲೀ ಯಾರಿಗೂ ಕಡಿಮೆಯಿಲ್ಲ ಎಂಬ ನಂಬಿಕೆ ನನಗಿದೆ. ಸಮಯ ಬಂದರೆ ನಮ್ಮ ಒಬ್ಬೊಬ್ಬ ಪ್ರಜೆಯೂ ಖಡ್ಗ ಎತ್ತಿ ರಣರಂಗಕ್ಕೆ ನುಗ್ಗುತ್ತಾನೆ.''

''ನಾನಂತೂ ಸಿದ್ಧನಾಗಿದ್ದೇನೆ'' ಎಂದ ಶೀಲಧರ.

''ಇನ್ನೇನು ಅಮಾತ್ಯರೆ'' ಪೌರವ ಹೇಳಿದ, ''ನನ್ನ ಮಕ್ಕಳೂ ಸಮ್ಮತಿಸಿದರು. ಸೈನ್ಯದ ಸಿದ್ಧತೆಯ ಕಡೆ ಗಮನ ಕೊಡಿ.''

''ಆಗಬಹುದು'' ಶಬರವರ್ಮ ಹೇಳಿದ, ''ನಮ್ಮ ನೌಕಾ ಸೈನ್ಯವನ್ನು ಇನ್ನಷ್ಟು ಬಲಪಡಿಸಬೇಕಾದ ಅಗತ್ಯವಿದೆ.''

''ಕಾರಣ ?'' ಮಲಯಕೇತು ಕೇಳಿದ.

''ಈಗಾಗಲೇ ಮಳೆಗಾಲ ಆರಂಭವಾಗಿದೆ. ನಮ್ಮ ನದಿಗಳನ್ನು ದಾಟಿ ನಮ್ಮ ಮೇಲೆ ಆಕ್ರಮಣ ಮಾಡುವುದು ಅಷ್ಟು ಸುಲಭವಲ್ಲ. ಸಮಯ ಸಾಧಿಸಿ ನಾವೇ ಅವರಿಗಿಂತ ಮೊದಲು ನದಿ ದಾಟಿ ಆಕ್ರಮಣ ಮಾಡಿ ಅವರನ್ನು ಅಪ್ರತಿಭಗೊಳಿಸಿದರೆ ಜಯ ಸಾಧ್ಯವಾದರೂ ಆಗಬಹುದಲ್ಲವೇ ?''

''ಒಳ್ಳೆಯ ಆಲೋಚನೆ'' ಪೌರವ ಮೆಚ್ಚಿದ, ''ಮಲಯಕೇತು, ಅಮಾತ್ಯರ ಮಾತಿನಲ್ಲಿ ಅರ್ಥವಿದೆ. ಇರುವ ನೌಕೆಗಳ ಸುಸ್ಥಿತಿಯನ್ನು ಪರೀಕ್ಷಿಸು. ಸಾಧ್ಯವಾದರೆ ಕೆಲವು ಹೊಸ ದೋಣಿಗಳನ್ನು ನಿರ್ಮಿಸುವ ಕೆಲಸವೂ ಆರಂಭವಾಗಲಿ.''

''ಆಗಲಿ ಅಪ್ಪಾಜಿ'' ಮಲಯಕೇತು ಹೇಳಿದ, ''ನೌಕೆಗಳಿಗಿಂತ ದೋಣಿಗಳು ಹೆಚ್ಚಾದಷ್ಟು ಒಳ್ಳೆಯದೇ. ಕುದುರೆಗಳನ್ನು ಸಾಗಿಸಲು ಕೆಲವು ತೆಪ್ಪಗಳ ನಿರ್ಮಾಣಕ್ಕೂ ವ್ಯವಸ್ಥೆ ಮಾಡುತ್ತೇನೆ.''

★ ★ ★

ಅಲೆಗ್ಸಾಂಡರನ ಸೈನ್ಯದಲ್ಲಿ ಮೂವತ್ತು ಸಾವಿರ ಸೈನಿಕರಿದ್ದರು. ಉದ್ದವಾದ ಭರ್ಜಿಗಳನ್ನೇ ಪ್ರಮುಖ ಆಯುಧವಾಗಿ ಉಳ್ಳ ಮ್ಯಾಸಿಡೋನಿಯಾ ದೇಶದ ಬಲಿಷ್ಠವಾದ ಕಾಲಾಳುಗಳ ಪಡೆಯಿತ್ತು. ಬೇರೆ ಯವನ ಪ್ರದೇಶಗಳಿಂದ ಬಂದ ಸೈನಿಕರಿದ್ದರು. ಗುಡ್ಡಗಾಡು ಪ್ರದೇಶಗಳ ಯೋಧರಿದ್ದರು. ತಮ್ಮಷ್ಟೇ ಎತ್ತರದ ಬಿಲ್ಲುಗಳನ್ನು ಹಿಡಿದು ಬಾಣ ಪ್ರಯೋಗಿಸುವ ಸೈನಿಕರಿದ್ದರು. ಅಂಬಿಗರು, ಅಶ್ವಾರೋಹಿಗಳು ಇತ್ಯಾದಿ ಹಲವು ಬಗೆಯ ಪರಿಣತಿಯನ್ನುಳ್ಳ ಪಡೆಗಳಿದ್ದವು. ಹಾಗೆ ನೋಡಿದರೆ ಇಡೀ ಸೈನ್ಯದಲ್ಲಿ ಏಕಾಭಿಪ್ರಾಯದ ಸಮಗ್ರತೆ ಯಿರಲಿಲ್ಲವೆಂದೇ ಹೇಳಬೇಕು. ಏಕೆಂದರೆ ಅಲೆಗ್ಸಾಂಡರನ ಸ್ವದೇಶದ ಸೈನ್ಯವನ್ನು ಬಿಟ್ಟರೆ ಉಳಿದವರೆಲ್ಲ ತಮಗೆ ದೊರೆಯುವ ಸಂಬಳದ ಮೇಲೆ ಮಾತ್ರ ಗಮನವಿರಿಸಿದ್ದವರು.

ಅವನ ಸೈನ್ಯದ ಜೊತೆಯಲ್ಲೇ ಸಂದೇಹ ಬಾರದಂತೆ ಸಿಂಹಸೇನ, ಬ್ರಹ್ಮದತ್ತ ಮತ್ತು ಭಾಸ್ಕರ ಸಾಗುತ್ತಿದ್ದರು. ಕೆಲವು ಸಲ ಯಾತ್ರಿಕರಂತೆ, ಕೆಲವು ಸಲ ಸಾಧುಗಳಂತೆ, ಇನ್ನೊಂದು ಸಲ ಇನ್ನೊಂದು ವೇಷದಲ್ಲಿ ಅವರು ಇರುತ್ತಿದ್ದರು. ಶಿಬಿರ ಸ್ಥಾಪಿಸಿದಾಗ ಸೇನೆಯವರ ಜೊತೆ ಪರಿಚಯ ಮಾಡಿಕೊಂಡು, ಲೋಕಾಭಿರಾಮವಾಗಿ ಮಾತಾಡುತ್ತ ಸೈನ್ಯದ ಮುಂದಿನ ಚಲನೆಯ ಬಗ್ಗೆ ತಿಳಿಯುತ್ತಿದ್ದರು. ಎಷ್ಟೋ ಸಲ ಅವರಿಗೆ ನೇರವಾಗಿ ತಿಳಿಯದ ಸಂಗತಿಗಳನ್ನು ಸೈನ್ಯ ಬೀಡುಬಿಟ್ಟ ಪ್ರದೇಶದ ಗ್ರಾಮಗಳ ಜನರೇ ಮಾತಾಡಿಕೊಳ್ಳುತ್ತಿದ್ದರು. ಅವನ್ನೆಲ್ಲ ತಮ್ಮಲ್ಲೇ ಚರ್ಚಿಸಿ, ಅವುಗಳಲ್ಲಿ ತಮಗೆ ಉಪಯುಕ್ತವಾಗಬಹುದಾದವುಗಳನ್ನು ಮಾತ್ರ ವಿಶ್ಲೇಷಿಸಿ ಅವರು ಸುದ್ದಿ ಕಳಿಸಬೇಕಾಗಿತ್ತು. ಅಲೆಗ್ಸಾಂಡರನ ಸೈನ್ಯದಲ್ಲಿ ಸಮಗ್ರತೆಯಿಲ್ಲದಿರುವುದು ಅವರಿಗೆ ಬಹಳ ಪ್ರಮುಖವಾದ ಸಂಗತಿಯಾಗಿತ್ತು.

''ಹೊಟ್ಟೆಪಾಡಿಗಾಗಿ ಪ್ರಾಣಾಪಾಯವನ್ನೂ ಲೆಕ್ಕಿಸದೆ ಯುದ್ಧ ಮಾಡಲು ಬಂದಿರುವ ಜನರನ್ನು ಕಂಡರೆ ನನಗೆ ಅಯ್ಯೋ ಅನ್ನಿಸುತ್ತದೆ'' ಎಂದ ಒಮ್ಮೆ ಸಿಂಹಸೇನ.

''ಅವರ ಬಡತನವೇ ಇದಕ್ಕೆ ಕಾರಣವಾಗಿರಬಹುದು'' ಎಂದ ಬ್ರಹ್ಮದತ್ತ.

''ಇರಬಹುದು'' ಸಿಂಹಸೇನ ಹೇಳಿದ, ''ಸಾಹಸ ಪ್ರದರ್ಶನ ಮಾಡಿ ಜನರಿಂದ ಗುರುತಿಸಲ್ಪಡಬೇಕೆಂಬ ಮಹತ್ವಾಕಾಂಕ್ಷೆ ಹಲವರಲ್ಲಿರುತ್ತದೆ. ಧನಂಜಯನ ಮಗನ ವಿಷಯ ಗೊತ್ತಲ್ಲ, ಸಾಕಷ್ಟು ಅನುಕೂಲಸ್ಥನಾಗಿರುವ ಅವನ ಮಗ, ಯೋಧನಾಗುವ ಆಸೆಯಿಂದ ಪಾಟಲೀಪುತ್ರಕ್ಕೆ ಹೋಗಿ ಅನ್ಯಾಯವಾಗಿ ಪ್ರಾಣ ಕಳೆದುಕೊಂಡ.''

''ಆದರೆ ಸಾವಿರಾರು ಜನರ ಗುಂಪಿನಲ್ಲಿ, ಸತ್ತವರ ಲೆಕ್ಕವೂ ಸಿಗದಿರುವ ಪ್ರಸ್ತುತ ಸಂದರ್ಭದಲ್ಲಿ ಯಾರ ಮಹತ್ವಾಕಾಂಕ್ಷೆಯೂ ಗಣನೆಗೆ ಬರುವುದಿಲ್ಲ'' ಎಂದ ಬ್ರಹ್ಮದತ್ತ.

''ಅದು ಕಟು ವಾಸ್ತವ'' ಭಾಸ್ಕರ ಹೇಳಿದ, ''ಆದರೆ ಸೈನಿಕನಾಗಿ ಆಯುಧ ಹಿಡಿದ ಪ್ರತಿಯೊಬ್ಬನ ಮನಸ್ಸಿನಲ್ಲೂ ಕಡೇ ಪಕ್ಷ ತಾನೊಬ್ಬ ಸೇನಾಧಿಪತಿಯಾಗುವ ಕನಸಂತೂ ಇದ್ದೇ ಇರುತ್ತದೆ.''

''ಅಂಥ ಅಮಾಯಕರ ಕನಸುಗಳೇ ಅಲೆಗ್ಸಾಂಡರನಂಥ ಮಹತ್ವಾಕಾಂಕ್ಷಿಗೆ ಬೆಂಬಲ ನೀಡುವ ಬಲವಾಗುತ್ತವೆ. ಸಾವಿರಾರು, ಲಕ್ಷಾಂತರ ಜನ ಸಣ್ಣವರ ಕನಸುಗಳ ಸಮಾಧಿಗಳ ಮೇಲೆ ಒಬ್ಬ ತನ್ನ ಮಹತ್ವಾಕಾಂಕ್ಷೆಯ ಮಹಲು ಕಟ್ಟುತ್ತಾನೆ'' ಸಿಂಹಸೇನ ವಿಷಾದದಿಂದ ಹೇಳಿದ.

''ಆದರೆ ನಮ್ಮದು ಅಂಥ ಪ್ರಯತ್ನವಲ್ಲ'' ಬ್ರಹ್ಮದತ್ತ ಹೇಳಿದ, ''ನಮ್ಮದು ಸ್ವಧರ್ಮ ಮತ್ತು ಸ್ವಜನರ ರಕ್ಷಣೆಗೆ ಮಾಡುತ್ತಿರುವ ಸಂಘಟನೆ. ಹೌದು, ನಮಗೂ ಮಹತ್ವಾಕಾಂಕ್ಷೆಯಿದೆ. ಆದರೆ ಅದು ವೈಯಕ್ತಿಕ ಹಿತಾಕಾಂಕ್ಷೆಯದಲ್ಲ.''

''ಅದು ಸರಿ'' ಭಾಸ್ಕರ ಹೇಳಿದ, ''ಬಿರುಗಾಳಿಯಂತೆ ನುಗ್ಗಿ ಬರುತ್ತಿರುವ ಈ ಅಲೆಗ್ಸಾಂಡರ್ ಇಡೀ ಆರ್ಯಾವರ್ತದಲ್ಲಿ ತನ್ನ ಆಧಿಪತ್ಯವನ್ನು ಸ್ಥಾಪಿಸುವುದರಲ್ಲಿ ಯಶಸ್ವಿಯಾಗುತ್ತಾನೆಯೇ ?''

''ಬಹುಶಃ ಆಗಲಾರ'' ಸಿಂಹಸೇನ ಹೇಳಿದ, ''ಮೊದಲನೆಯದು ನಾವು ಈಗಾಗಲೇ ಗಮನಿಸಿರುವಂತೆ ಅವನ ಸೈನ್ಯದಲ್ಲಿ ಸಮಗ್ರತೆಯಿಲ್ಲ. ಹಲವು ಮೂಲಗಳಿಂದ ಬಂದಿರುವ ಸೈನಿಕರಿಗೆ ಅವನ ಗೆಲುವು ಮುಖ್ಯವಲ್ಲ. ಜೀವಸಹಿತ ಉಳಿದು ಅವನಿಂದ ಪಡೆಯುವ ಸಂಬಳ ಮಾತ್ರ ಮುಖ್ಯ.''

''ಅಂದರೆ ಒಂದು ವೇಳೆ ಹೆಚ್ಚು ಸಂಬಳ ಕೊಡುವ ಬೇರೆಯವರು ಸಿಕ್ಕಿದರೆ, ಅವರು ತಮ್ಮ ನಿಷ್ಠೆಯನ್ನು ಸುಲಭವಾಗಿ ಬದಲಾಯಿಸುತ್ತಾರೆ'' ಬ್ರಹ್ಮದತ್ತ ಹೇಳಿದ.

''ಖಂಡಿತ. ಈಗ ಅಂಥವರು ಯಾರಿದ್ದಾರೆ ?''

''ನಾವೇ ಆ ಪ್ರಯತ್ನವನ್ನು ಏಕೆ ಮಾಡಬಾರದು ?''

ಸಿಂಹಸೇನನ ಕಿವಿ ನಿಮಿರಿತು. ಮುಖ ಅರಳಿತು. ''ಬ್ರಹ್ಮದತ್ತ, ನೀನು ಏನು ಹೇಳಿದೆ ?'' ಎಂದು ಕೇಳಿದ.

''ನಾವೇ ಏಕೆ ಅಲೆಗ್ಸಾಂಡರನ ಸೈನ್ಯದಲ್ಲಿ ಭೇದೋಪಾಯ ಮಾಡಬಾರದು ? ಹೆಚ್ಚು ಸಂಬಳದ ಆಸೆ ತೋರಿಸಿ ಚಂದ್ರಗುಪ್ತನ ಕಡೆಗೆ ಅವರನ್ನು ಸೆಳೆಯುವುದು ಸಾಧ್ಯವಾದರೆ ನಮಗೆ ಎರಡು ಪ್ರಯೋಜನವಾಗುತ್ತವೆ.''

''ಯಾವ ಎರಡು ?''

''ಒಂದು, ಅಲೆಗ್ಸಾಂಡರನ ದಂಡಯಾತ್ರೆ ಮೊಟಕಾಗುತ್ತದೆ. ಅವನು ತನ್ನ ಪರಿಮಿತ ಸೈನ್ಯದಿಂದ ದಂಡಯಾತ್ರೆಯನ್ನು ಮುಂದುವರಿಸಲಾರದೆ ಸ್ವದೇಶಕ್ಕೆ ಹಿಂದಿರುಗುತ್ತಾನೆ. ಎರಡು, ಆ ಸೈನ್ಯ ಚಂದ್ರಗುಪ್ತನ ಉಪಯೋಗಕ್ಕೆ ಬರಬಹುದು.''

''ನಿನ್ನ ಉಪಾಯ ಅದ್ಭುತವಾಗಿದೆ'' ಭಾಸ್ಕರ ಹೇಳಿದ, ''ಈ ವಿಷಯದಲ್ಲಿ ನಾವು ಚಾಣಕ್ಯರ ಅಭಿಪ್ರಾಯ ಪಡೆದು ಮುಂದುವರಿಯಬಹುದು.''

''ನಮ್ಮಲ್ಲಿ ಒಬ್ಬರು ಕೂಡಲೇ ಹಸ್ತಿನಾವತಿಗೆ ಹೋಗಿ ವರುಣನನ್ನು ಗುರುಕುಲಕ್ಕೆ ಕಳಿಸಿ ಬರಬಹುದು'' ಎಂದ ಸಿಂಹಸೇನ.

''ಅದಕ್ಕೇನಂತೆ ನಾನೇ ಹೋಗಿ ಬರುತ್ತೇನೆ'' ಎಂದ ಭಾಸ್ಕರ.

ಉಳಿದಿಬ್ಬರು ಅದಕ್ಕೆ ಸಮ್ಮತಿಸಿ, ಚರ್ಚಿಸಿ ಚಾಣಕ್ಯನಿಗೆ ಒಂದು ಪತ್ರ ಸಿದ್ಧಪಡಿಸಿದರು.

★ ★ ★

ಅದೇ ತಾನೆ ಕತ್ತಲಾಗುತ್ತಿತ್ತು. ವಿಶಾಖ ದೀಪ ಹಚ್ಚಿರಿಸುತ್ತಿದ್ದಳು. ವರುಣ ಅಡಿಗೆ ಕೆಲಸದಲ್ಲಿ ಲಕ್ಷ್ಮಿಗೆ ಸಹಾಯ ಮಾಡುತ್ತಿದ್ದ. ಮನೆಯ ಸಮೀಪದಲ್ಲೇ ಕುದುರೆಯ ಖುರಪುಟ ಧ್ವನಿ ಕೇಳಿದಂತಾಯಿತು. ವಿಶಾಖ ಯಾರೋ ಬಂದಿರಬೇಕೆಂಬ ಆತುರದಿಂದ ಓಡಿ ಬಂದು ಬಾಗಿಲು ತೆರೆದಳು. ಭಾಸ್ಕರ ಕುದುರೆಯಿಂದ ಇಳಿಯುತ್ತಿದ್ದ. ಅವಳು "ವರುಣಾ, ವರುಣಾ" ಎಂದು ಕೂಗಿದಳು. ವರುಣ ಅಡಿಗೆಮನೆಯಿಂದ ಹೊರಬಾಗಿಲಿಗೆ ಬರುವ ವೇಳೆಗೆ ಭಾಸ್ಕರ ಹತ್ತಿರ ಬಂದು ನಮಸ್ಕಾರ ಮಾಡಿದ. ವರುಣ "ಓ ಭಾಸ್ಕರ" ಎಂದ. ವಿಶಾಖ ಅವನನ್ನು ಒಳಗೆ ಕರೆದಳು. ಅಷ್ಟರಲ್ಲಿ ಲಕ್ಷ್ಮಿಯೂ ಬಂದಳು. ವರುಣ ಭಾಸ್ಕರನ ಪರಿಚಯ ಮಾಡಿಕೊಟ್ಟು "ಏನಾದರೂ ಸುದ್ದಿಯಿದೆಯೇ ?" ಎಂದು ಕೇಳಿದ.

"ಹೌದು, ಒಂದು ಪತ್ರವಿದೆ. ನಾಳೆಯೇ ಹೊರಟು ನೀನು ಅದನ್ನು ಚಾಣಕ್ಯರಿಗೆ ತಲಪಿಸಬೇಕು. ನಾನು ಹತ್ತು ದಿನ ಬಿಟ್ಟು ಬರುತ್ತೇನೆ. ಅಷ್ಟರಲ್ಲಿ ಉತ್ತರ ತಂದಿದ್ದರಾಯಿತು" ಎಂದ ಭಾಸ್ಕರ.

"ಆಗಬಹುದು. ನಾನು ಮುಂಜಾನೆಯೇ ಹೊರಡುತ್ತೇನೆ. ಹಿಂದಿರುಗಿ ಬರಲು ಏಳೆಂಟು ದಿನಗಳೇ ಬೇಕಾಗಬಹುದು" ಎಂದ ವರುಣ.

"ಅದಕ್ಕೇ ನಾನು ಹತ್ತು ದಿನ ಬಿಟ್ಟು ಬರುವುದಾಗಿ ಹೇಳಿದ್ದು."

"ವರುಣ ಬರುವವರೆಗೆ ನೀನು ಇಲ್ಲಿಯೇ ಇರಬಹುದಲ್ಲ?" ಎಂದಳು ವಿಶಾಖ.

"ಇಲ್ಲಮ್ಮಾ, ನಾನು ನನ್ನ ಮಿತ್ರರ ಜೊತೆಯಿರಬೇಕು. ನಾನು ಮತ್ತೆ ಬರುವಷ್ಟರಲ್ಲಿ ಇನ್ನೂ ಮಹತ್ವದ ಸುದ್ದಿಯನ್ನು ತರುವ ಪ್ರಸಂಗ ಬರಬಹುದು."

"ಆಯಿತು. ನಿನ್ನ ಇಷ್ಟದಂತೆಯೇ ಮಾಡು" ಎಂದ ವಿಶಾಖ "ಚಾಣಕ್ಯನ ಕಾರ್ಯಗಳು ಹೇಗೆ ನಡೆಯುತ್ತಿವೆ ?" ಎಂದು ಕೇಳಿದಳು. ಭಾಸ್ಕರ ತಮ್ಮ ಕಡೆಯಿಂದ ಏನೇನು ನಡೆಯುತ್ತಿದೆಯೆಂದು ಹೇಳಿದ. ಇತ್ತೀಚೆಗೆ ಕೆಲವು ದಿನಗಳಿಂದ ಚಾಣಕ್ಯನ ಸುದ್ದಿಯಿಲ್ಲದೆ ವಿಶಾಖ ಸ್ವಲ್ಪ ಆತಂಕಗೊಂಡಿದ್ದಳು. "ವರುಣ, ನೀನು ಹೋದರೆ ಚಾಣಕ್ಯನ ಆರೋಗ್ಯದ ಬಗ್ಗೆಯೂ ತಿಳಿದು ಬರಬಹುದು. ಅವನನ್ನು ನೋಡಬೇಕೆನಿಸಿದೆ. ಸಾಧ್ಯವಾದರೆ ಒಮ್ಮೆ ಬಂದು ಹೋಗುವಂತೆ ಹೇಳು ಅಥವಾ ಅವನು ಸಮ್ಮತಿಸಿದರೆ ನಾನೇ ಗುರುಕುಲಕ್ಕೆ ಬರುವೆನೆಂದು ಹೇಳು."

"ಸಮ್ಮತಿಗೆ ಕಾಯುವುದೇಕೆ ? ನಾಳೆ ನೀವೂ ನನ್ನ ಜೊತೆಯಲ್ಲಿ ಬಂದುಬಿಡಿ."

"ಅವನು ಕೋಪಿಸಿಕೊಂಡರೆ ?"

"ತಾಯಿಯ ಮೇಲೆ ಮಗನಿಗೆ ಕೋಪವೇ ?"

"ಬೇಡಪ್ಪ, ಅವನಿಗೆ ಅಸಮಾಧಾನವುಂಟು ಮಾಡುವ ಇಷ್ಟವಿಲ್ಲ ನನಗೆ. ಸಾಧ್ಯವಾದರೆ ಅವನಿಗೆ ನನ್ನಿಂದಾದ ಬೆಂಬಲ ನೀಡಬೇಕು, ಕಾಲ್ತೊಡಕಾಗಬಾರದಲ್ಲವೇ ?"

"ನೀವು ತೊಡಕಾಗುತ್ತಿಲ್ಲ" ಭಾಸ್ಕರ ಹೇಳಿದ, "ಆಚಾರ್ಯರಿಗೆ ನೀವು ನೈತಿಕವಾದ ಮತ್ತು ಭಾವನಾತ್ಮಕವಾದ ಚೈತನ್ಯ ನೀಡುತ್ತಿದ್ದೀರ."

"ಆಮೇಲೆ ಮಾತಾಡೋಣ. ಮೊದಲು ಸ್ನಾನ ಮುಗಿಸು. ಅಷ್ಟರಲ್ಲಿ ಅಡಿಗೆಯಾಗುತ್ತದೆ. ಊಟವಾದ ಮೇಲೆ ಉಳಿದ ವಿಷಯ."

ಭಾಸ್ಕರ ಎದ್ದು ಸ್ನಾನಕ್ಕೆ ಹೋದ.

ಊಟ ಮುಗಿಯುವ ವೇಳೆಗೆ ವರುಣ ಭಾಸ್ಕರನ ಕುದುರೆಗೆ ಹುಲ್ಲು ನೀರಿನ ವ್ಯವಸ್ಥೆ ಮಾಡಿ ಬಂದ. ನಾಲ್ಕು ಜನರೂ ಮಾತಿಗೆ ಕುಳಿತಾಗ ಭಾಸ್ಕರ "ಅಮ್ಮ, ಕೆಲವು ವಸ್ತುಗಳು ಬೇಕು" ಎಂದು ಹಿಂಜರಿಯುತ್ತ ಹೇಳಿದ.

"ಅದಕ್ಕೆ ಹಿಂಜರಿಕೆಯೇಕೆ ?" ಲಕ್ಷ್ಮಿ ಹೇಳಿದಳು, "ವಿಶಾಖ ನನ್ನ ಮಗಳು, ಚಾಣಕ್ಯ ಅವಳ ಮಗ, ನೀವು ಅವನ ಆಪ್ತರು. ಅಂದ ಮೇಲೆ ನಮ್ಮದೆಲ್ಲ ನಿಮ್ಮದೇ. ಏನು ಬೇಕೋ, ಎಷ್ಟು ಬೇಕೋ, ಯಾವಾಗ ಬೇಕೋ ತೆಗೆದುಕೊಂಡು ಹೋಗಬಹುದು."

"ಹೌದು ಭಾಸ್ಕರ" ವಿಶಾಖ ಹೇಳಿದಳು, "ಏನು ಬೇಕು ಹೇಳು, ಚಾಣಕ್ಯ ಮೊದಲೇ ನನಗೆ ಎಲ್ಲ ತಿಳಿಸಿದ್ದಾನೆ."

"ನನ್ನ ಪತಿ ಗಳಿಸಿದ ಸಂಪತ್ತು ಸಾಕಷ್ಟಿದೆ. ನಾವಿಬ್ಬರು ಇನ್ನೆಷ್ಟು ವೆಚ್ಚ ಮಾಡಿಯೇವು ? ಒಳ್ಳೆಯ ಕಾರ್ಯಕ್ಕೆ ವಿನಿಯೋಗವಾದರೆ ನಮ್ಮ ಸಂಪತ್ತಿಗೂ ಒಂದು ಅರ್ಥ, ನಮಗೂ ತೃಪ್ತಿ, ಸಮಾಧಾನ" ಎಂದಳು ಲಕ್ಷ್ಮಿ.

"ಹೆಚ್ಚಿಗೆ ಏನಿಲ್ಲ ಕೆಲವು ವಸ್ತ್ರಗಳು, ಸ್ವಲ್ಪ ಆಹಾರ ಸಾಮಗ್ರಿ ಮತ್ತು ವೆಚ್ಚಕ್ಕೆ ಸ್ವಲ್ಪ ಧನ."

"ಅಗತ್ಯವಾಗಿ" ವಿಶಾಖ ಹೇಳಿದಳು, "ಮನೆಯಲ್ಲಿರುವುದನ್ನು ಬಿಟ್ಟು ಬೇರೇನಾದರೂ ಬೇಕಾದರೆ ನಾಳೆ ನೀನೇ ಅಂಗಡಿ ಬೀದಿಗೆ ಹೋಗಿ ತಂದುಬಿಡು. ಒಂದೆರಡು ದಿನ ವಿಶ್ರಾಂತಿ ತೆಗೆದುಕೊಂಡು ನೀನು ಹೊರಡಬಹುದು."

"ಇಲ್ಲ ನಾಳಿದ್ದು ಮುಂಜಾನೆಯೇ ನಾನು ಹೊರಟುಬಿಡುತ್ತೇನೆ. ವರುಣ ನಾಳೆಯೇ ಹೊರಡಲಿ."

"ನೀನು ಹೇಳದಿದ್ದರೂ ನಾನು ಹೋಗೇ ಹೋಗುತ್ತೇನೆ. ಎಲ್ಲರನ್ನೂ ನೋಡಬೇಕೆಂಬ ಆಸೆಯಾಗಿದೆ" ಎಂದ ವರುಣ.

## ೨

ವರುಣ ಭಾಸ್ಕರನಿಂದ ಪತ್ರ ತೆಗೆದುಕೊಂಡು ಗುರುಕುಲಕ್ಕೆ ಬರುವ ವೇಳೆಗೆ, ಗಾಂಧಾರದಲ್ಲಿ ನಡೆದ ಎಲ್ಲ ವಿಷಯಗಳೂ ಚಾಣಕ್ಯನಿಗೆ ಮುಟ್ಟಿದ್ದವು. ಆಂಭೀಕ ತನ್ನ ಸೈನ್ಯದೊಂದಿಗೆ ಅಲೆಗ್ಸಾಂಡರನನ್ನು ಹಿಂಬಾಲಿಸಿದ್ದ. ಫಿಲಿಪ್ ಎಂಬ ತನ್ನ ಒಬ್ಬ ಸೇನಾ ನಾಯಕನನ್ನು ತಕ್ಷಶಿಲೆಯ ಆಡಳಿತಾಧಿಕಾರಿಯಾಗಿ ನೇಮಿಸಿ ಹೋಗಿದ್ದ. ಅಲ್ಲಿಯ ಜನರಿಗೆ, ಯುದ್ಧ ನಡೆಯದೆ, ಸಾವು ನೋವು ಸಂಭವಿಸಲಿಲ್ಲವಲ್ಲಾ ಎಂಬ ಸಮಾಧಾನವಾಗಿತ್ತು. ಆದರೆ ಕೆಲವರ ಮನಸ್ಸಿನಲ್ಲಾದರೂ, ಯಾವನೋ ವಿದೇಶೀಯನೊಬ್ಬ ತಮ್ಮ ಮೇಲಾಧಿಕಾರಿ ಯಾಗಿರುವ . ಕಹಿ ಇದ್ದೇ ಇತ್ತು.

ಯುದ್ಧ ನಡೆಯದೆ, ಎಲ್ಲ ಸಂಧಾನದ ಮೂಲಕ ಮುಗಿದು ಹೋದ ಮೇಲೆ, ಗುರುಕುಲದ ಕುಲಪತಿ ವೇದಗುಪ್ತ ಮತ್ತೆ ಬಂದು ತನ್ನ ಸ್ಥಾನವನ್ನು ಅಲಂಕರಿಸಿದ್ದ. ಆದರೆ ಯುದ್ಧ ಭೀತಿಯಿಂದ ಅರ್ಧಕ್ಕಿಂತ ಹೆಚ್ಚು ವಿದ್ಯಾರ್ಥಿಗಳು ಗುರುಕುಲವನ್ನು ಬಿಟ್ಟಿದ್ದವರು ಮತ್ತೆ ಬರಲೇ ಇಲ್ಲ. ಅಧ್ಯಾಪಕರೂ ಇರಲಿಲ್ಲ. ಪ್ರಭಂಜನ ಮತ್ತು ಸಮಂತಭದ್ರ ಇಲ್ಲದಿರುವುದು

ಎಲ್ಲರಿಗೂ ಎದ್ದು ಕಾಣುವಂತಿತ್ತು. ಅವರೂ ಹೋಗಿ ಆ ಚಾಣಕ್ಯನನ್ನು ಸೇರಿಕೊಂಡಿರಬೇಕು, ಎಂದು ವೇದಗುಪ್ತ ಒಳಗೇ ಕುದಿದ. ಆದರೆ ಈಗ ಅವನ ಮಾತು ಕೇಳಲು ವೈವಸ್ವತನಿರಲಿಲ್ಲ, ಆಂಭೀಕನೂ ಇರಲಿಲ್ಲ. ಗುರುಕುಲದಲ್ಲಿ ಈಗಿದ್ದವರು ಬೌದ್ಧಪೀಠದ ವಿದ್ಯಾರ್ಥಿಗಳು ಮತ್ತು ಅಧ್ಯಾಪಕರು ಅಷ್ಟೆ. ಅವರನ್ನು ಮುಂದಿಟ್ಟುಕೊಂಡು ವೇದಗುಪ್ತ ಒಂದು ಸಲ ಆಡಳಿತಾಧಿಕಾರಿ ಫಿಲಿಪ್ಪನನ್ನು ಕಂಡ. ತನ್ನ ಗುರುಕುಲದ ಪ್ರಖ್ಯಾತಿಯನ್ನು ವಿವರಿಸಿ, ಅವನು ಸಹಕರಿಸಿದರೆ ಅಲ್ಲೊಂದು ಗ್ರೀಕ್ ಪೀಠವನ್ನು ಸ್ಥಾಪಿಸುವುದಾಗಿ ವಿನಂತಿಸಿಕೊಂಡ. ಆದರೆ ಅದರ ಬಗ್ಗೆ ಫಿಲಿಪ್ಪನಿಗೆ ಆಸಕ್ತಿಯಿರಲಿಲ್ಲ, ಅಥವಾ ಅಧಿಕಾರದಲ್ಲಿರುವವರನ್ನು ಓಲೈಸುವ ವೇದಗುಪ್ತನ ಸ್ವಾರ್ಥದ ಅರಿವಾಯಿತೇನೋ, ಮತ್ತೆ ಅಂಥ ಪ್ರಯತ್ನ ಮಾಡದೆ ತನ್ನ ಕೆಲಸವನ್ನು ಸರಿಯಾಗಿ ಮಾಡುವಂತೆ ಅವನು ಎಚ್ಚರಿಸಿ ಕಳಿಸಿದ.

ಆದರಿಂದ ವೇದಗುಪ್ತನಿಗೆ ಮುಖಭಂಗವಾಯಿತು. ಅದಕ್ಕೂ "ಆ ಚಾಣಕ್ಯನೇ ನನ್ನ ವಿರುದ್ಧವಾಗಿ ಏನೋ ಸಂಚು ಮಾಡಿರಬೇಕು" ಎಂದು ಗೊಣಗಿಕೊಂಡ. ಅವನ ಆಪ್ತರೇ ಅವನಿಗೆ ಭ್ರಮೆ ಹಿಡಿದಿದೆ ಎಂದು ನಕ್ಕುಕೊಂಡರು.

"ನಾನು ಅಲ್ಲಿಂದ ಬಂದು ಬಹಳ ದಿನಗಳಾದರೂ ನನ್ನ ನೆನಪೇ ಅವನನ್ನು ಪೀಡೆಯಾಗಿ ಕಾಡುತ್ತಿದೆ" ಎಂದು ಚಾಣಕ್ಯ ವ್ಯಂಗ್ಯದಿಂದ ನಕ್ಕಿದ್ದ.

"ತಪ್ಪು ಮಾಡಿದವರೆಲ್ಲ ಅಪರಾಧ ಪ್ರಜ್ಞೆಯಿಂದ ಹೀಗೇ ನರಳಬೇಕಲ್ಲವೇ ?" ಎಂದಿದ್ದ ಪ್ರಭಂಜನ.

ಅಂದು ರಾತ್ರಿ ಗುರುಕುಲದ ಅಧ್ಯಯನ ಕುಟೀರದಲ್ಲಿ ವರುಣ ತಂದಿದ್ದ ಭಾಸ್ಕರನ ಪತ್ರದ ಬಗ್ಗೆ ಮಾತಾಡಲು ಎಲ್ಲ ಸೇರಿದ್ದರು. ಚಂದ್ರಗುಪ್ತ, ಚರಣ, ನಂದಿಕೇಶ, ಕಾತ್ಯಾಯನ ಇತ್ಯಾದಿ ಎಲ್ಲರೂ ಇದ್ದರು. ಮೊದಲು ಚರಣ ಆ ಪತ್ರವನ್ನು ಓದಿ ಹೇಳಿದ. ಏನು ಹೇಳುವನೆಂದು ಎಲ್ಲರೂ ಚಾಣಕ್ಯನ ಮುಖವನ್ನೇ ನೋಡುತ್ತಿದ್ದರು.

"ಅಂದರೆ, ಇನ್ನು ನಾವು ಹೆಚ್ಚು ದಿನ ಕಾಯುವಂತಿಲ್ಲ" ಚಾಣಕ್ಯ ನಿಧಾನವಾಗಿ ಹೇಳಿದ, "ವಿದೇಶೀಯರ ಆಕ್ರಮಣದಿಂದ ಉಂಟಾಗಬಹುದೆಂದು ನಾವು ಭಯಗೊಂಡಿದ್ದ ದುಷ್ಪರಿಣಾಮವನ್ನು ತಡೆಯಬಹುದೆಂದು ಕಾಣುತ್ತದೆ."

"ಅದು ಹೇಗೆ ?"

"ವಿವಿಧ ದೇಶಗಳ ಸೈನಿಕರಿಂದ ತುಂಬಿರುವ ಅಲೆಗ್ಸಾಂಡರನ ಸೈನ್ಯದಲ್ಲಿ ಏಕ ನಿಷ್ಠೆಯ ಸಮಗ್ರತೆಯಿಲ್ಲವೆಂದು ಬರೆದಿದ್ದಾರೆ. ಅಲ್ಲದೆ, ಬರೀ ಸಂಬಳಕ್ಕಾಗಿ ಹೋರಾಡುವ ಬಹುಸಂಖ್ಯೆಯ ಸೈನಿಕರಲ್ಲಿ ಹೆಚ್ಚು ಸಂಬಳದ ಆಸೆ ತೋರಿಸಿ, ಭೇದೋಪಾಯ ಮಾಡಬಹುದೆಂದು ಸೂಚಿಸಿ ಸಿಂಹಸೇನ, ಬ್ರಹ್ಮದತ್ತ ಮತ್ತು ಭಾಸ್ಕರ ಆ ಪ್ರಯತ್ನಕ್ಕೆ ನಮ್ಮ ಸಮ್ಮತಿ ಕೇಳಿದ್ದಾರೆ."

"ಅದು ಸಾಧ್ಯವಾದರೆ ಆ ಯವನರು ಆರ್ಯಾವರ್ತದಲ್ಲಿ ನೆಲೆ ನಿಲ್ಲುವ ಸಾಧ್ಯತೆಯೇ ಇಲ್ಲದಂತಾಗುತ್ತದೆ."

"ಆದರೆ ಅದಕ್ಕೆ ಸಮಯ ಹಿಡಿಯುತ್ತದೆ" ಚಾಣಕ್ಯ ಹೇಳಿದ, "ಏನೇ ಆದರೂ ಯವನರು ಮಗಧದ ಕಡೆ ದೃಷ್ಟಿ ಹಾಕದಂತೆ ನೋಡಿಕೊಳ್ಳಬೇಕು."

"ಅದು ಹೇಗೆ ಸಾಧ್ಯ ?" ಧರ್ಮದತ್ತ ಕೇಳಿದ, "ಈ ವೇಳೆಗಾಗಲೇ, ವಿಶಾಲ ಭೂಪ್ರದೇಶವುಳ್ಳ ಸಂಪದ್ಯುಕ್ತ ಸಾಮ್ರಾಜ್ಯವೆಂದು ಮಗಧದ ಬಗ್ಗೆ ಅಲೆಗ್ಸಾಂಡರನಿಗೆ ತಿಳಿದಿರುತ್ತದೆ. ಅದಕ್ಕಾಗಿ ಅವನು ತನ್ನದೇ ಆದ ಯೋಜನೆಯನ್ನು ಸಿದ್ಧಪಡಿಸಿಕೊಂಡಿರುತ್ತಾನೆ."

"ಹಾಗಿದ್ದರೆ ನಾವು ಅದನ್ನು ಭಂಗಗೊಳಿಸಬೇಕು. ಏನೇ ಆದರೂ, ಅಲೆಗ್ಸಾಂಡರ್ ಮಗಧದ ಗಡಿ ದಾಟಲು ಅವಕಾಶ ಕೊಡಬಾರದು" ಚಾಣಕ್ಯ ದೃಢವಾಗಿ ಹೇಳಿದ, "ಅದು ಹೇಗೆ ಸಾಧ್ಯ, ಎಂದು ನೀವೆಲ್ಲ ಕೇಳುತ್ತೀರೆಂದು ನನಗೆ ಗೊತ್ತು. ಅದಕ್ಕೆ ನಾನೊಂದು ಉಪಾಯವನ್ನು ಯೋಚಿಸಿದ್ದೇನೆ" ಎಂದು ಎರಡು ಕ್ಷಣ ಸುಮ್ಮನಿದ್ದ ಚಾಣಕ್ಯ ಮತ್ತೆ ಮುಂದುವರಿಸಿದ, "ನಾವು ಮಗಧದ ಸಾಮರ್ಥ್ಯದ ಬಗ್ಗೆ ಅತಿಶಯೋಕ್ತಿಯ ಕೆಲಸ ಮಾಡಬೇಕು."

"ಅತಿಶಯೋಕ್ತಿಯ ಕೆಲಸವೆಂದರೆ ?" ಚಂದ್ರಗುಪ್ತ ಹುಬ್ಬೇರಿಸಿದ.

"ಮಗಧದ ಅಪಾರ ಸೈನ್ಯದ ಬಗ್ಗೆ, ಅದರ ಅತುಳ ಪರಾಕ್ರಮದ ಬಗ್ಗೆ, ಅಮಾತ್ಯ ರಾಕ್ಷಸನ ಅದ್ಭುತ ಬುದ್ಧಿವಂತಿಕೆಯ ಬಗ್ಗೆ ಸುದ್ದಿ ಹಬ್ಬಿಸಬೇಕು. ಯುದ್ಧವಾದರೆ ಗೆಲ್ಲುವುದು ಸಾಧ್ಯವೇ ಇಲ್ಲ ಎಂಬಂಥ ಭಾವನೆ ಮೂಡಿಸಬೇಕು. ಅದೇ ವೇಳೆಗೆ ಸಿಂಹಸೇನ ಮತ್ತು ಅವನ ಮಿತ್ರರು ಯವನ ಸೈನ್ಯದಲ್ಲಿ ಭೇದೋಪಾಯವುಂಟು ಮಾಡಬೇಕು. ಅರೆ ಬರೆ ಸೈನ್ಯದೊಂದಿಗೆ ಅಲೆಗ್ಸಾಂಡರ್ ಮುನ್ನುಗ್ಗುವ ಧೈರ್ಯ ವಹಿಸಲಾರ."

"ಹೋದರೆ ಹೋಗಲಿ ಬಿಡು, ನಮ್ಮ ಶತ್ರುಗಳನ್ನು ಅವರೇ ನಿರ್ನಾಮ ಮಾಡಲಿ" ಎಂದ ಕಾತ್ಯಾಯನ.

"ಕೂಡದು" ಚಾಣಕ್ಯ ಅಬ್ಬರಿಸಿದ, "ಆ ನೀಚ ಧನನಂದನನ ಸಾವು ನನ್ನ ಮೂಲಕ, ಚಂದ್ರಗುಪ್ತನ ಕೈಯಿಂದಾಗಬೇಕು. ನಾನೇನು ಹುಡುಗಾಟಕ್ಕೆ ಪ್ರತಿಜ್ಞೆ ಮಾಡಿದೆನೆಂದು ಕೊಂಡೆಯಾ ?"

ಅವನ ಧ್ವನಿಯ ಕಾಠಿಣ್ಯಕ್ಕೆ ಎಲ್ಲ ಸ್ತಬ್ಧರಾದರು. ಚಾಣಕ್ಯನ ಮುಖ ಕೋಪದಿಂದ ಉರಿಯುತ್ತಿತ್ತು. ಕಣ್ಣುಗಳು ಕೆಂಪಾಗುತ್ತಿದ್ದವು. ಅವನು ಮತ್ತೆ ಹೇಳಿದ, "ನನ್ನ ಕಣ್ಣೆದುರು ಆ ಧನನಂದನ ರಾಜಸಭೆ ಕಾಣಿಸುತ್ತಿದೆ. ದುರಹಂಕಾರದ ಅವನ ಉದ್ಧಟತನದ ಮಾತುಗಳು ಈಗಲೂ ನನ್ನ ಕಿವಿಗಳಲ್ಲಿ ಕೇಳಿಸುತ್ತಿವೆ. ನನ್ನ ತಂದೆ ಚಣಕರನ್ನು ಅವರು ಹೇಗೆ ನಿರ್ದಯವಾಗಿ ನೇಣು ಹಾಕಿರಬಹುದೆಂಬ ಊಹಾಚಿತ್ರ ನೆನಪಿನಲ್ಲಿ ಅಚ್ಚಳಿಯದೆ ಉಳಿದುಬಿಟ್ಟಿದೆ. ನನ್ನ ಈ ಬಿಚ್ಚಿದ ಶಿಖೆ ಪ್ರತಿಕ್ಷಣವೂ, ನಿನ್ನ ಪ್ರತಿಜ್ಞೆ ಈಡೇರುವುದು ಯಾವಾಗ ? ನನ್ನನ್ನು ಕಟ್ಟುವುದು ಯಾವಾಗ ? ಎಂದು ಕೇಳುತ್ತಿರುವಂತಿದೆ. ಹೌದು, ಧನನಂದ ನನ್ನ ತುತ್ತು, ನನ್ನ ಕೋಪದ ತುತ್ತು ! ಮಗಧ ಚಂದ್ರಗುಪ್ತನ ಅಧಿಕಾರ ಸ್ಥಾನ. ಅದು ನಡೆಯಬೇಕು, ನಡೆಯಲೇಬೇಕು."

ಎಲ್ಲ ಮುಂದೆ ಮಾತಾಡಲು ಹೆದರಿದವರಂತೆ ಸುಮ್ಮನಾದರು. ಎರಡು ಕ್ಷಣ ಬಿಟ್ಟು ಚಂದ್ರಗುಪ್ತನೇ ಹೇಳಿದ, "ಆಚಾರ್ಯ ಶಾಂತರಾಗಿ, ನಿಮ್ಮ ಇಚ್ಛೆಯಂತೆ ಎಲ್ಲ ನಡೆಯುತ್ತದೆ. ಅದಕ್ಕೇ ಅಲ್ಲವೆ, ನಾವೆಲ್ಲ ನಿಮ್ಮ ಆಜ್ಞಾನುವರ್ತಿಗಳಾಗಿರುವುದು ?"

"ಹೌದು ಚಾಣಕ್ಯ" ಕಾತ್ಯಾಯನನೂ ಹೇಳಿದ, "ಒಂದು ಕ್ಷಣ ನಾನು ಎಲ್ಲ ಹಿನ್ನೆಲೆಯನ್ನೂ ಮರೆತು ಲೋಕಾಭಿರಾಮವಾಗಿ ಮಾತಾಡಿಬಿಟ್ಟೆ."

ಚಾಣಕ್ಯ ಬೇಗನೇ ತನ್ನನ್ನು ತಾನು ನಿಯಂತ್ರಿಸಿಕೊಂಡು ಹೇಳಿದ, "ಚಂದ್ರಗುಪ್ತ, ನಾವೀಗ ಒಂದು ಸಣ್ಣ ಸೇನೆಯನ್ನು ಕಟ್ಟಬೇಕಾಗಿದೆ."

ಅವನು ಸೈನ್ಯದ ವಿಷಯ ಮಾತಾಡಿದಾಗ ಎಲ್ಲ ಮುಖ ಮುಖ ನೋಡಿಕೊಂಡರು. ಚಾಣಕ್ಯ ತಾನೇ ಮುಂದುವರಿಸಿದ. "ಧರ್ಮದತ್ತರೇ, ನಿಮಗೆ ಮಾತಂಗನ ನೆನಪಿದೆ ಅಲ್ಲವೇ ?"

"ಚೆನ್ನಾಗಿ ನೆನಪಿದೆ" ಧರ್ಮದತ್ತ ಹೇಳಿದ, "ಆ ದರೋಡೆಕಾರನ ಆರ್ಭಟಕ್ಕೆ ಒಂದು ಕ್ಷಣ ನನಗೆ ಜಂಘಾಬಲವೇ ಉಡುಗಿ ಹೋಗಿತ್ತು."

ಆ ಬಗ್ಗೆ ಧರ್ಮದತ್ತ ಮೊದಲೇ ಹೇಳಿದ್ದು ಎಲ್ಲರ ನೆನಪಿಗೂ ಬಂತು. "ದರೋಡೆ ಕಾರನಿಗೂ ಸೈನ್ಯ ಕಟ್ಟುವುದಕ್ಕೂ ಏನು ಸಂಬಂಧ ?" ಪ್ರಭಂಜನ ಅರ್ಥವಾಗದೆ ಕೇಳಿದ.

"ಇದೆ, ಖಂಡಿತಾ ಸಂಬಂಧವಿದೆ" ಚಾಣಕ್ಯ ಹೇಳಿದ, "ಮೊದಲ ಕಾರಣವೆಂದರೆ, ಅವರು ವೃತ್ತಿಪರ ಚೋರರಲ್ಲ, ಮಗಧದ ದುರಾಡಳಿತದ ಪರಿಣಾಮವಾಗಿ ಚೋರರಾದವರು. ಎರಡನೆಯ ಕಾರಣವೆಂದರೆ, ದಂಡನೀತಿ ಶಾಸ್ತ್ರದಲ್ಲಿ ಚೋರ ಕುಲದವರಿಂದ ಸೈನ್ಯಕ್ಕೆ ಜನ ಸೇರಿಸಿಕೊಳ್ಳಬೇಕೆಂದು ಹೇಳಿದೆ."

"ಮೊದಲೇ ಚೋರರು, ಅವರನ್ನು ನಂಬುವುದು ಹೇಗೆ ?" ಸಮಂತಭದ್ರ ಕೇಳಿದ.

"ಚೋರರಲ್ಲಿ ಬೇರೆಯವರಲ್ಲಿಲ್ಲದ ನಿಷ್ಠೆಯಿರುತ್ತದೆ. ಜೊತೆಗೆ ಹಿಂದೆ ಮುಂದೆ ನೋಡದೆ ಮುನ್ನುಗ್ಗುವ ಹುಂಬತನ, ಕೆಲಸ ಎಷ್ಟೇ ಕಠಿಣವಾದರೂ ಅದನ್ನು ಮಾಡಿಯೇ ತೀರುವ ಕೆಟ್ಟ ಹಠವಿರುತ್ತದೆ. ಆ ಸ್ವಭಾವ ನಮ್ಮ ಕೆಲಸಕ್ಕೆ ಪ್ರಯೋಜನಕಾರಿ. ಮಗಧದ ದುರಾಡಳಿತದ ವಿರುದ್ಧವಾದರೆ, ಯಾವುದೇ ಸಹಕಾರ ನೀಡಲು ತಾನು ಸಿದ್ಧನಾಗಿರುವುದಾಗಿ ಅವನು ಮಾತನ್ನೂ ಕೊಟ್ಟಿದ್ದ."

"ಅದು ಸರಿ, ಆದರೆ ಅವನನ್ನು ಸಂಪರ್ಕಿಸುವುದು ಹೇಗೆ ?" ಶಿವಸ್ಕಂದ ಕೇಳಿದ.

"ಮತ್ತೆ ನಾವು ಶ್ರಾವಸ್ತಿಯತ್ತ ಪ್ರಯಾಣ ಬೆಳೆಸಬೇಕು. ಅದರ ಹತ್ತಿರದ ಗುಡ್ಡದ ಮೇಲೆ ನಿಂತು 'ಮಾತಂಗಾ' ಎಂದು ಕೂಗಬೇಕು. ಅವನು ಅಥವಾ ಅವನ ಕಡೆಯವರು ತಾವಾಗೇ ಬಂದು ನಮ್ಮನ್ನು ಭೇಟಿ ಮಾಡುತ್ತಾರೆ. ಅವನ ನೆಲೆಯಲ್ಲೇ ಅವನ ಜನರ ನೆರವಿನಿಂದ ಸೂಕ್ತ ಅಭ್ಯಾಸ ನಡೆಸಬೇಕು."

"ಆಮೇಲೆ ?" ಚಂದ್ರಗುಪ್ತ ಕೇಳಿದ.

"ಆಮೇಲೆ, ನಿನ್ನ ಅಧಿಕಾರದ ಮೂಲಸ್ಥಾನ ಪಿಪ್ಪಲಿವನವನ್ನು ವಶಪಡಿಸಿಕೊಳ್ಳಬೇಕು."

"ಒಂದು ಹಿಡಿಯಷ್ಟು ಸೈನ್ಯದಿಂದ ಮಗಧದ ವಶದಲ್ಲಿರುವ ಪಿಪ್ಪಲಿವನವನ್ನು ಸ್ವಾಧೀನ ಪಡಿಸಿಕೊಳ್ಳುವುದು ಸಾಧ್ಯವೇ ?" ಎಂದು ಚರಣ ಕೇಳಿದ.

ಚಾಣಕ್ಯ ಅವನತ್ತ ದಿಟ್ಟಿಸಿ ನೋಡಿದ. ಆ ನೋಟದಲ್ಲಿ ತೀವ್ರ ಅಸಮಾಧಾನವಿತ್ತು. ಒಂದು ಕ್ಷಣ ಚರಣ ನಡುಗಿದ. ನಂತರ ಚಾಣಕ್ಯ ಹೇಳಿದ, "ಚರಣ, ಮತ್ತೆ ಮತ್ತೆ ಹೀಗೆ ಪ್ರಶ್ನೆಯನ್ನು ಕೇಳುವುದು ನನಗೆ ಇಷ್ಟವಾಗುವುದಿಲ್ಲ, ವಿಷಯ ಸ್ಪಷ್ಟತೆಗೆ ಪ್ರಶ್ನೆ ಕೇಳುವುದು ತಪ್ಪೆಂದು ನಾನು ಹೇಳುತ್ತಿಲ್ಲ, ಆದರೆ, ಇದು ಸಾಧ್ಯವೇ ? ನಮ್ಮಿಂದಾಗುತ್ತದೆಯೇ ? ಇಂಥ ಪ್ರಶ್ನೆಗಳು ನನಗೆ ಹಿಡಿಸುವುದಿಲ್ಲ, ಅಸಾಧ್ಯ ಎಂಬ ಶಬ್ದವನ್ನೇ ನಾವೆಲ್ಲ ನಮ್ಮ ಶಬ್ದಕೋಶದಿಂದ ತೆಗೆದೆಸೆಯಬೇಕು. ಅಗಾಧವಾದ ಸೈನ್ಯವನ್ನು ತೆಗೆದುಕೊಂಡು ಹೋಗಿ, ಯುದ್ಧ ಮಾಡಿ

ಗೆಲ್ಲುವುದು ಯಾವ ಮಹಾಕೆಲಸ. ಅದಕ್ಕೆ ನಾನು, ನೀನು, ಚಂದ್ರಗುಪ್ತ ಯಾರೂ ಬೇಕಾಗಿಲ್ಲ, ಆದರೆ ಅಲ್ಪ ಜನಬಲ ಮತ್ತು ಅಪಾರವಾದ ಬುದ್ಧಿ ಬಲದಿಂದ ಅಸಾಧ್ಯವಾದದ್ದನ್ನು ಸಾಧಿಸಿ ತೋರಿಸಬೇಕು. ಆ ನಂಬಿಕೆ, ಭರವಸೆ ನಮ್ಮೆಲ್ಲರ ಹೃದಯಗಳಲ್ಲೂ ಸ್ಥಿರವಾಗಿ ನೆಲಸಬೇಕು.''

''ಕ್ಷಮಿಸಿ ಆಚಾರ್ಯ'' ಚರಣ ದೈನ್ಯತೆಯಿಂದ ಹೇಳಿದ, ''ನನ್ನ ಉದ್ದೇಶ ಅದಾಗಿರಲಿಲ್ಲ ನನ್ನ ಪ್ರಶ್ನೆಯ ಧಾಟಿ ತಪ್ಪಾಯಿತೆಂದು ಕಾಣುತ್ತದೆ.''

''ನನಗೆ ಗೊತ್ತು ಚರಣ'' ಚಾಣಕ್ಯ ಹೇಳಿದ, ''ನೀನು ಹೆದರುವ ಹೇಡಿಯೂ ಅಲ್ಲ, ಬುದ್ಧಿಹೀನ ಮೂರ್ಖನೂ ಅಲ್ಲ, ನಿನ್ನ ಬಗ್ಗೆ ನನಗೆ ಅಭಿಮಾನವಿದೆ. ನಾನು ಎಲ್ಲರಿಗೂ ಅನ್ವಯಿಸಿ ಹೇಳಿದ ಮಾತನ್ನು ಯಾರೂ ತಪ್ಪು ತಿಳಿಯಬೇಕಾಗಿಲ್ಲ, ಒಮ್ಮೊಮ್ಮೆ ನನ್ನ ಯೋಜನೆ ಅವಿವೇಕದ್ದೆಂದು, ಆತುರದ್ದೆಂದು, ಅಸಾಧ್ಯವಾದದ್ದೆಂದು ನಿಮಗೆ ಅನ್ನಿಸಬಹುದು. ಆದರೆ ಒಂದು ವಿಷಯ ಸದಾ ನಿಮ್ಮ ನೆನಪಿನಲ್ಲಿರಲಿ, ಈ ಚಾಣಕ್ಯ ನಿಮ್ಮ ಮುಂದೆ ಒಂದು ಮಾತಾಡುವ ಮೊದಲು ಅದನ್ನು ನೂರು ಸಲ ಯೋಚಿಸಿರುತ್ತಾನೆ. ಅದರ ಸಾಧಕ ಬಾಧಕಗಳನ್ನು ತೀವ್ರವಾಗಿ ವಿಶ್ಲೇಷಿಸಿರುತ್ತಾನೆ. ಅದರ ಫಲಿತಾಂಶವನ್ನು ಮೊದಲೇ ಖಚಿತವಾಗಿ ಊಹಿಸಿರುತ್ತಾನೆ. ಸೇಡಿನ ಜ್ವಾಲೆ ಸದಾ ನನ್ನ ಹೃದಯದಲ್ಲಿ ದಹದಹಿಸುತ್ತಲೇ ಇದೆ, ನಿಜ, ಹಾಗೆಂದು ನಾನು ಕೋಪದ ವಶಕ್ಕೆ ಬುದ್ಧಿಯನ್ನು ಕೊಟ್ಟು ತಪ್ಪು ನಿರ್ಧಾರಗಳನ್ನು ತೆಗೆದುಕೊಳ್ಳುವುದಿಲ್ಲ''

''ನಾನೊಂದು ಸಲಹೆ ನೀಡಲೇ ಆಚಾರ್ಯ ?'' ಚರಣ ಹಿಂಜರಿಯುತ್ತ ಕೇಳಿದ.

''ಅದೇನು ಹೇಳು ಚರಣ, ಸಲಹೆ ಸೂಕ್ತವಾಗಿದ್ದರೆ ಸರ್ವರಿಗೂ ಸಮ್ಮತವೇ.''

''ಆ ಮಾತಂಗನ ಜನ ಎಷ್ಟು ಸಿಗುತ್ತಾರೋ ನನಗೆ ಗೊತ್ತಿಲ್ಲ, ಆದ್ದರಿಂದ ಸಹದೇವ ಮತ್ತು ಧನಂಜಯನ ನೆರವಿನಿಂದ ಸಾಕಷ್ಟು ಸಂಖ್ಯೆಯ ತರುಣರನ್ನು ನಾವು ಒಟ್ಟುಗೂಡಿಸ ಬಹುದು. ಅವರಿಗೆ ಹೆಚ್ಚಿನ ಅಭ್ಯಾಸ ನೀಡುವುದು ಕಷ್ಟವಾದರೂ, ಸಂಖ್ಯೆಯ ದೃಷ್ಟಿಯಿಂದಲಾದರೂ ತಕ್ಕಮಟ್ಟಿಗೆ ದೊಡ್ಡ ಸೈನ್ಯವನ್ನು ರೂಪಿಸಬಹುದಲ್ಲವೆ ?''

''ಖಂಡಿತ, ಇದು ಅತ್ಯಂತ ಉಪಯುಕ್ತವಾದ ಸಲಹೆ.''

''ನಾನು ನನ್ನ ಊರಿನಲ್ಲಿ ನನ್ನ ಆಪ್ತರ ಸಹಾಯದಿಂದ ಜನರನ್ನು ಸೇರಿಸಬಲ್ಲೆ'' ಎಂದ ಚಂದ್ರಗುಪ್ತ.

''ಅಲ್ಲಿ ನಿನ್ನ ಪೂರ್ವಜರ ಅರಮನೆಯಿರಬೇಕಲ್ಲವೆ ?'' ಚಾಣಕ್ಯ ಕೇಳಿದ.

ಚಂದ್ರಗುಪ್ತ ಗಂಭೀರವಾಗಿ ಹೇಳಿದ, ''ಇದೆ, ಅದು ಅರಮನೆಯೆನಿಸಿಕೊಳ್ಳುವ ವೈಭವ, ವೈಶಾಲ್ಯವನ್ನು ಪಡೆದಿಲ್ಲದಿದ್ದರೂ, ತಕ್ಕಮಟ್ಟಿನ ಒಂದು ಭವನವೆಂದು ಹೇಳಬಹುದು. ಅದರಲ್ಲಿ ನನ್ನ ತಂದೆ ತಾತಂದಿರು ಬಾಳಿದ್ದರು. ನಾನೂ ನನ್ನ ಬಾಲ್ಯವನ್ನು ಕಳೆದೆ.''

''ಅದು ಈಗ ಯಾರ ವಶದಲ್ಲಿದೆ ? ಅಥವಾ ಬರಿದಾಗಿದೆಯೆ ?''

''ಇಲ್ಲ, ಅಲ್ಲಿ ಈಗ ಒಂದು ಸಣ್ಣ ಸೇನಾಪಡೆ ಇದ್ದು ಅದರ ದಳಪತಿ ನಮ್ಮ ಮನೆಯಲ್ಲಿ ವಾಸಮಾಡುತ್ತಿರುವನಂತೆ.''

''ಆ ಅರಮನೆ ನಿನ್ನ ವಶವಾಗಬೇಕು. ಅಲ್ಲಿರುವ ಮಗಧ ಸೈನ್ಯವನ್ನು ಓಡಿಸಬೇಕು. ಅದೇ ಅರಮನೆಯಲ್ಲಿ ನಿನ್ನ ಪಟ್ಟಾಭಿಷೇಕವಾಗಬೇಕು.''

"ಮಗಧ ಸಿಂಹಾಸನದ ವಿಷಯ ಕೈ ಬಿಡುವುದೇ ?"

"ಇಲ್ಲ, ಆದಕ್ಕೆ ಪೂರ್ವಭಾವಿ ಸಿದ್ಧತೆ ಇದು."

"ಸ್ವಲ್ಪ ವಿವರಿಸಿ ಹೇಳುತ್ತೀರಾ ?"

"ಚಂದ್ರಗುಪ್ತ, ನೀನು ನಿನ್ನ ಮೂಲಸ್ಥಾನದಲ್ಲಿ ನಿನ್ನ ವಂಶಪರಂಪರೆಯ ಅಧಿಕಾರವನ್ನು ಪಡೆದ ಕೂಡಲೇ ನಿನ್ನ ಹೆಸರಿಗೆ ಒಂದು ಪರಿವೇಶ, ನಿನ್ನ ವ್ಯಕ್ತಿತ್ವಕ್ಕೆ ಒಂದು ತೂಕ ಏರ್ಪಡುತ್ತದೆ. ನೀನು ಅಧಿಕೃತವಾಗಿ ರಾಜನಾದ ನಂತರ ಸೈನ್ಯ ಕೂಡಿಸುವುದಾಗಲೀ ಬೇರೆ ರಾಜರೊಡನೆ ಸಂಧಾನ ಪ್ರಯತ್ನಗಳನ್ನು ಮಾಡುವುದಾಗಲೀ ಸುಲಭವಾಗುತ್ತದೆ. ಮಗಧದ ಮೇಲೇರಿ ಹೋಗುವ ವೇಳೆಗೆ ಧನನಂದನಿಗೆ ಸ್ಪರ್ಧೆ ನೀಡುವಷ್ಟು ನೀನು ಪ್ರಬಲನಾಗಿರುವುದು ಅತ್ಯಂತ ಅಗತ್ಯ."

ಅದು ಎಲ್ಲರಿಗೂ ಸಮ್ಮತವಾಯಿತು. ಇಂಥ ಯೋಚನೆ ಈವರೆಗೆ ಯಾರಿಗೂ ಬಂದಿರಲಿಲ್ಲ. ದೂರದೃಷ್ಟಿಯಿಂದ ಮಾಡಿರುವ ಚಾಣಕ್ಯನ ಆಲೋಚನೆಯ ಬಗ್ಗೆ ಎಲ್ಲರಿಗೂ ಗೌರವ ಭಾವನೆ ಮೂಡಿತು. ನಂತರ ಬಹಳ ಹೊತ್ತು ಚರ್ಚೆ ನಡೆಯಿತು. ಅಲೆಗ್ಸಾಂಡರನ ಸೈನ್ಯದಲ್ಲಿ ಭೇದವುಂಟು ಮಾಡಲು ಪ್ರಯತ್ನ ಪಡುವಂತೆ ಸಿಂಹಸೇನ, ಬ್ರಹ್ಮದತ್ತ ಮತ್ತು ಭಾಸ್ಕರನಿಗೆ ಅನುಮತಿ ನೀಡಲು ನಿರ್ಧರಿಸಲಾಯಿತು. ಅವರು ನಿಯಮಿತವಾಗಿ ಸುದ್ದಿ ಕಳಿಸುವುದನ್ನು ತಪ್ಪಿಸಬಾರದೆಂದೂ ಸೂಚನೆ ನೀಡಲಾಯಿತು. ಚಂದ್ರಗುಪ್ತ ಮತ್ತು ಚರಣ ಇಬ್ಬರೇ ವೇಷ ಮರೆಸಿಕೊಂಡು ಪಿಪ್ಪಲಿವನಕ್ಕೆ ಹೋಗಿ, ಅಲ್ಲಿಯ ರಕ್ಷಣಾವ್ಯವಸ್ಥೆಗಳ ಬಗ್ಗೆ ತಿಳಿದು, ಜನ ಬೆಂಬಲದ ಗುಪ್ತ ಪ್ರಯತ್ನ ನಡೆಸಬೇಕೆಂದು ನಿರ್ಧಾರವಾಯಿತು. ಚಾಣಕ್ಯ ಮತ್ತು ಪ್ರಭಂಜನ ಶ್ರಾವಸ್ತಿಗೆ ಹೊರಡಲು ನಿರ್ಧರಿಸಿದರು. ಮಾತಂಗನ ಭೇಟಿ ಮಾಡಿ ಎಲ್ಲ ವ್ಯವಸ್ಥೆ ಮುಗಿಸುವ ವೇಳೆಗೆ ಚರಣ ಮತ್ತು ಚಂದ್ರಗುಪ್ತ ಹಸ್ತಿನಾವತಿಯಲ್ಲಿ ತನ್ನನ್ನು ಭೇಟಿ ಮಾಡಿದರೆ ಮಾತಂಗನ ವಿಷಯ ತಿಳಿಸುವುದಾಗಿಯೂ, ಸೂಕ್ತ ಕಂಡು ಬಂದರೆ ಅವನ ಅಡಗುತಾಣದಲ್ಲೇ ಕೆಲವು ದಿನ ಅಭ್ಯಾಸ ನೀಡುವಂತೆಯೂ ಚಾಣಕ್ಯ ಸೂಚಿಸಿದ. ಗೌತಮ ಮತ್ತು ಸಮಂತಭದ್ರ ಧನಂಜಯನ ಗ್ರಾಮಕ್ಕೂ, ಕಾತ್ಯಾಯನ ಮತ್ತು ಶಿವಸ್ಕಂದ ಸಹದೇವನ ಗ್ರಾಮಕ್ಕೂ ಹೋಗಿ, ಅಲ್ಲಿಯ ತರುಣರನ್ನು ಶ್ರಾವಸ್ತಿಯ ಮಾತಂಗನ ಸ್ಥಳಕ್ಕೆ ಕರೆತರುವಂತೆ ಸೂಚನೆ ನೀಡಲಾಯಿತು. ಗುರುಕುಲದಿಂದ ಎಲ್ಲ ಒಟ್ಟಿಗೆ ಹೊರಟು, ಮಾರ್ಗಮಧ್ಯದಲ್ಲಿ ಬೇರೆ ಬೇರೆಯಾಗಲು ನಿರ್ಧರಿಸಲಾಯಿತು.

ಎಲ್ಲ ಚದರುವ ಮೊದಲು ವರುಣ ಹೇಳಿದ, "ಆಚಾರ್ಯ, ವಿಶಾಖ ತಾಯಿಯವರು ತಮ್ಮನ್ನು ನೋಡಬೇಕಂತೆ. ತಾವೇ ಒಮ್ಮೆ ಬಂದು ಹೋಗಲಿ, ಇಲ್ಲವಾದರೆ ಅವರೇ ಗುರುಕುಲಕ್ಕೆ ಬಂದು ಹೋಗಲು ಅಪ್ಪಣೆ ನೀಡಲಿ ಎಂದು ಹೇಳಿಕಳಿಸಿದ್ದಾರೆ."

"ನನ್ನ ತಾಯಿಗೆ ಮಗನ ಆರೋಗ್ಯದ ಬಗ್ಗೆ ಆತಂಕವೆಂದು ಕಾಣುತ್ತದೆ" ಚಾಣಕ್ಯ ಹೇಳಿದ, "ಇರಬೇಕಾದದ್ದೇ. ಆದರೆ ವರುಣ ನನ್ನ ಜೊತೆಯಿರುವ ಈ ಎಲ್ಲರ ತಾಯಂದಿರೂ ಆತಂಕ ಪಡುತ್ತಿರುತ್ತಾರೆಂದು ಅಮ್ಮನಿಗೆ ಹೇಳು. ಈ ಸಲ ಬರುತ್ತ ಹಸ್ತಿನಾವತಿಗೆ ಹೋಗಲೇ ಬೇಕಲ್ಲ, ಬಂದೇ ಬರುವೆನೆಂದು ಹೇಳು. ಆದರೆ ಅನುಮತಿ ಕೊಡುವ, ಕೊಡದಿರುವ ದೊಡ್ಡಸ್ತಿಕೆ ನನ್ನಲ್ಲಿ ಕಿಂಚಿತ್ತೂ ಇಲ್ಲ. ಅವಳನ್ನು ತಾಯಿಯೆಂದು ಒಪ್ಪಿಕೊಂಡ ಮೇಲೆ, ಮಗ ತಾಯಿಗೆ

ಅನುಮತಿ ಕೊಡುವುದು ಅಸಂಗತವಾಗುತ್ತದೆ. ಅವಳ ಅನುಮತಿಯಂತೆ ನಡೆಯಬೇಕಾದ ಮಗ ನಾನು. ಯಾವಾಗ ಬೇಕಾದರೂ ಬರಬಹುದು. ಆದರೆ ಅವಳು ಹಸ್ತಿನಾವತಿಯಲ್ಲೇ ಇದ್ದರೆ ಎಲ್ಲರಿಗೂ ಅನುಕೂಲ. ನಮ್ಮ ಸುದ್ದಿಜಾಲದ ಸಂಪರ್ಕ ಸೇತುವೆಯಂತಿರುವುದು, ಸದ್ಯಕ್ಕಂತೂ ನಮ್ಮ ಕಾರ್ಯಗಳಿಗೆ ಅತ್ಯಂತ ಉಪಯುಕ್ತವೆಂದು ತಿಳಿಸಿಬಿಡು. ನಾನು ಬಂದಾಗ ಎಲ್ಲ ವಿವರವಾಗಿ ಹೇಳುತ್ತೇನೆ. ಬೆಳಿಗ್ಗೆ ನೀನು ಭಾಸ್ಕರನಿಗೆ ತಲುಪಿಸಬೇಕಾದ ಪತ್ರ ಸಿದ್ಧವಾಗಿರುತ್ತದೆ.''

ರಾತ್ರಿ ನಿದ್ರೆ ಬಾರದೆ ಚಂದ್ರಗುಪ್ತ ಮತ್ತು ಚರಣ ಬಹಳ ಹೊತ್ತು ಮಾತಾಡುತ್ತಿದ್ದರು. ''ಮೇಲೆ ಸಾಮಾನ್ಯನಂತೆ ಕಾಣುವ ಆಚಾರ್ಯ ಚಾಣಕ್ಯನ ಅಂತರಂಗ ಒಂದು ನಿಗೂಢ ಸಾಗರದಂತಿದೆಯಲ್ಲವೆ ಚರಣ ?'' ಚಂದ್ರಗುಪ್ತ ಪಿಸುಗುಟ್ಟಿದ.

''ಸಾಗರದ ಆಳದಲ್ಲೇ ಅಮೂಲ್ಯವಾದ ಮುತ್ತುಗಳಿರುವುದು'' ಎಂದ ಚರಣ.

''ಕೋಪ ಬಂದಾಗಲಂತೂ ಅವರ ಮುಖ ನೋಡಲು ಭಯವಾಗುತ್ತದೆ. ನೋಟದಲ್ಲೇ ಸುಟ್ಟುಬಿಡುವಷ್ಟು ಅವರ ಕಣ್ಣುಗಳು ಕೆಂಪಾಗಿ ಪ್ರಜ್ವಲಿಸುತ್ತವೆ.''

''ಅವರು ಹಾಗೇ ಇರಬೇಕು ಚಂದ್ರಗುಪ್ತ'' ಚರಣ ಹೇಳಿದ, ''ಹಾಗಿದ್ದರೇ ನಮ್ಮ ಗುರಿ ಮಗಧದತ್ತ ಸಾಗುವುದು.''

''ಅವರ ಬುದ್ಧಿಶಕ್ತಿಯಂತೂ ಪ್ರಚಂಡವಾಗಿದೆ.''

''ವಿದ್ಯೆಯನ್ನು ತಪಸ್ಸಿನಂತೆ ಸಿದ್ಧಿಸಿಕೊಂಡಿದ್ದಾರೆ. ಹರಿತವಾದ ಆಯುಧದಂತೆ ತೀಕ್ಷ್ಣವಾದ ಅವರ ಬುದ್ಧಿಶಕ್ತಿ ಏನನ್ನು ಬೇಕಾದರೂ ಸಾಧಿಸಬಲ್ಲದು. ಹೌದು, ಅದಕ್ಕೆ ಅಸಾಧ್ಯವೆಂಬುದೇ ಇಲ್ಲ''

''ಅವರು ನಿನ್ನ ಮೇಲೆ ಹಾಗೆ ತಿರುಗಿ ಬಿದ್ದಾಗ ನನಗೆ ಬೇಸರವಾಯಿತು ಚರಣ.''

''ಬೇಸರವೇಕೆ ಚಂದ್ರಗುಪ್ತ. ಎಷ್ಟೇ ಆಗಲಿ ಅವರು ನಮಗೆ ಗುರುಸಮಾನರು, ಮಹಾಜ್ಞಾನಿಗಳು. ಮೇಲಾಗಿ ಅವರು ಹೇಳಿದ್ದರಲ್ಲಿ ಯಾವ ತಪ್ಪೂ ಇರಲಿಲ್ಲವಲ್ಲ''

ಎರಡು ಕ್ಷಣ ಸುಮ್ಮನಿದ್ದು ಚಂದ್ರಗುಪ್ತ ಕೇಳಿದ, ''ಚರಣ ಒಂದು ಮಾತು.''

''ಏನು ಚಂದ್ರಗುಪ್ತ ?''

''ಹಸ್ತಿನಾವತಿಯ ವಿಶಾಖ ಚಾಣಕ್ಯರ ತಾರುಣ್ಯಕಾಲದ ಗೆಳತಿಯಂತೆ. ಆದರೆ ಅವಳು ವಿವಾಹವಾಗಿ ಬೇರೆಯಾದಳು. ಗಂಡನನ್ನು ಕಳೆದುಕೊಂಡಳು. ಆಚಾರ್ಯರನ್ನು ಒಮ್ಮೆ ಆರೈಕೆ ಮಾಡಿ ರೋಗದಿಂದ ಗುಣ ಮಾಡಿದಳು. ಈಗ ಇವರು ಅವಳನ್ನು ತಾಯಿಯೆನ್ನುತ್ತಿದ್ದಾರೆ. ಇದು ಹೇಗೆ ಸಾಧ್ಯ ? ಆ ಅನುರಾಗದ ಭಾವನೆ ಅಷ್ಟು ಸುಲಭವಾಗಿ ಮರೆತುಹೋಗುತ್ತದೆಯೇ ?''

''ಚಂದ್ರಗುಪ್ತ'' ಚರಣ ಹೇಳಿದ, ''ಅದಕ್ಕೇ ಅಸಾಧ್ಯವೆಂಬ ಪದವನ್ನೇ ಶಬ್ದಕೋಶದಿಂದ ಕಿತ್ತೊಗೆಯಬೇಕೆಂದು ಆಚಾರ್ಯರು ಹೇಳಿದ್ದು. ನನಗೆ ನಿನಗೆ ಇದು ಅಸಾಧ್ಯವಾಗಿ ಕಾಣಬಹುದು. ಆದರೆ ಅವರಿಗೆ ಅದು ಖಂಡಿತ ಅಸಾಧ್ಯವಲ್ಲ. ಏಕೆಂದರೆ ಅವರ ಸಂಕಲ್ಪ ಶಕ್ತಿ ಅಷ್ಟೊಂದು ಪ್ರಬಲವಾಗಿದೆ. ಆರ್ಯಾವರ್ತದಲ್ಲಿ ಸನಾತನ ಧರ್ಮದ ಸಾಮ್ರಾಜ್ಯವನ್ನು ಕಟ್ಟುವುದೇ ಅವರ ಪ್ರಮುಖ ಧ್ಯೇಯವಾಗಿದೆ. ಬಹುಶಃ ಅದಕ್ಕೆಂದೇ ಅವರು ತಮ್ಮ ಮನಸ್ಸಿನಿಂದ ಆ ಪ್ರೇಮಭಾವನೆಯನ್ನು ಕಿತ್ತೊಗೆದಿರಬೇಕು. ಮತ್ತೆ ಭೇಟಿಯಾದಾಗ ಅವಳು ವಿಧವೆಯಾಗಿದ್ದಳು.

ಅವಳ ಮನಸ್ಸಿನಲ್ಲಿ ಆ ಹಳೆಯ ವಾಸನೆ ಸ್ವಲ್ಪವಾದರೂ ಇದ್ದಿರಬೇಕು. ಆದರೆ ಅದು ಮತ್ತೆ ಚಿಗುರದಂತೆ ಚಾಣಕ್ಯರು ಅವಳನ್ನು ತಾಯಿಯ ಸ್ಥಾನದಲ್ಲಿಟ್ಟು ಪೂಜಿಸಿಬಿಟ್ಟರು. ತಾಯಿತನದ ಆ ಉನ್ನತ ಸ್ಥಾನದಲ್ಲಿ ನಿಂತಾಗ ಅವಳಿಗೆ ಉಳಿದ ಯಾವ ಭಾವನೆಗಳೂ ಮುಖ್ಯವಾಗಲೇ ಇಲ್ಲವೆಂದು ಕಾಣುತ್ತದೆ. ಪರೋಕ್ಷವಾಗಿ ತಮ್ಮ ಮನಸ್ಸನ್ನು ಅಪ್ಪಿತಪ್ಪಿ ಕೂಡ ಹಳೆಯದನ್ನು ನೆನೆಯದಂತೆ ಭದ್ರಪಡಿಸಿಬಿಟ್ಟರು. ನನ್ನ ದೃಷ್ಟಿಯಲ್ಲಿ ಆಚಾರ್ಯರೂ ದೊಡ್ಡವರೆ. ಆ ತಾಯಿ ವಿಶಾಖಳೂ ದೊಡ್ಡವಳೇ."

"ಹೌದು ಚರಣ, ಮನುಷ್ಯನ ಬದುಕಿನಲ್ಲಿ ವ್ಯಕ್ತಿ ವ್ಯಕ್ತಿಗಳ ನಡುವೆ. ಮನಸ್ಸು ಮನಸ್ಸುಗಳ ನಡುವೆ ಬೆಳೆಯುವ, ಅರಳುವ ಸಂಬಂಧಗಳು ಸೃಷ್ಟಿಯ ಒಂದು ಮಾಯಾ ಜಾಲವೆಂದೇ ಹೇಳಬಹುದೇನೋ! ರಕ್ತ ಸಂಬಂಧಗಳಿಂದಾಚೆಗೆ ಆ ಮಾನವ ಸಂಬಂಧಗಳು ಹೇಗೆ, ಎಲ್ಲಿ, ಯಾವಾಗ ಉಂಟಾಗುತ್ತವೋ, ಎಂಥ ಮೋಡಿ ಮಾಡುತ್ತವೋ ಎಂಬುದನ್ನು ಊಹಿಸುವುದೂ ಸಾಧ್ಯವಿಲ್ಲ!" ಎಂದ ಚಂದ್ರಗುಪ್ತ. ಅವನ ಮನಸ್ಸಿನಲ್ಲಿ ಉಜ್ವಲ ಸುಳಿಯುತ್ತಿದ್ದಳು.

## ೩

"ಚಂದ್ರಗುಪ್ತ ನನ್ನ ಎದುರಿನಲ್ಲಿ ಇಲ್ಲದಿರಬಹುದು. ಆದರೆ ಅವನು ನನ್ನ ನರನಾಡಿಗಳಲ್ಲಿ ಬೆರೆತು ಹೋಗಿದ್ದಾನೆ. ನಾನು ಬಯಸಿದಾಗ ನನ್ನ ಮುಂದೆ ಬರುತ್ತಾನೆ. ಪ್ರೇಮ ಪೂರ್ವಕವಾಗಿ ಒಂದು ಕೈಯಿಂದ ನನ್ನ ಭುಜ ಬಳಸಿ, ಇನ್ನೊಂದು ಕೈಯಿಂದ ನನ್ನ ಗಲ್ಲ ಹಿಡಿದು 'ಉಜ್ವಲ, ಯಾರೇ ನಿನಗೆ ಈ ಹೆಸರಿಟ್ಟವರು? ಇದು ನಿನಗೆ ಸ್ವಲ್ಪವೂ ಹೊಂದುವುದಿಲ್ಲ, ಸೂರ್ಯನ ಬೆಳಕಿನಂತೆ ನಿನ್ನ ಚೆಲುವು ಉಜ್ವಲವಲ್ಲ, ಹುಣ್ಣಿಮೆಯ ಚಂದ್ರನ ಶೀತಲ ಬೆಳಕಿನಂತೆ ಸೌಮ್ಯ!' ಎನ್ನುತ್ತಾನೆ. ಯಾವುದೋ ಹಾಸ್ಯ ಪ್ರಸಂಗವನ್ನು ಹೇಳಿ ನಗಿಸುತ್ತಾನೆ. 'ನೀನೇ ನನ್ನ ಸರ್ವಸ್ವ' ಎಂದು ಹಲವು ಮಾತುಗಳಲ್ಲಿ ಬಣ್ಣಿಸಿ, ನನ್ನ ಹೃದಯದ ಭಾವನೆಗಳನ್ನೆಲ್ಲಾ ಅವನೆದುರು ಸುರಿದುಬಿಡುವಂತೆ ಮಾಡುತ್ತಾನೆ. ಅವನ ಅಂಥ ಪ್ರೀತಿಗಾಗಿ ನನ್ನ ಪ್ರಾಣವನ್ನೇ ಸಮರ್ಪಿಸಿಬಿಡಬೇಕೆಂಬ ಭಾವನೆ ಮೂಡಿಸುತ್ತಾನೆ. ಹೌದು, ಅವನು ದೂರವಿಲ್ಲ ಸುಗಂಧಿ, ನನ್ನೊಳಗೇ ಇದ್ದಾನೆ. ಅವನಿಲ್ಲವೆಂದರೆ ನಾನೂ ಇಲ್ಲವೆಂದೇ ಅರ್ಥ..."

ತನ್ನಷ್ಟಕ್ಕೆ ಪರವಶತೆಯಿಂದ ಹೇಳಿಕೊಳ್ಳುತ್ತಿರುವ ಉಜ್ವಲಳ ಆ ತನ್ಮಯತೆಯನ್ನು ಕಂಡು ಸುಗಂಧಿ ಅಚ್ಚರಿಗೊಂಡಳು. 'ಎಂಥ ಅಪೂರ್ವವಾದ ಪ್ರೇಮ!' ಎಂದುಕೊಂಡಳು. ಚರಣನ ನೆನಪು ಬಂದು ಮಂಕಾದಳು.

"ಏಕೆ ಸುಗಂಧಿ, ಬೇಸರವಾಯಿತೆ? ಹುಚ್ಚು ಹುಡುಗಿಯೆಂದು ನಗು ಬಂತೆ ?" ಉಜ್ವಲ ಕೇಳಿದಳು.

"ಇಲ್ಲ ಉಜ್ವಲ, ಬೇಸರವಿಲ್ಲ" ಸುಗಂಧಿ ಹೇಳಿದಳು, "ಒಂದು ವೇಳೆ ನಿನ್ನದು ಹುಚ್ಚೇ ಆದರೂ, ಆ ಹುಚ್ಚೂ ಎಷ್ಟು ಸುಂದರವಾಗಿದೆ! ಎಂಥ ಮಾದಕತೆ ಇದೆ, ನಿನ್ನ ಆ ಕಲ್ಪನೆಯಲ್ಲಿ! ನನ್ನ ನರ್ತನ, ಗಾಯನಗಳಲ್ಲಿ ನಿನ್ನ ಬಣ್ಣನೆಗಿಂತ ಸವಿಯಾದ ಬಣ್ಣನೆಯಿದೆ ಉಜ್ವಲ. ಆದರೆ ಅವೆಲ್ಲ ಬರೀ ತುಟಿಯಿಂದ ಮೂಡುವ ಕೃತಕ ಮಾತುಗಳು. ಅವುಗಳಲ್ಲಿ ಚೆಲುವಿದೆ, ಆದರೆ ಹೃದಯವಿಲ್ಲ, ಭಾವನೆಯಿಲ್ಲ, ಅಳಿಸುವ, ನಗಿಸುವ, ಉನ್ಮಾದಗೊಳಿಸುವ

ಒಂದೇ ಒಂದು ಅಕ್ಷರವೂ ಅಲ್ಲಿಲ್ಲ. ನನ್ನ ನರ್ತನ ಗಾಯನಗಳಲ್ಲಿ ಕಣ್ಣು ಕಿವಿ ನೆಟ್ಟ ರಸಿಕನಿಗೆ, ಅವೆಲ್ಲ ಕೇವಲ ನನ್ನ ದೈಹಿಕ ಸೌಂದರ್ಯದ ಬಾಗಿಲ ಅಗಳಿ ತೆಗೆಯುವ ಸಾಧನಗಳು ಮಾತ್ರ. ಹೌದು ಉಜ್ವಲ, ನನ್ನದು ಹೃದಯ ಸಂವಾದವಿಲ್ಲದ ಪ್ರೇಮಗೀತೆ! ಆ ರಸಿಕನದು ಹೃದಯವೇ ಇಲ್ಲದ ಪ್ರೇಮೋನ್ಮಾದ!"

ಉಜ್ವಲ ಅವಳ ಹತ್ತಿರ ಬಂದು ಕುಳಿತಳು. ಭುಜದ ಮೇಲೆ ಕೈಯಿರಿಸಿ, ಅವಳ ಮುಖವನ್ನು ತನ್ನತ್ತ ಸೆಳೆದುಕೊಂಡು ದಿಟ್ಟಿಸಿ ನೋಡಿದಳು. ಅವಳ ಕಣ್ಣುಗಳಲ್ಲಿ ಕಂಬನಿ ತುಂಬುತ್ತಿತ್ತು. ಆ ಕಂಬನಿಯ ಪ್ರತಿಬಿಂಬದಲ್ಲಿ ಅವಳ ನಿರಾಸೆಯ ನೌಕೆ ಚಲಿಸುತ್ತಿರುವಂತಿತ್ತು. "ಸುಗಂಧಿ" ಎಂದಳು ಮೃದುವಾಗಿ, "ನಿನ್ನ ದೇಹವೇನಾದರೂ ಆಗಿರಲಿ, ನಿನ್ನ ಹೃದಯ ಮಾತ್ರ ಇನ್ನೂ ಕನ್ಯೆಯಾಗಿದೆ. ಪ್ರೇಮದ ಅಮೃತ ಫಲಗಳು ಅಲ್ಲಿ ಪರಿಪಕ್ವವಾಗಿ ತೂಗಾಡುತ್ತಿವೆ. ನಿನ್ನನ್ನು ಪ್ರೇಮಿಸಬಲ್ಲ ಅದೃಷ್ಟವಂತನಿಗೆ ಅಲ್ಲೊಂದು ಸ್ವರ್ಗಲೋಕವಿದೆ ಸುಗಂಧಿ."

"ಉಜ್ವಲ, ನೀನು ನನ್ನನ್ನು ಪರಿಹಾಸ ಮಾಡುತ್ತಿಲ್ಲ ತಾನೆ?"

"ಪರಿಹಾಸವೇ?" ಉಜ್ವಲ ಹೇಳಿದಳು, "ನನ್ನನ್ನು ಅಷ್ಟೊಂದು ನೀಚಳೆಂದು ತಿಳಿದೆಯಾ? ಖಂಡಿತ ನಾನು ನಿನ್ನನ್ನು ಪರಿಹಾಸ ಮಾಡುತ್ತಿಲ್ಲ, ಸತ್ಯ ಹೇಳುತ್ತಿದ್ದೇನೆ ಸುಗಂಧಿ. ಪ್ರೇಮಿಸುವ ಶಕ್ತಿ ನಿನ್ನಲ್ಲಿ ನನಗಿಂತ ಮಿಗಿಲಾಗಿದೆ."

"ಅದರಿಂದ ಯಾರಿಗೇನು ಪ್ರಯೋಜನ? ಕಾಡಿನ ಬೆಳದಿಂಗಳನ್ನು ಕಂಡು ಸುಖಿಸುವರಾರು?"

"ಯಾಕೆ, ಚರಣನೇನಾದ?"

"ಬೇಡ ಉಜ್ವಲ, ದಯವಿಟ್ಟು ಆ ಪುಣ್ಯಾತ್ಮನ ಹೆಸರನ್ನು ಎತ್ತಬೇಡ. ಅವನನ್ನು ಭಕ್ತಿಯಿಂದ ನೆನೆಯಬೇಕು, ಅಷ್ಟೆ."

"ಸುಗಂಧಿ, ನೀನು ಆತ್ಮದ್ರೋಹ ಮಾಡಿಕೊಳ್ಳಬೇಡ. ನಿನಗೆ ಚರಣನ ಮೇಲೆ ಅಪಾರವಾದ ಪ್ರೇಮವಿದೆ. ಇಲ್ಲದಿದ್ದರೆ ನೀನು ಅವನ ಸೂಚನೆಯಂತೆ ನಡೆದುಕೊಳ್ಳುತ್ತಿರಲಿಲ್ಲ. ಅವನಿಗಾಗಿ ಧನನಂದನಿಗೆ ನಿನ್ನನ್ನು ಅರ್ಪಿಸಿಕೊಳ್ಳುತ್ತಿರಲಿಲ್ಲ."

"ಅದರಲ್ಲಿ ವಿಶೇಷವೇನಿದೆ ಉಜ್ವಲ?" ಸುಗಂಧಿ ನಕ್ಕಳು. ಆ ನಗುವಿನಲ್ಲಿ ಅವಳ ಬದುಕಿನ ಕ್ರೂರ ವ್ಯಂಗ್ಯವಿರುವಂತಿತ್ತು. ಅವಳು ಹೇಳಿದಳು, "ಹಲವರಿಗೆ ಅರ್ಪಿಸಿಕೊಂಡು ಹೊಟ್ಟೆ ಹೊರೆದುಕೊಳ್ಳುವ ನಾನು, ಆ ಧನನಂದನಿಗೆ ಅರ್ಪಿಸಿಕೊಂಡದ್ದರಲ್ಲಿ ವಿಶೇಷವೇನೂ ಇಲ್ಲ. ಹಾಗೆ ನೋಡಿದರೆ ನನ್ನಂಥವಳನ್ನು ಆಸೆಪಟ್ಟು ಚಕ್ರವರ್ತಿಯೇ ನನ್ನ ಗೌರವವನ್ನು ಹೆಚ್ಚು ಮಾಡಿದಂತಾಯಿತು. ಹೌದು ಉಜ್ವಲ, ಚಕ್ರವರ್ತಿಯ ಶಯ್ಯಾಗೃಹದಲ್ಲಿ ಒಂದು ತಿಂಗಳು ಕಳೆದು ಬಂದ ಭಾಗ್ಯ ನನ್ನದು!"

"ಆದರೆ, ಈಗೇಕೆ ನಿನಗೆ ಆ ಕೆಲಸ ಮಾಡಲು ಇಷ್ಟವಾಗುತ್ತಿಲ್ಲ?"

"ನನ್ನ ಚರಣನಿಗಾಗಿ ನಾನು ಈಗಲೂ, ಯಾರಿಗೆ ಬೇಕಾದರೂ ನನ್ನನ್ನು ನಾನು ಅರ್ಪಿಸಿಕೊಳ್ಳಲು ಸಿದ್ಧಳಾಗಿದ್ದೇನೆ."

"ನನ್ನ ಚರಣ!" ಉಜ್ವಲ ನಕ್ಕಳು, "ನೋಡಿದೆಯಾ, ನೀನು ಬೇಡವೆಂದರೂ ಎಷ್ಟು ಸುಲಭವಾಗಿ ನಿನ್ನ ಬಾಯಿಂದ 'ನನ್ನ ಚರಣ' ಎಂಬ ಮಾತು ಹೊರಟುಬಿಟ್ಟಿತು. ಇದು ಪ್ರೇಮವಲ್ಲವೇನೆ?"

ಸುಗಂಧಿ ನಾಚಿ ತಲೆತಗ್ಗಿಸಿ ಮೆಲ್ಲಗೆ ಹೇಳಿದಳು, "ಉಜ್ವಲ, ಹೌದು ಚರಣನ ಮೇಲೆ ನನಗೆ ಪ್ರೇಮವಿದೆಯೆಂದು ಗೊತ್ತು. ಪ್ರತಿಕ್ಷಣವೂ ನನ್ನ ಉಸಿರು ಅವನ ಹೆಸರನ್ನೇ ಉಚ್ಚರಿಸುತ್ತಿದೆ. ಆದರೆ ಇದೆಲ್ಲ ನನ್ನೊಬ್ಬಳ ಹುಚ್ಚು. ಅವನೂ ನನ್ನನ್ನು ಪ್ರೀತಿಸುವಂತೆ ಹೇಗೆ ಹೇಳುವುದು ? ಅದು ತಪ್ಪಲ್ಲವೆ ?"

"ತಪ್ಪು ? ಏಕೆ ತಪ್ಪಾಗುತ್ತದೆ ?"

"ಗಣಿಕೆಯಾದವಳು ವಿವಾಹದ ಕನಸು ಕಾಣುವುದು ತಪ್ಪಾಗಬಹುದು. ಅಲ್ಲದೆ, ಬರೀ ವ್ಯಾವಹಾರಿಕವಾದ ಸಂಬಂಧಗಳ ನಮ್ಮ ಬದುಕಿನಲ್ಲಿ ಮೊಟ್ಟ ಮೊದಲ ಬಾರಿಗೆ ಹೃದಯವನ್ನು ಮಿಡಿದ ಆ ಚರಣನಿಗೆ, ಹಲವರ ಸಂಪರ್ಕದಿಂದ ಕಲುಷಿತಳಾದ ನನ್ನನ್ನು ಒಪ್ಪಿಸಿಕೊಳ್ಳಲೇ ? ಇಲ್ಲ ಉಜ್ವಲ, ಅವನ ಬಗ್ಗೆ ನನ್ನಲ್ಲಿರುವ ಪ್ರೇಮವನ್ನು ಸ್ವಾರ್ಥದ ದೃಷ್ಟಿಯಿಂದ ಕಡಿಮೆಗೊಳಿಸಲಾರೆ. ಅದು ಹೀಗೇ ಇರಲಿ. ನಾನು ಸಾಯುವವರೆಗೂ ನನ್ನ ಪ್ರೇಮ ಇನ್ನಷ್ಟು ಸೊಗಸಾಗಿ, ಇನ್ನಷ್ಟು ಸುಂದರವಾಗಿ ಬೆಳೆಯಲಿ !"

"ನನಗೆ ಒಂದು ವಿಷಯ ಇನ್ನೂ ಸ್ಪಷ್ಟವಾಗಿಲ್ಲ ಸುಗಂಧಿ."

"ಏನು ಉಜ್ವಲ ?"

"ಚರಣನ ಬಗ್ಗೆ ನಿನಗೆ ಇಷ್ಟೊಂದು ಪ್ರೀತಿಯಿದೆ. ಎಂದ ಮೇಲೆ ನಿನ್ನ ಮೇಲೂ ಅವನಿಗೆ ಪ್ರೀತಿಯಿರಲೇ ಬೇಕು. ಅಂಥವನು ಶ್ರೀಯಕನ ಮೂಲಕ ಧನನಂದನ ಸಂಪರ್ಕ ಬೆಳೆಸಲು ನಿನಗೆ ಏಕೆ ಹೇಳಿದ ? ಅದು ನೀಚ ಕೆಲಸವೆಂದು ಅವನಿಗೆ ಅನ್ನಿಸಲಿಲ್ಲವೆ ?"

"ದಯವಿಟ್ಟು ಚರಣನನ್ನು ಆಕ್ಷೇಪಿಸಬೇಡ ಉಜ್ವಲ. ಅದಕ್ಕಾಗಿ ಅವನು ಎಷ್ಟು ನೊಂದುಕೊಂಡ ಗೊತ್ತೆ ? ನನ್ನನ್ನು ತನ್ನ ಕೆಲಸಕ್ಕಾಗಿ ಉಪಯೋಗಿಸಿಕೊಳ್ಳುತ್ತಿರುವೆನೆಂದು ಅವನಿಗೆ ಬಹಳ ನೋವಾಗಿತ್ತು. ಆದರೆ ತನ್ನ ಮಿತ್ರ ಚಂದ್ರಗುಪ್ತನನ್ನು ಸೆರೆಯಿಂದ ಬಿಡಿಸಿಕೊಳ್ಳುವುದು ಅವನಿಗೆ ಎಲ್ಲಕ್ಕಿಂತ ಮುಖ್ಯವಾಗಿತ್ತು. ಅಂತೂ ಆ ಕೆಲಸವಾಯಿತು. ನನಗೆ ಅದೇ ಸಂತೋಷ."

"ಅಂದ ಮೇಲೆ ನಾನೂ ನಿನಗೆ ಋಣಿಯಾದಂತಾಯಿತು, ಎಂದು ನಾನು ಆ ಹೊತ್ತೇ ಹೇಳಿದೆ."

"ದೊಡ್ಡ ಮಾತಾಡಬೇಡ ಉಜ್ವಲ."

"ಇಲ್ಲ ಸುಗಂಧಿ, ಅದು ಸತ್ಯ. ನನ್ನ ಚಂದ್ರಗುಪ್ತನ ಬಿಡುಗಡೆಯಲ್ಲಿ ನಿನ್ನ ತ್ಯಾಗದ ಪಾಲೂ ಸೇರಿದೆ. ಅದೇನೂ ಕಡಿಮೆಯದಲ್ಲ. ಇದಕ್ಕೆ ಕೃತಜ್ಞತೆ ಸಲ್ಲಿಸಲೆಂದಾದರೂ ನಿನ್ನ ವಿವಾಹವನ್ನು ನೆರವೇರಿಸಿಯೇ ತೀರುತ್ತೇನೆ."

"ನನ್ನ ಋಣವೇನು ಮಹಾ ! ನಿನ್ನ ಋಣದ ಮುಂದೆ ಅದು ಅತ್ಯಲ್ಪ. ನನ್ನ ಚರಿತ್ರೆಯೆಲ್ಲಾ ತಿಳಿದಿದ್ದು ನೀನು ನನ್ನನ್ನು ಒಡಹುಟ್ಟಿದ ಸೋದರಿಗಿಂತ ಮಿಗಿಲಾಗಿ ನೋಡಿಕೊಳ್ಳುತ್ತಿರುವೆ. ನಿನ್ನ ತಂದೆ ತಾಯಿಯವರೂ ನನ್ನನ್ನು ಸ್ವಂತ ಮಗಳಂತೆಯೇ ಕಾಣುತ್ತಿದ್ದಾರೆ. ಈ ಋಣವನ್ನು ಎಷ್ಟು ಜನ್ಮವೆತ್ತಿದರೆ ತಾನೆ ನಾನು ತೀರಿಸಬಲ್ಲೆ ?'

"ಸುಗಂಧಿ, ನಿನಗೆ ಇಂಥ ಸಾರ್ಥಕ ಹೆಸರನ್ನಿಟ್ಟ ನಿನ್ನ ತಾಯಿಯನ್ನು ನಾನು ಅಭಿನಂದಿಸುತ್ತೇನೆ. ನಿನ್ನ ವ್ಯಕ್ತಿತ್ವದಲ್ಲೇ ಒಂದು ಮೋಹಕ ಸುಗಂಧವಿದೆ."

ಅಷ್ಟರಲ್ಲಿ ಮಾಲಿನಿ ಕೂಗಿದಳು. ಇಬ್ಬರೂ ಉಪ್ಪರಿಗೆಯಿಂದ ಬಂದರು. ಆ ವೇಳೆಗೆ ಭಾಗುರಾಯಣನೂ ಬಂದಿದ್ದ. "ಏನು, ಅಕ್ಕತಂಗಿಯರು ಬಹಳ ಗಹನವಾಗಿ ಏನೋ ಚರ್ಚೆ ಮಾಡುತ್ತಿರುವಂತಿತ್ತು ?" ಎಂದ ಭಾಗುರಾಯಣ ನಗುತ್ತ.

"ಗಹನವಾದ ವಿಷಯವೇನಲ್ಲ" ಉಜ್ವಲ ಹೇಳಿದಳು, "ನಾನು ಇವಳನ್ನು ಹೊಗಳುತ್ತಿದ್ದೆ. ಇವಳು ನನ್ನನ್ನು ಹೊಗಳುತ್ತಿದ್ದಳು, ಅಷ್ಟೆ"

"ನೀವು ನೀವೇ ಹೊಗಳಿಕೊಳ್ಳುತ್ತ ನಮ್ಮನ್ನು ಮರೆತೇಬಿಟ್ಟಿರಬೇಕು."

"ನಿಮ್ಮನ್ನು ಮರೆತರೆ ನಮ್ಮನ್ನು ನಾವೇ ಮರೆತಂತೆ" ಎಂದಳು ಸುಗಂಧಿ.

"ಇವಳು ಇಷ್ಟು ಚಾತುರ್ಯದಿಂದ ಮಾತಾಡುವುದನ್ನು ನೀನು ಕಲಿಸಿದೆಯಾ ಉಜ್ವಲ ?" ಮಾಲಿನಿ ಚೇಷ್ಟೆಯಿಂದ ಕೇಳಿದಳು.

"ಮಲ್ಲಿಗೆ ಹೂವಿಗೆ ಮಧುರ ಪರಿಮಳ ಬೀರುವುದನ್ನು ನಾನು ಹೇಳಿಕೊಡ ಬೇಕೇನಮ್ಮ ?"

"ಹೊಗಳಬೇಡ ಉಜ್ವಲ, ನನಗೆ ನಾಚಿಕೆಯಾಗುತ್ತದೆ" ಸುಗಂಧಿ ಬೇಡಿದಳು.

"ಸುಗಂಧಿ, ಹೊಗಳಲಿ ಬಿಡು" ಭಾಗುರಾಯಣ ಹೇಳಿದ, "ಅದು ಖಂಡಿತ ಅತಿಶಯೋಕ್ತಿಯಲ್ಲ, ನಿನ್ನ ವ್ಯಕ್ತಿತ್ವವನ್ನು ಮಲ್ಲಿಗೆ ಹೂವಿಗೆ ಹೋಲಿಸುವುದು ಒಂದೇ ಮಾತಿನಲ್ಲಿ ಸಾವಿರ ವಿಷಯಗಳನ್ನು ಹೇಳಿದಂತೆ."

"ಅಪ್ಪಾಜಿ, ನೀವೂ ನನ್ನನ್ನು ಹೊಗಳತೊಡಗಿದರೆ, ನನಗೆ ಮುಜುಗುರವಾಗುತ್ತದೆ. ನಾನೊಂದು ನಿರರ್ಥಕವಾದ ಬೇಲಿಯ ಹೂವು ! ಅದನ್ನು ನಿಮ್ಮ ಔದಾರ್ಯದ ಉದ್ಯಾನವನದಲ್ಲಿ ತಂದು, ನಿಮ್ಮ ಅಕ್ಕರೆಯ ಚಪ್ಪರದಲ್ಲಿ ಹಬ್ಬಿಸಿದ್ದೀರಿ."

"ಸುಗಂಧಿ" ಮಾಲಿನಿ ಹೇಳಿದಳು, "ನಿನ್ನಂಥ ಸಂಸ್ಕೃತವಂತ, ಹೃದಯವಂತ ಹುಡುಗಿಯನ್ನು ಬೇರೆ ದೃಷ್ಟಿಯಿಂದ ಬಳಸಿಕೊಳ್ಳುವವರು ಕಡು ಕ್ರೂರಿಗಳು."

"ಈ ದಿನ ಶ್ರೀಯಕ ಭೇಟಿಯಾಗಿದ್ದ" ಭಾಗುರಾಯಣ ಹೇಳಿದ.

"ನನ್ನ ವಿಷಯವೇನಾದರೂ ಮಾತಾಡಿದನೆ ?" ಸುಗಂಧಿ ಆತಂಕದಿಂದ ಕೇಳಿದಳು.

"ಹೌದು, ಅದನ್ನು ಬಿಟ್ಟು ಅವನಿಗೆ ಬೇರೆ ಕೆಲಸವೇನಿದೆ ?"

"ಇವಳನ್ನು ಒಂದು ಕಡೆ ನೆಮ್ಮದಿಯಿಂದಿರಲು ಬಿಡಬಾರದೆಂದು ಅವನು ಯೋಚಿಸಿದ್ದಾನೆಯೆ ? ಅವನೇನು ಅಮಾತ್ಯನೋ ಅಥವಾ..." ಮಾಲಿನಿ ಕೋಪದಿಂದ ಹೇಳಿದಳು.

"ಏನೇ ಆದರೂ ಅವನ ಹಂಚಿಕೆ ಯಶಸ್ವಿಯಾಗಲು ನಾನು ಬಿಡುವುದಿಲ್ಲ."

"ಅವನ ಹಂಚಿಕೆಯೇನು ಅಪ್ಪಾಜಿ ?" ಉಜ್ವಲ ಕೇಳಿದಳು.

"ಅದೇ, ಎಲ್ಲ ಸೇನಾಧ್ಯಕ್ಷರಿಗೂ ಸುಗಂಧಿಯ ಸ್ನೇಹ ಕೊಡಿಸಿ, ಅವರ ಸದ್ಭಾವನೆಯನ್ನು ಗಳಿಸಿಕೊಳ್ಳುವುದು. ಅಂದರೆ, ಆ ಮೂಲಕ ಸೈನ್ಯದ ಎಲ್ಲ ವಿಭಾಗಗಳೂ, ಸಂಪೂರ್ಣವಾಗಿ ತನ್ನ ವಶವಾಗುವುದೆಂದು ಅವನ ಯೋಚಿಸಿರಬೇಕು."

"ಅದು ಸರಿ" ಮಾಲಿನಿ ಹೇಳಿದಳು, "ನಡುವಯಸ್ಸು ದಾಟಿರುವ ಸೇನಾಧ್ಯಕ್ಷರೆಲ್ಲ ಹೆಣ್ಣೆಂದರೆ ಬಾಯಿಬಿಡುವವರೆಂದು ಅವನು ಹೇಗೆ ತರ್ಕಿಸಿದ ?"

''ಅವನ ತರ್ಕ ಕೇವಲ ಲೋಕರೂಢಿಯನ್ನು ಅವಲಂಬಿಸಿದ್ದು'' ಭಾಗುರಾಯಣ ಹೇಳಿದ, ''ಚಂದ್ರಗುಪ್ತ ಮತ್ತು ಚರಣನ ಪತ್ರ ಬಾರದಿದ್ದರೆ, ನನ್ನಿಂದಲೇ ಅವನು ಛೀಮಾರಿಗೆ ಒಳಗಾಗುತ್ತಿದ್ದ. ಇಂಥ ಪ್ರಯತ್ನವನ್ನಂತೂ ಮಾಡುತ್ತಿರಲಿಲ್ಲ. ಚಂದ್ರಗುಪ್ತನ ಕೆಲಸಕ್ಕೆ ಅನುಕೂಲವಾಗುವುದೆಂದು, ಆಸಕ್ತಿಯಿರುವಂತೆ ನಟಿಸುತ್ತ ನಾವು ಈ ನಾಟಕ ಮಾಡಬೇಕಾಯಿತಲ್ಲವೆ ?''

''ಆದರಿಂದ ನಾನು ನಿಮ್ಮ ವಾತ್ಸಲ್ಯದ ನೆರಳಿನಲ್ಲಿ ಕುಳಿತು ನನ್ನ ಕಳೆದ ಬದುಕಿನ ಬಗ್ಗೆ ಪಶ್ಚಾತ್ತಾಪ ಪಡಲು ಅವಕಾಶವಾಯಿತು'' ಎಂದಳು ಸುಗಂಧಿ.

''ಪಶ್ಚಾತ್ತಾಪ ಪಡುವಂಥ ತಪ್ಪು ನೀನು ಮಾಡಿಲ್ಲ ಸುಗಂಧಿ'' ಭಾಗುರಾಯಣ ಹೇಳಿದ, ''ಅದು ನಿನ್ನ ವೃತ್ತಿಧರ್ಮ. ತಪ್ಪಿದರೆ ಅದು ಆ ವೃತ್ತಿಯನ್ನು ಮಾಡಿದ ಸಮಾಜದ ತಪ್ಪು.''

''ಹೌದು ಸುಗಂಧಿ'' ಉಜ್ವಲ ಹೇಳಿದಳು. ''ಉದ್ದೇಶಪೂರ್ವಕವಾಗಿ ಮಾಡಿದ ತಪ್ಪಿಗೆ ಮಾತ್ರ ಪಶ್ಚಾತ್ತಾಪ, ಪ್ರಾಯಶ್ಚಿತ್ತ. ನಿನ್ನ ಕುಲಧರ್ಮದ ದೃಷ್ಟಿಯಲ್ಲಿ, ಸಮಾಜದ ದೃಷ್ಟಿಯಲ್ಲಿ ಅದು ತಪ್ಪಲ್ಲವೇ ಅಲ್ಲ. ಆದರೆ ನಿನ್ನನ್ನು ಬಳಸಿ, ತನ್ನ ಸ್ವಾರ್ಥ ಸಾಧಿಸಿಕೊಳ್ಳಲು ಪ್ರಯತ್ನಿಸುತ್ತಿರುವ ಆ ಶ್ರೀಯಕನ ಕೃತ್ಯ ಮಾತ್ರ ಪರಮ ನೀಚತನದ್ದು.''

''ಇರಲಿ ನೀವು ಅವನಿಗೇನು ಹೇಳಿದಿರಿ ?'' ಮಾಲಿನಿ ಕೇಳಿದಳು.

ಕೆಲವು ಕ್ಷಣ ಹೇಳಲೋ ಬೇಡವೋ ಎಂದು ಹಿಂಜರಿಯುತ್ತ ಭಾಗುರಾಯಣ ಹೇಳಿದ, ''ಸುಗಂಧಿಯನ್ನು ನಾನು ಶಾಶ್ವತವಾಗಿ ನನ್ನ ಬಳಿಯೇ ಇರಿಸಿಕೊಳ್ಳಬೇಕೆಂದು ನಿರ್ಧರಿಸಿದ್ದೇನೆಂದು ಹೇಳಿದೆ.'' ನಂತರ ಅವನು ಸುಗಂಧಿಯ ಕಡೆ ನೋಡಿ ಹೇಳಿದ. ''ಸುಗಂಧಿ, ಆ ಮಾತನ್ನು ಹೇಳುವಾಗ ನನ್ನ ಮನಸ್ಸಿಗೆ ಎಷ್ಟು ನೋವಾಯಿತು ಗೊತ್ತೆ ? ನೀನು ತಂದೆಯಂತೆ ಭಾವಿಸಿರುವ ನಾನು, ತೋರಿಕೆಗಾದರೂ ಅಂಥ ಮಾತಾಡುವುದು ಮಹಾಪಾಪ ಎನ್ನಿಸಿ ಬಹಳ ಸಂಕಟವಾಯಿತು.''

''ನೊಂದುಕೊಳ್ಳಬೇಡಿ ಅಪ್ಪಾಜಿ'' ಸುಗಂಧಿ ಹೇಳಿದಳು, ''ನಿಮ್ಮ ಮಗಳ ರಕ್ಷಣೆಗಾಗಿ ನೀವು ಏನು ಹೇಳಿದರೂ ಅದು ಪಾಪವಾಗುವುದಿಲ್ಲ. ಆದರೆ ಮತ್ತೆ ನನಗೆ ನನ್ನ ಕುಲಧರ್ಮವೆಂದು ಹಳೆಯ ವೃತ್ತಿಗೆ ಮರಳಲು ಅಸಹ್ಯವಾಗುತ್ತಿದೆ.''

''ಇಲ್ಲ ಸುಗಂಧಿ'' ಮಾಲಿನಿ ಹೇಳಿದಳು, ''ನೀನು ಎಲ್ಲಿಯೂ ಹೋಗಬೇಕಾಗಿಲ್ಲ.''

''ಆದರೆ ಶ್ರೀಯಕನ ಪ್ರತಿಕ್ರಿಯೆ ಏನಿರಬಹುದೋ'' ಉಜ್ವಲ ಕೇಳಿದಳು.

''ನನ್ನ ಮೇಲೆ ಅವನಿಗೆ ಕೋಪ ಬಂದಿದೆಯೆಂದು, ಅವನ ಮುಖ ನೋಡಿದಾಗಲೇ ನನಗೆ ಅರ್ಥವಾಯಿತು. ಅವನು ಹೆಚ್ಚೇನು ಮಾಡಬಲ್ಲ, ನನ್ನ ವಿರುದ್ಧ ಧನನಂದನ ಕಿವಿಯೂದಬಹುದು. ಅಮಾತ್ಯ ರಾಕ್ಷಸನಂತೂ ಅವನ ಮಾತಿಗೆ ಒಂದು ಕವಡೆಯ ಬೆಲೆಯನ್ನೂ ಕೊಡುವುದಿಲ್ಲ. ಸುಗಂಧಿಯನ್ನು ನನ್ನಿಂದ ಬಲವಂತವಾಗಿ ಕಸಿದುಕೊಳ್ಳುವುದಂತೂ ಸಾಧ್ಯವಿಲ್ಲ. ಇವನ ಉಪಾಯದ ಬಗ್ಗೆ ನಾನೇ ಡಿಂಗಿರಾತ, ಭದ್ರಭಟ ಮತ್ತು ಚಿತ್ರವರ್ಮರೊಂದಿಗೆ ಮಾತಾಡುವುದು ಒಳ್ಳೆಯದೆಂದು ಯೋಚಿಸುತ್ತಿದ್ದೇನೆ.''

''ಅಂತೂ ಅವನು ಸುಮ್ಮನಿರುವ ವ್ಯಕ್ತಿಯಲ್ಲ'' ಎಂದಳು ಉಜ್ವಲ.

ಅದು ಆದದ್ದೂ ಹಾಗೆಯೇ. ಅದೇ ದಿನ ರಾತ್ರಿ ಶ್ರೀಯಕ ಮಂಗಳೆಯ ಮನೆಗೆ ಬಂದ. ಅವಳಿಗೆ ಇತ್ತೀಚೆಗೆ ಅವನ ಮುಖ ಕಂಡರೂ ಜಿಗುಪ್ಸೆಯಾಗುತ್ತಿತ್ತು. ಆದರೆ ಅದನ್ನು ಹೊರಗೆ ತೋರ್ಪಡಿಸುವಂತಿರಲಿಲ್ಲ. ಭಾಗುರಾಯಣನ ಮನೆಯಲ್ಲಿ ಸುರಕ್ಷಿತವಾಗಿರುವ ಸುಗಂಧಿಗೆ ಏನು ತೊಂದರೆ ಕೊಡುವನೋ ಎಂಬ ಭೀತಿ ಅವಳ ಮನಸ್ಸಿನಲ್ಲಿದ್ದೇ ಇತ್ತು. ಆದ್ದರಿಂದ ಅವಳು ನಗುನಗುತ್ತಲೇ "ಅಮಾತ್ಯರು ದಯಮಾಡಿಸಬೇಕು" ಎಂದು ಸ್ವಾಗತಿಸಿದಳು.

ಅವನು ಹುಸಿನಗುತ್ತಾ ಪೀಠದ ಮೇಲೆ ಕುಳಿತು ಮನೆಯನ್ನೆಲ್ಲ ನಿಧಾನವಾಗಿ ಅವಲೋಕಿಸಿದ. "ನಾನು ಮೊದಲ ಸಲ ಬಂದಾಗ ನಿನ್ನ ಮನೆ ಹೇಗಿತ್ತು ? ಈಗ ಹೇಗಿದೆ ನೋಡು, ಒಂದು ಮರಿ ಅರಮನೆಯಂತಿದೆ !"

'ಇವನೇನು ಇದನ್ನೆಲ್ಲ ಉಚಿತವಾಗಿ ಕೊಟ್ಟುಬಿಟ್ಟನೋ !' ಎಂದು ಮನಸ್ಸಿನಲ್ಲಿ ಅಂದುಕೊಂಡರೂ ಮೇಲೆ ಮಂಗಳೆ "ಇದೆಲ್ಲಾ ತಮ್ಮ ಕೃಪೆ" ಎಂದಳು.

"ಬರೀ ಕೃಪೆಯನ್ನೇ ತೋರಿಸಲು ಪಾಟಲೀಪುತ್ರವೇನು ಧರ್ಮಶಾಲೆಯೆ ?" ಎಂದು ಶ್ರೀಯಕ ಜೋರಾಗಿ ನಕ್ಕ. ಆ ನಗು ಕ್ರೂರವಾಗಿತ್ತು. ಅವನು ತನ್ನ ಅಸಮಾಧಾನವನ್ನು ಈ ರೀತಿ ವ್ಯಕ್ತಪಡಿಸುತ್ತಿರುವನೆಂದು ಮಂಗಳೆಗೆ ಅನ್ನಿಸಿತು.

"ಏಕೋ ಅಮಾತ್ಯರಿಗೆ ನಮ್ಮ ಮೇಲೆ ಕೋಪ ಬಂದಿರುವಂತಿದೆ ?" ಎಂದಳು ಮಂಗಳೆ ಅಳುಕುತ್ತಲೇ.

"ನಾನು ಕಾರಣವಿಲ್ಲದೆ ಕೋಪಿಸಿಕೊಳ್ಳುವ ಅವಿವೇಕಿಯೆಂದುಕೊಂಡೆಯಾ ?"

"ಅಂಥ ಗುರುತರ ಅಪರಾಧ ನಮ್ಮಿಂದೇನಾಯಿತು ?"

"ಮತ್ತೆ ನಿನ್ನ ಮಗಳು ಸುಗಂಧಿ ಮಾಡಿದ್ದು ಸರಿಯೇ ? ನನ್ನ ಕೆಲಸಕ್ಕೆ ಅನುಕೂಲವಾಗುವುದೆಂದು, ಭಾಗುರಾಯಣ ಮುಂತಾದ ಎಲ್ಲ ಸೇನಾಧ್ಯಕ್ಷರ ವಿಶ್ವಾಸ ಬೆಳಸಲಿ, ಎಂದು ನಾನು ಯೋಚಿಸಿದರೆ, ಇವಳು ಒಬ್ಬನ ಬಳಿಯಲ್ಲಿಯೇ ಭದ್ರವಾಗಿ ನೆಲೆಯೂರಿಬಿಟ್ಟರೆ ಗತಿಯೇನು !"

"ಅವರೇ ಅವಳನ್ನು ಬಿಟ್ಟುಕೊಡದಿದ್ದರೆ ಅವಳೇನು ಮಾಡಬೇಕು ? ಬಾರದಿದ್ದರೆ ನಿಮಗೆ ಕೋಪ, ಬಂದರೆ ಅವರಿಗೆ ಕೋಪ. ಒಟ್ಟಿನಲ್ಲಿ ನಮ್ಮಂಥವರ ಬಾಳು ಬಹಳ ಕಷ್ಟ ಅಮಾತ್ಯರೆ" ಮಂಗಳೆ ಅಳುಮುಖ ಮಾಡಿಕೊಂಡಳು.

ಒಂದುಕ್ಷಣ ಇದರಲ್ಲಿ ಸುಗಂಧಿಯ ತಪ್ಪೇನೂ ಇಲ್ಲವೆಂದು ಶ್ರೀಯಕನಿಗೆ ಅನ್ನಿಸಿತು. ಅಷ್ಟರಲ್ಲಿ ಮಂಗಳೆಯೇ ಮಾತಾಡಿದಳು, "ಇಲ್ಲಿ ನಮಗೆ ಬೇಕಾದಷ್ಟು ಸಂಪತ್ತು ಸಿಕ್ಕಿತು, ಸುಖಕ್ಕೆ ಕೊರತೆಯಿಲ್ಲದಷ್ಟು ಸಾಧನಗಳು ದೊರಕಿದವು. ಆದರೆ ನೆಮ್ಮದಿಯನ್ನು ಕಳೆದುಕೊಂಡೆವು. ಬೇಕಾದರೆ ನಿಮ್ಮ ದಯದಿಂದ ನಮಗೆ ದೊರಕಿರುವ ಎಲ್ಲವನ್ನೂ ನಿಮಗೇ ಕೊಟ್ಟುಬಿಡುತ್ತೇವೆ, ದಯವಿಟ್ಟು ನಮ್ಮನ್ನು ಇಲ್ಲಿಂದ ಕಳಿಸಿಬಿಡಿ. ಮತ್ತೆ ಉಜ್ಜಯಿನಿಗೇ ಹೋಗಿಬಿಡುತ್ತೇವೆ. ಅಲ್ಲಿ ಸುಖವಿಲ್ಲದಿದ್ದರೂ ಸಂತೋಷವಂತೂ ಇತ್ತು, ಸಂಪತ್ತಿಲ್ಲದಿದ್ದರೂ ಶಾಂತಿ ನೆಮ್ಮದಿಗಳಾದರೂ ಇದ್ದವು."

"ಕ್ಷಮಿಸು ಮಂಗಳೆ" ಶ್ರೀಯಕ ತಕ್ಷಣ ಹೇಳಿದ, "ನನ್ನ ಅಸಮಾಧಾನದಿಂದ ನಿನಗೆ ನೋವುಂಟು ಮಾಡಿದೆ. ಹೌದು, ಇದರಲ್ಲಿ ಸುಗಂಧಿಯ ತಪ್ಪೇನೂ ಇಲ್ಲ. ಆದರೆ

ಮಧ್ಯವಯಸ್ಸು ದಾಟಿದ ಭಾಗುರಾಯಣ ಇಷ್ಟು ರಸಿಕನಾಗಬಹುದೆಂದು ನಾನು ಊಹೆಯನ್ನೂ ಮಾಡಿರಲಿಲ್ಲ.''

ಆ ಮಾತನ್ನು ಕೇಳಿ ಮಂಗಳೆಗೆ ಅಸಹ್ಯವಾಯಿತು. ಅವನನ್ನು ಬೇಗ ಸಾಗಹಾಕಬೇಕೆಂದು ''ಕೇತಕಿ ಅಮಾತ್ಯರಿಗೆ ಹಣ್ಣಿನ ರಸ ತೆಗೆದುಕೊಂಡು ಬಾ'' ಎಂದು ಕೂಗಿದಳು.

ಕೇತಕಿ ಅಡುಗೆಮನೆಗೆ ಹೋಗಿ, ನಿರಂಜನ ಸಿದ್ಧಪಡಿಸಿದ್ದ ಬಟ್ಟಲನ್ನು ತೆಗೆದುಕೊಂಡು ಬಂದು ಶ್ರೀಯಕನಿಗೆ ಕೊಟ್ಟಳು. ಅವಳನ್ನು ನೋಡುತ್ತಿದ್ದಂತೆ ಶ್ರೀಯಕನ ಕಣ್ಣುಗಳಲ್ಲಿ ಹೊಸಮಿಂಚು ಕೋರೈಸಿತು. ಅವಳ ಮುಖವನ್ನೇ ದಿಟ್ಟಿಸಿದ. ಸುಗಂಧಿಯಷ್ಟು ಚೆಲುವೆ ಯಲ್ಲದಿದ್ದರೂ ತಕ್ಕಮಟ್ಟಿನ ಚೆಲುವೆಯೆಂದೇ ಹೇಳಬೇಕು. ಅಲಂಕಾರ ಮಾಡಿಕೊಂಡರೆ ಯಾರನ್ನಾದರೂ ಆಕರ್ಷಿಸಬಲ್ಲಳು. ಮಧ್ಯ ವಯಸ್ಸು ದಾಟಿದ ಸೇನಾಧ್ಯಕ್ಷರಿಗೆ ಇವಳಿಗಿಂತ ಚೆಲುವೆ ಬೇಕೆ ? ಎಂದುಕೊಂಡ ಶ್ರೀಯಕ. ಅವನ ದೃಷ್ಟಿಯಿಂದ ಮುಜುಗರಗೊಂಡ ಕೇತಕಿ ಮುಖ ಗಂಟಿಕ್ಕಿಕೊಂಡು ಒಳಗೆ ಹೋಗಿಬಿಟ್ಟಳು.

''ಮಂಗಳೆ'' ಶ್ರೀಯಕ ಹೇಳಿದ, ''ಕೇತಕಿಯನ್ನು ಸುಮ್ಮನೆ ಮನೆಯಲ್ಲಿಟ್ಟುಕೊಂಡು ಪೋಷಿಸುವುದು ವ್ಯರ್ಥವಲ್ಲವೆ ?''

''ಅಂದರೆ ? ನನಗೆ ಅರ್ಥವಾಗಲಿಲ್ಲ ?''

''ಅರ್ಥವಾಗದಷ್ಟು ಗಹನವಾದ ವಿಷಯವೇನಲ್ಲ, ಸಂಪಾದನೆಗೆ ಇನ್ನೊಂದು ದಾರಿಯಿಟ್ಟುಕೊಂಡು ಸುಮ್ಮನಿರುವುದು ಅವಿವೇಕವಲ್ಲವೆ ?''

''ಇನ್ನೆಷ್ಟು ಸಂಪಾದನೆ ಮಾಡಬೇಕು ಅಮಾತ್ಯರೆ ?'' ಅರ್ಥವಾದರೂ ಅರ್ಥವಾಗ ದವಳಂತೆ ಮಂಗಳೆ ಕೇಳಿದಳು, ''ಅದೇನು ಒಗಟು, ಬಿಡಿಸಿ ಹೇಳಿ.''

''ಕೇತಕಿಯೂ ಸಾಕಷ್ಟು ಚೆಲುವೆಯಾಗಿದ್ದಾಳೆ.''

'''ಅವಳಿಗೆ ಅದೆಲ್ಲ ಇಷ್ಟವಿಲ್ಲ ಅಮಾತ್ಯರೆ.''

ಶ್ರೀಯಕ ಜೋರಾಗಿ ನಕ್ಕುಬಿಟ್ಟ ''ಏನು ಮಂಗಳೆ, ಹೀಗೆ ಹೇಳುತ್ತಿ ? ಸಭ್ಯ ಸಂಸಾರಿಯ ಸೋಗಿನಲ್ಲಿ ಇಷ್ಟವಿಲ್ಲವೆಂಬ ಶಬ್ದ ನಿನ್ನ ಬಾಯಿಂದ ಬರಬಹುದೇ ?''

''ಹಾಗಲ್ಲ ಅಮಾತ್ಯರೆ, ಅವಳ ತಾಯಿಯನ್ನು ಕೇಳದೆ ನಾನೇ ನಿರ್ಧಾರ ತೆಗೆದು ಕೊಳ್ಳುವಂತಿಲ್ಲ, ನಮ್ಮ ಶ್ರೀಧರನನ್ನು ಉಜ್ಜಯಿನಿಗೆ ಕಳಿಸಿ, ಅವಳು ಒಪ್ಪಿದರೆ ಮುಂದಿನ ಯೋಚನೆ ಮಾಡಬಹುದು.''

''ಸರಿ, ಬೇಗ ನಿರ್ಧಾರ ಮಾಡು'' ಎಂದು ಆಜ್ಞೆ ಮಾಡುವಂತೆ ಹೇಳಿ ಶ್ರೀಯಕ ಹೊರಟು ಹೋದ.

ಅವನು ಹೊರಬಾಗಿಲು ದಾಟುತ್ತಿದ್ದಂತೆ, ಕೋಣೆಯಿಂದ ಬಿರುಗಾಳಿಯಂತೆ ಬಂದ ಕೇತಕಿ ಕೋಪದಿಂದ ಹೇಳಿದಳು, ''ಪಾಪಿ, ಅಮಾತ್ಯನಂತೆ ಅಮಾತ್ಯ ! ಇರುವುದೆಲ್ಲಾ ಬರೀ ನೀಚ ಬುದ್ಧಿ. ಹೆಣ್ಣುಗಳೆಂದರೆ ತನ್ನ ಸ್ವಾರ್ಥಕ್ಕಾಗಿ ಬಳಸುವ ವಸ್ತುಗಳೆಂದುಕೊಂಡಿದ್ದಾನೆ. ಅಮ್ಮ, ನಾನು ಈಗಲೇ ಹೇಳಿಬಿಟ್ಟಿದ್ದೇನೆ, ನಾನಂತೂ ಅವನ ತಾಳಕ್ಕೆ ಕುಣಿಯುವುದಿಲ್ಲ. ಬೇಕಾದರೆ ನಾನು ನಾಳೆಯೇ ಹೊರಟು ಹೋಗುತ್ತೇನೆ.''

ಮಂಗಳೆಗೆ ಬಹಳ ನೋವಾಗಿತ್ತು. ಕೇತಕಿ ಇನ್ನೂ ಹದಿನಾರು, ಹದಿನೇಳು ವರ್ಷದವಳು. ಅವಳು ನೃತ್ಯ ಗಾಯನದಲ್ಲಿ ಸುಗಂಧಿಗೆ ಜೊತೆಯಾಗಿದ್ದಳೇ ಹೊರತು, ಈ ಬಗೆಯ ವೃತ್ತಿಗೆ

ಅವಳನ್ನು ತೊಡಗಿಸಿರಲಿಲ್ಲ. ಸುಗಂಧಿ ಚರಣರ ಘಟನೆಯ ನಂತರ ಮಂಗಳೆಗೆ ತನ್ನ ವೃತ್ತಿಯ ಬಗ್ಗೆಯೇ ಜಿಗುಪ್ಸೆಯಾಗಿತ್ತು. ಸಾಧ್ಯವಾದರೆ ಕೇತಕಿ ಮತ್ತು ಉಳಿದ ಹುಡುಗಿಯರನ್ನು ಚರಣನ ಸಹಾಯದಿಂದ ಯಾರ ಜೊತೆಯಲ್ಲಾದರೂ ವಿವಾಹ ಮಾಡಿಕೊಡಬೇಕೆಂದು ಆಲೋಚಿಸಿದ್ದಳು. ಆದರೆ ಶ್ರೀಯಕ ಕೇತಕಿಯ ಮೇಲೂ ದೃಷ್ಟಿಹಾಯಿಸುವನೆಂದು ಅವಳು ಭಾವಿಸಿರಲಿಲ್ಲ. ''ಕೇತಕಿ'' ಮಂಗಳೆ ನೋವಿನಿಂದಲೇ ಹೇಳಿದಳು, ''ನಮ್ಮ ವೃತ್ತಿಯಲ್ಲಿ ವ್ಯಕ್ತಿಗಳಿಗೆ ಮತ್ತು ಅವರ ಮನಸ್ಸಿನ ಭಾವನೆಗಳಿಗೆ ಬೆಲೆಯೇ ಇಲ್ಲವೆಂದು ಈಗ ಅರ್ಥವಾಯಿತು. ಆದರೆ ನಾನು ಮತ್ತು ನನ್ನ ಮಗಳು ಹಿಂದಕ್ಕೆ ಬರಲಾಗದಷ್ಟು ದೂರ ಹೋಗಿಬಿಟ್ಟಿದ್ದೇವೆ. ನೀನು ಮತ್ತು ಉಳಿದ ಹುಡುಗಿಯರ ಸ್ಥಿತಿಯೂ ಅದೇ ಆಗಲು ನಾನು ಬಿಡುವುದಿಲ್ಲ. ಒಂದು ಕೆಲಸ ಮಾಡು, ಶ್ರೀಧರನನ್ನು ಕರೆದುಕೊಂಡು ಪುರುಷಪುರಕ್ಕೆ ಹೋಗಿಬಿಡು. ಬಹುಶಃ ಅಲ್ಲಿ ಚಂದ್ರಗುಪ್ತನ ತಾಯಿಯೂ ಇರಬಹುದು. ಅವರ ಆಸರೆ ದೊರಕಿಬಿಟ್ಟರೆ ಆಮೇಲೆ ಭಯವಿಲ್ಲ.''

''ಹಾಗೆ ಮಾಡಿದರೆ ಶ್ರೀಯಕ ನಿನ್ನನ್ನು ಸುಮ್ಮನೆ ಬಿಡುತ್ತಾನೆಯೇ ?'' ಕೇತಕಿ ಆತಂಕದಿಂದ ಕೇಳಿದಳು.

''ಅದನ್ನು ನಾನು ನೋಡಿಕೊಳ್ಳುತ್ತೇನೆ. ಸಾಧ್ಯವಾದರೆ ಭಾಗುರಾಯಣನನ್ನು ಕಂಡು ವಿಷಯ ತಿಳಿಸುತ್ತೇನೆ. ನೀವಾದರೂ ಸುರಕ್ಷಿತವಾಗಿರಿ. ಆಮೇಲೆ ಅದೃಷ್ಟ ಹೇಗಿರುವುದೋ ನೋಡೋಣ.''

ಕೇತಕಿ ಅಳತೊಡಗಿದಳು. ''ಅಮ್ಮ, ನಿನ್ನನ್ನು, ಸುಗಂಧಿಯನ್ನು ಬಿಟ್ಟು ಹೋಗುವುದಿಲ್ಲ. ಆದದ್ದಾಗಲಿ, ನಾನು ಇಲ್ಲಿಯೇ ಇರುತ್ತೇನೆ.''

''ಬೇಡ ಕೇತಕಿ, ಅದೃಷ್ಟವಿದ್ದರೆ ಮತ್ತೆ ಭೇಟಿ ಮಾಡೋಣ. ನೀನು ಮತ್ತು ಹುಡುಗಿಯರು ಹೋಗಲೇಬೇಕು. ಅಲ್ಲಿದ್ದರೆ ನಿಮ್ಮ ಭವಿಷ್ಯದ ಭಾಗ್ಯದ ಬಾಗಿಲು ತೆರೆಯಬಹುದು, ನಮ್ಮ ಕುಲದ ಶಾಪದಿಂದ ಮುಕ್ತಿ ದೊರೆಯಬಹುದು'' ಎಂದು ತಡೆದುಕೊಳ್ಳಲಾಗದೆ ಅವಳು ಕೇತಕಿಯನ್ನು ತಬ್ಬಿಕೊಂಡು ಅವಳೊಂದಿಗೆ ಬಿಕ್ಕಿ ಬಿಕ್ಕಿ ಅಳತೊಡಗಿದಳು. ಆ ಸದ್ದು ಕೇಳಿ ಒಳಕೋಣೆಯಿಂದ ಹೊರಬಂದ ಹುಡುಗಿಯರು, ನಿರಂಜನ ಮತ್ತು ಶ್ರೀಧರ ಮಂಕಾಗಿ ಅವರನ್ನೇ ನೋಡುತ್ತಿದ್ದರು.

### ೪

ಚಂದ್ರಗುಪ್ತ ಮತ್ತು ಚರಣ ಪಿಪ್ಪಲಿವನದತ್ತ ಹೊರಟ ಮೇಲೆ, ಚಾಣಕ್ಯ ಮತ್ತು ಪ್ರಭಂಜನ ಶ್ರಾವಸ್ತಿಯ ಗುಡ್ಡಗಳತ್ತ ಹೊರಟರು. ಮಾತಂಗ ಹೇಳಿದ್ದ ಸ್ಥಳ ತಲಪುವ ವೇಳೆಗೆ ಸೂರ್ಯಾಸ್ತವಾಗುತ್ತಿತ್ತು. ಅವನು ಸೂಚಿಸಿದ್ದಂತೆ ಒಂದು ಗುಡ್ಡದ ಮೇಲೆ ನಿಂತು ಚಾಣಕ್ಯ ''ಮಾತಂಗಾ, ಮಾತಂಗಾ'' ಎಂದು ಎರಡು ಮೂರು ಸಲ ಕೂಗಿದ. ಸ್ವಲ್ಪ ಹೊತ್ತು ಯಾವ ಪ್ರತಿಕ್ರಿಯೆಯೂ ಬರಲಿಲ್ಲ. ಅವನೇನಾದರೂ ತನ್ನ ನೆಲೆ ಬದಲಿಸಿ ಬೇರೆ ಕಡೆಗೆ ಹೋಗಿಬಿಟ್ಟಿದ್ದಾನೋ, ಎಂದು ಚಾಣಕ್ಯನಿಗೆ ಆತಂಕವಾಯಿತು. ಅಥವಾ ಒಬ್ಬ ಕಳ್ಳನ ಮಾತನ್ನು ನಂಬಿ ಇಷ್ಟು ದೂರ ಬಂದದ್ದು ಮೂರ್ಖತನವಾಯಿತೇನೋ, ಎಂಬ ಸಂದೇಹವೂ ಬಂತು. ಮತ್ತೊಮ್ಮೆ ಕೂಗಿದ. ಹತ್ತಿರದ ಪೊದೆಗಳ ಮರೆಯಿಂದ ಐದಾರು ಜನ ಹಠಾತ್ತನೆ ನುಗ್ಗಿ

ಬಂದರು. ಇವರು ಬೆಚ್ಚಿ ಬಿದ್ದರು. ಅವರ ಕೈಗಳಲ್ಲಿ ಕತ್ತಿಗಳಿದ್ದವು. ಅವರಲ್ಲಿ ಒಬ್ಬ "ಯಾರು ನೀವು? ನಮ್ಮ ನಾಯಕನ ಬಳಿ ನಿಮಗೇನು ಕೆಲಸ?" ಎಂದು ಒರಟಾಗಿ ಕೇಳಿದ.

"ನಾನು ಚಾಣಕ್ಯನೆಂದು, ಹಿಂದೆ ಒಮ್ಮೆ ಮಾತಂಗನನ್ನು ಭೇಟಿ ಮಾಡಿದ್ದೆ" ಎಂದ ಚಾಣಕ್ಯ.

ಗುಂಪಿನಲ್ಲಿದ್ದ ಒಬ್ಬ ಚಾಣಕ್ಯನನ್ನು ಗುರುತು ಹಿಡಿದು "ಓ ನೀವಾ! ಆ ದಿನ ನಮಗೆಲ್ಲ ಊಟ ಹಾಕಿದವರು" ಎಂದು ಜ್ಞಾಪಿಸಿಕೊಂಡು, "ಬನ್ನಿ, ನಾವು, ನಮ್ಮ ನಾಯಕ ಆಗಾಗ ನಿಮ್ಮನ್ನು ನೆನಪು ಮಾಡಿಕೊಳ್ಳುತ್ತಲೇ ಇರುತ್ತೇವೆ" ಎಂದು ಜೊತೆಯಲ್ಲಿ ಕರೆದೊಯ್ದ. ಅಷ್ಟು ಹೊತ್ತಿಗೆ ಕತ್ತಲಾಯಿತು.

ಕತ್ತಲೆಯಲ್ಲಿ ಅವರೊಂದಿಗೆ ಸ್ವಲ್ಪದೂರ ನಡೆದ ನಂತರ ಮಾತಂಗನ ನೆಲೆ ಸಿಕ್ಕಿತು. ದೂರದಿಂದಲೇ ಹೋಗೆಯೇಳುವುದು ಕಾಣಿಸುತ್ತಿತ್ತು. ಜನರ ಗುಜು ಗುಜು ಮಾತೂ ಕೇಳಿಸುತ್ತಿದ್ದವು. ಎರಡು ಬೃಹತ್ ಬಂಡೆಗಳು ಒಂದಕ್ಕೊಂದು ತಾಗಿ ನೈಸರ್ಗಿಕವಾಗಿ ರೂಪುಗೊಂಡಿದ್ದ ಗುಹೆಯಂತಿದ್ದ ವಿಶಾಲವಾದ ಅಡಗುದಾಣ ಅದಾಗಿತ್ತು. ಪಕ್ಕದಲ್ಲಿ ಮರಗಳು ಒತ್ತಾಗಿ ಬೆಳೆದಿದ್ದುದರಿಂದ ತಕ್ಷಣಕ್ಕೆ ಆ ಸ್ಥಳದ ಗುರುತು ಹತ್ತುತ್ತಿರಲಿಲ್ಲ. ಜೊತೆಯಲ್ಲಿದ್ದವನು ಬಾಗಿಲಲ್ಲಿ ನಿಂತು ಜೋರಾಗಿ ಕೂಗಿದ. ಮಾತಂಗ ತಾನೇ ಓಡಿ ಬಂದ. ಚಾಣಕ್ಯರನ್ನು ಕಂಡು ಅವನ ಮುಖ ಅರಳಿತು. "ಬನ್ನಿ ಬನ್ನಿ, ಸ್ವಾಗತ ಸುಸ್ವಾಗತ! ಇಷ್ಟು ಕಾಲದ ಮೇಲೆ ತಮ್ಮ ದರ್ಶನಲಾಭವಾಯಿತಲ್ಲಾ, ಅದೇ ನನ್ನ ಪುಣ್ಯ" ಎಂದು ನಮಸ್ಕರಿಸಿ ಸ್ವಾಗತಿಸಿದ. ಚಾಣಕ್ಯ ಪ್ರಭಂಜನನ ಪರಿಚಯ ಮಾಡಿಕೊಟ್ಟ.

ಒಳಗೆ ಹೋದರು. ಎಲ್ಲ ಒಂದು ಕಡೆ ಕುಳಿತರು. ಮಾತಂಗ ಮೊದಲು ಅವರ ಸ್ನಾನಾದಿಗಳಿಗೆ ವ್ಯವಸ್ಥೆ ಮಾಡಿದ. ನಂತರ ಎಲ್ಲರೊಡನೆ ಕುಳಿತು ಚಾಣಕ್ಯ ಮತ್ತು ಪ್ರಭಂಜನ ಊಟ ಮಾಡಿದರು. ಊಟ ಮುಗಿಸಿ ಎಲ್ಲ ಮಲಗಲು ಹೋದರು. ಒಂದು ಕಡೆ ಮಾತಂಗ ಚಾಣಕ್ಯ ಮತ್ತು ಪ್ರಭಂಜನನಿಗೆ ತನ್ನ ಜೊತೆಯಲ್ಲೇ ಮಲಗಲು ವ್ಯವಸ್ಥೆ ಮಾಡಿದ.

"ದರಿದ್ರ ಊಟ, ನಿಮಗೆ ಹಿಡಿಸಿತೋ ಇಲ್ಲವೋ" ಎಂದ ಮಾತಂಗ.

"ನಿನ್ನ ಸಜ್ಜನಿಕೆಯ ಭಾವನೆ ಎಂಥ ಊಟವನ್ನೂ ಅಮೃತ ಮಾಡಿಬಿಡುತ್ತದೆ ಮಾತಂಗ" ಎಂದ ಚಾಣಕ್ಯ.

"ಒಬ್ಬ ಕಳ್ಳನನ್ನು ಸಜ್ಜನನೆಂದು ಕರೆಯುವುದು ನಿಮ್ಮ ದೊಡ್ಡತನ. ಬೇರೆಯವರು ನಿಮ್ಮನ್ನು ಮೂರ್ಖನೆಂದೂ ಕರೆಯಬಹುದು." ಮಾತಂಗ ನಕ್ಕ.

"ಕರೆಯಲಿ ಚಿಂತೆಯಿಲ್ಲ" ಚಾಣಕ್ಯ ಹೇಳಿದ, "ಕಳ್ಳನಲ್ಲಿರುವಷ್ಟು ಸಜ್ಜನಿಕೆ ಮಗಧದ ಚಕ್ರವರ್ತಿಯಲ್ಲಿದ್ದಿದ್ದರೆ ನೀನು, ನಿನ್ನಂತೆ ಹಲವರು ಕಳ್ಳರಾಗುತ್ತಿರಲಿಲ್ಲ."

"ಆ ಮಾತು ನಿಜ. ಮಗಧದ ರಾಜಾಧಿಕಾರಗಳ ಭ್ರಷ್ಟತನಕ್ಕಿಂತ ನನ್ನ ಕಳ್ಳತನ ಕೀಳಲ್ಲ ಎಂಬ ನಂಬಿಕೆ ನನಗಿದೆ. ಕಡೇಪಕ್ಷ ನಾವು ಬಡವರನ್ನು ಸುಲಿಯುವುದಿಲ್ಲ."

"ಅದಿರಲಿ, ಈಗ ನಾನು ಏಕೆ ಬಂದಿದ್ದೇನೆ ಗೊತ್ತೆ?"

"ಆ ದಿನ ನೀವು ಹೇಳಿದ ಹಾಗೆ ಮಗಧದ ಸಿಂಹಾಸನದ ವಿರುದ್ಧ ಕಾರ್ಯಾಚರಣೆಯನ್ನು ಆರಂಭಿಸಿರಬೇಕು."

"ಹೌದು, ಆದರೆ ಇದು ಖಚಿತ ಆರಂಭವಲ್ಲ, ಆರಂಭಿಸುವ ಮೊದಲಿನ ಸಿದ್ಧತೆ. ನಮ್ಮ ಸಾಮರ್ಥ್ಯ ಮತ್ತು ಸಂಪನ್ಮೂಲಗಳನ್ನು ದೃಢಪಡಿಸಿಕೊಂಡ ಮೇಲೆ ತಾನೆ ಮುಂದೆ ಹೆಜ್ಜೆಯಿಡಬೇಕು ?"

"ಹೌದು ಅದು ನಿಜ, ನನ್ನಲ್ಲಿ ಹೆಚ್ಚು ಧನವಿಲ್ಲ, ಇತ್ತೀಚೆಗೆ ಅಮಾತ್ಯ ರಾಕ್ಷಸನ ಬಿಗಿ ವ್ಯವಸ್ಥೆಗಳ ನಡುವೆ ನಮ್ಮ ವೃತ್ತಿಗೆ ಹಿನ್ನಡೆಯುಂಟಾಗಿದೆ."

"ನನಗೆ ಧನಬಲಕ್ಕಿಂತ ಹೆಚ್ಚಾಗಿ ಜನಬಲ ಬೇಕಾಗಿದೆ. ನಿನ್ನ ಜೊತೆ ಎಷ್ಟು ಜನರಿದ್ದಾರೆ ?"

"ಸರಿಯಾದ ಸಂಖ್ಯೆಯೆಂದರೆ ಇನ್ನೂರು ಜನರಿದ್ದಾರೆ. ನಮ್ಮ ಅಭಿಮಾನಿಗಳ ಲೆಕ್ಕ ಅಂದರೆ ದೊಡ್ಡ ದೊಡ್ಡ ಊರುಗಳಲ್ಲಿ ನಮ್ಮ ಬಗ್ಗೆ ಸಹಾನುಭೂತಿಯಿರುವವರು, ಮಾಹಿತಿ ಕೊಡುವವರು ಎಲ್ಲ ಸೇರಿದರೆ ಸಾವಿರ ಮುಟ್ಟಬಹುದು."

"ಇನ್ನೊಂದು ಸಾವಿರ ಜನರನ್ನು ನಾವು ಸೇರಿಸಲಾಗುವುದಿಲ್ಲವೆ ಪ್ರಭಂಜನ ?"

"ಸಾಧ್ಯ" ಪ್ರಭಂಜನ ಹೇಳಿದ, "ಸಹದೇವ ಮತ್ತು ಧನಂಜಯನ ಕಡೆಯವರು ಸೇರಿದರೆ ಆ ಸಂಖ್ಯೆಗೆ ಸಮೀಪ ಬರಬಹುದು."

"ಹಾಗಾದರೆ ಒಂದು ಪುಟ್ಟ ಸೈನ್ಯವೇ ಆಯಿತಲ್ಲ ?" ಎಂದ ಮಾತಂಗ ಉತ್ಸಾಹದಿಂದ.

"ಅಷ್ಟು ಜನರಿಗೆ ಆಯುಧಗಳನ್ನು ಒದಗಿಸುವುದು ಸಮಸ್ಯೆಯಾಗಬಹುದು" ಎಂದ ಪ್ರಭಂಜನ.

"ಅದರ ಚಿಂತೆ ಬಿಡಿ" ಮಾತಂಗ ಹೇಳಿದ, "ನಮ್ಮ ಗುಂಪಿನಲ್ಲಿ ಕಮ್ಮಾರರೂ ಇದ್ದಾರೆ. ಇಲ್ಲೇ ಕುಲುಮೆ ಹಾಕಿ ಬೇಕಾದ ಆಯುಧಗಳನ್ನು ಬೇಕಾದಷ್ಟು ಮಾಡಿಸಬಹುದು. ಅಗತ್ಯವಾದಷ್ಟು ಕಬ್ಬಿಣ ಒದಗಿಸಿದರಾಯಿತು. ಆದರೆ ಸದ್ಯಕ್ಕೆ ಅದರ ಆವಶ್ಯಕತೆಯಿಲ್ಲ, ಏಕೆಂದರೆ ಈಗಾಗಲೇ ನಮ್ಮಲ್ಲಿ ಸಾಕಷ್ಟು ಕತ್ತಿ, ಗುರಾಣಿಗಳು, ಬಿಲ್ಲು ಬಾಣಗಳು, ಭಲ್ಲೆ ಕಠಾರಿಗಳ ಸಂಗ್ರಹವಿದೆ."

"ಒಳ್ಳೆಯದು. ನಿಮ್ಮೆಲ್ಲರ ಪೋಷಣೆಯ ಹೊಣೆ ನನಗಿರಲಿ. ಆದರೆ ಇಲ್ಲಿಗೆ ನಾನು ಕಳಿಸಲಿರುವ ಹೊಸಬರಿಗೆ ಯುದ್ಧ ಕಲೆಯ ಅಭ್ಯಾಸ ಒದಗಿಸಬೇಕು. ಅದು ಸಾಧ್ಯವೇ ?"

"ಖಂಡಿತ. ನಮಗೆ ಅದಕ್ಕಿಂತ ಮಹತ್ವದ ಕೆಲಸ ಬೇರೆ ಯಾವುದಿದೆ ?"

"ನಿನ್ನ ಜೊತೆಗೆ ಚಂದ್ರಗುಪ್ತ ಮತ್ತು ಚರಣ ಕೂಡ ಬರುತ್ತಾರೆ."

"ಚಂದ್ರಗುಪ್ತನೆಂದರೆ ಮಗಧದ ತುಂಬ ಜನ ಮಾತಾಡಿಕೊಳ್ಳುತ್ತಿರುವ ಚಂದ್ರಗುಪ್ತ ಮೌರ್ಯನೇ ?"

"ಹೌದು ಅವನೇ. ಅವನೇ ಮಗಧದ ಮುಂದಿನ ಚಕ್ರವರ್ತಿ."

"ಹಾಂ !" ಮಾತಂಗ ಚಕಿತನಾದ, "ಮುಂದಿನ ಚಕ್ರವರ್ತಿಯೇ !"

"ಹೌದು, ಧನನಂದನ ವಿನಾಶದೊಂದಿಗೆ ಮಗಧದ ಸಿಂಹಾಸನದ ಮೇಲೆ, ಧರ್ಮನೀತಿಗಳಿಂದ ಆಳಬಲ್ಲ ಚಕ್ರವರ್ತಿಯನ್ನು ಕೂಡಿಸಬೇಕೆಂಬುದು ನನ್ನ ಪ್ರತಿಜ್ಞೆ. ಅದೇ ನನ್ನ ಜೀವಿತದ ಗುರಿ."

"ನಾವೆಲ್ಲ ನಿಮ್ಮ ಜೊತೆಗಿದ್ದೇವೆ. ಸಮಯ ಬಿದ್ದರೆ ಇಡೀ ಮಗಧವೇ ನಿಮ್ಮ ಬೆಂಬಲಕ್ಕೆ ನಿಲ್ಲುತ್ತದೆ. ನಿಮ್ಮ ಪ್ರತಿಜ್ಞೆ ಈಡೇರುತ್ತದೆ."

ನಂತರ ಚಾಣಕ್ಯ ಸದ್ಯದಲ್ಲಿ ತಾನು ಮಾಡಿರುವ ಯೋಜನೆಯನ್ನೆಲ್ಲ ವಿವರಿಸಿದ. ತಾನು ಅಲ್ಲಿಂದ ಹೋದ ನಂತರ ಚಂದ್ರಗುಪ್ತ, ಚರಣ ಮತ್ತು ಹೊಸ ತರುಣರ ತಂಡ ಯಾವಾಗ ಬೇಕಾದರೂ ಬರಬಹುದೆಂದೂ, ಅವರೆಲ್ಲರ ಊಟೋಪಚಾರಗಳಿಗೆ ಅಗತ್ಯವಾದ ಆಹಾರ ಸಾಮಗ್ರಿಗಳನ್ನು ತಾನು ಹಸ್ತಿನಾವತಿಯಿಂದ ಕಳಿಸಿಕೊಡುವುದಾಗಿಯೂ ಹೇಳಿದ. ಅದಕ್ಕಾಗಿ ಮಾತಂಗನ ಕಡೆಯ ಹತ್ತು ಜನರನ್ನು ತನ್ನ ಜೊತೆಯಲ್ಲಿ ಕರೆದೊಯ್ಯಲು ನಿರ್ಧರಿಸಿದ. ಕಡೆಯಲ್ಲಿ ಹೇಳಿದ, “ಹೊಟ್ಟೆ ತುಂಬ ಊಟ ಮಾಡಿ. ಹೊಸ ಸಾಮ್ರಾಜ್ಯ ಸ್ಥಾಪನೆಯ ಹಿರಿಯ ಗುರಿ ಸಾಧನೆಯನ್ನು ಮನಸ್ಸಿನಲ್ಲಿಟ್ಟುಕೊಂಡು ಯೋಧರಾಗಿ, ಯೋಧರನ್ನು ಸಿದ್ಧಪಡಿಸಿ. ನಮ್ಮ ಕೆಲಸವಾಗುವವರೆಗೆ ನೀವ್ಯಾರೂ ಕಳ್ಳತನ ಮಾಡಬೇಕಾಗಿಲ್ಲ.”

ಮಾತಂಗ ಅದಕ್ಕೆ ಒಪ್ಪಿದ. ಅವನು ನಿಜವಾಗಲೂ ಅತ್ಯಂತ ಉತ್ಸಾಹಿತನಾಗಿದ್ದ. ಅವನೆಂದ, “ಹೀಗೆ ತಲೆಮರೆಸಿಕೊಂಡೇ ನಮ್ಮ ಬದುಕು ಮುಗಿದು ಹೋಗಬಹುದೇನೋ, ಅಂದುಕೊಂಡಿದ್ದೆ. ಆದರೆ ತಮ್ಮ ಕೃಪೆಯಿಂದ ನಮ್ಮ ಬದುಕಿಗೂ ಒಂದು ಅರ್ಥ ಬಂತು. ನಾವೆಲ್ಲ ಪ್ರಾಣ ಪಣವಿಟ್ಟು ಹೋರಾಡುತ್ತೇವೆ. ಎರಡು ಸಾವಿರ ಸಂಖ್ಯೆಯ ಸೈನ್ಯ, ಇಪ್ಪತ್ತು ಸಾವಿರ ಸೈನ್ಯದ ಸಾಹಸ ತೋರುವಂತೆ ಸಿದ್ಧಪಡಿಸುವ ಹೊಣೆ ನಮ್ಮದು.”

ಚಾಣಕ್ಯನಿಗೆ ಸಮಾಧಾನವಾಯಿತು. ಬೆಳಿಗ್ಗೆ ಹೇಳಬೇಕಾದ ವಿವರಗಳನ್ನೆಲ್ಲ ಹೇಳಿ ಪ್ರಭಂಜನ ಮತ್ತು ಹತ್ತುಜನ ಮಾತಂಗನ ಸಹಚರರೊಂದಿಗೆ ಅವನು ಹಸ್ತಿನಾವತಿಯ ಕಡೆಗೆ ಹೊರಟ.

★ ★ ★

ಚಂದ್ರಗುಪ್ತ ಮತ್ತು ಚರಣ ಯಾತ್ರಿಕರಂತೆ ವೇಷ ಮರೆಸಿಕೊಂಡು ಪಿಪ್ಪಲಿವನದ ಧರ್ಮಶಾಲೆಯಲ್ಲಿ ವಸತಿ ಏರ್ಪಡಿಸಿಕೊಂಡರು. ಅಲ್ಲಿ ಚರಣನ ಪರಿಚಯ ಯಾರಿಗೂ ಇಲ್ಲದಿದ್ದರೂ, ಚಂದ್ರಗುಪ್ತ ಅಲ್ಲೇ ಹುಟ್ಟಿ ಬೆಳೆದು ಸಾಕಷ್ಟು ವರ್ಷಗಳನ್ನು ಕಳೆದಿದ್ದುದರಿಂದ, ಅವನು ಬಹಳ ಎಚ್ಚರಿಕೆಯಿಂದ ಗುರುತು ಮರೆಸಿಕೊಳ್ಳಬೇಕಾಗಿತ್ತು. ಜೊತೆಗೆ ಒಂದೇ ನೋಟಕ್ಕೆ ಆಕರ್ಷಿಸಬಲ್ಲ ಅವನ ತೇಜಸ್ಸು ಕೂಡ ಗಮನ ಸೆಳೆಯಬಹುದಾಗಿತ್ತು. ಆದಕ್ಕಾಗಿ ಅವನು ಗಡ್ಡ ಮೀಸೆಗಳನ್ನು ಬೆಳೆಸಿಕೊಂಡು ತೀರ ಸಾಧಾರಣ ಉಡುಪನ್ನು ಧರಿಸಿಕೊಂಡಿದ್ದ.

ಧರ್ಮಶಾಲೆಯಲ್ಲಿ ರಾತ್ರಿ ಮಲಗಿದಾಗ ಇಬ್ಬರೂ ಪಿಸುದನಿಯಲ್ಲಿ ಮಾತಾಡಿಕೊಂಡರು. ತನ್ನ ತಂದೆ ತಾತಂದಿರು ಬಾಳಿದ, ತಾನು ಹುಟ್ಟಿ ಬೆಳೆದ ಊರಿನ ಬಗ್ಗೆ ಚಂದ್ರಗುಪ್ತನ ಆಪ್ತಭಾವನೆಗಳು ಜಾಗೃತಗೊಂಡಿದ್ದವು. ತನ್ನದೇ ಊರಿಗೆ ತಾನು ಪರದೇಸಿಯಂತೆ ಬರುವಂತಾಯಿತಲ್ಲಾ ಎಂಬ ನೋವು ಎಷ್ಟು ತೀವ್ರವಾಗಿತ್ತೋ, ಅಷ್ಟೇ ಅಥವಾ ಅದಕ್ಕಿಂತ ಹೆಚ್ಚಾದ ಕೋಪ ಧನನಂದನ ಮೇಲಿತ್ತು.

“ನಿನ್ನ ಊರು ಸುಂದರವಾಗಿದೆ ಚಂದ್ರಗುಪ್ತ” ಎಂದ ಚರಣ.

“ಹೌದು ನನ್ನ ಊರು ಸುಂದರವಾಗಿದೆ” ಚಂದ್ರಗುಪ್ತ ಹೇಳಿದ, “ನಾನು ಇಲ್ಲಿ ಹೆಜ್ಜೆಯಿಟ್ಟೊಡನೆ, ಇಲ್ಲಿ ಕಳೆದ ಪ್ರತಿಯೊಂದು ಕ್ಷಣಗಳೂ ನೆನಪಿನಲ್ಲಿ ನುಗ್ಗಿ ಬರುತ್ತಿವೆ. ಎಷ್ಟೋ ಸಲ ಈ ಬೀದಿಯಲ್ಲೇ ಕುದುರೆಯೇರಿ ಸಾಗಿದ್ದೆ. ಆದರೆ ಆಗ ಮುಂದೊಂದು ದಿನ ಈ ಧರ್ಮಶಾಲೆಯಲ್ಲಿ ಅಪರಿಚಿತನಂತೆ ತಲೆಮರೆಸಿಕೊಳ್ಳಬೇಕಾಗುವುದೆಂದು ಊಹೆಯನ್ನೂ ಮಾಡಿರಲಿಲ್ಲ.”

"ನೊಂದುಕೊಳ್ಳಬೇಡ ಮಿತ್ರ" ಚರಣ ಹೇಳಿದ, "ಚಂದ್ರ ಮೋಡದ ಮರೆಯಲ್ಲಿ ಎಷ್ಟು ಕಾಲ ತಲೆಮರೆಸಿಕೊಂಡಿರಬಲ್ಲ? ಗಾಳಿ ಬೀಸಿಯೇ ಬೀಸುತ್ತದೆ, ಮೋಡಗಳು ಚದರಿ ಹೋಗಿಯೇ ತೀರುತ್ತವೆ. ಪೂರ್ಣಚಂದ್ರನ ತಂಪು ಬೆಳಕು ಜಗತ್ತಿಗೆ ಹಿತ ನೀಡುತ್ತದೆ."

"ನೀನು ಯೋಧನಾಗುವುದರ ಬದಲು ಕವಿಯಾಗಬೇಕಾಗಿತ್ತು" ಎಂದ ಚಂದ್ರಗುಪ್ತ ನಗುತ್ತ.

"ಯೋಧನಾದವನು ಕವಿಯಾಗಲೇ ಬಾರದೆಂದಿದೆಯೇ ?"

"ಅದು ಹೇಗೆ ಸಾಧ್ಯ ? ಸುಲಭವಾಗಿ ಕರಗುವ, ಕನಸುಗಳಲ್ಲಿ ಮುಳುಗಿರುವ ಕವಿ ಯೋಧನಾದರೆ ಅಪಾಯವಲ್ಲವೆ ? ಏಕೆಂದರೆ ಶೌರ್ಯ ಪ್ರದರ್ಶನದ ವೇಳೆ ಅವನು ಕನಸು ಕಾಣುತ್ತ ಕೆಲಸವನ್ನು ಕೆಡಿಸುತ್ತಾನೆ, ಪ್ರಾಣಕ್ಕೂ ಅಪಾಯ ತಂದುಕೊಳ್ಳುತ್ತಾನೆ."

"ನಿನ್ನ ಅಭಿಪ್ರಾಯ ತಪ್ಪು ಚಂದ್ರಗುಪ್ತ" ಚರಣ ಹೇಳಿದ, "ಕನಸು ಕಾಣುವುದು ಎಲ್ಲರ ಸ್ವಭಾವ. ಕನಸಿಲ್ಲದ ಬದುಕು ಇಲ್ಲವೇ ಇಲ್ಲ, ಆದರೆ ಕವಿಯಲ್ಲಿ ಕಂಡ ಕನಸನ್ನು ಮಾತಿನಲ್ಲಿ ಬಣ್ಣಿಸುವ ವಿಶೇಷ ಶಕ್ತಿಯಿರುತ್ತದೆ, ಅಷ್ಟೆ. ಅಂದ ಮಾತ್ರಕ್ಕೆ ಅವನು ಶೌರ್ಯ ಪ್ರದರ್ಶನಕ್ಕೆ ಅರ್ಹನಲ್ಲ ಎಂದು ಅರ್ಥವಲ್ಲ. ಎಲ್ಲರ ದುಃಖ ಅವರವರದು ಮಾತ್ರ ಆದರೆ ಕವಿಯಾದವನು ತನ್ನದರಂತೆ ಇತರರ ದುಃಖವನ್ನೂ ಹಲವರ ಮನಮೋಹಿಸುವ ಸುಂದರ ಗೀತೆಯಾಗಿಸುತ್ತಾನಲ್ಲವೆ ? ಕವಿ ಹೃದಯವುಳ್ಳವನು ಇತರರಿಗಿಂತ ಹೆಚ್ಚು ಸಜ್ಜನನಾಗಿರುತ್ತಾನೆಂದು ನನ್ನ ನಂಬಿಕೆ."

"ಅಂದರೆ ನಾನು ನಿನ್ನಷ್ಟು ಸಜ್ಜನನಲ್ಲವೆಂದು ಪರೋಕ್ಷವಾಗಿ ಹೇಳುತ್ತಿರುವೆಯಾ ?" ಎಂದು ಚಂದ್ರಗುಪ್ತ ನಕ್ಕ.

"ಒಂದು ರೀತಿಯಲ್ಲಿ ಅದು ನಿಜವೆಂದೇ ಹೇಳಬೇಕು" ಚರಣ ಗಾಂಭೀರ್ಯದ ಸೋಗಿನಲ್ಲಿ ಹೇಳಿದ, "ಏಕೆಂದರೆ, ಎಷ್ಟೇ ಆಗಲಿ ನೀನು ಆಳುವವನು. ಆಳುವವನಿಗಿರಬೇಕಾದ ಸಜ್ಜನಿಕೆ ನಿನ್ನಲ್ಲಿದೆ. ಆದರೆ ಅದನ್ನು ಅಧಿಕಾರ ಸ್ಥಾನದಿಂದ ಬಳಸಬಲ್ಲವನು ನನ್ನ ಹಾಗೆ ಸರಳವಾಗಿ, ಬಿಗುಮಾನವಿಲ್ಲದೆ ಪ್ರದರ್ಶಿಸುವುದು ಕಷ್ಟವಾಗಬಹುದು."

"ಎಲಾ ಕಳ್ಳ, ಅಣಕಿಸುತ್ತಿರುವೆಯಾ ?" ಎಂದು ನಗುತ್ತಲೇ ಚಂದ್ರಗುಪ್ತ ಚರಣನ ಬೆನ್ನ ಮೇಲೆ ಗುದ್ದಿದ.

"ಅದಿರಲಿ ಈಗ ಮುಂದಿನ ಕಾರ್ಯಗಳ ಬಗ್ಗೆ ಯೋಚಿಸು. ನನ್ನ ನಿನ್ನ ಸಜ್ಜನಿಕೆಗಿಂತ ಈಗ ಮುಖ್ಯರಾಗಿರುವುದು ಈ ಊರಿನಲ್ಲಿ ನಿನಗೆ ಬೆಂಬಲ ನೀಡಬಲ್ಲ ಸಜ್ಜನರನ್ನು ಹುಡುಕುವುದು."

"ಅದನ್ನೇ ಯೋಚಿಸುತ್ತಿದ್ದೇನೆ. ಆ ಸಜ್ಜನರು ಸ್ವಲ್ಪ ಗಣ್ಯರೂ ಆದರೆ ಒಳ್ಳೆಯದು. ಏಕೆಂದರೆ ಪರಿಚಯವಿರುವ ಹಲವು ಸಾಮಾನ್ಯರಿದ್ದಾರೆ. ಈ ಪರಿಸ್ಥಿತಿಯಲ್ಲಿ ರಹಸ್ಯಪಾಲನೆ ಮಾಡಬೇಕೆಂದರೆ ಸಾಮಾನ್ಯರ ಸಂಪರ್ಕ ಅಪಾಯಕಾರಿಯೆನಿಸುತ್ತಿದೆ."

"ನಿನ್ನ ಆಲೋಚನೆ ಸರಿಯಾಗಿದೆ. ಅಂಥ ಗಣ್ಯ ಪರಿಚಿತರು ಯಾರು ಯಾರಿದ್ದಾರೆಂದು ಮೊದಲು ಯೋಚಿಸು."

"ನನಗೆ ಮೊದಲು ನೆನಪಿಗೆ ಬರುತ್ತಿರುವ ವ್ಯಕ್ತಿಯೆಂದರೆ ನನಗೆ ಯುದ್ಧ ವಿದ್ಯೆಯನ್ನು ಕಲಿಸಿಕೊಟ್ಟ ಶಿವದತ್ತರು. ಆಮೇಲೆ ನಮ್ಮ ತಂದೆಯ ಬಳಿ ಮಂತ್ರಿಯಾಗಿದ್ದ ದೇವಗುಪ್ತರು.

ಇಬ್ಬರೂ ವಯೋವೃದ್ಧರು. ಅವರು ಬದುಕಿರಲಿ, ಎಂದು ಹಾರೈಸುತ್ತೇನೆ. ಇನ್ನೊಬ್ಬ ನನಗೆ ನಿನ್ನಂತೆ ಪ್ರಿಯಮಿತ್ರನಾಗಿದ್ದ ಮಹಾನಂದ.''

''ಇವರು ಮೂವರೂ ಸಾಕಷ್ಟು ಪ್ರಭಾವಶಾಲಿಗಳಾಗಿದ್ದರೆ ಇಷ್ಟೇ ಸಾಕು.''

''ಈ ನಗರದಲ್ಲಿ ಅವರು ಗಣ್ಯರೇ. ಮಹಾನಂದನ ತಂದೆ ಇಡೀ ಊರಿಗೇ ಧನಿಕರು. ದಾನಧರ್ಮಗಳಲ್ಲಿ ಅವರ ಮನೆತನ ಅತ್ಯಂತ ಉದಾರಿಯೆಂದು ಪ್ರಸಿದ್ಧವಾಗಿದೆ.''

''ನಾಳೆ ನಾವು ಯಾರ ಭೇಟಿಯಿಂದ ಆರಂಭಿಸೋಣ ?''

''ಮೊದಲು ನಮ್ಮ ಅರಮನೆಯ ಬಳಿಗೆ ಹೋಗಿ, ಅಲ್ಲಿಯ ಪರಿಸ್ಥಿತಿಯನ್ನು ಗಮನಿಸಿ, ನಂತರ ಮಹಾನಂದನನ್ನು ಭೇಟಿ ಮಾಡೋಣ.''

''ಆಗಬಹುದು.''

ಮರುದಿನ ನಿತ್ಯಕರ್ಮಗಳನ್ನು ಮುಗಿಸಿ ಅವರು ಅರಮನೆಯತ್ತ ಹೊರಟರು. ಹತ್ತಿರ ಬರುತ್ತಿದ್ದಂತೆ ತನ್ನ ಬಾಲ್ಯದ ನೆನಪುಗಳಿಂದ ಚಂದ್ರಗುಪ್ತನ ಮನಸ್ಸು ಭಾರವಾಗುತ್ತಿತ್ತು. ಸುತ್ತಲೂ ಎತ್ತರವಾದ ಗೋಡೆಯಿತ್ತು. ತೆರೆದಿದ್ದ ಮಹಾದ್ವಾರದ ಮೂಲಕ ನೋಡಿದಾಗ, ಒಳಗೆ ಸ್ವಲ್ಪ ಬಯಲು, ಅದರಾಚೆಗೆ ಚಿಕ್ಕದಾದರೂ ಸುಂದರವಾದ ಎರಡು ಅಂತಸ್ತಿನ ಅರಮನೆಯ ಸ್ವಲ್ಪ ಭಾಗ ಕಾಣಿಸುತ್ತಿತ್ತು. ಒಳಗೆ ನಾಲ್ಕಾರು ಜನ, ಬಾಗಿಲಲ್ಲಿ ಇಬ್ಬರು ಆಯುಧಪಾಣಿಗಳು ಕಾವಲು ಕಾಯುತ್ತಿದ್ದರು. ಅರಮನೆಯ ಹೊರಗೋಡೆಯ ಇನ್ನೊಂದು ಪಕ್ಕದ ವಿಶಾಲ ಬಯಲಿನಲ್ಲಿ ಸಾವಿರ ಸಂಖ್ಯೆಯಲ್ಲಿ ಯೋಧರು ಅಭ್ಯಾಸ ನಡೆಸುತ್ತಿದ್ದರು.

''ಅಂದರೆ ಸೇನಾಶಿಬಿರವೂ ಇಲ್ಲೇ ಇದೆ'' ಎಂದು ಚರಣ ಪಿಸುಗುಟ್ಟಿದ.

''ಇದು ಬಹಳ ಅಲ್ಪ ಸೈನ್ಯ. ಇಷ್ಟೇ ಆದರೆ ಚಿಂತೆಯಿಲ್ಲ, ಬೇರೆ ಕಡೆಯಲ್ಲೇನಾದರೂ ಸೈನ್ಯವಿದೆಯೇನೋ ತಿಳಿದುಕೊಳ್ಳಬೇಕು'' ಎಂದ ಚಂದ್ರಗುಪ್ತ.

''ಆದರೆ ಹೇಗೆ ತಿಳಿದುಕೊಳ್ಳುವುದು ?''

''ಬಾ ನನ್ನ ಜೊತೆ'' ಎಂದು ಚಂದ್ರಗುಪ್ತ ಮಹಾದ್ವಾರದ ಕಡೆಗೆ ಹೊರಟ. ಚರಣ ಹಿಂಬಾಲಿಸಿದ. ಅವನಿಗೆ ಚಂದ್ರಗುಪ್ತ ಏನು ಮಾಡುವನೆಂದು ಕುತೂಹಲವಿತ್ತು.

ಚಂದ್ರಗುಪ್ತ ದ್ವಾರಪಾಲಕನ ಬಳಿಗೆ ಬಂದು ಅಮಾಯಕನಂತೆ ''ಮಹಾರಾಜರ ದರ್ಶನ ಎಷ್ಟು ಹೊತ್ತಿನಿಂದ ಎಷ್ಟು ಹೊತ್ತಿನವರೆಗೆ ?'' ಎಂದು ದೈನ್ಯದಿಂದ ಕೇಳಿದ.

ಅವನು ಜೊತೆಯ ದ್ವಾರಪಾಲಕನ ಮುಖ ನೋಡಿ ಚೇಷ್ಟೆಯಿಂದ ನಗುತ್ತ ''ನಿನಗೆ ಮಹಾರಾಜರ ಬಳಿ ಏನು ಕೆಲಸ ?'' ಎಂದ.

''ಬಹಳ ದೂರದ ಊರಿನಿಂದ ಬಂದಿರುವ ಯಾತ್ರಿಕರು ನಾವು. ಇಷ್ಟುದೂರ ಬಂದು ಮಹಾರಾಜರ ದರ್ಶನ ಮಾಡದೆ ಹೋಗಬಹುದೇ ?''

''ಮಹಾರಾಜರನ್ನು ನೋಡಬೇಕೆಂದರೆ ನೀನು ಪಾಟಲೀಪುತ್ರಕ್ಕೇ ಹೋಗಬೇಕು'' ಎಂದು ಅವನು ಜೋರಾಗಿ ನಕ್ಕ. ಅವನ ಜೊತೆಗಾರನೂ ಆ ನಗುವಿನಲ್ಲಿ ಸೇರಿಕೊಂಡ.

''ಅಂದರೆ, ಈ ಅರಮನೆಯಲ್ಲಿ ಮಹಾರಾಜರಿಲ್ಲವೆ ?''

''ಇಲ್ಲ, ಈಗ ಇಲ್ಲಿ ನಮ್ಮ ಸೇನಾನಾಯಕರಾದ ಚಂದ್ರಸೇನರು ವಾಸವಾಗಿದ್ದಾರೆ. ಅವರನ್ನೇ ನೋಡಬೇಕೆಂದು ಕೇಳಬೇಡ. ಅವರು ಹಾಗೆಲ್ಲ ಯಾರನ್ನೂ ನೋಡುವುದಿಲ್ಲ. ಈಗ ಅವರು ಒಳಗೂ ಇಲ್ಲ. ಪಕ್ಕದಲ್ಲಿ ಸೈನ್ಯದ ಅಭ್ಯಾಸ ನಡೆಯುತ್ತಿರುವುದನ್ನು ನೋಡಿದೆ ತಾನೆ ?''

"ನೋಡಿದೆ. ಅಷ್ಟು ಪುಟ್ಟ ಸೈನ್ಯಕ್ಕೆ ಅಭ್ಯಾಸವೇ ? ಉಳಿದ ಸೈನ್ಯಕ್ಕೆ ವಿಶ್ರಾಂತಿಯೇ ?"

"ಈ ಊರಿಗೆ ಇನ್ನೆಷ್ಟು ಬೇಕು ? ಅಗತ್ಯ ಬಿದ್ದರೆ ಗಡಿಯಿಂದ ಬೇಕಾದಷ್ಟು ಸೈನ್ಯ ಬರುತ್ತದೆ."

"ಅದು ಸರಿ, ಅದೆಲ್ಲ ನಿಮಗೇಕೆ ? ನೀನೇನು ಗೂಢಚಾರರೇ ?" ಎಂದು ಇನ್ನೊಬ್ಬ ದ್ವಾರಪಾಲಕ ಮುಖ ಗಂಟಿಕ್ಕಿಕೊಂಡು ಕೇಳಿದ.

"ಇಲ್ಲ ಇಲ್ಲ, ನೀನೇಕೆ ಕೋಪ ಮಾಡಿಕೊಳ್ಳುತ್ತಿ ? ನಾವು ಬರೀ ಯಾತ್ರಿಕರು, ಗೂಢಚರ್ಯ ನಮಗೇನು ಗೊತ್ತು ? ಬರೀ ಕುತೂಹಲದಿಂದ ಕೇಳಿದೆ, ಅಷ್ಟೆ" ಎಂದು ಹೇಳಿ ತಕ್ಷಣ ಅವರು ಅಲ್ಲಿಂದ ಹೊರಟುಬಿಟ್ಟರು.

ತುಸುದೂರ ಬಂದ ನಂತರ ಚಂದ್ರಗುಪ್ತ ಪಿಸುಗುಟ್ಟಿದ. "ಇಷ್ಟೇ ಸೈನ್ಯವಿದ್ದರೆ ಅರಮನೆಯನ್ನು ವಶಪಡಿಸಿಕೊಳ್ಳುವುದು ಕಷ್ಟವಾಗುವುದಿಲ್ಲ."

"ಬರೀ ವಶಪಡಿಸಿಕೊಂಡರೆ ಸಾಲದು, ಉಳಿಸಿಕೊಳ್ಳಬೇಕು, ಮತ್ತೆ ಕೈಬಿಟ್ಟು ಹೋಗದಂತೆ ಎಚ್ಚರವಹಿಸಬೇಕು" ಎಂದ ಚರಣ.

"ಅದಕ್ಕೆ ಏನು ಮಾಡಬೇಕೆಂದು ಆಚಾರ್ಯರು ಸೂಕ್ತ ಸಲಹೆ ನೀಡುತ್ತಾರೆ."

ನಂತರ ಇಬ್ಬರೂ ಮಹಾನಂದನ ಮನೆ ಹುಡುಕಿಕೊಂಡು ಹೊರಟರು. ರಾಜಮಾರ್ಗವನ್ನು ಬಿಟ್ಟು ಎರಡು ಬೀದಿಗಳನ್ನು ದಾಟಿದ ನಂತರ ಒಂದು ಕಡೆಗೆ ಕೈತೋರಿಸಿ ಚಂದ್ರಗುಪ್ತ ಹೇಳಿದ, "ನೋಡು, ಅದೇ ಮಹಾನಂದನ ಮನೆ."

ಚರಣ ಅತ್ತ ನೋಡಿದ. ಅದು ಬರೀ ಮನೆಯಾಗಿರಲಿಲ್ಲ, ಪುಟ್ಟ ಅರಮನೆಯಂಥ ಭವನವಾಗಿತ್ತು. ಅದರ ಹೊರ ರೂಪದಿಂದಲೇ ಮಹಾನಂದನ ಶ್ರೀಮಂತಿಕೆಯನ್ನು ಅಳತೆ ಮಾಡಬಹುದಾಗಿತ್ತು. ಹೊರಬಾಗಿಲ ಬಳಿಯಲ್ಲಿ ಒಬ್ಬ ಕಾವಲುಗಾರನೂ ಇದ್ದ. ಹತ್ತಿರ ಬಂದು "ನಾವು ದೂರದೂರಿನಿಂದ ಬಂದಿರುವ ಯಾತ್ರಿಕರು, ಮಹಾನಂದರನ್ನು ನೋಡಬೇಕಾಗಿದೆ, ಅವರಿಗೆ ತಿಳಿಸುತ್ತೀಯಾ ?" ಎಂದು ಚಂದ್ರಗುಪ್ತ ತನ್ನ ಗುರುತು ಬಿಟ್ಟುಕೊಡದೆ ಹೇಳಿದ.

ಅವನು ಒಳಗೆ ಹೋಗಿ ಬಂದು, ಇವರನ್ನು ಒಳಗೆ ಕರೆದೊಯ್ದು ಪಡಸಾಲೆಯಲ್ಲಿ ಪೀಠಗಳ ಮೇಲೆ ಕೂಡಿಸಿ, ಮತ್ತೆ ಬಾಗಿಲಿಗೆ ಹೋದ. ಎರಡು ಕ್ಷಣಗಳ ನಂತರ ಮಹಾನಂದ ಬಂದ. ಅವನು ಸರಿ ಸುಮಾರು ಚಂದ್ರಗುಪ್ತನ ವಯಸ್ಸಿನವನೇ. ಸಾಕಷ್ಟು ಲಕ್ಷಣವಾಗಿದ್ದ. ದೇಹದ ಆರೋಗ್ಯದಲ್ಲಿ ಶ್ರೀಮಂತಿಕೆಯ ಸುಖದ ಪರಿಣಾಮ ಕಾಣುತ್ತಿದ್ದರೂ, ಮುಖದಲ್ಲಿ ಸಭ್ಯತೆ ಮತ್ತು ನಿರಹಂಕಾರ ಕಾಣಿಸುತ್ತಿತ್ತು. ಅವನ ಮುಖ ಕಂಡ ತಕ್ಷಣ ಚಂದ್ರಗುಪ್ತ ಮತ್ತು ಚರಣ ಎದ್ದುನಿಂತರು. ಮಹಾನಂದ "ಕುಳಿತುಕೊಳ್ಳಿ, ತಾವು ಎಲ್ಲಿಂದ ಬಂದವರು ? ನನ್ನಿಂದೇನಾಗಬೇಕು ?" ಎಂದು ಅವರು ಕುಳಿತ ನಂತರ ತಾನೂ ಕುಳಿತುಕೊಂಡ.

ಮರು ಮಾತಾಡದೆ ಚಂದ್ರಗುಪ್ತ ಎದ್ದು ಹೋಗಿ ಬಾಗಿಲು ಭದ್ರಪಡಿಸಿದ. ಅವನು ಕುತೂಹಲಗೊಂಡ. ಸ್ವಲ್ಪ ಭಯವೂ ಆಯಿತು. "ಯಾರು ? ಯಾರು ನೀವು ? ಏಕೆ ಬಾಗಿಲು ಹಾಕುತ್ತಿದ್ದೀರಿ ?" ಎಂದ ಆತಂಕದಿಂದ.

"ಭಯ ಪಡಬೇಕಾದ ಕಾರಣವಿಲ್ಲ ಮಹಾನಂದ" ಎಂದ ಚಂದ್ರಗುಪ್ತ.

"ನನ್ನ ಹೆಸರು ಹಿಡಿದು ಕರೆಯುತ್ತಿರುವ ನೀನು ಯಾರು ?" ಎಂದ ಮಹಾನಂದ ಅಚ್ಚರಿಯಿಂದ.

"ನಾನು ಮಹಾನಂದ, ನಿನ್ನ ಮಿತ್ರ ಚಂದ್ರಗುಪ್ತ ಮೌರ್ಯ" ಎಂದು ಚಂದ್ರಗುಪ್ತ ತನ್ನ ತಲೆಗೆ ಸುತ್ತಿದ್ದ ಮುಂಡಾಸನ್ನು ತೆಗೆದ.

ದಿಟ್ಟಿಸಿ ನೋಡಿ, ಗುರುತು ಹತ್ತಿ, ಮುಖ ಅರಳಿ ಮಹಾನಂದ "ಚಂದ್ರಗುಪ್ತಾ! ನೀನೇ! ಎಷ್ಟು ಕಾಲವಾಯಿತು ನಿನ್ನನ್ನು ನೋಡಿ" ಎಂದು ಅವನನ್ನು ಬಲವಾಗಿ ಆಲಿಂಗಿಸಿಕೊಂಡ. ಭಾವಾವೇಶದಿಂದ ಅವನ ಕಣ್ಣಲ್ಲಿ ನೀರೇ ಬಂದುಬಿಟ್ಟಿತು. ಚರಣ ಸಂತೋಷದಿಂದ ನೋಡುತ್ತಿದ್ದ.

ಆವೇಶದ ಉಬ್ಬರವಿಳಿದ ನಂತರ ಮಹಾನಂದ ಚಂದ್ರಗುಪ್ತನನ್ನು ಬಿಟ್ಟ. ಅವನು ಚರಣನನ್ನು ಪರಿಚಯಿಸಿದ. "ಎಲ್ಲಿ ಇಳಿದುಕೊಂಡಿದ್ದೀರಿ? ನಿಮ್ಮ ಪದಾರ್ಥಗಳೆಲ್ಲ ಎಲ್ಲಿ?" ಎಂದು ಮಹಾನಂದ ಕೇಳಿದ.

"ಮಹಾನಂದ" ಚರಣ ಹೇಳಿದ, "ನಾವೀಗ ವೇಷ ಮರೆಸಿಕೊಂಡು ಬಂದಿರುವ ವ್ಯಕ್ತಿಗಳು. ನಮ್ಮ ಗುರುತು ಸಿಕ್ಕಿದರೆ ಮಗಧದ ಸೈನ್ಯ ನಮ್ಮನ್ನು ಸುಮ್ಮನೆ ಬಿಡುತ್ತದೆಯೆ?"

"ನಾವು ಈಗ ಯಾತ್ರಿಕರು. ಧರ್ಮಶಾಲೆಯಲ್ಲಿ ಉಳಿದುಕೊಂಡಿದ್ದೇವೆ" ಎಂದ ಚಂದ್ರಗುಪ್ತ.

"ನಿನ್ನ ಊರಿನಲ್ಲಿ ನೀನೇ ಹೀಗೆ, ಅಪರಾಧಿಯಂತೆ ಕದ್ದು ತಿರುಗುವುದು ನನಗೆ ಸಂಕಟವುಂಟುಮಾಡುತ್ತಿದೆ ಚಂದ್ರಗುಪ್ತ" ಎಂದು ಮಹಾನಂದ ನೋವಿನಿಂದ ಹೇಳಿದ.

"ನೀನು, ನಿನ್ನಂಥ ಹಿತೈಷಿಗಳು ಸಹಾಯ ಮಾಡಿದರೆ ಬಹು ಬೇಗನೇ ನಾನು ಸ್ವತಂತ್ರನಾಗಿ, ರಾಜನಾಗಿಯೇ ತಲೆಯೆತ್ತಿ ತಿರುಗಬಹುದು."

"ಹೌದೇ? ಏನು ಮಾಡಬೇಕು ಹೇಳು. ನಿನಗಾಗಿ ನಾನು ಏನು ಮಾಡಲೂ ಸಿದ್ಧ" ಎಂದ ಮಹಾನಂದ ಉತ್ಸಾಹದಿಂದ, "ನನ್ನ ತಂದೆಯವರೂ ಕೂಡ ನಿನ್ನ ಮತ್ತು ನಿನ್ನ ತಾಯಿಯ ದುರದೃಷ್ಟಕ್ಕೆ ಕಡೆಯವರೆಗೂ ಮರುಗುತ್ತಿದ್ದರು."

"ಅಂದರೆ, ಅವರು..."

"ಅವರು ತೀರಿಕೊಂಡು ಒಂದು ವರ್ಷವಾಯಿತು."

"ಛೆ, ವಿಧಿ ಇಷ್ಟು ಬೇಗ ಅವರನ್ನು ಕರೆದೊಯ್ದಿತೆ? ಅವರ ಆಶೀರ್ವಾದ ನನಗೆ ಅಗತ್ಯವಾಗಿತ್ತು."

"ನಾನಿದ್ದೇನೆ ಚಂದ್ರಗುಪ್ತ. ಮಿತ್ರನಿಗೆ ನೆರವು ನೀಡುವ ಒಂದು ಸಣ್ಣ ಅವಕಾಶವನ್ನೂ ನಾನು ಬಿಡುವುದಿಲ್ಲ."

"ಮೊದಲು ಇಲ್ಲಿಗಿಂತ ಏಕಾಂತವಾದ ಒಂದು ರಹಸ್ಯ ಕೋಣೆ ಇದ್ದರೆ, ಅಲ್ಲಿ ವಿವರವಾಗಿ ಮಾತಾಡಬಹುದು. ಜೊತೆಗೆ ಹಸಿವಾಗುತ್ತಿದೆ, ಉಪಾಹಾರದ ವ್ಯವಸ್ಥೆ ಮಾಡಿದರೆ ಸಂತೋಷ" ಎಂದ ಚರಣ.

"ಅದನ್ನು ಕೇಳಬೇಕೇ" ಎಂದು ಮಹಾನಂದ ಅವರನ್ನು ತನ್ನ ಸ್ವಂತ ಕೋಣೆಗೆ ಕರೆದುಕೊಂಡು ಹೋದ.

ಉಪಾಹಾರವಾದ ನಂತರ ಎಲ್ಲ ವಿಷಯಗಳನ್ನು ಚಂದ್ರಗುಪ್ತ ಸಂಕ್ಷಿಪ್ತವಾಗಿ ವಿವರಿಸಿದ. "ಈ ಯೋಜನೆ ಯಶಸ್ವಿಯಾಗುವುದೆಂಬ ಭರವಸೆ ನಿಮಗಿದ್ದರೆ ಖಂಡಿತ ನಾನು ಸಹಾಯ ಮಾಡಬಲ್ಲೆ. ಅರಮನೆಯ ಕಾವಲುಗಾರರೆಲ್ಲ ನನ್ನ ವಿಶ್ವಾಸಿಗಳು" ಎಂದ ಮಹಾನಂದ.

"ಅಷ್ಟು ಸಾಲದು ಮಹಾನಂದ" ಚರಣ ಹೇಳಿದ, "ನಾವು ಅರಮನೆಯನ್ನು ವಶಪಡಿಸಿಕೊಂಡ ನಂತರ ಮಗಧಸೈನ್ಯ ಬಂದರೆ, ಅದನ್ನು ತಡೆಯಲು ನಮಗೆ ನಮ್ಮದೇ ಆದ ಸೈನ್ಯ ಬೇಕು. ಹೋರಾಡುವುದು ಸಾಧ್ಯವಾಗದಿದ್ದರೂ, ಸಂಖ್ಯೆಯಿಂದಲಾದರೂ ಬೆದರಿಕೆ ಒಡ್ಡಿ ನಗರವನ್ನು ಸುರಕ್ಷಿತಗೊಳಿಸಬೇಕು."

"ಹೌದು ಮಹಾನಂದ" ಚಂದ್ರಗುಪ್ತ ಹೇಳಿದ, "ನಾವು ಮಗಧದತ್ತ ಹೊರಟಾಗ ಇದು ಕೈಬಿಟ್ಟು ಹೋಗದಂತೆ ಎಚ್ಚರದಿಂದ ಕಾಪಾಡಬೇಕು."

"ನೀನೇ ಮುಂದಾಳಾಗಿ ನಿಂತಿರುವೆಯೆಂದರೆ ಪಿಪ್ಪಲಿವನದ ಪ್ರತಿಯೊಬ್ಬ ಪ್ರಜೆಯೂ ನಿನ್ನ ಬೆಂಬಲಕ್ಕೆ ನಿಲ್ಲುತ್ತಾನೆಂಬ ನಂಬಿಕೆ ನನಗಿದೆ. ನಿಮ್ಮ ತಂದೆ ರವಿಗುಪ್ತಮೌರ್ಯರನ್ನು ಯಾರೂ ಮರೆತಿಲ್ಲ ಚಂದ್ರಗುಪ್ತ."

"ಶಿವದತ್ತ ಮತ್ತು ದೇವಗುಪ್ತರನ್ನೂ ಭೇಟಿ ಮಾಡಬೇಕೆಂದುಕೊಂಡಿದ್ದೇನೆ."

"ಖಂಡಿತ ಮಾಡು. ನಾನೂ ಜೊತೆಯಲ್ಲಿ ಬರುತ್ತೇನೆ. ಅನುಭವಿಗಳು, ನಿನ್ನ ತಂದೆಯ ಬಗ್ಗೆ ಅಭಿಮಾನವುಳ್ಳವರೂ ಆದ ಅವರ ಜೊತೆ ಚರ್ಚಿಸಿ ಸರಿಯಾದ ಒಂದು ಯೋಜನೆಯನ್ನು ಸಿದ್ಧಪಡಿಸೋಣ."

ಅಲ್ಲದೆ ಅದಕ್ಕೆ ತಗಲುವ ವೆಚ್ಚವನ್ನೂ ತಾನೇ ಭರಿಸುವುದಾಗಿ ಮಹಾನಂದ ಭರವಸೆ ನೀಡಿದ. ನಂತರ ಎರಡು ಮೂರು ದಿನಗಳ ಅವಧಿಯಲ್ಲಿ ಶಿವದತ್ತ ಮತ್ತು ದೇವಗುಪ್ತರನ್ನು ಭೇಟಿಮಾಡಿದರು. ಚಂದ್ರಗುಪ್ತನನ್ನು ಕಂಡು ಅವರ ಸಂತೋಷಕ್ಕೆ ಪಾರವೇ ಇಲ್ಲ, ತಾವು ಬದುಕಿರುವಾಗ ಮತ್ತೆ ಚಂದ್ರಗುಪ್ತನನ್ನು ನೋಡುತ್ತೇವೆಂದು ಅವರು ಊಹೆಯನ್ನೂ ಮಾಡಿರಲಿಲ್ಲ. ಚಂದ್ರಗುಪ್ತ ಮತ್ತೆ ತನ್ನ ತಂದೆಯ ಸ್ಥಾನವನ್ನು ಪಡೆಯುವುದಾದರೆ, ಅದಕ್ಕೆ ತಾವು ಏನೂ ಬೇಕಾದರೂ ಮಾಡಲು ಸಿದ್ಧರಿರುವುದಾಗಿ ಅವರು ಭರವಸೆ ನೀಡಿದರು.

ಎಲ್ಲ ವ್ಯವಸ್ಥೆಗಳ ಬಗ್ಗೆಯೂ ವಿವರವಾಗಿ ಚರ್ಚಿಸಿ ಒಂದು ವಾರದ ನಂತರ ಚಂದ್ರಗುಪ್ತ ಮತ್ತು ಚರಣ ಹಸ್ತಿನಾವತಿಯತ್ತ ಪ್ರಯಾಣ ಬೆಳೆಸಿದರು. ಮಹಾನಂದ, ಶಿವದತ್ತ ಮತ್ತು ದೇವಗುಪ್ತ ಎಲ್ಲ ಸಿದ್ಧತೆಗಳನ್ನೂ ಮಾಡಿಕೊಂಡಿದ್ದು ಚಂದ್ರಗುಪ್ತನಿಂದ ಸುದ್ದಿ ಬಂದ ಕೂಡಲೇ ಕಾರ್ಯಪ್ರವೃತ್ತರಾಗುವುದಾಗಿ ಹೇಳಿ ಬೀಳ್ಕೊಟ್ಟರು.

ಖ

ಚಾಣಕ್ಯ ಮತ್ತು ಪ್ರಭಂಜನ ಹಸ್ತಿನಾವತಿಗೆ ಬಂದಾಗ ವಿಶಾಖ ಬಹಳ ಸಂತೋಷ ಗೊಂಡಳು. "ಚಾಣಕ್ಯ ಹೇಗಿದ್ದಿ? ಇಲ್ಲಿಂದ ಹೋಗಿ ಎಷ್ಟು ಕಾಲವಾಯಿತು? ಒಮ್ಮೆ ಬಂದು ಹೋಗಬಾರದಾಗಿತ್ತೆ?" ಎಂದು ಆಕ್ಷೇಪಣೆಯನ್ನೂ ಮಾಡಿದಳು.

"ಅಮ್ಮಾ, ನೀನು ಆತಂಕಪಡುವಂಥದೇನೂ ಇಲ್ಲ, ನಾನು ಆರೋಗ್ಯವಾಗಿದ್ದೇನೆ. ಬಿಡುವಿಲ್ಲದ ಕೆಲಸ ಕಾರ್ಯಗಳ ನಡುವೆ ಇತ್ತ ಬರಲಾಗಲಿಲ್ಲ, ಅಷ್ಟೆ" ಎಂದು ಚಾಣಕ್ಯ ಪ್ರಭಂಜನನ ಪರಿಚಯ ಮಾಡಿಕೊಟ್ಟ.

ಊಟೋಪಚಾರಗಳ ನಂತರ ಎಲ್ಲ ವಿಷಯಗಳನ್ನೂ ಎಷ್ಟು ಬೇಕೋ ಅಷ್ಟು ತಿಳಿಸಿ, ಚಾಣಕ್ಯ ವಿಶಾಖಳ ಕುತೂಹಲವನ್ನು ತಣಿಸಿದ. "ನೀನು ಏನೇ ಮಾಡು, ಅಪಾಯವಾಗದಂತೆ ಎಚ್ಚರವಹಿಸು" ಎಂದಳು ವಿಶಾಖ.

"ನೀವು ಚಿಂತಿಸಬೇಡಿ ತಾಯಿ" ಪ್ರಭಂಜನ ಹೇಳಿದ, "ಚಾಣಕ್ಯರು ಎಲ್ಲವನ್ನೂ ಆಳವಾಗಿ ಆಲೋಚಿಸಿ, ಖಚಿತವಾದ ಯೋಜನೆಯನ್ನು ರೂಪಿಸುತ್ತಾರೆ. ಅಲ್ಲಿ ಅಪಾಯದ ಸುಳಿವೂ ಇರುವುದಿಲ್ಲ. ಹಾಗೊಂದು ವೇಳೆ ಅಪಾಯ ಸಂಭವಿಸಿದರೂ ಅದನ್ನು ಎದುರಿಸಲು ನೂರಾರು, ಸಾವಿರಾರು ಜನರಿದ್ದಾರೆ."

"ಅಮ್ಮಾ" ಚಾಣಕ್ಯ ಹೇಳಿದ, "ತಾಯಿಯಾದ ನೀನು ನಿನ್ನ ಮಗನ ಯೋಗಕ್ಷೇಮದ ಬಗ್ಗೆ ಚಿಂತೆ ಮಾಡುವುದು ನ್ಯಾಯವೇ ಸರಿ. ಆದರೆ ನನ್ನ ಮಹತ್ವದ ಯೋಜನೆಯಲ್ಲಿ ಕೈಜೋಡಿಸಿರುವ ಸಾವಿರಾರು ಜನರ ತಾಯಂದಿರ ಆತಂಕದ ಬಗ್ಗೆಯೂ ಯೋಚಿಸು. ನಿನ್ನನ್ನೂ ಸೇರಿಸಿಕೊಂಡು ಎಲ್ಲ ತಾಯಂದಿರ ಹರಕೆಯಿಂದಲೇ ನಾವು ನಮ್ಮ ಗುರಿ ಸಾಧಿಸಬೇಕಾಗಿದೆ."

"ಕ್ಷಮಿಸು ಚಾಣಕ್ಯ, ನಿರರ್ಥಕವಾದ ನನ್ನ ಬದುಕಿನಲ್ಲಿ ಲಕ್ಷ್ಮಿ ತಾಯಿಯಾಗಿ ಸಿಕ್ಕಿದಳು, ನೀನು ಮಗನಾಗಿ ಬಂದೆ. ನೀನು ಎಲ್ಲಿ ಕೈಬಿಟ್ಟು ಹೋಗುತ್ತೀಯೋ ಎಂಬ ಭಯ ನನಗೆ" ವಿಶಾಖಳ ಕಣ್ಣಲ್ಲಿ ನೀರು ತುಂಬಿಕೊಂಡಿತು.

"ಸದಾ ನನ್ನ ಶ್ರೇಯಸ್ಸನ್ನು ಕೋರುವ ನಿನ್ನಂಥ ತಾಯಿಯಿರುವಾಗ ನನಗೇನೂ ಆಗುವುದಿಲ್ಲ. ಹೆತ್ತ ತಾಯಿಯ ಪ್ರೀತಿಯೆಂದರೇನೆಂದು ಅರ್ಥವಾಗುವ ಮೊದಲೇ ಅವಳು ಹೊರಟು ಹೋದಳು. ತಂದೆ, ತಾಯಿ ಎಲ್ಲವೂ ಆಗಿ ಸಾಕಿದ ತಂದೆಯೂ ಬಹಳ ವರ್ಷ ದೂರವೇ ಇದ್ದುಬಿಟ್ಟರು. ಒಂಟಿಯಾಗಿ ಕಾಡ ಕಲ್ಲಿನಂತೆ ಬೆಳೆದ ನನಗೆ ನಿನ್ನ ಅಕ್ಕರೆ ಸ್ವಲ್ಪ ಮಾರ್ದವತೆಯನ್ನು ತಂದಿದೆ. ಹಾಗೆಂದು ನಾನು ಪೂರ್ಣ ಮೃದುವಾಗುವುದಿಲ್ಲ. ಕಾಡುಕಲ್ಲಿನಂಥ ಕಠಿಣ ಸ್ವಭಾವವೇ ಈಗ ಅಗತ್ಯವಾಗಿರುವುದು. ಇಲ್ಲವಾದರೆ ನಾನು ಆರ್ಯಾವರ್ತವನ್ನು ಮತ್ತು ಸನಾತನ ಧರ್ಮವನ್ನು ಪಾಷಂಡರಿಂದ ರಕ್ಷಿಸುವುದು ಸಾಧ್ಯವಾಗುವುದಿಲ್ಲ."

"ನನಗೆ ಅರ್ಥವಾಗುತ್ತದೆ ಚಾಣಕ್ಯ" ವಿಶಾಖ ಹೇಳಿದಳು, "ನಾನು ದುರ್ಬಲ ಮನಸ್ಸಿನವಳಲ್ಲ. ನಿನ್ನ ತಾಯಿಯಾಗಿ ನಾನು ಹೇಡಿ ಹೆಂಗಸಾಗುವುದಿಲ್ಲ. ಮುನ್ನುಗ್ಗು ಗುರಿಯತ್ತ ನಿನ್ನ ಗಮನವಿರಲಿ. ನನ್ನ ಹರಕೆ ಸದಾ ನಿನ್ನ ಜೊತೆಯಲ್ಲಿರುತ್ತದೆ."

"ಇದು ಸರಿಯಾದ ಮಾತು" ಎಂದಳು ಲಕ್ಷ್ಮಿ ಮೆಚ್ಚಿಗೆಯಿಂದ.

"ಅಮ್ಮಾ, ನಿನ್ನ ಉಪಕಾರವೂ ಕಡಿಮೆಯದಲ್ಲ" ಎಂದ ಚಾಣಕ್ಯ ಲಕ್ಷ್ಮಿಯತ್ತ ತಿರುಗಿ.

"ಇದು ಉಪಕಾರವಲ್ಲ ಮಗು" ಲಕ್ಷ್ಮಿ ಹೇಳಿದಳು, "ಆತ್ಮತೃಪ್ತಿ. ಅದಕ್ಕೆ ಅವಕಾಶ ಮಾಡಿಕೊಟ್ಟ ವಿಶಾಖ, ನೀನು ಇಬ್ಬರೂ ನನಗೇ ಉಪಕಾರ ಮಾಡಿದ್ದೀರ. ಮಕ್ಕಳಿಲ್ಲದ ದುಃಖದ ಜೊತೆಗೆ ಗಂಡನನ್ನೂ ಕಳೆದುಕೊಂಡು ಒಂಟಿತನದಲ್ಲಿ ಬದುಕು ದೂಡುವುದೇ ಕಷ್ಟವಾಗಿತ್ತು. ಎಷ್ಟು ಸಂಪತ್ತಿದ್ದರೂ ಅದು ದೇಹಕ್ಕೆ ಸಂಬಂಧಿಸಿದ ಸುಖಗಳನ್ನು ಕೊಡಬಹುದು. ಆದರೆ ಮನಸ್ಸಿನ ನೋವಿಗೆ ಯಾವ ಸಂಪತ್ತೂ ಸಾಂತ್ವನ ನೀಡಲಾರದು. ಅಂಥ ವೇಳೆಯಲ್ಲಿ ವಿಶಾಖ ಸಿಕ್ಕಿದಳು, ಮಗಳಾದಳು, ಸುಖ ದುಃಖಗಳನ್ನು ಹಂಚಿಕೊಳ್ಳುವ ಜೊತೆಗಾತಿಯಾದಳು. ಪರಸ್ಪರ ದುರದೃಷ್ಟಗಳನ್ನು ಹೇಳಿಕೊಂಡು ಹಗುರಾದೆವು. ಆದರೆ ವಿಶಾಖ ಹೇಳಿದಂತೆ ನಮ್ಮಿಬ್ಬರ ಬದುಕೂ ನಿರರ್ಥಕವಾಗಿ ದಿನಗಳ ಎಣಿಕೆಯಲ್ಲಿ ಮುಗಿಯುತ್ತಿತ್ತು. ಅಂಥ ವೇಳೆಯಲ್ಲಿ ನೀನು ಬಂದೆ. ಸತ್ತು ಹೋಗಿದ್ದ ಹೃದಯಗಳ ಭಾವನೆಗಳನ್ನು ಮಿಡಿದೆ. ಸಂಬಂಧ ಸ್ಥಾಪಿಸಿದೆ. ಈಗ ನಮಗೆ ನಮ್ಮ ದುರದೃಷ್ಟದ ನೆನಪೇ ಬರುತ್ತಿಲ್ಲ. ಸದಾ ನಿನ್ನ

ನಿನ್ನ ಜೊತೆಗಾರರ ಯೋಗಕ್ಷೇಮದ ಚಿಂತೆ, ನಿಮ್ಮ ಕಾರ್ಯಯೋಜನೆ ಯಶಸ್ವಿಯಾಗುವುದೋ ಇಲ್ಲವೋ ಎಂಬ ಚಿಂತೆ. ನಮ್ಮ ನಂತರ ಯಾರ ಬಾಯಿಗೋ ಬೀಳಬಹುದಾಗಿದ್ದ ನಮ್ಮ ಸಂಪತ್ತು ಒಂದು ಘನ ಉದ್ದೇಶಕ್ಕೆ ಬಳಕೆಯಾಗುತ್ತಿದೆಯೆಂಬುದು ಎಂಥ ತೃಪ್ತಿ, ಸಮಾಧಾನ ತಂದಿದೆ ಗೊತ್ತೆ ಚಾಣಕ್ಯ! ಈ ಮನೆಯ, ಇಲ್ಲಿಯ ಸಂಪತ್ತಿನ ಕಡೆಯ ಮುದ್ರೆಯನ್ನೂ ನಿನ್ನ ಕಾರ್ಯಕ್ಕಾಗಿ ವಿನಿಯೋಗಿಸಲು ನಾನು ಸಿದ್ಧಳಾಗಿದ್ದೇನೆ. ಆಮೇಲೆ ಪಾಟಲೀಪುತ್ರದಲ್ಲಿ ನಿನ್ನ ಮನೆಯಲ್ಲಿ, ನಿನ್ನ ನೆರಳಿನಲ್ಲಿ ಇದ್ದುಬಿಡುತ್ತೇನೆ.''

''ನಾನು ನನ್ನ ಕೆಲಸವಾದ ಮೇಲೆ ಪಾಟಲೀಪುತ್ರದಲ್ಲಾಗಲೀ, ಬೇರೆ ಎಲ್ಲೇ ಆಗಲೀ ಇರುವುದಿಲ್ಲ ತಾಯಿ. ತಕ್ಷಶಿಲೆಯ ಬಳಿಯ ನನ್ನ ಆಶ್ರಮದಲ್ಲಿ ಅಧ್ಯಯನ, ಅಧ್ಯಾಪನದಲ್ಲಿ ಕಾಲ ಕಳೆಯಬೇಕೆಂದುಕೊಂಡಿದ್ದೇನೆ.''

''ಆಗಲಿ, ಅಲ್ಲೇ ಆಗಲಿ. ಅಲ್ಲಿ ನಾವೂ ನಮ್ಮ ಕೈಲಾದ ಕೆಲಸ ಮಾಡಿಕೊಂಡಿರುತ್ತೇವೆ. ಮಗನಿದ್ದ ಕಡೆ ತಾಯಿಯೂ ಇರಬೇಕಲ್ಲವೇ ?'' ಎಂದಳು ವಿಶಾಖ.

''ಆಗಲಿ, ಆ ಕಾಲ ಬಂದಾಗ ಯೋಚಿಸೋಣ'' ಎಂದ ಚಾಣಕ್ಯ ನಗುತ್ತ.

ಮರುದಿನವೇ ಮಾತಂಗನ ಕಡೆಯ ಹತ್ತು ಜನರ ಜೊತೆ ಗಾಡಿಗಳಲ್ಲಿ ಅಗತ್ಯವಾದ ದವಸ ಧಾನ್ಯಗಳನ್ನು ವ್ಯವಸ್ಥೆ ಮಾಡಿ ಚಾಣಕ್ಯ ಕಳಿಸಿಕೊಟ್ಟ

ಮೂರು ನಾಲ್ಕು ದಿನಗಳಲ್ಲಿ ಚಂದ್ರಗುಪ್ತ ಮತ್ತು ಚರಣ ಬಂದರು. ಅವರಿಗಾಗಿ ಚಾಣಕ್ಯ ನಿರೀಕ್ಷಿಸುತ್ತಿದ್ದ. ಮುಂದಿನ ಚಕ್ರವರ್ತಿಯಾಗುವನೆಂದು ಗೊತ್ತಿದ್ದ ಚಂದ್ರಗುಪ್ತ ಮತ್ತು ಪ್ರಚಂಡ ಬುದ್ಧಿಶಕ್ತಿಯನ್ನು ಬಳಸಿ ಅವನನ್ನು ಪಾಟಲೀಪುತ್ರದ ಸೆರೆಮನೆಯಿಂದ ಬಿಡಿಸಿದ ಚರಣನನ್ನು ನೋಡುವ ಕುತೂಹಲ ವಿಶಾಖ ಮತ್ತು ಲಕ್ಷ್ಮಿಗೂ ಇತ್ತು. ಚಾಣಕ್ಯ ಮತ್ತು ವಿಶಾಖಳ ತಾಯಿ ಮಗನ ಸಂಬಂಧದ ಬಗ್ಗೆ ಕೇಳಿದ್ದ ಅವರಿಗೂ ಅವಳನ್ನು ನೋಡುವ ಕುತೂಹಲವಿತ್ತು.

ಚಾಣಕ್ಯ ವಿಶಾಖಳನ್ನು ಪರಿಚಯ ಮಾಡಿಸಿದಾಗ ಚಂದ್ರಗುಪ್ತ ಮತ್ತು ಚರಣ ಅವಳಿಗೆ ಸಾಷ್ಟಾಂಗ ನಮಸ್ಕಾರ ಮಾಡಿಬಿಟ್ಟರು. ''ಅಯ್ಯೋ ಬೇಡ ಬೇಡ, ನನಗೇಕೆ ನಮಸ್ಕಾರ ?'' ಎಂದಳು ವಿಶಾಖ ತುಸು ಮುಜುಗರದಿಂದ.

''ಗುರುಮಾತೆ ನಮಗೆ ಪೂಜ್ಯಳು'' ಎಂದ ಚಂದ್ರಗುಪ್ತ.

ಅವನ ವಿನಯಗುಣ ಅವಳಿಗೂ, ಲಕ್ಷ್ಮಿಗೂ ಮೆಚ್ಚಿಗೆಯಾಯಿತು. ಮನೆ ತುಂಬ ಜನ ಸೇರಿದ್ದರಿಂದ ಅವರ ಉತ್ಸಾಹ ಹೆಚ್ಚಾಗಿತ್ತು. ವರುಣನ ಜೊತೆಯಲ್ಲಿ ಅವರೂ ಅಡಿಗೆ ಮನೆಯಲ್ಲಿ ತಮ್ಮನ್ನು ತಾವು ತೊಡಗಿಸಿಕೊಂಡರು.

ಒಂದು ದಿನದ ಸಂಪೂರ್ಣ ವಿಶ್ರಾಂತಿಯ ನಂತರ, ಮರುದಿನ ರಾತ್ರಿ ಊಟವಾದ ನಂತರ ಎಲ್ಲ ಮಾತಿಗೆ ಕುಳಿತರು. ಚಾಣಕ್ಯ ತಾನು ಮಾತಂಗನನ್ನು ಕಂಡದ್ದು, ಇಷ್ಟರಲ್ಲೇ ಸಹದೇವನ ಗ್ರಾಮದಿಂದ ಮತ್ತು ಧನಂಜಯನ ಗ್ರಾಮದಿಂದ ಸಾಕಷ್ಟು ಸಂಖ್ಯೆಯ ತರುಣರು ಶ್ರಾವಸ್ತಿಯನ್ನು ಸೇರಿ ಮಾತಂಗನ ರಹಸ್ಯ ಸ್ಥಳದಲ್ಲಿ ಯುದ್ಧ ಕಲೆಯ ಅಭ್ಯಾಸಕ್ಕೆ ತೊಡಗುವವರೆಂದು ಹೇಳಿದ. ಕಡೆಯಲ್ಲಿ ''ನೀನು ಮತ್ತು ಚರಣ ಅಲ್ಲಿಗೆ ಹೋಗಿ ಅಗತ್ಯ ತಿಳುವಳಿಕೆ ನೀಡಬೇಕಾಗುತ್ತದೆ'' ಎಂದ.

ನಂತರ ಚರಣ ಮತ್ತು ಚಂದ್ರಗುಪ್ತ ಪಿಪ್ಪಲಿವನದ ಎಲ್ಲ ವಿಷಯಗಳನ್ನೂ ವಿವರವಾಗಿ ತಿಳಿಸಿದರು. ಸ್ವಲ್ಪ ಹೊತ್ತು ಮನನ ಮಾಡುವಂತೆ ಯೋಚನಾಮಗ್ನನಾಗಿ ಚಾಣಕ್ಯ ಎದ್ದು ಅತ್ತಿಂದಿತ್ತ ಶತಪಥ ತಿರುಗಿದ. ನಂತರ ಕುಳಿತು ಹೇಳಿದ, "ಅಂದರೆ ರಾಕ್ಷಸನ ದೃಷ್ಟಿ ಪಿಪ್ಪಲಿವನದ ಮೇಲೆ ಬಿದ್ದಿಲ್ಲ. ಇಲ್ಲವಾದರೆ ನೀನು ಸೆರೆಮನೆಯಿಂದ ತಪ್ಪಿಸಿಕೊಂಡು ಬಂದ ಕೂಡಲೇ ಅಲ್ಲಿನ ರಕ್ಷಣಾ ವ್ಯವಸ್ಥೆಯನ್ನು ಭದ್ರಗೊಳಿಸುತ್ತಿದ್ದ. ಅವನ ಅಸಾವಧಾನ ನಮಗೆ ಅನುಕೂಲಕರವಾಗಿದೆ."

"ಅಲ್ಲಿ ಬಹುಸಂಖ್ಯೆಯ ಜನ ಚಂದ್ರಗುಪ್ತನಿಗೆ ಬೆಂಬಲ ನೀಡುವುದರಲ್ಲಿ ಸಂದೇಹವಿಲ್ಲ. ಇವನ ತಂದೆ ರವಿಗುಪ್ತ ಮೌರ್ಯರ ಬಗೆಗಿನ ಗೌರವ, ಅಭಿಮಾನಗಳನ್ನು ಜನ ಇನ್ನೂ ಮರೆತಿಲ್ಲ" ಎಂದ ಚರಣ.

"ನಾನು ನನ್ನ ಆಪ್ತಮಿತ್ರ ಮಹಾನಂದ, ವೃದ್ಧ ಮಂತ್ರಿ ದೇವಗುಪ್ತ ಮತ್ತು ನನಗೆ ಯುದ್ಧ ವಿದ್ಯೆಯನ್ನು ಕಲಿಸಿಕೊಟ್ಟ ಶಿವದತ್ತರನ್ನು ಕಂಡು ಮಾತನಾಡಿದ್ದೇನೆ. ಅವರು ಎಲ್ಲ ಭರವಸೆಗಳನ್ನೂ ನೀಡಿದ್ದಾರೆ. ತಾವು ಎಲ್ಲ ರೀತಿಯಲ್ಲಿ ಸಿದ್ಧರಾಗಿರುವುದಾಗಿಯೂ ನಮ್ಮಿಂದ ಸೂಚನೆ ಬಂದ ಕೂಡಲೇ ಕಾರ್ಯಪ್ರವೃತ್ತರಾಗುವುದಾಗಿಯೂ ತಿಳಿಸಿದ್ದಾರೆ" ಎಂದ ಚಂದ್ರಗುಪ್ತ.

ಎರಡು ಕ್ಷಣ ಬಿಟ್ಟು ಚಾಣಕ್ಯ ಹೇಳಿದ, "ಅವರು ತಮ್ಮ ಸಿದ್ಧತೆಗಳನ್ನು ಮಾಡಿಕೊಳ್ಳಲಿ, ನೀವು ಶ್ರಾವಸ್ತಿಯಲ್ಲಿ ಮಾತಂಗನ ಸಹಕಾರದಿಂದ ಸೇನೆ ಸಿದ್ಧಪಡಿಸುವುದರತ್ತ ಗಮನ ಕೊಡಿ. ಯಾವಾಗ ಯಾವ ರೀತಿಯಲ್ಲಿ ಕಾರ್ಯಾರಂಭ ಮಾಡಬೇಕೆಂದು ನಾನು ಯೋಚಿಸಿ ಹೇಳುತ್ತೇನೆ. ನನ್ನಿಂದ ಸಂದೇಶ ಬರುವವರೆಗೂ ನೀವು ಬರುವುದು ಬೇಡ."

"ಹಾಗೇ ಆಗಲಿ" ಎಂದ ಚಂದ್ರಗುಪ್ತ.

"ಮಾತಂಗನ ಸಹಚರರೊಂದಿಗೆ ಸಾಕಷ್ಟು ಸಾಮಗ್ರಿಯನ್ನು ಕಳಿಸಿದ್ದೇನೆ. ಬಹಳ ಜನ ಸೇರುವುದರಿಂದ ವೆಚ್ಚ ಅಧಿಕವಾಗಬಹುದು. ಧನಂಜಯನ ಕಡೆಯಿಂದಲೂ ಒಂದಷ್ಟು ಬರುವ ನಂಬಿಕೆ ನನಗಿದೆ. ಅಗತ್ಯವಾದರೆ ಇಲ್ಲಿಗೆ ಸೂಚನೆ ಕಳಿಸಿ, ವ್ಯವಸ್ಥೆ ಮಾಡುತ್ತೇನೆ. ಕೆಲವು ದಿನ ನಾನೂ ಇಲ್ಲೇ ಇರಬೇಕಾಗಿ ಬರಬಹುದು."

ಮರುದಿನವೇ ಚಂದ್ರಗುಪ್ತ ಮತ್ತು ಚರಣ ಶ್ರಾವಸ್ತಿಯ ಕಡೆಗೆ ಪ್ರಯಾಣ ಬೆಳಸಿದರು. ಅವರು ಮಾತಂಗನ ಶಿಬಿರ ಸೇರುವ ವೇಳೆಗೆ ಸಹದೇವನ ಕಡೆಯ ಮತ್ತು ಧನಂಜಯನ ಕಡೆಯ ತರುಣರ ತಂಡ ಅಲ್ಲಿಗೆ ಬಂದು ಚಾಣಕ್ಯನಿಗೆ ಸುದ್ದಿ ಹೋಗಿತ್ತು.

ಮಾತಂಗ ಮತ್ತು ಅವನ ಸಹಚರರು ಚಂದ್ರಗುಪ್ತನನ್ನು ನಿಜವಾದ ರಾಜನಂತೆಯೇ ಸ್ವಾಗತಿಸಿ ಸತ್ಕರಿಸಿದರು. ಚಾಣಕ್ಯನ ನಿರೀಕ್ಷೆಯಂತೆ ಧನಂಜಯ ಗಾಡಿ ಗಾಡಿ ದವಸ ಧಾನ್ಯಗಳನ್ನು ತುಂಬಿ ಕಳಿಸಿದ್ದ. ಚಂದ್ರಗುಪ್ತ ಯಾವ ಹಮ್ಮು ಬಿಮ್ಮುಗಳೂ ಇಲ್ಲದೆ ಎಲ್ಲರ ಜೊತೆ ಸರಳವಾಗಿ ಬೆರೆತು, ಚರಣ ಮತ್ತು ಮಾತಂಗನ ಸಹಾಯದಿಂದ ಹೊಸಬರಿಗೆ ಯುದ್ಧ ಕಲೆಯ ಮೂಲಪಾಠಗಳನ್ನು ಹೇಳಿಕೊಡತೊಡಗಿದ. ಪುಣ್ಯಕ್ಕೆ ಮಾತಂಗನ ಬಳಿ ಆಯುಧಗಳಿಗೇನೂ ಕೊರತೆಯಿರಲಿಲ್ಲ.

ಇತ್ತ ಸಿಂಹಸೇನ ಮತ್ತು ಮಿತ್ರರು ಅಲೆಗ್ಸಾಂಡರನ ಸೈನ್ಯ ಪರ್ವತನಾಡಿನ ಮೇಲೆ ಆಕ್ರಮಣ ಮಾಡಲು ಸಿದ್ಧವಾಗುತ್ತಿರುವುದಾಗಿ ಚಾಣಕ್ಯನಿಗೆ ಸುದ್ದಿ ಕಳಿಸಿದರು. ಅವನ ಸೈನ್ಯದಲ್ಲಿ ಭೇದವುಂಟುಮಾಡಲು ಇನ್ನೂ ಸರಿಯಾದ ಅವಕಾಶ ಸಿಕ್ಕಿಲ್ಲ, ಬಹಳ ಎಚ್ಚರಿಕೆಯಿಂದ ತಮ್ಮ

ಪ್ರಯತ್ನವನ್ನು ಮುಂದುವರಿಸುತ್ತಿರುವುದಾಗಿ ಅವರು ತಿಳಿಸಿದ್ದರು. ಅಲೆಗ್ಸಾಂಡರನ ಜೊತೆಯಲ್ಲಿ ಗಾಂಧಾರದ ಆಂಭೀಕ ತನ್ನ ಸೈನ್ಯದೊಂದಿಗೆ ಹೊರಟಿರುವುದನ್ನು ಖಚಿತಪಡಿಸಿದ್ದರು. ಆಂಭೀಕನ ನೀಚತನವನ್ನು ನೆನೆದು ಚಾಣಕ್ಯನ ರಕ್ತ ಕುದಿಯಿತು. ಇದೇ ಸಮಯ ವೆಂದುಕೊಂಡು ತಕ್ಷಶಿಲೆಗೆ ಮುತ್ತಿಗೆ ಹಾಕಿ ಅದನ್ನು ವಶಪಡಿಸಿಕೊಂಡರೆ ಹೇಗೆ ? ಎಂಬ ಆಲೋಚನೆಯೂ ಒಂದು ಕ್ಷಣ ಬಂತು. ಆದರೆ ಮರುಕ್ಷಣವೇ ಅದು ಆತ್ಮಘಾತಕ ವಾಗಬಹುದೆಂದು ಕೈಬಿಟ್ಟ. ಏಕೆಂದರೆ, ಎಷ್ಟೇ ಆಗಲಿ ಚಂದ್ರಗುಪ್ತ ಗಾಂಧಾರಕ್ಕೆ ಅಪರಿಚಿತ. ಅಲೆಗ್ಸಾಂಡರನಿಗೆ ಶರಣಾಗತರಾದ ಸ್ವದೇಶೀ ಸೈನ್ಯವೇ ತಕ್ಷಶಿಲೆಗೆ ಬಂದು ಚಂದ್ರಗುಪ್ತನ ಅಧಿಕಾರಕ್ಕೆ ಚ್ಯುತಿ ತರುವ ಸಾಧ್ಯತೆಯಿತ್ತು. ಹಾಗೇನಾದರೂ ಆದರೆ ಮತ್ತೆ ಸೈನ್ಯವನ್ನು ಸಂಘಟಿಸಿ ಮುನ್ನುಗ್ಗುವುದು ಕಷ್ಟವಾಗಬಹುದೆನ್ನಿಸಿತು. ಚಂದ್ರಗುಪ್ತ ತನ್ನ ಸ್ವಸ್ಥಳದಲ್ಲಿ ರಾಜನಾಗಿ ಅಭಿಷಿಕ್ತನಾಗಿಬಿಟ್ಟರೆ, ಅವನ ವ್ಯಕ್ತಿತ್ವಕ್ಕೆ ಸಾಕಷ್ಟು ಬೆಂಬಲವನ್ನು ಆಕರ್ಷಿಸುವ ಸಾಮರ್ಥ್ಯ ವುಂಟಾಗುತ್ತದೆ, ಆದ್ದರಿಂದ ತಡವಾದರೂ ಚಿಂತೆಯಿಲ್ಲ, ಎಚ್ಚರಿಕೆಯಿಂದ ಹೆಜ್ಜೆಯಿಡುವುದು ಅಗತ್ಯ, ಎಂಬ ನಿರ್ಧಾರಕ್ಕೆ ಬಂದ.

ಮತ್ತೆ ಗುರುಕುಲಕ್ಕೆ ಹಿಂದಿರುಗುವುದೋ ಅಥವಾ ಹಸ್ತಿನಾವತಿಯಲ್ಲೇ ಇದ್ದು ಸಿಂಹಸೇನನ ಸುದ್ದಿಗಾಗಿ ಕಾಯುವುದೋ ಎಂದು ಚಾಣಕ್ಯ ಆಲೋಚಿಸುತ್ತಿದ್ದ. ಒಂದು ದಿನ ರಾತ್ರಿ ಊಟ ಮಾಡಿ ಮಾತಾಡುತ್ತ ಕುಳಿತಿರುವಾಗ ಯಾರೋ ಬಾಗಿಲು ತಟ್ಟಿದರು. ಲಕ್ಷ್ಮಿ ಕುಳಿತಲ್ಲಿಂದಲೇ "ಯಾರದು ?" ಎಂದಳು.

"ನಾನೊಬ್ಬ ಅಪರಿಚಿತ. ದಯವಿಟ್ಟು ಬಾಗಿಲು ತೆರೆಯಿರಿ" ಎಂಬ ತೀರ ಬಳಲಿದಂತಿದ್ದ ಒಂದು ಗಂಡಸಿನ ಧ್ವನಿ ಕೇಳಿಬಂತು.

ಎಲ್ಲ ಮುಖ ಮುಖ ನೋಡಿಕೊಂಡರು. ಯಾರಿರಬಹುದೆಂಬ ಕುತೂಹಲ ಎಲ್ಲರ ಮುಖಗಳಲ್ಲೂ ಇತ್ತು. ರಾಕ್ಷಸನ ಗೂಢಚಾರರೇನಾದರೂ ತನ್ನ ನೆಲೆಯನ್ನು ಕಂಡು ಹಿಡಿದುಬಿಟ್ಟರೋ, ಎಂದು ಒಂದು ಕ್ಷಣ ಚಾಣಕ್ಯ ಸಂದೇಹಗೊಂಡ. "ಎಲ್ಲಿಯವನು ನೀನು ?" ಎಂದು ವರುಣ ಸ್ವಲ್ಪ ಒರಟಾಗಿ ಕೇಳಿದ.

"ನಾನು ಶತ್ರುವಲ್ಲ, ಮಿತ್ರ ದಯವಿಟ್ಟು ಬಾಗಿಲು ತೆರೆಯಿರಿ. ಹಸಿವಿನಿಂದ ಪ್ರಾಣ ಹೋಗುತ್ತಿದೆ."

ವರುಣ ಚಾಣಕ್ಯನ ಮುಖ ನೋಡಿದ. ಅವನು ಬಾಗಿಲು ತೆರೆಯುವಂತೆ ಸನ್ನೆ ಮಾಡಿದ. ವರುಣ ಬಾಗಿಲು ತೆರೆದ. ಕೊಳಕು ಬಟ್ಟೆ ಕೆದರಿದ ತಲೆಗೂದಲು, ಗಡ್ಡಮೀಸೆಗಳು ವಕ್ರವಕ್ರವಾಗಿ ಬೆಳೆದ ಒಬ್ಬ ತರುಣ, ಒಳಬಂದವನೇ ತಲೆಸುತ್ತಿದಂತಾಗಿ ಕುಸಿದು ಬೀಳತೊಡಗಿದ. ವರುಣ ಹಾಗೆಯೇ ಅವನನ್ನು ಹಿಡಿದುಕೊಂಡು ಮೆಲ್ಲಗೆ ಮಲಗಿಸಿದ. ಎಲ್ಲ ಆತಂಕದಿಂದ ಅವನ ಬಳಿಗೆ ಓಡಿ ಬಂದರು. ವಿಶಾಖ ಓಡಿ ಹೋಗಿ ನೀರು ತಂದು ಅವನ ಮುಖದ ಮೇಲೆ ಚಿಮುಕಿಸಿದಳು. ವರುಣ ಬೆತ್ತದ ಬೀಸಣಿಗೆಯಿಂದ ಗಾಳಿ ಹಾಕಿದ.

ಚಾಣಕ್ಯ ಅವನ ಮುಖವನ್ನೇ ದಿಟ್ಟಿಸಿ ಗುರುತಿಗಾಗಿ ಹುಡುಕಾಡಿದ. ಆದರೆ ಅವನನ್ನು ಎಂದೂ ನೋಡಿದ ನೆನಪಾಗಲಿಲ್ಲ. ಅವನ ದೈನ್ಯಾವಸ್ಥೆಯನ್ನು ನೋಡಿದರೆ ಶತ್ರು ಪಕ್ಷದವನಲ್ಲವೆಂಬುದು ಸ್ಪಷ್ಟವಾಗಿತ್ತು. ಹಾಗಾದರೆ ಯಾರಿವನು ? ಪಾಟಲೀಪುತ್ರದಿಂದ ಪ್ರಾಣಭಯದಿಂದ ಓಡಿ ಬಂದಿರುವ ಚರಣ ಅಥವಾ ಚಂದ್ರಗುಪ್ತನ ಮಿತ್ರನೋ ? ಅಥವಾ

ಸಹದೇವನ ಗ್ರಾಮದಲ್ಲೇನಾದರೂ ರಾಜಭಟರಿಂದ ತೊಂದರೆಯಾಗಿ, ಆ ಸುದ್ದಿ ತಂದಿರುವ ವ್ಯಕ್ತಿಯೋ ? ಬಗೆಹರಿಯಲಿಲ್ಲ.

ಸ್ವಲ್ಪ ಹೊತ್ತಿನ ನಂತರ ವ್ಯಕ್ತಿ ಕಣ್ಣು ತೆರೆದು "ನೀರು ನೀರು" ಎಂದ. ವರುಣ ಹೋಗಿ ಒಂದು ಬಟ್ಟಲಿನಲ್ಲಿ ನೀರು ತಂದ. ಅವನು ಕಷ್ಟಪಟ್ಟು ಎದ್ದು ಕುಳಿತು ಬಟ್ಟಲನ್ನು ಬಾಯಿಗೆ ಹಿಡಿದು ಗಟಗಟನೆ ಕುಡಿದ. ಅವನ ಆತುರದಲ್ಲಿ ಬಾಯಿಂದ ನೀರು ಸುರಿದು ಅವನ ಗಡ್ಡದಿಂದ ಕೊಳಕು ಬಟ್ಟೆಗೆ ಇಳಿಯುತ್ತಿರುವುದರ ಕಡೆಗೂ ಅವನ ಗಮನವಿರಲಿಲ್ಲ. ತ್ರಾಣ ಕೂಡಿದಂತಾಗಿ ಅವನು ತುಸು ಗೆಲುವಾದ. ಎಲ್ಲರತ್ತಲೂ ತನಗೆ ಬೇಕಾದ ವ್ಯಕ್ತಿಗಾಗಿ ಹುಡುಕಾಡುವಂತೆ ನೋಡಿದ. ಚಾಣಕ್ಯನ ಮುಖ ನೋಡುತ್ತಿದ್ದಂತೆ ಅವನ ದೃಷ್ಟಿ ಅಲ್ಲೇ ನಿಂತಿತು. "ತಾವು ಆಚಾರ್ಯ ಚಾಣಕ್ಯರೇ ?" ಎಂದ.

"ಹೌದು ನಾನೇ ಚಾಣಕ್ಯ, ನಿರ್ಭಯವಾಗಿರು."

"ನಿಮ್ಮನ್ನು ನೋಡಬೇಕೆಂದು, ನಿಮ್ಮೊಂದಿಗೆ ಮಾತಾಡಬೇಕೆಂದು ಬಹಳ ಕಷ್ಟಪಟ್ಟು ಬಂದಿದ್ದೇನೆ. ಊಟ ಮಾಡಿ ಎರಡು ದಿನವಾಯಿತು, ಸರಿಯಾಗಿ ನಿದ್ದೆ ಮಾಡಿ ತಿಂಗಳುಗಳೇ ಕಳೆದುಹೋದವು."

"ವರುಣ, ಅಡಿಗೆ ಮನೆಯಲ್ಲಿ ಏನಾದರೂ ಉಳಿದಿದೆಯೇ ?" ಲಕ್ಷ್ಮಿ ಕೇಳಿದಳು.

"ಇದೆ, ಚಿಂತೆಯಿಲ್ಲ"

"ಮೊದಲು ಊಟ ಮಾಡು. ಆಮೇಲೆ ಚೆನ್ನಾಗಿ ನಿದ್ರೆ ಮಾಡು, ನಾಳೆ ನಿಧಾನವಾಗಿ ಕುಳಿತು ಮಾತನಾಡೋಣ" ಎಂದ ಚಾಣಕ್ಯ.

ವರುಣ ನೀರು ತಂದು ಅಲ್ಲೇ ಒಂದು ಪಾತ್ರೆಯಲ್ಲಿ ಕೈತೊಳೆಸಿ ಕುಳಿತ ಕಡೆಯಲ್ಲೇ ಊಟ ಬಡಿಸಿದ. ಅವನು ಹೊಟ್ಟೆ ತುಂಬ ಊಟ ಮಾಡಿದ.

"ವರುಣ, ಇವನಿಗೆ ಮಲಗಲು ಏನಾದರೂ ಹಾಸಿಕೊಡು" ಎಂದ ಚಾಣಕ್ಯ.

"ಬೇಡ ಬೇಡ" ವ್ಯಕ್ತಿ ಹೇಳಿದ, "ನಾನು ತುಂಬ ಕೊಳಕಾಗಿದ್ದೇನೆ. ಇಲ್ಲೇ ಬಾಗಿಲ ಬಳಿ ಮಲಗುತ್ತೇನೆ."

ಆದರೂ ವರುಣ ಅವನಿಗೆ ಒಂದು ಚಾಪೆ ಮತ್ತು ದಿಂಬನ್ನು ತಂದುಕೊಟ್ಟ. ಮಲಗಿದ್ದೇ ತಡ, ಅವನು ಬೇಗನೇ ಗಾಢನಿದ್ರೆಯಲ್ಲಿ ಮುಳುಗಿದ.

ರಾತ್ರಿ ಬಹಳ ಹೊತ್ತಿನವರೆಗೆ ಆ ವ್ಯಕ್ತಿ ಯಾರಿರಬಹುದೆಂದು ತರ್ಕಿಸುತ್ತಿದ್ದ ಚಾಣಕ್ಯನಿಗೆ ಯಾವಾಗ ನಿದ್ರೆ ಬಂತೋ ತಿಳಿಯಲಿಲ್ಲ. ಬೆಳಿಗ್ಗೆ ಅವನು ನಿತ್ಯಕ್ಕಿಂತ ತಡವಾಗಿಯೇ ಎದ್ದ. ನೆನಪಾಗಿ ಬಾಗಿಲ ಕಡೆ ನೋಡಿದಾಗ ಅಪರಿಚಿತ ಅಲ್ಲಿರಲಿಲ್ಲ. ಒಂದು ಕ್ಷಣ ಚಾಣಕ್ಯ, ಅವನು ರಾತ್ರಿಯೇ ಓಡಿಹೋದನೇ ಎಂದು ಚಕಿತನಾದ. ಅಷ್ಟರಲ್ಲಿ ಎದುರಿಗೆ ಬಂದ ವರುಣ, ಆ ವ್ಯಕ್ತಿ ಆಗಲೇ ಎದ್ದು ಸ್ನಾನ ಮುಗಿಸಿದ್ದಾನೆ, ತನ್ನ ಶುಭ್ರ ಬಟ್ಟೆಗಳನ್ನೇ ಅವನಿಗೆ ಕೊಟ್ಟಿರುವುದಾಗಿ ತಿಳಿಸಿದ. "ಒಳ್ಳೆಯ ಕೆಲಸ ಮಾಡಿದೆ" ಎಂದು ಹೇಳಿ ಚಾಣಕ್ಯ ನಿತ್ಯಕರ್ಮಗಳನ್ನೂ, ಸ್ನಾನ ಸಂಧ್ಯೋಪಾಸನೆಯನ್ನೂ ಮುಗಿಸಿ ಬಂದ. ಅಪರಿಚಿತ ಮೈಮುದುರಿಕೊಂಡು ಪಿಳಿ ಪಿಳಿ ನೋಡುತ್ತ ಒಂದು ಕಡೆ ಕುಳಿತಿದ್ದ. ಚಾಣಕ್ಯ ಮಾತಾಡಿಸಲಿಲ್ಲ. ಸ್ವಲ್ಪ ಹೊತ್ತಿಗೆ ಉಪಾಹಾರದ ವ್ಯವಸ್ಥೆ ಆಯಿತು. ಎಲ್ಲ ನಡುಮನೆಯಲ್ಲಿ ಕುಳಿತರು. ವರುಣ ಮಾತ್ರ ಅಡುಗೆ ಮನೆಯ ಕೆಲಸದಲ್ಲಿ ತೊಡಗಿದ್ದ. ಆದರೂ ಅವನ ಕಿವಿಗಳು ಮಾತ್ರ ನಡುಮನೆಯತ್ತಲೇ ಇದ್ದವು.

"ಈಗ ಹೇಳು, ನೀನು ಯಾರು ? ಎಲ್ಲಿಂದ ಬಂದೆ ? ನಿನಗೆ ಬಂದಿರುವ ಆಪತ್ತೇನು ? ಯಾರಿಂದ ಆಪತ್ತು ಬಂದಿದೆ ?" ಚಾಣಕ್ಯ ಕೇಳಿದ.

"ಒಂದು ಭಯಾನಕ ದೃಶ್ಯವನ್ನು ಕಣ್ಣಾರೆ ಕಂಡು, ಆ ಕಾರಣದಿಂದಲೇ ಯಾವ ಕ್ಷಣದಲ್ಲಿ ನಾನೂ ಕೊಲೆಯಾಗುತ್ತೇನೋ ಎಂಬ ಭೀತಿಯಿಂದ, ನಿಂತಲ್ಲಿ ನಿಲ್ಲದೆ ತಲೆ ಮರೆಸಿಕೊಂಡು ನೆಲೆಯಿಲ್ಲದೆ ಅಲೆಯುತ್ತ ನೊಂದು ಬೆಂದು ಹೋಗಿದ್ದೇನೆ ಆಚಾರ್ಯ."

"ಸರಿ, ನೀನು ಯಾರು ?"

"ನನ್ನ ಹೆಸರು ಶ್ರೀಗುಪ್ತ."

'ಶ್ರೀಗುಪ್ತ' ಎಂಬ ಹೆಸರನ್ನು ಎಲ್ಲೋ ಕೇಳಿರುವಂತೆ ಅನ್ನಿಸಿತು. ಆದರೆ ಸ್ಪಷ್ಟವಾಗಿ ನೆನಪಿಗೆ ಬರಲಿಲ್ಲ.

ಅವನೇ ಹೇಳಿದ, "ನಾನು ಪಾಟಲೀಪುತ್ರದ ಅಶ್ವಾಧ್ಯಕ್ಷ ಭಾಗುರಾಯಣರ ಸೋದರಿಯ ಮಗ."

ತಕ್ಷಣ ಚಾಣಕ್ಯನಿಗೆ ನೆನಪಿಗೆ ಬಂತು. "ಸತ್ತಿರಬೇಕೆಂದು ಭಾವಿಸಿದ್ದ ಶ್ರೀಗುಪ್ತ, ನೀನು ಇನ್ನೂ ಬದುಕಿದ್ದೀಯೇ !" ಚಾಣಕ್ಯ ಅಚ್ಚರಿಯಿಂದ ಕೇಳಿದ.

"ಬದುಕಿದ್ದೇನೆ. ಬದುಕುವ ಆಸೆಗಾಗಿಯೇ ಸಾಕಷ್ಟು ಕಷ್ಟಪಟ್ಟಿದ್ದೇನೆ."

"ನನ್ನ ವಿಷಯ, ನಾನು ಇಲ್ಲಿರುವ ವಿಷಯವನ್ನು ಯಾರು ಹೇಳಿದರು ?"

"ನಿಮ್ಮ ವಿಷಯ ಸಾಕಷ್ಟು ಜನಜನಿತವಾಗಿದೆ. ಆದರೆ ನಿಮ್ಮ ಬಗ್ಗೆ ಖಚಿತ ವಿಷಯ ತಿಳಿದದ್ದು ಇತ್ತೀಚೆಗೆ. ಗಾಡಿಗಳನ್ನು ಕಟ್ಟಿಕೊಂಡು ಕೆಲವರು ಶ್ರಾವಸ್ತಿಯ ಮಾರ್ಗದಲ್ಲಿ ಬರುತ್ತಿರುವಾಗ ಅವರು ಒಂದು ಕಡೆ ಬೀಡುಬಿಟ್ಟಿದ್ದರು. ನಾನು ಪರದೇಸಿಯಂತೆ ಒಂದು ಕಡೆ ಬಿದ್ದುಕೊಂಡಿದ್ದೆ. ಅವರು ನನ್ನನ್ನು ಗಮನಿಸಲಿಲ್ಲ. ಅವರ ಮಾತು ನಾನು ಬಯಸದೇ ಕಿವಿಗೆ ಬಿದ್ದವು. ಅದರಿಂದ ನೀವು ಇಲ್ಲಿರುವ ವಿಷಯ ಮತ್ತು ನೀವು, ಚಂದ್ರಗುಪ್ತ ಮಗಧದ ಕೆಟ್ಟರಾಜನನ್ನು ನಾಶ ಮಾಡಲು ಪಣತೊಟ್ಟಿರುವ ವಿಷಯ ಆಕಸ್ಮಿಕವಾಗಿ ತಿಳಿಯಿತು."

"ಅವರ ಬಳಿಯಲ್ಲೇ ನೀನು ನಿನ್ನ ವಿಷಯ ಹೇಳಿಕೊಳ್ಳಬಹುದಾಗಿತ್ತು."

"ಆ ಧೈರ್ಯವಾಗಲಿಲ್ಲ. ನಿಮ್ಮನ್ನು ಕಂಡರೆ ನನ್ನ ಪ್ರಾಣರಕ್ಷಣೆಯ ಭರವಸೆಯೂ ಸಿಗಬಹುದು. ಜೊತೆಗೆ ನನ್ನ ಜೊತೆಗಾರರನ್ನು ಅಮಾನುಷವಾಗಿ ಕೊಲ್ಲಿಸಿದ ಆ ಕ್ರೂರಿ ಧನನಂದನ ಎಂಬತ್ತು ಕೋಟಿ ಸುವರ್ಣಮುದ್ರೆಗಳಿರುವ ರಹಸ್ಯ ಸ್ಥಳವನ್ನು ತಮಗೆ ತಿಳಿಸಿದರೆ, ತಮ್ಮ ಕಾರ್ಯಕ್ಕೆ ಸಹಾಯವಾಗಬಹುದೆಂದು ಯೋಚಿಸಿ ಬಂದುಬಿಟ್ಟೆ. ಪಾಟಲೀಪುತ್ರದಿಂದ ತಪ್ಪಿಸಿಕೊಂಡು ಬಂದ ನಂತರ ಅಮಾತ್ಯ ರಾಕ್ಷಸನ ಭಟರು, ಗೂಢಚಾರರ ಕೈಗೆ ಸಿಗದೆ ಇಲ್ಲಿಯವರೆಗೂ ಬಂದಿರುವ ಕಷ್ಟ ನನಗೇ ಗೊತ್ತು. ಯಾರನ್ನು ನೋಡಿದರೂ ನನ್ನನ್ನು ಹಿಡಿದು ಕೊಂಡು ಹೋಗಿ ಕೊಂದುಬಿಡುವರೆಂಬ ಭ್ರಾಂತಿ, ಇಲ್ಲಿಯವರೆಗೂ ನನ್ನನ್ನು ಪಿಶಾಚಿಯಂತೆ ಕಾಡುತ್ತಿದೆ" ಎಂದು ಶ್ರೀಗುಪ್ತ ಬಿಕ್ಕಿಬಿಕ್ಕಿ ಅಳತೊಡಗಿದ.

ಚಾಣಕ್ಯ ಅವನ ತಲೆ ನೇವರಿಸಿದ. ಬೇಗನೇ ಅವನು ತನ್ನನ್ನು ತಾನು ನಿಯಂತ್ರಿಸಿಕೊಂಡು ಹೇಳಿದ, "ಕ್ಷಮಿಸಿ ನನ್ನ ಸಂಕಟವನ್ನು ತಡೆದುಕೊಳ್ಳಲಾಗಲಿಲ್ಲ."

"ದುಃಖ ಹೊರಬಂದರೇ ಹೃದಯ ಹಗುರವಾಗುವುದು ಶ್ರೀಗುಪ್ತ" ಚಾಣಕ್ಯ ಹೇಳಿದ, "ನೀನು ಸರಿಯಾದ ವ್ಯಕ್ತಿಯನ್ನೇ ಹುಡುಕಿ ಬಂದಿದ್ದಿ."

"ಮೊದಲು ನಾನು ಭಾಗುರಾಯಣರನ್ನು ಕಾಣಬೇಕು, ಅಥವಾ ನಾನು ಬದುಕಿರುವ ವಿಷಯವನ್ನು ಅವರಿಗೆ ಗುಟ್ಟಾಗಿ ತಿಳಿಸಬೇಕು. ಆಮೇಲೆ ನಿಧಿಯಿರುವ ರಹಸ್ಯಸ್ಥಳದ ನಕ್ಷೆ ಬರೆದುಕೊಡುತ್ತೇನೆ. ಅದನ್ನು ತಂದುಬಿಡಿ. ಅದು ಪ್ರಜೆಗಳನ್ನು ಸುಲಿದ ಧನ. ಅದು ನಿಮ್ಮ ಉಪಯೋಗಕ್ಕೆ ಬರುತ್ತದೆ."

"ಆಗಲಿ, ಆದರೆ ನಾವು ಈಗಲೇ ಆತುರ ಪಡುವಂತಿಲ್ಲ, ನೀನೊಬ್ಬ ತಪ್ಪಿಸಿಕೊಂಡಿರುವ ವಿಷಯ ಅಮಾತ್ಯ ರಾಕ್ಷಸನಿಗೆ ಗೊತ್ತು. ಈಗ ನೀನು ಇಲ್ಲಿರುವ ಅಥವಾ ಬದುಕಿರುವ ವಿಷಯ ಯಾವ ರೂಪದಲ್ಲೂ ಪಾಟಲೀಪುತ್ರಕ್ಕೆ ಮುಟ್ಟಬಾರದು. ಸಮಯ ನೋಡಿ ಭಾಗುರಾಯಣನಿಗೆ ನಾನೇ ಸುದ್ದಿ ಕಳಿಸುತ್ತೇನೆ. ನಿಧಿಯ ವಿಷಯ ಆಮೇಲೆ ಯೋಚಿಸೋಣ. ಅದರ ಅಗತ್ಯ ನನಗಿದೆ. ಮಗಧದ ಪುನರ್ನಿರ್ಮಾಣಕ್ಕೆ ಎಷ್ಟಿದ್ದರೂ ಸಾಲುವುದಿಲ್ಲ."

"ಹಾಗಾದರೆ, ನಾನು ಮತ್ತೆ ಅಲೆಮಾರಿಯಾಗಿ ತಲೆತಪ್ಪಿಸಿಕೊಂಡು ಹೋಗಬೇಕೆ ? ಆ ರಾಕ್ಷಸನ ಗೂಢಚಾರರ ಕೈಗೆ ಸಿಕ್ಕಿಬಿದ್ದರೆ ನನ್ನ ಕಥೆ ಮುಗಿದಂತೆಯೇ ?" ಶ್ರೀಗುಪ್ತ ಭೀತಿಯಿಂದ ಹೇಳಿದ.

"ನೀನು ಭಯಪಡಬೇಕಾಗಿಲ್ಲ. ಕೂಡಲೇ ನಿನ್ನನ್ನು ವರುಣ ಚಂದ್ರಗುಪ್ತನ ಬಳಿಗೆ ಕರೆದುಕೊಂಡು ಹೋಗುತ್ತಾನೆ."

"ಚಂದ್ರಗುಪ್ತನೇ ! ಅವನೆಲ್ಲಿದ್ದಾನೆ ?"

"ನಿನಗೇ ತಿಳಿಯುವುದಲ್ಲ! ಯೋಧನಾಗಿ ನೀನು ಧನನಂದನ ಸೈನ್ಯವನ್ನು ಸೇರಿದೆ. ದುರದೃಷ್ಟವಶಾತ್ ನಿಧಿಯನ್ನು ಬಚ್ಚಿಡಲು ಕರೆದುಕೊಂಡು ಹೋದ ಸಹಾಯಕರಲ್ಲಿ ನೀನೂ ಒಬ್ಬನಾಗಿ ಹೋಗಬೇಕಾಯಿತು. ಕೆಲಸ ಮುಗಿದ ಮೇಲೆ ರಹಸ್ಯ ಬಯಲಾಗಬಾರದೆಂದು ರಾಕ್ಷಸನ ಕಡೆಯವರು ಎಲ್ಲರನ್ನೂ ಕೊಂದರು. ಹೇಗೋ ನೀನು ತಪ್ಪಿಸಿಕೊಂಡೆ. ನಿನ್ನ ಉಳಿದ ಬದುಕನ್ನು ಧೀರನಾಗಿ ಕಳೆ. ಮಗಧದ ಬಿಡುಗಡೆಯ ಕಾರ್ಯದಲ್ಲಿ ನಿನ್ನ ಪಾಲೂ ಸಲ್ಲಲಿ. ಚಂದ್ರಗುಪ್ತನ ಸೈನ್ಯದಲ್ಲಿ ಒಬ್ಬ ಯೋಧನಾಗಿ ನೆರವಾಗು, ಹೇಡಿಯಾಗಬೇಡ."

"ನಾನು ಹೇಡಿಯಲ್ಲ ಆಚಾರ್ಯ, ದುರ್ಮರಣಕ್ಕೆ ಹೆದರುತ್ತೇನೆ, ಅಷ್ಟೇ. ನಿಮ್ಮ ಆದೇಶದಂತೆ ನಡೆಯಲು ಸಿದ್ಧನಾಗಿದ್ದೇನೆ."

## ೬

ಚಾಣಕ್ಯನ ಮಿತ್ರನಾದ ಇಂದುಶರ್ಮ ಪಾಟಲೀಪುತ್ರವನ್ನು ಪ್ರವೇಶ ಮಾಡುವ ಮೊದಲು ಬೌದ್ಧ ಭಿಕ್ಷುವಿನ ವೇಷ ಧರಿಸಿಕೊಂಡ ಮತ್ತು ಜೀವಸಿದ್ಧಿಯೆಂಬ ಹೆಸರಿಟ್ಟುಕೊಂಡ. ಪೂರ್ಣವಾಗಿ ಮುಂಡನ ಮಾಡಿದ ತಲೆ, ಕಾವಿಯ ಧೋತ್ರ, ಹೊದೆಯಲು ಕಾವಿಯದೇ ಒಂದು ವಸ್ತ್ರ ಬಾಯಲ್ಲಿ ಮಾತಿಗೆ ಮೊದಲು 'ಬುದ್ಧಂಶರಣಂ, ಬುದ್ಧಂಶರಣಂ' ಎಂಬ ನುಡಿ, ಮುಖದಲ್ಲಿ ವೈರಾಗ್ಯದ ಸೋಗು. ಸಿದ್ಧಾರ್ಥಕ, ಸಮಿದ್ಧಾರ್ಥಕ, ಪಶುಲೋಮ ಮತ್ತು ನಿಪುಣಕ ವೇಷ ಬದಲಿಸಿಕೊಳ್ಳುವ ಅಗತ್ಯ ಕಾಣಲಿಲ್ಲ.

ಮೊದಲು ನಗರ ಪ್ರವೇಶ ಮಾಡಿದವನು ಇಂದುಶರ್ಮ, ಈಗ ಜೀವಸಿದ್ಧಿ. ಅವನು ಯಾರೊಂದಿಗೂ ಮಾತಾಡದೆ ನಗರದ ಮುಖ್ಯಬೀದಿಗಳಲ್ಲಿ ಸಾಗುತ್ತ, ಅರಮನೆಯ ಬಳಿಗೆ ಬಂದ. ಅದರ ಪಕ್ಕದಲ್ಲೇ ರಾಕ್ಷಸನ ಭವನವಿರುವುದನ್ನು ಅವನು ಮೊದಲೇ ತಿಳಿದುಕೊಂಡಿದ್ದ

ಅವನು ನೇರವಾಗಿ ಮಹಾದ್ವಾರದ ಬಳಿಗೆ ಬಂದ. ದ್ವಾರಪಾಲಕ ತಡೆದ. ''ಬುದ್ಧಂ ಶರಣಂ, ಅಮಾತ್ಯರ ದರ್ಶನ ಮಾಡಬೇಕು, ಅವರಿಗೆ ತಿಳಿಸಿ ಬರುತ್ತೀಯಾ ?'' ಎಂದ ಮೃದುವಾಗಿ.

ಸಾಧುಸಂತರೆಂದರೆ ರಾಕ್ಷಸನದು ಮರ್ಯಾದೆ ಮಾಡುವ ಸ್ವಭಾವವಾದ್ದರಿಂದ ಅವನು ಕೂಡಲೇ ಒಳಗೆ ಹೋಗಿ ತಿಳಿಸಿದ. ಅವನು ಒಳಗೆ ಬಿಡುವಂತೆ ಆದೇಶ ನೀಡಿದ.

ಜೀವಸಿದ್ಧಿ ಸಂದರ್ಶನ ಶಾಲೆಗೆ ಬರುವ ವೇಳೆಗೆ, ಅರಮನೆಗೆ ಹೊರಟಿದ್ದ ರಾಕ್ಷಸ ತಾನೂ ಅಲ್ಲಿಗೆ ಬಂದ. ರಾಕ್ಷಸ ಗೌರವ ಪೂರ್ವಕವಾಗಿ ನಮಸ್ಕರಿಸಿದ.

''ಬುದ್ಧ ಭಗವಾನ್ ತಮಗೆ ಒಳಿತು ಮಾಡಲಿ'' ಎಂದು ಜೀವಸಿದ್ಧಿ ಆಶೀರ್ವದಿಸಿದ.

''ದಯಮಾಡಿ ಕುಳಿತುಕೊಳ್ಳಿ, ತಾವು ಯಾರು ? ಎಲ್ಲಿಯವರು ? ಇಲ್ಲಿಗೇಕೆ ಬಂದಿರಿ ? ನನ್ನಿಂದೇನಾಗಬೇಕು'' ಎಂದು ರಾಕ್ಷಸ ಕೇಳಿದ.

''ನಾನು ಬಹುದೂರದ ಬುದ್ಧಗಯಾದಿಂದ ಬಂದಿದ್ದೇನೆ'' ಜೀವಸಿದ್ಧಿ ಹೇಳಿದ, ''ಬುದ್ಧ ಭಗವಾನನ ಸದ್ಧರ್ಮವನ್ನು ಆರ್ಯಾವರ್ತದ ಉದ್ದಗಲಕ್ಕೂ ಹರಡುವ ಗುರುತರವಾದ ಹೊಣೆ ಹೊತ್ತು ಒಂದೊಂದು ದಿಕ್ಕಿಗೆ ಒಬ್ಬೊಬ್ಬರು ಹೋಗುವಂತೆ ಸಂಘದ ವರಿಷ್ಠರು ನೀಡಿದ ಆದೇಶದಂತೆ ನಾನು ಇಲ್ಲಿಗೆ ಬಂದಿದ್ದೇನೆ. ಮಗಧದ ಮಹಾಕೀರ್ತಿಯನ್ನು ಕೇಳಿ, ಕೆಲವು ದಿನ ಇಲ್ಲಿದ್ದು ಧರ್ಮಸೇವೆಯನ್ನು ಮಾಡುವ ಆಸೆಯಿರಿಸಿಕೊಂಡು ಬಂದೆ. ತಾವು ಧರ್ಮನಿಷ್ಠರೂ. ಸಜ್ಜನರೂ, ಸಾಧುಸಂತರ ಬಗ್ಗೆ ಪೂಜ್ಯಭಾವನೆಯುಳ್ಳವರೂ ಎಂದು ತಿಳಿಯಿತು. ತಮ್ಮ ಆಶ್ರಯ ದೊರೆತರೆ ತುಂಬ ಸಂತೋಷ.''

''ಬಹಳ ಸಂತೋಷ, ಧನನಂದನ ಆಳ್ವಿಕೆಯಲ್ಲಿ ಬುದ್ಧ ಧರ್ಮಕ್ಕೆ ಯಾವ ಭಯವೂ ಇಲ್ಲ, ನನ್ನ ಪ್ರಾಣಮಿತ್ರ ಚಂದನದಾಸನೇ ಬೌದ್ಧ. ತಾವು ಚಿಂತಿಸಬೇಕಾಗಿಲ್ಲ, ತಮಗೆ ಇರಲು ವಸತಿ, ಊಟೋಪಚಾರಗಳಿಗೆ ವ್ಯವಸ್ಥೆ ಮಾಡುತ್ತೇನೆ.''

''ನಮ್ಮಂಥ ಸನ್ಯಾಸಿಗಳಿಗೆ ಎಷ್ಟು ಬೇಕು ! ಇರಲು ಒಂದು ಗುಡಿಸಲು, ಎರಡು ಹೊತ್ತು ಒಂದೊಂದು ಹಿಡಿ ಅನ್ನ.''

''ಮಗಧದ ಅತಿಥಿಯಾದ ನೀವು ಗುಡಿಸಲಿನಲ್ಲಿರಬೇಕಾಗಿಲ್ಲ, ಒಂದು ಚಿಕ್ಕ ಮನೆಯೇ ಸಜ್ಜಾಗುತ್ತದೆ'' ಎಂದು ಒಬ್ಬ ಆಪ್ತನನ್ನು ಕರೆದು ಅವನಿಗೆ ಹೇಳಬೇಕಾದುದನ್ನು ಹೇಳಿದ. ''ಇವನೊಂದಿಗೆ ತಾವು ದಯಮಾಡಿಸಿದರೆ ನಿಮ್ಮ ಸಮಸ್ಯೆ ತೀರುತ್ತದೆ. ನಾನು ರಾಜಸಭೆಗೆ ಹೋಗಬೇಕು, ಮತ್ತೆ ಬಂದು ಕಾಣುತ್ತೇನೆ'' ಎಂದು ರಾಕ್ಷಸ ಮೇಲೆದ್ದ.

''ತಾವು ಕಾಣಬೇಕಾಗಿಲ್ಲ, ನಾನೇ ಆಗಾಗ ಬಂದು ತಮ್ಮನ್ನು ನೋಡಲು ಅನುಮತಿ ಕೊಡಬೇಕು. ತಮ್ಮ ಔದಾರ್ಯ ಬಹಳ ದೊಡ್ಡದು'' ಎಂದ ಜೀವಸಿದ್ಧಿ.

''ಇದು ಔದಾರ್ಯವಲ್ಲ, ಕರ್ತವ್ಯ.''

''ತಮ್ಮ ಮುಖ ನೋಡಿದರೆ ತಾವು ಒಂದೆರಡು ಚಿಂತೆಗಳಿಂದ ಬಳಲುತ್ತಿರುವಂತೆ ಕಾಣುತ್ತಿದೆ. ಅದೇನೆಂದು ಹೇಳಲೇ ?''

''ಹೇಳಿ'' ಎಂದ ರಾಕ್ಷಸ ಕುತೂಹಲದಿಂದ.

''ಅರಮನೆಯಲ್ಲೇ ತಮಗಿಂತ ಅಧಿಕಾರದಲ್ಲಿ ಕಡಿಮೆಯಿರುವ ಒಬ್ಬ ವ್ಯಕ್ತಿ ನಿಮ್ಮ ನೆಮ್ಮದಿ ಕೆಡಿಸಿದ್ದಾನೆ. ಜೊತೆಗೆ ನಿಮ್ಮ ಸಾಮರ್ಥ್ಯಕ್ಕೆ ಭಂಗ ತರಬಲ್ಲ ಅನಾಹುತ ನಡೆಯ ಬಹುದೇನೋ, ಎಂಬ ಆತಂಕ ಸದಾ ನಿಮ್ಮನ್ನು ಕಾಡುತ್ತಿದೆ.''

ರಾಕ್ಷಸನಿಗೆ ಆಶ್ಚರ್ಯವಾಯಿತು. "ಇದೆಲ್ಲ ನಿಮಗೆ ಹೇಗೆ ಗೊತ್ತಾಯಿತು!" ಎಂದವನು ಮರುಕ್ಷಣದಲ್ಲಿ ಗಂಭೀರವಾಗಿ ಕೇಳಿದ, "ಶತ್ರುಗಳ ಗೂಢಚಾರನಲ್ಲ ತಾನೆ ?"

ಜೀವಸಿದ್ಧಿ ಜೋರಾಗಿ ನಕ್ಕುಬಿಟ್ಟ.

"ನನ್ನ ಮುಖ ನೋಡಿದರೆ ಗೂಢಚರ್ಯೆ ಮಾಡುವ ಬುದ್ಧಿವಂತನಂತೆ ಕಾಣುತ್ತೇನೆಯೇ ? ನನಗೆ ಜ್ಯೋತಿಷ್ಯದಲ್ಲಿ ಪರಿಣತಿ ಇದೆ ಅಮಾತ್ಯರೇ. ಆದರೆ ಅದನ್ನು ನಾನು ಹೊಟ್ಟೆಪಾಡಿನ ವೃತ್ತಿಯಾಗಿ ಅಥವಾ ಪ್ರದರ್ಶನಕ್ಕಾಗಿ ಬಳಸಲು ಅಸಹ್ಯಪಡುತ್ತೇನೆ. ನನ್ನ ಧರ್ಮ, ಅದರ ಆಚರಣೆ ಮತ್ತು ಪ್ರಚಾರ ಇವೇ ನನಗೆ ಮುಖ್ಯವಾದವು. ತೀರ ಆಪ್ತರಾದವರಿಗೆ, ಮನಸ್ಸು ತಡೆಯಲಾಗದೆ ಇರುವ ವಿಷಯ ಹೇಳಿಬಿಡುತ್ತೇನೆ. ಹೀಗೆ ಸಂದೇಹಕ್ಕೆ ಒಳಗಾಗುವುದಾದರೆ ನಾನು ಬಾಯಿ ಮುಚ್ಚಿಕೊಂಡು ತೆಪ್ಪಗಿರುವುದು ಒಳ್ಳೆಯದೆಂದು ಕಾಣುತ್ತದೆ."

"ಛೆ ಛೆ, ತಪ್ಪು ತಿಳಿಯಬೇಡಿ" ರಾಕ್ಷಸ ಅಪರಾಧೀ ಭಾವನೆಯಿಂದ ಹೇಳಿದ, "ಸದ್ಯದ ಪರಿಸ್ಥಿತಿಯಲ್ಲಿ ಪ್ರತಿಯೊಬ್ಬರನ್ನೂ ಅನುಮಾನದಿಂದಲೇ ನೋಡಬೇಕಾಗಿದೆ. ನನ್ನ ವೃತ್ತಿಯೇ ಅದಲ್ಲವೆ ?"

"ತಪ್ಪು ತಿಳಿಯಲಿಲ್ಲ ಅಮಾತ್ಯರೆ. ನಿಮ್ಮ ಉದಾತ್ತಗುಣವನ್ನು ನಾನು ಬಹಳ ಜನರ ಬಾಯಲ್ಲಿ ಕೇಳಿದ್ದೇನೆ. ನಾನು ಬರುತ್ತೇನೆ. ಮತ್ತೊಮ್ಮೆ ಭೇಟಿ ಮಾಡುತ್ತೇನೆ" ಎಂದು ಜೀವಸಿದ್ಧಿ ಮೇಲೆದ್ದ.

"ಹೋಗಿಬನ್ನಿ, ನೀವು ಭೇಟಿ ಮಾಡದಿದ್ದರೂ ನಾನೇ ಮಾಡುತ್ತೇನೆ. ಬಹುಶಃ ನಿಮ್ಮ ಜ್ಯೋತಿಷ್ಯ ಜ್ಞಾನದಿಂದ ನನಗೆ ಪ್ರಯೋಜನವಾಗಬಹುದು" ಎಂದು ರಾಕ್ಷಸನೂ ಅರಮನೆಯತ್ತ ಹೊರಟ.

ರಾಕ್ಷಸನ ಕಡೆಯ ವ್ಯಕ್ತಿ ಅಮಾತ್ಯ ಭವನಕ್ಕೆ ಅಂಟಿಕೊಂಡಂತಿದ್ದ ಒಂದು ಸಣ್ಣ ಮನೆಯನ್ನು ಸೇವಕರ ನೆರವಿನಿಂದ ಸಜ್ಜುಗೊಳಿಸಿಕೊಟ್ಟ. ಆ ಮನೆಗೆ ಹಿಂದುಗಡೆಯಿಂದ ಬರುವ ಬೇರೊಂದು ಸಣ್ಣ ಮಾರ್ಗವಿದ್ದುದರಿಂದ, ಅರಮನೆಯ ಮುಂದಿನಿಂದ ಅಥವಾ ರಾಕ್ಷಸನ ಭವನದ ಕಡೆಯಿಂದ ಪ್ರವೇಶಿಸುವ ಸಂದಿಗ್ಧವಿಲ್ಲವೆಂದು ಜೀವಸಿದ್ಧಿ ಸಮಾಧಾನಗೊಂಡ.

★ ★ ★

ಅತ್ತ ನಿಪುಣಕ ತನ್ನ ಬಟ್ಟೆಬರೆಗಳನ್ನೆಲ್ಲ ಕೊಳಕು ಮಾಡಿಕೊಂಡು, ತಲೆ ಕೆದರಿಕೊಂಡು, ಮುಖದಲ್ಲಿ ದೈನ್ಯವನ್ನು ತುಂಬಿಕೊಂಡು ಸುಮಿತ್ರನ ಪಾನಗೃಹದ ಮುಂದೆ ಸುಮ್ಮನೆ ಕುಳಿತುಕೊಂಡ. ಹಗಲು ಹೊತ್ತಾದುದರಿಂದ ಹೆಚ್ಚು ಜನರ ಬರ ಹೋಗುಗಳಿರಲಿಲ್ಲ. ಕೆಲಸಗಾರರು ತಮ್ಮ ತಮ್ಮ ಕೆಲಸಗಳಲ್ಲಿ ತೊಡಗಿದ್ದರು. ಅಲ್ಲಿ ಕೆಲಸಗಾರನಾಗಿದ್ದ ರಾಕ್ಷಸನ ಗೂಢಚಾರ ಕರಭಕ ನಿಪುಣಕನನ್ನು ಗಮನಿಸಿದ. ಅವನು ಹೊಸಬನೆಂಬುದು ಅರ್ಥವಾಯಿತು. ಹತ್ತಿರ ಬಂದು "ಏ, ಯಾರು ನೀನು ? ಇಲ್ಲೇನು ಕೆಲಸ ? ಎದ್ದು ಹೋಗು. ಯಜಮಾನ ಕಂಡರೆ ಇದೇನು ಅವಲಕ್ಷಣವೆಂದು ಹೊಡೆದಟ್ಟುತ್ತಾನೆ" ಎಂದು ಗದರಿಕೊಂಡ.

"ಕ್ಷಮಿಸು ಮಿತ್ರ" ನಿಪುಣಕ ನರಳುತ್ತ ಹೇಳಿದ, "ಊಟ ಮಾಡಿ ಮೂರು ದಿನವಾಯಿತು. ಮೈಯಲ್ಲಿ ಸ್ವಲ್ಪವೂ ತ್ರಾಣವಿಲ್ಲ. ಸ್ವಲ್ಪ ಸುಧಾರಿಸಿಕೊಳ್ಳಬೇಕೆಂದು ಕುಳಿತೆ. ತೊಂದರೆ ಕೊಡುವುದಿಲ್ಲ. ಈಗ ಹೋಗುತ್ತೇನೆ" ಎಂದು ಏಳಲಾರದೆ ಮೇಲೆದ್ದ.

ಕರಭಕನಲ್ಲಿ ಸ್ವಲ್ಪ ಕರುಣೆ ಮೂಡಿತು. "ಊಟವಿಲ್ಲದೆ ಒದ್ದಾಡುವ ಕಷ್ಟ ನಿನಗೇನು ಬಂದಿದೆ ?"

"ಕೆಲಸ ಹುಡುಕಿಕೊಂಡು ಬಹಳ ದೂರದಿಂದ ಬಂದೆ. ಇದ್ದ ಅಲ್ಪ ಸ್ವಲ್ಪ ಧನವೆಲ್ಲ ವೆಚ್ಚವಾಗಿ ಹೋಯಿತು."

"ನೀನು ಎಲ್ಲಿಯವನು ? ಇಲ್ಲಿಗೇಕೆ ಬಂದೆ ?"

"ನಾನು ಗಾಂಧಾರದವನು. ಆ ಯವನರು ಆರ್ಯಾವರ್ತದಲ್ಲಿ ಆಕ್ರಮಣ ಮಾಡಲು ಬಂದಿರುವ ವಿಷಯ ನಿನಗೆ ಗೊತ್ತಿರಬೇಕು. ನಮ್ಮ ರಾಜ ಆಂಭೀಕ ಶರಣಾಗತನಾಗಿ, ಸೈನ್ಯ ತೆಗೆದುಕೊಂಡು ಯವನರೊಂದಿಗೆ ಹೊರಟುಹೋದ. ತಕ್ಷಶಿಲೆಯಲ್ಲಿ ಯವನ ಅಧಿಕಾರಿಯಿದ್ದಾನೆ. ಜನರ ಕಷ್ಟ ಸುಖ ಕೇಳುವವರಿಲ್ಲ, ಮಾಡಲು ಕೆಲಸವಿಲ್ಲ, ತಿನ್ನಲು ಅನ್ನವಿಲ್ಲ."

"ಅಲ್ಲಿ ನೀನೇನು ಕೆಲಸ ಮಾಡುತ್ತಿದ್ದೆ ?"

ಏನು ಹೇಳಬೇಕೆಂದು ಒಂದು ಕ್ಷಣ ಯೋಚಿಸಿ ನಿಪುಣಕ ಹೇಳಿದ, "ಅರಮನೆಯಲ್ಲಿ ಪರಿಚಾರಕನಾಗಿದ್ದೆ. ಆ ಯವನ ಅಧಿಕಾರಿ ತನ್ನ ಕಡೆಯವರನ್ನೇ ಇರಿಸಿಕೊಂಡು, ನಾವು ಹತ್ತು ಜನರನ್ನು ಕೆಲಸದಿಂದ ತೆಗೆದುಬಿಟ್ಟ. ಜೀವನೋಪಾಯದ ಮಾರ್ಗವೇ ಇಲ್ಲದೆ ಊರು ಬಿಡಬೇಕಾಯಿತು. ಯವನರ ದಾಳಿಯ ಭಯದಿಂದ ತತ್ತರಿಸುತ್ತಿರುವ ಯಾರೂ ನೆಮ್ಮದಿಯಿಂದಿಲ್ಲ. ಎಲ್ಲೂ ಕೆಲಸ ಸಿಗಲಿಲ್ಲ. ಹಾಗೇ ದಾರಿ ಸವೆಸುತ್ತ ಇಲ್ಲಿಯವರೆಗೂ ಬಂದುಬಿಟ್ಟೆ. ಭಿಕ್ಷೆ ಬೇಡಿದ್ದರೆ ಹಸಿವಿನಿಂದ ನರಳಬೇಕಾಗಿರಲಿಲ್ಲ. ಆದರೆ ಭಿಕ್ಷೆ ಬೇಡುವುದು ಪಾಪವೆಂದು ತಿಳಿದವನು ನಾನು. ದುಡಿದು ತಿಂದು ಬದುಕಬೇಕು, ಇಲ್ಲವೇ ಸಾಯಬೇಕು. ನನ್ನ ಗೋಳು ಕಥೆ ಕೇಳಿ ನಿಮಗೆ ಬೇಸರವಾಯಿತೇನೋ ! ಕ್ಷಮಿಸಿ, ನಿಮಗಾಗಿರುವ ತೊಂದರೆಗೆ ನಾನು ವಿಷಾದಿಸುತ್ತೇನೆ."

"ನಿಲ್ಲು" ಕರಭಕ ತಡೆದ "ಕೆಲಸ ಕೊಟ್ಟರೆ ಮಾಡುತ್ತೀಯ ?"

"ಇದೇನು ಮಿತ್ರ ಹೀಗೆ ಕೇಳುತ್ತೀ ? ಕೆಲಸ ಹುಡುಕಿಕೊಂಡೇ ಬಂದವನು ಕೆಲಸ ಕೊಡುತ್ತೇನೆಂದರೆ ಮಾಡುವುದಿಲ್ಲವೆ ? ಹೇಳು, ಯಾವ ಕೆಲಸವನ್ನಾದರೂ ಮಾಡಲು ನಾನು ಸಿದ್ಧನಾಗಿದ್ದೇನೆ."

"ಈ ಪಾನಗೃಹದ ಯಜಮಾನ ಸುಮಿತ್ರನಿಗೆ ಹೇಳಿ ನಾನು ನಿನಗೆ ಪರಿಚಾರಕನ ಕೆಲಸ ಕೊಡಿಸುತ್ತೇನೆ."

"ತುಂಬ ಉಪಕಾರವಾಯಿತು ಮಿತ್ರ. ನನ್ನ ಹೆಸರು ನಿಪುಣಕ."

"ಆದರೆ ಒಂದು ಮಾತು, ನಿನ್ನ ಮೊದಲ ನಿಷ್ಠೆ ನನಗಿರಬೇಕು, ಆಮೇಲೆ ಸುಮಿತ್ರನಿಗೆ."

"ಆಗಲಿ, ನನ್ನ ಮೇಲೆ ಅನುಕಂಪದಿಂದ ಕೆಲಸ ಕೊಡಿಸುತ್ತಿರುವ ನಿನಗೆ ನಿಷ್ಠೆಯಿಂದ ಇರುವುದು ನನ್ನ ಧರ್ಮ" ಎಂದು ಹೇಳಿದರೂ, ಒಳಗೆ "ಇಲ್ಲೇನೋ ವಿಷಯವಿದೆ. ಇವನು ಬರೀ ಕೆಲಸಗಾರನಂತೆ ಕಾಣುತ್ತಿಲ್ಲ. ಇರಲಿ, ನಿಧಾನವಾಗಿ ಎಲ್ಲವನ್ನೂ ತಿಳಿಯಲೇಬೇಕು" ಎಂದುಕೊಂಡ.

ನಂತರ ಕರಭಕ ಆವನನ್ನು ಸುಮಿತ್ರನ ಬಳಿಗೆ ಕರೆದುಕೊಂಡು ಹೋದ. "ಒಡೆಯ, ಇವನು ನನ್ನ ದೂರದ ಸಂಬಂಧಿ. ನನ್ನನ್ನು ಹುಡುಕಿಕೊಂಡು ಬರುತ್ತ ದಾರಿಯಲ್ಲಿ ಇದ್ದ

ಧನವನ್ನೆಲ್ಲ ಕಳೆದುಕೊಂಡು, ಹಸಿವು ಬಳಲಿಕೆಗಳಿಂದ ನಿತ್ರಾಣಿಯಾಗಿ ಬಂದಿದ್ದಾನೆ. ದಯವಿಟ್ಟು ಇವನಿಗೊಂದು ಕೆಲಸ ಕೊಟ್ಟರೆ ಉಪಕಾರವಾಗುತ್ತದೆ."

"ಇವನೇನು ಕೆಲಸ ಮಾಡಬಲ್ಲ?"

"ಏನು ಕೆಲಸ ಹೇಳಿದರೂ ಮಾಡುತ್ತಾನೆ."

"ನಿನ್ನ ಹೊಣೆಯ ಮೇಲೆ ಇವನನ್ನು ಕೆಲಸಕ್ಕೆ ತೆಗೆದುಕೊಳ್ಳುತ್ತೇನೆ. ಪರಿಚಾರಿಕೆಯ ಬಗ್ಗೆ ನೀನೇ ಇವನಿಗೆ ತಿಳುವಳಿಕೆ ಕೊಡು."

"ತುಂಬ ಉಪಕಾರವಾಯಿತು" ಎಂದ ಕರಭಕ.

"ತಮ್ಮ ಉಪಕಾರವನ್ನು ನಾನೆಂದೂ ಮರೆಯುವುದಿಲ್ಲ" ಎಂದು ನಿಪುಣಕ ತಲೆಬಾಗಿ ನಮಸ್ಕರಿಸಿದ.

ಕರಭಕ ಅವನಿಗೆ ಸ್ನಾನ ಮಾಡಿಸಿ, ತನ್ನದೇ ಒಂದು ಜೊತೆ ಮಡಿ ಮಾಡಿದ ಬಟ್ಟೆಗಳನ್ನು ನೀಡಿ ಹೊಟ್ಟೆ ತುಂಬ ಊಟ ಹಾಕಿಸಿದ. ಆ ದಿನ ತನ್ನ ಕೋಣೆಯಲ್ಲೇ ವಿಶ್ರಾಂತಿ ಪಡೆಯುವಂತೆ ಹೇಳಿ ತನ್ನ ಕೆಲಸದ ಮೇಲೆ ಹೊರಟುಹೋದ.

ನಿಪುಣಕನಿಗೆ ತಾನು ಒಂದು ಕಡೆ ಸೇರಿಕೊಂಡಿದ್ದು ಸಮಾಧಾನವುಂಟು ಮಾಡಿದರೂ, ಕರಭಕ ಒಬ್ಬ ನಿಗೂಢ ವ್ಯಕ್ತಿಯಾಗಿ ಕಂಡುಬಂದು ಸ್ವಲ್ಪ ಆತಂಕವೂ ಆಯಿತು. ಅವನೂ ತನ್ನಂತೆ ಒಬ್ಬ ಗೂಢಚಾರನೇ ಇರಬೇಕೆಂಬ ಸಂದೇಹ ಅಸ್ಪಷ್ಟವಾಗಿ ಸುಳಿಯುತ್ತಿತ್ತು. ಅವನು ಶತ್ರುಪಕ್ಷದವನೋ, ಮಿತ್ರಪಕ್ಷದವನೋ ಎಂಬುದು ತಿಳಿಯದೆ, ತನ್ನ ರಹಸ್ಯ ಬಯಲಾಗದಂತೆ ಎಚ್ಚರವಹಿಸಬೇಕಾಗಿತ್ತು. ಕರಭಕನ ಕೋಣೆಯಲ್ಲೇ ಇದ್ದರೆ ತನ್ನ ಚಲನವಲನಗಳಿಗೆ ತೊಂದರೆಯಾಗಬಹುದೆನ್ನಿಸಿತು. ಆದರೆ, ಬೇರೆ ವ್ಯವಸ್ಥೆ ಮಾಡಿಕೊಂಡರೆ ಅವನು ತನ್ನ ಮೇಲೆ ಅನುಮಾನ ಪಡುವ ಸಾಧ್ಯತೆಯೂ ಇತ್ತು. ಕೆಲವು ದಿನ ಜೊತೆಯಲ್ಲೇ ಇದ್ದು ಅವನ ನಂಬಿಕೆಯನ್ನು ಸಂಪಾದಿಸಿಕೊಂಡು, ನಂತರ ಮುಂದಿನ ಯೋಚನೆ ಮಾಡಬೇಕೆಂದುಕೊಂಡು, ಮಲಗಿ ನಿದ್ರೆಹೋದ.

★ ★ ★

ಸಿದ್ಧಾರ್ಥಕ ಶಕಟದಾಸನ ಮನೆಯಲ್ಲಿ ಸೇರಿಕೊಂಡ. ಶಕಟದಾಸ ವೃತ್ತಿಯಲ್ಲಿ ಕರಣಿಕ. ಜನರಿಗೆ ಅಗತ್ಯವಾದುದನ್ನು ಬರೆದುಕೊಟ್ಟು ಜೀವನ ನಡೆಸುತ್ತಿದ್ದವನು. ಅವನು ಚಂದನದಾಸ ಮತ್ತು ರಾಕ್ಷಸನ ಆಪ್ತಮಿತ್ರನೂ ಹೌದು. ರಾಕ್ಷಸನ ವೈಯಕ್ತಿಕ ಮತ್ತು ಆಡಳಿತಕ್ಕೆ ಸಂಬಂಧಿಸಿದ ಪತ್ರಗಳನ್ನೆಲ್ಲ ಅವನೇ ಬರೆಯುತ್ತಿದ್ದವನು. ಆಸ್ಥಾನ ಕರಣಿಕನ ಸ್ಥಾನ ತೆರವಾದಾಗ ಆ ಸ್ಥಾನಕ್ಕೆ ಶಕಟದಾಸನನ್ನು ನೇಮಿಸಲು ರಾಕ್ಷಸ ಆಸಕ್ತಿ ತೋರಿಸಿದ. ಆದರೆ ಅಧಿಕಾರದ ಅಂಕೆಗೊಳಪಡುವ ಇಚ್ಛೆಯಿಲ್ಲದೆ ಅವನು ಆ ಆಹ್ವಾನವನ್ನು ನಯವಾಗಿಯೇ ನಿರಾಕರಿಸಿದ.

ಪತ್ನೀವಿಹೀನನಾದ ಅವನು ಒಂಟಿ. ಮಧ್ಯವಯಸ್ಸು ದಾಟಿದ ಅವನಿಗೆ ಮರು ಮದುವೆಯ ಆಸಕ್ತಿಯಿರಲಿಲ್ಲ. ಪ್ರಾಮಾಣಿಕವಾದ ದುಡಿಮೆ, ಸಾಮರ್ಥ್ಯವಿದ್ದಷ್ಟು ದಾನ ಧರ್ಮ, ಅವನ ಆದರ್ಶವಾಗಿತ್ತು. ಮನೆಗೆಲಸಕ್ಕೆ ಈಗಾಗಲೇ ಅವನ ಬಳಿ ಒಬ್ಬ ಸೇವಕನಿದ್ದ. ಸಿದ್ಧಾರ್ಥಕ ಕೆಲಸ ಕೇಳಿಕೊಂಡು ಬಂದಾಗ ಅವನು ಅಲ್ಪ ಸ್ವಲ್ಪ ವಿದ್ಯಾವಂತನೆಂಬುದು ತಿಳಿದು, ತನಗೂ ಸಹಾಯಕನಾಗಬಹುದು, ಮನೆಗೆಲಸದಲ್ಲಿ ಈಗಾಗಲೇ ಇರುವ ಸೇವಕನಿಗೆ

ನೆರವಾಗಬಹುದೆಂದು ಇರಿಸಿಕೊಂಡ. ಮನೆಯ ಹಿಂಬದಿಯ ಪುಟ್ಟ ಕೋಣೆಯಲ್ಲಿ ವಾಸಕ್ಕೂ ಅನುಕೂಲವಾಯಿತು.

ಸಮಿದ್ಧಾರ್ಥಕ ಮೊದಲೇ ನಿರ್ಧರಿಸಿಕೊಂಡಿದ್ದಂತೆ, ನಗರದ ಹೊರವಲಯದಲ್ಲಿದ್ದ ಕೃಷಿಕ ಚಿದಂಬರನ ಮಗ ವಸುಂಧರನ ಆಶ್ರಯದಲ್ಲಿ ಕೃಷಿ ಕಾರ್ಮಿಕನಾಗಿ ಸೇರಿಕೊಂಡ. ಭಯವಿಲ್ಲದಿದ್ದುದರಿಂದ ತಾನಾರೆಂಬುದನ್ನು ಅವನ ಗಮನಕ್ಕೂ ತಂದ. ಯಾವ ನಿರ್ಬಂಧವೂ ಇಲ್ಲದೆ ತಾನು ಮುಕ್ತವಾಗಿದ್ದರೆ ಒಳ್ಳೆಯದೆಂದು ಅವನು ಈ ಯೋಚನೆ ಮಾಡಿದ್ದ.

ಪಶುಲೋಮ ಸುಗಂಧಿಯ ಮನೆಗೆ ಹೋಗಿ, ಮಂಗಳೆಯನ್ನು ಕಂಡು, ಸೂಕ್ಷ್ಮವಾಗಿ ತನ್ನ ಪರಿಚಯವನ್ನು ಹೇಳಿ, ಚರಣನ ಗುರುತು ಕೊಟ್ಟು ಅಲ್ಲಿ ಕೆಲಸಗಾರನಾಗಿ ಸೇರಿಕೊಂಡ. ಕೆಲವು ದಿನಗಳಿಂದ ಯಾವ ಚಟುವಟಿಕೆಗಳೂ ಇಲ್ಲದೆ ಸ್ತಬ್ಧವಾಗಿದ್ದ ಮಂಗಳೆಯ ಮನಸ್ಸು ಮತ್ತೆ ಏನೋ ನಡೆಯುತ್ತಿದೆಯೆಂದು, ಉತ್ಸಾಹಗೊಂಡಿತು. ಆ ಎಲ್ಲ ಕಾರ್ಯಗಳೂ ಯಶಸ್ವಿಯಾಗಿ, ಆ ಶ್ರೀಯಕನಿಂದ ತನಗೂ, ತನ್ನ ಮಗಳಿಗೂ ಯಾವ ಅಪಾಯವೂ ಆಗದಿದ್ದರೆ ಸಾಕೆಂದು ಅವಳು ನಿತ್ಯ ದೇವರನ್ನು ಪ್ರಾರ್ಥಿಸುತ್ತಿದ್ದಳು.

ಆ ದಿನ ಧೈರ್ಯ ಮಾಡಿ ಮಂಗಳೆ ಕೇತಕಿಯನ್ನೂ, ಉಳಿದ ಹುಡುಗಿಯರನ್ನೂ ಪುರುಷಪುರಕ್ಕೆ ಕಳಿಸಿಬಿಟ್ಟಳು. ಕೆಲವೇ ದಿನಗಳಲ್ಲಿ ಶ್ರೀಯಕ ಮತ್ತೆ ಬಂದು ಕೇತಕಿಯ ಬಗ್ಗೆ ವಿಚಾರಿಸಿದ್ದ. ಅವಳು ಅಳುತ್ತ 'ಈ ಕಾಲದಲ್ಲಿ ಯಾರನ್ನು ನಂಬುವುದು ಅಮಾತ್ಯರೆ ? ಆ ಕೇತಕಿಯ ಅಣ್ಣ ಬಂದು, ನನ್ನ ಮಾತನ್ನು ಲೆಕ್ಕಿಸದೆ ಅವಳನ್ನು ಕರೆದುಕೊಂಡು ಹೋಗಿಬಿಟ್ಟ. ಉಳಿದ ಹುಡುಗಿಯರೂ ಹಟ ಮಾಡಿ ಹೊರಟುಹೋದರು. ಇಷ್ಟು ಕಾಲ ಸಾಕಿ ಸಲಹಿ ನನ್ನ ಒಳ್ಳೆಯತನಕ್ಕೆ ಬೆಲೆಯೇ ಇಲ್ಲದಂತಾಯಿತು'' ಎಂದು ಗೋಳಾಡಿದಳು.

ಶ್ರೀಯಕನಿಗೆ ಅವಳೇ ಅವರನ್ನೆಲ್ಲ ಬೇರೆ ಕಡೆಗೆ ಕಳಿಸಿಬಿಟ್ಟಿರಬೇಕೆಂಬ ಸಂದೇಹ ಬಂದರೂ, ಮಂಗಳೆಯ ಗೋಳು ನೋಡಿ, ಅವಳ ನಾಟಕವನ್ನು ನೋಡಿ ನಂಬಬೇಕಾಯಿತು. ಜೊತೆಗೆ ಸಂಪಾದನೆಯಾಗುವ ಅವಕಾಶ ಕೈಗೆ ಸಿಕ್ಕಿದಾಗ, ಅದನ್ನು ತಾನೇ ಕಡೆಗಣಿಸುವುದು ಸಾಧ್ಯವಿಲ್ಲ, ಎಂದುಕೊಂಡಿದ್ದ. ಸದ್ಯಕ್ಕೆ ಮಂಗಳೆಗೆ ಬಂದಿದ್ದ ಆಪತ್ತು ನಿವಾರಣೆಯಾಗಿತ್ತು.

ಚಾಣಕ್ಯನ ಶಿಷ್ಯರೆಲ್ಲ ವಾರದಲ್ಲಿ ಒಂದು ದಿನ, ಕತ್ತಲಾದ ಮೇಲೆ ಒಂದು ಕಡೆ ಸೇರಬೇಕೆಂದು ಇಂದುಶರ್ಮ ಅಥವಾ ಜೀವಸಿದ್ಧಿ ಮೊದಲೇ ನಿರ್ಧಾರ ಮಾಡಿದ್ದ. ಅದರಂತೆ ಅವರ ಮೊದಲ ಭೇಟಿ ಗಂಗಾತೀರದ ಒಂದು ತೋಪಿನಲ್ಲಿ ನಡೆಯಿತು. ಪ್ರತಿಯೊಬ್ಬರೂ ತಮ್ಮ ತಮ್ಮ ಅನುಭವಗಳನ್ನು ಹೇಳಿಕೊಂಡರು.

ಇಂದುಶರ್ಮ ರಾಕ್ಷಸನನ್ನು ಮರುಳು ಮಾಡಿದ್ದನ್ನು ನಾಟಕೀಯವಾಗಿ ವಿವರಿಸಿದಾಗ, ಉಳಿದವರು ಅಚ್ಚರಿ ಮತ್ತು ಮೆಚ್ಚುಗೆಯನ್ನು ಸೂಚಿಸಿದರು. ''ನಿಮ್ಮಲ್ಲಿ ಇಂಥ ಅದ್ಭುತ ನಟನಾಚಾತುರ್ಯವಿದೆಯೆಂದು ನನಗೆ ಗೊತ್ತಿರಲಿಲ್ಲ'' ಎಂದ ಸಿದ್ಧಾರ್ಥಕ.

''ಚಾತುರ್ಯದ ಮನೆ ಹಾಳಾಯಿತು'' ಇಂದುಶರ್ಮ ಹೇಳಿದ, ''ಅಕಸ್ಮಾತ್ ಗುಟ್ಟು ರಟ್ಟಾದರೆ ಪ್ರಾಣಕ್ಕೇ ಸಂಚಕಾರ ಬರುವುದಲ್ಲಾ, ಎಂದು ಜೀವ ಒಳಗೇ ನಡುಗುತ್ತಿತ್ತು.''

''ಅಂತೂ, ಕಡೆಗೂ ನೀವು ಯಶಸ್ವಿಯಾದಿರಲ್ಲ!'' ಎಂದ ಸಮಿದ್ಧಾರ್ಥಕ.

''ಈಗ ಯಶಸ್ವಿಯಾದದ್ದು ಮುಖ್ಯವಲ್ಲ, ಇನ್ನು ಮುಂದೆಯೂ ರಾಕ್ಷಸನಿಗೆ ಸಂದೇಹ

ಬಾರದಂತೆ ಎಚ್ಚರಿಕೆಯಿಂದ ಇದ್ದು ಆಚಾರ್ಯ ಚಾಣಕ್ಯರ ಕಾರ್ಯವನ್ನು ಯಶಸ್ವಿಗೊಳಿಸುವುದು ಮುಖ್ಯ'' ಎಂದ ಪಶುಲೋಮ.

''ಸರಿ, ನಿಮ್ಮ ಅನುಭವಗಳನ್ನು ಹೇಳಿ'' ಎಂದ ಇಂದುಶರ್ಮ.

ನಿಪುಣಕ ತನ್ನ ಕಥೆಯನ್ನು ಹೇಳಿದ. ಅವನ ಅಭಿನಯಕ್ಕೂ ಮೆಚ್ಚಿಗೆ ದೊರೆಯಿತು. ''ಆದರೆ'' ನಿಪುಣಕ ಹೇಳಿದ, ''ಪಾನಗೃಹದಲ್ಲಿ ಕೆಲಸ ಕೊಡಿಸಿದ ಕರಭಕ ಮೊದಲ ನಿಷ್ಠೆ ತನಗೆ, ನಂತರ ಯಜಮಾನ ಸುಮಿತ್ರನಿಗೆ, ಎಂದು ಹೇಳಿದ. ನನಗೇನೋ ಅವನೂ ಒಬ್ಬ ಗೂಢಚಾರನಿರಬೇಕೆನಿಸುತ್ತಿದೆ.''

''ಅದರಲ್ಲಿ ಸಂದೇಹವೇ ಇಲ್ಲ'' ಇಂದುಶರ್ಮ ಹೇಳಿದ. ''ಅವನು ಯಾರ ಪರವಾಗಿ ಕೆಲಸ ಮಾಡುತ್ತಿದ್ದಾನೆಂದು ನಿಧಾನವಾಗಿ ತಿಳಿದುಕೊ. ಆದರೆ ಅದೇ ಸಮಯದಲ್ಲಿ ಸುಮಿತ್ರನ ನಂಬಿಕೆ ಗಳಿಸಿಕೊಳ್ಳುವುದನ್ನು ಮಾತ್ರ ಮರೆಯಬೇಡ. ಸಮಯ ಬಂದರೆ ಅವನಿಂದಲೂ ನಮಗೆ ಪ್ರಯೋಜನವಾಗಬಹುದು.''

ನಂತರ ಸಿದ್ಧಾರ್ಥಕ ತಾನು ಶಕಟದಾಸನ ಬಳಿ ಸೇರಿದ್ದನ್ನು ವಿವರಿಸಿದ. ಅವರು ಮೊದಲೇ ನಿರ್ಧರಿಸಿದಂತೆ ಸಮಿದ್ಧಾರ್ಥಕ ಮತ್ತು ಪಶುಲೋಮ ವಸುಂಧರ ಮತ್ತು ಮಂಗಳೆಯ ಆಶ್ರಯ ಪಡೆದಿದ್ದರಿಂದ ಅವರು ಯಾವ ನಾಟಕವಾಡುವ ಅಗತ್ಯವೂ ಇರಲಿಲ್ಲ.

''ನಾವು ಚಾಣಕ್ಯನಿಗೆ ತಿಳಿಸಬೇಕಾದ ಅವಸರದ ಸುದ್ದಿಯೇನಾದರೂ ಇದ್ದರೆ ಸಮಿದ್ಧಾರ್ಥಕ ಮತ್ತು ಪಶುಲೋಮ ಇಬ್ಬರೂ, ಅಥವಾ ಇಬ್ಬರಲ್ಲಿ ಒಬ್ಬರು ಹೊರಡಲು ಸಿದ್ಧರಾಗಿರಬೇಕಾಗುತ್ತದೆ. ಅವರಿಗೆ ಸಾಧ್ಯವಾಗದಿದ್ದರೆ ಪುರುಷಪುರಕ್ಕೆ ಹೋಗಿ ಸಹದೇವನಿಗೆ ಮುಟ್ಟಿಸಿದರೆ, ಅವನು ತನ್ನ ಕಡೆಯವರನ್ನು ಚಾಣಕ್ಯನ ಬಳಿಗೆ ಕಳಿಸುತ್ತಾನೆ'' ಎಂದ ಇಂದುಶರ್ಮ.

ಅವರು ಅದಕ್ಕೆ ಒಪ್ಪಿಕೊಂಡರು.

ನಂತರ ಮುಂದಿನವಾರ ಅವರು ಎಲ್ಲಿ ಸೇರಬೇಕೆಂದು ಮೊದಲೇ ನಿರ್ಧರಿಸಿಕೊಂಡು, ಒಬ್ಬೊಬ್ಬರು ಒಂದೊಂದು ದಿಕ್ಕಿನ ಕಡೆಯಿಂದ ಹೊರಟು ತಮ್ಮ ತಮ್ಮ ನೆಲೆಗಳನ್ನು ಸೇರಿಕೊಂಡರು.

## ೭

''ನಮ್ಮ ಸೈನ್ಯ ಪೂರ್ಣವಾಗಿ ಸಜ್ಜಾಗಿದೆ ಪ್ರಭು. ಅದರ ಬಗ್ಗೆ ನಾವು ಚಿಂತೆ ಮಾಡಬೇಕಾಗಿಲ್ಲ'' ಅಮಾತ್ಯ ಶಬರವರ್ಮ ಹೇಳಿದ.

''ನಮ್ಮ ಸೈನ್ಯದ ನಿಷ್ಠೆ ಮತ್ತು ಸಾಮರ್ಥ್ಯದ ಬಗ್ಗೆ ನನಗೆ ಸಂಪೂರ್ಣ ನಂಬಿಕೆಯಿದೆ ಅಮಾತ್ಯರೆ'' ಪೌರವ ಹೇಳಿದ, ''ಯವನರನ್ನು ಹೊಡೆದೋಡಿಸಲು ನನ್ನ ಮಕ್ಕಳೂ ತುದಿಗಾಲ ಮೇಲೆ ನಿಂತಿದ್ದಾರೆ. ಆದರೆ ನನಗೆ ಮಾತ್ರ ಆ ಯವನರಿಗಿಂತ, ಆ ಗಾಂಧಾರ ರಾಜ ಆಂಭೀಕನ ಮೇಲೆ ಸೇಡು ತೀರಿಸಿಕೊಳ್ಳಬೇಕೆಂದು ಆತುರವಾಗುತ್ತಿದೆ.''

''ನೀವು ಸೇಡು ತೀರಿಸಿಕೊಳ್ಳುವಂಥ ಸಾಹಸಿಯಲ್ಲ ಅವನು. ಕೈಲಾಗದಿದ್ದರೂ ನಮ್ಮ ಉನ್ನತಿಯನ್ನು ಕಂಡು ಕರುಬುವ ಅಲ್ಪತನ ಮಾತ್ರ ಅಪಾರವಾಗಿದೆ.''

"ಅವನಂಥ ಅಲ್ಪರಿಂದಲೇ ಯಾವನೋ ಒಬ್ಬ ಪರದೇಸಿ ನಮ್ಮ ನಾಡುಗಳನ್ನೆಲ್ಲ ಕಬಳಿಸುತ್ತ ಬರುತ್ತಿರುವನಲ್ಲವೆ ಅಮಾತ್ಯರೆ ?"

"ಅದೊಂದು ಮಾತ್ರ ಬಹಳ ನೋವಿನ ಮತ್ತು ನಾಚಿಕೆ ಪಡುವ ಸಂಗತಿ ಪ್ರಭು" ಶಬರವರ್ಮ ವಿಷಾದ ಭಾವನೆಯಿಂದ ಹೇಳಿದ, "ಅದರಲ್ಲಿ ನಾವೂ ಒಂದು ರೀತಿ ಭಾಗಿಗಳೇ ಅಲ್ಲವೆ ?"

"ಏನು ಹಾಗೆಂದರೆ ? ನಾವು ಭಾಗಿಗಳೇ ?" ಪೌರವ ಸಿಡುಕಿನಿಂದ ಹೇಳಿದ.

"ತಪ್ಪು ತಿಳಿದುಕೊಳ್ಳಬೇಡಿ ಪ್ರಭು. ಗಾಂಧಾರ ರಾಜ ಆಂಭೀಕನಿಗೆ ನಿಮ್ಮ ಮೇಲೆ ದ್ವೇಷ. ಅವನ ನಾಡನ್ನು ಗೆದ್ದು ಸಾಮ್ರಾಜ್ಯ ವಿಸ್ತರಿಸಿಕೊಳ್ಳುವ ಹಂಬಲ ನಿಮ್ಮಲ್ಲೂ ಇದೆ."

"ಅದೊಂದೇ ನಾಡನ್ನಲ್ಲ, ಮಗಧವನ್ನೂ ಗೆದ್ದು ವಿಶಾಲ ಸಾಮ್ರಾಜ್ಯದ ಚಕ್ರವರ್ತಿ ಯಾಗಬೇಕೆಂಬ ಹಂಬಲವಿದೆ."

"ಹೀಗೆ ಒಬ್ಬೊಬ್ಬರೂ ತಮ್ಮ ಸ್ವಾರ್ಥ ಪ್ರತಿಷ್ಠೆಗಳನ್ನೇ ದೊಡ್ಡದು ಮಾಡಿಕೊಂಡು ಪರಸ್ಪರ ಶತ್ರುಗಳಾಗಿದ್ದಾರೆ. ಒಂದೇ ಭೂಪ್ರದೇಶದ, ಒಂದೇ ನಾಗರೀಕತೆ, ಸಂಸ್ಕೃತಿಗಳನ್ನುಳ್ಳ ಸಣ್ಣ ಸಣ್ಣ ನಾಡುಗಳ ಗಡಿಗಳು ಎತ್ತರವಾದ ಗೋಡೆಗಳಾಗಿವೆ. ಆ ಗೋಡೆಗಳನ್ನು ಒಡೆಯಲು ಈಗ ಒಬ್ಬ ವಿದೇಶೀಯ ಬಂದಿದ್ದಾನೆ. ನಿಮ್ಮ ಆತ್ಮಸಾಕ್ಷಿಯಾಗಿ ಹೇಳಿ ಪ್ರಭು, ಇದು ನಿಜವಲ್ಲವೇ ?"

"ನಿಜವಿರಬಹುದು" ಪೌರವ ಬಿಗುಮಾನದಿಂದಲೇ ಹೇಳಿದ, "ನನ್ನ ವಿಷಯದಲ್ಲಿ ಮಾತ್ರ ಇದು ನಿಜವಲ್ಲ, ಸಾಮ್ರಾಜ್ಯ ಕಟ್ಟುವುದು, ವಿಸ್ತರಿಸುವುದು, ಆಳುವುದು ಕ್ಷತ್ರಿಯ ಧರ್ಮ."

"ನೀವೇ ಎಲ್ಲ ರಾಜರ, ಜನಪದಗಳ ನಾಯಕರನ್ನು ಒಟ್ಟುಗೂಡಿಸಿ ವಿದೇಶೀಯರನ್ನು ಹೊಡೆದೋಡಿಸುವ ನೇತೃತ್ವ ವಹಿಸಬಹುದಾಗಿತ್ತು."

"ಹೌದು, ಅದಕ್ಕೆ ನಾನು ಈಗಲೂ ಸಿದ್ಧ. ಆದರೆ ನಾಯಕತ್ವ ನನ್ನದೇ ಆಗಬೇಕು. ಗೆದ್ದ ನಂತರ ನಾನೇ ಚಕ್ರವರ್ತಿಯಾಗಬೇಕು. ಉಳಿದವರೆಲ್ಲ ನನ್ನ ಆಶ್ರಿತರಾಗಲು ಒಪ್ಪಬೇಕು."

"ಎಲ್ಲರಿಗೂ ನಿಮ್ಮಂತೆಯೇ ಚಕ್ರವರ್ತಿಯಾಗುವ ಆಸೆಯಿದ್ದೇ ಇರುತ್ತದೆ."

"ಆದರೆ ಚಕ್ರವರ್ತಿಪದವಿ ಒಂದೇ ಇರಬೇಕು. ಹಲವರು ಚಕ್ರವರ್ತಿಗಳಿದ್ದರೆ, ನನ್ನ ಚಕ್ರವರ್ತಿಸ್ಥಾನಕ್ಕೆ ಏನು ಬೆಲೆ ? ಬೇರೆಯವರಲ್ಲೂ ಇದೇ ಆಸೆ ಇರುವುದಾದರೆ ಈ ಯೋಜನೆ ಸಫಲವಾಗುವುದಿಲ್ಲವೆಂದೇ ಅರ್ಥ. ಹೋಗಲಿ ನೀವೇ ಹೇಳಿ ಅಮಾತ್ಯರೇ, ಈ ಇಡೀ ಆರ್ಯಾವರ್ತದಲ್ಲಿ ನನ್ನಷ್ಟು ಸಮರ್ಥನಾದ ರಾಜ ಯಾವನಿದ್ದಾನೆ ? ಮಗಧವೇನೋ ವಿಶಾಲವಾದ ಸಾಮ್ರಾಜ್ಯ ನಿಜ. ಆದರೆ ಧನನಂದ ಚಕ್ರವರ್ತಿಯೆನಿಸಿಕೊಳ್ಳಲು ಯೋಗ್ಯತೆಯಿಲ್ಲದ ಲಂಪಟ, ಲೋಭಿ. ಉಳಿದವರೆಲ್ಲ ಆಂಭೀಕನಂಥ ಹೇಡಿಗಳು ಅಥವಾ ಸುಲಭವಾಗಿ ಸೋತು ನೆಲ ಕಚ್ಚುವ ಅಸಮರ್ಥರು."

ಅತಿಯಾದ ಸ್ವಪ್ರಶಂಸೆ ಮತ್ತು ದುರಭಿಮಾನದ ಪೌರವನಿಗೆ ತನ್ನ ಮಾತು ಅರ್ಥವೇ ಆಗುವುದಿಲ್ಲವೆಂದು ಶಬರವರ್ಮನಿಗೆ ಸ್ಪಷ್ಟವಾಯಿತು. ಅವನು ವೀರನೆಂಬುದು ನಿಜವಾದರೂ, ಅವನ ಅತಿಯಾದ ಸ್ವಪ್ರತಿಷ್ಠೆ ಶಬರವರ್ಮನಿಗೆ ಕೆಲವು ಸಲ ಅಸಹ್ಯ

ಬರಿಸುತ್ತಿತ್ತು. ಆದರೂ ಅವನು ಒಳ್ಳೆಯವನೇ. ಪ್ರಜೆಗಳನ್ನು ಪ್ರೀತಿಯಿಂದ ಪಾಲಿಸುತ್ತಾನೆ. ಆಶ್ರಿತರು ಸುಖವಾಗಿರುವಂತೆ ನೋಡಿಕೊಳ್ಳುತ್ತಾನೆ.

ಆಂಭೀಕ ಮತ್ತು ಅವನ ತಂದೆ ವೈವಸ್ವತ ಸದಾ ಪರ್ವತನಾಡಿನ ಬಗ್ಗೆ, ಪೌರವನ ಬಗ್ಗೆ ಕೀಳುರೀತಿಯ ಅಪಪ್ರಚಾರದಲ್ಲಿ ತೊಡಗಿದ್ದು, ಯಾರಿಗೇ ಆದರೂ ಕೋಪ ಬರಿಸುವುದು ಸಹಜವಾಗಿತ್ತು. ಯವನರ ದಾಳಿಯಿಲ್ಲದಿದ್ದರೆ, ಬಹುಶಃ ಪೌರವನೇ ತಾಳ್ಮೆ ತಪ್ಪಿ ಗಾಂಧಾರದ ಮೇಲೆ ಆಕ್ರಮಣ ಮಾಡುತ್ತಿದ್ದ. ಅವನು ಬಹಳ ದಿನಗಳಿಂದ ಕಾಯುತ್ತಿದ್ದ ಅವಕಾಶ ಈಗ ತಾನಾಗಿ ಒದಗಿ ಬಂದಿತ್ತು.

ಆದರೆ ಶಬರವರ್ಮನಿಗೆ ಅಲೆಗ್ಸಾಂಡರನ ಆಕ್ರಮಣದ ರೀತಿ, ಅವನ ಸುಸಜ್ಜಿತವಾದ ಸೈನ್ಯ, ಹಲವರು ಶರಣಾದದ್ದು, ಪ್ರತಿಭಟಿಸಿದವರು ಸೋತು ಹೋದದ್ದು ಇತ್ಯಾದಿ ಸುದ್ದಿಗಳನ್ನು ಕೇಳುತ್ತ, ಯುದ್ಧ ಮಾಡಿ ಗೆಲ್ಲುವುದರ ಬಗ್ಗೆ ಸ್ವಲ್ಪ ಸಂದೇಹವಿತ್ತು. ಆದರೆ ಆ ಯವನರಿಗೆ ಬೇರೆಯವರಂತೆ ಪೌರವ ಸುಲಭಸಾಧ್ಯವಾಗುವುದಿಲ್ಲವೆಂಬುದು ಮಾತ್ರ ಖಚಿತವಾಗಿತ್ತು.

ಅದನ್ನೇ ಪೌರವ ಹೇಳಿದ, "ಅಮಾತ್ಯರೇ, ಮಳೆಗಾಲ ಹತ್ತಿರವಾಗಿದೆ. ಆ ಯವನ ವೀರ ಈಗ ಬರಲಿ. ಬಂದು ನಮ್ಮ ಪರ್ವತನಾಡಿನ ಮೇಲೆ ಜಯಿಸಲಿ. ಅವನ ಜೊತೆ ಬಂದಿರುವ ಆ ಹೇಡಿ ಆಂಭೀಕ ಗೆಲ್ಲಿಸಲಿ."

"ಅದು ನಿಜ ಪ್ರಭು. ನಮ್ಮ ನದಿಗಳು ತುಂಬಿ ಹರಿಯುವಾಗ ಅದರ ಪ್ರವಾಹದ ರಭಸದಲ್ಲಿ ಆ ವಿದೇಶೀ ಪಡೆ ದಿಗ್ಭ್ರಾಂತಿಯಿಂದ ಕಣ್ಣುಬಾಯಿ ಬಿಟ್ಟುಕೊಂಡು ನೋಡುತ್ತ ನಿಲ್ಲಬೇಕು."

"ನಮ್ಮ ದೋಣಿಗಳೆಲ್ಲ ಸಿದ್ಧವಾಗಿವೆಯಲ್ಲವೇ ?"

"ಓಹೋ ! ಹಳೆಯ ದೋಣಿಗಳನ್ನು ಸರಿಪಡಿಸಲಾಗಿದೆ. ಹೊಸವನ್ನು ನಿರ್ಮಿಸಲಾಗಿದೆ. ಅದಕ್ಕಾಗಿ ಇರುವ ನಮ್ಮ ಪ್ರತ್ಯೇಕ ಪಡೆ ತನ್ನ ಪರಾಕ್ರಮ ತೋರಿಸಲು ಕಾತರಿಸುತ್ತಿದೆ."

ಅವರ ಮಾತುಕತೆ ಅಲ್ಲಿಗೆ ಮುಗಿಯಿತು. ಆದರೆ ಪೌರವ ಮುಂದೆ ನಡೆಯಬಹುದಾದ ಯುದ್ಧದ ಕನಸು ಕಾಣುತ್ತಿದ್ದ. ಅದರಲ್ಲಿ ಮತ್ತೆ ಮತ್ತೆ ಗಾಂಧಾರ ರಾಜ ಆಂಭೀಕನೇ ಕಾಣುತ್ತಿದ್ದ. ಯುದ್ಧದಲ್ಲಿ ಹೇಗಾದರೂ ಮಾಡಿ ಅವನನ್ನು ಕೊಂದುಬಿಡಬೇಕೆಂದುಕೊಂಡ. ತಾನು ಅವನ ಎದೆಗೆ ಗುರಿಯಿಟ್ಟು ಕತ್ತಿಯೆತ್ತಿದಾಗ ಅವನ ಮುಖ ಹೇಗೆ ಭೀತಿಯಿಂದ ಬಿಳಿಚಿಕೊಳ್ಳಬಹುದೆಂದು ಕಲ್ಪಿಸಿಕೊಂಡು ಅವನಿಗೆ ಜೋರಾಗಿ ನಗು ಬಂತು.

★ ★ ★

ಅಲೆಗ್ಸಾಂಡರನ ಶಿಬಿರದಲ್ಲಿ ಆಂಭೀಕನೂ ಪೌರವನ ಬಗ್ಗೆಯೇ ಯೋಚಿಸುತ್ತಿದ್ದ. 'ಆ ಪೌರವ ಇನ್ನೆಷ್ಟು ದಿನ ಮೆರೆಯುತ್ತಾನೆ ! ಅವನ ಅಹಂಕಾರ ಅಡಗುವ ದಿನ ಹತ್ತಿರವಾಗಿದೆ. ತಾನೇ ವೀರನೆಂಬ ಅವನ ಹೆಮ್ಮೆ ಎಷ್ಟು ಬೇಗ ಕರಗಿಹೋಗುವುದೋ, ಎಷ್ಟು ಬೇಗ ಅವನ ಮುಖದಲ್ಲಿ ಸೋಲಿನ ಅಸಹಾಯಕ ಪರಿಸ್ಥಿತಿಯನ್ನು ಕಾಣುತ್ತೇನೋ ಎಂದು ಮನಸ್ಸು ಕಾತರಿಸುತ್ತಿದೆ.

'ಗಾಂಧಾರವನ್ನು ಇಂದಲ್ಲ ನಾಳೆ ತನ್ನ ಸಾಮ್ರಾಜ್ಯಕ್ಕೆ ಸೇರಿಸಿಕೊಂಡೇ ತೀರುವೆನೆಂದು ಬಡಬಡಿಸುತ್ತಿದ್ದಾನಂತೆ ! ನಾನು ನನ್ನ ತಂದೆ ಕೈಲಾಗದ ಹೇಡಿಗಳಂತೆ ! ಗಾಂಧಾರವನ್ನು

ಸುಲಭವಾಗಿ ಗೆದ್ದುಬಿಡುವೆನೆಂದುಕೊಂಡಿದ್ದ. ಈಗ ಗೆಲ್ಲಲಿ ನೋಡೋಣ! ಈಗ ಗೆಲ್ಲುವವನು ಅಲೆಗ್ಸಾಂಡರ್! ಪರ್ವತನಾಡನ್ನು ಆಳುವವನು ಆಂಭೀಕ!

'ಆ ಪೌರವ ಅಲೆಗ್ಸಾಂಡರನೆದುರು ಮಂಡಿಯೂರಿ ಕುಳಿತು, ಪ್ರಾಣಭಿಕ್ಷೆಗಾಗಿ ಯಾಚಿಸುವುದನ್ನು ಈ ಕಣ್ಣುಗಳು ನೋಡಬೇಕು. 'ಏನು ಮಾಡಲಿ ಆಂಭೀಕ ?ಇವನನ್ನು ಉಳಿಸಬೇಕೋ, ಕೊಲ್ಲಬೇಕೋ ನೀನೇ ನಿರ್ಧರಿಸು' ಎಂದು ಅಲೆಗ್ಸಾಂಡರ್ ನನ್ನನ್ನೇ ಕೇಳಬೇಕು. ಆಗ ಅವನ ಮುಖದ ಬಣ್ಣ ಬದಲಾಗುವುದನ್ನು ನೋಡುವುದು ಎಂಥ ಸೌಭಾಗ್ಯ! ಅವನು ಮಾನವಂತನಾದರೆ ತನ್ನ ಖಡ್ಗದಿಂದ ತಾನೇ ಇರಿದುಕೊಂಡು ಸಾಯಬೇಕು. ಇಲ್ಲವಾದರೆ ನಾನೇ ನನ್ನ ಖಡ್ಗದಿಂದ ಅವನ ರುಂಡವನ್ನು ತುಂಡರಿಸಬೇಕು. ಬೇಡ, ಬೇಡ, ಅವನಿಗೆ ಅಷ್ಟು ಸುಲಭವಾದ ಸಾವು ಬರಬಾರದು. ಅವನನ್ನು ಸೆರೆಯಾಳಾಗಿ ಕರೆದುಕೊಂಡು ಹೋಗಿ ಅವನ ಆಸ್ಥಾನದಲ್ಲೇ, ಅವನೆದುರಿನಲ್ಲೇ, ಅವನ ಸಿಂಹಾಸನದ ಮೇಲೆ ಕುಳಿತು ಅವನ ಹೊಟ್ಟೆ ಉರಿಸಬೇಕು. ಆಮೇಲೆ ತಕ್ಷಶಿಲೆಯ ಸೆರೆಮನೆಯಲ್ಲಿ ಅವನು ಕೊಳೆಯುವಂತೆ ಮಾಡಬೇಕು...'

ಅವನ ಕಾಲ್ಪನಿಕ ಚಿತ್ರಗಳು ಇನ್ನೂ ಮುಂದುವರಿಯುವುದು, ಅಲೆಗ್ಸಾಂಡರನ ಪ್ರಮುಖ ಸೇನಾನಿ ಸೆಲ್ಯೂಕಸ್ಸನ ಆಗಮನದಿಂದ ತುಂಡಾಯಿತು. ಸೆಲ್ಯೂಕಸ್ ದುಭಾಷಿಯೊಂದಿಗೆ ಬಂದಿದ್ದ "ಏನು, ಏನೋ ಬಹಳ ಗಂಭೀರವಾಗಿ ಆಲೋಚಿಸುತ್ತಿರು ವಂತಿದೆ ?" ಎನ್ನುತ್ತಲೇ ಒಳಬಂದ ಸೆಲ್ಯೂಕಸ್ ಒಂದು ಪೀಠದ ಮೇಲೆ ಕುಳಿತ.

ಎದ್ದು ನಿಂತು ಅವನಿಗೆ ಗೌರವ ಸಲ್ಲಿಸಿದ ಆಂಭೀಕ ತಾನೂ ಕೂಡುತ್ತ ಹೇಳಿದ, "ನನ್ನಲ್ಲಿ ಬೇರೆ ಯಾವ ಆಲೋಚನೆಯೂ ಇಲ್ಲ ಸೇನಾಧಿಪತಿಗಳೇ, ನನ್ನ ಶತ್ರುವಿನಾಶ ಎಷ್ಟು ಬೇಗ ಸಂಭವಿಸುತ್ತದೆ ಎಂಬ ಚಿಂತೆಯ ಹೊರತಾಗಿ."

"ಅದಕ್ಕೆ ಸಮಯ ಸನ್ನಿಹಿತವಾಗಿದೆ. ನೀವು ಚಿಂತಿಸುವ ಕಾರಣವೇ ಇಲ್ಲ" ಎಂದ ಸೆಲ್ಯೂಕಸ್.

"ಸೈನ್ಯ ಹೊರಡುವುದು ಯಾವಾಗ ?"

"ನಾಳೆಯೇ ಹೊರಡಲು ಅಲೆಗ್ಸಾಂಡರ್ ಸೂಚನೆ ನೀಡಿದ್ದಾನೆ."

"ನಾವು ಇನ್ನು ಸ್ವಲ್ಪ ಮೊದಲೇ ಹೊರಡಬೇಕಾಗಿತ್ತು. ಮಳೆಗಾಲ ಆರಂಭವಾಗುವ ಮೊದಲು ಪರ್ವತನಾಡಿನ ಆಕ್ರಮಣವನ್ನು ಮುಗಿಸಬೇಕಾಗಿತ್ತು."

"ನಮ್ಮ ಅನುಕೂಲಕ್ಕಾಗಿ ಮಳೆ ಬರುವುದನ್ನು ತಡೆದು ನಿಲ್ಲಿಸಲಾಗುತ್ತದೆಯೇ ?" ಎಂದು ಸೆಲ್ಯೂಕಸ್ ನಕ್ಕ.

"ಇದು ನಗುವ ವಿಷಯವಲ್ಲ" ಆಂಭೀಕ ಗಂಭೀರವಾಗಿ ಹೇಳಿದ, "ನಾವು ಪೌರವನ ನಾಡನ್ನು ಮುಟ್ಟಬೇಕಾದರೆ ಪ್ರವಾಹದಿಂದ ತುಂಬಿ ಹರಿಯುವ ನದಿಯನ್ನು ದಾಟಬೇಕು. ಆದರೆ ಅದು ಅಷ್ಟು ಸುಲಭವಲ್ಲ."

"ಅದೇನೋ ಸರಿಯೇ. ಆದರೆ ಇಷ್ಟು ದೊಡ್ಡ ಸೈನ್ಯವಿರುವಾಗ ಆತುರದಿಂದ ಓಡಿಬರುವಂತಿಲ್ಲವಲ್ಲ? ಎಷ್ಟೇ ವೇಗವಾಗಿ ಬಂದರೂ ಕನಿಷ್ಠ ಸಮಯವಂತೂ ಆಗಿಯೇ ಆಗುತ್ತದೆ."

"ಅದು ನನಗೆ ಗೊತ್ತು ಸೇನಾಧಿಪತಿಗಳೇ" ಆಂಭೀಕ ಹೇಳಿದ, "ಆದರೆ ಇಲ್ಲಿಯ

ಮಳೆಗಾಲದ ಅನುಭವ ನಿಮಗಿಲ್ಲ, ಅಲ್ಲದೆ ಮಳೆಗಾಲದಲ್ಲಿ ಪೌರವನನ್ನು ಅವನ ನಾಡಿನಲ್ಲೇ ಮಣಿಸುವುದು ಕಷ್ಟವಾಗುವುದೆಂದು ನಾನು ಹೇಳಿದೆ."

"ಕಷ್ಟವಾಗಬಹುದು, ಆದರೆ ಅಸಾಧ್ಯವಲ್ಲವಲ್ಲ? ಅಲೆಗ್ಸಾಂಡರನಿಗೆ ಅಸಾಧ್ಯವೆಂಬ ಪದವೇ ಗೊತ್ತಿಲ್ಲ, ನೀವು ಧೈರ್ಯವಾಗಿರಿ. ಅಂದ ಹಾಗೆ ಮರೆತೆ, ನಾಳೆ ನಮ್ಮ ಸೈನ್ಯದ ಮುಂದಾಳತ್ವ ನಿಮ್ಮದೇ ಆಗಬೇಕು. ಈ ಪ್ರದೇಶದ ಪರಿಚಯ ನಿಮಗೆ ತಾನೇ ಇರುವುದು."

"ಆಗಬಹುದು, ನಾನು ಸಿದ್ಧವಾಗಿದ್ದೇನೆ" ಎಂದು ಆಂಭೀಕ ಉತ್ಸಾಹದಿಂದ.

ಸೆಲ್ಯೂಕಸ್ ಹೊರಟು ಹೋದ ನಂತರ ಆಂಭೀಕ, ಎಷ್ಟು ದಿನಗಳಲ್ಲಿ ನದೀ ತೀರವನ್ನು ಸೇರಬಹುದು. ಅಷ್ಟರಲ್ಲಿ ಮಳೆಗಾಲ ಜೋರಾಗಿರುವುದೋ ? ಅಥವಾ ಕಡಿಮೆ ಯಾಗಿರುವುದೋ ? ನದಿ ಪ್ರವಾಹದಿಂದ ಉಕ್ಕಿ ಹರಿಯುವ ಮೊದಲು ದಾಟಿ ಮುನ್ನುಗ್ಗುವುದು ಸಾಧ್ಯವಾಗಬಹುದೇ ? ಇತ್ಯಾದಿ ಯೋಚಿಸತೊಡಗಿದ.

★ ★ ★

ಸೈನ್ಯ ಮುಂದಕ್ಕೆ ಹೊರಟದ್ದು ಮುಂದುಗಡೆ ಆಂಭೀಕ ತನ್ನ ಸೈನ್ಯದೊಂದಿಗೆ ಸಾಗಿದ್ದು ಮಾರು ವೇಷದಲ್ಲಿ ಹಿಂಬಾಲಿಸುತ್ತಿದ್ದ ಸಿಂಹಸೇನ, ಭಾಸ್ಕರ ಮತ್ತು ಬ್ರಹ್ಮದತ್ತನ ಗಮನಕ್ಕೆ ಬಂತು. ಅವರು ತಕ್ಷಣ ಕಾರ್ಯಪ್ರವೃತ್ತರಾಗಿ, ಸ್ವಲ್ಪ ಅಂತರ ಬಿಟ್ಟುಕೊಂಡು ತಮ್ಮ ಕುದುರೆಗಳನ್ನೇರಿಕೊಂಡು ಹಿಂಬಾಲಿಸತೊಡಗಿದರು. ಆಂಭೀಕ ಮುಂದಿರುವುದನ್ನು ನೋಡಿದರೆ, ಸದ್ಯದ ಅವರ ಗುರಿ ಪರ್ವತನಾಡೇ ಎಂಬುದು ಅವರಿಗೆ ಖಚಿತವಾಯಿತು. ಚಾಣಕ್ಯನಿಗೆ ಕಳಿಸಬೇಕಾದ ಸುದ್ದಿಗಾಗಿ ಅವರು ಕಾಯಬೇಕಾಗಿತ್ತು.

"ಪೌರವನ ಮೇಲೆ ಆಕ್ರಮಣ ಮಾಡುವುದೇ ಬಿಸಿ ಬಿಸಿ ಸುದ್ದಿಯಾಗುತ್ತದೆ" ಎಂದ ಭಾಸ್ಕರ.

"ಅದರಲ್ಲಿ ವಿಶೇಷವೇನಿಲ್ಲ" ಸಿಂಹಸೇನ ಹೇಳಿದ, "ಅದು ಗೊತ್ತಿರುವ ವಿಷಯವೇ. ಆಂಭೀಕ ಶರಣಾಗತನಾದಾಗಲೇ ಆ ನಿಬಂಧನೆಯನ್ನು ಹಾಕಿಯೇ ಜೊತೆಯಲ್ಲಿ ಹೊರಟಿದ್ದಾನೆ."

"ಅಂದರೆ, ಏನಾದರೊಂದು ಅನಾಹುತವಾಗುವವರೆಗೆ ಕಾಯಬೇಕೇನು ?" ಬ್ರಹ್ಮದತ್ತ ಕೇಳಿದ.

"ಅನಾಹುತವಲ್ಲ, ಆಕ್ರಮಣದ ಫಲಿತಾಂಶ ನಮಗೆ ಮುಖ್ಯ" ಎಂದ ಸಿಂಹಸೇನ.

ಭಾಸ್ಕರ ಹೇಳಿದ, "ಫಲಿತಾಂಶವೂ ಗೊತ್ತಿರುವುದೇ ತಾನೆ ? ಯಥಾಪ್ರಕಾರ ಅಲೆಗ್ಸಾಂಡರನ ಜಯ, ಪೌರವನ ಶರಣಾಗತಿ. ಅವನೂ ತನ್ನ ಸೈನ್ಯದೊಡನೆ ಹೊರಟು ಯವನರ ದಂಡಯಾತ್ರೆಗೆ ಬೆಂಬಲ ನೀಡುವುದು."

ಅದಕ್ಕೆ ಸಿಂಹಸೇನ ಹೇಳಿದ, "ಬಹು ಪಾಲು ನಿನ್ನ ಊಹೆ ನಿಜ. ಆದರೆ ಆಕಸ್ಮಿಕವೇನಾದರೂ ನಡೆದುಬಿಟ್ಟರೆ ?"

"ಆಕಸ್ಮಿಕವೆಂದರೆ ನಿನ್ನ ದೃಷ್ಟಿಯಲ್ಲಿ ಏನು ?"

"ಯವನರ ಸೋಲು, ಪೌರವನ ಗೆಲುವು !"

"ಅಂಥ ಭಾವನೆ ಬರಲು ಕಾರಣ ?"

"ಬಹಳ ಸರಳ. ಅಲೆಗ್ಸಾಂಡರ್ ಈವರೆಗೆ ಎದುರಿಸಿರುವ ಎಲ್ಲರಿಗಿಂತ ಪೌರವ ಬಲಾಢ್ಯ. ಮಗಧವನ್ನು ಬಿಟ್ಟರೆ ಅವನದೇ ಸುಸಜ್ಜಿತವಾದ ಸೈನ್ಯವೆಂಬುದು ಜನಜನಿತ. ಜೊತೆಗೆ ಪ್ರತಿಕೂಲ ಹವಾಮಾನದ ಪರಿಸ್ಥಿತಿ. ಎಲ್ಲಕ್ಕಿಂತ ಮುಖ್ಯವಾಗಿ, ಗಾಂಧಾರದ ರಾಜ ಆಂಭೀಕನ ಮೇಲೆ ಪೌರವನಿಗಿರುವ ದ್ವೇಷ."

"ನಿನ್ನ ಊಹೆ ತರ್ಕಬದ್ಧವಾಗಿದೆ" ಬ್ರಹ್ಮದತ್ತ ಮೆಚ್ಚಿದ, "ಆದರೆ ಗೆಲುವು ವಿದೇಶೀಯರದೇ ಎಂಬುದರಲ್ಲಿ ನನಗೇನೋ ಸಂದೇಹ ಕಾಣುತ್ತಿಲ್ಲ."

"ಅದರ ವಿಷಯ ಹಾಗಿರಲಿ, ನಾವು ನಮ್ಮ ಪ್ರಯತ್ನದಲ್ಲಿ ಇನ್ನೂ ಒಂದು ಹೆಜ್ಜೆಯಷ್ಟೂ ಪ್ರಗತಿ ಸಾಧಿಸಿಲ್ಲ" ಭಾಸ್ಕರ ಹೇಳಿದ.

"ಹೌದು, ಆಚಾರ್ಯರು ನಾವು ನಿಷ್ಪ್ರಯೋಜಕರೆಂದು ಭಾವಿಸುವುದಿಲ್ಲವೇ ?" ಎಂದ ಬ್ರಹ್ಮದತ್ತ.

ಸಿಂಹಸೇನ ಹೇಳಿದ, "ಅವರು ಅಂಥ ಆತುರದ ನಿರ್ಧಾರಕ್ಕೆ ಬರುವವರಲ್ಲ. ಅಷ್ಟಕ್ಕೂ ನಾವೇನೂ ಸುಮ್ಮನೆ ಕುಳಿತಿಲ್ಲ, ನಮ್ಮ ಪ್ರಯತ್ನ ನಡೆಯುತ್ತಲೇ ಇದೆ. ಯವನರ ಗೆಲುವಿನ ಉತ್ಸಾಹದ ಚಲನೆಯಲ್ಲಿ ಸೈನ್ಯದಲ್ಲಿ ಒಡಕುಂಟು ಮಾಡುವುದು ಕಷ್ಟವಾಗುತ್ತದೆ. ಆತುರ ಪಟ್ಟರೆ ಆಪತ್ತಿಗೆ ಸಿಕ್ಕಬೇಕಾಗುತ್ತದೆ. ತಕ್ಷಶಿಲೆಯ ಸೈನ್ಯದಲ್ಲಿರುವ ಆಂಭೀಕನ ಮೈಗಾವಲ ಪಡೆಯ ಒಬ್ಬನೊಡನೆ ಸ್ನೇಹ ಬೆಳೆಸಿದ್ದೇನೆ."

"ಹೌದೇ ! ಅವನ ಹೆಸರೇನು ?" ಬ್ರಹ್ಮದತ್ತ ಆತುರದಿಂದ ಕೇಳಿದ.

"ಅವನ ಹೆಸರು ಗಿರಿನಾಥ. ನಾನು ಅವನಿಗೆ ಅಲೆಮಾರಿ ವರ್ತಕನೆಂದು ಪರಿಚಯಿಸಿಕೊಂಡಿದ್ದೇನೆ. 'ಸೈನ್ಯದ ಜೊತೆಯಲ್ಲೇ ಬಂದು, ಸೈನಿಕರಿಗೆ ಅಗತ್ಯವಾದ ಸಣ್ಣಪುಟ್ಟ ವಸ್ತುಗಳನ್ನು ಮಾರಾಟ ಮಾಡಿ ಒಂದಷ್ಟು ಸಂಪಾದಿಸಬಹುದು" ಎಂದು ಹೇಳಿ ಅವನನ್ನು ನಂಬಿಸಿದ್ದೇನೆ."

"ಅವನು ನಿನ್ನ ಮಾತನ್ನು ನಿಜವಾಗಲೂ ನಂಬಿದನೆನ್ನುತ್ತೀಯಾ ?" ಭಾಸ್ಕರ ಅನುಮಾನದಿಂದಲೇ ಕೇಳಿದ.

"ಅವನನ್ನು ನಂಬಿಸಲಾರದಷ್ಟು ನಾನು ಅಸಮರ್ಥನೇ ?" ಸಿಂಹಸೇನ ನಗುತ್ತಾ ಕೇಳಿದ, "ಖಂಡಿತ ನಂಬಿದ್ದಾನೆ. ಜೊತೆಗೆ ಅವನಿಗೆ ಧನದಾಸೆಯಿರುವುದನ್ನು ಸೂಕ್ಷ್ಮವಾಗಿ ಗಮನಿಸಿದ್ದೇನೆ. ಅದನ್ನು ಬಳಸಿಕೊಂಡು ನಮ್ಮ ಕಾರ್ಯಕ್ಕೆ ಪ್ರವೇಶ ಪಡೆಯಬಹುದೆಂದು ನನ್ನ ಅನಿಸಿಕೆ."

"ನನಗೇನೋ ನಂಬಿಕೆ ಬರುತ್ತಿಲ್ಲ" ಭಾಸ್ಕರ ಮತ್ತೆ ಗೊಣಗಿದ.

"ಸ್ವಲ್ಪ ತಡೆದುಕೊಳ್ಳಿ, ಇಷ್ಟರಲ್ಲೇ ನಾನು ನಿಮಗೆ ನಂಬಿಕೆ ಬರಿಸುತ್ತೇನೆ" ಎಂದ ಸಿಂಹಸೇನ ಆಶಾವಾದಿಯಾಗಿ.

"ಹೇಗೆ ?" ಬ್ರಹ್ಮದತ್ತ ಕೇಳಿದ.

"ಹೇಗಿದ್ದರೂ ಮಳೆಗಾಲ. ಕೆಲವು ಕಂಬಳಿಗಳು, ತಿನ್ನಲು ಖಾರವಾದ ಕೆಲವು ತಿನಿಸುಗಳನ್ನು ಹೊತ್ತು ನಾವು ಮೂವರೂ ಅಲೆಮಾರಿ ವ್ಯಾಪಾರಿಗಳಂತೆಯೇ ಹೋಗೋಣ. ಎರಡೇ ದಿನದಲ್ಲಿ ಅವರು ಒಂದು ಕಡೆ ಶಿಬಿರ ಸ್ಥಾಪಿಸಬೇಕಾಗುತ್ತದೆ. ಆಗ ಖಂಡಿತ ನಿಮಗೆ ಅವನನ್ನು ಭೇಟಿ ಮಾಡಿಸುತ್ತೇನೆ" ಎಂದ ಸಿಂಹಸೇನ.

ಅವನು ಅಂದುಕೊಂಡಂತೆಯೇ ಆಯಿತು. ಸಿಂಹಸೇನನ ನಿರೀಕ್ಷೆಯಂತೆ ಎರಡೇ ದಿನದಲ್ಲಿ ಅಲೆಗ್ಸಾಂಡರನ ಸೈನ್ಯ ಶಿಬಿರ ಸ್ಥಾಪಿಸಲೇ ಬೇಕಾಯಿತು. ಜಡಿಮಳೆ ಹಿಡಿದಿದ್ದರಿಂದ ಎರಡು ದಿನ ಅವರು ಶಿಬಿರ ಎತ್ತುವ ಅವಕಾಶವೇ ಬರಲಿಲ್ಲ.

ಸಂಜೆಯ ವೇಳೆ ಸರದಿಯ ಕಾವಲುಗಾರರನ್ನು ಬಿಟ್ಟು ಉಳಿದವರು ಶಿಬಿರದ ಹೊರಗೆ ಸುತ್ತಾಡಬಹುದಾಗಿತ್ತು. ಅಂಥ ಸಂದರ್ಭದಲ್ಲಿ ಕೆಲವರು ಅಗ್ಗದ ಮದ್ಯ, ಉಣ್ಣೆಯ ವಸ್ತ್ರಗಳು, ಕೆಲವು ತಿನಿಸುಗಳನ್ನು ಮಾರಾಟ ಮಾಡುತ್ತಿದ್ದರು. ಆ ಗುಂಪಿನಲ್ಲಿ ಸಿಂಹಸೇನ ಮತ್ತು ಅವನ ಮಿತ್ರರೂ ಇದ್ದರು. ಅವರು ಬೇಕೆಂದೇ ಬೇರೆ ವ್ಯಾಪಾರಿಗಳಿಗಿಂತ ದೂರದಲ್ಲಿ ಪ್ರತ್ಯೇಕವಾಗಿ ಒಂದು ಮರದ ಕೆಳಗೆ ಕುಳಿತಿದ್ದರು.

ಮಳೆಯ ಹನಿ ಸಣ್ಣಗಾದಾಗ ಬೆಳಗಿನಿಂದ ಗುಡಾರಗಳಲ್ಲೇ ಕುಳಿತು ಬೇಸರಗೊಂಡಿದ್ದ ಸೈನಿಕರು ಅಡ್ಡಾಡಲು ಹೊರಬಂದರು. ಅವರಲ್ಲಿ ಗಿರಿನಾಥನೂ ಇದ್ದ. "ಗಿರಿನಾಥ" ಎಂದ ಸಿಂಹಸೇನ ಕೂಗಿದ. ಅವನು ತಿರುಗಿ ನೋಡಿ, ಮುಖ ಅರಳಿಸಿ, ಜೊತೆಯವರನ್ನು ಕಳಿಸಿ, ಒಬ್ಬನೇ ಇವರ ಬಳಿಗೆ ಬಂದ. ಸಿಂಹಸೇನ ತನ್ನ ಸಹ ವ್ಯಾಪಾರಿಗಳೆಂದು ಭಾಸ್ಕರ ಮತ್ತು ಬ್ರಹ್ಮದತ್ತನನ್ನು ಪರಿಚಯಿಸಿದ.

"ಏನು ಬೇಕು ?" ಸಿಂಹಸೇನ ಕೇಳಿದ, "ಒಳ್ಳೆಯ ಉಣ್ಣೆಯ ಕಂಬಳಿಗಳಿವೆ. ತಿನ್ನಲು ಖಾರದ ತಿನಿಸುಗಳಿವೆ. ಜೊತೆಗೆ ಒಳ್ಳೆಯ ಮದ್ಯವೂ ಇದೆ."

"ಮದ್ಯವೂ ಇದೆಯೇ !" ಎನ್ನುತ್ತಿದ್ದಂತೆ ಗಿರಿನಾಥನ ಬಾಯಲ್ಲಿ ನೀರೂರಿತು. ಅದನ್ನು ಹಾಗೇ ನುಂಗಿಕೊಂಡ. ಸಿಂಹಸೇನ ಬಾಯಿಗೆ ಕಟ್ಟಿದ್ದ ಎಲೆಯನ್ನು ಬಿಚ್ಚಿ ಎದುರಿಗಿಟ್ಟ ಮದ್ಯದ ಕುಡಿಕೆಯತ್ತ ಆಸೆಯಿಂದ ನೋಡುತ್ತ "ನನ್ನ ಬಳಿ ಧನವಿಲ್ಲವಲ್ಲಾ ?" ಎಂದು.

"ತಮ್ಮಂಥವರ ಬಳಿ ಧನವಿಲ್ಲವೆಂದರೆ ಯಾರು ನಂಬುತ್ತಾರೆ ?" ಎಂದ ಬ್ರಹ್ಮದತ್ತ ನಗುತ್ತ.

"ಅಲ್ಪ ಸ್ವಲ್ಪ ಇದೆ ಅಷ್ಟೆ" ಗಿರಿನಾಥ ಹೇಳಿದ, "ಆದರೆ ಈ ಯುದ್ಧಗಳ ಸಾಲು ಎಂದು ಮುಗಿಯುತ್ತದೋ ಏನೋ, ಬರಿಗೈ ಮಾಡಿಕೊಂಡರೆ ಕಷ್ಟವಲ್ಲವೇ ?"

"ಅಂದರೆ ನೀವು ಸೈನ್ಯದಲ್ಲಿ ಉಚಿತವಾಗಿ ಕೆಲಸ ಮಾಡುತ್ತಿರುವಿರಾ ? ನಿಮಗೆ ಸಂಬಳ ಕೊಡುವುದಿಲ್ಲವೇ ?" ಭಾಸ್ಕರ ಕೇಳಿದ.

"ಕೊಡುತ್ತಾರೆ. ಆದರೆ ಹೊರಡುವ ಮೊದಲೇ ಮೂರು ತಿಂಗಳ ಸಂಬಳ ಪಡೆದು ಮನೆಗೆ ಕೊಟ್ಟು ಬಂದೆ. ಅದಕ್ಕಿಂತ ಹೆಚ್ಚು ದಿನವಾದರೆ ಕಡೆಯಲ್ಲಿ ಎಲ್ಲ ಒಟ್ಟಾಗಿ ಬರುತ್ತದೆ."

"ನಿನ್ನಂಥ ಧೀರಯೋಧರಿಗೆ ಇಂಥ ಪರಿಸ್ಥಿತಿ ಬರಬಾರದು ಗಿರಿನಾಥ" ಸಿಂಹಸೇನ ಸಹಾನುಭೂತಿಯಿಂದ ಹೇಳಿದ, "ನಿನ್ನ ತೇಜಸ್ಸನ್ನು ನೋಡಿದರೆ ಒಂದು ರಾಜ್ಯವಾಳುವ ಸಾಮರ್ಥ್ಯವುಳ್ಳವನೆಂದು ಅನ್ನಿಸುತ್ತದೆ. ಕಡೇಪಕ್ಷ ಒಂದಷ್ಟು ಶ್ರೀಮಂತಿಕೆಯನ್ನಾದರೂ ಗಳಿಸದಿದ್ದರೆ ಏನು ಪ್ರಯೋಜನ ? ತೆಗೆದುಕೋ, ನಿನ್ನಿಂದ ಧನ ನಿರೀಕ್ಷಿಸುತ್ತೇನೆಯೇ ? ತೃಪ್ತಿಯಾಗಿ ಕುಡಿ. ಇದು ನಮ್ಮ ಸ್ನೇಹದ ಕಾಣಿಕೆಯೆಂದು ಭಾವಿಸು."

ಸಂತೋಷದಿಂದ ಕುಡಿಕೆಯನ್ನು ಎತ್ತಿ ಒಂದು ಗುಟುಕು ಕುಡಿದು, ಬಾಯಿ ಚಪ್ಪರಿಸಿಕೊಳ್ಳುತ್ತ ಗಿರಿನಾಥ ಹೇಳಿದ, "ಸಿಂಹಸೇನ, ನನಗೂ ಬೇಸರವಾಗಿದೆ. ಒಂದಷ್ಟು ಧನ ಸಂಪಾದಿಸಿಕೊಂಡು, ಈ ರಾಜಸೇವೆಯ ಸಂದಿಗ್ಧದಿಂದ ಮುಕ್ತನಾಗಿ, ಸುಖವಾಗಿ, ಸ್ವತಂತ್ರನಾಗಿ

ಬಾಳಬೇಕೆಂಬ ಆಸೆ ಇದೆ. ಆದರೆ ಆ ಆಸೆ ಈಡೇರುವ ದಾರಿ ಕಾಣುತ್ತಿಲ್ಲ. ಈ ಯುದ್ಧಗಳ ಗದ್ದಲದಲ್ಲಿ ಅನಾಮಿಕನಂತೆ ಸತ್ತುಹೋಗುತ್ತೇನೇನೋ !'' ಅವನ ಧ್ವನಿಯಲ್ಲಿ ತೀವ್ರವಾದ ವಿಷಾದವಿತ್ತು.

''ಅಂಥ ಅವಕಾಶವೂ ಬೇಗನೆ ಬರಬಹುದು.''

''ಪರಿಹಾಸ ಮಾಡಬೇಡ ಸಿಂಹಸೇನ.''

''ಪರಿಹಾಸವಲ್ಲ ಗಿರಿನಾಥ. ನನಗೂ ಈ ಅಲೆಮಾರಿ ಬದುಕು ಸಾಕಾಗಿಹೋಗಿದೆ. ನಿನ್ನಂತೆಯೇ ನನಗೂ ಆಸೆ ಇದೆ. ಆದರೆ ಅವೆಲ್ಲ ಈಡೇರಲಾರದ ಕನಸುಗಳೆಂದು ನಾನೂ ನಿರಾಸೆಗೊಂಡಿದ್ದೇನೆ. ಆದರೆ ಆಕಸ್ಮಿಕವಾಗಿ ನಮ್ಮ ಆಸೆ ಈಡೇರುವ ಒಂದು ಅವಕಾಶ ಒದಗಿ ಬಂದಿದೆ.''

''ಹೌದೇ ! ಏನದು, ನನಗೂ ಹೇಳು ಸಿಂಹಸೇನ.''

''ಈಗ ಬೇಡ. ನಾವೂ ನಿಮ್ಮ ಸೈನ್ಯದ ಜೊತೆಯಲ್ಲೇ ಬರುತ್ತೇವಲ್ಲ, ಸಮಯ ಪಕ್ವವಾದಾಗ ಖಂಡಿತ ನಿನಗೂ ತಿಳಿಸುತ್ತೇನೆ.''

''ನಾನು ನಿನ್ನ ಮಾತನ್ನು ನಂಬಬೇಕೆ ?''

''ನಂಬು ಗಿರಿನಾಥ, ನಮ್ಮ ಸ್ನೇಹದ ಮೇಲಾಣೆ, ನಾನು ಮಾತಿಗೆ ತಪ್ಪುವುದಿಲ್ಲ.''

''ಸ್ನೇಹವೆಂದರೆ ಇದು'' ಎಂದು ಮೆಚ್ಚುಗೆಯಿಂದ ಸಿಂಹಸೇನನ ಕೈಹಿಡಿದು ಅದುಮಿ ಗಿರಿನಾಥ ಹೊರಟುಹೋದ. ಸಿಂಹಸೇನ ಹೆಮ್ಮೆಯಿಂದ ಮಿತ್ರರ ಮುಖ ನೋಡಿದ. ಅವರು ''ಭಲೆ ಸಿಂಹಸೇನ ! ನಿನ್ನ ತಲೆ ಚುರುಕಾಗಿ ಕೆಲಸ ಮಾಡಿದೆ'' ಎಂದು ಅವನ ಬೆನ್ನ ಮೇಲೆ ಗುದ್ದಿದರು.

''ಗಿರಿನಾಥನಿಗೆ ಆಮಿಷ ತೋರಿಸಬೇಕೆಂದರೆ ಸಾಕಷ್ಟು ಧನ ಬೇಕು'' ಎಂದ ಭಾಸ್ಕರ.

''ಧನ ಬೇಕೆಂದರೆ ಚಾಣಕ್ಯರ ಅನುಮತಿ ಪಡೆಯಬೇಕು, ಅದನ್ನು ವಿಶಾಖ ಒದಗಿಸಬೇಕು. ಇಲ್ಲವೇ ಚಾಣಕ್ಯರೇ ಅದಕ್ಕೆ ಸೂಕ್ತ ವ್ಯವಸ್ಥೆ ಮಾಡಬೇಕು.''

''ಹೌದು, ಆದರೆ ಆ ವೇಳೆಗೆ ನಾವು ಸರಿಯಾದ ಭೂಮಿಕೆಯನ್ನು ಸಿದ್ಧಪಡಿಸೋಣ'' ಎಂದು ಸಿಂಹಸೇನ ಮಾತು ಮುಗಿಸಿದ.

## ೮

ರಾಜಕುಮಾರ ಸುಮಾಲ್ಯ ಈಗ ಎಷ್ಟೋ ಸುಧಾರಿಸಿದ್ದ. ರಾಣಿ ಸುಮತಿ ಪರ್ವತನಾಡಿನ ವೈದ್ಯ ಸುಮಂತನನ್ನು ತನ್ನ ಮಗನನ್ನು ಗುಣಪಡಿಸಿದ ದೇವರೆಂದೇ ಬಹಳ ವಿಶ್ವಾಸದಿಂದ ಕಾಣುತ್ತಿದ್ದಳು. ''ನೀವು ಬಾರದಿದ್ದರೆ ನನ್ನ ಮಗನ ಗತಿ ಏನಾಗುತ್ತಿತ್ತೋ, ಎಂದು ಯೋಚಿಸಿದರೆ ಭಯವಾಗುತ್ತದೆ'' ಎಂದಳು ಸುಮತಿ ಒಂದು ದಿನ.

''ನಾನಲ್ಲದಿದ್ದರೆ ಇನ್ನೊಬ್ಬ ವೈದ್ಯ ಬರುತ್ತಿದ್ದ. ಕಾಯುವ ದೇವರು ತನ್ನದೇ ಆದ ವ್ಯವಸ್ಥೆಯನ್ನು ರೂಪಿಸಿರುತ್ತಾನೆ ಮಹಾರಾಣಿ'' ಎಂದ ಸುಮಂತ.

''ಆ ದೇವರೂ ಕೂಡ ಮನುಷ್ಯರೂಪದಲ್ಲೇ ಸಜ್ಜನರಿಗೆ ಸಹಾಯ ಮಾಡುವನೆಂದು ತಿಳಿದವರು ಹೇಳುತ್ತಾರೆ. ನನ್ನ ದೃಷ್ಟಿಯಲ್ಲಿ ನೀವು ಮತ್ತು ಅಮಾತ್ಯ ರಾಕ್ಷಸರು, ನನ್ನ ಮಗನನ್ನು ರೋಗಮುಕ್ತಗೊಳಿಸಲು ಮನುಷ್ಯ ರೂಪದಲ್ಲಿ ಬಂದ ದೇವರೆಂದು ನನ್ನ ನಂಬಿಕೆ.''

"ನನ್ನ ಕೆಲಸ ಎಷ್ಟೋ ಏನೋ, ನಿಮ್ಮ ನಂಬಿಕೆಯಂತೂ ಬಹಳ ದೊಡ್ಡದು ಮಹಾರಾಣಿ" ಸುಮಂತ ಹೇಳಿದ, "ನಾನಂತೂ ಇದು ನನ್ನ ವೃತ್ತಿಧರ್ಮದ ಕರ್ತವ್ಯವೆಂದೇ ನಿಮ್ಮ ಮಗನ ಚಿಕಿತ್ಸೆ ನಡೆಸುತ್ತಿದ್ದೇನೆ. ಒಬ್ಬ ಸಾಮಾನ್ಯ ವ್ಯಕ್ತಿಯಾಗಿದ್ದರೂ ನಾನು ಹೀಗೇ, ಇಷ್ಟೇ ನಿಷ್ಠೆಯಿಂದ ಚಿಕಿತ್ಸೆ ನಡೆಸುತ್ತಿದ್ದೆ. ಹಾಗೆ ನೋಡಿದರೆ, ನನ್ನನ್ನು ಇಲ್ಲಿಗೆ ಕರೆಸಿ, ನನ್ನ ಜೀವನೋಪಾಯದ ವೆಚ್ಚಗಳನ್ನು ಭರಿಸಿ ಚಕ್ರವರ್ತಿಗಳೇ ನನ್ನ ಮೇಲೆ ತಮ್ಮ ಋಣದ ಹೊರೆ ಹೊರಿಸಿದ್ದಾರೆ, ಎಂದು ಒಮ್ಮೊಮ್ಮೆ ಸಂಕೋಚವಾಗುತ್ತದೆ."

"ದಯವಿಟ್ಟು ಅಂಥ ಭಾವನೆಯನ್ನಾಗಲೀ, ಸಂಕೋಚವನ್ನಾಗಲೀ ಮನಸ್ಸಿನಲ್ಲಿ ಟ್ಟುಕೊಳ್ಳಬೇಡಿ" ಸುಮತಿ ಹೇಳಿದಳು, "ನಮಗೋಸ್ಕರವಾಗಿ ಅಷ್ಟು ದೂರದಿಂದ ಬಂದು, ನನ್ನ ಮಗನ ಚಿಕಿತ್ಸೆ ನಡೆಸುತ್ತಿರುವ ನಿಮ್ಮ ಬದುಕಿನ ವ್ಯವಸ್ಥೆ ನೋಡಿಕೊಳ್ಳುವುದು ನಮ್ಮ ಕರ್ತವ್ಯ."

"ನಾನು ಹೀಗೆ ಹೇಳುತ್ತೇನೆಂದು ತಪ್ಪು ತಿಳಿಯಬೇಡಿ ಮಹಾರಾಣಿ. ನಾನು ಸರಳ ಜೀವನಕ್ಕೆ ಒಗ್ಗಿ ಹೋಗಿದ್ದ ಸಾಮಾನ್ಯ ವ್ಯಕ್ತಿ. ಇಲ್ಲಿ ನಿಮ್ಮ ರಾಜೋಪಚಾರ ನನಗೆ ಬಹಳ ಕಷ್ಟವೆನಿಸುತ್ತಿದೆ."

"ಈ ಮಾತಾಡುವುದು ನಿಮ್ಮ ಸೌಜನ್ಯ."

ನಂತರ ಸುಮಂತ ಸುಮಾಲ್ಯನನ್ನು ಮಾತಾಡಿಸಿ ಔಷಧಿ ನೀಡಿ, ಇನ್ನು ಒಂದೆರಡು ತಿಂಗಳು ಗಮನಿಸಿ, ತನ್ನ ಚಿಕಿತ್ಸೆಯನ್ನು ನಿಲ್ಲಿಸುವುದಾಗಿ ಹೇಳಿ ಹೊರಟು ಹೋದ.

ಸುಮತಿ ಬಹಳ ಹೊತ್ತು ಗಂಭೀರವಾಗಿ ಆಲೋಚಿಸುತ್ತ ಕುಳಿತಿದ್ದಳು. 'ದೇವರ ದಯದಿಂದ ನನ್ನ ಗಂಡನ ಉದ್ಧಟ ನಡವಳಿಕೆ, ಲಂಪಟತನ, ಸೌಜನ್ಯ ಮೀರಿದ ವರ್ತನೆಗಳಿಂದ ವೈದ್ಯ ಸುಮಂತ ಬೇಸರಪಟ್ಟುಕೊಂಡು ಹೋಗುವಂತಾಗಲಿಲ್ಲವಲ್ಲ! ಹಾಗೇನಾದರೂ ಆಗಿದ್ದರೆ ನನ್ನ ಮಗನ ಗತಿ ಏನಾಗುತ್ತಿತ್ತು! ಆ ಅಮಾತ್ಯ ಶ್ರೀಯಕ ಸುಮಂತನನ್ನು ಗೂಢಚರ್ಯದ ಆಪಾದನೆಯ ಮೇಲೆ ಓಡಿಸಲು ಪ್ರಯತ್ನಪಟ್ಟ. ಎಂಥ ಒಳ್ಳೆಯ ವ್ಯಕ್ತಿಯ ಮೇಲೆ ಎಂಥ ಕೆಟ್ಟ ಆಪಾದನೆ! ಹಾಗೆ ಸಂದೇಹಪಡಲು ಏನಾದರೂ ಆಧಾರವಿತ್ತೋ ಅಥವಾ ಬರೀ ಊಹೆಯೋ ಎಂಬುದು ನನಗೆ ಅರ್ಥವಾಗುವುದಿಲ್ಲ. ಆ ಶ್ರೀಯಕನ ಮುಖ ನೋಡಿದರೆ ಇತ್ತೀಚೆಗೆ ಏಕೋ ಮನಸ್ಸಿಗೆ ಹಿಡಿಸುವುದಿಲ್ಲ. ಅವನ ಮನಸ್ಸಿನಲ್ಲಿ ದುಷ್ಟ ಆಲೋಚನೆಗಳ ಒಂದು ಗೂಡೇ ಇರುವಂತೆ ಭಾಸವಾಗುತ್ತದೆ.

'ಚಕ್ರವರ್ತಿಗಳಿಗೆ ಅಂಥವನ ಮೇಲೆ ಹೆಚ್ಚಿನ ವಿಶ್ವಾಸವೇಕೆ? ಅತ್ಯಂತ ನಿಷ್ಠರಾದ ಅಮಾತ್ಯ ರಾಕ್ಷಸರಿಗಿಂತ ಅವನ ಮೇಲೆ ಭರವಸೆಯೇ? ಆ ಗಣಿಕೆ ಅರಮನೆಯಲ್ಲಿ ಒಂದು ತಿಂಗಳ ಕಾಲ ಇರಲು ಅವನೇ ಕಾರಣನೆಂದು ಸೇವಕಿಯರೇ ಗುಸುಗುಸು ಮಾತಾಡುವುದನ್ನು ನಾನೇ ಕೇಳಿಸಿಕೊಂಡಿದ್ದೇನೆ. ಇವರ ದೌರ್ಬಲ್ಯವನ್ನು ಬಳಸಿಕೊಂಡು ಅವನೇನಾದರೂ ಸಂಚು ಮಾಡುತ್ತಿರಬಹುದೆ? ಆದರೆ ಹಾಗೆಂದು ಇವರಿಗೆ ಹೇಳುವವರಾರು? ನನಗಂತೂ ಆ ಸ್ವಾತಂತ್ರ್ಯವಿಲ್ಲ.

'ಹೌದು, ನಾನು ಬರೀ ಹೆಸರಿಗೆ ಮಾತ್ರ ಮಹಾರಾಣಿ. ಅರಮನೆಯೆಂಬ ವಿಶಾಲವಾದ ಸೆರೆಮನೆಯಲ್ಲಿ ಬೇಕಾದ್ದನ್ನು ಉಂಡು, ಉಟ್ಟು, ಸುಪ್ಪತ್ತಿಗೆಯಲ್ಲಿ ಮಲಗಿ ಕಾಲಕಳೆಯಬಹುದು. ಆದರೆ ಆ ಸುಖವೆಲ್ಲ ಪಂಜರದ ಒಳಗಿನ ಪಕ್ಷಿಯ ಮೃಷ್ಟಾನ್ನ ಭೋಜನದಂತೆ!

'ವ್ಯಕ್ತಿತ್ವಕ್ಕೆ ಬೆಲೆಯೇ ಇಲ್ಲದ ಮಹಾರಾಣಿ! ನನ್ನ ಬದಲು ಜೀವವಿಲ್ಲದ ಒಂದು ಪ್ರತಿಮೆಯನ್ನೇ ಹಾಗೆಂದು ಭಾವಿಸಬಹುದಾಗಿತ್ತು. ಅರಮನೆಗೆ ಬಂದು ನಾನು ಉಂಡ ಸುಖವೇನು, ಕಂಡ ಆನಂದವೇನು ! ಅರಮನೆಗೆ ಬಂದ ಅರ್ಧದಿನದಲ್ಲೇ ಗಂಡನ ಲಂಪಟತನದ ಪರಿಚಯವಾಯಿತು. ಎಲ್ಲರೂ ವಧು ಬಂದ ಸಂಭ್ರಮಾಚರಣೆಯಲ್ಲಿ ತೊಡಗಿರುವಾಗ, ಚಕ್ರವರ್ತಿ ನನ್ನೊಂದಿಗೆ ಬಂದಿದ್ದ ಚೆಲುವೆಯೊಡನೆ ಲಲ್ಲೆಯಾಡುತ್ತಿದ್ದ. ಅವಳ ಕೆನ್ನೆ ನೇವರಿಸುತ್ತಿದ್ದ, ಭುಜದ ಮೇಲೆ ಕೈಯಿರಿಸಿದ್ದ. ಅವಳ ಬಲಗೈಯನ್ನು ಹಿಡಿದು ಅಮುಕಿ, ಅದರ ಮೇಲೆ ತನ್ನ ತುಟಿ ಸೋಕಿಸಿದ. ನಾನು ಗಮನಿಸುತ್ತಿರುವುದನ್ನು ಕಂಡು ಬೆಚ್ಚಿದವನಂತೆ ಕೈಬಿಟ್ಟು, ಗಾಂಭೀರ್ಯದ ಸೋಗು ಹಾಕಿದ. ನಾನು ನನ್ನ ಕೋಣೆಗೆ ಬಂದುಬಿಟ್ಟೆ. ಬಹುಶಃ ಅವನು ಸೇವಕಿಯರೊಂದಿಗೆ ಸಲಿಗೆಯಿಂದ ನಡೆದುಕೊಳ್ಳಬಹುದು. ಅದರಲ್ಲಿ ಇಲ್ಲದ ಅರ್ಥ ಕಲ್ಪಿಸಿ ನಾನೇ ತಪ್ಪುಮಾಡುತ್ತಿದ್ದೇನೆಂದು ಅನ್ನಿಸಿತು. ಆದರೆ ಅವನ ಮುಖದ ಭಾವನೆ, ಅವಳ ಅರಳಿದ ಮುಖ, ಅವನು ಅವಳ ಕೈಗೆ ಮುತ್ತಿಟ್ಟ ರೀತಿ ಈ ಚಿತ್ರಗಳನ್ನು ಮತ್ತೆ ಮತ್ತೆ ನೆನೆದುಕೊಂಡಂತೆ ಅದು ಬರೀ ಸಲಿಗೆಯಲ್ಲ, ಬೇರೆ ಅರ್ಥವೇ ಇರಬೇಕೆಂದು ಒಳಮನಸ್ಸು ಹೇಳುತ್ತಲೇ ಇತ್ತು.

'ಅಂದಿನ ರಾತ್ರಿ ಬರೀ ನಿತ್ಯದ ರಾತ್ರಿಯಾಗಿರಲಿಲ್ಲ, ನಮ್ಮ ದಾಂಪತ್ಯ ಜೀವನದ ಪ್ರಥಮರಾತ್ರಿಯಾಗಿತ್ತು. ಸಾವಿರ ಸುಂದರ ಕನಸುಗಳ ಗೋಪುರದ ಮೊದಲ ಸೋಪಾನವನ್ನು ಏರಬೇಕಾಗಿತ್ತು. ಆದರೆ ನನಗೆ ಆ ಸೋಪಾನದಲ್ಲಿ ಸಂದೇಹದ ಮುಳ್ಳುಗಳು ಈಗಾಗಲೇ ಕಾಣಿಸಿಕೊಂಡಿದ್ದವು. ಅವು ಚುಚ್ಚಿದರೂ ನಾನು ನನ್ನ ಹೆಜ್ಜೆಯಿಡಲೇಬೇಕಾಗಿತ್ತು.

'ನಡುರಾತ್ರಿಯಾಗಿತ್ತು. ವೈಭವೋಪೇತವಾಗಿ ಸಜ್ಜುಗೊಳಿಸಿದ್ದ ಕೋಣೆ, ನನ್ನನ್ನು ಅಣಕಿಸಿ ನಗುತ್ತಿರುವಂತೆ ಭಾಸವಾಗುತ್ತಿತ್ತು. ಸೇವಕಿಯರು ಯಾವಾಗಲೋ ಹೊರಗೆ ಹೋಗಿದ್ದರು. ಇಡೀ ಅರಮನೆಯೇ ನಿದ್ರೆ ಹೋಗಿತ್ತು. ಆಲೋಚಿಸಿ ಬಳಲಿದ ನಾನೂ ಯಾವಾಗಲೋ ನಿದ್ರೆಹೋದೆ.

'ದಡಕ್ಕನೆ ಎಚ್ಚರವಾದಾಗ ಮತ್ತೆ ಅದೇ ಸ್ಥಿತಿಯಲ್ಲೇ ಇದ್ದೆ. ನನ್ನ ಸಂದೇಹ ನಿಜವಾಗುತ್ತಿರುವ ಸೂಚನೆ ಸಿಕ್ಕಿತು. ದಟ್ಟವಾದ ಅರಣ್ಯದ ನಿರ್ಜನ ಪ್ರದೇಶದಲ್ಲಿ ಒಂಟಿಯಾಗಿ ನಿಂತ ಅನುಭವವಾಗಿ ಅಳು ಉಕ್ಕಿಬಂತು. ತಡೆದುಕೊಂಡೆ. ಎದ್ದು ಕೋಣೆಯಿಂದ ಹೊರಬಂದೆ. ಸುಮ್ಮನೆ ಅಡ್ಡಾಡತೊಡಗಿದೆ. ಕಿಲಕಿಲ ಹೆಣ್ಣು ದನಿ ಕೇಳಿಸಿತು. ಕಿವಿಗೊಟ್ಟೆ. ಆ ನಗು ಒಂದು ಕೋಣೆಯ ಬಾಗಿಲನ್ನು ಅಪ್ಪಳಿಸುತ್ತಿತ್ತು. ನೇರವಾಗಿ ಅಲ್ಲಿಗೆ ಹೋದೆ. ಬಾಗಿಲು ಕಾಯುವ ಸೇವಕಿ ತೂಕಡಿಸುತ್ತಿದ್ದಳು, ಎಚ್ಚರಗೊಂಡು ತಡೆಯಲು ಪ್ರಯತ್ನಿಸಿದಳು. ಅವಳನ್ನು ಪಕ್ಕಕ್ಕೆ ದೂಡಿ, ಬಾಗಿಲು ತಳ್ಳಿ ಒಳಗೆ ನುಗ್ಗಿದೆ. ಪಲ್ಲಂಗದ ಮೇಲೆ ನನ್ನ ಜೊತೆ ಬಂದಿದ್ದ ಸೇವಕಿಯೊಂದಿಗೆ ಚಕ್ರವರ್ತಿ ನಗ್ನಾವಸ್ಥೆಯಲ್ಲಿದ್ದ. ಇಬ್ಬರೂ ದಿಗ್ಭ್ರಾಂತಿಯಿಂದ ಸಿಕ್ಕಿದ ಬಟ್ಟೆಗಳನ್ನು ಮೈಗೆ ಸುತ್ತಿಕೊಂಡರು. ಅವಳ ಮುಖದ ಮೇಲೆ ದ್ರೋಹದ ವಿಕೃತ ಚಿತ್ರ ಕಾಣಿಸಿತು. ನೇರವಾಗಿ ಹತ್ತಿರ ಹೋದೆ. ಅವಳ ಕಪಾಳಕ್ಕೆ ಬೀಸಿ ಹೊಡೆದು ಸರಸರನೆ ಹೊರಗೆ ಬಂದು ಬಿಟ್ಟೆ. ಹಿಂದೆಯೇ ಬಂದ ಚಕ್ರವರ್ತಿ ಸೇವಕಿಯ ಮೇಲೆ ಜೋರು ಮಾಡುತ್ತಿದ್ದುದು ಅಸ್ಪಷ್ಟವಾಗಿ ಕೇಳಿಸಿತು.

'ಮತ್ತೆ ನನ್ನ ಕೋಣೆಗೆ ಬಂದೆ. ದುಃಖ ಉಮ್ಮಳಿಸಿ ಬಂತು. ಈ ಸಲ ಅದನ್ನು ತಡೆದುಕೊಳ್ಳಲಾಗಲಿಲ್ಲ. ಬಹಳ ಹೊತ್ತು ಬಿಕ್ಕಿ ಬಿಕ್ಕಿ ಅತ್ತುಬಿಟ್ಟೆ. ಆ ಕಣ್ಣೀರಿನಲ್ಲಿ ನನ್ನ ಆಸೆಗಳು, ಕನಸುಗಳೆಲ್ಲ ಕೊಚ್ಚಿಹೋದವು. ಹೃದಯ ಬರಿದಾಯಿತು, ಬದುಕು ಬರಿದಾಯಿತು ! ಮೊದಲಾದರೆ ಆಸೆಗಳ, ಕನಸುಗಳ ಭ್ರಾಂತಿಗಳಾದರೂ ತುಂಬಿದ್ದವು. ಈಗ ಅವೂ ಬಸಿದು ಹೋಗಿ ಎಲ್ಲವೂ ಶೂನ್ಯವಾಯಿತು. ನಾನು ಒಬ್ಬ ಸಾಮಾನ್ಯ ವ್ಯಕ್ತಿಯ ಮಡದಿಯಾಗಿದ್ದರೆ ಅರಮನೆಯ ಸುಖಗಳಿರುತ್ತಿರಲಿಲ್ಲ. ಆದರೆ ದಾಂಪತ್ಯ ಜೀವನದ ಸಂತೋಷಗಳಂತೂ ಇರುತ್ತಿದ್ದವು. ಈ ಅರಮನೆಗಾಗಿ ನನ್ನ ಬದುಕು ಬಲಿಯಾಯಿತು, ಎಂದು ಸಾವಿರ ಸಲ ಅಂದುಕೊಂಡೆ.

'ಮರುದಿನ ನನ್ನ ಜೊತೆ ಬಂದಿದ್ದ ಆ ಸೇವಕಿ ಊರು ಬಿಟ್ಟಳೆಂದು ಯಾರೋ ಹೇಳಿದರು. ಆ ರಾತ್ರಿ ಚಕ್ರವರ್ತಿ ನನ್ನ ಬಳಿಗೆ ಬಂದ. ಛೀ ! ಒಂದಿಷ್ಟೂ ನಾಚಿಕೆಯಿಲ್ಲದ ಗಂಡಸು !! ಏನೂ ನಡೆದೇ ಇಲ್ಲವೇನೋ, ತಾನು ತಪ್ಪು ಮಾಡೇ ಇಲ್ಲವೇನೋ ಎಂಬಂಥ ನಡವಳಿಕೆ ! ತನ್ನದು ಮೊದಲ ಅನುಭವವೇನೋ ಎಂಬಂತೆ ಜೇನಿನಲ್ಲಿ ಅದ್ದಿ ತೆಗೆದಂಥ ಮಾತುಗಳು ! ನನಗೆ ಎಷ್ಟು ಅಸಹ್ಯವಾಗಿರಬೇಕು ! ಅವನು ಒಂದೊಂದು ಮಾತಾಡಿದಾಗಲೂ ನನ್ನ ಸೇವಕಿಯೊಂದಿಗೆ ಅವನು ನಗ್ನವಾಗಿ ಕಂಡ ದೃಶ್ಯ ನೆನಪಾಗಿ ಕಠಾರಿಯಿಂದ ತಿವಿದು ಕೊಲ್ಲಬೇಕೆಂಬಷ್ಟು ರೋಷ ಬರುತ್ತಿತ್ತು. ಆದರೆ ನಾನು ಕೊಲ್ಲುವುದು ಸಾಧ್ಯವೇ ? ಅವನು ನನ್ನ ದೇಹದ ಮೇಲೆ ಹಕ್ಕು ಸ್ಥಾಪಿಸಲು ಬಂದಾಗ ಪ್ರತಿಭಟಿಸಬೇಕೆಂಬ ಒತ್ತಡ ನನ್ನ ಅಸಹಾಯಕತೆಯ ಕತ್ತಲೆಯಲ್ಲಿ ಕಳೆದುಹೋಯಿತು.

'ಹೌದು, ನಾನು ಆ ಮೊದಲ ಸಲವೇ ಪ್ರತಿಭಟಿಸಬೇಕಾಗಿತ್ತು. ಅದರಿಂದ ಕುಪಿತನಾಗಿ ಅವನು ನನ್ನನ್ನು ಕೊಲ್ಲಬಹುದಾಗಿತ್ತು ಅಥವಾ ಸೆರೆಮನೆಗೆ ದೂಡಬಹುದಾಗಿತ್ತು. ಆದಾಗಿದ್ದರೆ ಇಂದಿನ ಈ ನಿರರ್ಥಕ ಬದುಕಿಗಿಂತ ಎಷ್ಟೋ ಮೇಲಾಗುತ್ತಿತ್ತು. ಸತ್ತಿದ್ದರೆ ಈಗಿನ ಆಯುಸ್ಸಿನ ನರಕಕ್ಕಿಂತ ಸುಖಕರವಾದ ಮುಕ್ತಿ ಸಿಕ್ಕಿಬಿಡುತ್ತಿತ್ತು ! ಆ ಕ್ಷಣದ ನನ್ನ ಅಸಹಾಯಕತೆ ಅವನ ಪತ್ನಿಯನ್ನಾಗಿಸಿತು, ಅವನ ಮಗನ ತಾಯಿಯನ್ನಾಗಿಸಿತು. ದುಃಖದ ಮನೆಯ ಮಹಾದ್ವಾರ ತೆರೆದುಕೊಂಡು ನನ್ನನ್ನು ಒಳಗೆ ಕರೆದುಕೊಂಡಿತು.

'ಆ ನಂತರದ ಬದುಕು ಸುಮಾಲ್ಯನಲ್ಲಿ ಕೇಂದ್ರೀಕೃತವಾಯಿತು. ಅವನು ಹುಟ್ಟಿದ ಮೇಲೆ ಚಕ್ರವರ್ತಿಯಿಂದಾಗುತ್ತಿದ್ದ ದೈಹಿಕ ಹಿಂಸೆಗೆ ಮುಕ್ತಿ ದೊರೆಯಿತು. ಅವನ ಲಂಪಟತನಕ್ಕೆ ಸಾವಿರ ಕವಲುಗಳು ಮೂಡಿದವು. ಆದರೆ ನನಗೆ ದೊರಕಿದ ಮುಕ್ತಿ ಮಗಧದ ಪ್ರಜೆಗಳಿಗೆ ದೊರೆಯಲಿಲ್ಲ. ಅದು, ನನ್ನ ಉಳಿದ ಬದುಕನ್ನು ಶಾಂತಿಯಿಂದ ಕಳೆಯಬೇಕೆಂಬ ಪ್ರಯತ್ನಕ್ಕೆ ಸಹಕಾರಿಯಾಗಿದ್ದ ಸಾತ್ವಿಕರೂ, ವೃದ್ಧರೂ ಆದ ಆಚಾರ್ಯ ಚಣಕರನ್ನು ಬಲಿ ತೆಗೆದುಕೊಳ್ಳುವುದೆಂದು ನಾನು ಊಹೆಯನ್ನೂ ಮಾಡಿರಲಿಲ್ಲ. ಇನ್ನು ಇಲ್ಲಿರಬಾರದು, ಮಗನನ್ನು ಕರೆದುಕೊಂಡು ತಲೆಮರೆಸಿಕೊಂಡು ಎಲ್ಲಿಗಾದರೂ ಹೊರಡಬೇಕೆಂದು ನಿರ್ಧರಿಸುವಷ್ಟರಲ್ಲಿ ಈ ಹಾಳುರೋಗ ಸುಮಾಲ್ಯನನ್ನು ಕಾಡಿತು. ಮಗನ ಬದುಕಿಗಾಗಿ ನನ್ನ ನಿರ್ಧಾರ ಸತ್ತುಹೋಯಿತು.

'ದೇವರ ದಯೆ, ವೈದ್ಯ ಸುಮಂತ ಮತ್ತು ಅಮಾತ್ಯ ರಾಕ್ಷಸರ ಪ್ರಯತ್ನದಿಂದ ಸುಮಾಲ್ಯ ಗುಣಮುಖನಾಗುತ್ತಿದ್ದಾನೆ. ನನಗೆ ಬೇಕಿರಲಿ, ಬೇಡದಿರಲಿ ಅವನು ರಾಜಕುಮಾರನಾಗಿ

ಹುಟ್ಟಿದ್ದಾನೆ. ಮುಂದಿನ ಚಕ್ರವರ್ತಿಯಾದರೆ ಆಗಿಕೊಳ್ಳಲಿ ಎಂದು ಅನ್ನಿಸುತ್ತದೆ. ಇನ್ನೊಂದು ಸಲ, ಇವನೂ ತಂದೆಯಂತೆ ಪ್ರಜೆಗಳನ್ನು ಕಾಡುವ ರಾಜನಾದರೆ? ಎಂಬ ಪ್ರಶ್ನೆ ಮೂಡುತ್ತದೆ. ತಂದೆಯಂತೆ ಇವನೂ ಲಕ್ಷಾಂತರ ಪ್ರಜೆಗಳ ಶಾಪಕ್ಕೆ ಗುರಿಯಾಗಬೇಕೇ ? ಎನಿಸುತ್ತದೆ. ನನ್ನ ಮಗ ರಾಜನಾಗುವುದನ್ನು ಹೇಗಾದರೂ ತಪ್ಪಿಸಬೇಕೆಂದೂ ಅನ್ನಿಸತೊಡಗುತ್ತದೆ.

★ ★ ★

ಸುಮಾಲ್ಯ ರಾಜನಾಗುವುದನ್ನು ತಪ್ಪಿಸಬೇಕೆಂದೇ ಅಮಾತ್ಯ ಶ್ರೀಯಕನ ಮನೆಯಲ್ಲಿ, ಅವನು ರಾಜವೈದ್ಯ ಸಂಜಯನೊಂದಿಗೆ ರಹಸ್ಯ ಕೋಣೆಯಲ್ಲಿ ಮಾತನಾಡುತ್ತಿದ್ದ. "ನಾನು ಎರಡು ಉದ್ದೇಶವಿರಿಸಿಕೊಂಡಿದ್ದೆ. ಅಮಾತ್ಯ ರಾಕ್ಷಸನ ತೇಜೋವಧೆ ಮತ್ತು ಧನನಂದನ ಉತ್ತರಾಧಿಕಾರಿಯ ಸಾವು. ಎರಡೂ ಒಟ್ಟಿಗೇ ಸಂಭವಿಸಿದ್ದರೆ ನನ್ನ ದಾರಿ ಸುಗಮವಾಗುತ್ತಿತ್ತು. ಆದರೆ ಅದರ ಬದಲಾಗಿ ಪರ್ವತರಾಜ್ಯದ ವೈದ್ಯ ತಳವೂರಿದ. ರಾಜಕುಮಾರ ಗುಣಮುಖನಾಗುತ್ತಿದ್ದಾನೆ. ಯಥಾಪ್ರಕಾರ ರಾಕ್ಷಸ ಯಶಸ್ವಿಯಾದ" ಶ್ರೀಯಕ ನಿರಾಸೆಯಿಂದ ಹೇಳಿದ.

"ನಿಮ್ಮ ಗ್ರಹಗತಿ ಸರಿಯಿಲ್ಲವೆಂದು ಕಾಣುತ್ತಿದೆ" ಸಂಜಯ ಹೇಳಿದ, "ಯಾರಾದರೂ ಜ್ಯೋತಿಷಿಗಳ ಬಳಿ ನಿಮ್ಮ ಜಾತಕ ತೋರಿಸುವುದು ಒಳ್ಳೆಯದು."

"ಅಂಥ ಪರಿಣಿತ ಜ್ಯೋತಿಷಿಗಳು ಯಾರಿದ್ದಾರೆ ?"

"ಅಮಾತ್ಯ ರಾಕ್ಷಸರ ಆಪ್ತನಾಗಿರುವ ಬೌದ್ಧ ಜೀವಸಿದ್ಧಿ ಮಹಾ ಪ್ರಚಂಡನಂತೆ. ಬರೀ ಮುಖ ನೋಡಿದರೇ ನಮ್ಮ ಮನಸ್ಸಿನಲ್ಲಿರುವುದನ್ನು ಹೇಳಿಬಿಡುವನಂತೆ."

ಆ ಸಲಹೆ ಶ್ರೀಯಕನಿಗೆ ಇಷ್ಟವಾಗಲಿಲ್ಲ, "ಸಂಜಯ, ಅವನು ರಾಕ್ಷಸನ ಆಪ್ತನೆಂದು ಹೇಳುತ್ತಿರುವಿರಿ. ಒಂದು ವೇಳೆ ಅವನಿಗೆ ನನ್ನ ಮನಸ್ಸಿನಲ್ಲಿರುವ ರಹಸ್ಯಗಳೆಲ್ಲ ತಿಳಿದುಬಿಟ್ಟರೆ, ಅವನು ರಾಕ್ಷಸನಿಗೆ ಹೇಳುವುದಿಲ್ಲವೇ ?"

ಸಂಜಯ ನಕ್ಕ. "ಅಮಾತ್ಯರೇ, ಯಾವನಾದರೂ ಜ್ಯೋತಿಷಿ ಎಲ್ಲವನ್ನೂ ಬಿಡಿಸಿ ಹೇಳುವುದು ಸಾಧ್ಯವಾದರೆ, ಅದೃಷ್ಟ ಎಂಬ ಪದಕ್ಕೆ ಅರ್ಥವಿರುತ್ತದೆಯೇ ? ಎಷ್ಟೇ ಪ್ರತಿಭಾವಂತನಾದರೂ ಒಗಟು, ಸಂಕೇತಗಳ ಮೂಲಕ ಭವಿಷ್ಯದ ಸಾಧ್ಯತೆಗಳನ್ನು ಅನುಮಾನಿಸುತ್ತಾನಷ್ಟೆ."

"ಏನೇ ಆದರೂ ನನಗೇನೋ ಧೈರ್ಯವಾಗುತ್ತಿಲ್ಲ."

"ನಾನು ಅವನನ್ನು ಭೇಟಿ ಮಾಡಿ, ಅವನ ಸ್ವಭಾವದ ಬಗ್ಗೆ ವಿಷಯ ಸಂಗ್ರಹ ಮಾಡಲೇ ?"

"ಅದರಿಂದೇನು ಪ್ರಯೋಜನ ?"

"ಒಂದು ವೇಳೆ ಅವನು ಸ್ವಪ್ರಯೋಜನದ ಬಗ್ಗೆ ಆಸಕ್ತಿಯುಳ್ಳವನಾಗಿದ್ದರೆ ಸುಲಭವಾಗಿ ನಮ್ಮ ದಾರಿಗೆ ಬರುತ್ತಾನಲ್ಲವೇ ?"

"ನಾನು ಹೇಳಿ ಕಳಿಸಿದೆನೆಂಬ ಸಂದೇಹ ಅವನಿಗೆ ಬರಬಾರದು. ಮೊದಲು ಅವನ ಬಗ್ಗೆ ನೀವು ತಿಳಿದು ಹೇಳಿ. ಆನಂತರ ಅವನನ್ನು ಭೇಟಿ ಮಾಡಬೇಕೋ, ಬೇಡವೋ ಎಂದು ನಾನು ನಿರ್ಧರಿಸುತ್ತೇನೆ."

"ಆಗಬಹುದು."

ಅಂದು ರಾತ್ರಿಯೇ ಸಂಜಯ ಜೀವಸಿದ್ಧಿಯನ್ನು ಅವನ ಮನೆಯಲ್ಲೇ ಭೇಟಿ ಮಾಡಿದ. ಈಗಾಗಲೇ ಸಂಜಯನೂ ಸೇರಿದಂತೆ ಪಾಟಲೀಪುತ್ರದ ಎಲ್ಲ ಗಣ್ಯರು ಮತ್ತು ಪ್ರಮುಖ ವ್ಯಕ್ತಿಗಳ ಬಗ್ಗೆ ಸಾಕಷ್ಟು ವಿಷಯ ಸಂಗ್ರಹಿಸಿದ್ದ ಜೀವಸಿದ್ಧಿ ಅವನನ್ನು ಕಂಡು ತುಸು ಅಚ್ಚರಿಗೊಂಡ. "ರಾಜವೈದ್ಯರು, ದಯಮಾಡಿಸಬೇಕು. ದಯವಿಟ್ಟು ಕುಳಿತುಕೊಳ್ಳಿ. ಈ ಬಡ ಸಂನ್ಯಾಸಿಯಿಂದ ಏನಾಗಬೇಕು ?" ಎಂದು ಸ್ವಾಗತಿಸಿ ಕೂರಿಸಿದ.

ಸಂಜಯ ಹೇಗೆ ಮಾತು ಆರಂಭಿಸಬೇಕೆಂದು ಹಿಂಜರಿಯುತ್ತಿರುವಾಗ, ಅವನನ್ನು ಸೂಕ್ಷ್ಮವಾಗಿ ಗಮನಿಸಿದ ಜೀವಸಿದ್ಧಿ ತಾನೇ ಹೇಳಿದ, "ಒಂದು ಮುಖ್ಯವಾದ ವಿಷಯ ನಿಮ್ಮ ಮನಸ್ಸಿನಲ್ಲಿದೆ. ಅದನ್ನು ಹೇಳಲೋ ಬೇಡವೋ ಎಂದು ಯೋಚಿಸುತ್ತಿದ್ದೀರಿ ಅಲ್ಲವೆ ?" ಎಂದ ಜ್ಯೋತಿಷಿಯ ರೂಢಿಯ ಧಾಟಿಯಲ್ಲಿ.

ಅಷ್ಟಕ್ಕೇ ಸಂಜಯನ ಮುಖ ಅರಳಿತು. "ಅದು ಹೇಗೆ ನಿಮಗೆ ಗೊತ್ತಾಯಿತು ?" ಎಂದು ಆಶ್ಚರ್ಯ ಸೂಚಿಸಿದ.

"ನಾನು ಜ್ಯೋತಿಷಿ ವೈದ್ಯರೇ. ಮುಖ ಮನಸ್ಸಿನ ಕನ್ನಡಿಯಲ್ಲವೆ ? ಅದೇನು ಹೇಳಿ. ರಾಜಕುಮಾರನ ಚಿಕಿತ್ಸೆಯ ಬಗ್ಗೆ ತಮಗೆ ಅಪಮಾನವಾಯಿತೆಂಬ ಭಾವನೆ ಹಗಲೂ ರಾತ್ರಿ ಕಾಡುತ್ತಿದೆಯೆಂದು ನನಗೆ ಗೊತ್ತು. ಚಿಂತಿಸಬೇಡಿ. ಹೊರಗಿನ ವೈದ್ಯ ಇಲ್ಲಿರುವುದು ಕೆಲವು ತಿಂಗಳುಗಳು ಮಾತ್ರ. ಆಮೇಲೆ ಮತ್ತೆ ನಿಮಗೆ ಹೆಚ್ಚಿನ ಮನ್ನಣೆ ದೊರೆಯುತ್ತದೆ. ಮಗಧದ ಚಕ್ರವರ್ತಿ....."

"ಬದಲಾಗುತ್ತಾನೆ ಅಲ್ಲವೇ ?" ಎಂದು ಸಂಜಯ ಆತುರದಿಂದ ಕೇಳಿದ.

ತಕ್ಷಣ ಜೀವಸಿದ್ಧಿ ಎಚ್ಚರಗೊಂಡ. ಅಂದರೆ, ಸಂಜಯ ಚಂದ್ರಗುಪ್ತ ಚಕ್ರವರ್ತಿಯಾಗಲಿರುವ ವಿಷಯವನ್ನು ಹೇಳುತ್ತಿಲ್ಲವೆಂಬುದು ಸ್ಪಷ್ಟವಾಗಿತ್ತು. ಅವನ ದೃಷ್ಟಿಯಲ್ಲಿ ಮಗಧದ ಚಕ್ರವರ್ತಿ ಬದಲಾಗುತ್ತಾನೆಂದರೆ, ಸುಮಾಲ್ಯನಂತೂ ಖಂಡಿತ ಅಲ್ಲ. ಅಂದರೆ ಬೇರೊಬ್ಬರು ಸಿಂಹಾಸನವನ್ನಾಕ್ರಮಿಸಲು ಸಂಚು ಮಾಡುತ್ತಿರಬಹುದೆಂದು ಅವನಿಗೆ ಹೊಳೆಯಿತು. ಅವರು ಪಾಟಲೀಪುತ್ರದ ಒಳಗಿನವರಾಗಿರಬೇಕು. ಅರಮನೆಯ ಪರಿವಾರಕ್ಕೆ ಆಪ್ತರಾಗಿರಬೇಕು ಮತ್ತು ರಾಜನ ಅಧಿಕಾರ ವರ್ಗಕ್ಕೆ ಸೇರಿದವರೇ ಆಗಿರಬೇಕೆಂದು ತರ್ಕಿಸಿದ. ಆದರೆ ಯಾರೆಂದು ಊಹಿಸುವುದು ಮಾತ್ರ ಸಾಧ್ಯವಾಗಲಿಲ್ಲ.

"ಏಕೆ ಸುಮ್ಮನಾಗಿಬಿಟ್ಟರಿ ಜ್ಯೋತಿಷಿಗಳೆ ?" ಸಂಜಯ ಕೇಳಿದ.

"ವಿಷಯ ಗಹನವಾಗಿದೆ ವೈದ್ಯರೇ ?" ಜೀವಸಿದ್ಧಿ ಗಾಂಭೀರ್ಯದ ಮುಖವಾಡ ತೊಟ್ಟು ಹೇಳಿದ, "ಜೊತೆಗೆ ಅದು ರಹಸ್ಯವೂ ಆಗಿರಬೇಕಲ್ಲವೆ ? ಇನ್ನೂ ಸ್ವಲ್ಪ ಲೆಕ್ಕಾಚಾರ ಮಾಡಿಕೊಳ್ಳಬೇಕು. ನೀವು ಬೇರೆಯವರ ಪರವಾಗಿ ಬಂದಿರಬೇಕೆಂಬುದು ಈಗ ಅರ್ಥವಾಗುತ್ತಿದೆ."

"ಹೌದು, ಹೌದು, ಅವರು ಗಣ್ಯರೇ ! ನಮ್ಮ ನಿಮ್ಮಂಥವರನ್ನು ಉದಾರವಾಗಿ ಸತ್ಕರಿಸಬಲ್ಲ ದೊಡ್ಡವರು !" ಎಂದ ಸಂಜಯ ಉತ್ಸಾಹದಿಂದ.

ಸಂಜಯ ತನಗೆ ಆಮಿಷವೊಡ್ಡಲು ಪ್ರಯತ್ನಿಸುತ್ತಿರುವನೆಂಬ ಇನ್ನೊಂದು ಎಳೆ ಸಿಕ್ಕಿತು ಜೀವಸಿದ್ಧಿಗೆ. ಅವನು ನಗುತ್ತ ಹೇಳಿದ, "ಹೌದೇ ! ನನ್ನ ಅದೃಷ್ಟದ ಬಾಗಿಲು ತೆರೆಯುತ್ತದೆಯೇ ? ನನ್ನದೇ ಆದ ಒಂದು ಸ್ವಂತ ಮನೆ, ಆಳುಕಾಳುಗಳು, ಸುಖಸಾಧನಗಳನ್ನೆಲ್ಲ ಪಡೆಯುವುದು

ಸಾಧ್ಯವೇ ? ಮೈಯನ್ನು ಹಿಡಿ ಮಾಡಿಕೊಂಡು ಇನ್ನೊಬ್ಬರ ಆಶ್ರಯದಲ್ಲಿ ಬದುಕುವ ಈ ದೀನಸ್ಥಿತಿಯಿಂದ ಮೇಲೇರಬಹುದೇ ?''

''ಖಂಡಿತ'' ಸಂಜಯನ ಧ್ವನಿಯಲ್ಲಿ ತಾನು ಬಂದ ಕಾರ್ಯವಾಯಿತೆಂಬ ಸಂತೋಷವಿತ್ತು. ''ಖಂಡಿತ ನಿಮ್ಮ ಎಲ್ಲ ಆಸೆಗಳೂ ಈಡೇರುತ್ತವೆ ಜ್ಯೋತಿಷಿಗಳೆ. ಅವರ ಕೆಲಸಕ್ಕೆ ನೀವು ಸಹಾಯ ಮಾಡಬೇಕಷ್ಟೆ ನೀವೇನೂ ಯೋಚನೆ ಮಾಡಬೇಡಿ. ಎಲ್ಲವೂ ರಹಸ್ಯವಾಗಿರುತ್ತವೆ. ನಿಮಗೆ ಯಾವ ಅಪಾಯವೂ ಆಗುವುದಿಲ್ಲ''

''ಹಾಗಾದರೆ ಆ ಮಹಾನುಭಾವರ ಹೆಸರು ಹೇಳಿದರೆ...''

''ಇಲ್ಲ ಇಲ್ಲ ನಾನು ಅವರ ಬಳಿ ಮೊದಲು ಮಾತಾಡಬೇಕು. ಅವರು ಸಮ್ಮತಿ ನೀಡಿದರೆ ಸಮಯ ನೋಡಿ, ರಹಸ್ಯವಾಗಿ ಅವರನ್ನು ಭೇಟಿ ಮಾಡಿಸಬೇಕು. ಹೇಗಿದ್ದರೂ ಅವರು ಮುಖ ನೋಡಿ ಎಲ್ಲವನ್ನೂ ಹೇಳುತ್ತೀರಲ್ಲ ?'' ಎಂದು ಸಂಜಯ ಮೇಲೆದ್ದು ನಮಸ್ಕರಿಸಿ ಹೊರಟುಹೋದ.

ಜೀವಸಿದ್ಧಿ ಬಹಳ ಹೊತ್ತು ಆಲೋಚಿಸುತ್ತ ಕುಳಿತಿದ್ದ. ತನ್ನ ಗೂಢಚರ್ಯೆಗೆ ಈಗ ಇನ್ನೊಂದು ಒಳಸುಳಿಯ ಪ್ರವೇಶ ದೊರೆಯುತ್ತಿದೆ ಎನ್ನಿಸಿತು. ಅವನು ಅಷ್ಟು ಎಚ್ಚರಿಕೆಯಿಂದ ಮಾತಾಡಿದ್ದನ್ನು ನೋಡಿದರೆ, ಆ ವ್ಯಕ್ತಿ ರಾಕ್ಷಸನಿಗೆ ವಿರೋಧಿಯಾಗಿರಬೇಕು ಎಂದುಕೊಂಡ. 'ಅಂದರೆ ಈಗ ಧನನಂದನಿಗೆ ಚಂದ್ರಗುಪ್ತನೊಬ್ಬನೇ ಶತ್ರುವಲ್ಲ, ಪಾಟಲೀಪುತ್ರದಲ್ಲೇ ಇನ್ನೊಬ್ಬನಿದ್ದಾನೆ ಅಥವಾ ಇನ್ನೂ ನಾಲ್ಕಾರು ಜನ ಇರುವರೇನೋ ಯಾರು ಬಲ್ಲರು ! ಇದು ಒಂದು ರೀತಿಯಲ್ಲಿ ಚಾಣಕ್ಯನ ಕಾರ್ಯಕ್ಕೆ ಅನುಕೂಲವೇ ಆಗಬಹುದು. ಧನನಂದನ ಒಳಗಿನ ಶತ್ರುಗಳನ್ನು ಪ್ರೋತ್ಸಾಹಿಸಿ, ಅವರಿಂದ ಅವನು ಎಷ್ಟೆಷ್ಟು ದುರ್ಬಲನಾಗುತ್ತಾನೋ, ಅಷ್ಟಷ್ಟು ಚಂದ್ರಗುಪ್ತನ ದಾರಿ ಸುಗಮವಾಗುತ್ತದೆ' ಎಂದುಕೊಂಡ.

## ೬

ಸುಮಿತ್ರನ ಪಾನಗ್ರಹದಲ್ಲಿ ನಿಪುಣಕ ಕೆಲವೇ ದಿನಗಳಲ್ಲಿ ಪರಿಚಾರಿಕೆಯಲ್ಲಿ ಸಾಕಷ್ಟು ನಿಪುಣನಾಗಿದ್ದ, ಕರಭಕನಿಗೆ ಬಹಳ ಸಂತೋಷವಾಗಿತ್ತು. ಅವನ ಬಗ್ಗೆ ಭರವಸೆಯೂ ಉಂಟಾಗಿತ್ತು. ಮಾತಿಗೆ ಮೊದಲು ನಿಪುಣಕ 'ನನಗೆ ಕಷ್ಟಕಾಲದಲ್ಲಿ ಕೆಲಸ ಕೊಡಿಸಿದ ಪುಣ್ಯಾತ್ಮ' ಎಂದು ಅತಿಯಾಗಿ ಹೊಗಳುತ್ತಿದ್ದ, ತಾನೇ ಸ್ವತಃ ಗೂಢಚಾರನಾದರೂ ಕರಭಕನಿಗೆ ತನ್ನ ಒಳ ಉದ್ದೇಶ ಅರ್ಥವಾಗದಂತೆ ನಿಪುಣಕ ಸಹಜವಾಗಿ ಅಭಿನಯಿಸಿದ. ಅದಕ್ಕೆ ಕಾರಣ, ಹೊರಡುವ ಮೊದಲು ಚಾಣಕ್ಯ ಅವನು ಮತ್ತು ಉಳಿದವರಿಗೆ ನೀಡಿದ ಗೂಢಚರ್ಯೆಯ ಬಗೆಗಿನ ಜ್ಞಾನ.

ಕೆಲವು ದಿನಗಳ ಕಾಲ ಅವನು ಇವನ ಚಲನವಲನಗಳನ್ನು, ಇವನು ಅವನ ಚಲನವಲನಗಳನ್ನು ಅತಿ ಸೂಕ್ಷ್ಮವಾಗಿ ಗಮನಿಸಿದರು. ನಿಪುಣಕನ ರಹಸ್ಯ ಕಿಂಚಿತ್ತೂ ಬಯಲಾಗದಿದ್ದರೂ, ಕರಭಕ ರಾಕ್ಷಸನ ಗೂಢಚಾರನೆಂಬುದನ್ನು, ಒಂದು ದಿನ ಬಹಳ ಎಚ್ಚರಿಕೆಯಿಂದ ಹಿಂಬಾಲಿಸಿ ನಿಪುಣಕ ತಿಳಿದುಕೊಂಡುಬಿಟ್ಟ !

ಆ ದಿನ ಅವನು ಭಯದಿಂದ ನಡುಗಿದ್ದ. ಅಮಾತ್ಯ ರಾಕ್ಷಸ ಎಷ್ಟು ಪ್ರಬಲ ಮತ್ತು ಬುದ್ಧಿವಂತನೆಂಬುದು ಅವನಿಗೆ ತಿಳಿದಿತ್ತು. ಕಿಂಚಿತ್ತು ಸಂದೇಹ ಬಂದರೂ, ತನ್ನ ಪ್ರಾಣ ಹಾರಿ

ಹೋಗುವುದು ಖಚಿತವಾಗಿತ್ತು. ನೆತ್ತಿಯ ಮೇಲೇ ಕತ್ತಿ ತೂಗುತ್ತಿರುವ ಅನುಭವವಾಯಿತು. ಆದರೆ ಸ್ವಲ್ಪ ಉದ್ವಿಗ್ನತೆ ಕಡಿಮೆಯಾದ ಮೇಲೆ ನಿಧಾನವಾಗಿ ಯೋಚಿಸತೊಡಗಿದಂತೆ ಮತ್ತೆ ಚಾಣಕ್ಯ ಗೂಢಚರ್ಯದ ಒಳರಹಸ್ಯಗಳು, ನಡವಳಿಕೆಗಳು, ಅಪಾಯದ ಸಂದರ್ಭಗಳನ್ನು ಎದುರಿಸುವ ಕ್ರಮ, ಇತ್ಯಾದಿ ವಿಷಯಗಳ ಬಗ್ಗೆ ಮತ್ತೆ ಮತ್ತೆ ಪಾಠ ಹೇಳಿದ್ದು ನೆನಪಾಗಿ ಧೈರ್ಯ ಮೂಡಿತು. ಆದರಿಂದ ಕರಭಕನೊಂದಿಗೆ ಆಮೇಲೂ ಅವನು ಸಹಜವಾಗಿ ನಡೆದು ಕೊಳ್ಳುವುದು ಸಾಧ್ಯವಾಯಿತು.

ಪಾನಗೃಹದ ಯಜಮಾನ ಸುಮಿತ್ರನಿಗಂತೂ ನಿಪುಣಕ ಅಚ್ಚುಮೆಚ್ಚಿನವನಾದ. ಅದಕ್ಕೆ ಎರಡು ಪ್ರಮುಖ ಕಾರಣಗಳಿದ್ದರು. ಸುಮಿತ್ರ ಸ್ವಭಾವತಃ ಒಳ್ಳೆಯವನೇ ಆದರೂ ಮುಂಗೋಪಿ. ಸಣ್ಣಪುಟ್ಟ ಸಂಗತಿಗಳಿಗೆಲ್ಲ ತಲೆ ಬಿಸಿ ಮಾಡಿಕೊಂಡು ಕೂಗಾಡುತ್ತಿದ್ದ. ಅಂಥ ಸಂದರ್ಭದಲ್ಲಿ ಕೆಲಸಗಾರರನ್ನಂತೂ ಹೀನಾಮಾನವಾಗಿ ಬಯ್ಯುಬಿಡುತ್ತಿದ್ದ. ಆ ಮಾತುಗಳು ಎಷ್ಟೋ ಸಲ ಸಭ್ಯತೆಯ ಎಲ್ಲೆಯನ್ನು ಮೀರುತ್ತಿದ್ದವು. ಅಂಥ ವೇಳೆಯಲ್ಲಿ ಪ್ರತಿಯಾಗಿ ಕೆಲಸಗಾರರೂ ಅಂಥವೇ ಮಾತುಗಳಿಂದ ಅವನನ್ನು ಬೈಯುತ್ತಿದ್ದರು. ನಾಳೆಯಿಂದ ಕೆಲಸಕ್ಕೆ ಬರಬೇಡವೆಂದು ಸುಮಿತ್ರ ಅರಚುತ್ತಿದ್ದ. ಯಾರಿಗೆ ಬೇಕು ನಿಮ್ಮ ಕೆಲಸ ಎಂದು ಕೆಲಸಗಾರನೂ ಎಲ್ಲ ಬಿಟ್ಟು ಸುಮ್ಮನೆ ಕುಳಿತು ಬಿಡುತ್ತಿದ್ದ.

ಸುಮಿತ್ರನ ಸಿಡುಕು ಬಹುಬೇಗ ಶಾಂತವಾಗುತ್ತಿತ್ತು. ಸ್ವಲ್ಪ ಹೊತ್ತಿನ ನಂತರ ಏನೂ ನಡೆದೇ ಇಲ್ಲವೇನೋ ಎಂಬಂತೆ ಸುಮಿತ್ರ ಹತ್ತಿರ ಬಂದು ಪ್ರೀತಿಯಿಂದ ಮಾತಾಡಿಸುತ್ತಿದ್ದ. ಅದಕ್ಕೂ ಬಗ್ಗದಿದ್ದರೆ "ನನ್ನ ತಪ್ಪಾಯಿತು. ಯಜಮಾನನೆಂಬ ದುರಹಂಕಾರ ನನಗೆ. ನನ್ನನ್ನು ಕ್ಷಮಿಸಿ ನೀನೇ ದೊಡ್ಡವನಾಗಬಾರದೆ ?" ಎಂಬ ಮಾತು ಅವನ ಬಾಯಿಂದ ಬರುತ್ತಿತ್ತು. ಕೆಲಸಗಾರನ ಹಠ ಕರಗಿಹೋಗುತ್ತಿತ್ತು. ಎದ್ದು ಕೆಲಸದ ಮೇಲೆ ಹೋಗುತ್ತಿದ್ದ.

ಇದು ಪಾನಗೃಹದಲ್ಲಿ ದಿನನಿತ್ಯ ನಡೆಯುವ ನಾಟಕ. ಮೊದಮೊದಲು ನಿಪುಣಕನಿಗೆ ಇದು ವಿಚಿತ್ರವಾಗಿ ಕಾಣುತ್ತಿತ್ತು. ಆದರೆ ದಿನಕಳೆದಂತೆ ಅದು ಸುಮಿತ್ರನ ಸ್ವಭಾವವೆಂದು ಅರ್ಥವಾಯಿತು. ಅವನು ಬೈದರೆ ತಾನು ಸುಮ್ಮನಿರುವುದನ್ನು ಅಭ್ಯಾಸ ಮಾಡಿಕೊಂಡ. ಅನಂತರ "ಯಜಮಾನರೇ, ನೀವು ಅನ್ನದಾತರು, ನಾನು ಸೇವಕ. ನಾನು ತಪ್ಪು ಮಾಡಿದರೆ ತಿದ್ದಿ, ಬುದ್ಧಿಹೇಳಿ, ನೀವು ಬೈದರೆ, ಅದು ನನಗೆ ಆಶೀರ್ವಾದ" ಎನ್ನತೊಡಗಿದ. ನಿಪುಣಕನ ಈ ವರ್ತನೆ ಸುಮಿತ್ರನಿಗೆ ಇಷ್ಟವಾಯಿತು. ಸುಮಿತ್ರನಿಗೆ ಎರಡು ಕಾಲುಗಳೂ ವಾಯು ನೋವಿನಿಂದ ಆಗಾಗ ಹಿಡಿದುಕೊಳ್ಳುತ್ತಿದ್ದವು. ವಿಪರೀತ ನೋವಿನಿಂದ ಒದ್ದಾಡುತ್ತಿದ್ದ. ಅದು ಅವನ ಮುಂಗೋಪವನ್ನು ಕೆರಳಿಸಲು ಸಹಕಾರಿಯಾಗಿತ್ತು. ಕಂಡ ಕಂಡ ವೈದ್ಯರನ್ನು ಕಂಡು, ಅವರು ಹೇಳಿದ ಔಷಧಿಗಳನ್ನೆಲ್ಲ ಬಳಸಿದರೂ ಅವನಿಗೆ ಅದು ಗುಣವಾಗಿರಲಿಲ್ಲ. ಒಂದು ದಿನ ನಿಪುಣಕ ತಾನೇ ವಿಶ್ರಾಂತಿ ಕೋಣೆಯಲ್ಲಿ, ನೋವಿನಿಂದ ನರಳುತ್ತ ಮಂಚದ ಮೇಲೆ ಮಲಗಿದ್ದ ಸುಮಿತ್ರನ ಬಳಿಗೆ ಹೋಗಿ, ಬೇಡ ಬೇಡವೆಂದರೂ ಸ್ವಲ್ಪ ಹೊತ್ತು ಅವನ ಕಾಲುಗಳನ್ನು ಒತ್ತಿದ. ನೋವು ಎಷ್ಟೋ ಕಡಿಮೆಯಾಯಿತು. ನಿಪುಣಕನ ನಡವಳಿಕೆ ಸುಮಿತ್ರನಿಗೆ ಸಂತೋಷ ಮತ್ತು ಭಾವೋದ್ವೇಗ ಎರಡನ್ನೂ ಉಂಟುಮಾಡಿತು. "ಯಾವ ಜನ್ಮದ ಬಂಧುವಯ್ಯ ನೀನು !" ಎಂದು ಅವನು ನಿಪುಣಕನನ್ನು ಅಪ್ಪಿ ಅವನ ಹಣೆ ಚುಂಬಿಸಿದ. ಅಂದಿನಿಂದ ಸುಮಿತ್ರನ ಕಾಲುಗಳ ನೋವು ಉಲ್ಬಣಗೊಂಡಾಗಲೆಲ್ಲ ನಿಪುಣಕನ ಸೇವೆ ದೊರೆಯುತ್ತಿತ್ತು.

"ನಿಪುಣಕ, ಕೆಲಸಗಾರನಾದರೂ ನೀನು ಬಹಳ ಉದಾರ ಮನಸ್ಸಿನವನು. ನಿನಗೆ ಏನು ಕೊಟ್ಟರೂ ಕಡಿಮೆಯೇ. ನಿನ್ನ ಸಂಬಳವನ್ನು ಹೆಚ್ಚು ಮಾಡುತ್ತೇನೆ" ಎಂದ ಒಂದು ದಿನ ಸುಮಿತ್ರ.

"ಬೇಡ ಯಜಮಾನರೆ" ನಿಪುಣಕ ಹೇಳಿದ, "ಬೇರೆ ಕೆಲಸಗಾರರೆಲ್ಲ ತಪ್ಪು ತಿಳಿಯುತ್ತಾರೆ."

"ಅವರಿಗೆ ಯಾರು ಹೇಳಲು ಹೋಗುತ್ತಾರೆ ?"

"ಹಾಗೆಂದು ಅದನ್ನು ಒಪ್ಪಿಕೊಳ್ಳಲು ನಾನು ಸಿದ್ಧನಾಗಿಲ್ಲ. ಕರಭಕ ನನ್ನ ಮಿತ್ರ. ಅವನಿಗಾದರೂ ನಾನು ಹೇಳಬೇಕಾಗುತ್ತದೆ. ಹೇಳಿದರೆ ಅವನು ನನ್ನ ಬಗ್ಗೆ ಮತ್ತು ನಿಮ್ಮ ಬಗ್ಗೆ ತಪ್ಪಾಗಿ ಭಾವಿಸುತ್ತಾನೆ."

"ನಿನಗೆ ಏನಾದರೂ ಉಪಕಾರ ಮಾಡದ ಹೊರತು ನನಗೆ ಸಮಾಧಾನವಿಲ್ಲ."

"ನಿಮ್ಮಿಂದ ಉಪಕಾರವನ್ನು ನಿರೀಕ್ಷಿಸಿ ನಾನು ನಿಮ್ಮ ಸೇವೆ ಮಾಡಲಿಲ್ಲ ಯಜಮಾನರೇ. ಈಗಾಗಲೇ ನೀವು ಮಾಡಿರುವ ಉಪಕಾರ ಬಹಳ ದೊಡ್ಡದು. ನೀವು ಕೆಲಸ ಕೊಡದಿದ್ದರೆ ಇಷ್ಟು ಹೊತ್ತಿಗೆ ನಾನು ಹಸಿವಿನಿಂದ ಸತ್ತು ಹೋಗುತ್ತಿದ್ದೆ."

"ಇಲ್ಲ ನಿಪುಣಕ, ನಿನಗೆ ಏನಾದರೂ ಒಂದು ಒಳ್ಳೆಯದನ್ನು ಮಾಡಲೇಬೇಕು. ನನ್ನ ಮನಸ್ಸಿಗೂ ಸಮಾಧಾನವಿಲ್ಲ."

ತನ್ನ ಕಾರ್ಯದಲ್ಲಿ ಯಶಸ್ವಿಯಾದ ಸಂತೋಷವಾಯಿತು ನಿಪುಣಕನಿಗೆ. 'ಕರಭಕ ನನ್ನ ಮೂಲಕ ತನ್ನ ಕೆಲಸ ಸಾಧಿಸಿಕೊಳ್ಳಲು ಪ್ರಯತ್ನಿಸಿದರೆ, ನಾನು ಸುಮಿತ್ರನ ಮೂಲಕವೇ ನನ್ನ ಕೆಲಸ ಸಾಧಿಸಿಕೊಳ್ಳಲು ಪ್ರಯತ್ನಿಸುತ್ತೇನೆ' ಎಂದುಕೊಂಡು ಹೇಳಿದ, "ಯಜಮಾನರೆ, ನಿಮ್ಮಂಥವರ ಸೇವೆ ಮಾಡುವ ಅವಕಾಶ ದೊರಕಿದ್ದು ನನ್ನ ಪುಣ್ಯ. ನನಗೆ ಒಳ್ಳೆಯದು ಮಾಡಲೇಬೇಕೆಂದರೆ ಈಗ ಬೇಡ, ಸಮಯ ಬಂದಾಗ ನಾನೇ ಕೇಳುತ್ತೇನೆ. ಆಗ ನಡೆಸಿಕೊಟ್ಟರಾಯಿತು."

"ಆಯಿತು, ಹಾಗೇ ಆಗಲಿ. ನೀನು ಯಾವಾಗ ಏನೇ ಕೇಳಿದರೂ, ಅದನ್ನು ನಡೆಸಿಕೊಡುವುದಾಗಿ ನಾನು ಭಾಷೆ ಕೊಡುತ್ತೇನೆ" ಎಂದು ಸುಮಿತ್ರ ನಿಪುಣಕನ ಹಸ್ತದ ಮೇಲೆ ಹಸ್ತವನ್ನಿಟ್ಟ.

★ ★ ★

ಒಂದು ದಿನ ರಾತ್ರಿ ಸುಗಂಧಿಯನ್ನು ನೋಡುವ ನೆಪದಲ್ಲಿ ಮಂಗಳೆ ಪಶುಲೋಮ ನೊಂದಿಗೆ ಅಶ್ವಾಧ್ಯಕ್ಷ ಭಾಗುರಾಯಣನ ಮನೆಗೆ ಬಂದಳು. ತಾಯಿಯನ್ನು ಕಂಡು ಸುಗಂಧಿ, ಸಣ್ಣ ಹುಡುಗಿಯಂತೆ ಉತ್ಸಾಹದಿಂದ ಓಡಿಹೋಗಿ ತಬ್ಬಿಕೊಂಡು "ಅಮ್ಮಾ, ಚೆನ್ನಾಗಿರುವೆಯಾ ?" ಎಂದು ಆತುರದಿಂದ ಕೇಳಿದಳು.

"ನೀನು ನಿನ್ನ ತಾಯಿಯನ್ನು ನೋಡಿ ಹತ್ತು ದಿನಗಳೂ ಪೂರ್ತಿಯಾಗಿಲ್ಲ, ಎಷ್ಟೋ ತಿಂಗಳುಗಳಾದಂತೆ ಆವೇಶಗೊಳ್ಳುತ್ತಿರುವೆಯಲ್ಲ!" ಎಂದ ಭಾಗುರಾಯಣ ನಗುತ್ತ.

"ಅಂದರೆ, ನಾವು ಅವಳನ್ನು ಸರಿಯಾಗಿ ನೋಡಿಕೊಳ್ಳುತ್ತಿಲ್ಲವೆಂದು ತಾನೇ ಅರ್ಥ ?" ಎಂದಳು ಮಾಲಿನಿ.

"ಛೆ ಛೆ" ಮಂಗಳೆ ತಕ್ಷಣ ಹೇಳಿದಳು, "ಅಂಥ ಮಾತಾಡಬೇಡಿ ತಾಯಿ. ನಾನು ಹೆತ್ತ ಮಗಳು ನಿಜ, ಆದರೆ ನನ್ನ ವೃತ್ತಿಯಲ್ಲಿ ಅವಳು ಒಂದು ವ್ಯಾಪಾರದ ವಸ್ತು.

ಆದರಿಂದಲೇ ನಮ್ಮಂಥವರ ಬದುಕು. ಆ ಬದುಕಿನಿಂದ ಹೊರಬರಬೇಕೆಂದು ನಿರ್ಧರಿಸಿದ ನಂತರ, ಆ ಸಂಪರ್ಕಗಳಿಂದ ದೂರವಾಗಿ ಅವಳು ಸುರಕ್ಷಿತವಾಗಿರಲು ನೀವು ನೆರವಾದಿರಿ. ಈಗ ನೀವೇ ಅವಳ ನಿಜವಾದ ತಾಯಿತಂದೆ."

"ಹೌದಮ್ಮ, ಸತ್ಯವಾದ ಮಾತು" ಸುಗಂಧಿ ತಾಯಿಯ ಮಾತನ್ನು ಅನುಮೋದಿಸಿದಳು, "ಈ ಮನೆಗೆ ಬಂದ ನಂತರ ಬದುಕು ಇಷ್ಟು ಸುಂದರವಾಗಿದೆಯೇ ! ಎಂಬ ಅಚ್ಚರಿಯಾಗುತ್ತಿದೆ. ಎಂಥ ಸಂಸ್ಕಾರವಂತ ಜನ ! ಮಮತೆ ವಾತ್ಸಲ್ಯಗಳನ್ನು ಸೂರೆ ಮಾಡುವ ತಂದೆ ತಾಯಿ ! ಗೆಳತಿಯಾಗಿ, ಸೋದರಿಯಾಗಿ ಮನಸ್ಸನ್ನು ಅರಳಿಸುವ ಮಗಳು ! ಇವರೆಲ್ಲರ ಮಾತಿನಲ್ಲಿ ಅಮೃತವಿದೆ ! ಪ್ರೀತಿಯಲ್ಲಿ ಅಮೃತವಿದೆ ! ಈ ಮನೆಯಲ್ಲಿ ನಾನು ತಿನ್ನುವ ಪ್ರತಿ ತುತ್ತು ಅನ್ನದಲ್ಲೂ, ಕುಡಿಯುವ ಪ್ರತಿ ಗುಟುಕು ನೀರಿನಲ್ಲೂ ಅಮೃತವಿದೆ ಅಮ್ಮ !"

ಅವಳ ವರ್ಣನೆಯನ್ನು ಕೇಳುತ್ತ ಕೇಳುತ್ತ ಭಾವಾವೇಶದಿಂದ ಮೂವರೂ ಗದ್ಗದಿತರಾಗಿ, ಅವರ ಕಣ್ಣುಗಳು ತುಂಬಿಕೊಂಡವು. ಮಾಲಿನಿ ಸುಗಂಧಿಯನ್ನು ಬಾಚಿ ತಬ್ಬಿಕೊಂಡು, ಹಣೆಯನ್ನು ಚುಂಬಿಸಿ ಹೇಳಿದಳು, "ಸುಗಂಧಿ, ನಮ್ಮ ಒಳ್ಳೆಯತನಕ್ಕಿಂತ ನಿನ್ನ ಮಾತುಗಳೇ ಸುಂದರವಾಗಿವೆ. ಅವುಗಳಲ್ಲಿ ನಿನ್ನ ಹೃದಯದ ಸೌಂದರ್ಯ ಗೋಚರಿಸುತ್ತಿದೆ. ನೀನು ಯಾರಾದರೇನು ? ಎಲ್ಲಿ ಹುಟ್ಟಿದರೇನು ? ನಿನ್ನ ಹೃದಯ ಸಂಸ್ಕಾರ ಯಾವ ಉತ್ತಮ ಕುಲದವರಲ್ಲೂ ಕಾಣಲಾರದು."

"ಇವಳು ನಮ್ಮ ಮಗಳಲ್ಲ ಎಂದು ಹೇಳಲಾಗದಂತೆ ಸುಗಂಧಿ ತನ್ನ ಮಾತಿನಿಂದಲೇ ಕಟ್ಟಿ ಹಾಕಿಬಿಟ್ಟಳು !" ಎಂದು ಭಾಗುರಾಯಣ ಸಂದರ್ಭದ ಗಂಭೀರತೆಯನ್ನು ತುಸು ಹಗುರಗೊಳಿಸಿದ. ಮಂಗಳೆಯ ಪಕ್ಕದಲ್ಲಿದ್ದ ಪಶುಲೋಮನತ್ತ ನೋಡಿ "ಈತ ಯಾರು ?" ಎಂದು ಕೇಳಿದ.

"ಇವನು ಪಶುಲೋಮ. ನನ್ನ ಹೊಸ ಸೇವಕ" ಎಂದು ಮಂಗಳೆ ಅವನತ್ತ ನೋಡಿ ನಕ್ಕಳು.

"ಹೊಸ ಸೇವಕನೆ ?" ಎಂದು ಉಜ್ವಲ ಅವನ ಮುಖವನ್ನೇ ದಿಟ್ಟಿಸಿ ನೋಡಿ ಹೇಳಿದಳು, "ಇವನನ್ನು ನೋಡಿದರೆ ಸೇವಕನಂತೆ ಕಾಣುತ್ತಿಲ್ಲವಲ್ಲಾ ?"

"ಅಂದರೆ, ಅವರವರ ಮುಖದ ಮೇಲೆ ಅವರು ಮಾಡುವ ವೃತ್ತಿಯನ್ನು ಬರೆದಿರುತ್ತದೆಯೇ ?" ಎಂದ ಪಶುಲೋಮ ಚೇಷ್ಟೆಯಿಂದ.

ತನ್ನ ಸೊಂಟದಲ್ಲಿದ್ದ ಕಠಾರಿಯನ್ನು ಮಿಂಚಿನ ವೇಗದಲ್ಲಿ ಹೊರತೆಗೆದ ಉಜ್ವಲ, ಅದನ್ನು ಪಶುಲೋಮನ ಕೊರಳಿಗೆ ಗುರಿಯಿಟ್ಟು ಗುಡುಗಿದಳು, "ಹೇಳು, ಯಾರು ನೀನು ? ಸೇವಕನ ವೇಷದಲ್ಲಿ ಮಂಗಳೆಗೆ ಮೋಸ ಮಾಡಲು ಬಂದಿರುವ ಗೂಢಚಾರನಲ್ಲವೇ ? ಹೇಳು, ನೀನು ಯಾರ ಕಡೆಯವನು ?"

"ನಾನು... ನಾನು..." ಎಂದು ಪಶುಲೋಮ ಭಯದಿಂದ ತೊದಲಿದ.

"ಉಜ್ವಲ, ಆತುರಪಡಬೇಡ" ಎಂದು ಮಂಗಳೆ ಕೂಗಿದಳು.

"ಸ್ವಲ್ಪ ತಡಿ ಮಂಗಳೆ, ಇವನ ಬಾಯಿ ಬಿಡಿಸುತ್ತೇನೆ. ನೀನು ಯಾರ ಕಡೆಯವನೆಂದು ಬೇಗ ಹೇಳದಿದ್ದರೆ ನನ್ನ ಕಠಾರಿ ತಡ ಮಾಡುವುದಿಲ್ಲ"

"ನಾನು ಆಚಾರ್ಯ ಚಾಣಕ್ಯರ ಕಡೆಯವನು" ಎಂದ ಪಶುಲೋಮ.

ತಕ್ಷಣ ಅವಳ ಕಠಾರಿ ಹಿಂದೆ ಸರಿಯಿತು. ಅವನು ನಿರಾಳವಾದ ಒಂದು ಉಸಿರು ಬಿಟ್ಟು ಹಣೆಯ ಮೇಲಿನ ಬೆವರನ್ನು ಒರೆಸಿಕೊಂಡ.

''ಮೊದಲೇ ಏಕೆ ಹೇಳಲಿಲ್ಲ ?'' ಎಂದಳು ಉಜ್ವಲ ಕಠಾರಿಯನ್ನು ಸೊಂಟದ ಒರೆಯಲ್ಲಿ ಸೇರಿಸುತ್ತ.

''ಅದನ್ನು ಹೇಳಲೆಂದೇ ನಾನು ಇವರನ್ನು ಜೊತೆಯಲ್ಲಿ ಕರೆದುಕೊಂಡು ಬಂದೆ. ನಾನು ಹೇಳುವಷ್ಟರಲ್ಲಿ ನೀನು...''

''ದೇವರ ದಯೆ, ನನ್ನ ಪ್ರಾಣ ಉಳಿಯಿತು'' ಎಂದ ಪಶುಲೋಮ.

''ಧ್ವನಿ ಕೆಳಗಿರಲಿ, ಎಚ್ಚರಿಕೆ, ಇದು ರಹಸ್ಯ'' ಎಂದ ಭಾಗುರಾಯಣ ಗಂಭೀರವಾಗಿ. ಅದರ ಅರಿವಾದಂತೆ ''ನಾನು ಪಶುಲೋಮನೊಂದಿಗೆ ಉಪ್ಪರಿಗೆಯ ನನ್ನ ಕೋಣೆಯಲ್ಲಿ ಏಕಾಂತವಾಗಿ ಮಾತಾಡಿ ಬರುತ್ತೇನೆ. ನೀವು ಮಾತಾಡುತ್ತಿರಿ'' ಎಂದು ಹೇಳಿ ಪಶುಲೋಮನನ್ನು ಕರೆದುಕೊಂಡು ಮೇಲೆ ಹೋದ.

ಚಾಣಕ್ಯ ಮೊದಲೇ ತಿಳಿಸಿದ್ದಂತೆ, ಭಾಗುರಾಯಣನಿಗೆ ಪಶುಲೋಮ ಎಲ್ಲ ಸಂಗತಿಗಳನ್ನೂ ಬಿಡಿಸಿ ಹೇಳಿದ. ಇಂದುಶರ್ಮ, ಸಿದ್ಧಾರ್ಥಕ, ಸಮಿದ್ಧಾರ್ಥಕ ಮತ್ತು ನಿಪುಣಕ ಯಾರು ಯಾರ ಬಳಿಯಲ್ಲಿ ಸೇರಿಕೊಂಡಿದ್ದಾರೆಂಬುದನ್ನೂ ಹೇಳಿದ. ಭಾಗುರಾಯಣ ಅಚ್ಚರಿಯಿಂದ ಕಣ್ಣರಳಿಸಿದ. ಚಾಣಕ್ಯನ ಚಾತುರ್ಯವನ್ನು ಮನಸ್ಸಿನಲ್ಲೇ ಮೆಚ್ಚಿದ. ಚಂದ್ರಗುಪ್ತ ಒಳ್ಳೆಯ ಆಶ್ರಯವನ್ನು ಸೇರಿದ್ದಾನೆ ಎಂದು ನೆಮ್ಮದಿಯಾಯಿತು. ಅವನು ಚಕ್ರವರ್ತಿಯಾಗುವ ಸಾಧ್ಯತೆ ಈಗ ಹೆಚ್ಚು ಹೆಚ್ಚಾಗಿ ಕಂಡಿತು. ಜೊತೆ ಸಂತೋಷವೂ ಆಯಿತು.

''ನನ್ನಿಂದ ಏನಾದರೂ ಸಹಾಯವಾಗಬೇಕಾದರೆ ಸಂಕೋಚವಿಲ್ಲದೆ ಕೇಳು. ನಾನು ಧನನಂದನ ಅಶ್ವಾಧ್ಯಕ್ಷನಾದರೂ, ಚಂದ್ರಗುಪ್ತನ ಪಕ್ಷಪಾತಿಯೆಂದು ನಿನ್ನ ನೆನಪಿನಲ್ಲಿರಲಿ.''

''ಆ ನಂಬಿಕೆಯಿಂದಲೇ ನಾನು ಎಲ್ಲ ರಹಸ್ಯಗಳನ್ನು ತಮ್ಮ ಬಳಿ ಹೇಳಿದ್ದು.''

''ಚಾಣಕ್ಯರು ನನಗೇನು ಆದೇಶ ನೀಡಿದ್ದಾರೆ ?''

''ಸದ್ಯದಲ್ಲಿ ನಿಮ್ಮ ಸಹಾನುಭೂತಿಯನ್ನಷ್ಟೆ ನಾವು ನಿರೀಕ್ಷಿಸುವುದು. ನಾವು ಗೂಢಚಾರರು ನಿಯಮಿತವಾಗಿ, ರಹಸ್ಯವಾಗಿ ಭೇಟಿ ಮಾಡುತ್ತೇವೆ. ಇಲ್ಲಿಯ ಮುಖ್ಯ ಸುದ್ದಿಯೇನಾದರೂ ಇದ್ದರೆ ಆಚಾರ್ಯರಿಗೆ ಮುಟ್ಟಿಸಲು ನಮ್ಮಲ್ಲಿ ಒಬ್ಬರು ಹೋಗುತ್ತೇವೆ. ಆಗ ತಮ್ಮ ವಿಷಯ ತಿಳಿಸುತ್ತೇನೆ. ಅವರ ಆದೇಶವೇನಾದರೂ ಇದ್ದರೆ ತಮಗೆ ಮುಟ್ಟಿಸುತ್ತೇವೆ.''

''ಅವರನ್ನು ಭೇಟಿ ಮಾಡಿದಾಗ ಹೇಳು, ಚಂದ್ರಗುಪ್ತ ಮತ್ತು ಚಾಣಕ್ಯರ ಯಾವುದೇ ಕಾರ್ಯಕ್ಕೂ ಈ ಭಾಗುರಾಯಣ ಸಿದ್ಧನಾಗಿದ್ದಾನೆಂದು. ಮಂಗಳೆಯ ಮನೆಯಲ್ಲಿ ನಿನಗೇನೂ ತೊಂದರೆಯಿಲ್ಲವಷ್ಟೆ ?''

''ಇಲ್ಲ, ಆಕೆ ಸ್ವಂತ ಮಗನಂತೆ ನೋಡಿಕೊಳ್ಳುತ್ತಿದ್ದಾಳೆ. ನಾನೂ ನಿಜವಾದ ಸೇವಕನಂತೆಯೇ ನಡೆದುಕೊಳ್ಳುತ್ತಿದ್ದೇನೆ. ನಿಮ್ಮನ್ನಂತೂ ಅವಳು ತುಂಬ ಹೊಗಳುತ್ತಿರುತ್ತಾಳೆ. ಒಬ್ಬ ಗಣಿಕೆ ಇಷ್ಟು ಒಳ್ಳೆಯವಳಾಗಿರಲು ಸಾಧ್ಯವೇ ! ಎಂದು ನನಗೆ ಆಶ್ಚರ್ಯವಾಗುತ್ತಿದೆ.''

''ಜಗತ್ತಿನಲ್ಲಿ ಇಂಥ ಆಶ್ಚರ್ಯದ ಸಂಗತಿಗಳು ನೂರಾರಿರಬಹುದು ಪಶುಲೋಮ. ಈ ಪಾಟಲೀಪುತ್ರದಲ್ಲೂ ಅಂಥ ಅಚ್ಚರಿಯ ಘಟನೆಗಳು ನಡೆಯುವ ಸೂಚನೆಗಳಿವೆ'' ಎಂದು ಭಾಗುರಾಯಣ ನಕ್ಕ.

"ನಮಗಂತೂ ಅವು ಅಚ್ಚರಿಯೆನಿಸುವುದಿಲ್ಲ" ಪಶುಲೋಮ ನಗುತ್ತ ಹೇಳಿದ, "ಆದರೆ ನಿಮ್ಮ ರಾಜ ಧನನಂದ ಮತ್ತು ಅಮಾತ್ಯ ರಾಕ್ಷಸನಿಗಂತೂ ಅವು ಅಚ್ಚರಿಯ ಮಾತ್ರವಲ್ಲ, ದಿಗ್ಭ್ರಾಂತಿಯ ಘಟನೆಗಳೆನ್ನಿಸಬಹುದು."

"ನಿನ್ನ ಭರವಸೆ ನಿಜವಾಗಲಿ. ಈಗ ಹೊರಡು. ಇನ್ನೊಮ್ಮೆ ನನ್ನ ಭೇಟಿಗೆ ಬಂದರೆ ಇದೇ ಸಮಯದಲ್ಲಿ ಬಾ. ನೀನು ಮಂಗಳೆಯೊಂದಿಗೆ ಬರುವುದು ಒಳ್ಳೆಯದು. ಬೇರೆಯವರಿಗೆ ಅನುಮಾನ ಬರುವ ಸಾಧ್ಯತೆಯಿರುವುದಿಲ್ಲ."

ಅವರಿಬ್ಬರೂ ಕೆಳಗೆ ಬರುವ ವೇಳೆಗೆ ಮಾಲಿನಿ ಮಂಗಳೆಗೆ ಉಪಚಾರ ಮಾಡಿ ಆಗಿತ್ತು. ಉಜ್ವಲ ಪಶುಲೋಮನಿಗೆ ತಾನೇ ಪಾನಕ ತಂದುಕೊಟ್ಟಳು. "ಇನ್ನೊಮ್ಮೆ ಬೇಗ ಬಂದು ಸಾವಕಾಶವಾಗಿ ಊಟ ಮಾಡಿ ಹೋಗುವೆಯಂತೆ" ಎಂದಳು.

"ಆತುರಪಟ್ಟು ನಿನ್ನ ಕಠಾರಿ ನನ್ನ ಕೊರಳೊಳಗೆ ಇಳಿಯಲಿಲ್ಲ ! ಅದೇ ನನಗೆ ಊಟ, ಪಾನೀಯ ಎಲ್ಲ" ಎಂದ ಪಶುಲೋಮ ಮತ್ತೆ ಭಯ ನಟಿಸಿ.

"ನಿನಗೆ ಭಯವುಂಟುಮಾಡಿದ ಅಪರಾಧಕ್ಕಾದರೂ, ಒಂದು ದಿನ ನಿನಗೆ ಹೊಟ್ಟೆ ತುಂಬ ಊಟ ಹಾಕಬೇಕು."

"ಖಂಡಿತ ಬರುತ್ತೇನೆ. ಅಪರಿಚಿತವಾದ ಈ ನಗರದಲ್ಲಿ ಮಂಗಳೆ ಮತ್ತು ನಿಮ್ಮನ್ನು ಬಿಟ್ಟರೆ ನನಗೆ ಬೇರೆ ಯಾರಿದ್ದಾರೆ ?"

"ಇಲ್ಲಿಗೆ ಬರುವವರೆಗೂ ನೀನು ಅಪರಿಚಿತ" ಮಾಲಿನಿ ಹೇಳಿದಳು, "ಇನ್ನು ಮೇಲೆ ನೀನು ನಮ್ಮವನೇ, ನಮ್ಮ ನಗರದವನೇ."

"ಹೌದು ಪಶುಲೋಮ" ಭಾಗುರಾಯಣನೂ ಹೇಳಿದ, "ಎಲ್ಲ ಚಾಣಕ್ಯರ ಆಲೋಚನೆಯಂತೆ ನಡೆದರೆ ನೀನೂ ನಮ್ಮಲ್ಲಿ ಒಬ್ಬನಾಗಿ ನಿನ್ನ ಮಿತ್ರರೊಂದಿಗೆ ಪಾಟಲೀಪುತ್ರದಲ್ಲಿರಬೇಕಾಗುತ್ತದೆ."

"ಅದು ನಿಜ, ಆದರೆ ಗೂಢಚರ್ಯದ ಕೆಲಸದ ಮೇಲೆ ಚಾಣಕ್ಯರು ಮತ್ತೆ ಇನ್ನಾವ ಅಪರಿಚಿತ ನಾಡಿಗೆ ಕಳಿಸುತ್ತಾರೋ ಯಾರು ಬಲ್ಲರು ! ಅಮ್ಮ ಹೊರಡೋಣವೆ ?" ಎಂದು ಪಶುಲೋಮ ಮೇಲೆದ್ದ, ಮಂಗಳೆ ಎಲ್ಲರಿಗೂ ಹೇಳಿ ಅವನೊಂದಿಗೆ ಹೊರಟಳು. ಸುಗಂಧಿ ಮತ್ತು ಉಜ್ವಲ ಬಾಗಿಲವರೆಗೂ ಹೋಗಿ ಅವರನ್ನು ಬೀಳ್ಕೊಟ್ಟು ಬಂದರು.

ಅವರು ಅತ್ತ ಹೋದಂತೆ ಇತ್ತ ಉಜ್ವಲ ತಂದೆಯ ಬಳಿಗೆ ಬಂದು ಪಶುಲೋಮನ ಬಗ್ಗೆ ವಿಚಾರಿಸಿಕೊಂಡವಳು. "ಎಲ್ಲವನ್ನೂ ವಿವರವಾಗಿ ತಿಳಿದುಕೊಳ್ಳದೆ ನಿನ್ನ ಕುತೂಹಲ ತಣಿಯುವುದಿಲ್ಲವೆಂದು ನನಗೆ ಗೊತ್ತು" ಎಂದು ಭಾಗುರಾಯಣ ನಗುತ್ತ ಪಶುಲೋಮನಿಂದ ತಿಳಿದ ಎಲ್ಲ ಸಂಗತಿಗಳನ್ನು ವಿವರಿಸಿದ.

"ಅಂದರೆ ಧನನಂದನ ಸಮಾಧಿ ಕಟ್ಟಲು ಬಹು ದೊಡ್ಡ ವ್ಯವಸ್ಥೆಯೇ ನಡೆಯುತ್ತಿದೆ ?"

"ಬರಿ ಧನನಂದನ ಸಮಾಧಿಯಲ್ಲ, ಚಂದ್ರಗುಪ್ತನ ಪಟ್ಟಾಭಿಷೇಕದ ಸಿದ್ಧತೆಯೆಂದು ಹೇಳು."

"ಧನನಂದನ ವಿನಾಶವೆಂದರೆ ಚಂದ್ರಗುಪ್ತನ ಪಟ್ಟಾಭಿಷೇಕವೆಂದೇ ಅರ್ಥವಲ್ಲವೆ ?" ಎಂದಳು ಉಜ್ವಲ ತುಸು ನಾಚಿಕೆಯಿಂದ.

"ಆದರೊಂದಿಗೆ ನಮ್ಮ ಸುಗಂಧಿ ಮತ್ತು ಚರಣನ ವಿವಾಹವೂ ನಡೆದುಬಿಟ್ಟರೆ ಒಳ್ಳೆಯದು" ಎಂದಳು ಮಾಲಿನಿ ಸುಗಂಧಿಯ ತಲೆ ನೇವರಿಸುತ್ತ.

"ನನ್ನದಿರಲಿ, ನನ್ನ ಸೋದರಿಯ ಬಯಕೆ ಈಡೇರಿದರೆ ಅಷ್ಟೇ ಸಾಕು" ಎಂದಳು ಸುಗಂಧಿ.

"ಇಲ್ಲ ಸುಗಂಧಿ" ಉಜ್ವಲ ಗಂಭೀರವಾಗಿ ಹೇಳಿದಳು, "ನಿನ್ನ ಮತ್ತು ಚರಣನ ವಿವಾಹ ನಡೆಯದಿದ್ದರೆ ನಾನು ಚಂದ್ರಗುಪ್ತನೊಂದಿಗೆ ವಿವಾಹವನ್ನೇ ಮಾಡಿಕೊಳ್ಳುವುದಿಲ್ಲ, ಚಂದ್ರಗುಪ್ತನಿಗೂ ನಾನು ಇದೇ ಮಾತನ್ನು ಹೇಳುತ್ತೇನೆ. ನನ್ನ ತಂದೆ ತಾಯಿಗಳಿಗೂ ಹೇಳುತ್ತೇನೆ. ಇದು ನನ್ನ ಪ್ರತಿಜ್ಞೆಯೆಂದೇ ತಿಳಿಯಬಹುದು."

ಭಾಗುರಾಯಣ ಮತ್ತು ಮಾಲಿನಿ ಅವಾಕ್ಕಾಗಿ ಮಗಳ ಮುಖವನ್ನೇ ನೋಡಿದರು. ಸುಗಂಧಿಯ ಕಣ್ಣಲ್ಲಿ ನೀರು ತುಂಬಿಕೊಂಡಿತು. "ಬೇಡ ಸೋದರಿ, ನನ್ನಂಥವಳಿಗೋಸ್ಕರ ಇಂಥ ಆತುರದ ನಿರ್ಧಾರ ಮಾಡಬಾರದು. ನನ್ನ ಕಾರಣವಾಗಿ ನಿನ್ನಲ್ಲೇ ಜೀವವಿಟ್ಟುಕೊಂಡಿರುವ ನಿನ್ನ ತಂದೆ ತಾಯಿ, ನಿನ್ನ ಪ್ರೇಮಕ್ಕಾಗಿ ಕಾತರಿಸುತ್ತಿರುವ ಚಂದ್ರಗುಪ್ತ ನಿರಾಶರಾಗಬಾರದು. ಆಶ್ರಯ ನೀಡಿ ಅಕ್ಕರೆ ತೋರಿದವರಿಗೆ ನನ್ನಿಂದ ದ್ರೋಹವಾದಂತಾಗುತ್ತದೆ."

"ಹಾಗೆನ್ನಬೇಡ ಸುಗಂಧಿ" ಭಾಗುರಾಯಣ ಹೇಳಿದ, "ನೀನು ನಮ್ಮ ಮಗಳೆಂದು ಭಾವಿಸಿದ ಮೇಲೆ ಅವಳ ಇಷ್ಟಾರ್ಥ ಈಡೇರಿಸುವುದು ನನ್ನ ಕರ್ತವ್ಯವೂ ಆಗುತ್ತದೆ. ನನ್ನ ಮಗಳು ತನ್ನ ಸೋದರಿಗಾಗಿ ತನ್ನ ಸ್ವಾರ್ಥವನ್ನೇ ತ್ಯಾಗ ಮಾಡುವಷ್ಟು ಉನ್ನತಳಾಗಿರುವಳೆಂದು ನಮಗೆ ಹೆಮ್ಮೆಯಾಗುತ್ತಿದೆ ಸುಗಂಧಿ."

"ಸುಮ್ಮನೆ ವಾದವೇಕೆ ? ಎಲ್ಲ ಒಳ್ಳೆಯದೇ ಆಗುವುದೆಂದು ನಿರೀಕ್ಷೆಯಿರಿಸಿ ಕೊಂಡರಾಯಿತು" ಎಂದಳು ಮಾಲಿನಿ.

## ೧೦

"ಹೋರಾಡಿ ಜಯಿಸು, ಇಲ್ಲವೇ ಶರಣಾಗತನಾಗಿ ಕಪ್ಪಕಾಣಿಕೆಗಳನ್ನು ನೀಡು" ಎಂಬ ಅಲೆಗ್ಸಾಂಡರನ ದೂತ ತಂದಿದ್ದ ಸಂದೇಶವನ್ನು ಅಮಾತ್ಯ ಶಬರವರ್ಮ ತುಂಬಿದ ಸಭೆಯಲ್ಲಿ ಓದಿ ಹೇಳಿದ. ಕೆಲವರ ಮುಖದಲ್ಲಿ ಆತಂಕ, ಕೆಲವರ ಮುಖದಲ್ಲಿ ಉತ್ಸಾಹ, ಕೆಲವರ ಮುಖದಲ್ಲಿ ಕೋಪ–ಹೀಗೆ ಪೌರವನ ರಾಜಸಭೆ ಹಲವು ಸಮ್ಮಿಶ್ರ ಭಾವಗಳಿಂದ ತುಂಬಿತ್ತು. ಸ್ವತಃ ಪೌರವನ ಮುಖದಲ್ಲಿ ಕೋಪಾವೇಶಗಳ ಛಾಯೆಯಿತ್ತು. ಅವನೇ ಏನಾದರೂ ಮಾತಾಡಲಿ, ಎಂಬಂತೆ ಶಬರವರ್ಮ ಪೌರವನ ಮುಖ ನೋಡಿದ. ಪೌರವ ಅದನ್ನು ಅರ್ಥಮಾಡಿಕೊಂಡವನಂತೆ, ಸಭೆಯನ್ನೆಲ್ಲ ಸಾವಧಾನವಾಗಿ ಅವಲೋಕಿಸಿ ಹೇಳಿದ, "ಶರಣಾಗತಿಯೆಂದರೆ ಅರ್ಥವೇನೆಂದು ಬಹುಶಃ ಇಲ್ಲಿರುವ ಪ್ರತಿಯೊಬ್ಬರಿಗೂ ಗೊತ್ತಿದೆ. ಅಂದರೆ, ನಾವು ಕೈಲಾಗದ ಹೇಡಿಗಳೆಂದು ಅರ್ಥ. ನಮ್ಮಲ್ಲಿ ಸ್ವಾಭಿಮಾನವಿಲ್ಲವೆಂದು ಅರ್ಥ. ಇನ್ನೊಬ್ಬರಿಂದ ಆಳಿಸಿಕೊಳ್ಳುವ ಹೀನಜನರೆಂದು ಅರ್ಥ. ಪರದೇಶದಿಂದ ಗುಂಪು ಕಟ್ಟಿಕೊಂಡು ಬಂದ ಯಾವನೋ ಒಬ್ಬನನ್ನು ವೀರನೆಂದು ಮಾನ್ಯಮಾಡಿ, ಅವನನ್ನು ನಮ್ಮ ಮನೆಯ ಯಜಮಾನನ್ನಾಗಿ ಮಾಡಿ, ಅವನ ಕಾಲ ಬುಡದಲ್ಲಿ ಕುಳಿತು, ದೈನ್ಯಾವಸ್ಥೆಯ ಮುಖಭಾವದಿಂದ ಓಲೈಸುವುದು, ಎಂದು ಅರ್ಥ. ಈಗ ಹೇಳಿ, ನಾವು ಆ ಯವನರಿಗೆ ಶರಣಾಗತರಾಗಿ, ಕಪ್ಪಕಾಣಿಕೆಗಳನ್ನು ಕೊಟ್ಟು ಅವನ ದಾಸರಾಗೋಣವೇ ?"

"ಇಲ್ಲ ಇಲ್ಲ" ಸಭೆ ಒಕ್ಕೊರಲಿನಿಂದ ಕೂಗಿತು.

"ಆ ವಿದೇಶಿಯನನ್ನು ನಮ್ಮ ನಾಡಿನಿಂದ ಓಡಿಸೋಣವೇ ?"

"ಹೌದು ಹೌದು" ಮತ್ತೆ ಸಭೆ ಒಂದೇ ಧ್ವನಿಯಲ್ಲಿ ಉದ್ಗರಿಸಿತು.

"ಬಹಳ ಸಂತೋಷ" ಪೌರವ ಹೆಮ್ಮೆಯಿಂದ ಎದೆಯುಬ್ಬಿಸಿ ಹೇಳಿದ, "ಸ್ವಾಭಿಮಾನೀ ಜನಗಳ ಸ್ವಾಭಿಮಾನೀ ರಾಜ ನಾನು. ನನ್ನೊಬ್ಬನ ಹಿತರಕ್ಷಣೆಯನ್ನು ಯೋಚಿಸಿ, ನನ್ನ ನಾಡಿನ, ನನ್ನ ಜನರ ಸ್ವಾಭಿಮಾನವನ್ನು ಎಂದಿಗೂ ಬಲಿಗೊಡಲಾರೆ. ಯುದ್ಧ ಭೂಮಿಯಲ್ಲಿ ಸಂಧಿಸುವಂತೆ ಆ ಯವನನಿಗೆ ಸಂದೇಶ ಕಳಿಸಿಬಿಡಿ. ಅಮಾತ್ಯರೇ, ಸೈನ್ಯ ಸಿದ್ಧವಾಗಲಿ. ಕೂಡಲೇ ಹೊರಟು ನದೀತೀರದಲ್ಲಿ ಬೀಡು ಬಿಡಲಿ. ಆ ಯವನರ ಸೈನ್ಯದ ಮಾರಣಹೋಮ ನಡೆಸೋಣ. ಅಮಾತ್ಯರೇ, ನಗರ ರಕ್ಷಣೆಯ ಹೊಣೆ ನಿಮ್ಮದು."

"ಪ್ರಭು, ತಾವು ಬರುವ ಆಗತ್ಯವಿಲ್ಲ, ನಾವೆಲ್ಲ ಇಲ್ಲವೇ ? ನಾವು ಹೋರಾಡುತ್ತೇವೆ. ನೀವು ನಿಶ್ಚಿಂತೆಯಿಂದ ರಾಜಧಾನಿಯಲ್ಲೇ ಇರಿ" ಎಂದ ಮಲಯಕೇತು.

"ಇಲ್ಲ ಯುವರಾಜ" ಪೌರವ ಹೇಳಿದ, "ನಾನು ವೃದ್ಧನೆಂದು ನೀವು ಯಾರೂ ಕನಿಕರ ತೋರಿಸಬೇಕಾಗಿಲ್ಲ, ನನ್ನ ದೇಹಕ್ಕೆ ಮುಪ್ಪಾಗಿದೆ ನಿಜ. ಆದರೆ ನನ್ನ ಮನಸ್ಸಿನಲ್ಲಿ ಇಪ್ಪತ್ತೈದರ ತರುಣನ ಹುಮ್ಮಸ್ಸಿದೆ, ಶೌರ್ಯ, ಪರಾಕ್ರಮಗಳಿವೆ. ಅದನ್ನು ಆ ಯವನನಿಗೆ ತೋರಿಸಿಕೊಡಬೇಕಾಗಿದೆ."

ಮರುದಿನವೇ ಸೈನ್ಯ ಅತ್ಯುತ್ಸಾಹದಿಂದ ಹೊರಟಿತು. ಮೂವತ್ತು ಸಾವಿರ ಕಾಲಾಳು, ಮುನ್ನೂರು ರಥಗಳು, ಇನ್ನೂರು ಆನೆಗಳ ದಂಡಿನ ತುಳಿತದಿಂದ ಮಳೆಯಲ್ಲಿ ನೆಂದ ನೆಲ ಇನ್ನಷ್ಟು ಕೆಸರಾಯಿತು.

ಈಗಾಗಲೇ ದೋಣಿಗಳೊಂದಿಗೆ ನೌಕಾಪಡೆ ಸಿದ್ಧವಾಯಿತು. ದೊಡ್ಡ ಆನೆಯನ್ನೇರಿ ಪೌರವ ಠೀವಿಯಿಂದ ಹೊರಟಿದ್ದ, ಅವನ ಎಡಬಲಗಳಲ್ಲಿ ಮಲಯಕೇತು, ವಿರೋಚನ ಮತ್ತು ಶೀಲಧರ ಇದ್ದರು.

ಪೌರವನ ಸೈನ್ಯ ನದೀ ತೀರವನ್ನು ಸೇರುವ ವೇಳೆಗೆ, ಅಲೆಗ್ಸಾಂಡರನ ಸೈನ್ಯವೂ ನದಿಯ ಎದುರು ದಡದಲ್ಲಿ ಬೀಡು ಬಿಟ್ಟಿತ್ತು. ಅದನ್ನು ನಿರೀಕ್ಷಿಸಿಲ್ಲದ ಪೌರವ ತುಸು ಚಕಿತನಾದ. ಆದರೆ ವಿಚಲಿತನಾಗಲಿಲ್ಲ, ನದಿ ತುಂಬು ಪ್ರವಾಹದಲ್ಲಿ ಭೋರ್ಗರೆಯುತ್ತ ಹರಿಯುತ್ತಿತ್ತು. ಶತ್ರುಸೇನೆ ನದಿಯನ್ನು ದಾಟಿ ಬರುವುದು ಅಸಾಧ್ಯವೆಂದು ಅವನು ತರ್ಕಿಸಿದ. ತನ್ನ ನೌಕಾಪಡೆಯು ಸಮರ್ಥವಾಗಿದೆಯೆಂದು ಅವನಿಗೆ ಗೊತ್ತಿತ್ತು. ಹಠಾತ್ತನೆ ನದಿಯನ್ನು ದಾಟಿ, ಶತ್ರುವಿನ ಮೇಲೆ ಬಿದ್ದು ದಿಗ್ಭ್ರಾಂತಿ ಹಿಡಿಸಿಬಿಡಲೇ ? ಎಂದು ಒಂದು ಕ್ಷಣ ಅನ್ನಿಸಿತು. ಯುದ್ಧ ಮಾಡುವ ತವಕದಿಂದ ಬಂದಿರುವವನು ಅವನು. ಅವನೇ ಮೊದಲು ಕತ್ತಿಯೆತ್ತುವವರೆಗೆ ಕಾಯಬೇಕು ಎಂದುಕೊಂಡ. ಅವನ ಸೈನ್ಯ ಮಳೆ, ಚಳಿಯಿಂದ ಬಸವಳಿದರೆ ತನಗೇ ಅನುಕೂಲವಾಗಬಹುದೆಂದು ಅವನು ತರ್ಕಿಸಿದ.

ಎದುರು ದಡದಲ್ಲಿದ್ದ ಅಲೆಗ್ಸಾಂಡರನೂ ಹಾಗೇ ಯೋಚಿಸಿ ಸಮಯ ಕಾಯುತ್ತಿರುವಂತಿತ್ತು. ಮಳೆ ಬಾರದಿದ್ದರೆ ಪ್ರವಾಹದ ರಭಸ ಕಡಿಮೆಯಾಗಲು ಕೆಲವು ದಿನಗಳಾದರೂ ಬೇಕಾಗುತ್ತಿತ್ತು.

★ ★ ★

ಎರಡೂ ಕಡೆಯ ಸೈನ್ಯ ಎದುರು ಬದುರು ದಡಗಳಲ್ಲಿ ಕಾಯಲು ಆರಂಭಿಸಿ ನಾಲ್ಕು ದಿನಗಳು ಕಳೆದಿದ್ದವು. ಒಂದೇ ಸಮನೆ ಮಳೆ ಸುರಿಯುತ್ತಿತ್ತು. ಅಲೆಗ್ಸಾಂಡರನ ಸೇನಾಶಿಬಿರದ ಆಚೆಗೆ, ಒಂದು ದೊಡ್ಡ ಮರದ ಕೆಳಗೆ ಸಿಂಹಸೇನ, ಭಾಸ್ಕರ ಮತ್ತು ಬ್ರಹ್ಮದತ್ತ ಕಂಬಳಿ ಹೊದ್ದು ಕುಳಿತಿದ್ದರು. ಅರ್ಧಕ್ಕಿಂತ ಹೆಚ್ಚು ಭಾಗ ಅವರು ತೊಟ್ಟಿದ್ದ ಬಟ್ಟೆಗಳು ನೆಂದು ಹೋಗಿದ್ದವು. ಚಳಿಯಿಂದ ಅವರ ದೇಹಗಳು ನಡುಗುತ್ತಿದ್ದವು.

''ಇನ್ನು ಎಷ್ಟು ದಿನ ಈ ಕಾಯುವ ಕೆಲಸ ?'' ಎಂದ ಭಾಸ್ಕರ ಬೇಸರದಿಂದ.

''ಬಹುಶಃ ಮಳೆ ಬರುವುದು ನಿಂತು, ನದಿಯ ಪ್ರವಾಹದ ರಭಸ ಕಡಿಮೆಯಾಗುವ ವರೆಗೂ ಕಾಯಬೇಕಾಗಬಹುದು'' ಎಂದ ಬ್ರಹ್ಮದತ್ತ.

''ಇವರಿಬ್ಬರೂ ಹೀಗೇ ಕಾಯುತ್ತಲೇ ಇದ್ದರೆ, ನಾವು ಈ ಚಳಿಮಳೆಯಲ್ಲಿ ಸೆಡೆತುಕೊಂಡು ಕೊರಡಾಗಿಬಿಡುತ್ತೇವೆ'' ಎಂದ ಭಾಸ್ಕರ ತನ್ನ ಕೈಗಳನ್ನು ಉಜ್ಜಿಕೊಳ್ಳುತ್ತ.

''ಚಿಂತೆ ಮಾಡಬೇಡ ಭಾಸ್ಕರ'' ಸಿಂಹಸೇನ ಹೇಳಿದ, ''ಎರಡೂ ಕಡೆಯವರು ಖಂಡಿತ ಅಷ್ಟು ದಿನ ಕಾಯುವುದಿಲ್ಲ, ಏನಾದರೂ ಉಪಾಯ ಮಾಡೇ ಮಾಡುತ್ತಾರೆ. ಇಷ್ಟರಲ್ಲೇ ಯುದ್ಧ ಖಂಡಿತ ಆರಂಭವಾಗುತ್ತದೆ.''

''ಗಿರಿನಾಥನಾದರೂ ಸಿಕ್ಕಿದ್ದರೆ ಅಲೆಗ್ಸಾಂಡರನ ಕಡೆಯವರ ಆಲೋಚನೆಯನ್ನು ತಿಳಿಯ ಬಹುದಾಗಿತ್ತು'' ಎಂದ ಭಾಸ್ಕರ.

''ಅದನ್ನು ನಾವು ಪೌರವನ ಕಡೆಯವರಿಗೆ ಮೊದಲೇ ತಿಳಿಸಿದರೆ ಬಹುಮಾನ ವಾದರೂ ಸಿಗುತ್ತಿತ್ತು'' ಎಂದ ಬ್ರಹ್ಮದತ್ತ.

''ಕೂಡದು'' ಸಿಂಹಸೇನ ತಕ್ಷಣ ಹೇಳಿದ, ''ನಾವು ಈಗ ಯಾವ ಒಂದು ಪಕ್ಷದ ಪರವಾಗಿಯೂ ಕೆಲಸ ಮಾಡುವಂತಿಲ್ಲ, ಇವರಿಬ್ಬರ ಜಗಳದಲ್ಲಿ ಚಂದ್ರಗುಪ್ತನ ಪಕ್ಷಕ್ಕೆ ಯಾವ ರೀತಿಯ ಉಪಯೋಗವಾಗಬಹುದು ಎಂಬುದಷ್ಟೇ ನಮ್ಮ ಉದ್ದೇಶ.''

ಭಾಸ್ಕರ ನಗುತ್ತಾ ಹೇಳಿದ, ''ಬ್ರಹ್ಮದತ್ತ, ಈ ತುಂಬಿದ ಪ್ರವಾಹದಲ್ಲಿ ಈಜಿ ಆಚೆ ದಡ ಸೇರುವುದು ಸಾಧ್ಯವಾದರೆ ತಾನೆ ಪೌರವನ ಕಡೆಯವರಿಗೆ ಸುದ್ದಿ ಮುಟ್ಟಿಸುವುದು ?''

''ಅಂದರೆ, ಯುದ್ಧ ಮುಗಿದು ಫಲಿತಾಂಶ ತಿಳಿದ ನಂತರವೇ ನಾವು ಚಾಣಕ್ಯರಿಗೆ ಏನಾದರೂ ಸುದ್ದಿ ಮುಟ್ಟಿಸುವುದು ಸಾಧ್ಯ. ಅಲ್ಲವೇ ?'' ಎಂದ ಬ್ರಹ್ಮದತ್ತ.

''ಹೌದು, ಈ ಯುದ್ಧದ ಫಲಿತಾಂಶದ ಮೇಲೇ ಚಾಣಕ್ಯರು, ಮುಂದಿನ ಕಾರ್ಯ ಯೋಜನೆಗಳ ಬಗ್ಗೆ ನಮಗೆ ಆದೇಶ ನೀಡುತ್ತಾರೆ'' ಎಂದ ಸಿಂಹಸೇನ.

★ ★ ★

ಪ್ರತಿದಿನ ಬೆಳಿಗ್ಗೆ ಮತ್ತು ಸಂಜೆ ದಡಗಳಲ್ಲಿ ಎರಡೂ ಕಡೆಯ ಸೈನ್ಯ, ಪ್ರವಾಹದ ಪರಿಸ್ಥಿತಿಯನ್ನು ವೀಕ್ಷಿಸುವಂತೆ ಪ್ರದರ್ಶನ ನಡೆಸುತ್ತಿತ್ತು. ಅಲೆಗ್ಸಾಂಡರ್ ಕಡೆಗೆ ಒಂದು ಉಪಾಯ ಮಾಡಿದ. ಸ್ವಲ್ಪ ಸೈನ್ಯ ದಡದಲ್ಲಿ ಕಾಣಿಸಿಕೊಳ್ಳುವಂತೆ ನಿಲ್ಲಿಸಿದ. ಸುಮಾರು ನಾಲ್ಕು ಸಾವಿರದಷ್ಟು ಸೈನ್ಯವನ್ನು ಸುಳಿವು ಸಿಗದಂತೆ ಉತ್ತರಕ್ಕೆ ಹನ್ನೊಂದು ಮೈಲಿಗಳಷ್ಟು ದೂರಕ್ಕೆ ಸಾಗಿಸಿದ. ಒಂದು ದಿನ ಬೆಳಗಿನಜಾವ ಸಮತಟ್ಟಾದ ಮತ್ತು ವಿಶಾಲವಾದ ನದೀ ಪಾತ್ರದಲ್ಲಿ ದೋಣಿಗಳ ಸೇತುವೆ ನಿರ್ಮಿಸಿ ಸೈನ್ಯವನ್ನು ಎದುರು ದಡಕ್ಕೆ ಸಾಗಿಸಿದ. ಅವರಲ್ಲಿ

ಕಾಲ್ದಳದ ಜೊತೆಗೆ ಅಶ್ವದಳವೂ ಇತ್ತು. ತಾನೂ ತನ್ನ ಕೆಲವು ಸೇನಾನಾಯಕರೊಂದಿಗೆ ನದಿಯನ್ನು ದಾಟಿದ. ಉಳಿದವರು ನಂತರ ದಾಟುವಂತೆ ವ್ಯವಸ್ಥೆ ಮಾಡಿದ.

ಮಳೆ ನಿಂತ ಮರುದಿನ, ಅಲೆಗ್ಸಾಂಡರನ ಸೈನ್ಯ ನದಿಯ ಉತ್ತರ ಭಾಗದಲ್ಲಿ ದಾಟಿ ತಮ್ಮ ಕಡೆಗೆ ಬರುತ್ತಿರುವ ವಿಷಯ ತಿಳಿದು ಪೌರವ ಮೊದಲು ಆಚ್ಚರಿಗೊಂಡ. ನಂತರ ಆ ಯವನವೀರನ ಬುದ್ಧಿವಂತಿಕೆಯನ್ನು ಮನದಲ್ಲೇ ಮೆಚ್ಚಿಕೊಂಡ. ಆದರೆ ಹೆಚ್ಚು ಯೋಚಿಸಲು ಸಮಯವಿರಲಿಲ್ಲ, ನದಿಯನ್ನು ದಾಟಿರುವ ಸೈನ್ಯ ಕಡಿಮೆ ಸಂಖ್ಯೆಯಲ್ಲಿ ಇರುವುದೆಂದು ತಿಳಿದು, ತನ್ನ ಇಬ್ಬರು ಮಕ್ಕಳಾದ ವಿರೋಚನ ಮತ್ತು ಶೀಲಧರನ ನೇತೃತ್ವದಲ್ಲಿ ಎರಡು ಸಾವಿರದಷ್ಟು ಅಶ್ವಸೈನ್ಯ ಮತ್ತು ಮೂರು ಸಾವಿರದಷ್ಟು ಕಾಲುದಳ ಮತ್ತು ನೂರಿಪ್ಪತ್ತು ರಥಗಳನ್ನು ಕಳಿಸಿದ.

ಹಿಂದಿನ ರಾತ್ರಿಯ ಮಳೆಯಿಂದ ನೆಲವೆಲ್ಲ ಜಾರುತ್ತಿತ್ತು. ರಥದ ಚಕ್ರಗಳು ನೆಲದಲ್ಲಿ ಹೂತುಕೊಳ್ಳುತ್ತಿದ್ದವು. ಬಿಲ್ಲುಗಾರರು ತಮ್ಮ ಬಿಲ್ಲುಗಳನ್ನು ನೆಲದಲ್ಲಿ ಭದ್ರವಾಗಿ ಊರುವುದೂ ಕಷ್ಟವಾಗುತ್ತಿತ್ತು.

ಯುದ್ಧ ಆರಂಭವಾಯಿತು. ಅಲೆಗ್ಸಾಂಡರ್, ಕುದುರೆಯ ಮೇಲೆ ಕುಳಿತೇ ಬಾಣ ಬಿಡಬಲ್ಲ ಒಂದು ಸಾವಿರ ಬಿಲ್ಲುಗಾರರು ಮತ್ತು ಮ್ಯಾಸಿಡೋನಿಯಾ ದೇಶದ ಅಶ್ವಸೈನ್ಯವನ್ನು ಪೌರವನ ಸೈನ್ಯದ ಮೇಲೆ ನುಗ್ಗಿಸಿದ. ಬೇಕೆಂದೇ ಪೌರವನ ಕಾಲುದಳ ಮತ್ತು ಅಶ್ವಸೈನ್ಯ ಇಬ್ಭಾಗವಾಗುವಂತೆ ಮಾಡಿದ.

ಯುದ್ಧ ಭಯಂಕರವಾಗಿ ನಡೆಯಿತು. ಮೊದಲ ದಿನವೇ ಪೌರವನ ಮಗ ವಿರೋಚನ ಮಡಿದ. ಮರುದಿನ ಪೌರವ ತಾನೇ ಸೈನ್ಯದ ನೇತೃತ್ವ ವಹಿಸಿದ. ಅಷ್ಟು ಹೊತ್ತಿಗೆ ಆಚೆ ದಡದಲ್ಲಿದ್ದ ಅಲೆಗ್ಸಾಂಡರನ ಸೈನ್ಯ ನದಿಯನ್ನು ದಾಟಿತು.

ಮೂರುದಿನ ನಡೆದ ಯುದ್ಧದಲ್ಲಿ ಪೌರವನ ಇನೊಬ್ಬ ಮಗ ಶೀಲಧರನೂ ಮಡಿದ. ಸೇನಾನಾಯಕರೆಲ್ಲ ಸತ್ತರು. ಸಾವಿರಾರು ಸೈನಿಕರು ಹತರಾದರು. ಆ ವಯಸ್ಸಿನಲ್ಲೂ ಪೌರವ ಛಲ ಬಿಡದೆ ಹೋರಾಡಿದ. ರಣರಂಗದಲ್ಲಿ ದ್ರೋಹಿಯಾದ ಆಂಭೀಕನನ್ನು ವಧಿಸಬೇಕೆಂದು ಬಹಳ ಪ್ರಯತ್ನಪಟ್ಟ, ಅವನ ವೀರಾವೇಶವನ್ನು ಕಂಡು ಆಂಭೀಕ ಮುಂಚೂಣಿಗೆ ಬರದೆ ಹಿಂದೆಯೇ ನಿಂತು ಯುದ್ಧ ಮಾಡುತ್ತಿದ್ದ.

ತನ್ನ ಸೈನ್ಯ ಬಹಳಷ್ಟು ನಾಶವಾಗಿ, ಅಳಿದುಳಿದವರು ರಣರಂಗದಿಂದ ಪಲಾಯನ ಮಾಡಿದ ಮೇಲೆ ಪೌರವ ಒಬ್ಬನೇ ಯುದ್ಧ ನಿಲ್ಲಿಸಿದಾಗ ಅವನ ಮೈಮೇಲೆ ಒಟ್ಟು ಒಂಬತ್ತು ಗಾಯಗಳಿದ್ದವು.

ಹೆಣಗಳ ರಾಶಿಯ ಮೇಲೆ ಸ್ಥಳ ಮಾಡಿಕೊಂಡು ಒಬ್ಬನೇ ನಡೆದುಹೋಗುತ್ತಿದ್ದ ಪೌರವ ಕುದುರೆಯ ಖುರಪುಟಧ್ವನಿ ಕೇಳಿ ತಿರುಗಿ ನೋಡಿದ. ಅಲೆಗ್ಸಾಂಡರನ ಕಡೆಯ ಒಬ್ಬ ಕುದುರೆಯೇರಿ ತನ್ನ ಕಡೆಗೆ ಬರುತ್ತಿರುವುದನ್ನು ಕಂಡ. ಅವನ ಕಣ್ಣಿಗೆ ಅವನು ತಕ್ಷಶಿಲೆಯ ರಾಜ ಆಂಭೀಕನಂತೆಯೇ ಕಾಣಿಸಿದ. ತಕ್ಷಣ ಕೆಳಗೆ ಬಿದ್ದಿದ್ದ ಒಂದು ಭಲ್ಲೆಯನ್ನು ತೆಗೆದು "ದ್ರೋಹಿ!" ಎಂದು ಕೂಗಿ ಸರ್ರನೆ ಬೀಸಿ ಎಸೆದ. ಆದು ಗುರಿ ತಪ್ಪದೆ ಆ ವ್ಯಕ್ತಿಗೆ ನಾಟಿ ಅವನು ದೊಪ್ಪನೆ ಕೆಳಗೆ ಬಿದ್ದ.

ಅಷ್ಟರಲ್ಲಿ ಸುಮಾರು ಇಪ್ಪತ್ತು ಜನ ಸೈನಿಕರು ಬಂದು ಅವನನ್ನು ಸುತ್ತುವರಿದರು.

ಅವನನ್ನು ಅವರು ಬಲವಾಗಿ ಹಿಡಿದುಕೊಂಡು ಅಲೆಗ್ಸಾಂಡರನ ಶಿಬಿರದ ಕಡೆಗೆ ಕರೆದೊಯ್ದರು. ಅವರ ಮಾತುಕತೆಯಲ್ಲಿ ತಾನು ಆಂಭೀಕನೆಂಬ ಭ್ರಮೆಯಿಂದ ಅಲೆಗ್ಸಾಂಡರನ ದೂತನನ್ನು ಭಲ್ಲೆ ಎಸೆದು ಕೊಂದದ್ದು ಅವನಿಗೆ ತಿಳಿಯಿತು. ಆ ಅಚಾತುರ್ಯಕ್ಕಾಗಿ ಅವನು ಮರುಗಿದ.

ಅಲೆಗ್ಸಾಂಡರನ ವಿಶಾಲವಾದ ಗುಡಾರದೊಳಗೆ ಬರುತ್ತಿರುವಾಗ ಇಕ್ಕೆಲಗಳಲ್ಲೂ ಸೈನಿಕರು ಸರಿದು ದಾರಿ ಬಿಟ್ಟರು. ಸಿಂಹದಂತೆ ಅಕ್ಕಪಕ್ಕ ದಿಟ್ಟಿಸಿ ನೋಡುತ್ತ, ನೆಲ ಅದುರುವಂತೆ ನಿಧಾನವಾಗಿ ಹೆಜ್ಜೆಯಿಡುತ್ತ ಪೌರವ ಒಳಗೆ ಬಂದ ಕೂಡಲೇ ದಢಕ್ಕನೆ ಎದ್ದು ನಿಂತ ಅಲೆಗ್ಸಾಂಡರ್ ಮತ್ತು ಅವನ ಸೇನಾಧಿಕಾರಿಗಳು ಮೆಚ್ಚಿಗೆಯಿಂದ ಚಪ್ಪಾಳೆ ತಟ್ಟಿದರು. ಆ ಪ್ರತಿಕ್ರಿಯೆಯನ್ನು ನಿರೀಕ್ಷಿಸಿಲ್ಲದ ಪೌರವ ಒಂದು ಕ್ಷಣ ಅವಾಕ್ಕಾದ. ಆ ಯವನ ವೀರನತ್ತ ದೃಷ್ಟಿ ಕೇಂದ್ರೀಕರಿಸಿದ. ತೆಳು ದೇಹದ, ಎತ್ತರ ಆಕೃತಿಯ ಅಲೆಗ್ಸಾಂಡರ್ ಎಷ್ಟು ಸುಂದರನೋ, ಅಷ್ಟೇ ಸಮರ್ಥ ಯೋಧನೆಂದು ಹೊರನೋಟಕ್ಕೇ ಕಾಣುವಂತಿತ್ತು. ಕಂಡ ಕೂಡಲೇ ತನ್ನತ್ತ ಸೆಳೆದುಕೊಳ್ಳಬಲ್ಲ ಅವನ ರೂಪಕ್ಕೆ ಪೌರವ ಮಾರುಹೋದ. ಆದರೂ ತಾನು ಯಾರು ? ಅಲ್ಲಿಗೆ ಹೇಗೆ ಬಂದೆ ? ಎಂಬ ಅರಿವು ಅವನ ಒಳಮನಸ್ಸಿನಲ್ಲಿ ಇದ್ದೇ ಇತ್ತು. ಆ ಗುಂಪಿನಲ್ಲಿ ಆಂಭೀಕನನ್ನು ಕಂಡು ಅವನ ರಕ್ತ ಕುದಿಯಿತು. ಆಂಭೀಕನ ಮುಖದಲ್ಲಿ ಪರಿಹಾಸದ ಭಾವನೆಯಿರುವುದನ್ನು ಕಂಡು, ಆ ಕ್ಷಣವೇ ಅವನ ಮೇಲೇರಿ ಹೋಗಿ ಕೊಂದುಬಿಡಬೇಕೆಂಬಷ್ಟು ರೋಷ ಬಂತು, ಕಷ್ಟಪಟ್ಟು ತಡೆದುಕೊಂಡ.

"ಮಹಾವೀರ !" ಎಂದ ಅಲೆಗ್ಸಾಂಡರ್. ದುಬಾಷಿ ಅದನ್ನು ಅನುವಾದಿಸಿ ಹೇಳಿದ.

ತಕ್ಷಣ ಪೌರವ ಹೇಳಿದ, "ಯವನವೀರ ! ನಾನು ನಿನ್ನೊಂದಿಗೆ ಯಾವುದೇ ಮಾತನಾಡಬೇಕಾದರೆ ಆ ದ್ರೋಹಿ, ಹೇಡಿ ಆಂಭೀಕ ಈ ಗುಡಾರದಲ್ಲಿರಬಾರದು. ಅವನು ಇರಲೇಬೇಕೆಂದರೆ ನಾನು ಒಂದು ಮಾತನ್ನೂ ಆಡುವುದಿಲ್ಲ, ಸೋತು ಸೆರೆಸಿಕ್ಕಿರುವ ನನ್ನನ್ನು ನೀನು ಏನು ಬೇಕಾದರೂ ಮಾಡಬಹುದು."

ಅಲೆಗ್ಸಾಂಡರನಂತೆ, ಅವನ ಪರಿವಾರದವರೂ ಆಂಭೀಕನತ್ತ ನೋಡಿದರು. ಅವನು ಕೋಪದಿಂದ ಪೌರವನತ್ತ ಮುನ್ನುಗ್ಗುವವನಂತೆ ಹಲ್ಲು ಕಡಿಯುತ್ತಿದ್ದ. ನಂತರ ಪ್ರತಿಭಟಿಸಿ ಸೋತ ಪೌರವನ ಪರವಾಗಿ ಅಲೆಗ್ಸಾಂಡರ್ ತನ್ನನ್ನು ಬಿಟ್ಟುಕೊಡುವುದು ಸಾಧ್ಯವೇ ಇಲ್ಲವೆಂದು ಭಾವಿಸಿ ಸಣ್ಣಗೆ ನಕ್ಕ.

ಅಲೆಗ್ಸಾಂಡರ್ ಎರಡು ಕ್ಷಣ ಗಂಭೀರವಾಗಿ ಆಲೋಚಿಸಿದ ನಂತರ ಸೆಲ್ಯೂಕಸ್‌ನ ಕಡೆ ತಿರುಗಿ "ಆಂಭೀಕನನ್ನು ಗುಡಾರದಿಂದ ಹೊರಗೆ ಕರೆದುಕೊಂಡು ಹೋಗು" ಎಂದು ಹೇಳಿದ.

ಆಂಭೀಕ ಪೆಚ್ಚಾದ. ಮರುಕ್ಷಣದಲ್ಲಿ ತುಸು ಕೋಪಗೊಂಡ. ಇನ್ನೊಂದು ಕ್ಷಣದಲ್ಲಿ ಅಸಹಾಯಕತೆಯಿಂದ ಮುಖ ಕೆಡಿಸಿಕೊಂಡು, ಪೌರವನ ಕಡೆ ನೋಡದೆ ಸೆಲ್ಯೂಕಸ್‌ನೊಂದಿಗೆ ಹೊರಟುಹೋದ.

ಅವನು ಹೋದನಂತರ ಅಲೆಗ್ಸಾಂಡರ್‌ನ ಮುಖ ಪ್ರಸನ್ನವಾಯಿತು. ಪೌರವನ ಕಡೆ ತಿರುಗಿ ಮತ್ತೆ "ಮಹಾವೀರ" ಎಂದ.

"ಇನ್ನೊಂದು ಮಾತು ಯವನವೀರ" ಪೌರವ ಹೇಳಿದ, "ನಾನು ಶತ್ರುಪಕ್ಷದವನೇ ಇರಬಹುದು, ಸೋತು ಸೆರೆಯಾದವನಿರಬಹುದು. ಆದರೆ ಒಬ್ಬ ವಯೋವೃದ್ಧ ರಾಜನನ್ನು

ನಿಲ್ಲಿಸಿಕೊಂಡೇ ಮಾತನಾಡಿಸುವುದು ಸೌಜನ್ಯವಲ್ಲವೆಂದು ಹೇಳಲೇಬೇಕಾಗಿದೆ. ಅದರ ಬದಲು, ನಿನ್ನ ಇಪ್ಪತ್ತು ಜನ ಸೈನಿಕರು ನನ್ನನ್ನು ಸೆರೆಹಿಡಿದಾಗ ನನ್ನ ಕೈಕಾಲುಗಳಿಗೆ ಸರಪಳಿ ಬಿಗಿದು ಬಂಧನದಲ್ಲಿರಿಸಬೇಕಾಗಿತ್ತು. ಇಲ್ಲಿಗೆ ಕರೆತರುವ ಅಗತ್ಯವಿರಲಿಲ್ಲ.''

ಅವನ ಮಾತಿನಿಂದ ತನ್ನ ಪರಿವಾರ ಕೋಪಗೊಂಡರೂ, ಅಲೆಗ್ಸಾಂಡರ್‌ನಿಗೆ ಕೋಪ ಬರಲಿಲ್ಲ. ಬದಲಾಗಿ ಅವನ ಮುಖದಲ್ಲಿ ತುಸು ನಾಚಿಕೆಯ ಭಾವ ಕಾಣಿಸಿಕೊಂಡಿತು. ''ಕ್ಷಣ ಮಾತ್ರ ಸೌಜನ್ಯವನ್ನು ಮರೆತ ನನ್ನ ಉದ್ಧಟತನವನ್ನು ಕ್ಷಮಿಸು ವೀರ! ಎದುರಿನಲ್ಲಿರುವ ಆ ಪೀಠದ ಮೇಲೆ ಕೂಡು'' ಎಂದ.

ಪೌರವನಿಗೆ ಅವನು ತೋರಿಸಿದ ಔದಾರ್ಯ ಅವನ ಪರಿವಾರಕ್ಕೆ ಅತಿಯಾಗಿ ಕಾಣಿಸಿತು. ಪೌರವ ತನ್ನ ಶಿರಸ್ತ್ರಾಣವನ್ನು ತೆಗೆದು ನೆಟ್ಟಗೆ ಕುಳಿತ. ಮುಖದ ಗೆರೆಗಳು ಮತ್ತು ಬಿಳಿ ಮೀಸೆ ತಕ್ಕಮಟ್ಟಿಗೆ ಅವನ ವಯಸ್ಸನ್ನು ಸೂಚಿಸುವಂತಿದ್ದರೂ, ಅವನ ದೇಹ ಮಾತ್ರ ವಯಸ್ಸನ್ನು ಲೆಕ್ಕಿಸದ ಕಸುವಿನಿಂದ ಕೂಡಿದೆಯೆಂದು ಅಲೆಗ್ಸಾಂಡರ್ ಅಂದುಕೊಂಡ. ಕೆಲವು ಕ್ಷಣಗಳ ನಂತರ ಅವನು ಹೇಳಿದ, ''ಮಹಾವೀರ ! ನನ್ನ ವಿರುದ್ಧ ನಿಂತು ಹೋರಾಡಿ ಸೋತ ನಿನಗೆ ಇಷ್ಟೊಂದು ಮನ್ನಣೆ ಕೊಡುತ್ತಿರುವುದು ಏಕೆಂದು ನಿನಗೆ ಅಚ್ಚರಿಯಾಗಿದೆಯೋ ಇಲ್ಲವೋ, ಆದರೆ ನನ್ನ ಪರಿವಾರದವರಂತೂ ಅಚ್ಚರಿ ಅಸಮಾಧಾನಗಳಿಂದ ಚಡಪಡಿಸುತ್ತಿದ್ದಾರೆ. ನನ್ನ ಈ ವರ್ತನೆಗೆ ಮುಖ್ಯವಾದ ಕಾರಣವೇನು ಗೊತ್ತೇ ? ನಾನು ನಿಜವಾದ ಶೌರ್ಯ ಪಕ್ಷಪಾತಿ. ಶತ್ರುವಾಗಿರಲಿ, ಮಿತ್ರನಾಗಿರಲಿ, ಶೂರನಾದವನನ್ನು ಗೌರವಿಸುವುದು ನನ್ನ ಸ್ವಭಾವ. ಆರ್ಯಾವರ್ತದಲ್ಲಿ ನಾನು ಹೆಜ್ಜೆಯಿರಿಸಿ ಹಲವು ತಿಂಗಳುಗಳೇ ಕಳೆದವು. ಕೆಲವರು ನನ್ನನ್ನು ಎದುರಿಸಿ ಸೋತರು. ಹಲವರು ಶರಣಾಗತರಾದರು. ಗಾಂಧಾರದ ರಾಜ ಆಂಭೀಕನೂ ಅಂಥವನೆ ! ಅವನು ಶರಣಾದದ್ದರಿಂದ ನನಗೆ ಆಗುವ ಪ್ರಯೋಜನವನ್ನು ನಾನು ನಿರಾಕರಿಸಲಾರೆ. ಆದರೆ ಅವನ ಹೇಡಿತನಕ್ಕೆ ನನ್ನ ಮನಸ್ಸಿನೊಳಗೆ ಪ್ರಾಮಾಣಿಕವಾದ ತಿರಸ್ಕಾರವಿದೆ. ನಿನ್ನನ್ನು ಗೆದ್ದು, ನಿನ್ನ ರಾಜ್ಯವನ್ನು ಅವನಿಗೆ ಬಿಟ್ಟುಕೊಡಬೇಕೆಂಬ ನಿಬಂಧನೆಯ ಮೇಲೆ ಅವನು ನನಗೆ ಶರಣಾಗತನಾದ. ಆದರೆ ಈಗ ಅನ್ನಿಸುತ್ತಿದೆ, ನೀನೊಮ್ಮೆ ಜೋರಾಗಿ ಘರ್ಜಿಸಿದರೆ ಅವನ ಹೃದಯವೇ ಒಡೆದು ಹೋಗುವುದೆಂದು ! ಇಲ್ಲಿಯವರೆಗೂ ನಿನ್ನಂಥ ವೀರನನ್ನು ನಾನು ಸಂಧಿಸಿರಲಿಲ್ಲ. ಆರ್ಯಾವರ್ತದಲ್ಲಿ ವೀರರೇ ಇಲ್ಲವೆಂಬ ನನ್ನ ಲೆಕ್ಕಾಚಾರವನ್ನು ನೀನು ಸುಳ್ಳು ಮಾಡಿದೆ. ನಿನ್ನ ಶೌರ್ಯ ಪರಾಕ್ರಮಗಳಿಗೆ ನನ್ನ ನಮಸ್ಕಾರ ಪೌರವ !''

''ನನ್ನ ಶೌರ್ಯ ಪರಾಕ್ರಮಗಳು ನಿಷ್ಪ್ರಯೋಜಕವಾದವು, ಯವನ ವೀರ. ಅವು ನನ್ನ ನಾಡನ್ನು ಉಳಿಸಲಿಲ್ಲ. ನನ್ನ ನಾಡಿನ ಸ್ವಾಭಿಮಾನವನ್ನು ಉಳಿಸಲಿಲ್ಲ. ಹೋರಾಡಿ ಹುತಾತ್ಮರಾದ ನನ್ನ ಇಬ್ಬರು ಮಕ್ಕಳನ್ನು ಉಳಿಸಲಿಲ್ಲ. ನಾಡಿಗಾಗಿ ಮಡಿದ ಸಹಸ್ರಾರು ಯೋಧರನ್ನು ಉಳಿಸಲಿಲ್ಲ. ಅಂದಮೇಲೆ ನನ್ನ ಶೌರ್ಯ, ಪರಾಕ್ರಮಗಳಿಂದ ಏನು ಪ್ರಯೋಜನವಾದಂತಾಯಿತು ?''

''ಆಗಿದೆ ಮಹಾವೀರ !'' ಅಲೆಗ್ಸಾಂಡರ್ ಹೇಳಿದ, ''ಮಹಾವೀರನಾದ ವಿಜೇತ ಅಲೆಗ್ಸಾಂಡರ್ ನಿನ್ನನ್ನು ಹೀಗೆ ಕರೆದು, ಗೌರವಿಸಿ ಮಾತಾಡುತ್ತಿರುವುದೇ ನಿನ್ನ ಶೌರ್ಯಕ್ಕೆ, ನಿನ್ನ ನಾಡಿನ ಸ್ವಾಭಿಮಾನಕ್ಕೆ ನಾನು ಗೌರವ ಕೊಡುತ್ತಿರುವುದರ ದ್ಯೋತಕ. ಆದರೆ ಸತ್ತ ನಿನ್ನ ಮಕ್ಕಳನ್ನು ಹಿಂದಕ್ಕೆ ತರಲಾಗದಿರುವುದಕ್ಕೆ ನಾನು ವಿಷಾದಿಸುತ್ತೇನೆ.''

"ದಾಳಿಕಾರನಾಗಿ ಬಂದ ನಿನ್ನ ಈ ಸೌಜನ್ಯ, ಶೌರ್ಯ ಪಕ್ಷಪಾತಗಳನ್ನು ನಾನು ಮೆಚ್ಚುತ್ತೇನೆ, ಯವನವೀರ. ಈಗ ನಾನು ನಿನ್ನ ಸೆರೆಯಾಳು, ನಿನ್ನ ದೃಷ್ಟಿಯಲ್ಲಿ."

"ನಿನ್ನ ದೃಷ್ಟಿಯಲ್ಲಿ?"

"ನನ್ನ ದೃಷ್ಟಿಯಲ್ಲಿ ನಾನು ಯಾರ ಸೆರೆಯಾಳೂ ಅಲ್ಲ."

"ಹಾಗಾದರೆ ಈಗ ನಾನು ನಿನ್ನನ್ನು ಯಾವ ರೀತಿ ಕಾಣಬೇಕು ?"

"ಒಬ್ಬ ರಾಜನಂತೆ."

"ರಾಜನಂತೆ !"

"ಹೌದು, ನಾನು ಪಟ್ಟಾಭಿಷಿಕ್ತನಾದ ರಾಜ. ಇದು ನನ್ನ ನಾಡು. ನೀನು ವಿದೇಶದಿಂದ ಬಂದ ಅತಿಕ್ರಮಣಕಾರ. ನೀನು ಶೂರನೇ, ಆದರೆ ನನ್ನನ್ನು ರಾಜನಂತೆ ಗೌರವಿಸುವುದು ನಿನ್ನ ಕರ್ತವ್ಯ."

"ಭಲೇ ಮಹಾವೀರ !" ಅಲೆಗ್ಸಾಂಡರ್ ಚಪ್ಪಾಳೆ ತಟ್ಟಿದ. "ನಿನ್ನ ಸ್ವಾಭಿಮಾನ ಮತ್ತು ನಿರ್ಭಯತೆಗಳನ್ನು ನಾನು ಮೆಚ್ಚಿದೆ. ಬಾ ವೀರ ! ನೀನು ನನ್ನ ಸೆರೆಯಾಳಲ್ಲ, ನನ್ನ ಮಿತ್ರ ! ನಿನ್ನ ಧೀರೋದಾತ್ತ ನಡವಳಿಕೆ, ನನ್ನ ಬದುಕಿನ ಅಪೂರ್ವ ಪ್ರಸಂಗ !" ಎನ್ನುತ್ತ ಪೌರವನನ್ನು ಬಲವಾಗಿ ಆಲಿಂಗಿಸಿಕೊಂಡ. ತಕ್ಷಣವೇ ಕುಡಿಯಲು ಪಾನೀಯವನ್ನು ತರಿಸಿದ. ತಾನೇ ಒಂದು ಬಟ್ಟಲನ್ನು ಪೌರವನಿಗೆ ನೀಡಿ, ಇನ್ನೊಂದನ್ನು ಕೈಯಲ್ಲಿ ಹಿಡಿದ.

ಬಟ್ಟಲನ್ನು ಹಿಡಿದು ಪೌರವ ಅನುಮಾನಿಸುತ್ತಿರುವಾಗ ಅಲೆಗ್ಸಾಂಡರ್ ಹೇಳಿದ, "ಹಿಂಜರಿಯದೆ ಕುಡಿ ಪೌರವ. ನಿನ್ನ ರಾಜ್ಯವನ್ನು ನಿನಗೇ ಹಿಂದಿರುಗಿಸಿದ್ದೇನೆ. ಅಷ್ಟು ಮಾತ್ರವಲ್ಲ, ಅದರೊಂದಿಗೆ ಹದಿನೈದು ಗಣರಾಜ್ಯಗಳನ್ನು ಸೇರಿಸಿ ನಮ್ಮ ಸ್ನೇಹದ ಕುರುಹಾಗಿ ಕೊಡುತ್ತಿದ್ದೇನೆ. ನಮ್ಮ ಸ್ನೇಹಕ್ಕಾಗಿ, ನೀನೂ ನಿನ್ನ ಪಡೆಯೊಂದಿಗೆ ನನ್ನ ದಂಡಯಾತ್ರೆಯಲ್ಲಿ ಭಾಗವಹಿಸಿದರೆ ಸಂತೋಷ. ಒತ್ತಾಯವೇನೂ ಇಲ್ಲ. ಮುಂದೆ ನಾನು ನೀನು ಕೂಡಿ ಗೆಲ್ಲುವ ಪ್ರದೇಶಗಳನ್ನೂ ನಿನ್ನ ರಾಜ್ಯಕ್ಕೆ ಸೇರಿಸುತ್ತೇನೆ. ಈಗಿರುವುದಕ್ಕಿಂತ ವಿಶಾಲವಾದ ಸಾಮ್ರಾಜ್ಯದ ಅಧಿಪತಿಯಾಗಬಹುದು. ನನ್ನ ಆಶ್ರಿತನಂತೆ ಅಲ್ಲದಿದ್ದರೂ, ಮಿತ್ರನಂತೆ ನೀನು ನಿರ್ಯೋಚನೆಯಿಂದ ಆಳಿಕೊಂಡಿರಬಹುದು."

ತಕ್ಷಣ ಪೌರವನ ಮನಸ್ಸಿನಲ್ಲಿ ಚಕ್ರವರ್ತಿಯಾಗಬೇಕೆಂಬ ಮಹತ್ವಾಕಾಂಕ್ಷೆ ಮತ್ತೆ ಚಿಗುರಿತು. ಅವನೊಂದಿಗೆ ಸಹಕರಿಸಿದರೆ ಅನಾಯಾಸವಾಗಿ ತನ್ನ ಸಾಮ್ರಾಜ್ಯ ದೊಡ್ಡದಾಗುತ್ತದೆ. ಮುಂದೆ ಅವನೊಂದಿಗೆ ಮಗಧವನ್ನೂ ಜಯಿಸಿಬಿಟ್ಟರೆ, ತಾನು ಸುಲಭವಾಗಿ ಚಕ್ರವರ್ತಿಯಾಗಬಹುದು ಎಂದು ಯೋಚಿಸಿದ. ಈಗಲೇ ಆ ನಿಬಂಧನೆ ಹಾಕುವುದರ ಬದಲು, ಅವನ ಜೊತೆಯಲ್ಲೇ ಇದ್ದು ಅವನ ಮನಸ್ಸನ್ನು ಗೆದ್ದರೆ ತನ್ನ ಕಾರ್ಯಸಾಧನೆಯಾಗುತ್ತದೆ ಎನ್ನಿಸಿ ಪಾನೀಯದ ಬಟ್ಟಲನ್ನು ಬಾಯಿಗಿಟ್ಟ.

ಪ್ರಬಲನಾದ ಪೌರವ ತನ್ನ ಜೊತೆ ಸೇರಿದ್ದು ತನ್ನ ಬಲವನ್ನು ಇಮ್ಮಡಿಸಿತೆಂದು ಅಲೆಗ್ಸಾಂಡರ್ ಸಂತೋಷಗೊಂಡ. ಪೌರವನ ಇಚ್ಛೆಯಂತೆ ಅವನ ಅರಮನೆಯಲ್ಲಿ ಸತ್ಕಾರ ಸ್ವೀಕರಿಸಲು ಒಪ್ಪಿಕೊಂಡ. ಸತ್ಕಾರಕ್ಕೆ ಮೊದಲು ಪೌರವ ಮಡಿದ ತನ್ನ ಗಂಡುಮಕ್ಕಳಾದ ವಿರೋಚನ ಮತ್ತು ಶೀಲಧರರ ಸಂಸ್ಕಾರ ಮುಗಿಸಬೇಕಾಯ್ತು.

ಈ ವಿಷಯವನ್ನೆಲ್ಲ ಕೇಳಿ, ಅತಿಯಾದ ಕೋಪದಿಂದ ಮೈ ಪರಚಿಕೊಂಡವನು ಆಂಭೀಕನೊಬ್ಬನೇ.

# ಅಧ್ಯಾಯ ಏಳು

## ೧

ಈ ಸಲ ಚಾಣಕ್ಯನನ್ನು ಭೇಟಿ ಮಾಡಲು ಸಿಂಹಸೇನನೇ ಹಸ್ತಿನಾವತಿಗೆ ಬಂದ. ಗುರುಕುಲಕ್ಕೆ ಹೋಗಿದ್ದ ಚಾಣಕ್ಯ ಬಂದು ಎರಡು ದಿನಗಳಾಗಿದ್ದವು. ಸಿಂಹಸೇನ, ಪೌರವನಿಗೂ, ಅಲೆಗ್ಸಾಂಡರ್‌ನಿಗೂ ನಡೆದ ಯುದ್ಧ ಪೌರವನ ಸೋಲು, ಅವನ ಶೌರ್ಯ ಪರಾಕ್ರಮಗಳಿಗೆ ಅಲೆಗ್ಸಾಂಡರನ ಮೆಚ್ಚಿಗೆ, ಕಡೆಗೆ ಅವನ ರಾಜ್ಯಕ್ಕೆ ಇನ್ನಷ್ಟು ಪ್ರದೇಶಗಳನ್ನು ಸೇರಿಸಿಕೊಟ್ಟದ್ದು, ಪೌರವನೂ ಅಲೆಗ್ಸಾಂಡರನ ದಂಡಯಾತ್ರೆಯಲ್ಲಿ ಭಾಗವಹಿಸಲು ಸಮ್ಮತಿಸಿದ್ದು, ಎಲ್ಲವನ್ನೂ ವಿವರವಾಗಿ ತಿಳಿಸಿದ.

''ಭಲೇ ಪೌರವ! ಎಂದು ಮೆಚ್ಚಿ ಗೌರವಿಸಬೇಕು ಎಂದುಕೊಳ್ಳುವಷ್ಟರಲ್ಲಿ, ಅವನು ಶತ್ರುವಿನೊಂದಿಗೆ ಕೈಜೋಡಿಸಿ, ತನ್ನ ಪೌರುಷಕ್ಕೆ ಕಳಂಕ ತಂದುಕೊಂಡುಬಿಟ್ಟ!'' ಚಾಣಕ್ಯ ತುಸು ವಿಷಾದದಿಂದಲೇ ಹೇಳಿದ.

''ಅವನು ಮಾಡಿದ್ದು ಉಚಿತವಲ್ಲದಿರಬಹುದು. ಆದರೆ ಅವನಿಗೆ ಬೇರೆ ಯಾವ ದಾರಿಯಿತ್ತು ಆಚಾರ್ಯ?'' ಸಿಂಹಸೇನ ಸ್ವಲ್ಪ ಹಿಂಜರಿಯುತ್ತಲೇ ಕೇಳಿದ.

''ದಾರಿಯಿತ್ತು ಸಿಂಹಸೇನ. ವೀರಮರಣದ ದಾರಿಯಿತ್ತು. ಅವನು ರಣರಂಗದಲ್ಲಿ ಮಡಿದಿದ್ದರೆ ಸಾವಿರಾರು ಜನರಿಗೆ ಸ್ಫೂರ್ತಿಯಾಗುತ್ತಿದ್ದ, ಸ್ವದೇಶ ಮತ್ತು ಸ್ವಾಭಿಮಾನಿಗಳ ಪ್ರಚೋದಕ ಶಕ್ತಿಯಾಗುತ್ತಿದ್ದ, ಹಲವರಿಗೆ ಆ ಯವನರನ್ನು ಪ್ರತಿಭಟಿಸುವ ನೈತಿಕ ಧೈರ್ಯವನ್ನೂ ನೀಡುತ್ತಿದ್ದ. ಆಂಭೀಕ ಹೇಡಿಯಾಗಿ ಶರಣಾಗತನಾದ. ಇಬ್ಬರಲ್ಲೂ ಅಂಥ ಗಮನಾರ್ಹವಾದ ವ್ಯತ್ಯಾಸ ಕಾಣುತ್ತಿಲ್ಲ.''

''ಬಹುಶಃ ಅವನ ಮಹತ್ವಾಕಾಂಕ್ಷೆಯೇ ಅವನ ಆ ನಿರ್ಧಾರಕ್ಕೆ ಪ್ರಮುಖ ಕಾರಣವಾಗಿರಬೇಕು.''

''ಮಕ್ಕಳ ಸಾವು, ಸ್ವದೇಶದ ಗೌರವಗಳಿಗಿಂತ ಅವನ ಮಹತ್ವಾಕಾಂಕ್ಷೆಯೇ ದೊಡ್ಡದಾದರೆ, ವೈಯಕ್ತಿಕ ಸ್ವಾರ್ಥದಿಂದಾಚೆಗೆ ಅವನ ಶೌರ್ಯ, ಪರಾಕ್ರಮಗಳಿಗೆ ಮಹತ್ವವಿಲ್ಲವೆಂದಾಯಿತು.''

ಸಿಂಹಸೇನ ಸ್ವಲ್ಪ ಹೊತ್ತು ಮೌನವಾದ. ಎರಡು ಕ್ಷಣದ ನಂತರ ಹೇಳಿದ, ''ಅಲೆಗ್ಸಾಂಡರ್ ಪೌರವನಿಗೆ ಮಾನ್ಯತೆ ನೀಡಿದ್ದರಿಂದ ಆಂಭೀಕನಿಗೆ ಮುಖಭಂಗವಾಗಿದೆಯಂತೆ. ಪೌರವನ ಅರಮನೆಯಲ್ಲಿ ನಡೆದ ಸತ್ಕಾರಕೂಟಕ್ಕೆ ಹೋಗದೆ ತನ್ನ ಪ್ರತಿಭಟನೆಯನ್ನು ವ್ಯಕ್ತಪಡಿಸಿದನಂತೆ.''

"ಅವನ ಪ್ರತಿಭಟನೆಗೆ ಅರ್ಥವಿಲ್ಲ, ಸಿಂಹಸೇನ" ಚಾಣಕ್ಯ ಹೇಳಿದ, "ಆದರೆ ಇದರಿಂದ ಒಂದು ಸೂಚನೆಯಂತೂ ಇದೆ. ಆಂಭೀಕ ಪೌರವನಿಗೆ ಕೇಡು ಮಾಡಲು ಪ್ರಯತ್ನಿಸುತ್ತಾನೆ ಅಥವಾ ಆಂಭೀಕನನ್ನು ಅಲೆಗ್ಸಾಂಡರನ ಆಶ್ರಯದಿಂದ ಬಿಡಿಸಲು ಪೌರವನೇ ಏನಾದರೂ ಉಪಾಯ ಮಾಡುತ್ತಾನೆ."

"ಸದ್ಯದ ಪರಿಸ್ಥಿತಿಯಲ್ಲಿ ಅಲೆಗ್ಸಾಂಡರ್ ಪೌರವನ ಮಾತಿಗೇ ಹೆಚ್ಚು ಬೆಲೆ ಕೊಡುವ ಸಾಧ್ಯತೆಯಿದೆ."

"ಅಂದಮೇಲೆ ಆಂಭೀಕ ಅವನೊಂದಿಗೆ ಬಹಳ ಕಾಲ ಇರುವುದಿಲ್ಲ."

"ಅಂದರೆ ಅವನು ಹಿಂದಿರುಗಿ ತಕ್ಷಶಿಲೆಗೆ ಹೋಗಿಬಿಡುತ್ತಾನಾ?"

"ಯಾವುದನ್ನೂ ಈಗಲೇ ಖಚಿತವಾಗಿ ಹೇಳಲಾಗುವುದಿಲ್ಲ. ಅವನು ವಿದ್ರೋಹದಿಂದ ಸಾಯಬಹುದು ಅಥವಾ ಪ್ರಾಣರಕ್ಷಣೆಗಾಗಿ ಅನಾಮಿಕನಂತೆ ಎಲ್ಲಿಗಾದರೂ ಓಡಿಹೋಗ ಬಹುದು. ತಕ್ಷಶಿಲೆಗೇ ಹಿಂದಿರುಗಬಹುದು. ಅಲ್ಲಿರುವ ಅಲೆಗ್ಸಾಂಡರನ ಪ್ರತಿನಿಧಿ ಅವನು ಮತ್ತೆ ಅಧಿಕಾರ ನಡೆಸಲು ಅವಕಾಶವನ್ನು ಕೊಡದಿರಲೂಬಹುದು. ಹಲ್ಲು ಕಿತ್ತ ಹಾವಿನಂತೆ ಅವನು ಯಾವ ಅಧಿಕಾರವೂ ಇಲ್ಲದೆ ತನ್ನ ಅರಮನೆಯಲ್ಲಿ ನಿರುಪಯುಕ್ತವಾಗಿ ಬದುಕಬೇಕು."

"ಅಂದರೆ ಗಾಂಧಾರದ ಪ್ರಜೆಗಳು ವಿದೇಶೀ ಆಳ್ವಿಕೆಯನ್ನು ಒಪ್ಪಿ ನಡೆಯುತ್ತಾರೆಂದು ನಿಮ್ಮ ಅಭಿಪ್ರಾಯವೇ?"

"ಇಲ್ಲ, ಅವರು ಒಪ್ಪುತ್ತಾರೆಂದಲ್ಲ, ಆದರೆ ದೌರ್ಜನ್ಯದ ಆಳ್ವಿಕೆಗಿಂತ ಮೇಲೆಂದು ಜನ ವಿದೇಶೀ ಆಳ್ವಿಕೆಯನ್ನು ಒಪ್ಪುವ ಅನಿವಾರ್ಯ ಪ್ರಸಂಗ ಬರಬಹುದು."

"ಹಾಗಾದರೆ, ಪೌರವ ತನ್ನ ಹಳೆಯ ದ್ವೇಷದ ಮೇಲೆ, ಗಾಂಧಾರವನ್ನು ತನ್ನ ವಶಕ್ಕೆ ಕೊಡುವಂತೆ ಅಲೆಗ್ಸಾಂಡರನನ್ನು ಕೇಳಬಹುದು?"

"ಕೇಳಬಹುದು ಅಲ್ಲ, ಕೇಳಿಯೇ ಕೇಳುತ್ತಾನೆ. ಅಲೆಗ್ಸಾಂಡರ್ ಕೊಟ್ಟರೂ ಕೊಡ ಬಹುದು. ಆದರೆ ಅದಾಗಬಾರದು."

"ಏಕೆ, ಆಚಾರ್ಯ?"

"ಬಹಳ ಸರಳ. ಎಲ್ಲ ನನ್ನ ಊಹೆಯಂತೆ ನಡೆದರೆ, ಆ ಪ್ರಸಂಗವನ್ನು ನಾವು ನಮ್ಮ ಅನುಕೂಲಕ್ಕೆ ಬಳಸಿಕೊಳ್ಳಬೇಕು."

"ಹೇಗೆ?"

"ಈಗ ನೀನು ಆ ಗಿರಿನಾಥನ ಸ್ನೇಹ ಸಂಪಾದಿಸಿರುವುದು ಉಪಯೋಗಕ್ಕೆ ಬರುತ್ತದೆ. ಪರ್ವತರಾಜ ಪೌರವನ ಮಹತ್ವಾಕಾಂಕ್ಷೆಯೆಂದರೆ, ಬಲಿಷ್ಠವಾದ ಮತ್ತು ವಿಶಾಲವಾದ ಮಗಧ ಸಾಮ್ರಾಜ್ಯವನ್ನು ಗೆದ್ದು ತಾನೂ ಚಕ್ರವರ್ತಿಯೆನಿಸಿಕೊಳ್ಳಬೇಕೆಂಬುದು. ಅದು ನಿನಗೂ ಗೊತ್ತಿದೆ. ದಾರಿಯಲ್ಲಿ ಸಿಗುವ ಸಣ್ಣಪುಟ್ಟ ರಾಜ್ಯಗಳು ಮತ್ತು ಗಣರಾಜ್ಯಗಳನ್ನು ಗೆಲ್ಲುತ್ತ ಅವರು ಮಗಧದತ್ತ ಖಂಡಿತ ಸಾಗುತ್ತಾರೆ. ಯಾವುದೇ ಕಾರಣಕ್ಕೂ ಅವರು ಮಗಧದ ಮೇಲೆ ಆಕ್ರಮಣ ಮಾಡಬಾರದು. ಈ ವಿಷಯದಲ್ಲಿ ನಾವು ಧನನಂದನನ್ನು ಮರೆತು ಮಗಧದ ಪರವಹಿಸಬೇಕು. ಮಗಧ ಧನನಂದನಿಂದ ನೇರವಾಗಿ ಚಂದ್ರಗುಪ್ತನ ಕೈ ಸೇರಬೇಕು. ಮಗಧವನ್ನು ಮುಟ್ಟುವ ಮೊದಲು ಅಲೆಗ್ಸಾಂಡರನ ಉತ್ಸಾಹ ಉಡುಗಬೇಕು."

"ಅವನ ಉತ್ಸಾಹ ಉಡುಗದಿದ್ದರೂ, ಅವನ ಸೈನಿಕರಲ್ಲಿ ಬಹುಪಾಲು ಜನ ನಿರುತ್ಸಾಹ ತೋರಿಸುತ್ತಿರುವರೆಂದು ಗಿರಿನಾಥ ಹೇಳಿದ. ಅಲ್ಲದೆ ಅವನ ಸೈನ್ಯದಲ್ಲಿ ಸಂಬಳದ ಸೈನಿಕರ ಸಂಖ್ಯೆಯೇ ಬಹಳವಾಗಿದೆ. ಅವರೂ ನಿರಂತರವಾದ ಪ್ರಯಾಣ, ಹೋರಾಟಗಳಿಂದ ಸಾಕಾಗಿದ್ದಾರೆ. ಅದಕ್ಕಿಂತ ಮುಖ್ಯವಾಗಿ, ಅಲೆಗ್ಸಾಂಡರ್ ಸ್ಥಳೀಯ ಸೈನಿಕರ ಬಗ್ಗೆ ಅತಿಯಾದ ತಾರತಮ್ಯ ತೋರಿಸುತ್ತಿರುವುದೂ ಅವರ ಅಸಮಾಧಾನಕ್ಕೆ ಪ್ರಬಲ ಕಾರಣವಾಗಿದೆ ಎಂದು ಗಿರಿನಾಥ ಹೇಳಿದ."

"ನೀನು ಈಗ ನಿನ್ನ ಮಿತ್ರರೊಂದಿಗೆ ಬಹಳ ಮಹತ್ವದ ಕಾರ್ಯ ಮಾಡಬೇಕಾಗಿದೆ. ಈ ಕಾರ್ಯದಲ್ಲಿ ನೀವು ಯಶಸ್ವಿಯಾದರೆ ಚಂದ್ರಗುಪ್ತನ ಕಾರ್ಯ ಅರ್ಧಭಾಗ ಮುಗಿದಂತೆಯೇ."

"ಅದೇನು ಹೇಳಿ, ಆಚಾರ್ಯ. ಅದು ಎಷ್ಟೇ ಕಷ್ಟದ್ದಾದರೂ ನಿರ್ವಹಿಸಲು ಸಿದ್ಧರಾಗಿದ್ದೇವೆ."

"ನೀನೀಗ ಒಂದಷ್ಟು ಧನವನ್ನು ತೆಗೆದುಕೊಂಡು ಹೋಗು. ಗಿರಿನಾಥನಿಗೆ ಮತ್ತು ಅವನ ಬೆಂಬಲಿಗರಾದ ಇನ್ನಷ್ಟು ಜನ ಸೈನಿಕರಿಗೆ ಅದನ್ನು ಹಂಚು. ಇನ್ನಷ್ಟು ಕೊಡಿಸುವ ಆಶ್ವಾಸನೆ ನೀಡು. ನಿಧಾನವಾಗಿ ಅವರು ಅಲೆಗ್ಸಾಂಡರನ ಪಾಳಯದಲ್ಲಿ ಸುದ್ದಿ ಹಬ್ಬಿಸಲಿ."

"ಏನೆಂದು ಸುದ್ದಿ ಹಬ್ಬಿಸುವುದು?"

"ಮಗಧದ ಸೇನಾ ಸಾಮರ್ಥ್ಯವನ್ನು ಅತಿಶಯೋಕ್ತಿಗಳಿಂದ ಬಣ್ಣಿಸಲಿ. ಒಂದು ಲಕ್ಷ ಸಂಖ್ಯೆಯನ್ನು ಎರಡು ಲಕ್ಷಕ್ಕೇರಿಸಲಿ. ಒಬ್ಬೊಬ್ಬನೂ ಅಲೆಗ್ಸಾಂಡರನ ಸೇನೆಯ ಐವತ್ತು ಜನರನ್ನು ಬಲಿ ಹಾಕುವಷ್ಟು ಸಮರ್ಥನೆಂದು ಹೇಳಲಿ. ಸಾವಿರಾರು ಆನೆಗಳು ಕ್ಷಣ ಮಾತ್ರದಲ್ಲಿ ಶತ್ರು ಸೈನ್ಯವನ್ನು ತುಳಿದು ಧೂಳೀಪಟ ಮಾಡುತ್ತವೆ, ಯುದ್ಧಕ್ಕೆ ಹೋದರೆ ಅಲೆಗ್ಸಾಂಡರನ ಸೈನ್ಯದ ಒಂದು ವ್ಯಕ್ತಿಯೂ ಜೀವಸಹಿತ ಉಳಿದು ಬರುವುದಿಲ್ಲ ಇತ್ಯಾದಿ ವರ್ಣಿಸಿ, ಕ್ರಮೇಣ ಭೀತಿ ಹುಟ್ಟಿಸಲಿ. ಇನ್ನೇನು ಮಗಧದತ್ತ ಪ್ರಯಾಣ ಹೊರಡಬೇಕೆನ್ನುವಾಗ, ಸ್ಥಳೀಯರ ಸೈನ್ಯ ಏನೇ ಆದರೂ ಮುಂದೆ ಹೊರಡುವುದಿಲ್ಲವೆಂದು ನೆಲಕಚ್ಚಿ ನಿಲ್ಲಲಿ. ಉಳಿಕೆ ಸಂಬಳಕ್ಕಾಗಿ ಒತ್ತಾಯಿಸಲಿ. ಕಡೆಗೆ ಸಂಬಳ ಹೋದರೆ ಹೋಗಲಿ, ಜೀವ ಉಳಿದರೆ ಸಾಕೆಂದು ಹೊರಟುಬಿಡಲಿ. ತನ್ನ ಸ್ವಂತ ಸೈನ್ಯದಿಂದ ಮತ್ತು ಆ ಪೌರವನ ಸೈನ್ಯದ ಸಹಾಯದಿಂದ ಅಲೆಗ್ಸಾಂಡರ್ ಮುಂದೆ ನುಗ್ಗಲು ಹಿಂದೆ ಮುಂದೆ ನೋಡುತ್ತಾನೆ. ಸ್ಥಳೀಯ ಸೈನಿಕರಲ್ಲಿ ನಮ್ಮ ಪಕ್ಷಕ್ಕೆ ಸೇರುವ ಮನಸ್ಸಿದ್ದವರು ಬರಲಿ. ಅವರಿಗೆಲ್ಲ ಅಲೆಗ್ಸಾಂಡರ್ ನಿಗದಿಪಡಿಸಿದ್ದ ಎರಡರಷ್ಟು ಸಂಬಳ ಕೊಡುವುದಾಗಿ ಮಾತು ಕೊಡು."

"ಆಚಾರ್ಯ, ನಿಮ್ಮ ಉಪಾಯ ಅದ್ಭುತವಾಗಿದೆ."

"ಗಾಂಧಾರದ ಸೈನ್ಯವನ್ನು ನೀನು ಸುಲಭವಾಗಿ ವಶಮಾಡಿಕೊಳ್ಳಬಹುದು. ಅಯೋಗ್ಯ ರಾಜ ಆಂಭೀಕನ ಮೇಲೆ ನಿಷ್ಠೆ ತೋರಿಸಲು ಅವರಿಗೆ ಯಾವ ಕಾರಣವೂ ಉಳಿಯುವುದಿಲ್ಲ. ಆ ಸಂದರ್ಭದಲ್ಲಿ ಬೇಕಾದರೆ ನನ್ನ ಹೆಸರನ್ನು ಬಳಸಿದರೆ, ನನ್ನ ಅಭ್ಯಂತರವಿಲ್ಲ. ಅವರಿಗೆ ನನ್ನ ಹೆಸರು ಗೊತ್ತಿರುತ್ತದೆ. ನನ್ನ ವಿಷಯವೂ ಸಾಕಷ್ಟು ತಿಳಿದಿರುತ್ತದೆ. ಆದರೆ ಎಚ್ಚರ, ಆತುರಪಟ್ಟು ಕೆಲಸ ಕೆಡಬಾರದು."

"ಒಂದು ವೇಳೆ ನಮ್ಮ ಪಕ್ಷ ಸೇರಲು ಸೈನಿಕರು ಸಿದ್ಧರಾದರೆ ಅವರನ್ನು ಎಲ್ಲಿಗೆ ಕಳುಹಿಸಬೇಕು?"

"ಅದಕ್ಕೆ ಮೊದಲು ನನಗೆ ಸುದ್ದಿ ಕಳಿಸು, ಎಲ್ಲಿಗೆ ಕಳಿಸಬೇಕೆಂದು ನಾನು ತಿಳಿಸುತ್ತೇನೆ."

"ಆಗಬಹುದು" ಎಂದ ಸಿಂಹಸೇನ.

ಎರಡು ದಿನ ವಿಶ್ರಾಂತಿ ಪಡೆದು ಸಾಕಷ್ಟು ಧನವನ್ನು ತೆಗೆದುಕೊಂಡು ಸಿಂಹಸೇನ ಹಸ್ತಿನಾವತಿಯಿಂದ ಹೊರಟುಬಿಟ್ಟ.

ಅವನು ಹೋದ ನಂತರ ಚಾಣಕ್ಯ ಗಂಭೀರವಾಗಿ ಆಲೋಚಿಸುತ್ತ ಕುಳಿತ. ವಿಶಾಖ ಬಂದು ಅವನ ಎದುರಿನಲ್ಲಿ ಕುಳಿತುಕೊಂಡಳು. ಅವಳ ಮುಖದಲ್ಲಿ ಸ್ವಲ್ಪ ಆತಂಕ ಕಾಣುತ್ತಿತ್ತು. ಅದನ್ನು ಗಮನಿಸಿ ಚಾಣಕ್ಯ ನಗುಮುಖ ಮಾಡಿಕೊಂಡು ಹೇಳಿದ, "ಅಮ್ಮ, ಏಕೆ ಇಷ್ಟೊಂದು ಆತಂಕ? ನಾನು ಕ್ಷೇಮವಾಗಿ ನಿನ್ನ ಆಶ್ರಯದಲ್ಲಿದ್ದುಕೊಂಡು ಕೆಲಸ ಮಾಡುತ್ತಿದ್ದೇನೆ. ಉಳಿದವರೆಲ್ಲ ಅಪಾಯದ ಸನ್ನಿವೇಶಗಳಲ್ಲಿ ಕಷ್ಟಪಟ್ಟು ಕೆಲಸ ಮಾಡುತ್ತಿದ್ದಾರೆ."

"ನೀನೂ ಒಂದು ಕತ್ತಿ ಹಿಡಿದು ಕುದುರೆಯೇರಿ ಹೋಗಿಬಿಡು" ಎಂದಳು ವಿಶಾಖ ಚೇಷ್ಟೆಯಿಂದ.

ಚಾಣಕ್ಯ ನಕ್ಕ. "ಏಕೆ ನನ್ನ ಬುದ್ಧಿಶಕ್ತಿಯ ಮೇಲೆ ನಿನಗೆ ನಂಬಿಕೆಯಿಲ್ಲವೇ? ಅಮ್ಮ, ನನ್ನ ಬುದ್ಧಿ ಕತ್ತಿಯಿಲ್ಲದೆ ಕತ್ತರಿಸುತ್ತದೆ, ಬೆಂಕಿಯಿಲ್ಲದೆ ಸುಡುತ್ತದೆ. ಹಾಂ! ನಾನು ಈ ಮಾತನ್ನು ಅಹಂಕಾರದಿಂದ ಹೇಳುತ್ತಿಲ್ಲ. ನನ್ನಲ್ಲಿ ಅಹಂಕಾರವಿಲ್ಲ, ಹೆಮ್ಮೆಯಿದೆ, ಅಭಿಮಾನವಿದೆ. ಅವಿಲ್ಲದಿದ್ದರೆ ದುಷ್ಟಶತ್ರುಗಳನ್ನು ನಿಗ್ರಹ ಮಾಡಲಾರೆ. ನನ್ನ ರಾಷ್ಟ್ರ ಮತ್ತು ನನ್ನ ಧರ್ಮವನ್ನು ರಕ್ಷಿಸಲಾರೆ."

"ಎಲ್ಲವನ್ನೂ ನೀನೇ ಹೇಳಿಬಿಡುತ್ತಿರುವೆ?" ಎಂದು ವಿಶಾಖ ತಾನೂ ನಕ್ಕಳು. "ನಾನು ನಿನ್ನ ಬಗ್ಗೆ ಚಿಂತೆ ಮಾಡುತ್ತಿರುವುದಕ್ಕೆ ಕಾರಣವಿದೆ. ನಮ್ಮೊಂದಿಗೆ ಸಹಜವಾಗಿರುವಂತೆ ನಡೆದುಕೊಳ್ಳುತ್ತಿದ್ದರೂ, ನಿನ್ನ ಮನಸ್ಸಿನಲ್ಲಿ ಕುದಿಯುತ್ತಿರುವ ಜ್ವಾಲಾಮುಖಿಯನ್ನು ಮುಚ್ಚಿಟ್ಟುಕೊಂಡಿರುವುದು ನನಗೆ ಅರ್ಥವಾಗುವುದಿಲ್ಲವೆಂದುಕೊಂಡೆಯಾ? ಅದು ನಿನ್ನನ್ನೇ ತಿಂದುಬಿಡುವುದೇನೋ ಎಂದು ನನಗೆ ಭಯವಾಗುತ್ತಿದೆ."

"ನಿನ್ನ ಮಾತು ನಿಜ. ಎಷ್ಟು ಮರೆಯಬೇಕೆಂದುಕೊಂಡರೂ ತಂದೆಯವರ ಸಾವು, ಆ ಧನನಂದ ತುಂಬಿದ ಸಭೆಯಲ್ಲಿ ಮಾಡಿದ ಅಪಮಾನ, ಮತ್ತೆ ಮತ್ತೆ ನೆನಪಿನಲ್ಲಿ ಸುಳಿಯುತ್ತಲೇ ಇರುತ್ತದೆ. ಅದರ ಬಿಸಿಯಿಂದ ನನ್ನ ಆಪ್ತರೂ ಬೇಯಬಾರದೆಂಬ ಉದ್ದೇಶದಿಂದ ಅದನ್ನೆಲ್ಲ ನುಂಗಿ ನಗುವುದು ಅನಿವಾರ್ಯ."

"ನನಗೆ ಅರ್ಥವಾಗುತ್ತದೆ ಚಾಣಕ್ಯ" ವಿಶಾಖ ಗಂಭೀರವಾಗಿ ಹೇಳಿದಳು. "ನನಗೂ ನನ್ನ ಗಂಡನ ಕ್ರೌರ್ಯ, ದಿಕ್ಕೆಟ್ಟು ಆಶ್ರಯಕ್ಕಾಗಿ ಅಲೆದ ನೋವುಗಳನ್ನು ಮರೆಯಲಾಗುವುದಿಲ್ಲ. ಆದರೆ ಲಕ್ಷ್ಮಿಯಂಥ ತಾಯಿ, ನಿನ್ನಂಥ ಮಗ, ನಿನ್ನೊಂದಿಗೆ ನಾವೂ ಪಾಲ್ಗೊಳ್ಳುತ್ತಿರುವ ಘನ ಉದ್ದೇಶಗಳ ಸಂಭ್ರಮದಲ್ಲಿ ಆ ನೋವುಗಳೆಲ್ಲ ನನ್ನದಲ್ಲ, ಬೇರೆ ಯಾರದೋ ಕಥೆಯಂತೆ ಭಾಸವಾಗುತ್ತಿದೆ."

"ಅಮ್ಮ, ನಿನ್ನಂತೆ ನಡೆದುಕೊಳ್ಳಲು ಸಾಧ್ಯವಾಗದೇನೋ! ಏಕೆಂದರೆ ಆ ನೋವು, ಅಪಮಾನಗಳ ನೆನಪೇ ನನ್ನಲ್ಲಿ ಸದಾ ರೋಷದ ಬೆಂಕಿ ಉರಿಯುತ್ತಿರುವಂತೆ ಮಾಡುತ್ತದೆ. ಬುದ್ಧಿಯನ್ನು ಹರಿತವಾಗಿಸುತ್ತದೆ."

"ಆದರೆ, ಅದರ ಪರಿಣಾಮ ನಿನ್ನ ದೇಹದ ಮೇಲಾದರೆ?"

"ಆಗಿತ್ತು. ಆದನ್ನು ಹಾಗೇ ಬಿಟ್ಟಿದ್ದರೆ ಪಾಟಲೀಪುತ್ರದಿಂದ ಹೊರಟ ಕೆಲವೇ ದಿನಗಳಲ್ಲಿ ನಾನು ಇಲ್ಲವಾಗುತ್ತಿದ್ದೆ. ಒಮ್ಮೆ ಕರುಣಾಳು ಧನಂಜಯ ಉಳಿಸಿದ, ಇನ್ನೊಮ್ಮೆ ಮಮತಾಮಯಿಯಾದ ನೀನು ಉಳಿಸಿದೆ. ನನಗೆ ಪುನರ್ಜನ್ಮವಾಯಿತು."

"ನಿನ್ನನ್ನು ಉಳಿಸಿದ ನನ್ನ ಮೇಲೆ ನಿನಗೆ ಕೃತಜ್ಞತೆಯಿರುವುದಾದರೆ ನನ್ನ ಒಂದು ಮಾತನ್ನು ಕೇಳುತ್ತೀಯಾ ?"

"ಹೇಳಮ್ಮ, ಖಂಡಿತ ಕೇಳುತ್ತೇನೆ."

"ನಿನ್ನ ಸಂಕಲ್ಪಶಕ್ತಿಯ ಬಗ್ಗೆ ನನಗೆ ಭರವಸೆಯಿದೆ. ನಿನ್ನ ಈ ಮಹತ್ಕಾರ್ಯದಲ್ಲಿ ಜಯಶಾಲಿಯಾಗುವೆಯೆಂಬ ನಂಬಿಕೆಯೂ ಇದೆ. ನಿನ್ನ ರೋಷವನ್ನು ಬಿಡು, ನಿನಗಾದ ಅಪಮಾನವನ್ನು ಮರೆತುಬಿಡು ಎಂದು ನಾನು ಹೇಳುತ್ತಿಲ್ಲ. ಆದರೆ ಅದು ನಿನ್ನ ದೇಹದ ಆರೋಗ್ಯದ ಮೇಲೆ ಪರಿಣಾಮ ಮಾಡದಂತೆ ನೋಡಿಕೊ. ನಿನ್ನ ಯೋಗಕ್ಷೇಮವನ್ನು ಚಿಂತಿಸುವ ಈ ತಾಯಿ ಇದ್ದಾಳೆ, ಅಭಿಮಾನಿಗಳಿದ್ದಾರೆ, ಶಿಷ್ಯರಿದ್ದಾರೆ ಎಂಬುದು ನಿನ್ನ ನೆನಪಿನಲ್ಲಿದ್ದರೆ ಸಾಕು."

"ಆಯಿತಮ್ಮ, ಖಂಡಿತ ಪ್ರಯತ್ನಪಡುತ್ತೇನೆ."

"ಸದ್ಯಕ್ಕೆ ನೀನು ಗುರುಕುಲಕ್ಕೆ ಹೋಗುವುದು ಬೇಡ."

"ಬಹುಶಃ ಇಲ್ಲಿಂದ ನಾನು ಪಾಟಲೀಪುತ್ರದ ಕಡೆಗೇ ಹೋಗಬೇಕಾಗಬಹುದು. ಈಗಂತೂ ಗುರುಕುಲಕ್ಕೆ ಹೋಗುವ ಯೋಚನೆಯನ್ನೂ ಮಾಡುವಂತಿಲ್ಲ."

"ಸದ್ಯ ಅಷ್ಟಾದರೆ ಸಾಕು, ಹೊತ್ತು ಹೊತ್ತಿಗೆ ಊಟ ಮಾಡಿಕೊಂಡು ವಿಶ್ರಾಂತಿ ಪಡೆಯಬಹುದು."

"ದೇಹಕ್ಕೆ ವಿಶ್ರಾಂತಿ, ಮನಸ್ಸಿಗೆಲ್ಲಿ?"

"ಅದು ನನಗೆ ಗೊತ್ತಿಲ್ಲವೆ" ವಿಶಾಖ ನಕ್ಕಳು.

"ಆಚಾರ್ಯ"

ವಿಶಾಖ ಮತ್ತು ಚಾಣಕ್ಯ ಅತ್ತ ತಿರುಗಿ ನೋಡಿದಾಗ ವರುಣ ನಿಂತಿದ್ದ. "ಏನು ವಿಷಯ ವರುಣ?" ವಿಶಾಖ ಕೇಳಿದಳು.

ಸ್ವಲ್ಪ ಹಿಂಜರಿಯುತ್ತಲೇ ವರುಣ ಹೇಳಿದ, "ಆಚಾರ್ಯ, ಎಲ್ಲರೂ ಒಂದು ಕಡೆ ಒಂದೊಂದು ಕಾರ್ಯದಲ್ಲಿ ತೊಡಗಿದ್ದಾರೆ. ನಾನು ಮಾತ್ರ ಇಲ್ಲಿ ಒಬ್ಬನೇ ಕೆಲಸಕ್ಕೆ ಬಾರದ ವ್ಯಕ್ತಿಯಾಗಿ ಇದ್ದುಬಿಟ್ಟಿದ್ದೇನೆ."

"ನೀನು ಕೆಲಸಕ್ಕೆ ಬಾರದ ವ್ಯಕ್ತಿಯೇ?" ಚಾಣಕ್ಯ ನಗುತ್ತ ಹೇಳಿದ, "ನೀನು ಇಲ್ಲಿ ಬಂದ ಮೇಲೆ ಅಮ್ಮ ಮತ್ತು ಲಕ್ಷ್ಮಿಗೆ ಎಷ್ಟೊಂದು ಸಹಾಯವಾಗಿದೆ ಗೊತ್ತೆ?"

"ಬರೀ ಸಹಾಯವಲ್ಲ, ಅಡಿಗೆಯಿಂದ ಹಿಡಿದು ಮನೆಯ ಎಲ್ಲ ಕಾರ್ಯಗಳನ್ನೂ ತಾನೇ ಮಾಡುತ್ತಾನೆ. ಈಗ ನಾವು ಕೆಲಸಕ್ಕೆ ಬಾರದವರಾಗಿಬಿಟ್ಟಿದ್ದೇವೆ" ಎಂದಳು ಲಕ್ಷ್ಮಿ ಬಂದು ಒಂದು ಕಡೆ ಕೂಡುತ್ತ.

"ಈಗ ವರುಣ ಇಲ್ಲದಿದ್ದರೆ? ಎಂದು ನೆನೆಸಿಕೊಂಡರೇ ಭಯವಾಗುತ್ತದೆ" ಎಂದಳು ವಿಶಾಖ.

"ಅದಲ್ಲಮ್ಮ" ವರುಣ ಹೇಳಿದ, "ಮನೆಗೆಲಸ ಏನು ಮಹಾ. ಅದನ್ನು ಯಾರು ಬೇಕಾದರೂ ಮಾಡುತ್ತಾರೆ. ನಾನೂ ನನ್ನ ಮಿತ್ರರಂತೆ ಏನಾದರೂ ಸಾಹಸ ಮಾಡಬಾರದೆ?"

"ಮಾಡಬೇಕು ವರುಣ" ಚಾಣಕ್ಯ ಹೇಳಿದ, "ಎಲ್ಲರೂ ಸಾಹಸ ಮಾಡಲು ಹೋಗುವಂತಿಲ್ಲ, ಸಾಹಸ ಮಾಡುವವರಿಗೆ ಸಹಾಯ ಮಾಡುವವರೂ ಬೇಕು. ಅಂಥ ಮಹತ್ವದ ಕೆಲಸವನ್ನು ನೀನು ಮಾಡುತ್ತಿದ್ದಿ. ಈಗ ಇಲ್ಲಿ ನಾನಿದ್ದೇನೆ, ಸಿಂಹಸೇನ ಅಥವಾ ಇನ್ನಾರೋ ಬರುತ್ತಾರೆ. ಅವರಿಗೆ ಉಪಚಾರ ಮಾಡಬೇಕು. ಅವರ ವಿಶ್ರಾಂತಿಗೆ ಅನುಕೂಲ ಮಾಡಿಕೊಡಬೇಕು. ಇದೆಲ್ಲ ದೊಡ್ಡ ಕೆಲಸವೇ ವರುಣ."

ವರುಣ ಸಪ್ಪೆ ಮುಖ ಮಾಡಿಕೊಡ. ಚಾಣಕ್ಯ ತಾನೇ ಹೇಳಿದ, "ಬೇಸರ ಮಾಡಿಕೊಳ್ಳಬೇಡ ವರುಣ. ಇನ್ನು ಕೆಲವೇ ದಿನ, ಅಷ್ಟರಲ್ಲಿ ನಿಜವಾದ ಸಾಹಸ ಕಾರ್ಯಗಳು ಆರಂಭವಾಗುತ್ತವೆ. ಆಗ ನಿನ್ನನ್ನೂ ನನ್ನ ಜೊತೆಯಲ್ಲಿ ಕರೆದುಕೊಂಡು ಹೋಗುತ್ತೇನೆ."

ವರುಣನ ಮುಖ ಅರಳಿತು. "ಹಾಗಾದರೆ ಸರಿ" ಎಂದ. ಮರುಕ್ಷಣದಲ್ಲಿ ಗಂಭೀರವಾಗಿ "ನಾನು ನಿಮ್ಮ ಜೊತೆ ಬಂದುಬಿಟ್ಟರೆ ಇಲ್ಲಿ ಯಾರು ನೋಡಿಕೊಳ್ಳುತ್ತಾರೆ ?"

ವಿಶಾಖ ನಕ್ಕಳು. "ವರುಣ, ನೀನು ಇಲ್ಲೂ ಇರಬೇಕು, ಅಲ್ಲೂ ಇರಬೇಕು ಎಂದರೆ ಹೇಗೆ ? ಸಾಹಸ ಮಾಡಲು ಆಸೆಯಿದ್ದರೆ ನೀನು ಹೋಗು, ಇಲ್ಲಿ ಹೇಗೋ ಆಗುತ್ತದೆ."

"ನೀವು ಬೇಸರದಿಂದ ಹೇಳುತ್ತಿದ್ದೀರಿ. ನಾನು ಎಲ್ಲೂ ಹೋಗುವುದಿಲ್ಲ, ಯಾವ ಸಾಹಸವೂ ಬೇಡ" ಎಂದು ವರುಣ ಮುಖ ದಪ್ಪ ಮಾಡಿಕೊಂಡ.

"ಒಳ್ಳೆ ವಿಚಿತ್ರ ಹುಡುಗ" ಎಂದು ಲಕ್ಷ್ಮಿ ತಾನೂ ನಕ್ಕಳು.

"ನೀನು ನನ್ನ ಜೊತೆಗೆ ಬಂದರೆ ಇಲ್ಲಿಗೆ ಗೌತಮನನ್ನೋ, ಚಂದಕನನ್ನೋ ಕರೆಸಿದರಾಯಿತು. ಆ ಯೋಚನೆ ಬಿಡು" ಎಂದ ಚಾಣಕ್ಯ.

"ನಿನ್ನ ಮೇಲೆ ನನಗೇನೂ ಬೇಸರವಿಲ್ಲ ಎಂಬುದನ್ನು ನೆನಪಿಟ್ಟುಕೋ" ಎಂದಳು ವಿಶಾಖ. ಅವನು ಉತ್ಸಾಹದಿಂದ ಕೆಲಸಕಾರ್ಯದತ್ತ ಗಮನ ಹರಿಸಿದ.

★ ★ ★

ಸಿಂಹಸೇನ ಹೋದ ಎರಡೇ ದಿನಗಳಲ್ಲಿ ಪಾಟಲೀಪುತ್ರದಿಂದ ಸಮಿದ್ಧಾರ್ಥಕ ಮತ್ತು ಪಶುಲೋಮ ಬಂದರು. ವಾಸ್ತವವಾಗಿ ಚಾಣಕ್ಯ ಅವರನ್ನು ನಿರೀಕ್ಷಿಸುತ್ತಿದ್ದ. ಪಶುಲೋಮ ತಾನು ಮಂಗಳೆಯ ಮನೆ ಸೇರಿಕೊಂಡದ್ದು, ಅವಳ ಪ್ರೀತಿ, ವಿಶ್ವಾಸ, ಅವಳೊಂದಿಗೆ ಭಾಗುರಾಯಣನ ಮನೆಗೆ ಹೋಗಿ ಅವನೊಂದಿಗೆ ವಿವರವಾಗಿ ಮಾತಾಡಿದ್ದು, ಅವನ ಆಶ್ವಾಸನೆ ಎಲ್ಲವನ್ನೂ ಹೇಳಿದ.

"ಈ ಸಲ ಹೋದಾಗ ಮೊಟ್ಟಮೊದಲು ಅವನಿಗೆ, ಅವನ ಸೋದರಿಯ ಮಗ ಶ್ರೀಗುಪ್ತ ಜೀವಂತವಾಗಿದ್ದಾನೆ, ಚಂದ್ರಗುಪ್ತನ ಆಶ್ರಯದಲ್ಲಿ ಕ್ಷೇಮವಾಗಿದ್ದಾನೆ ಮತ್ತು ಸೂಕ್ತ ಸಮಯದಲ್ಲಿ ಭೇಟಿಯಾಗುತ್ತಾನೆಂದು ತಿಳಿಸು" ಎಂದ ಚಾಣಕ್ಯ.

"ಇದರಿಂದ ಅವರು ತುಂಬಾ ಸಂತೋಷಗೊಳ್ಳುತ್ತಾರೆ."

"ಆ ಸಂತೋಷದ ಕ್ಷಣದಲ್ಲೇ ಅವನನ್ನು ಚಂದ್ರಗುಪ್ತನ ಕಾರ್ಯಕ್ಕೆ ಒಪ್ಪಿಸಬೇಕು."

"ಸ್ವಲ್ಪ ಬಿಡಿಸಿ ಹೇಳಿ ಆಚಾರ್ಯ."

"ಚಂದ್ರಗುಪ್ತನ ಕಾರ್ಯ ಯಾವ ಕ್ಷಣದಲ್ಲಿ ಬೇಕಾದರೂ ಆರಂಭವಾಗಬಹುದು. ಅಷ್ಟು ಹೊತ್ತಿಗೆ ಭಾಗುರಾಯಣ ಇತರ ಸೇನಾಧ್ಯಕ್ಷರೊಡನೆ ಮಾತನಾಡಿ, ಅವರೆಲ್ಲ ಚಂದ್ರಗುಪ್ತನಿಗೆ

ಬೆಂಬಲ ನೀಡುವಂತೆ ಒಪ್ಪಿಸುವಂತೆ ಹೇಳು. ಆದರ ಸುಳಿವು ಧನನಂದನಿಗಾಗಲಿ, ಅಮಾತ್ಯ ರಾಕ್ಷಸನಿಗಾಗಲಿ ಸಂದೇಹ ಬಾರದಂತೆ ಎಚ್ಚರವಹಿಸಲಿ. ರಣರಂಗದಲ್ಲಿ ಚಂದ್ರಗುಪ್ತನಿಗೆ ಅನುಕೂಲವಾಗುವಂತೆ ಅವರು ಏನು ಬೇಕೋ ಅದನ್ನು ಮಾಡಲಿ."

"ಅಮಾತ್ಯ ಶ್ರೀಯಕನ ಬಗ್ಗೆ ಇಂದುಶರ್ಮರು ತುಂಬಾ ಸಂದೇಹಪಡುತ್ತಿದ್ದಾರೆ."

"ಎಂಥ ಅನುಮಾನ ?"

"ಅವನು ರಾಜದ್ರೋಹದ ಸಂಚು ಮಾಡುತ್ತಿರುವನೆಂಬ ಅನುಮಾನ."

"ಹೌದೇ ? ಇದು ಹೊಸ ವಿಷಯ" ಎಂದು ಚಾಣಕ್ಯ ಕೆಲವು ಕ್ಷಣ ಚಿಂತಾಕ್ರಾಂತನಾದ. ಈ ಅನಿರೀಕ್ಷಿತ ಬೆಳವಣಿಗೆಯನ್ನು ತನ್ನ ಕಾರ್ಯ ಯೋಜನೆಗೆ ಹೇಗೆ ಜೋಡಿಸುವುದೆಂದು ಚಾಣಕ್ಯ ಮನಸ್ಸಿನಲ್ಲೇ ಯೋಚಿಸುತ್ತಿದ್ದ. ನಂತರ ಕೇಳಿದ, "ಅಂಥ ಅನುಮಾನ ಹೇಗೆ ಬಂತು ? ನಿನ್ನೊಂದಿಗೆ ಹೇಳಿದರೇ ?"

ಶ್ರೀಯಕನ ಬಗ್ಗೆ ಮಂಗಳೆ ಹೇಳಿದ ವಿಷಯ, ಭಾಗುರಾಯಣ ಹೇಳಿದ ವಿಷಯಗಳು, ರಾಜವೈದ್ಯ ಅವನಿಗೆ ಹೆಚ್ಚಿನ ಆಪ್ತನಾಗಿರುವ ವಿಷಯ, ಪರ್ವತ ರಾಜ್ಯದ ವೈದ್ಯ ಸುಮಂತ ರಾಜಕುಮಾರ ಸುಮಾಲ್ಯನ ಅಪಸ್ಮಾರ ರೋಗಕ್ಕೆ ಚಿಕಿತ್ಸೆ ನಡೆಸುತ್ತಿರುವ ವಿಷಯ ಇತ್ಯಾದಿಗಳನ್ನೆಲ್ಲ ವಿವರಿಸಿ ಪಶುಲೋಮ ಹೇಳಿದ, "ರಾಜವೈದ್ಯ ಸಂಜಯ, ಒಬ್ಬ ಗಣ್ಯರ ಜ್ಯೋತಿಷ್ಯ ಹೇಳಬೇಕು. ಅದು ರಹಸ್ಯವಾಗಿರಬೇಕು. ಅವರ ಕಾರ್ಯಕ್ಕೆ ಸಹಾಯ ನೀಡಿದರೆ ಬೇಕಾದಷ್ಟು ಸಂಪತ್ತು, ಸ್ಥಾನಮಾನಗಳು ದೊರೆಯುವ ಲಾಲಸೆ ಹುಟ್ಟಿಸಿ ಹೋದನಂತೆ. ಆ ಗಣ್ಯ ಶ್ರೀಯಕನೇ ಇರಬೇಕೆಂದು, ಅವನು ಧನನಂದನ ವಿರುದ್ಧವಾಗಿ ಏನೋ ಸಂಚು ಮಾಡುತ್ತಿರುವನೆಂದೂ ಇಂದುಶರ್ಮರು ತರ್ಕಿಸಿದ್ದಾರೆ."

"ಅವರ ತರ್ಕ ಸರಿಯಾಗಿದೆ. ಖಂಡಿತ ಅದು ಹಾಗೇ ಸರಿ" ಚಾಣಕ್ಯ ಹೇಳಿದ, "ಇಂದುಶರ್ಮ ಶ್ರೀಯಕನ ತಾಳಕ್ಕೆ ತಕ್ಕಂತೆ ಕುಣಿಯಲಿ. ನಿರ್ಣಾಯಕ ಪ್ರಸಂಗ ಬಂದಾಗ ಅವನ ದ್ರೋಹವನ್ನು ಅಮಾತ್ಯ ರಾಕ್ಷಸನ ಗಮನಕ್ಕೆ ತಂದು ಅವನ ವಿನಾಶ ಮಾಡಲಿ. ಅದರಿಂದ ಅವನ ಮೇಲೆ ರಾಕ್ಷಸನ ನಂಬಿಕೆ ಬಲಗೊಳ್ಳುತ್ತದೆ. ಆ ನಂಬಿಕೆ ನಮಗೆ ಪ್ರಯೋಜನಕ್ಕೆ ಬರುತ್ತದೆ."

ನಂತರ ಸಮಿದ್ಧಾರ್ಥಕನನ್ನು ಕೇಳಿದಾಗ ಅವನು, ತಾನು ಹೇಳಬೇಕಾದ ವಿಶೇಷವಾದ ವಿಷಯ ಯಾವುದೂ ಇಲ್ಲವೆಂದು ಹೇಳಿದ. "ವಸುಂಧರನ ಮನಸ್ಸಿನಲ್ಲಿ ತನ್ನ ತಂದೆಯ ಸಾವಿನ ಕೋಪ ಇನ್ನೂ ಆರಿಲ್ಲ" ಎಂದ.

"ಅವನ ಕೃಷಿಭೂಮಿಯ ಪಕ್ಕದ ಬೌದ್ಧ ವಿಹಾರದವರ ಜೊತೆ ಮತ್ತೆ ಯಾವ ಘರ್ಷಣೆಯೂ ನಡೆಯಲಿಲ್ಲವೇ ?"

"ಇಲ್ಲ, ಗುರುವಿನ ಕೊಲೆಯಾದ ಮೇಲೆ ಅವರೂ ತಟಸ್ಥ ನೀತಿ ಅನುಸರಿಸುತ್ತಿದ್ದಾರೆ. ಜೊತೆಗೆ ರಾಜನ ಬೆಂಬಲವನ್ನು ಬಿಟ್ಟರೆ ಸಾಮಾನ್ಯ ಜನರ ಬೆಂಬಲವಿಲ್ಲದಿರುವುದರಿಂದ ಅವರು ಸ್ವಲ್ಪ ಹಿಂಜರಿದು ನಡೆಯುವಂತೆ ಕಾಣುತ್ತಿದೆ. ವಸುಂಧರನೂ ಗದ್ದಲ ಮಾಡಿಕೊಳ್ಳಲು ಹೋಗದೆ ಸುಮ್ಮನಿದ್ದಾನೆ. ನಾವು ಕೈಗೊಳ್ಳುವ ಎಲ್ಲ ಕಾರ್ಯಗಳಿಗೂ ಬೆಂಬಲ ನೀಡಲು ಅವನು ಸಿದ್ಧನಾಗಿದ್ದಾನೆ."

"ಅವನ ಸಹಾಯವೂ ಬೇಕಾಗುತ್ತದೆ. ಚಂದ್ರಗುಪ್ತನ ಪರವಾದ ಅಂತಿಮ ಆಂದೋಲನದ ಸಂದರ್ಭದಲ್ಲಿ ನಂದಸೇನೆಯ ಗಮನವನ್ನು ಬೇರೆ ಕಡೆಗೆ ಸೆಳೆಯಲು

ಅವನ ಅಗತ್ಯವಿದೆ. ಆ ವೇಳೆಗೆ ನೀನೂ, ಅವನೂ ಸೇರಿ, ರಹಸ್ಯವಾಗಿ ಅವನ ಬೆಂಬಲಿಗರನ್ನು ಸಿದ್ಧಗೊಳಿಸಬೇಕು. ಆಯುಧ ಹಿಡಿದ ಯೋಧರಿಗಿಂತ, ನಿರಾಯುಧರಾದ ಜನಸಮೂಹದ ಸಂಘಟನೆ ಹೆಚ್ಚು ಪ್ರಯೋಜನಕಾರಿಯೆಂಬುದು ನಿಮ್ಮ ನೆನಪಿನಲ್ಲಿರಲಿ."

"ಆಗಲಿ, ಹಾಗೇ ಮಾಡುತ್ತೇನೆ."

"ನಿಪುಣಕನ ವಿಷಯವೇನು ?"

"ಅವನು ಪಾನಗೃಹದ ಯಜಮಾನ ಸುಮಿತ್ರನ ಪ್ರೀತಿ, ವಿಶ್ವಾಸಗಳನ್ನು ಗೆದ್ದು ಬಿಟ್ಟಿದ್ದಾನೆ. ಅವನು ಇವನಿಗೆ ಏನು ಬೇಕಾದರೂ ಸಹಾಯ ಮಾಡಲು ಸಿದ್ಧನಾಗಿದ್ದಾನೆ. ಇವನು ಸಮಯ ಬಂದಾಗ ಅವನ ಸಹಾಯ ಬೇಡಲು ನಿರ್ಧರಿಸಿದ್ದಾನೆ. ಯಾವಾಗ ಏನು ಕೇಳಿದರೂ ನಡೆಸಿಕೊಡುವುದಾಗಿ ಅವನೂ ಮಾತು ಕೊಟ್ಟಿದ್ದಾನೆ."

"ಭಲೇ ನಿಪುಣಕ!" ಎಂದು ಚಾಣಕ್ಯ ಮೆಚ್ಚಿಗೆಯಿಂದ ಉದ್ಗರಿಸಿದ. "ನಿಜವಾದ ಬುದ್ಧಿವಂತ ಅವನು. ಚಂದ್ರಗುಪ್ತ ಪಾಟಲೀಪುತ್ರಕ್ಕೆ ಬಂದಾಗ ಖಂಡಿತ ಸುಮಿತ್ರನ ಸಹಾಯವನ್ನು ಪಡೆಯುವ ಸಂದರ್ಭ ಬರುತ್ತದೆ."

"ಅಲ್ಲದೆ ಅದೇ ಪಾನಗೃಹದಲ್ಲಿ ಕರಭಕನೆಂಬ ರಾಕ್ಷಸನ ಗೂಢಚಾರ, ಬಹಳ ಕಾಲದಿಂದ ಕೆಲಸಗಾರನ ಸೋಗಿನಲ್ಲಿರುವನಂತೆ. ಅವನೇ ಇವನಿಗೆ ಕೆಲಸ ಕೊಡಿಸಿ, ಮೊದಲ ನಿಷ್ಠೆ ನನಗೆ, ನಂತರ ಸುಮಿತ್ರನಿಗೆ ಎಂದು ಹೇಳಿದನಂತೆ. ಆದೇ ಸಂದೇಹದ ಮೇಲೆ ನಿಪುಣಕ ತನ್ನ ಗುಟ್ಟು ಬಿಟ್ಟು ಕೊಡದೆ ಅವನು ರಾಕ್ಷಸನ ಗೂಢಚಾರನೆಂಬುದನ್ನು ಕಂಡು ಹಿಡಿದಿದ್ದಾನೆ."

"ಬಹಳ ಒಳ್ಳೆಯ ಕೆಲಸ. ಸದಾ ಎಚ್ಚರದಿಂದಿರುವಂತೆ ಅವನಿಗೆ ಹೇಳು. ಸಂದರ್ಭ ಬಂದರೆ ಆ ಕರಭಕನ ಮೂಲಕವೇ ರಾಕ್ಷಸನನ್ನು ದಾರಿ ತಪ್ಪಿಸಲು ಪ್ರಯತ್ನಿಸುವಂತೆ ಹೇಳು."

ನಂತರ ಪಶುಲೋಮ ಶಕಟದಾಸನ ಬಳಿ ಇದ್ದ ಸಿದ್ಧಾರ್ಥಕನ ವಿಷಯ ಹೇಳಿದ, "ಶಕಟದಾಸನಿಗೆ ಮಹಾಸಾತ್ವಿಕನೂ, ಗಣ್ಯನೂ ಆದ ಬೌದ್ಧ ಚಂದನದಾಸನೊಡನೆ ಆಪ್ತ ಸ್ನೇಹವಿದೆಯಂತೆ. ಚಂದನದಾಸ ರಾಕ್ಷಸನ ಆಪ್ತಮಿತ್ರನೆಂಬುದು ನಿಮಗೆ ಗೊತ್ತೇ ಇದೆ."

"ಆ ಕಡೆಯಿಂದ ಸದ್ಯದಲ್ಲಿ ನಾವು ಕೈಗೊಳ್ಳಬೇಕಾದ ಯಾವ ಗುರುತರವಾದ ಕಾರ್ಯಗಳೂ ಹೊಳೆಯುತ್ತಿಲ್ಲ. ಸಮಯ ಬಂದಾಗ ತಿಳಿಸುತ್ತೇನೆ. ಅವನು ತನ್ನ ಕರ್ತವ್ಯದಲ್ಲಿ ಎಚ್ಚರಿಕೆಯಿಂದಿದ್ದರಾಯಿತು."

ನಂತರ, ಶ್ರೀಯಕ ಮಂಗಳೆಯ ಆಶ್ರಯದಲ್ಲಿದ್ದ ಕೇತಕಿಯನ್ನು ತನ್ನ ದುರುದ್ದೇಶಕ್ಕೆ ಬಳಸಲು ಪ್ರಯತ್ನಿಸಿದಾಗ, ಮಂಗಳೆ ಕೇತಕಿಯ ಜೊತೆ ಉಳಿದ ಇಬ್ಬರು ಹುಡುಗಿಯರನ್ನು ಸಹದೇವನ ಬಳಿಗೆ ಕಳಿಸಿದ ವಿಷಯ ತಿಳಿಸಿದ. "ಮಂಗಳೆ ಸುಗಂಧಿಯನ್ನು ಚರಣನೊಂದಿಗೆ, ಕೇತಕಿ ಮತ್ತು ಉಳಿದ ಹುಡುಗಿಯರನ್ನು ಚರಣನ ಮಿತ್ರರೊಂದಿಗೋ ಅಥವಾ ಬೇರೆ ಯಾರಾದರೂ ತರುಣರೊಂದಿಗೋ ವಿವಾಹ ಮಾಡಿಕೊಡಬೇಕೆಂದು ತುಂಬಾ ಆಸೆಯಿರಿಸಿ ಕೊಂಡಿದ್ದಾಳೆ."

"ಒಬ್ಬ ಗಣಿಕೆಯ ಈ ಬಗೆಯ ಆಸೆ ದುರಾಸೆಯಾಗುವುದಿಲ್ಲವೆ, ಎಂಬ ಸಂದೇಹ ನನಗೆ" ಎಂದ ಚಾಣಕ್ಯ.

"ಏಕೆ ದುರಾಸೆಯಾಗುತ್ತದೆ ?" ಅಲ್ಲೇ ಇದ್ದ ವಿಶಾಖ ತಕ್ಷಣ ಪ್ರತಿಕ್ರಿಯಿಸಿದಳು.

"ಹಾಗೆ ನೋಡಿದರೆ ಮಗಧ ಸಿಂಹಾಸನಕ್ಕೆ ಚಂದ್ರಗುಪ್ತ ಆಸೆಪಡುವುದೂ ದುರಾಸೆಯಾಗುವುದಿಲ್ಲವೇ ?"

"ಅಮ್ಮಾ, ಅದಕ್ಕೂ ಇದಕ್ಕೂ ಹೋಲಿಸಬೇಡ. ಅವನು ಕ್ಷತ್ರಿಯ, ಜೊತೆಗೆ ಸಣ್ಣವನೋ ದೊಡ್ಡವನೋ ಒಬ್ಬ ರಾಜನ ಮಗ."

"ಇರಬಹುದು, ಆದರೆ ಅವನು ಮಗಧದ ಸೇನೆಯಲ್ಲಿ ಅತಿ ಸಣ್ಣ ಅಧಿಕಾರಿಯೆಂಬುದೂ ಅಷ್ಟೇ ಸತ್ಯ."

"ಇರಬಹುದು, ಆದರೆ ಅವನಲ್ಲಿ ಶೌರ್ಯ, ಪರಾಕ್ರಮಗಳಿವೆ, ಪ್ರಜಾವಾತ್ಸಲ್ಯವಿದೆ, ರಾಜನಿಗಿರಬೇಕಾದ ಸಕಲ ಸದ್ಗುಣಗಳೂ ಇವೆ. ಎಲ್ಲಕ್ಕಿಂತ ಮಿಗಿಲಾಗಿ ಅವನಲ್ಲಿ ಸ್ವಧರ್ಮ ಪ್ರೀತಿಯಿದೆ."

"ಸುಗಂಧಿಯಲ್ಲಿ, ಕೇತಕಿಯಲ್ಲಿ, ಉಳಿದ ಹುಡುಗಿಯರಲ್ಲಿ ಒಬ್ಬ ಗೃಹಿಣಿಗಿರಬೇಕಾದ ಸಕಲ ಸದ್ಗುಣಗಳೂ ಇರಬಹುದಲ್ಲವೇ ?"

"ನಿನ್ನ ತರ್ಕವನ್ನು ನಾನು ಒಪ್ಪುತ್ತೇನೆ. ಆದರೆ ಸಾಮಾಜಿಕ ಕಟ್ಟಳೆಗಳನ್ನು ಅಷ್ಟು ಸುಲಭವಾಗಿ ಮೀರುವಂತಿಲ್ಲ."

"ಚಾಣಕ್ಯ ನಿನ್ನ ಬಾಯಲ್ಲಿ ಇಂಥ ಮಾತೇ ?" ವಿಶಾಖ ಹಗುರವಾಗಿ ನಕ್ಕುಬಿಟ್ಟಳು. "ನೀನು ಹೇಳುತ್ತಿರುವ ಈ ಕಟ್ಟಳೆಗಳನ್ನು ಮಾಡಿದ ಮೇಲೆ ಹಳೆಯ ಕಟ್ಟಳೆಗಳು ಇರುವುದಿಲ್ಲ. ಅಂಥ ಕಟ್ಟಳೆಗಳನ್ನು ಮಾಡುವ ಸಾಮರ್ಥ್ಯವುಳ್ಳ ನೀನು ಅರ್ಥಹೀನ ಕಟ್ಟಳೆಗಳಿಗೆ ತಲೆಬಾಗುವುದು ಹೇಡಿತನ. ಅವಳು ತಾನು ಬಯಸಿ ಗಣಿಕೆಯಾಗಲಿಲ್ಲ, ಆ ಕುಲದಲ್ಲಿ ಹುಟ್ಟಲು ಅವಳು ಹರಕೆ ಹೊತ್ತಿರಲಿಲ್ಲ, ಗುಣವನ್ನು ಗೌರವಿಸುವಾಗ ಕಟ್ಟಳೆಗಳನ್ನು ಮೀರುವುದು ಅಪರಾಧವಲ್ಲ, ಹಾಗೆ ನೋಡಿದರೆ ಗಣಿಕೆಯರ ಮೂಲಕ ಕೆಲವರ ಸಾಂಸಾರಿಕ ಜೀವನ ಕಲುಷಿತವಾಗುವುದಾದರೂ ತಪ್ಪುತ್ತದೆ. ಚಾಣಕ್ಯ, ಒಂದು ಮಾತನ್ನು ನೀನು ಯಾವಾಗಲೂ ಮರೆಯಬಾರದು. ಅದೇನೆಂದರೆ ಇರುವ ಕಟ್ಟಳೆಗಳೋ, ಹೊಸ ಕಟ್ಟಳೆಗಳೋ ಯಾವುದೇ ಆದರೂ ಎಲ್ಲದರಲ್ಲೂ ಮಿಡಿಯುವ ಹೃದಯ, ಕರಗುವ ಮನಸ್ಸು, ಕರುಣೆಯ ಕಂಬನಿ ಇರಬೇಕು. ಅದಿಲ್ಲದ ಕಟ್ಟಳೆ ಬರೀ ದೌರ್ಜನ್ಯವಾಗುತ್ತದೆ."

ಅವಳ ತರ್ಕ ಸರಣಿಯನ್ನು ಕೇಳುತ್ತ ಚಾಣಕ್ಯ ಮೂಕವಿಸ್ಮಿತನಾದ. ಎಂಥ ಅರ್ಥಪೂರ್ಣವಾದ ಭಾವನೆ ಎನ್ನಿಸಿತು. ಒಣ ಪಾಂಡಿತ್ಯ ಎಷ್ಟೋ ಸಲ ನಿರ್ದಯವಾಗಬಹುದು. ಆದರೆ ಸಹೃದಯತೆಯಲ್ಲಿ ಪಾಂಡಿತ್ಯದ ಹಂಗಿಲ್ಲದ ಮಾರ್ದವತೆಯಿರುತ್ತದೆ, ಎನ್ನಿಸಿತು. ಆ ಮೆಚ್ಚುಗೆಯಲ್ಲೇ ವಿಶಾಖಳತ್ತ ಕೈಜೋಡಿಸಿ ಹೇಳಿದ, "ಅಮ್ಮ, ನಿನ್ನ ಮಾತಿನಲ್ಲಿ ನಿಜವಾದ ಸ್ತ್ರೀತನವಿದೆ ಮತ್ತು ತಾಯ್ತನವಿದೆ. ನಿನ್ನ ಈ ಮಾತನ್ನು ಚಂದ್ರಗುಪ್ತನ ಹೊಸ ಧರ್ಮ ಸಾಮ್ರಾಜ್ಯ ಸ್ಥಾಪನೆಯ ಸಂದರ್ಭದಲ್ಲಿ ಸೂಕ್ತ ರೀತಿಯಲ್ಲಿ ಕಾರ್ಯರೂಪಕ್ಕೆ ತರಲು ಪ್ರಾಮಾಣಿಕವಾಗಿ ಪ್ರಯತ್ನಿಸುತ್ತೇನೆ. ಮಂಗಳೆಯ ಆಸೆ ಈಡೇರಿದರೆ ನನಗೂ ಸಂತೋಷವೇ."

"ಸಾಕು ಚಾಣಕ್ಯ ! ಇಷ್ಟು ಭರವಸೆ ಸಾಕು. ನೊಂದು ಬೆಂದವರ ಮುಖದಲ್ಲಿ ನೋವು ಕರಗಿ, ಹೊಸ ಆನಂದದ ಬೆಳಕು ಕಂಡರೆ ಸಾಕು. ಆ ಒಂದೊಂದು ನಗುವಿಗೂ ಒಂದೊಂದು ಸ್ವರ್ಗದ ಬೆಲೆಯಿರುತ್ತದೆ !"

## ೨

ಮಳೆಗಾಲ ನಿಂತಿತ್ತು. ಪಂಚ ನದಿಗಳಲ್ಲಿ ಪ್ರವಾಹದ ರಭಸ ಕಡಿಮೆಯಾಗಿತ್ತು. ಆದರೆ ಅಲೆಗ್ಸಾಂಡನರ ಆಕ್ರಮಣದ ರಭಸ ಇನ್ನೂ ಕಡಿಮೆಯಾಗಿರಲಿಲ್ಲ. ಪೌರವನ ಸೈನ್ಯವೂ ಜೊತೆಗೂಡಿದ್ದರಿಂದ ಅವನ ಉತ್ಸಾಹ ಇಮ್ಮಡಿಸಿತ್ತು. "ಆರ್ಯಾವರ್ತವನ್ನೇ ಅಲ್ಲದೆ, ಇಡೀ ವಿಶ್ವವನ್ನೇ ಗೆಲ್ಲಬೇಕೆಂಬ ನನ್ನ ಮಹತ್ವಾಕಾಂಕ್ಷೆಗೆ ನೀನು ಜೊತೆ ಸೇರಿದ ಮೇಲೆ ಮತ್ತಷ್ಟು ಬಲ ತಂದಿದೆ ಪೌರವ" ಎಂದ ಅಲೆಗ್ಸಾಂಡರ್ ಒಂದು ದಿನ ಸಂಜೆಯ ಮಾತುಕತೆಯ ಸಂದರ್ಭದಲ್ಲಿ.

ಅದನ್ನು ಕೇಳಿ ಪೌರವನ ಮೈ ಉರಿದುಹೋಯಿತು. 'ಸಣ್ಣ ಪುಟ್ಟ ರಾಜರನ್ನು ಗೆದ್ದು ಮಹಾವೀರನೆಂಬ ಭ್ರಾಂತಿಯಲ್ಲಿರುವ ಮೂರ್ಖ. ವಿಶ್ವವೆಂದರೆ ಏನೆಂದು ತಿಳಿದೆ ! ಅದೇನು ನಿನ್ನ ಮನೆಯ ಮುಂದಿನ ಕೈತೋಟದಷ್ಟು ಚಿಕ್ಕದೆಂದು ಭಾವಿಸಿದೆಯಾ ! ಸಾವಿರಾರು ಜನರನ್ನು ಬಲಿಗೊಟ್ಟು ನೀನು ಮಹಾವೀರನೆಂಬ ಖ್ಯಾತಿ ಪಡೆಯಬೇಕೆ ! ದೇವರ ದಯವಿದ್ದರೆ ನಾನೇ ನಿನ್ನನ್ನು ನಮ್ಮ ರಾಷ್ಟ್ರದಿಂದ ಓಡಿಸಿ, ನೀನು ಗೆದ್ದಿರುವ ಪ್ರದೇಶಗಳಲ್ಲಿ ನನ್ನ ಧ್ವಜ ಹಾರಿಸುತ್ತೇನೆ. ಮಗಧವನ್ನು ಗೆಲ್ಲುವವರೆಗೆ ಮಾತ್ರ ನಾನು ನಿನ್ನ ಆಜ್ಞಾನುವರ್ತಿ. ಆಮೇಲೆ ನೋಡುವೆಯಂತೆ ಈ ಪೌರವನ ಪರಾಕ್ರಮವನ್ನು, ಜಾಣತನವನ್ನು!' ಎಂದು ಪೌರವ ಮನಸ್ಸಿನಲ್ಲೇ ಅಂದುಕೊಂಡ.

"ಏಕೆ ಸುಮ್ಮನಾದೆ ? ಏನು ಯೋಚನೆ ?" ಎಂದು ಅಲೆಗ್ಸಾಂಡರ್ ಪೌರವನತ್ತ ಕುತೂಹಲದಿಂದ ನೋಡಿದ.

"ಯೋಚನೆ ಮಾಡಲು ಯಾವ ಕಾರಣವಿದೆ ? ಆದರೆ ಒಂದು ಸಂದೇಹವಂತೂ ಇದೆ."

"ಏನದು ? ಏನು ಸಂದೇಹ ?"

"ನಿನ್ನ ಜೊತೆಯಲ್ಲಿರುವ ಸೈನಿಕರು ಎಲ್ಲಿಯವರೆಗೆ ಜೊತೆಯಾಗಿ ನಿಲ್ಲುವರೆಂಬ ಸಂದೇಹ."

"ಅಂದರೆ ?"

"ಮನೆ, ಕುಟುಂಬಗಳನ್ನು ಬಿಟ್ಟು ಯಾರೇ ಆದರೂ, ಎಷ್ಟು ಕಾಲ ಹೀಗೆ ನಿರಂತರವಾಗಿ ಯುದ್ಧದಲ್ಲಿ ಭಾಗವಹಿಸುತ್ತಾರೆ ? ಜೊತೆಗೆ ತಮ್ಮ ಜೊತೆಯವರ ಸಾವುಗಳೂ ಅವರ ಮನಸ್ಸಿನ ಮೇಲೆ ಪ್ರಬಲವಾದ ಪರಿಣಾಮ ಬೀರುತ್ತವಲ್ಲವೇ ?"

"ಅಂಥ ಪ್ರಸಂಗ ಬಂದರೆ ಸಂಬಳ ಹೆಚ್ಚು ಮಾಡುತ್ತೇನೆ. ಹೊಸಬರನ್ನು ಸೈನ್ಯಕ್ಕೆ ಸೇರಿಸಿಕೊಳ್ಳುತ್ತೇನೆ."

"ಏನೇ ಆದರೂ ನಿಮ್ಮ ದೇಶದಿಂದ ಹೆಚ್ಚಿನ ಸೈನ್ಯವನ್ನು ತರಿಸುವುದಂತೂ ಸಾಧ್ಯವಿಲ್ಲ. ಸ್ಥಳೀಯರಿಂದಲೇ ಕೂಡಿದ ಸೈನ್ಯ ನಿನ್ನ ಸೈನ್ಯ ಹೇಗಾಗುತ್ತದೆ ?"

ತುಸು ವಿಚಲಿತನಾದವನಂತೆ ಕಂಡು ಬಂದ ಅಲೆಗ್ಸಾಂಡರ್ "ಹಾಗಾದರೆ ಸ್ಥಳೀಯರು ನನಗೆ ದ್ರೋಹ ಬಗೆಯುವರೆಂದು ನಿನ್ನ ಭಾವನೆಯೇ ?" ಎಂದ.

"ನಿಮಗೆ ದ್ರೋಹ ಬಗೆಯುವುದಿಲ್ಲ, ತಮ್ಮ ನಾಡಿಗೆ ನಿಷ್ಠೆ ತೋರಿಸುತ್ತಾರೆಂದಿಟ್ಟುಕೊಳ್ಳಿ."

"ಎರಡರ ಅರ್ಥವೂ ಒಂದೇ ಅಲ್ಲವೇ ?" ಅಲೆಗ್ಸಾಂಡರ್ ನಕ್ಕ. "ಹಾಗಾಗುವುದಕ್ಕೆ ಸಾಧ್ಯವೇ ಇಲ್ಲ. ಇಲ್ಲಿಯ ಜನರಿಗೆ ಸಂಬಳ ಸಿಕ್ಕಿದರೆ ಸಾಕು, ಯಾರ ಸೇವೆಯನ್ನು ಬೇಕಾದರೂ ಮಾಡುತ್ತಾರೆ."

ತನ್ನ ನಾಡಿನ ಜನರನ್ನು ಕೀಳಾಗಿ ಭಾವಿಸಿದನೆಂದು ಪೌರವನಿಗೆ ಕ್ರೋಧ ಉಕ್ಕಿ ಬಂತು. ಆದರೂ ತಡೆದುಕೊಂಡು ಹೇಳಿದ, "ಎಲ್ಲರೂ ಹಾಗೆಯೇ ಎಂದು ಭಾವಿಸುವುದು ತಪ್ಪು. ಕೆಲವರಿರಬಹುದು, ನಿಮ್ಮ ದೇಶದಲ್ಲೂ ಅಂಥವರು ಇದ್ದೇ ಇರುತ್ತಾರೆ. ಇದೆಲ್ಲ ಮನುಷ್ಯರ ಸಹಜ ಸ್ವಭಾವ."

"ನನ್ನ ಮಾತಿಗೆ ನೀವು ನೊಂದುಕೊಳ್ಳಬೇಕಾಗಿಲ್ಲ. ನಿಮ್ಮ ಬಗ್ಗೆ, ನಿಮ್ಮ ಸೈನ್ಯದ ಬಗ್ಗೆ ನನಗೆ ಅಭಿಮಾನವಿದೆ, ಗೌರವವಿದೆ. ಈಗ ಆ ವಿಷಯ ಬಿಡಿ."

'ನಿನಗೆ ಸಹಾಯವಾಗುವವರೆಗೆ ಮಾತ್ರ ಈ ಅಭಿಮಾನ, ಗೌರವಗಳೆಂದು ನನಗೆ ಗೊತ್ತು' ಎಂದು ಪೌರವ ಮನಸ್ಸಿನಲ್ಲೇ ಅಂದುಕೊಂಡ.

★ ★ ★

ಮರುದಿನ ಸಂಜೆ ಸಿಂಹಸೇನನೊಬ್ಬನೇ ಗಿರಿನಾಥನನ್ನು ಭೇಟಿ ಮಾಡಿದ. ಅವನಿಗೆ ಅಗತ್ಯವಾದ ಕೆಲವು ಪದಾರ್ಥಗಳನ್ನು ಉಚಿತವಾಗಿ ನೀಡಿದ. ಅವನು ಆಸೆಯಿಂದ ಪ್ರಾಣಬಿಡುತ್ತಿದ್ದ ಮದ್ಯವನ್ನು ನೀಡಿದಾಗ ಮಾತ್ರ ಅವನು ಒಂದು ಸಾಮ್ರಾಜ್ಯವೇ ಕೈವಶವಾದಷ್ಟು ಆನಂದದಿಂದ ಕುಡಿದ. "ಇದೊಂದನ್ನು ತಂದು ಕೊಟ್ಟುಬಿಟ್ಟರೆ, ದೇವರ ಬದಲು ನಿನ್ನನ್ನೇ ಪೂಜಿಸುತ್ತೇನೆ" ಎಂದ ಅವನು ಉಲ್ಲಾಸದಿಂದ.

"ನಾನೇನೋ ತಂದುಕೊಡಬಲ್ಲೆ. ಆದರೆ ಇನ್ನೆಷ್ಟು ದಿನ? ಈ ಅವಕಾಶ ಬಹು ಬೇಗನೆ ಮುಗಿದುಹೋಗಬಹುದು."

"ಏನಾಯಿತು ? ನಿನ್ನನ್ನು ಯಾರಾದರೂ ಅಡ್ಡಿಪಡಿಸಿದರೇ ? ನಮ್ಮ ದೊರೆ ಆಂಭೀಕನಿಗೆ ಹೇಳಿ ವ್ಯಾಪಾರ ಮಾಡಲು ವಿಶೇಷ ಅನುಮತಿ ಕೊಡಿಸಲೇ ?"

"ಬೇಡ, ಅದರ ಅಗತ್ಯವಿಲ್ಲ. ಅದಿರಲಿ, ನಾನು ಆ ದಿನ ಹೇಳಿದ ವಿಷಯದ ಬಗ್ಗೆ ಆಲೋಚಿಸಿದೆಯಾ ?"

"ಯಾವ ವಿಷಯ ?"

"ಅದೇ ನನ್ನ ನಿನ್ನ ಅನುಕೂಲಗಳ ಬಗ್ಗೆ. ಈ ಯುದ್ಧದ ಗಡಿಬಿಡಿಯಿಂದ ದೂರವಾಗಿ ಒಂದಷ್ಟು ಧನ ಮಾಡಿಕೊಂಡು ಸುಖವಾಗಿರಬೇಕೆಂಬ ವಿಷಯದ ಬಗ್ಗೆ."

"ಅದರಲ್ಲಿ ಆಲೋಚಿಸುವುದು ಏನಿದೆ? ಅಂಥ ಅವಕಾಶ ಸಿಗುವುದಾದರೆ ನಾನು ಏನು ಬೇಕಾದರೂ ಮಾಡಲು ಸಿದ್ಧ."

"ಅಂಥ ಅವಕಾಶ ಈಗ ಬಂದಿದೆ. ಅದನ್ನು ನಾವು, ನೀನು ಕೂಡಿಯೇ ಉಪಯೋಗಿಸಿಕೊಳ್ಳಬಹುದು. ಮೊದಲು ಇದನ್ನು ತೆಗೆದುಕೋ" ಎಂದು ಒಂದು ಸಣ್ಣ ಚೀಲವನ್ನು ಸಿಂಹಸೇನ ಗಿರಿನಾಥನಿಗೆ ಕೊಟ್ಟ.

ಅವನು ಚೀಲದ ಬಾಯಿ ತೆರೆದು ನೋಡಿ, ಅವು ಸುವರ್ಣಮುದ್ರೆಗಳೆಂದು ಅರಿವಾಗಿ, "ಇದಕ್ಕಾಗಿ ನಾನು ಎಂಥ ಕೆಟ್ಟ ಕೆಲಸ ಮಾಡಲೂ ಹಿಂಜರಿಯುವುದಿಲ್ಲ"

ಎಂದು ಒಂದು ದೊಡ್ಡ ಗುಟುಕು ಮದ್ಯವನ್ನು ಹೀರಿದ. ಆ ಮುದ್ರೆಗಳನ್ನು ಆಸೆಯಿಂದ ಮತ್ತೆ ಮತ್ತೆ ಮುಟ್ಟಿ ನೋಡಿದ.

"ಇದು ಸಾವಿರದಲ್ಲೊಂದು ಭಾಗ ಅಷ್ಟೆ"

"ಅಂದರೆ, ಇದರ ಸಾವಿರ ಪಟ್ಟೆಂದರೆ, ಇಡೀ ತಕ್ಷಶಿಲೆಯಲ್ಲೇ ನಾನು ದೊಡ್ಡ ಶ್ರೀಮಂತನಾಗಿಬಿಡುತ್ತೇನೆ !"

"ಹೌದು, ಇಲ್ಲಿ ಅಷ್ಟೊಂದು ಸುವರ್ಣವನ್ನು ಕೊಟ್ಟರೆ ನಿನಗೇ ಅಪಾಯ."

"ಹೌದು, ಒಬ್ಬ ಸೈನಿಕನ ಬಳಿ ಇಷ್ಟೊಂದು ಸುವರ್ಣ ಹೇಗೆ ಬಂತೆಂದು ಹಿಡಿದು ವಿಚಾರಣೆಗೆ ಒಳಪಡಿಸಿದರೂ ಆಶ್ಚರ್ಯವಿಲ್ಲ, ಸರಿ, ನಾನು ಮಾಡಬೇಕಾದ ಕೆಲಸವೇನು ಹೇಳು."

"ಗಾಂಧಾರದ ಸೈನ್ಯದಲ್ಲಿ ನಿನಗೆ ಆಪ್ತರಾದವರು ಎಷ್ಟು ಮಂದಿ ಇದ್ದಾರೆ ?"

"ಬೇಕಾದಷ್ಟು ಜನ ಇದ್ದಾರೆ. ನಿಜ ಹೇಳಬೇಕೆಂದರೆ ನಮ್ಮ ಇಡೀ ಸೈನ್ಯವೇ ಅಸಮಾಧಾನದಿಂದ ಕುದಿಯುತ್ತಿದೆ."

"ಕಾರಣ ?"

"ಮೊದಲ ಕಾರಣ, ನಮ್ಮ ರಾಜ ಆಂಭೀಕ ಸುಲಭವಾಗಿ ಶರಣಾಗತನಾಗಿ, ನಾವೆಲ್ಲ ಅಲೆಗ್ಸಾಂಡರನ ಸೈನ್ಯದೊಂದಿಗೆ ಬರಬೇಕಾದ ಅನಿವಾರ್ಯ ಪರಿಸ್ಥಿತಿ. ಎರಡನೆಯದು, ಇಲ್ಲಿ ನಮ್ಮನ್ನು ಯವನ ಸೈನಿಕರಿಗಿಂತ ಕೀಳು ರೀತಿಯಲ್ಲಿ ಕಾಣುವುದು. ಎಲ್ಲಕ್ಕಿಂತ ಮುಖ್ಯವಾದ ಪ್ರಬಲ ಕಾರಣವೆಂದರೆ, ಪೌರವನನ್ನು ಆದರಿಸಿ ಅಲೆಗ್ಸಾಂಡರ್ ನಮ್ಮ ರಾಜನನ್ನು ಕಡೆಗಣಿಸಿದ್ದು."

"ಬೇರೆ ಗುಂಪಿನ ಸೈನ್ಯದಲ್ಲಿ ಕೆಲವರ ಸ್ನೇಹವಿರಬೇಕಲ್ಲವೇ ?"

"ಕೆಲವರಲ್ಲ, ಹಲವರು ಎಂದು ಹೇಳು. ಅಷ್ಟೇ ಅಲ್ಲ ಯವನರ ಸೈನ್ಯದಲ್ಲೂ ಕೆಲವರ ಪರಿಚಯ ನನಗಿದೆ. ಆದರೆ ಪೌರವನ ಸೈನ್ಯದಲ್ಲಿ ನನಗೆ ಯಾರ ಪರಿಚಯವೂ ಇಲ್ಲ."

ಈಗ ನೀನು ಮಾಡಬೇಕಾದ ಕೆಲಸವೆಂದರೆ, ನಿನಗೆ ಪರಿಚಿತರಾದ ಸ್ಥಳೀಯ ಸೈನಿಕರು, ಮಗಧದ ಮೇಲೆ ಆಕ್ರಮಣ ಮಾಡಬೇಕೆಂದು ನಿರ್ಧಾರವಾಗುವ ಸಂದರ್ಭದಲ್ಲಿ ಹಿಂದಿರುಗಲು ಹಠಹಿಡಿಯುವಂತೆ ಮಾಡಬೇಕು. ಆ ಮುಖ್ಯ ವ್ಯಕ್ತಿಗಳಿಗೆ ಸೂಕ್ತ ಬಹುಮಾನ ಕೊಡಿಸುವ ಹೊಣೆ ನನ್ನದು. ಬೇಕಾದರೆ, ಹೆಚ್ಚಿನ ಸಂಬಳಕ್ಕೆ ಕೆಲಸ ಮಾಡುವುದಾದರೆ ನಮ್ಮ ಜೊತೆಗೆ ಬರಬಹುದು. ಅದು ಈಗ ಪಡೆಯುತ್ತಿರುವ ಸಂಬಳದ ಎರಡರಷ್ಟಿರುತ್ತದೆ."

"ಹಾಗಾದರೆ ಸಾವಿರಾರು ಜನ ಸಿದ್ಧರಾಗುತ್ತಾರೆ."

"ಎಷ್ಟು ಸಾವಿರವಾದರೂ ಅವರೆಲ್ಲ ನಮಗೆ ಬೇಕು. ಇನ್ನೊಂದು ನೀನು ಮಾಡಬೇಕಾದ ಮುಖ್ಯವಾದ ಕೆಲಸವೆಂದರೆ ಯವನ ಸೈನಿಕರಲ್ಲಿ, ಮಗಧದ ರಾಜ, ಅಮಾತ್ಯರಾಕ್ಷಸ ಮತ್ತು ಅವರ ಸೈನಿಕರ ಬುದ್ಧಿ ಪರಾಕ್ರಮಗಳನ್ನು ಬಣ್ಣ ಕಟ್ಟಿ ಬಣ್ಣಿಸಬೇಕು. ಮಗಧದ ಗಡಿ ದಾಟಿ ಒಳಗೆ ಹೋದರೆ ಒಬ್ಬನೇ ಒಬ್ಬ ಯೋಧನೂ ಜೀವಸಹಿತ ಹಿಂದಿರುಗುವುದು ಸಾಧ್ಯವಿಲ್ಲ ವೆಂದು ಹೇಳು. ವಾಸ್ತವವಾಗಿ ಧನನಂದನ ಬಳಿ ಆರು ಲಕ್ಷ ಸೈನ್ಯವಿದೆ. ಸಾವಿರಾರು ಆನೆಗಳಿವೆ. ಒಂದೊಂದು ಆನೆ ನೂರಾರು ಸೈನಿಕರನ್ನು ತುಳಿದುಹಾಕುತ್ತವೆ. ಆ ಸಂಖ್ಯೆಯನ್ನು ಇಮ್ಮಡಿ

ಮಾಡಿ ಹೇಳು. ಸ್ಥಳೀಯರ ಸೈನ್ಯ ತಟಸ್ಥವಾದಾಗ, ಈ ಭೀತಿಯೂ ಮನಸ್ಸಿನಲ್ಲಿ ಭದ್ರವಾಗಿ ಬೇರೂರಿದರೆ ಯವನ ಸೈನ್ಯ ಮುಂದುವರಿಯಲು ನಿರಾಕರಿಸುತ್ತದೆ. ಅಲೆಗ್ಸಾಂಡರ್ ಅನಿವಾರ್ಯವಾಗಿ ತನ್ನ ದೇಶಕ್ಕೆ ಹಿಂದಿರುಗಬೇಕಾಗುತ್ತದೆ. ಇದು ಸಾಧ್ಯವಾದರೆ ಆರ್ಯಾವರ್ತವನ್ನು ರಕ್ಷಿಸಿದ ಶ್ರೇಯಸ್ಸಿನಲ್ಲಿ ನಿನಗೂ ಪಾಲು ಸಲ್ಲುತ್ತದೆ. ಜೊತೆಗೆ ನೀನು ಕನಸಿನಲ್ಲೂ ನೆನೆಸದಷ್ಟು ಸಂಪತ್ತೂ ದೊರೆಯುತ್ತದೆ. ಸದ್ಯಕ್ಕೆ ನೀನು ನಿನ್ನ ಜೊತೆ ಬರಲಿರುವ ಸೈನ್ಯದ ನಾಯಕನೂ ಆಗಬಹುದು.''

"ಆಗಲಿ ಸಿಂಹಸೇನ. ಖಂಡಿತ ನಾನು ಈ ಕೆಲಸವನ್ನು ಮಾಡಬಲ್ಲೆ. ಆದರೆ, ನೀನು ಯಾರ ಪರವಾಗಿ ಈ ಕೆಲಸ ಮಾಡುತ್ತಿದ್ದಿ? ಅವರ ಹೆಸರೇನೆಂದು ನಾನು ತಿಳಿಯಬಹುದೇ ?''

"ತಿಳಿಯಬೇಕು. ಖಂಡಿತ ನಿನಗೆ ತಿಳಿಯುತ್ತದೆ. ಆದರೆ ಅದಕ್ಕೆ ಇನ್ನೂ ಕಾಲ ಪಕ್ವವಾಗಿಲ್ಲ. ಏಕೆಂದರೆ ಅತಿ ಸೂಕ್ಷ್ಮವಾದ ಆ ಸಂಗತಿ ಈಗ ರಹಸ್ಯವಾಗಿರುವುದೇ ಒಳ್ಳೆಯದು. ಇಲ್ಲಿಂದ ಕಾಲ್ತೆಗೆದ ಕೂಡಲೇ, ಅವರು ಯಾರೆಂದು ತಿಳಿಸಿಯೇ ನಿನ್ನನ್ನು ಕೆಲಸದಲ್ಲಿ ತೊಡಗಿಸುತ್ತೇನೆ. ನನ್ನ ಮೇಲೆ ನಂಬಿಕೆಯಿದೆಯೇ ?''

"ಖಂಡಿತ ನಂಬಿಕೆಯಿದೆ. ನೀನು ನಿಶ್ಚಿಂತೆಯಿಂದಿರು.''

"ನಿನ್ನ ಕಾರ್ಯದ ಪ್ರಗತಿಯನ್ನು ನಾಲ್ಕೈದು ದಿನಗಳಿಗೊಮ್ಮೆ ನನಗೆ ಅಥವಾ ನನ್ನ ಮಿತ್ರರಿಗೆ ತಿಳಿಸು. ನಿತ್ಯ ನೋಡುವುದು ಬೇಡ. ಯಾರಾದರೂ ಚುರುಕು ಬುದ್ಧಿಯವರು ಸಂದೇಹ ಪಟ್ಟರೆ ಕಷ್ಟ'' ಎಂದು ಹೇಳಿ ಸಿಂಹಸೇನ ಸ್ವಲ್ಪ ದೊಡ್ಡದಾದ ಸುವರ್ಣ ಮುದ್ರೆಗಳ ಇನ್ನೊಂದು ಚೀಲವನ್ನು ಕೊಟ್ಟು ಹೇಳಿದ, "ಇದು ನಿನ್ನ ಮಿತ್ರರಿಗೆ ತಾತ್ಕಾಲಿಕವಾಗಿ ಕೊಡಲು. ನೆನಪಿರಲಿ, ಅವರ ಮನಸ್ಸಿನಲ್ಲಿ ಈ ಕೆಲಸಕ್ಕೆ ಒಪ್ಪಿದರೆ ಎರಡು ಪಟ್ಟು ಸಂಬಳ, ಜೊತೆಗೆ ಆರ್ಯಾವರ್ತಕ್ಕೆ ಒಳ್ಳೆಯದು ಮಾಡಿದ ಸಮಾಧಾನ, ಎರಡೂ ದೊರೆಯುವುದೆಂದು ಮನವರಿಕೆ ಮಾಡಿ ಕೊಡಬೇಕು.''

"ಅದರ ಹೊಣೆ ನನಗಿರಲಿ ಸಿಂಹಸೇನ. ಕೊಳೆತ ಪ್ರಾಣಿಯ ದುರ್ಗಂಧ ಕಣ್ಣುಮುಚ್ಚಿ ತೆರೆಯುವಷ್ಟರಲ್ಲಿ ಹೇಗೆ ಇಡೀ ವಾತಾವರಣವನ್ನು ತುಂಬಿಕೊಳ್ಳುವುದೋ ಹಾಗೆ ನನ್ನ ಕೆಲಸವನ್ನು ಮಾಡುತ್ತೇನೆ.''

"ಎಚ್ಚರ ಗಿರಿನಾಥ, ಸುದ್ದಿ ಹರಡಲಿ. ಆದರೆ ಅದು ತಕ್ಷಣ ಪ್ರಕಟವಾಗುವುದು ಬೇಡ. ಏಕೆಂದರೆ ಸುದ್ದಿ ಮೂಲದ ಶೋಧನೆಗೆ ತೊಡಗಿದರೆ ನೀನೇ ಸಿಕ್ಕಿಬೀಳುತ್ತೀಯ.''

"ಹೌದು, ನಿನ್ನ ಮಾತು ನಿಜ. ಬೀಜ ಬಿತ್ತಬೇಕು. ಅದು ನಿಧಾನವಾಗಿ ಮೊಳಕೆಯೊಡೆಯಬೇಕು. ಮಗಧದತ್ತ ಸೈನ್ಯ ಹೊರಡುವ ಮೊದಲು ಫಲ ಕೊಡಬೇಕು. ಅಲ್ಲವೇ ?''

"ಬುದ್ಧಿವಂತ ! ಬೇಗ ಗ್ರಹಿಸಿದೆ'' ಎಂದ ಸಿಂಹಸೇನ ಸಮಾಧಾನದಿಂದ.

★ ★ ★

ಅಲೆಗ್ಸಾಂಡರನ ಸೈನ್ಯ ಇನ್ನಷ್ಟು ಮುಂದೆ ಹೋಯಿತು. ಇನ್ನೂ ಕೆಲವು ಯುದ್ಧಗಳು ನಡೆದವು. ಹಲವು ಶರಣಾಗತಿಗಳಾದವು. ಸಾವಿರಾರು ಯೋಧರು ಹತರಾದರು. ಕಂದಹಾರದ ಅಶ್ವಕರು ಅಲ್ಲಿಯ ಯವನ ಪ್ರತಿನಿಧಿ ನಿರನಾರ್‌ನನ್ನು ಕೊಂದ ಸುದ್ದಿ ಬಂತು. ತಾನು ಗೆದ್ದ

ಪ್ರಾಂತಗಳಲ್ಲಿ ದಂಗೆಗಳಾದ ಸುದ್ದಿಗಳು ಬರತೊಡಗಿದವು. ಅವನ ಉತ್ಸಾಹ ಕಡಿಮೆಯಾಗ ತೊಡಗಿತು. ತಾನು ಗೆಲ್ಲುತ್ತಾ ಮುಂದೆ ಹೋದಂತೆ, ಗೆದ್ದ ಪ್ರಾಂತಗಳು ಮತ್ತೆ ಒಂದೊಂದಾಗಿ ಕೈಬಿಟ್ಟು ಹೋದರೆ ಏನು ಪ್ರಯೋಜನ? ಎಂದು ಅವನು ಚಿಂತಿತನಾದ. ತನ್ನ ಚಿಂತೆಯನ್ನು ಅವನು ಪೌರವನೊಂದಿಗೂ ತೋಡಿಕೊಂಡ.

ಪೌರವ ಒಳಗೇ ಸಂತೋಷಪಟ್ಟ. 'ಮಗಧವನ್ನು ಗೆದ್ದ ಕೂಡಲೇ, ನಿನ್ನನ್ನು ನಿನ್ನ ದೇಶಕ್ಕೆ ಓಡಿಸಲು ನಾನೇ ಎಲ್ಲ ವ್ಯವಸ್ಥೆ ಮಾಡುತ್ತೇನೆ' ಎಂದು ಒಳಗೇ ಅಂದುಕೊಂಡ. ಮೇಲೆ ಮಾತ್ರ ತಾನೂ ಆತಂಕಗೊಂಡವನಂತೆ ಹೇಳಿದ, "ಹೌದು, ಇದು ಯೋಚಿಸಬೇಕಾದ ವಿಷಯವೇ. ಆದರೆ ತಕ್ಷಣ ಹಿಂದಿರುಗಿ ಹೋಗಿ, ನಾವೇ ಅದನ್ನು ಸರಿಪಡಿಸುವುದು ಸಾಧ್ಯವಿಲ್ಲ. ಸ್ವಲ್ಪ ಸೈನ್ಯವನ್ನು ಆ ಕಡೆಗೆ ಕಳಿಸಿದರೂ, ಆ ಕೊರತೆ ಇಲ್ಲಿ ಪರಿಣಾಮ ಬೀರಬಹುದು."

"ಹೌದು, ಅದು ಸಾಧ್ಯವಿಲ್ಲ" ಅಲೆಗ್ಸಾಂಡರ್ ಹೇಳಿದ, "ಬೇರೆ ಉಪಾಯವೇನು?"

"ಮೊದಲು ಮಗಧವನ್ನು ಗೆದ್ದುಬಿಡೋಣ. ಅಲ್ಲಿ ಅಪಾರವಾದ ಸೈನ್ಯವಿದೆ. ಅಲ್ಲದೆ ಮಗಧ ನಮ್ಮ ಕೈವಶವಾದರೆ ದಂಗೆಯೇಳಿಸುವ ಜನ ಮತ್ತು ಸಣ್ಣಪುಟ್ಟ ರಾಜರೆಲ್ಲ ಹೆದರಿ ಮತ್ತೆ ನಿನ್ನ ಅಧಿಕಾರಕ್ಕೇ ನಿಷ್ಠೆ ವ್ಯಕ್ತಪಡಿಸುತ್ತಾರೆ. ಸಮಸ್ಯೆ ಸುಲಭವಾಗಿ ಪರಿಹಾರವಾಗುತ್ತದೆ."

"ಒಳ್ಳೆಯ ಸಲಹೆ. ನನಗೆ ದಿಕ್ಕೇ ತೋಚದಂತಾಗಿತ್ತು. ನಿನ್ನ ಸಲಹೆಯಂತೆ ನಡೆದು ಕೊಂಡರೆ ಆರ್ಯಾವರ್ತದಲ್ಲಿ ನಾನು ಜಯಿಸಿದ ನಾಡುಗಳನ್ನು ಉಳಿಸಿಕೊಳ್ಳುವುದು ಸಾಧ್ಯವಾಗುತ್ತದೆ."

★ ★ ★

ಇದೇ ಸಮಯದಲ್ಲಿ ತನ್ನ ಗುಡಾರದಲ್ಲಿ ಆಂಭೀಕ ಅಸಹನೆಯಿಂದ ಕುದಿಯುತ್ತಿದ್ದ. ತನ್ನೆದುರಿಗೇ ತನ್ನ ಶತ್ರು ಬೆಳೆಯುತ್ತಿದ್ದ. ಬೆಳೆದು ಮೆರೆಯುತ್ತಿದ್ದ. 'ನೀನೊಂದು ನಿಕೃಷ್ಟ ವ್ಯಕ್ತಿ' ಎಂಬಂತೆ ಕಡೆಗಣಿಸಿ ನಡೆಯುತ್ತಿದ್ದ. 'ಏನೇ ಆಗಲಿ ಈ ವಿದೇಶೀಯರು ದ್ರೋಹಿಗಳು! ಅವರನ್ನು ನಂಬಿ ನಾನು ಮೋಸ ಹೋದೆ. ತಮ್ಮ ಕೆಲಸವಾಗಬೇಕಾದರೆ ಯಾವ ನಿಬಂಧನೆ ಗಳಿಗಾದರೂ ಒಪ್ಪಿ ತೋಳು ತೆರೆದು ಸ್ವಾಗತಿಸುತ್ತಾರೆ. ಉಡುಗೊರೆಗಳನ್ನೂ ನೀಡುತ್ತಾರೆ, ಪಡೆಯುತ್ತಾರೆ. ಅವೆಲ್ಲ ತಮ್ಮ ಭದ್ರವಾದ ಸ್ನೇಹದ ಸಂಕೇತವೆಂದು ಬಡಬಡಿಸುತ್ತಾರೆ. ಆದರೆ, ಕೆಲಸವಾದ ನಂತರ ಅವರು ನೋಡುವ ನೋಟ, ಮಾತಿನ ಧಾಟಿ, ನಡೆಸಿಕೊಳ್ಳುವ ರೀತಿ ಎಲ್ಲ ಬದಲಾಗಿಬಿಡುತ್ತವೆ.

'ಹೌದು, ನಾನೀಗ ಅಲೆಗ್ಸಾಂಡರನಿಗೆ ಬೇಡದ ಅತಿಥಿ. ಏಕೆಂದರೆ ಅವನೀಗ ಆರಂಭದ ಆತಂಕವನ್ನು ದಾಟಿ ಗೆಲುವಿನ ವಿಜೃಂಭಣೆಯಿಂದ ಮೆರೆಯುತ್ತಿದ್ದಾನೆ. ಆ ಪೌರವನ ದೊಡ್ಡ ಸೈನ್ಯ ಬೇರೆ ಸಿಕ್ಕಿಬಿಟ್ಟಿದೆ. ಅವನು ಹೇಳಿದ್ದೇ ವೇದ, ಅವನು ಕೊಟ್ಟದ್ದೇ ಸಲಹೆ! ಗೆದ್ದ ನಾಡುಗಳೆಲ್ಲ ಅವನ ರಾಜ್ಯಕ್ಕೆ ಸೇರ್ಪಡೆ!

ಈಗ ಅಲೆಗ್ಸಾಂಡರನಿಗೆ ನನ್ನ ನೆನಪು ಬರುವುದೂ ಕಷ್ಟ. ಮಹಾ ಸ್ವಾಭಿಮಾನಿಯಂತೆ ಆ ಪೌರವ ವೀರಲಾಪವನ್ನು ಮಾಡಿದ್ದೇನು! ಯವನರನ್ನು ಓಡಿಸಿಯೇ ಬಿಡುವುದಾಗಿ

ಘೋಷಿಸಿದ ಪ್ರತಿಜ್ಞೆಗಳೇನು! ಅದನ್ನೆಲ್ಲ ಮೆಚ್ಚೋಣ! ತನ್ನ ಇಬ್ಬರು ಮಕ್ಕಳನ್ನು ಯುದ್ಧದಲ್ಲಿ ಕಳೆದುಕೊಂಡರೂ, ಈ ವಯಸ್ಸಿನಲ್ಲಿ ಧೀರನಂತೆ ಹೋರಾಡಿದ ಅವನ ಶೌರ್ಯವನ್ನು ಪ್ರಶಂಸಿಸೋಣ! ಆದರೆ ಕಡೆಯಲ್ಲಿ ಅವನು ಮಾಡಿದ್ದೇನು! ಅಲೆಗ್ಸಾಂಡರ್ ಅವನನ್ನು ವೀರನೆಂದು ಮೆಚ್ಚಿದ! ಇವನು ಅವನೊಡನೆ ದಂಡಯಾತ್ರೆಯಲ್ಲಿ ಭಾಗವಹಿಸಲು ಸಮ್ಮತಿಸಿದ! ಅವನು ಹಾಗೆ ಮಾಡಿದ್ದು ಸರಿ, ಯಾವ ಪ್ರಾಣಹಾನಿಯೂ ಇಲ್ಲದೆ ಶರಣಾಗತ ನಾದದ್ದು ನನ್ನ ತಪ್ಪು! ಅವನದು ಸ್ವದೇಶಾಭಿಮಾನ! ನನ್ನದು ದೇಶದ್ರೋಹ!

'ಅವನು ಎಲ್ಲಾದರೂ ಹಾಳಾಗಿ ಹೋಗಲಿ! ಆದರೆ ಅವನು ಅಲೆಗ್ಸಾಂಡರನ ಜೊತೆಯಲ್ಲಿ ಸೇರಿಕೊಂಡು ನನ್ನ ಸ್ಥಾನಮಾನಗಳು ಹಾಳಾಗುವಂತೆ ಮಾಡಿಬಿಟ್ಟನಲ್ಲ! ಯುದ್ಧ ಮಾಡಿ ಸೋತು, ಸೆರೆಮನೆಯಲ್ಲಿ ಕೊಳೆಯುವುದಕ್ಕಿಂತಲೂ ಹೀನಾಯವಾಗಿದೆ ನನ್ನ ಸ್ಥಿತಿ!

'ನನ್ನದು ನೀಚತನವೆಂದು ಹೀಗಳೆದ ಆ ಪೌರವ ತಾನು ಮಾತ್ರ ನನ್ನ ಮೇಲೆ ದ್ವೇಷಕಾರಿ, ವಿದೇಶೀಯರ ಜೊತೆ ಕೈಜೋಡಿಸಲು ನಾಚಿಕೆಯಾಗಲಿಲ್ಲವೇ? ಅಲೆಗ್ಸಾಂಡರನಿಗೆ ಇನ್ನೂ ಅವನ ವಿಷಯ ಗೊತ್ತಿಲ್ಲ, ಹತ್ತಿರವೇ ಇದ್ದು ಸಮಯ ನೋಡಿ ಕುತ್ತಿಗೆಗೇ ಕೈ ಹಾಕಿ ಕಣ್ಣು ಕಣ್ಣು ಬಿಡುವಾಗ ಅವನಿಗೆ ತನ್ನ ತಪ್ಪಿನ ಅರಿವಾಗುತ್ತದೆ. ಬಹುಶಃ ಮಗಧವನ್ನು ಗೆದ್ದು ತಾನು ಚಕ್ರವರ್ತಿಯಾಗಿ ಮೆರೆಯಬೇಕೆಂದು ಲೆಕ್ಕ ಹಾಕಿರುತ್ತಾನೆ...' ಇತ್ಯಾದಿ ಯೋಚಿಸುತ್ತಿದ್ದ.

"ಹೌದು, ಅಲೆಗ್ಸಾಂಡರ್ ಮಗಧವನ್ನು ಗೆಲ್ಲಬಾರದು. ಗೆಲ್ಲದಂತೆ ನೋಡಿಕೊಳ್ಳ ಬೇಕು" ಎಂದು ಆಂಭೀಕ ಜೋರಾಗಿಯೇ ಹೇಳಿಕೊಂಡ.

"ಏನನ್ನು ಗೆಲ್ಲದಂತೆ ನೋಡಿಕೊಳ್ಳಬೇಕು, ಪ್ರಭು?"

ಬೆಚ್ಚಿ ತಿರುಗಿ ನೋಡಿದಾಗ ಅವನ ದಳಪತಿ ಪುಷ್ಕರ ನಿಂತಿದ್ದ. ಅವನು ದಳಪತಿ ಯಾದರೂ ಆಂಭೀಕನಿಗೆ ಹೆಚ್ಚಿನ ಆಪ್ತನಾಗಿದ್ದು ನಿಷ್ಠಾವಂತನಾಗಿದ್ದ. "ಬಾ ಪುಷ್ಕರ, ಕುಳಿತುಕೋ" ಎಂದ ಆಂಭೀಕ ಉದಾಸೀನತೆಯಿಂದ.

ಕುಳಿತ ಪುಷ್ಕರ ಆಂಭೀಕನ ಮುಖವನ್ನೇ ದಿಟ್ಟಿಸಿ ನೋಡಿದ. "ಪ್ರಭು, ತುಂಬ ಚಿಂತೆಯಿಂದಿರುವಂತೆ ಕಾಣುತ್ತಿದೆ. ಯಾವುದೋ ವಿಷಯವನ್ನು ತೀವ್ರವಾಗಿ ಮನಸ್ಸಿಗೆ ತಂದುಕೊಂಡು ನಿಮ್ಮಷ್ಟಕ್ಕೆ ನೀವೇ ಮಾತಾಡಿಕೊಳ್ಳುತ್ತಿದ್ದೀರಿ?"

"ನನ್ನನ್ನು ಕಿತ್ತು ತಿನ್ನುತ್ತಿರುವ ಚಿಂತೆ ಒಂದೇ ಒಂದು ಪುಷ್ಕರ, ಆ ಪೌರವನಿಂದಾದ ಅಪಮಾನ."

"ಹೌದು ಪ್ರಭು" ಪುಷ್ಕರ ಅನುಮೋದಿಸಿದ, "ಅವನು ಅಲೆಗ್ಸಾಂಡರನ ಶಿಬಿರ ಸೇರಿದಾಗಿನಿಂದಲೂ ನಾವು ಯಾವ ಲೆಕ್ಕಕ್ಕೂ ಇಲ್ಲ, ನಮ್ಮ ಸಾಮಾನ್ಯ ಸೈನಿಕರಂತೂ ತಿರುಪೆಯವರಿಗಿಂತ ಕಡೆಯಾಗಿದ್ದಾರೆ."

"ನನ್ನಿಂದ ಎಲ್ಲರಿಗೂ ಆದ ಈ ಕಿರುಕುಳಕ್ಕಾಗಿ ನನಗೆ ತುಂಬಾ ನೋವಾಗುತ್ತಿದೆ ಪುಷ್ಕರ."

"ಇದರಲ್ಲಿ ನಿಮ್ಮ ತಪ್ಪೇನಿದೆ, ಪ್ರಭು? ಈ ಯವನರು ಇಂಥ ನಂಬಿಕೆ ದ್ರೋಹಿ ಗಳೆಂದು ನಮಗೆಲ್ಲಿ ಗೊತ್ತಿತ್ತು?"

“ಇದರಲ್ಲಿ ಪೌರವನ ಕೈವಾಡವೂ ಇರಬೇಕು. ಅವನು ನನ್ನ ಬಗ್ಗೆ ಇಲ್ಲಸಲ್ಲದ ಸಂಗತಿಗಳನ್ನು ಹೇಳಿ ಅಲೆಗ್ಸಾಂಡರನ ಬುದ್ಧಿ ಕೆಡಿಸಿರಬೇಕು.”

“ಇವನು ಕೆಡಿಸಿದರೆ ಕೆಡಿಸಿಕೊಳ್ಳಲು ಅವನೇನು ಮೂರ್ಖನೇ? ಅವಿವೇಕಿಯೇ ?”

“ಅವನು ಮೂರ್ಖನೂ ಅಲ್ಲ, ಅವಿವೇಕಿಯೂ ಅಲ್ಲ. ಅವನು ತುಂಬಾ ಜಾಣ. ಸ್ವಪ್ರಯೋಜನದ ಮಾನದಂಡದ ಮೇಲೆ ಅವನು ವ್ಯಕ್ತಿಗಳನ್ನು ಬೇರೆ ಬೇರೆ ರೀತಿಯಲ್ಲಿ ಪರಿಗಣಿಸುತ್ತಾನೆ. ಹಾಗಲ್ಲದಿದ್ದರೆ, ಮೊದಲು ಜೊತೆಯಲ್ಲಿ ಬಂದು ಸಹಾಯ ಮಾಡಿದ ನನಗಿಂತ ಯುದ್ಧ ಮಾಡಿ ಸಾಕಷ್ಟು ಹಾನಿಯುಂಟುಮಾಡಿ, ಆಮೇಲೆ ಬಂದ ಪೌರವನೇ ಪ್ರಮುಖನಾಗುತ್ತಿರಲಿಲ್ಲ.”

“ಎಲ್ಲ ಮುಗಿದು ಹೋದ ಮೇಲೆ ಈಗ ಚಿಂತೆ ಮಾಡಿ ಏನು ಪ್ರಯೋಜನ, ಪ್ರಭು ?”

“ಇಲ್ಲ ಪುಷ್ಕರ, ಇನ್ನೂ ಎಲ್ಲ ಮುಗಿದುಹೋಗಿಲ್ಲ. ಆ ಪೌರವನ ಮೇಲೆ ಸೇಡು ತೀರಿಸಿಕೊಳ್ಳುವವರೆಗೆ ನನಗೆ ನೆಮ್ಮದಿಯಿಲ್ಲ.”

“ಅದು ಹೇಗೆ ಸಾಧ್ಯ ಪ್ರಭು ?”

ಎರಡು ಕ್ಷಣ ಮೌನವಾಗಿದ್ದು ನಂತರ ಆಂಭೀಕ ಹೇಳಿದ, “ಪುಷ್ಕರ, ಪೌರವ ಹೇಗಿದ್ದರೂ ಸ್ತ್ರೀಲೋಲ. ಅವನ ಚಪಲಕ್ಕೆ ಅಲೆಗ್ಸಾಂಡರನೂ ತನ್ನ ಕಡೆಯ ಚೆಲುವೆಯರನ್ನು ಒದಗಿಸುತ್ತಿದ್ದಾನೆ. ಮದ್ಯಪಾನದ ಅಮಲಿನಲ್ಲಿ, ಸುಖ ಸಾಮ್ರಾಜ್ಯದಲ್ಲಿ ತೇಲುತ್ತಿರುವಾಗ, ಅವನಿಗೆ ಹೊರಜಗತ್ತಿನ ಪರಿವೆಯಿರುವುದು ಸಾಧ್ಯವೇ ಇಲ್ಲ. ಒಂದು ರಾತ್ರಿ ಎಲ್ಲ ಮಲಗಿದ ಮೇಲೆ, ಉಪಾಯವಾಗಿ ಅವನ ಗುಡಾರದೊಳಕ್ಕೆ ನುಗ್ಗಿ ಅವನನ್ನು ಸಂಹರಿಸಿದರೆ ಹೇಗೆ ?”

“ಇದು ಆಘಾತಕಾರೀ ಪ್ರಯತ್ನ ಪ್ರಭು” ಪುಷ್ಕರ ಭಯಗೊಂಡವನಂತೆ ಹೇಳಿದ, “ಪೌರವ ಮೈಮರೆತಿದ್ದರೂ, ಅಲೆಗ್ಸಾಂಡರನ ಕಾವಲಿನವರು ಮೈಮರೆತಿರುವುದಿಲ್ಲ. ಸಿಕ್ಕಿಬಿದ್ದರೆ ಮತ್ತಷ್ಟು ಅವಮಾನ. ಜೊತೆಗೆ ನೀವು, ನಾನು ಮತ್ತು ನಮ್ಮ ಸೈನಿಕರು ಮರಳಿ ಗಾಂಧಾರವನ್ನು ಕಾಣುವುದೂ ಸಾಧ್ಯವಾಗುವುದಿಲ್ಲ. ಮತ್ತೆ ನೀವು ಪೌರವನ ಎದುರಿನಲ್ಲಿ ತೀರ ಕೀಳಾಗುತ್ತೀರ.”

ಪುಷ್ಕರನ ಮಾತಿನಲ್ಲಿ ಸತ್ಯವಿತ್ತು. ಅಂಥ ಪ್ರಯತ್ನ ಯಶಸ್ವಿಯಾಗಲಾರದೆಂದು ಯೋಚಿಸಿದ. “ಆದರೆ ಬೇರೆ ದಾರಿಯೇನು ? ಈ ಉಸಿರುಗಟ್ಟುವ ವಾತಾವರಣದಲ್ಲಿ ಇರುವಂತೆಯೂ ಇಲ್ಲ, ಮರಳಿ ನಮ್ಮ ನಾಡಿಗೆ ಹೋಗುವಂತೆಯೂ ಇಲ್ಲ.”

“ಅಷ್ಟು ನಿರಾಸೆಪಡಬೇಕಾಗಿಲ್ಲ ಪ್ರಭು. ನಾವು ಹಿಂದಿರುಗುವ ಸಾಧ್ಯತೆಯಿದೆ.”

“ಹೇಗೆ ? ಏಕಾಏಕಿ ಹೋಗುತ್ತೇನೆಂದರೆ ಅಲೆಗ್ಸಾಂಡರ್ ಬಿಡುತ್ತಾನೆಯೇ ? ತನ್ನ ಸ್ವಾರ್ಥಕ್ಕಾಗಿ ಏನು ಬೇಕಾದರೂ ಮಾಡಬಲ್ಲ ಅವನು ನನ್ನನ್ನು ಕೊಂದರೂ ಆಶ್ಚರ್ಯ ಪಡುವಂತಿಲ್ಲ.”

“ಪ್ರಭು” ಪುಷ್ಕರ ಕೆಳದನಿಯಲ್ಲಿ ಹೇಳಿದ, “ಸಂದರ್ಭವೇ ನಮಗೆ ಅನುಕೂಲ ವಾಗುವಂತೆ ಕಾಣುತ್ತಿದೆ. ನಮ್ಮ ಸೈನ್ಯದಲ್ಲಿ ಗಿರಿನಾಥನೆಂಬ ತರುಣನಿದ್ದಾನೆ. ಅವನು ನನಗೆ ಚೆನ್ನಾಗಿ ಗೊತ್ತು. ಅವನು ಹೇಳುತ್ತಿದ್ದ, ನಮ್ಮ ಸೈನ್ಯದಲ್ಲಿ ಕೆಲವರು, ಇತರ ಆರ್ಯಾವರ್ತದ

ಸೈನ್ಯದ ಗುಂಪುಗಳಲ್ಲಿ ತೀವ್ರ ಅಸಮಾಧಾನವಿದೆಯಂತೆ. ಅವರೆಲ್ಲ ಯಾವ ಕ್ಷಣದಲ್ಲಿ ಬೇಕಾದರೂ ಹಿಂದಿರುಗಲು ಹಠ ಹಿಡಿಯಬಹುದೆಂದು ಹೇಳಿದ."

"ಅದು ಸಾಧ್ಯವಾಗುವುದೆನ್ನುತ್ತೀಯ ?"

"ಖಂಡಿತ ಸಾಧ್ಯವಾಗುತ್ತದೆ. ಯವನರ ಮೂಲಸೈನ್ಯದ ಪ್ರಮಾಣ ಬಹಳ ಕಡಿಮೆ. ಆರ್ಯಾವರ್ತದ ಸೇನಾಬಲವೇ ಮುಕ್ಕಾಲು ಭಾಗ ಇದೆ. ಅವರೆಲ್ಲ ಅಸಹಕಾರ ವ್ಯಕ್ತ ಪಡಿಸಿದರೆ ಯುದ್ಧವೂ ಇಲ್ಲ, ದಂಡಯಾತ್ರೆಯೂ ಇಲ್ಲ, ಅವನು ತನ್ನ ಮೈಯನ್ನು ತಾನೇ ಪರಚಿಕೊಂಡು ಹಿಂದಿರುಗಬೇಕಾಗುತ್ತದೆ."

"ಆ ಪೌರವನ ಸೈನ್ಯವಿದೆಯಲ್ಲ?"

"ಇದೆ. ಆದರೆ ಬಹುಪಾಲು ಸೈನ್ಯ ಹಿಂಜರಿದಾಗ ಅಲೆಗ್ಸಾಂಡರನಲ್ಲಿ ಉಂಟಾಗುವ ನಿರುತ್ಸಾಹವನ್ನು ಮತ್ತೆ ಪ್ರಚೋದಿಸಲು ಪೌರವನ ಸೈನ್ಯದಿಂದ ಸಾಧ್ಯವಾಗಲಾರದು."

"ಹಾಗಾದರೆ, ಅಲೆಗ್ಸಾಂಡರ್ ಮಗಧವನ್ನು ಗೆಲ್ಲಲಾರನಲ್ಲವೇ ? ಆ ಪೌರವ ಚಕ್ರವರ್ತಿಯಾಗಲಾರನಲ್ಲವೇ ?" ಆಂಭೀಕ ಆತುರದಿಂದ ಕೇಳಿದ.

"ಎರಡೂ ಬರೀ ಕನಸುಗಳೇ ! ಆ ನೆಪದಲ್ಲಿ ನಾವು ಸುರಕ್ಷಿತವಾಗಿ ಗಾಂಧಾರವನ್ನು ಸೇರಿಕೊಳ್ಳಬಹುದು."

ಆಂಭೀಕ ಸ್ವಲ್ಪ ಗೆಲುವಾದ. ಗಿರಿನಾಥನ ಮಾತು ನಿಜವಾದರೆ ಇದು ಸಾಧ್ಯವಾಗ ಬಹುದೆನ್ನಿಸಿತು. ಕಡೆಯಲ್ಲಿ ಹೇಳಿದ, "ಸೂಕ್ತ ಸಮಯದಲ್ಲಿ ಮುಂದೆ ಅಡಿಯಿಡದೆ, ಹಿಂದಕ್ಕೆ ಮರಳಲು ಹಟ ಹಿಡಿಯುವಂತೆ ನೀನೂ ನಮ್ಮ ಸೈನ್ಯದಲ್ಲಿ ರಹಸ್ಯವಾಗಿ ಪ್ರಚಾರ ಮಾಡು."

"ಖಂಡಿತ ಮಾಡುತ್ತೇನೆ. ಗಿರಿನಾಥನಿಗೂ ಹೇಳುತ್ತೇನೆ."

ಪುಷ್ಕರ ಆ ವಿಷಯವನ್ನು ಗಿರಿನಾಥನಿಗೆ ಹೇಳಿದ. ಗಿರಿನಾಥ ಸಿಂಹಸೇನನಿಗೆ ಹೇಳಿದ. ಸಿಂಹಸೇನ, ಬ್ರಹ್ಮದತ್ತ ಮತ್ತು ಭಾಸ್ಕರ ಉತ್ಸಾಹಿತರಾದರು. "ನಾವು ನಿರೀಕ್ಷಿಸಿದ್ದಕ್ಕಿಂತ ಶೀಘ್ರವಾಗಿ ಮತ್ತು ಪರಿಣಾಮಕಾರಿಯಾಗಿ ಕೆಲಸ ನಡೆಯುತ್ತಿದೆ" ಎಂದ ಭಾಸ್ಕರ.

"ಇದರಲ್ಲಿ ನಮ್ಮ ಪ್ರಯತ್ನಕ್ಕಿಂತ ಆಚಾರ್ಯ ಚಾಣಕ್ಯನ ಬುದ್ಧಿಶಕ್ತಿ ಮತ್ತು ತರ್ಕಶಕ್ತಿ ಪ್ರಮುಖವಾಗಿದೆಯೆಂದು ನನ್ನ ಅನಿಸಿಕೆ" ಎಂದ ಸಿಂಹಸೇನ.

"ಅದರಲ್ಲಿ ಸಂದೇಹವೇನು ?" ಬ್ರಹ್ಮದತ್ತ ಹೇಳಿದ, "ಎಷ್ಟೊಂದು ಜನರನ್ನು ಬೇರೆ ಬೇರೆ ಕಡೆ, ಬೇರೆ ಬೇರೆ ಕರ್ತವ್ಯಗಳ ಮೇಲೆ ನಿಯಮಿಸಿ, ಅಷ್ಟು ಜನರನ್ನೂ, ಅಷ್ಟು ಸಂಗತಿಗಳನ್ನೂ ಸೂಕ್ತ ರೀತಿಯಲ್ಲಿ ನಿರ್ವಹಿಸುತ್ತಿರುವ ಅವರು ನಿದ್ರೆ ಮಾಡುತ್ತಾರೋ, ಇಲ್ಲವೋ ಎಂಬ ಸಂದೇಹ ನನಗೆ."

"ನಿದ್ರೆಯಲ್ಲೂ ಅವರಿಗೆ ಧನನಂದನ ಮುಖವೇ ಕಾಣುತ್ತಿರಬಹುದು" ಎಂದು ಭಾಸ್ಕರ ನಕ್ಕ.

"ಇದು ನಗುವ ಸಂಗತಿಯಲ್ಲ" ಸಿಂಹಸೇನ ಗಂಭೀರವಾಗಿ ಹೇಳಿದ, "ಅವರ ತಂದೆ ಚಣಕರು ಎಂಥ ಸಜ್ಜನರು ! ನಮ್ಮನ್ನೆಲ್ಲ ಕಂಡರೆ ಅವರಿಗೆ ಎಷ್ಟು ಪ್ರೀತಿ ! ಎಂಥ ಅಭಿಮಾನ ! ಸಹದೇವನಂಥ ಚರ್ಮಕಾರನನ್ನೂ ತಮ್ಮ ಸೌಜನ್ಯದಿಂದ ಆಲಿಂಗಿಸಿಕೊಳ್ಳುವ ಎಂಥ ಉದಾತ್ತ ಜೀವ! ಅಂಥವರನ್ನು ಮೋಸದಿಂದ ನೇಣುಹಾಕಲು ಅವರಿಗೆ ಹೇಗಾದರೂ ಮನಸ್ಸು ಬಂತು ! ಆ ವಿಷಯ ತಿಳಿದಾಗ ಚಾಣಕ್ಯರು ಎಷ್ಟು ನೊಂದಿರಬಹುದು !

ಎಷ್ಟು ಕ್ರೋಧಗೊಂಡಿರಬಹುದು ! ಅಂಥ ಅನ್ಯಾಯ ನಡೆದ ಮೇಲೆ ಅವರು ನಿದ್ರೆ ಮಾಡಲು ಸಾಧ್ಯವೇ ! ನೆಮ್ಮದಿಯಿಂದ ಇರಲು ಸಾಧ್ಯವೇ !''

''ಹೌದು ಸಾಧ್ಯವಿಲ್ಲ'' ಬ್ರಹ್ಮದತ್ತ ಹೇಳಿದ, ''ಬ್ರಹ್ಮಹತ್ಯೆ ಮಾಡಿದ ಆ ಪಾಪಿ ಧನನಂದ ನಿರ್ನಾಮವಾಗಲೇಬೇಕು.''

ಭಾಸ್ಕರ ಹೇಳಿದ, ''ಬ್ರಹ್ಮಹತ್ಯೆಗಿಂತ ಕ್ರೂರವಾಗಿ ತನ್ನ ಪ್ರಜೆಗಳ ಮನಸ್ಸುಗಳನ್ನೇ ಕೊಂದ ಆ ದುಷ್ಟ ನಿರ್ನಾಮವಾಗಿಯೇ ತೀರುತ್ತಾನೆ. ಚಾಣಕ್ಯರ ಪ್ರತಿಜ್ಞೆಗೆ ದೈವ ಸಹಾಯ ತಾನಾಗಿಯೇ ಒದಗಿಬರುತ್ತದೆ.''

''ಈ ಮಹತ್ವದ ಆಂದೋಲನದಲ್ಲಿ ನಾವೂ ಭಾಗಿಯಾಗಿರುವುದು ನಮ್ಮ ಅದೃಷ್ಟವೆಂದೇ ಹೇಳಬೇಕು. ನಮಗಿಂತ ನಮ್ಮ ಮಿತ್ರ ಚಂದ್ರಗುಪ್ತ ಮಹಾ ಅದೃಷ್ಟಶಾಲಿ. ಚಾಣಕ್ಯರ ನೆರವಿಲ್ಲದಿದ್ದರೆ ಅವನು ಮಗಧವನ್ನು ಗೆಲ್ಲುವುದು ಸಾಧ್ಯವಾಗುತ್ತಿತ್ತೋ ಇಲ್ಲವೋ, ಈಗಂತೂ ಅವನು ಗೆಲ್ಲುವುದು, ಗೆದ್ದು ಚಕ್ರವರ್ತಿಯಾಗುವುದು ಖಚಿತವೆಂದು ಕಾಣುತ್ತಿದೆ'' ಎಂದ ಸಿಂಹಸೇನ.

''ಅವನಲ್ಲೂ ಅಂಥ ರಾಜಲಕ್ಷಣಗಳಿವೆ. ಎಲ್ಲಕ್ಕಿಂತ ಮಿಗಿಲಾಗಿ ಅವನಲ್ಲಿ ಇನ್ನೊಬ್ಬರ ಕಷ್ಟಕ್ಕೆ ಕರಗುವ ಕರುಣೆಯಿದೆ, ಗುರುಹಿರಿಯರಲ್ಲಿ ಗೌರವವಿದೆ ಮತ್ತು ಸ್ವಧರ್ಮದ ಬಗ್ಗೆ ಅಭಿಮಾನವಿದೆ'' ಎಂದ ಬ್ರಹ್ಮದತ್ತ.

''ಹೌದು, ಸ್ವಧರ್ಮಾಭಿಮಾನ ಈಗ ಅತ್ಯಂತ ಅಗತ್ಯವಾಗಿದೆ'' ಸಿಂಹಸೇನ ಹೇಳಿದ, ''ಆ ಬೌದ್ಧರು ಪ್ರಬಲರಾಗತೊಡಗಿದಂತೆ ಎಲ್ಲ ಕಡೆ ಗೊಂದಲ, ಘರ್ಷಣೆ, ರಾಜರ ಮಧ್ಯಪ್ರವೇಶ, ಅಶಾಂತಿ, ಅಸಹನೆಗಳು ತಾಂಡವವಾಡುತ್ತಿವೆ.''

ಅದಕ್ಕೆ ಭಾಸ್ಕರ ಹೇಳಿದ, ''ಆದರಿಂದಲೇ ಅಲ್ಲವೇ ಚಾಣಕ್ಯರು ತಕ್ಷಶಿಲೆಯನ್ನು ಬಿಟ್ಟುಬಂದದ್ದು ?''

''ಪಾಟಲೀಪುತ್ರದಲ್ಲೂ ಬೌದ್ಧರೊಂದಿಗೆ ನಡೆದ ಘರ್ಷಣೆಯಲ್ಲಿ ಕೊಲೆಯೂ ಆಗಿಹೋಯಿತು. ತನ್ನಿಚ್ಛೆಯಿಲ್ಲದೆ ಅಪರಾಧಿಯಾಗಿ ನಿಂತ ಕೃಷಿಕ ಚಿದಂಬರನಿಗೆ ಮರಣ ದಂಡನೆಯ ಶಿಕ್ಷೆಯೂ ದೊರೆಯಿತು'' ಎಂದ ಬ್ರಹ್ಮದತ್ತ.

ಅದಕ್ಕೆ ಸಿಂಹಸೇನ ಹೇಳಿದ, ''ಇಷ್ಟೇ ಅಲ್ಲ, ಬೌದ್ಧರ ಪ್ರಾಬಲ್ಯ ಬೆಳೆಯುತ್ತಿರುವ ಎಲ್ಲ ಕಡೆ ಒಂದಲ್ಲ ಒಂದು ರೀತಿಯ ಘರ್ಷಣೆಗಳು ನಡೆಯುತ್ತಲೇ ಇವೆ. ಅದಕ್ಕೇ ಚಾಣಕ್ಯರು ಸನಾತನ ಧರ್ಮದ ಅಡಿಪಾಯದ ಮೇಲೆ ಒಂದು ಧರ್ಮಸಾಮ್ರಾಜ್ಯ ಸ್ಥಾಪನೆ ಮಾಡಲು ಹೊರಟಿರುವುದು.''

''ಹೌದು'' ಭಾಸ್ಕರ ಹೇಳಿದ, ''ಮರದ ಯಾವುದೋ ಒಂದು ಕೊಂಬೆ, ತನಗೆ ಸತ್ವ ಪುಷ್ಟಿಗಳನ್ನು ನೀಡಿದ ಬೇರು ಮತ್ತು ಕಾಂಡಗಳನ್ನು ಕಡೆಗಣಿಸಿ ತಾನೇ ಪ್ರತ್ಯೇಕ, ಸರ್ವತಂತ್ರ ಸ್ವತಂತ್ರ ಎಂದು ಬೀಗುವುದನ್ನು ತಪ್ಪಿಸಬೇಕು.''

''ಆ ವಿಷಯ ಇರಲಿ'' ಸಿಂಹಸೇನ ಹೇಳಿದ, ''ಈಗ ಗಿರಿನಾಥನ ವಿಷಯ ಮಾತನಾಡೋಣ.''

''ಮಾತಾಡುವುದಕ್ಕೆ ಇನ್ನೇನಿದೆ ? ಇಷ್ಟರಲ್ಲೇ ಯವನ ಸೈನ್ಯ ಇಲ್ಲಿಂದ ಕಾಲ್ತೆಗೆಯುತ್ತದೆ'' ಎಂದ ಭಾಸ್ಕರ.

"ಅದಕ್ಕೆ ಮೊದಲು, ಒಮ್ಮೆ ಚಾಣಕ್ಯರನ್ನು ಭೇಟಿ ಮಾಡಿ ಬಂದು ಬಿಡಬೇಕು. ಏಕೆಂದರೆ ಮುಂದಿನ ನಮ್ಮ ಕೆಲಸಗಳಿಗೆ ಅವರ ಆದೇಶ ಅತ್ಯಗತ್ಯ" ಎಂದ ಸಿಂಹಸೇನ. ಈ ಸಲ ಬ್ರಹ್ಮದತ್ತ ಹಸ್ತಿನಾವತಿಗೆ ಹೋಗಿಬರಲು ಒಪ್ಪಿಕೊಂಡ.

೩

ಶ್ರಾವಸ್ತಿಯ ಬಳಿ ಚೋರರ ನಾಯಕ ಮಾತಂಗನ ಯುದ್ಧಾಭ್ಯಾಸ ಶಿಬಿರದಲ್ಲಿ ಒಂದು ರಾತ್ರಿ ಚಂದ್ರಗುಪ್ತ, ಚರಣ ಮತ್ತು ಮಾತಂಗ ಊಟ ಮುಗಿಸಿ ಒಂದು ಬಂಡೆಯ ಮೇಲೆ ಮಾತಾಡುತ್ತಾ ಕುಳಿತಿದ್ದರು. ಉಳಿದವರಲ್ಲಿ ಗುಂಪುಗುಂಪಾಗಿ ಅಲ್ಲಲ್ಲಿ ಕುಳಿತು ಕೆಲವರು ಮಾತಾಡಿಕೊಳ್ಳುತ್ತಿದ್ದರು. ಕೆಲವರು ಆಯಾಸದಿಂದ ಆಗಲೇ ನಿದ್ರೆ ಹೋಗಿದ್ದರು.

"ಆಚಾರ್ಯ ಚಾಣಕ್ಯರನ್ನು, ನನ್ನ ಮಿತ್ರರಾದ ಸಿಂಹಸೇನ, ಬ್ರಹ್ಮದತ್ತ ಮತ್ತು ಭಾಸ್ಕರನನ್ನು ನೋಡಿ ಬಹಳ ದಿನಗಳಾದವು. ನಮ್ಮ ತಾಯಿಯನ್ನು ಒಮ್ಮೆ ನೋಡಿ ಬರಬೇಕೆಂದು ಆಸೆಯಾಗುತ್ತಿದೆ" ಎಂದ ಚಂದ್ರಗುಪ್ತ.

"ಎಲ್ಲ ಕ್ಷೇಮವಾಗಿಯೇ ಇರುತ್ತಾರೆ, ನೀನೇನೂ ಚಿಂತೆ ಮಾಡಬೇಕಾಗಿಲ್ಲ" ಎಂದ ಚರಣ.

"ಹಾಸ್ಯ ಮಾಡಬೇಡ ಚರಣ" ಮಾತಂಗ ಹೇಳಿದ, "ಮಹಾರಾಜರು ಕೆಲವು ದಿನಗಳಿಂದ ಬೇಸರದಿಂದಲೇ ಇರುವುದನ್ನು ನಾನು ಕಂಡಿದ್ದೇನೆ" ಎಂದ.

ಮಾತಂಗ ಚಂದ್ರಗುಪ್ತನನ್ನು 'ಮಹಾರಾಜ' ಎಂದೇ ಗೌರವಪೂರ್ವಕವಾಗಿ ಸಂಬೋಧನೆ ಮಾಡುತ್ತಿದ್ದ. ತನ್ನ ವರ್ತನೆಯಲ್ಲಿ, ತನ್ನವರ ನಡವಳಿಕೆಯಲ್ಲಿ ಆ ಗೌರವವೇ ವ್ಯಕ್ತವಾಗುವಂತೆ ಎಚ್ಚರವಹಿಸುತ್ತಿದ್ದ. ಅವನು ಮತ್ತೆ ಹೇಳಿದ, "ಮಹಾರಾಜ, ನಿಮ್ಮ ಮಿತ್ರರನ್ನಂತೂ ಈಗ ನೋಡುವುದು ಸಾಧ್ಯವಾಗುವುದಿಲ್ಲ. ತಾಯಿಯವರನ್ನು ನೋಡಿ ಬರಬಹುದಲ್ಲ? ಅವರ ಬಗ್ಗೆ ನೀವೆಲ್ಲ ಹೇಳುವುದನ್ನು ಕೇಳಿ, ನನಗೂ ಒಮ್ಮೆ ಅವರನ್ನು ನೋಡಬೇಕೆಂಬ ಆಸೆಯಾಗುತ್ತಿದೆ. ಮಹಾರಾಜರೇ, ನಾನು ನಿಮ್ಮ ಜೊತೆ ಬರುತ್ತೇನೆ. ನಾವಿಬ್ಬರೇ ಹೋಗಿ ಬೇಗ ಬಂದುಬಿಡೋಣ. ಒಳ್ಳೆಯ ಎರಡು ಕುದುರೆಗಳ ಮೇಲೆ ಹೊರಟರೆ, ಎರಡೇ ದಿನದಲ್ಲಿ ಬಂದುಬಿಡಬಹುದು."

"ಇಲ್ಲ ಮಾತಂಗ" ಚಂದ್ರಗುಪ್ತ ಹೇಳಿದ, "ಚಾಣಕ್ಯರ ಆದೇಶವಿಲ್ಲದೆ ನಾವೇ ಯಾವ ನಿರ್ಧಾರವನ್ನೂ ತೆಗೆದುಕೊಳ್ಳುವಂತಿಲ್ಲ."

"ಮುಂದೆ ಸಿಂಹಾಸನವೇರಿ ಚಕ್ರವರ್ತಿಯಾಗಲಿರುವ ನೀವು ಯಾರದೋ ಆದೇಶಕ್ಕೆ ಕಾಯುವುದು ನನಗೇನೋ ಸರಿ ಕಾಣುತ್ತಿಲ್ಲ"

"ಚಾಣಕ್ಯರು ಬೇರೆ ಯಾರೂ ಅಲ್ಲ ಮಾತಂಗ" ಚರಣ ಹೇಳಿದ, "ಅವರು ನಮಗೆಲ್ಲ ಗುರುಗಳು, ಪಿತೃಸಮಾನರು. ಹೆಚ್ಚೇನು, ಮಗಧಕ್ಕೆ, ಇಡೀ ಆರ್ಯಾವರ್ತಕ್ಕೆ ಅವರು ದೈವ ಸಮಾನರಾಗುವುದನ್ನು ನೀನೇ ನೋಡುತ್ತಿ."

"ಹೌದು ಮಾತಂಗ" ಚಂದ್ರಗುಪ್ತನೂ ಚರಣನ ಮಾತನ್ನು ಅನುಮೋದಿಸಿದ. "ಈಗ ನಮ್ಮ ವೈಯಕ್ತಿಕ ಇಷ್ಟಾನಿಷ್ಟಗಳಿಗೆ ಕಡಿವಾಣ ಹಾಕಿಕೊಳ್ಳಬೇಕು. ಇಲ್ಲವಾದರೆ ಆಚಾರ್ಯರಿಗೆ ನೋವಾಗುತ್ತದೆ."

ಅಷ್ಟರಲ್ಲಿ ಸ್ವಲ್ಪ ದೂರದಲ್ಲಿ ಮಲಗಿದ್ದ ಶ್ರೀಗುಪ್ತ, ನಿದ್ರೆ ಬಾರದೆ ಎದ್ದು ಅವರ ಬಳಿಗೆ ಬಂದ. ಇಷ್ಟು ಹೊತ್ತಿಗೇ ಶ್ರೀಗುಪ್ತ ಎಲ್ಲರೊಂದಿಗೂ ಹೊಂದಿಕೊಂಡು, ಎಲ್ಲರಿಗೂ ಆತ್ಮೀಯನಾಗಿದ್ದ. ಅವನ ಬಾಯಿಂದಲೇ ಧನನಂದನ ನಿಧಿ ಸಂಗ್ರಹದ ರಹಸ್ಯ ಸ್ಥಳಕ್ಕೆ ಹೋದದ್ದು, ಅಲ್ಲಿ ಕಂಡ ಅಪಾರವಾದ ಸಂಪತ್ತು, ಅಲ್ಲಿಂದ ಹೊರಬಂದ ನಂತರ ರಾಕ್ಷಸನ ಆದೇಶದಂತೆ ಪಾಟಲೀಪುತ್ರಕ್ಕೆ ಸಮೀಪದಲ್ಲಿ ಒಂದು ಕಡೆ ಕೆಲವರು ಹಠಾತ್ತನೆ ಮೇಲೆ ಬಿದ್ದು ನಿಧಿಯಿಡಲು ಹೋಗಿದ್ದ ಐವರಲ್ಲಿ ನಾಲ್ವರನ್ನು ಅಮಾನುಷವಾಗಿ ಕೊಂದದ್ದು, ತಾನು ಹೇಗೋ ತಪ್ಪಿಸಿಕೊಂಡು ಹೋದದ್ದು, ಎಲ್ಲವನ್ನೂ ವಿವರ ವಿವರವಾಗಿ ಕೇಳಿ ತಿಳಿದು ಕೊಂಡಿದ್ದರು. ಅವನ ಬಗ್ಗೆ ಎಲ್ಲರಿಗೂ ಅನುಕಂಪವಿತ್ತು, ಆದರವಿತ್ತು. ಅವನು ಭಾಗುರಾಯಣನ ಸೋದರಿಯ ಮಗನೆಂಬ ಕಾರಣದಿಂದ ಚಂದ್ರಗುಪ್ತನಿಗೆ ಅವನ ಮೇಲೆ ವಿಶೇಷವಾದ ಮಮತೆಯಿತ್ತು.

“ಅದು ಸರಿ ಶ್ರೀಗುಪ್ತ” ಮಾತಂಗ ಚೇಷ್ಟೆಯಿಂದೆಂಬಂತೆ ಕೇಳಿದ, “ನೀನು ಎಲ್ಲ ವಿವರಗಳನ್ನೂ ಹೇಳಿದೆ. ಆದರೆ ಆ ನಿಧಿಯಿರುವ ರಹಸ್ಯ ಸ್ಥಳದ ಬಗ್ಗೆ ಸ್ಪಷ್ಟವಾಗಿ ಹೇಳಲೇ ಇಲ್ಲ.”

“ನಿನ್ನಂಥ ಚೋರಾಗ್ರೇಸರನಿಗೆ ಗೊತ್ತಾದರೆ ಆ ನಿಧಿಯ ಕತೆ ಅಷ್ಟೆ! ಎಲ್ಲ ಬಿಟ್ಟು ಅಲ್ಲಿಗೆ ಓಡಿಬಿಡುತ್ತೀಯ.”

“ಎಲಾ ಹುಡುಗ! ನನ್ನನ್ನೇ ಚೋರನೆಂದು ಪರಿಹಾಸ ಮಾಡುತ್ತಿರುವೆಯಾ ?” ಎಂದ ಮಾತಂಗ ಹುಸಿಮುನಿಸಿನಿಂದ.

“ಅಲ್ಲ, ಮಾತಿಗೆ ಹೇಳಿದೆ” ಶ್ರೀಗುಪ್ತ ನಗುತ್ತಲೇ ಹೇಳಿದ, “ಅದರ ರಹಸ್ಯ ನಾನು ಹೇಳಿದರೆ ನಿನ್ನ ಮನಸ್ಸಿನಲ್ಲಿ ಆಸೆ ಹುಟ್ಟುತ್ತದೆ. ವೃತ್ತಿನಿರತನಾಗಿ ಹಲವು ವರ್ಷಗಳನ್ನು ಕಳೆದಿರುವುದರಿಂದ, ಆ ಆಮಿಷವನ್ನು ತಡೆದುಕೊಳ್ಳುವುದು ನಿನಗೆ ಕಷ್ಟವಾಗಬಹುದು.”

“ಶ್ರೀಗುಪ್ತನ ಊಹೆ ಸರಿಯಾಗಿಯೇ ಇದೆ ಮಾತಂಗ” ಎಂದ ಚರಣ.

“ಅದಲ್ಲ ಮುಖ್ಯ ಕಾರಣ” ಚಂದ್ರಗುಪ್ತ ಮಾತಂಗನ ಮುಖ ನೋಡುತ್ತ ಹೇಳಿದ, “ಶ್ರೀಗುಪ್ತ, ಚಾಣಕ್ಯರಿಗೆ ಮಾತ್ರ ಆ ರಹಸ್ಯವನ್ನು ಹೇಳುವುದಾಗಿ ಮಾತು ಕೊಟ್ಟು ಬಂದಿದ್ದಾನೆ. ಅದೇ ಸೂಕ್ತವಲ್ಲವೆ? ಅಕಸ್ಮಾತ್ ಆ ರಹಸ್ಯ ಬಯಲಾದರೆ ಆ ನಿಧಿ ನಮ್ಮ ಕೈಗೆ ಸಿಗುವುದಿಲ್ಲ, ಧನನಂದ ಅದನ್ನು ಬೇರೊಂದು ಸುರಕ್ಷಿತ ಸ್ಥಳಕ್ಕೆ ಖಂಡಿತ ವರ್ಗಾಯಿಸುತ್ತಾನೆ.”

“ನನಗೆ ಅದರ ಬಗ್ಗೆ ಯಾವ ವ್ಯಾಮೋಹವೂ ಇಲ್ಲ ಮಹಾರಾಜ” ಮಾತಂಗ ಹೇಳಿದ, “ಶ್ರೀಗುಪ್ತನನ್ನು ಕೆಣಕಲು ಕೇಳಿದೆ ಅಷ್ಟೆ.”

“ಅದು ನನಗೂ ಗೊತ್ತು” ಎಂದ ಶ್ರೀಗುಪ್ತ ಕೆಲವು ಕ್ಷಣಗಳ ನಂತರ ತಾನೇ ಹೇಳಿದ, “ನನಗೂ ನನ್ನ ಸೋದರ ಮಾವನನ್ನು ಭೇಟಿ ಮಾಡಬೇಕೆಂದು ಮನಸ್ಸು ತುಡಿಯುತ್ತಿದೆ. ನಾನು ಸತ್ತೇ ಹೋಗಿರಬೇಕೆಂದು ಭಾವಿಸಿ ಅವರು ಎಷ್ಟು ನೊಂದುಕೊಂಡರೋ ಏನೋ.”

“ಇವನು ಬದುಕಿರುವ ವಿಷಯವನ್ನು ಈ ವೇಳೆಗೆ ಭಾಗುರಾಯಣನಿಗೆ ತಿಳಿಸಿರ ಬೇಕಲ್ಲವೇ ಮಹಾರಾಜ.”

"ತಿಳಿಸಿರಬಹುದು, ತಿಳಿಸಿಲ್ಲದೆಯೂ ಇರಬಹುದು. ಶ್ರೀಗುಪ್ತ ಬದುಕಿರುವನೆಂಬ ವಾಸನೆ ಸಿಕ್ಕಿದರೂ ಸಾಕು, ರಾಕ್ಷಸ ಭೂಮಿ ಆಕಾಶಗಳನ್ನೆಲ್ಲ ಶೋಧಿಸದೆ ಬಿಡುವುದಿಲ್ಲ, ಆದರಿಂದ ಇವನ ಪ್ರಾಣಕ್ಕೇ ಅಪಾಯ."

"ನಿಮ್ಮ ಮಾತು ನಿಜ" ಶ್ರೀಗುಪ್ತ ಹೇಳಿದ, "ಇರಲಿ, ಅದೃಷ್ಟವಿದ್ದರೆ ಒಂದಲ್ಲ ಒಂದು ದಿನ ನೋಡೇ ನೋಡುತ್ತೇನೆ. ಅವರ ಅಳಿಯನಾಗಲಿರುವ ನಿಮ್ಮನ್ನು ಸದಾ ನೋಡುತ್ತಿರುವ ಭಾಗ್ಯ ದೊರೆತಿದೆಯಲ್ಲ, ಅಷ್ಟೇ ಸಾಕು."

ಚರಣ ನಕ್ಕು ಹೇಳಿದ, "ಚಂದ್ರಗುಪ್ತನ ಭಾಗ್ಯವಿರಲಿ ಶ್ರೀಗುಪ್ತ, ನೀನು ಪ್ರಾಣಾಪಾಯದಿಂದ ಪಾರಾದೆ, ಮತ್ತೆ ಸೇನಾಧ್ಯಕ್ಷ ಭಾಗುರಾಯಣರ ಸೋದರಳಿಯನಾದೆ, ಸೋದರ ಮಾವನ ಮಗಳ ಭಾವೀ ಪತಿಯ ಮಿತ್ರನಾದೆ. ಭಾವೀ ಚಕ್ರವರ್ತಿ ಚಂದ್ರಗುಪ್ತ ಮೌರ್ಯನ ಹತ್ತಿರದ ಬಂಧುವಾದೆ. ನಿನ್ನ ಭಾಗ್ಯ ವಿಶೇಷಗಳು ಎಷ್ಟೊಂದು!"

"ಅದರ ಜೊತೆಗೇ ನಿಮ್ಮಂಥ ಸ್ನೇಹಿತರ ಸ್ನೇಹಲಾಭ ದೊರೆತಿರುವುದೂ ಮಿಗಿಲಾದ ಭಾಗ್ಯವಿಶೇಷವಲ್ಲವೆ ಚರಣ?" ಎಂದ ಶ್ರೀಗುಪ್ತ ತಾನೂ ನಗುತ್ತ.

"ಖಂಡಿತ ನಿಜ" ಚರಣ ಹೇಳಿದ, "ಸದ್ಯ ನಿನ್ನ ಬಿಗಿದ ಮುಖ ಸಡಿಲವಾಯಿತು, ಚಂದ್ರಗುಪ್ತನ ಮನಸ್ಸೂ ಸ್ವಲ್ಪ ಹಗುರವಾಗಿರಬೇಕು. ಇನ್ನು ನಿರಾಳವಾಗಿ ಮಲಗಿ ನಿದ್ದೆ ಮಾಡಬಹುದಲ್ಲವೆ?"

ಮುಂದೆ ಮಾತನಾಡದೆ ಎಲ್ಲ ಮಲಗಿಕೊಂಡರು.

ಮರುದಿನ ಬೆಳಗಿನ ಉಪಾಹಾರ ಮುಗಿಸಿ ಅಭ್ಯಾಸವನ್ನು ಆರಂಭಿಸಬೇಕೆನ್ನುವಷ್ಟರಲ್ಲಿ ಒಂದು ಆಶ್ಚರ್ಯ ಕಾದಿತ್ತು. ಸಹದೇವ ಬಂದಿದ್ದ. ಅವನನ್ನು ಕಂಡು ಚಂದ್ರಗುಪ್ತನಿಗೆ ತನ್ನ ತಾಯಿಯನ್ನೇ ಕಂಡಷ್ಟು ಆನಂದವಾಯಿತು. "ಸಹದೇವ! ಬಾ ಬಾ! ನಿನ್ನೆ ತಾನೆ ಜ್ಞಾಪಿಸಿಕೊಂಡೆವು" ಎಂದು ಅವನನ್ನು ಆಲಿಂಗಿಸಿಕೊಂಡು ಸ್ವಾಗತಿಸಿ ಕೂಡಿಸಿದ. "ಅಮ್ಮ ಚೆನ್ನಾಗಿದ್ದಾಳೆಯೇ? ನಮ್ಮ ಮಿತ್ರರು, ನಿನ್ನ ಕುಟುಂಬ ಕ್ಷೇಮವೇ?" ಎಂದು ಕೇಳಿದ.

"ಇಷ್ಟು ಆತುರವೇಕೆ ಚಂದ್ರಗುಪ್ತ? ಎಲ್ಲವನ್ನೂ ವಿವರವಾಗಿ ಹೇಳುತ್ತೇನೆ. ತುಂಬ ಬಾಯಾರಿಕೆ, ಸ್ವಲ್ಪ ನೀರು ಕುಡಿದು ಸುಧಾರಿಸಿದ ನಂತರ ಹೇಳಿದರಾಗುವುದಿಲ್ಲವೆ?"

"ಶ್ರೀಗುಪ್ತ ಸ್ವಲ್ಪ ನೀರು ತಂದುಕೊಡು ಬೇಗ" ಎಂದು ಚಂದ್ರಗುಪ್ತ ಅವಸರಿಸಿದ. ಶ್ರೀಗುಪ್ತ ಒಂದು ಮಣ್ಣಿನ ಬಟ್ಟಲಲ್ಲಿ ನೀರು ತುಂಬಿ ತಂದುಕೊಟ್ಟ. ಸಹದೇವ ಸಾವಧಾನವಾಗಿ ಕುಡಿದು ಸುಧಾರಿಸಿಕೊಳ್ಳುತ್ತ ಕುಳಿತ.

"ಈಗ ಹೇಳು" ಚಂದ್ರಗುಪ್ತ ಮತ್ತೆ ಆತುರದಿಂದ ಕೇಳಿದ.

"ಹೇಳುತ್ತೇನೆ, ಹೇಳುತ್ತೇನೆ. ಮೊದಲು ನಿನ್ನ ತಾಯಿ ನಿಮಗೋಸ್ಕರ ತನ್ನ ಕೈಯಾರ ಮಾಡಿ ಕಳಿಸಿರುವ ತಿನಸುಗಳನ್ನು ತಿನ್ನುವುದಿಲ್ಲವೇ?"

"ನಿನ್ನ ತಿನಸು ಯಾರಿಗೆ ಬೇಕು? ಮೊದಲು ನನ್ನ ತಾಯಿಯ ಕ್ಷೇಮ ಸಮಾಚಾರವನ್ನು ಹೇಳು" ಎಂದು ಚಂದ್ರಗುಪ್ತ ಮುನಿಸಿನಿಂದ.

ಆದರೆ ಚರಣ "ಅವನಿಗೆ ಬೇಡವೆಂದರೆ ನಮಗೂ ಬೇಡವೇ? ತಾಯಿಯವರು ಪ್ರೀತಿಯಿಂದ ಮಾಡಿ ಕಳಿಸಿರುವ ತಿನಸುಗಳನ್ನು ತಿನ್ನುವುದು ಮೊದಲ ಕರ್ತವ್ಯ. ಎಲ್ಲಿ ಆ ಚೀಲವನ್ನು ಇತ್ತ ಕೊಡು" ಎಂದು ಕೈ ಚಾಚಿದ.

“ಇಷ್ಟೊಂದು ಜನರಿಗೆ ಬರೀ ಚೀಲ ಸಾಲುತ್ತದೆಯೇ ? ಗಾಡಿಯಲ್ಲಿ ಮೂಟೆಗಳಿವೆ. ಇಳಿಸಿಕೊಂಡು ಹಂಚಿಕೊಂಡು ತಿನ್ನಿ. ಆಮೇಲೆ ವಿರಾಮವಾಗಿ ಕುಳಿತು ಮಾತನಾಡೋಣ.”

“ಎಲ್ಲ ಆ ಗದ್ದಲದಲ್ಲಿ ಮುಳುಗಿ ಹೋದರು. ಅಸಹನೆಯಿಂದ ಕುದಿಯುತ್ತಿದ್ದ ಚಂದ್ರಗುಪ್ತ ಕೋಪದಿಂದ ಸಹದೇವನತ್ತ ನೋಡಿದಾಗ, ಅವನು ಸಹಾಯ ಮಾಡುವ ನೆಪದಿಂದ ತಾನೂ ಗಾಡಿಯ ಬಳಿಗೆ ಹೋದ. ಅಲ್ಲಿ ಚರಣ ಹೇಳಿದ, “ನಿನ್ನ ಹುಡುಗಾಟದಿಂದ ಚಂದ್ರಗುಪ್ತ ಕಿಡಿಕಿಡಿಯಾಗಿದ್ದಾನೆ.”

“ಅದು ನನಗೂ ಗೊತ್ತು” ಸಹದೇವ ಪಿಸುಗುಟ್ಟಿದ, “ಇನ್ನೂ ಕಾಯಿಸಿದರೆ ಅವನು ಕೋಪದಿಂದ ನನ್ನನ್ನು ಕೊಂದೇ ಬಿಡಬಹುದು. ನನ್ನ ಜೊತೆ ನೀನು ಬಾ, ಮಾತಂಗನೂ ಬರಲಿ.”

ಎಲ್ಲರೂ ಬಹಳ ರುಚಿಯಾಗಿದೆಯೆಂದು ಬಾಯಾಡಿಸುತ್ತ ಹತ್ತಿರ ಬಂದಾಗ, ಚಂದ್ರಗುಪ್ತ ಧುಮುಗುಡುತ್ತ ಎತ್ತಲೋ ನೋಡುತ್ತ ಕುಳಿತಿದ್ದ. ಸಹದೇವ ಹತ್ತಿರ ಬಂದು “ಚಂದ್ರಗುಪ್ತ, ಈ ಬಡಪಾಯಿಯ ಮೇಲೆ ಇಷ್ಟೊಂದು ಕೋಪ ಮಾಡಿಕೊಂಡರೆ ಹೇಗೆ ?”

“ಹುಡುಗಾಟಕ್ಕೂ ಒಂದು ಮಿತಿಯಿರಬೇಕು.”

“ನಾನು ಹುಡುಗಾಟ ಮಾಡಿರಬಹುದು. ನಿನ್ನ ತಾಯಿಯ ಯೋಗಕ್ಷೇಮದ ವಿಷಯ ತಿಳಿಯಲು ನೀನು ಕಾತರನಾಗುವುದೂ ಸಹಜವೇ. ಆದರೆ ನೀನು ಇನ್ನೂ ಒಂದು ವಿಷಯವನ್ನು ಸದಾ ನೆನಪಿನಲ್ಲಿರಿಸಿಕೊಂಡಿರಬೇಕು.”

“ಏನದು ?”

“ಚಕ್ರವರ್ತಿಯಾಗಲಿರುವ ನೀನು ಬರೀ ನಿನ್ನ ತಾಯಿಯ ಯೋಗಕ್ಷೇಮದ ಬಗ್ಗೆ ಮಾತ್ರ ಕಾತರನಾಗುವುದು ಸ್ವಾರ್ಥವಲ್ಲವೇ ? ನಿನಗಾಗಿ ಮನೆ ಜನವನ್ನು ತೊರೆದು ಬಂದಿರುವ ಈ ನಿನ್ನ ಗೆಳೆಯರ ತಾಯಂದಿರೂ ತಮ್ಮ ಮಕ್ಕಳಿಗಾಗಿ ಕಾತರಿಸುವುದಿಲ್ಲವೇ ? ಆದರೆ ನಿನ್ನ ತಾಯಿ ಅಂಥವಳಲ್ಲ. ಅವಳಿಗೆ ನೀನು ಹೇಗೋ, ಚರ್ಮಕಾರನಾದ ನಾನೂ ಹಾಗೆಯೇ. ಅವಳು ನಿಜವಾದ ಮಹಾತಾಯಿ. ಇಲ್ಲಿರುವ ಪ್ರತಿಯೊಬ್ಬರ ಯೋಗಕ್ಷೇಮವನ್ನು ವಿಚಾರಿಸಿದ್ದಾಳೆ. ಎಲ್ಲರೂ ನನ್ನ ಮಕ್ಕಳೇ ಎಂದು ಅವಳು ಬರೀ ಬಾಯಿ ಮಾತಿನಲ್ಲಿ ಹೇಳುವುದಿಲ್ಲ, ನಡವಳಿಕೆಯಲ್ಲೂ ತೋರಿಸುತ್ತಾಳೆ. ಇಷ್ಟು ಜನರಿಗೆ ಸಾಕಾಗುವಷ್ಟು ತಿನಸನ್ನು ಐದು ದಿನಗಳ ಕಾಲ ತಾನೇ ನಿಂತು, ಬೇಸರವಿಲ್ಲದೆ ಸಿದ್ಧಪಡಿಸಿ ಕಳಿಸಿದ್ದಾಳೆ. ‘ಇಷ್ಟು ದೊಡ್ಡ ಪ್ರಮಾಣದಲ್ಲಿ ಮಾಡಿ ನನಗೆ ಅಭ್ಯಾಸವಿಲ್ಲ, ರುಚಿ ಹೇಗೆನಿಸುತ್ತದೋ ಏನೋ. ರುಚಿ ಕಡಿಮೆಯಿದ್ದರೂ, ಮಕ್ಕಳ ಮೇಲಿನ ತಾಯಿಯ ಪ್ರೀತಿ ಇದರಲ್ಲಿ ಹೆಚ್ಚಾಗಿದೆಯೆಂದು ಎಲ್ಲರಿಗೂ ಹೇಳು, ಸಹದೇವ’ ಎಂದು ಹೇಳಿಕಳಿಸಿದ್ದಾಳೆ.”

ತಿನ್ನುತ್ತಿದ್ದ ಬಾಯಿಗಳು ತಟಸ್ಥವಾದವು. ಎಲ್ಲರ ಕಣ್ಣುಗಳಲ್ಲಿ ಕಂಬನಿ ತುಂಬುತ್ತಿತ್ತು. ಎಲ್ಲರ ಮನಸ್ಸಿನಲ್ಲೂ ಚಂದ್ರಗುಪ್ತನ ತಾಯಿ ಶಿವಾಲಿಯ ಒಂದು ಉದಾತ್ತ ಚಿತ್ರ ಕ್ಷಣ ಮಾತ್ರದಲ್ಲಿ ರೂಪುಗೊಂಡಿತು. ಚಂದ್ರಗುಪ್ತ ನಿಜವಾಗಲೂ ಉದ್ವಿಗ್ನನಾದ. “ಸಹದೇವ, ನನ್ನನ್ನು ಕ್ಷಮಿಸು” ಎಂದು ಕಣ್ಣೀರನ್ನು ಒರೆಸಿಕೊಂಡ.

“ಅಂಥ ಅಪರಾಧವನ್ನು ನೀನು ಮಾಡಲಿಲ್ಲ ಚಂದ್ರಗುಪ್ತ. ತಾಯಿಯವರು ಸುಖವಾಗಿದ್ದಾರೆ, ಆರೋಗ್ಯವಾಗಿದ್ದಾರೆ, ಗೆಲುವಾಗಿದ್ದಾರೆ. ನಮ್ಮ ಗ್ರಾಮದ ಎಲ್ಲ ಜನರಿಗೆ

ಪ್ರಿಯವ್ಯಕ್ತಿಯಾಗಿದ್ದಾರೆ. ಅವರು ಒಮ್ಮೆ ರಾಣಿಯಾಗಿದ್ದವರು, ಮುಂದೆ ಚಕ್ರವರ್ತಿಯ ತಾಯಿಯೆನಿಸಿಕೊಳ್ಳುವವರು, ಎಂಬ ಯಾವ ವಿಷಯವೂ ನಮ್ಮ ಜನರಿಗೆ ನೆನಪೇ ಇಲ್ಲ"

"ಧನ್ಯ! ಮಹಾರಾಜ ಧನ್ಯ!" ಮಾತಂಗ ಉದ್ಗರಿಸಿದ, "ಅವರ ದರ್ಶನ ಮಾಡುವ ಭಾಗ್ಯ ನನಗೆ ಎಂದು ದೊರೆಯುವುದೋ ಏನೋ!"

"ನಿರಾಸೆಗೊಳ್ಳಬೇಡ ಮಾತಂಗ" ಸಹದೇವ ಹೇಳಿದ, "ಅಂಥ ಅವಕಾಶ ನಾಳೆಯೇ ದೊರೆಯಬಹುದು. ಒಂದು ವಾರದಲ್ಲಿ ದೊರೆಯಬಹುದು, ಒಂದು ತಿಂಗಳಲ್ಲಿ ಅಥವಾ ಒಂದು ವರ್ಷದಲ್ಲಿ ದೊರೆಯಬಹುದು. ಅಂತೂ ಖಂಡಿತ ನೀನು ಅವರನ್ನು ನೋಡೇ ನೋಡುತ್ತಿ."

ಎರಡು ದಿನ ವಿಶ್ರಾಂತಿಗಾಗಿ ಸಹದೇವ ಅಲ್ಲೇ ಉಳಿದುಕೊಂಡ. ಮೂರನೆಯ ಮುಂಜಾನೆ ಅವರೆಲ್ಲರ ಆಶ್ಚರ್ಯ ಇಮ್ಮಡಿಸುವಂತೆ ಆಚಾರ್ಯ ಚಾಣಕ್ಯನೇ ವರುಣನೊಂದಿಗೆ ಬಂದುಬಿಟ್ಟ. ಚಂದ್ರಗುಪ್ತ, ಚರಣ ಮತ್ತು ಸಹದೇವ ಕಣ್ಣರಳಿಸಿ, ಬಿಟ್ಟ ಬಾಯಿ ಬಿಟ್ಟಂತೆ ನೋಡುತ್ತ ನಿಂತು ಬಿಟ್ಟರು.

"ಏಕೆ ಹಾಗೆ ನಿಂತುಬಿಟ್ಟಿರಿ? ನಾನು ಭೂತದಂತೆ ಕಾಣುತ್ತಿದ್ದೇನೆಯೇ?" ಎಂದು ಚಾಣಕ್ಯ ನಕ್ಕ.

ಎಲ್ಲ ಬೆಚ್ಚಿಬಿದ್ದು ವಾಸ್ತವಕ್ಕೆ ಮರಳಿದರು. ಮಾತಂಗ ಕುಳಿತುಕೊಳ್ಳಲು ವ್ಯವಸ್ಥೆ ಮಾಡಿದ. ಶ್ರೀಗುಪ್ತ ಕುಡಿಯಲು ನೀರು ತಂದುಕೊಟ್ಟ. "ಆಚಾರ್ಯ ಕ್ಷೇಮವೇ?" ಎಂದು ಚಂದ್ರಗುಪ್ತ ಕೇಳಿದ.

"ನನ್ನ ಕ್ಷೇಮಕ್ಕೇನೂ ಕೊರತೆಯಿಲ್ಲ"

"ವಿಶಾಖ ತಾಯಿ, ಲಕ್ಷ್ಮಿ ತಾಯಿ ಎಲ್ಲ ಕ್ಷೇಮವೇ?"

"ಎಲ್ಲ ಕ್ಷೇಮವಾಗಿದ್ದಾರೆ. ನಿನ್ನ ಮಿತ್ರರಾದ ಸಿಂಹಸೇನ, ಬ್ರಹ್ಮದತ್ತ, ಭಾಸ್ಕರ ಕೂಡ ಕ್ಷೇಮವಾಗಿದ್ದಾರೆ. ಮೊನ್ನೆ ತಾನೆ ಬ್ರಹ್ಮದತ್ತ ಬಂದುಹೋದ. ಅದಕ್ಕೆ ಮೊದಲು ಸಿಂಹಸೇನ ಬಂದಿದ್ದ. ಗುರುಕುಲದಲ್ಲಿ ಧರ್ಮದತ್ತ ಮುಂತಾದವರು ಚೆನ್ನಾಗಿರುವರೆಂಬ ಸುದ್ದಿ ಬಂದಿದೆ. ಈಗ ನಿಮ್ಮ ವಿಷಯ ಹೇಳಿ."

"ಎಲ್ಲ ಸುಸೂತ್ರವಾಗಿ ನಡೆಯುತ್ತಿದೆ ಆಚಾರ್ಯ."

"ಊಟೋಪಚಾರ, ಅಭ್ಯಾಸ?"

"ಎಲ್ಲ ತೃಪ್ತಿಕರವಾಗಿದೆ ಆಚಾರ್ಯ" ಎಂದ ಚರಣ.

"ಯುದ್ಧವೇನಾದರೂ ಸಂಭವಿಸಿದರೆ ನಿಮ್ಮ ಪಡೆ ಹೋರಾಡಲು ಸಿದ್ಧವಾಗಿದೆಯೇ?"

"ಖಂಡಿತ ಸಿದ್ಧವಾಗಿದೆ ಆಚಾರ್ಯ" ಎಂದ ಮಾತಂಗ.

"ನಿಮ್ಮ ಅಭ್ಯಾಸವನ್ನು ನಾನೊಮ್ಮೆ ನೋಡಬಹುದೇ?"

"ಅಗತ್ಯವಾಗಿ ನೋಡಬಹುದು" ಎಂದ ಚಂದ್ರಗುಪ್ತ "ಮಾತಂಗ" ಎಂದು ಅವನತ್ತ ನೋಡಿದ. ಮಾತಂಗ ಕೂಡಲೇ ಕಾರ್ಯತತ್ಪರನಾದ. ಇಷ್ಟು ಕಾಲ ಅವರೆಲ್ಲ ನಡೆಸಿದ ಶಸ್ತ್ರಾಭ್ಯಾಸವನ್ನು ಅತ್ಯುತ್ಸಾಹದಿಂದ ಪ್ರದರ್ಶಿಸಿದರು. ಖಡ್ಗಪ್ರಯೋಗ, ಬಾಣಪ್ರಯೋಗ ಇತ್ಯಾದಿ, ತಮ್ಮ ಪರಿಣತಿಗಳನ್ನು ಪ್ರದರ್ಶಿಸಿದರು. ಚಂದ್ರಗುಪ್ತ, ಚರಣ ಮುಂತಾದ ಪ್ರಮುಖರಿಗೆ ಹಲವು ಪ್ರಶ್ನೆಗಳನ್ನು ಹಾಕಿ ಚಾಣಕ್ಯ ಉತ್ತರ ಪಡೆದ. ಅವನ ಮುಖದಲ್ಲಿ ಸಮಾಧಾನದ ಭಾವನೆ ಮೂಡಿದ್ದನ್ನು ಕಂಡು ಎಲ್ಲ ನಿರಾಳವಾಗಿ ಉಸಿರುಬಿಟ್ಟರು. ನಂತರ

ಚಂದ್ರಗುಪ್ತ ಧನಂಜಯನ ಕಡೆಯಿಂದ ಮತ್ತು ಸಹದೇವನ ಗ್ರಾಮದಿಂದ ಬಂದ ತರುಣರ ಗುಂಪನ್ನು ಪರಿಚಯಿಸಿದ. ಎಲ್ಲ ಸೇರಿ ಸುಮಾರು ಎರಡು ಸಾವಿರಕ್ಕಿಂತ ಹೆಚ್ಚಿನ ಸಂಖ್ಯೆಯ ಸೈನ್ಯ ಸಿದ್ಧವಾಗಿತ್ತು. ಈಗ ಕಾರ್ಯೋದ್ಯೋಗವನ್ನು ಆರಂಭಿಸಬಹುದೆಂದು ಚಾಣಕ್ಯ ಆಲೋಚಿಸುತ್ತಿದ್ದ.

ಮಧ್ಯಾಹ್ನ ಎಲ್ಲರೊಂದಿಗೆ ಕುಳಿತು ಚಾಣಕ್ಯ ಸಂತೋಷದಿಂದ ಊಟ ಮಾಡಿದ. ಊಟ ಮುಗಿದ ನಂತರ "ನಿಮ್ಮ ಅಭ್ಯಾಸ ಮುಂದುವರಿಸಿ, ನಾನು ಸ್ವಲ್ಪ ನಿದ್ರೆ ಮಾಡುತ್ತೇನೆ. ಸಂಜೆ ಉಳಿದ ವಿಷಯ ಮಾತನಾಡೋಣ" ಎಂದ. ಮಾತಂಗ ಪ್ರಶಸ್ತವಾದ ಒಂದು ಮರದ ನೆರಳಿನಲ್ಲಿ ಒಂದು ಹಗ್ಗದ ಮಂಚವನ್ನು ಸಿದ್ಧಪಡಿಸಿದ. ಚಾಣಕ್ಯ ಅದರ ಮೇಲೆ ಮಲಗಿ ಬಹುಬೇಗನೆ ನಿದ್ರಾವಶನಾದ. ಸೈನಿಕರೆಲ್ಲ ತಮ್ಮ ಅಭ್ಯಾಸವನ್ನು ಮುಂದುವರಿಸಿದರು.

ಚಂದ್ರಗುಪ್ತ, ಚರಣ, ಸಹದೇವ, ನಂದಿಕೇಶ ಮತ್ತು ವರುಣ ತುಸು ದೂರದಲ್ಲಿ ಇನ್ನೊಂದು ಮರದ ಕೆಳಗೆ ಕುಳಿತು ಕೆಳದನಿಯಲ್ಲಿ ಮಾತಾಡಿಕೊಳ್ಳತೊಡಗಿದರು.

"ಆಚಾರ್ಯರು ತಾವೇ ಬಂದಿರಬೇಕಾದರೆ ಯಾವುದೋ ಮಹತ್ವದ ವಿಷಯವೇ ಇರಬೇಕು. ನಿನಗೇನಾದರೂ ಆ ಬಗ್ಗೆ ತಿಳಿದಿದೆಯೇ" ಎಂದು ಚಂದ್ರಗುಪ್ತ ವರುಣನನ್ನು ಕೇಳಿದ.

"ಇಲ್ಲ" ವರುಣ ಹೇಳಿದ, "ಆದರೆ ಬ್ರಹ್ಮದತ್ತ ಬಂದು ಹೋದ ಮೇಲೆ ಅವರು ಬಹಳ ಉತ್ಸಾಹದಿಂದಿದ್ದಾರೆ. ಸದಾ ತಮ್ಮಲ್ಲೇ ಆಲೋಚಿಸುತ್ತಾ ಏನೋ ಲೆಕ್ಕ ಹಾಕುತ್ತಿರುತ್ತಾರೆ."

"ಬಹುಶಃ ಅವರು ಮುಂದಿನ ಯೋಜನೆಯನ್ನು ಮನಸ್ಸಿನಲ್ಲೇ ರೂಪಿಸಿಕೊಳ್ಳುತ್ತಿರಬಹುದು" ಎಂದ ಚರಣ.

"ಮಗಧದ ಮೇಲೆ ಯುದ್ಧಕ್ಕೆ ಹೊರಡುವ ಯೋಚನೆ ಮಾಡಿರಬಹುದೇ ?" ಸಹದೇವ ಅನುಮಾನಿಸಿದ.

"ಸಾಧ್ಯವೇ ಇಲ್ಲ" ಚಂದ್ರಗುಪ್ತ ಖಚಿತವಾಗಿ ಹೇಳಿದ, "ನನ್ನ ಅನಿಸಿಕೆಯ ಪ್ರಕಾರ ಆ ಸಮಯ ಇನ್ನೂ ಬಂದಿಲ್ಲ. ಸಿಂಹಸೇನ, ಬ್ರಹ್ಮದತ್ತ ಮತ್ತು ಭಾಸ್ಕರನ ವಿಷಯವನ್ನು ಅವರೇ ಹೇಳಿದ್ದರಿಂದ, ಬಹುಶಃ ಅಲೆಗ್ಸಾಂಡರನ ದಂಡಯಾತ್ರೆಗೂ, ನಮ್ಮ ಚಲನೆಗೂ ಸಂಬಂಧವಿರುವಂತೆ ಕಾಣುತ್ತಿದೆ."

"ಹೌದು" ಚರಣ ಹೇಳಿದ, "ಸಂಬಂಧವಿರಬಹುದು, ಆದರೆ ಎಂಥ ಸಂಬಂಧವೆಂದು ನಾವು ಊಹೆ ಮಾಡುವುದು ಸಾಧ್ಯವಿಲ್ಲ. ಏಕೆಂದರೆ ಮಗಧದ ಗಡಿ ದಾಟುವ ಮೊದಲು ಚಾಣಕ್ಯರ ದೃಷ್ಟಿ ತಕ್ಷಶಿಲೆಯತ್ತ ಅಥವಾ ಪಿಪ್ಪಲಿವನದತ್ತ ಇರಬಹುದು."

"ನಿನ್ನ ತರ್ಕ ಸರಿಯಿರುವಂತೆ ಕಾಣುತ್ತಿದೆ. ಎಷ್ಟೇ ಆಗಲಿ ನೀನೂ ಚಾಣಕ್ಯರಂತೆ ದಂಡನೀತಿ ಶಾಸ್ತ್ರವನ್ನು ಅಧ್ಯಯನ ಮಾಡಿದವನಲ್ಲವೇ ?" ಎಂದು ಚಂದ್ರಗುಪ್ತ ಚೇಷ್ಟೆ ಮಾಡಿದ.

"ನೀನು ಪರಿಹಾಸ ಮಾಡಿದರೆ ನನಗೇನೂ ಕೋಪವಿಲ್ಲ" ಚರಣ ನಗುತ್ತಲೇ ಹೇಳಿದ, "ಆದರೆ ಆಕಸ್ಮಿಕವಾಗಿ ನನ್ನ ಊಹೆ ನಿಜವಾದರೆ ನೀನೇ ಮೆಚ್ಚಬೇಕಾಗುತ್ತದೆ. ಆಗ ನಾನೇನೂ ನಿನ್ನನ್ನು ಪರಿಹಾಸ ಮಾಡುವುದಿಲ್ಲ"

"ತರ್ಕ, ಊಹೆ, ಸಾಧ್ಯತೆ ಇವುಗಳ ಬಗ್ಗೆ ಏಕೆ ವೃಥಾ ತಲೆ ಕೆಡಿಸಿಕೊಳ್ಳುತ್ತೀರಿ ? ಸಂಜೆ ಆಚಾರ್ಯರೇ ಮುಂದಿನ ಯೋಜನೆಗಳನ್ನು ತಿಳಿಸುತ್ತಾರಲ್ಲ?" ಎಂದ ಸಹದೇವ.

"ಸೂತ್ರಧಾರರು ನಿಶ್ಚಿಂತೆಯಿಂದ ನಿದ್ರೆ ಮಾಡುತ್ತಿರುವಾಗ, ಗೊಂಬೆಗಳು ಎಷ್ಟು ತರ್ಕಮಾಡಿದರೂ ಅಷ್ಟೆ. ಸೂತ್ರಧಾರ ದಾರ ಎಳೆದರೆ ಎಲ್ಲ ಬಾಯಿ ಮುಚ್ಚಿಕೊಳ್ಳುತ್ತವೆ" ಎಂದ ನಂದಿಕೇಶ.

"ಆಹಹ! ಮುತ್ತಿನಂಥ ಮಾತಾಡಿಬಿಟ್ಟ!" ಎಂದು ಚರಣ ಅಣಕಿಸಿದ.

"ಅದಕ್ಕೇ ಅವನು ಎಲ್ಲ ಮಾತು ಮುಗಿಸುವವರೆಗೆ ಕಾದಿದ್ದು ಕಡೆಯಲ್ಲಿ ಒಂದು ಮುತ್ತಿನಂಥ ಮಾತನ್ನು ಎಸೆದು ತೆಪ್ಪಗಾಗುತ್ತಾನೆ" ಎಂದು ಚಂದ್ರಗುಪ್ತ ನಕ್ಕ.

"ನನ್ನದೇನೂ ಇಲ್ಲಪ್ಪ" ನಂದಿಕೇಶ ಗಾಂಭೀರ್ಯದ ಸೋಗಿನಲ್ಲಿ ಹೇಳಿದ, "ಮಾತು ವೆಚ್ಚ ಮಾಡುವುದರ ಬದಲು ಬುದ್ಧಿ ವೆಚ್ಚ ಮಾಡಬೇಕೆಂಬ ಆಚಾರ್ಯ ಚಾಣಕ್ಯರ ಸೂತ್ರಕ್ಕೆ ಅನುಗುಣವಾಗಿ ನಡೆದುಕೊಳ್ಳುತ್ತಿದ್ದೇನೆ ಅಷ್ಟೆ."

"ಆಚಾರ್ಯರ ಬಳಿಯಲ್ಲೇ ಒಂದು ವರ್ಷ ಇದ್ದುಬಿಟ್ಟರೆ ಇವನು ಸಂಪೂರ್ಣ ವೇದಾಂತಿಯಾಗಿ ಬಿಡಬಹುದು" ಎಂದ ಸಹದೇವ.

"ವೇದಾಂತಿಯಾಗುವುದು ಅನುಮಾನ" ನಂದಿಕೇಶ ನಾಟಕೀಯವಾಗಿ ಹೇಳಿದ, "ಮುಂದೆ ಒಂದು ದಿನ ಇನ್ನೊಬ್ಬ ಚಂದ್ರಗುಪ್ತ ಸಿಕ್ಕರೆ, ಅವನನ್ನು ಚಕ್ರವರ್ತಿ ಮಾಡುವ ಆಚಾರ್ಯನಂತೂ ಆಗುತ್ತೇನೆ" ಎಂದು ತನ್ನ ಹಾಸ್ಯಕ್ಕೆ ತಾನೇ ಜೋರಾಗಿ ನಕ್ಕ. ಉಳಿದವರೂ ಅವನ ನಗುವಿನಲ್ಲಿ ಸೇರಿಕೊಂಡರು.

ಸಂಜೆಯಾಗುತ್ತಿದ್ದಂತೆ ಚಾಣಕ್ಯ ಎದ್ದುಬಿಟ್ಟ. ಮುಖ ತೊಳೆಯಲು ನೀರು ತಂದುಕೊಟ್ಟ ಶ್ರೀಗುಪ್ತನನ್ನು "ಹೇಗಿದ್ದಿ?" ಎಂದು ವಿಚಾರಿಸಿಕೊಂಡ.

"ತಮ್ಮ ಆಶೀರ್ವಾದ, ನಾನು ಚೆನ್ನಾಗಿದ್ದೇನೆ. ಎಲ್ಲರೂ ನನ್ನನ್ನು ವಿಶ್ವಾಸದಿಂದ ಕಾಣುತ್ತಾರೆ" ಎಂದ ಶ್ರೀಗುಪ್ತ.

"ಭಾಗುರಾಯಣನಿಗೆ, ನಿನ್ನ ವಿಷಯ ತಿಳಿಸುವಂತೆ ನನ್ನ ಶಿಷ್ಯರಿಗೆ ಹೇಳಿಕಳಿಸಿದ್ದೇನೆ."

ಶ್ರೀಗುಪ್ತನ ಮುಖ ಅರಳಿತು. "ಹೌದೇ! ಸದ್ಯ, ನಾನು ಅವರನ್ನು ನೋಡಲಾಗದಿದ್ದರೂ, ನಾನು ಕ್ಷೇಮವಾಗಿರುವ ವಿಷಯವನ್ನು ತಿಳಿದು ಅವರು ಸಂತೋಷಪಡುತ್ತಾರೆ" ಎಂದ.

"ನೀನೂ ಅಲ್ಲಿಗೆ ಹೋಗಿ ಬರುವಂತೆ ಹೇಳುತ್ತಿದ್ದೆ. ಆದರೆ ಆಕಸ್ಮಾತ್ ನಿನ್ನ ಸುಳಿವು ಸಿಕ್ಕರೆ ಖಂಡಿತ ಪ್ರಾಣಾಪಾಯ ಒದಗುತ್ತದೆ. ಆ ದೃಷ್ಟಿಯಿಂದ ಸದ್ಯದಲ್ಲಿ ನೀನು ಇಲ್ಲಿರುವುದೇ ಕ್ಷೇಮ."

"ನನಗೆ ಅರ್ಥವಾಗುತ್ತದೆ ಆಚಾರ್ಯ, ನಾನು ಇಲ್ಲೇ ಇರುತ್ತೇನೆ."

"ಹೋಗಿ ಸಹದೇವನನ್ನು ಕಳಿಸು."

ಶ್ರೀಗುಪ್ತ ಹೋಗಿ ಆಚಾರ್ಯರು ಕರೆಯುತ್ತಿರುವರೆಂದು ಸಹದೇವನಿಗೆ ಹೇಳಿದ. ಅವನು ತಕ್ಷಣ ಚಾಣಕ್ಯನ ಬಳಿಗೆ ಬಂದ. "ಆಚಾರ್ಯ, ಕರೆದಿರಂತೆ?" ಎಂದ.

"ಹೌದು, ಬಾ ಕುಳಿತುಕೊ. ನೀನು ಇಲ್ಲಿಗೆ ಯಾವಾಗ ಬಂದೆ?"

"ಮೂರುದಿನಗಳಾದವು ಆಚಾರ್ಯ."

"ಅಲ್ಲಿ ಚಂದ್ರಗುಪ್ತನ ತಾಯಿ, ನಿನ್ನ ಕುಟುಂಬ ಎಲ್ಲ ಕ್ಷೇಮವೇ?"

"ಎಲ್ಲ ಕ್ಷೇಮವಾಗಿದ್ದಾರೆ."

"ಚಂದ್ರಗುಪ್ತನ ತಾಯಿ ಮಗನನ್ನು ಬಹಳವಾಗಿ ಹಂಬಲಿಸುತ್ತಿರಬೇಕಲ್ಲವೆ?"

"ಯಾವ ತಾಯಿಗೆ ತಾನೆ ತನ್ನ ಮಗನ ಹಂಬಲವಿರುವುದಿಲ್ಲ ಆಚಾರ್ಯ?" ಸಹದೇವ ಹೇಳಿದ, "ಆದರೆ ಆಕೆ ಸಾಮಾನ್ಯ ತಾಯಿಯಂತೆ ತನ್ನ ಮಗನಿಗಾಗಿ ಮಾತ್ರ ಹಂಬಲಿಸುತ್ತಿಲ್ಲ, ಅವನೊಂದಿಗೆ ಕಷ್ಟ ಪಡುತ್ತಿರುವ ಎಲ್ಲರ ಕ್ಷೇಮಕ್ಕಾಗಿ ಹಂಬಲಿಸುತ್ತಿದ್ದಾಳೆ. ನಮ್ಮನ್ನೆಲ್ಲ ತನ್ನ ಸ್ವಂತ ಮಕ್ಕಳಂತೆಯೇ ಕಾಣುತ್ತಾಳೆ. ಜೊತೆಗೆ ರಾಣಿಯೆಂಬ ಯಾವ ಅಹಂಕಾರ, ಹೆಮ್ಮೆಗಳೂ ಇಲ್ಲದ ಒಬ್ಬ ಸಾಮಾನ್ಯ ಗ್ರಾಮೀಣ ಗೃಹಿಣಿಯಂತೆಯೇ ಎಲ್ಲ ಕೆಲಸಗಳಲ್ಲೂ ಭಾಗವಹಿಸುತ್ತಾಳೆ. ನಾನು ಬರುವಾಗ ಐದು ದಿನ ಹಗಲು ರಾತ್ರಿ ಕಷ್ಟಪಟ್ಟು ಈ ಎರಡು ಸಾವಿರ ಜನರಿಗೂ ತಿನಸು ಮಾಡಿ ಕಳಿಸಿಕೊಟ್ಟಳು."

ಅವಳ ವ್ಯಕ್ತಿತ್ವವನ್ನು ಅಳತೆ ಮಾಡುವಂತೆ ಚಾಣಕ್ಯ ಕೆಲವು ಕ್ಷಣ ಮೌನವಾದ. 'ರಾಜಮಾತೆಯೆಂದರೆ ಹೀಗೆ ತಾನೇ ಇರಬೇಕು! ಪ್ರಜೆಗಳ ಕಷ್ಟಸುಖಗಳನ್ನು ಅರಿಯಬಲ್ಲ ಆಕೆ, ತನ್ನ ಮಗ ಚಕ್ರವರ್ತಿಯಾದಾಗ ಅವನು ತಪ್ಪಿ ನಡೆಯದಂತೆ ಖಂಡಿತ ನಿಯಂತ್ರಿಸುತ್ತಾಳೆ. ಚಂದ್ರಗುಪ್ತನ ಸದ್ಗುಣಗಳ ಮೂಲ ಈ ತಾಯಿಯಲ್ಲಿದೆ. ಅಂದ ಮೇಲೆ ಪಿಪ್ಪಲಿವನದಲ್ಲೂ, ಚಂದ್ರಗುಪ್ತನ ಅಲ್ಲಿಯ ಮಿತ್ರರು ಹೇಳಿದಂತೆ, ಇಡೀ ನಗರವೇ ಅವನಿಗೆ ಬೆಂಬಲ ನೀಡುವುದರಲ್ಲಿ ಆಶ್ಚರ್ಯವೇನೂ ಇಲ್ಲ. ಅದು ನಿಜವಾದರೆ ನನ್ನ ಕೆಲಸ ಸುಲಭವಾಗುತ್ತದೆ. ದೊಡ್ಡ ಪಡೆ ಇಲ್ಲದೆ, ಅಲ್ಲಿ ನಮ್ಮ ಕಾರ್ಯಸಾಧನೆ ಮಾಡಿಕೊಳ್ಳುವ ಸಾಧ್ಯತೆ ನಿಚ್ಚಳವಾಗಿ ಕಾಣುತ್ತಿದೆ. ಹೌದು, ಧನನಂದನಿಗೆ ಕೊಡುವ ಮೊದಲ ಪೆಟ್ಟು ಮೂಗೇಟಾಗಬಾರದು, ಕತ್ತರಿಸಿ ಆಳಕ್ಕಿಳಿದು ನೆತ್ತರು ಹೊರಬರಬೇಕು' ಇತ್ಯಾದಿ, ಯೋಚಿಸಿದ. ನಂತರ ಪ್ರಕಟವಾಗಿ ಹೇಳಿದ, "ಸಹದೇವ, ಚಂದ್ರಗುಪ್ತನ ತಾಯಿ ನಿಜವಾಗಲೂ ಉದಾತ್ತ ವ್ಯಕ್ತಿ, ಮತ್ತೆ ನೀನು ಆಕೆಯನ್ನು ಭೇಟಿ ಮಾಡಿದಾಗ ನನ್ನ ಗೌರವ ಪೂರ್ವಕವಾದ ಪ್ರಣಾಮಗಳನ್ನು ಸಲ್ಲಿಸು."

"ಆಗಲಿ ಆಚಾರ್ಯ. ಆಕೆಗೆ ನಿಮ್ಮ ತಂದೆಯವರಲ್ಲಿ ಪಿತೃಸಮಾನವಾದ ಪೂಜ್ಯ ಭಾವನೆಯಿತ್ತು. ಅಂಥ ಮಹಾತ್ಮರ ಮಗ ಮಹಾವ್ಯಕ್ತಿಯೇ ಇರಬೇಕು, ಎಂದು ಆಗಾಗ ನೆನಪು ಮಾಡಿಕೊಳ್ಳುತ್ತಿರುತ್ತಾರೆ."

ತಂದೆಯ ನೆನಪು ಬಂದು ಒಂದು ಕ್ಷಣ ಚಾಣಕ್ಯನ ಮನಸ್ಸು ಮೃದುವಾಯಿತು. ಮರುಕ್ಷಣದಲ್ಲೇ ಅವರ ಸಾವಿನ ಘಟನೆ ನೆನಪಾಗಿ ಕ್ರೋಧವುಕ್ಕಿ ಬಂತು. ಆದರೆ ಬಹುಬೇಗನೆ ಅದನ್ನು ಅಡಗಿಸಿ, ತನ್ನನ್ನು ತಾನು ನಿಯಂತ್ರಿಸಿಕೊಂಡು ಹೇಳಿದ, "ಸಹದೇವ, ಆಕೆ ತಿಳಿದಿರುವಂತೆ ನಾನು ಮಹಾವ್ಯಕ್ತಿಯಲ್ಲ, ನನ್ನ ತಂದೆ ಮಹಾತ್ಮರೆಂದರೆ ಎಲ್ಲರೂ ಒಪ್ಪುತ್ತಾರೆ. ಆದರೆ ನಾನು ಮಾತ್ರ ಹಲವರ ಶತ್ರುತ್ವವನ್ನು ಕಟ್ಟಿಕೊಂಡು ತೊಳಲಾಡುತ್ತಿದ್ದೇನೆ."

"ನಿಮ್ಮಲ್ಲಿ ಆ ಮಹಿಮೆಯಿಲ್ಲದಿದ್ದರೆ, ಸಾವಿರಾರು ಜನ ನಿಮ್ಮ ಹೆಸರನ್ನು ಕೇಳಿಯೇ ಬೆಂಬಲ ನೀಡಲು ಓಡಿಬರುತ್ತಿರಲಿಲ್ಲ."

"ಅದು ನನ್ನ ಮಹಿಮೆಯಲ್ಲ ಸಹದೇವ, ಈ ಆರ್ಯಾವರ್ತದ ಮಹಿಮೆ. ಸಾವಿರಾರು ವರ್ಷಗಳಿಂದ ಅರಳಿ, ಬದುಕಿನ ತುಂಬ ಸುಗಂಧ ಬೀರಿದ ನಮ್ಮ ಸನಾತನ ಧರ್ಮದ ಮಹಿಮೆ. ಅಥವಾ ಆ ಧನನಂದನ ಮಿತಿಮೀರಿದ ದುಷ್ಟತನದ ಮಹಿಮೆಯೆಂದು ಹೇಳಬಹುದೇನೋ!" ಚಾಣಕ್ಯನ ಮುಖದಲ್ಲಿ ಒಂದು ಕಿರುನಗು ಹೊಮ್ಮಿತು.

ಅಷ್ಟರಲ್ಲಿ ಚಂದ್ರಗುಪ್ತ, ಚರಣ, ನಂದಿಕೇಶ, ಮಾತಂಗ ಮತ್ತಿತರರು ಹಿಂಜರಿಯುತ್ತಲೇ ಹತ್ತಿರ ಬಂದರು. ಅವರಿಗೆಲ್ಲ ಕುಳಿತುಕೊಳ್ಳುವಂತೆ ಚಾಣಕ್ಯ ಸನ್ನೆ ಮಾಡಿದ. ಮಾತಂಗನ

ಮುಖ ನೋಡಿ ಸಹದೇವನಿಗೆ ಹೇಳಿದ, "ಸಹದೇವ ಈ ಸಂದರ್ಭದಲ್ಲಿ ನನಗಿಂತ ಮಾತಂಗನೇ ಮಹಿಮಾಶಾಲಿಯಾಗುತ್ತಾನೆ."

ಸಂದರ್ಭದ ಅರಿವಿಲ್ಲದೆ ನಾಚಿದ ಮಾತಂಗ "ಅಯ್ಯೋ ನಾನೊಬ್ಬ ಹುಂಬ, ನನ್ನನ್ನು ತಮ್ಮಂಥವರು ಹೊಗಳಬಾರದು" ಎಂದ.

"ಹಾಗಲ್ಲ ಮಾತಂಗ, ನನ್ನಂಥ ಮಹಿಮಾಶಾಲಿಯಿಂದಲೇ ಇಷ್ಟೆಲ್ಲ ನಡೆಯುತ್ತಿದೆಯೆಂದು ಸಹದೇವ ಹೇಳಿದ. ಅದಕ್ಕೆ ನಿನ್ನ ಉದಾಹರಣೆ ಕೊಟ್ಟೆ ಅಷ್ಟೆ. ನಿಜ, ನಾನು ಈಗ ಸೂತ್ರಧಾರನ ಪಾತ್ರ ನಿರ್ವಹಿಸುತ್ತಿದ್ದೇನೆ. ಈ ಪಾತ್ರಕ್ಕೆ ನನ್ನ ಬದುಕಿನಲ್ಲಿ ಎದುರಾದ ವೈಯಕ್ತಿಕ ಅನುಭವಗಳೇ ಕಾರಣ. ಆದರೆ ಅದಕ್ಕಿಂತ ಮೊದಲೇ ನಾನು ನಿರ್ಧಾರ ಮಾಡಿದ್ದೆ. ಧರ್ಮರಕ್ಷಣೆ, ಧರ್ಮಸಾಮ್ರಾಜ್ಯದ ಸ್ಥಾಪನೆಯ ಕನಸು ಕಾಣುತ್ತಿದ್ದೆ. ಇಲ್ಲಿ ನಾನು ನಿಮ್ಮೆಲ್ಲರ ಸಜ್ಜನಿಕೆಯಿಂದ ನಾಯಕನಂತೆ, ಗುರುವಿನಂತೆ, ಸೂತ್ರಧಾರನಂತೆ, ಸಂಘಟಕನಂತೆ ನಡೆದುಕೊಳ್ಳುತ್ತಿದ್ದೇನೆ. ನನ್ನ ಬುದ್ಧಿಮತ್ತೆಯನ್ನು ಇದಕ್ಕಾಗಿ ವಿನಿಯೋಗಿಸು-ತ್ತಿದ್ದೇನೆ. ಆದರೆ ಅದಷ್ಟರಿಂದಲೇ, ಅಥವಾ ನನ್ನೊಬ್ಬನಿಂದಲೇ ಎಲ್ಲವೂ ಆಗಿಬಿಡುವುದಿಲ್ಲ ಎಂಬ ಅರಿವು ನನಗಿದೆ. ಒಂದು ಸಣ್ಣ ಮನೆ ಕಟ್ಟಲು, ಹತ್ತಾರು ಕೈಗಳು, ಹತ್ತೆಂಟು ಬಗೆಯ ಸಲಕರಣೆ, ಸಾಮಗ್ರಿಗಳು ಬೇಕು. ಅಂದಮೇಲೆ ಒಂದು ಸಾಮ್ರಾಜ್ಯ ಕಟ್ಟಲು ಎಷ್ಟು ಲಕ್ಷ ಕೈಗಳ ನೆರವು ಬೇಕು, ಎಷ್ಟು ಲಕ್ಷ ಬಗೆಯ ಸಾಧನ, ಸಾಮಗ್ರಿಗಳು ಬೇಕು.

"ಮಾತಂಗ ಒಬ್ಬ ಚೋರ. ಅವನು ಚೋರನಾದ ಕಾರಣ ಏನೇ ಇರಲಿ, ಅವನು ಆ ವೃತ್ತಿಯಲ್ಲಿ ಚೆನ್ನಾಗಿ ಪಳಗಿದ್ದ. ಒಂದು ದಿನ ನನ್ನನ್ನೂ ಅಡ್ಡಗಟ್ಟಿದ. ಅದೃಷ್ಟ ಕೆಟ್ಟಿದ್ದರೆ ನನ್ನನ್ನು ಅವನು ಕೊಲ್ಲುತ್ತಲೂ ಇದ್ದ. ಆದರೆ ಅವನಲ್ಲೂ ಒಂದು ಹೃದಯವಿತ್ತು. ತನ್ನ ನಾಡಿನ ಶ್ರೇಯಸ್ಸಿಗೆ ದುಡಿಯುವ ಅವಕಾಶ ದೊರೆತರೆ ತಕ್ಷಣ ಕಾರ್ಯರಂಗಕ್ಕೆ ಧುಮುಕುವ ಪರಾಕ್ರಮವಿತ್ತು. ಅದಕ್ಕಿಂತ ಮಿಗಿಲಾದ ಸದಾಶಯವಿತ್ತು. ಅದನ್ನು ನಾನು ಗುರುತಿಸಿದೆ. ಈ ದಿನ ನಮ್ಮ ಮಹಾಕಾರ್ಯಕ್ಕೆ ಬೆಂಬಲವಾಗಿರುವ ಅವನ ಸೈನ್ಯ ಸಾವಿರ, ಎರಡು ಸಾವಿರವೇ ಇರಬಹುದು. ಆದರೆ ಅದು ಇವನ ಕೃಪೆ. ಇದೇ ನಮಗೆ ಮೂಲಧನ. ಈ ಎರಡು ಸಾವಿರ ಸೈನ್ಯದ ಮೂಲ ಧನದಿಂದಲೇ ಮಗಧದ ಲಕ್ಷಾಂತರ ಸಂಖ್ಯೆಯ ಸೈನ್ಯವನ್ನು ಎದುರಿಸುವ ದೊಡ್ಡಬಲವನ್ನು ನಾವು ಕಟ್ಟುಬೇಕು, ಕಟುತ್ತೇವೆ. ಸಹದೇವ, ನೀನು ಮಾತಂಗನ ಮಹಿಮೆ ಕಡಿಮೆಯೆಂದು ಹೇಳುತ್ತೀಯ ?"

"ಕ್ಷಮಿಸಿ ಆಚಾರ್ಯ" ಸಹದೇವ ಹೇಳಿದ, "ಆದರೆ ನೀವು ಏನೇ ಹೇಳಿದರೂ ನಾನು ಮಾತಂಗ, ಇನ್ನೊಬ್ಬ ಮತ್ತೊಬ್ಬ ಎಲ್ಲರೂ ಚಾಣಕ್ಯನೆಂಬ ಸೂಜಿಗಲ್ಲಿಗೆ ಆಕರ್ಷಿತರಾದವರು. ನಮ್ಮಲ್ಲಿ ಯಾವ ಶಕ್ತಿಯಿದೆಯೋ ಇಲ್ಲವೋ, ಇಂದು ನಮ್ಮ ಮೈಯಲ್ಲಿ, ಮನಸ್ಸಿನಲ್ಲಿ ತುಂಬಿರುವುದು ಮಾತ್ರ ಚಾಣಕ್ಯರ ಸಂಕಲ್ಪದ ಆದೇಶ."

ಚಾಣಕ್ಯ ನಕ್ಕ. "ಇಷ್ಟೊಂದು ಮೂಢನಂಬಿಕೆ ಬೇಡ ಸಹದೇವ. ಇರಲಿ, ಆ ವಿಷಯವನ್ನು ಅಲ್ಲಿಗೆ ಬಿಡೋಣ. ಈಗ ನಾನು ಮುಖ್ಯ ವಿಷಯಕ್ಕೆ ಬರುತ್ತೇನೆ."

ಅವನು ಏನು ಹೇಳುವನೋ, ಎಂದು ಎಲ್ಲ ಕಾತರದಿಂದ ಕಣ್ಣರಳಿಸಿ, ಕಿವಿಗೊಟ್ಟು ಮುಖವನ್ನೇ ನೋಡುತ್ತ ಕುಳಿತರು. ಎರಡು ಕ್ಷಣ ಬಿಟ್ಟು ಚಾಣಕ್ಯ ಹೇಳಿದ, "ಚಂದ್ರಗುಪ್ತ, ಚರಣ, ನಂದಿಕೇಶರೊಂದಿಗೆ ಹೋಗಿ ಒಮ್ಮೆ ನಿನ್ನ ತಾಯಿಯನ್ನು ನೋಡಿ ಬಂದುಬಿಡು."

ಈ ಅನಿರೀಕ್ಷಿತ ಆದೇಶವನ್ನು ಕೇಳಿ ಚಂದ್ರಗುಪ್ತ ಚಕಿತನಾಗಿ ನೋಡುತ್ತಿರುವಾಗ ಮಾತಂಗ ಕೇಳಿದ, "ಆಚಾರ್ಯ, ಅವರನ್ನು ನೋಡಬೇಕೆಂದು ನನ್ನ ಮನಸ್ಸು ಹಾತೊರೆಯುತ್ತಿದೆ. ನಾನೂ ಹೋಗಿ ಬರುತ್ತೇನೆ."

"ಆದರೆ ಇಲ್ಲಿ ನೋಡಿಕೊಳ್ಳುವವರು ಯಾರು ?"

"ನನ್ನ ಮಿತ್ರರಿದ್ದಾರೆ. ಯಾವ ಚಿಂತೆಯೂ ಇಲ್ಲ"

"ಆಗಬಹುದು" ಎಂದು ಚಾಣಕ್ಯ ಅನುಮತಿ ನೀಡಿದಾಗ ಮಾತಂಗನ ಮುಖ ಸಂತೋಷದಿಂದ ಅರಳಿತು.

"ತತ್‌ಕ್ಷಣದ ಈ ನಿರ್ಧಾರಕ್ಕೆ ಕಾರಣವೇನೆಂದು ಕೇಳಬಹುದೆ ಆಚಾರ್ಯ ?" ಚಂದ್ರಗುಪ್ತ ಹಿಂಜರಿಯುತ್ತಲೇ ಕೇಳಿದ.

"ಈ ಚಾಣಕ್ಯ ಕಾರಣವಿಲ್ಲದೆ ಯಾವ ನಿರ್ಧಾರವನ್ನೂ ಮಾಡುವುದಿಲ್ಲ" ಚಾಣಕ್ಯ ನಗುತ್ತಾ ಹೇಳಿದ, "ನೀನು ಕೇಳಿದ್ದು ಒಳ್ಳೆಯದಾಯಿತು. ಇದೇ ತಾನೆ ನನ್ನ ಮೇಲೆ ಮೂಢ ನಂಬಿಕೆ ಬೇಡವೆಂದು ಸಹದೇವನಿಗೆ ಹೇಳಿದೆ. ಕಾರಣ ತಿಳಿಯುವ ಅಧಿಕಾರ ಎಲ್ಲರಿಗೂ ಇದೆ. ನೀನು ಹೋಗಿ ನಿನ್ನ ತಾಯಿಯ ಆಶೀರ್ವಾದ ಪಡೆದು ಬರಬೇಕು. ಏಕೆಂದರೆ, ವಾಸ್ತವವಾಗಿ ನಮ್ಮ ಕಾರ್ಯಚಟುವಟಿಕೆ ಈಗ ಆರಂಭವಾಗಲಿದೆ. ಮೊದಲು ನಿನ್ನ ಮೂಲಸ್ಥಳ ಪಿಪ್ಪಲಿವನದಲ್ಲಿ ನಿನ್ನ ಪೂರ್ವಿಕರ ಅರಮನೆಯಲ್ಲಿ ನಿನ್ನದೇ ಜನಗಳ ನಡುವೆ ನಿನಗೆ ಪಟ್ಟಾಭಿಷೇಕ !"

"ಪಟ್ಟಾಭಿಷೇಕವೆ ?" ಚಂದ್ರಗುಪ್ತ ಅಚ್ಚರಿಯಿಂದ ಕೇಳಿದ.

"ಹೌದು, ನೀನು ರಾಜನೆಂಬ ಮಾನ್ಯತೆ ಪಡೆದ ಕೂಡಲೇ, ನಿನ್ನ ವ್ಯಕ್ತಿತ್ವಕ್ಕೆ ಒಂದು ಪರಿವೇಶ ನಿರ್ಮಾಣವಾಗುತ್ತದೆ. ಅದರ ಬೆಂಬಲದಿಂದ ಬೇರೆ ರಾಜರಿಂದ ಸೈನ್ಯದ ನೆರವನ್ನಾಗಲೀ, ಜನರ ಸಹಾನುಭೂತಿಯ ಬೆಂಬಲವನ್ನಾಗಲೀ ಪಡೆಯಬಹುದೆಂದು ನಾನು ಮೊದಲೇ ಹೇಳಿದ್ದೆ.'

"ಹೌದು ನನಗೆ ನೆನಪಿದೆ" ಎಂದ ಚರಣ, "ಆದರೆ ಇಷ್ಟು ಬೇಗ ಅದು ಸಾಧ್ಯವಾಗುವುದೆಂದು ನಾವು ಊಹೆಯನ್ನೂ ಮಾಡಿರಲಿಲ್ಲ"

"ಇಷ್ಟು ಬೇಗ ಎಂದರೆ, ಇನ್ನೆಷ್ಟು ತಡವಾಗಿ ಎಂದು ನಿನ್ನ ಅಭಿಪ್ರಾಯ ?"

"ಹಾಗಲ್ಲ ಆಚಾರ್ಯ, ಅದಕ್ಕೆ ಇನ್ನೂ ಸಿದ್ಧತೆ ಅಗತ್ಯವೆಂದು ನಾನು ಭಾವಿಸಿದ್ದೆ."

"ಪೂರ್ಣ ಸಿದ್ಧತೆ ಆಗಲೆಂದು ಕಾಯುತ್ತಿದ್ದರೆ ಆಯುಸ್ಸು ಮುಗಿದುಹೋಗುತ್ತದೆ. ಸಮಯ ಪ್ರಶಸ್ತವಾಗಿದ್ದರೆ ಸಿದ್ಧತೆಗಳು ತಾವಾಗಿಯೇ ನಡೆದುಹೋಗುತ್ತವೆ. ಅಲೆಗ್ಸಾಂಡರ್ ತನ್ನ ದೇಶಕ್ಕೆ ಹಿಂದಿರುಗಲು ಆರಂಭಿಸುತ್ತಿದ್ದಂತೆ ಅವನು ಗೆದ್ದ ಪ್ರದೇಶಗಳು ನಮ್ಮ ಕೈವಶವಾಗಬೇಕು. ಆಮೇಲೆ ಪಿಪ್ಪಲಿವನದ ಮೌರ್ಯ ವಂಶದ ಚಂದ್ರಗುಪ್ತಮೌರ್ಯ ಮಗಧದ ಮೇಲೆ ಆಕ್ರಮಣ ಮಾಡಲು ಅರ್ಹನಾಗುತ್ತಾನೆ."

ಎಲ್ಲ ಉತ್ಸಾಹಿತರಾದರು. ಅಭಿಮಾನದಿಂದ ಚಂದ್ರಗುಪ್ತನ ಮುಖ ನೋಡಿದರು. ಚಾಣಕ್ಯ ಮುಂದುವರಿಸಿದ, "ಮೊದಲು ನೀನು, ಚರಣ ಮತ್ತು ನಂದಿಕೇಶ ಗುರುತು ಕೊಡದೆ ಪಿಪ್ಪಲಿವನದಲ್ಲಿ ಸೇರಿಕೊಳ್ಳಿ, ನಿಮ್ಮ ಮಿತ್ರರು, ಅಭಿಮಾನಿಗಳ ನೆರವಿನಿಂದ ಬೆಂಬಲಿಗರನ್ನೆಲ್ಲ ಸಂಘಟಿಸಿ ನಂತರ ಮಾತಂಗನ ಸೈನ್ಯವೆಲ್ಲ ಸಣ್ಣ ಸಣ್ಣ ಗುಂಪುಗಳಾಗಿ, ನಿನ್ನ ಮಿತ್ರರ ನೆರವಿನಿಂದ ಪಿಪ್ಪಲಿವನದಲ್ಲಿ ಅಡಗಿಕೊಂಡಿರಲಿ. ಸಿಂಹಸೇನ, ಬ್ರಹ್ಮದತ್ತ, ಭಾಸ್ಕರ

ಮತ್ತು ನಾನು ಯಾತ್ರಾರ್ಥಿಗಳಂತೆ ಬಂದು ಊರು ಸೇರಿಕೊಳ್ಳುತ್ತೇವೆ. ನಿನ್ನ ಮಿತ್ರರಿಗೆ ದೇವಾಲಯದಲ್ಲಿದ್ದುಕೊಂಡು ಸುದ್ದಿ ಕಳಿಸುತ್ತೇವೆ. ಮಾತಂಗನ ಸೈನ್ಯ ಮತ್ತು ನಿನ್ನ ಮಿತ್ರರ ನೆರವಿನಿಂದ ನಗರವನ್ನು ವಶಪಡಿಸಿಕೊಳ್ಳುವುದು ಸಾಧ್ಯವಾಗುವುದಲ್ಲವೆ?''

''ಖಂಡಿತ ಸಾಧ್ಯ'' ಚಂದ್ರಗುಪ್ತ ಹೇಳಿದ, ''ಆದರೆ ವಶಪಡಿಸಿಕೊಂಡ ನಂತರ ಅದನ್ನು ಮಗಧದ ಅಗಾಧ ಸೈನ್ಯದ ಎದುರು ರಕ್ಷಿಸಿಕೊಳ್ಳುವುದು ಸಾಧ್ಯವೇ?''

''ಹೌದು, ಅದು ಕಷ್ಟವೇ. ಆದರೆ ಅದಕ್ಕೆ ಮೊದಲು ಅಲೆಗ್ಸಾಂಡರನ ಆಕ್ರಮಣದ ಭೀತಿಯನ್ನು ಮಗಧದಲ್ಲಿ ಬಲವಾಗಿ ಬೇರೂರಿಸಲಾಗುತ್ತದೆ. ಆ ಸಿದ್ಧತೆಯಲ್ಲಿ ತೊಡಗಿರುವ ಅಮಾತ್ಯರಾಕ್ಷಸ ಪಿಪ್ಪಲಿವನದ ರಕ್ಷಣೆಗೆ ಸೈನ್ಯ ಕಳಿಸುವ ಯೋಚನೆ ಮಾಡುವುದಿಲ್ಲ.''

''ಹೌದು, ನಿಮ್ಮ ಆಲೋಚನೆ ಸೊಗಸಾಗಿದೆ'' ಎಂದ ಚರಣ.

''ಆಲೋಚನೆ ಸೊಗಸಾಗಿದೆ ಚರಣ'' ಚಾಣಕ್ಯ ನಗುತ್ತಾ ಹೇಳಿದ, ''ಆದರೆ ಅದನ್ನು ಕಾರ್ಯರೂಪಕ್ಕೆ ತರುವುದು ಅಷ್ಟು ಸೊಗಸಲ್ಲ.''

''ನಿಮ್ಮ ಆಶೀರ್ವಾದ, ದೇವರ ದಯವಿದ್ದರೆ ಎಲ್ಲವೂ ಸುಸೂತ್ರವಾಗಿ, ಸೊಗಸಾಗಿ ಮುಗಿಯುತ್ತದೆ'' ಎಂದ ಸಹದೇವ.

''ಚಂದ್ರಗುಪ್ತ'' ಚಾಣಕ್ಯ ಹೇಳಿದ, ''ಇನ್ನೊಂದು ವಿಷಯ, ಹೋದ ಮೇಲೆ ಒಂದೆರಡು ದಿನ ಇದ್ದು ಬಾ. ಬರುತ್ತ ಧನಂಜಯನ ಗ್ರಾಮಕ್ಕೆ ಹೋಗಿ ಅವನಿಗೆ ಎಲ್ಲ ವಿಷಯಗಳನ್ನೂ ತಿಳಿಸು. ಆನಂತರ ಇಲ್ಲಿಗೆ ಬಂದು, ಪಿಪ್ಪಲಿವನವನ್ನು ಸೇರುವ ವಿಷಯದಲ್ಲಿ ನೀವೆಲ್ಲ ಒಟ್ಟಿಗೆ ಕುಳಿತು ಚರ್ಚಿಸಿ, ಸರಿಯಾದ ಯೋಜನೆ ರೂಪಿಸಿಕೊಂಡು ಮುಂದಿನ ಹೆಜ್ಜೆಯಿಡಿ.''

ಚಂದ್ರಗುಪ್ತ ಸಮ್ಮತಿಸಿದ. ಚಾಣಕ್ಯ ಅಲ್ಲಿದ್ದಂತೆಯೇ ಅವನು ತನ್ನ ಮಿತ್ರರೊಂದಿಗೆ ಪ್ರಯಾಣ ಹೊರಟೇ ಬಿಟ್ಟ.

## ೪

ಅವರೆಲ್ಲ ಕುದುರೆಗಳ ಮೇಲೆ ಹೊರಟಿದ್ದರಿಂದ, ಪ್ರಯಾಣ ಕಾಲು ನಡಿಗೆಯಷ್ಟು ಪ್ರಯಾಸಕರವಾಗಿರಲಿಲ್ಲ. ಮಳೆಗಾಲ ಆದೇ ತಾನೆ ಮುಗಿಯುತ್ತಿದ್ದುದರಿಂದ ವಾತಾವರಣ ಸಾಕಷ್ಟು ತಂಪಾಗಿತ್ತು. ಮಾರ್ಗದ ಇಕ್ಕೆಲಗಳಲ್ಲೂ ಹಸಿರು ಕಂಗೊಳಿಸುತ್ತಿತ್ತು.

''ಅದಕ್ಕೂ ಇದಕ್ಕೂ ಎಷ್ಟೊಂದು ವ್ಯತ್ಯಾಸ!'' ಮಾತಂಗ ತನ್ನಷ್ಟಕ್ಕೆಂಬಂತೆ ಹೇಳಿಕೊಂಡ.

''ಮಾತಂಗ, ಅದೇನು ನಿನ್ನ ಗೊಣಗಾಟ?'' ಎಂದ ನಂದಿಕೇಶ.

''ಗೊಣಗಾಟವಲ್ಲ ನಂದಿಕೇಶ, ವಾಸ್ತವ ಸಂಗತಿ. ಆಗ ನಾನು ಕಳ್ಳನಾಗಿದ್ದಾಗ ಈ ಮಾರ್ಗಗಳಲೆಲ್ಲ ಓಡಾಡಿದ್ದೇನೆ. ಆದರೆ ಆ ಓಡಾಟವೆಲ್ಲ ಕತ್ತಲೆಯಲ್ಲಿ, ಈಗ ಬಹಿರಂಗದ ಬೆಳಕಿನಲ್ಲಿ ನಿರಾತಂಕವಾಗಿ ಸಾಗುತ್ತಿರುವುದು, ಏನೋ ಒಂದು ರೀತಿಯ ವಿಚಿತ್ರ ಸಂತೋಷ ಕೊಡುತ್ತಿದೆ. ಇಂಥ ಒಂದು ದಿನ ಮತ್ತೆ ನನ್ನ ಬದುಕಿನಲ್ಲಿ ಬರುವುದೆಂದು ನಾನು ಕಲ್ಪನೆಯನ್ನೂ ಮಾಡಿರಲಿಲ್ಲ.''

ಅದಕ್ಕೆ ಚರಣ ಹೇಳಿದ, ''ಹೌದು ಮಾತಂಗ, ಪಾಟಲೀಪುತ್ರದಲ್ಲಿ ಸೆರೆಮನೆ ಸೇರಿದಾಗಿನಿಂದ ಈವರೆಗೆ ನಡೆದ ಘಟನೆಗಳು ಹಲವು ಅನಿರೀಕ್ಷಿತಗಳ ಸರಪಳಿಯಂತೆ ಭಾಸವಾಗುತ್ತಿದೆ.''

"ಮಾತಂಗ" ಚಂದ್ರಗುಪ್ತ ಹೇಳಿದ, "ಈ ಅನಿರೀಕ್ಷಿತಗಳ ನಡುವೆಯೇ ನಿನಗೆ ಒಂದು ಸತ್ಯಸಂಗತಿ ಅರಿವಾಗಿರಬೇಕು. ಅದೇಂದರೆ, ನೀನು ಕಳ್ಳನಾಗಿದ್ದಾಗ ಜನ ನಿನಗೆ ಹೆದರುತ್ತಿದ್ದರು. ಈಗ? ಹೌದು ಮಾತಂಗ ಜನ ಚೋರನಿಗೆ ಹೆದರುತ್ತಾರೆ, ಧೀರನನ್ನು ಗೌರವಿಸುತ್ತಾರೆ."

"ಹೌದು ಮಹಾರಾಜ" ಮಾತಂಗ ಹೇಳಿದ, "ನಿಮ್ಮ ಮಾತು ಸತ್ಯ. ನನಗೂ ನನ್ನ ಅನುಯಾಯಿಗಳಿಗೂ ಈ ಸತ್ಯ ಈಗಾಗಲೇ ಅರ್ಥವಾಗಿದೆ."

ಮತ್ತೆ ಚರಣ ಹೇಳಿದ, "ಚೋರ ತನ್ನ ಕೆಲಸ ಮುಗಿಸಿ ತಾನು ತಪ್ಪಿಸಿಕೊಳ್ಳಲು ಪ್ರಯತ್ನಿಸುತ್ತಾನೆ. ಆಧರೆ ಧೀರ ಶತ್ರು ತಪ್ಪಿಸಿಕೊಳ್ಳಲು ಬಿಡದಂತೆ ಹೋರಾಡುತ್ತಾನೆ."

"ಸಾಕಪ್ಪ ಸಾಕು" ನಂದಿಕೇಶ ಕಿವಿ ಮುಚ್ಚಿಕೊಂಡ. "ನೀವು ನಮ್ಮ ಸಹದೇವನ ಗ್ರಾಮ ತಲುಪುವವರೆಗೂ, ಈ ಚೋರ ಧೀರ ವಿಶ್ಲೇಷಣೆ ಮಾಡುತ್ತಲೇ ಹೋಗುವಂತೆ ಕಾಣುತ್ತಿದೆ."

"ನೀನೇಕೆ ಬೇಸರ ಮಾಡಿಕೊಳ್ಳುತ್ತಿ? ಅವರ ಮಾತು ನಿನಗೆ ಹಿಡಿಸದಿದ್ದರೆ, ನಾವಿಬ್ಬರು ಬೇರೆ ವಿಷಯ ಚರ್ಚೆ ಮಾಡೋಣ" ಎಂದ ಸಹದೇವ.

ಹೀಗೆ ಹಲವು ವಿಷಯಗಳ ಚರ್ಚೆ ಮಾಡುತ್ತ, ಪರಿಹಾಸ ಮಾಡುತ್ತ ಪ್ರಯಾಣಿಸಿ, ಮೂರನೆಯ ದಿನ ಸಂಜೆ ಪುರುಷಪುರವನ್ನು ತಲಪಿದರು.

ಸಹದೇವ ಮೊದಲು ಹೋಗಿ ಶಿವಾಲಿಗೆ ಸುದ್ದಿ ಮುಟ್ಟಿಸಿದ. ಶಿವಾಲಿ ಮುಂಬಾಗಿಲನ್ನು ತೆಗೆದು ಹೊರಗೆ ಹೆಜ್ಜೆಯಿಡುವಷ್ಟರಲ್ಲಿ ಚಂದ್ರಗುಪ್ತ ಕುದುರೆಯಿಂದ ಧುಮುಕಿ "ಅಮ್ಮಾ" ಎನ್ನುತ್ತಾ ಓಡಿ ಹೋಗಿ ತಾಯಿಯನ್ನು ತಬ್ಬಿಕೊಂಡ. ಭಾವೋದ್ವೇಗದಿಂದ ಅವಳ ಗಂಟಲು ಗದ್ಗದಿತವಾಯಿತು. ಕಣ್ಣಲ್ಲಿ ಕಂಬನಿ ತುಳುಕಿತು.

ಹಿಂದೆಯೇ ಬಂದು ಬಾಗಿಲು ಬಳಿ ನಿಂತಿದ್ದ ಕೇತಕಿ ಮತ್ತು ಉಳಿದ ಹುಡುಗಿಯರು ಈ ದೃಶ್ಯವನ್ನು ವಿಸ್ಮಿತರಾಗಿ ನೋಡುತ್ತಿದ್ದರು.

ಕೆಲವು ಕ್ಷಣಗಳಲ್ಲಿ ತನ್ನತ್ತಲೇ ಪಿಳಿಪಿಳಿ ನೋಡುತ್ತಿರುವ ಮಾತಂಗ, ಚರಣ ಮತ್ತು ನಂದಿಕೇಶ ಕಣ್ಣಿಗೆ ಬಿದ್ದರು. ತಕ್ಷಣ ಸಾವರಿಸಿಕೊಂಡು, ಕಣ್ಣೀರನ್ನು ಒರೆಸಿಕಂಡು ಅವರತ್ತ ನೋಡಿ "ಬನ್ನಿ ಮಕ್ಕಳೆ, ಏಕೆ ಅಲ್ಲೇ ನಿಂತುಕೊಂಡಿರಿ?" ಎಂದು ಕೈ ಚಾಚಿದಳು. ಚರಣ ಮತ್ತು ನಂದಿಕೇಶ ಹೋಗಿ ಅವಳ ಕಾಲು ಮುಟ್ಟಿ ನಮಸ್ಕರಿಸಿದರು. ಇಬ್ಬರನ್ನೂ ಹಿಡಿದೆತ್ತಿ ಅವಳು ಅವರ ಭುಜದ ಮೇಲೆ ಕೈಯಿರಿಸಿದಳು.

ಮಾತಂಗ ಹಿಂಜರಿಯುತ್ತಲೇ ಎರಡು ಹೆಜ್ಜೆ ಮುಂದೆ ಬಂದು "ನನ್ನ ಹೆಸರು ಮಾತಂಗ, ನನ್ನ ಪರಿಚಯ ನಿಮಗಿಲ್ಲ" ಎಂದ.

"ನನ್ನ ಮಗನ ಜೊತೆ ಬಂದ ಮೇಲೆ ನೀನು ಅವನ ಮಿತ್ರನೇ ಇರಬೇಕು. ಅವನ ಮಿತ್ರನೆಂದ ಮೇಲೆ ನನಗೂ ಮಗನಾದಂತಾಯಿತು. ಹತ್ತಿರ ಬಾ ಮಗು."

"ಅಮ್ಮ, ನಾನೊಬ್ಬ ಚೋರ. ನಿಮ್ಮಂಥವರ ಪಾದ ಮುಟ್ಟುವ ಯೋಗ್ಯತೆ ನನಗಿದೆಯೇ?"

ಒಂದು ಕ್ಷಣ ಅವಳ ಹುಬ್ಬು ಮೇಲೇರಿದರೂ, ಮರುಕ್ಷಣವೇ ಸಹಜಸ್ಥಿತಿಗೆ ಬಂದು ಅವಳು ಹೇಳಿದಳು, "ನಾನು ಚೋರ, ಎಂದು ನೀನು ಹೇಳುವುದರಲ್ಲೇ ನಿನ್ನ ಪಶ್ಚಾತ್ತಾಪ ವ್ಯಕ್ತವಾಗುತ್ತಿದೆ. ಈಗ ನೀನು ಚೋರನಲ್ಲ ಎಂಬುದೂ ಸ್ಪಷ್ಟವಾಗುತ್ತಿದೆ. ಪಶ್ಚಾತ್ತಾಪದಿಂದ ಎಂಥ ಪಾಪವೂ ಸುಟ್ಟು ಹೋಗುತ್ತದೆ ಮಗು. ಒಂದು ವೇಳೆ ನೀನು ಚೋರನೇ ಆಗಿದ್ದರೂ

ನಾನು ನಿನ್ನನ್ನು ಆದರಿಸುತ್ತೇನೆ, ಕ್ಷಮಿಸುತ್ತೇನೆ. ಮಕ್ಕಳ ಅಪರಾಧವನ್ನು ಕ್ಷಮಿಸದ ತಾಯಿ ಇರುವುದಕ್ಕೆ ಸಾಧ್ಯವೇ ?'

"ಅಮ್ಮ ನಾನು ಧನ್ಯನಾದೆ !" ಎಂದು ಉಮ್ಮಳಿಸುವ ಉದ್ವೇಗದಿಂದ ಮಾತಂಗ ಓಡಿ ಹೋಗಿ ಅವಳ ಪಾದಗಳನ್ನು ಮುಟ್ಟಿದ. ಅವನ ಕಣ್ಣೀರು ಅವಳ ಪಾದಗಳ ಮೇಲೆ ಬಿತ್ತು. ತಕ್ಷಣ ಅವಳು ಅವನನ್ನು ಹಿಡಿದೆತ್ತಿ ಕಣ್ಣೀರನ್ನು ಒರೆಸಿ ಹೇಳಿದಳು, "ನೀನು ಅಳಬೇಡವೆಂದು ನಾನು ಹೇಳಲಾರೆ. ಏಕೆಂದರೆ ನಮ್ಮ ತಪ್ಪುಗಳನ್ನು, ನಮ್ಮ ಪಾಪಗಳನ್ನು ನಾವೇ ತೊಳೆದುಕೊಳ್ಳಲು ದೇವರು ಒದಗಿಸಿರುವ ಒಂದೇ ಒಂದು ಉಪಾಯವೆಂದರೆ ಈ ಅಳುವೊಂದೇ. ನಿನ್ನ ಅಳು ನಿನ್ನ ಅಳುಕು, ನಾಚಿಕೆ ಎಲ್ಲವನ್ನೂ ತೊಳೆದುಬಿಡುತ್ತದೆ. ಇನ್ನು ಮುಂದೆ ನೀನು ಹೊಸ ಮನುಷ್ಯನಾಗುತ್ತಿ."

"ಹೌದು ತಾಯಿ, ನಾನು ಹೊಸ ಮನುಷ್ಯ. ಚಂದ್ರಗುಪ್ತನಿಗಾಗಿ ನನ್ನ ಪ್ರಾಣ ಮೀಸಲು."

"ಚಂದ್ರಗುಪ್ತನಿಗಾಗಿ ಎಂದು ಹೇಳಬೇಡ ಮಗು. ಆರ್ಯಾವರ್ತಕ್ಕಾಗಿ ಎಂದು ಹೇಳು, ಮಗಧಕ್ಕೆ ಎಂದು ಹೇಳು. ಅಥವಾ ಒಂದು ಸದುದ್ದೇಶಕ್ಕಾಗಿ ಎಂದು ಹೇಳು. ಚಂದ್ರಗುಪ್ತನೂ ನಿಮ್ಮೆಲ್ಲರೊಂದಿಗೆ ಈ ಗುರಿಸಾಧನೆಗೆ ಹೊರಡುತ್ತಾನೆ."

"ಇದೇನು ಎಲ್ಲ ಬೀದಿಯಲ್ಲೇ ನಿಂತು ಕಣ್ಣೀರು ಸುರಿಸುತ್ತ ನಿಂತುಬಿಟ್ಟಿರಿ ? ನನಗೆ ತುಂಬಾ ಹಸಿವಾಗುತ್ತಿದೆ" ಎಂದ ನಂದಿಕೇಶ.

ಅವನ ಮಾತಿನಿಂದ ಸಂದರ್ಭದ ಗಾಂಭೀರ್ಯ ತುಸು ಸಡಿಲವಾಯಿತು. ಶಿವಾಲಿ ಎಲ್ಲರನ್ನೂ ಒಳಗೆ ಕರೆದುಕೊಂಡು ಹೋದಳು. ಕೇತಕಿ ಚರಣನ ಹತ್ತಿರ ಬಂದು "ಚೆನ್ನಾಗಿದ್ದೀಯ ?" ಎಂದು ಕೇಳಿದಳು.

"ನೀನು ಚೆನ್ನಾಗಿದ್ದೀಯಾ ?" ಎಂದ ಚರಣ.

"ನಿನ್ನ ದಯದಿಂದ ನಾವು ಸುರಕ್ಷಿತವಾದ ಸ್ಥಳ ಸೇರಿದೆವು ಚರಣ. ಈ ತಾಯಿಯ ಮಡಿಲಿನಲ್ಲಿ ನಾವು ನಿಶ್ಚಿಂತೆಯಿಂದ ಇದ್ದೇವೆ. ಅಲ್ಲೇ ಇದ್ದಿದ್ದರೆ ಆ ಶ್ರೀಯಕ ಏನು ಮಾಡುತ್ತಿದ್ದನೋ."

"ಹಳೆಯದನ್ನೆಲ್ಲ ಏಕೆ ನೆನಪು ಮಾಡಿಕೊಳ್ಳುತ್ತಿ ಕೇತಕಿ ?" ಶಿವಾಲಿ ಹೇಳಿದಳು. "ಶ್ರೀಯಕನಂಥ ಒಬ್ಬ ಕೆಟ್ಟವನಿದ್ದರೆ, ಚರಣ, ಭಾಗುರಾಯಣರಂಥ ಒಳ್ಳೆಯವರು ಬಹಳ ಜನ ಇರುತ್ತಾರೆ."

"ಚರಣ, ನೀನೇನೂ ಯೋಚನೆ ಮಾಡಬೇಡ" ಸಹದೇವ ಹೇಳಿದ, "ಇವರು ಮೂವರಿಗೂ ವಿವಾಹ ಮಾಡುವ ಹೊಣೆ ನನಗಿರಲಿ."

"ಹಾಸ್ಯ ಮಾಡಬೇಡ ಸಹದೇವ" ಕೇತಕಿ ಮುಖ ಚಿಕ್ಕದು ಮಾಡಿಕೊಂಡಳು.

"ಅವನೇಕೆ ಹಾಸ್ಯ ಮಾಡುತ್ತಾನೆ" ಶಿವಾಲಿ ತಾನೇ ಹೇಳಿದಳು. "ನೀವು ನೋಡುವುದಕ್ಕೆ ಲಕ್ಷಣವಾಗಿಲ್ಲವೆ ? ಒಳ್ಳೆಯ ಗುಣಗಳಿಲ್ಲವೆ ?"

"ಆದರೂ ..."

"ಕುಲವಲ್ಲ ಮುಖ್ಯ, ಗುಣ ಎಂದು ನಂಬುವ ತರುಣರು ಬೇಕಾದಷ್ಟು ಜನ ಇದ್ದಾರೆ."

ನಂತರ ಚರಣ ತನ್ನ ಮಿತ್ರರನ್ನೆಲ್ಲ ಪರಿಚಯಿಸಿದ. ಸುಗಂಧಿಯ ಬಗ್ಗೆ ಕೇತಕಿ ಸ್ವಲ್ಪ ಅತಿಶಯೋಕ್ತಿಯಿಂದ ಬಣ್ಣಿಸಿದಳು. ಅವನ ಮುಖ ಕೆಂಪಾಗುತ್ತಿರುವುದನ್ನು ಕಂಡು ಚಂದ್ರಗುಪ್ತ "ಅಮ್ಮ, ಚರಣ ಈಗ ಪಾಟಲೀಪುತ್ರದಲ್ಲಿ ಮಂಗಳೆಯ ಮನೆಯಲ್ಲಿ ಸುಗಂಧಿಯ ಮುಂದೆ ಕುಳಿತಿದ್ದಾನೆ. ಈಗ ಬೇರೆ ಏನೂ ಅವನಿಗೆ ಕಾಣುತ್ತಿಲ್ಲ" ಎಂದು ಹಾಸ್ಯ ಮಾಡಿದ.

"ಅಲ್ಲಿ ಅವಳೂ ಅಷ್ಟೆ" ಕೇತಕಿ ನಗುತ್ತ ಹೇಳಿದಳು. "ಮಾತಿಗೆ ಮುಂಚೆ ನನ್ನ ಚರಣ ಹಾಗೆ, ನನ್ನ ಚರಣ ಹೀಗೆ ಎಂದು ಹೇಳುತ್ತಲೇ ಇರುತ್ತಾಳೆ."

ಎಲ್ಲ ನಗುತ್ತಿರುವಾಗ ಶಿವಾಲಿ ತಾನೇ ಚರಣನ ಸಹಾಯಕ್ಕೆ ಬಂದಳು. "ಅವನನ್ನು ಏಕೆ ಎಲ್ಲ ಸೇರಿ ಗೋಳುಹೊಯ್ದುಕೊಳ್ಳುತ್ತೀರಾ? ಬೇಗ ಸ್ನಾನ ಮುಗಿಸಿ, ಅಷ್ಟರಲ್ಲಿ ಅಡಿಗೆ ಮಾಡುತ್ತೇನೆ."

ಅದೇ ಕ್ಷಣವನ್ನು ಕಾಯುತ್ತಿದ್ದಂತೆ ಚರಣ ಬಾವಿಯ ಬಳಿಗೆ ಓಡಿದ. ಉಳಿದವರೂ ನಗುತ್ತ ಹಿಂಬಾಲಿಸಿದರು.

ಅಷ್ಟರಲ್ಲಿ ಸಹದೇವನ ಹೆಂಡತಿ ಪ್ರಭಾವತಿ ಓಡಿಬಂದು "ನಿಮ್ಮ ಮಗ ಬಂದಿರುವ ನಂತೆ?" ಎಂದಳು. "ಅಷ್ಟು ಜನರಿಗೆ ಒಬ್ಬರೇ ಅಡಿಗೆ ಮಾಡುವುದು ಶ್ರಮವಾಗುತ್ತದೆ. ನಾನೂ ಸಹಾಯ ಮಾಡುತ್ತೇನೆ."

"ಬೇಡ, ನನ್ನ ಮಕ್ಕಳಿಗೆ ಅಡುಗೆ ಮಾಡಿ ಬಡಿಸುವುದು ನನಗೊಂದು ಶ್ರಮವೇ? ಅಲ್ಲದೆ ಕೇತಕಿ, ಚಂದ್ರಿಕಾ, ಶಾಂತಿ ನನ್ನೊಬ್ಬಳಿಗೇ ಮಾಡಲು ಎಲ್ಲಿ ಬಿಡುತ್ತಾರೆ?"

"ಪಾಪ ಎಷ್ಟು ಹಸಿದು ಬಂದಿದ್ದಾರೋ ಏನೋ, ಬೇಗ ಆಗಲಿ ಎಂದು ಹೇಳಿದೆ ಅಷ್ಟೆ."

"ನೀನು ಹಟಮಾರಿ, ಬೇಡವೆಂದರೆ ಎಲ್ಲಿ ಬಿಡುತ್ತಿ?" ಎಂದು ಶಿವಾಲಿ ನಗುತ್ತಲೇ ಹೇಳಿದಳು. ಪ್ರಭಾವತಿ ಸಂತೋಷದಿಂದ ಅಡಿಗೆ ಮನೆ ಸೇರಿದಳು.

"ಅಮ್ಮ" ಕೇತಕಿ ಹೇಳಿದಳು, "ಪ್ರಭಾವತಿ ನಿಮ್ಮ ಜೊತೆ ಇರುವ ಅವಕಾಶ ಸಿಗುವುದೇ ಎಂದು ಕಾಯುತ್ತಿರುತ್ತಾಳೆ."

"ಅಷ್ಟು ಮಾತ್ರವಲ್ಲ, ಅಮ್ಮನ ಕೈಯಡಿಗೆ ಎಂದರೆ ಇವಳಿಗೂ, ಇವಳ ಗಂಡನಿಗೂ ಪಂಚಪ್ರಾಣ. ದಿನಾ ಇಲ್ಲೇ ಊಟ ಮಾಡುತ್ತೇನೆನ್ನಲು ಸಂಕೋಚ" ಎಂದಳು ಚಂದ್ರಿಕಾ.

ಅಡಿಗೆ ಮುಗಿಯುವ ವೇಳೆಗೆ "ಅಮ್ಮ, ನಾನೂ ಇಲ್ಲೇ ಊಟ ಮಾಡುತ್ತೇನೆ" ಎಂದು ಸಹದೇವನೂ ಬಂದ.

"ನಾನು ಹೇಳಲಿಲ್ಲವೇನಮ್ಮಾ?" ಎಂದು ಚಂದ್ರಿಕಾ ನಕ್ಕಳು.

ಅದು ಶಿವಾಲಿಗೂ ಗೊತ್ತಿತ್ತು. ಪ್ರಭಾವತಿಗೂ ಗೊತ್ತಿತ್ತು. ಎಲ್ಲ ಒಟ್ಟಿಗೆ ನಕ್ಕರು. ಸಹದೇವ ಏನು? ಏನು? ಎಂದು ಕೇಳಿದರೆ, ಅವರ ನಗುವೇ ಉತ್ತರವಾಯಿತು. ಅಷ್ಟರಲ್ಲಿ ಎಲ್ಲ ಊಟಕ್ಕೆ ಸಿದ್ಧವಾಗಿ ಬಂದರು. ನಗು ಮಾತುಗಳೊಂದಿಗೆ ಊಟ ನಡೆಯಿತು. ಶಿವಾಲಿ ಬಲವಂತ ಮಾಡಿ ಮಾಡಿ ಬಡಿಸಿ ಹೊಟ್ಟೆ ತುಂಬ ಊಟ ಮಾಡಿಸಿದಳು. ಆ ದಿನ ಯಾವ ಮಾತಾಡಲೂ ಅವಕಾಶ ಕೊಡದೆ ಅವರು ಸುಖವಾಗಿ ನಿದ್ರೆ ಮಾಡುವಂತೆ ಆದೇಶಿಸಿದಳು.

ಮರುದಿನ ಚಂದ್ರಗುಪ್ತ ಮತ್ತು ಚರಣ, ಚಾಣಕ್ಯರು ಹೇಳಿದ್ದ ಎಲ್ಲ ವಿಷಯಗಳನ್ನೂ ಶಿವಾಲಿಗೆ ವಿವರಿಸಿದರು. ಪಿಪ್ಪಲಿವನದ ಅರಮನೆಯಲ್ಲಿ ಪಟ್ಟಾಭಿಷೇಕ ಎಂದು ಕೇಳಿದಾಗ

ಅಡಗಿಸಿಕೊಳ್ಳಲಾಗದಷ್ಟು ಸಂತೋಷ ಅವಳ ಮುಖದಲ್ಲಿ ತುಂಬಿಕೊಂಡಿತು. "ನಿನ್ನ ತಂದೆಯ ಸ್ಥಾನದಲ್ಲಿ ನೀನು ಕುಳಿತುಕೊಳ್ಳುವ ಶುಭಮುಹೂರ್ತ ನನ್ನ ಬದುಕಿನ ಅಮೃತಘಳಿಗೆ ಚಂದ್ರಗುಪ್ತ. ನನ್ನ ಆಶೀರ್ವಾದ ನಿಮ್ಮೆಲ್ಲರ ಮೇಲೂ ಇದ್ದೇ ಇದೆ" ಎಂದಳು.

"ಆ ಸಂದರ್ಭದಲ್ಲಿ ನೀವೂ ಅಲ್ಲಿದ್ದರೆ ನಮ್ಮ ಸಂತೋಷಕ್ಕೆ ಕೋಡು ಮೂಡುತ್ತದೆ" ಎಂದ ಸಹದೇವ.

"ಬೇಡ ಬೇಡ, ಅಗತ್ಯವಿದ್ದರೆ ಚಾಣಕ್ಯರು ನನಗೂ ಅಲ್ಲಿಗೆ ಹೋಗುವಂತೆ ಆದೇಶಿಸುತ್ತಿದ್ದರು. ಬಹುಶಃ ಏನಾದರೂ ತೊಂದರೆಯಾಗಬಹುದೆಂಬ ಮುಂದಾಲೋಚನೆಯಿಂದಲೇ ಅವರು ನಾನು ಬರಲು ಹೇಳಿಲ್ಲ, ನನಗೆ ಅಂಥ ಚಾಪಲ್ಯವೂ ಇಲ್ಲ, ಇಲ್ಲಿ ಕುಳಿತೇ ಅಲ್ಲಿಯ ದೃಶ್ಯವನ್ನು ನಾನು ಕಲ್ಪಿಸಿಕೊಳ್ಳಬಲ್ಲೆ."

ಚರಣ ತಾವು ಭೇಟಿ ಮಾಡಿದ ಮಹಾನಂದ, ಶಿವದತ್ತ ಮತ್ತು ದೇವಗುಪ್ತರ ಬಗ್ಗೆ ಹೇಳಿದ. "ಚಂದ್ರಗುಪ್ತನ ತಂದೆ ಪ್ರಜೆಗಳನ್ನೆಲ್ಲ ಎಷ್ಟು ಪ್ರೀತಿ, ವಿಶ್ವಾಸದಿಂದ ಪಾಲಿಸುತ್ತಿದ್ದರೆಂದರೆ, ಅವರನ್ನು ಜನ ಸಾಕ್ಷಾತ್ ದೇವರೆಂದೇ ಗೌರವಿಸುತ್ತಿದ್ದರು. ಬೇಕಾದಷ್ಟು ಜನ ಬೆಂಬಲ ನೀಡುವರೆಂಬ ನಂಬಿಕೆ ನನಗಿದೆ" ಎಂದು ಶಿವಾಲಿ ಭರವಸೆಯಿಂದ ಹೇಳಿ, ತನಗೆ ಆತ್ಮೀಯರಾದ ಕೆಲವು ಸ್ತ್ರೀಯರ ಹೆಸರನ್ನು ಹೇಳಿದಳು. ಅವರಲ್ಲಿ ಗಣ್ಯ ಮಹಿಳೆಯರಿದ್ದಂತೆ ಸಾಮಾನ್ಯ ವರ್ಗದವರೂ ಇದ್ದರು.

"ಚಂದ್ರಗುಪ್ತ, ನನ್ನ ತಲೆಯಲ್ಲಿ ಒಂದು ಉಪಾಯ ಹೊಳೆಯುತ್ತಿದೆ" ಎಂದ ನಂದಿಕೇಶ.

"ಪರಿಹಾಸ ಮಾಡುವ ಹೊತ್ತಲ್ಲ, ನಂದಿಕೇಶ" ಎಂದ ಮಾತಂಗ ತುಸು ಕೋಪದಿಂದಲೇ.

"ಪರಿಹಾಸವಲ್ಲ" ನಂದಿಕೇಶ ಹೇಳಿದ, "ಅಮ್ಮ ಹೇಳುತ್ತಿರುವ ವ್ಯಕ್ತಿಗಳ ಸಂಖ್ಯೆಯನ್ನು ನೋಡಿದರೆ, ಒಂದು ಮಹಿಳಾ ಪಡೆಯನ್ನೇ ಕಟ್ಟಬಹುದೆನ್ನಿಸಿತು."

"ಅದಕ್ಕೆ ನೀನು ನಾಯಕನಾಗಬೇಕೋ?" ಎಂದ ಸಹದೇವ ನಗುತ್ತ.

"ನಂದಿಕೇಶನ ಮಾತನ್ನು ಆಲೋಚಿಸಬಹುದು ಸಹದೇವ" ಚರಣ ಹೇಳಿದ, "ಏಕಾಗಬಾರದು? ಕಡೇ ಪಕ್ಷ ಪಿಪ್ಪಲಿವನದ ನಮ್ಮ ಕಾರ್ಯಸಾಧನೆಗೆ, ಪುರುಷರಿಂದ ಆಗಲಾರದಂಥ ಸಹಾಯ ಮಹಿಳೆಯರಿಂದ ಆಗಲೂಬಹುದಲ್ಲವೇ?"

"ನಾನೂ ಅಲ್ಲಿದ್ದರೆ, ಮಹಿಳಾಪಡೆಯ ನೇತೃತ್ವವನ್ನು ನಾನೇ ವಹಿಸುತ್ತಿದ್ದೆ" ಎಂದಳು ಶಿವಾಲಿ ಹಾಸ್ಯದಿಂದ.

"ಬೇಡ ಬೇಡ" ಮಾತಂಗ ತಕ್ಷಣ ಹೇಳಿದ, "ನಮ್ಮೆಲ್ಲರ ತಾಯಿಯಾಗಿ ನೀವು ಹೀಗೇ ಇದ್ದು ಬಿಡಿ. ಅಕ್ಕರೆಯಿಂದ ತುತ್ತಿಡುವ ನಿಮ್ಮ ಕೈಯಲ್ಲಿ ಆಯುಧ ಕೊಡುವುದು ಸರಿಯಲ್ಲ, ನಾವಿದ್ದೇವಲ್ಲ, ಎಲ್ಲವನ್ನೂ ನೋಡಿಕೊಳ್ಳುತ್ತೇವೆ. ನೀವು ನಿರಾತಂಕವಾಗಿರಿ."

"ಸದ್ಯ, ನನ್ನ ಒಂದು ಸಲಹೆಗಾದರೂ ಮಾನ್ಯತೆ ದೊರೆಯಿತಲ್ಲ, ಅದೇ ಸಂತೋಷ" ಎಂದ ನಂದಿಕೇಶ.

"ಅದಕ್ಕೆ ಆಚಾರ್ಯರ ಅನುಮತಿ ಪಡೆಯುವುದು ಒಳ್ಳೆಯದಲ್ಲವೆ?" ಎಂದ ಸಹದೇವ.

"ಅಗತ್ಯವಿಲ್ಲ, ನನ್ನ ಮೇಲೆ ಮೂಢನಂಬಿಕೆ ಬೇಡವೆಂದು ಅವರು ನಿನಗೆ ಹೇಳಿದ್ದನ್ನು ಮರೆತುಬಿಟ್ಟೆಯಾ? ಸೂಕ್ತವಾಗಿದ್ದರೆ, ಉಪಯುಕ್ತವಾಗಿದ್ದರೆ ಖಂಡಿತ ಅವರು ಆಕ್ಷೇಪಿಸುವುದಿಲ್ಲ ಎಂಬ ನಂಬಿಕೆ ನನಗಿದೆ" ಎಂದ ಚಂದ್ರಗುಪ್ತ.

ಮರುದಿನ ಅವರು ಬಂದಿರುವ ಸುದ್ದಿ ಹರಡಿ, ಚಂದ್ರಗುಪ್ತನ ಸೈನ್ಯಕ್ಕೆ ಸೇರಿ ಮಾತಂಗನ ಶಿಬಿರದಲ್ಲಿ ಅಭ್ಯಾಸನಿರತರಾಗಿದ್ದ ತರುಣರ ತಂದೆ ತಾಯಿಗಳೆಲ್ಲ ಭೇಟಿಗೆ ಬಂದರು. ಅವರಿಗೆಲ್ಲ ತಮ್ಮ ಮಕ್ಕಳು ಕ್ಷೇಮವಾಗಿರುವರೆಂದು ಭರವಸೆ ನೀಡಿ, ಮುಂದಿನ ಕಾರ್ಯಾಚರಣೆಗೆ ಆ ತರುಣರನ್ನು ಬಳಸಿಕೊಳ್ಳುತ್ತಿರುವುದಕ್ಕೆ ಅನುಮತಿ ಪಡೆದರು.

ನಾಲ್ಕು ದಿನಗಳ ಕಾಲ ಅಲ್ಲಿದ್ದು ಶಿವಾಲಿ ಮತ್ತು ಇತರ ಹಿರಿಯರ ಆಶೀರ್ವಾದ ಪಡೆದು, ಚರಣ, ನಂದಿಕೇಶರೊಂದಿಗೆ ಚಂದ್ರಗುಪ್ತ ಧನಂಜಯನ ಗ್ರಾಮದತ್ತ ಹೊರಟ. ಸಹದೇವನೂ ಅವರ ಜೊತೆಯಲ್ಲಿ ಹೊರಟ. ಮತ್ತೆ ತಾಯಿಯನ್ನು ಯಾವಾಗ ನೋಡುತ್ತೇನೋ ಎಂಬ ಭಾವನೆ ಚಂದ್ರಗುಪ್ತನ ಮನಸ್ಸಿನಲ್ಲಿ ಬಂದರೂ, ಅದನ್ನು ಅಡಗಿಸಿಕೊಂಡು ನಗುನಗುತ್ತಲೇ ಸಾಗುತ್ತಿದ್ದರು.

ಸ್ವಲ್ಪ ದೂರದವರೆಗೆ ಯಾರೂ ಮಾತಾಡದೆ ಮೌನವಾಗಿ ಸಾಗುತ್ತಿದ್ದರು. ಕುದುರೆಗಳ ಖುರಪುಟ ಧ್ವನಿ ಮಾತ್ರ ನಿಯಮಿತವಾಗಿ ಕೇಳಿಬರುತ್ತಿತ್ತು. ಎಲ್ಲರಲ್ಲೂ ಹೃದಯ ಭಾರವಾದ ಭಾವನೆಯಿತ್ತು. ಚಂದ್ರಗುಪ್ತ ಎಲ್ಲರಿಗಿಂತ ಹೆಚ್ಚು ಮಂಕಾಗಿದ್ದ. ಮಾತಂಗನಿಗಂತೂ ಶಿವಾಲಿಯ ಚಿತ್ರ ಅವನ ಕಣ್ಣಲ್ಲಿ ಅಚ್ಚೊತ್ತಿಬಿಟ್ಟಿತ್ತು. ಅವಳ ಅಕ್ಕರೆಯ ಮಾತುಗಳನ್ನು ಇನ್ನೂ ಕೇಳುತ್ತಿರುವಂತೆಯೇ ಅವನು ಭ್ರಮಿತನಾಗಿದ್ದ.

''ಏನು ಮಾತಂಗ, ತುಂಬಾ ಯೋಚನಾಮಗ್ನನಾಗಿರುವಂತಿದೆ ?'' ಎಂದು ಸಹದೇವ ಮಾತಿಗಾರಂಭಿಸಿದ.

''ಎಂಥ ಹೆಂಗಸು ! ಇಂಥ ಹೆಂಗಸು ಜಗತ್ತಿನಲ್ಲಿ ಇರುವುದಕ್ಕೆ ಸಾಧ್ಯವೇ ಇಲ್ಲ ಬಿಡು'' ಎಂದ ಮಾತಂಗ.

''ಚಂದ್ರಗುಪ್ತನ ತಾಯಿಯವರ ವಿಷಯ ಹೇಳುತ್ತಿರುವೆಯಾ ?''

''ಚಂದ್ರಗುಪ್ತನ ತಾಯಿ, ಎಂದು ನೀನು ಅವರಿಗೆ ಅಪಮಾನ ಮಾಡಬೇಡ, ಸಹದೇವ'' ಮಾತಂಗ ಹೇಳಿದ, ''ಆಕೆ ಚಂದ್ರಗುಪ್ತರಿಗೆ ಮಾತ್ರ ತಾಯಿಯಲ್ಲ ಅಥವಾ ನಮ್ಮೆಲ್ಲರಿಗೆ ಮಾತ್ರ ತಾಯಿಯಲ್ಲ, ಇಡೀ ಆರ್ಯಾವರ್ತಕ್ಕೇ ತಾಯಿಯಾಗಲಿರುವ ಮಹಾಮಾತೆ ಆಕೆ. ಋಷಿಗಳು ದೇವರನ್ನು ಸಾಕ್ಷಾತ್ಕರಿಸಿಕೊಳ್ಳಲು, ಕಾಡಿನ ನಿರ್ಜನತೆಯಲ್ಲಿ ತಪಸ್ಸು ಮಾಡಿ ತಮ್ಮ ಆಯುಸ್ಸನ್ನು ವ್ಯರ್ಥಗೊಳಿಸುತ್ತಾರೆ ಎನಿಸುತ್ತದೆ. ಬಹುಶಃ ಅವರಿಗೆ ಇಂಥ ತಾಯಿ ಇರಲಾರಳು, ಇದ್ದರೂ ಅವರ ಕಣ್ಣು ಗುರುತಿಸಿರಲಾರದು. ನನಗಂತೂ ಆ ತಾಯಿ ಸಾಕ್ಷಾತ್ ದೇವರಂತೆಯೇ ಕಂಡಳು. ಈಗ ನಿಜವಾದ ದೇವರೇ ನನ್ನೆದುರಿಗೆ ಬಂದರೂ 'ಹೋಗಿ ಬಾ, ನಿನ್ನ ಅಗತ್ಯ ನನಗಿಲ್ಲ' ಎಂದು ಧೈರ್ಯವಾಗಿ ಹೇಳಬಲ್ಲೆ''

ಮಾತಂಗನ ಮಾತನ್ನು ಕೇಳಿ ಚಂದ್ರಗುಪ್ತ ಬಿಕ್ಕಿ ಬಿಕ್ಕಿ ಅಳತೊಡಗಿದ. ಎಲ್ಲ ಆತಂಕ ಗೊಂಡರು. ಕುದುರೆಗಳನ್ನು ನಿಲ್ಲಿಸಿದರು. ಮಾತಂಗನಿಗೆ ಅರ್ಥವಾಗಲಿಲ್ಲ, ಅವನು ಹತ್ತಿರ ಬಂದು ದೈನ್ಯದಿಂದ ಕೇಳಿದ, ''ಮಹಾರಾಜ, ನಾನೇನಾದರೂ ತಪ್ಪು ಮಾತಾಡಿದೆನೆ ? ಅದರಿಂದ ನಿಮ್ಮ ಮನಸ್ಸಿಗೆ ನೋವಾಯಿತೆ ? ಹಾಗೇನಾದರೂ ಆಗಿದ್ದರೆ ದಯವಿಟ್ಟು ಕ್ಷಮಿಸಿ.''

''ಇಲ್ಲ, ಮಾತಂಗ'' ಕಣ್ಣೊರೆಸಿಕೊಳ್ಳುತ್ತ ಚಂದ್ರಗುಪ್ತ ಹೇಳಿದ, ''ನೀನು ಯಾವ ತಪ್ಪು ಮಾತನ್ನೂ ಆಡಲಿಲ್ಲ. ನನ್ನ ತಾಯಿಯನ್ನು ಇಷ್ಟು ದಿನ ನಾನೇ ಸರಿಯಾಗಿ ಅರ್ಥ ಮಾಡಿಕೊಂಡಿರಲಿಲ್ಲವೆಂದು ನಾಚಿಕೆಯೆನಿಸುತ್ತಿದೆ. ಆದರೆ ಆದಕ್ಕಿಂತ ಮಿಗಿಲಾಗಿ ಕಠಿಣನಂತೆ

ಕಾಣುವ, ಚೋರವೃತ್ತಿಯಲ್ಲಿ ಪರಿಣತನಾಗಿದ್ದ ನಿನ್ನಲ್ಲಿ ಇಂಥ ಹೃದಯವಿದೆಯೇ! ಎಂದು ಅಚ್ಚರಿಯಾಗುತ್ತಿದೆ. ನನ್ನ ತಾಯಿಯ ತಾಯ್ತನ ಎಷ್ಟು ದೊಡ್ಡದೋ, ಅದಕ್ಕಿಂತ ನಿನ್ನ ಸದ್ಭಾವನೆಯೇ ದೊಡ್ಡದು ಮಾತಂಗ. ಅಂಥ ತಾಯಿಗೆ ಮಗನಾದ ಹೆಮ್ಮೆ ನನಗಿದೆ. ಅಂಥ ಮಹಾತಾಯಿಯರು ಎಷ್ಟು ಜನರಿದ್ದಾರೋ! ಮಾತೃದೇವೋಭವ, ಪಿತೃದೇವೋಭವ, ಆಚಾರ್ಯ ದೇವೋಭವ ಎಂದು ಹೇಳುವ ನಮ್ಮ ಸನಾತನ ಸಂಸ್ಕೃತಿ ಎಷ್ಟು ಉನ್ನತವಾದದ್ದು ಎನಿಸುತ್ತಿದೆ.''

''ಹೌದು'' ಚರಣ ಹೇಳಿದ, ''ಆಚಾರ್ಯ ಚಾಣಕ್ಯರು ಆಗಾಗ ಹೇಳುವಂತೆ ನಮ್ಮ ಧರ್ಮ, ಸಂಸ್ಕೃತಿಗಳಲ್ಲಿಯೇ ಇಂಥ ಹೃದಯ ಸಂಪತ್ತು ಸಮೃದ್ಧವಾಗಿದೆ. ಆ ಸಂಪತ್ತನ್ನು ನಾವು ಉಳಿಸಿಕೊಳ್ಳಬೇಕು. ಅನ್ಯಧರ್ಮ, ಸಂಸ್ಕೃತಿಗಳ ದಾಳಿಯಲ್ಲಿ ಅದು ಸೂರೆಯಾಗದಂತೆ ಸಂರಕ್ಷಿಸುವುದೇ ನಮ್ಮ ಗುರಿಯಾಗಬೇಕು.''

ಅಲ್ಲಿಗೆ ಚರ್ಚೆ ಮುಗಿಯಿತು. ಮತ್ತೆ ಕುದುರೆಗಳನ್ನೇರಿ ಮುಂದುವರಿದರು.

ಅವರು ಧನಂಜಯನ ಮನೆಯ ಮುಂದೆ ಕುದುರೆಗಳಿಂದ ಇಳಿದಾಗ ಕತ್ತಲಾಗಿತ್ತು. ಕೆಲಸದ ಆಳುಗಳೆಲ್ಲ ಅದೇ ತಾನೆ ತಮ್ಮ ಮನೆಗಳಿಗೆ ಹೋಗಿದ್ದರು. ಧನಂಜಯ ದನಗಳ ಕೊಟ್ಟಿಗೆಯ ಬಾಗಿಲೆಳೆದುಕೊಂಡು ಬಂದವನು ಅವರನ್ನು ಕಂಡು ಸಂತೋಷ, ಅಚ್ಚರಿಗಳಿಂದ ಕಣ್ಣರಳಿಸಿದ. ''ಮಲ್ಲಿಕಾ, ಚಾಪೆ ತೆಗೆದುಕೊಂಡು ಬಾ. ಹಾಗೇ ಕುಡಿಯಲು ನೀರು ತೆಗೆದುಕೊಂಡು ಬಾ'' ಎಂದು ಕೂಗಿದ.

ಯಾರು ಬಂದವರೆಂದು ಇಣುಕಿ ನೋಡಿದ ಮಲ್ಲಿಕಾ ಸಹದೇವ, ಚರಣನ ಗುರುತು ಹಿಡಿದು, ತಕ್ಷಣ ಚಾಪೆ ತಂದು ಜಗುಲಿಯ ಮೇಲೆ ಹಾಸಿದಳು. ನೀರಿನ ಬಿಂದಿಗೆ, ಬಟ್ಟಲು ತಂದಿಟ್ಟಳು. ''ಸಹದೇವ, ಚರಣ, ಆರೋಗ್ಯವೇ?'' ಎಂದು ಕೇಳಿದ ಧನಂಜಯ ಚಂದ್ರಗುಪ್ತ ಮತ್ತು ಮಾತಂಗನತ್ತ ಕುತೂಹಲದಿಂದ ನೋಡಿದ.

''ಧನಂಜಯ, ಇವನು ಯಾರೆಂದುಕೊಂಡೆ, ಇವನೇ ಚಂದ್ರಗುಪ್ತ ಮೌರ್ಯ. ಮಗಧದ ಭಾವೀ ಸಾಮ್ರಾಟ. ನಮ್ಮ ಪ್ರಾಣಮಿತ್ರ'' ಎಂದ ಸಹದೇವ.

''ಸಹದೇವ, ನೀನು ಕಡೆಯಲ್ಲಿ ಹೇಳಿದ್ದನ್ನು ಮೊದಲು ಹೇಳಬೇಕಾಗಿತ್ತು'' ಎಂದ ಚಂದ್ರಗುಪ್ತ ಧನಂಜಯನ ಕಾಲು ಮುಟ್ಟಿ ನಮಸ್ಕರಿಸಿದ. ಮಾತಂಗನನ್ನೂ ಪರಿಚಯ ಮಾಡಿದರು. ಚಂದ್ರಗುಪ್ತನ ತೇಜಸ್ಸು ಮತ್ತು ವಿನಯ ಧನಂಜಯನಿಗೆ ಪ್ರಿಯವಾದವು. ತನ್ನ ಸೊಸೆಯನ್ನು ಪರಿಚಯ ಮಾಡಿಸಿದ.

''ಅಡಿಗೆ ಮಾಡಿಕೊಳ್ಳುತ್ತೀರೋ, ನಾನೇ ಮಾಡಿಸಲೇ?'' ಎಂದು ಧನಂಜಯ ಕೇಳಿದ.

''ನೀವೇ ಮಾಡಿಸಿಬಿಡಿ. ಅಡಿಗೆ ಮಾಡಿಕೊಳ್ಳುವಷ್ಟು ತಾಳ್ಮೆ ನಮ್ಮಲ್ಲಿ ಯಾರಿಗೂ ಇಲ್ಲ'' ಎಂದ ಸಹದೇವ.

''ಮಲ್ಲಿಕಾ, ಅತಿಥಿಗಳಿಗೆ ನೀನೇ ಏನಾದರೂ ವಿಶೇಷ ಅಡಿಗೆ ಮಾಡಿಬಿಡು'' ಎಂದ ಧನಂಜಯ. ಅವಳು ''ಆಗಲಿ'' ಎಂದು ಒಳಗಡೆಯಿಂದಲೇ ಸಮ್ಮತಿ ಸೂಚಿಸಿದಳು.

''ನಾವೇನು ಅಪರೂಪದ ಅತಿಥಿಗಳಲ್ಲ ಧನಂಜಯರೇ, ನಮ್ಮ ಮಾತಂಗನ ಶಿಬಿರದಲ್ಲಿ ನಿತ್ಯ ನೀವು ಕಳಿಸಿಕೊಟ್ಟ ಆಹಾರವೇ ನಮಗೆಲ್ಲ ಆಹಾರ'' ಎಂದ ಚಂದ್ರಗುಪ್ತ.

''ನನ್ನದು, ನಿನ್ನದು ಎಂಬ ಅಹಂಕಾರ ನನಗಿಲ್ಲ ಚಂದ್ರಗುಪ್ತ. ಅಥವಾ ನೀನು ಚಕ್ರವರ್ತಿಯಾಗುವೆಯೆಂದು ಅತೀ ಗೌರವ ತೋರಿಸುವವನೂ ಅಲ್ಲ, ನೀನೂ ನನ್ನ

ಮಗನಂತೆಯೇ. ನೀನು ಚಕ್ರವರ್ತಿಯಾದರೆ ಅಧಿಕಾರ ನಿನ್ನದಲ್ಲ, ಆ ಅಧಿಕಾರದ ಕರ್ತವ್ಯ ಮಾತ್ರ ನಿನ್ನದು. ಭೂಮಿತಾಯಿ ಕೊಟ್ಟದ್ದು, ನನ್ನ ಪಶು ಸಂಪತ್ತು ಕೊಟ್ಟದ್ದು, ನಾನೊಬ್ಬನೇ ಕುಳಿತು ಉತ್ಪತ್ತಿ ಮಾಡಿದ್ದಲ್ಲ."

"ಇಷ್ಟೊಂದು ಉದಾರಿಗಳು ಅಪರೂಪ" ಎಂದ ಚರಣ.

"ಸೂರ್ಯಚಂದ್ರರ ಔದಾರ್ಯವಿಲ್ಲದಿದ್ದರೆ ಬೆಳಕಿರುತ್ತಿರಲಿಲ್ಲ, ಮಳೆಯ ಔದಾರ್ಯ ಇಲ್ಲದಿದ್ದರೆ ನೆಲ ನೆನೆಯುತ್ತಿರಲಿಲ್ಲ, ಭೂಮಿ ತಾಯಿಯ ಔದಾರ್ಯವಿಲ್ಲದಿದ್ದರೆ ಬೆಳೆ ಬೆಳೆಯುತ್ತಿರಲಿಲ್ಲ, ಗಾಳಿಯ ಔದಾರ್ಯವಿಲ್ಲದಿದ್ದರೆ ಜನರಾಗಲಿ, ಪಶುಪಕ್ಷಿಗಳಾಗಲಿ ಜೀವಿಸುವುದೇ ಸಾಧ್ಯವಿರುತ್ತಿರಲಿಲ್ಲ, ಆ ಔದಾರ್ಯಗಳ ಮುಂದೆ ನನ್ನ ಔದಾರ್ಯ ಲೆಕ್ಕಕ್ಕೂ ಸಿಗುವಂಥದಲ್ಲ."

"ನೀವು ಈ ಮಾತನ್ನು ಧನನಂದನ ಎದುರು ಹೇಳಿದ್ದರೆ, ಬಹುಶಃ ಅವನು ಅಪಹಾಸ್ಯದಿಂದ ನಕ್ಕುಬಿಡುತ್ತಿದ್ದ" ಎಂದ ನಂದಿಕೇಶ.

ಧನನಂದನ ಹೆಸರು ಕೇಳುತ್ತಿದ್ದಂತೆಯೇ ಧನಂಜಯನ ಮುಖ ಗಂಭೀರವಾಯಿತು. ಮಗನ ಸಾವಿನ ನೆನಪಿನ ದುಃಖ ಮತ್ತು ಧನನಂದನ ಮೇಲಿನ ಕೋಪ ಅವನ ಮುಖದಲ್ಲಿ ತುಂಬಿತು. ನಂದಿಕೇಶ ತಾನು ಆ ಮಾತು ಆಡಬಾರದಾಗಿತ್ತೇನೋ ಅಂದುಕೊಂಡ.

ಕೆಲವು ಕ್ಷಣಗಳ ನಂತರ ಧನಂಜಯ ತನ್ನನ್ನು ತಾನೇ ನಿಯಂತ್ರಿಸಿಕೊಂಡು ಹೇಳಿದ, "ಕ್ಷಮಿಸಿ, ನನ್ನ ಮಗನ ನೆನಪಾಯಿತು. ಅವನು ಆಸೆಪಟ್ಟಂತೆ ಒಬ್ಬ ಯೋಧನಾಗಿ ರಣರಂಗದಲ್ಲಿ ಹೋರಾಡುತ್ತ ಮುಗಿದುಹೋಗಿದ್ದರೆ ನಾನು ಅವನಿಗಾಗಿ ದುಃಖಿಸುತ್ತಿರಲಿಲ್ಲ, ಬದಲಾಗಿ ಹೆಮ್ಮೆ ಪಡುತ್ತಿದ್ದೆ. ಆದರೆ ಅವನು ಅಮಾನುಷವಾಗಿ ಕೊಲೆಯಾದನೆಂಬುದು ನೆನಪಾದರೆ ಸಹಿಸಿಕೊಳ್ಳುವುದು ಬಹಳ ಕಷ್ಟವಾಗುತ್ತದೆ."

"ಇನ್ನೊಂದು ವಿಷಯ ನಿಮಗೆ ಗೊತ್ತೆ?" ಚರಣ ಅವನ ಗಮನವನ್ನು ಬೇರೆ ಕಡೆಗೆ ಸೆಳೆಯುವ ಉದ್ದೇಶದಿಂದ ಹೇಳಿದ, "ಅವರ ಜೊತೆಯಲ್ಲಿದ್ದ ನಮ್ಮ ಅಶ್ವಾಧ್ಯಕ್ಷ ಭಾಗುರಾಯಣರ ಸೋದರಳಿಯ ಶ್ರೀಗುಪ್ತನ ಸುಳಿವಿರಲಿಲ್ಲವಲ್ಲ! ಅವನು ಬದುಕಿದ್ದಾನೆ."

"ಹೌದೇ!" ಧನಂಜಯನಿಗೆ ನಿಜವಾಗಲೂ ಸಂತೋಷವಾಯಿತು! "ಒಬ್ಬನಾದರೂ ಬದುಕಿ ಉಳಿದನಲ್ಲ! ಅವನು ಈಗ ಎಲ್ಲಿದ್ದಾನೆ?"

"ಅವನು ನಮ್ಮೊಂದಿಗೇ ಇದ್ದಾನೆ. ನಮ್ಮ ಈ ಆಂದೋಲನದಲ್ಲಿ ಅವನೂ ಭಾಗವಹಿಸುತ್ತಿದ್ದಾನೆ" ಎಂದ ಚಂದ್ರಗುಪ್ತ.

"ಧನನಂದನ ದುರದೃಷ್ಟವೆಂದರೆ, ಅವನು ಯಾವ ನಿಧಿಯ ರಹಸ್ಯ ಕಾಪಾಡಲು ಹಲವರನ್ನು ಕೊಲೆ ಮಾಡಿಸಿದನೋ, ಆ ನಿಧಿಯ ರಹಸ್ಯ ಬಲ್ಲ ಶ್ರೀಗುಪ್ತ ಈಗ ಬದುಕಿದ್ದಾನೆ. ಅವನ ನೆರವಿನಿಂದ, ಅದು ಧನನಂದನ ಕೈಬಿಟ್ಟು ಹೋಗುವುದರಲ್ಲಿ ಸಂದೇಹವಿಲ್ಲ" ಎಂದ ಚರಣ.

"ಅದೇನು ಅವನಪ್ಪನ ಆಸ್ತಿಯಲ್ಲ" ನಂದಿಕೇಶ ಕೋಪದಿಂದಲೇ ಹೇಳಿದ, "ಅಥವಾ ಅದನ್ನು ಅವನು ಕಷ್ಟಪಟ್ಟು ದುಡಿದು ಗಳಿಸಲಿಲ್ಲ, ಪ್ರಜೆಗಳನ್ನು ಸುಲಿದು ಗಳಿಸಿದ. ಆದರ ಮೇಲೆ ಅವನಿಗೆ ಯಾವ ಅಧಿಕಾರವೂ ಇಲ್ಲ, ಅದೆಲ್ಲ ಪ್ರಜೆಗಳಿಗೆ ಸೇರಿದ್ದು."

"ಹೌದು, ನಿನ್ನ ಮಾತು ನಿಜ" ಧನಂಜಯ ಹೇಳಿದ, "ಎಷ್ಟು ಬೇಗ ಅದನ್ನು ವಶಪಡಿಸಿಕೊಂಡರೆ ಅಷ್ಟು ಒಳ್ಳೆಯದು."

ಅಷ್ಟರಲ್ಲಿ ಮಲ್ಲಿಕಾ ಅಡಿಗೆ ಮುಗಿಯಿತೆಂದು ಸೂಚನೆ ಕೊಟ್ಟಳು. ಎಲ್ಲ ಊಟಕ್ಕೆ ಅಣಿಯಾದರು.ಮಲ್ಲಿಕಾ ಸಾಕಷ್ಟು ಭಕ್ಷ್ಯಗಳನ್ನು ಸಿದ್ಧಪಡಿಸಿದ್ದಳು. ಎಲ್ಲ ಆನಂದದಿಂದ ಊಟ ಮಾಡಿದರು.

ಮಲ್ಲಿಕಾಳನ್ನು ಕಂಡು ಚಂದ್ರಗುಪ್ತನಿಗೆ ಮರುಕವಾಯಿತು. ಇನ್ನೂ ಚಿಕ್ಕವಯಸ್ಸಿನ ತರುಣಿ. ಸಾಕಷ್ಟು ಚೆಲುವೆ. ಕೃಷಿ ಕುಟುಂಬಕ್ಕೆ ಸಹಜವಾದ ಆರೋಗ್ಯ ಸದೃಢ ಶರೀರ. ಸೌಜನ್ಯಪೂರ್ಣ ನಡವಳಿಕೆ. ವಿವಾಹವಾಗಿ ತನ್ನ ಸುಖ ಜೀವನದ ಬಗ್ಗೆ ಎಂಥೆಂಥ ಸುಂದರ ಕನಸುಗಳನ್ನು ಕಟ್ಟಿದ್ದಳೋ! ಆ ಪಾಪಿಗಳು ಎಲ್ಲವನ್ನೂ ನಾಶ ಮಾಡಿಬಿಟ್ಟರು. ವಿಧವೆಯಾಗಿ ಉಳಿದ ಜೀವನವನ್ನು ಹೇಗೆ ಕಳೆಯುತ್ತಾಳೆ? ಧನಂಜಯನಿಗೂ ವಯಸ್ಸಾಗಿದೆ. ಅವನು ತೀರಿಕೊಂಡ ನಂತರ ಇವಳ ಗತಿಯೇನು? ಅವಳೇಕೆ ಮತ್ತೆ ವಿವಾಹವಾಗಬಾರದು? ಧನಂಜಯ ಅದಕ್ಕೆ ಏನು ಹೇಳುತ್ತಾನೋ? ಅವಳೂ ಒಪ್ಪುತ್ತಾಳೋ ಇಲ್ಲವೋ? ಬೇಡ, ಈಗ ಆ ವಿಷಯ ಎತ್ತುವುದು ಬೇಡ. ಸೂಕ್ತ ಸಮಯ ಬಂದಾಗ ಆಚಾರ್ಯ ಚಾಣಕ್ಯರ ಮೂಲಕ ಹೇಳಿಸಿದರಾಯಿತು ಎಂದುಕೊಂಡ.

ಮರುದಿನ ಚಾಣಕ್ಯರ ಆದೇಶದಂತೆ ತಾವೆಲ್ಲ ಕಾರ್ಯೋನ್ಮುಖರಾಗುತ್ತಿರುವುದಾಗಿ ಚಂದ್ರಗುಪ್ತ ಎಲ್ಲ ವಿವರಗಳನ್ನು ಹೇಳಿ "ನಿಮಗೆ ತಿಳಿಸಿ ಬರಬೇಕೆಂಬುದು ಆಚಾರ್ಯರ ಅಪೇಕ್ಷೆ" ಎಂದ.

"ನನಗೆ ತಿಳಿಸಿಯೇ ಹೋಗಬೇಕಾದ ನಿರ್ಬಂಧವೇನಿಲ್ಲ, ನಾನು ಅಷ್ಟು ದೊಡ್ಡವನಲ್ಲ"

"ಇಲ್ಲಿ ದೊಡ್ಡವರು ಚಿಕ್ಕವರೆಂಬ ಪ್ರಶ್ನೆ ಬರುವುದಿಲ್ಲ, ನಮ್ಮ ಕಾರ್ಯಗಳ ಬೆನ್ನೆಲುಬು ನೀವು. ನಮಗೆ ಆಚಾರ್ಯ ಚಾಣಕ್ಯರು ಎಷ್ಟು ಮುಖ್ಯವೋ, ನೀವೂ ಅಷ್ಟೇ ಮುಖ್ಯ" ಎಂದ ಚರಣ.

"ಅದು ನಿಮ್ಮೆಲ್ಲರ ಅಭಿಮಾನ, ಆಚಾರ್ಯ ಚಾಣಕ್ಯರ ಸೌಜನ್ಯ. ಮನಸ್ಸಿಟ್ಟು ನಿಮ್ಮ ಕರ್ತವ್ಯ ನಿರ್ವಹಿಸಿ. ಜಯ ಖಂಡಿತ ನಿಮ್ಮದೆ. ಎಷ್ಟು ಬೇಕೋ ಅಷ್ಟು ದವಸಧಾನ್ಯಗಳನ್ನು ತೆಗೆದುಕೊಂಡು ಹೋಗಿ."

"ಈಗ ಬೇಡ" ಚರಣ ಹೇಳಿದ, "ಆ ಸಲ ನೀವು ಕಳಿಸಿದ್ದರಲ್ಲಿ ಇನ್ನೂ ಸಾಕಷ್ಟಿದೆ. ಅಲ್ಲದೆ ಈಗ ನಾವೆಲ್ಲ ಶಿಬಿರವನ್ನು ತೆರವು ಮಾಡುವುದರಿಂದ ಹೆಚ್ಚು ದವಸದ ಅಗತ್ಯವಿಲ್ಲ"

"ಹಾಗಾದರೆ, ಹೊರ ಊರಿನಲ್ಲಿ ನಿಮಗೆ ಧನದ ಅಗತ್ಯವಿದೆ. ಹೊರಡುವಾಗ ಸ್ವಲ್ಪ ಕೊಡುತ್ತೇನೆ."

"ಅಷ್ಟೊಂದು ಜನರಿಗೆ ಸಾಕಾಗುವಷ್ಟು ದವಸ ಧಾನ್ಯವನ್ನು ಗಾಡಿ ಗಾಡಿ ತುಂಬಿ ಕಳಿಸಿಬಿಟ್ಟಿರಲ್ಲ, ನಿಮ್ಮ ಅಗತ್ಯದ ಕಡೆಗೂ ಗಮನ ಕೊಡಬೇಕಲ್ಲವೆ?" ಎಂದ ಮಾತಂಗ.

"ಎಲ್ಲವನ್ನೂ ನಾನೇ ಕೊಡಲಿಲ್ಲ, ನಮ್ಮ ಊರಿನ ಹಲವರು, ಅಕ್ಕಪಕ್ಕದ ಗ್ರಾಮದ ಜನ ಒಟ್ಟುಗೂಡಿಸಿ ತಂದು ತಂದು ರಾಶಿ ಹಾಕಿಬಿಟ್ಟರು. ಈಗಲೂ ಅಷ್ಟೆ ನಾನು ಕೊಡುತ್ತೇನೆ, ನನ್ನ ಸಂಗ್ರಹ ಬರಿದಾದರೆ ಜನರ ಮುಂದೆ ಹೋಗುತ್ತೇನೆ. ಇಂಥ ಒಳ್ಳೆಯ ಕೆಲಸಕ್ಕೆ ಎಲ್ಲರೂ ಸಂತೋಷದಿಂದ ಕೊಡುತ್ತಾರೆ. ನಾನೇ ಕೊಟ್ಟರೆ ತಾನೇ ಏನು? ನಾವಿರುವುದು ಇಬ್ಬರು, ಜೊತೆಗೆ ಕೆಲಸದ ಆಳುಗಳು. ಇನ್ನೆಷ್ಟು ಬೇಕು? ನನ್ನ ಮಗನಿದ್ದಿದ್ದರೆ,

ಅವನಿಗೆ ಮಕ್ಕಳಾಗಿದ್ದಿದ್ದರೆ ಬೇರೆ ವಿಷಯ. ನನ್ನ ಮಗನ ಆತ್ಮಕ್ಕೆ ಶಾಂತಿ ಕೊಡುವ ಈ ಕಾರ್ಯಕ್ಕೆ ನಾನು ಎಲ್ಲವನ್ನೂ ಸಂತೋಷದಿಂದ ಕೊಟ್ಟುಬಿಡಲು ಸಿದ್ಧನಾಗಿದ್ದೇನೆ. ಚಂದ್ರಗುಪ್ತ ಚಕ್ರವರ್ತಿಯಾದರೆ, ಅರಮನೆಯಲ್ಲೇ ನಾನು, ನನ್ನ ಸೊಸೆ ಊಳಿಗ ಮಾಡುತ್ತ ಉಳಿದ ಕಾಲವನ್ನು ಸಮಾಧಾನದಿಂದ ಕಳೆದುಬಿಡುತ್ತೇವೆ.''

''ಛೆ ಛೆ'' ಚಂದ್ರಗುಪ್ತ ಹೇಳಿದ, ''ನೀವು ಅರಮನೆಯಲ್ಲಿ ಊಳಿಗ ಮಾಡುವುದೇ ? ನಿಮ್ಮಂಥ ಹಿರಿಯರನ್ನು ಮನೆಯಲ್ಲಿರಿಸಿಕೊಂಡು ಸೇವೆ ಮಾಡುವ ಅವಕಾಶ ದೊರಕಿದರೆ ನಾನೇ ಭಾಗ್ಯಶಾಲಿ.''

''ಚಾಣಕ್ಯರಂಥ ಮಹನೀಯರ ಸ್ನೇಹಭಾಗ್ಯದ ಜೊತೆಗೆ, ನಿಮ್ಮಂಥ ಸಜ್ಜನರ ಅಭಿಮಾನಕ್ಕೆ ಪಾತ್ರನಾದ ನಾನು ಅದೃಷ್ಟವಂತ ಚಂದ್ರಗುಪ್ತ.''

ಎರಡು ಮೂರು ದಿನಗಳ ಕಾಲ ಅಲ್ಲಿದ್ದು, ಆಗಾಗ ಸುದ್ದಿ ಕಳಿಸುತ್ತಿರುವ ಭರವಸೆ ನೀಡಿ, ಅವನು ಕೊಟ್ಟ ಧನವನ್ನು ತೆಗೆದುಕೊಂಡು, ಅವರು ಮಾತಂಗನ ಶಿಬಿರದತ್ತ ಮರು ಪ್ರಯಾಣ ಬೆಳೆಸಿದರು.

''ದುಷ್ಟರನ್ನು ಬಗ್ಗು ಬಡಿಯಲು ಶಿಷ್ಟರೆಲ್ಲ ಒಟ್ಟುಗೂಡಿದಂತಾಯಿತು'' ಎಂದ ದಾರಿಯಲ್ಲಿ ನಂದಿಕೇಶ.

''ಕೆಲವೇ ದುಷ್ಟರ ವಿರುದ್ಧವಾಗಿ, ಸಾವಿರಾರು ಜನ ಶಿಷ್ಟರು ಕಷ್ಟಪಡಬೇಕಲ್ಲ ಎಂದು ಬೇಸರವಾಗುತ್ತದೆ'' ಎಂದ ಮಾತಂಗ.

''ಏನೇ ಆದರೂ ಜಗತ್ತಿನಲ್ಲಿ ದುಷ್ಟರ ಸಂಖ್ಯೆ ಕಡಿಮೆಯಿದೆಯೆಂಬುದು ಸಂತೋಷದ ವಿಷಯ'' ಎಂದ ಚಂದ್ರಗುಪ್ತ.

ಹೀಗೆ ಚರ್ಚೆ ನಡೆಸುತ್ತಲೇ ಅವರ ಪ್ರಯಾಣ ಸುಗಮವಾಗಿ ಸಾಗಿತು. ಸಹದೇವ ನಡುದಾರಿಯಲ್ಲಿ ತನ್ನ ಗ್ರಾಮದ ಕಡೆಗೆ ತಿರುಗಿದ. ಅವನಿಗೂ ಅವರ ಜೊತೆಯಲ್ಲಿ ಬರುವ ಆಸೆಯಿತ್ತು. ಆದರೂ ಪುರುಷಪುರದಲ್ಲಿ ಯಾರಾದರೊಬ್ಬರು ಇರಬೇಕಾಗಿತ್ತು. ಪಾಟಲೀಪುತ್ರ ಹತ್ತಿರವಿದ್ದುದರಿಂದ, ಯಾವ ಕ್ಷಣದಲ್ಲಿ ಏನು ನಡೆಯುವುದೋ ಎಂಬ ಆತಂಕ ಸದಾ ಇರುತ್ತಿತ್ತು. ಅವನಿದ್ದರೆ ತನ್ನ ತಾಯಿಗೆ ಒಂದು ಧೈರ್ಯ, ಎಂದುಕೊಂಡು ಚಂದ್ರಗುಪ್ತ ತಮ್ಮ ಜೊತೆ ಬರಲು ಅವನಿಗೆ ಅನುಮತಿ ನೀಡಲಿಲ್ಲ.

ಶಿಬಿರ ಸೇರಿದ ಮೇಲೆ ಮುಂದಿನ ಕಾರ್ಯಗಳ ಬಗ್ಗೆ ಎರಡು ದಿನ ವಿವರವಾಗಿ ಚರ್ಚಿಸಿದರು. ಎಲ್ಲರೂ ಕೂಡಲೇ ಪಿಪ್ಪಲಿವನವನ್ನು ಸೇರುವುದು ಅಪಾಯಕಾರಿಯಾಗ ಬಹುದೆಂದು ಯೋಚಿಸಿದರು. ಕಡೆಗೆ ಮೊದಲು ಚಂದ್ರಗುಪ್ತ, ನಂದಿಕೇಶ, ಚರಣ ಮತ್ತು ಶ್ರೀಗುಪ್ತ ಪಿಪ್ಪಲಿವನಕ್ಕೆ ಹೋಗುವುದೆಂದು ನಿರ್ಧರಿಸಿದರು. ಅಲ್ಲಿ ಎರಡು ಸಾವಿರ ಜನರಿಗೂ ಬೇರೆ ಬೇರೆ ಅಡಗುದಾಣಗಳ ವ್ಯವಸ್ಥೆಯಾದ ಮೇಲೆ ಶ್ರೀಗುಪ್ತ ಹಿಂದಿರುಗಿ ಬಂದು ಸುದ್ದಿ ಕೊಡಬೇಕೆಂದು ನಿರ್ಧಾರವಾಯಿತು. ಆ ವೇಳೆಗೆ ಮಾತಂಗ ಸೈನ್ಯವನ್ನು ಹೊರಡಿಸಲು ಅಗತ್ಯವಾದ ವ್ಯವಸ್ಥೆಗಳನ್ನು ಮಾಡಿ ಮುಗಿಸಿರುವಂತೆ ಸೂಚಿಸಲಾಯಿತು.

ಎಲ್ಲ ಖಚಿತವಾದ ನಂತರ ಒಂದು ದಿನ ಮುಂಜಾನೆ ಚಂದ್ರಗುಪ್ತ, ಚರಣ, ನಂದಿಕೇಶ ಮತ್ತು ಶ್ರೀಗುಪ್ತ ಅತಿ ಸಾಮಾನ್ಯರ ಉಡುಪಿನಲ್ಲಿ ಪಿಪ್ಪಲಿವನದತ್ತ ಪ್ರಯಾಣ ಬೆಳೆಸಿದರು.

೫

ಅತ್ತ ಪಾಟಲೀಪುತ್ರದಲ್ಲಿ ಪಶುಲೋಮ ಚಾಣಕ್ಯನ ಆದೇಶದೊಂದಿಗೆ ಹಿಂದಿರುಗಿದ ಮೇಲೆ ಅಶ್ವಾಧ್ಯಕ್ಷ ಭಾಗುರಾಯಣ ಹೆಚ್ಚು ಕ್ರಿಯಾಶೀಲನಾದ. ಅವನ ಸೋದರಳಿಯ ಶ್ರೀಗುಪ್ತ ಬದುಕಿದ್ದು ಚಾಣಕ್ಯ ಚಂದ್ರಗುಪ್ತರ ಆಶ್ರಮದಲ್ಲಿರುವನೆಂಬ ವಿಷಯ, ಅದಕ್ಕೆ ಹೆಚ್ಚಿನ ಪ್ರಚೋದನೆ ನೀಡಿತೆಂದೇ ಹೇಳಬಹುದು. ಅಲ್ಲದೆ ಚಂದ್ರಗುಪ್ತ ಪಾಟಲೀಪುತ್ರಕ್ಕೆ ಬರುವ ವೇಳೆಗೆ, ತನ್ನ ಕಡೆಯ ಯೋಜನೆಗಳನ್ನು ಸಿದ್ಧಪಡಿಸಿಕೊಂಡಿರಬೇಕೆಂದು, ಇತರ ಸೇನಾಧ್ಯಕ್ಷರೊಂದಿಗೆ ಗುಪ್ತವಾಗಿ ಮಾತಾಡಲು ನಿರ್ಧರಿಸಿದ. ಭದ್ರಭಟ, ಡಿಂಗಿರಾತ ಮತ್ತು ಚಿತ್ರವರ್ಮರೊಂದಿಗೆ ಸೂಕ್ಷ್ಮವಾಗಿ ಮಾತನಾಡಿ, ಅಮಾತ್ಯರಾಕ್ಷಸ ನಗರದಲ್ಲಿಲ್ಲದ ಒಂದು ದಿನವನ್ನು ಗೊತ್ತು ಮಾಡಿದ. ಆ ದಿನ ರಾತ್ರಿ ತನ್ನ ಮನೆಯ ಉಪ್ಪರಿಗೆಯಲ್ಲೇ ಎಲ್ಲರೂ ಸೇರುವಂತೆ ಸೂಚನೆ ನೀಡಿದ. ಆ ದಿನ ತನ್ನ ಮನೆಯಲ್ಲೇ ವಿಶೇಷವಾದ ಭೋಜನ ವ್ಯವಸ್ಥೆಯನ್ನೂ ಮಾಡಿದ.

ಎಲ್ಲ ಸರಿಯಾದ ಸಮಯಕ್ಕೆ ಬಂದರು. ಮಾತುಕತೆಗೆ ಅವಕಾಶ ಕೊಡದೆ ಭಾಗುರಾಯಣ ಅವರನ್ನೆಲ್ಲ ಮೊದಲು ಊಟಕ್ಕೆ ಏಳಿಸಿದ.

ಸೊಗಸಾದ ಊಟ ಮುಗಿದ ನಂತರ ಎಲ್ಲ ಮಾತಿಗೆ ಕುಳಿತರು. "ನಾವೆಲ್ಲ ಒಟ್ಟಿಗೆ ಕುಳಿತು ಮಾತನಾಡಲೇಬೇಕಾದ ಸಂದರ್ಭ ಬಂದಿದೆಯೆಂದು ನನ್ನ ಭಾವನೆ" ಎಂದು ಭಾಗುರಾಯಣ ತಾನೇ ಮಾತಿಗಾರಂಭಿಸಿದ.

"ಪೀಠಿಕೆ, ಪ್ರಸ್ತಾವನೆ ಯಾವುದರ ಅಗತ್ಯವೂ ಇಲ್ಲ, ವಿಷಯವೇನೆಂದು ನೇರವಾಗಿಯೇ ಹೇಳಿಬಿಡಿ ಭಾಗುರಾಯಣರೇ" ಎಂದ ಭದ್ರಭಟ.

"ಹೌದು" ಡಿಂಗಿರಾತ ಹೇಳಿದ, "ಭಾಗುರಾಯಣರನ್ನು ನಾನು ಬಹಳ ವರ್ಷಗಳಿಂದ ನೋಡುತ್ತಿದ್ದೇನೆ. ಅವರು ಎಂದೂ ತಮ್ಮ ವೈಯಕ್ತಿಕ ಹಿತಾಸಕ್ತಿಗಳಿಗೆ ಮಹತ್ವ ಕೊಡುವುದಿಲ್ಲ ವೆಂಬುದು ನನಗೆ ಚೆನ್ನಾಗಿ ಗೊತ್ತು. ಅವರು ನಮ್ಮನ್ನೆಲ್ಲ ಇಲ್ಲಿ ಸೇರಿಸಿರಬೇಕಾದರೆ, ಬಹುಶಃ ಸಾಮ್ರಾಜ್ಯಕ್ಕೆ ಸಂಬಂಧಿಸಿದ ಯಾವುದೋ ಪ್ರಮುಖ ವಿಷಯವೇ ಇರಬೇಕು."

"ಹೌದು, ನಿಮ್ಮ ಮಾತು ಸರಿ" ಭಾಗುರಾಯಣ ಹೇಳಿದ, "ನಿಮ್ಮಂತೆ ನಾನು ನಡುವಯಸ್ಸು ದಾಟಿದ್ದೇನೆ. ಇರುವವಳು ಒಬ್ಬಳೇ ಮಗಳು. ನಾನು ಗಳಿಸಿರುವುದು ಮೂವರ ನನ್ನ ಸಂಸಾರಕ್ಕೆ ಆಗಿ ಉಳಿಯುತ್ತದೆ. ಈಗ ನನಗೆ ಸಂಪತ್ತಿನ ಆಸೆಯೂ ಇಲ್ಲ, ಅಧಿಕಾರದ ವ್ಯಾಮೋಹವೂ ಇಲ್ಲ."

"ಸ್ತ್ರೀವ್ಯಾಮೋಹವಂತೂ ಮೊದಲೇ ಇಲ್ಲ" ಎಂದು ಚಿತ್ರವರ್ಮ ನಗುತ್ತಾ ಹೇಳಿದ, "ನಮ್ಮೆದುರಿನಲ್ಲಿ ನೀವು ಸ್ತ್ರೀವ್ಯಾಮೋಹವುಳ್ಳವರೆಂದು ದೃಢಪಡಿಸಲು ಅಮಾತ್ಯ ಶ್ರೀಯಕ ಸಾಕಷ್ಟು ಮಾತುಗಳನ್ನು ವೆಚ್ಚ ಮಾಡಿದ್ದಾನೆ."

"ಅದು ನನಗೆ ಗೊತ್ತು. ಆದ್ದರಿಂದಲೇ, ಮೊದಲೇ ನಾನೂ ನಿಮಗೆ ಸೂಕ್ಷ್ಮವಾಗಿ ವಿಷಯ ತಿಳಿಸಿದ್ದು."

"ಆ ವಿಷಯ ಬಿಡಿ, ಮುಖ್ಯ ವಿಷಯಕ್ಕೆ ಬನ್ನಿ" ಎಂದ ಭದ್ರಭಟ.

"ಮೊದಲು ನಾವು ಒಂದು ವಿಷಯವನ್ನು ಖಚಿತಪಡಿಸಿಕೊಳ್ಳಬೇಕು" ಭಾಗುರಾಯಣ ಹೇಳಿದ, "ನಮ್ಮೆಲ್ಲರ ನಿಷ್ಠೆಯಿರಬೇಕಾದದ್ದು ಧನನಂದನಿಗೋ, ಮಗಧಕ್ಕೋ ?"

"ಅಂದರೆ ?" ಎಂದು ಚಿತ್ರವರ್ಮ ಹುಬ್ಬೇರಿಸಿದ. ಭದ್ರಭಟ ಮತ್ತು ಡಿಂಗಿರಾತರೂ ಗೊಂದಲದಲ್ಲಿ ಬಿದ್ದರು.

"ಪ್ರಶ್ನೆಯೇನೋ ಸರಳವಾಗಿರುವಂತೆ ಕಾಣುತ್ತಿದೆ. ಆದರೆ ಉತ್ತರ ಮಾತ್ರ ಕಷ್ಟ ಎನಿಸುತ್ತಿದೆ" ಎಂದ ಡಿಂಗಿರಾತ ತಲೆ ಕೆರೆದುಕೊಳ್ಳುತ್ತ.

"ಮಗಧದ ನಿಷ್ಠೆ ಧನನಂದನ ನಿಷ್ಠೆ ಎರಡೂ ಒಂದೇ ಅಲ್ಲವೆ ?" ಎಂದ ಭದ್ರಭಟ.

"ನಮ್ಮನ್ನು ಆಳುವ ಪ್ರಭುವಿಗೇ ನಿಷ್ಠೆ ತೋರಿಸಬೇಕಾದ್ದು ನ್ಯಾಯವಲ್ಲವೆ ?" ಎಂದ ಚಿತ್ರವರ್ಮ.

"ಶತಶತಮಾನಗಳಿಂದ ಮಗಧವನ್ನು ನಂದರೇ ಆಳುತ್ತಿರುವರೇನು ?" ಭಾಗುರಾಯಣ ಕೇಳಿದ.

"ಇಲ್ಲ, ಬೇರೆ ಬೇರೆ ರಾಜವಂಶಜರಿದ್ದರು."

"ಮಗಧವಂತೂ ಇತ್ತಲ್ಲವೆ ? ಮಗಧಕ್ಕಿಂತ ಮೊದಲೇ, ಇದೇ ಭೂಪ್ರದೇಶ ಬೇರೊಂದು ಹೆಸರಿನಿಂದ ಅಸ್ತಿತ್ವದಲ್ಲಿತ್ತು."

"ಅಂದರೆ ಧನನಂದನಿಗೆ ನಿಷ್ಠೆ ತೋರಬೇಕಾಗಿಲ್ಲವೆಂದು ನಿಮ್ಮ ಮಾತಿನ ಅರ್ಥವೇ ?" ಡಿಂಗಿರಾತ ಕೇಳಿದ.

"ಮಗಧ ನಮ್ಮ ತಾಯಿ. ಆದಕ್ಕೆ ನಿಷ್ಠೆ ತೋರುವುದು ಸಹಜವಾದದ್ದು ಮತ್ತು ಧರ್ಮಸಮ್ಮತವಾದದ್ದು. ಅಂದ ಮೇಲೆ ಬೇರೆ ನಿಷ್ಠೆಗಳು ಗಣನೆಗೇ ಬರುವುದಿಲ್ಲ."

"ಸ್ವಲ್ಪ ಬಿಡಿಸಿ ಹೇಳುತ್ತೀರಾ ?" ಭದ್ರಭಟ ಕೇಳಿದ.

"ಮಗಧ ಅಸ್ತಿತ್ವದಲ್ಲಿದ್ದರೆ ಮಾತ್ರ ಮಗಧದಲ್ಲಿರುವ ಎಲ್ಲರ ಅಸ್ತಿತ್ವ. ಮಗಧಕ್ಕೆ ಕೆಟ್ಟ ಹೆಸರು ಬಂದರೆ, ಅದರಲ್ಲಿರುವ ಪ್ರತಿಯೊಬ್ಬ ಪ್ರಜೆಗೂ ಕೆಟ್ಟ ಹೆಸರು ಬಂದಂತೆ. ನಾವು ಯಾವ ಕೆಟ್ಟದ್ದನ್ನೂ ಮಾಡಲಿಲ್ಲವಲ್ಲಾ, ಎಂದು ನೀವು ಕೇಳಬಹುದು. ಕೆಟ್ಟದ್ದನ್ನು ಪ್ರೋತ್ಸಾಹಿಸುವುದು, ಹೆದರಿ ತಟಸ್ಥರಾಗಿರುವುದು, ಕೆಟ್ಟವರಿಗೆ ನಿಷ್ಠೆ ತೋರುವುದು, ಎಲ್ಲವೂ ನಾವು ನಮ್ಮ ತಾಯಿಗೆ ದ್ರೋಹ ಮಾಡಿದಂತೆಯೇ. ಅದರ ಅಪಯಶಸ್ಸಿನಲ್ಲಿ ನಾವೆಲ್ಲರೂ ಪಾಲುದಾರರೇ !"

ಭಾಗುರಾಯಣನ ಮಾತನ್ನು ಆಲೋಚಿಸುವಂತೆ ಎಲ್ಲ ಕೆಲವು ಕ್ಷಣ ಮೌನವಾದರು. "ಇಂಥ ಆಲೋಚನೆ ಎಂದೂ ನನ್ನ ಮನಸ್ಸಿಗೆ ಬಂದಿರಲಿಲ್ಲ" ಎಂದ ಚಿತ್ರವರ್ಮ ನಿಧಾನವಾಗಿ.

"ಈಗ ಬರಬೇಕು" ಭಾಗುರಾಯಣ ಹೇಳಿದ, "ಸಾಮಾನ್ಯ ಪ್ರಜೆಗಳಿಗಿಂತ, ಹೊಣೆಗಾರಿಕೆಯ ಸ್ಥಾನದಲ್ಲಿರುವ ನಮ್ಮ ಕರ್ತವ್ಯ ಹೆಚ್ಚಿನದು. ನಾಡಿನ ರಕ್ಷಣೆ ಮಾಡುವ ಸೇನಾಧ್ಯಕ್ಷರ ಪದವಿಯಲ್ಲಿ ನಾವಿದ್ದೇವೆ. ಆ ಪದವಿಯಿಂದ ದೊರೆಯುವ ಸುಖ, ಸೌಲಭ್ಯಗಳು, ಗಣ್ಯತೆ ಎಲ್ಲವನ್ನೂ ಅನುಭವಿಸುತ್ತಿದ್ದೇವೆ. ಅದನ್ನೆಲ್ಲ ಕೊಟ್ಟದ್ದು ಧನನಂದನಲ್ಲ, ಮಗಧ. ಅಂಥ ಮಗಧಕ್ಕೆ ನಾವೇನು ಕೊಟ್ಟಿದ್ದೇವೆ ? ಎಂದು ನಮ್ಮ ಆತ್ಮಸಾಕ್ಷಿಯನ್ನು ಕೇಳಿಕೊಳ್ಳಬೇಕಾಗಿದೆ. ಕೆಟ್ಟ ರಾಜನಿಗೆ ನಿಷ್ಠೆ ತೋರಿ, ಅವನ ಕೆಟ್ಟ ಕಾರ್ಯಗಳಿಗೆ ಬೆಂಬಲ ನೀಡಿ ಮಗಧಕ್ಕೆ ಕೆಟ್ಟ ಹೆಸರು ತರುವುದು ತಪ್ಪಲ್ಲವೇ ? ಹತ್ತು ಹಲವು ಕರಗಳನ್ನು ಹೇರಿ ಪ್ರಜೆಗಳನ್ನು ಸುಲಿಗೆ ಮಾಡಿದ ಆ ಧನನಂದನ ದುಷ್ಟತನಕ್ಕೆ ಪ್ರತಿಯಾಗಿ ನಾವೇನು ಮಾಡಿದೆವು? ಮೌನವಾಗಿ ಸಹಿಸಿದೆವು.

"ಅಮಾತ್ಯ ವಸುಭೂತಿ ಕಟುಕನಂತೆ ನಿರ್ದಯವಾಗಿ ರಾಜಾಜ್ಞೆಗಳನ್ನು ಪಾಲಿಸಿ ರಾಕ್ಷಸನೆನಿಸಿಕೊಂಡರೂ, ಅದೇ ರಾಕ್ಷಸನನ್ನು ನಾವು ಅತ್ಯಂತ ಭಯ ಭಕ್ತಿಯಿಂದ ಗೌರವಿಸುತ್ತಿದ್ದೇವೆ. ಆದರೆ ಮಗಧದ ನಿಟ್ಟುಸಿರು ನಮ್ಮ ಕಿವಿಗಳಿಗೆ ಕೇಳಿಸುತ್ತಿಲ್ಲ, ಕಣ್ಣೀರು ಕಾಣಿಸುತ್ತಿಲ್ಲ, ನಮ್ಮ ನಂತರ ನಮ್ಮ ಮಕ್ಕಳು ಇಲ್ಲಿಯೇ ಬದುಕಬೇಕೆಂಬುದು ನೆನಪಿನಲ್ಲಿರಲಿ. ಅವರೆಲ್ಲ ನಮ್ಮಂತೆ ಸೇನಾಧ್ಯಕ್ಷರಾಗಿ, ಅಥವಾ ಇನ್ನಾವುದೇ ಗಣ್ಯ ಪದವಿಗಳನ್ನು ಗಳಿಸಿ ಸುಖದಿಂದ ಬದುಕುವುದು ಖಚಿತವಲ್ಲವೆಂಬುದೂ ನೆನಪಿನಲ್ಲಿರಲಿ. ನಿಧಿಯಿರುವ ರಹಸ್ಯ ಸ್ಥಳ ಬಹಿರಂಗವಾಗುವುದೆಂದು ನಿಧಿಯ ಪೆಟ್ಟಿಗೆಗಳನ್ನು ಹೊತ್ತು ಇಳಿಸಿದ ತನ್ನ ಸೈನಿಕರನ್ನೇ ಭೀಕರವಾಗಿ ಕೊಲ್ಲಿಸಿದ ಧನನಂದನಿಗೆ ನಿಮ್ಮ ನಿಷ್ಠೆಯೇ?

"ಆ ದುರದೃಷ್ಟಕರ ಘಟನೆ ನಿಮಗೆಲ್ಲ ಗೊತ್ತಿದೆ. ಆದರೆ ನೀವು ಏನೂ ಮಾಡಲಿಲ್ಲ. ಏಕೆಂದರೆ ಆ ಕೊಲೆಯಾದ ಸೈನಿಕರಲ್ಲಿ ನಿಮ್ಮವರು ಯಾರೂ ಇರಲಿಲ್ಲ. ನನ್ನ ಸೋದರಿಯ ಮಗ ಇದ್ದ. ತಂದೆತಾಯಿಗಳನ್ನು ಕಳೆದುಕೊಂಡು ನನ್ನ ಆಶ್ರಯಕ್ಕೆ ಬಂದಿದ್ದ. ಸೈನ್ಯಕ್ಕೆ ಸೇರಿಸಿ ನಾನೇ ಅವನನ್ನೂ ಆ ದುಷ್ಟ ನಂದನಿಗೆ ಬಲಿ ಕೊಟ್ಟಂತಾಯಿತು" ಉದ್ವಿಗ್ನತೆಯಿಂದ ಮುಂದೆ ಮಾತಾಡಲಾಗದೆ ಭಾಗುರಾಯಣ ಸುಮ್ಮನಾದ. ಕೋಪ ದುಃಖಗಳಿಂದ ಅವನ ಕಣ್ಣುಗಳು ಕೆಂಪಾಗಿದ್ದವು. ಮೀಸೆ ಕುಣಿಯುತ್ತಿತ್ತು. ಉಸಿರು ವೇಗವಾಗಿತ್ತು.

ಸನ್ನಿವೇಶದ ಗಂಭೀರತೆಯಲ್ಲಿ ಮುಳುಗಿ ಹೋದವರಂತೆ ಎಲ್ಲ ಸ್ವಲ್ಪ ಹೊತ್ತು ಸುಮ್ಮನಾದರು. ಉದ್ವೇಗವನ್ನು ನಿಯಂತ್ರಿಸಿಕೊಂಡ ಭಾಗುರಾಯಣ ಮತ್ತೆ ತಾನೇ ಮಾತಾಡಿದ, "ಕ್ಷಮಿಸಿ, ತಡೆದುಕೊಳ್ಳಲಾಗಲಿಲ್ಲ. ಆದರೆ ಇಡೀ ಮಗಧದಲ್ಲಿ ಇಂಥ ತಡೆದುಕೊಳ್ಳಲಾಗದ ದುಃಖದಲ್ಲಿ ಎಷ್ಟು ಸಾವಿರ, ಲಕ್ಷ ಜನ ತಳಮಳಿಸುತ್ತಿರಬಹುದೆಂದು ಒಮ್ಮೆ ನೀವು ಊಹಿಸಿಕೊಳ್ಳುವುದು ಒಳ್ಳೆಯದು."

"ಭಾಗುರಾಯಣರೇ" ಡಿಂಗಿರಾತ ಹೇಳಿದ, "ನೀವು ನಮ್ಮ ಆತ್ಮಸಾಕ್ಷಿಯನ್ನು ಬಡಿದೆಬ್ಬಿಸಿದಿರಿ. ಈಗ ನಾವೆಲ್ಲ ಎಷ್ಟು ಕುಬ್ಜರು ಎನಿಸುತ್ತಿದೆ!"

"ಹೌದು" ಭದ್ರಭಟ ಹೇಳಿದ, "ಧನನಂದನಿಗೆ ನಿಷ್ಠೆ ತೋರುವುದರ ಮೂಲಕ ನಾವು ಮಗಧಕ್ಕೆ ದ್ರೋಹ ಮಾಡಿದ್ದೇವೆ."

"ಆದರೆ ಆ ದ್ರೋಹವನ್ನು ಸರಿಪಡಿಸುವುದು ಹೇಗೆ?" ಎಂದು ಚಿತ್ರವರ್ಮ ಕೇಳಿದ.

"ಅದಕ್ಕೆ ನಾನು ದಾರಿ ತೋರಿಸುತ್ತೇನೆ" ಭಾಗುರಾಯಣ ಹೇಳಿದ, "ಮಗಧಕ್ಕೆ ಹೊಸ ಚಕ್ರವರ್ತಿಯನ್ನು ತರಬೇಕು."

"ಹೊಸ ಚಕ್ರವರ್ತಿಯನ್ನೇ!" ಡಿಂಗಿರಾತ ಕುತೂಹಲದಿಂದ ಕಣ್ಣರಳಿಸಿದ, "ಅಂಥ ಸಮರ್ಥರು ಯಾರಿದ್ದಾರೆ?"

"ಚಂದ್ರಗುಪ್ತ ಮೌರ್ಯ."

"ಏನು! ಸೆರೆಮನೆಯಿಂದ ಸಂಚು ಮಾಡಿ ತಪ್ಪಿಸಿಕೊಂಡು ಹೋದ ಚಂದ್ರಗುಪ್ತನೇ?" ಎಂದ ಭದ್ರಭಟನ ಧ್ವನಿಯಲ್ಲಿ ಸ್ವಲ್ಪ ಅಸಹನೆಯಿತ್ತು.

"ಹೌದು, ಅವನೇ. ಆದರೆ ಅವನು ಸಂಚು ಮಾಡಲಿಲ್ಲ. ಸಂಚು ಮಾಡಿ ಅವನು ಮತ್ತು ಅವನ ಮಿತ್ರರನ್ನು ಸೆರೆಯಲ್ಲಿ ಹಾಕಿ, ಸಾತ್ವಿಕರಾದ ಚಣಕರನ್ನು ಮೋಸದಿಂದ ಕೊಲ್ಲಿಸಿದ ದುಷ್ಟರ ಬಂಧನದಿಂದ ತಪ್ಪಿಸಿಕೊಂಡು ಹೋದ."

"ಏನು! ಚಣಕರನ್ನು ಮೋಸದಿಂದ ಕೊಲ್ಲಿಸಿದ್ದು ನಿಜವೆನ್ನುತ್ತೀರಾ?" ಚಿತ್ರವರ್ಮ ಕೇಳಿದ. ಆ ಬಗ್ಗೆ ಜನ ಮಾತಾಡಿಕೊಳ್ಳುವುದು ಅವನ ಕಿವಿಗೂ ಬಿದ್ದಿತ್ತು. ಆದರೆ ಅದು ನಿಜವಿರಲಾರದೆಂಬ ಭಾವನೆ ಅವನದಾಗಿತ್ತು.

"ಖಂಡಿತ ನಿಜ. ಅದನ್ನು ಕಣ್ಣಾರೆ ನೋಡಿದ ವ್ಯಕ್ತಿಯೇ ಹೇಳಿದ್ದಾನೆ. ಅದರಿಂದಲೇ ಕುಪಿತನಾಗಿ ನ್ಯಾಯ ಕೇಳಲು ಬಂದ ಚಣಕರ ಮಗನನ್ನು ತುಂಬಿದ ಸಭೆಯಲ್ಲಿ ಹೀನ ಮಾತುಗಳಿಂದ ಅಪಮಾನ ಪಡಿಸಲಾಯಿತು. ಅವನು ಧನನಂದನನ್ನು ಸಿಂಹಾಸನದಿಂದ ಇಳಿಸಿ, ಬೇರೊಬ್ಬನನ್ನು ಕೂಡಿಸುವ ಪ್ರತಿಜ್ಞೆ ಮಾಡಿ ಹೋದ."

"ಒಬ್ಬ ಸಾಮಾನ್ಯ ಬ್ರಾಹ್ಮಣನ ಪ್ರತಿಜ್ಞೆಗೆ ಯಾರು ಹೆದರುತ್ತಾರೆ?" ಎಂದ ಭದ್ರಭಟ.

"ಆ ಚಾಣಕ್ಯ ಸಾಮಾನ್ಯ ಬ್ರಾಹ್ಮಣನಲ್ಲ, ಪ್ರಚಂಡ ಬ್ರಾಹ್ಮಣ. ಅವನು ಈಗ ಚಂದ್ರಗುಪ್ತನ ಜೊತೆ ಸೇರಿದ್ದಾನೆ."

"ಚಾಣಕ್ಯ ಚಂದ್ರಗುಪ್ತರು ಒಂದಾಗಿದ್ದಾರೆಯೇ!" ಡಿಂಗಿರಾತ ಆಚ್ಚರಿಯಿಂದ ಕೇಳಿದ.

"ಹೌದು. ಅಷ್ಟು ಮಾತ್ರವಲ್ಲ, ಮಗಧದ ಆಕ್ರಮಣಕ್ಕೆ ಅವರು ಎಲ್ಲ ಸಿದ್ಧತೆಗಳನ್ನೂ ಮಾಡಿದ್ದಾರೆ. ಲಕ್ಷಾಂತರ ಸಂಖ್ಯೆಯಲ್ಲಿ ಸೈನ್ಯವನ್ನು ಸಂಗ್ರಹಿಸಿದ್ದಾರಂತೆ! ರಹಸ್ಯ ಸ್ಥಳಗಳಲ್ಲಿ ಅವರಿಗೆಲ್ಲ ಯುದ್ಧಾಭ್ಯಾಸ ನಡೆಯುತ್ತಿದೆಯಂತೆ!" ಬೇಕೆಂದೇ ಭಾಗುರಾಯಣ ಸ್ವಲ್ಪ ಅತಿಶಯೋಕ್ತಿಯನ್ನು ಬೆರೆಸಿ ಹೇಳಿದ.

"ಹಾಗಾದರೆ ಇಷ್ಟರಲ್ಲೇ ಯುದ್ಧ ಸಂಭವಿಸಬಹುದು?" ಎಂದ ಚಿತ್ರವರ್ಮ.

"ಬಹುದು ಅಲ್ಲ, ಖಂಡಿತ ಸಂಭವಿಸುತ್ತದೆ."

"ಆಗ ನಾವು ಧನನಂದನ ಪರವಾಗಿ ತಾನೆ ಯುದ್ಧ ಮಾಡಬೇಕು?" ಎಂದು ಭದ್ರಭಟ ಕೇಳಿದ.

"ಇಲ್ಲ, ಮಗಧದ ಮೇಲಿನ ನಿಷ್ಠೆಯೇ ಮುಖ್ಯವೆಂದು ನಾವು ಒಪ್ಪುವುದಾದರೆ ನಾವು ಚಂದ್ರಗುಪ್ತನಿಗೆ ಪರೋಕ್ಷವಾಗಿ ಸಹಾಯ ಮಾಡಬೇಕು. ಧನನಂದನಿಗೆ ದ್ರೋಹ ಮಾಡಿದಂತಾಗುವುದೆಂಬುದು ಮುಖ್ಯವಲ್ಲ, ಮಗಧದ ಪ್ರಜೆಗಳ ಹಿತ ನಮಗೆ ಮುಖ್ಯ."

"ಒಬ್ಬ ಸಣ್ಣ ಸೇನಾನಾಯಕನಿಗೆ ಬೆಂಬಲ ನೀಡುವುದು ಸರಿಯೇ?" ಡಿಂಗಿರಾತ ಸಂದೇಹ ವ್ಯಕ್ತಪಡಿಸಿದ.

"ಅವನು ಸಣ್ಣ ಸೇನಾನಾಯಕನಾಗಿದ್ದ ನಿಜ. ಆದರೆ ಅದಕ್ಕೂ ಮೊದಲು ಕ್ಷತ್ರಿಯನಾದ ಅವನು ಪಿಪ್ಪಲಿವನದ ರಾಜ ರವಿಗುಪ್ತ ಮೌರ್ಯನ ಮಗನೆಂಬುದನ್ನು ಮರೆಯಬಾರದು. ರವಿಗುಪ್ತ ಮೌರ್ಯ ಮಗಧದ ಆಶ್ರಿತನಾಗಿದ್ದ, ಗಡಿಯುದ್ಧದಲ್ಲಿ ಅವನು ತೀರಿಕೊಂಡ ನಂತರ, ಅವನ ತಂದೆಯ ಅಧಿಕಾರವನ್ನು ಕಿತ್ತುಕೊಂಡು, ಇಲ್ಲಿಗೆ ಕರೆತಂದು, ಅವನನ್ನು ಸಣ್ಣ ಸೇನಾನಾಯಕನಾಗುವಂತೆ ಮಾಡಿದವರು ಯಾರು? ಸಿಂಹ ಎಂದಿದ್ದರೂ ಸಿಂಹವೇ! ಅವನ ರಾಜತೇಜಸ್ಸನ್ನು ನೀವು ಗಮನಿಸಿಲ್ಲದಿರಬಹುದು. ನಾನು ಹತ್ತಿರದಿಂದ ಕಂಡಿದ್ದೇನೆ. ಅವನು ಸೆರೆಮನೆಯಿಂದ ಪಾರಾಗಿ ಹೋಗಬೇಕೆಂದರೆ ಎಷ್ಟು ಜನ, ಎಷ್ಟು ರೀತಿಯಲ್ಲಿ ಅವನಿಗೆ ನೆರವು ನೀಡಿರಬೇಕೆಂದು ಯೋಚಿಸಿ. ಈಗಲೂ ನಮ್ಮ ಸೈನ್ಯದಲ್ಲಿ ಅವನ ಬಗ್ಗೆ ಸಹಾನುಭೂತಿಯಿರುವ ಎಷ್ಟೋ ಜನರಿರಬಹುದು. ಯುದ್ಧ ಸಮಯದಲ್ಲಿ ಅವರೇ ತಿರುಗಿಬಿದ್ದರೆ ನಿಮ್ಮ ಗತಿಯೇನು?"

ಭಾಗುರಾಯಣನ ಈ ಬೆದರಿಕೆ ಕೆಲಸ ಮಾಡಿತು. ಎಲ್ಲ ಗಂಭೀರವಾದರು. 'ಹೌದು ಹಾಗೆ ಆಗಿಬಿಟ್ಟರೇನು ಗತಿ!' ಎಂಬ ಭಯ ಮೂವರ ಮುಖಗಳಲ್ಲೂ ಕಾಣುತ್ತಿತ್ತು.

ಮತ್ತೆ ಭಾಗುರಾಯಣ ಹೇಳಿದ, "ಅಲ್ಲದೆ ಅಮಾತ್ಯ ಶ್ರೀಯಕ ಹೆಣ್ಣುಗಳ ಮೂಲಕ ಧನನಂದನ ಲಂಪಟತನದ ದುರುಪಯೋಗ ಪಡೆಯಲು ಪ್ರಯತ್ನಿಸುತ್ತಿರುವಂತಿದೆ. ಅದೇ ಪ್ರಯೋಗವನ್ನು ನನ್ನ ಮೇಲೂ ಮಾಡಲು ನೋಡಿದ. ನಾನು ಅವನ ಪರವಾಗಿದ್ದೇನೆಂದು ಭಾವಿಸಿರಲೂಬಹುದು. ನಿಮ್ಮನ್ನೂ ಅದೇ ಪ್ರಯೋಗದಲ್ಲಿ ಸೆಳೆದುಕೊಳ್ಳುವ ಆಲೋಚನೆ ಇರುವಂತಿದೆ."

"ಈ ವಿಷಯ ಬಹಳ ಬುದ್ಧಿವಂತನಾದ ಅಮಾತ್ಯ ರಾಕ್ಷಸನಿಗೆ ತಿಳಿದಿಲ್ಲವೆನ್ನುತ್ತೀರ ?" ಚಿತ್ರವರ್ಮ ಕೇಳಿದ.

"ಮಹಾಬುದ್ಧಿವಂತನಾದರೂ ಒಮ್ಮೊಮ್ಮೆ ಉದಾಸೀನವಾಗಬಹುದು. ಅಲ್ಲದೆ ಶ್ರೀಯಕ ಎಲ್ಲದಕ್ಕೂ ಧನನಂದನ ವಿಶ್ವಾಸದ ಗುರಾಣಿಯನ್ನು ಅಡ್ಡ ಹಿಡಿದು ಪಾರಾಗುತ್ತಾನೆ."

"ಅದು ಸರಿ ಭಾಗುರಾಯಣರೇ" ಡಿಂಗಿರಾತ ಅನುಮಾನಿಸುತ್ತಲೇ ಕೇಳಿದ, "ಚಂದ್ರಗುಪ್ತ ಮಗಧದ ಸಿಂಹಾಸನಕ್ಕೆ ಸಮರ್ಥನೆನ್ನುತ್ತೀರ ?"

"ಖಂಡಿತ. ಇನ್ನೊಂದು ವಿಷಯ ನಿಮಗೆ ಗೊತ್ತಿಲ್ಲವೆಂದು ಕಾಣುತ್ತದೆ. ಯವನರ ದಾಳಿ ಪರ್ವತರಾಜ್ಯದವರೆಗೂ ಬಂದದ್ದು ಮಗಧದವರೆಗೂ ಬರುವುದಿಲ್ಲವೆಂದು ಹೇಗೆ ಹೇಳುತ್ತೀರಿ ? ಹಿಂದಿನಿಂದಲೂ ಪೌರವನಿಗೆ ಮಗಧದ ಮೇಲೆ ಕಣ್ಣಿದೆ. ಆ ಯವನರೊಂದಿಗೆ ಸೇರಿ ಯುದ್ಧಕ್ಕೆ ಬಂದರೆ ? ಮಗಧ ಅವರ ಕೈವಶವಾದರೆ ? ಆಗ ನಿಮ್ಮ ನಂದನಂತೂ ಉಳಿಯುವುದಿಲ್ಲ, ಜೊತೆಗೆ, ಆಗ ಮಗಧದ ಸಿಂಹಾಸನದ ಮೇಲೆ ಸಮರ್ಥನನ್ನು ಆರಿಸಿ ಕೂಡಿಸುವಷ್ಟು ವ್ಯವಧಾನವಿರುತ್ತದೆಯೆ ? ಮಗಧ ಆಗ ಮಗಧವಾಗಿ ಉಳಿಯುವುದಿಲ್ಲ, ಅದು ಯವನರ ನಾಡಾಗಬಹುದು ಅಥವಾ ಪೌರವನ ನಾಡಾಗಬಹುದು. ಅವರೂ ಧನನಂದನಂತೆಯೇ ಪ್ರಜೆಗಳನ್ನು ಸುಲಿಯಬಹುದು. ಅದಕ್ಕಿಂತ ಚಂದ್ರಗುಪ್ತನ ಆಳ್ವಿಕೆಗೆ ಬೆಂಬಲ ನೀಡುವುದು ಸಾವಿರ ಪಾಲು ಉತ್ತಮ. ನಾವು ಬೆಂಬಲ ನೀಡದಿದ್ದರೂ ಆ ಚಾಣಕ್ಯ ತನ್ನ ಪ್ರತಿಜ್ಞೆ ಈಡೇರಿಸಿಕೊಳ್ಳುವುದಂತೂ ಖಂಡಿತ. ಆಗ ಅವನು ಧನನಂದನನ್ನು ನಾಶಮಾಡಿದಂತೆ, ಅವನ ಬೆಂಬಲಿಗರನ್ನೆಲ್ಲ ನಿರ್ನಾಮ ಮಾಡುವುದರಲ್ಲಿ ಅನುಮಾನವಿಲ್ಲ."

"ನಾವು ಇಷ್ಟೊಂದು ಸಂದಿಗ್ಧ ಪರಿಸ್ಥಿತಿಯಲ್ಲಿ ಸಿಕ್ಕಿಕೊಂಡಿದ್ದೇವೆಂಬ ಅರಿವೇ ಇಲ್ಲಿಯವರೆಗೆ ಇರಲಿಲ್ಲ" ಎಂದ ಚಿತ್ರವರ್ಮ.

"ಭಾಗುರಾಯಣರೇ, ನಿಮ್ಮ ಸಲಹೆಯಂತೆ ನಡೆಯದೆ ಬೇರೆ ದಾರಿಯಿಲ್ಲ ಎನಿಸುತ್ತಿದೆ" ಎಂದ ಭದ್ರಭಟ.

"ನಾವೂ ನಮ್ಮ ಗೌರವವನ್ನು ಉಳಿಸಿಕೊಂಡು, ಮಗಧದ ಋಣ ತೀರಿಸುವ ಅವಕಾಶವನ್ನು ಬಿಟ್ಟುಕೊಡಬಾರದೆಂದು ನನ್ನ ಸಲಹೆ, ಅಷ್ಟೆ"

"ಹೇಗೆಂದು ಹೇಳುತ್ತೀರಾ ?" ಚಿತ್ರವರ್ಮ ಕೇಳಿದ.

"ಚಂದ್ರಗುಪ್ತ ಚಾಣಕ್ಯರು ಸೈನ್ಯದೊಂದಿಗೆ ಮಗಧದ ಮೇಲೆ ಆಕ್ರಮಣ ಮಾಡಲು ಬಂದಾಗ, ನಾವೆಲ್ಲ ರಾಜಾಜ್ಞೆಯಂತೆ ಅವರ ಮೇಲೆ ಕತ್ತಿಯೆತ್ತದೆ ತಟಸ್ಥವಾಗಿರುವುದು ಅಥವಾ ಚಂದ್ರಗುಪ್ತನಿಗೆ ಅನುಕೂಲವಾಗುವಂತೆ ಯುದ್ಧ ಮಾಡುವುದು ಅಥವಾ ಧನನಂದ

ಮತ್ತು ಅಮಾತ್ಯ ರಾಕ್ಷಸರು ದಾರಿ ತಪ್ಪುವಂತೆ, ಅದರೊಂದಿಗೆ ಚಂದ್ರಗುಪ್ತನಿಗೆ ಹಾನಿಯಾಗದಂತೆ ಏನಾದರೂ ಉಪಾಯ ಮಾಡುವುದು."

"ಚಕ್ರವರ್ತಿಯ ಕೋಪಕ್ಕೆ ಗುರಿಯಾದರೆ?" ಡಿಂಗಿರಾತ ಪ್ರಶ್ನೆ ಮಾಡಿದ.

"ನಮ್ಮ ಮೇಲೆ ಕೋಪ ತೋರಿಸಲು ಧನನಂದ ಉಳಿದಿರುವುದಿಲ್ಲ. ಈ ರಹಸ್ಯ ನಮ್ಮಲ್ಲೇ ಇರಬೇಕು. ಕಡೆಯ ಕ್ಷಣದವರೆಗೂ ನಾವು ಧನನಂದನಿಗೆ ನಿಷ್ಠೆಯುಳ್ಳವರೇ, ಎಂಬಂತೆ ನಡೆದುಕೊಳ್ಳಬೇಕು. ಶ್ರೀಯಕನೇನಾದರೂ ತನ್ನ ಕಡೆ ಸೆಳೆಯುವ ಪ್ರಯತ್ನ ಮಾಡಿದರೆ, ಅವನಿಗೂ ಅನುಕೂಲವಾಗುವಂತೆ ವರ್ತಿಸಬೇಕು. ಆ ವೇಳೆಗೆ ನಮ್ಮ ಕೈಕೆಳಗಿನ ಸೇನಾನಾಯಕರ ಮೂಲಕ ಸೈನ್ಯದಲ್ಲಿ ಚಂದ್ರಗುಪ್ತನ ಪರವಾದ ಅಭಿಪ್ರಾಯ ರೂಪಿಸಬೇಕು."

"ಅಂಥ ಕೆಲಸ ಯಾರು ಮಾಡುತ್ತಾರೆ?" ಎಂದ ಭದ್ರಭಟ.

"ಚಿಂತಿಸಬೇಡಿ, ಅದಕ್ಕೆ ಪ್ರಭಾಕರನಿದ್ದಾನೆ."

"'ಪ್ರಭಾಕರ! ಹೌದು, ಅವನೂ ಚಂದ್ರಗುಪ್ತ, ಚರಣರ ಮಿತ್ರ" ಎಂದು ಡಿಂಗಿರಾತ ತನ್ನಷ್ಟಕ್ಕೆಂಬಂತೆ ಹೇಳಿಕೊಂಡ.

"ಅವನನ್ನು ಆ ಕಾರ್ಯಕ್ಕೆ ನಿಯೋಜಿಸುತ್ತೇನೆ. ನೀವೂ ಸಹಕಾರ ನೀಡಿ. ನಿಮಗೆ ಆಪ್ತರಾಗಿರುವ ಸೇನಾನಾಯಕರ ಮನಸ್ಸನ್ನು ತಿರುಗಿಸಲು ಪ್ರಯತ್ನಿಸಿ. ಇದಕ್ಕೆ ನೀವೆಲ್ಲ ಸಮ್ಮತಿಸುವುದಾದರೆ, ಯಾವುದೇ ಸಂದರ್ಭದಲ್ಲೂ ಯಾವುದೇ ಕಾರಣಕ್ಕೂ ನಾವು ಒಬ್ಬರನ್ನೊಬ್ಬರು ಬಿಟ್ಟುಕೊಡುವುದಿಲ್ಲವೆಂದು ನನ್ನ ಹಸ್ತದ ಮೇಲೆ ಹಸ್ತವನ್ನಿಟ್ಟು ಭಾಷೆ ಕೊಡಿ."

ಎರಡು ಕ್ಷಣ ಯೋಚಿಸಿ, ಎಲ್ಲ ಭಾಗುರಾಯಣನ ಕೈ ಮೇಲೆ ಕೈಯಿಟ್ಟು ಭಾಷೆ ಕೊಟ್ಟರು. 'ಧನನಂದ ಇನ್ನು ನಿನ್ನ ಕಥೆ ಮುಗಿಯಿತು!' ಎಂದು ಭಾಗುರಾಯಣ ಮನಸ್ಸಿನಲ್ಲೇ ಅಂದುಕೊಂಡ. ಅವರೆಲ್ಲ ಹೋದನಂತರ ಅವನು ನಿರಾಳವಾಗಿ ಉಸಿರಾಡಿದ. ಆ ಮಾತುಕತೆಯನ್ನೆಲ್ಲ ಉಜ್ವಲ, ಮಾಲಿನಿ ಮತ್ತು ಸುಗಂಧಿಗೆ ವಿವರಿಸಿ ಹೇಳಿದ.

ಉಜ್ವಲಳ ಸಂತೋಷ ಅವಳ ಮುಖದಲ್ಲಿ ತುಳುಕುತ್ತಿತ್ತು. "ಇನ್ನು ಚಂದ್ರಗುಪ್ತನ ಕಾರ್ಯಕ್ಕೆ ಯಾವ ಅಡ್ಡಿಯೂ ಬರಲಾರದು" ಎಂದಳು.

"ಅಡ್ಡಿ ಬಂದರೂ ಅವನು ಗೆದ್ದೇ ಗೆಲ್ಲುತ್ತಾನೆ. ಚಾಣಕ್ಯರಂಥ ಮಹಾಮೇಧಾವಿ ಅವನ ಜೊತೆಯಲ್ಲಿರುವಾಗ, ಯಾವ ಅಡ್ಡಿಯೂ ಅವನು ಮಗಧ ಸಿಂಹಾಸನವೇರುವುದನ್ನು ತಪ್ಪಿಸುವಂತಿಲ್ಲ" ಎಂದ ಭಾಗುರಾಯಣ.

"ಇಂಥ ಸಂದರ್ಭದಲ್ಲಿ ನಾನೂ ಅವರ ಜೊತೆಯಲ್ಲಿರಬೇಕಾಗಿತ್ತು. ಈ ಹೋರಾಟದಲ್ಲಿ ನಾನೂ ಭಾಗವಹಿಸಬೇಕೆಂದು ಆಸೆಯಾಗುತ್ತಿದೆ."

"ಹೆಣ್ಣು ಹುಡುಗಿ, ನೀನೇನು ಮಾಡಬಲ್ಲೆ?" ಎಂದಳು ಮಾಲಿನಿ.

"ನನ್ನ ಮಗಳನ್ನು ಹೆಣ್ಣುಹುಡುಗಿಯೆಂದು ಹಗುರವಾಗಿ ಭಾವಿಸಬೇಡ ಮಾಲಿನಿ" ಭಾಗುರಾಯಣ ಮಗಳ ಪರ ವಹಿಸಿ ಮಾತನಾಡಿದ, "ಅವಳು ಯಾವ ಯೋಧನಿಗೂ ಕಡಿಮೆಯಿಲ್ಲ, ಕುದುರೆ ಸವಾರಿಯಲ್ಲಿ, ಖಡ್ಗ ಪ್ರಯೋಗದಲ್ಲಿ ಅವಳು ಎಂಥ ವೀರನಿಗಾದರೂ ಸ್ಪರ್ಧೆ ನೀಡುತ್ತಾಳೆ."

"ಇರುವವಳು ಒಬ್ಬಳೇ ಮಗಳು. ಅವಳಿಗೇನಾದರೂ ಆದರೆ?" ಮಾಲಿನಿ ಆತಂಕದಿಂದ ಕೇಳಿದಳು.

"ಏನಾದರೂ ಆಗುವುದಿದ್ದರೆ ಮನೆಯಲ್ಲಿ ಬಾಗಿಲು ಹಾಕಿಕೊಂಡು ಕುಳಿತಿದ್ದರೂ ಆಗುತ್ತದೆ" ಉಜ್ವಲ ಹೇಳಿದಳು, "ಮಗಧದ ಬಿಡುಗಡೆಯ ಈ ಮಹಾ ಆಂದೋಲನದಲ್ಲಿ ಒಂದು ಸಣ್ಣ ಕೆಲಸಕ್ಕೂ ಮಹತ್ವವಿದೆ."

"ಇದೆಲ್ಲ ಮಗಧಕ್ಕೆ ಅಲ್ಲ, ಮಗಧದ ಸಿಂಹಾಸನವೇರಲಿರುವ ಚಂದ್ರಗುಪ್ತನಿಗಾಗಿ ತಾನೆ?" ಸುಗಂಧಿ ಚೇಷ್ಟೆ ಮಾಡಿದಳು.

"ಹೌದು" ಉಜ್ವಲ ತಾನೂ ಅದೇ ಧಾಟಿಯಲ್ಲಿ ಹೇಳಿದಳು "ಚಂದ್ರಗುಪ್ತ ಸಿಂಹಾಸನ ವೇರಿದರೆ ಸುಗಂಧಿ ಚರಣರ ವಿವಾಹ ನೆರವೇರಿಸುವುದು ಸುಲಭವಾಗುವುದೆಂದು ಈ ಪ್ರಯತ್ನ ಅಷ್ಟೆ"

ಸುಗಂಧಿ ನಾಚಿಕೆಯಿಂದ ತಲೆತಗ್ಗಿಸಿದಳು.

★ ★ ★

ಸಂಜಯ ಜೀವಸಿದ್ಧಿಯನ್ನು ಭೇಟಿ ಮಾಡಿ ಬಂದ ಮೇಲೆ ಶ್ರೀಯಕ ಕೆಲವು ದಿನ ಆಲೋಚಿಸಿ, ಕಡೆಗೂ ಜೀವಸಿದ್ಧಿಯನ್ನು ಭೇಟಿ ಮಾಡಲು ನಿರ್ಧರಿಸಿದ.

ಸಂಜಯ ಒಂದು ದಿನ ರಾತ್ರಿ ಶ್ರೀಯಕನ ಭವನಕ್ಕೆ ಜೀವಸಿದ್ಧಿಯನ್ನು ಕರೆತಂದು ಬಿಟ್ಟು ಹೊರಟುಹೋದ.

ಅವನು ಕಾಟಾಚಾರಕ್ಕೆ ಸ್ವಾಗತಿಸಿ ಪೀಠ ತೋರಿಸಿದಾಗ, 'ತಾನು ಜೈನ, ಬೌದ್ಧ ಸಂನ್ಯಾಸಿಗೆ ಗೌರವ ಸಲ್ಲಿಸುವುದು ಯೋಗ್ಯವಲ್ಲ ಎಂದು ಭಾವಿಸಿರುತ್ತಾನೆ' ಎಂದು ಜೀವಸಿದ್ಧಿ ಮನಸ್ಸಿನಲ್ಲೇ ಅಂದುಕೊಂಡ. 'ಅಯ್ಯೋ ಮಂಕೆ, ನಾನು ಬೌದ್ಧನೂ ಅಲ್ಲ ಎಂಬುದು ನಿನಗೆ ಗೊತ್ತಾಗುವುದೇ ಇಲ್ಲ' ಎಂದುಕೊಂಡು ನಕ್ಕ.

"ಏಕೆ ನಗುತ್ತೀರಿ?" ಎಂದು ಶ್ರೀಯಕ ಕೇಳಿದ.

ತಕ್ಷಣ ಎಚ್ಚೆತ್ತುಕೊಂಡು ಜೀವಸಿದ್ಧಿ ಹೇಳಿದ, "ಭವ್ಯವಾದ ಭವಿಷ್ಯ ನಿಮ್ಮೆದುರಿಗಿರುವಾಗ, ಚಿಂತೆಯಿಂದ ಗಂಭೀರವಾಗಿರುವ ನಿಮ್ಮ ಮುಖ ನೋಡಿ ನಗದೆ ಏನು ಮಾಡಲಿ?"

"ಭವ್ಯವಾದ ಭವಿಷ್ಯವೇ!" ಶ್ರೀಯಕನ ಮುಖ ಅರಳಿತು.

"ಹೌದು."

"ಅದೇನೆಂದು ದಯವಿಟ್ಟು ಬಿಡಿಸಿ ಹೇಳಿ."

"ಖಂಡಿತ ಹೇಳುತ್ತೇನೆ. ಆದರೆ ನನಗಾಗುವ ಲಾಭದ ಬಗ್ಗೆಯೂ ಯೋಚನೆ ಮಾಡಬೇಕಲ್ಲವೇ?"

"ಏಕಾಗಬಾರದು? ನನ್ನ ಆಸೆ ಈಡೇರಿದರೆ ನೀವು ಕೇಳಿದ್ದನ್ನು ಕೊಡುತ್ತೇನೆ. ಏನು ಬೇಕು ಹೇಳಿ."

"ಏನು ಬೇಕಾದರೂ ಎಂದರೆ? ಅದೇನು, ಎಷ್ಟು ಎಂಬುದನ್ನು ಖಚಿತವಾಗಿ ಹೇಳಿದರೆ ಒಳ್ಳೆಯದು."

"ಬೇಕಾದಷ್ಟು ಧನ?"

"ನಾನು ಸ್ಪಷ್ಟವಾಗಿ ಹೇಳಿಬಿಡುತ್ತೇನೆ. ಕೊಟ್ಟರೆ ನನಗೊಂದು ಅಮಾತ್ಯ ಪದವಿಯನ್ನು ಕೊಡಿ. ಇಲ್ಲವಾದರೆ ಪಾಟಲೀಪುತ್ರದಲ್ಲಿ ಒಂದು ಭವ್ಯವಾದ ಮನೆ, ಜೀವನೋಪಾಯಕ್ಕೆ

ಸಾಕಾಗುವಷ್ಟು ಸಂಬಳ, ಮತ್ತು ರಾಜಾಸ್ಥಾನದಲ್ಲಿ ಪಂಡಿತನೆಂಬ ಪದವಿ. ಎರಡರಲ್ಲಿ ಒಂದನ್ನು ನೀವೇ ಆಯ್ಕೆ ಮಾಡಿಕೊಳ್ಳಬಹುದು."

"ಬಹುಶಃ ಅಮಾತ್ಯ ಪದವಿಯನ್ನು ಕೊಡುವುದು ಕಷ್ಟವಾಗಬಹುದು. ಎರಡನೆಯದಕ್ಕೆ ನನ್ನ ಸಮ್ಮತಿ ಇದೆ. ಈಗಲಾದರೂ ಹೇಳಿ."

"ಇನ್ನೂ ಅರ್ಥವಾಗಲಿಲ್ಲವೇ ?" ಎಂದು ಜೀವಸಿದ್ಧಿ ನಕ್ಕ. "ನನಗೆ ಅಮಾತ್ಯ ಪದವಿ ಕೊಡುವಂತೆ ನಾನು ಕೇಳಬೇಕಾದರೆ, ಅದಕ್ಕೆ ನೀವು ಏನಾಗಬೇಕು ?"

"ಚಕ್ರವರ್ತಿ ! ಅಂದರೆ, ನಾನು ಚಕ್ರವರ್ತಿಯಾಗುವುದು ಖಂಡಿತವೆ !" ಅತ್ಯಂತ ಸಂತೋಷದಿಂದ ಬಿರಿಯುತ್ತ ಶ್ರೀಯಕ ಹೇಳಿದ, "ಅದು ನಿಮಗೆ ಹೇಗೆ ಗೊತ್ತಾಯಿತು ?"

"ಅಮಾತ್ಯರೇ, ನನ್ನನ್ನು ಜ್ಯೋತಿಷಿ ಎಂದು ಕರೆಸಿರುವುದನ್ನು ಮರೆತಿರುವಂತಿದೆ. ನಾನು ಮುಖ ನೋಡಿಯೇ ನಿಮ್ಮ ಮನಸ್ಸಿನ ವ್ಯಾಪಾರವನ್ನು ತಿಳಿಯುವ ಸಮರ್ಥನೆಂಬುದನ್ನು ಮರೆಯದಿದ್ದರೆ ಒಳ್ಳೆಯದು. ನೀವು ಚಕ್ರವರ್ತಿಯಾಗುವ ಆಸೆಯಿರಿಸಿಕೊಂಡಿರುವುದು, ಅದಕ್ಕಾಗಿ ಪ್ರಯತ್ನಪಡುತ್ತಿರುವುದು ಸುಳ್ಳೇ ?" ಶ್ರೀಯಕನ ಬಗ್ಗೆ ಕೇಳಿದ್ದ ಸಂಗತಿಗಳು, ಸಂಜಯನ ಮಾತಿನ ಧಾಟಿ, ಮಂಗಳೆಯಿಂದ ತಿಳಿದ ವಿಷಯಗಳು – ಅವೆಲ್ಲವುಗಳ ಆಧಾರದ ಮೇಲೆ, ಜೊತೆಗೆ ನಿಜವಾಗಲೂ ತನ್ನಲ್ಲಿದ್ದ ಜ್ಯೋತಿಷ್ಯದ ಪಾಂಡಿತ್ಯದ ಮೇಲೆ ತರ್ಕಿಸಿ ಜೀವಸಿದ್ಧಿ ಮಾತನಾಡಿದ.

"ಸುಳ್ಳಲ್ಲ ನಿಜ" ಶ್ರೀಯಕ ಒಪ್ಪಿಕೊಂಡ.

"ಆದರೆ ನಿಮ್ಮ ಪ್ರಯತ್ನಗಳು ಅಷ್ಟು ಸುಲಭ ಎನಿಸುತ್ತಿಲ್ಲ" ಎಂಬ ಭಯವೂ ಇದೆ.

"ಒಬ್ಬ ಸ್ತ್ರೀಯ ಮೂಲಕ ಚಕ್ರವರ್ತಿಯ ವಿಶ್ವಾಸ ಗಳಿಸಿದ್ದೀರಿ. ನನ್ನ ಜ್ಯೋತಿಷ್ಯದ ಪ್ರಕಾರ ಚಕ್ರವರ್ತಿಗೆ ನಿಮ್ಮ ಮೇಲೆ ಸಂದೇಹ ಬರುವುದಿಲ್ಲ. ಆದರೆ ನಿಮ್ಮಂತೆಯೇ ಯಾರೋ ಇನ್ನೊಬ್ಬರು ಪ್ರಯತ್ನಪಡುತ್ತಿದ್ದಾರೆ."

"ಅವನು ಯಶಸ್ವಿಯಾಗುವುದಿಲ್ಲ ತಾನೆ ?"

"ಇಲ್ಲ. ಹಾಗೆ ನೋಡಿದರೆ ಅವನ ಪ್ರಯತ್ನದ ಸಂದರ್ಭದಲ್ಲೇ ನಿಮ್ಮ ಆಕಾಂಕ್ಷೆ ಈಡೇರುವ ಸಾಧ್ಯತೆ ಇದೆ. ಅಲ್ಲದೆ ಈ ಪ್ರಯತ್ನದಲ್ಲಿ ನೀವು ಒಂದು ಮುಖ್ಯ ವ್ಯಕ್ತಿಯ ಹತ್ಯೆಗೂ ಪ್ರಯತ್ನಿಸುತ್ತೀರಿ."

ಸಿಕ್ಕಿಬಿದ್ದ ಕಳ್ಳನಂತೆ ಶ್ರೀಯಕ ಉಗುಳು ನುಂಗಿದ.

ಅದನ್ನು ಗಮನಿಸದವನಂತೆ ಜೀವಸಿದ್ಧಿ ಹೇಳಿದ, "ಚಿಂತಿಸಬೇಡಿ, ಯಾವುದನ್ನು ಹೇಗೆ ಯಾವಾಗ ನಿರ್ವಹಿಸಬೇಕೆಂದು ನಾನು ಹೇಳುತ್ತೇನೆ. ನಾನು ಅಮಾತ್ಯ ರಾಕ್ಷಸರ ಆಶ್ರಯದಲ್ಲಿರುವೆನೆಂಬುದು ನೆನಪಿರಲಿ" ಎಂದು ನಗುತ್ತಾ ಜೀವಸಿದ್ಧಿ ಮೇಲೆದ್ದು ಹೊರಟ. ಹೋಗುತ್ತ ಹೇಳಿದ, "ಈ ಗುಟ್ಟು ನಮ್ಮಿಬ್ಬರಲ್ಲೇ ಇರುತ್ತದೆ, ನೀವು ಧೈರ್ಯವಾಗಿರಿ."

ಜೀವಸಿದ್ಧಿ ಹೊರಟುಹೋದ ಮೇಲೆ ಶ್ರೀಯಕನ ಮನಸ್ಸಿನಲ್ಲಿ ಭರವಸೆ ಕುಣಿಯತೊಡಗಿತು. 'ನಾನು ಅಮಾತ್ಯ ರಾಕ್ಷಸನ ಆಶ್ರಯದಲ್ಲಿರುವೆನೆಂಬುದು ನೆನಪಿರಲಿ' ಎಂದು ಜೀವಸಿದ್ಧಿ ಹೇಳಿದ ಕಡೆಯ ಮಾತು ಮತ್ತೆ ಮತ್ತೆ ನೆನಪಾಯಿತು. 'ಅಂದರೆ ಆ ಮಾತಿನ ಅರ್ಥವೇನು ?' ಶ್ರೀಯಕ ಯೋಚಿಸಿದ. 'ರಾಕ್ಷಸನ ವಕ್ರದೃಷ್ಟಿ ನನ್ನ ಮೇಲೆ ಬೀಳದಂತೆ ನೋಡಿಕೊಳ್ಳುವೆನೆಂದೆ ? ಅಥವಾ ಎಚ್ಚರದಿಂದಿರಬೇಕೆಂದು ಸೂಚನೆಯೇ ? ಏನಾದರಾಗಲಿ,

ನನ್ನ ಕೆಲಸವಾದರೆ ಸಾಕು. ಅವನನ್ನು ನಂಬಬಹುದೆಂದು ಕಾಣುತ್ತದೆ. ಜೊತೆಗೆ, ಅವನಿಗೆ ರಾಜಾಸ್ಥಾನದ ಪಂಡಿತನ ಪದವಿ, ಸುಖಭೋಗಗಳ ಆಸೆಯಿರುವುದರಿಂದ ಗುಟ್ಟು ಬಯಲು ಮಾಡಲಾರ. ಅಂಥ ಪ್ರಯತ್ನ ಮಾಡಿದರೆ, ನಾನು ಸುಮ್ಮನೆ ಬಿಡುವುದಿಲ್ಲ ಎಂಬ ಹೆದರಿಕೆ ಯಿರುವುದಿಲ್ಲವೆ ?'

ಅಷ್ಟರಲ್ಲಿ ಸಂಜಯ ಮತ್ತೆ ಬಂದ "ಎಲ್ಲ ಸುಸೂತ್ರವಾಗಿ ನಡೆಯಿತೇ ಅಮಾತ್ಯರೇ ?" ಎಂದು ಕೇಳಿದ.

"ನಡೆಯಿತು. ಕೆಲಸದ ವ್ಯಕ್ತಿಯಂತೆ ಕಾಣುತ್ತಾನೆ."

"ಜ್ಯೋತಿಷ್ಯ ನಿಜವಾಗಿ ಗೊತ್ತಿದೆಯೋ ಅಥವಾ ಸುಳ್ಳುಗಳ ಸರ ಪೋಣಿಸುತ್ತಾನೆಯೋ ?"

"ಗೊತ್ತಿದೆ. ಜೊತೆಗೆ ಬುದ್ಧಿವಂತ. ಅವನ ಲೆಕ್ಕಾಚಾರಗಳೆಲ್ಲ ಖಚಿತವಾಗಿವೆ. ಆದರೂ ಅಪರಿಚಿತನೊಬ್ಬನನ್ನು ನಾವು ಪೂರ್ಣವಾಗಿ ನಂಬುವುದು ಸರಿಯೇ? ಎಂಬ ಚಿಂತೆ ಬಾಧಿಸುತ್ತಿದೆ."

"ರಾಕ್ಷಸನಿಗೇನಾದರೂ ಹೇಳಿಬಿಟ್ಟರೆ ?"

ಸಂಜಯ ನಕ್ಕ. "ಅವರು ಯಾರೋ ಒಬ್ಬ ಅಪರಿಚಿತನ ಮಾತನ್ನು ನಂಬಿ ನಿಮ್ಮ ಮೇಲೆ ಕ್ರಮ ತೆಗೆದುಕೊಳ್ಳುತ್ತಾರೆಯೇ? ಚಕ್ರವರ್ತಿಗಳು ಅದಕ್ಕೆ ಸಮ್ಮತಿಸುತ್ತಾರೆಯೆ? ಅಂಥ ಸಂದರ್ಭ ಬಂದರೆ ಅವನು ಗೂಢಚಾರನೆಂದೇ ಕಥೆ ಕಟ್ಟಿ ಅವನು ಕಪಟ ಸಂನ್ಯಾಸಿಯೆಂದು ನಿರೂಪಿಸುವುದು ಎಷ್ಟರ ಕೆಲಸ! ಹೇಗಿದ್ದರೂ ಚಾಣಕ್ಯನ ಹೆಸರು ಕೇಳಿದರೆ ಧನನಂದ, ರಾಕ್ಷಸ ಇಬ್ಬರೂ ಸಿಡಿದು ಬೀಳುತ್ತಾರೆ."

"ಭಲೆ! ಭಲೇ ಸಂಜಯ!" ಶ್ರೀಯಕ ಮೆಚ್ಚಿಗೆಯಿಂದ ಅವನ ಬೆನ್ನ ಮೇಲೆ ತಟ್ಟಿದ. "ನೀವು ವೈದ್ಯನಾಗುವುದರ ಬದಲು, ಗೂಢಚಾರನೇ ಆಗಿದ್ದರೆ ಚೆನ್ನಾಗಿತ್ತು."

"ಅರಮನೆಯಿಂದ ಮತ್ತೆ ಮತ್ತೆ ನನಗೆ ಇಂಥ ಅಪಮಾನವಾಗುತ್ತಿದ್ದರೆ, ನಾನು ಇನ್ನೂ ಏನೇನಾಗುತ್ತೇನೋ!"

"ಅಂಥ ಅವಕಾಶ ಬರುವುದಿಲ್ಲ, ನನ್ನೊಂದಿಗೆ ಸ್ವಲ್ಪ ಕಷ್ಟ ಪಟ್ಟುಬಿಡಿ. ನನ್ನ ಕೈಗೆ ಅಧಿಕಾರ ಬಂದುಬಿಟ್ಟರೆ, ನಿಮ್ಮ ಅಪಮಾನಗಳೆಲ್ಲ ಕರಗಿ ಹೋಗುತ್ತವೆ. ನೀವು ನನ್ನ ಅಮಾತ್ಯನೇ ಆಗಬಹುದು."

"ಅದು ಆಮೇಲಿನ ಮಾತು. ಸದ್ಯ ನಿಮ್ಮ ಕೆಲಸವಾಗಬೇಕೆಂಬುದೇ ನನ್ನ ಆಸೆ."

"ಅದಿರಲಿ, ಆ ಜೀವಸಿದ್ಧಿಯ ಮೇಲೆ ನೀವೊಂದು ಕಣ್ಣಿಟ್ಟಿರಿ."

"ನಾನೇ ?"

"ಹೌದು ನೀವೇ, ಬೇರೆಯವರನ್ನು ನಂಬುವಂತಿಲ್ಲ"

"ಹಾಗೇ ಆಗಲಿ."

"ಆಮೇಲೆ ಇನ್ನೊಂದು ಮಾತು, ನನಗಾದ ಸಂತೋಷದಲ್ಲಿ ಜೀವಸಿದ್ಧಿಯನ್ನು ಸತ್ಕರಿಸದೇ ಬರಿಗೈಯಲ್ಲೇ ಕಳಿಸಿಬಿಟ್ಟೆ. ನಾಳೆ ನೀವೇ ಅವನನ್ನು ಕಂಡು ಸ್ವಲ್ಪ ಧನವನ್ನು ಕೊಟ್ಟು ಬನ್ನಿ. ಎಚ್ಚರ, ರಾಕ್ಷಸನ ಗಮನಕ್ಕೆ ಬೀಳಬಾರದು."

"ಬಿದ್ದರೇನು, ಅವನು ಜ್ಯೋತಿಷಿಯಲ್ಲವೆ? ಯಾವುದೋ ಒಂದು ಗೃಹಸಮಾರಂಭಕ್ಕೆ ಮುಹೂರ್ತ ಕೇಳಲು ಹೋಗಿದ್ದೆ ಎಂದು ಹೇಳಿದರಾಯಿತು."

"ಒಳ್ಳೆಯ ಉಪಾಯ."

"ಆ ಪೌರವನ ನಾಡಿನಿಂದ ಬಂದ ಸುಮಂತ ಪಾಟಲೀಪುತ್ರವನ್ನು ಎಂದು ಬಿಡುತ್ತಾನೋ, ಅಂದೇ ನನಗೆ ನೆಮ್ಮದಿ" ಎನ್ನುತ್ತ ಸಂಜಯ ಹೊರಟುಹೋದ.

ಶ್ರೀಯಕ ಆ ಸುಮಂತನನ್ನು ನಿವಾರಿಸುವುದು ಹೇಗೆಂದು ಯೋಚಿಸತೊಡಗಿದ.

## ೬

ಸುಮಂತ ತನ್ನ ನಾಡಿಗೆ ಇನ್ನೇನು ಮರಳಿಬಿಡುತ್ತೇನೆಂಬ ಉತ್ಸಾಹದಲ್ಲಿದ್ದಾಗ, ರಾಜಕುಮಾರ ಸುಮಾಲ್ಯನ ಅನಾರೋಗ್ಯ ಮತ್ತೆ ಮರುಕಳಿಸಿ, ಇನ್ನೂ ಕೆಲವು ಕಾಲ ಇರುವಂತಾಯಿತು. ಶ್ರೀಯಕನ ಧೋರಣೆ, ರಾಜವೈದ್ಯ ಸಂಜಯನ ಅಸೂಯೆ, ಮಹಾರಾಣಿ ಸುಮತಿಯ ಅಸಹಾಯಕತೆ-ಇವುಗಳ ನಡುವೆ ಅವನಿಗೆ ಮನಃಶಾಂತಿಯೇ ಇಲ್ಲದಂತಾಯಿತು. ತನ್ನ ಚಿಕಿತ್ಸೆಯಲ್ಲಿನ ದೋಷವೋ ಅಥವಾ ಸುಮಾಲ್ಯನ ದುರದೃಷ್ಟವೋ, ಮತ್ತೆ ಅವನ ರೋಗ ಮರುಕಳಿಸಲು ಕಾರಣವೇನೆಂದು ಅರ್ಥವಾಗದೆ ಸುಮಂತ ಗೊಂದಲದಲ್ಲಿ ಬಿದ್ದ. ತನ್ನ ಚಿಕಿತ್ಸಾ ವಿಧಾನವನ್ನು ಮರು ಪರಿಶೀಲಿಸಿದ. ಸಂಬಂಧಿಸಿದ ಗ್ರಂಥಗಳನ್ನು ಮತ್ತೊಮ್ಮೆ ಗಂಭೀರವಾಗಿ ಅಧ್ಯಯನ ಮಾಡಿದ. ಅಲ್ಪ ಸ್ವಲ್ಪ ಬದಲಾವಣೆಯೊಂದಿಗೆ ಮತ್ತೆ ಚಿಕಿತ್ಸೆ ಆರಂಭಿಸಿದ. ಪುಣ್ಯಕ್ಕೆ ಮರುಕಳಿಸಿದ ರೋಗ ತೀವ್ರವಾಗಿರಲಿಲ್ಲವಾದ್ದರಿಂದ ಬೇಗನೆ ನಿಯಂತ್ರಣಕ್ಕೆ ಬಂತು.

"ವೈದ್ಯರೇ, ಇನ್ನೆಷ್ಟು ಕಾಲ ನನ್ನ ಮಗ ಈ ಹಾಳು ರೋಗದಿಂದ ನರಳಬೇಕು?" ಎಂದು ಒಂದು ದಿನ ಮಹಾರಾಣಿ ಸುಮತಿ ಕಣ್ಣೀರು ಹಾಕಿಕೊಂಡು ಕೇಳಿದಳು.

ಅವಳ ಸ್ಥಿತಿ ಕಂಡು ಅವನಿಗೆ ಅಯ್ಯೋ ಎನ್ನಿಸಿತು. "ಧೈರ್ಯವಾಗಿರಿ ಮಹಾರಾಣಿ. ನನಗೂ ಆಶ್ಚರ್ಯವಾಗುತ್ತಿದೆ. ಮತ್ತೆ ಮರುಕಳಿಸುವ ಸಾಧ್ಯತೆಯೇ ಇರಲಿಲ್ಲ. ನನ್ನ ಚಿಕಿತ್ಸೆಯ ಬಗ್ಗೆ ನನಗೆ ಪೂರ್ಣ ನಂಬಿಕೆ ಇತ್ತು. ಆದರೆ ಕೆಲವು ಸಲ ಮನುಷ್ಯ ಪ್ರಯತ್ನವನ್ನು ಮೀರಿದ ಇನ್ನೊಂದು ಶಕ್ತಿ ತನ್ನ ಪ್ರಭಾವ ತೋರಿಸುವುದು ಸತ್ಯವಲ್ಲವೇ?" ಎಂದ ಸುಮಂತ.

"ಹಾಗಾದರೆ ಚಣಕರು ಹೇಳಿದ ಮಾತು ಸತ್ಯವಾಗುವುದೇ?"

"ಚಣಕರ ಮಾತೇ? ಅವರು ಏನು ಹೇಳಿದ್ದರು?" ಸುಮಂತ ಕುತೂಹಲದಿಂದ ಕೇಳಿದ.

"ಹಿರಿಯರು ಮಾಡಿದ ಪಾಪಕಾರ್ಯಗಳ ಫಲವನ್ನು ಮಕ್ಕಳು ಉಣ್ಣ ಬೇಕಾಗುವುದೆಂದು ಅವರು ಹೇಳಿದ್ದರು."

ಈ ವೇಳೆಗೆ ಧನನಂದನ ಸ್ವಭಾವದ ಬಗ್ಗೆ ಸಾಕಷ್ಟು ಕೇಳಿದ್ದ ಸುಮಂತನಿಗೆ ಮಹಾರಾಣಿಯ ಮಾತಿನ ಅರ್ಥವೇನೆಂಬುದು ಗೊತ್ತಾಯಿತು. ಅದು ನಿಜವಿರಬಹುದೇ? ಎಂಬ ಸಂದೇಹವೂ ಬಂತು. ಆದರೂ ಅದನ್ನು ತೋರ್ಪಡಿಸಿಕೊಳ್ಳದೆ ಹೇಳಿದ, "ಅದನ್ನೆಲ್ಲ ಮರೆತುಬಿಡಿ. ಚಿಕಿತ್ಸೆಯ ವಿಧಾನವನ್ನು ಸ್ವಲ್ಪ ಬದಲಾಯಿಸಿದ್ದೇನೆ. ಅದರ ಪ್ರಯೋಜನ ಕಾಣುತ್ತಿದೆ. ಬೇಗನೇ ಗುಣವಾಗುತ್ತದೆ. ನಾನಂತೂ ಹೃದಯಪೂರ್ವಕವಾಗಿ ಪ್ರಯತ್ನ ಪಡುತ್ತೇನೆ."

“ನಮ್ಮ ಕಾರಣದಿಂದ ನೀವು ನಿಮ್ಮ ನಾಡಿಗೆ ಹಿಂದಿರುಗುವುದು ವೃಥಾ ತಡವಾಯಿತು. ಬೇಸರವಾಯಿತೇನೋ ?”

“ಬೇಸರವೇಕೆ ? ಒಂದು ವೇಳೆ ನಾನು ಹೋದ ಮೇಲೆ ಹೀಗಾಗಿದ್ದರೆ ನೀವು ನನಗೆ ಶಾಪ ಹಾಕುತ್ತಿದ್ದಿರಿ. ಒಳ್ಳೆಯದೇ ಆಯಿತು. ನಾನು ಹಿಡಿದ ಕೆಲಸವನ್ನು ಮುಗಿಸಿ ಹೋಗುವುದು ನನ್ನ ಕರ್ತವ್ಯ.”

ಅರಮನೆಯಿಂದ ಸುಮಂತ ಬರುತ್ತಿರುವಾಗ ಸಂಜಯ ಎದುರಿಗೇ ಸಿಕ್ಕಿ “ತಮ್ಮಂಥವರು ಅಷ್ಟು ವಿಚಕ್ಷಣತೆಯಿಂದ ಚಿಕಿತ್ಸೆ ನಡಿಸಿದರೂ, ರಾಜಕುಮಾರನ ರೋಗ ಮರುಕಳಿಸಿದ್ದು ನನಗೇನೋ ಆಶ್ಚರ್ಯಕರವಾಗಿದೆ” ಎಂದ.

ಅವನ ಮಾತಿನ ಹಿನ್ನೆಲೆಯಲ್ಲಿದ್ದ ವ್ಯಂಗ್ಯ ಅರ್ಥವಾದರೂ, ಗಮನಿಸದೆ ಸುಮಂತ ಹೇಳಿದ, “ನಾನೂ ಒಬ್ಬ ಮನುಷ್ಯ ವೈದ್ಯರೇ, ನನ್ನ ಸಾಮರ್ಥ್ಯಕ್ಕೂ ಒಂದು ಮಿತಿ ಇದ್ದೇ ಇರುತ್ತದೆ. ಅಥವಾ ನಾನೇ ಸರ್ವಜ್ಞನೆಂದು ಬೀಗುವ ಸ್ವಭಾವ ನನ್ನದಲ್ಲ.”

“ತಪ್ಪು ತಿಳಿದಿರೆಂದು ಕಾಣುತ್ತದೆ” ಸಂಜಯ ಹೇಳಿದ, “ನಿಮ್ಮ ಸಾಮರ್ಥ್ಯದ ಬಗ್ಗೆ ಶಂಕೆಯಿಂದ ನಾನು ಹಾಗೆ ಹೇಳಲಿಲ್ಲ, ಕೆಲವು ಸಲ ಗ್ರಹಗತಿಗಳ ಪೀಡೆಯೂ ನಮ್ಮ ಪ್ರಯತ್ನಗಳನ್ನು ಮಣ್ಣುಗೂಡಿಸುತ್ತದೆ. ಒಂದು ಸಲ ಮಹಾ ಜ್ಯೋತಿಷಿಯಾದ ಜೀವಸಿದ್ಧಿಯ ಬಳಿ ರಾಜಕುಮಾರನ ಜಾತಕ ತೋರಿಸುವುದು ಒಳ್ಳೆಯದು.”

“ಅದು ನನ್ನ ಕೆಲಸವಲ್ಲ, ಚಿಕಿತ್ಸೆ ಕೊಡುವುದು ನನ್ನ ಕರ್ತವ್ಯ ಅಷ್ಟೆ. ಅಂದ ಹಾಗೆ, ರಾಜಕುಮಾರ ಈಗ ಗೆಲುವಾಗಿದ್ದಾನೆ. ಈ ಸಲ ನನ್ನ ಚಿಕಿತ್ಸೆ ಯಶಸ್ವಿಯಾಗುವುದೆಂಬ ನಂಬಿಕೆ ಬರುತ್ತಿದೆ.”

“ಬಹಳ ಸಂತೋಷ. ತಮ್ಮ ದಯದಿಂದ ನಮ್ಮ ರಾಜಕುಮಾರ ಗುಣವಾದರೆ ಅಷ್ಟೇ ಸಾಕು” ಎಂದು ಸಂಜಯ ಮಾತು ಮುಗಿಸಿ, ಅಲ್ಲಿಂದ ಹೊರಟುಹೋದ.

ಅಲ್ಲಿಂದ ಸಂಜಯ ಧನನಂದನ ಭೇಟಿಗೆ ಬಂದ. ದಿನನಿತ್ಯ ಅವನ ಆರೋಗ್ಯ ವಿಚಾರಣೆಯ ಕರ್ತವ್ಯ ನಿರ್ವಹಿಸುವುದು ರಾಜವೈದ್ಯನ ಕೆಲಸವಾಗಿತ್ತು. ಆದರೆ ಇತ್ತೀಚೆಗೆ ಧನನಂದ ಆಲಸ್ಯ ಮತ್ತು ಶಕ್ತಿಹೀನತೆಯ ತೊಂದರೆ ಅನುಭವಿಸುತ್ತಿದ್ದ. ಅದಕ್ಕೆ ಕಾರಣ ವೇನೆಂದು ಸಂಜಯನೇ ಏನು, ಒಬ್ಬ ಸಾಮಾನ್ಯನಿಗೂ ಅರ್ಥವಾಗುತ್ತಿತ್ತು. ಮಿತಿಮೀರಿದ ಭೋಗ ಮತ್ತು ಮದ್ಯಪಾನ ಅವನ ದೇಹವನ್ನು ವಯಸ್ಸಿಗೆ ಮೊದಲೇ ಟೊಳ್ಳಾಗಿಸಿತ್ತು.

“ಮಹಾಪ್ರಭು” ಧನನಂದನ ನಾಡಿ ಪರೀಕ್ಷೆ ಮಾಡುತ್ತ ಸಂಜಯ ಸ್ವಲ್ಪ ಧೈರ್ಯವಹಿಸಿ ಹೇಳಿದ, “ಒಮ್ಮೆ ಆ ಪರ್ವತ ನಾಡಿನ ವೈದ್ಯ ಸುಮಂತನ ಬಳಿ ತಮ್ಮ ಪರೀಕ್ಷೆ ಮಾಡಿಸಿಕೊಳ್ಳ ಬಹುದಾಗಿತ್ತು.”

ಧನನಂದ ತಕ್ಷಣ ಅವನ ಮುಖ ನೋಡಿದ. ಆ ಮಾತಾಡಲು ಅವನ ಉದ್ದೇಶ ವೇನೆಂದು ಅರ್ಥವಾಗದೆ ನಗುತ್ತಲೇ ಹೇಳಿದ, “ರಾಜವೈದ್ಯರಾದ ನೀವು ಏಕಿರುವುದು ? ನಿಮ್ಮನ್ನು ಆ ಪದವಿಯಿಂದ ತೆಗೆದುಬಿಡಲೇ ?”

“ಹಾಗಲ್ಲ ಮಹಾಪ್ರಭು” ಸಂಜಯ ಹೇಳಿದ, “ಅವನು ನನಗಿಂತ ಹೆಚ್ಚು ತಿಳಿದವನು. ನಿಮಗೆ ಬಹುಶಃ ಶಕ್ತಿವರ್ಧಿಸಬಲ್ಲ ಯಾವುದಾದರೂ ಒಂದು ಲೇಹ್ಯ ತಯಾರಿಸಿ ಕೊಡ ಬಹುದು.”

"ಅದನ್ನು ನೀವೂ ಮಾಡಬಹುದು. ಮನಸ್ಸಿನಲ್ಲಿ ಸಾಗರದಷ್ಟು ಆಸೆಗಳಿವೆ. ಆದರೆ ದೇಹದ ಶಕ್ತಿ ಒಂದು ಬಟ್ಟಲಿನಷ್ಟು ಸೀಮಿತವಾಗಿದೆ. ಆಸೆಗೆ ತಕ್ಕಂತೆ ದೇಹದ ಸಾಮರ್ಥ್ಯವೂ ಇದ್ದರೆ ಎಷ್ಟು ಚೆನ್ನಾಗಿರುತ್ತಿತ್ತು!"

"ಹೌದು ಪ್ರಭು, ಸೃಷ್ಟಿ ಈ ವಿಷಯದಲ್ಲಿ ಬಹಳ ಅನ್ಯಾಯ ಮಾಡಿದೆ. ತಾರುಣ್ಯವಿರುವುದು ಕೆಲವೇ ವರ್ಷಗಳು. ಅಷ್ಟರಲ್ಲಿ ಗರಿಷ್ಠ ಸುಖ ಅನುಭವಿಸಬೇಕು. ಅದರಲ್ಲೂ ಚಕ್ರವರ್ತಿಗಳಾದ ತಮಗಾದರೂ ವಿನಾಯಿತಿ ಕೊಟ್ಟು ಯೌವನದ ಅವಧಿಯನ್ನು ವಿಸ್ತರಿಸಬೇಕಾಗಿತ್ತು."

"ನನ್ನ ಮನಸ್ಸನ್ನು ಸರಿಯಾಗಿ ಅರ್ಥ ಮಾಡಿಕೊಂಡಿದ್ದೀರಿ" ಧನನಂದ ಸಂಜಯನನ್ನು ಮೆಚ್ಚಿದ. "ಇದನ್ನೆಲ್ಲ ಆ ಸುಮಂತನ ಬಳಿ ಹೇಳಲಾಗುತ್ತದೆಯೇ? ಹಾಗೆ ಹೇಳಿದರೆ, ಅವನು ತನ್ನ ನಾಡಿಗೆ ಹೋದನಂತರ ನನ್ನ ಬಗ್ಗೆ ಅಪಪ್ರಚಾರ ಮಾಡಬಹುದು. ಆಗ ಮಗಧದ ಚಕ್ರವರ್ತಿ ಧನನಂದ ಲಂಪಟನೆಂದು ನನ್ನ ಶತ್ರುಗಳು ಭಾವಿಸಬಹುದು. ಇಂಥವನ ಕೈಯಲ್ಲಿ ಏನಾಗುವುದೆಂದು ದಂಡೆತ್ತಿ ಬಂದರೂ ಬರಬಹುದು."

"ಬಂದರೂ ಮಣ್ಣು ಮುಕ್ಕುತ್ತಾರೆ. ನಮ್ಮ ಸೈನ್ಯವೇನೂ ಕಡಿಮೆ ಸಂಖ್ಯೆಯಲ್ಲಿದೆಯೇ!"

"ಆ ಧೈರ್ಯ ನನಗಿದೆ. ಆದರೆ ರಾಜಕುಮಾರನ ಅನಾರೋಗ್ಯವೊಂದೇ ನನ್ನ ನೆಮ್ಮದಿಯನ್ನು ಹಾಳುಮಾಡುತ್ತಿದೆ."

"ಸುಮಂತ ಈಗ ಸಿಕ್ಕಿದ್ದರು. ಹೊಸ ಚಿಕಿತ್ಸೆ ಆರಂಭಿಸಿದ್ದಾರಂತೆ. ಈ ಸಲ ಖಂಡಿತ ಗುಣವಾಗುವುದೆಂದು ಭರವಸೆಯಿಂದ ಹೇಳಿದರು."

"ಅಷ್ಟಾದರೆ ಸಾಕು. ಇಲ್ಲವಾದರೆ ಸಿಂಹಾಸನಕ್ಕೆ ಉತ್ತರಾಧಿಕಾರಿಯೇ ಇಲ್ಲದಂತಾಗುತ್ತದೆ."

"ಅದನ್ನು ಈಗಲೇ ಆಲೋಚಿಸುವ ಅಗತ್ಯವಿಲ್ಲ ಪ್ರಭು. ನೀವೇ ನೂರು ವರ್ಷ ನಿರಾತಂಕವಾಗಿ ಆಳಬೇಕೆಂದು ಆಸೆ. ನಮ್ಮ ಅಮಾತ್ಯ ಶ್ರೀಯಕರು ಆಗಾಗ ಅದನ್ನೇ ಹೇಳುತ್ತಿರುತ್ತಾರೆ."

"ಏನು! ಶ್ರೀಯಕರು ಹಾಗೆ ಹೇಳಿದರೆ!"

"ಹೌದು ಮಹಾಪ್ರಭು, ಅವರಿಗಂತೂ ಸದಾ ನಿಮ್ಮದೇ ಯೋಚನೆ. ನಿಮ್ಮ ಮಗ ಬೇಗ ಗುಣವಾಗಲೆಂದು ಬಸದಿಗೆ ಹೋಗಿ ವಿಶೇಷ ಪೂಜೆ ಮಾಡಿಸಿದರು. ನಾನೂ ಜೊತೆಯಲ್ಲೇ ಇದ್ದೆ."

"ಶ್ರೀಯಕನ ಬಗ್ಗೆ ಧನನಂದನಿಗೆ ಬಹಳ ಹೆಮ್ಮೆ ಎನಿಸಿತು. 'ಎಂಥ ಒಳ್ಳೆಯ ಮನಸ್ಸು ಆತನದು!' ಎಂದುಕೊಂಡು ಹೇಳಿದ, "ಗೊತ್ತು ಸಂಜಯ, ಶ್ರೀಯಕ ವಯಸ್ಸಿನಲ್ಲಿ ಕಿರಿಯರಾದರೂ ಬಹಳ ಬುದ್ಧಿವಂತ. ನನ್ನ ಬಗ್ಗೆ ಅವರಿಗೆ ಅಪಾರ ನಿಷ್ಠೆಯಿದೆ."

ಅಲ್ಲಿಂದ ಸಂಜಯ ನೇರವಾಗಿ ಶ್ರೀಯಕನ ಬಳಿಗೇ ಹೋದ. ಧನನಂದನ ಬಳಿ ಅವನ ಬಗ್ಗೆ ತಾನು ಹೇಳಿದ ಮಾತನ್ನು ಹೇಳಿದ. "ಅದನ್ನು ಕೇಳಿ ಚಕ್ರವರ್ತಿಗಳು ನಿಮ್ಮ ಬಗ್ಗೆ ಅತಿಯಾದ ಅಭಿಮಾನದಿಂದ ಮಾತಾಡಿದರು" ಎಂದ.

"ಭಲೇ ಸಂಜಯ! ಒಳ್ಳೆಯ ಕೆಲಸ ಮಾಡಿದಿರಿ. ಈ ಭಾವನೆ ಸದಾ ಅವನ ಮನಸ್ಸಿನಲ್ಲಿರಬೇಕು. ಆಗಲೇ ನನ್ನ ಕೆಲಸಗಳು ಸುಗಮವಾಗಿ ನಡೆಯುವುದು. ಆದರೆ ಈಗ ಇನ್ನೊಂದು ತೊಂದರೆಯಾಗಿಬಿಟ್ಟಿದೆ" ಎಂದ ಶ್ರೀಯಕ ಚಿಂತೆಯಿಂದ.

"ಏನು ಅಮಾತ್ಯರೇ ?"

"ಅವನಿಗೆ ಮತ್ತೊಬ್ಬಳು ಸುಗಂಧಿ ಬೇಕಂತೆ."

"ಮತ್ತೊಬ್ಬಳು ಸುಗಂಧಿಯೇ? ಈಗಿರುವ ಹೆಣ್ಣುಗಳು ಸಾಲದೇ? ಅರಮನೆಯ ತುಂಬ ದಾಸಿಯರು, ಪರಿಚಾರಿಕೆಯರು, ಸಖಿಯರು ಎಂದು ಬರೀ ತರುಣಿಯರೇ ತುಂಬಿ ಹೋಗಿದ್ದಾರೆ. ಇನ್ನೂ ಎಂಥ ಹೆಣ್ಣಿನ ಆಸೆಯಂತೆ."

"ಅದೇನೋ ಸುಗಂಧಿ ಅವನಿಗೆ ಅತ್ಯಂತ ಪ್ರಿಯಳಾಗಿದ್ದಳು. ಅವಳು ಭಾಗುರಾಯಣನ ಮನೆ ಸೇರಿ ಅಲ್ಲಿಯೇ ಉಳಿದುಬಿಟ್ಟಳು. ಮಂಗಳೆ ಉಳಿದ ಹುಡುಗಿಯರನ್ನು ಅವರವರ ಊರುಗಳಿಗೆ ಕಳಿಸಿಬಿಟ್ಟಿದ್ದಾಳೆ."

"ಭಾಗುರಾಯಣರು ಈ ವಯಸ್ಸಿನಲ್ಲಿ ಅವಳನ್ನು ಇಷ್ಟೊಂದು ಕಾಲ ನಿರ್ವಹಿಸಬಲ್ಲರೆ ?"

"ಅದು ನನಗೇನು ಗೊತ್ತು? ಬಹುಶಃ ಆ ಸುಗಂಧಿಗೆ ಗೊತ್ತು. ಇಟ್ಟುಕೊಳ್ಳಲಿ ಬಿಡಿ. ಅದರಿಂದಲಾದರೂ ಭಾಗುರಾಯಣ ನನ್ನ ಕಡೆ ಇದ್ದೇ ಇರುತ್ತಾನೆ."

"ಬೇರೆ ಸೇನಾಧ್ಯಕ್ಷರ ಪ್ರಯತ್ನ ಏನಾಯಿತು ?"

"ಸದ್ಯ, ಅವರಾರೂ ಅಂಥ ಆಸಕ್ತಿ ತೋರಿಸದಿದ್ದುದು ಒಳ್ಳೆಯದಾಯಿತು. ಸುಗಂಧಿಯನ್ನು ಭಾಗುರಾಯಣ ಬಿಟ್ಟುಕೊಡದೆ ನನಗೆ ಸಂದಿಗ್ಧ ಪರಿಸ್ಥಿತಿ ಉಂಟಾಗುತ್ತಿತ್ತು."

"ಅಂದರೆ, ಒಂದೇ ಹುಡುಗಿಯನ್ನು ಹಲವರ ಬಳಕೆಗೆ ವಿನಿಯೋಗಿಸುವ ಪುಣ್ಯ ಕಾರ್ಯ ತಪ್ಪಿಹೋಯಿತು" ಎಂದು ಸಂಜಯ ನಕ್ಕು ಹೇಳಿದ, "ನಮ್ಮ ಪ್ರಭುಗಳಿಗೆ ಅವಳು ಅಷ್ಟು ಪ್ರಿಯವಾಗಿದ್ದರೆ ಅರಮನೆಯಲ್ಲೇ ಇರಿಸಿಕೊಳ್ಳಬೇಕಾಗಿತ್ತು ಅಥವಾ ವಿವಾಹವನ್ನೇ ಮಾಡಿಕೊಳ್ಳಬಹುದಾಗಿತ್ತು."

"ಛೆ ಛೆ! ಗಣಿಕೆಯನ್ನು ಚಕ್ರವರ್ತಿ ವಿವಾಹವಾಗುವುದೇ ?"

"ಸುಖಪಡುವಾಗ ಅವಳು ಗಣಿಕೆಯಾದರೂ ಚಿಂತೆಯಿಲ್ಲ, ವಿವಾಹವಾಗಲು ಮಾತ್ರ ಗಣಿಕೆ ನಿಷಿದ್ಧವೇ ?"

"ತಿಂದೆಸೆದ ಸಿಪ್ಪೆಯನ್ನು ಮತ್ತೆ ಬಳಸುವುದರಲ್ಲಿ ಏನು ಸುಖವಿದೆ ಎಂದು ಕೇಳುತ್ತಾನೆ."

"ಒಳ್ಳೆ ಚಪಲ ಪ್ರಭು ! ಅವನೇನು ನಿಜವಾಗಲೂ ಹೆಣ್ಣಿನ ಸುಖ ಅನುಭವಿಸುತ್ತಾನೋ ಅಥವಾ ಹೆಣ್ಣುಗಳ ಎದುರು ಕುಳಿತು ಮದ್ಯದ ಅಮಲಿನಲ್ಲಿ ಸುಖದ ಕನಸು ಕಾಣುತ್ತಾನೋ, ದೇವರಿಗೇ ಗೊತ್ತು. ಅದಕ್ಕೆ ಶಕ್ತಿವರ್ಧಕ ಲೇಹ್ಯ ಕೇಳಿದ" ಎಂದ ಸಂಜಯ ನಗುತ್ತ.

"ಅದಿರಲಿ, ಈಗ ಬಂದಿರುವ ನನ್ನ ಪ್ರಾಣಸಂಕಟಕ್ಕೆ ಪರಿಹಾರವೇನು? ನನ್ನ ಸ್ವಪ್ರಯೋಜನದ ದೃಷ್ಟಿಯಿಂದ ಸುಗಂಧಿಯನ್ನು ಅವನ ಬಳಿ ಒಂದು ತಿಂಗಳು ಕಳಿಸಿಕೊಟ್ಟು ನಾನೇ ತಪ್ಪು ಮಾಡಿದಂತಾಯಿತು. ಈಗ ಅಂಥ ಇನ್ನೊಂದು ಹೆಣ್ಣನ್ನು ಎಲ್ಲಿಂದ ತರಲಿ ?"

"ಏನೋ ನೆಪ ಹೇಳಿ ದಿನ ದೂಡುತ್ತಿರಿ. ಸದ್ಯಕ್ಕೆ ಅರಮನೆಯಲ್ಲಿರುವ ಹೆಣ್ಣುಗಳನ್ನು ಸರಿಪಡಿಸಿಕೊಳ್ಳಲಿ."

"ಇಲ್ಲ ಸಂಜಯ, ನಮ್ಮ ಬಗ್ಗೆ ಅವನು ಸದಾ ಒಳ್ಳೆಯ ಭಾವನೆಯಿಂದಿರಬೇಕೆಂದರೆ ನಾವು ಏನಾದರೂ ಮಾಡಲೇಬೇಕು."

ಎರಡು ಕ್ಷಣ ಯೋಚಿಸಿ ಸಂಜಯ ಹೇಳಿದ, "ನನ್ನಿಂದಲೂ ನಿಮಗೆ ಸಹಾಯವಾಗುವಂತಿಲ್ಲ, ಆದರೆ ನಮಗೆ ಸಹಾಯ ಮಾಡುವ ಸಾಧ್ಯತೆಯಿರುವುದು ನಮ್ಮ ನಗರದ

ಪಾನಗೃಹಗಳ ಯಜಮಾನರು ಮಾತ್ರ. ಅಲ್ಲಿ ಜೂಜು, ಪಾನಗೋಷ್ಠಿಗಳ ಜೊತೆ ಇಂಥ ವ್ಯವಹಾರಗಳು ಕುದುರುವುದೂ ಉಂಟು.''

''ನನಗೆ ಚೆನ್ನಾಗಿ ಗೊತ್ತಿರುವುದು ಸುಮಿತ್ರನೊಬ್ಬನೇ. ಪಾಟಲೀಪುತ್ರದಲ್ಲಿ ಅವನ ಪಾನಗೃಹವೇ ದೊಡ್ಡದೆಂದು ನನಗೆ ಗೊತ್ತು. ಅವನನ್ನು ಹಿಡಿದರೆ ಕೆಲಸವಾಗುವುದೆನ್ನುತ್ತೀಯ ?''

''ಆಗುತ್ತದೆ. ಆಗದಿದ್ದರೆ ಆಗುವಂತೆ ಮಾಡಬೇಕು. ಅಮಾತ್ಯನ ಅಧಿಕಾರಸ್ಥಾನದ ಒಂದು ಬೆದರಿಕೆ ಎಲ್ಲವನ್ನೂ ಆಗಮಾಡಿಸುತ್ತದೆ.''

''ಆ ಕೆಲಸವನ್ನು ನೀವೇ ಮಾಡಬೇಕು. ಅಮಾತ್ಯನಾಗಿ ನಾನು ಅಂಥ ವಿಷಯವನ್ನು ಅವನೆದುರಿಗೆ ಮಾತನಾಡಲು ನಾಚಿಕೆಯಾಗುತ್ತದೆ.''

''ಅಮಾತ್ಯನಿಗೆ ನಾಚಿಕೆಯಾಗುತ್ತದೆ, ರಾಜವೈದ್ಯ ನಾಚಿಕೆಯನ್ನು ಬಿಟ್ಟವನು, ಎಂದು ತಾನೇ ನಿಮ್ಮ ಅಭಿಪ್ರಾಯ ?''

''ತಪ್ಪು ತಿಳಿಯಬೇಡಿ. ಈಗ ನಿಮ್ಮನ್ನು ಬಿಟ್ಟರೆ ನನಗೆ ಆಪ್ತರು, ನಂಬಿಕೆಯವರು ಬೇರೆ ಯಾರೂ ಇಲ್ಲ.''

''ಆಗಲಿ ಪ್ರಯತ್ನಿಸುತ್ತೇನೆ.ಇಂದು ರಾತ್ರಿಯೇ ಅಲ್ಲಿಗೆ ಹೋಗಿ, ಆ ಸುಮಿತ್ರನನ್ನು ಮಾತಾಡಿಸುತ್ತೇನೆ.''

★ ★ ★

ರಾತ್ರಿ ಸಂಜಯ ಬಂದಾಗ ಪಾನಗೃಹ ಗಿಜಿಗುಟ್ಟುತ್ತಿತ್ತು. ಅನಾರೋಗ್ಯದ ಕಾರಣ, ಆ ದಿನ ಕರಭಕ ಕೆಲಸಕ್ಕೆ ಬಂದಿರಲಿಲ್ಲ. ನಿಪುಣಕ ಚಟುವಟಿಕೆಯಿಂದ ಕೆಲಸ ಮಾಡುತ್ತಿದ್ದ. ಸುಮಿತ್ರ ಕೆಲಸಗಾರರ ಜೊತೆ ಕೂಗಾಡುತ್ತ ಕೆಲಸ ಮಾಡಿಸುತ್ತಿದ್ದ.

ಸಂಜಯನನ್ನು ಕಂಡು ಸುಮಿತ್ರನಿಗೆ ಸ್ವಲ್ಪ ಆಶ್ಚರ್ಯವಾಯಿತು. ''ಓಹೋ ರಾಜವೈದ್ಯರು ! ದಯಮಾಡಿಸಬೇಕು. ಬನ್ನಿ ಬನ್ನಿ, ಕುಳಿತುಕೊಳ್ಳಿ. ನಿಪುಣಕ, ಒಂದು ಪೀಠ ಹಾಕು'' ಎಂದು ತನ್ನ ಪಕ್ಕದ ಸ್ಥಳ ತೋರಿಸಿದ.

'ರಾಜವೈದ್ಯ' ಎಂಬ ಶಬ್ದ ಕಿವಿಗೆ ಬೀಳುತ್ತಿದ್ದಂತೆ ನಿಪುಣಕ ಚುರುಕಾದ. ಕಳ್ಳನೋಟದಿಂದ ಸಂಜಯನ ಮುಖಭಾವವನ್ನು ಪರಿಶೀಲಿಸುತ್ತ ಪೀಠ ಹಾಕಿ, ಅವನನ್ನು ಗಮನಿಸದವನಂತೆ ತನ್ನ ಕೆಲಸದಲ್ಲಿ ತೊಡಗಿದ.

''ಸುಮಿತ್ರ, ನಿನ್ನ ಜೊತೆ ಸ್ವಲ್ಪ ಏಕಾಂತವಾಗಿ ಮಾತಾಡಬೇಕು'' ಎಂದ ಸಂಜಯ ಕೆಳದನಿಯಲ್ಲಿ.

''ಆಗಬಹುದು. ನನ್ನ ಪ್ರತ್ಯೇಕ ಕೋಣೆಯಿದೆ'' ಎಂದು ಸುಮಿತ್ರ ನಿಪುಣಕನನ್ನು ಕರೆದು ಅವನ ಕಿವಿಯಲ್ಲಿ ಏನೋ ಹೇಳಿ ಕೋಣೆಯೊಳಗೆ ಹೋದ. ಅದು ಸುಮಿತ್ರನ ಸ್ವಂತ ಕೋಣೆ. ಅಲ್ಲಿ ಕೂಡಲು, ಮಲಗಲು ವ್ಯವಸ್ಥೆಯಿತ್ತು. ಅವರು ಪ್ರಶಸ್ತವಾಗಿ ಕೂಡುವ ವೇಳೆಗೆ ನಿಪುಣಕ, ಪಾನೀಯದ ಬಟ್ಟಲುಗಳನ್ನು ತಂದಿರಿಸಿ ಹೊರಟುಹೋದ.

ಸುಮಿತ್ರ ''ತೆಗೆದುಕೊಳ್ಳಿ'' ಎಂದು ಒಂದು ಬಟ್ಟಲನ್ನು ಕೊಡಲು ಹೋದಾಗ, ''ಬೇಡ ಬೇಡ, ಮದ್ಯಪಾನ ನನಗೆ ಅಂಥ ಅಭ್ಯಾಸವೇನಿಲ್ಲ'' ಎಂದು ಸಂಜಯ ಅರೆಮನಸ್ಸಿನಿಂದ.

''ಇದು ಮದ್ಯಪಾನವಲ್ಲ ವೈದ್ಯರೇ, ಮಧುಪಾನ ! ನೀವು ನನ್ನ ವಿಶೇಷ ಅತಿಥಿ. ಅದಕ್ಕಾಗಿ ಅತ್ಯುತ್ತಮವಾದ ಪಾನೀಯವನ್ನು ತರಿಸಿದ್ದೇನೆ. ಅಮಲೇರಿಸುವ ಅಂಶ ಇದರಲ್ಲಿ

ಅತಿ ಕಡಿಮೆಯಿದೆ, ತೆಗೆದುಕೊಳ್ಳಿ" ಎಂದ ಸುಮಿತ್ರ. ಹಿಂದೆ ಕೆಲವು ಸಲ ಸಂಜಯ ಅತಿಥಿ ಸತ್ಕಾರದ ನೆಪ ಹೇಳಿ ತನ್ನಿಂದಲೇ ಪಾನೀಯ ತರಿಸಿಕೊಂಡದ್ದು ಸುಮಿತ್ರನ ನೆನಪಿನಲ್ಲಿತ್ತು.

ಅವನು ಎರಡು ಗುಟುಕು ಕುಡಿಯುತ್ತಿದ್ದಂತೆ ಸುಮಿತ್ರ ಕೇಳಿದ, "ಈಗ ಹೇಳಿ, ಏನು ವಿಷಯ ? ನನ್ನಿಂದೇನಾಗಬೇಕು ?"

ಸಂಜಯ ಸುತ್ತಮುತ್ತ ನೋಡಿ, ಬಾಗಿಲವರೆಗೆ ಬಂದು ಚಿಲಕ ಭದ್ರಪಡಿಸಿ ಮತ್ತೆ ಬಂದು ಕುಳಿತು, "ನಿನ್ನಿಂದ ಒಂದು ಕೆಲಸವಾಗಬೇಕು" ಎಂದು ಆರಂಭಿಸಿದ. ತಾನು ಶ್ರೀಯಕನ ಪರವಾಗಿ ಬಂದಿರುವುದಾಗಿ ಹೇಳಿ, ಧನನಂದನ ಚಾಪಲ್ಯದ ಸಂಗತಿಯನ್ನು ಸೂಕ್ಷ್ಮವಾಗಿ ತಿಳಿಸಿ, ಅದಕ್ಕೆ ನೆರವಾಗಬೇಕೆಂದು ಕೇಳಿಕೊಂಡ.

"ನಿಮ್ಮ ಕೋರಿಕೆ ವಿಚಿತ್ರವಾಗಿದೆ ರಾಜವೈದ್ಯರೇ" ಎಂದು ಸುಮಿತ್ರ ಗೊಂದಲಗೊಂಡ.

"ವಿಚಿತ್ರ ಸಚಿತ್ರಗಳ ವಿಶ್ಲೇಷಣೆ ನನಗೇಕೆ ಸುಮಿತ್ರ ? ಇದು ರಾಜಕಾರ್ಯ. ರಹಸ್ಯವಾದ ರಾಜಕಾರ್ಯವೆಂದೇ ತಿಳಿದುಕೋ. ಈ ಕಾರ್ಯ ಮಾಡಿಕೊಟ್ಟರೆ ನಿನಗೂ ಕೈತುಂಬ ಬಹುಮಾನ."

"ಬಹುಮಾನದ ಆಸೆಗೆ ಇಂಥ ಕೆಲಸ ಮಾಡುವುದೇ ?" ಸುಮಿತ್ರನಿಗೆ ನಿಜವಾಗಲೂ ತೀವ್ರ ಅಸಮಾಧಾನವಾಗಿತ್ತು. ಆದರೆ ಶ್ರೀಯಕನ ಎದುರು ತನ್ನ ಕೋಪವನ್ನು ವ್ಯಕ್ತಪಡಿಸಲು ಹೆದರಿಕೆಯಾಯಿತು."

"ನಿನ್ನ ಭಾವನೆ ನನಗೆ ಅರ್ಥವಾಗುತ್ತದೆ ಸುಮಿತ್ರ" ಸಂಜಯ ನಯವಾಗಿ ಹೇಳಿದ, "ಆದರೆ ರಾಜರು, ರಾಜಾಧಿಕಾರಿಗಳ ಕ್ರೂರ ದೃಷ್ಟಿ ಬಿದ್ದರೆ ಏನೇನು ತೊಂದರೆಗಳಾಗುತ್ತವೋ, ಯಾರಿಗೆ ಗೊತ್ತು! ನೀನು ಪ್ರತಿಷ್ಠಿತ ವ್ಯಕ್ತಿ ಎಂದು ನನಗೆ ಗೊತ್ತು. ಅಮಾತ್ಯ ಶ್ರೀಯಕನಿಗೂ ಗೊತ್ತು. ನೀನು ಚೆನ್ನಾಗಿ ವ್ಯಾಪಾರ ಮಾಡುತ್ತಿದ್ದಿ. ರಾಜಶಾಸನಗಳನ್ನು ಮೀರುತ್ತಿಲ್ಲ. ಕಾಲಕಾಲಕ್ಕೆ ಎಲ್ಲ ಕರಗಳನ್ನೂ ತಡಮಾಡದೆ ತುಂಬುತ್ತಿರುವೆಯೆಂಬುದೂ ಗೊತ್ತಿರುವ ವಿಷಯವೇ. ಆದರಿಂದಲೇ ಈ ರಹಸ್ಯಕಾರ್ಯಕ್ಕೆ ನಿನ್ನ ನೆರವು ಕೋರುತ್ತಿರುವುದು."

"ನಾನು ವೇಶ್ಯಾಗೃಹ ನಡೆಸುತ್ತಿಲ್ಲವೆಂದು ನಿಮಗೆ ಗೊತ್ತಿಲ್ಲವೇ ವೈದ್ಯರೇ ?"

"ಗೊತ್ತು ಸುಮಿತ್ರ. ಆದರೆ ನೀನು ಜೂಜು ಕೇಂದ್ರ ನಡೆಸುತ್ತಿದ್ದಿ. ಜೂಜಾಡಲು ಬರುವವರಲ್ಲಿ ಅಂಥ ವ್ಯಕ್ತಿಗಳಿರುತ್ತಾರೆ. ಅವರಲ್ಲಿ ಕೆಲವರಾದರೂ ನಿನಗೆ ಆಪ್ತರಾಗಿರುತ್ತಾರೆ. ಅಂಥವರಿಂದ ನಮ್ಮ ಕೆಲಸವಾಗುತ್ತದೆ."

"ಆದರೆ ಚಕ್ರವರ್ತಿಗಳಿಗೆ ವೇಶ್ಯೆಯರನ್ನು...."

"ಚಿಂತೆ ಮಾಡಬೇಡ. ದೂರದ ಊರಿನಿಂದ ಇದೇ ತಾನೆ ಬಂದು ಹೊಕ್ಕ ಹೊಸ ಹುಡುಗಿಯೆಂದು ನಂಬಿಸುವುದು ಕಷ್ಟವೇನಲ್ಲ. ಆದರೆ ಅತಿಯಾಗಿ ಬಳಕೆಯಾಗಿರುವ ಹುಡುಗಿಯರು ಬೇಡ ಅಥವಾ ಹಣದಾಸೆಗೆ ಏನು ಬೇಕಾದರೂ ಮಾಡಲು ಸಿದ್ಧರಿರುವ ಬಡ ಕುಟುಂಬದ ಹೊಸ ಹೂವಾದರೆ ಇನ್ನೂ ಒಳ್ಳೆಯದೇ ಆಯಿತು."

ಆ ಕ್ಷಣದಲ್ಲಿ ಸುಮಿತ್ರನಿಗೆ ಸಂಜಯನನ್ನು ಸಿಗಿದು ಹಾಕುವಷ್ಟು ಕೋಪ ಬಂತು. ಚಕ್ರವರ್ತಿಯ ಚಾಪಲ್ಯಕ್ಕೆ ಬಡಕುಟುಂಬದ ಹೆಣ್ಣು ಬೇಕೆಂದು ಕೇಳುವ ಈ ನೀಚರು ಪ್ರಜೆಗಳ ಕಷ್ಟಸುಖಗಳನ್ನು ಯಾವ ರೀತಿ ನೋಡಿಕೊಳ್ಳುವರೆಂದು ಅಸಹ್ಯವಾಯಿತು. "ಯೋಚನೆ ಮಾಡಿ, ವಿಚಾರಿಸಿ ತಿಳಿಸುತ್ತೇನೆ" ಎಂದ.

"ಹಾಗೇ ಮಾಡು. ಆದರೆ ನಕಾರ ಅಪಾಯ, ಎಚ್ಚರವಿರಲಿ. ಅಲ್ಲದೆ ಈ ವಿಷಯ ಬಹಿರಂಗವಾದರೆ ನಿನ್ನ ತಲೆ ಹೋಗುತ್ತದೆ, ನೆನಪಿರಲಿ. ಯಾವುದೇ ಕಾರಣಕ್ಕೂ, ಎಲ್ಲೂ

ನನ್ನ ಹೆಸರಾಗಲಿ, ಅಮಾತ್ಯ ಶ್ರೀಯಕನ ಹೆಸರಾಗಲೀ ಬರಬಾರದು. ನೀನು ಅಂಥ ಸಡಿಲ ನಾಲಿಗೆಯವನಲ್ಲ ಎಂದು ನನಗೆ ಗೊತ್ತು. ಆದರೂ ಒಂದು ಸಲ ಎಚ್ಚರ ಹೇಳುವುದು ನನ್ನ ಕರ್ತವ್ಯ. ಆಯ್ಕೆಯಾದ ಹುಡುಗಿಗೆ ಕಡೆಯಲ್ಲಿ ಆ ವಿಷಯ ತಿಳಿದರೆ ತಪ್ಪೇನಿಲ್ಲ. ಶ್ರೀಯಕರು ತುಂಬಾ ಸಜ್ಜನರು. ಆದರೆ ಈ ಕೆಲಸವಾಗದಿದ್ದರೆ ಅವರು ಚಕ್ರವರ್ತಿಗಳ ಆಗ್ರಹಕ್ಕೆ ತುತ್ತಾಗುತ್ತಾರೆ. ಅವರ ಆಗ್ರಹಕ್ಕೆ ನಾವು ತುತ್ತಾಗಬೇಕಾಗುತ್ತದೆ. ನಿನ್ನ ವ್ಯವಹಾರ ಜ್ಞಾನವನ್ನು ಬಳಸು. ಸುಖವಾಗಿ ಬದುಕುವ ದಾರಿಯನ್ನು ಕಡೆಗಣಿಸದಿರುವುದೇ ಬುದ್ಧಿವಂತಿಕೆ. ನಾನು ಬರುತ್ತೇನೆ.''

ಸಂಜಯ ಎದ್ದು ಹೊರಟ. ಹಿಂಬದಿಯ ಚಿಕ್ಕ ವಾತಾಯನದ ಬಾಗಿಲಿಗೆ ಕಿವಿಗೊಟ್ಟು ಈವರೆಗೆ ಎಲ್ಲ ಕೇಳಿಸಿಕೊಳ್ಳುತ್ತಿದ್ದ ನಿಪುಣಕ, ಅಲ್ಲಿಂದ ಸರಕ್ಕನೆ ಜಾರಿಕೊಂಡು ತನ್ನ ಕೆಲಸದ ಮೇಲೆ ಹೊರಟುಹೋದ. ಕೆಲಸ ಮಾಡುತ್ತಲೇ ಸಂಜಯ ಪಾನಗೃಹದಿಂದ ಹೊರಗೆ ಹೋಗುವುದನ್ನು ಕಡೆಗಣ್ಣಿನಿಂದ ಗಮನಿಸಿದ.

ಸುಮಿತ್ರ ಕೋಪದಿಂದ ಕುದಿಯುತ್ತ ತನ್ನ ಸ್ಥಳದಲ್ಲಿ ಬಂದು ಕುಳಿತ. ನಿಪುಣಕ ಹತ್ತಿರ ಬಂದ. ''ಬೆದರಿಕೆ ಬೇರೆ ಹಾಕುತ್ತಾನೆ! ನಾನೇನು ಇವನ ಮನೆಯ ಆಳೇ? ನನಗೆ ಇವನು ಸಂಬಳ ಕೊಡುತ್ತಾನೆಯೆ?'' ಎಂದು ಸುಮಿತ್ರ ತನಗೆ ತಾನೇ ಜೋರಾಗಿ ಹೇಳಿಕೊಂಡ.

''ಯಜಮಾನರೇ ಏನಾಯಿತು?'' ನಿಪುಣಕ ಕೇಳಿದ.

''ನಾನು ತಲೆ ಹಿಡಿದು ಬದುಕುವ ನೀಚನೇ? ನಾನೇನು, ನನ್ನ ಘನತೆಯೇನು! ನಿಪುಣಕ, ನಾನು ತಲೆಹಿಡಿಯುವ ಕೆಲಸ ಮಾಡಬೇಕಂತೆ.''

''ಸಮಾಧಾನ ತಂದುಕೊಳ್ಳಿ, ಅವನು ಏನು ಹೇಳಿದ?''

ತಕ್ಷಣ, ರಹಸ್ಯಪಾಲನೆಯ ವಿಷಯವನ್ನು ಸಂಜಯ ಒತ್ತಿ ಒತ್ತಿ ಹೇಳಿದ್ದು ನೆನಪಾಗಿ ತುಟಿ ಕಚ್ಚಿಕೊಂಡ. ಮರುಕ್ಷಣದಲ್ಲೇ ನಿಪುಣಕ ನಂಬಿಕೆಯ ವ್ಯಕ್ತಿ, ಅವನು ಯಾರ ಬಳಿಯಲ್ಲೂ ಬಾಯಿ ಬಿಡಲಾರ, ಎನ್ನಿಸಿತು. ಅಲ್ಲದೆ, ಬೇರೊಬ್ಬರ ಸಹಾಯವಿಲ್ಲದೆ ಸಂಜಯ ಹೇಳಿದ ಕೆಲಸ ಮಾಡಲು ಸಾಧ್ಯವಿಲ್ಲವೆಂಬ ಅರಿವೂ ಇತ್ತು. 'ಆ ಬೇರೊಬ್ಬ ನಿಪುಣಕನೇ ಆದರೆ, ಇವನು ಈ ವಿಷಯದಲ್ಲಿ ನನಗೆ ಸಹಾಯ ಮಾಡಬಹುದೆ? ನನ್ನ ಮೇಲೆ ಅವನಿಗೆ ಹೆಚ್ಚಿನ ಗೌರವವಿದೆ. ನನಗೋಸ್ಕರವಾಗಿಯಾದರೂ ಅವನು ಏನಾದರೂ ಮಾಡುತ್ತಾನೆ' ಎನ್ನಿಸಿತು. ತಕ್ಷಣ ಅವನು ''ನಿಪುಣಕ, ಬಾ ನನ್ನೊಂದಿಗೆ'' ಎಂದು ಅದೇ ಕೋಣೆಗೆ ಹೊರಟ. ನಿಪುಣಕ ಹಿಂಬಾಲಿಸಿದ.

ಸುಮಿತ್ರ ಸಂಜಯ ಹೇಳಿದ್ದನ್ನೆಲ್ಲ ನಿಪುಣಕನಿಗೆ ವಿವರಿಸಿದ. ''ಆಗುವುದಿಲ್ಲ ಎಂದರೆ ಆ ಪಾಪಿಗಳು ಏನು ಮಾಡಲೂ ಹೇಸುವುದಿಲ್ಲ. ಅವರು ಅಮಾಯಕರನ್ನು ಹಿಂಸಿಸಿದ ಸಾವಿರಾರು ಉದಾಹರಣೆಗಳನ್ನು ಈ ಪಾಪಿ ಕಣ್ಣುಗಳಿಂದಲೇ ನೋಡಿಬಿಟ್ಟಿದ್ದೇನೆ.''

''ಅಲ್ಲಾ, ಆಳುವ ಚಕ್ರವರ್ತಿ, ಅವನು ಬಯಸಿದರೆ ಹೆಣ್ಣುಗಳಿಗೆ ಬರವೆ?'' ಎಂದು ನಿಪುಣಕ ಕೇಳಿದ.

''ಬರವೇನಿಲ್ಲ. ಅವನು ಎಷ್ಟು ಸಾವಿರ ಹೆಣ್ಣುಗಳ ರುಚಿ ನೋಡಿದ್ದಾನೋ ಗೊತ್ತಿಲ್ಲ. ಆದರೆ ಅದೆಲ್ಲ ಬಹಿರಂಗವಾಗಿ ನಡೆಯಬಾರದು.''

''ಬಹಿರಂಗವಾಗಿ ನಡೆಯಬಾರದೆ? ಆದರೆ ಪಾಟಲೀಪುತ್ರದ ಪ್ರತಿಯೊಂದು ಪ್ರಜೆಗೂ ಅವನ ಲಂಪಟತನ ಗೊತ್ತಿದೆಯಲ್ಲವೇ?''

''ಹಾಗೆಂದು ಬಹಿರಂಗವಾಗಿ ಬಲ ಪ್ರಯೋಗಿಸಲು ಅಮಾತ್ಯ ರಾಕ್ಷಸ ಬಿಡುವುದಿಲ್ಲ. ಎಲ್ಲ ವಿಷಯಗಳಲ್ಲೂ ಅವನು ಧನನಂದನ ಆಜ್ಞೆಗಳನ್ನು ನಿಷ್ಠೆಯಿಂದ ಪಾಲಿಸಿದರೂ, ಈ ವಿಷಯದಲ್ಲಿ ಮಾತ್ರ ಅವನು ಕಡುವಿರೋಧಿ. ಶ್ರೀಯಕನೇ ಪ್ರಧಾನ ಅಮಾತ್ಯನಾಗಿದ್ದರೆ ಬಹುಶಃ ಇಡೀ ಪಾಟಲೀಪುತ್ರವನ್ನೇ ವೇಶ್ಯಾವಾಟಿಕೆಯನ್ನಾಗಿ ಮಾಡಿಬಿಡುತ್ತಿದ್ದನೇನೋ !''

''ಛೀ ! ಇದು ತುಂಬಾ ನಾಚಿಕೆಗೇಡಿನ ಸಂಗತಿ !''

''ನಿಪುಣಕ, ನನಗೋಸ್ಕರವಾಗಿಯಾದರೂ ನೀನು ಏನಾದರೂ ಮಾಡಲು ಸಾಧ್ಯವೇ ?'' ಸುಮಿತ್ರ ದೈನ್ಯದಿಂದ ಕೇಳಿದ.

ಎರಡು ಕ್ಷಣ ಯೋಚಿಸಿದ ನಿಪುಣಕ ಹೇಳಿದ, ''ಒಂದು ತಿಂಗಳು ಸಮಯ ತೆಗೆದುಕೊಳ್ಳಿ. ಅಷ್ಟರಲ್ಲಿ ನಾನೇ ಏನಾದರೂ ವ್ಯವಸ್ಥೆ ಮಾಡುತ್ತೇನೆ.''

''ಖಂಡಿತವೇ ?''

''ನನಗೆ ಆಶ್ರಯ ನೀಡಿದ ನಿಮಗೋಸ್ಕರ ನಾನು ಏನು ಬೇಕಾದರೂ ಮಾಡುತ್ತೇನೆ ಯಜಮಾನರೆ. ಆದರೆ ಇದು ತುಂಬ ಜಟಿಲವಾದ ವಿಷಯವಾಗಿರುವುದರಿಂದ ಸ್ವಲ್ಪ ಸಮಯ ಬೇಕಾಗುತ್ತದೆ.''

''ನಿನ್ನ ಮೇಲೆ ನನಗೆ ನಂಬಿಕೆಯಿದೆ ನಿಪುಣಕ. ಆದರೆ ಎಚ್ಚರ, ಇದು ನಮ್ಮಿಬ್ಬರನ್ನು ಬಿಟ್ಟು ಬೇರೆಯವರಿಗೆ ತಿಳಿಯಬಾರದು.''

''ಅದರ ಹೊಣೆ ನನಗಿರಲಿ. ಕರಭಕನಿಗೂ ಇದರ ಸುಳಿವು ಸಿಗಬಾರದು.''

★ ★ ★

ಪ್ರತಿವಾರದ ರಹಸ್ಯ ಭೇಟಿಯ ಸಂದರ್ಭದಲ್ಲಿ ನಿಪುಣಕ ಈ ವಿಷಯವನ್ನು ಹೇಳಿದ.

''ಅಬ್ಬಾ ! ಎಂಥ ನೀಚ ಜನ !'' ಎಂದು ಉದ್ಗರಿಸಿದ ಸಿದ್ಧಾರ್ಥಕ.

''ಒಬ್ಬ ಅಮಾತ್ಯನೇ ತನ್ನ ಚಕ್ರವರ್ತಿಯ ಲಂಪಟತನಕ್ಕೆ ಹೆಣ್ಣುಗಳನ್ನು ಒದಗಿಸುವ ಸ್ಥಿತಿಗೆ ಇಳಿದ ಮೇಲೆ ಈ ಮಗಧ ಯಾವ ಸ್ಥಿತಿಯನ್ನು ಮುಟ್ಟಿದೆಯೆಂದು ಊಹೆ ಮಾಡಬಹುದು'' ಎಂದ ಸಮಿದ್ಧಾರ್ಥಕ.

''ಅಮಾತ್ಯರಾಕ್ಷಸನ ಗಮನಕ್ಕೆ ತಂದುಬಿಟ್ಟರೆ ಆ ಶ್ರೀಯಕ ತೆಪ್ಪಗಾಗಬಹುದು'' ಎಂದು ಪಶುಲೋಮ.

''ಬೇಡ'' ಜೀವಸಿದ್ಧಿ ಹೇಳಿದ, ''ಈ ಸಂದರ್ಭವನ್ನು ನಮ್ಮ ಅನುಕೂಲಕ್ಕೆ ಬಳಸಿಕೊಳ್ಳಲು ಸಾಧ್ಯವೇ ? ಎಂದು ಯೋಚಿಸಬೇಕು.''

''ಅದು ಹೇಗೆ ?'' ಸಿದ್ಧಾರ್ಥಕ ಕುತೂಹಲದಿಂದ ಕೇಳಿದ.

''ನನ್ನ ಅಭಿಪ್ರಾಯದಲ್ಲಿ ಚಾಣಕ್ಯರಿಗೆ ಈ ವಿಷಯವನ್ನು ತಿಳಿಸಿ, ಅವರ ಸಲಹೆಯಂತೆ ನಡೆಯುವುದು ಸೂಕ್ತವೆನಿಸುತ್ತದೆ'' ಎಂದು ನಿಪುಣಕ.

''ಈಗ ಚಾಣಕ್ಯ ಹಸ್ತಿನಾವತಿಯಲ್ಲಿರುತ್ತಾನೋ ಅಥವಾ ಬೇರೆಲ್ಲಿ ಯಾವ ಕೆಲಸದಲ್ಲಿ ನಿರತನಾಗಿರುತ್ತಾನೋ ಯಾರಿಗೆ ಗೊತ್ತು. ಅಲ್ಲಿಗೆ ಹೋಗಿ ಬರಲು ಹೆಚ್ಚು ಸಮಯ ತೆಗೆದುಕೊಳ್ಳುತ್ತದೆ. ನಾನೇ ಏನಾದರೂ ಒಂದು ಉಪಾಯ ಮಾಡುವುದು ಸಾಧ್ಯವಾಗುವು ದೇನೋ, ಎಂದು ನಾನು ಯೋಚಿಸುತ್ತಿದ್ದೇನೆ'' ಎಂದ ಜೀವಸಿದ್ಧಿ.

"ಆ ಉದ್ದೇಶದಿಂದಲೇ ನಾನು ಸುಮಿತ್ರನಿಗೆ ಮಾತು ಕೊಟ್ಟುಬಿಟ್ಟೆ. ಆಮೇಲೆ ಯೋಚಿಸಿದ ಮೇಲೆ, ನಾನು ಒಪ್ಪಬಾರದಾಗಿತ್ತೆನಿಸಿತು."

"ನಾನೊಂದು ಸಲಹೆ ನೀಡಲೇ?" ಪಶುಲೋಮ ಕೇಳಿದ.

"ಸೂಕ್ತವಾದ ಸಲಹೆಯನ್ನು ಯಾರು ಕೊಟ್ಟರೂ ಸಂತೋಷವೇ" ಎಂದ ಜೀವಸಿದ್ಧಿ ನಗುತ್ತ.

"ನಮ್ಮ ಆಶ್ವಾಧ್ಯಕ್ಷ ಭಾಗುರಾಯಣರ ಪುತ್ರಿ ಕುದುರೆ ಸವಾರಿ, ಯುದ್ಧ ವಿದ್ಯೆಗಳಲ್ಲಿ ಪರಿಣತಳಲ್ಲವೆ? ಜೊತೆಗೆ ಅವಳು ತುಂಬ ಸೌಜನ್ಯ ಮತ್ತು ಅನುಕಂಪಗಳಿರುವ ಹೆಣ್ಣೆಂದು ನನ್ನ ಅನುಭವಕ್ಕೆ ಬಂದಿದೆ. ಎಲ್ಲಕ್ಕಿಂತ ಮುಖ್ಯವಾಗಿ ಗಣಿಕೆಯಾದ ಸುಗಂಧಿಯನ್ನು ಶ್ರೀಯಕ ತನ್ನ ಸ್ವಾರ್ಥಕ್ಕಾಗಿ ಇನ್ನೂ ದುರ್ವಿನಿಯೋಗಿಸುವುದನ್ನು ತಡೆಯಲು ತಮ್ಮ ಮನೆಯಲ್ಲೇ ಆಶ್ರಯ ಕೊಟ್ಟಿರುವ ವಿಷಯ ನಿಮಗೂ ಗೊತ್ತಿದೆ. ನಮ್ಮ ಸಮಸ್ಯೆಯನ್ನು ಅವಳಿಗೆ ಹೇಳಿದರೆ ಏನಾದರೂ ದಾರಿ ತೋರಿಸಬಹುದು. ಭಾಗುರಾಯಣರೂ ಸಹಾಯ ಮಾಡಬಹುದು. ಎಷ್ಟೇ ಆಗಲಿ ಉಜ್ವಲ ಚಂದ್ರಗುಪ್ತನ ಮಡದಿಯಾಗಲಿರುವವಳು! ಮಗಧದ ಮಹಾರಾಣಿಯಾಗಲಿರುವವಳು!"

ಎಲ್ಲರಿಗೂ ಅದು ಸೂಕ್ತವೆನಿಸಿತು. ಆ ಹೊಣೆಯನ್ನು ಪಶುಲೋಮನಿಗೇ ವಹಿಸಿ, ಮುಂದಿನ ಭೇಟಿಯಲ್ಲಿ ಉಜ್ವಲ ಏನು ಹೇಳಿದಳೆಂದು ತಿಳಿಸಬೇಕೆಂದು ಸೂಚಿಸಿ, ಅವರು ಚದರಿದರು.

ಪಶುಲೋಮ ಅಂದು ರಾತ್ರಿಯೇ ಮಂಗಳೆಯೊಂದಿಗೆ ಮಾತಾಡಿದ. ಶ್ರೀಯಕ ಸುಮ್ಮನಾದುದರಿಂದ ಮತ್ತೆ ಅವನು ಅಂಥ ಪ್ರಯತ್ನವನ್ನು ಮಾಡುವುದಿಲ್ಲವೆಂದು ಅವಳು ಭಾವಿಸಿದ್ದಳು. ತಾನು ಮತ್ತೆ ಅವನ ಮುಷ್ಟಿಯಲ್ಲಿ ಸಿಕ್ಕಿಕೊಳ್ಳಲು ಸಿದ್ಧಳಾಗಿರಲಿಲ್ಲ. ಆದರೆ ಅವಳು ಮರುದಿನ ಪಶುಲೋಮನನ್ನು ಕರೆದುಕೊಂಡು ಹೋಗಿ ಉಜ್ವಲ ಮತ್ತು ಭಾಗುರಾಯಣನ ಭೇಟಿ ಮಾಡಿಸಲು ಸಮ್ಮತಿಸಿದಳು.

ಭಾಗುರಾಯಣನ ಸಲಹೆಯಂತೆ ಮರುದಿನ ರಾತ್ರಿ ಅವನು, ಪಶುಲೋಮ, ಮಂಗಳೆ, ಉಜ್ವಲ ಮಾತ್ರ ಅವನ ಮನೆಯ ಉಪ್ಪರಿಗೆಯ ಕೋಣೆಯಲ್ಲಿ ಸೇರಿದರು. ಮಂಗಳೆ ಮೊದಲೇ ಸೂಕ್ಷ್ಮವಾಗಿ ವಿಷಯವನ್ನು ತಿಳಿಸಿದುದರಿಂದ, ಮತ್ತೆ ಅದನ್ನು ವಿವರಿಸುವ ಅಗತ್ಯವಿರಲಿಲ್ಲ.

"ಅಪ್ಪಾಜಿ, ನೀವು ಅನುಮತಿ ನೀಡಿದರೆ ಮಗಧಕ್ಕೆ ನಾನು ನನ್ನ ಅಲ್ಪ ಕಾಣಿಕೆ ಸಲ್ಲಿಸುವ ಅವಕಾಶ ದೊರೆಯುತ್ತದೆ."

"ಯಾರು ಬೇಡವೆಂದವರು? ಏನು ಮಾಡಬೇಕೆಂದು ನಿನ್ನ ಆಲೋಚನೆ? ಅದನ್ನು ಮೊದಲು ಹೇಳು."

"ಆ ಧನನಂದ ಯಾವ ಹೆಣ್ಣುಗಳನ್ನು ತಾನು ತಿಂದೆಸೆಯುವ ಸಿಪ್ಪೆಗಳೆಂದು ಭಾವಿಸಿದ್ದಾನೋ, ಅದೇ ಹೆಣ್ಣುಗಳಿಂದಲೇ ಅವನ ಕೊನೆಗೆ ದಾರಿಯಾಗುವಂತೆ ಮಾಡುತ್ತೇನೆ."

"ಅದು ಹೇಗೆ?"

"ಹೇಗೆಂದು ನಾನು ಈಗಲೇ ಹೇಳುವುದಿಲ್ಲ. ಮೊದಲು ನನಗೆ ಹದಿನೆಂಟು ಇಪ್ಪತ್ತು ವರ್ಷ ವಯಸ್ಸಿನ, ಕಡೆಯ ಪಕ್ಷ ಇಪ್ಪತ್ತು ಜನ ಧೈರ್ಯಶಾಲಿಗಳಾದ ಸುಂದರ ಹುಡುಗಿಯರು ಬೇಕು."

"ಏನು ಅಷ್ಟು ಜನರನ್ನೂ ಆ ಧನನಂದನಿಗೇ ಒಪ್ಪಿಸಬೇಕೆಂದುಕೊಂಡೆಯಾ! ಬೇಡಮ್ಮ, ನನ್ನ ಮಗಳಿಗೆ ಬಂದ ಸ್ಥಿತಿ ಬೇರೆ ಹೆಣ್ಣುಮಕ್ಕಳಿಗೆ ಬರುವುದು ಬೇಡ" ಎಂದಳು ಮಂಗಳೆ.

"ಮಂಗಳೆ, ನಾನು ಅಷ್ಟು ಕ್ರೂರ ಮನಸ್ಸಿನವಳೇ?" ಎಂದು ಉಜ್ವಲ ನಕ್ಕಳು.

"ಆ ಹುಡುಗಿಯರನ್ನು ಏನು ಮಾಡುತ್ತಿ? ಅಥವಾ ಅವರಿಂದ ಏನು ಮಾಡಿಸುತ್ತಿ?" ಭಾಗುರಾಯಣ ಕೇಳಿದ.

"ಅದನ್ನು ಸರಿಯಾದ ಯೋಜನೆ ರೂಪಿಸಿದ ಮೇಲೆ ಹೇಳುತ್ತೇನೆ. ಆ ಹುಡುಗಿಯರು ವಾರದಲ್ಲಿ ಮೂರು ದಿನ ನಮ್ಮ ಮನೆಯಲ್ಲೇ ನನ್ನನ್ನು ಭೇಟಿ ಮಾಡಬೇಕು. ಚಂದ್ರಗುಪ್ತನ ಸೈನ್ಯ ಮಗಧದ ಮೇಲೆ ಆಕ್ರಮಣ ಮಾಡಲು ಬರುವವರೆಗೂ ಏನಾದರೂ ನೆಪ ಹೇಳುತ್ತ, ಆಸೆ ಹುಟ್ಟಿಸುತ್ತ ನಿಪುಣಕ ಸಮಯ ತೆಗೆದುಕೊಳ್ಳಲಿ."

"ಅದು ತಡವಾದರೆ?" ಪಶುಲೋಮ ಸಂದೇಹ ವ್ಯಕ್ತಪಡಿಸಿದ.

"ಖಂಡಿತ ತಡವಾಗುವುದಿಲ್ಲ, ಚಂದ್ರಗುಪ್ತ ಒಂದು ತಿಂಗಳಲ್ಲೇ ಬರಬಹುದು. ಹೆಚ್ಚೆಂದರೆ ಎರಡು ತಿಂಗಳಲ್ಲಿ ಮಗಧದ ತುಂಬ ರಣಕೋಲಾಹಲ ಕೇಳಿಬರುತ್ತದೆ" ಎಂದ ಭಾಗುರಾಯಣ.

"ಅದೇ ಸಂದರ್ಭದಲ್ಲಿ ಇಪ್ಪತ್ತು ಜನ ಸುಂದರ ತರುಣಿಯರು ಧನನಂದನ ಅಂತಃ ಪುರವನ್ನು ಪ್ರವೇಶಿಸುತ್ತಾರೆ. ಆದರೆ ಅವನ ಸುಖ ಲೋಲುಪ್ತಿಗಲ್ಲ, ಅವನ ಸಮಾಧಿಗೆ ಗುಂಡಿ ತೋಡಲು" ಉಜ್ವಲ ಆತ್ಮವಿಶ್ವಾಸದಿಂದ ಹೇಳಿದಳು.

ಪಶುಲೋಮ ಮತ್ತು ಮಂಗಳೆ ಮನೆಗೆ ಹೊರಟರು. "ಮಂಗಳೆ, ನಿನ್ನ ಸಹಾಯವೂ ಬೇಕಾಗಬಹುದು" ಎಂದಳು ಉಜ್ವಲ.

"ನಾನು ಸಿದ್ಧಳಾಗಿದ್ದೇನೆ" ಎಂದು ಹೇಳಿ ಅವಳು ಹೊರಟುಹೋದಳು.

"ಅಪ್ಪಾಜಿ" ಉಜ್ವಲ ಭಾಗುರಾಯಣನಿಗೆ ಹೇಳಿದಳು, "ಸದ್ಯಕ್ಕೆ ಈ ವಿಷಯವನ್ನೆಲ್ಲ ವಿವರವಾಗಿ ಹೇಳಿದರೆ ಅಮ್ಮನಿಗೆ ಚಿಂತೆಯಾಗುತ್ತದೆ. ಸೂಕ್ಷ್ಮವಾಗಿ ನಾನೇ ಅವಳಿಗೆ ವಿಷಯ ತಿಳಿಸುತ್ತೇನೆ."

"ನಿನ್ನ ಯೋಜನೆ ಯಶಸ್ವಿಯಾದರೆ ಚಂದ್ರಗುಪ್ತ ಮತ್ತು ಚಾಣಕ್ಯ ಇಬ್ಬರೂ ಸಂತೋಷಪಡುತ್ತಾರೆ."

"ಹೌದು ಅಪ್ಪಾಜಿ, ನಾನು ಬಹಳ ಎಚ್ಚರಿಕೆಯಿಂದ ಆಲೋಚಿಸಿ ಎಲ್ಲವನ್ನೂ ರೂಪಿಸಬೇಕು. ಏಕೆಂದರೆ ಇದರಲ್ಲಿ ಆ ಇಪ್ಪತ್ತು ಜನ ಹುಡುಗಿಯರ ಸಂರಕ್ಷಣೆಯೂ ಅಡಗಿದೆ."

"ಹೌದು, ಅಂಥ ಹುಡುಗಿಯರನ್ನು ಹೇಗೆ ಹುಡುಕುವುದು?"

"ಅದಕ್ಕೆ ನಾನೊಂದು ಉಪಾಯ ಯೋಚಿಸಿದ್ದೇನೆ. ನಮ್ಮ ಮನೆಯಲ್ಲಿ ಒಂದು ದೇವತಾ ಕಾರ್ಯದ ನೆಪದಿಂದ ನಮಗೆ ಪರಿಚಿತರಾದ ಮನೆಯ ಹೆಂಗಸರಿಗೆಲ್ಲ ಆಹ್ವಾನ ಕೊಡುವುದು. ಅವರಲ್ಲಿ ನಮಗೆ ಬೇಕಾದವರನ್ನು ಆರಿಸಿಕೊಳ್ಳಬಹುದೆನ್ನಿಸುತ್ತದೆ. ಪಾಟಲೀಪುತ್ರದ ಪ್ರತಿಯೊಂದು ವ್ಯಕ್ತಿಯೂ ಧನನಂದನನ್ನು ದ್ವೇಷಿಸುವುದರಿಂದ, ಅವರನ್ನು ನನ್ನ ಯೋಜನೆಗೆ ಒಪ್ಪಿಸುವುದು ಕಷ್ಟವಾಗಲಾರದು."

## ೭

ಉಜ್ವಲ ತನ್ನ ಯೋಜನೆಯ ಪ್ರಕಾರ ಇಪ್ಪತ್ತು ಹುಡುಗಿಯರನ್ನು ಆರಿಸಿಕೊಂಡು ಅವರಿಗೆ, ಸ್ವಯಂರಕ್ಷಣೆ ಮತ್ತು ಅಗತ್ಯ ಬಿದ್ದಾಗ ಆಕ್ರಮಣ ಮಾಡಲು ಬೇಕಾದ ವಿದ್ಯೆಗಳನ್ನು ಕಲಿಸಿಕೊಡಲು ಆರಂಭಿಸಿದಳು.

ಅಲೆಗ್ಸಾಂಡರ್ ಮತ್ತು ಪೌರವನ ಸಂಯುಕ್ತ ಸೈನ್ಯ ಮಗಧದ ಮೇಲೆ ಆಕ್ರಮಣ ಮಾಡುವ ಸುದ್ದಿ ಪಾಟಲೀಪುತ್ರವನ್ನು ಮುಟ್ಟಿತು. ಬೆಳಗಾಗುವುದರಲ್ಲಿ ಅದು ಜನಜನಿತ ವಾಯಿತು. ಇದ್ದಕ್ಕಿದ್ದಂತೆ ಅರಮನೆ ಕ್ರಿಯಾಶೀಲವಾಗತೊಡಗಿತು. ಧನನಂದ ಸೇನಾಧ್ಯಕ್ಷರ ಸಭೆ ಕರೆದ. ಅಮಾತ್ಯರಾಕ್ಷಸ ಮತ್ತು ಶ್ರೀಯಕ ಉಪಸ್ಥಿತರಿದ್ದರು. ಅಮಾತ್ಯ ಪರಿಷತ್ತಿನ ಇತರ ಸದಸ್ಯರಿಗೆ ಆಹ್ವಾನವಿರಲಿಲ್ಲ. ಧನನಂದನ ಮುಖದಲ್ಲಿನ ಆತಂಕ ಎದ್ದು ಕಾಣುವಂತಿತ್ತು. ಸುದ್ದಿ ಖಚಿತವಾಗಿರುವುದರಿಂದ ಮುಂದೇನು ಮಾಡಬೇಕೆಂದು ಅವನೇ ಕೇಳಿದ.

"ಬಹುಶಃ ಇದಕ್ಕೆ ಆ ಪೌರವನ ಪ್ರಚೋದನೆಯೇ ಕಾರಣ. ಇಲ್ಲವಾದರೆ ಆ ವಿದೇಶೀಯನಿಗೆ ಮಗಧದ ಮೇಲೆ ಬರುವ ಧೈರ್ಯವೆಲ್ಲಿ?" ಎಂದ ಶ್ರೀಯಕ.

"ಯಾರ ಪ್ರಚೋದನೆ ಎಂಬುದು ಮುಖ್ಯವಲ್ಲ, ನಾವು ಹೇಗೆ ಸಿದ್ಧರಾಗಬೇಕೆಂಬುದೇ ಮುಖ್ಯ" ಎಂದು ರಾಕ್ಷಸ ಶ್ರೀಯಕನ ಮಾತಿನ ಧಾಟಿ ಸರಿಯಿಲ್ಲವೆಂಬಂತೆ ಅವನತ್ತ ಉದಾಸೀನತೆಯಿಂದ ನೋಡಿದ.

ಅದು ಶ್ರೀಯಕನನ್ನು ಕೆಣಕಿದಂತಾಯಿತು. ಅವನು ತುಸು ಬಿರುಸಾಗಿಯೇ ಹೇಳಿದ, "ಶತ್ರು ಯಾರು, ಅವನ ಸಾಮರ್ಥ್ಯವೇನೆಂದು ಮೊದಲೇ ತಿಳಿದಿದ್ದರೆ, ನಮ್ಮ ಸಿದ್ಧತೆಗೆ ಅನುಕೂಲವಾಗಬಹುದಲ್ಲವೆ, ಪ್ರಭು ?"

ಈಗ ಧನನಂದನೇ ಹೇಳಿದ, "ಅಂದರೆ ಪೌರವನ ಸಾಮರ್ಥ್ಯವೇನೆಂದು ನಮಗೆ ಗೊತ್ತಿದೆಯೆಂದು ನಿಮ್ಮ ಮಾತಿನ ಅರ್ಥವೇ ? ಆದರೆ ಆ ಯವನರ ಸಾಮರ್ಥ್ಯವೇನೆಂದು ನಮಗೆ ಗೊತ್ತಿಲ್ಲವಲ್ಲ?"

ಶ್ರೀಯಕ ಸುಮ್ಮನಾದ. ರಾಕ್ಷಸ ಹೇಳಿದ, "ಶತ್ರು ಯಾರೇ ಆದರೂ ನಾವು ಕಡೆಗಣಿಸು ವಂತಿಲ್ಲ ಪ್ರಭು. ಅಲೆಗ್ಸಾಂಡರ್ ಗಾಂಧಾರವೂ ಸೇರಿದಂತೆ ಹಲವು ನಾಡುಗಳನ್ನು ತನ್ನ ಕೈವಶ ಮಾಡಿಕೊಂಡಿದ್ದಾನೆ. ಪ್ರಬಲವಾದ ಪೌರವನನ್ನೂ ಸೋಲಿಸಿ, ಅವನು ತನಗೆ ಸಹಾಯ ಮಾಡುವಂತೆ ಮಾಡಿಕೊಂಡಿದ್ದಾನೆ. ಅಂದ ಮೇಲೆ ಅವನೂ ಪ್ರಬಲನೆಂದೇ ಅರ್ಥ."

"ಅವನು ಎಷ್ಟು ಪ್ರಬಲನಾದರೂ, ನಮ್ಮ ಅಗಾಧವಾದ ಸೈನ್ಯದೆದುರು ತತ್ತರಿಸಿ ಹೋಗುತ್ತಾನೆ" ಎಂದು ಭಾಗುರಾಯಣ ತನ್ನ ಮಾತನ್ನು ಸೇರಿಸಿದ. ಮತ್ತು 'ನೀವೂ ಏನಾದರೂ ಮಾತಾಡಿ' ಎಂಬಂತೆ ಬೇರೆ ಸೇನಾಧ್ಯಕ್ಷರತ್ತ ನೋಡಿದ.

"ಹೌದು ಪ್ರಭು, ನಮ್ಮ ಸೈನ್ಯದ ಸಂಖ್ಯೆಯನ್ನು ಕೇಳಿದರೇ ಅವನು ಹೆದರಿಬಿಡುತ್ತಾನೆ" ಎಂದ ಡಿಂಗಿರಾತ.

"ಬರೀ ಸಂಖ್ಯೆಗೆ ಹೆದರುವವನಾಗಿದ್ದರೆ ಅವನು ಇಲ್ಲಿಯವರೆಗೂ ಬರುತ್ತಿರಲಿಲ್ಲ ಡಿಂಗಿರಾತ" ಎಂದು ರಾಕ್ಷಸ ನಗುತ್ತ.

"ಬರೀ ಸಂಖ್ಯೆಯಲ್ಲ ಅಮಾತ್ಯರೇ, ನಾವು ಸಮರ್ಥರೂ ಆಗಿದ್ದೇವೆಂಬ ಭರವಸೆ ನನಗಿದೆ" ಎಂದ ಭದ್ರಭಟ.

"ಅದರಲ್ಲೂ ನಮ್ಮ ಗಜಸೇನೆಯ ಪ್ರಯೋಜನವನ್ನು, ಆನೆಗಳನ್ನೇ ಕಂಡಿಲ್ಲದ ಅವನು ಊಹೆಯನ್ನೂ ಮಾಡಲಾರ" ಎಂದ ಚಿತ್ರವರ್ಮ.

"ಯಾವ ಕ್ಷಣದಲ್ಲಿ ಯುದ್ಧ ಸಂಭವಿಸಿದರೂ ಸರಿ, ನಮ್ಮ ಇಡೀ ಸೈನ್ಯ ಸರ್ವ ಸಜ್ಜಿತವಾಗಿದೆ" ಎಂದ ಭಾಗುರಾಯಣ.

"ನಗರ ರಕ್ಷಣೆಗೆ ಅಗತ್ಯವಾದಷ್ಟನ್ನು ಉಳಿಸಿ, ಮಿಕ್ಕ ಎಲ್ಲ ಸೈನ್ಯವನ್ನೂ ಗಡಿಯತ್ತ ಸಾಗಿಸಬೇಕು. ಅದೂ ಯವನ ಸೈನ್ಯ ಯಾವ ದಿಕ್ಕಿನಿಂದ ದಾಳಿ ಮಾಡುವುದೆಂದು ಖಚಿತವಾಗಿ ತಿಳಿದ ನಂತರ" ಎಂದ ರಾಕ್ಷಸ.

"ಆಗಬಹುದು" ಎಂದು ಸೇನಾಧ್ಯಕ್ಷರು ಒಪ್ಪಿದರು. ರಾಕ್ಷಸ ಅವರಿಗೆ ಸಿದ್ಧತೆಗಳ ಬಗ್ಗೆ ವಿವರವಾದ ಸಲಹೆಗಳನ್ನು ನೀಡಿದ.

ಅಲೆಗ್ಸಾಂಡರನ ದಾಳಿ ನಡೆದುಬಿಟ್ಟರೆ ಚಾಣಕ್ಯನ ಯೋಜನೆ ಬದಲಾಗಬಹುದು, ಎಂದು ಭಾಗುರಾಯಣ ಆಲೋಚಿಸಿದ. ಆಗ ಚಂದ್ರಗುಪ್ತ ಆಕ್ರಮಣ ಮಾಡಲು ಸಾಧ್ಯವಾಗುವುದೋ ಇಲ್ಲವೋ ಎಂಬ ಸಂದೇಹ ಬಂತು. ಒಂದು ವೇಳೆ ಅಲೆಗ್ಸಾಂಡರ್ ಜಯಿಸಿಬಿಟ್ಟರೆ ಗತಿಯೇನು? ಬಹಳ ಕಾಲದಿಂದ ಪೌರವನಿಗೆ ಮಗಧದ ಮೇಲೆ ಕಣ್ಣಿದೆ. ಅವನು ಬಂದು ಅಲೆಗ್ಸಾಂಡರನ ಆಶ್ರಿತನಾಗಿ ಇಲ್ಲಿ ತಳವೂರಿದರೆ? ಧನನಂದನ ಅವಸಾನವಂತೂ ಆಗುತ್ತದೆ. ಪ್ರಜೆಗಳಿಗೆ ಅಷ್ಟರಮಟ್ಟಿಗಾದರೂ ಒಳ್ಳೆಯದಾಗುತ್ತದೆ. ಏಕೆಂದರೆ ಪೌರವ ತನ್ನ ನಾಡಿನಲ್ಲಿ ಒಳ್ಳೆಯ ರಾಜನೆಂದು ಹೆಸರು ಪಡೆದಿದ್ದಾನೆ. ಹಾಗೇನಾದರೂ ಆದರೆ ಚಂದ್ರಗುಪ್ತನ ಕಾರ್ಯಕ್ಕೆ ತೊಂದರೆಯಾಗುತ್ತದೆ. ತಾನು ಎಲ್ಲ ಸೇನಾಧ್ಯಕ್ಷರನ್ನು ಒಪ್ಪಿಸಿ, ಅವನಿಗೆ ಅನುಕೂಲವಾಗುವಂತೆ ಮಾಡಿರುವ ವ್ಯವಸ್ಥೆಗಳೆಲ್ಲ ವ್ಯರ್ಥವಾಗುತ್ತವೆ. ಒಂದು ವೇಳೆ ನಾವೇ ಗೆದ್ದುಬಿಟ್ಟರೆ? ಆದರಿಂದ ಒಳ್ಳೆಯದೇ ಆಗಬಹುದು. ಚಂದ್ರಗುಪ್ತನ ಆಕ್ರಮಣಕ್ಕೆ ಮಗಧ ಮುಕ್ತವಾಗಿರುತ್ತದೆ... ಇತ್ಯಾದಿ ಯೋಚಿಸುತ್ತ ಅವನು ಇತರ ಸೇನಾಧ್ಯಕ್ಷರೊಂದಿಗೆ ಹೊರಗೆ ಬಂದ.

ಮಂತ್ರಶಾಲೆಯಲ್ಲಿ ಈಗ ಧನನಂದ, ರಾಕ್ಷಸ ಮತ್ತು ಶ್ರೀಯಕ ಮಾತ್ರ ಉಳಿದರು. ಯುದ್ಧ ಸಂದರ್ಭವಾಗಿರುವುದರಿಂದ ಧನನಂದನಿಗೆ ಅಮಾತ್ಯ ರಾಕ್ಷಸನ ಮೇಲೆ ಅಪಾರವಾದ ನಂಬಿಕೆಯೆಂದು ಶ್ರೀಯಕನಿಗೆ ಗೊತ್ತಿತ್ತು. ಅಲ್ಲದೆ ಆ ವಿಷಯದಲ್ಲಿ ರಾಕ್ಷಸನ ಮುಂದೆ ತಾನು ಏನೂ ಅಲ್ಲವೆಂಬುದೂ ಗೊತ್ತಿತ್ತು. ಸದ್ಯದಲ್ಲಿ ಧನನಂದ ಹೆಣ್ಣುಗಳಿಗಾಗಿ ಕಾಡುವುದಿಲ್ಲವೆಂದು ಅವನು ಸಮಾಧಾನಗೊಂಡಿದ್ದ. ಜೊತೆಗೆ ಯುದ್ಧದ ಗದ್ದಲದ ಸಂದರ್ಭದಲ್ಲಿ ತನ್ನ ಕಾರ್ಯ ಸಾಧನೆಗೆ ಏಕೆ ಪ್ರಯತ್ನಿಸಬಾರದೆಂದೂ ಅವನು ಯೋಚಿಸುತ್ತಿದ್ದ.

"ನಗರ ರಕ್ಷಣೆಗೆ ನೀವೇ ಇದ್ದರೆ ಒಳ್ಳೆಯದು" ಎಂದ ಧನನಂದ ರಾಕ್ಷಸನತ್ತ ತಿರುಗಿ.

"ಎಲ್ಲಾದರೂ ಉಂಟೇ!" ಶ್ರೀಯಕ ಹೇಳಿದ, "ಸರ್ವಸೇನಾನಾಯಕರಾಗಿ ರಾಕ್ಷಸರು ರಣರಂಗದಲ್ಲಿರುವರೆಂದರೆ ನಮ್ಮ ಸೈನಿಕರಿಗೆ ಒಂದು ಸ್ಫೂರ್ತಿ. ಆ ಯವನರೂ ನಮ್ಮ ರಾಕ್ಷಸರ ಕೈಚಳಕವನ್ನು ನೋಡಲಿ. ಇಲ್ಲಿಯವರೆಗೆ ಎದುರಿಸಿದ ಸಣ್ಣ ಪುಟ್ಟ ನಾಡುಗಳಂತಲ್ಲ ಈ ಮಗಧ, ಎಂದು ಅಚ್ಚರಿಯಿಂದ ಮೂಗಿನ ಮೇಲೆ ಬೆರಳಿಟ್ಟುಕೊಳ್ಳಲಿ. ಇಲ್ಲಿ ನಾನಿಲ್ಲವೆ, ಎಲ್ಲ ನೋಡಿಕೊಳ್ಳುತ್ತೇನೆ."

"ಹೌದು ಪ್ರಭು" ರಾಕ್ಷಸ ಹೇಳಿದ, "ಸೈನ್ಯದ ನಾಯಕತ್ವವನ್ನು ನಾನೇ ವಹಿಸಿಕೊಳ್ಳಬೇಕು. ಇದು ಸಣ್ಣಪುಟ್ಟ ಯುದ್ಧವಲ್ಲವೆಂಬುದನ್ನು ನಾವು ಮರೆಯಬಾರದು. ನೀವು ಚಿಂತಿಸಬೇಡಿ. ನಗರ ಮತ್ತು ಅರಮನೆಯ ರಕ್ಷಣೆಗೆ ಅಗತ್ಯವಾದ ಎಲ್ಲ ವ್ಯವಸ್ಥೆಗಳನ್ನೂ ಮಾಡಿ ಹೋಗುತ್ತೇನೆ."

'ಅಗತ್ಯವಾದ ಎಲ್ಲ ವ್ಯವಸ್ಥೆಗಳು' ಎಂಬ ಮಾತು ಕಿವಿಗೆ ಬಿದ್ದಾಗ, 'ಈ ಪ್ರಚಂಡ ನನ್ನ ಮೇಲೇ ಗೂಢಚಾರರನ್ನು ನೇಮಿಸಿದರೆ ಆಶ್ಚರ್ಯಪಡಬೇಕಾಗಿಲ್ಲ, ನಾನು ಎಚ್ಚರದಿಂದಿರಬೇಕು' ಎಂದುಕೊಂಡು ಶ್ರೀಯಕ ಹೇಳಿದ, "ಹೌದು ಪ್ರಭು, ಯಾರ ತೊಂದರೆಯೂ ಆಗುವುದಿಲ್ಲ, ನಮ್ಮ ರಾಕ್ಷಸರ ಹೆಸರು ಕೇಳಿದರೆ ಸಾಕು, ಯಾವ ಶತ್ರು ತಾನೆ ಧೈರ್ಯವಾಗಿ ನಗರದೊಳಕ್ಕೆ ಕಾಲಿಡಬಲ್ಲ?"

ಅವನ ಮಾತಿನಲ್ಲಿ ವ್ಯಂಗ್ಯವಿರಬಹುದೇ? ಎಂದು ರಾಕ್ಷಸ ಅವನತ್ತ ತೀಕ್ಷ್ಣವಾಗಿ ನೋಡಿದ. ಇತ್ತೀಚೆಗೆ ಶ್ರೀಯಕನ ವರ್ತನೆಯಲ್ಲಿ ಏನೋ ಕೆಟ್ಟವಾಸನೆ ಬರುತ್ತಿರುವುದನ್ನು ಅವನು ಗಮನಿಸಿದ್ದ. ಸುಗಂಧಿಯ ಪ್ರಸಂಗದಿಂದ ಅವನ ಬಗ್ಗೆ ಒಂದು ರೀತಿಯ ಅಸಹ್ಯ ಭಾವನೆಯೇ ಮೂಡಿತ್ತು. ಕೆಲವು ಕಾಲದಿಂದ ತಾನೂ ಅವನನ್ನು ಅನುಮಾನದಿಂದಲೇ ನೋಡುತ್ತಿದ್ದ. ಅಲ್ಲದೆ ಹೇಡಿಯಾದ ಧನನಂದ ಇಂಥ ಸಂದರ್ಭದಲ್ಲಿ ತಾನಾಗಿ ಯುದ್ಧಕ್ಕೆ ಹೊರಡುವ ಉತ್ಸಾಹ ತೋರಲಿಲ್ಲ. 'ಅದು ಸಾಲದೆಂಬಂತೆ ಪ್ರಾಣಭಯದಿಂದ ತನ್ನ ರಕ್ಷಣೆಗೆ ನಾನೇ ಇಲ್ಲಿರಬೇಕೆಂದು ಕೇಳುತ್ತಿದ್ದಾನೆ. ಸದಾ ಭೋಗದಲ್ಲೇ ಮುಳುಗಿರುವ ಅವನು ಹೋರಾಡುವುದನ್ನೇ ಮರೆತಿರಬೇಕು' ಎಂದುಕೊಂಡ.

ಅಷ್ಟರಲ್ಲಿ ಮತ್ತೆ ಶ್ರೀಯಕ ಒಡಕು ಮಾತಾಡಿದ. "ನೇರವಾಗಿ ಪೌರವನಿಗೂ ನಮಗೂ ಯುದ್ಧ ನಡೆಯುತ್ತಿರುವ ಈ ಸನ್ನಿವೇಶದಲ್ಲಿ ವೈದ್ಯ ಸುಮಂತ ಇಲ್ಲಿರುವುದು ನನಗೇನೋ ಸರಿ ಕಾಣುತ್ತಿಲ್ಲ"

'ಇವನೇಕೆ ಸುಮಂತನ ಬೆನ್ನು ಬಿದ್ದಿದ್ದಾನೆ?' ಎಂಬ ಬೇಸರದಿಂದಲೇ ರಾಕ್ಷಸ ಹೇಳಿದ, "ಈ ಯುದ್ಧಕ್ಕೂ ಸುಮಂತನಿಗೂ ಏನು ಸಂಬಂಧ?"

"ಸಂಬಂಧವಿಲ್ಲವೇ? ಅವನು ಪರ್ವತನಾಡಿನವನಲ್ಲವೇ? ತನ್ನ ರಾಜನ ಬಗ್ಗೆ ಅವನಿಗೆ ಸಹಾನುಭೂತಿ ಇರುವುದಿಲ್ಲವೆ?"

"ಹೌದು, ಸಂಬಂಧವಿದೆ. ಅವನು ಪರ್ವತನಾಡಿನವನೆಂಬುದೂ ನಿಜ. ತನ್ನ ರಾಜ ಪೌರವನ ಬಗ್ಗೆ ಸಹಾನುಭೂತಿಯಿರುವುದೂ ಅಷ್ಟೇ ಸಹಜ. ಹಾಗೆಂದು ಅವನು ತನ್ನ ವೃತ್ತಿಧರ್ಮವನ್ನು ಕಡೆಗಣಿಸುವನೆಂದು ತರ್ಕಿಸುವುದು ಮೂರ್ಖತನ."

"ತನ್ನ ರಾಜನ ಪರವಾಗಿ, ನಮ್ಮ ವಿರುದ್ಧವಾಗಿ ಅವನು ಗೂಢಚರ್ಯೆ ನಡೆಸಿದರೆ?"

"ಅವನು ತಾನಾಗಿ ಇಲ್ಲಿಗೆ ಬಂದಿದ್ದರೆ, ಅವನು ಗೂಢಚರ್ಯೆ ನಡೆಸುವನೆಂದು ಸಂದೇಹ ಪಡಬಹುದಾಗಿತ್ತು. ಆದರೆ ಅವನನ್ನು ನಾವಾಗಿ ಕರೆಸಿದೆವು. ಜೊತೆಗೆ ಅವನು ತಾನು ಎಂಥ ಸಮರ್ಥ ವೈದ್ಯನೆಂಬುದನ್ನು ನಿರೂಪಿಸಿದ್ದಾನೆ. ನಮ್ಮ ರಾಜವೈದ್ಯನನ್ನೇ ನಂಬಿಕೊಂಡಿದ್ದರೆ, ಇಷ್ಟು ಹೊತ್ತಿಗೆ ರಾಜಕುಮಾರನ ಸ್ಥಿತಿ ಏನಾಗುತ್ತಿತ್ತೋ ಯಾರು ಬಲ್ಲರು!"

"ಸಂಜಯನಿಗೆ ಸಾಕಷ್ಟು ಅವಕಾಶ ನೀಡಲಿಲ್ಲವೆಂದು ಕಾಣುತ್ತದೆ."

“ನೀವು ಸಂಜಯನ ಪರವಾಗಿ ಮಾತಾಡುತ್ತಿದ್ದೀರೋ, ಅಥವಾ ಸುಮಂತನ ವಿರುದ್ಧವಾಗಿ ಮಾತಾಡುತ್ತಿರುವಿರೋ? ಸಂಜಯನ ಮೇಲೆ ನಮಗೆ ದ್ವೇಷವೇ? ಅಸಮಾಧಾನವೇ? ಹಾಗಿದ್ದರೆ ಅವನನ್ನು ರಾಜವೈದ್ಯ ಪದವಿಯಿಂದಲೇ ತೆಗೆದು ಹಾಕಬಹುದಾಗಿತ್ತು.”

ಮುಂದೆ ಮಾತನಾಡುವುದು ಕಷ್ಟವಾಗಿ ಶ್ರೀಯಕ ಧನನಂದನ ಮುಖ ನೋಡಿದ. ಅವನು ಹೇಳಿದ, “ಸುಮ್ಮನೆ ವ್ಯರ್ಥ ವಾದವೇಕೆ ಅಮಾತ್ಯರೇ? ನಮ್ಮ ರಾಕ್ಷಸರ ಕಣ್ಣು ತಪ್ಪಿಸಿ ಗೂಢಚರ್ಯೆ ನಡೆಸುವುದು ಅಷ್ಟು ಸುಲಭವಲ್ಲ.”

“ಮರಕ್ಕಿಂತ ಮರ ದೊಡ್ಡದಾಗಿರುವಂತೆ ಬುದ್ಧಿವಂತರನ್ನು ಮೀರಿಸಿದ ಬುದ್ಧಿವಂತರು ಇದ್ದೇ ಇರುತ್ತಾರೆ ಪ್ರಭು” ಎಂದು ಶ್ರೀಯಕ ಮುಖ ಕೆಡಿಸಿಕೊಂಡು.

“ಖಂಡಿತ ಇರುತ್ತಾರೆ” ರಾಕ್ಷಸ ತಕ್ಷಣ ಹೇಳಿದ, “ಆದರೆ ಆ ಸುಮಂತನಂತೂ ನನ್ನ ವಿರುದ್ಧವಾಗಿ ತನ್ನ ಬುದ್ಧಿವಂತಿಕೆ ತೋರಿಸುವ ಪ್ರಯತ್ನ ಪಡುವುದಿಲ್ಲವೆಂಬುದಕ್ಕೆ ನಾನೇ ಭರವಸೆ ನೀಡುತ್ತೇನೆ. ಅವನು ಸಜ್ಜನ, ಸಾತ್ವಿಕ. ರೋಗಿಗಳ ಚಿಕಿತ್ಸೆಯೇ ತನ್ನ ಧರ್ಮವೆಂದು ತಿಳಿದವನು. ಅವನ ಮೇಲೆ ಸಲ್ಲದ ಆರೋಪ ಹೊರಿಸುವುದು ಅನ್ಯಾಯವೆಂದು ನನ್ನ ಭಾವನೆ. ರಾಜಕುಮಾರನ ಆರೋಗ್ಯಕ್ಕಿಂತ ಈ ಸಂದೇಹವೇ ಮುಖ್ಯವೆನ್ನುವುದಾದರೆ, ನಾಳೆಯೇ ಪಾಟಲೀಪುತ್ರವನ್ನು ಬಿಡುವಂತೆ ನಾನು ಅವನಿಗೆ ಹೇಳುತ್ತೇನೆ. ಮಾತ್ರವಲ್ಲ, ಅವನು ಮಗಧದ ಗಡಿ ದಾಟುವಂತೆ ವ್ಯವಸ್ಥೆ ಮಾಡುತ್ತೇನೆ. ಸರಿಯಾಗಿ ಯೋಚಿಸಿ ಹೇಳಿ ಪ್ರಭು.”

“ಬೇಡ ಬೇಡ” ಧನನಂದ ಹೇಳಿದ, “ಅಂಥ ಕಠಿಣ ನಿರ್ಧಾರ ಅಗತ್ಯವಿಲ್ಲ. ನಾನು ಅವನನ್ನು ಸಾಕಷ್ಟು ಗಮನಿಸಿದ್ದೇನೆ. ರಾಕ್ಷಸರು ಹೇಳಿದಂತೆ ಅವನು ಸಜ್ಜನ. ಗೂಢಚರ್ಯೆಯ ಆಲೋಚನೆಯನ್ನು ಅವನು ಮಾಡಲಾರ. ಅಂಥ ಶ್ರದ್ಧಾವಂತ ವೈದ್ಯ ನಮಗೆ ಬೇಕು. ರಾಜಕುಮಾರನ ಆರೋಗ್ಯ ನಮಗೆ ಮುಖ್ಯ.”

ಶ್ರೀಯಕನ ಮುಖ ಪೆಚ್ಚಾಯಿತು. ಅವನು ಕೂಡಲೇ ಅಲ್ಲಿಂದ ಹೊರಟುಬಿಟ್ಟ. ರಾಕ್ಷಸನೂ ಅಲ್ಲಿಂದ ಜಾರಿಕೊಂಡ. ಧನನಂದ ಒಳಗೇ ಭಯದಿಂದ ತಲ್ಲಣಿಸುತ್ತ, ಸ್ವಲ್ಪ ಹೊತ್ತು ಚಿಂತಾಕ್ರಾಂತನಾಗಿ ಅಲ್ಲೇ ಕುಳಿತಿದ್ದ.

★ ★ ★

ಜೀವಸಿದ್ಧಿ ಅಲೆಗ್ಸಾಂಡರನ ಆಕ್ರಮಣದ ವಿಷಯ ತಿಳಿದು ತುಸು ವಿಚಲಿತನಾಗಿದ್ದ. ಆದರೆ ಸಾಕಷ್ಟು ಯೋಚನೆ ಮಾಡಿದ ನಂತರ, ಈ ಯುದ್ಧ ನಡೆಯುವುದಿಲ್ಲ, ಚಾಣಕ್ಯ ನಡೆಯಲು ಬಿಡುವುದಿಲ್ಲ ಎಂದು ಖಚಿತವಾಗಿ ಅನ್ನಿಸತೊಡಗಿತು. ಇದೇ ಯೋಚನೆ ಯಲ್ಲಿರುವಾಗ ರಾಕ್ಷಸ ತನ್ನ ಮಿತ್ರ ಚಂದನದಾಸನ ಜೊತೆಯಲ್ಲಿ ಮನೆಗೆ ಬಂದಾಗ, ಬೆಚ್ಚಿ ಎದ್ದು ನಿಂತು “ಬನ್ನಿ ಬನ್ನಿ, ಹೇಳಿಕಳಿಸಿದ್ದರೆ ನಾನೇ ಬರುತ್ತಿದ್ದೆ. ತಾವು ಏಕೆ ತೊಂದರೆ ತೆಗೆದುಕೊಳ್ಳಲು ಹೋದಿರಿ?” ಎಂದು ಸ್ವಾಗತಿಸಿದ.

ಅವರಿಬ್ಬರೂ ಗೌರವ ಭಾವನೆಯಿಂದ ನಮಸ್ಕರಿಸಿ, ಬಂದು ಒಂದು ಕಡೆ ಕುಳಿತು ಕೊಂಡರು. “ಹಿರಿಯರು, ಪಂಡಿತರು, ಸಾಧುಗಳು ಇದ್ದ ಕಡೆಗೆ ನಾವೇ ಹೋಗಿ ಗೌರವ ಸಲ್ಲಿಸುವುದು ನ್ಯಾಯ” ಎಂದ ರಾಕ್ಷಸ.

"ಸಾಮಾನ್ಯ ದೃಷ್ಟಿಯಿಂದ ಅದು ಸರಿ" ಎಂದ ಜೀವಸಿದ್ಧಿ ಹೇಳಿದ, "ಆದರೆ ಪ್ರಜೆಗಳ ಯೋಗಕ್ಷೇಮದ ಹೊಣೆ ಹೊತ್ತ ಅಮಾತ್ಯರು ತಾವು ಹೇಳಿ ಕಳಿಸಿದರೆ ಅದು ತಪ್ಪಾಗುವುದಿಲ್ಲ. ಅದಿರಲಿ, ನನ್ನಿಂದೇನಾಗಬೇಕು ಹೇಳಿ."

"ಹೀಗೇ ಸುಮ್ಮನೆ, ನಿಮ್ಮ ಯೋಗಕ್ಷೇಮ ವಿಚಾರಿಸಿಕೊಂಡು ಹೋಗಲು ಬಂದೆ, ಅಷ್ಟೆ" ಎಂದು ಮೇಲೆ ಹೇಳಿದರೂ, ಅವನು ಮನಸ್ಸಿನಲ್ಲಿ ಯಾವುದೋ ಸಮಸ್ಯೆಯನ್ನು ಹೊತ್ತು ತಂದಿರಬೇಕೆಂದು, ಅವನ ಗಂಭೀರ ಮುಖ ನೋಡಿದಾಗಲೇ ಜೀವಸಿದ್ಧಿಗೆ ಅರ್ಥವಾಯಿತು. ಅವನು ಸ್ವಲ್ಪ ನಗುತ್ತ ಹೇಳಿದ, "ನಿಮ್ಮ ಆಶ್ರಯಕ್ಕೆ ಬಂದಾಗಲೇ ನನ್ನ ಯೋಗಕ್ಷೇಮ ಸುಭದ್ರವಾಯಿತು ಅಮಾತ್ಯರೇ. ಅದನ್ನು ನೀವು ವಿಚಾರಿಸಲೇಬೇಕಾಗಿಲ್ಲ, ಆದರೆ ನಿಮ್ಮ ಮನಸ್ಸಿನಲ್ಲಿ ಯಾವುದೋ ಗಂಭೀರವಾದ ವಿಷಯವಂತೂ ಇದೆ."

"ಅದೇನೆಂದು ನಿಮಗೂ ಗೊತ್ತಿರುತ್ತದೆ."

'ಇವನು ನನ್ನ ಜ್ಯೋತಿಷ್ಯ ಜ್ಞಾನವನ್ನು ಪರೀಕ್ಷಿಸಲು ಬಂದಿರುವಂತಿದೆ' ಎಂದುಕೊಂಡು ಜೀವಸಿದ್ಧಿ ಏನು ವಿಷಯವಿರಬಹುದೆಂದು ಕೆಲವು ಕ್ಷಣ ಯೋಚಿಸಿ, ಅದೇನಿರಬಹುದೆಂದು ಲೆಕ್ಕ ಹಾಕಿ ಹೇಳಿದ, "ಸದ್ಯದಲ್ಲಿ ಮಗಧವನ್ನು ಆವರಿಸಿರುವ ಯುದ್ಧದ ಕಾರ್ಮೋಡ ವಲ್ಲದೆ ಬೇರೆಯೇನಿರುತ್ತದೆ? ಆದರೆ ನನ್ನ ಜ್ಯೋತಿಷ್ಯ ಜ್ಞಾನದ ಪ್ರಕಾರ ಈ ಯುದ್ಧ ನಡೆಯುವುದಿಲ್ಲ."

ರಾಕ್ಷಸ ಚಕಿತನಾಗಿ ಚಂದನದಾಸನ ಮುಖ ನೋಡಿದ. "ಇದೇನು ಪೂಜ್ಯರೇ, ಹೀಗೆ ಹೇಳುತ್ತಿದ್ದೀರಿ!" ರಾಕ್ಷಸ ಕೇಳಿದ, "ನಮ್ಮ ಗೂಢಚಾರರು ಖಚಿತವಾದ ಸುದ್ದಿ ತಂದಿದ್ದಾರೆ. ಗಡಿಯಿಂದಲೂ ಸುದ್ದಿ ಬಂದಿದೆ. ಯುದ್ಧ ಆಗಿಯೇ ಆಗುವುದೆಂದು ಜನರೆಲ್ಲ ಮಾತಾಡಿ ಕೊಳ್ಳುತ್ತಿದ್ದಾರೆ. ನೀವು ನೋಡಿದರೆ ಆಗುವುದಿಲ್ಲವೆಂದು ಹೇಳುತ್ತಿದ್ದೀರಿ?"

ಅಕಸ್ಮಾತ್ ಯುದ್ಧ ನಡೆದುಬಿಟ್ಟರೇನು ಗತಿಯೆಂದು ಒಂದು ಕ್ಷಣ ಜೀವಸಿದ್ಧಿಗೆ ಭಯವಾಯಿತು. ನಡೆಯದಿದ್ದರೆ ತನ್ನ ಜ್ಯೋತಿಷ್ಯದ ಮೇಲೆ ಅಪಾರ ನಂಬಿಕೆ ಬರುತ್ತದೆ. ಆ ನಂಬಿಕೆ ಚಾಣಕ್ಯನ ಕಾರ್ಯಕ್ಕೆ ಅಗತ್ಯ ಎಂದುಕೊಂಡ. ಅದೇ ಕ್ಷಣದಲ್ಲಿ ಶ್ರೀಯಕನ ಜೊತೆ ನಡೆದ ಮಾತುಕತೆಗಳು ನೆನಪಾದವು. ಸೂಕ್ಷ್ಮವಾಗಿ ಅದನ್ನೂ ಹೇಳಿಬಿಟ್ಟರೆ ಹೇಗೆಂದು ಯೋಚಿಸಿ "ನನ್ನ ಮಾತು ಸುಳ್ಳಾಗಿ, ಈ ಯುದ್ಧವೇನಾದರೂ ನಡೆದುಬಿಟ್ಟರೆ ನಾನು ಜ್ಯೋತಿಷ್ಯ ಹೇಳುವುದನ್ನೇ ಬಿಟ್ಟುಬಿಡುತ್ತೇನೆ" ಎಂದು ಧೈರ್ಯವಾಗಿ ಹೇಳಿಬಿಟ್ಟ.

"ಸದ್ಯ, ಅಷ್ಟಾದರೆ ಸಾಕು. ಸಾವಿರಾರು ಜನರ ಮಾರಣ ಹೋಮ ನಡೆಯುವುದು ತಪ್ಪುತ್ತದೆ" ಎಂದ ಚಂದನದಾಸ.

"ಹೊರಗಿನ ಶತ್ರುಗಳು ತಕ್ಷಣದಲ್ಲಿ ಇರುವಂತೆ ಕಾಣುತ್ತಿಲ್ಲ, ಒಳಗಿನ ಶತ್ರುಗಳ ಬಗ್ಗೆ ಎಚ್ಚರಿಕೆಯಿಂದಿರುವುದು ಒಳ್ಳೆಯದು."

"ಒಳಗಿನ ಶತ್ರುಗಳೇ! ಯಾರವರು?" ರಾಕ್ಷಸ ನಿಜವಾಗಲೂ ಆಘಾತಗೊಂಡು ಕೇಳಿದ.

"ಇಂಥವರೇ ಎಂದು ಬೆರಳು ತೋರಿಸಿ ಖಚಿತವಾಗಿ ಹೇಳಲು ಸಾಧ್ಯವಿಲ್ಲ, ಯುದ್ಧದ ಸುದ್ದಿ ತಿಳಿದಾಗಲೇ ನಾನು ಮಗಧದ ಜಾತಕ, ಚಕ್ರವರ್ತಿಗಳ ಜಾತಕವನ್ನು ಲೆಕ್ಕ ಹಾಕಿ ನೋಡಿದ್ದೇನೆ. ಅರಮನೆಯ ಆಪ್ತ ವಲಯದ ಯಾರೋ ಒಬ್ಬರು ಸಲ್ಲದ ಕಾರ್ಯ ಆಲೋಚಿಸುತ್ತಿರುವಂತಿದೆ."

ಯಾರಿರಬಹುದು? ತಕ್ಷಣ ರಾಕ್ಷಸನಿಗೆ ನಿನ್ನೆ ಧನನಂದನ ಜೊತೆ ಮಾತಾಡುವಾಗ ಶ್ರೀಯಕ ತನ್ನ ಬಗ್ಗೆ ಅಸಹನೆಯನ್ನು ವ್ಯಕ್ತಪಡಿಸಿದ್ದು, ಅವನಿಗೆ ಸಂಬಂಧಿಸಿದ ಹಿಂದಿನ ಹಲವಾರು ಘಟನೆಗಳು ನೆನಪಾಗಿ ಅವನೇ ಇರಬೇಕೆನ್ನಿಸಿತು. ಅವನಿಂದ ಮಗಧಕ್ಕೆ ಅಪಾಯವೇ? ಎಂದುಕೊಂಡಾಗ ರಾಕ್ಷಸನಿಗೆ ಆಶ್ಚರ್ಯವಾಯಿತು. ಅದು ನಿಜವಾಗಿದ್ದರೆ ಖಂಡಿತ ಅಪಾಯಕಾರಿ ಎನ್ನಿಸಿತು. ಯುದ್ಧಕ್ಕೆ ಹೋದರೆ ಶ್ರೀಯಕ ತಾನೇ ನಗರವನ್ನು ನೋಡಿಕೊಳ್ಳುವುದಾಗಿ ಹೇಳಿದ್ದರಲ್ಲಿ ಏನಾದರೂ ದುರುದ್ದೇಶವಿರಬಹುದೇ? ಅದೇ ದುರುದ್ದೇಶದಿಂದಲೇ ಅವನು ಸುಮಂತನ ಮೇಲೆ ಕೆಂಡ ಕಾರುತ್ತಿದ್ದಾನೆಯೇ? ಅವನು ಮಗಧಕ್ಕೆ ಯಾವ ಅಪಾಯ ಮಾಡಬಲ್ಲ? ಅಥವಾ ಧನನಂದನಿಗೇ ಏನಾದರೂ ಅಪಾಯ ಮಾಡಬಹುದೇ? ಅದು ಹೇಗೆ ಸಾಧ್ಯ? ಅತ್ಯಂತ ನಿಷ್ಠಾವಂತನಾಗಿ ಕಾಣುತ್ತಾನೆ. ಅಥವಾ ಅತಿನಿಷ್ಠೆಯ ಹಿಂದೆ ದ್ರೋಹದ ಆಲೋಚನೆಯಿರಬಹುದೇ? ಅವನಿಗೆ ಬೇರೆ ಯಾರಾದರೂ ಬೆಂಬಲಿಗರಿದ್ದಾರೆಯೇ? ಅಥವಾ ಅವನು ಬೇರೆ ನಾಡಿನ ಗೂಢಚಾರಿಯೇ? ಇಂಥ ನೂರಾರು ಪ್ರಶ್ನೆಗಳು ರಾಕ್ಷಸನ ಮನಸ್ಸಿನಲ್ಲಿ ಸುಳಿದವು. ಆದರೆ ಎಲ್ಲವೂ ಒಂದಕ್ಕೊಂದು ಸಂಬಂಧವಿಲ್ಲದ ಅಸಂಗತ ಸಾಧ್ಯತೆಗಳಾಗಿ ಕಂಡುಬಂದವು.

ಅವನ ಮನಸ್ಸಿನ ವ್ಯಾಪಾರವನ್ನು ತರ್ಕಿಸಿದ ಜೀವಸಿದ್ಧಿ ಸಮಾಧಾನಪಡಿಸುವಂತೆ ಹೇಳಿದ, ''ಚಿಂತಿಸಬೇಡಿ, ಆ ಒಳಶತ್ರುವಿನ ಪ್ರಯತ್ನ ಯಶಸ್ವಿಯಾಗುವುದಿಲ್ಲ, ಸ್ವಲ್ಪ ಗೊಂದಲವುಂಟಾಗುವುದಂತೂ ನಿಜ. ನೀವು ನಿಮ್ಮ ಎಚ್ಚರದಲ್ಲಿದ್ದರಾಯಿತು.''

ಮತ್ತೆ ಆ ಬಗ್ಗೆ ಕೆದಕಿ ಕೇಳುವ ಇಷ್ಟವಾಗದೆ, ಶ್ರೀಯಕನ ಮೇಲೆ ಒಂದು ಕಣ್ಣಿಡಲು ನಿರ್ಧರಿಸಿದ ರಾಕ್ಷಸ ಚಂದನದಾಸನನ್ನು ತೋರಿಸಿ ಹೇಳಿದ, ''ಇವರು ನನ್ನ ಆಪ್ತ ಮಿತ್ರ ಚಂದನದಾಸ, ರತ್ನಪಡಿ ವರ್ತಕ. ಇವರ ಭವಿಷ್ಯ ಹೇಳಿ.''

ಒಂದು ಕ್ಷಣ ಅವನ ಮುಖವನ್ನು ದಿಟ್ಟಿಸಿ ನೋಡಿದ ಜೀವಸಿದ್ಧಿ ನಗುತ್ತ ಹೇಳಿದ, ''ಅವರ ಭವಿಷ್ಯವನ್ನು ನಾನು ಹೇಳಬೇಕೇ? ಅವರಿಗೇ ಗೊತ್ತು.''

''ಅಯ್ಯೋ, ನನಗೆ ಭವಿಷ್ಯ ತಿಳಿಯುವ ಜ್ಞಾನವಿಲ್ಲ'' ಎಂದ ಚಂದನದಾಸ ಸಂಕೋಚದಿಂದ.

''ಹಾಗಲ್ಲ ಚಂದನದಾಸರೇ, ನಿಮ್ಮ ಸಾತ್ವಿಕತೆ, ಸಂತೃಪ್ತಿ, ಸಹೃದಯತೆಯಲ್ಲೇ ನಿಮ್ಮ ಭವಿಷ್ಯ ಅಡಗಿದೆ ಎಂದು ಹೇಳಿದೆ, ಅಷ್ಟೆ. ನಿಮ್ಮ ಮಿತ್ರಪ್ರೇಮವಂತೂ ಅಪಾರವಾಗಿದೆ. ಇಷ್ಟರಲ್ಲೇ ಅದರ ಪರೀಕ್ಷೆಯಂತೂ ನಡೆಯಬಹುದು.''

''ಏನಾದರೂ ಆಪತ್ತಿನ ಸಂದರ್ಭವೇ?'' ರಾಕ್ಷಸ ಕೇಳಿದ.

ಅದಕ್ಕೆ ಚಂದನದಾಸನೇ ಹೇಳಿದ, ''ಎಂಥ ಆಪತ್ತಿನ ಸಂದರ್ಭವೇ ಬರಲಿ, ನನ್ನ ಮಿತ್ರಪ್ರೇಮದ ಪರೀಕ್ಷೆಯಲ್ಲಿ ನಾನೇ ಗೆಲ್ಲುವೆನೆಂದು ನಾನೇ ಭವಿಷ್ಯ ನುಡಿಯುತ್ತೇನೆ.''

''ಆ ದೃಢ ನಿರ್ಧಾರ ನಿಮ್ಮ ಮುಖದಲ್ಲಿ ಕಾಣುತ್ತಿದೆ.''

''ಒಮ್ಮೆ ನಮ್ಮ ಮನೆಗೆ ಬಂದು, ನಮ್ಮ ಸತ್ಕಾರ ಸ್ವೀಕರಿಸಬೇಕೆಂದು ಕೇಳಿಕೊಳ್ಳುತ್ತೇನೆ.''

''ನಿಮ್ಮ ಮಿತ್ರರ ಆಶ್ರಯದಲ್ಲಿ ನಿತ್ಯ ಸತ್ಕಾರ ಹೊಂದುತ್ತಿದ್ದೇನೆ. ಅದರಲ್ಲಿ ನಿಮ್ಮ ಸತ್ಕಾರವೂ ಸೇರಿಕೊಂಡಂತಾಯಿತು. ಆಗಲಿ, ಯಾವಾಗಲಾದರೂ ಬರುತ್ತೇನೆ'' ಎಂದು ಜೀವಸಿದ್ಧಿ ಅವರನ್ನು ಬೀಳ್ಕೊಟ್ಟ.

ಹೊರಗೆ ಬರುತ್ತಾ ಚಂದನದಾಸ ಜೀವಸಿದ್ಧಿಯಲ್ಲಿ ಜ್ಯೋತಿಷ್ಯದ ಬಗೆಗೆ ನಿಜವಾದ ಪಾಂಡಿತ್ಯವಿದೆಯೆಂದು ಮೆಚ್ಚಿದ.

"ಆದರೆ ಅವನು ಅಷ್ಟು ಖಚಿತವಾಗಿ ಹೇಳುತ್ತಿದ್ದರೂ, ಯುದ್ಧವಾಗುವುದಿಲ್ಲವೆಂದರೆ, ಒಪ್ಪಲು ಏಕೋ ನನ್ನ ಮನಸ್ಸು ಸಿದ್ಧವಾಗಿಲ್ಲ" ಎಂದ ರಾಕ್ಷಸ.

"ಅಷ್ಟು ಅಪನಂಬಿಕೆಯಿದ್ದರೆ, ನಿನ್ನ ಸಿದ್ಧತೆಯನ್ನು ನೀನು ಮಾಡಿಕೊಂಡರಾಯಿತು. ನನಗೇನೋ ಅವನು ಅಷ್ಟು ಆತ್ಮವಿಶ್ವಾಸದಿಂದ ಹೇಳುತ್ತಿರುವುದರಿಂದ ಯುದ್ಧವಾಗುವುದಿಲ್ಲ ವೆಂದೇ ಅನ್ನಿಸುತ್ತಿದೆ."

ಅವರು ರಾಕ್ಷಸನ ಭವನಕ್ಕೆ ಬಂದು ಸಂದರ್ಶನ ಶಾಲೆಯಲ್ಲಿ ಸ್ವಲ್ಪ ಹೊತ್ತು ಮಾತಾಡುತ್ತ ಕುಳಿತರು. "ಜೀವಸಿದ್ಧಿ ಹೇಳಿದ ಒಳಗಿನ ಶತ್ರುವಿನ ಬಗ್ಗೆ ಖಚಿತವಾಗಿ ಊಹೆ ಮಾಡಲಾಗುತ್ತಿಲ್ಲ" ರಾಕ್ಷಸ ಸ್ವಲ್ಪ ಚಿಂತೆಯಿಂದಲೇ ಹೇಳಿದ.

"ಬಹುಶಃ ಆ ಚಣಕನ ಮಗ ಚಾಣಕ್ಯನಿರಬಹುದೇ?" ಚಂದನದಾಸ ಅನುಮಾನಿಸಿದ.

"ಅವನು ಒಳಗಿನ ಶತ್ರು ಹೇಗಾಗುತ್ತಾನೆ? ಆದರಲ್ಲೂ ಅರಮನೆಗೆ ಆಪ್ತನೆಂದು ಬೇರೆ ಹೇಳಿದ್ದಾನೆ."

"ಚಾಣಕ್ಯ ಅರಮನೆಗೆ ಆಪ್ತನಲ್ಲದಿರಬಹುದು. ಆದರೆ ಅವನು ತನ್ನ ತಂದೆಯ ಸಾವು ಮತ್ತು ತನಗಾದ ಅಪಮಾನವನ್ನು ನುಂಗಿ ಸುಮ್ಮನೆ ಕೂಡುವವನಲ್ಲ ಎಂದು ನನ್ನ ಮನಸ್ಸು ಹೇಳುತ್ತಿದೆ."

"ಆ ಚಂದ್ರಗುಪ್ತನೂ ಚಾಣಕ್ಯನ ಜೊತೆ ಸೇರಿರುವ ಸಂಗತಿ ಜನಜನಿತವಾಗಿದೆ. ಆದರೆ ಅವರು ಮಗಧವನ್ನು ಮಣಿಸಲು ಸಮರ್ಥರಾಗುವರೆಂದು ನನಗೆ ಅನಿಸುತ್ತಿಲ್ಲ."

"ಕೆರಳಿದ ಬ್ರಾಹ್ಮಣನ ಸೇಡು ಎಲ್ಲಿಯವರೆಗೆ ಬೇಕಾದರೂ ಹೋಗಬಹುದೆಂದು ನಿನಗೆ ಗೊತ್ತಿಲ್ಲವೆ?"

"ಹುಂ, ಬ್ರಾಹ್ಮಣ!" ರಾಕ್ಷಸ ಹಗುರವಾಗಿ ನಕ್ಕ. "ಬರೀ ಶಾಸ್ತ್ರಜ್ಞಾನದಿಂದ ಜಗತ್ತನ್ನೇ ನಿಯಂತ್ರಿಸಲು ನೋಡುವ ಸೋಮಾರಿಗಳು."

"ನೀನೂ ಒಬ್ಬ ಬ್ರಾಹ್ಮಣನಾಗಿ ಇಂಥ ಮಾತಾಡುವುದೇ?"

"ನಾನು ಆ ಸಾಂಪ್ರದಾಯಿಕ ಬ್ರಾಹ್ಮಣನ ಗುಣ ಲಕ್ಷಣಗಳನ್ನು ಉದ್ದೇಶಪೂರ್ವಕ ವಾಗಿಯೇ ಬದಲಾಯಿಸಿಕೊಂಡಿದ್ದೇನೆ. ನಾನು ಕ್ಷತ್ರಿಯನಂತೆ ಆಯುಧ ಹಿಡಿದು ರಣರಂಗದಲ್ಲಿ ಹೋರಾಡಬಲ್ಲೆ; ನಿನ್ನಂಥ ಬೌದ್ಧನೊಂದಿಗೆ ಸ್ನೇಹವನ್ನೂ ಬೆಳೆಸಬಲ್ಲೆ."

"ತಪ್ಪು ವಸುಭೂತಿ" ಚಂದನದಾಸ ಹೇಳಿದ, "ಒಬ್ಬಿಬ್ಬರ ನಡವಳಿಕೆಯ ಮೇಲಿನಿಂದ ಇಡೀ ಬ್ರಾಹ್ಮಣ ವರ್ಗವನ್ನೇ ದೂಷಿಸುವುದು ತಪ್ಪು. ನಾನು ಬೌದ್ಧನೇ ಆಗಿರಬಹುದು. ಆದರೆ ಮಹಾಜ್ಞಾನಿಗಳಾದ ಋಷಿಗಳನ್ನು, ಸಾತ್ವಿಕರಾಗಿ ಬದುಕಿದ ಮಹನೀಯರನ್ನು, ಧರ್ಮಕಾರ್ಯ ಮತ್ತು ಜ್ಞಾನ ಪ್ರಸಾರವನ್ನೇ ತಮ್ಮ ಗುರಿಯನ್ನಾಗಿರಿಸಿಕೊಂಡು ದುಡಿದ ಮಹಾತ್ಮರನ್ನು ಗೌರವಪೂರ್ವಕವಾಗಿ ನೆನೆಯುತ್ತೇನೆ. ಬ್ರಾಹ್ಮಣರೊಂದಿಗೆ ನನಗಿರುವುದು ಅಥವಾ ಎಲ್ಲ ಬೌದ್ಧರಿಗೆ ಇರಬೇಕಾದದ್ದು ಬರೀ ತಾತ್ವಿಕ ಭಿನ್ನಾಭಿಪ್ರಾಯಗಳೇ ಹೊರತು ವೈಯಕ್ತಿಕವಲ್ಲ."

"ಎಲ್ಲರೂ ನಿನ್ನಂಥ ಉದಾತ್ತರಿರುವುದಿಲ್ಲ"

"ಅದು ನನಗೂ ಗೊತ್ತು. ಆದರೆ ಉದಾತ್ತರು ಎಲ್ಲ ವರ್ಗದ ಎಲ್ಲ ಜನರಲ್ಲೂ ಇರುತ್ತಾರೆ. ಹಾಗೇ ಮೂರ್ಖರೂ, ಅಯೋಗ್ಯರೂ ಕೂಡ."

"ಹೌದು, ನಿನ್ನ ಮಾತಿನಲ್ಲಿ ಸತ್ಯವಿದೆ. ಆದರೆ ಸ್ವಪ್ರತಿಷ್ಠೆ ಮತ್ತು ಸ್ವಾರ್ಥ ಮೇಲುಗೈಯಾದರೆ ಎಲ್ಲ ತಾರತಮ್ಯಗಳೂ ದ್ವೇಷಾಸೂಯೆಗಳಾಗಿ ಆಳ್ವಿಕೆ ನಡೆಸುತ್ತವೆ."

"ಹೌದು, ಹಾಗೆ ನೋಡಿದರೆ ಪ್ರತಿಷ್ಠಿತ ವರ್ಗದ ಅನುಕೂಲವಂಥ ಜನರನ್ನು ಬಿಟ್ಟರೆ, ಬಹುಸಂಖ್ಯೆಯಲ್ಲಿರುವ ಸಾಮಾನ್ಯ ಜನರಿಗೆ ಮೊದಲು ಬೇಕಾಗಿರುವುದು ಧರ್ಮ ಪ್ರತಿಷ್ಠೆಯಲ್ಲ, ಅನ್ನ, ಆಹಾರ, ದಿನ ನಿತ್ಯದ ನೆಮ್ಮದಿಯ ಬದುಕು ಮತ್ತು ಸುರಕ್ಷಿತತೆಯ ಭಾವನೆ. ಅದನ್ನು ಕೊಡುವುದು ರಾಜನ ಕರ್ತವ್ಯ. ಅದೇ ಈ ನಗರದಲ್ಲಿ ಇಲ್ಲವಾಗಿದೆಯಲ್ಲ!"

"ಅದಕ್ಕೆ ನಾನು ಕಾರಣನೆಂದು ಆಕ್ಷೇಪಣೆಯೇ ?" ರಾಕ್ಷಸ ತುಸು ಅಸಮಾಧಾನದಿಂದ ಕೇಳಿದ.

"ನೀನು ಕಾರಣನೆಂದು ಹೇಳುತ್ತಿಲ್ಲ, ಆದರೆ ಆಳ್ವಿಕೆಯ ಒಂದು ಭಾಗವೇ ಆಗಿರುವ ನೀನೂ ಕೂಡ ಆ ಹೊಣೆಯಲ್ಲಿ ಭಾಗಿ ಎಂದು ಹೇಳಲೇಬೇಕಾಗುತ್ತದೆ."

"ಅಂದರೆ, ನಾನು ರಾಜನಿಷ್ಠೆಯಿಂದ ದೂರ ಸರಿಯಬೇಕೆಂದು ನಿನ್ನ ಅಭಿಪ್ರಾಯವೆ ?"

"ಇಲ್ಲ, ನಾನು ಹಾಗೆ ಹೇಳುತ್ತಿಲ್ಲ, ಆದರೆ ರಾಜನ ಯಾವ ಗುಣಗಳಿಗೆ ಅಥವಾ ಎಂಥ ಶಾಸನಗಳಿಗೆ ನಿಷ್ಠೆ ತೋರಿಸಬೇಕೆಂಬ ಪರಿವೆಯೂ ಮುಖ್ಯವಲ್ಲವೇ ?"

"ಇದೊಂದು ವಿಷಯದಲ್ಲಿ ನಾನು ಅಸಹಾಯಕ ಚಂದನದಾಸ. ಹಾಗೆಂದು ನಾನು ನಿನಗೆ ಹಲವು ಸಲ ಹೇಳಿದ್ದೇನೆ. ನಿನ್ನ ಮಾತು ಸರಿಯೆಂದು ನನಗೂ ಅನ್ನಿಸುತ್ತದೆ. ರಾಜನಿಷ್ಠೆ ಮುಖ್ಯವೋ, ಮಗಧದ ನಿಷ್ಠೆ ಮುಖ್ಯವೋ ಎಂದು ನನ್ನಲ್ಲಿ ನಾನೇ ಸಾವಿರ ಸಲ ಜಿಜ್ಞಾಸೆ ನಡೆಸಿದ್ದೇನೆ. ಆದರೆ ಹಿಂದಿನ ನನ್ನ ದೀನಸ್ಥಿತಿ ಕಣ್ಣೆದುರಿಗೆ ಸುಳಿಯುತ್ತದೆ. ಒಂದು ವೇಳೆ ಧನನಂದ ನನ್ನನ್ನು ಕೈಬಿಟ್ಟಿದ್ದರೆ, ಇಂದು ನಾನು ಯಾವ ಸ್ಥಿತಿಯಲ್ಲಿರುತ್ತಿದ್ದೆನೆಂದು ಊಹೆ ಮಾಡಿಕೊಳ್ಳುತ್ತೇನೆ. ತಕ್ಷಣ ನನ್ನ ಮನಸ್ಸು ಧನನಂದನ ಬಗ್ಗೆ ಕೃತಜ್ಞತೆಯಿಂದ ತುಂಬಿ ಹೋಗುತ್ತದೆ. ಈಗ ಮಹಾವೀರ, ಮಹಾಬುದ್ಧಿವಂತ, ಸಮರ್ಥ ಆಡಳಿತಗಾರ ಎಂಬ ಪ್ರಶಂಸೆ ಗಳಿಸಿದ ಗಣ್ಯನೆನಿಸಿಕೊಳ್ಳಲು ಧನನಂದ ಕಾರಣವೇ ಹೊರತು, ಮಗಧವಲ್ಲ ಎನಿಸಿಬಿಡುತ್ತದೆ. ಧನನಂದನ ಪಾಪಾಚರಣೆಗಳಿಗೆ ಅವನೇ ಹೊಣೆ, ನಾನು ಮಾತ್ರ ನನ್ನ ಸ್ವಾಮಿನಿಷ್ಠೆಯಿಂದ ಕದಲಬಾರದೆಂದು ನಿರ್ಧಾರ ಮಾಡಿಬಿಡುತ್ತೇನೆ."

ಎರಡು ಕ್ಷಣದ ಮೌನದ ನಂತರ ಚಂದನದಾಸ ಹೇಳಿದ, "ನಿನ್ನ ಸ್ಥಿತಿಗಾಗಿ ನನಗೆ ಮರುಕವಾಗುತ್ತದೆ ವಸುಭೂತಿ. ಹೋಗಲಿ ಬಿಡು, ಮತ್ತೆ ಮತ್ತೆ ನಾನು ಆ ವಿಷಯ ಕೆದಕಿ ನಿನಗೆ ಬೇಸರವುಂಟು ಮಾಡುವುದಿಲ್ಲ"

"ಬೇಸರವೇಕೆ ? ಸಲಹೆ ಕೊಡುವ ಅಧಿಕಾರ ನಿನಗಿದೆ. ಹಾಗೆಯೇ ನನ್ನ ಅಂತರಂಗವನ್ನು ನಾನು ನಿನ್ನ ಬಳಿ ಮಾತ್ರ ತೋಡಿಕೊಳ್ಳಬಲ್ಲೆ. ನೀನೂ ಇಲ್ಲದಿದ್ದರೆ ನಾನು ಒಂಟಿಯಾಗಿ ಬಿಡುತ್ತಿದ್ದೆ."

'ನಿನ್ನ ಚಕ್ರವರ್ತಿ ಒಳ್ಳೆಯವನಾಗಿದ್ದರೆ ನೀನೂ ಒಳ್ಳೆಯವನಾಗುತ್ತಿದ್ದೆ. ಆಗ ಇಡೀ ಮಗಧದ ಪ್ರಜೆಗಳು ನಿನ್ನೊಂದಿಗಿರುತ್ತಿದ್ದರು. ಒಂಟಿತನದ ಭಾವನೆ ಬರಲು ಕಾರಣವೇ ಇರುತ್ತಿರಲಿಲ್ಲ' ಎಂದು ಚಂದನದಾಸ ಮನಸ್ಸಿನಲ್ಲೇ ಅಂದುಕೊಂಡ.

★ ★ ★

ಅತ್ತ ಜೀವಸಿದ್ಧಿ ಸಂಜಯನ ಮೂಲಕ ಅಂದು ರಾತ್ರಿಯೇ ಶ್ರೀಯಕನನ್ನು ಭೇಟಿ ಮಾಡಿದ. "ಏನು ವಿಷಯ ಪೂಜ್ಯರೆ? ಇಷ್ಟು ಅವಸರದ ಭೇಟಿಗೆ ಏನಾದರೂ ಕಾರಣವಿದೆಯೆ ?" ಎಂದು ಶ್ರೀಯಕ ಕೇಳಿದ.

"ಹೌದು ಅಮಾತ್ಯರೇ, ಕಾರಣವಿದೆ. ಅದಕ್ಕೆ ನಿಮಗೆ ತೊಂದರೆ ಕೊಡಬೇಕಾಯಿತು."

"ಕುಳಿತುಕೊಳ್ಳಿ, ಅದೇನು ವಿವರವಾಗಿ ಹೇಳಿ."

"ಇಂದು ಬೆಳಿಗ್ಗೆ ನಿಮ್ಮ ಜಾತಕವನ್ನು ಹಿಡಿದು ಕುತೂಹಲದಿಂದ ನೋಡುತ್ತಿರುವಾಗ ಒಂದು ವಿಷಯ ಗಮನಕ್ಕೆ ಬಂತು."

"ಏನು ? ಏನು ಅಂಥ ವಿಷಯ ?"

"ಏನಿಲ್ಲ, ತಕ್ಷಣದಲ್ಲಿ ನಿಮ್ಮ ಕಾರ್ಯಕ್ಕೆ ಏನೋ ಅಡ್ಡಿ ಬರುವ ಸೂಚನೆಯಿದೆ. ಅದು ನಿಮ್ಮ ಮೇಲೆ ಕಪ್ಪು ನೆರಳು ಬೀಳುವ ಸೂಚನೆ ನೀಡುತ್ತಿದೆ."

"ನೆರಳೆ ? ಹಾಗೆಂದರೆ ಏನರ್ಥ ?" ಶ್ರೀಯಕ ತಲೆ ಕೆಡಿಸಿಕೊಂಡ.

"ಬಹುಶಃ ನಿಮ್ಮನ್ನು ಹಿಂಬಾಲಿಸುವ ನೆರಳಿರಬಹುದು."

"ಅಂದರೆ ಗೂಢಚಾರಿಗಳು ಕಣ್ಣಿಡುವರೆಂದು ಅರ್ಥವೇ ?" ಎಂದ ಸಂಜಯ ಸಂದೇಹದಿಂದಲೇ.

"ಹೌದು, ಅದೇ ಇರಬಹುದು. ಅಂದರೆ ನಿಮ್ಮ ಮೇಲೆ ಯಾರಿಗೋ ಸಂದೇಹ ಬಂದಿರಬೇಕು. ಅಮಾತ್ಯ ರಾಕ್ಷಸರಿಗೇನಾದರೂ ನಿಮ್ಮ ನಡವಳಿಕೆಯ ಬಗ್ಗೆ ಅನುಮಾನ ಬಂದಿದೆಯೇ ?"

ತಕ್ಷಣ ಶ್ರೀಯಕನಿಗೆ ಧನನಂದನ ಬಳಿ ತನಗೂ ರಾಕ್ಷಸನಿಗೂ ನಡೆದ ಬಿಸಿ ಮಾತುಕತೆ ನೆನಪಾಯಿತು. "ಹೌದು, ಅವನಿಗೆ ಸಂದೇಹ ಬಂದಿರುತ್ತದೆ. ಅವನ ಸೂಕ್ಷ್ಮ ಬುದ್ಧಿಗೆ ಸ್ವಲ್ಪ ವಾಸನೆ ಬಂದಿರಬಹುದು" ಎನ್ನುತ್ತ ಶ್ರೀಯಕ ಹಣೆಯ ಮೇಲೆ ಮೂಡಿದ ಬೆವರನ್ನು ಉತ್ತರೀಯದಿಂದ ಒರೆಸಿಕೊಂಡ.

"ಈಗೇನು ಮಾಡುವುದು ?" ಎಂದ ಸಂಜಯ ಆತಂಕದಿಂದ.

"ಧೈರ್ಯಗೆಡಬೇಡಿ. ಕೆಲವು ದಿನ ನೀವು ಎಚ್ಚರಿಕೆಯಿಂದ ಇದ್ದುಬಿಡಿ. ಎರಡು ತಿಂಗಳು ಕಳೆದರೆ ಎಲ್ಲ ಅಡ್ಡಿಗಳೂ ಸಂಪೂರ್ಣವಾಗಿ ನಿವಾರಣೆಯಾಗುತ್ತವೆ. ವೃಥಾ ಮನಃಕ್ಲೇಶವೂ ಇರುವುದಿಲ್ಲ" ಎಂದ ಜೀವಸಿದ್ಧಿ. ಶ್ರೀಯಕ 'ಆಗಲಿ' ಎಂಬಂತೆ ತಲೆಯಾಡಿಸಿದ.

## ೮

ಶ್ರಾವಸ್ತಿಯ ಮಾತಂಗನ ಶಿಬಿರದಿಂದ ಚಂದ್ರಗುಪ್ತ, ಚರಣ, ನಂದಿಕೇಶ ಮತ್ತು ಶ್ರೀಗುಪ್ತ ವೇಷ ಮರೆಸಿಕೊಂಡು ಕಾಲುನಡೆಯಲ್ಲೇ ಪಿಪ್ಪಲಿವನದತ್ತ ಪ್ರಯಾಣ ಬೆಳೆಸಿದರು. ಅಲ್ಲಿಗೆ ಹೋದ ಮೇಲೆ ಇಡೀ ಸೈನ್ಯಕ್ಕೆ ಅಡಗಿಕೊಳ್ಳಲು ಸೂಕ್ತವಾದ ಒಂದು ಸುಭದ್ರ ನೆಲೆಯನ್ನು ವ್ಯವಸ್ಥೆಗೊಳಿಸಿ, ನಂದಿಕೇಶನನ್ನು ಕಳಿಸಲು ನಿರ್ಧರಿಸಿದರು. ಅನಂತರ ಮಾತಂಗ ಮತ್ತು ಅವನ ಸೈನ್ಯ ಸಣ್ಣ ಸಣ್ಣ ತಂಡಗಳಾಗಿ, ನಗರದೊಳಗೆ ನುಸುಳಿ, ರಹಸ್ಯ ಸ್ಥಳವನ್ನು ಸೇರಿಕೊಳ್ಳಬೇಕೆಂದು ಸೂಚಿಸಲಾಯಿತು. ಬೇಕಾದರೆ ತಮ್ಮ ಬಳಿಯ ಅಲ್ಪ ಸಂಖ್ಯೆಯ ಕುದುರೆಗಳನ್ನು ಜೊತೆಯಲ್ಲಿ ತಂದು, ನಗರದ ಹೊರಗೆ ಒಂದು ಕಡೆ ಒಂದಿಬ್ಬರ ಕಾವಲಿನಲ್ಲಿರಿಸಿ, ಸಮಯ ನೋಡಿ ಒಳಗೆ ತೆಗೆದುಕೊಂಡು ಹೋಗಬಹುದೆಂದು ಯೋಚಿಸಿದರು.

ಚಂದ್ರಗುಪ್ತ, ತನ್ನದೇ ಊರಿನಲ್ಲಿ ತನ್ನ ನೆಲೆ ಸ್ಥಾಪಿಸುವ ನಿರೀಕ್ಷೆಯಲ್ಲಿ ಒಂದು ರೀತಿಯ ಉತ್ಸಾಹದಿಂದಿದ್ದರೆ, ಏನಾಗುವುದೋ, ಯಶಸ್ವಿಯಾಗುವುದೋ ಇಲ್ಲವೋ ಎಂಬ ಆತಂಕವೂ ಇನ್ನೊಂದು ರೀತಿಯಲ್ಲಿತ್ತು. ಅದನ್ನು ಊಹೆ ಮಾಡಿದವನಂತೆ ಚರಣ ಹೇಳಿದ, ''ಚಂದ್ರಗುಪ್ತ, ಯಾವ ಆತಂಕವನ್ನೂ ಮನಸ್ಸಿನಲ್ಲಿರಿಸಿಕೊಳ್ಳಬೇಡ. ಯಶಸ್ವಿಯಾಗದ ಯಾವ ಕಾರ್ಯವನ್ನೂ ಆಚಾರ್ಯ ಚಾಣಕ್ಯರು ಕೈಗೊಳ್ಳುವುದಿಲ್ಲ, ಎಂಬ ಸಂಗತಿಯನ್ನು ಯಾವಾಗಲೂ ನೆನಪಿನಲ್ಲಿಟ್ಟುಕೊ.''

''ನನ್ನ ಮನಸ್ಸಿನಲ್ಲಿದ್ದುದು ನಿನಗೆ ಹೇಗೆ ಗೊತ್ತಾಯಿತು ?'' ಎಂದ ಚಂದ್ರಗುಪ್ತ ತುಸು ಅಚ್ಚರಿಯಿಂದ.

''ನಾನು ನಿನ್ನ ಪ್ರಾಣಮಿತ್ರ ಚಂದ್ರಗುಪ್ತ'' ಎಂದ ಚರಣ ನಗುತ್ತ.

''ಹಾಗಾದರೆ ನಾನು ಪ್ರಾಣವಿಲ್ಲದ ಮಿತ್ರನೇ ?'' ಎಂದ ನಂದಿಕೇಶ. ಅವನ ಹಾಸ್ಯಕ್ಕೆ ಎಲ್ಲ ನಕ್ಕರು.

''ಇದು ಬರೀ ಸಂದರ್ಭದ ಮೇಲೆ ತರ್ಕಿಸುವ ವಿಷಯ ಅಷ್ಟೆ'' ಎಂದ ಚರಣ.

'' ಈ ತರ್ಕಶಕ್ತಿ ನಮ್ಮಲ್ಲಿದ್ದಿದ್ದರೆ, ನಾಲ್ಕು ಜನ ನನ್ನ ಬಡಪಾಯಿ ಮಿತ್ರರು ಅನ್ಯಾಯವಾಗಿ ಪ್ರಾಣ ಕಳೆದುಕೊಳ್ಳುತ್ತಿರಲಿಲ್ಲ'' ಎಂದ ಶ್ರೀಗುಪ್ತ ವಿಷಾದದಿಂದ.

ಎಲ್ಲ ತಕ್ಷಣ ಅವನ ಮುಖ ನೋಡಿದರು. ತಮ್ಮ ಮಾತು ಅವನ ನೋವನ್ನು ಕೆದಕುವುದೆಂದು ಅವರು ನಿರೀಕ್ಷಿಸಿರಲಿಲ್ಲ ''ಶ್ರೀಗುಪ್ತ'' ಚಂದ್ರಗುಪ್ತ ಹೇಳಿದ, ''ನಿನ್ನ ಮಿತ್ರರ ಹತ್ಯೆಯ ಸೇಡು ತೀರುವ ಸಮಯ ಸನ್ನಿಹಿತವಾಗಿದೆ. ಇನ್ನಾದರೂ ಆ ನೋವನ್ನು ಮರೆ. ಇನ್ನೆಂದೂ ಮಗಧದಲ್ಲಿ ಅಂಥ ಅಮಾನುಷ ಹತ್ಯೆ ನಡೆಯದಂತೆ ಮಾಡುವ ಈ ಮಹಾ ಕಾರ್ಯದಲ್ಲಿ ಉತ್ಸಾಹದಿಂದ ಭಾಗವಹಿಸು.''

''ಹೌದು ಶ್ರೀಗುಪ್ತ'' ಚರಣನೂ ಹೇಳಿದ, ''ನೀನು ಬೇಗನೇ ಭಾಗುರಾಯಣರ ಕುಟುಂಬವನ್ನು ನೋಡಬಹುದು. ಹೊಸ ಚಕ್ರವರ್ತಿ, ಹೊಸ ವಾತಾವರಣದಲ್ಲಿ ಹೊಸ ಬದುಕನ್ನು ಇಷ್ಟರಲ್ಲೇ ಕಾಣುತ್ತಿ.''

''ಅದೆಲ್ಲಾ ನಡೆಯುವ ನಂಬಿಕೆ ಬಂದಿದೆ, ಚರಣ'' ಶ್ರೀಗುಪ್ತ ಹೇಳಿದ, ''ಅರ್ಹರಲ್ಲ ದವರ ಸೇವೆ ಮಾಡುವುದಕ್ಕಿಂತ, ಅರ್ಹರಿಗಾಗಿ ಕೆಲಸ ಮಾಡುವುದರಲ್ಲಿ ಸಾರ್ಥಕತೆಯಿದೆ, ಎಂಬ ಭಾವನೆ ಬಂದಿದೆ. ಇದರಲ್ಲಿ ನನ್ನ ಸೋದರಮಾವ, ಅವರ ಮಗಳು, ಎಲ್ಲ ಭಾಗವಹಿಸುತ್ತಿರುವುದು ಇನ್ನೂ ಸಂತೋಷದ ವಿಷಯ.''

''ಮಾತಂಗನ ಶಿಬಿರಕ್ಕೆ ಸುದ್ದಿ ಮುಟ್ಟಿಸಲು ಮತ್ತೆ ನೀನೇ ಬರಬೇಕಾಗುತ್ತದೆ'' ಎಂದ ನಂದಿಕೇಶ.

''ನಾನು ಹೆದರುತ್ತೇನೆಂದುಕೊಂಡಿರಾ ? ಖಂಡಿತ ಬರುತ್ತೇನೆ.''

''ಈ ಸಂದರ್ಭದಲ್ಲಿ ನಮ್ಮ ಜೊತೆ ಸಿಂಹಸೇನ, ಬ್ರಹ್ಮದತ್ತ, ಭಾಸ್ಕರ ಕೂಡ ಇದ್ದರೆ ಬಹಳ ಚೆನ್ನಾಗಿತ್ತು'' ಎಂದ ಕೆಲವು ಕ್ಷಣಗಳ ನಂತರ ನಂದಿಕೇಶ.

''ಇಷ್ಟರಲ್ಲೇ ಬರುತ್ತಾರೆ. ಬಹುಶಃ ಪಿಪ್ಪಲಿವನದಲ್ಲಿ ಆಚಾರ್ಯ ಚಾಣಕ್ಯರೊಂದಿಗೆ ಅವರನ್ನೂ ನೋಡಿದರೆ ಆಶ್ಚರ್ಯಪಡಬೇಕಾಗಿಲ್ಲ'' ಎಂದ ಚರಣ.

''ನಾವೇನೋ ಕಾಲಕಾಲಕ್ಕೆ ಅನ್ನಾಹಾರಗಳನ್ನು ಪಡೆಯುತ್ತ, ಮಾತಂಗನ ಶಿಬಿರದಲ್ಲಿ

ಆತಂಕವಿಲ್ಲದೆ ಇದ್ದುಬಿಟ್ಟೆವು. ಆದರೆ ಅವರು ಆ ಯವನರ ಸೈನ್ಯದೊಂದಿಗೆ ಸಂಚರಿಸುತ್ತ, ಎಷ್ಟು ತೊಂದರೆಪಡುತ್ತಿದ್ದಾರೋ ಏನೋ!''

''ಹೌದು, ನಮಗಿಂತ ಅವರ ಶ್ರಮ ದೊಡ್ಡದು'' ಎಂದ ಚರಣ.

''ಪ್ರಭಾಕರ ಮಾತ್ರ, ಕಡೇ ಗಳಿಗೆಯಲ್ಲಿ ಹಿಂಜರಿದು ಪಾಟಲೀಪುತ್ರದಲ್ಲೇ ಉಳಿದುಬಿಟ್ಟ'' ಎಂದ ನಂದಿಕೇಶ.

''ಅದೊಂದು ರೀತಿಯಲ್ಲಿ ಒಳ್ಳೆಯದೇ ಆಯಿತು'' ಚರಣ ಹೇಳಿದ, ''ನಾವು ಸೆರೆಯಿಂದ ಪಾರಾಗಲು ಅವನು ಮಾಡಿದ ಸಹಾಯವೇನು ಸಾಮಾನ್ಯವೇ! ಈಗಲೂ ಅವನಿಂದ ನಮಗೆ ಉಪಯುಕ್ತವಾದ ಸಹಾಯ ದೊರೆಯುವ ಭರವಸೆ ನನಗಿದೆ.''

ಚಂದ್ರಗುಪ್ತ ಪಿಪ್ಪಲಿವನದಲ್ಲಿ ಕಳೆದ ತನ್ನ ಬಾಲ್ಯವನ್ನು ನೆನಪು ಮಾಡಿಕೊಳ್ಳತೊಡಗಿದ. ಚರಣ ಪಾಟಲೀಪುತ್ರವನ್ನೂ ಸುಗಂಧಿಯನ್ನೂ ನೆನಪು ಮಾಡಿಕೊಳ್ಳತೊಡಗಿದ. ನಂದಿಕೇಶ ಮೇಲೆ ಹಾಸ್ಯಮಯವಾಗಿ ಮಾತಾಡಿದರೂ, ಒಳಗೇ ಪಾಟಲೀಪುತ್ರವನ್ನು .ಯಾವಾಗ ಸೇರುವೆನೋ ಎಂಬ ಕಾತರ ಅವನಲ್ಲಿತ್ತು. ಶ್ರೀಗುಪ್ತ ಸದ್ಯಕ್ಕೆ ಭಾಗುರಾಯಣ, ಉಜ್ವಲ ಮತ್ತು ಮಾಲಿನಿಯನ್ನು ಕಾಣುವ ಗಳಿಗೆಗಾಗಿ ನಿರೀಕ್ಷಿಸುತ್ತಿದ್ದ. ನಂದನ ಸೈನ್ಯದಲ್ಲಿದ್ದು ತನಗಾದ ಆ ಭಯಾನಕ ನೆನಪನ್ನು ಕಷ್ಟಪಟ್ಟು ಮರೆಯಲು ಪ್ರಯತ್ನಿಸುತ್ತಿದ್ದ.

ಅಂತೂ ಅವರು ಆ ದಿನ ಕತ್ತಲಾದಾಗ ಪಿಪ್ಪಲಿವನವನ್ನು ಸೇರಿದರು. ಅವರು ನೇರವಾಗಿ ಚಂದ್ರಗುಪ್ತನ ಬಾಲ್ಯ ಮಿತ್ರ ಮಹಾನಂದನ ಮನೆಗೆ ಹೋದರು. ಅವನು ಮನೆಯಲ್ಲೇ ಇದ್ದ. ''ಬಾ ಚಂದ್ರಗುಪ್ತ, ನಾನು ನಿನ್ನ ದಾರಿ ಕಾಯುತ್ತಿದ್ದೆ'' ಎನ್ನುತ್ತ ಆತ್ಮೀಯತೆಯಿಂದ ಸ್ವಾಗತಿಸಿದ. ಸ್ನಾನ, ಊಟೋಪಚಾರಗಳು ಮುಗಿದ ನಂತರ, ತನ್ನ ದೊಡ್ಡ ಮನೆಯ ಪ್ರತ್ಯೇಕ ಭಾಗಕ್ಕೆ ಕರೆದುಕೊಂಡು ಹೋದ. ''ಪ್ರಯಾಣದ ಆಯಾಸ. ನಿದ್ದೆ ಮಾಡಿ ವಿಶ್ರಾಂತಿ ಪಡೆಯಿರಿ. ನಾಳೆ ಮಾತಾಡೋಣ.''

''ಇಲ್ಲ ಮಹಾನಂದ. ನಮಗೆ ಈಗ ನಿದ್ರೆ, ವಿಶ್ರಾಂತಿ ಮುಖ್ಯವಲ್ಲ. ಮೊದಲು ಕಾರ್ಯಾರಂಭವಾಗಬೇಕು'' ಎಂದು ಚಂದ್ರಗುಪ್ತ ತನ್ನ ಮಿತ್ರರನ್ನು ಪರಿಚಯಿಸಿದ. ಮಹಾನಂದ ಬಾಗಿಲುಗಳನ್ನು ಭದ್ರಪಡಿಸಿ ಬಂದು ಪ್ರಶಸ್ತವಾಗಿ ಕುಳಿತುಕೊಂಡ.

''ಮೊದಲು ನಾನು ಮಾಡಿರುವ ವ್ಯವಸ್ಥೆಗಳನ್ನೆಲ್ಲ ಹೇಳಿಬಿಡುತ್ತೇನೆ'' ಎಂದು ಮಹಾನಂದ ಆರಂಭಿಸಿದ, ''ಶಿವದತ್ತ, ದೇವಗುಪ್ತ ಮತ್ತು ನಾನು ಹಲವು ಸಲ ಚರ್ಚೆಮಾಡಿ, ಕ್ರಮಬದ್ಧವಾಗಿ ಮತ್ತು ರಹಸ್ಯವಾಗಿ ಇಡೀ ನಗರವನ್ನೇ ಒಂದು ರೀತಿ ಸಂಘಟಿಸಿಬಿಟ್ಟಿದ್ದೇವೆ. ಸೂಚನೆ ಕೊಟ್ಟ ಕೂಡಲೇ ಜನರೇ ಎದ್ದು ನಿಲ್ಲುತ್ತಾರೆ.''

''ಇಲ್ಲಿಯ ಸೈನ್ಯದಲ್ಲಿ ಸೇವೆ ಸಲ್ಲಿಸುತ್ತಿರುವ ಸ್ಥಳೀಯ ಯೋಧರನ್ನು ನಮ್ಮ ಕಡೆ ಸೆಳೆಯುವುದು ಸಾಧ್ಯವೇ ?'' ಚರಣ ಕೇಳಿದ.

''ಖಂಡಿತ ಸಾಧ್ಯ. ಆ ಪ್ರಯತ್ನವನ್ನು ಮಾಡಿ ಆಗಿದೆ. ಮೊದಮೊದಲು ಮಗಧದ ಸೈನ್ಯ ಇಲ್ಲಿ ದೊಡ್ಡ ಸಂಖ್ಯೆಯಲ್ಲಿತ್ತು. ಕ್ರಮೇಣ ಕಡಿಮೆಯಾಯಿತು. ಈಗ ಅರ್ಧಕ್ಕಿಂತ ಹೆಚ್ಚು ಜನ ಇಲ್ಲಿಯವರೇ ಇದ್ದಾರೆ. ಅವರೆಲ್ಲ ಚಂದ್ರಗುಪ್ತನ ತಂದೆ ರವಿಗುಪ್ತರ ಬಗ್ಗೆ ಸಹಾನುಭೂತಿಯುಳ್ಳವರು. ಚಂದ್ರಗುಪ್ತನೇ ರಾಜನಾಗುತ್ತಾನೆಂದಾಗ ಅವರೆಲ್ಲ ತಿರುಗಿ ಬೀಳಲು ಸಮ್ಮತಿಸಿದ್ದಾರೆ.''

“ನಮ್ಮ ಎರಡು ಸಾವಿರ ಸೈನ್ಯ ಸಣ್ಣ ಸಣ್ಣ ಗುಂಪುಗಳಾಗಿ ಇಲ್ಲಿಗೆ ಬರುತ್ತದೆ. ಆದರೆ ಕಾರ್ಯಾಚರಣೆಯಾಗುವವರೆಗೂ, ಅವರನ್ನು ರಹಸ್ಯವಾಗಿಡುವ ಸಮಸ್ಯೆಯಿದೆ.”

“ಚಿಂತೆಯಿಲ್ಲ ನಗರದ ನಾಲ್ಕು ಕಡೆ ನನ್ನ ಮನೆಗಳಿವೆ. ಅವು ಸಾಕಷ್ಟು ವಿಶಾಲ ವಾಗಿಯೂ ಇವೆ. ಸಮಯ ಬಂದರೆ ಅಗತ್ಯ ಬೀಳುವುದೆಂದು, ನಾನು ಅವನ್ನು ತೆರವು ಮಾಡಿರಿಸಿದ್ದೇನೆ. ಜೊತೆಗೆ ನಂಬಿಕೆಯ ನನ್ನ ಮಿತ್ರರ ಮನೆಗಳೂ ಇವೆ. ಎಲ್ಲ ಕಡೆ ಅವರನ್ನು ಹಂಚಿಬಿಡೋಣ. ಅವರ ಊಟೋಪಚಾರದ ವ್ಯವಸ್ಥೆ ನನಗಿರಲಿ.”

“ಸೇನಾನಾಯಕ ಚಂದ್ರಸೇನನ ವಿಷಯವೇನು?” ಚಂದ್ರಗುಪ್ತ ಕೇಳಿದ.

“ಅದರಲ್ಲೇನೂ ವಿಶೇಷವಿಲ್ಲ, ಅವನು ತಾನೇ ಮಗಧದ ಚಕ್ರವರ್ತಿ ಎಂಬಂತೆ ಮೆರೆಯುತ್ತಿದ್ದಾನೆ.”

“ಅವನಲ್ಲಿ ಯಾವುದಾದರೂ ದೌರ್ಬಲ್ಯಗಳಿವೆಯೇ?” ನಂದಿಕೇಶ ಕೇಳಿದ.

“ಒಂದೇನು, ಹಲವು ದೌರ್ಬಲ್ಯಗಳಿವೆ. ಪಾನಪ್ರಿಯ, ಸ್ತ್ರೀವ್ಯಾಮೋಹ, ಅಧಿಕಾರ ಮದ ಇಷ್ಟು ಸಾಲದೇ?”

“ಚಂದ್ರಗುಪ್ತ” ನಂದಿಕೇಶ ಹೇಳಿದ, “ಅಮ್ಮ ಹೇಳಿದ ವಿಷಯ ಮರೆತುಬಿಟ್ಟೆಯಾ?”

“ಯಾವ ವಿಷಯ?” ನೆನಪಾಗದೆ ಚಂದ್ರಗುಪ್ತ ಕೇಳಿದ.

“ನಿನ್ನ ತಾಯಿಯವರು ತಮಗೆ ಆಪ್ತರಾದ ಕೆಲವು ಸ್ತ್ರೀಯರ ವಿಷಯ ಹೇಳಿದರು. ನಾನು ಮಹಿಳಾ ಪಡೆಯ ವಿಷಯ ಮಾತಾಡಿದೆ. ಅವರು 'ನಾನು ಅಲ್ಲಿದ್ದರೆ ನಾನೇ ಮಹಿಳಾ ಪಡೆಯ ನೇತೃತ್ವ ವಹಿಸುತ್ತಿದ್ದೆ' ಎಂದು ಹಾಸ್ಯದಿಂದ ಹೇಳಿದರು, ನೆನಪಿಲ್ಲವೆ?”

“ನೆನಪಿದೆ. ಆದರೆ ಈಗ ಅದರ ಅಗತ್ಯವಿದೆಯೆ?”

“ಏಕಿಲ್ಲ?” ಚರಣ ಹೇಳಿದ, “ಚಂದ್ರಸೇನನ್ನು ಹೆಚ್ಚು ತೊಂದರೆಯಿಲ್ಲದೆ ಹಿಡಿಯಲು ಮಹಿಳೆಯರನ್ನೂ ಬಳಸಬಹುದು.”

“ಹೌದು, ಅದನ್ನು ಯೋಚಿಸಬಹುದು” ಮಹಾನಂದ ಹೇಳಿದ, “ಅವರು ಯಾರ ಹೆಸರನ್ನು ಹೇಳಿದರು?”

“ನಂದಿನಿ, ವಸುಮತಿ ಮತ್ತು ಸುಜಾತ.”

“ಓ ಅವರೇ!” ಮಹಾನಂದ ಉದ್ಗರಿಸಿದ, “ನಂದಿನಿ ರಾಜಗುರುಗಳ ಮಗಳು. ಅವರು ತೀರಿಕೊಂಡ ಮೇಲೆ ಹೆಚ್ಚು ಕಡಿಮೆ ಅರಮನೆಯಲ್ಲೇ ಬೆಳೆದವಳು. ನಿಮ್ಮ ತಾಯಿ ಅವಳನ್ನು ಸ್ವಂತ ಮಗಳಂತೆಯೇ ಸಾಕಿದರು. ಜೀವನೋಪಾಯಕ್ಕೆ ತೊಂದರೆಯಾಗದಂತೆ ವ್ಯವಸ್ಥೆ ಮಾಡಿದರು. ನಿನಗೂ ಅವಳು ಗೊತ್ತು. ನಿನಗಿಂತ ಐದಾರುವರ್ಷ ದೊಡ್ಡವಳು.”

“ಹೌದು ಮಹಾನಂದ. ಈಗ ನೆನಪಾಯಿತು. ಈಗ ಅವಳು ಹೇಗಿದ್ದಾಳೆ?”

“ಮದುವೆಯಾಗಿ ಸುಖವಾಗಿದ್ದಾಳೆ. ಆದರೆ ಮಕ್ಕಳಿಲ್ಲ.”

“ವಸುಮತಿ ಅರಮನೆಗೆ ಹೂವು ತಂದುಕೊಡುತ್ತಿದ್ದ ಹೂವಾಡಗಿತ್ತಿ. ಮಹಾ ಧೈರ್ಯಸ್ಥೆ. ಒಮ್ಮೆ ಅರಮನೆಯ ಕಾವಲುಗಾರನೊಬ್ಬ ಅವಳನ್ನು ಕೆಣಕಿದಾಗ, ಎಲ್ಲರೆದುರಿಗೇ ಅವನಿಗೆ ನಿರ್ಭಯವಾಗಿ ಥಳಿಸಿದ್ದಳು. ಇನ್ನು ಸುಜಾತ, ನಮ್ಮ ಶಿವದತ್ತರ ತಂಗಿಯ ಮಗಳು. ಶಿವದತ್ತರಿಂದ ಅವಳು ಕತ್ತಿ ತಿರುಗಿಸುವುದನ್ನೂ ಕಲಿತಿದ್ದಾಳೆ.”

“ಈ ಶಿವದತ್ತರೆಂದರೆ ಯಾರು? ದೇವಗುಪ್ತರು ಯಾರು?” ನಂದಿಕೇಶ ಕೇಳಿದ.

‘‘ಶಿವದತ್ತರು ನನಗೆ ಯುದ್ಧ ವಿದ್ಯೆಯನ್ನು ಕಲಿಸಿಕೊಟ್ಟ ಗುರುಗಳು’’ ಚಂದ್ರಗುಪ್ತ ಹೇಳಿದ, ‘‘ನಮ್ಮ ತಂದೆಯವರ ಕಾಲದಲ್ಲಿ ಸೇನಾಧಿಕಾರಿಯಾಗಿದ್ದರು. ದೇವಗುಪ್ತರೂ ಅಷ್ಟೆ ನಮ್ಮ ತಂದೆಯ ಕಾಲದ ಮಂತ್ರಿಗಳು.’’

‘‘ನಾಳೆ ಆ ನಂದಿನಿ, ವಸುಮತಿ, ಸುಜಾತರನ್ನು ಭೇಟಿ ಮಾಡಿಸುತ್ತೀಯಾ?’’ ಚಂದ್ರಗುಪ್ತ ಕೇಳಿದ.

‘‘ಆಗಲಿ, ನಾಳೆ ಅವರನ್ನು ಭೇಟಿ ಮಾಡೋಣ. ನಾಳೆ ರಾತ್ರಿ ಶಿವದತ್ತ ಮತ್ತು ದೇವಗುಪ್ತರಿಗೆ ಬರಲು ಹೇಳುತ್ತೇನೆ’’ ಎಂದು ಹೇಳಿ ಮಹಾನಂದ ಹೊರಟುಹೋದ. ನಾಲ್ಕು ಜನರೂ ಮಲಗಿ ನಿದ್ರೆ ಹೋದರು.

ಮರುದಿನ ಅವರು ಏಳುವ ವೇಳೆಗೆ ಬೆಳಗಾಗಿ ಬಹಳ ಹೊತ್ತಾಗಿತ್ತು. ಸ್ನಾನ ಉಪಾಹಾರಗಳನ್ನು ಮುಗಿಸುವ ವೇಳೆಗೆ ಮಹಾನಂದ ನಂದಿನಿ, ವಸುಮತಿ ಮತ್ತು ಸುಜಾತರೊಂದಿಗೆ ಬಂದ.

‘‘ರಾಜಕುಮಾರ, ನಿನ್ನನ್ನು ನೋಡಿ ಎಷ್ಟು ಕಾಲವಾಗಿ ಹೋಯಿತು’’ ಎಂದು ನಂದಿನಿ ಮತ್ತು ಸುಜಾತ ಅವನ ಕಾಲಿಗೆ ಬೀಳಲು ಹೋದರು.

ಚಂದ್ರಗುಪ್ತ ಹಿಂದೆ ಸರಿದ. ‘‘ನಾನು ಚಿಕ್ಕವನು, ನೀವು ನನ್ನ ಕಾಲು ಮುಟ್ಟುವುದು ಶ್ರೇಯಸ್ಕರವಲ್ಲ.’’

‘‘ನೀನು ರಾಜಕುಮಾರ, ಆ ಮಹಾತಾಯಿ ರಾಣಿ ಶಿವಾಲಿಯವರ ಮಗ’’ ಎಂದಳು ನಂದಿನಿ.

‘‘ರಾಜಕುಮಾರನಾದ ಮಾತ್ರಕ್ಕೆ ನಾನೇನು ದೇವರಲ್ಲ, ಕುಳಿತುಕೊಳ್ಳಿ’’ ಎಂದು ಚಂದ್ರಗುಪ್ತ ತಾನೂ ಕುಳಿತ. ಅವರಿಗೆ ತನ್ನ ಮಿತ್ರರನ್ನು ಪರಿಚಯ ಮಾಡಿಸಿದ.

ಮೂವರೂ ಮೂವತ್ತು ಮೂವತ್ತೈದರ ಆಸುಪಾಸಿನ ವಯಸ್ಸಿನವರು. ಆರೋಗ್ಯ ದೃಢಕಾಯರು. ಸರಳ ಸ್ವಭಾವದವರಾದರೂ, ಹೆಣ್ಣಿನ ನಯವಿಲ್ಲದ ಒರಟರಂತೆ ಮೇಲು ನೋಟಕ್ಕೆ ಕಾಣುತ್ತಿದ್ದರು. ಸುಜಾತಳಂತೂ ಒಬ್ಬ ಪುರುಷ ಯೋಧನಂತೆಯೇ ಕಾಣುತ್ತಿದ್ದಳು.

ಅವರೆಲ್ಲ ಹಿಂದಿನ ದಿನಗಳನ್ನು ನೆನಪು ಮಾಡಿಕೊಂಡರು. ಶಿವಾಲಿ ತಮ್ಮನ್ನೆಲ್ಲ ಎಷ್ಟು ಪ್ರೀತಿ ವಿಶ್ವಾಸದಿಂದ ಕಾಣುತ್ತಿದ್ದಳೆಂಬುದನ್ನು ಮತ್ತೆ ಮತ್ತೆ ಹೇಳಿದರು. ಪ್ರತಿಯೊಬ್ಬರ ಬಗ್ಗೆಯೂ ಅವಳು ಸಹಾನುಭೂತಿಯಿಂದ ನಡೆದುಕೊಳ್ಳುತ್ತಿದ್ದ ಹಲವು ಉದಾಹರಣೆಗಳನ್ನು ನೀಡಿದರು.

‘‘ಅದಕ್ಕೆ ಪ್ರತಿಯಾಗಿ ನೀವೇನಾದರೂ ಮಾಡುವುದು ಸಾಧ್ಯವೇ? ಎಂದು ಕೇಳಲು ಚಂದ್ರಗುಪ್ತ ನಿಮ್ಮನ್ನು ಕರೆಸಿದ್ದಾನೆ. ಹಾಗೆಂದು ಸ್ವತಃ ಶಿವಾಲಿಯವರೇ ಹೇಳಿಕಳಿಸಿದ್ದಾರೆ’’ ಎಂದ ಮಹಾನಂದ.

‘‘ಹೌದೇ!’’ ನಂದಿನಿಯ ಮುಖ ಅರಳಿತು. ‘‘ಇಷ್ಟು ಕಾಲದ ಮೇಲೂ ರಾಣಿಯವರು ನಮ್ಮನ್ನು ನೆನೆಸಿಕೊಂಡರಲ್ಲ, ಅದೇ ನಮ್ಮ ಭಾಗ್ಯ! ಹೌದು, ಅವರು ಈಗ ಎಲ್ಲಿದ್ದಾರೆ? ಹೇಗಿದ್ದಾರೆ?’’

‘‘ಎಲ್ಲೋ ಒಂದು ಕಡೆ ಸುಖವಾಗಿದ್ದಾರೆ. ಸಮಯ ಬಂದಾಗ ನಿಮಗೇ ಗೊತ್ತಾಗುತ್ತದೆ’’ ಎಂದ ಚಂದ್ರಗುಪ್ತ.

"ನಾವು ಏನು ಮಾಡಬೇಕು ಹೇಳಿ ?" ವಸುಮತಿ ಕೇಳಿದಳು.

"ಚಂದ್ರಗುಪ್ತನನ್ನು ಪಿಪ್ಪಲಿವನದ ಅವನ ತಂದೆಯ ಸಿಂಹಾಸನದ ಮೇಲೆ ಕೂಡಿಸಲು ನಾವು ಪ್ರಯತ್ನಿಸುತ್ತಿದ್ದೇವೆ" ಎಂದ ಚರಣ.

"ಇದು ನಿಜವೇ !" ಸುಜಾತ ಆಚ್ಚರಿಯಿಂದ ಕೇಳಿದಳು, "ಹಾಗಾದರೆ ಈ ವಿಷಯ ನಮ್ಮ ಸೋದರಮಾವ ಶಿವದತ್ತರಿಗೆ ಗೊತ್ತು ?"

"ಹೌದು ಗೊತ್ತಿದೆ. ಆದರೆ ಅದು ರಹಸ್ಯ ವಿಷಯವಾಗಿರುವುದರಿಂದ ನಿನಗೆ ಹೇಳಲಿಲ್ಲ ಅಷ್ಟೆ."

"ಅಂಥ ಒಳ್ಳೆಯ ಕೆಲಸವಾದರೆ, ನಾನು ಖಡ್ಗ ಹಿಡಿದು ರಣರಂಗದಲ್ಲಿ ಹೋರಾಡಲು ಸಿದ್ಧಳಾಗಿದ್ದೇನೆ.

'ನಿನ್ನ ಮನೆಯವರು ? ಗಂಡ ?" ನಂದಿಕೇಶ ಕೇಳಿದ.

"ಚಿಂತಿಸಬೇಡಿ" ನಂದಿನಿ ಹೇಳಿದಳು, "ನಮ್ಮ ಗಂಡಂದಿರಿಗೆ ಚಂದ್ರಗುಪ್ತನ ಮೇಲೆ, ರಾಣಿ ಶಿವಾಲಿಯವರ ಮೇಲೆ ಅಭಿಮಾನವಿಲ್ಲವೆಂದುಕೊಂಡಿರಾ ? ರವಿಗುಪ್ತರ ಅವಸಾನದ ನಂತರ ಮೋಸದಿಂದ ಪಿಪ್ಪಲಿವನವನ್ನು ಆಕ್ರಮಿಸಿಕೊಂಡು, ತಾಯಿಮಗನನ್ನು ಪರದೇಶಿಗಳಂತೆ ಪಾಟಲೀಪುತ್ರಕ್ಕೆ ಓಡಿಸಿದ ದಿನದಿಂದ, ಇಲ್ಲಿನ ಪ್ರತಿಯೊಂದು ವ್ಯಕ್ತಿಯ ಮನಸ್ಸಿನಲ್ಲೂ ಮಗಧದ ಮೇಲೆ ದ್ವೇಷ ತುಂಬಿದೆ. ನನ್ನ ಗಂಡನಿಗೆ ಹೇಳಿದರೆ ನನಗಿಂತ ಮೊದಲು ಅವರೇ ಮುಂದೆ ನುಗುತ್ತಾರೆ."

"ನೀವು ಇಷ್ಟೇ ಜನ ಸಾಲದು, ಇನ್ನಷ್ಟು ಮಹಿಳೆಯರ ಒಂದು ಗುಂಪೇ ಇದ್ದರೆ ಇನ್ನೂ ಒಳ್ಳೆಯದೇ."

"ಎಷ್ಟು ಜನ ಬೇಕು ನಿಮಗೆ ? ನೂರು ಜನ ಬೇಕೇ ? ಸಾವಿರ ಜನ ಬೇಕೇ ?" ವಸುಮತಿ ಕೇಳಿದಳು.

ಚರಣ ಚಂದ್ರಗುಪ್ತನ ಮುಖ ನೋಡಿ ಹೇಳಿದ, "ಗೊಂದಲವೆಬ್ಬಿಸುವ ಸಾವಿರಾರು ಜನರಿಗಿಂತ ಧೀರರಾದ ನೂರಿನ್ನೂರು ಜನರಾದರೆ ಸಾಕು."

"ಅಷ್ಟು ಜನ ಸೇರಿಸುವುದು ಚಿಟಿಕೆ ಹೊಡೆದಷ್ಟು ಸುಲಭ. ಯಾವಾಗ ಬರಬೇಕು ? ಎಲ್ಲಿಗೆ ಬರಬೇಕು ? ಏನು ಮಾಡಬೇಕು ಹೇಳಿ ?" ನಂದಿನಿ ಆತುರ ತೋರಿಸಿದಳು.

"ಈಗ ಬೇಡ, ನಾವು ಹೇಳಿದಾಗ ಸಿದ್ಧವಾಗಿದ್ದರಾಯಿತು. ಕೆಲವು ದಿನಗಳ ಅವಕಾಶವಿದೆ. ಅಷ್ಟರಲ್ಲಿ ನಿಮ್ಮ ವ್ಯವಸ್ಥೆ ಪೂರ್ಣಗೊಳ್ಳಬೇಕು" ಎಂದ ಚಂದ್ರಗುಪ್ತ. ಅದಕ್ಕೆ ಒಪ್ಪಿ ಅವರು ಹೊರಟು ಹೋದರು.

"ಅದು ಸರಿ, ಈ ಸ್ತ್ರೀಯರನ್ನು ಹೇಗೆ ಬಳಸಿಕೊಳ್ಳುತ್ತೀರಿ ?" ಮಹಾನಂದ ಕುತೂಹಲದಿಂದ ಕೇಳಿದ.

"ಅದನ್ನು ಈಗಲೇ ನಿರ್ಣಯಿಸಲಾಗುವುದಿಲ್ಲ" ಚಂದ್ರಗುಪ್ತ ಹೇಳಿದ, "ನಮ್ಮ ಆಚಾರ್ಯ ಚಾಣಕ್ಯರು ಇಲ್ಲಿಗೆ ಬಂದ ನಂತರ ಅವರೊಂದಿಗೆ ಚರ್ಚಿಸಿ, ಅವರ ಸಲಹೆಯಂತೆ ಮುಂದಿನ ಯೋಚನೆ."

"ಹೌದು ಮಹಾನಂದ" ಚರಣನೂ ಅನುಮೋದಿಸಿದ, "ಅವರನ್ನು ನಾವು ಬಳಸಿಕೊಳ್ಳಲೂಬಹುದು, ಬಳಸಿಕೊಳ್ಳದಿರಲೂಬಹುದು. ಅಂತೂ ಅದೂ ಒಂದು ಸಂಪನ್ಮೂಲ

ನಮ್ಮಲ್ಲಿದೆಯೆಂದು ಆಚಾರ್ಯರಿಗೆ ಮನವರಿಕೆ ಮಾಡಿಕೊಡುವುದು. ಅವರು ಏನು ಹೇಳುತ್ತಾರೋ ನೋಡೋಣ.''

''ಈ ಅನುಮಾನದ ಅಪಸ್ವರವೇಕೆ?'' ನಂದಿಕೇಶ ಹೇಳಿದ, ''ನಂದಿನಿ ಹೇಳಿದಂತೆ ಒಂದೆರಡು ಸಾವಿರ ಸ್ತ್ರೀಯರಿದ್ದರೆ, ನಮ್ಮ ಸೈನ್ಯ ಒಟ್ಟು ನಾಲ್ಕು ಸಾವಿರ ದಾಟುತ್ತಿತ್ತು. ಹಠಾತ್ತನೆ ಅರಮನೆಗೆ ನುಗ್ಗಿ ಆ ಚಂದ್ರಸೇನನ್ನು ಹೊಡೆದಟ್ಟಬಹುದಾಗಿತ್ತು.''

ಚರಣ ನಗುತ್ತಾ ಹೇಳಿದ, ''ಅದು ಅಷ್ಟು ಸುಲಭವೆಂದು ಭಾವಿಸಿದೆಯಾ? ಅಮಾಯಕರಾದ ಸ್ತ್ರೀಯರನ್ನು ವೃಥಾ ಪ್ರಾಣಹಾನಿಗೆ ಗುರಿಮಾಡುವುದನ್ನು ಆಚಾರ್ಯರು ಒಪ್ಪುವರೆಂದು ತಿಳಿದೆಯಾ? ಅವರು ಏನಿದ್ದರೂ ಹೆಚ್ಚು ಪ್ರಾಣಹಾನಿಯಾಗದೆ, ಶೀಘ್ರವಾಗಿ ಫಲಕೊಡುವ ಉಪಾಯವನ್ನೇ ಸೂಚಿಸುವುದು. ಅದಕ್ಕೆ ಈ ಸ್ತ್ರೀಯರು ಯಾವ ರೀತಿ ಪ್ರಯೋಜನಕ್ಕೆ ಬರುವರೆಂದು ಅವರೇ ಹೇಳುತ್ತಾರೆ.''

''ನನಗಂತೂ ಎಲ್ಲ ಗೊಂದಲಮಯವಾಗಿ ಕಾಣುತ್ತಿದೆ'' ಎಂದ ಮಹಾನಂದ.

''ಚಾಣಕ್ಯರು ಬರಲಿ, ಎಲ್ಲ ಸುಲಲಿತವಾಗಿ ನಿನಗೇ ಅರ್ಥವಾಗುತ್ತದೆ ಅಷ್ಟರಲ್ಲಿ ನಿನ್ನ ಜನ ಬೆಂಬಲ ನೀಡುವುದನ್ನು ಮತ್ತೊಮ್ಮೆ ಖಚಿತಪಡಿಸಿಕೊ'' ಎಂದ ಚಂದ್ರಗುಪ್ತ.

''ಇಲ್ಲಿ ಸಂಬಳಕ್ಕೆ ಕೆಲಸ ಮಾಡುವವರು ಯಾರೂ ಇಲ್ಲದಿರುವುದರಿಂದ, ಮತ್ತೆ ಮತ್ತೆ ಬೆಂಬಲವನ್ನು ಖಚಿತಪಡಿಸಿಕೊಳ್ಳುವ ಅಗತ್ಯವಿಲ್ಲ. ಏನು ಮಾಡಬೇಕೆಂದು, ಎಲ್ಲಿಗೆ ಬರಬೇಕೆಂದು ಒಂದು ದಿನ ಮೊದಲು ಸೂಚನೆ ನೀಡಿದರೆ, ಮರುದಿನ ಅಲ್ಲಿರುತ್ತಾರೆ'' ಮಹಾನಂದ ದೃಢವಿಶ್ವಾಸದಿಂದ ಹೇಳಿದ.

★ ★ ★

ಸುಜಾತ ಮನೆಗೆ ಬಂದಾಗ ಅವಳ ಗಂಡ ಸುಭದ್ರ ಮನೆಯಲ್ಲೇ ಇದ್ದ. ಅವನೂ ಮೊದಲು ಶಿವದತ್ತನಿಂದ ಯುದ್ಧ ವಿದ್ಯೆಯನ್ನು ಕಲಿತ. ಸೈನ್ಯದಲ್ಲಿ ಸೇರಬೇಕೆಂದುಕೊಂಡಿದ್ದ ಅಷ್ಟರಲ್ಲಿ ರವಿಗುಪ್ತನ ಸಾವು, ಚಂದ್ರಗುಪ್ತ, ಶಿವಾಲಿ ಊರು ಬಿಟ್ಟದ್ದು, ಶಿವದತ್ತ ಕೆಲಸ ಬಿಟ್ಟು ಬಂದದ್ದು ಎಲ್ಲ ನಡೆದುಹೋಗಿ ಆ ಯೋಚನೆಯನ್ನು ಕೈಬಿಟ್ಟ. ಜೊತೆಗೆ ತಮ್ಮ ರಾಜನಿಗೆ ದ್ರೋಹ ಮಾಡಿದ ಮಗಧದ ಸೈನ್ಯದಲ್ಲಿ ಸೇರುವುದು ಅವನಿಗೆ ಇಷ್ಟವಿರಲಿಲ್ಲ. ಶಿವದತ್ತನೂ ಬೇಡವೆಂದ. ಅಲ್ಪಸ್ವಲ್ಪ ಅನುಕೂಲವಿತ್ತು. ಶಿವದತ್ತನೂ ಸ್ವಲ್ಪ ಸಹಾಯ ಮಾಡಿದ. ಈಗ ಒಂದು ಚಿಕ್ಕ ಆಭರಣಗಳ ಅಂಗಡಿಯಿಟ್ಟುಕೊಂಡು ಜೀವನ ನಡೆಸುತ್ತಿದ್ದ. ಜೀವನೋಪಾಯಕ್ಕೆ ಯಾವ ಕೊರತೆಯೂ ಇಲ್ಲ. ಸುಜಾತ ಅನುರೂಪಳಾದ ಹೆಂಡತಿ. ಆದರೆ ಇಬ್ಬರಿಗೂ ಶಿವದತ್ತನ ಮೂಲಕ ಅರಮನೆಯ ಮತ್ತು ಅರಮನೆಯ ವ್ಯಕ್ತಿಗಳ ಸಂಪರ್ಕವಿದ್ದುದರಿಂದ, ಚಂದ್ರಗುಪ್ತ, ಶಿವಾಲಿ, ರವಿಗುಪ್ತ ಯಾರನ್ನೂ ಮರೆಯಲಾಗಲಿಲ್ಲ.

ರಾಣಿ ಶಿವಾಲಿಯಂತೂ ಪಿಪ್ಪಲಿವನದ ಎಲ್ಲ ಪ್ರಜೆಗಳಿಗೂ ತಾಯಿಯಂತಿದ್ದಳು. ಯಾರ ಕಷ್ಟವೇ ಆದರೂ ಅದಕ್ಕೆ ಅವಳು ಸ್ಪಂದಿಸುತ್ತಿದ್ದಳು. ತಾನು ರಾಣಿಯೆಂಬ ಬಿಗುಮಾನ ಬಿಟ್ಟು ಸಾಮಾನ್ಯರ ಮನೆಗೂ ಬಂದು ಬಿಡುತ್ತಿದ್ದಳು. ಅದೆಲ್ಲ ನೆನಪಾಗಿ ಸುಜಾತ ಮತ್ತು ಸುಭದ್ರ ಎಷ್ಟೋ ಸಲ ಮಗಧವನ್ನು, ಅದರ ರಾಜನನ್ನು ಶಪಿಸುತ್ತಿದ್ದರು. ಈಗ ತಮ್ಮ ಅಸಮಾಧಾನವನ್ನು ವ್ಯಕ್ತಪಡಿಸುವ ಅವಕಾಶ ಎಲ್ಲರಿಗೂ ಬಂದಂತೆ ಸುಜಾತ, ಸುಭದ್ರರಿಗೂ ಬಂದಿತ್ತು. ಅಲ್ಲಿ ನಡೆದ ಮಾತುಕತೆಯನ್ನೆಲ್ಲ ಸುಜಾತ ಗಂಡನಿಗೆ ಹೇಳಿದಳು.

"ಅಬ್ಬ! ಕಡೆಗೂ ಚಂದ್ರಗುಪ್ತ ಸಿಂಹಾಸನವೇರುತ್ತಾನೆ! ಮಗಧದ ಜನರನ್ನು ಸೈನಿಕರನ್ನು ಇಲ್ಲಿಂದ ಓಡಿಸುತ್ತಾನೆ! ಎಂಥ ಒಳ್ಳೆಯ ಸುದ್ದಿ ತಂದೆ ಸುಜಾತ!"

"ಮೆಲ್ಲಗೆ ಮಾತಾಡಿ, ಎಲ್ಲ ರಹಸ್ಯವಾಗಿ ನಡೆಯುತ್ತಿದೆ" ಸುಜಾತ ಹೇಳಿದಳು, "ಚಂದ್ರಗುಪ್ತ ಬಂದಿದ್ದಾನೆ. ಅವನು ತನ್ನ ಮಿತ್ರ ಮಹಾನಂದನ ಮನೆಯಲ್ಲಿದ್ದಾನೆ."

"ಏನು! ಚಂದ್ರಗುಪ್ತ ಇಲ್ಲಿಗೆ ಬಂದಿದ್ದಾನೆಯೆ?" ಸುಭದ್ರನ ಉತ್ಸಾಹ ಮೇರೆ ಮೀರಿತು, "ನೀನು ಅವನನ್ನು ನೋಡಿದೆಯಾ? ಅವನೊಂದಿಗೆ ಮಾತಾಡಿದೆಯಾ? ನಾನೂ ಒಮ್ಮೆ ಅವನನ್ನು ನೋಡಬೇಕಾಗಿತ್ತು."

"ನೋಡಿಯೇ ನೋಡುತ್ತೀರಿ. ನೀವೇ ಅಲ್ಲ, ಪಿಪ್ಪಲಿವನದ ಪ್ರತಿಯೊಬ್ಬರೂ, ಅವನು ತನ್ನ ಅರಮನೆಯಲ್ಲಿ, ತನ್ನ ತಂದೆಯ ಸಿಂಹಾಸನದ ಮೇಲೆ ಕೂಡುವುದನ್ನು ನೋಡೇ ನೋಡುತ್ತಾರೆ."

"ಹಾಗಾದರೆ ನಾನೂ ಬರುತ್ತೇನೆ. ನೀವು ಹೆಂಗಸರೇ ಮುನ್ನುಗ್ಗುತ್ತಿರುವಾಗ, ಗಂಡಸಾದ ನಾನು ಹಿಂದೆ ನಿಂತರೆ ನನ್ನ ಪುರುಷತ್ವಕ್ಕೇ ಅವಮಾನ. ನನಗೂ ಜನ ದಂಗೆಯೇಳಲು ಸಿದ್ಧರಾಗುತ್ತಿರುವರೆಂಬ ವಾಸನೆ ಬಡಿದಿತ್ತು. ಆದರೆ ಅದು ಯಾರೋ ಕಿಡಿಗೇಡಿಗಳು ಹಬ್ಬಿಸಿದ ವದಂತಿ ಎಂದುಕೊಂಡಿದ್ದೆ. ಅದು ನಿಜವಾಗುತ್ತಿರುವುದು ನಿಜಕ್ಕೂ ಸಂತೋಷದ ವಿಷಯ. ನಮ್ಮ ರಾಜಭಕ್ತಿಯನ್ನು ತೋರಿಸಲು ಸಿಕ್ಕಿರುವ ಈ ಸದವಕಾಶವನ್ನು ಬಿಡಬಾರದು."

"ಮಾವ ಏನನ್ನುತ್ತಾರೋ ಏನೋ?" ಸುಜಾತ ಸಂದೇಹ ವ್ಯಕ್ತಪಡಿಸಿದಳು.

"ಶಿವದತ್ತರೇ? ಅವರೇನು ಹೇಳುತ್ತಾರೆ? ಅವಕಾಶ ಸಿಕ್ಕಾಗಲೆಲ್ಲ ರವಿಗುಪ್ತರನ್ನು ಹಾಡಿ ಹೊಗಳುವ ಅವರು ನಿಜವಾಗಲೂ ಸಂತೋಷ ಪಡುತ್ತಾರೆ. ಮೊದಲು ನಾನು ಯೋಧನಾಗಬೇಕೆಂದುಕೊಂಡಿದ್ದೆ. ಆಗ ಸಾಧ್ಯವಾಗಲಿಲ್ಲ, ಈಗಲಾದರೂ ಸಾಧ್ಯ ವಾಗುವುದೇನೋ ನೋಡೋಣ. ಚಂದ್ರಗುಪ್ತ ತನ್ನ ಸೈನ್ಯದಲ್ಲಿ ನನಗೊಂದು ಕೆಲಸ ಕೊಡಲಾರನೆ?"

"ಅತಿಯಾಸೆ ಬೇಡ" ಸುಜಾತ ಹೇಳಿದಳು, "ನಮಗೆ ಪ್ರಯೋಜನವಾಗುವುದೆಂದು ಬೆಂಬಲ ನೀಡುವುದು ಸ್ವಾರ್ಥ. ಅದರ ಬದಲು ಸುಮ್ಮನಿರುವುದೇ ಒಳ್ಳೆಯದು. ಮೊದಲು ಚಂದ್ರಗುಪ್ತನ ಕೆಲಸ ನೆರವೇರಲಿ. ಈಗ ನಾನು, ನಂದಿನಿ ಮತ್ತು ವಸುಮತಿಯ ಜೊತೆ ಸೇರಿ ನೂರಿನ್ನೂರು ಜನ ಸ್ತ್ರೀಯರನ್ನು ಸಂಘಟಿಸಬೇಕು."

"ಎಲ್ಲರೂ ನಿನ್ನಂತೆ ಖಡ್ಗ ವಿದ್ಯೆಯಲ್ಲಿ ಪರಿಣತರಲ್ಲವಲ್ಲ!"

"ಧೈರ್ಯವೇ ಅವರ ಆಯುಧ. ಧೈರ್ಯವಂತರಾದರೆ ಸಾಕು. ಬನ್ನಿ, ಹೋಗಿ ಮಾವನನ್ನು ನೋಡಿ, ಅವರ ಅನುಮತಿ ಪಡೆದು ಬರೋಣ."

ಇಬ್ಬರೂ ಶಿವದತ್ತನ ಮನೆಗೆ ಹೋದರು. ಅವರನ್ನು ಅನಿರೀಕ್ಷಿತವಾಗಿ ನೋಡಿ ಅವನಿಗೆ ಸ್ವಲ್ಪ ಆಶ್ಚರ್ಯ, ಹೆಚ್ಚಿನ ಸಂತೋಷವಾಯಿತು. "ಓಹೋ ! ದಂಪತಿಗಳು ಒಟ್ಟಿಗೇ ಬಂದಿರಲ್ಲ! ಬನ್ನಿ ಬನ್ನಿ" ಎಂದು ಸ್ವಾಗತಿಸಿದ.

ನಂತರ ಸುಜಾತ ಚಂದ್ರಗುಪ್ತ ಬಂದಿರುವ ವಿಷಯ, ಅಲ್ಲಿ ನಡೆದ ಮಾತುಕತೆ ಎಲ್ಲವನ್ನೂ ವಿವರಿಸಿದಳು. ಈಗಾಗಲೇ ರಾತ್ರಿ ತನ್ನ ಮನೆಯಲ್ಲಿ ಸೇರುವಂತೆ ಮಹಾನಂದ ಹೇಳಿ ಹೋಗಿದ್ದ, ಸ್ತ್ರೀಯರನ್ನು ಸಂಘಟಿಸುವ ವಿಷಯ ಅವನಿಗೆ ಗೊತ್ತಿರಲಿಲ್ಲ, ಅವನು

ಆಚ್ಚರಿಯಿಂದ ಹುಬ್ಬೇರಿಸಿದ.' "ಏನೋ ವಿಶೇಷ ಸಾಹಸಗಳು ನಡೆಯುತ್ತಿರುವಂತಿದೆ !" ಎಂದು ಉದ್ಗರಿಸಿದ.

"ನಾನು, ಸುಜಾತ ಇಬ್ಬರೂ ಭಾಗವಹಿಸುತ್ತಿದೇವೆ. ನಿಮ್ಮ ಅನುಮತಿ ಬೇಡಲು ಬಂದಿದ್ದೇವೆ" ಎಂದ ಸುಭದ್ರ.

"ಇಂಥ ಒಳ್ಳೆಯ ಕೆಲಸಕ್ಕೆ ನಾನು ಬೇಡವೆನ್ನುತ್ತೇನೆಯೇ? ನನ್ನ ಅನುಮತಿ ಆಶೀರ್ವಾದ ಎರಡೂ ಇದೆ. ಆದರೆ ಎಚ್ಚರದಿಂದಿರಿ. ನೀವು ನನ್ನ ಬಳಿ ಕಲಿತ ವಿದ್ಯೆಯಲ್ಲಿ ತೃಣವನ್ನಾದರೂ ಬಳಸುವ ಅವಕಾಶ ಬರುತ್ತಿದೆ ಸಂತೋಷ."

★ ★ ★

ರಾತ್ರಿ ಮಹಾನಂದನ ಮನೆಯಲ್ಲಿ ಅವನು, ಚಂದ್ರಗುಪ್ತ, ಶ್ರೀಗುಪ್ತ, ಚರಣ, ನಂದಿಕೇಶ, ದೇವಗುಪ್ತ ಮತ್ತು ಶಿವದತ್ತ ರಹಸ್ಯವಾಗಿ ಮಾತುಕತೆಯಲ್ಲಿ ತೊಡಗಿದರು.

ಶಿವದತ್ತ ಸುಜಾತಳಿಂದ ತಿಳಿದ ವಿಷಯದಿಂದ ಆಚ್ಚರಿಗೊಂಡಿದ್ದ. ಅವನು ಹೇಳಿದ, "ನಮ್ಮ ರಹಸ್ಯವನ್ನು ನಾವು ಅವರಿಬ್ಬರಿಗೆ ತಿಳಿಸಿರಲಿಲ್ಲ, ಗೊತ್ತಿರುವವರಿಗೂ ಬಾಯಿ ಬಿಡದಂತೆ ಕಟ್ಟುಮಾಡಿದ್ದೆವು. ಗೊತ್ತಿದ್ದರೆ ಸುಜಾತ ಮತ್ತು ಸುಭದ್ರ ಮೊದಲೇ ಕ್ರಿಯಾಶೀಲರಾಗಿ ನಮ್ಮ ಜೊತೆ ತೊಡಗಿಕೊಳ್ಳುತ್ತಿದ್ದರು."

"ಈಗೇನಾಯಿತು, ಅವರು ಸ್ವಲ್ಪ ತಡವಾಗಿ ಸೇರಿಕೊಳ್ಳುತ್ತಿದ್ದಾರೆ ಅಷ್ಟೆ" ಎಂದ ನಂದಿಕೇಶ.

ಚಾಣಕ್ಯರು ಪಿಪ್ಪಲಿವನಕ್ಕೆ ಬರುತ್ತಾರೆ, ಚಂದ್ರಗುಪ್ತನ ಪಟ್ಟಾಭಿಷೇಕವನ್ನು ಅವರೇ ನೆರವೇರಿಸುತ್ತಾರೆ ಎಂಬ ವಿಷಯ ಕೇಳಿ ಶಿವದತ್ತ ಮತ್ತು ದೇವಗುಪ್ತ ಸಂಭ್ರಮಗೊಂಡರು.

"ಯವನರು ಮಗಧದ ಮೇಲೆ ಆಕ್ರಮಣ ಮಾಡುವರೆಂದು ಜನಜನಿತವಾಗಿದೆ ?" ಎಂದ ದೇವಗುಪ್ತ.

"ಹೌದು, ನಮ್ಮ ಕಿವಿಗೂ ಬಿದ್ದಿದೆ" ಚಂದ್ರಗುಪ್ತ ಹೇಳಿದ, "ಆದರೆ ಯವನರ ಸೈನ್ಯದ ಜೊತೆಯಲ್ಲಿ ಹೋಗಿರುವ ನಮ್ಮ ಮಿತ್ರರಾಗಲೀ, ಅಥವಾ ಆಚಾರ್ಯ ಚಾಣಕ್ಯ ರಾಗಲೀ ಬಂದು ತಿಳಿಸುವವರೆಗೆ ಅದು ಖಚಿತವಾಗುವುದಿಲ್ಲ."

"ಅಂದರೆ ಯುದ್ಧ ಭೀತಿಯಿಂದ ಧನನಂದ ಅತ್ತ ಗಮನ ಹರಿಸುವ ಸಂದರ್ಭದಲ್ಲಿ ಇಲ್ಲಿ ದಂಗೆಯೇಳುವುದು ಅತ್ಯಂತ ಪ್ರಶಸ್ತವೆಂದು ಆಚಾರ್ಯ ಚಾಣಕ್ಯರು ಆಲೋಚಿಸಿರಬೇಕು" ಎಂದ ಶಿವದತ್ತ.

"ಇರಬಹುದು, ಅದು ಏನಾದರೂ ಆಗಲಿ, ಇಲ್ಲಿರುವ ಮಗಧದ ಸೈನ್ಯ ಮತ್ತು ಸೇನಾನಾಯಕರನ್ನು ಓಡಿಸಿ, ನಗರ ಮತ್ತು ಅರಮನೆಯನ್ನು ಸಂಪೂರ್ಣವಾಗಿ ವಶಕ್ಕೆ ತೆಗೆದುಕೊಳ್ಳಬೇಕು. ಅಂದ ಹಾಗೆ ಶಿವದತ್ತರೇ, ಇಲ್ಲಿ ಮಗಧದ ಸೈನ್ಯ ಎಷ್ಟಿರಬಹುದು ?" ಎಂದು ಚರಣ ಕೇಳಿದ.

"ನಾಲ್ಕೈದು ಸಾವಿರವಿರಬಹುದು. ಅವರಲ್ಲಿ ಸುಮಾರು ಮೂರುಸಾವಿರದಷ್ಟು ಜನ ಇಲ್ಲಿಯವರೇ. ಅವರೆಲ್ಲ ನಮ್ಮ ಕಡೆಗೇ. ಉಳಿದ ಸೈನ್ಯವನ್ನು ಸುಲಭವಾಗಿ ಹೊಡೆದೋಡಿಸಬಹುದು. ಆದರೆ ಹೆಚ್ಚು ಸಂಖ್ಯೆಯ ಮಗಧದ ಸೈನ್ಯ ಮತ್ತೆ ಇತ್ತ ಕಡೆ ಬಂದರೆ ಕಷ್ಟವಾಗಬಹುದು."

"ಆದರ ಯೋಚನೆ ಆಮೇಲೆ ಮಾಡಿದರಾಯಿತು. ಅಂದರೆ ಸ್ಥಳೀಯರ ಸುಮಾರು ಮೂರು ಸಾವಿರದಷ್ಟು ಸೈನ್ಯ, ನಮ್ಮ ಎರಡು ಸಾವಿರದಷ್ಟು ಸೈನ್ಯ, ಜೊತೆಗೆ ನಂದಿನಿ, ವಸುಮತಿ ಮತ್ತು ಸುಜಾತಳ ನೇತೃತ್ವದ ಕಡೇ ಪಕ್ಷ ಇನ್ನೂರು ಮಹಿಳೆಯರು, ಅದರ ಜೊತೆಗೇ ನಮ್ಮ ಕರೆಗೆ ಓಗೊಟ್ಟು ನುಗ್ಗಿ ಬರುವ ಸಾವಿರಾರು ಜನ ಸಾಮಾನ್ಯರು. ಎಲ್ಲ ಸೇರಿ ಅಗಾಧ ಬಲವೇ ಆದಂತಾಯಿತು" ಎಂದ ಚಂದ್ರಗುಪ್ತ ಉತ್ಸಾಹದಿಂದ.

"ಈ ಎಲ್ಲ ಬಲಕ್ಕಿಂತ, ಇದನ್ನು ಸೂಕ್ತ ರೀತಿಯಲ್ಲಿ ನಿರ್ದೇಶಿಸಿ ನಮ್ಮ ಕಾರ್ಯವನ್ನು ಯಶಸ್ವಿಗೊಳಿಸುವ ಬುದ್ಧಿಯ ಬಲವೇ ಬಹಳ ದೊಡ್ಡದು" ಎಂದ ಮಹಾನಂದ.

"ಆದಕ್ಕೆ ನಮ್ಮ ಆಚಾರ್ಯರ ಬುದ್ಧಿಯೇ ಸಾಕು" ಎಂದ ಚರಣ ಅಭಿಮಾನದಿಂದ.

"ಚಾಣಕ್ಯರು ಬಂದ ನಂತರ ನಾವೆಲ್ಲ ಮತ್ತೆ ಭೇಟಿ ಮಾಡಬೇಕಾಗುತ್ತದೆ. ಅಲ್ಲಿಯವರೆಗೆ ನಿಮ್ಮ ಸಿದ್ಧತೆಗಳು ಮುಂದುವರಿಯಲಿ. ಮಹಾನಂದ, ನಮ್ಮ ಸೈನ್ಯ ರಹಸ್ಯವಾಗಿ ಅಡಗಿಕೊಳ್ಳಲು ಸೂಕ್ತವಾದ ಮನೆಗಳನ್ನು ನಾಳೆ ತೋರಿಸಿಬಿಟ್ಟರೆ ಶ್ರೀಗುಪ್ತ ಶ್ರಾವಸ್ತಿಗೆ ಹೊರಡುತ್ತಾನೆ. ಅಲ್ಲಿಂದ ನಮ್ಮ ಸೈನ್ಯ ಬಂದು ನೇರವಾಗಿ ಆ ಮನೆಗಳಿಗೇ ಹೋಗುತ್ತದೆ. ಚಾಣಕ್ಯರು ಬರುವವರೆಗೂ ನಾವು ನಿರೀಕ್ಷೆ ಮಾಡಬೇಕಾಗುತ್ತದೆ. ಅವರು ಬಂದ ತಕ್ಷಣ ನಮ್ಮ ಕೆಲಸಗಳು ಚುರುಕಾಗಿ ಆರಂಭವಾಗುತ್ತವೆ" ಚಂದ್ರಗುಪ್ತ ವಿವರಿಸಿದ.

"ನೀನು ಚಿಂತೆ ಮಾಡಬೇಡ ಚಂದ್ರಗುಪ್ತ" ಮಹಾನಂದ ಹೇಳಿದ, "ನಾಳೆಯೇ ಆ ಮನೆಗಳಿಗೆ ಅಗತ್ಯವಾದ ಆಹಾರ ಪದಾರ್ಥಗಳು ಮತ್ತು ಅಡಿಗೆಯ ಪರಿಚಾರಕರನ್ನು ಕಳಿಸಿಕೊಡುತ್ತೇನೆ. ನಿಮ್ಮ ಸೈನ್ಯ ಬರುವ ವೇಳೆಗೆ ಎಲ್ಲ ಅನುಕೂಲಗಳೂ ಸಿದ್ಧವಾಗಿರುತ್ತವೆ."

ಶಿವದತ್ತ ಮತ್ತು ದೇವಗುಪ್ತ ಹೊರಟುಹೋದ ನಂತರ ಉಳಿದವರೆಲ್ಲ ಊಟ ಮಾಡಿ ಮಲಗಿದರು. ಈಗ ಚಾಣಕ್ಯರು ಎಷ್ಟು ಬೇಗ ಬರುತ್ತಾರೋ, ಎಷ್ಟು ಬೇಗ ಕೆಲಸಗಳು ಆರಂಭವಾಗುತ್ತವೋ ಎಂಬ ಕಾತರ ಎಲ್ಲರ ಮನಸ್ಸಿನಲ್ಲೂ ತುಂಬಿತ್ತು. ಸದ್ಯ ಯಾವ ತೊಂದರೆಯೂ ಆಗದಿದ್ದರೆ ಸಾಕು, ಯವನರು ಮಗಧದ ಮೇಲೆ ಆಕ್ರಮಣ ಮಾಡುವುದು ತಪ್ಪಿದರೆ ಸಾಕು, ಎಂದು ಚಂದ್ರಗುಪ್ತ ಆಲೋಚಿಸುತ್ತಿದ್ದ. ಅಂಥ ಕಠಿಣ ಪ್ರತಿಜ್ಞೆ ಮಾಡಿದ ಆಚಾರ್ಯರು ಅದಕ್ಕೆ ಅವಕಾಶ ಕೊಡಲಾರರು ಎಂದುಕೊಂಡ.

ಮರುದಿನ ವೇಷ ಮರೆಸಿಕೊಂಡೇ ಚಂದ್ರಗುಪ್ತ ಮತ್ತು ಚರಣ ಮಹಾನಂದನೊಂದಿಗೆ ಹೋಗಿ, ಮಾತಂಗನ ಸೈನಿಕರಿಗಾಗಿ ಐದು ಮನೆಗಳನ್ನು ನೋಡಿ ಬಂದರು. ಅವುಗಳ ಗುರುತನ್ನು ಚೆನ್ನಾಗಿ ತಿಳಿದುಕೊಂಡ ಶ್ರೀಗುಪ್ತ ಸೈನ್ಯವನ್ನು ರಹಸ್ಯವಾಗಿ ಈ ಮನೆಗಳಿಗೆ ತಲಪಿಸಲು ಒಪ್ಪಿಕೊಂಡ.

ಮಾರನೆಯ ದಿನ ಶ್ರೀಗುಪ್ತ ಶ್ರಾವಸ್ತಿಯ ಕಡೆಗೆ ಪ್ರಯಾಣ ಬೆಳೆಸಿದ.

## ೬

ಅಂದು ಮಧ್ಯಾಹ್ನ ಯವನರ ಸೇನಾಶಿಬಿರದಲ್ಲಿ ಅಲೆಗ್ಸಾಂಡರನ ವಿಶಾಲವಾದ ಗುಡಾರದಲ್ಲಿ ಅಲೆಗ್ಸಾಂಡರ್, ಪೌರವ ಮತ್ತು ಸೇನಾನಾಯಕರು ಅತ್ಯಂತ ಚಿಂತಾಕ್ರಾಂತರಾಗಿ ಕುಳಿತಿದ್ದರು. ತಲೆಯ ಮೇಲೆ ಬಂಡೆ ಬಿದ್ದವರಂತೆ ಎಲ್ಲ ಹತಾಶರಾಗಿದ್ದರು. ಆದಕ್ಕೆ ಕಾರಣ, ಆರ್ಯಾವರ್ತದ ಸಂಬಳದ ಸೈನಿಕರು ತಾವು ಮುಂದೆ ಬರುವುದಿಲ್ಲವೆಂದು ಹಠಹಿಡಿದಿದ್ದರು.

ಆಂಭೀಕನ ಸೈನ್ಯದಲ್ಲಿ ಮುಕ್ಕಾಲುಭಾಗ ಮುಂದೆ ಅಡಿಯಿಡುವುದಿಲ್ಲವೆಂದು ಅಸಹಕಾರ ತೋರಿಸಿದ್ದರು. ಎಲ್ಲಕ್ಕಿಂತ ಮಿಗಿಲಾಗಿ ಅಲೆಗ್ಸಾಂಡರನ ಸ್ವಂತ ಸೈನ್ಯದಲ್ಲಿ ಬಹುಪಾಲು ಸೈನಿಕರು ಮರಳಿ ತಮ್ಮ ದೇಶಕ್ಕೆ ಹಿಂದಿರುಗಲು ಪಟ್ಟು ಹಿಡಿದಿದ್ದರು. ಸಿಂಹಸೇನ ಮತ್ತು ಅವರ ಮಿತ್ರರು ಗಿರಿನಾಥನ ಮೂಲಕ ಮಾಡಿದ ಸಂಚು ಫಲ ನೀಡಿತ್ತು.

ಆದರೆ ಪೌರವನಿಗೆ ಹೆಚ್ಚಿನ ನಿರಾಸೆಯಾಗಿತ್ತು. ತನ್ನ ಮಹತ್ವಾಕಾಂಕ್ಷೆಯ ಮನೆಯ ಬಾಗಿಲವರೆಗೂ ಬಂದು, ಹಿಂದಿರುಗುವುದು ಅವನಿಗೆ ಅತೀವ ಸಂಕಟವುಂಟುಮಾಡಿತ್ತು. ಇಂದಲ್ಲ ನಾಳೆ ಅಲೆಗ್ಸಾಂಡರ್ ಹಿಂದಿರುಗಿ ಹೋಗುವುದು, ತಾನು ಅವನು ಗೆದ್ದ ನಾಡುಗಳಿಗೆ ಒಡೆಯನಾಗುವುದು ಖಚಿತವೆನಿಸಿದರೂ, ಮಗಧವನ್ನು ಗೆದ್ದು ಚಕ್ರವರ್ತಿಯೆನಿಸಿಕೊಳ್ಳುವ ಪ್ರತಿಷ್ಠೆ ಮಣ್ಣುಗೂಡಿ ಹೋಗುವುದಲ್ಲ ಎಂದು ಬೇಸರ ಪಟ್ಟುಕೊಂಡು ಅವನು ಹೇಳಿದ, "ಬಂದವರು ಬರಲಿ, ಬಾರದಿದ್ದವರು ಎಲ್ಲಿಗೆ ಬೇಕಾದರೂ ಹೋಗಲಿ. ನನ್ನ ಸೈನ್ಯವಿದೆ. ಮಗಧವನ್ನು ಗೆಲ್ಲಲು ಅದಷ್ಟೇ ಸಾಕು. ಮುಂದಿಟ್ಟ ಹೆಜ್ಜೆಯನ್ನು ಹಿಂದೆ ತೆಗೆದುಕೊಳ್ಳುವುದು ಅಪಮಾನ."

"ನಿನಗಿಂತ ನನಗೆ ಹೆಚ್ಚು ನೋವಾಗಿದೆ ಪೌರವ" ಅಲೆಗ್ಸಾಂಡರ್ ಹೇಳಿದ, "ವಿಶ್ವವಿಜೇತನಾಗಬೇಕೆಂಬ ನನ್ನ ಕನಸು ಇಷ್ಟು ಬೇಗ ಒಡೆದು ಹೋಯಿತೆಂದು ನನಗೆಷ್ಟು ಸಂಕಟವಾಗುತ್ತಿದೆ ಗೊತ್ತೆ? ಕಡೇ ಪಕ್ಷ ನನ್ನ ಸೈನಿಕರಾದರೂ ಬೆಂಬಲ ನೀಡಿದ್ದರೆ ಯೋಚನೆ ಮಾಡಬಹುದಾಗಿತ್ತು."

"ಇಲ್ಲಿಯವರೆಗೂ ಇಲ್ಲದ ಈ ಅಸಹಕಾರ ಈಗ ಬಂದಿರಬೇಕಾದರೆ ಬೇರೆ ಯಾರಾದರೂ ಸಂಚು ಮಾಡಿರಬಹುದೆ?" ಪೌರವ ಕೇಳಿದ.

"ಸಂಚಿಗೆ ಅವಕಾಶವೆಲ್ಲಿದೆ?" ಸೆಲ್ಯೂಕಸ್ ಕೇಳಿದ, "ಮಗಧದ ಅಪಾರ ಸೈನ್ಯದ ಬಗ್ಗೆ ಎಲ್ಲ ಹೆದರಿಬಿಟ್ಟಿದ್ದಾರೆ. ಜಯದ ಸಾಧ್ಯತೆಯಿಲ್ಲದೆ ಹೋಗಿ ಯುದ್ಧ ಮಾಡಿ ಸಾಯಬೇಕೆ? ಎಂದು ಎಲ್ಲ ಕೇಳುತ್ತಾರೆ."

ಪೌರವ ನಕ್ಕ. "ಅಂದರೆ ಯಾರೂ ಸಾಯದಂಥ ಯುದ್ಧ ಮಾಡಬೇಕೇನು? ಅದು ಹೇಗೆ ಸಾಧ್ಯ?"

"ಪೌರವ" ಸೆಲ್ಯೂಕಸ್ ಹೇಳಿದ, "ಸಾಯುತ್ತೇನೆಂದು ಖಚಿತವಾಗಿ ಅಂದುಕೊಂಡು ಯಾರೂ ಯುದ್ಧಕ್ಕೆ ಹೋಗುವುದಿಲ್ಲ, ಹಾಗೆಂದು ಸಾಯುವುದು ಖಚಿತವಾಗಿ ಗೊತ್ತಾದ ಮೇಲೆ ಯುದ್ಧಕ್ಕೆ ಹೋಗುವುದು ಮೂರ್ಖತನವಲ್ಲವೆ?"

"ನಿಮಗೂ ಪ್ರಾಣಭಯವೆ?"

"ಪ್ರಾಣಭಯವಲ್ಲ" ಅಲೆಗ್ಸಾಂಡರ್ ಹೇಳಿದ, "ಹಟದಿಂದ ಹೋಗಿ ಯುದ್ಧ ಮಾಡಿ ಸೋತು, ಈಗ ಗೆದ್ದಿರುವ ನಾಡುಗಳನ್ನೆಲ್ಲ ಒಪ್ಪಿಸಿಕೊಡುವ ಅಪಮಾನದ ಪ್ರಸಂಗ ಬರಬಾರದು. ನಮ್ಮ ಸೈನ್ಯದಲ್ಲಿ ಹಬ್ಬಿರುವ ವದಂತಿಯನ್ನು ಗಮನಿಸಿದರೆ ಮಗಧದ ಸೈನ್ಯ ಅತ್ಯಂತ ಪ್ರಬಲವಾಗಿರುವಂತಿದೆ."

"ನನಗೇನೋ ಇದು ಯಾರದೋ ಸಂಚೇ ಎನಿಸುತ್ತದೆ" ಎಂದ ಪೌರವ.

"ಸಂಚೇ ಆಗಲಿ, ಆದರೆ ಮಗಧದಲ್ಲಿ ಅಪಾರ ಸಂಖ್ಯೆಯ ಸೈನ್ಯವಿರುವುದು ಸುಳ್ಳೇ? ಪ್ರಚಂಡ ಬುದ್ಧಿವಂತನೂ, ಮಹಾವೀರನೂ ಆದ ಅಮಾತ್ಯರಾಕ್ಷಸನೆಂಬ ವ್ಯಕ್ತಿಯಿರುವುದು ಸುಳ್ಳೇ?"

"ಎಲ್ಲವೂ ನಿಜ. ಆದರೆ ಆ ಮಗಧದ ಸೈನ್ಯ ನಿನ್ನಂಥ ವೀರನನ್ನೇ ಅಲುಗಾಡಿಸಿತೆಂಬುದು ಅಚ್ಚರಿಯ ಸಂಗತಿ!"

ಅವನ ಮಾತಿನ ವ್ಯಂಗ್ಯ ಅರ್ಥವಾಗಿ ಅಲೆಗ್ಸಾಂಡರ್ ಮುಖದಲ್ಲಿ ಸ್ವಲ್ಪ ಕೋಪ ಕಾಣಿಸಿಕೊಂಡಿತು. ಅವನೆಂದ, "ನಿಮ್ಮಂತೆ ಹುಚ್ಚು ಆವೇಶದಿಂದ ಮುನ್ನುಗ್ಗಿ ಹೋಗಿ ಅಪಾಯವನ್ನು ಮೇಲೆ ಹಾಕಿಕೊಳ್ಳುವುದು ನನ್ನ ಸ್ವಭಾವವಲ್ಲ. ಮತ್ತೆ ಬರುತ್ತೇನೆ. ಇಲ್ಲಿಯ ಸಂಬಳದ ಯೋಧರ ಅವಲಂಬನವಿಲ್ಲದೆ ಹೋರಾಡಬಲ್ಲ ನನ್ನ ದೇಶದ, ನನ್ನ ಸ್ವಂತ ಸೈನ್ಯವನ್ನೇ ತೆಗೆದುಕೊಂಡು ಬರುತ್ತೇನೆ. ಬಿಟ್ಟಿರುವ ನನ್ನ ಕೆಲಸವನ್ನು ಮತ್ತೆ ಮುಂದುವರಿಸುತ್ತೇನೆ."

"ಬಿಟ್ಟು ಹೋಗುತ್ತಿರುವ ಸೈನಿಕರಿಗೆ ಸಂಬಳ ಕೊಡುವುದೂ ಈಗ ದೊಡ್ಡ ಸಮಸ್ಯೆಯಾಗಿದೆ" ಸೆಲ್ಯೂಕಸ್ ಚಿಂತೆಯಿಂದ ಹೇಳಿದ, "ಕೊಡಬೇಕಾದ ಎಲ್ಲವನ್ನೂ ಕೊಟ್ಟರೆ ನಾವು ಬರಿಗೈಯಾಗುತ್ತೇವೆ. ಮತ್ತೆ ನಮ್ಮ ನಾಡನ್ನು ಸೇರುವುದು ಕಷ್ಟವಾಗುತ್ತದೆ."

"ಕೊಟ್ಟುಬಿಡು ಸೆಲ್ಯೂಕಸ್" ಅಲೆಗ್ಸಾಂಡರ್ ಹೇಳಿದ, "ಹೋಗುತ್ತ ನಾವು ಬೇರೆ ಮಾರ್ಗದಿಂದ ಹೋಗೋಣ. ಸಾಧ್ಯವಾದಷ್ಟು ಸಣ್ಣಪುಟ್ಟ ಜನಪದಗಳನ್ನು ಜಯಿಸೋಣ. ಸುಲಿಗೆ ಮಾಡೋಣ. ಪೌರವ, ಆರ್ಯಾವರ್ತದ ಗಡಿ ದಾಟುವವರೆಗಾದರೂ, ಕಡೇಪಕ್ಷ ಗಾಂಧಾರದವರೆಗಾದರೂ ನಿನ್ನ ಸೈನ್ಯವನ್ನು ನನ್ನೊಂದಿಗೆ ಕಳಿಸಿಕೊಡು. ಅಥವಾ ನೀನೇ ಬಂದರೂ ಸರಿಯೇ."

"ಸಾಧ್ಯವಿಲ್ಲ ಯವನವೀರ" ಪೌರವ ತಕ್ಷಣ ಹೇಳಿದ, "ನಾನು ಮೊದಲೇ ವೃದ್ಧ. ಇದೇ ನನಗೆ ಹೆಚ್ಚಿನ ಶ್ರಮವಾಗಿದೆ. ಮಗಧದ ಮೇಲಿನ ಯುದ್ಧವೆಂದು ನಾನು ಹೇಗೋ ತಡೆದುಕೊಂಡಿದ್ದೆ. ಈಗ ನನ್ನ ದೇಹ ನಿತ್ರಾಣವಾಗಿರುವುದು ಅನುಭವಕ್ಕೆ ಬರುತ್ತಿದೆ. ನನ್ನ ಸೈನ್ಯದ ಆವಶ್ಯಕತೆ ನಿನಗಿಲ್ಲ ಬಿಡು. ನೀವು ಹಿಂದಿರುಗುವುದೇ ಖಚಿತವಾದರೆ ನಿಮ್ಮ ಒಟ್ಟು ಸೈನ್ಯ ನಿಮ್ಮೊಂದಿಗೆ ಇದ್ದೇ ಇರುತ್ತದೆ. ಜೊತೆಗೆ ಗಾಂಧಾರದವರೆಗೆ ಆಂಭೀಕ ಮತ್ತು ಅವನ ಸೈನ್ಯ ನಿಮ್ಮೊಡನೆ ಬಂದೇ ಬರುತ್ತದೆ. ಅಗತ್ಯವಾದರೆ ಒಂದಷ್ಟು ಸಾಮಗ್ರಿಗಳನ್ನು, ಕೆಲವು ಆನೆ ಕುದುರೆಗಳನ್ನು ಬೇಕಾದರೆ ಕಳಿಸಿ ಕೊಡುತ್ತೇನೆ."

ಅವನ ಮಾತಿನ ಧಾಟಿಯಿಂದ ಅಲೆಗ್ಸಾಂಡರನಿಗೆ ಕೋಪವೇನೋ ಬಂತು. ಆದರೆ ಅದನ್ನು ವ್ಯಕ್ತಪಡಿಸಲಿಲ್ಲ, ಏಕೆಂದರೆ ತಾನು ಹಿಂದಿರುಗಿ ಹೋಗುತ್ತಿರುವಾಗ, ತಾನು ಗೆದ್ದಿರುವ ಕೆಲವು ಪ್ರದೇಶಗಳನ್ನು ತನ್ನ ಪ್ರತಿನಿಧಿಯಾಗಿ ಪೌರವನೇ ಆಳಬೇಕಾಗಿತ್ತು. ತನ್ನ ಕಡೆಯ ಯವನ ನಾಯಕರನ್ನೇ ನೇಮಿಸಿದರೆ, ತಾನು ಅತ್ತ ಹೋದಂತೆ, ಇತ್ತ ಪೌರವ ಅಸಹಕಾರ ತೋರಿ ತೊಂದರೆ ಕೊಡುವ ಅಥವಾ ತಾನೇ ಆಕ್ರಮಿಸಿಕೊಳ್ಳುವ ಸಾಧ್ಯತೆಯಿತ್ತು.

"ಸ್ಥಳೀಯ ಸೈನಿಕರು ಹಟ ಮಾಡುವುದರಲ್ಲಿ ಅರ್ಥವಿದೆ. ಆದರೆ ನಿಮ್ಮ ಜೊತೆ ಬಂದಿರುವ ಸೈನಿಕರ ಹಟ ನನಗೆ ಅರ್ಥವಾಗುತ್ತಿಲ್ಲ. ಅಲ್ಲಿಂದ ಹೊರಟಾಗಲೇ ನಿಮ್ಮ ದಂಡಯಾತ್ರೆಯ ಅರಿವು ಅವರಿಗಿತ್ತಲ್ಲವೆ?" ಪೌರವ ಸ್ವಲ್ಪ ಹೊತ್ತು ಬಿಟ್ಟು ಕೇಳಿದ.

ಅಲೆಗ್ಸಾಂಡರ್ ಮಾತಾಡುವ ಮೊದಲು ಸೆಲ್ಯೂಕಸ್ ತಾನೇ ಹೇಳಿದ, "ಸ್ವಂತ ನಾಡನ್ನೂ, ಸ್ವಂತದ ಜನರನ್ನೂ ಬಿಟ್ಟು ಬಂದ ನೋವು ನಿನಗೆ ಅರ್ಥವಾಗುವುದಿಲ್ಲ ಪೋರಸ್. ಅಲ್ಲದೆ ಹೊಸಜನ, ಹೊಸ ವಾತಾವರಣ ಮತ್ತು ನಮಗೆ ಹೊಂದಿಕೆಯಾಗದ ಹವಾಗುಣ- ಇವುಗಳ ನಡುವೆ ನಾವೇ ಬಳಲಿ ಹೋಗಿದ್ದೇವೆ. ಇನ್ನು ಅವರ ಪರಿಸ್ಥಿತಿ ಏನಾಗಿರಬಹುದೆಂದು

ಸ್ವಲ್ಪ ಯೋಚಿಸು. ಈಗಾಗಲೇ ಸಾಕಷ್ಟು ಜನ ಯುದ್ಧದಲ್ಲಿ ಮಡಿದಿದ್ದಾರೆ. ಮಗಧದ ಅಪಾರ ಸೈನ್ಯವನ್ನು ಎದುರಿಸಿದರೂ, ಒಬ್ಬರೂ ಜೀವಂತವಾಗಿ ಹಿಂದಿರುಗಲಾಗುವುದಿಲ್ಲವೆಂಬ ಭೀತಿ ಅವರಿಗೆ ಈ ಹಟ ಮಾಡಲು ಪ್ರೇರೇಪಣೆ ನೀಡಿದೆ.''

''ನನಗಂತೂ ಈ ವಿಷಯ ತಿಳಿದಾಗಿನಿಂದ ಸರಿಯಾಗಿ ಊಟ ಸೇರುತ್ತಿಲ್ಲ, ನಿದ್ರೆ ಬರುತ್ತಿಲ್ಲ. ಒಂದೊಂದು ಸಲ, ಹಟ ಹಿಡಿದ ಒಬ್ಬೊಬ್ಬ ಸೈನಿಕನನ್ನೂ ಇರಿದು ಕೊಲ್ಲಬೇಕೆಂಬಷ್ಟು ಕೋಪ ಬರುತ್ತಿತ್ತು. ಛೆ, ನಾನು ಎಂಥ ಆಸೆಯಿರಿಸಿಕೊಂಡು ನಮ್ಮ ದೇಶದಿಂದ ಹೊರಟೆ ! ಈಗ ಎಂಥ ನಿರಾಸೆಯಿಂದ ಮರಳಬೇಕಾಗಿದೆ !'' ಅಲೆಗ್ಸಾಂಡರ್ ಪೇಚಾಡಿಕೊಂಡ.

''ನೀನೇನು ಸೋತು ತಲೆತಗ್ಗಿಸಿ ಹೋಗುತ್ತಿಲ್ಲವಲ್ಲ! ನಿನ್ನ ವಿಜಯದ ಕೀರ್ತಿಯೊಂದಿಗೇ ಹೋಗುತ್ತಿದ್ದಿ!'' ಎಂದ ಪೌರವ.

''ನಿನ್ನ ಮಾತು ಕೇಳಿ ಮಗಧದ ಮೇಲೆ ಯುದ್ಧಕ್ಕೆ ಹೊರಟುಬಿಟ್ಟಿದ್ದರೆ ಆ ಸೋಲಿನ ಕಹಿಯನ್ನೂ ಅನುಭವಿಸಬೇಕಾಗಿತ್ತೇನೋ ! ಈ ದೃಷ್ಟಿಯಿಂದ ನೋಡಿದರೆ ಸೈನಿಕರು ಅಸಹಕಾರ ತೋರಿಸಿದ್ದು ಒಳ್ಳೆಯದೇ ಆಯಿತೆಂದು ಕಾಣುತ್ತದೆ'' ಎಂದ ಸೆಲ್ಯೂಕಸ್.

ಮುಂದೆ ಮಾತು ಬೆಳಸದೆ ಪೌರವ ತನ್ನ ಗುಡಾರಕ್ಕೆ ಹೊರಟುಹೋದ. ಹೋದ ನಂತರ ಸ್ಥಳೀಯ ಸೈನಿಕರಿಗೆ ಸಂಬಳ ವಿತರಿಸುವ ಬಗ್ಗೆ, ಹಿಂದಿರುಗುವ ಮಾರ್ಗದ ಬಗ್ಗೆ, ಯಾವಾಗ ಹೊರಡಬೇಕೆಂಬ ಬಗ್ಗೆ ಅಲೆಗ್ಸಾಂಡರ್ ತನ್ನ ಸೇನಾನಾಯಕರೊಂದಿಗೆ ಚರ್ಚಿಸಿದ.

★ ★ ★

ಇತ್ತ ಸಂಜೆ, ಸೇನಾಶಿಬಿರದ ಹೊರಗೆ ಸಿಂಹಸೇನ ಮತ್ತು ಗಿರಿನಾಥ ರಹಸ್ಯವಾಗಿ ಮಾತಾಡುತ್ತಿದ್ದರು. ಅವರಿಗೆ ಸ್ವಲ್ಪ ದೂರದಲ್ಲಿ ವ್ಯಾಪಾರ ಮಾಡುವ ಸೋಗಿನಲ್ಲಿ ಬ್ರಹ್ಮದತ್ತ ಮತ್ತು ಭಾಸ್ಕರ ಕಂಡೂ ಕಾಣದಂತೆ ಅವರತ್ತ ನೋಡುತ್ತ, ತಮ್ಮಲ್ಲೇ ಪಿಸುಗುಡುತ್ತ ಕುಳಿತಿದ್ದರು.

''ಕೆಲಸವಾಯಿತು ಸಿಂಹಸೇನ. ಒಂದೆರಡು ದಿನದಲ್ಲಿ ಅಲೆಗ್ಸಾಂಡರನ ಇಡೀ ಸೈನ್ಯ ಹಿಂದಿರುಗುತ್ತದೆ. ಪೌರವ ತನ್ನ ರಾಜಧಾನಿ ಗಿರಿಪುರಕ್ಕೆ, ಆಂಭೀಕ ತಕ್ಷಶಿಲೆಗೆ, ಉಳಿದವರು ತಮ್ಮ ಇಷ್ಟ ಬಂದ ಕಡೆಗೆ ಹೊರಡುತ್ತಾರೆ'' ಎಂದ ಗಿರಿನಾಥ.

''ನಮ್ಮ ಕೆಲಸವೇನಾಯಿತು ? ನಮ್ಮ ಕಡೆಗೆ ಬರುವವರ ಬಗ್ಗೆ ವಿಚಾರಿಸಲಿಲ್ಲವೆ ?''

''ಆತುರ ಪಡಬೇಡ'' ಗಿರಿನಾಥ ತುಸು ನಕ್ಕು ಹೇಳಿದ, ''ಎಲ್ಲ ವ್ಯವಸ್ಥೆ ಮಾಡಿದ್ದೇನೆ. ಸುಮಾರು ಎರಡು ಸಾವಿರಕ್ಕಿಂತ ಹೆಚ್ಚು ಜನ ಸಂಬಳದ ಸೈನಿಕರು ನೀನು ಸೂಚಿಸಿರುವ ಕಡೆ ಬರಲು ಮತ್ತು ನೀನು ಹೇಳಿದವರಿಗಾಗಿ ಹೋರಾಡಲು ಸಿದ್ಧರಾಗಿದ್ದಾರೆ. ಅಲ್ಲದೆ ಗಾಂಧಾರದ ಸೈನ್ಯದಲ್ಲೂ ಅರ್ಧಕ್ಕಿಂತ ಹೆಚ್ಚು ಜನ ಆಂಭೀಕನಿಗೆ ತಿರುಗಿ ಬೀಳಲು ಸಿದ್ಧರಾಗಿದ್ದಾರೆ. ಅವರಿಗೂ ಆಂಭೀಕನ ಬಗ್ಗೆ ತುಂಬಾ ಬೇಸರವಿದೆ. ವಿದೇಶೀಯನ ಬೆನ್ನು ಹತ್ತಿ ಬಂದ ಅವನಿಗಿಂತ, ಸ್ವದೇಶದ ಬೇರೊಬ್ಬ ರಾಜನಿಗೆ ಬೆಂಬಲ ನೀಡುವುದರಲ್ಲಿ ತಪ್ಪೇನು ಎಂದು ಹೇಳಿ ಅವರನ್ನು ಒಪ್ಪಿಸಿದ್ದೇನೆ.''

ಸಿಂಹಸೇನನಿಗೆ ಸಂತೋಷವಾಯಿತು ''ತುಂಬಾ ಒಳ್ಳೆಯ ಕೆಲಸ ಮಾಡಿದ್ದಿ ಗಿರಿನಾಥ. ನೀನು ಗಾಂಧಾರದ ಸೇನಾಧಿಪತಿಯಾಗುವ ಅವಕಾಶ ಬಂದರೆ ?''

"ಅದೆಲ್ಲಿ ಸಾಧ್ಯ? ಆಂಭೀಕನಿಗೆ ಬಹಳ ಆಪ್ತನಾದ ಪುಷ್ಕರನಿದ್ದಾನೆ."

"ಅವನು ಆಂಭೀಕನಿಗೆ ಆಪ್ತ. ನೀನು ಗಾಂಧಾರವನ್ನು ಜಯಿಸುವ ಹೊಸರಾಜನಿಗೆ ಆಪ್ತ."

"ಆ ಸ್ಥಾನ ಸಿಗುವುದು ಖಚಿತವಾದರೆ, ನೀವು ಈವರೆಗೆ ಕೊಟ್ಟಿರುವ ಧನವನ್ನೆಲ್ಲ ಹಿಂದಿರುಗಿಸಲು ನಾನು ಸಿದ್ಧ" ಎಂದ ಗಿರಿನಾಥ ಆಸೆಯಿಂದ.

"ಅದರ ಅಗತ್ಯವಿಲ್ಲ, ಆದರೆ ನಾನು ಅಂದುಕೊಂಡ ಕೆಲಸಗಳೆಲ್ಲ ಸುಸೂತ್ರವಾಗಿ ನಡೆದರೆ, ನೀನು ಸೇನಾಧಿಪತಿಯಾಗುವುದು ಖಂಡಿತ. ಆದರೆ ನಿನ್ನ ನಿಷ್ಠೆಯ ಬಗ್ಗೆ ನನಗೆ ನಂಬಿಕೆ ಬೇಕು."

"ಆಂಭೀಕನಿಗೆ ವಿರುದ್ಧವಾಗಿ ಕೆಲಸ ಮಾಡಿದಂತೆ, ನೀನು ಹೇಳುತ್ತಿರುವ ಹೊಸ ರಾಜನಿಗೆ ದ್ರೋಹ ಮಾಡುವೆನೆಂಬ ಶಂಕೆಯೆ? ಹೌದು, ಆ ಭಾವನೆ ಬರುವುದು ಸಹಜ. ಆದರೆ ನಾನು ಗಾಂಧಾರವನ್ನು ಮತ್ತು ತಕ್ಷಶಿಲೆಯನ್ನು ಪ್ರೀತಿಸುತ್ತೇನೆ. ನನ್ನಲ್ಲಿ ಲೌಕಿಕವಾದ ಆಸೆಗಳಿರುವುದೇನೋ ನಿಜ. ಆದರೆ ನಮ್ಮ ರಾಜ ಧೀರನಾಗಿದ್ದರೆ, ಸ್ವಾಭಿಮಾನಿಯಾಗಿದ್ದರೆ, ಪ್ರಜಾನುರಾಗಿಯಾಗಿದ್ದರೆ ನಾನು ಈ ಕೆಲಸ ಮಾಡುತ್ತಿರಲಿಲ್ಲವೆಂದು ಕಾಣುತ್ತದೆ. ಗಾಂಧಾರಕ್ಕೆ ಒಳಿತು ಮಾಡುವ, ಪ್ರಜೆಗಳಿಗೆ ನೆಮ್ಮದಿ ನೀಡುವ ರಾಜ ಬರುವುದಾದರೆ ನನ್ನ ನಿಷ್ಠೆ ಎಂಥದೆಂಬುದನ್ನು ತೋರಿಸಿಕೊಡುತ್ತೇನೆ. ಸ್ವಾಭಿಮಾನ ಶೂನ್ಯನಾದ, ಹೇಡಿಯಾದ ನಮ್ಮ ರಾಜ, ನಮಗೆ ಇಷ್ಟವಿಲ್ಲದೆ, ಯಾವನೋ ವಿದೇಶೀಯನಿಗಾಗಿ ಹೋರಾಡಲು ಕರೆತಂದಾಗ, ನಾವು ಅವನಿಗೆ ನಿಷ್ಠೆ ತೋರಿಸಬೇಕೆ? ಆ ವಿದೇಶದ ಶತ್ರು ನಿನ್ನ ಉಪಾಯದ ಮೂಲಕ ಆರ್ಯಾವರ್ತವನ್ನು ಬಿಟ್ಟು ಹೋಗುತ್ತಿರುವುದು ನಮಗೆಲ್ಲ ಎಷ್ಟು ಸಂತೋಷ ವುಂಟುಮಾಡಿದೆ ಗೊತ್ತೇ?"

"ನೊಂದುಕೊಳ್ಳಬೇಡ ಗಿರಿನಾಥ" ಸಿಂಹಸೇನ ಸಮಾಧಾನಪಡಿಸುವಂತೆ ಹೇಳಿದ, "ನನ್ನ ಕರ್ತವ್ಯವನ್ನು ನಾನು ಮಾಡಿದೆ."

"ಅದು ಸರಿ, ನಾನು ಬೆಂಬಲ ನೀಡಬೇಕಾದ ಆ ಹೊಸ ರಾಜ ಯಾರು?" ಗಿರಿನಾಥ ಕೇಳಿದ.

ಒಂದುಕ್ಷಣ ಹೇಳಲೋ ಬೇಡವೋ ಎಂದು ಯೋಚಿಸಿದ ಸಿಂಹಸೇನ, ಕಡೆಗೆ, ಹೇಳಿದರೆ ಗಿರಿನಾಥ ನಂಬಿಕೆಯ ಮೇಲೆ ಬೆಂಬಲ ನೀಡಬಹುದೆಂಬ ಭರವಸೆಯ ಮೇಲೆ ಹೇಳಲು ನಿರ್ಧರಿಸಿದ. "ರಾಜನಾಗಲಿರುವವನ ಹೆಸರು ಹೇಳುವ ಮೊದಲು, ಆತನನ್ನು ರಾಜನಾಗಿ ಮಾಡಲು ಪಣತೊಟ್ಟಿರುವ ಒಬ್ಬ ವ್ಯಕ್ತಿಯ ಬಗ್ಗೆ ಹೇಳುತ್ತೇನೆ. ಅವರಾರೆಂದು ಬಹುಶಃ ನಿನಗೂ ಗೊತ್ತಿದೆ. ಅವರೂ ತಕ್ಷಶಿಲೆಯವರೇ."

"ನನಗೆ ಗೊತ್ತಿದೆಯೆ! ತಕ್ಷಶಿಲೆಯವರೆ! ಯಾರವರು?"

"ಆಚಾರ್ಯ ಚಣಕರ ಹೆಸರನ್ನು ಕೇಳಿರುವೆಯಾ?"

"ತಕ್ಷಶಿಲೆಯಲ್ಲಿ ಅವರ ಹೆಸರನ್ನು ಕೇಳದವರಾರು? ಆದರೆ ಅವರು ಪಾಟಲೀಪುತ್ರದಲ್ಲಿ ತೀರಿಕೊಂಡರಂತಲ್ಲ?"

"ಹೌದು, ಆದರೆ ಅವರ ಮಗ ಚಾಣಕ್ಯ ಬದುಕಿದ್ದಾರೆ."

"ಚಾಣಕ್ಯನೇ! ವಿಷ್ಣುಗುಪ್ತನಲ್ಲವೇ ಅವರ ಹೆಸರು? ಅವರು ಗುರುಕುಲದ ಬಗ್ಗೆ ನಮ್ಮ ರಾಜನೊಂದಿಗೆ ವಾಗ್ವಾದ ಮಾಡಿ ನಗರ ತ್ಯಾಗ ಮಾಡಿದ ವಿಷಯ ನನಗೆ ಗೊತ್ತು."

"ಆ ವಿಷ್ಣುಗುಪ್ತನೇ ಚಾಣಕ್ಯ. ಅವರೀಗ ಇಡೀ ಆರ್ಯಾವರ್ತವನ್ನು ಒಂದೇ ಆಳ್ವಿಕೆಯ ಕೆಳಗೆ ತಂದು, ಸನಾತನ ಧರ್ಮದ ಅಡಿಪಾಯದ ಮೇಲೆ ಒಂದು ಪ್ರಬಲ ಸಾಮ್ರಾಜ್ಯ ಕಟ್ಟುವ ಪ್ರಯತ್ನದಲ್ಲಿದ್ದಾರೆ."

"ಬಹಳ ದೂರಾಲೋಚನೆ. ಆದರೆ ಆ ರಾಜನಾರು?"

"ಚಂದ್ರಗುಪ್ತ ಮೌರ್ಯ."

"ಅವನು ಪಾಟಲೀಪುತ್ರದ ಸೆರೆಮನೆಯಿಂದ ತಪ್ಪಿಸಿಕೊಂಡು ಓಡಿ ಹೋದನೆಂಬ ವಿಷಯ ಗೊತ್ತು."

"ಹೌದು, ನಾವೆಲ್ಲ ಅವನ ಮಿತ್ರರು. ಅವನೊಂದಿಗೆ ಸೆರೆಮನೆಯಿಂದ ತಪ್ಪಿಸಿ ಕೊಂಡವರಲ್ಲಿ ನಾವೂ ಇದ್ದೆವು."

"ಅವನು ಮುಂದಿನ ಚಕ್ರವರ್ತಿಯೇ!"

"ಹೌದು, ಅವನು ಕ್ಷತ್ರಿಯ. ಪಿಪ್ಪಲಿವನದ ರಾಜ ರವಿಗುಪ್ತಮೌರ್ಯನ ಮಗ. ಪಿಪ್ಪಲಿವನದ ರಾಜನಾದ ನಂತರವೇ ತನ್ನ ದಂಡಯಾತ್ರೆಯನ್ನು ಆರಂಭಿಸುತ್ತಾನೆ. ತನ್ನ ದುರಾಡಳಿತದಲ್ಲಿ ಪ್ರಜೆಗಳಿಗೆ ಶಾಪವಾಗಿರುವ ಮಗಧದ ಚಕ್ರವರ್ತಿ ಧನನಂದ, ಸೌಜನ್ಯರಹಿತವಾಗಿ ಪ್ರಜೆಗಳ ಕಷ್ಟ ಸುಖಗಳನ್ನು ಕಡೆಗಣಿಸಿ ಕೆಟ್ಟ ಹೆಸರು ಪಡೆದಿರವ ಆಂಭೀಕ ಇತ್ಯಾದಿ ಎಲ್ಲರನ್ನೂ ಬಗ್ಗುಬಡಿದು ಗೆದ್ದು ಪಟ್ಟಾಭಿಷೇಕ ಮಾಡಿಕೊಳ್ಳಲು ಹೊರಟಿದ್ದಾನೆ. ಗಾಂಧಾರವನ್ನು ಜಯಿಸಲು ನೀನು ನೆರವಾದರೆ, ಅಲ್ಲಿ ನೀನು ಪ್ರಧಾನ ಸೇನಾನಾಯಕನಾಗುತ್ತಿ. ನಿನ್ನ ಸ್ಥಾನಮಾನಗಳೂ ಏರುತ್ತವೆ, ಅದಕ್ಕಿಂತ ಮುಖ್ಯವಾಗಿ ನಿನ್ನ ನಾಡಿನ ಜನರಿಗೆ ಸೇವೆ ಮಾಡಿ ನಿನ್ನ ಋಣ ಸಲ್ಲಿಸುವ ಪವಿತ್ರ ಅವಕಾಶವೂ ದೊರೆಯುತ್ತದೆ. ಚೆನ್ನಾಗಿ ಯೋಚನೆ ಮಾಡಿ ನಿರ್ಧಾರಕ್ಕೆ ಬಾ. ಬಲವಂತವೇನಿಲ್ಲ, ಆದರೆ, ಒಬ್ಬ ಬ್ರಾಹ್ಮಣ ನಮ್ಮ ಧರ್ಮ, ಸಂಸ್ಕೃತಿ ಮತ್ತು ಪ್ರಜೆಗಳ ಹಿತ ರಕ್ಷಿಸಲು ಪಾಡುಪಡುತ್ತಿರಬೇಕಾದರೆ, ನನ್ನ ನಿನ್ನಂಥವರು ಸುಮ್ಮನಿರುವುದು ಅನ್ಯಾಯವಲ್ಲವೆ?"

"ಹೌದು, ನಿನ್ನ ಮಾತು ನಿಜ. ಖಂಡಿತ ನಾನು ನನ್ನ ಕೈಲಾದ ಎಲ್ಲವನ್ನೂ ಮಾಡುತ್ತೇನೆ ಸಿಂಹಸೇನ. ಏನು ಮಾಡಬೇಕು ಹೇಳು."

"ವ್ಯಾಪಾರಿಯಂತೆ ಸೋಗು ಹಾಕಿ ನನ್ನ ಮೇಲೆ ಗೂಢಚರ್ಯೆ ನಡೆಸಿದನಲ್ಲಾ ಎಂದು ನನ್ನ ಮೇಲೆ ಅಸಮಾಧಾನವಿಲ್ಲ ತಾನೆ?"

"ಇಲ್ಲ ಅದರ ಬದಲು, ನ್ಯಾಯವಂತರಿಗೆ ದ್ರೋಹ ಮಾಡದೆ, ಒಳ್ಳೆಯ ಕಾರ್ಯಕ್ಕೆ ಗೂಢಚರ್ಯೆಯ ಮೂಲಕ ನೆರವು ನೀಡಿ ನೀನು ಉತ್ತಮ ಕೆಲಸವನ್ನೇ ಮಾಡಿದೆ."

"ಈಗ ನೀನು ನಿನ್ನ ಸೈನ್ಯದೊಂದಿಗೆ ಗಾಂಧಾರಕ್ಕೆ ಹೊರಟುಬಿಡು. ಸಂಬಳದ ಸೈನಿಕರು ಗಾಂಧಾರದ ಗಡಿಯ ಬಳಿ ಅಲೆಮಾರಿಗಳಂತೆ ಇದ್ದು ಇನ್ನೇನು ಮುಂದೆ ಪ್ರಯಾಣ ಬೆಳೆಸುವವರಂತೆ ಕಾಲ ಕಳೆಯುತ್ತಿರಲಿ. ಕೆಲವು ದಿನ ಅವರು ಅಲ್ಲಿರಲು, ನಿನ್ನ ರಾಜ ಆಂಭೀಕನಿಗೆ ಹೇಳಿ ಅನುಮತಿ ಕೊಡಿಸಿದರೆ ಇನ್ನೂ ಒಳ್ಳೆಯದೆ."

"ಆ ಕೆಲಸ ಮಾಡುತ್ತೇನೆ."

"ಅವರ ನಾಯಕರಿಗೆ, ಚಂದ್ರಗುಪ್ತ ಮೌರ್ಯನ ಸೈನ್ಯ ಬಂದಾಗ ಅವರೊಂದಿಗೆ ಸೇರಿಕೊಳ್ಳುವಂತೆ ಮೊದಲೇ ಸೂಚನೆ ನೀಡಿರು. ಅವರನ್ನೂ ಸೇರಿಸಿಕೊಂಡು ನಾವು

ಹಠಾತ್ತನೆ ತಕ್ಷಶಿಲೆಯ ಮೇಲೆ ನುಗ್ಗುತ್ತೇವೆ. ಭಾರೀ ಯುದ್ಧದ ಸಂಭವವಿಲ್ಲದಿದ್ದರೂ, ಸ್ವಲ್ಪ ಘರ್ಷಣೆಯಂತೂ ನಡೆಯುತ್ತದೆ. ಆ ಸಂದರ್ಭದಲ್ಲಿ ನೀನು ನಿನ್ನ ಬೆಂಬಲಿಗ ಸೈನ್ಯದೊಂದಿಗೆ ನಮ್ಮ ಕಡೆ ಸೇರಿಬಿಡು. ಉಳಿದ ಸೈನ್ಯ ಹೆದರಿ ತಟಸ್ಥವಾಗುತ್ತದೆ. ಆಂಭೀಕ ತೆಪ್ಪಗಾಗುತ್ತಾನೆ. ಆಮೇಲೆ ಉಳಿದ ವಿಷಯ. ನಿನ್ನ ಬೆಂಬಲಿಗರಿಗೆ ಹಂಚಲು ತಕ್ಷಣಕ್ಕೆ ಈ ಸುವರ್ಣ ಮುದ್ರೆಗಳನ್ನು ಇರಿಸಿಕೊ. ಆಮೇಲೆ ಬೇರೆ ವ್ಯವಸ್ಥೆ ಮಾಡುತ್ತೇನೆ.''

''ಆಗಬಹುದು ಸಿಂಹಸೇನ, ಎಲ್ಲ ನೀನು ಹೇಳಿದಂತೆಯೇ ನಡೆಯುತ್ತದೆ. ನನ್ನ ಮೇಲೆ ನಂಬಿಕೆಯಿಡು. ನಾನಿನ್ನು ಬರಲೇ?''

''ಹೊರಡು, ಎಚ್ಚರ. ನಮ್ಮ ಮಾತಿನ ಯಾವ ವಿಷಯವೂ ಬಹಿರಂಗವಾಗಬಾರದು.''

ಗಿರಿನಾಥ ಹೊರಟು ಹೋದ ನಂತರ ಸಿಂಹಸೇನ ತನ್ನ ಮಿತ್ರರ ಬಳಿಗೆ ಬಂದ. ಎಲ್ಲ ವಿಷಯವನ್ನೂ ಹೇಳಿದ. ''ಹಾಗಾದರೆ ನಾವು ನಾಳೆಯೇ ಹಸ್ತಿನಾವತಿಗೆ ಹೊರಟು ಬಿಡಬಹುದು'' ಎಂದ ಭಾಸ್ಕರ ಉತ್ಸಾಹದಿಂದ.

''ಬೇಡ, ಮತ್ತೆ ಅವರ ನಿರ್ಧಾರ ಬದಲಾಗಬಹುದು. ಆದ್ದರಿಂದ ಸೈನ್ಯ ಹಿಂದಿರುಗಿದ ನಂತರವೇ ನಾವು ಇಲ್ಲಿಂದ ಕಾಲ್ತೆಗೆಯಬೇಕು.''

''ಇನ್ನೂ ಎಷ್ಟು ದಿನವಾಗಬಹುದು?'' ಬ್ರಹ್ಮದತ್ತ ಕೇಳಿದ.

''ಗಿರಿನಾಥನ ಮಾತನ್ನು ನಂಬಿದರೆ, ಎರಡು ಮೂರು ದಿನಗಳಿಗಿಂತ ಹೆಚ್ಚು ಸಮಯ ಬೇಕಾಗಿಲ್ಲ.''

''ಸದ್ಯ, ಈ ಅಲೆಮಾರಿ ಬದುಕು ಎಷ್ಟು ಬೇಗ ಮುಗಿಯುತ್ತದೋ ಎಂದು ಬೇಸರವಾಗುತ್ತಿದೆ'' ಎಂದ ಭಾಸ್ಕರ.

ಬ್ರಹ್ಮದತ್ತ ಹೇಳಿದ, ''ಈಗಲೇ ಎಲ್ಲಿ ಮುಗಿಯುತ್ತದೆ. ಚಂದ್ರಗುಪ್ತ ಪಾಟಲೀಪುತ್ರದಲ್ಲಿ ಪಟ್ಟಾಭಿಷಿಕ್ತನಾಗುವವರೆಗೆ ನಮ್ಮ ಅಲೆಮಾರಿ ಬದುಕು ಮುಗಿಯುವುದಿಲ್ಲ.''

''ನಿಜ'' ಸಿಂಹಸೇನ ಹೇಳಿದ ''ಆದರೆ ನಮ್ಮ ಮಿತ್ರರ ಜೊತೆಯಲ್ಲಿರುತ್ತೇವೆಂಬ ಸಮಾಧಾನವಾದರೂ ಇರುತ್ತದೆ.''

★ ★ ★

ಹಿಂದಿರುಗಿ ಹೊರಡುವುದು ಖಚಿತವಾದ ಮೇಲೆ ಆಂಭೀಕ ನಿರಾಳವಾಗಿ ಉಸಿರುಬಿಟ್ಟ. 'ಈ ಸಂದಿಗ್ಧದಿಂದ ಪಾರಾಗುವ ಅವಕಾಶ ತಾನಾಗಿ ಒದಗಿ ಬಂತಲ್ಲಾ! ಅದೇ ಸಂತೋಷ. ತಕ್ಷಶಿಲೆಯಲ್ಲಿ ನನ್ನ ಪಾಡಿಗೆ ನಾನಿರಬಹುದು. ನನ್ನ ಕಾಡಿನಲ್ಲಿ ನಾನು ಸಿಂಹದಂತೆ ಇರಬಹುದು. ನನಗಿಂತ ಬಲಶಾಲಿಗಳಾದ ಸಿಂಹಗಳ ನಡುವೆ ನರಿಯಂತೆ ಬದುಕುವುದರ ಬದಲು, ಅದು ಎಷ್ಟೋ ಮೇಲು. ನನಗೆ ಪ್ರಯೋಜನವಾಗಬಹುದು, ನನ್ನ ಶತ್ರು ಪೌರವನ ಮೇಲೆ ಸೇಡು ತೀರಿಸಿಕೊಳ್ಳಬಹುದು, ಎಂದು ಆಸೆಯಿರಿಕೊಂಡು ಈ ಯವನರ ಜೊತೆ ಬಂದೆ. ಆದರೆ ಪ್ರಯೋಜನವಿರಲಿ, ಅಪಮಾನವೇ ಆಯಿತು. ಶತ್ರುವಿಗೆ ಅಭಿಮಾನ ಭಂಗವಾಗುವುದರ ಬದಲು, ಅವನಿಗೆ ಹೆಚ್ಚಿನ ಪ್ರಾಶಸ್ತ್ಯ ದೊರೆಯಿತು. ಆ ಪರ್ವತರಾಜ ಇಲ್ಲೂ ಬಂದು, ಹೀಗೆ ಕಾಡುವನೆಂದು ನಾನು ನಿರೀಕ್ಷಿಸಿರಲಿಲ್ಲ.

'ಈಗ ಸಪ್ಪೆ ಮೋರೆ ಹಾಕಿಕೊಂಡು, ಸಾಕಷ್ಟು ಸೈನ್ಯವನ್ನು ಕಳೆದುಕೊಂಡು ಹಿಂದಿರುಗಬೇಕಾಯಿತು. ಸಾಕಷ್ಟು ಸಂಪತ್ತೂ ನಷ್ಟವಾಗಿದೆ. ಸಂಪತ್ತು ಎಲ್ಲಿ ಹೋಗುತ್ತದೆ!

ಹೊಸ ಕರಗಳನ್ನು ಹಾಕಿ ಪ್ರಜೆಗಳಿಂದ ಸುಲಿಯಬಹುದು. ಸುಲಿಯಲೇಬೇಕು. ಇಲ್ಲವಾದರೆ ನಷ್ಟವಾದ ಸೈನ್ಯವನ್ನು ಮತ್ತೆ ಕಟ್ಟುವುದು ಕಷ್ಟ. ಅಲೆಗ್ಸಾಂಡರನ ಮೇಲೆ ನಾನು ಇರಿಸಿಕೊಂಡ ನಂಬಿಕೆಗೆ ತಕ್ಕ ಹಾಗೆ ಅವನು ನಡೆದುಕೊಳ್ಳಲಿಲ್ಲ. ಈ ವಿದೇಶೀಯರನ್ನು ನಂಬಲೇಬಾರದು. ಹೌದು, ಸ್ವದೇಶೀಯನಾದ ಆ ಪೌರವನನ್ನೇ ನಂಬಲಾಗುವುದಿಲ್ಲವೆಂದ ಮೇಲೆ, ವಿದೇಶೀಯನನ್ನು ನಂಬುವುದು ಹೇಗೆ? ನಾನು ನಂಬಿ ಕೆಟ್ಟಂತಾಯಿತು.

'ಹಾಗೇಕೆ ಅಂದುಕೊಳ್ಳಬೇಕು? ಸದ್ಯ ನಾನೇ ಹಟಹಿಡಿದು ಹೊರಟುಬಿಟ್ಟಿದ್ದರೆ, ಅಲೆಗ್ಸಾಂಡರನ ದೃಷ್ಟಿಯಲ್ಲಿ ನಾನು ಇನ್ನೂ ಕೀಳಾಗುತ್ತಿದ್ದೆ. ಈಗ ಅಂಥ ಸಂದರ್ಭ ತಾನೇ ಒದಗಿ ಬಂದಿರುವುದರಿಂದ ಅವನು ನನ್ನನ್ನು ತಪ್ಪು ತಿಳಿದುಕೊಳ್ಳುವ ಅವಕಾಶವೇ ಇಲ್ಲ. ಅಂದರೆ, ಅವನು ಹೋಗುವಾಗ, ತಾನು ಗೆದ್ದ ಕೆಲವು ಪ್ರದೇಶಗಳನ್ನಾದರೂ ನನ್ನ ರಾಜ್ಯಕ್ಕೆ ಸೇರಿಸಬಹುದು ಅಥವಾ ಆ ದುರಹಂಕಾರಿ ಪೌರವನ ಮಾತಿನ ಮೋಡಿಗೆ ಮರುಳಾಗಿ ನನ್ನನ್ನು ಬರಿಗೈಯಲ್ಲಿ ಕಳಿಸುತ್ತಾನೆಯೆ? ಒಂದು ಸಮಾಧಾನ, ಆ ಪೌರವನೂ ನನ್ನಂತೆ ಅಲೆಗ್ಸಾಂಡರನ ಆಶ್ರಿತ ರಾಜನಾಗುತ್ತಾನೆ. ಮತ್ತೆ ನನ್ನ ಮೇಲೆ ಕೆಂಡ ಕಾರುವ ಅವಕಾಶವಿರುವುದಿಲ್ಲ..' ಇತ್ಯಾದಿ ಹರಿದಿತ್ತು ಆಂಭೀಕನ ಯೋಚನಾಲಹರಿ. ಅಷ್ಟರಲ್ಲಿ ಪುಷ್ಕರ ಬಂದು ಅವನ ಯೋಚನೆಗೆ ತಡೆ ಬಿತ್ತು.

"ಪುಷ್ಕರ, ಬಾ ಕುಳಿತುಕೋ. ಏನಾದರೂ ವಿಶೇಷವಿದೆಯೇ?" ಎಂದು ಆಂಭೀಕ ಕೇಳಿದ.

"ವಿಶೇಷವೇನಿರುತ್ತದೆ?" ಪುಷ್ಕರ ಹೇಳಿದ, "ನಮ್ಮ ಸೈನಿಕರೆಲ್ಲ ಗಾಂಧಾರಕ್ಕೆ ಹಿಂದಿರುಗಿ ಹೊರಡುತ್ತಿದ್ದೇವೆಂದು ಅತ್ಯಂತ ಉತ್ಸಾಹದಿಂದಿದ್ದಾರೆ."

"ಹೊರಡುವ ದಿನ ಗೊತ್ತಾಯಿತೆ?"

"ಇನ್ನೂ ಇಲ್ಲ. ನಾಳೆಯೇನೋ ಸಂಬಳ ವಿತರಿಸುವರಂತೆ. ನಮ್ಮ ಸೈನಿಕರು ಕೆಲವರು ತಮಗೂ ಸಂಬಳ ಕೊಡುವಂತೆ ಗೊಣಗುತ್ತಿದ್ದರು."

"ಮತ್ತೆ ಯಾರಾದರೂ ಕೇಳಿದರೆ, ತಕ್ಷಶಿಲೆಯಲ್ಲಿ ಕೊಡುವುದು ಎಂದು ಹೇಳಿಬಿಡು."

"ಆಯಿತು. ಇಲ್ಲಿ ಕೊಡಲು ನಾವೇನು ಧನವನ್ನು ಗಂಟು ಕಟ್ಟಿಕೊಂಡು ಬಂದಿದ್ದೇವೆಯೆ? ಆದರೆ ಬಹಳ ಜನರಿಗೆ ಅಹಂಕಾರ ಹೆಚ್ಚೆಂದೇ ಹೇಳಬೇಕು."

"ಏಕೆ? ಏನಾಯಿತು?"

"ಕೆಲವರು ಪೌರವನ ಸೈನಿಕರೊಂದಿಗೆ ಮಾತಾಡಿದರಂತೆ. ಅವರಿಗೆ ನಾವು ಕೊಡುತ್ತಿರುವುದಕ್ಕಿಂತ ಹೆಚ್ಚಿನ ಸಂಬಳ ದೊರೆಯುತ್ತಿದೆಯಂತೆ. ಅದಕ್ಕೆ ಬರಲೇಬಾರದಾಗಿತ್ತೆಂದು ಕೆಲವರು, ಹಿಂದಿರುಗಿದ ಕೂಡಲೇ ಸೈನ್ಯದ ಕೆಲಸವನ್ನೇ ಬಿಡಬೇಕೆಂದು ಕೆಲವರು ಮಾತಾಡಿಕೊಳ್ಳುತ್ತಿದ್ದರು. ಆದರೂ ನಾವು ಸೈನಿಕರ ಸಂಬಳದ ವಿಷಯ ಪರಿಶೀಲಿಸುವುದು ಒಳ್ಳೆಯದು."

"ಆ ಪೌರವ ಕೊಡುತ್ತಾನೆಂದು ನಾನೂ ಕೊಡಬೇಕೆ?" ಆಂಭೀಕ ಕೋಪದಿಂದ ಕೇಳಿದ, "ಅಥವಾ ಅವನು ನನ್ನ ಸೈನಿಕರನ್ನು ನನ್ನ ವಿರುದ್ಧ ಎತ್ತಿಕಟ್ಟಲು ಹೀಗೆ ಹೇಳಿರಬೇಕು. ಹೆಚ್ಚು ಮಾತಾಡಿದ ಉದ್ಧಟರನ್ನು ಗುರುತಿಟ್ಟುಕೊ. ತಕ್ಷಶಿಲೆ ಸೇರಿದ ಮೇಲೆ ಅವರನ್ನು ವಿಚಾರಿಸಿಕೊಳ್ಳೋಣ."

ಇಂಥ ಸ್ಥಿತಿಯಲ್ಲೂ ತನ್ನ ಸೈನಿಕರ ವಿರುದ್ಧವೇ ಇಂಥ ಮಾತಾಡುವ ಅವನ ಧೋರಣೆಯಿಂದ ಪುಷ್ಕರನಿಗೆ ಕೆಡುಕೆನಿಸಿತು. ಆದರೆ ಹಾಗೆಂದು ಅವನು ಪ್ರತಿಭಟಿಸಿ ಮಾತಾಡುವವನಲ್ಲ. ಆಂಭೀಕ ರಾಜನಾಗಲು ಯೋಗ್ಯತೆಯಿಲ್ಲದವನು, ಯುದ್ಧ ಮಾಡುವ ಸಾಮರ್ಥ್ಯವಂತೂ ಇಲ್ಲವೇ ಇಲ್ಲ, ತನಗಾಗಿ ಹೋರಾಡುವ ಸೈನಿಕರ ಬಗ್ಗೆ ಸಹಾನುಭೂತಿಯೂ ಇಲ್ಲದವನು, ಎಂದುಕೊಂಡ. ಗಿರಿನಾಥ ಹೇಳಿದಂತೆ ಅನರ್ಹರ ಸೇವೆ ಮಾಡುವುದು ನಮಗೆ ನಾವೇ ದ್ರೋಹ ಮಾಡಿಕೊಂಡಂತೆ, ಎನಿಸಿತು. ಇಂದು ಸೈನಿಕರ ಬಗ್ಗೆ ಹೀಗೆ ಹೇಳಿದವನು, ನಾಳೆ ತನ್ನ ಬಗ್ಗೆಯೂ ಇದೇ ಮಾತನ್ನು ಹೇಳಬಹುದು ಎನ್ನಿಸಿತು.

'ಹೌದು, ಅಸಹಾಯಕರನ್ನು ಪೀಡಿಸುವುದರಲ್ಲಿ ಇವನೂ, ಇವನ ತಂದೆಯೂ ಸಮರ್ಥರಲ್ಲವೇ? ಆ ಮುದಿ ರಾಜ ಸತ್ತಾಗ ಅವನ ಶವಸಂಸ್ಕಾರಕ್ಕೂ ಹತ್ತು ಜನ ನಾಗರಿಕರು ಸೇರಲಿಲ್ಲ, ಇಬ್ಬರು ಕೆಡುಕರಲ್ಲಿ ಒಬ್ಬ ಸತ್ತನಲ್ಲಾ! ಎಂಬ ಸಮಾಧಾನವೇ ಎಲ್ಲರಲ್ಲಿರುವಂತಿತ್ತು. ಅಲ್ಲಾ, ತಮ್ಮ ಮನೆ, ಜನಗಳನ್ನು ಬಿಟ್ಟು, ಗೊತ್ತಿಲ್ಲದ ನಾಡಿಗೆ ಬಂದು, ಯಾರದೋ ಬೆಂಬಲಕ್ಕೆ ಯುದ್ಧ ಮಾಡಿ ನಮ್ಮವರು ಎಷ್ಟೋ ಜನ ಸತ್ತು ಹೋಗಿದ್ದಾರೆ. ಹಲವರು ಗಾಯಗೊಂಡಿದ್ದಾರೆ. ಈಗ ನೋಡಿದರೆ ತಕ್ಷಶಿಲೆಗೆ ಹೋದ ಮೇಲೆ ವಿಚಾರಿಸಿಕೊಳ್ಳುತ್ತಾನಂತೆ! ಹಾಗೆ ನೋಡಿದರೆ, ಸೈನಿಕರಿಗೆಲ್ಲ ತಾನಾಗಿಯೇ ಹೆಚ್ಚಿನ ಸಂಬಳವನ್ನು ಕೊಡಬೇಕು. ಸತ್ತವರಿಗೆ, ಗಾಯಗೊಂಡವರಿಗೆ ಉದಾರವಾಗಿ ಪರಿಹಾರ ಧನವನ್ನು ಕೊಡಬೇಕು. ಎಲ್ಲ ರಾಜರು ಮಾಡುವುದು ಹಾಗೆಯೇ. ಆದರೆ ಇವನದು ದುರಹಂಕಾರದ ಪರಮಾವಧಿ! ಹೀಗೇ ಆದರೆ ಇವನ ಸೈನ್ಯದಲ್ಲಿ ಬಹಳ ಜನ ಕೆಲಸ ಬಿಟ್ಟು ಹೋಗುವುದರಲ್ಲಿ ಆಶ್ಚರ್ಯವಿಲ್ಲ. ಆಮೇಲೆ ಇವನು ಮತ್ತೆ ಸೈನ್ಯ ಕಟ್ಟಲು ಬಲಪ್ರಯೋಗ ಮಾಡಬೇಕಾಗುತ್ತದೆ. ಬಲವಂತದಿಂದ ಸೇರಿದ ಸೈನ್ಯ ಇನ್ನೆಷ್ಟು ನಿಷ್ಠೆಯಿಂದ ಸೇವೆ ಮಾಡಬಹುದು...'

"ಪುಷ್ಕರ, ಏನು ಯೋಚಿಸುತ್ತ ಸುಮ್ಮನೆ ನಿಂತುಬಿಟ್ಟೆ? ಮಾಡಲು ಕೆಲಸವಿಲ್ಲವೆ? ಹೊರಡಲು ಸಿದ್ಧತೆಯಾಗಬೇಕಲ್ಲವೆ?" ಎಂದ ಆಂಭೀಕ ಒರಟಾಗಿ.

"ಸಿದ್ಧತೆಯೇನಿದೆ ಪ್ರಭು? ನಾನು, ನೀವು, ನಮ್ಮ ಸೈನಿಕರು ಹೊರಡಲು ಸಿದ್ಧರಾಗಿದ್ದರಾಯಿತು. ಇನ್ನೆಂಥ ಸಿದ್ಧತೆ!" ಎಂದ ಪುಷ್ಕರ, ಕೆಲವು ಕ್ಷಣಗಳ ನಂತರ ಹೇಳಿದ, "ದಾರಿಯ ವೆಚ್ಚಕ್ಕಾದರೂ ನಮ್ಮ ಸೈನಿಕರಿಗೆ ಸ್ವಲ್ಪ ಧನ ವಿತರಿಸಿದ್ದರೆ ಒಳ್ಳೆಯದಾಗುತ್ತಿತ್ತು."

"ದಾರಿಯ ವೆಚ್ಚವೇ! ಶಿಬಿರದಲ್ಲಿ ಅನ್ನಪಾನಾದಿಗಳ ವ್ಯವಸ್ಥೆಯಿಲ್ಲವೆ? ವೆಚ್ಚ ಮಾಡುವ ಸಂದರ್ಭವೇ ಬರುವುದಿಲ್ಲ."

"ಸಣ್ಣಪುಟ್ಟ ಅಗತ್ಯಗಳಿಗೆ ಬೇರೆ ಸೈನಿಕರಿಗೆ ಪ್ರತಿವಾರ ಅಲ್ಪ ಸ್ವಲ್ಪ ಧನ ಕೊಡಲಾಗುತ್ತಿದೆ."

"ಮತ್ತೆ ಇನ್ನೊಬ್ಬರೊಂದಿಗೆ ಹೋಲಿಸಿ ಹೇಳಿದರೆ ನನಗೆ ಕೆಟ್ಟ ಕೋಪ ಬರುತ್ತದೆ."

"ಹಾಗಲ್ಲ ಪ್ರಭು, ನಿಮಗಾಗಿ ತಮ್ಮ ಪ್ರಾಣವನ್ನೇ ಪಣವಾಗಿಟ್ಟು ಹೋರಾಡುವ ಸೈನಿಕರ ಅಗತ್ಯ, ಅನುಕೂಲಗಳನ್ನು ನೋಡಿಕೊಳ್ಳುವುದು ನಿಮ್ಮ ಹೊಣೆಯಲ್ಲವೆ?"

"ನನ್ನ ಹೊಣೆಯ ಬಗ್ಗೆ ನೀನು ಪಾಠ ಹೇಳಬೇಕಾಗಿಲ್ಲ. ಇವರೇನು ದೊಡ್ಡ ಹೋರಾಟ ಮಾಡಿ ಸಾಮ್ರಾಜ್ಯ ಗೆದ್ದು ಕೊಟ್ಟರೇ?"

ಅವನ ವ್ಯಂಗ್ಯದಿಂದ ಬಹಳ ನೋವಾಗಿ ಪುಷ್ಕರ ಹೊರಗೆ ಬಂದುಬಿಟ್ಟ. ಮೊದಲ ಸಲ ಅವನಿಗೆ ಆಂಭೀಕನ ಮೇಲೆ ಅತಿಯಾದ ಕೋಪ ಬಂದಿತ್ತು. ಇಲ್ಲಿಯವರೆಗೂ

ಅಸಮಾಧಾನದ ರೂಪದಲ್ಲಿದ್ದ ಅವನ ಅತೃಪ್ತಿ ಈಗ ಆಂಭೀಕನೇ ಊದಿದ ಮೇಲೆ ಹೊಗೆಯಾಡತೊಡಗಿತು.

ಈ ಮನಃಸ್ಥಿತಿಯಲ್ಲಿರುವಾಗಲೇ ಗಿರಿನಾಥ ಅವನನ್ನು ಭೇಟಿ ಮಾಡಿದ. ನಿಜವಾಗಲೂ ತನ್ನ ಕೈಕೆಳಗಿನ ಸೈನಿಕರ ಬಗ್ಗೆ ಸಹಾನುಭೂತಿಯಿಂದಿದ್ದ ಪುಷ್ಕರ, ತನ್ನ ಅಸಮಾಧಾನ, ಅತೃಪ್ತಿಗಳನ್ನು ಗಿರಿನಾಥನೆದುರು ತೋಡಿಕೊಂಡ.

ಸಮಯ ಪ್ರಶಸ್ತವಾಗಿತ್ತು. ಹೊಗೆಯಾಡುತ್ತಿರುವಾಗಲೇ ತುಪ್ಪ ಸುರಿದು ಬೆಂಕಿಯನ್ನು ಉಜ್ವಲಗೊಳಿಸಲು ಅವನು ನಿರ್ಧರಿಸಿದ. ಅವನು ಕೇಳಿದ, "ನಿನಗೆ ಆಂಭೀಕ ಮುಖ್ಯವೋ? ಗಾಂಧಾರ ಮುಖ್ಯವೋ?"

ಎರಡು ಕ್ಷಣ ಯೋಚಿಸಿ ಅವನು "ಗಾಂಧಾರ" ಎಂದ.

"ಒದೆಯುವ ಕತ್ತೆಗಾಗಿ, ಕರೆಯುವ ಹಸುವನ್ನು ಕಡೆಗಣಿಸುವುದು ದ್ರೋಹವಲ್ಲವೇ?"

"ಹಾಗೆಂದರೆ?"

"ಗಾಂಧಾರ, ಗಾಂಧಾರದ ಜನರ ಹಿತಚಿಂತನೆ ನಿನಗೆ ಮುಖ್ಯವಾದರೆ, ನಾನು ನಿನಗೆ ಕೆಲವು ವಿಷಯಗಳನ್ನು ಹೇಳುತ್ತೇನೆ. ಬಾ ನಿನ್ನ ಗುಡಾರದೊಳಗೆ ಹೋಗೋಣ."

ಇಬ್ಬರೂ ಪುಷ್ಕರನ ಗುಡಾರವನ್ನು ಪ್ರವೇಶಿಸಿದರು.

## ೧೦

ಅಲೆಗ್ಸಾಂಡರ್ ತಾನು ಗೆದ್ದ ಕೆಲವು ಪ್ರದೇಶಗಳನ್ನು ಆಂಭೀಕನಿಗೆ, ಹಲವು ಪ್ರದೇಶಗಳನ್ನು ಪೌರವನಿಗೆ ವಹಿಸಿಕೊಟ್ಟ, ಗಾಂಧಾರದ ಗಡಿಯಿಂದಾಚೆಗೆ ಗುಡ್ಡಗಾಡು ಪ್ರದೇಶಗಳನ್ನು ಶಶಿಗುಪ್ತನಿಗೆ, ಇನ್ನುಳಿದ ಪ್ರದೇಶಗಳಲ್ಲಿ ತನ್ನ ಕೆಲವು ಸೇನಾನಾಯಕರನ್ನು ಪರಿಮಿತ ಸೈನ್ಯದೊಂದಿಗೆ ಇರಿಸುವ ವ್ಯವಸ್ಥೆ ಮಾಡಿ ಒಂದು ದಿನ ಹಿಂದಿರುಗಿ ಹೊರಟುಬಿಟ್ಟ. ಅವನ ಸೈನ್ಯ ಹೊರಟ ನಂತರ, ಅದನ್ನು ಖಚಿತಪಡಿಸಿಕೊಂಡು ಗಿರಿನಾಥನಿಗೆ ಹೇಳಬೇಕಾದುದನ್ನು ಹೇಳಿ, ಸಿಂಹಸೇನ, ಭಾಸ್ಕರ ಮತ್ತು ಬ್ರಹ್ಮದತ್ತ ಹಸ್ತಿನಾವತಿಯತ್ತ ಹೊರಟರು.

"ಆಚಾರ್ಯ ಚಾಣಕ್ಯರು ಹಸ್ತಿನಾವತಿಯಲ್ಲಿರುತ್ತಾರೋ ಅಥವಾ ಪಿಪ್ಪಲಿವನದತ್ತ ಹೋಗಿಬಿಟ್ಟಿದ್ದಾರೋ?" ಎಂದ ಭಾಸ್ಕರ ದಾರಿಯಲ್ಲಿ.

"ಬಹುಶಃ ಇರುತ್ತಾರೆ. ಇರದಿದ್ದರೆ ಮುಂದೆ ಏನು ಮಾಡಬೇಕೆಂದು ನಮಗೆ ಆದೇಶ ನೀಡಿ ಹೋಗಿರುತ್ತಾರೆ. ನಾವು ಹೊರಡುವ ಮೊದಲೇ ಹಾಗೆಂದು ಅವರು ಹೇಳಿದ್ದರು" ಎಂದ ಸಿಂಹಸೇನ.

"ಅಂತೂ ಎಲ್ಲ ಒಂದು ಘಟ್ಟಕ್ಕೆ ಬಂದಂತಾಯಿತು" ಎಂದ ಬ್ರಹ್ಮದತ್ತ.

"ಹೌದು ಬ್ರಹ್ಮದತ್ತ, ಯವನರೂ ಈಗ ಆರ್ಯಾವರ್ತದಿಂದ ಕಾಲು ತೆಗೆಯುತ್ತಿರುವುದರಿಂದ ಎಲ್ಲ ಕಡೆ ಹೊಸ ಗಾಳಿ ಬೀಸುತ್ತದೆ, ಹೊಸ ಚಟುವಟಿಕೆ ಆರಂಭವಾಗುತ್ತದೆ. ಅದರ ಜೊತೆಯಲ್ಲಿ ಹೊಸ ತಿಳುವಳಿಕೆ, ಹೊಸ ಬದುಕು ಆರಂಭವಾದರೆ ಸಾಕು."

"ಈ ಆಂದೋಲನದ ಮುಂದಿನ ಸಾಲಿನಲ್ಲಿ ನಾವೂ ಇರುವುದು ಹೆಮ್ಮೆಪಡಬೇಕಾದ ಸಂಗತಿ" ಎಂದ ಭಾಸ್ಕರ.

"ಅದು ಸರಿ, ಗಿರಿನಾಥನನ್ನು ನಂಬಬಹುದೇ?" ಬ್ರಹ್ಮದತ್ತ ಪ್ರಶ್ನೆ ಮಾಡಿದ.

"ಖಂಡಿತ ನಂಬಹುದು" ಸಿಂಹಸೇನ ಹೇಳಿದ, "ಬಹಳ ದಿನ ನಾನು ಅವನ ಜೊತೆ ಮಾತನಾಡಿ ಪರೀಕ್ಷಿಸಿದ್ದೇನೆ. ಜೊತೆಗೆ ಆಂಭೀಕನ ದುಷ್ಟತನದ ಬಗ್ಗೆ ಅವನಲ್ಲೂ ಜಿಗುಪ್ಸೆಯಿರುವುದನ್ನು ವ್ಯಕ್ತಪಡಿಸಿದ ಮೇಲೆ ಅವನ ನಾಡಿನ ಪ್ರೇಮವನ್ನು ಕೆರಳಿಸಿದ್ದೇನೆ. ಅದು ಖಂಡಿತ ಕೆಲಸ ಮಾಡುತ್ತದೆ. ಜೊತೆಗೆ ಗಾಂಧಾರದ ಪ್ರಧಾನ ಸೇನಾಧಿಪತಿಯ ಪದವಿಯ ಆಮಿಷ ಏನು ಕೆಲಸವನ್ನಾದರೂ ಮಾಡಿಸುತ್ತದೆ."

"ಆ ಪ್ರಸ್ತಾಪಕ್ಕೆ ಆಚಾರ್ಯರು ಒಪ್ಪದಿದ್ದರೆ?" ಭಾಸ್ಕರ ಸಂದೇಹ ವ್ಯಕ್ತಪಡಿಸಿದ.

"ಒಪ್ಪುತ್ತಾರೆಂಬ ಭರವಸೆ ನನಗಿದೆ. ಏಕೆಂದರೆ ನಮ್ಮ ಕಾರ್ಯಸಾಧನೆಗೆ ಗಿರಿನಾಥನಿಂದ ಆಗಿರುವ ಸಹಾಯ ಬ್ಹಹಳ ದೊಡ್ಡದು. ನನ್ನ ಸೂಚನೆಯಂತೆ ಅವನು ಸೈನ್ಯದಲ್ಲಿ ಸುದ್ದಿ ಹಬ್ಬಿಸದಿದ್ದರೆ, ಅಲೆಗ್ಸಾಂಡರ್ ಮಗಧದ ಮೇಲೆ ಆಕ್ರಮಣ ಮಾಡಿಯೇ ತೀರುತ್ತಿದ್ದ. ಹಾಗೇನಾದರೂ ಆಗಿದ್ದರೆ ನಾವು ಈವರೆಗೆ ಮಾಡಿರುವ ವ್ಯವಸ್ಥೆಗಳೆಲ್ಲ ಬುಡಮೇಲಾಗುತ್ತಿದ್ದವು."

ಅವರು ಶೀಘ್ರವಾಗಿ ಪ್ರಯಾಣ ಮಾಡಿ ಹಸ್ತಿನಾವತಿಯನ್ನು ತಲಪಿದಾಗ ಸಂಜೆಯಾಗಿತ್ತು. ಚಾಣಕ್ಯ ಅಲ್ಲಿಯೇ ಇದ್ದ. "ಸದ್ಯ ಬಂದಿರಲ್ಲ! ಏಕೆ ತಡವಾಯಿತೆಂದು ನನಗೆ ತುಂಬ ಆತಂಕವಾಗಿತ್ತು" ಅವರ ಮುಖ ನೋಡುತ್ತಿದ್ದಂತೆ ಹೇಳಿ ಸ್ವಾಗತಿಸಿದ.

ರಾತ್ರಿ ಊಟ ಮುಗಿದ ಮೇಲೆ ಎಲ್ಲ ಮಾತಿಗೆ ಕುಳಿತಾಗ ಸಿಂಹಸೇನ, ತಾನು ಚಾಣಕ್ಯನ ಭೇಟಿ ಮಾಡಿ ಹೋದ ಮೇಲೆ ನಡೆದ ಪ್ರತಿಯೊಂದು ಘಟನೆಯನ್ನೂ ಸಾವಧಾನವಾಗಿ ವಿವರಿಸಿದ. ಗಿರಿನಾಥನ ವಿಷಯವನ್ನು ಹೇಳಿ, ಅವನಿಗೆ ತಾನು ಕೊಟ್ಟಿರುವ ಭರವಸೆಯನ್ನೂ ಹೇಳಿದ.

"ಅವನು ಮಾಡಿರುವ ಸಹಾಯಕ್ಕೆ ನೀನು ನೀಡಿರುವ ಭರವಸೆ ಕಡಿಮೆಯೇ? ಅದಕ್ಕೆ ನನ್ನ ಸಮ್ಮತಿಯಿದೆ. ಏಕೆಂದರೆ ಆ ಯವನರು ಆರ್ಯಾವರ್ತದಿಂದ ಕಾಲು ತೆಗೆಯುವುದರಲ್ಲಿ, ಅವರು ಪೌರವನ ಜೊತೆ ಸೇರಿ ಮಗಧದ ಮೇಲೆ ಆಕ್ರಮಣ ಮಾಡುವುದರಿಂದ ಹಿಂಜರಿದದ್ದರಲ್ಲಿ ಅವನ ಪ್ರಯತ್ನ ಬಹಳ ಮಹತ್ವದ್ದಾಗಿದೆ. ತನ್ನ ರಾಜನಿಗೇ ದ್ರೋಹ ಮಾಡಲೂ ಹಿಂಜರಿಯದವನು, ನಾಳೆ ನಮಗೆ ದ್ರೋಹ ಮಾಡುವುದಿಲ್ಲವೆಂಬುದಕ್ಕೆ ಭರವಸೆಯೇನೆಂದು, ನಿಮ್ಮಲ್ಲಿ ಕೆಲವರು ಶಂಕೆ ವ್ಯಕ್ತಪಡಿಸಬಹುದು. ಹಾಗೇನಾದರೂ ಆದರೆ, ಅವನ ದ್ರೋಹವನ್ನು ಅವನ ಕೊರಳಿಗೇ ಉರುಳು ಮಾಡುವುದು ಹೇಗೆಂದು ನಮಗೆ ಗೊತ್ತಿರುವುದಿಲ್ಲವೆ?"

ಸಿಂಹಸೇನ ಸಮಾಧಾನದಿಂದ ಬ್ರಹ್ಮದತ್ತ ಮತ್ತು ಭಾಸ್ಕರನ ಮುಖ ನೋಡಿದ. ತಾವು ಅಂದುಕೊಂಡದ್ದನ್ನು ಚಾಣಕ್ಯ ಎಷ್ಟು ಸರಿಯಾಗಿ ಊಹಿಸಿದ್ದಾನೆಂದು ಅವರು ಆಶ್ಚರ್ಯಗೊಂಡರು.

"ಮೂವರೂ ತುಂಬ ಬಳಲಿದ್ದಾರೆ, ಚಾಣಕ್ಯ" ವಿಶಾಖ ಹೇಳಿದಳು, "ಪಾಪ, ಎಷ್ಟು ಸೊರಗಿ ಹೋಗಿದ್ದಾರೆ ನೋಡು. ಎರಡು ಮೂರು ದಿನ ಪೂರ್ಣ ವಿಶ್ರಾಂತಿ ಪಡೆಯಲಿ. ಆಮೇಲೆ ಉಳಿದ ವಿಷಯವನ್ನು ಯೋಚಿಸಿದರಾಯಿತು."

"ಇಲ್ಲಮ್ಮ, ಈಗಾಗಲೇ ಚಂದ್ರಗುಪ್ತ, ಚರಣ ಎಲ್ಲ ಪಿಪ್ಪಲಿವನ ಸೇರಿಬಿಟ್ಟಿದ್ದಾರೆ. ಇಷ್ಟು ಹೊತ್ತಿಗೆ ಮಾತಂಗನ ಸೈನ್ಯವೂ ಒಳನುಸುಳಿರಬೇಕು. ನಾನು ಹೋಗದೆ ಅವರು ಕಾರ್ಯಾರಂಭ ಮಾಡುವಂತಿಲ್ಲ."

“ನಾವು ಸಿದ್ಧರಾಗಿದ್ದೇವೆ, ಆಚಾರ್ಯ” ಸಿಂಹಸೇನ ಹೇಳಿದ, “ಮೊದಲು ಕರ್ತವ್ಯ, ಆಮೇಲೆ ವಿಶ್ರಾಂತಿ.”

“ಹೌದು ಆಚಾರ್ಯ, ಈ ಕ್ಷಣವೇ ನಾವು ನಿಮ್ಮೊಂದಿಗೆ ಹೊರಡಲು ಸಿದ್ಧ” ಎಂದು ಭಾಸ್ಕರನೂ ಹೇಳಿದ.

ವಿಶಾಖ ನಗುತ್ತಾ ಹೇಳಿದಳು, “ಚಾಣಕ್ಯ, ನಿನಗೆ ಒಳ್ಳೆಯ ಸಹಾಯಕರು ಸಿಕ್ಕಿದ್ದಾರೆ. ನಿನ್ನ ವೇಗಕ್ಕೆ ತಕ್ಕ ರೀತಿಯಲ್ಲಿ ಸ್ಪಂದಿಸುತ್ತಾರೆ.”

“ಈಗ ಅಂಥವರೇ ಬೇಕಮ್ಮ. ನನ್ನ ಯೋಜನೆಗಳನ್ನು ಅರ್ಥ ಮಾಡಿಕೊಂಡು, ಸರಿಯಾದ ರೀತಿಯಲ್ಲಿ ಕಾರ್ಯರೂಪಕ್ಕೆ ತರಲು, ಇಂಥ ನಿಷ್ಠಾವಂತರಿಲ್ಲದಿದ್ದರೆ ಸಾಧ್ಯವೇ ಆಗುವುದಿಲ್ಲ. ಅಷ್ಟು ಮಾತ್ರವಲ್ಲ, ಇಡೀ ಆರ್ಯಾವರ್ತದ ಸಾಮಾನ್ಯ ಜನ ಇದೇ ರೀತಿಯಲ್ಲಿ ಕ್ರಿಯಾಶೀಲ ರಾಗಬೇಕು. ಆಗಲೇ ನನ್ನ ಕಲ್ಪನೆಯ ಧರ್ಮ ಸಾಮ್ರಾಜ್ಯ ಸ್ಥಾಪನೆಯಾಗುವುದು.”

ಮರುದಿನವೇ ಅವರೆಲ್ಲ ಹಸ್ತಿನಾವತಿಯನ್ನು ಬಿಟ್ಟು ಪಿಪ್ಪಲಿವನದತ್ತ ಪ್ರಯಾಣ ಬೆಳೆಸಿದರು.

★ ★ ★

ಎಲ್ಲ ಸಿದ್ಧತೆಗಳನ್ನು ಮಾಡಿಕೊಂಡು ಚಂದ್ರಗುಪ್ತ ಮತ್ತು ಅವನ ಮಿತ್ರರು ಚಾಣಕ್ಯನಿಗಾಗಿ ತುದಿಗಾಲ ಮೇಲೆ ಕಾದು ನಿಂತಿದ್ದರು. ಪ್ರತಿದಿನ ಅವರು ದೇವಾಲಯದ ಬಳಿಗೆ ಹೋಗಿ ಹೊಸ ಯಾತ್ರಾರ್ಥಿಗಳಿಗೆ ಹುಡುಕುತ್ತಿದ್ದರು. ಅಂದುಕೊಂಡದ್ದಕ್ಕಿಂತ ಸ್ವಲ್ಪ ತಡವಾದುದರಿಂದ ಪ್ರತಿಯೊಬ್ಬರೂ ಆತಂಕಗೊಂಡಿದ್ದರು.

“ಏನಾದರೂ ಅನಿರೀಕ್ಷಿತ ಬೆಳವಣಿಗೆಗಳೇನಾದರೂ ನಡೆದಿರಬಹುದೆ?” ಚಂದ್ರಗುಪ್ತ ಸಂದೇಹ ವ್ಯಕ್ತಪಡಿಸಿದ.

“ಅಂಥ ಅನಿರೀಕ್ಷಿತಗಳು ಏನಾಗಿರಬಹುದು” ಚರಣ ಹೇಳಿದ, “ಮಗಧದ ಮೇಲೆ ಯವನರ ಆಕ್ರಮಣವೇನಾದರೂ ಖಚಿತವಾಯಿತೆ?”

“ಹಾಗಿದ್ದರೆ, ಇಷ್ಟು ಹೊತ್ತಿಗೆ ಇಲ್ಲೂ ಆ ಸುದ್ದಿ ಹಬ್ಬುತ್ತಿತ್ತು” ಎಂದ ನಂದಿಕೇಶ.

“ಆಕ್ರಮಣ ಮಾಡಬಹುದೆಂಬ ಸುದ್ದಿಯೇನೋ ಇದೆ” ಮಹಾನಂದ ಹೇಳಿದ, “ಆದರಿಂದ ಇಲ್ಲಿದ್ದ ಹೆಚ್ಚುವರಿ ಸೈನ್ಯವನ್ನೆಲ್ಲ ಬೇರೆ ಬೇರೆ ಕಡೆಗೆ ಸಾಗಿಸಿದ್ದಾರೆ. ಆದರೆ ಆಕ್ರಮಣವಾಗುತ್ತದೆ ಅಥವಾ ಆಗುವುದಿಲ್ಲ ಎಂಬ ಖಚಿತ ಸುದ್ದಿ ಯಾವುದೂ ಇದ್ದಂತಿಲ್ಲ.”

“ಬಹುಶಃ ಸಿಂಹಸೇನ, ಭಾಸ್ಕರ ಮತ್ತು ಬ್ರಹ್ಮದತ್ತ ಬರುವುದು ತಡವಾಗಿರಬಹುದು” ಎಂದ ನಂದಿಕೇಶ.

“ಆದೇ, ಅವರು ಬರುವುದು ತಡವಾಗಲು ಏನಾದರೂ ಕಾರಣವಿರಬೇಕಲ್ಲ?” ಎಂದ ಚಂದ್ರಗುಪ್ತ.

“ಬಹುಶಃ ಅವರ ಕೆಲಸ ಮುಗಿಯುವುದು ತಡವಾಗಿರಬಹುದು.”

“ಸುಮ್ಮನೆ ಜಿಜ್ಞಾಸೆಯೇಕೆ? ಇಂದು ನಾಳೆ ಆಚಾರ್ಯರು ಬಂದಾರು. ಅಂಥ ಅಡ್ಡಿ ಯೇನಾದರೂ ಆಗಿದ್ದರೆ, ಖಂಡಿತ ಅದನ್ನು ನಿವಾರಿಸಿಕೊಂಡೇ ಬರುತ್ತಾರೆ. ಏನೇ ಆದರೂ ನಮ್ಮ ಯಾವ ಸಿದ್ಧತೆಯೂ ವ್ಯರ್ಥವಾಗುವುದಿಲ್ಲವೆಂಬ ಭರವಸೆ ನನಗಿದೆ” ಎಂದ ನಂದಿಕೇಶ ಭರವಸೆಯಿಂದ.

ಅವನ ಭರವಸೆಯಂತೆ ಮೂರನೆಯ ದಿನವೇ ಗಡ್ಡ ಮೀಸೆಗಳನ್ನು ಬಿಟ್ಟುಕೊಂಡು, ಕಾವಿ ವಸ್ತ್ರ ಧರಿಸಿದ ಬ್ರಹ್ಮದತ್ತನೇ ಮಹಾನಂದನ ಮನೆಯ ಬಾಗಿಲಿಗೆ ಬಂದ. ಸೇವಕ ಯಾರೋ ಸಂನ್ಯಾಸಿ ಬಂದಿರುವನೆಂದು ಭಿಕ್ಷೆ ನೀಡಲು ಹೋದಾಗ ಅವನು "ಕ್ಷಮಿಸು, ನಾನು ಈ ಭಿಕ್ಷೆಯನ್ನು ಸ್ವೀಕರಿಸುವುದಿಲ್ಲ" ಎಂದ.

"ಮತ್ತೆ ಯಾವ ಭಿಕ್ಷೆ ಬೇಕು ?"

"ನನಗೆ ಬೇಕಾದ ಭಿಕ್ಷೆ ನಿಮ್ಮ ಯಜಮಾನ ಮಹಾನಂದರಿಗೆ ಗೊತ್ತು. ಅವರನ್ನೇ ಬರಹೇಳು."

ಸೇವಕ ಉಪ್ಪರಿಗೆಯಲ್ಲಿ ಮಾತಾಡುತ್ತಿದ್ದ ಮಹಾನಂದನಿಗೆ ವಿಷಯ ತಿಳಿಸಿದ. ಅವನು ಚಕಿತನಾಗಿ ಎಲ್ಲರ ಮುಖ ನೋಡಿದ. ತಕ್ಷಣ ಅವರಿಗೆ ಅರ್ಥವಾಗಿಹೋಯಿತು. ಮಹಾನಂದ ಮತ್ತು ಚರಣ ಇಬ್ಬರೂ ಕೆಳಗಿಳಿದು ಬಂದರು. ತಕ್ಷಣ ಅವರಿಗೆ ಗುರುತು ಸಿಗದಿದ್ದರೂ, ತುಸು ದಿಟ್ಟಿಸಿದಾಗ ಚರಣನಿಗೆ ಗುರುತು ಸಿಕ್ಕಿತು. ಸೇವಕನನ್ನು ಕಳಿಸಿ, "ದಯಮಾಡಿಸಿ, ತಮ್ಮ ಪಾದಧೂಳಿಯಿಂದ ಈ ಮನೆ ಪವಿತ್ರವಾಗಲಿ" ಎಂದು ನಾಟಕೀಯವಾಗಿ ಹೇಳಿ, ಚರಣ ಬ್ರಹ್ಮದತ್ತನ ಕೈಹಿಡಿದು ಉಪ್ಪರಿಗೆಗೆ ಕರೆತಂದ.

ಮೇಲೆ ಬಂದ ಕೂಡಲೇ ಬ್ರಹ್ಮದತ್ತನ ಬೆನ್ನಿನ ಮೇಲೆ ಬಲವಾಗಿ ಗುದ್ದಿ "ಮೊದಲು ನಿನ್ನ ಪಾದಗಳಲ್ಲಿ ತುಂಬಿಕೊಂಡಿರುವ ಧೂಳನ್ನು ತೊಳೆದುಕೊಂಡು ಬಾ" ಎಂದ.

ಎಲ್ಲ ಅವನನ್ನು ತಬ್ಬಿಕೊಂಡು ತಮ್ಮ ಆತ್ಮೀಯತೆಯನ್ನು ವ್ಯಕ್ತಪಡಿಸಿದರು. ಚಂದ್ರಗುಪ್ತ ಮಹಾನಂದನನ್ನು ಪರಿಚಯಿಸಿದ.

"ಆಚಾರ್ಯರು, ಸಿಂಹಸೇನ ಮತ್ತು ಭಾಸ್ಕರ ದೇವಾಲಯದಲ್ಲಿದ್ದಾರೆ" ಎಂದ ಬ್ರಹ್ಮದತ್ತ.

"ಈಗಲೇ ಹೋಗಿ ಕರೆದುಕೊಂಡು ಬಂದುಬಿಡುತ್ತೇನೆ" ಎಂದು ಶ್ರೀಗುಪ್ತ ಆತುರ ತೋರಿಸಿದ.

"ಬೇಡ ಬೇಡ" ಬ್ರಹ್ಮದತ್ತ ಹೇಳಿದ, "ಕತ್ತಲಾದ ಮೇಲೆ ನಾನೇ ಹೋಗಿ ಅವರನ್ನು ಜೊತೆಯಲ್ಲಿ ಕರೆತರುತ್ತೇನೆ. ಆಕಸ್ಮಿಕವಾಗಿ ಯಾರಾದರೂ ಸಂದೇಹ ಪಟ್ಟಾರೆಂದು ಆಚಾರ್ಯರ ಅನಿಸಿಕೆ."

"ಅದೂ ಸರಿಯೇ" ಮಹಾನಂದ ಹೇಳಿದ, "ಅವರು ಬರುವ ವೇಳೆಗೆ ಶಿವದತ್ತ, ದೇವಗುಪ್ತ, ವಸುಮತಿ, ನಂದಿನಿ, ಸುಜಾತ ಎಲ್ಲರನ್ನೂ ಕರೆಸಿಬಿಡುತ್ತೇನೆ."

"ಮಹಾನಂದ, ಮೊದಲು ಬ್ರಹ್ಮದತ್ತನಿಗೆ ಸ್ನಾನಾದಿಗಳಿಗೆ ವ್ಯವಸ್ಥೆ ಮಾಡಿಬಿಡು. ಹಸಿದು ಕಂಗಾಲಾಗಿರುವಂತೆ ಕಾಣುತ್ತಿದೆ. ಹೊಟ್ಟೆ ತುಂಬ ಊಟ ಹಾಕಿಬಿಡು. ರಾತ್ರಿಯ ವರೆಗೆ ಸ್ವಲ್ಪ ನಿದ್ರೆ ಮಾಡಲಿ" ಎಂದ ನಂದಿಕೇಶ ನಗುತ್ತ.

"ಸ್ನಾನಬೇಕು, ಹೊಟ್ಟೆ ತುಂಬ ಊಟವೂ ಬೇಕು. ನಿದ್ರೆಯ ಅಗತ್ಯವಿಲ್ಲ. ನಿಮ್ಮನ್ನೆಲ್ಲ ನೋಡಿ ಎಷ್ಟು ಕಾಲವಾಯಿತು. ನಿಮ್ಮೊಂದಿಗೆ ಮಾತಾಡುವ ಸಾವಿರ ವಿಷಯಗಳಿವೆ. ಏಕೆಂದರೆ ನಮ್ಮ ಚಂದ್ರಗುಪ್ತ ರಾಜನಾದ ಮೇಲೆ, ಹೀಗೆ ಸ್ನೇಹದ ಸಲಿಗೆಯಿಂದ ಮಾತಾಡುವುದು ಸಾಧ್ಯವಾಗುವುದೋ ಇಲ್ಲವೋ !"

"ಇಲ್ಲ ಬ್ರಹ್ಮದತ್ತ" ಚಂದ್ರಗುಪ್ತ ಹೇಳಿದ, "ಈ ಚಂದ್ರಗುಪ್ತ ಇಂದೂ, ಎಂದೂ ನಿಮ್ಮ ಮಿತ್ರನಾಗಿಯೇ ಇರುತ್ತಾನೆ. ನಮ್ಮ ಸ್ನೇಹಕ್ಕೆ ಚ್ಯುತಿ ಬರುವುದಾದರೆ ನನಗೆ ಆ ರಾಜಪದವಿಯೇ ಬೇಡ."

"ಹಾಸ್ಯಕ್ಕೆ ಹೇಳಿದರೆ ಅದನ್ನೇ ಗಂಭೀರವಾಗಿ ತೆಗೆದುಕೊಂಡೆಯಲ್ಲ!"

"ಹಾಸ್ಯಕ್ಕೂ ನಿಮ್ಮಂಥ ಪ್ರಾಣಸ್ನೇಹಿತರನ್ನು ಮರೆಯಲು ನಾನು ಸಿದ್ಧನಾಗಿಲ್ಲ ಬ್ರಹ್ಮದತ್ತ."

"ಅದನ್ನೆಲ್ಲ ಆಮೇಲೆ ಮಾತಾಡೋಣ. ಮಹಾನಂದ, ಈ ಬ್ರಹ್ಮದತ್ತನನ್ನು ಮೊದಲು ಕರೆದುಕೊಂಡು ಹೋಗು. ಇಲ್ಲವಾದರೆ ಮಾತಿನಲ್ಲೇ ರಾತ್ರಿಯಾಗಿಬಿಡುತ್ತದೆ" ಎಂದು ಚರಣ ಒತ್ತಾಯಿಸಿದ ಮೇಲೆ ಬ್ರಹ್ಮದತ್ತ ಮಹಾನಂದನೊಂದಿಗೆ ಹೋದ.

ಎಲ್ಲರ ಉಲ್ಲಾಸಕ್ಕೆ ಈಗ ಚಾಲನೆ ದೊರೆತಂತಾಯಿತು. ಬ್ರಹ್ಮದತ್ತ ಊಟ ಮುಗಿಸಿ ಉದ್ದವಾಗಿ ತೇಗುತ್ತ ಬಂದಾಗ ನಂದಿಕೇಶ, "ಮೂರು ದಿನದ ಊಟವನ್ನು ಒಂದೇ ಸಲ ಮಾಡಿರುವಂತೆ ಕಾಣುತ್ತದೆ" ಎಂದು ಹಾಸ್ಯ ಮಾಡಿದ.

"ಹಸಿದಾಗಲೇ ಅನ್ನದ ರುಚಿ, ಎಂಬ ಮಾತು ನಮ್ಮ ವಿಷಯದಲ್ಲಂತೂ ನಿಜವಾಗಿದೆ" ಎಂದ ಬ್ರಹ್ಮದತ್ತ. ನಂತರ ತಾನು, ಸಿಂಹಸೇನ ಮತ್ತು ಭಾಸ್ಕರ ಯವನರ ಸೈನ್ಯದಲ್ಲಿ ಮಾಡಿದ ಸಾಹಸಗಳನ್ನೆಲ್ಲ ಉತ್ಸಾಹದಿಂದ ಬಣ್ಣಿಸಿದ. ಅದರಲ್ಲಿ ಗಿರಿನಾಥನ ವಿಷಯ ಪ್ರಧಾನವಾಗಿತ್ತು.

"ಹಾಗಾದರೆ ಇನ್ನಷ್ಟು ಸೈನ್ಯ ಸುಲಭವಾಗಿ ದೊರೆಯುತ್ತದೆ" ನಂದಿಕೇಶ ಹೇಳಿದ, "ಅದನ್ನೂ ಇಲ್ಲಿಗೇ ತಂದುಬಿಟ್ಟಿದ್ದರೆ ದೊಡ್ಡ ಸೈನ್ಯದೊಂದಿಗೆ ಅರಮನೆಯನ್ನು ಆಕ್ರಮಿಸಿಕೊಳ್ಳ ಬಹುದಾಗಿತ್ತು."

"ಆದರೆ, ಅಷ್ಟು ಜನರನ್ನು ನಿರ್ವಹಿಸಿ ಇಲ್ಲಿಯವರೆಗೂ ಕರೆತರುವುದು ಅಷ್ಟು ಸುಲಭವಲ್ಲ"

"ಅಲ್ಲದೆ, ಸೇನೆಯ ಮೆರವಣಿಗೆ ಮಾಡಿಕೊಂಡು ಬಂದು, ಇಲ್ಲಿ ಸಿಕ್ಕಿಬಿದ್ದರೆ, ಆಗುವ ಕೆಲಸಕ್ಕೂ ಕಲ್ಲು ಬೀಳುವ ಸಾಧ್ಯತೆಯಿತ್ತು. ಈಗ ನಮ್ಮ ಎರಡು ಸಾವಿರ ಸೈನ್ಯವನ್ನು ಅಡಗಿಸಿಡುವುದು ಎಷ್ಟು ಕಷ್ಟವಾಗಿದೆ!" ಎಂದ ಚರಣ.

ಮೊದಲು ಬರೀ ಧನದಾಸೆಯಿಂದ ತಮ್ಮ ಕೆಲಸ ಮಾಡಲು ಒಪ್ಪಿದ ಗಿರಿನಾಥನಲ್ಲಿ, ಅನಂತರ ಗಾಂಧಾರದ ಪ್ರೇಮ, ಅದನ್ನು ಆಂಭೀಕನಿಂದ ರಕ್ಷಿಸುವುದರ ಬಗ್ಗೆ ಸಿಂಹಸೇನ ಪ್ರಭಾವ ಬೀರಿದ್ದು ಎಲ್ಲರಲ್ಲೂ ಅಚ್ಚರಿ ಹುಟ್ಟಿಸಿತು.

"ನಮ್ಮ ಆಚಾರ್ಯರನ್ನು, ಅವರ ತಂದೆಯವರನ್ನು ಕಾಡಿದ ಆ ದುಷ್ಟನನ್ನು ಮಟ್ಟ ಹಾಕುವುದು ಬಹಳ ಮುಖ್ಯ. ಆದರಿಂದ ಆಚಾರ್ಯರ ಮನಸ್ಸಿನ ದುಗುಡ ಕಿಂಚಿತ್ತಾದರೂ ಕಡಿಮೆಯಾಗಬಹುದು" ಎಂದ ಚಂದ್ರಗುಪ್ತ.

ಹೀಗೆ, ರಾತ್ರಿಯವರೆಗೂ ಬ್ರಹ್ಮದತ್ತನ ಅನುಭವಗಳನ್ನು ಕೇಳುತ್ತ, ಅದಕ್ಕೆ ಪ್ರತಿಕ್ರಿಯಿಸುತ್ತ ಕಾಲ ಕಳೆದರು. ತಮ್ಮೆಲ್ಲರಿಗಿಂತ ಆ ಮೂವರು ಹೆಚ್ಚು ಕಷ್ಟಪಟ್ಟಿರುವರೆಂದು ಎಲ್ಲರೂ ಭಾವಿಸಿದರು. ಚಂದ್ರಗುಪ್ತನಂತೂ ಭಾವುಕನಾಗಿ "ಬ್ರಹ್ಮದತ್ತ, ಎಲ್ಲರಿಗಿಂತ ನೀನು, ಸಿಂಹಸೇನ ಮತ್ತು ಭಾಸ್ಕರನ ಋಣ ದೊಡ್ಡದು" ಎಂದ.

"ಯಾರ ಋಣ?" ಬ್ರಹ್ಮದತ್ತ ನಕ್ಕುಬಿಟ್ಟ, "ನಾವೂ ಅಷ್ಟೆ ಮೊದಲು ನಿನಗಾಗಿ ಕೆಲಸ ಮಾಡುತ್ತಿದ್ದೇವೆ ಎಂದುಕೊಂಡೆವು. ಅನಂತರ ನೀನು ಮತ್ತು ಆಚಾರ್ಯ ಚಾಣಕ್ಯರಿಗಾಗಿ ಕೆಲಸ ಮಾಡುತ್ತಿದ್ದೇವೆ ಎಂದುಕೊಂಡೆವು. ಆದರೆ ಈಗ ನಾವು ಮಗಧಕ್ಕಾಗಿ, ಆರ್ಯಾವರ್ತಕ್ಕಾಗಿ ಕೆಲಸ ಮಾಡುತ್ತಿದ್ದೇವೆಂಬ ಹೆಮ್ಮೆಯಿದೆ. ಇದರಲ್ಲಿ ಋಣದ ಪ್ರಶ್ನೆಯೆಲ್ಲಿ ಬಂತು? ನಮ್ಮ ತಾಯಿ ಕಷ್ಟಕ್ಕೆ ಸಿಕ್ಕಿದಾಗ, ಅವಳ ರಕ್ಷಣೆಗಾಗಿ ಹೋರಾಡುವುದು ಋಣವಲ್ಲ ಮಿತ್ರ, ಪವಿತ್ರವಾದ ಕರ್ತವ್ಯ."

ಚಂದ್ರಗುಪ್ತ ಮುಂದೆ ಮಾತಾಡದೆ ಅವನನ್ನು ಬಾಚಿ ತಬ್ಬಿಕೊಂಡ.

ಕತ್ತಲಾಗಿ ಜನಸಂಚಾರ ಕಡಿಮೆಯಾಗುತ್ತಿದ್ದಂತ ಶ್ರೀಗುಪ್ತ ಮತ್ತು ಬ್ರಹ್ಮದತ್ತ ದೇವಾಲಯದ ಬಳಿಗೆ ಹೋಗಿ ಚಾಣಕ್ಯ, ಸಿಂಹಸೇನ ಮತ್ತು ಭಾಸ್ಕರನನ್ನು ಮಹಾನಂದನ ಮನೆಗೆ ಕರೆತಂದರು. ಚಂದ್ರಗುಪ್ತ ಮತ್ತು ಮಿತ್ರರು ಚಾಣಕ್ಯನಿಗೆ ನಮಸ್ಕರಿಸಿ, ಸಿಂಹಸೇನ ಮತ್ತು ಭಾಸ್ಕರನನ್ನು ಅಪ್ಪಿಕೊಂಡು ಆತ್ಮೀಯವಾಗಿ ಸ್ವಾಗತಿಸಿದರು. ಚಂದ್ರಗುಪ್ತ ಮಹಾನಂದನನ್ನು ಪರಿಚಯಿಸಿದ.

ಚಾಣಕ್ಯ, ಸಿಂಹಸೇನ ಮತ್ತು ಭಾಸ್ಕರ ಸ್ನಾನ, ಭೋಜನವನ್ನು ಮುಗಿಸಿ ಬರುವ ವೇಳೆಗೆ ಶಿವದತ್ತ, ದೇವಗುಪ್ತ, ನಂದಿನಿ, ವಸುಮತಿ ಮತ್ತು ಸುಜಾತ ಬಂದರು. ಎಲ್ಲ ಉಪ್ಪರಿಗೆಯ ವಿಶಾಲವಾದ ಕೋಣೆಯಲ್ಲಿ ಮಾತಿಗೆ ಕುಳಿತರು. ಮನೆಯ ಹೊರಗೆ ಯಾರಾದರೂ ಸಂದೇಹಾಸ್ಪದವಾಗಿ ಸುಳಿದಾಡಿದರೆ, ಅದನ್ನು ಗಮನಿಸಲು ಮಹಾನಂದ ತನ್ನ ಸೇವಕರನ್ನು ಕಾವಲಿರಿಸಿದ.

ಈಗಾಗಲೇ ಚಾಣಕ್ಯನ ಬಗ್ಗೆ ಸಾಕಷ್ಟು ಕೇಳಿದ್ದ ಶಿವದತ್ತ ಮುಂತಾದವರೆಲ್ಲ ಅವನ ಕಾಲು ಮುಟ್ಟಿ ನಮಸ್ಕರಿಸಿದರು. ಆದರೆ ಚಾಣಕ್ಯ ಶಿವದತ್ತ ಮತ್ತು ದೇವಗುಪ್ತರಿಂದ ನಮಸ್ಕಾರ ಮಾಡಿಸಿಕೊಳ್ಳಲಿಲ್ಲ. "ಕೂಡದು, ತಾವು ಹಿರಿಯರು. ಹಿರಿಯರು ಕಿರಿಯರಿಗೆ ನಮಸ್ಕರಿಸುವುದು ಶ್ರೇಯಸ್ಕರವಲ್ಲ" ಎಂದ.

"ನಾವು ವಯಸ್ಸಿನಲ್ಲಿ ಮಾತ್ರ ಹಿರಿಯರು. ಸತ್ವದಲ್ಲಿ, ಗಣ್ಯತೆಯಲ್ಲಿ ತಾವು ನಮಗಿಂತ ಎಷ್ಟೋ ಪಟ್ಟು ಹಿರಿಯರು" ಎಂದ ಶಿವದತ್ತ.

"ಕೆಲವು ವಿಷಯಗಳಲ್ಲಿ ನಾನು ಹೊರನೋಟಕ್ಕೆ ಹಿರಿಯನಂತೆ ಗೋಚರಿಸಬಹುದು. ಆದರೆ ನಿಮ್ಮ ಅನುಭವ ದೊಡ್ಡದು ಶಿವದತ್ತರೇ. ಆ ಅನುಭವ ಈಗ ಪಿಪ್ಪಲಿವನದ ಆಕ್ರಮಣದಲ್ಲಿ ನಮಗೆ ನಿರ್ಣಾಯಕವಾಗುತ್ತದೆ."

"ನಾವು ಮಾಡಿರುವ ವ್ಯವಸ್ಥೆಗಳಿಗೆ ನಿಮ್ಮ ಜಾಣ್ಮೆಯ ನಾಯಕತ್ವ ದೊರಕಿದರೆ ಆ ಕೆಲಸ ಸುಲಭವಾಗುತ್ತದೆ, ಆಚಾರ್ಯ" ಎಂದ ದೇವಗುಪ್ತ.

ನಂತರ ಚಾಣಕ್ಯ ನಂದಿನಿ, ವಸುಮತಿ ಮತ್ತು ಸುಜಾತರತ್ತ ಕುತೂಹಲದಿಂದ ನೋಡಿದ. ಅದನ್ನು ಅರ್ಥ ಮಾಡಿಕೊಂಡವನಂತೆ ಶಿವದತ್ತನೇ ಅವರ ಬಗ್ಗೆ ವಿವರಿಸಿದ. ಚಾಣಕ್ಯನಿಗೆ ಸ್ವಲ್ಪ ಅಚ್ಚರಿಯೆನಿಸಿತು. ಅಭಿಮಾನದಿಂದ ಆ ಸ್ತ್ರೀಯರತ್ತ ನೋಡುತ್ತ ಹೇಳಿದ, "ನೋಡಿದೆಯಾ ಚಂದ್ರಗುಪ್ತ, ಸ್ತ್ರೀಯರೂ ತಮ್ಮ ಸ್ವಪ್ರೇರಣೆಯಿಂದ ಭಾಗವಹಿಸಲು ಮುಂದೆ ಬಂದಿರಬೇಕಾದರೆ ನಮ್ಮ ಈ ಹೋರಾಟದ ಆವಶ್ಯಕತೆ ಎಷ್ಟಿತ್ತೆಂದು ಅರ್ಥ ಮಾಡಿಕೋ.' ಅಂದರೆ ಈ ಧರ್ಮಯುದ್ಧದಲ್ಲಿ ಸಮಾಜದ ಎಲ್ಲ ವರ್ಗದ ಜನರೂ ಭಾಗವಹಿಸುತ್ತಿರುವುದು ಸಂತೋಷಪಡಬೇಕಾದ ವಿಷಯ. ಆದರ ಜೊತೆಗೆ ಇದು ನಮ್ಮ ಹೊಣೆಗಾರಿಕೆಯನ್ನೂ ಹೆಚ್ಚಿಸುತ್ತದೆ. ಧರ್ಮಲಂಡರಾದ ರಾಜರು, ಜನನಾಯಕರಿಂದ ಜನ ಎಷ್ಟು ಅತೃಪ್ತರಾಗಿದ್ದಾರೆಂದು ಇದರಿಂದ ಅರ್ಥವಾಗುತ್ತದೆ. ಮತ್ತೆ ನಮ್ಮ ಧರ್ಮದ ಪುನರುದ್ಧಾರವಾಗಿ, ಜನಜೀವನದಲ್ಲಿ ಶಾಂತಿ, ನೆಮ್ಮದಿ ನೆಲಸುವುದೆಂಬ ಭರವಸೆಯ ಮೇಲೆ, ನಮ್ಮ ಮೇಲೆ ನಂಬಿಕೆಯಿಟ್ಟು ಎಲ್ಲ ತಮ್ಮ ತನುಮನಧನಗಳನ್ನು ವಿನಿಯೋಗಿಸುತ್ತಿದ್ದಾರೆ. ನಾವಿಡುವ ಒಂದು ತಪ್ಪು ಹೆಜ್ಜೆ ಎಲ್ಲರ ಆಶೋತ್ತರಗಳನ್ನು ನೆಲಕ್ಕೆ ಬೀಳಿಸಬಹುದು. ಅದರ

ಪರಿಣಾಮವಾಗಿ ಜನರ ಸ್ಥಿತಿ ಈಗಿರುವುದಕ್ಕಿಂತ ಇನ್ನೂ ಚಿಂತಾಜನಕವಾಗಬಹುದು. ಆದ್ದರಿಂದ ಮುಂದೆ ನಿಂತಿರುವ ನಾವೆಲ್ಲ ಎಷ್ಟು ನಿಷ್ಠೆಯಿಂದ, ಹೊಣೆಗಾರಿಕೆಯಿಂದ, ಎಚ್ಚರಿಕೆಯಿಂದ ವರ್ತಿಸಿದರೆ ಅಷ್ಟು ಒಳ್ಳೆಯದು.''

''ಹೌದು ಆಚಾರ್ಯ'' ಚಂದ್ರಗುಪ್ತ ಹೇಳಿದ, ''ಅದನ್ನು ನಾನು ಅರ್ಥಮಾಡಿಕೊಂಡಿದ್ದೇನೆ. ನಿಮ್ಮ ಮಾರ್ಗದರ್ಶನದಲ್ಲಿ ನಾವೆಲ್ಲ ತಪ್ಪು ಮಾಡುವುದಿಲ್ಲವೆಂಬ ನಂಬಿಕೆ ನನಗಿದೆ.''

''ಅಷ್ಟೇ ಅಲ್ಲ ಚಂದ್ರಗುಪ್ತ, ನೀನು ಅಧಿಕಾರ ಸ್ವೀಕರಿಸಿದ ಮೇಲೆ ಹೇಗೆ ನಡೆದುಕೊಳ್ಳಬೇಕೆಂಬುದನ್ನು ಅರಿತುಕೊಳ್ಳಬೇಕು. ಈಗ ನಿನ್ನೊಬ್ಬನಿಗಾಗಿ ಸಾವಿರಾರು ಜನ ಕಷ್ಟಪಡುತ್ತಿದ್ದಾರೆ. ಆಮೇಲೆ ನೀನೊಬ್ಬ ಅವರೆಲ್ಲರಿಗಾಗಿ ದುಡಿಯಬೇಕಾಗುತ್ತದೆ. ಪ್ರತಿ ಕ್ಷಣದಲ್ಲೂ ಪ್ರಜಾಸುಖಕ್ಕೆ ನಿನ್ನನ್ನು ನೀನು ಅರ್ಪಿಸಿಕೊಳ್ಳಬೇಕಾಗುತ್ತದೆ.''

''ದೇವರ ದಯದಿಂದ ಅಹಂಕಾರ, ದರ್ಪ, ಹಿಂಸಾ ವಿನೋದ ಪ್ರವೃತ್ತಿ ಈವರೆಗೆ ನನ್ನ ಸ್ವಭಾವದಲ್ಲಿಲ್ಲ, ನನ್ನ ತಂದೆಯೂ ಹಾಗೇ ಇದ್ದರು. ನನ್ನ ತಾಯಿಯೂ ಚಿಕ್ಕಂದಿನಿಂದ ಸಜ್ಜನಿಕೆ, ಸೌಜನ್ಯಗಳನ್ನು ಕಲಿಸಿಯೇ ಬೆಳಸಿದರು. ಸರ್ವರನ್ನು ಸಮಭಾವದಿಂದ ಕಾಣಬೇಕೆಂಬ ಪಾಠವನ್ನು ಅವಳು, ತಾನೇ ಹಾಗೆ ನಡೆದು ತೋರಿಸುತ್ತ ಇನ್ನೂ ನನಗೆ ಕಲಿಸುತ್ತಿದ್ದಾಳೆ. ನನ್ನ ಈ ಪ್ರಾಣ ಸ್ನೇಹಿತರು ಸ್ನೇಹವಿಶ್ವಾಸಗಳ ಬೆಲೆಯೇನೆಂದು ಕಲಿಸಿದ್ದಾರೆ. ತಾವು, ತಮ್ಮ ತಂದೆ ಪೂಜ್ಯ ಚಣಕರು, ಧರ್ಮದತ್ತ, ಕಾತ್ಯಾಯನ, ಇಂದುಶರ್ಮ ಗುರುಹಿರಿಯರಾಗಿ ನನ್ನ ಮೇಲೆ ಸಾಕಷ್ಟು ಪ್ರಭಾವ ಬೀರಿದ್ದೀರಿ. ಇಷ್ಟೊಂದು ಜನರ ಕಣ್ಗಾವಲಿನಲ್ಲಿ ಬೆಳೆಯುತ್ತಿರುವ ನಾನು ತಪ್ಪು ಮಾಡುವುದಿಲ್ಲವೆಂಬ ನಂಬಿಕೆಯಿದೆ ಆಚಾರ್ಯ. ತಪ್ಪು ನಡೆಯುವ ಸಂದರ್ಭ ಬಂದರೂ, ಪ್ರಾಜ್ಞರ ಸಲಹೆಯಂತೆ ಅದನ್ನು ತಿದ್ದಿಕೊಳ್ಳುವ ವಿನೀತ ಭಾವನೆಯೂ ಇದೆ.''

ಚಾಣಕ್ಯನ ಮುಖದಲ್ಲಿ ಸಮಾಧಾನದ ಭಾವನೆಯಿದ್ದರೆ, ಉಳಿದವರ ಮುಖದಲ್ಲಿ ಮೆಚ್ಚಿಗೆ ಮತ್ತು ಸಂತೋಷಗಳಿದ್ದವು. ನಂತರ ಹೇಗೆ ಕಾರ್ಯಾರಂಭ ಮಾಡಬೇಕೆಂದು ಚರ್ಚೆ ನಡೆಯಿತು.

''ಒಂದು ನಿರ್ದಿಷ್ಟ ದಿನ ಮತ್ತು ಸಮಯವನ್ನು ನಿರ್ಧರಿಸಿ ಸೂಚನೆ ಕೊಟ್ಟರೆ ಬಹಳ ಜನ ನಾಗರಿಕರು ಬರುತ್ತಾರೆ. ಸುಜಾತ ತನ್ನ ಸ್ತ್ರೀಪಡೆಯೊಂದಿಗೆ ಸಿದ್ಧಳಾಗುತ್ತಾಳೆ. ನಾವು ಸೈನ್ಯದೊಂದಿಗೆ ಅರಮನೆಗೆ ನುಗ್ಗಬಹುದು'' ಎಂದ ಶಿವದತ್ತ.

ದೇವಗುಪ್ತನೂ ಅದನ್ನು ಅನುಮೋದಿಸಿದ, ''ನಾವು ಸ್ತ್ರೀಯರು ಮೊದಲು ಅರಮನೆಗೆ ನುಗ್ಗಿದರೆ, ಅದನ್ನು ನಿರೀಕ್ಷಿಸಿಲ್ಲದ ಚಂದ್ರಸೇನ ಮತ್ತು ಸೈನಿಕರು ಗೊಂದಲಗೊಳ್ಳುತ್ತಾರೆ. ಆಗ ಉಳಿದವರು ಒಳ ನುಗ್ಗಿದರೆ ಕೆಲಸ ಸುಲಭವಾಗುತ್ತದೆ'' ಎಂದಳು ಸುಜಾತ. ಚಂದ್ರಗುಪ್ತ ಮತ್ತು ಅವನ ಮಿತ್ರರು ಯಾವ ಮಾತನ್ನೂ ಆಡಲಿಲ್ಲ.

''ಚರಣ, ನೀನು ಏನು ಹೇಳುತ್ತಿ?'' ಎಂದು ಚಾಣಕ್ಯ ತಾನೇ ಕೇಳಿದ.

''ಸುಜಾತ ಹೇಳಿದಂತೆ ಮಾಡಬಹುದು'' ಚರಣ ಹೇಳಿದ.

''ಆದರೆ ಇದರಿಂದ ಸಾಕಷ್ಟು ರಕ್ತಪಾತವಾಗುವ ಸಾಧ್ಯತೆಯಿದೆ. ಎಲ್ಲಕ್ಕಿಂತ ಅಪಾಯದ ಸಂಗತಿಯೇನೆಂದರೆ, ಸಾಮಾನ್ಯ ನಾಗರಿಕರು ಸುಲಭವಾಗಿ ಬಲಿಯಾಗುತ್ತಾರೆ.''

''ಹೌದು, ನಿನ್ನ ಆಲೋಚನೆ ಸರಿ'' ಚಾಣಕ್ಯ ಹೇಳಿದ, ''ಅನಿವಾರ್ಯವಾದರೆ ಆ ವಿಷಯ ಬೇರೆ, ಅಥವಾ ವೃತ್ತಿನಿರತ ಯೋಧರೇ ಆದರೂ, ಹಾಗೆ ಮಾಡಬಾರದು. ಆದರೆ ಸಾಮಾನ್ಯ

ನಾಗರಿಕರನ್ನು ಬಲಿಕೊಡುವುದು ತರವಲ್ಲ. ನಾವು ಯುದ್ಧ ಮಾಡಿ ದೊಡ್ಡ ಅಬ್ಬರ ಮಾಡುವ ಸ್ಥಿತಿಯಲ್ಲಿಲ್ಲ. ಅಷ್ಟು ವ್ಯವಧಾನವೂ ಇಲ್ಲ. ಇನ್ನೂ ಸುಲಭವಾದ, ಇನ್ನಷ್ಟು ಅಪಾಯ ಕಡಿಮೆಯಿರುವ ದಾರಿಯನ್ನು ನಾವು ಹುಡುಕಬೇಕು.'' ಎಂದು ಕೆಲವು ಕ್ಷಣ ಯೋಚನಾಮಗ್ನನಾದ. ಎದ್ದು ಕೋಣೆಯಲ್ಲಿ ಅತ್ತಿಂದಿತ್ತ, ಇತ್ತಿಂದತ್ತ ನಿಧಾನವಾಗಿ ಅಡ್ಡಾಡ ತೊಡಗಿದ. ಎಲ್ಲ ಕುತೂಹಲದಿಂದ ಕಾಯುತ್ತಿದ್ದರು.

ಸ್ವಲ್ಪ ಹೊತ್ತಿನ ನಂತರ ಚಾಣಕ್ಯ ಮತ್ತೆ ಕುಳಿತ, ''ನಾವು ಹೀಗೆ ಮಾಡಬಹುದು'' ಎಂದು ಆರಂಭಿಸಿ, ಯಾರು ಯಾರು ಏನೇನು ಕೆಲಸಗಳನ್ನು ಹೇಗೆ ಹೇಗೆ ಮಾಡಬೇಕೆಂದು ನಿಧಾನವಾಗಿ ವಿವರಿಸಿದ. ಎಲ್ಲ ತಲೆಯಾಡಿಸಿದರು. ಎಲ್ಲರಿಗೂ ಅದು ಸೂಕ್ತವಾಗಿ ಕಂಡಿತು. ಕೂಡಲೇ ಚರಣ ಅಲ್ಲಿಂದ ಹೊರಟು ಬೇರೆ ಬೇರೆ ಮನೆಗಳಲ್ಲಿ ಅಡಗಿಕೊಂಡಿದ್ದ ಮಾತಂಗ ಮತ್ತು ಅವನ ಸೈನಿಕರಿಗೆ ವಿಷಯ ತಿಳಿಸಿದ. ಚಾಣಕ್ಯರು ಬಂದಿದ್ದಾರೆ. ಕಾರ್ಯಾಚರಣೆ ಆರಂಭವಾಗುವುದೆಂದು ಅವರೆಲ್ಲ ಉತ್ಸಾಹಿತರಾದರು.

★ ★ ★

ಶಿವದತ್ತ ಮತ್ತು ದೇವಗುಪ್ತ ಮತ್ತಿಬ್ಬರು ಹಿರಿಯರೊಂದಿಗೆ ಮರುದಿನ ಚಂದ್ರಸೇನನ ಭೇಟಿಗೆ ಸಮಯ ಗೊತ್ತುಪಡಿಸಿಕೊಂಡರು. ಆದರಂತೆ ಅವರು ಕತ್ತಲಾದ ಸ್ವಲ್ಪ ಹೊತ್ತಿನ ನಂತರ ಅರಮನೆಗೆ ಬಂದಾಗ, ಅವನು ಪುಟ್ಟ ಓಲಗಶಾಲೆಯಲ್ಲಿ, ಸಿಂಹಾಸನದ ಮೇಲೆ ಕುಳಿತೇ ಸಂದರ್ಶನ ನೀಡಿದ. ಆ ಸಿಂಹಾಸನದ ಮೇಲೆ ತಮ್ಮ ಪ್ರೀತಿಯ ರಾಜ ಕೂಡುತ್ತಿದ್ದುದು ನೆನಪಾಗಿ ಶಿವದತ್ತ ಮತ್ತು ದೇವಗುಪ್ತರ ಮನಸ್ಸಿನಲ್ಲಿ ಕೋಪವುಕ್ಕಿತು. ಆದರೆ ಅದನ್ನು ಈಗ ಹೊರಗೆ ತೋರ್ಪಡಿಸುವಂತಿರಲಿಲ್ಲ. ಚಂದ್ರಸೇನ ಬೇಕೆಂದರೇ ಅಲ್ಲಿದ್ದ ಉತ್ತಮ ಪೀಠಗಳ ಎದುರಿಗೆ ಬೇರೆ ಸಾಧಾರಣ ಪೀಠಗಳನ್ನು ಹಾಕಿಸಿದ್ದ. ಅವರಿಗೆ ಆ ಪೀಠಗಳ ಮೇಲೆ ಕೂಡುವಂತೆ ಔದಾಸೀನ್ಯದಿಂದಲೇ ಸನ್ನೆ ಮಾಡಿದ. ಅವರು ಕುಳಿತ ನಂತರ, ಎಲ್ಲರತ್ತಲೂ ಒಮ್ಮೆ ದೃಷ್ಟಿ ಹರಿಸಿ ''ವಿಷಯವೇನು?'' ಎಂದು ಕೇಳಿದ.

''ನಮ್ಮ ಪುರೋಹಿತರು ಹೇಳುತ್ತಾರೆ, ಹನ್ನೆರಡು ವರ್ಷಗಳ ನಂತರ ಬರುವ ಈ ವಿಶೇಷ ಹುಣ್ಣಿಮೆ ನಮ್ಮ ನಾಡಿಗೆ ಅತ್ಯಂತ ಶುಭಕಾರಿಯೆಂದು'' ಎಂದ ದೇವಗುಪ್ತ.

''ನಮ್ಮ ನಾಡಿಗೆ ಮಾತ್ರ ಶುಭಕಾರಿಯೆಂದರೆ ಏನರ್ಥ? ಶುಭ ಬರೀ ಪಿಪ್ಪಲಿ ವನಕ್ಕೋ ? ಅಥವಾ ಇಡೀ ಮಗಧಕ್ಕೋ ?'' ಎಂದ ಚಂದ್ರಸೇನ ವ್ಯಂಗ್ಯದಿಂದ ನಗುತ್ತ.

''ಪಿಪ್ಪಲಿವನ ಈಗ ಮಗಧದಲ್ಲಿ ಸೇರಿಹೋಗಿರುವುದರಿಂದ ಇಡೀ ಮಗಧಕ್ಕೇ ಎಂದು ಹೇಳಬಹುದು'' ಎಂದ ಶಿವದತ್ತ.

''ಅದಕ್ಕೆ ನಾನೇನು ಮಾಡಬೇಕು ?''

''ಈ ಹುಣ್ಣಿಮೆಯಂದು ಪ್ರಜೆಗಳು ಮತ್ತು ಪ್ರಭುಗಳ ಹಿತದೃಷ್ಟಿಯಿಂದ ದೇವಾಲಯದಲ್ಲಿ ವಿಶೇಷ ಪೂಜೆ ಮತ್ತು ಅರಮನೆಯಲ್ಲಿ ಸಿಂಹಾಸನದ ಪೂಜೆ ಮಾಡುವುದು ಸಂಪ್ರದಾಯ'' ಎಂದ ಮತ್ತೆ ದೇವಗುಪ್ತ.

''ವಿಚಿತ್ರವಾಗಿದೆ !'' ಚಂದ್ರಸೇನ ನಕ್ಕ. ಇಂಥ ಒಂದು ಸಂಪ್ರದಾಯವಿದೆಯೆಂದು ನಾನು ಇಂದೇ ಕೇಳುತ್ತಿರುವುದು.''

"ನೀವು ಕೇಳಿಲ್ಲವೆಂದರೆ ಅದು ಇಲ್ಲವೆಂದು ಹೇಳಲಾಗುತ್ತದೆಯೇ?" ಜೊತೆಯಲ್ಲಿ ಬಂದಿದ್ದ ಒಬ್ಬ ಹಿರಿಯ ಹೇಳಿದ, "ಹನ್ನೆರಡು ವರ್ಷಗಳ ಹಿಂದೆ ರವಿಗುಪ್ತ ಮೌರ್ಯರಿದ್ದಾಗ ಪೂಜೆ, ಉತ್ಸವಗಳು ನಡೆದದ್ದನ್ನು ನಾನೇ ಕಣ್ಣಾರೆ ಕಂಡಿದ್ದೇನೆ. ಅದರ ಹಿಂದಿನ ಹನ್ನೆರಡು ವರ್ಷದಲ್ಲಿ ಈ ಪೂಜೆ ಮಾಡದೆ ನಾಡಿಗೆ ಕ್ಷಾಮ ಬಂದದ್ದನ್ನು, ಜನ ಪ್ರಾಣಿಗಳಂತೆ ನಿತ್ಯ ಅನ್ನವಿಲ್ಲದೆ ಸಾಯುತ್ತಿದ್ದುದನ್ನು ಸ್ವತಃ ನಾನೇ ಗಮನಿಸಿದ್ದೇನೆ. ಅದನ್ನು ನೆನೆಸಿಕೊಂಡರೆ ಈಗಲೂ ಮೈ ಜುಮ್ಮೆನ್ನುತ್ತದೆ."

"ಹೌದು, ಸಂಪ್ರದಾಯ ತಪ್ಪಿದರೆ ಅಧಿಕಾರ ಸ್ಥಾನದಲ್ಲಿರುವವರಿಗೂ ಆಪತ್ತುಂಟಾಗುವ ಸಾಧ್ಯತೆಗಳಿವೆ" ಎಂದ ಇನ್ನೊಬ್ಬ ಹಿರಿಯ.

ಅದನ್ನು ಕೇಳುತ್ತಿದ್ದಂತೆ ಚಂದ್ರಸೇನನ ಮುಖ ಗಂಭೀರವಾಯಿತು. ಸ್ವಲ್ಪ ಹೊತ್ತು ಅವನು ಏನೋ ಯೋಚಿಸುತ್ತಿದ್ದು, ಅನಂತರ ಹೇಳಿದ, "ಬರೀ ಸಿಂಹಾಸನದ ಪೂಜೆಯೋ?"

"ಸದ್ಯಕ್ಕೆ ಅಷ್ಟೆ" ಶಿವದತ್ತ ಹೇಳಿದ, "ಪಟ್ಟಾಭಿಷಿಕ್ತನಾದ ರಾಜನಿದ್ದರೆ ಅವನ ಸಹಿತ ಪೂಜೆ ಮಾಡಬಹುದಾಗಿತ್ತು."

"ಪಟ್ಟಾಭಿಷೇಕವೇ ಆಗಬೇಕೆ? ಈಗ ನಾನು ಕುಳಿತಿಲ್ಲವೆ? ಸಿಂಹಾಸನ ಬೇಡ ವೆಂದಿದೆಯೆ? ನಾನೇ ಈಗ ಪಿಪ್ಪಲಿವನದ ರಾಜ, ಸೇನಾಧಿಪತಿ, ಎಲ್ಲ ಅಂದಮೇಲೆ ಮಗಧದ ಸಾಮಂತ ರಾಜನಂತೆ ನನಗೂ ಪೂಜೆ ಮಾಡುವುದಾದರೆ ಆಗಬಹುದು. ಇಲ್ಲವಾದರೆ ಹೊರಗೆ ನೀವು ಏನು ಬೇಕಾದರೂ ಮಾಡಿಕೊಳ್ಳಬಹುದು."

ಎಲ್ಲ ಗಂಭೀರವಾದರು. ಪರಸ್ಪರ ಮುಖ ನೋಡಿಕೊಂಡರು. ತಮ್ಮ ತಮ್ಮಲ್ಲೇ ಪಿಸು ಪಿಸು ಮಾತಾಡಿಕೊಂಡರು. ಕಡೆಗೆ ಶಿವದತ್ತ ಹೇಳಿದ, "ನಿಮ್ಮ ಮಾತೂ ಒಂದು ರೀತಿಯಲ್ಲಿ ಸಮಂಜಸವಾಗಿದೆ. ಸಿಂಹಾಸನದ ಮೇಲೆ ಕುಳಿತು ನೀವು ಆಳುತ್ತಿರುವುದರಿಂದ, ನಿಮ್ಮನ್ನೇ ರಾಜರೆಂದು ಭಾವಿಸಿ ಪೂಜಿಸುವುದರಲ್ಲಿ ತಪ್ಪೇನೂ ಕಾಣುತ್ತಿಲ್ಲ, ಜನರೂ ಬಹುಶಃ ವಿರೋಧಿಸಲಾರರು."

"ವಿರೋಧಿಸಿದರೆ ಒಬ್ಬೊಬ್ಬರ ಚರ್ಮ ಸುಲಿದುಬಿಡುತ್ತೇನೆ" ಎಂದ ಚಂದ್ರಸೇನ ಕೋಪದಿಂದ.

"ಕೋಪಿಸಿಕೊಳ್ಳಬೇಡಿ, ಅಂಥ ಪ್ರಸಂಗ ಬರುವುದಿಲ್ಲ" ಎಂದ ದೇವಗುಪ್ತ ಒಳಗೇ ಹಲ್ಲು ಮಸೆಯುತ್ತ.

"ಇದು ಒಂದು ರೀತಿಯಲ್ಲಿ ನಮ್ಮ ನಗರದ ಹಬ್ಬ. ಪ್ರತಿಯೊಬ್ಬ ಪ್ರಜೆಯೂ ಈ ಉತ್ಸವದಲ್ಲಿ ಭಾಗವಹಿಸುತ್ತಾನೆ. ದೇವಾಲಯದಲ್ಲಿ ನಡೆಯುವ ವಿಶೇಷ ಪೂಜೆಗೆ ತಾವೂ ಆಗಮಿಸಿದರೆ ಸಂತೋಷ" ಎಂದು ಹಿರಿಯ ಬೇಡಿದ.

"ಜನಗಳ ಮಧ್ಯೆ ನಾನು ಬರುವುದೆ?" ಚಂದ್ರಸೇನ ಅಹಂಕಾರದ ಧೋರಣೆಯಿಂದ ಹೇಳಿದ, "ನಾನೇನು! ನನ್ನ ಸ್ಥಾನವೇನು?"

"ತಮ್ಮಿಷ್ಟ" ಎಂದು, ಒಬ್ಬ ಸೇವಕನನ್ನು ಕರೆದು ಕೆಲವು ಸುವರ್ಣ ಮುದ್ರೆಗಳಿದ್ದ ಒಂದು ಸಣ್ಣ ಚೀಲವನ್ನು ತರಿಸಿಕೊಟ್ಟು, "ತೆಗೆದುಕೊಳ್ಳಿ, ಇದು ಉತ್ಸವದ ವೆಚ್ಚಕ್ಕೆ" ಎಂದ.

"ತುಂಬ ಸಂತೋಷ. ಹುಣ್ಣಿಮೆಯ ದಿನ ಸೂರ್ಯೋದಯವಾದ ಸ್ವಲ್ಪ ಹೊತ್ತಿಗೆ ನಿಮ್ಮ ವಿಧೇಯ ಪ್ರಜೆಗಳು ಸ್ತ್ರೀಪುರುಷರಾದಿಯಾಗಿ ಅರಮನೆಗೆ ಬರುತ್ತಾರೆ. ಅಷ್ಟರಲ್ಲಿ ತಾವು

ಶುಚಿರ್ಭೂತರಾಗಿ ನಿರಾಹಾರ ವ್ರತದಲ್ಲಿ ಸಿಂಹಾಸನದ ಮೇಲೆ ಕೂಡಬೇಕೆಂದು ಕೇಳಿಕೊಳ್ಳುತ್ತೇವೆ'' ಎಂದ ದೇವಗುಪ್ತ.

''ಆಗಬಹುದು'' ಎಂದ ಚಂದ್ರಸೇನ. ಅವರು ಹೇಳಿದಮೇಲೆ ಹೆಮ್ಮೆಯಿಂದ ಬೀಗಿದ. 'ಹೌದು ನಾನು ಯಾವ ರಾಜನಿಗೇನು ಕಡಿಮೆ ! ಪಟ್ಟಾಭಿಷೇಕವೇ ಆಗಬೇಕೆ ? ಸಿಂಹಾಸನದ ಮೇಲೆ ಕುಳಿತ ಮೇಲೆ ಆಯಿತು. ಅಧಿಕಾರ ನನ್ನದಾದಮೇಲೆ ಸಿಂಹಾಸನವೂ ನನ್ನದೇ !' ಎಂದುಕೊಂಡ.

ಅವರು ಹೋಗಿ ಚಾಣಕ್ಯನಿಗೆ ಸುದ್ದಿ ಮುಟ್ಟಿಸಿದಾಗ ಅವನು 'ಮೃಗ ಸುಲಭವಾಗಿ ಹಳ್ಳಕ್ಕೆ ಬಿತ್ತು' ಎಂದುಕೊಂಡ. ಅವರು ಆಲೋಚಿಸಿದ ಮಹತ್ವದ ಹುಣ್ಣಿಮೆಗೆ ಇನ್ನು ಎರಡೇ ದಿನಗಳಿದ್ದವು. ಅಷ್ಟರಲ್ಲಿ ನಗರದ ತುಂಬ ಚಂದ್ರಸೇನನ್ನು ನಂಬಿಸಲು ಮಹತ್ವದ ಘಟನೆ ಯೇನೆಂದು ಈ ವೇಳೆಗೆ ಗೊತ್ತಿದ್ದುದರಿಂದ ಒಂದು ದಿನ ಮೊದಲೇ ಎಲ್ಲ ಸಿದ್ಧತೆಗೆ ಆರಂಭಿಸಿದರು.

ಹುಣ್ಣಿಮೆಯ ದಿನ ಬಂತು. ನಗರವೆಲ್ಲ ತಳಿರುತೋರಣಗಳಿಂದ ಅಲಂಕಾರಗೊಂಡು ಉತ್ಸವಕ್ಕೆ ಸಿದ್ಧವಾಗಿತ್ತು. ಜನರೆಲ್ಲ ಉತ್ಸಾಹದಿಂದ ಬೀದಿ ಬೀದಿಗಳಲ್ಲಿ ನಡೆದಾಡುತ್ತಿದ್ದರು. ದೇವಾಲಯದ ಬಳಿ ಮುಂಜಾನೆಯಿಂದಲೇ ಜನ ಸೇರಲಾರಂಭಿಸಿದರು.

ಪುರೋಹಿತ ಪೂಜಾವಿಧಿಗಳನ್ನು ನೆರವೇರಿಸುತ್ತಿದ್ದಾಗ ಮುಂದೆ ಸುಜಾತ, ನಂದಿನಿ, ವಸುಮತಿ ಸೇರಿದಂತೆ ಸ್ತ್ರೀ ಸಮೂಹವಿತ್ತು. ಅವರ ಸನಿಹದಲ್ಲಿ ಶಿವದತ್ತ ಮತ್ತು ದೇವ ಗುಪ್ತರಿದ್ದರು. ಅವರ ಹಿಂಬದಿಯಲ್ಲಿ ಮಹಾನಂದ, ಸುಭದ್ರ ಮುಂತಾದವರಿದ್ದರು. ಚಾಣಕ್ಯ, ಚರಣ, ನಂದಿಕೇಶ, ಬ್ರಹ್ಮದತ್ತ, ಭಾಸ್ಕರ, ಶ್ರೀಗುಪ್ತ ಎಲ್ಲ ಜನಗಳ ಮಧ್ಯದಲ್ಲಿ, ಅಲ್ಲಲ್ಲಿ ಒಬ್ಬರಂತೆ ಗುರುತು ಸಿಗದಂತೆ ನುಸುಳಿಕೊಂಡಿದ್ದರು. ಚಂದ್ರಗುಪ್ತ ಮಾತ್ರ ಗಡ್ಡಮೀಸೆಗಳನ್ನು ಅಂಟಿಸಿಕೊಂಡು ತಲೆಗೆ ದೊಡ್ಡ ಮುಂಡಾಸನ್ನು ಸುತ್ತಿಕೊಂಡು ಒಂದು ಕಡೆ ನಿಂತಿದ್ದ. ಆಕಸ್ಮಿಕವಾಗಿಯಾದರೂ ಯಾರಿಗೂ ಅವನ ಗುರುತು ಸಿಗಬಾರದೆಂದು ತೆಗೆದುಕೊಂಡ ಮುನ್ನೆಚ್ಚರಿಕೆ ಇದಾಗಿತ್ತು.

ವಾದ್ಯಗಳು ಮೊಳಗುತ್ತಿದ್ದವು. ಒಳಗಡೆ ಪುರೋಹಿತರ ಮಂತ್ರಘೋಷ ಕೇಳಿಬರುತ್ತಿತ್ತು. ಅಂಗಳದಲ್ಲಿ ಕಿಕ್ಕಿರಿದಿದ್ದ ಸ್ತ್ರೀಪುರುಷರ ಕಲಕಲ ಕೇಳಿಬರುತ್ತಿತ್ತು.

ಸೂರ್ಯೋದಯವಾದ ತುಸು ಹೊತ್ತಿಗೆ ಪೂಜೆ ಮುಗಿಯಿತು. ಅಲ್ಲಿಂದ ಇಡೀ ಜನಸಮೂಹ ಅರಮನೆಯತ್ತ ಹೊರಟಿತು. ಮುಂದೆ ವಾದ್ಯದವರು, ಹಿಂದೆ ಸುಜಾತ ಮುಂತಾದ ಸ್ತ್ರೀಸಮೂಹ, ಅವರ ಜೊತೆ ಜೊತೆಯಲ್ಲಿಯೇ ಶಿವದತ್ತ, ದೇವಗುಪ್ತ ಮತ್ತಿತರ ಹಿರಿಯರು, ಅವರ ಹಿಂದೆ ಮಹಾನಂದ, ಚರಣ ಮತ್ತಿತರರು, ಅವರ ಹಿಂದೆ ನಾಗರಿಕ ಸ್ತ್ರೀಪುರುಷರ ದಂಡು.

ಅರಮನೆ ಸಮೀಪವಾಯಿತು. ಚಂದ್ರಸೇನನೂ ಅರಮನೆಯನ್ನು ವಿಶೇಷವಾಗಿ ಅಲಂಕರಿಸಿರುವುದನ್ನು ಕಂಡು ಶಿವದತ್ತ ಮತ್ತು ದೇವಗುಪ್ತ ಮುಖ ಮುಖ ನೋಡಿಕೊಂಡು ನಕ್ಕುಕೊಂಡರು. 'ಸಿಂಹಾಸನದ ಮೇಲೆ ಕುಳಿತು ಪೂಜಿಸಿಕೊಳ್ಳುವ ಅಮಲು ಚೆನ್ನಾಗಿಯೇ ತಲೆಗೇರಿದೆ. ಆ ಅಮಲು ಇಳಿಯಲು ಅತಿ ಕಡಿಮೆ ಅವಧಿಯಿದೆಯೆಂದು ಗೊತ್ತಿಲ್ಲ ಮೂರ್ಖನಿಗೆ !' ಎಂದುಕೊಂಡರು.

ಚಾಣಕ್ಯ ಮತ್ತು ಚಂದ್ರಗುಪ್ತ ಅರಮನೆಯ ಎರಡೂ ಕಡೆ ಹುಡುಕು ನೋಟ ಬೀರುತ್ತಿದ್ದರು. ಅರಮನೆಯ ಮಹಾದ್ವಾರಕ್ಕೆ ಬರುತ್ತಿದ್ದಂತೆ ಮಾತಂಗನ ಸೈನ್ಯ ನಾಗರಿಕರ ವೇಷದಲ್ಲಿ ಸಣ್ಣ ಸಣ್ಣ ಗುಂಪುಗಳಾಗಿ ಜನಸಮೂಹವನ್ನು ಸೇರಿಕೊಂಡು ಒಳನುಗ್ಗಿದರು. ಮಾತಂಗ ಒಂದು ಸಣ್ಣ ನಗು ಹೊಮ್ಮಿಸಿ, ತಾನು ಮತ್ತು ತನ್ನ ಕಡೆಯವರು ಸಿದ್ಧರಾಗಿರುವುದನ್ನು ಖಚಿತಪಡಿಸಿದ.

ಒಳಗೆ ಪ್ರವೇಶಿಸುತ್ತಿದ್ದಂತೆ ಒಳ ಆವರಣದ ತುಂಬ ಚಂದ್ರಸೇನ ತನ್ನ ಸೈನಿಕರನ್ನು ಸಿದ್ಧರಾಗಿ ನಿಲ್ಲಿಸಿರುವುದು ಕಂಡುಬಂತು. ಅರಮನೆಯ ಹೊರಕಾವಲಿನ ಒಂದಷ್ಟು ಸೈನಿಕರು, ನಗರದ ಪ್ರವೇಶ ದ್ವಾರವನ್ನು ಕಾಯುತ್ತಿದ್ದ ಕೆಲವು ಸೈನಿಕರನ್ನು ಬಿಟ್ಟರೆ ಉಳಿದವರೆಲ್ಲ ಅರಮನೆಯ ಒಳಗೆ ಇರುವಂತಿತ್ತು. ಅವರಲ್ಲಿ ತಮ್ಮ ಪರವಾದ ಸ್ಥಳೀಯರೂ ಇರುವರೆಂದು ಶಿವದತ್ತ ಹೇಳಿದ್ದು ಚಾಣಕ್ಯನಿಗೆ ನೆನಪಾಯಿತು.

ಕಾವಲಿನವರು ಎಲ್ಲರನ್ನೂ ಓಲಗಶಾಲೆಗೆ ನಿರ್ದೇಶಿಸಿದರು. ಅಲ್ಲಿಗೆ ಬಂದಾಗ ಚಂದ್ರಸೇನ ಈಗಾಗಲೇ ಸುಮಾರು ನೂರು ಜನ ಸೈನಿಕರ ನಡುವೆ ಸಿಂಹಾಸನವೇರಿ ಕುಳಿತುಬಿಟ್ಟಿದ್ದ! ಅವರೆಲ್ಲ ಎದುರಿಗೆ ಬಂದಾಗ ಎದ್ದು ಸ್ವಾಗತಿಸುವ ಸೌಜನ್ಯವನ್ನೂ ಅವರು ತೋರಲಿಲ್ಲ. ಅವನ ದರ್ಪ, ದುರಹಂಕಾರ ಎಲ್ಲರ ಕಣ್ಣುಗಳನ್ನು ಕೆಂಪಾಗಿಸಿತು.

"ಹುಂ, ಏನು ನೋಡುತ್ತಿರುವಿರಿ? ಬೇಗ ಪೂಜೆ ಆರಂಭಿಸಿ" ಎಂದ ಚಂದ್ರಸೇನ ಆಜ್ಞೆ ಮಾಡುವಂತೆ. ನಂದಿನಿ, ವಸುಮತಿ ಮತ್ತು ಸುಜಾತ ತಮ್ಮ ಮುಂದಿದ್ದ ಹೆಂಗಸರನ್ನು ಮುಂದೆ ಹೋಗುವಂತೆ ಹಿಂದಿನಿಂದ ತಳ್ಳಿದರು. ಅವರು ಎರಡು ಹೆಜ್ಜೆ ಮುಂದಿಟ್ಟು ಸಿಂಹಾಸನದ ಮುಂದೆ ಚಂದ್ರಸೇನನ ಕಾಲುಗಳ ಬಳಿ ಪೂಜಾ ದ್ರವ್ಯಗಳ ಹರಿವಾಣವನ್ನು ಇರಿಸಿದರು.

ಚಾಣಕ್ಯ ಎಲ್ಲ ಕಡೆ ಕಣ್ಣು ಹಾಯಿಸಿ, ಎಲ್ಲರಿಗೂ ಸಿದ್ಧರಾಗಿರುವಂತೆ ಸೂಚನೆ ನೀಡಿ "ನಿಲ್ಲಿ!" ಎಂದು ಅಬ್ಬರಿಸಿ ಮುಂದೆ ಬಂದ. ಹೆಂಗಸರು ಬೆಚ್ಚಿದವರಂತೆ ನಾಲ್ಕು ಹೆಜ್ಜೆ ಹಿಂದೆ ಸರಿದು ನಿಂತರು. ಅವರಲ್ಲಿ ಸುಜಾತಳ ಸ್ತ್ರೀ ತಂಡವನ್ನು ಬಿಟ್ಟು ಉಳಿದವರು ಗೊತ್ತಾಗದಂತೆ ಪಕ್ಕಕ್ಕೆ ಸರಿದು ಹೋದರು.

ಚಂದ್ರಸೇನ ಮುಖ ಕೆಡಿಸಿಕೊಂಡು ಚಾಣಕ್ಯನತ್ತ ನೋಡಿ, "ನಿನ್ನದೇನಿಲ್ಲಿ?" ಎಂದ ಒರಟಾಗಿ.

"ನನ್ನದು ನಿನ್ನದು ಎಂಬ ವಿಷಯವನ್ನು ಆಮೇಲೆ ಚರ್ಚೆ ಮಾಡೋಣ. ಮೊದಲು ನೀನು ನನ್ನ ಪ್ರಶ್ನೆಗೆ ಉತ್ತರಕೊಡು."

"ನನ್ನನ್ನು ಪ್ರಶ್ನೆ ಮಾಡಲು ನೀನು ಯಾರು? ನಿನ್ನ ಪ್ರಶ್ನೆಗೆ ನಾನೇಕೆ ಉತ್ತರ ಕೊಡಬೇಕು?"

"ನಾನೊಬ್ಬ ನಾಗರಿಕ."

"ನಾಗರಿಕ ನಾಗರಿಕನಂತಿರಬೇಕು. ನನ್ನನ್ನು ಪ್ರಶ್ನೆ ಮಾಡುವ ಉದ್ಧಟತನ ತೋರಿಸಿದರೆ ಅದರ ಪರಿಣಾಮವನ್ನು ಅನುಭವಿಸಬೇಕಾಗುತ್ತದೆ."

"ಆ ಭಯ ನನಗಿಲ್ಲ. ಪಟ್ಟಾಭಿಷಿಕ್ತನಲ್ಲದವನು ಸಿಂಹಾಸನದ ಮೇಲೆ ಕೂಡುವುದು ಮಹಾಪರಾಧ."

"ಅದನ್ನು ಕೇಳಲು ನೀನಾರು? ಇದು ನನ್ನ ಆಳ್ವಿಕೆಯ ಪ್ರದೇಶ. ಸಿಂಹಾಸನ, ಅರಮನೆ ಎಲ್ಲ ನನ್ನದೇ."

"ನಿನ್ನದೋ ? ಇದೆಲ್ಲ ನಿಮ್ಮಪ್ಪ ಸಂಪಾದಿಸಿಕೊಟ್ಟ ಆಸ್ತಿಯೇ ?"

"ಏ, ಮುಚ್ಚು ಬಾಯಿ."

"ಅವರು ಹೇಳುತ್ತಿರುವುದು ನ್ಯಾಯವಾಗಿಯೇ ಇದೆಯಲ್ಲ?" ಎಂದ ಶಿವದತ್ತ.

"ಗುರುಹಿರಿಯರು ಒಳಬಂದಾಗ ಸೌಜನ್ಯದಿಂದ ಎದ್ದು ಅವರಿಗೆ ನಮಸ್ಕರಿಸುವಷ್ಟೂ ಸನ್ನಡತೆಯಿಲ್ಲದ ನೀನು ಈ ಸಿಂಹಾಸನವನ್ನು ಅಪವಿತ್ರಗೊಳಿಸುತ್ತಿದ್ದಿ" ಎಂದ ದೇವಗುಪ್ತ.

"ಏಕವಚನವನ್ನು ಪ್ರಯೋಗಿಸಿದರೆ ನಾಲಿಗೆಯನ್ನು ಸೀಳಿಬಿಡುತ್ತೇನೆ."

"ಮಾತಿನಲ್ಲಿ ನಯವಿಲ್ಲದ ನಿನ್ನ ನಾಲಿಗೆಯನ್ನು ಪೂರ್ತಿ ತೆಗೆದಿಡುವುದೇ ಒಳ್ಳೆಯದು" ಎಂದ ಚಂದ್ರಗುಪ್ತ.

"ಏನು! ನನಗೆ ಅವಮಾನ ಮಾಡಲು ಎಲ್ಲ ಸಂಚು ಮಾಡಿ ಬಂದಿರುವಿರೋ ?"

"ನಿನ್ನಲ್ಲಿ ಮಾನವಿದ್ದರೆ ತಾನೆ ಅವಮಾನ ಮಾಡುವುದು? ಒಬ್ಬ ಸಾಮಾನ್ಯ ಸೇನಾನಾಯಕ ರಾಜನಿಗಿಂತ ಮಿಗಿಲಾಗಿ ಮೆರೆಯುವ ಈ ದುರಹಂಕಾರಕ್ಕೆ ಮದ್ದಾವುದೆಂದು ನಿನಗೆ ಗೊತ್ತೆ ? ಎಲ್ಲ ಸಿಂಹಾಸನ ಪೂಜಿಸಬೇಕೆಂದರೆ, ನೀನೇ ಅದರ ಮೇಲೆ ಕುಳಿತು ಪೂಜಿಸಿಕೊಳ್ಳಲು ನಾಚಿಕೆ ಬೇಡವೆ? ನೀನೇನು ದೇವರೆ? ಒಬ್ಬರಿಂದ ಕೈಮುಗಿಸಿಕೊಳ್ಳುವ ಅರ್ಹತೆಯೂ ಇಲ್ಲದ ನಿನಗೆ ಪೂಜೆಯೆ ?" ಚಾಣಕ್ಯ ಬೇಕೆಂದೇ ಕೇಳಿದ.

"ದುರಹಂಕಾರದ ಈ ಬ್ರಾಹ್ಮಣನನ್ನು ಹಿಡಿದು, ಚೆನ್ನಾಗಿ ಬಡಿದು ಸೆರೆಮನೆಗೆ ತಳ್ಳಿ" ಎಂದು ಚಂದ್ರಸೇನ ಕಿರುಚಿದ.

ಸೈನಿಕರು ಚಾಣಕ್ಯನತ್ತ ನುಗ್ಗುವ ವೇಳೆಗೆ ಸರಿಯಾಗಿ ಗುಂಪಿನ ನಡುವೆ ಮಯೂರ ಧ್ವಜವನ್ನು ಎತ್ತಿ ಸುಭದ್ರ "ಚಂದ್ರಗುಪ್ತ ಮೌರ್ಯ ಮಾಹಾರಾಜರಿಗೆ" ಎಂದು ಕೂಗಿದ. ಇಡೀ ಜನಸಮೂಹ "ಜಯವಾಗಲಿ" ಎಂದು ಉದ್ಘೋಷಿಸಿತು. ಅದು ಅರಮನೆಯ ಗೋಡೆ ಗೋಡೆಗಳಿಗೆ ಅಪ್ಪಳಿಸಿ ಪ್ರತಿಧ್ವನಿಸಿತು.

ಚಂದ್ರಸೇನ ಚಕಿತನಾದ. ಇದು ಅನಿರೀಕ್ಷಿತವಾಗಿತ್ತು. ಚಂದ್ರಗುಪ್ತ ಮೌರ್ಯ ಎಂದಾಗ ಅವನಾರೆಂದು ಅವನಿಗೆ ಅರ್ಥವಾಗಿ ಹೋಯಿತು. ಅವನು ಅಪಾಯದ ವಾಸನೆಯನ್ನು ಗ್ರಹಿಸಿದ. "ಎಲ್ಲರನ್ನೂ ಹೊಡೆದು ಹೊರಗಟ್ಟಿ" ಎಂದು ತನ್ನ ಸೈನಿಕರಿಗೆ ಕೂಗಿ ಹೇಳಿದ. ಒಬ್ಬ ಸೈನಿಕ ಮುಂದೆ ಬಂದರೆ ಅವನನ್ನು ಹತ್ತು ಜನ ಸುತ್ತುವರಿದರು. ಹೊರಗಿನಿಂದ ಒಳಗೆ ನುಗ್ಗುತ್ತಿದ್ದ ಸೈನಿಕರಿಗೂ ಅದೇ ಗತಿಯಾಯಿತು. ಗದ್ದಲ, ಗುಜುಗುಜು ಆರಂಭವಾಯಿತು. ಸ್ತ್ರೀಯರು ಸಿಕ್ಕಿದ್ದನ್ನು ತೆಗೆದುಕೊಂಡು ಸೈನಿಕರಿಗೆ ಬಡಿಯತೊಡಗಿದರು. ಸುಜಾತ ಮತ್ತು ಅವಳ ತಂಡ ಆಯುಧಗಳನ್ನು ಅಡಗಿಸಿಟ್ಟುಕೊಂಡೇ ಬಂದಿದ್ದರು.

ಸುಭದ್ರ ಧ್ವಜ ಹಿಡಿದು ಚಂದ್ರಗುಪ್ತನಿಗೆ ಜಯಕಾರ ಮಾಡುತ್ತಲೇ ಇದ್ದ. ಚಂದ್ರಸೇನ ಕೋಪದಿಂದ ಸುಭದ್ರನ ಹತ್ತಿರ ಬಂದು ಹಠಾತ್ತನೆ ಕಠಾರಿಯಿಂದ ಅವನ ಎದೆಗೆ ತಿವಿದುಬಿಟ್ಟ. ಸುಭದ್ರ "ಸುಜಾತಾ" ಎಂದು ಕೂಗಿ ಕೆಳಗೆ ಬಿದ್ದುಬಿಟ್ಟ.

ಎಲ್ಲ ದಿಗ್ಭ್ರಾಂತರಾದರು. ಗಂಡನ ಕೂಗನ್ನು ಕೇಳಿ ಸುಜಾತಾ ಓಡಿ ಬಂದಳು. ರಕ್ತ ಚಿಮ್ಮುತ್ತಿದ್ದ ಸುಭದ್ರನನ್ನು ನೋಡಿ ದುಃಖ ಉಕ್ಕಿಬಂತು. "ಅಯ್ಯೋ ಇದೇನಾಗಿ ಹೋಯಿತು?" ಎಂದಳು. ಅಷ್ಟು ಹೊತ್ತಿಗೆ ಮಾತಂಗನ ಸೈನಿಕರೂ ಸುತ್ತುವರಿದರು.

"ಸುಜಾತ, ನನ್ನ ಚಿಂತೆ ಬಿಡು. ನನ್ನನ್ನು ಕೊಂದ ಆ ಪಾಪಿ ಚಂದ್ರಸೇನನನ್ನು ಉಳಿಸಬೇಡ. ಹೋಗು ಹೋಗು" ಎಂದ ಸುಭದ್ರ ನರಳುತ್ತಲೇ. ಅವಳು ಕಣ್ಣೀರನ್ನು ಒರೆಸಿಕೊಂಡು ಕ್ರೋಧಾವಿಷ್ಟಳಾಗಿ ಅಲ್ಲಿಂದ ಹೊರಟಳು. ಮರು ಕ್ಷಣವೇ ಸುಭದ್ರ ಕಡೆಯುಸಿರೆಳೆದ.

ಸುಜಾತ ತನ್ನನ್ನು ಅಡ್ಡಿಪಡಿಸಲು ಪ್ರಯತ್ನಿಸಿದ ಚಂದ್ರಸೇನನ ಸೈನಿಕರಿಬ್ಬರನ್ನು ತನ್ನ ಖಡ್ಗಕ್ಕೆ ಬಲಿಕೊಟ್ಟಳು. ಸಿಂಹಾಸನದ ಬಳಿ ಚಂದ್ರಗುಪ್ತ ಇಬ್ಬರೊಂದಿಗೆ ಹೋರಾಡುತ್ತಿರುವಾಗ ಚಂದ್ರಸೇನ ಹಿಂದಿನಿಂದ ಅವನನ್ನು ತಿವಿಯಲು ಖಡ್ಗ ಹಿಡಿದು ಪ್ರಯತ್ನಿಸುತ್ತಿದ್ದ, ಅದು ಸುಜಾತಳ ಕಣ್ಣಿಗೆ ಬಂತು. "ಚಂದ್ರಗುಪ್ತಾ, ಇತ್ತ ಸರಿ" ಎಂದು ಜೋರಾಗಿ ಅತ್ತ ಓಡಿದಳು. ಚಂದ್ರಗುಪ್ತನನ್ನು ಎಡಗೈಯಿಂದ ಪಕ್ಕಕ್ಕೆ ತಳ್ಳಿ ತನ್ನ ಖಡ್ಗವನ್ನು ಚಂದ್ರಸೇನನ ಹೊಟ್ಟೆಗೆ ನಾಟಿದಳು. ಚಂದ್ರಗುಪ್ತ ಮತ್ತು ಉಳಿದವರು ಏನಾಯಿತೆಂದು ಅರ್ಥಮಾಡಿಕೊಳ್ಳುವಷ್ಟರಲ್ಲಿ ಚಂದ್ರಸೇನ ಸಿಂಹಾಸನದ ಕಾಲ ಬಳಿ ಬಿದ್ದಿದ್ದ. ಉರಿಯುತ್ತಿರುವ ಅಗ್ನಿಜ್ವಾಲೆಯಂತೆ ಸುಜಾತ "ಸಾಯಿ, ನೀಚ ಸಾಯಿ" ಎಂದು ಕೂಗುತ್ತಿದ್ದಳು.

ಅವಳು ತನ್ನ ಪ್ರಾಣವುಳಿಸಿದಳೆಂಬ ಸತ್ಯ ಅರಿವಾಗಲು ಚಂದ್ರಗುಪ್ತನಿಗೆ ಕೆಲವು ಕ್ಷಣಗಳು ಬೇಕಾದವು. ಹತ್ತಿರ ಬಂದು "ಸುಜಾತ" ಎಂದ. ಅವಳು "ನೋಡಿ, ಎಲ್ಲ ನೋಡಿ, ಈ ಪಾಪಿಯ ರಕ್ತತರ್ಪಣದಿಂದ ಈ ಸಿಂಹಾಸನ ಪವಿತ್ರವಾಯಿತು" ಎಂದು ಅಟ್ಟಹಾಸದಿಂದ ನಕ್ಕಳು.

ನಂಬಲಾಗದ ದೃಶ್ಯವನ್ನು ಕಣ್ಣಾರೆ ಕಂಡ ಸೈನಿಕರು ತಮ್ಮ ನಾಯಕನೇ ಸತ್ತನೆಂಬುದು ಗೊತ್ತಾದಾಗ ಅರ್ಧ ಬೆದರಿದರು. ಆದರೂ ಹೊರಗಿನ ಕಾವಲಿನವರು ಬರುವಂತೆ ಒಬ್ಬ ಸೂಚನೆ ನೀಡಿದ. ಬರೀ ಜನರ ಗಲಭೆ ನಿಯಂತ್ರಿಸಲು ಇನ್ನೆಷ್ಟು ಜನ ಬೇಕೆಂದು ಕೆಲವರು ಮಾತ್ರ ಒಳಬಂದಿದ್ದರು. ಈಗ ಎಲ್ಲ ಒಟ್ಟಾಗಿ ಒಳಗೆ ನುಗ್ಗಿದರು. ಅಷ್ಟರಲ್ಲಿ ಮಾತಂಗನ ಸೈನ್ಯ, ನಾಗರಿಕರ ದಂಡು, ಸುಜಾತಳ ಸ್ತ್ರೀ ಪಡೆ ಮತ್ತು ಸೇನೆಯಲ್ಲಿದ್ದ ಸ್ಥಳೀಯರು ಅವರ ಮೇಲೆ ಬಿತ್ತು. ಹತ್ತಾರು ಸೈನಿಕರು ಉರುಳಿಬಿದ್ದರು. ಕೆಲವರು ಗಾಯಗೊಂಡರು. ತಮ್ಮ ಸೈನ್ಯದವರೇ ತಮಗೆ ವಿರುದ್ಧವಾಗಿ ನಿಂತಾಗ ಮಗಧ ಸೈನ್ಯದ ಜಂಘಾ ಬಲವೇ ಉಡುಗಿಹೋಯಿತು. ಅವರು ಇನ್ನು ತಮಗೆ ಉಳಿಗಾಲವಿಲ್ಲವೆಂದು ಬೇಗ ಅರ್ಥ ಮಾಡಿಕೊಂಡು ಓಡತೊಡಗಿದರು. ಮಾತಂಗನ ಸೈನ್ಯ ಅವರನ್ನು ಅಟ್ಟಿಸಿಕೊಂಡು ಹೋಯಿತು. ಅವರನ್ನು ನಗರದಿಂದಾಚೆಗೆ ಬಹುದೂರದವರೆಗೂ ಓಡಿಸಿ ಬಂದರು.

ಮಾತಂಗ ವಿಜಯೋತ್ಸಾಹದಿಂದ ಹಿಂದಿರುಗಿ ಬಂದಾಗ ಅರಮನೆಯಲ್ಲಿ ಸ್ಮಶಾನ ಮೌನ ನೆಲೆಸಿತ್ತು. ಸುಜಾತ ತನ್ನ ಗಂಡನ ಶವದ ಬಳಿ ಮಂಕಾಗಿ ಕುಳಿತಿದ್ದಳು. ಶಿವದತ್ತ ಅವಳ ಪಕ್ಕದಲ್ಲೇ ಕುಳಿತಿದ್ದ, ಅವಳನ್ನು ಸಮಾಧಾನಪಡಿಸುವ ಯಾವ ಮಾತುಗಳೂ ತೋಚದೆ, ಅವನು ಅವಳ ಬೆನ್ನ ಮೇಲೆ ಕೈಯಿರಿಸಿದ್ದ. ಕಿಕ್ಕಿರಿದು ತುಂಬಿದ ಜನಸಮೂಹವೂ ಕೂಡ, ಒಂದು ಮಾತಿಲ್ಲದೆ ಅವಳಿಗೆ ಸಹಾನುಭೂತಿ ತೋರಿಸಲು ಮೌನವಹಿಸಿತ್ತು. ಗಾಯಗೊಂಡ ಐವತ್ತು ಅರವತ್ತು ಜನರಿಗೆ ಕೆಲವರು ಉಪಚಾರ ನೀಡುತ್ತಿದ್ದರು. ಕೆಲವೇ ಕ್ಷಣಗಳಲ್ಲಿ ನಡೆದುಹೋದ ಈ ಘಟನೆ ಕನಸೋ, ನನಸೋ ಎಂಬ ಭ್ರಾಂತಿ ಹುಟ್ಟಿಸಿತ್ತು. ಆದರೆ ಆ ಘಟನೆ ವಾಸ್ತವ ಎಂಬುದಕ್ಕೆ ಸಾಕ್ಷಿಯೆಂಬಂತೆ ಎರಡು ಶವಗಳು ಓಲಗಶಾಲೆಯಲ್ಲಿ ಬಿದ್ದಿದ್ದವು. ಹೊರ ಆವರಣದಲ್ಲಿ ಸೈನಿಕರ ಹತ್ತು ಶವಗಳಿದ್ದವು. ಅಲ್ಲೂ

ಗಾಯಗೊಂಡವರಿದ್ದರು. ನಾಲ್ಕು ಜನ ಸೈನಿಕರನ್ನು ಜನರೇ ಹಿಡಿದಿಟ್ಟುಕೊಂಡಿದ್ದರು. ಅವರು ಜೀವಭಯದಿಂದ ನಡುಗುತ್ತಿದ್ದರು.

ಚಾಣಕ್ಯ ಒಂದು ನಿಟ್ಟುಸಿರು ಬಿಟ್ಟು ಹೇಳಿದ, "ಸುಭದ್ರನ ಬಲಿದಾನವನ್ನು ನಾವು ಗೌರವಿಸೋಣ. ಮೊದಲು ಅವನ ಸಂಸ್ಕಾರವನ್ನು ಮುಗಿಸಿ, ಉಳಿದ ಕೆಲಸಗಳನ್ನು ಆಮೇಲೆ ಯೋಚಿಸೋಣ."

"ಇಲ್ಲ" ಸುಜಾತ ತಕ್ಷಣ ಹೇಳಿದಳು, "ನನ್ನ ಗಂಡನಿಗೆ ಗೌರವ ನೀಡುವುದಾದರೆ, ಅವರ ಶವದ ಎದುರಿಗೇ, ಈ ಪಾಪಿ ಚಂದ್ರಸೇನನ ಶವದ ಎದುರಿಗೇ ಚಂದ್ರಗುಪ್ತನ ಪಟ್ಟಾಭಿಷೇಕವಾಗಬೇಕು."

ಅವಳ ಮಾತಿಗೆ ಬೆಂಬಲ ನೀಡುವಂತೆ ಜನರೂ ಕೂಡ "ಹೌದು ಹೌದು" ಎಂದು ಕೂಗಿದರು.

ಚಾಣಕ್ಯನಂತೆ ಚಂದ್ರಗುಪ್ತ, ಚರಣ ಇತ್ಯಾದಿ ಎಲ್ಲರಿಗೂ ಆಶ್ಚರ್ಯವಾಯಿತು.

ಸುಜಾತ ಚಾಣಕ್ಯನ ಬಳಿಗೆ ಬಂದು ಹೇಳಿದಳು, "ಆಚಾರ್ಯ, ನನ್ನ ಗಂಡನನ್ನು ಕಳೆದುಕೊಂಡು ನನಗೆ ದುಃಖವಾಗಿದೆ, ನಿಜ. ಆದರೆ ನನ್ನ ಗಂಡ ಈ ನೀಚನಿಂದ ನಮ್ಮ ನಗರವನ್ನು ಬಿಡುಗಡೆಗೊಳಿಸಲು ತನ್ನ ಪ್ರಾಣಬಲಿ ನೀಡಿದ. ನನಗೆ ದುಃಖಕ್ಕಿಂತ ಮಿಗಿಲಾಗಿ ಹೆಮ್ಮೆಯಿದೆ. ಆಯುಧ ಹಿಡಿಯುವುದನ್ನು ಕಲಿತಾಗಲೇ ನಾವು ಸಾವಿಗೆ ಆಹ್ವಾನ ಕೊಟ್ಟಿರುತ್ತೇವಲ್ಲವೆ ಆಚಾರ್ಯ? ಸಾವು ಒಬ್ಬೊಬ್ಬರಿಗೆ ಒಂದೊಂದು ಸಮಯದಲ್ಲಿ ಬರುತ್ತದೆ. ಆದರೆ ಆ ಸಾವು ಯಾವ ಉದ್ದೇಶಕ್ಕೆ ಎಂಬುದು ಮುಖ್ಯ. ನನ್ನ ಗಂಡ ನಮ್ಮ ನಗರದ ಎಲ್ಲ ಜನರಿಗಾಗಿ, ನಮ್ಮ ಪ್ರಿಯ ರಾಜಪುತ್ರ ಚಂದ್ರಗುಪ್ತನಿಗಾಗಿ ಹುತಾತ್ಮನಾಗಿದ್ದಾನೆ. ದಯಮಾಡಿ ನನ್ನ ಕೋರಿಕೆಯನ್ನು ನಡೆಸಿಕೊಡಿ."

"ಸುಜಾತ" ಚಾಣಕ್ಯ ಹೇಳಿದ, "ನಿನ್ನ ಧೀರೋದಾತ್ತ ನಡವಳಿಕೆಗೆ ನನ್ನ ಹೃತ್ಪೂರ್ವಕ ಮೆಚ್ಚುಗೆಯಿದೆ. ನಿನ್ನ ಕೋರಿಕೆಯನ್ನು ಮಾನ್ಯ ಮಾಡುವುದು ನಮ್ಮೆಲ್ಲರ ಕರ್ತವ್ಯ."

ನಂತರ ಸುಜಾತ ತಾನೇ ಚಂದ್ರಗುಪ್ತನ ಬಳಿಗೆ ಬಂದು, ಅವನ ಕೈಹಿಡಿದು, ಸಿಂಹಾಸನದ ಬಳಿಗೆ ಕರೆದುಕೊಂಡು ಬಂದಳು. ಅವನ ಕೃತಕ ಗಡ್ಡಮೀಸೆಗಳನ್ನು ತೆಗೆದಳು. ತಾನೇ ಸಿಂಹಾಸನದ ಮೇಲೆ ಕೂಡಿಸಿದಳು. ಅಷ್ಟರಲ್ಲಿ ಶಿವದತ್ತ ಮತ್ತು ದೇವಗುಪ್ತ ಅರಮನೆಯ ಒಳಗೆ ಹೋಗಿ, ಹುಡುಕಾಡಿ ರಾಜ ಲಾಂಛನಗಳನ್ನು, ಶಿರೋಭೂಷಣವನ್ನೂ ತೆಗೆದುಕೊಂಡು ಬಂದರು. ಪೂಜಾದ್ರವ್ಯಗಳು ಸಿದ್ಧವಾಗಿದ್ದವು. ಪುರೋಹಿತರೂ ಸಿದ್ಧರಾಗಿದ್ದರು.

ಚಾಣಕ್ಯನ ನೇತೃತ್ವದಲ್ಲಿ ಪಟ್ಟಾಭಿಷೇಕ ನಡೆಯಿತು. ಕಿಕ್ಕಿರಿದು ತುಂಬಿದ್ದ ಜನಸಂದಣಿ ಅರಮನೆ ಬಿರಿದು ಹೋಗುವಂತೆ ಹರ್ಷೋದ್ಗಾರ ಮಾಡಿತು. ಚಂದ್ರಗುಪ್ತ ಮೊದಲು ಚಾಣಕ್ಯನಿಗೆ, ನಂತರ ಶಿವದತ್ತ, ದೇವಗುಪ್ತ ಮತ್ತು ಅಲ್ಲಿದ್ದ ಹಿರಿಯರಿಗೆ ನಮಸ್ಕರಿಸಿದ. ಮಿತ್ರರನ್ನು ಆಲಿಂಗಿಸಿದ.

ಕಡೆಯಲ್ಲಿ ಸುಜಾತ ಚಂದ್ರಗುಪ್ತನೆದುರು ತಲೆಬಾಗಿ ಹೇಳಿದಳು, "ಪ್ರಭು, ನನ್ನದೊಂದು ಕೋರಿಕೆಯಿದೆ. ಅದನ್ನು ನಡೆಸಿಕೊಡುತ್ತೀರಾ?"

"ಖಂಡಿತ ನಡೆಸಿಕೊಡುತ್ತೇನೆ, ಕೇಳು ಸುಜಾತ" ಎಂದ ಚಂದ್ರಗುಪ್ತ.

"ನನ್ನನ್ನೂ ನಿಮ್ಮ ಸೇವೆಯಲ್ಲಿ ಸೇರಿಸಿಕೊಳ್ಳಿ. ಹಾಂ, ಬರೀ ಒಂದು ಹೆಣ್ಣಾಗಿ ಅಲ್ಲ, ಒಬ್ಬ ಯೋಧಳಾಗಿ. ನನ್ನ ಉಳಿದ ಜೀವಿತವನ್ನು ಯೋಧಳಾಗಿ ಕಳೆಯಬೇಕೆಂದು ಕೊಂಡಿದ್ದೇನೆ."

"ಭಲೇ!" ಎಂದ ಚಾಣಕ್ಯ, "ನಿನ್ನಂಥ ಧೀರ ಯೋಧ ಬೇರೆ ಯಾರು ಸಿಗುತ್ತಾರೆ. ನಿನ್ನ ಹಿರಿಯರಾದ ಶಿವದತ್ತರು ಒಪ್ಪಿಗೆ ಕೊಟ್ಟರೆ ನೀನು ಪಾಟಲೀಪುತ್ರದಲ್ಲಿ ಚಕ್ರವರ್ತಿ ಚಂದ್ರಗುಪ್ತ ಮೌರ್ಯನ ಅಂಗರಕ್ಷಳಾಗಿ ಕೆಲಸ ಮಾಡು. ಆ ಕರ್ತವ್ಯಗಳೇನೆಂದು ನಂತರ ನಾನು ನಿನಗೆ ತಿಳಿಸಿಕೊಡುತ್ತೇನೆ."

"ಅದು ಅವಳ ಸೌಭಾಗ್ಯ" ಎಂದ ಶಿವದತ್ತ.

"ಧನ್ಯಳಾದೆ" ಸುಜಾತ ಸಮಾಧಾನದಿಂದ ಹೇಳಿದಳು, "ರವಿಗುಪ್ತರು ಮತ್ತು ರಾಣಿ ಶಿವಾಲಿಯವರು ನಮ್ಮನ್ನೆಲ್ಲ ಸ್ವಂತ ಮಕ್ಕಳಂತೆ ನೋಡಿಕೊಂಡರು. ಅವರ ಮಗನ ನೆರಳಿನಲ್ಲಿರುವುದು ನನಗೆ ಸಂತೋಷ."

"ಚಿಂತಿಸಬೇಡ ಸುಜಾತ" ಚಂದ್ರಗುಪ್ತ ಹೇಳಿದ, "ಈ ಕ್ಷಣದಿಂದ ನೀನು ನನ್ನ ಒಡಹುಟ್ಟಿದ ಸೋದರಿಗಿಂತ ಹೆಚ್ಚು"

ಚಾಣಕ್ಯನ ಆದೇಶದಂತೆ ಸುಜಾತ ಚಂದ್ರಗುಪ್ತನಿಂದ ಖಡ್ಗ ಸ್ವೀಕರಿಸಿ, ಅಂಗರಕ್ಷಕಳಾಗಿ ತಾನು ನಿಷ್ಠೆಯಿಂದ ಕೆಲಸ ಮಾಡುವುದಾಗಿ ಪ್ರತಿಜ್ಞೆ ಸ್ವೀಕರಿಸಿದಳು.

ಆನಂತರ ಚಂದ್ರಸೇನನ ಶವವನ್ನು ಒಂದು ಬಂಡಿಯಲ್ಲಿ ಏರಿಸಿ, ಸೆರೆಹಿಡಿದಿದ್ದ ನಾಲ್ಕು ಜನ ಸೈನಿಕರಿಗೆ ಚರಣ ಹೇಳಿದ, "ಈ ಶವವನ್ನು ನೀವು ಪಾಟಲೀಪುತ್ರಕ್ಕೆ ತೆಗೆದುಕೊಂಡು ಹೋಗಿ ಧನನಂದನಿಗೆ ಒಪ್ಪಿಸಬೇಕು. ಮತ್ತೆ ಪಿಪ್ಪಿಲಿವನವನ್ನು ವಶಪಡಿಸಿಕೊಳ್ಳುವ ಪ್ರಯತ್ನ ಮಾಡಿದರೆ, ಮಹಾರಾಜ ಚಂದ್ರಗುಪ್ತ ಮೌರ್ಯರು ಇಂಥ ಶವಗಳ ಮೆರವಣಿಗೆಯನ್ನೇ ಕಳುಹಿಸಿಕೊಡುತ್ತಾರೆಂದು ಹೇಳು. ಈಗ ನಗರದಲ್ಲೇ ನಮ್ಮ ಹತ್ತು ಸಾವಿರ ಸೈನ್ಯವಿದೆ. ಇನ್ನು ಎರಡೇ ದಿನದಲ್ಲಿ ಇನ್ನೂ ಹದಿನೈದು ಸಾವಿರ ಸಂಖ್ಯೆಯ ಸೈನ್ಯ ಬಂದು ಸೇರುತ್ತದೆ. ಇದನ್ನು ಧನನಂದನಿಗೆ ಒತ್ತಿ ಹೇಳು" ಎಂದು ಅವರಿಗೆ ಕುದುರೆಗಳನ್ನು ಕೊಡಿಸಿ, ವೆಚ್ಚಕ್ಕೆ ಸ್ವಲ್ಪ ಧನವನ್ನೂ ಕೊಟ್ಟು ಶವದ ಬಂಡಿಯೊಂದಿಗೆ ಕಳಿಸಿಕೊಡಲಾಯಿತು.

ಅದರ ನಂತರ ಸುಭದ್ರನ ಶವವನ್ನು ರಾಜಮರ್ಯಾದೆಯೊಂದಿಗೆ ನಗರದ ತುಂಬ ಮೆರವಣಿಗೆ ಮಾಡಿಸಿ ಸಂಸ್ಕಾರ ಮಾಡಲಾಯಿತು.

ಎಲ್ಲ ಮುಗಿದು ರಾತ್ರಿ ಎಲ್ಲರೂ ಅರಮನೆಯಲ್ಲಿ ಸೇರಿದಾಗ, ಒಂದು ಘಟ್ಟ ಮುಟ್ಟಿದಂತಾಯಿತೆಂಬ ಸಮಾಧಾನ ಚಾಣಕ್ಯನಂತೆ ಎಲ್ಲರ ಮನಸ್ಸಿನಲ್ಲೂ ಇತ್ತು. ಆದರೆ ಚಾಣಕ್ಯನಿಗೆ ನಿರಾಳವಾಗಿ ಉಸಿರಾಡುವ ವ್ಯವಧಾನವಿರಲಿಲ್ಲ, ಅಲ್ಲಿಂದ ಬೇಗನೇ ಹೊರಡ ಬೇಕಾಗಿತ್ತು. ಅವರಿಲ್ಲದಾಗ ಪಿಪ್ಪಲಿವನದ ಸಂರಕ್ಷಣೆಯ ಹೊಣೆಯನ್ನು ಶಿವದತ್ತ ಮತ್ತು ದೇವಗುಪ್ತ ವಹಿಸಿಕೊಂಡರು. ಅವರಿಗೆ ಮಹಾನಂದ, ವಸುಮತಿ, ನಂದಿನಿ ಇತ್ಯಾದಿ ಎಲ್ಲರೂ ಸಹಕರಿಸುವುದಾಗಿ ಭರವಸೆ ನೀಡಿದರು. ಮಾತಂಗ ಮತ್ತು ನಂದಿಕೇಶ ಅಲ್ಲೇ ಉಳಿದು, ಸೇನೆಯ ಸುವ್ಯವಸ್ಥೆ, ಮಗಧವೇನಾದರೂ ಸೈನ್ಯ ಕಳಿಸಿದರೆ ಅದನ್ನು ಪ್ರತಿರೋಧಿಸುವ ಉಪಾಯ ರೂಪಿಸುವ ಹೊಣೆ ಹೊರುವಂತೆ ನಿಯೋಜಿಸಲಾಯಿತು. ತಮಗೂ

ಚಂದ್ರಗುಪ್ತನ ಜೊತೆಯಲ್ಲಿಯೇ ಇರಬೇಕೆಂಬ ಆಸೆಯಿದ್ದರೂ, ನಂದಿಕೇಶ ಮತ್ತು ಮಾತಂಗ ಪಿಪ್ಪಲಿವನದ ರಕ್ಷಣೆಯ ದೃಷ್ಟಿಯಿಂದ ಒಪ್ಪಿಕೊಂಡರು.

"ಅದಕ್ಕಿಂತ ಮುಖ್ಯವಾದ ಇನ್ನೊಂದು ಹೊಣೆಯಿದೆ" ಚಾಣಕ್ಯ ಹೇಳಿದ, "ಹೊಸ ತರುಣರನ್ನು ಸೇರಿಸಿಕೊಂಡು ಅವರಿಗೆ ಯುದ್ಧ ವಿದ್ಯೆಯನ್ನು ಕಲಿಸುವುದು ಬಹಳ ಮುಖ್ಯ. ಇಲ್ಲಿಯ ರಕ್ಷಣೆಗೂ ಅದು ಅಗತ್ಯವಾಗುತ್ತದೆ. ನಾವು ಮಗಧದ ಮೇಲೆ ಆಕ್ರಮಣ ಮಾಡುವ ವೇಳೆಗೆ ಈಗ ಇಲ್ಲಿರುವ ಮಾತಂಗನ ನೇತೃತ್ವದ ಎರಡು ಸಾವಿರ ಸೈನ್ಯ ಹತ್ತು ಸಾವಿರವಾಗಿರಬೇಕು."

ಜನರಿಗೆ ಹಿಂಸೆಯಾಗುವಂಥ ಆಡಳಿತ ಪದ್ಧತಿಗಳಿದ್ದರೆ, ಅವನ್ನು ಬದಲಾಯಿಸಿ ಶಾಂತಿ ನೆಮ್ಮದಿಗಳ ಜೀವನಕ್ಕೆ ಏನು ಬೇಕಾದರೂ ಮಾಡಲು ಶಿವದತ್ತ ಮತ್ತು ದೇವಗುಪ್ತರಿಗೆ ಸ್ವಾತಂತ್ರ್ಯ ನೀಡಲಾಯಿತು. ಸಂಪನ್ಮೂಲದ ಕೊರತೆಯುಂಟಾಗಬಹುದೆಂದು ಚಾಣಕ್ಯ ಯೋಚಿಸಿದ. ಬೊಕ್ಕಸದಲ್ಲಿ ಸಾಕಷ್ಟು ಧನವಿತ್ತು. ಜೊತೆಗೆ ಸಾಲದೆ ಬಂದರೆ ಶ್ರೀಮಂತ ವರ್ತಕರು ತಮ್ಮ ಪಾಲು ಸಲ್ಲಿಸಲು ಹಿಂದೆ ಮುಂದೆ ನೋಡುವುದಿಲ್ಲ ಎಂದು ಮಹಾನಂದ ಭರವಸೆ ನೀಡಿದ. ತಕ್ಷಣಕ್ಕೆ ಸುಜಾತಳನ್ನು ಪಾಟಲೀಪುತ್ರದಲ್ಲಿ ಭಾಗುರಾಯಣನ ಆಶ್ರಯದಲ್ಲಿ ಬಿಟ್ಟುಬರುವಂತೆ ಶಿವದತ್ತನಿಗೆ ಸೂಚಿಸಲಾಯಿತು.

ಒಂದು ವಾರದ ನಂತರ ಒಂದು ದಿನ ಚಾಣಕ್ಯ, ಚಂದ್ರಗುಪ್ತ, ಚರಣ, ಶ್ರೀಗುಪ್ತ, ಬ್ರಹ್ಮದತ್ತ, ಸಿಂಹಸೇನ, ಭಾಸ್ಕರ ಮತ್ತು ಒಂದು ನೂರು ಜನರ ಸೈನ್ಯದೊಂದಿಗೆ, ಆವಶ್ಯಕ ಸಾಮಗ್ರಿಗಳ ಒಂದು ಬಂಡಿ ಮತ್ತು ಐದು ಜನ ಪರಿಚಾರಕರೊಂದಿಗೆ ಕುದುರೆಗಳನ್ನೇರಿ ಪಿಪ್ಪಲಿವನವನ್ನು ಬಿಟ್ಟರು.

★ ★ ★

# ಅಧ್ಯಾಯ ಎಂಟು

## ೧

"ನಮ್ಮ ಸೆರೆಯಿಂದ ತಪ್ಪಿಸಿಕೊಂಡು ಓಡಿಹೋದ ಒಬ್ಬ ಸಣ್ಣ ಸೇನಾನಾಯಕ ಪಿಪ್ಪಲಿವನದ ರಾಜನೋ ? ನಮ್ಮ ಪ್ರತಿನಿಧಿಯನ್ನು ಕೊಂದು, ನಮ್ಮ ಸೈನ್ಯವನ್ನು ಹೊಡೆದಟ್ಟುವಷ್ಟು ಧೈರ್ಯವೋ ?" ಧನನಂದ ಕೋಪದಿಂದ ಕೆರಳಿ ನುಡಿದ.

"ಆದರೂ ಅವನು ಪಿಪ್ಪಲಿವನದ ರಾಜ ರವಿಗುಪ್ತ ಮೌರ್ಯನ ಮಗನೆಂಬುದನ್ನು ನಾವು ಮರೆಯಬಾರದಾಗಿತ್ತು. ಸ್ಥಾನಭ್ರಷ್ಟತೆಯನ್ನು ಮನಸ್ಸಿನಲ್ಲಿಟ್ಟುಕೊಂಡು ಅವನು ಇಲ್ಲಿದ್ದಾಗಲೇ ತನ್ನ ಮೂಲನೆಲೆಯನ್ನು ವಶಪಡಿಸಿಕೊಳ್ಳುವ ಆಲೋಚನೆ ಮಾಡಿರುತ್ತಾನೆ" ಎಂದು ರಾಕ್ಷಸ ಹೇಳಿದ.

"ಅವನ ಬುದ್ಧಿವಂತಿಕೆಯನ್ನು ಸರಿಯಾಗಿ ಅಳತೆ ಮಾಡದೆ ಉದಾಸೀನ ಮಾಡಿದ್ದರ ಫಲ ಇದು, ಎಂದು ಹೇಳಬಹುದಲ್ಲವೇ ?" ಎಂದ ಶ್ರೀಯಕ.

"ಅವನು ಸೆರೆಯಲ್ಲಿದ್ದಾಗ ನಡೆದ ಕಠಿಣ ಪ್ರಸಂಗಗಳು ಅವನ ಮನಸ್ಸಿನ ಮೇಲೆ ಪರಿಣಾಮ ಬೀರಿರುತ್ತವೆ. ಎಲ್ಲಕ್ಕಿಂತ ಮುಖ್ಯವಾಗಿ ಆಚಾರ್ಯ ಚಣಕರ ಸಾವು ಮಗಧಕ್ಕೆ ಶಾಪವಾದರೆ ಆಶ್ಚರ್ಯಪಡಬೇಕಾಗಿಲ್ಲ" ಎಂದು ರಾಕ್ಷಸ ಶ್ರೀಯಕನತ್ತ ಬಿರುಗಣ್ಣು ಬಿಟ್ಟ.

ಅದಕ್ಕೆ ಶ್ರೀಯಕ ಹೇಳಿದ, "ಅಂದರೆ ನೀವು ಮಾಡಿದ ತಪ್ಪಿನಿಂದ ಮಗಧಕ್ಕೆ ತೊಂದರೆಯಾಗುತ್ತಿದೆಯೆಂದು ಒಪ್ಪುತ್ತೀರಾ ?"

"ಇಲ್ಲ, ಇದು ನಾನು ಮಾಡಿದ ತಪ್ಪಲ್ಲ, ಚಣಕನ ಬಿಡುಗಡೆಗೆ ಪ್ರಯತ್ನಿಸಿದವನು ನಾನು, ಅವನನ್ನು ಗುಟ್ಟಾಗಿ ಕೊಲೆ ಮಾಡಲಿಲ್ಲ."

ಆ ಮಾತಿನಿಂದ ಧನನಂದನ ಮುಖಕ್ಕೆ ಹೊಡೆದಂತಾಯಿತು. "ಮುಗಿದುಹೋದ ಘಟನೆಗಳನ್ನು ಬಿಡಿ. ಈಗ ಆಗಬೇಕಾಗಿರುವುದನ್ನು ಯೋಚಿಸಿ" ಎಂದ.

"ಯೋಚಿಸಲು ಏನಿದೆ ? ಪಿಪ್ಪಲಿವನ ಮಗಧದಿಂದ ಕೈಬಿಟ್ಟುಹೋದಂತೆಯೇ."

"ನಮ್ಮ ಸಾಮ್ರಾಜ್ಯದ ಮಹಾಮಾತ್ಯರಾಗಿ ನೀವು ಇಂಥ ಮಾತಾಡಬಹುದೇ ?" ಶ್ರೀಯಕ ಕೆಣಕಿದ.

"ಮತ್ತೇನು ಮಾಡಬೇಕೆನ್ನುತ್ತೀರಿ ? ಹೇಳಿ, ತಾವೂ ಅಮಾತ್ಯರಲ್ಲವೆ ? ತಮ್ಮ ಅಮೂಲ್ಯವಾದ ಸಲಹೆಯಿಂದ ಮಗಧಕ್ಕೆ ಒಳ್ಳೆಯದಾದರೆ ಯಾರು ಬೇಡವೆನ್ನುತ್ತಾರೆ ?"

ರಾಕ್ಷಸನ ವ್ಯಂಗ್ಯ ಮನಸ್ಸನ್ನು ಚುಚ್ಚಿದರೂ ವಿಚಲಿತನಾಗದೆ ಶ್ರೀಯಕ ಹೇಳಿದ, "ಸೈನ್ಯದೊಂದಿಗೆ ಹೋಗಿ ಆ ಚಂದ್ರಗುಪ್ತನನ್ನು ಬಗ್ಗುಬಡಿದು ಮತ್ತೆ ಆಕ್ರಮಿಸಿಕೊಳ್ಳುವುದಕ್ಕೆ ನಾನು ಸಲಹೆ ಕೊಡಬೇಕೆ?"

"ಅದು ಅಷ್ಟು ಸುಲಭವಲ್ಲ" ರಾಕ್ಷಸ ಹೇಳಿದ, "ಕಬ್ಬಿಣ ಚೆನ್ನಾಗಿ ಕಾದಿರುವಾಗ ಬಡಿದು ಬಗ್ಗಿಸಿಬಿಡಬೇಕೆಂಬ ರಾಜನೀತಿಯನ್ನು ಆ ಚಂದ್ರಗುಪ್ತ ಸೂಕ್ತವಾಗಿ ಬಳಸಿದ್ದಾನೆ. ಯವನರ ದಾಳಿಯ ಭಯದಿಂದ ನಮ್ಮ ಸೈನ್ಯವೆಲ್ಲ ಗಡಿಭಾಗಗಳಲ್ಲಿ ಚಲ್ಲಾಪಿಲ್ಲಿಯಾಗಿದೆ. ಒಂದು ವೇಳೆ ನಾವು ಸೈನ್ಯವನ್ನು ಪಿಪ್ಪಲಿವನದತ್ತ ತಿರುಗಿಸಿದರೆ, ಆ ಸುಸಂಧಿಯನ್ನು ಸಾಧಿಸಿ ಯವನರು ಒಳನುಸುಳಬಹುದು."

"ಯವನರ ದಾಳಿಯ ಸಾಧ್ಯತೆ ಕಡಿಮೆಯೆಂದೂ, ಅಲೆಗ್ಸಾಂಡರ್ ಈಗಾಗಲೇ ಹಿಂದಿರುಗಲು ಆರಂಭಿಸಿದ್ದಾನೆಂದೂ ಸುದ್ದಿಗಳು ಬಂದಿವೆಯಲ್ಲ ?"

"ಬರೀ ಸುದ್ದಿಗಳನ್ನು ಆಧರಿಸಿ ನಿರ್ಧಾರ ತೆಗೆದುಕೊಳ್ಳುವುದು ರಾಜನೀತಿಯಲ್ಲ ಶ್ರೀಯಕರೆ. ಖಚಿತ ಸುದ್ದಿ ಬರಲಿ, ಸ್ವಲ್ಪ ಇರಿ. ನಾವು ಪಿಪ್ಪಲಿವನದತ್ತ ಹೋದಾಗ ಒಂದು ಕಡೆಯಿಂದ ಯವನರು, ಇನ್ನೊಂದು ಕಡೆಯಿಂದ ಆ ಪೌರವ ಮಗಧದ ಮೇಲೆ ಬಿದ್ದರೆ ನಮ್ಮ ಅಪಾರವಾದ ಸೈನ್ಯ ನಿಷ್ಪ್ರಯೋಜಕವಾಗುತ್ತದೆ."

"ಅಂದರೆ, ಪಿಪ್ಪಲಿವನವನ್ನು ಮತ್ತೆ ವಶಪಡಿಸಿಕೊಳ್ಳುವುದು ಸಾಧ್ಯವೇ ಇಲ್ಲವೇ ?" ಧನನಂದನ ಧ್ವನಿಯಲ್ಲಿ ಸ್ವಲ್ಪ ನಿರಾಸೆ ಮತ್ತು ಹೆಚ್ಚಿನ ಅಸಮಾಧಾನವಿತ್ತು.

"ಸದ್ಯಕ್ಕೆ ನಾವು ಅದನ್ನು ಹಾಗೇ ಬಿಡುವುದು ಒಳ್ಳೆಯದು ಪ್ರಭು" ರಾಕ್ಷಸ ಹೇಳಿದ, "ಆ ಚಂದ್ರಗುಪ್ತನಿಗೆ ಪಾಟಲೀಪುತ್ರದ ಮೇಲೂ ಕಣ್ಣಿರುವಂತೆ ಕಾಣುತ್ತಿದೆ. ನಾವು ಅತ್ತ ಹೋದಾಗ ಅವನು ಇತ್ತ ಬಂದರೂ ಬರಬಹುದು."

"ಅಷ್ಟೊಂದು ಸಂಪನ್ಮೂಲ, ಅಷ್ಟೊಂದು ಬುದ್ಧಿವಂತಿಕೆ ಅವನಿಗೆ ಹೇಗೆ ಬಂತು !" ಧನನಂದ ತನ್ನಷ್ಟಕ್ಕೆಂಬಂತೆ ಹೇಳಿಕೊಂಡ.

"ಅವಶ್ಯಕತೆ ವ್ಯಕ್ತಿಯ ಬುದ್ಧಿಯನ್ನು ಹರಿತಗೊಳಿಸುತ್ತದೆ ಪ್ರಭು. ಅಲ್ಲದೆ ಅವನಿಗೆ ಅತಿಬುದ್ಧಿವಂತನಾಗಿರಬಹುದಾದ ಚಣಕಪುತ್ರ ಚಾಣಕ್ಯನ ನೆರವು ದೊರೆತಿದೆ."

"ಚಾಣಕ್ಯನೇ !"

"ಹೌದು ಅವನೇ. ಆ ದಿನ ತನ್ನ ತಂದೆಯ ಸಾವಿಗಾಗಿ ನ್ಯಾಯ ಕೇಳಲು ಆಸ್ಥಾನಕ್ಕೆ ಬಂದಿದ್ದ, ಅಲ್ಲಿ ಅವನಿಗೆ ತೀವ್ರವಾದ ಅಪಮಾನವಾಯಿತು. ಆದರೆ ಅವನು ನಿರ್ಭಯವಾಗಿ, ಸರ್ವರ ಸಮಕ್ಷಮದಲ್ಲಿ ನಂದ ಸಾಮ್ರಾಜ್ಯವನ್ನು ನಿರ್ನಾಮ ಮಾಡುವುದಾಗಿ ಪ್ರತಿಜ್ಞೆ ಮಾಡಿಹೋದ. ನೆನಪಿಲ್ಲವೆ ಪ್ರಭು ? ಅಲ್ಲಿಯವರೆಗೂ ತನ್ನ ಬಿಚ್ಚಿದ ಶಿಖೆಯನ್ನು ಕಟ್ಟುವುದಿಲ್ಲವೆಂದು ಅವನು ಅಬ್ಬರಿಸಿದ್ದು ನೆನಪಾಗುತ್ತಿಲ್ಲವೆ ? ಅಂದು ನಾವು ಈ ಬಡಬ್ರಾಹ್ಮಣನಿಂದೇನಾಗುತ್ತದೆ, ಎಂದು ಉದಾಸೀನ ಮಾಡಿದೆವು. ಆದರೆ ಇಂದು ಅವನು ತನ್ನ ಮೊದಲ ಹೆಜ್ಜೆಯಲ್ಲೇ ಯಶಸ್ವಿಯಾಗಿಬಿಟ್ಟಿದ್ದಾನೆ. ವಿಷ್ಣುಗುಪ್ತ ಚಣಕ ಪುತ್ರ ಚಾಣಕ್ಯನೆನಿಸಿಕೊಳ್ಳಲು ಮೂಲ ಕಾರಣ ತನ್ನ ತಂದೆಯ ಸಾವಿನ ಸೇಡು. ಚಂದ್ರಗುಪ್ತನೊಂದಿಗೆ ಚಾಣಕ್ಯ ಸೇರಿರುವನೆಂದರೆ ಪಿಪ್ಪಲಿವನವನ್ನು ಮತ್ತೆ ವಶಕ್ಕೆ ತೆಗೆದುಕೊಳ್ಳುವುದು ಅಷ್ಟು ಸುಲಭವಲ್ಲ."

ಧನನಂದನ ಮುಖ ಗಂಭೀರವಾಯಿತು. ಚಾಣಕ್ಯ ರಾಜಸಭೆಯಲ್ಲಿ ಮಾಡಿದ ಪ್ರತಿಜ್ಞೆಯ ದೃಶ್ಯ ನೆನಪಾಯಿತು. 'ಅಂದರೆ ಅವನು ತನ್ನ ಪ್ರತಿಜ್ಞೆಯಂತೆ ನನ್ನನ್ನು ಕೊಲ್ಲುತ್ತಾನೆಯೇ ?' ಎಂದು ಕೇಳಿಕೊಂಡಾಗ ಎದೆ ನಡುಗಿತು. ಒಂದು ಕ್ಷಣ ಸಾವಿನ ಕಪ್ಪು

ಛಾಯೆ ಅವನ ಮುಖದ ಮೇಲೆ ಕಾಣಿಸಿಕೊಂಡಿತು. ಇದು ತನ್ನ ಪ್ರತಿಷ್ಠೆಗೆ ಬಿದ್ದ ಬಲವಾದ ಪೆಟ್ಟು, ಎಂಬ ಭಾವನೆ ಬಂತು. ಆ ಚಂದ್ರಗುಪ್ತನನ್ನು ನಾಶಮಾಡಿ, ಆ ಚಾಣಕ್ಯನ ಪ್ರತಿಷ್ಠೆಯನ್ನು ಅಡಗಿಸದಿದ್ದರೆ ತನಗೆ ಉಳಿಗಾಲವಿಲ್ಲ ಎಂದುಕೊಂಡು ಅವನು ಹೇಳಿದ, "ಅಮಾತ್ಯರೆ, ನಮ್ಮ ಈ ಹೊಸ ಶತ್ರುವನ್ನು ಮೊಳಕೆಯಲ್ಲೇ ಕಿತ್ತು ಬಿಸುಡಬೇಕು. ಅವನು ಬೆಳೆಯಲು ಅವಕಾಶ ಮಾಡಿಕೊಟ್ಟರೆ ನಮಗೇ ಆಪತ್ತು."

"ತರ್ಕ ಮಾಡುತ್ತ ಕಾಲ ಕಳೆಯುವುದರ ಬದಲು, ಮೊದಲು ಪಿಪ್ಪಲಿವನವನ್ನು ಆಕ್ರಮಿಸುವುದು ಒಳ್ಳೆಯದೆಂದು ನನಗೆ ಅನ್ನಿಸುತ್ತಿದೆ" ಎಂದ ಶ್ರೀಯಕ.

"ಆದರೆ ನನ್ನ ಅಭಿಪ್ರಾಯವೇ ಬೇರೆ" ರಾಕ್ಷಸ ಹೇಳಿದ, "ಪಿಪ್ಪಲಿವನವನ್ನು ಆಕ್ರಮಿಸಿಕೊಳ್ಳುವುದು ಸರಿಯಾದದ್ದೇ. ಆದರೂ ಅದಕ್ಕೆ ಸಿದ್ಧತೆ ಬೇಕಾಗುತ್ತದೆ."

"ಒಬ್ಬ ಸಣ್ಣ ಶತ್ರುವನ್ನು ಸದೆಬಡಿಯಲು ಇನ್ನೆಂಥ ಸಿದ್ಧತೆ ಬೇಕು ?" ಎಂದ ಧನನಂದ ಹಗುರವಾಗಿ.

"ನನ್ನ ಅನುಭವ, ಲೋಕಜ್ಞಾನ ಹಾಗೆ ಹೇಳುತ್ತಿದೆ, ಪ್ರಭು" ರಾಕ್ಷಸ ಹೇಳಿದ, "ಅಪಾರವಾದ ಸೈನ್ಯವಿರುವ ಮಗಧವನ್ನು ಎದುರು ಹಾಕಿಕೊಳ್ಳಬೇಕಾದರೆ ಚಂದ್ರಗುಪ್ತ ಹುಂಬನಾದರೂ, ತನ್ನ ವ್ಯವಸ್ಥೆಯನ್ನಂತೂ ಮಾಡಿಕೊಂಡಿರುತ್ತಾನೆ. ಅದಕ್ಕೆ ತಕ್ಕ ಎಚ್ಚರಿಕೆಯನ್ನೂ ವಹಿಸಿರುತ್ತಾನೆ. ಅವನ ಎಚ್ಚರಿಕೆಯ ವ್ಯೂಹದಲ್ಲಿ ನಾವು ಎಚ್ಚರಗೇಡಿಗಳಾಗಿ ಹೋಗಿ ಸಿಕ್ಕಿ ಬೀಳಬಾರದು. ಏಕೆಂದರೆ ಈಗ ಚಂದ್ರಗುಪ್ತ ಪಟ್ಟಾಭಿಷಿಕ್ತನಾದ ರಾಜ. ಚಂದ್ರಸೇನನ ಶವದೊಂದಿಗೆ ಬಂದ ಸೈನಿಕರು ಹೇಳಿದಂತೆ ಇಪ್ಪತ್ತು ಸಾವಿರಕ್ಕಿಂತ ಹೆಚ್ಚಿನ ಸೈನ್ಯವಿದೆ. ಅಲ್ಲದೆ ಇಡೀ ನಗರದ ನಾಗರಿಕರು ಸ್ತ್ರೀಯರ ಸಹಿತವಾಗಿ ಅವನಿಗೆ ಬೆಂಬಲವಾಗಿದ್ದಾರಂತೆ. ಎಲ್ಲಕ್ಕಿಂತ ಮುಖ್ಯವಾಗಿ, ಈಗ ರಾಜನಾಗಿರುವ ಅವನು ಬೇರೆ ರಾಜರಿಂದ ಸೈನ್ಯ ಸಹಾಯ ಪಡೆಯುವುದು ಸಾಧ್ಯವೆಂಬುದನ್ನು ನಾವು ಮರೆಯುವಂತಿಲ್ಲ."

ರಾಕ್ಷಸನ ಮಾತು ಸರಿಯೆನ್ನಿಸಿತು. ಧನನಂದ ಚಿಂತಾಕ್ರಾಂತನಾದ. ಶ್ರೀಯಕ ಮುಂದೆ ಮಾತಾಡಲಿಲ್ಲ. "ಈ ರಾಕ್ಷಸನ ಬುದ್ಧಿಶಕ್ತಿಯ ಮುಂದೆ ನಾನು ಗೆಲ್ಲುವುದು ಬಹುಶಃ ಸಾಧ್ಯವೇ ಇಲ್ಲ" ಎಂದುಕೊಂಡ.

"ಹಾಗೆಂದರೆ ಈಗೇನು ಮಾಡುವುದೆಂದು ನಿಮ್ಮ ಅಭಿಪ್ರಾಯ ?" ಎರಡು ಕ್ಷಣಗಳ ನಂತರ ಧನನಂದ ಕೇಳಿದ.

"ಸದ್ಯಕ್ಕೆ ಸುಮ್ಮನಿದ್ದುಬಿಡುವುದು. ಚಂದ್ರಗುಪ್ತನ ಮುಂದಿನ ಚಲನೆ ಏನೆಂಬುದನ್ನು ಕಾದು ನೋಡುವುದು. ಈ ಯವನರ ಆಕ್ರಮಣ ಇಲ್ಲವೆಂದು ಖಚಿತವಾದರೆ, ಸೇನಾ ಸಿದ್ಧತೆಯನ್ನು ಹಾಗೇ ಮುಂದುವರಿಸುವುದು. ಬೇರೆ ಯಾರಾದರೂ ಚಂದ್ರಗುಪ್ತನ ಪಕ್ಷ ಸೇರುತ್ತಾರೋ, ಎಂಬುದನ್ನು ಗಮನಿಸುವುದು. ಅವನ ಒಂಟಿಯೆಂಬುದು ಖಚಿತವಾಗುತ್ತಿದ್ದಂತೆ ಪಿಪ್ಪಲಿವನದ ಆಕ್ರಮಣ ಬರೀ ಒಂದು ದಿನದ ಕೆಲಸ."

ಅರಮನೆಯಿಂದ ತನ್ನ ಭವನಕ್ಕೆ ಬರುತ್ತ ಅಮಾತ್ಯ ರಾಕ್ಷಸ "ಅಂತೂ ಜೀವಸಿದ್ಧಿಯ ಭವಿಷ್ಯ ನಿಜವಾದಂತಾಯಿತು" ಎಂದು ಯೋಚಿಸುತ್ತಿದ್ದ. ಒಂದು ಕ್ಷಣ ಈ ಶ್ರೀಯಕನೇನಾದರೂ ಚಂದ್ರಗುಪ್ತನ ಕಡೆ ಸೇರಿರಬಹುದೇ ? ಎಂಬ ಸಂದೇಹವೂ ಬಂತು. ಈ ದಿನ ಅವನು ವೈದ್ಯ ಸುಮಂತನ ವಿಷಯ ಎತ್ತಲಿಲ್ಲ, ಸುಮಂತ ಪೌರವನ ನಾಡಿನವನು, ಅವನನ್ನು ಇಲ್ಲಿ

ಇರಿಸಿಕೊಳ್ಳುವುದು ಸರಿಯಲ್ಲ, ಎಂದು ಅವಕಾಶ ಸಿಕ್ಕಿದಾಗಲೆಲ್ಲ ಬಡಬಡಿಸುತ್ತಿದ್ದವನು, ಈ ದಿನ ಏಕೆ ಸುಮ್ಮನಾದ ? ರಾಜಕುಮಾರನ ಆರೋಗ್ಯದ ವಿಷಯವಲ್ಲದಿದ್ದರೆ ಈ ವೇಳೆಗೆ ಧನನಂದನೂ ಶ್ರೀಯಕನ ತಾಳಕ್ಕೆ ಕುಣಿದು, ಸುಮಂತನನ್ನು ಊರು ಬಿಡಿಸುತ್ತಿದ್ದ ಎನಿಸಿತು.

ತನ್ನ ಭವನಕ್ಕೆ ಬಂದವನು ಏನೋ ಯೋಚಿಸಿ, ಸೇವಕನೊಬ್ಬನನ್ನು ಕರೆದು, ಜೀವಸಿದ್ಧಿಯಿದ್ದರೆ ಕರೆತರುವಂತೆ ಹೇಳಿ, ಒಳಗೆ ಹೋಗಿ ಸಂದರ್ಶನ ಶಾಲೆಯಲ್ಲಿ ನಿರೀಕ್ಷಿಸುತ್ತಾ ಕುಳಿತ.

ಕೆಲವೇ ಕ್ಷಣಗಳಲ್ಲಿ ಜೀವಸಿದ್ಧಿ ಬಂದ. ರಾಕ್ಷಸ ಅವನಿಗೆ ನಮಸ್ಕರಿಸಿ ಪೀಠ ತೋರಿಸಿದ. ಅವನ ಚಿಂತೆಯ ಮುಖವನ್ನು ನೋಡಿ ಜೀವಸಿದ್ಧಿ "ಏಕೆ ಅಮಾತ್ಯರೇ ? ತುಂಬಾ ಚಿಂತಾಕ್ರಾಂತರಾಗಿರುವಂತೆ ಕಾಣುತ್ತಿದೆ. ಅರಮನೆಯಲ್ಲಿ ಏನಾದರೂ ಮಾತುಕತೆ ನಡೆಯಿತೆ ?" ಎಂದು ಕೇಳಿದ.

ತುಸು ಆಶ್ಚರ್ಯಗೊಂಡ ರಾಕ್ಷಸ "ಈ ವಿಷಯ ನಿಮಗೆ ಹೇಗೆ ಗೊತ್ತಾಯಿತು ?" ಎಂದು ಕೇಳಿದ.

"ಇದು ಶುದ್ಧ ತರ್ಕಬದ್ಧ ವಿಚಾರ. ಇದರಲ್ಲಿ ನನ್ನ ಜ್ಯೋತಿಷ್ಯ ಪ್ರತಿಭೆಯೇನೂ ಇಲ್ಲ" ಎಂದು ಜೀವಸಿದ್ಧಿ ನಕ್ಕ.

ಈ ವೇಳೆಗೆ ಸಂಪೂರ್ಣವಾಗಿ ಅವನನ್ನು ನಂಬಿಬಿಟ್ಟಿದ್ದರಿಂದ ರಾಕ್ಷಸ ಅರಮನೆಯಲ್ಲಿ ನಡೆದ ಮಾತುಕತೆಗಳನ್ನೆಲ್ಲ ವಿವರಿಸಿದ. ಚಂದ್ರಗುಪ್ತನ ವಿಷಯ ಪಾಟಲೀಪುತ್ರದಲ್ಲಿ ಜನಜನಿತವಾದದ್ದರಿಂದ, ಅದು ಜೀವಸಿದ್ಧಿಗೆ ಮೊದಲೇ ಗೊತ್ತಿತ್ತು. ಸಂತೋಷವೂ ಆಗಿತ್ತು. ಸ್ವಲ್ಪ ದಿನಗಳಲ್ಲೇ ಚಂದ್ರಗುಪ್ತ ಮತ್ತು ಚಾಣಕ್ಯ ಪಾಟಲೀಪುತ್ರವನ್ನು ಮುತ್ತುವರೆಂಬ ನಿರೀಕ್ಷೆಯಲ್ಲಿ ಅವನು ರೋಮಾಂಚಿತನಾಗಿದ್ದ. ತಕ್ಷಣದಲ್ಲಿ ಮಗಧದ ಸೈನ್ಯ ಪಿಪ್ಪಲಿವನವನ್ನು ಆಕ್ರಮಿಸಿಕೊಳ್ಳಲು ಪ್ರಯತ್ನಿಸುವುದಿಲ್ಲವೆಂಬುದನ್ನು ಕೇಳಿ ಅವನು ಸಮಾಧಾನಗೊಂಡ.

"ನೀವು ಹೇಳಿದಂತೆ ಯವನರ ಆಕ್ರಮಣದ ಸಾಧ್ಯತೆ ಇಲ್ಲವೆಂಬುದು ಖಚಿತವಾದರೆ ಮಗಧಕ್ಕೆ ಬಂದ ಒಂದು ವಿಪತ್ತು ಪರಿಹಾರವಾದಂತಾಗುತ್ತದೆ. ಆದರೆ ಈಗ ಚಂದ್ರಗುಪ್ತನ ರೂಪದಲ್ಲಿ ಇನ್ನೊಬ್ಬ ಶತ್ರು ಹುಟ್ಟಿಕೊಂಡಿದ್ದಾನೆ. ಅವನ ಸಾಮರ್ಥ್ಯವೇನೆಂದು ಈಗಲೇ ಊಹೆ ಮಾಡುವುದು ಸಾಧ್ಯವಿಲ್ಲ, ಅವನು ಮಗಧದ ಮೇಲೆ ಆಕ್ರಮಣ ಮಾಡಲು ಯೋಚಿಸಿದ್ದಾನೆಯೇ? ಮಾಡಿದರೆ ಅದು ಯಾವ ಪ್ರಮಾಣದಲ್ಲಾಗಬಹುದು ? ಯಾರು ಯಾರು ಅವನ ಬೆಂಬಲಕ್ಕೆ ನಿಲ್ಲಬಹುದು ? ಇತ್ಯಾದಿ ಪ್ರಶ್ನೆಗಳು ಈಗ ನನ್ನ ತಲೆ ತಿನ್ನುತ್ತಿವೆ, ಪೂಜ್ಯರೆ" ಎಂದ ರಾಕ್ಷಸ.

"ಏನದು, ಏನಂದಿರಿ ? ಚಂದ್ರಗುಪ್ತನಲ್ಲವೇ ?" ಜೀವಸಿದ್ಧಿ ಅಮಾಯಕನಂತೆ ಕೇಳಿದ.

"ಹೌದು, ಚಂದ್ರಗುಪ್ತ ಮೌರ್ಯ."

ಕೆಲವು ಕ್ಷಣ ಏನೋ ಗೊಣಗುಟ್ಟಿಕೊಂಡು, ಬೆರಳುಗಳನ್ನು ಎಣಿಸಿ ಲೆಕ್ಕಾಚಾರ ಮಾಡಿ ಜೀವಸಿದ್ಧಿ ಹೇಳಿದ, "ಅವನು ಬಹಳ ಜನಪ್ರಿಯ ವ್ಯಕ್ತಿಯಂತೆ ಕಾಣುತ್ತಾನೆ. ಧೀರ, ಪರಾಕ್ರಮಿಯೂ ಹೌದು. ಶಸ್ತ್ರೋಪಜೀವಿಯಲ್ಲದ ಯಾವನೋ ಒಬ್ಬ ಬುದ್ಧಿವಂತ ಅವನ ಬೆಂಗಾವಲಾಗಿ ಇರುವಂತಿದೆ."

"ಹೌದು ಅವನೇ ಚಣಕ ಪುತ್ರ ಚಾಣಕ್ಯ. ಈ ಪಿಪ್ಪಲಿವನದ ಆಕ್ರಮಣದಲ್ಲಿ ಅವನ ಕೈವಾಡವಿರುವುದು ನಿಜವಾದರೆ ಅವನು ಬುದ್ಧಿವಂತನೇ ಸರಿ."

"ಸದ್ಯದಲ್ಲಿ ನೀವು ನಿಶ್ಚಿಂತೆಯಿಂದಿರಬಹುದು. ಅವನು ಈಗಲೇ ಮಗಧದ ಮೇಲೆ ಆಕ್ರಮಣ ಮಾಡಲಾರ."

"ಈಗಲೇ ಮಾಡಲಾರ ಎಂದರೆ, ಆಮೇಲೆ ಮಾಡುತ್ತಾನೆಂದು ಅರ್ಥವೇ ?"

"ಅದನ್ನು ಈಗಲೇ ಹೇಳುವಂತಿಲ್ಲ, ಎಲ್ಲ ಅನಿಶ್ಚಿತವಾಗಿದೆ. ಅವನ ಆಸೆಯೇನೋ ದೊಡ್ಡದಾಗಿದೆ. ಆದರೆ ಅದು ಕೈಗೂಡುವುದು ಅನುಮಾನ. ಬಹುಶಃ ಅವನು ನಿರೀಕ್ಷಿಸಿದ ಬೆಂಬಲ ದೊರೆಯದಿರಬಹುದು."

"ಹೌದು, ಪ್ರಬಲವಾದ ಮಗಧವನ್ನು ಎದುರು ಹಾಕಿಕೊಳ್ಳಲು ಬೇರೆ ರಾಜರು ಧೈರ್ಯಮಾಡಲಾರರು."

"ಅದಕ್ಕಿಂತ ಮುಖ್ಯವಾಗಿ ನೀವು ಒಳಗಿನ ಶತ್ರುಗಳ ಬಗ್ಗೆ ಎಚ್ಚರದಿಂದಿರಬೇಕು. ಶ್ರೀಯಕರು ತೀರ ಆಳವಾಗಿ ಏನೋ ಯೋಚಿಸುತ್ತಿರುವಂತಿದೆ. ಆ ಆಳದ ಬೇರುಗಳಲ್ಲಿ ಎಂಥೆಂಥ ವಿಷವಿದೆಯೋ ಯಾರು ಬಲ್ಲರು !"

"ನನಗೂ ಆ ಸಂದೇಹವಿದೆ ಪೂಜ್ಯರೇ. ಆದರೆ ಅವನ ಬುದ್ಧಿಯ ಮಟ್ಟ ಎಷ್ಟೆಂದು ನನಗೆ ಗೊತ್ತು. ಅವನು ಸಂಚು ಮಾಡಿದರೂ, ಸುಲಭವಾಗಿ ಸಿಕ್ಕಿಬೀಳುವನೆಂಬ ಧೈರ್ಯ ನನಗಿದೆ. ಆದರೂ ನಾನು ಬಹಳ ಎಚ್ಚರಿಕೆಯಿಂದ ಅವನನ್ನು ಗಮನಿಸುತ್ತಿದ್ದೇನೆ. ಅದಿರಲಿ, ಆ ದಿನ ರಾಜಕುಮಾರ ಸುಮಾಲ್ಯನ ಜಾತಕ ತಂದುಕೊಟ್ಟೆನಲ್ಲ, ಅವನ ಭವಿಷ್ಯ ಏನನ್ನುತ್ತದೆ ?"

ಜೀವಿಸಿದ್ಧಿ ಆ ಜಾತಕವನ್ನು ಬಹಳ ಎಚ್ಚರಿಕೆಯಿಂದಲೇ ಗಮನಿಸಿದ್ದ. ಅವನ ಜ್ಯೋತಿಷ್ಯ ಜ್ಞಾನದ ಪ್ರಕಾರ ಸುಮಾಲ್ಯನ ಆಯುಸ್ಸು ಬಹಳ ದಿನವಿಲ್ಲ ಎಂದು ಕಂಡುಬಂದಿತ್ತು. ಆದರೆ ಆ ಸತ್ಯವನ್ನು ರಾಕ್ಷಸನೆದುರು ಹೇಳಲು ಅವನು ಹಿಂಜರಿದ. ಅವನು ಯೋಚಿಸುತ್ತ ಸುಮ್ಮನಾದುದನ್ನು ಕಂಡು "ಏನಾದರೂ ಆತಂಕವಿದೆಯೇ ?" ಎಂದು ರಾಕ್ಷಸ ಕೇಳಿದ.

"ಪ್ರಾಣಾಪಾಯವೇನೂ ಇದ್ದಂತಿಲ್ಲ, ಆದರೆ ಅವನು ಆರೋಗ್ಯ ಇನ್ನಷ್ಟು ಕುಸಿಯುವ ಸಾಧ್ಯತೆಯಿದೆ."

"ಹೌದೇ ?" ರಾಕ್ಷಸ ನಿಜವಾಗಲೂ ಚಿಂತೆಯಿಂದ ಕೇಳಿದ, "ಸುಮಂತನ ಪ್ರಯತ್ನ ವ್ಯರ್ಥವಾಗುತ್ತದೆಯೇ ? ಅವನು ಬಂದ ಮೇಲೆ ರಾಜಕುಮಾರ ಭರವಸೆಯಿರಿಸಿಕೊಳ್ಳುವಷ್ಟು ಗೆಲುವಾಗಿದ್ದಾನೆ. ಒಂದು ತಿಂಗಳಿಂದ ರೋಗದ ಸುಳಿವೇ ಇಲ್ಲದಂತಾಗಿದೆ. ಇನ್ನೇನು ಭಯವಿಲ್ಲವೆಂದು ಸುಮಂತ ಇಷ್ಟು ಹೊತ್ತಿಗೆ ಹೊರಟುಬಿಡುತ್ತಿದ್ದ. ಆದರೆ ಒಮ್ಮೆ ಆದಂತೆ ಮತ್ತೆ ಮರುಕಳಿಸಿದರೆ ಕಷ್ಟವೆಂದು ಇನ್ನೂ ಕೆಲವು ಕಾಲ ಇರುವಂತೆ ನಾನೇ ಅವನನ್ನು ಕೇಳಿಕೊಂಡು ಒಪ್ಪಿಸಿದೆ."

"ಅದೇನೋ, ಅವನ ಗ್ರಹಗತಿಗಳು ಸೂಚಿಸುವುದನ್ನು ಮಾತ್ರ ನಾನು ಹೇಳಿದೆ. ನನ್ನ ಲೆಕ್ಕಾಚಾರ ತಪ್ಪಾಗಿ ರಾಜಕುಮಾರ ಆರೋಗ್ಯವಂತನಾಗಿ ನೂರುಕಾಲ ಬಾಳಿದರೆ, ನನಗಿಂತ ಹೆಚ್ಚು ಸಂತೋಷಪಡುವವರು ಬೇರೆ ಯಾರಿದ್ದಾರೆ ಅಮಾತ್ಯರೆ ?"

"ಅಥವಾ ಶ್ರೀಯಕ ಸುಮಂತನನ್ನು ಪಾಟಲೀಪುತ್ರದಿಂದ ಓಡಿಸುವ ಪ್ರಯತ್ನದಲ್ಲಿ ಯಶಸ್ವಿಯಾಗುವನೆಂದು ಅರ್ಥವೇ ? ಯಾವುದೋ ಒಂದು ವಿಷಗಳಿಗೆಯಲ್ಲಿ ಮಗನ ಆರೋಗ್ಯವನ್ನು ಕಡೆಗಣಿಸಿ ಧನನಂದ ಶ್ರೀಯಕನ ಬೇಡಿಕೆಗೆ ಒಪ್ಪಿಗೆ ಕೊಟ್ಟು ಬಿಡುತ್ತಾನೆಯೇ ? ನನ್ನ ಮೇಲಿನ ಸ್ಪರ್ಧೆಯಿಂದ ಶ್ರೀಯಕ ರಾಜಕುಮಾರನ ಆರೋಗ್ಯವನ್ನೇ ಬಲಿ ಕೊಡುತ್ತಾನೆಯೇ ? ನನ್ನ ಮನಸ್ಸು ತೀರ ಪ್ರಕ್ಷುಬ್ಧವಾಗಿದೆ. ನನ್ನಂಥ ಅಸಹಾಯಕ ಪರಿಸ್ಥಿತಿ ಯಾರಿಗೂ ಬರಬಾರದು" ಎಂದು ರಾಕ್ಷಸ ಭಾರವಾದ ಧ್ವನಿಯಿಂದ.

"ಸಮಾಧಾನ ತಂದುಕೊಳ್ಳಿ ಅಮಾತ್ಯರೇ. ಏನು ಮಾಡಬೇಕೋ ಅದನ್ನು ಮಾಡಿದರಾಯಿತು. ಸುಮ್ಮನೆ ಅಶಾಂತಿಯಿಂದ ತಳಮಳಿಸಿದರೆ ಯಾವ ಪ್ರಯೋಜನವೂ ಇಲ್ಲ"

"ನಾನೂ ರಾಜನಿಷ್ಠೆಯನ್ನು ಬಿಟ್ಟು ಸ್ವಾರ್ಥಸಾಧಕನಾಗಿದ್ದರೆ ಈ ಅಶಾಂತಿ ಇರುತ್ತಿರಲಿಲ್ಲವೇನೋ !"

"ಹಾಗೇಕೆ ಹೇಳುತ್ತೀರಿ, ನಿಮ್ಮ ನಿಷ್ಠೆಯೇ ನಿಮಗೆ ಭೂಷಣ."

"ಆದರೆ ನಾನು ಯಾರಿಗೆ ನಿಷ್ಠೆ ತೋರಿಸುತ್ತ, ಅವನ ಮತ್ತು ಅವನ ಕುಟುಂಬದ ಯೋಗಕ್ಷೇಮಕ್ಕೆ ಹಗಲಿರುಳೂ ಚಿಂತಿಸುತ್ತಿದ್ದೇನೋ, ಅದೇ ಧನನಂದ ಕೇವಲ ತನ್ನ ವಿಷಯ ಲಾಲಸೆಯ ಕಾರಣವಾಗಿ, ಹಿತಶತ್ರುವಾಗಿರುವ ಶ್ರೀಯಕನ ಮಾತು ಕೇಳುತ್ತಿರಬೇಕಾದರೆ ನನ್ನ ನಿಷ್ಠೆಗೆ ಬೆಲೆಯೇನು ಎನಿಸುತ್ತದೆ."

"ಕೆಲವು ವಿಷಯಗಳಲ್ಲಿ ಅವರು ಶ್ರೀಯಕನ ಮಾತು ಕೇಳಬಹುದು. ಆದರೆ ನಿಮ್ಮ ಮೇಲೆ ಸಂಪೂರ್ಣ ಭರವಸೆಯಿರುವುದರಿಂದಲೇ ಧನನಂದ ನಿಶ್ಚಿಂತೆಯಿಂದಿರುವುದು. ಆ ಕಾರಣದಿಂದಲೇ ಸುಮಂತನನ್ನು ನಗರ ಬಿಡಿಸುವ ಶ್ರೀಯಕನ ಪ್ರಯತ್ನ ಯಶಸ್ವಿಯಾಗದಿರುವುದು."

"ಈಗ ಅವನ ಪ್ರಯತ್ನವೇನಾದರೂ ಯಶಸ್ವಿಯಾಗಿಬಿಟ್ಟರೆ ? ಸುಮಂತ ಹೊರಟು ಹೋದರೆ ? ರಾಜಕುಮಾರನ ಅನಾರೋಗ್ಯ ಉಲ್ಬಣಿಸಿದರೆ ? ಅವನ ಪ್ರಾಣಕ್ಕೇನಾದರೂ ಅಪಾಯ ಸಂಭವಿಸಿದರೆ ?"

"ಇಷ್ಟೊಂದು ಪ್ರಶ್ನೆಗಳೆ ?" ಜೀವಸಿದ್ಧಿ ನಕ್ಕ.

"ಹೌದು ಪೂಜ್ಯರೆ, ಈ ಒಂದೊಂದು ಪ್ರಶ್ನೆಯೂ, ಪ್ರಶ್ನೆಯ ಉತ್ತರವೂ ನನ್ನ ನಿಷ್ಠೆಯನ್ನೇ ಗುರಿಮಾಡಿ, ನನ್ನ ಅಪಯಶಸ್ಸಿನ ಸಮಾಧಿ ತೋಡುತ್ತವೆ."

"ನನ್ನ ಜ್ಯೋತಿಷ್ಯದ ಮನೆ ಹಾಳಾಯಿತು" ಜೀವಸಿದ್ಧಿ ಹೇಳಿದ, "ಅದನ್ನು ಮರೆತುಬಿಡಿ. ನೀವು ಹೇಗಾದರೂ ಮಾಡಿ ಮತ್ತೆ ಧನನಂದನ ಬಳಿಯಲ್ಲಿ ಮಾತನಾಡಿ, ಸುಮಂತ ಹೊರಡುವುದಿಲ್ಲ ಎಂಬುದಕ್ಕೆ ಭರವಸೆ ಪಡೆದುಬಿಡಿ. ಬೇಕಾದರೆ ನನ್ನ ಜ್ಯೋತಿಷ್ಯದ ನೆಪವನ್ನೂ ಹೇಳಿಬಿಡಿ."

ಅದು ರಾಕ್ಷಸನಿಗೆ ಸೂಕ್ತ ಸಲಹೆಯೆನ್ನಿಸಿತು. ಹಾಗೇ ಮಾಡುವುದಾಗಿ ಹೇಳಿ ಜೀವಸಿದ್ಧಿಯನ್ನು ಕಳಿಸಿಕೊಟ್ಟ.

ಮರುದಿನವೇ ಸುಮಂತ ರಾಜಕುಮಾರನ ಭೇಟಿಗೆ ಬರುವ ಸಮಯವನ್ನು ನೋಡಿಕೊಂಡೇ ರಾಕ್ಷಸ ಅರಮನೆಗೆ ಬಂದ. ಅದೇ ವೇಳೆಗೆ ಧನನಂದನೂ ಅಲ್ಲಿರುವನೆಂದು ಅವನಿಗೆ ಗೊತ್ತಿತ್ತು.

ಸುಮಂತ ಸುಮಾಲ್ಯನ ನಾಡಿ ಪರೀಕ್ಷೆ ಮಾಡಿದ. ಹುಡುಗ ಗೆಲುವಾಗಿದ್ದ. ಮುಖದಲ್ಲಿ ಇತ್ತೀಚೆಗೆ ಕಂಡುಬರುತ್ತಿದ್ದ ಜೀವಕಳೆ ಸ್ಥಿರವಾಗಿರುವಂತಿತ್ತು. ಮಹಾರಾಣಿ ಸುಮತಿಯ ಮುಖದಲ್ಲೂ ಸಮಾಧಾನದ ಭಾವನೆಯಿತ್ತು.

ನಮಸ್ಕಾರ ಮಾಡಿ ತಾನೂ ಒಂದು ಪೀಠದಲ್ಲಿ ಕುಳಿತ ರಾಕ್ಷಸ, ಸುಮಂತನ ಪರೀಕ್ಷೆಯನ್ನು ಆಸಕ್ತಿಯಿಂದ ನೋಡುತ್ತಿದ್ದ. ಸುಮಂತ ತನ್ನ ಪೆಟ್ಟಿಗೆಯಿಂದ ಎರಡು ಮೂರು ಬಗೆಯ ಚೂರ್ಣಗಳನ್ನು ತೆಗೆದು ಸಣ್ಣ ಭರಣಿಗಳಲ್ಲಿ ಹಾಕಿಕೊಟ್ಟು, ಅವನ್ನು ಕೊಡುವ ವಿಧಾನವನ್ನು ಮಹಾರಾಣಿಗೆ ಮನವರಿಕೆಯಾಗುವಂತೆ ಬಿಡಿಸಿ ಬಿಡಿಸಿ ಎರಡೆರಡು ಸಲ ಹೇಳಿದ. ಇನ್ನೇನು ಅವನು ಹೊರಟುಬಿಡುತ್ತಾನೆಂದು ಅರಿವಾದಾಗ ರಾಕ್ಷಸ ತಾನೇ ಮಾತಿಗಾರಂಭಿಸಿದ, "ವೈದ್ಯರೇ, ರಾಜಕುಮಾರನ ಸ್ಥಿತಿ ಈಗ ಹೇಗಿದೆ?"

"ನೀವೇ ನೋಡಿ ಹೇಳಿ, ನನಗಂತೂ ದೇವರು ಈ ಸಲ ನಮ್ಮನ್ನು ಕೈಬಿಡಲಿಲ್ಲವೆಂದು ಸಮಾಧಾನವಾಗಿದೆ. ನಿನ್ನ ಸ್ಥಿತಿ ಈಗ ಹೇಗಿದೆಯೆಂದು ನೀನೇ ಹೇಳು ಮಗು" ಎಂದು ಸುಮಂತ ಸುಮಾಲ್ಯನನ್ನು ಕೇಳಿದ.

"ನಾನು ಈಗ ಸೊಗಸಾಗಿದ್ದೇನೆ ಅಮಾತ್ಯರೆ" ಸುಮಾಲ್ಯ ಉತ್ಸಾಹದಿಂದ ಹೇಳಿದ. "ಹೊಟ್ಟೆತುಂಬ ಊಟ ಮಾಡುತ್ತೇನೆ, ಕಣ್ತುಂಬ ನಿದ್ರೆ ಮಾಡುತ್ತೇನೆ."

"ಮತ್ತೆ ತಾನು ಗುರುಗಳಿಂದ ಪಾಠ ಹೇಳಿಸಿಕೊಳ್ಳುವೆನೆಂದು ಹಠ ಮಾಡಿದ. ಇನ್ನು ಕೆಲವು ದಿನ ಬೇಡವೆಂದು ನಾನೇ ಸುಮ್ಮನಿರಿಸಿದೆ" ಎಂದಳು ಸುಮತಿ.

"ಪಾಠಪ್ರವಚನಗಳಷ್ಟೇ ಅಲ್ಲ, ಕುದುರೆ ಸವಾರಿ, ಖಡ್ಗ ಪ್ರಯೋಗಗಳನ್ನೂ ಕಲಿಯುವೆಯಂತೆ. ಸ್ವಲ್ಪ ದಿನ ಕಾಯಬೇಕು" ಎಂದ ಧನನಂದ ಮಗನ ತಲೆ ನೇವರಿಸಿ.

"ವೈದ್ಯರೇ" ರಾಕ್ಷಸ ಬೇಕೆಂದೇ ಕೇಳಿದ. "ನಿಮ್ಮ ತವರು ನಾಡನ್ನು ಬಿಟ್ಟು ಬಹಳ ಕಾಲವಾಯಿತು. ನೆನಪು ಮಾಡಿಕೊಂಡು ಅದೆಷ್ಟು ನೋಯುತ್ತಿದ್ದೀರೋ ಏನೋ? ನಮ್ಮಿಂದಾದ ತೊಂದರೆಗಾಗಿ ನಾವು ವಿಷಾದಿಸುತ್ತೇವೆ."

"ತೊಂದರೆಯೇನಿಲ್ಲ ಅಮಾತ್ಯರೆ" ಸುಮಂತ ಹೇಳಿದ, "ಅದಕ್ಕಾಗಿ ನೀವು ವಿಷಾದಪಡುವ ಅಗತ್ಯವೂ ಇಲ್ಲ. ಇದು ನನ್ನ ಕರ್ತವ್ಯ. ಕರ್ತವ್ಯದ ಮುಂದೆ ವೈಯಕ್ತಿಕ ಹಿತ ಮುಖ್ಯವಲ್ಲ."

"ಇಷ್ಟು ದಿನವೇ ಇದ್ದಿರಿ. ಇನ್ನು ಕೆಲವು ಕಾಲ ಇದ್ದು, ರಾಜಕುಮಾರನ ಆರೋಗ್ಯಕ್ಕೆ ಇನ್ನು ಯಾವ ತೊಂದರೆಯೂ ಇಲ್ಲವೆಂದು ಖಚಿತವಾದ ನಂತರವೇ ಹೋಗಬೇಕೆಂದು, ನಾನು ನಮ್ಮ ಪ್ರಭುಗಳ ಪರವಾಗಿ ಮತ್ತೊಮ್ಮೆ ಕೇಳಿಕೊಳ್ಳುತ್ತೇನೆ" ಎಂದು ರಾಕ್ಷಸ ಧನನಂದನ ಮುಖ ನೋಡಿದ.

"ಹೌದು ವೈದ್ಯರೇ" ಧನನಂದ ಹೇಳಿದ, "ನನ್ನ ಮಗನಿಗೆ ಪುನರ್ಜನ್ಮ ಕೊಟ್ಟ ಶ್ರೇಯಸ್ಸು ನಿಮ್ಮದೇ ಆಗಲಿ."

"ಆಗಲೇ ನೊಂದುಕೊಂಡು ಹೊರಟುಬಿಟ್ಟಿದ್ದರು" ಸುಮತಿ ಹೇಳಿದಳು, "ಆದರೆ ನಾನು ಮತ್ತೆ ಮತ್ತೆ ಕೇಳಿಕೊಂಡ ಮೇಲೆ ಒಪ್ಪಿ ಉಳಿದುಕೊಂಡರು."

"ಹೌದು ವೈದ್ಯರೇ" ರಾಕ್ಷಸ ಹೇಳಿದ, "ನಿಮ್ಮ ರಾಜ ಪೌರವನ ಮಗಧದ ಮೇಲೆ ಆಕ್ರಮಣ ಮಾಡುವ ಆಸೆಗೂ, ನೀವು ಇಲ್ಲಿರುವುದಕ್ಕೂ ಸಂಬಂಧ ಕಲ್ಪಿಸಬಾರದಾಗಿತ್ತು.

ನಾವಾಗಿ ನಿಮ್ಮನ್ನು ಕರೆಸಿ, ನೀವು ಇಷ್ಟು ನಿಷ್ಠೆಯಿಂದ ಚಿಕಿತ್ಸೆ ನಡೆಸಿ, ರಾಜಕುಮಾರ ಗುಣಮುಖನಾಗುತ್ತಿರುವುದನ್ನು ಕಂಡ ಮೇಲೂ, ನಿಮ್ಮ ಮೇಲೆ ಗೂಢಚಾರನಿರಬಹುದೆಂಬ ಸಂದೇಹಪಟ್ಟಿದ್ದೂ ಅಪರಾಧವೇ ! ದಯವಿಟ್ಟು ಅದನ್ನು ಮನಸ್ಸಿನಲ್ಲಿಟ್ಟುಕ್ಕೊಳ್ಳಬೇಡಿ. ಸದ್ಯದ ಪರಿಸ್ಥಿತಿಯಲ್ಲಿ ನಾವು ಎಲ್ಲರನ್ನೂ ಅನುಮಾನ ದೃಷ್ಟಿಯಿಂದ ನೋಡಬೇಕಾಗಿದೆ.''

''ಹೌದು ವೈದ್ಯರೇ, ನಿಮ್ಮನ್ನು ಅಪಮಾನಪಡಿಸುವ ಉದ್ದೇಶ ಯಾರಲ್ಲೂ ಇರಲಿಲ್ಲ'' ಧನನಂದನೂ ದನಿಗೂಡಿಸಿದ.

''ತಪ್ಪು ತಿಳಿಯಬೇಡಿ'' ಸುಮಂತ ಹೇಳಿದ. ''ನನಗೆ ತೀವ್ರ ನೋವಾದದ್ದು ನಿಜ. ನಾನು ಪರ್ವತನಾಡಿನವನು. ಆ ನಾಡಿಗೆ ನಿಷ್ಠೆ ಸಹಜ. ಆದರೆ ನನ್ನದು ವೈದ್ಯವೃತ್ತಿ. ಆ ವೃತ್ತಿಗೆ ಆ ನಾಡು ಈ ನಾಡು ಎಂಬ ಸೀಮೆಯಿಲ್ಲ. ರೋಗಿ ಯಾರೇ ಆದರೂ ಅವನ ಚಿಕಿತ್ಸೆ ನಡೆಸುವುದು ನನ್ನ ಕರ್ತವ್ಯ. ಈ ಕರ್ತವ್ಯದ ಮುಂದೆ ನನಗೆ ನನ್ನ ನಾಡೂ ದೊಡ್ಡದಲ್ಲ.''

''ಭಲೇ ! ಎಂಥ ಉದಾತ್ತ ಭಾವನೆ!'' ರಾಕ್ಷಸ ಕೈತಟ್ಟಿದ. ''ನಮಗೂ ಅಷ್ಟೇ ವೈದ್ಯರೇ, ನಮಗೆ ನಮ್ಮ ರಾಜಕುಮಾರನ ಆರೋಗ್ಯವೇ ಮುಖ್ಯ. ನಮ್ಮ ನಮ್ಮ ಸ್ವಾರ್ಥ ಪ್ರತಿಷ್ಠೆಗಳಲ್ಲ. ಇನ್ನು ಯಾವುದೇ ಕಾರಣದಿಂದ ನಿಮ್ಮನ್ನು ಮತ್ತೆ ಇಲ್ಲಿಂದ ಕಳಿಸುವ ಯೋಚನೆಯನ್ನು ಯಾರೂ ಮಾಡುವುದಿಲ್ಲ. ನೀವಾಗಿ ನೀವು, ರಾಜಕುಮಾರನ ಆರೋಗ್ಯಕ್ಕೆ ಯಾವುದೇ ತೊಂದರೆಯಿಲ್ಲವೆಂದು ಅನ್ನಿಸಿದ ಮೇಲೆ ಹೋಗಬಹುದು, ಅಷ್ಟೇ ಅಲ್ಲಿಯವರೆಗೆ ನೀವು ನಮ್ಮವರು, ಪಾಟಲೀಪುತ್ರ ನಿಮ್ಮ ಮನೆ. ನಿರಾತಂಕವಾಗಿರಬಹುದು. ಅಲ್ಲವೇ ಪ್ರಭು?''

''ಹೌದು ವೈದ್ಯರೇ, ಅಮಾತ್ಯರು ಹೇಳಿದ ಮಾತು ನಾನೇ ಕೊಟ್ಟ ಭರವಸೆಯೆಂದು ತಿಳಿದುಕೊಳ್ಳಿ. ಇನ್ನು ಮೇಲೆ ಅರ್ಥವಿಲ್ಲದ ಅನುಮಾನಗಳು ಬೆಳೆಯಲು ನಾನು ಅವಕಾಶ ಕೊಡುವುದಿಲ್ಲ.''

ಸುಮಂತ ನಮಸ್ಕಾರ ಮಾಡಿ ಹೊರಟುಹೋದ. ಇನ್ನು ಶ್ರೀಯಕನ ಆಟ ಸಾಗುವುದಿಲ್ಲವೆಂದು ರಾಕ್ಷಸ ಸಮಾಧಾನಗೊಂಡ. ಆದಕ್ಕಿಂತ ಮುಖ್ಯವಾಗಿ ಸುಮಾಲ್ಯನ ಆರೋಗ್ಯಕ್ಕೆ ಇನ್ನು ಯಾವ ಬಾಧಕವೂ ಇಲ್ಲವೆನ್ನುವುದು ಅವನಿಗೆ ಹೆಚ್ಚಿನ ಸಮಾಧಾನ ನೀಡಿತು.

★ ★ ★

ಅತ್ತ ಶ್ರೀಯಕ ಮತ್ತು ಸಂಜಯ ಚಂದ್ರಗುಪ್ತ, ಚಾಣಕ್ಯರ ವಿಷಯವನ್ನೇ ಮಾತಾಡುತ್ತಿದ್ದರು. ''ರಾಕ್ಷಸ ತಾನೇ ಬುದ್ಧಿವಂತನೆಂದು ಮೆರೆಯುತ್ತಿದ್ದ ಆ ಚಂದ್ರಗುಪ್ತ ಅವನಿಗೆ ಸರಿಯಾದ ಬುದ್ಧಿ ಕಲಿಸಿದ'' ಎಂದ ಶ್ರೀಯಕ.

''ಅವರಿಗೆ ಬುದ್ಧಿ ಕಲಿಸುವುದಿರಲಿ, ಮಗಧದ ಒಂದು ಪ್ರದೇಶವೇ ಕೈಬಿಟ್ಟು ಹೋಗಲಿಲ್ಲವೆ ?'' ಎಂದ ಸಂಜಯ.

''ಕೈಬಿಟ್ಟು ಹೋಗಲಿಲ್ಲ. ಚಂದ್ರಗುಪ್ತ ತನ್ನ ನಾಡನ್ನು ತಾನು ಕಿತ್ತುಕೊಂಡ.''

''ಇದೇನು ಅಮಾತ್ಯರೇ, ನೀವು ಚಂದ್ರಗುಪ್ತನನ್ನು ಹೊಗಳುತ್ತಿದ್ದೀರ! ಯಾರಾದರೂ ಕೇಳಿಸಿಕೊಂಡು ನೀವು ಅವನ ಪಕ್ಷಪಾತಿಯೆಂದು, ಚಕ್ರವರ್ತಿಗಳಿಗೆ ದೂರು ಕೊಟ್ಟಾರು.''

''ಇಲ್ಲಿ ಬೇರೆ ಯಾರಿದ್ದಾರೆ ? ಕೊಟ್ಟರೆ ನೀವು ಕೊಡಬೇಕಷ್ಟೆ'' ಎಂದು ಶ್ರೀಯಕ ನಕ್ಕ.

"ಹಾಗಾದರೆ ನೀವು ಚಂದ್ರಗುಪ್ತನ ಕಡೆಗೇ ಸೇರಿಕೊಂಡುಬಿಟ್ಟರೆ ಮಗಧವನ್ನು ಧೂಳೀಪಟ ಮಾಡಬಹುದು."

"ಮಾಡಬಹುದು, ಆದರೆ ರಾಜನಾಗುವವನು ಚಂದ್ರಗುಪ್ತನೇ ಎಂಬುದನ್ನು ನೆನಪಿಡಿ."

ಸಂಜಯ ಸುಮ್ಮನಾದ. 'ಇಷ್ಟು ಕೆಟ್ಟ ಬುದ್ಧಿಯಿರುವವನು ರಾಜನಾದರೆ ದೇವರೇ ಗತಿ ! ನಾನು ಇವನ ಸಹವಾಸ ಮಾಡಬಾರದಾಗಿತ್ತೇನೋ !' ಎಂದುಕೊಂಡ. ಆದರೂ ಶ್ರೀಯಕನ ಆಲೋಚನೆಯ ನಿಜವಾದ ಆಳ ಅಗಲಗಳು ಅವನಿಗೆ ಅರ್ಥವಾಗಲೇ ಇಲ್ಲ. ಆಕಸ್ಮಿಕವಾಗಿ ಅವನ ಸಂಚುಗಳು ಫಲ ನೀಡಿ ರಾಜನಾಗಿಯೇ ಬಿಟ್ಟರೆ, ತಾನು ಅಮಾತ್ಯ ಪದವಿಯಲ್ಲಿ ಗಣ್ಯನಾಗಿ ಮೆರೆಯಬಹುದೆಂಬ ಆಸೆ ಶ್ರೀಯಕನ ತಾಳಕ್ಕೆ ಕುಣಿಯಲು ಅವನಿಗೆ ಪ್ರೇರಣೆ ನೀಡಿತ್ತು.

"ಸಂಜಯ, ಪಾನಗೃಹದ ಸುಮಿತ್ರನನ್ನು ಕಂಡಿದ್ದಿರಾ ?" ನೆನಪು ಬಂದು ಶ್ರೀಯಕ ಕೇಳಿದ.

"ಈಗ ಅದರ ಅಗತ್ಯವಿದೆಯೆ ? ಅದನ್ನೆಲ್ಲ ಯೋಚಿಸಲು ಚಕ್ರವರ್ತಿಗಳಿಗೆ ಸಮಯವೇ ಇಲ್ಲವೆಂದು ಕಾಣುತ್ತಿದೆ ?"

"ಹೊಸ ಹೆಣ್ಣುಗಳಿಲ್ಲದಿದ್ದರೂ ಪ್ರಮದೋದ್ಯಾನದ ನೃತ್ಯ ಗಾಯನಗಳು ಒಂದು ದಿನವೂ ತಪ್ಪಿಲ್ಲ ಸಂಜಯ. ಇಂದಲ್ಲ ನಾಳೆ ನೆನಪು ಮಾಡಿಕೊಂಡು ಕೇಳಿದಾಗ ನಾವು ಸಿದ್ಧರಾಗಿರಬೇಕು. ನಮಗಿಂತ ಮುಖ್ಯವಾಗಿ ಸುಮಿತ್ರ ಸಿದ್ಧನಾಗಿರಬೇಕು. ಅವನೂ ಉದಾಸೀನ ಮಾಡಿ ನಾವು ಮಾತಿಗೆ ತಪ್ಪಿದಂತಾದರೆ ಚಕ್ರವರ್ತಿಗಳು ನನ್ನ ಮೇಲೆ ಕೋಪಿಸಿಕೊಳ್ಳಬಹುದು. ಭೋಗವೇ ಸರ್ವಸ್ವವೆಂದುಕೊಂಡಿರುವ ಅವನು ನಂಬಿಕೆಗೆ ಅರ್ಹನಲ್ಲವೆಂದು ನನ್ನನ್ನು ದೂರವಿಟ್ಟರೂ ಆಶ್ಚರ್ಯಪಡಬೇಕಾಗಿಲ್ಲ."

"ಸುಮಿತ್ರನನ್ನು ಒಂದೆರಡು ದಿನದಲ್ಲಿ ಹೋಗಿ ನೋಡುತ್ತೇನೆ."

"ಇನ್ನೊಂದು ಉಪಾಯ ಹೊಳೆಯುತ್ತಿದೆ ಸಂಜಯ" ಎಂದ ಶ್ರೀಯಕ ಕೆಲವು ಕ್ಷಣಗಳ ನಂತರ.

"ಏನು ಹೇಳಿ ಅಮಾತ್ಯರೆ."

"ನಾವು ಚಂದ್ರಗುಪ್ತನನ್ನು ರಹಸ್ಯವಾಗಿ ಸಂಪರ್ಕಿಸಲು ಸಾಧ್ಯವೇ ?"

"ಸಂಪರ್ಕಿಸಬಹುದು, ಆದರೆ ರಹಸ್ಯವಾಗಿ ಅಲ್ಲ, ಬಹಿರಂಗವಾಗಿ."

"ಏಕೆ ? ರಹಸ್ಯವಾಗಿ ಏಕೆ ಸಾಧ್ಯವಿಲ್ಲ ?"

"ಅಮಾತ್ಯರೆ, ರಾಕ್ಷಸನ ಗೂಢಚಾರರು ನಿಮ್ಮನ್ನು ಹಿಡಿಯುವುದಿಲ್ಲವೆ ? ಆ ಹೊತ್ತು ಚಂದ್ರಗುಪ್ತನನ್ನು ಅವನು ಹೇಗೆ ಹಿಡಿದ ನೆನಪಿಲ್ಲವೆ ?"

"ಅವನ ಗೂಢಚಾರರ ಕಣ್ಣು ತಪ್ಪಿಸುವುದು ಸಾಧ್ಯವಿಲ್ಲವೆ ?"

"ಅಷ್ಟು ಬುದ್ಧಿವಂತಿಕೆ ನಿಮಗೂ ಇಲ್ಲ, ನನಗೂ ಇಲ್ಲ. ಆ ವಿಷಯವನ್ನು ಇಲ್ಲಿಗೆ ಬಿಡಿ. ಅವನ ಪಕ್ಷ ಸೇರುವುದು ಬೇಡವೆಂದ ಮೇಲೆ ಈಗ ಅವನನ್ನು ಸಂಪರ್ಕಿಸುವ ಆಸೆ ಏಕೆ ?"

"ನಂಬಿಸಿ ಕೊರಳು ಕೊಯ್ಯಬೇಕು."

"ಅಂದರೆ ?"

"ಅವನಿಗೆ ಸಹಾಯ ಮಾಡುವ ನೆಪದಲ್ಲಿ ಅವನನ್ನೇ ಮುಗಿಸಬೇಕು. ಏಕೆಂದರೆ ಮುಂದೆ ಅವನೇ ನನಗೆ ಪ್ರತಿಸ್ಪರ್ಧಿಯಾಗಬಹುದು."

ಶ್ರೀಯಕನ ಮಾತನ್ನು ಕೇಳಿ ಸಂಜಯ ಬೆಚ್ಚಿದ. 'ಬಹಳ ದೂರ ಆಲೋಚನೆ ಮಾಡಿದ್ದಾನೆ. ಇವನ ಅನಿಸಿಕೆಯಂತೆ ಚಂದ್ರಗುಪ್ತ ಆಕ್ರಮಣ ಮಾಡಿದರೆ ಇವನು ಗೆಲ್ಲುವುದು ಹೇಗೆ ಸಾಧ್ಯ? ಯಾರಿಗೆ ಗೊತ್ತು, ಇವನು ಇನ್ನೂ ಎಂಥೆಂಥ ದುಷ್ಟ ಆಲೋಚನೆಗಳನ್ನು ಮನಸ್ಸಿನಲ್ಲಿಟ್ಟುಕೊಂಡಿದ್ದಾನೋ !' ಎಂದುಕೊಂಡ. ನಂತರ ಬೇಕೆಂದೇ ಕೇಳಿದ, "ಒಳ್ಳೆಯ ಆಲೋಚನೆ, ಆದರೆ ಚಂದ್ರಗುಪ್ತನನ್ನು ಬಲಿ ಹಾಕಲು ತಮ್ಮ ಉಪಾಯವೇನು ?"

"ಈಗ ಬೇಡ ಬಿಡಿ. ಇನ್ನೂ ಅದರ ಬಗ್ಗೆ ವಿವರವಾಗಿ ಆಲೋಚನೆ ಮಾಡಿಲ್ಲ" ಎಂದು ಶ್ರೀಯಕ ಮಾತು ಬದಲಿಸಿದ. ತನ್ನ ಮೇಲೂ ಅವನಿಗೆ ಪೂರ್ಣ ನಂಬಿಕೆಯಿಲ್ಲವೆಂದು ಸಂಜಯನಿಗೆ ಅರ್ಥವಾಯಿತು.

## ೨

ಶಿವದತ್ತ ಇಬ್ಬರು ಬೆಂಗಾವಲಿನವರೊಡನೆ ಸುಜಾತಳನ್ನು ಕರೆದುಕೊಂಡು ಕುದುರೆಯೇರಿ ಪಾಟಲೀಪುತ್ರಕ್ಕೆ ಬಂದ. ಭಾಗುರಾಯಣನನ್ನು ಕಂಡು ಪರಿಚಯ ಹೇಳಿಕೊಂಡಾಗ ಅವನಿಗೆ, ಸುಗಂಧಿ, ಉಜ್ವಲ, ಮಾಲಿನಿ ಎಲ್ಲರಿಗೂ ಆಶ್ಚರ್ಯವಾಯಿತು. ಚಂದ್ರಗುಪ್ತ ಚಾಣಕ್ಯರ ಕಡೆಯಿಂದ ಬಂದವರೆಂದ ಕೂಡಲೇ, ವಿಶೇಷವಾಗಿ ಆದರಿಸಿ ಅವರನ್ನು ಸತ್ಕರಿಸಲಾಯಿತು. ನಂತರ ಶಿವದತ್ತ ತನ್ನ ಬಗ್ಗೆ, ರವಿಗುಪ್ತ, ಶಿವಾಲಿಯರ ಬಗ್ಗೆ, ಚಂದ್ರಗುಪ್ತ ಮತ್ತು ಚರಣ ಬಂದು ಹೋದ ಮೇಲೆ ಮಹಾನಂದನೊಡನೆ ಮಾಡಿದ ಪ್ರಯತ್ನಗಳು, ಆಮೇಲೆ ನಡೆದ ಘಟನೆಗಳು, ಸುಜಾತಳ ಗಂಡ ಸುಭದ್ರನ ಸಾವು, ಪಟ್ಟಾಭಿಷೇಕ, ಸುಜಾತಳ ನಿರ್ಧಾರ, ಚಾಣಕ್ಯರ ಆದೇಶ ಎಲ್ಲವನ್ನೂ ವಿವರ ವಿವರವಾಗಿ ಬಣ್ಣಿಸಿದ.

ಸುಜಾತ ಚಂದ್ರಗುಪ್ತನ ಅಂಗರಕ್ಷಕಳಾಗಿ ತನ್ನ ಉಳಿದ ಜೀವಿತವನ್ನು ಕಳೆಯುವುದಾಗಿ ಮಾಡಿದ ನಿರ್ಧಾರವನ್ನು ಕೇಳಿ ಎಲ್ಲ ಮೆಚ್ಚಿಗೆ ಮತ್ತು ಅಚ್ಚರಿಯಿಂದ ಅವಳತ್ತ ನೋಡಿದರು. ಅವಳ ಮುಖದಲ್ಲಿ ದಿಟ್ಟತನವಿತ್ತು, ನಿಸ್ಸಂಕೋಚವಿತ್ತು.

"ಅಪರೂಪದ ನಿರ್ಧಾರ ನಿನ್ನದು" ಎಂದಳು ಉಜ್ವಲ.

"ದಯಮಾಡಿ ನನಗೆ ಯಾರೂ ಅನುಕಂಪ ತೋರಿಸಬೇಡಿ. ನನ್ನ ನಿರ್ಧಾರಕ್ಕೆ ಪ್ರೋತ್ಸಾಹ ನೀಡಿ. ಚಂದ್ರಗುಪ್ತ ನನ್ನನ್ನು ಸೋದರಿಯೆಂದು ಒಪ್ಪಿಕೊಂಡಾಯಿತು. ನನ್ನ ಸೋದರನ ರಕ್ಷಣೆಗೆ ನಾನು ಮುಂದಾಗುವುದರಲ್ಲಿ ಯಾವ ವಿಶೇಷವೂ ಇಲ್ಲ, ಪರಾಕ್ರಮ, ಧೈರ್ಯಸಾಹಸಗಳು ಬರೀ ಪುರುಷರ ಸ್ವತ್ತಲ್ಲ ಎಂದು ನಂಬಿರುವವಳು ನಾನು. ಅದಕ್ಕೆ ತಕ್ಕಂತೆ ಅಲ್ಪ ಸ್ವಲ್ಪ ಯುದ್ಧವಿದ್ಯೆಯನ್ನು ಕಲಿತಿದ್ದೇನೆ. ಇನ್ನಷ್ಟು ಕಲಿಯುವ ಆಸೆ ಇದೆ, ಉತ್ಸಾಹವಿದೆ."

ಅನಂತರ ಭಾಗುರಾಯಣ ಚಂದ್ರಗುಪ್ತ ಮತ್ತು ತನ್ನ ಮಗಳು ಉಜ್ವಲಳ ಸ್ನೇಹ ವಿಶ್ವಾಸಗಳ ವಿಷಯ ಮತ್ತು ಸುಗಂಧಿ ಚರಣರ ವಿಷಯವನ್ನು ವಿವರಿಸಿದ.

"ನೀನು ನಮ್ಮ ಚಂದ್ರಗುಪ್ತನ ಕೈಹಿಡಿಯುವ ಭಾಗ್ಯವಂತಳೇ ?" ಎಂದು ಸುಜಾತ ಉಜ್ವಲಳ ಕೆನ್ನೆ ಚಿವುಟಿದಳು. ಉಜ್ವಲಳ ಮುಖದಲ್ಲಿ ತುಸು ನಾಚಿಕೆ ಕಾಣಿಸಿಕೊಂಡಿತು.

ಚಂದ್ರಗುಪ್ತ ಪಿಪ್ಪಲಿವನದ ತನ್ನ ತಂದೆಯ ಸಿಂಹಾಸನದ ಮೇಲೆ ಕುಳಿತು ಪಟ್ಟಾಭಿಷಿಕ್ತನಾದದ್ದು ಭಾಗುರಾಯಣನ ಕುಟುಂಬದ ಎಲ್ಲರಿಗೂ ಅಪಾರ ಸಂತೋಷವುಂಟು ಮಾಡಿತು. ಆ ಸಂತೋಷವನ್ನು ಅವರು ಮುಚ್ಚಿಟ್ಟುಕೊಳ್ಳಲಿಲ್ಲ "ತಮ್ಮಂಥ ಹಿರಿಯರು ಮತ್ತು ಹಿತೈಷಿಗಳ ಸಹಕಾರದಿಂದ ಚಂದ್ರಗುಪ್ತ ಅಂತೂ ರಾಜನೆನಿಸಿಕೊಂಡ" ಎಂದ ಭಾಗುರಾಯಣ.

"ಅವನ ಅಧಿಕಾರವನ್ನು ಅವನು ಪಡೆದುಕೊಂಡ ಭಾಗುರಾಯಣರೇ" ಶಿವದತ್ತ ಹೇಳಿದ, "ಚಂದ್ರಗುಪ್ತ ರಾಜನಾದದ್ದರಿಂದ ನಮ್ಮ ಇಡೀ ನಗರವೇ ನಿತ್ಯ ಹಬ್ಬದ ಸಂಭ್ರಮವನ್ನು ಆಚರಿಸುತ್ತಿದೆ. ಮಗಧದ ಚಕ್ರವರ್ತಿಯ ಮೇಲೆ ಪ್ರತಿಯೊಬ್ಬರೂ ದ್ವೇಷ ಕಾರುತ್ತಾರೆ. ಮತ್ತೆ ಮಗಧದ ಸೈನ್ಯವೇನಾದರೂ ಬಂದರೆ, ಸ್ತ್ರೀಪುರುಷರಾದಿಯಾಗಿ ಸಾಮಾನ್ಯ ಜನರೂ ಅವರ ಮೇಲೆ ಬೀಳುತ್ತಾರೆ."

"ಅಂಥ ಧೀರತನದಿಂದಲೇ ಸುಜಾತ ಚಂದ್ರಗುಪ್ತನ ಪ್ರಾಣವುಳಿಸಿ, ನಾನು ಅವಳಿಗೆ ಋಣಿಯಾಗುವಂತೆ ಮಾಡಿದಳು" ಎಂದಳು ಉಜ್ವಲ.

"ಇಲ್ಲಿ ಯಾರು ಯಾರಿಗೂ ಋಣಿಯಲ್ಲ, ನಾವೆಲ್ಲ ನಮ್ಮ ನಾಡಿನ ಋಣ ಸಲ್ಲಿಸಬೇಕು. ರಾಜನಾದವನು ಪ್ರಜೆಗಳ ಋಣ ಸಲ್ಲಿಸಬೇಕು" ಎಂದ ಶಿವದತ್ತ.

ಕೆಲವು ದಿನ ಇದ್ದು ಹೋಗಬೇಕೆಂದು ಎಷ್ಟು ಹೇಳಿದರೂ ಒಪ್ಪದೆ, ಚಂದ್ರಗುಪ್ತನಿಲ್ಲದ ವೇಳೆಯಲ್ಲಿ ಪಿಪ್ಪಲಿವನದ ಹೊಣೆಗಾರಿಕೆ ತಮ್ಮ ಮೇಲಿರುವುದರಿಂದ ಹೋಗಲೇಬೇಕೆಂದು, ಮರುದಿನ ಮುಂಜಾನೆಯೇ ಶಿವದತ್ತ ಹೊರಟುಬಿಟ್ಟ. ಅಷ್ಟು ಹೊತ್ತಿಗೆ ಜೀವಸಿದ್ಧಿಯಿಂದ, ತಕ್ಷಣಕ್ಕೆ ಮಗಧ ಪಿಪ್ಪಲಿವನದ ಮೇಲೆ ಆಕ್ರಮಣ ಮಾಡುವುದಿಲ್ಲವೆಂಬ ಖಚಿತ ಸುದ್ದಿ ತಿಳಿದಿದ್ದು ಭಾಗುರಾಯಣ ಅದನ್ನು ಶಿವದತ್ತನಿಗೆ ತಿಳಿಸಿದ. ಆದರಿಂದ ಶಿವದತ್ತ ನಿರಾಳವಾದ. ಈಗ ಆತಂಕವಿಲ್ಲದೆ ರಕ್ಷಣಾ ವ್ಯವಸ್ಥೆಗಳನ್ನು ಮಾಡಿಕೊಳ್ಳಬಹುದು, ಎಂದುಕೊಂಡ.

★ ★ ★

ಶಿವದತ್ತ ಹೋದಮೇಲೆ ಸುಜಾತ ಎರಡೇ ದಿನಗಳಲ್ಲಿ ಸುಗಂಧಿ ಮತ್ತು ಉಜ್ವಲಳೊಂದಿಗೆ ಹೊಂದಿಕೊಂಡಳು. ಕೆಲವೇ ದಿನಗಳಲ್ಲಿ ಹುಟ್ಟಿದಾಗಿನಿಂದಲೂ ತಾನು ಅವರ ಜೊತೆಯಲ್ಲೇ ಇರುವಂಥ ಭಾವನೆ ಬಂತು. ಮನೆಯಲ್ಲಿ ಪರಿಚಾರಕರಿದ್ದರೂ, ಮಾಲಿನಿ ಸಾಮಾನ್ಯವಾಗಿ ತಾನೇ ಅಡಿಗೆ ಮಾಡುತ್ತಿದ್ದಳು. ಉಜ್ವಲ ಎಂದೂ ಅಡಿಗೆಯ ಕೆಲಸ ಮಾಡಿದವಳಲ್ಲ, ಆದರೆ ಸುಜಾತ ನಿತ್ಯವೂ ಅಡಿಗೆ ಕೆಲಸದಲ್ಲಿ ಸಹಾಯ ಮಾಡುತ್ತ ಮಾಲಿನಿಯೊಂದಿಗೆ ಇರುತ್ತಿದ್ದಳು. ತನ್ನ ಅಭಿರುಚಿಯ ಕೆಲವು ಭಕ್ಷ್ಯಗಳನ್ನು ಮಾಡಿ ಬಡಿಸಿ ಎಲ್ಲರ ಪ್ರಶಂಸೆಯನ್ನೂ ಪಡೆದಳು. ಮಾಲಿನಿ ಮತ್ತು ಉಜ್ವಲಳ ಸೌಜನ್ಯ, ಮೃದುವಾದ ಮಾತು, ಸರಳ ನಡವಳಿಕೆ, ಪರಿಚಾರಕರೊಂದಿಗೆ ಸಹನೆ, ಸಹೃದಯತೆಯಿಂದ ನಡೆದುಕೊಳ್ಳುವುದು ಸುಜಾತಳಿಗೆ ಅಚ್ಚರಿಯ ವಿಷಯವಾಗಿತ್ತು. ಮಗಧ ಸಾಮ್ರಾಜ್ಯದ ಅಶ್ವಾಧ್ಯಕ್ಷ ಪದವಿಯೆಂದರೆ ಸಾಮಾನ್ಯವಾದುದೇನಲ್ಲ, ಅವರು ಎಷ್ಟು ದರ್ಪದಿಂದ ನಡೆದುಕೊಂಡರೂ ಅದು ಸಹಜವೆನಿಸುತ್ತಿತ್ತು.

"ನಮ್ಮ ಚಂದ್ರಗುಪ್ತ ಮಹಾರಾಜರು ಒಳ್ಳೆಯ ಮನೆಯ ಸಂಬಂಧವನ್ನೇ ಬೆಳಸಿದ್ದಾರೆ" ಎಂದಳು ಸುಜಾತ ಒಂದು ದಿನ.

"ಕೆಲವೇ ದಿನಗಳಲ್ಲಿ ನಮ್ಮದು ಒಳ್ಳೆಯ ಮನೆಯೆಂದು ಹೇಗೆ ನಿರ್ಧರಿಸಿಬಿಟ್ಟೆ ?" ಎಂದು ಮಾಲಿನಿ ನಗುತ್ತಾ ಕೇಳಿದಳು.

"ಸೂರ್ಯನ ಬೆಳಕಿಗೂ, ಎಣ್ಣೆಯ ದೀಪಕ್ಕೂ ಇರುವ ವ್ಯತ್ಯಾಸ ಕಂಡುಹಿಡಿಯಲು ಎಷ್ಟು ದಿನ ಬೇಕಮ್ಮ ?"

"ನೀನು ಇಷ್ಟು ಹೊಗಳುವಂಥ ಹಿರಿತನವೇನೂ ನಮ್ಮಲ್ಲಿಲ್ಲ."

"ನೀವು ಹೀಗೆ ಹೇಳುವುದೇ ಒಂದು ಹಿರಿತನ. ಹಿರಿತನದ ಸೋಗಿನಲ್ಲಿ ಅಹಂಕಾರದಿಂದ ಮೆರೆಯುವ ಕಿರಿಯರು ಬಹಳ ಜನರಿದ್ದಾರೆ. ಆದರೆ ಹಿರಿತನವಿದ್ದರೂ ಕಿರಿಯರಂತೆ ಸರಳವಾಗಿ ನಡೆದುಕೊಳ್ಳುವ ನಿಜವಾದ ಹಿರಿಯರು ಬಹಳ ಅಪರೂಪ."

"ಅದು ಈಗಾಗಲೇ ನನ್ನ ಅನುಭವಕ್ಕೆ ಬಂದಿದೆ ಸುಜಾತ" ಸುಗಂಧಿ ಹೇಳಿದಳು, "ಆದರೆ, ನಿನ್ನ ಧೀರ ನಡವಳಿಕೆಯನ್ನು ಕೇಳಿ, ನೀನೂ ಕೂಡ ಸಾಮಾನ್ಯಳಲ್ಲ ಎಂಬ ಮೆಚ್ಚಿಗೆ ಎಲ್ಲರ ಮನಸ್ಸಿನಲ್ಲಿದೆ."

"ಅಂಥ ಯಾವ ಧೀರ ನಡವಳಿಕೆಯೂ ನನ್ನಲ್ಲಿಲ್ಲ."

"ಏಕಿಲ್ಲ" ಉಜ್ವಲ ಹೇಳಿದಳು, "ಚಂದ್ರಗುಪ್ತನಿಗಾಗಿ ಅಥವಾ ನಿಮ್ಮ ನಾಡನ್ನು ಮಗಧದವರ ಕೈಯಿಂದ ಬಿಡಿಸಲು ಸ್ತ್ರೀಯರೇ ಗುಂಪು ಕಟ್ಟಿ ಮುನ್ನುಗ್ಗಿದರೆಂಬುದೇ ದೊಡ್ಡ ವಿಷಯ. ಅದರಲ್ಲಿ ನೀನು ನಿನ್ನ ಪತಿಯನ್ನೇ ಅರ್ಪಿಸಿದೆ. ಅಂಥ ಸಂದರ್ಭದಲ್ಲೂ ಚಂದ್ರಸೇನನ ಖಡ್ಗದಿಂದ ಚಂದ್ರಗುಪ್ತನ ಪ್ರಾಣವುಳಿಸಿದೆ. ಅದಕ್ಕೂ ಮಿಗಿಲಾಗಿ ಗಂಡನನ್ನು ಕಳೆದುಕೊಂಡ ದುಃಖದಲ್ಲಿ ಕಳೆದುಹೋಗದೆ, ಚಂದ್ರಗುಪ್ತನ ಅಂಗರಕ್ಷಕಳಾಗಿ ಕೆಲಸ ಮಾಡಲು ನಿರ್ಧರಿಸಿದೆ. ಇವು ಒಂದೊಂದೂ ನಿನ್ನ ದೊಡ್ಡತನವನ್ನು ಎತ್ತಿ ತೋರಿಸುತ್ತಿವೆ ಸುಜಾತ."

"ಅದೆಲ್ಲ ನನ್ನ ಕರ್ತವ್ಯವೆಂದು ತಿಳಿದುಕೊಂಡಿದ್ದೇನೆ. ಇಲ್ಲವಾದರೆ ನನ್ನ ಬದುಕಿನಲ್ಲಿ ಇನ್ನೇನು ಉಳಿದಿತ್ತು. ಬಹಳ ಪ್ರೀತಿಸುತ್ತಿದ್ದ ಗಂಡನ ನೆನಪು ನನ್ನನ್ನು ಕೊಂದುಬಿಡ ಬಹುದಾಗಿತ್ತು. ಈ ನಿರ್ಧಾರ ಮಾಡಿದ್ದರಿಂದ, ನನ್ನ ವೈಯಕ್ತಿಕ ನೋವು ನಲಿವುಗಳ ಚಕ್ರವ್ಯೂಹದಲ್ಲಿ ಸುತ್ತುವುದರ ಬದಲು, ಆರ್ಯಾವರ್ತದಲ್ಲಿ ಹೊಸ ಬದುಕಿನ, ಹೊಸ ಬೆಳಕನ್ನು ತರಲು ಹೊರಟಿರುವ ಚಾಣಕ್ಯ ಚಂದ್ರಗುಪ್ತರ ಮಹಾಕಾರ್ಯದಲ್ಲಿ ಮುಳುಗುವಂತಾಯಿತು. ಈಗ ನನಗೆ ದುಃಖಿಸಲೂ ಸಮಯವಿಲ್ಲ."

"ನಿನ್ನ ಮನೆಯವರು ಬಂಧುಬಾಂಧವರು ಇದಕ್ಕೆ ಸಮ್ಮತಿಸಿದರೆ ?" ಮಾಲಿನಿ ಕೇಳಿದಳು.

"ನನಗೆ ಶಿವದತ್ತರನ್ನು ಬಿಟ್ಟರೆ ಬೇರೆ ಬಂಧುಬಾಂಧವರು ಯಾರೂ ಇಲ್ಲ. ಅವರ ತಂಗಿಯ ಮಗಳು ನಾನು. ಚಿಕ್ಕಂದಿನಿಂದಲೇ ನನ್ನ ಮೇಲೆ ಅವರಿಗೆ ಅತಿ ಪ್ರೀತಿ. ಇದ್ದ ಅವರ ಒಬ್ಬನೇ ಮಗ ಸೈನ್ಯದಲ್ಲಿದ್ದ. ಗಡಿಯುದ್ಧದಲ್ಲಿ ರವಿಗುಪ್ತರೊಂದಿಗೆ ಅವನೂ ತೀರಿಕೊಂಡ. ಮೊದಲಿನಿಂದಲೂ ಅವರು ಬೇರೆಯವರ ಜೊತೆಯಲ್ಲಿ ನನಗೂ ಯುದ್ಧವಿದ್ಯೆ ಕಲಿಸುತ್ತಿದ್ದರು. ಚಂದ್ರಗುಪ್ತನಿಗೆ ಮೊದಲು ಕಲಿಸಿದವರೂ ಅವರೆ. ಊರಿಗೆ ಬಂದ ಮಾರಿರೋಗದಲ್ಲಿ ನನ್ನ ತಂದೆ ತಾಯಿ ತೀರಿಕೊಂಡರು. ಶಿವದತ್ತರೇ ಸುಭದ್ರನೊಂದಿಗೆ ನನ್ನ ವಿವಾಹ ನೆರವೇರಿಸಿದರು. ಅವನೂ ಅವರ ಶಿಷ್ಯನೇ. ಅಂಥ ವೀರನಲ್ಲದಿದ್ದರೂ ಸಜ್ಜನ, ಸಹೃದಯ. ನನ್ನನ್ನು ಬಹುಪ್ರೀತಿಯಿಂದ ನೋಡಿಕೊಂಡ.

"ಚಂದ್ರಗುಪ್ತ ತನ್ನ ತಾಯಿಯೊಂದಿಗೆ ಪಾಟಲೀಪುತ್ರಕ್ಕೆ ಹೋಗಿ, ಅರಮನೆಯನ್ನು ಮಗಧದ ಪ್ರತಿನಿಧಿಯಾಗಿ ಬಂದ ಚಂದ್ರಸೇನ ಆಕ್ರಮಿಸಿಕೊಂಡಾಗ ಬಹಳ ನೊಂದು, ಕೋಪದಿಂದ ಕುದಿದವರಲ್ಲಿ ನಾನು, ಶಿವದತ್ತ, ದೇವಗುಪ್ತ, ಸುಭದ್ರ, ಮಹಾನಂದರೂ ಸೇರಿದ್ದೆವು. ಆದರೆ ಏನು ಮಾಡಲೂ ದಾರಿಯಿರಲಿಲ್ಲ. ರವಿಗುಪ್ತರ ಸಾವಿನೊಂದಿಗೆ ಶಿವದತ್ತರ ಸೇನಾಧಿಪತಿ ಪದವಿ, ದೇವಗುಪ್ತರ ಮಂತ್ರಿಪದವಿ ಹೊರಟುಹೋಯಿತು. ರಾಜಕುಮಾರನೇ ಎದುರಿಗಿಲ್ಲ, ಹೇಗೆ ಹೋರಾಡುವುದು ? ಯಾರಿಗಾಗಿ ಹೋರಾಡುವುದು ? ಎಂಬುದು ತಿಳಿಯದೆ ಇಡೀ ಪಿಪ್ಪಲಿವನ ಮೌನವಾಗಿ ತಳಮಳಿಸುತ್ತಿತ್ತು. ಅದೃಷ್ಟವಶಾತ್ ಚಂದ್ರಗುಪ್ತ ಬಂದ. ಚಾಣಕ್ಯರು ಬಂದರು. ಅವರ ಮಿತ್ರರು ಬಂದರು. ಇದ್ದಕ್ಕಿದ್ದಂತೆ ಎಲ್ಲ ಮೈಕೊಡವಿ ಎದ್ದರು ! ಗೆದ್ದರು ! ಚಂದ್ರಗುಪ್ತನಿಗೆ ಪಟ್ಟಾಭಿಷೇಕ ಮಾಡಿಯೇ ಬಿಟ್ಟರು ! ಇದರಲ್ಲಿ ಪಿಪ್ಪಲಿವನದ ಪ್ರತಿಯೊಬ್ಬ ಪ್ರಜೆಯ ಸದಾಶಯ, ಪ್ರಯತ್ನಗಳಿವೆ. ಅದರಲ್ಲಿ ನಾನೊಂದು ಹನಿಯೂ ಅಲ್ಲ."

"ನನಗೆ ಏನನ್ನಿಸುತ್ತಿದೆಯೆಂದರೆ" ಉಜ್ವಲ ಹೇಳಿದಳು, "ಪ್ರತಿಯೊಬ್ಬರೂ ಒಳ್ಳೆಯವರೇ. ಪ್ರತಿಯೊಬ್ಬರ ಹೃದಯಗಳೂ ಪ್ರೀತಿ ಪ್ರೇಮ ವಿಶ್ವಾಸಗಳಿಂದ, ಸಹನೆ ಸೌಜನ್ಯಗಳಿಂದ ತುಂಬಿವೆ. ಆದರೆ ಅಧಿಕಾರ ಹಿಡಿದ ರಾಜರು, ನಾಯಕರು ತಮ್ಮ ಅರ್ಥಹೀನ ಪ್ರತಿಷ್ಠೆಗಾಗಿ, ಸ್ವಾರ್ಥಲಾಲಸೆಗಳಿಗಾಗಿ ಕ್ರಮಬದ್ಧವಾಗಿ ಎಲ್ಲ ಹೃದಯಗಳಲ್ಲೂ ವಿಷ ತುಂಬುತ್ತಿದ್ದಾರೆ. ಪ್ರೀತಿ ವಿಶ್ವಾಸಗಳ ಸ್ಥಳದಲ್ಲಿ ದ್ವೇಷಾಸೂಯೆಗಳನ್ನು, ಸಹನೆ ಸೌಜನ್ಯಗಳ ಸ್ಥಳದಲ್ಲಿ ಕೋಪ ಶತ್ರುತ್ವಗಳನ್ನು ಸ್ಥಾಪಿಸುತ್ತಿದ್ದಾರೆ. ಇನ್ನೊಂದು ರೀತಿಯಲ್ಲಿ ಹೇಳಬೇಕೆಂದರೆ, ಅಧಿಕಾರ ಬಲದ ಬೆಂಬಲದಿಂದ ಜನರ ಮನಸ್ಸುಗಳನ್ನೇ ಕೊಲ್ಲುತ್ತಿದ್ದಾರೆ. ತಾವು ಕ್ರೂರ ಮೃಗಗಳಂತೆ ವರ್ತಿಸುತ್ತ ಪ್ರಜೆಗಳನ್ನು ಪ್ರಾಣಿಗಳಂತೆ ಬೇಟೆಯಾಡುತ್ತಿದ್ದಾರೆ."

"ನಿನ್ನ ಮಾತು ನಿಜ ಉಜ್ವಲ" ಸುಜಾತ ಮೆಚ್ಚಿ ನುಡಿದಳು, "ನಾನು ಕೇಳಿದ್ದು ನಿಜವಾದರೆ ಮಗಧದಲ್ಲೂ ಅದೇ ನಡೆಯುತ್ತಿದೆ."

"ಹೌದು, ಆ ಅನುಭವದಿಂದಲೇ ನಾನು ಹಾಗೆ ಹೇಳಿದ್ದು. ಆ ಅಧಿಕಾರಬಲಕ್ಕೆ ಬಲಿಯಾದ ಸುಗಂಧಿಯ ಉದಾಹರಣೆ ನನ್ನ ಕಣ್ಣೆದುರಿಗಿದೆ."

"ನನ್ನ ವಿಷಯ ಮಹತ್ವದ್ದಲ್ಲ ಸುಜಾತ" ಸುಗಂಧಿ ಹೇಳಿದಳು, "ಹೇಳಿ ಕೇಳಿ ನಾನು ಗಣಿಕೆ. ನನ್ನ ವೃತ್ತಿ ನೃತ್ಯ ಗಾಯನಗಳಾದರೂ, ವೇಶ್ಯಾವೃತ್ತಿಯೂ ಹೇಗೋ ಅದರ ಜೊತೆ ಅಂಟಿಕೊಂಡಿದೆ. ವೇಶ್ಯೆಯರಿಗೆ ಈ ಸಮಾಜದಲ್ಲಿ ಒಂದು ಕಡೆ ಅತಿರಂಜನೆಯ ಗೌರವ, ಇನ್ನೊಂದು ಕಡೆ ಅತಿ ಹೀನವಾದ ಅವಹೇಳನ. ಅದೆಲ್ಲ ಪೂರ್ತಿ ನನಗೆ ಒಗ್ಗಿ ಹೋಗಿತ್ತು. ಆದರೆ ನನ್ನ ಬದುಕಿನಲ್ಲಿ ಚರಣ ಬಾರದಿದ್ದರೆ ನಾನು ಈ ನಗರಕ್ಕೆ ಬರುತ್ತಿರಲಿಲ್ಲ, ಇಂಥ ಪ್ರೀತಿ ಪ್ರೇಮಗಳ ವಾತಾವರಣ ಸಿಕ್ಕುತ್ತಿರಲಿಲ್ಲ, ಈಗ ನಿನ್ನಂಥ ಧೀರ ಮಹಿಳೆಯ ಪರಿಚಯವೂ ಆಗುತ್ತಿರಲಿಲ್ಲ."

ಕುತೂಹಲಗೊಂಡ ಸುಜಾತಳಿಗೆ ಉಜ್ವಲ ಆ ಕಥೆಯನ್ನು ಸಂಕ್ಷಿಪ್ತವಾಗಿ ವಿವರಿಸಿದಳು. ಸುಜಾತ ಹೆಮ್ಮೆ ಸಂತೋಷದಿಂದ ಹೇಳಿದಳು, "ಸುಗಂಧಿ, ನಿನ್ನಲ್ಲಿ ಇಂಥ ಉದಾತ್ತ ಗುಣ ವಿರಿಸಿಕೊಂಡು ನನ್ನನ್ನು ಹೊಗಳುವುದೇಕೆ ? ನೀನು ನಿಜವಾಗಲೂ ಎಂದೆಂದೂ ಬಾಡದ ಒಂದು ಪಾರಿಜಾತ ಪುಷ್ಪ."

ಒಂದು ದಿನ ಇಪ್ಪತ್ತು ಜನ ಉಜ್ವಲಳ ವಯಸ್ಸಿನ ಹುಡುಗಿಯರು ಬಂದರು. ಉಪ್ಪರಿಗೆಯ ಇನ್ನೊಂದು ಪಕ್ಕದಲ್ಲಿದ್ದ ಒಂದು ವಿಶಾಲವಾದ ಕೋಣೆಗೆ ಉಜ್ವಲ ಅವರನ್ನೆಲ್ಲ ಕರೆದೊಯ್ದಳು. ಕುತೂಹಲದಿಂದ ಸುಜಾತ ಕೂಡ ಅಲ್ಲಿಗೆ ಬಂದಳು. ಹೊರಗಿನಿಂದ ಗಂಭೀರವಾಗಿ ಸ್ತ್ರೀಸಹಜವಾದ ಸಂಕೋಚದಿಂದ ಒಳಬಂದವರು, ಅಲ್ಲಿ ತಮ್ಮ ಉಡುಗೆಯನ್ನು ಬೇರೆ ರೀತಿಯಲ್ಲಿ ವ್ಯವಸ್ಥೆ ಮಾಡಿಕೊಂಡರು. ಉಜ್ವಲಳ ನಿರ್ದೇಶನದಲ್ಲಿ ಕತ್ತಿಕಠಾರಿಗಳ ಪ್ರಯೋಗದ ಅಭ್ಯಾಸ ನಡೆಸತೊಡಗಿದರು. ಸುಜಾತ ಅಚ್ಚರಿಯಿಂದ ಕಣ್ಣರಳಿಸಿದಳು.

ನಿಯಮಿತ ಅವಧಿ ಮುಗಿದ ನಂತರ ಅವರೆಲ್ಲರಿಗೆ ವಿಶ್ರಾಂತಿ ನೀಡಿ, ಬೆವರೊರೆಸಿ ಕೊಳ್ಳುತ್ತ ಉಜ್ವಲ ಸುಜಾತಳ ಪಕ್ಕದಲ್ಲಿ ಬಂದು ಕುಳಿತಳು. ಅಷ್ಟರಲ್ಲಿ ಸುಗಂಧಿ ಎಲ್ಲರಿಗೂ ಪಾನಕ ತಂದುಕೊಟ್ಟಳು.

"ಗುಟ್ಟಾಗಿ ಏನೋ ಸಿದ್ಧತೆ ಮಾಡುತ್ತಿರುವಂತಿದೆ ?" ಸುಜಾತ ಕೇಳಿದಳು.

"ಗುಟ್ಟಿನ ವಿಷಯವೇ. ಆದರೆ ನಿನ್ನ ಬಳಿ ಇದು ಗುಟ್ಟಾಗಿ ಇಡಬೇಕಾಗಿಲ್ಲ" ಎಂದು ಉಜ್ವಲ ಅದರ ಹಿನ್ನೆಲೆಯನ್ನೆಲ್ಲ ವಿವರಿಸಿದಳು. ಅದನ್ನು ಕೇಳುತ್ತಿದ್ದಂತೆ ಸುಜಾತಳ ಕಣ್ಣು ಕೋಪದಿಂದ ಕೆಂಪಾದವು. "ಮಗಧದ ಚಕ್ರವರ್ತಿ, ಅಮಾತ್ಯರು ಇಷ್ಟೊಂದು ನೀಚರೆ !" ಎಂದು ಉದ್ಗರಿಸಿದಳು.

ಉಜ್ವಲ ಆ ಹುಡುಗಿಯರಿಗೆ ಸುಜಾತಳನ್ನು ಪರಿಚಯಿಸಿ, ಅವಳ ವಿಷಯವನ್ನೆಲ್ಲ ಹೇಳಿದಳು. ಅವರೆಲ್ಲರ ಮುಖದಲ್ಲೂ ಮೆಚ್ಚಿಗೆಯ ಭಾವನೆ ಮೂಡಿತು. "ನಿನ್ನಂಥ ಸಾಹಸ ಮಾಡುವ ಸದಾವಕಾಶ ನಮಗೂ ಸಿಕ್ಕಿದರೆ ?" ಎಂದಳು ಅವರಲ್ಲಿ ಒಬ್ಬಳು.

"ನಾನೂ ನಿಮ್ಮೊಂದಿಗೆ ಸೇರಿಕೊಳ್ಳುತ್ತೇನೆ" ಎಂದಳು ಸುಜಾತ.

ಎಲ್ಲ ನಂಬದವರಂತೆ ಕಣ್ಣರಳಿಸಿದಾಗ ಸುಜಾತ ಹೇಳಿದಳು, "ನಿಮಗಿಂತ ಮೂರು ನಾಲ್ಕು ವರ್ಷ ನಾನು ದೊಡ್ಡವಳಿರಬಹುದು. ಆದರೆ ನನ್ನಲ್ಲಿ ಇನ್ನೂ ತಾರುಣ್ಯ ಸೌಂದರ್ಯಗಳು ತಕ್ಕಮಟ್ಟಿಗೆ ಇವೆಯೆಂದು ಭಾವಿಸುತ್ತೇನೆ. ವಿವಾಹವಾಗದ ನೀವೇ ಇಂಥ ಅಪಾಯಕಾರಿ ಸಾಹಸಕ್ಕಿಳಿದಿರುವಾಗ ನಾನು ಸುಮ್ಮನಿರಲೇ ? ಚಂದ್ರಗುಪ್ತ ಮಹಾರಾಜರು ಪಾಟಲೀಪುತ್ರಕ್ಕೆ ಬರುವವರೆಗೆ ಕೆಲಸವಿಲ್ಲದೆ ಸುಮ್ಮನಿರಬೇಕಾಗಿತ್ತು. ಅಲ್ಲಿಯವರೆಗೆ ಮಹಾರಾಣಿಯಾಗಲಿರುವ ಉಜ್ವಲಳ ಅಂಗರಕ್ಷಕಳಾಗಿದ್ದರೇನು ತಪ್ಪು ? ಬಹುಶಃ ಚಾಣಕ್ಯರಾಗಲೀ, ಚಂದ್ರಗುಪ್ತನಾಗಲೀ ಇದನ್ನು ಆಕ್ಷೇಪಿಸಲಾರರು."

"ನಮ್ಮ ಅಭ್ಯಂತರವೇನಿಲ್ಲ" ಎಂದಳು ಉಜ್ವಲ.

"ನಿಮ್ಮ ಈ ಪ್ರಯತ್ನ ಚಾಣಕ್ಯರಿಗೆ ಅಥವಾ ಚಂದ್ರಗುಪ್ತರಿಗೆ ತಿಳಿದಿದೆಯೇ ?"

"ಇಲ್ಲ. ಆದರ ಅಗತ್ಯವೂ ಇಲ್ಲ. ಚಂದ್ರಗುಪ್ತನ ಸೈನ್ಯ ಪಾಟಲೀಪುತ್ರವನ್ನು ಮುಟ್ಟುವ ದಿನ ನಾವು ಅರಮನೆಯಲ್ಲಿರುತ್ತೇವೆ. ಆ ಧನನಂದನ ಪೌರುಷವನ್ನು ಪ್ರಮದೋದ್ಯಾನದ ಅವನ ಅಂತಃಪುರದ ನಾಲ್ಕು ಗೋಡೆಗಳ ನಡುವೆಯೇ ಹೊಸಕಿ ಹಾಕುತ್ತೇವೆ."

"ನೀನು ರಾಜನೀತಿಯಲ್ಲೂ ನುರಿತಿರುವಂತೆ ಕಾಣುತ್ತಿದೆ ಉಜ್ವಲ, ಈ ಕೆಲಸ ಮುಗಿಯುವವರೆಗೆ ನಿನ್ನ ನಾಯಕತ್ವವನ್ನು ನಾನು ಒಪ್ಪುತ್ತೇನೆ."

"ಅದಕ್ಕಿಂತ ಮುಖ್ಯವಾಗಿ ನಿನ್ನ ಅಮೂಲ್ಯವಾದ ಸಲಹೆ ನಮಗೆ ಹೆಚ್ಚು ಉಪಯುಕ್ತವಾಗತ್ತದೆ."

"ಆಗಬಹುದು" ಸುಜಾತ ಉತ್ಸಾಹದಿಂದ ಹೇಳಿದಳು, "ನಾಳೆಯಿಂದ ನಾನೂ ನಿಮ್ಮಲ್ಲಿ ಒಬ್ಬಳು."

★ ★ ★

ಒಂದು ದಿನ ಬೆಳಿಗ್ಗೆಯೇ ಸಂಜಯ ಸುಮಿತ್ರನ ಪಾನಗೃಹಕ್ಕೆ ಬಂದ. 'ಇವನಿಗೇನು ಉತ್ತರ ಕೊಡಲಿ ?' ಎಂದು ಗೊಣಗಿಕೊಂಡ ಸುಮಿತ್ರ ಮೇಲೆ ನಗುಮುಖ ಮಾಡಿಕೊಂಡು "ದಯಮಾಡಿಸಿ ವೈದ್ಯರೇ" ಎಂದು ಸ್ವಾಗತಿಸಿದ. ತನ್ನ ಪ್ರತ್ಯೇಕ ಕೋಣೆಯಲ್ಲಿ ಕೂಡಿಸಿ ಹೊರಗೆ ಬಂದು, ಏನೋ ಕೆಲಸದಲ್ಲಿ ತೊಡಗಿದ್ದ ನಿಪುಣಕನನ್ನು ಕರೆದ.

"ಏನು ಯಜಮಾನರೇ ?" ಎನ್ನುತ್ತಲೇ ನಿಪುಣಕ ಹತ್ತಿರ ಬಂದ.

"ಆ ರಾಜವೈದ್ಯ ಸಂಜಯ ಮತ್ತೆ ಬಂದಿದ್ದಾನೆ. ಅವನಿಗೇನು ಉತ್ತರ ಕೊಡಬೇಕೆಂದು ತೋಚುತ್ತಿಲ್ಲ"

"ನೀವೇಕೆ ಚಿಂತೆ ಮಾಡುತ್ತೀರಿ ? ನಾನೇ ಅವರೊಂದಿಗೆ ಮಾತಾಡುತ್ತೇನೆ ಬನ್ನಿ" ಎಂದು ನಿಪುಣಕ ಏನು ಮಾತಾಡಬೇಕೆಂದು ಮನಸ್ಸಿನಲ್ಲೇ ಲೆಕ್ಕಾಚಾರ ಮಾಡಿಕೊಂಡ. ಪಾನಪಾತ್ರೆ ಮತ್ತು ಬಟ್ಟಲನ್ನು ತೆಗೆದುಕೊಂಡು ಸುಮಿತ್ರನೊಂದಿಗೆ ಸಂಜಯನ ಬಳಿಗೆ ಬಂದ. ಪಾತ್ರೆಯಿಂದ ಬಟ್ಟಲಿಗೆ ಸುರಿದು ಅವನ ಕೈಗೆ ನೀಡಿದ.

"ಇಷ್ಟು ಬೆಳಿಗ್ಗೆಯೇ !" ಎಂದ ಸಂಜಯ ಅರೆಮನಸ್ಸಿನಿಂದ.

"ಅತಿಯಾಗಿ ಅಮಲೇರಿಸದ ಅತ್ಯುತ್ತಮವಾದ ಮದ್ಯವಿದು. ತಾವು ನಮ್ಮ ಪಾನಗೃಹಕ್ಕೆ ಅತಿಥಿಗಳಾಗಿ ಬರುವುದೇ ನಮ್ಮ ಪುಣ್ಯ. ನಾವು ಇಷ್ಟೂ ಮಾಡದಿದ್ದರೆ ನಮಗೆ ಸಮಾಧಾನ ವಾಗುವುದಿಲ್ಲ" ಎಂದ ಸುಮಿತ್ರ. ಅವನು ಶ್ರೀಯಕನಿಗೆ ಆಪ್ತನೆಂದು ತಿಳಿದಾಗಿನಿಂದ ಸುಮಿತ್ರ ಅನಿವಾರ್ಯವಾಗಿ ತನ್ನ ಮಾತಿನ ಧಾಟಿಯನ್ನು ಬದಲಾಯಿಸಿ ಕೊಂಡಿದ್ದ.

ಎರಡು ಗುಟುಕು ಕುಡಿದ ನಂತರ ಸಂಜಯ ಕೇಳಿದ, "ಅದಿರಲಿ, ನನಗೆ ಮಾತು ಕೊಟ್ಟ ವಿಷಯ ಏನಾಯಿತು ?"

"ನಿಮಗೆ ಮಾತು ಕೊಟ್ಟ ಮೇಲೆ ಕೆಲಸ ಆಗಿಯೇ ತೀರುತ್ತದೆ. ಆ ಹೊಣೆಯನ್ನು ನನ್ನ ಪರಿಚಾರಕ ಈ ನಿಪುಣಕನೇ ವಹಿಸಿಕೊಂಡಿದ್ದಾನೆ."

"ಏನು ಪರಿಚಾರಕ ವಹಿಸಿಕೊಂಡಿದ್ದಾನೆಯೇ ?" ಸ್ವಲ್ಪ ಅನುಮಾನದಿಂದ ಸಂಜಯ ನಿಪುಣಕನ ಮುಖ ನೋಡಿದ.

"ಹೌದು ವೈದ್ಯರೇ" ನಿಪುಣಕ ಹೇಳಿದ, "ಅದಕ್ಕೆ ಕಾರಣವಿದೆ. ನಾನು ಇಲ್ಲಿ ಕೆಲಸಕ್ಕೆ ಸೇರುವ ಮೊದಲು ಉಜ್ಜಯಿನಿಯಲ್ಲಿ ಒಬ್ಬ ಪ್ರಸಿದ್ಧ ಗಣಿಕೆಯ ಮನೆಯಲ್ಲಿ ಪರಿಚಾರಕ ನಾಗಿದ್ದೆ. ಅಲ್ಲಿಯ ಪ್ರತಿಷ್ಠಿತ ಗಣಿಕೆಯರೆಲ್ಲ ನನಗೆ ಗೊತ್ತು. ಎಂಥೆಂಥ ಚೆಲುವೆಯರಿದ್ದಾರೆ ಗೊತ್ತೆ ? ನಿಮ್ಮ ಕೆಲಸಕ್ಕಾಗಿಯೇ ನಾನು ಒಮ್ಮೆ ಉಜ್ಜಯಿನಿಗೆ ಹೋಗಿ ಬಂದೆ. ಒಬ್ಬರಲ್ಲ, ಇಬ್ಬರಲ್ಲ ಇಪ್ಪತ್ತು ಜನ ಚೆಲುವೆಯರನ್ನು ಗೊತ್ತು ಮಾಡಿ ಬಂದಿದ್ದೇನೆ. ಅವರೆಲ್ಲ ನನ್ನ ಹಿಂದಿನ ಒಡತಿಯ ನಿಯಂತ್ರಣದಲ್ಲಿದ್ದಾರೆ. ಇನ್ನೂ ಎಳೆಯ ಹೂವುಗಳು, ಬರೀ ನೃತ್ಯ ಗಾಯನದಲ್ಲಿ ತೊಡಗಿದ್ದಾರೆ. ಶ್ರೀಮಂತ ರಸಿಕರು ಕೇಳಿದಷ್ಟು ಬೆಲೆ ಕೊಟ್ಟು ಬಳಸಿಕೊಳ್ಳಲು ನಾ ಮುಂದು ತಾ ಮುಂದು ಎಂದು ಸ್ಪರ್ಧೆ ಹೂಡುತ್ತಿದ್ದಾರೆ. ಆದರೆ ಆ ನನ್ನ ಹಳೆಯ

ಒಡತಿಗೆ ಅಷ್ಟೂ ಜನರನ್ನು ಒಟ್ಟಿಗೇ ಸೂಕ್ತ ವ್ಯಕ್ತಿಗಳಿಗೆ ವಹಿಸಿ ತಾನು ಶ್ರೀಮಂತಳಾಗಿ ಬಿಡಬೇಕೆಂಬ ಆಲೋಚನೆಯಿದೆ. ವಯಸ್ಸಾದ ಗಣಿಕೆ ಮುಂದಿನ ಜೀವನದ ಸುರಕ್ಷತೆಯ ಬಗ್ಗೆ ಯೋಚಿಸುವುದು ಸಹಜವಲ್ಲವೆ ?''

''ಅಂದರೆ ಅವಳು ಸಾಕಷ್ಟು ಧನವನ್ನು ನಿರೀಕ್ಷಿಸುತ್ತಿರಬಹುದಲ್ಲವೆ ?'' ಎಂದು ಸಂಜಯ ಕೇಳಿದ.

''ಅಷ್ಟೇ ಅಲ್ಲ, ಅವರಿಗೆ ಸಂಬಂಧಿಸಿದ ವ್ಯಕ್ತಿಯ ಭದ್ರತೆಯೂ ಬೇಕು. ಏಕೆಂದರೆ ಬರೀ ಪರಿಚಾರಕನಾದ ನನ್ನೊಂದಿಗೆ ಅಷ್ಟು ಜನರನ್ನು ಯಾವ ಭರವಸೆಯ ಮೇಲೆ ಕಳಿಸಿಕೊಡುತ್ತಾಳೆ ?''

''ಅಂದರೆ, ಅದಕ್ಕೇನು ಮಾಡಬೇಕೆಂದು ನಿನ್ನ ಅಭಿಪ್ರಾಯ ?''

''ಯಾರಾದರೂ ಒಬ್ಬರು ಬಂದು ಮಾತನಾಡಿ ಭದ್ರತೆ ನೀಡಿದರೆ ಒಳ್ಳೆಯದೇನೋ ?''

''ಅಯ್ಯೋ ಅಯ್ಯೋ ಎಲ್ಲಾದರೂ ಉಂಟೇ ?'' ಸಂಜಯ ಕೂಗಿಕೊಂಡ, ''ಅವಳು ಕೇಳಿದಷ್ಟು ಧನವನ್ನು ಕೊಡುತ್ತೇವಲ್ಲ ?''

''ಕೊಡುತ್ತೀರಿ. ನಾನೂ ಅದನ್ನು ತೆಗೆದುಕೊಂಡು ಹೋಗಿ ಅವಳಿಗೆ ಕೊಡುತ್ತೇನೆ. ಆದರೆ ಅಲ್ಲಿಂದ ಆ ಹುಡುಗಿಯರನ್ನು ನಾನು ಸುರಕ್ಷಿತವಾಗಿ ಇಲ್ಲಿಗೇ ಕರೆತರುತ್ತೇನೆಂಬುದಕ್ಕೆ ಭರವಸೆಯೇನು ? ಧನ ಕೈಸೇರಿದ ಕೂಡಲೇ ತನ್ನ ಆಶ್ರಯದಲ್ಲಿದ್ದವರ ಭದ್ರತೆಯನ್ನು ಆಕೆ ಖಂಡಿತ ಕಡೆಗಣಿಸುವವಳಲ್ಲ.''

''ಹೌದು ನಿನ್ನ ಮಾತು ಉಚಿತವಾಗಿಯೇ ಇದೆ'' ಸಂಜಯ ಚಿಂತಾಕ್ರಾಂತನಾಗಿ ಹೇಳಿದ, ''ಆದರೆ ಇದರಲ್ಲಿ ಯಾರ ಹೆಸರೂ ಬಹಿರಂಗವಾಗಿ ಬರುವಂತಿಲ್ಲವಲ್ಲ, ಏನು ಮಾಡುವುದು ? ಸರಿ ನಾನು ಶ್ರೀಯಕನೊಂದಿಗೆ ಮಾತಾಡಿ ತಿಳಿಸುತ್ತೇನೆ.''

''ಆಗಬಹುದು'' ನಿಪುಣಕ ಹೇಳಿದ, ''ಕೂಡಲೇ ವ್ಯವಸ್ಥೆಯಾಗಬೇಕೆಂದರೆ ನಿಮ್ಮ ಕಡೆಯ ಗಣ್ಯರೊಬ್ಬರು ನನ್ನ ಜೊತೆ ಬರಬೇಕು. ಇಲ್ಲ ನಾನೇ ಹೇಗಾದರೂ ಮಾಡಿ ಅವಳನ್ನು ಒಪ್ಪಿಸಿ ಕರೆತರಬೇಕಾದರೆ ಸ್ವಲ್ಪ ಕಾಲಾವಕಾಶ ಬೇಕು. ಅದು ಸಾಧ್ಯವಾಗುವವರೆಗೂ ಕಾಯಬೇಕು. ಅಲ್ಲಿಯವರೆಗೆ ದಯವಿಟ್ಟು ಬಂದು ನಮ್ಮ ಯಜಮಾನರನ್ನು ಕಾಡಬಾರದು.''

''ಆಗಲಿ, ಈಗ ಅಂಥ ಅವಸರವೇನೂ ಇಲ್ಲ, ನೀವು ನಿಶ್ಚಿಂತರಾಗಿರಿ'' ಎಂದು ಅವನು ನಿಪುಣಕ ಸುಮಿತ್ರನಿಗೆ ಸಮಾಧಾನ ಹೇಳಿ ಹೋದ.

''ನಿಪುಣಕ, ನೀನು ಬಹಳ ಬುದ್ಧಿವಂತ'' ಸುಮಿತ್ರ ಮೆಚ್ಚಿದ, ''ನೀನು ಪರಿಚಾರಕನಾಗಿರಬಾರದು. ನಿನ್ನಂಥವನು ಸ್ವತಂತ್ರವಾಗಿ ವ್ಯವಹಾರ ನಡೆಸಬೇಕು. ಪಾಟಲೀಪುತ್ರದ ಈ ಗಲಿಬಿಲಿ ಗದ್ದಲಗಳೆಲ್ಲ ಮುಗಿಯಲಿ, ನಾನೇ ನಿನಗೊಂದು ಸ್ವತಂತ್ರ ವ್ಯಾಪಾರದ ವ್ಯವಸ್ಥೆ ಮಾಡಿಕೊಡುತ್ತೇನೆ.''

''ಬೇಡ ಯಜಮಾನರೇ'' ನಿಪುಣಕ ಹೇಳಿದ, ''ಪ್ರತಿವರ್ಷ ಇಲ್ಲಿ ಹುಡುಕಿ ಹುಡುಕಿ ಹೊಸ ಹೊಸ ಕರಗಳನ್ನು ಹೇರಿ ಪ್ರಜೆಗಳನ್ನು ಕಂಗೆಡಿಸುವುದನ್ನು ನಾನೇ ನೋಡಿದ್ದೇನೆ. ಬೇರೆ ಜನರ ಪಾಡನ್ನೂ ಕೇಳಿದ್ದೇನೆ. ನೀವೇನೋ ಆರ್ಥಿಕವಾಗಿ ಸ್ಥಿತಿವಂತರು. ನೀವು, ನಿಮ್ಮಂಥವರು ತಡೆದುಕೊಂಡಿದ್ದೀರಿ. ಉಳಿದವರ ಪಾಡೇನು ? ನನ್ನ ಪಾಡೂ ಹಾಗೇ ಆಗಬಹುದು. ಅದೇನೂ ಬೇಡ.''

"ಇದು ಬಹಳ ದಿನ ಹೀಗೇ ಇರುವುದಿಲ್ಲ ನಿಪುಣಕ" ಸುಮಿತ್ರ ಕೆಳದನಿಯಲ್ಲಿ ಹೇಳಿದ, "ಇಷ್ಟರಲ್ಲೇ ಚಂದ್ರಗುಪ್ತ ಮಗಧದ ಮೇಲೆ ಆಕ್ರಮಣ ಮಾಡುತ್ತಾನೆಂದು ಜನ ಗುಸು ಗುಸು ಮಾತಾಡಿಕೊಳ್ಳುತ್ತಿದ್ದಾರೆ. ದೇವರ ದಯದಿಂದ ಅವನು ಗೆದ್ದುಬಿಟ್ಟರೆ ನಮಗೆಲ್ಲ ಬಂದಿರುವ ಶಾಪ ನಿವಾರಣೆಯಾಗುತ್ತದೆ."

"ಚಂದ್ರಗುಪ್ತನೇ, ಯಾರವನು ?" ಏನೂ ಅರಿಯದವನಂತೆ ನಿಪುಣಕ ಕೇಳಿದ,

"ಮೆಲ್ಲಗೆ ಮಾತಾಡು. ಅವನು ಈಗ ಪಿಪ್ಪಲಿವನದ ರಾಜ. ಇಲ್ಲಿ ಒಬ್ಬ ಸಣ್ಣ ಸೇನಾನಾಯಕನಾಗಿದ್ದ. ಧನನಂದನ ವಿರುದ್ಧ ದಂಗೆಯೇಳಲು ಪ್ರಯತ್ನಿಸಿ ಸಿಕ್ಕಿ ಸೆರೆಯಲ್ಲಿದ್ದು ಅಲ್ಲಿಂದ ತಪ್ಪಿಸಿಕೊಂಡು ಹೋದ ಧೀರ !"

ಸುಮಿತ್ರನಿಗೆ ಚಂದ್ರಗುಪ್ತನ ಮೇಲೆ ಸಹಾನುಭೂತಿಯಿದೆಯೆಂಬುದು ನಿಪುಣಕನಿಗೆ ಖಚಿತವಾಯಿತು. ತಾನು ಏನು ಕೇಳಿದರೂ ನಡೆಸಿಕೊಡುವುದಾಗಿ ಮಾತು ಕೊಟ್ಟಿರುವ ಅವನು, ಸೂಕ್ತ ಸಮಯದಲ್ಲಿ ನನ್ನ ಬೇಡಿಕೆಗೆ ಖಂಡಿತ ಇಲ್ಲವೆನ್ನಲಾರ, ಎಂದುಕೊಂಡ.

ತಮ್ಮ ನಿಯಮಿತ ರಹಸ್ಯ ಭೇಟಿಯ ಸಂದರ್ಭದಲ್ಲಿ ನಿಪುಣಕ ಈ ವಿಷಯವನ್ನು ಹೇಳಿದ. ಅದಕ್ಕೆ ತಕ್ಕಂತೆ ಇಂದುಶರ್ಮ ಅಥವಾ ಜೀವಸಿದ್ಧಿ ರಾಕ್ಷಸನ ವಿಷಯವನ್ನು ಹೇಳಿದ. ಪಶುಲೋಮ ಒಮ್ಮೆ ಭಾಗುರಾಯಣನ ಮನೆಗೆ ರಹಸ್ಯವಾಗಿ ಹೋಗಿ ಬಂದದ್ದರಿಂದ, ಶಿವದತ್ತನಿಂದ ತಿಳಿದಿದ್ದ ಪಿಪ್ಪಲಿವನದ ವಿವರಗಳು ಅವನಿಗೆ ದೊರೆತಿದ್ದವು. ಅವು ಮತ್ತು ಸುಜಾತಳ ವಿಷಯವನ್ನು ಅವನು ಹೇಳಿದ.

"ಧರ್ಮಕರ್ಮ ಸಂಯೋಗ ಅನ್ನುತ್ತಾರಲ್ಲ, ಹಾಗೆ ಎಲ್ಲ ಒಂದಕ್ಕೊಂದು ಜೋಡಿಯಾಗುತ್ತ ಚಂದ್ರಗುಪ್ತನಿಗೆ ಅನುಕೂಲ ವಾತಾವರಣ ಸೃಷ್ಟಿ ಮಾಡಿದೆ" ಎಂದ ಸಮಿದ್ಧಾರ್ಥಕ.

"ಅದಿರಲಿ ಈ ಶ್ರೀಯಕನ ವಿಷಯ ಏನು ಮಾಡುವುದು ಹೇಳಿ" ಸಿದ್ಧಾರ್ಥಕ ಕೇಳಿದ.

"ಅವನು ವೈದ್ಯ ಸಂಜಯನ ಜೊತೆ ಸೇರಿ ತೀವ್ರವಾದ ಸಂಚು ರೂಪಿಸುತ್ತಿರುವಂತಿದೆ" ಇಂದುಶರ್ಮ ಹೇಳಿದ, "ಆದರೆ ಅವನು ಯಾವ ಕ್ಷಣದಲ್ಲಿ ಎಂಥ ಹೆಜ್ಜೆಯಿಡುವನೆಂದು ಸದ್ಯದಲ್ಲಿ ಊಹಿಸಲು ಸಾಧ್ಯವಾಗುತ್ತಿಲ್ಲ."

"ಹುಡುಗಿಯರ ವಿಷಯದಲ್ಲಿ ಅವನನ್ನು ಹಿಡಿದು ಹಾಕುವ ಧೈರ್ಯ ನನಗಿದೆ" ಎಂದ ನಿಪುಣಕ.

"ಅವನು ಪರ್ವತನಾಡಿನ ವೈದ್ಯ ಸುಮಂತನಿಗೆ ಪ್ರಾಣಾಪಾಯದ ಯೋಚನೆ ಮಾಡುತ್ತಿಲ್ಲ ತಾನೆ ?" ಪಶುಲೋಮ ಕೇಳಿದ.

"ಇರಲಾರದು" ಜೀವಸಿದ್ಧಿ ಹೇಳಿದ, "ಏಕೆಂದರೆ ತಾನು ಕರೆಸಿರುವ ವ್ಯಕ್ತಿಯೆಂದು ರಾಕ್ಷಸ ಅವನ ಸುರಕ್ಷೆಯ ಬಗ್ಗೆ ಹೆಚ್ಚಿನ ಜಾಗ್ರತೆ ವಹಿಸುವನೆಂದು ಅವನಿಗೆ ಗೊತ್ತಿರುತ್ತದೆ. ಅಲ್ಲದೆ ರಾಜನೆದುರಿಗೆ ಶ್ರೀಯಕನೇ ಸುಮಂತನ ಬಗ್ಗೆ ಸಂದೇಹ ವ್ಯಕ್ತಪಡಿಸಿದ ಮೇಲೆ ರಾಕ್ಷಸ ಎಚ್ಚರಗೇಡಿಯಾಗಿರುವುದು ಸಾಧ್ಯವೇ ಇಲ್ಲ, ಅದು ಶ್ರೀಯಕನಿಗೂ ಗೊತ್ತಿರುತ್ತದೆ."

"ಯಾವುದಕ್ಕೂ ನಾವು ಒಂದು ಸಲ ಆಚಾರ್ಯರನ್ನು ಭೇಟಿ ಮಾಡಿದ್ದರೆ ಒಳ್ಳೆಯದಾಗುತ್ತಿತ್ತು" ಎಂದ ಸಿದ್ಧಾರ್ಥಕ.

ಅದಕ್ಕೆ ಸಮಿದ್ಧಾರ್ಥಕ "ನಾವು ಯಾರಾದರೂ ಪಿಪ್ಪಲಿವನಕ್ಕೆ ಹೋಗಿ ಬಂದರಾಯಿತು" ಎಂದ.

''ಪ್ರಯೋಜನವಿಲ್ಲ'' ಜೀವಸಿದ್ಧಿ ಹೇಳಿದ, ''ಖಂಡಿತ ಅವರು ಅಲ್ಲಿರುವುದಿಲ್ಲವೆಂದು ಪಶುಲೋಮ ಹೇಳಲಿಲ್ಲವೇ ? ಅವರು ದಂಡಯಾತ್ರೆಗೆ ಹೊರಟಿರುತ್ತಾರೆ.''

''ದಂಡಯಾತ್ರೆಯೇ ?'' ಸಮಿದ್ಧಾರ್ಥಕ ಕಣ್ಣರಳಿಸಿದ.

''ಹೌದು'' ಜೀವಸಿದ್ಧಿ ಹೇಳಿದ, ''ಈಗ ಚಂದ್ರಗುಪ್ತ ರಾಜನೆಂಬುದು ನೆನಪಿರಲಿ. ಅಂದು ಆವೇಶದಿಂದ ಕೆಲವೇ ಜನರೊಂದಿಗೆ ಪಾಟಲೀಪುತ್ರದ ಮೇಲೆ ಆಕ್ರಮಣ ಮಾಡಲು ನೋಡಿದ ಆತುರಗಾರ. ಆದರೆ ಇಂದು ಪಟ್ಟಾಭಿಷಿಕ್ತನಾದ ರಾಜ. ಜೊತೆಗೆ ಆಚಾರ್ಯ ಚಾಣಕ್ಯ, ಚರಣ, ಸಿಂಹಸೇನರಂಥ ಪ್ರಾಣಮಿತ್ರರು ಮತ್ತು ಸೈನ್ಯ. ತೊರೆಯಾಗಿ ಹರಿಯಲಾರಂಭಿಸಿದ ಅವನು ಸಾಗರವಾಗಿ ಮೈತುಂಬಿಕೊಂಡು ಮಗಧದ ಮೇಲೆ ಬಂದೇ ಬರುತ್ತಾನೆ. ಇಲ್ಲಿರುವ ಕೊಳೆ ಕಸವನ್ನೆಲ್ಲ ಕೊಚ್ಚಿ ಹಾಕುತ್ತಾನೆ. ಅವನು ಬರುವ ವೇಳೆಗೆ ಇಲ್ಲಿ ಎಂಥೆಂಥ ಕೊಳೆ ಕಸವಿದೆ, ಅವು ಎಷ್ಟು ಅಪಾಯಕಾರಿ ಎಂಬುದನ್ನು ಅಳತೆ ಮಾಡಿ ತೋರಿಸಿ ಕೊಡುವುದಷ್ಟೇ ನಮ್ಮ ಕರ್ತವ್ಯ.''

''ಒಂದು ವೇಳೆ ಶ್ರೀಯಕನ ದ್ರೋಹವನ್ನು ರಾಜನಿಗೋ, ಅಮಾತ್ಯ ರಾಕ್ಷಸನಿಗೋ ತಿಳಿಸಿಬಿಟ್ಟರೆ ?'' ನಿಪುಣಕ ಕೇಳಿದ.

''ಬೇಡ ಬೇಡ'' ಜೀವಸಿದ್ಧಿ ತಕ್ಷಣ ಹೇಳಿದ, ''ಅದರಿಂದ ನಮಗೆ ಪ್ರಯೋಜನವಿಲ್ಲ. ಇಬ್ಬರು ಶತ್ರುಗಳು ಸಂಚು ಪ್ರತಿಸಂಚು ಮಾಡುತ್ತಿರುವಾಗ ಮೂರನೆಯವರಾದ ನಾವು ಇಬ್ಬರು ಶತ್ರುಗಳನ್ನೂ ನಾಶ ಮಾಡುವುದು ಸುಲಭ. ಈಗ ನಿಪುಣಕ ಹೇಳಿದ ಹುಡುಗಿಯರ ವಿಷಯ ಅನುಕೂಲಕರವಾಗಿದೆ. ಚಂದ್ರಗುಪ್ತ ಬರುವ ವೇಳೆಗೆ ಉಜ್ವಲಳ ಸ್ತ್ರೀತಂಡ ಅರಮನೆಯನ್ನು ಪ್ರವೇಶಿಸುತ್ತದೆ. ಅದೇ ವೇಳೆಗೆ ಬಹುಶಃ ತನ್ನ ಹಂಚಿಕೆಯನ್ನು ಕಾರ್ಯಗತಗೊಳಿಸಲು ಶ್ರೀಯಕ ಯೋಚಿಸಿರುತ್ತಾನೆ. ರಾಕ್ಷಸ ಶ್ರೀಯಕನ ಸಂಚು ತಿಳಿಯುವಂತೆ ಮಾಡೋಣ. ಆಗ ಅವನ ದೃಷ್ಟಿ ಶ್ರೀಯಕನ ಮೇಲೆ ಮಾತ್ರ ಕೇಂದ್ರೀಕೃತವಾಗಿರುತ್ತದೆ. ಆ ವೇಳೆಗೆ ಸ್ತ್ರೀಪಡೆ ತನ್ನ ಕೆಲಸ ಮಾಡಿ ಮುಗಿಸುತ್ತದೆ. ಚಂದ್ರಗುಪ್ತ ನಿರಾತಂಕವಾಗಿ ಅರಮನೆಯನ್ನು ಪ್ರವೇಶ ಮಾಡುತ್ತಾನೆ.''

''ಬಹಳ ಸೊಗಸಾಗಿದೆ. ಒಂದಿಷ್ಟೂ ಅನುಮಾನವಿಲ್ಲದಷ್ಟು ಸರಳವೂ ಆಗಿದೆ. ಆದರೆ ಇದೆಲ್ಲ ಹೀಗೇ ನಡೆಯುವುದೆಂದು ನಿರೀಕ್ಷಿಸಬಹುದೇ ?'' ಸಿದ್ಧಾರ್ಥಕ ಸಂದೇಹ ವ್ಯಕ್ತಪಡಿಸಿದ.

''ಹೆಚ್ಚು ಕಡಿಮೆ ಹೀಗೇ ನಡೆಯಬೇಕು'' ಜೀವಸಿದ್ಧಿ ಹೇಳಿದ, ''ಏಕೆಂದರೆ ನಾನು ರಾಕ್ಷಸನ ಆಪ್ತನೆಂಬುದು ನೆನಪಿನಲ್ಲಿರಲಿ. ಹಾಗೆಯೇ ಶ್ರೀಯಕನೂ ನನ್ನ ಜ್ಯೋತಿಷ್ಯವನ್ನು ನಂಬುತ್ತಾನೆ. ಇಬ್ಬರ ಮನೋಗತಿಯೇನೆಂದು ನಾನು ತಕ್ಕಮಟ್ಟಿಗೆ ಊಹಿಸಬಲ್ಲೆ. ಅಕಸ್ಮಾತ್ ತುಸು ಹೆಚ್ಚು ಕಡಿಮೆಯಾದರೂ ಅಷ್ಟು ಹೊತ್ತಿಗೆ ಚಾಣಕ್ಯ ಬರುತ್ತಾನಲ್ಲ, ಅದನ್ನು ಸರಿಪಡಿಸಿ ಸರಿದಾರಿಗೆ ನಿರ್ದೇಶಿಸುವ ಪ್ರಚಂಡ ಬುದ್ಧಿಶಕ್ತಿ ಅವನಲ್ಲಿದೆ.''

ಎಲ್ಲರಿಗೂ ಅದು ಸರಿಯೆನ್ನಿಸಿತು. ''ನನಗಂತೂ ಆ ಕರಭಕನ ಹದ್ದಿನ ಕಣ್ಣಿಗೆ ಅನುಮಾನ ಬಾರದ ರೀತಿ ನಡೆದುಕೊಳ್ಳುವುದೇ ಕಷ್ಟವಾಗಿದೆ'' ಎಂದ ನಿಪುಣಕ.

''ಅಂಥ ಸಮಯದಲ್ಲಿ ಅವನಿಗೆ ಹೇಗೆ ದಾರಿ ತಪ್ಪಿಸಬೇಕೆಂದು ಆಮೇಲೆ ಯೋಚಿಸೋಣ'' ಎಂದ ಸಮಿದ್ಧಾರ್ಥಕ.

## ೩

ಚಾಣಕ್ಯ, ಚಂದ್ರಗುಪ್ತ, ಚರಣ, ಸಿಂಹಸೇನ ಮತ್ತು ಭಾಸ್ಕರ ತಮ್ಮ ಅಲ್ಪ ಸೈನ್ಯದೊಂದಿಗೆ ಮುಖ್ಯ ಮಾರ್ಗವನ್ನು ಬಿಟ್ಟು ಕಾಲುದಾರಿಯಲ್ಲಿ ಅಂದು ರಾತ್ರಿ ಶಿಬಿರ ಸ್ಥಾಪಿಸಿದ್ದರು. ಅಲ್ಲಿಂದ ಗಾಂಧಾರದ ಗಡಿಗೆ ಒಂದು ದಿನದ ದಾರಿ. ಅಲ್ಲಿಂದಾಚೆಗೆ ತಕ್ಷಶಿಲೆಯನ್ನು ಮುಟ್ಟಬೇಕಾಗಿತ್ತು.

ಸಾಕಷ್ಟು ವೇಗವಾಗಿಯೇ ಬಂದದ್ದರಿಂದ ಎಲ್ಲರಿಗೂ ಸಾಕಷ್ಟು ಬಳಲಿಕೆಯಾಗಿತ್ತು. ಪರಿಚಾರಕರು ತುಸುದೂರದ ಹಳ್ಳದಿಂದ ನೀರು ತಂದುಕೊಟ್ಟ ಮೇಲೆ ಎಲ್ಲರೂ ಸ್ನಾನ, ಸಂಧ್ಯೋಪಾಸನೆ ಮುಗಿಸಿ, ಒಂದು ಬಂಡೆಯ ಮೇಲೆ ಕುಳಿತಿದ್ದರು. ಪರಿಚಾರಕರು ಪಕ್ಕದಲ್ಲೇ ಬೆಂಕಿಯುರಿಸಿ ಅಡಿಗೆ ಮಾಡುತ್ತಿದ್ದರು. ಅದರ ಬೆಳಕಿನಲ್ಲಿ ಎಲ್ಲರ ಮುಖಗಳೂ ಕೆಂಪಗೆ ಹೊಳೆಯುತ್ತಿದ್ದವು.

ಚಾಣಕ್ಯ ಚಿಂತೆಯಿಂದ ಗಂಭೀರನಾಗಿದ್ದ. ಏನೋ ಭಾವನೆಗಳ ಗೊಂದಲದಲ್ಲಿ ಚಡಪಡಿಸುತ್ತಿರುವಂತೆ ಅವನ ಮುಖ ಭಾವ ಹೇಳುತ್ತಿತ್ತು. ಆದರೆ ಯಾರಿಗೂ ಅವನನ್ನು ಮಾತಾಡಿಸುವ ಧೈರ್ಯವಾಗಲಿಲ್ಲ.

ಚಾಣಕ್ಯ ಮೇಲೆದ್ದ. ಅಲ್ಲಿ ಬೇರೆಯವರೂ ಇರುವರೆಂಬ ಪರಿವೆಯಿಲ್ಲದವನಂತೆ, ಬೆನ್ನ ಹಿಂದೆ ಕೈಕಟ್ಟಿ ಬಂಡೆಯ ಮೇಲೆ ಇತ್ತಿಂದತ್ತ, ಅತ್ತಿಂದಿತ್ತ ಅಡ್ಡಾಡಿದ. ಮತ್ತೆ ಕುಳಿತ. "ಏಕೆ ಈ ಜಿಜ್ಞಾಸೆ ?" ತನ್ನಷ್ಟಕ್ಕೆಂಬಂತೆ ಜೋರಾಗಿಯೇ ಹೇಳಿಕೊಂಡ. "ನಾನು ತಪ್ಪು ಮಾಡುತ್ತಿದ್ದೇನೆಯೇ ? ನನ್ನ ಕಾರ್ಯದಲ್ಲಿ ವ್ಯಕ್ತಿಗತ ಸ್ವಾರ್ಥ, ಸ್ವಪ್ರತಿಷ್ಠೆಗಳೇ ಪ್ರಧಾನ ವಾಗಿವೆಯೇ ?"

"ಆಚಾರ್ಯ... ಆಚಾರ್ಯ" ಚಂದ್ರಗುಪ್ತ ಆತಂಕದಿಂದ ಮಾತಾಡಿಸಿದ. ಉಳಿದವರೂ ಚಾಣಕ್ಯನ ಮುಖವನ್ನೇ ನೋಡತೊಡಗಿದರು.

ಅದನ್ನು ಕೇಳಿಸಿಕೊಳ್ಳದವನಂತೆ ಚಾಣಕ್ಯ ಮತ್ತೆ ಹೇಳಿಕೊಳ್ಳತೊಡಗಿದ, "ಹೌದು, ನಾನು ಧರ್ಮನಿಷ್ಠನಾದ ಬ್ರಾಹ್ಮಣ. ವೇದಶಾಸ್ತ್ರಗಳಲ್ಲಿ ಪಾರಂಗತನಾದ ಬ್ರಾಹ್ಮಣ. ಅಧ್ಯಾಪನ ನನ್ನ ವೃತ್ತಿ, ನಿಜ. ಆದರೆ ಬ್ರಾಹ್ಮಣನ ಕರ್ತವ್ಯ ಅಷ್ಟೇ ಏನು ? ಯಜನ, ಯಾಜನ, ಅಧ್ಯಯನ, ಅಧ್ಯಾಪನ, ದಾನ, ಪರಿಗ್ರಹ - ಇವಿಷ್ಟೇ ಕರ್ತವ್ಯಗಳಲ್ಲಿ ಬ್ರಾಹ್ಮಣನನ್ನು ಬಂಧಿಸಿಡುವುದು ಅನ್ಯಾಯವಲ್ಲವೆ ? ಹೌದು, ನಾನು ಆ ಸಂಪ್ರದಾಯವನ್ನು ಮುರಿಯಲು ಹೊರಟಿದ್ದೇನೆ. ಕರ್ಮಠರಾದವರು ನನ್ನನ್ನು ಪಾಷಂಡನೆಂದು ಕರೆಯಬಹುದು."

"ಆಚಾರ್ಯ, ನಿಮ್ಮನ್ನು ಹೀಗೆ ಆಕ್ಷೇಪಣೆ ಮಾಡಿದವರು ಯಾರು ?" ಚಂದ್ರಗುಪ್ತ ಹಿಂಜರಿಯುತ್ತಲೇ ಕೇಳಿದ.

"ಯಾರೂ ಇಲ್ಲ ಚಂದ್ರಗುಪ್ತ" ಚಾಣಕ್ಯ ಹೇಳಿದ, "ನನ್ನ ಒಳಮನಸ್ಸು ಮತ್ತೆ ಮತ್ತೆ ಪ್ರಶ್ನೆಗಳನ್ನು ಎಸೆದು ಘಾಸಿಗೊಳಿಸುತ್ತಿದೆ."

"ನಿಮ್ಮ ಉದ್ದೇಶ ಉದಾತ್ತವಾಗಿರುವಾಗ, ಅದು ತಪ್ಪೆಂದು ಯಾರೂ ಹೇಳುವಂತಿಲ್ಲ ಆಚಾರ್ಯ" ಎಂದ ಚರಣ.

"ಉದ್ದೇಶ ಉದಾತ್ತವೇ. ಆದರೆ ಅದರ ಆರಂಭದ ಮೂಲದಲ್ಲಿ ನನ್ನ ವ್ಯಕ್ತಿತ್ವದ ಪ್ರೇರಣೆಯಿದೆ. ಪಾಟಲೀಪುತ್ರದಲ್ಲಿ ನನ್ನ ತಂದೆ ಭೀಕರವಾಗಿ ಸಾಯದಿದ್ದರೆ, ನ್ಯಾಯ

ಕೇಳಲು ಹೋದಾಗ ಧನನಂದ ನನ್ನನ್ನು ಕೀಳುರೀತಿಯಲ್ಲಿ ಅಪಮಾನಿಸಿ ನಾನು ಪ್ರತಿಜ್ಞೆ ಮಾಡುವಂತೆ ಪ್ರಚೋದಿಸದಿದ್ದರೆ ನಾನು ಈ ಕೆಲಸ ಮಾಡುತ್ತಿದ್ದೆನೆ ? ಎಂಬ ಪ್ರಶ್ನೆಯೇಳುತ್ತದೆ. ಅಂದರೆ ಈ ಆಂದೋಲನದ ಉದ್ದೇಶ, ಬರೀ ನನ್ನ ಸೇಡು ತೀರಿಸಿಕೊಳ್ಳಲು ಮಾತ್ರವೇ, ಎಂಬ ಸಂದೇಹ ಬರುತ್ತದೆ.''

''ಹಾಗಾದರೆ, ನಿಮಗೆ ವೈಯಕ್ತಿಕವಾಗಿ ಆದ ನೋವು, ಅಪಮಾನಗಳಿಗೆ ಅರ್ಥವೇ ಇಲ್ಲವೆ ?'' ಸಿಂಹಸೇನ ಕೇಳಿದ.

''ಇದೆ. ಅಂಥ ಸಂದರ್ಭದಲ್ಲಿ ಯಾವುದೇ ವ್ಯಕ್ತಿ, ಅದರ ಸೇಡು ತೀರಿಸಿಕೊಳ್ಳಲು ಹಾತೊರೆಯುವುದೂ ಸಹಜವೆ. ಆದರೆ ಅದರೊಂದಿಗೆ ಇಡೀ ಆರ್ಯಾವರ್ತದಲ್ಲೇ ಆಂದೋಲನವುಂಟು ಮಾಡುತ್ತಿರುವುದು ತಪ್ಪೆಂದು, ಯಾರೂ ಪ್ರಶ್ನೆ ಮಾಡುವುದಿಲ್ಲವೆ ? ನನ್ನ ವೈಯಕ್ತಿಕ ದ್ವೇಷಕ್ಕೆ ಇಡೀ ಪ್ರಜಾ ಸಮುದಾಯವನ್ನೇ ತೊಡಗಿಸುವುದು ಅನ್ಯಾಯವೆಂದು ಯಾರೂ ಭಾವಿಸುವುದಿಲ್ಲವೆ ?''

''ಯಾರು ಹೇಗೆ ಭಾವಿಸುತ್ತಾರೆನ್ನುವುದು ಮುಖ್ಯವಲ್ಲ'' ಚಂದ್ರಗುಪ್ತ ಹೇಳಿದ, ''ನಾವು ಏನು ಮಾಡುತ್ತಿದ್ದೇವೆ, ಏಕೆ ಮಾಡುತ್ತಿದ್ದೇವೆನ್ನುವುದು ಮುಖ್ಯ. ಇದರಲ್ಲಿ ನಿಮ್ಮೊಬ್ಬರ ನೋವು ಅಪಮಾನಗಳು ಮಾತ್ರ ಇಲ್ಲ, ನನಗೂ ಅಪಮಾನವಾಗಿದೆ, ನನ್ನ ತಾಯಿಗೆ ಅಪಮಾನವಾಗಿದೆ, ಶ್ರೀಗುಪ್ತನಿಗೆ ಅಪಮಾನವಾಗಿದೆ, ಸಹದೇವ, ಧನಂಜಯ, ವಸುಂಧರ ಎಲ್ಲರಿಗೂ ಅಪಮಾನವಾಗಿದೆ. ಇನ್ನೂ ಸಾವಿರಾರು ಜನರಿಗೆ ಅಪಮಾನ, ನೋವು ಸಾವು ಕಣ್ಣೀರುಗಳ ಬಹುಮಾನ ದೊರೆತಿದೆ. ಆ ಎಲ್ಲರ ನೋವು ಅಪಮಾನಗಳ ಸೇಡು ತೀರಿಸಿಕೊಳ್ಳುವುದು ತಪ್ಪೆ ?''

ಅದಕ್ಕೆ ಚರಣ ಹೇಳಿದ, ''ಸೇಡು ಎನ್ನುವುದಕ್ಕಿಂತ, ಒಂದು ಹೊಸ ಪರಿವರ್ತನೆಯ ಪ್ರಯತ್ನವೆಂದು ಹೇಳಬಹುದು.''

''ಹೌದು ಆಚಾರ್ಯ'' ಬ್ರಹ್ಮದತ್ತ ಹೇಳಿದ, ''ಸನಾತನ ಧರ್ಮದ ಪುನರುತ್ಥಾನದ ಉದ್ದೇಶದ ಬಗ್ಗೆ ನೀವೇ ಹಲವು ಸಲ ಹೇಳಿದ್ದೀರಿ. ಅನ್ಯಧರ್ಮಗಳ ಆಕ್ರಮಣದಿಂದ ನಮ್ಮ ಧರ್ಮಕ್ಕೆ ಅಪಾಯ ಒದಗುತ್ತಿರುವುದಲ್ಲದೆ, ಜನಜೀವನದಲ್ಲಿ ಅಶಾಂತಿ, ರಾಜರ ಪಕ್ಷಪಾತಗಳಿಗೂ ಕಾರಣವಾಗಿರುವುದನ್ನು ನೀವೇ ಚರ್ಚಿಸುತ್ತಿದ್ದಿರಿ. ಸನಾತನ ಧರ್ಮದ ತಳಹದಿಯ ಮೇಲೆ ಧರ್ಮಸಾಮ್ರಾಜ್ಯ ಸ್ಥಾಪನೆಯ ಬಗ್ಗೆ ಇತ್ತೀಚೆಗೆ ತಾನೆ ಹೇಳಿದ್ದಿರಿ.''

ಭಾಸ್ಕರ ಹೇಳಿದ, ''ಹಾಗೆ ನೋಡಿದರೆ, ನಿಮ್ಮ ತಂದೆ ಆಚಾರ್ಯ ಚಣಕರು ಅಸಮಾಧಾನದಿಂದ ತಕ್ಷಶಿಲೆಯನ್ನು ಬಿಟ್ಟು ಪಾಟಲೀಪುತ್ರದತ್ತ ಹೊರಟ ದಿನವೇ ಈ ಆಂದೋಲನಕ್ಕೆ ಬೀಜಾಂಕುರವಾಯಿತು. ನೀವು ತಕ್ಷಶಿಲೆಯನ್ನು ಬಿಟ್ಟಾಗ ಅದಕ್ಕೆ ನೀರು ಹಾಕಲಾಯಿತು. ಚಣಕರ ಸಾವು ಅದಕ್ಕೆ ಗೊಬ್ಬರವಾಯಿತು. ಸಹದೇವನ ಮೇಲಿನ ದೌರ್ಜನ್ಯದಿಂದ ಅದು ಕೊಂಬೆರೆಂಬೆಗಳಾಗಿ ಚಿಗುರತೊಡಗಿತು. ತುಂಬಿದ ಸಭೆಯಲ್ಲಿ ನಿಮಗೆ ಅಪಮಾನ ಮಾಡಿದ ದಿನ, ನೀವು ಪ್ರತಿಜ್ಞೆ ಮಾಡಿದಾಗ ಅದರಲ್ಲಿ ಕಾಯಿ ಬಿಟ್ಟಿತು. ಆ ಕಾಯಿ ಹಣ್ಣಾದ ದಿನ ಈ ಆಂದೋಲನ ಯಶಸ್ವಿಯಾದಂತೆ.''

''ಏನು ! ಭಾಸ್ಕರ ಕವಿಯಾಗುತ್ತಿರುವಂತೆ ಕಾಣುತ್ತಿದೆ ?'' ಎಂದು ಚಾಣಕ್ಯ ಸ್ವಲ್ಪ ನಕ್ಕ. ಅವನ ಮುಖದ ಬಿಗಿತ ಸಡಿಲವಾಯಿತೆಂದು ಎಲ್ಲ ಸಮಾಧಾನಗೊಂಡರು.

"ಈಗ ಕವಿಗಳಿಗಿಂತ ಕಲಿಗಳ ಅಗತ್ಯವಿದೆಯೆಂದು ನನಗೆ ಗೊತ್ತು ಆಚಾರ್ಯ. ಸಾಂದರ್ಭಿಕವಾಗಿ ಹೇಳಿದೆ ಅಷ್ಟೆ"

"ನೀವು ಪಶ್ಚಾತ್ತಾಪ ಪಡುವುದಾಗಲೀ, ವೈಯಕ್ತಿಕ ಸೇಡಿನ ಭಾವನೆಯೆಂದು ಭಾವಿಸುವುದಾಗಲೀ ಅಗತ್ಯವಿಲ್ಲ ಆಚಾರ್ಯ" ಚಂದ್ರಗುಪ್ತ ಹೇಳಿದ, "ಧರ್ಮದ ಅವನತಿ ಯಾಗುತ್ತ, ಅದರ ಪರಿಣಾಮವಾಗಿ ಬಹುಸಂಖ್ಯೆಯ ಜನರ ಬದುಕು ದುರ್ಭರ ವಾಗುತ್ತಿರುವಾಗ, ಧರ್ಮದ ಬಗ್ಗೆ ತಿಳಿದ ನಿಮ್ಮಂಥ ಪ್ರಾಜ್ಞರು ಮುಂದೆ ನಿಲ್ಲುವುದರಲ್ಲಿ ತಪ್ಪೇನಿಲ್ಲ. ಹಾಗೆ ನೋಡಿದರೆ ನಿಮ್ಮದು ನಿಜವಾದ ಧರ್ಮನಿಷ್ಠೆಯ ಕಾರ್ಯ. ಇಡೀ ಆರ್ಯಾವರ್ತವೇ ನಿಮಗೆ ಋಣಿಯಾಗಬೇಕು."

"ನನಗೆ ಯಾರೂ ಋಣಿಯಾಗಬೇಕಾಗಿಲ್ಲ ಚಂದ್ರಗುಪ್ತ. ನಮ್ಮ ರಾಷ್ಟ್ರ ನಮ್ಮ ಧರ್ಮದ ಬಗ್ಗೆ ನಿಷ್ಠೆ, ಪ್ರೀತಿ, ಗೌರವಗಳನ್ನು ಬೆಳಸಿಕೊಂಡರೆ ಅಷ್ಟೇ ಸಾಕು."

ಅಷ್ಟರಲ್ಲಿ ಅಡಿಗೆಯಾಯಿತು. ಎಲ್ಲ ಒಟ್ಟಿಗೆ ಕುಳಿತು ಊಟ ಮಾಡಿದರು. ಹೃದಯ ಹಗುರವಾದಂತೆ ಚಾಣಕ್ಯ ಉಲ್ಲಾಸದಿಂದ ಮಾತಾಡುತ್ತ ಊಟ ಮಾಡಿದ್ದರಿಂದ ಎಲ್ಲರಿಗೂ ಸಂತೋಷವಾಯಿತು.

ಊಟ ಮುಗಿದ ಮೇಲೆ ಬಂಡೆಗಳ ಮೇಲೆ ಹಾಸಿಕೊಂಡು ಮಲಗಿ ಬಹಳ ಹೊತ್ತು ಮಾತಾಡುತ್ತಿದ್ದರು. ಚಾಣಕ್ಯ ಗಿರಿನಾಥನ ಬಗ್ಗೆ ಇನ್ನಷ್ಟು ವಿವರಗಳನ್ನು ಕೇಳಿದ. ಸಿಂಹಸೇನ ಅವನೊಂದಿಗೆ ಮಾತಾಡಿ ರೂಪಿಸಿದ ವ್ಯವಸ್ಥೆಗಳ ಬಗ್ಗೆ ವಿಚಾರಿಸಿದ. ಅದರ ಬಗ್ಗೆ ಮತ್ತೆ ಮತ್ತೆ ಆಲೋಚಿಸಿ, ಅದು ಸರಿಯಾಗಿದೆಯೇ ಇಲ್ಲವೇ, ಸಿಂಹಸೇನ ಭಾವಿಸಿದಂತೆ ಅಲ್ಲಿ ಏನೂ ನಡೆಯದಿದ್ದರೆ ತಾನು ಏನು ಮಾಡಬೇಕು ? ಇತ್ಯಾದಿ ಮನಸ್ಸಿನಲ್ಲೇ ಪರಿಶೀಲಿಸ ತೊಡಗಿದ.

"ಆಚಾರ್ಯ ಒಂದು ಮಾತು" ಚರಣ ಕೇಳಿದ.

"ಏನು ಹೇಳು ಚರಣ" ಚಾಣಕ್ಯ ಅನುಮತಿ ನೀಡಿದ.

"ಬಹಳ ಕಾಲದ ಮೇಲೆ ಗಾಂಧಾರಕ್ಕೆ, ತಕ್ಷಶಿಲೆಗೆ ಮರಳಿ ಹೋಗುತ್ತಿದ್ದೀರ. ಈಗ ನಿಮ್ಮ ಮನಃಸ್ಥಿತಿ ಹೇಗಿದೆಯೆಂದು ಕೇಳಬಹುದೆ ?"

ಚಾಣಕ್ಯ ತುಸು ಜೋರಾಗಿಯೇ ನಕ್ಕ. ಬೆಪ್ಪಾಗಿ ಚರಣ ಮುಖ ಮುಖ ನೋಡುತ್ತಿರುವಾಗ ಚಾಣಕ್ಯ ತಾನೇ ಹೇಳಿದ, "ಊಟಕ್ಕೆ ಮೊದಲು ನಾನು ಹುಚ್ಚನಂತೆ ಬಡಬಡಿಸಿದ್ದನ್ನು ನೀನು ನೋಡಲಿಲ್ಲವೆ ? ಅದೇ ನನ್ನ ಮನಃಸ್ಥಿತಿ. ತಕ್ಷಶಿಲೆಯಲ್ಲಿ ನಡೆದ ಘಟನೆಗಳ ನೆನಪೇ ನನ್ನ ಮನಸ್ಸನ್ನು ಪ್ರಕ್ಷುಬ್ಧಗೊಳಿಸಿತೆಂದು ಕಾಣುತ್ತದೆ. ಆದರೂ ತಕ್ಷಶಿಲೆಯ ಮೇಲೆ ನನಗೆ ಪ್ರೀತಿಯಿದೆ ಚರಣ. ನನ್ನ ಬದುಕಿನ ಅಮೂಲ್ಯ ವರ್ಷಗಳನ್ನು ನಾನು ಅಲ್ಲಿ ಕಳೆದಿದ್ದೇನೆ. ಅಲ್ಲಿಯ ಗುರುಕುಲದ ಬಗ್ಗೆ ನನಗೆ ಅಪಾರವಾದ ಪ್ರೀತಿ, ಹೆಮ್ಮೆ, ಅಭಿಮಾನಗಳಿವೆ. ಇಂದು ನಾನೇನಾದರೂ ಅಲ್ಪ ಸ್ವಲ್ಪ ಗೌರವ ಗಳಿಸಿದ್ದರೆ, ಅದರ ಕಾರಣ ಜ್ಞಾನದ ಬೆಳಕನ್ನು ನೀಡಿದ ತಾಯಿಯಾದ ಆ ಗುರುಕುಲ. ಅಲ್ಲಿಂದಲೇ ನಾನು, ಇಡೀ ಆರ್ಯಾವರ್ತವನ್ನು ಒಳಗೊಂಡ ಸನಾತನ ಧರ್ಮದ ವಿಶಾಲ ಸಾಮ್ರಾಜ್ಯದ ಕನಸು ಕಂಡೆ."

"ಆಂಭೀಕನ ಮೇಲೆ ನಿಮಗೆ ಕೋಪವಿದ್ದೇ ಇರುತ್ತದೆ. ಅವನನ್ನು ಹೇಗೆ ನಡೆಸಿ ಕೊಳ್ಳುತ್ತೀರಿ ?" ಬ್ರಹ್ಮದತ್ತ ಕೇಳಿದ.

ಎರಡು ಕ್ಷಣ ಯೋಚಿಸಿ ಚಾಣಕ್ಯ ಹೇಳಿದ, "ಆಂಭೀಕನ ಮೇಲೆ ನನಗೆ ಕೋಪವಿದೆ. ಅದಕ್ಕೆ ಕಾರಣವೂ ಇದೆ. ವೇದಗುಪ್ತನ ಪರವಹಿಸಿ ನಾನು, ನನ್ನ ತಂದೆ ತಕ್ಷಶಿಲೆಯನ್ನು ಬಿಡುವಂತೆ ಮಾಡಿದ್ದು ಒಂದು ಕಾರಣ. ಎರಡನೆಯ ಅತಿ ಮುಖ್ಯ ಕಾರಣವೆಂದರೆ, ಆ ಯವನರಿಗೆ ಅಭಿಮಾನಶೂನ್ಯನಾಗಿ ಶರಣಾಗತನಾಗಿ ನಮ್ಮವರ ಮೇಲೇ ಅವನು ಯುದ್ಧ ಮಾಡಲು ಬೆಂಬಲ ನೀಡಿದ್ದು. ಆದರೆ ಈಗ ನಾನು ಅವನೊಂದಿಗೆ ದ್ವೇಷದಿಂದ ನಡೆದುಕೊಂಡರೆ ನನ್ನ ಸೇಡು ತೀರಿಸಿಕೊಳ್ಳಲು ಪ್ರಯತ್ನಿಸಿದೆನೆಂಬ ಅಪಖ್ಯಾತಿ ಬರುತ್ತದೆ. ಕೆಲವರಾದರೂ ಹಾಗೆ ಭಾವಿಸಬಹುದು, ನನ್ನ ಆತ್ಮಸಾಕ್ಷಿಯೂ ಚುಚ್ಚಬಹುದು. ಆದ್ದರಿಂದ ಸದ್ಯದಲ್ಲಿ ಪ್ರಸ್ತುತವಾದ ರಾಜನೀತಿಗೆ ಅನುಗುಣವಾಗಿ ನಡೆದುಕೊಳ್ಳುತ್ತೇನೆ."

"ಈಗ ತಕ್ಷಶಿಲೆಯಲ್ಲಿ ಯವನರ ಸೇನೆಯಿರಬೇಕಲ್ಲವೆ ?" ಭಾಸ್ಕರ ಕೇಳಿದ.

"ಬಹುಶಃ ಇರುವುದಿಲ್ಲ" ಚಾಣಕ್ಯ ಹೇಳಿದ, "ಇದ್ದರೆ ಒಬ್ಬ ಪ್ರತಿನಿಧಿ ಮತ್ತು ಕೆಲವು ಸೈನಿಕರಿರಬಹುದು. ಏಕೆಂದರೆ ತಾನಿಲ್ಲದಿದ್ದಾಗ ಆಂಭೀಕ ತಿರುಗಿ ಬೀಳುವಷ್ಟು ಧೈರ್ಯವಂತನಲ್ಲ ಎಂದು ಅಲೆಗ್ಸಾಂಡರ್ ಯೋಚಿಸಿರುತ್ತಾನೆ. ಎಲ್ಲ ಗಿರಿನಾಥನನ್ನು ಅವಲಂಬಿಸಿರುತ್ತದೆ."

"ಅವನ ಬಗ್ಗೆ ನನಗೆ ನಂಬಿಕೆಯಿದೆ ಆಚಾರ್ಯ" ಸಿಂಹಸೇನ ಹೇಳಿದ, "ಅವನಲ್ಲಿ ದುರಾಸೆಯಿದೆ ನಿಜ, ಆದರೆ ಗಾಂಧಾರದ ಮೇಲೆ ಅವನಿಗೆ ಅಪಾರವಾದ ಪ್ರೇಮವಿದೆ."

"ಏನೇ ಆದರೂ, ಮೊದಲು ಭಾಸ್ಕರ ಗಿರಿನಾಥನನ್ನು ಕಂಡು ಎಲ್ಲ ತಿಳಿದು ಬರಲಿ" ಎಂದ ಚಾಣಕ್ಯ.

★ ★ ★

ತಕ್ಷಶಿಲೆಯ ಅರಮನೆಯಲ್ಲಿ ಆಂಭೀಕ, ಗುರುಕುಲದ ಕುಲಪತಿ ವೇದಗುಪ್ತನೊಂದಿಗೆ ಮಾತಾಡುತ್ತಿದ್ದ. ಪುಷ್ಕರನೂ ಅಲ್ಲಿಯೇ ಇದ್ದ. ಆಂಭೀಕನ ಮುಖದಲ್ಲಿ ತೀವ್ರವಾದ ನಿರಾಸೆ, ನಿರುತ್ಸಾಹ ಕಾಣುತ್ತಿತ್ತು. "ಆ ನನ್ನ ಶತ್ರು ಪೌರವನ ಕಾರಣದಿಂದ ಅಲೆಗ್ಸಾಂಡರನ ಶಿಬಿರದಲ್ಲಿ ನನಗಾದ ತೇಜೋವಧೆಯನ್ನು ಮರೆಯುವುದು ಸಾಧ್ಯವೇ ಆಗುತ್ತಿಲ್ಲ ವೇದಗುಪ್ತರೇ. ನಾನು ಅವನೊಂದಿಗೆ ಹೊರಟಾಗ ಇಟ್ಟುಕೊಂಡಿದ್ದ ಆಸೆಗಳೇನು ! ಬರುವಾಗ ಹೊತ್ತು ತಂದ ಅಪಮಾನವೇನು !"

"ನಾವು ಅಲೆಗ್ಸಾಂಡರನ ಭರವಸೆಯನ್ನು ನಂಬಿ ಹೋಗಲೇಬಾರದಾಗಿತ್ತು. ಎಷ್ಟೇ ಆಗಲಿ ಅವನು ವಿದೇಶೀಯ. ಅವನಿಗೆ ತನ್ನ ಪ್ರಯೋಜನ ಮುಖ್ಯವಾಯಿತೇ ಹೊರತು, ನಮ್ಮ ಹಿತವಲ್ಲ" ಎಂದ ಪುಷ್ಕರ.

"ಅಂದರೆ, ಅವನನ್ನು ಎದುರಿಸಿ ಯುದ್ಧ ಮಾಡಬೇಕಾಗಿತ್ತೇನು ?" ಎಂದ ವೇದಗುಪ್ತ.

"ಹೀಗೆ ಅಪಮಾನ ಪಡುವುದರ ಬದಲು ಯುದ್ಧ ಮಾಡಿ ಸೋತಿದ್ದರೂ, ಜನ ನಮ್ಮ ಸ್ವಾಭಿಮಾನವನ್ನು ಗೌರವಿಸುತ್ತಿದ್ದರು" ಎಂದ ಪುಷ್ಕರ.

"ಜನರಿಗೇನು, ಮನಸ್ಸಿಗೆ ತೋಚಿದಂತೆ ಮಾತನಾಡುತ್ತಾರೆ. ಅವರ ಗೌರವ ಪಡೆಯಲು ಯುದ್ಧ ಮಾಡಿದ್ದರೆ ಎಷ್ಟೋ ಜನ ಸಾಯುತ್ತಿದ್ದರು."

"ಅಂದರೆ ಅಲೆಗ್ಸಾಂಡರನ ಸೈನ್ಯದಲ್ಲಿ ನಮ್ಮ ಸೈನಿಕರನ್ನೆಲ್ಲ ಯುದ್ಧವಿಲ್ಲದೆ ಸುಮ್ಮನೆ ಗುಡಾರದಲ್ಲಿ ಕೂಡಿಸಿದ್ದರೆ ? ನಮ್ಮ ಕಡೆ ಎಷ್ಟು ಜನ ಸತ್ತಿರುವರೆಂದು ಲೆಕ್ಕ ಕೊಡಬೇಕೇ ವೇದಗುಪ್ತರೇ ? ಗುರುಕುಲದಲ್ಲಿ ಕುಲಪತಿಯ ಅಧಿಕಾರದಲ್ಲಿದದ್ದುಕೊಂಡು, ಸರಿಯಾಗಿ

ಪ್ರವಚನವನ್ನೂ ನೀಡದೆ ಎಲ್ಲ ಸುಖ ವೈಭವಗಳನ್ನು ಅನುಭವಿಸುತ್ತಿರುವ ನಿಮಗೆ ಸೈನಿಕನಾಗಿರುವುದರ ಕಷ್ಟವೇನು ಗೊತ್ತು ?''

''ರಾಜನಿಗಾಗಿ ಸಾಯುವುದು ಸೈನಿಕರ ಕರ್ತವ್ಯ.''

''ಸೈನಿಕನಿಗಿಂತ ಹೆಚ್ಚು ಪ್ರಯೋಜನ ಪಡೆಯುತ್ತಿರುವ ನೀವು ರಾಜನಿಗಾಗಿ ಸಾಯವುದು ಕರ್ತವ್ಯವಲ್ಲವೆ ?''

''ನನ್ನ ವೃತ್ತಿ ಅದಲ್ಲ.''

''ಹೌದು, ನಿಮ್ಮ ವೃತ್ತಿ ಅದಲ್ಲ, ವಿದೇಶೀಯರ ಆಕ್ರಮಣವಾಗುವುದೆಂದು ಸುದ್ದಿ ಹರಡುತ್ತಿದ್ದಂತೆಯೇ, ತಲೆ ಮರೆಸಿಕೊಂಡು ತಕ್ಷಶಿಲೆಯಿಂದಲೇ ಓಡಿಹೋದ ನೀವೆಲ್ಲಿ ಸಾಯಲು ಸಿದ್ಧರಾಗುತ್ತೀರಾ ? ನಿಮ್ಮ ವೃತ್ತಿ ಅಧ್ಯಾಪನವೂ ಅಲ್ಲ, ಬರೀ ಸ್ವಾರ್ಥಸಾಧನೆ.''

''ಪುಷ್ಕರ, ಸಾಕು ನಿಲ್ಲಿಸು'' ಆಂಭೀಕ ಗದರಿದ. ಕೋಪ ಅಪಮಾನಗಳಿಂದ ವೇದಗುಪ್ತನ ಮುಖ ಕೆಂಪಾಗಿತ್ತು.

''ಇದರಲ್ಲಿ ನನ್ನ ತಪ್ಪೇನು ಪ್ರಭು ?'' ಪುಷ್ಕರ ದಿಟ್ಟತನದಿಂದ ಉತ್ತರಿಸಿದ, ''ಕೆಲವು ಸಲ ನಮ್ಮ ಬೆರಳು ನಮ್ಮ ಕಣ್ಣಿಗೇ ತಿವಿಯುತ್ತದೆ ಎಂಬುದನ್ನು ಹೇಳಿದೆ ಅಷ್ಟೆ. ನಮ್ಮ ಹಿಂದಿನ ಮಹಾರಾಜರು ಆಚಾರ್ಯ ಚಣಕರನ್ನು ಕಡೆಗಣಿಸಿದರು, ನೀವು ಇವರ ಪರ ವಹಿಸಿ ಚಣಕರ ಮಗನನ್ನು ಊರು ಬಿಡಿಸಿದಿರಿ. ಅವರು ಎಂದಾದರೂ ಇವರಂತೆ ವರ್ತಿಸುತ್ತಿದ್ದರೆ ?''

''ಮಹಾರಾಜ'' ವೇದಗುಪ್ತ ಕೋಪದಿಂದ ಹೇಳಿದ, ''ತಕ್ಷಶಿಲೆ ಮರೆತಿರುವ ವ್ಯಕ್ತಿಗಳ ಗುಣಗಾನ ಮಾಡುತ್ತಿರಬೇಕಾದರೆ ಈ ಪುಷ್ಕರನ ನಡವಳಿಕೆ ಸಂದೇಹಾಸ್ಪದವಾಗಿದೆ.''

''ಯಾರು ಮರೆತು ಹೋದ ವ್ಯಕ್ತಿಗಳು ?'' ಪುಷ್ಕರ ಹೇಳಿದ, ''ಗಾಂಧಾರದ ಮೂಲೆಮೂಲೆಗೂ ಹೋಗಿ, ಒಂದೊಂದು ವ್ಯಕ್ತಿಯ ಅಂತರಂಗವನ್ನು ತೆರೆದು ನೋಡುವುದು ಸಾಧ್ಯವಾಗಿದ್ದರೆ ನಿಮಗೆ ಗೊತ್ತಾಗುತ್ತಿತ್ತು, ಚಣಕ ಮತ್ತು ಚಾಣಕ್ಯ ಮರೆತು ಹೋದ ವ್ಯಕ್ತಿಗಳಲ್ಲ, ಅಂದಿಗಿಂತ ಮಿಗಿಲಾಗಿ ಪೂಜೆಗೊಳ್ಳುತ್ತಿರುವ ವ್ಯಕ್ತಿಗಳೆಂದು.''

''ಅಂದರೆ, ಜನ ನನ್ನನ್ನು ತಿರಸ್ಕರಿಸುತ್ತಿರುವರೆಂದು ಪರೋಕ್ಷವಾಗಿ ಹೇಳುತ್ತಿರುವೆಯಾ ?'' ಆಂಭೀಕನ ಧ್ವನಿಯಲ್ಲಿ ಅಸಹನೆ ಇತ್ತು.

''ಪರೋಕ್ಷವಾಗಿ ಅಲ್ಲ, ಪ್ರತ್ಯಕ್ಷವಾಗಿಯೇ ಹೇಳುತ್ತೇನೆ. ಜನ ಖಂಡಿತ ನಿಮ್ಮನ್ನು ತಿರಸ್ಕರಿಸುತ್ತಿದ್ದಾರೆ. ನಿಮ್ಮ ತಂದೆಯ ಶವಸಂಸ್ಕಾರದ ಸಂದರ್ಭದಲ್ಲಿ ಅದು ನಿಮಗೆ ಮನವರಿಕೆಯಾಗಬೇಕಿತ್ತು.''

''ಹಾಗೆಂದು ಜನರನ್ನು ತಲೆಯ ಮೇಲಿಟ್ಟುಕೊಳ್ಳುತ್ತಾರೆಯೇ ? ಜನಗಳು ರಾಜನ ಸೇವಕರು'' ಎಂದ ವೇದಗುಪ್ತ.

''ಅಲ್ಲ ಕುಲಪತಿಗಳೇ, ರಾಜರು ಪ್ರಜೆಗಳ ಸೇವಕರು. ನಿಮ್ಮಂಥ ವಿದ್ಯಾವಂತರು, ಗುರುಕುಲದ ಪ್ರಧಾನ ಸ್ಥಾನದಲ್ಲಿರುವವರು ಇಂಥ ಕೀಳುರೀತಿಯ ಆಲೋಚನೆ ಮಾಡುವುದು ಪ್ರಸಿದ್ಧವಾದ ನಮ್ಮ ಗುರುಕುಲಕ್ಕೇ ಅಪಮಾನ.''

''ಪುಷ್ಕರ'' ಆಂಭೀಕ ಮತ್ತೆ ಗದರಿದ, ''ನನ್ನೆದುರಿಗೇ ನಿನಗೆ ಇಷ್ಟು ಉದ್ಧಟತನವೇ ?''

''ಇದು ಉದ್ಧಟತನವಲ್ಲ ಪ್ರಭು, ಕಟು ವಾಸ್ತವ. ಸೈನಿಕರಿಗೆ ಸರಿಯಾಗಿ ಸಂಬಳ ನೀಡದೆ, ಸತ್ತ ಸೈನಿಕರಿಗೆ ಸೂಕ್ತ ಪರಿಹಾರ ನೀಡದೆ ಅವರೆಲ್ಲ ಶಾಪ ಹಾಕುತ್ತಿದ್ದಾರೆ.''

ಆದಕ್ಕೆ ವೇದಗುಪ್ತ ಹೇಳಿದ, "ಅವರು ಶಾಪ ಹಾಕಿದರೆ ನಡೆದುಬಿಡಲು ಅವರೇನು ದೇವರೇ ? ಅಥವಾ ಋಷಿಗಳೇ ?"

"ಅಲ್ಲ, ಆದರೆ ಅವರು ತಮಗೆ ಬೇಕಿಲ್ಲದ ರಾಜನನ್ನು ಕಿತ್ತೊಗೆಯಬಲ್ಲ ಸಮರ್ಥರು. ಯಾವ ಪ್ರಜೆಗಳಿಂದ ಅಧಿಕಾರ, ಸುಖ ವೈಭೋಗಗಳನ್ನು ಅನುಭವಿಸುತ್ತೀರೊ, ಅದೇ ಪ್ರಜೆಗಳನ್ನು ಕ್ರಿಮಿಕೀಟಗಳಂತೆ ಕಂಡರೆ, ಅಂಥ ಅಧಿಕಾರ ಬಹಳ ದಿನ ಉಳಿಯುವುದಿಲ್ಲ ವೇದಗುಪ್ತರೆ. ಆ ಅನುಭವ ನಿಮ್ಮ ಗುರುಕುಲದಲ್ಲೂ ಆಗಿರಬೇಕಲ್ಲವೆ ? ಆಚಾರ್ಯ ಚಣಕರ ಕಾಲದಲ್ಲಿ ನಮ್ಮ ಗುರುಕುಲ ಹೇಗಿತ್ತು ! ಈಗ ಹೇಗಿದೆ !"

"ಪುಷ್ಕರ" ಆಂಭೀಕ ಕೋಪದಿಂದ ಹೇಳಿದ, "ನಿನ್ನ ಸ್ಥಾನವನ್ನು ಮರೆತು ಮಿತಿಮೀರಿ ಮಾತಾಡುತ್ತಿರುವೆ."

"ಅದು ಅನಿವಾರ್ಯವಾದ್ದರಿಂದ ನಾನು ಮಾತಾಡಲೇ ಬೇಕಾಯಿತು. ಆದರ ಉದ್ದೇಶ ನಿಮಗೆ ಅಗೌರವ ತೋರಿಸುವುದಲ್ಲ, ಈಗಲಾದರೂ ಎಚ್ಚೆತ್ತುಕೊಳ್ಳಿ, ಪ್ರಜೆಗಳ ಕಷ್ಟಸುಖಗಳಿಗೆ ಸ್ಪಂದಿಸಿ ಎಂದು ತಿಳಿಸಲು."

"ಅದನ್ನೆಲ್ಲಾ ನಾನು ನಿನ್ನಿಂದ ಕಲಿಯಬೇಕಾಗಿಲ್ಲ"

"ಬಹಳ ಸಂತೋಷ. ನಾನು ನನ್ನ ಕೈಕೆಳಗಿನ ಸೈನಿಕರ ಕಷ್ಟಗಳ ಬಗ್ಗೆಯಾದರೂ ನಿಮ್ಮೊಂದಿಗೆ ಮಾತಾಡುವ ಸ್ವಾತಂತ್ರ್ಯವಿದೆಯಲ್ಲವೇ ? ಅವರ ಸಂಬಳಗಳನ್ನು ಕೊಡಿ, ಸತ್ತವರಿಗೆ ಪರಿಹಾರ ಕೊಡಿ."

"ನೀನು ಕೇಳಬಹುದಷ್ಟೆ, ಕೊಡುವುದು ಬಿಡುವುದು ನನ್ನ ಇಚ್ಛೆಗೆ ಸಂಬಂಧಿಸಿದ್ದು. ಇನ್ನು ನೀನು ಹೋಗಬಹುದು. ಆದರೆ ಹೋಗುವ ಮೊದಲು, ನಿನ್ನ ಉದ್ಧಟತನದ ಮಾತುಗಳಿಗೆ ವೇದಗುಪ್ತರ ಕ್ಷಮೆ ಯಾಚಿಸಬೇಕು."

"ಗುರುಕುಲದ ಕುಲಪತಿಗೆ, ಹೋಗಲಿ ಒಬ್ಬ ವಿದ್ಯಾವಂತನಿಗೆ ಇರಬೇಕಾದ ಸೌಜನ್ಯ ಸನ್ನಡತೆಗಳೇ ಇಲ್ಲದ ಇವರಲ್ಲಿ ನಾನು ಕ್ಷಮೆ ಕೇಳಿ ಆತ್ಮದ್ರೋಹ ಮಾಡಿಕೊಳ್ಳಲೇ ?"

"ನೀನು ಕೇಳಲೇಬೇಕು."

"ಕ್ಷಮಿಸಿ ಪ್ರಭು, ಅದು ಸಾಧ್ಯವಿಲ್ಲ"

"ಸಾಧ್ಯವಿಲ್ಲವೆಂದರೆ, ಹರಿತ ನಾಲಿಗೆಯ ನಿನ್ನಂಥವನನ್ನು ಸಹಿಸಲು ನಾನೂ ಸಿದ್ಧನಾಗಿಲ್ಲ"

"ಕಹಿ ಸತ್ಯಗಳನ್ನು ನಿರ್ದಾಕ್ಷಿಣ್ಯವಾಗಿ ನುಡಿದ ಚಣಕರನ್ನೂ ನೀವು ಸಹಿಸಲಿಲ್ಲ, ಚಾಣಕ್ಯನನ್ನೂ ಸಹಿಸಲಿಲ್ಲ, ಇನ್ನು ನನ್ನನ್ನು ಸಹಿಸುತ್ತೀರೆಂದು ನಾನು ನಿರೀಕ್ಷಿಸಿಯೂ ಇಲ್ಲ. ತಮ್ಮ ಸೇವೆಯಿಂದ ನನಗೆ ಬಿಡುಗಡೆ ಕೊಡಿ" ಎಂದು ಪುಷ್ಕರ ತನ್ನ ಸೇನಾಧಿಕಾರದ ಲಾಂಛನವಾದ ಖಡ್ಗವನ್ನು ಅವನ ಎದುರಿನಲ್ಲಿ ತೆಗೆದಿಟ್ಟು, ನಮಸ್ಕರಿಸಿ ಹೊರಗೆ ಬಂದುಬಿಟ್ಟ.

ಅದರಿಂದ ವೇದಗುಪ್ತನಿಗೆ ಸಂತೋಷವೇ ಆಯಿತು. ಆದರೆ ಪುಷ್ಕರ ಕೆಲಸವನ್ನೇ ಬಿಟ್ಟು ಹೋಗಬಹುದೆಂದು ನಿರೀಕ್ಷೆ ಮಾಡದ ಆಂಭೀಕ ಒಂದು ಕ್ಷಣ ಆಘಾತಗೊಂಡ. ಮರುಕ್ಷಣದಲ್ಲಿ 'ಇಂಥ ಅಹಂಕಾರಿ ಇದ್ದರೆಷ್ಟು ಹೋದರೆಷ್ಟು? ಹೋದದ್ದೇ ಒಳ್ಳೆಯದಾಯಿತು" ಎಂದುಕೊಂಡ.

ಅಲ್ಲಿಂದ ಪುಷ್ಕರ ನೇರವಾಗಿ ಗಿರಿನಾಥನ ಮನೆಗೆ ಬಂದ. ಅಲ್ಲಿ ಗಿರಿನಾಥ ಅವನ ಮಟ್ಟದ ಇತರ ಸೇನಾನಾಯಕರು ಕಾದು ಕುಳಿತಿದ್ದರು. ಪುಷ್ಕರ ಅರ್ಧ ಸಂತೋಷ, ಅರ್ಧ ಬೇಸರದಿಂದಿದ್ದ.

“ಏನಾಯಿತು ?” ಎಂದು ಗಿರಿನಾಥ ಆತುರದಿಂದ ಕೇಳಿದ.

“ಏನಾಗಬೇಕೋ ಅದೇ ಆಯಿತು” ಎಂದು ಪುಷ್ಕರ ಅವರ ಪಕ್ಕದಲ್ಲಿ ಕುಳಿತ. “ಆ ವೇದಗುಪ್ತ ತೀರ ಹಗುರವಾಗಿ ಮಾತಾಡಿದ. ಇಷ್ಟು ವರ್ಷದ ನನ್ನ ಸಹನೆಯ ಕಟ್ಟೆ ಒಡೆದು ಹೋಯಿತು. ನಾನೂ ಮಾತಾಡಿಬಿಟ್ಟೆ. ಅವರಿಗೆ ಸೈನಿಕರ ಸಂಬಳ, ಸತ್ತವರ ಪರಿಹಾರದ ಚಿಂತೆಯಿಲ್ಲ, ಪ್ರಜೆಗಳೆಲ್ಲ ಇವರ ದೌರ್ಜನ್ಯವನ್ನು ಮೌನವಾಗಿ ಸಹಿಸಬೇಕಂತೆ.”

“ಅದು ಗೊತ್ತಿರುವುದೇ ಅಲ್ಲವೆ ? ನೀನೇನು ಹೇಳಿದೆ ?”

“ನಾನು ಅವನ ಕೆಲಸವನ್ನೇ ಬಿಟ್ಟು ಬಂದೆ.”

“ಕೆಲಸ ಬಿಟ್ಟೆಯಾ ?” ಗಿರಿನಾಥ ಸ್ವಲ್ಪ ವಿಚಲಿತನಾದ, “ನೀನು ಆತುರಪಟ್ಟೆಯೆಂದು ಕಾಣುತ್ತದೆ.”

“ಆತುರವಲ್ಲ ಗಿರಿನಾಥ, ಹಲವು ವರ್ಷಗಳಿಂದ ತಡೆದ ಸಹನೆ ಇಂದು ಒಡೆಯಿತು, ಅಷ್ಟೆ”

“ಇದರಿಂದ ನಾವು ಅಂದುಕೊಂಡ ಕಾರ್ಯಕ್ಕೆ ಅಡ್ಡಿಯಾಗುವುದಿಲ್ಲವೆ ?”

“ಇಲ್ಲ, ಇನ್ನೂ ಅನುಕೂಲವೇ ಆಗುತ್ತದೆ. ಅವನ ಜೊತೆಯಲ್ಲೇ ಇದ್ದು ಅವನಿಗೇ ದ್ರೋಹ ಮಾಡಿದೆನೆಂಬ ಅಪವಾದವಾದರೂ ತಪ್ಪುತ್ತದೆ.”

“ಯಾರು ಅಪವಾದ ಹೊರಿಸುವವರು ? ಪ್ರಜೆಗಳಿಗೆ ದ್ರೋಹ ಮಾಡಿದ ಆ ಆಂಭೀಕ, ಆ ವೇದಗುಪ್ತ ಮಾತ್ರ ಅಂಥ ಅಪವಾದ ಹೊರಿಸಬಲ್ಲರು. ಜನ ಅದನ್ನು ಲೆಕ್ಕಿಸದೆ ನಾಳೆ ನಿನ್ನನ್ನು ಹಾಡಿ ಹೊಗಳುತ್ತಾರೆ.”

“ಜನರ ಹೊಗಳಿಕೆ ನನಗೆ ಬೇಡ ಗಿರಿನಾಥ. ಅವರಿಗೆ ನೆಮ್ಮದಿ ದೊರಕಿದರೆ ಸಾಕು. ನೀನು ನನ್ನಲ್ಲಿ ನಾಡಿನ ಋಣ, ಪ್ರಜೆಗಳ ಋಣದ ಮಾತನ್ನು ಯಾವ ಮುಹೂರ್ತದಲ್ಲಿ ಎತ್ತಿದೆಯೋ, ಈಗ ನನಗೆ, ಇಷ್ಟು ವರ್ಷ ನಾನು ಏಕೆ ಸುಮ್ಮನಿದ್ದೆ ಎಂದು ನಾಚಿಕೆಯಾಗುತ್ತಿದೆ.”

“ಅವರು ಸಂಬಳ ಕೊಡದಿದ್ದ ಮೇಲೆ, ನಾವೂ ಅವರ ಸೇವೆಯಿಂದ ಬಿಡುಗಡೆ ಪಡೆದಂತಾಯಿತು” ಎಂದ ಒಬ್ಬ.

“ಹೌದು, ನಾವೀಗ ನಮ್ಮ ಇಷ್ಟಬಂದಂತೆ ನಡೆದುಕೊಳ್ಳಬಹುದು, ನಮಗೆ ಇಷ್ಟಬಂದವರ ಪರವಾಗಿ ಹೋರಾಡಬಹುದು” ಎಂದ ಇನ್ನೊಬ್ಬ.

“ನಿಮ್ಮ ನಿಮ್ಮ ಕಡೆಯವರಿಗೆಲ್ಲ ಸರಿಯಾಗಿ ಸೂಚನೆ ಕೊಟ್ಟಿರುವಿರಲ್ಲವೆ ?” ಗಿರಿನಾಥ ಕೇಳಿದ. ಅವರೆಲ್ಲ ಹೌದೆಂದರು.

ಬಹಳ ಹೊತ್ತು ಚರ್ಚೆ ನಡೆಸಿದರು. ಅವರ ಲೆಕ್ಕಾಚಾರದ ಪ್ರಕಾರ, ಆಂಭೀಕನಿಗೆ ನಿಷ್ಠವಾದ ಸೈನ್ಯ ಅತಿ ಕಡಿಮೆಯೆಂಬುದು ಮನವರಿಕೆಯಾಗಿ ಧೈರ್ಯ ಮೂಡಿತು. ಆಂಭೀಕ ತಕ್ಷಶಿಲೆಗೆ ಹಿಂದಿರುಗಿ ಬರುವವರೆಗೂ ಅಲ್ಲಿದ್ದ ಅಲೆಗ್ಸಾಂಡರನ ಪ್ರತಿನಿಧಿ ಮತ್ತು ಅವನ ಅಲ್ಪ ಸೈನ್ಯ ಈಗ ಬೇರೆ ಪ್ರಾಂತ್ಯಕ್ಕೆ ವರ್ಗವಾಗಿತ್ತು. ಇದ್ದರೂ ಅದರಿಂದ ಅಂಥ

ಅಡ್ಡಿಯಾಗುವ ಸಾಧ್ಯತೆಯಿರಲಿಲ್ಲ. ಈಗ ಅವರು ಚಾಣಕ್ಯ ಚಂದ್ರಗುಪ್ತರ ಬರುವಿಕೆಯನ್ನು ನಿರೀಕ್ಷಿಸಬೇಕಾಗಿತ್ತು.

"ಅವರು ಬೇಗ ಬಂದರೆ ಒಳ್ಳೆಯದು" ಎಂದ ಗಿರಿನಾಥ.

"ಏಕೆ ? ತಡವಾದರೆ ಏನಾಗುತ್ತದೆ ?" ಪುಷ್ಕರ ಕೇಳಿದ.

"ನಿನ್ನ ಮೇಲಿನ ಕೋಪದಿಂದ, ಆ ಪಿಸುಣ ವೇದಗುಪ್ತನ ಪ್ರೇರಣೆಯಿಂದ ಆಂಭೀಕ ಏನಾದರೂ ಕೇಡು ಮಾಡಬಹುದೆಂಬ ಭಯ, ಅಷ್ಟೆ"

"ಹೌದು, ಅವರು ಯಾವುದಕ್ಕೂ ಹೇಸುವವರಲ್ಲ ಎಂಬುದು ನನಗೆ ಗೊತ್ತು. ನಾನು ಗಡಿಯಲ್ಲಿರುವ ಸಂಬಳದ ಸೈನ್ಯದ ಬಳಿ ಇದ್ದುಬಿಡುತ್ತೇನೆ."

"ಅದೇ ಒಳ್ಳೆಯದೇನೋ" ಇನ್ನೊಬ್ಬ ಹೇಳಿದ, "ಅವರು ಬಂದರೆ ಅವರ ಜೊತೆಯಲ್ಲೇ ಬರಬಹುದು."

"ಅವರ ಮೇಲೂ ಅವನ ದೃಷ್ಟಿ ಬಿದ್ದರೆ ಕಷ್ಟ" ಗಿರಿನಾಥ ಚಿಂತೆಯಿಂದ ಹೇಳಿದ, "ಆ ಸೈನ್ಯವನ್ನು ಹೊರಡಿಸಬಹುದು, ನಾನು ಈ ರಾತ್ರಿಯೇ ಹೊರಡುತ್ತೇನೆ" ಎಂದ ಪುಷ್ಕರ.

ಎಲ್ಲ ಕೆಲವು ಕ್ಷಣ ಮೌನವಾಗಿ ಕುಳಿತರು. ಪುಷ್ಕರ ಹೊರಡಲು ಮೇಲೆದ್ದ. ಅಷ್ಟರಲ್ಲಿ ಗಿರಿನಾಥನ ಮನೆಯ ಹೊರಗೆ ಕಾವಲು ಕಾಯುತ್ತಿದ್ದವನೊಬ್ಬ "ಗಿರಿನಾಥ, ನಿನ್ನನ್ನು ಯಾರೋ ಹುಡುಕಿಕೊಂಡು ಬಂದಿದ್ದಾರೆ" ಎಂದು ಹೇಳಿದ.

"ಯಾರು ? ಯಾರವರು ?" ಎನುತ್ತ ಗಿರಿನಾಥ ಎದ್ದು ಬಂದ. ಪುಷ್ಕರ ಮತ್ತಿತರರು ಅವನನ್ನು ಹಿಂಬಾಲಿಸಿದರು.

ಬಾಗಿಲ ಬಳಿ ಒಂದು ಕಂಬಳಿ ಹೊದ್ದುಕೊಂಡು ನಿಂತಿದ್ದ ಭಾಸ್ಕರ ಮೆಲ್ಲಗೆ ಅದನ್ನು ತೆಗೆದ. ಗಿರಿನಾಥ ಅವನನ್ನು ತಕ್ಷಣ ಗುರುತಿಸಿ "ಭಾಸ್ಕರ ! ಬಾ ಬಾ... ಮೊದಲು ಒಳಗೆ ಬಾ" ಎಂದು ಎಳೆದುಕೊಂಡು ಬಾಗಿಲು ಭದ್ರಪಡಿಸಿದ. ಮೊದಲು ಅವನಿಗೆ ಕುಡಿಯಲು ನೀರು ಕೊಟ್ಟು ನಂತರ ಪುಷ್ಕರನಿಗೂ ಉಳಿದವರಿಗೂ ಪರಿಚಯಿಸಿದ. "ನೀನು ಬಂದದ್ದು ಒಳ್ಳೆಯದೇ ಆಯಿತು. ತಡವಾಗಿದ್ದರೆ ಮತ್ತೇನು ಅನಾಹುತವಾಗುವುದೋ ಎಂದು ಎಲ್ಲ ಚಿಂತೆ ಮಾಡುತ್ತಿದ್ದರು" ಎಂದ ಗಿರಿನಾಥ.

"ಏಕೆ ? ಏನಾಯಿತು ?"

"ಪುಷ್ಕರ ಆಂಭೀಕನ ಕೆಲಸಕ್ಕೇ ದೊಡ್ಡ ನಮಸ್ಕಾರ ಹಾಕಿ ಬಂದುಬಿಟ್ಟಿದ್ದಾನೆ."

"ಅದರಿಂದ ನಮ್ಮ ವ್ಯವಸ್ಥೆಗಳಿಗೆ ಅಡ್ಡಿಯಾಗುವುದಿಲ್ಲವೆ ?"

"ಇಲ್ಲ" ಪುಷ್ಕರ ಹೇಳಿದ, "ನಾನು ಈಗ ಒಳಗಿಲ್ಲದಿರುವುದರಿಂದ, ಇನ್ನಷ್ಟು ಅನುಕೂಲವೇ ಆಗುವುದೆಂದು ನನ್ನ ಭಾವನೆ."

"ಅದಿರಲಿ, ಚಾಣಕ್ಯ ಚಂದ್ರಗುಪ್ತರು ಈಗ ಎಲ್ಲಿಯವರೆಗೆ ಬಂದಿದ್ದಾರೆ ?"

"ಈ ರಾತ್ರಿಯೇ ಗಾಂಧಾರದ ಗಡಿ ಮುಟ್ಟಬೇಕಾಗಿತ್ತು. ಆದರೆ ಖಚಿತವಾದ ತಿಳುವಳಿಕೆಯಿಲ್ಲದೆ ಮುಂದೆ ಹೆಜ್ಜೆಯಿಡುವುದು ಬೇಡವೆಂದು ನನ್ನನ್ನು ಮೊದಲು ಕಳಿಸಿದರು. ಅವರೀಗ ಗಡಿಗೆ ಸಮೀಪದಲ್ಲೇ ಇದ್ದಾರೆ. ಈಗ ನಾನು ಹೋಗಿ ಸುದ್ದಿ ಕೊಟ್ಟರೆ ನಾಳೆ ಸಂಜೆಯ ವೇಳೆಗೆ ಗಡಿ ಮುಟ್ಟಬಹುದು."

‘‘ಹಾಗಾದರೆ ಒಂದು ಕೆಲಸ ಮಾಡೋಣ’’ ಪುಷ್ಕರ ಹೇಳಿದ, ‘‘ನಾನೂ ನಿನ್ನ ಜೊತೆ ಬರುತ್ತೇನೆ. ಗಡಿಯಲ್ಲಿರುವ ಸಂಬಳದ ಸೈನ್ಯದೊಂದಿಗೆ ನಾನು ಮಾತನಾಡಿ ಸಿದ್ಧಪಡಿಸುತ್ತೇನೆ. ನೀನು ಹೋಗಿ ಅವರೊಂದಿಗೆ ಅಲ್ಲಿಗೆ ಬಂದರೆ, ಅಲ್ಲಿಂದ ಎಲ್ಲ ಒಟ್ಟಿಗೆ ಇತ್ತ ಬರಬಹುದು.’’

‘‘ಸಿಂಹಸೇನ ಮತ್ತು ಬ್ರಹ್ಮದತ್ತ ಹೇಗಿದ್ದಾರೆ ?’’ ಗಿರಿನಾಥ ಕೇಳಿದ.

‘‘ನಿನ್ನನ್ನು ಆಚಾರ್ಯರ ಬಳಿ ತುಂಬ ಹೊಗಳುತ್ತಿದ್ದಾರೆ. ನಿನ್ನ ನಾಡಿನ ಪ್ರೇಮ, ಸ್ವಾಭಿಮಾನವನ್ನು ಆಚಾರ್ಯರು ಮೆಚ್ಚಿದ್ದಾರೆ’’ ಎಂದ ಭಾಸ್ಕರ ಬೇಕೆಂದೇ ಹೊಗಳಿದ.

‘‘ನಾನೊಬ್ಬನೇ ಅಲ್ಲ ಭಾಸ್ಕರ’’ ಗಿರಿನಾಥ ಅಭಿಮಾನದಿಂದ ಹೇಳಿದ, ‘‘ನಮ್ಮ ಸೇನಾನಾಯಕನಾದ ಪುಷ್ಕರನೇ ನಮ್ಮ ಪಕ್ಷ ಸೇರುವನೆಂದು ನಾನು ಊಹೆಯನ್ನೂ ಮಾಡಿರಲಿಲ್ಲ, ಅವನೊಂದಿಗೆ ಇವರೆಲ್ಲ ಕೈಜೋಡಿಸುತ್ತಿದ್ದಾರೆ. ಇವರ ಕೈಕೆಳಗಿನ ಅರ್ಧಕ್ಕಿಂತ ಹೆಚ್ಚು ಸೈನ್ಯ ನಮ್ಮ ಕಡೆಗಿದೆ.’’

‘‘ಬಹಳ ಸಂತೋಷ ಗಿರಿನಾಥ’’ ಭಾಸ್ಕರ ಹೇಳಿದ, ‘‘ನಮ್ಮ ನಿರೀಕ್ಷೆಗೂ ಮೀರಿ ಎಲ್ಲ ಕಾರ್ಯಗಳೂ ಸುಗಮವಾಗಿ ಸಾಗುತ್ತಿವೆ.’’

‘‘ಮೊದಮೊದಲು ಆಚಾರ್ಯ ಚಣಕರು ಮತ್ತು ಆಚಾರ್ಯ ಚಾಣಕ್ಯರು ಎಳೆಯ ಹುಡುಗರಂತೆ ಮುನಿಸಿಕೊಂಡು ತಕ್ಷಶಿಲೆಯನ್ನು ಬಿಟ್ಟು ಹೋಗಬೇಕಾಗಿತ್ತೇ ಎಂದು ಅನಿಸುತ್ತಿತ್ತು. ಆದರೆ ಆ ವೇದಗುಪ್ತನ ಕ್ಷುಲ್ಲಕ ನಡವಳಿಕೆ, ಆಂಭೀಕನ ದುರಹಂಕಾರವನ್ನು ನೋಡುತ್ತ ನೋಡುತ್ತ ಅವರೇಕೆ ಬಿಟ್ಟುಹೋದರೆಂದು ನಮಗೆ ಅರ್ಥವಾಗತೊಡಗಿತು. ಆದರೆ ನಾವು ಏನೂ ಮಾಡಲಿಲ್ಲ, ಪುಣ್ಯಕ್ಕೆ ನಮ್ಮ ನಾಡಿಗೆ ಒಳ್ಳೆಯದು ಮಾಡುವ ಅಂಥ ಅವಕಾಶ ಈಗ ಒದಗಿದೆ’’ ಎಂದ ಪುಷ್ಕರ ಭಾವುಕನಾಗಿ.

‘‘ಅಷ್ಟರಲ್ಲಿ ಪುಷ್ಕರನ ಸೇವಕನೊಬ್ಬ ಓಡಿಬಂದು ಬಾಗಿಲು ಬಡಿದ. ಅವನು ಆತಂಕದಿಂದ ಪುಷ್ಕರನಿಗೆ ಹೇಳಿದ, ‘‘ರಾಜಭಟರು ನಿನ್ನನ್ನು ಹುಡುಕಿಕೊಂಡು ಬಂದಿದ್ದರು. ಎಲ್ಲಿದ್ದಾನೆ ? ಎಲ್ಲಿಗೆ ಹೋದ ? ಯಾರ ಜೊತೆ ಹೋದ ? ಇತ್ಯಾದಿ ವಿಚಾರಣೆ ಮಾಡಿದರು.’’

‘‘ಹಾಗಾದರೆ ಇನ್ನು ನಾವು ಇಲ್ಲಿರುವುದು ಸರಿಯಲ್ಲ, ಅವರು ಇಲ್ಲಿಗೆ ಬಂದರೂ ಬರಬಹುದು. ನಾವು ಈಗಲೇ ಹೊರಟುಬಿಡೋಣ, ಭಾಸ್ಕರ ಬಾ’’ ಎಂದು ಅವರಿಬ್ಬರೂ ಕತ್ತಲೆಯಲ್ಲಿ ಮರೆಯಾದರು.

‘‘ನೀವೂ ನಿಮ್ಮ ನಿಮ್ಮ ಮನೆಗಳಿಗೆ ಹೋಗಿಬಿಡಿ’’ ಎಂದ ಗಿರಿನಾಥ ಹೇಳಿದೊಡನೆ, ಎಲ್ಲ ಕೆಲವೇ ಕ್ಷಣಗಳಲ್ಲಿ ಅಲ್ಲಿಂದ ಮರೆಯಾದರು. ಗಿರಿನಾಥನೂ ದೀಪ ಆರಿಸಿ ನಿಶ್ಶಬ್ದವಾಗಿ ಮಲಗಿಬಿಟ್ಟ.

ಅವನು ನಿರೀಕ್ಷಿಸಿದಂತೆ ರಾಜಭಟರು ಬಂದು ಅವನ ಮನೆಯ ಬಾಗಿಲು ಬಡಿದರು. ಗಾಢನಿದ್ರೆಯಲ್ಲಿದ್ದವನಂತೆ ಗಿರಿನಾಥ, ಅವರು ಐದಾರು ಸಲ ಬಡಿದ ಮೇಲೇ ಬಾಗಿಲು ತೆರೆದ. ‘‘ಏನು ಇಷ್ಟು ಹೊತ್ತಿನಲ್ಲಿ? ಏನಾದರೂ ಅವಸರದ ವಿಷಯವೇ ?’’ ಎಂದು ಏನೂ ಗೊತ್ತಿಲ್ಲದವನಂತೆ ಕೇಳಿದ.

‘‘ಇಲ್ಲಿಗೆ ಪುಷ್ಕರನೇನಾದರೂ ಬಂದಿದ್ದನೆ ?’’

‘‘ಪುಷ್ಕರನೇ ? ಇಲ್ಲವಲ್ಲ ಅವನನ್ನು ನೋಡಿ ಎರಡು ದಿನಗಳಾದವು.’’

‘‘ಸರಿ, ನಾಳೆ ನೀವು ಅರಮನೆಯಲ್ಲಿ ಪ್ರಭುಗಳನ್ನು ನೋಡುವಂತೆ ಆದೇಶವಿದೆ.’’

"ಖಂಡಿತ ನೋಡುತ್ತೇನೆ."

ಅವರು ಹೊರಟುಹೋದರು. ಪುಷ್ಕರ ಇಲ್ಲವೆಂದಾಗ ಅವರ ಮುಖದ ನಿರಾಸೆಯನ್ನು ಗಮನಿಸಿದ ಗಿರಿನಾಥ, ಪುಷ್ಕರ ತಕ್ಷಣ ಇಲ್ಲಿಂದ ಹೋಗದಿದ್ದರೆ ಅಪಾಯಕ್ಕೆ ಸಿಕ್ಕಿಹಾಕಿ ಕೊಳ್ಳುತ್ತಿದ್ದ ಎಂದು ನಿರಾಳವಾಗಿ ಉಸಿರುಬಿಟ್ಟ.

೪

ಭಾಸ್ಕರ ಮತ್ತು ಪುಷ್ಕರ ಸಂಬಳದ ಸೈನಿಕರ ಶಿಬಿರ ಸೇರಿದಾಗ ಬೆಳಗಾಗಿ ಸ್ವಲ್ಪ ಹೊತ್ತಾಗಿತ್ತು. ಅವರೆಲ್ಲ ಸಾಕಷ್ಟು ಆಹಾರ ಸಾಮಗ್ರಿಗಳಿಲ್ಲದೆ ಅಲ್ಲಿಂದ ಹೊರಟು ಬಿಡಬೇಕೆಂಬಷ್ಟು ಪ್ರಕ್ಷುಬ್ಧಗೊಂಡಿದ್ದರು. ಪುಷ್ಕರ ಮತ್ತು ಭಾಸ್ಕರ ಬಂದಾಗ ಅವರು ಅಸಮಾಧಾನದಿಂದಲೇ ಸ್ವಾಗತಿಸಿದರು. "ನೀವು ಈಗ ಬರದಿದ್ದರೆ ನಾವು ಇಂದು ಇಲ್ಲಿಂದ ಹೊರಡಲು ನಿರ್ಧರಿಸಿದ್ದೆವು" ಎಂದ ಅವರಲ್ಲಿ ಒಬ್ಬ. ಆ ಗುಂಪಿಗೆ ಯಾವೊಬ್ಬ ನಿರ್ದಿಷ್ಟ ನಾಯಕನೂ ಇರಲಿಲ್ಲ. ಅವರೆಲ್ಲ ಬೇರೆ ಬೇರೆ ಪ್ರದೇಶಗಳಿಗೆ ಸೇರಿದವರಾಗಿದ್ದರು. ಅವರ ವೃತ್ತಿಯೇ, ಸಂಬಳಕ್ಕಾಗಿ ಯಾರ ಪರವಾಗಿಯಾದರೂ ಹೋರಾಡುವುದು. ಅವರು ಗುಡ್ಡಗಾಡು ಪ್ರದೇಶದ ಸಣ್ಣ ಸಣ್ಣ ಗುಂಪುಗಳ ತರುಣರು. ಕೃಷಿ ಭೂಮಿಯಿಲ್ಲದ ಒಂದು ರೀತಿಯ ಅಲೆಮಾರಿ ಜನ. ಅಲ್ಪಸ್ವಲ್ಪ ಪಶುಪಾಲನೆಯಿದ್ದರೂ ಕುಟುಂಬ ನಿರ್ವಹಣೆಗೆ ದೃಢಕಾಯರಾದ ತರುಣರು, ಸಂಬಳಕ್ಕಾಗಿ ಸಿಕ್ಕಿದವರ ಪರವಹಿಸಿ ಹೋರಾಡುತ್ತಿದ್ದರು. ಕೆಲವರು ಯುದ್ಧಗಳಲ್ಲಿ ಸಾಯುತ್ತಿದ್ದರು. ಬದುಕುಳಿದವರು ವರ್ಷಕ್ಕೋ ಎರಡು ವರ್ಷಕ್ಕೋ ಕುಟುಂಬವನ್ನು ಭೇಟಿ ಮಾಡಿ ತಮ್ಮ ಗಳಿಕೆಯ ಧನವನ್ನು ಕೊಟ್ಟು ಬರುತ್ತಿದ್ದರು. ಅವರನ್ನು ಪೂರ್ಣಾವಧಿ ಸೈನಿಕರಾಗಿ ಯಾವ ರಾಜರೂ ನೇಮಿಸಿಕೊಳ್ಳಲು ಹಿಂಜರಿಯುತ್ತಿದ್ದರು. ಎಂಥ ಅಪಾಯವನ್ನೂ ಹಿಂದು ಮುಂದು ನೋಡದೆ ಎದುರಿಸಲು ಮುನ್ನುಗ್ಗುವ ಅವರ ಹುಂಬತನವೇ ಯುದ್ಧಗಳಲ್ಲಿ ಬಹಳ ಪ್ರಯೋಜನಕಾರಿಯಾಗಿತ್ತು. ಕಷ್ಟ ಸಹಿಷ್ಣುಗಳೂ, ಧೀರರೂ ಆದ ಅವರ ಸಾಮರ್ಥ್ಯವನ್ನು ಗುರುತಿಸಿಯೇ ಅಲೆಗ್ಸಾಂಡರ್ ಮುಂಗಡವಾಗಿ ಧನ ನೀಡಿ ತನ್ನ ಸೇವೆಯಲ್ಲಿ ನೇಮಿಸಿಕೊಂಡಿದ್ದ.

ಅಲೆಗ್ಸಾಂಡರ್ ಹಿಂದಿರುಗುವಾಗ ತನ್ನ ಮರುಪ್ರಯಾಣದ ಸಂದರ್ಭದಲ್ಲಿ ಅಗತ್ಯ ಬೀಳಬಹುದೆಂದು ಪೂರ್ಣ ಸಂಬಳವನ್ನು ಕೊಡದೆ ಮಾತು ತಪ್ಪಿದ್ದ. ಗಿರಿನಾಥನ ಭರವಸೆಯನ್ನು ನಂಬಿ ಅವರು ಅಷ್ಟನ್ನೇ ಒಪ್ಪಿಕೊಂಡು ಅಲ್ಲಿಂದ ಹೊರಟಿದ್ದರು. ಗಾಂಧಾರದ ಗಡಿಮುಟ್ಟುವ ವೇಳೆಗೆ ಅವರು ಹೆಚ್ಚು ಕಡಿಮೆ ಬರಿಗೈಯಾಗಿದ್ದರು. ನಿರೀಕ್ಷಿಸಿದ ಸಮಯಕ್ಕಿಂತ ತಡವಾದುದುರಿಂದ ಅವರ ಸಮಸ್ಯೆ ಹೆಚ್ಚಾಗಿತ್ತು. ತಮ್ಮ ನಿರ್ಧಾರ ತಡವಾಯಿತೇನೋ ಎಂಬ ಭಾವನೆ ಬಂದಿತ್ತು. ಅವರು ಸಾಕಷ್ಟು ಸಂಖ್ಯೆಯಲ್ಲಿದ್ದುದರಿಂದ ಹಸಿವನ್ನು ತೀರಿಸಿಕೊಳ್ಳಲು ಅಕ್ಕಪಕ್ಕದ ಹಳ್ಳಿಗಳನ್ನು ಲೂಟಿ ಮಾಡಬೇಕಾದ ಅನಿವಾರ್ಯ ಸ್ಥಿತಿ ಬಂದೊದಗಿತ್ತು. ಆದರೆ ಅಷ್ಟರಲ್ಲಿ ಭಾಸ್ಕರ ಮತ್ತು ಪುಷ್ಕರ ಬಂದದ್ದರಿಂದ ಅಂಥ ಪ್ರಸಂಗ ಬರಲಿಲ್ಲ.

ಪುಷ್ಕರ ಅವರೊಂದಿಗೆ ವಿವರವಾಗಿ ಮಾತಾಡಲು ಅಲ್ಲಿಯೇ ಉಳಿದುಕೊಂಡ. ಭಾಸ್ಕರ ನಾಲ್ಕೈದು ಜನರನ್ನು ಜೊತೆಯಲ್ಲಿ ಕರೆದುಕೊಂಡು ಹೋಗಿ ತಮ್ಮ ಶಿಬಿರದಲ್ಲಿದ್ದ ಆಹಾರ ಸಾಮಗ್ರಿಗಳಲ್ಲಿ ಸ್ವಲ್ಪ ಮಾತ್ರ ಉಳಿಸಿಕೊಂಡು ಉಳಿದದ್ದನ್ನೆಲ್ಲ ಕಳಿಸಿಕೊಟ್ಟ. ಅಷ್ಟು

ಹೊತ್ತಿಗೆ ಪುಷ್ಕರ ಹತ್ತಿರದ ಒಂದು ಗ್ರಾಮಕ್ಕೆ ಹೋಗಿ ತಾನು ಗಾಂಧಾರದ ಸೇನಾಧಿಪತಿಯೆಂಬ ಪ್ರಭಾವ ಬೀರಿ ಒಂದಷ್ಟು ದವಸವನ್ನು ಸಂಗ್ರಹಿಸಿಕೊಂಡು ಬಂದ. ಸದ್ಯಕ್ಕೆ ಅವರೆಲ್ಲ ತಕ್ಷಶಿಲೆಯನ್ನು ಮುಟ್ಟುವವರೆಗೆ ಅದು ಸಾಕಾಗುವಷ್ಟಿತ್ತು. ಸದ್ಯದ ಸಮಸ್ಯೆ ಪರಿಹಾರವಾಗಿತ್ತು.

ಭಾಸ್ಕರ, ಗಿರಿನಾಥ ಮತ್ತು ಪುಷ್ಕರನಿಂದ ತನಗೆ ತಿಳಿದ ತಕ್ಷಶಿಲೆಯ ವಿಷಯಗಳನ್ನು ವಿವರಿಸಿದ. ಸಂಬಳದ ಸೈನಿಕರ ಶಿಬಿರದ ಪರಿಸ್ಥಿತಿಗಳನ್ನು ತಿಳಿಸಿದ. "ನೋಡಿದಿರಾ, ನಾವು ಆತುರಪಟ್ಟು ನೇರವಾಗಿ ನುಗ್ಗಿದ್ದರೆ ತೊಂದರೆಗೆ ಸಿಕ್ಕಿಹಾಕಿಕೊಳ್ಳಬಹುದಾಗಿತ್ತು" ಚಾಣಕ್ಯ ಹೇಳಿದ, "ಅದಕ್ಕೇ ನಾನು ಯಾವಾಗಲೂ ಹೇಳುವುದು, ಎಷ್ಟೇ ಮುನ್ನೆಚ್ಚರಿಕೆಯ ಕ್ರಮಗಳನ್ನು ತೆಗೆದುಕೊಂಡಿದ್ದರೂ, ನಿರ್ಣಾಯಕ ಗಳಿಗೆಯಲ್ಲಿ ಅವನ್ನು ಮರಳಿ ಪರಿಶೀಲಿಸಿ ಖಚಿತಪಡಿಸಿಕೊಳ್ಳುವುದು ಒಳ್ಳೆಯದೆಂದು."

"ಆದರೆ ದೂರದೃಷ್ಟಿಯೇ ಇಲ್ಲದ ಉದ್ಧಟ ಆಂಭೀಕ ಪುಷ್ಕರನನ್ನು ಹೋಗಲು ಬಿಟ್ಟು ತನ್ನ ಕಾಲ ಮೇಲೆ ತಾನೇ ಕಲ್ಲು ಹಾಕಿಕೊಳ್ಳಲು ಸಿದ್ಧನಾಗಿದ್ದಾನೆ" ಎಂದ ಸಿಂಹಸೇನ.

"ಸತ್ವಶಾಲಿ ಬ್ರಾಹ್ಮಣನ ತೇಜಸ್ಸನ್ನು ಕೆಣಕಿದ ದಿನವೇ ಅವನು ತನ್ನ ವಿನಾಶದ ಕಡೆಯ ಅಧ್ಯಾಯವನ್ನು ಆರಂಭಿಸಿದನೆಂದು ಕಾಣುತ್ತದೆ."

ಸ್ವಲ್ಪ ಹೊತ್ತು ಎಲ್ಲ ಮೌನ ವಹಿಸಿದರು. ಚಾಣಕ್ಯ ಗಂಭೀರವಾಗಿ ಆಲೋಚಿಸತೊಡಗಿದ. ಕೆಲವು ಕ್ಷಣಗಳ ನಂತರ ಅವನು ಹೇಳಿದ, "ಈ ದಿನ ರಾತ್ರಿ ಹೊರಟು ಗಡಿಯ ಸೈನಿಕರ ಶಿಬಿರವನ್ನು ಸೇರೋಣ. ಅಲ್ಲಿನ ವ್ಯವಸ್ಥೆಗಳನ್ನೆಲ್ಲ ಪರಿಶೀಲಿಸಿ ನಾಳೆ ಮುಂಜಾನೆ ಹೊರಟರೆ, ಕುದುರೆಗಳ ಮೇಲಾದರೆ ಸಂಜೆಯ ವೇಳೆಗೆ ಸೇರಬಹುದು. ಕಾಲುನಡೆಯಲ್ಲಾದರೆ ಒಂದು ದಿನ ತಡವಾಗುತ್ತದೆ."

"ಆಗಲಿ ಚಿಂತೆಯಿಲ್ಲ, ಕ್ರಮಬದ್ಧವಾಗಿ ಯುದ್ಧಕ್ಕೆ ಹೊರಟ ರೀತಿಯಲ್ಲೇ ಒಟ್ಟಾಗಿ ಹೋಗೋಣ" ಎಂದ ಸಿಂಹಸೇನ.

"ರಾತ್ರಿಯಲ್ಲಿ ದಾಳಿ ಮಾಡಿದರೆ ಇನ್ನೂ ಸುಲಭವಾಗುತ್ತದೆ" ಎಂದ ಬ್ರಹ್ಮದತ್ತ.

"ಬೇಡ ಆಚಾರ್ಯ" ಚರಣ ತಕ್ಷಣ ಹೇಳಿದ, "ಅದರ ಅಗತ್ಯವಿಲ್ಲ, ಸೂರ್ಯನ ಬೆಳಕಿನನಲ್ಲೇ, ಚಂದ್ರಗುಪ್ತನ ಧ್ವಜದಡಿಯಲ್ಲೇ ಆಕ್ರಮಣ ನಡೆಯುವುದು, ಮುಂದಿನ ನಮ್ಮ ಕಾರ್ಯಾಚರಣೆಗೆ ಪ್ರೋತ್ಸಾಹದಾಯಕವಾಗುತ್ತದೆ."

"ಭಲೆ ಚರಣ !" ಚಾಣಕ್ಯ ಹೇಳಿದ,"ನನ್ನ ಮನಸ್ಸಿನಲ್ಲಿರುವುದನ್ನೇ ಹೇಳಿದೆ, ಆ ಯವನರ ದಂಡಯಾತ್ರೆಯಂತೆಯೇ ಚಂದ್ರಗುಪ್ತನ ದಂಡಯಾತ್ರೆಗೂ ಹೆಚ್ಚಿನ ಪ್ರಚಾರ ದೊರಕಬೇಕು. ಅದರಿಂದ ನಾವು ಅಲೆಗ್ಸಾಂಡರ್ ಗೆದ್ದುಹೋದ ಪ್ರದೇಶಗಳನ್ನು ಗೆದ್ದುಕೊಳ್ಳುವುದೂ, ಬೇರೆ ರಾಜರ ಮತ್ತು ಜನಪದಗಳ ನಾಯಕರಿಂದ ಸಹಾಯ ಸಹಕಾರಗಳನ್ನು ಪಡೆಯುವುದೂ ಸುಲಭವಾಗುತ್ತದೆ. ಮಗಧವನ್ನು ಮುಟ್ಟುವ ವೇಳೆಗೆ ಧನನಂದ ಮತ್ತು ಅಮಾತ್ಯ ರಾಕ್ಷಸ ಸಾಕಷ್ಟು ನಿದ್ದೆಗೆಟ್ಟಿರಬೇಕು. ನಮ್ಮನ್ನು ಎದುರಿಸಲು ಅವರು ಒಂದಲ್ಲ ಎರಡು ಸಲ ಯೋಚಿಸಬೇಕು."

ಚಾಣಕ್ಯ, ಚಂದ್ರಗುಪ್ತ ಮತ್ತು ಪರಿವಾರ ಗಡಿದಾಟಿ ಸೈನಿಕ ಶಿಬಿರವನ್ನು ಸೇರುವ ವೇಳೆಗೆ ಪುಷ್ಕರ ಅಲ್ಲಿ ಹೇಳಬೇಕಾದುದನ್ನು ಹೇಳಿ, ಕೊಡಬೇಕಾದ ಭರವಸೆಗಳನ್ನು ಕೊಟ್ಟು, ಆ ಸಂಬಳದ ಸೈನಿಕರನ್ನು ಮಾನಸಿಕವಾಗಿ ಸಜ್ಜುಗೊಳಿಸಿದ್ದ. ಚಾಣಕ್ಯನನ್ನು ಕಂಡಾಗ ಅವನು

ಬಹಳ ಪೂಜ್ಯಭಾವನೆಯಿಂದ ಕಾಲಿಗೆ ನಮಸ್ಕರಿಸಿದ. "ಹಲವು ವರ್ಷಗಳ ಕಾಲ ಮಾಡಿದ ತಪ್ಪನ್ನು, ತಡವಾಗಿಯಾದರೂ ತಮ್ಮ ಆಶೀರ್ವಾದದಿಂದ ತಿದ್ದಿಕೊಳ್ಳಲು ಪ್ರಯತ್ನಿಸುತ್ತಿದ್ದೇನೆ" ಎಂದ ದೈನ್ಯತೆಯಿಂದ.

"ತಪ್ಪೆಂದು ತಿಳಿದುಕೊಳ್ಳುವುದು ಮತ್ತು ಅದನ್ನು ತಿದ್ದಿಕೊಳ್ಳಲು ಪ್ರಯತ್ನಿಸುತ್ತಿರುವುದು ದೊಡ್ಡ ಗುಣ ಪುಷ್ಕರ" ಚಾಣಕ್ಯ ಹೇಳಿದ, "ಹಾಗೆ ನೋಡಿದರೆ ನಿನ್ನ ನಿರ್ಧಾರವೇ ನಮ್ಮ ಕಾರ್ಯಾಚರಣೆಯಲ್ಲಿ ನಿರ್ಣಾಯಕ ಪಾತ್ರ ವಹಿಸುತ್ತಿದೆ. ನಾನು, ನೀನು, ಚಂದ್ರಗುಪ್ತ, ಚರಣ, ಅವರ ಮಿತ್ರರು, ಒಬ್ಬ ಸಾಮಾನ್ಯ ಸೈನಿಕನಿಂದ ಹಿಡಿದು ಪ್ರತಿಯೊಬ್ಬರೂ ನಮ್ಮ ಮಾತೃಭೂಮಿಯ ಋಣ, ನಮ್ಮ ಧರ್ಮದ ಋಣ ತೀರಿಸಲು, ಅವುಗಳ ಗೌರವವನ್ನು ಎತ್ತಿ ಹಿಡಿಯಲು ಹೊರಟಿರುವ ಹೋರಾಟ ಇದು. ಅದಕ್ಕೆ ಅಡ್ಡಿಯಾಗಿರುವ ವಿಷಜಂತುಗಳನ್ನು ಹೊಡೆದು ಕೊಲ್ಲಬೇಕು, ಮುಳ್ಳುಬಳ್ಳಿಗಳನ್ನು ಕೊಚ್ಚಿ ಹಾಕಬೇಕು."

ಅನಂತರ ಪುಷ್ಕರ ತಾನು ಸೈನಿಕರೊಂದಿಗೆ ಮಾತಾಡಿದ್ದನ್ನು ವಿವರಿಸಿದ. ತಾನು ಚಂದ್ರಗುಪ್ತನ ಪರವಾಗಿ ಅವರಿಗೆ ನೀಡಿದ ಭರವಸೆಗಳನ್ನೂ ಹೇಳಿದ.

"ನನ್ನ ಪರವಾಗಿ ನೀನು ನೀಡಿದ ಎಲ್ಲ ಭರವಸೆಗಳಿಗೂ ನಾನು ಹೊಣೆ ಪುಷ್ಕರ" ಚಂದ್ರಗುಪ್ತ ಖಚಿತವಾಗಿ ಹೇಳಿದ.

"ತಕ್ಷಶಿಲೆಯಲ್ಲಿ ನಮ್ಮ ಕಾರ್ಯಾಚರಣೆ ಮುಗಿದ ಕೂಡಲೇ ಈ ಸೈನಿಕರಿಗೆಲ್ಲ ಒಳ್ಳೆಯ ಊಟೋಪಚಾರದ ವ್ಯವಸ್ಥೆ ಮತ್ತು ಒಂದು ವಾರ ಕಾಲ ಪೂರ್ಣ ವಿಶ್ರಾಂತಿ. ಆಲ್ಲಿ ಅವರಿಗೆ ಒಳ್ಳೆಯ ವಸ್ತ್ರಗಳು, ಆಯುಧಗಳನ್ನು ವಿತರಿಸಬೇಕು. ಅವರ ವಿವರವಾದ ಪಟ್ಟಿ ತಯಾರಿಸಬೇಕು. ಅಗತ್ಯವಿದ್ದವರಿಗೆ ಮುಂಗಡವಾಗಿ ಸಂಬಳ ನೀಡಬೇಕು, ಅಥವಾ ಅವರು ಬಯಸಿದರೆ, ಅವರ ಕುಟುಂಬಗಳಿರುವ ಕಡೆಗೇ, ಅವರ ಸಂಬಳವನ್ನು ತಲಪಿಸಿ ಬರುವ ವ್ಯವಸ್ಥೆಯನ್ನು ಮಾಡಬಹುದು" ಎಂದ ಚಾಣಕ್ಯ.

"ಆಗಬಹುದು ಆಚಾರ್ಯ. ಎಲ್ಲ ತಾವು ಹೇಳಿದಂತೆಯೇ ನಡೆಯುತ್ತದೆ" ಎಂದು ಪುಷ್ಕರ ಭರವಸೆ ನೀಡಿದ. ಆ ವಿಷಯವನ್ನು ಕೇಳಿ ಸೈನಿಕರೆಲ್ಲ ಉತ್ಸಾಹಗೊಂಡರು. ಚಾಣಕ್ಯ ಚಂದ್ರಗುಪ್ತರು ಎದುರಿಗೆ ಕಂಡಾಗ ಅವರ ತೇಜಸ್ಸಿಗೆ ಆಕರ್ಷಿತರಾದರು. "ಮಾಡಿದರೆ ಇಂಥವರ ಸೇವೆ ಮಾಡಬೇಕು" ಎಂಬ ಉದ್ಗಾರವೂ ಕೆಲವರ ಬಾಯಿಂದ ಬಂತು. ಚಾಣಕ್ಯ, ಚಂದ್ರಗುಪ್ತರು ಅವರ ನಡುವೆ ಓಡಾಡಿ ವಿಶ್ವಾಸದಿಂದ ಕೆಲವರನ್ನು ಮಾತಾಡಿಸಿ ಅವರ ಸಮಸ್ಯೆಗಳನ್ನು ಕೇಳಿಕೊಂಡರು. ತಮ್ಮ ಆಶ್ರಯದಲ್ಲಿರುವವರೆಗೆ ಅವರೆಲ್ಲರ ಯೋಗಕ್ಷೇಮದ ಹೊಣೆ ತಮ್ಮದೆಂದು ಭರವಸೆ ನೀಡಲಾಯಿತು.

★ ★ ★

ಮರುದಿನ ಗಿರಿನಾಥ ಆಂಭೀಕನನ್ನು ಕಂಡಾಗ ಅವನು "ಗಿರಿನಾಥ, ಇನ್ನು ಮೇಲೆ ನೀನೇ ಗಾಂಧಾರದ ಸೇನಾಧಿಪತಿ" ಎಂದು ಹೇಳುವನೆಂದು ಅವನು ನಿರೀಕ್ಷಿಸಿರಲಿಲ್ಲ. ಪುಷ್ಕರ ಕಾಣೆಯಾಗಿರುವ ಬಗ್ಗೆ ಅವನು ತನ್ನ ಬಳಿ ವಿಚಾರಿಸುವನೆಂದು ಅವನು ಭಾವಿಸಿಕೊಂಡಿದ್ದ.

ಆದರೂ ಸ್ವಲ್ಪ ಚೇತರಿಸಿಕೊಂಡು ಗಿರಿನಾಥ ಹೇಳಿದ, "ಇದೇನು ಪ್ರಭು, ಇದ್ದಕ್ಕಿದ್ದಂತೆ ಇಂಥ ನಿರ್ಧಾರ ! ಪುಷ್ಕರನಿಲ್ಲವೇ ?"

"ಆ ದ್ರೋಹಿಯ ಹೆಸರೆತ್ತಬೇಡ" ಆಂಭೀಕ ಗುಡುಗಿದ, "ನನ್ನ ಎದುರಿನಲ್ಲಿ ನನ್ನನ್ನೇ ಅವಹೇಳನ ಮಾಡುವ ಧೈರ್ಯವೇ ಅವನಿಗೆ ! ಅಲ್ಲದೆ ಗುರುಕುಲದ ಕುಲಪತಿ ವೇದಗುಪ್ತನನ್ನು ಹೀನಾಯವಾಗಿ ಕಂಡನಲ್ಲಾ ! ಅವನನ್ನು ಮತ್ತೆ ಅಧಿಕಾರದಲ್ಲಿ ಉಳಿಸಿ ಅವನ ದುರಹಂಕಾರಕ್ಕೆ ಬೆಂಬಲ ನೀಡಬೇಕೇ ? ಬೇಡ ಗಿರಿನಾಥ, ಅವನನ್ನು ಮೊದಲು ನಾಶ ಮಾಡಬೇಕು. ನೀನು ಈ ದಿನವೇ ಅಧಿಕಾರ ವಹಿಸಿಕೊ. ನೀನು ಮೊಟ್ಟ ಮೊದಲು ಮಾಡಬೇಕಾದ ಕಾರ್ಯವೆಂದರೆ ತಲೆತಪ್ಪಿಸಿಕೊಂಡಿರುವ ಆ ಪುಷ್ಕರನನ್ನು ಹಿಡಿದು ಸೆರೆಯಲ್ಲಿ ಹಾಕುವುದು."

"ಆದರೆ ಪ್ರಭು, ಸೈನ್ಯದಲ್ಲಿ ಬಹಳ ಜನ ಪುಷ್ಕರನ ಮೇಲೆ ಪ್ರೀತಿ ಗೌರವಗಳನ್ನಿರಿಸಿಕೊಂಡಿದ್ದಾರೆ. ಅಲ್ಲದೆ ಸಂಬಳ ದೊರೆಯದ ಹಲವರು ಮತ್ತೆ ಸೈನ್ಯದ ಸೇವೆಗೆ ಬರುವುದಿಲ್ಲವೆಂದು ಗೊಣಗಿಕೊಳ್ಳುತ್ತಿದ್ದರು."

"ಅಂಥವರನ್ನೆಲ್ಲ ಮೊದಲು ನೀನೇ ಕೆಲಸದಿಂದ ತೆಗೆದುಬಿಡು. ಹೊಸಬರನ್ನು ಸೈನ್ಯಕ್ಕೆ ಸೇರಿಸಿಕೊ. ಗಡಿಯಲ್ಲಿ ಬೀಡು ಬಿಟ್ಟಿರುವ ಆ ಸಂಬಳದ ಸೈನಿಕರನ್ನು ಕರೆದು ತಂದು, ಅವರನ್ನು ಇಲ್ಲೇ ನೆಲೆ ನಿಲ್ಲಿಸು."

ತಾವು ಊಹೆ ಮಾಡಿದಂತೆಯೇ ಆಂಭೀಕನ ತಲೆ ಕೆಲಸ ಮಾಡುತ್ತಿದೆ ಎಂದುಕೊಂಡು ಗಿರಿನಾಥ ಹೇಳಿದ, "ಅವರು ತಾತ್ಕಾಲಿಕವಾಗಿ ಕೆಲವು ದಿನ ವಿಶ್ರಾಂತಿಗಾಗಿ ತಂಗಲು ತಮ್ಮ ಅಪ್ಪಣೆ ಪಡೆದಿದ್ದರು. ಅವರು ಇನ್ನೂ ಅಲ್ಲಿದ್ದಾರೋ, ಅಥವಾ ಹೊರಟುಹೋಗಿದ್ದಾರೋ ಯಾರು ಬಲ್ಲರು ?"

"ನಾಳೆಯೇ ನೀನು ಗಡಿಗೆ ಹೋಗಿ ನೋಡು. ಇದ್ದರೆ ಅವರ ಜೊತೆ ನೀನೇ ಮಾತಾಡು. ಅವರಿಲ್ಲದಿದ್ದರೆ ಬೇರೆಯವರಿಲ್ಲವೆ ? ಗಾಂಧಾರವೇನು ಜನರಹಿತವಾಗಿದೆಯೇ ?"

"ಆಗಲಿ ಪ್ರಭು" ಎಂದು ಹೇಳಿ, ಹೊಸ ಅಧಿಕಾರ ತನಗೆ ಸಂತೋಷವುಂಟು ಮಾಡಿತೆಂಬ ಸೋಗಿನಲ್ಲಿ ಗಿರಿನಾಥ ಹೊರಟು ಬಂದ. ಆದರೆ ಅವನಿಗೆ ಬೇರೆ ಕಾರಣಕ್ಕೆ ಸಂತೋಷವಾದದ್ದು ನಿಜ. ತಾನೇ ಸೈನ್ಯದ ಸರ್ವಾಧಿಕಾರಿಯಾದ್ದರಿಂದ, ಚಂದ್ರಗುಪ್ತ ಬಂದಾಗ, ರಕ್ತಪಾತರಹಿತವಾಗಿ ಕಾರ್ಯಸಾಧನೆಯಾಗುವುದೆಂಬ ಭರವಸೆ ಮೂಡಿತು. ತನ್ನ ಆಪ್ತರಿಗೆ ಮಾತ್ರ ಈ ವಿಷಯ ತಿಳಿಸಿ ಸಜ್ಜಾದ. ಆಂಭೀಕನಿಗೆ ಯಾರು ಯಾರು ಎಷ್ಟು ಜನ ನಿಷ್ಠರಾಗಿದ್ದರೆಂಬುದು ಈಗಾಗಲೇ ಅವನಿಗೆ ಗೊತ್ತಿತ್ತು. ಅಂಥವರಿಗೆ ಏನೂ ಹೇಳಲು ಹೋಗಲಿಲ್ಲ, ಹೆಚ್ಚು ಜನ ಆಂಭೀಕನಿಗೆ ಪ್ರತಿಕೂಲವಾಗಿ ತಿರುಗಿದಾಗ, ಅವರ ವರ್ತನೆ ಹೇಗಿರುವುದೆಂದು ಗಮನಿಸಿ, ಬೇರೆ ಯೋಚನೆ ಮಾಡಬೇಕೆಂದು ಸುಮ್ಮನಾದ. ಜೊತೆಗೆ ಸಾರ್ವಜನಿಕರಲ್ಲೂ ಗುಪ್ತವಾಗಿ ಈ ವಿಷಯ ಹರಡಿದರೆ, ಅವರೂ ಕೂಡ, ಚಂದ್ರಗುಪ್ತನಿಗಲ್ಲದಿದ್ದರೂ, ಚಾಣಕ್ಯನ ಪರವಾಗಿ ವರ್ತಿಸುವರೆಂದು ಅವನಿಗೆ ಅನ್ನಿಸಿತು.

ಈಗಾಗಲೇ ಆಚಾರ್ಯ ಚಾಣಕ್ಯನ ಖ್ಯಾತಿ ಎಲ್ಲರ ಚರ್ಚೆಯ ವಿಷಯವಾಗಿತ್ತು. ಆ ಚರ್ಚೆಯಲ್ಲಿ ಅವನು ತಮ್ಮ ತಕ್ಷಶಿಲೆಯವನೆಂಬ ಅಭಿಮಾನದ ಭಾವನೆಯೂ ಇರುವುದನ್ನು ಅವನು ಗಮನಿಸಿದ್ದ. ಅಲ್ಲದೆ ಸೈನಿಕರಿಗೆ ಸಂಬಳ ಕೊಡದೆ, ಸತ್ತವರಿಗೆ ಪರಿಹಾರ ಕೊಡದೆ ಕಡೆಗಣಿಸಿದ್ದು ಜನಸಾಮಾನ್ಯರಲ್ಲಿ ಅಸಮಾಧಾನದ ಹೊಗೆಯೇಳಿಸಿತ್ತು.

ಗಿರಿನಾಥ ಕೂಡಲೇ ಕಾರ್ಯತತ್ಪರನಾದ. ತನಗೆ ಆಪ್ತರಾದ ನಗರದ ಗಣ್ಯರಿಗೆ ವಿಷಯ ಮುಟ್ಟಿಸಿದ. ಆಂಭೀಕನ ದುಷ್ಟ ಆಳ್ವಿಕೆ ಕೊನೆಗೊಳಿಸುವ ಈ ಸದವಕಾಶದಲ್ಲಿ ಎಲ್ಲರ ಬೆಂಬಲ ಆಗತ್ಯವೆಂದು ಮನವರಿಕೆ ಮಾಡಿಕೊಟ್ಟ, ಮಿಂಚಿನ ಚಟುವಟಿಕೆ ನಡೆದು, ಒಂದೇ ದಿನದಲ್ಲಿ ಇಡೀ ತಕ್ಷಶಿಲೆ ಆಂಭೀಕನ ವಿರುದ್ಧವಾಗಿ ಸ್ಫೋಟಿಸಲು ಸಿದ್ಧವಾಗಿತ್ತು.

★ ★ ★

ಮರುದಿನ ಮುಂಜಾನೆ ಸೂರ್ಯೋದಯವಾಗಿ ಸ್ವಲ್ಪ ಹೊತ್ತಾಗಿತ್ತು. ಆಂಭೀಕ ನಿತ್ಯಕರ್ಮಗಳನ್ನು ಮುಗಿಸಿ ಅದೇ ತಾನೇ ಉಪಾಹಾರಕ್ಕೆ ಸಿದ್ದನಾಗುತ್ತಿದ್ದ. ಅಷ್ಟರಲ್ಲಿ ತಕ್ಷಶಿಲೆಯ ಪ್ರವೇಶದ್ವಾರದ ರಕ್ಷಣಾ ಸೈನಿಕನೊಬ್ಬ ಕುದುರೆಯೇರಿ ಆತುರಾತುರವಾಗಿ ಬಂದು, ಅರಮನೆಯ ಅಂಗಳದಲ್ಲಿ ಧುಮುಕಿ ರಾಜನನ್ನು ತಕ್ಷಣ ಕಾಣಬೇಕೆಂದು ಹಳಹಳಿಸಿದ. ಅರಮನೆಯ ಕಾವಲುಗಾರ ಸೈನಿಕನೊಂದಿಗೆ ಓಡಿಹೋಗಿ ಆಂಭೀಕನಿಗೆ ಸುದ್ದಿ ಮುಟ್ಟಿಸಿದ. ಆಂಭೀಕ 'ಉಪಾಹಾರದ ಸಮಯದಲ್ಲಿ ಇವನಿಗೆ ಏನವಸರ ?' ಎಂದು ಗೊಣಗುತ್ತಲೇ ಹೊರಗೆ ಬಂದ. ಸೈನಿಕ ಏದುಸಿರುಬಿಡುತ್ತ, ''ಪ್ರಭು, ದೊಡ್ಡ ಸೇನೆ ಬರುತ್ತಿದೆ'' ಎಂದ.

''ಸಾವಿರಾರು ಜನ ಸೈನಿಕರು ಪ್ರಭು ! ಮಯೂರ ಧ್ವಜ ಹಾರಾಡುತ್ತಿದೆ ! 'ಚಂದ್ರಗುಪ್ತ ಮಹಾರಾಜರಿಗೆ ಜಯವಾಗಲಿ' ಎಂಬ ಘೋಷ ಮುಗಿಲು ಮುಟ್ಟುತ್ತಿದೆ.''

ಆಂಭೀಕನ ಜಂಘಾಬಲವೇ ಉಡುಗಿಹೋಯಿತು. 'ಇಷ್ಟು ಹಠಾತ್ತನೆ ಅವನು ಹೇಗೆ ಬಂದ ?' ಎಂದು ಚಿಂತಿಸುತ್ತ ಗಿರಿನಾಥನನ್ನು ಕೂಡಲೇ ಕರೆದು ತರುವಂತೆ ಒಬ್ಬನನ್ನು ಕಳಿಸಿದ. ಇನ್ನೊಬ್ಬನನ್ನು ಸೈನ್ಯವೆಲ್ಲ ಅರಮನೆಯ ಮುಂದೆ ಬಂದು ಸೇರುವಂತೆ ರಣಕಹಳೆ ಊದುವ ವ್ಯವಸ್ಥೆ ಮಾಡಲು ಹೇಳಿದ.

ಗಿರಿನಾಥ ಬರುವವರೆಗೂ ತಟತಟನೆ ಅತ್ತಿತ್ತ ಅಡ್ಡಾಡಿದ. ಅರಮನೆಯ ದ್ವಾರಗಳನ್ನು ಭದ್ರಪಡಿಸಲು ಹೇಳಿದ. ಕಾವಲಿನ ಹತ್ತೆಂಟು ಸೈನಿಕರಿಗೆ ಸಜ್ಜಾಗಿರಲು ಹೇಳಿದ. 'ಆ ಪಾಪಿ ಚಾಣಕ್ಯನೂ ಚಂದ್ರಗುಪ್ತನ ಜೊತೆಯಲ್ಲಿರಬೇಕು. ಈಗೇನು ಮಾಡುವುದು ? ಯುದ್ಧ ಮಾಡುವುದೋ ? ಶರಣಾಗುವುದೋ ? ಆ ಚಾಣಕ್ಯನ ಎದುರು ನಾನು ತಲೆಬಾಗುವುದೇ ? ಛೇ, ಇಂಥ ವೇಳೆಯಲ್ಲಿ ಪುಷ್ಕರ ಹೊರಟುಹೋದ. ಸೈನಿಕರಿಗೆ ಸಂಬಳ ಕೊಡದೆ ನಾನು ತಪ್ಪು ಮಾಡಿದೆನೆ ? ಆದರೂ ಈ ಆಪತ್ತಿನ ಸಮಯದಲ್ಲಿ ಅವರೆಲ್ಲ ಬೆಂಬಲ ನೀಡದಿರುತ್ತಾರೆಯೆ...' ಇತ್ಯಾದಿ ಯೋಚಿಸುತ್ತಿದ್ದ, ಅಷ್ಟರಲ್ಲಿ ಗಿರಿನಾಥ ಓಡಿಬಂದ.

''ಗಿರಿನಾಥ, ಚಂದ್ರಗುಪ್ತ ಸೇನಾಸಹಿತ ಬರುತ್ತಿರುವನಂತೆ! ವರ್ಷಗಳ ಹಿಂದಿನ ದ್ವೇಷವನ್ನು ಮನಸ್ಸಿನಲ್ಲಿಟ್ಟುಕೊಂಡು, ಆ ಚಣಕನ ಮಗ ಚಾಣಕ್ಯನೇ ಪ್ರಚೋದನೆ ನೀಡಿ ಅವನನ್ನು ಕರೆದುಕೊಂಡು ಬರುತ್ತಿರುವಂತೆ ಕಾಣುತ್ತಿದೆ.''

''ಹೌದೇ !'' ಗಿರಿನಾಥ ಆಶ್ಚರ್ಯ ನಟಿಸಿದ, ''ಸೇನೆ ಎಲ್ಲಿದೆಯಂತೆ ?''

''ನಗರದ ಸಮೀಪಕ್ಕೆ ಬಂದುಬಿಟ್ಟಿರಬೇಕು. ದ್ವಾರದ ಕಾವಲುಗಾರರೆಲ್ಲ ಓಡಿ ಬಂದಿರುವಂತೆ ಕಾಣುತ್ತಿದೆ. ಸೈನ್ಯವೆಲ್ಲ ಅರಮನೆಯ ಮುಂದೆ ಬಂದು ಸೇರುವಂತೆ ಕಹಳೆ ಊದಿಸಿದ್ದೇನೆ. ಏನೇ ಆದರೂ ಶತ್ರುಗಳು ಅರಮನೆ ಪ್ರವೇಶ ಮಾಡಲು ಅವಕಾಶ ಮಾಡಿಕೊಡಬೇಡ.''

"ಅಂದರೆ ನಿಮ್ಮ ನಿರ್ಧಾರವೇನು ಪ್ರಭು? ಯುದ್ಧ ಮಾಡಬೇಕೇ? ಅಥವಾ ಸಂಧಾನದ ಪ್ರಯತ್ನವನ್ನೇನಾದರೂ ಮಾಡಬಹುದೇ?"

"ಸಂಧಾನದ ಆಸಕ್ತಿಯಿದ್ದರೆ ಅವರು ಗಡಿ ದಾಟಿ ರಾಜಧಾನಿಯವರೆಗೂ ಬರುತ್ತಿದ್ದರೆ? ಏನೇ ಆದರೂ ಸದ್ಯದಲ್ಲಿ ನನ್ನ ರಕ್ಷಣೆಯ ಹೊಣೆ ನಿನ್ನದು." ಆಂಭೀಕನ ಧ್ವನಿ ಜೀವಭಯದಿಂದ ನಡುಗುತ್ತಿರುವುದನ್ನು ಗಮನಿಸಿ ಗಿರಿನಾಥ ಮನಸ್ಸಿನಲ್ಲೇ ನಕ್ಕುಕೊಂಡ.

"ನೀವು ಚಿಂತೆ ಮಾಡಬೇಡಿ ಪ್ರಭು. ನಾನು ಎಲ್ಲವನ್ನೂ ಸೂಕ್ತವಾಗಿ ನೋಡಿಕೊಳ್ಳುತ್ತೇನೆ."

ಅಷ್ಟರಲ್ಲಿ ಸೈನಿಕರೆಲ್ಲ ಆತುರಾತುರವಾಗಿ ಓಡಿಬಂದರು. ಗಿರಿನಾಥ ಅವರಿಗೆಲ್ಲ ಸನ್ನೆ ಮಾಡಿ ಸಿದ್ಧರಾಗುವಂತೆ ಸೂಚಿಸಿದ. ಲಾಯಗಳಿಂದ ಕುದುರೆಗಳೆಲ್ಲ ಹೊರಬಂದವು. ಕತ್ತಿ ಗುರಾಣಿಗಳು, ಬಿಲ್ಲು ಬಾಣಗಳು ಸೈನಿಕರ ಕೈಸೇರಿದವು. ತನ್ನ ಸೈನ್ಯದ ಗಾತ್ರವನ್ನು ನೋಡಿ "ಇದೇನು ಇಷ್ಟೇ ಜನವೇ?" ಎಂದ ಆಂಭೀಕ.

"ಸಂಬಳ ಕೊಡಲಿಲ್ಲವೆಂದು ಬಹಳ ಜನ ಅಸಮಾಧಾನದಿಂದ ಬಂದಿಲ್ಲ" ಎಂದ ಗಿರಿನಾಥ.

ಆಂಭೀಕನಿಗೆ ಭೀತಿಯ ಜೊತೆ ಕೋಪವೂ ಕೆರಳಿತು, "ಬಾರದಿದ್ದವರಿಗೆ ಮರಣದಂಡನೆ ವಿಧಿಸುವುದಾಗಿ ಸಾರಿಸಿಬಿಡು" ಎಂದು ಅವನು ಜೋರಾಗಿ ಕಿರುಚಿದ.

'ಯಾರು ಯಾರಿಗೆ ಮರಣದಂಡನೆ ವಿಧಿಸುವರೆಂದು ಬೇಗನೇ ಗೊತ್ತಾಗುತ್ತದೆ' ಎಂದು ಮನಸ್ಸಿನಲ್ಲೇ ಅಂದುಕೊಂಡ ಗಿರಿನಾಥ ಪ್ರಕಟವಾಗಿ ಹೇಳಿದ, "ಅಷ್ಟು ವ್ಯವಧಾನ ಈಗೆಲ್ಲಿದೆ ಪ್ರಭು?"

"ನಮ್ಮ ಗಡಿಕಾವಲು ಪಡೆಯವರು ಮೊದಲೇ ಏಕೆ ಸುದ್ದಿ ಕೊಡಲಿಲ್ಲ? ಅವರಾದರೂ ಪ್ರತಿಭಟಿಸಿ ಹೋರಾಡಿದರೋ, ಅಥವಾ ಹೆದರಿ ಓಡಿಹೋದರೋ ಅರ್ಥವಾಗುತ್ತಿಲ್ಲ"

"ಬಹುಶಃ ನಿಮ್ಮ ಮೇಲಿನ ಅಸಮಾಧಾನದಿಂದ ಅವರೆಲ್ಲ ಕಾವಲು ಸ್ಥಳದಲ್ಲಿ ಇರಲೇ ಇಲ್ಲವೆಂದು ಕಾಣುತ್ತದೆ. ಅಥವಾ ಅವರೆಲ್ಲ ಪುಷ್ಕರನಿಗೆ ಅತ್ಯಂತ ನಿಷ್ಠರಾಗಿದ್ದು, ಕಾಣೆಯಾಗಿರುವ ಅವನೇ ಅವರನ್ನು ಪ್ರಚೋದಿಸಿ ಅಲ್ಲಿಂದ ಹೊರಟುಬರುವಂತೆ ಮಾಡಿರಬಹುದು."

"ಎಂಥ ನಂಬಿಕೆ ದ್ರೋಹ ! ಮೊದಲು ಈ ಗದ್ದಲ ಮುಗಿಯಲಿ. ನಂತರ ಅವರಿಗೆಲ್ಲ ವಿಚಾರಣೆಯಿಲ್ಲದೆ ಗತಿ ಕಾಣಿಸುತ್ತೇನೆ."

ಸ್ವಲ್ಪ ಹೊತ್ತಿನಲ್ಲಿ ಸೇನೆಯೆಲ್ಲ ಸಿದ್ಧವಾಗಿ ನಿಂತಿತು. ಗಿರಿನಾಥ ಮುಂಭಾಗದಲ್ಲಿ ಕುದುರೆಯೇರಿ ಖಡ್ಗ ಹಿಡಿದು ನಿಂತು, "ಕೂಡಲೇ ಹೊರಡಿ, ನಗರದ ಹೊರಗೇ ಅವರನ್ನು ತಡೆಯಿರಿ. ಒಳಬರಲು ಅವಕಾಶ ಕೊಡಬೇಡಿ" ಎಂದು ಆಂಭೀಕ ಕೂಗಿದ.

ಸೇನೆ ಮುಂದೆ ಚಲಿಸಲು ಗಿರಿನಾಥ ಸೂಚನೆ ನೀಡಿದ. ಅವರೆಲ್ಲ ಅರಮನೆಯ ಮುಂದಿನ ಬಯಲಿನಿಂದ ಆಚೆಯ ಎತ್ತರವಾದ ಮಹಾದ್ವಾರವನ್ನು ದಾಟಿ ಹೊರಗೆ ಹೋದ ಮರುಕ್ಷಣದಲ್ಲೇ ಗಡಿಬಿಡಿಯಿಂದ ಹಿಂದಿರುಗಿದರು.

ಅಂಗಳದಲ್ಲಿ ನಿಂತಿದ್ದ ಆಂಭೀಕ ಇನ್ನೂ ಒಳಗೆ ಹೋಗಿರಲಿಲ್ಲ. "ಚಂದ್ರಗುಪ್ತ ಮಹಾರಾಜರಿಗೆ ಜಯವಾಗಲಿ" ಎಂಬ ಘೋಷ ಇದ್ದಕ್ಕಿದ್ದಂತೆ ನಾಲ್ಕು ದಿಕ್ಕುಗಳನ್ನೂ

ಅಪ್ಪಳಿಸಿತು. ಆಂಭೀಕ ಬೆಚ್ಚಿದ. ನಿಂತಲ್ಲೇ ನಡುಗಿದ. ಮುಖದಲ್ಲಿ ಭೀತಿಯ ಕಪ್ಪು ಛಾಯೆ ಆವರಿಸಿತು. ಹಣೆಯ ಮೇಲೆ, ಕೊರಳ ಸುತ್ತ ಹಠಾತ್ತನೆ ಬೆವರು ಜಿನುಗತೊಡಗಿತು.

ಗಿರಿನಾಥ ಓಡಿ ಬಂದ. "ಪ್ರಭು, ಅವರು ಬಂದೇ ಬಿಟ್ಟರು. ಖಡ್ಗ ತೆಗೆದುಕೊಳ್ಳಿ, ಹೋರಾಡೋಣ" ಎಂದು ಕೂಗಿದ. ಪಕ್ಕದಲ್ಲಿದ್ದ ಯೋಧನಿಂದ ಒಂದು ಖಡ್ಗವನ್ನು ಕಿತ್ತು ಅವನತ್ತ ಎಸೆದ. ದಿಗ್ಭ್ರಾಂತಿಯಲ್ಲಿದ್ದ ಆಂಭೀಕ ಅದನ್ನು ಹಿಡಿದುಕೊಳ್ಳದೆ, ಅದು ಕೆಳಗೆ ಬಿದ್ದು ಠಣ್ ಠಣ್ ಎಂದು ಸದ್ದಾಯಿತು. ನಂತರ ಆಂಭೀಕ ಅದನ್ನು ಎತ್ತಿಕೊಂಡು ಎರಡು ಕೈಯಲ್ಲೂ ಭದ್ರವಾಗಿ ಹಿಡಿದ.

ಅಷ್ಟು ಹೊತ್ತಿಗೆ ಅವನ ಸೈನ್ಯ ಹಿಂದೆ ಬಂದು, ವ್ಯವಸ್ಥೆಯಿಲ್ಲದೆ ದಿಕ್ಕಾಪಾಲಾಗಿ ನಿಂತುಕೊಂಡಿತು. ಕೆಲವೇ ಕ್ಷಣಗಳಲ್ಲಿ ಚಂದ್ರಗುಪ್ತನಿಗೆ ಜಯಕಾರ, ಅದರ ಹಿಂದಿನಿಂದಲೇ ಮಯೂರ ಧ್ವಜವನ್ನು ಹಿಡಿದ ಚರಣನ ಕುದುರೆ, ಅದರ ಹಿಂದೆ ಚಂದ್ರಗುಪ್ತ ಮತ್ತು ಚಾಣಕ್ಯರು ಕುಳಿತ ಕುದುರೆಗಳು, ಅವರ ಹಿಂದೆ ಬೆಂಗಾವಲಿನಲ್ಲಿದ್ದ ಸಿಂಹಸೇನ, ಬ್ರಹ್ಮದತ್ತ ಮತ್ತು ಭಾಸ್ಕರನ ಕುದುರೆಗಳು, ಅದರ ಹಿಂದೆ ಸೇನಾನಾಯಕನಂತೆ ಬರುತ್ತಿದ್ದ ಪುಷ್ಕರನ ಕುದುರೆ, ಅದರ ಹಿಂದೆ ಸಂಬಳದ ಸೈನಿಕರ ದಂಡು!

ಆಂಭೀಕ ಉಗುಳು ನುಂಗಿದ. ಅವರ ಗುಂಪಿನಲ್ಲಿ ಪುಷ್ಕರನನ್ನು ಕಂಡಾಗ ಕೋಪದಿಂದ ಕೆರಳಿದರೂ, ಏನೂ ಮಾಡಲಾಗದ ಅಸಹಾಯಕ ಪರಿಸ್ಥಿತಿಯಲ್ಲಿ ತಳಮಳಿಸಿದ. ಚಾಣಕ್ಯನತ್ತ ನೋಡಿದ. ಅವನು ತನ್ನತ್ತಲೇ ಕುಹಕದಿಂದ ನೋಡುತ್ತಿರುವಂತೆ ಭಾಸವಾಯಿತು. ಅವನನ್ನು ಅಪಮಾನಿಸಿದ ಘಟನೆಗಳು ನೆನಪಿಗೆ ಬಂದವು.

ಸಂಚಿನಲ್ಲಿ ಭಾಗಿಯಾದ ಸೈನಿಕರೇ ಬಹಳವಾಗಿದ್ದುದರಿಂದ ಎಲ್ಲ ನಿರ್ಯೋಚನೆಯಿಂದ ಆಂಭೀಕನ ತಳಮಳವನ್ನು ನೋಡಿ ಒಳಗೇ ಸಂತೋಷಪಡುತ್ತಿದ್ದರು. ನಿಷ್ಠರಾದ ಸೈನಿಕರು, ಮುಂದೆ ಏನಾಗುವುದೋ ಎಂದು ಭಯ ಕುತೂಹಲಗಳಿಂದ ನೋಡುತ್ತಿದ್ದರು.

ಚಂದ್ರಗುಪ್ತನೇ ಮಾತಾಡಿದ, "ಆಂಭೀಕ, ಯುದ್ಧ ಮಾಡಿ ಜಯಿಸು, ಇಲ್ಲವೇ ಶರಣಾಗತನಾಗು. ಗಾಂಧಾರ ಇಂದಿನಿಂದ ನನ್ನದು, ಮೌರ್ಯ ಸಾಮ್ರಾಜ್ಯದ ಒಂದು ಭಾಗ. ಬೇಗ ನಿರ್ಧರಿಸು."

ಏನು ಹೇಳಬೇಕೆಂದು ತೋಚದೆ ಆಂಭೀಕ ಗಲಿಬಿಲಿಗೊಂಡ. ಆ ಸಂಬಳದ ಸೈನಿಕರನ್ನು ತನಗಿಂತ ಮೊದಲೇ ತನ್ನತ್ತ ಸೆಳೆದುಕೊಂಡಿರುವ ಚಂದ್ರಗುಪ್ತನ ಜಾಣ್ಮೆಯನ್ನು ಮೆಚ್ಚುವ ಅವಕಾಶವೂ ಇರಲಿಲ್ಲ, ಶತ್ರುವಿನಂತೆ ತನ್ನ ಬೆನ್ನು ಬಿದ್ದಿರುವ ಚಣಕಪುತ್ರನ ಎದುರು ಶರಣಾಗತನಾಗುವುದೂ ಒಂದೇ, ಸಾಯುವುದೂ ಒಂದೇ ಎಂಬ ಭಾವನೆ ಬಂತು. ತನ್ನ ಸೈನಿಕರೇ ತನಗೆ ದ್ರೋಹಮಾಡಿ ಶತ್ರುವನ್ನು ಮನೆಯ ಬಾಗಿಲಿಗೇ ಬರುವಂತೆ ಮಾಡಿದರೆಂದು ಬಹಳ ನೊಂದುಕೊಂಡ. ಒಳಗೆ ಜೀವಭಯ ತುಳುಕುತ್ತಿದ್ದರೂ, ಒಂದು ಕ್ಷಣ ಚಾಣಕ್ಯನ ಮೇಲಿನ ಕ್ರೋಧವೇ ಕೆರಳಿತು. ಅವನು "ಗಿರಿನಾಥ, ಇವರನ್ನೆಲ್ಲಾ ಹೊಡೆದಟ್ಟು."

"ಆ ಮಾತನ್ನು ನಿರೀಕ್ಷಿಸಿರದ ಗಿರಿನಾಥನಿಗೆ ಒಂದು ಕ್ಷಣ ಆಶ್ಚರ್ಯವಾಯಿತು. ಒಂದು ಕ್ಷಣ ಯೋಚಿಸಿ ಅವನೂ ಕೂಗಿದ "ಚಂದ್ರಗುಪ್ತ ಮಹಾರಾಜರಿಗೆ...."

ಆಂಭೀಕನ ಸೇನೆಯ ಬಹುಭಾಗ "ಜಯವಾಗಲಿ" ಎಂದು ಬೊಬ್ಬಿರಿಯಿತು. ಅವನಿಗೆ ನಿಂತ ನೆಲ ಬಿರಿಯುತ್ತಿರುವಂತಾಯಿತು. "ದ್ರೋಹಿ, ನೀನೂ ಶತ್ರುಗಳ ಪಕ್ಷ

ಸೇರಿಕೊಂಡೆಯಾ ?'' ಎಂದು ಅವನನ್ನು ತನ್ನ ಕತ್ತಿಯಿಂದ ಇರಿಯಲು ಪ್ರಯತ್ನಿಸಿದ. ಗಿರಿನಾಥ ಪ್ರತಿರೋಧ ವ್ಯಕ್ತಪಡಿಸಿದ. ನಿಷ್ಠಾವಂತ ಸೈನಿಕರು ಆಂಭೀಕನ ರಕ್ಷಣೆಗೆ, ಉಳಿದವರು ಗಿರಿನಾಥನ ರಕ್ಷಣೆಗೆ ಧಾವಿಸಿದರು. ಘರ್ಷಣೆ ಆರಂಭವಾಯಿತು. ಕೆಲವರಾದರೂ ತನ್ನ ಪರವಾಗಿದ್ದಾರೆಂಬ ಅಲ್ಪ ಸಮಾಧಾನದಿಂದ ಆಂಭೀಕ, ತಾನು ಮರೆತ ಯುದ್ಧವಿದ್ಯೆಯನ್ನು ನೆನಪು ಮಾಡಿಕೊಳ್ಳುತ್ತಿರುವಂತೆ ಖಡ್ಗ ತಿರುಗಿಸತೊಡಗಿದ. ಐದಾರು ಸೈನಿಕರು ಗಾಯಗೊಂಡರು.

ಅಷ್ಟರಲ್ಲಿ ಅರಮನೆಯ ಮಹಾದ್ವಾರದ ಬಳಿ ''ಚಂದ್ರಗುಪ್ತ ಮಹಾರಾಜರಿಗೆ ಜಯವಾಗಲಿ'' ಎಂಬ ಘೋಷ ಕೇಳಿ ಬಂತು. ತಿರುಗಿ ನೋಡಿದಾಗ ತಕ್ಷಶಿಲೆಯ ನಾಗರಿಕರು ಸ್ತ್ರೀಪುರುಷರಾದಿಯಾಗಿ ದಂಡು ದಂಡಾಗಿ ಒಳಗೆ ನುಗ್ಗಿದರು. ಜನರೂ ತಮಗೆ ವಿರೋಧವಾಗಿರುವರೆಂಬ ಅರಿವಾದ ಕೂಡಲೇ ಆಂಭೀಕನ ನಿಷ್ಠಾವಂತ ಸೈನಿಕರು ತಮ್ಮ ಆಯುಧಗಳನ್ನು ಕೆಳಗೆ ಹಾಕಿ ಶರಣಾಗತರಾದರು.

ಪುಷ್ಕರ ಮತ್ತು ಗಿರಿನಾಥ ಖಡ್ಗ ಹಿಡಿದು ತನ್ನ ಅಕ್ಕಪಕ್ಕ ನಿಂತಾಗ ಆಂಭೀಕ ಕೆಂಗಣ್ಣು ಬಿಟ್ಟು ಅವರತ್ತ ನೋಡಿದ. ಪುಷ್ಕರ ನಿಷ್ಕರುಣೆಯಿಂದ ಅವನ ಕೈಯ ಖಡ್ಗವನ್ನು ಕಿತ್ತೆಸೆದ. ''ಮೋಸದಿಂದ ನನ್ನ ಮೇಲೆ ಜಯ ಸಾಧಿಸಿದೆವೆಂದು ಬೀಗುತ್ತಿರುವ ನಿಮಗೆ ಧಿಕ್ಕಾರ'' ಎಂದ ಆಂಭೀಕ.

ಅದಕ್ಕೆ ಯಾರೂ ಮಾತಾಡಲಿಲ್ಲ, ಚಾಣಕ್ಯ ಪುಷ್ಕರನತ್ತ ನೋಡಿದ. ಅವನೆಂದ, ''ಮೋಸವೇ ? ಯಾವುದು ಮೋಸ ? ನಾವು ಬೆನ್ನಿನಲ್ಲಿ ಚೂರಿ ಹಾಕಲಿಲ್ಲ, ನಿನ್ನ ಎದುರಿಗೇ ಬಂದು, ಸರ್ವರ ಸಮಕ್ಷಮದಲ್ಲೇ ಎದುರಿಸಿ ನಿಂತಿದ್ದೇವೆ.''

''ನನ್ನ ಜನರನ್ನೆಲ್ಲ ಒಳ ಸಂಚು ಮಾಡಿ ನನ್ನ ವಿರುದ್ಧ ನಿಲ್ಲಿಸಿದ್ದು ಮೋಸವಲ್ಲವೇ ?''

''ನಿನಗಾಗಿ ಯವನರ ಸೇನೆಯೊಂದಿಗೆ ಹೋಗಿ, ಹೋರಾಡಿ, ಪಡಬಾರದ ಪಾಡು ಪಟ್ಟು ನೊಂದು ಬೆಂದು ಸತ್ತ ಸೈನಿಕರಿಗೆ ನ್ಯಾಯವಾಗಿ ಸಲ್ಲಬೇಕಾದ ಸಂಬಳ, ಪರಿಹಾರವನ್ನು ಕೊಡದಿರುವುದು ಮೋಸವಲ್ಲವೇ ?'' ಎಂದ ಗಿರಿನಾಥ.

''ಅದು ನಮ್ಮ ಆಂತರಿಕ ವಿಷಯ. ನಾವೇ ಪರಿಹರಿಸಿಕೊಳ್ಳಬಹುದಾಗಿತ್ತು. ಹೊರಗಿನವರ ಜೊತೆ ಸೇರಿ ದ್ರೋಹ ಮಾಡಿದಿರಿ.''

''ಹೊರಗಿನವರು ಬಂದಾಗ ನಾವು ನಿಮ್ಮವರು, ಇಲ್ಲವಾದಾಗ ನಾವು ನಾಯಿ ನರಿಗಳು, ಕ್ರಿಮಿಕೀಟಗಳು. ಯುದ್ಧಕ್ಕೆ ಬಾರದವರನ್ನು ವಿಚಾರಣೆ ನಡೆಸದೆ ಕೊಲ್ಲಿಸುತ್ತೇನೆಂದು ಈಗ ಸ್ವಲ್ಪ ಹೊತ್ತಿಗೆ ಮುಂಚೆ ನೀವೇ ಹೇಳಿದಿರಿ. ಸಂಬಳ ಕೊಡದ ನಿಮಗೆ ನಾವು ಎಂಥ ಶಿಕ್ಷೆ ವಿಧಿಸಬೇಕು ?''

''ನನ್ನನ್ನು ಗೆದ್ದರೇನಾಯಿತು ? ನಾನು ಎಷ್ಟೇ ಆಗಲಿ ಯವನರ ಆಶ್ರಿತ.''

''ಕತ್ತಿಯೆತ್ತುವುದಕ್ಕೆ ಮೊದಲೇ ಸ್ವಾಭಿಮಾನವಿಲ್ಲದೆ ಅಪಾರ ಉಡುಗೊರೆ ನೀಡಿ ಶರಣಾದ ನಿನ್ನ ಹೇಡಿತನಕ್ಕೆ ನಾವು ಹೆಮ್ಮೆ ಪಡಬೇಕೆ ?'' ಎಂದ ಪುಷ್ಕರ.

''ಯವನ ಸೇನೆ ಬಂದು ಮೇಲೆ ಬಿದ್ದಾಗ ಗೊತ್ತಾಗುತ್ತದೆ ನಿಮ್ಮ ವೀರಾವೇಶವೆಷ್ಟೆಂದು !''

''ಇದು ಆಂಭೀಕನಲ್ಲ, ಚಂದ್ರಗುಪ್ತ ಮೌರ್ಯ'' ಎಂದ ಚಂದ್ರಗುಪ್ತ.

''ಇದೆಲ್ಲಾ ಈ ಖೂಳ ಬ್ರಾಹ್ಮಣನ ಸಂಚು'' ಎಂದ ಆಂಭೀಕನ ದೃಷ್ಟಿ ಚಾಣಕ್ಯನ ಕಡೆ ಹರಿಯಿತು. ಆ ಶಬ್ದ ಕೇಳಿದ ಕೂಡಲೇ ಹತ್ತಾರು ಖಡ್ಗಗಳು ಮುನ್ನುಗ್ಗಿದವು. ಚಾಣಕ್ಯ ಸುಮ್ಮನಿರುವಂತೆ ಸನ್ನೆ ಮಾಡಿದ. ತಾನು ಜನಗಳ ಗುಂಪಿನಿಂದ ಹೊರಟು ಆಂಭೀಕ ನಿಂತಿದ್ದ ಎತ್ತರದ ಅಂಗಳಕ್ಕೆ ಬಂದ. ಪ್ರವಚನ ಕೇಳಲು ಬಂದಿರುವ ಸಭೆಯಂತೆ ನಿಂತಿರುವ ಯೋಧರು ಮತ್ತು ಜನಸಮೂಹವನ್ನು ಒಮ್ಮೆ ನೋಡಿದ. ''ಬಂಧುಗಳೇ'' ಎಂದ ಗಂಭೀರ ಧ್ವನಿಯಲ್ಲಿ.

ಎಲ್ಲ ಅವನ ತೇಜಸ್ಸನ್ನು ಕಂಡು ಆಕರ್ಷಿತರಾಗಿ ದಿಟ್ಟಿಸಿ ನೋಡುತ್ತಿದ್ದರು. ಎರಡು ಕ್ಷಣ ಬಿಟ್ಟು ಚಾಣಕ್ಯ ಮತ್ತೆ ಹೇಳಿದ, ''ಈ ಆಂಭೀಕ, ನನ್ನನ್ನು ಖೂಳ ಬ್ರಾಹ್ಮಣನೆಂದು ಬಹಳ ಹೀನಾಯವಾಗಿ ಮೂದಲಿಸುತ್ತಿದ್ದಾನೆ. ಇವನ ತಂದೆ, ನನ್ನ ತಂದೆ ಚಣಕನನ್ನು ಊರು ಬಿಡಿಸಿದ. ಇವನು, ಇವನ ತಂದೆ ಸೇರಿ ನನ್ನನ್ನು ಊರು ಬಿಡಿಸಿದರು. ನಾವು ಅಂಥ ಖೂಳ ಕೆಲಸವೇನು ಮಾಡಿದೆವೆಂದು ನಿಮಗೆಲ್ಲಾ ಗೊತ್ತಿದೆ. ನನ್ನ ವೈಯಕ್ತಿಕ ವಿಷಯಗಳನ್ನು ಬಿಡಿ, ರಾಜನಾದ ಇವನು ನಿಮ್ಮನ್ನೆಲ್ಲ ರಾಜನಂತೆ ಪಾಲಿಸಿದ್ದಾನೋ, ರಾಕ್ಷಸನಂತೆ ಕಾಡಿದ್ದಾನೋ ?''

''ಕಾಡಿದ್ದಾನೆ, ಕಾಡಿದ್ದಾನೆ'' ಎಂದು ಜನ ಕೂಗಿದರು.

''ನಾವು ತಪ್ಪು ಮಾಡಿದ್ದರೆ, ಈಗಲೂ ನಾವು ಇಲ್ಲಿಂದ ಹೊರಟು ಹೋಗಲು ಸಿದ್ಧರಾಗಿದ್ದೇವೆ. ಆದರೆ ನಿರ್ಧಾರ ಮಾಡುವ ಮೊದಲು ಚೆನ್ನಾಗಿ ಯೋಚನೆ ಮಾಡಿ. ಪ್ರಜೆಗಳನ್ನು ಮಕ್ಕಳಂತೆ ಪ್ರೀತಿಯಿಂದ ಸಲಹುವ, ನಿಮ್ಮ ಧರ್ಮವನ್ನು ರಕ್ಷಿಸುವ, ನೀವು ಸ್ವಾಭಿಮಾನದಿಂದ ತಲೆಯೆತ್ತಿ ಬಾಳುವಂತೆ ಮಾಡುವ ರಾಜ ಬೇಕೋ ಅಥವಾ ದುರಹಂಕಾರ ಮತ್ತು ಉದ್ಧಟತನದಿಂದ ದೌರ್ಜನ್ಯ ನಡೆಸುವ ರಾಜ ಬೇಕೋ ?''

''ಆಂಭೀಕ ಬೇಡ, ಆಂಭೀಕ ಬೇಡ'' ಮತ್ತೆ ಜನ ಕೂಗಿದರು.

''ಚಂದ್ರಗುಪ್ತ ಮೌರ್ಯ ಧೀರ, ಪ್ರಜಾವತ್ಸಲ, ವಿವೇಕಿ, ಅವನು ಈಗ ಪಿಪ್ಪಲಿವನದ ರಾಜ. ಮುಂದೆ ಮಗಧದ ಮೇಲೆ ಆಕ್ರಮಣ ಮಾಡಿ, ಅಲ್ಲಿಯ ದುಷ್ಟನಂದನನ್ನು ಸದೆ ಬಡಿಯುತ್ತಾನೆ. ಕೆಲವೇ ದಿನಗಳಲ್ಲಿ ಆರ್ಯಾವರ್ತದ ವಿಶಾಲ ಸಾಮ್ರಾಜ್ಯದ ಚಕ್ರವರ್ತಿಯಾಗುತ್ತಾನೆ.''

''ಚಂದ್ರಗುಪ್ತ ಮಹಾರಾಜರಿಗೆ ಜಯವಾಗಲಿ'' ಎಂಬ ಘೋಷ ಬಹಳ ಹೊತ್ತು ನಡೆಯಿತು. ತನಗೆ ನಿಷ್ಠರಾಗಿದ್ದ ಸೈನಿಕರೂ ಕೂಡ ಅದರಲ್ಲಿ ಭಾಗವಹಿಸಿದ್ದನ್ನು ಕಂಡು ಆಂಭೀಕ ಅವಾಕ್ಕಾದ. ಮರುಕ್ಷಣ ಮುಖ ಮುಚ್ಚಿಕೊಂಡು ಬಿಕ್ಕಿ ಬಿಕ್ಕಿ ಅಳತೊಡಗಿದ. ಅವನಿಗೆ ಯಾರೂ ಮರುಕ ತೋರಿಸಲಿಲ್ಲ, ಅದಕ್ಕೆ ಬದಲು ಅದೂ ಒಂದು ಸೋಗು ಎಂಬಂತೆ ಎಲ್ಲ ನಗತೊಡಗಿದರು.

ಆಂಭೀಕ ಚಾಣಕ್ಯನೆದುರು ಮಂಡಿಯೂರಿ ಕುಳಿತು ಕೈ ಮುಗಿದು ''ನನ್ನನ್ನು ಕ್ಷಮಿಸಿ ಆಚಾರ್ಯ, ನನ್ನ ಜೀವ ಉಳಿಸಿ'' ಎಂದು ಬೇಡಿದ.

''ಛೆ ಛೆ, ಖೂಳ ಬ್ರಾಹ್ಮಣನಿಗೆ ಶರಣಾಗುವುದೇ !'' ಎಂದು ಚಾಣಕ್ಯ ದೂರ ಸರಿದ.

''ಅದು ನನ್ನ ದುರಹಂಕಾರದ ಮಾತು. ನನ್ನ ಸೈನಿಕರು, ನನ್ನದೇ ಜನರ ಮುಂದೆ ಅಪರಾಧಿಯಂತೆ ನಿಂತಿರುವ ನಾನು ಖೂಳ, ನೀವಲ್ಲ''

ಅಷ್ಟರಲ್ಲಿ ಎಲ್ಲ ವಿಷಯ ತಿಳಿದು ಅರಮನೆಯ ಒಳಗಿನಿಂದ ರಾಣೀವಾಸವೇ ಹೊರಬಂದು ಚಾಣಕ್ಯನ ಬಳಿ ಗೋಳಿಡತೊಡಗಿತು. ಅವನಿಗೆ ಬಹಳ ಕೆಡುಕೆನಿಸಿತು. ''ಆಂಭೀಕ, ನಿನ್ನನ್ನು ನಂಬುವುದು ಕಷ್ಟವಾದರೂ ಈ ಸ್ತ್ರೀಯರ ದುಃಖ ನನ್ನ ಮನ ಕರಗಿಸುತ್ತಿದೆ. ಆದರೆ ಬರೀ ನಾನೊಬ್ಬ ಬ್ರಾಹ್ಮಣ. ರಾಜ ಚಂದ್ರಗುಪ್ತ. ನೀನು ಅವನಲ್ಲಿ ಬೇಡಿಕೊ.''

''ಚಂದ್ರಗುಪ್ತ'' ಆಂಭೀಕ ಚಂದ್ರಗುಪ್ತನ ಬಳಿ ಬಂದು ದೈನ್ಯದಿಂದ ಹೇಳಿದ, ''ನೀನು ಹಾಕುವ ಎಲ್ಲ ನಿಬಂಧನೆಗಳಿಗೂ ನನ್ನ ಒಪ್ಪಿಗೆಯಿದೆ. ನನ್ನನ್ನು ಪರದೇಸಿ ಮಾಡಬೇಡ. ಹೆಸರಿಗೆ ಮಾತ್ರವಾದರೂ ನನ್ನನ್ನು ರಾಜನಾಗಿ ಉಳಿಸು.''

''ಕೂಡದು ಕೂಡದು'' ಎಂದು ಸೈನಿಕರು ಮತ್ತು ಜನ ಕೂಗಿದರು.

ಚಂದ್ರಗುಪ್ತ ಚಾಣಕ್ಯನ ಮುಖ ನೋಡಿದ. ಅವನು ಕಣ್ಣಿನಲ್ಲೇ ಸನ್ನೆ ಮಾಡಿದ ಮೇಲೆ ಎಲ್ಲರನ್ನೂ ಉದ್ದೇಶಿಸಿ ಚಂದ್ರಗುಪ್ತ ಹೇಳಿದ, ''ಶಾಂತರಾಗಿ, ನಿಷ್ಕರುಣೆಯಿಂದ ಒಬ್ಬ ರಾಜನನ್ನು ನಿಂತ ಕಾಲ ಮೇಲೆ ನಾಶಪಡಿಸುವ ಕುಸಂಸ್ಕೃತಿ ನಮ್ಮದಲ್ಲ. ನಮ್ಮ ಆಚಾರ್ಯರಿಗೆ ಆದ ಅಪಮಾನಕ್ಕೆ ನಾನು ಆಂಭೀಕನನ್ನು ಕೊಲ್ಲಬೇಕಾಗಿತ್ತು. ಆದರೆ ನಮ್ಮ ಆಚಾರ್ಯರು ಅನಾಗರಿಕರಲ್ಲ, ಕಠಿಣಹೃದಯದವರಲ್ಲ. ಆದ್ದರಿಂದ ತಿದ್ದಿಕೊಳ್ಳಲು ಆಂಭೀಕನಿಗೆ ಒಂದು ಅವಕಾಶ ಕೊಡಲು ನಾನು ನಿರ್ಧರಿಸಿದ್ದೇನೆ. ಹೆದರಬೇಡಿ, ಆಡಳಿತದ ವ್ಯವಸ್ಥೆಯನ್ನು ಬೇರೆಯವರು ನೋಡಿಕೊಳ್ಳುತ್ತಾರೆ. ಪ್ರಜೆಗಳ ಕಷ್ಟಸುಖಗಳನ್ನು ಸೂಕ್ತರೀತಿಯಲ್ಲಿ ನಿರ್ವಹಿಸಲಾಗುತ್ತದೆ. ಒಂದೆರಡು ದಿನದಲ್ಲೇ ಪ್ರಜಾಪ್ರಮುಖರನ್ನೆಲ್ಲ ಆಸ್ಥಾನಕ್ಕೆ ಕರೆಸಿ, ಚರ್ಚೆ ಮಾಡಿ, ಎಲ್ಲರ ಸಮ್ಮತಿಯ ಮೇಲೆ ಉಚಿತ ಕ್ರಮ ತೆಗೆದುಕೊಳ್ಳಲಾಗುತ್ತದೆ. ದಯವಿಟ್ಟು ಸಹಕರಿಸಿ. ಇನ್ನು ನಿಮ್ಮ ಕಷ್ಟದ ದಿನಗಳು ಮುಗಿದವೆಂದು ಭಾವಿಸಿಕೊಳ್ಳಿ.''

ಜನ ಮತ್ತೆ ಜಯಕಾರ ಮಾಡಿದರು. ಮೊಟ್ಟ ಮೊದಲು, ಯುದ್ಧದಲ್ಲಿ ಭಾಗವಹಿಸಿ ಹಿಂದಿರುಗಿದ ಸೈನಿಕರಿಗೆ, ಸತ್ತ ಮತ್ತು ಗಾಯಗೊಂಡ ಸೈನಿಕರಿಗೆ ಭಂಡಾರದಿಂದ ಸಂಬಳ ಮತ್ತು ಪರಿಹಾರವನ್ನು ತಕ್ಷಣ ಕೊಡುವಂತೆ ಪುಷ್ಕರ ಮತ್ತು ಗಿರಿನಾಥನಿಗೆ ಚಂದ್ರಗುಪ್ತ ಆಜ್ಞೆ ಮಾಡಿದ. ಆಂಭೀಕ ತನ್ನ ಕೋಶಾಧಿಕಾರಿಯನ್ನು ಕರೆಸಿ ತಾನೇ ಬೀಗದ ಕೈ ಕೊಡಿಸಿದ. ಎಲ್ಲ ಸೈನಿಕರ ಮನಸ್ಸಿನಲ್ಲೂ ಚಂದ್ರಗುಪ್ತನ ಬಗ್ಗೆ ಕೃತಜ್ಞತೆ ತುಂಬಿತು.

೫

ಅದೇ ದಿನ ಚಾಣಕ್ಯ ಬ್ರಹ್ಮದತ್ತ ಮತ್ತು ಭಾಸ್ಕರನನ್ನು, ಧರ್ಮದತ್ತ, ಕಾತ್ಯಾಯನ, ನಾಗದತ್ತ, ಪ್ರಭಂಜನ ಮತ್ತು ಶಿವಸ್ಕಂದರನ್ನು ಜೊತೆಯಲ್ಲಿ ಕರೆದುಕೊಂಡು ಬರುವಂತೆ ಆದೇಶ ನೀಡಿ ತನ್ನ ಗುರುಕುಲಕ್ಕೆ ಕಳಿಸಿಕೊಟ್ಟ. ಅವರು ಕುದುರೆಗಳನ್ನೇರಿ ಉತ್ಸಾಹದಿಂದ ಹೊರಟರು.

ಅವರೆಲ್ಲ ಬರುವ ವೇಳೆಗೆ ಚಾಣಕ್ಯ, ಚಂದ್ರಗುಪ್ತ, ಚರಣ ಮತ್ತು ಸಿಂಹಸೇನ, ಪುಷ್ಕರ ಮತ್ತು ಗಿರಿನಾಥನೊಂದಿಗೆ ಸೇರಿಕೊಂಡು ಈವರೆಗೆ ಆಂಭೀಕನಿಂದ ಕಡೆಗಣಿಸಲ್ಪಟ್ಟ ನಗರದ ಗಣ್ಯರ ಜೊತೆ ಸೇರಿ ವಿವರವಾಗಿ ಚರ್ಚಿಸಿದರು. ಜನರು ದಿನನಿತ್ಯದ ಬದುಕಿನಲ್ಲೂ ಅನುಭವಿಸುತ್ತಿರುವ ತೊಂದರೆಗಳನ್ನು ಪಟ್ಟಿ ಮಾಡಿಕೊಂಡು, ಪರಿಹಾರೋಪಾಯಗಳ ಬಗ್ಗೆ ಮಾತುಕತೆ ನಡೆಸಿದರು.

ಚಾಣಕ್ಯನಿಗೆ ಗುರುಕುಲದ ಮೇಲೆ ಕಣ್ಣಿದ್ದೇ ಇತ್ತು. ಮರುದಿನ ಆಂಭೀಕ ಮತ್ತು ಚಂದ್ರಗುಪ್ತರೊಂದಿಗೆ ಗುರುಕುಲಕ್ಕೆ ಹೋಗುವ ವೇಳೆಗೆ ಅಲ್ಲಿ ಗದ್ದಲ ನಡೆದುಹೋಗಿತ್ತು. ಮುಖ್ಯ ದ್ವಾರವನ್ನು ದಾಟುತ್ತಿದ್ದಂತೆ ಒಳ ಅಂಗಳ ರಣರಂಗದಂತೆ ಕಾಣುತ್ತಿತ್ತು. ಗಿಡಗಳೆಲ್ಲ ಚಲ್ಲಾಪಿಲ್ಲಿಯಾಗಿದ್ದವು. ಒಂದೆರಡು ಕಡೆ ರಕ್ತದ ಹನಿಗಳೂ ಕಂಡುಬಂದವು. ವಿದ್ಯಾರ್ಥಿಗಳಾರೂ ಕಂಡುಬರಲಿಲ್ಲ. ಅಲಂಕಾರದ ಮಣ್ಣಿನ ಆಕೃತಿಗಳೆಲ್ಲ ಪುಡಿಪುಡಿಯಾಗಿದ್ದವು. ಕುಲಪತಿಯ ಗೃಹದತ್ತ ಕಣ್ಣು ಹಾಯಿಸಿದಾಗ ಹೊರಬಾಗಿಲುಗಳನ್ನು ಮುರಿದು ಹಾಕಿರುವಂತೆ ಕಂಡಿತು.

ಮೂವರೂ ಮೆಟ್ಟಿಲೇರಿ ಒಳಗೆ ಹೋದರು. ಅಲ್ಲೂ ಗ್ರಂಥಗಳು, ಬೆಳ್ಳಿಯ ತಟ್ಟೆ ಬಟ್ಟಲುಗಳೆಲ್ಲ ಎಲ್ಲೆಲ್ಲೋ ಬಿದ್ದಿದ್ದವು. ಮಂಚದ ಮೇಲೆ ವೇದಗುಪ್ತ ಹರಿದ ವಸ್ತ್ರಗಳಲ್ಲಿ ತಲೆಗೆ ಬಟ್ಟೆ ಕಟ್ಟಿಕೊಂಡು ನರಳುತ್ತ ಮಲಗಿದ್ದ. ಅವನ ಸೇವಕ, ತನಗೂ ಮುಖದ ಮೇಲೆ, ಮೈಮೇಲೆ ಗಾಯಗಳಾಗಿದ್ದರೂ ವೇದಗುಪ್ತನ ಸೇವೆ ಮಾಡುತ್ತಿದ್ದ.

ಮೂವರೂ ಒಳಗೆ ಬಂದಾಗ ಸೇವಕ ದಡಕ್ಕನೆ ಎದ್ದು ಕೈಕಟ್ಟಿ ಒಂದು ಪಕ್ಕಕ್ಕೆ ನಿಂತ. ತಾನೂ ಏಳಲು ಹೋದ ವೇದಗುಪ್ತ, ಚಾಣಕ್ಯನ ಮುಖ ನೋಡಿ ಮುಖ ಕಪ್ಪಿಡಿಸಿಕೊಂಡು ಹಾಗೇ ಮಲಗಿದ. ಆಂಭೀಕ ತಾನೇ ಮುಂದೆ ಬಂದು "ವೇದಗುಪ್ತರೇ, ಇವರು ಚಂದ್ರಗುಪ್ತ ಮಹಾರಾಜರು, ನಮ್ಮ ಯಜಮಾನರು, ಎದ್ದು ಗೌರವ ಸಲ್ಲಿಸುವುದಿಲ್ಲವೆ ?"

ಆಗ ವೇದಗುಪ್ತ ತಕ್ಷಣ ಎದ್ದು ಚಂದ್ರಗುಪ್ತನತ್ತ ನೋಡಿ, ತನ್ನ ನೋವನ್ನೂ ಮರೆತು ಹಲ್ಲು ಕಿರಿಯುತ್ತ, "ಕ್ಷಮಿಸಬೇಕು, ನನಗೆ ಗೊತ್ತಾಗಲಿಲ್ಲ. ಚಕ್ರವರ್ತಿಗಳೇ ನನ್ನನ್ನು ನೋಡಲು ಬಂದದ್ದು ನನ್ನ ಭಾಗ್ಯವಿಶೇಷ" ಎಂದ.

"ನಾನು ನಿಮ್ಮನ್ನು ನೋಡಲು ಬರಲಿಲ್ಲ, ನಮ್ಮ ಗುರುಗಳಾದ ಚಾಣಕ್ಯರು ಅಧ್ಯಾಪನ ಮಾಡುತ್ತಿದ್ದ ಪ್ರಸಿದ್ಧವಾದ ತಕ್ಷಶಿಲೆಯ ವಿದ್ಯಾಕೇಂದ್ರ ಹಲವು ಅಪಖ್ಯಾತಿಗಳ ನೆಲೆಯಾಗಿದೆಯೆಂಬ ವಿಷಯ ತಿಳಿದು ಪರಿಶೀಲಿಸಲು ಬಂದೆ. ನನ್ನ ಆಳ್ವಿಕೆಯ ಪ್ರದೇಶದಲ್ಲಿ ಅದೂ ಪೂಜನೀಯವಾದ ವಿದ್ಯಾಕೇಂದ್ರಗಳು ಸರ್ವವಿವಾದಗಳಿಂದ ಮುಕ್ತವಾಗಿ ಪವಿತ್ರವಾಗಿರಬೇಕೆಂಬುದು ನನ್ನ ಉದ್ದೇಶ."

"ಇದೆಲ್ಲ ಏನು ? ಯಾರು ಹೀಗೆ ಮಾಡಿದರು ?" ಎಂದು ಆಂಭೀಕ ಸೇವಕನನ್ನು ಕೇಳಿದ.

"ವಿದ್ಯಾರ್ಥಿಗಳೊಂದಿಗೆ ಹೊರಗಿನವರೂ ಸೇರಿಕೊಂಡು ದಾಂಧಲೆ ನಡೆಸಿದರು. ಸಿಕ್ಕಿದ್ದನ್ನು ಚಚ್ಚಿದರು, ಸಿಕ್ಕಿದವರಿಗೆ ಬಡಿದರು."

"ಕಾರಣವೇನೆಂದು ನಿಮಗೆ ಗೊತ್ತಿಲ್ಲವೆ ?" ಚಂದ್ರಗುಪ್ತ ಕೇಳಿದ.

"ದುರಹಂಕಾರ ಅಷ್ಟೆ" ವೇದಗುಪ್ತ ಮುಖ ಸೊಟ್ಟಗೆ ಮಾಡಿಕೊಂಡು ಹೇಳಿದ, "ಗುರುಹಿರಿಯರೆಂಬ ಭಕ್ತಿಯಿಲ್ಲ, ಕಲಿಕೆಯಲ್ಲಿ ಶ್ರದ್ಧೆಯಿಲ್ಲ."

"ಆಂಭೀಕ" ಚಾಣಕ್ಯ ಹೇಳಿದ, "ಗುರುವನ್ನೇ ಲಘುವಾಗಿ ಪರಿಗಣಿಸಿ ಮನಬಂದಂತೆ ಥಳಿಸಿರಬೇಕಾದರೆ, ಗುರು ನಿಜವಾಗಲೂ ಗುರುತನರಹಿತ ಲಘುವಾಗಿರಬೇಕು, ಅಥವಾ ವಿದ್ಯೆಯಲ್ಲಿ ಶ್ರದ್ಧೆಯಿಲ್ಲದ, ಅನಾಗರಿಕರಂತೆ ವರ್ತಿಸುವ ಉದ್ಧಟರನ್ನೇ ಗುರುಕುಲಕ್ಕೆ ಸೇರಿಸಿಕೊಂಡಿರಬೇಕಲ್ಲವೆ ?"

"ಹಾಂ, ಹೌದು ಹೌದು" ಆಂಭೀಕ ಬಡಬಡಿಸಿದ, "ಹೌದು ಆಚಾರ್ಯ, ತಾವು ಹೋದ ಮೇಲೆ ಸಮರ್ಥರಾದ ಅಧ್ಯಾಪಕರೆಲ್ಲ ಬಿಟ್ಟು ಹೋದರು. ಶ್ರದ್ಧಾವಂತ ವಿದ್ಯಾರ್ಥಿಗಳೂ ಬಿಟ್ಟುಹೋದರು. ಬೌದ್ಧಪೀಠದ ಸ್ಥಾಪನೆಗೆ ಪಟ್ಟು ಹಿಡಿಯಬಾರದಾಗಿತ್ತೆಂದು ಈಗ ನನಗೆ ಪಶ್ಚಾತ್ತಾಪವಾಗುತ್ತಿದೆ."

"ಹೌದು ಮಹಾರಾಜ" ವೇದಗುಪ್ತ ಹೇಳಿದ, "ಅವರಿಂದಲೇ ಈ ಗಲಭೆಗಳು ಹುಟ್ಟಿಕೊಂಡದ್ದು."

"ಅಂದರೆ, ಅವರೇ ಇದನ್ನೆಲ್ಲ ಮಾಡಿದರೆ ?" ಚಂದ್ರಗುಪ್ತ ಕೇಳಿದ.

"ಇಲ್ಲ, ಅವರಲ್ಲ. ಆದರೆ ಕೆಲವು ಕಾಲದಿಂದ ಅವರು ತಮ್ಮ ಹೆಚ್ಚುಗಾರಿಕೆಯನ್ನು ಸ್ಥಾಪಿಸಲು ಉಳಿದ ವಿದ್ಯಾರ್ಥಿಗಳೊಂದಿಗೆ ಮೇಲಿಂದ ಮೇಲೆ ಘರ್ಷಣೆಗೆ ಇಳಿಯುತ್ತಿದ್ದರು. ನಾನೂ ಅತ್ತ ಕಡೆ ಹೆಚ್ಚು ಗಮನ ಕೊಡಲಿಲ್ಲ. ತಾಳ್ಮೆ ತಪ್ಪಿದ ವಿದ್ಯಾರ್ಥಿಗಳು ಆ ಬೌದ್ಧಪೀಠದ ವಿದ್ಯಾರ್ಥಿಗಳಿಗೆ ಥಳಿಸಿ ಇಷ್ಟೆಲ್ಲಾ ಅನಾಹುತ ಮಾಡಿ ಹೋದರು."

"ನಿಮಗೆ ಅವರು ಥಳಿಸಲು ಕಾರಣವೇನು ?"

"ನಾನು ಸದಾ ಅವರ ಪರ ವಹಿಸುತ್ತೇನೆಂದು."

"ಇಂಥ ಅಸಮರ್ಥರು ಕುಲಪತಿಗಳಾದರೆ ಹೀಗೇ ಆಗುವುದು" ಆಂಭೀಕ ಹೇಳಿದ, "ನಾನು ಇವರ ಪರವಹಿಸಿ ಚಾಣಕ್ಯರ ವಿರೋಧ ಕಟ್ಟಿಕೊಂಡು ಎಂಥ ದೊಡ್ಡ ತಪ್ಪು ಮಾಡಿದೆ !"

"ಪ್ರಭು, ನನ್ನ ಮೇಲೇ ಏಕೆ ತಪ್ಪು ಹೊರಿಸುತ್ತಿದ್ದೀರಿ ?" ವೇದಗುಪ್ತ ತಿರುಗಿ ಬಿದ್ದ. "ನಿಮ್ಮ ಒತ್ತಾಯಕ್ಕೆ ಕಟ್ಟು ಬಿದ್ದು ಬೌದ್ಧ ಪೀಠ ಸ್ಥಾಪನೆಗೆ ನಾನು ಒಪ್ಪಿಗೆ ನೀಡಿದೆ. ಇಂದಲ್ಲ ನಾಳೆ ಬೌದ್ಧ ಧರ್ಮ ಇಡೀ ಆರ್ಯಾವರ್ತದ ಪ್ರಬಲ ಧರ್ಮವಾಗುವುದೆಂದು ನೀವು ಹೇಳಿದ್ದನ್ನು ಮರೆತುಬಿಟ್ಟಿರಾ ?"

ಚಾಣಕ್ಯ ವ್ಯಂಗ್ಯವಾಗಿ ನಕ್ಕ. "ಬೌದ್ಧಧರ್ಮ ಆರ್ಯಾವರ್ತದ ಪ್ರಬಲ ಧರ್ಮವಾಗುತ್ತದೆಯೇ ? ಬರೀ ಭ್ರಮೆ ! ಧರಿಸುವ ಬಟ್ಟೆಯನ್ನು ಬದಲಿಸಿದಂತೆ ಧರ್ಮವನ್ನು ಬದಲಿಸಬಹುದೆಂದು ಭಾವಿಸಿದ್ದರೆ, ಅಂಥವರು ಕಡು ಮೂರ್ಖರು. ಒಂಬತ್ತು ತಿಂಗಳ ಕಾಲ ತನ್ನ ಹೊಟ್ಟೆಯಲ್ಲಿಟ್ಟುಕೊಂಡು ಹೆತ್ತು ಹೊತ್ತು ಪಾಲಿಸಿದ ತಾಯಿಯ ಸಂಬಂಧವನ್ನು ಕಡಿದುಕೊಳ್ಳುವುದು ಸಾಧ್ಯವೇ ? ನಮ್ಮನ್ನು ಹೆತ್ತ ತಾಯಿ ಬೇರೆ ಬೇರೆ ಇರಬಹುದು. ಆದರೆ ನಮ್ಮನ್ನು ಪಾಲಿಸುವ, ಪೋಷಿಸುವ, ರಕ್ಷಿಸುವ ಧರ್ಮದ ತಾಯಿ ನಮಗೆಲ್ಲರಿಗೂ ಒಬ್ಬಳೇ. ಧರ್ಮದ್ರೋಹವೂ ಮಾತೃದ್ರೋಹದಷ್ಟೇ ಅಕ್ಷಮ್ಯ. ಗುರುಕುಲವೆಂದರೆ ಅದರಲ್ಲಿ ಆ ತಾಯ್ತನದ ಹಿರಿಮೆಯಿರಬೇಕು, ಪಾವಿತ್ರ್ಯವಿರಬೇಕು, ವಾತಾವರಣದಲ್ಲಿ ಮಾತೃನಿಷ್ಠೆ ತುಂಬಿರಬೇಕು. ನಮ್ಮ ವೈಯಕ್ತಿಕ ಪ್ರತಿಷ್ಠೆಗಳು ಪ್ರಧಾನವಾದರೆ ಗುರುಕುಲದ ಪಾವಿತ್ರ್ಯ ಹಾಳಾಗುತ್ತದೆ. ಇಂಥ ಘಟನೆಗಳಿಗೆ ಅವಕಾಶವಾಗುತ್ತದೆ."

"ವೇದಗುಪ್ತರೇ, ನೀವು ಏನು ಹೇಳುತ್ತೀರಿ ?" ಎಂದು ಚಂದ್ರಗುಪ್ತ ಕೇಳಿದ.

"ಆಚಾರ್ಯ ಚಾಣಕ್ಯರ ಮಾತಿನಲ್ಲಿ ಸತ್ಯಾಂಶವಿದೆ" ವೇದಗುಪ್ತ ಬಹುಕಷ್ಟದಿಂದ ಹೇಳಿದ, "ಇನ್ನು ಮುಂದೆ ಅಂಥ ಅಪರಾಧಗಳು ನಡೆಯದಂತೆ ನೋಡಿಕೊಳ್ಳುತ್ತೇನೆ."

ಚಂದ್ರಗುಪ್ತ ಚಾಣಕ್ಯನ ಮುಖ ನೋಡಿದ. ಚಾಣಕ್ಯ ಹೇಳಿದ, "ಆಂಭೀಕನ ವಿಷಯದಲ್ಲಿ ನಾವು ತುಸು ಮೃದು ಧೋರಣೆ ತಾಳಬಹುದು, ಆದರೆ ಗುರುಕುಲದ ಕುಲಪತಿಯ ವಿಷಯದಲ್ಲಲ್ಲ. ತಕ್ಷಶಿಲೆಯ ಗುರುಕುಲ ಗಾಂಧಾರದ ಪ್ರತಿಷ್ಠೆಯ ಸಂಕೇತ, ಅದು ಆರ್ಯಾವರ್ತದ ಹೆಮ್ಮೆ. ಅದರ ಮುಖ್ಯಾಧಿಕಾರಿ ನಿಜವಾದ ವಿದ್ವಾಂಸನಾಗಿರಬೇಕು, ಇತರ ವಿದ್ವಾಂಸರು ತಮ್ಮ ಅಧ್ಯಾಪನವನ್ನು ಸರಿಯಾಗಿ ನಿರ್ವಹಿಸುತ್ತಿರುವರೆಂಬುದನ್ನು ಖಚಿತಪಡಿಸಿ ಕೊಳ್ಳಲು ತಾನೂ ಸಮರ್ಥ ಅಧ್ಯಾಪಕನಾಗಿರಬೇಕು. ತನ್ನ ಸ್ವಂತ ಸುಖ ಭೋಗಗಳಿಗೆ ಅವಕಾಶ ನೀಡುವ ಅಧಿಕಾರವಲ್ಲ ಇದು, ತನ್ನ ಕರ್ತವ್ಯ ನಿಷ್ಠೆಗೆ ತನ್ನನ್ನೇ ಸಮರ್ಪಿಸಿಕೊಳ್ಳುವ ಅಗ್ನಿದಿವ್ಯ. ಆ ಅರ್ಹತೆಗಳು ವೇದಗುಪ್ತರಲ್ಲಿ ಇಲ್ಲವೆಂಬುದು ದೌರ್ಭಾಗ್ಯ. ತೆರೆದ ಮನಸ್ಸಿನಿಂದ ಯೋಚಿಸಿದರೆ ಅವರಿಗೇ ಅದು ಅರ್ಥವಾಗುತ್ತದೆ. ನಾನು ವೇದಗುಪ್ತರ ದ್ವೇಷಿಯಲ್ಲ, ಗುರುಕುಲದ ಪ್ರೇಮಿ. ಹಾಗೆಯೇ ಆಂಭೀಕನ ಮೇಲಿನ ಸೇಡಿಗಿಂತ, ಗಾಂಧಾರದ ಮೇಲಿನ ಭಕ್ತಿ ಪ್ರೀತಿಗಳು ನನಗೆ ದೊಡ್ಡದು."

ವೇದಗುಪ್ತ ತಲೆ ತಗ್ಗಿಸಿದ. ನಾಚಿಕೆಯ ಭಾವನೆಯಿತ್ತೋ, ಕೋಪದ ಭಾವನೆಯಿತ್ತೋ ಎಂಬುದು ಅಲ್ಲಿದ್ದ ಯಾರಿಗೂ ಅರ್ಥವಾಗಲಿಲ್ಲ.

"ಚಿಂತಿಸಬೇಡಿ, ಆಚಾರ್ಯ" ಆಂಭೀಕ ಹೇಳಿದ, "ಗುರುಕುಲದ ಹೊಸ ಕುಲಪತಿಯ ನೇಮಕ, ಅದರ ಪುನರ್‌ವ್ಯವಸ್ಥೆ ಎಲ್ಲವನ್ನೂ ನೀವೇ ನೋಡಿಕೊಳ್ಳಿ. ವೇದಗುಪ್ತರು ತಮ್ಮ ಸ್ಥಾನದಿಂದ ಕೆಳಗಿಳಿಯುತ್ತಾರೆ."

"ಮುಂದೆ ನನ್ನ ಗತಿ ?" ಎಂದು ವೇದಗುಪ್ತ ದೈನ್ಯದಿಂದ ನೋಡಿದ.

"ಅದು ನಮ್ಮ ಹೊಣೆಯಲ್ಲ" ಎಂದು ಚಾಣಕ್ಯ ಹೊರಟುಬಿಟ್ಟ. ಚಂದ್ರಗುಪ್ತನೂ ಅವನನ್ನು ಹಿಂಬಾಲಿಸಿದ. ಆಂಭೀಕ "ನೀವು ಬೇಗ ನಗರ ಬಿಡುವುದು ಒಳ್ಳೆಯದು. ಇಲ್ಲೇ ಇದ್ದರೆ ಚಾಣಕ್ಯನ ವಕ್ರದೃಷ್ಟಿ ನಿಮಗೆ ಇನ್ನೆಂಥ ಗತಿ ಕಾಣಿಸುವುದೋ ಏನೋ !" ಎಂದು ಅವನ ಕಿವಿಯಲ್ಲಿ ಹೇಳಿ ಚಂದ್ರಗುಪ್ತನನ್ನು ಹಿಂಬಾಲಿಸಿದ.

ದುಃಖ ಅಪಮಾನಗಳಿಂದ ವೇದಗುಪ್ತ ತಳಮಳಿಸಿದ. "ಅಂತೂ ನಮ್ಮ ರಾಜನೇ ನನ್ನ ಪರವಾಗಿ ಒಂದು ಮಾತಾಡಲಿಲ್ಲ" ಎಂದ.

ಅದಕ್ಕೆ ಸೇವಕ ಹೇಳಿದ, "ಆ ದಿನ ಚಾಣಕ್ಯರಿಗೆ ಊರು ಬಿಡುವಂತೆ ಹೇಳಿದಾಗ ಅವರ ಮನಃಸ್ಥಿತಿ ಹೇಗಿರಬಹುದೆಂದು ಊಹಿಸಿಕೊಳ್ಳಿ. ಇನ್ನೊಬ್ಬರಿಗೆ ಮಾಡಿದ ಕೇಡು ನಮಗೇ ತಿರುಗುಬಾಣವಾದಾಗಲೇ ಅದು ಎಷ್ಟು ಕೆಟ್ಟದ್ದೆಂದು ಮನವರಿಕೆಯಾಗುವುದು."

"ನೀನೂ ನನ್ನ ಶತ್ರುವಾದೆಯಾ ?" ಎಂದು ಕೋಪದಿಂದ ವೇದಗುಪ್ತ ಕೈಯೆತ್ತಿದವನು, ನೋವಿನಿಂದ ಚೀರಿ ಹಾಗೆಯೇ ಹಿಂದಕ್ಕೆ ತೆಗೆದುಕೊಂಡ. ಅಷ್ಟರಲ್ಲಿ ಸೇವಕ ಹೊರಗೆ ಓಡಿಯಾಗಿತ್ತು. ಹತಾಶೆಯಿಂದ ಸ್ವಲ್ಪ ಹೊತ್ತು ತನ್ನ ಸುತ್ತಮುತ್ತಲ ಶೂನ್ಯವನ್ನು ನೋಡುತ್ತ ವೇದಗುಪ್ತನಿಗೆ ಅಳು ಬರುವಂತಾಯಿತು.

ಚಂದ್ರಗುಪ್ತ ಮತ್ತು ಚರಣನೊಂದಿಗೆ ಚಾಣಕ್ಯ ತನ್ನ ಮನೆಗೆ ಹೋದ. ಪ್ರಭಂಜನ ಈಗ ಅಲ್ಲಿ ವಾಸ ಮಾಡದೆ ಗುರುಕುಲಕ್ಕೆ ಹೋಗಿಬಿಟ್ಟಿದ್ದರೂ, ಪ್ರತಿನಿತ್ಯ ಮನೆಯನ್ನು ಶುಚಿ ಮಾಡಿ ರಾತ್ರಿ ದೀಪ ಹಚ್ಚಲು ವ್ಯವಸ್ಥೆ ಮಾಡಿಹೋಗಿದ್ದ.

ಮನೆಯೊಳಗೆ ಹೆಜ್ಜೆಯಿರಿಸಿದಾಗ ಬೇಡ ಬೇಡವೆಂದರೂ ಅಲ್ಲಿ ಬದುಕಿದ ದಿನಗಳ ನೆನಪು, ತಂದೆಯ ನೆನಪು, ವಿಶಾಖಳ ನೆನಪು ಎಲ್ಲ ಚಾಣಕ್ಯನ ಮನಸ್ಸಿನಲ್ಲಿ ನುಗ್ಗಿ ಬಂದವು. ಕೆಲವು ಕ್ಷಣ ಉದ್ವಿಗ್ನನಾಗಿ ಸುಮ್ಮನೆ ಕುಳಿತುಬಿಟ್ಟ. ಅದು ಅರ್ಥವಾದವರಂತೆ ಚಂದ್ರಗುಪ್ತ ಮತ್ತು ಚರಣ ಮೌನವಾಗಿ ಕುಳಿತರು. ಕೆಲವೇ ಕ್ಷಣಗಳಲ್ಲಿ ತನ್ನನ್ನು ತಾನು ನಿಯಂತ್ರಿಸಿಕೊಂಡು ಸಣ್ಣಗೆ ನಕ್ಕ. "ಇದೊಂದು ವಿಷಯದಲ್ಲಿ ನಾನು ಆಗಾಗ ಸೋಲುತ್ತೇನೆ ಎನಿಸುತ್ತಿದೆ" ಎಂದ ಎತ್ತಲೋ ನೋಡುತ್ತ.

"ಆಚಾರ್ಯ, ಯಾವ ವಿಷಯ ಮಾತಾಡುತ್ತಿರುವಿರಿ ?" ಚಂದ್ರಗುಪ್ತ ಕೇಳಿದ.

"ನೋಡು, ನಾನು ಇಡೀ ಆರ್ಯಾವರ್ತವೇ ನನ್ನ ಮಾತೃಭೂಮಿ, ಈ ಪವಿತ್ರಭೂಮಿಯಲ್ಲಿ ವಾಸಿಸುತ್ತಿರುವ ಎಲ್ಲರೂ ನನ್ನವರೇ, ಎಂದು ಎಷ್ಟು ಹೇಳಿದರೂ ನನ್ನ ತಂದೆ ತಾಯಿ, ನನ್ನ ಮನೆ, ನನ್ನ ಗಾಂಧಾರ, ನನ್ನ ತಕ್ಷಶಿಲೆ, ನನ್ನ ಆಪ್ತರು ಎಂಬ ಸಂಬಂಧಗಳ ಸೆಳೆತ ಸಂಕುಚಿತ ಚೌಕಟ್ಟಿನೊಳಗೆ ನಿಲ್ಲಿಸಿಬಿಡುತ್ತದೆ."

"ಅದರಲ್ಲಿ ಅಸಹಜವಾದದ್ದೇನು ಆಚಾರ್ಯ ?" ಎಂದ ಚರಣ.

"ಅಸಹಜವಲ್ಲ, ಸಹಜವೇ. ಆದರೆ ನಮ್ಮಂಥವರು ಆ ಚೌಕಟ್ಟನ್ನು ದಾಟಬೇಕು."

"ನನಗೇನೋ ಇದೊಂದು ದೌರ್ಬಲ್ಯವೆಂದು ಅನಿಸುತ್ತಿಲ್ಲ" ಚಂದ್ರಗುಪ್ತ ಹೇಳಿದ, "ನೆಲದಲ್ಲಿ ನಿಂತೇ ಆಕಾಶದತ್ತ ನೋಡುವುದು ಎಷ್ಟು ಸಹಜವೋ, ವೈಯಕ್ತಿಕ ಸಂಬಂಧಗಳ ಚೌಕಟ್ಟಿನಿಂದಲೇ ಅದರಾಚೆಯ ಸಾರ್ವತ್ರಿಕತೆಯನ್ನು ಮುಟ್ಟಬೇಕು."

ಚರಣ ಮತ್ತೆ ಹೇಳಿದ, "ಹೌದು ಆಚಾರ್ಯ, ನಿಮ್ಮ ತಂದೆ ನಿಮ್ಮಲ್ಲಿ ಚಿಕ್ಕಂದಿನಿಂದ ಸದ್ಗುಣಗಳನ್ನು ಬೆಳೆಸಿದರು. ಜ್ಞಾನದಾಹವನ್ನು ತುಂಬಿದರು. ಮಾರ್ಗದರ್ಶನ ನೀಡಿದರು. ತಕ್ಷಶಿಲೆ ನಗರ, ಇಲ್ಲಿಯ ಜನ, ಆಪ್ತರು, ಮಿತ್ರರು ನಿಮ್ಮ ವ್ಯಕ್ತಿತ್ವದ ಮೇಲೆ ಗಾಢ ಪ್ರಭಾವ ಬೀರಿವೆ. ಈ ಎಲ್ಲ ಹಿನ್ನೆಲೆಗಳಿಂದಲೇ ನೀವು ದಿಟ್ಟ ನಿರ್ಧಾರ ತೆಗೆದುಕೊಳ್ಳಲು, ವಿಶಾಲವಾದ ಧರ್ಮ ಸಾಮ್ರಾಜ್ಯದ ಕನಸು ಕಾಣಲು ಸಾಧ್ಯವಾಯಿತು. ಇವೆಲ್ಲಾ ಒಂದು ರೀತಿಯಲ್ಲಿ ನಿಮ್ಮ ವ್ಯಕ್ತಿತ್ವದ ಅಥವಾ ನಿಮ್ಮ ಉದಾತ್ತ ಕನಸಿನ ಅಡಿಪಾಯವಲ್ಲವೆ ? ಅಂದ ಮೇಲೆ ಅನಿವಾರ್ಯವಾದ ಅಡಿಪಾಯವನ್ನು ಮರೆತು ಕಾರ್ಯೋದ್ಯೋಗ ಮಾಡುವುದು ಅಸಂಗತವಲ್ಲವೆ ?"

"ನಿನ್ನ ಮಾತು ಸರಿ" ಎಂದ ಚಾಣಕ್ಯ, "ನಿನ್ನ ತರ್ಕದಲ್ಲಿ ಅರ್ಥವಿದೆ. ನೀನು ಯುದ್ಧವಿದ್ಯೆಯನ್ನು ಕಲಿತು ಯೋಧನಾಗದೆ, ಶುದ್ಧ ವಿದ್ಯಾರ್ಥಿಯೇ ಆಗಿದ್ದರೆ ನನ್ನನ್ನೂ ಮೀರಿಸಿದ ಮೇಧಾವಿ ವಿದ್ವಾಂಸನಾಗುತ್ತಿದ್ದೆ."

"ಇಲ್ಲ ಆಚಾರ್ಯ, ಇದು ನಿಮ್ಮ ಅಭಿಮಾನದ ಹೊಗಳಿಕೆ. ನನ್ನ ತರ್ಕಜ್ಞಾನವೆಲ್ಲ ಕೇವಲ ಆಯಾ ಸಂದರ್ಭಕ್ಕೆ ತಕ್ಕ ಆಲೋಚನೆ ಅಷ್ಟೆ. ಸಂದರ್ಭಗಳೇ ಬಾರದಿದ್ದರೆ ತರ್ಕದ ಆಲೋಚನೆಯೇ ನನ್ನ ಬುದ್ಧಿಗೆ ಬರುವುದಿಲ್ಲ" ಎಂದು ಚರಣ ನಕ್ಕ.

ಅಷ್ಟರಲ್ಲಿ "ವಿಷ್ಣುಗುಪ್ತ ವಿಷ್ಣುಗುಪ್ತ" ಎಂಬ ಕೂಗು ಕೇಳಿ ಎಲ್ಲ ಬಾಗಿಲತ್ತ ನೋಡಿದರು. ವೈದ್ಯ ಹರಿಸೇನ ಒಳ ಬರುತ್ತಿದ್ದ.

ಚಾಣಕ್ಯನ ಮುಖ ಅರಳಿ "ಓ ಹರಿಸೇನ, ಬಾ ಬಾ" ಎಂದು ಹೋಗಿ ಕೈಹಿಡಿದು ಸ್ವಾಗತಿಸಿ ಕರೆತಂದು ಕುಳ್ಳಿರಿಸಿದ. ಅವನನ್ನು ಎಲ್ಲರಿಗೂ ಪರಿಚಯಿಸಿ, ಅವರನ್ನೂ ಅವನಿಗೆ ಪರಿಚಯಿಸಿದ.

"ಎಷ್ಟು ಕಾಲವಾಗಿ ಹೋಯಿತು, ನಿನ್ನನ್ನು ನೋಡಿ. ಹೇಗಿದ್ದಿ? ನಿನ್ನ ಸಾಹಸಗಳನ್ನು ಕೇಳುತ್ತಿದ್ದೆ. ನಾನು ಊರಿನಲ್ಲಿರಲಿಲ್ಲ. ಇಂದು ಬೆಳಿಗ್ಗೆ ತಾನೇ ಬಂದೆ. ಬಂದ ಕೂಡಲೇ ಗಾಂಧಾರವನ್ನು ಆ ದುಷ್ಟ ಆಂಭೀಕನಿಂದ ಬಿಡುಗಡೆಗೊಳಿಸಿದ ರೋಮಾಂಚಕಾರೀ ಸುದ್ದಿ ಕೇಳಿ, ನಿನ್ನನ್ನು ನೋಡಲು ಅರಮನೆಯ ಬಳಿಗೆ ಹೋದೆ. ಆದರೆ ನೀವು ಇಲ್ಲಿಗೆ ಬಂದಿರುವ ವಿಷಯ ತಿಳಿಯಿತು, ಓಡಿ ಬಂದೆ. ಈ ದಿನ ನೀನು ತಕ್ಷಶಿಲೆಯ ಋಣ ತೀರಿಸಿ ತುಂಬ ದೊಡ್ಡ ಕೆಲಸ ಮಾಡಿದೆ."

"ನನ್ನದೇನಿದೆ ಹರಿಸೇನ. ನನ್ನ ಮಿತ್ರರ ಶ್ರದ್ಧೆ ಶ್ರಮಗಳೇ ಇಲ್ಲಿ ಪ್ರಧಾನ. ನಾನೇನು ಖಡ್ಗ ಹಿಡಿದು ಯುದ್ಧ ಮಾಡುತ್ತೇನೆಯೇ ? ನನ್ನದೇನಿದ್ದರೂ ಬುದ್ಧಿಯ ಬಲವಲ್ಲವೆ ?" ಚಾಣಕ್ಯ ನಕ್ಕ.

"ಲಕ್ಷ ಖಡ್ಗಗಳ ಬಲಕ್ಕಿಂತ ಒಂದು ಬುದ್ಧಿಯ ಬಲ ಶಕ್ತಿಶಾಲಿಯಾದದ್ದು ಎಂಬುದನ್ನು ನಮ್ಮ ಆಚಾರ್ಯರು ನಿರೂಪಿಸಿದ್ದಾರೆ, ಹರಿಸೇನರೆ" ಎಂದ ಚಂದ್ರಗುಪ್ತ.

"ನಿಜ. ನಿಮ್ಮ ಮಾತಿಗೆ ನನ್ನ ಅನುಮೋದನೆಯಿದೆ. ಆದರೆ ಬುದ್ಧಿಯಿದ್ದವರೆಲ್ಲ ಅದನ್ನು ಸದ್ವಿನಿಯೋಗ ಮಾಡಿದ್ದರೆ ನಮ್ಮ ಗಾಂಧಾರದ ಸ್ಥಿತಿ ಹೀಗಾಗುತ್ತಿರಲಿಲ್ಲ. ಆಂಭೀಕ ಬುದ್ಧಿವಂತನಲ್ಲವೆ ? ವೇದಗುಪ್ತ ಬುದ್ಧಿವಂತನಲ್ಲವೆ ? ಆದರೆ ಅವರು ಅದನ್ನು ದುರ್ವಿನಿಯೋಗ ಮಾಡಿದರು. ತಮ್ಮ ಸ್ವಾರ್ಥ ಪ್ರತಿಷ್ಠೆಗಳಿಗಾಗಿ ಬಳಸಿದರು. ಇನ್ನೊಬ್ಬರಿಗೆ ನೋವು, ಸಂಕಟವನ್ನು ಕೊಡಲು ಉಪಯೋಗಿಸಿದರು" ಹರಿಸೇನ ಹೇಳಿದ.

"ಹೌದು ಹರಿಸೇನ" ಚಾಣಕ್ಯ ಹೇಳಿದ, "ಸಮುದಾಯದ ಶ್ರೇಯಸ್ಸಿಗೆ, ಸ್ವಧರ್ಮದ, ಸ್ವದೇಶದ ಉದ್ಧಾರಕ್ಕೆ ಬಳಕೆಯಾಗದ ಬುದ್ಧಿ ಎಷ್ಟಿದ್ದರೇನು ?"

ಅದಕ್ಕೆ ಚರಣ ಹೇಳಿದ, "ನನ್ನ ಅಭಿಪ್ರಾಯದಲ್ಲಿ ಬುದ್ಧಿ ಸರಿದಾರಿಯಲ್ಲಿ ಸಾಗಬೇಕೆಂದರೆ ಹೃದಯ ಪರಿಶುದ್ಧವಾಗಿರಬೇಕು. ಹೃದಯ ಪರಿಶುದ್ಧವಾಗಿರಲು ಒಳ್ಳೆಯ ಧಾರ್ಮಿಕ ಸಂಸ್ಕಾರವಿರಬೇಕು. ಆ ಧರ್ಮ ಸದಾ ರಾಷ್ಟ್ರಜೀವನದ ಆಂತರ್ಯದ ಸ್ರೋತ ವಾಗಿರಬೇಕು."

"ಆ ಧರ್ಮದ ಸ್ರೋತವನ್ನೇ ಕಲುಷಿತಗೊಳಿಸಿದರೆ ಅದರಿಂದ ಬದುಕಿನ ಬೆಳಕು ಮಬ್ಬಾಗುತ್ತದೆ. ಆ ಮಬ್ಬಿನಲ್ಲಿ ಸಮಾಜ ಜೀವನಕ್ಕೆ ಕಂಟಕವಾದ ಆಘಾತಕಾರೀ ಸಂಘರ್ಷ ಗಳಿಗೆ ದಾರಿಯಾಗುತ್ತದೆ."

ಸ್ವಲ್ಪ ಹೊತ್ತಿನ ನಂತರ ಏನೋ ನೆನಪಾಗಿ ಚಾಣಕ್ಯ ಕೇಳಿದ, "ಹರಿಸೇನ, ಕೆಲವು ಕಾಲ ತಕ್ಷಶಿಲೆಯನ್ನು ಬಿಡುವುದು ಸಾಧ್ಯವೇ ?"

"ನಾನು ನಿನ್ನ ಹಾಗೆ ಶಸ್ತ್ರ ಹಿಡಿಯುವವನಲ್ಲ. ಚಿಕಿತ್ಸೆ ನೀಡುವ ಒಬ್ಬ ವೈದ್ಯ ಅಷ್ಟೆ" ಎಂದು ಹರಿಸೇನ ನಕ್ಕ.

"ವೈದ್ಯನೇ ನಮಗೆ ಬೇಕಾಗಿರುವುದು."

"ಅಂದರೆ ನನಗೆ ಅರ್ಥವಾಗಲಿಲ್ಲ."

"ಚಂದ್ರಗುಪ್ತ ಪಾಟಲೀಪುತ್ರವನ್ನು ಸೇರಿ, ಮಗಧದ ಸಿಂಹಾಸನವೇರುವವರೆಗೆ ನಮ್ಮ ದಂಡಯಾತ್ರೆ ನಿಲ್ಲುವಂತಿಲ್ಲ. ಸಣ್ಣಪುಟ್ಟ ಘರ್ಷಣೆಗಳು, ದೊಡ್ಡ ಯುದ್ಧಗಳೂ ನಡೆಯಬಹುದು. ಹಲವರು ಸಾಯಬಹುದು, ಕೆಲವರು ಗಾಯಗೊಳ್ಳಬಹುದು. ಸತ್ತವರ

ವಿಷಯ ಬಿಟ್ಟರೂ, ಗಾಯಗೊಂಡವರಿಗೆ ಸೂಕ್ತ ಚಿಕಿತ್ಸೆ ಒದಗಿಸುವುದು ನಮ್ಮ ಕರ್ತವ್ಯ. ಜೊತೆಗೆ ಬಿಡುವಿಲ್ಲದ ಸಂಚಾರದಲ್ಲಿ ನಮ್ಮ ಆರೋಗ್ಯವೂ ಕೆಡಬಹುದು. ನಮ್ಮ ಜೊತೆಯಲ್ಲಿ ನೀನಿದ್ದರೆ ತುಂಬಾ ಉಪಕಾರವಾಗುತ್ತದೆ."

"ಹೌದು ಹರಿಸೇನರೇ" ಚಂದ್ರಗುಪ್ತ ಹೇಳಿದ, "ಆಚಾರ್ಯರ ಆಲೋಚನೆ ಸಮಂಜಸ ವಾಗಿದೆ. ದಯವಿಟ್ಟು ನಮ್ಮ ಜೊತೆಯಲ್ಲಿ ಬಂದುಬಿಡಿ."

"ನಿಮ್ಮ ಮನೆಯ ಕಡೆಯ ಎಲ್ಲ ವ್ಯವಸ್ಥೆ ಮಾಡಿ ಹೊರಡುತ್ತೇವೆ" ಚರಣ ಹೇಳಿದ, "ಜೊತೆಗೆ ನಿಮಗೆ ಪ್ರಾಣಾಪಾಯವಾಗದಂತೆ ಎಚ್ಚರದಿಂದ ನೋಡಿಕೊಳ್ಳುವ ಹೊಣೆ ನಮ್ಮದು."

ಎರಡು ಕ್ಷಣ ಯೋಚಿಸಿದ ಹರಿಸೇನ "ಬರುತ್ತೇನೆ, ನಿಮ್ಮ ಜೊತೆ ಹೊಸ ಅನುಭವಗಳನ್ನು ಪಡೆಯುವ ಮತ್ತು ಹಲವರಿಗೆ ಚಿಕಿತ್ಸೆ ನೀಡಿ ನನ್ನ ಕೈಲಾದ ಸಹಾಯ ಮಾಡುವ ಅವಕಾಶವನ್ನು ಬಿಡುವುದುಂಟೆ ?"

ಹರಿಸೇನನ ಬಲವಂತಕ್ಕೆ ಅವರೆಲ್ಲ ಅವನ ಮನೆಯಲ್ಲೇ ಊಟ ಮಾಡಿದರು. ಮತ್ತೆ ಚಾಣಕ್ಯನ ಮನೆಗೆ ಬಂದು ಮುಂದಿನ ಯೋಜನೆಗಳ ಬಗ್ಗೆ ಮಾತಾಡುತ್ತಿರುವಾಗ ಅರಮನೆಯಿಂದ ಪುಷ್ಕರ ಮತ್ತು ಗಿರಿನಾಥ ಬಂದರು.

"ಅರಮನೆಯಲ್ಲಿ ನಿಮ್ಮ ಭೋಜನಕ್ಕೆ ಎಲ್ಲ ವ್ಯವಸ್ಥೆ ಮಾಡಿ ನಾವೆಲ್ಲ ಕಾಯುತ್ತಿದ್ದೆವು. ಆಂಭೀಕನೂ ಕಾಯುತ್ತಿದ್ದ" ಎಂದ ಪುಷ್ಕರ.

ಎಲ್ಲ ಆಶ್ಚರ್ಯದಿಂದ ಮುಖ ಮುಖ ನೋಡಿಕೊಂಡರು.

"ಹರಿಸೇನನ ಸೇವಕ ಬಂದು ನೀವು ಅವರ ಮನೆಯಲ್ಲೇ ಊಟ ಮಾಡುವ ವಿಷಯ ತಿಳಿಸಿದ ಮೇಲೆ ಆಂಭೀಕ ಊಟಕ್ಕೆ ಕುಳಿತ" ಎಂದ ಗಿರಿನಾಥ.

"ಅತಿಥಿ ಸತ್ಕಾರದ ಹೊಸ ಪಾಠ ಕಲಿಯುತ್ತಿರುವಂತಿದೆ ?" ಎಂದ ಹರಿಸೇನ ನಗುತ್ತ.

"ಅತಿಥಿ ಸತ್ಕಾರವಲ್ಲ ಹರಿಸೇನ" ಚಾಣಕ್ಯ ಹೇಳಿದ, "ಬಲವಂತರ ಆರಾಧನೆ. ಹೆಸರಿಗೆ ಮಾತ್ರ ರಾಜನಾಗಿರುವ ಅವಕಾಶವನ್ನೂ ಕಿತ್ತುಕೊಂಡು ಅರಮನೆಯಿಂದ ಹೊರಗೆ ಹಾಕಿದರೆ ಏನು ಗತಿಯೆಂಬ ಭಯ."

"ಪುಷ್ಕರ" ಚಂದ್ರಗುಪ್ತ ಕೇಳಿದ, "ಯವನರ ಬಗ್ಗೆ ಏನಾದರೂ ವಿಷಯ ಸಂಗ್ರಹವಾಯಿತೆ ?"

"ವಿವರವಾಗಿ ವಿಷಯ ಸಂಗ್ರಹಿಸಲು ಸಾಕಷ್ಟು ಸಮಯಾವಕಾಶವಿಲ್ಲ ಪ್ರಭು" ಪುಷ್ಕರ ಹೇಳಿದ, "ಯವನರು ಗೆದ್ದ ಪ್ರಾಂತ್ಯಗಳು ಮತ್ತು ಜನಪದಗಳನ್ನು ಕೆಲವು ವಿಭಾಗಗಳಾಗಿ ವಿಂಗಡಿಸಿ, ಅಲ್ಲಿ ತನ್ನ ಪ್ರತಿನಿಧಿಗಳನ್ನು ನೇಮಿಸಿದ್ದಾನಂತೆ. ಆ ಪ್ರತಿನಿಧಿಗಳ ಸೇನಾಬಲವೆಷ್ಟೆಂದು ಖಚಿತವಾಗಿ ತಿಳಿದಿಲ್ಲ, ನಾವು ಮುಂದೆ ಹೋದಂತೆ ಸಮೀಪದ ಸುದ್ದಿ ತಲಪುವಂತೆ ವ್ಯವಸ್ಥೆ ಮಾಡುತ್ತೇನೆ."

ಚರಣ ನಗುತ್ತಾ ಹೇಳಿದ, "ಆಚಾರ್ಯ, ಪುಷ್ಕರ ಸೇನಾಧಿಪತಿಯಾಗಿರುವುದಕ್ಕಿಂತ ಅಮಾತ್ಯನಾದರೆ ಒಳ್ಳೆಯದೆಂದು ಕಾಣುತ್ತದೆ."

"ನೀನು ಹೇಳುವುದಕ್ಕೆ ಮೊದಲೇ ನಾನು ಹಾಗೆಂದು ನಿರ್ಧರಿಸಿಬಿಟ್ಟಿದ್ದೇನೆ."

"ಆಚಾರ್ಯ" ಪುಷ್ಕರ ಬೆದರಿದ.

"ಹೌದು ಪುಷ್ಕರ" ಚಾಣಕ್ಯ ಹೇಳಿದ, "ನೀನೇ ಇಲ್ಲಿ ಅಮಾತ್ಯನಾಗಿ, ನಾವಿಲ್ಲದಾಗ ಎಲ್ಲ ವ್ಯವಸ್ಥೆಗಳನ್ನು ನೋಡಿಕೊಳ್ಳಬೇಕು. ನಿನಗೆ ಗಾಂಧಾರದ ಬಗ್ಗೆ ಪ್ರೀತಿ, ಅಭಿಮಾನಗಳಿವೆ. ಜೊತೆಗೆ ನಿನಗೆ ಜನ ಬೆಂಬಲವೂ ಇದೆ. ಈ ಹೊಣೆಯನ್ನು ನೀನೇ ಹೊರಬೇಕು."

"ಬೇಡ ಆಚಾರ್ಯ, ನಾನೂ ನಿಮ್ಮೊಂದಿಗೆ ಬರುತ್ತೇನೆ, ಒಬ್ಬ ಸಾಮಾನ್ಯ ಸೈನಿಕನಾಗಿ ಯಾದರೂ ಸರಿ."

"ಆಚಾರ್ಯರ ಮಾತು ಸರಿ ಪುಷ್ಕರ" ಚಂದ್ರಗುಪ್ತ ಹೇಳಿದ, "ಅಧಿಕಾರ ಕಳೆದುಕೊಂಡ ಆಂಭೀಕ ಏನಾದರೂ ಸಂಚು ಮಾಡಬಹುದು. ಅವನ ಒಳಹೊರಗನ್ನು ಬಲ್ಲವನು ನೀನು. ನಮ್ಮ ಇಷ್ಟಾನಿಷ್ಟಗಳಿಗಿಂತ ಪ್ರಜೆಗಳ ನೆಮ್ಮದಿ ಮುಖ್ಯವಲ್ಲವೆ ?"

"ಯವನರ ಸೈನ್ಯದೊಂದಿಗೆ ನೀನೂ ಬಹಳ ಕಾಲ ಮನೆ, ಊರನ್ನು ಬಿಟ್ಟು ಸಾಕಷ್ಟು ತೊಂದರೆ ಅನುಭವಿಸಿದ್ದಿ. ನಮ್ಮ ಗುರಿಯೇನಿದ್ದರೂ ಪಾಟಲೀಪುತ್ರವಾಗಿರುವುದರಿಂದ, ನಿನ್ನ ನೆಲೆ ತಕ್ಷಶಿಲೆಯೇ ಅಲ್ಲವೆ ?" ಎಂದ ಚಾಣಕ್ಯ.

ಪುಷ್ಕರ ಮರು ಮಾತಾಡಲಿಲ್ಲ. ಮುಖದಲ್ಲಿ ಬೇಸರವೇನೋ ಕಾಣುತ್ತಿತ್ತು. ಚಾಣಕ್ಯನೇ ಅವನನ್ನು ಸಮಾಧಾನಪಡಿಸುವಂತೆ ಹೇಳಿದ, "ಬೇಸರ ಮಾಡಿಕೊಳ್ಳಬೇಡ ಪುಷ್ಕರ. ಗಿರಿನಾಥ ಇಲ್ಲೇ ಇರುತ್ತಾನೆ. ಅವನು ಸೇನಾಧಿಪತಿಯಾಗಿರಲಿ. ನಿಮ್ಮಿಬ್ಬರ ನೆರವಿನಿಂದ ಹೆಚ್ಚು ರಕ್ತಪಾತವಿಲ್ಲದಂತೆ ಗಾಂಧಾರ ನಮ್ಮ ವಶವಾಯಿತು. ಆಂಭೀಕನಿಗೆ ದ್ರೋಹ ಮಾಡಿದೆವೆಂಬ ಅಳುಕು ನಿಮ್ಮ ಮನಸ್ಸಿನಲ್ಲಿರುವುದು ಬೇಡ. ಮಾತೃಭೂಮಿಗೆ ಒಳಿತು ಮಾಡಿದೆವೆಂಬ ಹೆಮ್ಮೆ ನಿಮಗಿರಲಿ. ಪ್ರಜೆಗಳೂ ಕೂಡ ನಿಮಗೆ ಕೃತಜ್ಞರಾಗಿರುತ್ತಾರೆ."

ಅದೇ ದಿನ ಸಂಜೆ ಗುರುಕುಲದಿಂದ ಧರ್ಮದತ್ತ, ಕಾತ್ಯಾಯನ, ಪ್ರಭಂಜನ, ನಾಗದತ್ತ, ಶಿವಸ್ಕಂದ ನೇರವಾಗಿ ಚಾಣಕ್ಯನ ಮನೆಗೆ ಬಂದರು. ಬಹಳ ಕಾಲದ ಮೇಲೆ ಆ ಮನೆ ಜನಗಳಿಂದ ಗಿಜಿಗುಟ್ಟಿತು. ಚಂದಕ ಮತ್ತು ಗೌತಮನೂ ಜೊತೆಯಲ್ಲಿ ಬಂದದ್ದರಿಂದ, ಅಲ್ಲೇ ಊಟೋಪಚಾರದ ವ್ಯವಸ್ಥೆಯೂ ಆಯಿತು. ರಾತ್ರಿ ಬಹಳ ಹೊತ್ತಿನವರೆಗೆ ಅವರೆಲ್ಲ ಮಾತಾಡುತ್ತ ಕುಳಿತಿದ್ದರು. ಚಾಣಕ್ಯ ತನ್ನ ಮನಸ್ಸಿನಲ್ಲಿ ಅಂದುಕೊಂಡದ್ದನ್ನೆಲ್ಲ ಹೇಳಿದ.

"ಕಾತ್ಯಾಯನ ಗುರುಕುಲದ ಕುಲಪತಿಯಾಗಿ ಅಧಿಕಾರ ವಹಿಸಿಕೊಳ್ಳಲಿ. ಸದ್ಯಕ್ಕೆ ನಾಗದತ್ತ, ಪ್ರಭಂಜನ ಮತ್ತು ಶಿವಸ್ಕಂದ ಅಲ್ಲಿಯ ಅಧ್ಯಾಪಕ ವೃತ್ತಿಯನ್ನು ಮರಳಿ ವಹಿಸಿಕೊಳ್ಳಲಿ. ಪುಷ್ಕರ ಅಮಾತ್ಯನಾಗುತ್ತಾನೆ. ಅವನಿಗೆ ನೆರವಾಗಲು ನಗರದ ಗಣ್ಯ ನಾಗರಿಕರ ಒಂದು ಸಮಿತಿಯನ್ನು ನೇಮಿಸೋಣ. ಅದಕ್ಕೆ ಧರ್ಮದತ್ತರು ಅಧ್ಯಕ್ಷರಾಗಲಿ."

"ನನಗೆ ಯಾವ ಹೊಣೆಗಾರಿಕೆಯೂ ಬೇಡ. ನಮ್ಮ ಆ ಗುರುಕುಲದಲ್ಲಿ ನಾನು ನೆಮ್ಮದಿಯಾಗಿ ಇದ್ದುಬಿಡುತ್ತೇನೆ. ಇಲ್ಲಿದ್ದರೆ ಮತ್ತೆ ಹಳೆಯ ನೆನಪುಗಳು ಕಾಡುತ್ತವೆ" ಎಂದ ಧರ್ಮದತ್ತ.

"ನಿಮಗಾದ ಅನ್ಯಾಯ, ನಿಮ್ಮ ಮಗನ ಮತಾಂತರ, ನಿಮ್ಮ ಪತ್ನಿಯ ಸಾವು, ಯಾವುದನ್ನೂ ನಾನು ಮರೆತಿಲ್ಲ ಧರ್ಮದತ್ತರೇ. ಯಾವ ಕಾರಣದಿಂದ ಆ ಪ್ರಸಂಗಗಳು ಸಂಭವಿಸಿದವೋ, ಅವುಗಳನ್ನು ನಿರ್ನಾಮ ಮಾಡುವ ಅವಕಾಶ ದೊರೆತಿದೆ. ಮತ್ತೆ ಇಲ್ಲಿಯ ಗುರುಕುಲವನ್ನು ಹಿಂದಿನಂತೆ ಸುವ್ಯವಸ್ಥೆಗೊಳಿಸುವ ಅವಕಾಶ ದೊರೆತಿದೆ. ನಿಮ್ಮಂತೆ ಬೇರೆ ತಂದೆತಾಯಿಗಳು ಮತಾಂತರದಿಂದ ಸಂಕಟಪಡದಂತೆ, ಆ ಬೌದ್ಧಧರ್ಮದಿಂದ

ಗುರುಕುಲವನ್ನು ಮುಕ್ತಗೊಳಿಸುವುದು ಬೇಡವೇ ? ಎಷ್ಟೇ ಆಗಲಿ ನೀವು ಈ ನಗರದ ಹಿರಿಯ ನಾಗರಿಕರು. ನಿಮ್ಮ ಸೇವೆ ತಕ್ಷಶಿಲೆಗೆ ದೊರೆಯುವುದು ಬೇಡವೆ ?'' ಚಾಣಕ್ಯ ಕೇಳಿದ.

''ಹೌದು ಧರ್ಮದತ್ತರೇ'' ಪುಷ್ಕರನೂ ದನಿಗೂಡಿಸಿದ, ''ನಿಮ್ಮಂಥ ಹಿರಿಯರು ನಮ್ಮ ಜೊತೆಗಿದ್ದರೆ ನಮಗೂ ಒಂದು ನೈತಿಕ ಧೈರ್ಯ. ನಾವೆಲ್ಲ ಒಟ್ಟಿಗೆ ಚರ್ಚಿಸಿ ನಮ್ಮ ಜನರ ಶಾಂತಿ, ನೆಮ್ಮದಿಗೆ ಶ್ರಮಿಸೋಣ.''

''ಇಲ್ಲೆಲ್ಲ ಸರಿಹೋದ ನಂತರ ಬೇಕಾದರೆ ನಾನೂ, ನೀವೂ ಮತ್ತೆ ನಮ್ಮ ಗುರುಕುಲಕ್ಕೇ ಹಿಂದಿರುಗೋಣ'' ಎಂದ ಚಾಣಕ್ಯ.

''ಮತ್ತೆ ನೀನು ಅಲ್ಲಿಗೆ ಹೋಗುವುದೆ ? ಬೇಡ ಚಾಣಕ್ಯ. ತಕ್ಷಶಿಲೆಯ ಗುರುಕುಲದ ಕುಲಪತಿಯ ಸ್ಥಾನ ಸದಾ ನಿನಗಾಗಿ ಕಾದಿರುತ್ತದೆ'' ಎಂದ ಕಾತ್ಯಾಯನ.

''ಇಲ್ಲ ಕಾತ್ಯಾಯನ'' ಚಾಣಕ್ಯ ಹೇಳಿದ, ''ತಕ್ಷಶಿಲೆ, ಇಲ್ಲಿಯ ಗುರುಕುಲ ನನ್ನನ್ನು ಸಂಕುಚಿತಗೊಳಿಸುವುದು ಬೇಡ. ನನ್ನ ವ್ಯಾಮೋಹ ಸದಾ ಇಡೀ ಆರ್ಯಾವರ್ತ, ಸನಾತನಧರ್ಮ, ಪ್ರಜಾಕ್ಷೇಮಗಳಲ್ಲಿ ಮುಳುಗಿರಬೇಕು. ಚಾಣಕ್ಯ ಬರೀ ತಕ್ಷಶಿಲೆಯವನಲ್ಲ ಕಾತ್ಯಾಯನ, ಇಡೀ ಆರ್ಯಾವರ್ತಕ್ಕೆ ಸೇರಿದವನು.''

ಪ್ರಭಂಜನ, ನಾಗದತ್ತ ಮತ್ತು ಶಿವಸ್ಕಂದ ಮರುಮಾತಾಡದೆ ಒಪ್ಪಿಕೊಂಡರು. ಆದರೆ ನಾಗದತ್ತ ಕೇಳಿದ, ''ಹಾಗಾದರೆ ನಮ್ಮ ಆ ಗುರುಕುಲವನ್ನು ಮುಚ್ಚಿಬಿಡುವುದೇ ? ಅಲ್ಲಿ ಬೇರೆ ಯಾರಿರುತ್ತಾರೆ ?''

''ಸದ್ಯದಲ್ಲಿ ಚಂದಕ ಮತ್ತು ಗೌತಮ ಇದ್ದುಕೊಳ್ಳಲಿ. ಅವರ ಜೊತೆ ಬೇರೆ ಕೆಲವರೂ ಇದ್ದುಕೊಳ್ಳಲಿ. ಅಲ್ಲಿರುವ ವಿದ್ಯಾರ್ಥಿಗಳೆಲ್ಲ ಇಲ್ಲಿಯ ಗುರುಕುಲಕ್ಕೆ ಬಂದು ತಮ್ಮ ಅಧ್ಯಯನವನ್ನು ಮುಂದುವರಿಸಲಿ.''

''ಆಚಾರ್ಯ'' ಚಂದಕ ಹೇಳಿದ, ''ಅವಿನಯವನ್ನು ಮನ್ನಿಸಬೇಕು. ಈ ಸಲ ಮಾತ್ರ ನಾನು, ನೀವು ಬೇಡವೆಂದರೂ ನಿಮ್ಮ ಜೊತೆ ಬಂದೇ ಬರುತ್ತೇನೆ.''

''ನಾನೂ ಅಷ್ಟೆ'' ಎಂದ ಗೌತಮ.

''ನೋಡಿದೆಯಾ ಚಂದ್ರಗುಪ್ತ, ನೀನು ರಾಜ, ನೀನೇ ನನಗೆ ಆಜ್ಞೆ ಮಾಡುವುದಿಲ್ಲ ಇವರು ಮಾಡುತ್ತಿದ್ದಾರೆ'' ಎಂದು ಚಾಣಕ್ಯ ನಕ್ಕ.

''ಕ್ಷಮಿಸಿ, ನಿಮಗೆ ಬೇಸರವಾಗುವಂತಿದ್ದರೆ ನಾವು ಬರುವುದಿಲ್ಲ'' ಎಂದ ಚಂದಕ.

''ಬೇಸರವೇಕೆ ? ಬನ್ನಿ ನಿಮ್ಮ ಉಪಯೋಗ ನಮಗಿದೆ.''

''ಹಾಗಾದರೆ ತಕ್ಷಣಕ್ಕೆ ಗುರುಕುಲವನ್ನು ಮುಚ್ಚದೆ ಬೇರೆ ದಾರಿಯಿಲ್ಲ'' ಎಂದ ನಾಗದತ್ತ.

''ಚಿಂತೆಯಿಲ್ಲ'' ಚಾಣಕ್ಯ ಹೇಳಿದ, ''ಮುರಿದು ಬಿದ್ದ ಕುಟೀರವನ್ನು ಮತ್ತೆ ಸುಲಭವಾಗಿ ಕಟ್ಟಬಹುದು ನಾಗದತ್ತ. ಆದರೆ ಮುರಿದು ಹೋದ ಮನುಷ್ಯರ ಮನಸ್ಸುಗಳನ್ನು ಅಸ್ತವ್ಯಸ್ತವಾದ ಸಮುದಾಯದ ಬದುಕನ್ನು, ಧಾರ್ಮಿಕ ಜೀವನವನ್ನು ಕಟ್ಟುವುದು ಕಷ್ಟದ ಕೆಲಸ. ಆದಕ್ಕಿಂತ ಇದು ಪ್ರಮುಖ ಕರ್ತವ್ಯ. ನಮ್ಮೆಲ್ಲರ ಆದ್ಯತೆ ಈಗ ಇತ್ತ ಕಡೆಯಿರಬೇಕು.''

ನಂತರ ಮರುದಿನ ರಾಜಸಭೆಯಲ್ಲಿ ಕೈಗೊಳ್ಳಬೇಕಾದ ನಿರ್ಧಾರಗಳ ಬಗ್ಗೆ ದೀರ್ಘವಾಗಿ ಚರ್ಚೆ ಮಾಡಿದರು. ಪುಷ್ಕರನ ನೆರವಿನಿಂದ ಗಣ್ಯರೂ, ಸ್ವಧರ್ಮನಿಷ್ಠೆಯುಳ್ಳವರೂ, ಪ್ರಾಮಾಣಿಕರೂ ಆದ ನಾಗರಿಕರ ಬಗ್ಗೆ ತಿಳಿದುಕೊಳ್ಳಲಾಯಿತು. ಕಡೆಯಲ್ಲಿ ಚಾಣಕ್ಯ ಕೇಳಿದ, "ಪುಷ್ಕರ, ಆಂಭೀಕ ಈಗ ಏನನ್ನುತ್ತಾನೆ? ಅಹಂಕಾರ ಅಡಗಿದೆಯೇ? ಅಥವಾ ಮನಸ್ಸಿನಲ್ಲಿ ಕಹಿ ತುಂಬಿಕೊಂಡು ಸೇಡಿನ ಪ್ರಯತ್ನ ಪಡುತ್ತಾನೋ?"

ಪುಷ್ಕರ ಹೇಳಿದ, "ಸೇಡಿನ ಪ್ರಯತ್ನ ಪಡುವ ಧೈರ್ಯ ಅವನಿಗಿಲ್ಲ ಆಚಾರ್ಯ. ಸದ್ಯ ಈಗ ತಾನು ಸ್ಥಾನಭ್ರಷ್ಟನಾಗಿಲ್ಲವಲ್ಲಾ ಎಂಬ ಸಮಾಧಾನವಿರುವಂತಿದೆ. ಅರಮನೆಯ ಸ್ತ್ರೀಯರ ಗೋಳು ಅವನ ಮನಸ್ಸನ್ನು ಕರಗಿಸಿರುವಂತಿದೆ."

"ಏನೇ ಆದರೂ ನೀವು ಬಹಳ ಎಚ್ಚರದಿಂದಿರಬೇಕು" ಎಂದ ಚಂದ್ರಗುಪ್ತ.

"ಅದರ ಬಗ್ಗೆ ನೀವು ಚಿಂತಿಸಬೇಡಿ ಪ್ರಭು" ಗಿರಿನಾಥ ಹೇಳಿದ, "ಎಲ್ಲ ನಮ್ಮ ನಂಬಿಕೆಯವರೇ. ಕೆಲಸ ಬಿಡಲು ನಿರ್ಧರಿಸಿದ್ದ ಸೈನಿಕರೆಲ್ಲ ಈಗ ಉತ್ಸಾಹದಿಂದ ಮರಳಿ ಬಂದಿದ್ದಾರೆ. ಸೈನ್ಯವನ್ನು ನಾನು ಇನ್ನಷ್ಟು ಬಲಗೊಳಿಸುತ್ತೇನೆ."

ಮರುದಿನ ಸಂಜೆ ರಾಜಸಭೆ ಸೇರಿತು. ಉತ್ಸಾಹಿಗಳಾದ ನಾಗರೀಕರೂ ಭಾಗವಹಿಸಲು ಅನುಕೂಲವಾಗುವಂತೆ ಅರಮನೆಯ ಹೊರ ಅಂಗಳದಲ್ಲೇ ಅದಕ್ಕೆ ವ್ಯವಸ್ಥೆ ಮಾಡಲಾಗಿತ್ತು. ನಿರೀಕ್ಷೆಯಂತೆ ಜನ ತಂಡೋಪತಂಡವಾಗಿ ಬಂದು ಕಿಕ್ಕಿರಿದರು. ಆಂಭೀಕ ಚಂದ್ರಗುಪ್ತನನ್ನು ತನ್ನ ಸಿಂಹಾಸನದ ಮೇಲೆ ಕೂಡಿಸಿ, ತಾನು ಇನ್ನೊಂದು ಪೀಠದಲ್ಲಿ ಕುಳಿತ. ಚಾಣಕ್ಯನೇ ಸಭೆಯನ್ನುದ್ದೇಶಿಸಿ ಮಾತನಾಡಿದ.

"ತಕ್ಷಶಿಲೆಯ ನನ್ನ ಪ್ರಿಯ ಪ್ರಜಾಜನಗಳೇ, ನಿಮ್ಮ ಮುಖಗಳಲ್ಲಿ ಉಕ್ಕುತ್ತಿರುವ ಸಂತೋಷವೇ ಹೇಳುತ್ತಿದೆ, ನಿಮಗೆಲ್ಲ ಚಂದ್ರಗುಪ್ತ ಮಹಾರಾಜರು ಗಾಂಧಾರದ ಪ್ರಭುವಾಗಿರುವುದು ಇಷ್ಟವಾಗಿದೆಯೆಂದು. ನಿಮ್ಮ ಅತೃಪ್ತಿ, ಅಸಮಾಧಾನ, ನೋವು, ಸಂಕಟಗಳ ದಿನಗಳು ಮುಗಿದುಹೋದವು. ಇಡೀ ಆರ್ಯಾವರ್ತದಲ್ಲಿ ನೆಮ್ಮದಿಯ ಹೊಸಗಾಳಿಯನ್ನು ತರಲು ನಾವು ಪ್ರಯತ್ನ ಪಡುತ್ತಿದ್ದೇವೆ. ಅದು ನನ್ನ ಪ್ರೀತಿಯ ತಕ್ಷಶಿಲೆಯಿಂದಲೇ ಆರಂಭವಾಗಿರುವುದು ನನಗೆ ವೈಯಕ್ತಿಕವಾಗಿ ಆನಂದವುಂಟು ಮಾಡಿದೆ. ತಕ್ಷಶಿಲೆ ನಾನು ಹುಟ್ಟಿದ ಊರು, ಕಲಿತ ಊರು, ಕನಸು ಕಟ್ಟಿದ ಊರು. ಇಲ್ಲಿಯ ನೆಲ, ಜಲ, ಗಾಳಿ, ಜನ ನನ್ನ ಬದುಕನ್ನು ರೂಪಿಸಿವೆ. ಈ ಮೂಲಕವಾಗಿಯಾದರೂ ಅದರ ಋಣದಲ್ಲಿ ಕಿಂಚಿತ್ತನ್ನಾದರೂ ಸಲ್ಲಿಸಲು ಅವಕಾಶ ದೊರೆತದ್ದು ನನಗೆ ಅತೀವ ಸಂತೋಷವುಂಟು ಮಾಡಿದೆ.

"ತಕ್ಷಣದಲ್ಲಿ ಚಂದ್ರಗುಪ್ತ ಮಹಾರಾಜರು ಆಂಭೀಕನನ್ನು ಕ್ಷಮಿಸಿ, ವಿಧೇಯತೆಯಿಂದ ನಡೆದುಕೊಳ್ಳುವ ನಿಬಂಧನೆಯ ಮೇಲೆ ರಾಜನಾಗಿ ಮುಂದುವರಿಯಲು ಅವಕಾಶ ನೀಡಿದ್ದಾರೆ. ಆದರೆ ನನಗೆ ಪ್ರಜೆಗಳ ಹಿತರಕ್ಷಣೆಯೇ ಮುಖ್ಯ. ಇನ್ನು ಮುಂದೆ ನಿಮ್ಮ ನೋವು, ಸಂಕಟಗಳು, ಸಮಸ್ಯೆಗಳ ಪರಿಹಾರಕ್ಕೆ ಕಷ್ಟಪಡಬೇಕಾಗಿಲ್ಲ, ಪುಷ್ಕರ ಅಮಾತ್ಯನಾಗಿ ಅದನ್ನೆಲ್ಲ ಸೂಕ್ತವಾಗಿ ನಿರ್ವಹಿಸುತ್ತಾನೆ. ಅವನಿಗೆ ಸಹಾಯಕರಾಗಿ ಧರ್ಮದತ್ತರ ಅಧ್ಯಕ್ಷತೆಯಲ್ಲಿ ಹಿರಿಯ ನಾಗರಿಕರ ಒಂದು ಸಮಿತಿಯನ್ನು ನೇಮಿಸಲಾಗುತ್ತದೆ" ಎಂದು ಮೊದಲೇ ನಿರ್ಧರಿಸಿಕೊಂಡಿದ್ದ ಹತ್ತು ಜನ ಗಣ್ಯರ ಹೆಸರುಗಳನ್ನು ಹೇಳಿದ. ಅವರೆಲ್ಲ ವೇದಿಕೆಗೆ ಬಂದು ಜನರಿಗೆ ಕೈಮುಗಿದ ಪೀಠಗಳಲ್ಲಿ ಕುಳಿತುಕೊಂಡರು. ಜನ ಉತ್ಸಾಹದಿಂದ ಚಪ್ಪಾಳೆ ತಟ್ಟಿದರು.

"ಕಾತ್ಯಾಯನರು ಗುರುಕುಲದ ಕುಲಪತಿಗಳಾಗಿರುತ್ತಾರೆ. ನಾಗದತ್ತ, ಶಿವಸ್ಕಂದ ಮತ್ತು ಪ್ರಭಂಜನರು ಅಧ್ಯಾಪಕರಾಗಿ ಮರಳುತ್ತಾರೆ. ನಿಮ್ಮ ಮಕ್ಕಳು ನಿಶ್ಚಿಂತೆಯಿಂದ ತಮ್ಮ ಅಧ್ಯಯನವನ್ನು ಮುಂದುವರಿಸಬಹುದು. ಸೈನಿಕರಿಗೆಲ್ಲ ಕೂಡಲೇ ಸಂಬಳ ವಿತರಣೆ ಮಾಡಲು, ಯವನರ ಜೊತೆ ಹೋಗಿ ಸತ್ತವರಿಗೆ ಪರಿಹಾರ ನೀಡಲು ವ್ಯವಸ್ಥೆ ಮಾಡಲಾಗಿದೆ..." ಇತ್ಯಾದಿ ಎಲ್ಲವನ್ನೂ ವಿವರಿಸಿದ.

ಕಡೆಯಲ್ಲಿ ಚಂದ್ರಗುಪ್ತನೂ ಕೆಲವು ಮಾತುಗಳನ್ನಾಡಿದ. ಪ್ರಜೆಗಳೂ ನ್ಯಾಯ, ನೀತಿ, ಧರ್ಮಗಳನ್ನು ಬಿಡದೆ ಪ್ರಾಮಾಣಿಕವಾಗಿ ಬದುಕಬೇಕೆಂದು ಸಲಹೆ ಮಾಡಿದ. ಅವನ ಆಕರ್ಷಕ ರೂಪಿಗೇ ಮರುಳಾಗಿದ್ದ ಜನ, ಅವನ ಮೃದು ಮಾತುಗಳನ್ನು ಕೇಳಿ ಉತ್ಸಾಹದಿಂದ ಜಯಕಾರ ಮಾಡಿದರು. ಆಂಭೀಕನೂ, ತಾನು ಇನ್ನು ಮುಂದೆ ಚಾಣಕ್ಯನ ಆದೇಶದಂತೆ ನಡೆದುಕೊಳ್ಳುವ ಭರವಸೆ ನೀಡಿದ.

ಒಂದೆರಡು ದಿನದಲ್ಲಿ ಅವರೆಲ್ಲ ದಂಡಯಾತ್ರೆಯನ್ನು ಆರಂಭಿಸಲು ಸಿದ್ಧತೆಗಳನ್ನು ಮಾಡಿಕೊಳ್ಳತೊಡಗಿದರು. ಕಾತ್ಯಾಯನ ಮತ್ತು ಚಾಣಕ್ಯ ಗುರುಕುಲಕ್ಕೆ ಹೋದಾಗ ವೇದಗುಪ್ತ ಊರುಬಿಟ್ಟು ಎರಡು ದಿನಗಳಾಗಿದ್ದವು. ಬೌದ್ಧಪೀಠದ ಅಧ್ಯಾಪಕರು ಮತ್ತು ವಿದ್ಯಾರ್ಥಿಗಳ ಸುಳಿವೂ ಇರಲಿಲ್ಲ.

೬

"ಏನು ! ಚಂದ್ರಗುಪ್ತ ರಕ್ತಪಾತವಿಲ್ಲದೆ ಗಾಂಧಾರವನ್ನು ವಶಪಡಿಸಿಕೊಂಡನೆ ?" ಧನನಂದ ನಂಬಲಾರದವನಂತೆ ಉದ್ಗರಿಸಿದ.

"ಹೌದು ಪ್ರಭು" ಶ್ರೀಯಕ ಹೇಳಿದ, "ಅದಕ್ಕೆ ಆಚಾರ್ಯ ಚಾಣಕ್ಯನ ಪೂರ್ಣ ಬೆಂಬಲವಂತೆ. ಅಂದರೆ ಚಂದ್ರಗುಪ್ತನ ಶೌರ್ಯಕ್ಕಿಂತ ಚಾಣಕ್ಯನ ಬುದ್ಧಿವಂತಿಕೆಯೇ ಪ್ರಧಾನವಾಗಿ ಕೆಲಸ ಮಾಡಿದೆ, ಎಂಬುದು ಸ್ಪಷ್ಟವಾಗಿದೆ. ಬಹುಶಃ ಆ ಚಾಣಕ್ಯ ನಮ್ಮ ಅಮಾತ್ಯ ರಾಕ್ಷಸರಿಗಿಂತ ಬುದ್ಧಿವಂತನೆಂದು ಒಪ್ಪಬೇಕಾಗುತ್ತದೆ."

ರಾಕ್ಷಸನಿಗೆ ಶ್ರೀಯಕನ ಕುಹಕ ಅರ್ಥವಾಯಿತು. ಅವನೆಂದ, "ನಾನೇ ಬುದ್ಧಿವಂತ, ನನ್ನನ್ನು ಮೀರಿಸಿದ ಬುದ್ಧಿವಂತರು ಬೇರೆ ಯಾರೂ ಇಲ್ಲವೆಂದು ನಾನು ಎಂದಾದರೂ ನಿಮ್ಮೊಂದಿಗೆ ಹೇಳಿದ್ದೇನೆ ?"

"ನೀವು ಹೇಳಿರಲಿಲ್ಲ, ಆದರೆ ನಾವು ಹಾಗೆ ಭಾವಿಸಿಕೊಂಡೆವು."

"ನಿಮಗೆ ಬೇಕಾದಂತೆ ನೀವು ಭಾವಿಸಿಕೊಂಡರೆ, ಅದಕ್ಕೆ ನಾನು ಹೊಣೆಯಲ್ಲ."

"ಅಂದರೆ ನೀವು ಬುದ್ಧಿವಂತರಲ್ಲ ಎಂದು ಒಪ್ಪಿಕೊಂಡಂತಾಯಿತು."

"ನನ್ನ ಬುದ್ಧಿವಂತಿಕೆಗೂ, ಚಂದ್ರಗುಪ್ತ ಗಾಂಧಾರವನ್ನು ವಶಪಡಿಸಿಕೊಂಡದ್ದಕ್ಕೂ ಯಾವ ಸಂಬಂಧವೂ ಇಲ್ಲ."

"ಪಿಪ್ಪಲಿವನ ಕೈಬಿಟ್ಟು ಹೋಯಿತಲ್ಲ, ಅದಕ್ಕೇನು ಹೇಳುತ್ತೀರಿ ?"

"ಅದಕ್ಕೆ ನನ್ನ ದಡ್ಡತನವಾಗಲೀ, ಬುದ್ಧಿವಂತಿಕೆಯಾಗಲೀ ಕಾರಣವಲ್ಲ. ಅದು ಸಂದರ್ಭದ ಪರಿಣಾಮ, ಅಷ್ಟೆ. ಯವನರ ಆಕ್ರಮಣದ ಸಮಯ ನೋಡಿಕೊಂಡು, ಅವರು ಪಿಪ್ಪಲಿವನವನ್ನು ವಶಪಡಿಸಿಕೊಂಡರು."

"ಅದಾದರೂ ಅವರ ಬುದ್ಧಿವಂತಿಕೆಯೆಂದು ಒಪ್ಪಬೇಕಲ್ಲವೇ ?"

ವಾದಕ್ಕೆ ಕಾವೇರತೊಡಗಿದಂತೆ ಅದು ದಿಕ್ಕು ತಪ್ಪುತ್ತಿದೆಯೆಂದು ಧನನಂದ ತಾನೇ ನಡುವೆ ಮಾತಾಡಿದ, "ಆಗಿಹೋದ ವಿಷಯಗಳನ್ನು ಎತ್ತಿಕೊಂಡು ವೃಥಾ ವಾಗ್ವಾದ ಮಾಡುವುದರಿಂದ ಏನು ಪ್ರಯೋಜನ ?"

"ಆಗಿಹೋಯಿತೆಂದು ಸುಮ್ಮನಿದ್ದರೆ ಇಂದು ಪಿಪ್ಪಲಿವನ, ನಾಳೆ ಇನ್ನೊಂದು, ನಾಳಿದ್ದು ಮತ್ತೊಂದು ಹೀಗೆ ಒಂದೊಂದಾಗಿ ಮಗಧದ ಭಾಗಗಳು ಕೈಬಿಟ್ಟು ಹೋದರೆ ಉಳಿಯುವುದೇನು ?" ಅವಕಾಶ ಸಿಕ್ಕಾಗ ಬಿಡಬಾರದೆಂದು ಶ್ರೀಯಕ, ಮತ್ತೆ ಮತ್ತೆ ಅಮಾತ್ಯ ರಾಕ್ಷಸನ ಅಸಾಮರ್ಥ್ಯವೇ ಅದಕ್ಕೆಲ್ಲ ಕಾರಣವೆಂದು ನಿರೂಪಿಸಲು ಪ್ರಯತ್ನಪಟ್ಟ.

ಇವನಿಗೆ ಸಭ್ಯತೆಯ ಮಾತು ಅರ್ಥವಾಗುವುದಿಲ್ಲ, ಒರಟು ಮಾತಿನಿಂದಲೇ ಇವನ ಬಾಯಿ ಮುಚ್ಚಿಸಬೇಕೆಂದುಕೊಂಡು ರಾಕ್ಷಸ ಹೇಳಿದ, "ಪ್ರಭು, ರಾಜನೀತಿಯ ಸಾಮಾನ್ಯ ಜ್ಞಾನವೂ ಇಲ್ಲದ ವ್ಯಕ್ತಿಗಳು ಅಧಿಕಾರ ಸ್ಥಾನದಲ್ಲಿದ್ದರೆ, ಅಂಥವರು ಅವಿವೇಕದ ಮಾತುಗಳನ್ನಾಡುತ್ತಾರೆ, ಮೂರ್ಖ ನಿರ್ಧಾರಗಳನ್ನು ಕೈಗೊಳ್ಳುತ್ತಾರೆ. ಕತ್ತಿ ಹಿಡಿದು ಗೊತ್ತಿಲ್ಲದ ವ್ಯಕ್ತಿ ಅಧಿಕಾರ ಸ್ಥಾನದಲ್ಲಿದ್ದರೆ, ಅಂಥವನು ಯುದ್ಧ ಮಾಡುವುದು ಮಕ್ಕಳಾಟ, ಎಂಬ ಭಾವನೆಯಿಂದ, ನಿಜವಾದ ಯೋಧರನ್ನು ಸೌಜನ್ಯವಿಲ್ಲದೆ ಮೂದಲಿಸುತ್ತಾನೆ. ರಾಜನೀತಿ ಯೆಂಬುದು ಸಾವಿರ ಮುಳ್ಳುಗಳ ನಡುವೆ ಇರುವ ಒಂದು ಹೂವನ್ನು ಅಥವಾ ಒಂದು ಹಣ್ಣನ್ನು ಕೈ ಗಾಯ ಮಾಡಿಕೊಳ್ಳದಂತೆ ಎಚ್ಚರಿಕೆಯಿಂದ ತೆಗೆಯುವಂಥ ಜ್ಞಾನ. ಅದಕ್ಕೆ ಕ್ರಮಬದ್ಧವಾದ ಅಧ್ಯಯನ ಮತ್ತು ಅನುಭವಗಳು ಅಗತ್ಯವಿರುವಂತೆ, ಆಯಾ ಸಂದರ್ಭಗಳಲ್ಲಿ ಸೂಕ್ತ ನಿರ್ಧಾರಗಳನ್ನು ತೆಗೆದುಕೊಳ್ಳುವ ಸಮಯ ಪ್ರಜ್ಞೆಯೂ ಇರಬೇಕಾಗುತ್ತದೆ. ಇಲ್ಲವಾದರೆ ನಮ್ಮ ಮಾತು ಮತ್ತು ನಿರ್ಧಾರ ಬರೀ ನಮ್ಮ ವೈಯಕ್ತಿಕ ಇಷ್ಟಾನಿಷ್ಟಗಳನ್ನು ಅವಲಂಬಿಸಿ, ನಾವು ಅತಿ ಸಾಧಾರಣ ವ್ಯಕ್ತಿಗಳಂತೆ ವರ್ತಿಸುತ್ತೇವೆ."

ಶ್ರೀಯಕನಿಗೆ ನಿಜವಾಗಲೂ ವಿಪರೀತ ಕೋಪ ಬಂತು. ಅವನು ಹೇಳಿದ, "ರಾಕ್ಷಸರೇ, ನಾನು ನಿಮ್ಮ ಬಳಿ ವಿದ್ಯಾರ್ಥಿಯಾಗಿ ಬಂದಾಗ ಈ ನಿಮ್ಮ ಬೋಧನೆಯನ್ನು ಕೇಳುತ್ತೇನೆ."

"ನಿಮ್ಮಂಥ ವಿದ್ಯಾರ್ಥಿಗಳಿಗೆ ಬೋಧಿಸಲು ಹೋದರೆ, ನಾನು ಕಲಿತದ್ದೆಲ್ಲ ಮರೆತು ಹೋಗಬಹುದು."

"ಪ್ರಭು" ಶ್ರೀಯಕ ಕೋಪದಿಂದ ಹೇಳಿದ, "ಪ್ರಧಾನಾಮಾತ್ಯರು ತಮ್ಮ ಎದುರಿನಲ್ಲೇ ನನ್ನನ್ನು ಅವಹೇಳನ ಮಾಡುತ್ತಿದ್ದಾರೆ. ನನಗೆ ರಾಜನೀತಿ ಗೊತ್ತಿಲ್ಲ, ಯುದ್ಧವಿದ್ಯೆಗಳು ತಿಳಿದಿಲ್ಲ, ತಮಗೇ ಅವೆಲ್ಲ ಗೊತ್ತಿದೆ ಎಂಬ ಅಹಂಕಾರದಲ್ಲಿ ತೀರ ಹಗುರವಾಗಿ ನನ್ನನ್ನು ಮೂದಲಿಸು ತ್ತಿದ್ದಾರೆ. ಅಂಥ ಅಜ್ಞಾನಿಯನ್ನು ಅಮಾತ್ಯನನ್ನಾಗಿ ಇರಿಸಿಕೊಂಡಿರುವಿರೆಂದು ಪರೋಕ್ಷವಾಗಿ ನಿಮ್ಮನ್ನೇ ಚುಚ್ಚಿದಂತಲ್ಲವೇ ಪ್ರಭು ?"

"ನಾನು ಯಾರನ್ನೂ ಅವಹೇಳನ ಮಾಡುತ್ತಿಲ್ಲ, ಮೂದಲಿಸುತ್ತಲೂ ಇಲ್ಲ, ಸಾಮ್ರಾಜ್ಯದ ಹಿತದೃಷ್ಟಿಯಿಂದ ಮಾತ್ರ ಮಾತಾಡುತ್ತಿದ್ದೇನೆ" ಎಂದ ರಾಕ್ಷಸ.

"ಸಾಮ್ರಾಜ್ಯದ ಹಿತರಕ್ಷಣೆ ನಿಮ್ಮೊಬ್ಬರದೇ ಎಂಬ ಭ್ರಮೆ ಬೇಡ ಅಮಾತ್ಯರೇ. ಮಗಧದ ಹಿತರಕ್ಷಣೆಗೆ ಚಕ್ರವರ್ತಿಗಳಿದ್ದಾರೆ, ಬೇರೆ ಸಾವಿರಾರು ಜನರಿದ್ದಾರೆ. ಯಾರೋ ಒಬ್ಬರನ್ನು ನಂಬಿಕೊಂಡು ಚಕ್ರವರ್ತಿಗಳು ರಾಜ್ಯವಾಳುತ್ತಾರೆ, ಎಂದು ನೀವು ಭಾವಿಸಿದ್ದರೆ, ಅದು ತಪ್ಪು."

"ಸರಿ" ರಾಕ್ಷಸ ನಿರ್ಧಾರಪೂರ್ವಕವಾಗಿ ಹೇಳಿದ, "ಪ್ರಭು, ಅಮಾತ್ಯ ಶ್ರೀಯಕರು ನನ್ನ ಮೇಲೆ ಪೂರ್ವಾಗ್ರಹ ಪೀಡಿತರಾಗಿ ಈ ಆಕ್ಷೇಪಣೆ ಮಾಡುತ್ತಿಲ್ಲ, ಸಾಮ್ರಾಜ್ಯದ ಹಿತದೃಷ್ಟಿಯಿಂದಲೇ ಮಾಡುತ್ತಿರುವರೆಂದು ನಾನು ನಂಬುತ್ತೇನೆ. ನಮ್ಮ ನಮ್ಮ ವೈಯಕ್ತಿಕ ಪ್ರತಿಷ್ಠೆಗಳಿಗಿಂತ ಮಗಧದ ಹಿತವೇ ನಮಗೆಲ್ಲ ಮುಖ್ಯವಾಗಬೇಕು, ಎಂಬ ಅವರ ಭಾವನೆಯನ್ನು ನಾನು ಅಭಿನಂದಿಸುತ್ತೇನೆ."

ಶ್ರೀಯಕನ ಮುಖ ಅರಳಿತು, 'ಕಡೆಗೂ ಸಿಂಹ ಶರಣಾಯಿತು' ಎಂದು ಹೆಮ್ಮೆ ಪಟ್ಟುಕೊಂಡ. ಧನನಂದ ಗಂಭೀರನಾದ.

ಎರಡು ಕ್ಷಣ ಬಿಟ್ಟು ರಾಕ್ಷಸ ಮತ್ತೆ ಹೇಳಿದ, "ಈ ಸಂದರ್ಭದಲ್ಲಿ ನನಗಿಂತ ಶ್ರೀಯಕರೇ ಹೆಚ್ಚು ಸಮರ್ಥರೆಂದು ನನ್ನ ಭಾವನೆ. ಅವರನ್ನೇ ಪ್ರಧಾನ ಅಮಾತ್ಯರನ್ನಾಗಿ ನೇಮಿಸುವುದು ಸಾಮ್ರಾಜ್ಯದ ಹಿತದೃಷ್ಟಿಯಿಂದ ಒಳ್ಳೆಯದು. ಅವರ ಚಾಣಾಕ್ಷತನದಿಂದ ಪಿಪ್ಪಲಿವನವನ್ನು ಮತ್ತೆ ವಶಪಡಿಸಿಕೊಳ್ಳಬಹುದು. ಮುಂದೊಂದು ದಿನ ಚಾಣಕ್ಯ ಚಂದ್ರಗುಪ್ತರು ಮಗಧದ ಮೇಲೆ ಆಕ್ರಮಣ ಮಾಡಿದರೂ ಅವರನ್ನು ಹೊಡೆದೋಡಿಸಬಹುದು. ದಯವಿಟ್ಟು ನನಗೆ ಬಿಡುಗಡೆ ಕೊಡಿ."

ಧನನಂದ ಹೌಹಾರಿದ. ಶ್ರೀಯಕನ ಮೇಲೆ ಬೇರೆ ಬೇರೆ ಕಾರಣಗಳಿಂದ ಅತಿ ಹೆಚ್ಚು ಆಪ್ತತೆಯಿದ್ದರೂ, ಅವನ ರಾಜನೀತಿಯ ಜ್ಞಾನದ ಬಗ್ಗೆ ಖಂಡಿತವಾಗಲೂ ನಂಬಿಕೆಯಿರಲಿಲ್ಲ, ಅವನನ್ನು ಎಂದಾದರೂ ಒಂದು ದಿನ ಪ್ರಧಾನ ಅಮಾತ್ಯನನ್ನಾಗಿ ನೇಮಿಸಬೇಕೆಂದು ಕಲ್ಪನೆಯನ್ನೂ ಮಾಡಿದವನಲ್ಲ, ರಾಕ್ಷಸನಿಲ್ಲದ ತನ್ನ ಆಳ್ವಿಕೆಯನ್ನು ಕಲ್ಪಿಸಿಕೊಳ್ಳುವುದೂ ಅವನಿಗೆ ಕಷ್ಟವಾಯಿತು. ಆದರೆ ಎಲ್ಲೋ ಒಂದು ಕಡೆ ಶ್ರೀಯಕನ ಮಾತಿನಲ್ಲೂ ಸ್ವಲ್ಪ ಮಟ್ಟಿನ ಸತ್ಯವಿದೆಯಲ್ಲವೆ ? ಎನ್ನಿಸಿತು. ಅಲ್ಲದೆ ಅವರಿಬ್ಬರೂ ತನ್ನೆದುರಿಗೆ ಈಗಿನಂತೆ ಹಲವು ಸಲ ವಾಗ್ವಾದ ನಡೆಸಿದ್ದಾರೆ. ಅಂದರೆ ತನ್ನ ಬಗ್ಗೆ ಇಬ್ಬರಿಗೂ ಗೌರವವಿಲ್ಲವೆ ? ಅಥವಾ ನಾವಿಲ್ಲದೆ ಧನನಂದ ಏನನ್ನೂ ಮಾಡಲಾರ ಎಂಬ ಭಾವನೆ ಇರಬಹುದೆ ? 'ನಾನು ಹೆಣ್ಣುಗಳ ಲಾಲಸೆಯಿಂದ ಶ್ರೀಯಕನ ದೃಷ್ಟಿಯಲ್ಲಿ ಹಗುರವಾದೆ, ಅದೇ ದೌರ್ಬಲ್ಯದಿಂದಲೇ ರಾಕ್ಷಸನೂ ನನ್ನನ್ನು ಕಡೆಗಣಿಸುತ್ತಿರಬಹುದು. ಆದರೆ ನನ್ನ ಆಳ್ವಿಕೆ ಇನ್ನಷ್ಟು ಕಾಲ ಮುಂದುವರಿಯಬೇಕೆಂದರೆ, ನನ್ನ ನಂತರ ಸುಮಾಲ್ಯ ಸಿಂಹಾಸನವೇರ ಬೇಕೆಂದರೆ ನಾನು ರಾಕ್ಷಸನನ್ನು ಅವಲಂಬಿಸಬಹುದೇ ಹೊರತು ಶ್ರೀಯಕನನ್ನಲ್ಲ, ಶ್ರೀಯಕ ನನ್ನ ಚಾಪಲ್ಯಗಳನ್ನು ತಣಿಸಲು ಸಹಾಯ ನೀಡಬಲ್ಲ, ಆದರೆ ರಾಕ್ಷಸನಾದರೋ ನನ್ನ ಆಳ್ವಿಕೆಯನ್ನು ಮಾತ್ರವಲ್ಲದೆ ಮಗಧವನ್ನು ಸಂರಕ್ಷಿಸಲು ಏನು ಬೇಕಾದರೂ ಮಾಡಬಲ್ಲ, ಸದ್ಯದಲ್ಲಿ ನಾನು ಯಾರಿಗೆ ಏನು ಹೇಳಿದರೂ ಅವರು ಅಸಮಾಧಾನಪಟ್ಟುಕೊಳ್ಳುವ ಸಾಧ್ಯತೆಯಿದೆ...' ಎಂದು ಯೋಚಿಸತೊಡಗಿದ.

ಅವನು ಏನು ಹೇಳುತ್ತಾನೋ ಎಂದು ರಾಕ್ಷಸ, ಶ್ರೀಯಕ ಇಬ್ಬರೂ ಅವನ ಮುಖವನ್ನೇ ನೋಡುತ್ತಿದ್ದರು. ಕಡೆಗೆ ಧನನಂದ ಹೇಳಿದ, "ರಾಕ್ಷಸರೇ, ನೀವು ಅಧಿಕಾರ ತ್ಯಾಗ ಮಾಡುವ ಅಗತ್ಯವಿಲ್ಲ, ಈಗ ಹೋಗಿ, ನಿಧಾನವಾಗಿ ಆಲೋಚನೆ ಮಾಡೋಣ. ಶ್ರೀಯಕರೇ ನೀವೂ ಹೊರಡಿ. ನನ್ನ ಮನಸ್ಸು ಸ್ಥಿಮಿತದಲ್ಲಿಲ್ಲ, ನನಗೆ ವಿಶ್ರಾಂತಿ ಬೇಕು. ಈ ಬಗ್ಗೆ ಇನ್ನೊಮ್ಮೆ ಮಾತನಾಡೋಣ."

ಧನನಂದ ಉಪಾಯವಾಗಿ ಸಂದಿಗ್ಧದಿಂದ ತಪ್ಪಿಸಿಕೊಂಡನೆಂದು ರಾಕ್ಷಸ ಅಂದುಕೊಂಡ. ಏನೇ ಆದರೂ ಅವನನ್ನು ಬಿಟ್ಟುಕೊಡುವುದಿಲ್ಲವೆಂದು ಶ್ರೀಯಕ ನಿರಾಸೆಪಟ್ಟುಕೊಂಡ.

ತನ್ನ ಮನೆಗೆ ಬಂದಾಗ ಶ್ರೀಯಕ ಅಸಮಾಧಾನದಿಂದ ಕುದಿಯುತ್ತಿದ್ದ. 'ಇನ್ನೊಮ್ಮೆ ಹೆಣ್ಣುಗಳ ವಿಷಯವನ್ನು ನನ್ನೆದುರು ಎತ್ತಲಿ, ಆಗ ಸರಿಯಾಗಿ ಉತ್ತರ ಕೊಡುತ್ತೇನೆ. ಹೆಸರಿಗೆ ಮಾತ್ರ ಅಮಾತ್ಯ. ಆದರೆ ಮಾಡುವ ಕೆಲಸ ಮಾತ್ರ ರಾಜನ ಚಾಪಲ್ಯಕ್ಕೆ ಹೆಣ್ಣುಗಳನ್ನು ಒದಗಿಸುವುದು. ಹೌದು, ನಾನು ಸಂಚು ಮಾಡುತ್ತಿರುವುದು ಸರಿ. ಇಂಥ ನೀಚ ರಾಜನಿಗೆ ನಿಷ್ಠೆ ತೋರಿಸುವುದು ಅವಿವೇಕ. ಇಂಥ ಹೇಡಿ ಸಿಂಹಾಸನದ ಮೇಲೆ ಕೂಡುವುದೂ ಅನ್ಯಾಯ. ಆ ಅನ್ಯಾಯವನ್ನು ನಾನು ಸರಿಪಡಿಸಲೇ ಬೇಕು. ನನ್ನ ನಿಷ್ಠೆಯನ್ನು ದುರುಪಯೋಗಪಡಿಸಿಕೊಂಡ ರಾಜನಿಗೂ, ನನ್ನ ತೇಜೋವಧೆ ಮಾಡುವ ಆ ರಾಕ್ಷಸನಿಗೂ ಬುದ್ಧಿ ಕಲಿಸಲೇಬೇಕು. ರಾಜನೀತಿ ಗೊತ್ತಿಲ್ಲದ, ಯುದ್ಧರಂಗದಲ್ಲಿ ಹೋರಾಡುವುದು ಗೊತ್ತಿಲ್ಲದ ಈ ಶ್ರೀಯಕ, ರಾಜನೀತಿಯನ್ನು ಬಲ್ಲವರನ್ನು, ರಣರಂಗದಲ್ಲಿ ಹೋರಾಡಬಲ್ಲ ಧೀರರನ್ನು ಹೇಗೆ ಮಣ್ಣು ಮುಕ್ಕಿಸುವನೆಂದು ಅವರೇ ನೋಡಲಿ.'

ಅಷ್ಟರಲ್ಲಿ ಸಂಜಯ ಬಂದ. ಅವನತ್ತ ಒಮ್ಮೆ ನೋಡಿ ಮುಖ ತಿರುಗಿಸಿಕೊಂಡು, ಕುಳಿತುಕೊಳ್ಳುವಂತೆಯೂ ಹೇಳದೆ ಸಿಡುಕುತ್ತಿರುವುದನ್ನು ಕಂಡು ಸಂಜಯ ಅಚ್ಚರಿಗೊಂಡ. ಅರಮನೆಯಲ್ಲಿ ಏನೋ ಮಾತುಕತೆ ನಡೆದಿರಬೇಕೆನ್ನಿಸಿತು. ಹಿಂದೆ ಹಲವು ಸಲ ಆ ಕಾರಣದಿಂದಾದ ಅವನ ಅಸಮಾಧಾನವನ್ನು ಕಂಡಿದ್ದರೂ, ಅದು ಇಂದಿನಷ್ಟು ತೀವ್ರ ಸ್ವರೂಪದಲ್ಲಿರಲಿಲ್ಲ. ಸ್ವಲ್ಪ ಹೊತ್ತು ಮಾತಾಡದೆ ಅವನು ಸುಮ್ಮನೆ ಕುಳಿತ.

ಸಂಜಯನನ್ನು ನೋಡಿ ಶ್ರೀಯಕನ ತಲೆಯಲ್ಲಿ ಇನ್ನೊಂದು ವಿಷಯ ಹೊಕ್ಕಿತು. 'ಇವನೊಂದಿಗೆ ನಾನು ನನ್ನ ಎಲ್ಲ ರಹಸ್ಯಗಳನ್ನೂ ಹೇಳಿ ತಪ್ಪು ಮಾಡಿದೆನೆ ? ಇವನೂ ಸುಮಂತನನ್ನು ತಂದು ತನಗೆ ಅಪಮಾನ ಮಾಡಿದನೆಂದು ರಾಕ್ಷಸನ ಮೇಲಿನ ಅಸಮಾಧಾನದಿಂದ ಮಾತ್ರ ನನ್ನ ಜೊತೆ ಸೇರಿದ್ದಾನೆ. ಇಲ್ಲವಾದರೆ ಬಹುಶಃ ಇವನು ನನ್ನ ಜೊತೆ ಸೇರುತ್ತಿರಲಿಲ್ಲ. ಎಷ್ಟೇ ಆಗಲಿ ಇವನೂ ವೈದಿಕ. ರಾಕ್ಷಸ, ಧನನಂದರೂ ವೈದಿಕ ಧರ್ಮಾವಲಂಬಿಗಳು. ನಾನೊಬ್ಬ ಜೈನ. ನಾನು ಒಂಟಿ. ನನ್ನ ಬೆಂಬಲಿಗರೂ ಅತ್ಯಲ್ಪ. ನಿಜ ಹೇಳಬೇಕೆಂದರೆ ಬೌದ್ಧರಿಗಿರುವಷ್ಟೂ ಇಲ್ಲ. ಜೈನನಾದ ನನ್ನ ಮೇಲೆ ಧನನಂದನಿಗೆ ಪೂರ್ಣ ವಿಶ್ವಾಸವಿಲ್ಲದಿರುವುದು, ವೈದಿಕನಾದ ರಾಕ್ಷಸನ ಬಗ್ಗೆ ಅತಿ ಭರವಸೆ ವ್ಯಕ್ತಪಡಿಸುವುದು ಧರ್ಮಾಭಿಮಾನವಲ್ಲದೆ ಬೇರೇನು ? ಹೌದು, ಇದೇ ಅಂತರಂಗದ ಸತ್ಯ. ಬಹುಶಃ ಅದೇ ಕಾರಣದಿಂದಲೇ ಪಿಪ್ಪಲಿವನವನ್ನು ಪುನಃ ವಶಪಡಿಸಿಕೊಳ್ಳಲು ರಾಕ್ಷಸ ಮುಂದಾಗದಿರಬಹುದು. ಚಾಣಕ್ಯನೂ ರಾಜನೀತಿ ಚತುರನಾದ ಸಧರ್ಮೀಯನಲ್ಲವೆ ? ಆದರೆ ರಾಕ್ಷಸನಿಗೆ ಬೌದ್ಧನಾದ ಚಂದನದಾಸನ ಮೇಲೆ ಅಂಥ ಮಿತ್ರತ್ವ ಹೇಗೆ ಬಂತು ?' ಈ ಪ್ರಶ್ನೆ ಮೂಡಿದಾಗ ತನ್ನ ತರ್ಕದ ಧಾಟಿಯಲ್ಲಿ ಉತ್ತರ ಹುಡುಕುವುದು ಅವನಿಗೆ ಕಷ್ಟವಾಯಿತು.

ಅದೇ ವೇಳೆಗೆ ಸಂಜಯ ಮಾತಾಡಿದ, "ಅಮಾತ್ಯರೆ, ಈ ಬಡಪಾಯಿಯ ಕಡೆ ಒಮ್ಮೆ ತಮ್ಮ ಕೃಪಾದೃಷ್ಟಿ ಬೀರಿ."

ಶ್ರೀಯಕ ತನ್ನನ್ನು ತಾನು ನಿಯಂತ್ರಿಸಿಕೊಂಡು ಹೇಳಿದ, "ತಪ್ಪು ತಿಳಿಯಬೇಡಿ ವೈದ್ಯರೇ, ನನ್ನದೇ ಯೋಚನೆಯಲ್ಲಿ ಮುಳುಗಿಬಿಟ್ಟೆ."

"ನಿಮ್ಮ ಯೋಚನೆ ಏನೆಂದು ನನಗೆ ಗೊತ್ತು, ಈ ಕೋಪ, ಅಶಾಂತಿಯ ಕಾರಣವನ್ನೂ ನಾನು ಊಹಿಸಬಲ್ಲೆ" ಎಂದ ಸಂಜಯ ನಗುತ್ತ.

"ಏನಿರಬಹುದು, ಹೇಳಿ ನೋಡೋಣ."

"ಅರಮನೆಯಲ್ಲಿ ಚಕ್ರವರ್ತಿಗಳ ಸಮ್ಮುಖದಲ್ಲಿ ನಿಮಗೂ ಅಮಾತ್ಯ ರಾಕ್ಷಸರಿಗೂ ಎಂದಿನಂತೆ ಬಿಸಿ ಬಿಸಿ ವಾಗ್ವಾದ ನಡೆದಿರುತ್ತದೆ. ರಾಕ್ಷಸ ನೀವು ತೆಪ್ಪಗಾಗುವಂತೆ ಕಠಿಣವಾಗಿ ಏನೋ ಮಾತಾಡಿರುತ್ತಾರೆ. ಅದಕ್ಕೇ ನೀವು, ಆ ಕೋಪದ ಕಾವನ್ನೆಲ್ಲ ಹೊತ್ತು ತಂದು ಇಲ್ಲಿ ಉರಿಯುತ್ತಿದ್ದೀರಿ. ಇದು ಖಂಡಿತ ನಿಮ್ಮ ಆರೋಗ್ಯಕ್ಕೆ ಒಳ್ಳೆಯದಲ್ಲ. ಕೋಪ ಕೆರಳಿದಾಗ ರಕ್ತದ ವೇಗ ಹೆಚ್ಚಿ ಪರಿಣಾಮ ತೀವ್ರವಾಗಬಹುದು. ಅದಕ್ಕೊಂದು ಚೂರ್ಣ ಕೊಡುತ್ತೇನೆ. ನಿತ್ಯ ಎರಡು ಹೊತ್ತು ಹಸುವಿನ ಹಾಲಿನಲ್ಲಿ ಸೇವಿಸಿದರೆ ಕೋಪ ತನಗೆ ತಾನೇ ನಿಯಂತ್ರಣಕ್ಕೆ ಬರುತ್ತದೆ."

"ನಿಮ್ಮ ವೈದ್ಯ ವಿದ್ಯೆಯನ್ನು ನನ್ನ ಮೇಲೆ ಪ್ರಯೋಗಿಸುತ್ತೀರಾ ?"

"ಸದ್ಯದಲ್ಲಿ ನನ್ನ ಹಂಗು ನಿಮಗಿಲ್ಲದೆಯಿರಬಹುದು. ಆದರೆ ಒಂದಲ್ಲ ಒಂದು ದಿನ ಮನುಷ್ಯನಾದವನು ವೈದ್ಯನ ಮುಂದೆ ದೈನ್ಯ ಮುಖ ಹೊತ್ತು ನಿಲ್ಲಲೇಬೇಕು."

ಈ ವೇಳೆಗೆ ತನ್ನ ಕೋಪದ ಉನ್ಮತ್ತ ಸ್ಥಿತಿಯಿಂದ ಶ್ರೀಯಕ ಬಹುಪಾಲು ಶಾಂತನಾಗಿದ್ದ. ಸಂಜಯನೂ ವೈದಿಕನೇ, ಅವನೆದುರು ತನ್ನ ರಹಸ್ಯಗಳನ್ನು ಹೇಳಬಾರದೆಂಬ ಆಲೋಚನೆ ಮರೆತು ಹೋಗಿತ್ತು. ನಂತರ ಸಹಜವಾಗಿ ಅರಮನೆಯಲ್ಲಿ ತನಗೂ ರಾಕ್ಷಸನಿಗೂ ನಡೆದ ಮಾತುಕತೆಯನ್ನು ವಿವರಿಸಿದ. ಕಡೆಯಲ್ಲಿ ಹೇಳಿದ, "ಆ ಧನನಂದ ನನಗೆ ಪ್ರಧಾನಾಮಾತ್ಯ ಪಟ್ಟ ಕಟ್ಟುವನೆಂದು ಆಸೆಯಿಂದಿದ್ದೆ. ಆದರೆ ಆ ರಾಕ್ಷಸನನ್ನು ಅವನೆಲ್ಲಿ ಬಿಟ್ಟುಕೊಡುತ್ತಾನೆ. ಇನ್ನೊಮ್ಮೆ ಮಾತಾಡೋಣ ಎಂದು ಸಾಗಹಾಕಿದ."

"ಆ ರಾಕ್ಷಸ ಮಾತ್ರ ತಾನು ಪದವಿ ಬಿಡುವೆನೆಂದು ಹೇಳಬಲ್ಲ, ನೀವು ಹೇಳುತ್ತೀರಾ ?" ಸಂಜಯ ಚೇಷ್ಟೆ ಮಾಡಿದ.

"ಧನನಂದ ಏನೇ ಆದರೂ ತನ್ನನ್ನು ಬಿಟ್ಟುಕೊಡುವುದಿಲ್ಲ, ಎಂಬ ಧೈರ್ಯದ ಮೇಲೇ ಅವನು ಆಗಾಗ ಪದವಿ ಬಿಡುವ ನಾಟಕವಾಡುತ್ತಾನೆ."

"ಅಂದರೆ ಧನನಂದ ನಿಮ್ಮನ್ನು ಬಿಟ್ಟರೂ ಬಿಟ್ಟಾನು, ರಾಕ್ಷಸನನ್ನು ಮಾತ್ರ ಬಿಡುವುದಿಲ್ಲ ಎಂದು ತಾನೆ ನಿಮ್ಮ ಮಾತಿನ ಅರ್ಥ ?"

"ಅಷ್ಟಲ್ಲದೆ ಇನ್ನೇನು ?"

"ಹಾಗಾದರೆ ನೀವೇ ಪದವಿ ಬಿಟ್ಟು ನೋಡಬೇಕಾಗುತ್ತದೆ."

"ಏನಂದೇ ?" ಶ್ರೀಯಕ ಕಿರುಚಿದ, "ನಾನು ಪದವಿ ಬಿಡಬೇಕೆ ? ಅಮಾತ್ಯನಲ್ಲದ ನನ್ನನ್ನು ಯಾರು ಮೂಸುತ್ತಾರೆ ?"

"ಪದವಿಯಿಲ್ಲದ ವ್ಯಕ್ತಿಯನ್ನು ಒಂದು ನಾಯಿಯೂ ಮೂಸುವುದಿಲ್ಲ ಎಂಬುದು ನನಗೆ ಗೊತ್ತು. ನನ್ನನ್ನೇ ನೋಡಿ. ರಾಜವೈದ್ಯನೆಂಬ ಸ್ಥಾನವಿದ್ದಾಗ ಜನ ನನ್ನನ್ನು ಹೇಗೆ ಕಾಣುತ್ತಿದ್ದರು ! ಮನೆಯ ಬಾಗಿಲಿಗೆ ಬಂದು, ನನ್ನ ಸಮಯಕ್ಕೆ ಕಾದು, ಚಿಕಿತ್ಸೆ ಪಡೆದು, ಕೇಳಿದಷ್ಟು ಕೊಟ್ಟು ಹೋಗುತ್ತಿದ್ದರು. ಈಗ ? ಈಗಲೂ ಆಗೊಬ್ಬರು ಈಗೊಬ್ಬರು ಬರುತ್ತಾರೆ. ಅಷ್ಟೇಕೆ ಇಷ್ಟು ತೆಗೆದುಕೊಳ್ಳಿ, ಎಂದು ಚೂರುಪಾರು ಕೊಟ್ಟು ಹೋಗುತ್ತಾರೆ. ನನ್ನಿಂದ

ತಮ್ಮ ಸಂಪಾದನೆ ಕಡಿಮೆಯಾಯಿತೆಂದು ಗೊಣಗುತ್ತಿದ್ದ ಬೇರೆ ವೈದ್ಯರ ಸ್ಥಿತಿ ಸುಧಾರಿಸಿತು.''

''ಆದರಿಂದ ಬೇರೆಯವರಿಗಾದರೂ ಒಳ್ಳೆಯದಾಯಿತಲ್ಲ, ಬಿಡಿ. ನಾನು ಪದವಿ ಬಿಟ್ಟು ಬೇರೆಯವರಿಗೆ ಉಪಯೋಗವಾಗಲಿ, ನನಗೆ ನಿಮ್ಮ ಸ್ಥಿತಿ ಬರಲಿ ಎಂದು ನಿಮ್ಮ ಆಸೆಯೇ ?''

''ಖಂಡಿತ ಅಲ್ಲ'' ಸಂಜಯ ಹೇಳಿದ, ''ನಿಮ್ಮ ಮತ್ತು ರಾಕ್ಷಸರ ಘರ್ಷಣೆ ನಿರಂತರವಾಗಿ, ಫಲಿತಾಂಶವಿಲ್ಲದೆ ಮುಂದುವರಿಯವುದರಲ್ಲಿ ಅರ್ಥವಿಲ್ಲ. ಒಂದು ಘಟ್ಟದಲ್ಲಿ ಅದು ಪರಾಕಾಷ್ಠೆ ಮುಟ್ಟಿ ನೀವು ಅಧಿಕಾರ ತ್ಯಾಗದ ನಾಟಕವಲ್ಲ, ನಿಜವಾದ ತ್ಯಾಗ ಮಾಡಿಬಿಡಬೇಕು.''

''ಆಮೇಲೆ ?''

''ಆಮೇಲೆ ಧನನಂದನೊಂದಿಗೆ ನಿಮ್ಮ ಸಂಪರ್ಕ ಬರೀ ಸ್ನೇಹ ವಿಶ್ವಾಸದ್ದಾಗುತ್ತದೆ. ಅದು ನಿಮ್ಮ ಕೆಲಸಕ್ಕೆ ಸೂಕ್ತವಲ್ಲವೆ ?''

''ಭಲೇ ಸಂಜಯ !'' ಶ್ರೀಯಕ ಅವನ ಬೆನ್ನ ಮೇಲೆ ಗುದ್ದಿದ, ''ಚಿಂತೆಯಿಲ್ಲ, ನಿಮ್ಮ ತಲೆಯೂ ಚೆನ್ನಾಗಿ ಕೆಲಸ ಮಾಡುತ್ತಿದೆ.''

''ನಾನು ವೈದ್ಯ ಅಮಾತ್ಯರೇ, ತಲೆ ಚುರುಕಾಗಲು ಅಗತ್ಯವಾದ ಚೂರ್ಣಗಳನ್ನು ನಾನು ನಿಯಮಿತವಾಗಿ ತೆಗೆದುಕೊಳ್ಳುತ್ತೇನೆ.''

''ಸಂಜಯ, ನನ್ನ ದೃಷ್ಟಿಯಲ್ಲಿ ಚಾಣಕ್ಯ ಚಂದ್ರಗುಪ್ತರು ಮಗಧದ ಮೇಲೆ ಆಕ್ರಮಣ ಮಾಡುವುದು ಖಂಡಿತ. ಅದು ಬಹಳ ದೂರದ ವಿಷಯವೂ ಅಲ್ಲ. ಆ ಗೊಂದಲ ಇನ್ನಷ್ಟು ಉಲ್ಬಣವಾಗಲಿ, ಧನನಂದ ತಲೆಕೆಡಿಸಿಕೊಂಡು ಹುಚ್ಚನಂತಾಗಲಿ. ಆಗ ನಾನು ಪದತ್ಯಾಗ ಮಾಡುತ್ತೇನೆ. ಅದೇ ವೇಳೆಯಲ್ಲಿ ನೀನು ಭರವಸೆ ನೀಡಿರುವ ಸುಂದರಿಯರ ದಂಡನ್ನು ಅವನಿಗೆ ಬಹುಮಾನವಾಗಿ ನೀಡುತ್ತೇನೆ. ನನ್ನ ಕೆಲಸ ಹೇಗಾಗುವುದಿಲ್ಲ ನಾನೂ ನೋಡುತ್ತೇನೆ.''

''ನೋಡಿದಿರಾ, ಬೆರಳು ತೋರಿಸಿದರೆ ಹಸ್ತ ನುಂಗುವ ಸಮಸ್ತ ಲಕ್ಷಣಗಳೂ ನಿಮ್ಮಲ್ಲಿವೆ. ನಾನು ಕೊಟ್ಟ ಒಂದು ಸಲಹೆಯನ್ನು ಉಪಾಯವಾಗಿ ಇನ್ನೊಂದು ವಿಷಯಕ್ಕೆ ಜೋಡಿಸಿಬಿಟ್ಟಿರಿ'' ಎಂದ ಸಂಜಯ ನಗುತ್ತ.

★ ★ ★

ಹಾಗೆ ನೋಡಿದರೆ ರಾಕ್ಷಸನಿಗೆ ಶ್ರೀಯಕನಿಗಿಂತ ಹೆಚ್ಚು ನೋವಾಗಿತ್ತು. ಅಂಥ ಸಂದರ್ಭಗಳಲ್ಲೆಲ್ಲ ಮಾಡುವಂತೆ, ಈ ಸಲವೂ ಅವನು ತನ್ನ ಪ್ರಿಯಮಿತ್ರ ಚಂದನದಾಸನನ್ನು ಹುಡುಕಿಕೊಂಡು ಹೋಗಿ ತನ್ನ ಸಂಕಟವನ್ನೆಲ್ಲ ತೋಡಿಕೊಂಡ. ''ಎಲ್ಲಿಯವರೆಗೆ ಈ ಅಪಮಾನವನ್ನು ಸಹಿಸುವುದು ಚಂದನದಾಸ ? ನನಗಿಂತ ಕಡಿಮೆ ಸಾಮರ್ಥ್ಯದ, ತನ್ನ ಅಧಿಕಾರಕ್ಕೆ ಸಂಬಂಧಿಸಿದಂತೆ ಕಿಂಚಿತ್ತೂ ಜ್ಞಾನವಿಲ್ಲದ ಒಬ್ಬ ಅವಿವೇಕಿ, ಚಕ್ರವರ್ತಿಯ ಎದುರಿನಲ್ಲೇ ನನ್ನನ್ನು ಅವಹೇಳನ ಮಾಡುವುದನ್ನು ಸಹಿಸುವ ಗ್ರಹಚಾರ ನನಗೇಕೆ ? ಧನನಂದನಿಗೆ ತಾರತಮ್ಯ ಜ್ಞಾನವಿಲ್ಲವೆ ?''

''ದೌರ್ಬಲ್ಯ ಎಲ್ಲ ತಾರತಮ್ಯ ಜ್ಞಾನವನ್ನೂ ಕಬಳಿಸಿಬಿಡುತ್ತದೆ ವಸುಭೂತಿ'' ಚಂದನದಾಸ ಹೇಳಿದ, ''ಮಗಧಕ್ಕೇನಾದರೂ ಆಪತ್ತು ಬಂದರೆ, ಅದರ ಮೂಲಕಾರಣ ಧನನಂದನೇ ಆಗುತ್ತಾನೆ.''

“ಮಗಧವಿರಲಿ, ಅವನಿಗೇ ಆಪತ್ತು ಬಂದರೇನು ಗತಿ ! ಪರಿಸ್ಥಿತಿಗಳನ್ನು ನೋಡಿದರೆ ನಿಶ್ಚಿಂತೆಯಿಂದಿರುವಂತಿಲ್ಲ. ತನ್ನ ಕಾಲ ಕೆಳಗಿನ ನೆಲವೇ ಕುಸಿಯುತ್ತಿರುವ ಅರಿವು ಅವನಿಗಿಲ್ಲ. ಪಿಪ್ಪಲಿವನ ಕೈಬಿಟ್ಟು ಹೋಗಲು ನನ್ನ ಅಸಾವಧಾನವೇ ಕಾರಣವೆಂಬ ಭಾವನೆ, ಶ್ರೀಯಕನಂತೆ ಧನನಂದನಲ್ಲೂ ಇರುವಂತಿದೆ. ಅದಕ್ಕೇ ಶ್ರೀಯಕ ಅದೇ ವಿಷಯವನ್ನು ಮೇಲಿಂದ ಮೇಲೆ ಎತ್ತಿ ನಾನು ಅಸಮರ್ಥನೆಂದು ನಿರೂಪಿಸಲು ಪ್ರಯತ್ನಿಸುತ್ತಿದ್ದಾನೆ. ಆದರೆ ರವಿಗುಪ್ತನಿಂದ ಪಿಪ್ಪಲಿವನವನ್ನು ಕಿತ್ತುಕೊಂಡು ಚಂದ್ರಗುಪ್ತನನ್ನು ನ್ಯಾಯವಾದ ಅಧಿಕಾರದಿಂದ ವಂಚಿತನನ್ನಾಗಿ ಮಾಡುವಂತೆ ನಾನು ಹೇಳಿದ್ದೆನೆ ? ಆಶ್ರಿತನಾಗಿ ಅವನೂ ತನ್ನ ರಾಜಾಧಿಕಾರದಲ್ಲಿ ಇದ್ದುಕೊಳ್ಳಲಿ, ಎಂದು ನಾನು ಮಾಡಿದ ಸಲಹೆಯನ್ನು ಅಂದು ಒಪ್ಪಲಿಲ್ಲ. ರವಿಗುಪ್ತ ಜನಪ್ರಿಯ ರಾಜನಾಗಿದ್ದ. ಇಡೀ ನಗರವೇ ಬೆಂಬಲ ನೀಡಿ ಚಂದ್ರಗುಪ್ತ ಮರಳಿ ತನ್ನ ಸ್ಥಾನವನ್ನು ಪಡೆದುಕೊಂಡ. ಆ ಜನ ರವಿಗುಪ್ತನಿಗೆ ನಿಷ್ಠರಾಗಿದ್ದರೇ ಹೊರತು, ಮಗಧಕ್ಕಲ್ಲ. ಅದನ್ನು ಏಕೆ ಇವರು ಅರ್ಥಮಾಡಿಕೊಳ್ಳುವುದಿಲ್ಲ ?”

“ಹೌದು ವಸುಭೂತಿ” ಚಂದನದಾಸ ಹೇಳಿದ, “ಬಲವಂತದಿಂದ ಯಾರ ನಿಷ್ಠೆಯನ್ನೂ ಪಡೆಯುವುದಕ್ಕಾಗುವುದಿಲ್ಲ. ಸಂಘಟನೆಯಿಲ್ಲದಾಗ ತಾತ್ಕಾಲಿಕವಾಗಿ ನಿಷ್ಠೆ ತೋರುವ ಜನ, ಸಮಯ ಬಂದ ಕೂಡಲೇ ಸಂಘಟಿತರಾಗಿ ತಮ್ಮ ಮೂಲ ನಿಷ್ಠೆಗೇ ಮರಳುತ್ತಾರೆ ಮತ್ತು ಅದಕ್ಕೆ ವಿರುದ್ಧವಾದದ್ದನ್ನು ಪ್ರತಿಭಟಿಸುತ್ತಾರೆ.”

“ಆ ಸಂಘಟನೆಗೆ ಚಣಕ ಪುತ್ರ ಚಾಣಕ್ಯನೇ ಸೂತ್ರಧಾರನೆಂಬುದು ಖಚಿತವಾಗಿ ರುವುದರಿಂದ ಮಗಧಕ್ಕೆ ಖಂಡಿತ ಅಪಾಯವಿದೆ. ಮಲಗಿದ್ದ ಸಿಂಹವನ್ನು ಕೆರಳಿಸಿ, ಅದು ಮೇಲೆ ಬೀಳುವುದೆಂಬ ಭೀತಿಯಿಂದ ನಡುಗುವ ಪರಿಸ್ಥಿತಿ ನಮ್ಮದಾಗಿದೆ.”

“ಅದೊಂದು ದೊಡ್ಡ ಅಪಚಾರವೆಂದು ನನಗೆ ಈಗಲೂ ಅನ್ನಿಸುತ್ತಿದೆ. ಚಣಕನ ಸಾವು ಮತ್ತು ಚಾಣಕ್ಯನ ಪ್ರತಿಜ್ಞೆ ಮಗಧ ಮತ್ತು ಧನನಂದನ ಹಣೆಬರಹವನ್ನೇ ಬದಲಿಸಬಹುದೆಂದು ನನ್ನ ಒಳಮನಸ್ಸು ಮತ್ತೆ ಮತ್ತೆ ಹೇಳುತ್ತಿದೆ.”

“ಅದಕ್ಕೆ ನಾನು ಅವಕಾಶ ಕೊಡುವುದಿಲ್ಲ ಚಂದನದಾಸ” ರಾಕ್ಷಸ ದೃಢವಾಗಿ ಹೇಳಿದ, “ನನ್ನ ಜೀವವಿರುವವರೆಗೂ ಮಗಧ ಮತ್ತು ಧನನಂದನನ್ನು ರಕ್ಷಿಸುತ್ತೇನೆ.”

“ಪದತ್ಯಾಗ ಮಾಡಲು ಮುಂದಾದ ನೀನು, ಆ ಕರ್ತವ್ಯವನ್ನು ಹೇಗೆ ನಿರ್ವಹಿಸುತ್ತಿ ?”

“ಪದವಿಯಲ್ಲೇ ಇರಬೇಕೆ ? ಧನನಂದ ಅವಿವೇಕಿಯಾದರೂ ಅವನ ನಿಷ್ಠೆಯಿಂದ ನಾನು ಕದಲಲಾರೆ.”

“ಪದವಿಯಲ್ಲಿಲ್ಲ ಎಂದಮೇಲೆ ಪದವಿಯಲ್ಲಿರುವ ನಿನ್ನ ಶತ್ರುಗಳು ನಿನ್ನನ್ನು ಸುಮ್ಮನೆ ಬಿಡುತ್ತಾರೆಯೇ ?”

“ಏನು ಮಾಡುತ್ತಾರೆ ? ನನ್ನನ್ನು ಕೊಲ್ಲುತ್ತಾರೆಯೆ ? ಸೆರೆಯಲ್ಲಿ ಹಾಕುತ್ತಾರೆಯೆ ? ಈ ರಾಕ್ಷಸನನ್ನು ಹಿಡಿದು ನೋಡಲಿ, ಆಗ ಗೊತ್ತಾಗುತ್ತದೆ ತಾವು ಎಂಥ ತಪ್ಪು ಮಾಡಿದೆವೆಂದು !”

“ತಾಳ್ಮೆ ವಸುಭೂತಿ. ಸೆರೆ ಹಿಡಿಯಲೇಬೇಕೆಂದಿಲ್ಲ. ತಮ್ಮ ಅಧಿಕಾರ ಸ್ಥಾನದಿಂದಲೇ ನೀನು ಏನೂ ಮಾಡಲಾಗದಂತೆ ನಿನ್ನ ಕೈಕಟ್ಟುತ್ತಾರೆ. ನೀನು ನಿಷ್ಠೆ ತೋರಿಸುತ್ತಿರುವ ಧನನಂದನಿಂದಲೇ ನಿನಗೆ ರಾಜಾಜ್ಞೆಗಳ ಸರಪಳಿ ಬಿಗಿಯುತ್ತಾರೆ.”

'ಹೌದಲ್ಲವೇ ?' ಎನಿಸಿತು ರಾಕ್ಷಸನಿಗೆ. ಶ್ರೀಯಕನ ವರ್ತನೆಯನ್ನು ನೋಡಿದರೆ ಅವನು ಹಾಗೆ ಮಾಡಬಹುದೆನ್ನಿಸಿತು. 'ನಾನು ಅಧಿಕಾರ ಕಳೆದುಕೊಂಡರೆ, ಅಥವಾ ನಾನೇ ತ್ಯಾಗ ಮಾಡಿದರೆ ನನಗಾಗುವ ಹಾನಿಗಿಂತ ಧನನಂದನಿಗೇ ಹೆಚ್ಚು ಹಾನಿಯಾಗುತ್ತದೆ. ನಾನು ಕೆರಳಿ ಪದತ್ಯಾಗ ಮಾಡುವಂತೆ ಮಾಡಿ, ನನ್ನ ಅನುಪಸ್ಥಿತಿಯಲ್ಲಿ ಆ ಶ್ರೀಯಕ ಧನನಂದನಿಗೆ ಕೇಡು ಮಾಡಬಹುದು. ಹೌದು, ಶ್ರೀಯಕನ ಒಳಮನಸ್ಸಿನಲ್ಲಿ ಮಹತ್ವಾಕಾಂಕ್ಷೆಯಿದೆ. ಅದನ್ನು ಈಡೇರಿಸಿಕೊಳ್ಳಲು ಯಾವ ಮಟ್ಟಕ್ಕೆ ಬೇಕಾದರೂ ಅವನು ಇಳಿಯಬಲ್ಲ, ಯಾರಿಗೆ ಯಾವ ಕೇಡನ್ನು ಬೇಕಾದರೂ ಮಾಡಬಲ್ಲ. ಹೌದು, ಚಂದನದಾಸ ಹೇಳುವುದು ಸರಿ. ಅಧಿಕಾರವಿಲ್ಲದೆ ನಾನು ಏನೂ ಮಾಡಲಾಗುವುದಿಲ್ಲ. ಧನನಂದನ ರಕ್ಷಣೆ ಮಾಡಬೇಕೆಂದರೆ ನಾನು ಅಧಿಕಾರದಲ್ಲಿರಲೇ ಬೇಕು. ಅಪಮಾನ, ತೇಜೋವಧೆ ಏನೇ ಆದರೂ, ನಾನು ಇನ್ನೊಮ್ಮೆ ಅಧಿಕಾರ ಬಿಡುವ ಆಲೋಚನೆ ಮಾಡಬಾರದು' ಎಂದುಕೊಂಡ.

"ಮತ್ತೆ ಮತ್ತೆ ತಪ್ಪುಗಳನ್ನೇ ಮಾಡುತ್ತಿರುವ ಧನನಂದನ ಬಗ್ಗೆ ಇನ್ನೂ ನಿಷ್ಠೆ ತೋರಿಸುತ್ತಿರುವ ನಿನ್ನನ್ನು ಮೆಚ್ಚಬೇಕೋ, ಮರುಕ ಪಡಬೇಕೋ ನನಗೆ ತಿಳಿಯುತ್ತಿಲ್ಲ ವಸುಭೂತಿ" ಎಂದ ಚಂದನದಾಸ ಸಹಾನುಭೂತಿಯಿಂದ.

"ತಪ್ಪು ಮಾಡುವುದು ಅವನ ಕರ್ಮ, ಆದರೆ ದ್ರೋಹ ಮಾಡದಿರುವುದು ನನ್ನ ಧರ್ಮ."

"ಅದಿರಲಿ, ಈಗ ರಾಜಕುಮಾರನ ಆರೋಗ್ಯ ಹೇಗಿದೆ ?"

"ಬಹುಪಾಲು ಸುಧಾರಿಸಿದೆ. ಸುಮಂತನ ಅಭಿಪ್ರಾಯದಲ್ಲಿ ಸಂಪೂರ್ಣ ಗುಣವಾಗಿದೆ. ಒಂದು ವರ್ಷಕಾಲ ನಿಯಮಿತವಾಗಿ ಔಷಧಿ ಕೊಟ್ಟರಾಯಿತು. ನಾನು ನನ್ನ ನಾಡಿಗೆ ಹೊರಟುಬಿಡುತ್ತೇನೆ, ಎಂದು ಅವನು ಹೇಳಿದ. ಆದರೆ ಒಮ್ಮೆ ಮರುಕಳಿಸಿದ ಕಹಿ ನೆನಪು ಮಹಾರಾಣಿಗೆ ಮರೆಯಲಾಗುತ್ತಿಲ್ಲ, ಅದಕ್ಕೆ ಇನ್ನಷ್ಟು ದಿನ, ಮತ್ತಷ್ಟು ದಿನ ಎಂದು ಮುಂದೂಡುತ್ತಲೇ ಇದ್ದಾಳೆ."

"ಪಾಪ, ಆ ತಾಯಿಗೆ ಸುಖವೂ ಇಲ್ಲ, ನೆಮ್ಮದಿಯೂ ಇಲ್ಲ" ಚಂದನದಾಸ ಸಹಾನುಭೂತಿಯಿಂದ ಹೇಳಿದ, "ಹೇಳಿಕೊಳ್ಳಲು ಮಗಧ ಸಾಮ್ರಾಜ್ಯದ ಮಹಾರಾಣಿ, ಆದರೆ ಒಬ್ಬ ಸಾಮಾನ್ಯನ ಹೆಂಡತಿಗಿರುವ ಸಂತೋಷವೂ ಅವಳಿಗಿಲ್ಲ. ಅವಳ ನೋವಿನ ನಿಟ್ಟುಸಿರೂ ಕೂಡ ಧನನಂದನನ್ನು ಶಾಪವಾಗಿ ಕಾಡುತ್ತಿದೆಯೋ ಏನೋ !"

"ಅದೊಂದು ವಿಷಯದಲ್ಲಿ ನಾನು ನಿಸ್ಸಹಾಯಕ ಚಂದನದಾಸ" ರಾಕ್ಷಸ ಹೇಳಿದ. ಅವನ ನೆನಪಿನಲ್ಲಿ ಕೆಲವು ದಿನಗಳ ಹಿಂದೆ ಅವಳೊಂದಿಗೆ ಮಾತನಾಡಿದ್ದು ಸುಳಿಯುತ್ತಿತ್ತು.

ರಾಕ್ಷಸ ರೂಢಿಯಂತೆ ಸುಮಾಲ್ಯನ ಆರೋಗ್ಯ ವಿಚಾರಿಸಲು ಹೋಗಿದ್ದ. ಸುಮಾಲ್ಯ ನಿದ್ದೆ ಮಾಡುತ್ತಿದ್ದ. ಸುಮತಿ ಯಾವುದೋ ಶೂನ್ಯದಲ್ಲಿ ದೃಷ್ಟಿ ನೆಟ್ಟವಳಂತೆ ಒಬ್ಬಳೇ ವಾತಾಯನದ ಬಳಿ ಕುಳಿತುಕೊಂಡಿದ್ದಳು. ಅವನು ಬಂದದ್ದನ್ನು ಅವಳು ಗಮನಿಸಿರಲಿಲ್ಲ.

"ಮಹಾರಾಣಿ" ಎಂದ ರಾಕ್ಷಸ.

ಅವಳು ಬೆಚ್ಚಿ ತಿರುಗಿ ನೋಡಿ "ಓ, ಅಮಾತ್ಯರು, ಬನ್ನಿ ಬನ್ನಿ, ಕುಳಿತುಕೊಳ್ಳಿ" ಎಂದು ಸ್ವಾಗತಿಸಿದಳು.

ರಾಕ್ಷಸ ನಮಸ್ಕರಿಸಿ ಒಂದು ಪೀಠದ ಮೇಲೆ ಕುಳಿತು "ಈಗ ಸುಮಾಲ್ಯ ಹೇಗಿದ್ದಾನೆ ?" ಎಂದು ಕೇಳಿದ.

"ಆರೋಗ್ಯವಾಗಿದ್ದಾನೆ, ಸಂಪೂರ್ಣ ಮೊದಲಿನಂತಾಗುವನೆಂದು ಸುಮಂತ ಭರವಸೆ ನೀಡಿದ್ದಾನೆ. ನಿಮ್ಮ ಮತ್ತು ಸುಮಂತನ ಉಪಕಾರವನ್ನು ನಾನೆಂದಿಗೂ ಮರೆಯುವುದಿಲ್ಲ ಅಮಾತ್ಯರೆ."

"ಇದರಲ್ಲಿ ಉಪಕಾರವೇನು ಬಂತು ? ನನ್ನ ಕರ್ತವ್ಯವನ್ನು ನಾನು ಮಾಡಿದ್ದೇನೆ, ಅಷ್ಟೆ"

"ಅಮಾತ್ಯರಾಗಿ ನೀವು ನಿಮ್ಮ ಕರ್ತವ್ಯವನ್ನು ನಿರ್ವಂಚನೆಯಿಂದ ಮಾಡಿದ್ದೀರಿ, ಮಾಡುತ್ತಿದ್ದೀರಿ. ಅದು ನನಗೆ ಗೊತ್ತು ಅಮಾತ್ಯರೆ. ಆದರೆ ನನ್ನ ಗಂಡನಾಗಿ, ಸುಮಾಲ್ಯನ ತಂದೆಯಾಗಿ ಚಕ್ರವರ್ತಿಗಳು ತಮ್ಮ ಕರ್ತವ್ಯವನ್ನು ಮಾಡುತ್ತಿಲ್ಲವಲ್ಲಾ ಎಂಬ ನೋವನ್ನು ನಾನು ಯಾರಲ್ಲಿ ಹೇಳಿಕೊಳ್ಳಲಿ ?"

ರಾಕ್ಷಸನಿಗೆ ಮುಖಕ್ಕೆ ಹೊಡೆದಂತಾಯಿತು. ಒಂದು ಕ್ಷಣ ಏನು ಮಾತಾಡಬೇಕೆಂದು ತೋಚದೆ ತಲೆತಗ್ಗಿಸಿ ಚಡಪಡಿಸಿದ. ಅನಂತರ ಹೇಳಿದ, "ಈ ವಿಷಯದಲ್ಲಿ ನಾನು ನಿಮಗೆ ಸಹಾಯ ಮಾಡಲಾರೆ ಮಹಾರಾಣಿ."

"ಅಮಾತ್ಯರಿಗೆ ಚಕ್ರವರ್ತಿಯ ಮೇಲೆ ನಿಷ್ಠೆ ಮಹಾರಾಣಿಯ ಮೇಲೆ ನಿಷ್ಠೆಯಿಲ್ಲವೆ ?"

"ಇದೆ ಮಹಾರಾಣಿ."

"ಏನು ಪ್ರಯೋಜನ ? ನಾನು ನಿಮಗೆ ಮಹಾರಾಣಿಯಾಗಿ ಆಜ್ಞೆ ಮಾಡಬಲ್ಲೆನೆ ? ಮಾಡಿದರೂ ಅದನ್ನು ನೀವು ಶಿರಸಾವಹಿಸುತ್ತೀರ ?"

"ಖಂಡಿತ."

"ಹಾಗಾದರೆ ಚಕ್ರವರ್ತಿಗೆ ಬುದ್ಧಿ ಹೇಳಿ ಅವನ ಲಂಪಟತನವನ್ನು ನಿಲ್ಲಿಸಿ. ಹೆಂಡತಿ ಮಗುವನ್ನು ಅಕ್ಕರೆಯಿಂದ ನೋಡಿಕೊಳ್ಳುವಂತೆ ಮಾಡಿ. ಈ ಆಜ್ಞೆಯನ್ನು ಪಾಲಿಸುವುದು ನಿಮ್ಮಿಂದಾಗುವುದೇ ?"

ರಾಕ್ಷಸ ತಲೆತಗ್ಗಿಸಿದ. ಹುಡುಕಿದರೂ ಮಾತು ಸಿಗಲಿಲ್ಲ. ಆದರೆ ಅವಳ ಮಾತಿನ ಹಿಂದಿನ ನೋವಿನ ಮುಳ್ಳು ಅವನ ಹೃದಯವನ್ನು ಚುಚ್ಚಿತು.

"ಅಮಾತ್ಯರೇ" ಸುಮತಿ ಉದ್ವಿಗ್ನಳಾಗಿ ಹೇಳಿದಳು, "ನೀವು ಮಹಾರಾಣಿಯಾದ ನನ್ನ ಆಜ್ಞೆ ಪಾಲಿಸಲಾಗದ ಅಮಾತ್ಯರು. ಹೋಗಲಿ ನಾನು ಒಬ್ಬ ಸಾಮಾನ್ಯ ಹೆಣ್ಣೆಂದು, ಹೆಂಡತಿಯೆಂದು, ಒಬ್ಬ ತಾಯಿಯೆಂದು, ನೀವೊಬ್ಬ ಸಹೃದಯೀ ಸಜ್ಜನರಾಗಿ ನನ್ನ ಸಂಕಟವನ್ನು ಅರ್ಥಮಾಡಿಕೊಳ್ಳಲಾಗುವುದಿಲ್ಲವೆ ? ಅರಮನೆಯೆಂಬ ಈ ಪಂಜರದಲ್ಲಿ ನನ್ನ ಉಸಿರು ಕಟ್ಟುತ್ತಿದೆ ಅಮಾತ್ಯರೆ, ಅದರ ಜೊತೆಗೆ ಈಗ ಮಗನ ಅನಾರೋಗ್ಯ. ಸುಮಾಲ್ಯ ರಾಜಕುಮಾರ. ಅವನು ಹೇಗಿರಬೇಕಿತ್ತು ? ಪಾದರಸದಂತೆ ಚಟುವಟಿಕೆಯಿಂದಿರ ಬೇಕಾಗಿತ್ತು. ತಂದೆಯೊಂದಿಗೆ ಶಸ್ತ್ರಾಭ್ಯಾಸ, ಬೇಟೆ, ವಿದ್ಯಾಭ್ಯಾಸ ಹೀಗೆ ಉಲ್ಲಾಸ ಉಕ್ಕಿಸುವಂತೆ ಓಡಾಡಬೇಕಾಗಿತ್ತು. ಅಮಾತ್ಯರಾದ ನಿಮ್ಮೊಂದಿಗೆ ರಾಜನೀತಿಯ ಚರ್ಚೆ ಮಾಡಬೇಕಾಗಿತ್ತು. ಆದರೆ ಅವನು ಹೇಗಿದ್ದಾನೆ ? ಆರೋಗ್ಯವೇನೋ ಮರಳುತ್ತಿದೆ. ಆದರೆ ಅವನ ಹೃದಯ ಹೇಳಿಕೊಳ್ಳಲಾಗದ ಒಂಟಿತನದಲ್ಲಿ ನರಳುತ್ತಿರುವುದು ನಿಮಗೆ ಕಾಣುತ್ತಿಲ್ಲವೆ ಅಮಾತ್ಯರೆ ? ತಂದೆಗೆ ಪ್ರಮದೋದ್ಯಾನದ ಆಮೋದ ಪ್ರಮೋದಗಳ ನಡುವೆ ಯಾರ ನೆನಪೂ ಇಲ್ಲ. ತಾಯಿ ಮಹಾರಾಣಿಯಾದರೂ ಸೇವಕಿಗೂ ಇರುವಷ್ಟು ಸ್ವಾತಂತ್ರ್ಯವಿಲ್ಲದ, ಹೊರಗೆ

ಹೋಗಲಾಗದ, ಒಳಗೆ ಇರಲಾಗದ ಅಸಹಾಯಕ ಹೆಣ್ಣು, ಜೊತೆಗಾರರಿಲ್ಲ, ತನ್ನ ವಯಸ್ಸಿನ ಆಟ ಪಾಠಗಳಿಲ್ಲ, ಈ ಹಾಳು ರೋಗದಿಂದ ವಿದ್ಯಾಭ್ಯಾಸಕ್ಕೂ ಕಲ್ಲುಬಿತ್ತು."

"ನನಗೆ ಎಲ್ಲ ಅರ್ಥವಾಗುತ್ತದೆ ಮಹಾರಾಣಿ ಆದರೆ..."

"ಈ ಆದರೆ ಎಂಬ ಶಬ್ದವೇ ನಿಮ್ಮ ಕೈಯಲ್ಲೇನೂ ಆಗುವುದಿಲ್ಲವೆಂಬುದನ್ನು ಸೂಚಿಸುತ್ತಿದೆ ಅಮಾತ್ಯರೇ. ಆದರೆ ಒಂದು ಮಾತು ನೆನಪಿನಲ್ಲಿರಲಿ. ಒಬ್ಬ ಚಕ್ರವರ್ತಿಗೆ ಸಲ್ಲದ ಅಧಃಪತನದತ್ತ ವೇಗವಾಗಿ ಸಾಗುತ್ತಿರುವ ಧನನಂದನನ್ನು ನಿಮ್ಮ ನಿಷ್ಠೆ ಉಳಿಸಲಾರದು."

ಒಂದು ಕ್ಷಣ ರಾಕ್ಷಸ ಅವಾಕ್ಕಾದ. 'ಇದೇನು ಇವಳು ಗಂಡನಿಗೆ ಶಾಪ ಹಾಕುತ್ತಿದ್ದಾಳೆಯೇ' ಎಂದುಕೊಂಡು ಅವಳತ್ತ ನೋಡಿದ.

"ನನ್ನ ಮಾತುಗಳಿಂದ ನಿಮಗೆ ಬೇಸರವಾಗಿದ್ದರೆ ಕ್ಷಮಿಸಿ ಅಮಾತ್ಯರೇ" ಎಂದು ಸುಮತಿ ಮುಖ ತಿರುಗಿಸಿಕೊಂಡಳು. ರಾಕ್ಷಸ ಭಾರವಾದ ಹೃದಯದಿಂದ ಹೊರಬಂದ.

ಆ ಘಟನೆಯನ್ನು ಜ್ಞಾಪಿಸಿಕೊಂಡಾಗ ರಾಕ್ಷಸನಿಗೆ ಅವಳ ನೋವಿನ ನಿಟ್ಟುಸಿರು ಧನನಂದನನ್ನು ಶಾಪವಾಗಿ ಕಾಡಬಹುದೆಂಬ ಮಾತು ಕಟುವಾಸ್ತವವಾಗಿ ಕಂಡಿತು.

## ೭

ಚಂದ್ರಗುಪ್ತ ಚಾಣಕ್ಯರು ಗಾಂಧಾರವನ್ನು ವಶಪಡಿಸಿಕೊಂಡ ಸುದ್ದಿಯನ್ನು ಗೌತಮ ಬಂದು ಹೇಳಿದಾಗ ಭಾಗುರಾಯಣ, ಉಜ್ವಲ, ಸುಜಾತ, ಸುಗಂಧಿ, ಮಾಲಿನಿ ಇವರ ಆನಂದಕ್ಕೆ ಪಾರವೇ ಇಲ್ಲ. ಮಂಗಳೆಯನ್ನೂ, ಪಶುಲೋಮನನ್ನೂ ಕರೆಸಿ ಆ ದಿನ ಮನೆಯಲ್ಲಿ ಹಬ್ಬವನ್ನೇ ಮಾಡಿಬಿಟ್ಟರು. ಆ ಸಂತೋಷವನ್ನು ತನ್ನ ಕಡೆಯ ಒಂದು ವಿಶೇಷ ತಿಂಡಿ ಮಾಡಿ ಬಡಿಸುವುದರ ಮೂಲಕ ಸುಜಾತ ಆಚರಿಸಿದಳು. "ನನ್ನ ಸಹೋದರನ ರಾಜ್ಯ ದೊಡ್ಡದಾಯಿತು" ಎಂದಳು ಹೆಮ್ಮೆಯಿಂದ.

"ಅದು ಇನ್ನೂ ದೊಡ್ಡದಾಗುವುದರ ಮುನ್ಸೂಚನೆ ಸುಜಾತ" ಎಂದ ಭಾಗುರಾಯಣ.

"ಹೌದು, ಅವನು ಇಡೀ ಆರ್ಯಾವರ್ತದ ಏಕಮಾತ್ರ ಚಕ್ರಾಧಿಪತಿಯಾಗಬೇಕು. ಉಜ್ವಲ ಅವನ ಜೊತೆ ನಕ್ಷತ್ರದಂತೆ ಉಜ್ವಲವಾಗಿ ಹೊಳೆಯುತ್ತಿರಬೇಕು."

"ಅವನು ಚಂದ್ರ, ಇವಳು ನಕ್ಷತ್ರ, ಸರಿಹೋಯಿತಲ್ಲ !" ಎಂದು ಮಂಗಳೆ ಜೋರಾಗಿ ನಕ್ಕಳು.

ತುಸು ನಾಚಿಕೊಂಡ ಉಜ್ವಲ ಹೇಳಿದಳು, "ಚಂದ್ರ ನಕ್ಷತ್ರಗಳಾಗಿ ಆಕಾಶ ಸೇರಿಕೊಳ್ಳುವ ಇಷ್ಟವಿಲ್ಲ ನನಗೆ. ನಾನೂ ಎಲ್ಲರ ಕಷ್ಟ ಸುಖಗಳಲ್ಲಿ ಬೆರೆತು ಸರಳವಾಗಿ, ಸಹಜವಾಗಿ ಬದುಕಬೇಕು, ಅಷ್ಟೆ."

"ಆದರೆ ಚಕ್ರವರ್ತಿ, ಚಕ್ರವರ್ತಿ ಪತ್ನಿಯಾದ ಮೇಲೆ ಅದಕ್ಕೆ ತಕ್ಕಂತೆ ತುಸು ಬಿಗುಮಾನದಿಂದಲೇ ನಡೆದುಕೊಳ್ಳಬೇಕಾಗುತ್ತದೆ. ಇಲ್ಲವಾದರೆ ಇವನು ಯಾವ ಸೀಮೆಯ ಚಕ್ರವರ್ತಿ, ಇವಳು ಯಾವ ಸೀಮೆಯ ಮಹಾರಾಣಿ, ಎಂದು ಎಲ್ಲ ಹಗುರವಾಗಿ ಮಾತಾಡುತ್ತಾರೆ" ಎಂದಳು ಸುಗಂಧಿ.

"ಹಾಗೆಂದು ಯಾವ ಶಾಸ್ತ್ರದಲ್ಲೂ ನಿಯಮವಿಲ್ಲ" ಎಂದ ಗೌತಮ, "ಅಂಥ ಪದ್ಧತಿಯಿದ್ದರೆ, ಅದನ್ನು ತಿದ್ದಿ ಹೊಸ ಪದ್ಧತಿ ರೂಢಿಗೆ ತಂದರೆ ಯಾರಿಗೂ ಬಾಧಕವಿಲ್ಲ"

"ಗೌತಮ, ಚಾಣಕ್ಯ, ಚಂದ್ರಗುಪ್ತ, ಚರಣ ಇತ್ಯಾದಿ ಎಲ್ಲ ಹೇಗಿದ್ದಾರೆ ? ಎಲ್ಲ ಕ್ಷೇಮವಾಗಿದ್ದಾರೆ ತಾನೆ ?" ಭಾಗುರಾಯಣ ಕೇಳಿದ.

"ಎಲ್ಲ ಕ್ಷೇಮದಿಂದಲೇ ಇದ್ದಾರೆ, ಆರೋಗ್ಯವಾಗಿಯೂ ಇದ್ದಾರೆ. ಆದರೆ ಯಾರಿಗೂ ಹೆಚ್ಚು ವಿಶ್ರಾಂತಿಗೆ ಅವಕಾಶವೇ ದೊರೆಯುತ್ತಿಲ್ಲ. ಸಣ್ಣಪುಟ್ಟ ಅನಾರೋಗ್ಯ ಅಥವಾ ಯುದ್ಧಗಳ ನಡುವೆ ಗಾಯಗೊಳ್ಳುವವರ ಉಪಯೋಗಕ್ಕಾಗಿ ಈಗ ಚಾಣಕ್ಯರು ತಕ್ಷಶಿಲೆಯ ಹರಿಸೇನ ಎಂಬ ವೈದ್ಯರನ್ನೇ ಜೊತೆಯಲ್ಲಿ ಕರೆದೊಯ್ದಿದ್ದಾರೆ."

"ಒಳ್ಳೆಯ ಕೆಲಸ ಮಾಡಿದರು. ಸದ್ಯ ಈ ಗೊಂದಲಗಳು ಬೇಗ ಮುಗಿದರೆ ಅವರೂ ವಿಶ್ರಾಂತಿ ಪಡೆಯಬಹುದು."

"ಪಾಪ, ಅವರ ಸ್ನೇಹಿತರೆಲ್ಲ ಬೇಸರ ಮಾಡಿಕೊಳ್ಳದೆ ದುಡಿಯುತ್ತಿದ್ದಾರೆ" ಮಾಲಿನಿ ಅನುಕಂಪದಿಂದ ಹೇಳಿದಳು.

"ಇದ್ದರೆ ಇರಬೇಕಮ್ಮ ಅಂಥ ಸ್ನೇಹಿತರು !" ಗೌತಮ ಹೇಳಿದ, "ಅನ್ನಪಾನ, ನಿದ್ರೆ ಯಾವುದನ್ನೂ ಲೆಕ್ಕಿಸದೆ, ಚಾಣಕ್ಯರು ಆದೇಶ ನೀಡಿದ ಕೂಡಲೇ ಸಿದ್ಧರಾಗಿ ಎದ್ದು ನಿಲ್ಲುತ್ತಾರೆ. ಏಕೆ ಏನೆಂದು ಪ್ರಶ್ನೆ ಕೇಳದೆ ಮುನ್ನುಗ್ಗುತ್ತಾರೆ."

"ಅಂಥ ಮಿತ್ರರಿರುವಾಗ ಚಂದ್ರಗುಪ್ತ ಗೆಲ್ಲುವುದು ದೊಡ್ಡ ವಿಷಯವೇನಲ್ಲ" ಎಂದಳು ಉಜ್ವಲ ಸುಗಂಧಿಯತ್ತ ಅಭಿಮಾನದಿಂದ ನೋಡುತ್ತ.

"ಈಗ ಅವರು ಎಲ್ಲಿದ್ದಾರೆ ?" ಭಾಗುರಾಯಣ ಕೇಳಿದ.

"ಅವರು ಸಂಬಳದ ಸೈನ್ಯದೊಂದಿಗೆ ಅಭಿಸಾರನ ನಾಡಿನತ್ತ ಸಾಗಿದರು, ನಾನು ಇತ್ತಕಡೆ ಬಂದೆ. ನಾನು ಮರಳುವ ವೇಳೆಗೆ ಅವರು ಇನ್ನೂ ಮುಂದೆ ಬಂದಿರುತ್ತಾರೆ. ಅಲೆಗ್ಸಾಂಡರ್ ಇನ್ನೊಂದು ಮಾರ್ಗದ ಮೂಲಕ, ಸಾಕಷ್ಟು ಕಷ್ಟನಷ್ಟಗಳನ್ನು ಅನುಭವಿಸಿ ತನ್ನ ದೇಶಕ್ಕೆ ಹಿಂದಿರುಗಿದನಂತೆ. ಹೋಗುತ್ತ ಹಲವರು ಅವನನ್ನು ಪ್ರತಿಭಟಿಸಿದರಂತೆ. ಒಂದು ಬ್ರಾಹ್ಮಣರ ಗ್ರಾಮದ ಪ್ರತಿಯೊಬ್ಬರೂ ಅವನೊಂದಿಗೆ ಹೋರಾಡಿ ಸ್ತ್ರೀ ಪುರುಷರಾದಿಯಾಗಿ ಮಡಿದು ಹೋದರಂತೆ. ಅಲ್ಲದೆ ಅವನಿಗೆ ಒಂದು ಕಡೆ ತೀವ್ರವಾದ ಗಾಯವೂ ಆಯಿತಂತೆ. ಆ ಕೋಪಕ್ಕೆ ಅವನು ಇಡೀ ಊರನ್ನೇ ಸುಡಿಸಿಬಿಟ್ಟನಂತೆ."

"ಅವನನ್ನೂ ಅದರಲ್ಲೇ ಹಾಕಿ ಸುಟ್ಟು ಬಿಡಬೇಕಾಗಿತ್ತು" ಎಂದಳು ಉಜ್ವಲ ಕೋಪದಿಂದ, "ಹೊರದೇಶದಿಂದ ಬಂದು ನಮ್ಮ ಜನಗಳ ಮೇಲೆ ಎಷ್ಟೊಂದು ದೌರ್ಜನ್ಯ ನಡೆಸಿದ್ದಾನೆ."

"ಧನನಂದ ನಡೆಸಿದ್ದ, ನಡೆಸುತ್ತಿರುವ ದೌರ್ಜನ್ಯವೇನು ಕಡಿಮೆಯೇ ?" ಎಂದ ಭಾಗುರಾಯಣ.

"ಗಾಂಧಾರದ ಆಂಭೀಕನೂ ಅಂಥ ದೌರ್ಜನ್ಯಕಾರಿಯೇ. ದೇವರ ದಯ, ಈಗ ಅಲ್ಲಿಯ ಜನ ನಿರಾಳವಾಗಿ ಉಸಿರುಬಿಡುತ್ತಿದ್ದಾರೆ. ತಕ್ಷಶಿಲೆ ನಗರಕ್ಕೆ ನಗರವೇ ಅರಮನೆಯ ಮುಂದೆ ಸೇರಿದ ದೃಶ್ಯವನ್ನು ನೀವು ನೋಡಬೇಕಾಗಿತ್ತು ! ಚಂದ್ರಗುಪ್ತ ಮಹಾರಾಜರು ಆ ಜನರ ಮಧ್ಯೆ ಪೂರ್ಣಚಂದ್ರನಂತೆ ಕಂಗೊಳಿಸುತ್ತಿದ್ದರು. ಚಾಣಕ್ಯರ ವಾಣಿ ಆ ನಿಶ್ಶಬ್ದ ವಾತಾವರಣದಲ್ಲಿ ಸಿಡಿಲ ಘರ್ಜನೆಯಂತೆ ಕೇಳಿಬರುತ್ತಿತ್ತು. ಆಂಭೀಕ ಬಾಲ ಮುದುರಿಕೊಂಡು ಕುಯ್ ಕುಯ್ ಎಂದು ನರಳಲೂ ಸಾಧ್ಯವಿಲ್ಲದೆ ತೆಪ್ಪಗೆ ಕುಳಿತಿದ್ದ."

''ಗೌತಮ ! ಆರ್ಯಾವರ್ತದಲ್ಲಿ ವಿದೇಶೀಯರಿರಲಿ, ಸ್ವದೇಶದವರಿರಲಿ, ಎಲ್ಲ ದೌರ್ಜನ್ಯಕಾರಿಗಳನ್ನೂ ದಮನ ಮಾಡಬೇಕೆಂದೇ ಬೆಂಕಿ ಬಿರುಗಾಳಿಗಳಂತೆ, ಚಂದ್ರಗುಪ್ತ ಚಾಣಕ್ಯರು ಸಂಕಲ್ಪ ಯಾತ್ರೆ ಹೊರಟಿದ್ದಾರೆ. ಆರ್ಯಾವರ್ತದ ಭಾಗ್ಯಚಕ್ರ ಮೊದಲಿನಂತೆ ಮತ್ತೆ ಮೇಲೇರುತ್ತದೆ'' ಎಂದಳು ಉಜ್ವಲ.

''ನಮಗೆ ಆಚಾರ್ಯರ ಸಂದೇಶವೇನು ?'' ಭಾಗುರಾಯಣ ಕೇಳಿದ.

ಗೌತಮ ಹೇಳಿದ, ''ನೀವು ಎಲ್ಲ ವ್ಯವಸ್ಥೆಗಳನ್ನೂ ಮಾಡಿಕೊಂಡು ಸಿದ್ಧರಾಗಿರಬೇಕಂತೆ. ಇನ್ನು ಹೆಚ್ಚಿನ ಕಾಲಾವಕಾಶವಿಲ್ಲವೆಂದು ತಿಳಿಸುವಂತೆ ಹೇಳಿದರು. ಸುಜಾತ ತುಂಬ ದಿಟ್ಟ ಹುಡುಗಿ, ಧೈರ್ಯ ಸಾಹಸಗಳ ಮೂರ್ತಿ. ಅಷ್ಟೇ ಸೌಜನ್ಯಶೀಲೆ. ಅಗತ್ಯಬಿದ್ದರೆ ಅವಳ ನೆರವನ್ನು ಪಡೆಯಬೇಕಂತೆ. ಇಂದುಶರ್ಮ, ಸಿದ್ಧಾರ್ಥಕ, ಸಮಿದ್ಧಾರ್ಥಕ ಮತ್ತು ನಿಪುಣಕರಿಗೆ ಹೇಳ ಬೇಕಾದುದನ್ನು ಅವರಿಗೇ ಹೇಳಬೇಕು. ಪಶುಲೋಮ ಒಂದು ರೀತಿಯಲ್ಲಿ ನಿಮ್ಮ ಆಶ್ರಯದಲ್ಲೇ ಇದ್ದಾನಲ್ಲ''

''ಆಚಾರ್ಯರು ಹೇಳಲಿ ಬಿಡಲಿ, ನನ್ನ ಕರ್ತವ್ಯವನ್ನು ನಾನು ಎಚ್ಚರದಿಂದ ಮಾಡುತ್ತೇನೆ'' ಎಂದ ಪಶುಲೋಮ.

''ಆಚಾರ್ಯರದು ತುಂಬ ಉದಾರ ಹೃದಯ'' ಸುಜಾತ ಹೇಳಿದಳು, ''ಶಿಲೆಯಂತೆ, ನಿಷ್ಠುರವಾಗಿ ಕಾಣುವ ಅವರ ಅಂತರಂಗ ಎಷ್ಟು ಮೃದು ಎಂಬುದು, ನನ್ನಲ್ಲಿರುವ ಅಲ್ಪ ಗುಣಗಳನ್ನು ದೊಡ್ಡದಾಗಿ ಪರಿಗಣಿಸುತ್ತಿರುವುದರಲ್ಲೇ ಅರ್ಥವಾಗುತ್ತದೆ.''

''ಇಲ್ಲ ಸುಜಾತ'' ಸುಗಂಧಿ ಹೇಳಿದಳು, ''ಅವರು ನಿಜವಾದ ಗುಣಗ್ರಾಹಿಗಳು. ನಿನ್ನಲ್ಲಿರುವುದು ಅಲ್ಪಗುಣವಲ್ಲ, ನಿನ್ನ ಮಹತ್ತು ನಿನಗೇ ಗೊತ್ತಿಲ್ಲ, ನಿನ್ನ ಗಂಡ ಸಾಯುತ್ತಿದ್ದರೂ, ಅದನ್ನು ಕಡೆಗಣಿಸಿ ಚಂದ್ರಗುಪ್ತನನ್ನು ಉಳಿಸಿದ ನಿನ್ನ ಉದಾತ್ತ ಗುಣವನ್ನು ಅಲ್ಪವೆಂದು ಹೇಳುವವರು ಅಲ್ಪರು ಅಷ್ಟೆ''

''ಹೌದು ಸುಜಾತ'' ಉಜ್ವಲ ಹೇಳಿದಳು, ''ನೀನು ಸ್ತ್ರೀಕುಲಕ್ಕೇ ಒಂದು ಹೆಮ್ಮೆ.''

''ಅದಿರಲಿ, ಚಂದ್ರಗುಪ್ತ ಮಹಾರಾಜರು ಉಜ್ವಲೆಗಾಗಿ ಏನೂ ಹೇಳಿಕಳಿಸಲಿಲ್ಲವೆ ?'' ಸುಗಂಧಿ ಕೇಳಿದಳು.

''ನನಗಿರಲಿ, ಸುಗಂಧಿಗೆ ಹೇಳುವಂತೆ ಚರಣ ಏನಾದರೂ ಹೇಳಿರಬೇಕಲ್ಲ ?'' ಎಂದು ಉಜ್ವಲ ನಕ್ಕಳು.

''ಏನಾದರೂ ಹೇಳುತ್ತಿದ್ದರೋ ಏನೋ, ಆದರೆ ನಾನು ಹೊರಟಾಗ ಆಚಾರ್ಯರು ಎದುರಿನಲ್ಲೇ ಇದ್ದರಲ್ಲ''

ಅವರ ಮುಖ ಸಪ್ಪೆಯಾಯಿತು. ಅದನ್ನು ಗಮನಿಸಿ ಗೌತಮ ನಗುತ್ತ ''ಇಷ್ಟೊಂದು ನಿರಾಸೆಯೇ? ಅಷ್ಟು ನಿರಾಸೆಪಡಬೇಕಾಗಿಲ್ಲ'' ಎಂದಾಗ ಅವರ ಮುಖದಲ್ಲಿ ಮತ್ತೆ ಗೆಲುವು, ಕುತೂಹಲ ಕಾಣಿಸಿಕೊಂಡಿತು. ಗೌತಮ ಮುಂದುವರಿಸಿದ, ''ನಾನು ಹೊರಟ ಮೇಲೆ ಆಚಾರ್ಯರಿಗೆ ಕಾಣದಂತೆ ಚಂದ್ರಗುಪ್ತ ಮತ್ತು ಚರಣ ನನ್ನ ಬಳಿಗೆ ಬಂದು ಹೇಳಿದರು. ಒಂದು ಪತ್ರ ಬರೆದು ಕಳಿಸುವ ವ್ಯವಧಾನವೂ ಇರಲಿಲ್ಲ, ನಿನ್ನ ನೆನಪೇ ನನಗೆ ಸದಾ ಸ್ಫೂರ್ತಿ ನೀಡುತ್ತದೆ ನಿನ್ನನ್ನು ನೋಡಬೇಕೆಂದು ಮನಸ್ಸು ಕಾತರಿಸುತ್ತದೆ. ಅದಕ್ಕೆ ಹೆಚ್ಚು ಕಾಲ ಕಾಯಬೇಕಾಗಿಲ್ಲವೆಂದು ಹೇಳುವಂತೆ ಚಂದ್ರಗುಪ್ತ ಹೇಳಿದ. ಚರಣ ಸುಗಂಧಿಗೆ

ಹೇಳುವಂತೆ ಹೇಳಿದ್ದು ಒಂದೇ ಮಾತು, “ನಿನ್ನ ಸಹನೆ ಸೌಜನ್ಯದಲ್ಲಿ ನನಗೆ ಪೂರ್ಣ ನಂಬಿಕೆಯಿದೆ.”

ಇಬ್ಬರ ಮುಖದಲ್ಲೂ ಲಜ್ಜೆ ಚಿತ್ರ ಬಿಡಿಸಿತು. ಕೆನ್ನೆ ಕೆಂಪಾದವು. ಇಬ್ಬರೂ ಒಬ್ಬರ ಮುಖವನ್ನೊಬ್ಬರು ನೋಡಿಕೊಂಡು, ಅಷ್ಟು ಜನ ಎದುರಿನಲ್ಲಿರುವರೆಂಬುದನ್ನೂ ಮರೆತು ಚಿಕ್ಕ ಮಕ್ಕಳಂತೆ ಪರಸ್ಪರ ಅಪ್ಪಿಕೊಂಡು ಜೋರಾಗಿ ನಕ್ಕುಬಿಟ್ಟರು. ಅವರ ಆನಂದವನ್ನು ನೋಡುತ್ತ ಭಾಗುರಾಯಣ ಮತ್ತು ಮಾಲಿನಿ ಕಣ್ಣಂಚಿನಲ್ಲಿ ಇಣುಕಿದ್ದ ಕಣ್ಣೀರನ್ನು ಒರೆಸಿಕೊಂಡರು.

★ ★ ★

ಇಂದುಶರ್ಮ, ನಿಪುಣಕ, ಸಿದ್ಧಾರ್ಥಕ, ಸಮಿದ್ಧಾರ್ಥಕ ಮತ್ತು ಪಶುಲೋಮರ ವಾರದ ರಹಸ್ಯ ಭೇಟಿಯ ಸ್ಥಳಕ್ಕೆ ಗೌತಮ ಭೇಟಿ ನೀಡಿದ. “ನೀವೆಲ್ಲ ಕೆಲಸಗಳನ್ನು ಎಷ್ಟೆಷ್ಟು ಮಾಡಿ ಮುಗಿಸಿರುವಿರೆಂದು ತಿಳಿಯಲು ಆಚಾರ್ಯರು ಬಯಸುತ್ತಾರೆ” ಎಂದ.

ಅವರು ಒಬ್ಬೊಬ್ಬರು, ತಾವು ಇರುವ ಪರಿಸ್ಥಿತಿ, ಮಾಡಿದ ಕೆಲಸಗಳ ಬಗ್ಗೆ ವಿವರ ನೀಡಿದರು. ಅದರಲ್ಲಿ ಶಕಟದಾಸನ ಬಳಿಯಲ್ಲಿದ್ದ ಸಿದ್ಧಾರ್ಥಕ ಹೇಳಿದ, “ನಾನೀಗ ಶಕಟದಾಸನ ನಂಬಿಕೆಯನ್ನು ಹೆಚ್ಚಾಗಿ ಗಳಿಸಿದ್ದೇನೆ. ಈಚೆಗೆ ನನ್ನ ಕೈಯಲ್ಲಿ ಕೆಲವು ಪತ್ರಗಳನ್ನು ಬರೆಸುತ್ತಾನೆ. ಎಂದಾದರೂ ಉಪಯೋಗಕ್ಕೆ ಬರುವುದೆಂದು, ಬೇರೆಯವರ ಕೈಬರಹವನ್ನು ಅನುಕರಣೆ ಮಾಡುವುದನ್ನೂ ಕಲಿತಿದ್ದೇನೆ.”

“ಬರಬಹುದೇನು, ಉಪಯೋಗಕ್ಕೆ ಬಂದೇ ಬರುತ್ತದೆ” ಎಂದ ನಿಪುಣಕ.

ನಂತರ ಪಾಟಲೀಪುತ್ರದ ಪರಿಸ್ಥಿತಿಗಳನ್ನು ವಿವರಿಸಿದರು. ಶ್ರೀಯಕನ ಬಗ್ಗೆ ಹೇಳುವುದನ್ನು ಮರೆಯಲಿಲ್ಲ, ರಾಕ್ಷಸನ ಸಂದಿಗ್ಧ ಪರಿಸ್ಥಿತಿ, ಪರ್ವತನಾಡಿನ ವೈದ್ಯ ಸುಮಂತನ ವಿಷಯ, ಉಜ್ವಲ ಮಾಡಿರುವ ಉಪಾಯ, ಎಲ್ಲವನ್ನೂ ವಿವರಿಸಿದರು.

“ನಮಗೇನಾದರೂ ಆದೇಶವಿದೆಯೇ ?” ಎಂದು ಕಡೆಯಲ್ಲಿ ಇಂದುಶರ್ಮ ಕೇಳಿದ.

“ಸದ್ಯದಲ್ಲಿ ನಿಮ್ಮ ನಿಮ್ಮ ಕರ್ತವ್ಯದಲ್ಲಿ ಎಚ್ಚರದಿಂದಿರಬೇಕು, ಸದಾ ಸಿದ್ಧರಾಗಿರ ಬೇಕೆಂದು ಹೇಳಿದ್ದಾರೆ.” ಗೌತಮ ಹೇಳಿದ, “ಇಲ್ಲಿನ ವಾಸ್ತವ ಸಂಗತಿಗಳೆಲ್ಲ ಈಗ ಅವರಿಗೆ ತಿಳಿಯುತ್ತದೆ. ಅವರು ಇನ್ನು ಮೇಲೆ ಏನಾದರೂ ಆದೇಶ ಕೊಡಬಹುದು. ಕೊಟ್ಟರೆ ನಾನೇ ಬಂದು ತಿಳಿಸುತ್ತೇನೆ ಅಥವಾ ಬೇರೆ ಯಾರಾದರೂ ಬರಬಹುದು.”

ನಂತರ ಗೌತಮ ಪ್ರಭಾಕರನನ್ನು ನೋಡಬೇಕೆಂದು ಹೇಳಿದ. ಚಂದ್ರಗುಪ್ತ ಅವನಿಗೆ ಕೆಲವು ವಿಷಯಗಳನ್ನು ತಿಳಿಸಿದ್ದ. ಜೊತೆಯಲ್ಲಿ ಯಾರನ್ನೂ ಕರೆದೊಯ್ಯದೆ, ಅದೇ ದಿನ ರಾತ್ರಿ ಅವನು ಪ್ರಭಾಕರನನ್ನು ಅವನ ಮನೆಯಲ್ಲೇ ಭೇಟಿ ಮಾಡಿದ.

“ಗೌತಮಾ ! ನೀನು !” ಪ್ರಭಾಕರನಿಗೆ ಅವನನ್ನು ಕಂಡು ಬಹಳ ಆಶ್ಚರ್ಯವಾಯಿತು. “ಬಾ ಬಾ ಕುಳಿತುಕೋ, ಎಷ್ಟು ಕಾಲವಾಯಿತು ನಿನ್ನನ್ನು ನೋಡಿ ? ಹೇಗಿದ್ದಿ ? ಈಗ ಎಲ್ಲಿದ್ದಿ ?”

“ಚೆನ್ನಾಗಿದ್ದೇನೆ ಪ್ರಭಾಕರ” ಗೌತಮ ಹೇಳಿದ, “ಆಚಾರ್ಯ ಚಾಣಕ್ಯರ ಆಶ್ರಯದಲ್ಲೇ ಇದ್ದೇನೆ. ಮೊದಲು ಚಣಕರ ಪರಿಚಾರಕನಾಗಿದ್ದೆ. ಈಗ ಚಾಣಕ್ಯರ ಪರಿಚಾರಕನಾಗಿದ್ದೇನೆ.”

“ನೀನು ಬರೀ ಪರಿಚಾರಕನಲ್ಲ ಗೌತಮ. ಆಚಾರ್ಯರು ಎಂದೂ ನಿನ್ನನ್ನು ಹಾಗೆ ಭಾವಿಸಿರಲಿಲ್ಲ. ‘ಅಡಿಗೆ, ಮನೆಗೆಲಸ, ನನ್ನ ಸೇವೆ ಎಲ್ಲವನ್ನೂ ಮಾಡುತ್ತ, ಗೌತಮ ನನ್ನನ್ನು

ಹೆತ್ತ ತಾಯಿಯಂತೆ ನೋಡಿಕೊಳ್ಳುತ್ತಾನೆ' ಎಂದು ಎಷ್ಟೋ ಸಲ ಅವರು ಹೇಳಿದ್ದನ್ನು ನಾನೇ ಕೇಳಿದ್ದೇನೆ.''

ಚಣಕನ ನೆನಪಿನಿಂದ ಗೌತಮನ ಕಣ್ಣುಗಳು ಹನಿಗೂಡಿದವು. ''ಅಂಥ ಹಿರಿಯರನ್ನು ನೇಣುಹಾಕಿ ಮೋಸದಿಂದ ಕೊಂದ ಪಾಪಿಗಳು ಇನ್ನೂ ಜೀವಂತವಾಗಿದ್ದಾರಲ್ಲ ಪ್ರಭಾಕರ ?'' ಅವನು ಅಳತೊಡಗಿದ.

''ಅಂಥ ಪಾಪಿಗಳ ಭಾರವನ್ನು ಭೂಮಿ ಬಹಳ ದಿನ ತಡೆಯುವುದಿಲ್ಲ ಗೌತಮ. ಅವರ ಅಂತ್ಯಕ್ಕೂ ಸಮಯ ಸಮೀಪಿಸಿದೆ.''

''ಪ್ರಭಾಕರ ಏನು ಹೇಳುತ್ತಿರುವೆ !'' ಗೌತಮ ಅಚ್ಚರಿಯಿಂದ ಕೇಳಿದ.

''ಹೌದು ಗೌತಮ'' ಪ್ರಭಾಕರ ಕೆಳದನಿಯಲ್ಲಿ ಹೇಳಿದ, ''ನಾನು ಆಗ ಚಂದ್ರಗುಪ್ತ ಮತ್ತು ಚರಣನ ಜೊತೆ ಸೇರಲು ಭಯದಿಂದ ಹಿಂಜರಿದೆ. ಅದು ಒಳ್ಳೆಯದೇ ಆಯಿತು. ಅವರು ಸೆರೆಯಿಂದ ತಪ್ಪಿಸಿಕೊಳ್ಳಲು ನನ್ನ ಕೈಲಾದ ಸಹಾಯ ನೀಡುವುದು ಸಾಧ್ಯವಾಯಿತು. ಈಗ ಇಡೀ ಸೇನೆಯನ್ನು ಚಂದ್ರಗುಪ್ತನ ಪರವಾಗಿ ತಿರುಗಿಸುವ ಪ್ರಯತ್ನ ಪಡುವ ಅವಕಾಶ ಸಿಕ್ಕಿತು.''

''ಈ ವಿಷಯ ಇಷ್ಟು ಶೀಘ್ರವಾಗಿ ಮುಂದುವರಿದಿದೆಯೆಂದು ನನಗೆ ಗೊತ್ತಿರಲಿಲ್ಲ. ಬಹುಶಃ ಚಾಣಕ್ಯರಿಗೂ ಗೊತ್ತಿರಲಾರದು.''

''ಅವರಿಗೆ ಖಂಡಿತ ಗೊತ್ತಿದೆ. ಭಾಗುರಾಯಣರಿಗೆ ಮೊದಲೇ ಸುದ್ದಿ ಕಳಿಸಿದ್ದೇನೆ. ಆದರೆ ಅದು ಎಲ್ಲರ ಬಳಿ ಹೇಳುವ ಸಾಮಾನ್ಯ ವಿಷಯವಲ್ಲ. ಅದಿರಲಿ, ಆಚಾರ್ಯರು ಅಥವಾ ಚಂದ್ರಗುಪ್ತ ನನಗೇನಾದರೂ ಹೇಳಿ ಕಳಿಸಿದ್ದಾರೆಯೇ ?''

''ಹೌದು, ಹೇಳಿಕಳಿಸಿದ್ದಾರೆ. ನಿನ್ನನ್ನು ತಪ್ಪದೇ ಭೇಟಿ ಮಾಡುವಂತೆ ನನಗೆ ಹೇಳಿದರು. ನಾವೆಲ್ಲ ಹೊರಗಿದ್ದು ಮಾಡುವ ಕಾರ್ಯಗಳಿಗಿಂತ, ನೀನು ಪಾಟಲೀಪುತ್ರದ ಒಳಗಿದ್ದು ಮಾಡುವ ಕಾರ್ಯ ಮಹತ್ವದ್ದು. ನಿನ್ನ ಕಾರ್ಯದಿಂದ ನಿನ್ನ ಮಿತ್ರನಿಗೆ ಒಳಿತಾಗುವುದಕ್ಕಿಂತ ಮುಖ್ಯವಾಗಿ ಮಗಧಕ್ಕೆ, ಆ ಮೂಲಕ ಇಡೀ ಆರ್ಯಾವರ್ತಕ್ಕೆ ಒಳಿತಾಗುವುದೆಂಬುದು ನಿನ್ನ ನೆನಪಿನಲ್ಲಿರಲಿ, ಎಂದು ಹೇಳಿದರು. ಯಾವುದೇ ಕಾರಣಕ್ಕೂ ಅಂತಿಮ ಕ್ಷಣದವರೆಗೂ ಭಾಗುರಾಯಣರಾಗಲೀ, ಇತರ ಸೇನಾಧ್ಯಕ್ಷರಾಗಲೀ ಧನನಂದನ ವಿರುದ್ಧವಾಗಿ ಕಾರ್ಯಾಚರಣೆ ಮಾಡುವ ಸುಳಿವು ಸಿಗದಂತೆ ಎಚ್ಚರವಹಿಸಬೇಕೆಂದು ಹೇಳಿದರು.''

''ಆಚಾರ್ಯರ ಆದೇಶವನ್ನು ನಾನು ಶಿರಸಾವಹಿಸುತ್ತೇನೆ.''

''ಇನ್ನೊಂದು ಮುಖ್ಯವಾದ ವಿಷಯವನ್ನು ನಿನಗೆ ತಿಳಿಸುವಂತೆ ಹೇಳಿದ್ದಾರೆ. ವಸುಂಧರನ ಸಂಪರ್ಕವಿರಿಸಿಕೊಂಡು ಯೋಧರಲ್ಲದ ನಾಗರಿಕರ ಸಂಘಟನೆಗೆ ಅವನಿಗೆ ನೆರವಾಗಬೇಕಂತೆ. ಅಂದು ಚಣಕರ ನೇತೃತ್ವದಲ್ಲಿ ಇಡೀ ನಗರದಲ್ಲಿ ದಂಗೆಯೇಳಿಸಲು ಪ್ರಯತ್ನ ಪಟ್ಟಿದ್ದನ್ನು ನೆನಪಿಸಿ, ಅಂದು ಅದು ವಿಫಲವಾದಂತೆ ಇಂದು ಆಗದಂತೆ ಸಂಯೋಜಿಸಬೇಕಂತೆ. ವಸುಂಧರನ ಬಳಿಯಿರುವ ಸಮಿದ್ಧಾರ್ಥಕನೂ ನೆರವಾಗುತ್ತಾನೆ.''

''ಒಳ್ಳೆಯ ಆಲೋಚನೆ. ಸೈನಿಕ ಕಾರ್ಯಾಚರಣೆಯ ಜೊತೆಯಲ್ಲಿ ಜನಸಮುದಾಯದ ಕಾರ್ಯಾಚರಣೆಯೂ ನಡೆದರೆ, ಕೆಲಸ ಇನ್ನಷ್ಟು ಸುಲಭವಾಗುತ್ತದೆ. ಹೆಚ್ಚು ರಕ್ತಪಾತ ವಾಗುವುದು ತಪ್ಪುತ್ತದೆ.''

''ಶ್ರೀಯಕನ ಬಗ್ಗೆ ಬಹಳ ಎಚ್ಚರದಿಂದಿರು. ನಿಮ್ಮ ಗೂಢಚಾರರು ಹೇಳುವಂತೆ ಧನನಂದನಿಗೆ ಚಂದ್ರಗುಪ್ತನ ಜೊತೆಗೆ, ಶ್ರೀಯಕನೂ ಶತ್ರುವಾಗಿರುವಂತೆ ಕಾಣುತ್ತದೆ. ಅವನು ಮನೆಯೊಳಗಿನ ಶತ್ರುವಾಗಿರುವುದರಿಂದ ಅವನ ಸಂಚುಗಳನ್ನು ಧನನಂದ ಊಹೆಯನ್ನೂ ಮಾಡಲಾರ. ಅಮಾತ್ಯ ರಾಕ್ಷಸ ಸಂದೇಹಗೊಂಡರೂ ಖಚಿತವಾಗಿ ಊಹಿಸಲಾರ. ನಮ್ಮ ಗೂಢಚಾರರು ಬಹುಶಃ ಅವನ ಒಳಮರ್ಮಗಳನ್ನೆಲ್ಲ ಸಂಪೂರ್ಣವಾಗಿ ಶೋಧಿಸುತ್ತಾರೆಂಬ ನಂಬಿಕೆ ನನಗಿದೆ.''

''ಬರೀ ಪರಿಚಾರಕನಾಗಿದ್ದವನು, ಆಚಾರ್ಯ ಚಾಣಕ್ಯರು ತಮ್ಮ ಸಂದೇಶ ವಾಹಕನನ್ನಾಗಿ ನಿನ್ನನ್ನು ಇಲ್ಲಿಗೆ ಕಳಿಸುವಷ್ಟು ಬುದ್ಧಿವಂತ ಹೇಗಾದೆ ಗೌತಮ ?'' ಪ್ರಭಾಕರ ನಗುತ್ತ ಕೇಳಿದ.

''ನಾನು ವಿದ್ಯಾರ್ಥಿಯಾಗಿ ಶ್ರದ್ಧೆಯಿಂದ ಕಲಿತದ್ದಲ್ಲ ಪ್ರಭಾಕರ, ಇಲ್ಲಿದ್ದಾಗ ಚಣಕರು ಬೇರೆಯವರೊಂದಿಗೆ ಮಾತಾಡುವುದನ್ನು, ಚರ್ಚಿಸುವುದನ್ನು ಕೇಳಿ ಕಲಿತದ್ದು ಅಷ್ಟೆ. ಕೆಲವು ಸಲ ಚಾಣಕ್ಯರು ನನ್ನೊಂದಿಗೆ ಮತ್ತು ಚಂದಕನೊಂದಿಗೆ ಮಾತಾಡುತ್ತಿದ್ದರು. ನಮ್ಮ ಸಲಹೆಯನ್ನೂ ಕೇಳುತ್ತಿದ್ದರು. ಅದಕ್ಕೆ ಅವಕಾಶ ಮಾಡಿಕೊಟ್ಟದ್ದು ನಮ್ಮ ಹೊಸ ಗುರುಕುಲ. ಅಲ್ಲಿ ಚಾಣಕ್ಯರೇ ಅಲ್ಲದೆ ಇಂದುಶರ್ಮ, ಕಾತ್ಯಾಯನ, ಧರ್ಮದತ್ತರಂಥ ಹಿರಿಯರು, ನಾಗದತ್ತ, ಶಿವಸ್ಕಂದ, ಪ್ರಭಂಜನರಂಥ ಅಧ್ಯಾಪಕರು ಮತ್ತು ಹಲವಾರು ವಿದ್ಯಾರ್ಥಿಗಳೊಂದಿಗೆ ಮುಕ್ತವಾಗಿ ಮಾತಾಡುತ್ತ ಅಲ್ಪ ಸ್ವಲ್ಪ ತಿಳಿದುಕೊಂಡಿರಬಹುದು. ಅಂದ ಮಾತ್ರಕ್ಕೆ ನಾನೇನು ರಾಜನೀತಿಜ್ಞನಲ್ಲ, ನಾನು ಈಗಲೂ ಪರಿಚಾರಕನೇ.''

''ನೀನು ಏನೇ ಆಗಿರು, ನನಗಂತೂ ಒಬ್ಬ ಮಿತ್ರ.''

''ಅದು ನಿನ್ನ ಅಭಿಮಾನ.''

ಅಂದು ಅವನ ಮನೆಯಲ್ಲೇ ಊಟ ಮಾಡಿ, ಅಲ್ಲೇ ಉಳಿದುಕೊಂಡು, ಮರುದಿನ ಗೌತಮ ಇನ್ನೊಮ್ಮೆ ಭಾಗುರಾಯಣನನ್ನು ಕಂಡ. ಎಲ್ಲರನ್ನೂ ಬೀಳ್ಕೊಂಡು ಹೊರಟ. ''ನೀವು ಪಾಟಲೀಪುತ್ರವನ್ನು ಪ್ರವೇಶಿಸುವ ಕ್ಷಣದಲ್ಲಿ ಎಲ್ಲ ವ್ಯವಸ್ಥೆಗಳು ನಿಸ್ಸಂಶಯವಾಗಿ ಪೂರೈಸಿರುತ್ತವೆಂದು ಭರವಸೆ ನೀಡಿದೆನೆಂದು ಆಚಾರ್ಯರಿಗೆ ಹೇಳು. ಸುಜಾತ ಚೆನ್ನಾಗಿದ್ದಾಳೆಂದು ತಿಳಿಸು'' ಎಂದ ಭಾಗುರಾಯಣ.

''ಗೌತಮ'' ಉಜ್ವಲ ಹೇಳಿದಳು, ''ನಾವು ಅವರೆಲ್ಲ ಯಶಸ್ಸಿನ ಕುದುರೆಯೇರಿ ಪಾಟಲೀಪುತ್ರಕ್ಕೆ ಬರುವ ಶುಭಮುಹೂರ್ತಕ್ಕಾಗಿ ಕಾತರದಿಂದ ಕಾಯುತ್ತಿದ್ದೇವೆಂದು ಚಂದ್ರಗುಪ್ತ ಚರಣರಿಗೆ ಹೇಳು.''

''ನಾನು ಹೊರಡುತ್ತೇನೆ.''

''ಈ ದಿನ ಇಲ್ಲೇ ಇದ್ದು ನಾಳೆ ಮುಂಜಾನೆ ಹೊರಡು. ನನ್ನ ಕಡೆಯ ಜನ ಬೆಳಗಾಗುವುದರೊಳಗೆ ನಿನ್ನನ್ನು ಸುರಕ್ಷಿತ ದೂರದವರೆಗೂ ಮುಟ್ಟಿಸಿಬರುತ್ತಾರೆ.''

ಗೌತಮ ಒಪ್ಪಿಕೊಂಡ.

★ ★ ★

ಒಂದು ದಿನ ರಾತ್ರಿ ಮೊದಲೇ ಸೂಚನೆ ನೀಡಿ ಪ್ರಭಾಕರ ವಸುಂಧರನನ್ನು ಭೇಟಿ ಮಾಡಿದ. ಅವನಿಗೆ ಆಶ್ಚರ್ಯವಾಯಿತು. ಆದರೆ ಅವನೊಂದಿಗಿದ್ದ ಸಮಿದ್ಧಾರ್ಥಕನಿಗೆ

ಆಶ್ಚರ್ಯವೇನೂ ಆಗಲಿಲ್ಲ. ಗೌತಮನ ಮೂಲಕ ಪ್ರಭಾಕರನಿಗೆ ಚಾಣಕ್ಯರ ಸಂದೇಶ ಮುಟ್ಟಿರುವುದರಿಂದ ಬಂದಿರುತ್ತಾನೆ, ಎಂದುಕೊಂಡ. ಇಬ್ಬರೂ ಉತ್ಸಾಹದಿಂದ ಸ್ವಾಗತಿಸಿದರು. ಮನೆಯ ಜನವೆಲ್ಲ ಕುತೂಹಲದಿಂದ ಬಗ್ಗಿ ನೋಡಿದರು. ವಸುಂಧರ ಅವನನ್ನು ಉಪ್ಪರಿಗೆಯ ಪ್ರತ್ಯೇಕ ಕೋಣೆಗೆ ಕರೆದುಕೊಂಡು ಹೋದ. ಸಮಿದ್ಧಾರ್ಥಕನೂ ಹಿಂಬಾಲಿಸಿದ.

''ನಾನಂತೂ ನೀನು ನನ್ನನ್ನು ಭೇಟಿ ಮಾಡಲು ಬರುವೆಯೆಂದು ಕನಸಿನಲ್ಲೂ ನೆನೆಸಿರಲಿಲ್ಲ'' ಎಂದ ವಸುಂಧರ.

''ಸೆರೆಯಿಂದ ಚಂದ್ರಗುಪ್ತ ಮತ್ತು ಮಿತ್ರರನ್ನು ಪಾರು ಮಾಡಿದ ದಿನದಿಂದ ರಾಕ್ಷಸನ ಗೃಧ್ರ ದೃಷ್ಟಿಗೆ ಎಲ್ಲಿ ಬೀಳಬೇಕಾಗುತ್ತದೋ ಎಂಬ ಭಯವಿರುವುದಿಲ್ಲವೆ ವಸುಂಧರ ?'' ಎಂದ ಪ್ರಭಾಕರ. ಸಮಿದ್ಧಾರ್ಥಕನನ್ನು ನೋಡಿ ''ಈತ ಚಾಣಕ್ಯರ ಕಡೆಯ ಸಮಿದ್ಧಾರ್ಥಕನಲ್ಲವೆ ?''

''ಹೌದು, ನಾನು, ವಸುಂಧರ, ನೀನು ಎಲ್ಲರೂ ಚಾಣಕ್ಯ ಚಂದ್ರಗುಪ್ತರ ಕಡೆ'' ಎಂದು ಸಮಿದ್ಧಾರ್ಥಕ ನಕ್ಕ.

ವಸುಂಧರ ವಿಶಾಲವಾದ ಕೋಣೆಗೆ ಹೊಂದಿಕೊಂಡಂತಿದ್ದ ಇನ್ನೊಂದು ಕೋಣೆಯತ್ತ ಪ್ರಭಾಕರನನ್ನು ಕರೆದುಕೊಂಡು ಹೋಗಿ, ಅದರ ಬಾಗಿಲು ತೆರೆದು ದೀಪ ಹಚ್ಚಿದ. ಪ್ರಭಾಕರ ಅಚ್ಚರಿಯಿಂದ ಕಣ್ಣರಳಿಸಿದ. ಆ ಕೋಣೆಯ ತುಂಬ ಖಡ್ಗ, ಗುರಾಣಿ, ಈಟಿ, ಕಠಾರಿ ಮುಂತಾದ ಆಯುಧಗಳ ರಾಶಿಯೇ ಇತ್ತು. ''ಕೃಷಿಕನ ಮನೆಯಲ್ಲಿ ಒಂದು ವ್ಯವಸ್ಥಿತವಾದ ಆಯುಧಾಗಾರ ಹೇಗೆ ಬಂತು ?'' ಪ್ರಭಾಕರ ಕೇಳಿದ.

''ಕೆಳಗಡೆ ಕೃಷಿಕನ ಮನೆ ಪ್ರಭಾಕರ, ಅಲ್ಲಿ ಕೃಷಿ ಸಂಬಂಧಿಯಾದ ನೇಗಿಲು, ನೊಗ, ಕುಡುಗೋಲು, ಮಚ್ಚು ಮುಂತಾದ ಉಪಕರಣಗಳಿವೆ. ದವಸಧಾನ್ಯಗಳ ಮೂಟೆಗಳಿವೆ. ಇಲ್ಲಿ ಆಯುಧಾಗಾರವಿದೆ. ಬರಿಯ ಕೃಷಿಕ ಗೌರವದಿಂದ ಬದುಕಲು ಈ ಆಡಳಿತ ಅವಕಾಶ ಕೊಡುತ್ತಿಲ್ಲವಲ್ಲ ಪ್ರಭಾಕರ ? ನಿಷ್ಕರುಣೆಯಿಂದ ನನ್ನ ತಂದೆ ಚಿದಂಬರನನ್ನು ಕೊಂದು ಹಾಕಿದ ಈ ಆಳ್ವಿಕೆಯ ಬೇರುಗಳನ್ನು, ಕೊಂಬೆ ರೆಂಬೆಗಳನ್ನು ಕತ್ತರಿಸಿ ಹಾಕಲು ಕೃಷಿಕನ ಉಪಕರಣ ಗಳಿಂದ ಸಾಧ್ಯವಿಲ್ಲ. ಅದಕ್ಕೆ ಯೋಧನ ಆಯುಧಗಳೇ ಬೇಕು.''

ವಸುಂಧರನ ಮಾತಿನ ಹಿನ್ನೆಲೆಯಲ್ಲಿದ್ದ ತನ್ನ ತಂದೆಯ ಅನ್ಯಾಯದ ಸಾವಿನ ನೋವು, ಕ್ರೋಧಗಳನ್ನು ಪ್ರಭಾಕರ ಗುರುತಿಸಿ ಹೇಳಿದ, ''ನಿನ್ನ ಮಾತು ನಿಜ, ವಸುಂಧರ. ಅರಮನೆಯ ಕೃಪೆಗೆ ಪಾತ್ರರಾದವರಿಗೆಲ್ಲಾ ಒಂದು ನ್ಯಾಯ, ಉಳಿದವರಿಗೆ ಇನ್ನೊಂದು ನ್ಯಾಯ. ದುರಾಡಳಿತವನ್ನು ಪ್ರತಿಭಟಿಸುವವರಿಗಂತೂ ನರಕದ ನ್ಯಾಯ ! ನಿಷ್ಪಕ್ಷ ನ್ಯಾಯ ಎಂಬ ಶಬ್ದಕ್ಕೆ ಮಗಧದಲ್ಲಿ ಅರ್ಥವೇ ಇರುವಂತೆ ಕಾಣುತ್ತಿಲ್ಲ. ಚಣಕರು ಎಂಥ ಸಾತ್ವಿಕರು ! ಅವರು ಯಾರಿಗೇನು ಕೇಡು ಮಾಡಿದ್ದರು ! ಅವರು ಮಾಡಿದ ಒಂದೇ ಒಂದು ತಪ್ಪೆಂದರೆ, ದುಷ್ಟ ಆಡಳಿತದ ಗಾಣದಲ್ಲಿ ಸಿಕ್ಕು ಪುಡಿಪುಡಿಯಾಗುತ್ತಿದ್ದ ನಮ್ಮಲ್ಲಿ ತಿಳುವಳಿಕೆ ಮೂಡಿಸಿದ್ದು, ನಮ್ಮ ಆತ್ಮಾಭಿಮಾನವನ್ನು ಕೆರಳಿಸಿದ್ದು, ಅಷ್ಟೇ.''

''ಪ್ರಭಾಕರ'' ವಸುಂಧರ ಹೇಳಿದ, ''ಚಣಕರದು ಒಂದು ರೀತಿಯ ಬಲಿದಾನವೆಂದೇ ಹೇಳಬೇಕು. ಅವರು ಸತ್ತರು, ಆದರೆ ಅವರ ಆಶಯ ಸಾಯಲಿಲ್ಲ. ಅದು ಇಂದು ಸಹಸ್ರಮುಖಿಯಾಗಿ ಮಗಧದ ಮೂಲಕ ಆರ್ಯಾವರ್ತವನ್ನೇ ಆವರಿಸುತ್ತಿದೆ. ಅವರು

ಅಂದುಕೊಂಡ ಗುರಿ ಈಡೇರುತ್ತದೆ ಪ್ರಭಾಕರ. ಅವರ ಸಾವಿನ ನಂತರ ಎಷ್ಟು ಜನ ಬುದ್ಧಿವಂತರು, ಎಷ್ಟೊಂದು ಜನ ಸಾಹಸಿಗಳು ಹುಟ್ಟಿಕೊಂಡರು ನೋಡು !''

``ಆದರೂ, ಒಬ್ಬ ಅಯೋಗ್ಯ ರಾಜನನ್ನು ಸಿಂಹಾಸನದಿಂದಿಳಿಸಲು, ಎಷ್ಟು ಜನ, ಎಷ್ಟೊಂದು ರೀತಿಯಲ್ಲಿ ಕಷ್ಟಪಡಬೇಕು !'' ಎಂದ ಸಮಿದ್ಧಾರ್ಥಕ ವಿಷಾದದಿಂದ.

``ಅಧಿಕಾರಬಲ ಪ್ರಭಾಕರ'' ವಸುಂಧರ ಹೇಳಿದ, ``ಅಧಿಕಾರ ಬಲ ಎಲ್ಲ ನ್ಯಾಯಾ ನ್ಯಾಯಗಳನ್ನೂ ಕೊಚ್ಚಿಹಾಕುತ್ತದೆ. ಅದು ಕುರುಡಾದರಂತೂ ಅದರ ದೌರ್ಜನ್ಯಕ್ಕೆ ಎಲ್ಲೆಯೇ ಇರುವುದಿಲ್ಲ, ಅದಕ್ಕೆ ನನ್ನ ತಂದೆಯ ಸಾವೇ ಉದಾಹರಣೆ. ಕುರುಡು ಅಧಿಕಾರಕ್ಕೆ ಸಾತ್ವಿಕರೂ ಹೆದರುತ್ತಾರೆ. ಅಧಿಕಾರ ಬಲದ ಬೆಂಬಲದಿಂದ ಹತ್ತು ಜನ ಖಡ್ಗಹಿಡಿದು ಬಂದರೆ ಸಾವಿರ ಜನ ಸಾತ್ವಿಕರು ಮನೆಯೊಳಗೆ ಓಡಿ ಬಾಗಿಲು ಹಾಕಿಕೊಳ್ಳುತ್ತಾರೆ. ಅಧಿಕಾರ ಬಲ ತಾನೇ ತಾನಾಗಿ ವಿಜೃಂಭಿಸುತ್ತದೆ. ಪ್ರತಿಭಟನೆಯ ಕೋಪ ಎಲ್ಲರಲ್ಲೂ ಇರುತ್ತದೆ. ಆದರೆ ಅದಕ್ಕಿಂತ ತನಗೇನಾಗಿ ಬಿಡುವುದೋ ಎಂಬ ಭೀತಿ ದೊಡ್ಡದಾಗುತ್ತದೆ. ಎಲ್ಲರಿಗೆ ಆದದ್ದು ನನಗೂ ಆಗುತ್ತದೆ, ಎಂಬ ನಿರ್ಧಾರದಿಂದ ಪ್ರತಿಭಟನೆ ಸಾಮೂಹಿಕ ಧ್ವನಿಯಾದಾಗ ಅಧಿಕಾರಬಲವನ್ನು ಬಲಿಹಾಕಬಹುದೆಂದು ಯಾರೂ ಅರ್ಥ ಮಾಡಿಕೊಳ್ಳುವುದೇ ಇಲ್ಲ.''

``ಪ್ರತಿಭಟನೆಗೆ ಸಾಮೂಹಿಕ ದನಿ ನೀಡುವ ಪ್ರಯತ್ನವನ್ನೇ ಆಚಾರ್ಯರು ಮಾಡಿದ್ದು.''

``ಹೌದು, ಆದರೆ ಹಠಾತ್ತನೆ ಪ್ರತಿಭಟಿಸಲು ಸಾಧ್ಯವಾಗದಷ್ಟು ಅಧಿಕಾರದ ಶಕ್ತಿ ಪ್ರಬಲವಾಗಿದೆ. ಆತುರಪಟ್ಟಿದ್ದರೆ ಇನ್ನಷ್ಟು ಹೆಣಗಳು ಬೀಳುತ್ತಿದ್ದವೇನೋ! ಪುಣ್ಯಕ್ಕೆ ಚಣಕಪುತ್ರ ಚಾಣಕ್ಯರು ಬಂದರು. ಅಧಿಕಾರ ಬಲಕ್ಕೆ ಬುದ್ಧಿಬಲವೇ ಸರಿಸಾಟಿಯೆಂಬುದನ್ನು ಅರಿತು ಕೊಂಡರು. ಮುಳ್ಳು ಮರದ ಕೊಂಬೆರೆಂಬೆಗಳನ್ನು ಕಡಿಯುವುದರ ಬದಲು, ಅದರ ಬೇರುಗಳನ್ನೇ ಸಡಿಲಗೊಳಿಸಲು ಹೊರಟಿದ್ದಾರೆ. ಆ ಮುಳ್ಳುಮರ ಖಂಡಿತ ಬೇರು ಸತ್ತು ಕೆಳಗೆ ಬೀಳುತ್ತದೆ. ಮಗಧ ಮುಕ್ತವಾಗುತ್ತದೆ. ಶಾಂತಿ ಸಮಾಧಾನಗಳ ಸ್ವಚ್ಛಂದ ಗಾಳಿ ಬೀಸುತ್ತದೆ.''

ಈ ಆಂದೋಲನದಲ್ಲಿ ವಸುಂಧರ ತನ್ನನ್ನು ಎಷ್ಟು ಸಮರ್ಪಿಸಿಕೊಂಡಿದ್ದಾನೆಂದು ಅರ್ಥವಾಗಿ ಪ್ರಭಾಕರ ಅವನನ್ನು ಮೆಚ್ಚಿಕೊಂಡ. ಕೆಲವು ಕ್ಷಣಗಳ ನಂತರ ``ನಿನ್ನ ಮಗ್ಗುಲ ಮುಳ್ಳಾಗಿರುವ ಬೌದ್ಧ ವಿಹಾರದಿಂದ ಯಾವ ತೊಂದರೆಯೂ ಇಲ್ಲವೆ ?'' ಎಂದು ಕೇಳಿದ.

``ತೊಂದರೆ ಬೇಕೆಂದರೆ ನಾಳೆಯೇ ಹುಟ್ಟಿಕೊಳ್ಳುತ್ತದೆ.''

``ಅಂದರೆ ?''

``ಅವರಂತೂ ಪ್ರತಿಕ್ಷಣ ಸಂಘರ್ಷಕ್ಕೆ ನೆಪಗಳನ್ನು ಹುಡುಕುತ್ತಲೇ ಇರುತ್ತಾರೆ. ನಾನು ಕೆರಳಿ ಮತ್ತೇನಾದರೂ ಕ್ರಮ ತೆಗೆದುಕೊಂಡರೆ, ಗದ್ದಲವೆಬ್ಬಿಸಿ, ಸೆರೆಹಿಡಿಸಿ ನನ್ನನ್ನು ಮುಗಿಸಿಬಿಟ್ಟರೆ ನಿಶ್ಚಿಂತೆಯಾಗುವುದೆಂದು ಅವರು ಯೋಚಿಸಿರುತ್ತಾರೆ. ಆದರೆ ನಾನು ಅದಕ್ಕೆ ಅವಕಾಶ ಕೊಡುತ್ತಿಲ್ಲ, ಕಾಣುವುದಿಲ್ಲ, ಕೇಳುವುದಿಲ್ಲ, ಮಾತು ಬರುವುದಿಲ್ಲ ಎಂಬಂತೆಯೇ ನಡೆದುಕೊಳ್ಳುತ್ತಿದ್ದೇನೆ. ಮನೆಯವರಿಗೆ, ಆಳುಕಾಳುಗಳಿಗೆ ಹಾಗೆಯೇ ನಡೆದುಕೊಳ್ಳುವಂತೆ ಹೇಳಿದ್ದೇನೆ. ಏನೂ ಮಾಡಲಾಗದೆ ಅವರು ಚಡಪಡಿಸುತ್ತಿದ್ದಾರೆ. ಅಲ್ಲದೆ ಅವರಿಗೆ ಬೇರೆ ಕಾರಣಕ್ಕೂ ನನ್ನ ಮೇಲೆ ತೀವ್ರವಾದ ಕೋಪವಿದೆ.''

``ಬೇರೆ ಕಾರಣವೆಂದರೆ ಯಾವುದು ?''

"ಅವರು ಕೆಲವು ತರುಣರನ್ನು ಎರಡು ಸಲ ಮತಾಂತರಿಸಲು ಮಾಡಿದ ಪ್ರಯತ್ನವನ್ನು ನಾನು ತಪ್ಪಿಸಿದೆ."

"ಹೇಗೆ ? ಅದು ಹೇಗೆ ಸಾಧ್ಯವಾಯಿತು ?"

"ಅವರನ್ನೆಲ್ಲ ಭೇಟಿ ಮಾಡಿದೆ. ಅವರ ಅವಿವೇಕವನ್ನು ಮನವರಿಕೆ ಮಾಡಿಕೊಟ್ಟೆ."

"ಅಷ್ಟು ಸುಲಭವಾಗಿ ಅವರು ಒಪ್ಪಿಕೊಂಡರೆ ?"

"ಒಪ್ಪಿಸಿದೆ. ಜೀವಸಿದ್ಧಿಯನ್ನು ಕರೆಸಿ, ಇಷ್ಟರಲ್ಲೇ ಚಕ್ರವರ್ತಿ ಬದಲಾಗುತ್ತಾನೆ, ಬೌದ್ಧರಿಗೆ ಉಳಿಗಾಲವಿಲ್ಲವೆಂದು ಅವನಿಂದ ಜೋತಿಷ್ಯ ಹೇಳಿಸಿದೆ. ಜೀವಸಿದ್ಧಿಯೂ ಬೌದ್ಧ ಸನ್ಯಾಸಿಯ ವೇಷದಲ್ಲಿದ್ದುದರಿಂದ, ಅವನೇ ಹಾಗೆ ಹೇಳುತ್ತಿರಬೇಕಾದರೆ, ಅದು ನಿಜವೇ ಇರಬೇಕೆಂದು ನಂಬಿ ಅವರು ಹಿಂದೆ ಸರಿದರು."

"ಅದರಿಂದ ಜೀವಸಿದ್ಧಿಗೆ ಅಪಾಯವಲ್ಲವೆ ?"

"ಇಲ್ಲ, ಮೊದಲೇ ಅವರಿಂದ ಯಾರಲ್ಲೂ ಬಾಯಿಬಿಡುವುದಿಲ್ಲವೆಂದು ಪ್ರಮಾಣ ಮಾಡಿಸಿಕೊಂಡೆವು. ಅಲ್ಲದೆ ನೀವು ಯಾರಲ್ಲಾದರೂ ಹೇಳಿದರೆ, ಬೌದ್ಧರೇ ಜೀವಸಿದ್ಧಿಯನ್ನು ಕೊಂದುಬಿಡುವರೆಂದು ಹೇಳಿದೆ. ತಮ್ಮವನನ್ನೇ ಕೊಲ್ಲುವ ಅಂಥ ಕ್ರೂರ ಬೌದ್ಧರ ಸಹವಾಸ ಬೇಡವೆಂದು ಅವರು ಸುಮ್ಮನಾದರು."

"ಒಳ್ಳೆಯ ಉಪಾಯ" ಎಂದು ಪ್ರಭಾಕರ ನಕ್ಕ.

"ಅದಕ್ಕೆ ನಾನೇ ಕಾರಣನೆಂದು ಗೊತ್ತಾದರೂ ಅವರು ಏನೂ ಮಾಡುವಂತಿರಲಿಲ್ಲ."

"ಅದಿರಲಿ, ನಿನ್ನ ಬೆಂಬಲಿಗರ ಸಿದ್ಧತೆಯೇನು ?"

"ಈ ಆಯುಧಗಳ ರಾಶಿಯನ್ನು ನೋಡಿದಿರೋ ಇಲ್ಲವೋ ! ಇಲ್ಲಿ ಎಷ್ಟು ಸಾವಿರ ಆಯುಧಗಳಿವೆಯೋ, ಅಷ್ಟು ಜನ ಸಾಮಾನ್ಯ ನಾಗರಿಕರು ನಮ್ಮ ಕಡೆ ಇದ್ದಾರೆ. ಜೊತೆಗೆ ಅವರು ಹತ್ತು ಜನರಿಗೆ ನೂರು ಜನ ಬಂದರೂ ಆಶ್ಚರ್ಯಪಡಬೇಕಾಗಿಲ್ಲ.'

"ಇಷ್ಟೆಲ್ಲಾ ರಹಸ್ಯವಾಗಿ ಹೇಗೆ ನಡೆಯುತ್ತಿದೆಯೆಂದು ನನಗೇ ಆಶ್ಚರ್ಯವಾಗುತ್ತಿದೆ."

"ಈ ದುಷ್ಟರಾಜ ಅಳಿಯಬೇಕೆಂಬುದು ಎಲ್ಲರ ಮನಸ್ಸಿನಲ್ಲಿರುವ ತುಡಿತ. ಜೊತೆಗೆ ನಾಯಕತ್ವ ವಹಿಸಿರುವ ಚಾಣಕ್ಯ, ಚಂದ್ರಗುಪ್ತ, ಅವರ ಬೆಂಬಲಿಗರಾದ ಚರಣ ಮುಂತಾದವರ ಸಾಮರ್ಥ್ಯದ ಬಗ್ಗೆ ಜನರ ಮನಸ್ಸಿನಲ್ಲಿ ಖಚಿತವಾಗಿ ಒಂದು ನಂಬಿಕೆ ರೂಪುಗೊಂಡಿದೆ."

"ಸರಿ, ವಸುಂಧರ ನಾನು ಬರುತ್ತೇನೆ" ಪ್ರಭಾಕರ ಮೇಲೆದ್ದ. "ಬಹುಶಃ ನನ್ನ ನಿನ್ನ ಕಾರ್ಯಯೋಜನೆಯಲ್ಲಿ ಪರಸ್ಪರ ಸಂಪರ್ಕವಿರಬೇಕಾಗುತ್ತದೆ ಅದಕ್ಕೆ ಪೂರಕವಾಗಿ ಆಚಾರ್ಯ ಚಾಣಕ್ಯರ ಮಾರ್ಗದರ್ಶನ ಇದ್ದೇ ಇರುತ್ತದೆ."

"ಅಗತ್ಯಬಿದ್ದರೆ ನಾನು ನಿನ್ನನ್ನು ಸಂಪರ್ಕಿಸುತ್ತೇನೆ. ನಿನಗೆ ಅಗತ್ಯಬಿದ್ದರೆ ನೀನೇ ನನ್ನನ್ನು ಸಂಪರ್ಕಿಸು."

"ಬೇಡ" ಸಮಿದ್ಧಾರ್ಥಕ ಹೇಳಿದ, "ನೀವು ಆಗಾಗ ಭೇಟಿ ಮಾಡುವುದು ಅಪಾಯ. ನಾನೇ ನಿಮ್ಮಿಬ್ಬರ ಮಧ್ಯೆ ಸಂದೇಶವಾಹಕನಾಗುತ್ತೇನೆ."

"ಅದು ಇನ್ನೂ ಒಳ್ಳೆಯದೇ."

ಪ್ರಭಾಕರ ಹೊರಟು ಹೋದ. ಅನಂತರ ಸಮಿದ್ಧಾರ್ಥಕ ಮತ್ತು ವಸುಂಧರ ಬಹಳ ಹೊತ್ತು ಮಾತಾಡುತ್ತಾ ಕುಳಿತಿದ್ದರು.

## ೮

ಚಂದ್ರಗುಪ್ತನ ಸೈನ್ಯ ಗಾಂಧಾರದಿಂದ ಹೊರಟು, ಕಾಶ್ಮೀರದ ಅಭಿಸಾರನ ಮೇಲೆ ಯುದ್ಧ ಘೋಷಿಸಿತು. ಅಲೆಗ್ಸಾಂಡರನಿಗೆ ಸೋತು ಶರಣಾಗಿದ್ದ ಅವನು ಸಾಕಷ್ಟು ದುರ್ಬಲನಾಗಿದ್ದ ಮತ್ತು ಅವನಿಗೆ ಚಂದ್ರಗುಪ್ತನ ಸಾಮರ್ಥ್ಯದ ಸರಿಯಾದ ತಿಳುವಳಿಕೆ ಯಿರಲಿಲ್ಲ. ಒಂದೇ ದಿನದಲ್ಲಿ ಮುಗಿದುಹೋದ ಯುದ್ಧದಲ್ಲಿ ಅಭಿಸಾರ ಸುಲಭವಾಗಿ ಸೋತು ಶರಣಾಗತನಾದ ಮತ್ತು ಚಂದ್ರಗುಪ್ತನ ಆಶ್ರಿತನಾಗಿರಲು ಒಪ್ಪಿಕೊಂಡ. ಅಲ್ಲಿನ ಆಡಳಿತ ವ್ಯವಸ್ಥೆಗಳನ್ನು ಸುಗಮಗೊಳಿಸಲಾಯಿತು. ಗಾಂಧಾರದಂತೆ ಅಲ್ಲಿಯೂ ಗಣ್ಯನಾಗರಿಕ ಪ್ರತಿನಿಧಿ ಗಳ ಸಮಿತಿಯನ್ನು ನೇಮಿಸಲಾಯಿತು. ಅಭಿಸಾರನ ಚಟುವಟಿಕೆಗಳ ಮೇಲೆ ಗಮನ ವಿರಿಸಿರುವಂತೆ ಗಾಂಧಾರದ ಅಮಾತ್ಯ ಪುಷ್ಕರನಿಗೆ ಸುದ್ದಿ ಕಳಿಸಿ ಮುಂದೆ ಹೊರಟರು.

ಆದರೆ ಕಾಶ್ಮೀರದ ಯುದ್ಧದಲ್ಲಿ ಗಾಯಗೊಂಡ ಚರಣನ ದೇಹಸ್ಥಿತಿ ಗಂಭೀರ ವಾದದ್ದರಿಂದ, ದಾರಿಯಲ್ಲಿ ಎರಡುದಿನ ಒಂದೇ ಶಿಬಿರದಲ್ಲಿರಬೇಕಾಯಿತು. ತೋಳಿಗೆ ಆದ ಖಡ್ಗದೇಟಿನ ಗಾಯವನ್ನು ತಾತ್ಕಾಲಿಕವಾಗಿ ಏನೋ ಚಿಕಿತ್ಸೆ ಪಡೆದು ಚರಣ ಕಡೆಗಣಿಸಿದ್ದ. ಆದರೆ ಅದು, ಅವರು ಕಾಶ್ಮೀರವನ್ನು ಬಿಡುತ್ತಿದ್ದಂತೆ ಉಲ್ಬಣಿಸಿ, ತೀವ್ರ ಜ್ವರದಿಂದ ಅವನು ಪ್ರಜ್ಞೆ ತಪ್ಪಿದ. ನಿಜವಾಗಲೂ ಎಲ್ಲರೂ ಆತಂಕಗೊಂಡರು. ಹರಿಸೇನನೇ ಅವನ ಚಿಕಿತ್ಸೆಗೆ ನಿಂತ. ಬಹು ಎಚ್ಚರಿಕೆಯಿಂದ ಅವನನ್ನು ನೋಡಿಕೊಂಡ.

''ಹರಿಸೇನರೇ, ನಮ್ಮ ಚರಣನಿಗೆ ಏನೂ ಆಗುವುದಿಲ್ಲ ತಾನೆ ?'' ಚಂದ್ರಗುಪ್ತ ಇನ್ನೇನು ಅತ್ತುಬಿಡುವನೇನೋ ಎಂಬಷ್ಟು ಕಕ್ಕುಲತೆಯಿಂದ ಕೇಳಿದ.

''ಈಗಲೇ ಏನೂ ಹೇಳುವಂತಿಲ್ಲ ಮಹಾರಾಜ'' ಹರಿಸೇನ ಹೇಳಿದ, ''ಸಾಮಾನ್ಯ ಚಿಕಿತ್ಸೆಗೆ ಜಗ್ಗದೆ, ಪ್ರಜ್ಞೆ ತಪ್ಪುವಷ್ಟು ತೀವ್ರ ಜ್ವರ ಬಂದಿರಬೇಕಾದರೆ, ಚರಣನಿಗೆ ಬಿದ್ದ ಖಡ್ಗದ ಅಲಗಿಗೆ ವಿಷಲೇಪನವಾಗಿರುವ ಸಂದೇಹ ಬರುತ್ತದೆ. ಕೆಲವು ಸಲ ಆ ವಿಷ ರಕ್ತಕ್ಕೆ ಸೇರಿ, ಅದು ಮರಣಾಂತಿಕವೂ ಆಗಬಹುದು.''

''ಇಲ್ಲ ಹರಿಸೇನರೇ'' ಚಂದ್ರಗುಪ್ತ ಬೇಡಿದ, ''ಚರಣ ಉಳಿಯಲೇಬೇಕು. ನನಗಾಗಿ ತನ್ನ ಸುಖ ಸಂತೋಷಗಳನ್ನೆಲ್ಲ ತ್ಯಾಗ ಮಾಡಿದ ಪ್ರಾಣಮಿತ್ರನನ್ನು ಕಳೆದುಕೊಳ್ಳಲು ನಾನು ಸಿದ್ಧನಿಲ್ಲ. ಪಾಟಲೀಪುತ್ರವನ್ನು ನಾವು ಬಿಟ್ಟು ಎಷ್ಟು ಕಾಲವಾಯಿತು. ಆದರೆ ಒಮ್ಮೆಯೂ ಅವನು ತನ್ನ ಮನೆ, ತನ್ನ ಜನರನ್ನು ನೋಡಿಬರುವೆನೆಂದು ಹೇಳಿದವನಲ್ಲ. ಯಾವುದೇ ಕೆಲಸಕ್ಕೂ ಹಿಂಜರಿದವನಲ್ಲ. ಅವನನ್ನು ಹೀಗೆ ಬಲಿಗೊಟ್ಟು ಪಾಟಲೀಪುತ್ರಕ್ಕೆ ಹೋದ ಮೇಲೆ ಅವನ ತಾಯಿಗೆ ನಾನು ಏನೆಂದು ಹೇಳಲಿ ? ಅವನು ಬಂದೇ ಬರುವನೆಂದು ಕಾತರದಿಂದ ಕಾಯುತ್ತ, ದಿನಗಳನ್ನು ಎಣಿಸುತ್ತಿರಬಹುದಾದ ಸುಗಂಧಿಗೆ ಏನು ಹೇಳಲಿ ? ಇಲ್ಲ ಹರಿಸೇನರೇ, ಚರಣ ನನ್ನ ಇನ್ನೊಂದು ಜೀವ. ಅವನು ಉಳಿಯಲೇ ಬೇಕು. ಅವನಿಲ್ಲದೆ ನಾನು ಅರ್ಧವಾಗಿಬಿಡುತ್ತೇನೆ. ಏನಾದರೂ ಮಾಡಿ ದಯವಿಟ್ಟು ಅವನನ್ನು ಉಳಿಸಿಕೊಡಿ'' ಅವನ ಕಣ್ಣಲ್ಲಿ ಕಂಬನಿ ಚಿಮ್ಮಿತು.

ಹರಿಸೇನ ಹತ್ತಿರ ಬಂದು ಚಂದ್ರಗುಪ್ತನ ಕಣ್ಣೀರನ್ನು ಒರೆಸಿ, ಬೆನ್ನಮೇಲೆ ಕೈಯಿರಿಸಿ ನಿಧಾನವಾಗಿ ಹೇಳಿದ, ''ಮಹಾರಾಜ, ನಾನು ನನ್ನ ಕೈಲಾದ ಎಲ್ಲವನ್ನೂ ಮಾಡುತ್ತೇನೆ.

ಬಹುಶಃ ಚರಣ ಉಳಿಯಬಹುದು. ಆ ದೇವರು ನಿಮ್ಮ ವಿಷಯದಲ್ಲಿ ಅಷ್ಟು ನಿಷ್ಕರುಣಿಯಾಗಲಾರ. ಧೈರ್ಯವಾಗಿರಿ.''

''ಈ ಆಂದೋಲನದಲ್ಲಿ ನಾವಿಬ್ಬರೂ ಒಟ್ಟಿಗೇ ಕಾರ್ಯಾರಂಭ ಮಾಡಿದೆವು. ಈಗ ನಾನೊಬನೇ ಮುಂದುವರಿಯಲಾರೆ. ಹರಿಸೇನರೇ, ಚರಣನೊಬ್ಬನೇ ಅಲ್ಲ, ಸಿಂಹಸೇನ, ಬ್ರಹ್ಮದತ್ತ, ಭಾಸ್ಕರ, ನಂದಿಕೇಶ ಎಲ್ಲರೂ ನನ್ನ ಜೀವದ ಗೆಳೆಯರು. ನನಗಾಗಿ ಎಲ್ಲ ಕಷ್ಟಗಳನ್ನೂ ತಾವು ಹೊತ್ತು ಕಷ್ಟಪಟ್ಟಿದ್ದಾರೆ.''

''ಎಲ್ಲ ಒಳ್ಳೆಯದಾಗುತ್ತದೆ ಧೈರ್ಯವಾಗಿರಿ.''

ಎರಡು ಕ್ಷಣ ಬಿಟ್ಟು ಚಂದ್ರಗುಪ್ತನೇ ಹೇಳಿದ, ''ಆಚಾರ್ಯರಿಗೆ ಭವಿಷ್ಯಜ್ಞಾನ ವಿರುವಂತೆ ಕಾಣುತ್ತದೆ.''

''ಏಕೆ ಹಾಗೆನ್ನಿಸಿತು ?''

''ನಿಮ್ಮನ್ನು ಅವರು ಜೊತೆಯಲ್ಲಿ ಬರುವಂತೆ ಕರೆತಂದುದಕ್ಕೂ ಈಗ ಚರಣ ಹಾಸಿಗೆ ಹಿಡಿದಿರುವುದಕ್ಕೂ ಹೇಗೆ ಹೊಂದಿಕೆಯಾಯಿತು ನೋಡಿ. ನೀವಿಲ್ಲದಿದ್ದರೆ ನಾವು ಚರಣನ ಆಸೆಯನ್ನೇ ಬಿಡಬೇಕಾಗಿತ್ತೇನೋ.''

ಅದಕ್ಕೆ ಹರಿಸೇನ ಏನೂ ಮಾತಾಡಲಿಲ್ಲ, ಅಷ್ಟರಲ್ಲಿ ಚಾಣಕ್ಯ ಆರೋಗ್ಯ ವಿಚಾರಿಸಲು ಬಂದುದರಿಂದ ಚಂದ್ರಗುಪ್ತನೂ ಮುಂದೆ ಮಾತು ಬೆಳೆಸಲಿಲ್ಲ.

ಎರಡು ದಿನ ಚಂದ್ರಗುಪ್ತ ಚರಣನ ಹಾಸಿಗೆಯ ಪಕ್ಕದಲ್ಲೇ ಕಳೆದ. ಊಟ ನಿದ್ರೆಗಳತ್ತ ಅವನಿಗೆ ಗಮನವೇ ಇರಲಿಲ್ಲ, ಮಾರನೆಯ ದಿನ ಮುಂಜಾನೆ ಚಂದ್ರಗುಪ್ತ ಆಚಾರ್ಯ ರೊಂದಿಗೆ ಚರ್ಚೆ ನಡೆಸುತ್ತಿರುವಾಗ ಹರಿಸೇನ ಬಂದು ''ಒಂದು ಸಂತೋಷದ ಸುದ್ದಿ'' ಎಂದ.

''ಏನದು ?'' ಎಂದು ಚಂದ್ರಗುಪ್ತ ಆತುರದಿಂದ ಕೇಳಿದ.

''ಚರಣ ಎಚ್ಚರಗೊಂಡಿದ್ದಾನೆ. ಜ್ವರವೂ ಬಿಟ್ಟಿದೆ. ಪ್ರಾಣಾಪಾಯದಿಂದ ಪಾರಾಗಿ ರುವನೆಂದು ನಾನು ಈಗ ಭರವಸೆ ನೀಡಬಲ್ಲೆ. ಜ್ವರದ ನಿತ್ರಾಣವಿರುತ್ತದೆ. ಮೊದಲಿನ ಸ್ಥಿತಿಗೆ ಬರಲು ಕಡೇ ಪಕ್ಷ ಇನ್ನು ಒಂದು ತಿಂಗಳಾದರೂ ಬೇಕು.''

ಚಂದ್ರಗುಪ್ತ ಭಾವಾವೇಶದಿಂದ ಕಣ್ಣೀರು ತುಂಬಿಕೊಂಡು ಹರಿಸೇನನ್ನು ನೋಡುತ್ತ, ಅವನ ಎರಡೂ ಕೈಗಳನ್ನು ಕಣ್ಣಿಗೊತ್ತಿಕೊಂಡು ಯಾರಿಗೂ ಹೇಳದೆ ಚರಣನ ಗುಡಾರದತ್ತ ಧಾವಿಸಿದ.

ಚಾಣಕ್ಯನ ಮುಖದಲ್ಲಿ ನಗುವಿತ್ತು, ಸಮಾಧಾನವಿತ್ತು. ''ಹರಿಸೇನ, ನೀನು ನಮ್ಮ ಜೊತೆ ಬಂದದ್ದು ವ್ಯರ್ಥವಾಗಲಿಲ್ಲ'' ಎಂದ.

''ಅದಿರಲಿ, ಈ ಮಹಾರಾಜ ಇಷ್ಟೊಂದು ಹೆಂಗರುಳಿನವನಾದರೆ ಹೇಗೆ ?'' ಎಂದ ಹರಿಸೇನ.

''ಅವನು ಮೊದಲು ಮನುಷ್ಯ, ಆಮೇಲೆ ಮಹಾರಾಜ, ಚಕ್ರವರ್ತಿ, ಏನು ಬೇಕಾದರೂ ಆಗಬಹುದು. ಮನುಷ್ಯನಲ್ಲದ ಮಹಾರಾಜ ಬೇಡವೇ ಬೇಡ. ಚರಣನಿಗಾಗಿ, ಅವನು ಎದೆಬಡಿದುಕೊಂಡು ಅತ್ತು ಧೂಳಿನಲ್ಲಿ ಹೊರಳಾಡಿದರೂ ನನಗೆ ಆಶ್ಚರ್ಯವಾಗುವುದಿಲ್ಲ. ಅವರ ಸ್ನೇಹಸಂಬಂಧ ಅಂಥದ್ದು. ಆ ಚರಣನ ವ್ಯಕ್ತಿತ್ವ ಅಂಥದ್ದು. ಚಕ್ರವರ್ತಿಯಾಗಿ ಚಂದ್ರಗುಪ್ತ ಕೆಲವು ನಿರ್ಧಾರಗಳನ್ನು ಕೈಗೊಳ್ಳುವಾಗ ಕಠಿಣನಾಗಿರಬೇಕು. ಆದರೆ ಪ್ರಜೆಗಳು,

ಗುರುಹಿರಿಯರು, ಆಶ್ರಿತರು, ಸಾತ್ವಿಕರು ಮತ್ತು ಸಜ್ಜನರಲ್ಲಿ ಹೂವಿಗಿಂತ ಮೃದುವಾಗಬೇಕು. ತಾನೂ ಅತ್ತು ಇನ್ನೊಬ್ಬರ ಕಣ್ಣೀರನ್ನು ಅರ್ಥಮಾಡಿಕೊಳ್ಳಬೇಕು. ಇನ್ನೊಬ್ಬರ ದುಃಖವೂ ತನ್ನದೇ ಎಂಬಷ್ಟು ತೀವ್ರವಾಗಿ ಅನುಭವಿಸಬೇಕು.

"ಇದೊಂದೇ ಉದಾಹರಣೆಯಲ್ಲ ಹರಿಸೇನ, ಹಲವಾರು ಸಂದರ್ಭಗಳಲ್ಲಿ ಅವನನ್ನು ಅತಿಸೂಕ್ಷ್ಮವಾಗಿ ಪರೀಕ್ಷಿಸಿ ನಿರ್ಧರಿಸಿದ್ದೇನೆ. ದೇವರ ದಯದಿಂದ ನನ್ನ ಆಯ್ಕೆ ತಪ್ಪಾಗಲಿಲ್ಲ. ಅದೇ ನನಗೆ ತೃಪ್ತಿ."

ಹರಿಸೇನನಿಗೂ ಚಂದ್ರಗುಪ್ತನ ಮಿತ್ರವಾತ್ಸಲ್ಯದ ಬಗ್ಗೆ ನಿಜವಾಗಲೂ ಸಂತೋಷ, ಹೆಮ್ಮೆಗಳುಂಟಾದವು.

★ ★ ★

ಚಂದ್ರಗುಪ್ತ ಚರಣನ ಗುಡಾರಕ್ಕೆ ಓಡಿಬರುವ ವೇಳೆಗೆ ಚರಣ ಎದ್ದು ಕುಳಿತಿದ್ದ. ಬಂದು ಹತ್ತಿರ ಕುಳಿತು ಅವನ ಮುಖವನ್ನೇ ನೋಡುತ್ತ "ಚರಣ, ದೇವರು ನಮ್ಮ ಪಾಲಿಗಿದ್ದಾನೆ. ಇನ್ನೇನೂ ಭಯವಿಲ್ಲವೆಂದು ಹರಿಸೇನರು ಇದೇ ತಾನೇ ಹೇಳಿದರು" ಎಂದ.

"ಅವರು ಇನ್ನೊಂದು ವಿಷಯವನ್ನೂ ಹೇಳಿದರು" ಚರಣ ನಿಧಾನವಾಗಿ ಹೇಳಿದ.

"ಏನು ? ಏನೆಂದು ಹೇಳಿದರು ?" ಚಂದ್ರಗುಪ್ತ ಕುತೂಹಲದಿಂದ ಕೇಳಿದ.

"ಎರಡು ದಿನ ಊಟ ನಿದ್ರೆ ಬಿಟ್ಟು ನನ್ನ ಬಳಿಯಲ್ಲೇ ಕುಳಿತಿದ್ದೆಯಂತೆ ? ಕಳವಳದಿಂದ ಕಣ್ಣೀರಿಡುತ್ತಿದ್ದೆಯಂತೆ ?"

"ಹೌದು, ನನ್ನ ಪ್ರಾಣಮಿತ್ರನಿಗಾಗಿ ಅಷ್ಟು ಮಾಡಲೂ ಅವಕಾಶವಿಲ್ಲವೆ ? ತೀವ್ರ ಜ್ವರದಿಂದ ನೀನು ಅರೆಪ್ರಜ್ಞಾವಸ್ಥೆಯಲ್ಲಿ ಬಡಬಡಿಸುತ್ತಿರುವುದನ್ನು ಕಂಡು ನನಗೆ ಎಷ್ಟು ಸಂಕಟವಾಯಿತು ಗೊತ್ತೆ ?"

"ಚಂದ್ರಗುಪ್ತ" ಚರಣ ಹೇಳಿದ, "ನಾಳೆ ನೀನು ಇಡೀ ಆರ್ಯಾವರ್ತದ ಚಕ್ರವರ್ತಿಯಾಗಲಿರುವವನು. ಲಕ್ಷಾಂತರ ಜನ ನಿನ್ನ ಪ್ರಜೆಗಳಿಗಾಗಿ ಮರುಗಬೇಕಾದವನು, ನನ್ನೊಬ್ಬನಿಗಾಗಿ ನಿನ್ನ ಮರುಕವನ್ನೆಲ್ಲ ವ್ಯರ್ಥ ಮಾಡಬಹುದೇ ?"

"ವ್ಯರ್ಥವೇ !" ಚಂದ್ರಗುಪ್ತ ನಕ್ಕ, "ಇಲ್ಲ ಚರಣ, ವ್ಯರ್ಥವಾಗುವುದಿಲ್ಲ. ಅದು ಅಕ್ಷಯವಾಗುತ್ತದೆ. ಪ್ರೀತಿ ಪ್ರೇಮ, ದಯೆ ಕರುಣೆ ಎಷ್ಟು ಬಗೆಯಲ್ಲಿ ಎಷ್ಟು ಜನರಿಗೆ ಹಂಚಿದರೂ ಅದು ಕಿಂಚಿತ್ತೂ ಕಡಿಮೆಯಾಗುವುದಿಲ್ಲ. ನಿನಗಾಗಿ ಮರುಗಲಾರದ ಹೃದಯ ನನಗೆ ಇಲ್ಲದಿದ್ದರೇ ಲೇಸು."

"ಅಕಸ್ಮಾತ್ ನಾನು ಸತ್ತಿದ್ದರೆ ತಾನೆ ಏನು ನಷ್ಟವಾಗುತ್ತಿತ್ತು ? ಸಿಂಹಸೇನ, ಬ್ರಹ್ಮದತ್ತ, ಭಾಸ್ಕರ, ಅಲ್ಲಿ ಪಿಪ್ಪಲಿವನದಲ್ಲಿ ಮಹಾನಂದ ಮುಂತಾದ ಎಷ್ಟೊಂದು ಜನ ನಿನ್ನ ಮಿತ್ರರಿದ್ದಾರೆ, ಆಪ್ತರಿದ್ದಾರೆ, ಹಿತೈಷಿಗಳಿದ್ದಾರೆ !"

"ಹೌದು ಚರಣ, ಎಲ್ಲ ಇದ್ದಾರೆ. ಆದರೆ ಅವರೆಲ್ಲ ನೀನಲ್ಲ. ಚರಣ, ಸಿಂಹಸೇನ, ಬ್ರಹ್ಮದತ್ತ, ಭಾಸ್ಕರ, ನಂದಿಕೇಶ ಎಲ್ಲರೂ ನನ್ನ ಬದುಕಿನ ಅವಿಭಾಜ್ಯ ಅಂಗಗಳು. ಇವರಲ್ಲಿ ಯಾರೊಬ್ಬರಿಲ್ಲದಿದ್ದರೂ ನಾನು ವಿಕಲಾಂಗನಾಗುತ್ತೇನೆ."

"ಹಾಗಾದರೆ ಉಜ್ವಲ, ಆಚಾರ್ಯ ಚಾಣಕ್ಯರು ?"

"ಉಜ್ವಲ ನನ್ನ ಹೃದಯ, ಆಚಾರ್ಯ ಚಾಣಕ್ಯರು ನನ್ನ ತಂದೆ, ತಾಯಿ, ಗುರು ಎಲ್ಲ."

"ಆದರೂ ಇದು ಅತಿ ಎನ್ನಿಸುತ್ತಿದೆ ಚಂದ್ರಗುಪ್ತ. ಯುದ್ಧದಲ್ಲಿ ಗಾಯಗೊಳ್ಳುವುದು, ಅದರ ಪರಿಣಾಮವಾಗಿ ಅನಾರೋಗ್ಯಕ್ಕೆ ತುತ್ತಾಗುವುದು, ಎಲ್ಲ ಸಹಜ. ಆದರೆ ನೀನು ಅದನ್ನೇ ದೊಡ್ಡದು ಮಾಡಿಕೊಂಡು ಕರ್ತವ್ಯ ಮರೆತು ಚಡಪಡಿಸುವುದು ಸರಿಯಲ್ಲ, ಆಚಾರ್ಯರು ಏನಂದುಕೊಳ್ಳುತ್ತಾರೆ ?"

"ಆಚಾರ್ಯರು ಮನುಷ್ಯ ಸ್ವಭಾವಗಳನ್ನು ಅರ್ಥ ಮಾಡಿಕೊಳ್ಳಲಾರದಷ್ಟು ಅಜ್ಞಾನಿಗಳಲ್ಲ ಚರಣ."

ಚರಣ ಚಂದ್ರಗುಪ್ತನ ಮುಖವನ್ನೇ ದಿಟ್ಟಿಸಿ ನೋಡತೊಡಗಿದ. ಅವನ ಕಣ್ಣಂಚಿನಲ್ಲಿ ಕಂಬನಿ ಇಣುಕುತ್ತಿತ್ತು. "ಚರಣ" ಚಂದ್ರಗುಪ್ತ ಅವನ ಕೈಯನ್ನು ಅಮುಕುತ್ತ ಹೇಳಿದ, "ಅದನ್ನೆಲ್ಲ ಮರೆತುಬಿಡು. ಮೊದಲು ನಿನ್ನ ಆರೋಗ್ಯ ಸುಧಾರಣೆಯ ಕಡೆ ಗಮನ ಕೊಡು."

"ಚಂದ್ರಗುಪ್ತ" ಚರಣ ಹೇಳಿದ, "ನೀನು ಇಡೀ ಆರ್ಯಾವರ್ತದ ಚಕ್ರವರ್ತಿ ಪದವಿಯನ್ನು ಪಡೆದುಕೋ. ನನಗೆ ನಿನ್ನ ಇಂಥ ನಿರ್ಮಲವಾದ ಸ್ನೇಹಕ್ಕೆ ಪಾತ್ರನಾದೆನಲ್ಲಾ ಎಂಬ ಸಂತೋಷವೇ ಸಾಕು. ಅದಕ್ಕಾಗಿ ನಾನು ಜೀವನಪರ್ಯಂತ ಹೆಮ್ಮೆ ಪಡುತ್ತೇನೆ."

"ನಿನ್ನೊಬ್ಬನ ಹೆಮ್ಮೆಯಲ್ಲ ಚರಣ" ಎನ್ನುತ್ತ ಚಾಣಕ್ಯ ಹರಿಸೇನನೊಂದಿಗೆ ಒಳಗೆ ಬಂದ. "ಈ ಮಹಾಕ್ರಾಂತಿಯಲ್ಲಿ ಒಟ್ಟುಗೂಡಿರುವ ನಾವೆಲ್ಲ ಹೆಮ್ಮೆ ಪಡಬೇಕು."

ಚರಣ "ಕ್ಷಮಿಸಿ ಆಚಾರ್ಯ. ಒಂದೆರಡು ದಿನ ನೀವೆಲ್ಲ ನನ್ನಿಂದ ಆತಂಕ ಪಡುವಂತಾಯಿತು" ಎಂದ.

"ನಮ್ಮ ಕುಟುಂಬದ ಸದಸ್ಯರೊಬ್ಬರು ಅನಾರೋಗ್ಯಕ್ಕೆ ತುತ್ತಾದರೆ ಆತಂಕ ಪಡದಿರಲಾಗುವುದೇ ? ಆ ಸಂಕೋಚವನ್ನೆಲ್ಲ ಮನಸ್ಸಿನಿಂದ ತೆಗೆದುಹಾಕು. ಇನ್ನೂ ಎರಡು ದಿನ ವಿಶ್ರಾಂತಿ ಪಡೆದರೂ ಚಿಂತೆಯಿಲ್ಲ, ಆಮೇಲೆ ಹೊರಟರಾಯಿತು."

"ಬೇಡ ಬೇಡ" ಚರಣ ಹೇಳಿದ, "ನನಗಾಗಿ ನಿಲ್ಲುವುದು ಬೇಡ, ನಾಳೆ ಹೊರಟು ಬಿಡೋಣ."

"ಹರಿಸೇನ ಏನೂ ತೊಂದರೆಯಿಲ್ಲವೆ ? ಪ್ರಯಾಣ ಮಾಡಬಹುದೆ ?"

"ಪ್ರಯಾಣ ಮಾಡಬಹುದು. ಆದರೆ ವಿಶ್ರಾಂತಿಯಲ್ಲಿರಬೇಕು. ಇನ್ನೂ ಕೆಲವು ದಿನ ದೈಹಿಕ ಶ್ರಮವಾಗಬಾರದು. ಕುದುರೆ ಸವಾರಿಯೂ ಕೂಡದು" ಎಂದ ಹರಿಸೇನ.

"ಅದರ ಅಗತ್ಯವಿಲ್ಲ, ಚರಣ ಬಂಡಿಯಲ್ಲಿ ಪ್ರಯಾಣ ಮಾಡಲಿ" ಎಂದ ಚಂದ್ರಗುಪ್ತ.

ಮರುದಿನವೇ ಅವರು ಹೊರಟುಬಿಟ್ಟರು. ಮುಂದಿನ ಶಿಬಿರದಲ್ಲಿ ಪಾಟಲೀಪುತ್ರದಿಂದ ಗೌತಮ ಬಂದು ಸೇರಿಕೊಂಡ. ಅಲ್ಲಿನ ವಿವರಗಳನ್ನೆಲ್ಲ ಕೇಳಿ ಚಾಣಕ್ಯ ತೃಪ್ತನಾದ. ಈಗ ಮಗಧ ತಮ್ಮ ಆಕ್ರಮಣಕ್ಕೆ ಪ್ರಶಸ್ತವಾಗಿದೆ ಎನ್ನಿಸಿತು. ಆದರೆ ಶ್ರೀಯಕನ ಮೇಲಿನ ಸಂದೇಹ ನಿಜವಾದರೆ, ಅವನಿಂದ ತನ್ನ ಕಾರ್ಯ ಯೋಜನೆಗಳು ಗೊಂದಲದಲ್ಲಿ ಬೀಳ ಬಹುದೆನ್ನಿಸಿತು. ಅದಕ್ಕೆ ಬೇರೆ ಏನಾದರೂ ಉಪಾಯ ಯೋಚಿಸಬೇಕೆಂದು ನಿರ್ಧರಿಸಿಕೊಂಡ.

ಕಾಶ್ಮೀರದಿಂದ ಹೊರಟ ಚಂದ್ರಗುಪ್ತನ ಸೈನ್ಯ ಅಲೆಗ್ಸಾಂಡರ್ ತನ್ನ ದಂಡಯಾತ್ರೆಯನ್ನು ಕೈಗೊಂಡಿದ್ದ ಮಾರ್ಗದಲ್ಲೇ ಸಾಗಿ, ಅವನು ಜಯಿಸಿದ್ದ ಒಂದೊಂದೇ ಪ್ರಾಂತಗಳನ್ನು ಜಯಿಸುತ್ತಾ, ಅಲ್ಲಿ ಸುಭದ್ರ ಆಡಳಿತ ವ್ಯವಸ್ಥೆಗಳನ್ನು ಸ್ಥಾಪಿಸುತ್ತಾ ಸಾಗುತ್ತಿದ್ದರು. ವಿದೇಶೀಯರ

ಆಕ್ರಮಣಕ್ಕೆ ಬೇಸತ್ತಿದ್ದ ಹಲವು ಪ್ರಾಂತ್ಯಗಳು ಹೆಚ್ಚು ಘರ್ಷಣೆಯಿಲ್ಲದೆ ಕೈವಶವಾದರೂ, ಯವನರ ಸೇನಾ ಕೇಂದ್ರಗಳಿದ್ದ ಕಡೆ ಯುದ್ಧಗಳು ನಡೆದವು. ಚಾಣಕ್ಯನ ಜಾಣ್ಮೆಯ ಬೆಂಬಲದಿಂದ ಹೆಚ್ಚು ಹಾನಿಯಾಗಲು ಅವಕಾಶ ಕೊಡದೆ ಚಂದ್ರಗುಪ್ತ ಜಯಶಾಲಿಯಾದ. ಅಲೆಗ್ಸಾಂಡರ್ ತನ್ನ ದೇಶಕ್ಕೆ ಹಿಂದಿರುಗಿ ಹೋದನೆಂಬ ಸುದ್ದಿಯೂ ಇವರಿಗೆ ಅನುಕೂಲಕರವಾಗಿ ಪರಿಣಮಿಸಿತು.

ಯವನ ಸೇನಾನಾಯಕರು ಶರಣಾಗತರಾಗಲು ಹಿಂಜರಿದಾಗ, ಚಂದ್ರಗುಪ್ತ ಅವರನ್ನು ನಿರ್ದಾಕ್ಷಿಣ್ಯವಾಗಿ ಕೊಲ್ಲಿಸಿದ. ಅವರಲ್ಲಿ ಯವನರ ಪ್ರಮುಖ ಆಡಳಿತ ಪ್ರತಿನಿಧಿ ಫಿಲಿಪಸ್ ಒಬ್ಬ. ಅವನ ಸಾವಿನ ನಂತರ ಯವನರ ಸೇನಾನಾಯಕ ಯೂಡಿಮಸ್ ಸೇನೆಯನ್ನು ಒಟ್ಟುಗೂಡಿಸಲು ಪ್ರಯತ್ನಿಸಿದ. ಅವನಿಗೆ ಸ್ಥಳೀಯ ಸೈನಿಕರ ಬೆಂಬಲ ದೊರೆಯಲಿಲ್ಲ, ರಾಜರುಗಳು, ಜನಪದಗಳ ನಾಯಕರ ಬೆಂಬಲವೂ ದೊರೆಯಲಿಲ್ಲ, ಆದರೂ ಅವನು ತನ್ನ ಪರಿಮಿತವಾದ ಯವನ ಸೇನೆಯೊಂದಿಗೇ ಹೋರಾಡಿದ. ಆದರೆ ಸೋತು, ಅಳಿದುಳಿದ ಸೈನಿಕರೊಂದಿಗೆ ತಲೆ ಮರೆಸಿಕೊಂಡು ಓಡಿಹೋದ. ಇಷ್ಟು ಹೊತ್ತಿಗೆ, ಆರ್ಯಾವರ್ತವನ್ನು ಬಿಟ್ಟು ಹೋದ ಅಲೆಗ್ಸಾಂಡರ್ ತನ್ನ ದೇಶವನ್ನು ಮುಟ್ಟಿ ಆಗಿತ್ತು. ಕುರು, ಪಾಂಚಾಲ, ಶೂರಸೇನ ಇತ್ಯಾದಿ ಎಲ್ಲ ಪ್ರಾಂತ್ಯಗಳೂ ಚಂದ್ರಗುಪ್ತನ ವಶವಾದವು. ಆ ವೇಳೆಗೆ ಸೈನ್ಯದಲ್ಲಿ ಬಹಳ ಜನ ಬಲಿಯಾಗಿದ್ದರೂ, ಹೊಸಬರ ಸೇರ್ಪಡೆಯಿಂದ ಅದು ಸಂಖ್ಯೆಯಲ್ಲಿ ಬೆಳೆಯುತ್ತಲೇ ಇತ್ತು.

ಇಷ್ಟಾದರೂ ಚಾಣಕ್ಯನ ಗಮನ ಪಿಪ್ಪಲಿವನದ ಮೇಲಿತ್ತು. ಮಗಧದ ಸೈನ್ಯ ಮತ್ತೆ ಅದನ್ನು ಆಕ್ರಮಿಸಲು ಪ್ರಯತ್ನ ಮಾಡಿದರೆ ಕಷ್ಟವೆಂದು ಅವನಿಗೆ ಗೊತ್ತಿತ್ತು. ಅಂಥ ಸಾಧ್ಯತೆಯೇನಾದರೂ ಇದ್ದರೆ, ಕೂಡಲೇ ಸುದ್ದಿ ಕೊಡುವಂತೆ ವ್ಯವಸ್ಥೆ ಮಾಡಿದ್ದ. ಜೊತೆಗೆ ಪಾಟಲೀಪುತ್ರದಲ್ಲಿನ ತನ್ನ ಗೂಢಚಾರರಿಗೂ ತಿಳಿಸಿದ್ದ. ಪುಣ್ಯಕ್ಕೆ, ಸದ್ಯಕ್ಕೆ ಜೀವಸಿದ್ಧಿಯ ಪ್ರಯತ್ನದಿಂದ ಅಂಥ ಅಪಾಯವಿಲ್ಲವೆಂದು ಗೌತಮ ಹೇಳಿದ್ದ.

★ ★ ★

ಚಂದ್ರಗುಪ್ತ ತನ್ನ ಪರಿವಾರದೊಂದಿಗೆ ಪಿಪ್ಪಲಿವನಕ್ಕೆ ಮರಳಿದಾಗ ಸಂಜೆಯಾಗಿತ್ತು. ಅವನ ಉತ್ಸಾಹಕ್ಕಿಂತ, ವಿಜೇತನಾಗಿ ಬಂದ ಅವನನ್ನು ಸ್ವಾಗತಿಸಿದ ಪ್ರಜೆಗಳ ಉತ್ಸಾಹ, ಆನಂದ ಮಿಗಿಲಾಗಿತ್ತು. ಅವನು ಗಳಿಸಿದ ಗೆಲುವುಗಳು ಈಗ ಅವನ ರಾಜತ್ವಕ್ಕೆ ವಿಶೇಷ ಶೋಭೆಯನ್ನು ನೀಡಿದ್ದವು. ಮಾತಂಗ ಮತ್ತು ಶಿವದತ್ತರ ನೇತೃತ್ವದಲ್ಲಿ ಒಂದು ಬಲವಾದ ಸೈನ್ಯವೇ ಸಜ್ಜುಗೊಂಡಿತ್ತು. ಚಂದ್ರಗುಪ್ತನೊಂದಿಗೆ ಬಂದ ಸೈನ್ಯವೂ ಸೇರಿದರೆ, ಈಗ ಎಂಥ ಶತ್ರು ಬಂದರೂ ಎದುರಿಸುವಷ್ಟು ಪ್ರಬಲವಾದ ಸೇನೆಯಿದೆಯೆಂದು ಹೇಳಬಹುದಾಗಿತ್ತು.

"ಸೈನ್ಯ ಕಡಿಮೆಯಿದ್ದರೂ ಚಿಂತೆಯಿಲ್ಲ ಚಂದ್ರಗುಪ್ತ" ಚಾಣಕ್ಯ ಹೇಳಿದ, "ಈಗ ನಿನ್ನ ಬೆನ್ನ ಹಿಂದೆ ಹಲವು ವಿಜಯಗಳ ಕೀರ್ತಿಯಿರುವುದರಿಂದ, ಹಲವು ಅಕ್ಷೋಹಿಣೀ ಸೈನ್ಯದಷ್ಟು ಬಲ ಬಂದಿದೆ. ನಿನ್ನನ್ನು ಕೆಣಕಲು ಈಗ ಮಗಧವೂ ಹಿಂದೆ ಮುಂದೆ ನೋಡಬೇಕಾಗುತ್ತದೆ."

"ಹಾಗಾದರೆ ಈಗಲೇ ಮಗಧದ ಮೇಲೆ ಆಕ್ರಮಣ ಮಾಡುವುದು ತಾನೆ?" ಎಂದ ಸಿಂಹಸೇನ.

“ಆತುರ ಅನರ್ಥಕಾರಿಯಾಗಬಹುದು. ಕೆಲವು ದಿನ ನೀವೆಲ್ಲ ವಿಶ್ರಾಂತಿ ಪಡೆಯಿರಿ. ಚೆನ್ನಾಗಿ ಉಂಡು ತಿಂದು ಬಲ ಕೂಡಿಸಿಕೊಳ್ಳಿ, ಅಷ್ಟರಲ್ಲಿ ನಾನು ಸದ್ಯದ ಪರಿಸ್ಥಿತಿಯನ್ನು ಪರಿಶೀಲಿಸಿ, ಮುಂದೇನು ಮಾಡಬೇಕೆಂದು ಯೋಚಿಸುತ್ತೇನೆ.”

ಚಂದ್ರಗುಪ್ತ ಎಷ್ಟು ಕೇಳಿಕೊಂಡರೂ ಅರಮನೆಯಲ್ಲಿರಲು ಒಪ್ಪದೆ ಚಾಣಕ್ಯ, ಹರಿಸೇನ, ಗೌತಮ ಮತ್ತು ಚಂದಕನನ್ನು ಕರೆದುಕೊಂಡು ಶಿವದತ್ತನ ಮನೆಗೆ ಹೊರಟುಬಿಟ್ಟ. ಅವನೂ ತನ್ನ ಮನೆಯಲ್ಲಿ ಒಂಟಿಯಾಗಿದ್ದ. ಆದರಿಂದ ಚಾಣಕ್ಯ ತನ್ನನ್ನು ಗೌರವಿಸಿದಂತೆ ಎಂದು ಭಾವಿಸಿ ಅವನು ಸಂಭ್ರಮದಿಂದ ತನ್ನ ಮನೆಗೆ ಕರೆದುಕೊಂಡು ಹೋದ.

ಚಂದ್ರಗುಪ್ತನಿಗೆ ಬೇಸರವಾಯಿತು. ಚರಣ ಮತ್ತು ಮಿತ್ರರು ಅವನನ್ನು ಸಮಾಧಾನ ಪಡಿಸಿದರು. “ನಾನು ಅರಮನೆಯಲ್ಲಿರುವುದು, ಆಚಾರ್ಯರು ಬೇರೆಲ್ಲೋ ಇರುವುದು ಕೆಡುಕೆನಿಸುತ್ತಿದೆ” ಎಂದ ಚಂದ್ರಗುಪ್ತ ಬಹಳ ನೋವಿನಿಂದ.

“ಅವರ ಸ್ವಭಾವ ನಿನಗೆ ಗೊತ್ತಿಲ್ಲವೆ ?” ಚರಣ ಕೇಳಿದ, “ನಾವು ಕಂಡಾಗಿನಿಂದಲೂ ಅವರು ಸರಳ ಜೀವನ ನಡೆಸುತ್ತಿದ್ದಾರೆ. ನಾವು ಕಾಣುವ ಮೊದಲಿನಿಂದಲೂ ಅವರು ಹಾಗೇ ಇದ್ದಿರಬೇಕು.”

“ಬಹುಶಃ ಅರಮನೆಯ ವಾತಾವರಣವೇ ಅವರಿಗೆ ಸರಿಬರುವುದಿಲ್ಲವೆಂದು ಕಾಣುತ್ತದೆ” ಎಂದ ಸಿಂಹಸೇನ.

“ಯೋಗಿಜೀವನ ನಡೆಸುತ್ತಿರುವ ಅವರು ಅರಮನೆಯಲ್ಲಿ ಇರುವುದಿಲ್ಲವೆನ್ನುವುದು ಸಕಾರಣವಾಗಿಯೇ ಇದೆ” ಎಂದ ನಂದಿಕೇಶ.

“ಏನೇ ಆದರೂ ಚಂದ್ರಗುಪ್ತ ಮಹಾರಾಜರು ಆಚಾರ್ಯ ಚಾಣಕ್ಯರಿಗೆ ಆಜ್ಞೆ ಮಾಡುವಂತಿಲ್ಲವೆಂಬುದು ಸೂರ್ಯನ ಬೆಳಕಿನಷ್ಟೇ ಸತ್ಯ” ಎಂದು ಬ್ರಹ್ಮದತ್ತ ನಕ್ಕ.

“ನನ್ನನ್ನು ಇಲ್ಲಿ ಬಿಟ್ಟು ನೀನೇ ಹೋದದ್ದು ನನಗೆ ತುಂಬಾ ಬೇಸರವುಂಟು ಮಾಡಿತು. ಈ ಸಲ ನಾನು ನಿಮ್ಮ ಜೊತೆ ಬಂದೇ ಬರುತ್ತೇನೆ” ಎಂದ ಮಾತಂಗ ಮಾತು ಬದಲಿಸಿ,

“ನಮ್ಮ ಜೊತೆ ಬಂದು ಮಾಡುವ ಕೆಲಸಕ್ಕಿಂತ, ನೀನು ಇಲ್ಲಿ ಮಾಡಿರುವ ಕೆಲಸ ಬಹಳ ದೊಡ್ಡದು ಮಾತಂಗ” ಎಂದ ಚಂದ್ರಗುಪ್ತ.

“ಅಲ್ಲದೆ, ಇಲ್ಲಿನ ರಕ್ಷಣೆಗೆ ನಿನ್ನಂಥ ಸಮರ್ಥನೇ ಆಗಬೇಕಾಗಿತ್ತು” ಎಂದ ಚರಣ.

“ಯಾರಿಗೆ ಗೊತ್ತು, ನೀನೇ ಇಲ್ಲಿಯ ಸೇನಾಧಿಪತಿಯಾಗಬಹುದು” ಎಂದ ಭಾಸ್ಕರ.

“ಬಹುದು ಏನು, ಆಗುತ್ತಾನೆ” ಚರಣ ಹೇಳಿದ, “ಆಚಾರ್ಯರ ಮನಸ್ಸಿನಲ್ಲಿ ಅದೇ ಭಾವನೆಯಿರುವಂತಿದೆ.”

ಮಾತಂಗನಿಗೆ ಸಂತೋಷವೇನೋ ಆಯಿತು. ಆದರೂ ತುಸು ಅಸಮಾಧಾನದಿಂದ ಹೇಳಿದ, “ಅದೆಲ್ಲ ಆಮೇಲೆ. ಮಗಧದ ಮೇಲಿನ ಆಕ್ರಮಣಕ್ಕೆ ನಾನು ಬರಲೇ ಬೇಕು.”

“ಆಚಾರ್ಯರು ಬೇಡವೆಂದರೆ ?” ನಂದಿಕೇಶ ಕೇಳಿದ.

ಅದಕ್ಕೆ ಉತ್ತರ ಹೇಳಲಾರದೆ ಮಾತಂಗ ತೊದಲಿದ. ನಂದಿಕೇಶ ತಾನೇ ಹೇಳಿದ, “ಆಚಾರ್ಯರ ಆಜ್ಞೆಯನ್ನು ಮೀರುವುದು ಚಂದ್ರಗುಪ್ತನಿಗೇ ಸಾಧ್ಯವಿಲ್ಲವೆಂದ ಮೇಲೆ ನಿನ್ನಿಂದ ಸಾಧ್ಯವಾಗುತ್ತದೆಯೇ ? ನಡಿ ನಡಿ, ಆಚಾರ್ಯರು ಯಾರು, ಎಲ್ಲಿ, ಹೇಗೆ, ಏನು ಕೆಲಸ ಮಾಡಬೇಕೆಂದು ಸರಿಯಾಗಿಯೇ ನಿರ್ಧರಿಸುತ್ತಾರೆ. ನಾವು ಬುದ್ಧಿ ವೆಚ್ಚ ಮಾಡುವ ಅಗತ್ಯವಿಲ್ಲ.”

ಪಟ್ಟಾಭಿಷೇಕದ ಸಂದರ್ಭದ ಗಡಿಬಿಡಿಯಲ್ಲಿ ಎಲ್ಲ ಕನಸಿನಂತೆ ನಡೆದುಹೋಗಿತ್ತು. ಈಗ ವಿರಾಮವಾಗಿ ಚಂದ್ರಗುಪ್ತ 'ನನ್ನ ಮನೆ, ನನ್ನ ಅರಮನೆ' ಎಂಬ ಅಭಿಮಾನದಿಂದ ಎಲ್ಲ ಕಡೆ ಓಡಾಡಿದ. ತಾನು ಅರಮನೆಯಲ್ಲಿದ್ದ ಕ್ಷಣಗಳು ನೆನಪಾದವು. ತನ್ನ ತಂದೆ ತಾಯಿ ಈಗಲೂ ಅಲ್ಲೇ ಇರುವಂತೆ ಭ್ರಮಿತನಾದ. ಹಳೆಯ ಕೆಲಸಗಾರರಲ್ಲಿ ಕೆಲವರು ಇನ್ನೂ ಅಲ್ಲಿದ್ದರು. ಅವರುಗಳನ್ನೆಲ್ಲ ಪ್ರೀತಿಯಿಂದ ಮಾತನಾಡಿಸಿದ. ಅವರು ಬರುವ ವೇಳೆಗೆ ಶಿವದತ್ತ ಮತ್ತು ದೇವಗುಪ್ತ ಎಲ್ಲವನ್ನೂ ಮೊದಲಿನಂತೆಯೇ ಸಜ್ಜುಗೊಳಿಸಿದ್ದರು. ಆಳುಕಾಳುಗಳೂ, ಕಾವಲಿನವರೂ ಎಲ್ಲ ಮೊದಲಿನಂತೆಯೇ ಇದ್ದರು. ಅದಕ್ಕೂ, ತಾನು ಪಾಟಲೀಪುತ್ರದಲ್ಲಿ ಒಂದು ಸಣ್ಣ ಮನೆಯಲ್ಲಿ ಇದ್ದುದಕ್ಕೂ, ಸೆರೆಮನೆಯಲ್ಲಿ ಕಷ್ಟಪಟ್ಟಿದ್ದಕ್ಕೂ, ಅನಂತರ ಅಲೆಮಾರಿಯಂತೆ ಗೆಳೆಯರೊಡನೆ ಹಾದಿಬೀದಿಯಲ್ಲಿ, ಕಾಡಿನಲ್ಲಿ, ಸೇನಾ ಶಿಬಿರಗಳಲ್ಲಿ ಕಾಲ ಕಳೆದುದಕ್ಕೂ ಹೋಲಿಸಿಕೊಂಡ. ಸಹಜವಾಗಿಯೇ ತಾನು ಇಲ್ಲಿರಬೇಕಾದ ಅವಕಾಶವನ್ನು ಕಳೆದುಕೊಂಡು, ಮತ್ತೆ ಅದನ್ನು ಗಳಿಸಿಕೊಳ್ಳಬೇಕಾದರೆ, ಎಷ್ಟೊಂದು ಕಷ್ಟಪಡಬೇಕಾಯಿತು ! ಎಂದುಕೊಂಡ. ತಾನು ಮುಂದೆ ಏನೇ ಆದರೂ, ಎಲ್ಲೇ ಇದ್ದರೂ, ಹುಟ್ಟಿ ಬೆಳೆದು ನಲಿದ ಈ ಮನೆಯ ಆಪ್ತತೆಯನ್ನು ಮರೆಯಲಾಗುವುದಿಲ್ಲ ಎಂದುಕೊಂಡ. ನೆನಪಾಗಿ ಮಹಾನಂದನಿಗೆ ಬರುವಂತೆ ಹೇಳಿಕಳಿಸಿದ.

ಏನೋ ಅವಸರದ ಕೆಲಸವಿರಬೇಕೆಂದು ಮಹಾನಂದ ಆತುರಾತುರವಾಗಿ ಬಂದಾಗ, ಚಂದ್ರಗುಪ್ತ ಮತ್ತು ಗೆಳೆಯರು ಊಟಕ್ಕೆ ಕೂಡುತ್ತಿದ್ದರು. "ಬಾ ಮಹಾನಂದ" ಎಂದ ಚಂದ್ರಗುಪ್ತ ಸ್ವಾಗತಿಸಿದ.

"ನೀವು ಊಟ ಮಾಡಿ, ಆಮೇಲೆ ಮಾತಾಡೋಣ. ನಾನು ಕಾಯುತ್ತೇನೆ" ಎಂದ ಮಹಾನಂದ.

"ಇಂದು ಎಲ್ಲ ಮಿತ್ರರೊಂದಿಗೆ ಸಂತೋಷವಾಗಿ ಊಟ ಮಾಡಬೇಕೆಂದೇ ನಿನ್ನನ್ನು ಕರೆಸಿದ್ದು. ನೀನೂ ಕುಳಿತುಕೋ" ಎಂದ ಚಂದ್ರಗುಪ್ತ.

"ಈ ಮನೆಯಲ್ಲಿ ಊಟ ಮಾಡಲು ನನಗೆ ಸಂಕೋಚವೆ ? ಹಿಂದೆ ಸಾವಿರ ಸಲ ಇಲ್ಲೇ ಕುಳಿತು ನಿನ್ನೊಂದಿಗೆ ಊಟ ಮಾಡಿದ್ದೇನೆ. ನಿನ್ನ ತಾಯಿ ಬಲವಂತವಾಗಿ ಬಡಿಸಿ, ಹೊಟ್ಟೆ ತುಂಬ ಊಟ ಮಾಡಿಸುತ್ತಿದ್ದುದನ್ನು ಮರೆಯುತ್ತೇನೆಯೇ ಚಂದ್ರಗುಪ್ತ ?" ಎನ್ನುತ್ತ ಮಹಾನಂದ ಅವನ ಪಕ್ಕದಲ್ಲೇ ಕುಳಿತ.

ಎಲ್ಲರಿಗೂ ಮಣೆಗಳನ್ನಿರಿಸಿ ಸೇವಕರು ಬಡಿಸತೊಡಗಿದರು. ಹಬ್ಬದೂಟದ ವ್ಯವಸ್ಥೆಯೇ ಆಗಿತ್ತು. ಊಟ ಸಾಗಿದಂತೆ ಮಾತೂ ಅಡೆತಡೆಯಿಲ್ಲದೆ ಸಾಗಿತ್ತು. ಮಹಾನಂದ ತನ್ನ ಮತ್ತು ಚಂದ್ರಗುಪ್ತನ ಬಾಲ್ಯದ ಹಲವು ಸಂಗತಿಗಳನ್ನು ಹೇಳಿದ. ರವಿಗುಪ್ತನ ಔದಾರ್ಯ ಮತ್ತು ಶಿವಾಲಿಯ ವಾತ್ಸಲ್ಯಗಳನ್ನು ವರ್ಣಿಸುವಾಗ ಅವನು ಭಾವವೇಶಕ್ಕೆ ಒಳಗಾದ. ಅದೇ ಅಭಿಮಾನ ಎಲ್ಲ ಪ್ರಜೆಗಳಲ್ಲೂ ಇತ್ತು. ತನ್ನ ಗಮನಕ್ಕೆ ಬಂದ ಅಂಥ ಕೆಲವು ಉದಾಹರಣೆಗಳನ್ನು ಮಾತಂಗ ವಿವರಿಸಿದ.

"ಆಳುವವನು ಕರುಣಾಳುವಾಗಿದ್ದರೆ, ಜನ ಅವನನ್ನು ಪ್ರತ್ಯಕ್ಷ ದೇವರಂತೆ ಭಾವಿಸುತ್ತಾರೆ. ಅದೇ ಅವನು ಕ್ರೂರಿಯಾಗಿದ್ದರೆ ಶಾಪ ಹಾಕುತ್ತಾರೆ. ಸಮಯ ಬಿದ್ದರೆ ತಿರುಗಿ ಬೀಳುತ್ತಾರೆ" ಎಂದ ಚರಣ.

"ಅದು ಸರಿ, ರವಿಗುಪ್ತ ಮೌರ್ಯರು ಮಗಧದ ಹಿಡಿತಕ್ಕ ಹೇಗೆ ಸಿಕ್ಕಿದರೆಂದೇ ನನಗೆ ಅರ್ಥವಾಗುತ್ತಿಲ್ಲ" ಎಂದ ಸಿಂಹಸೇನ.

"ನಿಜ, ರವಿಗುಪ್ತರು ಮಹಾ ಸ್ವಾಭಿಮಾನಿಗಳೇ" ಮಹಾನಂದ ಹೇಳಿದ, "ಆದರೆ ಮಗಧ ಪ್ರಬಲವಾದ ಸಾಮ್ರಾಜ್ಯ. ಆದರ ಸೇನಾಶಕ್ತಿಯೂ ದೊಡ್ಡದೇ. ಅವರೊಂದಿಗೆ ಯುದ್ಧ ಮಾಡಿ ಜಯಿಸಿ, ನಾಡನ್ನು ಉಳಿಸಿಕೊಳ್ಳುವುದು ದೂರದ ಮಾತಾಗಿತ್ತು. ಬೇರೆ ರಾಜರ ನೆರವು ಪಡೆಯೋಣವೆಂದರೆ, ಮಗಧಕ್ಕೆ ಹೆದರಿ ಯಾರೂ ಮುಂದೆ ಬರಲಿಲ್ಲ. ಧನನಂದನ ಆಮಿಷ ಬೇರೆ. ಹೆಸರಿಗೆ ಮಾತ್ರ ನೀನು ಆಶ್ರಿತ, ಉಳಿದಂತೆ ಸರ್ವತಂತ್ರ ಸ್ವತಂತ್ರ, ಸಂದರ್ಭ ಬಂದಾಗ ಗಡಿರಕ್ಷಣೆಯಲ್ಲಿ ಮಗಧ ಸೈನ್ಯದೊಂದಿಗೆ ಸೇರಬೇಕು, ಎಂಬ ನಿಬಂಧನೆ. ಮೊದ ಮೊದಲು ಹಾಗೇ ನಡೆದುಕೊಂಡ. ಆದರೆ ಗಡಿರಕ್ಷಣೆಯ ಒಂದು ಯುದ್ಧದ ಸಂದರ್ಭ ಬಂದೇ ಬಂತು. ಮಗಧದ ಸೈನ್ಯವನ್ನು ನಂಬಿಕೊಂಡು ರವಿಗುಪ್ತರು ಯುದ್ಧಕ್ಕೆ ಹೋದರು. ಆ ಸೈನ್ಯವೇನೋ ಬಂತು, ಆದರೆ ಅಷ್ಟರಲ್ಲಿ ರವಿಗುಪ್ತರು ಶತ್ರುಗಳಿಗೆ ಬಲಿಯಾಗಿದ್ದರು. ಸಹಾನುಭೂತಿಯಿಂದಲಾದರೂ ಧನನಂದ ಚಂದ್ರಗುಪ್ತನನ್ನು ರವಿಗುಪ್ತರ ಸ್ಥಾನದಲ್ಲಿ ಸಿಂಹಾಸನದ ಮೇಲೆ ಕೂಡಿಸಬೇಕಾಗಿತ್ತು. ಆದರೆ ಪಿಪ್ಪಲಿವನವನ್ನು ಮಗಧಕ್ಕೆ ಸೇರಿಸಿಕೊಳ್ಳುವ ಸದವಕಾಶವನ್ನು ಬಿಡುತ್ತಾರೆಯೆ ? ಊರಿನ ತುಂಬ ಸೈನ್ಯ ನಿಲ್ಲಿಸಿ, ಚಂದ್ರಗುಪ್ತ ಮತ್ತು ಅವನ ತಾಯಿಯನ್ನು ರಾತ್ರೋರಾತ್ರಿ ಪಾಟಲೀಪುತ್ರಕ್ಕೆ ಸಾಗಿಸಿದರು. ಅಲ್ಲಿನ ಕಥೆ ನಿಮಗೇ ಗೊತ್ತಲ್ಲ"

ಮಹಾನಂದನ ಸುದೀರ್ಘ ನಿರೂಪಣೆಯನ್ನು ಕೇಳುತ್ತ, ಊಟ ನಿಲ್ಲಿಸಿದ್ದ ಎಲ್ಲರ ಕೈಗಳೂ ಒಣಗುತ್ತಿದ್ದವು. ಅದನ್ನು ಚಂದ್ರಗುಪ್ತ ಗಮನಿಸಿದ. ಊಟದ ಆಸಕ್ತಿ ಕಳೆದು ಕೊಳ್ಳುವರೆಂದು, ಗಮನ ಬೇರೆ ಕಡೆಗೆ ಸೆಳೆಯಲು ಅವನೇ ಹೇಳಿದ, "ಆ ಎಲ್ಲ ಕಥೆ ಕೇಳಿದ ಮೇಲೆ, ಇಂದು ಈ ಮನೆಯ ಊಟ ಅಮೃತದಷ್ಟು ರುಚಿಯಾಗಿರಬೇಕಲ್ಲವೆ ?"

"ನಿನ್ನ ಮಾತು ನಿಜ ಚಂದ್ರಗುಪ್ತ. ಮಹಾನಂದನ ಮಾತುಗಳನ್ನು ಕೇಳಿದ ಮೇಲೆ, ಆ ಶತ್ರುಗಳನ್ನು ಒಬ್ಬೊಬ್ಬರನ್ನಾಗಿ ಬಲಿಹಾಕುತ್ತಿದ್ದೇವೆ, ಎಂಬಂತೆ ಚೆನ್ನಾಗಿ ತಿಂದುಬಿಡಬೇಕು" ಎಂದ ನಂದಿಕೇಶ.

"ಅಂದರೆ ಚಂದ್ರಗುಪ್ತನ ತಾಯಿಯವರು ಅರಮನೆಯಲ್ಲಿದ್ದಾಗಲೇ, ತಾವೂ ಅಡಿಗೆ ಮಾಡಿ ಬಡಿಸುವ ಸರಳತನವನ್ನು ಉಳಿಸಿಕೊಂಡಿದ್ದರು ?" ಎಂದ ಸಿಂಹಸೇನ.

"ಹೌದು" ಮಹಾನಂದ ಹೇಳಿದ, "ಅಷ್ಟೇ ಅಲ್ಲ, ಕೆಲವು ಸಲ ಕೆಲಸದಾಳುಗಳು, ಅಮ್ಮ ನೀವು ಆ ದಿನ ಆ ಅಡಿಗೆ ಮಾಡಿದ್ದಿರಿ. ಎಷ್ಟು ರುಚಿಯಾಗಿತ್ತು, ಎಂದರೆ ಸಾಕು. ಮತ್ತೆ ಅದೇ ಅಡಿಗೆ ಮಾಡಿ ಆ ಕೆಲಸದವರನ್ನು ತೃಪ್ತಿಪಡಿಸುತ್ತಿದ್ದರು."

ಅಲ್ಲಿದ್ದ ಒಬ್ಬ ಹಳೆಯ ಕೆಲಸದಾಕೆ ಅಂಥ ಒಂದು ನೆನಪನ್ನು ಬಿಡಿಸಿದಳು.

"ಈಗ ನನಗೇನೋ ಈ ವಾತಾವರಣದಲ್ಲಿ ಆ ತಾಯಿಯೇ ಮಮತೆಯಿಂದ ನಮಗೆ ಬಡಿಸುತ್ತಿರುವಂತೆ ಭಾಸವಾಗುತ್ತಿದೆ" ಎಂದ ಚರಣ.

"ಹೌದು ಚರಣ" ಚಂದ್ರಗುಪ್ತ ಹೇಳಿದ, "ನನಗೂ ಹಾಗೇ ಅನ್ನಿಸುತ್ತಿದೆ. ಅಲ್ಲದೆ ಇದು ನನಗೆ ಅತ್ಯಮೂಲ್ಯವಾದ ಪಾಠ ಕಲಿಸುತ್ತಿದೆ. ತಂದೆತಾಯಿಗಳು ಎಷ್ಟು ಒಳ್ಳೆಯವ ರಾಗಿರುತ್ತಾರೋ, ಎಷ್ಟು ಉನ್ನತರಾಗಿರುತ್ತಾರೋ, ಉದಾರಿಗಳಾಗಿರುತ್ತಾರೋ, ಆ ಸದ್ಗುಣಗಳು

ಮಕ್ಕಳಲ್ಲೂ ಬರುತ್ತವೆ, ಎಂಬುದು ಒಂದು. ಇನ್ನೊಂದು, ರಾಜ ರಾಣಿ ಅಹಂಕಾರವನ್ನು ಬಿಟ್ಟು ಪ್ರಜೆಗಳನ್ನು ಮಕ್ಕಳಂತೆ ಪಾಲಿಸಬೇಕು, ಅಂಥವರನ್ನು ಪ್ರಜೆಗಳೂ ಪ್ರೀತಿಸುತ್ತಾರೆ, ಗೌರವಿಸುತ್ತಾರೆ; ಅಂಥ ರಾಜನಿಗಾಗಿ, ಅಂಥ ರಾಣಿಗಾಗಿ ಪ್ರಜೆಗಳು ಯಾವ ತ್ಯಾಗಕ್ಕೂ ಸಿದ್ಧರಾಗುತ್ತಾರೆ, ಎಂಬುದು. ನನ್ನ ತಂದೆ ತಾಯಿಗಳ ಒಳ್ಳೆಯತನದಿಂದಲೇ ನನಗೆ ಮತ್ತೆ ಈ ಅರಮನೆ, ನನ್ನ ನಾಡಿನ ಅಧಿಕಾರ ನನಗೆ ಸಿಕ್ಕಿತು. ಅಂಥ ತಂದೆತಾಯಿಗಳ ಮಗನೆಂಬ ಕಾರಣದಿಂದಲೇ ನನಗೆ ನನ್ನ ಪ್ರಜೆಗಳ ಅಪಾರವಾದ ಪ್ರೀತಿ ಸಿಕ್ಕಿತು.''

''ನಿಜವಾಗಲೂ ಇದು ಒಳ್ಳೆಯ ಪಾಠವೇ. ಈ ಪಾಠ ಜೀವನಪರ್ಯಂತ ನಿನ್ನ ನೆನಪಿನಲ್ಲಿರಬೇಕು'' ಎಂದ ಚರಣ.

''ಇದ್ದೇ ಇರುತ್ತದೆ'' ಎಂದ ಭಾಸ್ಕರ.

''ಇಲ್ಲದಿದ್ದರೆ ಜ್ಞಾಪಿಸಲು ತಾಯಿಯವರು ಜೊತೆಯಲ್ಲೇ ಇರುತ್ತಾರಲ್ಲವೆ ?'' ಎಂದ ಬ್ರಹ್ಮದತ್ತ.

''ಹೌದು ಚರಣ'' ಚಂದ್ರಗುಪ್ತ ನೆನಪು ಮಾಡಿಕೊಂಡು ಹೇಳಿದ, ''ಈವರೆಗೆ ನಡೆದ ವಿದ್ಯಮಾನಗಳನ್ನೆಲ್ಲ ತಾಯಿಯವರಿಗೆ ತಿಳಿಸಬೇಕಲ್ಲವೆ ? ನಮಗೇನಾಗಿದೆಯೋ ಎಂದು ಅವರು ಎಷ್ಟು ಆತಂಕಪಡುತ್ತಾರೋ ಏನೋ !''

''ಆಚಾರ್ಯರೊಂದಿಗೆ ಮಾತಾಡೋಣ.''

''ಹಾಗೆಯೇ ಧನಂಜಯನಿಗೂ ಸುದ್ದಿ ಕೊಡಬೇಕು. ಪಾಪ, ಆತ ತುಂಬಾ ಸಂತೋಷಪಡುತ್ತಾನೆ'' ಎಂದ ನಂದಿಕೇಶ.

ಎಲ್ಲ ಊಟ ಮುಗಿಸಿ, ಸಂದರ್ಶನ ಶಾಲೆಗೆ ಬಂದು, ಹಾಸಿದ್ದ ರತ್ನಗಂಬಳಿಯ ಮೇಲೆ ಕುಳಿತರು. ರತ್ನಗಂಬಳಿಯನ್ನು ಸವರುತ್ತ ಚಂದ್ರಗುಪ್ತ ಜೋರಾಗಿ ನಕ್ಕ.

''ಏಕೆ ನಗುತ್ತಿರುವೆ ? ಮತ್ತೆ ಏನಾದರೂ ನೆನಪು ಬಂತೆ ?'' ಎಂದು ಈ ಸಲ ಚರಣನೇ ಕೇಳಿದ.

''ಇದಕ್ಕೆ ಮೊದಲು ನಾವು ಯಾವ ಯಾವುದರ ಮೇಲೆ ಕೂಡುತ್ತಿದ್ದೆವು, ಮಲಗುತ್ತಿದ್ದೆವು ಎಂದು ನೆನಪಾಯಿತು. ಪಾಟಲೀಪುತ್ರದ ಮನೆಯಲ್ಲಿ ಒರಟು ಪೀಠಗಳು, ಸೆರೆಮನೆಯಲ್ಲಿ ಕಲ್ಲುನೆಲ, ತಪ್ಪಿಸಿಕೊಂಡು ಹೋದ ಮೇಲೆ ಕಾಡಿನ ಬಂಡೆ, ಮಣ್ಣುನೆಲ, ಹರಿದ ಬಟ್ಟೆ ದರ್ಭೆಯ ಚಾಪೆ, ಎಷ್ಟೊಂದು ಪೀಠಗಳಾಗಿ ಹೋದವು ! ಈಗ ರತ್ನಗಂಬಳಿ !''

''ನನಗೇನೋ ಈ ಮೃದುವಾದ ರತ್ನಗಂಬಳಿ ಒತ್ತುತ್ತಿದೆ'' ಎಂದು ಮುಖ ಹುಳ್ಳಗೆ ಮಾಡಿಕೊಂಡು ನಂದಿಕೇಶ ನೋವನ್ನು ನಟಿಸಿದ. ಎಲ್ಲ ನಕ್ಕರು.

''ಅಷ್ಟೆಲ್ಲ ಕಷ್ಟಪಟ್ಟಿದ್ದಕ್ಕೆ ಈ ರತ್ನಗಂಬಳಿ ಬಹುಮಾನ'' ಎಂದ ಮಾತಂಗ.

''ನಿನಗೆ ಬಿಡು, ರತ್ನಗಂಬಳಿ, ಕಲ್ಲು, ಮಣ್ಣು ಯಾವುದೂ ನೆನಪಿಗೆ ಬರುವುದಿಲ್ಲ. ಮುಳ್ಳನ್ನೇ ಹಾಸಿದರೂ ಅದರ ಮೇಲೆ ನಿಶ್ಚಿಂತೆಯಿಂದ ಮಲಗಿ ಗೊರಕೆ ಹೊಡೆಯುತ್ತಿ'' ಎಂದ ನಂದಿಕೇಶ.

''ಹೌದು'' ಅವನು ಹೇಳಿದ, ''ಹಾಗಿದ್ದರೇ ಬದುಕಲು ಸಾಧ್ಯ. ನಾನು ಒರಟ, ಅದೇ ನನಗೆ ಸುಖ. ರತ್ನಗಂಬಳಿ ಸಿಕ್ಕರೆ, ಬೇಡವೆನ್ನದೆ ಅದರ ಮೇಲೆ ಸುಖವಾಗಿ ಮಲಗುತ್ತೇನೆ. ಬರೀ ಬಂಡೆಯಾದರೂ ಗೊಣಗದೆ ಇನ್ನೂ ಚೆನ್ನಾಗಿ ನಿದ್ರೆ ಮಾಡುತ್ತೇನೆ.''

"ಮಹಾ ಸ್ಥಿತಪ್ರಜ್ಞ ಇವನು !" ಎಂದು ಭಾಸ್ಕರ ಗೇಲಿ ಮಾಡಿದ.

"ಹೌದು ಭಾಸ್ಕರ" ಚರಣ ಹೇಳಿದ, "ಒಂದು ರೀತಿಯಲ್ಲಿ ಇವನು ಸ್ಥಿತಪ್ರಜ್ಞನೇ. ಆದ್ದರಿಂದಲೇ ಕೆಲವು ಸಂದರ್ಭಗಳಲ್ಲಿ ನಮ್ಮಂತೆ ಇವನು ಭಾವುಕನಾಗಿ ತಳಮಳಿಸಲಾರ. ಬಹುಶಃ ಸಾಯುವಾಗಲೂ ಇವನು ಪಶ್ಚತ್ತಾಪವಿಲ್ಲದೆ ನಿರ್ಯೋಚನೆಯಿಂದ ಸತ್ತುಬಿಡುತ್ತಾನೆ."

"ಆದಂತೂ ನಿಜ" ಮಾತಂಗ ನಗುತ್ತಲೇ ಹೇಳಿದ, "ಕಳ್ಳನ ವೃತ್ತಿಯಲ್ಲೇ ಇದ್ದಿದ್ದರೆ ರಾಕ್ಷಸನ ಸೈನಿಕರು ಯಾವಾಗಲೋ ಒಮ್ಮೆ ಹಿಡಿದು ಕತ್ತರಿಸಿ ಹಾಕುತ್ತಿದ್ದರು. ಆಗ ಪಶ್ಚಾತ್ತಾಪ ಪಡಲು ಸಮಯವೆಲ್ಲಿರುತ್ತಿತ್ತು ! ಈಗಲಾದರೋ ನಾನೊಬ್ಬ ಯೋಧ. ಚಂದ್ರಗುಪ್ತ ಮಹಾ ರಾಜರ ಸೇವಕ. ಅವರಿಗಾಗಿ ನಾನು ನಿರ್ಯೋಚನೆಯಿಂದ ಸಾಯಲು ಸಿದ್ಧ. ಆದರೆ ನನ್ನನ್ನು ಯುದ್ಧಕ್ಕೆ ಕರೆದುಕೊಂಡು ಹೋಗಲೇ ಇಲ್ಲವಲ್ಲ!"

ಅವನ ಮುಗ್ಧ ಮಾತುಗಳನ್ನು ಕೇಳಿ ಎಲ್ಲ ಜೋರಾಗಿ ನಕ್ಕುಬಿಟ್ಟರು. ಆದರೂ ಎಲ್ಲರ ಮನಸ್ಸಿನಲ್ಲೂ ಅವನ ಬಗ್ಗೆ ಮೆಚ್ಚಿಗೆಯ ಭಾವನೆಯಿತ್ತು.

"ಮಾತಂಗ" ಚಂದ್ರಗುಪ್ತ ಅವನ ಬೆನ್ನ ಮೇಲೆ ಕೈಯಿರಿಸಿ ಹೇಳಿದ, "ಈ ಸಲ ಖಂಡಿತ ನಿನ್ನನ್ನು ಜೊತೆಯಲ್ಲಿ ಕರೆದುಕೊಂಡು ಹೋಗುತ್ತೇನೆ. ನೀನು ಈಗಾಗಲೇ ಮಾಡಿರುವ ಸಿದ್ಧತೆಗಳಿಂದ ಪಿಪ್ಪಲಿವನದ ಮೇಲೆ ಯಾವ ಶತ್ರುವೂ ಆಕ್ರಮಣ ಮಾಡುವುದು ಸಾಧ್ಯವಿಲ್ಲ."

"ಆಚಾರ್ಯರು ಏನು ಹೇಳುತ್ತಾರೋ ?" ಮಾತಂಗ ಅನುಮಾನಿಸಿದ.

"ಅವರನ್ನು ಖಂಡಿತ ನಾನು ಒಪ್ಪಿಸುತ್ತೇನೆ" ಎಂದು ಚಂದ್ರಗುಪ್ತ ಭರವಸೆ ನೀಡಿದಾಗ, ಅವನು ಉತ್ಸಾಹದಿಂದ ಮೀಸೆಯ ಮೇಲೆ ಕೈಯಿರಿಸಿ ಎಲ್ಲರತ್ತ ನೋಡಿದ.

## ೬

ಶಿವದತ್ತನ ಮನೆಯ ಬಿಸಿಲು ಮಚ್ಚಿನಲ್ಲಿ ಒಂದು ಹಗ್ಗದ ಮಂಚದ ಮೇಲೆ ಚಾಣಕ್ಯ ಒಬ್ಬನೇ ಕುಳಿತಿದ್ದ. ಸ್ವಲ್ಪ ಹೊತ್ತಿಗೆ ಮುಂಚೆ ಊಟ ಮುಗಿದಿತ್ತು. ತಾನು ಒಂಟಿಯಾಗಿರಲು ಬಯಸಿ ಚಾಣಕ್ಯ ಬೇಕೆಂದೇ ಅಲ್ಲಿ ಮಂಚ ಹಾಕಿಸಿಕೊಂಡಿದ್ದ. ಶಿವದತ್ತನ ವಿಶ್ವಾಸದ ಬಲವಂತಕ್ಕೆ ಸ್ವಲ್ಪ ಹೆಚ್ಚೇ ಊಟ ಮಾಡಿಬಿಟ್ಟಿದ್ದ. ಹೊಟ್ಟೆ ಭಾರವಾಗಿತ್ತು. ಎದ್ದು ಸ್ವಲ್ಪ ಹೊತ್ತು ಅತ್ತಿತ್ತ ಅಡ್ಡಾಡಿದ. ನಂತರ ಬಂದು ಮತ್ತೆ ಮಂಚದ ಮೇಲೆ ಕುಳಿತ. ಆಕಾಶದತ್ತ ನೋಡಿದ. ಅಸಂಖ್ಯಾತ ನಕ್ಷತ್ರಗಳು ಥಳಥಳಿಸುತ್ತಿದ್ದವು. ಆ ಮಿನುಗುಗಳ ನಡುವೆ ಶುಕ್ಲಪಕ್ಷದ ಚಂದ್ರ ಸ್ವಲ್ಪ ಮಂಕಾಗಿರುವಂತೆ ಕಾಣುತ್ತಿದ್ದ. 'ಏ ನಕ್ಷತ್ರಗಳೇ ! ಚಂದ್ರ ಸವೆದು ಹೋಗಿರುವನೆಂದು ನೀವೆಲ್ಲ ಹಾಸ್ಯ ಮಾಡಿ ನಗುತ್ತಿರುವಿರಾ ? ಪೂರ್ಣಿಮೆ ಬಂದಾಗ ನೋಡಿ, ಪೂರ್ಣ ಚಂದ್ರನ ಮುಂದೆ ನೀವೇ ಮಂಕಾಗುತ್ತೀರ' ಎಂದು ಜೋರಾಗಿಯೇ ಹೇಳಿದ. ಮರುಕ್ಷಣದಲ್ಲಿ ತನ್ನಷ್ಟಕ್ಕೇ ತಾನೇ ನಕ್ಕುಕೊಂಡ.

'ಹೌದು, ಒಂದು ಪ್ರಮುಖ ಘಟ್ಟ ಮುಗಿದಂತಾಯಿತು. ಚಂದ್ರಗುಪ್ತನ ಅಭ್ಯುದಯ ಈಗ, ಶುಕ್ಲಪಕ್ಷದ ಚಂದ್ರ ಪೂರ್ಣಚಂದ್ರನಾಗುವಷ್ಟೇ ಖಚಿತವಾಗಿದೆ. ಅಲ್ಲ ಅಲ್ಲ, ಇದು ಚಂದ್ರಗುಪ್ತನೊಬ್ಬನ ಅಭ್ಯುದಯ ಮಾತ್ರ ಅಲ್ಲ, ಅದು ಆರ್ಯಾವರ್ತದ ಅಭ್ಯುದಯ ! ಸನಾತನ ಧರ್ಮದ ಅಭ್ಯುದಯ ! ಭರತವರ್ಷದ ಭಾಗ್ಯಜ್ಯೋತಿ ಉಜ್ವಲವಾಗಿ ಹೊಳೆಯುವ ಸುಮುಹೂರ್ತ ! ಅದಕ್ಕೆ ಈಗ ವೇದಿಕೆ ಸಿದ್ಧವಾಗಿದೆ. ಮುಂದೆ ಇರಿಸಬೇಕಾದದ್ದು ನಿರ್ಣಾಯಕ

ಹೆಜ್ಜೆ. ಆದರಲ್ಲಿ ಸ್ವಲ್ಪ ತಪ್ಪಾದರೂ ಸಾವಿರಾರು ಜನರ ಪ್ರಯತ್ನ ನಿಷ್ಫಲವಾಗುತ್ತದೆ. ಆರ್ಯಾವರ್ತವನ್ನು ಅಧರ್ಮ, ಅನೀತಿ, ಅರಾಜಕತೆಗಳ ಬಿಗಿಮುಷ್ಟಿಯಿಂದ ಬಿಡುಗಡೆ ಗೊಳಿಸುವ ಅವಕಾಶ ಮತ್ತೆಂದೂ ಸಿಗದಂತೆ ಕಳಚಿಹೋಗುತ್ತದೆ. ಅದರ ಹೊಣೆ ನನ್ನದೇ ಆಗುತ್ತದೆ. ಆದ್ದರಿಂದ ಸರಿಯಾಗಿ ಆಲೋಚಿಸಿ, ಯೋಜನೆಯನ್ನು ರೂಪಿಸಿ, ಆ ಯೋಜನೆಯನ್ನು ಒಂದಲ್ಲ, ಹತ್ತು ಸಲ ಪರಿಶೀಲಿಸಿ ಅಂತಿಮಗೊಳಿಸಬೇಕು.

'ಯವನರ ದಾಳಿಯಿಂದಾದ ಅನ್ಯಾಯಗಳಿಗಿಂತ, ಆದರಿಂದಾದ ಪ್ರಯೋಜನವನ್ನು ಮರೆಯುವಂತಿಲ್ಲ. ಹೌದು, ದೊಡ್ಡ ಪ್ರಯೋಜನವಾಗಿದೆ. ಸಣ್ಣಪುಟ್ಟ ಪ್ರಾಂತಗಳು, ಜನಪದಗಳಾಗಿ ಒಡೆದು ತಮ್ಮ ಸಂಕುಚಿತ ಸೀಮೆಯೊಳಗೆ ಹುಂಬತನದಿಂದ, ಅವಿವೇಕದ ಪ್ರತಿಷ್ಠೆಗಳಿಂದ ಮೆರೆಯುತ್ತಿದ್ದವರಿಗೆ ಯವನರು ಸರಿಯಾದ ಪೆಟ್ಟು ಕೊಟ್ಟರು. ಅವರ ಅಪಾರ ಸೇನೆ ಕಂಡ ಕೂಡಲೇ ಇವರಿಗೆ ತಮ್ಮ ಅಲ್ಪತನದ ಅರಿವಾಯಿತು ! ಯುದ್ಧ ಮಾಡು, ಇಲ್ಲವೇ ಶರಣಾಗು ಎಂದಾಗ ಆನೆ ಹಸುವನ್ನು ಬೆದರಿಸಿದಂತಾಯಿತು. ತೊಡೆ ನಡುಗಿ, ಗಂಟಲೊಣಗಿ ಬಹಳ ಜನ ಶರಣಾಗತರಾದರು. ಮೊಂಡು ಧೈರ್ಯದಿಂದ ಪ್ರತಿಭಟಿಸಿದವರನ್ನು ಆನೆ ತನ್ನ ಸೊಂಡಿಲಿಂದೆತ್ತಿ ನೆಲಕ್ಕೆಸೆದು, ನಿಮ್ಮ ಸ್ಥಾನ ಅಲ್ಲಿ, ಎಂದು ತೋರಿಸಿಕೊಟ್ಟಿತ್ತು. ಯಾವನೋ ವಿದೇಶೀಯ ಬಂದು, ನಮ್ಮನ್ನು ಯಃಕಶ್ಚಿತ್ತಾಗಿ ಕಂಡು ಅವಮಾನಿಸಿದ್ದು ಹಲವರಿಗೆ ನಾಚಿಕೆಯುಂಟು ಮಾಡಿರಬಹುದು. ಜನತೆಯಲ್ಲಂತೂ ಆ ಭಾವನೆ ಬಂತು. ತಮ್ಮನ್ನು ಆಳುವವರ ಹೇಡಿತನ, ಅಲ್ಪತನಗಳಿಗೆ ಜನರೇ ಹೇಸಿದರು. ಅಂಥವರನ್ನು ವಿಶಾಲ ಸಾಮ್ರಾಜ್ಯ, ಸುಭದ್ರ ಆಡಳಿತ, ನೆಮ್ಮದಿಯ ಸುರಕ್ಷಿತ ಜೀವನದ ಭರವಸೆ ನೀಡಿ ನಮ್ಮತ್ತ ಸೆಳೆದುಕೊಳ್ಳುವುದು ಸುಲಭವಾಯಿತು. ಆ ಭಾವನೆ ಹೊಸದಾಗಿರುವಾಗಲೇ ಮಗಧವನ್ನು ಗೆದ್ದುಬಿಟ್ಟರೆ, ಬಹುಪಾಲು ನಮ್ಮ ಕೆಲಸ ಮುಗಿಯುತ್ತದೆ. ಅನಂತರ ಉಳಿದ ಪ್ರದೇಶಗಳನ್ನು ಮಣಿಸುವುದು ಸುಲಭ. ಮಗಧ ಕೇಂದ್ರೀಕೃತವಾದ ವಿಶಾಲ ಸಾಮ್ರಾಜ್ಯ ಅಸ್ತಿತ್ವಕ್ಕೆ ಬಂದಿರುತ್ತದೆ. ಅಲ್ಲಿನ ಆಡಳಿತನೀತಿ, ಸ್ವಧರ್ಮಪ್ರಿಯತೆ ಇತ್ಯಾದಿ ಅಂಶಗಳು ಬೇರೆಯವರನ್ನು ಆಕರ್ಷಿಸುವುದು ಸಾಧ್ಯವಾಗುತ್ತದೆ. ಮಗಧವನ್ನು ಗೆದ್ದ ಕೂಡಲೇ ಧನನಂದನ ದುಷ್ಟ ಆಡಳಿತ ನೀತಿಗಳನ್ನೆಲ್ಲ ನಿರ್ನಾಮ ಮಾಡಿ, ಧರ್ಮ ರಕ್ಷಣೆ ಮತ್ತು ಪ್ರಜಾಕ್ಷೇಮವನ್ನು ದೃಷ್ಟಿಯಲ್ಲಿಟ್ಟುಕೊಂಡು ಹೊಸ ಆಡಳಿತ ಪದ್ಧತಿಯನ್ನು ಶೀಘ್ರವಾಗಿ ರೂಢಿಗೆ ತರಬೇಕು.

'ಹೌದು, ಅದು ಅತ್ಯಗತ್ಯವಾದ ಕೆಲಸ. ರಾಜನೆಂದ ಕೂಡಲೇ ಸ್ವಚ್ಛಂದ ಪ್ರವೃತ್ತಿ ಎಂಬ ಕೆಟ್ಟ ಪದ್ಧತಿಯನ್ನು ತಪ್ಪಿಸಬೇಕು. ರಾಜ ಹೀಗೇ ನಡೆದುಕೊಳ್ಳಬೇಕು, ರಾಜಾಧಿಕಾರಿಗಳು ಹೀಗೇ ವರ್ತಿಸಬೇಕು, ಪ್ರಜೆಗಳ ಯೋಗಕ್ಷೇಮಕ್ಕೆ ಇದು ಕರ್ತವ್ಯ, ಇದು ಕ್ರಮ ಇತ್ಯಾದಿ ಪ್ರಗತಿಶೀಲ ತಿಳುವಳಿಕೆ ಮೂಡಿಸಬೇಕು. ಯಾರು ಮೂಡಿಸುವವರು ? ಅಂಥ ಜ್ಞಾನಿಗಳು ಯಾರಿದ್ದಾರೆ ? ಅಥವಾ ಅಂಥವರಿದ್ದರೂ ಅವರ ಮಾತನ್ನು ಕೇಳುವವರಾರು ? ಯಾಜ್ಞವಲ್ಕ್ಯ, ಮನು ಮುಂತಾದವರ ಗ್ರಂಥಗಳಲ್ಲಿನ ರಾಜನೀತಿ, ಸಾಮಾಜಿಕ ನೀತಿಗಳಲ್ಲಿ ಹಲವು ದೋಷಗಳಿವೆ. ಕೆಲವು ಸಲ ಅವು ತಪ್ಪು ದಾರಿಗೇ ಎಳೆಯಬಹುದು. ಕಾಲ ಪ್ರವಾಹದಲ್ಲಿ ಹಳೆಯದು ಕೊಚ್ಚಿ ಹೋಗಿ ಹೊಸದು ಮೂಡುವುದು ಅಸಹಜವೇನಲ್ಲ. ಹಾಗೆಂದು ಹಳೆಯದನ್ನೆಲ್ಲ ತಿರಸ್ಕರಿಸಬೇಕಾಗಿಲ್ಲ. ಇವತ್ತಿನ ಹೊಸ ದೃಷ್ಟಿಯಿಂದ ನೋಡಿ, ಅವುಗಳಲ್ಲಿ ಪ್ರಸ್ತುತವಾದುದನ್ನು ಉಳಿಸಿಕೊಂಡು, ಕೆಲವನ್ನು ಬದಲಾಯಿಸಿ, ಕೆಲವು ಹೊಸವನ್ನು ರೂಪಿಸಿದರೇನು ತಪ್ಪು ?

'ಹೌದು, ಈಗ ಒಂದು ಅರ್ಥಶಾಸ್ತ್ರ ಅಥವಾ ರಾಜನೀತಿ ಶಾಸ್ತ್ರದ ಆಗತ್ಯವಿದೆ. ಅದನ್ನು ಇಂದಿನ ಆವಶ್ಯಕತೆಯ ಜೊತೆಗೆ ಸಾರ್ವಕಾಲಿಕ ದೃಷ್ಟಿಯಿರಿಸಿಕೊಂಡು ರಚಿಸಿದರೆ ರಾಜರಿಗೆ ಮಾರ್ಗದರ್ಶಕವಾಗುತ್ತದೆ. ರಾಜ ತಪ್ಪು ಮಾಡಿದಾಗ ಆ ಗ್ರಂಥವನ್ನು ಅಧ್ಯಯನ ಮಾಡಿದ ಜ್ಞಾನಿ ಅದನ್ನು ಎತ್ತಿ ತೋರಿಸಬಹುದು. ಅದು ಜನಾಭಿಪ್ರಾಯವೂ ಆಗಬಹುದು. ರಾಜನೇ ಅಧ್ಯಯನ ಮಾಡಿದರೆ ತಪ್ಪು ಮಾಡದ ಆದರ್ಶ ರಾಜನಾಗಬಹುದು.

'ಬೇರೆ ಯಾರೋ ಮಾಡುವರೆಂದು ಏಕೆ ಕಾಯಬೇಕು? ನಾನೇ ಆ ಪ್ರಯತ್ನ ಮಾಡಬಹುದಲ್ಲ! ಹೌದು, ಅದರಿಂದ ಚಂದ್ರಗುಪ್ತನಿಗೆ ಒಳಿತಾಗುತ್ತದೆ. ಹಳೆಯ ಗ್ರಂಥಗಳನ್ನು ಈ ದೃಷ್ಟಿಯಿಂದ ಇನ್ನೊಮ್ಮೆ ಅಧ್ಯಯನ ಮಾಡಬೇಕಾಗುತ್ತದೆ. ಮಾಡಿದರಾಯಿತು. ಜೊತೆಗೆ ಗಾಂಧಾರ, ಪಾಟಲೀಪುತ್ರ ಇತ್ಯಾದಿಗಳ ದಂಡಯಾತ್ರೆಯ ಪ್ರಾಯೋಗಿಕ ಅನುಭವವೂ ಉಪಯುಕ್ತವಾಗುತ್ತದೆ.

'ಆದರೆ ಈಗ ಅದಕ್ಕೆ ಬಿಡುವೆಲ್ಲಿದೆ? ಮಗಧವನ್ನು ಗೆಲ್ಲುವ ಕಡೆ ಕೇಂದ್ರೀಕೃತ ವಾಗುತ್ತಿರುವ ಮನಸ್ಸನ್ನು ಅತ್ತ ಸೆಳೆಯುವುದು ಹೇಗೆ? ಪ್ರತಿದಿನ ಸ್ವಲ್ಪ ಸಮಯವನ್ನು ಅರ್ಥಶಾಸ್ತ್ರದ ರಚನೆಗೆ ವಿನಿಯೋಗಿಸಲಾಗುವುದಿಲ್ಲವೆ? ಕಡೇ ಪಕ್ಷ ಅಧ್ಯಯನವನ್ನಾದರೂ ಮಾಡಬಹುದು. ಮಗಧದ ಆಕ್ರಮಣ ಮುಗಿದ ನಂತರ ರಚನೆಯನ್ನು ಆರಂಭಿಸಬಹುದು. ಹೌದು, ಅದೇ ಸರಿ. ನಾನು ಮಾಡಿದ ಅಧ್ಯಯನ, ಆ ಮೂಲಕ ನನ್ನಲ್ಲಿ ಮೂಡಿದ ಹೊಸ ಆಲೋಚನೆಗಳನ್ನು ಸಮಾಜಕ್ಕೆ ಕೊಡುವುದು ನನ್ನ ಕರ್ತವ್ಯ. ಕಾವ್ಯರಚನೆ ಮಾಡಿ ಮನರಂಜನೆ ನೀಡುವ ಕವಿಯಾಗುವ ಇಷ್ಟವಂತೂ ಇಲ್ಲ. ಅದರ ಬದಲು ಮನೋವಿಕಾಸ ಮಾಡುವ, ಸಮಾಜದ ಆರೋಗ್ಯಕ್ಕೆ ಉಪಯುಕ್ತವಾದ ಜ್ಞಾನದ ಬೆಳಕನ್ನು ನೀಡುವ ಶಾಸ್ತ್ರಕಾರನಾಗುತ್ತೇನೆ. ದಂಡನೀತಿ ಶಾಸ್ತ್ರವನ್ನು ಅಧ್ಯಯನ, ಅಧ್ಯಾಪನ ಮಾಡಿದ್ದಕ್ಕೆ ಇದೊಂದು ರಚನಾತ್ಮಕ ಕಾರ್ಯವಾಗುತ್ತದೆ.'

ಅದನ್ನೇ ಯೋಚಿಸುತ್ತ ಬಹಳ ಹೊತ್ತು ಕುಳಿತಿದ್ದ ಚಾಣಕ್ಯ ಆಮೇಲೆ ಮಲಗಿ ನಿದ್ರೆ ಹೋದ.

ಬೆಳಿಗ್ಗೆ ಸ್ನಾನ ಸಂಧ್ಯೋಪಾಸನೆಗಳನ್ನು ಮುಗಿಸಿ ಬರುವಷ್ಟರಲ್ಲಿ ಉಪಾಹಾರ ಸಿದ್ಧವಾಗಿತ್ತು. ಶಿವದತ್ತ ಮತ್ತು ಹರಿಸೇನ ಚಾಣಕ್ಯನಿಗಿಂತ ಮೊದಲೇ ಸಿದ್ಧರಾಗಿದ್ದರು. ಗೌತಮ ಬಡಿಸಿದ. "ಹೊತ್ತು ಹೊತ್ತಿಗೆ ಹೀಗೆ ಊಟ ನಿದ್ರೆಗಳಲ್ಲಿ ಮುಳುಗಿ ಬಿಟ್ಟರೆ ನನ್ನ ದೇಹ ಸ್ಥೂಲವಾಗಿ ಬಿಡುತ್ತದೆ ಶಿವದತ್ತ" ಎಂದ ಚಾಣಕ್ಯ ನಗುತ್ತ.

"ಹಾಗೆಂದು ದೇಹವನ್ನು ಒಣಗಿಸಲಾಗುತ್ತದೆಯೆ?" ಶಿವದತ್ತ ಹೇಳಿದ, "ಒಂದೆರಡು ದಿನ ಚೆನ್ನಾಗಿ ಊಟ ಮಾಡಿದ ಮಾತ್ರಕ್ಕೆ ದೇಹ ಸ್ಥೂಲವಾಗುವುದಿಲ್ಲ. ತಿಂಗಳುಗಳ ಕಾಲ ಸರಿಯಾದ ಪೋಷಣೆಯಿಲ್ಲದೆ ಆತಂಕದಲ್ಲೇ ಕಳೆದ ದೇಹಕ್ಕೆ ಕೆಲವು ದಿನ ವಿಶ್ರಾಂತಿಯೂ ಬೇಕು, ಒಳ್ಳೆಯ ಆಹಾರವೂ ಬೇಕು. ಶಕ್ತಿ ಕೂಡಬೇಕು. ಆಗಲೇ ಮತ್ತೆ ಕಾರ್ಯೋದ್ಯೋಗಕ್ಕೆ ದೇಹ ಸಜ್ಜಾಗುವುದು."

"ನೀವೂ ಯೋಧರಲ್ಲವೆ? ನಿಮ್ಮ ಮಾತು ಯೋಧರಿಗೆ ಸರಿ. ಏಕೆಂದರೆ ಅವರು ರಣರಂಗದಲ್ಲಿ ಪ್ರಾಣದ ಹಂಗು ತೊರೆದು ಹೋರಾಡುವ ಶ್ರಮಜೀವಿಗಳು. ಆದರೆ ನಾನು ಬರೀ ಬುದ್ಧಿಯಿಂದ ಬದುಕುವ ಬ್ರಾಹ್ಮಣ."

"ನಿಮ್ಮ ಬುದ್ಧಿಯಿರುವುದು ದೇಹದಲ್ಲಿ ಎಂಬ ಸತ್ಯ ನಿಮಗೆ ತಿಳಿಯದೆ ಆಚಾರ್ಯ ? ದೇಹವಿಲ್ಲದೆ ಬುದ್ಧಿಯೆಲ್ಲಿದೆ ? ಬುದ್ಧಿಯಿಲ್ಲದೆ ದೇಹ ಇದ್ದರೂ ಇರಬಹುದಲ್ಲವೆ ?"

"ಹೌದು ಶಿವದತ್ತ, ನಿಮ್ಮ ಮಾತು ನಿಜ. ಈ ಬಗ್ಗೆ ಹಿಂದೆ ನಾನೊಮ್ಮೆ ಆಲೋಚಿಸಿದ್ದೆ. ನನ್ನ ಆತ್ಮ ಶಕ್ತಿ ಎಷ್ಟೇ ಪ್ರಬಲವಾಗಿದ್ದರೂ, ದೇಹದ ಸಹಕಾರವಿಲ್ಲದಿದ್ದರೆ ಆದರಿಂದ ಯಾವ ಪ್ರಯೋಜನವೂ ಇಲ್ಲ"

"ಎರಡು ದಿನ ಉಪವಾಸವಿದ್ದು ನೋಡಿ. ಆಗಲೂ ನಿಮ್ಮ ಬುದ್ಧಿಶಕ್ತಿ ಮೊದಲಿನಷ್ಟೇ ಚುರುಕಾಗಿ ಕೆಲಸ ಮಾಡುತ್ತದೆಯೇ ಎಂದು ಪರೀಕ್ಷಿಸಿ. ವೈದ್ಯ ಹರಿಸೇನರು ಏನು ಹೇಳುತ್ತಾರೆ ?" ಎಂದು ಶಿವದತ್ತ ಹರಿಸೇನನತ್ತ ನೋಡಿದ.

"ವೈದ್ಯ ಶಾಸ್ತ್ರದ ಪ್ರಕಾರ ದೇಹದ ಪೋಷಣೆಗೆ ಷಡ್ರಸಗಳೂ ಬೇಕು. ಅವುಗಳಲ್ಲಿ ಯಾವುದರ ಕೊರತೆಯಾದರೂ, ಆದರ ಪರಿಣಾಮವಾಗಿ ಆರೋಗ್ಯದಲ್ಲಿ ಏರುಪೇರು ಕಾಣಿಸುತ್ತದೆ."

"ಹೌದು ಹೌದು."

"ವೈದ್ಯ ಶಾಸ್ತ್ರದ ಪ್ರಕಾರ ನಿಮ್ಮ ಮಾತು ಸರಿಯಿರಬಹುದು, ಹರಿಸೇನ. ಆದರೆ ನಮ್ಮ ಋಷಿಗಳು, ಸಿದ್ಧಪುರುಷರು ಅದೆಲ್ಲ ಸುಳ್ಳೆಂದು ಸಾಧಿಸಿದ್ದಾರೆ. ನಿರ್ಜಲ ನಿರಾಹಾರದಿಂದ ತಪಸ್ಸು ಮಾಡಿ ಸಿದ್ಧಿ ಪಡೆದವರಿದ್ದಾರೆ. ಗೆಡ್ಡೆ ಗೆಣಸುಗಳನ್ನೂ, ಎಲೆಗಳನ್ನೂ ತಿಂದುಕೊಂಡು ಗುರಿ ಸಾಧಿಸಿದವರಿದ್ದಾರೆ. ನಿಮ್ಮ ಷಡ್ರಸಗಳ ಸೂತ್ರ ಅವರ ವಿಷಯದಲ್ಲಿ ಸುಳ್ಳಲ್ಲವೆ ? ಎಲ್ಲರೂ ಋಷಿಗಳಲ್ಲವಲ್ಲ ಎಂದು ಶಿವದತ್ತರು ಕೇಳಬಹುದು. ಅದು ನಿಜ. ಆದರೆ ದೇಹದ ಪೋಷಣೆಗೆ ಆಹಾರ ಬೇಕೇ ಬೇಕು. ಅದು ಹಿತವಾಗಿರಬೇಕು. ಮತ್ತು ಮಿತವಾಗಿಯೂ ಇರಬೇಕು. ಪಂಚೇಂದ್ರಿಯಗಳು ಕ್ರಿಯಾಶೀಲವಾಗಿರಲು ಅದು ಅಗತ್ಯ. ಷಡ್ರಸಗಳಿಂದ ರುಚಿಕಟ್ಟಾದ ಆಹಾರ ಮಧುಪಾನ ಮಾಡಿದಂತೆ ಅಮಲೇರಿಸುತ್ತದೆ. ಅದು ನಮ್ಮ ಕ್ರಿಯಾಶೀಲತೆಯನ್ನು ಕುಂಠಿತಗೊಳಿಸುತ್ತದೆ. ಇದು ನನ್ನ ನಂಬಿಕೆ. ಸದ್ಯದಲ್ಲಂತೂ ನಾನು, ಚಂದ್ರಗುಪ್ತ ಎಲ್ಲರೂ ಇದನ್ನು ಪಾಲಿಸಬೇಕೆಂದು ನನ್ನ ಅಭಿಲಾಷೆ."

"ಅಂದರೆ ನೀನು ನನಗೂ ಪರೋಕ್ಷವಾಗಿ ಮಿತವಾಗಿ ತಿನ್ನು ಎಂದು ಹೇಳಿದಂತಾಯಿತು" ಎಂದ ಹರಿಸೇನ ನಗುತ್ತ.

ಶಿವದತ್ತನೂ ನಗುತ್ತ ಹೇಳಿದ, "ನಿಮಗೇನು ಅಜೀರ್ಣವಾದರೆ ನೀವೇ ಔಷಧಿ ತೆಗೆದುಕೊಳ್ಳಬಹುದು."

"ಅಜೀರ್ಣ ಮಾಡಿಕೊಂಡು ಔಷಧಿ ತೆಗೆದುಕೊಳ್ಳುವುದರ ಬದಲು, ಅಜೀರ್ಣ ವಾಗದಂತೆ ಎಚ್ಚರ ವಹಿಸುವುದೇ ಒಳ್ಳೆಯದು. ಚಾಣಕ್ಯನ ಆದೇಶದಂತೆ ನಡೆದರೆ ಅಜೀರ್ಣದ ಅವಕಾಶವೇ ಇರುವುದಿಲ್ಲ"

"ಇದರ ಬಗ್ಗೆ ನಾಳೆಯಿಂದ ಯೋಚಿಸೋಣ. ಈಗ ಅಜೀರ್ಣದ ಭಯವಿಲ್ಲದೆ ನನಗೋಸ್ಕರ, ಗೌತಮ ಮತ್ತು ಚಂದಕ ಮಾಡಿರುವುದನ್ನು ಹೊಟ್ಟೆ ತುಂಬ ತಿಂದುಬಿಡಿ. ಕಡೇಪಕ್ಷ ಅತಿಥಿ ಸತ್ಕಾರದ ಸಮಾಧಾನ ಮತ್ತು ಪುಣ್ಯ ನನಗೆ ಸಿಗಬೇಕೋ ಬೇಡವೋ ?" ಎಂದ ಶಿವದತ್ತ. ಚಾಣಕ್ಯ ಮತ್ತು ಹರಿಸೇನ ನಗುತ್ತಲೇ ಊಟ ಮುಂದುವರಿಸಿದರು.

ಅಲ್ಲಿಂದ ಚಾಣಕ್ಯ, ಹರಿಸೇನ ಮತ್ತು ಶಿವದತ್ತ ಅರಮನೆಗೆ ಹೊರಟರು. ಅರಮನೆಯಿಂದ ಪಲ್ಲಕ್ಕಿ ತರಿಸುವುದಾಗಿ ಶಿವದತ್ತ ಹೇಳಿದಾಗ ಬೇಡವೆಂದು ಹೇಳಿ ಚಾಣಕ್ಯ ನಡೆದುಕೊಂಡೇ ಹೊರಟ. ದಾರಿಯುದ್ದಕ್ಕೂ ಜನ ಕುತೂಹಲದಿಂದ ನೋಡುತ್ತಿದ್ದರು. ಕೆಲವರು ಗೌರವ ಪೂರ್ವಕವಾಗಿ ನಮಸ್ಕರಿಸುತ್ತಿದ್ದರು. ಕೆಲವರು ತೀರ ಭಾವುಕರಾಗಿ ಅವನ ಕಾಲುಗಳನ್ನು ಮುಟ್ಟುತ್ತಿದ್ದರು. ಅದು ಇಷ್ಟವಾಗದಿದ್ದರೂ, ಮುಜುಗರದಿಂದ ಚಾಣಕ್ಯ ಸಹಿಸಿಕೊಂಡ.

"ನೋಡಿದಿರಾ ಶಿವದತ್ತ, ಈ ಮುಗ್ಧ ಜನರ ಅಭಿಮಾನವನ್ನು ?"

"ಹೌದು ಆಚಾರ್ಯ, ಚಂದ್ರಗುಪ್ತನನ್ನು ತಮ್ಮ ರಾಜನನ್ನಾಗಿ ಮಾಡಿದ ಕಾರಣದಿಂದ ನಿಮ್ಮ ಬಗ್ಗೆ ಜನರ ಕೃತಜ್ಞತೆ ಅಪಾರವಾಗಿದೆ."

"ಇಂಥ ಜನರ ನಿಷ್ಕಳಂಕ ಪ್ರೇಮಕ್ಕೆ ರಾಜನಾದವನು ಹೇಗೆ ನಡೆದುಕೊಳ್ಳಬೇಕು ? ಷಡ್ರಸಗಳಿಂದ ಕೂಡಿದ ಸುಖ ಭೋಜನ ಮಾಡುತ್ತ, ಹಂಸತೂಲಿಕಾತಲ್ಪದ ಮೇಲೆ ಮಲಗಿ ಮದಿರೆ, ಮಾನಿನಿಯರ ಆಮೋದ ಪ್ರಮೋದಗಳಲ್ಲಿ ಮುಳುಗಬೇಕೆ ?"

"ಕ್ಷಮಿಸು ಚಾಣಕ್ಯ, ನನ್ನ ಮಾತನ್ನು ಇನ್ನೂ ನಿನ್ನ ಮನಸ್ಸಿನಲ್ಲಿಟ್ಟುಕೊಂಡಿದ್ದೀಯಾ ?" ಎಂದು ಹರಿಸೇನ ತುಸು ಪೆಚ್ಚಾಗಿ.

"ಇಲ್ಲ ಹರಿಸೇನ, ನಿನ್ನ ಮಾತನ್ನು ನಾನು ಅವಹೇಳನ ಮಾಡುತ್ತಿಲ್ಲ, ಈ ಸಂದರ್ಭದಲ್ಲಿ ಆ ಮಾತು ನೆನಪಾಯಿತು ಅಷ್ಟೆ. ದಯವಿಟ್ಟು ತಪ್ಪು ತಿಳಿಯಬೇಡ."

"ನಿಮ್ಮ ಮಾತು ನಿಜ ಆಚಾರ್ಯ" ಶಿವದತ್ತ ಹೇಳಿದ, "ಜನ ಎಷ್ಟು ಅಮಾಯಕರೆಂದರೆ ತಮಗಾಗಿ ಕಷ್ಟಪಡುವ ರಾಜ ಸುಖವಾಗಿರಲೆಂದೇ ಹಾರೈಸುತ್ತಾರೆ. ತಮ್ಮ ಕಷ್ಟ ಬಡತನಗಳನ್ನು ಲೆಕ್ಕಿಸದೆ ರಾಜನಿಗೆ, ಅವನ ಕುಟುಂಬಕ್ಕೆ ಶುಭ ಹಾರೈಸುತ್ತಾರೆ. ಅವನಿಗಾಗಿ ಪ್ರಾಣ ಕೊಡಲು ಮುಂದಾಗುತ್ತಾರೆ. ಅಂಥ ಪ್ರಜೆಗಳಿಗಾಗಿ ಹಗಲು ರಾತ್ರಿ ಚಿಂತಿಸುವವನೇ ನಿಜವಾದ ರಾಜ. ರಾಜತ್ವ ಹೂವಿನ ಹಾಸಿಗೆಯಲ್ಲ, ಮುಳ್ಳಿನ ಹಾಸಿಗೆ."

"ರಾಜತ್ವ ಮುಳ್ಳಿನ ಹಾಸಿಗೆಯೆಂದು ತಿಳಿದವನು ಮಾತ್ರ ತನ್ನ ಕರ್ತವ್ಯವನ್ನು ಮರೆಯುವುದಿಲ್ಲ, ಆದರೆ ಆ ಮುಳ್ಳಿನ ಹಾಸಿಗೆಯಲ್ಲೂ ಸುಖವಿದೆ. ಅದು ಪ್ರಜೆಗಳ ಮುಖದಲ್ಲಿ ಕಾಣುವ ಶಾಂತಿ, ನೆಮ್ಮದಿ. ಆ ಸುಖದ ಸ್ವಾರಸ್ಯವನ್ನು ಅನುಭವಿಸಬಲ್ಲ ರಾಜ, ಎಂದೂ ತನ್ನ ವೈಯಕ್ತಿಕ ಸುಖ ಭೋಗಗಳ ಬಗ್ಗೆ ಆಲೋಚನೆ ಮಾಡುವುದಿಲ್ಲ"

"ರವಿಗುಪ್ತರು ಹಾಗೇ ಇದ್ದರು. ಬಹುಶಃ ಚಂದ್ರಗುಪ್ತನೂ ನಿಮ್ಮ ನಿರೀಕ್ಷೆಯಂತೆ ನಡೆಯುವನೆಂಬ ಭರವಸೆ ನನಗಿದೆ" ಎಂದ ಶಿವದತ್ತ.

ಅವರು ಅರಮನೆಗೆ ಬರುವ ವೇಳೆಗೆ ಎಲ್ಲ ಅವರನ್ನೇ ನಿರೀಕ್ಷೆ ಮಾಡುತ್ತಿರುವಂತೆ ಆಗಲೇ ಓಲಗ ಶಾಲೆಯಲ್ಲಿ ಕುಳಿತಿದ್ದರು. ಎಲ್ಲ ಎದ್ದು ನಿಂತು ಗೌರವ ಸೂಚಿಸಿದರು. ಅಷ್ಟು ಹೊತ್ತಿಗೆ ದೇವಗುಪ್ತ, ಮಹಾನಂದ ಮತ್ತು ನಾಗರಿಕ ಸಮಿತಿಯ ಎಲ್ಲರೂ ಬಂದಿದ್ದರು.

ಚಾಣಕ್ಯನ ಆದೇಶದಂತೆ ಮೊದಲು ದೇವಗುಪ್ತ, ಶಿವದತ್ತ ಮತ್ತು ನಾಗರಿಕ ಸಮಿತಿಯ ಸದಸ್ಯರು ತಾವು ಈವರೆಗೆ ಮಾಡಿರುವ ಕೆಲಸಗಳು, ಜನತೆಯ ಸಮಸ್ಯೆಗಳು ಇತ್ಯಾದಿಗಳನ್ನು ವಿವರಿಸಿದರು. ಅವಕ್ಕೆಲ್ಲ ಸೂಕ್ತವಾದ ಪರಿಹಾರಗಳನ್ನು ಸೂಚಿಸಲಾಯಿತು.

ಭಂಡಾರಕ್ಕೆ ಬರುವ ಸಂಪನ್ಮೂಲಗಳು ಮತ್ತು ಅವುಗಳ ವಿನಿಯೋಗದ ಬಗ್ಗೆ ಚಾಣಕ್ಯ ಸೂಕ್ತ ತಿಳುವಳಿಕೆ ನೀಡಿದ. ಅನ್ಯಾಯದ್ದೆಂದು ಭಾವಿಸಿದ್ದ ಕರಗಳನ್ನು ತೆಗೆದುಹಾಕಿ, ಹೆಚ್ಚಾದುವನ್ನು ಕಡಿಮೆ ಮಾಡಿ, ವ್ಯಾಪಾರ ವಾಣಿಜ್ಯಗಳು ಸುಲಲಿತವಾಗಿ ನಡೆಯುವಂತೆ ಕ್ರಮ ತೆಗೆದುಕೊಳ್ಳಬೇಕೆಂದು ಆದೇಶಿಸಿದ. ಯುದ್ಧದಲ್ಲಿ ತೊಡಗಿರುವುದರಿಂದ ಸಾಮಾನ್ಯ ಜನರ ಜೀವನ ಆ ಕಾರಣದಿಂದ ಆತಂಕಗೊಳ್ಳದಂತೆ ನೋಡಿಕೊಳ್ಳುವಂತೆ ಎಚ್ಚರಿಕೆ ನೀಡಿದ.

"ಆಚಾರ್ಯ, ನನ್ನದೊಂದು ಕೋರಿಕೆ" ದೇವಗುಪ್ತ ಕೇಳಿದ.

"ಏನು ಹೇಳಿ."

"ಈ ಅಮಾತ್ಯ ಪದವಿ ನನಗೆ ಬೇಡ. ರವಿಗುಪ್ತರ ಕಾಲದಲ್ಲಿ ನಿಷ್ಠೆಯಿಂದ ಕೆಲಸ ಮಾಡಿದೆ. ಚಂದ್ರಗುಪ್ತ ರಾಜನಾದ. ಅದೇ ನನಗೆ ಸಂತೋಷ. ನನಗೂ ವಯಸ್ಸಾಯಿತು. ಉತ್ಸಾಹಿಗಳಾದ ಬೇರೆ ಯಾರನ್ನಾದರೂ ನೇಮಿಸಿ."

"ಕೂಡದು ಅಮಾತ್ಯರೇ" ಚಂದ್ರಗುಪ್ತ ಹೇಳಿದ, "ನಿಮ್ಮಂಥ ಅನುಭವಿಗಳ ನೆರವು ನಮಗೆ ಬೇಕು."

"ಹೌದು ದೇವಗುಪ್ತ" ಚಾಣಕ್ಯ ಹೇಳಿದ, "ಚಂದ್ರಗುಪ್ತನ ನೆಲೆ ಮಗಧ, ಪಾಟಲೀಪುತ್ರವೆಂದು ನಿಮಗೆ ಗೊತ್ತಿಲ್ಲವೆ ? ಇಲ್ಲಿ ನೀವು, ಶಿವದತ್ತರಂಥ ವಯೋವೃದ್ಧರು, ಜ್ಞಾನವೃದ್ಧರು ಮತ್ತು ನಿಷ್ಠಾವಂತರ ಸೇವೆ ಪಿಪ್ಪಲಿವನಕ್ಕೆ ಬೇಕು."

"ನಾವೇ ಆಗಬೇಕೆಂದಿಲ್ಲ ಆಚಾರ್ಯ, ನಮ್ಮ ಮಹಾನಂದನಂಥ ಉತ್ಸಾಹಿ ತರುಣರಿದ್ದಾರೆ" ಎಂದ ಶಿವದತ್ತ.

"ಶಿವದತ್ತರೇ, ನಾನು ಅಧಿಕಾರದ ಆಸೆಯಿಂದ ಇಷ್ಟೆಲ್ಲ ಮಾಡಿದೆನೆಂದು ನಿಮ್ಮ ಅಭಿಪ್ರಾಯವೇ ?" ಮಹಾನಂದ ಹೇಳಿದ, "ನಾನು ನನ್ನ ಬಾಲ್ಯಮಿತ್ರ ಚಂದ್ರಗುಪ್ತನಿಗಾಗಿ, ಪಿಪ್ಪಲಿವನದ ಜನತೆಯ ಗೌರವಕ್ಕಾಗಿ ಈ ಕೆಲಸ ಮಾಡಿದೆ ಅಷ್ಟೆ. ಆಚಾರ್ಯ, ದೇವಗುಪ್ತರು, ಶಿವದತ್ತರು ಎಷ್ಟು ಗೌರವಾನ್ವಿತರೆಂದು ಎಲ್ಲರಿಗೂ ಗೊತ್ತಿದೆ."

"ಸಲಹೆ ಸೂಚನೆ ಕೊಡಲು ನಾವೆಲ್ಲ ನಿನ್ನ ಜೊತೆಗೇ ಇರುತ್ತೇವಲ್ಲ ಮಹಾನಂದ ?" ಎಂದ ದೇವಗುಪ್ತ.

"ನಾನು, ನನ್ನಂತೆ ಇನ್ನು ಅನೇಕರು ನಿಮ್ಮ ಜೊತೆಗಿರುತ್ತೇವೆ. ನೀವೇ ಆ ಪದವಿಯಲ್ಲಿರಬೇಕು" ಎಂದ ಮಹಾನಂದ.

"ಒಂದು ಕೆಲಸ ಮಾಡೋಣ" ಚಾಣಕ್ಯ ಹೇಳಿದ, "ಮಹಾನಂದ ಮತ್ತು ಇನ್ನು ಕೆಲವು ತರುಣರು ಆಡಳಿತದ ಒಳಹೊರಗುಗಳನ್ನು ತಿಳಿಯುವವರೆಗೂ ಶಿವದತ್ತ ಮತ್ತು ದೇವಗುಪ್ತರು ಪದವಿಯಲ್ಲಿರಲಿ. ಒಂದೆರಡು ವರ್ಷಗಳ ನಂತರ ಅವರು ವಿಶ್ರಾಂತಿ ಪಡೆಯಲಿ."

ಎಲ್ಲ ಅದನ್ನು ಅನುಮೋದಿಸಿದರು. ಅನಿವಾರ್ಯವಾಗಿ ಮಹಾನಂದ, ಶಿವದತ್ತ ಮತ್ತು ದೇವಗುಪ್ತ ಆ ಸಲಹೆಯನ್ನು ಒಪ್ಪಲೇಬೇಕಾಯಿತು.

ಇದೇ ಸಮಯವನ್ನು ಉಪಯೋಗಿಸಿಕೊಂಡು ಮಾತಂಗ "ಆಚಾರ್ಯ ನಾನೂ ಇಲ್ಲಿರುವುದಿಲ್ಲ, ಈ ಸಲ ನಿಮ್ಮೆಲ್ಲರ ಜೊತೆ ನಾನೂ ಇರಬೇಕು" ಎಂದ.

ಚಾಣಕ್ಯ ಆವನತ್ತ ನೋಡಿದ. ತಾನು ಒಪ್ಪಿಸುವುದಾಗಿ ಹೇಳಿದ್ದರೂ, ಮತ್ತೆ ಅವನು ಮಾತನಾಡಿದ್ದನ್ನು ಕಂಡು ಚಂದ್ರಗುಪ್ತ ಕಸಿವಿಸಿಗೊಂಡ. ಉಳಿದವರು ಚಾಣಕ್ಯ ಏನು ಹೇಳುವನೋ ಎಂದು ಕುತೂಹಲದಿಂದ ನೋಡತೊಡಗಿದರು.

''ನಾನು ಬೇಡವೆಂದರೆ ?'' ಎಂದ ಚಾಣಕ್ಯ ಗಂಭೀರವಾಗಿ.

ಒಂದು ಕ್ಷಣ ಪೆಚ್ಚಾದ ಮಾತಂಗ ಎಲ್ಲರ ಕಡೆ ಕಳ್ಳನೋಟ ಬೀರಿ ಉಗುಳು ನುಂಗಿದ. ''ಬೇಡವೆಂದರೆ ನಾನು ಹೊರಟುಹೋಗುತ್ತೇನೆ'' ಎಂದ ಧೈರ್ಯ ವಹಿಸಿ.

''ಎಲ್ಲಿಗೆ ?''

''ಶ್ರಾವಸ್ತಿಗೆ.''

''ಅಲ್ಲೇನು ಮಾಡುತ್ತಿ ?''

''ಏನು ಮಾಡಲಿ ? ಮತ್ತೆ ಚೋರವೃತ್ತಿಗೇ ಮರಳುತ್ತೇನೆ.''

''ಚಂದ್ರಗುಪ್ತನ ಸಾಮ್ರಾಜ್ಯದಲ್ಲಿ ಚೋರರಿಗೆ ಉಳಿಗಾಲವಿದೆಯೆಂದುಕೊಂಡಿದ್ದೀಯಾ ?''

''ಹಾಗಾದರೆ, ಆಮೇಲೆ ಸಿಕ್ಕಿಬಿದ್ದು ಸೆರೆಯಲ್ಲಿ ಹಾಕುವುದರ ಬದಲು, ಈಗಲೇ ನನ್ನನ್ನು ಸೆರೆಮನೆಗೆ ದೂಡಿಬಿಡಿ'' ಎಂದ ಮಾತಂಗ ಅಳುಮುಖ ಮಾಡಿಕೊಂಡ.

ಎರಡು ಕ್ಷಣ ಗಂಭೀರ ಮೌನ. ನಂತರ ಚಾಣಕ್ಯ ಜೋರಾಗಿ ನಕ್ಕುಬಿಟ್ಟ. ಮಾತಂಗ ಮತ್ತಷ್ಟು ಪೆಚ್ಚಾಗಿ ಚಾಣಕ್ಯನತ್ತ ನೋಡಿದ. ಚಾಣಕ್ಯ ಅವನ ಹತ್ತಿರ ಬಂದು ಹೇಳಿದ, ''ಮಾತಂಗ, ನೀನು ಮತ್ತೆ ಚೋರನಾಗುವ ಅಗತ್ಯವಿಲ್ಲ. ಮಗಧದ ಆಕ್ರಮಣದಲ್ಲಿ ನೀನಿರುತ್ತಿ, ನಿಶ್ಚಿಂತೆಯಿಂದಿರು. ಚಂದ್ರಗುಪ್ತನ ಅಂಗರಕ್ಷಕನಾಗಿ ನೀನು ಅವನ ಜೊತೆಯಲ್ಲೇ ಸದಾ ಇರುವೆಯಂತೆ.''

ವಿಪರೀತ ಸಂತೋಷವಾಗಿ ಮಾತಂಗ ತಕ್ಷಣ ಬಾಗಿ ಚಾಣಕ್ಯನ ಪಾದ ಮುಟ್ಟಿ ನಮಸ್ಕರಿಸಿದ. ಎಲ್ಲರಿಗೂ ಸಂತೋಷವಾಯಿತು.

ಆಡಳಿತಕ್ಕೆ ಸಂಬಂಧಿಸಿದ ಚರ್ಚೆಗಳೆಲ್ಲಾ ಮುಗಿದ ನಂತರ ಶಿವದತ್ತ, ದೇವಗುಪ್ತ, ಮಹಾನಂದ, ಇತರ ಗಣ್ಯರೆಲ್ಲ ಹೊರಟುಹೋದರು. ಅರಮನೆಯಲ್ಲಿ ಉಳಿದವರು ಚಾಣಕ್ಯ, ಚಂದ್ರಗುಪ್ತ ಮತ್ತು ಅವನ ಮಿತ್ರರು ಮಾತ್ರ.

ಆಗ ಚಂದ್ರಗುಪ್ತ ಹಿಂಜರಿಯುತ್ತಲೇ ಹೇಳಿದ, ''ಆಚಾರ್ಯ, ನನ್ನ ತಾಯಿಯವರಿಗೆ ಮತ್ತು ಧನಂಜಯನಿಗೆ ನಮ್ಮ ಕ್ಷೇಮ ಸಮಾಚಾರದ ಸುದ್ದಿ ಕಳಿಸುವುದು ಒಳ್ಳೆಯದಲ್ಲವೆ ?''

''ಹೌದು, ನಮ್ಮ ಕಾರ್ಯಗಳು ಒಂದು ಘಟ್ಟ ಮುಟ್ಟಿರುವ ಈ ಸಂದರ್ಭದಲ್ಲಿ ಅವರಿಗೂ ಸುದ್ದಿ ಕಳಿಸಬೇಕು. ಹಸ್ತಿನಾವತಿಗೂ ಕಳಿಸಬೇಕು. ಅವರ ಕ್ಷೇಮಕ್ಕಿಂತ, ನಮ್ಮ ಕ್ಷೇಮದ ಬಗ್ಗೆ ಅವರೆಲ್ಲ ಆತಂಕಗೊಂಡಿರುತ್ತಾರೆ. ಈ ಸಲ ಚಂದಕನ ಜೊತೆಯಲ್ಲಿ ಬೇರೆ ಯಾರಾದರೂ ಹೋಗಿಬರಲಿ. ಗೌತಮ ಪಾಟಲೀಪುತ್ರಕ್ಕೆ ಹೋಗಿಬಂದನಲ್ಲ.''

''ಹೌದು, ಅಲ್ಲಿಂದ ಪಾಟಲೀಪುತ್ರಕ್ಕೂ ಸುದ್ದಿ ತಲಪಿಸಬಹುದು'' ಎಂದ ಚರಣ, ''ಮುಖ್ಯವಾಗಿ ನಮ್ಮ ಗುಪ್ತಚಾರರಿಗೆ ತಮ್ಮ ಕಾರ್ಯ ಚಟುವಟಿಕೆಗಳನ್ನು ತೀವ್ರಗೊಳಿಸುವಂತೆ ಸೂಚನೆ ಕೊಡಬಹುದು.''

''ಹಾಗಲ್ಲ ಚರಣ'' ಚಾಣಕ್ಯ ಹೇಳಿದ, ''ಪಾಟಲೀಪುತ್ರಕ್ಕೆ ಪ್ರತ್ಯೇಕವಾಗಿಯೇ ಸುದ್ದಿ ಕೊಡಬೇಕು. ಅದು ಬರೀ ಸುದ್ದಿಯಲ್ಲ. ಅಲ್ಲಿನ ವಿವರಗಳನ್ನು ಗೌತಮ ತಂದಿದ್ದ. ಈಗಿನ

ಪರಿಸ್ಥಿತಿಯಲ್ಲಿ ನಮ್ಮ ಆಲೋಚನೆ, ನಾವು ಕೈಗೊಳ್ಳಬಹುದಾದ ಮುಂದಿನ ಕಾರ್ಯಗಳೇನು, ಎಂಬುದರ ಮೇಲೆ ಅವರಿಗೆ ಸೂಕ್ತ ಆದೇಶಗಳನ್ನು ನೀಡಬೇಕಾಗುತ್ತದೆ. ಅದಕ್ಕೆ ನಾನು ಇನ್ನಷ್ಟು ಯೋಚಿಸಿ ನಿರ್ಧರಿಸಬೇಕು. ಅದಕ್ಕೆ ಕೆಲವು ದಿನ ತಡವಾಗಬಹುದು.''

ಚಂದಕನೊಂದಿಗೆ ನಂದಿಕೇಶನೇ ಹೋಗಲು ಮುಂದೆ ಬಂದ. ಇನ್ನೆರಡು ದಿನಗಳಲ್ಲಿ ಕುದುರೆಗಳ ಮೇಲೆ ಪ್ರಯಾಣ ಹೊರಡಲು ಸಿದ್ಧರಾಗುವಂತೆ ಚಾಣಕ್ಯ ಸೂಚನೆ ನೀಡಿದ.

ಆದರೆ ಅವರಿಗೆಲ್ಲ ಒಂದು ಆಶ್ಚರ್ಯ ಕಾದಿತ್ತು. ಅದೇ ದಿನ ಸಂಜೆ ಚಾಣಕ್ಯ ಹರಿಸೇನ ನೊಂದಿಗೆ ಶಿವದತ್ತನ ಮನೆಯ ಕಡೆಗೆ ಹೊರಡಬೇಕೆಂದು ಸಿದ್ಧನಾಗುವಷ್ಟರಲ್ಲಿ ಚರಣ ಓಡಿ ಬಂದು, ''ಆಚಾರ್ಯ ತಾಯಿಯವರು ಬಂದಿದ್ದಾರೆ'' ಎಂದ ಉತ್ಸಾಹದಿಂದ.

''ತಾಯಿಯವರು ?'' ಚಾಣಕ್ಯನಿಗೆ ಒಂದು ಕ್ಷಣ ಅರ್ಥವಾಗಲಿಲ್ಲ, ''ಯಾವ ತಾಯಿಯವರು ?'' ಎಂದ.

''ವಿಶಾಖ ತಾಯಿಯವರು.''

''ಹಾಂ ! ಹೌದೇ !'' ಎಂದು ಅವನು ಅಚ್ಚರಿಪಡುವಷ್ಟರಲ್ಲಿ ವಿಶಾಖ ಮತ್ತು ಲಕ್ಷ್ಮಿ ವರುಣನೊಂದಿಗೆ ಒಳಬಂದರು. ''ಅಮ್ಮಾ!'' ಎಂದ ಚಾಣಕ್ಯ ಸಂತೋಷದಿಂದ.

''ಚಾಣಕ್ಯ ಚೆನ್ನಾಗಿದ್ದೀಯಾ ?'' ಎಂದು ವಿಶಾಖ ಹತ್ತಿರ ಬಂದು ಅವನ ತಲೆ ನೇವರಿಸಿದಳು. ಪರಸ್ಪರ ಗೌರವಾರ್ಪಣೆಗಳು ಮುಗಿದವು.

''ನನ್ನ ಕಣ್ಣನ್ನೇ ನಾನು ನಂಬಲಾಗುತ್ತಿಲ್ಲ, ಇಂದು ಮಧ್ಯಾಹ್ನ ತಾನೆ ಹಸ್ತಿನಾವತಿಗೆ ಸುದ್ದಿ ಕಳಿಸುವ ಮಾತು ಬಂತು. ಆದರೆ ನೀವೇ ಪ್ರತ್ಯಕ್ಷವಾಗುವಿರೆಂದು ಕಲ್ಪನೆಯನ್ನೂ ಮಾಡಿರಲಿಲ್ಲ, ಬನ್ನಿ ಬನ್ನಿ ಕುಳಿತುಕೊಳ್ಳಿ.''

ಎಲ್ಲ ಕುಳಿತುಕೊಂಡರು. ಚಂದ್ರಗುಪ್ತ ಮತ್ತು ಅವನ ಮಿತ್ರರೆಲ್ಲ ಬಂದು ಅವರಿಗೆ ನಮಸ್ಕರಿಸಿ ಕ್ಷೇಮ ಸಮಾಚಾರ ವಿಚಾರಿಸಿಕೊಂಡರು. ವರುಣ ಅವರ ಜೊತೆ ಕುಳಿತು ಪಿಸು ಪಿಸು ಮಾತಾಡತೊಡಗಿದ

ಹರಿಸೇನ ಕಣ್ಣರಳಿಸಿ ವಿಶಾಖಳ ಮುಖವನ್ನೇ ನೋಡುತ್ತ ''ನೀನು ಅದೇ ವಿಶಾಖ ಅಲ್ಲವೆ ? ತಕ್ಷಶಿಲೆಯಲ್ಲಿ... ನಿನ್ನ ತಂದೆ ಶೇಖರ..''

ಅವಳೂ ಅವನ ಮುಖವನ್ನೇ ನೋಡುತ್ತ ''ನೀವು ವೈದ್ಯ ಹರಿಸೇನರಲ್ಲವೆ ?'' ಎಂದಳು ಆಚ್ಚರಿಯಿಂದ.

''ಆದರೆ ಚಾಣಕ್ಯ ನಿನ್ನನ್ನು ಅಮ್ಮ ಎನ್ನುತ್ತಿದ್ದಾನೆ ?... ನನಗೆ ಅರ್ಥವಾಗುತ್ತಿಲ್ಲ!''

ಚಾಣಕ್ಯ ನಗುತ್ತಾ ಹೇಳಿದ, ''ಹೌದು ಹರಿಸೇನ, ಅದೇ ವಿಶಾಖ, ಇಂದು ನನ್ನ ತಾಯಿ, ಈಕೆ ಇವಳ ತಾಯಿ.''

''ಇವಳ ತಾಯಿಯೇ ?''

''ಹೌದು ನನಗೆ ವಿಶಾಖ ಹೇಗೆ ತಾಯಿಯೋ, ಹಾಗೇ ಲಕ್ಷ್ಮಿ ನನ್ನ ತಾಯಿಯ ತಾಯಿ.''

ಇನ್ನೂ ಅವನು ಅರ್ಥವಾಗದೆ ತಲೆಕೆಡಿಸಿಕೊಳ್ಳುತ್ತಿರುವಾಗ ''ಅದನ್ನೆಲ್ಲ ನಿಧಾನವಾಗಿ ಹೇಳುತ್ತೇನೆ'' ಎಂದ.

''ಹರಿಸೇನರೇ, ಅಂದು ನೀವು ತಕ್ಷಶಿಲೆಯಲ್ಲಿ ನನ್ನ ತಂದೆಯ ಅನಾರೋಗ್ಯಕ್ಕೆ ಚಿಕಿತ್ಸೆ

ನೀಡಿ, ಮಾಡಿದ ಉಪಕಾರವನ್ನು ನಾನೆಂದೂ ಮರೆಯಲಾರೆ'' ಎಂದಳು ವಿಶಾಖ ಕೃತಜ್ಞತೆಯಿಂದ.

''ಅಂದೂ ಹೇಳಿದೆ, ಇಂದೂ ಹೇಳುತ್ತಿದ್ದೇನೆ, ಅದು ನನ್ನ ಕರ್ತವ್ಯ.''

''ತಕ್ಷಶಿಲೆಯಲ್ಲೇ ಇದ್ದಿದ್ದರೆ ನನ್ನ ತಂದೆ ಇನ್ನಷ್ಟು ಕಾಲ ಉಳಿಯುತ್ತಿದ್ದರು. ನಾವು ಅಲ್ಲೇ ಉಳಿದಿದ್ದರೆ ... ಮುಂದಿನ ನನ್ನ ಬದುಕು...'' ಹಳೆಯದೆಲ್ಲ ನೆನಪಿಗೆ ಬಂದು ಮಾತು ನಿಲ್ಲಿಸಿದ ವಿಶಾಖ, ತಕ್ಷಣ ತಲೆ ಕೊಡವಿ, ''ಬಿಡಿ, ಭೂತಕಾಲದ ಕಹಿಯನ್ನು ಎಳೆದು ತಂದು, ವರ್ತಮಾನದ ಸಿಹಿಯನ್ನು ಕಹಿ ಮಾಡಿಕೊಳ್ಳುವುದೇಕೆ ?''

''ಹಾಗಲ್ಲಮ್ಮ'' ಚಾಣಕ್ಯ ಹೇಳಿದ, ''ಭೂತದ ಬೇರುಗಳಿಂದಲೇ ವರ್ತಮಾನದ ಗಿಡ ಚಿಗುರುವುದು. ಬೇರಿನಲ್ಲೇ ಉರಿಯಿರಬಹುದು. ಆದರೆ ಆ ಉರಿಯೇ ನಿನ್ನನ್ನು ಇಂದು ಪರಿಪಕ್ವಜೀವಿಯನ್ನಾಗಿ ಮಾಡಿರುವುದು. ಆ ಉರಿಯಿಲ್ಲದಿದ್ದರೆ ಬಹುಶಃ ನೀನು ಈ ದಿನ ನನಗೆ ತಾಯಿಯ ಸ್ಥಾನದಲ್ಲಿರುತ್ತಿರಲಿಲ್ಲ.''

''ನಿನ್ನಷ್ಟು ತಿಳಿವಳಿಕೆ ನನಗಿಲ್ಲ ಚಾಣಕ್ಯ.''

''ನಿನ್ನಲ್ಲಿ ಬುದ್ಧಿಯ ತಿಳಿವಳಿಕೆ ಕಡಿಮೆಯಿರಬಹುದು, ಆದರೆ ಹೃದಯದ ವಾತ್ಸಲ್ಯ, ಮಾರ್ದವತೆಗಳಿವೆ. ಆ ವಾತ್ಸಲ್ಯ, ಮಾರ್ದವತೆಗಳಿಗೆ ಬುದ್ಧಿಗೂ ಗೋಚರಿಸದ ಎಷ್ಟೋ ಅಂಶಗಳು ಗೋಚರಿಸುತ್ತವೆ.''

''ಇಷ್ಟೊಂದು ಹೊಗಳಿ, ಎಲ್ಲರೆದುರಿಗೆ ನಾನು ತಲೆತಗ್ಗಿಸುವಂತೆ ಮಾಡಬೇಡ ಚಾಣಕ್ಯ.''

''ತಲೆ ತಗ್ಗಿಸುವ ವಿಷಯವಲ್ಲ ತಾಯಿ'' ಚಂದ್ರಗುಪ್ತ ಹೇಳಿದ, ''ತಲೆಯೆತ್ತಿ ಹೆಮ್ಮೆ ಪಡಬೇಕಾದ ಸಂಗತಿ.''

''ಹೌದು'' ಚರಣನೂ ದನಿಗೂಡಿಸಿದ, ''ಅಂದು ಪಾಟಲೀಪುತ್ರದಿಂದ ಅವಮಾನಿತರಾಗಿ, ಪ್ರಜ್ವಲಿಸುತ್ತಾ, ಜಗತ್ತನ್ನೇ ಸುಟ್ಟುಬಿಡುವ ಅಥವಾ ತಮ್ಮನ್ನೇ ನಾಶ ಮಾಡಿಕೊಳ್ಳುವ ಅಗ್ನಿಗೋಲದಂತೆ ಉರಿಯುತ್ತಿದ್ದ ಆಚಾರ್ಯರಿಗೆ ಪುನರ್ಜನ್ಮ ನೀಡಿದವರು ನೀವು. ಅಂದು ನಿಮ್ಮ ಭೇಟಿಯಾಗದಿದ್ದರೆ ಇಂದಿನ ಆಚಾರ್ಯ ಚಾಣಕ್ಯರು ಇರುತ್ತಿರಲಿಲ್ಲವೇನೋ !''

''ಆ ಸಂತೋಷ, ಸಮಾಧಾನ ನನಗಿದೆ'' ಎಂದಳು ವಿಶಾಖ.

''ಸರಿ, ಉಳಿದ ವಿಷಯಗಳನ್ನು ಆಮೇಲೆ ಮಾತಾಡೋಣ. ಮೊದಲು ನಾವು ಶಿವದತ್ತರ ಮನೆಗೆ ಹೋಗೋಣ'' ಎಂದ ಚಾಣಕ್ಯ.

''ಅವರು ಇಲ್ಲೇ ಇದ್ದರಾಗದೆ ?'' ಎಂದ ಚಂದ್ರಗುಪ್ತ.

''ಇಲ್ಲ ಚಂದ್ರಗುಪ್ತ'' ವಿಶಾಖ ಹೇಳಿದಳು, ''ನನ್ನ ಮಗನಿದ್ದ ಕಡೆ ನಾವೂ ಇರಬೇಕು. ಅವನೊಂದಿಗೆ ನಾನು ಬಹಳ ಮಾತಾಡಬೇಕು. ನಿಮ್ಮೊಂದಿಗೂ ಮಾತಾಡಬೇಕು. ನಾಳೆ ಬರುತ್ತೇನೆ.''

ಹರಿಸೇನ, ಲಕ್ಷ್ಮಿ ಮತ್ತು ವಿಶಾಖಳೊಂದಿಗೆ ಚಾಣಕ್ಯ ಶಿವದತ್ತನ ಮನೆಗೆ ಬಂದ. ಅವರನ್ನು ಕಂಡು ಗೌತಮ ಮತ್ತು ಚಂದಕ ಸಂಭ್ರಮಗೊಂಡರು. ಶಿವದತ್ತನಿಗೂ ಅವರ ಪರಿಚಯವಾಯಿತು. ಇದ್ದಕ್ಕಿದ್ದಂತೆ ತನ್ನ ಮನೆ ಜನಗಳಿಂದ ತುಂಬಿದ್ದು ಶಿವದತ್ತನಿಗೆ ಇಮ್ಮಡಿ ಉತ್ಸಾಹವನ್ನುಂಟು ಮಾಡಿತು. ಚಂದಕ ಮತ್ತು ಗೌತಮನಿಗೆ ಬಿಡದೆ ಲಕ್ಷ್ಮಿ ಮತ್ತು

ವಿಶಾಖ ತಾವೇ ಅಡಿಗೆ ಮನೆ ಸೇರಿದರು. ಅಂದೂ ಅವರು ಹಬ್ಬದೂಟವನ್ನೇ ಸಿದ್ಧಪಡಿಸಿದರು.

ಊಟಕ್ಕೆ ಕುಳಿತಾಗ ವಿಶಾಖ ತಾನೇ ಉಪಚರಿಸುತ್ತ ಬಡಿಸಿದಳು. ಚಾಣಕ್ಯ ಮರುಮಾತಾಡದೆ ಊಟ ಮಾಡುತ್ತಿದ್ದ. ಹರಿಸೇನ ಮತ್ತು ಶಿವದತ್ತ ಮುಖ ಮುಖ ನೋಡಿಕೊಂಡರು. ಅದು ಅರ್ಥವಾದವನಂತೆ, ಮುಖದಲ್ಲಿ ತುಸು ನಗು ತಂದುಕೊಂಡು ಚಾಣಕ್ಯ ತಾನೇ ಹೇಳಿದ, "ನೀವಿಬ್ಬರೂ ಏಕೆ ಮುಖ ಮುಖ ನೋಡಿಕೊಂಡಿರಿ ? ನಿಮ್ಮ ಮನಸ್ಸಿನಲ್ಲಿರುವ ಪ್ರಶ್ನೆಯೇನೆಂದು ನನಗೆ ಗೊತ್ತು. ಷಡ್ರಸಗಳ ಚರ್ಚೆಯನ್ನು ನಾನು ಮರೆತಿಲ್ಲ ಹರಿಸೇನ. ಅಷ್ಟೆಲ್ಲಾ ಮಾತಾಡಿದವನು ಈಗ ರುಚಿಯಾದ ಹಬ್ಬದೂಟವನ್ನು ಸದ್ದಿಲ್ಲದೆ, ಉಣ್ಣುತ್ತಿರುವನೆಂದು ನಿಮಗೆ ಅಚ್ಚರಿ, ಅನುಮಾನ ಎಲ್ಲ ಉಂಟಾಗಿದೆ. ಆದರೆ ಬಡಿಸುತ್ತಿರುವವಳು ನನ್ನ ತಾಯಿ. ಅವಳು ಮಾಡಿ ಬಡಿಸಿದ ಅಡಿಗೆಯನ್ನು ನಾನು ಹೊಟ್ಟೆ ತುಂಬ ಉಂಡರೆ ತುಂಬಾ ಸಂತೋಷಪಡುತ್ತಾಳೆ. ಅವಳ ಸಂತೋಷಕ್ಕಾಗಿ ನಿಮ್ಮೆದುರು ಅವಮಾನವಾದರೂ ನಾನು ಚಿಂತಿಸುವುದಿಲ್ಲ."

ಹರಿಸೇನ ಮತ್ತು ಶಿವದತ್ತ ಜೋರಾಗಿ ನಕ್ಕರು. ಚಾಣಕ್ಯ ತಾನೂ ಅವರ ನಗುವಿನಲ್ಲಿ ಭಾಗಿಯಾದ. ಕಾರಣವೇನೆಂದು ವಿಶಾಖ ಕೇಳಿದಾಗ ಶಿವದತ್ತ ಸಂಕ್ಷಿಪ್ತವಾಗಿ ವಿವರಿಸಿದ.

## ೧೦

ಮರುದಿನ ಚಾಣಕ್ಯ ಮತ್ತು ಹರಿಸೇನರೊಂದಿಗೆ ವಿಶಾಖ ಅರಮನೆಗೆ ಬಂದಳು. ಎಲ್ಲರನ್ನೂ ಪ್ರೀತಿ, ಆದರಗಳಿಂದ ವಿಚಾರಿಸಿಕೊಂಡಳು. ಚಾಣಕ್ಯ ಗಾಂಧಾರದಿಂದ ಇಲ್ಲಿಯವರೆಗೆ ನಡೆದ ಘಟನೆಗಳು, ಜಯಗಳು ಎಲ್ಲವನ್ನೂ ವಿವರಿಸಿದ. ಅವಳಿಗೆ ಸಂತೋಷವಾಯಿತು. "ಬಹಳ ಸಂತೋಷ ಚಾಣಕ್ಯ. ನೀನು ಹಿಡಿದ ಗುರಿಯತ್ತ ಸಾಗುತ್ತಿದ್ದೀಯ" ಎಂದು ಮೆಚ್ಚಿ ನುಡಿದಳು. ಚಂದ್ರಗುಪ್ತನನ್ನು ನೋಡಿ, "ರಾಜನಾಗಿ ಪಟ್ಟಾಭಿಷೇಕವಾದ ಮೇಲೆ ನಿನ್ನ ಮುಖದಲ್ಲಿ ರಾಜಕಳೆ ಬಂದುಬಿಟ್ಟಿದೆ" ಎಂದು ಹಾಸ್ಯ ಮಾಡಿದಳು.

"ಅಮ್ಮ, ಸುಳ್ಳು ಹೇಳಬೇಡಿ" ಚಂದ್ರಗುಪ್ತ ಸಂಕೋಚದಿಂದ ಹೇಳಿದ, "ಬೇಕಾದರೆ ತುಸು ಪ್ರೌಢಕಳೆ ಬಂದಿದೆಯೆಂದು ಹೇಳಿ, ಒಪ್ಪುತ್ತೇನೆ. ಏಕೆಂದರೆ ಆಚಾರ್ಯರ ಸಂಪರ್ಕದಲ್ಲಿ, ಸಂಚಾರದ ಅನುಭವಗಳಲ್ಲಿ ನನ್ನ ಬುದ್ಧಿ, ಮನಸ್ಸು ಸ್ವಲ್ಪ ಮಟ್ಟಿಗಾದರೂ ವಿಕಾಸಗೊಂಡು, ನಾನು ಪ್ರೌಢನಾಗಿರಬಹುದು."

ಸ್ವಲ್ಪ ಹೊತ್ತು ಲೋಕಾಭಿರಾಮವಾಗಿ ಮಾತನಾಡಿದ ನಂತರ, ಗಂಭೀರಳಾದ ವಿಶಾಖ ಹೇಳಿದಳು, "ಇಲ್ಲಿ ತುಂಬು ಸಂಸಾರದಂತೆ ನೀವೆಲ್ಲ ಗೆಲುವಾಗಿರುವುದನ್ನು ನೋಡಿದರೆ ನನಗೆ ಅಸೂಯೆಯಾಗುತ್ತಿದೆ."

"ನೀವೂ ಬಂದು ನಮ್ಮ ಜೊತೆಯಲ್ಲೇ ಇದ್ದುಬಿಡಿ" ಎಂದ ಚರಣ.

"ಲಕ್ಷ್ಮಿ ಅಮ್ಮ ಹಾಗೇ ಹೇಳುತ್ತಿದ್ದಾಳೆ. ನಾವಿಬ್ಬರೇ ಒಂಟಿಯಾಗಿ ಇಲ್ಲೇಕೆ ಕಷ್ಟ ಪಡುವುದು. ಎಲ್ಲರ ಜೊತೆ ನಾವೂ ನಮ್ಮ ಕೈಲಾದ ಕೆಲಸ ಮಾಡಿಕೊಂಡು ಇದ್ದುಬಿಡೋಣ ಎಂದು ಒತ್ತಾಯಿಸುತ್ತಲೇ ಇದ್ದಾಳೆ. ಆದರೆ ಚಾಣಕ್ಯ ಏನು ಹೇಳುತ್ತಾನೋ, ಎಂಬ

ಸಂದೇಹದಿಂದ ಸುಮ್ಮನಿರಬೇಕಾಯಿತು. ಆದರೂ ಬಹಳ ದಿನವಾಯಿತಲ್ಲ ಸುದ್ದಿ ಸಮಾಚಾರಗಳೇನೂ ಇಲ್ಲದೆ ಮನಸ್ಸು ಆತಂಕಗೊಂಡಿತು. ಚಾಣಕ್ಯ ಆಕ್ಷೇಪಿಸಿದರೂ ಚಿಂತೆಯಿಲ್ಲ ಎಂದು ವರುಣನನ್ನು ಕರೆದುಕೊಂಡು ಬಂದೇಬಿಟ್ಟೆವು."

"ಆಕ್ಷೇಪವೇಕೆ ?" ಚಾಣಕ್ಯ ಹೇಳಿದ, "ನಿಮ್ಮನ್ನು ನೋಡುವ ಕಾತರ ನಮ್ಮಲ್ಲೂ ಇತ್ತು. ಆದರೆ ಅದಕ್ಕಿಂತ ನಾವು ಹಿಡಿದ ಕಾರ್ಯ ಮುಖ್ಯವಲ್ಲವೆ ? ಸದ್ಯದಲ್ಲಿ ನೆನಪಿನ ಮೂಲಕ ಹೃದಯ ತೇವಗೊಳಿಸುವ ಭಾವುಕತೆಗೆ ಮಾತ್ರ ನಾವು ಸೀಮಿತರಾಗಬೇಕಮ್ಮ. ಅದಕ್ಕಿಂತ ಹೆಚ್ಚಾದರೆ ಅದು ನಮ್ಮ ಕರ್ತವ್ಯದ ಮೇಲೆ ಪರಿಣಾಮ ಬೀರಬಹುದು."

"ನನಗೆ ಅರ್ಥವಾಗುತ್ತದೆ ಚಾಣಕ್ಯ. ಕೆಲವು ದಿನವಾದರೂ ನಾವು ನಿಮ್ಮ ಜೊತೆ ಇದ್ದು ಹೋಗಬಹುದೇ ?"

"ಅದಕ್ಕೆ ನನ್ನ ಅಭ್ಯಂತರವೇನೂ ಇಲ್ಲ, ಆದರೆ ಸಂಚಾರ ಮಾಡುವ ಆಸೆಯಿದ್ದರೆ ನನ್ನದೊಂದು ಸಲಹೆ."

"ಏನು ಚಾಣಕ್ಯ ?"

"ಹೇಗಿದ್ದರೂ ನಾಳೆ ಚಂದ್ರಗುಪ್ತನ ತಾಯಿ ಶಿವಾಲಿಗೆ ಸುದ್ದಿ ಕೊಡಲು ಒಂದಿಬ್ಬರು ಇಲ್ಲಿಂದ ಹೊರಡುತ್ತಿದ್ದಾರೆ. ನೀವೂ ಅವರ ಜೊತೆ ಹೋಗಿ ಕೆಲವು ದಿನ ಕಾಲ ಕಳೆಯಬಹುದು. ನಮ್ಮ ಕಾರ್ಯ ಯಶಸ್ವಿಯಾದರೆ ಅಲ್ಲಿಂದ ಪಾಟಲೀಪುತ್ರಕ್ಕೆ ಬರಬಹುದು."

"ಒಳ್ಳೆಯ ಆಲೋಚನೆ" ವಿಶಾಖ ಉತ್ಸಾಹಗೊಂಡಳು. "ಆಕೆಯನ್ನು ನೋಡಬೇಕೆಂಬ ಆಸೆ ನನ್ನಲ್ಲೂ ಇತ್ತು. ಅಲ್ಲದೆ ಚಂದ್ರಗುಪ್ತನ ರಾಣಿಯಾಗಲಿರುವ ಉಜ್ವಲ, ಸುಗಂಧಿ ಎಲ್ಲರನ್ನೂ ಕಂಡು ಮಾತಾಡಬೇಕೆಂದು ಆಸೆಯಿದೆ."

"ಕಾಲಕ್ರಮದಲ್ಲಿ ಎಲ್ಲವೂ ಈಡೇರುತ್ತದೆ."

"ಆಚಾರ್ಯ" ಚಂದ್ರಗುಪ್ತ ಹೇಳಿದ, "ಇವರನ್ನು ಕುದುರೆಬಂಡಿಯಲ್ಲಿ ಕಳಿಸಿಬಿಡೋಣ. ಸುರಕ್ಷಿತವಾಗಿ ಮತ್ತು ಶೀಘ್ರವಾಗಿ ತಲಪುತ್ತಾರೆ. ಬೇಕಾದರೆ ಶ್ರೀಗುಪ್ತ ಮತ್ತು ನಂದಿಕೇಶ ಜೊತೆಯಲ್ಲಿ ಹೋಗಿ ಬಿಟ್ಟು ಬರಲಿ."

"ಆಗಬಹುದು" ಎಂದ ಚಾಣಕ್ಯ.

"ಆಗಲಿ ಮಗು" ವಿಶಾಖ ಚಂದ್ರಗುಪ್ತನಿಗೆ ಹೇಳಿದಳು, "ವರುಣ ಇಲ್ಲೇ ಇರಲಿ, ಅವನಿಗೆ ನಿಮ್ಮೆಲ್ಲರ ಜೊತೆ ಇರಬೇಕೆಂದು ಆಸೆ."

ಆ ದಿನ ರಾತ್ರಿ ಶಿವದತ್ತನ ಮನೆಯಲ್ಲಿ ವಿಶಾಖ ತನಗೆ ತಾಯಿಯಾದ ಬಗೆಯನ್ನು ಚಾಣಕ್ಯ ಹರಿಸೇನನಿಗೆ ವಿವರಿಸಿದ. ತಕ್ಷಶಿಲೆಯಲ್ಲಿದ್ದಾಗ ಅವಳ ಬಗ್ಗೆ ಸ್ವಲ್ಪಮಟ್ಟಿನ ಆಕರ್ಷಣೆಯಿದ್ದರೂ, ತನ್ನ ಸ್ವಭಾವಕ್ಕೆ ಅದು ಹೊಂದುವುದಿಲ್ಲವೆಂದು ಉದಾಸೀನ ಮಾಡಿದ್ದನ್ನು ಅವಳೆದುರಿಗೇ ಸಂಕೋಚವಿಲ್ಲದೆ ಹೇಳಿದ. ಅವಳೂ ಕೂಡ, ತನ್ನದಲ್ಲದ ವಿಷಯವನ್ನು ಹೇಳುತ್ತಿರುವಂತೆ ನಿರ್ಲಿಪ್ತತೆಯಿಂದ, ತಾನು ಅಂದಿನ ವಿಷ್ಣುಗುಪ್ತನ ಬಗ್ಗೆ ಇಟ್ಟುಕೊಂಡಿದ್ದ ಆಸೆ, ಕಟ್ಟಿಕೊಂಡಿದ್ದ ಕನಸುಗಳನ್ನು ವಿವರಿಸಿದಳು. ಆದರೆ ಅವನಿಂದ ಉತ್ತೇಜನಾಕಾರಿ ಪ್ರತಿಕ್ರಿಯೆ ಬಾರದಿದ್ದುದರಿಂದ ತಂದೆಯೆದುರು ಪ್ರಸ್ತಾಪಿಸುವ ಧೈರ್ಯವಾಗದೆ ನಿರಾಸೆಪಟ್ಟದ್ದನ್ನು ಹೇಳಿದಳು. ನಂತರ ತನ್ನ ಮದುವೆ, ಅದರ ಪರಿಣಾಮ, ಪಟ್ಟ ಕಷ್ಟಗಳು, ಲಕ್ಷ್ಮಿ ಸಹಾಯಕ್ಕೆ ಬಂದದ್ದು, ವಿಷ್ಣುಗುಪ್ತನನ್ನು ಮದುವೆಯಾಗಿದ್ದರೆ ತನ್ನ ಬಾಳು ಹೀಗಾಗುತ್ತಿರಲಿಲ್ಲವೇನೋ

ಎಂಬ ಭಾವನೆ ಎಲ್ಲವನ್ನೂ ಹೇಳಿಕೊಂಡಳು. "ಆ ಸ್ಥಿತಿಯಲ್ಲಿ ಚಾಣಕ್ಯ ಲಕ್ಷ್ಮಿಯ ಮನೆಯ ಬಾಗಿಲಿಗೆ ಬಾರದಿದ್ದರೆ, ಅವನು ಎಚ್ಚರಗೊಂಡಾಗ ನನ್ನನ್ನು ತಾಯಿ ಎಂದು ಕರೆಯದಿದ್ದರೆ ನನ್ನಲ್ಲಿ ಆ ಹಳೆಯ ಭಾವನೆ ಉಳಿದುಬಿಡುತ್ತಿತ್ತೇನೋ ! ತಾಯಿಯೆಂದು ಕರೆದು ಚಾಣಕ್ಯ ನನ್ನನ್ನು ಉಳಿಸಿದ. ನನ್ನ ಮಗನಾಗಿ ನನ್ನನ್ನು ದೊಡ್ಡವಳನ್ನಾಗಿ ಮಾಡಿದ."

"ವಿಧಿ ನನ್ನ ಬಾಯಲ್ಲಿ 'ಅಮ್ಮ' ಎಂದು ಆಡಿಸಿತು. ಅದೇ ಭಾವನೆಯನ್ನು ಹೃದಯದಲ್ಲಿ ಸ್ಥಿರಗೊಳಿಸಿತು. ನಾನು ಅಂದುಕೊಂಡ ಗುರಿಸಾಧನೆಗೆ ಅದು ಎಂಥ ನೈತಿಕ ಧೈರ್ಯವನ್ನು ನೀಡಿದೆಯೆಂದು ಇಂದು ಅರ್ಥವಾಗುತ್ತಿದೆ ಹರಿಸೇನ. ವಿಶಾಖ ತಕ್ಷಶಿಲೆಯನ್ನು ಬಿಟ್ಟ ನಂತರ ನಡೆದ ಘಟನೆಗಳಿಗೆ, ನಾನು ಸಂಸಾರಿಯಾಗಿದ್ದರೆ ಈಗಿನಂತೆ ಪ್ರತಿಕ್ರಿಯಿಸುತ್ತಿರಲಿಲ್ಲವೆಂದು ಕಾಣುತ್ತದೆ. ಆರ್ಯಾವರ್ತವನ್ನು ಸನಾತನ ಧರ್ಮದ ಅಡಿಪಾಯದ ಮೇಲೆ ಕಟ್ಟುವ ನನ್ನ ಕನಸು ಆರಂಭಕ್ಕೆ ಮೊದಲೇ ಕಮರಿ ಹೋಗುತ್ತಿತ್ತು."

ಹರಿಸೇನ ಮತ್ತು ಶಿವದತ್ತರ ಮುಖದಲ್ಲಿ ವಿಸ್ಮಯವಿತ್ತು, ಮೆಚ್ಚಿಗೆಯಿತ್ತು. "ವಿಷ್ಣುಗುಪ್ತ ಚಾಣಕ್ಯನಾದ ಆ ಗಳಿಗೆಯೇ ಆರ್ಯಾವರ್ತದ ಇತಿಹಾಸದಲ್ಲಿ ಮಂಗಳ ಮುಹೂರ್ತ" ಎಂದ ಹರಿಸೇನ, ಮರುಕ್ಷಣದಲ್ಲಿ "ಮಾತಿನಲ್ಲಿ ಮೆಚ್ಚಿಗೆ ಸೂಚಿಸುವುದು ಅಪಚಾರವಾಗುವುದೇನೋ ! ಮನಸ್ಸಿನಲ್ಲಿ ಗೌರವ ಸಲ್ಲಿಸುವುದೇ ವಿಹಿತ" ಎಂದ.

"ಅಂದಿನಿಂದ ನಮ್ಮ ಕಾರ್ಯಗಳಿಗೆ ವಿಶಾಖ ಮತ್ತು ಲಕ್ಷ್ಮಿ ಎಷ್ಟೊಂದು ಬಗೆಯಲ್ಲಿ ಬೆಂಬಲ ನೀಡಿದ್ದಾರೆ ಗೊತ್ತೆ ಹರಿಸೇನ ! ಅವರ ಮನೆ ನಮ್ಮವರಿಗೆ ಆಶ್ರಯಸ್ಥಾನ. ಅಕ್ಕರೆಯ ಉಪಚಾರದೊಂದಿಗೆ ಲಕ್ಷ್ಮಿತಾಯಿ ತನ್ನ ಧನವನ್ನೂ ಅಪಾರವಾಗಿ ವಿನಿಯೋಗಿಸಿದ್ದಾಳೆ" ಎಂದ ಚಾಣಕ್ಯ.

"ಧನ ?" ಲಕ್ಷ್ಮಿ ಸಣ್ಣಗೆ ನಗುತ್ತ ಹೇಳಿದಳು, "ಧನವಿರುವುದು ಏತಕ್ಕೆ ? ಕೂಡಿಡುವುದಕ್ಕೇ ? ಅಥವಾ ಒಬ್ಬರ ಸುಖವೈಭೋಗಕ್ಕೇ ? ಅಲ್ಲ ಚಾಣಕ್ಯ, ಧನವಿರುವುದು ಸದುದ್ದೇಶಕ್ಕೆ ವಿನಿಯೋಗಿಸುವುದಕ್ಕೆ. ಧನದಿಂದ ಎಷ್ಟು ಸುಖ ಪಡಬಹುದು ? ಆ ಸುಖ ಶಾಶ್ವತವೇ ? ಸುಖ ಪಡುವ ನಾವು ಶಾಶ್ವತವೇ ? ನಮಗಾಗಿ ವೆಚ್ಚ ಮಾಡಿಕೊಂಡದ್ದು ಒಂದು ದಿನ ಮುಗಿಯುತ್ತದೆ. ಒಳ್ಳೆಯ ಉದ್ದೇಶಕ್ಕೆ ವೆಚ್ಚ ಮಾಡಿದ್ದು ನಾಲ್ಕು ಕಾಲ ಉಳಿಯುತ್ತದೆ. ಅದಕ್ಕೆ ಅವಕಾಶ ಮಾಡಿಕೊಟ್ಟ ನಿನಗೆ ನಾನು ಕೃತಜ್ಞಳಾಗಿರಬೇಕು."

"ಧನವಿರುವ ಧನಿಕರೆಲ್ಲ ನಿನ್ನಂತೆ ಯೋಚಿಸಿದರೆ ಧನಸಂಗ್ರಹ, ಅದರಿಂದಾಗುವ ದುಷ್ಪರಿಣಾಮಗಳು ಇರುವುದಿಲ್ಲ ತಾಯಿ" ಎಂದ ಶಿವದತ್ತ.

"ನಿನ್ನ ಮಾತು ನಿಜ ಶಿವದತ್ತ" ಚಾಣಕ್ಯ ಹೇಳಿದ, "ಧನಪಿಶಾಚಿಯಾದ ಧನನಂದ ತನ್ನ ಧನ ಸಂಗ್ರಹಕ್ಕೆ ಎಷ್ಟು ಜನರನ್ನು ಕಾಡಿದ್ದಾನೆ, ಗೋಳಾಡಿಸಿದ್ದಾನೆ, ಎಷ್ಟೊಂದು ಜನರನ್ನು ಕೊಂದಿದ್ದಾನೆ ಎಂದು ಯೋಚಿಸಿದರೆ ಲಕ್ಷ್ಮಿತಾಯಿಯ ಮಾತು ಎಷ್ಟು ಸತ್ಯ ಎನಿಸುತ್ತದೆ. ಬಹುಶಃ ಧನನಂದನಲ್ಲಿ ಧನಸಂಗ್ರಹದ ಲಾಲಸೆಯಿಲ್ಲದಿದ್ದರೆ ಒಳ್ಳೆಯ ರಾಜನಾಗು ತ್ತಿದ್ದನೇನೋ !" ಎಂದು ಎಂಬತ್ತು ಕೋಟಿ ಸಂಗ್ರಹದ ವಿಷಯ, ಧನಂಜಯನ ಮಗನೂ ಸೇರಿದಂತೆ ಹಲವರ ಕೊಲೆ, ಭಾಗುರಾಯಣನ ಸೋದರಳಿಯ ಶ್ರೀಗುಪ್ತ ಹೇಗೋ ತಪ್ಪಿಸಿಕೊಂಡು ಬಂದದ್ದು ಎಲ್ಲವನ್ನೂ ವಿವರಿಸಿ ಕಡೆಯಲ್ಲಿ ಹೇಳಿದ, "ಧನನಂದ ತನ್ನ

ಕುದುರೆಯ ಮೇಲೆ ತನ್ನ ಸಂಪತ್ತನ್ನೆಲ್ಲ ಹೊತ್ತು ಸಾಗುವೆನೆಂದು ಭ್ರಮಿಸುತ್ತಿದ್ದಾನೆ. ಆದರೆ ಆ ಕುದುರೆಯೂ ಕುಸಿದು ಬೀಳಬಹುದು, ತಾನೂ ಬೀಳಬಹುದು, ತನ್ನ ಸಂಪತ್ತು ತನ್ನ ಮೇಲೇ ಬಿದ್ದು ತಾನು ನಾಶವಾಗಬಹುದೆಂದು ಅವನು ಯೋಚಿಸಿಯೇ ಇಲ್ಲ. ಅವನ ಎಂಭತ್ತು ಕೋಟಿ ಧನವನ್ನು ಅವನು ಯಾರನ್ನು ಸುಲಿದು ಸಂಗ್ರಹಿಸಿದ್ದನೋ, ಅದೇ ಪ್ರಜೆಗಳ ಕ್ಷೇಮಕ್ಕಾಗಿ ವಿನಿಯೋಗಿಸಲು ನಾನು ನಿರ್ಧರಿಸಿದ್ದೇನೆ.''

''ಅಷ್ಟೊಂದು ಹಣದಿಂದ ಮಗಧವನ್ನು ಸಮೃದ್ಧವಾಗಿ ಮಾಡಬಹುದು'' ಎಂದ ಶಿವದತ್ತ.

''ಬರೀ ಮಗಧವಲ್ಲ ಶಿವದತ್ತ, ಚಂದ್ರಗುಪ್ತನ ಆಳ್ವಿಕೆಯಲ್ಲಿ ಇಡೀ ಆರ್ಯಾವರ್ತವೇ ಸಮೃದ್ಧ ಸಾಮ್ರಾಜ್ಯವಾಗಬೇಕು, ಜನರೆಲ್ಲ ಸುಖ ಸಂತೋಷದಿಂದ ಬಾಳಬೇಕು. ಅದು ಈಡೇರುವುದೆಂಬ ಭರವಸೆ ಉಂಟಾದ ತಕ್ಷಣ ನಾನು ಈ ರಾಜನೀತಿಯ ಗೊಂದಲದಿಂದ ದೂರವಾಗುತ್ತೇನೆ.''

''ದೂರವಾಗುತ್ತೇನೆ ಎಂದರೆ ? ಎಲ್ಲಿಗೆ ಹೋಗುತ್ತೀಯಾ ?'' ಎಂದ ಹರಿಸೇನ.

''ನನ್ನ ಅಧ್ಯಾಪಕ ವೃತ್ತಿಯಿದೆ, ಅಧ್ಯಯನದ ಕರ್ತವ್ಯವಿದೆ.''

''ಈಗ ನನಗೆ ಅರ್ಥವಾಯಿತು'' ವಿಶಾಖ ಹೇಳಿದಳು, ''ನಾವು ಹಸ್ತಿನಾವತಿಯನ್ನು ಬಿಟ್ಟು ಬರಲು ನೀನೇಕೆ ಒಪ್ಪಿಗೆ ಕೊಡುತ್ತಿಲ್ಲವೆಂದು.''

''ಹೌದಮ್ಮ, ನನ್ನ ನೆಲೆ ಅಲ್ಲೇ, ತಕ್ಷಶಿಲೆಯ ಬಳಿಯ ಕಾಡಿನ ಏಕಾಂತದಲ್ಲಿ ಕಟ್ಟಿರುವ ಗುರುಕುಲ. ನೀನು ಮತ್ತು ಲಕ್ಷ್ಮಿತಾಯಿ ಹಸ್ತಿನಾವತಿಯಲ್ಲೇ ಇದ್ದು ಆಗಾಗ ಬಂದು ಹೋಗಬಹುದು. ಇಲ್ಲವೇ ನೀವೂ ಗುರುಕುಲದಲ್ಲೇ ಇರಬಹುದು. ಅಂಥ ಪ್ರಶಾಂತ ಜೀವನ ನಿಮಗೂ ಅಗತ್ಯವಿದೆ ಎಂದು ನನ್ನ ಭಾವನೆ.''

''ಖಂಡಿತ ಇದೆ'' ಲಕ್ಷ್ಮಿ ಹೇಳಿದಳು, ''ಅಲ್ಲಿದ್ದರೆ ನಿನ್ನ ಶಿಷ್ಯರಿರುತ್ತಾರೆ. ಆ ಮಕ್ಕಳ ಪೋಷಣೆಯಲ್ಲಿ ನಾವು ನೆಮ್ಮದಿ ಸಂತೋಷಗಳನ್ನು ಕಾಣಬಹುದು.''

''ಈ ತಾಯ್ತನದ ಹಿರಿಮೆಯೇ ನಮ್ಮ ಸನಾತನ ಸಂಸ್ಕೃತಿಯ ತಿರುಳು ಹರಿಸೇನ'' ಚಾಣಕ್ಯ ಹೇಳಿದ, ''ಒಬ್ಬಳು ಗಂಡ ಮಕ್ಕಳಿಲ್ಲದ ವೃದ್ಧೆ, ಇನ್ನೊಬ್ಬಳು ಗಂಡ ಮಕ್ಕಳಿಲ್ಲದ ತರುಣಿ. ಅವಳಿಗಿಂತ ದೊಡ್ಡವನಾದ ನನ್ನನ್ನು ಮಗನೆಂದು ಒಪ್ಪಿಕೊಂಡಳು. ಆ ತಾಯ್ತನದ ಸವಿಯನ್ನು ನೀಡಿದಳು. ಈಗ ಬೇರೆ ಯಾರದೋ ಮಕ್ಕಳನ್ನು ತಮ್ಮ ಮಕ್ಕಳಂತೆ ಪೋಷಿಸಿ ಸಾರ್ಥಕವಾಗುವ ಮಾತಾಡುತ್ತಿದ್ದಾರೆ. ಸ್ತ್ರೀಶಕ್ತಿ ತಾಯ್ತನದ ಮಹಿಮೆಯಿಂದ ದೈವತ್ವಕ್ಕೇರುತ್ತದೆ. ಆ ತಾಯ್ತನದ ಸ್ಪರ್ಶದಿಂದಲೇ ಅತಿ ಒರಟನಾದ, ಕೆಲವು ವಿಷಯಗಳಲ್ಲಿ ಅತಿ ಕಠಿಣವಾಗಿ ಉದ್ಧಟತನದಿಂದ ವರ್ತಿಸುವ ನನ್ನಂಥವನೂ ಮೃದುವಾಗುತ್ತಾನೆ. ಹೃದಯದ ಬಾಗಿಲನ್ನು ಮುಚ್ಚಿ ಬುದ್ಧಿಯ ಪ್ರಖರತೆಯಲ್ಲಿ ಪ್ರಜ್ವಲಿಸುತ್ತಿದ್ದ ನಾನು ಈಗ ಹೃದಯದ ಬಾಗಿಲನ್ನು ತೆರೆಯುತ್ತೇನೆ. ಅದರ ದನಿಗೆ ಆಗಾಗ ಕಿವಿಗೊಡುತ್ತೇನೆ. ಇದೇನು ಸಣ್ಣ ಉಪಕಾರವೇ ?''

''ಚಾಣಕ್ಯ, ನೀನು ಎಷ್ಟು ಹೊಗಳಿದರೂ ಸತ್ಯ ಇಷ್ಟೇ, ಮಗನಾಗಿ ನಾನು ನಿನ್ನನ್ನು ಒಪ್ಪಿಕೊಂಡದ್ದಕ್ಕಿಂತ ನನಗೆ ತಾಯ್ತನವನ್ನು ನೀಡಿದ ನಿನ್ನದೇ ಉದಾತ್ತ ಗುಣ. ನನ್ನ ವಿಷಯ ಬಿಡು. ಆ ಚಂದ್ರಗುಪ್ತನ ತಾಯಿಯೂ ಬಹಳ ದೊಡ್ಡ ವ್ಯಕ್ತಿಯಂತೆ ?''

''ನೀನೇ ನೋಡುತ್ತೀಯಲ್ಲ, ಅಮ್ಮ, ನೀವು ಅಲ್ಲಿ ನಿಶ್ಚಿಂತೆಯಿಂದಿರಿ. ನಾವೆಲ್ಲ ನಿನ್ನ

ಹರಕೆಯಿಂದ ಕ್ಷೇಮವಾಗಿಯೇ ಪಾಟಲೀಪುತ್ರವನ್ನು ತಲುಪುತ್ತೇವೆ. ಬಹು ಬೇಗನೇ ನೀವೂ ಅಲ್ಲಿಗೆ ಬರಬೇಕಾಗಬಹುದು.''

ಮರುದಿನವೇ ವಿಶಾಖ ಮತ್ತು ಲಕ್ಷ್ಮಿ, ನಂದಿಕೇಶ ಮತ್ತು ಶ್ರೀಗುಪ್ತನೊಡನೆ ಪುರುಷಪುರದತ್ತ ಹೊರಟರು.

★ ★ ★

ಶ್ರೀಗುಪ್ತ ಮತ್ತು ನಂದಿಕೇಶನ ಜೊತೆಯಲ್ಲಿ ಯಾರೋ ಇಬ್ಬರು ಅಪರಿಚಿತ ಹೆಂಗಸರು ಬಂದಾಗ ಶಿವಾಲಿ ಕುತೂಹಲಗೊಂಡಳು. ''ಬನ್ನಿ ಬನ್ನಿ, ಕುಳಿತುಕೊಳ್ಳಿ'' ಎಂದು ಸ್ವಾಗತಿಸಿ ಚಾಪೆಯ ಮೇಲೆ ಕೂಡಿಸಿದಳು. ಅವಳು ಇವಳೇ ಇರಬಹುದೆಂದು ಲಕ್ಷ್ಮಿ ಮತ್ತು ವಿಶಾಖಳಿಗೆ ಗೊತ್ತಾಗಲಿಲ್ಲ. ಶಿವಾಲಿ ಒಳಗಿರಬಹುದು, ಇನ್ನೇನು ಬರಬಹುದು ಎಂದುಕೊಂಡು ಅವರು ಮನೆಯನ್ನೆಲ್ಲ ಅವಲೋಕಿಸತೊಡಗಿದರು. ಅದು ತೀರ ಸಾಧಾರಣವಾದ ಮನೆ. ಚಾಪೆಗಳನ್ನು ಬಿಟ್ಟರೆ ಕೂಡಲು ಬೇರೆ ಪೀಠಗಳಿರಲಿಲ್ಲ. ವಿಶಾಲವಾದ ನಡುಮನೆಯನ್ನುಳಿದು, ಅಡಿಗೆ ಮನೆ ಮತ್ತು ಸ್ನಾನಗೃಹ ಅಷ್ಟೇ ಇರುವಂತಿತ್ತು.

ಅವರು ಹಾಗೆ ನೋಡುತ್ತಿರುವಾಗ ಶಿವಾಲಿ ನಂದಿಕೇಶನತ್ತ ನೋಡಿ 'ಯಾರಿವರು ?' ಎಂಬಂತೆ ಸನ್ನೆ ಮಾಡಿ ಕೇಳುತ್ತಿದ್ದಳು. ಆ ಸಮಯದಲ್ಲಿ ತಾನೇ ಪರಿಚಯ ಮಾಡಬೇಕೆಂಬುದನ್ನು ಮರೆತೋ ಅಥವಾ ಉದ್ದೇಶಪೂರ್ವಕವಾಗಿ ಚೇಷ್ಟೆಯ ದೃಷ್ಟಿಯಿಂದಲೋ, ನಂದಿಕೇಶ ಶಿವಾಲಿಯ ಸನ್ನೆಯ ಕಡೆ ಗಮನ ಕೊಡದೆ ಶ್ರೀಗುಪ್ತನೊಂದಿಗೆ ಸಹದೇವನನ್ನು ನೋಡಲು ಹೊರಟುಹೋದ.

ಶಿವಾಲಿ ತಾನೇ ಮಾತಾಡಿಸಬೇಕಾಯಿತು. ''ತಮ್ಮ ಪರಿಚಯವಾಗಲಿಲ್ಲ ?'' ಎಂದಳು ಸೌಜನ್ಯದಿಂದ.

''ನಾವು ಆಚಾರ್ಯ ಚಾಣಕ್ಯನ ಕಡೆಯವರು. ಚಂದ್ರಗುಪ್ತನ ತಾಯಿ ಶಿವಾಲಿಯನ್ನು ನೋಡಬೇಕು'' ಎಂದಳು ವಿಶಾಖ.

''ನೀವು ಆಚಾರ್ಯರ ಕಡೆಯವರೇ ಇರಬೇಕೆಂದು ನೀವು ನಮ್ಮ ಹುಡುಗರ ಜೊತೆ ಬಂದಾಗಲೇ ನನಗೆ ಅನ್ನಿಸಿತು.''

''ಆಕೆ ಎಲ್ಲಿ ? ಮನೆಯಲ್ಲಿಲ್ಲವೇ ?''

''ಮನೆಬಿಟ್ಟು ಹೊರಗೆ ಹೋಗುವ ರಾಜಕಾರ್ಯವೇನಿದೆ ಅವಳಿಗೆ ? ಅವಳು ಇಲ್ಲೇ ಇದ್ದಾಳೆ, ನಿಮ್ಮ ಎದುರಿನಲ್ಲೇ ಇದ್ದಾಳೆ'' ಎಂದು ಶಿವಾಲಿ ನಕ್ಕಳು.

ಅವರು ಅವಾಕ್ಕಾಗಿ ಅವಳ ಮುಖವನ್ನೇ ದಿಟ್ಟಿಸಿ ನೋಡಿದರು. ''ನೀವೇ !'' ಎಂದಳು ವಿಶಾಖ ಆಚ್ಚರಿಯಿಂದ.

''ಹೌದು ತಾಯಿ, ನಾನೇ ಚಂದ್ರಗುಪ್ತನನ್ನು ಹೆತ್ತ ತಾಯಿ. ಆದರೆ ಬೇರೆ ಮಕ್ಕಳು ಬಹಳ ಜನರಿದ್ದಾರೆ.''

''ಬೇರೆ ಮಕ್ಕಳೇ ?'' ಲಕ್ಷ್ಮಿ ಕೇಳಿದಳು.

''ಹೌದು. ಚರಣ, ಬ್ರಹ್ಮದತ್ತ, ಸಿಂಹಸೇನ, ನಂದಿಕೇಶ, ಭಾಸ್ಕರ, ಶ್ರೀಗುಪ್ತ, ವರುಣ ಇನ್ನೂ ಬೇಕಾದಷ್ಟು ಜನರಿದ್ದಾರೆ. ಅದಕ್ಕೇ ನಾನು ಹೇಳಿದ್ದು ಚಂದ್ರಗುಪ್ತನನ್ನು ಹೆತ್ತ ತಾಯಿಯೆಂದು. ಉಳಿದ ಮಕ್ಕಳೆಲ್ಲಾ ನನ್ನನ್ನು ತಾಯಿಯೆಂದು ಭಾವಿಸಿ ಪ್ರೀತಿಯಿಂದ

ನಡೆದುಕೊಳ್ಳುವಾಗ ಚಂದ್ರಗುಪ್ತನಿಗೆ ಮಾತ್ರ ತಾಯಿಯೆಂದು ನಾನು ನಾಚಿಕೆಯಿಲ್ಲದೆ ಹೇಗೆ ಹೇಳಿಕೊಳ್ಳಲಿ ?''

ಕುಳಿತಲ್ಲಿಂದಲೇ ವಿಶಾಖ ಶಿವಾಲಿಯ ಕಾಲಿಗೆ ನಮಸ್ಕರಿಸಿದಳು. ಹಿಂದೆ ಸರಿಯುವಷ್ಟರಲ್ಲಿ ಅವಳು ಕಾಲನ್ನು ಮುಟ್ಟಿಯಾಗಿತ್ತು.

''ಅಮ್ಮ, ಚಾಣಕ್ಯ ನಮ್ಮನ್ನು ಇಲ್ಲಿಗೆ ಕಳಿಸಿ ಒಳ್ಳೆಯ ಕೆಲಸವನ್ನೇ ಮಾಡಿದನಲ್ಲವೇ ?'' ಎಂದಳು ವಿಶಾಖ ಲಕ್ಷ್ಮಿಯತ್ತ ತಿರುಗಿ.

''ಹೌದು ವಿಶಾಖ, ಈ ಮಹಾತಾಯಿಯ ಮುಖ ನೋಡಿ ಜೀವ ತಂಪಾಯಿತು.''

ಅವರು ಎಲ್ಲ ವಿವರಿಸಿದರು. ಆದರಲ್ಲಿ ಮುಖ್ಯವಾದದ್ದು ಚಾಣಕ್ಯ ಮತ್ತು ವಿಶಾಖರ ತಾಯಿ ಮಗನ ಸಂಬಂಧದ ವಿಷಯ.

ಮಾತು ಮುಗಿದು ಅವರಿಗೆಲ್ಲ ಬಾಯಾರಿಕೆಗೆ ನೀಡಿ ಉಪಚರಿಸುವ ವೇಳೆಗೆ ನಂದಿಕೇಶ ಮತ್ತು ಶ್ರೀಗುಪ್ತ ಸಹದೇವನೊಂದಿಗೆ ಬಂದರು.

''ನಿಮ್ಮಿಬ್ಬರಿಗೂ ಈದಿನ ಊಟ ಹಾಕುವುದಿಲ್ಲ'' ಎಂದಳು ಶಿವಾಲಿ ಹುಸಿ ಕೋಪದಿಂದ.

''ಏಕಮ್ಮ, ನಾವೇನು ಅಪರಾಧ ಮಾಡಿದೆವು ?'' ನಂದಿಕೇಶ ಕೇಳಿದ.

''ಅಮ್ಮ, ಅವನಿಗೆ ಬೇಕಾದರೆ ಉಪವಾಸ ಹಾಕಿ, ನನಗೆ ಹಸಿವು ತಡೆಯಲಾಗುವುದಿಲ್ಲ'' ಎಂದ ಶ್ರೀಗುಪ್ತ ಎಳೆಯ ಮಗುವಿನಂತೆ.

''ಅಲ್ಲಾ, ಇವರು ಇಲ್ಲಿಗೆ ಬಂದಮೇಲೆ ಯಾರು ಏನು ಎಂದು ಹೇಳಿ ಹೋಗಬೇಕಲ್ಲವೆ? ಪಾಪ, ಅವರಿಗೆ ಎಷ್ಟು ಪೇಚಾಟವಾಯಿತು ?''

''ಅಮ್ಮ ನನ್ನನ್ನು ಕ್ಷಮಿಸಿ, ಸಹದೇವನನ್ನು ನೋಡಿ ಬರಬೇಕೆಂದು ಆತುರದಲ್ಲಿ ಶಿಷ್ಟಾಚಾರವನ್ನು ಮರೆತುಬಿಟ್ಟೆ'' ನಂದಿಕೇಶ ದೈನ್ಯದಿಂದ ಹೇಳಿದ.

''ಹೋದರೆ ಹೋಗಲಿ ಬಿಡಿ. ಇವನು ಪರಿಚಯ ಮಾಡದಿದ್ದರೂ ಮನೆಗೆ ಬಂದಮೇಲೆ ಪರಿಚಯವಾಗಲೇ ಬೇಕಲ್ಲವೆ ?'' ಎಂದ ಸಹದೇವ.

ಅಷ್ಟು ಹೊತ್ತಿಗೆ ಸಹದೇವನ ಹೆಂಡತಿ ಮಲ್ಲಿಕಾ ಓಡಿಬಂದಳು. ಬಿಕೋ ಎನ್ನುತ್ತಿದ್ದ ಆ ಮನೆ ಸ್ವಲ್ಪ ಹೊತ್ತಿಗೆ ಜನಗಳಿಂದ ತುಂಬಿಹೋಯಿತು. ಹಸ್ತಿನಾವತಿಯ ತಮ್ಮ ಮನೆಯೂ ಎಲ್ಲ ಬಂದಾಗ ಹೀಗೇ ಆಗುತ್ತಿತ್ತು. ಆದರಿಂದ ಮನಸ್ಸಿಗೆ ಉಲ್ಲಾಸವಾಗುತ್ತಿತ್ತೆಂಬುದನ್ನೂ ವಿಶಾಖ ಮತ್ತು ಲಕ್ಷ್ಮಿ ನೆನಪು ಮಾಡಿಕೊಂಡರು. ಅವರೂ ಸಹದೇವನ ಹೆಂಡತಿಯೊಂದಿಗೆ ಅಡಿಗೆ ಮನೆಗೆ ಸೇರಿಕೊಂಡು ಅಡಿಗೆ ಮಾಡಿದರು. ಎಲ್ಲ ಕುಳಿತು ಊಟ ಮಾಡಿದರು.

ಎಲ್ಲ ಮಾತಿಗೆ ಕುಳಿತಾಗ ಗಾಂಧಾರವನ್ನು ಜಯಿಸಿದ್ದು, ಅಲ್ಲಿಂದ ಹೊರಟು ಅನೇಕ ಗೆಲುವುಗಳನ್ನು ಸಾಧಿಸಿ ಪಿಪ್ಪಲಿವನಕ್ಕೆ ಬಂದಿರುವ ವಿಷಯವನ್ನು ನಂದಿಕೇಶ ತಿಳಿಸಿದ. ಮುಂದಿನ ಯೋಜನೆ ಇನ್ನೂ ಖಚಿತವಾಗಿ ನಿರ್ಧಾರವಾಗಿಲ್ಲ, ಅಂತೂ ಪಾಟಲೀಪುತ್ರವನ್ನು ಆಕ್ರಮಿಸುವ ದಿನ ದೂರವಿಲ್ಲ ಎಂದೂ ಹೇಳಿದ. ನಂದಿಕೇಶ ಮತ್ತು ಶ್ರೀಗುಪ್ತ ಇಬ್ಬರೂ, ನಾಮುಂದು ತಾಮುಂದು ಎಂದು ಸ್ಪರ್ಧೆ ಹೂಡಿದಂತೆ ಪಿಪ್ಪಲಿವನದಲ್ಲಿ ನಡೆದ ಕ್ಷಿಪ್ರಕ್ರಾಂತಿ, ಚಂದ್ರಗುಪ್ತನ ಪಟ್ಟಾಭಿಷೇಕ, ಜನಸಾಗರ, ಅವರ ಪ್ರೀತಿ ಅಭಿಮಾನ, ಸುಜಾತಳ ಗಂಡನ ಬಲಿದಾನ, ಅವಳು ಚಂದ್ರಗುಪ್ತನ ಪ್ರಾಣ ಉಳಿಸಿದ್ದು, ಅಂಗರಕ್ಷಕಳಾಗಿರಲು ನಿರ್ಧಾರ, ಈಗ ಭಾಗುರಾಯಣನ ಆಶ್ರಯದಲ್ಲಿರುವುದು ಎಲ್ಲವನ್ನೂ ವಿವರಿಸಿದರು.

ಅದೆಲ್ಲವನ್ನೂ ಕೇಳುತ್ತ ಕೇಳುತ್ತ ಭಾವೋದ್ವೇಗಕ್ಕೆ ಒಳಗಾದರೂ ಶಿವಾಲಿ, ಎಲ್ಲ ಮುಗಿಯುವ ವೇಳೆಗೆ ನಿರುದ್ವಿಗ್ನತೆಯ ಗಾಂಭೀರ್ಯದಲ್ಲಿದ್ದಳು. ಅವಳು ಹೇಳಿದಳು, "ನೋಡಿ, ದುಃಖದ ಲೇಪನವಿಲ್ಲದ ಶುದ್ಧವಾದ ಸಂತೋಷ ಬದುಕಿನಲ್ಲಿ ಇಲ್ಲವೇ ಇಲ್ಲವೆಂದು ಕಾಣುತ್ತದೆ. ಚಂದ್ರಗುಪ್ತ ತನ್ನ ತಂದೆಯ ಅಧಿಕಾರವನ್ನು ಮರಳಿ ಪಡೆದನಲ್ಲಾ, ಪ್ರಜೆಗಳು ಅಭಿಮಾನ ವಾತ್ಸಲ್ಯಗಳಿಂದ ಅವನನ್ನು ಒಪ್ಪಿ ಸ್ವಾಗತಿಸಿದರಲ್ಲಾ, ಎಂಬ ಸಂತೋಷದ ಕೊರಳನ್ನು ಸುಜಾತಳ ಗಂಡ ಬಲಿಯಾದ ದುಃಖದ ಸಂಗತಿ ಒತ್ತಿ ಹಿಡಿಯಿತು. ಆದರೆ ನಾವು ದುಃಖಿಸಬಾರದು. ಆದರಿಂದ ಆ ಧೀರ ಹೆಣ್ಣಿಗೆ ಆಗೌರವ ಸಲ್ಲಿಸಿದಂತೆ. ನಂದಿಕೇಶ, ನಾನು ಪಾಟಲೀಪುತ್ರಕ್ಕೆ ಬಂದರೆ ಎಲ್ಲರಿಗಿಂತ ಮೊದಲು ನೋಡಬೇಕಾದ ವ್ಯಕ್ತಿ ಆ ಸುಜಾತ."

"ಅದೆಷ್ಟರ ಕೆಲಸ ? ಸಮಯ ಬಂದರೆ ಅದಕ್ಕೆ ಮೊದಲೇ ನೋಡಬಹುದು."

"ಚಾಣಕ್ಯ ಕೆಲವು ಕಾಲ ನಮಗೆ ಇಲ್ಲಿಯೇ ಇರುವಂತೆ ಹೇಳಿದ್ದಾನೆ." ಎಂದಳು ವಿಶಾಖ.

"ಅದಕ್ಕಿಂತ ದೊಡ್ಡ ಭಾಗ್ಯ ಇನ್ನೇನಿದೆ ?" ಎಂದ ಸಹದೇವ.

"ನಿಮಗೆ ಬೇಸರವಾಗದಂತೆ ನೋಡಿಕೊಳ್ಳುವ ಹೊಣೆ ನಮ್ಮದು" ಎಂದಳು ಶಿವಾಲಿ.

"ಇದೇನಮ್ಮ ಮಹಾರಾಣಿಯಾಗಿದ್ದವಳು, ಈಗ ರಾಜಮಾತೆ, ನಾವೆಲ್ಲ ನಿಮ್ಮ ಸೇವೆಗೆ ನಿಲ್ಲಬೇಕು." ಲಕ್ಷ್ಮಿ ಹೇಳಿದಳು.

"ನಿಮ್ಮಲ್ಲೂ ಇಂಥ ಮೂಢ ನಂಬಿಕೆಯೇ ?" ಎಂದು ಶಿವಾಲಿ ನಕ್ಕಳು, "ಅಂಥ ಯಾವ ಭಾವನೆಯನ್ನೂ ಮನಸ್ಸಿನಲ್ಲಿಟ್ಟುಕೊಳ್ಳಬೇಡಿ, ನಾನು ಹೀಗಿರುವುದೇ ನನಗೆ ಇಷ್ಟ ನನ್ನ ಹಾಗೆಯೇ ನೀವೂ ಇರುವುದಾದರೆ ಈ ಗ್ರಾಮದ ಜನ ಬಹಳ ಪ್ರೀತಿಯಿಂದ ನೋಡಿಕೊಳ್ಳುತ್ತಾರೆ, ಅಲ್ಲವೇ ಸಹದೇವ ?"

"ಸರಳತನ ಹೃದಯಗಳನ್ನು ಹತ್ತಿರ ತರುತ್ತದೆ ತಾಯಿ" ಎಂದ ಸಹದೇವ.

"ಹೌದು ವಿಶಾಖ" ಶಿವಾಲಿ ಹೇಳಿದಳು, "ಇಲ್ಲಿ ಸೈನ್ಯ, ದೊಡ್ಡಸ್ತಿಕೆ ಯಾವುದೂ ಇಲ್ಲ ಅದೆಲ್ಲ ನಮಗೆ ಬೇಡವೂ ಬೇಡ. ನಾವೆಲ್ಲ ಒಟ್ಟಿಗೇ ಆನಂದ ಪಡೋಣ. ನಮ್ಮ ಕತೆ ಹೇಳೋಣ, ಅವರ ಕತೆ ಕೇಳೋಣ, ನೊಂದವರಿಗೆ ನಮ್ಮ ಕೈಲಾದ ನೆರವನ್ನು ನೀಡಿ ಸಾಂತ್ವನಪಡಿಸೋಣ."

ನಂದಿಕೇಶ ಮತ್ತು ಶ್ರೀಗುಪ್ತ ಅವರಿಂದ ಬೀಳ್ಕೊಂಡು ಧನಂಜಯನ ಗ್ರಾಮಕ್ಕೆ ಹೋದರು. ಚಾಣಕ್ಯನ ಆದೇಶದಂತೆ ಅವನಿಗೂ ಮೊದಲಿನಿಂದ ಕಡೆಯವರೆಗೂ ಎಲ್ಲವನ್ನೂ ವಿವರಿಸಿ ಹೇಳಿದರು. ಅವನ ಸಂತೋಷಕ್ಕಂತೂ ಪಾರವೇ ಇಲ್ಲ. "ನನಗೆ ತುಂಬ ಆನಂದವಾಗಿದೆ ನಂದಿಕೇಶ. ನಮ್ಮ ಊರಿನ ತುಂಬ ಸಿಹಿ ಹಂಚಿಬಿಡುತ್ತೇನೆ" ಎಂದ ಉತ್ಸಾಹದಿಂದ.

"ಧನಂಜಯರೇ, ಈತ ಶ್ರೀಗುಪ್ತ. ಇವನು ಅಶ್ವಾಧ್ಯಕ್ಷ ಭಾಗುರಾಯಣರ ಸೋದರಳಿಯ" ನಂದಿಕೇಶ ಪರಿಚಯ ಮಾಡಿದ.

"ಬಹಳ ಸಂತೋಷ" ಎಂದವನು ತಕ್ಷಣ ಏನೋ ಹೊಳೆದು ಶ್ರೀಗುಪ್ತನ ಮುಖವನ್ನೇ ನೋಡುತ್ತ ಹೇಳಿದ, "ಏನಂದೆ? ಭಾಗುರಾಯಣನ ಸೋದರಳಿಯನೆಂದೆಯಾ? ಅಂದರೆ ಈತ ನನ್ನ ಮಗನ ಜೊತೆಯಲ್ಲಿ..."

"ಹೌದು" ಶ್ರೀಗುಪ್ತ ಉದ್ವಿಗ್ನತೆಯಿಂದ ಹೇಳಿದ, "ನಾನೇ ದುರದೃಷ್ಟಶಾಲಿಯಾದ ನಿಮ್ಮ ಮಗನೊಂದಿಗಿದ್ದವನು. ಹೇಗೋ ತಪ್ಪಿಸಿಕೊಂಡು ಬದುಕುಳಿದಿರುವ ಅದೃಷ್ಟಶಾಲಿ

ಯೆಂದು ನಿಮ್ಮೆದುರು ಹೇಳಿಕೊಳ್ಳಲು ನನಗೆ ನಾಚಿಕೆಯೆನ್ನಿಸುತ್ತಿದೆ'' ಅವನ ಕಣ್ಣಲ್ಲಿ ನೀರೇ ಬಂದುಬಿಟ್ಟಿತು.

ಮಗನ ನೆನಪಿನಿಂದ ಧನಂಜಯ ಮೃದುವಾದ. ಕೊರಳುಬ್ಬಿತು. ಕಣ್ಣುಗಳು ತುಂಬಿಕೊಂಡವು. ಶ್ರೀಗುಪ್ತನನ್ನು ಅಕ್ಕರೆಯಿಂದ ನೋಡಿ ತನ್ನ ಪಕ್ಕಕ್ಕೆ ಸೆಳೆದುಕೊಂಡು ಹೇಳಿದ, ''ನನ್ನ ಮಗನ ದುರದೃಷ್ಟಕ್ಕೆ ನೀನೇಕೆ ನೊಂದುಕೊಳ್ಳುತ್ತಿ, ನೀನಾದರೂ ಅದೃಷ್ಟವಶದಿಂದ ಬದುಕಿ ಬಂದೆಯೆಂಬ ಸಂತೋಷ ನನಗಿದೆ. ಆ ಕ್ರೂರಿಗಳ ಮೃತ್ಯುಕೂಪಕ್ಕೆ ನನ್ನ ಮಗ ಬಲಿಯಾದನೆಂಬ ದುಃಖವಿದ್ದರೂ, ಬದುಕಿ ಬಂದಿರುವ ನಿನ್ನ ಕಣ್ಣಿನಲ್ಲಿ ನನಗೆ ನನ್ನ ಮಗ ಕಾಣುತ್ತಿದ್ದಾನೆ.''

''ನಿಮ್ಮ ಮಗ ತುಂಬ ಸರಳವ್ಯಕ್ತಿ ಧನಂಜಯರೇ'' ಶ್ರೀಗುಪ್ತ ಹೇಳಿದ, ''ಸ್ನೇಹಶೀಲ'' ಎಂದು ತನ್ನ ಅವನ ಭೇಟಿಯಾದಾಗಿನಿಂದ ಬೆಳೆದ ಸ್ನೇಹ, ವಿಶ್ವಾಸದ ಪ್ರಸಂಗಗಳನ್ನು ವಿವರಿಸಿ ಹೇಳಿದ, ''ಅವನು ಅತ್ಯಂತ ಸರಳನಾದರೂ ಅವನಲ್ಲಿ ಒಂದು ಮಹತ್ವಾಕಾಂಕ್ಷೆಯಿತ್ತು. ಒಂದಲ್ಲ ಒಂದು ದಿನ ಮಗಧದ ಸೇನಾನಾಯಕನಾಗಬೇಕೆಂಬ ಕನಸು ಕಾಣುತ್ತಿದ್ದ ಅದಕ್ಕಾಗಿ ಶ್ರಮವಹಿಸಿ ಶಸ್ತ್ರವಿದ್ಯೆಯನ್ನು ಕಲಿಯುತ್ತಿದ್ದ. ಹಾಗೆಯೇ ನಿಮ್ಮ ಬಗ್ಗೆ ಅತಿ ಅಭಿಮಾನ ಹೆಮ್ಮೆಯಿಂದ ಮಾತಾಡುತ್ತಿದ್ದ. ನಿಮ್ಮ ಮಾತನ್ನು ಮೀರಿ ಸೇನೆಗೆ ಸೇರಿ ನಿಮಗೆ ನೋವು ಕೊಟ್ಟೆನೆಂದು ಬಹಳ ಸಲ ಪಶ್ಚಾತ್ತಾಪ ಪಡುತ್ತಿದ್ದ. ಹಾಗೆಯೇ ತನ್ನ ಪತ್ನಿಯ ಬಗ್ಗೆಯೂ ಅವನಿಗೆ ತುಂಬ ಪ್ರೀತಿಯಿತ್ತು. ಅವಳು ತನ್ನನ್ನು ಎಷ್ಟು ಬೈದುಕೊಳ್ಳುತ್ತಾಳೋ ಎಂದು ಪರಿತಪಿಸುತ್ತಿದ್ದ. ಊರಿಗೆ ಮೇಲಿಂದ ಮೇಲೆ ಬಂದರೆ ನಿಮ್ಮ ವಾತ್ಸಲ್ಯ, ಪತ್ನಿಯ ಪ್ರೇಮ ತುಂಬಾ ಸೆಳೆಯುವುದೆಂದು ಯಾವಾಗಲೋ ಒಮ್ಮೆ ಬರುತ್ತಿದ್ದ. ನನ್ನ ಬಳಿ ಹೇಳುತ್ತಿದ್ದ 'ಶ್ರೀಗುಪ್ತ, ಈಗ ನನ್ನ ತಂದೆ ಮತ್ತು ಹೆಂಡತಿಗೆ ನನ್ನ ಮೇಲೆ ಬೇಸರವಿರಬಹುದು. ಆದರೆ ಈಗ ಸಾಮಾನ್ಯ ಸೈನಿಕನಾಗಿರುವವನು, ಒಬ್ಬ ಸಣ್ಣ ಸೇನಾನಾಯಕನಾದರೂ ಸಾಕು, ಅವರು ಸಂತೋಷಪಡುತ್ತಾರಲ್ಲವೆ ? ಯಾವುದಾದರೂ ಯುದ್ಧದಲ್ಲಿ ಭಾಗವಹಿಸಿ ನನ್ನ ಶೌರ್ಯ ಪ್ರದರ್ಶನ ಮಾಡಿದರೆ ನನ್ನ ಪತ್ನಿಯೂ ಬೇಸರ ಬಿಟ್ಟು ಹೆಮ್ಮೆಪಡಬಹುದಲ್ಲವೆ ?'' ಎಂದು ಮತ್ತೆ ಮತ್ತೆ ಕೇಳುತ್ತಿದ್ದ.

ಮಲ್ಲಿಕಾ ಬಿಕ್ಕಿ ಬಿಕ್ಕಿ ಅಳತೊಡಗಿದಳು. ಶ್ರೀಗುಪ್ತನಿಗೆ ತುಂಬಾ ಕೆಡುಕೆನಿಸಿತು. ತಲೆ ತಗ್ಗಿಸಿದ. ''ಅವನು ಸೇನಾನಾಯಕನಾಗದಿದ್ದರೂ ನಾವು ಹೆಮ್ಮೆ ಪಡುತ್ತಿದ್ದೆವು ಶ್ರೀಗುಪ್ತ.'' ಧನಂಜಯ ಹೇಳಿದ, ''ಏಕೆಂದರೆ ಅವನು ಗುಣಶಾಲಿ. ಅವನ ಆಸೆಗೆ ಅಡ್ಡಿಬರಬಾರದೆಂದು ನಾನು ಒಪ್ಪಿಗೆ ಕೊಟ್ಟೆ. ಅದರ ಬದಲು ಬೇಡವೆಂದು ಪಟ್ಟು ಹಿಡಿದಿದ್ದರೆ ಅವನಿಗೆ ಬೇಸರವಾಗುತ್ತಿತ್ತು. ಆದರೆ ಅವನು ಉಳಿಯುತ್ತಿದ್ದ. ಈಗ ನಿನ್ನ ಬಾಯಿಂದ ಅವನ ವಿಷಯ ಕೇಳಿ ಖಂಡಿತ ನಾವು ಹೆಮ್ಮೆಪಡುತ್ತೇವೆ ಶ್ರೀಗುಪ್ತ.''

''ಆ ಪಾಪಿಗಳ ನಿಧಿಯ ರಹಸ್ಯ ನನಗೆ ಗೊತ್ತಿದೆ. ಅದು ಮತ್ತೆ ಅವರಿಗೆ ದಕ್ಕುವುದಿಲ್ಲ.''

ಧನಂಜಯ ''ಹೌದೇ!'' ಎಂದು ಉತ್ಸಾಹಿತನಾದ, ''ಅದಾದರೂ ಒಳ್ಳೆಯ ಕೆಲಸವಾದರೆ ಸಾಕು. ನನ್ನ ಮಗನನ್ನು ಕೊಂದವರಿಗೆ ಆ ನಿಧಿ ದಕ್ಕಬಾರದು. ಚಾಣಕ್ಯರಿಗೆ ಹೇಳಿಬಿಡು, ನಾನು ಪಾಟಲೀಪುತ್ರಕ್ಕೆ ಬರಲೇಬೇಕು. ಆ ಪಾಪಿ ಧನನಂದನ ಅವಸಾನವನ್ನೂ, ಚಂದ್ರಗುಪ್ತನ ಪಟ್ಟಾಭಿಷೇಕವನ್ನೂ ನಾನು, ನನ್ನ ಸೊಸೆ ನೋಡಬೇಕು.''

"ಖಂಡಿತ, ಆಚಾರ್ಯರು ನಿಮ್ಮನ್ನು ಕರೆಸುತ್ತಾರೆ" ಎಂದು ನಂದಿಕೇಶ ಭರವಸೆ ನೀಡಿದ.

ಎರಡು ದಿನವಿದ್ದು ಶ್ರೀಗುಪ್ತ ಮತ್ತು ನಂದಿಕೇಶ ಮತ್ತೆ ಪಿಪ್ಪಲಿವನಕ್ಕೆ ಹೊರಟು ಬಿಟ್ಟರು.

★ ★ ★

ಪಿಪ್ಪಲಿವನದಲ್ಲಿ ಆ ದಿನ ರಾತ್ರಿ ಊಟ ಮುಗಿಸಿ, ಸೇನಾಶಿಬಿರದ ಬಳಿ ಮಾತಂಗ ಮತ್ತು ಚರಣ ಲೋಕಾಭಿರಾಮವಾಗಿ ಮಾತಾಡುತ್ತಾ ಕುಳಿತಿದ್ದರು. ಕುದುರೆಗಳ ಲಾಯದ ಹಿಂದೆ ಏನೋ ನೆರಳು ಚಲಿಸಿದಂತಾಗಿ ಚರಣ ಜಾಗೃತನಾದ. ಅದು ತನ್ನ ಗಮನಕ್ಕೆ ಬಂದಿಲ್ಲವೆಂಬಂತೆ ಮಾತಂಗನೊಂದಿಗೆ ಮಾತನ್ನು ಮುಂದುವರಿಸಿದ. ಮಾತಾಡುತ್ತಲೇ ಸನ್ನೆಯ ಮೂಲಕ 'ಲಾಯದ ಬಳಿ ಯಾರೋ ಇದ್ದಾರೆ. ನೀನು ಅತ್ತ ಕಡೆಯಿಂದ ಬಾ, ನಾನು ಇತ್ತ ಕಡೆಯಿಂದ ಬರುತ್ತೇನೆ' ಎಂದು ಸೂಚಿಸಿದ. ಪುಣ್ಯಕ್ಕೆ ಮಾತಂಗ ಅದನ್ನು ಬೇಗನೇ ಅರ್ಥಮಾಡಿಕೊಂಡ.

ಕೆಲವು ಕ್ಷಣಗಳ ನಂತರ ಇಬ್ಬರೂ ಮಾತು ಮುಗಿಸಿ ಒಂದೊಂದು ಕಡೆಗೆ ಹೊರಟರು. ಅವರಿಬ್ಬರೂ ಹೊರಟು ಹೋದರೆಂದು ಆ ಅಪರಿಚಿತ ವ್ಯಕ್ತಿ ಕುದುರೆಗಳನ್ನು ಕಣ್ಣ ನೋಟದಲ್ಲೇ ಲೆಕ್ಕ ಮಾಡುತ್ತಿದ್ದ. ಇದ್ದಕ್ಕಿದ್ದಂತೆ ಬೆನ್ನ ಮೇಲೆ ಒಂದು ಕೈಬಿತ್ತು. ಬೆಚ್ಚಿ ಅವನು ತಿರುಗಿ ನೋಡಿದಾಗ ಚರಣ ನಿಂತಿದ್ದ. ತಕ್ಷಣ ಅವನು ಮೈಕೊಡವಿ ಬಿಡಿಸಿಕೊಂಡು ವಿರುದ್ಧ ದಿಕ್ಕಿನತ್ತ ಓಡಿದ. ಚರಣ "ಮಾತಂಗಾ" ಎಂದು ಕೂಗಿದ. ಅತ್ತ ಕಡೆಯಿಂದ ಬಂದ ಮಾತಂಗ ಅಡ್ಡನಿಂತ. ಹಿಂದೆ ಚರಣ, ಮುಂದೆ ಮಾತಂಗ, ಎತ್ತ ಹೋಗಲೂ ದಿಕ್ಕು ತೋಚದೆ ಅವನು ನಿಲ್ಲುವಷ್ಟರಲ್ಲಿ ಮಾತಂಗ ಹತ್ತಿರ ಬಂದು ಅವನನ್ನು ಹಿಡಿದ. ಅವನ ಬಲಿಷ್ಠವಾದ ತೋಳುಗಳಿಂದ ಬಿಡಿಸಿಕೊಳ್ಳುವುದು ಅವನಿಗೆ ಸಾಧ್ಯವೇ ಇರಲಿಲ್ಲ.

"ಯಾರು ನೀನು ?" ಚರಣ ಕೇಳಿದ.

"ನಾನು... ನಾನು... ಇದೇ ಊರಿನವನೇ" ವ್ಯಕ್ತಿ ತೊದಲಿದ.

ಅವನು 'ಇದೇ ಊರಿನವನೇ' ಎಂದು ಹೇಳುವ ಧಾಟಿಯಲ್ಲೇ ಅವನು ಬೇರೆ ಊರಿನವನೆಂದು ಅರ್ಥವಾಗಿ ಹೋಯಿತು.

"ಗುಪ್ತಚಾರನಲ್ಲವೇ ?" ಎಂದ ಚರಣ ಕಠಿಣವಾಗಿ.

"ಇಲ್ಲ...... ಸುಮ್ಮನೆ ಅಡ್ಡಾಡಲು ಬಂದಿದ್ದೆ."

ಮಾತಂಗ ಅವನ ಕಪಾಳಕ್ಕೆ ಬಲವಾದ ಒಂದೇಟು ಬಿಗಿದ. ಆ ಹೊಡೆತಕ್ಕೆ ಅವನಿಗೆ ತಲೆ ಸುತ್ತಿದಂತಾಯಿತು. ತುಟಿ ಒಡೆದು ರಕ್ತ ಬಂತು. ಆದರೆ ಮಾತಾಡಲಿಲ್ಲ. "ಮಾತಂಗ, ಇವನು ಮಾತಾಡುವಂತೆ ಕಾಣುತ್ತಿಲ್ಲ, ನಡಿ, ಇವನನ್ನು ಚಂದ್ರಗುಪ್ತನ ಬಳಿಗೆ ಕರೆದುಕೊಂಡು ಹೋಗೋಣ" ಎಂದ ಚರಣ.

ಅವರು ಆ ವ್ಯಕ್ತಿಯನ್ನು ಎಳೆದುಕೊಂಡು ಅರಮನೆಗೆ ಹೋದರು. ಚಂದ್ರಗುಪ್ತ, ಭಾಸ್ಕರ ಎಲ್ಲ ಹರಟೆ ಹೊಡೆಯುತ್ತ ಕುಳಿತಿದ್ದರು. ಎಲ್ಲ ಆನಂದದಿಂದಿರುವ ಸಂದರ್ಭದಲ್ಲಿ ಚರಣ ಮತ್ತು ಮಾತಂಗ ಯಾರೋ ಒಬ್ಬ ಅಪರಿಚಿತನನ್ನು ಕರೆತಂದದ್ದು ಅವರಲ್ಲಿ ಅಚ್ಚರಿ, ಕುತೂಹಲ ಒಟ್ಟಿಗೇ ಮೂಡಿಸಿತು.

"ಇವನಾರು? ಎಲ್ಲಿ ಸಿಕ್ಕಿದ?" ಚಂದ್ರಗುಪ್ತ ಕೇಳಿದ.

"ಗುಪ್ತಚಾರನಿರಬೇಕು, ಬಾಯಿ ಬಿಡುತ್ತಿಲ್ಲ" ಎಂದ ಚರಣ.

"ನಾಲ್ಕು ಬಿಗಿದರೆ ಬಾಯಿ ತಾನಾಗಿಯೇ ತೆರೆಯುತ್ತದೆ" ಎಂದ ಬ್ರಹ್ಮದತ್ತ.

"ಸಂತೋಷವಾಗಿರುವ ಸಮಯದಲ್ಲಿ ಇವನ ವಿಚಾರಣೆ ನಡೆಸಬೇಕೇ ?" ಎಂದ ಭಾಸ್ಕರ ಬೇಸರದಿಂದ.

"ಒಂದು ಕೆಲಸ ಮಾಡೋಣ" ಚಂದ್ರಗುಪ್ತ ಹೇಳಿದ, "ಮಾತಂಗ, ಇವನನ್ನು ಸೆರೆಯಲ್ಲಿ ಹಾಕಿ ಭದ್ರವಾದ ಕಾವಲಿಡು. ನಾಳೆ ಆಚಾರ್ಯರೇ ಇವನ ವಿಚಾರಣೆ ನಡೆಸಲಿ."

ಮಾತಂಗ ಅವನನ್ನು ಎಳೆದುಕೊಂಡು ಹೋದ ನಂತರ ಚರಣ "ಅವನು ಯಾರ ಕಡೆಯ ಗೂಢಚಾರನಿರಬಹುದು?" ಎಂದು ತನ್ನಷ್ಟಕ್ಕೆಂಬಂತೆ ಹೇಳಿಕೊಂಡ.

"ಮತ್ತೆ ಆ ವಿಷಯಕ್ಕೆ ತಲೆಕೆಡಿಸಿಕೊಳ್ಳುವುದು ಬೇಡ. ಹೇಗಿದ್ದರೂ ನಾಳೆ ವಿವರಗಳು ತಿಳಿಯುತ್ತವಲ್ಲ?" ಎಂದ ಭಾಸ್ಕರ ತಮ್ಮ ಹರಟೆಯನ್ನು ಮುಂದುವರಿಸುವ ಆತುರದಲ್ಲಿ.

"ಅದು ಸರಿ ಭಾಸ್ಕರ" ಚಂದ್ರಗುಪ್ತ ಹೇಳಿದ, "ಅವನು ಊಟ ಮಾಡಿದ್ದಾನೋ ಇಲ್ಲವೋ, ಆಹಾರದ ವ್ಯವಸ್ಥೆ ಮಾಡುವಂತೆ ಮಾತಂಗನಿಗೆ ತಿಳಿಸಿ ಬಾ."

"ಶತ್ರುಪಕ್ಷದ ಗೂಢಚಾರನಿಗೆ ಊಟೋಪಚಾರವೇ ?" ಎಂದು ಬ್ರಹ್ಮದತ್ತ ಹುಬ್ಬೇರಿಸಿದ.

"ಶತ್ರುಪಕ್ಷದ ಗೂಢಚಾರನಿರಬಹುದು. ಆದರೆ ಅವನು ನಮ್ಮ ವೈಯಕ್ತಿಕ ಶತ್ರು ವಲ್ಲವಲ್ಲ ?" ಎಂದ ಚರಣ.

"ಹೌದು" ಚಂದ್ರಗುಪ್ತ ಹೇಳಿದ, "ಅವನು ತನ್ನ ಕರ್ತವ್ಯ ನಿರ್ವಹಿಸಲು ಬಂದಿದ್ದಾನೆ. ಶತ್ರುವೇ ಆದರೂ ಅವನು ಹಸಿವಿನಿಂದ ನರಳುವಂತೆ ಮಾಡುವುದು ಮಾನವೀಯತೆಯಲ್ಲ. ಬಹುಶಃ ಆಚಾರ್ಯರ ಅಭಿಪ್ರಾಯವೂ ಇದೇ ಆಗಿರುತ್ತದೆ."

ಮುಂದೆ ಮಾತು ಬೆಳೆಸದೆ ಭಾಸ್ಕರ ಎದ್ದುಹೋದ.

ಮರುದಿನ ಚಾಣಕ್ಯ, ಹರಿಸೇನ, ದೇವಗುಪ್ತ ಮತ್ತು ಶಿವದತ್ತ ಬರುತ್ತಿದ್ದಂತೆ ಮೊಟ್ಟ ಮೊದಲು ಅವರಿಗೆ ಆ ಗೂಢಚಾರನ ವಿಷಯವನ್ನು ತಿಳಿಸಲಾಯಿತು. ಅದು ನಿರೀಕ್ಷಿತವೇ ಎಂಬಂತೆ ಚಾಣಕ್ಯ ಸಾಮಾನ್ಯವಾಗಿಯೇ ಇದ್ದ. ಎಲ್ಲ ಕುಳಿತುಕೊಳ್ಳುವ ವೇಳೆಗೆ ಮಾತಂಗ ಆ ವ್ಯಕ್ತಿಯನ್ನು ಕರೆದುಕೊಂಡು ಬಂದ. ಎದುರಿಗೆ ನಿಂತ ಅವನತ್ತ ಚಾಣಕ್ಯ ದಿಟ್ಟಿಸಿ ನೋಡಿದ. ಆ ನೋಟವನ್ನು ಎದುರಿಸಲಾಗದೆ ಅವನು ತಲೆ ತಗ್ಗಿಸಿದ.

"ರಾತ್ರಿ ಇವನಿಗೆ ಊಟದ ವ್ಯವಸ್ಥೆ ಮಾಡಲಾಗಿತ್ತೆ?" ಎಂದ ಚಾಣಕ್ಯ.

ತಕ್ಷಣ ಚಂದ್ರಗುಪ್ತ, ಬ್ರಹ್ಮದತ್ತ ಮತ್ತು ಭಾಸ್ಕರ ಮುಖ ಮುಖ ನೋಡಿಕೊಂಡರು. "ಮಾಡಲಾಯಿತು" ಎಂದ ಮಾತಂಗ.

"ಈಗ ಹೇಳು, ನೀನು ಯಾರು?" ಚಾಣಕ್ಯ ಕೇಳಿದ. ಅವನು ಮಾತಾಡಲಿಲ್ಲ. ಚಾಣಕ್ಯ ಮುಂದುವರಿಸಿದ, "ಗೂಢಚಾರನನ್ನು ಕಳಿಸುವ ರಾಜರಿದ್ದಂತೆ, ಆ ಗೂಢಚಾರರು ಸಿಕ್ಕಿಬಿದ್ದಾಗ ಬಾಯಿ ಬಿಡಿಸುವ ರಾಜರೂ ಇದ್ದೇ ಇರುತ್ತಾರೆ. ಚಿತ್ರಹಿಂಸೆಯನ್ನು ಅನುಭವಿಸಿ ಆಮೇಲೆ ಬಾಯಿ ಬಿಡುವುದರ ಬದಲು, ಮೊದಲೇ ಮಾತಾಡಿದರೆ ಆ ಹಿಂಸೆಯಿಂದ ಪಾರಾಗಬಹುದು."

ಅವನು ಮಾತಾಡಲು ಹಿಂಜರಿಯುತ್ತಿದ್ದ. ಆದರೆ ಹೇಳದಿದ್ದರೆ ಏನಾಗುವುದೋ ಎಂಬ ಭೀತಿ, ಅವನ ಹಣೆಯ ಮೇಲೆ ಮೂಡಿದ ಬೆವರಿನಲ್ಲಿ, ವೇಗವಾದ ಉಸಿರಾಟದಲ್ಲಿ ಮತ್ತು ಉಗುಳು ನುಂಗುವುದರಲ್ಲಿ ಸ್ಪಷ್ಟವಾಗಿ ವ್ಯಕ್ತವಾಗುತ್ತಿತ್ತು.

"ನೀನು ಅಮಾತ್ಯ ರಾಕ್ಷಸನ ಗೂಢಚಾರನಲ್ಲವೆ?"

ವ್ಯಕ್ತಿ ಬೆಚ್ಚಿ ತಲೆಯೆತ್ತಿ ಚಾಣಕ್ಯನತ್ತ ನೋಡಿದ. "ಇವರಿಗೆ ಹೇಗೆ ಗೊತ್ತಾಯಿತು?" ಎಂಬ ಭಾವನೆ ಅವನ ಮುಖದಲ್ಲಿತ್ತು.

"ಹೇಳುತ್ತೀಯೋ ಇಲ್ಲವೋ ? ಮಾತಂಗ..." ಎಂದ ಚಾಣಕ್ಯ ಕಠಿಣವಾಗಿ. ಮಾತಂಗ ಅವನತ್ತ ಬರತೊಡಗಿದ.

"ಬೇಡ ಬೇಡ" ವ್ಯಕ್ತಿ ಕೂಗಿದ, "ಹೇಳುತ್ತೇನೆ, ಎಲ್ಲವನ್ನೂ ಹೇಳುತ್ತೇನೆ. ನಾನು ಅಮಾತ್ಯ ರಾಕ್ಷಸನ ಗೂಢಚಾರ. ನನ್ನ ಹೆಸರು ವಿರಾಧಗುಪ್ತ."

"ನೀನಿಲ್ಲಿ ಬಂದ ಉದ್ದೇಶ ?"

"ನಿಮ್ಮ ಸೇನಾಬಲವನ್ನು ಪರಿಶೀಲಿಸುವುದು. ಆಕ್ರಮಣ ಮಾಡಿದರೆ ಪಿಪ್ಪಲಿವನವನ್ನು ಸುಲಭವಾಗಿ ವಶಪಡಿಸಿಕೊಳ್ಳುವುದು ಸಾಧ್ಯವೇ ? ನಿಮಗೆ ಬೇರೆಯವರ ಸೇನಾಬಲದ ಬೆಂಬಲವಿದೆಯೇ ? ಎಂದು ತಿಳಿದು ಬರಲು ನನಗೆ ಆದೇಶ ನೀಡಲಾಗಿತ್ತು."

ಎರಡು ಕ್ಷಣ ಎಲ್ಲ ಮೌನವಾದರು. ನಂತರ ಚಾಣಕ್ಯ ಹೇಳಿದ, "ಇಲ್ಲಿಯ ಸೇನೆಯನ್ನು ಮಾತ್ರವೇ ನೋಡಿ ನಮ್ಮ ಬಲವನ್ನು ಲೆಕ್ಕಹಾಕುವುದು ಮೂರ್ಖತನ. ಗಾಂಧಾರದಿಂದ ಇಲ್ಲಿಯವರೆಗೂ ಇರುವ ಮೌರ್ಯ ಸಾಮ್ರಾಜ್ಯದ ಸೇನಾಶಿಬಿರಗಳು ನೂರಾರು ಇವೆ. ಮಹಾರಾಜರ ಒಂದೇ ಒಂದು ಸಂದೇಶ ತಲುಪುತ್ತಿದ್ದಂತೆ ಮಗಧಕ್ಕೆ ಸಮಾನವಾದ ಸೈನ್ಯ ಬಂದು ನಿಲ್ಲುವುದೆಂಬುದು ನೆನಪಿನಲ್ಲಿರಲಿ. ಮಾತಂಗ, ಇವನನ್ನು ಸೆರೆಯಲ್ಲಿಡು. ಆದರೆ ಯಾವುದೇ ರೀತಿಯಲ್ಲಿ ದೈಹಿಕ ಹಿಂಸೆ ಕೊಡಬಾರದು. ಊಟೋಪಚಾರಗಳಲ್ಲಿ ಕೊರತೆಯಾಗಬಾರದು."

ಮಾತಂಗ ಅವನನ್ನು ಕರೆದುಕೊಂಡು ಮರೆಯಾದ ಮೇಲೆ ಚಾಣಕ್ಯ ಹೇಳಿದ, "ಚರಣ, ಎರಡು ಮೂರು ದಿನಗಳ ನಂತರ ಅವನು ಸೆರೆಮನೆಯಿಂದ ತಪ್ಪಿಸಿಕೊಂಡು ಹೋಗುವಂತೆ ನೀನೇ ಏನಾದರೂ ವ್ಯವಸ್ಥೆ ಮಾಡು."

"ಆಚಾರ್ಯ, ಇದೇನು ಹೇಳುತ್ತಿರುವಿರಿ! ಅದರ ಬದಲು ಅವನನ್ನು ಈಗಲೇ ಬಿಡುಗಡೆ ಮಾಡಬಹುದಾಗಿತ್ತು" ಎಂದ ಚಂದ್ರಗುಪ್ತ.

"ನನ್ನ ಈ ನಿರ್ಧಾರಕ್ಕೆ ಕಾರಣವಿದೆ ಚಂದ್ರಗುಪ್ತ. ಅವನು ತಪ್ಪಿಸಿಕೊಂಡು ಹೋದರೆ, ಅವನ ಹೇಳಿಕೆಯಿಂದ ರಾಕ್ಷಸ ದಾರಿ ತಪ್ಪುವ ಸಾಧ್ಯತೆಯಿದೆ. ನಮ್ಮ ಆಡಳಿತ ಸಾಮರ್ಥ್ಯದ ಬಗ್ಗೆ ಅವನು ಹಗುರವಾಗಿ ಭಾವಿಸುತ್ತಾನೆ. ಶೀಘ್ರ ನಿರ್ಧಾರಕ್ಕೆ ಬರದೆ ಉದಾಸೀನ ನಾಗುತ್ತಾನೆ. ನಮ್ಮ ಸೇನಾ ಸಾಮರ್ಥ್ಯ ಕಡಿಮೆಯಿದೆಯೆಂದು ಈ ವಿರಾಧಗುಪ್ತ ಖಂಡಿತ ಹೇಳುತ್ತಾನೆ. ಆದರಿಂದ ಅವನು ಪಿಪ್ಪಲಿವನವನ್ನು ಯಾವಾಗ ಬೇಕಾದರೂ ವಶಪಡಿಸಿ ಕೊಳ್ಳಬಹುದೆಂದು ನಿಧಾನ ಮಾಡುತ್ತಾನೆ. ಆ ನಿಧಾನದ ಅವಧಿಯಲ್ಲಿ ನಾವು ಪರ್ವತರಾಜನ ಸಂಪರ್ಕ ಮಾಡಬಹುದು."

"ಪರ್ವತರಾಜನ ಸಂಪರ್ಕವೇ ?" ಚಂದ್ರಗುಪ್ತ ಚಕಿತನಾದ.

"ಹೌದು, ನಮ್ಮ ಸೇನಾಬಲ ಮಗಧವನ್ನು ಗೆಲ್ಲಲು ಸಾಲದು. ನಮ್ಮ ಜೊತೆಗೆ ಇನ್ನೊಬ್ಬ ಪ್ರತಿಷ್ಠಿತ ರಾಜನೂ ಇರುವನೆಂದರೆ ಅವರ ಭರವಸೆಗೆ ಅರ್ಧಜೀವ ಹೋಗುತ್ತದೆ. ಗೊಂದಲಗೊಂಡು ತಪ್ಪು ಯೋಜನೆಗಳನ್ನು ರೂಪಿಸುತ್ತಾರೆ. ಆದರಿಂದ ನಮ್ಮ ಕೆಲಸಕ್ಕೆ ಉಪಯೋಗವಾಗುತ್ತದೆ."

"ಆದರೆ ಪರ್ವತರಾಜ ಪೌರವ ಲಾಭವಿಲ್ಲದೆ ನಮ್ಮ ನೆರವಿಗೆ ಬರಲು ಒಪ್ಪುತ್ತಾನೆಯೆ ?" ಚರಣ ಸಂದೇಹ ವ್ಯಕ್ತಪಡಿಸಿದ.

"ಖಂಡಿತ ಇಲ್ಲ. ಅವನಿಗೆ ಮಗಧವನ್ನು ಗೆದ್ದು ಚಕ್ರವರ್ತಿಯಾಗಬೇಕೆಂಬ ಮಹಾತ್ವಾಕಾಂಕ್ಷೆಯಿರುವ ವಿಷಯ ಎಲ್ಲರಿಗೂ ಗೊತ್ತು. ಸಿಂಹಸೇನ, ಭಾಸ್ಕರ ಮತ್ತು ಬ್ರಹ್ಮದತ್ತರು ತಂದ ಸುದ್ದಿಗಳೂ ಅದನ್ನು ಖಚಿತಪಡಿಸಿದವು."

"ಹೌದು" ಚಂದ್ರಗುಪ್ತ ಹೇಳಿದ, "ಆದರೆ ಅದಕ್ಕೂ ಇದಕ್ಕೂ ಏನು ಸಂಬಂಧ ?"

"ನಮ್ಮ ನೆರವಿಗೆ ಬಂದರೆ ಅರ್ಧರಾಜ್ಯ ಕೊಡುವೆವೆಂದರೆ ಅವನ ಕಿವಿ ನಿಮಿರುತ್ತದೆ, ನಾಲಿಗೆಯಲ್ಲಿ ನೀರೂರುತ್ತದೆ."

"ಅಂದರೆ ಮಗಧವನ್ನು ವಿಭಾಗ ಮಾಡುವುದೆ ?" ಚಾಣಕ್ಯ ಇಂಥ ಮಾತಾಡುವುದು ಸಾಧ್ಯವೇ ? ಎಂದು ನಂಬಿಕೆಯಿಲ್ಲದೆ ಚಂದ್ರಗುಪ್ತ ಕೇಳಿದ.

"ಮಗಧವನ್ನು ಗೆಲ್ಲುವುದು ಮೊದಲು. ವಿಭಾಗದ ಪ್ರಶ್ನೆ ಬಂದಾಗ ಆ ವಿಷಯವನ್ನು ನೋಡಿಕೊಳ್ಳೋಣ."

ಎಲ್ಲರೂ ಸಮಾಧಾನವಾಗದೆ ಸುಮ್ಮನೆ ಮಿಕ ಮಿಕ ನೋಡುತ್ತಿದ್ದರು. ಚಾಣಕ್ಯ ಎಲ್ಲರತ್ತ ಒಮ್ಮೆ ನೋಡಿ ಜೋರಾಗಿ ನಕ್ಕು ಹೇಳಿದ, "ಈ ಚಾಣಕ್ಯನ ಬುದ್ಧಿಶಕ್ತಿಯ ಮೇಲೆ ನಿನಗೆ ನಂಬಿಕೆಯಿಲ್ಲವೆ ?"

"ಇದೆ ಆಚಾರ್ಯ" ಎಂದ ಚಂದ್ರಗುಪ್ತ.

"ಸರಿ, ಈ ಬಿಗಿದ ಮುಖಗಳನ್ನು ಸಡಿಲಿಸಿ. ಕಾರ್ಯ ಸಾಧನೆ ಮಾಡಿಕೊಳ್ಳಲು ರಾಜನೀತಿಯಲ್ಲಿ ಹಲವು ಮಾರ್ಗಗಳಿವೆ. ಅವುಗಳಲ್ಲಿ ಇದೂ ಒಂದು."

ಎಲ್ಲ ಸಮಾಧಾನದಿಂದ ಮುಂದಿನ ಮಾತುಕತೆಯತ್ತ ಗಮನ ಹರಿಸಿದರು.

# ಅಧ್ಯಾಯ ಒಂಭತ್ತು

## ೧

"ಚಂದ್ರಗುಪ್ತನ ಸಾಹಸವನ್ನು ಕೇಳಿದ ಮೇಲೆ, ಅನಿರೀಕ್ಷಿತ ಅದ್ಭುತವನ್ನು ಕಂಡಂತೆ ಆಶ್ಚರ್ಯವಾಗುತ್ತಿದೆ ಅಮಾತ್ಯರೇ" ಎಂದ ಪರ್ವತರಾಜ ಪೌರವ ಶಬರವರ್ಮನೊಂದಿಗೆ ಮಾತಾಡುತ್ತ ."ಆ ಚಂದ್ರಗುಪ್ತ ಯಾರು ಅಮಾತ್ಯರೇ? ಅವನು ಅಷ್ಟೊಂದು ಸಮರ್ಥನೇ?"

"ಅವನು ಬೇರೆ ಯಾರೂ ಅಲ್ಲ ಪ್ರಭು, ಪಿಪ್ಪಲಿವನದ ರವಿಗುಪ್ತ ಮೌರ್ಯನ ಏಕಮಾತ್ರ ಪುತ್ರ."

"ಪಿಪ್ಪಲಿವನ ಮಗಧಕ್ಕೆ ಸೇರಿಬಿಟ್ಟಿತ್ತಲ್ಲವೇ ?"

"ಹೌದು, ರವಿಗುಪ್ತನ ಸಾವಿನ ನಂತರ ಕುತಂತ್ರದಿಂದ ಸೇರಿಸಿಕೊಂಡಿದ್ದರು. ಬಹುಶಃ ಅದನ್ನು ಮರಳಿ ಪಡೆಯಲು ಚಂದ್ರಗುಪ್ತ ಮೊದಲಿನಿಂದಲೇ ಪ್ರಯತ್ನಿಸುತ್ತಿದ್ದನೆಂದು ಕಾಣುತ್ತದೆ."

"ಅದು ಸರಿ ಅಮಾತ್ಯರೇ, ಗಾಂಧಾರದಿಂದ ಇಲ್ಲಿಯವರೆಗೂ ಅವನು ಯಶಸ್ವೀ ದಂಡಯಾತ್ರೆ ಮಾಡುವುದು ಅಷ್ಟು ಸುಲಭವೇ ?"

"ಯವನರು ಗೆದ್ದ ನಾಡುಗಳಲ್ಲಿ ಹಲವನ್ನು ಅವನೇ ಗೆದ್ದನೆಂದರೆ, ಅದು ಅಸಾಮಾನ್ಯವಾದ ಕಾರ್ಯವೇ ? ಅದನ್ನು ನಾವೂ ಮಾಡಬಹುದಾಗಿತ್ತಲ್ಲ, ಎಂದು ಈಗ ಅನ್ನಿಸುತ್ತಿದೆ."

"ನೀವು ಯೋಚಿಸುವಷ್ಟರಲ್ಲಿ ಅವನು ಮಾಡಿ ಮುಗಿಸಿದ. ಆದರೆ ಅದು ಅವನೊಬ್ಬನ ಸಾಹಸವಲ್ಲ ಪ್ರಭು, ಅವನಿಗೆ ಚಾಣಕ್ಯನೆಂಬ ತೇಜಸ್ವೀ ಬ್ರಾಹ್ಮಣನ ಬೆಂಬಲ ದೊರೆತಿದೆ."

"ಆ ಚಾಣಕ್ಯನ ವಿಷಯ ಆರ್ಯಾವರ್ತದಲ್ಲೇ ಬಹಳ ಪ್ರಖ್ಯಾತವಾಗಿರುವಂತೆ ಕಾಣುತ್ತಿದೆ. ಅವನ ತಂದೆಯನ್ನು ಧನನಂದ ಮೋಸದಿಂದ ಕೊಂದನಂತೆ. ಅವನಿಗೆ ಅಪಮಾನ ಪಡಿಸಿ ಕಳಿಸಿದನಂತೆ. ಅವನು ಜುಟ್ಟು ಬಿಚ್ಚಿಕೊಂಡು ಪ್ರತಿಜ್ಞೆ ಮಾಡಿ ಹೋದನಂತೆ. ಆದರೆ, ಅವನ ಪ್ರತಿಜ್ಞೆ ಈಡೇರುವುದು ನಿಜವಾದರೆ ಮಗಧದ ವಿನಾಶ, ಧನನಂದನ ಅವಸಾನ ವಾಗುತ್ತದೆ."

"ಹಾಗೇ ಅನ್ನಿಸುತ್ತಿದೆ."

"ಅಂದರೆ? ನನ್ನ ಮಹತ್ವಾಕಾಂಕ್ಷೆಯ ಗತಿಯೇನು? ನಾನು ಸಾಯುವ ಮೊದಲು ಮಗಧವನ್ನು ಗೆಲ್ಲುವುದು ಸಾಧ್ಯವೇ ಆಗುವುದಿಲ್ಲವೆ? ಅಥವಾ ಈ ಚಂದ್ರಗುಪ್ತ ಚಾಣಕ್ಯ

ಸೇರಿಕೊಂಡು ನನಗೆ ಅಂಥ ಅವಕಾಶವನ್ನು ಉಳಿಸುವುದಿಲ್ಲವೆ?''

''ಚಿಕ್ಕ ಚಿಕ್ಕ ರಾಜರು ಮತ್ತು ಜನಪದಗಳನ್ನು ಗೆದ್ದಂತೆ, ಮಗಧವನ್ನು ಗೆಲ್ಲುವುದು ಅಷ್ಟು ಸುಲಭವಲ್ಲ ಪ್ರಭು.''

''ಅಥವಾ ಅವನ ಮುಂದಿನ ಹೆಜ್ಜೆ ಪರ್ವತ ನಾಡಿನ ಆಕ್ರಮಣವೇ?''

''ಇರಲಾರದು, ಇದ್ದಿದ್ದರೆ ಈ ವೇಳೆಗೆ ಅದರ ಮುನ್ಸೂಚನೆ ದೊರೆಯುತ್ತಿತ್ತು.''

''ಅಥವಾ ಚಂದ್ರಗುಪ್ತನ ಮೇಲೆ ನಾವೇ ಆಕ್ರಮಣ ಮಾಡಿದರೆ?''

''ಸಾಧ್ಯವಿಲ್ಲ, ಏಕೆಂದರೆ ಚಂದ್ರಗುಪ್ತ ಈಗ ಬರೀ ಪಿಪ್ಪಲಿವನದ ಸಣ್ಣ ರಾಜನಲ್ಲ, ಗಾಂಧಾರವೂ ಸೇರಿದಂತೆ ದೊಡ್ಡ ನಾಡಿನ ಒಡೆಯ. ಸೈನ್ಯ, ಸಹಾಯ, ಎಲ್ಲ ರೀತಿಯಿಂದಲೂ ತಕ್ಕಮಟ್ಟಿಗೆ ಪ್ರಬಲವಾಗಿಯೇ ಇರುತ್ತಾನೆ. ಮಗಧದವರು ಏನು ಮಾಡುವರೆಂದು ಕಾದು ನೋಡುವುದು ಒಳ್ಳೆಯದೆಂದು ಕಾಣುತ್ತದೆ.''

''ಏನೇ ಆದರೂ ಮಗಧದ ಸೇನಾಬಲ ಅಪಾರವಾಗಿದೆ. ಆಕ್ರಮಣ ಮಾಡಲು ನಾವೇ ಹಿಂದೆ ಮುಂದೆ ನೋಡುತ್ತಿರುವಾಗ, ನಿನ್ನೆ ಮೊನ್ನೆ ರಾಜನಾದ ಚಂದ್ರಗುಪ್ತ ಅಂಥ ಧೈರ್ಯ ಮಾಡುವನೆಂಬುದು ಅನುಮಾನ.

''ಅಲ್ಲದೆ, ಧನನಂದ ನಮ್ಮ ಮೇಲೆ ಆಕ್ರಮಣ ಮಾಡಲು ಪ್ರಯತ್ನಪಡಲಿಲ್ಲ, ನಮ್ಮ ಸ್ವಾತಂತ್ರ್ಯಕ್ಕೆ ಭಂಗ ಬಂದಿಲ್ಲ, ನಾವೇ ಆಕ್ರಮಣ ಮಾಡಲು ಹೋಗುವುದು ಉದ್ಧಟತನ ವಾಗುತ್ತದೆ.''

''ಗೆಲ್ಲುವುದಷ್ಟೇ ನಮ್ಮ ಧರ್ಮ'' ಪೌರವ ನಕ್ಕ. ''ಒಬ್ಬ ರಾಜನಿಗೆ ಇನ್ನೊಂದು ರಾಜ್ಯವನ್ನು ಗೆಲ್ಲುವ ಮಹಾತ್ವಾಕಾಂಕ್ಷೆಯಿರುವುದು ತಪ್ಪಲ್ಲ. ಆ ಗುರಿ ಸಾಧನೆಗೆ ಯಾವ ಮಾರ್ಗವನ್ನು ಉಪಯೋಗಿಸಿದರೂ ಅದು ರಾಜನೀತಿಯೆ.''

'ನಿನಗೆ ಬುದ್ಧಿ ಹೇಳಲು ಹೋಗುವವನು ಕಡುಮೂರ್ಖ' ಎಂದು ಮನಸ್ಸಿನಲ್ಲೇ ಅಂದುಕೊಂಡ ಶಬರವರ್ಮ ಪ್ರಕಟವಾಗಿ ಹೇಳಿದ, ''ಈಗ ಅಂಥ ಯಾವ ಅವಕಾಶವೂ ಇಲ್ಲ ಪ್ರಭು. ಮುಂದೊಂದು ದಿನ ಅಂಥ ಅವಕಾಶ ದೊರಕಬಹುದು. ಅದಕ್ಕೆ ಮೊದಲು ಪಾಟಲೀಪುತ್ರದ ಸ್ಥಿತಿಗತಿಗಳನ್ನು ನಾವು ತಿಳಿದುಕೊಳ್ಳುವುದು ಒಳ್ಳೆಯದು. ಚಂದ್ರಗುಪ್ತ ಪಾಟಲೀಪುತ್ರದ ಮೇಲೆ ಆಕ್ರಮಣ ಮಾಡಬಹುದೇ? ಮಾಡಿದರೆ ಗೆಲ್ಲಬಹುದೇ? ಇತ್ಯಾದಿಗಳನ್ನು ಪರಿಶೀಲಿಸಿ ನಾವು ಮುಂದಿನ ಹೆಜ್ಜೆ ಇಡಬಹುದು. ಏಕೆಂದರೆ ಚಂದ್ರಗುಪ್ತನ ಬಗ್ಗೆ ಪಾಟಲೀಪುತ್ರದ ಸದ್ಯದ ಪ್ರತಿಕ್ರಿಯೆ ನಮಗೆ ಮುಖ್ಯ. ಅವನ ಸಹಾಯಕನಾದ ಬ್ರಾಹ್ಮಣ ಚಾಣಕ್ಯ ನಿಜವಾಗಲೂ ಚತುರನೇ ಆಗಿದ್ದರೆ ಆಕ್ರಮಣಕ್ಕೆ ತಕ್ಕ ಭೂಮಿಕೆಯನ್ನು ಸಿದ್ಧಪಡಿಸಿರುತ್ತಾನೆ. ಅದು ನಿಜವಾದರೆ ಚಂದ್ರಗುಪ್ತ ಗೆಲ್ಲುವುದು ಖಂಡಿತ. ಆಗ ಆ ಸಂದರ್ಭವನ್ನು ನಾವು ಉಪಯೋಗಿಸಿಕೊಳ್ಳುವುದು ಸಾಧ್ಯವೇ ಎಂದು ಯೋಚಿಸ ಬಹುದು.''

''ಅದಕ್ಕೆ ಈಗ ನಾವೇನು ಮಾಡಬೇಕು?''

''ನಮ್ಮ ನಿಯೋಗಿ ಕಮಲಾಪೀಡನನ್ನು ಗೂಢಚಾರನಾಗಿ ಪಾಟಲೀಪುತ್ರಕ್ಕೆ ಕಳಿಸಿ

ಕೊಡೋಣ. ಅವನು ಅಲ್ಲಿಂದ ಬಂದಮೇಲೆ ಉಳಿದ ವಿಷಯಗಳನ್ನು ಆಲೋಚಿಸೋಣ."

"ಯವನ ಸೇನಾನಾಯಕರ ಗತಿಯೇನು ?"

"ಅವರು ಈಗ ಯಾರಿದ್ದಾರೆ ? ಚಂದ್ರಗುಪ್ತ ನಿರ್ದಾಕ್ಷಿಣ್ಯವಾಗಿ ಕೆಲವರನ್ನು ಕೊಂದು, ಹಲವರನ್ನು ಓಡಿಸಿ ಎಲ್ಲರನ್ನೂ ನಿರ್ನಾಮ ಮಾಡಿದ್ದಾನೆ. ಪ್ರಧಾನ ಸೇನಾನಾಯಕ ತಲೆ ತಪ್ಪಿಸಿಕೊಂಡು ಓಡಿಹೋದನಂತೆ."

"ಅವನೂ ಹೊರಟುಹೋದರೆ ಯವನರ ಕಾಟದಿಂದ ನಮಗೆ ಸಂಪೂರ್ಣ ಮುಕ್ತಿ ದೊರಕುತ್ತದೆ."

"ಅದು ನಿಜ. ಆದರೆ ಯೂಡಿಮಸ್ ಒಂದಲ್ಲ ಒಂದು ದಿನ ನಮ್ಮ ಬಳಿಗೆ ಬಂದೇ ಬರುವನೆನ್ನಿಸುತ್ತಿದೆ. ಅವನಿಗೆ ಇಲ್ಲೇ ಉಳಿದು ಯವನರ ಪ್ರತಿಷ್ಠೆಯನ್ನು ಹೆಚ್ಚಿಸಬೇಕೆಂಬ ಚಪಲವಿದೆ. ಅಲ್ಲದೆ ಸುಲಭವಾಗಿ ಸೋಲೊಪ್ಪಿಕೊಳ್ಳದ ಜಿಗುಟುತನವೂ ಅವನಲ್ಲಿದೆ."

"ಯಾರಿಗೆ ಗೊತ್ತು, ಈಗ ತಾನೇ ಅಲೆಗ್ಸಾಂಡರನ ಏಕಮೇವ ಪ್ರತಿನಿಧಿಯೆಂದು ನನ್ನ ಮೇಲೆ ಜೋರು ಮಾಡಿದರೂ ಆಶ್ಚರ್ಯವಿಲ್ಲ."

"ಹೌದು, ಏಕೆಂದರೆ ನಾವು ಈಗ ಯವನರ ಆಶ್ರಿತರು. ಹಾಗೆಂದೇ ಅಲೆಗ್ಸಾಂಡರನಿಗೆ ನೀವೂ ಕೂಡ ಮಾತು ಕೊಟ್ಟಿರಲ್ಲವೆ ?"

"ಅವನು ಆರ್ಯಾವರ್ತದ ಗಡಿ ದಾಟುತ್ತಿದ್ದಂತೆ ಅವನಿಗೆ ಕೊಟ್ಟ ಮಾತೂ ಹೋಯಿತು. ಈಗ ನಾನು ಯಾರ ಆಜ್ಞಾಪಾಲಕನೂ ಅಲ್ಲ."

ಶಬರವರ್ಮ ಕಮಲಾಪೀಡನನ್ನು ಕರೆಸಿ, ಅವನಿಗೆ ಹೇಳಬೇಕಾದುದನ್ನು ಹೇಳಿ ಮರುದಿನವೇ ಪಾಟಲೀಪುತ್ರಕ್ಕೆ ಕಳಿಸಿದ.

ಪೌರವ ತನ್ನ ಇಬ್ಬರು ಗಂಡುಮಕ್ಕಳನ್ನು ಕಳೆದುಕೊಂಡ ನಂತರ ಹಿರಿಯ ಮಗ ಮಲಯಕೇತುವಿನ ಮೇಲೆ ಹೆಚ್ಚಿನ ಅಕ್ಕರೆ ತೋರಿಸತೊಡಗಿದ. ಮೊದಲಿನಿಂದಲೂ ಅವನ ಮೇಲೆ ಸ್ವಲ್ಪ ಹೆಚ್ಚಾಗಿಯೇ ಇದ್ದ ಪ್ರೀತಿ ಈಗ ಇಮ್ಮಡಿಸಿತ್ತು. ಅಮಾತ್ಯನೊಂದಿಗೆ ಮಾತಾಡಿ, ಅಂತಃಪುರಕ್ಕೆ ಹೋದಮೇಲೆ ಮಗನನ್ನು ಅಲ್ಲಿಗೇ ಕರೆಸಿಕೊಂಡ. ಅವನೊಂದಿಗೆ ಹೊಸ ವಿಷಯದ ಬಗ್ಗೆ ಚರ್ಚೆ ಮಾಡಲು ಉತ್ಸಾಹಿತನಾಗಿದ್ದ.

ಮಲಯಕೇತು ಬಂದ ನಂತರ ಶಬರವರ್ಮನೊಂದಿಗೆ ನಡೆದ ಮಾತುಕತೆ, ಕಮಲಾಪೀಡನನ್ನು ಗುಪ್ತಚಾರನನ್ನಾಗಿ ಕಳಿಸಲು ಮಾಡಿದ ನಿರ್ಧಾರ, ಎಲ್ಲವನ್ನೂ ಹೇಳಿದ. ಯೂಡಿಮಸ್‌ನ ವಿಷಯ ಅವನಿಗೂ ಗೊತ್ತಿತ್ತು. ಅವನು ಚಂದ್ರಗುಪ್ತನೊಂದಿಗೆ ಹೋರಾಡಿ ಸೋತು ಓಡಿಹೋದ ವಿಷಯವೂ ಗೊತ್ತಿತ್ತು. "ನಾವು ಮಾಡಬೇಕಾದ ಕಾರ್ಯವನ್ನು ಆ ಚಂದ್ರಗುಪ್ತ ಮಾಡಿದ" ಎಂದು ಮೆಚ್ಚಿಗೆಯಿಂದಲೇ ನುಡಿದು ಅವನೆಂದ, "ಇದರಲ್ಲೂ ನಮಗೊಂದು ಸಂತೋಷವಿದೆ ಅಪ್ಪಾಜಿ. ನಮ್ಮ ಶತ್ರು ಗಾಂಧಾರ ರಾಜ ಆಂಭೀಕನನ್ನು ಬಗ್ಗುಬಡಿದು, ಅವರು ತಲೆಯೆತ್ತದಂತೆ ಮಾಡಿದ ಚಂದ್ರಗುಪ್ತನನ್ನು ನಾವು ಪ್ರಶಂಸೆ ಮಾಡಬೇಕು."

"ಅದು ನಿಜ ಕುಮಾರ" ಪೌರವ ಹೇಳಿದ, "ಆದರೆ ಅದೇ ಚಂದ್ರಗುಪ್ತ ನಮ್ಮ ನಾಡಿನ ಮೇಲೂ ಆಕ್ರಮಣ ಮಾಡುವುದಿಲ್ಲವೆಂದು ಹೇಗೆ ಹೇಳುವುದು ?"

"ಮಾಡಿದರೆ ಇನ್ನೂ ಒಳ್ಳೆಯದೇ ಆಯಿತು. ಅವನನ್ನು ಎದುರಿಸಲಾರದಷ್ಟು ನಮ್ಮ

ಸೈನ್ಯ, ನಮ್ಮ ಶೌರ್ಯ ದುರ್ಬಲವಾಗಿದೆಯೇ ?''

''ಸದ್ಯದಲ್ಲಿ ನಾವು ಯುದ್ಧದ ಪ್ರಯತ್ನ ಮಾಡುವಂತಿಲ್ಲ, ಕುಮಾರ. ಯವನರ ಸೈನ್ಯದೊಂದಿಗೆ ಹೋಗಿ ಬಂದ ನಮ್ಮ ಸೇನೆ ಸಾಕಷ್ಟು ಕ್ಷೀಣವಾಗಿದೆ. ಹೊಸ ಸೈನಿಕರನ್ನು ತುಂಬಿ ಅವರನ್ನು ಸಜ್ಜುಗೊಳಿಸಲು ಕಾಲಾವಕಾಶ ಬೇಕು. ಈಗ ನಮಗೆ ನೆರವು ನೀಡ ಬಹುದಾದ ರಾಜರು ಮತ್ತು ಜನಪದಗಳ ನಾಯಕರನ್ನೆಲ್ಲ ಚಂದ್ರಗುಪ್ತ ಗೆದ್ದುಬಿಟ್ಟಿದ್ದಾನೆ. ಅವನ ಬಲವೆಷ್ಟಿದೆಯೋ ನಮಗೆ ಗೊತ್ತಿಲ್ಲ''

''ಅಂದರೆ ಕಮಲಾಪೀಡ ಪಾಟಲೀಪುತ್ರದಿಂದ ಹಿಂದಿರುಗುವವರೆಗೂ ನಾವು ಕಾಯಬೇಕು?''

''ಹೌದು, ಆನಂತರವೇ ನಾವು ಮುಂದಿನ ಯೋಚನೆ ಮಾಡುವುದು ಸಾಧ್ಯ ವಾಗುತ್ತದೆ, ಆಗಲೂ ಅದರಿಂದ ನಮಗೇನಾದರೂ ಪ್ರಯೋಜನವಾಗುವುದೆಂದು ನನಗೆ ಅನ್ನಿಸುತ್ತಿಲ್ಲ''

''ಅಮಾತ್ಯರು ಹೇಳುತ್ತಾರೆ, ಪಾಟಲೀಪುತ್ರದ ಪರಿಸ್ಥಿತಿಯನ್ನು ಅರ್ಥಮಾಡಿಕೊಂಡರೆ, ನಮ್ಮ ಮುಂದಿನ ಹೆಜ್ಜೆಯನ್ನು ನಿರ್ಧರಿಸಬಹುದೆಂದು.''

''ಅದು ಹೇಗೆ ಸಾಧ್ಯ ?'' ಎಂದು ಕೆಲವು ಕ್ಷಣ ಯೋಚಿಸಿದ ಮಲಯಕೇತು. ನಂತರ ಹೇಳಿದ, ''ಅಂದರೆ ಅವರ ಮಾತಿನ ಅರ್ಥ, ಚಂದ್ರಗುಪ್ತ ಮಗಧದಲ್ಲಿ ಭೇದೋಪಾಯ ವನ್ನು ಕಲ್ಪಿಸಿ, ಧನನಂದನನ್ನು ದುರ್ಬಲಗೊಳಿಸಿ ಆಮೇಲೆ ಆಕ್ರಮಣ ಮಾಡುವನೆಂದಿರಬೇಕು.''

''ಅಂದರೆ ಪಾಟಲೀಪುತ್ರದಲ್ಲಿ ಚಂದ್ರಗುಪ್ತನ ಪಕ್ಷಪಾತಿಗಳು ಇದ್ದಾರೆಯೆ ? ಎಂದು ತಿಳಿಯುವ ಪ್ರಯತ್ನ. ಆದರೆ ಅಲ್ಲಿ ಅವನ ಪಕ್ಷಪಾತಿಗಳು ಯಾರಿದ್ದರೇನು ? ಎಲ್ಲರ ಮೇಲಧಿಕಾರಿಯಾಗಿರುವ ಅಮಾತ್ಯ ರಾಕ್ಷಸ ಅಂಥ ಒಳಸಂಚಿಗೆ ಎಂದಾದರೂ ಅವಕಾಶ ಕೊಡುತ್ತಾನೆಯೇ ?''

''ಅದು ಯೋಚಿಸಬೇಕಾದ ವಿಷಯ. ರಾಕ್ಷಸನೊಬ್ಬ ಇಲ್ಲದಿದ್ದರೆ ಧನನಂದ ಎಷ್ಟರವನು ! ಈಗಾಗಲೇ ಮಗಧ ನಮ್ಮ ಕೈವಶವಾಗಿ ಎಷ್ಟೋ ಕಾಲವಾಗುತ್ತಿತ್ತು.''

''ಸರಿ ಅಪ್ಪಾಜಿ, ಅಮಾತ್ಯರು ಹೇಳಿದಂತೆ ಕಮಲಾಪೀಡ ಬರುವವರೆಗೂ ಕಾಯೋಣ.''

''ನನ್ನ ಬದುಕಿನ ಆಸೆ ಈ ನೆಪದಲ್ಲಾದರೂ ಈಡೇರಬೇಕು. ನಾನು ವಿಶಾಲ ಸಾಮ್ರಾಜ್ಯದ ಚಕ್ರವರ್ತಿಯಾಗಬೇಕು. ನನ್ನ ನಂತರ ನನ್ನ ಮಗ ಚಕ್ರವರ್ತಿಯಾಗಿಯೇ ಮುಂದುವರಿಯಬೇಕು. ಅದೇ ನನ್ನ ಆಸೆ.''

''ಮೊದಲು ನಿಮ್ಮ ಆಸೆ ಈಡೇರಲಿ'' ಎಂದು ಹೇಳಿ ಮಲಯಕೇತು ಹೊರಟುಹೋದ.

★ ★ ★

ಪರ್ವತನಾಡಿನ ರಾಜಧಾನಿ ಗಿರಿಪುರದ ಹೊರವಲಯದಲ್ಲಿ ಸಂಜೆ ಚಾಣಕ್ಯ, ಚಂದ್ರಗುಪ್ತ, ಚರಣ, ಸಿಂಹಸೇನ – ಈ ನಾಲ್ಕು ಜನ ಸಾಧಾರಣ ಉಡುಪಿನಲ್ಲಿ ಸಾಮಾನ್ಯ ವ್ಯಕ್ತಿಗಳಂತೆ ಒಂದು ಮರದ ಕೆಳಗೆ ದಣಿವಾರಿಸಿಕೊಳ್ಳುತ್ತ ಕುಳಿತಿದ್ದರು. ಅವರ ನಾಲ್ಕು ಕುದುರೆಗಳು ತುಸು ದೂರದಲ್ಲಿ, ರಾಜಮಾರ್ಗದ ಪಕ್ಕದಲ್ಲಿ ಹುಲ್ಲು ಮೇಯುತ್ತಿದ್ದವು.

ಚಾಣಕ್ಯ ತನ್ನ ಬಿಚ್ಚಿದ ಶಿಖೆಯಿಂದ ತೊಟ್ಟಿಕ್ಕುತ್ತಿದ್ದ ಬೆವರನ್ನು ಉತ್ತರೀಯದಿಂದ ಒರೆಸಿಕೊಳ್ಳುತ್ತಿದ್ದ. ಒರೆಸಿದ ನಂತರ ಗಂಟು ಹಾಕಲು ಹೋದವನು, ಬೆಚ್ಚಿ ಕೈತೆಗೆದು ಕೂದಲನ್ನು ಒಮ್ಮೆ ಜೋರಾಗಿ ಕೊಡವಿದ. ತಕ್ಷಣ ಅವನಿಗೆ ಧನನಂದನ ಆಸ್ಥಾನದ ನೆನಪಾಯಿತು. ಮುಖ ಗಂಭೀರವಾಯಿತು. ಕಣ್ಣುಗಳು ಕಿಡಿ ಕಾರತೊಡಗಿದವು.

ಅವನ ಮುಖದ ಏರಿಳಿತಗಳನ್ನು ಗಮನಿಸುತ್ತಿದ್ದ ಚಂದ್ರಗುಪ್ತ, ಆತಂಕಗೊಂಡು ಹಿಂಜರಿಕೆಯಿಂದಲೇ ಕೇಳಿದ, ''ಆಚಾರ್ಯ ಏನಾಯಿತು? ಸ್ವಸ್ಥವಿಲ್ಲವೆ?''

''ನನಗೇನೂ ಆಗಿಲ್ಲ'' ಎಂದು ಒರಟಾಗಿ ಉತ್ತರ ನೀಡಿ ಚಾಣಕ್ಯ ಎದ್ದು ಅತ್ತಿತ್ತ ದಡ ದಡ ಹೆಜ್ಜೆಯಿಡುತ್ತ ತಿರುಗಿದ. ಮುಂದೆ ಮಾತಾಡುವ ಧೈರ್ಯವಾಗದೆ ಎಲ್ಲ ಅವನನ್ನೇ ನೋಡುತ್ತಿದ್ದರು. ಕೆಲವು ಕ್ಷಣಗಳ ನಂತರ ಅವನ ಪ್ರಕ್ಷುಬ್ಧವಾದ ಮುಖ ಸ್ವಲ್ಪ ಶಾಂತ ವಾಯಿತು. ಕೋಪದ ಆವೇಗದಲ್ಲಿ ಮುಖ, ಕೊರಳ ಮೇಲೆಲ್ಲ ಬೆವರು ಮೂಡಿತ್ತು. ಮತ್ತೆ ಬಂದು ಕುಳಿತು ಬೆವರೊರೆಸಿಕೊಂಡು ತನ್ನಷ್ಟಕ್ಕೆಂಬಂತೆ ಹೇಳಿಕೊಂಡ, ''ನನ್ನ ಪ್ರತಿಜ್ಞೆ ಪೂರ್ಣವಾಗುವವರೆಗೂ ನನ್ನ ಹೃದಯದಲ್ಲಿರುವ ಕೋಪದ ಬೆಂಕಿ ಆಗಾಗ ಭುಗಿಲ್ಲೆಂದು ಮೇಲೇಳುತ್ತಲೇ ಇರುತ್ತದೆ. ಅದು ಎಲ್ಲಿ ನನ್ನನ್ನೇ ಸುಟ್ಟುಬಿಡುತ್ತದೋ, ಎಂದು ಭಯ ವಾಗುತ್ತದೆ. ಎಲ್ಲಿ ಪ್ರತಿಜ್ಞೆ ತೀರುವ ಮೊದಲೇ ನಾನು ಮುಗಿದು ಹೋಗುತ್ತೇನೋ ಎಂಬ ಭೀತಿ ಕಾಡುತ್ತದೆ.''

ಅವರಿಗೆ ಸಂದರ್ಭದ ಅರಿವಾಯಿತು, ''ನಿಮ್ಮ ಪ್ರತಿಜ್ಞೆ ಈಡೇರುತ್ತದೆ, ಆಚಾರ್ಯ'' ಎಂದ ಚಂದ್ರಗುಪ್ತ.

''ಹೌದು ಆಚಾರ್ಯ'' ಚರಣ ಹೇಳಿದ, ''ಆ ಸಮಯ ಸನ್ನಿಹಿತವಾಗಿದೆ. ನಿಮ್ಮ ಪ್ರತಿಜ್ಞೆಯ ಪೂರೈಕೆಗೆ ನಾವೆಲ್ಲ ಕಟಿಬದ್ಧರಾಗಿದ್ದೇವೆ.''

''ಅದು ನನಗೆ ಗೊತ್ತಿದೆ ಚರಣ. ಆದರೆ ಯಾವಾಗಲಾದರೊಮ್ಮೆ ಮನಸ್ಸು ಅಂಕೆ ತಪ್ಪುತ್ತದೆ. ಮಹಾವಿದ್ವಾಂಸನೂ, ಜ್ಞಾನಿಯೂ ಎನಿಸಿಕೊಂಡ ನಾನು ಆ ಕ್ಷಣದಲ್ಲಿ ತೀರ ಸಾಮಾನ್ಯ ಮನುಷ್ಯನಾಗಿಬಿಡುತ್ತೇನೆ. ನನಗೇ ನಾಚಿಕೆಯಾಗುತ್ತದೆ.''

''ನಾಚಿಕೆಯೇಕೆ ಆಚಾರ್ಯ?'' ಸಿಂಹಸೇನ ಹೇಳಿದ, ''ನಿಮಗಾಗಿರುವ ಅನ್ಯಾಯ, ಅಪಮಾನಗಳನ್ನು ನೀವಾದದ್ದರಿಂದ ಈವರೆಗೆ ಸಹಿಸಿದ್ದೀರಿ. ಬೇರೆಯವರಾಗಿದ್ದರೆ ಮುಂದಿನ ಪರಿಣಾಮವನ್ನು ಲೆಕ್ಕಿಸದೆ ಆ ಪಾಪಿ ಧನನಂದನನ್ನು ಕೊಲ್ಲುತ್ತಿದ್ದರು, ಇಲ್ಲವೇ ತಾವೇ ಸಾಯುತ್ತಿದ್ದರು.''

''ಇಲ್ಲ, ನಾನು ಸಾಯುವುದಿಲ್ಲ'' ಚಾಣಕ್ಯ ದೃಢವಾಗಿ ಹೇಳಿದ. ''ಅವನನ್ನು ಸಾಯಿಸಬೇಕು. ಅವನಿಂದ ರೂಢಿಗೆ ಬಂದ ಪ್ರಜಾಪೀಡೆಯ ಆಡಳಿತ ಪದ್ಧತಿಯನ್ನು ಸಾಯಿಸಬೇಕು. ಧರ್ಮಭ್ರಷ್ಟರಾದವರು ಬೆಳೆಸಿದ ದುಷ್ಟ ಸಂಪ್ರದಾಯವನ್ನು ಸಾಯಿಸಬೇಕು.''

''ನೀವು ನಿರೀಕ್ಷಿಸಿದಂತೆ ಎಲ್ಲವೂ ನಡೆಯುತ್ತದೆ ಆಚಾರ್ಯ.'' ಚಂದ್ರಗುಪ್ತ ಹೇಳಿದ, ''ಬಿಚ್ಚಿದ ನಿಮ್ಮ ಶಿಖೆಯನ್ನು ನಾನೇ ಕಟ್ಟುತ್ತೇನೆ.''

ಸ್ವಲ್ಪ ಹೊತ್ತಿನ ನಂತರ ಚಾಣಕ್ಯ ಸಂಪೂರ್ಣವಾಗಿ ಮೊದಲಿನ ಸ್ಥಿತಿಗೆ ಬಂದು, ತಕ್ಷಣದ ಕಾರ್ಯದತ್ತ ಗಮನಹರಿಸಿದ. ''ನಾವೀಗ ಪೌರವನನ್ನು ಹೇಗೆ ಭೇಟಿ ಮಾಡಬೇಕೆಂದು ಯೋಚಿಸಬೇಕು.''

"ಅರಮನೆಯ ಮಹಾದ್ವಾರದವರೆಗೂ ಹೋಗಿ, ಪೌರವನಿಗೆ ನಾವು ಬಂದಿದ್ದೇವೆಂದು ಹೇಳಿಕಳಿಸಿದರಾಯಿತು" ಎಂದ ಸಿಂಹಸೇನ.

"ಹೇಳಿಕಳಿಸಬಹುದು. ಆಗ ಅವನು ನಮ್ಮನ್ನು ಕರೆಸಬಹುದು, ಅಥವಾ ಸಂದೇಹದಿಂದ ಸೆರೆಯಲ್ಲಿಡಬಹುದು ಅಥವಾ ಬಂದ ದಾರಿಯಲ್ಲಿ ಹಿಂದಕ್ಕೆ ಹೋಗುವಂತೆ ಅವನೇ ಹೇಳಿಕಳಿಸಬಹುದು" ಎಂದ ಚರಣ.

"ಹಾಗೆಂದು ನಾವು ಹಿಂಜರಿಯುವಂತಿಲ್ಲ, ಪ್ರಯತ್ನ ಪಡಲೇಬೇಕು. ಈಗ ಸಿಂಹಸೇನ ನಮ್ಮ ಪತ್ರ ತೆಗೆದುಕೊಂಡು ಹೋಗಿ ಪೌರವನನ್ನು ಕಾಣಲಿ. ಅವನು ಕರೆಕಳಿಸಿದರೆ ನಾವು ಒಳಗೆ ಹೋಗಬಹುದು. ನಂತರದ ವಿಷಯವನ್ನು ಆಮೇಲೇ ಯೋಚಿಸಿಕೊಂಡರಾಯಿತು" ಎಂದ ಚಾಣಕ್ಯ.

ಎಲ್ಲರಿಗೂ ಅದೇ ಸರಿಯೆಂದು ಕಂಡಿತು. ಚಂದ್ರಗುಪ್ತನ ಹೆಸರಿನಲ್ಲಿ ಚಾಣಕ್ಯ ತಾನೇ ಒಂದು ಪತ್ರ ಸಿದ್ಧಪಡಿಸಿದ. ಅದನ್ನು ಸಿಂಹಸೇನನ ಕೈಯಲ್ಲಿ ಕೊಟ್ಟು ಕಳಿಸಿದ.

ಸಿಂಹಸೇನ ಅರಮನೆಯ ಮಹಾದ್ವಾರದ ಬಳಿಗೆ ಬಂದು "ನಾನು ಪಿಪ್ಪಿಲಿವನದ ರಾಜ ಚಂದ್ರಗುಪ್ತ ಮೌರ್ಯರ ರಾಯಭಾರಿಯಾಗಿ ಬಂದಿದ್ದೇನೆ. ಮಹಾರಾಜ ಪೌರವರನ್ನು ಕಾಣಬೇಕಾಗಿದೆ. ದಯವಿಟ್ಟು ಈ ವಿಷಯವನ್ನು ನಿಮ್ಮ ಪ್ರಭುಗಳಿಗೆ ತಿಳಿಸು" ಎಂದು ದ್ವಾರಪಾಲಕನಲ್ಲಿ ವಿನಯದಿಂದ ಕೇಳಿಕೊಂಡ.

ಅವನು ಇನ್ನೊಬ್ಬನಿಗೆ ತನ್ನ ಹೊಣೆ ವಹಿಸಿ ತಾನು ಒಳಗೆ ಹೋದ. ಮಂತ್ರ ಶಾಲೆಯಲ್ಲಿ ಶಬರವರ್ಮ ಮತ್ತು ಮಲಯಕೇತುವಿನೊಂದಿಗೆ ಮಾತಾಡುತ್ತಿದ್ದ ಪೌರವನಿಗೆ ವಿಷಯ ತಿಳಿಸಿದ. ಅವರೆಲ್ಲರ ಕಿವಿಗಳು ನೆಟ್ಟಗಾದವು. "ಯಾರು ! ಯಾರು ಬಂದಿದ್ದಾರೆಂದೆ ?" ಪೌರವ ಅಚ್ಚರಿಯಿಂದ ಕೇಳಿದ.

"ಪಿಪ್ಪಿಲಿವನದ ರಾಜ ಚಂದ್ರಗುಪ್ತ ಮೌರ್ಯರ ರಾಯಭಾರಿಯಂತೆ."

ಪೌರವ ಅಮಾತ್ಯನ ಮುಖ ನೋಡಿ "ಅವನನ್ನು ಒಳಗೆ ಕಳಿಸು" ಎಂದು ಆದೇಶ ನೀಡಿದ. ದ್ವಾರಪಾಲಕ ಹೊರಗೆ ಹೋದ ನಂತರ "ಏನಿರಬಹುದು?" ಎಂದ.

"ನನಗೂ ಇದು ಕುತೂಹಲ ಮೂಡಿಸುತ್ತಿದೆ. ಅವನು ಬರಲಿ, ವಿಷಯ ತಿಳಿದೇ ತಿಳಿಯುವುದಲ್ಲ" ಎಂದ ಶಬರವರ್ಮ.

ಕೆಲವು ಕ್ಷಣಗಳ ನಂತರ ದ್ವಾರಪಾಲಕ ಸಿಂಹಸೇನನನ್ನು ಒಳಗೆ ಕರೆತಂದು ಬಿಟ್ಟು ಹೊರಟುಹೋದ. ಅವನು ಗೌರವಪೂರ್ವಕವಾಗಿ ನಮಸ್ಕರಿಸಿದ.

"ಯಾರು ನೀನು ? ಏನು ವಿಷಯ ?" ಎಂದ ಪೌರವ ದರ್ಪದಿಂದ.

"ನನ್ನ ಹೆಸರು ಸಿಂಹಸೇನನೆಂದು. ಪಿಪ್ಪಿಲಿವನದ ರಾಜ ಚಂದ್ರಗುಪ್ತ ಮೌರ್ಯರು ನಮಸ್ಕಾರಪೂರ್ವಕವಾಗಿ ತಮಗೆ ಈ ಪತ್ರ ಕೊಡಲು ಆದೇಶಿಸಿದ್ದಾರೆ" ಎಂದು ಸಿಂಹಸೇನ ಪತ್ರ ನೀಡಿದ.

ಶಬರವರ್ಮ ಅದನ್ನು ಬಿಡಿಸಿ ಓದಿದ – "ಪರ್ವತ ನಾಡಿನ ಪ್ರಭು ಪೌರವ ಮಹಾರಾಜರಿಗೆ, ಪಿಪ್ಪಿಲಿವನದ ರಾಜ ಚಂದ್ರಗುಪ್ತ ಮೌರ್ಯನ ಗೌರವಪೂರ್ವಕ ವಂದನೆಗಳು. ನಿಮ್ಮ ಭೇಟಿಗೆ ಕಾತರಿಸಿ ನಿಮ್ಮ ನಗರದ ಹೊರವಲಯದಲ್ಲಿ ಪೂಜ್ಯರಾದ

ಆಚಾರ್ಯ ಚಾಣಕ್ಯರ ಜೊತೆ ಕಾದು ಕುಳಿತಿದ್ದೇನೆ. ನಿಮಗೂ ನನಗೂ ಪ್ರಯೋಜನ ಕಾರಿಯಾದ ಕೆಲವು ವಿಷಯಗಳನ್ನು ತಮ್ಮೊಂದಿಗೆ ಮಾತಾಡುವ ಆಸೆಯಿದೆ. ತಾವು ಕೃಪೆಯಿಟ್ಟು ಭೇಟಿಗೆ ಅವಕಾಶ ನೀಡಿದರೆ ನಾನು ಕೃತಜ್ಞ."

"ಏನು! ಚಾಣಕ್ಯರೂ ಜೊತೆಯಲ್ಲಿ ಬಂದಿದ್ದಾರೆಯೇ" ಪೌರವ ಚಕಿತನಾಗಿ ಕೇಳಿದ, "ಸ್ವತಃ ಒಬ್ಬ ರಾಜನೇ ನನ್ನ ಅರಮನೆಯ ಬಾಗಿಲಿಗೆ ಬಂದಿದ್ದಾನೆಯೇ? ಸೇನೆ ಜೊತೆಯಲ್ಲಿದೆಯೇ?"

"ಇಲ್ಲ ಮಹಾರಾಜ" ಸಿಂಹಸೇನ ಹೇಳಿದ, "ಸೇನೆಯೊಂದಿಗೆ ನಿಮ್ಮ ಗಡಿದಾಟಿ ಸುರಕ್ಷಿತವಾಗಿ ರಾಜಧಾನಿಯವರೆಗೂ ಬರಲು ಸಾಧ್ಯವೆ? ಆಚಾರ್ಯ ಚಾಣಕ್ಯರು, ರಾಜ ಚಂದ್ರಗುಪ್ತ, ನಾನು ಮತ್ತು ಚರಣನೆಂಬ ಇನ್ನೊಬ್ಬ - ಈ ನಾಲ್ಕೇ ಜನ ಅಷ್ಟೆ"

ಎಲ್ಲರ ಮುಖದಲ್ಲೂ ವಿಸ್ಮಯ ತುಳುಕುತ್ತಿತ್ತು. "ಕುಮಾರ" ಪೌರವ ಮಲಯ ಕೇತುವಿಗೆ ಹೇಳಿದ, "ಪರಿಮಿತವಾದ ಪರಿವಾರವನ್ನು ತೆಗೆದುಕೊಂಡು ನೀನೇ ಹೋಗಿ ಅವರನ್ನು ಗೌರವಪೂರ್ವಕವಾಗಿ ಕರೆದುಕೊಂಡು ಬಾ."

ಹಾಗೆಯೇ ಆಗಲೆಂದು ಮಲಯಕೇತು ಸಿಂಹಸೇನನೊಡನೆ ಹೊರಟ.

ಅವನು ಹೋದನಂತರ ಶಬರವರ್ಮ ಸಂತೋಷದಿಂದ ಹೇಳಿದ, "ನಿಜವಾಗಲೂ ಇದು ಒಳ್ಳೆಯ ಕಾರ್ಯ ಪ್ರಭು. ನೀವು ಎಲ್ಲಿ ಅವರ ಬಗ್ಗೆ ಸಲ್ಲದ ಆಲೋಚನೆ ಮಾಡಿ ಬಿಡುತ್ತೀರೋ ಎಂದು ನಾನು ಹೆದರಿದ್ದೆ."

"ಅಂದರೆ, ಸುಲಭವಾಗಿ ಸಿಕ್ಕಿರುವ ಅವರನ್ನು ಹಿಡಿದು ಸೆರೆಮನೆಗೆ ದೂಡುತ್ತಿದ್ದೇನೆಂದು ನಿಮ್ಮ ಭಾವನೆಯೇ?"

"ಹೌದು, ಹಾಗನ್ನಿಸುವುದು ಸಹಜ."

"ಇಲ್ಲ ಅಮಾತ್ಯರೆ" ಪೌರವ ಹೇಳಿದ, "ನಮ್ಮ ಸಭ್ಯತೆಯನ್ನು ಅಷ್ಟೊಂದು ನೀಚತನಕ್ಕಿಳಿಸುವ ಅನಾಗರಿಕನಲ್ಲ ನಾನು. ಅವರು ಸೈನ್ಯದೊಂದಿಗೆ ಬಂದಿದ್ದರೆ ಖಂಡಿತ ಯುದ್ಧ ಮಾಡುತ್ತಿದ್ದೆ. ಆದರೆ ಅವನು ಕೇವಲ ಮೂವರೊಂದಿಗೆ ಬಂದು ನನ್ನ ಭೇಟಿಗಾಗಿ ವಿನಯದಿಂದ ಕೇಳುತ್ತಿರುವಾಗ ಆದರಿಸಿ ಸತ್ಕರಿಸುವುದು ನನ್ನ ಕರ್ತವ್ಯ. ನಮ್ಮ ಆರ್ಯಾವರ್ತದ ಸಂಸ್ಕೃತಿಯನ್ನು ನಾನು ಮರೆತಿಲ್ಲ ಅಮಾತ್ಯರೆ."

"ಅವನು ಮುಖ್ಯವಾದ ಉದ್ದೇಶವನ್ನೇ ಇಟ್ಟುಕೊಂಡು ಬಂದಿರಬೇಕು."

"ಉದ್ದೇಶ ಯಾವುದಾದರೂ ಇರಲಿ. ನಾನೀಗ ಅವನನ್ನು ಅತಿಥಿಯಂತೆಯೇ ನೋಡಬೇಕು, ನಡೆದುಕೊಳ್ಳಬೇಕು. ಅವನ ಪತ್ರದ ಧಾಟಿ ನೋಡಿದರೆ ಅವನು ಅತಿ ಸೌಜನ್ಯಶೀಲನೆಂದು ಕಾಣುತ್ತದೆ. ಜೊತೆಗೆ ಅವನನ್ನೂ, ಆ ಚಾಣಕ್ಯನನ್ನೂ ನೋಡಬೇಕೆಂಬ ನನ್ನ ಕುತೂಹಲವೂ ತಣಿಯುತ್ತದೆ."

"ನಮಗೂ ನಿಮಗೂ ಪ್ರಯೋಜನಕಾರಿಯಾದ ವಿಷಯ ಎಂದು ಅವನು ಹೇಳಿರುವುದರಿಂದ, ಮಗಧ ಸಾಮ್ರಾಜ್ಯದ ಪ್ರಸ್ತಾಪ ಬರಬಹುದೆಂದೆನಿಸುತ್ತಿದೆ."

"ಬಂದರೆ ಬಹಳ ಸಂತೋಷ. ಅದು ನಮಗೆಷ್ಟು ಪ್ರಯೋಜನಕಾರಿಯೆಂಬುದು ಅವರೊಂದಿಗೆ ಮಾತಾಡಿದ ಮೇಲೇ ತಿಳಿಯಬೇಕು."

ಸ್ವಲ್ಪ ಹೊತ್ತಿಗೆ ಮಲಯಕೇತುವಿನೊಂದಿಗೆ ಚಂದ್ರಗುಪ್ತ, ಚಾಣಕ್ಯ, ಚರಣ ಮತ್ತು ಸಿಂಹಸೇನ ಒಳಬಂದರು. ಪೌರವ ಅವರತ್ತ ನೋಡಿದ. ಚಂದ್ರಗುಪ್ತ ಸರಳ ಉಡುಪಿನಲ್ಲಿದ್ದರೂ ಆಕರ್ಷಣೀಯವಾದ ಅವನ ತೇಜಸ್ಸು, ರಾಜಲಕ್ಷಣಗಳು ಪೌರವನ ಅರಿವಿಗೆ ಬಂದವು. ಚಾಣಕ್ಯನನ್ನು ಕಂಡಕೂಡಲೇ, ತಾನೇ ಹೋಗಿ ಅವನಿಗೆ ಸಾಷ್ಟಾಂಗ ನಮಸ್ಕರಿಸಬೇಕೆಂಬ ಪ್ರೇರಣೆಯಾಯಿತು. ಅವನ ಕಣ್ಣುಗಳ ಆ ದಿಟ್ಟ ನೋಟ ಎಂಥವನನ್ನಾದರೂ ಸಮ್ಮೋಹನ ಗೊಳಿಸಬಹುದೆನ್ನಿಸಿತು.

"ರವಿಗುಪ್ತಮೌರ್ಯ ಪುತ್ರ, ಪಿಪ್ಪಲಿವನದ ರಾಜ ಚಂದ್ರಗುಪ್ತ ಮೌರ್ಯ ತಮಗೆ ನಮಸ್ಕರಿಸುತ್ತಿದ್ದಾನೆ" ಎಂದು ಚಂದ್ರಗುಪ್ತ ವಿನಯದಿಂದ ಬಾಗಿ ಪೌರವನ ಕಾಲು ಮುಟ್ಟಿ ನಮಸ್ಕರಿಸಿದ.

"ಎಂಥ ವಿನಯ, ವಿಧೇಯತೆ! ಎಂಥ ಸಜ್ಜನಿಕೆ!" ಎಂದು ಪೌರವ ಮನಸ್ಸಿನಲ್ಲೇ ಮೆಚ್ಚಿದ.

"ಕುಟಿಲ ಗೋತ್ರೋದ್ಭವ ಚಣಕಪುತ್ರ ಚಾಣಕ್ಯನ ಅಭಿವಾದನೆ" ಎಂದು ಚಾಣಕ್ಯ ಕೈಮುಗಿದ.

"ತಾವು ಬ್ರಾಹ್ಮಣರು, ತಮಗೆ ನಾನು ನಮಸ್ಕರಿಸಬೇಕು" ಎಂದು ಪೌರವ ಕೈಮುಗಿದ.

"ಬರಿಯ ಬ್ರಾಹ್ಮಣನಾದ ಮಾತ್ರಕ್ಕೆ ಎಲ್ಲರಿಂದ ನಮಸ್ಕರಿಸಿಕೊಳ್ಳುವ ಅಧಿಕಾರ ಬಂದುಬಿಡುವುದಿಲ್ಲ ಮಹಾರಾಜ. ಗುರುಹಿರಿಯರಿಗೆ ಗೌರವಭಾವನೆಯಿಂದ ನಮಸ್ಕರಿಸುವ ಸಾಮಾನ್ಯ ರೂಢಿಯ ವಿಷಯ ಬಿಡಿ. ಅದರಾಚೆಗೆ ನಾವು ಇತರರಿಗೆ ಗೌರವ ಸಲ್ಲಿಸಬೇಕಾದರೆ ಅಲ್ಲಿ ವ್ಯಕ್ತಿತ್ವದ ಮಹಿಮೆಯಿರಬೇಕು. ಅವನು ಬ್ರಾಹ್ಮಣನಾಗಿರಬಹುದು, ಕ್ಷತ್ರಿಯನಾಗಿರ ಬಹುದು, ವೈಶ್ಯನಾಗಿರಬಹುದು, ಶೂದ್ರನೂ ಆಗಬಹುದು."

"ಅಂದರೆ ನೀವು ವರ್ಣಾಶ್ರಮ ಪದ್ಧತಿಯನ್ನು ಗೌರವಿಸುವುದಿಲ್ಲವೆ?" ಎಂದ ಶಬರವರ್ಮ.

"ಖಂಡಿತ ಗೌರವಿಸುತ್ತೇನೆ." ಚಾಣಕ್ಯ ದೃಢವಾಗಿ ಹೇಳಿದ. "ಆದರೆ ಹುಟ್ಟಿನಿಂದ ಬಂದ ವರ್ಣವನ್ನಲ್ಲ ಸಂಸ್ಕಾರದಿಂದ ಗಳಿಸಿಕೊಂಡ, ಸ್ವಪ್ರಯತ್ನದಿಂದ ರೂಢಿಸಿಕೊಂಡ ವ್ಯಕ್ತಿತ್ವವನ್ನು. ಅಂಥ ವ್ಯಕ್ತಿತ್ವದ ಮಹಿಮೆ ನಿಮ್ಮಲ್ಲಿದೆ ಮಹಾರಾಜ. ಮಗಧವನ್ನು ಬಿಟ್ಟರೆ ನಿಮ್ಮದೇ ದೊಡ್ಡ ಸಾಮ್ರಾಜ್ಯ. ನಿಮ್ಮ ಶೌರ್ಯ ಪರಾಕ್ರಮ, ಪ್ರಜಾವಾತ್ಸಲ್ಯ ಇಡೀ ಆರ್ಯಾವರ್ತದಲ್ಲೇ ಪ್ರಸಿದ್ಧ, ಪ್ರಸಿದ್ಧ ಯವನವೀರ ಅಲೆಗ್ಸಾಂಡರನ ಪ್ರಶಂಸೆ ಪಡೆದ ವಿಷಯ ಜನಜನಿತವಲ್ಲವೆ?"

ಚಾಣಕ್ಯನ ಹೊಗಳಿಕೆ ಕೆಲಸ ಮಾಡಿತು. ಪೌರವನ ಮುಖ ಅರಳಿತು. ಹೆಮ್ಮೆಯಿಂದ ಎದೆಯುಬ್ಬಿತು. ತನ್ನ ಮಗನನ್ನೂ, ಅಮಾತ್ಯ ಶಬರವರ್ಮನನ್ನೂ ಪರಿಚಯಿಸಿದ. ಚಂದ್ರಗುಪ್ತ ತನ್ನ ಮಿತ್ರರ ಪರಿಚಯ ಮಾಡಿದ. ಕಡೆಯಲ್ಲಿ ಪೌರವ ಹೇಳಿದ, "ಉಳಿದ ಮಾತುಕತೆ ಯೇನಿದ್ದರೂ ನಾಳೆ. ಈಗ ನೀವು ವಿಶ್ರಾಂತಿ ಪಡೆಯಿರಿ. ಮಲಯಕೇತು ಇವರನ್ನು ಅತಿಥಿ ಭವನಕ್ಕೆ ಕರೆದುಕೊಂಡು ಹೋಗು. ಇವರ ಉಪಚಾರದ ಹೊಣೆ ಸಂಪೂರ್ಣವಾಗಿ ನಿನ್ನದು. ಯಾವುದಕ್ಕೂ ಕೊರತೆಯಾಗಬಾರದು."

"ಆಗಲಿ ಅಪ್ಪಾಜಿ. ಬನ್ನಿ" ಎಂದು ಮಲಯಕೇತು ಗೌರವಪೂರ್ವಕವಾಗಿ ಮೈಬಾಗಿಸಿ ಕೈಚಾಚಿ ಮುಂದೆ ನಡೆದ. ಅವರು ಅವನನ್ನು ಹಿಂಬಾಲಿಸಿದರು.

ಅವರು ಹೋದ ಮೇಲೆ ಪೌರವ ಉತ್ಸಾಹದಿಂದ ಹೇಳಿದ, "ಇದರಲ್ಲಿ ಏನೋ ವಿಶೇಷವಿದೆ."

"ಚಂದ್ರಗುಪ್ತನದು ಎಂಥ ಆಕರ್ಷಕ ರೂಪ! ಅಷ್ಟೇ ಸೌಜನ್ಯದ ನಡವಳಿಕೆ! ರಾಜನೆಂಬ ಹಮ್ಮುಬಿಮ್ಮುಗಳಿಲ್ಲ."

"ಸೇನೆಯಿಲ್ಲ, ಕಡೇ ಪಕ್ಷ ಒಂದು ಸಣ್ಣ ಬೆಂಗಾವಲ ಪಡೆಯೂ ಇಲ್ಲದೆ ಬಂದಿರುವ ಅವನ ಧೈರ್ಯವನ್ನು ಮೆಚ್ಚಬೇಕು. ಅಲ್ಲದೆ, ಅದರಿಂದ ಅವನು ದುರುದ್ದೇಶದಿಂದ ಬಂದಿಲ್ಲ ವೆಂಬುದು ಸ್ಪಷ್ಟವಾಗುವುದಿಲ್ಲವೇ ?"

"ಹೌದು ಪ್ರಭು, ಬಹುಶಃ ಮಗಧದ ಆಕ್ರಮಣ ಮಾಡಲು ನಮ್ಮ ಸಹಾಯ ಕೋರಿ ಬಂದಿರಬಹುದು."

"ನಾನೂ ಸಹಾಯ ಮಾಡಲು ಸಿದ್ಧ. ಆದರೆ ನನ್ನ ಪ್ರಯೋಜನದ ಪ್ರಮಾಣ ಮೊದಲು ನಿರ್ಧಾರವಾಗಬೇಕು."

"ಇಬ್ಬರಿಗೂ ಪ್ರಯೋಜನವಾಗುವ ವಿಷಯವೆಂದು ಮೊದಲೇ ಅವರು ತಿಳಿಸಿರು ವುದರಿಂದ, ತನ್ನ ಪ್ರಯೋಜನಕ್ಕೆ ಮಾತ್ರ ಸಹಾಯ ನೀಡುವಂತೆ ಕೇಳಲಾರ."

"ಆ ವಿಷಯ ಬಿಡಿ ಅಮಾತ್ಯರೆ. ಮೊದಲು ಅವರನ್ನು ಸತ್ಕರಿಸಿ ಸಂತೋಷಪಡೋಣ. ಮಾತಾಡಿ ಚರ್ಚಿಸೋಣ. ಸೂಕ್ತ ಕಂಡರೆ ಅವರ ಜೊತೆ ಕೈಜೋಡಿಸೋಣ. ಇಲ್ಲವಾದರೆ ಪ್ರೀತಿಯಿಂದ, ಸೌಜನ್ಯದಿಂದ ಬೀಳ್ಕೊಡೋಣ."

★ ★ ★

ಅತ್ತ ಅತಿಥಿ ಭವನದಲ್ಲಿ ಮಲಯಕೇತು ನೀಡಿದ ರಾಜೋಪಚಾರದಿಂದ ಚಾಣಕ್ಯ, ಚಂದ್ರಗುಪ್ತ, ಚರಣ ಮತ್ತು ಸಿಂಹಸೇನ ವಿಸ್ಮಯಗೊಂಡಿದ್ದರು. "ಮಲಯಕೇತು ಸೌಜನ್ಯಶೀಲ. ಮಾತು ನಡವಳಿಕೆಗಳಲ್ಲಿ ಸಜ್ಜನಿಕೆಯಿದೆ. ಅಹಂಕಾರದ ಸುಳಿವಿಲ್ಲ" ಎಂದ ಚಾಣಕ್ಯ.

"ಆದರೆ ಪೌರವನಲ್ಲಿ ಹೊಗಳಿಕೆಗೆ ಉಬ್ಬಿಹೋಗುವ ಸ್ವಭಾವವಿರುವಂತೆ ಕಾಣುತ್ತದೆ." ಚಂದ್ರಗುಪ್ತ ಹೇಳಿದ. "ನಿಮ್ಮ ಹೊಗಳಿಕೆಯ ಮಾತುಗಳನ್ನು ಕೇಳಿ ಅವನ ಮುಖ ತಾವರೆಯ ಹೂವಿನಂತೆ ಅರಳಿತ್ತು."

"ಅವನ ಆ ಸ್ವಭಾವವೇ ನಮಗೆ ಪ್ರಯೋಜನಕಾರಿಯಾಗುವುದು" ಎಂದ ಚಾಣಕ್ಯ.

"ಆದರೆ ಅವನು ಅಷ್ಟು ಸುಲಭವಾಗಿ ನಮ್ಮ ಪಕ್ಷ ವಹಿಸುವನೆಂದು ನನಗೆ ಅನ್ನಿಸುತ್ತಿಲ್ಲ ಆಚಾರ್ಯ" ಎಂದ ಚರಣ.

"ಅಸಾಧ್ಯವಲ್ಲವಲ್ಲ" ಎಂದು ಚಾಣಕ್ಯ ನಕ್ಕ. "ಚರಣ, ಗೆಲುವು ಸಾಧ್ಯವಿಲ್ಲದ ಕಡೆ ಈ ಚಾಣಕ್ಯ ಪ್ರಯತ್ನ ಮಾಡಲು ಹೋಗುವುದೇ ಇಲ್ಲ."

"ಆಚಾರ್ಯ ನನಗೊಂದು ಸಂದೇಹ" ಚಂದ್ರಗುಪ್ತ ಹೇಳಿದ, "ನಾವು ಅತಿಥಿಗಳಾಗಿ ಇಲ್ಲಿದ್ದು, ಸತ್ಕಾರ ಪಡೆದು ಇವರ ವಿರುದ್ಧವಾಗಿ ನಡೆದುಕೊಳ್ಳುವುದು ತಪ್ಪಾಗುವುದಿಲ್ಲವೆ?"

"ವಿರುದ್ಧವಾಗಿ ನಡೆದುಕೊಳ್ಳುತ್ತೇವೆಂದು ಈಗಲೇ ಏಕೆ ಭಾವಿಸುತ್ತಿ ಚಂದ್ರಗುಪ್ತ? ಅಂಥ ಸಂದರ್ಭ ಬಾರದಿರಬಹುದು ಅಥವಾ ಒಂದು ವೇಳೆ ಬಂದರೂ ವೈಯಕ್ತಿಕ

ಹಿತದೃಷ್ಟಿಯನ್ನು ಮರೆತು, ಸಾಮ್ರಾಜ್ಯ ಮತ್ತು ಧರ್ಮದ ಹಿತದೃಷ್ಟಿಯಿಂದ ವಿರುದ್ಧವಾದರೂ ಹಾಗೇ ನಡೆದುಕೊಳ್ಳಬೇಕಾಗುತ್ತದೆ.''

''ಹೌದು ಚಂದ್ರಗುಪ್ತ'' ಸಿಂಹಸೇನ ಹೇಳಿದ, ''ನಿನ್ನ ಹಾಗೆ ನಾವೂ ಯೋಚನೆ ಮಾಡಿದ್ದರೆ ಗಿರಿನಾಥನನ್ನು ಒಳಗು ಮಾಡಿಕೊಳ್ಳುವುದು ಸಾಧ್ಯವೇ ಇರುತ್ತಿರಲಿಲ್ಲ, ಅವನು ಅನಂತರ ಬದಲಾದ. ಜೊತೆಗೆ ಪುಷ್ಕರನನ್ನೂ ಸೆಳೆದುಕೊಂಡ. ಇಲ್ಲವಾದರೆ ನಾವು ಗಾಂಧಾರವನ್ನು ಅಷ್ಟು ಸುಲಭವಾಗಿ ಗೆಲ್ಲಲಾಗುತ್ತಿರಲಿಲ್ಲ.''

ಅಷ್ಟರಲ್ಲಿ ಮಲಯಕೇತು ಹೊರಬಾಗಿಲಲ್ಲಿ ಕಾದಿರುವನೆಂದು ಸೇವಕ ಬಂದು ಹೇಳಿದ. ತಕ್ಷಣ ಅವರು ಮಾತು ನಿಲ್ಲಿಸಿದರು. ಬರಹೇಳುವಂತೆ ಚಾಣಕ್ಯ ಸೂಚಿಸಿದ. ಮಲಯಕೇತು ಬಾಗಿಲಲ್ಲಿ ಕಾಣಿಸಿಕೊಳ್ಳುತ್ತಿದ್ದಂತೆ ಚಾಣಕ್ಯ ತಾನೇ ಹೇಳಿದ, ''ಬರಬೇಕು ಯುವರಾಜ. ನಿನ್ನ ಮನೆಗೆ ನೀನು ಬರಲು, ನಮ್ಮ ಅಪ್ಪಣೆ ಕೇಳಿ ಬಾಗಿಲಲ್ಲಿ ನಿಲ್ಲಬೇಕೆ ?''

''ಕ್ಷಮಿಸಿ ಆಚಾರ್ಯ'' ಮಲಯಕೇತು ವಿನಯದಿಂದ ಹೇಳಿದ, ''ನೀವು ನಮ್ಮ ಗೌರವಾನ್ವಿತ ಅತಿಥಿಗಳು. ಈ ಅತಿಥಿ ಭವನ ನಮ್ಮದೇ ಸರಿ. ಆದರೆ ತಾವಿರುವವರೆಗೂ ಇದು ನಿಮ್ಮದೇ. ಇಲ್ಲಿ ನಾವು ಅತಿಕ್ರಮಣ ಮಾಡುವಂತಿಲ್ಲ, ತಮ್ಮ ಅನುಮತಿ ಪಡೆದು ಬರುವುದೇ ಸಭ್ಯತೆ.''

''ಅನುಮತಿ ಕೊಡದಿದ್ದರೆ ?'' ಎಂದ ಚಾಣಕ್ಯ ಚೇಷ್ಟೆಯಿಂದ.

''ಬಹಳ ಸಂತೋಷ, ನಾನು ಈಗಲೇ ಹೊರಡುತ್ತೇನೆ. ತಾವು ಬಯಸುವವರೆಗೂ, ನಾನಾಗಲೀ ನನ್ನ ತಂದೆಯವರಾಗಲೀ ಇಲ್ಲಿಗೆ ಬರುವುದಿಲ್ಲ'' ಎಂದು ಮಲಯಕೇತು ಮೇಲೆದ್ದ.

''ಯುವರಾಜ'' ಚಾಣಕ್ಯ ಅವನ ತೋಳು ಹಿಡಿದು ಪಕ್ಕದಲ್ಲಿ ಕೂಡಿಸಿಕೊಂಡು ಹೇಳಿದ, ''ನಾನು ಹಾಸ್ಯಕ್ಕೆ ಹೇಳಿದ ಮಾತನ್ನು ಗಂಭೀರವಾಗಿ ತೆಗೆದುಕೊಂಡೆಯಲ್ಲ? ನೀನು ಬಂದದ್ದರಿಂದ ನಮಗೆ ಯಾವ ತೊಂದರೆಯೂ ಇಲ್ಲ.''

''ಊಟ ಉಪಚಾರಗಳಲ್ಲಿ, ಇಲ್ಲಿಯ ಅನುಕೂಲಗಳಲ್ಲಿ ಯಾವ ಕೊರತೆಯೂ ಆಗಲಿಲ್ಲ ತಾನೆ, ಎಂದು ಕೇಳಲು ಬಂದೆ.''

''ಕೊರತೆಯಲ್ಲ ಮಲಯಕೇತು, ಅತಿಯಾಯಿತು'' ಎಂದು ಚಂದ್ರಗುಪ್ತ ನಗುತ್ತಾ ಹೇಳಿದ, ''ಕರೆಸಿಕೊಳ್ಳದೆ ಬಂದ ಅತಿಥಿಗಳಿಗೆ, ಇಷ್ಟೊಂದು ಸತ್ಕಾರವೇ ! ನಿಜ ಹೇಳಬೇಕೆಂದರೆ ನಮಗೇ ಸಂಕೋಚವಾಗುತ್ತಿದೆ.''

''ಕ್ಷಮಿಸು ಮಿತ್ರ'' ಮಲಯಕೇತು ಚಂದ್ರಗುಪ್ತನ ಕೈ ಹಿಡಿದುಕೊಂಡು ಹೇಳಿದ, ''ಕರೆಸಿಕೊಳ್ಳದೆ ಬಂದವರೆಂದು ನಿಮ್ಮ ಬಗ್ಗೆ ನಮ್ಮಲ್ಲಿ ಯಾವ ಉದಾಸೀನ ಭಾವನೆಯೂ ಇಲ್ಲ, ಸತ್ಯ ಸಂಗತಿಯೆಂದರೆ, ಇತ್ತೀಚೆಗೆ ನಾವು ನಿಮ್ಮ ಬಗ್ಗೆ ತುಂಬಾ ಚರ್ಚೆ ಮಾಡುತ್ತಿದ್ದೆವು. ನಿಮ್ಮ ಸಾಹಸ, ಆಚಾರ್ಯರ ಕೀರ್ತಿ ಎಲ್ಲವನ್ನೂ ಕೇಳುತ್ತಿದ್ದೆವು. ನೀವಾಗಿ ನಮ್ಮ ನಗರಕ್ಕೆ ಬಂದಾಗ, ನಮಗೆ ನಿಜವಾಗಲೂ ಅನಿರೀಕ್ಷಿತ ಆನಂದವಾಯಿತು. ನೀವು ಯಾವ ಉದ್ದೇಶದಿಂದ ಬಂದಿದ್ದೀರೋ, ಆ ಉದ್ದೇಶ ಈಡೇರುತ್ತದೋ ಇಲ್ಲವೋ, ಆದರೆ ಅದಕ್ಕೆ ಸಂಬಂಧ ಕಲ್ಪಿಸದೆ ನಿಮ್ಮನ್ನು ಅತಿಥಿಗಳಾಗಿಯೇ ಆದರಿಸಿ, ಸತ್ಕರಿಸುವುದು ನಮ್ಮ ಕರ್ತವ್ಯವೆಂದು ನನ್ನ ಭಾವನೆ.''

“ತುಂಬ ಒಳ್ಳೆಯ ಭಾವನೆ ಮಲಯಕೇತು” ಚಾಣಕ್ಯ ಮೆಚ್ಚಿ ನುಡಿದ, “ಧರ್ಮ, ಸಂಸ್ಕೃತಿ, ಸಭ್ಯತೆಗಳನ್ನು ನೀನು ಚೆನ್ನಾಗಿ ಅರ್ಥಮಾಡಿಕೊಂಡಿರುವೆಯೆಂದು ನನಗೆ ಬಹಳ ಸಂತೋಷವಾಗುತ್ತಿದೆ.”

ಕೆಲವು ಕ್ಷಣಗಳ ನಂತರ ಚಾಣಕ್ಯ ಉದ್ದೇಶಪೂರ್ವಕವಾಗಿ ಹೇಳಿದ, “ಮಲಯಕೇತು, ಅಲೆಗ್ಸಾಂಡರನೊಡನೆ ನಡೆದ ಯುದ್ಧದಲ್ಲಿ ನಿನ್ನ ಇಬ್ಬರು ಸೋದರರು ವೀರಾವೇಶದಿಂದ ಹೋರಾಡಿ ಮಡಿದ ವಿಷಯ ತಿಳಿದು ತುಂಬ ದುಃಖವಾಯಿತು.”

ಸೋದರರ ನೆನಪಿನಿಂದ ಮಲಯಕೇತು ಗಂಭೀರನಾದ. ಮುಖದಲ್ಲಿ ಆ ನೋವಿನ ಛಾಯೆ ಸುಳಿದು ಹೋಯಿತು. ಅದನ್ನು ಸೂಕ್ಷ್ಮವಾಗಿ ಗಮನಿಸಿ ಚಾಣಕ್ಯ ಮುಂದುವರಿಸಿದ, “ಕ್ಷಮಿಸು ಮಲಯಕೇತು, ಅದನ್ನು ನೆನಪಿಸಿ ನಿನ್ನ ಮನಸ್ಸಿಗೆ ನಾನೇ ನೋವುಂಟುಮಾಡಿದೆ.”

“ಇಲ್ಲ ಆಚಾರ್ಯ” ಮಲಯಕೇತು ಹೇಳಿದ, “ಇದರಲ್ಲಿ ನಿಮ್ಮ ತಪ್ಪೇನು? ನನ್ನ ಸೋದರರು ವೀರರಂತೆ ಹೋರಾಡಿ ಮಡಿದರು. ಆದರೆ ಆನಂತರ ಆ ವಿದೇಶೀಯರ ಜೊತೆಯಲ್ಲೇ ನನ್ನ ತಂದೆ ಸಹಕರಿಸಬೇಕಾದ ಅನಿವಾರ್ಯ ಪರಿಸ್ಥಿತಿ ಒದಗಿತಲ್ಲಾ ಎಂದು ನನಗೆ ದುಃಖವಿದೆ.”

“ಅದೆಲ್ಲ ಮುಗಿದುಹೋದ ಕಥೆ ಮಲಯಕೇತು” ಚಾಣಕ್ಯ ಹೇಳಿದ, “ಬಿರುಗಾಳಿಯಂತೆ ಬಂದು ಅಲ್ಲೋಲಕಲ್ಲೋಲ ಮಾಡಿದ ಆ ಯವನರು, ಅಷ್ಟೇ ವೇಗವಾಗಿ ಇಲ್ಲಿಂದ ಹೊರಟುಹೋದರು. ಉಳಿದದ್ದೆಲ್ಲ ಈಗ ಚಂದ್ರಗುಪ್ತನ ವಶವಾಗಿದೆ. ಚಂದ್ರಗುಪ್ತನೂ ನಿನ್ನಂತೆ ತರುಣ. ನೀವಿಬ್ಬರೂ ಸಮಾನ ವಯಸ್ಕರು, ವೀರರು, ಗುಣವಂತರು, ನೀವಿಬ್ಬರೂ ಒಟ್ಟುಗೂಡಿದರೆ ಇಡೀ ಆರ್ಯಾವರ್ತವನ್ನೇ ಗೆಲ್ಲಬಹುದು.”

ತಕ್ಷಣ ಮಲಯಕೇತುವಿಗೆ ತಂದೆ ಇವರ ಬಗ್ಗೆ, ಮಗಧದ ಬಗ್ಗೆ ಮಾತಾಡಿದ್ದು ನೆನಪಾಯಿತು. ತಂದೆ ನಿರೀಕ್ಷಿಸಿದಂತೆಯೇ ನಡೆಯಬಹುದೆನ್ನಿಸಿತು. ಆದರೆ ತಾನೇ ಸ್ವಾತಂತ್ರ್ಯ ವಹಿಸಿ ಅವರೊಂದಿಗೆ ವಿವರವಾಗಿ ಚರ್ಚಿಸಲು ಹಿಂಜರಿದ. “ತಮ್ಮಂಥವರ ದೂರದೃಷ್ಟಿ ರಾಜನೀತಿಯಲ್ಲಿ ಪರಿಣತಿಯುಳ್ಳವರ ಮಾರ್ಗದರ್ಶನ, ಆಶೀರ್ವಾದವಿದ್ದರೆ ಯಾವುದು ತಾನೆ ಅಸಾಧ್ಯ! ಈಗ ನೀವು ವಿಶ್ರಮಿಸಿಕೊಳ್ಳಿ, ನಾಳೆ ಬಂದು ಮತ್ತೆ ಭೇಟಿ ಮಾಡುತ್ತೇನೆ” ಎಂದು ಮಲಯಕೇತು ನಮಸ್ಕರಿಸಿ ಹೊರಟುಹೋದ.

ಸಮಾಧಾನದಿಂದ ಎಲ್ಲ ಮಲಗಲು ಸಿದ್ಧರಾದರು. ಚಾಣಕ್ಯನ ಮನಸ್ಸಿನಲ್ಲಿ ಎಲ್ಲ ಅನುಕೂಲವಾಗಿಯೇ ಮುಗಿಯುವುದೆಂಬ ಭರವಸೆ ಮೂಡುತ್ತಿತ್ತು.

## ೨

ಅತಿಥಿ ಭವನದಿಂದ ಮಲಯಕೇತು ತನ್ನ ಅಂತಃಪುರಕ್ಕೆ ಹೋದ. ಅವನ ಪತ್ನಿ ಮಾಧವಿ ವಾತಾಯನದ ಬಳಿ ಕುಳಿತು ಆಕಾಶದ ನಕ್ಷತ್ರಗಳನ್ನು ನೋಡುತ್ತಿದ್ದಳು. ಯಾವುದೋ ಗೀತೆಯನ್ನು ಗುನುಗುತ್ತಿದ್ದಳು. “ಮಾಧವಿ” ಎನುತ್ತ ಮಲಯಕೇತು ಒಳಗೆ ಬಂದ. ಅವಳು ಹಾಡುವುದನ್ನು ನಿಲ್ಲಿಸಿ, ಅವನತ್ತ ತಿರುಗಿ ನೋಡಿ ಮತ್ತೆ ಹೊರಗೆ

ನೋಡತೊಡಗಿದಳು. ಅವನು ತನ್ನ ಯುವರಾಜನ ಉಡುಪುಗಳನ್ನು ತೆಗೆದಿರಿಸಿ, ಸಾಮಾನ್ಯ ಉಡುಪನ್ನು ಧರಿಸಿ ಒಂದು ಪೀಠವನ್ನು ಎಳೆದುಕೊಂಡು ಅವಳ ಎದುರಿನಲ್ಲಿ ಕುಳಿತುಕೊಂಡ. "ನನ್ನ ಕಡೆ ಗಮನ ಕೊಡಲಾರದಷ್ಟು ಆಕರ್ಷಣೀಯವಾದ ಏನನ್ನು ನೋಡುತ್ತಿರುವೆ ಮಾಧವಿ ?" ಎಂದು ಪ್ರೇಮದಿಂದ ಕೇಳಿದ.

"ಹಿತವಾದ ತಂಗಾಳಿ! ನೀಲಗಗನದಲ್ಲಿ ಅಸಂಖ್ಯಾತ ನಕ್ಷತ್ರಗಳ ರಾಶಿ! ಒಂದೊಂದು ಸಲ ಆ ನಕ್ಷತ್ರಗಳ ನಡುವೆ ನಾನೂ ಒಂದು ನಕ್ಷತ್ರವಾಗಿದ್ದರೆ ಎಷ್ಟು ಚೆನ್ನಾಗಿತ್ತು, ಎನಿಸುತ್ತದೆ. ಇನ್ನೊಂದು ಸಲ, ಆ ನಕ್ಷತ್ರಗಳನ್ನೆಲ್ಲ ಬಾಚಿ ತಂದು ಈ ಕೋಣೆಯ ಗೋಡೆ, ಚಾವಣಿ, ಪೀಠಗಳಿಗೆಲ್ಲಾ ಅಂಟಿಸಿಬಿಡಲೇ ಎನ್ನಿಸುತ್ತದೆ. ಮತ್ತೊಂದು ಸಲ, ಅಸಾಧ್ಯವಾದ, ಅಸಂಗತವಾದ ನನ್ನ ಕಲ್ಪನೆಗೆ ನನಗೇ ನಗುಬರುತ್ತದೆ. ಎಲ್ಲ ಸುಖ ಸಂಪತ್ತು ತುಂಬಿರುವ ನಮ್ಮ ಅರಮನೆ, ಏಕೋ ಪರಿರ್ತನೆಯಿಲ್ಲದ ನಮ್ಮ ನಾಡಿನ ಗಿರಿಗಳಂತೆ ಒಂದೇ ರೀತಿಯಿದೆಯೆನ್ನಿಸುತ್ತದೆ. ಆದರೆ ಆ ಆಕಾಶವನ್ನು ನೋಡಿ, ಅದೇ ಸೂರ್ಯ, ಅದೇ ಚಂದ್ರ, ಅವೇ ನಕ್ಷತ್ರಗಳು. ಆದರೆ ಪ್ರತಿಸಲ ನೋಡಿದಾಗಲೂ ಬೇರೆ ಬೇರೆ ರೀತಿಯಲ್ಲಿ ಕಾಣುತ್ತವೆ. ಮೋಡಗಳಿದ್ದರಂತೂ ಅವುಗಳು ತಾಳುವ ಕ್ಷಣಕ್ಕೊಂದು ರೂಪ ವಿನ್ಯಾಸಗಳನ್ನು ಎಣಿಸಿ ಮುಗಿಸಲಾಗುವುದಿಲ್ಲ, ನಿಜ ಹೇಳಬೇಕೆಂದರೆ, ಈ ಅರಮನೆಯ ಸುಖ ಸಂಪತ್ತು, ಪ್ರಕೃತಿಯ ವೈಭವದ ಮುಂದೆ ತೃಣ ಮಾತ್ರ! ಅಲ್ಲವೇ ?"

ಮಲಯಕೇತು ಜೋರಾಗಿ ನಕ್ಕುಬಿಟ್ಟ.

"ಏಕೆ ನಗುತ್ತಿರುವಿರಿ ? ನನಗೆ ಮರುಳು ಹಿಡಿದಿದೆಯೆಂದೆ ?" ಎಂದು ಅವಳು ಮುಖ ಉದ್ದ ಮಾಡಿದಳು.

"ಇಲ್ಲ ಮಾಧವಿ, ಹಾಗಲ್ಲ" ಮಲಯಕೇತು ಅವಳ ಕೈಹಿಡಿದು ಹೇಳಿದ, "ನನ್ನ ಚೆಲುವಿನ ಮಡದಿ ಎಷ್ಟು ಸುಂದರವಾಗಿ ಮಾತನಾಡುತ್ತಾಳೆ! ತನ್ನ ಮಾತಿನಿಂದಲೇ ಕವಿತೆ ರಚಿಸುವ ಪ್ರತಿಭಾವಂತೆಯೆಂದು ನನಗೆ ಹೆಮ್ಮೆಯೆನಿಸುತ್ತದೆ. ಆದರೆ, ನಿನ್ನ ಮಾತುಗಳನ್ನು ಕೇಳಿ ಸಹೃಯತೆಯಿಂದ ಸ್ಪಂದಿಸುವ ವ್ಯವಧಾನ ನನಗಿಲ್ಲವಲ್ಲಾ, ಎಂದು ವಿಷಾದವಾಗುತ್ತದೆ. ನಿನ್ನ ಅಭಿರುಚಿಗೆ ತಕ್ಕ ಮನೋಧರ್ಮವಿಲ್ಲದ ನನ್ನನ್ನು ವಿವಾಹವಾಗಿ ನಿನಗೆ ಅನ್ಯಾಯ ವಾಯಿತೇನೋ, ಎಂದು ಒಂದೊಂದು ಸಲ ಅನ್ನಿಸುತ್ತದೆ."

"ದಯವಿಟ್ಟು ಹಾಗೆ ಹೇಳಬೇಡಿ" ಮಾಧವಿ ಅವನ ತುಟಿಗಳ ಮೇಲೆ ಕೈಯಿಟ್ಟಳು. "ಎಂದೂ ನಾನು ಹಾಗೆ ಭಾವಿಸಿಲ್ಲ, ನಾನೇ ನಿಮಗೆ ತಕ್ಕ ಪತ್ನಿಯಲ್ಲವೇನೋ! ರಾಜನೀತಿ ಬಲ್ಲವಳಾಗಿದ್ದರೆ ನಿಮ್ಮೊಂದಿಗೆ ಅವಳೂ ನಿಮಗೆ ಬೇಕಾದ ವಿಷಯಗಳ ಬಗ್ಗೆ ಚರ್ಚಿಸುತ್ತಿದ್ದಳು. ಸಲಹೆ ನೀಡುತ್ತಿದ್ದಳು. ಈಗಲೂ ಅಂಥ ಹುಡುಗಿಯಿದ್ದರೆ ವಿವಾಹವಾಗಿ, ನನ್ನ ಅಭ್ಯಂತರವೇನೂ ಇಲ್ಲ" ಎಂದು ಅವಳು ತಕ್ಷಣ ನಕ್ಕುಬಿಟ್ಟಳು.

"ಇನ್ನೊಂದು ಸಲ ಈ ಮಾತು ಹೇಳಿದರೆ ನಾನೇನು ಮಾಡುತ್ತೇನೆ ಗೊತ್ತೆ ?" ಎಂದ ಮಲಯಕೇತು ಮುಖ ದಪ್ಪ ಮಾಡಿಕೊಂಡು.

"ಏನು ಮಾಡುತ್ತೀರ ? ನನ್ನ ತಲೆ ತೆಗೆದುಬಿಡುತ್ತೀರ ?"

“ಛಿ ಛಿ, ಎಂಥ ಕಠಿಣ ಮಾತಾಡುತ್ತಿ ? ಕವಿಹೃದಯದ ನಿನ್ನ ಬಾಯಲ್ಲಿ ಕೊಲ್ಲುವ ಮಾತೆ ?”

“ಏಕೆ, ಕವಿಗಳು ತಮ್ಮ ಕಾವ್ಯಗಳಲ್ಲಿ ಕೊಲ್ಲಿಸುವುದಿಲ್ಲವೆ ?”

“ನೀನು ಅತಿಯಾಗಿ ಮಾತನಾಡುತ್ತಿ.”

“ಸ್ವಲ್ಪ ಹೊತ್ತಿಗೆ ಮುಂಚೆ ನಾನು ಸುಂದರವಾಗಿ ಮಾತನಾಡುವೆನೆಂದು ನೀವೇ ಹೇಳಿದಿರಲ್ಲ!”

“ಮಾತು ಬಲ್ಲ ಹೆಂಡತಿ ಯಾರಿಗೂ ಬೇಡ.”

“ಬೇರೆ ವಿವಾಹವಾಗಿ ಎಂದರೆ ಇದೇ ತಾನೆ ಕೋಪ ಮಾಡಿಕೊಂಡಿರಿ ?”

“ಮಾಧವಿ ಮಾಧವಿ” ಎಂದು ತಲೆಯ ಕೂದಲನ್ನು ಭದ್ರವಾಗಿ ಹಿಡಿದುಕೊಂಡು ಮಲಯಕೇತು ಕಿರುಚಿದ.

“ಸೋತು ಹೋದಿರಿ ತಾನೆ ? ಸೋಲೊಪ್ಪಿಕೊಳ್ಳುತ್ತೀರಾ ?”

“ಸೋತೆ... ಸೋತೆ... ಸೋತೆ...”

ಮಾಧವಿ ಕಿಲಕಿಲನೆ ನಕ್ಕಳು. ಮರುಕ್ಷಣದಲ್ಲಿ ಅವನೂ ನಗತೊಡಗಿದ.

ಇದು ನಿತ್ಯದ ಅವರ ಸರಸ. ಮಾಧವಿ ಚಿಕ್ಕಂದಿನಲ್ಲಿ ಒಳ್ಳೆಯ ವಿದ್ಯಾಭ್ಯಾಸವನ್ನು ಪಡೆದಿದ್ದರೂ, ಅವಳ ಕವಿಹೃದಯ ದೈವದತ್ತವಾಗಿ ಬಂದಿತ್ತು. ಸದಾ ಕಾವ್ಯಗಳನ್ನು ಓದುವುದು, ಗೀತೆಗಳನ್ನು ಹಾಡಿಕೊಳ್ಳುವುದು, ಆಕಾಶದತ್ತ ನೋಡುತ್ತ ವಾತಾಯನದ ಬಳಿ ಕೂಡುವುದು ಅವಳ ದಿನಚರಿಯೇ ಆಗಿತ್ತು. ಅದು ಒಂದು ರೀತಿಯಲ್ಲಿ ಅವಳ ಬೇಸರ ಕಳೆಯುವ ಸಾಧನವಾಗಿತ್ತು. ಮಲಯಕೇತು ಸದಾ ಯುದ್ಧದಲ್ಲಿ ತೊಡಗಿರುವನೆಂದು ಹೇಳಲಾಗದಿದ್ದರೂ, ಅವನು ಒಂದಲ್ಲ ಒಂದು ಆಡಳಿತ ಹೊಣೆಗಾರಿಕೆಯಲ್ಲಿ ಮುಳುಗಿ ಹೋಗುತ್ತಿದ್ದ. ಯುವರಾಜ ಪದವಿಯಲ್ಲದೆ ಸರ್ವಸೇನಾಧಿಪತಿಯೂ ಅವನೇ ಆಗಿದ್ದರಿಂದ ಸದಾ ಕೆಲಸದ ಒತ್ತಡ ಇದ್ದೇ ಇರುತ್ತಿತ್ತು. ತಮ್ಮಂದಿರಿದ್ದಾಗ ಅವರು ಅವನಿಗೆ ಸಹಾಯ ಮಾಡುತ್ತಿದ್ದರು. ಈಗ ಅವನು ಮುಂಜಾನೆ ಅಂತಃಪುರವನ್ನು ಬಿಟ್ಟರೆ, ಮತ್ತೆ ಪತ್ನಿಯ ಮುಖ ನೋಡುವುದು ರಾತ್ರಿಯೇ ಎಂಬಂತಾಗಿತ್ತು. ಎಷ್ಟೋ ದಿನ ರಾತ್ರಿ ತುಂಬ ತಡವಾಗುತ್ತಿತ್ತು. ಮಾಧವಿ ಸಾಧ್ಯವಾದಷ್ಟು ಅವನಿಗಾಗಿ ಕಾಯುತ್ತಿದ್ದಳು. ತುಂಬ ತಡವಾದ ದಿನ ಅವಳು ನಿದ್ದೆಹೋಗುತ್ತಿದ್ದಳು. ಮೊದಮೊದಲು ಅವಳಿಗೆ ಬೇಸರವಾಗುತ್ತಿತ್ತು. ಈಗ ಅವಳು ಪರಿಸ್ಥಿತಿಗೆ ಪೂರ್ಣವಾಗಿ ಹೊಂದಿಕೊಂಡಿದ್ದಳು.

ಮಲಯಕೇತುವಿನ ತಾಯಿಯಿರುವವರೆಗೂ ಮಾಧವಿಗೆ ಹೊತ್ತು ಹೋಗುವುದು ಬಹಳ ಸುಲಭವಾಗಿತ್ತು. ಅವಳು ಅನಿರೀಕ್ಷಿತವಾಗಿ ತೀರಿಕೊಂಡ ಮೇಲೆ ಅರಮನೆಯಲ್ಲಿ ಮಾಧವಿ ಬಹುಪಾಲು ಒಂಟಿಯಾದಳು. ಅವಳು ಅಂತರ್ಮುಖತೆಯಲ್ಲಿ ತನ್ನೊಂದಿಗೆ ತಾನು ಸಂಭಾಷಣೆ ನಡೆಸುವುದನ್ನು ಅಭ್ಯಾಸ ಮಾಡಿಕೊಂಡಿದ್ದಳು. ಆದರೂ ಅವಳು ತನ್ನ ವಯಸ್ಸಿಗೆ ಸಹಜವಾದ ಹುಡುಗಾಟ, ಸರಸದ ಸ್ವಭಾವವನ್ನು ಕಳೆದುಕೊಂಡವಳಲ್ಲ. ಗಂಡನ ವಿರಾಮದ ಭೇಟಿ ಕಡಿಮೆಯೇ ಆದರೂ ಅವಕಾಶ ದೊರೆತಾಗಲೆಲ್ಲ ಅವನೊಂದಿಗೆ ಹಾಸ್ಯ, ಹುಡುಗಾಟಗಳಿಂದ ವರ್ತಿಸಿ, ಅವನಿಗೂ ಉಲ್ಲಾಸ ನೀಡುತ್ತಿದ್ದಳು.

ಅಲೆಗ್ಸಾಂಡರನೊಂದಿಗೆ ನಡೆದ ಯುದ್ಧದ ಸಂದರ್ಭದಲ್ಲಿ ಮಾತ್ರ ಅವಳು ತೀರ ಧೈರ್ಯಗೆಟ್ಟಿದ್ದಳು. ತನ್ನ ಗಂಡನಿಗೆ ಪ್ರಾಣಾಪಾಯವೊದಗಿದರೆ ಗತಿಯೇನೆಂದು ಅವಳು ಭೀತಿಗೊಂಡಿದ್ದಳು. ಜನರನ್ನು ಕೊಲ್ಲುವ ಈ ಯುದ್ಧವನ್ನು ಏಕೆ ಮಾಡಬೇಕು? ಎಂದು ಅವಳ ಮುಗ್ಧ ಮನಸ್ಸು ನೂರಾರು ಸಲ ಕೇಳಿತ್ತು. ಶೌರ್ಯ, ಪರಾಕ್ರಮ, ವೀರಸ್ವರ್ಗ ಎಲ್ಲ ಅರ್ಥವಿಲ್ಲದ ಶಬ್ದಗಳೆಂದು ಅವಳಿಗೆ ಅನ್ನಿಸಿತ್ತು. ಸತ್ತವರಿಗೆ ಕೀರ್ತಿ ದೊರೆಯಬಹುದು, ವೀರಸ್ವರ್ಗವೂ ದೊರೆಯಬಹುದು, ಆದರೆ ಉಳಿದವರ ಪಾಡೇನು? ಅವೆಲ್ಲ ಪ್ರಾಣದ ಹಂಗು ತೊರೆದು ಹೋರಾಡಲೆಂದು ಜನರನ್ನು ಸಾವಿಗೆ ದೂಡುವ ಪ್ರಚೋದನೆಗಾಗಿ ಮಾಡಿದ ಬಣ್ಣದ ಮಾತುಗಳೆಂದುಕೊಂಡಿದ್ದಳು. ಹಾಗೆ ಯುದ್ಧಕ್ಕೆ ಪ್ರಚೋದಿಸಿದ ಆ ಜನ, ಸತ್ತವರ ಹೆಂಡತಿ ಮಕ್ಕಳು, ತಂದೆ ತಾಯಿಯರು, ಬಂಧುಬಾಂಧವರು ಅನುಭವಿಸುವ ನೋವು ಸಂಕಟಗಳನ್ನು ಯೋಚಿಸಿದ್ದರೆ, ಬಹುಶಃ ಅವರು ಹಾಗೆ ಮಾಡುತ್ತಿರಲಿಲ್ಲವೇನೋ, ಎಂಬ ಭಾವನೆ ಬರುತ್ತಿತ್ತು.

ಅದಕ್ಕೆ ತಕ್ಕಂತೆ ಯುದ್ಧದಲ್ಲಿ ಮಲಯಕೇತುವಿನ ತಮ್ಮಂದಿರಾದ ವಿರೋಚನ ಮತ್ತು ಶೀಲಧರ ಸತ್ತರು. ಅವಳಿಗೆ ಗಂಡ ಉಳಿದನೆಂದು ಸಂತೋಷಪಡುವುದೋ, ತನ್ನ ಮೈದುನರು ಸತ್ತರೆಂದು ದುಃಖಿಸುವುದೋ ತಿಳಿಯದಂತಾಗಿತ್ತು. ಆದರೆ ಅವರ ಶವಸಂಸ್ಕಾರ ಮುಗಿಯುತ್ತಿದ್ದಂತೆ, ಮಾವ ಪೌರವ ಅಲೆಗ್ಸಾಂಡರನ ಸೈನ್ಯದೊಂದಿಗೆ ದಂಡಯಾತ್ರೆಗೆ ಹೊರಟಾಗ ಅವಳಿಗೆ ಜಿಗುಪ್ಸೆಯಾಗಿತ್ತು. ದೇವರ ದಯದಿಂದ ಮಲಯಕೇತುವನ್ನು ಆಡಳಿತ ನೋಡಿಕೊಳ್ಳಲು ಇಲ್ಲೇ ಬಿಟ್ಟು ಹೋದದ್ದು ಎಷ್ಟೋ ಸಮಾಧಾನ ತಂದಿತ್ತು. ಅದನ್ನೆಲ್ಲ ನೆನೆದುಕೊಂಡು ಮಾಧವಿ ಗಂಭೀರಳಾದಳು.

ಮಲಯಕೇತು ಕೇಳಿದ, "ಮಾತಿನ ಕಿಡಿ ಹಾರಿಸುವ ನನ್ನ ಅರಗಿಣಿ ಏಕೆ ಇದ್ದಕ್ಕಿದ್ದಂತೆ ಗಂಭೀರವಾಯಿತು?"

"ಅರಮನೆಗೆ ಯಾರೋ ಅತಿಥಿಗಳು ಬಂದಿರುವರಂತೆ? ಅವರ ವಿಷಯ ನನಗೆ ಹೇಳುವುದಿಲ್ಲವೆ?" ಎಂದಳು ಮಾಧವಿ ಮಾತು ಬದಲಿಸಲು.

"ನಿನ್ನ ಹುಡುಗಾಟದಲ್ಲಿ ಎಲ್ಲ ಮರೆತು ಹೋಯಿತು. ಚಂದ್ರಗುಪ್ತ ಮೌರ್ಯ ಮತ್ತು ಆಚಾರ್ಯ ಚಾಣಕ್ಯರು ಬಂದಿದ್ದಾರೆ" ಎಂದು ತನಗೆ ತಿಳಿದ ಅವರ ಹಿನ್ನೆಲೆ ಮತ್ತು ಪಾಟಲೀಪುತ್ರದ ವಿಷಯಗಳನ್ನು ಸಂಕ್ಷಿಪ್ತವಾಗಿ ವಿವರಿಸಿದ.

"ಅಂದರೆ ಮತ್ತೆ ಯುದ್ಧದ ಸೂಚನೆಯಿರುವಂತೆ ಕಾಣುತ್ತದೆ?" ಎಂದು ಮಾಧವಿ ಚಿಂತೆಯಿಂದ ಕೇಳಿದಳು.

"ಇರಬಹುದು, ಇಲ್ಲದಿರಬಹುದು. ಆದರೆ ಅಪ್ಪಾಜಿಯವರು ತಾವು ಚಕ್ರವರ್ತಿ ಯೆನಿಸಿಕೊಳ್ಳುವ ಮಹತ್ವಾಕಾಂಕ್ಷೆ ಈಡೇರುವ ಉತ್ಸಾಹದಲ್ಲಿದ್ದಾರೆ. ಅಲೆಗ್ಸಾಂಡರನ ಜೊತೆ ಹೋದಾಗ, ಸೈನ್ಯ ಅಸಹಕಾರ ತೋರಿದ್ದರಿಂದ ಮಗಧದ ಮೇಲೆ ಆಕ್ರಮಣ ಮಾಡುವುದು ತಪ್ಪಿಹೋಯಿತು. ಈಗಲಾದರೂ ಅಂಥ ಅವಕಾಶ ಸಿಕ್ಕಬಹುದೆಂದು ಅವರು ಕಾತರ ದಿಂದಿದ್ದಾರೆ."

"ನಿಮ್ಮ ತಂದೆಯವರಿಗೆ ಸಾವಿರ ವರ್ಷ ಆಯುಸ್ಸೆಂದು ಯಾರಾದರೂ ಜ್ಯೋತಿಷ್ಯ ಹೇಳಿದ್ದಾರೆಯೇ?" ಮಾಧವಿ ಗಂಭೀರವಾಗಿ ಕೇಳಿದಳು.

"ಏಕೆ ಮಾಧವಿ? ಏಕೆ ಹೀಗೆ ಕೇಳುತ್ತಿ?"

"ವೃದ್ಧಾಪ್ಯ ಪ್ರಕೃತಿ ನಿಯಮವಲ್ಲವೆ? ಒಂದು ಹೂವಿನ ಆಯುಸ್ಸು ಒಂದು ದಿನ, ಒಂದು ಗಿಡದ ಆಯುಸ್ಸು ಒಂದು ವರ್ಷ, ಒಂದು ಕುದುರೆಯ ಆಯುಸ್ಸು ಇಪ್ಪತ್ತು ವರ್ಷ, ಹಾಗೇ ಒಬ್ಬ ಮನುಷ್ಯನ ಆಯುಸ್ಸು ಇಷ್ಟೆಂದು ನಿರ್ಧಾರವಾಗಿಲ್ಲವೆ?"

"ಅದಕ್ಕೂ ಇದಕ್ಕೂ ಏನು ಸಂಬಂಧ?"

"ಸಂಬಂಧವಿದೆ ಯುವರಾಜ. ನಮ್ಮ ಆಸೆಗಳು ನಮ್ಮ ಮಿತಿಯಲ್ಲಿರಬೇಕೆಂದು ಭಾವಿಸುವವಳು ನಾನು. ಚಕ್ರವರ್ತಿಯಾಗಿ ಅವರು ಇನ್ನೆಷ್ಟು ಕಾಲ ಆಳಬೇಕು? ಅದಕ್ಕಾಗಿ ಯುದ್ಧಗಳನ್ನು ಮಾಡಿ ಸಾವಿರಾರು ಜನರನ್ನು ಕೊಲ್ಲಬೇಕೆ?"

"ರಾಜರೆಂದ ಮೇಲೆ ಯುದ್ಧಗಳನ್ನು ಮಾಡಲೇಬೇಕಾಗುತ್ತದೆ. ಸಾವು ನೋವುಗಳು ಯುದ್ಧದ ಅನಿವಾರ್ಯ ಅಂಗಗಳು."

"ಹೌದು. ಆದರೆ, ಎಲ್ಲರ ಬದುಕಿನಲ್ಲೂ ಅವನು ಚಕ್ರವರ್ತಿಯಾಗಲೀ, ಸೈನಿಕನಾಗಲೀ ಸಾವು ಅನಿವಾರ್ಯ ಅಂಗವೆಂಬುದನ್ನೂ ಯೋಚಿಸಬೇಕಲ್ಲವೆ?"

"ತಂದೆಯವರ ಅಭಿಲಾಷೆಯನ್ನು ತಪ್ಪೆಂದು ಹೇಳುತ್ತೀಯ?"

"ನನ್ನ ಅಭಿಪ್ರಾಯದಲ್ಲಿ ತಪ್ಪೇ. ಈಗಿರುವುದು ಸಾಲದೇ? ಇಷ್ಟರಲ್ಲೇ ಉಳಿದ ಬದುಕನ್ನು ಶಾಂತಿ ಸಮಾಧಾನಗಳಿಂದ ಕಳೆಯಬಾರದೇ? ನಿಮ್ಮ ತಂದೆಯವರ ಬಗ್ಗೆ ನನಗೆ ತುಂಬ ಗೌರವವಿದೆ. ಆದರೆ ಅವರ ಯುದ್ಧಪ್ರೀತಿ ಮತ್ತು ಭೋಗಪ್ರೀತಿಯನ್ನು ನಾನು ಮೆಚ್ಚಲಾರೆ."

"ಅವರ ಯುದ್ಧಪ್ರೀತಿಯ ಬಗ್ಗೆ ನಾನೇನೂ ಹೇಳಲಾರೆ. ಆದರೆ ತಾಯಿ ಯವರಿದ್ದಾಗಲೂ ಅವರು ಆಗಾಗ ಬೇರೆ ಸ್ತ್ರೀಯರ ಸಂಪರ್ಕ ಬೆಳಸುತ್ತಿದ್ದರು. ಈಗಲೂ ಆ ಚಪಲವಿದೆ. ಅದನ್ನು ನಾನೂ ಇಷ್ಟಪಡುವುದಿಲ್ಲ. ಆದರೆ ಅವರು ನನ್ನ ತಂದೆ, ಮೇಲಾಗಿ ಮಹಾರಾಜ. ಹೀಗಿರುವಾಗ ನಾನು ಅವರನ್ನು ತಡೆಯಲಾಗುವುದೆ?"

"ಈ ದೌರ್ಬಲ್ಯವೇ ಅವರಿಗೆ ಅಪಾಯಕಾರಿಯಾಗಬಹುದು."

"ಅದನ್ನು ನಾನು ಒಪ್ಪುವುದಿಲ್ಲ. ನಮ್ಮ ತಂದೆ ಅಂಥ ಅಪಾಯಗಳನ್ನು ಸಮರ್ಥವಾಗಿ ಎದುರಿಸಬಲ್ಲರು. ಈ ವೃದ್ಧಾಪ್ಯದಲ್ಲೂ ಅವರಲ್ಲಿ ಅಂಥ ಶೌರ್ಯವಿರುವುದನ್ನು ಕಂಡು ಮಗನಾಗಿ ನಾನು ಹೆಮ್ಮೆಪಡುತ್ತೇನೆ. ನಮ್ಮನ್ನು ಅವರು ಮೊದಲಿನಿಂದಲೂ ಪ್ರೀತಿ ವಾತ್ಸಲ್ಯ ಗಳಿಂದ ಕಾಣುತ್ತಿದ್ದಾರೆ. ಅವರು ಚಕ್ರವರ್ತಿಯಾದರೆ, ಅವರ ನಂತರ ನಾನು ತಾನೇ ಚಕ್ರವರ್ತಿ! ಆಗ ನೀನು ಚಕ್ರವರ್ತಿನಿಯಾಗುತ್ತೀಯ."

"ಅದರಿಂದ ಏನು ಪ್ರಯೋಜನ? ನನ್ನ ತಲೆಯ ಮೇಲೆ ಎರಡು ಕೋಡು ಬೆಳೆಯುತ್ತದೆಯೆ? ಎರಡು ಕೈಗಳು ನಾಲ್ಕಾಗುತ್ತವೆಯೇ? ಏನು ಉಪಕಾರವಾಗುತ್ತದೆ ಹೇಳಿ?"

"ನಮ್ಮ ಪ್ರತಿಷ್ಠೆ ಹೆಚ್ಚಾಗುವುದು ನಿನಗೆ ಇಷ್ಟವಿಲ್ಲವೆ ಮಾಧವಿ ?"

"ಈ ಬಗೆಯ ಪ್ರತಿಷ್ಠೆಯ ಬಗ್ಗೆ ನನಗೆ ಯಾವ ಆಸಕ್ತಿಯೂ ಇಲ್ಲ ಯುವರಾಜ" ಮಾಧವಿ ಹೇಳಿದಳು, "ನನ್ನ ಆಸೆಗಳೇ ಬೇರೆ."

"ಅದೇನು ನಿನ್ನ ಆಸೆಗಳು, ಹೇಳು. ನಾನೂ ತಿಳಿದುಕೊಳ್ಳಬೇಕು."

"ತಿಳಿಸಿ ಪ್ರಯೋಜನವಿಲ್ಲ, ಏಕೆಂದರೆ ಅವು ಈ ಜನ್ಮದಲ್ಲಿ ಈಡೇರುವುದಿಲ್ಲ, ನಿಮಗೂ ಪ್ರಿಯವಾಗುವುದಿಲ್ಲ."

"ಕಡೇ ಪಕ್ಷ ತನ್ನ ಹೆಂಡತಿಯ ಆಸೆಗಳನ್ನು ತಿಳಿದುಕೊಳ್ಳುವ ಅಧಿಕಾರ ಗಂಡನಿಗಿಲ್ಲವೆ ?"

"ಯುವರಾಜ, ನಿಜ ಹೇಳಬೇಕೆಂದರೆ ನನಗೆ ಈ ಅರಮನೆಯೇ ಒಂದು ಪಂಜರದಂತೆ ಕಾಣುತ್ತಿದೆ. ಇದು ಎಲ್ಲ ಸುಖಗಳೂ ಇದ್ದು ಸ್ವಾತಂತ್ರ್ಯವಿಲ್ಲದ ಪಂಜರ! ವಾತಾಯನದಿಂದ ಕಾಣುವುದಷ್ಟೇ, ಚಾವಣಿಯ ಮೇಲೆ ನಿಂತಾಗಲಷ್ಟೇ, ಪಲ್ಲಕ್ಕಿಯ ಪರದೆಯೊಳಗಿನಿಂದ ಇಣುಕಿದಾಗ ಕಂಡದ್ದಷ್ಟೇ ಹೊರಪ್ರಪಂಚ. ಅಷ್ಟು ಅಲ್ಪ ಅವಧಿಯಲ್ಲೇ ಹೊರ ಜಗತ್ತಿನ ವೈವಿಧ್ಯಮಯ ಬದುಕು ನನ್ನ ಕಲ್ಪನೆಯನ್ನು ಕೆರಳಿಸುತ್ತದೆ. ಗಿಡಮರ, ಹೂವು, ಪ್ರಾಣಿ ಪಕ್ಷಿಗಳ ವೈಭವ ಕಳೆದುಹೋದ ಕನಸಿನಂತೆ ಭಾಸವಾಗುತ್ತದೆ. ಈ ಪಂಜರದಿಂದ ಹೊರಗೆ ಹೋಗಬೇಕು. ಆ ಪ್ರಕೃತಿಯ ಸ್ವಚ್ಛಂದ ಬಯಲಿನಲ್ಲಿ, ಸಾಮಾನ್ಯರ ನಡುವೆ ಸಾಮಾನ್ಯಳಂತೆ ಬದುಕಬೇಕೆಂಬ ಆಸೆಯಾಗುತ್ತದೆ. ಕೃತಕತೆಯ ಸೋಂಕಿಲ್ಲದೆ ಸರಳವಾಗಿ ಪ್ರಕೃತಿಯೊಡನೆ ಒಂದಾಗಿ ಬಾಳುವ ಬಯಕೆಯಾಗುತ್ತದೆ."

ಅವಳ ವಿಚಿತ್ರ ಬಯಕೆಯನ್ನು ಕೇಳಿ ಮಲಯಕೇತು ಮೂಕನಾದ. ಒಂದು ಕ್ಷಣ ಅವಳಿಗೂ ತನಗೂ ಬಹುದೂರದ ಅಂತರವಿದೆಯೆನ್ನಿಸಿತು.

ಅವನ ಮುಖ ನೋಡಿ ಮಾಧವಿ ನಕ್ಕಳು, "ಇದು ಮರುಳರ ಕೋರಿಕೆಯಲ್ಲವೆ? ನನ್ನ ಬದುಕಿನಲ್ಲಿ ಈ ಆಸೆಗಳು ಈಡೇರುವುದಾದರೂ ಸಾಧ್ಯವೇ? ಎಂಥ ಹುಚ್ಚು ಹುಡುಗಿ! ಎಂದು ನಿಮ್ಮ ಮನಸ್ಸು ಹೇಳುತ್ತಿದೆಯೆಂದು ನನಗೆ ಗೊತ್ತು. ನಿಮಗೆ ಬೇಸರವಾಗಿದ್ದರೆ ನನ್ನನ್ನು ಕ್ಷಮಿಸಿ." ಅವಳು ನಗುತ್ತಾ ಹೇಳಿದರೂ, ಅವಳ ಮುಖದಲ್ಲಿ ವಿಷಾದ ತುಳುಕುತ್ತಿತ್ತು.

"ಮಾಧವಿ" ಮಲಯಕೇತು ನಿಧಾನವಾಗಿ ಹೇಳಿದ, "ಪರ್ವತರಾಜ ಪೌರವನ ಸೊಸೆ, ಯುವರಾಜ ಮಲಯಕೇತುವಿನ ಮಡದಿಗೆ ಸಲ್ಲದ ಆಸೆ ನಿನ್ನದು ಎಂದು ಹೇಳಿದರೆ ನಿನಗೆ ಬೇಸರವಿಲ್ಲ ತಾನೆ?"

"ಇಲ್ಲ ಯುವರಾಜ. ಪರ್ವತರಾಜನ ಸೊಸೆ, ಯುವರಾಜನ ಮಡದಿ ಎಂದಾಗಲೇ ನನ್ನ ಸ್ವಾತಂತ್ರ್ಯವನ್ನು ನಿರ್ಬಂಧಿಸುವ ಬೇಲಿ ಹಾಕಿದಂತಾಯಿತಲ್ಲವೆ? ಆದರಾಚೆಯ ಯೋಚನೆ ಮಾಡುವುದು ಅಪರಾಧವೆಂದು ನನಗೆ ಗೊತ್ತು."

"ಅಪರಾಧವೆಂದು ನಾನು ಹೇಳುತ್ತಿಲ್ಲ, ಆದರೆ..."

"ಚಿಂತಿಸಬೇಡಿ, ಅದು ನನ್ನ ಆಸೆಯಷ್ಟೆ. ಆಸೆಗಳೆಲ್ಲ ಈಡೇರಲೇಬೇಕೆಂಬ ನಿಯಮವೆಲ್ಲಿದೆ ? ನನ್ನ ಆಸೆಗಳು ಏನೇ ಇದ್ದರೂ, ನಿಮ್ಮ ಆಸೆಗಳಿಗೆ ಅಡ್ಡಿಪಡಿಸುವವಳು ನಾನಲ್ಲ ನಿಮ್ಮ ಮಡದಿಯಾಗಿ ನಿಮ್ಮ ಸಹಭಾಗಿ ನಾನು." ಮಲಯಕೇತುವಿನ ಮುಖ ಗಂಭೀರವಾಗಿಯೇ ಇತ್ತು. ಅವನಲ್ಲಿ ಗೆಲುವು ಮೂಡಿಸಲು ಅವಳೇ ಮಾತಾಡಿದಳು, "ನೀವು ಬಂದದ್ದೇ ತಡವಾಗಿ, ಈಗ ನಾನು ಮಾತಿನ ಮಳೆ ಸುರಿಸಿ ಇನ್ನಷ್ಟು ತಡಮಾಡಿದೆ."

"ನೀನು ನನ್ನನ್ನು ವಿವಾಹವಾಗಬಾರದಾಗಿತ್ತು."

"ನೀವೇ ನನ್ನನ್ನು ವಿವಾಹವಾಗಬಾರದಾಗಿತ್ತು ಎಂದು ನಾನೂ ಹೇಳಬಹುದು. ಸಂಬಂಧಗಳು ಆಗಿಬಿಡುತ್ತವೆ. ಆ ಸಂಬಂಧಗಳನ್ನು ಉಳಿಸಿಕೊಳ್ಳುವುದು ಮನುಷ್ಯರ ಕರ್ತವ್ಯ. ಏನೇ ಆದರೂ ನಿಮ್ಮ ಪ್ರೀತಿಪ್ರೇಮ ನನಗಿಲ್ಲವೆ? ನಾನೂ ನಿಮ್ಮನ್ನು ಅಷ್ಟೇ ಗಾಢವಾಗಿ ಪ್ರೀತಿಸುತ್ತಿಲ್ಲವೆ ? ನಿಮ್ಮ ಪ್ರೇಮದ ಸ್ಪರ್ಶದಲ್ಲಿ ನಾನೆಲ್ಲವನ್ನೂ ಮರೆಯುತ್ತೇನೆ, ಸಮಾಧಾನ ಪಡುತ್ತೇನೆ."

ಆಗಲೂ ಅವನ ಮುಖದ ಬಿಗಿತ ಸಡಿಲವಾಗಲಿಲ್ಲ. ಮತ್ತೆ ಅವಳೇ ಹೇಳಿದಳು. "ಸದಾ ಸುಖದಲ್ಲೇ ನಿಶ್ಚಿಂತೆಯಿಂದ ಇದ್ದರೆ, ಅದೂ ಏಕತಾನತೆಯಿಂದ ಬೇಸರ ಬರಿಸುತ್ತದೆ. ಅದಕ್ಕೆ ನಿಮಗೆ ಒಂದಿಷ್ಟು ಚಿಂತೆಯ ಬಿಸಿ ಮುಟ್ಟಿಸಿದೆ. ಅಷ್ಟಕ್ಕೆ ಇಷ್ಟು ಮುನಿಸಿಕೊಂಡರೆ ಹೇಗೆ ? ಅಲ್ಲಿ ನೋಡಿ, ಆಕಾಶದ ನಕ್ಷತ್ರಗಳು ನಮ್ಮನ್ನು ನೋಡಿ ಅಣಕಿಸಿ ನಗುತ್ತಿವೆ. ನನ್ನನ್ನಲ್ಲ, ನಿಮ್ಮನ್ನು, ನಿಮ್ಮ ದಪ್ಪವಾದ ಮುಖವನ್ನು ನೋಡಿ ಹಾಸ್ಯ ಮಾಡುತ್ತಿವೆ. ಏಕಾಂತದಲ್ಲಿ ಪತ್ನಿಯನ್ನು ಪ್ರೇಮಿಸುವುದನ್ನು ಮರೆತು ಮುನಿದು ಕೂತಿರುವ ಅರಸಿಕನೆಂದು ಮೂದಲಿಸುತ್ತಿವೆ."

ಮಲಯಕೇತುವಿನ ಮುಖದಲ್ಲಿ ನಗು ಅರಳಿತು. "ಏ, ಮಾಧವಿ, ನನ್ನನ್ನು ನಗಿಸಿ, ಅಳಿಸಿ ಆಟವಾಡಿಸುವ ತುಂಟಿ. ನಿನಗೇನು ಮಾಡುತ್ತೇನೆ ನೋಡು" ಎನ್ನುತ್ತ ಅವನು ಅವಳನ್ನು ಅಪ್ಪಿಕೊಂಡ.

★ ★ ★

ಮಾರನೆಯ ದಿನ ಮಲಯಕೇತು ಬರುವ ವೇಳೆಗೆ ಚಾಣಕ್ಯ, ಚಂದ್ರಗುಪ್ತ, ಚರಣ ಮತ್ತು ಸಿಂಹಸೇನ ಸಿದ್ಧರಾಗಿದ್ದರು. "ಮಹಾರಾಜರು ತಮ್ಮ ಭೇಟಿ ಮಾಡಲು ಮಂತ್ರಶಾಲೆಯಲ್ಲಿ ಕಾದಿದ್ದಾರೆ" ಎಂದ ಮಲಯಕೇತು.

"ನಾವೂ ಸಿದ್ಧರಾಗಿದ್ದೇವೆ ಯುವರಾಜ" ಎಂದ ಚಾಣಕ್ಯ ನಗುತ್ತ.

"ಹಾಗಾದರೆ ಹೊರಡೋಣವೇ ?"

"ಅಗತ್ಯವಾಗಿ" ಎಂದು ಚಾಣಕ್ಯ ಮತ್ತು ಪರಿವಾರದವರು ಮಲಯಕೇತುವನ್ನು ಹಿಂಬಾಲಿಸಿದರು.

ಮಂತ್ರಶಾಲೆಗೆ ಅವರು ಆಗಮಿಸಿದಾಗ ಶಬರವರ್ಮನೊಂದಿಗೆ ಕಾದು ಕುಳಿತಿದ್ದ ಪೌರವ ಎದ್ದುನಿಂತು ಸ್ವಾಗತಿಸಿದ. ಪರಸ್ಪರ ನಮಸ್ಕಾರಗಳಾದ ಮೇಲೆ ಎಲ್ಲ ಪ್ರಶಸ್ತವಾಗಿ

ಕುಳಿತರು. ನಂತರ ಪೌರವ ಹೇಳಿದ, “ಆಚಾರ್ಯ, ಚಂದ್ರಗುಪ್ತ ಮಹಾರಾಜ, ನಮ್ಮ ಸತ್ಕಾರದಲ್ಲಿ ಆಕಸ್ಮಿಕವಾಗಿ ಏನಾದರೂ ಕೊರತೆಯುಂಟಾದರೆ ಅದನ್ನು ದಯವಿಟ್ಟು ಮನಸ್ಸಿಗೆ ತಂದುಕೊಳ್ಳ ಬಾರದು.”

“ಇಲ್ಲ ಮಹಾರಾಜ” ಚಂದ್ರಗುಪ್ತ ಹೇಳಿದ, “ನಮ್ಮ ನಿರೀಕ್ಷೆಗೂ ಮೀರಿದ ಆದರೋಪಚಾರಗಳು ದೊರೆಯುತ್ತಿವೆ. ತಮ್ಮ ಸೌಜನ್ಯ, ಸಜ್ಜನಿಕೆಗಳಿಗೆ ನಾವು ಮಾರು ಹೋಗಿದ್ದೇವೆ.”

“ಅದರಲ್ಲೂ ನಿಮ್ಮ ಸುಪುತ್ರ ಮಲಯಕೇತುವಿನ ಬಗ್ಗೆ ಎಷ್ಟು ಹೇಳಿದರೂ ಸಾಲದು. ಏನು ವಿನಯ! ಎಂಥ ಸಭ್ಯತೆ! ಇದ್ದರೆ ಇಂಥ ಮಕ್ಕಳಿರಬೇಕು” ಎಂದ ಚಾಣಕ್ಯ.

ಮಲಯಕೇತು ನಾಚಿಕೆಯಿಂದ ತಲೆ ತಗ್ಗಿಸಿ “ಆಚಾರ್ಯ, ನಿಮ್ಮ ಹೊಗಳಿಕೆಯ ಮಾತುಗಳನ್ನು ಕೇಳಲು ನನಗೆ ಸಂಕೋಚವಾಗುತ್ತದೆ” ಎಂದ.

ಪೌರವ ಹೆಮ್ಮೆಯಿಂದ ಮಗನತ್ತ ನೋಡಿದ. “ತಮ್ಮಂಥ ಪ್ರಾಜ್ಞರಿಂದ ನನ್ನ ಮಗ ಹೊಗಳಿಸಿಕೊಂಡನಲ್ಲಾ ಎಂದು ನನಗೂ ಸಂತೋಷವಾಗುತ್ತಿದೆ ಆಚಾರ್ಯ” ಎಂದ.

“ಅದು ಸಹಜವೇ. ನಮ್ಮ ಚಂದ್ರಗುಪ್ತನಿಗೆ ಮಲಯಕೇತು ಒಳ್ಳೆಯ ಮಿತ್ರನಾಗಬಲ್ಲ. ಇವರಿಬ್ಬರ ಮಿತ್ರತ್ವ ಆರ್ಯಾವರ್ತಕ್ಕೆ ಆದರ್ಶವಾದರೆ ಅದರಿಂದಾಗುವ ಪ್ರಯೋಜನ ಅಮೂಲ್ಯವಾಗುತ್ತದೆ ಮಹಾರಾಜ.”

“ಈಗ ನಮ್ಮ ಮಾತುಕತೆ ಆರಂಭಿಸೋಣವೇ ?” ಪೌರವ ಆವಸರ ತೋರಿಸಿದ. ಎಲ್ಲ ಗಂಭೀರವಾದರು. ತಾವು ಬಂದಿರುವ ಉದ್ದೇಶವನ್ನು ತಿಳಿದುಕೊಳ್ಳಬೇಕೆಂಬ ಆತುರ ಪೌರವನಲ್ಲಿದೆಯೆಂದು ಚಾಣಕ್ಯನಿಗೆ ಅರ್ಥವಾಯಿತು.

“ಆಚಾರ್ಯ, ತಾವು ಇಷ್ಟು ದೂರ ನಮ್ಮ ನಗರದವರೆಗೂ ಬಂದಿರುವ ಉದ್ದೇಶವೇನೆಂದು ಕೇಳಬಹುದೇ ?”

“ಉದ್ದೇಶವಿಲ್ಲದೆ ಹೀಗೆ ಅನಿರೀಕ್ಷಿತವಾಗಿ ಬಂದು ನಿಮಗೆ ತೊಂದರೆ ಕೊಡುತ್ತಿರಲಿಲ್ಲ ಮಹಾರಾಜ.”

“ತಾವು ಅನಿರೀಕ್ಷಿತವಾಗಿ ಬಂದದ್ದು ನಮಗೆ ಅನಿರೀಕ್ಷಿತ ಆನಂದವನ್ನೇ ಉಂಟುಮಾಡಿದೆ, ತೊಂದರೆಯೇನು ಬಂತು ?” ಎಂದ ಶಬರವರ್ಮ.

“ಮಹಾರಾಜ” ಚಾಣಕ್ಯ ಹೇಳಿದ, “ನಾನೊಂದು ಕನಸು ಕಂಡೆ. ನಮ್ಮ ಸನಾತನ ಧರ್ಮದ ಸಂರಕ್ಷಣೆಗಾಗಿ ಕಟಿಬದ್ಧವಾದ ಒಂದು ವಿಶಾಲವಾದ ಸಾಮ್ರಾಜ್ಯದ ಕನಸು. ಅಂಥದೇ ಒಂದು ಕನಸು ಕಂಡ ಚಂದ್ರಗುಪ್ತ ಮೌರ್ಯ ನನ್ನ ಜೊತೆಯಾದ. ಅರ್ಪಣಾ ಮನೋಭಾವದ ಅವನ ಮಿತ್ರರೂ, ಹಿತೈಷಿಗಳೂ, ಸಾವಿರಾರು ಜನ ನಮ್ಮ ಬೆಂಬಲಕ್ಕೆ ಬಂದರು. ನಮ್ಮ ಧರ್ಮಕ್ಕೆ ನಮ್ಮ ಪ್ರಜೆಗಳ ನೆಮ್ಮದಿಗೆ ಭಂಗ ತರುತ್ತಿದ್ದ ನಮ್ಮ ಶತ್ರುಗಳನ್ನಲ್ಲದೆ, ವಿದೇಶೀ ಆಕ್ರಮಣಕಾರರನ್ನು ನಾವು ಯಶಸ್ವಿಯಾಗಿ ಅಡಗಿಸಿದ್ದೇವೆ. ಆ ಮಹತ್ಕಾರ್ಯ ಇನ್ನೂ ಪೂರ್ಣಗೊಂಡಿಲ್ಲ, ನಿಮ್ಮಂಥ ಗಣ್ಯ ರಾಜರಿಂದ ಅದು ಪೂರ್ಣಗೊಳ್ಳಬೇಕು. ಮಾತೃಭೂಮಿಯ ಋಣ ಸಲ್ಲಿಸುವ ಈ ಮಹತ್ವದ ಕಾರ್ಯದಲ್ಲಿ

ನೀವೂ ನಮ್ಮೊಡನೆ ಕೈಜೋಡಿಸಿದರೆ ಮುಂದಿನ ಪೀಳಿಗೆ ನಿಮ್ಮನ್ನು ಕೃತಜ್ಞತೆಯಿಂದ ನೆನೆಯುತ್ತದೆ.''

''ವಿದೇಶೀಯರ ಜೊತೆ ನಾನು ಕೈಜೋಡಿಸಿದೆನೆಂದು ತಾವು ಪರೋಕ್ಷವಾಗಿ ಆರೋಪಿಸುತ್ತಿರುವಿರಾ ಆಚಾರ್ಯ ?''

''ಇಲ್ಲ ಮಹಾರಾಜ, ಆರೋಪಿಸುತ್ತಿಲ್ಲ. ಆ ಸಂದರ್ಭದಲ್ಲಿ ಅದು ನಿಮಗೆ ಅನಿವಾರ್ಯ ವಾಗಿತ್ತೆಂದು ಕಾಣುತ್ತದೆ. ವಿದೇಶೀಯರ ವಿರುದ್ಧ ನೀವು ಹೋರಾಡಿ ನಿಮ್ಮ ಶೌರ್ಯ ಪ್ರದರ್ಶನ ಮಾಡಿದಾಗ ನಿಮಗೆ ಬೆಂಬಲ ನೀಡುವ ಬೇರೆ ದೇಶೀಯರಿರಲಿಲ್ಲ. ಗಾಂಧಾರದ ಆಂಭೀಕನೇ ನಿಮ್ಮ ಜೊತೆ ಕೈಜೋಡಿಸಿದ್ದರೆ ಯವನರು ಮೊದಲೇ ಇಲ್ಲಿಂದ ಕಾಲ್ತೆಗೆಯು ತ್ತಿದ್ದರು. ನಿಮ್ಮ ನಿಮ್ಮ ಸಾರ್ವಭೌಮತ್ವಗಳು ಹಾಗೆಯೇ ಉಳಿಯುತ್ತಿದ್ದವು. ವಿದೇಶೀಯರಿಗೆ ಆಶ್ರಿತರಾದ ಅಳುಕು ನಿಮ್ಮ ಮನಸ್ಸಿನಲ್ಲಿರುತ್ತಿರಲಿಲ್ಲ.''

''ನಿಮ್ಮ ಮಾತು ನಿಜ ಆಚಾರ್ಯ. ಆದರೆ ಅಂಥ ಒಗ್ಗಟ್ಟು ಹೇಗೆ ಸಾಧ್ಯ? ರಾಜರಾಗಿ ನಮ್ಮ ನಮ್ಮ ವೈಯಕ್ತಿಕ ಪ್ರತಿಷ್ಠೆಗಳನ್ನು ಬಿಡಲಾಗುತ್ತದೆಯೇ ?''

''ಬಿಡಬೇಕು. ವೈಯಕ್ತಿಕ ಪ್ರತಿಷ್ಠೆಗಳಿಗಿಂತ ರಾಷ್ಟ್ರಪ್ರತಿಷ್ಠೆ ಮುಖ್ಯವಾಗಬೇಕು. ರಾಷ್ಟ್ರ ಸುಭದ್ರವಾಗಿದ್ದರೆ ವೈಯಕ್ತಿಕ ಪ್ರತಿಷ್ಠೆಗಳೂ ಈಡೇರುತ್ತವೆ. ವೈಯಕ್ತಿಕ ಪ್ರತಿಷ್ಠೆಗಳ ಕಾರಣವಾಗಿ ರಾಷ್ಟ್ರವೇ ಛಿದ್ರಛಿದ್ರವಾದರೆ ಪ್ರತಿಷ್ಠೆಯಿಂದ ಬೀಗಲು ನೀವೇ ಇರುವುದಿಲ್ಲ, ಅಲ್ಲವೆ ?''

''ಮಹಾರಾಜ'' ಚಂದ್ರಗುಪ್ತ ಹೇಳಿದ, ''ಎಲ್ಲ ರಾಜರೂ ಮರೆಯುವ ಒಂದು ಮುಖ್ಯವಾದ ಸಂಗತಿಯೆಂದರೆ ಪ್ರಜೆಗಳ ಇಚ್ಛೆಯೇನೆಂದು ಅರಿಯಲು ಪ್ರಯತ್ನಿಸದಿರುವುದು. ರಾಜ ತನ್ನ ಅಧಿಕಾರ ಸ್ಥಾನದಲ್ಲಿರಲು ಪ್ರಜೆಗಳು ಕಾರಣ. ಅವನ ಎಲ್ಲ ಸುಖ ಸಂತೋಷಗಳಿಗೆ ಪ್ರಜೆಗಳೇ ಕಾರಣ. ತಾವು ಸರಳ ಜೀವನ ನಡೆಸಿ ತಮ್ಮ ರಾಜ ವೈಭವದಿಂದ ಬಾಳಬೇಕೆಂದು ಬಯಸುತ್ತಾರೆ. ಅಂಥ ಪ್ರಜೆಗಳ ಅಭಿಪ್ರಾಯವನ್ನು ಕಡೆಗಣಿಸಿ ನಡೆಯುವುದು ದ್ರೋಹವೆಂದೇ ನನ್ನ ಭಾವನೆ. ರಾಜನೀತಿಯ ನಿರ್ಧಾರಗಳನ್ನು ಮಾಡುವಾಗ ರಾಜರು ಅದರಿಂದ ಪ್ರಜೆಗಳಿಗೆ ಹಿತವಾಗುವುದೋ ಇಲ್ಲವೋ ಎಂದು ಪರಿಗಣಿಸುವುದೇ ಇಲ್ಲ. ಆಂಭೀಕ, ಅಭಿಸಾರ ಇತ್ಯಾದಿ ಎಲ್ಲರೂ ಮಾಡಿದ್ದು ಅದನ್ನೇ. ಪ್ರಜೆಗಳೆಂದರೆ ಅವರಿಗೆ ಕಾಲಕಸ. ನಾವು ಆ ತಪ್ಪನ್ನು ಮಾಡಲಿಲ್ಲ. ಪ್ರಜೆಗಳ ಅಭಿಪ್ರಾಯ ರಾಜರ ವಿರುದ್ಧವಾಗಿದ್ದುದರಿಂದಲೇ ಆ ಯವನರು ಗೆದ್ದ ನಾಡುಗಳನ್ನು ಸುಲಭವಾಗಿ ಗೆಲ್ಲುವುದು ಸಾಧ್ಯವಾಯಿತು.''

ಚಂದ್ರಗುಪ್ತ ಚಾಣಕ್ಯನ ಕಡೆ ನೋಡಿದಾಗ 'ಸರಿಯಾಗಿ ಮಾತನಾಡಿದೆ' ಎಂಬಂತೆ ಮೆಚ್ಚಿಗೆಯ ನೋಟ ಬೀರಿದ ಚಾಣಕ್ಯ ಹೇಳಿದ, ''ಹೌದು ಮಹಾರಾಜ, ಪ್ರಜೆಗಳನ್ನು ಪ್ರಾಣಿಗಳಿಗಿಂತ ಕೀಳಾಗಿ ಕಂಡು ಕಾಡುತ್ತಿರುವ ಇನ್ನೊಬ್ಬನಿದ್ದಾನೆ. ನಮ್ಮ ಮುಂದಿನ ಗುರಿ ಅವನೇ.''

''ಅವನು... ಮಗಧದ ಚಕ್ರವರ್ತಿ ಧನನಂದನೇ ?'' ಎಂದ ಶಬರವರ್ಮ.

''ಹೌದು, ಅವನೊಬ್ಬನನ್ನು ನಾಶಗೊಳಿಸಿಬಿಟ್ಟರೆ ನಮ್ಮ ಕಾರ್ಯ ಬಹುಪಾಲು ಮುಗಿಯುತ್ತದೆ.''

"ಅದು ಅಷ್ಟೊಂದು ಸುಲಭವೇ? ಅವನ ಸೈನ್ಯದ ಗಾತ್ರವೇನೆಂದು ನಿಮಗೆ ಗೊತ್ತಿದೆಯೇ ? ಆ ಸೇನೆಯ ಬಗ್ಗೆ ಕೇಳಿಯೇ ಅಲೆಗ್ಸಾಂಡರನ ಸೈನಿಕರು ಹೆದರಿ ಹಿಂಜರಿದರು. ಇಲ್ಲವಾದರೆ ಈ ವೇಳೆಗೆ ಅದು ಧೂಳೀಪಟವಾಗುತ್ತಿತ್ತು. ಬಹುಶಃ ಅದು ಪರ್ವತನಾಡಿನ ಭಾಗವಾಗುತ್ತಿತ್ತು" ಎಂದ ಪೌರವ.

ಸ್ವಲ್ಪ ನಕ್ಕು ಚಾಣಕ್ಯ ಹೇಳಿದ, "ಮಹಾರಾಜ, ನನ್ನ ತಂದೆ ಪಾಟಲೀಪುತ್ರದಲ್ಲಿ ಇದ್ದವರು, ಚಂದ್ರಗುಪ್ತ ಅದೇ ಸೈನ್ಯದಲ್ಲಿ ಕೆಲಸ ಮಾಡುತ್ತಿದ್ದನೆಂಬುದನ್ನು ನೀವು ಮರೆತಿರುವಂತಿದೆ."

"ಅದರಿಂದೇನಾಯಿತು ? ಚಂದ್ರಗುಪ್ತ ಅಲ್ಲಿದ್ದನೆಂದರೆ ಸೈನ್ಯದ ಸಂಖ್ಯೆ ಕಡಿಮೆಯಾಗುತ್ತದೆಯೇ ಅಥವಾ ಚಂದ್ರಗುಪ್ತ ಬಂದನೆಂದು ಇಡೀ ಸೈನ್ಯ ಶಸ್ತ್ರಗಳನ್ನು ಕೆಳಗೆ ಹಾಕಿ ಶರಣಾಗುತ್ತದೆಯೇ ?" ಪೌರವ ತುಸು ಅಸಮಾಧಾನದಿಂದಲೇ ಹೇಳಿದ.

"ಇಲ್ಲ ಮಹಾರಾಜ" ಚರಣ ಹೇಳಿದ, "ಆದರೆ ಆ ಸಂಖ್ಯೆಗೆ ಸಮಾನವಾಗಿ ನಮ್ಮ ಸೇನೆಯ ಸಂಖ್ಯೆಯನ್ನು ಹೆಚ್ಚಿಸಿಕೊಳ್ಳುವ ಸಾಧ್ಯತೆಯಿದೆಯಲ್ಲವೆ ?"

"ಇದೆ, ಆದರೆ ಅದು ಹೇಗೆ ಸಾಧ್ಯ ?"

"ನನ್ನ ಸೈನ್ಯ, ನಿಮ್ಮ ಸೈನ್ಯ ಒಟ್ಟಿಗೆ ಸೇರಿದರೆ ನಾವು ಸ್ಪರ್ಧೆ ನೀಡಬಹುದು" ಎಂದ ಚಂದ್ರಗುಪ್ತ.

ತಕ್ಷಣ ಪೌರವ ಶಬರವರ್ಮ ಮತ್ತು ಮಲಯಕೇತುವಿನ ಮುಖ ನೋಡಿದ. ನಿರೀಕ್ಷಿತ ವಿಷಯ ಪ್ರಸ್ತಾಪಕ್ಕೆ ಬಂತಲ್ಲ ಎಂಬ ಅಭಿಪ್ರಾಯವಿತ್ತು ಅವರ ನೋಟದಲ್ಲಿ. ಆಗ ಮಲಯಕೇತು ಕೇಳಿದ, "ನಿಮ್ಮ ಬಳಿ ಅಷ್ಟೊಂದು ಸೈನ್ಯವಿದೆಯೇ ?"

ಅದಕ್ಕೆ ಚಂದ್ರಗುಪ್ತ ಹೇಳಿದ, "ನಾನು ಬರೀ ಪಿಪ್ಪಲಿವನದ ಸಣ್ಣ ರಾಜನಲ್ಲ ಯುವರಾಜ. ಗಾಂಧಾರದಿಂದ ಪಿಪ್ಪಲಿವನದವರೆಗಿನ ನಾನು ಗೆದ್ದ ರಾಜ್ಯ ಸಾಕಷ್ಟು ವಿಶಾಲವಾಗಿಯೇ ಇದೆ ಎಂದು ನಾನು ಭಾವಿಸಿಕೊಂಡಿದ್ದೇನೆ. ಸಂಖ್ಯೆಯಲ್ಲಿ ನನ್ನ ಸೈನ್ಯ ಕಡಿಮೆಯಿರಬಹುದು. ಆದರೆ ನಿಷ್ಠೆಯಲ್ಲಿ ಒಬ್ಬನಿಗೆ ಹತ್ತು ಜನರು ಸಮ ಎಂದು ಧೈರ್ಯವಾಗಿ ಹೇಳಬಹುದು."

"ಯುದ್ಧವೆಂದರೆ ಹುಡುಗಾಟವಲ್ಲ" ಎಂದ ಪೌರವ.

ಅವನ ಮನೋಭಾವ ಚಾಣಕ್ಯನಿಗೆ ಅರ್ಥವಾಯಿತು. ಅಲ್ಪಸೇನೆಯ ಚಂದ್ರಗುಪ್ತನಿಗೆ ಬಹುಸೇನೆಯ ತಾನು ಏಕೆ ಬೆಂಬಲ ನೀಡಬೇಕೆಂಬ ಧೋರಣೆ ಅವನ ಧ್ವನಿಯಲ್ಲಿತ್ತು. ಇದರಲ್ಲಿ ತನ್ನ ಸ್ವಪ್ರತಿಷ್ಠೆಯೇನೂ ಉಳಿಯುವುದಿಲ್ಲವೆಂಬ ಭಾವನೆಯೂ ಅವನಲ್ಲಿದ್ದಂತಿತ್ತು. ಈಗ ಚಾಣಕ್ಯ ಉದ್ದೇಶಪೂರ್ವಕವಾಗಿ ತನ್ನ ಸ್ವಪ್ರಶಂಸೆ ಮಾಡಿಕೊಳ್ಳಲು ಮುಂದಾದ. "ಮಹಾರಾಜ" ಅವನು ಹೇಳಿದ, "ನನ್ನದು ಅಹಂಕಾರವೆಂದು ನೀವು ಭಾವಿಸಿದರೂ ಅಭ್ಯಂತರವಿಲ್ಲ. ಈ ಚಾಣಕ್ಯ ಬರೀ ಒಬ್ಬ ಅಸಹಾಯಕನಾದ ಬ್ರಾಹ್ಮಣನೆಂದು ತಿಳಿಯಬೇಡಿ. ಬರೀ ನನ್ನ ಬುದ್ಧಿಶಕ್ತಿಯಿಂದಲೇ ರಾಜಾಧಿರಾಜರನ್ನು ಮಣ್ಣು ಮುಕ್ಕಿಸುವ ಸಾಮರ್ಥ್ಯ ನನ್ನಲ್ಲಿದೆ. ಗಾಂಧಾರವನ್ನು ಒಂದು ಹೆಣ ಬೀಳದಂತೆ ವಶಕ್ಕೆ ತೆಗೆದುಕೊಂಡೆ. ನಿಮ್ಮ ನೆರವು

ಸಿಗದಿದ್ದರೂ, ನನ್ನ ಚಾತುರ್ಯದಿಂದಲೇ ಚತುರಂಗ ಬಲವನ್ನು ನಿರ್ಮಿಸುವ ಶಕ್ತಿ ನನ್ನಲ್ಲಿದೆಯೆಂದು ಬೇಕಾದರೆ ನಾನು ತೋರಿಸುತ್ತೇನೆ.''

ಒಂದು ಕ್ಷಣ ಚಾಣಕ್ಯನ ಉರಿಯುವ ಮುಖವನ್ನೂ, ಕೆಂಪಾದ ಕಣ್ಣುಗಳನ್ನೂ ಕಂಡು ಪೌರವ ಬೆದರಿದ. ಇವನು ಪ್ರಚಂಡನೇ ಇರಬೇಕೆಂಬ ಭಾವನೆ ಬಂತು. ಅವನು ಹೇಳಿದ, ''ಕೋಪಿಸಿಕೊಳ್ಳಬೇಡಿ ಆಚಾರ್ಯ. ನಾನು ನೆರವು ನೀಡುವುದಿಲ್ಲವೆಂದು ಹೇಳಲಿಲ್ಲ. ಆದರೆ ಅದಕ್ಕೆ ಮೊದಲು ಎಲ್ಲ ವಿವರಗಳನ್ನೂ ತಿಳಿದುಕೊಳ್ಳುವುದು ವಿಹಿತವಲ್ಲವೆ?''

''ನಾನು ಕೋಪಿಸಿಕೊಳ್ಳಲಿಲ್ಲ ಮಹಾರಾಜ'' ಚಾಣಕ್ಯ ಸಮಾಧಾನವಾಗಿಯೇ ಹೇಳಿದ, ''ನಿಮ್ಮ ನೆರವಿಲ್ಲದೇ ನಾವು ಮಗಧವನ್ನು ಗೆಲ್ಲಬಹುದು. ಏಕೆಂದರೆ ಮಗಧದಲ್ಲೇ ನಮಗೆ ಸಹಾನುಭೂತಿ ತೋರುವ ಬಹಳ ಜನರಿದ್ದಾರೆ. ಆದರೆ ಆರ್ಯಾವರ್ತದ ಗಣ್ಯರಾಜರಲ್ಲಿ ನೀವೂ ಒಬ್ಬರಾಗಿರುವುದರಿಂದ ನಿಮ್ಮ ನೆರವು, ಆಶೀರ್ವಾದ ಚಂದ್ರಗುಪ್ತನಿಗೆ ಬೇಕೆಂದು ನನ್ನ ಆಸೆ. ಏಕೆಂದರೆ ಧರ್ಮದ ಹೆಸರಿನಲ್ಲಿ ನಡೆಯುತ್ತಿರುವ ಸಂಘರ್ಷಗಳು ವ್ಯಾಪಕವಾದರೆ ನಮ್ಮ ಸನಾತನ ಧರ್ಮಕ್ಕೆ ಅಪಾಯವಾಗುವುದು ಮಾತ್ರವಲ್ಲದೆ ಸಮಾಜದ ಶಾಂತಿ ನಾಶವಾಗುತ್ತದೆ.''

''ಅಂದರೆ ನಿಮ್ಮ ಮೂಲ ಉದ್ದೇಶ ಸನಾತನ ಧರ್ಮ ರಕ್ಷಣೆಯೇ?'' ಪೌರವ ಕೇಳಿದ.

''ಹೌದು'' ಚಾಣಕ್ಯ ಹೇಳಿದ, ''ಧರ್ಮ ಖಿಲವಾದರೆ ಅದರ ಪರಿಣಾಮ ತೀರ ಕೆಟ್ಟದ್ದಾಗುತ್ತದೆ. ನಮ್ಮ ಧರ್ಮ ನಮಗೆ ಒಂದು ವಿಶಾಲವಾದ ಆಲದ ಮರವಿದ್ದಂತೆ. ಅದರ ನೆರಳಿನಲ್ಲಿ ನಾವು ನಿಶ್ಚಿಂತೆಯಿಂದ, ನೀತಿವಂತರಾಗಿ ಬದುಕುತ್ತೇವೆ. ಅದರ ಬೇರುಗಳಿಗೇ ರೋಗಬಂದರೆ ಅದರ ಕೊಂಬೆರೆಂಬೆಗಳು ಒಣಗುತ್ತವೆ. ನೆರಳು ಇಲ್ಲವಾಗುತ್ತದೆ. ನೆಮ್ಮದಿಗೆ ಭಂಗ ಬರುತ್ತದೆ.''

''ನಿಜವಾಗಲೂ ನಮ್ಮ ಧರ್ಮಕ್ಕೆ ಬೆದರಿಕೆಯಿದೆಯೆನ್ನುತ್ತೀರ?''

''ಹೌದು, ನಮ್ಮ ಧರ್ಮದ ಸಾರವನ್ನೇ ಹೀರಿಕೊಂಡು ಬೇರೊಂದು ರೀತಿಯಲ್ಲಿ ಅದು ಹೊಸದೆಂಬ ಭ್ರಮೆಯಲ್ಲಿ ಜನರನ್ನು ದಾರಿ ತಪ್ಪಿಸುತ್ತಿರುವ ಕೆಲವು ಧರ್ಮಗಳು, ಕೆಲವು ವರ್ಷಗಳಿಂದ ಆಟವಾಡುತ್ತಿವೆ.''

''ಅಂದರೆ ನೀವು ಅನ್ಯಧರ್ಮಗಳ ವಿರೋಧಿಯೇ?''

''ಅಲ್ಲ, ನಾನು ವಿರೋಧಿಯಲ್ಲ. ಆದರೆ ಅವು ತಮ್ಮ ಪಾಡಿಗೆ ತಾವು ಇರದೆ, ನಮ್ಮ ಧರ್ಮದ ಬುಡಕ್ಕೆ ವಿಷವುಣಿಸುವ ಪ್ರಯತ್ನ ಮಾಡಿದಾಗ ವಿರೋಧಿಸಲೇ ಬೇಕಾಗುತ್ತದೆ.''

''ಸ್ವಯಿಚ್ಛೆಯಿಂದ ಜನ ಅವುಗಳಿಗೆ ಒಲಿಯಬಹುದಲ್ಲವೇ?''

''ಆದರೆ, ಬಲವಂತವಾಗಿ ಮತಾಂತರ ಮಾಡಿದರೆ? ಆಳುವವರ ಬೆಂಬಲದಿಂದ ಸ್ವಧರ್ಮದವರನ್ನೇ ಕಾಡಿದರೆ ಸುಮ್ಮನಿರಬಹುದೆ?'' ಎಂದು ಚಾಣಕ್ಯ ಧರ್ಮದತ್ತನ ಮಗನ ಉದಾಹರಣೆಯನ್ನು ಹೇಳಿದ. ನಂತರ ಹೇಳಿದ, ''ಆದ್ದರಿಂದ ಅಧಿಕಾರ ನಡೆಸುವವರು ಸ್ವಧರ್ಮನಿಷ್ಠರಾಗಿರುವುದು ಅಗತ್ಯ. ಅದರಿಂದ ಸಾಮಾಜಿಕ ಅಶಾಂತಿಯನ್ನು ದೂರ

ಮಾಡಬಹುದು. ನಿಜ, ತಿಳಿವಳಿಕೆಯ ಕೊರತೆಯಿಂದ ಅಥವಾ ಪ್ರಸ್ತುತತೆಯ ದೃಷ್ಟಿಯಿಂದ ನಮ್ಮ ಧರ್ಮದ ಕೆಲವು ಸಂಗತಿಗಳು ದೋಷವಾಗಿ ಕಾಣಬಹುದು. ಅವುಗಳನ್ನು ಸರಿಪಡಿಸಿ ಕೊಳ್ಳಬಹುದು. ಬೆರಳಿನಲ್ಲಿ ಗಾಯವಾಯಿತೆಂದು ಕೈಯನ್ನೇ ಕತ್ತರಿಸಿ ಹಾಕಬಹುದೆ? ನಮ್ಮ ತಾಯಿಗೆ ಯಾವುದೋ ಒಂದು ಅಂಗ ಊನವಾದರೆ, ಅವಳನ್ನೇ ತೊರೆಯಬಹುದೆ? ಹೌದು, ಧರ್ಮ ನಮ್ಮ ತಾಯಿಯಿದ್ದಂತೆ. ಅವಳ ಪ್ರೀತಿ, ವಾತ್ಸಲ್ಯಗಳ ಋಣವನ್ನು ಮರೆತು, ಅವಳಿಂದ ಪೋಷಣೆ ಪಡೆದು ಬೆಳೆದ ಸತ್ಯವನ್ನು ಮರೆತುಬಿಡುವುದು ತೀರ ಕೃತಘ್ನವಾದ ಕಾರ್ಯ. ಹೆತ್ತ ತಾಯಿಯನ್ನೇ ತೊರೆದವನು, ಮತ್ತೊಬ್ಬ ತಾಯಿಯನ್ನು ಎಷ್ಟರಮಟ್ಟಿಗೆ ತಾಯಿಯೆಂದು ಪರಿಗಣಿಸಬಲ್ಲ, ಗೌರವಿಸಬಲ್ಲ!''

ಚಾಣಕ್ಯನ ತರ್ಕದ ಮುಂದೆ ಮಾತು ಬೆಳೆಸಲಾರದೆ ಪೌರವನ ಬಾಯಿ ಕಟ್ಟಿತು. ಕೆಲವು ಕ್ಷಣ ಯೋಚನಾಮಗ್ನನಾಗಿ ಸುಮ್ಮನೆ ಕುಳಿತ. ಅವನ ನಾಡಿನಲ್ಲೂ ಬೌದ್ಧರು ಅಲ್ಲಲ್ಲಿ ಇದ್ದರು. ಆದರೆ ಚಾಣಕ್ಯ ಹೇಳಿದಂಥ ಮತಾಂತರದ ಘಟನೆಗಳು ಯಾವುದೂ ನಡೆದಿರಲಿಲ್ಲ. ಬಹುಶಃ ತನ್ನ ಆಡಳಿತದ ಬಿಗಿ ಅದಕ್ಕೆ ಅವಕಾಶ ಕೊಟ್ಟಿಲ್ಲವೆಂದುಕೊಂಡ. ಈಗ ಆಗಲಿಲ್ಲವೆಂದರೆ, ಮುಂದೊಂದು ದಿನ ಆಗುವುದಿಲ್ಲವೆಂದು ಹೇಳುವಂತಿರಲಿಲ್ಲ. 'ಹೌದು, ನಾವು ಬೇರೆ ಧರ್ಮವನ್ನು ದ್ವೇಷಿಸದಿದ್ದರೂ, ನಮ್ಮ ಧರ್ಮವನ್ನು ಪ್ರೀತಿಸುವುದು ತಪ್ಪಲ್ಲ. ಬದಲಾಗಿ ಅದು ನಮ್ಮ ಸಹಜ ಸ್ವಭಾವ' ಎಂದುಕೊಂಡ.

ಶಬರವರ್ಮನೂ ಚಾಣಕ್ಯನ ಮಾತಿನ ಸತ್ಯವನ್ನು ಅರ್ಥಮಾಡಿಕೊಂಡ. 'ಇವನೇ ಹೇಳಿಕೊಂಡಂತೆ ಈ ಚಾಣಕ್ಯ ಸಾಮಾನ್ಯನಲ್ಲ. ಇವನ ತರ್ಕಶಕ್ತಿ ಅದ್ಭುತವಾಗಿದೆ. ಜೊತೆಗೆ ಇವನ ಮಾತಿನ ಧಾಟಿಯನ್ನು ನೋಡಿದರೆ ಹಿಡಿದ ಕೆಲಸವನ್ನು ಬಿಡದೆ ಸಾಧಿಸುವ ಛಲವಾದಿಯಂತೆ ಕಾಣುತ್ತಾನೆ. ನಮ್ಮ ನೆರವಿಲ್ಲದಿದ್ದರೂ ಮಗಧವನ್ನು ಗೆಲ್ಲುವೆನೆಂದು ಅವನು ಹೇಳುತ್ತಿರುವುದರಲ್ಲಿ ಅತಿಶಯೋಕ್ತಿಯೇನೂ ಇದ್ದಂತಿಲ್ಲ. ಹಾಗೇನಾದರೂ ಆದರೆ ಪೌರವ ಅಪ್ರಸ್ತುತನಾಗುತ್ತಾನೆ. ಆಮೇಲೆ ಅವನು ನೆಮ್ಮದಿ ಯಿಂದಿರುವುದೂ ಕಷ್ಟವಾಗಬಹುದು. ಚಾಣಕ್ಯ ಬರಿಗೈಯಲ್ಲಿ ಹೋಗದಂತೆ ನೋಡಿ ಕೊಳ್ಳಬೇಕು' ಇತ್ಯಾದಿ ಅವನು ಯೋಚಿಸುತ್ತಿದ್ದ.

ಮಲಯಕೇತು ಚಾಣಕ್ಯನ ವ್ಯಕ್ತಿತ್ವಕ್ಕೆ ನಿಜವಾಗಲೂ ಮಾರುಹೋಗಿದ್ದ. ಅವನ ಪ್ರಸ್ತಾಪವನ್ನು ಕೂಡಲೇ ಒಪ್ಪಿಬಿಡುವಂತೆ ಹೇಳಬೇಕೆಂದು ಪ್ರೇರಣೆಯಾದರೂ ಅದನ್ನು ತಡೆದುಕೊಂಡ. ತಂದೆಯ ಎದುರಿನಲ್ಲಿ ಅದು ಉದ್ಧಟತನವಾಗುವುದೆಂದು ಅವನು ಭಾವಿಸಿದ. ತಂದೆ ಏನು ಹೇಳುವರೋ ಎಂಬ ಕಾತರದಿಂದ ಅವನು ಪೌರವನ ಮುಖವನ್ನೇ ನೋಡತೊಡಗಿದ.

ಕೆಲವು ಕ್ಷಣಗಳ ನಂತರ ಪೌರವ ಹೇಳಿದ, ''ಆಚಾರ್ಯ, ತಾವು ಹೇಳಿದ ವಿಷಯಗಳ ಬಗ್ಗೆ ನಾನು ಆಲೋಚಿಸಲು ಅವಕಾಶ ಕೊಡಿ. ಕೆಲವು ದಿನ ನಿಮ್ಮನ್ನು ಸತ್ಕರಿಸುವ ಭಾಗ್ಯವನ್ನು ನಮಗೆ ನೀಡಿ.''

''ಆಗಬಹುದು, ಅವಸರವೇನಿಲ್ಲ. ನಿಧಾನವಾಗಿ ಆಲೋಚಿಸಿ ನಿರ್ಧಾರ ಮಾಡಿ'' ಎಂದು ಚಾಣಕ್ಯ ಮೇಲೆದ್ದ.

ಮಲಯಕೇತು ಅವರನ್ನು ಅತಿಥಿ ಭವನದತ್ತ ಕರೆದೊಯ್ದು, ಸಂಜೆ ನಿಧಾನವಾಗಿ ಚರ್ಚೆ ಮಾಡಿದರಾಯಿತೆಂದು ಶಬರವರ್ಮನನ್ನೂ ಕಳಿಸಿಕೊಟ್ಟ ಪೌರವ ತನ್ನ ಅಂತಃಪುರದತ್ತ ಹೊರಟ.

## ೩

ಅಂದು ಮಧ್ಯಾಹ್ನವೇ ಮಲಯಕೇತು ಅಂತಃಪುರಕ್ಕೆ ಬಂದಾಗ ಮಾಧವಿಯ ಸಂಭ್ರಮವನ್ನು ಹೇಳತೀರದು. "ಏನು ಯುವರಾಜರು, ಎಲ್ಲೋ ಹೋಗಬೇಕಾದವರು ಮರೆತು ಅಂತಃಪುರಕ್ಕೆ ಬಂದಹಾಗಿದೆಯಲ್ಲಾ?" ಎಂದು ಚೇಷ್ಟೆಯನ್ನೂ ಮಾಡಿದಳು.

"ನಿನ್ನೆ ರಾತ್ರಿ ನನ್ನನ್ನು ನಿನ್ನ ಮಾತಿನ ಚಾವಟಿಯಿಂದ ಹೊಡೆದು ಸಾಕಷ್ಟು ಕಾಡಿದೆಯಲ್ಲಾ, ಅದರ ಸೇಡು ತೀರಿಸಿಕೊಳ್ಳಲು ಬಂದಿದ್ದೇನೆ" ಎಂದ ಮಲಯಕೇತು ನಗುತ್ತಾ.

"ಬಹಳ ಸಂತೋಷ. ಪ್ರೇಮದಲ್ಲಿ ಕೋಪ, ತಾಪ ಎಲ್ಲವೂ ಸುಂದರವೇ! ನಿಮ್ಮಂಥ ಸುಂದರ ಪುರುಷನ ಕೋಪ ಇನ್ನಷ್ಟು ಸುಂದರವಲ್ಲವೆ?"

"ಅಬ್ಬ! ಮಾತಿಗೆ ಮಾತು ಜೋಡಿಸುವ ವಿದ್ಯೆ ನಿನಗೆ ಕರತಲಾಮಲಕ."

"ಪ್ರೀತಿಗೆ ಪ್ರೀತಿಯನ್ನೂ ಜೋಡಿಸುತ್ತೇನೆ."

"ಏ ತುಂಟಿ, ಹಸಿವಾಗುತ್ತಿದೆ, ಮೊದಲು ಊಟ ಮಾಡೋಣ."

"ನಾವಿಬ್ಬರೂ ಒಟ್ಟಿಗೆ ಊಟ ಮಾಡಿ - ಅದೂ ಮಧ್ಯಾಹ್ನದ ಹೊತ್ತು - ಎಷ್ಟು ಕಾಲವಾಗಿಹೋಯಿತು. ನಿಜವಾಗಲೂ ಈ ದಿನ ನನಗೆ ಹಬ್ಬದ ಸಂಭ್ರಮ. ಬನ್ನಿ ಭೋಜನಶಾಲೆಗೆ ಹೋಗೋಣ."

ಅವನ ಕೈಹಿಡಿದು ಭೋಜನಶಾಲೆಗೆ ಬಂದು, ಪರಿಚಾರಕರಿಗೆಲ್ಲ ಹೇಳಿ, ಅವರನ್ನು ಸುಮ್ಮನಿರಿಸಿ, ತಾನೇ ಪ್ರೀತಿಯಿಂದ ಬಡಿಸತೊಡಗಿದಳು. ನಡು ನಡುವೆ ನಗು ಉಲ್ಲಾಸಗಳನ್ನು ಉಕ್ಕಿಸುವ ಅವಳ ಮಾತುಗಳ ಗುಂಗಿನಲ್ಲಿ ಮಲಯಕೇತು ತುಸು ಹೆಚ್ಚಾಗಿಯೇ ಊಟ ಮಾಡಿದ. ತಾನೇ ಅವನ ಕೈತೊಳೆದು ಒರೆಸಿದ ಮೇಲೆ ಹೇಳಿದಳು, "ಈಗ ನೀವು ಬಡಿಸಿದರೆ ನನ್ನ ಊಟ."

ಮಲಯಕೇತು ಸಂತೋಷದಿಂದಲೇ ಅವಳಿಗೆ ಬಡಿಸಿದ. ಆದರೆ ಅವಳಂತೆ ಸಂತೋಷದ ನಗು ಉಕ್ಕಿಸುವ ಮಾತುಗಳನ್ನಾಡುವುದು ಅವನಿಗೆ ಬರಲಿಲ್ಲ. "ಕತ್ತಿ ಬೀಸುವ ಒರಟು ಕೈಗಳಿಗೆ ಬಡಿಸುವ ನಯ ಗೊತ್ತಿಲ್ಲ, ವೀರಾಲಾಪಗಳನ್ನು ಮಾಡುವ ಬಾಯಿಗೆ ಮಧುರ ನುಡಿಗಳನ್ನಾಡುವುದು ತಿಳಿದಿಲ್ಲ, ಚಿಂತೆಯಿಲ್ಲ, ನಾನು ಅನುಸರಿಸಿಕೊಳ್ಳುತ್ತೇನೆ" ಎಂದು ಮಾಧವಿ ಚೇಷ್ಟೆ ಮಾಡದೇ ಬಿಡಲಿಲ್ಲ.

ಅವಳ ಮಾತು ಮಲಯಕೇತುವಿಗೆ ನಿಜವೆನ್ನಿಸಿತು. ಆದರೂ ಅವಳೊಂದಿಗೆ ಸ್ವಲ್ಪ ಹೊತ್ತು ಕಾಲ ಕಳೆದುಹೋದರೆ ಏನೋ ಹೊಸ ಚೈತನ್ಯ ತುಂಬಿಕೊಂಡಂತೆ ಭಾಸವಾಗುತ್ತಿತ್ತು. 'ಹೌದು, ಅವಳ ಮಾತಿನಲ್ಲಿ ನಗುವಿನಲ್ಲಿ ನಡವಳಿಕೆಯಲ್ಲಿ ಸಂಜೀವಿನಿಯಿದೆ' ಎಂದುಕೊಂಡ.

ಊಟ ಮುಗಿಸಿ ಅವರು ಅಂತಃಪುರಕ್ಕೆ ಮರಳಿದಾಗ ಭಾರವಾದ ಹೊಟ್ಟೆಯಿಂದ ಒಂದು ರೀತಿಯ ಜಡತ್ವವುಂಟಾಗಿ, ಮಲಯಕೇತು ಪಲ್ಲಂಗದ ಮೇಲೆ ಉರುಳಿಕೊಂಡ.

"ನನ್ನಿಂದ ಸೇವೆ ಮಾಡಿಸಿಕೊಳ್ಳಲು ಎಷ್ಟೊಂದು ಆಸೆ!" ಎಂದು ಮಾಧವಿ ಅವನ ಕಾಲುಗಳನ್ನು ಒತ್ತತೊಡಗಿದಳು.

"ಆಮೇಲೆ ನನ್ನ ಕಾಲುಗಳನ್ನು ಒತ್ತು ಎಂದು ಕೇಳುವುದಿಲ್ಲ ತಾನೆ" ಎಂದ ಮಲಯಕೇತು ನಗುತ್ತ.

"ನಾನೇನೋ ಕೇಳುವುದಿಲ್ಲ, ಆದರೆ ಒತ್ತಿದರೆ ತಪ್ಪೇನು ?"

"ಪತಿಯಾದ ನಾನು ಪತ್ನಿಯ ಕಾಲೊತ್ತುವುದೆ ?"

"ಇದೇ ನನಗೂ ನಿಮಗೂ ಇರುವ ವ್ಯತ್ಯಾಸ" ಮಾಧವಿ ಗಂಭೀರವಾಗಿಯೇ ಹೇಳಿದಳು, "ನೀವು ರೂಢಿಯ ಪದ್ಧತಿಗೆ ಬದ್ಧರಾಗಿ ಯೋಚಿಸುತ್ತೀರಿ. ಆದರೆ ನಾನು ಹೃದಯದ ಭಾವನೆಗಳ ಮೇಲೆ ಯೋಚಿಸುತ್ತೇನೆ. ನನ್ನ ದೃಷ್ಟಿಯಲ್ಲಿ ಪ್ರೀತಿ ಪ್ರೇಮಗಳಿದ್ದ ಕಡೆ ಪದ್ಧತಿಗಳು ನಿಲ್ಲುವುದಿಲ್ಲ, ಪತ್ನಿ ಪತಿಯ ಸೇವೆ ಮಾಡಬೇಕು, ಪತಿ ಪತ್ನಿಯ ಸೇವೆ ಮಾಡಬಾರದು ಎಂಬ ನಿಯಮ ಅಲ್ಲಿ ನಿಲ್ಲುವುದಿಲ್ಲ."

"ಯಾರಾದರೂ ಕಂಡರೆ ?"

"ಯಾರು ಕಾಣುತ್ತಾರೆ. ಪತಿ ಪತ್ನಿ ಎಂಬುದು ನಮ್ಮ ಸಾಮಾಜಿಕ ಬಂಧನ. ಆದರೆ ಏಕಾಂತದಲ್ಲಿ ನಾವು ಪ್ರೇಮಿಗಳು. ಪ್ರೀತಿಯ ದೋಣಿಯಲ್ಲಿ ಸಾಗುವ ಪ್ರೇಮಿಗಳಿಗೆ ಹೃದಯದ ಮಾತುಗಳೇ ಪ್ರಮಾಣ."

"ಸರಿ, ಹಾಗಾದರೆ ನಾನೂ ನಿನ್ನ ಕಾಲೊತ್ತುತ್ತೇನೆ."

"ನಾನು ಹೇಳಿದ ಮೇಲೆ ಒತ್ತುವೆನೆಂದರೆ ಯಾರಿಗೆ ಬೇಕು ?"

"ಮತ್ತೇನು ಮಾಡಲಿ ? ಹಾಗೆ ಹೇಳಿದರೆ ಹೀಗೆ ಹೇಳುತ್ತಿ, ಹೀಗೆ ಹೇಳಿದರೆ ಹಾಗೆ ಹೇಳುತ್ತಿ. ನಿನ್ನ ಉದ್ದೇಶವೇ ನನಗೆ ಅರ್ಥವಾಗುವುದಿಲ್ಲ" ಮಲಯಕೇತು ತುಸು ಕೋಪಿಸಿಕೊಂಡ.

"ಕೋಪ ಬೇಡ ನನ್ನ ದೊರೆ" ಅವನ ಗಲ್ಲ ಹಿಡಿದು ಮಾಧವಿ ಲಲ್ಲೆಗರೆದಳು. "ನೀವು ವೀರರೇ ಇರಬಹುದು, ಯುವರಾಜರೇ ಇರಬಹುದು. ಆದರೆ ಪ್ರೇಮದ ವಿಷಯದಲ್ಲಿ ಬಹಳ ಮುಗ್ಧರು, ಒಪ್ಪುತ್ತೀರಾ ?"

"ಒಪ್ಪಲೇಬೇಕೆ ?"

"ಒಪ್ಪದೇ ವಿಧಿಯಿಲ್ಲ, ಇಲ್ಲಿ ಗೆಲುವು ನನ್ನದೇ" ಎಂದು ಮಾಧವಿ ಮೋಹಕವಾಗಿ ನಕ್ಕಳು. ಮಲಯಕೇತು ಅವಳನ್ನು ತನ್ನತ್ತ ಎಳೆದುಕೊಂಡ.

ಕೆಲವು ಕ್ಷಣ ಆ ಪ್ರೇಮದ ಪರವಶತೆಯಲ್ಲಿದ್ದ ಅವನಿಗೆ ತಕ್ಷಣ ಬೆಳಿಗ್ಗೆ ಮಂತ್ರ ಶಾಲೆಯಲ್ಲಿ ನಡೆದ ಮಾತುಕತೆ ನೆನಪಿಗೆ ಬಂತು. ಇಡೀ ಚರ್ಚೆಯಲ್ಲಿ ಚಾಣಕ್ಯನೇ ವಿಜೃಂಭಿಸಿದನೆನ್ನಬಹುದು. ತರ್ಕಬದ್ಧವಾದ ಅವನ ಮಾತು, ಆ ಮಾತನ್ನು ಅಧಿಕಾರ ಪೂರ್ವಕವಾಗಿ ಅವನು ನಿರೂಪಿಸಿದ ಧಾಟಿ, ಅದರ ಹಿನ್ನೆಲೆಯಲ್ಲಿದ್ದ ಅವನ ಆತ್ಮಪ್ರತ್ಯಯ, ಎಲ್ಲ ಕಣ್ಣಿಗೆ ಕಟ್ಟಿದವು. "ಎಂಥ ಅಪರೂಪದ ವ್ಯಕ್ತಿತ್ವ!" ಎಂದ.

ಚಕಿತಳಾದ ಮಾಧವಿ ಅವನ ಮುಖವನ್ನೇ ನೋಡುತ್ತ "ನನ್ನನ್ನು ಹೊಗಳು-ತ್ತಿರುವಿರಾ ?" ಎಂದಳು.

"ನಿನ್ನನ್ನು ಹೊಗಳುವಷ್ಟು ಚಾತುರ್ಯ ನನ್ನಲ್ಲಿಲ್ಲ ಮಾಧವಿ."

"ಹಾಗಾದರೆ ಮತ್ತೆ ಯಾರನ್ನು ಹೊಗಳುತ್ತಿರುವಿರಿ ? ನನಗಿಂತ ಅಪರೂಪದ ವ್ಯಕ್ತಿತ್ವವುಳ್ಳ ಆ ಅದೃಷ್ಟವಂತೆ ಯಾರೆಂದು ತಿಳಿದುಕೊಳ್ಳಬಹುದೇ !" ಎಂದಳು ಮಾಧವಿ ಹುಸಿ ಮುನಿಸಿನಿಂದ.

ಮಲಯಕೇತು ಜೋರಾಗಿ ನಕ್ಕು ಹೇಳಿದ, "ಈ ವಿಷಯದಲ್ಲಿ ಮಾತ್ರ ಹೆಣ್ಣು ಹೆಣ್ಣೇ ಎಂಬುದನ್ನು ನಿರೂಪಿಸಿಬಿಟ್ಟೆ."

"ಹೆಣ್ಣು ಹೆಣ್ಣಲ್ಲದೆ ಗಂಡಾಗಲು ಸಾಧ್ಯವೇ ?"

"ಮತ್ತೆ, ಇಷ್ಟು ಬೇಗ ನಿನ್ನಲ್ಲಿ ಅನುಮಾನ ಮೂಡಿತಲ್ಲ! ನನ್ನನ್ನು ನೀನು ಸರಿಯಾಗಿ ಅರ್ಥ ಮಾಡಿಕೊಂಡಿಲ್ಲವೆಂದು ತಾನೆ ಇದರ ಅರ್ಥ ?"

"ಹೇಗೆ ನಂಬುವುದು ? ನಿಮ್ಮ ತಂದೆಯವರ ಉದಾಹರಣೆ ಕಣ್ಣೆದುರಿಗಿದೆ. ನೀವು ಎಷ್ಟೇ ಆಗಲಿ ಅವರ ವಿಧೇಯ ಮಗ. ಜೊತೆಗೆ ನಾನು ಬೇರೆ ಬಡಬಡ ಮಾತನಾಡಿ ನಿಮಗೆ ನಿತ್ಯ ನೋವಿನ ಕಹಿ ಉಣಿಸಿ, ನಿಮ್ಮ ಗಂಡು ಅಭಿಮಾನಕ್ಕೆ ಭಂಗ ತರುತ್ತಿದ್ದೇನೆ."

"ಛೆಛೆ, ನಿನ್ನೆದುರು ಸೋಲುವುದೇ ನನ್ನ ಗೆಲುವು ಮಾಧವಿ. ಪ್ರೀತಿಯ ಆಟದಲ್ಲಿ ಸೋಲುಗೆಲುವುಗಳಿಗೆ ಮಹತ್ವವಿದೆಯೆ ?"

"ಓಹೋ ! ನನ್ನಿಂದ ಕಲಿತ ಪಾಠವನ್ನು ನನಗೇ ಕಲಿಸಲು ನೋಡುತ್ತಿರುವಿರಾ ? ಅದೆಲ್ಲ ಬಣ್ಣನೆ ಬೇಡ. ಬಡಿವಾರ ಬಿಟ್ಟು ಅದೇನು ಹೇಳಿ. ಯಾರವರು ? ನಾನು ಜೊತೆಯಲ್ಲಿರುವಾಗಲೂ ನೀವು ಮೆಚ್ಚಿ ನುಡಿಯುವ ಆ ಅದೃಷ್ಟವಂತರು ಯಾರು ?"

"ಆಚಾರ್ಯ ಚಾಣಕ್ಯರು."

"ಹೌದೇ ! ಅವರು ಅಷ್ಟು ದೊಡ್ಡವರೇ ?"

"ಹೌದು ಮಾಧವಿ, ಮೇಲು ನೋಟಕ್ಕೆ ಒಬ್ಬ ಸಾಧಾರಣ ಬ್ರಾಹ್ಮಣನಂತೆಯೇ ಕಾಣುತ್ತಾರೆ. ಆದರೆ ಅವರ ತೀಕ್ಷ್ಣವಾದ ಕಣ್ಣುಗಳನ್ನು ದಿಟ್ಟಿಸಿದರೆ, ಹೃದಯವನ್ನೇ ಬಗೆದು ತೆಗೆದಂತಾಗುತ್ತದೆ. ಅವರ ಒಂದೊಂದು ಮಾತೂ ಬಿಲ್ಲಿನಿಂದ ಬಿಟ್ಟ ಬಾಣದಂತೆ ನೇರವಾಗಿ, ಸ್ಪಷ್ಟವಾಗಿ ಹೊರಬರುತ್ತವೆ. ಅವರ ತರ್ಕಶಕ್ತಿಯಂತೂ ಅದ್ಭುತ. ವಿಷಯ ಪ್ರತಿಪಾದನೆ ಎಷ್ಟು ಖಚಿತವಾಗಿ ಮತ್ತು ಸ್ಪಷ್ಟವಾಗಿರುವುದೆಂದರೆ ಒಬ್ಬ ಅವಿದ್ಯಾವಂತನೂ ತೊಡಕಿಲ್ಲದೆ ಅರ್ಥ ಮಾಡಿಕೊಳ್ಳಬಲ್ಲ."

"ಅಥವಾ ಅವರು ತಮ್ಮ ವ್ಯಕ್ತಿತ್ವ ಮತ್ತು ಮಾತಿನ ಮೋಡಿಯಿಂದ ನಿಮ್ಮನ್ನು ಮರುಳು ಮಾಡಿ ಯುದ್ಧಕ್ಕೆ ಪ್ರಚೋದಿಸಲು ಬಂದಿದ್ದರೆ ?"

"ಪ್ರಚೋದನೆಯೇನೂ ಇಲ್ಲ ಮಾಧವಿ" ಮಲಯಕೇತು ಹೇಳಿದ, "ಆರ್ಯಾವರ್ತದ ಹಿರಿಯ ಪರಂಪರೆ ಮತ್ತು ಸನಾತನ ಧರ್ಮದ ಸಂರಕ್ಷಣೆಯನ್ನು ಗಮನದಲ್ಲಿರಿಸಿಕೊಂಡು ಮಗಧವನ್ನು ಕೈವಶಮಾಡಿಕೊಳ್ಳಲು ತಮ್ಮೊಂದಿಗೆ ಕೈಜೋಡಿಸುವಂತೆ ಕೇಳಿದರು."

"ಧರ್ಮ ಸಂರಕ್ಷಣೆ ಮಾಡುವವರು ಯುದ್ಧವನ್ನೇ ಮಾಡಬೇಕೆ? ಯುದ್ಧವಿಲ್ಲದೆ ಸಂರಕ್ಷಣೆ ಮಾಡಲಾಗುವುದಿಲ್ಲವೆ?"

ಆಗ ಮಲಯಕೇತು ಚಾಣಕ್ಯ ಹೇಳಿದ ಧಾರ್ಮಿಕ ಸಂಘರ್ಷದ ಉದಾಹರಣೆಯನ್ನು ವಿವರಿಸಿದ. ಕಡೆಯಲ್ಲಿ ಹೇಳಿದ, "ಧರ್ಮದ ಬೇರುಗಳು ಸಡಿಲವಾದರೆ ಸಾಮಾಜಿಕ ಬದುಕಿನಲ್ಲಿ ಅಶಾಂತಿ, ಅತೃಪ್ತಿ, ಅರಾಜಕತೆ ತುಂಬುವುದೆಂಬ ಚಾಣಕ್ಯರ ವಾದವನ್ನು ನಾನೂ ಒಪ್ಪುತ್ತೇನೆ. ಧನನಂದ ತನ್ನ ದುರಾಡಳಿತದಿಂದ ಪ್ರಜೆಗಳನ್ನು ಸಾಕಷ್ಟು ಕಾಡುತ್ತಿರುವನಂತೆ."

ಮಾಧವಿ ಗಂಭೀರಳಾದಳು. ಏನೂ ಮಾತಾಡಲಿಲ್ಲ. ಮಲಯಕೇತು ಅವಳ ಮುಖ ನೋಡಿ ಕೇಳಿದ, "ಏಕೆ ಮಾಧವಿ ಸುಮ್ಮನಾದೆ?"

"ಈ ವಿಷಯದಲ್ಲಿ ನಾನೇನೂ ಹೇಳಲಾರೆ ಯುವರಾಜ" ಮಾಧವಿ ಹೇಳಿದಳು, "ಯುದ್ಧವೆಂದರೇ ನನಗೆ ಜಿಗುಪ್ಸೆ ಆದರೆ ಚಾಣಕ್ಯರ ಮಾತಿನ ಹಿನ್ನೆಲೆಯನ್ನು ಗಮನಿಸಿದಾಗ ಅದು ಅಗತ್ಯವೆನಿಸುತ್ತದೆ. ನನ್ನ ಅಭಿಪ್ರಾಯವನ್ನು ರೂಪಿಸಿಕೊಳ್ಳುವುದೇ ಕಷ್ಟವಾಗುತ್ತಿದೆ. ಅಂಥ ದೊಡ್ಡ ವ್ಯಕ್ತಿಗಳ ಆಲೋಚನೆ ತಪ್ಪೆಂದು ಹೇಳುವ ಉದ್ಧಟತನ ತೋರಲಾರೆ."

"ಇನ್ನೂ ತಂದೆಯವರು ತಮ್ಮ ಅಭಿಪ್ರಾಯ ತಿಳಿಸಿಲ್ಲ, ಸಂಜೆ ನಾನು, ಅಮಾತ್ಯರು, ತಂದೆಯವರು ಚರ್ಚಿಸಿ ಒಂದು ನಿರ್ಧಾರಕ್ಕೆ ಬಂದು, ನಾಳೆ ಚಾಣಕ್ಯರಿಗೆ ಉತ್ತರ ಹೇಳಬೇಕು."

"ನಾನೊಮ್ಮೆ ಆಚಾರ್ಯ ಚಾಣಕ್ಯರನ್ನು ನೋಡಬೇಕೆನಿಸುತ್ತಿದೆ. ಅವರಿಗೆ ನಮಸ್ಕರಿಸಿ ಆಶೀರ್ವಾದ ಪಡೆಯಬೇಕು."

"ಖಂಡಿತ, ಅಂಥವರ ದರ್ಶನ ಮಾಡಬೇಕು ಮಾಧವಿ. ನಿನ್ನ ಪ್ರಶ್ನೆಗಳನ್ನು ಅವರ ಬಳಿ ಕೇಳಬಹುದು."

"ಹಾಗಾದರೆ, ನಾನು ಅವರೊಂದಿಗೆ ಚರ್ಚೆ ಮಾಡಿದರೆ ನಿಮ್ಮ ಅಭ್ಯಂತರವಿಲ್ಲ ತಾನೆ?"

"ಎಲ್ಲಾದರೂ ಉಂಟೆ? ಅಂಥ ವಿದ್ವಾಂಸರೊಂದಿಗೆ ಚರ್ಚೆ ಮಾಡುವ ಧೈರ್ಯವುಳ್ಳ ನೀನು ನನ್ನ ಮಡದಿಯೆಂದರೆ ನನಗೇ ಹೆಮ್ಮೆಯಲ್ಲವೆ? ನಾಳೆಯೇ ನಿನ್ನ ಬಯಕೆ ಈಡೇರಬಹುದು."

★ ★ ★

ಸಂಜೆ ಮಂತ್ರಶಾಲೆಯಲ್ಲಿ ಶಬರವರ್ಮ ಮತ್ತು ಮಲಯಕೇತುವಿನೊಂದಿಗೆ ಪೌರವ ಚರ್ಚೆ ಆರಂಭಿಸಿದ. "ಚಾಣಕ್ಯರ ಪ್ರಸ್ತಾಪದ ಬಗ್ಗೆ ನಿಮ್ಮ ಅಭಿಪ್ರಾಯವೇನು ಅಮಾತ್ಯರೆ?" ಪೌರವ ಶಬರವರ್ಮನನ್ನು ಕೇಳಿದ.

"ನನ್ನ ಅಭಿಪ್ರಾಯದಲ್ಲಿ ಅವರ ಪ್ರಸ್ತಾಪವನ್ನು ಒಪ್ಪಬಹುದು" ಎಂದ ಶಬರವರ್ಮ.

"ನನ್ನ ಅಭಿಪ್ರಾಯವೂ ಅದೇ ಅಪ್ಪಾಜಿ" ಎಂದ ಮಲಯಕೇತು.

ಶಬರವರ್ಮ ಮತ್ತೆ ಹೇಳಿದ, "ನಿಮ್ಮ ನೆರವಿಲ್ಲದಿದ್ದರೂ ನಾವು ಮಗಧವನ್ನು ಗೆಲ್ಲಬಲ್ಲೆವು ಎಂದು ಹೇಳಿದ ಚಾಣಕ್ಯರ ಮಾತು ಬರೀ ಜಂಭದ ಮಾತಲ್ಲ ಮಹಾರಾಜ.

ಅವರ ಈವರೆಗಿನ ಸಾಹಸವನ್ನು ನೋಡಿದರೆ, ಮಗಧವನ್ನು ಗೆಲ್ಲುವುದು ಅವರಿಗೆ ಖಂಡಿತ ಕಷ್ಟವಾಗುವುದಿಲ್ಲ. ಹಾಗೇನಾದರೂ ಆದರೆ, ಆಮೇಲೆ ನಮ್ಮ ಪರಿಸ್ಥಿತಿ ಏನಾಗಬಹುದೆಂದು ಯೋಚಿಸುವುದು ಒಳ್ಳೆಯದು."

"ಅಂಥದೇನಾಗುತ್ತದೆ ?" ಪೌರವ ಅರ್ಥವಾಗದೆ ಕೇಳಿದ.

"ನೀವು ನಿರಾಕರಿಸಿದ್ದನ್ನು ಚಾಣಕ್ಯ ಮರೆಯುವುದಿಲ್ಲ. ಆಮೇಲೆ ನಮ್ಮ ಮೇಲೇ ಆಕ್ರಮಣ ಮಾಡಬಹುದು. ಆಗ ಗಾಂಧಾರದಿಂದ ಮಗಧದವರೆಗಿನ ವಿಶಾಲ ಸಾಮ್ರಾಜ್ಯದ ಚಕ್ರವರ್ತಿಯಾದ ಚಂದ್ರಗುಪ್ತನನ್ನು ನೀವು ಎದುರಿಸಬಲ್ಲಿರಾ ?"

"ಹೌದು ಅಪ್ಪಾಜಿ, ಯುದ್ಧ ಮಾಡಿದರೂ ಗೆಲುವು ದೂರದ ಮಾತಾಗುತ್ತದೆ. ವೃಥಾ ಸಾವಿರಾರು ಜನರ ಪ್ರಾಣಹಾನಿಯಾಗುತ್ತದೆ" ಎಂದ ಮಲಯಕೇತು. ಅವನ ನೆನಪಿನಲ್ಲಿ ಮಾಧವಿಯ ಮಾತುಗಳು ಸುಳಿಯುತ್ತಿದ್ದವು.

"ಆಗ ಶರಣಾಗತರಾಗುತ್ತೇವೆಂದರೂ ಅವರ ನಿಬಂಧನೆಗಳಿಗೆ ನೀವು ಒಪ್ಪಬೇಕೇ ಹೊರತು, ನಿಬಂಧನೆ ಹಾಕುವ ಅರ್ಹತೆಯೇ ನಿಮಗಿಲ್ಲವಾಗುತ್ತದೆ" ಎಂದ ಶಬರವರ್ಮ.

"ಅಂದರೆ, ಈಗ ನಾವು ನಿಬಂಧನೆ ಹಾಕುವ ಅವಕಾಶವಿದೆಯಲ್ಲವೆ ?" ಪೌರವ ಕಾತರದಿಂದ ಕೇಳಿದ.

"ಖಂಡಿತ ಇದೆ."

"ಹಾಗಾದರೆ ಹೀಗೆ ಮಾಡಬಹುದು. ನನ್ನ ಮಹಾತ್ವಾಕಾಂಕ್ಷೆ ಪೂರ್ಣವಾಗಿ ಈಡೇರುವ ಸಾಧ್ಯತೆಯಂತೂ ಇಲ್ಲ. ಅರ್ಧವನ್ನಾದರೂ ಈಡೇರಿಸಿಕೊಳ್ಳಬಹುದಲ್ಲ. ಹೌದು ಅಮಾತ್ಯರೆ, ಮಗಧವನ್ನು ಸಂಪೂರ್ಣವಾಗಿ ಗೆಲ್ಲದೆ ನಾನು ಚಕ್ರವರ್ತಿಯೆನಿಸಿಕೊಳ್ಳಲಾರೆ. ಕಡೇಪಕ್ಷ ಮಗಧವನ್ನು ಈಗ ಚಂದ್ರಗುಪ್ತನೊಂದಿಗೆ ಗೆದ್ದರೆ, ಅರ್ಧ ಸಾಮ್ರಾಜ್ಯವನ್ನು ಕೊಡುವಂತೆ ನಿಬಂಧನೆ ಹಾಕಬಹುದಲ್ಲವೆ ? ಆಗ ಚಂದ್ರಗುಪ್ತನ ಸಾಮ್ರಾಜ್ಯ ಮತ್ತು ನನ್ನ ಸಾಮ್ರಾಜ್ಯ ಹೆಚ್ಚು ಕಡಿಮೆ ಸಮಸಮವಾಗುತ್ತವೆ. ಅವನೂ ಚಕ್ರವರ್ತಿಯಾಗಬಹುದು, ನಾನೂ ಚಕ್ರವರ್ತಿಯಾಗಬಹುದು."

"ಆಗಬಹುದು, ಚಾಣಕ್ಯರು ಒಪ್ಪಬೇಕಷ್ಟೆ"

"ಒಪ್ಪದೇ ಏನು ಮಾಡುತ್ತಾರೆ. ಆ ಸಿಂಹಸೇನ ತಂದ ಪತ್ರದಲ್ಲಿ ನಿಮಗೂ ನಮಗೂ ಪ್ರಯೋಜನವಾಗುವ ವಿಷಯ ಮಾತಾಡಬೇಕೆಂದು ಬರೆದಿದ್ದದ್ದು ನೆನಪಿದೆ ತಾನೆ ?"

"ಹಾಗಾದರೆ ಮಗಧ ಸಾಮ್ರಾಜ್ಯದಲ್ಲಿ ಅರ್ಧವನ್ನು ನಮಗೆ ಕೊಡುವುದಾದರೆ ಸೈನ್ಯ ಸಮೇತ ನಿಮ್ಮೊಂದಿಗೆ ಬರಲು ಸಿದ್ಧರಾಗಿದ್ದೇವೆಂದು ನಾಳೆ ಚಾಣಕ್ಯರಿಗೆ ನೇರವಾಗಿ ಹೇಳಿಬಿಡಬಹುದು. ಬಹುಶಃ ಅವರು ಒಪ್ಪುತ್ತಾರೆ" ಎಂದ ಶಬರವರ್ಮ.

"ಅದಕ್ಕೆ ಮೊದಲು ಮಗಧದ ಗಡಿಯವರೆಗಿನ ಕೆಲವು ಪ್ರದೇಶಗಳನ್ನು ಗೆಲ್ಲಬೇಕಾಗಿದೆ. ಅಲ್ಲಿರುವ ಸಣ್ಣ ಪುಟ್ಟ ಯವನ ಶಿಬಿರಗಳನ್ನು ನಾಶಮಾಡಬೇಕಾಗಿದೆ. ಆ ಪ್ರದೇಶಗಳು ನಮಗೆ ಸೇರಬೇಕೋ ಅಥವಾ ಚಂದ್ರಗುಪ್ತನಿಗೆ ಸೇರಬೇಕೋ ?" ಮಲಯಕೇತು ಕೇಳಿದ.

"ಸಹಜವಾಗಿ ನಮಗೇ ಸೇರಬೇಕು" ಪೌರವ ಹೇಳಿದ, "ಹೆಚ್ಚು ಭಾಗಗಳು ಈಗಾಗಲೇ ನಮ್ಮ ವಶದಲ್ಲಿವೆ. ಕೆಲವು ಅಗಣ್ಯ ಪ್ರದೇಶಗಳಷ್ಟೇ ಉಳಿದಿರುವುದು. ಅವರೂ ಹೆಚ್ಚು ಪ್ರತಿರೋಧ ತೋರಿಸಲಾರರು. ಏಕೆಂದರೆ ತಮ್ಮ ರಕ್ಷಣೆ ಮಾಡಲು ಸಾವಿರಾರು ಮೈಲಿ ದೂರದ ತನ್ನ ತಾಯ್ನಾಡಿನಲ್ಲಿರುವ ಅಲೆಗ್ಸಾಂಡರ್ ಬರುವುದು ಸಾಧ್ಯವಿಲ್ಲವೆಂದು ಅವರಿಗೂ ಗೊತ್ತಿರುತ್ತದೆ."

"ಅಲೆಗ್ಸಾಂಡರನ ಕಡೆಯ ಸೂಚನೆಯಂತೆ ಆ ಪ್ರದೇಶಗಳು ನಮ್ಮವೇ."

"ಹೌದು, ಆದರೆ ಅಲೆಗ್ಸಾಂಡರನಿಲ್ಲದಾಗ ಪ್ರತಿರೋಧ ತೋರಿಸುವುದಿಲ್ಲವೆಂದು ಹೇಳಲಾಗುವುದಿಲ್ಲ ಅಥವಾ ನಾನು ಮೊದಲೇ ಹೇಳಿದಂತೆ ಆ ಪ್ರದೇಶಗಳು ಸುಲಭವಾಗಿ ನಮ್ಮ ವಶವಾದರೂ ಆಗಬಹುದು." ಇದ್ದಕ್ಕಿದ್ದಂತೆ ನೆನಪಾಗಿ ಪೌರವ ಕೇಳಿದ, "ಅಮಾತ್ಯರೆ, ಪಾಟಲೀಪುತ್ರಕ್ಕೆ ಒಬ್ಬ ವೈದ್ಯನನ್ನು ಕಳಿಸಿ ಬಹಳ ದಿನಗಳಾದವು. ಆತ ಹಿಂದಿರುಗಿ ಬಂದನೇ?"

"ಇಲ್ಲ ಪ್ರಭು, ಇನ್ನೂ ಬಂದಿಲ್ಲ. ಅಮಾತ್ಯ ರಾಕ್ಷಸರ ವೈಯಕ್ತಿಕ ಮನವಿಯ ಮೇರೆಗೆ ಸುಮಂತನೆಂಬ ವೈದ್ಯನನ್ನು ಕಳಿಸಿಕೊಟ್ಟು ತುಂಬ ದೀರ್ಘ ಕಾಲವೇ ಆಯಿತು."

"ಅವನೇನಾದರೂ ಬಂದಿದ್ದರೆ ಅಲ್ಲಿಯ ವಿಷಯ ತಿಳಿಯುತ್ತಿತ್ತು. ನಮ್ಮ ನಿಯೋಗಿ ಕಮಲಾಪೀಡನಿಗೆ ಅವನನ್ನು ಕಂಡುಬರುವಂತೆ ಹೇಳಬೇಕಾಗಿತ್ತು, ನೆನಪಿಗೆ ಬರಲಿಲ್ಲ."

"ನನಗೆ ನೆನಪಿತ್ತು ಪ್ರಭು, ಸುಮಂತನನ್ನು ಭೇಟಿ ಮಾಡುವಂತೆ ನಾನು ಕಮಲಾಪೀಡನಿಗೆ ಹೇಳಿ ಕಳಿಸಿದ್ದೇನೆ."

"ಒಳ್ಳೆಯದಾಯಿತು ಬಿಡಿ. ಅವನು ಬರುವವರೆಗೆ ನಾವು ನಮ್ಮ ನಿರ್ಧಾರವನ್ನು ಚಾಣಕ್ಯರಿಗೆ ತಿಳಿಸದೇ ಕಾಯಿಸಬಹುದಾಗಿತ್ತು."

"ಬೇಡ ಪ್ರಭು, ಅದರಿಂದ ಅಂಥ ಪ್ರಯೋಜನವಾಗುವುದಿಲ್ಲ. ಸುಮಂತನೇನು ನಮ್ಮ ಗೂಢಚಾರನೇ? ಅವನಿಂದ ಲೋಕಾಭಿರಾಮದ ಸಾಮಾನ್ಯ ಸಂಗತಿಗಳು ತಿಳಿಯಬಹುದೇ ಹೊರತು, ರಾಜನೀತಿಯ ಸೂಕ್ಷ್ಮ ವಿಷಯಗಳಲ್ಲ. ಚಾಣಕ್ಯರ ಮಾತಿನಲ್ಲಿ ಅಪನಂಬಿಕೆ ಪಡುವಂಥದೇನೂ ಇಲ್ಲ."

"ಸರಿ ಹಾಗಾದರೆ, ನಾಳೆ ಅವರಿಗೆ ವಿಷಯ ತಿಳಿಸಿಬಿಡೋಣ."

★ ★ ★

ಮರುದಿನ ಮುಂಜಾನೆ ಪೌರವನ ಭೇಟಿಗೆ ಬರುವ ಮೊದಲು ಚಾಣಕ್ಯ ಅನುಕೂಲಕರ ಉತ್ತರವನ್ನೇ ನಿರೀಕ್ಷಿಸಿ ತನ್ನ ಪರಿವಾರದೊಡನೆ ಮಂತ್ರಶಾಲೆಗೆ ಬಂದ. ಎಲ್ಲ ಪ್ರಶಸ್ತವಾಗಿ ಕುಳಿತ ನಂತರ ಪೌರವ ತಾನೇ ಮಾತಿಗಾರಂಭಿಸಿದ. "ಆಚಾರ್ಯ" ಅವನು ಹೇಳಿದ, "ನಿನ್ನೆ ಸಂಜೆ ಅಮಾತ್ಯರು, ಯುವರಾಜ ಮತ್ತು ನಾನು ಸುದೀರ್ಘವಾಗಿ ಚರ್ಚಿಸಿ ಒಂದು ನಿರ್ಧಾರಕ್ಕೆ ಬಂದಿದ್ದೇವೆ."

"ಬಹಳ ಸಂತೋಷ, ನಿಮ್ಮ ನಿರ್ಧಾರ ನಮಗೆ ಅನುಕೂಲಕರವೇ ಆಗಿರುವುದೆಂಬ ಭರವಸೆ ನನಗಿದೆ" ಎಂದ ಚಾಣಕ್ಯ.

“ಅನುಕೂಲಕರ ಹೌದು. ಮಗಧವನ್ನು ಗೆಲ್ಲಲು ನಾವು ನಿಮ್ಮೊಂದಿಗೆ ಸಹಕರಿಸಲು ಸಿದ್ಧರಾಗಿದ್ದೇವೆ. ಆದರೆ...”

“ಅದರಿಂದ ನಮಗೆ ಪ್ರಯೋಜನವೇನೆಂದು ನೀವು ಕೇಳುತ್ತೀರಿ, ಅಲ್ಲವೇ ಮಹಾರಾಜ?”

“ಬೇರೊಬ್ಬರ ಮನಸ್ಸನ್ನು ಓದುವುದು ನಿಮಗೆ ಚೆನ್ನಾಗಿ ಸಾಧಿಸಿದೆ ಆಚಾರ್ಯ” ಎಂದ ಪೌರವ ನಕ್ಕ.

“ಅದು ನನಗೆ ದೇವರು ಕೊಟ್ಟ ವಿಶೇಷ ವರ ಮಹಾರಾಜ. ನೀವು ನಿರೀಕ್ಷಿಸುವ ಪ್ರಯೋಜನವೇನೆಂದು ನಾನೇ ಹೇಳುವುದರ ಬದಲು ನೀವೇ ಹೇಳಿಬಿಡಿ ಮಹಾರಾಜ.”

ಪೌರವ ಶಬರವರ್ಮನ ಮುಖ ನೋಡಿದ. ಅವನು ಹೇಳಿಬಿಡುವಂತೆ ಕಣ್ಣಲ್ಲೇ ಸನ್ನೆ ಮಾಡಿದ. ಪೌರವ ಹೇಳಿದ, “ಆಚಾರ್ಯ ಮಗಧವನ್ನು ಗೆದ್ದು ಚಕ್ರವರ್ತಿಯೆನಿಸಿಕೊಳ್ಳುವುದು ನನ್ನ ಬಹಳ ವರ್ಷಗಳ ಕನಸು. ಆದರೆ ಧನನಂದನ ಅಪಾರವಾದ ಸೇನೆಗೆ ಹೆದರಿ ಆ ಆಸೆಯನ್ನು ನುಂಗಿಕೊಳ್ಳಬೇಕಾಯಿತು. ಅಲೆಗ್ಸಾಂಡರನ ದಂಡಯಾತ್ರೆಗೆ ಬೆಂಬಲ ನೀಡಿದ್ದು ಅದೇ ಆಸೆಯಿಂದಲೇ. ಅವನ ಸೇನೆಯ ನೆರವಿನಿಂದ ಮಗಧವನ್ನು ಒಮ್ಮೆ ಗೆದ್ದುಬಿಟ್ಟರೆ ಅಂದು ಎಂದಿದ್ದರೂ ನನ್ನ ವಶವೇ ಆಗುವುದೆಂದು ನಾನು ನಿರೀಕ್ಷಿಸಿದೆ. ಏಕೆಂದರೆ ವಿದೇಶದಿಂದ ಬಂದ ಆ ಯವನ ವೀರ ಬಹಳ ಕಾಲ ಇಲ್ಲೇ ಉಳಿಯಲಾರನೆಂದು ನನಗೆ ಗೊತ್ತಿತ್ತು. ದುರದೃಷ್ಟವಶಾತ್ ಅವನು ಮಗಧವನ್ನು ಗೆಲ್ಲುವ ಮೊದಲೇ ಇಲ್ಲಿಂದ ಕಾಲ್ತೆಗೆಯಬೇಕಾಯಿತು.”

“ಒಳ್ಳೆಯದೇ ಆಯಿತಲ್ಲ, ವಿದೇಶದ ಪೀಡೆ ತಾನಾಗಿ ಹೊರಟು ಹೋಯಿತಲ್ಲಾ. ಅದಕ್ಕೆ ಸಂತೋಷಪಡಬೇಕು.”

“ಹೌದು ಆಚಾರ್ಯ. ಅವನು ಹೋದದ್ದು ಒಳ್ಳೆಯದೇ ಆಯಿತು. ಚಂದ್ರಗುಪ್ತ ಪಿಪ್ಪಲಿವನದ ತನ್ನ ಸಣ್ಣ ರಾಜ್ಯವನ್ನು ವಿಸ್ತರಿಸಿಕೊಳ್ಳಲು ಅನುಕೂಲವಾಯಿತು. ಈಗ ಮಗಧದ ಮೇಲೆ ಆಕ್ರಮಣ ಮಾಡುವಷ್ಟು ಧೈರ್ಯ ಮೂಡಿತು.”

“ಹೌದು ಮಹಾರಾಜ” ಚಂದ್ರಗುಪ್ತ ಹೇಳಿದ, “ಅದೇ ಧೈರ್ಯದ ಮೇಲೆ ನಿಮ್ಮ ಸಹಾಯದ ಭರವಸೆಯಿಂದ ಇಲ್ಲಿಗೆ ಬಂದೆವು.”

“ಆಚಾರ್ಯ, ನನ್ನ ಮನಸ್ಸಿನಲ್ಲಿರುವುದನ್ನು ನಾನು ನೇರವಾಗಿ ಹೇಳಿಬಿಡುತ್ತೇನೆ. ಮಗಧವನ್ನು ಜಯಿಸಿದ ಮೇಲೆ ಸಾಮ್ರಾಜ್ಯದ ಅರ್ಧಭಾಗವನ್ನು ನನಗೆ ಕೊಡಬೇಕು. ಇದಕ್ಕೆ ಸಮ್ಮತಿಸುವುದಾದರೆ ನಾನು ಸಿದ್ಧ.”

“ಚಂದ್ರಗುಪ್ತ” ಎಂದ ಚಾಣಕ್ಯ.

ಚಂದ್ರಗುಪ್ತ ಕೂಡಲೇ ತನ್ನ ಸೊಂಟದಲ್ಲಿದ್ದ ಪತ್ರವನ್ನು ತೆಗೆದು ಪೌರವನಿಗೆ ನೀಡಿದ. ಅದನ್ನು ಬಿಡಿಸಿ ನೋಡಿ ಅಚ್ಚರಿಯಿಂದ ಕಣ್ಣರಳಿಸಿದ ಪೌರವ, ಅದನ್ನು ಶಬರ ವರ್ಮನಿಗೆ ನೀಡಿದ. ಅವನಿಂದ ಅದು ಮಲಯಕೇತುವಿನ ಕೈಗೆ ಬಂತು. ಎಲ್ಲರ ಮುಖದಲ್ಲೂ ಅದೇ ಅಪಾರ ವಿಸ್ಮಯ. “ಆಚಾರ್ಯ, ನಾವು ನಮ್ಮ ನಿರ್ಧಾರ ತಿಳಿಸುವ

ಮೊದಲೇ ಅರ್ಧರಾಜ್ಯವನ್ನು ನಮಗೆ ಕೊಡುವ ಭರವಸೆಯ ಪತ್ರವನ್ನು ಸಿದ್ಧಪಡಿಸಿದ್ದೀರಲ್ಲಾ? ಅದು ಹೇಗೆ ಸಾಧ್ಯ ?''

''ಅತಿಯಾದ ಆಶ್ಚರ್ಯಪಡುವಂಥ ಪವಾಡವೇನೂ ಇದರಲ್ಲಿಲ್ಲ ಮಹಾರಾಜ'' ಚಾಣಕ್ಯ ನಗುತ್ತ ಹೇಳಿದ, ''ಎರಡಕ್ಕೆ ಎರಡು ಸೇರಿದರೆ ಅಥವಾ ಎರಡರಿಂದ ಎರಡು ಗುಣಿಸಿದರೆ ನಾಲ್ಕು ಎಂಬ ಲೆಕ್ಕದಂತೆ ಇದೂ ಒಂದು ಲೆಕ್ಕಾಚಾರ ಅಷ್ಟೆ. ನಿಮ್ಮ ಅರಮನೆಗೆ ಹೆಜ್ಜೆಯಿಡುವಾಗಲೇ ನಮ್ಮ ಉದ್ದೇಶ, ನಿಮ್ಮ ಬೇಡಿಕೆ ಒಂದೇ ಆಗಿರುವುದೆಂದು ನನಗೆ ಗೊತ್ತಿತ್ತು. ಈಗಲೂ ನಾನು ಕುಳಿತಲ್ಲಿಂದಲೇ ಪಾಟಲೀಪುತ್ರದಲ್ಲಿ ಏನು ನಡೆಯುತ್ತಿದೆಯೆಂದು ಊಹಿಸಬಲ್ಲೆ. ಅಲ್ಲಿನ ಘಟನೆಗಳನ್ನೂ, ವ್ಯಕ್ತಿಗಳನ್ನೂ ನಿಯಂತ್ರಿಸಬಲ್ಲೆ.''

ಚಾಣಕ್ಯನ ಮಾತನ್ನು ಈಗ ಶಬರವರ್ಮ, ಮಲಯಕೇತು, ಪೌರವ ಮೂವರೂ ಮರುಮಾತನಾಡದೆ ನಂಬುವ ಸ್ಥಿತಿಗೆ ಬಂದಿದ್ದರು. ಒಂದು ಕ್ಷಣ ಇವನೊಬ್ಬ ಅತಿಮಾನವ ಶಕ್ತಿಗಳನ್ನುಳ್ಳ ಮಾಯಾವಿಯಿರಬಹುದೇ ? ಎಂದು ಪೌರವನಿಗೆ ಅನ್ನಿಸಿತು. ''ನಾನು, ನನ್ನ ಮಗ, ನನ್ನ ಸೇನೆ ಸಂಪೂರ್ಣ ಸಜ್ಜಾಗಿರುತ್ತದೆ. ತಮ್ಮ ಅಪ್ಪಣೆಯಾದ ಕ್ಷಣ ರಾಜಧಾನಿಯಿಂದ ಪಾಟಲೀಪುತ್ರದತ್ತ ಹೊರಡುತ್ತೇವೆ'' ಎಂದ.

''ಬಹಳ ಸಂತೋಷ ಮಹಾರಾಜ'' ಚಾಣಕ್ಯ ಹೇಳಿದ, ''ನಮ್ಮ ಕೆಲಸವಾಯಿತು. ನಮಗೆ ಹೊರಡಲು ಅಪ್ಪಣೆ ಕೊಡಬೇಕು.''

''ಇನ್ನೂ ಒಂದೆರಡು ದಿನ ಇದ್ದು ನಮ್ಮ ಸತ್ಕಾರವನ್ನು ಪಡೆದು ಹೋಗಬೇಕು ಆಚಾರ್ಯ'' ಎಂದ ಮಲಯಕೇತು.

''ಇಲ್ಲಿಯವರೆಗೆ ನೀವು ನೀಡಿದ ಸತ್ಕಾರವೇನು ಕಡಿಮೆಯೇ ಯುವರಾಜ?'' ಎಂದ ಚಂದ್ರಗುಪ್ತ.

''ಬರೀ ವ್ಯಾವಹಾರಿಕ ಮಾತುಕತೆಯಲ್ಲೇ ಎರಡು ದಿನ ಕಳೆದುಹೋದವು. ಸ್ನೇಹ ವಿಶ್ವಾಸದ ಮಾತುಗಳನ್ನಾಡಲು ಸಮಯವೇ ಸಿಗಲಿಲ್ಲ.''

''ಆಗಬಹುದು'' ಎಂದ ಚಾಣಕ್ಯ ಹೇಳಿದ, ''ಮಹಾರಾಜ ನಿಮ್ಮ ಮಗ ಭಾವುಕ ಮನಸ್ಸಿನವನೆಂದು ಕಾಣುತ್ತದೆ. ನಮ್ಮ ಚಂದ್ರಗುಪ್ತನಿಗೆ ತಕ್ಕ ಜೊತೆ. ಬಹುಕಾಲ ಬಾಳುವ ಮಿತ್ರತ್ವಕ್ಕೆ ಅಂಕುರಾರ್ಪಣವಾಗುವುದಾದರೆ ನಾನೇಕೆ ಅಡ್ಡಿಪಡಿಸಲಿ ?''

★ ★ ★

ಸಂಜೆ ಅತಿಥಿ ಭವನಕ್ಕೆ ಹೊಂದಿದಂತಿದ್ದ ಪುಟ್ಟ ಉದ್ಯಾವನದ ಶಿಲಾಪೀಠದಲ್ಲಿ ಚಾಣಕ್ಯ, ಚಂದ್ರಗುಪ್ತ, ಸಿಂಹಸೇನ ಮತ್ತು ಚರಣ ಕುಳಿತಿದ್ದರು. ಚರಣ ಏನೋ ಹೇಳಲು ಬಾಯಿ ತೆರೆಯುತ್ತಿದ್ದಂತೆ ಚಾಣಕ್ಯ ಬೇಡವೆಂದು ಸನ್ನೆಯಿಂದಲೇ ತಡೆದ. ಕಾವಲುಗಾರರ ರೂಪದಲ್ಲಿರುವ ಗೂಢಚಾರರು ಕೇಳಿಸಿಕೊಳ್ಳುವ ಸಾಧ್ಯತೆಯಿದೆಯೆಂದು ಅವರು ಅರ್ಥ ಮಾಡಿಕೊಂಡು, ಲೋಕಾಭಿರಾಮವಾದ ಮಾತುಕತೆಯಲ್ಲಿ ತೊಡಗಿದರು. ಆ ಮಾತುಗಳಲ್ಲಿ ಉದ್ದೇಶಪೂರ್ವಕವಾಗಿ ಪೌರವನ ಸೌಜನ್ಯ, ಸತ್ಕಾರ ಇತ್ಯಾದಿಗಳ ಬಗ್ಗೆ ಸದ್ಭಾವನೆಯ

ಮೆಚ್ಚಿಗೆಯಿತ್ತು. ಅಷ್ಟರಲ್ಲಿ ಮಲಯಕೇತು ಬಂದು "ಆಚಾರ್ಯ" ಎಂದ. ಅವರೆಲ್ಲ ತಿರುಗಿ ನೋಡಿದಾಗ ಅವನ ಜೊತೆ ಒಬ್ಬ ತರುಣಿಯೂ ಇದ್ದುದನ್ನು ಕಂಡು ಅವರು ಕುತೂಹಲ ಗೊಂಡರು.

"ಆಚಾರ್ಯ, ಇವಳು ನನ್ನ ಮಡದಿ ಮಾಧವಿ, ತಮ್ಮ ದರ್ಶನ ಮಾಡಬೇಕೆಂದು ಬಯಸಿ ಬಂದಿದ್ದಾಳೆ" ಎಂದ ಮಲಯಕೇತು. ಮಾಧವಿ ಒಮ್ಮೆ ತಲೆಯೆತ್ತಿ ಚಾಣಕ್ಯನತ್ತ ನೋಡಿ, ನಂತರ ಹತ್ತಿರ ಬಂದು ಅವನ ಕಾಲು ಮುಟ್ಟಿ ನಮಸ್ಕರಿಸಿದಳು. ಚಾಣಕ್ಯ ಆಶೀರ್ವದಿಸಿದ. ಮಲಯಕೇತು ಚಂದ್ರಗುಪ್ತ, ಸಿಂಹಸೇನ ಮತ್ತು ಚರಣನ ಪರಿಚಯ ಮಾಡಿಸಿದ. ಅವಳು ಎಲ್ಲರಿಗೂ ನಮಸ್ಕರಿಸಿದಳು.

"ಯುವರಾಜ" ಚಾಣಕ್ಯ ಹೇಳಿದ, "ನಿನ್ನ ಮಡದಿಯ ಸೌಮ್ಯ ಸೌಂದರ್ಯ ನಿನ್ನ ಮನೆ, ಮನವನ್ನು ಬೆಳಗುತ್ತಿರಲಿ ಎಂದು ಹೃತ್ಪೂರ್ವಕವಾಗಿ ಹಾರೈಸುತ್ತೇನೆ. ಮೌನದ ಸೋಗಿನಲ್ಲಿ ನನ್ನೆದುರು ನಿಂತಿರುವ ಈ ನಿನ್ನ ಅರಗಿಣಿ ಮಾತಿನಲ್ಲಿ ಮಹಾ ಚತುರೆಯಿರುವಂತೆ ಕಾಣುತ್ತದೆ. ಅಲ್ಲದೆ ಇವಳ ಮನಸ್ಸು ಸದಾ ಆಕಾಶದ ಬೆಳ್ಳಿಮೋಡಗಳ ಮೇಲೇ ವಿಹರಿಸುತ್ತಿರುತ್ತದೆ. ನೆಲದ ಬದುಕಿನಲ್ಲೂ ಪಕ್ಷಿಯ ಸ್ವಚ್ಛಂದ ಲೀಲೆಯನ್ನು ಬಯಸುವ ಇವಳು ನಿನ್ನನ್ನು ತುಂಬಾ ಪ್ರೀತಿಸುತ್ತಾಳೆ ಅಲ್ಲವೆ ?"

ಮಲಯಕೇತು ಅಚ್ಚರಿಗೊಂಡ. ಮಾಧವಿ ತನ್ನ ಅಂತರಂಗವನ್ನು ಶೋಧಿಸಿ ಹೊರತೆಗೆದಂತೆ ಅವಾಕ್ಕಾದಳು. ತುಸು ಲಜ್ಜೆಯೂ ಮೂಡಿತು. "ಆಚಾರ್ಯ ನಿಮಗೆ ಜ್ಯೋತಿಷ್ಯ ಜ್ಞಾನವಿದೆಯೇ ?" ಎಂದು ಕೇಳಿದಳು.

"ಜ್ಯೋತಿಷ್ಯದಲ್ಲಿ ಪಾಂಡಿತ್ಯ ಪಡೆದ ಪಂಡಿತರು ನಾನು ಹೇಳುವುದನ್ನೆಲ್ಲಾ ಹೇಳುವುದಿಲ್ಲ ಯುವರಾಣಿ." ಚಾಣಕ್ಯ ನಗುತ್ತಾ ಹೇಳಿದ, "ಮುಖ ನೋಡಿ ಮನಸ್ಸನ್ನು ತಿಳಿಯುವುದು ನನ್ನ ವಿಶೇಷ ಶಕ್ತಿ."

"ಆಚಾರ್ಯ, ಮಾಧವಿ ನಿಮ್ಮೊಂದಿಗೆ ಕೆಲವು ಮಾತಾಡಲು ಇಷ್ಟಪಡುತ್ತಾಳೆ" ಎಂದ ಮಲಯಕೇತು.

"ಬಾ ಯುವರಾಣಿ, ಕುಳಿತುಕೋ. ಎಷ್ಟು ಹೊತ್ತು ನಿಂತೇ ಮಾತಾಡುತ್ತಿ" ಎಂದ ಚಾಣಕ್ಯ ಶಿಲಾಪೀಠವನ್ನು ತೋರಿಸಿದ. ಚಂದ್ರಗುಪ್ತ, ಚರಣ ಮತ್ತು ಸಿಂಹಸೇನ ಅಲ್ಲಿಂದೆದ್ದು ಹೋಗಿ ಇನ್ನೊಂದು ಪೀಠದ ಮೇಲೆ ಕುಳಿತರು. ಮಲಯಕೇತುವೂ ಅವರನ್ನು ಕೂಡಿಕೊಂಡ.

"ಆಚಾರ್ಯ ಮುಖ ನೋಡಿ ಮನಸ್ಸನ್ನು ತಿಳಿಯುವುದು ನಿಮ್ಮ ವಿಶೇಷ ಶಕ್ತಿಯೆಂದು ಹೇಳಿದಿರಿ. ಎಲ್ಲವನ್ನೂ ಹೇಳಿಬಿಡುವುದು ಸೂಕ್ತವಲ್ಲ ಅಲ್ಲವೆ? ಏಕೆಂದರೆ ಹಾಗೆ ಹೇಳಿದ ವಿಷಯಗಳೆಲ್ಲ ಆ ವ್ಯಕ್ತಿಗೆ ಅಪ್ರಿಯವಾದ ಸಂಗತಿಗಳೂ ಇರಬಹುದು."

"ಹೌದು ಯುವರಾಣಿ, ಆ ಪರಿಜ್ಞಾನ ನನಗಿದೆ."

"ನೀವು ಸದಾಚಾರ ನಿರತರಾದ ಸಾತ್ವಿಕ ಬ್ರಾಹ್ಮಣರು. ಅಧ್ಯಯನಶೀಲರಾದ ವಿದ್ವಾಂಸರು. ನಿಮಗೇಕೆ ಈ ರಾಜನೀತಿಯ ಗೊಂದಲ ? ಯುದ್ಧಗಳ ಆತುರ ?"

"ಸದಾಚಾರ ನಿರತನಾದ ಬ್ರಾಹ್ಮಣ ಎಂದು ಹೇಳಿದೆಯಲ್ಲವೆ? ಅಂದರೆ ಸದಾಚಾರ ಅವನೊಬ್ಬನಿಗೋ, ಬೇರೆಯವರಿಗೂ ಅನ್ವಯಿಸುವುದೋ?"

ಒಂದು ಕ್ಷಣ ಯೋಚಿಸಿ ಮಾಧವಿ ಹೇಳಿದಳು, "ಸದಾಚಾರ ಸರ್ವರಿಗೂ ಬೇಕು, ಅದು ಸಮಾಜದ ನೀತಿಬಂಧ."

"ಆ ಸಮಾಜದ ನೀತಿಬಂಧವನ್ನು ಮುರಿದು ಸ್ವಚ್ಛಂದತೆಯತ್ತ ಸಾಗುತ್ತಿದ್ದರೆ, ಬ್ರಾಹ್ಮಣ ತನ್ನ ಸದಾಚಾರದಲ್ಲಿ ಮಾತ್ರ ಮುಳುಗಿರಬೇಕೇ? ಸಮಾಜದ ಹೊಣೆ ಅವನ ಮೇಲಿರುವುದಿಲ್ಲವೆ?"

"ಅಂದರೆ ಸಮಾಜವನ್ನು ತಿದ್ದುವುದು ಕರ್ತವ್ಯವೆಂದು ನಿಮ್ಮ ಭಾವನೆಯೇ?"

"ನನ್ನೊಬ್ಬನ ಹೊಣೆಯಲ್ಲ, ಅದು ಎಲ್ಲರ ಹೊಣೆ. ಆದರೆ ಎಲ್ಲರಿಗಿಂತ ಬ್ರಾಹ್ಮಣನ ಹೊಣೆ ಹೆಚ್ಚೆಂದು ನನ್ನ ಭಾವನೆ. ಸದಾಚಾರವನ್ನು ಮರೆತಾಗ, ಅದರಿಂದಾಗುವ ದುಷ್ಪರಿಣಾಮಗಳನ್ನು ಮನವರಿಕೆ ಮಾಡಿಕೊಟ್ಟು ಸರಿದಾರಿಗೆ ತರುವ ಪ್ರಯತ್ನಪಡಬೇಕು."

"ಅದು ಸರಿ, ಆದರೆ ನೀವು ರಾಜರ ಬೆನ್ನು ಬಿದ್ದಿರುವುದೇಕೆ?"

"ರಾಜರ ಬೆನ್ನು ಬೀಳದಿದ್ದರೆ, ನನ್ನ ಸರಿಪಡಿಸುವ ಕಾರ್ಯ ಶತಮಾನವಾದರೂ ಮುಗಿಯುವುದಿಲ್ಲ. ಏಕೆಂದರೆ ಅಧಿಕಾರ ಸ್ಥಾನದಲ್ಲಿರುವ ರಾಜರು ವಿವೇಕಶೂನ್ಯರಾಗಿ ನಡೆದುಕೊಂಡರೆ, ಸರಿಪಡಿಸಿರುವುದನ್ನು ಹಾಳುಗೆಡಹುವುದು ಮಾತ್ರವಲ್ಲದೆ, ಅಕ್ರಮ ಅನೀತಿಗಳ ಹೊಸಪದ್ಧತಿಯನ್ನೇ ರೂಢಿಗೆ ತಂದುಬಿಡುತ್ತಾರೆ. ಅವರನ್ನು ಮೊದಲು ಅಂಕೆಯಲ್ಲಿಟ್ಟುಕೊಳ್ಳುವುದು ಮುಖ್ಯವಾಗುತ್ತದೆ. ಅಧಿಕಾರ ಬಲದ ಬೆಂಬಲದಿಂದ ನಡೆಯುವ ಪರಿವರ್ತನೆ ಶೀಘ್ರವಾಗಿ ಮತ್ತು ಖಚಿತವಾಗಿರುತ್ತದೆ. ಅದಕ್ಕೆ ಮೊದಲು ಆ ರಾಜರನ್ನು ಸರಿಪಡಿಸಬೇಕೆಂಬುದು ಮರೆಯುವ ಸಂಗತಿಯಲ್ಲ."

"ಅದನ್ನು ಒಪ್ಪೋಣ. ಆದರೆ ದೇವರು, ಧರ್ಮಗಳಲ್ಲಿ ನಿಷ್ಠೆ, ದಯೆ, ಕರುಣೆಗಳು ಬ್ರಾಹ್ಮಣನ ನಿಜವಾದ ಸತ್ವವೆಂದು ಹೇಳುತ್ತಾರೆ. ಆದರೆ ನೀವು ಹಿಂಸಾಮೂಲವಾದ ಯುದ್ಧಗಳಿಗೆ ಪ್ರಚೋದನೆ ನೀಡುವುದು ತಪ್ಪಲ್ಲವೆ?"

"ಹಿಂಸಾಪ್ರವೃತ್ತಿಯಿಂದ ಯುದ್ಧಗಳಿಗೆ ಪ್ರಚೋದನೆ ನೀಡಿದರೆ ಅದು ತಪ್ಪು ಮಾತ್ರವಲ್ಲ, ಪಾಪವೂ ಹೌದು. ಒಂದೊಂದು ಸಲ ಬಿರುಗಾಳಿ ಮಳೆ ಸಂಭವಿಸುತ್ತದೆ. ಪ್ರಕೃತಿಯಲ್ಲಿ ಬಹಳಷ್ಟು ಹಾನಿಯಾಗುತ್ತದೆ. ದುರ್ಬಲವಾದ ಗಿಡಮರಗಳು ಉರುಳಿ ಬೀಳುತ್ತವೆ. ಶಿಥಿಲವಾದ ಮನೆಗಳೂ ಉರುಳುತ್ತವೆ. ಪ್ರಕೃತಿಯಲ್ಲಿ ಇದು ಅತ್ಯಂತ ಸಹಜವಾದ ಕ್ರಿಯೆ. ಹಾಗೆಯೇ ಹೊಸ ಸಮಾಜ ನಿರ್ಮಾಣಕ್ಕೆ ಯುದ್ಧಗಳು ಅನಿವಾರ್ಯ. ಏಕೆಂದರೆ ಎಲ್ಲ ರಾಜರೂ ವಿವೇಕದಿಂದಲೇ ನಡೆದುಕೊಳ್ಳುವುದಿಲ್ಲವಲ್ಲ? ಉದಾಹರಣೆಗೆ ನಿನ್ನ ಮಾವ ಪೌರವರು ಯುದ್ಧ ಬೇಡವೆಂದು ಸುಮ್ಮನಿದ್ದರೆ ಆ ಅಲೆಗ್ಸಾಂಡರ್ ಸುಮ್ಮನಿರುತ್ತಿರಲಿಲ್ಲ, ಅಲ್ಲವೆ? ಅದಕ್ಕೆ ಸಣ್ಣಪುಟ್ಟ ರಾಜರುಗಳ ನಾಶವಾಗಿ, ವಿಶಾಲ ಸಾಮ್ರಾಜ್ಯ ನಿರ್ಮಾಣವಾಗಿ, ಸನಾತನ ಧರ್ಮಾಧಾರಿತ ರಾಜನೀತಿ ಬಳಕೆಗೆ ಬಂದರೆ, ಅನಂತರ ಯುದ್ಧಗಳ ಆಗತ್ಯವಿರುವುದಿಲ್ಲ."

ಅವನ ಮಾತನ್ನು ಗಂಭೀರವಾಗಿ ಯೋಚಿಸುತ್ತ ಮಾಧವಿ ಕೆಲವು ಕ್ಷಣ ಸುಮ್ಮನಾದಳು. ಚಾಣಕ್ಯ ಮತ್ತೆ ಹೇಳಿದ, ''ಯುವರಾಣಿ, ನಿನ್ನ ಮೃದು ಮನಸ್ಸು, ದಯೆ ಕರುಣೆಗಳ ಪಕ್ಷ ವಹಿಸುವ ನಿನ್ನ ಮನೋಧರ್ಮವನ್ನು ನಾನು ಗೌರವಿಸುತ್ತೇನೆ. ಆದರೆ ಬೇರೆ ದಾರಿಯಿಲ್ಲವಲ್ಲ, ನೋಡು, ನನ್ನ ಈ ಬಿಚ್ಚಿದ ಮುಡಿಯನ್ನು ನೋಡು. ಇದನ್ನು ನಾನು ಅಲಂಕಾರಕ್ಕೆ ಬಿಚ್ಚಿಕೊಂಡಿರುವೆನೆಂದುಕೊಂಡೆಯಾ? ಸಾತ್ವಿಕರೂ, ಧರ್ಮ ಭೀರುವೂ, ವಿದ್ವಾಂಸರೂ ಆದ ನನ್ನ ತಂದೆ ಆಚಾರ್ಯ ಚಣಕರನ್ನು ಮೋಸದಿಂದ ಕೊಂದ ಆ ಕ್ರೂರಿ ಧನನಂದನ ಆಸ್ಥಾನದಲ್ಲಿ ನ್ಯಾಯ ಕೇಳಲು ಹೋದ ನನಗೆ ಏನು ಮಾಡಿದರು ಗೊತ್ತೆ? ತುಂಬಿದ ಸಭೆಯಲ್ಲಿ ಒಬ್ಬ ಸಾತ್ವಿಕ ಬ್ರಾಹ್ಮಣನನ್ನು, ಸದಾಚಾರನಿರತನಾದ ಜ್ಞಾನಿಯನ್ನು ಕೀಳು ಮಾತುಗಳಿಂದ ನಿಂದಿಸಿದ, ತನ್ನ ಆಳುಗಳಿಂದ ನನ್ನನ್ನು ತಳ್ಳಿಸಿದ. ಆಗ ಬಿಚ್ಚಿದ ಮುಡಿಯಿದು. ಅವನ ವಿನಾಶ ಮಾಡದೆ ಇದನ್ನು ಕಟ್ಟುವುದಿಲ್ಲವೆಂದು ಅಂದೇ ಪ್ರತಿಜ್ಞೆ ಮಾಡಿದೆ. ಅದು ತಪ್ಪೆನ್ನುತ್ತೀಯ? ನನಗಾದಂತೆ ಇನ್ನೂ ಹಲವರಿಗೆ ಇಂಥ ಅಪಮಾನ ಆಗಲಿ ಎನ್ನುತ್ತೀಯ? ಅನ್ಯಾಯದ ವಿರುದ್ಧ ಪ್ರತಿಭಟಿಸಲಾರದ ನೂರಾರು, ಸಾವಿರಾರು ಜನ ಪ್ರಜೆಗಳ ದಿನನಿತ್ಯದ ಗೋಳು ಸಂಕಟಗಳು ನಿನಗೆ ಗೊತ್ತೆ ಯುವರಾಣಿ? ಪಾಟಲೀಪುತ್ರದ ಒಂದೊಂದು ಪ್ರಜೆಯ ಮನಸ್ಸಿನಲ್ಲೂ ಒಂದೊಂದು ದುಃಖದ ಕಥೆಯಿದೆ, ಒಂದೊಂದು ಕಣ್ಣೀರಿನ ಕಡಲಿದೆ. ಅಂಥ ರಾಜಾಧಿಕಾರ ಮುಂದುವರಿಯಬೇಕೆನ್ನುತ್ತೀಯ? ಸಾತ್ವಿಕನಾದ ಬ್ರಾಹ್ಮಣ ನಾನು, ನನಗೂ ಇದಕ್ಕೂ ಸಂಬಂಧವಿಲ್ಲವೆಂದು ಸುಮ್ಮನಿದ್ದುಬಿಡು ಎನ್ನುತ್ತೀಯ?

''ನನ್ನೊಬ್ಬನ ಕಥೆಯಲ್ಲ, ಚಂದ್ರಗುಪ್ತನದೂ ಒಂದು ಕಥೆಯಿದೆ. ಒಂದಲ್ಲ, ಎರಡಲ್ಲ, ನೂರಲ್ಲ, ಸಾವಿರ ಸಾವಿರ ಅಂಥ ಉದಾಹರಣೆಗಳಿವೆ ಯುವರಾಣಿ. ಕೆಲವೇ ದಿನ ನೀನು ಪಾಟಲೀಪುತ್ರದಲ್ಲಿದ್ದು ಕಿವಿತೆಗೆದು ಕೇಳಿದರೆ, ಕಣ್ತೆರೆದು ನೋಡಿದರೆ, ಹೃದಯ ತೆರೆದು ಯೋಚಿಸಿದರೆ ದಯೆ, ಕರುಣೆಯ ಮಾತಾಡುವ ನೀನೇ ರೋಷಾವೇಶದಿಂದ ಖಡ್ಗ ಹಿಡಿದು ಏಕಾಂಗಿಯಾಗಿ ಅರಮನೆಯತ್ತ ನುಗ್ಗುತ್ತೀಯ. ಕಾಡು ಪ್ರಾಣಿಗಳಿಗಿಂತ ಕ್ರೂರವಾಗಿ ನಡೆದುಕೊಳ್ಳುತ್ತಿರುವ ಅವರು ಯುದ್ಧವಿಲ್ಲದೆ ಸರಿಹೋಗುವುದಿಲ್ಲ ಯುವರಾಣಿ. ಇಲ್ಲ ಯುವರಾಣಿ, ಬೆತ್ತವನ್ನು ಹಾಗೇ ಬಗ್ಗಿಸಬಹುದು. ಆದರೆ ಕಠಿಣ ಕಬ್ಬಿಣವನ್ನು ಕಾಯಿಸಿ ಸುತ್ತಿಗೆಯಿಂದ ಬಡಿದೇ ಬಗ್ಗಿಸಬೇಕು. ಇದರಲ್ಲಿ ನನ್ನ ಸೇಡು ತೀರಿಸಿಕೊಳ್ಳುವ ಏಕೈಕ ಉದ್ದೇಶವಿಲ್ಲ, ನಮ್ಮ ಮಾತೃಭೂಮಿ ಮತ್ತು ನಮ್ಮ ಧರ್ಮದ ರಕ್ಷಣೆ, ನಮ್ಮ ಜನಗಳ ನೆಮ್ಮದಿಯ ಬದುಕು ಸಾಧ್ಯವಾಗಬೇಕಾದರೆ ನಾನು ಈಗ ಮಾಡುತ್ತಿರುವುದೆಲ್ಲ ಅನಿವಾರ್ಯವೇ.''

ಮಾಧವಿಯ ವಾದ ಮಾಡುವ ಆಸಕ್ತಿ ತಟಸ್ಥವಾಯಿತು. ಅವಳು ಚಾಣಕ್ಯನ ಮಾತುಗಳಿಂದ ತುಂಬಾ ಪ್ರಭಾವಿತಳಾದಳು. ಅವನ ತರ್ಕದ ಮುಂದೆ ಅವಳ ಪ್ರಶ್ನೆಗಳು ಸತ್ತು ಹೋದವು. ''ಕ್ಷಮಿಸಿ ಆಚಾರ್ಯ, ಇದೆಲ್ಲ ನನಗೆ ಗೊತ್ತಿರಲಿಲ್ಲ, ಗೊತ್ತಿದ್ದರೆ ಬಹುಶಃ ನಾನು ನಿಮ್ಮನ್ನು ಈ ಪ್ರಶ್ನೆ ಕೇಳುತ್ತಿರಲಿಲ್ಲವೆಂದು ಕಾಣುತ್ತದೆ.''

''ಯುವರಾಣಿ, ಎಲ್ಲರೂ ನಿನ್ನಂತೆಯೇ ಯೋಚನೆ ಮಾಡಿದರೆ, ಆರ್ಯಾವರ್ತದ ಬದುಕಿನಲ್ಲಿ ಶಾಂತಿ ಸಮಾಧಾನಗಳ ತಂಗಾಳಿ ಬೀಸುತ್ತದೆ. ಆದರೂ ನಾನು ಸಾಧ್ಯವಾದಷ್ಟು

ಪ್ರಾಣಹಾನಿಯಾಗದಂತೆ ಯುದ್ಧ ತಂತ್ರಗಳನ್ನು ರೂಪಿಸುತ್ತಿದ್ದೇನೆ. ಗಾಂಧಾರದಲ್ಲೂ ಅಷ್ಟೆ ಈಗ ಮಗಧದಲ್ಲೂ ಅಷ್ಟೆ.''

ನಂತರ ಅವಳ ಆಲೋಚನೆ, ಮಾತಿನ ರೀತಿಯನ್ನು ಚಂದ್ರಗುಪ್ತನೂ ಮೆಚ್ಚಿ ಮಾತನಾಡಿದ. ಕಡೆಯಲ್ಲಿ ಅವಳು ''ತಮ್ಮಂಥ ಸಜ್ಜನರ ಭೇಟಿ ಮಾಡಿದ್ದು ನನ್ನ ಬದುಕಿನ ಒಂದು ಅಪೂರ್ವ ಪ್ರಸಂಗ'' ಎಂದಳು.

''ನೀನೂ ಮಲಯಕೇತುವಿನೊಂದಿಗೆ ಪಾಟಲೀಪುತ್ರಕ್ಕೆ ಬಾ. ಅಲ್ಲಿ ಇನ್ನೂ ಹಲವು ಅಪೂರ್ವ ವ್ಯಕ್ತಿಗಳ ಪರಿಚಯವಾಗುತ್ತದೆ.''

''ಖಂಡಿತ ಕರೆತರುತ್ತೇನೆ'' ಎಂದ ಮಲಯಕೇತು.

ಎಲ್ಲರಿಗೂ ನಮಸ್ಕರಿಸಿ ಮಾಧವಿ ಹೊರಟುಹೋದಳು. ಚಾಣಕ್ಯನ ಮುಖದಲ್ಲಿ ಅವಳನ್ನು ಕುರಿತ ಮೆಚ್ಚಿಗೆಯ ಭಾವನೆಯಿತ್ತು.

## ೪

ಎರಡು ದಿನಗಳ ನಂತರ ಚಾಣಕ್ಯ, ಚಂದ್ರಗುಪ್ತ, ಚರಣ ಮತ್ತು ಸಿಂಹಸೇನ ಪೌರವನಿಂದ ಬೀಳ್ಕೊಂಡು ಹೊರಟರು. ಹೊರಡುವ ಮೊದಲು ರಾಜಾಸ್ಥಾನದಲ್ಲಿ ಅವರನ್ನು ಪರಿಚಯಿಸಬೇಕೆಂಬ ಪೌರವನ ಆಸೆಯನ್ನು ಚಾಣಕ್ಯ ನಿರಾಕರಿಸಿದ. ''ಈಗಾಗಲೇ ನಮ್ಮ ವಿಷಯ ಪ್ರಚಾರವಾಗುವುದರಿಂದ ಅಪಾಯವಾಗುವ ಸಾಧ್ಯತೆಯಿದೆ. ರಾಕ್ಷಸನ ಗೂಢಚಾರರೇನಾದರೂ ಪಾಟಲೀಪುತ್ರಕ್ಕೆ ಸುದ್ದಿ ಮುಟ್ಟಿಸಿದರೆ ಧನನಂದ ಎಚ್ಚೆತ್ತುಕೊಳ್ಳುತ್ತಾನೆ. ನಮ್ಮ ಕೆಲಸ ಕಠಿಣವಾಗುತ್ತದೆ. ಪ್ರಕಟಿಸುವ ಸಮಯ ಬಂದಾಗ ಪ್ರಕಟಿಸೋಣ. ನೀವು ಸಿದ್ಧರಾಗಿದ್ದರಾಯಿತು'' ಎಂದು ಹೇಳಿ ಅವರು ಬಂದಂತೆಯೇ ಅಜ್ಞಾತವಾಗಿ ಗಿರಿಪುರವನ್ನು ಬಿಟ್ಟರು.

ಅವರು ಹೋದ ನಂತರ ಪೌರವ ಅತ್ಯಂತ ಉತ್ಸಾಹದಿಂದಿದ್ದ. ಚಾಣಕ್ಯನ ವ್ಯಕ್ತಿತ್ವ ಅವನ ಮೇಲೆ ತುಂಬಾ ಪ್ರಭಾವ ಬೀರಿತ್ತು. ''ಅಸಾಧ್ಯ ಬ್ರಾಹ್ಮಣ !'' ಎಂದ ಅವನು ಮೆಚ್ಚಿಗೆಯಿಂದ.

''ಹೌದು ಪ್ರಭು'' ಶಬರವರ್ಮನೂ ದನಿಗೂಡಿಸಿದ, ''ಅವನ ಆತ್ಮಪ್ರತ್ಯಯ ಅಪಾರ ವಾಗಿರುವಂತೆ ಕಾಣುತ್ತಿದೆ.''

''ಅವನ ಆ ಆತ್ಮಪ್ರತ್ಯಯದಿಂದ ನಮ್ಮ ಕೆಲಸವಾದರಾಯಿತು.''

ತನ್ನ ಸ್ವಾರ್ಥವನ್ನು ಮಾತ್ರವೇ ಯೋಚಿಸುವ ಪೌರವನ ಸ್ವಭಾವ ಶಬರವರ್ಮನಿಗೆ ಹೊಸದೇನೂ ಆಗಿರಲಿಲ್ಲ, ಅವನೆಂದ, ''ಆದರೆ ಚಾಣಕ್ಯರ ಸದುದ್ದೇಶಕ್ಕೆ ಅಧಿಕಾರದ ಚೌಕಟ್ಟಿನಾಚೆಯ ಧರ್ಮರಕ್ಷಣೆ ಮತ್ತು ಪ್ರಜಾರಕ್ಷಣೆಯ ವ್ಯಾಪ್ತಿಯಿದೆಯಲ್ಲವೆ ಪ್ರಭು ?''

''ಅಧಿಕಾರ ಕೈಯಲ್ಲಿದ್ದರೆ ಅವೆಲ್ಲ ತಾವಾಗಿಯೇ ಆಗುತ್ತವೆ. ಅಮಾತ್ಯರೇ, ಈಗ ನಮ್ಮ ಪ್ರಜೆಗಳು ಸುಖವಾಗಿಲ್ಲವೆ ? ಧರ್ಮಕ್ಕೆ ನಮ್ಮ ನಾಡಿನಲ್ಲಿ ಯಾವ ಅಡ್ಡಿಯಿದೆ ?''

''ನಮ್ಮ ನಾಡಿನ ವಿಷಯ ಮಾತ್ರವಲ್ಲ ಅಪ್ಪಾಜಿ'' ಮಲಯಕೇತು ಹೇಳಿದ, ''ಚಾಣಕ್ಯರ ದೃಷ್ಟಿ ಇಡೀ ಆರ್ಯಾವರ್ತದ ಕಡೆಗಿದೆ. ಗಾಂಧಾರದ ವಿಷಯ ನಮಗೇ

ಗೊತ್ತು. ನಿನ್ನೆ ಧನನಂದನ ದುಷ್ಟ ಆಡಳಿತದ ಬಗ್ಗೆ ಹೇಳಿದರು. ಅವರಿಗೆ ರಾಜಾಸ್ಥಾನದಲ್ಲಿ ಅಪಮಾನ ಮಾಡಿದರಂತೆ. ಆಗ ಅವರ ಶಿಖೆ ಬಿಚ್ಚಿತಂತೆ. ಧನನಂದನ ವಿನಾಶವಾಗದ ಹೊರತು ಅದನ್ನು ಕಟ್ಟುವುದಿಲ್ಲವೆಂದು ಪ್ರತಿಜ್ಞೆ ಮಾಡಿದರಂತೆ. ಅವರ ತಂದೆಯನ್ನು ಮೋಸದಿಂದ ಕೊಲ್ಲಿಸಿದರಂತೆ. ಅಂಥ ರಾಜರು ಇನ್ನೂ ಎಷ್ಟು ಜನರಿದ್ದಾರೋ !"

"ಅದಕ್ಕೆಲ್ಲ ಇನ್ನೆಲ್ಲಿ ಅವಕಾಶ ?" ಪೌರವ ತನ್ನ ಧೋರಣೆಯಲ್ಲೇ ಹೇಳಿದ. "ಇನ್ನು ಆರ್ಯಾವರ್ತದಲ್ಲಿ ನಾನು, ಚಂದ್ರಗುಪ್ತ ಇಬ್ಬರೇ ಚಕ್ರವರ್ತಿಗಳು. ಚಾಣಕ್ಯರು ಬಯಸುವ ಆಡಳಿತವನ್ನು ನಾವೇ ಕೊಡುತ್ತೇವಲ್ಲ."

"ಆ ಚಂದ್ರಗುಪ್ತನೂ ಅಷ್ಟೆ" ಮಲಯಕೇತು ಹೇಳಿದ, "ಎಂಥ ಸುಂದರ ತರುಣ ! ಅಷ್ಟೇ ಸಜ್ಜನ. ಚಾಣಕ್ಯರ ಮೇಲಂತೂ ಅವನಿಗೆ ಅಪಾರವಾದ ಗೌರವ, ಗುರುಭಕ್ತಿ."

"ಅದನ್ನು ನಾನೂ ಒಪ್ಪುತ್ತೇನೆ. ರಾಜನೆಂಬ ಅಹಮಿಕೆಯಿಲ್ಲದ ಗುರುಭಕ್ತಿ ಆತನದು. ಅವನು ನನ್ನ ಕಾಲಿಗೆ ನಮಸ್ಕರಿಸಿದಾಗಲೇ ಅಂದುಕೊಂಡೆ, ಚಂದ್ರಗುಪ್ತ ಒಳ್ಳೆಯ ಸುಸಂಸ್ಕೃತನೆಂದು. ಅವನೊಂದಿಗೆ ಸ್ನೇಹವನ್ನು ಭದ್ರಗೊಳಿಸು. ಏಕೆಂದರೆ ನನ್ನ ನಂತರ ಅವನು ನಿನ್ನ ಅಧಿಕಾರವನ್ನು ಕಿತ್ತುಕೊಳ್ಳಬಹುದು" ಎಂದ ಪೌರವ.

"ಅಧಿಕಾರದ ಬಗ್ಗೆ ನಾನು ಯೋಚಿಸುವುದೇ ಇಲ್ಲ ಅಪ್ಪಾಜಿ. ಚಾಣಕ್ಯರ ಉದಾತ್ತ ಆದರ್ಶಗಳು ಈಡೇರಿದರೆ ಸಾಕೆನಿಸುತ್ತದೆ."

"ಇದೇನು ಮಲಯಕೇತು. ವೈರಾಗ್ಯದ ಮಾತಾಡುತ್ತಿರುವೆ ?"

"ವೈರಾಗ್ಯವಲ್ಲ ಅಪ್ಪಾಜಿ. ಆ ಚಾಣಕ್ಯರ ಮಾತುಗಳನ್ನು ಕೇಳುತ್ತಿದ್ದರೆ, ರಾಜರು ಬರೀ ರಾಜರಾಗಿ ಮಾತ್ರ ಇದ್ದರೆ ಸಾಲದು, ಅದರಾಚೆಗೆ ಅವರ ಹೊಣೆಗಾರಿಕೆ ಅಪಾರವಾಗಿದೆ ಯೆನಿಸುತ್ತಿದೆ. ಸಾವಿರಾರು ವರ್ಷಗಳ ಕಾಲ ನಾವೇ ರಾಜ್ಯವಾಳಬೇಕೆಂಬ ನಿಯಮವೇನಿದೆ ?"

"ಮಲಯಕೇತು" ಪೌರವ ಗದರಿದ, "ಇನ್ನೊಮ್ಮೆ ಇಂಥ ಮಾತಾಡಬೇಡ. ರಾಜಾಧಿಕಾರ ನಮ್ಮ ವಂಶಪಾರಂಪರ್ಯವಾದದ್ದು. ನನ್ನ ತಂದೆಯಿಂದ ನಾನು, ನನ್ನಿಂದ ನೀನು, ನಿನ್ನ ಮಗ ಅಧಿಕಾರದಲ್ಲಿ ಮುಂದುವರಿಯಬೇಕು."

"ಕ್ಷಮಿಸಿ, ನಿಮ್ಮ ತಂದೆ, ಅವರ ತಂದೆ, ಅವರ ತಂದೆ ಹೀಗೆ ಹಿಂದು ಹಿಂದಕ್ಕೆ ಹೋದರೆ ಎಷ್ಟು ತಲೆಮಾರುಗಳವರೆಗೆ ನಮ್ಮ ಮನೆತನದ ಅಧಿಕಾರದ ಗುರುತು ಸಿಗಬಹುದು ? ಅದಕ್ಕೂ ಹಿಂದೆ ಏನಿತ್ತು ? ಬೇರೆ ರಾಜರಿದ್ದರು ಅಥವಾ ಯಾವ ರಾಜರೂ ಇರಲೇ ಇಲ್ಲ, ಒಂದು ವೇಳೆ ಅಲೆಗ್ಸಾಂಡರ್, ನೀವು ಸೋತ ನಂತರ, ನಿಮ್ಮನ್ನು ದೂರ ತಳ್ಳಿ ತಾನೇ ಅಧಿಕಾರವನ್ನು ವಶಪಡಿಸಿಕೊಂಡಿದ್ದರೆ, ಅಥವಾ ಆ ಯುದ್ಧದಲ್ಲಿ ನನ್ನ ತಮ್ಮಂದಿರಂತೆ ನಾನೂ ಸತ್ತುಹೋಗಿದ್ದರೆ ನಮ್ಮ ವಂಶ ಎಲ್ಲಿ ಉಳಿಯುತ್ತಿತ್ತು ? ಅಲ್ಲದೆ ನನಗೆ ಇನ್ನೂ ಮಕ್ಕಳಿಲ್ಲ, ಒಂದು ವೇಳೆ ಮಕ್ಕಳೇ ಆಗದಿದ್ದರೆ ಅಧಿಕಾರ ಯಾರಿಗೆ ದಕ್ಕುತ್ತದೆ ?"

"ಮಲಯಕೇತು ನಿನ್ನ ಆಲೋಚನೆಯ ಧಾಟಿ ವಿಚಿತ್ರವಾಗಿದೆ." ಪೌರವ ಅಸಮಾಧಾನ

ದಿಂದ ಹೇಳಿದ, "ಇದ್ದಕ್ಕಿದ್ದಂತೆ ನಿನ್ನಲ್ಲಿ ಇಂಥ ಬದಲಾವಣೆಗೆ ಕಾರಣವೇನು? ಚಾಣಕ್ಯರು ವೈರಾಗ್ಯ ಬೋಧನೆ ಮಾಡುವವರಲ್ಲವಲ್ಲ!"

"ಯಾರ ಬೋಧನೆಯ ಅಗತ್ಯವೂ ಇಲ್ಲ ಅಪ್ಪಾಜಿ. ನನಗೇ ಹಾಗನ್ನಿಸಿತು. ಅಧಿಕಾರ ಹೊಂದುವುದು ದೊಡ್ಡದಲ್ಲ, ಅದನ್ನು ಉನ್ನತ ಧ್ಯೇಯಾದರ್ಶಗಳಿಗೆ ಬದ್ಧರಾಗಿ ಬಳಸುವುದು ದೊಡ್ಡದೆಂದು ಅನ್ನಿಸಿತು. ಅದಕ್ಕೇ ಹಾಗೆ ಹೇಳಿದೆ, ಅಷ್ಟೆ"

"ಅದನ್ನೆಲ್ಲ ಯೋಚಿಸಿ ಸಮಯ ವ್ಯರ್ಥ ಮಾಡಬೇಡ ಕುಮಾರ. ಈಗ ಸೈನ್ಯವನ್ನು ಸಜ್ಜುಗೊಳಿಸುವುದರತ್ತ ಗಮನ ಕೊಡು. ಚಾಣಕ್ಯರ ಆದೇಶ ಯಾವಾಗ ಬೇಕಾದರೂ ಬರಬಹುದು."

ಅದಕ್ಕೆ ಸಮ್ಮತಿಸಿ ಮಲಯಕೇತು ಅಂತಃಪುರಕ್ಕೆ ಬಂದ.

ಅವನು ಅಷ್ಟು ಉತ್ಸಾಹದಿಂದಿರಲಿಲ್ಲ. ಮಾಧವಿ ಹತ್ತಿರ ಬಂದು "ಏನಿದು? ಇಷ್ಟೊಂದು ಗಾಂಭೀರ್ಯವೇಕೆ?" ಎಂದು ಕುತೂಹಲದಿಂದ ಕೇಳಿದಳು.

"ನನ್ನ ಮಾತಿಗೆ ತಂದೆಯವರು ಬೆಲೆಯನ್ನೇ ಕೊಡದೆ ಗದರಿಬಿಟ್ಟರು" ಎಂದು ಅಲ್ಲಿ ನಡೆದ ಮಾತುಕತೆಯನ್ನು ಸಂಕ್ಷಿಪ್ತವಾಗಿ ವಿವರಿಸಿದ.

ಅವಳು ಬೆರಗಾದಳು. "ನನಗೇ ಆಶ್ಚರ್ಯವಾಗುತ್ತಿದೆಯೆಂದ ಮೇಲೆ ಇನ್ನು ಮಹಾರಾಜರಿಗೆ ಆಗದಿರುತ್ತದೆಯೆ? ಮಗ ದಾರಿ ತಪ್ಪಿಬಿಟ್ಟಾನೆಂದು ಭೀತಿಯಿಂದ ಅವರು ಗದರಿ ಸುಮ್ಮನಿರಿಸಿರುತ್ತಾರೆ" ಎಂದು ನಕ್ಕಳು.

"ನೀನೂ ನನ್ನನ್ನು ಹಾಸ್ಯ ಮಾಡುತ್ತಿರುವೆಯಾ?" ಎಂದ ಮಲಯಕೇತು ಮುಖ ದಪ್ಪ ಮಾಡಿಕೊಂಡು.

"ಇಲ್ಲ ಯುವರಾಜ" ಮಾಧವಿ ಶಾಂತವಾಗಿ ಹೇಳಿದಳು, "ನನಗೆ ನಿಜವಾಗಲೂ ಸಂತೋಷವಾಗಿದೆ. ನಾವು ಮನುಷ್ಯರಾಗಿ ಹುಟ್ಟಿರುವುದು ಬರೀ ಬಾಳಿ ಆಯುಸ್ಸನ್ನು ಮುಗಿಸುವುದಕ್ಕಲ್ಲ, ಸಾರ್ಥಕವಾಗಿ ಬಾಳಬೇಕು. ಅಂಥ ಆಲೋಚನೆ ನಿಮಗೆ ಬಂತೆಂದು ನಾನು ಹೆಮ್ಮೆಪಡುತ್ತೇನೆ."

"ಮಾಧವಿ, ನಿನ್ನ ಮಾತು ಸರಿ. ಅಧಿಕಾರದ ಅಹಂಕಾರ ಸದಾ ಒಳ್ಳೆಯದನ್ನೇ ಮಾಡಿಸುವುದಿಲ್ಲ, ಯುದ್ಧಗಳೂ ಕೂಡ ಆ ಅಹಂಕಾರದ ಉದ್ಘೋಷವೇ ಸರಿ. ಚಾಣಕ್ಯರು ಹಿಂಸಾಪ್ರವೃತ್ತಿಯಿಂದ ಮಾಡುವ ಯುದ್ಧ ಪಾಪವೆಂದು ಹೇಳಿದರು. ಲೋಕದಲ್ಲಿ ನಡೆಯುವ ಬಹುಪಾಲು ಯುದ್ಧಗಳು ಹಿಂಸಾಪ್ರವೃತ್ತಿಯಿಂದಲೇ ಪ್ರೇರಿತವೆಂದು ನನಗೆ ಈಗ ಅನ್ನಿಸುತ್ತದೆ. ಪ್ರಜೆಗಳು ನಮ್ಮ ಸುಖ ಸಂತೋಷಕ್ಕೆ ಎಷ್ಟೆಲ್ಲ ಕೊಟ್ಟಿದ್ದಾರೆ! ಅದಕ್ಕೆ ಪ್ರತಿಯಾಗಿ ನಾವು ಮಾಡಿರುವುದು ತೃಣಮಾತ್ರವೂ ಅಲ್ಲ ಎನಿಸುತ್ತದೆ."

"ಈ ದಿನ ನನಗೆ ತುಂಬ ಸಂತೋಷವಾಗಿದೆ" ಎಂದು ಮಾಧವಿ ಅವನ ಗಲ್ಲವನ್ನು ಮೃದುವಾಗಿ ಚಿವುಟಿದಳು. "ಈ ಭಾವನೆ ನಿಮ್ಮ ಮನಸ್ಸಿನಲ್ಲಿ ಸ್ಥಿರವಾಗಿ ನಿಲ್ಲುವುದಾದರೆ ನೀವು ಯುವರಾಜರಾಗಿರಲಿ, ರಾಜರಾಗಿರಲಿ, ಅಥವಾ ಸಾಮಾನ್ಯ ಪ್ರಜೆಯೇ ಆಗಿರಲಿ ನಿಜವಾದ ಮನುಷ್ಯರಾಗಿ ಬದುಕುತ್ತೀರಿ ಎಂಬ ನಂಬಿಕೆ ನನಗಿದೆ."

''ಇದಕ್ಕೆ ನೀನೇ ಪ್ರೇರಣೆ ಮಾಧವಿ'' ಮಲಯಕೇತು ಹೇಳಿದ, ''ಹಲವು ಸಲ ನೀನು ಆಡಿದ ಮಾತುಗಳು ಮರೆತು ಹೋಗದೆ ನನ್ನ ಮನಸ್ಸಿನಾಳದಲ್ಲಿ ಉಳಿದುಬಿಟ್ಟಿದ್ದವೆಂದು ಕಾಣುತ್ತದೆ. ನೀನು ಆಚಾರ್ಯ ಚಾಣಕ್ಯರೊಂದಿಗೆ ಚರ್ಚಿಸುತ್ತಿರುವಾಗ, ಅವರ ಮಾತುಗಳನ್ನು ಕೇಳುತ್ತ ಕೇಳುತ್ತ, ನಿನ್ನ ಮಾತುಗಳು ಮತ್ತೆ ಜೀವತಳೆದು ನನ್ನನ್ನು ಆವರಿಸಿಕೊಂಡಿರಬೇಕು. ಮೊದಲು ನಿನ್ನ ಮಾತುಗಳು ಬರೀ ನಿನ್ನ ಅನಿಸಿಕೆಗಳಾಗಿದ್ದವು. ಈಗ ಅವು ನನ್ನ ಹೃದಯದ ಮಾತುಗಳಾದವು.''

''ಯುವರಾಜ'' ಮಾಧವಿ ಹೇಳಿದಳು, ''ಆ ಚಾಣಕ್ಯರು ಸರ್ವ ನಿಯಾಮಕರಾದ ದಿಟ್ಟ ವ್ಯಕ್ತಿಯಂತೆ ಕಾಣುತ್ತಾರೆ. ಅವರ ಜೊತೆ ಹತ್ತು ಸಲ ಮಾತಾಡಿದರೆ ಸಾಕು, ನಾವೂ ಸಾಕಷ್ಟು ಪ್ರಾಜ್ಞರಾಗಬಹುದು. ಈ ಮಗಧದ ಆಕ್ರಮಣದ ಗತಿಯೇನೇ ಆಗಲಿ, ಆನಂತರ ನೀವು ಅವರ ಜೊತೆ ಬಹಳಷ್ಟು ಚರ್ಚಿಸಬೇಕು, ಕಲಿಯಬೇಕು. ಉಳಿದ ಬದುಕನ್ನು ಸಾರ್ಥಕ ರೀತಿಯಲ್ಲಿ ವಿನಿಯೋಗಿಸುವುದು ಹೇಗೆಂದು ತಿಳಿದುಕೊಳ್ಳಬೇಕು.''

''ಹಾಗೇ ಆಗಲಿ ಮಾಧವಿ ಖಂಡಿತ ಅದು ಒಳ್ಳೆಯ ಆಲೋಚನೆ.''

★ ★ ★

ಅತ್ತ ಚಾಣಕ್ಯ, ಚಂದ್ರಗುಪ್ತ, ಚರಣ ಮತ್ತು ಸಿಂಹಸೇನ ಪಿಪ್ಪಿಲಿವನದ ಕಡೆಗೆ ಪ್ರಯಾಣ ಮಾಡುತ್ತಿದ್ದವರು, ಬಿಸಿಲಿನಿಂದ ದಣಿವಾರಿಸಿಕೊಳ್ಳಲು ಒಂದು ಮರದ ಕೆಳಗೆ ಕುದುರೆಗಳಿಂದ ಕೆಳಗಿಳಿದು ವಿಶ್ರಮಿಸಿಕೊಳ್ಳುತ್ತಿದ್ದರು. ರಾಯಭಾರ ಯಶಸ್ವಿಯಾದ ಉತ್ಸಾಹ ಎಲ್ಲರಲ್ಲೂ ಇತ್ತು. ಆದರೆ ಪೌರವನ ದುರಾಸೆಯ ವರ್ತನೆ ಅವರಿಗೆಲ್ಲ ಇಷ್ಟವಾಗಿರಲಿಲ್ಲ.

''ಎಲ್ಲ ಸರಿ ಆಚಾರ್ಯ'' ಚಂದ್ರಗುಪ್ತನೇ ಮಾತಿಗಾರಂಭಿಸಿದ, ''ನಾವು ಪೌರವನಿಗೆ ಸಲ್ಲದ ಆಶ್ವಾಸನೆ ನೀಡಿದೆವೆಂದು ನನಗನ್ನಿಸುತ್ತದೆ.''

''ಹೌದು ಆಚಾರ್ಯ'' ಚರಣ ಹೇಳಿದ, ''ತನ್ನ ದುರಾಸೆ ಎಷ್ಟಿದೆಯೆಂಬುದನ್ನು ಅವನು ನಾಚಿಕೆಯಿಲ್ಲದೆ ವ್ಯಕ್ತಪಡಿಸಿದ.''

''ಹೌದು, ಅದು ನನಗೂ ಗೊತ್ತು'' ಎಂದ ಚಾಣಕ್ಯ, ''ತಾನು ಚಕ್ರವರ್ತಿಯಾಗಬೇಕೆಂಬ ದುರಾಸೆಯಿಂದಲೇ ಅವನು ವೀರನಂತೆ ಯವನರೊಂದಿಗೆ ಹೋರಾಡಿದ. ನಂತರವೂ ಅವನೊಂದಿಗೆ ದಂಡಯಾತ್ರೆಯಲ್ಲಿ ಭಾಗವಹಿಸಿದ.''

''ಆದರೆ ಅವನಿಗೆ ಕೊಟ್ಟ ಆಶ್ವಾಸನೆಯಂತೆ, ಮಗಧದ ಅರ್ಧ ಭಾಗವನ್ನು ಅವನಿಗೆ ಕೊಡಬೇಕಾಗುತ್ತದೆ'' ಎಂದ ಸಿಂಹಸೇನ.

''ಆಗಲಾದರೂ ಅವನು ಚಕ್ರವರ್ತಿಯೆನಿಸಿಕೊಳ್ಳಬಹುದೆಂದು ಈಗಾಗಲೇ ಕನಸು ಕಾಣುತ್ತಿರುತ್ತಾನೆ'' ಎಂದ ಚರಣ.

''ಆದರೆ ಚಕ್ರವರ್ತಿಯೆಂದರೆ ಒಬ್ಬನೇ ತಾನೆ? ಇಬ್ಬರಿದ್ದರೆ ಚಕ್ರವರ್ತಿಯೆಂದು ಕರೆಯಬಹುದೆ?'' ಚಂದ್ರಗುಪ್ತ ಕೇಳಿದ.

ಚಾಣಕ್ಯ ಸಣ್ಣಗೆ ನಕ್ಕು ಹೇಳಿದ, ''ಇಲ್ಲ, ಚಕ್ರವರ್ತಿ ಒಬ್ಬನೇ. ಮಗಧವನ್ನು ಗೆದ್ದ ಮೇಲೂ ಒಬ್ಬನೇ ಚಕ್ರವರ್ತಿಯಿರುತ್ತಾನೆ. ಅದು ಚಂದ್ರಗುಪ್ತ ಮೌರ್ಯ ಮಾತ್ರ.''

''ಹಾಗಾದರೆ ಪೌರವ?''

''ಬದುಕಿದ್ದರೆ ಆಶ್ರಿತ ರಾಜ, ಸತ್ತರೆ ಅವನ ಮಗ ನಿನ್ನ ಆಶ್ರಿತ ರಾಜ.''

''ಅಂದರೆ ? ನೀವು ಪೌರವನನ್ನು ಕೊಲ್ಲಿಸಲು ಯೋಚಿಸಿದ್ದೀರ ?'' ಚಂದ್ರಗುಪ್ತ ಅಚ್ಚರಿಯಿಂದ ಕೇಳಿದ.

''ಛೀ ಛೀ ! ನಾನೇಕೆ ಕೊಲ್ಲಿಸಲಿ ? ಯುದ್ಧದಲ್ಲಿ ಅವನು ಸಾಯಬಹುದಲ್ಲವೆ ?''

''ಹಾಗೆಯೇ, ನಾನೂ ಸಾಯಬಹುದಲ್ಲವೇ ?''

''ನಿನ್ನನ್ನು ಸಾಯಲು ಬಿಟ್ಟರೆ, ನಾನು ಈವರೆಗೆ ಮಾಡಿರುವ ಪ್ರಯತ್ನಗಳೆಲ್ಲ ವ್ಯರ್ಥವಾಗುವುದಿಲ್ಲವೆ ?''

ಚಂದ್ರಗುಪ್ತ ಬೆಪ್ಪನಂತೆ ಮುಖ ನೋಡತೊಡಗಿದ. ಚಾಣಕ್ಯನ ಮನಸ್ಸಿನಲ್ಲಿ ನಿಜವಾಗಲೂ ಏನಿದೆಯೆಂದು ಅವನಿಗೆ ಅರ್ಥವಾಗಲಿಲ್ಲ. 'ಆಚಾರ್ಯರು ಏಕೆ ಇಷ್ಟು ನಿಷ್ಕರುಣೆಯಿಂದ ಮಾತಾಡುತ್ತಾರೆ ? ಪೌರವ ಸಾಯಲೆಂದೇ ಇವರ ಉದ್ದೇಶವೇ ? ನಮಗೆ ಸಹಾಯ ಮಾಡಿದ ಅವನ ಸಾವನ್ನು ಬಯಸುವುದು ತಪ್ಪಲ್ಲವೆ ?' ಇತ್ಯಾದಿ ಹಲವು ಪ್ರಶ್ನೆಗಳು ಅವನನ್ನು ಮುತ್ತಿಕೊಂಡವು.

ಅವನ ಮುಖದ ಭಾವನೆಗಳ ಏರಿಳಿತಗಳಿಂದ ಅವನ ಮನಸ್ಸಿನಲ್ಲಿ ಏನು ನಡೆಯುತ್ತಿರಬಹುದೆಂದು ಊಹಿಸಿದ ಚಾಣಕ್ಯ ಹೇಳಿದ, ''ಚಂದ್ರಗುಪ್ತ ನನ್ನ ಬಗ್ಗೆ ನೀನು ಏನೆಲ್ಲ ಯೋಚಿಸುತ್ತಿರಬಹುದೆಂದು ನಾನು ಊಹಿಸಬಲ್ಲೆ. ಆದರೆ ನಾನು ನಿರ್ದಯನೂ ಅಲ್ಲ, ಅನ್ಯಾಯಕಾರಿಯೂ ಅಲ್ಲ, ನಾನು ನನ್ನ ಸಂಕಲ್ಪದ ದಾಸ. ನನ್ನ ಸಂಕಲ್ಪದ ಈಡೇರಿಕೆಗಾಗಿ ಕೆಲವು ಸಲ ಅತಿ ನಿಷ್ಕರುಣೆಯಿಂದ ನಿರ್ಧಾರಗಳನ್ನು ತೆಗೆದುಕೊಳ್ಳ ಬೇಕಾಗುತ್ತದೆ. ನಿನ್ನನ್ನು ಉಳಿಸಲು ಸುಜಾತಳ ಗಂಡ ಸುಭದ್ರ ಬಲಿಯಾದ. ಆ ಸುಭದ್ರನನ್ನು ನಾನೇ ಕೊಲ್ಲಿಸಿದೆನೆಂದು ನನ್ನ ಮೇಲೆ ಅಪವಾದ ಹೊರಿಸುತ್ತೀಯ ?''

''ಅಂದರೆ'' ಚರಣ ಹೇಳಿದ, ''ಪೌರವ ಚಂದ್ರಗುಪ್ತನನ್ನು ಕೊಲ್ಲಲು ಪ್ರಯತ್ನಿಸುವನೆ ?''

''ಪ್ರಯತ್ನಿಸಬಹುದು, ಇಲ್ಲದಿರಬಹುದು. ಆದರೆ ಒಂದು ಮಾತು ಮಾತ್ರ ಸತ್ಯ. ಅತಿ ಮಹತ್ವಾಕಾಂಕ್ಷಿಗಳಾದವರು, ತಮ್ಮ ಗುರಿ ಈಡೇರಿಸಿಕೊಳ್ಳಲು ಎಂಥ ಕ್ರೂರ ಕಾರ್ಯಗಳನ್ನು ಮಾಡಲೂ ಹೇಸುವುದಿಲ್ಲ.''

''ನಾವೇ ಅರ್ಧ ರಾಜ್ಯವನ್ನು ಕೊಡುವುದಾಗಿ ಮೊದಲೇ ಹೇಳಿದೆವಲ್ಲ ?'' ಎಂದ ಚಂದ್ರಗುಪ್ತ.

''ನಾವು ಈಗ ಅವನ ಮೇಲೆ ಸಂದೇಹ ಪಡುತ್ತಿರುವಂತೆ ಅವನು ನಮ್ಮ ಮೇಲೆ ಸಂದೇಹ ಪಡಬಹುದಲ್ಲವೆ ?''

"ಅವನು ಎಂಥವನಾದರೂ ಆಗಿರಲಿ, ಆದರೆ ಯುವರಾಜ ಮಲಯಕೇತು ಸ್ವಭಾವದಲ್ಲಿ ಅವನಿಗಿಂತ ಬೇರೆಯೆನ್ನಿಸುತ್ತದೆ" ಎಂದ ಚಂದ್ರಗುಪ್ತ.

ಅದಕ್ಕೆ ಚಾಣಕ್ಯ ಹೇಳಿದ, "ಹೌದು, ಅವನಲ್ಲಿ ದರ್ಪಕ್ಕಿಂತ ಹೆಚ್ಚಾಗಿ ಸಹೃದಯತೆ ಇದೆ. ಅವನ ಆಲೋಚನೆಯ ಧಾಟಿಯೂ ತಂದೆಗಿಂತ ಬೇರೆಯೇ ಆಗಿರುತ್ತದೆ. ಅದಕ್ಕೆ ಕಾರಣ, ಅವನ ಪತ್ನಿ ಮಾಧವಿ."

"ನಿಜ ಆಚಾರ್ಯ, ಅವಳು ತುಂಬ ಚತುರೆಯಂತೆ ಕಾಣುತ್ತಾಳೆ."

"ಚತುರೆ ಎನ್ನುವುದಕ್ಕಿಂತ ಭಾವಜೀವಿ ಎನ್ನಬಹುದು. ಅಂತರಂಗದಲ್ಲಿ ಅವಳು ಏಕಾಕಿತನವನ್ನು ಅನುಭವಿಸುತ್ತಿದ್ದಾಳೆ. ಅರಮನೆಯ ಬದುಕಿನ ಬಗ್ಗೆ ಅವಳಿಗೆ ಅಂಥ ಆಸಕ್ತಿ ಇದ್ದಂತಿಲ್ಲ, ಅವಳ ವಾದ ಸರಣಿಯಲ್ಲೇ ಅದು ವ್ಯಕ್ತವಾಗುತ್ತದೆ. ಗಂಡನ ಪ್ರೇಮವಿಲ್ಲದಿದ್ದರೆ ಅವಳು ಈ ವೇಳೆಗೆ ಸನ್ಯಾಸಿನಿಯಾಗುತ್ತಿದ್ದಳು."

"ನಾವು ಅರ್ಧರಾಜ್ಯವನ್ನು ಕೊಡುವುದಾಗಿ ಹೇಳಿ ಮಾತಿಗೆ ತಪ್ಪಿದರೆ ಮಲಯಕೇತು ಮತ್ತು ಮಾಧವಿಗೆ ದ್ರೋಹ ಮಾಡಿದಂತಾಗುವುದಿಲ್ಲವೆ?" ಚಂದ್ರಗುಪ್ತ ಹಿಂಜರಿಯುತ್ತ ಕೇಳಿದ.

"ಇಲ್ಲ, ನಾವು ಅವರಿಗೆ ಉಪಕಾರವನ್ನೇ ಮಾಡಿದಂತಾಗುತ್ತದೆ."

"ಅವರು ನಿಮ್ಮ ಬಗ್ಗೆ, ನನ್ನ ಬಗ್ಗೆ ಏನೆಂದು ತಿಳಿದುಕೊಳ್ಳಬಹುದು?"

"ಅವರಿಬ್ಬರೂ ನನ್ನ ಉದ್ದೇಶವನ್ನು ಅರ್ಥ ಮಾಡಿಕೊಳ್ಳುತ್ತಾರೆ."

"ಆದರೂ, ನನಗೇಕೋ ಮನಸ್ಸು ಅಳುಕುತ್ತಿದೆ."

"ಚಂದ್ರಗುಪ್ತ" ಚಾಣಕ್ಯನ ಧ್ವನಿ ಗಡುಸಾಯಿತು. ಚಂದ್ರಗುಪ್ತ ಒಮ್ಮೆ ಬೆಚ್ಚಿ ಅವನತ್ತ ನೋಡಿದ. "ಏನು ನಿನ್ನ ಮಾತಿನ ಅರ್ಥ?" ಚಾಣಕ್ಯ ಮುಂದುವರಿಸಿದ, "ನೀನು ಮಹಾ ದಯಾವಂತ, ನಾನು ನಿರ್ದಯಿ ಎಂದು ತಾನೆ ನಿನ್ನ ಈ ವರ್ತನೆಯ ಅರ್ಥ? ಅಂದರೆ ನೀನು ಹೇಳುವುದೇನು? ಮಾತು ಕೊಟ್ಟಂತೆ ಅರ್ಧ ರಾಜ್ಯವನ್ನು ಆ ಪೌರವನಿಗೆ ಕೊಟ್ಟುಬಿಡಬೇಕೇ? ಯಾರದು ರಾಜ್ಯ? ಅದು ನಿನ್ನದೇ? ನೀನೊಬ್ಬನೇ ಕಷ್ಟಪಟ್ಟು ಸಂಪಾದಿಸಿದ್ದೆ? ನಿನಗಾಗಿ ಕಷ್ಟಪಟ್ಟ ನಿನ್ನ ಮಿತ್ರರು, ಹಿತೈಷಿಗಳು, ಸಾವಿರಾರು ಸೈನಿಕರು ಎಲ್ಲರಿಗೂ ಸೇರಿದ್ದು. ವಿಶಾಲವಾದ ಅಖಂಡ ಆರ್ಯಾವರ್ತವನ್ನು ಸ್ಥಾಪಿಸುವುದು ನನ್ನ ಉದ್ದೇಶ. ಪೌರವ ಸಹಾಯ ಮಾಡಿದನೆಂದು ಆ ಉದ್ದೇಶ ಭಂಗವಾಗಲು ನಾನು ಬಿಡುವುದಿಲ್ಲ. ನನ್ನ ರಾಜನೀತಿ ಹಲವು ಸಲ ನಿಷ್ಕರುಣೆಯಿಂದ ನಡೆದುಕೊಳ್ಳುತ್ತದೆ. ದಯೆ ಕರುಣೆಗಳಿಂದ ನನ್ನ ಸಂಕಲ್ಪದ ಖಡ್ಗದ ಮೊನೆಯನ್ನು ಮೃದುಗೊಳಿಸಲು ನಾನು ಸಿದ್ಧನಾಗಿಲ್ಲ."

ಮೂವರೂ ಭೀತಿಯಿಂದ ಹೌಹಾರಿದರು. ಚಾಣಕ್ಯನ ಕೋಪಾವೇಶ ಅವರಿಗೆ ಅನಿರೀಕ್ಷಿತವಾಗಿತ್ತು. ಸ್ವಲ್ಪ ಹೊತ್ತು ಯಾರೂ ಮಾತಾಡಲಿಲ್ಲ. ಕ್ರಮೇಣ ಚಾಣಕ್ಯ ಶಾಂತನಾದ. ಚಂದ್ರಗುಪ್ತ ಮೆಲ್ಲನೆ ಹತ್ತಿರ ಬಂದು ಕಾಲು ಮುಟ್ಟಿ "ಆಚಾರ್ಯ ದಯವಿಟ್ಟು ಕ್ಷಮಿಸಿ. ನಾನು ಅವಿವೇಕದಿಂದ ಮಾತಾಡಿ ನಿಮ್ಮ ಕೋಪ ಕೆರಳುವಂತೆ ಮಾಡಿದೆ" ಎಂದು ಬೇಡಿಕೊಂಡ.

"ಏಳು ಚಂದ್ರಗುಪ್ತ" ಎಂದು ಚಾಣಕ್ಯ ಅವನ ಬೆನ್ನ ಮೇಲೆ ಕೈಯಿರಿಸಿ, ಅವನು ಎದ್ದ ನಂತರ ಹೇಳಿದ, "ನೀನು ಅವಿವೇಕದಿಂದ ಮಾತಾಡಲಿಲ್ಲ, ನಿನ್ನ ಮಾತು ಸಹಜವಾಗಿಯೇ ಇತ್ತು. ಆದರೆ ಈ ಸಂದರ್ಭದಲ್ಲಿ ಅದು ಪ್ರಸ್ತುತವಲ್ಲ ಎಂಬುದು ನಿನಗೆ ತಿಳಿಯಲಿಲ್ಲ, ಇರಲಿ ಬಿಡು, ನೀನು ರಾಜನೆಂಬುದನ್ನು ಮರೆತು ನಾನು ತೀರ ಲಘುವಾಗಿ ಗದರಿಬಿಟ್ಟೆ" ಎಂದು ನಕ್ಕ.

"ಇಲ್ಲ ಆಚಾರ್ಯ, ನಾನು ರಾಜನೆನಿಸಿಕೊಳ್ಳದಿದ್ದರೂ ಚಿಂತೆಯಿಲ್ಲ, ನಿಮ್ಮ ಶಿಷ್ಯನೆನಿಸಿ ಕೊಳ್ಳುವುದೇ ನನಗೆ ದೊಡ್ಡ ಸನ್ಮಾನ."

"ಹಾಗಿದ್ದರೆ, ಮಗಧವನ್ನು ಗೆದ್ದು ಸಂಪೂರ್ಣವಾಗಿ ಪೌರವನಿಗೆ ಒಪ್ಪಿಸಿಬಿಡೋಣ" ಎಂದು ಚಾಣಕ್ಯ ಜೋರಾಗಿ ನಕ್ಕ. ಉಳಿದವರೂ ಆ ನಗುವಿನಲ್ಲಿ ಸೇರಿಕೊಂಡರು.

★ ★ ★

ಪೌರವನ ಉತ್ಸಾಹಕ್ಕೆ ಮಿತಿಯೇ ಇರಲಿಲ್ಲ, ಅವನು ಕನಸು ಕಾಣುತ್ತಿದ್ದ. ಈ ಆನಂದವನ್ನು ಆಚರಿಸಲು ಸುಂದರಿಯೊಬ್ಬಳಿದ್ದರೆ ಎಷ್ಟು ಚೆನ್ನಾಗಿರುತ್ತಿತ್ತೆನ್ನಿಸಿತು ! ತಕ್ಷಣ ಅವನಿಗೆ, ಅಲೆಕ್ಸಾಂಡರನ ಸೇನಾ ಶಿಬಿರದಲ್ಲಿ ಅವನೇ ಕೆಲವು ಸಲ ಯವನ ಸುಂದರಿಯರನ್ನು ತನಗಾಗಿ ಕಳಿಸಿಕೊಟ್ಟದ್ದು ನೆನಪಿಗೆ ಬಂತು. 'ಎಂಥ ದಂತದ ಬಣ್ಣದ ಚೆಲುವೆಯರು ! ಅವರು ಸನಿಹದಲ್ಲಿರುವುದೇ ಅಮಲೇರಿಸುತ್ತಿತ್ತು. ವಯಸ್ಸಾದರೂ ಅದೊಂದು ಚಪಲ ಮಾತ್ರ ನನ್ನಿಂದ ದೂರವಾಗಲಿಲ್ಲ, ನನ್ನ ಮಗ ಏನು ತಿಳಿದುಕೊಳ್ಳುತ್ತಾನೋ, ಸೊಸೆ ಏನು ಭಾವಿಸುತ್ತಾಳೋ ಎಂಬ ಪರಿವೆಯೇ ಇರುವುದಿಲ್ಲ. ಇನ್ನೆಷ್ಟು ವರ್ಷ ನನ್ನ ಆಯುಸ್ಸು? ಅಷ್ಟರಲ್ಲಿ ಸಾಧ್ಯವಾದಷ್ಟು ಸುಖವನ್ನು ಸೂರೆ ಮಾಡಿಬಿಡಬೇಕು. ಚಕ್ರವರ್ತಿಯೂ ಆಗಿಬಿಟ್ಟರೆ ಆ ಸುಖಕ್ಕೆ ಇನ್ನಷ್ಟು ಬಣ್ಣಗಳು ಸೇರಿಕೊಳ್ಳುತ್ತವೆ' ಇತ್ಯಾದಿ ಯೋಚಿಸುತ್ತಿದ್ದ.

ಅಂದು ರಾತ್ರಿ ಅವನು ಮಲಗಲು ಸಿದ್ಧನಾಗುವ ವೇಳೆಗೆ ಕಾವಲುಗಾರ ಬಂದು ಅಲೆಗ್ಸಾಂಡರನ ಸೇನಾನಿ ಯೂಡಿಮಸ್ ಬಂದಿರುವುದಾಗಿ ಹೇಳಿದ. ಪೌರವ ಒಂದು ಕ್ಷಣ ಚಕಿತನಾದ. ಅವನನ್ನು ಸಂದರ್ಶನ ಶಾಲೆಯಲ್ಲಿ ಕೂಡಿಸುವಂತೆ ಹೇಳಿ, ತಾನು ಉಡುಪು ಧರಿಸಿ ಹೊರಡಲು ಸಿದ್ಧನಾಗತೊಡಗಿದ.

ಅಲೆಗ್ಸಾಂಡರ್ ತಾನು ಹೋಗುವ ಮೊದಲು ಆರ್ಯಾವರ್ತದಲ್ಲಿ ಉಳಿಸಿ ಹೋದ ಸೇನಾನಾಯಕರಲ್ಲಿ ಯೂಡಿಮಸ್ಸನೂ ಒಬ್ಬ, ಉಳಿದವರಲ್ಲಿ ಫಿಲಿಫಸ್, ನಿಕೊನಾರ್ ಮುಂತಾದ ಎಲ್ಲ ನಾಯಕರೂ ಚಂದ್ರಗುಪ್ತನೊಡನೆ ನಡೆದ ಘರ್ಷಣೆಯಲ್ಲಿ ಪ್ರಾಣ ಕಳೆದುಕೊಂಡಿದ್ದರು. ಯೂಡಿಮಸ್ ಸೋತು, ತನ್ನ ಸಣ್ಣ ಪರಿವಾರದೊಂದಿಗೆ ತಲೆಮರೆಸಿ ಕೊಂಡು ಓಡಿಹೋಗಿದ್ದ. ಇನ್ನು ಯವನರಿಂದ ಯಾವುದೇ ರೀತಿಯ ತೊಂದರೆ ಇರುವುದಿಲ್ಲವೆಂದು ಪೌರವ ನಿರೀಕ್ಷಿಸಿದ್ದ. ಈಗ ಇದ್ದಕ್ಕಿದ್ದಂತೆ ಯೂಡಿಮಸ್ ತನ್ನನ್ನು ಕಾಣಲು ಬಂದಿರುವುದೇಕೆ ? ಎಂದು ಅವನು ಕುತೂಹಲಗೊಂಡಿದ್ದ, ಅವನಿಂದ ಯಾವುದೇ ರೀತಿಯ ತೊಂದರೆಯ ಭಯವಿಲ್ಲದಿದ್ದರೂ, ಏನೋ ವಿಷಯವಿರಬೇಕೆಂದು ಖಚಿತವಾಗಿತ್ತು.

ಪೌರವ ಸಂದರ್ಶನ ಶಾಲೆಗೆ ಬಂದಾಗ ಕುಳಿತಿದ್ದ ಯೂಡಿಮಸ್ ಎದ್ದುನಿಂತು ರೂಢಿಯ ನಮಸ್ಕಾರ ಸಲ್ಲಿಸಿದ. ಎತ್ತರದ ಸದೃಢ ಮೈಕಟ್ಟಿನ ಅವನ ಆಕಾರವೇ ಆಕರ್ಷಣೀಯವಾಗಿತ್ತು. ನಲವತ್ತರ ಆಸುಪಾಸಿನಲ್ಲಿದ್ದ ಅವನ ಬಿಳಿಯ ಬಣ್ಣ ಮಂಕಾಗಿತ್ತು. ಅವನು ಧರಿಸಿದ್ದ ವಸ್ತ್ರಗಳು ಕೊಳಕಾಗಿದ್ದವು. ಅವನು ತೊಂದರೆಯಲ್ಲಿರಬಹುದೆಂದು ಮೇಲು ನೋಟಕ್ಕೇ ಪೌರವನಿಗೆ ಮನವರಿಕೆಯಾಯಿತು.

"ಕುಳಿತುಕೋ ಯೂಡಿಮಸ್" ಪೌರವ ಹೇಳಿದ. "ಇದೇನು, ಈ ಹಠಾತ್ ಭೇಟಿ? ನಿನ್ನ ಪರಿವಾರವೆಲ್ಲಿ?"

"ನನ್ನ ಪರಿವಾರದ ನಾಲ್ಕು ಜನ ಬೆಂಗಾವಲಿನವರು ಕುದುರೆಗಳೊಂದಿಗೆ ಹೊರಗೆ ಕಾದಿದ್ದಾರೆ" ತಪ್ಪು ತಪ್ಪಾಗಿ ಯೂಡಿಮಸ್ ಹೇಳಿದ. ಇಲ್ಲಿಯ ಭಾಷೆಯ ಉಚ್ಚಾರಣೆ ಅವನ ನಾಲಿಗೆಯಲ್ಲಿ ಸರಿಯಾಗಿ ನುಡಿಯುತ್ತಿರಲಿಲ್ಲ

"ಉಳಿದ ಪರಿವಾರ?" ಅವನ ಸ್ತ್ರೀ ಸಮೂಹವನ್ನು ಮನಸ್ಸಿನಲ್ಲಿಟ್ಟುಕೊಂಡು ಪೌರವ ಕೇಳಿದ. ಅವನ ಸ್ವಂತ ಪರಿವಾರದಲ್ಲೇ ಹಲವಾರು ಚೆಲುವೆಯರಿದ್ದ ವಿಷಯ ಅವನಿಗೆ ಗೊತ್ತಿತ್ತು.

"ಸುರಕ್ಷೆಯಿಲ್ಲದೆ ನಾನೇ ದಿಕ್ಕು ತಪ್ಪಿ ಸಿಕ್ಕಿದ ಕಡೆಗೆ ಓಡುತ್ತಿರುವಾಗ ಹೆಂಗಸರನ್ನು ಜೊತೆಯಲ್ಲಿ ಕರೆದುಕೊಂಡು ಹೋಗುವ ಅವಿವೇಕ ಮಾಡುತ್ತೇನೆಯೇ?"

"ಅಂಥ ಆಪತ್ತು ನೀನಗೇನು ಬಂದಿದೆ? ನಿನ್ನ ಅವಸ್ಥೆ ನೋಡಿದರೆ ಜೀವಭಯದಿಂದ ಓಡಿ ಬಂದಿರುವಂತೆ ಕಾಣುತ್ತಿದೆ?" ಅಮಾಯಕನಂತೆ ಪೌರವ ಕೇಳಿದ.

"ಹೌದು ಅಂಥ ಪ್ರಸಂಗ ಬಂದಿದೆ. ಚಂದ್ರಗುಪ್ತ ಮೌರ್ಯ ನನ್ನ ಈ ದುರವಸ್ಥೆಗೆ ಕಾರಣ. ನನ್ನೊಬ್ಬನ ದುರವಸ್ಥೆಯಲ್ಲ, ನಮ್ಮ ನಾಯಕರು, ಸೈನಿಕರು ಎಲ್ಲ ನಾಶವಾದರು. ಹಲವರನ್ನು ಅವನು ನಿಷ್ಕರುಣೆಯಿಂದ ಕೊಂದುಹಾಕಿದ. ಕೆಲವರು ಎಲ್ಲಿ ಹೋದರು, ಏನಾದರೆಂಬುದೇ ಗೊತ್ತಿಲ್ಲ"

ಪೌರವ ಏನೂ ಮಾತಾಡಲಿಲ್ಲ, ಮುಂದೆ ಯೂಡಿಮಸ್ ತನ್ನ ಬಳಿ ಏನನ್ನು ಕೇಳಬಹುದೆಂದು ಯೋಚಿಸತೊಡಗಿದ.

ಯೂಡಿಮಸ್‌ನ ಮುಖದಲ್ಲಿ ತನ್ನ ದುಃಸ್ಥಿತಿಗಾಗಿ ಹತಾಶೆಗಿಂತ, ಅಸಮಾಧಾನವೇ ಹೆಚ್ಚಾಗಿರುವಂತೆ ಕಾಣುತ್ತಿತ್ತು. ಅವನು ಮುಂದುವರಿಸಿದ, "ಈ ದೇಶದ ಜನರೆಲ್ಲ ನಂಬಿಕೆ ದ್ರೋಹಿಗಳು. ಸೋತವರು, ಶರಣಾಗತರಾದವರು ಅಲೆಗ್ಸಾಂಡರನ ಪರಮಾಧಿಕಾರವನ್ನು ಒಪ್ಪಿ, ಈಗ ದ್ರೋಹ ಮಾಡಿ ಚಂದ್ರಗುಪ್ತನ ಕಡೆ ಸೇರಿಕೊಂಡರು. ನಾನು ಇದನ್ನು ನಿರೀಕ್ಷಿಸಿರಲಿಲ್ಲ"

ಅವನ ಮಾತಿನಿಂದ ಪೌರವನಿಗೆ ಕೋಪ ಬಂತು. "ಏನೆಂದೆ? ನಾನು ನಂಬಿಕೆ ದ್ರೋಹ ಮಾಡಿದೆನೆ?"

"ನಿಮ್ಮ ವಿಷಯ ಹೇಳಲಿಲ್ಲ"

"ಈ ದೇಶದ ಜನ ಎಂದು ಹೇಳಿದ ಮೇಲೆ ನಾನೂ ಅವರಲ್ಲಿ ಸೇರಿಕೊಂಡಂತಾಯಿತು. ದ್ರೋಹಿಗಳು ನೀವು, ಯಾವುದೋ ನಾವು ಕಾಣದ ದೂರದೇಶದಿಂದ ಬಂದು ನಮ್ಮ ಒಡಕಿನ ಲಾಭ ಪಡೆದು ನಮ್ಮ ಮೇಲೆ ಅಧಿಕಾರ ನಡೆಸುವುದು ಸಭ್ಯರ ಕೆಲಸವೇ ? ನಿನ್ನ ದೇಶದ ಸಂಸ್ಕೃತಿ ಇದೇ ಏನು ? ಇದು ದೌರ್ಜನ್ಯವಲ್ಲವೇನು ? ನಾವೇನು ನಿಮಗೆ ಆಹ್ವಾನ ಕೊಟ್ಟು ಕರೆಸಿಕೊಂಡಿದ್ದೆವೆ ?"

"ನಾವು ಯುದ್ಧ ಮಾಡಿ ಗೆದ್ದಿದ್ದೇವೆ."

"ನೀವು ಗೆದ್ದ ಹಾಗೇ ಚಂದ್ರಗುಪ್ತನೂ ಗೆದ್ದಿದ್ದಾನೆ. ಹೊರದೇಶದವರಿಗಿಂತ ಸ್ವದೇಶದ ನಾಯಕನನ್ನು ಜನ ಆರಿಸಿಕೊಂಡು ತಮ್ಮ ಇಷ್ಟವೇನೆಂಬುದನ್ನು ಖಚಿತಪಡಿಸಿದ್ದಾರೆ."

"ನೀವೂ ಆ ಚಂದ್ರಗುಪ್ತನ ಪರ ವಹಿಸಿಬಿಟ್ಟಿರಾ ?"

"ಹೌದು, ಅವನು ನನ್ನ ಸ್ವದೇಶದ ಬಂಧು."

"ಆಗ ಮಗಧದ ಮೇಲೆ ಆಕ್ರಮಣ ಮಾಡಲು ನೀವೇ ಆತುರ ಪಡುತ್ತಿದ್ದಿರಿ ?"

"ಹೌದು ಅದೊಂದು ತಪ್ಪು ಮಾಡಿದೆ. ಆದರೆ ನಿಮ್ಮೊಂದಿಗೆ ನಾನು ಯುದ್ಧ ಮಾಡಿದಾಗ ನನ್ನಂಥ ಸಮರ್ಥರು ನಾಲ್ಕು ಜನ ಜೊತೆಗೆ ಸೇರಿದ್ದರೆ ಅದು ನಿಮ್ಮ ಕಡೆಯ ಯುದ್ಧವಾಗುತ್ತಿತ್ತು. ಅಂದೇ ನೀವು ನಮ್ಮ ದೇಶದಿಂದ ಕಾಲು ತೆಗೆಯುತ್ತಿದ್ದಿರಿ."

"ಆರ್ಯಾವರ್ತದಲ್ಲಿ ಯವನರ ಅಸ್ತಿತ್ವವನ್ನೇ ಹಾಳುಗೆಡವಿದ ಆ ಚಂದ್ರಗುಪ್ತನ ಮೇಲೆ ಸೇಡು ತೀರಿಸಿಕೊಳ್ಳಲು ಸಹಾಯ ಮಾಡುವಿರೆಂದು ನಿಮ್ಮ ಬಳಿಗೆ ಬಂದರೆ, ನೀವೂ ಹೀಗೆ ಹೇಳುತ್ತೀರೆಂದು ನಾನು ನಿರೀಕ್ಷಿಸಿರಲಿಲ್ಲ"

"ನಾನೂ, ನೀನು ನನ್ನ ಬಳಿಗೆ ಬರುವೆಯೆಂದು ನಿರೀಕ್ಷಿಸಿರಲಿಲ್ಲ. ನೀವು ನಮ್ಮ ನೆಲದಲ್ಲಿ ಹುಟ್ಟಿದವರಲ್ಲ, ಇಲ್ಲಿ ಬೆಳೆದವರಲ್ಲ, ನಮ್ಮ ಧರ್ಮದವರಲ್ಲ, ನಮ್ಮ ಆಚಾರ ವಿಚಾರಗಳು ಗೊತ್ತಿಲ್ಲ, ನೀವು ಬಂದು ಇಲ್ಲಿ ಆಳುವುದು ಹಕ್ಕೆಂದು ಪ್ರತಿಪಾದಿಸಲು ಬಂದಿರುವ ನಿನ್ನದು ಅವಿವೇಕವೇ. ಹಾಗೇ ನೋಡಿದರೆ ನೀನು ಇಲ್ಲಿಯವರೆಗೆ ಜೀವಸಹಿತ ಉಳಿದದ್ದೇ ನನಗೆ ಆಶ್ಚರ್ಯವುಂಟು ಮಾಡುತ್ತಿದೆ."

"ನಾನು ಸಾಯಬೇಕೆಂದು ಬಯಸುತ್ತೀರಾ ? ಬಹಳ ನಿರ್ದಯಿಗಳು ನೀವು !"

"ನನ್ನ ನಿರ್ದಯತೆಯಿರಲಿ, ನಿಮ್ಮ ಕ್ರೂರ ನಡವಳಿಕೆಗಳು ನಮಗೆ ಗೊತ್ತಿಲ್ಲವೆಂದು ತಿಳಿದುಕೊಂಡಿರಾ ? ಪ್ರತಿಭಟಿಸಿದ ಗ್ರಾಮ ಗ್ರಾಮಗಳನ್ನೇ ಸುಟ್ಟು ಹಾಕಿದ್ದು ನನಗೆ ಗೊತ್ತಿಲ್ಲವೆ ? ಹಿಂದಿರುಗಿ ಹೋಗುತ್ತ ಗಾಯಗೊಂಡ ಅಲೆಗ್ಸಾಂಡರ್ ಆ ಊರನ್ನು ಭಸ್ಮ ಮಾಡಲು ಆದೇಶ ನೀಡಿದ್ದು, ಒಂದು ಗ್ರಾಮದ ಸಾವಿರಾರು ಜನ ಬ್ರಾಹ್ಮಣರು ಸ್ತ್ರೀಪುರುಷರಾದಿಯಾಗಿ ನಿಮ್ಮನ್ನು ಪ್ರತಿಭಟಿಸಿ ಪ್ರಾಣಬಲಿ ನೀಡಿದ ಕ್ರೂರ ಘಟನೆ ನನಗೆ ಗೊತ್ತಿಲ್ಲವೇ ? ನಮಗೆ ನೀವು ದಯೆ ಕರುಣೆಗಳ ಪಾಠ ಕಲಿಸಬೇಕಾಗಿಲ್ಲ, ನಾನು ಮನಸ್ಸು ಮಾಡಿದರೆ ನಾನೇ ನಿನ್ನನ್ನು ಸೆರೆಯಲ್ಲಿ ಹಾಕಬಹುದು, ಇಲ್ಲವೇ ನಿನ್ನನ್ನು ಮುಗಿಸಿ ಬಿಡಬಹುದು."

ಒಂದು ಕ್ಷಣ ಕೋಪದಿಂದ ಕುದಿಯುತ್ತಿದ್ದ ಯೂಡಿಮಸ್‌ನ ಮುಖದಲ್ಲಿ ಸಾವಿನ ನೆರಳು ಕಾಣಿಸಿಕೊಂಡಿತು. ಆದರೂ ಅವನು ಹೇಳಿದ, "ಇದು ಬಹಳ ದಿನ ನಡೆಯುವುದಿಲ್ಲ, ಮತ್ತೆ ಯವನರ ಸೇನೆ ಬರುತ್ತದೆ. ಮತ್ತೆ ಗೆಲ್ಲುತ್ತದೆ. ಆರ್ಯಾವರ್ತದಲ್ಲಿ ಮತ್ತೆ ನಮ್ಮ ಆಳ್ವಿಕೆ ಆರಂಭವಾಗುತ್ತದೆ."

"ಅದು ನಿನ್ನ ಕನಸು. ಆ ಕನಸನ್ನು ಕಾಣುತ್ತ, ನೀನೇ ಆನಂದಪಡಬೇಕು. ಆದರೆ ಅದು ನನಸಾಗುವ ಸಾಧ್ಯತೆ ಖಂಡಿತ ಇಲ್ಲ."

ಇದಕ್ಕೆ ಯೂಡಿಮಸ್ ಏನೂ ಮಾತಾಡಲಿಲ್ಲ. ಎರಡು ಕ್ಷಣದ ನಂತರ ಪೌರವ ತಾನೇ ಹೇಳಿದ, "ಆದರೆ ನಾನು ಅಷ್ಟೊಂದು ಕಠಿಣನಲ್ಲ. ನಿನ್ನ ಸ್ಥಿತಿ ನೋಡಿದರೆ ನನಗೆ ಅಯ್ಯೋ ಎನಿಸುತ್ತಿದೆ. ಕೆಲವು ದಿನ ಬೇಕಾದರೆ ನೀನು ಇಲ್ಲಿದ್ದು, ನಂತರ ವೆಚ್ಚಕ್ಕೆ ಬೇಕಾದ ಸಲಕರಣೆಗಳನ್ನು ಪಡೆದು ನಿನ್ನ ದೇಶಕ್ಕೆ ನೀನು ಹೋಗಿಬಿಡು. ನಿನ್ನ ಪರಿವಾರ ದಲ್ಲಿರುವ ಒಂದಿಬ್ಬರು ಚೆಲುವೆಯರನ್ನು ಬೇಕಾದರೆ ಇಲ್ಲಿ ಬಿಟ್ಟು ಹೋಗು. ಅದಕ್ಕೆ ಪ್ರತಿಯಾಗಿ ನಿನಗೆ ನಾನು ಒಳ್ಳೆಯ ಉಡುಗೊರೆ ಕೊಡುತ್ತೇನೆ."

"ಅದರ ಅಗತ್ಯವಿಲ್ಲ. ನಾನು ಹೊರಡುತ್ತೇನೆ, ಅಪ್ಪಣೆ ಕೊಡಿ."

"ಈ ರಾತ್ರಿಯಲ್ಲಿ ಎಲ್ಲಿಗೆ ಹೋಗುತ್ತೀಯ? ನಾಳೆ ಹೋದರಾಗುವುದಿಲ್ಲವೇ?"

"ಧನ್ಯವಾದಗಳು. ಈಗ ನನಗೆ ರಾತ್ರಿ ಹಗಲು, ಅರಮನೆ ಬಯಲು ಯಾವುದರಲ್ಲೂ ವ್ಯತ್ಯಾಸ ಕಾಣುತ್ತಿಲ್ಲ. ನನ್ನ ವ್ಯವಸ್ಥೆಯನ್ನು ನಾನು ನೋಡಿಕೊಳ್ಳುತ್ತೇನೆ."

"ನನ್ನ ಬಳಿ ಬಂದು ಕೇಳಿದ ಹಾಗೆ ಚಂದ್ರಗುಪ್ತನ ಮೇಲೆ ಸೇಡು ತೀರಿಸಿಕೊಳ್ಳಲು ಸಹಾಯ ಮಾಡಿ ಎಂದು ಬೇರೆಯವರ ಬಳಿ ಕೇಳಲು ಹೋಗಬೇಡ. ನಿನ್ನ ಪ್ರಾಣಕ್ಕೇ ಆಪತ್ತು ಬಂದೀತು."

ಯೂಡಿಮಸ್ ಮಾತಾಡದೆ ಅಲ್ಲಿಂದ ಹೊರಟುಹೋದ. ಪೌರವ ತನ್ನಷ್ಟಕ್ಕೆ ತಾನೇ ನಕ್ಕ. 'ಯವನರ ಕಾಟವೇನೋ ತಪ್ಪಿತು. ಆದರೆ ಯವನ ಸುಂದರಿಯರನ್ನು ಪಡೆಯುವ ಅವಕಾಶ ಇಲ್ಲದಂತಾಯಿತು' ಎಂದು ವಿಷಾದದಿಂದ ಅಂದುಕೊಂಡ.

೫

ಪೌರವನ ನಿಯೋಗಿ ಕಮಲಾಪೀಡ ಪಾಟಲೀಪುತ್ರವನ್ನು ತಲಪಿ ತನಗೆ ಬೇಕಾದ ವಿಷಯ ಸಂಗ್ರಹಣೆಗಾಗಿ ಊರ ತುಂಬ ಒಬ್ಬ ಸಾಮಾನ್ಯನಂತೆ ಅಲೆದಾಡಿದ. ಊರಾಚೆಯ ಒಬ್ಬ ರೈತನ ಹೊಲದ ಬಳಿ ಮರದ ನೆರಳಿನಲ್ಲಿ ಕುಳಿತು ಕೆಲಸಗಾರರು ಕೆಲಸ ಮಾಡುವುದನ್ನೇ ನೋಡುತ್ತಿದ್ದ. ಅವರ ಯಜಮಾನ ಬೇರೆಯವರಿಗೆ ಕೆಲಸದ ಸೂಚನೆ ನೀಡುತ್ತ, ತಾನೂ ಅವರಿಗೆ ಸರಿಸಮವಾಗಿ ಕೆಲಸ ಮಾಡುತ್ತಿದ್ದ. ಮರದ ಬುಡದಲ್ಲಿ ಒಂದು ದೊಡ್ಡ ನೀರು ತುಂಬಿದ ಮಣ್ಣಿನ ಮಡಕೆಯಿತ್ತು. ಬಾಯಾರಿಕೆಯಿಂದ ತಾನೇ ನೀರು ತೆಗೆದುಕೊಂಡು ಕುಡಿಯಬೇಕೆಂಬ ಪ್ರೇರಣೆಯನ್ನು ಕಮಲಾಪೀಡ ತಡೆದುಕೊಂಡ. ತನ್ನ

ಉತ್ತರೀಯದಿಂದ ಮುಖ ಕುತ್ತಿಗೆಯ ಮೇಲಿನ ಬೆವರನ್ನು ಒರೆಸಿಕೊಂಡು ಕಾಲು ಚಾಚಿ ಕುಳಿತ.

ಸ್ವಲ್ಪ ಹೊತ್ತಿನ ನಂತರ ಯಜಮಾನ ಮರದ ಕೆಳಗೆ ಕುಳಿತಿರುವ ಅಪರಿಚಿತನನ್ನು ಗಮನಿಸಿದ. "ಯಾರು ಸ್ವಾಮಿ ?" ಎಂದು ಕೆಲಸ ಮಾಡುತ್ತಲೇ ಕೂಗಿದ.

"ನಾನು ಈ ಊರಿನವನಲ್ಲ" ಕಮಲಾಪೀಡ ಪ್ರತಿಯಾಗಿ ಕೂಗಿದ.

"ನನ್ನಿಂದೇನಾಗಬೇಕು ?"

"ಏನಿಲ್ಲ ಸ್ವಾಮಿ, ಸುಮ್ಮನೆ ಇಲ್ಲಿ ದಣಿವಾರಿಸಿಕೊಳ್ಳಲು ಕುಳಿತೆ. ನಿಮ್ಮ ಕೆಲಸ ನೀವು ನೋಡಿ. ಸ್ವಲ್ಪ ಹೊತ್ತು ಅಷ್ಟೆ ನಾನು ಹೋಗುತ್ತೇನೆ."

ಯಜಮಾನ ಕೆಲಸ ನಿಲ್ಲಿಸಿ ಇವನ ಬಳಿಗೆ ಬಂದ. ಕಮಲಾಪೀಡ ನಮಸ್ಕಾರ ಹೇಳಿದ. ಅವನು ಮಡಕೆಯಿಂದ ನೀರು ತುಂಬಿ ಕೊಡುತ್ತ, "ನಿಮ್ಮನ್ನು ನೋಡಿದ ಕೂಡಲೇ ಗೊತ್ತಾಯಿತು, ನೀವು ನಮ್ಮೂರಿನವರಲ್ಲ ಎಂದು. ತಮ್ಮ ಊರಾವುದೆಂದು ಕೇಳಬಹುದೆ ?" ಎನುತ್ತ ಅವನು ಪಕ್ಕದಲ್ಲಿ ಕುಳಿತ.

"ನಾನು ಪರ್ವತ ನಾಡಿನವನು. ರಾಜಧಾನಿ ಗಿರಿಪುರದಲ್ಲಿ ಸಣ್ಣ ವ್ಯಾಪಾರ ಮಾಡಿಕೊಂಡಿದ್ದೇನೆ."

"ಅದೇನು ಈಕಡೆ ?"

"ವರ್ಷಕ್ಕೊಮ್ಮೆ ಎರಡು ತಿಂಗಳು ಸಂಚಾರ ಹೊರಡುವುದು ನನ್ನ ರೂಢಿ. ಒಂದೊಂದು ವರ್ಷ ಒಂದೊಂದು ಕಡೆ, ಕಳೆದ ವರ್ಷ ಗಾಂಧಾರದ ಕಡೆ ಹೋಗಿದ್ದೆ. ಅದರ ಹಿಂದಿನ ವರ್ಷ ಅವಂತಿಯ ಕಡೆ ಹೋಗಿದ್ದೆ. ಈ ಸಲ ಈ ಕಡೆ."

"ಒಳ್ಳೆಯ ಅಭಿರುಚಿ."

"ಇದ್ದ ಕಡೆಯಲ್ಲೇ ಇದ್ದು ತುಕ್ಕು ಹಿಡಿಯುವುದರಲ್ಲಿ ಏನು ಸುಖ. ಹೊಸ ನಾಡು, ಹೊಸ ಜನಗಳನ್ನು ನೋಡುವ ಕುತೂಹಲ ನನಗೆ."

"ನಿಮ್ಮ ನಾಡು ಹೇಗಿದೆ ? ರಾಜ ಪೌರವ ಪ್ರಜೆಗಳನ್ನು ಚೆನ್ನಾಗಿ ನೋಡಿ ಕೊಳ್ಳುತ್ತಾನೆಂದು ಕೇಳಿದ್ದೇನೆ."

"ಹೌದು. ಆದರೆ ಎಷ್ಟೇ ಆಗಲಿ ನಿಮ್ಮದು ದೊಡ್ಡ ಸಾಮ್ರಾಜ್ಯ. ನಿಮ್ಮ ರಾಜ ಧನನಂದ ಚಕ್ರವರ್ತಿ. ನೀವು ನಮಗಿಂತ ಸುಖವಾಗಿರಬೇಕು."

"ಹುಂ, ನಮ್ಮ ಸುಖ ನಮ್ಮ ಶತ್ರುಗಳಿಗೂ ಬೇಡ" ಎಂದು ಯಜಮಾನ ಒಂದು ನಿಟ್ಟುಸಿರು ಬಿಟ್ಟ.

"ಏಕೆ, ಇಷ್ಟು ನಿರಾಸೆಪಡುವಂಥದ್ದೇನಾಯಿತು ?"

"ನಿಜ ಹೇಳಬೇಕೆಂದರೆ ಇಲ್ಲಿ ನೆಮ್ಮದಿಯಿಂದ ಬದುಕುವುದೇ ಕಷ್ಟವಾಗಿದೆ. ಸಾವಿರ ಕರಗಳು. ನಾವು ಕಷ್ಟಪಟ್ಟು ಕೂಡಿಟ್ಟದ್ದರಲ್ಲಿ ಬಹುಪಾಲು ಭಂಡಾರಕ್ಕೆ. ಶ್ರೀಮಂತರು

ಬಡವರಾದರು. ಬಡವರು ನಿರ್ಗತಿಕರಾದರು. ಇನ್ನೂ ಕೆಲವು ವರ್ಷ ಇವನೇ ಚಕ್ರವರ್ತಿಯಾಗಿದ್ದರೆ ಪಾಟಲೀಪುತ್ರದ ತುಂಬ ಸಂಸ್ಕಾರ ಮಾಡುವವರಿಲ್ಲದ ನೂರಾರು ಹೆಣಗಳನ್ನು ಕಂಡರೆ ಆಶ್ಚರ್ಯ ಪಡಬೇಕಾಗಿಲ್ಲ."

"ಹೌದೇ! ನನಗೆ ನಂಬಲು ಆಗುತ್ತಿಲ್ಲ, ಪ್ರಜೆಗಳನ್ನು ಕಾಡುವ ರಾಜ ಮಹಾಕ್ರೂರಿ. ಅವನನ್ನು ನೀವೆಲ್ಲ ಇನ್ನೂ ಸಹಿಸಿಕೊಂಡಿದ್ದೀರ?"

"ಬಲಪ್ರಯೋಗ ಮಾಡಿ ಬಲಿ ಹಾಕುವ ಆ ಕ್ರೂರಿಯನ್ನು ಎದುರು ಹಾಕಿಕೊಳ್ಳುವ ಧೈರ್ಯ ಎಷ್ಟು ಜನರಿಗಿರುತ್ತದೆ. ಹಾಗೆ ಪ್ರತಿಭಟಿಸಿದ ಎಷ್ಟೋ ಜನ ಸತ್ತರು, ಸೆರೆಮನೆ ಸೇರಿದರು, ನಾವು ಪ್ರಾಣಿಗಳಿಗಿಂತ ಕಡೆಯಾಗಿ ಬದುಕುತ್ತಿದ್ದೇವೆ."

"ಕ್ಷಮಿಸಿ, ನಾನು ನಿಮ್ಮನ್ನು ಮಾತನಾಡಿಸಿ ನಿಮ್ಮ ನೋವನ್ನು ಕೆರಳಿಸಿದಂತಾಯಿತು."

"ಇದರಲ್ಲಿ ನಿಮ್ಮ ತಪ್ಪೇನು? ನಾನು ಮನಸ್ಸು ತಡೆಯದೆ ನನ್ನ ದುಃಖಗಳನ್ನು ನಿಮ್ಮ ಜೊತೆ ಹೇಳಿಕೊಂಡೆ. ಆದರೆ ಈ ಕ್ರೂರಿ ಧನನಂದನ ಅವಸಾನ ಹತ್ತಿರವಾಗಿದೆ. ಮಗಧದ ಪ್ರಜೆಗಳಿಗೆ ಬಿಡುಗಡೆ ದೊರೆಯುವ ಶುಭಗಳಿಗೆ ಬಂದೇ ಬಿಟ್ಟಿದೆ."

"ಹೌದೇ! ಏನದು? ದಂಗೆಯೇ?"

"ಇಲ್ಲ" ಯಜಮಾನ ಮೇಲುದನಿಯಲ್ಲಿ ಹೇಳಿದ, "ಚಾಣಕ್ಯ ಎಂಬ ಒಬ್ಬ ಪ್ರಚಂಡ ಬ್ರಾಹ್ಮಣ, ಚಂದ್ರಗುಪ್ತನೆಂಬ ಒಬ್ಬ ವೀರನೊಂದಿಗೆ ಗಾಂಧಾರವನ್ನೆಲ್ಲ ಗೆದ್ದು ಮಗಧವನ್ನು ಗೆಲ್ಲಲು ಬರುತ್ತಿದ್ದಾನಂತೆ."

"ಬಹಳ ಒಳ್ಳೆಯ ಸುದ್ದಿ. ಅವನ ಬಳಿ ಅಷ್ಟೊಂದು ಶಕ್ತಿಯಿದೆಯೆ? ಸೈನ್ಯದ ಬೆಂಬಲವಿದೆಯೇ?"

"ಅವನು ಸ್ವಲ್ಪ ಸೈನ್ಯ ತೆಗೆದುಕೊಂಡು ಬಂದರೂ ಸಾಕು, ಮಗಧದ ಪ್ರಜೆಗಳೆಲ್ಲ ಅವನ ಬೆಂಬಲಕ್ಕೆ ನಿಲ್ಲುತ್ತಾರೆ. ಧನನಂದನ ಬಳಿ ಸಾವಿರಾರು ಸೈನಿಕರಿರಬಹುದು. ಆದರೆ ಲಕ್ಷಾಂತರ ಜನ ತಿರುಗಿಬಿದ್ದಾಗ ಅವರೇನು ಮಾಡುತ್ತಾರೆ?"

"ಅಷ್ಟಾದರೆ ಸಾಕು. ದೇವರ ದಯದಿಂದ ನೀವೆಲ್ಲ ಸಂತೋಷವಾಗಿದ್ದರೆ ಅದೇ ಸಂತೋಷ."

ತಕ್ಷಣ ಯಜಮಾನನಿಗೆ ತುಸು ಅಳುಕಾಯಿತು. ಅವನೆಂದ, "ತಾವು ಗುರುತು ಪರಿಚಯವಿಲ್ಲದ ಅಪರಿಚಿತರು. ಇದನ್ನೆಲ್ಲ ನಿಮ್ಮ ಬಳಿ ಹೇಳಬಾರದಾಗಿತ್ತೇನೋ."

"ನಾನು ಯಾರಿಗೂ ಹೇಳುವುದಿಲ್ಲ, ಏಕೆ ಚಿಂತಿಸುತ್ತೀರಿ?"

"ನಿಜವಾಗಲೂ ಇದು ರಹಸ್ಯ" ಯಜಮಾನ ಹೇಳಿದ, "ಇದು ಪಾಟಲೀಪುತ್ರದ ಪ್ರತಿಯೊಬ್ಬ ಪ್ರಜೆಗೂ ಗೊತ್ತು. ಆದರೆ ರಾಜಪರಿವಾರಕ್ಕೆ ಮಾತ್ರ ಗೊತ್ತಿಲ್ಲ, ಗೊತ್ತಾದರೆ ನಮ್ಮ ಆಸೆ ನಿರಾಸೆಯಾಗಿಬಿಡುತ್ತದೆ."

"ಇಲ್ಲ ಸ್ವಾಮಿ, ಅಂಥ ನಾಲಿಗೆಯ ಚಪಲದ ವ್ಯಕ್ತಿ ನಾನಲ್ಲ, ನಿಮ್ಮ ಆಸೆ ಈಡೇರಲಿ.

ಮಗಧವನ್ನು ಕಾಡುತ್ತಿರುವ ದುರಾಡಳಿತದ ಶಾಪ ನಿವಾರಣೆಯಾಗಲಿ, ಎಂದು ನಾನು ಹೃದಯಪೂರ್ವಕವಾಗಿ ಹಾರೈಸುತ್ತೇನೆ.''

''ನಮ್ಮ ಅತಿಥಿಯಾಗಿ ಒಂದೆರಡು ದಿನ ಇದ್ದು ಹೋಗಬಹುದು'' ಯಜಮಾನ ಆಹ್ವಾನಿಸಿದ.

''ಕ್ಷಮಿಸಿ, ನಾನು ಇಂದೇ ಪಾಟಲೀಪುತ್ರವನ್ನು ಬಿಡುತ್ತಿದ್ದೇನೆ. ನಿಮ್ಮ ಸೌಜನ್ಯಕ್ಕೆ ನಾನು ಕೃತಜ್ಞನಾಗಿದ್ದೇನೆ. ಈ ಬಿಸಿಲಿನಲ್ಲಿ ನೀವು ನೀಡಿದ ತಣ್ಣೀರು, ನಿಮ್ಮ ವಿಶ್ವಾಸದ ಮಾತುಗಳನ್ನು ನಾನು ಮರೆಯುವುದಿಲ್ಲ'' ಎಂದು ಹೇಳಿ ನಮಸ್ಕರಿಸಿ ಕಮಲಾಪೀಡ ಅಲ್ಲಿಂದ ಹೊರಟುಬಿಟ್ಟ.

ಅವನು ನಗರದ ಸಾಮಾನ್ಯ ಜನರ ಬಳಿ ಮಾತನಾಡಿ ಇದೇ ಅಭಿಪ್ರಾಯವನ್ನು ಪಡೆದುಕೊಂಡ. ಒಮ್ಮೆ ಸುಮಿತ್ರನ ಪಾನಗೃಹದ ಒಳಗೂ ಹೋಗಿದ್ದ. ಅಲ್ಲಿ ನಿಪುಣಕ ಅವನನ್ನು ಸಂದೇಹದಿಂದಲೇ ನೋಡಿದ್ದ. ತಾನು ಏನೇ ಸುಳ್ಳು ಹೇಳಿದರೂ ಅವನಿಗೆ ಸಮಾಧಾನವಾದಂತೆ ಕಾಣಲಿಲ್ಲ. ನಿಪುಣಕನೂ ಒಬ್ಬ ಗೂಢಚಾರನಿರಬೇಕೆಂದು ಅನ್ನಿಸಿದರೂ, ತಾನು ಈಗ ಸಿಕ್ಕಿಹಾಕಿಕೊಳ್ಳದೆ ಪಾರಾಗುವುದೇ ಮೇಲೆಂದು, ಅವನು ಯಾವುದೋ ಪದಾರ್ಥ ತರಲು ಒಳಗೆ ಹೋದಾಗ ಅಲ್ಲಿಂದ ಮರೆಯಾದ.

ಕಡೆಯಲ್ಲಿ ಅವನು ಪರ್ವತನಾಡಿನ ವೈದ್ಯ ಸುಮಂತನನ್ನು ಭೇಟಿಯಾಗಲು ನಿರ್ಧರಿಸಿದ. ಅವನ ಮನೆಯನ್ನು ಹುಡುಕುವುದೇನೂ ಕಷ್ಟವಾಗಲಿಲ್ಲ. ಈಗಾಗಲೇ ಸುಮಂತ ಪಾಟಲೀಪುತ್ರದಲ್ಲಿ ಸಾಕಷ್ಟು ಜನಪ್ರಿಯನಾಗಿದ್ದ.

ಕಮಲಾಪೀಡನನ್ನು ಕಂಡಾಗ ಸುಮಂತ ಆಶ್ಚರ್ಯಗೊಂಡ. ಅವನ ಸಾಧಾರಣ ಪರಿಚಯವಿದ್ದರೂ, ಬಹಳ ಕಾಲದ ಮೇಲೆ ತನ್ನ ನಾಡಿನ ಒಬ್ಬ ವ್ಯಕ್ತಿಯನ್ನು ಕಂಡ ಆನಂದವನ್ನು ಅವನು ಅಡಗಿಸಿಕೊಳ್ಳಲಾಗಲಿಲ್ಲ. ''ಬಾ ಕಮಲಾಪೀಡ, ಬಾ ಕುಳಿತುಕೊ'' ಎಂದು ಅವನು ಸಂಭ್ರಮದಿಂದ ಸ್ವಾಗತಿಸಿದ. ''ನಮ್ಮ ನಾಡು ಹೇಗಿದೆ? ನಮ್ಮ ಜನ ಹೇಗಿದ್ದಾರೆ? ನೀನು ಇಲ್ಲಿಯವರೆಗೂ ಬಂದ ಕಾರಣವೇನು? ಇಲ್ಲಿ ಯಾರ ಪರಿಚಯ ವಾದರೂ ಇದೆಯೇ? ಬಂದು ಎಷ್ಟು ದಿನಗಳಾದವು?'' ಇತ್ಯಾದಿ ವಿಚಾರಿಸಿಕೊಂಡ.

''ವೈದ್ಯರೇ, ಇಷ್ಟೊಂದು ಪ್ರಶ್ನೆಗಳನ್ನು ಒಟ್ಟಿಗೆ ಕೇಳಿದರೆ ನಾನು ಹೇಗೆ ಉತ್ತರಿಸಲಿ?'' ಎಂದ ಕಮಲಾಪೀಡ ನಗುತ್ತ.

''ನಮ್ಮ ನಾಡು, ನಮ್ಮ ಜನ ಎಂಬ ಅಭಿಮಾನ ಎಲ್ಲಿ ಹೋಗುತ್ತದೆ ಕಮಲಾಪೀಡ? ನಿನ್ನ ಮುಖ ಕಂಡ ಕೂಡಲೇ ನನಗೆ ಊರಿನ ನೆನಪು ಬಂತು. ಆತುರದಿಂದ ಮಾತಾಡಿಬಿಟ್ಟೆ.''

''ಅದಿರಲಿ, ನೀವು ಹಿಂದಿರುಗುವುದು ಯಾವಾಗ? ಅಥವಾ ಇಲ್ಲೇ ಉಳಿದುಬಿಡುವ ಆಲೋಚನೆಯೆ?''

''ಎಲ್ಲಾದರೂ ಉಂಟೇ? ಕರ್ತವ್ಯ ಮುಗಿದ ಕೂಡಲೇ ಹೊರಡುವುದೇ. ಇತ್ತೀಚೆಗೆ ನನಗೆ ಊರಿನ ನೆನಪು ತುಂಬಾ ಬರುತ್ತಿದೆ. ಆದರೇನು ಮಾಡುವುದು? ರಾಜಕುಮಾರ

ಪೂರ್ತಿ ಗುಣಮುಖನಾಗುವವರೆಗೆ ಇರಬೇಕೆಂದು ಮಹಾರಾಣಿಯವರು ದೈನ್ಯದಿಂದ ಕೇಳಿಕೊಂಡಾಗ ಇಲ್ಲವೆನ್ನಲಾಗಲಿಲ್ಲ.'' ತಕ್ಷಣ ಸುಮಂತನಿಗೆ ರಾಜಕುಮಾರನ ಅನಾರೋಗ್ಯದ ವಿಷಯ ರಹಸ್ಯವೆಂಬುದೂ, ಅದನ್ನು ತಾನು ಯಾರ ಬಳಿಯಲ್ಲೂ ಹೇಳಬಾರದೆಂಬುದೂ ನೆನಪಿಗೆ ಬಂತು. ಒಂದು ಕ್ಷಣ ಭಯವಾಯಿತು. ತನ್ನೂರಿನ ವ್ಯಕ್ತಿಯೆಂಬ ಉತ್ಸಾಹದಲ್ಲಿ ರಹಸ್ಯ ಬಾಯಲ್ಲಿ ಬಂದುಬಿಟ್ಟಿತ್ತು. ಹೊರಡುವ ಮೊದಲು ಈ ರಹಸ್ಯ ಬಯಲು ಮಾಡದಂತೆ ಮಾತು ತೆಗೆದುಕೊಳ್ಳಬೇಕೆಂದುಕೊಂಡ.

ಕಮಲಾಪೀಡನಿಗೆ ರಾಜಕುಮಾರನ ವಿಷಯ ಬರೀ ಒಂದು ವಿಷಯವಾಯಿತೇ ಹೊರತು, ಇನ್ನಾವ ಅಚ್ಚರಿಯೂ ಆಗಲಿಲ್ಲ. ಸುಮಂತನಿಂದ ತಾನು ತಿಳಿಯುವ ವಿಷಯ ವಿದೆಯೆಂದು ಭಾವಿಸಿದ ಅವನು, ನಿಧಾನವಾಗಿ ಮಾತಾಡಿದರಾಯಿತೆಂದುಕೊಂಡು ಹೇಳಿದ, ''ನಿಮ್ಮ ವೃತ್ತಿಯೇ ರೋಗಿಗಳಿಗೆ ಚಿಕಿತ್ಸೆ ನಡೆಸುವುದಲ್ಲವೆ? ಅದೇ ಉದ್ದೇಶಕ್ಕೆ ಅಲ್ಲಿಂದ ಇಲ್ಲಿಗೆ ಬಂದ ಮೇಲೆ ಹಿಡಿದ ಕೆಲಸವನ್ನು ಪೂರ್ಣಗೊಳಿಸುವುದು ಸರಿಯಾದದ್ದೇ. ಈಗಾಗಲೇ ನೀವು ಪಾಟಲೀಪುತ್ರದಲ್ಲಿ ಇಷ್ಟೊಂದು ಜನಪ್ರಿಯರಾಗಿರುವುದುನ್ನು ಕಂಡು ನನಗಂತೂ ಬಹಳ ಹೆಮ್ಮೆಯೆನಿಸಿತು.''

''ನಾನು ಅಂಥ ದೊಡ್ಡ ವ್ಯಕ್ತಿಯೇನಲ್ಲ'' ಸುಮಂತ ಹೇಳಿದ, ''ಏನೋ ವೃತ್ತಿ ಸಂಬಂಧವಾಗಿ ಹಲವರ ಸಂಪರ್ಕವಿದೆ, ಅಷ್ಟೇ. ದೇವರ ದಯದಿಂದ ನನ್ನ ಚಿಕಿತ್ಸೆ ಬಹಳ ಜನರಿಗೆ ಪ್ರಯೋಜನಕಾರಿಯಾಗುತ್ತಿದೆ. ಆದರಿಂದ ನನ್ನ ಹಸ್ತಗುಣ ಒಳ್ಳೆಯದೆಂದು ಕೆಲವರು ಮಾತಾಡಿಕೊಳ್ಳುತ್ತಾರೆ. ಆದಿರಲಿ, ನಿನ್ನ ವಿಷಯ ಹೇಳು.''

''ಇನ್ನೇನಿಲ್ಲ, ನನ್ನದು ಹೇಳಿಕೇಳಿ ನಿಯೋಗಿಯ ಕೆಲಸ. ಯಥಾಪ್ರಕಾರ ನಿಯೋಗಿಯಾಗಿ ಕೆಲವು ವಿಷಯ ಸಂಗ್ರಹ ಮಾಡಲು ಇಲ್ಲಿಗೆ ಬಂದೆ. ಆಗಲೇ ಒಂದು ವಾರವಾಯಿತು. ಒಂದೆರಡು ದಿನದಲ್ಲಿ ಹೊರಡುತ್ತೇನೆ.''

''ಗಂಭೀರವಾದ ರಾಜಕಾರ್ಯವೇ?'' ಸುಮಂತ ಕೇಳಿದ.

ಪರಿಚಾರಕರನನ್ನು ಕಂಡು ಕಮಲಾಪೀಡ ''ಅದನ್ನೆಲ್ಲ ನಿಧಾನವಾಗಿ ಮಾತಾಡೋಣ. ನನಗೆ ಈಗ ಹಸಿವಾಗಿದೆ. ಹೊಟ್ಟೆಗೆ ಏನಾದರೂ ಸಿಗುತ್ತದೆಯೆ?'' ಎಂದ.

''ಮಾತಿನ ಸಂಭ್ರಮದಲ್ಲಿ ನಾನು ಮರೆತೆ. ಕ್ಷಮಿಸು, ನಾನು ಇನ್ನೂ ಊಟ ಮಾಡಿಲ್ಲ, ಬಾ ಒಟ್ಟಿಗೆ ಮಾಡೋಣ. ಒಂದೆರಡು ದಿನ ನನ್ನ ಮನೆಯಲ್ಲಿದ್ದು ಆಮೇಲೆ ಹೊರಡುವೆಯಂತೆ.''

''ನಾಳೆ ಒಂದು ದಿನ ಇರಬಲ್ಲೆ, ನಾಳಿದ್ದು ನಾನು ಹೊರಟುಬಿಡಬೇಕು.''

ನಂತರ ಇಬ್ಬರೂ ಒಟ್ಟಿಗೆ ಕುಳಿತು ಊಟ ಮಾಡಿದರು. ಊಟ ಮಾಡುತ್ತ ಗಿರಿಪುರದ ಬಗ್ಗೆ, ಪರ್ವತನಾಡಿನ ಬಗ್ಗೆ ಸುಮಂತ ಒಂದಾದ ಮೇಲೊಂದರಂತೆ ಪ್ರಶ್ನೆಗಳನ್ನು ಕೇಳುತ್ತಲೇ ಇದ್ದ.

ಸಂಜೆ ಇಬ್ಬರೂ ನಗರದಾಚೆಗೆ ಬಹುದೂರದವರೆಗೂ ಸಂಚಾರ ಹೊರಟರು. ಗಂಗಾ ತೀರದಲ್ಲಿ ಒಂದು ಕಡೆ ಕುಳಿತಾಗ, ತಮ್ಮನ್ನು ಯಾರೂ ಹಿಂಬಾಲಿಸಿ ಬಂದಿಲ್ಲವೆಂದು ಖಚಿತಪಡಿಸಿಕೊಳ್ಳಲು ಇಬ್ಬರೂ ಸುತ್ತಮುತ್ತ ನೋಡಿದರು.

ಕಮಲಾಪೀಡ ಸುಮಂತನಿಗೆ ಎಲ್ಲ ವಿಷಯಗಳನ್ನು ಹೇಳಿದ. ಚಂದ್ರಗುಪ್ತ ಚಾಣಕ್ಯರು ಮಗಧದ ಮೇಲೆ ಆಕ್ರಮಣ ಮಾಡಲು ಪೌರವನ ನೆರವು ಕೇಳಿರುವ ವಿಷಯವನ್ನು ವಿವರವಾಗಿ ತಿಳಿಸಿದ. ಆಕ್ರಮಣ ಮಾಡಿದರೆ ಗೆಲುವು ಸಾಧಿಸುವುದು ಸಾಧ್ಯವೇ? ಪಾಟಲೀಪುತ್ರದಲ್ಲಿ ಚಂದ್ರಗುಪ್ತನ ಪರವಾದ ಸಹಾನುಭೂತಿ ಎಷ್ಟು ವ್ಯಾಪಕವಾಗಿದೆ? ಇತ್ಯಾದಿ ಸಂಗತಿಗಳ ಮೇಲೆ ವಿಷಯ ಸಂಗ್ರಹಿಸಲು ಪೌರವ ತನ್ನನ್ನು ನಿಯೋಜಿಸಿರುವುದಾಗಿ ಹೇಳಿದ.

ಸುಮಂತನ ಮುಖದಲ್ಲಿ ಸ್ವಲ್ಪ ಆತಂಕ ಕಂಡಿತು. "ಮೊದಲೇ ಅಮಾತ್ಯ ಶ್ರೀಯಕ ನಾನು ಪೌರವನ ಪರವಾಗಿ ಗೂಢಚರ್ಯೆ ಮಾಡುತ್ತಿರುವೆನೆಂದು ಸಂದೇಹಪಟ್ಟ. ಈಗ ಪರ್ವತ ನಾಡಿನಿಂದ ನೀನು ಬಂದಿರುವ ವಿಷಯ ತಿಳಿದರೆ ಅವನ ಆಕ್ಷೇಪಣೆಗೆ ಕೋಡು ಮೂಡುತ್ತದೆ."

"ನಾನು ನಾಳೆಯೋ ನಾಡಿದ್ದೋ ಹೊರಟುಬಿಡುತ್ತೇನೆ. ನಾನು ಬಂದು ಹೋದ ವಿಷಯ ಯಾರಿಗೆ ತಾನೆ ಗೊತ್ತಾಗುತ್ತದೆ?"

"ನೀನು ನಮ್ಮ ಮನೆಗೆ ಬಂದು ಹೋದ ವಿಷಯ ತಿಳಿದೇ ತಿಳಿಯುತ್ತದೆ. ನನ್ನ ಪರಿಚಾರಕನಾದರೂ ಹೇಳಬಹುದು."

"ಅವನು ನೀವು ಕರೆತಂದ ಪರಿಚಾರಕನಲ್ಲವೆ?"

"ಅವನೂ ಇದ್ದಾನೆ. ಅವನು ನೀನು ಬಂದಾಗ ಎಲ್ಲೋ ಹೊರಗೆ ಹೋಗಿದ್ದ. ಇವನು ಅಮಾತ್ಯ ರಾಕ್ಷಸ ಕಳಿಸಿಕೊಟ್ಟವನು."

"ಇವನೂ ಗೂಢಚಾರನೆನ್ನುತ್ತೀರಾ?"

"ಯಾರಿಗೆ ಗೊತ್ತು! ಇದ್ದರೂ ಇರಬಹುದು."

"ನಿಮ್ಮ ಮೇಲೆ ಅಮಾತ್ಯನಿಗೆ ನಂಬಿಕೆಯಿಲ್ಲವೆ?"

"ನಂಬಿಕೆ, ಭರವಸೆ ಎಲ್ಲ ಇದೆ. ವಾಸ್ತವವಾಗಿ ಶ್ರೀಯಕ ಆರೋಪಿಸಿದಾಗಲೆಲ್ಲ ನನ್ನ ಪರವಹಿಸಿ ಚಕ್ರವರ್ತಿಗಳೊಂದಿಗೆ ವಾದ ಮಾಡಿ ನನ್ನನ್ನು ರಕ್ಷಿಸಿದ್ದಾನೆ. ಅಲ್ಲದೆ ನಾನೂ ಕೂಡ ಎಂದೂ ಅಂಥ ಯೋಚನೆಯನ್ನೂ ಮಾಡಿದವನಲ್ಲ"

"ಹಾಗೆ ನೋಡಿದರೆ ನನ್ನದೂ ಗೂಢಚರ್ಯವಲ್ಲ, ಬರೀ ವಿಷಯ ಸಂಗ್ರಹಣೆ ಅಷ್ಟೆ"

"ವಿಷಯ ಸಂಗ್ರಹಣೆ ಸರಿ, ಆದರೆ ಅದರಿಂದ ಪೌರವನಿಗೆ ಮತ್ತು ಚಂದ್ರಗುಪ್ತನಿಗೆ ಅನುಕೂಲವಾಗುವುದಿಲ್ಲವೆ?"

"ಆಗುತ್ತದೆ. ಅದು ಎಲ್ಲರಿಗೂ ಬೇಕಾದ ಒಳಿತಲ್ಲವೇ?"

"ಆದರೂ ನಾನು ನಂಬಿಕೆ ದ್ರೋಹಿ ಎನಿಸಿಕೊಳ್ಳಲಾರೆ ಕಮಲಾಪೀಡ."

"ನಿಮಗೂ ಇದಕ್ಕೂ ಸಂಬಂಧವೇ ಇಲ್ಲ ವೈದ್ಯರೆ. ನಾನು ನನ್ನ ಕರ್ತವ್ಯದ ಮೇಲೆ ಬಂದಿದ್ದೇನೆ. ನಮ್ಮ ನಾಡಿನವರೆಂಬ ಅಭಿಮಾನದಿಂದ ನಿಮ್ಮೊಂದಿಗೆ ಮಾತಾಡಿದ್ದೇನೆ ಅಷ್ಟೆ"

"ಅಂದರೆ ಈ ಆಕ್ರಮಣ ನಡೆಯುವುದು ಖಚಿತವೇ?"

"ಖಚಿತವೆಂದೇ ಹೇಳಬೇಕು."

"ರಾಜಕುಮಾರನ ಆರೋಗ್ಯವೂ ಸಂಪೂರ್ಣ ಸುಧಾರಣೆಯಾಗಿದೆ. ಆಕ್ರಮಣಕ್ಕೆ ಮೊದಲು ನಾನೂ ಇಲ್ಲಿಂದ ಹೊರಟುಬಿಡುವುದು ಒಳ್ಳೆಯದು. ಇನ್ನೊಂದು ವಿಷಯ, ವಾಸ್ತವವಾಗಿ ರಾಜಕುಮಾರನ ಅನಾರೋಗ್ಯದ ವಿಷಯ ರಹಸ್ಯವಾಗಿದೆ. ಅಲ್ಲಲ್ಲಿ ಜನ ಊಹೆಯಿಂದ ಪಿಸುಪಿಸು ಮಾತಾಡಿಕೊಳ್ಳುವುದುಂಟು. ಆದರೆ ಮೊದಲೇ ಮಾತು ಕೊಟ್ಟಂತೆ ನಾನು ಈ ವಿಷಯವನ್ನು ಯಾರಿಗೂ ಹೇಳಬಾರದು. ಆದರೆ ನಿನ್ನ ಮುಂದೆ ಬಾಯಿತಪ್ಪಿ ಹೇಳಿಬಿಟ್ಟೆ. ದಯವಿಟ್ಟು ಬೇರೆ ಯಾರಿಗೂ, ಪೌರವನಿಗೂ ಈ ವಿಷಯ ತಿಳಿಯದಂತೆ ಎಚ್ಚರವಹಿಸು."

"ಚಿಂತೆ ಮಾಡಬೇಡಿ. ನಾನು ಯಾರಲ್ಲೂ ಬಾಯಿ ಬಿಡುವುದಿಲ್ಲ. ನಿಮ್ಮ ಮರ್ಯಾದೆ ಉಳಿಸುವುದು ನನ್ನ ಕರ್ತವ್ಯ. ಅಂದ ಹಾಗೆ ರಾಜಕುಮಾರನಿಗೆ ಏನು ಕಾಯಿಲೆಯಾಗಿತ್ತು? ಅಲ್ಲಿಂದ ನಿಮ್ಮನ್ನು ಕರೆಸಿಕೊಳ್ಳಬೇಕಾದರೆ ಗಂಭೀರವಾದ ರೋಗವೇ ಇರಬೇಕು."

"ಹೌದು, ಅಪಸ್ಮಾರ."

"ಅಪಸ್ಮಾರವೇ! ರಾಜಕುಮಾರ ಈಗ ಹೇಗಿದ್ದಾನೆ?"

"ದೇವರ ದಯೆ, ನನ್ನ ಚಿಕಿತ್ಸೆಯಿಂದ ಅವನು ಸಂಪೂರ್ಣವಾಗಿ ಗುಣವಾಗಿದ್ದಾನೆ. ಒಮ್ಮೆ ಅದು ಮರುಕಳಿಸಿತ್ತು. ಆ ಭಯದಿಂದ ಮಹಾರಾಣಿ ನನ್ನನ್ನು ಈಗಲೇ ಕಳಿಸಲು ಹಿಂಜರಿಯುತ್ತಿದ್ದಾಳೆ. ಪಾಪ, ಆಕೆ ಒಳ್ಳೆಯ ಹೆಂಗಸು."

"ಚಕ್ರವರ್ತಿಗಳು?"

"ಅವರ ವಿಷಯ ಈಗಾಗಲೇ ನೀನು ಕೇಳಿರಬೇಕಲ್ಲ. ಜನ ದೇವರನ್ನು ನೆನೆಯುತ್ತಾರೋ ಇಲ್ಲವೋ, ಆದರೆ ಧನನಂದನಿಗೆ ಶಾಪ ಹಾಕುವುದನ್ನು ಮಾತ್ರ ಮರೆಯುವುದಿಲ್ಲ."

"ಅಮಾತ್ಯ ರಾಕ್ಷಸರು?"

"ಅವರು ಒಳ್ಳೆಯವರೇ. ಆದರೆ ಚಕ್ರವರ್ತಿಯೆಂದರೆ ಒಂದು ರೀತಿಯ ಕುರುಡು ನಿಷ್ಠೆ. ರಾಜಾಜ್ಞೆಯನ್ನು ಪಾಲಿಸುವುದೆಂದರೆ ಅವರು ಬಹಳ ಕಠಿಣವಾಗಿ ವರ್ತಿಸುತ್ತಾರೆ. ಏನೇ ಆದರೂ ನನ್ನ ವಿಷಯದಲ್ಲಂತೂ ತುಂಬಾ ವಿಶ್ವಾಸದಿಂದ ನಡೆದುಕೊಳ್ಳುತ್ತಾರೆ."

ಹೀಗೆ ಮಾತಿಗೆ ಮಾತು ಬೆಳೆಸುತ್ತ, ಕಮಲಾಪೀಡ ಸುಮಂತನಿಂದ ಹಲವು ವಿಷಯಗಳನ್ನು ತಿಳಿದುಕೊಂಡ. ಮರಳಿ ಮನೆಯ ಕಡೆಗೆ ಹೊರಟಾಗ ಸುಮಂತ ಹೇಳಿದ, "ಈಗ ನಾನೊಂದು ಸುಳ್ಳು ಹೇಳಲೇಬೇಕಾಗಿದೆ."

"ಏನು ಸುಳ್ಳು? ಏಕೆ ಹೇಳಬೇಕು?"

"ಬೇರೆ ಯಾರೋ ನಿನ್ನ ಬಗ್ಗೆ ಹೇಳಿ, ನನ್ನನ್ನು ವಿವರಣೆ ಕೇಳುವುದರ ಬದಲು, ನಾನೇ ರಾಕ್ಷಸನ ಬಳಿಯಲ್ಲಿ ನೀನು ನನ್ನ ಕುಟುಂಬದ ಸುದ್ದಿ ತಂದ ಆಪ್ತನೆಂದು ಹೇಳಿಬಿಡುತ್ತೇನೆ."

"ಕ್ಷಮಿಸಿ, ನನ್ನಿಂದ ನಿಮಗೆ ತೊಂದರೆಯಾಗುವುದೆಂದು ನಾನು ಭಾವಿಸಿರಲಿಲ್ಲ."

"ನಿನ್ನಿಂದ ತೊಂದರೆಯಾಯಿತೆಂದು ನಾನು ಹೇಳುತ್ತಿಲ್ಲ ಕಮಲಾಪೀಡ. ಆದರೆ ಇಲ್ಲಿನ ಪರಿಸ್ಥಿತಿ ಅಷ್ಟೊಂದು ಸೂಕ್ಷ್ಮವಾಗಿದೆ. ಅಲ್ಲದೆ ಈಗಾಗಲೇ ನನ್ನ ಮೇಲೆ ಸಂದೇಹ ಬಂದಿರುವುದರಿಂದ, ನೀನು ನನ್ನೊಂದಿಗೆ ಮಾತಾಡಿದ್ದೇ ಹಲವು ಊಹಾಪೋಹಗಳಿಗೆ ಕಾರಣವಾಗಬಹುದು. ನೀನು ಇಲ್ಲಿಂದ ಹೋದ ಮೇಲೆ ನಾನು ಏನು ಹೇಳಿದರೂ ಸಂದೇಹಕ್ಕೆ ಎಡೆ ಮಾಡುವ ಸಾಧ್ಯತೆಯಿದೆ."

"ನಾನು ನಿಮ್ಮ ಬಳಿಗೆ ಬರಲೇಬಾರದಾಗಿತ್ತು."

"ನೊಂದುಕೊಳ್ಳಬೇಡ. ನಾಳೆ ನನ್ನೊಂದಿಗೆ ಅರಮನೆಗೆ ಬಾ. ಅದರಿಂದ ಮಹಾರಾಣಿಯವರಿಗೂ ನನ್ನನ್ನು ಬೇಗ ಕಳಿಸಬೇಕೆಂಬ ಭಾವನೆ ಬರಬಹುದು. ಅಮಾತ್ಯ ರಾಕ್ಷಸನನ್ನು ಅಲ್ಲಿಯೇ ಭೇಟಿ ಮಾಡಬಹುದು. ಇಲ್ಲದಿದ್ದರೆ ಅವರ ಭವನದಲ್ಲೇ ನೋಡಿ ಬರೋಣ."

"ಆಗಲಿ, ನಾನು ಬರುತ್ತೇನೆ. ನಾಡಿದ್ದು ನಾನು ಹೊರಡುತ್ತೇನೆ."

ಅದರಂತೆ ಮರುದಿನ ಸುಮಂತ ಕಮಲಾಪೀಡನೊಂದಿಗೆ ಅರಮನೆಗೆ ಹೋದ. ಅವನ ನಿರೀಕ್ಷೆಯಂತೆ ರಾಕ್ಷಸ ಇರಲಿಲ್ಲ. ಅವನು ಆಗಲೇ ಬಂದು ಹೋಗಿದ್ದ. ಸುಮತಿಯನ್ನು ರಾಜಕುಮಾರನ ಆರೋಗ್ಯದ ಬಗ್ಗೆ ವಿಚಾರಿಸಿದ. ಹುಡುಗನೂ ಗೆಲುವಾಗಿದ್ದ. ಇನ್ನು ಒಂದು ವರ್ಷವಾದರೂ ಔಷಧವನ್ನು ಮುಂದುವರಿಸಿದರೆ ಒಳ್ಳೆಯದೆಂದು ಹೇಳಿದ. ಕಡೆಯಲ್ಲಿ ಸುಮತಿ ಕಮಲಾಪೀಡನನ್ನು ಗಮನಿಸಿ "ಯಾರೋ ಹೊಸಬರಿರುವಂತಿದೆ ?" ಎಂದು ಕೇಳಿದಳು.

"ಹೌದು ಮಹಾರಾಣಿ" ಸುಮಂತ ಹೇಳಿದ, "ಈತ ನಮ್ಮೂರಿನವನು. ನನ್ನ ಆಪ್ತ. ನಮ್ಮ ಕುಟುಂಬದ ಹಿತೈಷಿ. ನನ್ನ ತಂದೆಯವರ ಆರೋಗ್ಯ ಕುಸಿದಿದೆಯಂತೆ. ಕೂಡಲೇ ಬರುವಂತೆ ಹೇಳಿ ಕಳಿಸಿದ್ದಾರೆ."

"ಹೌದೇ ? ನಿಮ್ಮನ್ನು ಬಲವಂತವಾಗಿ ಇಲ್ಲಿರಿಸಿಕೊಂಡು ನಾನೇ ತೊಂದರೆ ಕೊಟ್ಟಂತೆ ಆಯಿತು. ಅಲ್ಲಿ ನಿಮ್ಮ ಮನೆಯವರು ನನ್ನನ್ನು ಎಷ್ಟು ಬೈದುಕೊಳ್ಳುತ್ತಿದ್ದಾರೋ ಏನೋ ?"

"ಬೈದುಕೊಳ್ಳುವುದಿಲ್ಲ ಮಹಾರಾಣಿ" ಕಮಲಾಪೀಡ ಹೇಳಿದ, "ವಯಸ್ಸಾದ ತಂದೆ ತಾಯಿಗಳು. ರೋಗಿಗಳ ಚಿಕಿತ್ಸೆಗೆ ಸುಮಂತ ಬೇರೆ ಬೇರೆ ಊರುಗಳಿಗೆ ಹೋಗುವುದುಂಟು. ಆದರೆ ಎಂದೂ ಇಷ್ಟು ದೀರ್ಘ ಕಾಲ ಮನೆಯಿಂದ ದೂರವಿರಲಿಲ್ಲ. ಆ ಆತಂಕದಿಂದಲೇ ಅವರು ಅರ್ಧ ಇಳಿದುಹೋಗಿದ್ದಾರೆ."

"ಮಹಾರಾಣಿ" ಸುಮಂತ ಹೇಳಿದ, "ಖಂಡಿತವಾಗಿಯೂ ರಾಜಕುಮಾರನಿಗೆ ಇನ್ನು ಯಾವ ತೊಂದರೆಯೂ ಇಲ್ಲ. ಇನ್ನು ನಿರ್ಭಯವಾಗಿರಬಹುದು."

"ನೀವು ನಿಮ್ಮ ಕುಟುಂಬದವರನ್ನು ಕರೆಸಿಕೊಂಡು ಇಲ್ಲೇ ಇದ್ದುಬಿಡಬಾರದೇ. ಎಲ್ಲಾ ಅನುಕೂಲಗಳನ್ನು ನಾನು ಮಾಡಿಸಿಕೊಡುತ್ತೇನೆ."

"ಇಲ್ಲ ಮಹಾರಾಣಿ, ನಾನು ಹುಟ್ಟಿದೂರನ್ನು ಬಿಟ್ಟು ಬರುವವನಲ್ಲ. ಅಲ್ಲದೆ ನಾನು ಕಲಿತ ವಿದ್ಯೆಯ ಪ್ರಯೋಜನ ಪ್ರಧಾನವಾಗಿ ನನ್ನ ಊರಿನ ಜನರಿಗೇ ಲಭ್ಯವಾಗಬೇಕು. ಇಲ್ಲಿ ನನಗಿಂತ ಪರಿಣತರಾದ ವೈದ್ಯರು ಬರಬಹುದು. ಆದರೆ ಅಲ್ಲಿ ನನ್ನ ಅಗತ್ಯ ಇಲ್ಲಿಗಿಂತ ಹೆಚ್ಚಿದೆ."

"ನಾನು ಒಂದೇ ಒಂದು ಮಾತು ಕೇಳುತ್ತೇನೆ, ನಡೆಸಿಕೊಡುತ್ತೀರಾ ?"

"ನನ್ನನ್ನು ಬೇಡುವುದೇ ? ಅದೇನು ಕೇಳಿ ಮಹಾರಾಣಿ."

"ಇನ್ನು ನಿಮ್ಮನ್ನು ಬಲವಂತವಾಗಿ ಇಲ್ಲಿಯೇ ಉಳಿಸಿಕೊಳ್ಳಲು ಪ್ರಯತ್ನಿಸುವುದು ನ್ಯಾಯವಲ್ಲ."

"ಹಾಗಾದರೆ ನಾನು ಊರಿಗೆ ಹೊರಡಲು ಅನುಮತಿ ಕೊಡುತ್ತೀರಾ ?"

"ಖಂಡಿತ ಕೊಡುತ್ತೇನೆ. ಕಡೆಯ ಸಲ ಇನ್ನು ಎರಡು ತಿಂಗಳು ಮಾತ್ರ ಇದ್ದುಬಿಡಿ. ಆಮೇಲೆ ನಾನು ನಿಮ್ಮನ್ನು ತಡೆಯುವುದಿಲ್ಲ. ಏಕೆಂದರೆ ನಾನು ನನ್ನ ಮಗನ ಕ್ಷೇಮಕ್ಕಾಗಿ ಒಂದು ವ್ರತ ಮಾಡುತ್ತಿದ್ದೇನೆ. ಇನ್ನೆರಡು ತಿಂಗಳಲ್ಲಿ ಅದು ಮುಗಿಯುತ್ತದೆ. ದಯವಿಟ್ಟು ಇದೊಂದು ಮಾತನ್ನು ನಡೆಸಿಕೊಡಿ."

ಕಮಲಾಪೀಡನ ಮುಖ ನೋಡಿ ಸುಮಂತ ಸಪ್ಪೆಯಾಗಿ ಹೇಳಿದ, "ಆಯಿತು ಮಹಾರಾಣಿ, ಎರಡು ತಿಂಗಳು ನಾನು ಇಲ್ಲೇ ಇರುತ್ತೇನೆ."

"ಕಮಲಾಪೀಡ" ಸುಮತಿ ಹೇಳಿದಳು, "ಇವರ ತಂದೆತಾಯಿಗಳಲ್ಲಿ ನಾನು ಕ್ಷಮೆ ಕೇಳಿದೆನೆಂದು ತಿಳಿಸು. ಎರಡು ತಿಂಗಳು ಕಳೆದ ಕೂಡಲೇ ಸುಮಂತ ತಪ್ಪದೆ ಬರುತ್ತಾರೆಂದು ಹೇಳು."

"ಆಗಲಿ ಮಹಾರಾಣಿ" ಎಂದ ಕಮಲಾಪೀಡ. ಇಬ್ಬರೂ ನಮಸ್ಕರಿಸಿ ಅಲ್ಲಿಂದ ಹೊರಟರು.

ಸುಮಂತ ಮತ್ತು ಕಮಲಾಪೀಡ ರಾಕ್ಷಸನ ಭವನಕ್ಕೆ ಬಂದಾಗ ಅವನು ಜೀವಸಿದ್ಧಿಯೊಂದಿಗೆ ಯಾವುದೋ ವಿಷಯದ ಬಗ್ಗೆ ಚರ್ಚೆ ನಡೆಸುತ್ತಿದ್ದ. ಸುಮಂತನನ್ನು ಕಂಡು "ಬನ್ನಿ ವೈದ್ಯರೇ" ಎಂದು ಸ್ವಾಗತಿಸಿ ಪೀಠ ತೋರಿಸಿದ. ಹೊಸಬನನ್ನು ನೋಡಿ ಅವನ ಮುಖದಲ್ಲಿ ಕುತೂಹಲ ಮೂಡುತ್ತಿದ್ದಂತೆ ಅವನ ಬಗ್ಗೆ ಸುಮಂತ ತಾನೇ ಹೇಳಿದ. ಮಹಾರಾಣಿಯೊಂದಿಗೆ ನಡೆದ ಮಾತುಕತೆ, ಅವಳು ಇನ್ನೆರಡು ತಿಂಗಳು ಇರುವಂತೆ ಕೇಳಿಕೊಂಡದ್ದು ಎಲ್ಲವನ್ನೂ ಹೇಳಿದ. ಕಮಲಾಪೀಡನೂ ಸುಮಂತನ ತಂದೆತಾಯಿಗಳ ವಿಷಯವನ್ನು ಬಣ್ಣಕಟ್ಟಿ ಬಣ್ಣಿಸಿದ.

ರಾಕ್ಷಸನ ಮುಖದಲ್ಲೂ ಅನುಕಂಪ ಮೂಡಿತು. "ಕ್ಷಮಿಸಿ ವೈದ್ಯರೇ, ನೀವು ಇಲ್ಲಿ ಬಹಳ ದಿನ ಉಳಿಯಲು ಒಂದು ರೀತಿಯಲ್ಲಿ ನಾನೂ ಕಾರಣನೇ."

"ನಿಮ್ಮ ತಪ್ಪೇನಿದೆ ಅಮಾತ್ಯರೇ, ನೀವು ಒಳ್ಳೆಯ ಉದ್ದೇಶದಿಂದಲೇ ನನ್ನನ್ನು ಕರೆಸಿದಿರಿ. ಅದಕ್ಕೆ ತಕ್ಕಂತೆ ನಾನೂ ನನ್ನ ಕರ್ತವ್ಯವನ್ನು ನಿರ್ವಹಿಸಿದ್ದೇನೆ."

"ನಮ್ಮ ರಾಜಕುಮಾರನ ಆರೋಗ್ಯ ನನಗೆ ಬಹು ಪ್ರಮುಖವಾಗಿತ್ತು ವೈದ್ಯರೇ."

"ಆ ವಿಷಯದಲ್ಲಿ ನನಗೆ ನಿಮ್ಮ ಬಗ್ಗೆ ಅಪಾರವಾದ ಗೌರವವಿದೆ. ಆದರೆ ನನ್ನ ಮೇಲೆ ಗೂಢಚರ್ಯದ ಆರೋಪ ಹೊರಿಸಿದ ನೋವು ಇನ್ನೂ ಮನಸ್ಸಿನಿಂದ ಮರೆಯಾಗಿಲ್ಲ. ಯಾರಿಗೆ ಗೊತ್ತು, ಪರ್ವತ ನಾಡಿನಿಂದ ನನ್ನ ಕುಟುಂಬದ ಸುದ್ದಿ ತಂದ ಈತನೂ ಗೂಢಚಾರಿಯಿರಬೇಕೆಂದು ಕಲ್ಪಿಸಿದರೂ ಆಶ್ಚರ್ಯಪಡಬೇಕಾಗಿಲ್ಲ."

"ನಿಮ್ಮ ಮಾತು ನಿಜ" ರಾಕ್ಷಸ ಹೇಳಿದ, "ಪಾಟಲೀಪುತ್ರವೇ ಅಪನಂಬಿಕೆಯ ಆಗರವಾಗಿದೆ. ಯಾರು ಮಿತ್ರರು, ಯಾರು ಶತ್ರುಗಳೆಂದು ತಿಳಿಯುವುದು ಒಮ್ಮೊಮ್ಮೆ ನನಗೇ ಕಷ್ಟವಾಗುತ್ತದೆ. ಚಿಂತೆ ಮಾಡಬೇಡಿ. ನಿಮ್ಮ ಮೇಲೆ, ನಿಮ್ಮ ಈ ಮಿತ್ರನ ಮೇಲೆ ಅಂಥ ಯಾವ ಅಪವಾದವೂ ಬಾರದಂತೆ ನಾನು ನೋಡಿಕೊಳ್ಳುತ್ತೇನೆ."

"ನಾನು ನಾಳೆಯೇ ಹೊರಡುತ್ತಿದ್ದೇನೆ ಅಮಾತ್ಯರೇ" ಎಂದ ಕಮಲಾಪೀಡ.

"ಹೋಗುವಾಗ ನಾನು ಸ್ವಲ್ಪ ಧನವನ್ನು ಕೊಡುತ್ತೇನೆ. ಸುರಕ್ಷಿತ ದೂರಕ್ಕೆ ಮುಟ್ಟಿಸಿ ಬರಲು ಜನರನ್ನು ಕಳಿಸುತ್ತೇನೆ. ಸುಮಂತನ ತಂದೆ ತಾಯಿಗೆ ಅದನ್ನು ಮುಟ್ಟಿಸಿ, ಶೀಘ್ರವಾಗಿ ಬರುವರೆಂದು ಹೇಳಿಬಿಡಿ."

"ಅದೆಲ್ಲ ಏಕೆ ಅಮಾತ್ಯರೆ" ಸುಮಂತ ಹೇಳಿದ, "ಇಲ್ಲಿ ನನ್ನನ್ನು ನೀವು ನೋಡಿಕೊಳ್ಳುತ್ತಿರುವುದು ನನ್ನ ಅರ್ಹತೆಗೆ ಮೀರಿದ್ದು."

"ಇರಲಿ ವೈದ್ಯರೇ ಅದು ನಮ್ಮ ಹೊಣೆ, ಇದು ನಮ್ಮ ಪ್ರೀತಿ. ದಯವಿಟ್ಟು ಬೇಡ ಎನ್ನಬೇಡಿ."

"ನಿಮ್ಮ ವಿಶ್ವಾಸದ ಮುಂದೆ ನಾನು ತಲೆತಗ್ಗಿಸಲೇಬೇಕಾಗುತ್ತದೆ."

ನಂತರ ಸುಮಂತ ಕಮಲಾಪೀಡ ಆಪ್ತನಾಗಿರುವುದರಿಂದ ರಾಜಕುಮಾರನ ಅನಾರೋಗ್ಯದ ವಿಷಯವನ್ನು ಬಾಯಿಬಿಡುವುದಿಲ್ಲವೆಂದು ರಾಕ್ಷಸನಿಗೆ ಭರವಸೆ ನೀಡಿದ. ಆದರೆ ಅವನು ಈಗ ರಾಜಕುಮಾರ ಮೊದಲಿನಂತಾಗಿರುವುದರಿಂದ ಇನ್ನು ಬಹಿರಂಗವಾದರೂ ಚಿಂತೆಯಿಲ್ಲ ಎಂದು ಹೇಳಿದ.

ಅವರಿಬ್ಬರೂ ನಮಸ್ಕರಿಸಿ ಅಲ್ಲಿಂದ ಹೊರಟರು. ರಾಕ್ಷಸ ಮುಂಜಾನೆ ಧನ ಮತ್ತು ಜನರನ್ನು ಸುಮಂತನ ಮನೆಯ ಬಳಿಗೆ ಕಳಿಸುವ ಆಶ್ವಾಸನೆ ನೀಡಿದ.

ಸುಮಂತ ಮತ್ತು ಕಮಲಾಪೀಡ ಹೋದ ನಂತರ ರಾಕ್ಷಸ ಜೀವಸಿದ್ಧಿಗೆ ಹೇಳಿದ, "ನೋಡಿ ಪೂಜ್ಯರೇ, ಪಾಪ ಈ ಸುಮಂತನನ್ನು ಕರೆಸಿದ್ದು ನಾನು. ಇವರ ಮೇಲೆ ಅಪವಾದ ಹೊರಿಸಿದ್ದು ಶ್ರೀಯಕ. ನಾನು ಎಷ್ಟೇ ಸಮಾಧಾನ ಹೇಳಿದರೂ ಅವರ ಮನಸ್ಸಿನ ಗಾಯ ವಾಸಿಯಾಗುವುದಿಲ್ಲ."

"ಆದರೂ ಆತ ನಿಜವಾದ ದೊಡ್ಡ ವ್ಯಕ್ತಿ" ಜೀವಸಿದ್ಧಿ ಹೇಳಿದ, "ಅದನ್ನೆಲ್ಲ ಲೆಕ್ಕಿಸದೆ ರಾಜಕುಮಾರನಿಗೆ ಚಿಕಿತ್ಸೆ ನೀಡಿ ಗುಣಪಡಿಸಿದರು."

"ಹೌದು, ನಿಜವಾಗಲೂ ಅವರದು ಉದಾರ ಹೃದಯ. ರಾಜ ರಾಣಿ ಇಬ್ಬರೂ ಅವರಿಗೆ ಎಷ್ಟು ಕೃತಜ್ಞರಾಗಿದ್ದರೂ ಸಾಲದು."

"ನಿಜ, ಇಲ್ಲವಾದರೆ ರಾಜಕುಮಾರ ಉಳಿಯುತ್ತಿರಲಿಲ್ಲ."

ಅಷ್ಟರಲ್ಲಿ ವಿರಾಧಗುಪ್ತ ಭೇಟಿಗೆ ಬಂದಿರುವನೆಂದು ಬಾಗಿಲು ಕಾಯುವ ಸೇವಕ ಬಂದು ಹೇಳಿದ. ತಕ್ಷಣ ಉತ್ಸಾಹಿತನಾದ ರಾಕ್ಷಸ ಅವನನ್ನು ಕಳಿಸುವಂತೆ ಹೇಳಿದ. ಜೀವಸಿದ್ಧಿ "ನಾನು ಹೊರಡುತ್ತೇನೆ, ಅಪ್ಪಣೆ ಕೊಡಿ ಅಮಾತ್ಯರೆ" ಎಂದು ಮೇಲೆದ್ದ.

"ಇರಿ ಪೂಜ್ಯರೇ, ನೀವಿದ್ದರೆ ಯಾವ ಅಡ್ಡಿಯೂ ಇಲ್ಲ."

"ರಾಜಕಾರ್ಯದ ಎಂಥ ಮಾತುಕತೆಯಿರುವುದೋ ಏನೋ, ನಾನು ಇಲ್ಲಿರುವುದು ಸೂಕ್ತವಲ್ಲ."

"ಎಂಥ ರಾಜಕಾರ್ಯವಾದರೂ ನೀವಿರುವುದರಿಂದ ನನಗೇನೂ ತೊಂದರೆಯಿಲ್ಲ, ಕುಳಿತುಕೊಳ್ಳಿ. ನಿಮ್ಮಂಥ ಸಜ್ಜನರ ಮುಂದೆ ನಾನು ಎಂಥ ರಹಸ್ಯವನ್ನಾದರೂ ನಿರ್ಯೋಚನೆಯಿಂದ ಮಾತಾಡುತ್ತೇನೆ."

ಜೀವಸಿದ್ಧಿ ಹಾಗೇ ಕುಳಿತುಕೊಂಡ. ಅಷ್ಟರಲ್ಲಿ ವಿರಾಧಗುಪ್ತ ಬಂದು ನಮಸ್ಕರಿಸಿದ. ಅವನ ಮುಖ ನೋಡಿದರೆ ಸಾಕಷ್ಟು ಬಳಲಿರುವಂತೆ ಕಾಣುತ್ತಿದ್ದ "ಬಾ ವಿರಾಧಗುಪ್ತ ಕುಳಿತುಕೋ" ಎಂದು ರಾಕ್ಷಸ ಅವನು ಕುಳಿತ ನಂತರ "ಯಾವಾಗ ಬಂದೆ?" ಎಂದ.

"ಇಂದೇ ಬಂದೆ. ನಿಮ್ಮನ್ನು ನೋಡಲು ನೇರವಾಗಿ ಇಲ್ಲಿಗೇ ಬರುತ್ತಿದ್ದೇನೆ" ಎಂದು ವಿರಾಧಗುಪ್ತ ಜೀವಸಿದ್ಧಿಯ ಕಡೆ ಒಂದು ರೀತಿಯಲ್ಲಿ ನೋಡಿದ.

ರಾಕ್ಷಸ ಹೇಳಿದ, "ಇವರು ನನ್ನ ಪರಮಾಪ್ತರು. ನಿಸ್ಸಂಕೋಚವಾಗಿ ನೀನು ಎಲ್ಲ ವಿಷಯಗಳನ್ನೂ ಹೇಳಬಹುದು."

"ಆಗಲಿ ಅಮಾತ್ಯರೆ" ವಿರಾಧಗುಪ್ತ ಆರಂಭಿಸಿದ, "ನಿಮ್ಮ ಆದೇಶದಂತೆ ನಾನು ಪಿಪ್ಪಲಿವನಕ್ಕೆ ಹೋದೆ. ಊರ ತುಂಬ ಸಂಚರಿಸಿದೆ. ಪ್ರತಿಯೊಬ್ಬ ಪ್ರಜೆಯೂ ಸಂತೋಷದಿಂದಿದ್ದಾನೆ. ಚಂದ್ರಗುಪ್ತ ರಾಜನಾಗಿರುವುದು ಅವರೆಲ್ಲರಿಗೂ ಅಪಾರ ಆನಂದವುಂಟು ಮಾಡಿದೆ. ಎಲ್ಲರ ಬಾಯಲ್ಲೂ ರವಿಗುಪ್ತಮೌರ್ಯರ ಪ್ರಶಂಸೆ, ಚಾಣಕ್ಯನ ಚಾತುರ್ಯದ ಬಗ್ಗೆ ಮೆಚ್ಚುಗೆ, ಚಂದ್ರಗುಪ್ತನ ಬಗ್ಗೆ ಪ್ರೀತಿ ವ್ಯಕ್ತವಾಗುತ್ತಿದೆ. ಮತ್ತೆ ಅದನ್ನು ಆಕ್ರಮಿಸಿಕೊಳ್ಳುವುದು ಬಹುಶಃ ಕಷ್ಟವಾಗುತ್ತದೆ. ಈಗ ಪ್ರತಿಯೊಬ್ಬ ಪ್ರಜೆಯೂ ನಮ್ಮ ಎದುರು ನಿಲ್ಲುವ ಸಾಧ್ಯತೆಯಿದೆ."

"ಸೇನೆಯ ಬಗ್ಗೆ ತಿಳಿದುಕೊಂಡೆಯಾ?"

"ಹೌದು, ಅಪಾರವಾದ ಸೇನೆಯೇನೂ ಇಲ್ಲ, ಐದಾರು ಸಾವಿರಕ್ಕಿಂತ ಹೆಚ್ಚಿರಲಾರದು. ಆದರೆ ಸೇನೆಯ ಪರಿಶೀಲನೆ ನಡೆಯುತ್ತಿರುವಾಗಲೇ ನಾನು ಸಿಕ್ಕಿಬಿದ್ದೆ."

"ಹಾಂ! ಸಿಕ್ಕಿಬಿದ್ದೆಯಾ?" ಎಂದ ರಾಕ್ಷಸ ಚಕಿತನಾಗಿ.

"ಹೌದು."

"ಏನೂ ಹೇಳಲಿಲ್ಲ ತಾನೆ?"

"ನಾನು ಏನೂ ಹೇಳಲಿಲ್ಲ, ಆದರೆ ಆ ಚಾಣಕ್ಯ, ನಾನು ಯಾರಾಗಿರಬಹುದು, ಏಕೆ ಬಂದಿರಬಹುದು ಎಂಬುದನ್ನು ಕಣ್ಣಾರೆ ಕಂಡವರಿಗಿಂತ ಹೆಚ್ಚು ಸ್ಪಷ್ಟವಾಗಿ ಹೇಳಿಬಿಟ್ಟ. ಶಿಕ್ಷೆಯ ಬೆದರಿಕೆಯನ್ನೂ ಹಾಕಿದ. ಹಿಂಸೆಯನ್ನು ಅನುಭವಿಸಿ ಆಮೇಲೆ ಬಾಯಿಬಿಡುವುದರ ಬದಲು ಒಪ್ಪಿಕೊಳ್ಳುವುದು ಒಳ್ಳೆಯದೆಂದು ಹೇಳಿದಾಗ ವಿಧಿಯಿಲ್ಲದೆ ನಾನು ಒಪ್ಪಿಕೊಳ್ಳಲೇ ಬೇಕಾಯಿತು."

"ಆದರಿಂದ ಅಂಥ ಅನಾಹುತವೇನೂ ಆಗಲಿಲ್ಲ ಬಿಡು. ಆದರೆ ನೀನು ಅಲ್ಲಿಂದ ಹೇಗೆ ತಪ್ಪಿಸಿಕೊಂಡು ಬಂದೆ."

"ಸೆರೆಮನೆಯ ಒಬ್ಬ ಕಾವಲುಗಾರನೇ ಸಹಾಯ ಮಾಡಿದ."

"ಪ್ರತಿಯೊಬ್ಬ ಪ್ರಜೆಯೂ ಚಂದ್ರಗುಪ್ತನ ಪರವಾಗಿದ್ದಾನೆಂದು ಈಗ ತಾನೇ ನೀನು ಹೇಳಿದೆ. ಕಾವಲುಗಾರ ಸಹಾಯ ಮಾಡುವುದು ಹೇಗೆ ಸಾಧ್ಯ?"

"ಕೆಲವರಾದರೂ ಚಂದ್ರಗುಪ್ತನ ವಿರೋಧಿಗಳು ಇರಬಹುದಲ್ಲವೇ ಅಮಾತ್ಯರೆ?" ಎಂದು ಜೀವಸಿದ್ಧಿ ಕೇಳಿದ.

"ಇಲ್ಲ ಪೂಜ್ಯರೆ" ರಾಕ್ಷಸ ಹೇಳಿದ, "ನನ್ನ ಅಭಿಪ್ರಾಯದಲ್ಲಿ ಇವನು ತಪ್ಪಿಸಿಕೊಂಡು ಹೋಗುವಂತೆ ಅವರೇ ಸನ್ನಿವೇಶ ಸೃಷ್ಟಿ ಮಾಡಿದ್ದಾರೆ."

"ಕಾರಣ?"

"ವಿರಾಧಗುಪ್ತ ನಮಗೆ ಸುದ್ದಿ ಕೊಡಲಿ ಎಂಬುದು. ಅದರ ಹಿಂದೆ 'ಎಲೈ ರಾಕ್ಷಸ, ನಿನ್ನ ಗೂಢಚರ್ಯದ ಪ್ರಯತ್ನ ನನಗೆ ಗೊತ್ತಿದೆ, ಆದರೆ ಅದರಿಂದ ಯಾವ ಪ್ರಯೋಜನವೂ ಇಲ್ಲ' ಎಂದು ಚಾಣಕ್ಯನ ಎಚ್ಚರಿಕೆಯೂ ಇರುವಂತಿದೆ."

"ಹೌದು ಅಮಾತ್ಯರೇ" ವಿರಾಧಗುಪ್ತ ಹೇಳಿದ, "ಚಾಣಕ್ಯ ಹೇಳಿದ, 'ಈಗ ಚಂದ್ರಗುಪ್ತ ಬರೀ ಪಿಪ್ಪಲಿವನದ ರಾಜನಲ್ಲ, ಗಾಂಧಾರದಿಂದ ಇಲ್ಲಿಯವರೆಗೂ ವಿಶಾಲವಾದ ಸಾಮ್ರಾಜ್ಯದ ಒಡೆಯನಾಗಿದ್ದಾನೆ. ಒಂದೇ ಒಂದು ಆದೇಶಕ್ಕೆ ಎಲ್ಲ ಕಡೆಯಿಂದ ಸೇನೆ ಒಟ್ಟುಗೂಡುತ್ತದೆ, ಇಲ್ಲಿರುವ ಸೈನ್ಯದ ಮೇಲಿನಿಂದ ನಮ್ಮ ಸಾಮರ್ಥ್ಯವನ್ನು ಅಳೆಯಬೇಡ, ಎಂದು."

ರಾಕ್ಷಸ ಕೆಲವು ಕ್ಷಣ ಆಲೋಚಿಸುತ್ತ ಹೇಳಿದ, "ವಿರಾಧಗುಪ್ತ, ನೀನು ನಿನ್ನ ಕರ್ತವ್ಯವನ್ನು ಸರಿಯಾಗಿಯೇ ನಿರ್ವಹಿಸಿದ್ದಿ, ಈಗ ಹೋಗು, ಕೆಲವು ದಿನ ವಿಶ್ರಾಂತಿ ತೆಗೆದುಕೊ."

ವಿರಾಧಗುಪ್ತ ನಮಸ್ಕರಿಸಿ ಹೊರಟು ಹೋದ. "ಧನನಂದ ಮಾಡಿದ ತಪ್ಪಿನಿಂದ ನಮ್ಮ ಶತ್ರು ನಮ್ಮ ಕಣ್ಣೆದುರಿಗೇ ಬೆಳೆದು ಸಮರ್ಥವಾಗಿ ಪಂದ್ಯಕ್ಕೆ ಆಹ್ವಾನಿಸುವ ಮಟ್ಟಕ್ಕೆ ಬಂದುಬಿಟ್ಟ" ಎಂದ ರಾಕ್ಷಸ.

"ಇನ್ನು ಮೇಲೆ ನೀವು ಇನ್ನಷ್ಟು ಎಚ್ಚರಿಕೆಯಿಂದಿರಬೇಕು ಅಮಾತ್ಯರೆ" ಎಂದ ಜೀವಸಿದ್ಧಿ.

“ಹೌದು, ಎಚ್ಚರದಿಂದಿರಲೇಬೇಕು” ಅಮಾತ್ಯ ಗಂಭೀರವಾಗಿ ಹೇಳಿದ, “ಸದ್ಯಕ್ಕಂತೂ ಚಂದ್ರಗುಪ್ತ ಮಗಧದ ಮೇಲೆ ಬರುವ ಸೂಚನೆ ಕಾಣುತ್ತಿಲ್ಲ. ಆ ಶಕ್ತಿಯಿದ್ದಿದ್ದರೆ ಅವರು ವಿರಾಧಗುಪ್ತನನ್ನು ಬಿಡಿಸುತ್ತಲೂ ಇರಲಿಲ್ಲ, ಅವನ ಬಳಿ ನಮಗೆ ಅಷ್ಟೊಂದು ಸೇನೆಯಿದೆ ಎಂದು ಹೇಳುತ್ತಲೂ ಇರಲಿಲ್ಲ.”

“ನೀವೇ ಮೊದಲು ಅವರ ಮೇಲೆ ಆಕ್ರಮಣ ಮಾಡಿಬಿಟ್ಟರೆ ?” ಜೀವಸಿದ್ಧಿ ಬೇಕೆಂದೇ ಕೇಳಿದ.

“ಇಲ್ಲ ಪೂಜ್ಯರೇ” ರಾಕ್ಷಸ ಹೇಳಿದ, “ಖಚಿತವಾಗಿ ಅವರ ಸಾಮರ್ಥ್ಯವೇನೆಂದು ತಿಳಿಯದೆ ಆಕ್ರಮಣ ಮಾಡುವುದು ರಾಜನೀತಿಯಲ್ಲ. ನಿಜವಾಗಲೂ ಅವರು ನಮಗಿಂತ ಬಲಿಷ್ಠರಾಗಿದ್ದರೆ ನಮಗೇ ಅಪಾಯ. ಅಥವಾ ನಾವು ಸೇನೆಯೊಂದಿಗೆ ಅತ್ತ ಹೋದಾಗ, ಇತ್ತ ಪಾಟಲೀಪುತ್ರವನ್ನು ಆಕ್ರಮಿಸುವುದಿಲ್ಲವೆಂದು ಹೇಗೆ ಹೇಳುವುದು ?”

“ನಿಮ್ಮ ಮಾತು ನಿಜ” ಎಂದ ಜೀವಸಿದ್ಧಿ ಸಮಾಧಾನದಿಂದ.

೬

ಚಾಣಕ್ಯನ ಗೂಢಚಾರರ ನಿಯಮಿತವಾದ ಭೇಟಿಯ ಸಂದರ್ಭದಲ್ಲಿ ಜೀವಸಿದ್ಧಿ ರಾಕ್ಷಸನ ಮನೆಯಲ್ಲಿ ವಿರಾಧಗುಪ್ತ ಬಂದದ್ದು, ಅವನು ಹೇಳಿದ ವಿಷಯಗಳು ಎಲ್ಲವನ್ನೂ ವಿವರಿಸಿದ. ಅವರಿಗೆಲ್ಲ ತಕ್ಷಣ ರಾಕ್ಷಸ ಕಾರ್ಯಾಚರಣೆಯ ಬಗ್ಗೆ ಆಲೋಚಿಸುವುದಿಲ್ಲ ಎಂಬುದು ಒಳ್ಳೆಯ ಸುದ್ದಿಯಾಗಿತ್ತು.

“ಅಂದರೆ, ಎಲ್ಲ ಸಿದ್ಧವಾಗುತ್ತಿದೆ, ಇನ್ನೇನು ಚಾಣಕ್ಯ ಚಂದ್ರಗುಪ್ತರು ಮಗಧದ ಗಡಿ ದಾಟುತ್ತಾರೆ” ಎಂದ ಪಶುಲೋಮ.

“ಹೌದು ಹಾಗೇ ಅನ್ನಿಸುತ್ತಿದೆ” ಸಿದ್ಧಾರ್ಥಕ ಹೇಳಿದ, “ಉಜ್ವಲ ಮತ್ತು ಉಳಿದ ಮಹಿಳಾ ಪಡೆ ಸಿದ್ಧವಾಗಿದೆಯೇ ?”

“ಓ, ಅವರು ಸಿದ್ಧರಾಗಿದ್ದಾರೆ. ಚಾಣಕ್ಯರ ಆದೇಶ ಬಂದ ಕೂಡಲೇ ಅರಮನೆಗೆ ಅವರು ಹೊರಡುತ್ತಾರೆ.”

“ಸದ್ಯ ಶ್ರೀಯಕನ ಕಡೆಯಿಂದ ಸಂಜಯ ಬಂದು ಮತ್ತೆ ಕಾಡಿದರೆ ಕಷ್ಟ ನಮ್ಮ ಯಜಮಾನ ಸುಮಿತ್ರ ಹೆದರಿ ಊರುಬಿಟ್ಟು ಓಡಿಹೋಗುತ್ತಾನೆ” ಎಂದ ನಿಪುಣಕ.

“ಇಂದುಶರ್ಮರೇ, ಮತ್ತೆ ನೀವು ಶ್ರೀಯಕನನ್ನು ಭೇಟಿ ಮಾಡಲಿಲ್ಲವೇ ? ಅವನು ಏನು ಸಂಚು ಮಾಡುತ್ತಿದ್ದಾನೆಂಬ ಸುಳಿವು ಸಿಕ್ಕಿತೆ ?” ಸಮಿದ್ಧಾರ್ಥಕ ಜೀವಸಿದ್ಧಿಯನ್ನು ಕೇಳಿದ.

“ಅಸ್ಪಷ್ಟವಾಗಿ ಗೊತ್ತಿದೆ, ಖಚಿತವಾಗಿ ಅವನ ಚಲನೆ ಹೀಗೇ ಇರಬಹುದೆಂದು ಹೇಳಲಾರೆ. ಒಟ್ಟಿನಲ್ಲಿ ಅವನು ಚಕ್ರವರ್ತಿ ಧನನಂದನಿಗೇ ಅಪಾಯ ಮಾಡಲು ಆಲೋಚಿಸಿರುವಂತಿದೆ” ಎಂದ ಜೀವಸಿದ್ಧಿ.

“ಪಾಪ ಧನನಂದ” ಸಿದ್ಧಾರ್ಥಕ ಮರುಕದಿಂದ ಹೇಳಿದ, “ಇತ್ತ ಶ್ರೀಯಕನ

ಸಂಚು, ಅತ್ತ ಚಂದ್ರಗುಪ್ತ ಚಾಣಕ್ಯರ ಸೇಡು, ಅವನ ಸ್ಥಿತಿ ದೇವರಿಗೇ ಪ್ರೀತಿ."

"ಅಂಥವನಿಗೆ ಅಯ್ಯೋ ಎಂದರೆ ನಮಗೇ ಪಾಪ ಸುತ್ತಿಕೊಳ್ಳುತ್ತದೆ. ತಾನು ಮಾಡಿದ ಕರ್ಮಫಲವನ್ನು ತಾನೇ ಉಣ್ಣುತ್ತಾನೆ" ಎಂದ ಸಮಿದ್ಧಾರ್ಥಕ.

"ಮೊನ್ನೆ ನಮ್ಮ ಪಾನಗೃಹದಲ್ಲಿ ಒಬ್ಬ ಅಪರಿಚಿತನನ್ನು ನೋಡಿದೆ. ಬಹುಶಃ ಅವನು ಒಬ್ಬ ಗೂಢಚಾರನೇ ಆಗಿರಬೇಕು. ನನಗೆ ಸಂದೇಹ ಬಂದಿರುವುದರ ಸುಳಿವು ಸಿಕ್ಕಿ ಅವನು ಕ್ಷಣ ಮಾತ್ರದಲ್ಲಿ ಮಾಯವಾದ" ಎಂದ ನಿಪುಣಕ.

"ರಾಕ್ಷಸನ ಗೂಢಚಾರನೇ ಇರಬೇಕು" ಪಶುಲೋಮ ಹೇಳಿದ.

"ಸಾಧ್ಯವಿಲ್ಲ" ನಿಪುಣಕ ಹೇಳಿದ, "ರಾಕ್ಷಸನ ಗೂಢಚಾರ ಕರಭಕ ಅಲ್ಲೇ ಇದ್ದಾನೆ. ಅವನ ಮೇಲೆ ಗೂಢಚರ್ಯೆ ನಡೆಸಲು ಮತ್ತೊಬ್ಬ ಬರುವ ಸಾಧ್ಯತೆ ಇಲ್ಲ."

"ಶ್ರೀಯಕನ ಕಡೆಯವರಿರಬಹುದು" ಎಂದ ಸಿದ್ಧಾರ್ಥಕ.

"ಇರಲಾರದು. ಶ್ರೀಯಕ ಅಷ್ಟೆಲ್ಲಾ ಬುದ್ಧಿವಂತಿಕೆಯ ಕೆಲಸ ಮಾಡಲಾರ. ನನ್ನನ್ನು ಕೇಳಿದರೆ, ಅವನು ಮಗಧದವನೇ ಅಲ್ಲವೆನಿಸುತ್ತದೆ."

"ಅವನು ಪರ್ವತ ನಾಡಿನವನಿರಬಹುದೇ ?" ಜೀವಸಿದ್ಧಿ ಸಂದೇಹ ವ್ಯಕ್ತಪಡಿಸಿದ.

"ಇದ್ದರೂ ಇರಬಹುದು."

"ಬಹುಶಃ ಅವನು ಸುಮಂತನ ಮಿತ್ರನಾಗಿರಬಹುದೇ ?"

"ಸುಮಂತ, ಅಂದರೆ ಪರ್ವತ ನಾಡಿನಿಂದ ಬಂದ ವೈದ್ಯನಲ್ಲವೇ ?"

"ಹೌದು, ನಿನ್ನೆ ಒಬ್ಬ ವ್ಯಕ್ತಿಯೊಂದಿಗೆ ಸುಮಂತ ಅಮಾತ್ಯರನ್ನು ನೋಡಲು ಬಂದಿದ್ದ. ಬಹುಶಃ ಅವನೇ ಇರಬೇಕೆಂದು ನನ್ನ ಊಹೆ."

"ಅಂದರೆ ಸುಮಂತನ ಮೇಲೆ ಬಂದ ಗೂಢಚರ್ಯದ ಆರೋಪ ನಿಜವಾದಂತಾಯಿತು" ಎಂದ ನಿಪುಣಕ.

"ಬಹುಶಃ ಸುಮಂತನಿಗೆ ಅವನು ಗುಪ್ತಚಾರನೆಂದು ಗೊತ್ತಿಲ್ಲದಿರಬಹುದು ಅಥವಾ ನಾವು ಊಹೆ ಮಾಡಿದಂತೆ ಅವನು ನಿಜವಾಗಲೂ ಆಪ್ತನಾಗಿದ್ದು ಗುಪ್ತಚಾರನಲ್ಲದಿರಬಹುದು" ಎಂದ ಜೀವಸಿದ್ಧಿ.

"ಹಾಗೊಂದು ವೇಳೆ ಅವನು ಗೂಢಚರ್ಯವನ್ನು ಮಾಡಿದರೆ ನಮಗೇ ಒಳ್ಳೆಯದು. ಏಕೆಂದರೆ ಅವನು ನಮ್ಮ ವಿರುದ್ಧವಾಗಿ ಮಾಡುವ ಸಾಧ್ಯತೆಯಂತೂ ಇಲ್ಲ. ಇಲ್ಲಿಯವರೆಗಂತೂ ರಾಕ್ಷಸನ ಗೂಢಚಾರ ಕರಭಕನ ಕೈಗೆ ಸಿಕ್ಕಿಬೀಳದಂತೆ ನಾನು ನಿರ್ವಹಿಸಿದ್ದೇನೆ. ಅವನೇನೋ ತಾನು ಬೇರೆಯವರಿಗಾಗಿ ಕೆಲಸ ಮಾಡುತ್ತಿರುವುದಾಗಿ ಬಾಯಿಬಿಟ್ಟ, ರಾಕ್ಷಸನ ಹೆಸರನ್ನು ಹೇಳಲಿಲ್ಲ. ಆದ್ದರಿಂದ ಈಗ ಸಮಸ್ಯೆ ಸ್ವಲ್ಪ ಜಟಿಲವಾಗಬಹುದು. ಕರಭಕ ರಾಕ್ಷಸನ ಪರವಾಗಿ ಕೆಲಸ ಮಾಡಲು ನನ್ನನ್ನು ಒತ್ತಾಯಿಸಬಹುದು."

"ಹಾಗೇನಾದರೂ ಆದರೆ ಏನು ಮಾಡುತ್ತಿ ?"

"ನಮ್ಮ ಯಜಮಾನ ಸುಮಿತ್ರನೊಂದಿಗೆ ಈ ದಿನವೇ ಮಾತಾಡಿ ಒಂದು ವ್ಯವಸ್ಥೆ ಮಾಡಿಕೊಂಡುಬಿಡುತ್ತೇನೆ."

"ಹೌದು, ಚಾಣಕ್ಯನ ಆದೇಶ ಬರುವಷ್ಟರಲ್ಲಿ ನಾವು ಎಲ್ಲ ಅಣಿಮಾಡಿಕೊಂಡು ಸಿದ್ಧರಾಗಿರುವುದು ಒಳ್ಳೆಯದು."

ಅಲ್ಲಿಂದ ಪಾನಗೃಹಕ್ಕೆ ಹಿಂದಿರುಗಿದಾಗ ನಿಪುಣಕ ಏನು ಮಾಡುವುದೆಂದೇ ಯೋಚಿಸುತ್ತಿದ್ದ. ಕಡೆಗೆ ಕರಭಕ ಯಾರೆಂಬುದನ್ನು ಸುಮಿತ್ರನಿಗೆ ಹೇಳಿಬಿಡಬೇಕೆಂದು ನಿರ್ಧರಿಸಿದ.

ಮರುದಿನ ಬೆಳಿಗ್ಗೆ ನಿಪುಣಕ ತನ್ನ ಕೋಣೆಯಲ್ಲಿ ಬಹಳ ಹೊತ್ತು ಮಲಗಿಯೇ ಇದ್ದ. ಅಷ್ಟರಲ್ಲಿ ಕರಭಕ ಹೊರಗಡೆ ಹೋಗಿ ಬಂದಿದ್ದ. ಅವನು ಬಲವಂತವಾಗಿ ನಿಪುಣಕನನ್ನು ಎಬ್ಬಿಸಿದ. "ಇಷ್ಟೊಂದು ಆಲಸ್ಯ ಒಳ್ಳೆಯದಲ್ಲ ನಿಪುಣಕ, ಏಳು ಏಳು."

"ಎದ್ದು ಯಾವ ರಾಜ್ಯ ಆಳಬೇಕಾಗಿದೆ ?" ಎಂದ ನಿಪುಣಕ ತನ್ನ ಹೊದಿಕೆಯನ್ನು ಬಿಗಿಯಾಗಿ ಸುತ್ತಿಕೊಂಡ.

"ನಾನು ನೀನು ರಾಜ್ಯವಾಳುವುದಿಲ್ಲ ನಿಪುಣಕ, ರಾಜ್ಯವಾಳುವವರಿಗೆ ಸೇವೆ ಮಾಡಿ ಹೊಟ್ಟೆ ಹೊರೆದುಕೊಳ್ಳುವುದು."

"ಸಮಯ ಬಂದರೆ ಹೊಟ್ಟೆ ಹೊರೆದುಕೊಳ್ಳುವುದರ ಬದಲು ತಲೆಯನ್ನೇ ಕೊಡಬೇಕಾಗುತ್ತದೆ" ಎನ್ನುತ್ತ ನಿಪುಣಕ ಎದ್ದು ಕುಳಿತ.

"ಅಂಥ ಪ್ರಸಂಗ ಖಂಡಿತ ಬರುವುದಿಲ್ಲ. ಅದಕ್ಕೆ ನಾನೊಂದು ಉಪಾಯ ಮಾಡಿದ್ದೇನೆ."

"ಏನು ನಿನ್ನ ಅಪಾಯಕಾರಿ ಉಪಾಯ ?"

"ನಾವು ಇಲ್ಲಿಂದ ಬೇರೆ ಕಡೆಗೆ ಹೋಗಿಬಿಡುವುದು."

"ಏಕೆ ? ಇಲ್ಲೇನಾಗಿದೆ ?"

"ಬಳಕೆ ಹೆಚ್ಚಾಗಿ ರಹಸ್ಯಪಾಲನೆ ಕಷ್ಟವಾಗುತ್ತಿದೆ."

"ನೀನು ಎಲ್ಲಿಗೆ ಬೇಕಾದರೂ ಹೋಗು. ನಾನಂತೂ ಸದ್ಯಕ್ಕೆ ಊರಿಗೆ ಹೋಗಿ ಬರಬೇಕಾಗಿದೆ. ಬಂದ ಮೇಲೆ ಯೋಚನೆ ಮಾಡುತ್ತೇನೆ."

"ಅದೇನು ಇದ್ದಕ್ಕಿದ್ದಂತೆ ಊರಿಗೆ ಹೋಗುವ ಆಲೋಚನೆ ?"

"ಇದ್ದಕ್ಕಿದ್ದಂತೆ ಮಾಡಿದ ಆಲೋಚನೆಯಲ್ಲ. ಬಹಳ ದಿನಗಳಿಂದ ಅಂದುಕೊಂಡಿದ್ದೆ. ಇನ್ನು ತಡಮಾಡದೆ ಹೋಗಿಬರಬೇಕು."

"ಯಾವಾಗ ಬರುತ್ತಿ ?"

"ಕಡೆಯ ಪಕ್ಷ ಎರಡು ತಿಂಗಳಾದರೂ ಬೇಕು."

"ಸುಮಿತ್ರ ಅನುಮತಿ ಕೊಡುತ್ತಾನೆಯೇ ?"

"ಬಹುಶಃ ಕೊಡುತ್ತಾನೆ. ಕೊಡದಿದ್ದರೆ ಕೆಲಸ ಬಿಡುವುದು."

"ಆಮೇಲೆ ಏನು ಮಾಡುತ್ತಿ?"

"ನೀನಿರುತ್ತೀಯಲ್ಲ, ಬೇರೆ ಕಡೆ ಹೋಗೋಣವೆಂದು ನೀನೇ ಈಗ ಹೇಳಿದೆ."

"ಹೌದು, ಹೋಗಿದ್ದು ಬಾ. ನೀನು ಹಿಂದಿರುಗಿ ಬರುವವರೆಗೂ ನಾನು ಇಲ್ಲಿಂದ ಹೋಗುವ ಯೋಚನೆ ಮಾಡುವಂತಿಲ್ಲ."

ಸ್ವಲ್ಪ ಹೊತ್ತಿನ ನಂತರ ಯಾವುದೋ ಮುಖ್ಯವಾದ ಕೆಲಸವಿದೆಯೆಂದು ಕರಭಕ ಎಲ್ಲಿಗೋ ಹೊರಟುಹೋದ. ಸುಮಿತ್ರನೊಂದಿಗೆ ಮಾತಾಡಲು ಇದೇ ತಕ್ಕ ಸಮಯವೆಂದು ನಿಪುಣಕ ನಿತ್ಯಕರ್ಮಗಳನ್ನು ಮುಗಿಸಿ ಲಗುಬಗೆಯಿಂದ ಸಿದ್ಧನಾದ.

ಬೇರೆ ಕೆಲಸಗಾರರು ಶುಚಿಗೊಳಿಸುವ ಕಾರ್ಯದಲ್ಲಿ ತೊಡಗಿದ್ದರು. ಸುಮಿತ್ರ ತನ್ನ ಪೀಠದಲ್ಲಿ ಕುಳಿತು ಯಥಾ ಪ್ರಕಾರ ಕೂಗಾಡುತ್ತಿದ್ದ. ನಿಪುಣಕ ಬಂದು ಎದುರಿಗೆ ನಿಂತುಕೊಂಡ. ಸುಮಿತ್ರ ಅವನತ್ತ ನೋಡಿ "ಏಕೆ ನಿಪುಣಕ ಇಷ್ಟು ತಡ? ಮೈಗೆ ಸ್ವಸ್ಥವಿಲ್ಲವೇ?"

"ಚೆನ್ನಾಗಿಯೇ ಇದ್ದೇನೆ ಯಜಮಾನರೆ."

"ಹೋಗು, ಇನ್ನೂ ಉಪಾಹಾರವಾಗಿಲ್ಲವಲ್ಲ."

"ಅದಕ್ಕೆ ಮೊದಲು ನಿಮ್ಮ ಬಳಿ ನಾನೊಂದು ಮುಖ್ಯವಾದ ವಿಷಯವನ್ನು ಮಾತಾಡಬೇಕಾಗಿದೆ."

"ಏನು? ಏನಂಥ ಮುಖ್ಯವಾದ ವಿಷಯ?"

"ಇಲ್ಲೆಲ್ಲ ಮಾತಾಡುವುದಲ್ಲ, ರಹಸ್ಯವಾಗಿ ಮಾತಾಡಬೇಕು."

"ರಹಸ್ಯವೇ? ಹಾಗಾದರೆ ಬಾ ನನ್ನ ಕೋಣೆಗೆ ಹೋಗೋಣ."

ಇಬ್ಬರೂ ಸುಮಿತ್ರನ ಪ್ರತ್ಯೇಕ ಕೋಣೆಗೆ ಹೋಗಿ ಬಾಗಿಲು ಹಾಕಿಕೊಂಡರು. "ಏನು ಹೇಳು ನಿಪುಣಕ" ಎಂದು ಸುಮಿತ್ರ ಮುಖ ನೋಡತೊಡಗಿದ.

ನಿಪುಣಕ "ಯಜಮಾನರೇ ಮೊದಲು ನನ್ನನ್ನು ಕ್ಷಮಿಸಬೇಕು" ಎಂದು ಸುಮಿತ್ರನ ಕಾಲು ಹಿಡಿದ.

"ಏಳು ಏಳು, ನಾನೇಕೆ ನಿನ್ನನ್ನು ಕ್ಷಮಿಸಬೇಕು?"

"ನಾನು ಒಂದು ರಹಸ್ಯವನ್ನು ನಿಮ್ಮಿಂದ ಮುಚ್ಚಿಟ್ಟಿದ್ದೆ."

"ಏನು ರಹಸ್ಯ?"

"ನಾನು, ನಿಜವಾದ ಕೆಲಸಗಾರನಲ್ಲ, ನಾನು ಬೇರೊಬ್ಬರಿಗೆ ಕೆಲಸಮಾಡುವ ಒಬ್ಬ ಗುಪ್ತಚಾರನೆಂದೇ ತಿಳಿಯಬಹುದು."

"ಗುಪ್ತಚಾರನೇ!" ಸುಮಿತ್ರ ಹೌಹಾರಿದ, "ನಿಪುಣಕ ನಿನ್ನ ಮಾತು ನಿಜವೇ!"

"ಹೌದು."

"ಯಾರ ಪರವಾಗಿ ಕೆಲಸ ಮಾಡುತ್ತಿದ್ದಿ? ನನಗೇನೂ ತೊಂದರೆಯಾಗುವುದಿಲ್ಲ ತಾನೆ?" ಸುಮಿತ್ರ ನಿಜವಾಗಲೂ ಹೆದರಿದ.

"ನಿಮಗೆ ತೊಂದರೆ ಮಾಡುತ್ತೇನೆಯೇ ಯಜಮಾನರೇ. ನಾನು ಯಾರ ಪರವಾಗಿ ಕೆಲಸ ಮಾಡುತ್ತಿದ್ದೇನೆಂದು ಹೇಳುವ ಮೊದಲು ನಿಮ್ಮ ಅಭಿಪ್ರಾಯ ತಿಳಿದುಕೊಳ್ಳಬೇಕು."

"ಯಾವ ವಿಷಯದಲ್ಲಿ?"

"ನಿಮಗೆ ಧನನಂದನ ಆಳ್ವಿಕೆ ಬೇಕೋ? ಅಥವಾ ಬೇರೊಬ್ಬ ಧರ್ಮಿಷ್ಠ ರಾಜನ ಆಳ್ವಿಕೆ ಬೇಕೋ?"

"ನೀನು ಯಾರ ಪರ ಎಂದು ಗೊತ್ತಿಲ್ಲದೆ ನಾನು ಹೇಗೆ ಹೇಳಲಿ?"

"ನಾನು ಯಾರ ಪರವೇ ಆದರೂ, ನನ್ನಾಣೆ ನಿಮಗೆ ತೊಂದರೆಯಿಲ್ಲ, ಆತ್ಮಸಾಕ್ಷಿಯಾಗಿ ಹೇಳಿ."

"ಆತ್ಮಸಾಕ್ಷಿಯಾಗಿ ಹೇಳಬೇಕೆಂದರೆ ಆ ಪಾಪಿ ಧನನಂದನ ಆಳ್ವಿಕೆ ಮುಗಿಯುವಂತಿದ್ದರೆ ನನ್ನ ಸಂಪತ್ತನ್ನೆಲ್ಲ ಕೊಟ್ಟೇನು?"

"ಆ ಕಾಲ ಬಂದಿದೆ ಯಜಮಾನರೇ."

"ಹಾಂ! ಏನು ಹಾಗೆಂದರೆ?"

"ನನಗೆ ಒಂದು ಮಾತು ಕೊಟ್ಟಿದ್ದಿರಿ, ನೆನಪಿದೆಯೇ?"

"ಇದೆ, ನೆನಪಿದೆ. ನೀನು ಕೇಳಿದಾಗ ಕೇಳಿದ್ದನ್ನು ಕೊಡುವುದಾಗಿ ಮಾತು ಕೊಟ್ಟಿದ್ದೆ. ಈಗಲೂ ನಾನು ಸಿದ್ಧನಾಗಿದ್ದೇನೆ. ಏನು ಬೇಕು ಕೇಳು."

"ನಿಮ್ಮ ನಿಷ್ಠೆ ಮತ್ತು ಸಹಾಯ ಬೇಕು."

"ಯಾರಿಗೆ? ಏತಕ್ಕೋಸ್ಕರ?"

"ಧನನಂದನ ದುಷ್ಟ ಆಡಳಿತದಿಂದ ಮಗಧವನ್ನು ಬಿಡುಗಡೆಗೊಳಿಸಲು. ಯಾರಿಗೆ ಎಂಬುದನ್ನು ನಾನು ಆಮೇಲೆ ಹೇಳುತ್ತೇನೆ."

"ಅದಕ್ಕಾದರೆ ನಾನು ಸಂತೋಷದಿಂದ ಒಪ್ಪುತ್ತೇನೆ. ಏನು ಬೇಕು ಕೇಳು."

"ಇನ್ನೂ ಒಂದು ರಹಸ್ಯವನ್ನು ನಿಮಗೆ ಹೇಳಬೇಕು."

"ಇನ್ನೊಂದು ರಹಸ್ಯವೇ! ಏನದು?"

"ನಿಮ್ಮಲ್ಲಿ ಕೆಲಸಗಾರನಾಗಿರುವ ಕರಭಕನೂ, ನಿಜವಾದ ಕೆಲಸಗಾರನಲ್ಲ."

"ಹಾಂ, ಹೌದೇ?"

"ಹೌದು, ಅವನು ಅಮಾತ್ಯ ರಾಕ್ಷಸನ ಗೂಢಚಾರ."

"ಎಲಾ! ಅವನು ನನಗೇ ಮೋಸ ಮಾಡಿದನೆ!"

"ಅವನು ತನ್ನ ಒಡೆಯನಿಗಾಗಿ ಕರ್ತವ್ಯ ಮಾಡುತ್ತಿದ್ದಾನೆ. ಅವನಿಂದ ನಿಮಗೇನೂ ತೊಂದರೆಯಿಲ್ಲ. ಆದರೆ ನಮ್ಮ ಕಾರ್ಯಕ್ಕೆ ತೊಂದರೆಯಾಗುವ ಸೂಚನೆಯಿದೆ. ಆದ್ದರಿಂದ ನಾನು ಅವನಿಂದ ಬಿಡಿಸಿಕೊಳ್ಳಬೇಕು. ಬೇರೊಂದು ರಹಸ್ಯ ನೆಲೆ ಬೇಕು. ಅದು ಸಂಪೂರ್ಣವಾಗಿ ನನ್ನ ಅಧೀನದಲ್ಲಿರಬೇಕು. ಅಲ್ಲಿ ಯಾರು ಬರುತ್ತಾರೆ, ಯಾರು ಹೋಗುತ್ತಾರೆ

ಎಂಬುದನ್ನು ನೀವು ಕೇಳಬಾರದು. ಜೊತೆಗೆ ಸಾಕಷ್ಟು ಆಯುಧಗಳು ಬೇಕು, ಆಹಾರ ಸಾಮಗ್ರಿಗಳು ಬೇಕು. ಉಳಿದ ವ್ಯವಸ್ಥೆ ನಾನು ನೋಡಿಕೊಳ್ಳುತ್ತೇನೆ."

"ಬಹಳ ಸಂತೋಷ ನಿಪುಣಕ" ಸುಮಿತ್ರ ಉತ್ಸಾಹದಿಂದ ಹೇಳಿದ, "ಪಾಟಲೀಪುತ್ರದ ಪಶ್ಚಿಮದ ಕಡೆ ನನ್ನ ಒಂದು ದೊಡ್ಡ ಮನೆಯಿದೆ. ಸಾಕಷ್ಟು ವಿಶಾಲವಾಗಿದೆ. ಎರಡು ದಿನ ಸಮಯ ಕೊಡು. ಅಷ್ಟರಲ್ಲಿ ಅದನ್ನು ಶುಚಿಗೊಳಿಸಿ, ನೀನು ಹೇಳಿದ ಸಾಮಗ್ರಿಗಳಿಂದ ತುಂಬಿಸುತ್ತೇನೆ. ಆಯುಧಗಳ ವ್ಯವಸ್ಥೆಯನ್ನು ನೀನೇ ಮಾಡಿಕೊಳ್ಳಬೇಕು. ಅದಕ್ಕೆ ಅಗತ್ಯವಾದಷ್ಟು ಧನ ತೆಗೆದುಕೊಂಡು ಹೋಗು."

"ತುಂಬಾ ಧನ್ಯವಾದಗಳು. ನಿಮ್ಮದು ತುಂಬಾ ಉದಾರವಾದ ಮನಸ್ಸು ಯಜಮಾನರೇ" ಎಂದ ನಿಪುಣಕ ಸಂತೋಷದಿಂದ.

"ನನ್ನನ್ನು ಹೊಗಳಬೇಡ ನಿಪುಣಕ. ನೀನು ಯಾರೋ, ಯಾರಿಗಾಗಿ ಕೆಲಸ ಮಾಡುತ್ತಿರುವೆಯೋ, ನಿನ್ನ ಅಂತಸ್ತು ಏನೋ! ನಾನು ನಿನ್ನನ್ನು ಬರೀ ಕೆಲಸಗಾರನೆಂಬ ಭಾವನೆಯಿಂದ ಹಲವು ಸಲ ಕೀಳಾಗಿ ಮಾತಾಡಿದ್ದೇನೆ. ನಿನ್ನಿಂದ ಸೇವೆ ಮಾಡಿಸಿ ಕೊಂಡಿದ್ದೇನೆ. ಅದಕ್ಕಾಗಿ ನನ್ನನ್ನು ಕ್ಷಮಿಸು."

"ಹಾಗೆ ಹೇಳಬೇಡಿ ಯಜಮಾನರೇ, ನಾನು ನಿಮ್ಮ ಬಳಿ ಕೆಲಸಗಾರನೇ. ಅನ್ನವಿಟ್ಟು ಆಶ್ರಯ ನೀಡಿದ ನಿಮ್ಮನ್ನು ಗೌರವಿಸುವುದು ನನ್ನ ಕರ್ತವ್ಯ. ಅದಕ್ಕಿಂತ ದೊಡ್ಡ ಕರ್ತವ್ಯ ಮಗಧದ ಬಿಡುಗಡೆ. ಅದೃಷ್ಟವಶಾತ್ ನೀವೂ ಕೂಡ ನನ್ನ ಉದ್ದೇಶಕ್ಕೆ ಸ್ಪಂದಿಸಿದ್ದು ದೊಡ್ಡ ಉಪಕಾರ ಮಾಡಿದಂತಾಯಿತು."

"ನನ್ನ ಮಗಧಕ್ಕೆ ಒಳ್ಳೆಯದಾಗುವ ಕೆಲಸ ಮಾಡುವುದು ಉಪಕಾರವಲ್ಲ ನಿಪುಣಕ, ಕರ್ತವ್ಯ. ಅದಕ್ಕೆ ನೀನು ಅವಕಾಶ ಮಾಡಿಕೊಟ್ಟೆ."

"ನಮಗೆಲ್ಲರಿಗೂ ಇಂಥ ಸದವಕಾಶ ಮಾಡಿಕೊಟ್ಟ ಮಹಾತ್ಮರು ಬೇರೊಬ್ಬರಿದ್ದಾರೆ. ಅದೃಷ್ಟವಿದ್ದರೆ ನೀವೂ ಅವರನ್ನು ನೋಡಬಹುದು."

"ಆ ಕಾಲ ಬೇಗ ಬರಲಿ. ನಾನು ಸಂಪಾದಿಸಿರುವುದನ್ನೆಲ್ಲ ಬೇಕಾದರೆ ತೆಗೆದುಕೋ. ಮಗಧ ಒಬ್ಬ ಧರ್ಮಿಷ್ಟನಾದ ರಾಜನ ಕೈಕೆಳಗೆ ಬಂದರೆ, ನಾನು ಬೇಕಾದರೆ ಹೊಸದಾಗಿ ನನ್ನ ವ್ಯವಹಾರವನ್ನು ಆರಂಭಿಸುತ್ತೇನೆ. ಅದು ಸರಿ, ಕರಭಕ ನಿನ್ನ ಬಗ್ಗೆ ಕೇಳಿದರೆ ಏನು ಹೇಳಲಿ ?"

"ಹೌದು, ಅದೊಂದು ಸಮಸ್ಯೆಯಿದೆ" ನಿಪುಣಕ ಎರಡು ಕ್ಷಣ ಯೋಚಿಸಿದ, "ನಾನು ಅವನಿಗೆ, ಊರಿಗೆ ಹೋಗುತ್ತೇನೆ, ಬರಲು ಎರಡು ತಿಂಗಳು ಬೇಕೆಂದು ಹೇಳಿದ್ದೇನೆ."

"ಒಳ್ಳೆಯದೇ ಆಯಿತಲ್ಲ"

"ಇಲ್ಲ, ಅವನು ಕಾಯುತ್ತಾನೆ. ಅವನು ನನಗಾಗಿ ಕಾಯಬಾರದು ಅಥವಾ ನನ್ನ ಬಗ್ಗೆ ಅವನು ಗೊಂದಲಗೊಳ್ಳಬೇಕು. ಹಾಗೆ ಏನಾದರೂ ಯೋಚಿಸಬೇಕು."

“ಅವನನ್ನು ಕೆಲಸದಿಂದ ಓಡಿಸಿಬಿಟ್ಟರೆ?”

“ಅದು ಹೇಗೆ ಸಾಧ್ಯ?”

“ಹೀಗೆ ಮಾಡೋಣ” ಎಂದು ಸುಮಿತ್ರ ಅವನ ಕಿವಿಯಲ್ಲಿ ಏನೋ ಹೇಳಿದ. ನಿಪುಣಕನ ಮುಖ ಅರಳಿತು. “ಹೌದು ಹಾಗೆ ಮಾಡಿದರೆ, ಮತ್ತೆ ನಾನು ಬರುವುದೇ ಇಲ್ಲವೆಂದು ಅವನು ಭಾವಿಸುತ್ತಾನೆ, ನಿಮ್ಮ ಕೆಲಸವನ್ನೂ ಬಿಡುತ್ತಾನೆ.”

ಮೂರು ದಿನಗಳ ನಂತರ ನಿಪುಣಕ ಕರಭಕನಿಗೆ ಹೇಳಿಯೇ ಊರಿಗೆ ಹೋಗುವುದಾಗಿ ಹೊರಟ. ಆ ಸಮಯದಲ್ಲಿ ಸುಮಿತ್ರ ಬೇಕೆಂದೇ ಪಾನಗೃಹದಲ್ಲಿರಲಿಲ್ಲ. ಅಷ್ಟು ಹೊತ್ತಿಗೆ ಸುಮಿತ್ರ ಹೇಳಿದ ಮನೆಯನ್ನು ಸಜ್ಜುಗೊಳಿಸಲಾಗಿತ್ತು. ನಿಪುಣಕ ನೇರವಾಗಿ ಅಲ್ಲಿಗೆ ಹೋಗಿ ಸೇರಿಕೊಂಡ. ಸಮಿದ್ಧಾರ್ಥಕನೂ ಅವನ ಜೊತೆ ಸೇರಿದ.

ಸಂಜೆ ಸುಮಿತ್ರ ಪಾನಗೃಹಕ್ಕೆ ಬಂದಾಗ ಕರಭಕ ತನ್ನ ಕೆಲಸದಲ್ಲಿ ತೊಡಗಿದ್ದ. ಬಂದವನೇ ಸುಮಿತ್ರ ತನ್ನ ಧನದ ಪೆಟ್ಟಿಗೆಯನ್ನು ತೆರೆದು ನೋಡಿ ಕೂಗಾಡತೊಡಗಿದ. “ಏನು? ಏನಾಯಿತು ಯಜಮಾನರೇ?” ಎಂದು ಕರಭಕ ಹತ್ತಿರ ಬಂದು ಕೇಳಿದ.

“ನಿನ್ನೆಯ ವ್ಯಾಪಾರದ ಧನವೆಲ್ಲ ಮಾಯವಾಗಿದೆ.”

“ಹಾಂ! ಅದು ಹೇಗೆ ಸಾಧ್ಯ? ಎಂದೂ ಹೀಗಾಗಿರಲಿಲ್ಲ!”

“ಆದೇ, ಇಂದು ಹೇಗಾಯಿತು? ಯಾರು ಕದ್ದವರು?”

“ಕಳ್ಳತನವೇ! ಯಜಮಾನರೇ ನಿಮ್ಮ ಪಾನಗೃಹದಲ್ಲಿ ಕಳ್ಳತನವೆಂದರೆ, ನನಗೆ ನಂಬಲೇ ಆಗುತ್ತಿಲ್ಲ.”

ಅಷ್ಟರಲ್ಲಿ ಕೆಲಸಗಾರರೆಲ್ಲ ಬಂದು ಸೇರಿಕೊಂಡರು. ಎಲ್ಲರಿಗೂ ಅಚ್ಚರಿ, ಕುತೂಹಲ ಒಟ್ಟಿಗೆ ಉಂಟಾಗಿತ್ತು. ಕರಭಕ ನಂಬಿಕೆ ಬಾರದೆ ದಿಗ್ಭ್ರಾಂತನಾಗಿದ್ದ. ಆದರೆ ಸುಮಿತ್ರನ ಬರಿದಾದ ಪೆಟ್ಟಿಗೆ ಮತ್ತು ಅವನ ಮುಖದ ಕೋಪವನ್ನು ನೋಡಿದರೆ ನಂಬಲೇಬೇಕಾಗಿತ್ತು. ಅವನೆಂದ, “ನಿಮ್ಮ ಧನದ ಪೆಟ್ಟಿಗೆಯನ್ನು ಮುಟ್ಟುವ ಸ್ವಾತಂತ್ರ್ಯ ನಿಪುಣಕನಿಗೆ ಮಾತ್ರ ಇತ್ತು. ಉಳಿದವರಾರೂ, ನಾನೂ ಕೂಡ ಎಂದೂ ಆ ಪೆಟ್ಟಿಗೆಯನ್ನು ಮುಟ್ಟಿದವರಲ್ಲ.”

“ಎಲ್ಲಿ ಆ ನಿಪುಣಕ?” ಸುಮಿತ್ರ ಅಬ್ಬರಿಸಿದ.

“ಬೆಳಿಗ್ಗೆಯೇ ಊರಿಗೆ ಹೋಗುತ್ತೇನೆಂದು ಹೇಳಿ ಹೋದ.”

“ನಾನಿಲ್ಲದಾಗ ಹೋಗಿರಬೇಕಾದರೆ ಅವನದೇ ಈ ಕೆಲಸ.”

“ನಿಪುಣಕ ಅಂಥವನಲ್ಲ.”

“ನೀನು ಅದನ್ನು ಹೇಳಬೇಕು. ಏಕೆಂದರೆ ನೀನು ತಾನೆ ಅವನನ್ನು ಕೆಲಸಕ್ಕೆ ಸೇರಿಸಿದ್ದು?”

“ಇಲ್ಲ ಯಜಮಾನರೇ ಅವನು ಅಂಥವನಲ್ಲ” ಎಂದು ಮೇಲೆ ಹೇಳಿದರೂ, ಕರಭಕನ ಮನಸ್ಸಿನಲ್ಲಿ ಅವನೇ ಈ ಕೆಲಸ ಮಾಡಿರಬೇಕೆಂದು ಖಚಿತವಾಗುತ್ತಿತ್ತು.

“ಬೇರೆ ಯಾರೂ ಅಂಥ ಕೆಲಸ ಮಾಡುವುದಿಲ್ಲ. ಎಲ್ಲ ಎತ್ತಿಕೊಂಡು ಅವನೇ ತನ್ನ

ಊರಿಗೆ ಹೊರಟುಬಿಟ್ಟಿದ್ದಾನೆ. ಇನ್ನು ಅವನು ಖಂಡಿತ ಹಿಂದಿರುಗಿ ಬರುವುದಿಲ್ಲ. ಪಾಟಲೀಪುತ್ರದಲ್ಲಿ ಕಳ್ಳತನಕ್ಕೆ ಎಂಥ ಕಠಿಣ ಶಿಕ್ಷೆಯೆಂದು ಅವನಿಗೆ ಗೊತ್ತಿರುತ್ತದೆ."

"ಛೆ! ನಿಪುಣಕ ಇಂಥ ನಂಬಿಕೆ ದ್ರೋಹಿಯೆ?"

"ಕರಭಕ, ಅಂಥ ನಂಬಿಕೆ ದ್ರೋಹಿಯನ್ನು ತಂದು ಸೇರಿಸಿದ ನಿನ್ನನ್ನು ನಂಬುವುದೂ ಕಷ್ಟವಾಗುತ್ತದೆ. ನಿನಗೆ ಬರಬೇಕಾದುದನ್ನು ತೆಗೆದುಕೊಂಡು ನಾಳೆಯಿಂದಲೇ ನೀನು ಕೆಲಸಕ್ಕೆ ಬಾರದಿದ್ದರೆ ಒಳ್ಳೆಯದು."

"ನಾಳೆಯಿಂದ ಏಕೆ, ಈಗಿನಿಂದಲೇ ನಾನು ಕೆಲಸ ಬಿಡುತ್ತಿದ್ದೇನೆ" ಎಂದು ಕರಭಕ ಸಂಬಳವನ್ನು ತೆಗೆದುಕೊಂಡು, ತನ್ನ ವಸ್ತುಗಳ ಗಂಟನ್ನು ಹೊತ್ತು ಪಾನಗೃಹದಿಂದ ಹೊರಟುಹೋದ. ಅವನಿಗೆ ಬೇಕಾಗಿದ್ದುದೂ ಅದೇ. ಕರಭಕ ತನ್ನ ಬಗ್ಗೆ ಅಪನಂಬಿಕೆಯ ಮಾತಾಡಿದನೆಂಬುದಕ್ಕಿಂತ, ನಿಪುಣಕ ತನಗೆ ಮೋಸ ಮಾಡಿದನಲ್ಲಾ ಎಂಬ ನೋವು, ಕೋಪ ಅವನನ್ನು ಕಾಡುತ್ತಿತ್ತು. ಅವನು ಮೋಸ ಮಾಡಲೆಂದೇ ಇಷ್ಟು ಕಾಲ ನಂಬಿಕೆ ಯವನಂತೆ ನಾಟಕವಾಡಿದನೆನ್ನಿಸಿತು. 'ಅವನು ನನಗೆ ನಿಷ್ಠೆ ತೋರಿಸುವನೆಂಬ ಭರವಸೆಯ ಮೇಲೆ ರಾಕ್ಷಸರ ಹೆಸರನ್ನು ಬಿಟ್ಟು ಉಳಿದ ರಹಸ್ಯವನ್ನೆಲ್ಲ ಅವನಿಗೆ ಹೇಳಿಬಿಟ್ಟೆ ಆಕಸ್ಮಿಕವಾಗಿ ಅವನೇನಾದರೂ ಶತ್ರುಪಕ್ಷದ ಗೂಢಚಾರನಾಗಿದ್ದರೆ? ಇರಲಾರದು. ಅಂಥವನಾಗಿದ್ದರೆ ಸುಮಿತ್ರನ ಪೆಟ್ಟಿಗೆಯಿಂದ ಧನವನ್ನು ಕದ್ದುಕೊಂಡು ಹೋಗುತ್ತಿರಲಿಲ್ಲ. ಇಲ್ಲ, ಅವನು ಸಮಯಸಾಧಕ ಕಳ್ಳನೇ ಆಗಿರಬೇಕು. ಒಬ್ಬ ನಿಷ್ಠಾವಂತ ಸಹಾಯಕ ಸಿಕ್ಕಿದ್ದಾನೆಂದು ಆತುರಪಟ್ಟು ಹೇಳಿ ನಾನು ತಪ್ಪು ಮಾಡಿದೆ. ಈಗ ಈ ವಿಷಯ ತಿಳಿದರೆ ಅಮಾತ್ಯರು ಏನನ್ನುತ್ತಾರೋ!' ಎಂದುಕೊಂಡ.

ಮರುದಿನವೇ ಕರಭಕ ರಾಕ್ಷಸನನ್ನು ಭೇಟಿ ಮಾಡಿದ. ನಿಪುಣಕನ ವಿಷಯವನ್ನು ಆದ್ಯಂತವಾಗಿ ವಿವರಿಸಿದ. ರಾಕ್ಷಸನಿಗೂ ಅವನು ಗೂಢಚಾರನೆನಿಸಲಿಲ್ಲ, ಅವನೂ ಆತ ಕಳ್ಳನೇ ಇರಬೇಕೆಂದು ಭಾವಿಸಿದ. 'ಆದರೂ ಸ್ವಲ್ಪ ಎಚ್ಚರದಿಂದಿರುವುದು ಒಳ್ಳೆಯದು. ಒಂದು ವೇಳೆ ಅವನು ಗೂಢಚಾರನೇ ಆಗಿದ್ದರೆ, ಶ್ರೀಯಕನ ಕಡೆಯವನೇ ಇರಬೇಕು. ಅದು ನಿಜವಾದರೆ ಅವನು ಇಲ್ಲೇ ಎಲ್ಲೋ ರಹಸ್ಯವಾಗಿ ಅಡಗಿರುತ್ತಾನೆ. ಇಂದಲ್ಲ ನಾಳೆ ಕಾಣಿಸಿಕೊಳ್ಳದೆ ಎಲ್ಲಿಗೆ ಹೋಗುತ್ತಾನೆ!' ಎಂದುಕೊಂಡ.

ಪಿಪ್ಪಲಿವನದಿಂದ ವಿರಾಧಗುಪ್ತ ತಪ್ಪಿಸಿಕೊಂಡು ಬಂದ ನಂತರ, ರಾಕ್ಷಸನಿಗೆ ಚಾಣಕ್ಯ ಏನೋ ಸಂಚು ಮಾಡುತ್ತಿರಬಹುದೆಂಬ ಸಂದೇಹವಿದ್ದೇ ಇತ್ತು. ಆದರೆ ಏನೆಂದು ಖಚಿತವಾಗಿ ಊಹೆ ಮಾಡಲಾಗಲಿಲ್ಲ. ಬೇರೆ ಯಾರದೋ ಸಹಾಯಕ್ಕೆ ಪ್ರಯತ್ನಿಸುತ್ತಿರಬಹುದೆಂದು ಯೋಚಿಸುತ್ತಿರುವಾಗ, ತಕ್ಷಣ ಅವನ ಮನಸ್ಸಿನಲ್ಲಿ ಪರ್ವತರಾಜ ಪೌರವ ಸುಳಿದುಹೋದ. ಒಂದು ವೇಳೆ ಅವನೇನಾದರೂ ಚಂದ್ರಗುಪ್ತನ ಕಡೆ ಸೇರಿಕೊಂಡರೆ ಕಷ್ಟವಾಗುತ್ತದೆ, ಎಂದು ಯೋಚಿಸಿದ. ಹಠಾತ್ತನೆ ಯುದ್ಧಪ್ರಸಂಗ ಒದಗಿದರೆ ಫಲಿತಾಂಶವೇನಾಗುವುದೆಂದು ಹೇಳಲಾಗುವುದಿಲ್ಲ. ಅದಕ್ಕಾಗಿ ನಾವು ಸಿದ್ಧರಾಗಬೇಕಾಗುತ್ತದೆ. ಅದಕ್ಕೆ ಮೊದಲು ಪೌರವನನ್ನು ಚಂದ್ರಗುಪ್ತ ಸಂಪರ್ಕಿಸಿರುವನೆ? ಸಂಪರ್ಕಿಸಿದ್ದರೆ ಅವರ ಉದ್ದೇಶವೇನು? ಅವರಿಬ್ಬರ

ಸಂಯುಕ್ತ ಬಲ ಮಗಧದ ಮೇಲೆ ದಾಳಿ ಮಾಡುವ ಸೂಚನೆಯೇನಾದರೂ ಇದೆಯೇ ? ಎಂಬುದನ್ನು ತಿಳಿದುಕೊಳ್ಳಬೇಕು, ಇತ್ಯಾದಿ ಯೋಚಿಸಿ ಕರಭಕ ಮತ್ತು ವಿರಾಧಗುಪ್ತನನ್ನು ಪರ್ವತನಾಡಿಗೆ ಕಳಿಸಿದ. ಯುದ್ಧಭೀತಿಯೇನಾದರೂ ಇದ್ದರೆ ಶೀಘ್ರವಾಗಿ ಹಿಂತಿರುಗಿ ಬರಬೇಕೆಂದು ಆದೇಶ ನೀಡುವುದನ್ನು ಮರೆಯಲಿಲ್ಲ.

ಅವರು ಅತ್ತ ಹೋದಂತೆ ಇತ್ತ ಚಾಣಕ್ಯನ ಆದೇಶವನ್ನು ಹೊತ್ತು ಮಹಾನಂದ ಮತ್ತು ದೇವಗುಪ್ತ ಚಂದಕನೊಂದಿಗೆ ಪಾಟಲೀಪುತ್ರಕ್ಕೆ ಬಂದರು. ಪಾಟಲೀಪುತ್ರದಲ್ಲಿ ಪರಿಚಿತರಾಗಿರುವ ಚರಣ ಮುಂತಾದ ಯಾರನ್ನು ಕಳಿಸಲೂ ಚಾಣಕ್ಯ ಹಿಂಜರಿದು, ಪರಿಚಯವಿಲ್ಲದವರನ್ನು ಕಳಿಸಿದ.

ಅವರು ಮೊದಲು ರಹಸ್ಯವಾಗಿ ಭಾಗುರಾಯಣನನ್ನು ಕಂಡರು. ಅವನ ಬೆಂಬಲದಿಂದ ಮರುದಿನ ನಡುರಾತ್ರಿ ಸುಮಿತ್ರನ ಪ್ರತ್ಯೇಕ ಮನೆಯಲ್ಲಿ ಎಲ್ಲ ಸೇರಲು ನಿರ್ಧರಿಸಿದರು.

ಆ ರಾತ್ರಿ ಅಲ್ಲಿ ಸಿದ್ಧಾರ್ಥಕ, ಸಮಿದ್ಧಾರ್ಥಕ, ಪಶುಲೋಮ, ನಿಪುಣಕ, ಭಾಗು ರಾಯಣ, ಉಜ್ವಲ, ಸುಜಾತ, ವಸುಂಧರ, ಪ್ರಭಾಕರ ಎಲ್ಲ ಸೇರಿದರು. ಕಾರ್ಯಾಚರಣೆಯ ದಿನ ನಿಗದಿಯಾಗಿತ್ತು. ಅದಕ್ಕೆ ಇನ್ನು ಕೇವಲ ಹದಿನೈದೇ ದಿನಗಳಿದ್ದವು. ಆ ದಿನ, ಯಾರು ಯಾರು ಏನೇನು ಮಾಡಬೇಕೆಂದು ಸ್ಪಷ್ಟವಾಗಿ ನಿರ್ಧಾರವಾಗಿತ್ತು. ಇಂಥ ದಿನ, ಇಂಥಿಂಥ ಸಮಯದಲ್ಲಿ ಹೀಗೆ ಹೀಗೇ ನಡೆದುಕೊಳ್ಳಬೇಕೆಂದು ಚಾಣಕ್ಯ ಖಚಿತವಾಗಿ ಹೇಳಿಕಳಿಸಿದ್ದ. ಮಹಾನಂದ ಮತ್ತು ದೇವಗುಪ್ತ ಮತ್ತೆ ಮತ್ತೆ ಹೇಳಿ ಎಲ್ಲರಿಗೂ ಸ್ಪಷ್ಟಪಡಿಸಿ, ಅವರ ಸಂದೇಹಗಳಿಗೆ ಸೂಕ್ತ ಸಮಾಧಾನವನ್ನು ನೀಡಿದ. ಭಾಗುರಾಯಣ ತಾನು ಇತರ ಸೇನಾಧ್ಯಕ್ಷರೊಂದಿಗೆ ಮಾತನಾಡಿ ಎಲ್ಲ ಚಾಣಕ್ಯರ ಸೂಚನೆಯಂತೆ ನಡೆಯುವಂತೆ ಆಶ್ವಾಸನೆ ನೀಡಿದ. ಪ್ರಭಾಕರನಿಗೂ ಆ ಸಂಬಂಧ ಸೂಚನೆಗಳನ್ನು ನೀಡಿದ. ಕಾರ್ಯಾಚರಣೆಯ ನಂತರ ಸಹದೇವ ಶಿವಾಲಿಯೊಂದಿಗೆ ಮತ್ತು ಧನಂಜಯನೊಂದಿಗೆ ಪಾಟಲೀಪುತ್ರ ತಲಪುವಂತೆ ಆಚಾರ್ಯರು ವ್ಯವಸ್ಥೆ ಮಾಡಿರುವ ವಿಷಯವನ್ನೂ ಹೇಳಿದ. ಯಾರಿಗೂ ಸಂದೇಹ ಬರಬಾರದೆಂಬ ಕಾರಣದಿಂದ ಅಂದು ಮುಂಜಾನೆಯೇ ಮಹಾನಂದ, ದೇವಗುಪ್ತ ಮತ್ತು ಚಂದಕ ಮರಳಿ ಪ್ರಯಾಣ ಬೆಳೆಸಿದರು.

★ ★ ★

ಮನೆಗೆ ಬಂದಾಗ ಸುಗಂಧಿ ಏನು ವಿಷಯವೆಂದು ಕುತೂಹಲದಿಂದ ಕೇಳಿದಳು. "ನಾವು ಬಹುದಿನಗಳಿಂದ ನಿರೀಕ್ಷಿಸುತ್ತಿದ್ದುದು ಇನ್ನು ಹದಿನೈದೇ ದಿನಗಳಲ್ಲಿ ಬರುತ್ತಿದೆ ಸುಗಂಧಿ" ಎಂದಳು ಉಜ್ವಲ ಉತ್ಸಾಹದಿಂದ.

"ಹೌದೇ ? ಬಹಳ ಸಂತೋಷ."

"ಸಂತೋಷ ಚರಣನನ್ನು ನೋಡಬಹುದೆಂದು ತಾನೆ ?" ಸುಜಾತ ಚೇಷ್ಟೆ ಮಾಡಿದಳು.

"ಅಲ್ಲ, ನನ್ನ ಸೋದರಿ ಉಜ್ವಲ ತನ್ನ ಪ್ರಿಯಕರ ಚಂದ್ರಗುಪ್ತನನ್ನು ನೋಡುತ್ತಾಳಲ್ಲ" ಎಂದು ಸುಗಂಧಿ ನಕ್ಕಳು.

"ಮೊಗ್ಗಿನಂತೆ ಮುದುಡಿಕೊಂಡಿರುತ್ತಿದ್ದ ನೀನು ಎಷ್ಟೊಂದು ಮಾತು ಕಲಿತುಬಿಟ್ಟೆ!' ಎಂದು ಉಜ್ವಲ ಅವಳ ಗಲ್ಲ ಹಿಡಿದು ಹೇಳಿದಳು.

"ನೀನು ಹೀಗನ್ನುತ್ತಿ, ನಮ್ಮ ತಾಯಿ ಹುಡುಗಾಟದ ಹುಡುಗಿಯಾಗಿದ್ದವಳು, ಪ್ರೌಢಳಂತೆ ಮಾತಾಡುವುದನ್ನು ಕಲಿತುಬಿಟ್ಟೆ ಎನ್ನುತ್ತಾಳೆ."

"ಅದಿರಲಿ, ಕಲಿತ ಪಾಠವನ್ನು ಈಗ ಮತ್ತೆ ಎಲ್ಲರೂ ಮನನ ಮಾಡಿಕೊಳ್ಳಬೇಕು" ಎಂದಳು ಸುಜಾತ.

"ಎಲ್ಲರೂ ಎಂದರೆ ?" ಸುಗಂಧಿ ಹುಬ್ಬೇರಿಸಿದಳು.

"ಎಲ್ಲರೂ ಎಂದರೆ ಧನನಂದನ ಅಂತಃಪುರಕ್ಕೆ ಹೋಗಲಿರುವ ಇಪ್ಪತ್ತು ಜನ ಚೆಲುವೆಯರು, ನೀನಲ್ಲ"

ಸುಗಂಧಿಯ ಮುಖದಲ್ಲಿ ತುಸು ಆತಂಕ ಕಾಣಿಸಿಕೊಂಡು, "ನನಗೇನೋ ಭಯ ವಾಗುತ್ತಿದೆ. ಯಾರಿಗೂ ಏನೂ ಅಪಾಯವಿಲ್ಲ ತಾನೆ ?" ಎಂದಳು.

"ನಿನ್ನಂತೆ ಮೆತ್ತಗಿದ್ದರೆ ಎಲ್ಲ ಅಪಾಯವೂ ಆಗಬಹುದು" ಸುಜಾತ ಹೇಳಿದಳು, "ಅಂಥ ಮೃದು ಮನಸ್ಸಿನವರು ನಮ್ಮಲ್ಲಿ ಯಾರೂ ಇಲ್ಲ, ನೀನು ಧೈರ್ಯವಾಗಿರು. ಎಲ್ಲರೂ ಸುರಕ್ಷಿತವಾಗಿ ಬರುತ್ತಾರೆ. ನಿನ್ನ ಚರಣನೂ ಸುರಕ್ಷಿತವಾಗಿ ನಿನ್ನನ್ನು ನೋಡುತ್ತಾನೆ."

"ಚರಣನ ಸುರಕ್ಷೆಯ ಬಗ್ಗೆ ಮಾತ್ರ ನಾನು ಯೋಚಿಸುತ್ತಿಲ್ಲ ಸುಜಾತ" ಸುಗಂಧಿ ಹೇಳಿದಳು, "ಅಂಥ ಸ್ವಾರ್ಥಿ ನಾನಲ್ಲ, ಈ ಕಾರ್ಯದಲ್ಲಿ ಭಾಗವಹಿಸುವ ಪ್ರತಿಯೊಬ್ಬರೂ ಸುರಕ್ಷಿತವಾಗಿರಬೇಕೆಂದು ನನ್ನಾಸೆ. ಯಾರಿಗೆ ಅಪಾಯವಾದರೂ ನನಗೆ ದುಃಖವಾಗುತ್ತದೆ."

"ನೊಂದುಕೊಳ್ಳಬೇಡ ಸುಗಂಧಿ" ಉಜ್ವಲ ಸಮಾಧಾನ ಪಡಿಸುವಂತೆ ಹೇಳಿದಳು, "ನಿನ್ನ ಮನಸ್ಸು ನನಗೆ ಗೊತ್ತು. ಈ ಕಾರ್ಯದಲ್ಲಿ ನಿನ್ನ ತ್ಯಾಗಕ್ಕೂ ಬೆಲೆಯಿದೆಯೆಂದು ನನ್ನ ಭಾವನೆ."

"ನಾನು ಯಾವ ತ್ಯಾಗವನ್ನೂ ಮಾಡಲಿಲ್ಲ ಉಜ್ವಲ. ನನ್ನಂಥ ಗಣಿಕೆ, ವೃತ್ತಿಧರ್ಮಕ್ಕೆ ಅನುಗುಣವಾಗಿ ನಡೆದುಕೊಂಡರೆ ಅದು ತ್ಯಾಗವಲ್ಲ, ಹಣಕ್ಕಾಗಿ ಆ ಕೆಲಸ ಮಾಡುವ ನಾನು ಈ ಸಲ ಚರಣನ ಸ್ನೇಹಕ್ಕಾಗಿ ಮಾಡಿದೆ ಅಷ್ಟೆ. ಅದೂ ಚಕ್ರವರ್ತಿಯ ಅಂತಃಪುರದಲ್ಲಿ ಒಂದು ತಿಂಗಳಿರುವುದು ನನಗೆ ಕೊಟ್ಟ ಗೌರವವೇ ಅಲ್ಲವೆ? ತಮ್ಮ ಊರು, ಮನೆ, ಮನೆಯವರನ್ನು ಬಿಟ್ಟು ಚಂದ್ರಗುಪ್ತನೊಂದಿಗೆ ಬಹಳ ಕಾಲದಿಂದ ಅಲೆಯುತ್ತಿರುವ ಚರಣ ಮತ್ತು ಅವನ ಮಿತ್ರರ ತ್ಯಾಗ ಬಹಳ ದೊಡ್ಡದು."

"ಎಲ್ಲರ ತ್ಯಾಗದ ಫಲ ದೊರೆಯುವ ಕಾಲ ಸನ್ನಿಹಿತವಾಗಿದೆ ಸುಗಂಧಿ" ಸುಜಾತ ಹೇಳಿದಳು, "ಇದು ವಿಷಾದ ಪಡುವ ಸಮಯವಲ್ಲ, ಯಶಸ್ಸಿಗಾಗಿ ಹಾರೈಸುತ್ತ, ಆ ಶುಭಗಳಿಗೆಗಾಗಿ ನಿರೀಕ್ಷಿಸುವ ಸಮಯ."

"ಹೌದು ಸುಜಾತ, ನನಗಂತೂ ಯಾವ ವಿಷಾದವೂ ಇಲ್ಲ, ನನಗಾಗಿ ನಾನು ನಿರೀಕ್ಷಿಸುವ ಆಸೆಗಳೂ ಇಲ್ಲ."

"ಚರಣನೊಂದಿಗೆ ಬಾಳುವ ಆಸೆಯಿಲ್ಲವೆ?" ಉಜ್ವಲ ಕೇಳಿದಳು.

"ಮನುಷ್ಯನ ಆಸೆಗಳಿಗೆ, ಕನಸುಗಳಿಗೆ ಕೊನೆಯೆಲ್ಲಿದೆ ಸೋದರಿ?" ಸುಗಂಧಿ ಗಂಭೀರವಾಗಿ ಹೇಳಿದಳು, "ಆದರೆ ಆ ಆಸೆಗಳು, ಕನಸುಗಳು ಈಡೇರಲೇಬೇಕೆಂಬ ನಿಯಮವೆಲ್ಲಿದೆ? ನನ್ನಂಥವಳು ಅಂಥ ಆಸೆ, ಕನಸುಗಳಿಗೆ ಅರ್ಹಳೇ ಅಲ್ಲವೆಂಬ ಸತ್ಯ ನನಗೆ ಗೊತ್ತಿದೆ. ಆದರೂ ನನಗೆ ಸಂತೋಷವಿದೆ. ಏಕೆಂದರೆ ಪ್ರೀತಿ, ಪ್ರೇಮ, ಸಂಸಾರ, ಕುಟುಂಬ, ತಂದೆಯ, ಸೋದರಿಯ ಪ್ರೇಮ-ಇವಾವುವೂ ನನಗೆ ಗೊತ್ತೇ ಇರಲಿಲ್ಲ, ಈ ಮನೆಗೆ ಬಂದ ಮೇಲೆ ಅಂಥ ಸುಂದರವಾದ ಕನಸುಗಳಲ್ಲಿ ಕೆಲವು ಕಾಲ ಮೈಮರೆಯುವ ಅವಕಾಶ ದೊರಕಿತಲ್ಲಾ! ಅದೇನು ಕಡಿಮೆ ಸಂತೋಷವೇ? ಈ ಮನೆಗೆ ಬಂದ ಈ ಕೆಲವು ದಿನಗಳಲ್ಲಿ ನಾನು ಒಂದು ಜೀವಮಾನದ ಆನಂದಪಟ್ಟಿದ್ದೇನೆ."

ಸುಜಾತ ಮತ್ತು ಉಜ್ವಲ ಮುಖ ಮುಖ ನೋಡಿಕೊಂಡರು. ಸುಜಾತ ಅನುಕಂಪದಿಂದ ಹೇಳಿದಳು, "ಸುಗಂಧಿ, ಏಕೆ ಈ ನಿರಾಸೆ? ಚರಣ ನಿನ್ನನ್ನು ಮದುವೆ ಯಾಗುತ್ತಾನೆ, ಇದು ಖಂಡಿತ. ಅವನಲ್ಲೂ ನಿನ್ನ ಬಗ್ಗೆ ಪ್ರೀತಿಯ ಭಾವನೆ ಇದೆಯೆಂದು ನೀನೇ ಹೇಳಿದ್ದೆ. ಅಲ್ಲದೆ ಅವನು ನಿನ್ನನ್ನು ಮರೆತಿಲ್ಲವೆಂಬುದನ್ನು ತನ್ನ ವರ್ತನೆಯಲ್ಲೇ ತೋರಿಸಿಕೊಟ್ಟಿದ್ದಾನೆ."

"ಹೌದು ಸುಜಾತ" ಸುಗಂಧಿ ಹೇಳಿದಳು, "ಅದು ನಿಜವೇ ಇರಬಹುದು. ನಾನೂ ಅವನನ್ನು ಗಾಢವಾಗಿ ಪ್ರೀತಿಸುತ್ತಿರಬಹುದು. ಆದರೆ ಇತ್ತೀಚೆಗೆ ನನ್ನ ಪ್ರೀತಿ ನನಗೇ ಒಂದು ಆಭಾಸವೆನಿಸುತ್ತಿದೆ. ಕನ್ಯೆಯಾದ ಉಜ್ವಲ ಚಂದ್ರಗುಪ್ತನನ್ನು ಗಾಢವಾಗಿ ಪ್ರೀತಿಸುವುದು ಸಹಜವಾಗಿದೆ, ಸೂಕ್ತವಾಗಿದೆ ಮತ್ತು ಸುಂದರವಾಗಿದೆ. ಆದರೆ ನಾನು? ಹಲವು ಗಂಡಸರ ಸಂಪರ್ಕದಿಂದ ಕನ್ಯೆಯಾಗಿ ಉಳಿದಿಲ್ಲದ ನನ್ನ ಪ್ರೇಮಕ್ಕೆ ಅರ್ಥವಿದೆಯೇ? ಬೇರೆಯವರಿಗೆ ಅದೊಂದು ವಿಕೃತಿ ಎಂದು ಅನ್ನಿಸುವುದಿಲ್ಲವೆ? ಇಲ್ಲ ಸುಜಾತ, ನನ್ನ ವಿಕೃತ ಪ್ರೇಮಕ್ಕಾಗಿ ಚರಣನ ಬದುಕನ್ನು ಬಲಿ ತೆಗೆದುಕೊಳ್ಳಲಾರೆ. ಅವನು ಉದಾರ ಹೃದಯಿ, ದೇಶಪ್ರೇಮಿ, ಮಿತ್ರಪ್ರೇಮಿ, ಸಾಹಸಿ. ಅವನ ಉಜ್ವಲ ವ್ಯಕ್ತಿತ್ವದಲ್ಲಿ ನಾನೊಂದು ಕಳಂಕವಾಗಿ ಸೇರಿಕೊಳ್ಳುವುದು ಮಹಾಪಾಪ. ಅವನು ಹಿಡಿದ ಕಾರ್ಯ ಯಶಸ್ವಿಯಾಗಲಿ. ಅವನ ಪ್ರಾಣಮಿತ್ರ ಚಂದ್ರಗುಪ್ತ ಚಕ್ರವರ್ತಿಯಾಗಲಿ. ನನ್ನ ಪ್ರಿಯ ಸಹೋದರಿ ಮಹಾರಾಣಿಯಾಗಲಿ. ಚರಣನೂ ತನ್ನ ವ್ಯಕ್ತಿತ್ವಕ್ಕೆ ತಕ್ಕ ಸುಂದರ ಕನ್ಯೆಯೊಂದಿಗೆ ವಿವಾಹ ಮಾಡಿಕೊಂಡು ಸುಖವಾಗಿರಲಿ. ಅದನ್ನು ಕಣ್ತುಂಬ ನೋಡಿ ಆನಂದಪಡುತ್ತೇನೆ. ಅವನ ಸಾಹಸಕ್ಕೆ ಅದು ತಕ್ಕ ಪ್ರತಿಫಲ. ನಾನು ಅವನಿಗೆ ಕುಫಲವಾಗಿರಲಾರೆ."

"ಚರಣ ಅಷ್ಟು ಸಂಕುಚಿತ ಮನಸ್ಸಿನವನಲ್ಲ ಸುಗಂಧಿ" ಉಜ್ವಲ ಹೇಳಿದಳು, "ನಿನ್ನ ಧಾಟಿಯಲ್ಲಿ ಖಂಡಿತ ಅವನು ಆಲೋಚಿಸುವುದಿಲ್ಲ."

"ತಾರತಮ್ಯ ಜ್ಞಾನ ನನಗಿರಬೇಕು ಉಜ್ವಲ."

"ಎಲ್ಲ ತಾರತಮ್ಯಗಳನ್ನು ಹೋಗಲಾಡಿಸಿ ಹೊಸ ಬದುಕನ್ನು ಕಟ್ಟುವುದೇ ಈ ಆಂದೋಲನದ ಗುರಿ ಸುಗಂಧಿ. ತಾರತಮ್ಯವಿರುವುದು ದೇಶದ್ರೋಹಿಗಳಲ್ಲಿ ಮತ್ತು ದೇಶಪ್ರೇಮಿಗಳಲ್ಲಿ, ಸ್ವಾರ್ಥಿಗಳಲ್ಲಿ ಮತ್ತು ನಿಷ್ಠಾವಂತರಲ್ಲಿ, ದುಷ್ಟರಲ್ಲಿ ಮತ್ತು ಸಜ್ಜನರಲ್ಲಿ, ಪ್ರಜಾಪೀಡಕರಲ್ಲಿ ಮತ್ತು ಪ್ರಜಾಪ್ರೇಮಿಗಳಲ್ಲಿ, ವರ್ಣಗಳಲ್ಲಿ ಅಲ್ಲ ಮತ್ತು ವೃತ್ತಿಗಳಲ್ಲೂ ಅಲ್ಲ, ಈಗ ಅದನ್ನೆಲ್ಲ ಯೋಚನೆ ಮಾಡುವ ಅಗತ್ಯವಿಲ್ಲ, ನಮ್ಮ ಹಾಗೇ ನೀನೂ ಆಶಾವಾದಿಯಾಗಿರಬೇಕೆಂಬುದು ನಮ್ಮ ಆಸೆ" ಎಂದು ಉಜ್ವಲ ಮಾತು ಮುಗಿಸಿದಳು.

## ೭

ನಿಪುಣಕ ಸುಮಿತ್ರನನ್ನು ರಹಸ್ಯವಾಗಿ ಅವನ ಮನೆಯಲ್ಲಿ ಕಂಡು, ಸಂಜಯನಿಗೆ ವಿಷಯ ತಿಳಿಸುವಂತೆ ಹೇಳಿಬಂದ. ಸುಮಿತ್ರ ಸಂಜಯನನ್ನು ಭೇಟಿ ಮಾಡಿ ತಿಳಿಸಿದ. ಸಂಜಯ ಅದೇ ದಿನ ರಾತ್ರಿ ಶ್ರೀಯಕನನ್ನು ಅವನ ಭವನದಲ್ಲಿ ಕಂಡು ವಿಷಯ ತಿಳಿಸಿದ.

"ಯಾವ ದಿನವೆಂದು ಹೇಳಿದೆ?" ಶ್ರೀಯಕ ಕಾತರದಿಂದ ಕೇಳಿದ.

"ಬರುವ ಪೌರ್ಣಿಮಿಯ ದಿನ, ಬೆಳಿಗ್ಗೆ ಇಪ್ಪತ್ತು ಜನ ಸುಂದರಿಯರ ದಂಡೇ ಬರುವುದಂತೆ. ಧನನಂದನ ಅದೃಷ್ಟವೇ ಅದೃಷ್ಟ"

"ಗೇಣುದ್ದ ನೆಗೆಯಬಲ್ಲ ಕಪ್ಪೆ ಸಾಗರವನ್ನು ನೆಗೆದು ದಾಟುತ್ತೇನೆ ಎಂದಂತಾಯಿತು."

"ಏನು ಅಮಾತ್ಯರೇ, ಚಕ್ರವರ್ತಿಗಳನ್ನು ಕಪ್ಪೆಗೆ ಹೋಲಿಸುತ್ತಿರುವಿರಿ?"

"ಅತಿಭೋಗದ ಲಾಲಸೆಯಿಂದ ಅಕಾಲ ವೃದ್ಧನಾಗಿರುವ ಅವನಲ್ಲಿ ಎಷ್ಟು ಬಲ ವಿರುವುದಕ್ಕೆ ಸಾಧ್ಯ? ಆಸೆಯೇನೋ ಅಗಾಧವಾಗಿದೆ."

"ಅದರಿಂದ ನಮಗೇನಾಗಬೇಕು? ಅದು ಅವನು ಮತ್ತು ಆ ಹೆಣ್ಣುಗಳ ನಡುವಿನ ವಿಷಯ."

"ಅವರಿಬ್ಬರ ನಡುವಿನ ವಿಷಯದಲ್ಲಿ ನಮ್ಮ ವಿಷಯವೂ ಸೇರಿದೆ ಸಂಜಯ. ಈ ಸುಸಂದರ್ಭವನ್ನು ನಾವು ಹೇಗಾದರೂ ಮಾಡಿ ಉಪಯೋಗಿಸಿಕೊಳ್ಳಬೇಕು."

"ಹೇಗೆ?"

"ಅದಕ್ಕೆ ನಾನೊಂದು ಯೋಜನೆ ರೂಪಿಸುತ್ತೇನೆ. ಇದರಲ್ಲಿ ನೀವೂ ಪ್ರಮುಖ ಪಾತ್ರಧಾರಿ."

"ನನ್ನನ್ನು ಸಿಕ್ಕಿಸುವ ಪ್ರಯತ್ನವಲ್ಲ ತಾನೆ? ರಾಕ್ಷಸನ ಕೈಗೆ ಸಿಕ್ಕಿಬಿದ್ದರೆ ನನ್ನ ಗತಿ ಅಷ್ಟೇ."

"ನೀವು ಸಿಕ್ಕಿಬಿದ್ದರೆ ನಾನೂ ಸಿಕ್ಕಿಬಿದ್ದಂತೆಯೇ, ಹೆದರಬೇಡಿ. ರಾಕ್ಷಸನ ಮೇಲಿನ ನನ್ನ ಸೇಡೂ ತೀರಬೇಕು, ನಿಮ್ಮ ಸೇಡೂ ತೀರಬೇಕು. ಜೊತೆಗೆ ನನ್ನ ಬಹುದಿನದ ಬಯಕೆಯೂ ಈಡೇರಬೇಕು."

"ಅಂಥ ಉಪಾಯವೇನು ಅಮಾತ್ಯರೇ?"

ಶ್ರೀಯಕ ತನ್ನ ಹಂಚಿಕೆಯನ್ನು ಸಂಜಯನ ಕಿವಿಯಲ್ಲಿ ಹೇಳಿದ. ತಕ್ಷಣ ಅವನು ದಿಗ್ಭ್ರಾಂತನಾಗಿ "ಅಯ್ಯಯ್ಯೋ, ಇದು ನನ್ನಿಂದಾಗುವುದಿಲ್ಲ ಅಮಾತ್ಯರೇ" ಎಂದ.

"ನಿಮ್ಮಿಂದಲೇ ಆಗಬೇಕು."

"ಅನುಮಾನ ಬರುವುದಿಲ್ಲವೇ?"

"ಬರುತ್ತದೆ. ಬಂದರೆ ಆ ಅನುಮಾನವನ್ನು ಬೇರೆ ಕಡೆಗೆ ತಿರುಗಿಸುವುದು ಹೇಗೆಂದು ನನಗೆ ಬಿಡು. ಆ ಘಟನೆಯಿಂದ ರಾಕ್ಷಸನ ಸೆರೆಯಾಗಬೇಕು. ಆ ಗೊಂದಲದಲ್ಲಿ ನಾನು ಮಗಧ ಸಿಂಹಾಸನದ ಸೋಪಾನಗಳನ್ನೇರುತ್ತೇನೆ."

"ನನಗೆ ಧೈರ್ಯ ಬರುತ್ತಿಲ್ಲ ಅಮಾತ್ಯರೇ" ಸಂಜಯ ದೈನ್ಯದಿಂದ ಬೇಡಿಕೊಂಡ.

"ಇದಕ್ಕಿಂತ ಪ್ರಶಸ್ತವಾದ ಅವಕಾಶ ಮತ್ತೊಮ್ಮೆ ಬರುವುದಿಲ್ಲ ಸಂಜಯ. ನಮ್ಮ ಕಾರ್ಯ ಸಾಧನೆಯಾಗದೆ ನಾವು ಕಷ್ಟಪಟ್ಟು ಏನು ಪ್ರಯೋಜನ? ನಾಚಿಕೆ ಬಿಟ್ಟು ಸುಮಿತ್ರನನ್ನು ಕಂಡು ಧನನಂದನಿಗೆ ಹೆಣ್ಣುಗಳನ್ನು ಒದಗಿಸುವ ನೀಚ ಸಂಧಾನವನ್ನು ಮಾಡಿದೆವು. ಅದರ ಪ್ರಯೋಜನ ಪಡೆಯುವುದರಲ್ಲಿ ತಪ್ಪಿಲ್ಲ. ಅಪಾಯದ ಕಾರ್ಯ ನಿಜ. ಆದರೆ ಅಸಾಧ್ಯವಲ್ಲ. ಸ್ವಲ್ಪ ಎಚ್ಚರಿಕೆಯಿಂದ ಕಾರ್ಯ ನಿರ್ವಹಿಸಿಬಿಟ್ಟರೆ ಅದರ ಫಲ ಅಗಾಧ. ನಾನು ಸಿಂಹಾಸನವೇರಿದರೆ ನೀನು ಕೇಳಿದ್ದನ್ನು ಕೊಡುತ್ತೇನೆ."

"ಬೇಡ ಅಮಾತ್ಯರೇ, ನನಗೆ ಅಪಮಾನವಾದರೂ ಚಿಂತೆಯಿಲ್ಲ. ನಾನು ನಾಳೆಯೇ ಊರು ಬಿಟ್ಟು ಹೊರಟುಹೋಗುತ್ತೇನೆ. ರಾಜವೈದ್ಯನೆನಿಸಿಕೊಳ್ಳುವ ಹೆಮ್ಮೆಯೂ ಬೇಡ, ಈ ಪ್ರಾಣಾಪಾಯದ ಆತಂಕವೂ ಬೇಡ. ನನ್ನ ವೈದ್ಯವೃತ್ತಿಯಿಂದ ಎರಡು ಹೊತ್ತಿನ ಊಟಕ್ಕೆ ಗಳಿಸಿಕೊಳ್ಳುವ ಧೈರ್ಯವಂತೂ ಇದ್ದೇ ಇದೆ."

"ನೀನು ಹೋಗುತ್ತೇನೆಂದರೂ ನಿನ್ನನ್ನು ಬಿಡುವವರಾರು?" ಶ್ರೀಯಕನ ಮುಖದಲ್ಲಿ ಕೋಪ, ಮಾತಿನಲ್ಲಿ ಕಾಠಿಣ್ಯ ತುಂಬಿತು. "ಇಷ್ಟು ದಿನ ಹಿತೈಷಿಯಂತೆ ನನ್ನ ಜೊತೆಯಿದ್ದು ನನ್ನ ರಹಸ್ಯಗಳನ್ನೆಲ್ಲ ತಿಳಿದುಕೊಂಡು ಈಗ ನಿನ್ನ ಕ್ಷೇಮವನ್ನು ಮಾತ್ರ ಪರಿಗಣಿಸಿ ಓಡಿಹೋದರೆ ನಾನು ಸುಮ್ಮನಿರಬೇಕೆ? ನಾನು ಮನಸ್ಸು ಮಾಡಿದರೆ ನೀನು ನಾಳೆಯ ಸೂರ್ಯೋದಯವನ್ನು ನೋಡಲಾರೆ."

"ಅಮಾತ್ಯರೇ, ನಿಮ್ಮ ಕಾಲು ಹಿಡಿಯುತ್ತೇನೆ. ದಯವಿಟ್ಟು ಬಿಟ್ಟುಬಿಡಿ."

"ಸಂಜಯ" ಶ್ರೀಯಕ ಗದರಿದ, "ನಾನು ಹುಡುಗಾಟವಾಡುತ್ತಿಲ್ಲ. ನನ್ನ ಇಚ್ಛೆಯಂತೆ ನೀನು ನಡೆಯಲೇಬೇಕು. ಇಲ್ಲವಾದರೆ ನಿನ್ನ ಮೃತ್ಯು. ಯಾವುದು ಬೇಕೆಂಬುದನ್ನು ಈಗಲೇ ನಿರ್ಧರಿಸಿಕೋ."

ಬೇರೆ ದಾರಿಯಿರಲಿಲ್ಲ. ಚಕ್ರವರ್ತಿಗೇ ದ್ರೋಹ ಮಾಡಲು ಸಿದ್ಧನಾಗಿರುವ ಅವನು ತನ್ನನ್ನು ಉಳಿಸುವುದಿಲ್ಲವೆಂದು ಸಂಜಯನಿಗೆ ಖಚಿತವಾಯಿತು. ಆದರೆ ಅವನು ಇಡುತ್ತಿರುವ ಹೆಜ್ಜೆಯಂತೂ ತೀರ ಅಪಾಯಕಾರಿಯೆಂಬುದೂ ಅವನಿಗೆ ಗೊತ್ತಿತ್ತು. ಎರಡೂ ಕಡೆಯಲ್ಲಿ ಮೃತ್ಯುವಿನ ಕರಾಳರೂಪವೇ ಅವನಿಗೆ ಕಂಡಿತು. ಆಕಸ್ಮಾತ್ ಪಾರಾಗುವ ಸಾಧ್ಯತೆಯಿರುವ

ಶ್ರೀಯಕನ ಮಾತಿನಂತೆ ನಡೆಯುವುದನ್ನೇ ಆರಿಸಿಕೊಳ್ಳಬೇಕಾಯಿತು. ಕಡೆಗೆ ಬಹುಕಷ್ಟದಿಂದ "ಆಗಲಿ" ಎಂದ.

"ನನ್ನ ಮುಂದೆ ಆಗಲಿ ಎಂದು ಹೇಳಿ, ಹೊರಗೆ ಹೋದ ನಂತರ ಬೇರೆಯವರ ಬಳಿ ಬಾಯಿಬಿಟ್ಟರೆ ನಿನ್ನ ಸಮಾಧಿಯನ್ನು ನೀನೇ ತೋಡಿಕೊಂಡಂತೆ ಎಂಬುದು ನೆನಪಿರಲಿ. ನಿನ್ನ ಹಿಂದೆ ನನ್ನ ಗುಪ್ತಚರರು ಇದ್ದೇ ಇರುತ್ತಾರೆ."

ಅವನ ಸುಳ್ಳುಗಳನ್ನು ಸತ್ಯವೆಂದೇ ನಂಬಿದ ಸಂಜಯ ಅಲ್ಲಿಂದ ಹೊರಟು ಹೋದ. ತಾನು ಹೋಗೀ ಹೋಗೀ ಈ ನೀಚನ ಕೈಗೆ ಏಕೆ ಸಿಕ್ಕಿಕೊಂಡೆ, ಎಂದು ಅವನಿಗೆ ಪಶ್ಚಾತ್ತಾಪವಾಯಿತು. 'ರಾಜವೈದ್ಯನಾದ ನನ್ನ ಮೇಲೆ ಇನ್ನೊಬ್ಬ ವೈದ್ಯನನ್ನು ತಂದರೆಂಬ ದುರಭಿಮಾನವಿಲ್ಲದಿದ್ದರೆ ಇಷ್ಟೆಲ್ಲಾ ಆಗುತ್ತಿರಲಿಲ್ಲ, ಆತುರಪಟ್ಟು ನಾನು ಈ ದುಷ್ಟನ ತಾಳಕ್ಕೆ ಕುಣಿಯುವಂತಾಯಿತು. ಹೌದು, ನಾನು ಖಂಡಿತ ರಾಜಕುಮಾರನನ್ನು ಉಳಿಸಲಾಗುತ್ತಿರಲಿಲ್ಲ, ಒಂದು ವೇಳೆ ನನ್ನ ಚಿಕಿತ್ಸೆಯಿಂದ ರಾಜಕುಮಾರ ಸತ್ತೇ ಹೋಗಿದ್ದರೆ ನನ್ನ ಗತಿಯೇನಾಗಿರುತ್ತಿತ್ತು ? ಅಯೋಗ್ಯ ವೈದ್ಯನೆಂದು ಅಪಮಾನಿಸಿ ಗಡೀಪಾರು ಮಾಡುತ್ತಿದ್ದರು ಅಥವಾ ಕಠಿಣನಾದ ರಾಕ್ಷಸ ಮರಣದಂಡನೆಯನ್ನೇ ವಿಧಿಸಬಹುದಾಗಿತ್ತು. ಬೇರೊಬ್ಬ ವೈದ್ಯ ಬಂದದ್ದರಿಂದ ನಾನು ಆ ಅಪಾಯದಿಂದ ಪಾರಾದಂತಾಗಲಿಲ್ಲವೆ? ಅದು ನನಗೆ ಮಾಡಿದ ಉಪಕಾರವೇ ಅಲ್ಲವೆ? ನಿಜವಾಗಲೂ ನಾನು ಬೇರೊಬ್ಬ ವೈದ್ಯ ಬಂದದ್ದರಿಂದ ಪ್ರಾಣಾಪಾಯದಿಂದ ಪಾರಾದೆ. ಆದರೆ ಅದೇ ಬೇರೊಬ್ಬ ವೈದ್ಯನ ಕಾರಣದಿಂದ, ರಾಜವೈದ್ಯನೆಂಬ ನನ್ನ ದೊಡ್ಡಸ್ತಿಕೆಗೆ ಭಂಗ ಬಂತೆಂದು, ಈಗ ಪ್ರಾಣಾಪಾಯಕ್ಕೆ ಸಿಕ್ಕಿ ಹಾಕಿಕೊಂಡೆ. ಎಂಥ ವಿಪರ್ಯಾಸ!' ಎಂದುಕೊಂಡ.

ಆ ದಿನ ರಾತ್ರಿಯೆಲ್ಲಾ ಅವನಿಗೆ ನಿದ್ರೆ ಬರಲಿಲ್ಲ. ತನ್ನ ಪದವಿಗೆ ಅಗೌರವ ಮಾಡಿದನೆಂದು ರಾಕ್ಷಸನ ಮೇಲೆ, ತನ್ನ ಕೈಲಾಗದ ಕಾರ್ಯವನ್ನು ಸಾಧಿಸಿ ಅಪಾರ ಗೌರವ ಗಳಿಸಿದನೆಂದು ಸುಮಂತನ ಮೇಲೆ ಅವನಿಗಿದ್ದ ಅಸಹನೆ, ಕೋಪ ಎಲ್ಲ ಪೂರ್ಣವಾಗಿ ಕರಗಿಹೋಗಿತ್ತು. ಈಗ ಅವನಿಗೆ ಶ್ರೀಯಕನೊಬ್ಬನೇ ಕ್ರೂರ ರಾಕ್ಷಸನಂತೆ ಕಾಣುತ್ತಿದ್ದ. ಆದರೆ ಅವನ ಜೊತೆ ಬಹುದೂರ ಬಂದಾಗಿತ್ತು. ಹಿಂದೆ ತಿರುಗುವ ಪ್ರಶ್ನೆಯೇ ಇರಲಿಲ್ಲ. ಅವನ ಬೆದರಿಕೆಯನ್ನು ಹಗುರವಾಗಿ ಭಾವಿಸುವಂತಿರಲಿಲ್ಲ. ಶ್ರೀಯಕ ತಾನು ಸಭ್ಯನೆಂದು ಸಮರ್ಥಿಸಿಕೊಳ್ಳುವಂತೆ, ಇವನು ಸಮರ್ಥಿಸಿಕೊಳ್ಳುವುದು ಸಾಧ್ಯವೇ ಇರಲಿಲ್ಲ. ಸಾವೋ, ಬದುಕೋ, ಏನೇ ಆದರೂ ಶ್ರೀಯಕನ ಇಚ್ಛೆಯಂತೆ ನಡೆಯಲೇಬೇಕಾಗಿತ್ತು.

ಬೆಳಿಗ್ಗೆ ಸಂಜಯ ಸುಮಂತನ ಮನೆಗೆ ಹೋದಾಗ, ಅವನು ಸಂಧ್ಯೋಪಾಸನೆಯಲ್ಲಿ ತೊಡಗಿದ್ದ. ಅದು ಮುಗಿಯುವವರೆಗೂ ಸಂಜಯ ಹೊರಬಾಗಿಲಲ್ಲೇ ಕಾದು ಕುಳಿತಿದ್ದ. ಸುಮಂತ ತನ್ನ ಕಾರ್ಯ ಮುಗಿಸಿ ಸಂಜಯನನ್ನು ಗಮನಿಸಿ, "ರಾಜವೈದ್ಯರು! ಇದೇನು ಇಲ್ಲಿ, ಹೊರಬಾಗಿಲಲ್ಲಿ ಕುಳಿತುಬಿಟ್ಟಿರಿ? ದಯವಿಟ್ಟು ಒಳಗೆ ಬನ್ನಿ" ಎಂದು ಕೇಳಿಕೊಂಡ.

"ನೀವು ರಾಜವೈದ್ಯ ಎಂದು ಕರೆದರೆ ನನಗೆ ನಾಚಿಕೆಯಾಗುತ್ತದೆ ಸುಮಂತ" ಎಂದ ಸಂಜಯ ಎಲ್ಲ ದೈನ್ಯವನ್ನೂ ಮುಖದಲ್ಲಿ ತುಂಬಿಕೊಂಡು.

"ಎಲ್ಲಾದರೂ ಉಂಟೇ! ರಾಜವೈದ್ಯರನ್ನು ಹಾಗೆಂದು ಕರೆಯದೆ ಬೇರೆ ಏನೆಂದು ಕರೆಯಬಹುದು? ಖಂಡಿತ ನಾನು ಅಣಕದಿಂದ ಹೇಳುತ್ತಿಲ್ಲ ಸಂಜಯ, ಬನ್ನಿ ಒಳಗೆ."

ಸಂಜಯ ಸುಮಂತನನ್ನು ಹಿಂಬಾಲಿಸಿ ಒಳಗೆ ಹೋದ. ಅವನು ತೋರಿಸಿದ ಒಂದು ಬೆತ್ತದ ಪೀಠದ ಮೇಲೆ ಕುಳಿತುಕೊಂಡ. ಸುಮಂತ ತನ್ನ ಪರಿಚಾರಕನಿಗೆ ಉಪಾಹಾರ ಕೊಡುವಂತೆ ಹೇಳಿದ. "ಬೇಡ ಬೇಡ, ಇದೇ ತಾನೆ ಮನೆಯಲ್ಲೇ ಮುಗಿಸಿ ಬಂದೆ" ಎಂದ ಸಂಜಯ.

"ಮೊದಲ ಸಲ ನನ್ನ ಮನೆಗೆ ಬಂದಿದ್ದೀರಿ. ಒಂದಿಷ್ಟು ಹಾಲನ್ನಾದರೂ ತೆಗೆದುಕೊಳ್ಳ ಬೇಕು."

"ಆಗಲಿ" ಎಂದು ಸಂಜಯ ಹೇಳಿದ ಮೇಲೆ ಪರಿಚಾರಕ ಇಬ್ಬರಿಗೂ ಬಿಸಿ ಬಿಸಿ ಹಾಲು ತಂದುಕೊಟ್ಟ. ನಿಧಾನವಾಗಿ, ಗುಟುಕು ಗುಟುಕಾಗಿ ಕುಡಿಯುತ್ತ ಸಂಜಯ ಸುತ್ತ ಕಣ್ಣಾಡಿಸಿದ. ವಿಶಾಲವಾದ ಮನೆ. ಆದರೆ ಅತ್ಯಂತ ಸರಳವಾದ ವ್ಯವಸ್ಥೆ. ಸಾಕ್ಷಾತ್ ಚಕ್ರವರ್ತಿಯ ಮತ್ತು ಪ್ರಧಾನಾಮಾತ್ಯರ ಕೃಪೆಗೆ ಪಾತ್ರನಾದ ವೈದ್ಯನ ಮನೆ ಆಶ್ರಮದ ಕುಟೀರದಂತೆ ಕೃಪಣತೆಯಿಂದ ಕೂಡಿರುವುದೆಂದು ಅವನು ನಿರೀಕ್ಷಿಸಿರಲಿಲ್ಲ.

'ಸುಮಂತ ಬಯಸಿದ್ದರೆ, ಮಗ ಮೊದಲಿನಂತಾದ ಸಂತೋಷದಲ್ಲಿ ಧನನಂದನಂಥ ಜಿಪುಣನೂ ಸಾಕಷ್ಟು ಉದಾರವಾಗಿಯೇ ಕೊಡುತ್ತಿದ್ದ. ರಾಕ್ಷಸ ಮನಸ್ಸು ಮಾಡಿದ್ದರೆ ಇವನುದ್ದ ಸಂಪತ್ತನ್ನು ಸುರಿಯುತ್ತಿದ್ದ. ಅವನು ಖಂಡಿತ ಕೊಡಮಾಡಿರುತ್ತಾನೆ, ಇವನೇ ನಿರಾಕರಿಸಿರುತ್ತಾನೆ. ಇವನು ತನ್ನ ಸರಳತನದಿಂದ ಹೆಚ್ಚು ಹೆಚ್ಚು ಗೌರವ ಪಡೆದ. ಆದರೆ ನಾನು? ನನ್ನ ಸ್ವಾರ್ಥಕ್ಕೆ ಮಿತಿಯೇ ಇಲ್ಲ, ನನ್ನ ಮನೆಯೇ ಒಂದು ಸಣ್ಣ ಅರಮನೆಯಂತಿದೆ! ಹೌದು, ನನ್ನಲ್ಲಿ ವಿದ್ಯೆ ಕಡಿಮೆ, ಆದರ ಆಡಂಬರ ಹೆಚ್ಚು, ನನ್ನ ಅರ್ಹತೆಯನ್ನು ಮೀರಿದ ಪ್ರತಿಫಲವನ್ನು ಬಯಸುವ ನನ್ನ ದುರಾಸೆಗೆ ತಕ್ಕ ಜೊತೆ, ಆಕಾಶಕ್ಕೆ ನೂಲೇಣಿ ಹಾಕುತ್ತಿರುವ ಆ ಶ್ರೀಯಕ. ಹಾಗೆಂದು ಸುಮಂತನಂತೆ ನಾನೂ, ಏನೂ ಬೇಕಿಲ್ಲದ ಬೈರಾಗಿಯಂತೆ ಇರುವುದು ಸಾಧ್ಯವಿಲ್ಲ, ನಾನು ಶ್ರೀಮಂತ ಜೀವನಕ್ಕೆ ಒಗ್ಗಿ ಹೋಗಿದ್ದೇನೆ. ಅಥವಾ ಇವನೂ ರಾಜಕೃಪೆಗೆ ಪಾತ್ರನಾಗಲು ಸರಳತೆಯ ಸೋಗು ಹಾಕುತ್ತಿರುವನೆ? ಇರಲಾರದು, ಇದ್ದಿದ್ದರೆ ರಾಕ್ಷಸನ ಹದ್ದಿನ ಕಣ್ಣು ಕಂಡುಬಿಡುತ್ತಿತ್ತು. ಇವನು ಸರಳತೆಯ ಸೋಗು ಹಾಕದಿದ್ದರೂ, ಈಗ ನಾನಂತೂ ಇವನ ವಿಶ್ವಾಸ ಪಡೆಯಲು ದೈನ್ಯತೆಯ ಸೋಗು ಹಾಕಲೇಬೇಕಾಗಿದೆ' ಎಂದುಕೊಂಡ.

"ಸಂಜಯ, ನನ್ನ ಬಳಿ ಏನಾದರೂ ಕಾರ್ಯವಿತ್ತೇ?" ಸುಮಂತ ಸೌಜನ್ಯದಿಂದ ಕೇಳಿದ.

"ನಿಮ್ಮ ಬಳಿ ನನ್ನ ಕೆಲಸವೇನೆಂದು ಹೇಳುವ ಮೊದಲು, ನಾನು ನಿಮ್ಮ ಬಳಿ ತಪ್ಪೊಪ್ಪಿಕೊಳ್ಳಬೇಕು. ನೀವು ದೊಡ್ಡ ಮನಸ್ಸು ಮಾಡಿ ಕ್ಷಮಿಸಬೇಕು."

"ನಾನು ನಿಮ್ಮನ್ನು ಕ್ಷಮಿಸಬೇಕೆ? ನನ್ನ ವಿಷಯದಲ್ಲಿ ನೀವು ಯಾವ ತಪ್ಪನ್ನೂ ಮಾಡದ ಮೇಲೆ ಕ್ಷಮಿಸುವ ಪ್ರಶ್ನೆಯೆಲ್ಲಿ ಬಂತು?"

“ಅದು ನಿಮ್ಮ ದೊಡ್ಡ ಗುಣ. ಗುಣವನ್ನು ಮಾತ್ರ ಗ್ರಹಿಸಿ, ದೋಷವನ್ನು ಮರೆಯುವ ಉದಾರ ಹೃದಯ ನಿಮ್ಮದು.”

“ಇಲ್ಲ ಸಂಜಯ, ಗುಣದೋಷಗಳ ಪರಿಶೀಲನೆ ನಡೆಸುವ ಜ್ಞಾನಿ ನಾನಲ್ಲ.”

“ನೀವು ನಿಜವಾದ ವೈದ್ಯರು, ನಾನು ಅಲ್ಪ ವಿದ್ಯೆಯನ್ನೇ ಮಹಾ ಜ್ಞಾನವೆಂಬ ಭ್ರಮೆಯಿಂದ ಮೆರೆದ ಅಹಂಕಾರಿ.”

“ಯಾರು ಹಾಗೆಂದವರು ? ನೀವು ವಿದ್ಯಾವಂತರಲ್ಲದಿದ್ದರೆ ರಾಜವೈದ್ಯನಾಗಿ ನೇಮಕ ವಾಗುತ್ತಿರಲಿಲ್ಲ.”

“ನಾನು ನಿಜವಾದ ವೈದ್ಯನಾಗಿದ್ದರೆ ರಾಜಕುಮಾರನನ್ನು ನಾನೇ ಗುಣಪಡಿಸುತ್ತಿದ್ದೆ. ನೀವು ಪರ್ವತನಾಡಿನಿಂದ ಇಲ್ಲಿಯವರೆಗೂ ಬರಬೇಕಾಗಿರಲಿಲ್ಲ.”

“ಇರಬಹುದು. ಆ ರೋಗ ಅಷ್ಟು ಪ್ರಬಲ ಮತ್ತು ಸೂಕ್ಷ್ಮ. ಎಲ್ಲ ವೈದ್ಯರಿಗೂ ಕಣ್ಣು ಕಣ್ಣು ಬಿಡಿಸುತ್ತದೆ. ದೇವರು ನನ್ನ ಸಹಾಯಕ್ಕಿದ್ದ, ನಾನು ಮಾಡಿದ ಕೆಲವು ಪ್ರಯೋಗಗಳು ಯಶಸ್ವಿಯಾದವು. ಒಳ್ಳೆಯದಾಯಿತು. ಹಾಗೆಂದು ನಿಮ್ಮ ವಿದ್ಯೆಯನ್ನು ಅಗೌರವಿಸುವುದಾಗಲೀ, ನಾನೇ ಮಹಾ ಮೇಧಾವಿಯೆಂದು ಅಹಂಕಾರ ಪಡುವುದಾಗಲೀ ತಪ್ಪು.”

“ಆದರೆ ನಾನು, ನನ್ನ ರಾಜವೈದ್ಯ ಪದವಿಗೆ, ನೀವು ಬಂದದ್ದರಿಂದ ಅಪಮಾನ ವಾಯಿತೆಂದು ನಿಮ್ಮ ಬಗ್ಗೆ ಕಹಿ ಭಾವನೆ ತಾಳಿದ್ದೆ. ಅದು ಮಹಾಪರಾಧ ಎಂದು ಈಗ ನನಗೆ ಅರಿವಾಗಿದೆ. ಅದಕ್ಕೇ ನಿಮ್ಮಲ್ಲಿ ಕ್ಷಮೆ ಯಾಚಿಸುತ್ತಿದ್ದೇನೆ.”

ಸುಮಂತ ನಕ್ಕ. “ಅದು ಮಾನವ ಸಹಜ ಗುಣ. ಅದು ಅಂಥ ತಪ್ಪೇನೂ ಅಲ್ಲ. ನಮ್ಮ ನಮ್ಮ ಪದವಿ ಪ್ರತಿಷ್ಠೆಗಳಿಗಿಂತ ರಾಜಕುಮಾರನ ಆರೋಗ್ಯವೇ ಮುಖ್ಯ ಎಂಬ ಭಾವನೆ ಬಂದಿದ್ದರೆ, ಯಾರು ಯಾರ ಬಗ್ಗೆಯೂ ಕಹಿಯಾಗಿ ಆಲೋಚಿಸುವ ಪ್ರಸಂಗವೇ ಬರುತ್ತಿರಲಿಲ್ಲ.”

“ನಿಮ್ಮ ಮಾತು ನಿಜ. ನಾನು ಸ್ವಲ್ಪ ಕಾಲ ವಿದ್ಯಾರ್ಥಿಯಾಗಿ ಕಲಿಯಲು ಬರುತ್ತೇನೆ. ಮೊದಲು ನೀವು ಇಲ್ಲಿಂದ ಹೊರಡುವಾಗ ನಿಮ್ಮ ಜೊತೆ ಬರುತ್ತೇನೆಂದು ಹೇಳಿದ್ದೆ. ಅಲ್ಲಿಯವರೆಗೂ ಸಮಯವನ್ನು ಏಕೆ ವ್ಯರ್ಥಗೊಳಿಸಬೇಕೆನಿಸುತ್ತಿದೆ.”

“ಸಂಜಯ, ನಾನು ಆ ದಿನವೇ ಹೇಳಿದೆ, ನೀವು ವಿದ್ಯಾರ್ಥಿಯಾಗಿ ನನ್ನ ಬಳಿ ಬರುವ ಅಗತ್ಯವಿಲ್ಲ, ನೀವು ನನ್ನ ಸರಿ ಸಮಾನರು. ನಿಮ್ಮಿಂದ ನಾನೂ ಕಲಿಯಬಹುದಾದ ಎಷ್ಟೋ ವಿಷಯಗಳಿರಬಹುದು.”

“ವಿದ್ಯೆ ಕಲಿಯಲು ವಯಸ್ಸಾಗಲೀ, ಸ್ಥಾನಮಾನಗಳಾಗಲೀ ಲೆಕ್ಕಕ್ಕೆ ಬರುವುದಿಲ್ಲ ವೆಂಬುದನ್ನು ನೀವೂ ಒಪ್ಪುತ್ತೀರೆಂದು ನನಗೆ ಗೊತ್ತು. ಆದ್ದರಿಂದ ನನ್ನ ನಿಮ್ಮ ನಡುವೆ ಅಂತರವನ್ನು ಪರಿಗಣಿಸಬೇಕಾಗಿಲ್ಲ.”

“ಬೇಡ ಸಂಜಯ, ನೀವು ರಾಜವೈದ್ಯರು, ನನ್ನ ಮನಸ್ಸು ಒಪ್ಪುತ್ತಿಲ್ಲ.”

"ನೀವು ಒಪ್ಪಲೇಬೇಕು. ಈ ಅಪಸ್ಮಾರ ರೋಗದ ಬಗೆಗಂತೂ ನನ್ನ ತಿಳಿವಳಿಕೆ ತೀರ ಕಡಿಮೆಯಿದೆ. ಕಡೇ ಪಕ್ಷ ಅದನ್ನಾದರೂ ನಿಮ್ಮಿಂದ ತುಂಬಿಕೊಳ್ಳಬೇಕು. ಕೆಲವೇ ದಿನಗಳು ಮಾತ್ರ."

"ನೀವು ನನ್ನನ್ನು ಸಂದಿಗ್ಧದಲ್ಲಿ ಸಿಲುಕಿಸುತ್ತಿದ್ದೀರಿ."

"ಹಾಗೆ ಭಾವಿಸಬೇಡಿ ಸುಮಂತ, ಪ್ರಾಮಾಣಿಕವಾದ ನನ್ನ ಕಲಿಯುವ ಆಸೆಯನ್ನು ನೀವು ಕಡೆಗಣಿಸಬಾರದು. ಶಿಷ್ಯನೆಂದಲ್ಲದಿದ್ದರೂ, ಗೆಳೆಯನೆಂದಾದರೂ ನಿಮ್ಮ ಜೊತೆ ಚರ್ಚಿಸಿ ತಿಳಿದುಕೊಳ್ಳುವ ಅವಕಾಶ ಮಾಡಿಕೊಡಿ."

ಅವನ ಒತ್ತಾಯಕ್ಕೆ ಸುಮಂತ ಮಣಿಯಲೇಬೇಕಾಯಿತು. ಅವನಿಗೆ, ಈಗಲಾದರೂ ಸಂಜಯನ ಮನಸ್ಸು ಪರಿವರ್ತನೆಯಾಯಿತಲ್ಲಾ ಎಂಬ ಸಮಾಧಾನವಿತ್ತು. ಎಂದಿದ್ದರೂ ಅವನೇ ಪಾಟಲೀಪುತ್ರದಲ್ಲಿ ವೈದ್ಯನಾಗಿ ಮುಂದುವರಿಯುವುದರಿಂದ, ಅವನ ಜ್ಞಾನ ಬೆಳೆಯಲು ಸಹಾಯ ಮಾಡುವುದರಲ್ಲಿ ತಪ್ಪಿಲ್ಲ ಎನಿಸಿತು.

ಅಂದಿನಿಂದ ಪ್ರತಿದಿನ ಬೆಳಿಗ್ಗೆ ಸ್ವಲ್ಪ ಹೊತ್ತು, ಸಂಜೆ ಸ್ವಲ್ಪ ಹೊತ್ತು ಸಂಜಯ ಸುಮಂತನ ಮನೆಗೆ ನಿಯಮಿತವಾಗಿ ಬರತೊಡಗಿದ. ಅಪಸ್ಮಾರ ರೋಗದ ಬಗ್ಗೆ ಚರ್ಚಿಸ ತೊಡಗಿದ. ಸುಮಂತ ತಾನು ಗ್ರಂಥಗಳ ಮೂಲಕ ಗಳಿಸಿದ ಜ್ಞಾನ, ರಾಜಕುಮಾರನ ಚಿಕಿತ್ಸೆಯಲ್ಲಿ ನಡೆಸಿದ ಪ್ರಯೋಗಗಳನ್ನೆಲ್ಲ ವಿವರಿಸಿದ. ಬಹಳ ಶ್ರದ್ಧೆಯಿಂದ ಸಂಜಯ ಗ್ರಹಿಸತೊಡಗಿದ.

ಮೂರನೇ ದಿನ ಸುಮಂತ ಅರಮನೆಗೆ ಹೊರಟಾಗ ಸಂಜಯ, ತಾನೂ ಜೊತೆಯಲ್ಲಿ ಬರುವೆನೆಂದ, "ನಿಮ್ಮ ಅರಮನೆಗೆ ನೀವು ಬರಲು ನನ್ನನ್ನು ಕೇಳಬೇಕೆ? ಅಗತ್ಯವಾಗಿ ಬನ್ನಿ" ಎಂದು ಸುಮಂತ ಅವನನ್ನೂ ಜೊತೆಯಲ್ಲಿ ಕರೆದುಕೊಂಡು ಹೋದ.

ಸುಮಂತನ ಜೊತೆಯಲ್ಲಿ ಸಂಜಯನನ್ನು ಕಂಡು ಮಹಾರಾಣಿ ಸುಮತಿಗೆ ನಿಜವಾಗಲೂ ಆಶ್ಚರ್ಯವಾಯಿತು. "ಇವತ್ತೇನು ವಿಶೇಷ, ನಮ್ಮ ರಾಜವೈದ್ಯರು ನಿಮ್ಮ ಜೊತೆಯಲ್ಲಿ ಬಂದುಬಿಟ್ಟಿದ್ದಾರೆ?" ಎಂದು ಅವಳು ಸುಮಂತನನ್ನು ಕೇಳಿದಳು.

ಸುಮಂತ ಮಾತಾಡುವ ಮೊದಲು ಸಂಜಯನೇ ಹೇಳಿದ, "ನಾನೀಗ ಸುಮಂತರ ವಿದ್ಯಾರ್ಥಿ ಮಹಾರಾಣಿ."

"ವಿದ್ಯಾರ್ಥಿ?" ಸುಮತಿ ಅಚ್ಚರಿಯಿಂದ ಕಣ್ಣರಳಿಸಿದಳು.

"ಹೌದು ಮಹಾರಾಣಿ, ಸುಮಂತರ ಬಳಿ ನಾನು ಕಲಿಯಬೇಕಾದದ್ದು ಬೇಕಾದಷ್ಟಿದೆ."

"ಒಳ್ಳೆಯದಾಯಿತು ಬಿಡಿ" ಸುಮತಿ ಹೇಳಿದಳು, "ನೀವು ಇನ್ನೂ ಹೆಚ್ಚು ಜ್ಞಾನಿಗಳಾಗುವುದು ನಮಗೇ ಒಳ್ಳೆಯದಲ್ಲವೇ? ಸುಮಂತರು ಹೊರಟುಹೋದ ನಂತರ ನೀವು ತಾನೆ ನಮ್ಮ ಆರೋಗ್ಯದ ಹೊಣೆಗಾರರು?"

"ಇಲ್ಲ ಮಹಾರಾಣಿ" ಸುಮಂತ ಹೇಳಿದ, "ಸಂಜಯರಿಗೆ ಗುರುವಾಗುವಷ್ಟು ದೊಡ್ಡತನ ನನ್ನಲ್ಲಿಲ್ಲ, ವೃತ್ತಿಬಾಂಧವರು, ಪರಸ್ಪರ ಚರ್ಚೆಯ ಮೂಲಕ ನನ್ನಿಂದ ಕೆಲವು

ವಿಷಯಗಳನ್ನು ಅವರು ಕಲಿಯಬಹುದು, ಅವರಿಂದ ಕೆಲವು ವಿಷಯಗಳನ್ನು ನಾನು ಕಲಿಯಬಹುದಲ್ಲವೆ? ಅದಿರಲಿ, ಕುಮಾರ ಈಗ ಹೇಗಿದ್ದಾನೆ?''

''ನೋಡಿ, ನಾನು ಸೊಗಸಾಗಿದ್ದೇನೆ'' ಎಂದ ಸುಮಾಲ್ಯ ಉತ್ಸಾಹದಿಂದ. ''ಕೆಲವೇ ದಿನಗಳಲ್ಲಿ ನಾನು ಶಸ್ತ್ರಾಭ್ಯಾಸವನ್ನು ಆರಂಭಿಸುತ್ತೇನೆ.''

''ಇನ್ನು ಒಂದೇ ತಿಂಗಳು, ಆಮೇಲೆ ನೀನು ಏನು ಬೇಕಾದರೂ ಮಾಡಬಹುದು. ಅಲ್ಲಿಯವರೆಗೆ ಔಷಧಿ ತೆಗೆದುಕೊಂಡು ಬಿಡು.''

''ಆಗಲಿ ವೈದ್ಯರೇ'' ಎಂದ ಸುಮಾಲ್ಯ.

ಸುಮಂತ ಅವನಿಗೆ ಕೊಡುತ್ತಿರುವ ಚೂರ್ಣಗಳ ಬಗ್ಗೆ ಸಂಜಯನಿಗೆ ವಿವರಿಸಿದ. ''ಸಾಕಷ್ಟು ವಿಷಯ ತಿಳಿದಂತಾಯಿತು ಸುಮಂತರೇ. ಒಂದು ದಿನ ನೀವು ಬಾರದಿದ್ದರೂ ನಿಮ್ಮ ಸೂಚನೆಯಂತೆ ರಾಜಕುಮಾರನಿಗೆ ನಾನೇ ಔಷಧಿಗಳನ್ನು ಧೈರ್ಯವಾಗಿ ಕೊಟ್ಟುಬಿಡಬಹುದು'' ಎಂದ ಸಂಜಯ ನಗುತ್ತ.

''ಯಾಕಾಗಬಾರದು?'' ಎಂದ ಸುಮಂತ ನಗುತ್ತ.

''ನೀವೇ ಇರುವಾಗ ಅಂಥ ಪ್ರಸಂಗ ಬರುವುದಿಲ್ಲ ಬಿಡಿ'' ಎಂದ ಸಂಜಯ.

''ಯಾರಿಗೆ ಗೊತ್ತು? ನಾನೂ ಒಬ್ಬ ಮನುಷ್ಯ. ವೈದ್ಯನಿಗೆ ಆರೋಗ್ಯ ಕೆಡಬಾರದೆಂದಿದೆಯೇ? ಒಂದು ದಿನ ಬರಲಾಗದಿರಬಹುದು. ಅಂಥ ವೇಳೆಯಲ್ಲಿ ನೀವು ನೆರವಾದರೆ ತಪ್ಪೇನೂ ಇಲ್ಲ.''

''ನಾನು ಔಷಧ ಕೊಡಲು ನಿಮ್ಮ ಆರೋಗ್ಯ ಕೆಡಬೇಕೆಂದು ಬಯಸುವಷ್ಟು ಕಟುಕನೇ ನಾನು?''

''ಆ ವಿಷಯ ಬಿಡಿ ಸಂಜಯರೇ'' ಸುಮಂತ ಹೇಳಿದ, ''ಮಹಾರಾಣಿ, ರಾಜಕುಮಾರನ ಚಿಕಿತ್ಸೆ ಮುಗಿದ ಮರುವಾರವೇ ನಾನು ಹೊರಡಬೇಕೆಂದಿದ್ದೇನೆ. ಆ ವೇಳೆಗೆ ನಿಮ್ಮ ವ್ರತವೂ ಮುಗಿಯುತ್ತದೆ, ನನ್ನ ಕರ್ತವ್ಯವೂ ಮುಗಿಯುತ್ತದೆ.''

''ಇನ್ನು ನಿಮ್ಮನ್ನು ಬಲವಂತಪಡಿಸುವುದಿಲ್ಲವೆಂದು ಆ ದಿನವೇ ಹೇಳಿದೆನಲ್ಲ, ವೈದ್ಯರೇ'' ಸುಮತಿ ಹೇಳಿದಳು, ''ಇನ್ನೂ ನಿಮ್ಮನ್ನು ಇಲ್ಲೇ ಇರುವಂತೆ ಹೇಳಲು ನನಗೆ ಬಾಯಿಲ್ಲ. ಆಗಲಿ ವೈದ್ಯರೇ, ಆದರೆ ನಿಮ್ಮ ಋಣ ಸದಾ ನಮ್ಮ ಮೇಲಿರುತ್ತದೆ. ನನ್ನ ಮಗನೂ ಕೂಡ ಅವನಿಗೆ ನೀವು ಪುನರ್ಜನ್ಮ ನೀಡಿದವರೆಂದು ತನ್ನ ಕಡೆಯುಸಿರಿರುವವರೆಗೂ ನೆನೆಯುತ್ತಾನೆ.''

''ಋಣದ ಮಾತಾಡುವುದು ಬೇಡವೆಂದು ನಾನೂ ಹಲವು ಸಲ ಹೇಳಿದ್ದೇನೆ ಮಹಾರಾಣಿ'' ಸುಮಂತ ಹೇಳಿದ, ''ರಾಜಕುಮಾರನಿಗೆ ಚಿಕಿತ್ಸೆ ನಡೆಸುವಾಗ ನಾನು ಮಾಡಿದ ಪ್ರಯೋಗಗಳು ಫಲ ನೀಡಿದವು. ಆದರಿಂದ ಇನ್ನೂ ಹಲವರಿಗೆ ನಾನು ಚಿಕಿತ್ಸೆ ನೀಡಬಹುದು. ಈಗ ಅದನ್ನು ಸಂಜಯರೂ ಕಲಿಯುತ್ತಿದ್ದಾರೆ. ಅವರೂ ಹಲವರನ್ನು ಗುಣಮುಖರಾಗಿಸಬಹುದು. ವೈದ್ಯಶಾಸ್ತ್ರಕ್ಕೆ ಇದರಿಂದ ಲಾಭವಾಯಿತಲ್ಲವೆ? ಅದಕ್ಕೆ

ಅವಕಾಶ ಮಾಡಿಕೊಟ್ಟದ್ದು ನೀವು. ನಿಮ್ಮ ಸೌಜನ್ಯ, ವಿಶ್ವಾಸಗಳಿಂದ ನನ್ನ ಊರಿನಲ್ಲಿದ್ದಂತೆ ನಾನು ಸುಖವಾಗಿದ್ದೆ. ಅದನ್ನು ನಾನೂ ಮರೆಯುವುದಿಲ್ಲ ಮಹಾರಾಣಿ."

"ಮಹಾರಾಣಿ" ಸಂಜಯ ಹೇಳಿದ, "ಸುಮಂತರಿಂದ ನಾನು ವೈದ್ಯ ವಿದ್ಯೆಯನ್ನು ಕಲಿಯುವುದಲ್ಲದೆ, ಇವರ ಸರಳತೆ, ಸಜ್ಜನಿಕೆಗಳನ್ನೂ ಕಲಿಯಬೇಕು. ಕಲಿತು ಬದುಕಿನಲ್ಲಿ ಅಳವಡಿಸಿಕೊಳ್ಳಬೇಕು."

ಸುಮಂತ ಮತ್ತು ಸಂಜಯ ನಮಸ್ಕರಿಸಿ ಹೊರಟುಹೋದ ಸ್ವಲ್ಪ ಹೊತ್ತಿಗೆ ಧನನಂದ ಮತ್ತು ಅಮಾತ್ಯ ರಾಕ್ಷಸ ಅಂತಃಪುರಕ್ಕೆ ಬಂದರು. ಸುಮತಿ ಎದ್ದು ನಿಂತಳು. ಧನನಂದ ಸುಮಾಲ್ಯನನ್ನು ಮಾತನಾಡಿಸಿದ. "ಅಪ್ಪಾಜಿ ! ವೈದ್ಯರು ಹೇಳಿದರು, ಇನ್ನು ಒಂದು ತಿಂಗಳು ಕಳೆದ ನಂತರ ನಾನು ಏನು ಬೇಕಾದರೂ ಮಾಡಬಹುದಂತೆ. ನಾನು ಶಸ್ತ್ರಾಭ್ಯಾಸ ಮಾಡಬೇಕು, ಕುದುರೆಯೇರಿ ನಾಗಾಲೋಟ ಹೂಡಬೇಕು."

"ಆಗಲಿ ಕುಮಾರ" ಎಂದ ಧನನಂದ ಅವನ ತಲೆ ನೇವರಿಸಿ.

"ನಿನಗಾಗಿ ನಾನು ಒಂದು ಅಚ್ಚ ಬಿಳಿಯ ಪುಟ್ಟ ಕುದುರೆಯನ್ನು ಕಾದಿರಿಸಿದ್ದೇನೆ" ಎಂದ ರಾಕ್ಷಸ.

"ಇಲ್ಲ, ನನಗೆ ದೊಡ್ಡ ಕುದುರೆಯೇ ಬೇಕು."

"ಹಾಗಲ್ಲ ಕುಮಾರ, ಈಗ ಚಿಕ್ಕ ಕುದುರೆ, ನೀನು ದೊಡ್ಡವನಾದಂತೆ ಅದೂ ದೊಡ್ಡದಾಗುತ್ತದೆ" ಎಂದ ರಾಕ್ಷಸ ನಗುತ್ತ.

"ವೈದ್ಯರು ತಮ್ಮ ತಾಯ್ನಾಡಿಗೆ ಹಿಂದಿರುಗುವ ದಿನವನ್ನು ಗೊತ್ತು ಮಾಡಿ ಕೊಂಡಿದ್ದಾರೆ" ಎಂದಳು ಸುಮತಿ.

"ಅವರು ಇಷ್ಟು ದಿನ ಇದ್ದದ್ದೇ ಹೆಚ್ಚು" ಎಂದ ರಾಕ್ಷಸ.

"ಅವರಿಂದಾದ ಉಪಕಾರವನ್ನು ನಾವು ಬರೀ ಮಾತಿನಿಂದಾಗಲೀ, ಒಣ ಉಪಚಾರ ದಿಂದಾಗಲೀ ತೀರಿಸಲಾಗುವುದಿಲ್ಲ" ಎಂದು ಸುಮತಿ ಗಂಡನ ಮುಖ ನೋಡಿದಳು.

"ನನ್ನ ಮುಖ ನೋಡಿ ಏಕೆ ಈ ಮಾತು ಹೇಳುತ್ತಿ ಮಹಾರಾಣಿ" ಧನನಂದ ನಕ್ಕ, "ಬರೀ ಮಾತೂ ಬೇಡ, ಒಣ ಉಪಚಾರವೂ ಬೇಡ, ಬೇರೆ ಯಾವ ರೀತಿಯಲ್ಲಿ ಬೇಕಾದರೂ ಅವರ ಉಪಕಾರಕ್ಕೆ ತಕ್ಕ ಸತ್ಕಾರ ನೀಡಲು ನಾನು ಸಿದ್ಧನಾಗಿದ್ದೇನೆ."

"ನೀವು ಸಿದ್ಧರಾಗಿದ್ದೀರಿ ಪ್ರಭು" ರಾಕ್ಷಸ ಹೇಳಿದ, "ಆದರೆ ಆತ ಅದಕ್ಕೆ ಸಿದ್ಧನಾಗಿಲ್ಲ."

"ಅದರೆ ಅವರು ನಮ್ಮ ಸತ್ಕಾರವನ್ನು ತಿರಸ್ಕರಿಸುತ್ತಾರೆಯೇ ?"

"ತಿರಸ್ಕರಿಸುವುದಿಲ್ಲ, ವಿನಯದಿಂದ ನಿರಾಕರಿಸುತ್ತಾರೆ."

"ಹಾಗೆಂದು ನಾವು ಸುಮ್ಮನಿರಬೇಕೇ ಅಮಾತ್ಯರೇ ?" ಸುಮತಿ ಕೇಳಿದಳು, "ಚಕ್ರವರ್ತಿಯ ಮಗನನ್ನು ಮೃತ್ಯುದವಡೆಯಿಂದ ಪಾರು ಮಾಡಿದ ಆ ಪುಣ್ಯಾತ್ಮನನ್ನು, ನಿನ್ನ ಕೆಲಸವಾಯಿತೆಂದು ಬರಿಗೈಯಲ್ಲಿ ಕಳಿಸಿದರೆ ಜನರೇನೆಂದುಕೊಂಡಾರು ? ನಮ್ಮ ಆತ್ಮಕ್ಕಾದರೂ ಒಂದು ಸಮಾಧಾನ ಬೇಡವೇ ?"

"ಅವರು ಬೇಡವೆಂದರೆ ನಾವೇನು ಮಾಡಲಾಗುತ್ತದೆ?" ಧನನಂದ ಉದಾಸೀನತೆಯಿಂದ ಹೇಳಿದ.

"ನಾನು ಅವರನ್ನು ಒಪ್ಪಿಸುತ್ತೇನೆ. ಅವರನ್ನು ಕರೆದೊಯ್ಯುವ ಗಾಡಿಯಲ್ಲಿ ಕೆಲವು ಉಡುಗೊರೆಯ ಪದಾರ್ಥಗಳನ್ನು ಕಳಿಸಲು ಒಪ್ಪಬೇಕೆಂದು ಕೇಳಿಕೊಳ್ಳುತ್ತೇನೆ. ಆದರಲ್ಲಿ ಆ ಉಡುಗೊರೆಗಳ ಜೊತೆಗೆ ಒಂದಿಷ್ಟು ರತ್ನಾಭರಣಗಳನ್ನೂ ಕಳಿಸಲು ಅನುಮತಿ ನೀಡಬೇಕು."

"ರತ್ನಾಭರಣಗಳೇ !" ಧನನಂದ ಕಣ್ಣರಳಿಸಿದ.

"ನನ್ನ ಮಗನಿಗಿಂತ ಆ ರತ್ನಾಭರಣಗಳ ಬೆಲೆ ಹೆಚ್ಚಲ್ಲ, ಸ್ವಲ್ಪ ಕೊಟ್ಟರೆ ನಮ್ಮ ಭಂಡಾರವೇನೂ ಬರಿದಾಗುವುದಿಲ್ಲ."

"ನೋಡಿ ಅಮಾತ್ಯರೇ" ಧನನಂದ ನಗುತ್ತಾ ಹೇಳಿದ, "ನಾನು ಧನಲೋಭಿಯೆಂದು ಮಹಾರಾಣಿ ಪರೋಕ್ಷವಾಗಿ ಹೇಳುತ್ತಿದ್ದಾಳೆ."

"ಮಹಾರಾಣಿಯವರು ಹೇಳುವುದರಲ್ಲಿ ಅರ್ಥವಿದೆ ಪ್ರಭು. ಹೇಳಿ ಕೇಳಿ ಸುಮಂತ ಅನ್ಯನಾಡಿನವನು. ಆ ದೃಷ್ಟಿಯಿಂದಲಾದರೂ ನಾವು ನಮ್ಮ ಘನತೆಯನ್ನು ರಕ್ಷಿಸಿಕೊಳ್ಳಬೇಕಾದರೆ ಬಲವಂತವಾಗಿಯಾದರೂ ಅವರನ್ನು ಸೂಕ್ತ ರೀತಿಯಲ್ಲಿ ಸನ್ಮಾನಿಸಿ ಕಳಿಸಬೇಕು."

"ಆಗಲಿ ಮಹಾರಾಣಿ" ಧನನಂದ ಹೇಳಿದ, "ನಿನಗೆ ಸೂಕ್ತ ಕಂಡ ರೀತಿಯಲ್ಲಿ ಸುಮಂತನನ್ನು ಸನ್ಮಾನಿಸುವ ಸ್ವಾತಂತ್ರ್ಯ ನಿನಗಿದೆ. ಇದರಲ್ಲಿ ನಾನು ತಲೆ ಹಾಕುವುದಿಲ್ಲ."

ಸುಮತಿಯ ಮುಖದಲ್ಲಿ ಸಮಾಧಾನ ಕಾಣಿಸಿಕೊಂಡಿತು.

ಅದೇ ದಿನ ರಾಕ್ಷಸ ಮಿತ್ರನಾದ ಚಂದನದಾಸನನ್ನು ಭೇಟಿ ಮಾಡಿದಾಗ ಸುಮಂತನ ವಿಷಯ, ಸುಮತಿಯ ಕಳಕಳಿಯನ್ನು ಪ್ರಸ್ತಾಪಿಸಿದ. "ಲೋಭಿಯಾದ ಚಕ್ರವರ್ತಿ ರಾಣಿಯ ಇಚ್ಛೆಗೆ ಸಮ್ಮತಿಸಿದ್ದೇ ಅಚ್ಚರಿಯಲ್ಲವೆ?" ಎಂದು ಚಂದನದಾಸ ನಗುತ್ತಾ ಹೇಳಿದ.

"ರತ್ನಾಭರಣಗಳ ವಿಷಯ ಬಂದಾಗ ಧನನಂದ ಸ್ವಲ್ಪ ಅಸಹನೆ ತೋರಿಸಿದ ನಿಜ. ಆದರೆ ಮಹಾರಾಣಿ ಸ್ವಲ್ಪ ನಿಷ್ಠುರವಾಗಿ ಮಾತಾಡಿದ ಮೇಲೆ ಸಮ್ಮತಿ ನೀಡಿದ."

"ಆ ಮಹಾತಾಯಿಯನ್ನು ನೆನೆದುಕೊಂಡರೆ ನನಗೆ ಸಂಕಟವಾಗುತ್ತಿದೆ ವಸುಭೂತಿ" ಚಂದನದಾಸ ನೋವಿನಿಂದ ಹೇಳಿದ, "ಹೋಗಲಿ ಬಿಡು, ಆ ತಾಯಿಯ ಈ ಆಸೆಯಾದರೂ ಈಡೇರುವುದಲ್ಲ! ಆಕೆಗೆ ಅಷ್ಟಾದರೂ ಸಮಾಧಾನ ಸಿಕ್ಕಲಿ."

"ಹೌದು ಚಂದನದಾಸ, ನನ್ನ ಕೋರಿಕೆಯನ್ನು ಮನ್ನಿಸಿ ಪೌರವ ಒಳ್ಳೆಯ ವೈದ್ಯನನ್ನೇ ಕಳಿಸಿಕೊಟ್ಟ. ಸುಮಂತ ಅತ್ಯಂತ ಸಜ್ಜನ, ಅದಕ್ಕಿಂತ ಮಿಗಿಲಾಗಿ ಸಮರ್ಥ ವೈದ್ಯ. ರಾಜಕುಮಾರ ಮೊದಲಿನಂತಾದ. ನನ್ನ ಮರ್ಯಾದೆ ಉಳಿಯಿತು. ಇಲ್ಲವಾದರೆ ಇದೇ ನೆಪಮಾಡಿಕೊಂಡು ಆ ಶ್ರೀಯಕ ಏನೇನು ಅಪವಾದಗಳನ್ನು ಹೊರಿಸುತ್ತಿದ್ದನೋ ಏನೋ !"

"ನಿನ್ನ ನಿಷ್ಠೆ ಪ್ರಾಮಾಣಿಕವಾಗಿರುವಾಗ ಬೇರೆಯವರ ಅಪವಾದಕ್ಕೆ ಹೆದರುವುದೇಕೆ?"

"ನಾನು ಹೆದರುತ್ತಿಲ್ಲ ಚಂದನದಾಸ, ಆದರೆ ಈಗ ಪರಿಸ್ಥಿತಿ ಅತ್ಯಂತ ಸೂಕ್ಷ್ಮವಾಗಿದೆ. ಜೊತೆಗೆ ಧನನಂದನ ಸ್ವಭಾವ ನಿನಗೇ ಗೊತ್ತಲ್ಲ. ಪಿಸುಣರ ಮಾತಿಗೆ ಕಿವಿಗೊಡುತ್ತಾನೆ. ಅವನ ದೌರ್ಬಲ್ಯಗಳಿಗೆ ಉತ್ತೇಜನ ನೀಡುವುದರ ಮೂಲಕ ಶ್ರೀಯಕ ಅವನಿಗೆ ಆಪ್ತನಾಗಿದ್ದಾನೆ."

"ನಿನ್ನ ಸಾಮರ್ಥ್ಯದ ಎದುರು ಆ ಶ್ರೀಯಕ ಏನೂ ಮಾಡಲಾರ."

"ಆದರೆ ಈಗ ಒಂದು ಸಂದೇಹ. ನನ್ನ ತಲೆಯನ್ನು ಹುಳುವಿನಂತೆ ಕೊರೆಯುತ್ತಿದೆ."

"ಯಾವ ಸಂದೇಹ ?"

"ಪರ್ವತನಾಡಿನ ಪೌರವನಿಗೆ ಮಗಧವನ್ನು ಗೆಲ್ಲಬೇಕೆಂಬುದು ಬಹುಕಾಲದ ಆಸೆ. ಮಗಧದ ಸೇನಾಬಲ ಅದಕ್ಕೆ ಅನುವು ಮಾಡಿಕೊಡಲಿಲ್ಲ. ಆದರೂ ನಾನು ಕಳಿಸಿದ ಪತ್ರಕ್ಕೆ ಪ್ರತಿಕ್ರಿಯಿಸಿ ಸುಮಂತನಂಥ ಸಮರ್ಥ ವೈದ್ಯನನ್ನು ಕಳಿಸಿಕೊಟ್ಟ. ಅವನ ಸೌಜನ್ಯವನ್ನು ನಾವು ಗೌರವಿಸಲೇಬೇಕಾಯಿತು. ಈಗ ಪರಿಸ್ಥಿತಿ ಅವನ ಹಳೆಯ ಆಸೆಗೆ ನೀರೆರೆಯುವಂತಿದೆ. ಚಂದ್ರಗುಪ್ತ ಮೌರ್ಯ ಚಾಣಕ್ಯನ ಸಹಾಯದಿಂದ ಹಲವು ನಾಡುಗಳನ್ನು ಗೆದ್ದು ರಾಜನಾಗಿ ತನ್ನ ಪ್ರತಿಷ್ಠೆಯನ್ನು ಬೆಳೆಸಿಕೊಂಡಿದ್ದಾನೆ. ಅವನ ಗುರಿಯೂ ಮಗಧವೇ ಆಗಿರುವಂತೆ ಕಾಣುತ್ತಿದೆ. ಅದು ಸಹಜವೂ ಕೂಡ. ಅವನಿಗೆ ಮಗಧದ ಸಿಂಹಾಸನದಿಂದಾದ ಅನ್ಯಾಯಕ್ಕೆ ಪ್ರತೀಕಾರ ತೀರಿಸಿಕೊಳ್ಳಲು ಅವನು ಹಾತೊರೆಯುತ್ತಿರಬಹುದು. ಆದಕ್ಕಿಂತ ಮಿಗಿಲಾಗಿ ಚಣಕಪುತ್ರ ಚಾಣಕ್ಯನ ಪ್ರತೀಕಾರದ ತೀವ್ರತೆ ಹೆಚ್ಚಾಗಿರುತ್ತದೆ. ಚಾಣಕ್ಯ ಅಂದು ರಾಜ ಸಭೆಯಲ್ಲಿ ಮಾಡಿದ್ದ ಪ್ರತಿಜ್ಞೆಯನ್ನು ಉದಾಸೀನ ಮಾಡಿ ನಾವು ತಪ್ಪು ಮಾಡಿದೆವೆಂದು ಅನ್ನಿಸುತ್ತಿದೆ. ಶತ್ರುವಿನ ಶತ್ರು ಮಿತ್ರನೆಂಬ ನೀತಿಯಂತೆ ಚಂದ್ರಗುಪ್ತ ಮತ್ತು ಚಾಣಕ್ಯ ಆ ಪೌರವನೊಡನೆ ಸೇರಿಕೊಂಡು ಮಗಧದ ಮೇಲೆ ಆಕ್ರಮಣ ಮಾಡಬಹುದೆಂಬ ಸಂದೇಹ ಕಾಡತೊಡಗಿದೆ."

"ಆಕಸ್ಮಾತ್ ಅದು ನಿಜವಾದರೆ ಅವರನ್ನು ಗೆಲ್ಲುವ ಸಾಮರ್ಥ್ಯ ಮಗಧಕ್ಕಿಲ್ಲವೇ ?"

"ಇದೆ, ಆದರೆ ಅವರ ತಂತ್ರವೇನೆಂದು ಖಚಿತವಾಗಿ ತಿಳಿಯದೆ ಪ್ರತಿತಂತ್ರ ರೂಪಿಸುವುದು ಸಾಧ್ಯವಾಗುತ್ತಿಲ್ಲ."

"ಧನನಂದನಿಗೆ ಅದರ ಅರಿವಿಲ್ಲವೆ ?"

"ಇದೆ, ಆದರೆ ನಮ್ಮ ಅಪಾರ ಸೇನೆಯೆದುರು ಅವರು ಗೆಲ್ಲುವುದು ಸಾಧ್ಯವೇ ಇಲ್ಲವೆಂಬ ಉದಾಸೀನ ಧೋರಣೆಯೂ ಇದೆ. ನಾನಂತೂ ಸೇನೆ ಸಜ್ಜಾಗಿರುವಂತೆ ಎಲ್ಲ ವ್ಯವಸ್ಥೆಯನ್ನೂ ಮಾಡಿದ್ದೇನೆ. ಯುದ್ಧ ಸೂಚನೆಯೇನಾದರೂ ಇದ್ದರೆ, ಅವರಿಗಿಂತ ಮೊದಲು ನಾನೇ ಆಕ್ರಮಣ ನಡೆಸುತ್ತೇನೆ."

"ಆ ಚಾಣಕ್ಯನ ಶಕ್ತಿಯ ಬಗ್ಗೆ ಸ್ವಲ್ಪ ಎಚ್ಚರದಿಂದಲೇ ಇರಬೇಕಾಗುತ್ತದೆ."

"ಹೌದು, ಅವನು ಮಹಾ ಬುದ್ಧಿವಂತನೇ ಇರಬೇಕು. ಏಕೆಂದರೆ ಯಾವ ಸಂಪನ್ಮೂಲವೂ ಇಲ್ಲದ ಚಂದ್ರಗುಪ್ತ ಪಿಪ್ಪಲಿವನವನ್ನು ವಶಪಡಿಸಿಕೊಂಡದ್ದರಲ್ಲಿ, ಗಾಂಧಾರ

ಮತ್ತು ಇತರ ಪ್ರಾಂತಗಳನ್ನು ಗೆದ್ದದ್ದರಲ್ಲಿ ಅವನ ಬುದ್ಧಿಬಲವೇ ಪ್ರಧಾನವಾಗಿರುವಂತೆ ಕಾಣುತ್ತಿದೆ.''

''ಪಿಪ್ಪಲಿವನವನ್ನು ಮರಳಿ ಆಕ್ರಮಿಸಲು ಏಕೆ ಪ್ರಯತ್ನಿಸಲಿಲ್ಲ?''

''ಅದಕ್ಕೆ ಕಾರಣ ಚಾಣಕ್ಯನ ತಂತ್ರದ ನಿಗೂಢತೆ. ಗೊತ್ತಿರುವ ಶತ್ರು ನಮಗಿಂತ ಪ್ರಬಲನಾದರೂ ನಾವು ಪ್ರತಿ ಹೋರಾಟ ನಡೆಸಬಹುದು. ಗೊತ್ತಿಲ್ಲದ ಶತ್ರುವಿನ ಶಕ್ತಿಯ ಆಳ ಆಗಲಗಳ ಅರಿವೇ ಇಲ್ಲದೆ ಮುನ್ನುಗ್ಗಿ ಸೋಲುವಂತಾದರೆ ಮಗಧಕ್ಕೆ ಮುಖ ಭಂಗವಾದೀತೆಂದು ಸುಮ್ಮನಾದೆ. ಅದೇ ತಪ್ಪಾಯಿತೇನೋ! ನನ್ನ ನಿರೀಕ್ಷೆಯನ್ನು ಮೀರಿ ಚಂದ್ರಗುಪ್ತ ಅತಿ ಶೀಘ್ರನಾಗಿ ಪ್ರಬಲನಾದ.''

''ಮಗಧದ ಆಕ್ರಮಣದಲ್ಲೂ ಚಾಣಕ್ಯತಂತ್ರ ಕೆಲಸ ಮಾಡಬಹುದಲ್ಲ?''

''ಆ ಭಯ ನನಗಿದ್ದೇ ಇದೆ. ಆಕ್ರಮಣದ ನಿರೀಕ್ಷೆಯಿದ್ದರೂ ನಾನು ಏನೂ ಮಾಡಲಾಗದ, ಯಾವುದನ್ನೂ ಖಚಿತವಾಗಿ ನಿರ್ಧರಿಸಲಾಗದ ಅಸಹಾಯಕ ಸ್ಥಿತಿಯಲ್ಲಿದ್ದೇನೆ. ನನ್ನ ಎಚ್ಚರದ ಕಣ್ತಪ್ಪಿಸಿ ಆ ಚಾಣಕ್ಯನ ತಂತ್ರವೇ ಜಯಿಸುವುದಾದರೆ, ಮಗಧ ಮತ್ತು ಧನನಂದ ಇಬ್ಬರನ್ನೂ ರಕ್ಷಿಸುವುದು ಕಷ್ಟವಾಗುತ್ತದೆ.''

ಚಂದನದಾಸನಿಗೆ ಆಶ್ಚರ್ಯವಾಯಿತು. ಎಂದೂ ರಾಕ್ಷಸ ಇಂಥ ಮಾತಾಡಿರಲಿಲ್ಲ. ಚಾಣಕ್ಯನ ಬಗ್ಗೆ ಮೊದಲ ಸಲ ಅವನಲ್ಲಿ ಭಯ ವ್ಯಕ್ತವಾಗುತ್ತಿತ್ತು. ಕಡೆಯಲ್ಲಿ ರಾಕ್ಷಸನೇ ಹೇಳಿದ, ''ನಾನಂತೂ ನನ್ನ ಜೀವವಿರುವವರೆಗೂ ಧನನಂದ ಮತ್ತು ಮಗಧವನ್ನು ರಕ್ಷಿಸಲು ಶಕ್ತಿಮೀರಿ ಪ್ರಯತ್ನಿಸುತ್ತೇನೆ.''

''ನಿನ್ನ ಸಾಮರ್ಥ್ಯದಲ್ಲಿ ನನಗೆ ನಂಬಿಕೆಯಿದೆ ವಸುಭೂತಿ. ಎಲ್ಲ ಒಳ್ಳೆಯದೇ ಆಗುತ್ತದೆ. ಆತಂಕ ಪಡಬೇಡ'' ಎಂದು ಚಂದನದಾಸ ಸಮಾಧಾನಪಡಿಸಿದ.

## ೮

ಶ್ರೀಯಕ ಧನನಂದನನ್ನು ಭೇಟಿ ಮಾಡಿದ. ಸಂಜಯ ಹೇಳಿದ ವಿಷಯವನ್ನು ತಿಳಿಸಿದ. ಅವನು ತನ್ನ ಸಂತೋಷವನ್ನು ತಡೆದುಕೊಳ್ಳಲಾಗಲಿಲ್ಲ, ''ತಡವಾದರೂ ಮಹತ್ವದ ಕಾರ್ಯ ಸಾಧಿಸಿದ್ದೀರಿ ಅಮಾತ್ಯರೇ'' ಎಂದ.

ಶ್ರೀಯಕ ನಗುತ್ತಾ ಹೇಳಿದ, ''ಇದು ಮಹತ್ವದ ಕಾರ್ಯವೆಂದು ಬೇರೆಯವರು ಕೇಳಿಸಿಕೊಂಡರೆ ನಗುತ್ತಾರೆ ಪ್ರಭು. ಇದೇನು ಯುದ್ಧವೇ? ಅದಕ್ಕೆ ಸಂಬಂಧಿಸಿದ ರಾಜ ಕಾರ್ಯವೇ?''

''ಇದೂ ಒಂದು ರೀತಿಯಲ್ಲಿ ರಾಜಕಾರ್ಯವೇ.''

''ಆದರೂ ಒಬ್ಬ ಅಮಾತ್ಯನಾಗಿ ನಾನು ಇಂಥ ಕೆಲಸ ಮಾಡಿದೆನೆಂದರೆ ನನಗೇ ಅಳುಕಾಗುತ್ತಿದೆ.''

“ನೀವೇಕೆ ಅಳುಕಬೇಕು? ಇದು ಅಮಾತ್ಯ ಪದವಿಗೆ ಸಂಬಂಧಿಸಿದ್ದು ಅಂದುಕೊಳ್ಳದಿದ್ದರಾಯಿತು. ನನ್ನ ನಿಮ್ಮ ಸ್ನೇಹದ ಕಾರಣವಾಗಿ ಮಾಡಿದ್ದೀರಿ ಅಂದುಕೊಂಡರೆ ಯಾವ ಅಳುಕೂ ಇರುವುದಿಲ್ಲ. ನನಗಂತೂ ಸಂತೋಷವಾಗಿದೆ. ನಿಮ್ಮ ಬಗ್ಗೆ ಅಭಿಮಾನ ಉಕ್ಕಿ ಹರಿಯುತ್ತಿದೆ. ಒಬ್ಬರಲ್ಲ ಇಬ್ಬರಲ್ಲ ಇಪ್ಪತ್ತು ಜನ ಸುಂದರಿಯರು! ಅಮಾತ್ಯರೇ, ನಾನು ಸ್ವರ್ಗವನ್ನೇ ಸೂರೆ ಮಾಡುತ್ತೇನೆ!”

“ಆ ಪ್ರಣಯೋನ್ಮಾದದಲ್ಲಿ ನನ್ನ ನೆನಪೇ ಬರಲಾರದು.”

“ಹಾಗೇಕೆ ಭಾವಿಸುತ್ತೀರಿ? ನಿಮ್ಮ ಈ ಉಪಕಾರಕ್ಕೆ ನಾನು ಏನು ಬೇಕಾದರೂ ಕೊಡುತ್ತೇನೆ. ಏನು ಬೇಕು ಕೇಳಿ.”

“ನಿಮ್ಮ ಸಂತೋಷವೇ ನನಗೆ ಎಲ್ಲವನ್ನೂ ಕೊಟ್ಟಂತೆ ಪ್ರಭು. ನೀವು ಆನಂದಪಟ್ಟರೆ ನನ್ನ ಜನ್ಮ ಸಾರ್ಥಕವಾದಂತೆ.”

“ನಿಮ್ಮಂಥ ನಿಸ್ವಾರ್ಥಿಗಳ ನಿಷ್ಠೆಯಿಂದಲೇ ಮಗಧ ಸಾಮ್ರಾಜ್ಯ ಸುಸೂತ್ರವಾಗಿ ನಡೆಯುತ್ತಿರುವುದು. ನಾನು ಆಡಳಿತದ ಗೊಂದಲವಿಲ್ಲದೆ ನಿಶ್ಚಿಂತೆಯಿಂದ ಸುಖ ವೈಭೋಗಗಳನ್ನು ಅನುಭವಿಸುತ್ತಿರುವುದು.”

“ಆದರೆ ಈ ವಿಷಯ ರಹಸ್ಯವಾಗಿರಲಿ ಪ್ರಭು.”

“ಏಕೆ? ಯಾರಾದರೂ ಅಡ್ಡಿಪಡಿಸುವರೆಂದೇ?”

“ಹೌದು, ಅಮಾತ್ಯ ರಾಕ್ಷಸರಿಗೆ ತಿಳಿದರೆ ಅವರು ಖಂಡಿತ ಅಡ್ಡಿಪಡಿಸುತ್ತಾರೆ.”

“ಹೌದು, ಅವರಿಗೆ ಇದೆಲ್ಲ ಸರಿಬರುವುದಿಲ್ಲ. ಅವರು ಬೇಡವೆಂದು, ನಾನು ಬೇಕೆಂದು ವೃಥಾ ಘರ್ಷಣೆ ಮಾಡಿಕೊಳ್ಳುವುದು ಸರಿಯಲ್ಲ.”

“ಅದಕ್ಕಿಂತ ಮುಖ್ಯವಾಗಿ ಅವರಿಗೆ ಮೊದಲೇ ನನ್ನ ಮೇಲೆ ಅಸಹನೆ. ಅವರು ನಾನೇ ಇಷ್ಟೆಲ್ಲ ವ್ಯವಸ್ಥೆ ಮಾಡಿರುವುದೆಂದು ಸಂದೇಹಪಡುತ್ತಾರೆ. ಆಗ ಅವರ ದೃಷ್ಟಿಯಲ್ಲಿ ನನ್ನ ವ್ಯಕ್ತಿತ್ವ ಕೀಳಾಗುತ್ತದೆ ಪ್ರಭು.”

“ಹೌದು, ಅದಕ್ಕೆ ಅವಕಾಶ ಕೊಡಬಾರದು. ನಿಮ್ಮ ಇಷ್ಟದಂತೆ ಇದು ರಹಸ್ಯವಾಗಿಯೇ ಇರುತ್ತದೆ.”

“ಪೌರ್ಣಮಿಯ ದಿನ ಬೆಳಿಗ್ಗೆ ಹತ್ತು ಪಲ್ಲಕ್ಕಿಗಳು ಇಪತ್ತು ಚೆಲುವೆಯರನ್ನು ಹೊತ್ತು ನಿಮ್ಮ ಪ್ರಮದೋದ್ಯಾನವನ್ನು ಸೇರುತ್ತವೆ.”

“ಬರಲಿ, ನನ್ನ ಆಪ್ತ ಸೇವಕವರ್ಗದವರು ಅವರಿಗೆಲ್ಲ ವ್ಯವಸ್ಥೆ ಮಾಡುತ್ತಾರೆ. ಇಪ್ಪತ್ತು ಜನ! ಅಮಾತ್ಯರೇ ಅದನ್ನು ಕಲ್ಪಿಸಿಕೊಂಡರೂ ನನಗೆ ರೋಮಾಂಚನವಾಗುತ್ತಿದೆ!” ಧನನಂದ ಉತ್ಸಾಹದಿಂದ ಹೇಳಿದ.

“ಕೆಲವೇ ದಿನಗಳಲ್ಲಿ ಕೈಗೂಡಲಿರುವ ನಿಮ್ಮ ಸ್ವರ್ಗಸುಖಕ್ಕೆ ಈಗಿನಿಂದಲೇ ಸಿದ್ಧರಾಗಿ ಪ್ರಭು.”

“ಅಷ್ಟು ದಿನವೂ ಒಟ್ಟಿಗೇ ಮುಗಿದು, ಆ ಪೌರ್ಣಮಿಯ ದಿನ ಈಗಲೇ ಬರಬಾರದೇ ಎನಿಸುತ್ತಿದೆ.’’’

"ಇನ್ನೊಂದು ಕೋರಿಕೆ ಪ್ರಭು."

"ಒಂದಲ್ಲ ನೂರು ಕೇಳಿ ಅಮಾತ್ಯರೇ. ಇವತ್ತಿನ ಸಂತೋಷದಲ್ಲಿ ನಾನು ಎಲ್ಲವನ್ನೂ ನಡೆಸಿಕೊಡುತ್ತೇನೆ."

"ನನಗಾಗಿ ಯಾವ ಕೋರಿಕೆಯೂ ಇಲ್ಲ ಪ್ರಭು. ನಿಮ್ಮ ಹಿತಕ್ಕಾಗಿಯೇ ನಾನು ಕೇಳುತ್ತಿರುವುದು."

"ಏನು ಹೇಳಿ ಅಮಾತ್ಯರೇ."

"ಆದಕ್ಕೆ ಹಿಂದಿನ ದಿನವೇ, ಒಂದೆರಡು ದಿನ ಹಿಂದೆ ಬರಲಾಗದಂತೆ ಅಮಾತ್ಯ ರಾಕ್ಷಸರನ್ನು ಯಾವುದಾದರೂ ರಾಜಕಾರ್ಯದ ನೆಪ ಹುಡುಕಿ ಎಲ್ಲಿಗಾದರೂ ಕಳಿಸಿಕೊಟ್ಟರೆ ಒಳ್ಳೆಯದು."

"ಎಲ್ಲಿಗೆ ಕಳಿಸುವುದು? ಅಂಥ ಕಾರಣವೇನಿದೆ?" ಧನನಂದ ಕೆಲವು ಕ್ಷಣ ಚಿಂತಿಸಿ ಹೇಳಿದ, "ಸರಿ, ನೀವು ಆ ವಿಷಯ ಬಿಡಿ, ಆ ದಿನ ಏನಾದರೂ ಒಂದು ನೆಪವನ್ನು ಹುಡುಕುತ್ತೇನೆ. ನಿಮ್ಮ ಊಹೆ ಸರಿ. ಮೊದಲೇ ಅವನದು ಹದ್ದಿನ ಕಣ್ಣು, ಕಂಡುಬಿಟ್ಟರೆ, ಕಂಡು ಇದು ನ್ಯಾಯವೇ? ಎಂದು ಕೇಳಿಬಿಟ್ಟರೆ ಅವನ ಮುಂದೆ ನನ್ನ ಸ್ಥಿತಿಯೂ ಕೀಳಾಗಬಹುದು."

"ಆಯಿತು ಪ್ರಭು, ನಾನು ಬರುತ್ತೇನೆ" ಎಂದು ಶ್ರೀಯಕ ಹೊರಟುಬಿಟ್ಟ.

ಮನೆಗೆ ಬಂದು ತನ್ನ ಯೋಜನೆಯನ್ನು ಪುನಃ ಮನಸ್ಸಿನಲ್ಲೇ ಪರಿಶೀಲಿಸಿದ. 'ಸಮಯದಲ್ಲಿ ಸೇನಾಧ್ಯಕ್ಷರು ನನ್ನ ಪರ ವಹಿಸಿದ್ದರೆ ಹೂವೆತ್ತಿದಂತೆ ಕೆಲಸ ಮುಗಿಯುತ್ತಿತ್ತು. ಆದರೆ ಆ ಹಂಚಿಕೆ ಆರಂಭದಲ್ಲೇ ನಿಂತುಬಿಟ್ಟಿತು. ಭಾಗುರಾಯಣ ಸುಗಂಧಿಯನ್ನು ಬಿಟ್ಟುಕೊಟ್ಟಿದ್ದರೆ, ಬೇರೆ ಸೇನಾಧ್ಯಕ್ಷರನ್ನು ಒಳಗು ಮಾಡಿಕೊಳ್ಳುವುದು ಸಾಧ್ಯವಾಗುತ್ತಿತ್ತೇನೋ! ಆದರೆ ಅವನೂ ಬಿಟ್ಟುಕೊಡಲಿಲ್ಲ, ಇತರ ಸೇನಾಧ್ಯಕ್ಷರೂ ಅಂಥ ಆಸಕ್ತಿ ತೋರಿಸಲಿಲ್ಲ. ಭಾಗುರಾಯಣನ ಬಳಿಯಲ್ಲಾದರೂ ವಿಷಯ ಪ್ರಸ್ತಾಪ ಮಾಡೋಣವೆಂದರೆ ಆದಕ್ಕೂ ಧೈರ್ಯ ಬರುತ್ತಿಲ್ಲ, ನನ್ನ ಮನಸ್ಸಿನಲ್ಲಿರುವುದನ್ನು ಬಹುಶಃ ಅವರಾರೂ ಊಹಿಸಲಾರರು. ನಾನು ಬಾಯಿಬಿಟ್ಟು ಹೇಳಿದರೆ, ಪರಿಣಾಮ ಏನಾಗುವುದೋ ಎಂಬ ಭಯ ಬಾಧಿಸುತ್ತಿದೆ. ಇತ್ತೀಚೆಗಂತೂ ಭಾಗುರಾಯಣ ಸರಿಯಾಗಿ ಮುಖ ಕೊಟ್ಟೇ ಮಾತಾಡುವುದಿಲ್ಲ.'

ತಕ್ಷಣ ಅವನಿಗೆ ಭಾಗುರಾಯಣನನ್ನು ಭೇಟಿ ಮಾಡಿದ ಪ್ರಸಂಗ ನೆನಪಿಗೆ ಬಂತು.

ಆ ದಿನ ಅವನು ಏನು ಮಾತಾಡಬೇಕು? ಹೇಗೆ ಮಾತಾಡಬೇಕು? ಇತ್ಯಾದಿ ಯೋಚಿಸಿಕೊಂಡೇ ಭಾಗುರಾಯಣನನ್ನು ಅವನ ಮನೆಯ ಉಪ್ಪರಿಗೆಯಲ್ಲಿ ಭೇಟಿ ಮಾಡಿದ. ಸುಗಂಧಿ ಅವನ ಮನೆಯನ್ನು ಸೇರಿ ಆಗಲೇ ತಿಂಗಳಾಗಿತ್ತು. ಅವಳ ವಿಷಯದಿಂದಲೇ ಶ್ರೀಯಕ ಮಾತಿಗಾರಂಭಿಸಿದ. "ಅಶ್ವಾಧ್ಯಕ್ಷರೇ, ನಾನು ನಿಮ್ಮ ಬಳಿಗೆ ಏಕೆ ಬಂದಿರುವೆನೆಂದು ನೀವು ಈಗಾಗಲೇ ಊಹಿಸಿರಬೇಕು" ಎಂದ.

"ನಾನು ಹೇಗೆ ಊಹಿಸಲು ಸಾಧ್ಯ ಅಮಾತ್ಯರೇ?" ಎಂದ ಭಾಗುರಾಯಣ ಏನೂ ತಿಳಿಯದ ಅಮಾಯಕನಂತೆ.

ಒಂದು ಕ್ಷಣ ಬೆಚ್ಚಿದರೂ ಶ್ರೀಯಕ ಸುಧಾರಿಸಿಕೊಂಡು ಮತ್ತೆ ಹೇಳಿದ, "ನೀವು ಹಾಸ್ಯಕ್ಕೆ ಹೇಳುವ ಮಾತನ್ನು ನಾನು ತಪ್ಪು ತಿಳಿಯುವುದಿಲ್ಲ, ಅಲ್ಲದೆ ಉಪಕಾರ ಸ್ಮರಣೆಯಿಲ್ಲದ ಕಠಿಣ ಸ್ವಭಾವ ನಿಮ್ಮದಲ್ಲವೆಂದೂ ನನಗೆ ಗೊತ್ತು."

"ನೀವು ಏನು ಹೇಳುತ್ತಿರುವಿರಿ ಅಮಾತ್ಯರೇ?" ಭಾಗುರಾಯಣ ಆಶ್ಚರ್ಯ ನಟಿಸಿದ. "ನಾನು ಯಾವ ಹಾಸ್ಯದ ಮಾತನ್ನು ಹೇಳಿದೆ? ನೀವು ನನಗೆ ಯಾವ ಉಪಕಾರ ಮಾಡಿದಿರಿ? ಸ್ವಲ್ಪ ಬಿಡಿಸಿ ಹೇಳಿದರೆ ಒಳ್ಳೆಯದು."

'ಎಲಾ ಭಾಗುರಾಯಣ, ನನಗೇ ಮಂಕುಬೂದಿ ಎರಚುವ ಪ್ರಯತ್ನ ಪಡುತ್ತಿದ್ದೀಯ' ಎಂದು ಮನಸ್ಸಿನಲ್ಲೇ ಅಂದುಕೊಂಡು ಶ್ರೀಯಕ ಮೇಲೆ ಹೇಳಿದ, "ಕ್ಷಮಿಸಿ, ಬಿಡುವಿಲ್ಲದ ನಿಮ್ಮ ಕಾರ್ಯ ಗೌರವಗಳ ನಡುವೆ ಮರೆಯುವುದು ಸಹಜ. ನಾನು ಸುಗಂಧಿಯ ವಿಷಯ ಮಾತಾಡಲು ಬಂದಿದ್ದೇನೆ."

"ಸುಗಂಧಿ? ಯಾವ ಸುಗಂಧಿ?" ಎಂದು ಒಂದು ಕ್ಷಣ ಅಚ್ಚರಿಗೊಂಡ ಭಾಗುರಾಯಣ, ಮರುಕ್ಷಣ ನೆನಪು ಬಂದವನಂತೆ, "ಓ ಸುಗಂಧಿ! ಉಜ್ಜಯಿನಿಯ ಗಣಿಕೆ! ಈಗ ನೆನಪಿಗೆ ಬಂತು. ಅವಳು ನನ್ನ ಮನೆಯಲ್ಲಿ ಸುಖವಾಗಿ, ಆನಂದವಾಗಿದ್ದಾಳೆ."

"ಅವಳನ್ನು ತಮ್ಮ ಸೇವೆಗೆ ನಾನೇ ಕಳಿಸಿದೆನೆಂಬುದಾದರೂ ನೆನಪಿರಬೇಕಲ್ಲ?"

"ನೆನಪಿದೆ, ಆದರೆ ನನ್ನ ಸೇವೆಗೆ ಕಳಿಸಿದಿರೆಂದು ಭಾವಿಸಿರಲಿಲ್ಲ, ಆಶ್ರಯವಿಲ್ಲದ ಆಕೆಗೆ ಆಶ್ರಯ ನೀಡಲು ಕಳಿಸಿಕೊಟ್ಟಿರೆಂದು ಭಾವಿಸಿದ್ದೆ."

"ಅವಳೆಲ್ಲಿ! ನೀವೆಲ್ಲಿ! ಅವಳಿಗೆ ನೀವು ಆಶ್ರಯ ಕೊಡಬೇಕೆ? ಹಲವರ ಆಶ್ರಯದಿಂದ ಹೊಟ್ಟೆ ಹೊರೆದುಕೊಳ್ಳುವ ಅವಳಿಗೆ ನೀವು ಶಾಶ್ವತ ಆಶ್ರಯ ಕೊಡಬೇಕಾಗಿಲ್ಲ, ಕೆಲವು ದಿನ ಬಳಸಿಕೊಂಡು, ಬೇರೆಯವರ ಬಳಕೆಗಾಗಿ ಬಿಟ್ಟುಕೊಡುವುದೇ ಕ್ಷೇಮ."

"ಬಳಸಿಕೊಳ್ಳುವ ರಸಿಕರು ಹಲವರಿರುವಾಗ ನಿಮಗೇಕೆ ಅವಳ ಚಿಂತೆ? ನೀವೇಕೆ ಅವಳನ್ನು ರಾಜಾಶ್ರಯಕ್ಕೆ ಕಳಿಸಿದಿರಿ? ಅಲ್ಲಿಂದ ನನ್ನ ಆಶ್ರಯಕ್ಕೆ ಕಳಿಸಿದಿರಿ?"

"ರಾಜನೀತಿಯ ಚದುರಂಗದಾಟದಲ್ಲಿ ಇಂಥ ಚೆಲುವೆಯರನ್ನು ಕೆಲವು ಸಲ ದಾಳಗಳಾಗಿ ಬಳಸುವುದು ತಮಗೆ ಗೊತ್ತಿಲ್ಲವೆ?"

"ಯಾವ ರಾಜನೀತಿ? ಯಾವ ದಾಳ? ನನಗಂತೂ ಒಂದೂ ಅರ್ಥವಾಗುತ್ತಿಲ್ಲ."

"ಪರಸ್ಪರ ಉಪಕಾರ ಅಷ್ಟೆ."

"ಉಪಕಾರವೇ? ಹೇಗೆ? ಅವಳಿಗೆ ಆಶ್ರಯ ಕೊಟ್ಟು ನಾನೇ ನಿಮಗೆ ಉಪಕಾರ ಮಾಡಿದೆನೆಂದುಕೊಂಡಿದ್ದೆ. ಈಗ ನೋಡಿದರೆ ನೀವು ನನಗೆ ಉಪಕಾರ ಮಾಡಿದಂತೆ, ಪ್ರತಿಯಾಗಿ ನಾನೂ ನಿಮಗೆ ಉಪಕಾರ ಮಾಡಬೇಕು ಎಂಬಂತೆ ಮಾತಾಡುತ್ತಿದ್ದೀರಿ."

"ಹೌದು ಅಶ್ವಾಧ್ಯಕ್ಷರೇ, ಅಮಲೇರಿಸುವ ಮದ್ಯವನ್ನು ಹಲವರು ಒಟ್ಟಿಗೆ ಕುಳಿತು, ಒಂದೇ ಪಾತ್ರೆಯಿಂದ ತಮ್ಮ ತಮ್ಮ ಬಟ್ಟಲುಗಳಿಗೆ ಬಗ್ಗಿಸಿಕೊಂಡು ಕುಡಿದು ಆನಂದ

ಪಡುವಂತೆ, ಮಾದಕ ಚಲುವಿನ ಇಂಥ ಸುಂದರಿಯರನ್ನು ಹಲವರು ಹಂಚಿಕೊಂಡು ಸುಖಪಡುವುದು ನೀತಿ.''

''ನೀತಿಯೇ! ಯಾವ ಶಾಸ್ತ್ರಗ್ರಂಥದಲ್ಲಿ ಹಾಗೆ ಹೇಳಿದೆ?''

''ಇದನ್ನು ಶಾಸ್ತ್ರ ಗ್ರಂಥದಲ್ಲಿ ಬರೆಯುತ್ತಾರೆಯೇ? ಲೋಕಾರೂಢಿಯ ಅಭಿಪ್ರಾಯ ವನ್ನು ಹೇಳಿದೆ.''

''ಹೌದೇನು? ಅದು ನನಗೆ ಗೊತ್ತಿರಲಿಲ್ಲ. ಅದು ಸರಿ, ತಾವು ನನ್ನಿಂದ ಯಾವ ಉಪಕಾರವನ್ನು ನಿರೀಕ್ಷಿಸುತ್ತೀರಿ? ಆ ಚೆಲುವೆಗೆ ಬೆಲೆ ಕೊಡಬೇಕೆ?''

''ಬೆಲೆ ತೆಗೆದುಕೊಂಡರೆ ಅವಳು ಸಂಪೂರ್ಣವಾಗಿ ನಿಮ್ಮ ಸ್ವತ್ತಾಗಿಬಿಡುತ್ತಾಳೆ.''

''ಅಂದರೆ ಒಂದೇ ಸ್ವತ್ತನ್ನು ಹಲವರಿಗೆ ಕೊಡುವ ಹಂಚಿಕೆಯೋ. ನಿಮಗೆ ನಾನು ಸುಗಂಧಿಯನ್ನು ಎಷ್ಟು ಕಾಲ ಇರಿಸಿಕೊಳ್ಳುತ್ತೇನೋ ಅಷ್ಟಕ್ಕೆ ಬಾಡಿಗೆ ಕೊಡಬೇಕೆ?''

''ಅದಾವುದೂ ಅಲ್ಲ ಅಶ್ವಾಧ್ಯಕ್ಷರೇ'' ಶ್ರೀಯಕ ಸ್ವಲ್ಪ ಹಿಂಜರಿಯುತ್ತಲೇ ಹೇಳಿದ, ''ನಾನೊಂದು ಮಹತ್ವದ ಕಾರ್ಯವನ್ನು ಆಲೋಚಿಸಿದ್ದೇನೆ. ಅದಕ್ಕೆ ತಮ್ಮ ನೆರವು ಬೇಕು. ಬೇರೆ ಸೇನಾಧ್ಯಕ್ಷರ ನೆರವೂ ಬೇಕು.''

''ಎಲ್ಲ ಸೇನಾಧ್ಯಕ್ಷರ ನೆರವೂ ಬೇಕೆಂದು ಹೇಳುತ್ತಿರಬೇಕಾದರೆ ಮಗಧಕ್ಕೆ ಒಳಿತಾಗುವ ಯಾವುದೋ ಉತ್ತಮ ಕಾರ್ಯವೇ ಇರಬೇಕು. ಈ ವಿಷಯ ಪ್ರಧಾನಾಮಾತ್ಯ ರಾಕ್ಷಸರಿಗೆ ಗೊತ್ತೆ? ನೀವು ಅವರನ್ನು ಭೇಟಿ ಮಾಡಿದ್ದೀರಾ? ಅವರೇನೆಂದರು?''

ಶ್ರೀಯಕ ಎಚ್ಚರಗೊಂಡ. ಗಂಟಲಿನ ಮಾತು ತುಟಿಯಿಂದ ಹೊರಬರಲು ಹಿಂಜರಿಯಿತು. ''ಇಲ್ಲ, ಅವರಿಗೆ ಹೇಳಬಹುದೇ?'' ಎಂದು ತೊದಲಿದ.

''ರಾಕ್ಷಸರಿಗೆ ಹೇಳಲಾರದ ವಿಷಯವಾದರೆ ಯಾವುದೋ ರಹಸ್ಯ ಸಂಗತಿಯೇ ಇರಬೇಕು. ಅದೇನು ಅಮಾತ್ಯರೇ?'' ಎಂದು ಅತಿ ಕುತೂಹಲದಿಂದ ಅವನ ಕಿವಿಯ ಬಳಿ ಭಾಗುರಾಯಣ ಮೆಲ್ಲಗೆ ಕೇಳಿದ.

ಶ್ರೀಯಕನಿಗೆ ಧೈರ್ಯ ಬರಲಿಲ್ಲ ''ಈಗ ಹೇಳುವಂತಿಲ್ಲ, ಇನ್ನೊಮ್ಮೆ ಹೇಳುತ್ತೇನೆ. ಸುಗಂಧಿಯನ್ನು ಬೇಗ ಕಳಿಸಿಕೊಟ್ಟರೆ ಒಳ್ಳೆಯದು.''

''ಅವಳು ಬರುವುದಿಲ್ಲವೆಂದರೆ?''

''ಅದು ಹೇಗೆ ಸಾಧ್ಯ?''

''ನೋಡಿ ಅಮಾತ್ಯರೇ, ಯಾವುದೇ ವ್ಯಕ್ತಿಯ ಇಚ್ಛೆಗೆ ವಿರುದ್ಧವಾಗಿ ಆ ವ್ಯಕ್ತಿಯನ್ನು ಬಳಸಿಕೊಳ್ಳುವುದು ಮಗಧದ ಶಾಸನದ ಅನುಸಾರ ಅಪರಾಧ. ಇನ್ನು ಕೆಲವು ಕಾಲ ಅವಳು ನಮ್ಮ ಮನೆಯಲ್ಲೇ ಇರಲಿ. ನಾನೇ ಉಪಾಯವಾಗಿ ಅವಳನ್ನು ಒಪ್ಪಿಸಿ ಕಳಿಸಿಕೊಡುತ್ತೇನೆ.''

ಅನಿವಾರ್ಯವಾಗಿ ಸಮ್ಮತಿಸಿ ಶ್ರೀಯಕ ಅಲ್ಲಿಂದ ಹೊರಟುಬಂದ.

ಮೊದಲೇ ಅವನು ಬೇರೆ ಸೇನಾಧ್ಯಕ್ಷರ ನಿರಾಸಕ್ತಿಯನ್ನು ಗಮನಿಸಿದ್ದ. ಭಾಗುರಾಯಣನ ಮಾತಿನ ಧಾಟಿಯಿಂದ ಅವನು ಯಾವುದೇ ಕಾರಣಕ್ಕೂ ತನ್ನ ನಿಷ್ಠೆಯನ್ನು ಬದಲಿಸಲಾರನೆಂದು ಅನ್ನಿಸತೊಡಗಿ, ಸುಗಂಧಿಯನ್ನು ಬಳಸಿಕೊಂಡು ಏನೋ ಸಾಧಿಸಿಬಿಡುವೆನೆಂಬ ಭ್ರಮೆಯಿಂದ ಹೊರಬರತೊಡಗಿದ.

ಈಗ ಸುಗಂಧಿ ಇನ್ನೂ ಭಾಗುರಾಯಣನ ವಶದಲ್ಲೇ ಇದ್ದಳು. ಮತ್ತೆ ಪ್ರಯತ್ನಪಟ್ಟು ನೋಡಿದರೆ ಹೇಗೆ, ಎನ್ನಿಸಿತು. ಆದರೆ ಧೈರ್ಯ ಬರಲಿಲ್ಲ. 'ಬೇಡ, ಆ ಪ್ರಯತ್ನಪಡಲು ಹೋಗುವುದು ಜಾಣತನವಲ್ಲ, ನಾನೂ ಮತ್ತು ಸಂಜಯ ಇಬ್ಬರೇ ಸಾಕು. ಧನನಂದ ಹೇಗಿದ್ದರೂ ಚೆಲುವೆಯರ ಅಮಲಿನಲ್ಲಿ ಮೈಮರೆತಿರುತ್ತಾನೆ. ನನಗಂತೂ ಅವನ ಅಂತಃಪುರ ಪ್ರವೇಶಿಸುವುದು ಸುಲಭ. ಗದ್ದಲದ ಗಡಿಬಿಡಿಯಲ್ಲಿ ಧನನಂದನ ಕಥೆಯನ್ನು ನಾನೊಬ್ಬನೇ ಮುಗಿಸಬಹುದು. ರಾಕ್ಷಸ ಹೇಗೂ ಊರಿನಲ್ಲಿರುವುದಿಲ್ಲ. ಅವನು ಬರುವಷ್ಟರಲ್ಲಿ ಸಿಂಹಾಸನವೇರಿಬಿಟ್ಟರೆ ಎಲ್ಲ ತಾವಾಗಿಯೇ ನಮ್ಮ ಪಕ್ಷಕ್ಕೆ ಬರುತ್ತಾರೆ. ಹೇಗಿದ್ದರೂ ನನ್ನ ಆಪ್ತರು ಐವತ್ತು ಜನ ಕಟ್ಟಾಳುಗಳಿದ್ದಾರೆ. ಅವರಿಗೆ ನನ್ನ ಸಂಬಳದ ಬಹುಭಾಗವನ್ನು ಸುರಿದು ನನ್ನ ಕಡೆ ಮಾಡಿಕೊಂಡಿದ್ದೇವೆ. ಹೌದು, ಆ ಸಂಜಯನಿಗೂ ಇದರ ಸುಳಿವು ಸಿಗದಂತೆ ಎಚ್ಚರವಹಿಸಿದ್ದೇನೆ. ಪ್ರಾಣಭಯದಿಂದ ತತ್ತರಿಸುತ್ತಿರುವ ಅವನು ಯಾವ ಕ್ಷಣದಲ್ಲಿ ಏನು ಮಾಡುವನೆಂಬ ಭೀತಿಯಿದ್ದೇ ಇದೆ. ಸದ್ಯ, ಅವನನ್ನು ನಂಬಿ ಎಲ್ಲ ಗುಟ್ಟುಗಳನ್ನೂ ಬಯಲು ಮಾಡುವ ಮೂರ್ಖನಾಗಲಿಲ್ಲ' ಎಂದುಕೊಂಡ.

ತನಗೆ ಉಪಕಾರ ಮಾಡಲು ಸಿದ್ಧನಿಲ್ಲದ ಮೇಲೆ ಸುಗಂಧಿ ಭಾಗುರಾಯಣನ ಮನೆಯಲ್ಲಿ ಏಕಿರಬೇಕು. ಅಮಾತ್ಯನಾದ ನನಗೇ ರಾಜಶಾಸನದ ಬೆದರಿಕೆ ಹಾಕಿದ ಅವನ ಮೇಲೆ ಕೋಪ ಬಂತು. 'ಪ್ರಯೋಜನವಿಲ್ಲದೆ ಅವನಿಗೆ ಉಪಕಾರ ಮಾಡಲು ನನಗೇನು? ಹೌದು, ಸುಗಂಧಿ ಎಲ್ಲಿಯಾದರೂ ಇರಲಿ, ಅವನ ಬಳಿ ಮಾತ್ರ ಇರಬಾರದು' ಎಂದುಕೊಂಡು ಮಗಳನ್ನು ಕರೆತರುವಂತೆ ಅವಳ ತಾಯಿ ಮಂಗಳೆಯನ್ನು ಪ್ರೇರೇಪಿಸಲು ನಿರ್ಧರಿಸಿದ.

ರಾತ್ರಿ ಮಂಗಳೆಯ ಮನೆಗೆ ಹೋದ. ಬಾಗಿಲು ತೆಗೆದ ಶ್ರೀಧರ "ಅಮ್ಮ, ಅಮಾತ್ಯರು ಬಂದಿದ್ದಾರೆ" ಎಂದು ಹೇಳಿದಾಗ ಪಶುಲೋಮನೊಂದಿಗೆ ಮಾತಾಡುತ್ತಿದ್ದ ಮಂಗಳೆ ಒಂದು ಕ್ಷಣ ಮತ್ತೆ ಏತಕ್ಕೆ ಬಂದನೋ ಎಂದು ಹೆದರಿದಳು. ಮರುಕ್ಷಣ ಅವನು ನನಗೇನು ಮಾಡಬಲ್ಲ? ಎಂದು ಧೈರ್ಯ ತಂದುಕೊಂಡು ನಡುಮನೆಗೆ ಬಂದಳು. "ಅಮಾತ್ಯರಿಗೆ ನಮಸ್ಕಾರ, ಬಹುದಿನಗಳ ನಂತರ ತಮ್ಮ ದರ್ಶನ ಭಾಗ್ಯ ದೊರಕಿತು. ಈ ಬಡವಳನ್ನು ತಾವು ಮರೆತೇಬಿಟ್ಟಿರಿ" ಎಂದಳು ನಾಟಕೀಯವಾಗಿ. ಪಶುಲೋಮ ಕೋಣೆಯ ಬಾಗಿಲಿಗೆ ಕಿವಿಯಿಟ್ಟು ಕೇಳಿಸಿಕೊಳ್ಳತೊಡಗಿದ.

"ನಿನ್ನ ಮುಂದೆ ನಾನೇ ಬಡವ ಮಂಗಳೆ" ಎಂದ ಶ್ರೀಯಕ ನಗುತ್ತ, "ಬಡವಳಾಗಿ ನಗರಕ್ಕೆ ಬಂದೆ, ನನ್ನ ಪ್ರಯತ್ನದಿಂದ, ಚಕ್ರವರ್ತಿಗಳ ದಯದಿಂದ ಶ್ರೀಮಂತಳೇ ಆಗಿಬಿಟ್ಟೆ

ಈ ನಿನ್ನ ಮನೆಯ ಪೀಠೋಪಕರಣಗಳು, ಅಲಂಕಾರದ ವಸ್ತುಗಳು, ರತ್ನಾಭರಣಗಳು ಎಲ್ಲವುಗಳ ಬೆಲೆ ಎಷ್ಟೆಂದು ನಿನಗೆ ಗೊತ್ತೇ ಮಂಗಳೆ ?''

''ಗೊತ್ತು ಅಮಾತ್ಯರೇ. ಆದರೆ ನನ್ನ ಮಗಳ ಬೆಲೆ ಆದಕ್ಕಿಂತ ಸಾವಿರಪಾಲು ಹೆಚ್ಚೆಂದು ನನ್ನ ಭಾವನೆ'' ಎಂದು ಹೇಳಿ ಮಂಗಳೆ ಅವನ ಮುಖ ನೋಡಿದಳು.

ಒಂದು ಕ್ಷಣ ಅವಳ ಮಾತಿಗೆ ಕೋಪ ಬಂದರೂ, ತಕ್ಷಣ ಅವನು ಅದನ್ನು ಮರೆಮಾಡಿ ಮುಖದ ಮೇಲೆ ಹಗುರವಾಗಿ ನಗೆ ತೇಲಿಸುತ್ತ ಹೇಳಿದ, ''ನಿನ್ನ ಮಾತಿನ ಚಾತುರ್ಯವನ್ನು ನಾನು ಮೆಚ್ಚುತ್ತೇನೆ ಮಂಗಳೆ. ಆದರೆ ಈ ಮಾತು ನಿನಗೆ ಭೂಷಣವಲ್ಲ. ನಿನ್ನ ಮಗಳು ಬೆಲೆ ಕಟ್ಟಲಾರದಂಥವಳು ಎನ್ನಲು ಅವಳೇನು ಕುಲೀನ ಕನ್ಯೆಯೇ ? ರಸಿಕ ಕಟ್ಟುವ ಬೆಲೆಯ ಮೇಲೆಯೇ ಬದುಕು ಸಾಗಿಸುವ ನಿನ್ನಂಥ ಗಣಿಕೆ ಈ ಮಾತಾಡಿದರೆ ಹಾಸ್ಯಾಸ್ಪದವಾಗುತ್ತದೆ.''

ಅವನ ಮಾತಿನಿಂದ ಮಂಗಳೆಗೆ ಕೋಪ ಬಂದರೂ ತಡೆದುಕೊಂಡು ಹೇಳಿದಳು, ''ರಸಿಕರು ಬೆಲೆಕಟ್ಟುವುದು ಸರಿ ಅಮಾತ್ಯರೆ. ಆದರೆ ಯಾವ ಅಧಿಕಾರವೂ ಇಲ್ಲದ ಗಣ್ಯರು ರಸಿಕರಿಗೆ ಮಾರಿ, ತಮ್ಮದಲ್ಲದ ಬೆಲೆ ಪಡೆಯಲು ಪ್ರಯತ್ನಿಸುವುದನ್ನು ಏನೆಂದು ಕರೆಯಬೇಕು ಅಮಾತ್ಯರೇ ? ನಮ್ಮದೇನೋ ಇದೇ ವೃತ್ತಿ, ಆದರೆ ಅವರದು ?''

ಶ್ರೀಯಕನ ಮುಖ ಕೆಟ್ಟಿತು. ತನ್ನನ್ನು ಹೆಣ್ಣುಗಳ ವ್ಯಾಪಾರ ಮಾಡುವವನೆಂದು ಪರೋಕ್ಷವಾಗಿ ಹೇಳುತ್ತಿರುವ ಅವಳನ್ನು ಸಿಗಿದು ಹಾಕಬೇಕೆಂಬಷ್ಟು ಕೋಪ ಬಂತು. ಆದರೆ ಭಾಗುರಾಯಣ ಹೇಳಿದ ರಾಜಶಾಸನದ ನೆನಪು ಬಂತು. ಧನನಂದನ ಕೃಪೆ ಯಿರುವವರೆಗೂ ರಾಜಶಾಸನಕ್ಕೆ ಭಯಪಡುವ ಕಾರಣವೇನೂ ಇರಲಿಲ್ಲ. ಆದರೆ ಅವಳ ಮಾತಿನ ಧಾಟಿಯಿಂದ ಭಾಗುರಾಯಣ ಅವಳನ್ನು ತನ್ನ ಪರ ಮಾಡಿಕೊಂಡಿರಬೇಕೆಂಬ ಸಂದೇಹ ಬಂತು. ತನ್ನ ಮಾತಿನ ಧಾಟಿಯನ್ನು ಬದಲಿಸಿದ. ಅಣಕ, ವ್ಯಂಗ್ಯಗಳನ್ನು ಬಿಟ್ಟು ಸಲಿಗೆಯ ಸಭ್ಯತೆಯಿಂದ ಮಾತಾಡಿದ. ''ಮಂಗಳೆ, ನಾನೇನೋ ಬಲವಂತವಾಗಿ ನಿನ್ನ ಮಗಳನ್ನು ಚಕ್ರವರ್ತಿಗಳ ಬಳಿಗೆ, ಭಾಗುರಾಯಣನ ಬಳಿಗೆ ಕಳಿಸಿರುವಂತೆ ಆಕ್ಷೇಪಣೆ ಮಾಡುತ್ತಿರುವಂತಿದೆ ?''

''ಇಲ್ಲ ಅಮಾತ್ಯರೇ'' ಮಂಗಳೆ ನಕ್ಕಳು, ''ನಿಮ್ಮ ಮಾತಿಗೆ ಪ್ರತಿ ಮಾತನಾಡಿದೆ ಅಷ್ಟೆ. ಆದರೆ ಒಂದು ಮಾತು ಮಾತ್ರ ನೆನಪಿಟ್ಟುಕೊಳ್ಳಿ, ಅಮಾತ್ಯನಿಗೊಂದು ಗೌರವವಿದ್ದಂತೆ, ಗಣಿಕೆಗೂ ಒಂದು ಗೌರವವಿದೆ, ಗಣಿಕೆಯ ಗೌರವವನ್ನು ಕೆಣಕುವ ಮೊದಲು, ತಾನು ಆ ಗಣಿಕೆಯೊಂದಿಗೆ ಹೇಗೆ ವರ್ತಿಸುವೆನೆಂಬ ಅರಿವಿರಬೇಕು.''

'ಇವಳು ನನಗೇ ಪಾಠ ಹೇಳುವ ಮಟ್ಟ ತಲುಪಿರಬೇಕಾದರೆ, ಆ ಭಾಗುರಾಯಣನ ಬೆಂಬಲವನ್ನು ಬಲವಾಗಿ ನಂಬಿರುವಂತೆ ಕಾಣುತ್ತದೆ' ಎಂದು ಮನಸ್ಸಿನಲ್ಲಿ ಅಂದುಕೊಂಡ. ನೇರವಾಗಿ ವಿಷಯವನ್ನು ಸ್ಪಷ್ಟಪಡಿಸಬೇಕೆಂದು ಹೇಳಿದ, ''ಮಂಗಳೆ, ಸುಮ್ಮನೆ ವಾದವಿವಾದ ಮಾಡಿ ನಾವು ಏನನ್ನು ಸಾಧಿಸುತ್ತೇವೆ ? ನಾನು ನಿನಗೆ ಅಥವಾ ನಿನ್ನ ಮಗಳಿಗೆ

ತೊಂದರೆ ಕೊಡಲು ಬಂದವನಲ್ಲ. ಆದರೆ ಭಾಗುರಾಯಣನ ಮನೆಯಲ್ಲಿ ಸುಗಂಧಿಯನ್ನು ಬಹಳ ದಿನ ಬಿಡುವುದು ಒಳ್ಳೆಯದಲ್ಲ.''

''ಏಕೆ? ಏನು ಕಾರಣ? ಅವರು ಕೆಟ್ಟವರೇ?''

''ಅಲ್ಲ, ಅವರು ಒಳ್ಳೆಯವರೇ. ಆದರೆ ಚಕ್ರವರ್ತಿಗಳಿಗೇ ಕೋಪ ಬಂದಿರುವಂತಿದೆ'' ಎಂದು ಶ್ರೀಯಕ ಸುಳ್ಳು ಹೇಳಿದ.

''ಅವರಿಗೆ ವಿಷಯವನ್ನು ನೀವೇ ತಿಳಿಸಿರಬೇಕು.''

''ಇಲ್ಲ, ಹೇಗೋ ಅವರಿಗೆ ಗೊತ್ತಾಗಿದೆ. ತನ್ನ ಬಳಿಯಿದ್ದ ಸುಗಂಧಿ ತನ್ನ ಸೇನಾಧ್ಯಕ್ಷನ ಬಳಿ ಇರುವುದು ಅವರಿಗೆ ಇಷ್ಟವಿಲ್ಲ.''

ಅವನು ಸುಳ್ಳು ಹೇಳುತ್ತಿರುವನೆಂದು ಮಂಗಳೆಗೆ ಅರ್ಥವಾಯಿತು. ಅಲ್ಲದೆ ಅವನು ಯಾವ ಕಾರಣದಿಂದ ಭಾಗುರಾಯಣನ ಮೇಲೆ ಅಸಮಾಧಾನಪಟ್ಟಿರ ಬಹುದೆಂದೂ ಅವಳು ಊಹಿಸಿದಳು. ''ಏನು ಅಮಾತ್ಯರೇ, ಹೀಗೇ ಹೇಳುತ್ತೀರಿ? ನಿಮಗೆ ಬೇಕೆಂದಾಗ ಬೇಕಾದವರ ಬಳಿಗೆ ಕಳಿಸಬೇಕು, ಬೇಡವೆಂದಾಗ ಕರೆಸಿಕೊಳ್ಳಬೇಕೆಂದರೆ ನಾವೇನು ಆಟದ ಬೊಂಬೆಗಳೇ?'' ಬೇಸರದಿಂದ ಹೇಳಿದಳು.

''ತಪ್ಪು ತಿಳಿಯಬೇಡ ಮಂಗಳೆ. ರಾಜನ ಕೋಪಕ್ಕೆ ತುತ್ತಾಗುವುದು ಅಪಾಯಕಾರಿ. ಆದಷ್ಟು ಬೇಗ ಸುಗಂಧಿಯನ್ನು ಕರೆಸಿಕೋ. ಮತ್ತೆ ಉಜ್ಜಯಿನಿಗೆ ಹೋಗಿಬಿಟ್ಟರೆ ಇನ್ನೂ ಒಳ್ಳೆಯದೇ. ನಾನು ಬರುತ್ತೇನೆ'' ಎಂದು ಹೇಳಿ ಅವನು ಹೊರಟುಹೋದ.

ಅವನು ಮನೆಯ ಹೊರ ಅಂಗಳವನ್ನು ದಾಟುತ್ತಿದ್ದಂತೆ ಪಶುಲೋಮ, ನಿರಂಜನ, ಶ್ರೀಧರ ಎಲ್ಲ ಮಂಗಳೆಯನ್ನು ಸುತ್ತುವರಿದರು. ಎಲ್ಲರೂ ಅವರ ಮಾತುಕತೆಯನ್ನು ಕೇಳಿಸಿ ಕೊಂಡಿದ್ದರು. ಎಲ್ಲರ ಮುಖದಲ್ಲೂ ಕೋಪ ಕುದಿಯುತ್ತಿತ್ತು. ''ಇವನು ಅಮಾತ್ಯನಾದರೆ ನಾವೆಲ್ಲ ಇವನ ಮನೆಯ ಸೇವಕರೇ?'' ಎಂದ ಶ್ರೀಧರ.

''ತಾನು ಮಾಡುವುದು ದ್ರೋಹದ ಕೆಲಸ, ನಮಗೇ ಬೆದರಿಕೆ ಹಾಕಲು ಬಂದಿದ್ದಾನೆ'' ಎಂದ ನಿರಂಜನ.

''ಅಂದರೆ, ಇವನು ಬೇರೇನೋ ಯೋಚಿಸುತ್ತಿದ್ದಾನೆ'' ಎಂದ ಪಶುಲೋಮ, ಏನೋ ಲೆಕ್ಕ ಹಾಕುತ್ತ.

''ಅಂದರೆ ಏನಿರಬಹುದು?'' ಮಂಗಳೆ ಕುತೂಹಲಗೊಂಡಳು.

''ಸುಗಂಧಿಯನ್ನು ಭಾಗುರಾಯಣನಿಂದ ಕರೆತರಬೇಕೆಂದು ಅಷ್ಟೊಂದು ಒತ್ತಾಯ ಪೂರ್ವಕವಾಗಿ ಹೇಳುತ್ತಿರಬೇಕಾದರೆ, ಅವನೊಂದಿಗೆ ಏನೋ ಮನಸ್ತಾಪ ಮಾಡಿ ಕೊಂಡಿರಬೇಕು.''

''ಹೌದು, ಅದು ಸಾಧ್ಯ'' ಮಂಗಳೆ ಹೇಳಿದಳು, ''ಮೊದಲೇ ಚಕ್ರವರ್ತಿಯ ಬಳಿಗೆ ಕಳಿಸಿ ನೀನು ಸಂಪತ್ತು ಗಳಿಸಲು ಸಹಾಯ ಮಾಡುತ್ತೇನೆ, ಆನಂತರ ನನ್ನ ಕೆಲಸಕ್ಕೆ ಸಹಾಯ ಮಾಡಬೇಕೆಂದು ಹೇಳಿದ್ದ. ಭಾಗುರಾಯಣನಿಂದಲೂ ಅದನ್ನೇ ಅವನು

ನಿರೀಕ್ಷಿಸಿದ್ದನೆಂದು ಕಾಣುತ್ತದೆ. ಬಹುಶಃ ಅವರು ನಿರಾಕರಿಸಿರುತ್ತಾರೆ. ಆದಕ್ಕೇ ಇವನಿಗೆ ಕೋಪ ಬಂದಿರುತ್ತದೆ.''

''ಅದು ಪರೋಕ್ಷವಾಗಿ ಅವನ ಉದ್ದೇಶಕ್ಕೆ ತಣ್ಣೀರೆರಚಿದೆ, ಎಂದು ಭಾಗುರಾಯಣರು ಬಹಳ ಹಿಂದೆಯೇ ಹೇಳಿದರಲ್ಲ?'' ಎಂದಳು ಮಂಗಳೆ.

''ಹೌದು, ಅದರಿಂದಲೇ ಅಲ್ಲವೆ ಕೇತಕಿ ಮತ್ತು ಉಳಿದ ಹುಡುಗಿಯರನ್ನು ಬೇರೆ ಕಡೆಗೆ ಕಳಿಸಿಬಿಟ್ಟಿದ್ದು?'' ಎಂದ ನಿರಂಜನ.

'ಅಂದರೆ, ಅಂದಿನ ಕೋಪವನ್ನು ಇಂದು ತೀರಿಸಿಕೊಳ್ಳಲು ಹೊರಟಿರುವುದರಲ್ಲಿ ಏನೋ ಕಾರಣವಿದೆ' ಎಂದು ಯೋಚಿಸುತ್ತಿದ್ದಂತೆ ಅದರ ಕಾರಣ ಅಸ್ಪಷ್ಟವಾಗಿ ಪಶುಲೋಮನಿಗೆ ಹೊಳೆಯಿತು. ಅದನ್ನು ತನ್ನ ಮಿತ್ರರೊಂದಿಗೆ ಚರ್ಚಿಸಲು ನಿರ್ಧರಿಸಿ ಮಂಗಳೆಯ ಎದುರು ಆ ಬಗ್ಗೆ ಚರ್ಚಿಸಲು ಬಯಸಲಿಲ್ಲ.

ಬೆಳಗಾಗುವ ಮೊದಲೇ ಮಂಗಳೆಯ ಮನೆಯಿಂದ ಹೊರಟು ಪಶುಲೋಮ ತನ್ನ ಮಿತ್ರರ ಗುಪ್ತ ನೆಲೆಯನ್ನು ಸೇರಿದ. ಅವರು ಇನ್ನೂ ಮಲಗಿದ್ದರು. ಎಲ್ಲರನ್ನೂ ಎಬ್ಬಿಸಿ ಶ್ರೀಯಕನ ವಿಷಯವನ್ನು ಹೇಳಿದಾಗ ಅವರೆಲ್ಲ ತುಸು ಅಚ್ಚರಿಗೊಂಡರು. ಆದರೆ ನಿಪುಣಕನಿಗೆ ಅಂಥ ಆಶ್ಚರ್ಯವೇನೂ ಆಗಲಿಲ್ಲ. ''ಇಪ್ಪತ್ತು ಜನ ಚೆಲುವೆಯರು ಪೌರ್ಣಮಿಯ ದಿನ ಅರಮನೆಯನ್ನು ಸೇರುತ್ತಾರೆಂದು ನಾನೇ ಹೇಳಿದೆನಲ್ಲ, ಅದೇ ದಿನ ಅವನು ಏನೋ ಯೋಜನೆ ಹಾಕಿಕೊಂಡಿರುತ್ತಾನೆ. ಆ ಯೋಜನೆಗೆ ಅವನು ಸುಗಂಧಿಯನ್ನು ಕಳಿಸಿದ ಉಪಕಾರಕ್ಕೆ ಪ್ರತ್ಯುಪಕಾರವನ್ನು ಭಾಗುರಾಯಣನಿಂದ ಬಯಸಿರುತ್ತಾನೆ. ಅದು ಸಾಧ್ಯವಾಗಿರುವುದಿಲ್ಲ, ಸುಗಂಧಿಯನ್ನು ಬಿಟ್ಟುಕೊಡಲೂ ಭಾಗುರಾಯಣ ಒಪ್ಪಿರುವುದಿಲ್ಲ. ಅದಕ್ಕೆ ಅವಳನ್ನು ಕರೆದುತರಲು ಮಂಗಳೆಯ ಮೇಲೆ ಒತ್ತಡ ಹೇರಿರುತ್ತಾನೆ. ಅಥವಾ ಸುಗಂಧಿ ಅಲ್ಲಿಂದ ಹೊರಬಂದ ನಂತರ ಬೇರೆ ಏನೋ ಉಪಾಯ ಯೋಚಿಸಿರುತ್ತಾನೆ.''

''ಆದರೆ ಅದಕ್ಕೆ, ಮಂಗಳೆ, ಸುಗಂಧಿ ಒಪ್ಪಬೇಕಲ್ಲ?'' ಎಂದ ಪಶುಲೋಮ.

''ಅಮಾತ್ಯನಾದ ನಾನು ಏನು ಬೇಕಾದರೂ ಮಾಡಬಲ್ಲೆನೆಂಬ ಧೈರ್ಯವಿರುತ್ತದೆ ಅವನಿಗೆ. ಅಲ್ಲದೆ ಸುಗಂಧಿಯ ಕಾರಣದಿಂದ ರಾಜನ ಕೃಪೆಯೂ ಅವನ ಮೇಲಿದೆಯಲ್ಲ'' ಎಂದ ಸಮಿದ್ಧಾರ್ಥಕ.

''ಅದೆಲ್ಲಾ ಸರಿ, ಆದರೆ ಪೌರ್ಣಮಿಯ ದಿನ ಅವನು ಏನು ಯೋಜನೆ ಸಿದ್ಧಪಡಿಸಿರಬಹುದು'' ಪಶುಲೋಮ ಸಂದೇಹ ವ್ಯಕ್ತಪಡಿಸಿದ.

''ಬಹುಶಃ ಚಕ್ರವರ್ತಿಗಳಿಗೋ, ರಾಕ್ಷಸನಿಗೋ ಅಪಾಯವೊಡ್ಡಲು ಉಪಾಯ ಮಾಡಿದ್ದಾನೆಂದು ನನಗನ್ನಿಸುತ್ತಿದೆ.''

''ಅಯ್ಯೋ, ಹಾಗಾದರೆ ಆಚಾರ್ಯರ ಪ್ರತಿಜ್ಞೆಯ ಗತಿಯೇನು?'' ಪಶುಲೋಮ ಆತಂಕದಿಂದ ಕೇಳಿದ.

''ಅವನು ಅಷ್ಟು ಬುದ್ಧಿವಂತನಿರಲಾರ, ಅಥವಾ ಅಷ್ಟು ಧೈರ್ಯವೂ ಇರಲಾರದು.

ಆದರೂ ಜೀವಸಿದ್ಧಿ, ಸಮಿದ್ಧಾರ್ಥಕ ಬಂದ ನಂತರ ಚರ್ಚೆ ಮಾಡಿ ಒಂದು ನಿರ್ಧಾರಕ್ಕೆ ಬರಬಹುದು'' ಎಂದ ನಿಪುಣಕ.

ಅವರು ಸ್ನಾನಾದಿ ನಿತ್ಯಕರ್ಮಗಳನ್ನು ಮುಗಿಸುವ ವೇಳೆಗೆ ಅವರೂ ಬಂದುಬಿಟ್ಟರು. ಮತ್ತೆ ಶ್ರೀಯಕನ ಪ್ರವರವಾಯಿತು. ಜೀವಸಿದ್ಧಿಗೆ ಶ್ರೀಯಕನ ವಿಷಯ ಗೊತ್ತಿತ್ತು. ಅವನೇ ಸಂಜಯನ ಮೂಲಕ ಅವನ ಭೇಟಿ ಮಾಡಿದ್ದು, ಜ್ಯೋತಿಷ್ಯ ಹೇಳಿದ್ದು, ಎಲ್ಲ ಹೇಳಿ, ''ಇದನ್ನು ನಾನೇ ನಮ್ಮ ರೂಢಿಯ ಭೇಟಿಯ ಸಂದರ್ಭದಲ್ಲಿ ಹೇಳಿದ್ದೆ. ಇಷ್ಟು ಬೇಗ ಮರೆತುಬಿಟ್ಟಿರಾ ? ಇಷ್ಟು ಮರೆವಿನ ಜನ ಗೂಢಚರ್ಯೆಯನ್ನು ಹೇಗೆ ಮಾಡುತ್ತೀರಿ ?'' ಎಂದು ಹಾಸ್ಯ ಮಾಡಿದ.

''ಹೌದಲ್ಲವೇ ?'' ಎಂದು ಎಲ್ಲರಿಗೂ ಎನ್ನಿಸಿತು. ಆದರೂ ಸಿದ್ಧಾರ್ಥಕ ''ಅವೆಲ್ಲಾ ಬರೀ ಊಹಾಪೋಹಗಳಲ್ಲವೆ ? ಅವನು ಕಾರ್ಯೋನ್ಮುಖನಾಗಬಹುದು, ಅಥವಾ ನಮ್ಮ ಕಾರ್ಯಾಚರಣೆಯ ದಿನವೇ ಅವನೂ ಕಾರ್ಯಾಚರಣೆಗೆ ಇಳಿಯುವನೆಂದು ಕಲ್ಪಿಸಿಕೊಳ್ಳುವುದು ಸಾಧ್ಯವೆ ?'' ಎಂದ.

''ಹಾಗಲ್ಲ ಸಿದ್ಧಾರ್ಥಕ'' ಜೀವಸಿದ್ಧಿ ಹೇಳಿದ, ''ಒಂದಕ್ಕೆ ಹತ್ತಿರದ ಸಂಖ್ಯೆ ಎರಡನ್ನು ಸೇರಿಸುವುದೋ ಗುಣಿಸುವುದೋ ಮಾಡಿದಂತೆ, ಒಂದಕ್ಕೆ ದೂರದ ಸಂಖ್ಯೆಯಾದ ಒಂಭತ್ತನ್ನೂ ಸೇರಿಸಬೇಕು, ಗುಣಿಸಬೇಕು. ಕೆಲವು ಸಲ ಕಳೆಯಲೂ ಬೇಕು, ಅದೇ ಗೂಢಚರ್ಯೆ. ಇಂದಿನ ಘಟನೆಗೆ ಎಂದೋ ನಡೆದ ಘಟನೆಯನ್ನು ಜೋಡಿಸಿ ಅದರಿಂದ ಅರ್ಥ ಹೊರಡಿಸುವ ಬುದ್ಧಿವಂತಿಕೆ ಬೇಕು.''

''ಈಗೇನು ಮಾಡುವುದು ? ಅವನಿಂದ ನಮ್ಮ ಕೆಲಸಗಳಿಗೆ ಅಡ್ಡಿಯಾದರೆ ಅಥವಾ ಗೊಂದಲವಾದರೆ ?'' ಸಮಿದ್ಧಾರ್ಥಕ ಸಂದೇಹ ವ್ಯಕ್ತಪಡಿಸಿದ.

''ಆ ಸಾಧ್ಯತೆಯಂತೂ ಇದೆ'' ಜೀವಸಿದ್ಧಿ ಹೇಳಿದ.

''ನಾವೇ ಯಾರಾದರೂ ಅವನನ್ನು ಹಿಂಬಾಲಿಸಿದರೆ ?'' ಪಶುಲೋಮ ಕೇಳಿದ.

''ಆಗಬಹುದು. ಹೇಗಿದ್ದರೂ ಶಕಟದಾಸನ ಬಳಿಯಿರುವುದರಿಂದ ಸಮಿದ್ಧಾರ್ಥಕ, ರಾಕ್ಷಸನ ಆಶ್ರಯದಲ್ಲಿರುವ ನಾನು ನೇರವಾಗಿ ಆ ದಿನ ಕಾರ್ಯಾಚರಣೆಯಲ್ಲಿ ಭಾಗವಹಿಸುವಂತಿಲ್ಲ. ನಾವಿಬ್ಬರೂ ಬೇರೆ ಬೇರೆಯಾಗಿ ಅವನ ಚಲನವಲನಗಳನ್ನು ಗಮನಿಸುತ್ತೇವೆ. ನಮ್ಮ ಕೆಲಸಕ್ಕೆ ಅಡ್ಡಿಯಾಗುವಂತಿದ್ದರೆ ಕೂಡಲೇ ನಾನು ಚಾಣಕ್ಯನಿಗೆ ವಿಷಯ ತಿಳಿಸುತ್ತೇನೆ.''

''ಒಳ್ಳೆಯ ಉಪಾಯ'' ನಿಪುಣಕ ಹೇಳಿದ.

''ಬಹುಶಃ ಅವನು ಏನಾದರೂ ದುಷ್ಟ ಆಲೋಚನೆ ಮಾಡಿದ್ದರೆ ಸಂಜಯನ ಮೂಲಕ ನನ್ನನ್ನು ಇಷ್ಟರಲ್ಲೇ ಕರೆಸಿದರೂ ಕರೆಸಬಹುದು'' ಎಂದ ಜೀವಸಿದ್ಧಿ.

''ಕರೆಸಿದರೂ, ತಾನು ಇಂಥದೇ ಕಾರ್ಯ ಮಾಡುತ್ತೇನೆಂದು ಅವನು ಖಚಿತವಾಗಿ ಹೇಳುತ್ತಾನೆಯೇ ?'' ಸಿದ್ಧಾರ್ಥಕ ಸಂದೇಹ ವ್ಯಕ್ತಪಡಿಸಿದ.

"ಊಹೆ ಮಾಡುವುದಾದರೂ ಸಾಧ್ಯವಾಗಬಹುದು" ಎಂದು ಹೇಳಿ ಜೀವಸಿದ್ಧಿ ಹೊರಟುಹೋದ.

ಆವನ ನಿರೀಕ್ಷೆ ಸುಳ್ಳಾಗಲಿಲ್ಲ. ಅಂದು ರಾತ್ರಿಯೇ ಸಂಜಯ ಶ್ರೀಯಕನನ್ನು ಭೇಟಿ ಮಾಡುವಂತೆ ಬಂದು ಹೇಳಿದ. ಜೀವಸಿದ್ಧಿ ಆವನ ಜೊತೆಯಲ್ಲೇ ಶ್ರೀಯಕನ ಭವನಕ್ಕೆ ಹೋದ. ಗೌರವಪೂರ್ವಕವಾಗಿ ಸ್ವಾಗತಿಸಿ ಶ್ರೀಯಕ ಪೀಠ ತೋರಿಸಿದ. ಸಂಜಯನ ಮುಖದಲ್ಲಿ ಮೊದಲಿನ ಉತ್ಸಾಹವಿಲ್ಲದಿರುವುದನ್ನು ಜೀವಸಿದ್ಧಿ ಗಮನಿಸಿದ.

"ನಮ್ಮ ಭೇಟಿಯಾಗಿ ಬಹಳ ದಿನಗಳಾಯಿತು, ಆರೋಗ್ಯವೇ ?" ಎಂದು ಜೀವಸಿದ್ಧಿ ತಾನೇ ಲೋಕಾಭಿರಾಮವಾಗಿ ಮಾತಿಗಾರಂಭಿಸಿದ. ಶ್ರೀಯಕ ಸುವರ್ಣಮುದ್ರೆಗಳಿದ್ದ ಒಂದು ಚೀಲವನ್ನು ಜೀವಸಿದ್ಧಿಗೆ ನೀಡಿದ. "ಇದೇನಿದು ?" ಎಂದು ಜೀವಸಿದ್ಧಿ ಕೇಳಿದ.

"ಒಂದು ಸಣ್ಣ ಉಡುಗೊರೆ."

ಅದರ ಬಾಯಿ ಬಿಡಿಸಿ ನೋಡಿ "ಸುವರ್ಣಮುದ್ರೆಗಳು ! ನನಗೇಕೆ ಕೊಡುತ್ತಿದ್ದೀರಿ ?" ಜೀವಸಿದ್ಧಿ ಅಚ್ಚರಿಯಿಂದ ಕೇಳಿದ.

"ಇದು ನಾನು ತಮ್ಮನ್ನು ಭೇಟಿ ಮಾಡಿದ್ದನ್ನು ಯಾರ ಬಳಿಯೂ ಬಾಯಿ ಬಿಡದಿರುವುದಕ್ಕೆ."

"ನಾನೇಕೆ ಬಿಡಲಿ ? ಅಂಥ ಸಂದೇಹ ನಿಮಗೇಕೆ ಬಂತು ?"

"ನಿಮ್ಮ ಬಗ್ಗೆ ನನಗೆ ನಂಬಿಕೆಯಿದೆ. ಆದರೂ ನನ್ನ ಅಳುಕು ನಿಮಗೆ ಅರ್ಥವಾಗುವುದೆಂದುಕೊಂಡಿದ್ದೇನೆ.

"ಅರ್ಥವಾಗುತ್ತದೆ ಅಮಾತ್ಯರೆ. ನೀವು ಚಿಂತಿಸಬೇಡಿ. ನಾನು ಅಂಥವನಲ್ಲ."

"ಇನ್ನೊಂದು ವಿಷಯ ತಮ್ಮಲ್ಲಿ ಕೇಳಬೇಕು."

"ಏನು ಹೇಳಿ."

"ಪೌರ್ಣಮಿಯ ದಿನ ನಾನೊಂದು ಮಹಾಕಾರ್ಯಕ್ಕೆ ಕೈಹಾಕುತ್ತಿದ್ದೇನೆ. ಅದರ ಫಲಾಫಲಗಳನ್ನು ತಾವು ಸರಿಯಾಗಿ ತಿಳಿದು ಹೇಳಬೇಕು."

"ಅದಕ್ಕೇನಂತೆ" ಎಂದು ಜೀವಸಿದ್ಧಿ ಶ್ರೀಯಕನ ಜಾತಕವನ್ನು ಗುಣಿಸುವಂತೆ ಮಾಡಿ, ಬಹಳ ಹೊತ್ತು ಲೆಕ್ಕಾಚಾರ ಮಾಡುತ್ತ ಕಡೆಗೆ ಮುಖದಲ್ಲಿ ಮಂದಹಾಸ ತಂದುಕೊಂಡು ಹೇಳಿದ, "ಭಲೇ ಅಮಾತ್ಯರೇ, ಒಳ್ಳೆಯ ದಿನವನ್ನೇ ಆರಿಸಿದ್ದೀರಿ. ಆ ದಿನ ಬೆಳಗಿನಿಂದ ಸಂಜೆಯವರೆಗೂ ಪ್ರಶಸ್ತವಾಗಿದೆ, ಫಲದಾಯಕವಾಗಿದೆ. ಕೆಲವು ಆತಂಕದ ಕ್ಷಣಗಳಿರುವಂತೆ ಕಾಣುತ್ತದೆ. ತುಸು ಎಚ್ಚರ ಅಗತ್ಯ. ನಿಮ್ಮ ಜೊತೆ ಇಬ್ಬರು ಸಹಾಯಕರೂ ಇರುವಂತೆ ನಿಮ್ಮ ಜಾತಕ ಹೇಳುತ್ತಿದೆ."

ತಕ್ಷಣ ಸಂಜಯ "ಆ ಸಹಾಯಕನಿಗೆ ಪ್ರಾಣಾಪಾಯವೇನೂ ಇಲ್ಲ ತಾನೆ ?" ಎಂದು ಆತುರದಿಂದ ಕೇಳಿದ.

'ಓ ಇವರಿಬ್ಬರೂ ಸೇರಿದ್ದಾರೆ!' ಎಂದು ಮನಸ್ಸಿನಲ್ಲೇ ಅಂದುಕೊಂಡ ಜೀವಸಿದ್ಧಿ ಆಲೋಚಿಸಿದ. "ಇಲ್ಲ, ಬೇರೆಯವರಿಗೆ ಪ್ರಾಣಾಪಾಯವಿದೆ" ಎಂದ.

ಸಂಜಯ ಮತ್ತು ಶ್ರೀಯಕನ ಮುಖಗಳು ಸಂತೋಷದಿಂದ ಅರಳಿದ್ದನ್ನು ಜೀವಸಿದ್ಧಿ ಗಮನಿಸಿದ. 'ಅಂದರೆ ಆ ದಿನ ಇವರು ಯಾರನ್ನೋ ಕೊಲ್ಲಲು ನಿರ್ಧರಿಸಿದ್ದಾರೆ. ಮತ್ತೆ ಯಾರನ್ನು ಕೊಲ್ಲುತ್ತಾರೆ? ಧನನಂದನನ್ನೇ ಇರಬೇಕು. ಇಷ್ಟು ದಿನ ಇವನೊಂದಿಗೆ ಮಾತಾಡಿದ ಮೇಲೆ ಅವನ ಸಿಂಹಾಸನದ ಮೇಲೇ ಕಣ್ಣಿಟ್ಟಿರುವನೆಂಬ ಸಂದೇಹ ದೃಢವಾಗುತ್ತಿದೆ. ಹಾಗಾಗದಂತೆ ನೋಡಿಕೊಳ್ಳಬೇಕು. ಆದರಿಂದ ಚಾಣಕ್ಯನ ಪ್ರತಿಜ್ಞೆಗೆ ಭಂಗಬರುತ್ತದೆ. ಅಥವಾ ರಾಕ್ಷಸನನ್ನು ಕೊಲ್ಲಲು ಯೋಚಿಸಿದ್ದಾರೆಯೇ? ಅಥವಾ ಇಬ್ಬರನ್ನೂ ಕೊಲ್ಲುವ ಹಂಚಿಕೆ ಹಾಕಿದ್ದರೆ? ಇವರು ಯಾರನ್ನು ಬೇಕಾದರೂ ಕೊಲ್ಲಲಿ. ಧನನಂದನ ತಂಟೆಗೆ ಹೋಗದಿದ್ದರಾಯಿತು.'

"ಮತ್ತೇನಾದರೂ ಪ್ರಶ್ನೆಯಿದೆಯೇ ಅಮಾತ್ಯರೇ" ಎಂದ ಜೀವಸಿದ್ಧಿ ಅವನ ಕಾರ್ಯ ಯೋಜನೆಗೂ ತನಗೂ ಯಾವ ಸಂಬಂಧವೂ ಇಲ್ಲವೆಂಬಂತೆ.

"ಸದ್ಯಕ್ಕೆ ಯಾವುದೂ ಇಲ್ಲ. ತಮ್ಮ ಭವಿಷ್ಯವಾಣಿಯಂತೆ ನಾನು ಯಶಸ್ವಿಯಾದರೆ ಅಂದೇ ಹೇಳಿದಂತೆ ತಮ್ಮನ್ನು ನಾನು ಸರ್ವರೀತಿಯಲ್ಲೂ ಸತ್ಕರಿಸುತ್ತೇನೆ."

"ಯಶಸ್ವಿಯಾದರೆ? ಎಂಬ ಸಂದೇಹವೇಕೆ ಅಮಾತ್ಯರೆ. ನಾನೇನು ಊಹೆಯ ಮೇಲೆ ಹೇಳಿದ್ದಲ್ಲ. ನಿಮ್ಮ ಜಾತಕದಲ್ಲಿನ ಗ್ರಹಗತಿಗಳು ಹೇಳುವುದನ್ನು ಮಾತ್ರ ಹೇಳಿದೆ. ನಮ್ಮ ಒಳ್ಳೆಯದು, ಕೆಟ್ಟದ್ದು ಎಲ್ಲವನ್ನೂ ಗ್ರಹಗತಿಗಳು ನಿಯಂತ್ರಿಸುತ್ತವೆ ಅಮಾತ್ಯರೇ, ಅದನ್ನು ತಪ್ಪಿಸಲು ಯಾರಿಂದಲೂ ಸಾಧ್ಯವಿಲ್ಲ."

"ಆದರೂ ಅದನ್ನು ಖಚಿತವಾಗಿ ಹೇಳುವ ನಿಮ್ಮ ಪಾಂಡಿತ್ಯವನ್ನು ನಾವು ಗೌರವಿಸಬೇಕು."

"ಅದೆಲ್ಲಾ ನನ್ನ ಗುರುಗಳಿಗೆ ಸೇರಬೇಕು. ಜ್ಯೋತಿಷ್ಯದಲ್ಲಿ ಆಳವಾಗಿ ಅಧ್ಯಯನ ಮಾಡಲು, ಖಚಿತವಾಗಿ ಹೇಳಲು ಕಲಿಸಿಕೊಟ್ಟ ಅವರನ್ನು ನಾನು ಮರೆಯುವುದಿಲ್ಲ."

"ಅದು ನಿಮ್ಮ ಸೌಜನ್ಯ."

"ನಾನಿನ್ನು ಬರಲೇ?"

"ಹೋಗಿಬನ್ನಿ, ಮತ್ತೆ ಬೇಗನೇ ನಿಮ್ಮನ್ನು ನೋಡುವ ಸಂದರ್ಭ ಬರಲಿ ಎಂದು ಹಾರೈಸುತ್ತೇನೆ" ಎಂದು ಶ್ರೀಯಕ ಜೀವಸಿದ್ಧಿಯನ್ನು ಕಳಿಸಿಕೊಟ್ಟ. ಅವನು ಹೋದ ಮೇಲೆ, ತನ್ನ ಕಾರ್ಯದಲ್ಲಿ ಯಶಸ್ವಿಯಾಗೇ ತೀರುವೆನೆಂಬ ಉಲ್ಲಾಸದಿಂದ ಅವನ ಮುಂದೆ ಮಗಧ ಸಿಂಹಾಸನದ ಕನಸು ಕುಣಿಯತೊಡಗಿತು.

## ೯

ಕಮಲಾಪೀಡ ಪಾಟಲೀಪುತ್ರದಿಂದ ಹಿಂದಿರುಗಿದ ಮೇಲೆ, ಪೌರವ ತಾನು ಚಂದ್ರಗುಪ್ತನೊಂದಿಗೆ ಸೇರಲು ಮಾಡಿದ ನಿರ್ಧಾರ ಸರಿಯಾಗಿದೆಯೆಂದು ಸಮಾಧಾನ ಪಟ್ಟುಕೊಂಡ. ರಾಕ್ಷಸ ಎಷ್ಟು ಬುದ್ಧಿವಂತನಾದರೂ, ಎಷ್ಟೇ ಪ್ರಬಲವಾದ ಸೈನ್ಯವಿದ್ದರೂ, ಒಳಗೇ ಶತ್ರುಗಳು ಅಸಂತೃಪ್ತಿಯಿಂದ ಕುದಿಯುತ್ತಿರುವಾಗ ತಮ್ಮ ಗೆಲುವು ಸುಲಭವಾಗುತ್ತದೆ, ಎಂದುಕೊಂಡ.

"ಹೌದು ಪ್ರಭು" ಅಮಾತ್ಯ ಶಬರವರ್ಮನೂ ದನಿಗೂಡಿಸಿದ, "ಇದು ನಿಮಗೂ, ಚಂದ್ರಗುಪ್ತನಿಗೂ ಉಪಯುಕ್ತವಾಗುತ್ತದೆ. ಹಲವು ವರ್ಷಗಳ ನಂದರ ಪ್ರಾಬಲ್ಯ ಕೊನೆಗೊಳ್ಳುತ್ತದೆ."

"ಹೌದು, ಪ್ರಜಾಪೀಡನೆಯಿಂದ ಅಪಖ್ಯಾತಿಗೆ ಒಳಗಾಗಿರುವ ಆ ಮನೆತನ ನಾಶವಾಗುವುದೇ ಒಳ್ಳೆಯದು" ಎಂದ ಮಲಯಕೇತು, "ಮೊದಲೇ ಈ ಪ್ರಯತ್ನ ನಡೆದಿದ್ದರೆ ಆ ಯವನರು ಆರ್ಯಾವರ್ತದ ಒಳಗೆ ಹೆಜ್ಜೆಯಿಡುವುದೂ ಸಾಧ್ಯವಾಗುತ್ತಿರಲಿಲ್ಲ, ನನ್ನ ತಮ್ಮಂದಿರೂ ಸಾಯುತ್ತಿರಲಿಲ್ಲ."

"ಮಲಯಕೇತು, ನನ್ನ ಮಕ್ಕಳ ಸಾವು ನನಗೂ ದುಃಖವುಂಟುಮಾಡಿದೆ. ಆದರೆ ನಾವು ಕ್ಷತ್ರಿಯರು. ಆಯುಧಗಳು ನಮ್ಮ ಬದುಕಿನ ಅವಿಭಾಜ್ಯ ಅಂಗ. ಆ ಯುದ್ಧದಲ್ಲಿ ಅಲ್ಲದಿದ್ದರೆ ಈ ಯುದ್ಧದಲ್ಲಿ ಸಾಯಬಹುದಾಗಿತ್ತು. ನನ್ನ ಮಕ್ಕಳು ವೀರರಂತೆ ಹೋರಾಡಿ ಸತ್ತರೆಂಬ ಹೆಮ್ಮೆ ನನಗಿದೆ. ಆಗಿ ಹೋದದ್ದನ್ನು ಮರೆತು, ಈಗ ಆಗಬೇಕಾಗಿರುವುದನ್ನು ಯೋಚಿಸೋಣ."

"ಕಮಲಾಪೀಡ, ಪಾಟಲೀಪುತ್ರದಲ್ಲಿ ಖಚಿತವಾಗಿ ಧನನಂದನಿಗೆ ವಿರೋಧವಾಗಿರುವ ಗಣ್ಯರು ಯಾರೆಂಬುದೇನಾದರೂ ತಿಳಿಯಿತೆ?" ಎಂದು ಶಬರವರ್ಮ ಕೇಳಿದ.

"ಇಲ್ಲ ಅಮಾತ್ಯರೆ" ಕಮಲಾಪೀಡ ಹೇಳಿದ, "ನನಗೇನೋ ಇಡೀ ನಗರವೇ ಒಂದು ನಿಗೂಢ ಮೊಟ್ಟೆಯಂತೆ ಭಾಸವಾಯಿತು. ಜನಜೀವನದಲ್ಲೂ ಸಹಜತೆಯಿಲ್ಲ, ಎಲ್ಲರ ಮುಖಗಳಲ್ಲಿ ಏನೋ ಒಂದು ರೀತಿಯ ಆತಂಕವೋ, ಕಾತರವೋ ಇದ್ದಂತೆ ಕಂಡಿತು. ಒಂದು ಬಗೆಯಲ್ಲಿ ಸ್ಫೋಟಗೊಳ್ಳಲು ಕಾಯುತ್ತಿರುವ ಜ್ವಾಲಾಮುಖಿಯಂತಿದೆಯೆಂದು ಹೇಳಬಹುದು."

"ಅಂದರೆ ಅಮಾತ್ಯರೆ" ಪೌರವ ಹೇಳಿದ, "ನೀವು ಹೇಳಿದಂತೆ ಈ ಚಾಣಕ್ಯ ನಾವು ಊಹಿಸಿರುವುದಕ್ಕಿಂತ ಪ್ರಚಂಡನಂತೆ ಕಾಣುತ್ತಾನೆ. ಬಹುಶಃ ಪಾಟಲೀಪುತ್ರದ ಈ ಸ್ಥಿತಿಗೆ ಅವನ ಚಾತುರ್ಯವೇ ಕಾರಣವಿರಬಹುದೆಂಬ ಸಂದೇಹ ಬರುತ್ತಿದೆ."

"ಅಷ್ಟಲ್ಲದೆ ಗಾಂಧಾರವನ್ನು ಗೆಲ್ಲಲು, ಯವನ ಶಿಬಿರಗಳನ್ನು ನಾಶಪಡಿಸಿ ಹಲವು ಪ್ರಾಂತಗಳನ್ನು ಕೈವಶ ಮಾಡಿಕೊಳ್ಳಲು ಸಾಧ್ಯವಿತ್ತೆ?"

"ಇದೇ ಬುದ್ಧಿವಂತಿಕೆಯನ್ನು ಅವನು ನಮ್ಮ ಮೇಲೂ ಪ್ರಯೋಗಿಸಿದರೆ?" ಪೌರವ ತುಸು ಚಿಂತೆಯಿಂದ ಕೇಳಿದ.

"ನನಗೇನೋ ಹಾಗನ್ನಿಸುತ್ತಿಲ್ಲ" ಮಲಯಕೇತು ಹೇಳಿದ, "ಆಚಾರ್ಯರ ಅತ್ಯಂತ ಉದಾತ್ತವಾದ ಉದ್ದೇಶ ನನಗೆ ಬಹಳ ಮೆಚ್ಚಿಗೆಯಾಯಿತು. ಅವರಂತೆ ನಾವೂ ನಮ್ಮ ಸೀಮಿತ ಗಡಿಗಳಾಚೆಗೆ, ಇಡೀ ಆರ್ಯಾವರ್ತದ ಕ್ಷೇಮ ಚಿಂತನೆ ಮಾಡುವ ಸಮಯ ಬಂದಿದೆಯೆನಿಸುತ್ತಿದೆ."

"ಆರ್ಯಾವರ್ತದ ಕ್ಷೇಮ ಚಿಂತನೆ ಮಾಡುತ್ತ ನಮ್ಮ ಕ್ಷೇಮವನ್ನು ಮರೆಯುವಂತಿಲ್ಲ ಯುವರಾಜ" ಎಂದ ಪೌರವ.

"ನಮ್ಮ ಕ್ಷೇಮವನ್ನು ಮರೆಯಬೇಕೆಂದು ನಾನು ಹೇಳುತ್ತಿಲ್ಲ, ಆದರೆ ಪ್ರಧಾನ ವಾಗಬಾರದು ಎಂದು ಹೇಳಿದೆ ಅಷ್ಟೆ"

"ಅಮಾತ್ಯರೇ, ಇತ್ತೀಚೆಗೆ ಯುವರಾಜರ ಮಾತಿನ ರೀತಿಯೇ ಬದಲಾಗಿರುವಂತೆ ನಿಮಗೆ ಅನ್ನಿಸುತ್ತಿಲ್ಲವೆ ?"

"ನನಗೇನೋ ಹಾಗೆ ಅನ್ನಿಸುತ್ತಿಲ್ಲ" ಎಂದ ಶಬರವರ್ಮ ನಗುತ್ತ.

"ಮಾತಿನ ರೀತಿ ಎನ್ನುವುದಕ್ಕಿಂತ ಆಲೋಚನೆಯ ಧಾಟಿ ಬೇರೆಯಾಗಿದೆಯೆಂದು ನಾನೇ ಹೇಳುತ್ತೇನೆ" ಮಲಯಕೇತು ಹೇಳಿದ. "ಅದಕ್ಕೆ ಕಾರಣ ಚಾಣಕ್ಯರ ವ್ಯಕ್ತಿತ್ವ ಅವರ ಮಾತು, ಧೀಮಂತಿಕೆ ಒಂದೊಂದೂ ಸೂಜಿಗಲ್ಲಿನಂತೆ ಸೆಳೆದುಬಿಡುತ್ತವೆ. ಅವರ ಮಾತಿನಲ್ಲಿ 'ಏ ಮೂರ್ಖರಿರಾ, ನಿಮ್ಮ ನಿಮ್ಮ ಪುಟ್ಟ ಲೋಕದಲ್ಲಿ ಮುಳುಗಿ ಹೋಗಬೇಡಿ, ಹೊರಗೆ ಬನ್ನಿ, ಇಲ್ಲಿ ನೋಡಿ, ನೀವು ಮಾಡಬೇಕಾದ ಕೆಲಸ ಇದು, ನಿಮ್ಮ ಕರ್ತವ್ಯ ಇದು' ಎಂದು ನಿಯಾಮಕನಂತೆ ನಿಂತು ಘೋಷಿಸುತ್ತಿರುವಂತೆ ನನಗೆ ಭಾಸವಾಯಿತು. ಬಹುಶಃ ಅದರ ಪರಿಣಾಮವೇ ನನ್ನ ಆಲೋಚನೆ ಮತ್ತು ಮಾತಿನಲ್ಲಿ ವ್ಯಕ್ತ ವಾಗುತ್ತಿರುವಂತೆ ಕಾಣುತ್ತದೆ."

"ನನಗೆ ಆಶ್ಚರ್ಯವಾಗುತ್ತಿದೆ" ಪೌರವ ಹೇಳಿದ, "ಚಾಣಕ್ಯ ಬ್ರಾಹ್ಮಣನಾದರೂ ಕ್ಷಾತ್ರಪ್ರಧಾನವಾದ ವ್ಯಕ್ತಿತ್ವವುಳ್ಳ ಅವನು ನಮ್ಮನ್ನು ಕ್ಷಾತ್ರವೃತ್ತಿಗೆ ಪ್ರಚೋದಿಸುತ್ತಿರುವನೆಂದು ನನಗೆ ಅನ್ನಿಸಿತು. ಯುವರಾಜರಿಗೆ ಹಾಗನ್ನಿಸಿತು. ಇವೆರಡಲ್ಲಿ ಯಾವುದು ಸತ್ಯ, ಯಾವುದು ಸುಳ್ಳು?"

"ಎರಡೂ ಸರಿ" ಶಬರವರ್ಮ ಹೇಳಿದ, "ಅದೇ ಚಾಣಕ್ಯನ ವ್ಯಕ್ತಿತ್ವದ ವಿಶೇಷವಿರ ಬಹುದು. ಅವರವರಿಗೆ ಅವರವರ ಸಾಮರ್ಥ್ಯಕ್ಕೆ, ಮನೋಧರ್ಮಕ್ಕೆ ಅನುಗುಣವಾಗಿ ಪರಿಣಾಮ ಬೀರುವ ಅವನನ್ನು ನಾವು ಗೌರವಿಸಲೂಬೇಕು, ಅದೇ ಸಮಯದಲ್ಲಿ ಹೆದರಲೂ ಬೇಕು."

"ಹೆದರುವುದೇ ? ಏಕೆ ?" ಪೌರವ ಕೇಳಿದ.

"ಇವನು ಹೀಗೇ, ಇಷ್ಟೇ ಎಂದು ಖಚಿತವಾಗಿ ಗೊತ್ತಿರುವ ವ್ಯಕ್ತಿಯ ಬಗ್ಗೆ ನಾವು ಒಂದು ನಿರ್ದಿಷ್ಟ ರೀತಿಯಲ್ಲಿ ನಡೆದುಕೊಳ್ಳಬಹುದು ಆದರೆ ಹಲವು ವ್ಯಕ್ತಿತ್ವಗಳು ಸಮ್ಮಿಳನವಾದ ಚಾಣಕ್ಯನಂಥವರ ಬಗ್ಗೆ ನಾವು ಒಂದು ನಿರ್ದಿಷ್ಟ ಧೋರಣೆಯಿಂದ ವರ್ತಿಸುವುದು ಸಾಧ್ಯವಾಗುವುದಿಲ್ಲ, ಆದ್ದರಿಂದ ನಾವು ಹೆದರಿ ನಡೆಯುವುದೇ ಕ್ಷೇಮವಲ್ಲವೆ ?"

"ನಿಮ್ಮ ಮಾತುಗಳನ್ನು ಕೇಳುತ್ತಿದ್ದರೆ, ಚಾಣಕ್ಯರ ಬಗ್ಗೆ ನನ್ನಲ್ಲಿಲ್ಲದ ಭಯ ಈಗ ಮೊಳಕೆಯೊಡೆಯುತ್ತಿದೆ. ಆ ಮೊಳಕೆ ಚಿಗುರಿ ಬೆಳೆದು ಆವರಿಸುತ್ತಿರುವಂತೆ ಅನ್ನಿಸುತ್ತಿದೆ. ಆ ಚಾಣಕ್ಯ ಒಬ್ಬ ನಿಗೂಢ ವ್ಯಕ್ತಿಯೇ, ಅಮಾನುಷ ವ್ಯಕ್ತಿಯೇ ಎಂಬ ಸಂದೇಹ ಬರಿಸುತ್ತಿದೆ."

"ಅಷ್ಟೊಂದು ಭಯಪಡುವ ಕಾರಣವಿಲ್ಲ ಅಪ್ಪಾಜಿ" ಮಲಯಕೇತು ಹೇಳಿದ,

"ಆ ನಿಗೂಢತೆಯ ಅಂಶವಿರುವುದು ನಿಜವಾದರೂ, ಚಾಣಕ್ಯರಲ್ಲಿ ನನಗೆ ಕಾಣುತ್ತಿರುವುದು ದೇಶಪ್ರೇಮ, ಧರ್ಮಪ್ರೀತಿ ಮತ್ತು ಲೋಕಕಲ್ಯಾಣ."

"ಋಷಿಯಾಗಿ ತಪಸ್ಸು ಮಾಡಿ ಸಿದ್ಧಿಯನ್ನು ಪಡೆಯುವ ಸಾಮರ್ಥ್ಯವುಳ್ಳ ಬ್ರಾಹ್ಮಣನಿಗೆ ರಾಜನೀತಿಯ ಗೊಂದಲವೇಕೆ ಬೇಕಾಗಿತ್ತು?"

"ಅದಕ್ಕೆ ಅವರೇ ಉತ್ತರ ಕೊಟ್ಟಿದ್ದಾರೆ ಅಪ್ಪಾಜಿ" ಮಲಯಕೇತು ಹೇಳಿದ, "ಅವರ ಅಭಿಪ್ರಾಯದಲ್ಲಿ ಇಂಥವರು ಇದೇ ಕೆಲಸ ಮಾಡಬೇಕು, ಇಷ್ಟೇ ಅಥವಾ ಇಷ್ಟೆಲ್ಲಾ ಅವರ ಕರ್ತವ್ಯಗಳು ಎಂದು ನಿಯಮ ಹೇರುವುದು ತಪ್ಪು. ಬ್ರಾಹ್ಮಣನೂ ಸಮಾಜದ ಒಂದು ಅಂಗ. ಸಮಾಜದ ಸಂರಕ್ಷಣೆಯಲ್ಲಿ ಅವನ ಪಾಲೂ ಇದೆ. ರಕ್ಷಿಸಬೇಕಾದ ಅಧಿಕಾರಸ್ಥರು ಪ್ರಜಾಪೀಡಕರಾದಾಗ ಬ್ರಾಹ್ಮಣನಾದವನು ಅದನ್ನು ಸರಿಪಡಿಸಿ ಧರ್ಮವನ್ನೂ, ದೇಶವನ್ನೂ ಉಳಿಸಲು ಪ್ರಯತ್ನಿಸುವುದು ತಪ್ಪಲ್ಲ."

"ಅದನ್ನು ನಾನೂ ಒಪ್ಪಿದ್ದೇನೆ ಕುಮಾರ" ಪೌರವ ಹೇಳಿದ, "ಅದನ್ನು ಚಾಣಕ್ಯ ಸಾಧಿಸಲೂಬಹುದು. ಆದರೆ ಆ ಸಾಧನೆಗೋಸ್ಕರ ನಮ್ಮನ್ನು ಬರೀ ದಾಳಗಳಾಗಿಯೋ, ಕಾಯಿಗಳಾಗಿಯೋ ಬಳಸುತ್ತಿರಬಹುದೇ? ಎಂಬ ಸಂದೇಹ ಇದ್ದೇ ಇದೆ."

"ಅವರು ಬಳಸಿಕೊಳ್ಳದಿದ್ದರೂ ನಾವು ಅವರ ಜೊತೆ ಕೈ ಜೋಡಿಸುವುದರಿಂದ ನಮ್ಮ ಗಣ್ಯತೆಯೇ ಹೆಚ್ಚಾಗುತ್ತದೆ. ಏಕೆಂದರೆ ಭವಿಷ್ಯದಲ್ಲಿ ಚಾಣಕ್ಯ ಮತ್ತು ಚಂದ್ರಗುಪ್ತ ಆರ್ಯಾವರ್ತದಲ್ಲಿ ಮಹತ್ವದ ವ್ಯಕ್ತಿಗಳಾಗುವ ದೃಶ್ಯ ನನ್ನ ಕಣ್ಣೆದುರು ಕಾಣುತ್ತಿದೆ."

"ಪ್ರಭು" ಶಬರವರ್ಮ ಹೇಳಿದ, "ಇದೇ ವಿಷಯದಲ್ಲಿ ಸುತ್ತುತ್ತಿದ್ದರೆ ವಾದವೂ ಪೂರ್ಣವಾಗುವುದಿಲ್ಲ, ತೃಪ್ತಿಕರವಾದ ಫಲಿತಾಂಶವೂ ಬರುವುದಿಲ್ಲ. ಅದನ್ನು ಅಲ್ಲಿಗೆ ಬಿಡಿ."

"ಹೌದು" ಪೌರವ ಆ ಗುಂಗಿನಿಂದ ಬಿಡಿಸಿಕೊಂಡು ಹೇಳಿದ, "ಚಂದ್ರಗುಪ್ತ ಚಾಣಕ್ಯರ ಕಡೆಯಿಂದ ಪತ್ರವೋ, ಸಂದೇಶವೋ ಬಂತೆ?"

"ಇನ್ನೂ ಇಲ್ಲ ಪ್ರಭು" ಶಬರವರ್ಮ ಹೇಳಿದ, "ಪೌರ್ಣಮಿಯ ದಿನ ಪಾಟಲೀಪುತ್ರ ದಲ್ಲಿರಬೇಕೆಂದು ಈ ಮೊದಲು ಕಳಿಸಿದ ಸಂದೇಶದ ಮೇಲೆ ಬೇರೆ ಸಂದೇಶ ಬಂದಿಲ್ಲ. ಬಹುಶಃ ಹೊರಡುವ ಮೊದಲು ಬರಬಹುದು."

"ಬಂದೇ ಬರುತ್ತದೆ" ಮಲಯಕೇತು ಹೇಳಿದ, "ಅವರು ಬಂದು ನಮ್ಮನ್ನು ಸೇರಿಕೊಳ್ಳುತ್ತಾರೋ, ನಾವು ಅವರನ್ನು ಸೇರಿಕೊಳ್ಳಲು ನಿರ್ದಿಷ್ಟ ಸ್ಥಳಕ್ಕೆ ಹೋಗಬೇಕೋ ಎಂಬುದನ್ನಾದರೂ ತಿಳಿಸಲು ಯಾರಾದರೂ ಬರುತ್ತಾರೆ."

"ಎಲ್ಲ ವ್ಯವಸ್ಥೆಗಳೂ ಮುಗಿದಿವೆಯಷ್ಟೆ?"

"ಚಿಂತಿಸಬೇಡಿ. ಸೇನೆ ಸಂಪೂರ್ಣ ಸಜ್ಜಾಗಿದೆ. ನಗರ ರಕ್ಷಣೆಗೆ ಅಗತ್ಯವಿರುವಷ್ಟನ್ನು ಇಲ್ಲಿ ಉಳಿಸಿ ಉಳಿದ ಎಲ್ಲ ಸೇನೆ ಪಾಟಲೀಪುತ್ರದತ್ತ ಹೊರಡುತ್ತದೆ" ಎಂದ ಮಲಯಕೇತು.

ಪೌರವನಿಗೆ ಸಮಾಧಾನವಾಯಿತು.

ಮಲಯಕೇತು ಅಂತಃಪುರಕ್ಕೆ ಬಂದಾಗ ಮಾಧವಿ "ಪಾಟಲೀಪುತ್ರಕ್ಕೆ ಹೊರಡುವ ದಿನ ಖಚಿತವಾಯಿತೇ?" ಎಂದು ಕೇಳಿದಳು.

"ಇನ್ನೂ ಇಲ್ಲ, ಇವತ್ತೋ ನಾಳೆಯೋ ಸುದ್ದಿ ಬರುತ್ತದೆ, ಏಕೆಂದರೆ ಪೌರ್ಣಮಿಯ ದಿನ ನಾವು ಪಾಟಲೀಪುತ್ರದಲ್ಲಿರಬೇಕಲ್ಲವೆ?"

"ನನಗಂತೂ ಎಷ್ಟು ಹೊತ್ತಿಗೆ ಪಾಟಲೀಪುತ್ರವನ್ನು ಸೇರುತ್ತೇವೋ ಎಂದು ಆತುರವಾಗಿದೆ. ಆ ಮಹಾನಗರವನ್ನು ನೋಡಬೇಕೆಂಬ ತವಕ ತುಂಬಿ ತುಳುಕುತ್ತಿದೆ."

"ನನಗೂ ಆ ಕುತೂಹಲವಿದೆ ಮಾಧವಿ" ಮಲಯಕೇತು ಹೇಳಿದ. ನಂತರ ತನಗೂ ತಂದೆಗೂ ನಡೆದ ಮಾತುಕತೆಯನ್ನು ಸಂಕ್ಷಿಪ್ತವಾಗಿ ವಿವರಿಸಿದ. "ಅಪ್ಪಾಜಿ ಬರೀ ತಮ್ಮ ಸ್ವಾರ್ಥದ ದೃಷ್ಟಿಯಿಂದಲೇ ಯೋಚಿಸುತ್ತಿರುವರೆಂದು ನನಗೆ ಬೇಸರವಾಗುತ್ತಿದೆ" ಎಂದ.

"ಏಕೆ? ನಿಮಗೆ ಮಗಧದ ಅರ್ಧಭಾಗ ನಮ್ಮ ನಾಡಿಗೆ ಸೇರುವುದು ಇಷ್ಟವಿಲ್ಲವೆ?" ಮಾಧವಿ ಪರೀಕ್ಷಿಸುವಂತೆ ಕೇಳಿದಳು.

"ಇಷ್ಟವಿದೆ. ಆದರೆ ಸೇರಲೇಬೇಕೆಂಬ ಹಟ, ಆಸೆ ಎರಡೂ ನನ್ನಲ್ಲಿಲ್ಲ. ಇರುವಷ್ಟು ನಾಡನ್ನು ಚೆನ್ನಾಗಿ ಆಳಿಕೊಂಡು ಪ್ರಜೆಗಳಿಗೆ ಪ್ರೀತಿಪಾತ್ರರಾಗಿ ಇದ್ದುಬಿಡಬಾರದೇ! ನನ್ನ ತಂದೆಗೆ ಚಕ್ರವರ್ತಿಯಾಗಬೇಕೆಂಬ ಈ ದುರಾಸೆ ಏಕೆ? ಸ್ವಂತ ಮಕ್ಕಳನ್ನು ಯುದ್ಧದಲ್ಲಿ ಕಳೆದುಕೊಂಡ ಮೇಲಾದರೂ ಅರಿವು ಮೂಡಬೇಕಾಗಿತ್ತು. ಪ್ರೀತಿ ಪಾತ್ರರಾದವರ ಪ್ರಾಣಗಳಿಗಿಂತ ನಮ್ಮ ಮಹತ್ವಾಕಾಂಕ್ಷೆಯೇ ದೊಡ್ಡದೇ. ಇದ್ದರೆ ಇನ್ನೂ ಚಿಕ್ಕವಯಸ್ಸಿನ ನನಗೆ ಅಂಥ ಆಸೆಗಳಿರಬೇಕು. ಆದರೆ ವೃದ್ಧಾಪ್ಯದ ಮೆಟ್ಟಿಲೇರಿರುವ ನನ್ನ ತಂದೆಯ ಈ ಆಸೆ ಅಸಂಗತವಲ್ಲವೆ? ಎಂದೂ ಇತ್ತೀಚೆಗೆ ಅನ್ನಿಸುತ್ತಿದೆ."

"ನನಗೆ ಸಂತೋಷವಾಗಿದೆ ಯುವರಾಜ" ಮಾಧವಿ ಹೇಳಿದಳು.

"ಏಕೆ? ಸಂತೋಷವಾಗುವಂಥದೇನಾಯಿತು?"

"ಏನೂ ಆಗಲಿಲ್ಲ, ಗಂಭೀರವಾಗಿ ಆಲೋಚಿಸಲು ನೀವು ಮೊದಲು ಮಾಡಿದಿರಲ್ಲಾ, ಆದಕ್ಕೆ."

"ನೀನು ಮೆಚ್ಚಿದೆಯೆಂದ ಮೇಲೆ ನಾನು ಸರಿಯಾಗಿಯೇ ಆಲೋಚಿಸಿರಬೇಕು" ಎಂದ ಮಲಯಕೇತು ನಗುತ್ತ.

"ಆಲೋಚನೆ ಮಾಡಿದರೆ ಮಾತ್ರ ನಾನು ಮೆಚ್ಚುವೆನೆಂದು ತಪ್ಪಾಗಿ ಭಾವಿಸಿರುವಂತಿದೆ."

"ಹಾಗಾದರೆ ನಾನು ಇನ್ನು ಮೇಲೆ ಆಲೋಚನೆಗಳನ್ನೇ ಮಾಡುವುದಿಲ್ಲ, ಹೇಗಿದ್ದರೂ ನೀನು ಮೆಚ್ಚುತ್ತೀಯಲ್ಲ."

"ಅದು ನಿಜ, ಆದರೆ ಇನ್ನೂ ಹೆಚ್ಚು ಹೆಚ್ಚು ಮೆಚ್ಚು ನಿಮಗೆ ಬೇಡವೆ? ಇಷ್ಟೊಂದು ಅಲ್ಪತೃಪ್ತರೇ ನೀವು?"

"ಮತ್ತೆ ನಿನ್ನ ಮಾತಿನ ತುಂಟತನ ಆರಂಭವಾಯಿತೇ?"

“ತುಂಟತನ ಮಾಡುವುದು, ತುಂಟತನವನ್ನು ಅದೇ ಮನೋಭಾವದಿಂದ ಸ್ವೀಕರಿಸುವುದರಿಂದ ಬಿಗಿದ ಮುಖದ ನರಗಳು ಸಡಿಲವಾಗುತ್ತವೆ. ಹೃದಯದ ಮೇಲಿನ ಚಿಂತೆಯ ಭಾರ ಇಳಿದು ಹಗುರವಾಗುತ್ತದೆ.”

“ನನ್ನ ಹೃದಯವೇನೂ ಭಾರವಾಗಿಲ್ಲ, ನಿನ್ನ ಮುಖ ನೋಡಿದಾಗಲೇ ಅದು ತಾನಾಗಿಯೇ ಹಗುರವಾಯಿತು” ಎಂದು ಸರಸದಿಂದ ಮಲಯಕೇತು ಮಾಧವಿಯ ಕೈ ಹಿಡಿದ.

“ಒಂದು ವೇಳೆ ನಾನು ಚಾಣಕ್ಯರೊಂದಿಗೆ ಅವರ ಗುರುಕುಲ ಸೇರಿ, ಅವರ ಶಿಷ್ಯೆಯಾಗಲು ನಿರ್ಧರಿಸಿದರೆ? ನೀವೇನು ಮಾಡುತ್ತೀರಿ?”

“ನಾನೂ ನಿನ್ನೊಂದಿಗೆ ಇನ್ನೊಬ್ಬ ಶಿಷ್ಯನಾಗಿ ಬಂದುಬಿಡುತ್ತೇನೆ.”

“ಇದು ಹಾಸ್ಯದ ಮಾತಲ್ಲ, ನಾನು ಗಂಭೀರವಾಗಿ ಹೇಳುತ್ತಿದ್ದೇನೆ.”

“ನಾನೂ ಗಂಭೀರವಾಗಿಯೇ ಹೇಳುತ್ತಿದ್ದೇನೆ. ನೀನು ಹೋಗಬೇಡವೆಂದು ನಿರ್ಬಂಧಿಸಲಾರೆ. ನಿನ್ನನ್ನು ಬಿಟ್ಟು ನಾನಿರಲಾರೆ. ಅಂದಮೇಲೆ ನಿನ್ನ ಜೊತೆಯಲ್ಲೇ ನಾನೂ ಬರುವುದು ವಿಹಿತವಲ್ಲವೆ?”

“ಆದರೆ ರಾಜಾಧಿಕಾರ, ಪ್ರಜೆಗಳು, ಸಿಂಹಾಸನ, ಚಕ್ರವರ್ತಿ, ಸೇನೆ, ಯುದ್ಧ ಇತ್ಯಾದಿ ಯಾವುದೂ ಇರುವುದಿಲ್ಲ.”

“ಗೊತ್ತು, ಅವುಗಳಿಗಾಗಿ ನಾನು ವ್ಯಾಮೋಹಗೊಂಡಿದ್ದೇನೆ, ಅವುಗಳನ್ನು ಬಿಡುವುದೇ ಇಲ್ಲವೆಂದು ನಿನ್ನ ಭಾವನೆಯೇ?”

“ಆದರೂ ಅವುಗಳನ್ನೆಲ್ಲ ಬಿಡುವುದು ಅಷ್ಟು ಸುಲಭವಲ್ಲ.”

“ಅಸಾಧ್ಯವಲ್ಲವಲ್ಲ.”

“ಅದನ್ನು ಕಾಲವೇ ನಿರ್ಧರಿಸುತ್ತದೆ.”

“ನಮ್ಮ ಕೈಯಲ್ಲಿರುವ ನಿರ್ಧಾರಕ್ಕೆ ಕಾಲ ಏನು ಮಾಡುತ್ತದೆ!”

“ಆದರೆ ನಾನು ಚಾಣಕ್ಯರನ್ನು ಕೇಳಿ, ಅವರು ಒಪ್ಪಿ ಆಮೇಲೆ ತಾನೆ ನಿಮ್ಮ ನಿರ್ಧಾರ? ಅದಕ್ಕೇ ಆ ಕಾಲ ಮೊದಲು ಬರಲಿ ಎಂದು ಹೇಳಿದೆ.”

ಕೆಲವು ಕ್ಷಣಬಿಟ್ಟು ಮಲಯಕೇತು ಸ್ವಲ್ಪ ಹಿಂಜರಿಯುತ್ತಲೇ ಕೇಳಿದ, “ಅದೇನು ಇದ್ದಕ್ಕಿದ್ದ ಹಾಗೆ ಈ ನಿರ್ಧಾರ?”

“ನಾನು ನಿರ್ಧಾರ ಮಾಡೇಬಿಟ್ಟಿದ್ದೇನೆಂದು ಅರ್ಥವಲ್ಲ ಯುವರಾಜ” ಮಾಧವಿ ಹೇಳಿದಳು, “ಯುವನರೊಂದಿಗೆ ನಡೆದ ಯುದ್ಧದಲ್ಲಿ ನಿಮ್ಮ ಇಬ್ಬರು ಸೋದರರು ತೀರಿಕೊಂಡ ದಿನದಿಂದಲೇ ನನ್ನಲ್ಲಿ ಈ ಆಲೋಚನೆ ಮೂಡಿತ್ತು. ಚಾಣಕ್ಯರನ್ನು ಭೇಟಿ ಮಾಡಿದ ಮೇಲೆ ಅದಕ್ಕೆ ಇನ್ನಷ್ಟು ಪುಷ್ಟಿ ದೊರೆತಂತಾಯಿತು. ಮೊದಲಿನಿಂದಲೂ ಈ ಅರಮನೆಯ ಜೀವನದಲ್ಲಿ ನನಗೆ ಅಂಥ ಆಸಕ್ತಿಯಿಲ್ಲವೆಂಬುದು ನಿಮಗೇ ಗೊತ್ತಿದೆ.

ಆದರೆ ನಿರರ್ಥಕವಾಗಿ ಕಳೆದುಹೋಗುವ ಬದುಕಿಗೆ ಒಂದು ಸಾರ್ಥಕತೆಯ ಸಮಾಧಾನ ಕೊಡುವುದು ಸಾಧ್ಯವೇನೋ ಎಂದು ಯೋಚಿಸುತ್ತಿದ್ದೇನೆ.''

''ಪತ್ನಿಯಾಗಿ, ತಾಯಿಯಾಗಿ ಸಾರ್ಥಕವಾಗದ ಬದುಕಿಗೆ ಇನ್ನೇನನ್ನೋ ಕೊಡಲು ಪ್ರಯತ್ನಿಸುವುದು ಸರಿಯೇ? ಎಂದು ನಾನು ಯೋಚಿಸುತ್ತಿದ್ದೇನೆ.''

''ನಾನು ತಾಯಿಯಾಗಲಿಲ್ಲವೆಂಬುದನ್ನು ನೀವು ಮರೆತಂತೆ ಕಾಣುತ್ತದೆ ಯುವರಾಜ. ತಾಯಿಯಾಗಿ ಸಾರ್ಥಕವಾಗದ ಮೇಲೆ ಪತ್ನಿಯಾಗಿಯೂ ನಾನು ಸಾರ್ಥಕವಾಗಲಿಲ್ಲವೆಂದೇ ಅರ್ಥ.''

''ತಾಯಿಯಾಗುವುದೇ ಇಲ್ಲವೆಂದು ನಿರ್ಧರಿಸುವಷ್ಟು ನಿನ್ನ ವಯಸ್ಸು ಮೀರಿ ಹೋಗಿಲ್ಲ.''

''ಆದರೆ ತಾನೆ ಏನು! ಮತ್ತೆ ನನ್ನ ಸಂತಾನವೂ ಈ ರಾಜಕೀಯ ಚದುರಂಗ ದಾಟಕ್ಕೆ ಬಲಿಯಾಗುತ್ತದಲ್ಲವೆ?''

''ಬಲಿಯೆಂದು ಏಕೆ ಅಂದುಕೊಳ್ಳಬೇಕು? ಬೇರೆ ರಾಜರಿಲ್ಲವೆ? ಅವರಿಗೆ ಮಕ್ಕಳಿಲ್ಲವೆ? ಅವರೆಲ್ಲ ಹಾಗೇ ಅಂದುಕೊಳ್ಳುತ್ತಾರೆಯೆ?''

''ಅರಮನೆಯಲ್ಲಿ ರಾಜನ ಸಂತಾನವಾದ ಮೇಲೆ ಬಹುಪಾಲು ವೈಯಕ್ತಿಕತೆ ಸತ್ತು ಹೋಗುತ್ತದೆ. ರಾಜಪರಿವಾರದ ನೀತಿ ನಿಯಮಗಳಿಗೆ ಇಷ್ಟವಿಲ್ಲದಿದ್ದರೂ ಹೊಂದಿಕೊಂಡು ಅದೇ ದಾರಿಯಲ್ಲಿ ಸಾಗಬೇಕಾಗುತ್ತದೆ. ಅದಕ್ಕೆ ನಾನೇ ಉದಾಹರಣೆ. ನಾನು ರಾಜನ ಸೊಸೆಯಾದೆ, ಯುವರಾಣಿಯಾದೆ, ಮುಂದೆ ರಾಣಿಯೂ ಆಗುತ್ತೇನೆ. ಆದರೆ ನನ್ನ ಇಷ್ಟ ರಾಜನ ಮಡದಿಯಾಗುವುದಲ್ಲ, ಕವಿಹೃದಯದ, ಸದಾ ಗ್ರಂಥಗಳೊಡನೆ ಸಂಪರ್ಕವುಳ್ಳ ವಿದ್ಯಾವಿನೋದದಲ್ಲಿ ತೊಡಗಿರುವ ದಂಪತಿಗಳಾಗಬೇಕೆಂಬಾಸೆ. ಆದರೆ ಅದು ಸಾಧ್ಯವಾಗಲಿಲ್ಲ. ಅನಿವಾರ್ಯವಾಗಿ ಯುವರಾಣಿಯಾಗಿ, ರಾಜನ ಸೊಸೆಯಾಗಿ ಹೊಂದಿಕೊಳ್ಳುತ್ತಿದ್ದೇನೆ.''

ಸ್ವಲ್ಪ ಹೊತ್ತು ಮಲಯಕೇತು ಮಾತಾಡಲಿಲ್ಲ. ಆದರೆ ಅವನು ಗಾಢವಾಗಿ ಆಲೋಚನೆಯಲ್ಲಿ ಮುಳುಗಿದನೆಂದು, ಅವನ ಮುಖ ನೋಡಿದ ಕೂಡಲೇ ಮಾಧವಿ ಅರ್ಥಮಾಡಿಕೊಂಡಳು. ಅವನು ಧೈರ್ಯಗೆಟ್ಟು ತನ್ನ ತಂದೆಯ ಕೋಪಕ್ಕೆ ಗುರಿಯಾದಾನೆಂದು ಭಯವಾಯಿತು. ಹತ್ತಿರ ಬಂದು ಅವನ ಭುಜದ ಮೇಲೆ ತಲೆಯಿರಿಸಿ ನಿಧಾನವಾಗಿ ಹೇಳಿದಳು. ''ನನ್ನ ಮಾತಿನಿಂದ ನಿಮಗೆ ನೋವಾಯಿತೆಂದು ಕಾಣುತ್ತದೆ. ದಯವಿಟ್ಟು ನನ್ನನ್ನು ಕ್ಷಮಿಸಿ. ಮನಸ್ಸಿಗೆ ಬಂದುದನ್ನು ಮಾತಾಡಿಬಿಡುತ್ತೇನೆ. ನಾನು ಇನ್ನೂ ಯಾವ ನಿರ್ಧಾವನ್ನೂ ಮಾಡಿಲ್ಲ, ಮುಂದೆಯೂ, ಯಾವ ನಿರ್ಧಾರವನ್ನೂ ಮಾಡದೆಯೂ ಇರಬಹುದು. ಬಂಡೆಯಂತೆ ಬಿಗಿದುಕೊಂಡಿರುವ ನಿಮ್ಮ ಮುಖವನ್ನು ಸಡಿಲಗೊಳಿಸಿದರೆ ನನಗೆ ನೆಮ್ಮದಿ. ಸ್ವಲ್ಪ ನಗುತ್ತೀರಾ? ನಕ್ಕರೆ ನಿಮಗೆ ನನ್ನ ಮೇಲೆ ಕೋಪವಿಲ್ಲವೆಂದು ಅರ್ಥ?'' ಎಂದು ಗಲ್ಲ ಹಿಡಿದು ಅವನ ಮುಖವನ್ನು ತನ್ನತ್ತ ತಿರುಗಿಸಿಕೊಂಡಳು.

ತಕ್ಷಣ ಮಲಯಕೇತು ನಕ್ಕುಬಿಟ್ಟ. ಅವನ ಚಿಂತೆ ಹಾರಿಹೋಗಿತ್ತು.

★ ★ ★

ಪಿಪ್ಪಿಲಿವನದ ಅರಮನೆಯ ಒಂದು ವಿಶಾಲವಾದ ಕೋಣೆಯಲ್ಲಿ ಚಂದ್ರಗುಪ್ತ, ಚರಣ, ಬ್ರಹ್ಮದತ್ತ, ಭಾಸ್ಕರ, ನಂದಿಕೇಶ, ಮಾತಂಗ ಎಲ್ಲ ಮಾತಾಡಿಕೊಂಡು ಕುಳಿತಿರುವಾಗ ಚಾಣಕ್ಯ ಒಬ್ಬನೇ ಅರಮನೆಯ ಹೊರ ಅಂಗಳದಲ್ಲಿ ಒಂದು ಚಾಪೆ ಹಾಸಿಕೊಂಡು ಯೋಚಿಸುತ್ತ ಕುಳಿತಿದ್ದ. ಬಾಯಾರಿಕೆಯಾಯಿತು. ನೀರು ಬೇಕೆಂದಾಗ ಪರಿಚಾರಕ ಒಂದು ದೊಡ್ಡ ಬಟ್ಟಲಿನಲ್ಲಿ ತಣ್ಣೀರನ್ನು ತಂದುಕೊಟ್ಟ. ಎರಡು ಕೈಗಳಲ್ಲೂ ಅದನು ಹಿಡಿದು ಕುಡಿಯಲೆಂದು ಮೇಲೆತ್ತಿದಾಗ ಅದರಲ್ಲಿ ಅವನ ಪ್ರತಿಬಿಂಬ ಕಾಣಿಸಿತು. ಬಿಚ್ಚಿದ ತನ್ನ ಮುಡಿಯೂ ಕಾಣಿಸಿತು. ಜೊತೆಯಲ್ಲೇ ಹಳೆಯ ನೆನಪುಗಳೂ ಮರುಕಳಿಸಿದವು. ಎದೆಯ ಮೇಲೆ ಚೆಲ್ಲುತ್ತಿರುವುದನ್ನೂ ಲೆಕ್ಕಿಸದೆ ಗಟಗಟನೆ ಕುಡಿದು, ಬಟ್ಟಲನ್ನು ಹಿಂದಿರುಗಿಸಿ, ಉತ್ತರೀಯದಿಂದ ಎದೆಯ ಮೇಲೆ ಚೆಲ್ಲಿದ ನೀರನ್ನು ಒರೆಸಿಕೊಂಡ. ಅವನಿಗರಿವಿಲ್ಲದೆಯೇ ಅವನ ಕೈ ಬಿಚ್ಚಿದ ಅವನ ತಲೆಗೂದಲಿನ ಕಡೆ ಹೋಯಿತು. ಒಮ್ಮೆ ಅದನ್ನು ನೇವರಿಸಿಕೊಂಡ. ಉದ್ವಿಗ್ನಗೊಳ್ಳುತ್ತಿರುವ ಮನಸ್ಸನ್ನು ಹಾಗೇ ಶಾಂತಗೊಳಿಸಿದ. ಅವನು ಯೋಚಿಸತೊಡಗಿದ.

'ಇಲ್ಲಿಂದ ಹೊರಡಲು ಇನ್ನು ಎರಡೇ ದಿನಗಳು ಉಳಿದವು. ನನ್ನ ಬಿಚ್ಚಿದ ಮುಡಿಯನ್ನು ಕಟ್ಟಲು ಇನ್ನು ಕೆಲವೇ ದಿನಗಳು ಉಳಿದಿವೆ. ಧನನಂದಾ! ನಿನ್ನ ಮೃತ್ಯು ನಿನ್ನನ್ನು ಅಪ್ಪಿ ಮುತ್ತಿಡಲು ಹತ್ತಿರಕ್ಕೆ ಧಾವಿಸುತ್ತಿದೆ. ನಿನ್ನ ಧನಲೋಭವನ್ನು, ಪ್ರಜಾ ಪೀಡೆಯನ್ನು, ವಿಷಯಲಂಪಟತನವನ್ನು, ಇತರ ಎಲ್ಲಾ ದುರ್ಗುಣಗಳನ್ನೂ ನಾನು ಕ್ಷಮಿಸಿಬಿಡುತ್ತಿದ್ದೆನೆಂದು ಕಾಣುತ್ತದೆ. ಆದರೆ ನನ್ನ ತಂದೆ ಆಚಾರ್ಯ ಚಣಕರನ್ನು ಮೋಸದಿಂದ, ಅಮಾನುಷವಾಗಿ ಕೊಲ್ಲಿಸಿದ ದಿನ ನಿನ್ನ ಮೃತ್ಯುವನ್ನು ನೀನೇ ಖಚಿತಪಡಿಸಿಕೊಂಡೆ. ತುಂಬಿದ ರಾಜಸಭೆಯಲ್ಲಿ ನನ್ನನ್ನು ಹೀನಾಯವಾಗಿ ಅಪಮಾನಿಸುವುದರ ಮೂಲಕ, ನಿನ್ನ ತಪ್ಪನ್ನು ನೀನೇ ಒಪ್ಪಿಕೊಂಡು ವಿಷ್ಣುಗುಪ್ತ ಚಾಣಕ್ಯನಾಗುವಂತೆ ಮಾಡಿದೆ. ಆ ಚಾಣಕ್ಯ ಇಂದು ಪ್ರಜ್ವಲಿಸುವ ದಾವಾನಲವಾಗಿ, ನಿನ್ನನ್ನು ಸುಟ್ಟುರಿಸಲು ಪಾಟಲೀಪುತ್ರದತ್ತ ಬರುತ್ತಿದ್ದಾನೆ ಧನನಂದ! ನಿನ್ನ ನಂಬಿಕೆಯ ಅಮಾತ್ಯ ರಾಕ್ಷಸನಲ್ಲ, ನಿನ್ನ ಪಾಲಿನ ದೈವವೇ ಬಂದರೂ, ಈ ಚಾಣಕ್ಯನಿಂದ ನೀನು ಪಾರಾಗಲಾರೆ!

'ಆದರೂ, ಇನ್ನೊಂದು ರೀತಿಯಲ್ಲಿ ಆರ್ಯಾವರ್ತ ಧನನಂದನಿಗೆ ಉಪಕೃತವೆಂದೇ ಹೇಳಬೇಕು. ವಿಷ್ಣುಗುಪ್ತ ಚಾಣಕ್ಯನಾಗದಿದ್ದರೆ, ಸನಾತನ ಧರ್ಮಪೀಠದ ಮೇಲೆ ಇಡೀ ಆರ್ಯಾವರ್ತದ ವಿಶಾಲ ಸಾಮ್ರಾಜ್ಯ ಸ್ಥಾಪನೆಯ ನನ್ನ ಕನಸಿಗೆ ಚಾಲನೆ ದೊರೆಯುತ್ತಿರಲಿಲ್ಲ, ತಂತ್ರ ಪ್ರತಿತಂತ್ರಗಳ ಈ ರಾಜನೀತಿಯಿಂದ ದೂರವಿದ್ದುಬಿಡುತ್ತಿದ್ದೆ. ಹೌದು, ಧನನಂದ ಕೆರಳಿಸಿದ್ದರಿಂದ ಅದೊಂದು ಉಪಕಾರವಾಗಿದೆ. ಧರ್ಮಸಂರಕ್ಷಣೆಗೆ, ಸುಖೀರಾಜ್ಯ ಸ್ಥಾಪನೆಗೆ ಸಾವಿರಾರು ಜನ ಒಗ್ಗೂಡುವುದು ಸಾಧ್ಯವಾಗಿದೆ. ವಿಶಾಖ, ಲಕ್ಷ್ಮಿ, ಧನಂಜಯ, ಮಾತಂಗ, ಭಾಗುರಾಯಣ, ಸುಗಂಧಿ, ಚರಣ - ಇಂಥ ನಿಷ್ಠಾವಂತರ, ಸಂಸ್ಕಾರವಂತರ, ಪ್ರೀತಿ ಯುಳ್ಳವರ ಸಂಪರ್ಕವಾಗುತ್ತಿರಲಿಲ್ಲ. ಬರೀ ಕಟುಕರೇ, ಕ್ರೂರಿಗಳೇ ತುಂಬಿರುವರೆಂದು ನಾನು ನಿರ್ಧರಿಸಿಕೊಳ್ಳುವ ಮೊದಲು, ಬದುಕಿನಲ್ಲಿ ಒಳ್ಳೆಯವರು, ಹೃದಯವಂತರು

ಹಲವರಿದ್ದಾರೆಂದು ಮನವರಿಕೆಯಾಯಿತು. ಅಷ್ಟರ ಮಟ್ಟಿಗೆ ನನ್ನ ಮನಸ್ಸಿನ ಕಹಿ ಕಡಿಮೆಯಾಯಿತು.

'ಹೌದು, ಹಲವರು ಒಳ್ಳೆಯವರ ಸಹಾಯದಿಂದ ಕೆಲವರು ಕೆಟ್ಟವರನ್ನು ನಾಶ ಮಾಡಬೇಕು. ಇದು ಎಲ್ಲರೂ ಭಾಗವಹಿಸಬೇಕಾದ ಕರ್ತವ್ಯ. ದೇವರ ದಯದಿಂದ ಚಂದ್ರಗುಪ್ತನಂಥ ಧೀರ, ಸೌಜನ್ಯಶೀಲ ನಾಯಕನಾಗಿ ದೊರೆತ. ಚರಣನಂಥ ಬುದ್ಧಿವಂತ ದೊರಕಿದ. ಇಂದುಶರ್ಮ, ಕಾತ್ಯಾಯನ, ನಿಪುಣಕ, ಸಮಿದ್ಧಾರ್ಥಕ, ಸಿದ್ಧಾರ್ಥಕ, ಪಶುಲೋಮ, ನಾಗದತ್ತ, ಪ್ರಭಂಜನ, ಶಿವಸ್ಕಂದ... ಓಹ್... ಎಷ್ಟೊಂದು ಜನ! ನನ್ನ ಕರೆಗೆ ಇಷ್ಟೊಂದು ಜನ ಇಷ್ಟು ಸುಲಭವಾಗಿ ಓಗೊಡುವರೆಂದು ನಾನು ನಿರೀಕ್ಷಿಸಿರಲಿಲ್ಲ.

'ಪರ್ವತರಾಜ ಪೌರವ ಈಗ ಹೊಸ ಸೇರ್ಪಡೆ. ಅವನ ಮಹತ್ವಾಕಾಂಕ್ಷೆ, ಅತಿ ದುರಭಿಮಾನದ ಧೋರಣೆ ಗೊತ್ತಿದ್ದೂ ಅವನ ನೆರವನ್ನು ಕೇಳಿದೆ. ಗಾಂಧಾರ ಮತ್ತಿತರ ಪ್ರಾಂತಗಳನ್ನು ಗೆದ್ದಂತೆ, ಅವನ ಮೇಲೇ ಆಕ್ರಮಣ ಮಾಡಿ ಗೆಲ್ಲಬಹುದಾಗಿತ್ತು. ಆದರೆ ನನ್ನ ಉದ್ದೇಶ ಬೇರೆಯಿತ್ತು. ಮಗಧವನ್ನು ಬಿಟ್ಟರೆ ಪರ್ವತನಾಡೇ ಪ್ರಬಲವಾಗಿದೆ. ಪ್ರಬಲ ರಾಜ್ಯದ ಮೇಲೆ ಆಕ್ರಮಣ ಮಾಡಿದರೆ ಬಹಳ ಹಾನಿಯಾಗುತ್ತದೆ. ಮಗಧದಷ್ಟು ಸಂಪನ್ಮೂಲ ನಮ್ಮ ಬಳಿಯಿಲ್ಲ. ಎಲ್ಲ ಸಂಪನ್ಮೂಲಗಳನ್ನು ಅದಕ್ಕಾಗಿ ಒಗ್ಗೂಡಿಸಿದರೆ, ಗೆದ್ದ ನಾಡುಗಳು ಕೈ ಬಿಟ್ಟು ಹೋಗಬಹುದು. ಗೆಲುವು ಸಂದೇಹಾಸ್ಪದ. ಅದರ ಬದಲು ಪ್ರಬಲ ಪೌರವನೊಡನೆ ಸ್ನೇಹ ಬೆಳಸಿದರೆ, ಅವನಿಗಿಂತ ಪ್ರಬಲವಾದ ಮಗಧವನ್ನು ಗೆಲ್ಲುವುದು ಸುಲಭ. ಆದರೆ ಈಗ ನಾನು ಪೌರವನಿಗೆ ಮೋಸ ಮಾಡಲೇಬೇಕು. ಅರ್ಧರಾಜ್ಯ ಕೊಡುವ ಭರವಸೆಯಿಲ್ಲದಿದ್ದರೆ, ಅವನು ಖಂಡಿತ ನಮ್ಮೊಂದಿಗೆ ಸೇರಲು ಒಪ್ಪುತ್ತಿರಲಿಲ್ಲ. ಅಲ್ಲದೆ, ಅನಂತರವೂ ಅವನು ನಮಗೆ ಪ್ರಬಲ ಶತ್ರುವಾಗಿಯೇ ಉಳಿಯುತ್ತಿದ್ದ.

'ಈಗ ಮಗಧ ನಮ್ಮ ಕೈವಶವಾಗುವುದು ಮುಖ್ಯ. ನಾನು ಈಗ ಅವನಿಗೆ ಮಾಡುವ ಮೋಸ ಮೋಸವಲ್ಲ! ರಾಜನೀತಿಯಲ್ಲಿ ಹಿರಿಯ ಗುರಿಸಾಧನೆಗೆ ಇಂಥ ಸುಳ್ಳುಗಳು ಅಗತ್ಯವಾಗುತ್ತವೆ. ಮಗಧ ಅಖಂಡವಾಗಿ ಚಂದ್ರಗುಪ್ತನ ಕೈವಶವಾಗಬೇಕು. ಪರ್ವತ ನಾಡೂ ಮಗಧದ ಒಂದು ಭಾಗವಾಗಬೇಕು. ಹೌದು, ಚಕ್ರವರ್ತಿ ಒಬ್ಬನೇ! ಉಳಿದವರೆಲ್ಲ ಆ ಚಕ್ರವರ್ತಿಯ ಆಶ್ರಿತ ರಾಜರಷ್ಟೆ! ಚಂದ್ರಗುಪ್ತ ಮೌರ್ಯನೊಬ್ಬನೇ ಚಕ್ರವರ್ತಿ!

'ಆದರೆ ಈ ಪ್ರಸ್ತಾವಕ್ಕೆ ಪೌರವನನ್ನು ಆಮೇಲೆ ಒಪ್ಪಿಸುವುದು ಕಷ್ಟ. ನೋಡೋಣ, ಮೊದಲು ಅವನು ತನ್ನ ಸೈನ್ಯದೊಂದಿಗೆ ಪಾಟಲೀಪುತ್ರದ ಕಡೆಗೆ ಹೊರಡಲಿ...'

ಚಾಣಕ್ಯ ಎದ್ದು ಒಳಗೆ ಬಂದ. ಅಷ್ಟು ಹೊತ್ತಿಗೆ ಎಲ್ಲ ಸಂದರ್ಶನ ಶಾಲೆಯಲ್ಲಿ ಬಂದು ಕುಳಿತಿದ್ದರು. ಚಾಣಕ್ಯನನ್ನು ಕಂಡ ಕೂಡಲೇ ಗೌರವ ಪೂರ್ವಕವಾಗಿ ಎದ್ದು ನಿಂತು, ಅವನು ಕುಳಿತ ನಂತರ ತಾವೂ ಕುಳಿತುಕೊಂಡರು.

"ನಿಮ್ಮ ಮಾತುಕತೆಯೆಲ್ಲ ನನಗೆ ಕೇಳಿಸುತ್ತಿತ್ತು" ಎಂದ ಚಾಣಕ್ಯ.

"ಕ್ಷಮಿಸಿ ಆಚಾರ್ಯ, ನಮ್ಮ ವಿನೋದದಲ್ಲಿ ಮೈಮರೆತು, ತಮಗೆ ತೊಂದರೆಯಾಗ ಬಹುದೆಂದು ನಾವು ಯೋಚಿಸಲೇ ಇಲ್ಲ" ಎಂದ ಚಂದ್ರಗುಪ್ತ.

"ನನಗೆ ತೊಂದರೆಯಾಯಿತೆಂದು ಹೇಳಲಿಲ್ಲ ಚಂದ್ರಗುಪ್ತ" ಚಾಣಕ್ಯ ಹೇಳಿದ, "ನಾಳಿದ್ದು ಸೈನ್ಯದೊಂದಿಗೆ ಹೊರಡಬೇಕು. ಆ ಒತ್ತಡವಿಲ್ಲದೆ ನೀವೆಲ್ಲ ಉಲ್ಲಾಸದಿಂದಿರುವುದನ್ನು ಕಂಡು ನನಗೆ ಸಂತೋಷವೇ ಆಯಿತು."

"ನೀವು ನಮ್ಮ ಜೊತೆಯಲ್ಲಿರುವಾಗ, ನಾವು ಯಾವುದಕ್ಕೆ ತಾನೆ ಚಿಂತಿಸಬೇಕು ?" ಎಂದ ಚರಣ.

"ಅಂದರೆ ? ಎಲ್ಲಿಯವರೆಗೆ ನೀವು ನನ್ನನ್ನು ಅವಲಂಬಿಸುವುದು ?"

"ಎಲ್ಲಿಯವರೆಗೆ ಎಂದರೆ ? ಕಡೆಯವರೆಗೆ" ಎಂದ ಚಂದ್ರಗುಪ್ತ.

"ಕಡೆಯವರೆಗೆ ? ಚಂದ್ರಗುಪ್ತ, ಮಗಧ ಸಿಂಹಾಸನದ ಮೇಲೆ ನಿನ್ನನ್ನು ಕೂಡಿಸಿದ ನಂತರ ನಾನು ನನ್ನ ಗುರುಕುಲಕ್ಕೆ ಹಿಂದಿರುಗುವುದಾಗಿ ಮೊದಲೇ ಹೇಳಿಲ್ಲವೆ ? ಅಷ್ಟರಲ್ಲಿ ನೀನು ಸ್ವತಂತ್ರವಾಗಿ ಆಲೋಚಿಸಿ ನಿರ್ಧಾರ ತೆಗೆದುಕೊಳ್ಳುವ ಅಭ್ಯಾಸ ಮಾಡಿಕೊಂಡರೆ ಒಳ್ಳೆಯದು."

"ಚಾಣಕ್ಯರಿಲ್ಲದ ಚಂದ್ರಗುಪ್ತನನ್ನು ಕಲ್ಪಿಸಿಕೊಳ್ಳುವುದೂ ಅಸಾಧ್ಯ ಆಚಾರ್ಯ" ಎಂದ ಬ್ರಹ್ಮದತ್ತ.

"ಬರೀ ಅಭಿಮಾನ ಮತ್ತು ಪ್ರೀತಿ ಮುಖ್ಯವಾಗುವುದಿಲ್ಲ ಬ್ರಹ್ಮದತ್ತ. ವಿಶಾಲ ಸಾಮ್ರಾಜ್ಯವನ್ನು ಆಳುವ ಚಕ್ರವರ್ತಿ ಬುದ್ಧಿ ಮತ್ತು ಬಲ ಎರಡರಲ್ಲೂ ಸಂಪೂರ್ಣ ಸ್ವಾವಲಂಬಿಯಾಗಿರಬೇಕು. ಆ ಅಮಾತ್ಯರು ವೈಯಕ್ತಿಕ ಹಿತಾಸಕ್ತಿ, ಸ್ವಪ್ರತಿಷ್ಠೆಗಳನ್ನು ಬಿಟ್ಟು ನಾಡಿನ ಅಭ್ಯುದಯ, ಪ್ರಜಾಕ್ಷೇಮದ ಕಳಕಳಿಯುಳ್ಳ ಬುದ್ಧಿವಂತರೂ, ಅನುಭವಿಗಳೂ ಆಗಿರಬೇಕು."

"ಆಚಾರ್ಯ" ಚಂದ್ರಗುಪ್ತ ವಿನಯದಿಂದ ಹೇಳಿದ, "ನಾನು ಇನ್ನೂ ಚಕ್ರವರ್ತಿಯಾಗಿಲ್ಲ ಆದರೂ ಅದು ನನ್ನ ಸ್ವಸಾಮರ್ಥ್ಯದಿಂದ ಗಳಿಸಿದ್ದೆಂದು ಹೇಳಿಕೊಳ್ಳುವ ಅರ್ಹತೆ ನನಗಿಲ್ಲ, ನನ್ನ ಪ್ರಿಯಮಿತ್ರರ ನೆರವಿನಿಂದ ಹೆಚ್ಚೆಂದರೆ ನನ್ನ ಈ ಪಿಪ್ಪಲಿವನವನ್ನು ಮಾತ್ರ ಗಳಿಸುತ್ತಿದ್ದೆ. ಆನಂತರ ಅದನ್ನು ಉಳಿಸಿಕೊಳ್ಳುವುದು ಕಷ್ಟವಾಗುತ್ತಿತ್ತೇನೋ ! ನಿಮ್ಮ ಹರಕೆ, ಆಶೀರ್ವಾದ, ಪ್ರಯತ್ನಗಳಿಂದ ಇಷ್ಟೆಲ್ಲಾ ಯಶಸ್ಸು ಪಡೆಯುತ್ತಿದ್ದೇವೆಂಬುದನ್ನು ನನ್ನಂತೆ ನನ್ನ ಪ್ರಿಯಮಿತ್ರರೂ ಒಪ್ಪುತ್ತಾರೆ. ಈ ಆಂದೋಲನದಲ್ಲಿ ಆಚಾರ್ಯ ಚಾಣಕ್ಯರೇ ಪ್ರಧಾನ ವ್ಯಕ್ತಿ. ಚಂದ್ರಗುಪ್ತ ಗೌಣ. ನಾಳೆ ಜನ ಚಾಣಕ್ಯರ ಕೃಪೆಯಿಂದ ಚಂದ್ರಗುಪ್ತ ಚಕ್ರವರ್ತಿಯಾದನೆಂದೇ ಹೇಳುತ್ತಾರೆ. ಅದರಿಂದ ಖಂಡಿತ ನನಗೆ ಬೇಸರವಾಗುವುದಿಲ್ಲ, ಏಕೆಂದರೆ ವಾಸ್ತವವನ್ನು ಒಪ್ಪುವ ಅರಿವು ನನಗಿದೆ."

"ನನ್ನ ಮಾತಿಗೂ, ನಿನ್ನ ವಿವರಣೆಗೂ ಸಂಬಂಧ ಕಾಣುತ್ತಿಲ್ಲ ಚಂದ್ರಗುಪ್ತ" ಚಾಣಕ್ಯ ಹೇಳಿದ, "ನೀನು ಸ್ವತಂತ್ರವಾದ ಆಲೋಚನೆಯನ್ನು ಬೆಳೆಸಿಕೊಳ್ಳಲು ಪ್ರಯತ್ನಪಡು, ಎಂದು ನಾನು ಹೇಳುತ್ತಿದ್ದೇನೆ."

"ಅದು ಆಮೇಲಿನ ಮಾತು. ಆದರೆ ನಮಗೆಲ್ಲ ನಿಮ್ಮ ಸಾಮೀಪ್ಯ ಅಭ್ಯಾಸವಾಗಿ ಹೋಗಿದೆ. ನೀವು ನಮಗೆ ತಂದೆಯಂತೆ, ಗುರುವಿನಂತೆ, ಭರವಸೆಯ ಹಿತೈಷಿಯಂತೆ

ಇದ್ದುಬಿಟ್ಟಿದ್ದೀರಿ. ನಮ್ಮೆಲ್ಲರ ವ್ಯಕ್ತಿತ್ವವೂ ನಿಮ್ಮ ಹಿರಿತನವನ್ನು ಒಪ್ಪಿಬಿಟ್ಟಿವೆ. ಈಗ ನೀವಿರುವುದಿಲ್ಲ ಎಂದರೆ ನಾವು ಯಜಮಾನನಿಲ್ಲದ ಕುಟುಂಬದಂತೆ ಆಗಿಬಿಡುತ್ತೇವೆ. ಕುಟುಂಬದ ಎಲ್ಲರ ಪರವಾಗಿ ಯಜಮಾನನೇ ಆಲೋಚಿಸಿ, ನಿರ್ಧರಿಸುವುದರಲ್ಲಿ ಅಸಹಜವೇನಿಲ್ಲ.''

''ಎಲ್ಲ ಕುಟುಂಬದಲ್ಲೂ ಅದರ ಯಜಮಾನ ಒಂದಲ್ಲ ಒಂದು ದಿನ ಇಲ್ಲವಾಗುತ್ತಾನೆ. ಉಳಿದವರಲ್ಲಿ ಹಿರಿಯ ಯಜಮಾನನಾಗುತ್ತಾನೆ.''

''ಇಲ್ಲವಾಗುವುದು ಬೇರೆ, ಬಿಟ್ಟು ಹೋಗುವುದು ಬೇರೆಯಲ್ಲವೆ ಆಚಾರ್ಯ?'' ಎಂದ ನಂದಿಕೇಶ.

''ಎಲ್ಲ ಒಂದೇ. ಒಂದು ಕಡೆ ವ್ಯಕ್ತಿ ಅಸ್ತಿತ್ವವನ್ನು ಕಳೆದುಕೊಳ್ಳುತ್ತಾನೆ. ಇನ್ನೊಂದು ಕಡೆ ತನ್ನ ಅಸ್ತಿತ್ವವನ್ನು ನಿರಾಕರಿಸುತ್ತಾನೆ.''

''ಇರುವ ಅಸ್ತಿತ್ವವನ್ನು ನಿರಾಕರಿಸುವುದೇಕೆ?'' ಚರಣ ಕೇಳಿದ.

''ಏಕೆಂದರೆ ಇಲ್ಲಿ ನಿರಾಕರಿಸಿದ ನನ್ನ ವ್ಯಕ್ತಿತ್ವವನ್ನು, ನನ್ನ ಅಧ್ಯಯನ ಮತ್ತು ಅಧ್ಯಾಪನದ ವೃತ್ತಿಗೆ ಪ್ರಸ್ತುತಗೊಳಿಸುವುದು.''

''ನಮ್ಮ ಜೊತೆಯಲ್ಲಿದ್ದೇ ನಿಮ್ಮ ಅಧ್ಯಯನ ಮತ್ತು ಅಧ್ಯಾಪನಗಳನ್ನು ಮುಂದುವರಿಸಲು ಅಡ್ಡಿಯೇನು?'' ಚಂದ್ರಗುಪ್ತ ಕೇಳಿದ.

''ಅದು ಸಾಧ್ಯವಾಗುವುದಿಲ್ಲ, ರಾಜನೀತಿ ಸಹಸ್ರ ಮುಖಗಳ ಒಬ್ಬ ದೈತ್ಯನಂತೆ. ಒಂದು ಮುಖದಲ್ಲಿ ನೆಗಡಿಯಾದರೆ, ಇನ್ನೊಂದು ಮುಖದಲ್ಲಿ ಕಣ್ಣಿನ ತೊಂದರೆ, ಇನ್ನೊಂದರಲ್ಲಿ ಇನ್ನೊಂದು. ಎಲ್ಲವನ್ನೂ ಒಂದಾದ ನಂತರ, ಅಥವಾ ಏಕಕಾಲದಲ್ಲಿ ಸರಿಪಡಿಸಬೇಕು. ಒಂದು ಅಂಗವನ್ನು ಉದಾಸೀನ ಮಾಡಿದರೂ, ರೋಗ ಉಲ್ಬಣವಾಗಿ ಬೇರೆ ಅಂಗಗಳಿಗೂ ವ್ಯಾಪಿಸುವ ಸಾಧ್ಯತೆಯಿರುತ್ತದೆ. ಅದು ನಿಯಂತ್ರಣಕ್ಕೇ ಸಿಗದಷ್ಟು ಮಿತಿ ಮೀರಿದಾಗ ಎಲ್ಲ ಅನಾಹುತಗಳೂ ಆಗಿಬಿಡುತ್ತವೆ.''

''ಅಂಥ ಜಟಿಲವಾದ ಹೊಣೆಯನ್ನು ನಿಮ್ಮ ನೆರವಿಲ್ಲದೆ ನಾನೊಬ್ಬನೇ ನಿರ್ವಹಿಸ ಬಲ್ಲೆನೆಂದು ಭರವಸೆ ನಿಮಗಿದೆಯೆ?'' ಚಂದ್ರಗುಪ್ತ ಕೇಳಿದ.

''ಇದೆಯೇ, ಎಂದು ಏಕೆ ಕೇಳುತ್ತಿ? ಇರಬೇಕು. ಸಿಂಹಾಸನದ ಮೇಲೆ ಕುಳಿತ ಮೇಲೆ ಅದು ನಿನ್ನ ಹೊಣೆ. ನನ್ನ ವೃತ್ತಿ, ಮನೋಧರ್ಮ, ಎಲ್ಲ ಬೇರೆ. ನಿಯಂತ್ರಣ ಮೀರಿದ ಪರಿಸ್ಥಿತಿಯನ್ನು ನಿಯಂತ್ರಣಕ್ಕೆ ತಂದು, ನಿನ್ನ ವಶಕ್ಕೆ ಕೊಟ್ಟಾಗ, ನೀನು, ನಿನ್ನ ಮಿತ್ರರು ಅದರ ಹೊಣೆಯನ್ನು ಹೊತ್ತುಕೊಳ್ಳಬೇಕು. ನನ್ನಂಥ ಅಧ್ಯಾಪಕನ ಕರ್ತವ್ಯ ಬರೀ ಒಬ್ಬ ರಾಜನಿಗೆ ಸೀಮಿತವಾಗುವುದಿಲ್ಲ, ಅದು ಇಡೀ ಸಮಾಜಕ್ಕೆ, ಮಾನವ ಕುಲಕ್ಕೆ ಸಂಬಂಧಿಸಿದ್ದು. ಏಕಾಂತ ಸ್ಥಳದಲ್ಲಿ ಕುಳಿತು ಏಕಾಗ್ರತೆಯಿಂದ ಅಧ್ಯಯನ ಮಾಡಿ, ಬಳಿಗೆ ಬಂದ ಶ್ರದ್ಧಾವಂತ ವಿದ್ಯಾರ್ಥಿಗಳ ಮೂಲಕ ಸಮಾಜಕ್ಕೆ ಜ್ಞಾನದ ಬೆಳಕನ್ನು ಕೊಡುವುದು.''

ಮುಂದೆ ಮಾತು ಬೆಳೆಸಲು ತೋಚದೆ ಎಲ್ಲ ಮಂಕಾಗಿ ಸುಮ್ಮನೆ ನಿಂತರು. ಚಾಣಕ್ಯನಿಗೆ ಅವರ ಬಗ್ಗೆ ಮರುಕವುಂಟಾಯಿತು. ''ಈಗಲೇ ಆ ವಿಷಯದ ಬಗ್ಗೆ

ಚಿಂತಿಸುವುದೇಕೆ, ಬಿಡಿ. ಈಗ ಸದ್ಯದ ಕಾರ್ಯಗಳ ಬಗ್ಗೆ ಗಮನ ಹರಿಸೋಣ. ಪೌರವನಿಗೆ ಸುದ್ದಿ ಹೋಯಿತೆ?'' ಎಂದು ಕೇಳಿದ.

''ಶಿವದತ್ತರೇ ಹೋಗಿದ್ದಾರೆ'' ಎಂದ ಚರಣ.

''ಧನಂಜಯನಿಗೆ?''

''ಶ್ರೀಗುಪ್ತ ಹೋಗಿದ್ದಾನೆ. ಆ ದಿನ ಅವನು ಪಾಟಲೀಪುತ್ರಕ್ಕೆ ಧನಂಜಯ ರೊಂದಿಗೆ ಬರುತ್ತಾನೆ. ಗೌತಮ ಮತ್ತು ಚಂದಕ, ಅದರ ಮರುದಿನ ನನ್ನ ತಾಯಿಯವರು ಮತ್ತು ಸಹದೇವನೊಂದಿಗೆ ಬರುತ್ತಾರೆ'' ಎಂದ ಚಂದ್ರಗುಪ್ತ.

''ಒಳ್ಳೆಯದಾಯಿತು. ಮಹಾನಂದ, ಶಿವದತ್ತ ಮತ್ತು ದೇವಗುಪ್ತರು ಇಲ್ಲಿಯ ವ್ಯವಸ್ಥೆಗಳನ್ನು ನೋಡಿಕೊಂಡು ಇಲ್ಲೇ ಇರುವುದು ಒಳ್ಳೆಯದು. ಸೂಕ್ತ ಸಮಯದಲ್ಲಿ ಅವರು ಪಾಟಲೀಪುತ್ರಕ್ಕೆ ಒಮ್ಮೆ ಬಂದು ಹೋಗಬಹುದು.''

## ೧೦

ಪೌರ್ಣಮಿಗೆ ಎರಡೇ ದಿನಗಳು ಉಳಿದಿದ್ದವು. ಇಪ್ಪತ್ತು ಜನ ಸುಂದರಿಯರ ಕನಸಿನಲ್ಲಿ ಧನನಂದ ನಿತ್ಯದ ಪ್ರಮದೋದ್ಯಾನದ ಲೀಲಾವಿನೋದಗಳನ್ನು ನಿಲ್ಲಿಸಿದ. ಆ ದಿನ ಈಗಲೇ ಬಂದು ಬಿಡಬಾರದೇ ಎಂದು ಅವನ ಮನಸ್ಸು ಆತುರಗೊಳ್ಳುತ್ತಿತ್ತು. ಆದರೆ ರಾಕ್ಷಸ ತನ್ನನ್ನು ನೋಡಲು ಬಂದಾಗ ಅವನ ಕನಸಿಗೆ ಭಂಗ ಬಂತು.

''ಏನು ಅಮಾತ್ಯರೆ, ಈ ದಿನ ಇಷ್ಟು ಬೇಗ? ಏನಾದರೂ ಅವಸರದ ರಾಜಕಾರ್ಯವಿತ್ತೆ?'' ಎಂದು ಧನನಂದ ಕೇಳಿದ.

''ಬರೀ ಅವಸರವಲ್ಲ ಪ್ರಭು, ಅತ್ಯಂತ ಅವಸರದ ರಾಜಕಾರ್ಯ.''

''ಅಂದರೆ, ನನಗೆ ಅರ್ಥವಾಗಲಿಲ್ಲ?''

''ಸ್ವಲ್ಪ ಹೊತ್ತಿಗೆ ಮುಂಚೆ, ನನ್ನ ಗೂಢಚಾರರಾದ ಕರಭಕ ಮತ್ತು ವಿರಾಧಗುಪ್ತ ಪರ್ವತನಾಡಿನಿಂದ ಬಂದರು.''

''ಪರ್ವತ ನಾಡಿನಿಂದಲೇ? ಅವರು ಅಲ್ಲಿಗೇಕೆ ಹೋಗಿದ್ದರು?''

''ನಾನೇ ಕಳಿಸಿದ್ದೆ.''

''ಏಕೆ? ಯಾವ ವಿಷಯಕ್ಕೆ?''

''ಚಂದ್ರಗುಪ್ತ ಪೌರವನ ಜೊತೆ ಸೇರಿ ಮಗಧದ ಮೇಲೆ ಆಕ್ರಮಣ ಮಾಡ ಬಹುದೆಂಬ ಸಂದೇಹದ ಮೇಲೆ. ಆ ಸಂದೇಹ ನಿಜವಾಯಿತು.''

''ಸಂದೇಹ ನಿಜವಾಯಿತು!'' ಧನನಂದ ಆಘಾತಗೊಂಡವನಂತೆ ಕೇಳಿದ, ''ಚಂದ್ರಗುಪ್ತ, ಪೌರವ ಒಟ್ಟಿಗೆ ಸೇರಿ ಮಗಧದ ಮೇಲೆ ಆಕ್ರಮಣ ಮಾಡುವುದು ಖಚಿತವೇ?''

''ಹೌದು ಪ್ರಭು, ಇಷ್ಟು ಹೊತ್ತಿಗೆ ಅವರ ಸಂಯುಕ್ತ ಸೈನ್ಯ ನಮ್ಮ ಗಡಿ ದಾಟಿರಬಹುದು.''

"ಎಂಥ ಮಾತು ಅಮಾತ್ಯರೆ? ನಿಮಗೆ ಇದರ ಸುಳಿವೇ ಸಿಗಲಿಲ್ಲವೆ?" ಅವನ ಮಾತಿನಲ್ಲಿ ಆಕ್ಷೇಪಣೆಯ ಧ್ವನಿಯಿತ್ತು.

"ಸಂದೇಹವಿತ್ತು. ಖಚಿತವಾದ ಸುದ್ದಿಯಿರಲಿಲ್ಲ, ಬಹುಶಃ ಚಾಣಕ್ಯ ಬಹುಬುದ್ಧಿವಂತಿಕೆಯಿಂದ ಯೋಜನೆಯನ್ನು ರೂಪಿಸಿರುವಂತೆ ಕಾಣುತ್ತಿದೆ. ನನ್ನ ಗೂಢಚಾರರು ಹೇಳುವಂತೆ ಅವರು ವಾಯುವ್ಯ, ಉತ್ತರ ಮತ್ತು ಈಶಾನ್ಯ ದಿಕ್ಕುಗಳಿಂದ ಆಕ್ರಮಣ ಮಾಡಲು, ಸೈನ್ಯವನ್ನು ಮೂರುಭಾಗ ಮಾಡಿ ನಿಯೋಜಿಸಿರುವರಂತೆ."

"ಗಡಿರಕ್ಷಣೆಯ ಪಡೆ ಬಹಳ ಕಡಿಮೆಯಿರುವುದಲ್ಲವೆ?"

"ಹೌದು ಪ್ರಭು, ಆಕ್ರಮಣದ ನಿರೀಕ್ಷೆಯಿಲ್ಲದಿದ್ದುದರಿಂದ ಪ್ರಧಾನಸೈನ್ಯ ರಾಜಧಾನಿಯಲ್ಲೇ ಇದೆ."

"ಈಗೇನು ಮಾಡುವುದು? ಅವರು ಗಡಿ ದಾಟಿಬಿಟ್ಟಿದ್ದರೆ ನಮ್ಮ ಗಡಿರಕ್ಷಣಾ ಪಡೆ ಧೂಳೀಪಟವಾಗಿರುತ್ತದೆ. ಅವರು ನಿರಾತಂಕವಾಗಿ ರಾಜಧಾನಿಯತ್ತ ನುಗ್ಗಿ ಬರಬಹುದು."

"ಈ ರಾಕ್ಷಸನಿರುವವರೆಗೆ ಅವರು ತಮ್ಮ ಕಾರ್ಯದಲ್ಲಿ ಯಶಪಡೆಯಲಾರರು ಪ್ರಭು. ನಾನು ಈಗಲೇ ಸರ್ವಸೇನೆಯೊಂದಿಗೆ ಹೊರಡಲು ಸಿದ್ಧನಾಗಿದ್ದೇನೆ. ತಮ್ಮ ಅನುಮತಿಗಾಗಿ ಕೋರುತ್ತೇನೆ."

"ಬೇಡ ಬೇಡ" ಧನನಂದ ಆತಂಕದಿಂದ ಹೇಳಿದ, "ನೀವು ಹೋದರೆ, ನನ್ನ ರಕ್ಷಣೆ ಮತ್ತು ರಾಜಧಾನಿಯ ರಕ್ಷಣೆ ಯಾರು ಮಾಡುತ್ತಾರೆ?"

"ಅದಕ್ಕೆ ಅಗತ್ಯವಾದಷ್ಟು ಸೇನೆಯಿರಿಸಿ ಹೋಗುತ್ತೇನೆ ಪ್ರಭು."

"ಬೇಡ, ನೀವು ಹೋಗುವುದು ಬೇಡ. ನನಗೆ ಬೇರೆ ಯಾರ ಮೇಲೂ ಭರವಸೆ ಇಲ್ಲ."

"ಈಗ ನಾನು ಸೈನ್ಯದೊಂದಿಗೆ ಹೋಗುವುದು ಅತ್ಯಂತ ಅಗತ್ಯವಲ್ಲವೆ ಪ್ರಭು?"

"ಏಕೆ, ನಮ್ಮ ಸೇನಾಧ್ಯಕ್ಷರು ಸಮರ್ಥರಲ್ಲವೆ?"

"ಅವರ ಸಾಮರ್ಥ್ಯಕ್ಕಿಂತ ನನ್ನ ನೇತೃತ್ವ ಪ್ರಮುಖವಾಗಿದೆ."

"ಅವರನ್ನೆಲ್ಲ ಕರೆಸಿ, ಸೂಕ್ತ ತಿಳುವಳಿಕೆ ನೀಡಿ ಕಳಿಸಿಬಿಡಿ. ಮೊದಲೇ ಆ ಚಾಣಕ್ಯ ನನ್ನ ಮೇಲೆ ಕಿಡಿ ಕಾರುತ್ತಿದ್ದಾನೆ. ನೀವು ಅತ್ತ ಹೋದಾಗ, ಇತ್ತ ಬಂದು ಅರಮನೆಯನ್ನು ಹಿಡಿದರೆ ನನ್ನ ಗತಿಯೇನು?"

'ಹೆಸರಿಗೆ ದೊಡ್ಡ ಚಕ್ರವರ್ತಿ! ಆದರೆ ಮಹಾಹೇಡಿ! ಇಂಥ ಹೇಡಿಗೆ ನಾನು ನಿಷ್ಠೆ ತೋರಿಸುತ್ತಿದ್ದೇನೆ! ಛೆ, ಇವನಿಗೆ ತನ್ನ ಪ್ರಾಣಭಯವೇ ಮುಖ್ಯವಾಗಿದೆ!' ಎಂದು ತನ್ನೊಳಗೇ ಅಂದುಕೊಂಡ ರಾಕ್ಷಸ ಪ್ರಕಟವಾಗಿ ಹೇಳಿದ, "ಆಗಲಿ, ಪ್ರಭೂ, ಸೇನಾಧ್ಯಕ್ಷರನ್ನು ಈಗಲೇ ಕರೆಸುತ್ತೇನೆ."

ಸ್ವಲ್ಪ ಹೊತ್ತಿಗೆ ಭಾಗುರಾಯಣ, ಡಿಂಗಿರಾತ, ಭದ್ರಭಟ ಮತ್ತು ಚಿತ್ರವರ್ಮ ಬಂದರು. ಗೊಂದಲದ ಮನಸ್ಥಿತಿಯಲ್ಲಿ ಧನನಂದ ಏನೇನೋ ಬಡಬಡಿಸತೊಡಗಿದ.

ಎಲ್ಲರಿಗೂ ಅವನು ತನ್ನ ಭಯವನ್ನು ತನ್ನ ವರ್ತನೆಯಿಂದಲೇ ವ್ಯಕ್ತಪಡಿಸಿದ. ಚಂದ್ರಗುಪ್ತ ಚಾಣಕ್ಯರು ಗಡಿದಾಟಿರಬಹುದೆಂಬ ವಿಷಯ ತಿಳಿದಾಗ ಭಾಗುರಾಯಣ ಉಳಿದ ಸೇನಾಧ್ಯಕ್ಷರ ಮುಖ ನೋಡಿದ. ಆದರಿಂದಲೇ ಮುಂದೆ ತಮ್ಮ ಕರ್ತವ್ಯವೇನೆಂದು ಅವರು ನಿರ್ಧರಿಸಿಕೊಂಡರು. ರಾಕ್ಷಸ ಅವರಿಗೆ ಎಲ್ಲ ವಿವರಗಳನ್ನು ತಿಳಿಸಿದ. ಸೈನ್ಯವನ್ನು ಮೂರುಭಾಗ ಮಾಡಿ ಮೂರು ದಿಕ್ಕುಗಳಲ್ಲಿ ಚಲಿಸುವಂತೆ ಆದೇಶಿಸಿದ. ತಕ್ಷಣ ಹೊರಟು ಬಿಡುವಂತೆ ಸೂಚಿಸಿದ.

ಹೊರಬರುತ್ತ ಭಾಗುರಾಯಣ ಮತ್ತು ಇತರ ಸೇನಾಧ್ಯಕ್ಷರು ತಮ್ಮ ತಮ್ಮಲ್ಲೇ ಗುಸುಗುಸು ಮಾತಾಡಿಕೊಂಡರು. ಚಾಣಕ್ಯ ಮೊದಲೇ ತಿಳಿಸಿದ್ದುದರಿಂದ ಇದು ನಿರೀಕ್ಷಿತವೇ ಆಗಿತ್ತು. ಅವರು ಸಿದ್ಧರಾಗಿ ಅರಮನೆಯ ಮುಂದಿನ ಬಯಲಿಗೆ ಬರುವ ವೇಳೆಗೆ ಸೈನ್ಯವೆಲ್ಲ ಒಟ್ಟುಗೂಡಿತ್ತು. ಗೂಢಚಾರರಿಂದ ಸುದ್ದಿ ತಿಳಿದ ತಕ್ಷಣ, ಸೈನಿಕರೆಲ್ಲ ತಕ್ಷಣ ಸಿದ್ಧರಾಗಿ ಬರುವಂತೆ ಊರ ತುಂಬ ಸಾರಲು ರಾಕ್ಷಸ ಮೊದಲೇ ವ್ಯವಸ್ಥೆ ಮಾಡಿದ್ದ.

ರಾಕ್ಷಸ ಅರಮನೆಯ ರಕ್ಷಣೆಗೆ ತನ್ನ ಒಂದು ಪಡೆ ಮತ್ತು ನಗರರಕ್ಷಣೆಗೆ ಪ್ರಭಾಕರನ ನೇತೃತ್ವದಲ್ಲಿ ಒಂದು ಪಡೆಯನ್ನು ಪ್ರತ್ಯೇಕಿಸಿ, ಉಳಿದ ಸೈನ್ಯವನ್ನೆಲ್ಲ ಸೇನಾಧ್ಯಕ್ಷರ ಜೊತೆಗೆ ಪ್ರಯಾಣ ಹೊರಡಿಸಿಯೇ ಮನೆಗೆ ಹೋದ. ಹೋಗುವ ಮೊದಲು ತನ್ನ ಪಡೆಗೆ ಅರಮನೆಯ ರಕ್ಷಣೆಯನ್ನು ಎಚ್ಚರದಿಂದ ನೋಡಿಕೊಳ್ಳಬೇಕೆಂದು ಸೂಚಿಸಿದ. ಪ್ರಭಾಕರನಿಗೆ ನಗರದ ಎಲ್ಲ ದ್ವಾರಗಳನ್ನು ಮುಚ್ಚಿಸಿ, ಭದ್ರವಾದ ಕಾವಲು ಹಾಕಿ ಅವನೇ ನೇರವಾಗಿ ಗಮನಹರಿಸಬೇಕೆಂದು ಕಟ್ಟುನಿಟ್ಟಿನ ಆಜ್ಞೆ ನೀಡಿದ.

ಶ್ರೀಯಕನಿಗೂ ವಿಷಯ ಗೊತ್ತಾಯಿತು. ಅವನು ಚಿಂತಿತನಾದ. ತನ್ನ ಯೋಜನೆಗೆ ಎಲ್ಲಿ ಅಡ್ಡಿಯಾಗುವುದೋ ಎಂದು ಅವನು ಆತಂಕಗೊಂಡ. ಮೊದಲು ಪೌರ್ಣಮಿಯ ದಿನ ರಾಕ್ಷಸನನ್ನು ದೂರ ಕಳಿಸುವಂತೆ ಧನನಂದನಿಗೆ ಹೇಳಿದ್ದ, ಅವನೂ ಒಪ್ಪಿದ್ದ. ಆದರೆ ಈಗ ಅವನೇ ಬಲವಂತವಾಗಿ ರಾಕ್ಷಸನನ್ನು ಇಲ್ಲೇ ಉಳಿಸಿಕೊಂಡ. ಅನಾಯಾಸವಾಗಿ ಸಿಕ್ಕಿದ್ದ ಒಂದು ಒಳ್ಳೆಯ ಅವಕಾಶ ಕೈತಪ್ಪಿದಂತಾಯಿತು. ಧನನಂದನಿಗೆ ಪ್ರಾಣಭಯವೇ ಈಗ ಪ್ರಧಾನವಾಗಿದೆಯೆಂದು ಅವನಿಗೆ ಅರ್ಥವಾಯಿತು. ಈ ಸಂದರ್ಭದಲ್ಲಿ ಧನನಂದ ಏನನ್ನುವನೋ, ಎಂದು ಸಂದೇಹದಿಂದ ಶ್ರೀಯಕ ಅವನನ್ನು ಭೇಟಿ ಮಾಡಿದ.

"ಇಂಥ ಅನಿರೀಕ್ಷಿತ ಪ್ರಸಂಗ ಬರುವುದೆಂದು ನಾನು ನಿರೀಕ್ಷಿಸಿರಲಿಲ್ಲ ಪ್ರಭು" ಎಂದ ಶ್ರೀಯಕ.

"ಅಂತೂ ಆ ನೀಚ ಬ್ರಾಹ್ಮಣ ನನ್ನ ಬೆನ್ನು ಹತ್ತಿದ್ದಾನೆ" ಎಂದ ಧನನಂದ ಕೋಪ ಅಸಹನೆಗಳಿಂದ.

"ನಮ್ಮ ಸೇನೆಯನ್ನು ಗೆಲ್ಲುವುದು ಅಷ್ಟು ಸುಲಭವಲ್ಲ ಪ್ರಭು. ಭಾಗುರಾಯಣ, ಡಿಂಗಿರಾತ, ಭದ್ರಭಟ, ಚಿತ್ರವರ್ಮ ಈ ನಮ್ಮ ಸೇನಾಧ್ಯಕ್ಷರು ಅನುಭವಿಗಳು, ವೀರರು, ಜೊತೆಗೆ ನಮ್ಮ ಅಮಾತ್ಯ ರಾಕ್ಷಸರೇನು ಕಡಿಮೆಯೇ?"

"ಆದರೆ ಅವರನ್ನು ನಾನೇ ನಗರರಕ್ಷಣೆಗೆ ಇಲ್ಲೇ ಇರುವಂತೆ ಹೇಳಿ ಒಪ್ಪಿಸಿಬಿಟ್ಟಿದ್ದೇನೆ."

"ಚಿಂತೆಯಿಲ್ಲ ಬಿಡಿ. ಏನೂ ಆಗುವುದಿಲ್ಲ. ನಮ್ಮ ಸೈನ್ಯ ಆ ನೀಚ ಬ್ರಾಹ್ಮಣನಿಗೆ ತಕ್ಕ ಪಾಠ ಕಲಿಸುತ್ತದೆ."

ಧನನಂದನಿಗೆ ಸ್ವಲ್ಪ ಧೈರ್ಯ ಬಂದಂತಾಯಿತು. ಅವನು ಹೇಳಿದ, "ಅರಮನೆಗೆ ಬರಲಿರುವ ಇಪ್ಪತ್ತು ಜನ ಚೆಲುವೆಯರ ಬಗ್ಗೆ ನಾನು ಸುಂದರವಾದ ಕನಸುಗಳನ್ನು ಕಟ್ಟುತ್ತಿರುವಾಗಲೇ ಹೀಗಾಗಬೇಕೆ ?"

"ಅದಕ್ಕೂ ಇದಕ್ಕೂ ಸಂಬಂಧವೇ ಇಲ್ಲ ಪ್ರಭು "ಶ್ರೀಯಕ ಹೇಳಿದ, "ನೀವೇನು ಖಡ್ಗ ಹಿಡಿದು ರಣರಂಗದಲ್ಲಿ ಹೋರಾಡಬೇಕಾಗಿದೆಯೇ ? ನಿಮ್ಮ ನಿಷ್ಠಾವಂತ ಸೇವಕರು ನಿಮ್ಮ ಕೆಲಸವನ್ನು ಸಮರ್ಥವಾಗಿ ಸಾಧಿಸುತ್ತಾರೆ."

"ಹೌದು ಅಮಾತ್ಯರೆ. ಆದರೆ ರಾಕ್ಷಸನಿಗೆ ಗೊತ್ತಾದರೆ...?"

"ಗೊತ್ತಾಗಲು ಅವರಿಗೆ ಹೇಳುವವರಾರು ? ನೀವು ಬೇಡವೆಂದರೆ ಅವರೆಲ್ಲ ಮತ್ತೆ ಉಜ್ಜಯಿನಿಗೆ ಹೊರಟುಬಿಡುತ್ತಾರೆ. ಇನ್ನೊಂದು ಸಲ ಅಷ್ಟು ಜನರನ್ನು ಒಟ್ಟುಗೂಡಿಸಿ ಇಲ್ಲಿಗೆ ಕರೆತರುವುದು ಕಷ್ಟ ಅಂಥ ಆಳುಕಿದ್ದರೆ ಈಗಲೇ ಹೇಳಿಬಿಡಿ. ನೀವು ಚಕ್ರವರ್ತಿ, ನಿಮ್ಮ ವೈಯಕ್ತಿಕ ಅಭಿರುಚಿಗೆ ನಿಮ್ಮ ಕೈಕೆಳಗಿನ ಅಮಾತ್ಯರ ಅಪ್ಪಣೆ ಕೇಳಬೇಕೆ ? ನಿಮಗೆ ಅಷ್ಟು ಸ್ವಾತಂತ್ರ್ಯವಿಲ್ಲವೆ ? ಅಲ್ಲದೆ ಇದು ಆಡಳಿತದ ವಿಷಯವಲ್ಲ, ನಿಮ್ಮ ವೈಯಕ್ತಿಕ ವಿಷಯ."

ಎರಡುಕ್ಷಣ ಯೋಚನೆ ಮಾಡಿದ ಧನನಂದ. ಯುದ್ಧ ಸಂದರ್ಭದಲ್ಲಿ ತನ್ನ ಕಾರ್ಯ ಅನುಚಿತವಾಗಬಹುದೇನೋ, ಎಂಬ ಅರಿವೇನೋ ಇತ್ತು. ಆದರೆ ಇಷ್ಟು ವರ್ಷ ತನಗೆ ಒಗ್ಗಿ ಹೋದ ಲಾಲಸೆಯ ನಾಲಿಗೆ ತೆಪ್ಪಗಿರಲು ಸಿದ್ಧವಾಗಿರಲಿಲ್ಲ. ಕಡೆಗೂ ಅವನ ಚಾಪಲ್ಯವೇ ಗೆದ್ದಿತು. ಅವನು ಹೇಳಿದ, "ಅಮಾತ್ಯರೇ, ಎಲ್ಲ ನಾವಂದುಕೊಂಡಂತೆಯೇ ನಡೆಯಲಿ. ಅವರು ಬರಲಿ. ಮಹಾದ್ವಾರದ ಕಾವಲುಗಾರರಿಗೆ ಅವರನ್ನು ಯಾವ ಅಡ್ಡಿಯಿಲ್ಲದೆ ಒಳಬಿಡುವಂತೆ ನಾನು ಹೇಳುತ್ತೇನೆ. ರಾಕ್ಷಸನೇನಾದರೂ ಕೇಳಿದರೆ, ಚಕ್ರವರ್ತಿಗಳ ಅಪ್ಪಣೆಯೆಂದು ಹೇಳುವಂತೆ ಆದೇಶ ನೀಡುತ್ತೇನೆ. ರಾಕ್ಷಸ ಅಸಮಾಧಾನ ಪಟ್ಟರೆ ಪಟ್ಟುಕೊಳ್ಳಲಿ."

ಶ್ರೀಯಕ ಸಮಾಧಾನದಿಂದ ತನ್ನ ಭವನಕ್ಕೆ ಬಂದು ಸಂಜಯನನ್ನು ಕರೆಸಿ ಹೆದರಿದ್ದ ಅವನಿಗೆ ಎಲ್ಲ ಸುಸೂತ್ರವಾಗಿದೆಯೆಂದು ಸಮಾಧಾನ ಹೇಳಿದ, "ಈಗ ಯುದ್ಧದ ಗಡಿಬಿಡಿ ಯಿರುವುದರಿಂದ ನಮ್ಮ ಕೆಲಸ ಇನ್ನೂ ಸುಲಭವಾಗಿ ಈಡೇರುತ್ತದೆ" ಎಂದ ಉತ್ಸಾಹದಿಂದ.

ಸಂಜಯನಿಗೂ ಹಾಗೇ ಅನ್ನಿಸಿತು. ಆದರೆ ರಾಕ್ಷಸನ ಭಯ ಅವನ ಮನಸ್ಸಿನಿಂದ ಹೋಗಿರಲಿಲ್ಲ.

"ಆ ಸುಂದರಿಯರು ಯಾವಾಗ ಬರುತ್ತಾರೆ ? ಎಲ್ಲಿಗೆ ಬರುತ್ತಾರೆ ? ಅವರನ್ನು ನೀವು ಸಂಪರ್ಕಿಸುವುದು ಎಲ್ಲಿ?" ಶ್ರೀಯಕ ಕೇಳಿದ.

"ಅವರು ಪೌರ್ಣಮಿಯ ದಿನ ಬೆಳಿಗ್ಗೆ ನೇರವಾಗಿ ಸ್ಕಂದ ದೇವಾಲಯದ ಬಳಿಗೆ

ಬರುತ್ತಾರೆ. ಅಲ್ಲಿಗೆ ಹತ್ತು ಪಲ್ಲಕ್ಕಿಗಳನ್ನು ಕಳಿಸಿದರಾಯಿತು. ಅವರ ಪಾಡಿಗೆ ಅವರು ಅರಮನೆಗೇ ಹೋಗುತ್ತಾರೆ.''

''ಅವರು ಒಳಸೇರಿದ ನಂತರ ಒಳಗೆ ಯಾರನ್ನೂ ಬಿಡಬಾರದೆಂದು ಧನನಂದ ಕಾವಲುಗಾರರಿಗೆ ಆಜ್ಞೆ ಮಾಡುತ್ತಾನೆ. ಸಂದರ್ಭ ಸೂಕ್ಷ್ಮವಾಗಿರುವುದರಿಂದ ತನ್ನ ಮೈಗಾವಲು ಪಡೆಯನ್ನು ಪ್ರಮದೋದ್ಯಾನದ ಅಂತಃಪುರದ ಬಾಗಿಲಲ್ಲಿ ನಿಯೋಜಿಸ ಬಹುದು. ಎಂಥ ಮರಣಾಂತಿಕ ಸುದ್ದಿಯಾದರೂ ಅವನಿಗೆ ತಲಪಲು ತಡವಾಗುತ್ತದೆ. ಆ ತಡವೇ ನನಗೆ ನೆರವಾಗುತ್ತದೆ ಸಂಜಯ'' ಎಂದ ಶ್ರೀಯಕ ಸಂತೋಷದಿಂದ.

''ಪ್ರಾಣಾಪಾಯವಾಗದಿದ್ದರೆ ಸಾಕು'' ಎಂದ ಸಂಜಯ.

''ಅಂದರೆ ಕೈಕಾಲು ಹೋದರೂ ಚಿಂತೆಯಿಲ್ಲ, ಪ್ರಾಣ ಹೋಗದಿದ್ದರಾಯಿತು, ಎಂದು ನಿನ್ನ ಅಭಿಪ್ರಾಯವೇ?'' ಎಂದು ಶ್ರೀಯಕ ಜೋರಾಗಿ ನಕ್ಕ.

''ಇಂಥ ಸಮಯದಲ್ಲಿ ಇಂಥ ಕ್ರೂರ ಹಾಸ್ಯ ಮಾಡಬಾರದು'' ಎಂದ ಸಂಜಯ ಅಸಮಾಧಾನದಿಂದ.

''ಚಿಂತಿಸಬೇಡಿ, ಯಾವ ಅಪಾಯವೂ ಆಗುವುದಿಲ್ಲ, ಧೈರ್ಯವಾಗಿರಿ. ನೆನಪಿರಲಿ, ಸುಂದರಿಯರು ಅರಮನೆಯನ್ನು ಸೇರಿದ ನಂತರ ನೀವು ಮಹಾರಾಣಿಯ ಅಂತಃಪುರದತ್ತ ಸಾಗಬೇಕು.''

''ಬಾಗಿಲಲ್ಲಿ ನನ್ನನ್ನೂ ತಡೆದುಬಿಟ್ಟರೆ?''

''ನೀವು ರಾಜವೈದ್ಯರು, ನಿಮ್ಮನ್ನು ಯಾರೂ ತಡೆಯುವುದಿಲ್ಲ, ಸಹಜವಾಗಿ ಒಳಗೆ ಹೋಗಿ. ನಿಮ್ಮ ಭಯವನ್ನು ತೋರಿಸಿಕೊಂಡರೆ, ಅಥವಾ ಅನುಮಾನಾಸ್ಪದವಾಗಿ ನಡೆದು ಕೊಂಡರೆ ಅಪಾಯವನ್ನು ನೀವೇ ಮೈಮೇಲೆ ಹಾಕಿಕೊಳ್ಳುತ್ತೀರ. ಜೊತೆಗೆ ನನ್ನ ಕೆಲಸವೂ ಹಾಳಾಗುತ್ತದೆ. ಬಹುಕಾಲದಿಂದ ಕಾಯುತ್ತಿರುವ ಈ ಅವಕಾಶ ಕೈಬಿಟ್ಟು ಹೋದರೆ, ಮತ್ತೆಂದೂ ಸಿಗುವುದಿಲ್ಲ''

ಸಂಜಯ ಅವನ ಮಾತನ್ನು ಒಪ್ಪಿದ. ಶ್ರೀಯಕ ತಾನು ನಿಯೋಜಿಸಿದ್ದ ಐವತ್ತು ಜನ ಕಟ್ಟಾಳುಗಳ ನಾಯಕನನ್ನು ರಹಸ್ಯವಾಗಿ ಕರೆಸಿ ಕಡೆಯ ಗಳಿಗೆಯ ಸೂಚನೆಗಳನ್ನು ನೀಡಿದ.

★ ★ ★

ಅಶ್ವಾಧ್ಯಕ್ಷ ಭಾಗುರಾಯಣನ ಮನೆಯಲ್ಲಿ ಆತಂಕವಿಲ್ಲದಿದ್ದರೂ ಒಂದು ರೀತಿಯ ಒತ್ತಡವಿತ್ತು. ಎರಡು ದಿನ ಮುಂಚಿತವಾಗಿಯೇ ಹುಡುಗಿಯರೆಲ್ಲ ಬಂದುಬಿಟ್ಟಿದ್ದರು. ಸುಜಾತ ಮತ್ತು ಉಜ್ವಲ ಅವರಿಗೆ ವಿಶೇಷವಾದ ಉಡುಪುಗಳನ್ನು ವಿನ್ಯಾಸಗೊಳಿಸಿದ್ದರು. ಮೇಲುಗಡೆ ಅವಕುಂಠನಸಹಿತವಾದ ಸ್ತ್ರೀಉಡುಪಿದ್ದರೂ, ಒಳಗಡೆ ಯುದ್ಧಕವಚದಂತೆ ಚರ್ಮದಿಂದ ಮಾಡಿದ ಯೋಧರ ಉಡುಗೆಗಳನ್ನು ಸಿದ್ಧಪಡಿಸಿದ್ದರು. ಆ ಉಡುಪಿನಲ್ಲಿ

ಎಲ್ಲರೂ ಒಂದೊಂದು ಕಠಾರಿಯನ್ನು ರಹಸ್ಯವಾಗಿರಿಸಿಕೊಳ್ಳುವ ವ್ಯವಸ್ಥೆ ಮಾಡಲಾಗಿತ್ತು. ಕಾರ್ಯಾಚರಣೆಯ ಸಂದರ್ಭದಲ್ಲಿ ಕಾವಲುಗಾರರೋ, ಸೈನಿಕರೋ ಮೇಲೆ ಬಿದ್ದರೆ ಹೇಗೆ ಪ್ರತಿಭಟಿಸಬೇಕು, ಹೇಗೆ ಅವರಿಗೆ ಪ್ರತಿ ಏಟು ಕೊಡಬೇಕೆಂದು ಅವರಿಗೆ ಸುಜಾತ ಮತ್ತು ಉಜ್ವಲ ಚೆನ್ನಾಗಿ ಅಭ್ಯಾಸ ಮಾಡಿಸಿದ್ದರು. ಅದನ್ನು ಮತ್ತೆ ಮತ್ತೆ ಪ್ರಾಯೋಗಿಕವಾಗಿ ಪರೀಕ್ಷಿಸಿ ಸಜ್ಜಾಗಿದ್ದರು.

ಆದರೆ ಸುಗಂಧಿಗೆ ಮಾತ್ರ ಸ್ವಲ್ಪ ಆತಂಕವೇ ಇತ್ತು. ಅವಳ ಬಿಗಿದ ಮುಖ ನೋಡಿ ಉಜ್ವಲ, "ಏಕೆ ಸುಗಂಧಿ? ಇಷ್ಟೊಂದು ಗಾಂಭೀರ್ಯವೇಕೆ?" ಎಂದು ಕೇಳಿದಳು.

"ನನಗೇಕೋ ಭಯವಾಗುತ್ತಿದೆ ಉಜ್ವಲ. ಕಂಡವರ ಹೆಣ್ಣು ಮಕ್ಕಳನ್ನು ಕರೆತಂದು ಏನಾದರೂ ಹೆಚ್ಚು ಕಡಿಮೆಯಾದರೆ ನಿನಗೆ, ನಿನ್ನ ತಂದೆಯವರಿಗೆ ಕೆಟ್ಟ ಹೆಸರು ಬಂದೀತೇನೋ ಎಂಬ ಚಿಂತೆ ನನ್ನನ್ನು ಬಾಧಿಸುತ್ತದೆ."

"ಹೆಚ್ಚು ಕಡಿಮೆಯಾದರೆ ತಾನೆ ಕೆಟ್ಟ ಹೆಸರಿನ ಚಿಂತೆ?" ಉಜ್ವಲ ನಿರಾತಂಕವಾಗಿ ಹೇಳಿದಳು, "ಏನೂ ಆಗುವುದಿಲ್ಲ, ಆಚಾರ್ಯರ ಯೋಜನೆ ಅದ್ಭುತವಾಗಿದೆ. ಯುದ್ಧಕ್ಕೆ ಹೊರಡುವಾಗ ತಂದೆಯವರು ಹೇಳಲಿಲ್ಲವೆ, ಎಲ್ಲ ಅಂದುಕೊಂಡಂತೆಯೇ ಆರಂಭವಾಗಿದೆ, ಅದೇ ರೀತಿ ಮುಗಿಯುತ್ತದೆ ಎಂದು."

"ತಂದೆಯವರು ನಿಜವಾಗಲೂ ಚಂದ್ರಗುಪ್ತನ ಸೈನ್ಯದೊಂದಿಗೆ ಯುದ್ಧ ಮಾಡುತ್ತಾರೆಯೆ?" ಸುಗಂಧಿ ಕೇಳಿದಳು.

"ಯುದ್ಧವಾಗುವುದಿಲ್ಲ, ಯುದ್ಧದ ನಾಟಕ ನಡೆಯುತ್ತದೆ. ಸೈನ್ಯವೆಲ್ಲ ಸೇನಾಧ್ಯಕ್ಷರ ವಶದಲ್ಲಿದೆ. ಪರಿವರ್ತನೆಯನ್ನು ಬಯಸುವ ಅವರೆಲ್ಲ ಸಹಕರಿಸುತ್ತಾರೆ. ಧನನಂದನಿಗೆ ನಿಷ್ಠರಿದ್ದರೆ ಅವರು ಕೆಲವೇ ಮಂದಿ ಮಾತ್ರ. ಸಣ್ಣಪುಟ್ಟ ಘರ್ಷಣೆಗಳಾಗಬಹುದು. ಆದರೆ ಬಹುಸಂಖ್ಯೆಯ ಸೇನೆ ಚಂದ್ರಗುಪ್ತನ ಪರವಹಿಸಿದಾಗ ಆ ಅಲ್ಪಸೇನೆ ಹೊಡೆದಾಡಿ ಸಾಯಬೇಕು, ಇಲ್ಲವೇ ತಮ್ಮ ನಿಷ್ಠೆ ಬದಲಿಸಬೇಕು, ಅಷ್ಟೆ"

"ಹೌದು ಸುಗಂಧಿ" ಸುಜಾತ ಹೇಳಿದಳು, "ಪಿಪ್ಪಲಿವನದ ಘಟನೆಯನ್ನು ನಾನು ಹೇಳಲಿಲ್ಲವೆ? ಆಚಾರ್ಯರ ತಂತ್ರ ಎಷ್ಟು ಸಮರ್ಪಕವಾಗಿತ್ತೆಂದರೆ, ಅನಿರೀಕ್ಷಿತವಾಗಿ ನನ್ನ ಗಂಡ ಸುಭದ್ರನ ಸಾವನ್ನು ಬಿಟ್ಟರೆ, ಉಳಿದಂತೆ ಕಿಂಚಿತ್ತೂ ವ್ಯತ್ಯಾಸವಾಗದಂತೆ ನಡೆಯಿತು. ಇಲ್ಲೂ ಹಾಗೇ ನಡೆಯುವುದೆಂಬ ಭರವಸೆ ನನಗಿದೆ."

"ನೀನು ಹೇಳಿದಂತೆ ಅನಿರೀಕ್ಷಿತವಾದುದೇನಾದರೂ ನಡೆಯಬಹುದಲ್ಲವೆ?" ಸುಗಂಧಿ ಮತ್ತೆ ಕೇಳಿದಳು.

"ಏನು ಅನಿರೀಕ್ಷಿತ ನಡೆದರೂ, ಅದಕ್ಕೆ ಪ್ರತಿಯಾಗಿ ಏನು ಮಾಡಬೇಕೆಂದು ಆಚಾರ್ಯರು ಕೂಡಲೇ ನಿರ್ಧರಿಸುತ್ತಾರೆ. ಸಾಧ್ಯವಾದಷ್ಟು ಪ್ರಾಣ ಹಾನಿಯನ್ನು ತಪ್ಪಿಸುವುದು ಅವರ ಉದ್ದೇಶ. ಅಷ್ಟಾದರೂ, ಏನಾದರೂ ನಡೆಯಬಾರದ್ದು ನಡೆದರೆ, ಅದನ್ನು ಸಹಿಸಲೇಬೇಕು."

"ಎಲ್ಲಕ್ಕೂ ಸಿದ್ಧವಾಗಿಯೇ ನಾವು ಬಂದಿರುವುದು" ಹುಡುಗಿಯರಲ್ಲಿ ಒಬ್ಬಳು

ಹೇಳಿದಳು, "ನಮ್ಮ ತಂದೆತಾಯಿಗಳು ಎಲ್ಲಕ್ಕೂ ಸಿದ್ಧರಾಗಿದ್ದಾರೆ. ಸೇನಾಧ್ಯಕ್ಷರ ಮಗಳೇ ಈ ಅಪಾಯಕ್ಕೆ ಸಿದ್ಧಳಾಗಿರುವಾಗ ನಮ್ಮದೇನು ? ಮಗಧಕ್ಕೆ ಅದರಿಂದ ಒಳಿತಾಗುವುದಾದರೆ ಯಾವ ಕೇಡಿಗೂ ಅಂಜಬೇಡಿ, ಎಂದು ಹೇಳಿಯೇ ಕಳಿಸಿದ್ದಾರೆ."

"ಏನಾದರಾಗಲಿ, ನೀವೆಲ್ಲ ಎಚ್ಚರದಿಂದಿರಿ. ನೀವು ಸುರಕ್ಷಿತವಾಗಿ ಹಿಂದಿರುಗುವುದನ್ನೇ ನಾನು ಕಾತರದಿಂದ ಎದುರು ನೋಡುತ್ತಿರುತ್ತೇನೆ" ಎಂದು ಸುಗಂಧಿ ಮಾತು ಮುಗಿಸಿದಳು.

ಅದೇ ವೇಳೆಗೆ ಬಂದ ಮಾಲಿನಿಯೂ ಎಲ್ಲರಿಗೂ ಧೈರ್ಯ ಹೇಳಿದಳು.

★ ★ ★

ಅದೇ ದಿನ ರಾತ್ರಿ ಸುಮಿತ್ರನ ಮನೆಯಲ್ಲಿ ಜೀವಸಿದ್ಧಿ, ನಿಪುಣಕ, ವಸುಂಧರ, ಪಶುಲೋಮ, ಸಿದ್ಧಾರ್ಥಕ, ಸಮಿದ್ಧಾರ್ಥಕ, ಎಲ್ಲ ಚರ್ಚಿಸುತ್ತಿದ್ದರು. ಪ್ರಭಾಕರನಿಗೆ ಬರಲು ವ್ಯವಧಾನವಿರಲಿಲ್ಲ, ಜೊತೆಗೆ ಸಂದರ್ಭ ಸೂಕ್ಷ್ಮವಾಗಿರುವುದರಿಂದ ತನ್ನ ಮೇಲೆ ಸಂದೇಹ ಬರಬಹುದೆಂದು ಅವನು ಬಂದಿರಲಿಲ್ಲ, ಅಂಥ ಮುಖ್ಯವಾದ ವಿಷಯವಿದ್ದರೆ ಯಾರಾದ ರೊಬ್ಬರು ಬಂದು ತಿಳಿಸುವಂತೆ ಮೊದಲೇ ಹೇಳಿದ್ದ, ಕಾರ್ಯಕ್ರಮದಲ್ಲಿ ಬದಲಾವಣೆಯಿಲ್ಲ ದಿದ್ದುದರಿಂದ, ಸದ್ಯಕ್ಕೆ ಅವನಿಗೆ ತಿಳಿಸುವ ಮಹತ್ವದ ಯಾವ ಸುದ್ದಿಯೂ ಇರಲಿಲ್ಲ.

ಆ ಮನೆ ಈಗಾಗಲೇ ಖಡ್ಗ, ಕಠಾರಿ, ಭಲ್ಲೆ ಇತ್ಯಾದಿ ಆಯುಧಗಳಿಂದ ತುಂಬಿಹೋಗಿತ್ತು. ಅದಕ್ಕೆ ವ್ಯಯವಾದ ಬಹುಪಾಲು ಧನ ಸುಮಿತ್ರನದಾಗಿತ್ತು. ಉಳಿದದ್ದನ್ನು ನಾಗರಿಕರೇ ಸ್ವಇಚ್ಛೆಯಿಂದ ನೀಡಿದ್ದರು. ಚಾಣಕ್ಯನ ಲೆಕ್ಕಾಚಾರದಂತೆ ಮೊದಲ ಘಟ್ಟದ ಕಾರ್ಯಾಚರಣೆ ಆರಂಭವಾಗಿ ಬಹುಪಾಲು ಸೈನ್ಯ ನಗರದಿಂದ ಹೊರಗೆ ಹೋದದ್ದು ಅವರಿಗೆಲ್ಲ ಉತ್ಸಾಹವುಂಟು ಮಾಡಿತ್ತು.

"ಮೊದಲ ಆತಂಕ ನಿವಾರಣೆಯಾಯಿತು. ಸೈನ್ಯವೆಲ್ಲ ಗಡಿಯತ್ತ ಧಾವಿಸಿದೆ" ಎಂದ ಜೀವಸಿದ್ಧಿ.

"ಸೇನೆಯಿದ್ದರೂ, ತೊಂದರೆಯೇನೂ ಆಗುತ್ತಿರಲಿಲ್ಲ" ನಿಪುಣಕ ಹೇಳಿದ, "ಎಲ್ಲ ಸೇನಾಧ್ಯಕ್ಷರೂ ನಮ್ಮ ಪರವಾಗಿರುವುದರಿಂದ, ಅವರ ಕೈಕೆಳಗಿನ ಸೈನ್ಯವೂ ಅವರನ್ನು ಅನುಸರಿಸುವುದು ಖಚಿತವಾಗಿದೆ. ಕೆಲವರು ತಿರುಗಿಬಿದ್ದರೂ ಅಂಥ ಸಮಸ್ಯೆಯೇನೂ ಆಗುವುದಿಲ್ಲ"

"ನೀವು ಮತ್ತು ಸಿದ್ಧಾರ್ಥಕ ನಾಳಿದ್ದು ಬೆಳಗಿನಿಂದಲೇ ಶ್ರೀಯಕನನ್ನು ಎಚ್ಚರಿಕೆಯಿಂದ ಹಿಂಬಾಲಿಸಬೇಕು" ಎಂದ ಪಶುಲೋಮ ಜೀವಸಿದ್ಧಿಗೆ.

"ನಾವು ಸಿದ್ಧರಾಗಿದ್ದೇವೆ" ಎಂದ ಸಿದ್ಧಾರ್ಥಕ.

ಅಷ್ಟರಲ್ಲಿ ಸುಮಿತ್ರ ಮತ್ತಿತರ ತರುಣರ ಒಂದು ತಂಡ ಬಂತು. ಅವರಿಗೂ ಎಲ್ಲ ವ್ಯವಸ್ಥೆಗಳ ಬಗ್ಗೆ ತಿಳಿಸಲಾಯಿತು. ನಾಳೆ ರಾತ್ರಿಯೇ ವಸುಂಧರನ ಮನೆಯಲ್ಲಿ ಒಂದು ಗುಂಪು, ಸುಮಿತ್ರನ ಪಾನಗೃಹದಲ್ಲಿ ಒಂದು ಗುಂಪು ಅಡಗಿಕೊಳ್ಳಲು ನಿರ್ಧರಿಸಲಾಯಿತು.

ಉಳಿದ ನಾಲ್ಕು ಗುಂಪುಗಳು ನಗರದ ಪೂರ್ವ, ಪಶ್ಚಿಮ, ಉತ್ತರ, ದಕ್ಷಿಣ - ಈ ನಾಲ್ಕು ಮಹಾದ್ವಾರಗಳತ್ತ ನಿಯಮಿತ ಸಮಯಕ್ಕೆ ಧಾವಿಸಬೇಕೆಂದು ಗೊತ್ತುಪಡಿಸಲಾಯಿತು. ಯಾವುದೇ ಸಂದೇಹದ ಸುಳಿವೂ ಸಿಗದಂತೆ ನಾಳೆ ಎಲ್ಲರೂ ಸಂಪೂರ್ಣ ತಟಸ್ಥರಾಗಿದ್ದು ಹೊರಗೆ ಕಾಣಿಸಿಕೊಳ್ಳುವುದೂ ಬೇಡವೆಂದು ಮಾತಾಡಿಕೊಂಡರು.

★ ★ ★

ಆ ರಾತ್ರಿ ರಾಕ್ಷಸ ನಿದ್ರೆಯಿಲ್ಲದೆ ತನ್ನ ಭವನದಲ್ಲಿ ಒಬ್ಬನೇ ಹೊರ ಅಂಗಳದಲ್ಲಿ ಯೋಚನೆ ಮಾಡುತ್ತ ಅಡ್ಡಾಡುತ್ತಿದ್ದ. ಅವನೀಗ ಸಂಪೂರ್ಣ ಗೊಂದಲದಲ್ಲಿದ್ದ. "ನನ್ನನ್ನೇ ದಾರಿ ತಪ್ಪಿಸಿಬಿಟ್ಟನಲ್ಲಾ!" ಅವನು ಯೋಚಿಸತೊಡಗಿದ...

'ಕಡೆಗಳಿಗೆಯವರೆಗೂ ಆಕ್ರಮಣದ ಸುಳಿವೇ ಸಿಗದಂತೆ ಅವನು ಎಚ್ಚರವಹಿಸಿ, ನನ್ನ ಸಾಮರ್ಥ್ಯಕ್ಕೇ ಪಂಥಾಹ್ವಾನ ನೀಡಿದನಲ್ಲಾ! ನನಗೆ ಒಂದಿಷ್ಟು ಸಂದೇಹ ಬರದಿದ್ದರೆ ಅದೂ ಗೊತ್ತಾಗುತ್ತಿರಲಿಲ್ಲ, ಪೌರವ ಅವನೊಂದಿಗೆ ಸೇರಿದ ಸಂಗತಿಯ ಸುಳಿವೂ ಇರುತ್ತಿರಲಿಲ್ಲ, ಇಷ್ಟು ಹೊತ್ತಿಗೆ ಚಂದ್ರಗುಪ್ತ ಪಾಟಲೀಪುತ್ರದಲ್ಲಿ ತನ್ನ ಅಧಿಕಾರ ಸ್ಥಾಪಿಸಿಬಿಡುತ್ತಿದ್ದನೇನೋ ?

'ಈಗ ಜಯವೋ, ಅಪಜಯವೋ, ಎಂಬ ಸಂದಿಗ್ಧದಲ್ಲಿ ಸಿಲುಕುವಂತಾಗಿದೆ. ಅವರು ಗಡಿದಾಟಿ ಒಳಬಂದಿದ್ದರೆ, ಅಥವಾ ನಮ್ಮ ಸೈನ್ಯಕ್ಕಿಂತ ಪ್ರಬಲವಾದ ಸೈನ್ಯದೊಂದಿಗೆ ಬಂದಿದ್ದರೆ ಗೆಲುವು ಕನಸಿನ ಮಾತೇ ಸರಿ. ಮೂರು ದಿಕ್ಕಿನಿಂದ ಅವರು ಆಕ್ರಮಣ ಮಾಡುವುದು ನಿಜವಾದರೆ, ನಮ್ಮ ಸೈನ್ಯ ವಿಭಾಗವಾಗುವಂತೆ ನಮ್ಮನ್ನು ದುರ್ಬಲಗೊಳಿಸುವ ಉದ್ದೇಶವೇ ಇರುತ್ತದೆ.

'ಧನನಂದ ಹಟ ಮಾಡಿ ನನ್ನನ್ನು ಇಲ್ಲೇ ಇರುವಂತೆ ಒತ್ತಾಯಿಸದಿದ್ದರೆ ನಾನು ಗರಿಷ್ಠ ಪ್ರಯತ್ನ ಮಾಡುತ್ತಿದ್ದೆ. ನಾನಿದ್ದರೆ ನನ್ನ ಸೈನ್ಯದ ನೈತಿಕ ಬಲ ಅಧಿಕವಾಗುತ್ತಿತ್ತು. ಆದರೆ ಹೇಡಿಯಾದ ಧನನಂದನಿಗೆ ತನ್ನ ಪ್ರಾಣದ ರಕ್ಷಣೆಯೇ ದೊಡ್ಡದು. ಅವನು ವೀರನಾಗಿದ್ದರೆ, ಪ್ರಜೆಗಳ ಪ್ರೀತಿಯನ್ನು ಗಳಿಸಿದ್ದರೆ, ಬಹುಶಃ ಇಂಥ ಪರಿಸ್ಥಿತಿ ಬರುತ್ತಲೇ ಇರಲಿಲ್ಲ. ಈಗ ಅವನಿಗೆ ಏನೇ ಆದರೂ, ಜನ ಅಯ್ಯೋ ಎನ್ನುವುದರ ಬದಲು 'ಆ ನೀಚ ಸತ್ತದ್ದು ಒಳ್ಳೆಯದೇ ಆಯಿತು' ಎಂದು ಉದ್ಗರಿಸಬಹುದು. ಅಂಥ ಹೇಡಿಯ, ಜನಾನುರಾಗವಿಲ್ಲದ ಚಕ್ರವರ್ತಿಯ ಸೇವೆ ಮಾಡುವ ನನ್ನದು ಪ್ರಜೆಗಳ ದೃಷ್ಟಿಯಲ್ಲಿ ಮೂರ್ಖತನವೆಂದೇ ಅನ್ನಿಸಬಹುದು. ಆದರೆ ನನ್ನ ಮೇಲಿರುವ ಅವನ ಋಣಭಾರವನ್ನು ಅವರು ಅರ್ಥ ಮಾಡಿಕೊಳ್ಳಬಲ್ಲರೇ ?'

ರಾಕ್ಷಸನ ನೆನಪಿನಲ್ಲಿ ಹಳೆಯ ಘಟನೆಗಳೆಲ್ಲ ಮರುಕಳಿಸಿದವು. ತನ್ನ ತಂದೆಯ ದಾರುಣ ಸ್ಥಿತಿ, ತನ್ನ ಅಸಹಾಯಕ ಪರಿಸ್ಥಿತಿ, ಧನನಂದನ ಸ್ನೇಹ, ಹಲವರ ವಿರೋಧವನ್ನು ಲೆಕ್ಕಿಸದೆ ತನ್ನನ್ನು ಪ್ರಧಾನ ಅಮಾತ್ಯನನ್ನಾಗಿ ಮಾಡಿದ್ದು, ಅವನು ತನ್ನಲ್ಲಿಟ್ಟಿರುವ ನಂಬಿಕೆ ಮತ್ತು ಭರವಸೆ ಎಲ್ಲ ನೆಪಾದವು. 'ಹೌದು, ಅವನಿಲ್ಲದಿದ್ದರೆ ನನ್ನ ಸ್ಥಿತಿ ಏನಾಗ

ಬಹುದಾಗಿತ್ತೆಂದು ಯೋಚಿಸಿದರೆ ಭಯವಾಗುತ್ತದೆ. ದರಿದ್ರ ಬ್ರಾಹ್ಮಣನಾಗಿ ಕಂಡವರ ಕೃಪಾಭಿಕ್ಷೆಗೆ ಕಾಯುವಂತಾಗುತ್ತಿತ್ತು. ನನ್ನ ಶೌರ್ಯ, ಬುದ್ಧಿಶಕ್ತಿಗಳೆಲ್ಲ ಹಸಿವಿನ ದೈನ್ಯಾವಸ್ಥೆಯಲ್ಲಿ ಕರಗಿ ಹೋಗುತ್ತಿದ್ದವು. ಇಂದಿನ ಈ ಪ್ರತಿಷ್ಠೆ ಗೌರವಗಳು ಎಲ್ಲಿರುತ್ತಿದ್ದವು! ಅಂಥ ಧನನಂದನನ್ನು ಕಡೆಗಣಿಸುವುದು ದ್ರೋಹವಾಗುವುದಿಲ್ಲವೆ? ನಿಜ, ಅವನಲ್ಲಿ ದೌರ್ಬಲ್ಯ ಗಳಿವೆ. ಅವುಗಳಿಂದ ನನಗೇನೂ ಹಾನಿಯಿಲ್ಲ, ಕರ್ತವ್ಯವೆಂಬಂತೆ ಸೂಕ್ಷ್ಮವಾಗಿ ಅವನಿಗೆ ಹಲವು ಸಲ ಎಚ್ಚರವನ್ನೂ ಹೇಳಿದ್ದೇನೆ. ಅವನ ದುಷ್ಟತನಗಳು ಅವನ ಹೊಣೆ, ನನ್ನ ನಿಷ್ಠೆ ಅವನಿಗೆ. ಅವನನ್ನು ರಕ್ಷಿಸುವುದು, ಅವನ ಅಧಿಕಾರವನ್ನು ಉಳಿಸುವುದು ನನ್ನ ಕರ್ತವ್ಯ. ನಾನು ಶಕ್ತಿಮೀರಿ ನನ್ನ ಕರ್ತವ್ಯವನ್ನು ಪಾಲಿಸಬೇಕು.''

ಮಾರನೆಯ ದಿನವೆಲ್ಲ ಯುದ್ಧಕ್ಕೆ ಹೋದ ಸೇನಾಧ್ಯಕ್ಷರಿಂದ ಏನಾದರೂ ಸುದ್ದಿ ಬರಬಹುದೇ ಎಂದು ರಾಕ್ಷಸ ಕಾತರದಿಂದ ಕಾದಿದ್ದ. ಧನನಂದನನ್ನು ಭೇಟಿ ಮಾಡಿದಾಗ ಅವನೂ ಅದೇ ಪ್ರಶ್ನೆಯನ್ನು ಕೇಳಿದ.

''ಇನ್ನೂ ಇಲ್ಲ ಪ್ರಭು'' ರಾಕ್ಷಸ ಹೇಳಿದ, ''ಶತ್ರು ಸೇನೆ ಗಡಿದಾಟಿ ಒಳಗೆ ಬಂದಿದ್ದರೆ ಇಷ್ಟು ಹೊತ್ತಿಗೆ ಸುದ್ದಿ ಬರುತ್ತಿತ್ತು. ಅಂದರೆ ನಮ್ಮ ಸೈನ್ಯ ಶತ್ರುಗಳೊಂದಿಗೆ ಇನ್ನೂ ಮುಖಾಮುಖಿಯಾಗಿಲ್ಲವೆಂದೇ ಅರ್ಥ. ಬಹುಶಃ ನಾಳೆ ಸುದ್ದಿ ಬರುತ್ತದೆ.''

''ಈ ಯುದ್ಧದ ಫಲಿತಾಂಶ ಏನಾಗಬಹುದೆಂದು ನಿಮ್ಮ ಅನಿಸಿಕೆ?''

''ನಮ್ಮ ಸೈನ್ಯದ ಸಾಮರ್ಥ್ಯದ ಬಗ್ಗೆ ನನಗೆ ನಂಬಿಕೆ ಇದೆ ಪ್ರಭು. ಗೆದ್ದು ಬರುವರೆಂದೇ ನನ್ನ ಅನಿಸಿಕೆ.''

''ನಗರದ ರಕ್ಷಣೆ ಮತ್ತು ಅರಮನೆಯ ರಕ್ಷಣೆಗೆ ಸೂಕ್ತ ವ್ಯವಸ್ಥೆಮಾಡಿದ್ದೀರಿ ತಾನೆ?''

''ಮಾಡಿದ್ದೇನೆ ಪ್ರಭು. ನೀವು ನಿಶ್ಚಿಂತೆಯಿಂದಿರಬಹುದು.''

ಅರಮನೆಯಿಂದ ಹೊರಬಂದು ರಾಕ್ಷಸ ಪ್ರಭಾಕರನೊಂದಿಗೆ ನಗರದ ನಾಲ್ಕೂ ದ್ವಾರಗಳಿಗೂ ಹೋಗಿ ಅಲ್ಲಿನ ವ್ಯವಸ್ಥೆಗಳನ್ನು ಪರಿಶೀಲಿಸಿದ. ನಾಲ್ಕೂ ಕಡೆಯಲ್ಲೂ ಪ್ರಭಾಕರನ ಕಡೆಯವರು ಅರ್ಧದಷ್ಟು ಸೈನಿಕರಿದ್ದರು. ಸ್ವಲ್ಪ ಮಟ್ಟಿಗೆ ಘರ್ಷಣೆ ನಡೆಯುವುದು ಸಾಧ್ಯವೆಂದು ಪ್ರಭಾಕರ ಭಾವಿಸಿದ. ಆತಂಕದ ಸಮಸ್ಯೆಯೇನಾದರೂ ಸಂಭವಿಸಿದರೆ ತನಗೆ ಕೂಡಲೇ ಸುದ್ದಿ ಕೊಡಬೇಕೆಂದು ಸೂಚಿಸಿ ರಾಕ್ಷಸ ಹೊರಟು ಹೋದ.

★ ★ ★

ಮಾರನೆಯ ದಿನವೇ ಪೌರ್ಣಮಿ. ಬೆಳಗಾಗುವ ವೇಳೆಗೆ ಸುಜಾತ, ಉಜ್ವಲ ಮತ್ತು ಇತರ ಹುಡುಗಿಯರು ಸ್ಕಂದ ದೇವಾಲಯದಲ್ಲಿ ಸಿದ್ಧರಾಗಿದ್ದರು. ಶ್ರೀಯಕನ ಮನೆಯ ಬಳಿ ಬೇರೆ ಬೇರೆ ಕಡೆಗಳಲ್ಲಿ ನಿಂತು ಜೀವಸಿದ್ಧಿ ಮತ್ತು ಸಿದ್ಧಾರ್ಥಕ ಅವನು ಹೊರಡುವುದನ್ನೇ ಕಾಯುತ್ತಿದ್ದರು.

ಇಂದು ಸುಂದರಿಯರು ತನ್ನ ಸಾಮೀಪ್ಯ ಸೇರುವುದನ್ನು ನಿರೀಕ್ಷಿಸುತ್ತಾ ನಿನ್ನೆ ರಾತ್ರಿ ಧನನಂದ ಬಹಳ ಹೊತ್ತು ನಿದ್ರೆ ಮಾಡಿರಲಿಲ್ಲ. ಬೆಳಗಾಗುತ್ತಿದ್ದಂತೆ ಅವನು ಎದ್ದು ನಿತ್ಯಕರ್ಮಗಳನ್ನು ಮುಗಿಸಿ ತನ್ನನ್ನು ವೈಭವದಿಂದ ಅಲಂಕರಿಸಿಕೊಂಡು ಕಾತರದಿಂದ ಕಾಯುತ್ತಿದ್ದ. ಯುದ್ಧದ ವಿಷಯವನ್ನು ಅವನು ಸಂಪೂರ್ಣವಾಗಿ ಮರೆತೇ ಬಿಟ್ಟಿದ್ದ. ದ್ವಾರಪಾಲಕರಿಗೆ ಹೇಳಬೇಕಾದುದನ್ನು ಹೇಳಿದ್ದ. ಅಷ್ಟು ಹೊತ್ತಿಗೆ ಸೂರ್ಯೋದಯವಾಗಿ ಬಹಳ ಹೊತ್ತಾಗಿತ್ತು.

ಶ್ರೀಯಕ ಮೊದಲೇ ವ್ಯವಸ್ಥೆ ಮಾಡಿದ್ದಂತೆ ನಿಯಮಿತವಾದ ಸಮಯದಲ್ಲಿ ಪಲ್ಲಕ್ಕಿಗಳು ದೇವಾಲಯದ ಬಳಿ ಹೋದವು. ಸುಜಾತ, ಉಜ್ವಲ ಮತ್ತು ಹುಡುಗಿಯರು ಪಲ್ಲಕ್ಕಿಯಲ್ಲಿ ಕುಳಿತರು. ಹಲವರು ಕುತೂಹಲದಿಂದ ಅವರತ್ತ ನೋಡಿದರೂ, ಅವಕುಂಠನ ದಲ್ಲಿ ಅವರಾರೆಂದು ಯಾರಿಗೂ ಗುರುತು ಹತ್ತಲಿಲ್ಲ. ಧನನಂದನ ಚಾಪಲ್ಯ ಎಲ್ಲರಿಗೂ ಗೊತ್ತಿದ್ದ ವಿಷಯವೇ ಆಗಿದ್ದುದರಿಂದ, ಯಾರೂ ಅವರ ಬಗ್ಗೆ ಹೆಚ್ಚಿನ ಆಸಕ್ತಿ ತಾಳಲಿಲ್ಲ.

ಪಲ್ಲಕ್ಕಿಗಳು ನಿಧಾನವಾಗಿ ಅರಮನೆಯ ಮಹಾದ್ವಾರದ ಬಳಿಗೆ ಬಂದವು. ಧನನಂದ ಈಗಾಗಲೇ ಸೂಚನೆ ನೀಡಿದ್ದುದರಿಂದ ಯಾರೂ ತಡೆಯಲಿಲ್ಲ. ಪಲ್ಲಕ್ಕಿಗಳು ನೇರವಾಗಿ ಪ್ರಮದೋದ್ಯಾನದ ಅಂತಃಪುರದ ಬಾಗಿಲಲ್ಲಿ ನಿಂತವು. ಒಂದೊಂದರಿಂದ ಇಬ್ಬಿಬ್ಬರು ಇಳಿದು, ಕಾಲಗೆಜ್ಜೆಗಳನ್ನು ಸದ್ದುಮಾಡುತ್ತಾ, ವೈಯಾರದಿಂದ ನಿಧಾನವಾಗಿ ಒಳಗೆ ಪ್ರವೇಶಿಸಿದರು. "ಸ್ವಾಗತ, ಚಕ್ರವರ್ತಿ ಧನನಂದನ ಅಂತಃಪುರಕ್ಕೆ ಸುಸ್ವಾಗತ" ಎಂದು ಧನನಂದ ತಾನೇ ಸ್ವಾಗತಿಸಿದ. ಎಲ್ಲ ಅವಕುಂಠನವನ್ನು ತೆಗೆಯದೆ ಕಿಲಕಿಲನೆ ನಕ್ಕರು. ಅವನಿಗೆ ಅಮಲೇರಿದಂತಾಯಿತು. ಅಲ್ಲೇ ಇದ್ದ ಸಂಗೀತ ವಾದ್ಯಗಳನ್ನು ಒಂದಿಬ್ಬರು ತೆಗೆದುಕೊಂಡು ಬಾರಿಸತೊಡಗಿದರು. ಇಬ್ಬರು ಹಾಡತೊಡಗಿದರು. ಉಳಿದವರು ನೃತ್ಯ ಮಾಡತೊಡಗಿದರು. ತನ್ನ ಆತುರವನ್ನು ಅಡಗಿಸಿಕೊಂಡು ಧನನಂದ ಹೃದಯದ ಬಡಿತವನ್ನು ಹೆಚ್ಚು ಮಾಡುವ ಅವರ ಮಾದಕ ನೃತ್ಯವನ್ನು ಸಾವಧಾನವಾಗಿ ಕುಳಿತು ಆನಂದಿಸತೊಡಗಿದ.

★ ★ ★

ಶ್ರೀಯಕನ ಮನೆಯಿಂದ ತನ್ನ ಔಷಧಿಯ ಪೆಟ್ಟಿಗೆಯೊಡನೆ ಸಂಜಯ ಹೊರಬಂದಾಗ ಜೀವಸಿದ್ಧಿ ಸಂದೇಹದಿಂದ ಸ್ವಲ್ಪ ದೂರದಲ್ಲಿದ್ದ ಸಿದ್ಧಾರ್ಥಕನ ಕಡೆ ನೋಡಿದ. ಸಿದ್ಧಾರ್ಥಕ ಹತ್ತಿರ ಬಂದು ಪಿಸುಮಾತಿನಲ್ಲಿ "ನಾನು ಸಂಜಯನನ್ನು ಹಿಂಬಾಲಿಸುತ್ತೇನೆ" ಎಂದು ಹೇಳಿ ಮುಂದೆ ಹೋದ.

ಸಂಜಯನ ನಡಿಗೆಯಲ್ಲಿ, ಹಾವಭಾವದಲ್ಲಿ ಭಯ ಕಾತರಗಳನ್ನು ಗುರುತಿಸಿದ ಸಿದ್ಧಾರ್ಥಕ, ಅವನು ಏನೋ ಮಾಡಬಾರದ ಕೆಲಸ ಮಾಡಲು ಹೋಗುತ್ತಿರುವ ನೆಂದುಕೊಂಡ.

ಸಂಜಯ ನೇರವಾಗಿ ಅರಮನೆಯ ಒಳಗೆ ಹೋದ. ಸಿದ್ಧಾರ್ಥಕ ಮಹಾದ್ವಾರಕ್ಕೆ ತುಸುದೂರದಲ್ಲಿ ಒಂದು ಕಡೆ ಕಾಯುತ್ತಾ ನಿಂತುಕೊಂಡ.

ಸಂಜಯ ಅಂತಃಪುರದ ಬಾಗಿಲಿಗೆ ಬಂದಾಗ ಯಾವ ಅಡ್ಡಿಯೂ ಇಲ್ಲದೆ ಕಾವಲುಗಾರರು ಅವನನ್ನು ಒಳಗೆ ಬಿಟ್ಟರು. ಅವನು ನೇರವಾಗಿ ಸುಮಾಲ್ಯನ ಕೋಣೆಗೆ ಬಂದ. ಮಹಾರಾಣಿ ಸುಮತಿ "ಇದೇನು ವೈದ್ಯರೇ, ಇನ್ನೂ ಸುಮಂತ ಬರುವ ಹೊತ್ತಾಗಲಿಲ್ಲವಲ್ಲ? ನೀವೇ ಬೇಗ ಬಂದುಬಿಟ್ಟಿರಿ?" ಎಂದು ಕೇಳಿದಳು.

"ಈ ದಿನ ಅವರು ಬರುವುದಿಲ್ಲ ಮಹಾರಾಣಿ."

"ಏಕೆ? ಏನು ಕಾರಣ?"

"ಪರ್ವತನಾಡಿಗೂ ನಮಗೂ ಯುದ್ಧವೆಂದು ಆಗಲೇ ಜನಜನಿತವಾಗಿದೆ. ಸುಮಂತ ಪರ್ವತನಾಡಿನವನಾಗಿರುವುದರಿಂದ ಕೆಲವರು ಅವನನ್ನು ಕೊಲ್ಲುವ ಬೆದರಿಕೆ ಹಾಕಿರುವರಂತೆ. ಏನಾದರೂ ಅಪಾಯವಾಗಬಹುದೆಂದು, ಈ ದಿನ ನಾನೇ ಅರಮನೆಗೆ ಹೋಗಿಬರುತ್ತೇನೆ, ಎಂದು ಹೇಳಿ ಅವರನ್ನು ಒಪ್ಪಿಸಿ ಬಂದೆ."

"ಒಳ್ಳೆಯದಾಯಿತು ಬಿಡಿ. ಪಾಪ ನಮ್ಮಿಂದ ಅವರಿಗೆ ಬಹಳ ತೊಂದರೆಯಾಯಿತು. ಅವರನ್ನು ಮೊದಲೇ ಕಳಿಸಿಬಿಡದೆ ನಾನೇ ತಪ್ಪು ಮಾಡಿದಂತಾಯಿತು" ಸುಮತಿ ನೊಂದುಕೊಂಡು ಹೇಳಿದಳು.

"ಇದು ಹೊಸ ಔಷಧಿಯಂತೆ. ರಾಜಕುಮಾರ ಬಹುಬೇಗ ಶಕ್ತಿವಂತನಾಗುವನಂತೆ, ನಿನ್ನೆ ತಾನೆ ಸಿದ್ಧಪಡಿಸಿದರು. ಇದನ್ನು ಕೊಟ್ಟು ಬರುವಂತೆ ನನಗೆ ಆದೇಶಿಸಿದ್ದಾರೆ."

"ಕೊಡಿ ವೈದ್ಯರೇ. ಅವರು ಏನೂ ಕೊಟ್ಟರೂ ಅದು ನನ್ನ ಮಗನಿಗೆ ಬರೀ ಔಷಧಿಯಲ್ಲ, ಸಂಜೀವಿನಿ, ಎಂದು ನನ್ನ ಭಾವನೆ."

ಆ ಚೂರ್ಣವನ್ನು ಹಾಲಿನಲ್ಲಿ ಕದಡಿ ಕೊಡುವಾಗ ಸಂಜಯನ ಕೈ ನಡುಗಿತು. ಹಣೆಯ ಮೇಲೆ ಬೆವರು ಮೂಡಿತು. ಸುಮಾಲ್ಯ ಅದನ್ನು ಕುಡಿದ ನಂತರ ಸಂಜಯನನ್ನು ಗಮನಿಸಿ ಸುಮತಿ ಕೇಳಿದಳು, "ವೈದ್ಯರೇ, ನಿಮ್ಮ ದೇಹ ನಡುಗುತ್ತಿದೆ. ಮುಖ ಬೆವರುತ್ತಿದೆ ಏಕೆ? ಏನಾಯಿತು?"

"ಅದೂ... ಅದೂ... ಮಹಾರಾಣಿ" ಸಂಜಯ ತೊದಲಿದ "ನೆನ್ನೆಯಿಂದ ನನಗೆ ವಿಪರೀತ ಜ್ವರ, ರಾಜಕುಮಾರನ ಔಷಧಿಯನ್ನು ತಪ್ಪಿಸಬಾರದಲ್ಲವೇ?"

"ತುಂಬ ಉಪಕಾರವಾಯಿತು. ನೀವು ಹೋಗಿ ವಿಶ್ರಾಂತಿ ತೆಗೆದುಕೊಳ್ಳಿ, ಅಮಾತ್ಯ ರಾಕ್ಷಸರಿಗೆ ಹೇಳಿ ಅವರ ರಕ್ಷಣೆಗೆ ಎಲ್ಲ ವ್ಯವಸ್ಥೆ ಮಾಡುತ್ತೇನೆಂದು ಸುಮಂತರಿಗೆ ಹೇಳಿ" ಎಂದು ಸುಮತಿ ಭರವಸೆ ನೀಡಿದಳು.

"ಆಗಲಿ ಮಹಾರಾಣಿ" ಎಂದು ಸಂಜಯ ಅಂತಃಪುರದಿಂದ ಆತುರಾತುರವಾಗಿ ಹೊರಗೆ ಧಾವಿಸಿದ.

★ ★ ★

ಅಮಾತ್ಯ ರಾಕ್ಷಸ ಉಡುಪು ಧರಿಸಿ ಅರಮನೆಗೆ ಹೊರಡಲು ಸಿದ್ಧನಾಗುತ್ತಿದ್ದ. ಅಂಗಳದಲ್ಲಿ ಅವನ ಕುದುರೆ ಸಿದ್ಧವಾಗಿತ್ತು. ಮೂರು ದಿನದಿಂದ ಅವನು ಖಡ್ಗಧಾರಿ

ಯಾಗಿಯೇ ಹೊರಗೆ ಹೋಗುತ್ತಿದ್ದ. ಅವನು ಅಂಗಳಕ್ಕೆ ಬರುವಷ್ಟರಲ್ಲಿ ಒಬ್ಬ ರಾಜಸೇವಕ ಆತುರಾತುರವಾಗಿ ಓಡಿಬಂದು "ಅಮಾತ್ಯರೇ, ಬೌದ್ಧ ವಿಹಾರದಲ್ಲಿ ಗಲಭೆಯಾಗಿ ಹೊಡೆದಾಟ ನಡೆಯುತ್ತಿದೆ. ನೂರಾರು ಜನ ವಿಹಾರಕ್ಕೆ ಮುತ್ತಿಗೆ ಹಾಕಿದ್ದಾರೆ."

ರಾಕ್ಷಸ ಆತುರದಿಂದ ಕುದುರೆಯೇರಿ ತನ್ನ ವೈಯಕ್ತಿಕ ಪಡೆಗೆ ಕೂಡಲೇ ಬೌದ್ಧ ವಿಹಾರದ ಬಳಿಗೆ ಧಾವಿಸುವಂತೆ ಸೂಚಿಸಿದ.

ಹೊರದ್ವಾರವನ್ನು ದಾಟುತ್ತಿದ್ದಂತೆ ಪ್ರಭಾಕರನೇ ಕುದುರೆಯೇರಿ ಬಂದು ಹೇಳಿದ, "ಅಮಾತ್ಯರೆ, ಸುಮಿತ್ರನ ಪಾನಗೃಹದ ಬಳಿ ಜನ ದಂಗೆಯೆದ್ದು ನಗರಾಧ್ಯಕ್ಷರನ್ನು ಥಳಿಸಿದರಂತೆ. ಅಲ್ಲದೆ ನಗರದ ನಾಲ್ಕು ಮಹಾದ್ವಾರಗಳ ಬಳಿಯೂ ದಂಗೆಕೋರರು ಸಾವಿರಾರು ಸಂಖ್ಯೆಯಲ್ಲಿ ನಮ್ಮ ಸೈನಿಕರ ಮೇಲೆ ಹಲ್ಲೆ ನಡೆಸುತ್ತಿದ್ದಾರಂತೆ."

ರಾಕ್ಷಸ ದಿಗ್ಭ್ರಾಂತನಾದ. ಇರುವ ಅಲ್ಪಸೇನೆಯನ್ನು ಐದಾರು ಭಾಗಗಳಾಗಿ ವಿಂಗಡಿಸುವುದು ಸಾಧ್ಯವಿರಲಿಲ್ಲ. ತಾನು ಬೌದ್ಧ ವಿಹಾರ ಮತ್ತು ಸುಮಿತ್ರನ ಪಾನಗೃಹದ ಗಲಭೆಯನ್ನು ಗಮನಿಸುವುದಾಗಿ ಹೇಳಿ ಅತ್ತ ಹೊರಟ. ಪ್ರಭಾಕರನನ್ನು ನಗರ ದ್ವಾರಗಳ ಕಡೆ ಹೋಗುವಂತೆ ಸೂಚಿಸಿದ.

★ ★ ★

ಸಂಜಯ ಹೊರಗೆ ಬಂದವನು ತನ್ನ ಮನೆಯ ಕಡೆ ಬೆದರಿದವನಂತೆ ಓಡುತ್ತಿರುವುದನ್ನು ಸಿದ್ಧಾರ್ಥಕ ನೋಡಿದ. ಒಳಗೆ ಅವನು ಏನು ಮಾಡಿ ಬಂದಿರಹುದೆಂದು ಅವನಿಗೆ ಅರ್ಥವಾಗಲಿಲ್ಲ. ಅವನು ಯೋಚಿಸುತ್ತ ಅಲ್ಲೇ ನಿಂತುಕೊಂಡ.

★ ★ ★

ಔಷಧಿ ಕುಡಿದ ಸ್ವಲ್ಪ ಹೊತ್ತಿಗೆ ಸುಮಾಲ್ಯ ಹೇಗೆ ಹೇಗೋ ಆಡತೊಡಗಿದ. ಸುಮತಿ ಬೆದರಿದಳು. "ಏನು ಮಗು ಏನಾಗುತ್ತಿದೆ?" ಎಂದು ಆತುರದಿಂದ ಕೇಳಿದಳು.

"ಅಮ್ಮಾ, ಸಂಕಟ, ಹೊಟ್ಟೆಯಲ್ಲಿ ನೋವು, ತಡೆಯಲಾಗುತ್ತಿಲ್ಲ" ಎಂದು ಅವನು ಹೊರಳಾಡತೊಡಗಿದ."

ಅವಳಿಗೆ ದಿಕ್ಕೇ ತೋಚಲಿಲ್ಲ. ಸೇವಕಿಯರನ್ನೆಲ್ಲ ಕೂಗಿ ಕರೆದಳು. ಸುಮಾಲ್ಯನ ಮುಖ ನೀಲಿಗಟ್ಟತೊಡಗಿತು. ಕಣ್ಣುಗಳು ಮೇಲೆ ಸಿಕ್ಕಿಕೊಂಡವು. ತಕ್ಷಣ ಅವಳಿಗೆ ಸಂಜಯನ ಕೈ ನಡುಗಿದ್ದು, ಹಣೆಯ ಮೇಲೆ ಬೆವರು ಮೂಡಿದ್ದು ನೆನಪಾಯಿತು. ಅವನು ಔಷಧದ ಬದಲು ಏನೋ ಕೊಟ್ಟಿರಬೇಕೆಂದು ಖಚಿತವಾಯಿತು. "ಓಡಿ, ರಾಜವೈದ್ಯ ಸಂಜಯ ನನ್ನ ಮಗನಿಗೆ ವಿಷಪ್ರಯೋಗ ಮಾಡಿದ್ದಾನೆ. ಅಮಾತ್ಯ ರಾಕ್ಷಸರಿಗೆ ಸುದ್ದಿ ಕೊಡಿ, ಚಕ್ರವರ್ತಿಗಳಿಗೆ ಸುದ್ದಿ ಕೊಡಿ. ಅಯ್ಯೋ ಕಂದಾ!" ಎಂದು ಗೋಳಿಡುತ್ತ, ಅವಳು ಮಗನನ್ನು ತೊಡೆಯ ಮೇಲೆ ಹಾಕಿಕೊಂಡಳು. ಸುಮಾಲ್ಯ "ಅಮ್ಮ ಅಮ್ಮ" ಎಂದು ಕ್ಷೀಣವಾಗಿ ನರಳುತ್ತ ಕಡೆಯುಸಿರೆಳೆದ.

"ಅಯ್ಯೋ ಮಗನೆ!" ಎಂದು ಅರಮನೆಯ ಚಾವಣಿಯೇ ಹಾರಿಹೋಗುವಂತೆ ಜೋರಾಗಿ ಕೂಗಿ ಸುಮತಿ ಗೋಳಿಡತೊಡಗಿದಳು.

ಸೇವಕಿಯರು ಹೊರಗೆ ಓಡಿ ಬಂದು ಕಾವಲುಗಾರರಿಗೆ ಸುದ್ದಿ ತಿಳಿಸಿದರು. ಅವರು ಆತುರದಿಂದ ಹೊರಗೆ ಓಡಿ ಬರುತ್ತ, ಎಲ್ಲರಿಗೂ ವಿಷಯ ತಿಳಿಸಿದರು. ಹೊರದ್ವಾರಕ್ಕೆ ಬರುವ ವೇಳೆಗೆ ಕಾವಲುಗಾರರೆಲ್ಲ ಮಾತಾಡಿಕೊಳ್ಳುವುದು ಕೇಳಿ ಸಿದ್ಧಾರ್ಥಕ ಹತ್ತಿರ ಬಂದ. "ಏನು ವಿಷಯ ?" ಎಂದು ಕೇಳಿದ. ಕಾವಲುಗಾರರು "ರಾಜವೈದ್ಯ ಸಂಜಯ ರಾಜಕುಮಾರನಿಗೆ ವಿಷಪ್ರಯೋಗ ಮಾಡಿದನಂತೆ" ಎಂದು ರಾಕ್ಷಸನ ಭವನದತ್ತ ಒಬ್ಬ ಓಡಿದ.

ಅಲ್ಲೇ ಇದ್ದ ಕೆಲವು ನಾಗರಿಕರಿಗೆ ವಿಷಯ ತಿಳಿದು ಆ ವಿಷಯವನ್ನು ಬೇರೆಯವರಿಗೆ ಕೂಗಿಕೂಗಿ ಹೇಳತೊಡಗಿದರು.

ಅರಮನೆಯತ್ತ ಶ್ರೀಯಕ ಕಠಾರಿಯೊಂದನ್ನು ಬಚ್ಚಿಟ್ಟುಕೊಂಡು ಸರಸರನೆ ಬರುತ್ತಿದ್ದ. ಅವನಿಗೆ ತುಸುದೂರದಲ್ಲಿ ಅವನ ಐವತ್ತು ಜನ ಭಂಟರು ಸಣ್ಣ ಸಣ್ಣ ಗುಂಪುಗಳಾಗಿ ಹಿಂಬಾಲಿಸುತ್ತಿದ್ದರು. ಅವರಿಗೆ ತುಸು ದೂರದಲ್ಲಿ ಜೀವಸಿದ್ಧಿ ಹಿಂಬಾಲಿಸುತ್ತಿದ್ದ.

ಮಹಾದ್ವಾರದ ಬಳಿಗೆ ಬರುವ ವೇಳೆಗೆ ಅಲ್ಲಿ ನಾಗರಿಕರು ಗುಂಪು ಗುಂಪಾಗಿ ಸೇರಿ ಸಂಜಯ ರಾಜಕುಮಾರನಿಗೆ ವಿಷಪ್ರಯೋಗ ಮಾಡಿದ ವಿಷಯ, ರಾಕ್ಷಸನಿಗೆ ಸುದ್ದಿ ಹೋಗಿರುವ ವಿಷಯವನ್ನು ಚರ್ಚಿಸುತ್ತಿದ್ದರು. ಅದು ಕಿವಿಗೆ ಬೀಳುತ್ತಿದ್ದಂತೆಯೇ ಶ್ರೀಯಕ ಹಾಗೇ ಹಿಂದಿರುಗಿ ಮನೆಯತ್ತ ಹೊರಟ. ಅವನ ಹಿಂಬಾಲಕರೂ ಹಿಂದಿರುಗಿದರು.

ಜೀವಸಿದ್ಧಿ ಅಲ್ಲೇ ಕಾಯುತ್ತಿದ್ದ ಸಿದ್ಧಾರ್ಥಕನ ಬಳಿಗೆ ಬಂದ. ಇಬ್ಬರೂ ವಿಷಯ ಚರ್ಚಿಸಿಕೊಂಡರು. ರಾಕ್ಷಸ ಬರಬಹುದೇನೋ ಎಂದು ಕಾಯುತ್ತಿದ್ದರು. ಸ್ವಲ್ಪ ಹೊತ್ತಿಗೆ ರಾಣಿ ಆತ್ಮಹತ್ಯೆ ಮಾಡಿಕೊಂಡ ವಿಷಯವೂ ಹೊರಬಂತು. ಕಾವಲುಗಾರರು ಅಳುತ್ತಿದ್ದರು. ಜೀವಸಿದ್ಧಿ ಮತ್ತು ಸಿದ್ಧಾರ್ಥಕ ಅಲ್ಲಿಂದ ಹೊರಟುಬಿಟ್ಟರು.

★ ★ ★

ಸುಮಂತ ತನ್ನ ನಿಯಮಿತ ಸಮಯಕ್ಕೆ ಸರಿಯಾಗಿ ಅರಮನೆಗೆ ಹೊರಡ ಬೇಕಾಗಿದ್ದು, ಸಂಜಯನಿಗಾಗಿ ಸ್ವಲ್ಪ ಹೊತ್ತು ಕಾದು, ಅವನು ಬಾರದಿದ್ದುದರಿಂದ ತಾನೇ ಹೊರಟ. ಬೀದಿಗೆ ಬರುವಷ್ಟರಲ್ಲಿ ಸಂಜಯ ರಾಜಕುಮಾರನಿಗೆ ವಿಷಪ್ರಯೋಗ ಮಾಡಿದ್ದು, ಅವನು ತೀರಿಹೋದದ್ದು, ರಾಣಿ ಆತ್ಮಹತ್ಯೆ ಮಾಡಿಕೊಂಡದ್ದು, ಜನರ ಬಾಯಿಂದ ಕೇಳಿ ಬೆದರಿದ. ಅವನು ಮರಳಿ ತನ್ನ ಮನೆಗೆ ಹಿಂದಿರುಗಿ ಬಾಗಿಲು ಭದ್ರಪಡಿಸಿ ಭಯದಿಂದ ನಡುಗುತ್ತ ಕುಳಿತುಕೊಂಡ. 'ಈ ಸಂಜಯ ಇಂಥ ದ್ರೋಹ ಮಾಡಲು ನನ್ನ ಜೊತೆ ವಿನಯವನ್ನು ನಟಿಸಿದನೇ? ಮೊದಲೇ ನಾನು ಪರ್ವತನಾಡಿನವನು. ಈಗ ಜನ ನನ್ನನ್ನು ಸುಮ್ಮನೆ ಬಿಡುತ್ತಾರೆಯೇ?' ಎಂದು ಅವನು ಭಯಗೊಂಡ.

★ ★ ★

ಸೇವಕಿಯರು ಪ್ರಮದೋದ್ಯಾನದ ಅಂತಃಪುರದ ಬಾಗಿಲಿಗೆ ಬಂದು ಕಾವಲು ಗಾರನಿಗೆ "ಚಕ್ರವರ್ತಿಯವರನ್ನು ಕಾಣಬೇಕು" ಎಂದರು.

"ಯಾರನ್ನೂ ಒಳಗೆ ಬಿಡಬಾರದೆಂದು ಅಪ್ಪಣೆಯಾಗಿದೆ" ಎಂದ ಅವನು.

ಸೇವಕಿ ಅಳುತ್ತ "ದಯವಿಟ್ಟು ಪ್ರಭುಗಳಿಗೆ ತಿಳಿಸಿ. ರಾಜಕುಮಾರನಿಗೆ ಸಂಜಯ ವಿಷಪ್ರಯೋಗ ಮಾಡಿದ್ದಾನೆ" ಎಂದು ಹೇಳಿ ಹಿಂದಿರುಗಿ ಓಡಿದಳು.

ಆಘಾತಗೊಂಡ ಸೇವಕ ಹೇಳುವುದೋ ಬಿಡುವುದೋ ಎಂದು ಕೆಲವು ಕ್ಷಣ ಯೋಚಿಸಿ, ಇಂಥ ಸಂದರ್ಭದಲ್ಲಿ ರಾಜಾಜ್ಞೆಯನ್ನು ಮೀರಲೇಬೇಕು, ಎಂದುಕೊಂಡು ಬಾಗಿಲುತಟ್ಟಿದ. ನೃತ್ಯಗಾಯನದಲ್ಲಿ ಮುಳುಗಿ ಹೋಗಿದ್ದ ಅವನಿಗೆ ಅದು ಕೇಳಿಸಲಿಲ್ಲ. ಆದರೆ ಅದು ಸುಜಾತಳ ಸೂಕ್ಷ್ಮ ಕಿವಿಗೆ ಕೇಳಿಸಿತು. ಅವಳು ತಾನೇ ಬಂದು ಬಾಗಿಲು ತೆರೆದಳು. "ಏನು ವಿಷಯ ?" ಎಂದು ಒರಟಾಗಿ ಕೇಳಿದಳು ಅವನು ವಿಷಯ ತಿಳಿಸಿ, ಪ್ರಭುಗಳಿಗೆ ಹೇಳುವಂತೆ ಹೇಳಿದ. ಒಂದು ಕ್ಷಣ ಅವಳು ಬೆಚ್ಚಿದ್ದಳು. ಇದು ತಮ್ಮ ಯೋಜನೆಯಲ್ಲಿಲ್ಲದ ಅನಿರೀಕ್ಷಿತ ಸಂಗತಿಯಾಗಿತ್ತು. ತಿಳಿಸುವುದಾಗಿ ಅವನನ್ನು ಕಳಿಸಿ ಯೋಚಿಸಿದಳು. ಈಗ ಧನನಂದ ಹೊರಗೆ ಹೋದರೆ ತಮ್ಮ ಯೋಜನೆ ತಲೆ ಕೆಳಗಾಗುವುದೆಂದು ಯೋಚಿಸಿ ಸುಮ್ಮನಾದಳು. ಮತ್ತೊಮ್ಮೆ ಬಾಗಿಲು ತಟ್ಟುವ ಸದ್ದು ಕಾವಲುಗಾರನ ಧ್ವನಿ ಕೇಳಿಸದಂತೆ ವಾದ್ಯಗಾರರಿಗೆ ಧ್ವನಿಯೇರಿಸುವಂತೆ ಮೆಲ್ಲಗೆ ಸನ್ನೆ ಮಾಡಿದಳು. ಪತ್ನೀ ಪುತ್ರರ ಸಾವಿನ ಅರಿವಿಲ್ಲದ ಧನನಂದ ತನ್ನ ಹೊಸ ಸ್ವರ್ಗದ ಕಲ್ಪನೆಯಲ್ಲಿ ಮೈಮರೆತಿದ್ದ.

★ ★ ★

ರಾಕ್ಷಸ ತನ್ನ ಸಣ್ಣ ಪಡೆಯೊಂದಿಗೆ ಬೌದ್ಧ ವಿಹಾರದ ಬಳಿಗೆ ಬಂದಾಗ ಅಲ್ಲಿ ಸಾವಿರಾರು ಜನ ಸೇರಿದ್ದರು. ವಿಹಾರ ಸಂಪೂರ್ಣವಾಗಿ ನಿರ್ನಾಮವಾಗಿತ್ತು. ವಿಹಾರದ ಭಿಕ್ಷುಗಳು ಯಾರೂ ಇರಲಿಲ್ಲ. ಒಂದೆರಡು ಹೆಣಗಳು ಬಿದ್ದಿದ್ದವು. ಜನ ಹುಚ್ಚು ಆವೇಶದಿಂದ ಇವನತ್ತ ಧಾವಿಸಿದರು. ಸೈನಿಕರು ಖಡ್ಗ ಝಳಪಿಸಿದರು. ರಾಕ್ಷಸನೂ ಖಡ್ಗ ಹಿಡಿದು ಮುನ್ನುಗ್ಗಿದ. ಐದಾರು ಜನ ಏಟು ತಿಂದು ಕೆಳಗೆಬಿದ್ದರು. ಆದರೆ ಆ ದೊಡ್ಡ ಗುಂಪಿನಲ್ಲಿ ಕೆಲವು ಸೈನಿಕರು ಸಿಕ್ಕಿಕೊಂಡರು. ಜನ ಅವರನ್ನು ಅಮಾನುಷವಾಗಿ ಥಳಿಸಿದರು. ಉಳಿದವರನ್ನೂ ಹುಚ್ಚೆದ್ದ ಜನ ಜೀವಸಹಿತ ಕೊಲ್ಲುವರೆಂದು ರಾಕ್ಷಸ ಹಿಂದಿರುಗಲೇ ಬೇಕಾಯಿತು. 'ಸೇನೆಯನ್ನೆಲ್ಲ ಗಡಿಗೆ ಕಳಿಸಿ ಎಂಥ ತಪ್ಪು ಮಾಡಿದೆ' ಎಂದು ಅವನು ಪೇಚಾಡಿಕೊಂಡ. ಈ ಜನರಿಗೆಲ್ಲ ಇಷ್ಟು ಧೈರ್ಯ ಹೇಗೆ ಬಂತೆಂದು ಅವನು ಅಚ್ಚರಿಗೊಂಡ.

ಸುಮಿತ್ರನ ಪಾನಗೃಹದ ಕಡೆಗೆ ಹೋಗುವುದರಲ್ಲಿ ಅರ್ಥ ಕಾಣಲಿಲ್ಲ. ಅಲ್ಲೂ ಹೀಗೇ ಜನ ಗುಂಪುಗೂಡಿದ್ದರೆ ವಿನಾಕಾರಣ ತನ್ನ ಸೈನಿಕರು ಸಾಯುತ್ತಾರೆ ಎಂದು ಯೋಚಿಸಿ, ಸೇನೆ ಹಿಂದಿರುಗುವವರೆಗೆ ಕಾಯಬೇಕೆಂದುಕೊಂಡ.

ಅಷ್ಟರಲ್ಲಿ ಅರಮನೆಯ ಸೇವಕನೊಬ್ಬ ಓಡಿಬಂದ. "ಅಮಾತ್ಯರೇ ಘಾತವಾಯಿತು ! ರಾಜವೈದ್ಯ ಸಂಜಯ ವಿಷಪ್ರಯೋಗಿಸಿ ರಾಜಕುಮಾರ ಸತ್ತುಹೋದ. ರಾಣಿಯವರು ಆತ್ಮಹತ್ಯೆ ಮಾಡಿಕೊಂಡರು."

"ಅಯ್ಯೋ ದೇವರೇ!" ಎಂದು ರಾಕ್ಷಸ ದಿಗ್ಭ್ರಾಂತಿಯಿಂದ ಉದ್ಗರಿಸಿದ.

"ಚಕ್ರವರ್ತಿಗಳಿಗೆ ವಿಷಯ ತಿಳಿಯಿತೆ?"

"ತಿಳಿಸಿದೆವು, ಆದರೆ ಅವರು ಪ್ರಮದೋದ್ಯಾನದ ಅಂತಃಪುರದಿಂದ ಹೊರಗೆ ಬರಲಿಲ್ಲ. ಅವರು ಇಂದು ಬೆಳಿಗ್ಗೆ ತಾನೇ ಹತ್ತು ಪಲ್ಲಕ್ಕಿಗಳಲ್ಲಿ ಬಂದ ಇಪ್ಪತ್ತು ಜನ ಸುಂದರಿಯರ ನೃತ್ಯಗಾಯನದಲ್ಲಿ ತಲ್ಲೀನರಾಗಿದ್ದಾರೆ."

"ಛೆ! ಎಂಥ ಚಕ್ರವರ್ತಿಯಿವನು!" ಎಂದುಕೊಂಡ ರಾಕ್ಷಸ ಕೂಡಲೇ ತನ್ನ ಸೈನಿಕರೊಂದಿಗೆ ಸಂಜಯನ ಮನೆಯ ಕಡೆಗೆ ನಾಗಾಲೋಟ ಹೂಡಿದ.

ಮನೆಯ ಮುಂದೆ ಕುದುರೆಯಿಂದ ಧುಮುಕಿ ಒಳಗೆ ನುಗ್ಗಿದಾಗ ಅವನು ಕಂಡದ್ದು ಸಂಜಯನ ಶವ. ತಾನೇ ವಿಷಪ್ರಯೋಗ ಮಾಡಿದನೆಂದು ಸುದ್ದಿ ಹರಡಿರುವುದು ಗೊತ್ತಾದ ತಕ್ಷಣ ಸಂಜಯ ಆ ವಿಷವನ್ನೇ ತಾನೂ ತಿಂದು ಸತ್ತು ಬಿದ್ದಿದ್ದ.

ಅಷ್ಟರಲ್ಲಿ ಅಲ್ಲಿಗೆ ಧಾವಿಸಿ ಬಂದ ಜೀವಸಿದ್ಧಿ ತನ್ನ ಗಮನಕ್ಕೆ ಬಂದ ವಿಷಯವನ್ನೆಲ್ಲ ವಿವರಿಸಿ, ಶ್ರೀಯಕನ ಪ್ರೇರಣೆಯಿಂದಲೇ ಸಂಜಯ ಈ ಕೆಲಸ ಮಾಡಿರುವನೆಂದು ಖಂಡಿತವಾಗಿ ಹೇಳಿದ. ಕೋಪಾವೇಶದಿಂದ ರಾಕ್ಷಸ ಕುದುರೆಯೇರಿ ಶ್ರೀಯಕನ ಭವನದತ್ತ ಧಾವಿಸಿದ.

ಶ್ರೀಯಕ ತನ್ನ ಭವನದ ಹೊರ ಅಂಗಳದಲ್ಲೇ ಕುಳಿತಿದ್ದ. ತನ್ನ ಬಗ್ಗೆ ಯಾರಿಗೂ ಸಂದೇಹ ಬರುವುದಿಲ್ಲವೆಂದು ಭಾವಿಸಿದ್ದ ಅವನು ರಾಕ್ಷಸ ತನ್ನ ಪಡೆಯೊಂದಿಗೆ ಒಳಗೆ ನುಗ್ಗಿದಾಗ ಬೆಚ್ಚಿದ. ದಡಕ್ಕನೆ ಎದ್ದುನಿಂತ. ಮುಖ ಭಯದಿಂದ ಬೆವರತೊಡಗಿತು. ಅವನ ಐವತ್ತು ಜನ ಭಂಟರು ಅಲ್ಲಿಯೇ ಇದ್ದರು. ಏನೂ ಆಗಿಲ್ಲವೇನೋ ಎಂಬಂತೆ ಶ್ರೀಯಕ "ಅಮಾತ್ಯ ರಾಕ್ಷಸರು! ಬರಬೇಕು ಬರಬೇಕು" ಎಂದ ಕಷ್ಟಪಟ್ಟು ನಗುತ್ತ.

"ನಿನ್ನ ಸ್ವಾಗತವನ್ನು ನಿರೀಕ್ಷಿಸಿ ನಾನು ಬರಲಿಲ್ಲ ಶ್ರೀಯಕ" ರಾಕ್ಷಸ ವ್ಯಂಗ್ಯದಿಂದ ಹೇಳಿದ.

"ಒಬ್ಬ ಅಮಾತ್ಯನನ್ನು ಏಕವಚನದಲ್ಲಿ ಸಂಬೋಧಿಸುವುದು ಸಭ್ಯತೆಯಲ್ಲ."

"ಹೌದು, ಆದರೆ ಒಬ್ಬ ಕೊಲೆಗಾರನನ್ನು ಹೇಗೆ ಸಂಬೋಧಿಸಬೇಕೆಂದು ದಯವಿಟ್ಟು ಹೇಳುತ್ತೀಯಾ?"

"ಏನು ನಿಮ್ಮ ಮಾತಿನ ಅರ್ಥ? ಯಾರು ಕೊಲೆಗಾರ?"

"ಸಂಜಯನ ಮೂಲಕ ಸುಮಾಲ್ಯನನ್ನು ಕೊಂದು, ರಾಜ ಸಿಂಹಾಸನವನ್ನು ವಶಪಡಿಸಿಕೊಳ್ಳಲು ಸಂಚುಮಾಡಿದ ನಿನ್ನ ನೀಚತನ ಈಗ ಬಯಲಾಗಿದೆ."

ನಿಂತ ನೆಲವೇ ಶ್ರೀಯಕನಿಗೆ ಕುಸಿಯುತ್ತಿರುವಂತೆ ಭಾಸವಾಯಿತು. "ನಿನ್ನ ಅಪರಾಧಕ್ಕೆ ಶಿಕ್ಷೆಯೇನೆಂದು ಗೊತ್ತೆ?" ಎಂದು ರಾಕ್ಷಸ ಹಿರಿದ ಖಡ್ಗದೊಂದಿಗೆ ಹತ್ತಿರ ಬರತೊಡಗಿದ.

"ನನಗೆ ಶಿಕ್ಷೆ ಕೊಡಲು ನೀನಾರು? ನೀನು ಇಲ್ಲಿಂದ ಜೀವಂತವಾಗಿ ಹೊರಗೆ ಹೋದರೆ ತಾನೆ, ನನ್ನ ಶಿಕ್ಷೆಯ ವಿಚಾರ?"

"ಬರೀ ಸ್ವಾರ್ಥವಿದ್ಯೆ ಗೊತ್ತಿರುವ ನಿನಗೆ ಯುದ್ಧವಿದ್ಯೆ ಎಲ್ಲಿ ಗೊತ್ತು?"

"ಯುದ್ಧ ವಿದ್ಯೆ ಗೊತ್ತಿಲ್ಲದಿದ್ದರೂ, ಗೊತ್ತಿರುವ ಜನರನ್ನು ಇಟ್ಟುಕೊಳ್ಳುವುದು ನನಗೆ ಗೊತ್ತು ರಾಕ್ಷಸ" ಎನ್ನುತ್ತ ಶ್ರೀಯಕ ಸನ್ನೆ ಮಾಡಿದ. ಅವನ ಭಂಟರು ಹಠಾತ್ತನೆ ಮೇಲೆ ಬಿದ್ದರು. ಎಚ್ಚರದಿಂದಿದ್ದ ರಾಕ್ಷಸ ಅವರ ಹೊಡೆತವನ್ನು ತಪ್ಪಿಸಿಕೊಂಡು ವೀರಾವೇಶದಿಂದ ಕಾದಾಡತೊಡಗಿದ. ಅವನ ಸೈನಿಕರೂ ಜೊತೆಗೂಡಿದರು. ಶ್ರೀಯಕನ ಮನೆಯ ಅಂಗಳವೇ ಯುದ್ಧ ಭೂಮಿಯಾಯಿತು. ಯುದ್ಧ ಮಾಡುತ್ತಲೇ ತನ್ನ ಕೆಲವು ಸೈನಿಕರಿಗೆ ಕೂಡಲೇ ಅರಮನೆಗೆ ಹೋಗಿ ಚಕ್ರವರ್ತಿಗಳಿಗೆ ವಿಷಯ ತಿಳಿಸುವಂತೆ ಸೂಚಿಸಿದ. ಹತ್ತು ಜನ ಯೋಧರು ಅಲ್ಲಿಂದ ಅರಮನೆಯತ್ತ ತಮ್ಮ ಕುದುರೆಗಳನ್ನು ಓಡಿಸಿದರು.

★ ★ ★

ಅರಮನೆಯಲ್ಲಿ ಪರಿಚಾರಕರು, ಕಾವಲುಗಾರರನ್ನು ಬಿಟ್ಟರೆ ಬೇರೆ ಸೈನಿಕರು ಯಾರೂ ಇರಲಿಲ್ಲ. ಚಕ್ರವರ್ತಿಯ ಬೆಂಗಾವಲಿನ ಒಂದು ನೂರು ಜನ ಇದ್ದರು. ಅವರೂ ಮುಂದಿನ ಯಾವ ಅನಾಹುತದ ಚಿಂತೆಯೂ ಇಲ್ಲದೆ ಸತ್ತು ಮಲಗಿದ್ದ ರಾಣಿ ಮತ್ತೆ ರಾಜಕುಮಾರನ ಶವದ ಸುತ್ತ ನಿಂತ ಶೋಕಾಚರಣೆ ಮಾಡುತ್ತಿದ್ದರು.

ಯಾವನೋ ಒಬ್ಬ ಓಡಿ ಬಂದು "ಶತ್ರುಸೇನೆ, ನಗರವನ್ನು ಮುತ್ತಿದೆ. ಚಂದ್ರಗುಪ್ತ ಚಾಣಕ್ಯರು ಅರಮನೆಯ ಮಹಾದ್ವಾರದಿಂದ, ಸೈನಿಕರೊಂದಿಗೆ ಒಳನುಗ್ಗುತ್ತಿದ್ದಾರೆ !" ಎಂಬ ಆಘಾತದ ಸುದ್ದಿಯನ್ನು ಹೇಳಿದ. ಶವವನ್ನು ಅಲ್ಲಿಯೇ ಬಿಟ್ಟು ಎಲ್ಲ ಖಡ್ಗಹಿಡಿದು ದ್ವಾರದ ಬಳಿಗೆ ಧಾವಿಸಿದರು.

ರಾಕ್ಷಸನ ಸೈನಿಕರು ಅಲ್ಲಿಗೆ ಬರುವ ವೇಳೆಗೆ ಮಹಾದ್ವಾರದ ಒಳ ಅಂಗಳದಲ್ಲಿ ಚಂದ್ರಗುಪ್ತನ ಸೈನಿಕರೊಂದಿಗೆ ಚಕ್ರವರ್ತಿಯ ಬೆಂಗಾವಲಿನ ಪಡೆ ಹೋರಾಡುತ್ತಿತ್ತು. ಚಂದ್ರಗುಪ್ತ, ಚಾಣಕ್ಯ, ಚರಣ, ಧನಂಜಯ ಮುಂತಾದವರು ನಿರಾತಂಕವಾಗಿ ಒಳಗೆ ಹೋಗುತ್ತಿದ್ದರು.

ಏನು ಮಾಡುವುದೆಂದು ತೋಚದೆ ರಾಕ್ಷಸನ ಹತ್ತು ಜನ ಸೈನಿಕರು ಬೇರೊಂದು ಬಳಸು ದಾರಿಯಿಂದ ಪ್ರಮದೋದ್ಯಾನದ ಅಂತಃಪುರದತ್ತ ಧಾವಿಸಿದರು. ಒಳಗೆ ನೃತ್ಯಗಾಯನ ನಡೆಯುತ್ತಲೇ ಇತ್ತು. ಕಾವಲುಗಾರನನ್ನು ಲೆಕ್ಕಿಸದೆ ಅವರು "ಪ್ರಭೂ ಪ್ರಭೂ" ಎಂದು ಜೋರಾಗಿ ಕೂಗುತ್ತ ಬಾಗಿಲನ್ನು ಬಲವಾಗಿ ದಬ್ಬಿದರು. ಹಿಂದಿನ ಅಗಳಿ ಕಿತ್ತುಕೊಂಡು ಬಾಗಿಲು ತೆರೆದುಕೊಂಡಿತು. ನೃತ್ಯಗಾಯನದ ಸದ್ದು ನಿಂತಿತು. ಎಲ್ಲ ಅವಾಕ್ಕಾಗಿ ಬಾಗಿಲತ್ತ ನೋಡತೊಡಗಿದರು.

"ಪ್ರಭು, ಸಂಜಯ ವಿಷಪ್ರಯೋಗಿಸಿ ರಾಜಕುಮಾರ ತೀರಿಕೊಂಡ. ಮಹಾರಾಣಿ ಯವರು ಆತ್ಮಹತ್ಯೆ ಮಾಡಿಕೊಂಡರು" ಎಂದ ಒಬ್ಬ.

"ಹಾಂ! ಏನಂದೇ!" ಎಂದು ಉದ್ಗರಿಸಿದ ಧನನಂದನ ಮುಖದಲ್ಲಿ ಭೀತಿ, ನೋವು, ದಿಗ್ಭ್ರಾಂತಿ ಎಲ್ಲ ಮಿಳಿತವಾಗಿದ್ದವು.

"ಅಷ್ಟೇ ಅಲ್ಲ ಪ್ರಭು, ನಿಮ್ಮ ಪ್ರಾಣಕ್ಕೂ ಅಪಾಯವಿದೆ. ಶತ್ರುಸೇನೆ ನಗರವನ್ನು ಮುತ್ತಿದೆ. ಚಂದ್ರಗುಪ್ತ ಚಾಣಕ್ಯರು ಸೇನೆಯೊಂದಿಗೆ ಅರಮನೆಯ ಒಳಗೇ ಬಂದುಬಿಟ್ಟಿದ್ದಾರೆ !"

ಜೀವಭಯದಿಂದ ಧನನಂದ ನಡುಗತೊಡಗಿದ. ಗಂಟಲೊಣಗಿತು. ಹುಡುಗಿಯರತ್ತ ನೋಡಿದ. ಅವರೆಲ್ಲ ತಮ್ಮ ಮೇಲು ಮುಸುಕನ್ನು ತೆರೆದರು. ಒಳಗೆ ಯೋಧರಂತೆ ಕವಚ ಧರಿಸಿದ್ದ ಅವರು ಕೈಗಳಲ್ಲಿ ಕಠಾರಿ ಹಿಡಿದು ನಿಂತರು. ಪ್ರಣಯ ದೇವತೆಗಳಾಗಿ ಕಂಡ ಅವರೆಲ್ಲ ಈಗ ಧನನಂದನ ಕಣ್ಣಿಗೆ ಮೃತ್ಯುದೇವತೆಗಳಂತೆ ಕಂಡರು. ಅವನು ಕೂಡಲೇ "ಮೋಸವಾಯಿತು ! ಇವರನ್ನು ಕೊಲ್ಲಿ!" ಎಂದು ಕಿರುಚಿದ.

ಅವರು ಹುಡುಗಿಯರ ಮೇಲೆ ಬಿದ್ದರು. ಅವರು ಅದನ್ನು ನಿರೀಕ್ಷಿಸಿದ್ದರು. ಇಪ್ಪತ್ತು ಜನರೂ ಚಾಕಚಕ್ಯತೆಯಿಂದ ಹೋರಾಡಿ ಹತ್ತೂ ಜನರನ್ನು ಮುಗಿಸಿದರು. ಮೃತ್ಯು ಎದುರಿಗೇ ನಿಂತಿತ್ತು ! ಸುಜಾತ ಸೈನಿಕನೊಬ್ಬನ ಖಡ್ಗವನ್ನು ಎತ್ತಿಕೊಂಡು "ನಿನಗೆ ಇಪ್ಪತ್ತು ಜನ ಸುಂದರಿಯರು ಬೇಕೆ ? ನೀನೇನು ಮನ್ಮಥನೇ !" ಎನ್ನುತ್ತ ಹತ್ತಿರ ಬರತೊಡಗಿದಳು.

"ಇಷ್ಟು ದಿನ ನೀನು ಅನುಭವಿಸಿದ್ದು ಸಾಲದೇ ? ಇನ್ನೂ ಎಷ್ಟು ಸಾವಿರ ಹೆಣ್ಣುಗಳು ಬೇಕು ?" ಎನ್ನುತ್ತ ಉಜ್ವಲ ಹತ್ತಿರ ಬರತೊಡಗಿದಳು. ಧನನಂದನಿಗೆ ಸಾವಿನ ಸಮೀಪ ದರ್ಶನವಾಯಿತು. ಅವನು ನಿರಾಯುಧನಾಗಿ ನಿಂತಿದ್ದ, ಆಯುಧವನ್ನು ತೆಗೆದುಕೊಂಡು, ಅವರನ್ನು ಎದುರಿಸಿ ಹೋರಾಡಬೇಕೆಂಬುದನ್ನೇ ಮರೆತು, ಪ್ರಾಣರಕ್ಷಣೆಯೇ ಪ್ರಧಾನವಾಗಿ, ಅವನು ಅಲ್ಲಿಂದ ಓಡಿದ. ಹುಡುಗಿಯರೂ ಅವನ ಹಿಂದೆ ಓಡಿದರು.

ಓಡುತ್ತ ಓಡುತ್ತ ಧನನಂದ ಅರಮನೆಯ ಮೊಗಸಾಲೆಯನ್ನು ದಾಟಿ ನೇರವಾಗಿ ಸಂದರ್ಶನ ಶಾಲೆಗೆ ಬಂದ. ತನ್ನ ರಕ್ಷಣೆಗೆ ಬರುವಂಥವರು ಅಲ್ಲಿ ಯಾರೂ ಕಾಣಿಸಲಿಲ್ಲ, ಹಿಂದೆ ಹುಡುಗಿಯರು ತನ್ನತ್ತಲೇ ನುಗ್ಗಿ ಬರುತ್ತಿದ್ದರು. ಅವನು ಅಲ್ಲಿಂದ ಓಡಿ ಸಭಾಸ್ಥಾನಕ್ಕೆ ಬಂದವನು, ದಿಗ್ಭ್ರಾಂತಿಯಿಂದ ನಿಂತುಬಿಟ್ಟ, ಎದುರಿಗೆ ಚಾಣಕ್ಯ, ಚಂದ್ರಗುಪ್ತ, ಚರಣ, ಮಾತಂಗ, ಧನಂಜಯ, ಅವರ ನೂರಾರು ಜನ ಸೈನಿಕರು, ನೂರಾರು ಜನ ನಾಗರಿಕರು ನಿಂತಿದ್ದರು ! ಅವನಿಗೆ ಉಸಿರು ನಿಂತಂತಾಯಿತು. ಹುಡುಗಿಯರೂ ಒಳ ಬಂದ ತಕ್ಷಣ ಸಭಾಸ್ಥಾನದ ಹೊರಬಾಗಿಲನ್ನು ಭದ್ರಪಡಿಸಲಾಯಿತು. ಧನನಂದನಿಗೆ ಅಲ್ಲಿಂದ ಪಾರಾಗುವ ಸಾಧ್ಯತೆಯೇ ಇಲ್ಲವೆಂಬುದು ಸ್ಪಷ್ಟವಾಯಿತು.

"ಚಕ್ರವರ್ತಿ ಧನನಂದನಿಗೆ ಸ್ವಾಗತ, ಸುಸ್ವಾಗತ!" ಚಾಣಕ್ಯ ವ್ಯಂಗ್ಯ ಪರಿಹಾಸ ಗಳಿಂದ ಹೇಳಿದ, "ಏಕಿಷ್ಟು ಭಯ ? ಜೀವಭಯವೇ ? ತಮ್ಮ ಅಧಿಕಾರಾವಧಿಯಲ್ಲಿ ಇಂಥ ಜೀವ ಭಯವನ್ನು ಎಷ್ಟು ಸಾವಿರ ಜನರಿಗೆ ಒದಗಿಸಿದ್ದೀರಿ. ಎಂಬುದು ನೆನಪಿಲ್ಲವೇ ?"

ನಂತರ ಧನಂಜಯನನ್ನು ತೋರಿಸಿ ಹೇಳಿದ, "ಇವರಾರೆಂದು ಗೊತ್ತೆ? ಖಂಡಿತ ಗೊತ್ತಿಲ್ಲ? ಏಕೆಂದರೆ ಹಿಂಸೆ ಕೊಡುವುದಷ್ಟೇ ನಿನ್ನ ರಾಜನೀತಿ. ಚೇಳು ಕೊಂಡಿಯಿಂದ ಕುಟುಕಿದ ನಂತರ, ಕುಟುಕಿಸಿಕೊಂಡವರಾರೆಂದು ನೋಡಲು ಹೋಗುತ್ತದೆಯೇ ? ಇವರು ಧನಂಜಯ. ಒಬ್ಬ ಕೃಷಿಕ. ಇವರ ಮಗ ನಿನ್ನ ಸೇನೆಯಲ್ಲಿ ಹೊಸದಾಗಿ ಕೆಲಸಕ್ಕೆ ಸೇರಿದ್ದ. ಅವನನ್ನು ನಿನ್ನ ನಿಧಿಯ ರಹಸ್ಯ ಸ್ಥಳಕ್ಕೆ ಸಹಾಯಕನಾಗಿ ಬೇರೆ ನಾಲ್ಕು

ಜನರೊಂದಿಗೆ ಕರೆದುಕೊಂಡು ಹೋದೆ. ಬರುವಾಗ ಗುಟ್ಟು ಬಯಲು ಮಾಡುವರೆಂಬ ಭೀತಿಯಿಂದ ಅವರನ್ನು ಅಮಾನುಷವಾಗಿ ಕೊಲೆ ಮಾಡಿಸಿದೆ. ಇವರ ಮಗ ತನ್ನ ಸಾವಿನ ಸಂದರ್ಭದಲ್ಲಿ ಎಂಥ ದಿಗ್ಭ್ರಾಂತಿಯನ್ನು ವ್ಯಕ್ತಪಡಿಸಿರಬಹುದೆಂದು ಈಗ ನೀನು ಕಲ್ಪನೆ ಮಾಡಿಕೊಳ್ಳಬಹುದು.''

''ಆಚಾರ್ಯ, ಈ ನೀಚನನ್ನು ಚಿತ್ರಹಿಂಸೆ ಮಾಡಿ ಕೊಂದುಬಿಡಿ'' ಎಂದು ಧನಂಜಯ ಕೋಪಾವೇಶದಿಂದ ಕೂಗಿದ.

ಚಾಣಕ್ಯ ಮತ್ತೆ ಹೇಳಿದ, ''ಆ ನಿನ್ನ ಎಂಭತ್ತು ಕೋಟಿ ಸುವರ್ಣಮುದ್ರೆಗಳ ಗುಪ್ತ ನಿಧಿ ಈಗ ನಮ್ಮದು, ಮಗಧದ ಪ್ರಜೆಗಳದು. ಅದು ಅವರಿಗೆ ಸಲ್ಲುತ್ತದೆ. ಆ ಗುಟ್ಟು ನನಗೆ ಹೇಗೆ ಗೊತ್ತಾಯಿತೆಂದು ನಿನಗೆ ಆಶ್ಚರ್ಯವಾಗಿದೆಯೇ? ಶ್ರೀಗುಪ್ತ ಬಾಯಿಲ್ಲಿ'' ಎಂದಾಗ ಅವನು ಹತ್ತಿರ ಬಂದ. ''ಇವನೇ ನಿನ್ನ ಮರಣವ್ಯೂಹದಿಂದ ತಪ್ಪಿಸಿಕೊಂಡು ಬಂದವನು. ಇವನಾರು ಗೊತ್ತೇ? ಇವನು ನಿನ್ನ ಅಶ್ವಾಧ್ಯಕ್ಷ ಭಾಗುರಾಯಣನ ಸೋದರಳಿಯ. ಇಂಥ ನೀಚಕಾರ್ಯ ಮಾಡಿದ ನಿನಗೆ ಭಾಗುರಾಯಣ ಬೆಂಬಲ ನೀಡಲು ಸಾಧ್ಯವೇ?''

ತನ್ನ ಸೈನ್ಯವೇ ತನಗೆ ದ್ರೋಹ ಮಾಡಿರುವುದು ಧನನಂದನಿಗೆ ಅರ್ಥವಾಯಿತು. ಹೃದಯದ ಬಡಿತದ ವೇಗ ಇನ್ನಷ್ಟು ತೀವ್ರವಾಯಿತು.

ಚಾಣಕ್ಯ ಮತ್ತೆ ಹೇಳಿದ, ''ಆ ದಿನ ನಾನು ಇದೇ ಸಭಾಸ್ಥಾನದಲ್ಲಿ ನಿಂತಿದ್ದೆ. ನೀನು ಅಲ್ಲಿ ವೇದಿಕೆಯ ಮೇಲಿನ ಸಿಂಹಾಸನದಲ್ಲಿ ದರ್ಪದಿಂದ ಕುಳಿತಿದ್ದೆ. ಆದರೆ ಹುಚ್ಚು ನಾಯಿಯಂತೆ ಚಕ್ರವರ್ತಿಗೆ ಸಲ್ಲದ ರೀತಿಯಲ್ಲಿ ಬೊಗಳುತ್ತಿದ್ದೆ. ನನ್ನ ತಂದೆಯ ಅನ್ಯಾಯದ ಸಾವಿಗೆ ನಾನು ನ್ಯಾಯ ಕೇಳಿದೆ. ಅದಕ್ಕೆ ನೀನೇನು ಹೇಳಿದೆ? ಹುಚ್ಚು ಬ್ರಾಹ್ಮಣನೆಂದೆಯಲ್ಲವೆ? ವಿದ್ವಾಂಸನಾದ, ಆಚಾರ್ಯನಾದ ಒಬ್ಬ ಸಾತ್ವಿಕ ಬ್ರಾಹ್ಮಣನನ್ನು ಕತ್ತು ಹಿಡಿದು ಆಚೆಗೆ ನೂಕುವಂತೆ ನಿನ್ನ ಸೈನಿಕರಿಗೆ ಹೇಳಿದೆಯಲ್ಲವೆ? ಆ ನಿನ್ನ ನಾಯಿಗಳು ನೂಕಿದಾಗ ನಾನು ಕೆಳಗೆ ಬಿದ್ದು, ಆಗ ಬಿಚ್ಚಿದ್ದು ಈ ಶಿಖೆ. ಆಗ ನಾನು ಮಾಡಿದ ಪ್ರತಿಜ್ಞೆ ನಿನಗೆ ನೆನಪಿದೆಯಲ್ಲವೆ? ನೆನಪಿಲ್ಲದಿದ್ದರೆ ನೆನಪು ಮಾಡಿಕೊಡುತ್ತೇನೆ. ಪ್ರಜಾಪೀಡಕನಾದ ನಿನ್ನ ವಂಶ ನಿರ್ವಂಶ ಮಾಡುತ್ತೇನೆಂದು ಹೇಳಿದ್ದೆ. ಈ ನಿನ್ನ ಸಿಂಹಾಸನದ ಮೇಲೆ, ಧರ್ಮನೀತಿಯಿಂದ ಪ್ರಜಾಪಾಲನೆ ಮಾಡುವ ಹೊಸರಾಜನನ್ನು ಪ್ರತಿಷ್ಠಾಪಿಸುವುದಾಗಿ ಹೇಳಿದ್ದೆ. ನಿನ್ನದೇ ಜನರ ಎದುರು ನಿನ್ನನ್ನು ಬೀದಿಯ ನಾಯಿಯನ್ನು ಕೊಲ್ಲುವಂತೆ ಕೊಲ್ಲಿಸುವುದಾಗಿ ಹೇಳಿದ್ದೆ. ಅಲ್ಲಿಯವರೆಗೂ ನನ್ನ ಈ ಬಿಚ್ಚಿದ ಮುಡಿಯನ್ನು ಕಟ್ಟುವು ದಿಲ್ಲವೆಂದು ಹೇಳಿದ್ದೆ.

''ಆ ಶುಭಮುಹೂರ್ತ ಈಗ ಬಂದಿದೆ ಧನನಂದ. ನನ್ನ ಪ್ರಯತ್ನವಿಲ್ಲದೆ, ನಿನ್ನ ನಂಬಿಕೆಯವರ ದ್ರೋಹದಿಂದಲೇ ನಿನ್ನ ವಂಶ ನಿರ್ವಂಶವಾಯಿತು. ಮಗಧದ ಸಿಂಹಾಸನ ಬಹುಕಾಲದಿಂದ ಕಾಯುತ್ತಿದ್ದ ಒಬ್ಬ ಧರ್ಮಿಷ್ಠ ರಾಜ ಚಂದ್ರಗುಪ್ತ ಮೌರ್ಯ ಬಂದಿದ್ದಾನೆ. ನಾನೊಬ್ಬನಲ್ಲ, ಚಂದ್ರಗುಪ್ತನಲ್ಲ, ಧನಂಜಯನಲ್ಲ, ಸಾವಿರ ಸಾವಿರ ಜನ, ಲಕ್ಷ ಲಕ್ಷ ಜನ ಈ ಪರಿವರ್ತನೆಯ ಮಹಾ ಆಂದೋಲನದಲ್ಲಿ ಜೊತೆಗೂಡಿದ್ದಾರೆ. ನಿನ್ನ ಸಂರಕ್ಷಣೆಗೆ ಕಟ್ಟಿಕೊಂಡ ಕೋಟೆಯ ಕಲ್ಲುಗಳೇ ನಿನ್ನ ವಿರುದ್ಧ ತಿರುಗಿಬಿದ್ದಿವೆ. ನೋಡು, ಅವರಲ್ಲಿ ಈ

ಧೀರ ತರುಣಿಯರೂ ತಮ್ಮ ಅಮೂಲ್ಯ ಪಾಲು ಸಲ್ಲಿಸಿದ್ದಾರೆ. ನಿನ್ನ ನೀಚತನ, ಹೇಡಿತನ ಎರಡಕ್ಕೂ ಈ ನನ್ನ ಸೋದರಿಯರು ಸಾಕ್ಷಿಯಾಗಿದ್ದಾರೆ.''

''ಆಚಾರ್ಯ, ಈ ದುಷ್ಟನನ್ನು ನಾನೇ ಕೊಂದುಬಿಡುತ್ತೇನೆ'' ಎಂದಳು ಸುಜಾತ ಮುಂದೆ ಬರುತ್ತ.

''ಬೇಡ ಸುಜಾತ, ಇವನು ಚಂದ್ರಗುಪ್ತನ ಬೇಟೆ. ಚಂದ್ರಗುಪ್ತನೇ ಇವನನ್ನು ಕೊಂದರೆ ಸಿಂಹಾಸನದ ತರ್ಕಬದ್ಧ ಉತ್ತರಾಧಿಕಾರಿಯಾಗುತ್ತಾನೆ.''

''ಧನನಂದ'' ಚಂದ್ರಗುಪ್ತ ಹೇಳಿದ, ''ರಾಜಕುಮಾರನಾದ ನನ್ನನ್ನು ಒಬ್ಬ ಸಾಮಾನ್ಯ ಸೈನಿಕನನ್ನಾಗಿ ಮಾಡಿದೆಯಲ್ಲವೆ? ರಾಜಮಾತೆಯಾದ ನನ್ನ ತಾಯಿ ಸಾಮಾನ್ಯ ಹೆಣ್ಣಿನಂತೆ ಬಾಳುವಂತೆ ಮಾಡಿದೆಯಲ್ಲವೆ? ನನ್ನನ್ನು ಸೆರೆಹಿಡಿದು ಕೊಲ್ಲಲು ಆಲೋಚಿಸಿದೆಯಲ್ಲವೆ? ನಮ್ಮ ಪೂಜ್ಯ ಗುರುಗಳಾದ ಚಣಕರನ್ನು ಮೋಸದಿಂದ ಕೊಂದೆಯಲ್ಲವೆ? ಈಗ ಏನು ಹೇಳುತ್ತಿ? ಆದರೂ ನಾನು ನಿನಗೊಂದು ಅವಕಾಶ ಕೊಡುತ್ತೇನೆ. ಸಾಧ್ಯವಾದರೆ ನನ್ನ ಜೊತೆ ದ್ವಂದ್ವ ಯುದ್ಧಮಾಡಿ ಗೆದ್ದು ನಿನ್ನ ಪ್ರಾಣ ಉಳಿಸಿಕೊ'' ಎಂದು ಚರಣನ ಕೈಯ ಖಡ್ಗವನ್ನು ಕಿತ್ತು ಅವನತ್ತ ಎಸೆದು, ತಾನು ಒಂದು ಖಡ್ಗ ಹಿಡಿದು ಸಿದ್ಧನಾಗಿ ನಿಂತ.

ಯುದ್ಧ ಮಾಡುವುದನ್ನೇ ಮರೆತು ಎಷ್ಟೋ ವರ್ಷಗಳಾಗಿದ್ದ ಧನನಂದ ತನ್ನತ್ತ ಹಾರಿ ಬಂದ ಖಡ್ಗವನ್ನು ಹಿಡಿದುಕೊಳ್ಳಲೂ ಪರದಾಡಿದ. ಬೇರೆ ದಾರಿಯಿರಲಿಲ್ಲ, ಓಡಿಹೋಗಲು ಸಾಧ್ಯವಿರಲಿಲ್ಲ, ತನ್ನವರು ಅಲ್ಲಿ ಒಬ್ಬರೂ ಇರಲಿಲ್ಲ. ಕೆಲವು ಕ್ಷಣ ಮಾತ್ರ ಅವನು ಹೋರಾಟದ ಪ್ರಯತ್ನ ನಡೆಸಿದ. ಆದರೆ ಆ ಸಂದರ್ಭವೇ ಅವನನ್ನು ಮುಕ್ಕಾಲು ಭಾಗ ಮೊದಲೇ ಸಾಯಿಸಿತ್ತು. ಚಂದ್ರಗುಪ್ತ ಬಲವಾಗಿ ಅವನ ಖಡ್ಗಕ್ಕೆ ಹೊಡೆದಾಗ ಅದು ಧನನಂದನ ಕೈತಪ್ಪಿ ಸ್ವಲ್ಪ ದೂರದಲ್ಲಿ ಹೋಗಿ ಬಿದ್ದು ಠಣ್ ಎಂದು ಸದ್ದು ಮಾಡಿತು. ಆ ರಭಸಕ್ಕೆ ಧನನಂದ ಆಯತಪ್ಪಿ ಸಿಂಹಾಸನವಿದ್ದ ವೇದಿಕೆಯ ಮೆಟ್ಟಿಲ ಮೇಲೆ ಕೆಳಗೆ ಬಿದ್ದ. ಚಂದ್ರಗುಪ್ತ ತಡಮಾಡದೆ ತನ್ನ ಖಡ್ಗವನ್ನು ಅವನ ಎದೆಗೆ ಚುಚ್ಚಿದ. ರಕ್ತಚಿಮ್ಮಿತು. ''ಕೊಲ್ಲು ಕೊಲ್ಲು! ಅವನನ್ನು ಕೊಲ್ಲು !'' ಎಂದು ಚಾಣಕ್ಯ ಮೈಮೇಲೆ ಪ್ರಜ್ಞೆಯಿಲ್ಲದವನಂತೆ ಜೋರಾಗಿ ಕೂಗಿದ. ಚಂದ್ರಗುಪ್ತ ಆ ಖಡ್ಗವನ್ನು ಸರ್ರನೆ ಹೊರಗೆಳೆದು ಮತ್ತೊಮ್ಮೆ ಚುಚ್ಚಿದ. ಅಷ್ಟರಲ್ಲಿ ಅವನ ಪ್ರಾಣ ಹೋಯಿತು. ಧನನಂದನ ಮುಖದ ಅಗಲವಾಗಿ ತೆರೆದುಕೊಂಡ ಕಣ್ಣುಗಳಲ್ಲಿ ಮೃತ್ಯುಭೀತಿಯ ಚಿತ್ರ ಹಾಗೆಯೇ ಉಳಿಯಿತು.

ಇಡೀ ಸಭಾಸ್ಥಾನ ನಿಶ್ಯಬ್ದವಾಗಿತ್ತು. ಚಾಣಕ್ಯ ಮೆಲ್ಲಗೆ ಶವದ ಬಳಿಗೆ ಬಂದ. ಅದನ್ನೇ ದುರುಗುಟ್ಟಿ ನೋಡಿದ. ನಂತರ ಹುಚ್ಚು ಹಿಡಿದವನಂತೆ, ಅರಮನೆಯ ತುಂಬ, ಪಾಟಲೀಪುತ್ರದ ತುಂಬ ಪ್ರತಿಧ್ವನಿಸುವಂತೆ ಅಟ್ಟಹಾಸದಿಂದ ನಕ್ಕ. ಎಲ್ಲರೂ ಆ ವಿಚಿತ್ರ ವರ್ತನೆಯಿಂದ ವಿಚಲಿತರಾದರು. ಆದರೆ ಕೆಲವೇ ಕ್ಷಣಗಳಲ್ಲಿ ತನ್ನನ್ನು ತಾನು ನಿಯಂತ್ರಿಸಿಕೊಂಡ. ನಂತರ ತನ್ನ ಶಿಖೆಯನ್ನು ಕಟ್ಟಿಕೊಂಡ. ಧನಂಜಯ ಶವದ ಹತ್ತಿರ ಬಂದು ಅದನ್ನು ಎರಡು ಮೂರು ಸಲ ಕಾಲಿನಿಂದ ಒದ್ದು ತನ್ನ ಮಗನನ್ನು ನೆನೆಸಿಕೊಂಡು ಅಳತೊಡಗಿದ.

ಅಷ್ಟರಲ್ಲಿ ಹೊರಗೆ ಬಾಗಿಲು ಬಡಿಯುವ ಶಬ್ದವಾಯಿತು. ತೆರೆದಾಗ ಸುಮಿತ್ರ, ಪಶುಲೋಮ ಇತ್ಯಾದಿ ಹಲವರು ಒಳಗೆ ನುಗ್ಗಿದರು. ಅವರಲ್ಲಿ ಪ್ರಭಾಕರನೂ ಇದ್ದ,

ಅವನು ಹೇಳಿದ, ''ಆಚಾರ್ಯ, ಭಾಗುರಾಯಣ ಮತ್ತಿತರ ಸೇನಾಧ್ಯಕ್ಷರು ತಮ್ಮ ತಮ್ಮ ಸೇನೆಗಳೊಂದಿಗೆ ಸ್ವಲ್ಪ ಹೊತ್ತಿಗೆ ಮುಂಚೆ ನಗರಪ್ರವೇಶ ಮಾಡಿದರು.''

★ ★ ★

ರಾಕ್ಷಸ ಶ್ರೀಯಕನ ಭಂಟರೊಂದಿಗೆ ಹೋರಾಡಿ ಅವರನ್ನೆಲ್ಲ ಕತ್ತರಿಸಿ ಹಾಕಿದ. ಕಡೆಗೆ ಅಸಹಾಯಕನಾಗಿ ನಿಂತ ಶ್ರೀಯಕನನ್ನು ಅವನು ಇರಿದು ಕೊಂದ. ಈ ವೇಳೆಗೆ ಅವನ ಪಡೆಯಲ್ಲೂ ಬಹಳ ಜನ ಸತ್ತಿದ್ದರು. ಕಡೆಯಲ್ಲಿ ಬರೀ ಇಪ್ಪತ್ತು ಜನ ಮಾತ್ರ ಉಳಿದುಕೊಂಡಿದ್ದರು.

ಅಷ್ಟರಲ್ಲಿ ಅರಮನೆಯಿಂದ ಓಡಿಬಂದ ಒಬ್ಬ ಏದುಸಿರು ಬಿಡುತ್ತ ಹೇಳಿದ, ''ಅಮಾತ್ಯರೆ, ಚಕ್ರವರ್ತಿಗಳನ್ನು ಚಂದ್ರಗುಪ್ತ ಕೊಂದು ಹಾಕಿದ. ಅರಮನೆ ಶತ್ರುಗಳ ವಶವಾಯಿತು. ನಮ್ಮ ಸೈನ್ಯವೆಲ್ಲ ಅವರ ಕಡೆ ಸೇರಿಕೊಂಡಿದೆ. ನೂರಾರು ಜನ ಸತ್ತುಹೋಗಿದ್ದಾರೆ.''

ರಾಕ್ಷಸ ಬಹಳ ಸಂಕಟಪಟ್ಟು 'ಚಕ್ರವರ್ತಿಯನ್ನು, ಮಹಾರಾಣಿಯನ್ನು ಮತ್ತು ರಾಜಕುಮಾರನನ್ನು ರಕ್ಷಿಸಿಕೊಳ್ಳಲಾರದ ನನ್ನ ನಿಷ್ಠೆಗೆ ದಿಕ್ಕಾರವಿರಲಿ. ಅಂತೂ ಚಾಣಕ್ಯ ತಂತ್ರವೇ ಫಲಿಸಿತು! ಬುದ್ಧಿವಂತನಾದ ಅಮಾತ್ಯ ರಾಕ್ಷಸ ಅತಿ ಮೂರ್ಖನಾಗಿಬಿಟ್ಟ!' ಎಂದುಕೊಂಡ. ತಕ್ಷಣ ಅವನಿಗೆ ಸುಮಂತನ ನೆನಪಾಯಿತು. ಒಂದಿಬ್ಬರನ್ನು ಉಳಿಸಿಕೊಂಡು ಉಳಿದವರಿಗೆ ಸುಮಂತನನ್ನು ಕೂಡಲೇ ನಗರದ ಗಡಿ ದಾಟಿಸಿ, ಸುರಕ್ಷಿತ ದೂರದವರೆಗೂ ಜೊತೆಯಲ್ಲಿದ್ದು ಬರಬೇಕೆಂದು ಸೂಚಿಸಿದ. ಅವರು ಸುಮಂತನ ಮನೆಯತ್ತ ಓಡಿದರು.

ತನ್ನ ಗತಿ ಏನು? ತನ್ನ ಕುಟುಂಬದ ಗತಿಯೇನೆಂದು ರಾಕ್ಷಸನಿಗೆ ಭಯವಾಯಿತು. ಕೂಡಲೇ ಅವನು ತನ್ನ ಭವನಕ್ಕೆ ಬಂದ. ಅರಮನೆಯಲ್ಲಿ ಧನನಂದನ ಅವಸಾನದ ಸಂಭ್ರಮದಲ್ಲಿದ್ದ ಯಾರೂ ಅವನನ್ನು ಗಮನಿಸಲಿಲ್ಲ, ರಾಕ್ಷಸ ತನ್ನ ಹೆಂಡತಿ ಮತ್ತು ಮಗನನ್ನು ನಿಂತ ಕಾಲ ಮೇಲೆ ಹೊರಡಿಸಿದ. ನೆನಪಾಗಿ ಪೆಟ್ಟಿಗೆಯಲ್ಲಿದ್ದ ಒಂದು ಧನದ ಚೀಲವನ್ನು ಎತ್ತಿಕೊಂಡ. ಅಲ್ಲಿಂದ ಚಂದನದಾಸನ ಮನೆಗೆ ಬಂದ ''ಮಿತ್ರ, ಎಲ್ಲ ಆಪತ್ತುಗಳೂ ಒಟ್ಟಿಗೆ ಬಂದಿವೆ. ನನ್ನ ಪ್ರಾಣಕ್ಕೆ ಆತಂಕವಿದೆ. ಚಕ್ರವರ್ತಿಗಳು, ರಾಜಕುಮಾರ, ಮಹಾರಾಣಿ ಎಲ್ಲರೂ ಹೊರಟು ಹೋದರು. ನಗರ ಶತ್ರುಗಳ ವಶವಾಯಿತು. ಈಗ ನಾನು ಒಂಟಿಯಾಗಿ ಹೋಗಬೇಕು. ಕೆಲವು ದಿನ ನನ್ನ ಪತ್ನೀ ಪುತ್ರರನ್ನು ಶತ್ರುಬಾಧೆಯಿಂದ ರಕ್ಷಿಸಬೇಕು'' ಎಂದು ಬೇಡಿಕೊಂಡ.

''ಚಿಂತಿಸಬೇಡ ವಸುಭೂತಿ. ಅವರ ಬಗ್ಗೆ ನೀನು ನಿಶ್ಚಿಂತೆಯಿಂದಿರು. ನಿನ್ನ ಬಗ್ಗೆ ಜಾಗರೂಕನಾಗಿರು'' ಎಂದು ಭರವಸೆ, ಎಚ್ಚರ ಎರಡನ್ನೂ ಹೇಳಿ, ಬೇಡವೆಂದರೂ, ಬಲವಂತವಾಗಿ ಒಂದಷ್ಟು ಆಹಾರ ಸಾಮಗ್ರಿ, ಕೆಲವು ಕಂಬಳಿಗಳು ಮತ್ತು ಪಾತ್ರೆಗಳನ್ನು ಗಂಟುಕಟ್ಟಿ ಒಬ್ಬ ಸೈನಿಕನ ಕುದುರೆಯ ಮೇಲೆ ಹೇರಿ ಕಳಿಸಿದ.

ರಾಕ್ಷಸ ತನ್ನ ಹೆಂಡತಿ ಮತ್ತು ಮಗನನ್ನು ಬೀಳ್ಕೊಂಡು ತನ್ನ ಇಬ್ಬರು ಸೈನಿಕರೊಂದಿಗೆ ಪಾಟಲೀಪುತ್ರವನ್ನು ಬಿಟ್ಟು ಸಿಕ್ಕಿದ ಒಂದು ಮಾರ್ಗದಲ್ಲಿ ವೇಗವಾಗಿ ಸಾಗಿದ.

# ಅಧ್ಯಾಯ ಹತ್ತು

## ೧

ಧನನಂದನ ವಧೆಯಾದ ನಂತರ ಮೊಟ್ಟ ಮೊದಲು ಚಾಣಕ್ಯ ಭಾಗುರಾಯಣ ಮತ್ತಿತರ ಸೇನಾಧ್ಯಕ್ಷರನ್ನು ಕರೆಸಿಕೊಂಡ. "ಸದ್ಯದಲ್ಲಿ ನಗರ ರಕ್ಷಣೆಗೆ ಅಗತ್ಯವಾದ ಸೇನೆಯನ್ನು ನಿಯೋಜಿಸಿ, ಅದನ್ನು ಎಚ್ಚರಿಕೆಯಿಂದ ಗಮನಿಸುತ್ತಿರಿ. ಕೆಲವು ದಿನಗಳು ಕಳೆಯಲಿ. ಉಳಿದ ವ್ಯವಸ್ಥೆಗಳನ್ನು ರಾಜಸಭೆಯಲ್ಲಿ ಚರ್ಚಿಸೋಣ" ಎಂದು ಹೇಳಿ, ಅವರನ್ನು ಗೌರವಪೂರ್ವಕವಾಗಿ ಕಳಿಸಿಕೊಟ್ಟ.

ಅತ್ಯುತ್ಸಾಹದಿಂದ ಬೀಗುತ್ತಿದ್ದ ಪೌರವ ಮತ್ತು ಮಲಯಕೇತುವನ್ನು "ನಿಮ್ಮ ಸಹಾಯದಿಂದ ಒಂದು ಮಹತ್ಕಾರ್ಯ ಸಾಧನೆಯಾಯಿತು" ಎಂದು ಚಾಣಕ್ಯ ಹೃತ್ಪೂರ್ವಕವಾಗಿ ಅಭಿನಂದಿಸಿದ. "ಒಂದೆರಡು ದಿನ ವಿಶ್ರಾಂತಿ ಪಡೆಯಿರಿ. ಉಳಿದ ವಿಷಯಗಳನ್ನು ಆಮೇಲೆ ಚರ್ಚಿಸೋಣ" ಎಂದು ಅವರನ್ನು ಪ್ರಮದೋದ್ಯಾನದ ಅಂತಃಪುರದಲ್ಲಿ ಬೀಡು ಬಿಡುವಂತೆ ವ್ಯವಸ್ಥೆಗೊಳಿಸಿದ. ಮಲಯಕೇತುವಿನ ಹೆಂಡತಿ ಮಾಧವಿಯನ್ನು ಅವಳ ಇಚ್ಛೆಯಂತೆ ಭಾಗುರಾಯಣನ ಮನೆಗೆ ಕಳಿಸಿಕೊಡಲಾಯಿತು. ಸುಜಾತ, ಉಜ್ವಲ, ಮತ್ತಿತರ ಹುಡುಗಿಯರು ಹೊರಟುಹೋದರು.

ಚರಣ ಮತ್ತು ಅವನ ಮಿತ್ರರು ಅರಮನೆಯ ರಕ್ಷಣೆಗೆ ತಮ್ಮ ಪಡೆಯ ನಂಬಿಕೆಯ ಸೈನ್ಯವನ್ನು ನಿಯೋಜಿಸಿ, ಅದರ ಮೇಲ್ವಿಚಾರಣೆಯ ಹೊಣೆಯನ್ನು ಮಾತಂಗನಿಗೆ ವಹಿಸಲಾಯಿತು. ಮರುದಿನ ರಾತ್ರಿ ಆಚಾರ್ಯ ಚಣಕರು ವಾಸವಾಗಿದ್ದ ಹಳೆಯ ಮನೆಯಲ್ಲಿ ಭೇಟಿ ಮಾಡುವಂತೆ ಇಂದುಶರ್ಮ, ನಿಪುಣಕ, ಪಶುಲೋಮ, ಸಿದ್ಧಾರ್ಥಕ ಮತ್ತು ಸಮಿದ್ಧಾರ್ಥಕರಿಗೆ ಹೇಳಿ ಕಳಿಸಲಾಯಿತು. ವಸುಂಧರ, ಸುಮಿತ್ರ ಮುಂತಾದವರಿಗೂ, ಹಾಗೇ ಹೇಳಿಕಳಿಸಲಾಯಿತು. ಈಗ ನಡೆದ ಗದ್ದಲವನ್ನು ಉಪಯೋಗಿಸಿಕೊಂಡು, ರಾಕ್ಷಸನ ಕಡೆಯವರೋ, ಧನನಂದನ ಕಡೆಯವರೋ ನಾಗರಿಕರಿಗೆ ತೊಂದರೆ ಕೊಡದಂತೆ ತನ್ನ ಪಡೆಯೊಂದಿಗೆ ಒಂದೆರಡು ದಿನ ನಗರವನ್ನು ಸುತ್ತುತ್ತಿರಬೇಕಂದೂ, ಜನರ ಶಾಂತಿ ನೆಮ್ಮದಿಗಳಿಗೆ ಇನ್ನು ಯಾವ ಭಯವೂ ಇಲ್ಲವೆಂದು ಭರವಸೆ ನೀಡಬೇಕೆಂದೂ ಪ್ರಭಾಕರನಿಗೆ ಸೂಚಿಸಲಾಯಿತು.

ಗೌತಮ ಮತ್ತು ಚಂದಕ ಚಣಕನ ಮನೆಯನ್ನು ಸಜ್ಜುಗೊಳಿಸಲು ಹೋದರು. ಸಿಂಹಾಸನದ ವೇದಿಕೆಯ ಮೆಟ್ಟಿಲ ಮೇಲೆ ಬಿದ್ದಿದ್ದ ಧನನಂದನ ಶವವನ್ನು ಮತ್ತು ಅಲ್ಲೆಲ್ಲ ಹರಿದು ಹೆಪ್ಪುಗಟ್ಟಿದ್ದ ರಕ್ತವನ್ನು ಮತ್ತೆ ನೋಡಿ ಚಾಣಕ್ಯ "ದುಷ್ಟರಾಜನ

ರಕ್ತಾಭಿಷೇಕದಿಂದ ಮಗಧದ ಸಿಂಹಾಸನ ಪವಿತ್ರವಾಯಿತು'' ಎಂದು ಅಲ್ಲಿಂದ ಸಂದರ್ಶನ ಶಾಲೆಗೆ ಬಂದ. ಅಲ್ಲಿದ್ದ ಒಂದು ಪೀಠದ ಮೇಲೆ ಕುಳಿತು, ಎಲ್ಲರಿಗೂ ಕುಳಿತು ಕೊಳ್ಳುವಂತೆ ಸನ್ನೆ ಮಾಡಿದ. ಚಂದ್ರಗುಪ್ತ, ಚರಣ, ಬ್ರಹ್ಮದತ್ತ, ಭಾಸ್ಕರ, ನಂದಿಕೇಶ, ಹರಿಸೇನ, ಧನಂಜಯ ಎಲ್ಲ ಒಂದೊಂದು ಪೀಠದಲ್ಲಿ ಕುಳಿತುಕೊಂಡರು.

ಅದೇ ವೇಳೆಗೆ ಅಳಿದುಳಿದ ಅರಮನೆಯ ಪರಿಚಾರಕರು, ಕಾವಲುಗಾರರು, ಸೇವಕರು ಗುಂಪುಗುಂಪಾಗಿ ಬಂದು ತಲೆಬಾಗಿ ನಿಂತುಕೊಂಡರು. ಅವರ ಮುಖದಲ್ಲಿ ದಿಕ್ಕುತೋಚದ ಅಸಹಾಯಕ ಪರಿಸ್ಥಿತಿ, ಭೀತಿ ಎಲ್ಲ ಮೇಳವಿಸಿದ್ದವು. ನಂತರ ಅವರೆಲ್ಲ ಒಬ್ಬೊಬ್ಬರಾಗಿ ಬಂದು ಚಂದ್ರಗುಪ್ತ, ಚಾಣಕ್ಯ ಇಬ್ಬರಿಗೂ ವಿನಯಪೂರ್ವಕವಾಗಿ ನಮಸ್ಕರಿಸಿದರು.

''ನಮಗೆ ಅಪ್ಪಣೆಯೇನು ಪ್ರಭು ?'' ಎಂದು ಅವರ ಮುಂದಾಳತ್ವ ವಹಿಸಿದ್ದ ಒಬ್ಬ ವಯಸ್ಕ.

ಚಂದ್ರಗುಪ್ತ ಚಾಣಕ್ಯನ ಮುಖ ನೋಡಿದ. ಅವನು ಸನ್ನೆಯ ಮೂಲಕ ಸೂಚನೆ ನೀಡಿದ ನಂತರ ಚಂದ್ರಗುಪ್ತ ಹೇಳಿದ, ''ಹೊಸ ಅಧಿಕಾರದ ಬಗ್ಗೆ ಅಸಮಾಧಾನವಿದ್ದವರು ತಮ್ಮ ಪಾಡಿಗೆ ತಾವು ಎಲ್ಲಿಗೆ ಬೇಕಾದರೂ ಹೊರಟುಹೋಗಬಹುದು. ನಿಷ್ಠೆಯಿಂದ ಇರುವವರು, ತಾವು ಈವರೆಗೆ ಮಾಡುತ್ತಿದ್ದ ಕರ್ತವ್ಯಗಳನ್ನೇ ಮುಂದುವರಿಸಿಕೊಂಡು ಹೋಗಿ.''

ಚಾಣಕ್ಯ ಹೇಳಿದ, ''ನೀವೆಲ್ಲ ಮೊದಲು ಮಾಡಬೇಕಾದ ಕೆಲಸವೆಂದರೆ, ಸಭಾ ಸ್ಥಾನದಿಂದ ಧನನಂದನ ಶವವನ್ನು ತೆಗೆದು ಶುಚಿಗೊಳಿಸುವುದು ಮತ್ತು ರಾಜ, ರಾಣಿ ಮತ್ತು ರಾಜಕುಮಾರರ ಶವ ಸಂಸ್ಕಾರಕ್ಕೆ ವ್ಯವಸ್ಥೆ ಮಾಡುವುದು. ಪ್ರೀತಿ, ದ್ವೇಷ ಏನೇ ಇದ್ದರೂ, ಪ್ರಾಣ ಹೋದ ಕಳೇಬರಗಳಿಗೆ ಸಲ್ಲಬೇಕಾದ ಕಡೆಯ ಸಂಸ್ಕಾರಗಳು ಕ್ರಮಬದ್ಧವಾಗಿ ಜರುಗಲಿ. ಇಂದು ರಾತ್ರಿಯೇ ಸಂಸ್ಕಾರ ಮುಗಿದುಹೋಗಬೇಕು. ಅದಕ್ಕೆ ಪ್ರಚಾರದ ಅಗತ್ಯವಿಲ್ಲ''

''ಅಪ್ಪಣೆ'' ಎಂದು ಹೇಳಿ ಅವರೆಲ್ಲ ಹೊರಟು ಹೋದರು.

''ಅಮಾತ್ಯ ರಾಕ್ಷಸ ತನ್ನ ಹೆಂಡತಿ ಮಗನನ್ನು ಕರೆದುಕೊಂಡು ನಗರವನ್ನು ಬಿಟ್ಟಿದ್ದಾನೆ ಆಚಾರ್ಯ'' ಎಂದ ಚರಣ.

''ಅಮಾತ್ಯ ಶ್ರೀಯಕ ಇಂಥ ಭಯಂಕರ ಸಂಚು ಮಾಡುತ್ತಾನೆ, ರಾಜವೈದ್ಯ ಸಂಜಯ ಅದರಲ್ಲಿ ಭಾಗಿಯಾಗುತ್ತಾನೆಂದು ನಾನು ಭಾವಿಸಿರಲಿಲ್ಲ'' ಎಂದ ಚಂದ್ರಗುಪ್ತ.

''ಆ ಅನಿರೀಕ್ಷಿತ ಘಟನೆಯಿಂದ ಸದ್ಯ ನಮ್ಮ ಯೋಜನೆ ಅಸ್ತವ್ಯಸ್ತವಾಗಲಿಲ್ಲ'' ಎಂದ ಬ್ರಹ್ಮದತ್ತ.

''ಭಗವಂತನ ಕೃಪೆ ನಮ್ಮ ಮೇಲಿದೆಯೆಂಬುದಕ್ಕೆ ಇದೇ ಉದಾಹರಣೆ'' ಚಾಣಕ್ಯ ಹೇಳಿದ, ''ಎಷ್ಟು ಕಠಿಣ ಮನಸ್ಸು ಎಂಥ ನಿರ್ದಯಿ ನಾನು, ಎಂದು ನೀವೆಲ್ಲ ಅಂದುಕೊಳ್ಳ ಬಹುದು. ಆದರೆ ಸತ್ಯಸಂಗತಿಯೆಂದರೆ, ಶ್ರೀಯಕ ಈ ಕೆಲಸ ಮಾಡಿ ನಮಗೆ ಸಹಾಯವನ್ನೇ ಮಾಡಿದ.''

''ಅವನಿಂದ ನಮಗೆ ಸಹಾಯವಾಯಿತೆ ?'' ನಂದಿಕೇಶ ಕೇಳಿದ.

''ಹೌದು, ಧನನಂದನ ವಂಶ ನಿರ್ವಂಶ ಮಾಡುತ್ತೇನೆಂದು ನಾನು ಮಾಡಿದ ಪ್ರತಿಜ್ಞೆ

ಈ ರೀತಿಯಲ್ಲಿ ಈಡೇರಿತು. ಇಲ್ಲವಾದರೆ ರಾಣಿ ಮತ್ತು ರಾಜಕುಮಾರನನ್ನು ಕೊಲ್ಲುವ ಕಟುಕನಾಗುವುದು ಬಹುಶಃ ನನ್ನಿಂದ ಸಾಧ್ಯವಾಗುತ್ತಿರಲಿಲ್ಲ. ನಮ್ಮ ದಾರಿಯ ಮುಳ್ಳು ತಾನಾಗಿಯೇ ನಿವಾರಣೆಯಾದಂತಾಯಿತು. ರಾಜಕುಮಾರ ಬದುಕಿದ್ದರೆ ಶತ್ರುವಾಗಿ ಬೆಳೆಯುತ್ತಿದ್ದ. ಒಂದಲ್ಲ ಒಂದು ದಿನ ಎದುರಿಸಲು ಸಿದ್ಧನಾಗುತ್ತಿದ್ದ. ಕೊಲ್ಲುವ ಕ್ರೂರ ಕರ್ಮವನ್ನು ಮಾಡಿದ ಶ್ರೀಯಕ ನನ್ನನ್ನು ಪಾಪದಿಂದ ಪಾರುಮಾಡಿದ.''

''ನನ್ನ ಅಧಿಕಾರದ ಅಡಿಪಾಯದಲ್ಲಿ ಧನನಂದನಂಥ ಕ್ರೂರಿಯ ಸಾವು ಇರುವಂತೆ, ಅಮಾಯಕರಾದ ರಾಣಿ ಮತ್ತು ರಾಜಕುಮಾರನ ಅನ್ಯಾಯದ ಸಾವೂ ಇರುವುದು ಎಂಥ ವಿಪರ್ಯಾಸ !'' ಎಂದ ಚಂದ್ರಗುಪ್ತ ನೋವಿನಿಂದ.

''ಅನಿವಾರ್ಯವನ್ನು ಒಪ್ಪಲೇಬೇಕು ಚಂದ್ರಗುಪ್ತ'' ಚಾಣಕ್ಯ ಹೇಳಿದ, ''ನಿನ್ನಲ್ಲಿ ಸಹಜವಾಗಿರುವ ದಯೆ ಕರುಣೆಗಳ ಬಗ್ಗೆ ನನ್ನ ಮೆಚ್ಚಿಗೆಯಿದೆ, ಗೌರವವಿದೆ. ಆದರೆ ಕೆಲವು ಸಂದರ್ಭಗಳಲ್ಲಿ ಕಟುಕನಂತಿರದಿದ್ದರೂ, ಸ್ಥಿತಪ್ರಜ್ಞನಂತೆ ವರ್ತಿಸಬೇಕಾಗುತ್ತದೆ. ಕೊಲ್ಲುವ ಇಚ್ಛೆಯಿಲ್ಲದಿದ್ದರೂ, ಅದು ನಿರಪರಾಧಿಯಾದರೂ, ನಮ್ಮ ಪ್ರಾಣರಕ್ಷಣೆಯ ಉದ್ದೇಶದಿಂದ ಒಂದು ಹಾವನ್ನು ಹೊಡೆದು ಕೊಲ್ಲುವಂತೆ ಅಥವಾ ಕೊಲ್ಲಿಸುವಂತೆ ಇದೂ ಕೂಡ.''

''ಧನನಂದ ಸಾವಿಗೆ ಜನರ ಪ್ರತಿಕ್ರಿಯೆ ಏನಿರಬಹುದೋ !'' ಎಂದ ನಂದಿಕೇಶ.

''ಯಾರಿಗೂ ದುಃಖವಾಗಿರುವುದಿಲ್ಲ'' ಭಾಸ್ಕರ ಹೇಳಿದ, ''ಇಡೀ ನಗರದ ಜನ ನಮ್ಮ ಆಂದೋಲನದಲ್ಲಿ ಒಮ್ಮನಸ್ಸಿನಿಂದ ಬಹುಸಂಖ್ಯೆಯಲ್ಲಿ ಭಾಗವಹಿಸಿದ್ದೇ ಅದನ್ನು ಸೂಚಿಸುತ್ತದೆ. ಬಹುಶಃ ರಾಣಿ ಮತ್ತು ರಾಜಕುಮಾರನ ದುರ್ಮರಣಕ್ಕೆ ಕೆಲವರಾದರೂ ದುಃಖಿಸುವ ಸಾಧ್ಯತೆಯಿದೆ.''

''ಹೌದು, ಅದು ಸಹಜ'' ಚಾಣಕ್ಯ ಹೇಳಿದ, ''ಏಕೆಂದರೆ ಅವರಿಂದ ಜನರಿಗೆ ಯಾವ ತೊಂದರೆಯೂ ಆಗಿರಲಿಲ್ಲ. ಬಹುಶಃ ರಾಣಿಯ ಬಗ್ಗೆ ಅವರಿಗೆ ಗೌರವವೇ ಇದ್ದಿರಬೇಕು. ಆದರೆ ಧನನಂದನ ಅಮಾತ್ಯ ಮತ್ತು ರಾಜವೈದ್ಯನೇ ಸಂಚು ಮಾಡಿದ್ದರಿಂದ, ಕೆಲವರಾದರೂ ನಮ್ಮ ಬಗ್ಗೆ ವಿರೋಧ ಭಾವನೆಯನ್ನು ತಾಳುವುದು ತಪ್ಪಿತು.''

''ಒಬ್ಬ ವೈದ್ಯ ತನ್ನ ರೋಗಿಗೆ ವಿಷಪ್ರಯೋಗ ಮಾಡಿ ಕೊಲ್ಲುವುದು ವೈದ್ಯ ವೃತ್ತಿಗೇ ಕಲಂಕವಾದಂತಾಯಿತು'' ಎಂದ ಹರಿಸೇನ ಬೇಸರದಿಂದ.

''ಯಾವನೋ ಒಬ್ಬ ನೀಚತನದಿಂದ ವರ್ತಿಸಿದರೆ ವೈದ್ಯವೃತ್ತಿಗೆ ಕಳಂಕವೇಕೆ ಬರುತ್ತದೆ ? ಕೊಂದವನೂ, ಕೊಲ್ಲಿಸಿದವನೂ ಇಬ್ಬರೂ ಸತ್ತರು ಬಿಡಿ. ಆ ವಿಷಯ ಅಲ್ಲಿಗೆ ಮುಗಿಯಿತು. ಈಗ ನಾವು ಮುಂದಿನ ಕಾರ್ಯಗಳ ಬಗ್ಗೆ ಆಲೋಚಿಸೋಣ'' ಎಂದ ಚಾಣಕ್ಯ.

''ಇನ್ನೇನು, ಪಟ್ಟಾಭಿಷೇಕದ ಸಿದ್ಧತೆ ತಾನೆ ?'' ಎಂದ ಚರಣ.

''ಇಲ್ಲ, ಈಗಲೇ ಅಷ್ಟು ಆತುರಪಡುವಂತಿಲ್ಲ. ಏಕೆಂದರೆ ಇಲ್ಲಿ ಪ್ರಧಾನಾಮಾತ್ಯನಾಗಿದ್ದವನು ಅಮಾತ್ಯ ರಾಕ್ಷಸನೆಂಬುದು ನೆನಪಿನಲ್ಲಿರಲಿ.''

''ಇದ್ದ ಸರಿ, ಈಗಿಲ್ಲವಲ್ಲ, ತಲೆಮರೆಸಿಕೊಂಡು ಓಡಿಹೋದನಲ್ಲ'' ಎಂದ ಚಂದ್ರಗುಪ್ತ.

''ಓಡಿಹೋದ. ಆದರೆ ಇಲ್ಲಿದ್ದಾಗ ಅವನು ಏನೇನು ವ್ಯವಸ್ಥೆ ಮಾಡಿದ್ದ, ಅದರಲ್ಲಿ ನಮಗೆ ಅನುಕೂಲಕರವಾದವು ಯಾವುವು, ಪ್ರತಿಕೂಲವಾದವು ಯಾವುವು ಎಂಬುದನ್ನು

ಸ್ಪಷ್ಟವಾಗಿ ತಿಳಿದುಕೊಳ್ಳದ ಹೊರತು ಚಂದ್ರಗುಪ್ತ ಅರಮನೆಯಲ್ಲಿ ವಾಸಮಾಡುವುದು ಬೇಡ.''

''ಅರಮನೆಯಲ್ಲಿಲ್ಲದೆ ಅವನು ಎಲ್ಲಿರುತ್ತಾನೆ ?'' ಚರಣ ಅರ್ಥವಾಗದೆ ಕೇಳಿದ.

''ಏಕೆ ? ಈ ದೊಡ್ಡ ನಗರದಲ್ಲಿ ಚಂದ್ರಗುಪ್ತನಿಗೆ ಇರಲು ನೆಲೆಯಿಲ್ಲವೆ ?'' ಚಾಣಕ್ಯ ನಗುತ್ತ ಕೇಳಿದ, ''ನಿನ್ನ ಮನೆ ಇದೆ, ನನ್ನ ಮನೆ ಇದೆ, ಭಾಗುರಾಯಣನ ಮನೆಯಿದೆ. ಅವನು ಮೊದಲು ವಾಸಮಾಡುತ್ತಿದ್ದ ಮನೆಯಲ್ಲಿ ಬೇರೆ ಯಾರಾದರೂ ವಾಸವಾಗಿದ್ದಾರೆಯೇ ?''

''ಬಹುಶಃ ಇಲ್ಲ, ನಾವು ಹೊರಡುವಾಗ ಅದರ ವ್ಯವಸ್ಥೆಯನ್ನೇನೂ ಮಾಡಿರಲಿಲ್ಲ.''

''ಸರಿ, ಅಲ್ಲೇ ಕೆಲವು ದಿನ ಇರಬಹುದು. ಅರಮನೆಯ ವೈಭವದ ಬದುಕಿಗೆ ಮೊದಲು ತನ್ನ ಹಳೆಯ ಬದುಕಿನ ನೆನಪು ಮಾಡಿಕೊಳ್ಳುವುದು ಅಗತ್ಯ. ಜೊತೆಗೆ ಅವನ ತಾಯಿಯವರೂ ಬರುತ್ತಾರಲ್ಲ.''

''ಆಗಬಹುದು'' ಚಂದ್ರಗುಪ್ತ ಹೇಳಿದ, ''ಆದರೆ ಆಚಾರ್ಯ, ಹೊಸ ವೈಭವದ ಬದುಕಿನಲ್ಲಿ ಹಳೆಯದನ್ನು ನಾನು ಎಂದೆಂದಿಗೂ ಮರೆಯುವುದಿಲ್ಲ. ಬೇಕಾದರೆ ನಾನು ನನ್ನ ಮೊದಲ ಸಣ್ಣ ಮನೆಯಲ್ಲೇ ಇದ್ದುಕೊಂಡು ರಾಜ್ಯವಾಳುತ್ತೇನೆ.''

''ಕೂಡದು ಚಂದ್ರಗುಪ್ತ'' ಚಾಣಕ್ಯ ತಕ್ಷಣ ಹೇಳಿದ, ''ನಿನ್ನ ಸರಳತನ ನಿನಗೆ ಮೆಚ್ಚಿಗೆಯಾಗಬಹುದು, ಆದರೆ ಪ್ರಜೆಗಳಿಗೆ ಖಂಡಿತ ಮೆಚ್ಚಿಗೆಯಾಗುವುದಿಲ್ಲ. ತಮ್ಮ ದೊರೆ ವೈಭವದಿಂದ ಅನುಗ್ರಹ ಶಕ್ತಿಯುಳ್ಳ ದೇವತೆಯಂತೆ ಅವರಿಗೆ ಕಾಣಬೇಕು. ತಾವು ಕೊಟ್ಟ ಅಧಿಕಾರಕ್ಕೆ ತಾವೇ ಶರಣಾಗಿ ವಿಧೇಯತೆಯಿಂದ ನಡೆದುಕೊಳ್ಳುವುದು ಅವರಿಗೆ ಪ್ರಿಯ. ಅದನ್ನು ದುರುಪಯೋಗ ಪಡಿಸಿಕೊಂಡೇ ಧನನಂದ ಮತ್ತು ಆಂಭೀಕನಂಥವರು ಪ್ರಜೆಗಳನ್ನು ಕಾಡಿದರು. ನೀನು ಅವರಿಗೆ ಕಾಡದ, ಪ್ರೀತಿಯಿಂದ ಪಾಲಿಸುವ ದೇವರಾಗಬೇಕು. ನೀನು ಎಷ್ಟು ಬಗೆಯ ಸುಖ ವೈಭೋಗಗಳನ್ನಾದರೂ ಅನುಭವಿಸು. ಆದರೆ ಅವುಗಳ ಅಂತರ್ಯದಲ್ಲಿ ಇದೆಲ್ಲ ಪ್ರಜೆಗಳ ಕೃಪೆ ಎಂಬ ಅರಿವಿರಬೇಕು. ಅವರಿಗೆ ಸುಖ ನೆಮ್ಮದಿಯನ್ನು ಕೊಟ್ಟಿದ್ದೇನೆಯೇ ? ಇಲ್ಲವಾದರೆ ಈ ಸುಖ ವೈಭೋಗಗಳನ್ನು ಅನುಭವಿಸಲು ನಾನು ಅರ್ಹನೇ ? ಎಂದು ಪ್ರಶ್ನೆ ಕೇಳಿಕೊಳ್ಳಬೇಕು. ಈ ಆತ್ಮಸಾಕ್ಷಿ ಇದ್ದವನೇ ಯಶಸ್ವೀ ರಾಜನಾಗುತ್ತಾನೆ.''

''ತಮ್ಮ ಈ ಅಮೂಲ್ಯವಾದ ಮಾತನ್ನು ನಾನು ಸದಾ ನೆನಪಿನಲ್ಲಿಟ್ಟಿರುತ್ತೇನೆ ಆಚಾರ್ಯ'' ಎಂದ ಚಂದ್ರಗುಪ್ತ ವಿನಯದಿಂದ.

''ಅರಮನೆಯ ಎಲ್ಲ ಕಡೆ ನಮ್ಮ ಸೈನಿಕರನ್ನು ಕಾವಲಿರಿಸಿ. ನೀವೆಲ್ಲ ನಿಮ್ಮ ನಿಮ್ಮ ಮನೆಗಳಿಗೆ ಹೋಗಿ. ಬಹುಕಾಲದಿಂದ ಮನೆಯಿಂದ ದೂರವಾದ ನಿಮಗಾಗಿ ನಿಮ್ಮ ಕುಟುಂಬದವರು ಕಾತರದಿಂದ ನಿರೀಕ್ಷಿಸುತ್ತಿರುತ್ತಾರೆ. ಕತ್ತಲಾದ ಮೇಲೆ ರಾಜಪರಿವಾರದ ಶವಸಂಸ್ಕಾರ ನಡೆಯುವುದನ್ನು ಖಚಿತಪಡಿಸಿಕೊಳ್ಳುವಂತೆ ಪ್ರಭಾಕರನಿಗೆ ತಿಳಿಸಿ. ಸೈನಿಕರಿಗೆಲ್ಲಾ ಊಟೋಪಚಾರದ ವ್ಯವಸ್ಥೆಯ ಕಡೆ ಗಮನಕೊಡಿ. ನಾನೂ ನನ್ನ ಮನೆಗೆ ಹೋಗಿ ನಿರಾಳವಾಗಿ ನಿದ್ರೆ ಮಾಡುತ್ತೇನೆ. ನಾಳೆ ರಾತ್ರಿ ಎಲ್ಲ ನಮ್ಮ ಮನೆಯಲ್ಲೇ ಭೇಟಿ ಮಾಡೋಣ. ಚಂದ್ರಗುಪ್ತ, ನೀನೇ ವೈಯಕ್ತಿಕವಾಗಿ ಪೌರವನನ್ನು ಭೇಟಿಮಾಡಿ, ನಾಲ್ಕು ಒಳ್ಳೆಯ ಮಾತನಾಡಿ, ಅವರ ಉಪಚಾರಕ್ಕೆ ತಕ್ಕ ವ್ಯವಸ್ಥೆ ಮಾಡಿ ಮನೆಗೆ ಹೋಗು.''

"ನಾನೂ ಚಂದ್ರಗುಪ್ತನ ಜೊತೆಯಲ್ಲಿರುತ್ತೇನೆ ಆಚಾರ್ಯ" ಎಂದ ಚರಣ.

ಚಾಣಕ್ಯ ಮತ್ತಿತರರು ಅರಮನೆಯಿಂದ ಹೊರಟುಬಿಟ್ಟರು. ಶ್ರೀಗುಪ್ತ ಮತ್ತಿಬ್ಬರನ್ನು ಚಂದ್ರಗುಪ್ತನ ಹಳೆಯ ಮನೆಯನ್ನು ಶುಚಿಮಾಡಲು ಚರಣ ಕಳಿಸಿಕೊಟ್ಟ. ನಂದಿಕೇಶ, ಬ್ರಹ್ಮದತ್ತ, ಸಿಂಹಸೇನ ಮತ್ತು ಭಾಸ್ಕರ ತಮ್ಮ ಮನೆಗಳತ್ತ ಹೊರಟರು. ಚಂದ್ರಗುಪ್ತ ಮತ್ತು ಚರಣ ಪೌರವನ ಬಿಡಾರದತ್ತ ಸಾಗಿದರು.

ಪರಿಚಾರಕರು ಈ ವೇಳೆಗೆ ಪೌರವ ಮತ್ತು ಮಲಯಕೇತುವನ್ನು ಸಾಕಷ್ಟು ಉಪಚರಿಸಿದ್ದರು. ಧನನಂದ ತನ್ನ ಲೋಲುಪ್ತಿಗಾಗಿ ಸರ್ವಾನುಕೂಲಗಳಿಂದ ಸಜ್ಜುಗೊಳಿಸಿ ಕೊಂಡಿದ್ದ ಅಂತಃಪುರ ಅದು.

ಚಂದ್ರಗುಪ್ತ ಮತ್ತು ಚರಣ ಒಳಬಂದಾಗ ತಂದೆ ಮತ್ತು ಮಗ ಸುಖಾಸೀನರಾಗಿ ಕುಳಿತು ಲೋಕಾಭಿರಾಮವಾಗಿ ಮಾತಾಡುತ್ತಿದ್ದರು. "ಓ ಚಂದ್ರಗುಪ್ತ ಮಹಾರಾಜ! ದಯಮಾಡಿಸಬೇಕು" ಎಂದು ಪೌರವ ಎದ್ದು ನಿಂತ.

ಮಲಯಕೇತು "ನಿಮ್ಮ ಅರಮನೆಗೆ ಅತಿಥಿಗಳಾದ ನಾವೇ ನಿಮ್ಮನ್ನು ಸ್ವಾಗತಿಸುತ್ತಿದ್ದೇವೆ. ಬನ್ನಿ, ಕುಳಿತುಕೊಳ್ಳಿ" ಎಂದು ಕೈಹಿಡಿದು ಕರೆತಂದು ಕೂಡಿಸಿದ.

"ಈ ಅರಮನೆ ನನ್ನದು ಹೇಗೋ, ಹಾಗೆಯೇ ನಿಮ್ಮದೂ ಕೂಡ" ಎಂದ ಚಂದ್ರಗುಪ್ತ ಚರಣನೊಂದಿಗೆ ಕುಳಿತುಕೊಳ್ಳುತ್ತ, "ಏನೂ ಅನಾನುಕೂಲವಾಗಲಿಲ್ಲ ತಾನೆ ?" ಎಂದು ವಿಚಾರಿಸಿಕೊಂಡ.

"ಇಲ್ಲ, ಇದು ನಮಗಾಗಿಯೇ ಸಿದ್ಧಪಡಿಸಿದಂತಿದೆ. ಈ ಅಲಂಕಾರಗಳು, ಸುಂದರವಾದ ಪೀಠೋಪಕರಣಗಳು, ಹಂಸತೂಲಿಕಾತಲ್ಪ, ಪಾನಕರಂಡಗಳು, ಎಷ್ಟೊಂದು ವೈಭವದ ವ್ಯವಸ್ಥೆ!" ಪೌರವ ಉತ್ಸಾಹದಿಂದ ಹೇಳಿದ.

"ಬಹಳ ಸಂತೋಷ. ಊಟೋಪಚಾರಕ್ಕೂ ಎಲ್ಲ ವ್ಯವಸ್ಥೆಯಾಗುತ್ತಿದೆ. ತಾವು ನಿಶ್ಚಿಂತೆಯಿಂದ ವಿಶ್ರಾಂತಿ ತೆಗೆದುಕೊಳ್ಳಬಹುದು" ಎಂದ ಚರಣ.

"ತಮ್ಮ ಆಶೀರ್ವಾದ ಮತ್ತು ಸಹಕಾರದಿಂದ ಅಸಾಧ್ಯವಾದದ್ದು ಸಾಧ್ಯವಾಯಿತು. ಮಗಧಕ್ಕೆ ಬಿಡುಗಡೆ ದೊರೆಯಿತು" ಎಂದ ಚಂದ್ರಗುಪ್ತ.

"ಎಲ್ಲ ನಮ್ಮದೇ ಅಲ್ಲ" ಮಲಯಕೇತು ಹೇಳಿದ, "ನಿಮ್ಮ ಸದುದ್ದೇಶದ ಈ ಮಹಾಸಾಹಸದಲ್ಲಿ ನಾವೂ ಒಂದು ಕೈ ಜೋಡಿಸಿದೆವು ಅಷ್ಟೆ"

"ನೀವು ಏನೇ ಹೇಳಿ, ನಾನು ನನ್ನ ಮಿತ್ರರು, ಆಚಾರ್ಯ ಚಾಣಕ್ಯರೂ ಕೂಡ ನಿಮ್ಮ ಉಪಕಾರವನ್ನು ಕೃತಜ್ಞತೆಯಿಂದ ಸ್ಮರಿಸುತ್ತೇವೆ. ಬಹುಶಃ ನಾಳೆ ಕಳೆದ ಮೇಲೆ ಆಚಾರ್ಯರು ತಮ್ಮನ್ನು ಭೇಟಿ ಮಾಡುತ್ತಾರೆ."

"ಮಾಧವಿಯೂ ಇಲ್ಲಿಯೇ ಇರಬಹುದಾಗಿತ್ತು" ಎಂದ ಮಲಯಕೇತು ಹಿಂಜರಿಯುತ್ತ.

"ಚಿಂತೆ ಮಾಡಬೇಡಿ. ಅಶ್ವಾಧ್ಯಕ್ಷ ಭಾಗುರಾಯಣರ ಮನೆಯಲ್ಲಿ ಅವರು ಆನಂದವಾಗಿರಲಿ, ನಮ್ಮ ಜನಗಳ ಪರಿಚಯ ಮಾಡಿಕೊಳ್ಳಲಿ, ಸ್ನೇಹ ಬೆಳೆಸಲಿ. ಪತ್ನಿಯನ್ನು ಬಿಟ್ಟಿರುವುದು ಕಷ್ಟವಾದರೆ ನೀವೂ ಭಾಗುರಾಯಣರ ಮನೆಯಲ್ಲೇ ಇರಬಹುದು" ಎಂದ ಚಂದ್ರಗುಪ್ತ ನಗುತ್ತ.

"ಹಾಗೇನಿಲ್ಲ" ಎಂದ ಮಲಯಕೇತು ತುಸು ನಾಚಿಕೆಯಿಂದ, "ಒಂದೆರಡು ದಿನ ಅವಳು ಅಲ್ಲೇ ಇರಲಿ."

"ಸ್ವಲ್ಪ ತಡೆಯಿರಿ. ಈ ಗೊಂದಲಗಳೆಲ್ಲ ಕಳೆಯಲಿ. ನಿಮ್ಮ ಬಿಡಾರಕ್ಕೆ ಪ್ರತ್ಯೇಕ ವ್ಯವಸ್ಥೆ ಮಾಡುತ್ತೇನೆ. ಆಮೇಲೆ ಅವರೂ ಇಲ್ಲಿಗೇ ಬರುತ್ತಾರೆ."

ಸ್ವಲ್ಪ ಹೊತ್ತು ಮಾತಾಡುತ್ತಿದ್ದು ಚಂದ್ರಗುಪ್ತ ಮತ್ತು ಚರಣ ಅಲ್ಲಿಂದ ಹೊರಟು ಬಿಟ್ಟರು.

"ತಂದೆಗೂ ಮಗನಿಗೂ ತುಂಬಾ ವ್ಯತ್ಯಾಸವಿದೆಯಲ್ಲವೆ ?" ದಾರಿಯಲ್ಲಿ ಚರಣ ಚಂದ್ರಗುಪ್ತನನ್ನು ಕೇಳಿದ.

"ಹೌದು, ಪೌರವನ ಮಹತ್ವಾಕಾಂಕ್ಷೆ, ಸುಖಲೋಲುಪ್ತಿ ಮಲಯಕೇತುವಿನಲ್ಲಿ ಕಾಣುತ್ತಿಲ್ಲ. ಪೌರವನ ಮಾತಿನಲ್ಲಿ ಸ್ವಪ್ರಯೋಜನದ ದೃಷ್ಟಿಯೇ ಪ್ರಧಾನವಾಗಿರುವುದರಿಂದ ಅವನ ಸೌಜನ್ಯ ಸಭ್ಯತೆಗಳು ಕೃತಕವಾಗಿ ಕಾಣುತ್ತವೆ. ಆದರೆ ಮಲಯಕೇತುವಿನ ಮಾತಿನಲ್ಲಿ ಸರಳ ಸ್ನೇಹಶೀಲತೆ ಕಾಣಿಸುತ್ತದೆ" ಎಂದ ಚಂದ್ರಗುಪ್ತ.

"ಅಂದರೆ, ಕೊಟ್ಟ ಮಾತಿನಂತೆ ಈಗ ಪೌರವನಿಗೆ ಮಗಧದ ಅರ್ಧಭಾಗವನ್ನು ಕೊಡಬೇಕಲ್ಲ ?"

"ಆಚಾರ್ಯರ ಮಾತಿನ ಧಾಟಿಯನ್ನು ನೋಡಿದರೆ, ಏನಾದರೂ ಉಪಾಯ ಮಾಡಿ ಅರ್ಧರಾಜ್ಯ ಕೊಡುವುದರಿಂದ ತಪ್ಪಿಸಿಕೊಳ್ಳುವಂತೆ ಕಾಣುತ್ತಿದೆ. ಆದರೆ ಕೊಟ್ಟ ಮಾತಿಗೆ ತಪ್ಪಿದ ಅಪವಾದ ಬರುವುದೇನೋ ಎಂದು ನನಗೆ ಭಯ."

"ಆಚಾರ್ಯರ ಅಭಿಪ್ರಾಯ ಸರಿ. ಅವನಿಗೇಕೆ ಅರ್ಧ ಮಗಧವನ್ನು ಕೊಡಬೇಕು ? ಅವನು ಪಟ್ಟ ಕಷ್ಟವಾದರೂ ಏನು ? ಗಂಭೀರವಾದ ಯುದ್ಧವೇ ನಡೆಯಲಿಲ್ಲ. ಅವನ ಕಡೆ ಒಂದೈನೂರು ಜನ, ಉಳಿದಂತೆ ನಮ್ಮ ಸೈನ್ಯ ಮತ್ತು ಧನನಂದನ ಸೈನ್ಯ ಎಲ್ಲ ಸೇರಿದರೂ ಒಂದೆರಡು ಸಾವಿರ ಸತ್ತಿರಬಹುದು. ಅಷ್ಟನ್ನು ಬಿಟ್ಟರೆ ಅವನದು ಪಾಟಲೀಪುತ್ರಕ್ಕೆ ವಿಹಾರ ಯಾತ್ರೆಯಂತಿತ್ತು."

"ಅದನ್ನು ಆಮೇಲೆ ಯೋಚಿಸೋಣ" ಚಂದ್ರಗುಪ್ತ ಹೇಳಿದ, "ಸತ್ತವರು ಮತ್ತು ಗಾಯಗೊಂಡವರ ವ್ಯವಸ್ಥೆ ಮಾಡಬೇಕಲ್ಲ"

"ಚಿಂತೆ ಮಾಡಬೇಡ" ಚರಣ ಹೇಳಿದ "ಅದಕ್ಕೆ ನಾನು ಎಲ್ಲ ವ್ಯವಸ್ಥೆ ಮಾಡಿದ್ದೇನೆ. ಸತ್ತವರ ಪಟ್ಟಿ ತಯಾರಿಸಿ ಅವರ ಶವಗಳನ್ನು ಸಂಬಂಧಿಸಿದವರಿಗೆ ತಲಪಿಸುವುದು, ಗಾಯಗೊಂಡವರಿಗೆ ಚಿಕಿತ್ಸೆ ನೀಡುವುದು ಎಲ್ಲದಕ್ಕೂ ಜನರನ್ನು ನೇಮಿಸಿದ್ದೇನೆ. ಪರಿಹಾರದ ವಿಷಯವನ್ನು ನೀನೂ ಆಚಾರ್ಯರೂ ಚರ್ಚಿಸಿ ನಿರ್ಧರಿಸಬಹುದು."

"ಪರ್ವತನಾಡಿನ ಸೈನಿಕರ ವಿಷಯ ?"

"ಪೌರವ ಆ ಶವಗಳನ್ನೆಲ್ಲ ಸಾಮೂಹಿಕ ದಹನ ಮಾಡುವಂತೆ ನನಗೆ ಹೇಳಿದ. ಆದರೆ ನಾನು ಅದಕ್ಕೆ ಕಿವಿಗೊಡಲಿಲ್ಲ. ಅವರ ಶವಗಳನ್ನು ಅವರ ನಾಡಿಗೇ ತೆಗೆದುಕೊಂಡು ಹೋಗಿ ಸಂಬಂಧಿಸಿದವರಿಗೆ ಮುಟ್ಟಿಸಿ ಬರುವಂತೆ ವ್ಯವಸ್ಥೆ ಮಾಡಿದ್ದೇನೆ. ಪರಿಹಾರವನ್ನು ಪೌರವ ಕೊಡಬೇಕು, ಕೊಡದಿದ್ದರೆ ಮಗಧ ಚಕ್ರವರ್ತಿಯಾಗಿ ಚಂದ್ರಗುಪ್ತ ಪಟ್ಟಾಭಿಷಿಕ್ತನಾಗುತ್ತಿದ್ದಂತೆ ನಿಮ್ಮ ಮನೆ ಬಾಗಿಲಿಗೇ ತಲಪಿಸಲಾಗುವುದೆಂದು ಹೇಳಿಕಳಿಸಿದ್ದೇನೆ."

"ಒಳ್ಳೆಯ ಕೆಲಸ ಮಾಡಿದೆ. ಮುಂದಾಲೋಚನೆಯುಳ್ಳ ನಿನ್ನಂಥ ಮಿತ್ರನಿರುವಾಗ ನನಗಾವ ಚಿಂತೆ ? ಮೊದಲು ನಿನ್ನ ಮನೆಗೆ ಹೋಗಿ ಮನೆಯವರಿಗೆ ಮುಖ ತೋರಿಸು."

"ಮೊದಲು ನಿನ್ನನ್ನು ನಿನ್ನ ಮನೆಗೆ ಬಿಟ್ಟು ನಂತರ ನಾನು ನನ್ನ ಮನೆಗೆ ಹೋಗುತ್ತೇನೆ."

"ಚರಣ" ಜ್ಞಾಪಿಸಿಕೊಂಡು ಚಂದ್ರಗುಪ್ತ ಹೇಳಿದ, "ಸುಗಂಧಿಯನ್ನು ಯಾವಾಗ ನೋಡುವುದು ?"

ತಕ್ಷಣ ಚರಣನ ಮುಖಭಾವವೇ ಬದಲಾಯಿತು. ಅವಳ ನೆನಪು ಅವನ ಮುಖದಲ್ಲಿ ಅನುರಾಗದ ಚಿತ್ರ ಬಿಡಿಸುವಂತಿತ್ತು. ಇಷ್ಟು ದಿನ ಗುಪ್ತವಾಗಿ ಹೃದಯದಲ್ಲಿ ಅಡಗಿಸಿರಿಸಿದ್ದ ಅವಳ ಬಗೆಗಿನ ಪ್ರೇಮಭಾವನೆ ಈಗ ಪಕ್ವಗೊಂಡಿತ್ತು. ಅವರಿಬ್ಬರ ನಡುವಿನ ಪ್ರೇಮ ಎಲ್ಲರಿಗೂ ಗೊತ್ತಿದ್ದ ವಿಷಯವೇ ಆದರೂ, ಚರಣ ಎಂದೂ ಅದನ್ನು ಅತಿಯಾಗಿ ಅಥವಾ ವರ್ಣರಂಜಿತವಾಗಿ ಯಾರ ಬಳಿಯಲ್ಲೂ ತೋಡಿಕೊಂಡಿರಲಿಲ್ಲ, ಹಾಗೆ ನೋಡಿದರೆ ಸುಗಂಧಿಯೇ ಹಲವು ಸಲ ಪ್ರತ್ಯಕ್ಷವಾಗಿ, ಪರೋಕ್ಷವಾಗಿ ಮಾಲಿನಿಯ ಬಳಿ, ಉಜ್ವಲಳ ಬಳಿ, ಸುಜಾತಳ ಬಳಿ ವ್ಯಕ್ತಪಡಿಸಿದ್ದಳು. ತಾಯಿ ಮಂಗಳೆಯೊಂದಿಗೂ ಸ್ಪಷ್ಟವಾಗಿಯೇ ಮಾತನಾಡಿದ್ದಳು. ಇಷ್ಟು ದಿನ ಚರಣನಲ್ಲಿ ಅವಳನ್ನು ಎಂದಿಗೆ ನೋಡುತ್ತೇನೋ ಎಂಬ ಕಾತರವಿತ್ತು. ಆದರೆ ಆ ಸಂದರ್ಭ ಬಂದೇಬಿಟ್ಟಿರುವ ಸಂದರ್ಭದಲ್ಲಿ ಅವನಲ್ಲಿ ಒಂದು ರೀತಿಯ ಅಳುಕಿತ್ತು.

"ಏಕೆ ಸುಮ್ಮನಾದೆ ? ನನ್ನ ಮಾತಿಗೆ ಉತ್ತರ ಕೊಡಲಿಲ್ಲ ?" ಎಂದು ಚಂದ್ರಗುಪ್ತ ಮತ್ತೆ ಕೇಳಿದ.

"ಮೊದಲು ಮನೆಯವರನ್ನು ನೋಡುತ್ತೇನೆ. ಇನ್ನೇನು ಇಲ್ಲೇ ಇರುತ್ತೇನಲ್ಲ, ನೋಡಿದರಾಯಿತು" ಎಂದು ಚರಣ ತನ್ನ ಭಾವನೆಯನ್ನು ಅಡಗಿಸಿಕೊಂಡ.

"ನಿನ್ನ ಮನೆಯಲ್ಲಿ ಯಾರು ಯಾರು ಇರುವರೆಂದು ಕೇಳಬಹುದೇ ?" ಎಂದ ಚಂದ್ರಗುಪ್ತ ಮರುಕ್ಷಣ ನಾಚಿಕೆಯೆಂಬಂತೆ ಕೇಳಿದ, "ಕ್ಷಮಿಸು ಚರಣ, ನನ್ನ ಪ್ರಾಣಮಿತ್ರ ನೀನು. ಆದರೆ ಇಲ್ಲಿಯವರೆಗೆ ನಿನ್ನ ಮನೆಯವರ ಬಗ್ಗೆ ಎಂದೂ ಕೇಳಲೇ ಇಲ್ಲ"

"ಅದರಲ್ಲಿ ನಿನ್ನ ತಪ್ಪೇನೂ ಇಲ್ಲ, ನಾನೇ ಒಮ್ಮೆಯೂ ನಿನ್ನನ್ನು ನನ್ನ ಮನೆಗೆ ಕರೆಯಲಿಲ್ಲ, ಬದಲಿಗೆ ನಾನು ಮತ್ತು ನನ್ನ ಮಿತ್ರರೆಲ್ಲ ನಿನ್ನ ಮನೆಗೇ ಬಂದುಬಿಡುತ್ತಿದ್ದೆವು. ನಿಮ್ಮ ತಾಯಿಯವರ ವಾತ್ಸಲ್ಯವನ್ನು ಬೇಕಾದಷ್ಟು ಪಡೆದೆವು."

"ನಿನ್ನ ಈ ಅಪರೂಪದ ಸ್ನೇಹ ಸೌಜನ್ಯ, ಬುದ್ಧಿವಂತಿಕೆಗಳನ್ನು ನೋಡಿದರೆ ನಿನ್ನದು ಸುಸಂಸ್ಕೃತ ಮನೆತನವೇ ಎನಿಸುತ್ತದೆ."

"ಹೌದು ನಿನ್ನ ಊಹೆ ಸರಿ" ಚರಣ ಹೇಳಿದ, "ನಮ್ಮದು ಸುಸಂಸ್ಕೃತ ಮನೆತನವೇ. ನಮ್ಮ ತಂದೆ ಧನನಂದನ ತಂದೆಯ ಕಾಲದಲ್ಲಿ ಸೇನಾನಾಯಕರಾಗಿದ್ದರು. ನನ್ನ ತಾಯಿಯ ತಂದೆ ವಿದಿಶಾನಗರದ ಪ್ರಸಿದ್ಧ ವೇದ ವಿದ್ಯಾಪಾರಂಗತರು. ನಮ್ಮ ತಾಯಿಯೂ ಸಾಕಷ್ಟು ಕಲಿತವಳೇ."

"ಅವರನ್ನೆಲ್ಲ ಒಮ್ಮೆ ನೋಡಬೇಕೆಂದು ಆಸೆಯಾಗುತ್ತಿದೆ."

"ನೀನು ಈಗ ನನ್ನ ತಾಯಿಯನ್ನು ಮಾತ್ರ ನೋಡಬಹುದು. ನನ್ನ ತಂದೆ ನಾನು ಚಿಕ್ಕವನಾಗಿದ್ದಾಗಲೇ ಯುದ್ಧದಲ್ಲಿ ಮಡಿದರು."

"ಹಾಗಾದರೆ ನಿನ್ನ ಮನೆಯಲ್ಲಿ ನಿನ್ನ ತಾಯಿ ಒಬ್ಬರೇ ?"

"ಹೌದು, ಅವರಿಗೆ ನಿನ್ನ ತಾಯಿಯವರಿಗಿಂತ ಹೆಚ್ಚು ವಯಸ್ಸಾಗಿದೆ."

"ಎಂಥ ಕ್ರೂರಿ ನೀನು ಚರಣ !" ಎಂದ ಚಂದ್ರಗುಪ್ತ ಕೆರಳಿದವನಂತೆ.

“ಏನು, ನಾನು ಕ್ರೂರಿಯೆ ? ಯಾವ ಕ್ರೂರ ಕೆಲಸ ಮಾಡಿದೆ ?”

“ವೃದ್ಧಳಾದ ತಾಯಿಯೊಬ್ಬಳನ್ನೇ ಮನೆಯಲ್ಲಿ ಬಿಟ್ಟು ಇಷ್ಟುಕಾಲ ನನ್ನ ಜೊತೆ ಇದ್ದುಬಿಟ್ಟೆಯಲ್ಲ! ಆಕೆಯ ಗತಿಯೇನೆಂದು ಯೋಚನೆ ಮಾಡಿದೆಯಾ ? ನೀನಿಲ್ಲದಾಗ ಧನನಂದನ ಕಡೆಯವರು ಅವಳಿಗೆ ತೊಂದರೆ ಕೊಡಬಹುದೆಂದು ಅನ್ನಿಸಲಿಲ್ಲವೆ ?”

“ಅನ್ನಿಸಿತು ಚಂದ್ರಗುಪ್ತ. ಆದರೆ ನಿನ್ನ ಮತ್ತು ಚಣಕರ ವ್ಯಕ್ತಿತ್ವದ ಸೆಳೆತ ನನ್ನನ್ನು ಹುಚ್ಚೆಬ್ಬಿಸಿತು. ಪಾಟಲೀಪುತ್ರದ ಬೀದಿಬೀದಿಗಳಲ್ಲಿ ನಿತ್ಯ ನೋಡುವ ಜನರ ಗೋಳು ಸಂಕಟಗಳು, ಮೂಕ ವೇದನೆಗಳು ಕಡೆಯಾಗಲು ನಾನೂ ಶ್ರಮಿಸಬೇಕೆಂಬ ಪ್ರೇರಣೆ ಪ್ರಬಲವಾಯಿತು. ನನ್ನ ತಾಯಿಯೂ ಅದಕ್ಕೆ ಸಮ್ಮತಿಸಿದಳು. ‘ಸಾಯುವ ಮುದುಕಿಗಿಂತ, ಬಾಳಿ ಬದುಕಬೇಕಾದ ಸಾವಿರಾರು ಜನರಿಗೆ ಒಳ್ಳೆಯದಾಗುವ ಕೆಲಸ ದೊಡ್ಡದು. ಹೋಗಿ ಬಾ ಮಗು, ನಾಲ್ಕು ಜನರಿಗೆ ಉಪಯೋಗವಾಗುವಂತೆ ಬಾಳುವುದು ಮುಖ್ಯ. ಅದೃಷ್ಟವಿದ್ದರೆ ಮತ್ತೆ ಭೇಟಿಯಾಗೋಣ’ ಎಂದು ಆಶೀರ್ವಾದ ಮಾಡಿ ಕಳಿಸಿದಳು.”

“ಚರಣ” ಚಂದ್ರಗುಪ್ತನ ಕಣ್ಣಲ್ಲಿ ನೀರು ತುಂಬಿತ್ತು “ನಿನ್ನ ತಾಯಿಯ ಪಾದ ಮುಟ್ಟಿ ನಮಸ್ಕರಿಸಿ ಕ್ಷಮಿಸುವಂತೆ ಕೇಳಿಕೊಳ್ಳಬೇಕು.”

“ಅಪರಾಧವಿಲ್ಲದೆ ಕ್ಷಮಿಸುವ ಪ್ರಶ್ನೆ ಬರುವುದಿಲ್ಲ ಚಂದ್ರಗುಪ್ತ. ಮೊದಲು ನಿನ್ನ ಮನೆಗೆ ಹೋಗು. ನಾಳೆ ಬೇಕಾದರೆ ನನ್ನ ಮನೆಗೆ ಬಾ. ತಂದೆ ಗಳಿಸಿಟ್ಟಿರಲಿಲ್ಲ, ನಾನೂ ಗಳಿಸಿಟ್ಟಿರಲಿಲ್ಲ, ಇಷ್ಟು ದಿನ ಅವಳು ಹೇಗೆ ಜೀವನ ಸಾಗಿಸಿದಳೋ ಗೊತ್ತಿಲ್ಲ.”

“ಮೊದಲು ನೀನು ಮನೆಗೆ ಹೋಗು.”

“ಇಷ್ಟು ದಿನವಿಲ್ಲದ ಆತುರ ಈಗೇಕೆ. ಸ್ವಲ್ಪ ಹೆಚ್ಚು ಕಡಿಮೆ ಮನೆಗೆ ಹೋಗೇ ಹೋಗುತ್ತೇನೆ. ಮೊದಲು ನಿನ್ನನ್ನು ನಿನ್ನ ಮನೆ ತಲಪಿಸಿದ ಮೇಲೇ ನಾನು ಹೋಗುವುದು, ನಡಿ.”

ಇಬ್ಬರೂ ಅರಮನೆಯ ಮಹಾದ್ವಾರದಿಂದ ಹೊರಗೆ ಬಂದಾಗ ನಾಲ್ಕು ಜನ ಖಡ್ಗಧಾರಿಗಳು ಬೆಂಗಾವಲಿಗೆ ಬಂದರು. ಚಂದ್ರಗುಪ್ತ ಬೇಡವೆಂದು ಅವರನ್ನು ಹಿಂದಕ್ಕೆ ಕಳಿಸಿದ.

ಅಷ್ಟರಲ್ಲಿ ಅಲ್ಲಿಗೆ ಬಂದ ಮಾತಂಗ “ಮಹಾರಾಜ, ಯಾವ ಭಯವೂ ಇಲ್ಲದಿದ್ದರೂ ಮೈಗಾವಲನ್ನು ನಿರಾಕರಿಸಬಾರದೆಂದು ಆಚಾರ್ಯರು ಸೂಚಿಸಿದ್ದಾರೆ. ಜೊತೆಗೆ ಅವರ ಸೂಚನೆಯಂತೆ ನಿಮ್ಮ ಮನೆಗೆ ರಾತ್ರಿ ಕಾವಲಿಗೂ ವ್ಯವಸ್ಥೆ ಮಾಡಲಾಗಿದೆ” ಎಂದ.

“ಇದರ ಅಗತ್ಯವಿತ್ತೆ ?” ಎಂದ ಚಂದ್ರಗುಪ್ತ.

“ಖಂಡಿತ ಅಗತ್ಯವಿದೆ. ಎಷ್ಟೇ ನಿರ್ಭಯವಿದ್ದರೂ ಆಕಸ್ಮಾತ್ ಎಂಬುದೊಂದು ಇರುತ್ತದೆ.”

“ಆಷ್ಟು ಹೊತ್ತಿಗೆ ಕತ್ತಲಾಗುತ್ತಿತ್ತು. ಹಾದಿಯುದ್ದಕ್ಕೂ ಜನ ಗುಂಪು ಗುಂಪಾಗಿ ನಿಂತು ನೋಡುತ್ತ, ಚಂದ್ರಗುಪ್ತನ ಸೌಂದರ್ಯವನ್ನು ಕಂಡು ಮೆಚ್ಚುಗೆಯಿಂದ ತಮ್ಮ ತಮ್ಮಲ್ಲೇ ಮಾತಾಡಿಕೊಳ್ಳುತ್ತಿದ್ದರು. ಅವೆಲ್ಲ ಕೇಳಿಸಿ ಚಂದ್ರಗುಪ್ತನಿಗೆ ಸ್ವಲ್ಪ ಸಂಕೋಚವಾಯಿತು. ಚಕ್ರವರ್ತಿಯಾಗಲಿರುವ ಅವನು ಸಾಮಾನ್ಯರಂತೆ ಬೀದಿಯಲ್ಲಿ ನಡೆದುಹೋಗುವ ಸರಳತೆ ಆ ಜನರ ಮೆಚ್ಚಿಗೆಗೆ ಕಾರಣವಾಗಿತ್ತು. ಅವನು ನಸುನಗುತ್ತ ಎಲ್ಲರತ್ತ ಕೈಬೀಸುತ್ತಿದ್ದ.

ಕೆಲವರು ಉತ್ಸಾಹಿಗಳು "ಮಗಧ ಸಾಮ್ರಾಜ್ಯದ ಚಂದ್ರಗುಪ್ತ ಮಹಾರಾಜರಿಗೆ ಜಯವಾಗಲಿ" ಎಂದು ಘೋಷಣೆಗಳನ್ನು ಕೂಗಿದರು.

ಚಂದ್ರಗುಪ್ತನ ಮನೆಯ ಬಳಿಗೆ ಬಂದಾಗ ಶ್ರೀಗುಪ್ತ ಬಾಗಿಲಲ್ಲೇ ಸ್ವಾಗತಿಸಿದ. ಮನೆ ಮೊದಲಿನಂತೆ ಶುಚಿಯಾಗಿ ವ್ಯವಸ್ಥಿಗೊಂಡಿತ್ತು. "ನಾನು ಬರುತ್ತೇನೆ" ಎಂದು ಹೇಳಿ ಚರಣ ತನ್ನ ದಾರಿ ಹಿಡಿದ.

ಚರಣ ತನ್ನ ಮನೆಯ ಬಳಿಗೆ ಬಂದಾಗ ಬಾಗಿಲು ಮುಂದು ಮಾಡಿತ್ತು. ತಾಯಿಯ ಸ್ಥಿತಿ ಹೇಗಿರುವುದೋ, ಎಂದು ಮನಸ್ಸು ಆತಂಕದಿಂದ ಕುದಿಯುತ್ತಿತ್ತು. ಏನೇನೋ ಕೆಟ್ಟ ಕಲ್ಪನೆಗಳು ತಲೆ ತುಂಬ ಸುಳಿದಾಡಿದವು. ಆದರೆ ಒಳಗಿನಿಂದ ಸಿಹಿ ಅಡುಗೆಯ ಗಮ ಗಮ ವಾಸನೆ ಮೂಗಿಗೆ ಬಡಿದಾಗ ಸ್ವಲ್ಪ ಗೆಲುವಾದ. "ಅಮ್ಮಾ" ಎಂದು ಕೂಗುತ್ತ ಬಾಗಿಲು ದೂಡಿದ. ಅಡಿಗೆಮನೆಯಿಂದ ತಾಯಿ ಹೊರಬಂದಳು. ಮನೆಯೆಲ್ಲ ಸುಗಂಧಭರಿತವಾಗಿರುವಂತಿತ್ತು. ತಾಯಿಯನ್ನು ದಿಟ್ಟಿಸಿದ. ಆವಳು ಗೆಲುವಾಗಿದ್ದಳು. ಆರೋಗ್ಯವಾಗಿದ್ದಳು. ಮುಖದಲ್ಲಿ ಉಲ್ಲಾಸದ ನಗು ಅರಳುತ್ತಿತ್ತು. ಬಹುಕಾಲದ ಮೇಲೆ ಮಗನನ್ನು ನೋಡಿದ ಆನಂದ ಕಂಬನಿಯಾಗಿ ಕಣ್ಣುಗಳ ತುಂಬ ತುಂಬಿಕೊಳ್ಳುತ್ತಿತ್ತು.

"ಅಮ್ಮಾ" ಎಂದ ಚರಣ ಮತ್ತೊಮ್ಮೆ.

"ಚರಣಾ... ಬಂದೆಯಾ ಮಗು ?" ಎಂದು ತಾಯಿ ಕೈ ಚಾಚಿದಳು. ಚರಣ ಓಡಿಹೋಗಿ ಅವಳ ತೋಳಿನಲ್ಲಿ ಸೇರಿಕೊಂಡ. ಅವನ ಕಣ್ಣಲ್ಲೂ ನೀರು ಧಾರೆಯಾಗಿ ಧುಮುಕುತ್ತಿತ್ತು.

ಸ್ವಲ್ಪ ಹೊತ್ತಿನ ನಂತರ ಇಬ್ಬರ ಭಾವೋದ್ವೇಗವೂ ನಿಯಂತ್ರಣಕ್ಕೆ ಬಂತು. ಅವಳು ಮಗನ ಕಣ್ಣೀರನ್ನು ಒರೆಸಿ, ಮೈಮುಖವನ್ನೆಲ್ಲ ತಡವಿ "ಹೇಗಿದ್ದೀ ಮಗು ? ಎಷ್ಟೊಂದು ಬಡವಾಗಿಬಿಟ್ಟಿದ್ದಿ" ಎಂದು ಕಾತರದಿಂದ ಕೇಳಿದಳು.

"ನನ್ನದಿರಲಿ, ನೀನು ಹೇಗಿದ್ದಿ? ನಾನು ಹೋಗಿ ಬಹಳ ಕಾಲವಾಯಿತು. ನಿನ್ನ ಜೀವನೋಪಾಯದ ಗತಿಯೇನೆಂದು ನಾನು ಯೋಚಿಸಲಿಲ್ಲ, ಅರಮನೆಯಿಂದ ಏನಾದರೂ ತೊಂದರೆಯಾಯಿತೆ ?"

"ಏನೂ ಇಲ್ಲ ಮಗು. ನಾನು, ನೀನು ಹೊರಟಾಗ ಹೇಗಿದ್ದೆನೋ ಈಗಲೂ ಹಾಗೇ ಇದ್ದೇನೆ. ನೀನು ಚಿಂತೆ ಪಡುವಂತೆ ಏನೂ ನಡೆಯಲಿಲ್ಲ, ಅದೆಲ್ಲ ಆಮೇಲೆ ಮಾತಾಡೋಣ. ಬಿಸಿನೀರು ಕಾಯಿಸಿದ್ದೇನೆ. ಮೊದಲು ಚೆನ್ನಾಗಿ ಸ್ನಾನ ಮಾಡಿಬಿಡು. ಆಮೇಲೆ ಸಿಹಿಯೂಟ ಉಣ್ಣುವೆಯಂತೆ."

"ಸಿಹಿಯೂಟವೇ ?"

"ಹೌದು ಮಗು, ಈ ದಿನ ನೀನು ಮನೆಗೆ ಬಂದೇ ಬರುವೆಯೆಂದು ನನಗೆ ಗೊತ್ತಿತ್ತು. ಅದಕ್ಕೇ ಎಲ್ಲ ಸಿದ್ಧಮಾಡಿದ್ದೇನೆ. ಬೇಗ ಸ್ನಾನ ಮಾಡಿ ಬಂದುಬಿಡು."

ಚರಣ ಬಾಲಕನ ಉತ್ಸಾಹದಿಂದ ಸ್ನಾನಗೃಹಕ್ಕೆ ಓಡಿದ. ಉಲ್ಲಾಸದಿಂದ ಏನೇನೋ ಚಿತ್ರವಿಚಿತ್ರ ಶಬ್ದಗಳನ್ನು ಹೊರಡಿಸುತ್ತ, ದಬ ದಬ ನೀರು ಸುರಿದುಕೊಂಡು ಸ್ನಾನ ಮುಗಿಸಿ, ಮಡಿ ವಸ್ತ್ರಗಳನ್ನು ಧರಿಸಿ ಹೊರಬಂದು ತಾಯಿಯ ಕಾಲಿಗೆ ನಮಸ್ಕರಿಸಿದ. "ಒಳ್ಳೆಯವನೆನಿಸಿಕೊಂಡು ನೂರು ಕಾಲ ಬಾಳು" ಎಂದು ತಾಯಿ ಹೃತ್ಪೂರ್ವಕವಾಗಿ ಆಶೀರ್ವದಿಸಿದಳು.

ಚರಣ ಮಣೆಯ ಮೇಲೆ ಕುಳಿತ. ತಾಯಿ ಹರಿವಾಣವನ್ನಿಟ್ಟು ಊಟಕ್ಕೆ ಬಡಿಸಿದಳು. ತನಗೆ ಪ್ರಿಯವಾದ ಪದಾರ್ಥಗಳನ್ನು ನೋಡಿ, ಆಸೆ ಆತುರದಿಂದ ತುತ್ತೆತ್ತಿದವನು ಹಾಗೇ ನಿಲ್ಲಿಸಿಬಿಟ್ಟ. ಅವನ ಮುಖ ಗಂಭೀರವಾಯಿತು.

"ಏಕೆ ಮಗು? ಏಕೆ ಸುಮ್ಮನಾದೆ? ನಾನು ಮಾಡಿದ ಅಡಿಗೆ ನಿನಗೆ ಹಿಡಿಸುವುದಿಲ್ಲವೆ ?" ತಾಯಿ ಕಾತರದಿಂದ ಕೇಳಿದಳು.

"ಇಲ್ಲಮ್ಮ, ನೀನು ಮಾಡಿದ ಮೇಲೆ ಅದು ಚೆನ್ನಾಗಿಯೇ ಇರುತ್ತದೆ. ಆದರೆ, ಇಷ್ಟು ದಿನ ನಾನು, ಚಂದ್ರಗುಪ್ತ ಜೊತೆಯಲ್ಲೇ ಊಟ ಮಾಡುತ್ತಿದ್ದೆವು. ಒಂದು ದಿನವೂ, ನಾವು ಒಬ್ಬರನ್ನು ಬಿಟ್ಟು ಒಬ್ಬರು ಊಟ ಮಾಡಿಲ್ಲ. ಈಗ ಬಾಯಿಗೆ ತುತ್ತಿಡುವುದು ಕಷ್ಟವಾಗುತ್ತದೆ."

"ಹಾಗಿದ್ದರೆ ಅವನನ್ನೂ ನಿನ್ನ ಜೊತೆಯಲ್ಲೇ ಕರೆದುಕೊಂಡು ಬರಬೇಕಾಗಿತ್ತು."

"ಅಮ್ಮ, ಕರೆಯದಿದ್ದರೂ ನಾನೇ ಬಂದುಬಿಟ್ಟೆ."

ಇಬ್ಬರೂ ತಿರುಗಿ ನೋಡಿದರು. ಬಾಗಿಲಲ್ಲಿ ಚಂದ್ರಗುಪ್ತ ನಗುತ್ತಾ ನಿಂತಿದ್ದ. "ಚಂದ್ರಗುಪ್ತಾ" ಎಂದು ಚರಣ ಎದ್ದು ಓಡಿ ಹೋಗಿ ಅವನ ಕೈಹಿಡಿದುಕೊಂಡ.

"ಚರಣ, ನಾನು ನನ್ನ ಮನೆಗೇನೋ ಹೋದೆ. ಸ್ನಾನವನ್ನೂ ಮಾಡಿದೆ. ಅಡಿಗೆಯೂ ನಡೆಯುತ್ತಿತ್ತು. ಆದರೆ ಮನಸ್ಸು ತಡೆಯಲಿಲ್ಲ, ನಿನ್ನ ತಾಯಿಯವರನ್ನು ನೋಡಲೇ ಬೇಕೆನಿಸಿತು. ನಾಚಿಕೆ ಬಿಟ್ಟು ಕೇಳಿದರೆ, ನಿನ್ನ ತಾಯಿಯವರೇ ನಿನ್ನ ಜೊತೆಯಲ್ಲಿ ನನಗೂ ಒಂದು ತುತ್ತು ಅನ್ನ ಹಾಕಬಹುದೆಂದು ಧೈರ್ಯದ ಮೇಲೆ ಬಂದುಬಿಟ್ಟೆ."

"ಎಂಥ ಮಾತಾಡುತ್ತಿ ಚಂದ್ರಗುಪ್ತ" ಚರಣ ಹೇಳಿದ, "ನಿನ್ನ ಮನೆಯಲ್ಲಿ ನಿನ್ನ ತಾಯಿ ಅದೆಷ್ಟು ಸಲ ನಮಗೆ ಊಟವಿಟ್ಟಿಲ್ಲ! ಬಾಯಿಬಿಟ್ಟು ಕೇಳಬೇಕೆ ? ಬಾ ಕುಳಿತುಕೊ."

ಚಂದ್ರಗುಪ್ತ ಹೋಗಿ ತಾಯಿಯ ಪಾದಮುಟ್ಟಿ ನಮಸ್ಕರಿಸಿ ಹೇಳಿದ, "ಅಮ್ಮ, ಮನೆಯಲ್ಲಿ ನೀವೊಬ್ಬರೇ ಇರುವುದು ಎಂದು ಗೊತ್ತಿದ್ದರೆ, ಇಷ್ಟು ದಿನ ಚರಣನನ್ನು ನನ್ನ ಜೊತೆ ಇರಿಸಿಕೊಳ್ಳುತ್ತಿರಲಿಲ್ಲ, ನಿಮಗೆ ಎಷ್ಟು ತೊಂದರೆಯಾಯಿತೋ! ಎಷ್ಟು ಆತಂಕ ವಾಯಿತೋ! ಅದಕ್ಕೆಲ್ಲ ನಾನೇ ಕಾರಣ, ದಯವಿಟ್ಟು ನನ್ನನ್ನು ಕ್ಷಮಿಸಿ."

"ಕ್ಷಮಿಸುವ ದೊಡ್ಡತನ ನನ್ನಲ್ಲೇನಿದೆಯಪ್ಪ" ತಾಯಿ ಹೇಳಿದಳು, "ಎಲ್ಲರೂ ಅವರವರ ಮನೆಯವರು ಎಂದು ಒಳಗೇ ಕುಳಿತಿದ್ದರೆ ದೊಡ್ಡ ಕೆಲಸಗಳನ್ನು ಮಾಡುವವರು ಯಾರು? ನೊಂದವರ ಕಣ್ಣೀರನ್ನು ಒರೆಸುವವರು ಯಾರು? ಅನ್ಯಾಯದ ವಿರುದ್ಧ ಹೋರಾಡುವವರು ಯಾರು? ನನಗೆ ದುಃಖವಿಲ್ಲ, ಹೆಮ್ಮೆಯಿದೆ. ನನ್ನ ಮಗ ನಿನ್ನಂಥ ಒಳ್ಳೆಯ ಚಕ್ರವರ್ತಿಯ ಮಿತ್ರನೆಂದು ಅಭಿಮಾನವಿದೆ. ನೀವೆಲ್ಲ ಕೈಗೊಂಡ ಮಹತ್ಕಾರ್ಯದಲ್ಲಿ ನನ್ನ ಮಗ ತನ್ನ ಪಾಲನ್ನು ಸಲ್ಲಿಸಿದನೆಂಬ ಸಂತೋಷವಿದೆ."

"ಅಮ್ಮ, ಚರಣ ಹೇಳಿದ, ತನ್ನ ತಂದೆ ಗಳಿಸಿಟ್ಟಿರಲಿಲ್ಲ, ತಾನೂ ಗಳಿಸಿಟ್ಟಿರಲ್ಲಿಲ್ಲವೆಂದು. ನೀವು ಜೀವನೋಪಾಯಕ್ಕಾಗಿ ಏನು ಮಾಡಿಕೊಂಡಿರೋ ಎಂದು ಚಿಂತಿಸುತ್ತಿದ್ದ."

"ನಾನು ಚಿಂತಿಸಲಿಲ್ಲ, ಕಂಡವರ ಮನೆಯ ಕಸ ಮುಸುರೆ ಮಾಡಿಯಾದರೂ ಬದುಕಬಲ್ಲೆನೆಂಬ ಧೈರ್ಯವಿತ್ತು. ಆದರೆ ಅವನು ಅದಕ್ಕೆ ಅವಕಾಶವನ್ನೇ ಕೊಡಲಿಲ್ಲ, ನಾನಿರುವವರೆಗೆ ನೀವು ನಿಮ್ಮ ಮಗ ಇದ್ದಾಗ ಇದ್ದಂತೆಯೇ ಸುಖವಾಗಿರಬೇಕೆಂದ. ಆಗಾಗ ಮನೆಗೆ ಬಂದು,

ಬಲವಂತವಾಗಿ ಬೇಕು ಬೇಕಾದ್ದನ್ನೆಲ್ಲ ತಂದು ಸುರಿಯುತ್ತಿದ್ದ. ನನಗೆ ಧೈರ್ಯವನ್ನೂ ಹೇಳುತ್ತಿದ್ದ.''

''ಆವನೆಂದರೆ ಯಾರು ?'' ಚರಣ ಕೇಳಿದ.

''ಅಷ್ಟು ಕರುಣೆಯಿಂದ ನಿಮ್ಮನ್ನು ನೋಡಿಕೊಂಡ ಆ ಪುಣ್ಯಾತ್ಮ ಯಾರೆಂದು ಹೇಳಿ. ಆವನಿಗೆ ನಾವು ಕೃತಜ್ಞತೆ ಸಲ್ಲಿಸಬೇಡವೆ ?''

''ನನಗೆ ಕೃತಜ್ಞತೆ ಸಲ್ಲಿಸುವುದಲ್ಲ, ನಾನೇ ಕೃತಜ್ಞತೆ ಸಲ್ಲಿಸಬೇಕು.''

ಮೂವರೂ ಧ್ವನಿ ಬಂದತ್ತ ತಿರುಗಿ ನೋಡಿದರು. ಪ್ರಭಾಕರ ಬಾಗಿಲಲ್ಲಿ ನಿಂತಿದ್ದ ಅವನು ಸೇನಾಧಿಕಾರಿಯ ಉಡುಪಿನಲ್ಲೇ ಬಂದುಬಿಟ್ಟಿದ್ದ. ಚರಣ, ಚಂದ್ರಗುಪ್ತ ಇಬ್ಬರಿಗೂ ಆಶ್ಚರ್ಯವಾಯಿತು. ''ಪ್ರಭಾಕರ ನೀನು !'' ಎಂದ ಚರಣ.

''ಹೌದಪ್ಪಾ ಇವನೇ'' ತಾಯಿ ಹೇಳಿದಳು, ''ಮಗನ ಸ್ಥಾನದಲ್ಲಿ ನಿಂತು ನನ್ನನ್ನು ಇಷ್ಟು ದಿನ ಸಾಕಿದವನು.''

''ಅಮ್ಮ, ಅಂಥ ದೊಡ್ಡ ಮಾತಾಡಬೇಡಿ'' ಪ್ರಭಾಕರ ಹೇಳಿದ, ''ಸಾಕು ಎಂಬ ಶಬ್ದಕ್ಕೆ ತುಂಬಾ ವಿಶಾಲವಾದ ಅರ್ಥವಿದೆ. ಅಷ್ಟು ದೊಡ್ಡ ಕೆಲಸ ನಾನು ಮಾಡಿಲ್ಲ, ಹೌದು ಚರಣ, ಅದು ನನ್ನ ಪಶ್ಚಾತ್ತಾಪದ ಒಂದು ಅವಕಾಶ ಅಷ್ಟೆ''

''ಪಶ್ಚಾತ್ತಾಪ ? ಏಕೆ ?'' ಚಂದ್ರಗುಪ್ತ ಕೇಳಿದ.

''ನಿಮ್ಮೆಲ್ಲರ ಜೊತೆಯಲ್ಲಿ ಸೇರಲು ನಾನು ಕಡೆ ಗಳಿಗೆಯಲ್ಲಿ ಹೆದರಿಬಿಟ್ಟೆ. ಹಾಗೆ ನೋಡಿದರೆ ನಾನು ನಿಶ್ಚಿಂತೆಯಿಂದ, ನಿರ್ಭಯವಾಗಿ ನಿಮ್ಮ ಜೊತೆ ಬರಬಹುದಾಗಿತ್ತು. ನನಗೆ ತಂದೆ ತಾಯಿ ಇದ್ದರು. ಮೂವರು ತಮ್ಮಂದಿರಿದ್ದರು, ಚಿಕ್ಕಪ್ಪ ಮತ್ತು ಅವರ ಮಕ್ಕಳಿದ್ದರು, ನನ್ನೊಬ್ಬನ ಪ್ರಾಣಕ್ಕೆ ನಾನು ಹೆದರಬೇಕಾಗಿರಲಿಲ್ಲ, ನನ್ನ ಸಂಪಾದನೆಯ ಮೇಲೇ ಸಂಸಾರ ನಡೆಯಬೇಕಾಗಿರಲಿಲ್ಲ, ಆದರೆ ಒಂದು ಕ್ಷಣ ಹೇಡಿತನ ನನ್ನನ್ನು ಹಿಡಿದೆಳೆಯಿತು. ಆಮೇಲೆ ನನಗೆ ಬೇಸರವಾಯಿತು. ವೃದ್ಧ ತಾಯಿಯೊಬ್ಬಳನ್ನೇ ಬಿಟ್ಟು ಚರಣನಂಥವನೇ ಮುನ್ನುಗ್ಗಿದ, ನಾನು ಹೇಡಿಯಾದೆನಲ್ಲಾ ಎಂದು ನೋವಾಯಿತು. ನೀವು ಪಾಟಲೀಪುತ್ರವನ್ನು ಬಿಟ್ಟ ಮೇಲೆ ನಾನು ಒಮ್ಮೆ ಇಲ್ಲಿಗೆ ಬಂದೆ. ಅಮ್ಮ ಏನನ್ನೂ ಹೇಳಲಿಲ್ಲ, ಆದರೆ ನನಗೇ ಮನೆಯ ಪರಿಸ್ಥಿತಿ ಅರ್ಥವಾಯಿತು. ಚರಣನಿಲ್ಲದಾಗ ಅವನ ತಾಯಿಯನ್ನು ನೋಡಿಕೊಳ್ಳುವುದು ನನ್ನ ಕರ್ತವ್ಯವೆಂದು ಭಾವಿಸಿದೆ.''

''ಪ್ರಭಾಕರ'' ಚರಣ ಅವನ ಕೈ ಹಿಡಿದು ಕಣ್ಣಲ್ಲಿ ನೀರು ತುಂಬಿಕೊಂಡು ಹೇಳಿದ, ''ನಿನ್ನ ಉಪಕಾರವನ್ನು ನಾನು ಎಂದೂ ಮರೆಯುವುದಿಲ್ಲ ಮಿತ್ರ. ನಾನು ಬರುವಷ್ಟರಲ್ಲಿ ನನ್ನ ತಾಯಿಗೆ ಏನಾದರೂ ಆಗಿದ್ದರೆ ಅದರ ಪಾಪ ನನ್ನದಾಗುತ್ತಿತ್ತು. ಆ ನೋವು ನನ್ನನ್ನು ಜೀವನ ಪರ್ಯಂತ ಕಾಡಬಹುದಾಗಿತ್ತು. ಅದರಿಂದ ನೀನು ನನ್ನನ್ನು ಪಾರು ಮಾಡಿದೆ. ನನ್ನ ತಾಯಿಯನ್ನು ಉಳಿಸಿ ಕೊಟ್ಟೆ.''

''ಹಾಗೆ ನೋಡಿದರೆ ನೀನು ಪಶ್ಚಾತ್ತಾಪ ಪಡುವ ಕಾರಣವೇ ಇಲ್ಲ ಪ್ರಭಾಕರ'' ಚಂದ್ರಗುಪ್ತ ಹೇಳಿದ, ''ನೀನು ನಮ್ಮ ಜೊತೆ ಸೇರಿಬಿಟ್ಟಿದ್ದರೆ ಈಗ ನಿನ್ನಿಂದಾದ ಸಹಾಯ ನಮಗೆ ದೊರೆಯುತ್ತಿರಲಿಲ್ಲ, ನಮ್ಮವನಾಗಿ ನೀನು ಮುಕ್ತವಾಗಿದ್ದುದರಿಂದ ನಮ್ಮ ಎಷ್ಟೋ ಕಾರ್ಯಗಳು ಜಟಿಲವಾಗದೆ ಸುಗಮವಾದವು.''

"ಹೌದು ಪ್ರಭಾಕರ" ಚರಣ ಹೇಳಿದ, "ನಮ್ಮಿಂದಾದ ಕಾರ್ಯಕ್ಕಿಂತ ನಿನ್ನಿಂದಾದ ಸಹಾಯವೇ ದೊಡ್ಡದು."

"ನಿಮ್ಮ ಹೊಗಳಿಕೆಯಿಂದ ನನ್ನ ಹೊಟ್ಟೆ ತುಂಬುವುದಿಲ್ಲ, ಅಮ್ಮ ಈ ದಿನ ಸಿಹಿಯೂಟ ಮಾಡುವೆನೆಂದು ಹೇಳಿದಿರಿ. ನಾನು ಬೆಳಗಿನಿಂದ ಹಸಿದು ಕಾಯುತ್ತಿದ್ದೇನೆ. ಇವರ ಜೊತೆ ನನಗೂ ಬಡಿಸಿದರೆ ಕಂಠಪೂರ್ತಿ ತಿಂದುಬಿಡುತ್ತೇನೆ" ಎಂದ ಪ್ರಭಾಕರ ನಗುತ್ತ. ಮೂವರೂ ನಕ್ಕರು.

## ೨

ಚಾಣಕ್ಯ, ಹರಿಸೇನ ಮತ್ತು ಧನಂಜಯ ಮನೆಗೆ ಬರುವ ವೇಳೆಗೆ ಚಂದಕ ಮತ್ತು ಗೌತಮ ಮನೆಯನ್ನೆಲ್ಲ ಶುಚಿಗೊಳಿಸಿ, ಬಿಸಿನೀರು ಕಾಯಿಸಿ ಅಡಿಗೆಯ ವ್ಯವಸ್ಥೆ ಮಾಡುತ್ತಿದ್ದರು. ಸದಾ ತಣ್ಣೀರಿನ ಸ್ನಾನಕ್ಕೇ ಒಗ್ಗಿ ಹೋಗಿದ್ದ ಚಾಣಕ್ಯ ಧನಂಜಯನಿಗೆ ಬಿಸಿನೀರಿನಲ್ಲಿ ಸ್ನಾನ ಮಾಡುವಂತೆ ಹೇಳಿದ. "ನೀವು ಮಾಡಿ ಆಚಾರ್ಯ, ಬಾವಿಯ ಬಳಿ ನಾನು ಒಂದೆರಡು ಕೊಡ ಸುರಿದುಕೊಳ್ಳುತ್ತೇನೆ" ಎಂದ ಧನಂಜಯ. ಬ್ರಾಹ್ಮಣರ ಮನೆ, ತಾನೇಕೆ ಅವರಿಗೆ ತೊಂದರೆ ಕೊಡಬೇಕೆಂಬ ಭಾವನೆ ಅವನಲ್ಲಿತ್ತು.

"ಧನಂಜಯರೇ" ಚಾಣಕ್ಯ ಹೇಳಿದ, "ನಿಮ್ಮ ಅಳುಕನ್ನು ಬಿಡಿ. ಆ ಭಾವನೆ ನನ್ನ ಮನಸ್ಸಿನಲ್ಲಿದ್ದಿದ್ದರೆ ನಿಮ್ಮನ್ನು ವಸುಂಧರನ ಮನೆಗೇ ಕಳಿಸಿಬಿಡುತ್ತಿದ್ದೆ. ಏಕೆಂದರೆ ಅವನೂ ಕೃಷಿಕ."

"ಈಗಲೂ ನಾನು ಅಲ್ಲಿಗೆ ಹೋಗಲು ಸಿದ್ಧ."

"ಏನು ನನಗೆ ಅವಮಾನ ಮಾಡುತ್ತಿರುವಿರಾ ?" ಚಾಣಕ್ಯ ತುಸು ಕೋಪದಿಂದಲೇ ಹೇಳಿದ, "ಕೆಲವರು ಮಾಡುವ ನೀಚತನದಿಂದ ಇಡೀ ಬ್ರಾಹ್ಮಣ ಕುಲಕ್ಕೇ ಇತರ ವರ್ಗದವರು ಶಾಪ ಹಾಕುತ್ತಾರೆ. ಅಂಥ ನೀಚರ ಸಾಲಿಗೆ ನನ್ನನ್ನು ಸೇರಿಸಲು ಬಯಸಿದ್ದೀರಾ ?"

"ಕ್ಷಮಿಸಿ, ಕೋಪಿಸಿಕೊಳ್ಳಬೇಡಿ" ಧನಂಜಯ ಬೆದರಿ ಹೇಳಿದ, "ಎಷ್ಟೇ ಆಗಲಿ ನಾನು ಕೃಷಿಕ, ನಿಮ್ಮಂತೆ ಆಚಾರಗಳನ್ನು ನಿಯಮಿತವಾಗಿ ಪಾಲಿಸುವವನಲ್ಲ, ನನ್ನಿಂದ ನಿಮ್ಮ ಕ್ರಮಬದ್ಧತೆ ವ್ಯತ್ಯಯವಾಗಬಾರದೆಂದು ಹೇಳಿದೆ, ಅಷ್ಟೆ"

"ಆಚಾರಗಳನ್ನು ನೀವು ನಿಯಮಿತವಾಗಿ ಪಾಲಿಸುವುದಿಲ್ಲ, ಪಾಲಿಸಲಾಗುವುದಿಲ್ಲ ಎಂದು ನನಗೆ ಗೊತ್ತು. ಆಚಾರಗಳಿಲ್ಲದಿದ್ದರೂ ನಿಮ್ಮಲ್ಲಿ ವಿಚಾರವಿದೆ ಧನಂಜಯ. ಆಚಾರದೊಡನೆ ವಿಚಾರಗಳೂ ಸೇರಿದರೆ ತಾರತಮ್ಯ ಭಾವನೆಯೂ ಬರುವುದಿಲ್ಲ, ಆದರಿಂದ ಅಸಹನೆ, ಅತೃಪ್ತಿ, ಹಗೆತನ ಬೆಳೆಯುವ ಅವಕಾಶವೂ ಇರುವುದಿಲ್ಲ, ಕೆಲವರು ಕಲಿತವರು ಬರೀ ಆಚಾರಗಳನ್ನೇ ದೊಡ್ಡದು ಮಾಡಿ, ಅವೇ ತಮ್ಮ ಉತ್ತಮಿಕೆಯ ಲಾಂಛನವೆಂಬ ಭ್ರಮೆಯಲ್ಲಿ ವಿಚಾರಗಳನ್ನು ಮರೆಯುತ್ತಾರೆ. ಆ ಭ್ರಮೆಗಳ ಕುರುಡಿನಲ್ಲಿ ಮಾಡಬಾರದ ಅನಾಚಾರಗಳನ್ನು ಆಚರಿಸುತ್ತಾರೆ. ಆದರೆ ನನ್ನ ದೃಷ್ಟಿಯಲ್ಲಿ ಆಚಾರಕ್ಕಿಂತ ವಿಚಾರವೇ ಪ್ರಮುಖ. ಅದು ತಿರುಳು, ಆಚಾರ ಅದರ ಹೊರ ಸಿಪ್ಪೆಯಾಗಬಹುದು ಅಷ್ಟೆ ನಿಮ್ಮಂಥವರನ್ನು ಸತ್ಕರಿಸುವುದು ನಮ್ಮ ಭಾಗ್ಯ ವಿಶೇಷ. ನಾವು ನಿಮ್ಮ ಮನೆಯಲ್ಲಿ ತಂಗಿದ್ದಾಗ ನೀವು ನಿಮ್ಮ ಸೊಸೆ ಸತ್ಕರಿಸಿದ ಪ್ರತಿಯೊಂದು ವಿವರವೂ ಮನಸ್ಸಿನಲ್ಲಿ

ಆಚ್ಚೊತ್ತಿದೆ. ಅದಕ್ಕೆ ನೀವು ಕೊಟ್ಟ ಅಕ್ಕಿ, ಹಾಲು, ಮೊಸರು, ತುಪ್ಪ ಅಲ್ಲ ನಿಮ್ಮ ಮತ್ತು ನಿಮ್ಮ ಸೊಸೆಯ ಅಂತಃಕರಣ, ಹಸಿದವರಿಗೆ ಅನ್ನ ನೀಡುವುದೇ ಧರ್ಮವೆಂಬ ನಿಮ್ಮ ನಂಬಿಕೆ, ಗುರುಹಿರಿಯರನ್ನು ಗೌರವಿಸಬೇಕೆಂಬ ನಿಮ್ಮ ಸಂಸ್ಕಾರ. ಬಹಳ ಜನ ಜಾತಿ ಬ್ರಾಹ್ಮಣರಿದ್ದಾರೆ. ಆದರೆ –ನೀವು ಆಚರಣೆಯ ಬ್ರಾಹ್ಮಣರು. ನಿಮ್ಮಂಥ ಬ್ರಾಹ್ಮಣರ ಅಗತ್ಯ ಸಮಾಜಕ್ಕಿದೆ ಧನಂಜಯರೇ. ಅಂಥವರ ಸಂಖ್ಯೆ ಹೆಚ್ಚಿದಷ್ಟೂ ವರ್ಣಗಳ ನಡುವಿನ ತಪ್ಪು ಕಲ್ಪನೆಗಳೆಲ್ಲ ಕ್ರಮೇಣ ಕರಗಿ ಹೋಗಬಹುದು.''

''ಆಚಾರ್ಯ ನೀವು ನನಗೆ ನಾಚಿಕೆಯಾಗುವಷ್ಟು ಹೊಗಳುತ್ತಿದ್ದೀರಿ. ಆದರೆ ನೀವು ಹೇಳಿದ್ದೆಲ್ಲವೂ ನನಗೆ ಅರ್ಥವಾಗುವುದಿಲ್ಲ''

''ಧನಂಜಯ'' ಹರಿಸೇನ ಹೇಳಿದ, ''ಸಜ್ಜನರಿಗೆ ಹೊಗಳಿಕೆ ಇಷ್ಟವಾಗುವುದಿಲ್ಲ. ಬಿಸಿನೀರು ಸ್ನಾನಕ್ಕೆ ಇಷ್ಟೊಂದು ಬಿಸಿ ಬಿಸಿ ವಾದವೇಕೆ ? ನಿತ್ಯ ತಣ್ಣೀರು ಸ್ನಾನವನ್ನೇ ಮಾಡಬಹುದು. ಒಂದು ದಿನ ಬಿಸಿ ನೀರಿನಲ್ಲಿ ಸ್ನಾನ ಮಾಡಿದರೆ ಏನೂ ಆಗುವುದಿಲ್ಲ, ಏನಾದರೂ ಆದರೆ ವೈದ್ಯ ನಾನಿದ್ದೇನಲ್ಲ''

ಧನಂಜಯ ನಕ್ಕು ಹೇಳಿದ, ''ಆಚಾರ್ಯರಿಗೆ ತಕ್ಕ ಜೊತೆ. ಅವರು ಗಂಭೀರವಾಗಿ ಹೇಳಿದ್ದನ್ನು ನೀವು ಹಾಸ್ಯದಲ್ಲಿ ಹೇಳುತ್ತೀರ. ಅದು ಸರಿ ವೈದ್ಯರೇ, ನಾನೇನೋ ಬಿಸಿ ನೀರು ಸ್ನಾನ ಮಾಡುತ್ತೇನೆ. ಆಚಾರ್ಯರೂ ಒಮ್ಮೆ ಏಕೆ ಮಾಡಬಾರದು, ಅವರಿಗೆ ಏನಾದರೂ ಆದರೆ ನೀವಿರುವುದಿಲ್ಲವೆ ?''

''ಹೌದು ಧನಂಜಯ, ನಿಮ್ಮ ಮಾತು ಸರಿಯಾಗಿದೆ'' ಚಾಣಕ್ಯ ಹೇಳಿದ, ''ನಾನು ಬಿಸಿನೀರು ಸ್ನಾನ ಮಾಡಿಯೇ ಬಿಡುತ್ತೇನೆ. ಅದಕ್ಕೂ ಕಾರಣವಿದೆ. ಇಷ್ಟುದಿನ ಧನನಂದನ ಮೇಲಿನ ಸೇಡಿನ ಮೈಲಿಗೆ ನನ್ನ ಮೈಮನಸ್ಸುಗಳ ತುಂಬ ಅಂಟಿಕೊಂಡಿತ್ತು. ಬಹುಕಾಲ ಬಿಚ್ಚಿದ್ದ ಶಿಖೆಯನ್ನು ನಾನು ಇಂದು ಕಟ್ಟಿದೆ. ಬಿಸಿನೀರು ಸ್ನಾನ ಮಾಡಿ ಆ ಮೈಲಿಗೆಯನ್ನೆಲ್ಲ ಉಜ್ಜಿ ತೊಳೆದು ಸಂಪೂರ್ಣವಾಗಿ ಮಡಿಯಾಗಿಬಿಡುತ್ತೇನೆ.''

''ಹಾಗಾದರೆ ಮೊದಲು ತಮ್ಮ ಸ್ನಾನವೇ ಆಗಲಿ'' ಎಂದ ಧನಂಜಯ.

ಚಾಣಕ್ಯ ಗಂಟು ಬಿಡಿಸಿ ಮಡಿಬಟ್ಟೆಗಳನ್ನು ತೆಗೆದಿರಿಸಿ ಸ್ನಾನಕ್ಕೆ ಹೋದ. ಶ್ಲೋಕಗಳನ್ನು ರಾಗವಾಗಿ ಹಾಡಿಕೊಳ್ಳುತ್ತಾ ಚೆನ್ನಾಗಿ ಸ್ನಾನ ಮಾಡಿದ.

''ಆಚಾರ್ಯರು ತಕ್ಷಶಿಲೆಯನ್ನು ಬಿಟ್ಟ ಮೇಲೆ ಶ್ಲೋಕಗಳನ್ನು ಹೇಳಿಕೊಂಡು ಸ್ನಾನ ಮಾಡಿದ್ದೇ ಇಲ್ಲ, ಇವತ್ತೇ ಕೇಳುತ್ತಿರುವುದು'' ಎಂದ ಚಂದಕ.

''ಈ ದಿನ ಅವರ ಮನಸ್ಸು ಹಗುರವಾಗಿದೆ. ಎಲ್ಲ ಕಾರ್ಯ ಕೈಗೂಡಿದ ಸಮಾಧಾನವಿದೆ ಚಂದಕ'' ಎಂದ ಹರಿಸೇನ.

ಸ್ನಾನ ಮುಗಿಸಿ ಚಾಣಕ್ಯ ಸಂಧ್ಯೋಪಾಸನೆಗೆ ಕುಳಿತ. ಧನಂಜಯ ಸ್ನಾನ ಮಾಡಲು ಹೋದ. ಹರಿಸೇನ ಚಂದಕನೊಂದಿಗೆ ತಕ್ಷಶಿಲೆಯ ನೆನಪುಗಳನ್ನು ಚರ್ಚಿಸುತ್ತಿರುವಷ್ಟರಲ್ಲಿ ಚಾಣಕ್ಯ ಬಂದು ದರ್ಭೆಯ ಚಾಪೆಯ ಮೇಲೆ ಕುಳಿತ. ಅವನ ಮುಖ ಈಗ ಬಹಳ ಪ್ರಸನ್ನವಾಗಿತ್ತು. ''ಈಗ ನಿನ್ನ ಮುಖ ನೋಡಿದರೆ, ಹೊಸ ಮನುಷ್ಯನನ್ನು ನೋಡುತ್ತಿರುವಂತೆ ಅನ್ನಿಸುತ್ತಿದೆ'' ಎಂದ ಹರಿಸೇನ.

"ಹೌದು ಹರಿಸೇನ" ಚಾಣಕ್ಯ ಹೇಳಿದ, "ನನಗೇ ಹಾಗನ್ನಿಸುತ್ತಿದೆ. ದೇಹವೆಲ್ಲ ಹತ್ತಿಯಂತೆ ಲಘುವಾಗಿದೆ, ಮನಸ್ಸು ಹಗುರವಾಗಿದೆ. ಸುಮ್ಮನೆ ತೇಲುತ್ತಿರುವಂತೆ ಉಲ್ಲಾಸದಾಯಕವಾಗಿದೆ. ಇದು ಬಿಸಿನೀರಿನ ಪ್ರಭಾವ, ಎಂದು ಒಂದು ಕ್ಷಣ ಅನ್ನಿಸಿತು. ಆದರೆ ಮರುಕ್ಷಣವೇ, ಇದು ಮನಸ್ಸಿನ ಭಾರ ಇಳಿದ ಸಮಾಧಾನದ ಭಾವನೆಯ ಪರಿಣಾಮ ಎನ್ನಿಸಿತು."

ಧನಂಜಯ ಸ್ನಾನ ಮುಗಿಸಿ ಬಂದ ನಂತರ ಹರಿಸೇನ ಸ್ನಾನಕ್ಕೆ ಹೋದ. ಚಾಣಕ್ಯ, ತನ್ನ ತಂದೆ ಚಣಕ ಆ ಮನೆಯಲ್ಲಿ ವಾಸ ಮಾಡುತ್ತಿದ್ದುದು, ಎರಡು ಮೂರು ಸಲ ತಾನು ಇಲ್ಲಿಗೆ ಬಂದದ್ದು, ತಂದೆಯೊಡನೆ ಚರ್ಚಿಸಿದ ಹಲವು ವಿಷಯಗಳು, ಚಣಕನ ಪುತ್ರವಾತ್ಸಲ್ಯ, ಪಾಂಡಿತ್ಯ, ಸರಳ ಸೌಜನ್ಯ, ಅನ್ಯಾಯದ ವಿರುದ್ಧ ಅಷ್ಟೇ ನಿಷ್ಠುರ ನಡವಳಿಕೆ, ಎಲ್ಲವನ್ನೂ ನೆನಪು ಮಾಡಿಕೊಳ್ಳುತ್ತಿರುವಂತೆ ಕಣ್ಣು ಮುಚ್ಚಿ ಕುಳಿತ. ಈಗ ಮೊದಲಿನ ಉದ್ವೇಗವಿರಲಿಲ್ಲ ಕಾತರವಿರಲಿಲ್ಲ, ಹೃದಯದ ಬಡಿತ ಏರುಪೇರಾಗಲಿಲ್ಲ, ಮೈಯ ರಕ್ತವೆಲ್ಲ ಮುಖಕ್ಕೆ ನುಗ್ಗಿ ಬರಲಿಲ್ಲ, ಸಮಾಹಿತ ಮನಃಸ್ಥಿತಿಯಿಂದ ದೂರ ನಿಂತು ತನ್ನ ತಂದೆಯ ವ್ಯಕ್ತಿತ್ವವನ್ನು ಪುನರ್ರಚಿಸುತ್ತಿದ್ದ.

ಸ್ನಾನ ಮುಗಿಸಿ ಬಂದ ಹರಿಸೇನ, ಧನಂಜಯ ಬಹಳ ಹೊತ್ತು ಅವನನ್ನೇ ನೋಡುತ್ತಿದ್ದರು. "ಆಚಾರ್ಯ, ಊಟಕ್ಕೇಳಬಹುದು" ಎಂದ ಚಂದಕ ಅಡಿಗೆ ಮನೆಯಿಂದ ಹೊರಬರುತ್ತ. ಚಾಣಕ್ಯ ಕಣ್ಣು ತೆರೆದ.

ಮೂವರೂ ಒಟ್ಟಿಗೆ ಊಟಕ್ಕೆ ಕುಳಿತರು. ಚಂದಕ ಮತ್ತು ಗೌತಮ ಬಡಿಸಿದರು. ಮೂವರೂ ಸಂತೃಪ್ತಿಯಿಂದ ಊಟ ಮಾಡಿದರು. ಚಾಣಕ್ಯ ಬಹುಕಾಲದ ಮೇಲೆ ಆಸಕ್ತಿಯಿಂದ ಊಟ ಮಾಡುವುದನ್ನು ಕಂಡ ಚಂದಕ ಮತ್ತು ಗೌತಮ ಸಂತೋಷದಿಂದ ಮುಖ ಮುಖ ನೋಡಿಕೊಂಡರು.

★ ★ ★

ಭಾಗುರಾಯಣನ ಮನೆಯಲ್ಲಿ ಹಬ್ಬದ ಸಂಭ್ರಮವೇರ್ಪಟ್ಟಿತ್ತು. ಮಾಲಿನಿ, ಉಜ್ವಲ, ಸುಗಂಧಿ, ಸುಜಾತ, ಉಳಿದ ಹುಡುಗಿಯರು, ಮಾಧವಿ, ಅವಳ ಸಖಿಯರು, ಮನೆ ತುಂಬ ಜನ ! ಎಲ್ಲರ ಮಾತು, ರೀತಿಗಳಲ್ಲಿ ಸಡಗರ ವ್ಯಕ್ತವಾಗುತ್ತಿತ್ತು. ಅವರ ಜೊತೆಗೆ ಮಂಗಳೆಯೂ ಬಂದು ಸೇರಿದ್ದಳು. ಭಾಗುರಾಯಣ ಇನ್ನೂ ಬಂದಿರಲಿಲ್ಲ, ಮಂಗಳೆ ಮತ್ತು ಮಾಲಿನಿ ಅಡಿಗೆ ಮನೆ ಸೇರಿದ್ದರು. ಮಾಧವಿಗಂತೂ ಒಂದು ಹೊಸ ಜಗತ್ತಿಗೇ ಬಂದಂತಾಗಿತ್ತು. ಎಲ್ಲರ ಜೊತೆ ಗೆಳತಿಯಂತೆ ಸಲಿಗೆಯಿಂದ ವ್ಯವಹರಿಸಬೇಕೆಂದು ಅವಳ ಆಸೆ. ಆದರೆ ಉಜ್ವಲ "ಎಷ್ಟೇ ಆಗಲಿ ನೀವು ಪರ್ವತನಾಡಿನ ಯುವರಾಣಿ, ಮುಂದೆ ಮಹಾರಾಣಿಯಾಗಲಿರುವವರು, ನಾವು ನಿಮ್ಮನ್ನು ಸತ್ಕರಿಸಬೇಕು, ಸೇವಿಸಬೇಕು. ಅದು ಕ್ರಮ" ಎಂದಳು ನಸುನಗುತ್ತಲೇ.

"ಪರಿಹಾಸ ಮಾಡುತ್ತಿರುವೆಯಾ ?" ಮಾಧವಿ ಕೇಳಿದಳು.

"ಇಲ್ಲ ಯುವರಾಣಿ, ಖಂಡಿತ ಪರಿಹಾಸವಲ್ಲ, ಕ್ರಮ ತಪ್ಪಿ ನಡೆಯುವುದು ಸರಿಯಲ್ಲ."

"ಹಾಗಾದರೆ ನಾನು ಈಗಲೇ ಹೊರಡುತ್ತೇನೆ" ಎಂದು ಮಾಧವಿ ಎದ್ದು ನಿಂತಳು.

"ಏಕೆ ? ಏನಾಯಿತು ?" ಸುಜಾತ ಚಕಿತಳಾಗಿ ಕೇಳಿದಳು.

"ನಾನು ಯುವರಾಣಿಯಾಗಿ ಇಲ್ಲಿಗೆ ಬರಲಿಲ್ಲ. ನಿಮ್ಮೆಲ್ಲರ ಗೆಳತಿಯಾಗಿ ಬಂದಿದ್ದೇನೆ. ಅರಮನೆಯ ನಾಲ್ಕು ಗೋಡೆಗಳ ಮಧ್ಯೆ ಪಂಜರದ ಪಕ್ಷಿಯಂತೆ ಸಾಕಷ್ಟು ಚಡಪಡಿಕೆಯನ್ನು ಅನುಭವಿಸಿದ್ದೇನೆ. ಸ್ವಚ್ಛಂದವಾಗಿ, ಸಾಮಾನ್ಯಳಂತೆ ಸಾಮಾನ್ಯರೊಡನೆ ಸರಳವಾಗಿ ಬೆರೆಯ ಬೇಕೆಂಬ ನನ್ನ ಆಸೆಗೆ ಅಡ್ಡಿಪಡಿಸುವುದಾದರೆ ನನಗೆ ಇಲ್ಲೇನು ಕೆಲಸ ?"

"ಆಯಿತು" ಉಜ್ವಲ ಹೇಳಿದಳು, "ನಿನ್ನ ಇಷ್ಟದಂತೆಯೇ ಆಗಲಿ. ನಿನ್ನನ್ನು ಯುವರಾಣಿ ಯೆನ್ನದೆ, ಮಾಧವಿಯೆಂದೇ ನಾವು ಹೆಸರು ಹಿಡಿದು ಕರೆಯುತ್ತೇವೆ. ಏಕವಚನದಲ್ಲೇ ಮಾತಾಡಿಸುತ್ತೇವೆ. ಸರಿಯೇ ? ಈಗ ಸಮಾಧಾನವಾಯಿತೇ ? ಇಲ್ಲಿಂದ ಹೋಗುವ ಮಾತಾಡುವುದಿಲ್ಲ ತಾನೇ ?"

"ಇಲ್ಲ, ಖಂಡಿತ ಹೋಗುವುದಿಲ್ಲ" ಮಾಧವಿ ನಗುತ್ತಾ ಹೇಳಿದಳು, "ಆದರೆ ಉಜ್ವಲ, ನಾನು ಕೇವಲ ಯುವರಾಣಿ. ಕೆಲವೇ ದಿನಗಳಲ್ಲಿ ನೀನೇ ಚಂದ್ರಗುಪ್ತನ ಮಡದಿಯಾಗಿ, ಮಗಧದ ಚಕ್ರವರ್ತಿನಿಯಾಗುವವಳು. ನ್ಯಾಯವಾಗಿ ನಾನೇ ನಿನ್ನನ್ನು ಬಹಳ ಗೌರವಾದರ ಗಳಿಂದ ಕಾಣಬೇಕಲ್ಲವೇ ?"

"ಅದು ಇನ್ನೂ ಆಗಲಿಲ್ಲವಲ್ಲ ?"

"ಆಗಿಯೇ ಆಗುವುದು ಖಚಿತವಾಗಿದೆಯಲ್ಲವೆ ?"

"ನಾನು ಚಕ್ರವರ್ತಿನಿಯಾದರೂ, ಎಂದೂ, ಯಾವಾಗಲೂ ಹೀಗೇ ಇರುವವಳು."

"ಅದು ಹೇಗೆ ಸಾಧ್ಯ ? ಸಿಂಹಾಸನದ ಮೇಲೆ, ಚಂದ್ರಗುಪ್ತನ ಪಕ್ಕದಲ್ಲಿ ಗಂಭೀರ ಮುಖಮುದ್ರೆಯಿಂದ ಕೂಡಬೇಕು."

"ಕೂತು, ಸ್ವಲ್ಪ ಹೊತ್ತು ಆ ನಾಟಕದಲ್ಲಿ ನಾನೂ ಪಾತ್ರ ವಹಿಸುತ್ತೇನೆ. ಅಲ್ಲಿಂದ ಹೊರಗೆ ಬಂದ ಕೂಡಲೇ ಮತ್ತೆ ಎಂದಿನಂತೆ ನಡೆದುಕೊಳ್ಳುತ್ತೇನೆ. ಈ ನನ್ನ ಗೆಳತಿಯರಿಗೆ ಮೊದಲೇ ಹೇಳಿಬಿಟ್ಟಿದ್ದೇನೆ. ಎಲ್ಲರೆದುರಿಗೆ ಏನು ಬೇಕಾದರೂ ಗೌರವ ಸಂಬೋಧನೆ ಮಾಡಿಕೊಳ್ಳಲಿ. ನಾವು ನಾವೇ ಇದ್ದಾಗ ನನ್ನನ್ನು 'ಉಜ್ವಲ' ಎಂದು ಹೆಸರು ಹಿಡಿದು ಕೂಗಿ ಸಲಿಗೆಯಿಂದ ವರ್ತಿಸಬೇಕು."

"ಅದು ಸರಿಯಮ್ಮ. ಆದರೆ ನೀನು ಮಹಾರಾಣಿಯಾದ ಕೂಡಲೇ ಅರಮನೆಯ ಪ್ರವೇಶಕ್ಕೂ ಅನುಮತಿ ಪಡೆಯಬೇಕು. ಕಾರಣ ಹೇಳಬೇಕು. ಆ ಗೊಂದಲವೆಲ್ಲ ಬೇಡವೆಂದು ನಿನ್ನ ಗೆಳತಿಯರು ನಿನ್ನನ್ನು ನೋಡಲು ಬರುವುದನ್ನೇ ಬಿಡಬಹುದು" ಎಂದಳು ಸುಜಾತ.

"ಎಲ್ಲ ದ್ವಾರಪಾಲಕರಿಗೂ ಮೊದಲೇ ಆಜ್ಞೆ ಮಾಡುತ್ತೇನೆ. ನನ್ನ ಗೆಳತಿಯರು ಯಾರೇ ಬಂದರೂ, ಕಾರಣ ಕೇಳದೆ ಒಳಗೆ ಬಿಡಬೇಕೆಂದು. ಇಲ್ಲವಾದರೆ ನಾನೇ ಎಲ್ಲರ ಮನೆಗಳಿಗೆ ಹೋಗಿ ಮಾತಾಡಿಸಿ, ಕ್ಷೇಮ ಸಮಾಚಾರಗಳನ್ನು ವಿಚಾರಿಸಿಕೊಂಡು ಬರುತ್ತೇನೆ."

"ಅಷ್ಟು ಸ್ವಾತಂತ್ರ್ಯ ಸಿಗುವುದೆಂದುಕೊಂಡಿದ್ದೀಯಾ ?" ಸುಗಂಧಿ ಕೇಳಿದಳು.

"ಅಷ್ಟೂ ಸ್ವಾತಂತ್ರ್ಯವಿಲ್ಲದಿದ್ದರೆ ನಾನು ರಾಣಿಯಾಗುವುದೇ ಇಲ್ಲ ಎಂದು ಚಂದ್ರಗುಪ್ತನಿಗೆ ನೇರವಾಗಿ ಹೇಳಿಬಿಡುತ್ತೇನೆ."

"ಎಲಾ ದಿಟ್ಟ ಹೆಣ್ಣೇ ! ನಿನಗೆ ಅಷ್ಟೊಂದು ಧೈರ್ಯವಿದೆಯೇ ?" ಎಂದು ಮಾಧವಿ ಕಣ್ಣರಳಿಸಿದಳು.

"ಹೌದು ಮಾಧವಿ" ಸುಜಾತ ಹೇಳಿದಳು, "ನಮ್ಮ ಉಜ್ವಲ ದಿಟ್ಟತನದಲ್ಲಿ ಯಾವ

ಪುರುಷನಿಗೂ ಕಡಿಮೆಯಿಲ್ಲ, ಕುದುರೆಯೋಡಿಸುವುದು, ಖಡ್ಗಪ್ರಯೋಗ ಇತ್ಯಾದಿ ಯುದ್ಧ ವಿದ್ಯೆಗಳಲ್ಲಿ ಸಾಕಷ್ಟು ಪರಿಣತಿ ಪಡೆದಿದ್ದಾಳೆ."

"ನೀನೇನು ಕಡಿಮೆ, ನೀನು ನನ್ನ ಚಂದ್ರಗುಪ್ತನ ಪ್ರಾಣವನ್ನೇ ಉಳಿಸಿದೆಯಲ್ಲ!" ಎಂದಳು ಉಜ್ವಲ.

"ಹೌದೇನು ? ಯಾವಾಗ ? ಹೇಗೆ ?" ಮಾಧವಿ ಕುತೂಹಲಗೊಂಡಳು.

ಆ ಘಟನೆಯನ್ನು ವಿವರಿಸಿ ಹೇಳಿದಾಗ ಮಾಧವಿ ಆಶ್ಚರ್ಯ ಮತ್ತು ಮೆಚ್ಚಿಗೆಯಿಂದ ಸುಜಾತಳನ್ನು ಹೊಗಳಿದಳು. ಅವಳು ಚಂದ್ರಗುಪ್ತನ ಅಂಗರಕ್ಷಕಳಾಗಿರುವ ನಿರ್ಧಾರವನ್ನು ಕೇಳಿ ಮಾಧವಿಯ ಅಚ್ಚರಿ ಇನ್ನೂ ಹೆಚ್ಚಾಯಿತು. "ಇಂಥ ನಿರ್ಧಾರವೇಕೆ ?" ಎಂದು ಕೇಳಿದಳು.

ಸುಜಾತ ನಿಧಾನವಾಗಿ ಹೇಳಿದಳು, "ನನ್ನ ಗಂಡ ಹೋದಮೇಲೆ ಗೃಹಿಣಿಯಾಗಿ ಬದುಕುವ ಅವಕಾಶವಿಲ್ಲ, ಮೊದಲಿನಿಂದ ಪುರುಷ ಸಾಹಸಗಳಲ್ಲೇ ನನಗೆ ಆಸಕ್ತಿ ಹೆಚ್ಚು ನನ್ನ ಸೋದರಮಾವ ಶಿವದತ್ತರು ಚಂದ್ರಗುಪ್ತನಿಗೆ ಯುದ್ಧವಿದ್ಯೆ ಕಲಿಸಿಕೊಟ್ಟ ಗುರುಗಳು. ನಾನೂ ಅವರಿಂದ ಸ್ವಲ್ಪ ಮಟ್ಟಿಗೆ ಕಲಿತೆ. ನನ್ನ ಗಂಡನೂ ನನ್ನ ಆಸಕ್ತಿಗೆ ಉತ್ತೇಜನ ನೀಡುತ್ತಿದ್ದ. ಈಗ ಬದುಕಿನಲ್ಲಿ ನನಗೆ ಯಾವ ಉಪಯುಕ್ತತೆಯೂ ಇಲ್ಲ, ಉಳಿದ ಆಯುಷ್ಯವನ್ನು ವ್ಯರ್ಥವಾಗಿ ಏಕೆ ಕಳೆಯಬೇಕು ? ಚಂದ್ರಗುಪ್ತನ ತಂದೆ ರವಿಗುಪ್ತರ ಬಗ್ಗೆ ಎಲ್ಲರಂತೆ ನನಗೂ ಅಭಿಮಾನ. ಅವನ ತಾಯಿ ಶಿವಾಲಿಯನ್ನು ಕಂಡರಂತೂ ನಮಗೆ ಅತೀವ ಗೌರವ, ಪ್ರೀತಿ. ಚಂದ್ರಗುಪ್ತನೂ ನನ್ನನ್ನು ಸೋದರಿಯೆಂದು ಪರಿಗಣಿಸಿದ. ಸೋದರನ ರಕ್ಷಣೆ ಸೋದರಿಯ ಕರ್ತವ್ಯವಲ್ಲವೆ ? ವ್ಯರ್ಥವಾಗುತ್ತಿದ್ದ ಒಂದು ಹೆಣ್ಣಿನ ಬದುಕು ಈಗ ಸ್ವಲ್ಪವಾದರೂ ಅರ್ಥಪೂರ್ಣವಾಗುವುದಿಲ್ಲವೆ ?"

"ನಾನೂ ನಿನ್ನನ್ನು ಸೋದರಿಯೆಂದು ಕರೆಯಬೇಕೆನಿಸುತ್ತದೆ ಸುಜಾತ" ಮಾಧವಿ ಹೇಳಿದಳು, "ಎಂಥ ಉದಾತ್ತ ವಿಚಾರವೇ ನಿನ್ನದು ! ಹೆಣ್ಣು ಅಬಲೆಯೆಂದು ಯಾರು ಹೇಳುತ್ತಾರೆ ? ಅಂಥ ಮೂರ್ಖರು ನಿನ್ನನ್ನು ನೋಡಿದರೆ, ಖಂಡಿತ ತಮ್ಮ ಅಭಿಪ್ರಾಯವನ್ನು ಬದಲಾಯಿಸಿಕೊಳ್ಳುತ್ತಾರೆ."

"ಯುವರಾಣಿಯಾಗಿರುವ ನೀನೂ ನನ್ನನ್ನು ಮೆಚ್ಚುತ್ತಿರುವುದು ವಿಶೇಷ" ಎಂದಳು ಸುಜಾತ.

"ನಾನು ನಿನ್ನ ಹಾಗೆ ಕ್ಷಾತ್ರವನ್ನು ಬಯಸಿದವಳಲ್ಲ, ನನ್ನ ಆಸಕ್ತಿಯೇ ಬೇರೆ" ಮಾಧವಿ ಹೇಳತೊಡಗಿದಳು, "ನಿರ್ಬಂಧರಹಿತವಾದ ಬದುಕಿನ ಆಸೆ ನನ್ನದು. ಅಲ್ಲಿ ನಾಗರೀಕತೆಯ ಕೃತಕ ಮುಖವಾಡಗಳಿರಬಾರದು. ಅಲ್ಲಿ ಬರೀ ಕಾವ್ಯ, ಸಂಗೀತಗಳ ಸಾವಧಾನದ ಸರಳ ಸಂತೋಷವಿರಬೇಕು. ವಾಸ್ತವದಲ್ಲಿ ಸಾಧ್ಯವಿಲ್ಲದ ಆ ಬದುಕನ್ನು ನಾನು ಕನಸಿನಲ್ಲಿ ಕಲ್ಪನೆಯಲ್ಲಿ ಅನುಭವಿಸುತ್ತಿದ್ದೇನೆ ಅಷ್ಟೆ. ಎಂಥ ಹುಚ್ಚು ಇವಳಿಗೆ ! ಎಂದು ನಿಮಗೆ ನಗು ಬರುತ್ತದೆ ಯಲ್ಲವೆ ?" ಎನ್ನುತ್ತ ಅವಳೇ ಜೋರಾಗಿ ನಕ್ಕುಬಿಟ್ಟಳು.

"ಇಲ್ಲ ಮಾಧವಿ, ನಮಗೆ ನಗು ಬರುವುದಿಲ್ಲ" ಉಜ್ವಲ ಹೇಳಿದಳು, "ಒಬ್ಬೊಬ್ಬರ ಅಂತರಂಗದಲ್ಲೂ ಅವರವರದೇ ಆದ ಒಂದು ಆಯ್ಕೆಯ ಬದುಕಿರುತ್ತದೆ, ಎಂದು ಇದರಿಂದ ಗೊತ್ತಾಗುತ್ತದೆ. ಆದರೆ ಅವರವರ ಆಯ್ಕೆಯ ಬದುಕು ಬಹುಶಃ ಯಾರಿಗೂ ದೊರಕುವುದೇ ಇಲ್ಲವೇನೋ ! ದೊರಕಿದವರು ನಿಜವಾಗಲೂ ಅದೃಷ್ಟವಂತರು !"

“ಆ ಅದೃಷ್ಟ ನಿನಗಿದೆ ಉಜ್ವಲ, ಸುಜಾತಳಿಗೂ ಇದೆ.”

“ಅದು ಹೇಗೆ ?” ಎಂದು ಮಾಧವಿ ಸುಗಂಧಿಯತ್ತ ನೋಡಿದಳು.

“ಅವಳಿಗೆ ಎಲ್ಲರಂತೆ ಗೃಹಿಣಿಯಾಗುವ ಆಸೆ.”

“ಇವಳು ಗೃಹಿಣಿಯಾಗಲು ಅಡ್ಡಿಯೇನು ?”

ಉಜ್ವಲ ಸುಗಂಧಿಯ ಕಥೆಯನ್ನು ಸಂಕ್ಷಿಪ್ತವಾಗಿ ಹೇಳಿ, ಚರಣನ ವಿಷಯವನ್ನು ಸ್ವಲ್ಪ ವಿವರವಾಗಿಯೇ ವರ್ಣಿಸಿದಳು. ಅಷ್ಟು ಹೊತ್ತೂ ಸುಗಂಧಿ ನಾಚಿಕೆಯಿಂದಲೋ, ನೋವಿನಿಂದಲೋ ತಲೆ ತಗ್ಗಿಸಿಯೇ ಕುಳಿತಿದ್ದಳು. ಉಜ್ವಲ ಹೇಳಿ ಮುಗಿಸಿದ ಮೇಲೆ ಮಾಧವಿ ಸುಗಂಧಿಯ ಗಲ್ಲ ಹಿಡಿದೆತ್ತಿ, ಕಣ್ಣೀರು ತುಂಬಿದ ಅವಳ ಮುಖವನ್ನೇ ದಿಟ್ಟಿಸಿ ನೋಡಿದಳು. ಅವಳ ಮುಖವನ್ನು ಬೊಗಸೆಯಲ್ಲಿ ಹಿಡಿದು ಹಣೆಯನ್ನು ಚುಂಬಿಸಿದಳು. “ಸುಗಂಧಿ, ನಾನು ಪಾಟಲೀಪುತ್ರಕ್ಕೆ ಬಂದದ್ದು ಸಾರ್ಥಕವಾಯಿತು. ಜಗತ್ತಿನ ಒಳ್ಳೆಯದನ್ನೆಲ್ಲಾ ನೀವು ಕೆಲವರೇ ಅಪಹರಿಸಿ ಈ ನಗರದಲ್ಲಿ ಬಚ್ಚಿಟ್ಟುಕೊಂಡಿದ್ದೀರಿ !”

“ನಾನು ಒಳ್ಳೆಯವಳಲ್ಲ ಮಾಧವಿ” ಸುಗಂಧಿ ಹೇಳಿದಳು, “ನನ್ನಂಥವಳಿಗೂ ಆಶ್ರಯ ನೀಡಿ, ತಮ್ಮ ಪ್ರೀತಿಯ ಆಸರೆ ನೀಡಿದ ಉಜ್ವಲ, ಇವಳ ತಂದೆತಾಯಿಗಳು ನಿಜವಾದ ಒಳ್ಳೆಯವರು.”

“ನಿನ್ನನ್ನು ನೀನೇ ಏಕೆ ಹಳಿದುಕೊಳ್ಳುತ್ತಿ ? ಸವೆದು ಹೋದ ಅವೇ ಮಾತುಗಳಿಂದ ನಾನು ನಿನ್ನನ್ನು ಹೊಗಳುವುದಿಲ್ಲ. ಆದರೆ ಚರಣ ಖಂಡಿತ ನಿನ್ನ ಆಸೆಯನ್ನು ಈಡೇರಿಸುತ್ತಾನೆಂದು ಧೈರ್ಯವಾಗಿ ಹೇಳಬಲ್ಲೆ.”

“ಆದರೆ ನನಗೇ ಹಿಂಜರಿಕೆ. ಆ ನಿರೀಕ್ಷೆಯೇ ಪಾಪವೇನೋ ಎಂಬ ಭೀತಿ.”

“ಹೃದಯ ಪರಿಶುದ್ಧವಾಗಿರುವಾಗ ದೇಹದ ಪಾಪ, ಪಾಪವೇ ಅಲ್ಲ.”

“ಅಕ್ಕ ನಮಗೂ ನಮ್ಮ ಬದುಕಿನ ಆಯ್ಕೆಯ ಸ್ವಾತಂತ್ರ್ಯವಿದೆಯಲ್ಲವೆ ?” ಎಂದು ಹುಡುಗಿಯರಲ್ಲಿ ಒಬ್ಬಳಾದ ನಂದಿನಿ ಕೇಳಿದಳು.

“ಏನು ಹಾಗೆಂದರೆ ?” ಉಜ್ವಲ ಹೇಳಿದಳು, “ನೀವು ಇಲ್ಲಿಗೆ ಬರುವಾಗ, ನಮ್ಮ ಯೋಜನೆಯಲ್ಲಿ ಭಾಗವಹಿಸಲು ನಿಮ್ಮ ತಂದೆತಾಯಿಯರ ಅನುಮತಿ ಪಡೆದುಕೊಂಡಿದ್ದೆ. ಅವರ ಬಳಿ ನಿಮ್ಮ ಹೊಣೆಯನ್ನು ನಾನು ಹೊತ್ತುಕೊಂಡಿದ್ದೆ. ಈಗ ಎಲ್ಲ ಯಶಸ್ವಿಯಾಗಿ ಮುಗಿಯಿತು. ನಿಮ್ಮನ್ನೆಲ್ಲ ಕೃತಜ್ಞತಾಪೂರ್ವಕವಾಗಿ ನಿಮ್ಮ ನಿಮ್ಮ ತಂದೆತಾಯಿಯರಿಗೆ ಒಪ್ಪಿಸುವುದು ನನ್ನ ಕರ್ತವ್ಯ.”

“ಅದೇನೋ ಸರಿ. ಆದರೆ ನೀನು ನಮಗೆ ಸಹಾಯ ಮಾಡಬೇಕು.”

“ಯಾವ ರೀತಿಯ ಸಹಾಯ ?”

“ಉಜ್ವಲ, ಮೊದಲು ಅವಳ ಅಭಿಪ್ರಾಯವೇನೆಂದು ಕೇಳಬಾರದೇ ?” ಎಂದು ನಂದಿನಿಯತ್ತ ತಿರುಗಿ, “ಅದೇನು ನಿನ್ನ ಆಸೆ ಹೇಳು ನಂದಿನಿ” ಎಂದಳು.

“ನನ್ನೊಬ್ಬಳ ಆಸೆಯಲ್ಲ” ನಂದಿನಿ ಹೇಳಿದಳು, “ನಮ್ಮೆಲ್ಲರ ಆಸೆ. ಇಷ್ಟು ದಿನ ನಾವೂ, ದೊಡ್ಡದಾಗಿ ಆಲೋಚನೆ ಮಾಡುವುದೆಂದರೇನೆಂದೇ ಗೊತ್ತಿಲ್ಲದೆ, ನಮ್ಮ ನಮ್ಮ ಮನೆಗಳಲ್ಲಿ ಇದ್ದುಬಿಟ್ಟಿದ್ದೊ. ಆದರೆ ಈ ಕಾರ್ಯಾಚರಣೆಯಲ್ಲಿ ನಿಮ್ಮ ಜೊತೆ ಸೇರಿದ ನಂತರ ನಮ್ಮ ವ್ಯಕ್ತಿತ್ವವೇ ಬದಲಾಯಿತು. ನಮ್ಮ ಶಕ್ತಿಯ ಅರಿವೂ ನಮಗಾಯಿತು. ನಿಮ್ಮ ಸ್ನೇಹ,

ಸೌಜನ್ಯದಿಂದ, ನಿಮ್ಮೊಂದಿಗೆ ಒಂದು ರೀತಿಯ ಭಾವನಾತ್ಮಕ ಸಂಬಂಧ ಬೆಳೆದುಬಿಟ್ಟಿತು. ಉಜ್ವಲ ಮಹಾರಾಣಿಯಾಗುತ್ತಾಳೆ, ಸುಜಾತ ಅಂಗರಕ್ಷಕಳಾಗುತ್ತಾಳೆ. ನಾವು ಬೇರೆಬೇರೆಯಾಗುತ್ತೇವೆ. ಅದರ ಬದಲು ನಾವೂ ನಿಮ್ಮೊಂದಿಗೆ ಇರಲು ಅವಕಾಶ ಮಾಡಿಕೊಟ್ಟು, ಈ ಸ್ನೇಹವನ್ನು ಮುಂದುವರಿಸಬಹುದೆಂದು ನಮ್ಮ ನಿರೀಕ್ಷೆ."

"ಅಂದರೆ, ನೀವೇನು ಮಾಡುತ್ತೀರಿ ?" ಉಜ್ವಲ ಅರ್ಥವಾಗದೆ ಕೇಳಿದಳು.

"ಸುಜಾತ ಅಂಗರಕ್ಷಕಳಾದರೆ ನಾವೇಕೆ ಆಗಬಾರದು ? ನೀವಿಬ್ಬರೂ ಕಲಿಸಿದ ಧೈರ್ಯ ಮತ್ತು ಕ್ಷಾತ್ರ ವಿದ್ಯೆ ಉಪಯೋಗಕ್ಕೆ ಬರುವುದಿಲ್ಲವೆ ?"

"ಹೌದು, ನಾವು ಗೆಳತಿಯರೆಲ್ಲ ಒಂದೇ ಕಡೆ ಇರುವ ಅವಕಾಶ ದೊರೆಯುತ್ತದೆ" ಎಂದಳು ಇನೊಬ್ಬಳು.

"ಅದ್ಭುತವಾದ ಆಲೋಚನೆ !" ಮಾಧವಿ ಉದ್ಗರಿಸಿದಳು, "ರಾಜರಾಣಿಯರ ಬೆಂಗಾವಲಿಗೆ ಸಮರ್ಥವಾದ ಒಂದು ಸ್ತ್ರೀಪಡೆ !"

"ನಿಮ್ಮ ತಂದೆತಾಯಿಯರು ನಿಮಗೆ ವಿವಾಹ ಮಾಡುವ ಆಲೋಚನೆಯಲ್ಲಿರುವರಲ್ಲವೆ ?" ಸುಗಂಧಿ ಕೇಳಿದಳು.

"ವಿವಾಹ ಮಾಡಿಕೊಂಡರೂ ನಾವು ಆ ಕೆಲಸ ಮಾಡಲಾಗುವುದಿಲ್ಲವೆ ? ಬೇಕಾದರೆ ನಾವು ಸೈನ್ಯದಲ್ಲಿರುವ ಯಾರಾದರೂ ಯೋಗ್ಯರನ್ನೇ ವಿವಾಹ ಮಾಡಿಕೊಳ್ಳುತ್ತೇವೆ" ಎಂದಳು ನಂದಿನಿ.

"ಈ ಬಗ್ಗೆ ನಾನು ಯಾವ ನಿರ್ಧಾರವನ್ನೂ ಮಾಡಲಾರೆ" ಉಜ್ವಲ ಹೇಳಿದಳು, "ಇದಕ್ಕೆ ಆಚಾರ್ಯ ಚಾಣಕ್ಯರು ಒಪ್ಪಬೇಕು, ಚಂದ್ರಗುಪ್ತ ಒಪ್ಪಬೇಕು."

"ತಾಳ್ಮೆಯಿಂದಿರಿ. ನಾನು ಅವರ ಜೊತೆ ಮಾತಾಡುತ್ತೇನೆ" ಎಂದು ಸುಜಾತ ಭರವಸೆ ನೀಡಿದಳು.

ಅಷ್ಟರಲ್ಲಿ ಮಾಲಿನಿ ಮತ್ತು ಮಂಗಳೆ ಅಲ್ಲಿಗೆ ಬಂದರು. ಇಷ್ಟು ಹೊತ್ತೂ ಅವರು ಅಡಿಗೆ ಮನೆಯಲ್ಲಿ ವಿಶೇಷ ಭಕ್ಷ್ಯಗಳನ್ನು ಸಿದ್ಧಪಡಿಸುವುದರಲ್ಲಿ ಮಗ್ನರಾಗಿದ್ದರು. "ಇಲ್ಲೇ ಮಾತಾಡುತ್ತಲೇ ಸಮಯ ಕಳೆಯುತ್ತೀರೋ, ಊಟದ ಯೋಚನೆ ಮಾಡುತ್ತೀರೋ ?" ಎಂದಳು ಮಾಲಿನಿ.

"ಹೌದಲ್ಲವೆ ! ತುಂಬ ಹಸಿವಾಗುತ್ತಿದೆ. ಮಾತಿನ ಭರದಲ್ಲಿ ಮರೆತೇ ಹೋಗಿತ್ತು" ಎಂದು ಮಾಧವಿ ಎದ್ದಳು. ಉಳಿದವರೂ ಹಿಂಬಾಲಿಸಿದರು. ಅಷ್ಟು ಹೊತ್ತಿಗೆ ಭಾಗುರಾಯಣನೂ ಬಂದ. ನಗು ವಿನೋದಗಳ ನಡುವೆ ಊಟ ಸಾಗಿತು.

★ ★ ★

ಅತ್ತ ಸುಮಿತ್ರನ ಊರಾಚೆಯ ಹಳೆಯ ಮನೆಯಲ್ಲಿ ಇಂದುಶರ್ಮ, ಸುಮಿತ್ರ, ನಿಪುಣಕ, ವಸುಂಧರ, ಪಶುಲೋಮ, ಸಮಿದ್ಧಾರ್ಥಕ, ಸಿದ್ಧಾರ್ಥಕ – ಎಲ್ಲ ಊಟಕ್ಕೆ ಕುಳಿತಿದ್ದರು. ಊಟ ಮಾಡುತ್ತಲೇ ಈ ದಿನ ಬೆಳಗಿನಿಂದ ನಡೆದ ಘಟನೆಗಳ ಪುನರಾವಲೋಕನ ನಡೆಯುತ್ತಿತ್ತು.

"ಸಂಜಯ ಮತ್ತು ಶ್ರೀಯಕನ ಘಟನೆಯಿಂದ ಆಚಾರ್ಯರ ಕಾರ್ಯ ಯೋಜನೆ ಎಲ್ಲಿ ತಲೆಕೆಳಗಾಗುವುದೋ, ಎಂದು ನನಗೆ ಭಯವಾಗಿತ್ತು" ಎಂದ ಸಿದ್ಧಾರ್ಥಕ.

“ನನಗೆ ಮೊದಲೇ ಅನುಮಾನವಿತ್ತು” ಇಂದುಶರ್ಮ ಹೇಳಿದ, “ಆದರೆ ಶ್ರೀಯಕ ಇಷ್ಟು ಕ್ರೂರವಾಗಿ ರಾಜಕುಮಾರನನ್ನೇ ಬಲಿ ತೆಗೆದುಕೊಳ್ಳುವನೆಂದು ನಾನು ಊಹಿಸಿರಲಿಲ್ಲ. ಹೆಚ್ಚೆಂದರೆ ಅವನು ಧನನಂದನನ್ನು ಕೊಲ್ಲಲು ಪ್ರಯತ್ನಿಸುವನೆಂದು ಊಹಿಸಿದ್ದೆ.”

“ರಾಜಕುಮಾರನನ್ನು ಕೊಂದ ನಂತರ ಧನನಂದನನ್ನು ಕೊಲ್ಲಲೆಂದೇ ಅವನು ಗುಂಪು ಕಟ್ಟಿಕೊಂಡು ಅರಮನೆಯತ್ತ ಹೊರಟಿದ್ದ. ಅಷ್ಟರಲ್ಲಿ ಸಂಜಯನ ವಿಷಯ ಬಹಿರಂಗವಾದದ್ದು, ಚಂದ್ರಗುಪ್ತ ಮತ್ತು ಆಚಾರ್ಯ ಚಾಣಕ್ಯರು ಅರಮನೆಯನ್ನು ವಶಪಡಿಸಿ ಕೊಂಡದ್ದು ಗೊತ್ತಾಗಿ ಹಿಂದೆ ಸಾಗಿದ.”

“ಕಡೆಗೇನಾಯಿತು ?” ಪಶುಲೋಮ ವಿಷಾದದಿಂದ ಹೇಳಿದ, “ಸಂಜಯನೂ ಸತ್ತ, ಶ್ರೀಯಕನೂ ಸತ್ತ.”

“ಒಳ್ಳೆಯದೇ ಆಯಿತು ಬಿಡು” ವಸುಂಧರ ಹೇಳಿದ, “ಆ ವಿಷ ಜಂತುಗಳ ವಂಶವೇ ಮುಗಿದುಹೋಯಿತಲ್ಲ ! ನನಗೇನೋ ಚಕ್ರವರ್ತಿ, ರಾಣಿ, ರಾಜಕುಮಾರ – ಇವರ ಸಾವಿನ ಬಗ್ಗೆ ಕಿಂಚಿತ್ತೂ ವಿಷಾದವಿಲ್ಲ.”

“ನಿನ್ನ ನೋವು ಅರ್ಥವಾಗುತ್ತದೆ ವಸುಂಧರ” ನಿಪುಣಕ ಸಂತೈಸುವಂತೆ ಹೇಳಿದ, “ನಿನ್ನ ತಂದೆಯ ಸಾವಿನ ದುಃಖವನ್ನು ನೀನು ಮರೆಯುವುದು ಕಷ್ಟ.”

“ನಿಪುಣಕ, ಇಷ್ಟು ದಿನ ಅದು ನನ್ನ ಹೃದಯದ ತುಂಬ ಸುಡುತ್ತಲೇ ಇತ್ತು. ಆದರೆ ಈ ದಿನ ಆ ಬೆಂಕಿ ಶಾಂತವಾಗಿದೆ. ನನ್ನ ತಂದೆಯ ಸಾವಿಗೆ ಕಾರಣವಾದ ಆ ಬೌದ್ಧ ವಿಹಾರವನ್ನು ನೆಲಸಮ ಮಾಡಿದ್ದೇನೆ. ಕುರುಡಾಗಿ ಮರಣದಂಡನೆ ವಿಧಿಸಿದ ಕ್ರೂರಿ ಧನನಂದನ ಕುಟುಂಬವೇ ನಾಶವಾಗಿದೆ. ಇಂದು ನನ್ನ ತಂದೆಯ ಆತ್ಮಕ್ಕೂ ಶಾಂತಿ ದೊರೆತಿರುತ್ತದೆ. ನನಗಂತೂ ಹಬ್ಬದ ಸಂಭ್ರಮ ! ಅದಕ್ಕೇ ಈದಿನ ನಿಮ್ಮೊಂದಿಗೇ ಊಟ ಮಾಡಿ ನನ್ನ ಸಂತೋಷವನ್ನು ಆಚರಿಸಲು ಬಂದೆ. ನಿಜ ಹೇಳಬೇಕೆಂದರೆ ನನ್ನ ತಂದೆಯ ಸಾವಿನ ನಂತರ ಎಂದೂ ಅನ್ನ ನನಗೆ ಇಷ್ಟು ರುಚಿಯಾಗಿ ಕಂಡಿರಲಿಲ್ಲ. ಈ ದಿನ ಹೊಟ್ಟೆ ಬಿರಿಯುವಷ್ಟು ತಿಂದುಬಿಡಬೇಕೆನಿಸುತ್ತದೆ.”

“ವಸುಂಧರನ ಮಾತು ನಿಜ” ಸುಮಿತ್ರ ಹೇಳಿದ, “ನನಗೂ ಅಷ್ಟೆ ಈ ದಿನ ನಿಮ್ಮೊಂದಿಗೆ ಹೀಗೆ ಊಟ ಮಾಡುತ್ತಿರುವುದರಲ್ಲಿ ಏನೋ ಒಂದು ಹೊಸ ಬಗೆಯ ಉಲ್ಲಾಸವಿದೆ. ನಿಪುಣಕನಿಂದ ನಿಮ್ಮ ಕೆಲಸಗಳಲ್ಲಿ ನಾನೂ ಭಾಗವಹಿಸುವಂತಾಯಿತು.”

“ಯಜಮಾನರೇ” ನಿಪುಣಕ ಹೇಳಿದ, “ನೀವು ಅನ್ನ ಆಶ್ರಯ ನೀಡಿದ್ದರಿಂದ ನಾನು ಇಲ್ಲಿ ಸುರಕ್ಷಿತವಾಗಿ ಇರುವಂತಾಯಿತು. ಆನಂತರ ನೀವು ಈ ಮನೆಯನ್ನು ಬಿಟ್ಟುಕೊಟ್ಟಿರಿ. ಬೇಕಾದಷ್ಟು ಧನ ಕೊಟ್ಟಿರಿ. ಅದೆಲ್ಲ ಕಡಿಮೆಯೇನಲ್ಲ, ನಿಮ್ಮ ಪಾನಗೃಹದಲ್ಲಿ ನೂರಾರು ಜನ ಅಡಗಿಕೊಳ್ಳಲು ಅವಕಾಶ ಮಾಡಿಕೊಟ್ಟಿರಿ. ಅದರಿಂದ ಇಡೀ ನಗರಕ್ಕೆ ದಂಗೆಯ ಸ್ವರೂಪ ಬಂತು. ರಾಕ್ಷಸ ಗೊಂದಲಗೊಳ್ಳುವಂತಾಯಿತು. ಆ ಗೊಂದಲದ ಸದುಪಯೋಗ ಪಡಿಸಿಕೊಂಡು ಚಂದ್ರಗುಪ್ತ ಒಳಬಂದು ಅರಮನೆಯನ್ನು ವಶಪಡಿಸಿಕೊಳ್ಳುವುದು ಸಾಧ್ಯವಾಯಿತು.”

“ಸೇನಾಧ್ಯಕ್ಷರು, ಸೈನ್ಯದ ಬಹುಪಾಲು ಸೈನಿಕರು ಧನನಂದನ ವಿರೋಧವಾಗಿ, ಚಂದ್ರಗುಪ್ತನ ಪರವಾಗಿ ಕೆಲಸ ಮಾಡುವುದನ್ನು ನಾನು ಕಲ್ಪನೆಯನ್ನೂ ಮಾಡಿಕೊಂಡಿರಲಿಲ್ಲ.

ಎಷ್ಟೋ ಸಾವಿರ ಜನ ಸಾಯಬಹುದು, ನಿಮ್ಮ ಆಂದೋಲನ ವಿಫಲವಾಗಬಹುದೆಂದು ನಾನು ಭಯಗೊಂಡಿದ್ದೆ.''

''ಇದಕ್ಕೆ ಬಹಳ ದಿನಗಳಿಂದ ಸಿದ್ಧತೆ ನಡೆದಿತ್ತು ಸುಮಿತ್ರ'' ಇಂದುಶರ್ಮ ಹೇಳಿದ, ''ಚಾಣಕ್ಯನ ತಂತ್ರವೆಂದರೆ ಏನೆಂದು ತಿಳಿದೆ? ಪ್ರಬಲನಾದ ರಾಕ್ಷಸನ ಸಾಮರ್ಥ್ಯವನ್ನು ನಿಸ್ಸತ್ವಗೊಳಿಸಲು ಹಲವು ರೀತಿಯ ಸಿದ್ಧತೆಗಳನ್ನು ಮಾಡಬೇಕಾಯಿತು. ನಾವೆಲ್ಲ ಆ ಸೂತ್ರಧಾರನ ನಿರ್ದೇಶನದಂತೆ ನಟಿಸಿದ ಬೊಂಬೆಗಳು ಮಾತ್ರ.''

''ಯಾರು ಸೂತ್ರಧಾರರೋ, ಯಾರು ಬೊಂಬೆಗಳೋ, ಅಂತೂ ಮಗಧಕ್ಕೆ ಹಿಡಿದಿದ್ದ ಶಾಪ ಪರಿಹಾರವಾಯಿತು. ಆ ಸಂತೋಷ ನನಗಿದೆ. ಬಹುಶಃ ಪಾಟಲೀಪುತ್ರದ ಪ್ರತಿಯೊಬ್ಬ ನಾಗರಿಕನಲ್ಲೂ ಆ ಸಮಾಧಾನವಿರುತ್ತದೆ.''

''ಅಂದರೆ, ಧನನಂದನಿಗೆ ಮತ್ತು ರಾಕ್ಷಸನಿಗೆ ನಿಷ್ಠಾವಂತರಾದ ಒಬ್ಬರೂ ಪಾಟಲೀಪುತ್ರದಲ್ಲಿ ಇಲ್ಲವೆನ್ನುತ್ತೀರ?'' ನಿಪುಣಕ ಕೇಳಿದ.

''ಬಹುಮಟ್ಟಿಗೆ ಇಲ್ಲ, ಇದ್ದರೆ, ಆ ಸಂಖ್ಯೆ ಕಡಿಮೆಯಿರುವುದೆಂದು ನನ್ನ ಭಾವನೆ.''

''ಆ ಕಡಿಮೆ ಸಂಖ್ಯೆಯ ನಿಷ್ಠಾವಂತರು ಚಂದ್ರಗುಪ್ತನಿಗೆ ತೊಂದರೆ ಕೊಡುವುದಿಲ್ಲ ವೆನ್ನುತ್ತೀರ?''

''ಏತಕ್ಕಾಗಿ ಮಾಡುತ್ತಾರೆ? ಯಾರಿಗಾಗಿ ಮಾಡುತ್ತಾರೆ? ರಾಜನೂ ಇಲ್ಲ, ರಾಜಕುಮಾರನೂ ಇಲ್ಲ''

''ಸೇಡಿನ ಭಾವನೆಯಾದರೂ ಇರಬಹುದಲ್ಲ?''

''ಸಾಮರ್ಥ್ಯವಿಲ್ಲದ ಸೇಡಿನ ಭಾವನೆಯಿಂದ ಏನೂ ಆಗಲಾರದು'' ಎಂದ ಇಂದುಶರ್ಮ.

ಅಷ್ಟು ಹೊತ್ತಿಗೆ ಊಟ ಮುಗಿಯಿತು. ಎಲ್ಲ ನಡುಮನೆಯಲ್ಲಿ ಬಂದು ಕುಳಿತರು.

''ನಮ್ಮನ್ನು ನಾಳೆ ರಾತ್ರಿ ಭೇಟಿ ಮಾಡುವಂತೆ ಆಚಾರ್ಯರು ಏಕೆ ಹೇಳಿದರು?'' ಸಿದ್ಧಾರ್ಥಕ ಚಿಂತೆ ವ್ಯಕ್ತಪಡಿಸಿದ.

''ನನಗಂತೂ ತುಂಬಾ ನಿರಾಸೆಯಾಯಿತು'' ಸಮಿದ್ಧಾರ್ಥಕ ಹೇಳಿದ, ''ಎಲ್ಲರೊಂದಿಗೆ ನಾವೂ ಆನಂದಪಡಬಹುದಾಗಿತ್ತು.''

''ಅದಕ್ಕೂ ಏನೋ ಕಾರಣವಿರುತ್ತದೆ'' ಇಂದುಶರ್ಮ ಹೇಳಿದ, ''ಅದೇನೆಂದು ನಾಳೆ ರಾತ್ರಿ ತಿಳಿಸಬಹುದು. ಬಹುಶಃ ನಮ್ಮ ಕೆಲಸಗಳು ಇನ್ನೂ ಮುಗಿದಿಲ್ಲವೆಂದು ಕಾಣುತ್ತದೆ.''

''ಅಯ್ಯೋ, ಸ್ವತಂತ್ರವಾಗಿ ಓಡಾಡುವ ಅವಕಾಶ ಈಗಲೂ ಇಲ್ಲವೆ?''

''ಯಾರಿಗೆ ಗೊತ್ತು, ಚಾಣಕ್ಯನ ಲೆಕ್ಕಾಚಾರದಲ್ಲಿ ಕೆಲಸಗಳು ಇನ್ನೂ ಮುಗಿದಿಲ್ಲವೇನೋ!'' ಎಂದ ಇಂದುಶರ್ಮ.

''ಹಾಗಾದರೆ ನಾವು ತಕ್ಷಶಿಲೆಗೆ ಹೋಗುವುದು ಯಾವಾಗ?'' ಎಂದ ಪಶುಲೋಮ.

''ಏಕೆ? ಪಾಟಲೀಪುತ್ರ ಇಷ್ಟು ಬೇಗ ಬೇಸರವಾಯಿತೇ?'' ವಸುಂಧರ ಕೇಳಿದ, ''ಇನ್ನೇನು, ನಿಶ್ಚಿಂತೆಯಾಗಿ ಇಲ್ಲೇ ಇದ್ದುಬಿಡಬಹುದು. ಆಚಾರ್ಯರು ನಿಮಗೆ ಒಳ್ಳೆಯ ಉದ್ಯೋಗವನ್ನು ಒದಗಿಸಬಹುದು.''

''ಅದೆಲ್ಲ ಆಮೇಲಿನ ಯೋಚನೆ. ನಮ್ಮ ಅಧ್ಯಯನವೇ ಮುಗಿದಿಲ್ಲ'' ಎಂದ ನಿಪುಣಕ.

“ಇದೆಲ್ಲ ಒಂದು ರೀತಿಯಲ್ಲಿ ಪ್ರಾಯೋಗಿಕ ಅಧ್ಯಯನವೇ ?” ಎಂದು ಇಂದುಶರ್ಮ ನಕ್ಕ.

“ಅಂತೂ ನೀವೂ ಚಾಣಕ್ಯರ ಶಿಷ್ಯರಾದಂತಾಯಿತು” ಎಂದ ಪಶುಲೋಮ ತಾನೂ ನಗುತ್ತ.

“ಕಲಿಯಲು ವಯಸ್ಸಿನ ಪರಿಗಣನೆಯಿಲ್ಲ ಪಶುಲೋಮ. ನಾಲ್ಕು ಗೋಡೆಗಳ ಮಧ್ಯೆ ಕುಳಿತು ಗ್ರಂಥಗಳನ್ನು ಎದುರಿಗಿಟ್ಟುಕೊಂಡು ಕಲಿಯುವುದು, ಕಲಿಸುವುದು ನನಗೆ ಒಗ್ಗುವುದಿಲ್ಲ. ಹೀಗೆ ಊರೂರು ಸಂಚರಿಸುತ್ತ, ಹೊಸಜನರನ್ನು ನೋಡುತ್ತ, ಹೊಸ ಅನುಭವಗಳಿಗೆ ಬುದ್ಧಿ ಮನಸ್ಸುಗಳನ್ನು ತೆರೆದು ಕಲಿಯುವುದೇ ನನಗೆ ಪ್ರಿಯವಾದದ್ದು. ಈ ಸಲವಂತೂ, ಮಿತ್ರ ಚಾಣಕ್ಯನ ಕೃಪೆಯಿಂದ, ಗೂಢಚರ್ಯೆಯ ನೆಪದಲ್ಲಿ ಸುಳ್ಳು ಹೇಳುವುದನ್ನೂ ಕಲಿತಂತಾಯಿತು” ಎಂದು ಇಂದುಶರ್ಮ ಜೋರಾಗಿ ನಕ್ಕುಬಿಟ್ಟ.

“ನಿಮ್ಮ ಸುಳ್ಳಿನಿಂದ ಒಳ್ಳೆಯದೇ ಆಗಿದೆ” ವಸುಂಧರ ಹೇಳಿದ, “ಫಲಿತಾಂಶ ಒಳ್ಳೆಯದಾಗಿರುವುದರಿಂದ, ಅದಕ್ಕಾಗಿ ಹೇಳಿದ ಸುಳ್ಳು ಸುಳ್ಳೆನಿಸುವುದಿಲ್ಲ. ಅಲ್ಲದೆ ಗೂಢಚರ್ಯದ ವೃತ್ತಿಧರ್ಮದಲ್ಲಿ ಸುಳ್ಳು ಒಂದು ಅಂಗವಲ್ಲವೆ ?”

“ಚಿಂತೆಯಿಲ್ಲ, ಕೃಷಿಕನಾದ ವಸುಂಧರನೂ ಸ್ವಲ್ಪ ಬುದ್ಧಿಯ ಬಳಕೆಯನ್ನು ಕಲಿತಿದ್ದಾನೆ” ಎಂದ ಸಿದ್ಧಾರ್ಥಕ.

“ಅದೆಲ್ಲ ನಿಮ್ಮಂಥ ಪ್ರಾಜ್ಞರ ಸಹವಾಸದಿಂದ” ಎಂದು ವಸುಂಧರ ನಕ್ಕ.

## ೩

ಮರುದಿನ ಬೆಳಿಗ್ಗೆ ಮಾತಂಗ ಚಾಣಕ್ಯನ ಮನೆಗೆ ಬಂದು, ರಾಜಪರಿವಾರದ ಶವಸಂಸ್ಕಾರ ಮುಗಿದು ಹೋದ ವಿಷಯವನ್ನು ತಿಳಿಸಿ ಹೋದ. ಚಂದ್ರಗುಪ್ತ ಮತ್ತು ಚರಣರನ್ನು ಕರೆಸಿ, ಅರಮನೆಗೆ ಹೋಗಿ ಏನಾದರೂ ಸಮಸ್ಯೆಗಳಿದ್ದರೆ ಪರಿಹರಿಸಿ ಬರುವಂತೆ ಚಾಣಕ್ಯ ಸೂಚಿಸಿದ. ಜೊತೆಗೆ ಪೌರವನನ್ನು ಕಂಡು ಕುಶಲ ವಿಚಾರಿಸಿ ಬರಲೂ ಹೇಳಿದ. ಶ್ರೀಗುಪ್ತನನ್ನು ಭಾಗುರಾಯಣನ ಮನೆಗೆ ಕಳಿಸುವಂತೆ ಹೇಳಿದ ಮತ್ತು ಅವನು ಮರುದಿನ ರಾತ್ರಿ ಗುಪ್ತನಿಧಿಯ ಸ್ಥಳವನ್ನು ತೋರಿಸಲು ಬರುವಂತೆ ತಿಳಿಸಲು ಸೂಚಿಸಿದ. ಅದರಂತೆ ಚಂದ್ರಗುಪ್ತ ಶ್ರೀಗುಪ್ತನನ್ನು ಭಾಗುರಾಯಣನ ಮನೆಗೆ ಕಳಿಸಿದ. ಶಿವಾಲಿ, ಸಹದೇವ, ವಿಶಾಖ ಮತ್ತು ಲಕ್ಷ್ಮಿಯನ್ನು ಕರೆತರಲು ಈಗಾಗಲೇ ಜನ ಹೊರಟಿದ್ದರು.

“ನನಗೂ ಊರಿಗೆ ಹಿಂದಿರುಗಲು ಅಪ್ಪಣೆಯೇ ?” ಎಂದು ಧನಂಜಯ ಕೇಳಿದ.

“ಚಂದ್ರಗುಪ್ತನ ಪಟ್ಟಾಭಿಷೇಕವಾಗುವವರೆಗೂ ನೀವು ಇಲ್ಲಿಂದ ಕದಲುವಂತಿಲ್ಲ ಧನಂಜಯ” ಎಂದ ಚಾಣಕ್ಯ.

“ಒಂದೆರಡು ದಿನಗಳಾದರೆ ಕಾಯಬಹುದು. ಏಕೆಂದರೆ ಅಲ್ಲಿ ನನ್ನ ಸೊಸೆ ಒಬ್ಬಳೇ. ದನಕರು, ಕುರಿಮೇಕೆ, ಆಳುಕಾಳುಗಳನ್ನು ನೋಡಿಕೊಳ್ಳುವುದು ಅವಳೊಬ್ಬಳಿಗೇ ಕಷ್ಟವಾಗುತ್ತದೆ.”

“ಅಷ್ಟು ಶೀಘ್ರವಾಗಿ ನಿರ್ಧರಿಸಲಾಗುವುದಿಲ್ಲ. ನಾನು ಇನ್ನೂ ಪರಿಶೀಲಿಸಬೇಕಾದ, ಆಲೋಚಿಸಬೇಕಾದ ಅನೇಕ ವಿಷಯಗಳಿವೆ. ಇಷ್ಟು ಕಾಲ ಸಾವಧಾನವಾಗಿ ಯೋಚಿಸಿ ಪೂರೈಸಿದ ಕೆಲಸವನ್ನು ಕಡೆಯಲ್ಲಿ ಆತುರಪಟ್ಟು ಕೆಡಿಸಲು ನಾನು ಸಿದ್ಧನಾಗಿಲ್ಲ.”

“ಕೆಲಸ ಕೆಡಲು ಇನ್ನೇನು ಉಳಿದಿದೆ. ಶತ್ರುಬಾಧೆ ಸಂಪೂರ್ಣವಾಗಿ ನಿವಾರಣೆ ಯಾಗಿಲ್ಲವೆ ?” ಹರಿಸೇನ ಕೇಳಿದ.

“ಬಹಿರಂಗದ ಶತ್ರುಗಳ ಬಾಧೆ ನಿವಾರಣೆಯಾಗಿದೆ ನಿಜ. ಆದರೆ ಅಂತರಂಗದ ಶತ್ರುಗಳು ಇರಬಾರದೆಂದೇನೂ ಇಲ್ಲ. ಅಮಾತ್ಯ ಶ್ರೀಯಕನಂಥ ಸಂಚುಗಾರನ ಉದಾಹರಣೆ ಕಣ್ಣೆದುರಿಗೇ ಇದೆ. ನಿರ್ಭಯವಾದ ನಿರಾತಂಕ ವಾತಾವರಣವನ್ನು ಖಚಿತಪಡಿಸಿಕೊಂಡ ನಂತರವೇ ಪಟ್ಟಾಭಿಷೇಕ. ಜೊತೆಗೆ ಅದರ ಸಿದ್ಧತೆಗಳಿಗೂ ಸಮಯ ಬೇಕು. ಮಗಧ ಚಕ್ರವರ್ತಿಯ ಪಟ್ಟಾಭಿಷೇಕ ಅತ್ಯಂತ ವೈಭವದಿಂದ ಕೂಡಿರಬೇಕು.”

“ನಿನಗೂ ವೈಭವದ ವ್ಯಾಮೋಹವೇ ?” ಹರಿಸೇನ ಸ್ವಲ್ಪ ನಕ್ಕ.

“ನನಗಾಗಿ ಅಲ್ಲ ಹರಿಸೇನ” ಚಾಣಕ್ಯ ಹೇಳಿದ, “ಇದು ಮಗಧಕ್ಕೆ ನವಚೈತನ್ಯದ ಸುಖೀ ರಾಜ್ಯದ ಆರಂಭ. ಅದರಲ್ಲಿ ಪ್ರಜೆಗಳೆಲ್ಲ ಉತ್ಸಾಹದಿಂದ ಪಾಲುಗೊಳ್ಳಬೇಕು. ಕೃಪಣನಾದ ಧನನಂದ ಬೇರೆ, ಉದಾರಿಯಾದ ಚಂದ್ರಗುಪ್ತ ಬೇರೆಯೆಂಬುದು ಪ್ರಜೆಗಳಿಗೆ ತಕ್ಷಣ ಮನವರಿಕೆಯಾಗಬೇಕು. ಧನನಂದ ಜನರನ್ನು ಸುಲಿದು ಸಂಗ್ರಹಿಸಿದ ಎಂಭತ್ತು ಕೋಟಿ ಸುವರ್ಣ ಮುದ್ರೆಗಳನ್ನು ಜನಹಿತಕ್ಕೇ ಬಳಸುವುದಾಗಿ ಘೋಷಿಸಬೇಕು. ಜನರಿಗೆ ಉಸಿರು ಕಟ್ಟುವಂತೆ ಮಾಡಿರುವ ರಾಜಶಾಸನಗಳನ್ನು ಕೂಡಲೇ ಸಡಿಲಗೊಳಿಸಬೇಕು. ಹೊಸ ಚಕ್ರವರ್ತಿ ಬಂದದ್ದು ಒಳ್ಳೆಯದಾಯಿತು, ಅವನು ಪ್ರಜೆಗಳನ್ನು ಮಕ್ಕಳಂತೆ ಪಾಲಿಸುತ್ತಾನೆ ಎಂಬ ನಂಬಿಕೆಯ ಮೇಲೆ ಎಲ್ಲರೂ ಸಂಭ್ರಮದಿಂದ ಭಾಗವಹಿಸಬೇಕು. ಇದು ಇಲ್ಲಿಯ ಪ್ರಯೋಜನ. ಇದಕ್ಕಿಂತ ಪ್ರಧಾನವಾದ ಇನ್ನೊಂದು ಪ್ರಯೋಜನವೆಂದರೆ, ಈ ವೈಭವದ ಪಟ್ಟಾಭಿಷೇಕದಿಂದ ಚಂದ್ರಗುಪ್ತ ಮತ್ತು ಮಗಧಕ್ಕೆ ಕೀರ್ತಿ ಪ್ರತಿಷ್ಠೆಗಳ ತೇಜಸ್ಸು ಸೇರುತ್ತದೆ. ಅದರ ಪ್ರಭಾವದಿಂದ ಆರ್ಯಾವರ್ತದ ಇನ್ನುಳಿದ ಪ್ರಾಂತಗಳನ್ನು ಗೆಲ್ಲುವುದು ಸುಲಭವಾಗುತ್ತದೆ.'”

“ನಿನ್ನ ಆಲೋಚನೆ ಸಮಂಜಸವಾಗಿದೆ” ಹರಿಸೇನ ಹೇಳಿದ, “ಅಂದರೆ ನಾನೂ ತಕ್ಷಶಿಲೆಗೆ ಈಗಲೇ ಹಿಂದಿರುಗುವಂತಿಲ್ಲ.”

“ಇಲ್ಲ, ನಾವಿಬ್ಬರೂ ಜೊತೆಯಲ್ಲೇ ಹೋಗುವುದು. ನೀನು ತಕ್ಷಶಿಲೆಗೆ, ನಾನು ಗುರುಕುಲಕ್ಕೆ.”

“ಗುರುಕುಲಕ್ಕೆ ? ಇಲ್ಲಿ ?”

“ಇಲ್ಲಿಯ ಕೆಲಸಗಳನ್ನು ಮುಗಿಸಿಯೇ ನಾನು ಹೊರಡುವುದು. ಅಷ್ಟರಲ್ಲಿ ನಿನ್ನಿಂದ ಒಂದು ಉಪಕಾರವಾಗಬೇಕು.”

“ಏನು ಹೇಳು, ನಾನು ಸಿದ್ಧನಾಗಿದ್ದೇನೆ.”

“ಈ ನಗರದಲ್ಲಿ ಬಹುಶಃ ಸಮರ್ಥ ವೈದ್ಯರಿಲ್ಲವೆಂದು ಕಾಣುತ್ತದೆ. ರಾಜವೈದ್ಯ ಸಂಜಯನೂ ಸಮರ್ಥನಲ್ಲವೆಂದು ರಾಜಕುಮಾರನ ಚಿಕಿತ್ಸೆಗೆ ಪರ್ವತನಾಡಿನ ವೈದ್ಯನನ್ನು ಕರೆಸಿದರೆಂದರೆ ಅದೇ ಅರ್ಥ. ಅಲ್ಪ ಸ್ವಲ್ಪ ಕಲಿತವರಿರಬಹುದು, ಅವರಿಗೆ ಮತ್ತು ಕಲಿಯುವ ಆಸಕ್ತಿಯುಳ್ಳ ಕೆಲವು ತರುಣರಿಗೆ ಸಾಧ್ಯವಾದಷ್ಟು ನಿನ್ನ ವೈದ್ಯ ಶಾಸ್ತ್ರವನ್ನು ಕಲಿಸಿದರೆ ನಿನ್ನ ಕಾಣಿಕೆಯೂ ನಮಗೆ ಸಂದಂತಾಗುತ್ತದೆ, ಅಲ್ಲದೆ ನಮ್ಮೊಂದಿಗೆ ವ್ಯರ್ಥವಾಗಿ ಕಾಲಹರಣ ಮಾಡದೆ, ಒಂದು ಉಪಯುಕ್ತ ಕೆಲಸ ಮಾಡಿದ ಸಮಾಧಾನವೂ ನಿನಗೆ ಸಿಗುತ್ತದೆ.”

"ಒಳ್ಳೆಯ ಆಲೋಚನೆ" ಹರಿಸೇನ ಹೇಳಿದ, "ನನಗೂ ಕಾಲ ಕಳೆಯುವುದು ಕಷ್ಟವಾಗಿತ್ತು."

"ಇಷ್ಟರಲ್ಲೇ ನಾನು ಅದಕ್ಕಾಗಿ ವ್ಯವಸ್ಥೆ ಮಾಡುತ್ತೇನೆ."

"ಆಗಬಹುದು."

★ ★ ★

ನಂದಿನಿ ಮತ್ತು ಇತರ ಹುಡುಗಿಯರನ್ನು ಅವರವರ ತಂದೆತಾಯಿಯವರಿಗೆ ಒಪ್ಪಿಸಿ ಬರಲು ಉಜ್ವಲ ಹೋಗಿದ್ದಳು. ನಡುಮನೆಯಲ್ಲಿ ಮಾಲಿನಿ, ಸುಜಾತ ಮತ್ತು ಮಾಧವಿ ಕುಳಿತು ಮಾತಾಡುತ್ತಿದ್ದರು. ಭಾಗುರಾಯಣ ಉಪಾಹಾರ ಮುಗಿಸಿ ಅದೇ ತಾನೇ ಹೋಗಿ ಬರುವುದಾಗಿ ಹೇಳಿ ಹೊರಡುತ್ತಿದ್ದ. ಅಷ್ಟರಲ್ಲಿ ಶ್ರೀಗುಪ್ತ ಒಳಗೆ ಬಂದ. ಭಾಗುರಾಯಣ ಮತ್ತು ಮಾಲಿನಿ ಅವನತ್ತಲೇ ದಿಟ್ಟಿಸಿ ನೋಡಿದರು. ಸತ್ತೇ ಹೋದನೆಂದು ಮೊದಲು ಭಾವಿಸಿದ ಅವನು ಜೀವಂತವಾಗಿ ಎದುರಿಗೆ ನಿಂತಿದ್ದ. ಎಳೆಮುಖದ ಬಾಲಕನಂತೆ ಕಣ್ಮರೆಯಾದವನು ಈಗ ಪ್ರೌಢ ತರುಣನಂತೆ ಪ್ರತ್ಯಕ್ಷನಾಗಿದ್ದ. ಭಾಗುರಾಯಣನಿಗೆ ತಕ್ಷಣ ತನ್ನ ಸೋದರಿಯ ನೆನಪಾಯಿತು. ಅವಳ ಕಡೆಯ ಗುರುತನ್ನು ಸೈನ್ಯಕ್ಕೆ ಸೇರಿಸಿ ತಾನೇ ಹಾಳು ಮಾಡಿದೆನೆಂದು ಸಾವಿರ ಸಲ ನೊಂದುಕೊಂಡಿದ್ದ. ಸದ್ಯ ಚಾಣಕ್ಯರ ಕೃಪೆಯಿಂದ ಶ್ರೀಗುಪ್ತ ಬದುಕಿಕೊಂಡ. ನನ್ನ ಸೋದರಿಗೆ ಕೊಟ್ಟ ಮಾತನ್ನು ಉಳಿಸಿಕೊಳ್ಳುವ ಅವಕಾಶ ದೊರೆಯಿತು, ಎಂದು ಯೋಚಿಸುತ್ತ ಅವನ ಕಣ್ಣುಗಳು ತುಂಬಿಕೊಂಡವು. "ಶ್ರೀಗುಪ್ತಾ" ಎಂದ ಅಕ್ಕರೆಯಿಂದ.

"ಮಾವಾ" ಎನ್ನುತ್ತ ಶ್ರೀಗುಪ್ತ ಹತ್ತಿರ ಬಂದು ಅವನ ಕಾಲಿಗೆ ನಮಸ್ಕರಿಸಿದ. ಅವನಿಗೂ ದುಃಖ ತಡೆಯಲಾಗಲಿಲ್ಲ, "ಈ ಜನ್ಮದಲ್ಲಿ ನಿಮ್ಮನ್ನು ನೋಡಲಾಗುವುದಿಲ್ಲ ವೆಂದುಕೊಂಡಿದ್ದೆ" ಎಂದು ಅವನು ಬಿಕ್ಕಿ ಬಿಕ್ಕಿ ಅಳತೊಡಗಿದ.

ಭಾಗುರಾಯಣ ಅವನನ್ನು ಅಪ್ಪಿಕೊಂಡು ಕಣ್ಣೀರನ್ನು ಒರೆಸಿ ಹೇಳಿದ, "ದೇವರ ದಯ, ನೀನು ಬಂದೆಯಲ್ಲ, ನನ್ನ ಸೋದರಿಯ ನೆನಪಾಗಿ ಇನ್ನು ಮೇಲೆ ಸುಖವಾಗಿ ನಮ್ಮ ಜೊತೆ ಇದ್ದುಬಿಡು."

ನಂತರ ಶ್ರೀಗುಪ್ತ ಮಾಲಿನಿಗೂ ನಮಸ್ಕರಿಸಿದ. ಅವಳು ಅವನ ತಲೆ ನೇವರಿಸಿ, "ಮಗು, ಹಳೆಯದನ್ನೆಲ್ಲ ಮರೆತುಬಿಡು. ಮಗನಾಗಿ ನಮ್ಮ ಕಣ್ಣ ಮುಂದೆ ಇರು."

ಶ್ರೀಗುಪ್ತನ ಕಥೆಯನ್ನು ಮಾಧವಿಗಾಗಿ ಮತ್ತೆ ವಿವರಿಸಿದ ಭಾಗುರಾಯಣ. ಶ್ರೀಗುಪ್ತ ತನ್ನ ಅನುಭವವನ್ನು ಕಣ್ಣಿಗೆ ಕಟ್ಟುವಂತೆ ಬಣ್ಣಿಸಿದ. ಆನಂತರದ ತನ್ನ ಅಲೆದಾಟ, ಚಾಣಕ್ಯರ ಆಶ್ರಯಕ್ಕೆ ಹೋದದ್ದು, ಆಮೇಲಿನ ನೆಮ್ಮದಿಯ ಜೀವನ ಎಲ್ಲ ಹೇಳಿದ.

"ಧನನಂದ ಅಷ್ಟೊಂದು ಕ್ರೂರಿಯೇ ?" ಎಂದು ಮಾಧವಿ ಉದ್ಗರಿಸಿದಳು.

"ಬಹುಶಃ ಅವನು ಇನ್ನೂ ಕೆಲವು ವರ್ಷ ಆಳ್ವಿಕೆ ನಡೆಸಿದ್ದರೆ ಮಲಮೂತ್ರಗಳ ಮೇಲೂ ಕರ ಹೇರುತ್ತಿದ್ದನೇನೋ !" ಎಂದ ಭಾಗುರಾಯಣ ಕಟುವಾಗಿ.

"ಆ ರಹಸ್ಯ ನೆಲೆಯನ್ನು ನಾನು ತಿಳಿಸಿದ್ದೇನೆ. ನಾಳೆ ರಾತ್ರಿ ನಿಧಿ ತರಲು ಹೋಗಬೇಕಂತೆ. ಬಹುಶಃ ನೀವೂ ಬರಬೇಕಾಗಿ ಬರಬಹುದು" ಎಂದ ಶ್ರೀಗುಪ್ತ.

''ಖಂಡಿತ ಬರುತ್ತೇನೆ. ಅವರಿಂದ ನಿನಗೆ ಸಾಕಷ್ಟು ಹಿಂಸೆಯಾದರೂ, ಈಗ ನಿನ್ನಿಂದ ಮಗಧಕ್ಕೇ ದೊಡ್ಡ ಉಪಕಾರವಾದಂತಾಯಿತು. ಅಷ್ಟೊಂದು ಧನದಿಂದ ಇಡೀ ಮಗಧದ ಪ್ರಜೆಗಳ ಹಿತಕ್ಕೆ ನೂರಾರು ಸತ್ಕಾರ್ಯಗಳನ್ನು ಮಾಡಬಹುದು, ನಾನು ಬರುತ್ತೇನೆ'' ಎಂದು ಭಾಗುರಾಯಣ ಹೊರಟುಹೋದ.

★ ★ ★

ಅರಮನೆಯ ಒಂದು ಕೋಣೆಯಲ್ಲಿ ಸೇನಾಧ್ಯಕ್ಷರ ಸಭೆಯಿತ್ತು. ಭಾಗುರಾಯಣ ಕುದುರೆಯಿಂದಿಳಿದು ಬರುವ ವೇಳೆಗೆ ಡಿಂಗಿರಾತ, ಭದ್ರಭಟ ಮತ್ತು ಚಿತ್ರವರ್ಮ ಬಂದಿದ್ದರು. ನಾಲ್ವರೂ ಮಾತಿಗೆ ಕುಳಿತರು.

''ಇನ್ನೇನು ಭಾಗುರಾಯಣರೇ, ನಿಮ್ಮ ಸಲಹೆಯಂತೆ ನಾವೆಲ್ಲ ಪ್ರತಿಕೂಲವಾಗಿ ವರ್ತಿಸಿ ಚಂದ್ರಗುಪ್ತನ ವಿಜಯಕ್ಕೂ ಧನನಂದನ ಸೋಲಿಗೂ ಕಾರಣವಾದೆವು. ಎಲ್ಲ ಯಶಸ್ವಿಯಾಯಿತು. ಇಷ್ಟರಲ್ಲೇ ಚಂದ್ರಗುಪ್ತ ಮಗಧ ಸಿಂಹಾಸನವೇರುತ್ತಾನೆ. ಮುಂದೆ ನಮ್ಮ ಹೊಣೆಗಳೇನೆಂದು ಯೋಚಿಸಬೇಕು'' ಎಂದ ಡಿಂಗಿರಾತ.

''ನಮ್ಮ ಹೊಣೆಗಳನ್ನು ಇನ್ನು ಮುಂದೆ ಚಂದ್ರಗುಪ್ತ ಚಾಣಕ್ಯರು ನಿರ್ಧರಿಸುತ್ತಾರೆ'' ಎಂದ ಭಾಗುರಾಯಣ.

''ಚಕ್ರವರ್ತಿಗೆ ನಾವು ದ್ರೋಹ ಮಾಡಿದೆವೆಂಬ ಅಪಖ್ಯಾತಿ ಬರುವುದೇನೋ ಎಂದು ನನಗೆ ಭಯವಾಗುತ್ತಿದೆ'' ಎಂದ ಚಿತ್ರವರ್ಮ.

''ಯಾರು ಆಕ್ಷೇಪಿಸುತ್ತಾರೆ ?'' ಭಾಗುರಾಯಣ ಕೇಳಿದ, ''ಆಕ್ಷೇಪಿಸುವವರಿದ್ದರೆ ಅವರು ಧನನಂದನಿಗೆ ನಿಷ್ಠಾವಂತರಾಗಿರಬೇಕು. ಅಂಥ ನಿಷ್ಠಾವಂತರು ಎಲ್ಲಿದ್ದಾರೆ ? ಪ್ರಜಾ ಸಮುದಾಯವೇ ಈ ದಂಗೆಯಲ್ಲಿ ಭಾಗವಹಿಸಿರುವಾಗ, ನಮ್ಮದು ದ್ರೋಹವೆಂದು ಹೇಳುವ ಒಂದು ವ್ಯಕ್ತಿಯೂ ಇಲ್ಲವೆಂದೇ ಅರ್ಥ. ಇದ್ದರೂ ಈಗ ಅವರು ದ್ರೋಹಿಗಳು. ನಾವು ಪ್ರಜೆಗಳ ಹಿತಕ್ಕಾಗಿ ಮಾಡಿದ ಕಾರ್ಯ ದ್ರೋಹವಲ್ಲ.''

''ನಿಮ್ಮ ಮಾತು ನಿಜ ಭಾಗುರಾಯಣರೇ'' ಭದ್ರಭಟ ಹೇಳಿದ, ''ದುಷ್ಟ ರಾಜನಲ್ಲಿದ್ದ ನಮ್ಮ ನಿಷ್ಠೆಯನ್ನು ಸೂಕ್ತ ಸಂದರ್ಭದಲ್ಲಿ ಪ್ರಜಾಹಿತಾಸಕ್ತಿಯುಳ್ಳ ರಾಜನಿಗೆ ಬದಲಾಯಿಸಿದ್ದೇವೆ.''

''ಆದರೆ ರಾಕ್ಷಸ ಸಾಮ್ರಾಜ್ಯದ ನಿಷ್ಠೆಗಿಂತ ರಾಜನಿಷ್ಠೆಗೇ ಪ್ರಾಧಾನ್ಯ ಕೊಟ್ಟು ಸೋತ'' ಎಂದ ಡಿಂಗಿರಾತ.

''ಪಾಪ, ಎಂಥ ಸಮರ್ಥ ವ್ಯಕ್ತಿ. ತಲೆ ಮರೆಸಿಕೊಂಡು ಓಡಿಹೋಗಬೇಕಾಯಿತು !'' ಎಂದ ಚಿತ್ರವರ್ಮ.

''ಆದರೂ ಅವನು ಸುಮ್ಮನಿರುವಂತೆ ನನಗನಿಸುತ್ತಿಲ್ಲ'' ಎಂದ ಭದ್ರಭಟ.

''ಈಗ ಅವನು ತಲೆಕೆಳಗಾದರೂ ಏನೂ ಮಾಡುವಂತಿಲ್ಲ'' ಎಂದ ಭಾಗುರಾಯಣ.

''ನಿಜ ಹೇಳಬೇಕೆಂದರೆ ಅವನು ನಮ್ಮನ್ನೆಲ್ಲ ವಿಶ್ವಾಸ, ಗೌರವಗಳಿಂದಲೇ ಕಾಣುತ್ತಿದ್ದ. ಧನನಂದ ತನ್ನ ದುರಾಸೆಯನ್ನು ಬಿಟ್ಟು ಅವನಿಗೇ ಸಂಪೂರ್ಣ ಸ್ವಾತಂತ್ರ್ಯ ಕೊಟ್ಟಿದ್ದರೆ ಮಗಧ ಸಮೃದ್ಧವಾಗುತ್ತಿತ್ತು. ಇಂಥ ಪರಿಸ್ಥಿತಿ ಬರುತ್ತಿರಲಿಲ್ಲ'' ಎಂದ ಡಿಂಗಿರಾತ.

"ಈಗ ಸೇನಾವ್ಯವಸ್ಥೆಯ ಬಗ್ಗೆ ಹೇಳಿ" ಭಾಗುರಾಯಣ ಕೇಳಿದ, "ಚಾಣಕ್ಯರು ಕೇಳಿದಾಗ ಸೂಕ್ತ ವಿವರಣೆ ಕೊಡಲು ನಾವು ಸಿದ್ಧರಾಗಿರಬೇಕು."

"ನಮ್ಮ ಪರ ವಹಿಸಲು ನಿರಾಕರಿಸಿ ಒಂದಷ್ಟು ಜನ ನಮ್ಮ ಸೈನಿಕರು ಅನ್ಯಾಯವಾಗಿ ಸತ್ತರು" ಎಂದ ಭದ್ರಭಟ ವಿಷಾದದಿಂದ.

"ಈಗ ನಮ್ಮ ಸೈನ್ಯ, ಅವರ ಸೈನ್ಯ ಎಂಬ ಲೆಕ್ಕವಿಲ್ಲ" ಭಾಗುರಾಯಣ ಹೇಳಿದ, "ಈಗಿರುವುದೆಲ್ಲ ಚಂದ್ರಗುಪ್ತ ಮೌರ್ಯನ ಸೈನ್ಯ. ಸಂಖ್ಯೆಯ ದೃಷ್ಟಿಯಿಂದ ಆದ್ಯತೆಯ ಮೇಲೆ ವಿತರಣೆಯಾಗಬೇಕು."

ಡಿಂಗಿರಾತ ಹೇಳಿದ, "ರಾಜಧಾನಿಯ ರಕ್ಷಣೆಗೆ ಒಂದು ಸ್ವಯಂಪೂರ್ಣವಾದ ಸೇನೆಯಿರಬೇಕು. ಚಕ್ರವರ್ತಿ ಸ್ವಂತ ಮೈಗಾವಲು ಪಡೆಯೊಂದನ್ನು ವ್ಯವಸ್ಥೆ ಮಾಡಿಕೊಳ್ಳಬಹುದು. ಯುದ್ಧ ಸಂದರ್ಭ ಬಂದರೆ ಹೋರಾಟಕ್ಕೆ ಸಜ್ಜಾಗಿರುವ ಪ್ರಧಾನ ಸೈನ್ಯವಿರಬೇಕು. ಗಡಿ ರಕ್ಷಣೆಗೇ ಮೀಸಲಾದ ಪ್ರತ್ಯೇಕ ಪಡೆಗಳಿರಬೇಕು."

"ಈಗ ಗಡಿಗಳ ರಕ್ಷಣೆಗೆ ಹೆಚ್ಚಿನ ಅಗತ್ಯವಿಲ್ಲ, ಏಕೆಂದರೆ ಚಂದ್ರಗುಪ್ತ ಸಾಮ್ರಾಟನ ಸಾಮ್ರಾಜ್ಯ ಗಾಂಧಾರದಿಂದ ಮಗಧದವರೆಗೂ, ಒಂದೇ ಆಗಿದೆ, ಪರ್ವತ ನಾಡನ್ನು ಬಿಟ್ಟರೆ" ಎಂದ ಚಿತ್ರವರ್ಮ.

"ಅದಿರಲಿ, ಪೌರವನಿಗೆ ಅರ್ಧರಾಜ್ಯ ಕೊಡುವ ಮಾತಾಗಿದೆಯಂತೆ ?" ಎಂದು ಡಿಂಗಿರಾತ ಕೇಳಿದ.

"ನನ್ನ ಕಿವಿಗೂ ಬಿತ್ತು" ಭಾಗುರಾಯಣ ಹೇಳಿದ, "ನಾನೇನೋ ಅದನ್ನು ಪ್ರತಿಭಟಿಸುತ್ತೇನೆ. ಹಾಗೆ ನೋಡಿದರೆ ಪೌರವನ ಸೇನೆಯ ಸಹಾಯಕ್ಕಿಂತ, ನಮ್ಮ ಸೇನೆಯಿಂದಲೇ ಕಾರ್ಯಸಾಧನೆಯಾಗಿರುವುದು. ಆದ್ದರಿಂದ ಬರೀ ಯುದ್ಧವೆಚ್ಚವನ್ನು ಕೊಟ್ಟು, ಸನ್ಮಾನಿಸಿ ಕಳಿಸುವುದು ಸೂಕ್ತವೆಂದು ಕಾಣುತ್ತದೆ."

"ಅವನು ಒಪ್ಪದಿದ್ದರೆ ?" ಚಿತ್ರವರ್ಮ ಕೇಳಿದ.

"ಒಪ್ಪದಿದ್ದರೆ, ಆಕ್ರಮಣ ಮಾಡಿ ಅವನ ನಾಡನ್ನೇ ಗೆದ್ದು ಮಗಧಕ್ಕೆ ಸೇರಿಸಿಕೊಳ್ಳಬಹುದು."

"ಇರಲಿ, ಈಗ ಆ ವಿಷಯ ಬೇಡ. ಆಚಾರ್ಯರ ಆಲೋಚನೆ ಏನಿದೆಯೋ ಏನೋ !" ಎಂದ ಭದ್ರಭಟ.

ನಂತರ ಅವರೆಲ್ಲ ಯುದ್ಧದಿಂದಾದ ಹಾನಿ, ಸಾವು ನೋವುಗಳ ಬಗ್ಗೆ ಪರಿಶೀಲಿಸಿದರು. ಅದರ ವ್ಯವಸ್ಥೆಯನ್ನೆಲ್ಲ ಚರಣ ಮೊದಲೇ ಮಾಡಿದ್ದ. ಅವನೊಂದಿಗೆ ಒಮ್ಮೆ ಮಾತಾಡಬೇಕೆಂದುಕೊಂಡರು. ಒಟ್ಟಿನಲ್ಲಿ ಚಾಣಕ್ಯ ಮತ್ತು ಚಂದ್ರಗುಪ್ತರ ಎದುರು, ತಾವು ದಕ್ಷರೆಂದು ತೋರಿಸಿಕೊಳ್ಳುವ ಆತುರ ಎಲ್ಲರಲ್ಲೂ ಇತ್ತು.

ಎಲ್ಲ ಮುಗಿದ ನಂತರ ಡಿಂಗಿರಾತ ಹೇಳಿದ, "ಭಾಗುರಾಯಣರೇ, ನೀವು ಚಕ್ರವರ್ತಿಯ ಮಾವನಾಗುವವರು. ಮುಂದೆ ಸರ್ವಸೇನಾಧ್ಯಕ್ಷ ಪದವಿ ನಿಮ್ಮದೇ ಎಂದು ಕಾಣುತ್ತದೆ."

"ನನಗೆ ಬೇಡ" ಭಾಗುರಾಯಣ ಹೇಳಿದ, "ಎಲ್ಲ ವಿವರಗಳನ್ನು ಸಲ್ಲಿಸಿ ನನ್ನನ್ನು ಸೇವೆಯಿಂದ ಬಿಡುಗಡೆಗೊಳಿಸುವಂತೆ ಕೇಳಿಕೊಳ್ಳುತ್ತೇನೆ. ಇಲ್ಲಿಯವರೆಗೆ ಈ ವೃತ್ತಿಯ

ಗೊಂದಲ ಗಡಿಬಿಡಿಗಳಿಂದ ಮುಕ್ತನಾಗಿ ಉಳಿದಿರುವಷ್ಟು ಕಾಲ ನನ್ನ ಪಾಡಿಗೆ ನಾನು ಸ್ವತಂತ್ರನಾಗಿ ಇದ್ದುಬಿಡಬೇಕೆಂದುಕೊಂಡಿದ್ದೇನೆ.''

ಅವನ ಮಾತನ್ನು ಎಲ್ಲರೂ ಅನುಮೋದಿಸಿದರು. ಅವರಲ್ಲೂ ಅದೇ ಭಾವನೆಯಿತ್ತು. ಸಮರ್ಥರಾದ ತರುಣರ ತಂಡವೇ ಚಂದ್ರಗುಪ್ತನ ಜೊತೆ ಇದೆ, ಅವರೇ ಮುನ್ನಡೆಸಿ ಕೊಂಡು ಹೋಗಲಿ, ತಾವು ವಿಶ್ರಾಂತಿಯ ಬದುಕನ್ನು ಆರಿಸಿಕೊಳ್ಳೋಣ ಎಂದು ಎಲ್ಲರೂ ಮಾತಾಡಿಕೊಂಡರು.

''ಬಹುಶಃ ಪಟ್ಟಾಭಿಷೇಕದವರೆಗೂ ಇದು ಸಾಧ್ಯವಿಲ್ಲವೆಂದು ಕಾಣುತ್ತದೆ'' ಎಂದ ಭಾಗುರಾಯಣ.

''ಆದಕ್ಕೆ ಮೊದಲೇ ಹೇಳಿಬಿಡಬೇಕು. ಏಕೆಂದರೆ ಪಟ್ಟಾಭಿಷೇಕದ ಸಂದರ್ಭದಲ್ಲೇ ಹೊಸ ನೇಮಕಗಳನ್ನು ಪ್ರಕಟಿಸುವುದು'' ಎಂದ ಚಿತ್ರವರ್ಮ.

★ ★ ★

ಚಂದ್ರಗುಪ್ತ ಮತ್ತು ಚರಣ ಅರಮನೆಗೆ ಬರುವ ವೇಳೆಗೆ ಸಿಂಹಸೇನ, ಬ್ರಹ್ಮದತ್ತ, ಭಾಸ್ಕರ ಮತ್ತು ನಂದಿಕೇಶ ಬಂದಿದ್ದರು. ಅವರೆಲ್ಲರ ಮುಖದಲ್ಲೂ ಹೊಸ ಉತ್ಸಾಹವಿತ್ತು. ಬಹುಕಾಲದ ಮೇಲೆ ಮನೆಗೆ ಬಂದ ತಮಗೆ ನೀಡಿದ ಸ್ವಾಗತ, ಎಲ್ಲರ ಸಂತೋಷ, ಹೆಮ್ಮೆ ಇತ್ಯಾದಿ ಭಾವಾವೇಶದ ಸಂದರ್ಭಗಳನ್ನು ಅವರೆಲ್ಲ ವಿವರಿಸಿದರು. ತಾನಿಲ್ಲದಾಗ ಪ್ರಭಾಕರ ತನ್ನ ತಾಯಿಯನ್ನು ನೋಡಿಕೊಂಡ ವಿಷಯವನ್ನು ಚರಣ ಅಭಿಮಾನದಿಂದ ಹೇಳಿಕೊಂಡ. ಎಲ್ಲರಿಗೂ ಪ್ರಭಾಕರನ ಬಗ್ಗೆ ಗೌರವ ಭಾವನೆ ಮೂಡಿತು.

ಅವರು ಹೊರ ಅಂಗಳದಲ್ಲಿ ಕುಳಿತು ಮಾತಾಡುತ್ತಿರುವಾಗ ಮಾತಂಗ ಬಂದು ನಮಸ್ಕರಿಸಿದ. ''ನಿಮಗೇನೋ ನಿಮ್ಮ ನಿಮ್ಮ ಮನೆಯಿದೆ. ಹೋಗಿ ನೆಮ್ಮದಿಯಿಂದ ಉಂಡು, ನಿದ್ರೆ ಮಾಡಿ ಗೆಲುವಾಗಿ ಬಂದಿದ್ದೀರಿ. ನಮಗೆಲ್ಲಿ ಮನೆ ? ನಿದ್ರೆಯೂ ಇಲ್ಲ, ರಾತ್ರಿಯೆಲ್ಲ ಕಾವಲು ಕೆಲಸ'' ಎಂದ ಮಾತಂಗ.

''ನಿನ್ನ ಮನೆ ಶ್ರಾವಸ್ತಿಯ ಬಳಿಯಲ್ಲಲ್ಲವೆ ? ಒಮ್ಮೆ ಹೋಗಿ ಬಂದರಾಯಿತು. ಮತ್ತೆ ಅಲ್ಲೇ ನೆಲೆಸಿದರೂ ಆಯಿತು'' ಎಂದ ಚಂದ್ರಗುಪ್ತ.

''ಬೇಡ ಬೇಡ'' ಚರಣ ಹೇಳಿದ, ''ಇವನು ಅಲ್ಲೇ ನೆಲಸಿ ಮತ್ತೆ ಗುಂಪು ಕಟ್ಟಿ ತನ್ನ ಚೋರವೃತ್ತಿಯನ್ನು ಆರಂಭಿಸಿದರೆ ಮತ್ತೆ ನಮಗೇ ತಲೆನೋವು.''

ಎಲ್ಲ ನಕ್ಕುಬಿಟ್ಟರು. ಪೆಚ್ಚಾದ ಮಾತಂಗ ಮುಗ್ಧತೆಯಿಂದ ಹೇಳಿದ, ''ಹಾಸ್ಯ ಮಾಡುತ್ತೀರಾ ? ಮಾಡಿ. ನೀವಲ್ಲದೆ ಯಾರು ನನ್ನನ್ನು ಹಾಸ್ಯ ಮಾಡಬೇಕು. ಧೀರ ವೃತ್ತಿಯನ್ನು ಬಿಟ್ಟು ಮತ್ತೆ ಚೋರವೃತ್ತಿಗಿಳಿಯಲು ನನಗೇನು ಬುದ್ಧಿಯಿಲ್ಲವೆ ? ನಾನು ಎಲ್ಲಿಗೂ ಹೋಗುವುದಿಲ್ಲ, ಇಲ್ಲೇ ಇರುತ್ತೇನೆ. ನಮ್ಮ ಗುಂಪಿನವರೆಲ್ಲರ ನಿರ್ಧಾರವೂ ಇದೇ.''

''ಬಹಳ ಸಂತೋಷ'' ಸಿಂಹಸೇನ ಹೇಳಿದ, ''ನಿನ್ನಂಥ ಮಿತ್ರನಿಂದ ದೂರವಾಗುವ ಇಷ್ಟ ನಮಗೂ ಇಲ್ಲ.''

''ಮಾತಂಗ'' ಭಾಸ್ಕರ ಹೇಳಿದ, ''ರಾತ್ರಿ ನಾನೇ ನಿನ್ನನ್ನು ನನ್ನ ಮನೆಗೆ ಕರೆದುಕೊಂಡು ಹೋಗಬೇಕೆಂದುಕೊಂಡಿದ್ದೆ. ಆದರೆ ಆಚಾರ್ಯರು ನಿನಗೆ ಅರಮನೆಯ ರಕ್ಷಣೆ ವಹಿಸಿದಾಗ ಅದು ಸಾಧ್ಯವಾಗಲಿಲ್ಲ, ಅದಕ್ಕೇ ಕರೆಯಲಿಲ್ಲ, ಬೇಸರ ಮಾಡಿಕೊಳ್ಳಬೇಡ.''

"ಖಂಡಿತ ನನಗೆ ಬೇಸರವಿಲ್ಲ. ನಾನೊಬ್ಬ ನಿನ್ನ ಮನೆಗೆ ಬರಬಹುದು. ನನ್ನ ಗುಂಪಿನವರೆಲ್ಲ ಎಲ್ಲಿಗೆ ಹೋಗಬೇಕು ? ಒಳ್ಳೆಯದೇ ಆಯಿತು ಬಿಡು. ಬಿಡುವಿಲ್ಲದ ಕೆಲಸವಿದ್ದರೇ ನನಗೆ ಸುಖ."

"ನಿನ್ನೆ ನಿನ್ನ ಊಟ ?"

"ಎಲ್ಲರ ಜೊತೆಯಲ್ಲಿ ನನ್ನದೂ ಆಯಿತು. ನಿದ್ರೆಯಾಗಲಿಲ್ಲ ಅಷ್ಟೆ."

"ಈ ದಿನ ಬದಲಿ ವ್ಯವಸ್ಥೆ ಮಾಡಿ ನಿನ್ನ ನಿದ್ರೆಗೆ ಅವಕಾಶ ಮಾಡಿಕೊಡಲಾಗುತ್ತದೆ."

"ಆಗಲಿ" ಎಂದು ಮಾತಂಗ ತನ್ನ ಕರ್ತವ್ಯದ ಮೇಲೆ ಹೋದ.

"ಮಾತಂಗ ಧೀರವೃತ್ತಿ ಮತ್ತು ಚೋರವೃತ್ತಿಯ ನಡುವಿನ ಅಂತರವನ್ನು ಚೆನ್ನಾಗಿಯೇ ತಿಳಿದುಬಿಟ್ಟ!" ಎಂದ ಚಂದ್ರಗುಪ್ತ ಮೆಚ್ಚಿಗೆಯಿಂದ.

ಅಷ್ಟರಲ್ಲಿ ಭಾಗುರಾಯಣ ಮತ್ತಿತರ ಸೇನಾಧ್ಯಕ್ಷರು ತಮ್ಮ ಮಾತುಕತೆ ಮುಗಿಸಿ ಆ ಕಡೆಯಿಂದಲೇ ಬಂದರು. ಚಂದ್ರಗುಪ್ತನನ್ನು ಕಂಡು ಅವರು ಗೌರವಪೂರ್ವಕವಾಗಿ ನಮಸ್ಕರಿಸಿದರು.

"ಭಾಗುರಾಯಣರೇ, ಎಲ್ಲ ಸುಸೂತ್ರವಾಗಿದೆಯಷ್ಟೆ? ಯಾವ ಸಮಸ್ಯೆಯೂ ಇಲ್ಲವೆ ?" ಚಂದ್ರಗುಪ್ತ ತಾನೇ ಕೇಳಿದ.

"ಏನೂ ಇಲ್ಲ ಪ್ರಭು, ಚಾಣಕ್ಯರು ಕರೆದಾಗ ಅವರಿಗೆ ಸಲ್ಲಿಸಬೇಕಾದ ವಿವರಗಳ ಬಗ್ಗೆ ಚರ್ಚಿಸುತ್ತಿದ್ದೆವು" ಎಂದ ಭಾಗುರಾಯಣ ಸಲಿಗೆ ವಹಿಸಲು ಹೋಗದೆ. ಹೊರಡುವ ಮೊದಲು ನೆನಪು ಮಾಡಿಕೊಂಡವನಂತೆ "ಚರಣ, ಸುಗಂಧಿಯನ್ನು ನೋಡಲು ಬರುವುದಿಲ್ಲವೇ ?" ಎಂದು ಕೇಳಿದ.

"ಬರುತ್ತೇನೆ... ಏನವಸರ ?" ಎಂದು ಚರಣ ತೊದಲಿದ. ಎಲ್ಲರೆದುರಿಗೆ ಆ ವಿಷಯ ಬಂದುದರಿಂದ ಸಂಕೋಚದಿಂದ ಅವನು ಮುದುಡಿ ಹೋಗಿದ್ದ.

"ನಿನಗೆ ಅವಸರವಿಲ್ಲದಿರಬಹುದು. ಆದರೆ ಅವಳಿಗೆ ಎಂಥ ಕಾತರವಿದೆಯೆಂದು ನಿನಗೆ ಗೊತ್ತೇ ? ನಿಮ್ಮೆಲ್ಲರ ಒಳಿತಿಗಾಗಿ ಅವಳು ಸದಾ ಹಾರೈಸುತ್ತಿದ್ದಳು. ನೀನು ಸಂಕೋಚ ಪಡಬೇಕಾಗಿಲ್ಲ. ಅವಳೀಗ ನನ್ನ ಸಾಕು ಮಗಳು. ನನ್ನ ಸ್ವಂತ ಮಗಳು ಉಜ್ವಲ, ಅವಳು ಬೇರೆಯಲ್ಲ. ಪ್ರಭುಗಳೂ ಬಂದರೆ ಉಜ್ವಲ ಕೂಡ ಸಂತೋಷಗೊಳ್ಳುತ್ತಾಳೆ."

"ಇವತ್ತೊಂದು ದಿನ ಬಿಡಿ" ಚಂದ್ರಗುಪ್ತ ಹೇಳಿದ, "ರಾತ್ರಿ ಆಚಾರ್ಯರ ಜೊತೆ ಮಾತುಕತೆಯಿದೆ. ನಾಳೆ ಬಹುಶಃ ನೀವೆಲ್ಲ ಅರಮನೆಗೆ ಬರಬೇಕಾಗಬಹುದು. ನಾಳಿದ್ದು ಆಚಾರ್ಯರಿಗೆ ಒಂದು ಮಾತು ಹೇಳಿ ಖಂಡಿತ ನಾವಿಬ್ಬರೂ ಒಟ್ಟಿಗೇ ಬಂದುಬಿಡುತ್ತೇವೆ. ಆಗಬಹುದೇ ಚರಣ ?"

ಚರಣ ತಲೆಯಾಡಿಸಿದ. ಭಾಗುರಾಯಣ ಇತರ ಸೇನಾಧ್ಯಕ್ಷರೊಂದಿಗೆ ಹೊರಟು ಹೋದ. ಮಂಕುಬಡಿದವನಂತಿದ್ದ ಚರಣ "ಅವರ ಮನೆಗೆ ಹೋಗಲು ಮನಸ್ಸು ಹಿಂಜರಿಯುತ್ತಿದೆ ಚಂದ್ರಗುಪ್ತ" ಎಂದ.

"ಏಕೆ ? ಏನು ಕಾರಣ ?"

"ಹೋದರೂ, ಅವಳೊಂದಿಗೆ ಮನಸ್ಸು ಬಿಚ್ಚಿ ಮಾತಾಡುವುದಾದರೂ ಸಾಧ್ಯವೇ ? ಅಲ್ಲದೆ ಆಚಾರ್ಯರ ಅಭಿಪ್ರಾಯ ತಿಳಿಯದೆ ಮುಂದುವರಿಯಲು ಅಂಜಿಕೆಯಾಗುತ್ತಿದೆ."

"ಆಚಾರ್ಯರು ಬೇಡವೆನ್ನುವರೆಂದು ನಿನಗೆ ಭಯವೇ ?" ಎಂದ ಸಿಂಹಸೇನ.

“ಅದನ್ನು ನಾನು ಹೇಗೆ ಹೇಳಲಿ? ಅಕಸ್ಮಾತ್ ಅವರು ಬೇಡವೆಂದರೆ?”

ಅದಕ್ಕೆ ನಂದಿಕೇಶ ಹೇಳಿದ, “ಅವರು ಹಾಗೆ ಹೇಳುವುದಿಲ್ಲ, ನಿನ್ನ ವೈಯಕ್ತಿಕ ವಿಷಯದಲ್ಲಿ ಅವರೇಕೆ ತಲೆ ಹಾಕುತ್ತಾರೆ?”

“ಇಷ್ಟು ದಿನ ಅವರ ಜೊತೆಯಲ್ಲಿದ್ದೇವೆ. ತಂದೆಯಂತೆ, ಗುರುವಿನಂತೆ ಅವರನ್ನು ಗೌರವಿಸಿದ್ದೇವೆ. ಅವರ ಸಮ್ಮತಿಯಿಲ್ಲದೆ ಮುಂದಡಿಯಿಡಲು ನನ್ನ ಮನಸ್ಸು ಒಪ್ಪುತ್ತಿಲ್ಲ.”

“ನೀನೇ ಒಮ್ಮೆ ಅವರನ್ನು ಕೇಳಿಬಿಟ್ಟರಾಯಿತು” ಎಂದ ಭಾಸ್ಕರ.

“ನಿನಗೆ ಹೆದರಿಕೆಯಾದರೆ ನಾನು ಕೇಳುತ್ತೇನೆ” ಎಂದ ಬ್ರಹ್ಮದತ್ತ.

“ಬೇಡ” ಚಂದ್ರಗುಪ್ತ ಹೇಳಿದ, “ನಿನ್ನ ಪರವಾಗಿ ನಾನು ಆಚಾರ್ಯರೊಂದಿಗೆ ಮಾತಾಡುತ್ತೇನೆ.”

“ನಂತರ ಚಂದ್ರಗುಪ್ತ ಮತ್ತು ಮಿತ್ರರು ಪೌರವನನ್ನು ನೋಡಲು ಹೋದರು. “ಮಗಧ ಸಾಮ್ರಾಟರು ತಮ್ಮ ಮಿತ್ರವೃಂದ ಸಹಿತ ಬಂದುಬಿಟ್ಟಿದ್ದಾರೆ” ಎಂದು ನಾಟಕೀಯವಾಗಿ ಹೇಳಿ ಪೌರವ ಸ್ವಾಗತಿಸಿದ.

“ಇವರೆಲ್ಲ ನನ್ನ ಜೀವದ ಗೆಳೆಯರು. ತಮ್ಮ ಪ್ರಾಣ ಪಣವಿಟ್ಟು ನನ್ನೊಂದಿಗೆ ಸಹಕರಿಸಿದ್ದಾರೆ” ಎಂದು ಚಂದ್ರಗುಪ್ತ ಅವರನ್ನೆಲ್ಲ ಪರಿಚಯಿಸಿದ. ಅವರಲ್ಲಿ ಇಬ್ಬರ ಪರಿಚಯ ತನ್ನ ರಾಜಧಾನಿಯಲ್ಲೇ ಅವನಿಗೆ ಆಗಿತ್ತು.

“ರಾಜನಿಗೆ ಮಿತ್ರಬಲ ಒಂದು ಸೇನಾಬಲವಿದ್ದಂತೆ” ಎಂದ ಪೌರವ ಅವರ ಬೆನ್ನ ಮೇಲೆ ಮೃದುವಾಗಿ ತಟ್ಟುತ್ತ.

“ಇಲ್ಲಿಯ ವ್ಯವಸ್ಥೆಗಳ ಬಗ್ಗೆ ವಿಚಾರಿಸಿಕೊಂಡು ಹೋಗಲು ಬಂದಿದ್ದೇವೆ.”

“ಇಲ್ಲ ಮಹಾರಾಜ” ಮಲಯಕೇತು ಹೇಳಿದ, “ಎಲ್ಲ ವ್ಯವಸ್ಥೆಗಳೂ ಸಮರ್ಪಕವಾಗಿವೆ. ಯಾವುದಕ್ಕೂ ಕೊರತೆಯಾಗಲಿಲ್ಲ.”

“ಆಹಾರ, ಪಾನೀಯಗಳು?”

“ಪಾಕಶಾಲೆಯ ಮುಖ್ಯಸ್ಥನೇ ನಮ್ಮ ಉಪಚಾರಕ್ಕೆ ನಿಂತ ಮೇಲೆ ಕೊರತೆಯೆಲ್ಲಿ ಬಂತು?”

ಪೌರವ ನಗುತ್ತಾ ಹೇಳಿದ, “ಧನನಂದನ ಅಭಿರುಚಿಯನ್ನು ಮೆಚ್ಚಲೇಬೇಕು. ಉತ್ತಮ ಗುಣಮಟ್ಟದ ಹಲವು ಬಗೆಯ ಮದ್ಯದ ಸಾಕಷ್ಟು ಸಂಗ್ರಹವಿದೆ. ಎರಡು ಮೂರು ತಿಂಗಳು ಇದ್ದರೂ ಮುಗಿಯುವುದಿಲ್ಲ.”

“ತಮ್ಮ ಸೈನ್ಯದ ಊಟ ವ್ಯವಸ್ಥೆಗಳ ಬಗ್ಗೆ ತಾತ್ಕಾಲಿಕ ವ್ಯವಸ್ಥೆ ಮಾಡಲಾಗಿದೆ. ಈ ದಿನ ತಾವೊಮ್ಮೆ ಅರಮನೆಯ ಪಶ್ಚಿಮದ ಬಯಲಿನಲ್ಲಿರುವ ನಿಮ್ಮ ಸೇನೆಯನ್ನು ಒಮ್ಮೆ ಪರಿಶೀಲಿಸಿ ಬರಬಹುದು. ಅವರ ತೊಂದರೆಗಳೇನಾದರೂ ಇದ್ದರೆ, ಅವನ್ನು ತಕ್ಷಣ ಪರಿಹರಿಸಲು ನಾನು ಕ್ರಮ ತೆಗೆದುಕೊಳ್ಳುತ್ತೇನೆ.”

“ಆಗಲಿ ಮಹಾರಾಜ” ಮಲಯಕೇತು ಹೇಳಿದ, “ಈ ದಿನ ನಾನು ಹೊರಗೆ ಹೋಗಿ ಸುತ್ತಾಡಿ ಬರಬೇಕೆಂದುಕೊಂಡಿದ್ದೇನೆ.”

“ಈ ದಿನ ಚಾಣಕ್ಯರು ಬರುವುದಿಲ್ಲವೆ?” ಪೌರವ ಕೇಳಿದ.

“ಇಲ್ಲ ಮಹಾರಾಜ. ಈ ದಿನ ಅವರು ಪೂರ್ಣ ವಿಶ್ರಾಂತಿ ತೆಗೆದುಕೊಂಡು ನಾಳೆ ಬರುತ್ತಾರೆ. ಬಂದಾಗ ಖಂಡಿತ ತಮ್ಮನ್ನು ಭೇಟಿ ಮಾಡುತ್ತಾರೆ. ದಯವಿಟ್ಟು ನಮಗೆ ಅನುಮತಿ ಕೊಡಿ” ಎಂದು ಚಂದ್ರಗುಪ್ತ ಮೇಲೆದ್ದು ನಮಸ್ಕರಿಸಿ, ಮಿತ್ರರೊಂದಿಗೆ ಹೊರಟ.

★ ★ ★

ಸಂಜೆ ಧನಂಜಯ ಮತ್ತು ಹರಿಸೇನರನ್ನು ಬಿಟ್ಟು ಚಾಣಕ್ಯ ಒಬ್ಬನೇ ನಗರದಿಂದ ಬಹಳ ದೂರ ಬಂದು ಒಂದು ಕಡೆ ಒಂದು ಬಂಡೆಯ ಮೇಲೆ ಚಿಂತಾಮಗ್ನನಾಗಿ ಕುಳಿತುಕೊಂಡ. ಪಕ್ಕದ ದಾರಿಯಲ್ಲಿ ಹಾದು ಹೋದ ಕೆಲವರು ಅವನನ್ನು ಕಂಡು ಕೈಮುಗಿದು ಹೋದರು. ಸದ್ಯ ಯಾರೂ ಹಿಂಬಾಲಿಸಿರಲಿಲ್ಲ. ಏನಾದರೂ ತೊಂದರೆಯಾದೀತು, ಒಬ್ಬನೇ ಹೋಗುವುದು ಬೇಡ, ತಾವೂ ಜೊತೆಯಲ್ಲಿ ಬರುವುದಾಗಿ ಧನಂಜಯ ಮತ್ತು ಹರಿಸೇನ ಹೇಳಿದ್ದರು. ಆದರೆ ಚಾಣಕ್ಯ ಅದನ್ನು ಲೆಕ್ಕಿಸದೆ ಬಂದುಬಿಟ್ಟಿದ್ದ. ಅವನಿಗೆ ಈಗ ಏಕಾಂತ ಬೇಕಾಗಿತ್ತು. ಮನೆಯಲ್ಲಿದ್ದರೆ ಎಷ್ಟೋ ಸಲ ಮನಸ್ಸನ್ನು ತನ್ನ ಆಲೋಚನೆಗಳ ಮೇಲೆ ಕೇಂದ್ರೀಕರಿಸುವುದು ಕಷ್ಟವಾಗುತ್ತಿತ್ತು.

‘ಹೌದು, ಈಗ ಯೋಚಿಸಲೇಬೇಕಾದ ಹಲವು ಪ್ರಮುಖ ವಿಷಯಗಳಿವೆ’ ಅವನು ಯೋಚಿಸತೊಡಗಿದ.

‘ಜಯಿಸಿದ ವಿಶಾಲ ಸಾಮ್ರಾಜ್ಯವನ್ನು ಉಳಿಸಿ ಬೆಳೆಸಲು ತಕ್ಕ ಅಡಿಪಾಯವನ್ನು ಹಾಕಬೇಕಾಗಿದೆ. ಮೊಟ್ಟಮೊದಲು ಚಂದ್ರಗುಪ್ತನ ಪಟ್ಟಾಭಿಷೇಕಕ್ಕೆ ಏನಾದರೂ ಅಡ್ಡಿಗಳಿವೆಯೆ ? ಎಂಬುದನ್ನು ಕಂಡುಹಿಡಿದು, ಇದ್ದರೆ ಅದನ್ನು ನಿವಾರಿಸಬೇಕು. ಮುಂದೆ ಅವನ ಆಳ್ವಿಕೆ ಸುಗಮವಾಗಿ ನಡೆಯಲು ಸಹಕರಿಸುವ ನಿಷ್ಠಾವಂತರಾದ, ಸಮರ್ಥರಾದ ವ್ಯಕ್ತಿಗಳನ್ನು ನೇಮಿಸಬೇಕು. ಹಳೆಯ ಅಧಿಕಾರಿಗಳು, ಸೇನಾಧ್ಯಕ್ಷರು ಮತ್ತಿತರರನ್ನು ಏನು ಮಾಡುವುದೆಂದು ಯೋಚಿಸಬೇಕು. ನಂತರ ಅಸ್ತವ್ಯಸ್ತವಾಗಿರುವ ಮಗಧದ ಅರ್ಥ ವ್ಯವಸ್ಥೆಯನ್ನು ಸರಿಪಡಿಸಬೇಕು. ಪ್ರಜೆಗಳಿಗೆ ತಕ್ಷಣದ ಉಪಯುಕ್ತತೆಯ ಕೆಲಸಗಳನ್ನು ಮಾಡಬೇಕು. ಹಾಗೆ ನೋಡಿದರೆ ಇಡೀ ವ್ಯವಸ್ಥೆಯನ್ನೇ ಸಂಪೂರ್ಣವಾಗಿ ಪುನರ್ರಚಿಸುವುದು ಒಳ್ಳೆಯದೆಂದು ಕಾಣುತ್ತದೆ’ ಎಂದುಕೊಂಡಾಗ ಅವನಿಗೆ ತಾನು ಅರ್ಥಶಾಸ್ತ್ರವನ್ನು ಬರೆಯಲು ನಿರ್ಧರಿಸಿದ್ದು ನೆನಪಿಗೆ ಬಂತು.

‘ಹೌದು, ಇದೇ ಅದಕ್ಕೆ ಸೂಕ್ತ ಸಮಯ, ಅಧ್ಯಯನ ಇನ್ನೂ ನಡೆದಿದೆ. ಜೊತೆಗೆ ನೇರವಾದ ಅನುಭವವೂ ಸಾಕಷ್ಟು ಆಗಿದೆ. ಆಡಳಿತದ ಅನುಭವವೂ ಈಗ ತಾನಾಗಿಯೇ ಕೈವಶವಾಗುತ್ತದೆ. ಅನುಭವ ಮತ್ತು ಅಧ್ಯಯನ ಎರಡೂ ಮಿಳಿತವಾದಾಗ ಹೆಚ್ಚು ಪ್ರಸ್ತುತವಾದ ಖಚಿತ ತತ್ವಗಳನ್ನು ನಿರೂಪಿಸಬಹುದು. ಹೌದು, ಇಷ್ಟರಲ್ಲೇ ಆರಂಭ ಮಾಡಿಯೇ ಬಿಡಬೇಕು. ಪಟ್ಟಾಭಿಷೇಕದ ಕೆಲಸ ಮುಗಿದ ಕೂಡಲೇ ಅತ್ತ ಗಮನ ಕೊಡಬೇಕು.

‘ಆದರೆ ಮನೆಯಲ್ಲಿ ಕುಳಿತು ಬರೆಯಲಾಗುತ್ತದೆಯೇ ? ಈಗಂತೂ ಹಲವರು ಹಲವಾರು ಕಾರಣಗಳಿಂದ ಭೇಟಿ ಮಾಡಲು ಬರುತ್ತಾರೆ. ಬರಬೇಡಿರೆಂದು ನಿಷ್ಠುರವಾಗಿ ಹೇಳಲಾಗುವುದಿಲ್ಲ. ಇಲ್ಲೇ ಎಲ್ಲಾದರೂ ಪ್ರಶಾಂತವಾದ ಪ್ರದೇಶದಲ್ಲಿ ಒಂದು ಪರ್ಣ ಕುಟೀರವನ್ನು ಹಾಕಿಕೊಂಡರೆ ಹೇಗೆ ? ಕಡೇ ಪಕ್ಷ ಮುಂಜಾನೆ ಮತ್ತು ರಾತ್ರಿ ಬರವಣಿಗೆಯ ಕೆಲಸ ಮಾಡಬಹುದು. ಹೌದು, ಅದೇ ಸರಿ.’

ಆ ಯೋಚನೆ ಬಂದ ಕೂಡಲೇ ಮರಳಿ ಬರುತ್ತ, ನಗರಕ್ಕೆ ಸಮೀಪದಲ್ಲೇ ನದೀ ತೀರದಲ್ಲಿ ಅಂಥ ಸ್ಥಳವನ್ನು ಚಾಣಕ್ಯ ನೋಡಿಕೊಂಡ. ಹೆಚ್ಚು ಕಡಿಮೆ ಅಲ್ಲಿ ತಕ್ಷಶಿಲೆಯ ಬಳಿಯ ಗುರುಕುಲದಂಥ ವಾತಾವರಣವೇ ಇತ್ತು. ಅಲ್ಲೇ ಕುಳಿತು ಸ್ವಲ್ಪ ಹೊತ್ತು ಯೋಚಿಸಿದ. ಅಮಾತ್ಯ ರಾಕ್ಷಸ ಮನಸ್ಸಿನಲ್ಲಿ ಸುಳಿದ.

'ಅವನು ತಪ್ಪಿಸಿಕೊಂಡು ಶತ್ರುಶೇಷ ಉಳಿದಂತಾಯಿತು. ಅಂಥಿಂಥವನಾದರೆ ಉದಾಸೀನ ಮಾಡಿಬಿಡಬಹುದಾಗಿತ್ತು. ಆದರೆ ಮಹಾಬುದ್ಧಿವಂತನೂ, ಶೂರನೂ, ಮೇಲಾಗಿ ಧನನಂದನಿಗೆ ಅತ್ಯಂತ ನಿಷ್ಠನೂ ಆದ ಅವನು ಬದುಕಿರುವವರೆಗೂ ಚಂದ್ರಗುಪ್ತನ ಸಾಮ್ರಾಜ್ಯ ನಿಷ್ಕಂಟಕವಲ್ಲ. ಅವನು ಎಲ್ಲಿ ಹೋಗಿರಬಹುದು ? ಏನು ಮಾಡುತ್ತಿರಬಹುದು ? ಸೇನೆಯನ್ನು ಸಂಘಟಿಸುವ ಪ್ರಯತ್ನದಲ್ಲಿರಬಹುದೇ ? ಅಂಥ ಪ್ರಬಲ ರಾಜರು ಯಾರಿದ್ದಾರೆ ? ಯಾರು ಅವನ ನೆರವಿಗೆ ಬರಬಲ್ಲರು ?

'ಧನನಂದನ ಅವಸಾನವಾದ ಕೂಡಲೇ ಅವನು ಬಂದು ಶರಣಾಗತನಾಗಿ ತನ್ನ ಪ್ರಾಣವನ್ನು ಉಳಿಸಿಕೊಳ್ಳಬಹುದಾಗಿತ್ತು. ಕುಟುಂಬದೊಡನೆ ಹೀಗೆ ಪಲಾಯನ ಮಾಡಬೇಕಿರಲಿಲ್ಲ. ಅಂದರೆ, ಅವನು ಏನೋ ದುರುದ್ದೇಶದಿಂದಲೇ ತಲೆ ತಪ್ಪಿಸಿಕೊಂಡಿರುತ್ತಾನೆ, ನಾನಂತೂ ಬಹಳ ಎಚ್ಚರಿಕೆಯಿಂದಿರಬೇಕು.

'ಧನನಂದನ ಸೇವೆಯಲ್ಲಿ ಅವನದೊಂದು ವ್ಯರ್ಥವಾದ ವ್ಯಕ್ತಿತ್ವವೇ ಸರಿ. ಅವನ ಬಗ್ಗೆ ನನ್ನ ತಂದೆಯವರಿಂದ ಕೇಳಿದ್ದೆ. ಅವನಿಗಾಗದವರೂ ಬಹುಶಃ ಅವನ ಸಾಮರ್ಥ್ಯದ ಬಗ್ಗೆ ಮೆಚ್ಚಿ ನುಡಿಯುತ್ತಾರೆಂದು ಕಾಣುತ್ತದೆ. ನಂದನಿಷ್ಠೆಯೊಂದನ್ನು ಬಿಟ್ಟರೆ ಅವನು ಅತ್ಯಂತ ದಕ್ಷ ಆಡಳಿತಗಾರನೆನಿಸುತ್ತಾನೆ. ಎಲ್ಲಿ ಹೋದನೋ ? ಏನಾದನೋ !' ಎಂದುಕೊಂಡು ಮೇಲೆದ್ದು ಚಾಣಕ್ಯ ಪಾಟಲೀಪುತ್ರದ ಕಡೆಗೆ ಹೆಜ್ಜೆ ಹಾಕಿದ. ಆ ವೇಳೆಗೆ ಕತ್ತಲಾಗಿತ್ತು.

## ೪

ಪಾಟಲೀಪುತ್ರದಿಂದ ಬಹುದೂರದಲ್ಲಿ ಮಾರ್ಗದಿಂದ ಒಳಕ್ಕೆ ಒಂದು ಕಾಲುದಾರಿಯಲ್ಲಿ ಸ್ವಲ್ಪ ದೂರ ಹೋದರೆ ಒಂದು ತೋಪು. ಅಲ್ಲಿ ಗುಡಿಸಲಿನಲ್ಲಿ ರಾಕ್ಷಸ ಒಬ್ಬನೇ ಕುಳಿತಿದ್ದ. ಅವನ ಜೊತೆಯಲ್ಲೇ ಕುದುರೆಯೇರಿ ಬಂದ ಶಶಾಂಕ ಮತ್ತು ಸ್ಕಂದ – ಈ ಇಬ್ಬರು ಸೈನಿಕರೇ ಈಗ ಅವನ ಪರಿಚಾರಕರಾದರು. ಅವರೇ ಬೆಳಗಿನಿಂದ ಕಷ್ಟಪಟ್ಟು ಗುಡಿಸಲನ್ನು ಸಿದ್ಧಪಡಿಸಿದ್ದರು. ತುಸು ದೂರದ ಝರಿಯಿಂದ ಅವರು ನೀರನ್ನು ಹೊತ್ತು ತಂದಿದ್ದರು. ಈಗ ಬಯಲಿನಲ್ಲಿ ಅಡಿಗೆಗೆ ತೊಡಗಿದ್ದರು. ಅದೇ ಬೆಂಕಿ ಗುಡಿಸಲಿನ ಒಳಗೆ ಸ್ವಲ್ಪ ಬೆಳಕು ನೀಡಿತ್ತು.

ರಾಕ್ಷಸ ದಿಕ್ಕು ತೋಚದ ಸ್ಥಿತಿಯಲ್ಲಿದ್ದ. ನಿನ್ನೆ ಬೆಳಗಿನಿಂದ ನಡೆದ ಘಟನೆಗಳನ್ನು ನೆನಪು ಮಾಡಿಕೊಂಡ. ರಾಜಕುಮಾರ ವಿಷಪ್ರಾಶನದಿಂದ ಸತ್ತದ್ದು, ರಾಣಿ ಆತ್ಮಹತ್ಯೆ ಮಾಡಿಕೊಂಡದ್ದು, ಧನನಂದನ ವಧೆಯಾದದ್ದು ನೆನಪಾದಂತೆ ದುಃಖ ಉಮ್ಮಳಿಸಿ ಬಂದು ಸ್ವಲ್ಪ ಹೊತ್ತು ಬಿಕ್ಕಿ ಬಿಕ್ಕಿ ಅತ್ತುಬಿಟ್ಟ.

ಆ ಶಬ್ದ ಕೇಳಿ ಶಶಾಂಕ ಮತ್ತು ಸ್ಕಂದ ಮುಖ ಮುಖ ನೋಡಿಕೊಂಡರು. ''ಎಂಥವರಿಗೆ ಎಂಥ ಗತಿ ಬಂದುಬಿಟ್ಟಿತು !'' ಎಂದ ಶಶಾಂಕ ವಿಷಾದದಿಂದ.

"ಎಲ್ಲದಕ್ಕೂ ಆ ಧನನಂದನೇ ಕಾರಣ" ಸ್ಕಂದ ಹೇಳಿದ, "ಅವನು ಒಳ್ಳೆಯವನಾಗಿದ್ದಿದ್ದರೆ ಅವನಿಗೆ ಇಂಥ ಭೀಕರ ಸಾವು ದೊರೆಯುತ್ತಿರಲಿಲ್ಲ, ಅವನನ್ನು ನಂಬಿ ರಾಕ್ಷಸರು ಕೆಟ್ಟರು."

"ನಿನ್ನ ಮಾತು ನಿಜ. ಆ ಚಾಣಕ್ಯನ ತಂದೆಯನ್ನು ಕೊಲ್ಲಿಸಿ ಅವನು ತನ್ನ ಸಾವನ್ನು ತಾನೇ ತಂದುಕೊಂಡ."

"ಅವನೇನೋ ಸರಿ, ಆದರೆ ನಿರಪರಾಧಿಗಳಾದ ರಾಜಕುಮಾರ ಮತ್ತು ರಾಣಿಯ ಸಾವು ತುಂಬ ಅನ್ಯಾಯ."

"ಏನು ಮಾಡಲಾಗುತ್ತದೆ. ಚಕ್ರವರ್ತಿಯ ಪಾಪ ಕರ್ಮ ಅವನನ್ನೇ ಅಲ್ಲದೆ ಅವನ ಕುಟುಂಬವನ್ನೇ ನಾಶ ಮಾಡಿಬಿಟ್ಟಿತು."

"ಪಾಪ, ರಾಕ್ಷಸರು ತುಂಬಾ ನಿಷ್ಠೆಯಿರಿಸಿಕೊಂಡಿದ್ದರು. ತಾನು ರಕ್ಷಿಸಬೇಕಾದ ಚಕ್ರವರ್ತಿ ಮತ್ತು ಕುಟುಂಬ ಹೀಗೆ ನಾಶವಾದರಲ್ಲಾ ಎಂಬ ದುಃಖವನ್ನು ಅವರಿಂದ ತಡೆಯಲಾಗುತ್ತಿಲ್ಲ, ಅದಕ್ಕೇ ಅಳುತ್ತಿದ್ದಾರೆ."

"ಮುಂದೇನು ಮಾಡುತ್ತಾರೋ ಕಾಣೆ."

"ನನಗೂ ಅರ್ಥವಾಗುತ್ತಿಲ್ಲ, ಯಾರದಾದರೂ ಆಶ್ರಯಕ್ಕೆ ಹೋಗಬೇಕೆಂಬ ಆಲೋಚನೆಯಿರಬೇಕು."

"ಅಂಥವರು ಯಾರಪ್ಪ ಇದ್ದಾರೆ ? ಪರ್ವತ ನಾಡಿನ ಆ ಪೌರವನೂ ಚಂದ್ರಗುಪ್ತನ ಕಡೆ ಸೇರಿಕೊಂಡಿದ್ದಾನೆ."

"ಬಹುಶಃ ಅವರು ಕೆಲವು ದಿನ ದುಃಖಿಸುತ್ತಲೇ ಇರುತ್ತಾರೆಂದು ಕಾಣುತ್ತದೆ. ಆಮೇಲೆ ಬೇರೆ ಯೋಚನೆ ಮಾಡಬಹುದು."

"ಹೌದು, ಅಲ್ಲಿಂದ ಹೊರಡುವಾಗ ಪ್ರಾಣವುಳಿಸಿಕೊಂಡು ಪಾಟಲೀಪುತ್ರವನ್ನು ಮೊದಲು ಬಿಟ್ಟು ಹೋಗಬೇಕೆಂಬ ಆತುರವಿತ್ತು."

"ಪುಣ್ಯಕ್ಕೆ ಚಂದನದಾಸರು ಆಹಾರ ಪದಾರ್ಥಗಳು, ಪಾತ್ರೆಗಳು, ಕಂಬಳಿಗಳನ್ನು ಕೊಡದಿದ್ದರೆ ನಮ್ಮ ಗತಿ ಚಿಂತಾಜನಕವಾಗುತ್ತಿತ್ತು."

"ಇದು ಮುಗಿದ ಮೇಲಾದರೂ ಮತ್ತೆ ಆಹಾರ ಪದಾರ್ಥಗಳನ್ನು ತರಬೇಕಲ್ಲವೇ ?"

"ಅದು ಆಮೇಲಾಗಲಿ. ಮೊದಲು ಅಡಿಗೆ ಮುಗಿಸೋಣ."

"ನಾವೇನು ಪಾಕಶಾಸ್ತ್ರ ಪ್ರವೀಣರಲ್ಲ, ನಮ್ಮ ಅಡಿಗೆ ಅಮಾತ್ಯರಿಗೆ ರುಚಿಸುತ್ತದೋ ಇಲ್ಲವೋ ?"

"ಈಗ ಅವರಿಗೆ ಯಾವ ಮೃಷ್ಟಾನ್ನವೂ ರುಚಿಸುವುದಿಲ್ಲ, ಆದರೆ ಸಾಮಾನ್ಯವಾಗಿ ಹಸಿವು ತೀವ್ರವಾದಾಗ ರುಚಿ ಗೌಣವಾಗುತ್ತದೆ."

"ವೈದ್ಯ ಸುಮಂತನನ್ನು ಬಿಡಲು ಹೋದವರು ಯಾವಾಗ ಬರುತ್ತಾರೋ ಏನೋ ?"

"ಬರುತ್ತಾರೋ ಅಥವಾ ತಮ್ಮ ಪಾಡಿಗೆ ತಾವು ಹೊರಟು ಹೋಗುತ್ತಾರೋ. ಸೇನಾಧ್ಯಕ್ಷರ ಸಹಿತವಾಗಿ ಸೇನೆಯೆಲ್ಲ ಚಂದ್ರಗುಪ್ತನ ಪರ ವಹಿಸಲಿಲ್ಲವೇ ?"

ಒಳಗೆ ರಾಕ್ಷಸ ಅಶಾಂತಿಯಿಂದ ಕುದಿಯುತ್ತಿದ್ದ, ಚಕ್ರವರ್ತಿಯ ಸಾವಿನ ದುಃಖದ

ನಂತರ, ಆ ಸ್ಥಳವನ್ನು ಕೋಪ ಆವರಿಸಿತು. ಅವನ ಕೋಪಕ್ಕೆ ಚಾಣಕ್ಯ ಮತ್ತು ಚಂದ್ರಗುಪ್ತ ಪಾತ್ರರಾದರು.

'ಆ ಬ್ರಾಹ್ಮಣ ಕಡೆಗೂ ತನ್ನ ಪ್ರತಿಜ್ಞೆಯನ್ನು ಈಡೇರಿಸಿಕೊಂಡೇ ಬಿಟ್ಟ. ಒಬ್ಬ ಸಣ್ಣ ಸೇನಾನಾಯಕನಾಗಿದ್ದ ಚಂದ್ರಗುಪ್ತ ಈ ದಿನ ಮಗಧ ಸಾಮ್ರಾಟ. ಅದನ್ನು ಹೇಗೆ ಸಹಿಸುವುದು ? ಪಿಪ್ಪಲಿವನ ಅವರಪ್ಪನ ಒಂದು ಸಣ್ಣ ರಾಜ್ಯ. ಅದನ್ನು ವಶಪಡಿಸಿಕೊಂಡ. ಹೋದರೆ ಹೋಗಲಿ ಎಂದು ಸುಮ್ಮನಾದರೆ, ಅವನು ಇಲ್ಲಿಯವರೆಗೂ ಬಂದುಬಿಟ್ಟ. ಅವರಿಬ್ಬರೂ ಧನನಂದನ ಶತ್ರುಗಳು. ಎಂಥ ಹೀನಾಯವಾದ ಸಂಚು ಮಾಡಿದರು. ಎಷ್ಟು ಎಚ್ಚರಿಕೆಯಿಂದ ಬಲೆ ನೇಯ್ದು ಹಾಸ್ಯಾಸ್ಪದವಾಗಿ ನಮ್ಮನ್ನೇ ಸೋಲಿಸಿಬಿಟ್ಟರು !

'ಇಂದು, ಪಾಟಲೀಪುತ್ರದ ಜನ, ಮಹಾಬುದ್ಧಿವಂತ, ಮಹಾವೀರನೆಂದು ಬೀಗುತ್ತಿದ್ದ ರಾಕ್ಷಸ ನರಿಯಂತೆ ಬಾಲ ಮುದುರಿಕೊಂಡು ಪ್ರಾಣಭೀತಿಯಿಂದ ಓಡಿಹೋದ ಎಂದು ಆಡಿಕೊಳ್ಳುತ್ತಿರಬಹುದು. ಹೌದು, ಖಂಡಿತ ಆಡಿಕೊಳ್ಳುತ್ತಾರೆ. ಪ್ರಜೆಗಳಲ್ಲಿ ಯಾರಿಗೆ ತಾನೆ ಚಕ್ರವರ್ತಿಯ ಮೇಲೆ ಗೌರವವಿತ್ತು ? ಯಾರಿಗೆ ತಾನೆ ನನ್ನ ಮೇಲೆ ಅಭಿಮಾನವಿತ್ತು ? ರಾಜಶಾಸನಗಳನ್ನು ನಿಷ್ಕರುಣೆಯಿಂದ ಕಾರ್ಯಗತಗೊಳಿಸುತ್ತಿದ್ದ ನನಗೆ ಪ್ರಜೆಗಳೇ ಅಲ್ಲವೆ 'ರಾಕ್ಷಸ'ನೆಂದು ಹೆಸರು ಕೊಟ್ಟದ್ದು ! ನನ್ನ ಅಹಂಕಾರ ಅದನ್ನೇ ಪ್ರತಿಷ್ಠೆಯ ಅಭಿದಾನವೆಂಬಂತೆ ಸ್ವೀಕರಿಸಿತು. ಕಡೆಗೆ ನನ್ನ ಮೂಲ ಹೆಸರು ನನಗೇ ಮರೆತು ಹೋಗುವಂತೆ ಅದು ಜನಜನಿತವಾಯಿತು. ಚಂದನದಾಸನೊಬ್ಬನೇ ನನ್ನ ಮೂಲ ಹೆಸರಿನಿಂದ ಕರೆಯುವುದು. ಒಂದೊಂದು ಸಲ ಅವನು 'ವಸುಭೂತಿ' ಎಂದಾಗ ಬೇರೆ ಯಾರೋ ಬಂದರೆಂದು ನಾನೇ ತಿರುಗಿ ನೋಡುತ್ತಿದ್ದುದುಂಟು.

'ಆ ಹೆಮ್ಮೆಯ ರಾಕ್ಷಸ ಎಂಬ ಹೆಸರು ಈಗ ಸರ್ವನಾಶವಾಯಿತು. ಹೌದು, ಧನನಂದನೊಂದಿಗೇ ಅದು ನಾಶವಾಯಿತು. ಧನನಂದನಿಲ್ಲದೆ ರಾಕ್ಷಸನಿಲ್ಲ. ಅವನು ಶಾಸನ ಮಾಡಿದರೆ ತಾನೆ ನಾನು ಕಾರ್ಯಗತಗೊಳಿಸುವುದು ? ಅವನು ಅಧಿಕಾರ ಕೊಟ್ಟಿದ್ದರಿಂದಲ್ಲವೆ ನಾನೂ ಅದನ್ನು ಪ್ರಯೋಗಿಸುತ್ತಿದ್ದದ್ದು ? ಅವನ ಕರುಣೆಯಿಲ್ಲದಿದ್ದರೆ ವಸುಭೂತಿ ರಾಕ್ಷಸನಾಗುತ್ತಿರಲಿಲ್ಲ. ಈಗ ಅವನ ಸಾವಿನ ನಂತರ ರಾಕ್ಷಸನೂ ಇಲ್ಲವಾದ.

'ಧನನಂದ ಲೋಭಿಯಾಗದಿದ್ದರೆ, ಹಿಂಸಿಸಿ ಸಂತೋಷಪಡುವ ಪ್ರವೃತ್ತಿ ಅವನಲ್ಲಿಲ್ಲ ದಿದ್ದರೆ ಪ್ರಜೆಗಳು ಅಸಮಾಧಾನ ಪಡುತ್ತಿರಲಿಲ್ಲ. ಚಣಕ ದಂಗೆಯ ಪ್ರಯತ್ನ ಮಾಡುತ್ತಿರಲಿಲ್ಲ. ಚಂದ್ರಗುಪ್ತ, ಅವನ ಮಿತ್ರರು ಸೆರೆಮನೆ ಸೇರುತ್ತಿರಲಿಲ್ಲ. ಕಡೇಪಕ್ಷ ಚಣಕನ ಕೊಲೆ ಮಾಡಿಸುವಂಥ ಕ್ರೂರ ಕಾರ್ಯ ಮಾಡದಿದ್ದರೆ ಚಾಣಕ್ಯನೆಂಬ ಜ್ವಾಲಾಮುಖಿ ಹುಟ್ಟಿಕೊಳ್ಳುತ್ತಿರಲಿಲ್ಲ. ನಂದವಂಶವೇ ನಾಶವಾಗುತ್ತಿರಲಿಲ್ಲ.

'ಅದಕ್ಕೆಲ್ಲ ಆ ದ್ರೋಹಿ ಶ್ರೀಯಕ ಕಾರಣ. ಧನನಂದನ ಲಂಪಟತನವನ್ನು ಬಳಸಿಕೊಂಡು ಅವನು ಆಪ್ತನಾದ. ಏಕೆ ? ಅವನ ಮಗನಿಗೆ ವಿಷವೂಡುವುದಕ್ಕೆ ! ಎಂಥ ವಿಷ ಜಂತು ಆ ಶ್ರೀಯಕ ! ಅವನು ಏನೋ ಸಲ್ಲದ್ದನ್ನು ಮಾಡಬಹುದೆಂಬ ಸಂದೇಹವಿದ್ದರೂ ನಾನೇನೂ ಮಾಡಲಾಗಲಿಲ್ಲ. ಅದಕ್ಕೆ ಧನನಂದನೇ ಅವಕಾಶ ಕೊಡಲಿಲ್ಲ. ಅವನನ್ನು ದೂರವಿಟ್ಟಿದ್ದರೆ ಬಹುಶಃ ರಾಜಕುಮಾರ ಸಾಯುತ್ತಿರಲಿಲ್ಲವೇನೊ !

'ಅವನು ಸಾಯದಿದ್ದರೂ ಧನನಂದನನ್ನು ಚಾಣಕ್ಯ ಬಿಡುತ್ತಿದ್ದನೇ ? ನಿನ್ನ ವಂಶ

ನಿರ್ವಂಶ ಮಾಡುವೆನೆಂದು ಪ್ರತಿಜ್ಞೆ ಮಾಡಿದ ಅವನು ಸುಮಾಲ್ಯನನ್ನು ಉಳಿಸುತ್ತಿದ್ದನೆ ? ಇಲ್ಲ, ಖಂಡಿತ ಉಳಿಸುತ್ತಿರಲಿಲ್ಲ. ದ್ರೋಹಿ ಶ್ರೀಯಕ ಆ ಚಾಣಕ್ಯನಿಗೇ ಸಹಾಯ ಮಾಡಿದಂತಾಯಿತು. ಸೇನಾಧ್ಯಕ್ಷರಾದ ಭಾಗುರಾಯಣ, ಡಿಂಗಿರಾತ, ಭದ್ರಭಟ ಮತ್ತು ಚಿತ್ರವರ್ಮರೂ ಚಂದ್ರಗುಪ್ತನ ಪರ ವಹಿಸುವರೆಂದು ನಾನು ನಿರೀಕ್ಷಿಸಿರಲಿಲ್ಲ. ಅವರಾದರೂ ನಿಷ್ಠರಾಗಿದ್ದರೆ ಸರಿಯಾದ ಯುದ್ಧವಾದರೂ ನಡೆಯುತ್ತಿತ್ತು. ಗೆಲ್ಲುವುದು ಸಾಧ್ಯವಾಗುತ್ತಿತ್ತೇನೋ.'

'ಆ ಪರ್ವತರಾಜ ಪೌರವ, ಬಹಳ ಕಾಲದಿಂದ ಮಗಧವನ್ನು ಗೆಲ್ಲುವ ಕನಸು ಕಾಣುತ್ತಿದ್ದ. ಆದರೆ ನಮ್ಮ ಸೈನ್ಯದ ಭಯವೇ ಅವನನ್ನು ತಡೆದಿತ್ತು. ಚಾಣಕ್ಯ ಆ ಸೈನ್ಯವನ್ನೇ ಸಂಚಿನಿಂದ ತನ್ನ ಕಡೆ ಮಾಡಿಕೊಂಡುಬಿಟ್ಟ. ಭಲೇ ಚಾಣಕ್ಯ ! ನಿನ್ನನ್ನು ಮೆಚ್ಚಲೇಬೇಕು. ತನ್ನ ಸ್ವಾರ್ಥ ಹೀಗಾದರೂ ಈಡೇರಬಹುದೆಂದು ಪೌರವ ಚಂದ್ರಗುಪ್ತನ ಕಡೆ ಸೇರಿದ. ಸರ್ವಸೇನಾಧಿಪತ್ಯವನ್ನು ವಹಿಸಿಕೊಂಡು ನಾನಾದರೂ ಹೋಗಿದ್ದರೆ ಚಿತ್ರವೇ ಬದಲಾಗಬಹುದಾಗಿತ್ತೇನೊ ! ಕಡೇ ಪಕ್ಷ ರಣರಂಗದಲ್ಲಿ ವೀರಾವೇಶದಿಂದ ಹೋರಾಡಿ, ಒಡೆಯನಿಗಾಗಿ ಮಡಿದ ತೃಪ್ತಿಯಾದರೂ ಇರುತ್ತಿತ್ತು. ಆಮೇಲೆ ಏನಾದರೂ ನನಗೆ ಗೊತ್ತಾಗುತ್ತಿರಲಿಲ್ಲ. ಧನನಂದ ತನ್ನ ಹೇಡಿತನದಿಂದ, ಪ್ರಾಣಭಯದಿಂದ ನನ್ನನ್ನು ಇಲ್ಲಿಯೇ ಕಟ್ಟಿಹಾಕಿದ.

'ಚಂದನದಾಸ ಹಲವು ಸಲ ಹೇಳುತ್ತಿದ್ದ, ದುಷ್ಟರಾಜನ ನಿಷ್ಠೆಗಿಂತ ನಾಡಿನ ನಿಷ್ಠೆ ದೊಡ್ಡದೆಂದು. ಆದರೆ ಅದು ನನಗೆ ರುಚಿಸಲಿಲ್ಲ. ಈಗಲೂ ಅದನ್ನು ನನ್ನ ಬುದ್ಧಿ ಒಪ್ಪಿದರೂ, ಮನಸ್ಸು ಒಪ್ಪಲು ಸಿದ್ಧವಾಗಿಲ್ಲ. ಅವನಿಂದ ಉಪಕೃತನಾದ ಆ ಹಾಳು ಕೃತಜ್ಞತೆಯ ಭಾವನೆ ಹೃದಯದಲ್ಲಿ ಬಲವಾಗಿ ಬೇರೂರಿಬಿಟ್ಟಿದೆ. ಆದರೆ ಆ ನನ್ನ ಕೃತಜ್ಞತೆಗೆ ಏನು ಬೆಲೆ ಸಿಕ್ಕಿದಂತಾಯಿತು ? ನಾನು ಪಾಟಲೀಪುತ್ರದಲ್ಲಿ ಇರುವಾಗಲೇ, ನಡು ಹಗಲಿನಲ್ಲೇ ಧನನಂದನ ವಧೆಯಾಗಿಬಿಟ್ಟಿತಲ್ಲಾ !

'ಅವನೇನೋ ಸತ್ತ. ಸುಮಾಲ್ಯನಾದರೂ ಬದುಕಿದ್ದರೆ, ಅವನಿಗೆ ಪಟ್ಟಕಟ್ಟಲೆಂದಾದರೂ ಪ್ರಯತ್ನಪಡಬಹುದಾಗಿತ್ತು. ಅದಕ್ಕಾಗಿ ಭೂಮಿ ಆಕಾಶಗಳನ್ನು ಒಂದು ಮಾಡಬಹುದಾಗಿತ್ತು. ಆದರೆ ಈಗ ? ನನ್ನ ಮತ್ತು ನನ್ನ ಕುಟುಂಬದ ಕ್ಷೇಮದ ಕಡೆ ಗಮನ ಕೊಟ್ಟು ಸುಮ್ಮನಿದ್ದುಬಿಡಲೇ ? ಇಲ್ಲ, ಸಾಧ್ಯವಿಲ್ಲ. ಏನಾದರೂ ಮಾಡಬೇಕು.

'ಏನು ಮಾಡಲಿ ? ಯಾವ ಮಾರ್ಗವೂ ಗೋಚರಿಸುತ್ತಿಲ್ಲವಲ್ಲ! ನೆರವು ನೀಡುವ ಯಾವ ಹಸ್ತವೂ ಕಾಣುತ್ತಿಲ್ಲವಲ್ಲ! ನನ್ನ ವ್ಯಕ್ತಿತ್ವವನ್ನೇ ಅಪಹಾಸ್ಯಕ್ಕೀಡು ಮಾಡಿ, ಗೆದ್ದು ವಿಜೃಂಭಿಸುತ್ತಿರುವ ಆ ಚಂದ್ರಗುಪ್ತ ನಿರಾತಂಕವಾಗಿ ರಾಜ್ಯವಾಳಲು ಬಿಡಬಾರದು. ಬೇರೆ ಯಾರು ಬೇಕಾದರೂ ಆಳಿಕೊಳ್ಳಲಿ. ಅವನು ಮಾತ್ರ ಮಗಧ ಸಿಂಹಾಸನದ ಮೇಲೆ ಬಹುಕಾಲ ಕೂಡಬಾರದು. ಬಹುಕಾಲವೇನು ? ಕೂಡುವ ಮೊದಲೇ ಅವನನ್ನು ಮುಗಿಸಲಾಗುವುದಿಲ್ಲವೆ ? ಅಷ್ಟಾದರೂ ಆದರೆ ವಧೆಯಾದ ಧನನಂದನ ಆತ್ಮಕ್ಕೆ ಸ್ವಲ್ಪವಾದರೂ ಶಾಂತಿ ದೊರೆಯಬಹುದು.

'ನಾನು ಆತ್ಮಹತ್ಯೆ ಮಾಡಿಕೊಳ್ಳುವುದಿಲ್ಲ. ನೀನು ಆತ್ಮಹತ್ಯೆ ಮಾಡಿಕೊಳ್ಳುವಂಥ ಪ್ರಸಂಗವನ್ನಂತೂ ಸೃಷ್ಟಿಸುತ್ತೇನೆ. ಆಗ ನನ್ನನ್ನು ನೆನೆಸಿಕೊ' ಎಂದು ಬಹಳ ಹಿಂದೆ ಚಾಣಕ್ಯ

ಹೇಳಿದ್ದು ನೆನಪಿಗೆ ಬಂತು. 'ಇಲ್ಲ, ನಾನು ಆತ್ಮಹತ್ಯೆ ಮಾಡಿಕೊಳ್ಳುವುದಿಲ್ಲ. ಇನ್ನೂ ಪ್ರಯತ್ನಿಸುತ್ತೇನೆ, ಸೇಡು ತೀರಿಸಿಕೊಳ್ಳುತ್ತೇನೆ.

'ಆದರೆ ಸೇಡು ತೀರಿಸಿಕೊಳ್ಳಲು ಏನು ಮಾಡಲಿ ? ಹೇಗೆ ಮಾಡಲಿ ? ಈಗ ನಿಸ್ಸಹಾಯಕನಾದ, ಅಲೆಮಾರಿಯ ಸ್ಥಿತಿಯಲ್ಲಿರುವ ನನ್ನಿಂದ ಏನಾಗುತ್ತದೆ ? ನಿಧಾನವಾಗಿ ಯೋಚನೆ ಮಾಡುತ್ತೇನೆ. ಏನಾದರೂ ದಾರಿ ಗೋಚರಿಸುತ್ತದೆ...'

ಅವನ ಯೋಚನಾಲಹರಿ ಶಶಾಂಕ ಬಾಗಿಲ ಬಳಿಗೆ ಬಂದು "ಅಮಾತ್ಯರೇ, ಅಡಿಗೆ ಸಿದ್ಧವಾಗಿದೆ" ಎಂದಾಗ ತುಂಡಾಯಿತು. ತಲೆಯೆತ್ತಿ ನೋಡಿದ. 'ಹೌದು, ಆಹಾರ ತ್ಯಾಗದಿಂದ ಏನೂ ಆಗುವುದಿಲ್ಲ. ಆ ಚಂದ್ರಗುಪ್ತನ ಮೇಲೆ ಸೇಡು ತೀರಿಸಿಕೊಳ್ಳಲೆಂದಾದರೂ ನಾನು ಇನ್ನೂ ಕೆಲವು ಕಾಲ ಬದುಕಿರಬೇಕು' ಎಂದುಕೊಂಡು ಮೇಲೆದ್ದ.

★ ★ ★

ರಾತ್ರಿ ಚಾಣಕ್ಯನ ಮನೆಯಲ್ಲಿ ಚಂದ್ರಗುಪ್ತ ಮತ್ತು ಅವನ ಮಿತ್ರರು, ಇಂದುಶರ್ಮ ಮತ್ತು ಇತರ ಗೂಢಚಾರೀ ಮಿತ್ರರು, ವಸುಂಧರ, ಧನಂಜಯ, ಹರಿಸೇನ ಎಲ್ಲ ಸೇರಿದ್ದರು. ಅರಮನೆಯ ವ್ಯವಸ್ಥೆಗಳ ಬಗ್ಗೆ ಚಂದ್ರಗುಪ್ತ ಮತ್ತು ಚರಣ ವಿವರಗಳನ್ನು ಸಲ್ಲಿಸಿದರು. ಪೌರವನನ್ನು ಕಂಡುಬಂದ ವಿಷಯವನ್ನೂ ಹೇಳಿದರು.

"ಪೌರವ ಏನನ್ನುತ್ತಾನೆ ?" ಎಂದು ಚಾಣಕ್ಯ ಕೇಳಿದ.

"ಪ್ರಮದೋದ್ಯಾನದ ಅಂತಃಪುರ ಅದು. ಧನನಂದ ತನ್ನ ಲೋಲುಪ್ತಿಗೆ ಸುಂದರವಾಗಿ ಸಜ್ಜುಗೊಳಿಸಿದ್ದ. ಅದೇ ಮನೋಧರ್ಮದ ಪೌರವ ಅಲ್ಲಿ ಆನಂದವಾಗಿದ್ದಾನೆ" ಎಂದ ಚಂದ್ರಗುಪ್ತ.

ಚರಣ ಹೇಳಿದ, "ಆಚಾರ್ಯ, ಅವನ ಮಾತಿನ ಹಿನ್ನೆಲೆಯಲ್ಲಿ ಅರ್ಧರಾಜ್ಯದ ವಿಷಯದ ಇತ್ಯರ್ಥದ ಆತುರವಿರುವಂತೆ ನನಗನ್ನಿಸಿತು."

"ಇರಬೇಕಾದದ್ದೇ" ಚಾಣಕ್ಯ ಸಣ್ಣಗೆ ನಕ್ಕ. "ಇನ್ನೆರಡು ದಿನ ನಾವು ಸುಮ್ಮನಿದ್ದರೆ ಅವನೇ ಒತ್ತಾಯ ಮಾಡಬಹುದು. ಸುಲಭವಾಗಿ ಸಿಕ್ಕುವ ರಾಜ್ಯವನ್ನು ಅವನು ಬಿಡುತ್ತಾನೆಯೇ ?"

"ಈಗೇನು ಮಾಡುವುದು ಆಚಾರ್ಯ ?" ಚಂದ್ರಗುಪ್ತ ಕೇಳಿದ.

"ಕೆಲವು ದಿನ ನಿರ್ಧಾರ ಮಾಡುವಂತಿಲ್ಲ. ಅವನಿಗೆ ಮಗಧವನ್ನು ತುಂಡು ಮಾಡಿ ಕೊಡುವ ಇಚ್ಛೆಯಿಲ್ಲ ನನಗೆ. ಅಷ್ಟು ಮಾತ್ರವಲ್ಲ, ಅವನೇ ಚಂದ್ರಗುಪ್ತನಿಗೆ ಆಶ್ರಿತನಾಗುವಂತೆ ಮಾಡಬೇಕು. ಅದಕ್ಕೆ ಏನಾದರೂ ಒಂದು ಉಪಾಯವನ್ನು ಯೋಚಿಸಬೇಕು. ಅದಕ್ಕೆ ಸಮಯ ಬೇಕು. ಅಲ್ಲಿಯವರೆಗೂ ಏನಾದರೂ ನೆಪ ಹೇಳುತ್ತ ದಿನ ದೂಡಬೇಕು."

"ಪಟ್ಟಾಭಿಷೇಕ ನಡೆಯುವಷ್ಟರಲ್ಲಿ ಅದು ಇತ್ಯರ್ಥವಾಗಬೇಕಲ್ಲವೆ ?" ಎಂದು ಹರಿಸೇನ ಕೇಳಿದ.

"ಪಟ್ಟಾಭಿಷೇಕದ ದಿನದ ನಿಷ್ಕರ್ಷೆಯನ್ನು ಈಗಲೇ ಮಾಡುವುದಿಲ್ಲ ಹರಿಸೇನ. ಅದಕ್ಕೆ ಮೊದಲು ಇನ್ನೂ ಸಾಕಷ್ಟು ಕೆಲಸವಿದೆ."

ಸ್ವಲ್ಪ ಹೊತ್ತು ಯಾರೂ ಮಾತಾಡಲಿಲ್ಲ. ನಂತರ ಚಾಣಕ್ಯ ತಾನೇ ಹೇಳಿದ,

"ನಿಮ್ಮೆಲ್ಲರ ಶ್ರಮವನ್ನು ನಾನು ಮೆಚ್ಚಿಗೆ, ಗೌರವಗಳಿಂದ ಸ್ಮರಣೆ ಮಾಡಲು ಬಯಸುತ್ತೇನೆ. ಸುಮಿತ್ರ, ಕಡೆಯ ಕ್ಷಣದಲ್ಲಿ ನೀನು ನಮ್ಮ ಕಾರ್ಯದಲ್ಲಿ ಭಾಗಿಯಾದೆ. ಆದರೆ ಅಮೂಲ್ಯವಾದ ನೆರವು ನೀಡಿದೆ. ಅಧಿಕಾರ ಸ್ಥಾನದಿಂದ ನೀನೇನಾದರೂ ನಿರೀಕ್ಷಿಸುತ್ತೀಯಾ ?"

"ಇಲ್ಲ ಆಚಾರ್ಯ, ನಿಜ ಹೇಳಬೇಕೆಂದರೆ, ನಿಪುಣಕನ ಮೇಲಿನ ನನ್ನ ಪ್ರೀತಿ, ಅವನ ಸೌಜನ್ಯದಿಂದ ನಾನು ಈ ಕೆಲಸ ಮಾಡಿದೆ. ಅದು ನನ್ನ ಪ್ರೀತಿಯ ಪಾಟಲೀಪುತ್ರದ ಜನರ ಕಷ್ಟನಿವಾರಣೆಗೆ ಸಹಕಾರಿಯಾಯಿತೆಂದು ತೃಪ್ತಿಯಿದೆ. ಅಷ್ಟೇ ಸಾಕು ನನಗೆ. ಗಳಿಸುವ ಶಕ್ತಿ ನನಗಿದೆ."

"ಬಹಳ ಸಂತೋಷ. ವ್ಯಾಪಾರಿಯಾದರೂ ಲೋಭಿಯಲ್ಲ ನೀನು. ನಿನ್ನ ಆಪ್ತರಾದ ವರ್ತಕರ ಸಮೂಹದಲ್ಲಿ ಧನನಂದನ ಆಳ್ವಿಕೆಯಲ್ಲಿ ಸಾಕಷ್ಟು ತೊಂದರೆ ಅನುಭವಿಸಿ ದವರಿದ್ದಾರೆ. ಅನ್ಯಾಯದ ಕರಗಳ ಬಗ್ಗೆ ಗೊಣಗುವವರೂ ಇದ್ದಾರೆ. ಅವರನ್ನೆಲ್ಲ ಭೇಟಿ ಮಾಡು. ಅವರ ನಿಜವಾದ ಸಮಸ್ಯೆಗಳೇನು ತಿಳಿದುಕೊ. ಅದನ್ನು ನ್ಯಾಯವಾದ ರೀತಿಯಲ್ಲಿ ಭಂಡಾರಕ್ಕೂ ನಷ್ಟವಾಗದ ಹಾಗೆ ಸರಿಪಡಿಸುವ ಸಲಹೆಗಳೇನಾದರೂ ಇದ್ದರೆ, ಅವನ್ನೆಲ್ಲ ಕ್ರೋಢೀಕರಿಸಿ ತಂದು ನನಗೆ ಹೇಳು. ಅದರಿಂದ ಚಂದ್ರಗುಪ್ತ ಮಹಾರಾಜರು ಹೊಸ ಜನೋಪಯೋಗಿ ಶಾಸನಗಳನ್ನು ಹೊರಡಿಸುವುದಕ್ಕೆ ಅನುಕೂಲವಾಗುತ್ತದೆ."

"ಖಂಡಿತ ಒಳ್ಳೆಯ ಆಲೋಚನೆ ನಿಮ್ಮದು."

ನಂತರ ಚಾಣಕ್ಯ ವಸುಂಧರತ್ತ ತಿರುಗಿ ಹೇಳಿದ, "ವಸುಂಧರ, ನಿನಗೆ ರಾಜಾಧಿಕಾರದಿಂದ ಏನೂ ಬೇಕಿಲ್ಲ ಎಂದು ನನಗೆ ಗೊತ್ತು."

"ನನಗೇನು ಬೇಕು ಆಚಾರ್ಯ. ನನ್ನ ತಂದೆಯ ಅನ್ಯಾಯದ ಸಾವಿನ ಸೇಡು ತೀರಿತು. ಮಗ್ಗುಲ ಮುಳ್ಳಾಗಿ ನಮ್ಮ ನೆಮ್ಮದಿ ಕೆಡಿಸುತ್ತಿದ್ದ ಬೌದ್ಧವಿಹಾರದ ವಿನಾಶವಾಯಿತು. ಅಷ್ಟು ಸಾಕು ನನಗೆ. ಅದಕ್ಕಿಂತ ಮೇಲಾಗಿ ನಿಮ್ಮಂಥ ಹಿರಿಯರ ಆಶೀರ್ವಾದ, ನಿಮ್ಮ ಶಿಷ್ಯರಂಥ ಸಜ್ಜನರ ಸ್ನೇಹಲಾಭ ದೊರಕಿತು. ಆ ಸೌಜನ್ಯದ ಮುಂದೆ ಯಾವುದೂ ದೊಡ್ಡದಲ್ಲ."

"ಭಲೇ ವಸುಂಧರ ! ನೀನು ನಿಜವಾದ ಸಂಸ್ಕಾರವಂತ. ನಮ್ಮ ಧನಂಜಯರ ಸಾಲಿಗೆ ಸೇರುವಂಥವನು. ಕೃಷಿಕ ಎಲ್ಲರಿಗೂ ಅನ್ನದಾತ. ಅದೇ ಒಂದು ಉದಾತ್ತ ಕರ್ಮ. ಅದರ ಜೊತೆಗೆ ನಿಮ್ಮಂಥ ಉದಾತ್ತ ಹೃದಯವೂ ಇದ್ದುಬಿಟ್ಟರೆ ಅಂಥ ನಾಡಿನ ಭಾಗ್ಯಕ್ಕೆ ಎಣೆಯುಂಟೆ ? ವಸುಂಧರ, ನಿನಗೆ ಏನೂ ಬೇಡದಿದ್ದರೂ, ನಮಗೆ ನಿಮ್ಮ ಸಹಕಾರ ಬೇಕು. ನೀನು ಕೃಷಿಕ ವರ್ಗದ ಮುಖ್ಯ ವ್ಯಕ್ತಿಯಾಗಬೇಕು. ಅವರ ಸಮಸ್ಯೆಗಳು, ಕಷ್ಟಗಳು ಏನಿದ್ದರೂ ಅವರ ಪರವಾಗಿ ನೀನು ಚಂದ್ರಗುಪ್ತನಿಗೆ ಮನವರಿಕೆ ಮಾಡಿಕೊಡಬೇಕು."

"ಆಗಬಹುದು ಆಚಾರ್ಯ, ನಾಲ್ಕು ಜನರಿಗೆ ಒಳ್ಳೆಯದಾಗುವಂತಿದ್ದರೆ ಏನು ಬೇಕಾದರೂ ಮಾಡುತ್ತೇನೆ. ಆದರೆ ಮತ್ತೆ ಪಾಟಲೀಪುತ್ರದಲ್ಲಿ ಬೌದ್ಧ ವಿಹಾರ ತಲೆಯೆತ್ತದಂತೆ ಮಾಡಬೇಕೆಂದು ನನ್ನ ವಿನಂತಿ."

"ಅದರ ಬಗ್ಗೆ ನಾನು ಯೋಚಿಸಿ ವ್ಯವಸ್ಥೆ ಮಾಡುತ್ತೇನೆ."

"ನಮ್ಮ ಕೆಲಸಗಳು ಮುಗಿದಂತೆ ತಾನೆ ಚಾಣಕ್ಯ ?" ಇಂದುಶರ್ಮ ಕೇಳಿದ.

"ಖಂಡಿತ ಮುಗಿದಿಲ್ಲ" ಚಾಣಕ್ಯ ದೃಢವಾಗಿ ಹೇಳಿದ.

ಎಲ್ಲ ಮುಖ ಮುಖ ನೋಡಿಕೊಂಡರು. "ಏಕೆ, ಈ ಕೆಲಸ ನಿಮಗೆಲ್ಲ ಬೇಸರ ತಂದಿದೆಯೇ ?" ಎಂದ ಚಾಣಕ್ಯ ನಗುತ್ತ.

"ಹಾಗೇನೂ ಇಲ್ಲ.. ಆದರೆ" ಎಂದು ನಿಪುಣಕ ತೊದಲಿದ.

"ಅದಕ್ಕೆ ಕಾರಣವಿದೆ ನಿಪುಣಕ" ಚಾಣಕ್ಯ ಆರಂಭಿಸಿದ, "ಶತ್ರುಕಂಟಕ ಸಂಪೂರ್ಣವಾಗಿ ನಿವಾರಣೆಯಾಗದೆ ನಾವು ಇಲ್ಲಿಯವರೆಗೆ ಮಾಡಿದ ಕಾರ್ಯಗಳು ಸಾರ್ಥಕವಾಗುವುದಿಲ್ಲ"

"ಅಂದರೆ ಇನ್ನೂ ಶತ್ರುಗಳು ಉಳಿದಿರುವರೆಂದು ನಿನ್ನ ಅಭಿಪ್ರಾಯವೇ" ಇಂದುಶರ್ಮ ಕೇಳಿದ.

"ಹೌದು, ಅವನು ಅಂಥಿಂಥ ಶತ್ರುವಲ್ಲ, ಶೂರ, ಬುದ್ಧಿವಂತ, ಧನನಂದನಿಗೆ ಅತಿ ನಿಷ್ಠಾವಂತ."

"ಆಚಾರ್ಯ, ನೀವು ಅಮಾತ್ಯ ರಾಕ್ಷಸನ ವಿಷಯ ಹೇಳುತ್ತಿರುವಿರಾ ?" ಎಂದು ಚಂದ್ರಗುಪ್ತನೇ ಕೇಳಿದ.

"ಹೌದು, ಅವನು ತಲೆಮರೆಸಿಕೊಂಡಿದ್ದಾನೆ. ಅವನು ಎಲ್ಲಿದ್ದಾನೆ, ಏನು ಮಾಡುತ್ತಿದ್ದಾನೆ ಗೊತ್ತಿಲ್ಲ, ಅಂದರೆ ಏನೋ ಮಾಡುತ್ತಿದ್ದಾನೆಂದೇ ಅರ್ಥ. ಏನು ಮಾಡುತ್ತಾನೆಂದು ಗೊತ್ತಾಗುವವರೆಗೆ ಅದಕ್ಕೆ ಪ್ರತಿಯಾಗಿ ನಾವು ಯಾವ ತಂತ್ರವನ್ನೂ ರೂಪಿಸುವಂತಿಲ್ಲ, ಅವನು ಏನೇ ಮಾಡಿದರೂ ಚಂದ್ರಗುಪ್ತನಿಗೆ ವಿರೋಧವಾಗಿಯೇ ಇರುವುದೆಂಬುದು ಖಚಿತ."

"ಅದಕ್ಕೆ ನಾವೇನು ಮಾಡಬೇಕು ?" ಪಶುಲೋಮ ಕೇಳಿದ.

"ನೀವು ನಿಮ್ಮ ನಿಮ್ಮ ಸ್ಥಾನದಲ್ಲೇ ಕೆಲಸ ನಿರ್ವಹಿಸುತ್ತಿರಿ. ರಾಜಪರಿವಾರಕ್ಕೆ ಆಪ್ತರೆಂಬ ವಿಷಯ ಈಗಲೇ ಬಹಿರಂಗವಾಗಬಾರದು. ಇಂದುಶರ್ಮ, ನೀನು ಮತ್ತೆ ರಾಕ್ಷಸನ ಆಶ್ರಯವನ್ನು ಸೇರಬೇಕು."

"ಅವನೇ ಆಶ್ರಯವಿಲ್ಲದೆ ಅಲೆದಾಡುತ್ತಿರುವಾಗ ನನಗೆಂಥ ಆಶ್ರಯ ನೀಡಬಲ್ಲ! ಅಲ್ಲದೆ ಅವನೆಲ್ಲಿದ್ದಾನೆಂದು ಯಾರಿಗೆ ಗೊತ್ತು ?"

"ಗೊತ್ತು ಮಾಡಿಕೊಳ್ಳಲೆಂದೇ ನೀನು ಅವನ ಜೊತೆಯಿರುವುದು ಒಳ್ಳೆಯದೆಂದು ನಾನು ಹೇಳುತ್ತಿರುವುದು. ನನ್ನ ಲೆಕ್ಕಾಚಾರದಲ್ಲಿ ಅವನು ಪಾಟಲೀಪುತ್ರವನ್ನು ಬಿಟ್ಟು ಬಹುದೂರ ಹೋಗಿರಲಾರ. ಕೆಲವರಾದರೂ ಅವನ ಆಪ್ತರು ಇಲ್ಲಿದ್ದಾರೆ. ನೀನೂ ಅವನಿಗೆ ಆಪ್ತನೇ. ನನ್ನ ಊಹೆ ಸರಿಯಾದರೆ ಕೆಲವೇ ದಿನಗಳಲ್ಲಿ ಅವನ ಕಡೆಯವರೋ, ಅವನ ಗೂಢಚಾರರೋ ನಿನ್ನನ್ನು ಸಂಪರ್ಕಿಸುತ್ತಾರೆ. ನೀನು ಪ್ರಾಣಭಯದಿಂದ ತತ್ತರಿಸುವಂತೆ, ಮರುಮಾತಾಡದೆ ಅವರೊಂದಿಗೆ ಹೋಗಿಬಿಡು. ಉಚಿತ ಕಂಡರೆ ಸಮಿದ್ಧಾರ್ಥಕನನ್ನೂ ನಿನ್ನ ಜೊತೆ ಕರೆದುಕೊಂಡು ಹೋಗು. ಅವನ ಮೂಲಕ ಸುದ್ದಿ ಕಳಿಸುವುದು ಸುಲಭವಾಗುತ್ತದೆ. ಸಿದ್ಧಾರ್ಥಕ ಶಕಟದಾಸನ ಬಳಿಯಲ್ಲೇ ಇರಲಿ. ನಿಪುಣಕ ಸುಮಿತ್ರನ ಪಾನಗೃಹದ ಕೆಲಸವನ್ನು ಮುಂದುವರಿಸಲಿ. ಪಶುಲೋಮ ಸದ್ಯದಲ್ಲಿ ಮಂಗಳೆಯ ಮನೆಯಲ್ಲೇ ಇದ್ದು ನನ್ನ ಆದೇಶಕ್ಕೆ ಕಾಯಲಿ."

ಮಂಗಳೆಯ ವಿಷಯ ಬಂದ ತಕ್ಷಣ ಚಂದ್ರಗುಪ್ತನಿಗೆ ಸುಗಂಧಿಯ ವಿಷಯ ನೆನಪಾಯಿತು. ಆ ವಿಷಯವನ್ನು ಇಂದೇ ಆಚಾರ್ಯರ ಬಳಿ ಮಾತಾಡಬೇಕೆಂದು ಯೋಚಿಸುತ್ತಿದ್ದ

"ಇನ್ನೊಂದು ವಿಷಯ" ಚಾಣಕ್ಯ ಮತ್ತೆ ಮುಂದುವರಿಸಿದ, "ನಿಜವಾದ ಅರ್ಥದಲ್ಲಿ ಯುದ್ಧ ನಡೆಯದಿದ್ದರೂ, ಇಲ್ಲಿಯ ಮೂಲ ಸೈನ್ಯದಲ್ಲಿ ನಮ್ಮ ಸೈನ್ಯದಲ್ಲಿ ವಸುಂಧರನ ಕಡೆಯವರಲ್ಲಿ ಇದರಲ್ಲಿ ಭಾಗವಹಿಸಿದ ನಾಗರೀಕರಲ್ಲಿ ಹಲವಾರು ಜನ ಸತ್ತಿದ್ದಾರೆ. ನೂರಾರು ಜನ ಗಾಯಗೊಂಡಿದ್ದಾರೆ."

"ಅವರೆಲ್ಲರ ಪಟ್ಟಿ ಸಿದ್ಧವಾಗಿದೆ" ಎಂದ ಚರಣ.

"ಎಲ್ಲರ ಮನೆಗಳಿಗೂ ಹೋಗಿ ಅವರ ಕುಟುಂಬದವರಿಗೆ ಸಾಂತ್ವನ ಹೇಳುವುದು ಅಸಾಧ್ಯವಾದ ಕೆಲಸ. ಆದ್ದರಿಂದ ನಗರದ ತುಂಬ ಡಂಗುರ ಹೊಡೆಸಿ, ಕುಟುಂಬದ ಹಿರಿಯರನ್ನು ಕರೆಸಿ, ನಾಲ್ಕು ಒಳ್ಳೆಯ ಮಾತಾಡಿ, ಪರಿಹಾರದ್ರವ್ಯವನ್ನು ನೀಡುವುದು ರಾಜನಾದವನ ಸೌಜನ್ಯದ ನಡವಳಿಕೆ."

"ಹಾಗೇ ಆಗಲಿ ಆಚಾರ್ಯ, ನಾಳೆಯೇ ಅದರ ವ್ಯವಸ್ಥೆ ಮಾಡುತ್ತೇನೆ" ಎಂದ ಚಂದ್ರಗುಪ್ತ.

"ನಾಳೆ ರಾತ್ರಿ ಗುಪ್ತನಿಧಿಯನ್ನು ತರಲು ಹೊರಡಬೇಕು. ನಾಡಿದ್ದು ಅವರೆಲ್ಲ ಅರಮನೆಗೆ ಬರಲಿ. ನಾಳೆ ಕೋಶಾಧ್ಯಕ್ಷ ಅರಮನೆಗೆ ಬಂದು ಲೆಕ್ಕ ಒಪ್ಪಿಸುವಂತೆ ಹೇಳಿಕಳಿಸು. ನಮ್ಮ ಅರಮನೆ ಸೇರಿದ ಕೂಡಲೇ ಆ ಕೆಲಸ ಮಾಡಬೇಕಾಗಿತ್ತು."

"ಕ್ಷಮಿಸಿ ಆಚಾರ್ಯ, ಗಡಿಬಿಡಿಯಲ್ಲಿ ಮರೆತುಹೋಯಿತು" ಎಂದ ಚರಣ.

"ಇನ್ನು ನೀವೆಲ್ಲ ಹೊರಡಬಹುದು. ನಾಳೆ ಅರಮನೆಯಲ್ಲಿ ಭೇಟಿಯಾಗೋಣ."

ಎಲ್ಲ ಒಬ್ಬೊಬ್ಬರಾಗಿ ಹೊರಬಂದರು. ಚಂದ್ರಗುಪ್ತ "ನಾನು ಆಮೇಲೆ ಬರುತ್ತೇನೆ, ನೀನು ಹೋಗು" ಎಂದು ತನಗಾಗಿ ಕಾಯುತ್ತಿದ್ದ ಚರಣನನ್ನು ಕಳಿಸಿದ.

ಅವನೇಕೆ ಉಳಿದುಕೊಂಡನೆಂದು ಚಾಣಕ್ಯನಂತೆ, ಧನಂಜಯ ಮತ್ತು ಹರಿಸೇನರಿಗೂ ಕುತೂಹಲ ಮೂಡಿತು.

"ಕ್ಷಮಿಸಿ ಆಚಾರ್ಯ, ನಾನು ನಿಮ್ಮೊಂದಿಗೆ ಒಂದು ಮುಖ್ಯವಾದ ವಿಷಯ ಮಾತಾಡಬೇಕು" ಎಂದ ಚಂದ್ರಗುಪ್ತ.

"ಏನು ಹೇಳು ಚಂದ್ರಗುಪ್ತ. ಇಷ್ಟೊಂದು ಸಂಕೋಚವೇಕೆ ?" ಚಾಣಕ್ಯ ಅವನ ಮುಖವನ್ನೇ ನೋಡುತ್ತಾ ಹೇಳಿದ.,

"ಚರಣನ ವಿಷಯ."

"ಚರಣನ ವಿಷಯವೇ ? ಏನು ?"

"ಚರಣ ಮತ್ತು ಸುಗಂಧಿಯ ವಿಷಯ."

"ಅದನ್ನೇನು ಮಾತಾಡುವುದು ?"

"ಅವರಿಬ್ಬರ ವಿವಾಹ ಸಾಧ್ಯವೇ, ಇಲ್ಲವೇ ? ಎಂದು ತಿಳಿಯಬೇಕಾಗಿದೆ."

"ಅವರಿಬ್ಬರೂ ವಿವಾಹವಾಗುವುದಾದರೆ ಬೇಡವೆನ್ನಲು ನಾನಾರು ?"

"ಹಾಗಲ್ಲ ಆಚಾರ್ಯ, ನಿಮ್ಮ ಜೊತೆ ನಾವೆಲ್ಲ ಬಹಳ ಕಾಲದಿಂದ ಇದ್ದೇವೆ. ಗುರುವಿನಂತೆ, ತಂದೆಯಂತೆ ನೀವು ನಮ್ಮನ್ನು ನೋಡಿಕೊಂಡಿದ್ದೀರಿ. ನಿಮ್ಮ ಸಮ್ಮತಿಯಿಲ್ಲದೆ ಮುಂದೆ ಅಡಿಯಿಡುವುದಿಲ್ಲವೆಂದು ಚರಣ ಹೇಳುತ್ತಿದ್ದಾನೆ."

"ಅವನ ಸೌಜನ್ಯ ದೊಡ್ಡದು ಚಂದ್ರಗುಪ್ತ" ಚಾಣಕ್ಯ ಮೆಚ್ಚಿಗೆಯಿಂದ ಹೇಳಿದ, "ನಾನು ಯಾರೊಬ್ಬರ ವಿಷಯವನ್ನೂ ಮರೆತಿಲ್ಲ. ಪ್ರತಿಯೊಬ್ಬರ ಬಗ್ಗೆಯೂ ನಾನು ಯೋಚಿಸುತ್ತಿದ್ದೇನೆ. ಸುಗಂಧಿಯ ಎಲ್ಲ ವಿಷಯಗಳು ತಿಳಿದ ಮೇಲೆ ಅವಳನ್ನು ಕುರಿತು ಸ್ವಲ್ಪ ಹೆಚ್ಚೇ ಯೋಚನೆ ಮಾಡಿದ್ದೇನೆ. ಕರ್ಮಠರ ಕಠಿಣ ನಿಯಮಗಳಿಗೆ ಬೆಲೆ ಕೊಡುವುದಾದರೆ ಈ ವಿವಾಹ ನಡೆಯುವಂತಿಲ್ಲ. ಆದರೆ ನಾನು ಕರ್ಮಠನಲ್ಲ ಎಂಬುದನ್ನು ಮೊದಲೇ ಸ್ಪಷ್ಟಪಡಿಸುತ್ತೇನೆ. ಈಗ ನಮ್ಮ ಮಿತ್ರರಾದ ಧನಂಜಯ ಮತ್ತು ಹರಿಸೇನರು ಏನು ಅಭಿಪ್ರಾಯ ಕೊಡುತ್ತಾರೋ ಕೇಳೋಣ" ಎಂದು ಚಾಣಕ್ಯ ಆ ವಿಷಯವನ್ನು ವಿವರಿಸುವಂತೆ ಚಂದ್ರಗುಪ್ತನಿಗೆ ಹೇಳಿದ.

ಚಂದ್ರಗುಪ್ತ, ಉಜ್ಜಯಿನಿಯಲ್ಲಿ ಸುಗಂಧಿ ಚರಣನಿಗೆ ಭೇಟಿಯಾದಾಗಿನಿಂದ ಹಿಡಿದು, ಇಲ್ಲಿಯವರೆಗಿನ ಎಲ್ಲವನ್ನೂ ವಿವರಿಸಿದ. ಕೇಳುತ್ತ ಕೇಳುತ್ತ ಅವರ ಮುಖದಲ್ಲಿ ಕುತೂಹಲ, ಅನುಕಂಪದ ಭಾವನೆಗಳು ಕಾಣುತ್ತಿದ್ದವು. ಕಡೆಯಲ್ಲಿ ಹೇಳಿದ, "ಸುಗಂಧಿಗೆ ತನ್ನ ಕುಲದ ಬಗ್ಗೆ ಅತಿಯಾದ ತಾತ್ಸಾರವಿದೆ. ವೃತ್ತಿಯ ಬಗ್ಗೆಯೂ ತಿರಸ್ಕಾರವಿದೆ. ಅದೇ ಸಮಯದಲ್ಲಿ ತನ್ನಂಥವಳು ಚರಣನಂಥ ಸಜ್ಜನನನ್ನು ವಿವಾಹವಾಗಿ, ಅವನ ಬದುಕಿಗೆ ಕಳಂಕ ತರಬಾರದೆಂದು ಎಚ್ಚರವೂ ಇದೆ. ಬೇಡವೆಂದೇ ಅವಳ ಅನಿಸಿಕೆ. ಚರಣನ ಸುಖಜೀವನಕ್ಕಾಗಿ ಅವಳು ತನ್ನ ಪ್ರೇಮವನ್ನು ತ್ಯಜಿಸಿಬಿಡಲು ಸಿದ್ಧಳಾಗಿದ್ದಾಳೆ. ತುಂಬ ಒಳ್ಳೆಯ ಹೆಣ್ಣು. ಅವಳನ್ನು ಸ್ವಂತ ಮಗಳಂತೆ ಭಾವಿಸಿರುವ ಭಾಗುರಾಯಣ ಮತ್ತು ಅವರ ಪತ್ನಿಯ ಸಹೃದಯತೆಯೂ ತುಂಬ ದೊಡ್ಡದು. ಅವಳಿಗೆ ಚರಣನ ಬದುಕಿಗೆ ಕಳಂಕ ತರುವ ಇಷ್ಟವಿಲ್ಲ. ಅವನಿಗೆ ಆಚಾರ್ಯರ ಸಮ್ಮತಿಯಿಲ್ಲದೆ ವಿವಾಹವಾಗುವ ಇಷ್ಟವಿಲ್ಲ. ಆದರೆ ಅವನ ಮಿತ್ರರಾದ ನಮಗೆಲ್ಲ ಅವರನ್ನು ವಿವಾಹಬಂಧನದಲ್ಲಿ ಸೇರಿಸಬೇಕೆಂಬ ಅಭಿಲಾಷೆಯಿದೆ."

"ತುಂಬ ಅಪರೂಪದ ಪ್ರಸಂಗ ಇದು. ಸುಗಂಧಿ ಗಣಿಕೆ. ಗಾನ ನರ್ತನಗಳಿಂದ ಹೊಟ್ಟೆ ಹೊರೆದುಕೊಳ್ಳುವ ವೃತ್ತಿ. ಆದರೆ ವೇಶ್ಯಾವೃತ್ತಿ ಮಾಡಬೇಕೆಂದೇನೂ ಇಲ್ಲ" ಎಂದ ಹರಿಸೇನ.

"ಹೌದು, ಅದು ನಿಜ. ಆದರೆ ಗಾನ ನರ್ತನಗಳನ್ನು ಸವಿಯಲು ಬರುವ ರಸಿಕರು ಅಷ್ಟಕ್ಕೇ ತೃಪ್ತಿ ಹೊಂದುವುದಿಲ್ಲ. ಒಲಿಸುತ್ತಾರೆ, ಸೆಳೆಯುತ್ತಾರೆ, ಕಡೆಗೆ ಬೆದರಿಸುತ್ತಾರೆ, ಹೇಗೋ ತಮ್ಮ ಬಲೆಗೆ ಕೆಡವುತ್ತಾರೆ. ಆಮೇಲೆ ಅದೇ ಜನ ಅವಳನ್ನು ಗಣಿಕೆ, ವೇಶ್ಯೆ ಎಂದು ಲಘುವಾಗಿ ಪರಿಗಣಿಸುತ್ತಾರೆ" ಎಂದ ಚಾಣಕ್ಯ.

"ಆದರೆ ಅವಳ ಸದ್ಭಾವನೆ ಯಾವ ಕುಲೀನರಲ್ಲೂ ಇರಲಾರದು" ಎಂದ ಹರಿಸೇನ.

ಧನಂಜಯ ಹೇಳಿದ, "ನನಗೇನೋ ಅವಳು ಮಹಾವ್ಯಕ್ತಿ ಎನಿಸುತ್ತಿದೆ. ಅವಳು ತನ್ನ ಉದ್ದೇಶಕ್ಕಾಗಿ ಧನನಂದನ ಅಂತಃಪುರ ಸೇರಲಿಲ್ಲ. ಚರಣನ ಉದ್ದೇಶಕ್ಕಾಗಿ, ಆ ಮೂಲಕ ನಮ್ಮ ಉದ್ದೇಶಕ್ಕಾಗಿ ಅಲ್ಲಿಗೆ ಹೋದಳು. ಅವನಿಗಾಗಿ ಎಲ್ಲಿಗೆ, ಯಾರ ಬಳಿಗೆ ಬೇಕಾದರೂ ಹೋಗಲು ಸಿದ್ಧಳಾಗಿದ್ದಾಳೆಂದರೆ ಎಂಥ ಮುಗ್ಧ ಹೆಣ್ಣು! ಎಂಥ ಸುಸಂಸ್ಕೃತ ಜೀವ! ಚರಣ ಅವಳನ್ನು ವಿವಾಹವಾದರೆ, ಅದು ಅವನ ಪುಣ್ಯ."

"ಚಂದ್ರಗುಪ್ತ, ಇದು ನಿನಗೂ ಪಾಠವಾಗಲಿ ಎಂದು ನಾನು ಇವರ ಅಭಿಪ್ರಾಯ ಕೇಳಿದೆ." ಚಾಣಕ್ಯ ಹೇಳಿದ, "ರಾಜಾಧಿಕಾರದಲ್ಲಿರುವ ವ್ಯಕ್ತಿಗೆ ಇಂಥ ಸಂದರ್ಭಗಳೂ

ಬರಬಹುದು. ಈ ಸಮಸ್ಯೆಗೆ ಸಾಮಾಜಿಕ ದೃಷ್ಟಿಯೊಂದಿದೆ, ಮಾನವೀಯ ದೃಷ್ಟಿಯೊಂದಿದೆ. ಸಾಮಾಜಿಕ ದೃಷ್ಟಿಗೆ ಬದ್ಧವಾದರೆ ಸುಗಂಧಿಗೆ ಅನ್ಯಾಯವಾಗುತ್ತದೆ. ಮಾನವೀಯ ದೃಷ್ಟಿಯಿಂದ ಪರಿಗಣಿಸಿದರೆ ಸಮಾಜದ ಕಟ್ಟಳೆಗಳು ಕೆಕ್ಕರಿಸಿ ನೋಡುತ್ತವೆ. ನಿರ್ಧಾರ ಮಾಡಲು ಧೈರ್ಯ ಬೇಕಾಗುತ್ತದೆ.''

''ಸಮಾಜದ ಕಟ್ಟಳೆಗಳೆಂದರೆ, ಅವನ್ನು ಮನುಷ್ಯರೇ ಮಾಡಿದ್ದಲ್ಲವೆ ಆಚಾರ್ಯ ? ಮನುಷ್ಯರು ಮಾಡಿದ ಕಟ್ಟಳೆಗಳನ್ನು ಮನುಷ್ಯರೇ ಮುರಿಯಬಹುದು ಅಥವಾ ಅವನ್ನು ತಿದ್ದಿ ಸರಿಪಡಿಸಬಹುದು, ಅಥವಾ ಅರ್ಥ ಕಳೆದುಕೊಂಡ ಕಟ್ಟಳೆಯನ್ನು ಕಿತ್ತೆಸೆದು, ಅಲ್ಲಿ ಅರ್ಥಪೂರ್ಣವಾದ ಹೊಸದನ್ನು ಸ್ಥಾಪಿಸಬಹುದು. ಸವೆದು ಹೋದ ನಾಣ್ಯವನ್ನು ಚಲಾವಣೆಯಿಂದ ನಿರಾಕರಿಸುವುದಿಲ್ಲವೆ, ಹಾಗೆ. ಮಾನವೀಯ ದೃಷ್ಟಿಯೇ ಪ್ರಮುಖವೆಂದು ನನ್ನ ಭಾವನೆ'' ಚಂದ್ರಗುಪ್ತ ಸ್ಪಷ್ಟವಾಗಿ ಹೇಳಿದ.

ಚಾಣಕ್ಯನ ಮುಖದಲ್ಲಿ ಮೆಚ್ಚಿಗೆ ಮೂಡಿತು. ''ನಿನ್ನ ಆಲೋಚನೆಯ ಧಾಟಿ ಸಮಂಜಸವಾಗಿದೆ. ನನಗೆ ಸಂತೋಷವಾಗಿದೆ ಚಂದ್ರಗುಪ್ತ. ನಮ್ಮ ಈ ಆಂದೋಲನದಲ್ಲಿ ವಿಶಾಖ, ಲಕ್ಷ್ಮಿ, ಸುಗಂಧಿ, ಸುಜಾತ, ಆ ಇಪ್ಪತ್ತು ಜನ ತರುಣಿಯರ ಅಮೂಲ್ಯ ಕೊಡುಗೆಯಿದೆ. ಆದರಲ್ಲೂ ಸುಗಂಧಿಯ ತ್ಯಾಗ ಮಹೋನ್ನತವಾದದ್ದು. ಅವಳ ಬಗ್ಗೆ ನನಗೆ ಅಪಾರವಾದ ಗೌರವವಿದೆ. ಸ್ತ್ರೀಶಕ್ತಿ ಮತ್ತು ಪುರುಷಶಕ್ತಿಗಳ ಸಂಗಮದಿಂದ ಒಂದು ಸಾಮ್ರಾಜ್ಯವನ್ನೇ ಕಟ್ಟಿದೆವೆಂದು ಹೆಮ್ಮೆಯಿಂದ ಹೇಳಿಕೊಳ್ಳಬಹುದು. ಸುಗಂಧಿಯ ಆ ಶಕ್ತಿ ವ್ಯರ್ಥವಾಗಬಾರದು. ಅದಕ್ಕೆ ಸೂಕ್ತ ಮನ್ನಣೆ ಕೊಡಲೇಬೇಕು. ಚರಣನಿಗೆ ಹೇಳು, ನನ್ನ ಸಂಪೂರ್ಣ ಸಮ್ಮತಿಯಿದೆ.''

''ಸಂತೋಷವಾಯಿತು ಆಚಾರ್ಯ'' ಚಂದ್ರಗುಪ್ತ ಉತ್ಸಾಹದಿಂದ ಹೇಳಿದ, ''ಅವನ ತಾಯಿಯೊಬ್ಬರು ಒಪ್ಪಿಬಿಟ್ಟರೆ ಎಲ್ಲ ಸುಸೂತ್ರವಾದಂತೆ.''

''ನಾಳೆ, ನಾಳಿದ್ದು ಯಾವಾಗಲಾದರೂ ಒಮ್ಮೆ ಆಕೆಗೆ ಇತ್ತ ಬಂದುಹೋಗುವಂತೆ ಹೇಳು. ಚರಣ ಸುಗಂಧಿಯನ್ನು ಭೇಟಿ ಮಾಡಲಿ. ನಮ್ಮ ಭಾವನೆಗಳು ಈ ಕಲ್ಲುಮನಸ್ಸಿನ ಬ್ರಹ್ಮಚಾರಿಗೆ ಎಲ್ಲಿ ಅರ್ಥವಾಗುತ್ತದೆ, ಎಂದು ನನ್ನನ್ನು ಆಕ್ಷೇಪಿಸಬೇಡಿ. ನನ್ನನ್ನು ತಂದೆಯಂತೆ ಭಾವಿಸಿದ ಮೇಲೆ, ಮಕ್ಕಳ ಹಿತದ ಬಗ್ಗೆ ತಂದೆಯೂ ಆಲೋಚಿಸಬೇಕಲ್ಲವೆ ?'' ಎಂದು ಚಾಣಕ್ಯ ನಕ್ಕ.

೫

ಮರುದಿನ ಮುಂಜಾನೆಯೇ ಚಂದ್ರಗುಪ್ತ ಮತ್ತು ಮಿತ್ರರೊಂದಿಗೆ ಚಾಣಕ್ಯ ಅರಮನೆಗೆ ಬಂದ. ಅಷ್ಟು ಹೊತ್ತಿಗೆ, ಮೊದಲೇ ಸೂಚನೆ ಕೊಟ್ಟಿದ್ದಂತೆ ಭಾಗುರಾಯಣ, ಡಿಂಗಿರಾತ, ಭದ್ರಭಟ ಮತ್ತು ಚಿತ್ರವರ್ಮ ಕೂಡ ಬಂದಿದ್ದರು. ಅರಮನೆಯ ಎಲ್ಲ ಕಡೆ ಸಮಗ್ರವಾಗಿ ಪರಿಶೀಲಿಸುವ ಇಚ್ಛೆಯನ್ನು ಚಾಣಕ್ಯ ವ್ಯಕ್ತಪಡಿಸಿದ. ಅರಮನೆಯ ಪರಿಚಯವಿದ್ದ ಭಾಗುರಾಯಣ ಅವರನ್ನು ಕರೆದುಕೊಂಡು ಹೊರಟ. ಪಾಕಶಾಲೆ, ಸಂದರ್ಶನಶಾಲೆ, ಮಂತ್ರಶಾಲೆ, ಓಲಗ ಶಾಲೆ, ಅಂತಃಪುರ, ಉಗ್ರಾಣ, ಸ್ನಾನಗೃಹ, ಅತಿಥಿಶಾಲೆ, ಕೋಶಾಗಾರ – ಹೀಗೆ ಒಂದೊಂದು ಕಡೆಯಲ್ಲೂ ಚಾಣಕ್ಯ ಪರೀಕ್ಷಾದೃಷ್ಟಿಯಿಂದ ಗಮನಿಸುತ್ತಿದ್ದ,

ವಿಶೇಷವಾಗಿ ಅಂತಃಪುರದಲ್ಲಿ ಅವನು ಗೋಡೆ ಗೋಡೆಗಳನ್ನು ವಿವರವಾಗಿ ಪರಿಶೀಲಿಸಿದ. ಏನೋ ಅನುಮಾನ ಅವನ ಮುಖದಲ್ಲಿದ್ದಂತಿತ್ತು. ಧನನಂದ ಬಹುಪಾಲು ಸಮಯವನ್ನು ಪ್ರಮದೋದ್ಯಾನದ ಅಂತಃಪುರದಲ್ಲಿ ಹೊಸ ಹೊಸ ಹೆಣ್ಣುಗಳ ಜೊತೆ ವಿಲಾಸ ವಿನೋದಗಳಲ್ಲಿ ಕಳೆಯುತ್ತಿದ್ದ. ಈ ಅಂತಃಪುರದಲ್ಲಿ ಸುಮತಿ ಮತ್ತು ಸುಮಾಲ್ಯ ಮಾತ್ರ ಇರುತ್ತಿದ್ದರು.

ಎಲ್ಲ ಕಡೆ ಕರ್ತವ್ಯದ ಮೇಲಿದ್ದ ಪರಿಚಾರಕರು, ಮೇಲ್ವಿಚಾರಕರು ಬಂದು ನಮಸ್ಕರಿಸಿ ಹಿಂದೆ ಸರಿಯುತ್ತಿದ್ದರು. ಅಂತಃಪುರದಲ್ಲಿ ಸುಮತಿ ಮತ್ತು ಸುಮಾಲ್ಯ ಬಳಸುತ್ತಿದ್ದ ವಸ್ತ್ರಗಳು, ಒಡವೆಗಳು ಮತ್ತಿತರ ಪದಾರ್ಥಗಳು ಅಸ್ತವ್ಯಸ್ತವಾಗಿ ಬಿದ್ದಿದ್ದವು. ಸುಮಾಲ್ಯನ ಪಲ್ಲಂಗದ ಬಳಿಯ ಕಾಲುಮಣೆಯ ಮೇಲೆ ಸುಮಂತ ಕೊಡುತ್ತಿದ್ದ ಚೂರ್ಣದ ಭರಣಿಗಳು ಇದ್ದವು. ಅಂತಃಪುರದ ಮೇಲ್ವಿಚಾರಕನಾದ ವೃದ್ಧ ಕಂಚುಕಿಯನ್ನು ಕರೆದು ಚಾಣಕ್ಯ ಹೇಳಿದ, ''ಇಲ್ಲಿ ಧನನಂದ, ಅವನ ರಾಣಿ, ಮಗ ಬಳಸುತ್ತಿದ್ದ ಎಲ್ಲ ಪದಾರ್ಥಗಳನ್ನೂ ಒಂದು ಕಡೆ ತೆಗೆದಿಡಿ, ಅವನ್ನೆಲ್ಲ ಬಡಬಗ್ಗರಿಗೆ ದಾನ ಮಾಡಲಾಗುತ್ತದೆ. ಆಭರಣ ಇತ್ಯಾದಿ ಅಮೂಲ್ಯ ವಸ್ತುಗಳ ಪಟ್ಟಿ ಮಾಡಿ ಭಂಡಾರಕ್ಕೆ ಕಳಿಸಿಕೊಡಿ.''

''ತಮ್ಮ ಅಪ್ಪಣೆಯಂತಾಗಲಿ'' ಎಂದು ಅವನು ತಲೆ ಬಾಗಿದ.

''ಎಲ್ಲ ಪರಿಚಾರಕರು, ಮೇಲ್ವಿಚಾರಕರು, ಅರಮನೆಯ ಎಲ್ಲ ಕೆಲಸಗಾರರನ್ನು ಸಂದರ್ಶನ ಶಾಲೆಗೆ ಬರಲು ಹೇಳಿ. ಕೋಶಾಧ್ಯಕ್ಷನೆಲ್ಲಿ?''

''ಹೇಳಿ ಕಳಿಸಿದ್ದೇನೆ ಆಚಾರ್ಯ'' ಎಂದ ಚರಣ.

ಅಲ್ಲಿಂದ ಎಲ್ಲ ಸಂದರ್ಶನ ಶಾಲೆಗೆ ಬಂದು ಪೀಠಗಳ ಮೇಲೆ ಕುಳಿತರು. ಅರಮನೆಯ ಎಲ್ಲ ಕೆಲಸಗಾರರೂ ಬಂದು ಸೇರಿದರು. ಅವರ ಹೆಸರು, ಏನು ಕೆಲಸ ಎಂದು ಅವರೇ ಹೇಳುವಂತೆ ಚಾಣಕ್ಯ ಆದೇಶ ನೀಡಿದ. ಒಂದೊಂದು ಮುಖವನ್ನೂ ತೀವ್ರವಾಗಿ ಗಮನಿಸಿದ. ಅವನ ನೋಟಕ್ಕೇ ಕೆಲವರು ಹೆದರಿಬಿಟ್ಟರು.

ಅವರೆಲ್ಲರ ಪರಿಚಯ ಮುಗಿದ ನಂತರ ಚಾಣಕ್ಯ ಹೇಳಿದ, ''ಇಲ್ಲಿಯವರೆಗಿನದನ್ನು ಮರೆಯಬೇಕು, ಹೊಸ ಅಧಿಕಾರಕ್ಕೆ ನಿಷ್ಠರಾಗಿರಬೇಕು. ಈ ಅರಮನೆಯಲ್ಲಿ ಕೆಲಸ ಮಾಡುವ ಎಲ್ಲರೂ ಚಂದ್ರಗುಪ್ತ ಮಹಾರಾಜರ ಸ್ವಂತ ಕುಟುಂಬದಂತೆ. ಆ ಕುಟುಂಬದ ಪ್ರತಿಯೊಬ್ಬರಲ್ಲೂ ಪರಸ್ಪರ ನಂಬಿಕೆ, ನಿಷ್ಠೆ, ಪ್ರೀತಿ, ವಿಶ್ವಾಸಗಳಿರಬೇಕು. ದ್ರೋಹ ಚಿಂತನೆ ಮಹಾಪರಾಧ. ಹಿಂದಿನ ರಾಜನಿಗೆ ಮನಸ್ಸಿನಲ್ಲಿ ನಿಷ್ಠೆಯಿಟ್ಟುಕೊಂಡು, ಬರೀ ಸಂಬಳಕ್ಕಾಗಿ ಕೆಲಸ ಮಾಡುವ ಯಾರೂ ನಮಗೆ ಬೇಕಾಗಿಲ್ಲ, ಅಂಥವರು ಯಾರೆಂದು ಬೇಕಾದರೆ ಎಲ್ಲರೆದುರಿಗೆ ನಾನೇ ಹೇಳಿಬಿಡುತ್ತೇನೆ. ಅದರ ಬದಲು ಅವರೇ ಹೊರಟುಹೋದರೆ ಒಳ್ಳೆಯದು. ಅವರಿಗೆ ನಮ್ಮಿಂದ ಯಾವ ಅಪಾಯವೂ ಇಲ್ಲ, ಅವರು ನಿರ್ಭಯವಾಗಿ ಹೋಗಬಹುದು'' ಎಂದು ಚಾಣಕ್ಯ ಎಲ್ಲರತ್ತ ಹರಿತವಾಗಿ ದುರುಗುಟ್ಟಿ ನೋಡಿದ. ಹೃದಯವನ್ನೇ ಕಳಚಿ ತೆಗೆಯುವಂಥ ಆ ನೋಟದ ತೀಕ್ಷ್ಣತೆ ಸತ್ಯವನ್ನು ಹೊರ ತೆಗೆಯುವುದೆಂದು ಭಯವಾಯಿತು. ಹತ್ತು ಜನ ಗುಂಪಿನಿಂದ ಹೊರಬಂದು ಚಾಣಕ್ಯನಿಗೆ ನಮಸ್ಕರಿಸಿ ''ಕ್ಷಮಿಸಿ, ದಯವಿಟ್ಟು ನಮಗೆ ಕೆಲಸದಿಂದ ಬಿಡುಗಡೆ ನೀಡಿ'' ಎಂದು ಕೇಳಿಕೊಂಡರು.

"ಬಹಳ ಸಂತೋಷ. ನಿಮ್ಮ ನಿಷ್ಠೆ ನಿಮ್ಮ ಸ್ವಂತ ವಿಚಾರ. ನಿರಾತಂಕವಾಗಿ ಹೋಗಿ" ಎಂದು ಚಾಣಕ್ಯ ಅವರನ್ನು ಕಳಿಸಿಕೊಟ್ಟ.

ಭಾಗುರಾಯಣ ಮತ್ತಿತರ ಸೇನಾಧ್ಯಕ್ಷರು ಮತ್ತು ಉಳಿದ ಕೆಲಸಗಾರರೆಲ್ಲ ಅದ್ಭುತವನ್ನು ಕಂಡಂತೆ ಬೆರಗಾದರು. ಅದು ಉಳಿದೆಲ್ಲರಿಗೂ ಪರೋಕ್ಷವಾಗಿ ಎಚ್ಚರಿಕೆಯನ್ನು ನೀಡಿದಂತಾಯಿತು.

ಕೆಲಸಗಾರರೆಲ್ಲ ಮತ್ತೆ ತಮ್ಮ ಕರ್ತವ್ಯಗಳ ಮೇಲೆ ಹೊರಟುಹೋದ ನಂತರ, ಕೋಶಾಧ್ಯಕ್ಷ ಆತುರಾತುರವಾಗಿ ಓಡಿಬಂದು ಸಮಸ್ಕರಿಸಿದ. ಅವನು ಇಂಥವನೇ ಇರಬೇಕೆಂದು ಊಹಿಸಿದರೂ ಚಾಣಕ್ಯ "ಯಾರು ನೀನು ? ಬೆವರು ಸುರಿಸಿಕೊಂಡು ಏದುಸಿರು ಬಿಡುತ್ತ ಓಡಿ ಬರಲು ಕಾರಣವೇನು ? ಯಾವುದಾದರೂ ಆಪತ್ತಿಗೆ ಸಿಕ್ಕಿರುವೆಯಾ ?"ಎಂದು ಕೇಳಿದ.

"ನಾನು ಶ್ರೀನಿಧಿ, ಕೋಶಾಧ್ಯಕ್ಷ."

"ಓಹೋ, ನೀವೇ ಕೋಶಾಧ್ಯಕ್ಷರೋ ? ನಿಮ್ಮ ಹೆಸರು ಶ್ರೀನಿಧಿಯೋ ? ನಿಮ್ಮ ಹೆಸರನ್ನು ನೋಡಿ ನಿಮಗೆ ಕೋಶಾಧ್ಯಕ್ಷ ಪದವಿ ಕೊಟ್ಟರೋ ?"

"ಹಾಗೇನಿಲ್ಲ, ಹತ್ತು ವರ್ಷದಿಂದ ಈ ಹೊಣೆಯನ್ನು ನಿರ್ವಹಿಸುತ್ತಿದ್ದೇನೆ" ಎಂದು ಶ್ರೀನಿಧಿ ತೊದಲಿದ.

"ಹತ್ತು ವರ್ಷದ ಅನುಭವವೂ ಇರಬೇಕಲ್ಲ?"

"ಇದೆ, ಖಂಡಿತ ಇದೆ."

"ಆದರೆ ಈ ಹತ್ತು ವರ್ಷಗಳಲ್ಲಿ ಇಂಥ ಅನುಭವ ಆಗಿರಲಿಲ್ಲ ಅಲ್ಲವೆ ? ಆಗಿದ್ದರೆ ಚಂದ್ರಗುಪ್ತ ಮಹಾರಾಜರು ಅರಮನೆಯನ್ನು ಸ್ವಾಧೀನಕ್ಕೆ ತೆಗೆದುಕೊಂಡ ಕೂಡಲೇ ಭಂಡಾರದ ಬೀಗದ ಕೈಗಳನ್ನು ತಂದೊಪ್ಪಿಸಿ, ಆದಾಯ ವೆಚ್ಚಗಳ ಲೆಕ್ಕವನ್ನು ನೀಡ ಬೇಕಾಗಿತ್ತಲ್ಲವೆ ?"

"ಹೌದು, ನನ್ನಿಂದ ಅಪರಾಧವಾಯಿತು, ಕ್ಷಮಿಸಿ."

"ಅಪರಾಧ ಮಾಡಿ ಕ್ಷಮಿಸುವಂತೆ ಕೇಳುವುದರ ಬದಲು, ಅಪರಾಧವೇ ಆಗದಂತೆ ಎಚ್ಚರ ವಹಿಸಿದ್ದರೆ, ನೀವು ಕ್ಷಮಿಸುವಂತೆ ಕೇಳುವಂತೆಯೂ ಇರಲಿಲ್ಲ, ನಾನು ಕ್ಷಮಿಸ ಬೇಕಾಗಿಯೂ ಇರಲಿಲ್ಲ ಅಲ್ಲವೆ ?"

"ಪ್ರಾಣಭಯದಿಂದ ನಾನು ಹೆದರಿ ಓಡಿಹೋದೆ. ಬೀಗದ ಕೈಗಳನ್ನು ಒಪ್ಪಿಸಿಕೊಳ್ಳಿ" ಎಂದು ಅವನು ಆ ಗೊಂಚಲನ್ನು ಎದುರಿಗಿಟ್ಟ.

"ಈ ಅರಮನೆಯಲ್ಲಿರುವ ಅನೇಕರಿಗೆ ಇಲ್ಲದ ಪ್ರಾಣಭಯ ನಿಮ್ಮೊಬ್ಬರಿಗೆ ಎಲ್ಲಿಂದ ಬಂತು ?"

ಚಾಣಕ್ಯನ ನಿಷ್ಠುರವಾದ ಮಾತಿನ ಧಾಟಿಗೆ ಎಲ್ಲ ಉಸಿರು ಬಿಗಿಹಿಡಿದು ಕೂಡು ವಂತಾಯಿತು. ಅವನು ಆಗಾಗ ಚಂದ್ರಗುಪ್ತ ಮತ್ತು ಚರಣನ ಕಡೆ ನೋಡಿ ಮಾತಾಡುತ್ತಿದ್ದ. ಇಂಥ ಸಂದರ್ಭದಲ್ಲಿ ಹೇಗೆ ನಡೆದುಕೊಳ್ಳಬೇಕೆಂದು ಅವನು ಚಂದ್ರಗುಪ್ತನಿಗೆ ಪ್ರಾಯೋಗಿಕವಾಗಿ ಪಾಠ ಹೇಳುತ್ತಿರುವಂತಿತ್ತು.

"ಕ್ಷಮಿಸಿ, ಅರಮನೆಯ ಹೊರಗೆ ಗದ್ದಲವಾದಾಗ ನನಗೆ ಭಯವಾಗಿ ಭಂಡಾರಕ್ಕೆ ಬೀಗ ಹಾಕಿ ಹೊರಟು ಹೋದೆ."

“ಭಂಡಾರದಲ್ಲಿರುವ ಧನ, ಆಭರಣ, ಚಿನ್ನ, ಬೆಳ್ಳಿ ಎಲ್ಲದರ ಲೆಕ್ಕ ಸರಿಯಾಗಿದೆಯೆ ?”

“ಇರಬಹುದೆಂದು ಕಾಣುತ್ತದೆ.”

“ಈಗಲೇ ಪರಿಶೀಲಿಸಬಹುದೇ ?”

ಅವನು ಮಾತಾಡಲಿಲ್ಲ, ಚಾಣಕ್ಯನೇ ಕೇಳಿದ, “ಅದರಲ್ಲಿ ಕೊರತೆಯೇನಾದರೂ ಕಂಡುಬಂದರೆ ?”

ಆಗಲೂ ಅವನು ಮಾತಾಡಲಿಲ್ಲ, ಅವನು ಬೆದರಿದ್ದ. ಭಯದಿಂದ ಉಗುಳು ನುಂಗುವುದು ಅವನ ಗಂಟಲ ಚಲನೆಯಿಂದ ಗೊತ್ತಾಗುತ್ತಿತ್ತು. ಎರಡು ಕ್ಷಣ ಸುಮ್ಮನಿದ್ದು ಚಾಣಕ್ಯ, ಇದ್ದಕ್ಕಿದ್ದಂತೆ “ನೀವು ಮಹಾಮಾತ್ಯ ರಾಕ್ಷಸನಿಗೆ ಪರಮಾಪ್ತರಲ್ಲವೇ ?” ಎಂದ.

“ಆಪ್ತನಲ್ಲ, ಅವರ ಕೈಕೆಳಗಿನ ವಿಧೇಯ ಕೆಲಸಗಾರ.”

“ಆದೇ ಸಮಯದಲ್ಲಿ ನೀವು ಶ್ರೀಯಕನಿಗೂ ಆಪ್ತರಾದಿರಿ, ಅಲ್ಲವೆ ?”

ಶ್ರೀನಿಧಿ ಬೆಚ್ಚಿದ. ಗುಟ್ಟು ರಟ್ಟಾಯಿತಲ್ಲ ಎಂಬ ಭಾವನೆ ಅವನ ಮುಖದಲ್ಲಿ ಕಂಡಿತು. ಮಾತಾಡಲಿಲ್ಲ.

“ಚಂದ್ರಗುಪ್ತ ಮಹಾರಾಜರ ಆಳ್ವಿಕೆಯಲ್ಲಿ ಕೆಲಸ ಮಾಡಲು ನಿಮಗೆ ಸಮ್ಮತವಿಲ್ಲ ಎಂದು ಅರ್ಥವಾಯಿತು” ಎಂದ ಚಾಣಕ್ಯ.

“ಹೌದು, ನನ್ನನ್ನು ಬಿಡುಗಡೆಗೊಳಿಸಿ” ಎಂದು ಅವನು ವಿನಯದಿಂದ ತಲೆಬಾಗಿ ನಮಸ್ಕರಿಸಿದ.

“ಬಲವಂತವಾಗಿ ನಾವು ಯಾರನ್ನೂ ಇರಿಸಿಕೊಳ್ಳುವುದಿಲ್ಲ, ನೀವು ಹೋಗಬಹುದು” ಎಂದು ಹೇಳಿ ಅವನು ಎರಡು ಹೆಜ್ಜೆ ಇಡುತ್ತಿದ್ದಂತೆ, “ನಿಲ್ಲಿ” ಎಂದು ಚಾಣಕ್ಯ ಅಬ್ಬರಿಸಿದ. ಅವನು ನಿಂತು ಮತ್ತೇನು ಆಪತ್ತೋ ಎಂದು ತಿರುಗಿ ನೋಡಿದ.

“ಭಾಗುರಾಯಣರೇ” ಚಾಣಕ್ಯ ಹೇಳಿದ, “ಇವರನ್ನು ಕೋಶಾಗಾರಕ್ಕೆ ಕರೆದುಕೊಂಡು ಹೋಗಿ. ನಮ್ಮ ಚರಣನೂ ಬರುತ್ತಾನೆ. ಸಹಾಯಕರನ್ನು ಕರೆದುಕೊಳ್ಳಿ, ಭಂಡಾರದ ಎಲ್ಲ ವಸ್ತುಗಳ ಲೆಕ್ಕ ತೆಗೆದುಕೊಳ್ಳಿ, ಕಡಿಮೆ ಬಂದು, ದುರುಪಯೋಗವಾಗಿದೆ ಎನ್ನಿಸಿದರೆ, ಮಹಾರಾಜರ ಆಜ್ಞೆಗೆ ಕಾಯದೆ ಇವರನ್ನು ಶೂಲಕ್ಕೇರಿಸಿಬಿಡಿ” ಚಾಣಕ್ಯನ ಧ್ವನಿ ಎಷ್ಟು ಕಠಿಣವಾಗಿತ್ತೋ, ಅಷ್ಟೇ ನಿರ್ದಯವಾಗಿತ್ತು.

ಭಾಗುರಾಯಣ ಮೇಲೆದ್ದ, ಚರಣನೂ ಹತ್ತಿರ ಬಂದ. ಸಿಂಹಸೇನ ಮತ್ತಿತರರೂ ಅವನ ಬಳಿಗೆ ಬರತೊಡಗಿದರು. ಮೃತ್ಯುವನ್ನೇ ಕಣ್ಣೆದುರಿಗೆ ಕಂಡಂತೆ ಶ್ರೀನಿಧಿ “ಬೇಡ, ಬೇಡ, ನನ್ನನ್ನು ಕಾಪಾಡಿ” ಎಂದು ಕರುಣಾಜನಕವಾಗಿ ಚೀರಿ ಚಾಣಕ್ಯನ ಕಾಲುಗಳ ಮೇಲೆ ಬಿದ್ದ, ಎಲ್ಲ ಕುತೂಹಲಗೊಂಡರು. ಅವನ ಕಣ್ಣಲ್ಲಿ ಧಾರಾಕಾರವಾಗಿ ಕಂಬನಿ ಹರಿಯುತ್ತಿತ್ತು.

ಚಾಣಕ್ಯ ಸ್ವಲ್ಪವೂ ವಿಚಲಿತನಾಗಲಿಲ್ಲ, ಕರುಣೆಯ ಲವಲೇಶವೂ ಅವನ ಮುಖದಲ್ಲಿ ಕಾಣಲಿಲ್ಲ, “ಈಗ ಸ್ಪಷ್ಟವಾಗಿ ಹೇಳಿಬಿಡಿ, ನೀವು ಮಾಡಿರುವ ತಪ್ಪನ್ನು ನೀವೇ ಸರಿಪಡಿಸಿಬಿಡಿ, ನಿಮ್ಮ ಜೀವವುಳಿಸಿಕೊಳ್ಳಿ” ಎಂದ ಗಂಭೀರವಾಗಿ.

“ಹೇಳುತ್ತೇನೆ, ಎಲ್ಲವನ್ನೂ ಹೇಳುತ್ತೇನೆ” ಎಂದು ಶ್ರೀನಿಧಿ ಹೇಳತೊಡಗಿದ, “ಮಹಾಮಾತ್ಯ ರಾಕ್ಷಸರಿಗೆ ನನ್ನ ಮೇಲೆ ತುಂಬ ನಂಬಿಕೆ, ಭರವಸೆ. ಮಹಾರಾಜರಿಗೂ

ಅಷ್ಟೇ ನಾನೂ ನಿಷ್ಠಾವಂತನಾಗಿಯೇ ಇದ್ದೆ. ಆದರೆ ಶ್ರೀಯಕ ಅಮಾತ್ಯನಾದ ಮೇಲೆ ಸ್ವಲ್ಪ ಸ್ವಲ್ಪವೇ ನನ್ನ ತಲೆ ಕೆಡಿಸಿ ಧನ ದುರುಪಯೋಗದ ಪಾಠ ಕಲಿಸಿದ. ನಾನೂ ದುರಾಸೆಗೆ ಬಲಿಯಾದೆ. ತಪ್ಪು ಲೆಕ್ಕಗಳನ್ನು ಬರೆದು ಅವರ ಜೊತೆ ನಾನೂ ಸ್ವಲ್ಪ ದುರುಪಯೋಗ ಪಡಿಸಿಕೊಂಡೆ. ಆದರೆ ಕೆಲವು ದಿನಗಳ ಮೊದಲು ಶ್ರೀಯಕ ತನ್ನ ಒಳಸಂಚನ್ನು ನನಗೆ ಸೂಕ್ಷ್ಮವಾಗಿ ಹೇಳಿದ. ಆ ದಿನ ರಾಜಕುಮಾರನ ಹತ್ಯೆಯಾಗುತ್ತದೆ, ರಾಜನ ಹತ್ಯೆಯೂ ಆಗಬಹುದು. ಅರಮನೆಯಲ್ಲಿ ಗದ್ದಲವಾದ ಕೂಡಲೇ ಒಂದಷ್ಟು ಧನ, ಆಭರಣಗಳನ್ನು ತೆಗೆದುಕೊಂಡು ಹೋಗಿಬಿಡು. ಆಕಸ್ಮಿಕವಾಗಿ ಹೆಚ್ಚು ಕಡಿಮೆಯಾಗಿ ತಲೆ ತಪ್ಪಿಸಿಕೊಳ್ಳು ವಂತಾದರೆ ಉಪಯೋಗವಾಗುತ್ತದೆ. ಗೊತ್ತಾದರೆ ರಾಕ್ಷಸ ನಿನ್ನನ್ನು ಬಿಡುವುದಿಲ್ಲ, ನೀನೂ ನನ್ನ ಜೊತೆಯಲ್ಲೇ ಬಾ, ಎಂದು ಹೇಳಿದ್ದರು. ಆದರಂತೆ ಗದ್ದಲ ಆರಂಭವಾದ ಕೂಡಲೇ ನಾನು ಒಂದು ಪೆಟ್ಟಿಗೆಯ ತುಂಬ ಸಿಕ್ಕಿದಷ್ಟು ಧನ, ಆಭರಣಗಳನ್ನು ತುಂಬಿಕೊಂಡು ಹೋಗಿಬಿಟ್ಟೆ.''

''ಆಮೇಲೆ ಧನನಂದನೇನೋ ಸತ್ತ. ಅದು ಶ್ರೀಯಕನಿಂದಲ್ಲ ಎಂಬುದು ಗೊತ್ತಾಯಿತು. ಶ್ರೀಯಕನೂ ಸತ್ತ. ರಾಕ್ಷಸ ಓಡಿಹೋದ. ನಿನಗೆ ಭಯದಿಂದ ಕೈಕಾಲು ನಡುಗತೊಡಗಿದವು. ಅರಮನೆಗೆ ಬರಲು ಧೈರ್ಯವಾಗಲಿಲ್ಲ, ಊರು ಬಿಟ್ಟು ಓಡಿಹೋಗಲೂ ಸಾಧ್ಯವಾಗಲಿಲ್ಲ, ಅಲ್ಲವೇ ?''

''ಹೌದು ಎಲ್ಲವನ್ನೂ ತಂದುಕೊಡುತ್ತೇನೆ. ದಯವಿಟ್ಟು ನನ್ನನ್ನು ಕೊಲ್ಲಬೇಡಿ.''

''ಸಿಂಹಸೇನ, ಭಾಸ್ಕರ ನೀವು ಇವನ ಜೊತೆಯಲ್ಲಿ ಹೋಗಿ. ಆ ಧನದ ಪೆಟ್ಟಿಗೆಯನ್ನು ತೆಗೆಸಿಕೊಂಡು ಬನ್ನಿ. ಬರುತ್ತ ಇವನೇ ಅದನ್ನು ತಲೆಯ ಮೇಲೆ ಹೊತ್ತು ನಡೆದು ಬರಬೇಕು. ದಾರಿಯಲ್ಲಿ ಜನ ಕೇಳಿದರೆ ಇವನು ಮಾಡಿದ ಮಹಾಕಾರ್ಯವನ್ನು ಎಲ್ಲರಿಗೂ ತಿಳಿಸಿ.''

ಶ್ರೀನಿಧಿ ಆ ಮಾತನ್ನು ಕೇಳಿ, ಇನ್ನಷ್ಟು ನೆಲಕ್ಕೆ ಇಳಿದು ಹೋದ. ಆದರೆ ಏನೂ ಮಾಡಲಾಗದ ಅಸಹಾಯಕತೆಯಲ್ಲಿ ಸಿಂಹಸೇನ ಮತ್ತು ಭಾಸ್ಕರನನ್ನು ಹಿಂಬಾಲಿಸಿದ.

ಚಾಣಕ್ಯನ ನಿಷ್ಠುರತೆಯ ಪರಿಣಾಮ ಎಲ್ಲರ ಮೇಲೂ ಆಗಿತ್ತು. ರಾಕ್ಷಸ ರಾಜ ಶಾಸನವನ್ನು ಪ್ರಜೆಗಳ ಮೇಲೆ ಕಾರ್ಯರೂಪಕ್ಕೆ ತರಲು ತೀರ ಕಠಿಣವಾಗಿ ವರ್ತಿಸುತ್ತಿದ್ದನೇ ಹೊರತು, ತನ್ನ ಅಧಿಕಾರಿಗಳ ಮೇಲೆಯೇ ಎಂದೂ ಹೀಗೆ ನಡೆದುಕೊಂಡಿದ್ದು ಸೇನಾಧ್ಯಕ್ಷರ ನೆನಪಿಗೆ ಬರಲಿಲ್ಲ.

''ತುಂಬ ನಿರ್ದಯ ವರ್ತನೆ ಎನಿಸುತ್ತಿದೆಯಲ್ಲವೆ ?'' ಎಂದು ಚಾಣಕ್ಯ ನಗುತ್ತ ಎಲ್ಲರತ್ತ ಒಮ್ಮೆ ನೋಡಿದ. ಯಾರೂ ಮಾತನಾಡುವ ಧೈರ್ಯ ತೋರಿಸಲಿಲ್ಲ, ಮತ್ತೆ ತಾನೇ ಹೇಳಿದ, ''ಒಳಸಂಚು, ದ್ರೋಹ, ಸ್ವತ್ತಿನ ಅಪಹರಣ, ಅತ್ಯಾಚಾರ, ಕೊಲೆ, ಇಂಥ ಗುರುತರ ಅಪರಾಧ ಮಾಡಿದವರೊಂದಿಗೆ ಎಷ್ಟು ನಿರ್ದಯನಾಗಿ, ನಿಷ್ಠುರನಾಗಿದ್ದರೂ ಸಾಲದು. ಅಂಥ ಸಮಯದಲ್ಲಿ ಹೃದಯ ಕಲ್ಲಾಗಿರಬೇಕು. ಅಂಥ ಅಪರಾಧಿಗಳಿಗೆ ಕ್ಷಮೆ ತೋರಿಸುವುದು ಮತ್ತೆ ಆ ಬಗೆಯ ನೂರು, ಸಾವಿರ ಅಪರಾಧಗಳಿಗೆ ಕಾರಣವಾಗುತ್ತದೆ. ಶಿಷ್ಟರಿಗೆ ಸುಖ, ನೆಮ್ಮದಿಯನ್ನು ಕೊಡಬೇಕಾದರೆ, ದುಷ್ಟರೊಂದಿಗೆ ನಿಷ್ಠುರವಾಗಿ ವರ್ತಿಸಲೇಬೇಕು.''

''ಹೌದು, ತಮ್ಮ ಸಲಹೆ ಅತ್ಯಂತ ಸೂಕ್ತವಾಗಿದೆ ಆಚಾರ್ಯ'' ಭಾಗುರಾಯಣ ಹೇಳಿದ, ''ಇದೇ ನಿಜವಾದ ಆಡಳಿತ ವಿಚಕ್ಷಣತೆ. ಅವನಿಗೆ ಮರಣದಂಡನೆಯನ್ನೇ ವಿಧಿಸಬಹುದು.''

''ಇಲ್ಲ ಭಾಗುರಾಯಣರೇ, ನಾನವನನ್ನು ಹಾಗೇ ಬಿಟ್ಟುಬಿಡುತ್ತೇನೆ. ಅದಕ್ಕೂ

ಒಂದು ಕಾರಣವಿದೆ. ಅದು ಆಮೇಲೆ ಗೊತ್ತಾಗುತ್ತದೆ. ಅಂದ ಹಾಗೆ ಭಾಗುರಾಯಣರೇ, ಕಾರಾಗೃಹಾಧ್ಯಕ್ಷ ಇಲ್ಲವೆಂದು ಗೊತ್ತಾಯಿತು."

"ಹೌದು ಆಚಾರ್ಯ" ಭಾಗುರಾಯಣ ಹೇಳಿದ, "ಎರಡು ವರ್ಷಗಳ ಹಿಂದೆ ಅವನು ತೀರಿಕೊಂಡ ನಂತರ ಮತ್ತೆ ಆ ಸ್ಥಾನಕ್ಕೆ ಯಾರನ್ನೂ ನೇಮಿಸಲಿಲ್ಲ. ಸದ್ಯಕ್ಕೆ ಕಾರಾಗೃಹದ ಮೇಲ್ವಿಚಾರಣೆಯನ್ನು ನಾನೇ ನೋಡಿಕೊಳ್ಳುತ್ತಿದ್ದೇನೆ."

"ಈವರೆಗೆ ನಿಮ್ಮಲ್ಲಿ ಧರ್ಮಸ್ಥೀಯಗಳ ವ್ಯವಸ್ಥೆ ಇರಲಿಲ್ಲವೇ ?"

"ಹೆಸರಿಗೆ ಮಾತ್ರ ಇವೆ ಆಚಾರ್ಯ. ಆದರೆ ಎಲ್ಲ ನ್ಯಾಯ ನಿರ್ಧಾರಗಳನ್ನೂ ಚಕ್ರವರ್ತಿ ಅಥವಾ ಅಮಾತ್ಯ ರಾಕ್ಷಸರು ಮಾಡಿಬಿಡುತ್ತಿದ್ದರು. ಕಾರಾಗೃಹಾಧ್ಯಕ್ಷನಿಗೆ ಸ್ವಂತ ವಿವೇಚನೆಯ ಸ್ವಾತಂತ್ರ್ಯವಿರುತ್ತಿರಲಿಲ್ಲ."

"ಈಗ ಕಾರಾಗೃಹ ಕಿಕ್ಕಿರಿದಿರಬೇಕಲ್ಲವೇ ?"

"ಹೌದು ಸಾಕಷ್ಟು ಸಂಖ್ಯೆಯ ಸೆರೆಯಾಳುಗಳಿದ್ದಾರೆ."

"ಅವರೆಲ್ಲರ ಅಪರಾಧದ ಸ್ವರೂಪ, ಶಿಕ್ಷೆಯ ಸ್ವರೂಪ ಇತ್ಯಾದಿಗಳಿಗೆ ಸಂಬಂಧಿಸಿದಂತೆ ಸೂಕ್ತ ವಿವರಣೆಗಳು ಇರಬೇಕಲ್ಲವೆ ?"

"ಇವೆ ಆಚಾರ್ಯ."

"ಅವನ್ನೆಲ್ಲ ನಾನು ನೋಡಬೇಕು. ಒಂದು ದಿನ ಸೆರೆಮನೆಯ ಆವರಣದಲ್ಲೇ ಸಭೆ ಸೇರೋಣ. ನಿಜವಾದ ಅಪರಾಧವಿಲ್ಲದೆ ವೈಯಕ್ತಿಕ ದ್ವೇಷ, ರಾಜಕೀಯ ಕಾರಣಗಳಿಂದ ಹಲವರನ್ನು ಬಲವಂತವಾಗಿ ಸೆರೆಮನೆಗೆ ದೂಡಿರಲು ಸಾಧ್ಯ. ಅಂಥ ಉದಾಹರಣೆಗಳು ನಿಮಗೂ ಗೊತ್ತಿರಬೇಕಲ್ಲ? ನಾವೆಲ್ಲ ಸೇರಿ ಚರ್ಚಿಸಿ ನಿರ್ಧರಿಸೋಣ. ಚಂದ್ರಗುಪ್ತ ಮಹಾರಾಜರು ಅಂಥವರನ್ನು ಬಿಡುಗಡೆ ಮಾಡಲು ಬಯಸಿದ್ದಾರೆ. ಅಲ್ಲವೇ ಮಹಾರಾಜ ?" ಎಂದು ಚಾಣಕ್ಯ ಚಂದ್ರಗುಪ್ತನ ಕಡೆ ನೋಡಿದ.

ಇಷ್ಟು ಹೊತ್ತು ಯಾರನ್ನೂ ಲೆಕ್ಕಿಸದೆ ತಾನೇ ತಾನಾಗಿ ವಿಜೃಂಭಿಸುತ್ತಿದ್ದ ಚಾಣಕ್ಯ ಮೊಟ್ಟ ಮೊದಲ ಸಲ ಚಂದ್ರಗುಪ್ತನಿಗೆ ಮಾತಾಡುವಂತೆ ಸೂಚಿಸಿದ. ಚಂದ್ರಗುಪ್ತ ಹೇಳಿದ, "ಹೌದು ಸೇನಾಧ್ಯಕ್ಷರೇ, ನಿಜವಾದ ಅಪರಾಧಕ್ಕೆ ತಕ್ಕ ಶಿಕ್ಷೆ, ನನ್ನ ನೀತಿ. ಅದರಲ್ಲಿ ಯಾವುದೇ ಪಕ್ಷಪಾತಕ್ಕೆ ಅವಕಾಶವಿಲ್ಲ. ಹಿಂದೆ ಚಣಕರನ್ನೂ, ನನ್ನ ಮಿತ್ರರನ್ನೂ ಮತ್ತು ನನ್ನನ್ನು ಬಂಧಿಸಿ ಸೆರೆಮನೆಗೆ ದೂಡಿದಂಥ ಅಚಾತುರ್ಯಗಳು ಮುಂದೆ ನಡೆಯಬಾರದು. ಅಂತೆಯೇ ಸಲ್ಲದ ನೆಪಗಳಿಂದ ನಿಜವಾದ ಅಪರಾಧಿಗಳು ಶಿಕ್ಷೆಯಿಂದ ತಪ್ಪಿಸಿಕೊಳ್ಳಲೂಬಾರದು."

"ಅಷ್ಟೇ ಅಲ್ಲ ಸೇನಾಧ್ಯಕ್ಷರೇ" ಚರಣ ಹೇಳಿದ, "ನಾಡಿಗಾಗಿ ಶ್ರಮಿಸಿದ ನಿಷ್ಠಾವಂತರಿಗೆ ಪುರಸ್ಕಾರ ನೀಡುವುದೂ ಅಧಿಕಾರದ ಕರ್ತವ್ಯ. ಅದಕ್ಕಾಗಿಯೇ ಈ ಯುದ್ಧದಲ್ಲಿ ಭಾಗವಹಿಸಿ ಪ್ರಾಣಾರ್ಪಣೆ ಮಾಡಿದ, ಗಾಯಗೊಂಡ ವ್ಯಕ್ತಿಗಳ ಕುಟುಂಬದ ಹಿರಿಯರು ನಾಳೆ ಅರಮನೆಗೆ ಬರುವಂತೆ ಡಂಗುರ ಹೊಡೆಸಲಾಗುತ್ತದೆ. ಅವರ ನೊಂದ ಮನಸ್ಸಿಗೆ ನಾಲ್ಕು ಸಾಂತ್ವನದ ಮಾತು ಮತ್ತು ಅವರ ಸೇವೆಗೆ ತಕ್ಕ ಪರಿಹಾರ ಪುರಸ್ಕಾರಗಳನ್ನು ನೀಡುವಂತೆ ಆಚಾರ್ಯರು ಆಲೋಚಿಸಿದ್ದಾರೆ."

"ನಿಜವಾಗಲೂ ಇದು ಒಂದು ಹೊಸ ರೀತಿ. ಬಹಳ ಚೆನ್ನಾಗಿದೆ ಮತ್ತು ಸೂಕ್ತವಾಗಿದೆ" ಎಂದು ಸೇನಾಧ್ಯಕ್ಷರು ತಮ್ಮ ತಮ್ಮಲ್ಲೇ ಮೆಚ್ಚಿಗೆಯಿಂದ ಮಾತಾಡಿಕೊಂಡರು.

"ಚರಣ, ತೆಗೆದುಕೋ ಈ ಬೀಗದ ಕೈಗಳನ್ನು. ಬೇರೆ ಕೋಶಾಧ್ಯಕ್ಷನ ನೇಮಕವಾಗುವವರೆಗೆ ಭಂಡಾರದ ಹೊಣೆ ನಿನ್ನದು. ಬೇಕಾದರೆ ಸಹಾಯಕ್ಕೆ ನಿನ್ನ ಮಿತ್ರರಲ್ಲಿ ಒಂದಿಬ್ಬರನ್ನು ಕರೆದುಕೊ" ಎಂದ ಚಾಣಕ್ಯ.

"ಅಪ್ಪಣೆ ಆಚಾರ್ಯ" ಎಂದ ಚರಣ ಬೀಗದ ಕೈಗೊಂಚಲನ್ನು ಎತ್ತಿಕೊಂಡ.

ಅಷ್ಟರಲ್ಲಿ ಶ್ರೀನಿಧಿಯೊಂದಿಗೆ ಸಿಂಹಸೇನ ಮತ್ತು ಭಾಸ್ಕರ ಬಂದರು. ಬಹಳ ಭಾರವಾದ ಪೆಟ್ಟಿಗೆಯನ್ನು ಹೊರಲಾರದೆ ಹೊತ್ತು ಅವನು ತಿಣುಕುತ್ತಿದ್ದ. ದಾರಿಯಲ್ಲಿ ನಿಜಸಂಗತಿ ತಿಳಿದು ಜನ ಎಷ್ಟು ಅವಹೇಳನ ಮಾಡಿರಬಹುದೆಂದು ಅವನ ಮುಖ ನೋಡಿ ಊಹಿಸಬಹುದಾಗಿತ್ತು. ಪೆಟ್ಟಿಗೆ ಇಳಿಸಿ ಅಪಮಾನದ ಭಾವನೆಯಿಂದ ಅವನು ತಲೆ ತಗ್ಗಿಸಿ ನಿಂತ.

ಚಾಣಕ್ಯ ಹೇಳಿದ, "ನಿನ್ನನ್ನು ಕೋಶಾಧ್ಯಕ್ಷ ಪದವಿಯಿಂದ ಬಿಡುಗಡೆಗೊಳಿಸಲಾಗಿದೆ. ನೀನು ಹೋಗಬಹುದು."

ಅವನು ತಲೆಯನ್ನು ಮೇಲೆತ್ತದೆ ದುಡು ದುಡು ಹೊರಟುಹೋದ. ಇವನಿಗೆ ಶಿಕ್ಷೆ ವಿಧಿಸದೆ ಚಾಣಕ್ಯ ಏಕೆ ಬಿಟ್ಟುಬಿಟ್ಟನೆಂದು ಎಲ್ಲರ ಮನಸ್ಸಿನಲ್ಲಿ ಪ್ರಶ್ನೆ ಮೂಡಿದರೂ, ಯಾರಿಗೂ ಕೇಳುವ ಧೈರ್ಯವಿರಲಿಲ್ಲ. ಆದರೆ ಚಂದ್ರಗುಪ್ತ ಮತ್ತು ಚರಣನಿಗೆ ಅದಕ್ಕೆ ಏನೋ ಬಲವಾದ ಕಾರಣವೇ ಇರಬೇಕೆನ್ನಿಸಿತು.

ಇನ್ನೇನು ಎಲ್ಲ ಏಳಬೇಕೆನ್ನುವಷ್ಟರಲ್ಲಿ ಭಾಗುರಾಯಣ ಹೇಳಿದ "ಆಚಾರ್ಯ, ನಮ್ಮದೊಂದು ವಿಜ್ಞಾಪನೆ."

"ಭಾಗುರಾಯಣರೇ, ನೀವು ಮಗಧಕ್ಕೆ ನಿಷ್ಠಾವಂತರಾದ ಅನುಭವಿ ಸೇನಾಧ್ಯಕ್ಷರು. ನೀವು ನನ್ನಲ್ಲಿ ವಿಜ್ಞಾಪನೆ ಮಾಡಿಕೊಳ್ಳುವುದೇ ?" ಎಂದ ಚಾಣಕ್ಯ.

"ನಿಮ್ಮ ಸೂರ್ಯನಂಥ ತೇಜಸ್ಸಿನ ಮುಂದೆ ನಮ್ಮ ಅನುಭವ ಬರೀ ಒಂದು ಕಿರು ಹಣತೆ ಆಚಾರ್ಯ" ಎಂದ ಡಿಂಗಿರಾತ.

"ಮಾತಿನಲ್ಲಿ ಮಾತ್ರ ಬಳಕೆಯಾಗುತ್ತಿದ್ದ ತತ್ವಗಳಿಗೆ, ನೀವು ಆಚರಣೆಯ ಗೌರವ ಕೊಡುತ್ತಿದ್ದೀರಿ" ಎಂದ ಭದ್ರಭಟ.

"ಮಗಧದ ರಾಜನೀತಿಗೆ ಅಗತ್ಯವಾದ ಹೊಸ ಚೈತನ್ಯ ದೊರಕುತ್ತಿದೆ" ಎಂದ ಚಿತ್ರವರ್ಮ.

"ಬರೀ ಮಗಧಕ್ಕೆ ಮಾತ್ರವಲ್ಲ, ಚಿತ್ರವರ್ಮ, ಇಡೀ ಆರ್ಯಾವರ್ತದ ರಾಜನೀತಿಗೆ ಹೊಸದಿಕ್ಕು, ಹೊಸ ಆಲೋಚನೆ, ಹೊಸ ಜೀವಂತಿಕೆಯನ್ನು ಕೊಡಲು ನಿರ್ಧರಿಸಿದ್ದೇನೆ. ಅದಕ್ಕಾಗಿ ಒಂದು ಅರ್ಥಶಾಸ್ತ್ರವನ್ನೇ ಬರೆಯಲು ಸಿದ್ಧತೆ ನಡೆಸಿದ್ದೇನೆ. ಅದರ ಮೊದಲ ಉಪಯೋಗ ಮಹಾರಾಜ ಚಂದ್ರಗುಪ್ತನಿಗೆ, ನಂತರ ಆರ್ಯಾವರ್ತದ ಇತರರಿಗೆ, ಅಲ್ಲಿಂದಾಚೆಗೆ ವಿಶ್ವದ ಎಲ್ಲ ರಾಜರು ಮತ್ತು ಪ್ರಜೆಗಳಿಗೆ."

"ಆ ಕಾರ್ಯವನ್ನು ತಾವು ಬೇಗ ಆರಂಭಿಸಲೆಂದು ನಾವು ಹಾರೈಸುತ್ತೇವೆ" ಎಂದ ಭಾಗುರಾಯಣ.

"ಚಂದ್ರಗುಪ್ತನ ಪಟ್ಟಾಭಿಷೇಕವಾಗಬೇಕು. ಅನಂತರವೇ ಬರವಣಿಗೆಯ ಆರಂಭ. ಅಲ್ಲಿಯವರೆಗೆ ಬಿಡುವೆಲ್ಲಿ ? ಸರಿ, ಏನೋ ಹೇಳಬೇಕೆಂದಿದ್ದಿರಿ ?"

"ನಾವು ನಾಲ್ಕು ಜನರೂ ಸೇರಿ ಒಂದು ನಿರ್ಧಾರಕ್ಕೆ ಬಂದಿದ್ದೇವೆ."

"ನಮ್ಮ ಆಂದೋಲನದ ಪ್ರಸ್ತುತತೆಯನ್ನು ಅರ್ಥ ಮಾಡಿಕೊಂಡು ನಮ್ಮೊಂದಿಗೆ ಸಹಕರಿಸಿ, ಮಗಧಕ್ಕೆ ಒಳಿತನ್ನು ಮಾಡಿದ ನೀವು ಒಳ್ಳೆಯ ನಿರ್ಧಾರವನ್ನೇ ಮಾಡಿರಬೇಕು. ಅದೇನು ಹೇಳಿ."

"ನಮಗೆ ಈ ಸೇನಾಧ್ಯಕ್ಷ ಪದವಿಯಿಂದ ಬಿಡುಗಡೆ ಕೊಡಬೇಕೆಂದು ಕೇಳಿಕೊಳ್ಳುತ್ತೇವೆ."

"ಏಕೆ ?" ಚಾಣಕ್ಯ ಅವಾಕ್ಕಾದ. "ನಮ್ಮ ಮೇಲೆ ಬೇಸರವೇ ? ಅಥವಾ ಇನ್ನೂ ಉನ್ನತ ಪದವಿಯ ಆಸೆಯೇ ?"

"ಖಂಡಿತ ಇಲ್ಲ" ಡಿಂಗಿರಾತ ಹೇಳಿದ, "ನಮಗೂ ಸಾಕಷ್ಟು ವಯಸ್ಸಾಯಿತು. ನಮಗೆ ವಿಶ್ರಾಂತಿಯ ಅಗತ್ಯವಿದೆ."

"ಅದಕ್ಕಿಂತ ಮುಖ್ಯವಾಗಿ ಉತ್ಸಾಹದಲ್ಲಿ, ಸಾಮರ್ಥ್ಯದಲ್ಲಿ, ನಿಷ್ಠೆಯಲ್ಲಿ ನಮ್ಮನ್ನು ಮೀರಿಸಿದ ಹಲವರಿದ್ದಾರೆ. ಹೊಸ ರಾಜ, ಹೊಸ ಅಧಿಕಾರಿಗಳು, ಹೊಸ ಚೈತನ್ಯದಿಂದ ಕೆಲಸ ಮಾಡುವರೆಂದು ನಮ್ಮ ಭಾವನೆ" ಎಂದ ಭದ್ರಭಟ.

"ಇಲ್ಲ" ಚಂದ್ರಗುಪ್ತ ಹೇಳಿದ, "ನಿಮ್ಮಂಥ ಹಿತೈಷಿಗಳನ್ನು ದೂರ ಮಾಡುವುದು ನಮಗೆ ಸಮ್ಮತವಲ್ಲ."

"ದೂರವಾಗುವ ಪ್ರಶ್ನೆಯೆಲ್ಲಿ ಬಂತು ಮಹಾರಾಜ ?" ಚಿತ್ರವರ್ಮ ಹೇಳಿದ, "ನಾವು ಸದಾ ನಿಮ್ಮ ಹಿತೈಷಿಗಳಾಗಿ ಇದ್ದೇ ಇರುತ್ತೇವೆ."

ಎರಡು ಕ್ಷಣ ಗಂಭೀರವಾಗಿ ಆಲೋಚಿಸಿದ ಚಾಣಕ್ಯ ನಂತರ ಹೇಳಿದ, "ಚಂದ್ರಗುಪ್ತ ಮಹಾರಾಜ, ನಾವೊಂದು ಕೆಲಸ ಮಾಡಬಹುದು. ಇವರ ಮಾತಿಗೂ ಬೆಲೆ ಕೊಡಬೇಕು, ಅವರ ಸೇವೆಯೂ ಸಾಮ್ರಾಜ್ಯಕ್ಕೆ ದೊರಕಬೇಕು. ಅಂಥ ಒಂದು ಉಪಾಯ ನನಗೆ ಹೊಳೆಯುತ್ತಿದೆ."

"ಏನು ಹೇಳಿ ಆಚಾರ್ಯ."

"ಸೇನಾಧ್ಯಕ್ಷರಾಗಿ ಸಿಂಹಸೇನ, ಬ್ರಹ್ಮದತ್ತ, ಭಾಸ್ಕರ ಮತ್ತು ನಂದಿಕೇಶರನ್ನು ನೇಮಿಸೋಣ. ಇವರನ್ನೆಲ್ಲ ಅಮಾತ್ಯ ಪರಿಷತ್ತಿನಲ್ಲಿ ಸೇರಿಸಿಕೊಳ್ಳೋಣ."

"ಒಳ್ಳೆಯ ಆಲೋಚನೆ" ಚರಣ ಹೇಳಿದ, "ಇವರ ಅನುಭವ ಸಾಮ್ರಾಜ್ಯದ ಹಿತದೃಷ್ಟಿಯಿಂದ ಉಪಯುಕ್ತವಾಗುತ್ತದೆ."

"ನೀನೂ ಒಬ್ಬ ಅಮಾತ್ಯನಾಗಬೇಕು ಚರಣ. ಜೊತೆಗೆ ಕೋಶಾಧ್ಯಕ್ಷನ ಹೊಣೆಯನ್ನೂ ಹೊರಬೇಕು" ಎಂದ ಚಾಣಕ್ಯ ನಗುತ್ತ.

"ಬೇಡ ಆಚಾರ್ಯ, ಅಷ್ಟು ದೊಡ್ಡ ಹೊಣೆ ಹೊರುವ ಶಕ್ತಿ ನನಗಿಲ್ಲ."

"ನಿನ್ನ ಶಕ್ತಿಯೇನೆಂದು ನಮಗೆಲ್ಲ ಚೆನ್ನಾಗಿ ಗೊತ್ತಿದೆ ಚರಣ" ಭಾಗುರಾಯಣ ಹೇಳಿದ, "ಚಂದ್ರಗುಪ್ತನನ್ನು ಸೆರೆಯಿಂದ ಬಿಡಿಸಿಕೊಂಡು ಹೋದ ನಿನ್ನ ಸಾಹಸ, ಬುದ್ಧಿವಂತಿಕೆ ಯಾರಿಗೆ ಗೊತ್ತಿಲ್ಲ, ನಿನ್ನ ಪ್ರಾಮಾಣಿಕತೆ ಮತ್ತು ಚಾತುರ್ಯ ಅಮಾತ್ಯ ಪದವಿಯ ಮೂಲಕ ಉಪಯುಕ್ತವಾಗಲಿ."

"ಅಂದರೆ, ತಾವು ಅಮಾತ್ಯರಾಗಲು ಒಪ್ಪಿದಿರೆಂದು ಅರ್ಥವೇ ?" ಚಾಣಕ್ಯ ಅವರ ಮುಖ ನೋಡಿದ.

ಅವರು ತಮ್ಮ ತಮ್ಮಲ್ಲೇ ಚರ್ಚಿಸಿ ಸಮ್ಮತಿ ಸೂಚಿಸಿದರು. ಚಾಣಕ್ಯನ ಮುಖದಲ್ಲಿ ಸಮಾಧಾನ ಕಾಣಿಸಿಕೊಂಡಿತು. ಅವನು ಹೇಳಿದ, "ನಮಗೆ ಈಗ ಬಹಳ ಮುಖ್ಯವಾಗಿರುವುದು ಪ್ರಧಾನಾಮಾತ್ಯ ಪದವಿ ಅಲಂಕರಿಸಲಿರುವ ವ್ಯಕ್ತಿ. ಅಂಥ ವ್ಯಕ್ತಿ ಇನ್ನೂ ನನ್ನ ಗಮನಕ್ಕೆ ಬಂದಿಲ್ಲ."

"ಆ ಸ್ಥಾನಕ್ಕೆ ತಮಗಿಂತ ಅರ್ಹರು ಯಾರಿದ್ದಾರೆ ಆಚಾರ್ಯ ?" ಎಂದ ಭಾಗುರಾಯಣ.

"ಹೌದು ಆಚಾರ್ಯ" ಎಂದು ಚಂದ್ರಗುಪ್ತನೂ ದನಿಗೂಡಿಸಿದ.

"ಚೆನ್ನಾಗಿದೆ, ನಾನೇ ಪ್ರಧಾನಾಮಾತ್ಯನಾಗಿ ಕುಳಿತುಬಿಟ್ಟರೆ ಇದಕ್ಕಾಗಿಯೇ ನಾನು ಇಷ್ಟೆಲ್ಲ ಪ್ರಯತ್ನಪಟ್ಟೆನೆಂದು ಅರ್ಥವಾಗುವುದಿಲ್ಲವೆ ? ನನ್ನ ವೈಯಕ್ತಿಕ ಸ್ವಾರ್ಥಕ್ಕಾಗಿ ನಿಮ್ಮನ್ನೆಲ್ಲ ಒಟ್ಟುಗೂಡಿಸಿದೆನೆಂದು ಜನ ಆಡಿಕೊಳ್ಳುವುದಿಲ್ಲವೆ ?"

"ಆಡಿಕೊಳ್ಳುವವರು ಆಡಿಕೊಳ್ಳಲಿ" ಎಂದ ಚಿತ್ರವರ್ಮ.

"ಸಾಧ್ಯವಾದಷ್ಟು ನಾವು ಆಡಿಕೊಳ್ಳುವುದಕ್ಕೂ ಅವಕಾಶ ಮಾಡಿಕೊಡಬಾರದು. ಆಗಲಿ, ಎಲ್ಲ ನೇರ್ಪು ಮಾಡುವವರೆಗೂ ನಾನೇ ಪ್ರಧಾನಾಮಾತ್ಯನಾಗಿರುತ್ತೇನೆ. ಆದರೆ ನನ್ನ ಕೆಲಸ ಪೂರೈಸಿದ ನಂತರ ನಾನು ಇಲ್ಲಿಂದ ಹೊರಡಲು ಯಾರೂ ಅಡ್ಡಿಪಡಿಸಬಾರದು."

ಸದ್ಯ ಈಗ ಇಲ್ಲೇ ಇರುತ್ತಾರಲ್ಲ, ಆಮೇಲೆ ನೋಡಿಕೊಳ್ಳೋಣ, ಎಂದು ಚಂದ್ರಗುಪ್ತ ಮತ್ತು ಅವನ ಮಿತ್ರರೆಲ್ಲ ಒಕ್ಕೊರಲಿನಿಂದ "ಆಗಲಿ" ಎಂದರು.

ನಂತರ ಅಮಾತ್ಯ ರಾಕ್ಷಸನ ಭವನವನ್ನು, ಅಲ್ಲಿನ ಯಾವ ವಸ್ತುವನ್ನೂ ಕದಲಿಸದೆ ಬೀಗಮುದ್ರೆ ಮಾಡುವಂತೆ ಸೂಚಿಸಿದ. ಮರುಗಳಿಗೆ "ಶ್ರೀಯಕನ ಪರಿವಾರದ ಗತಿಯೇನು ?" ಎಂದು ಚಾಣಕ್ಯ ಕೇಳಿದ.

ಚರಣ ಹೇಳಿದ, "ಅವನು ಒಂಟಿಯಾಗಿದ್ದ. ಮನೆಯಲ್ಲಿ ಒಂದಿಬ್ಬರು ಬಂಧುಗಳಿದ್ದರಂತೆ, ಅವರೆಲ್ಲ ಎಲ್ಲಿಗೆ ಹೋದರೋ ಗೊತ್ತಿಲ್ಲ, ಅವನ ಮನೆ ಮಾತ್ರ ಬಿಕೋ ಎನ್ನುತ್ತಿದೆ."

"ಆ ಮನೆಗೂ ಬೀಗಮುದ್ರೆ ಮಾಡಿಸಿ. ಅವನ ಸ್ವಂತ ಬಳಕೆಯ ವಸ್ತುಗಳನ್ನು ಬಡಬಗ್ಗರಿಗೆ ಹಂಚಿಬಿಡಿ. ಅಮೂಲ್ಯ ವಸ್ತುಗಳನ್ನು ಭಂಡಾರಕ್ಕೆ ಸೇರಿಸಿ."

ಭಾಗುರಾಯಣ ಮತ್ತು ಇತರ ಸೇನಾಧ್ಯಕ್ಷರು ಹೊರಟಾಗ ಚಂದ್ರಗುಪ್ತ ಭಾಗುರಾಯಣನನ್ನು ಒಂದು ಪಕ್ಕಕ್ಕೆ ಕರೆದು ಹೇಳಿದ, "ಚರಣ ನಿಮ್ಮ ಮನೆಗೆ ಬರಲು ಸಂಕೋಚಪಡುತ್ತಿದ್ದಾನೆ. ಸುಗಂಧಿಯನ್ನು ನಾಳೆ ಮಂಗಳೆಯ ಮನೆಗೆ ಬರುವಂತೆ ಹೇಳಿ. ನಾನೇ ಚರಣನನ್ನು ಅಲ್ಲಿಗೆ ಕಳಿಸುತ್ತೇನೆ."

"ಆಗಲಿ, ನೀನು ಯಾವಾಗ ಬರುತ್ತಿ ?"

"ನಾನೂ ನಾಳೆ ಬರುತ್ತೇನೆ."

ಅವರು ಹೋದನಂತರ ಆ ವಿಷಯವನ್ನು ಚಂದ್ರಗುಪ್ತ ಚರಣನಿಗೆ ಪಿಸುಮಾತಿನಲ್ಲಿ ಹೇಳಿದ. ಚಾಣಕ್ಯನ ಸಮ್ಮತಿಯನ್ನು ಈಗಾಗಲೇ ಅವನಿಗೆ ತಿಳಿಸಿದ್ದ.

ಅಲ್ಲಿಂದ ಚಾಣಕ್ಯ, ಚಂದ್ರಗುಪ್ತ ಮತ್ತು ಚರಣ ಪ್ರಮದೋದ್ಯಾನದ ಅಂತಃಪುರಕ್ಕೆ ಬಂದರು. ಪೌರವ ಉತ್ಸಾಹದಿಂದ ಬರಮಾಡಿಕೊಂಡ. ಚಾಣಕ್ಯ ಅವರ ಕ್ಷೇಮ

ಸಮಾಚಾರವನ್ನು ವಿಚಾರಿಸಿಕೊಳ್ಳುತ್ತ, ಸುತ್ತ ಕಣ್ಣಾಡಿಸಿದ. ಅವನೂ ಕೂಡ, ಧನನಂದ ತನ್ನ ಲೋಲುಪ್ತಿಗಾಗಿ ಎಷ್ಟು ವೆಚ್ಚ ಮಾಡುತ್ತಿದ್ದನೆಂದು ಊಹಿಸುತ್ತಿದ್ದ.

"ಆಚಾರ್ಯ, ಇನ್ನು ಎಷ್ಟು ದಿನ ನಾವು ಇಲ್ಲಿರುವುದು ?" ಪೌರವ ನೇರವಾಗಿಯೇ ಕೇಳಿದ.

"ಏಕಿಷ್ಟು ಅವಸರ ? ಕೆಲವು ದಿನ ನಮ್ಮ ಸತ್ಕಾರದ ಸವಿ ಅನುಭವಿಸಿ."

"ಹಾಗಲ್ಲ ಆಚಾರ್ಯ, ನಮ್ಮ ಸತ್ಕಾರಕ್ಕಿಂತ, ನಮ್ಮ ಸೈನ್ಯದ ಆಹಾರ ವಸತಿಗಳ ವ್ಯವಸ್ಥೆ ಕಷ್ಟಕರವಾದದ್ದು."

"ಕಷ್ಟಕರವಾದ ಕಾರ್ಯವನ್ನೇ ಸಾಧಿಸಿಕೊಟ್ಟಿರುವ ನಿಮ್ಮ ಸೈನ್ಯವನ್ನು ಕೆಲವು ದಿನ ನೋಡಿಕೊಳ್ಳುವುದು ಕಷ್ಟವೆಂದರೆ ಅದು ನ್ಯಾಯವಲ್ಲ" ಎಂದು ಚಾಣಕ್ಯ ನಕ್ಕ.

"ಸಾಮ್ರಾಜ್ಯದ ವಿಭಾಗದ ವಿಷಯ ಇತ್ಯರ್ಥವಾದರೆ ನಾವು ಬೇಗ ನಮ್ಮ ನಾಡಿಗೆ ಹಿಂದಿರುಬಹುದು."

"ಅದು ಸದ್ಯಕ್ಕೆ ಜಟಿಲವಾದ ಸಮಸ್ಯೆ" ಚಾಣಕ್ಯ ಹೇಳಿದ, "ಮೊದಲು ಆಡಳಿತಕ್ಕೆ ಸಂಬಂಧಿಸಿದ ಎಲ್ಲವನ್ನೂ ನೇರ್ಪುಗೊಳಿಸಬೇಕು ಮಹಾರಾಜ. ಶತ್ರುಗಳು ಯಾರು, ಮಿತ್ರರು ಯಾರು, ಸಮರ್ಥರು ಯಾರು, ಎಂಬುದನ್ನು ಖಚಿತಪಡಿಸಿಕೊಂಡು, ಚಂದ್ರಗುಪ್ತನ ಪಟ್ಟಾಭಿಷೇಕದ ದಿನವನ್ನು ಗೊತ್ತುಪಡಿಸಿಕೊಂಡು, ಆಗಲೇ ನಿಮ್ಮ ವಿಷಯವನ್ನು ನಿರ್ಣಯಿಸಬೇಕು."

"ಆ ದಿನ ಯಾವಾಗ ?" ಪೌರವನ ಧ್ವನಿಯಲ್ಲಿ ಸ್ವಲ್ಪ ಅಸಹನೆಯಿತ್ತು.

"ತಾಳ್ಮೆ ಮಹಾರಾಜ. ಕೆಲವೇ ದಿನ. ಈಗ ನೀವು ಹೋಗಿ ಮರಳಿ ಬರುವುದು ಉಚಿತವಲ್ಲ ಎಂದುಕೊಂಡೆ. ಎಲ್ಲವನ್ನೂ ಇತ್ಯರ್ಥಗೊಳಿಸಿಕೊಂಡೇ ಹೋದರೆ ನಿಮಗೂ ನೆಮ್ಮದಿ, ನಮಗೂ ಸಮಾಧಾನ."

"ಹೌದು ಮಹಾರಾಜ" ಚಂದ್ರಗುಪ್ತ ಹೇಳಿದ, "ಯುವರಾಜ ಇಷ್ಟರಲ್ಲೇ ನಿಮಗೆ ಅತಿಥಿ ಶಾಲೆಯಲ್ಲಿ ಪ್ರತ್ಯೇಕ ವ್ಯವಸ್ಥೆ ಮಾಡಲಾಗುತ್ತದೆ. ಯುವರಾಣಿಯವರೂ ಇಲ್ಲಿಗೇ ಬರುತ್ತಾರೆ."

"ಚಿಂತೆಯಿಲ್ಲ, ನನಗೆ ಇಲ್ಲಿ ಯಾವ ತೊಂದರೆಯೂ ಇಲ್ಲ" ಎಂದು ಮಲಯಕೇತು ಬಾಗಿಲವರೆಗೂ ಬಂದು ಅವರನ್ನು ಬೀಳ್ಕೊಂಡ.

ಅಂದು ರಾತ್ರಿ ಚಾಣಕ್ಯ, ಚಂದ್ರಗುಪ್ತ, ಚರಣ, ಶ್ರೀಗುಪ್ತ, ಭಾಗುರಾಯಣ, ಮಾತಂಗ ಮತ್ತು ಇಪ್ಪತ್ತು ಜನ ಸೈನಿಕರು ನಾಲ್ಕು ಬಂಡಿಗಳೊಂದಿಗೆ ಶ್ರೀಗುಪ್ತನ ನಿರ್ದೇಶನದಲ್ಲಿ ಗುಪ್ತನಿಧಿಯಿರುವ ಸ್ಥಳದತ್ತ ಹೊರಟರು.

ಆ ಸ್ಥಳ ಹತ್ತಿರ ಹತ್ತಿರವಾದಂತೆ ಶ್ರೀಗುಪ್ತ ಉದ್ವಿಗ್ನನಾದ. ಹಳೆಯದೆಲ್ಲ ನೆನಪಾಗಿ ಬಿಕ್ಕಳಿಸತೊಡಗಿದ. ಭಾಗುರಾಯಣ ಅವನನ್ನು ಸಮಾಧಾನಪಡಿಸಿದ.

ಆ ಸ್ಥಳ ಗಂಗಾನದೀತೀರದ ಒಂದು ಅಶ್ವತ್ಥ ವೃಕ್ಷದ ಬುಡದಲ್ಲಿತ್ತು. ಅಲ್ಲಿ ಒಂದು ಅತಿ ಚಿಕ್ಕದಾದ ಪಾಳು ಮಂಟಪ. ಸುತ್ತ ಮುಳ್ಳುಗಿಡಗಳು. ನದಿಯ ನೀರು ಅದರ ತೀರ ಹತ್ತಿರದವರೆಗೂ ಇತ್ತು. ಯಾರಿಗೂ ಸಂದೇಹ ಬಾರದಂಥ ಸ್ಥಳ. ಅದು ಕಾಲು ದಾರಿಯಿಂದ ಸಾಕಷ್ಟು ದೂರದಲ್ಲಿತ್ತು.

ಅಲ್ಲಿ ಒಂದು ರಹಸ್ಯನಿಧಿಯಿರುವುದಕ್ಕೆ ಸಾಧ್ಯವೇ ! ಎಂದುಕೊಂಡು ಎಲ್ಲ ಅಚ್ಚರಿಪಡುತ್ತ ಪಂಜುಗಳನ್ನು ಹಚ್ಚಿಕೊಂಡರು. ಹೊರಗೆ ಹತ್ತು ಜನ ಕಾವಲು ನಿಂತರು. ಉಳಿದವರು ಮಂಟಪದ ಬಾಯಿಯವರೆಗೂ ಹಬ್ಬಿದ್ದ ಮುಳ್ಳುಗಿಡಗಳನ್ನು ಖಡ್ಗದಿಂದ ಕತ್ತರಿಸಿದರು. ಶ್ರೀಗುಪ್ತ ಅಲ್ಲಿ ಸ್ವಲ್ಪ ತೋಡುವಂತೆ ಸೈನಿಕರಿಗೆ ಹೇಳಿದ. ಅವರು ತೋಡಿದಾಗ, ಅಲ್ಲಿ ನೆಲದೊಳಕ್ಕೆ ಇಳಿಯುವ ಮೆಟ್ಟಿಲುಗಳು ಗೋಚರಿಸಿದವು. ಉಸಿರು ಕಟ್ಟುವಂಥ ಕಮಟು ವಾಸನೆಯೂ ಹೊರಬಂತು. ಸ್ವಲ್ಪ ಹೊತ್ತು ಹೊರಗೆ ಕಾದು, ಅನಂತರ ಎಲ್ಲ ಒಳಗೆ ಹೋದರು.

ಸುಮಾರು ಹದಿನೈದು ಮೆಟ್ಟಿಲುಗಳನ್ನು ಇಳಿಯುತ್ತಿದ್ದಂತೆ ತಕ್ಕಮಟ್ಟಿಗೆ ವಿಶಾಲವಾದ ಒಂದು ಕೋಣೆ ಸಿಕ್ಕಿತು. ಅಲ್ಲಿ ಹಲವಾರು ಪೆಟ್ಟಿಗೆಗಳಿದ್ದವು. ಶ್ರೀಗುಪ್ತ ಒಂದರ ಬಾಯಿ ತೆರೆದ. ಸುವರ್ಣ ಮುದ್ರೆಗಳು! ಇನ್ನೊಂದು ಪೆಟ್ಟಿಗೆ, ಮತ್ತೊಂದು ಪೆಟ್ಟಿಗೆ, ಎಲ್ಲದರಲ್ಲೂ ಕಣ್ಣು ಕೋರೈಸುವ ಸುವರ್ಣಮುದ್ರೆಗಳು! ಚಾಣಕ್ಯನ ಕಣ್ಣಮುಂದೆ, ಅದಕ್ಕಾಗಿ ನೊಂದು ಬೆಂದ, ಸತ್ತ, ಭಿಕಾರಿಗಳಾದ ಸಾವಿರಾರು ಜನರ ಕಾಲ್ಪನಿಕ ಮುಖಗಳು ತೇಲಿಹೋದವು. ಅದರ ಜೊತೆಯಲ್ಲಿ ಶ್ರೀಗುಪ್ತನ ಮಿತ್ರರು, ಧನಂಜಯನ ಮಗ ಎಲ್ಲರೂ ನೆನಪಾದರು. ಭಾಗುರಾಯಣ ಒಂದು ದೀರ್ಘ ನಿಟ್ಟುಸಿರು ಬಿಟ್ಟ. ಮಾತಂಗ ತನ್ನ ಸೈನಿಕರ ಸಹಾಯದಿಂದ ಆ ಪೆಟ್ಟಿಗೆಗಳನ್ನು ಬಂಡಿಗಳಿಗೆ ಸಾಗಿಸಿದ.

## ೬

ಮರುದಿನ, ಡಂಗುರ ಹೊಡೆದು ಸಾರಿದ್ದಂತೆ, ಯುದ್ಧದಲ್ಲಿ ಸತ್ತವರ, ಗಾಯಗೊಂಡವರ ಕುಟುಂಬದ ಹಿರಿಯರು ಅರಮನೆಗೆ ಬಂದರು. ಅವರು ನೂರಾರು ಜನರಿದ್ದುದರಿಂದ, ಅರಮನೆಯ ಒಳ ಆವರಣದ ಬಯಲಿನ ಸ್ಥಳಾವಕಾಶ ಮಾಡಲಾಯಿತು. ಚಾಣಕ್ಯ ಚಂದ್ರಗುಪ್ತ ಮತ್ತು ಅವನ ಮಿತ್ರರು, ಸೇನಾಧ್ಯಕ್ಷರು, ವಕ್ರವಾಸ, ಮತ್ತಿಬ್ಬರು ವೃದ್ಧ ಅಮಾತ್ಯರು ಉಪಸ್ಥಿತರಿದ್ದರು. ಅಮಾತ್ಯರನ್ನು ಚಾಣಕ್ಯ ಮುಂಚಿತವಾಗಿಯೇ ಕರೆಸಿ, ಅವರೊಂದಿಗೆ ಸೌಹಾರ್ದಯುತವಾಗಿ ಮಾತನಾಡಿದ್ದ. ಹೆಸರಿಗೆ ಮಾತ್ರ ಇದ್ದು ತಮ್ಮ ಅಧಿಕಾರ ಸ್ಥಾನವನ್ನು ತ್ಯಜಿಸಿ, ಹೊರಗಿನಿಂದಲೇ ತಮ್ಮ ಸಲಹೆ ನೀಡಲು ಒಪ್ಪಿದ ಅವರು, ಧನನಂದನ ಆಡಳಿತ ಕೊನೆಗಂಡುದಕ್ಕೆ ಬಹಳ ಸಂತೋಷ ವ್ಯಕ್ತಪಡಿಸಿದರು. ಆಚಾರ್ಯ ಚಣಕನ ಪರವಾಗಿ ತಾವು ರಾಜಸಭೆಯಲ್ಲಿ ಮಾತಾಡಿದ್ದನ್ನು ನೆನಪು ಮಾಡಿಕೊಟ್ಟರು. ತಾನು ಬಂದಾಗ ತನ್ನ ಪರವಾಗಿ ಮಾತಾಡಿದ್ದನ್ನು ಚಾಣಕ್ಯನೇ ಗೌರವ ಭಾವನೆಯಿಂದ ಸ್ಮರಿಸಿದ್ದ. ಈ ದಿನ ತೆಗೆದುಕೊಂಡಿರುವ ಕ್ರಮವೇ ಅವರಿಗೆ ಹೊಸದಾಗಿತ್ತು.

ಚಾಣಕ್ಯ ಆ ಜನರನ್ನು ಉದ್ದೇಶಿಸಿ ಸಾಂತ್ವನದ ಮಾತಾಡಿದ. ಚಂದ್ರಗುಪ್ತನೂ ಮಾತಾಡಿದ. ಪರಿಹಾರ ಮತ್ತು ಪುರಸ್ಕಾರಗಳನ್ನು ಆಗಲೇ ಪ್ರಕಟಿಸಲಾಯಿತು. ಮಡಿದವರ ಮನೆಯಲ್ಲಿ ತರುಣರಿದ್ದರೆ, ಅವರನ್ನು ಸೈನ್ಯಕ್ಕೆ ಸೇರಿಸಿಕೊಳ್ಳುವ ಭರವಸೆ ನೀಡಲಾಯಿತು. ಎಲ್ಲರ ಮುಖಗಳಲ್ಲಿ ಮೂಡಿದ ತೃಪ್ತಿ, ಸಮಾಧಾನಗಳು "ಚಂದ್ರಗುಪ್ತ ಮಹಾರಾಜರಿಗೆ ಜಯವಾಗಲಿ, ಆಚಾರ್ಯ ಚಾಣಕ್ಯರಿಗೆ ಜಯವಾಗಲಿ" ಎಂಬ ಉದ್ಘೋಷದ ಮೂಲಕ ವ್ಯಕ್ತವಾಯಿತು.

ಅಷ್ಟು ಹೊತ್ತಿಗೆ ಮಧ್ಯಾಹ್ನವಾಯಿತು. ಎಲ್ಲ ಹೊರಟಾಗ ಚಾಣಕ್ಯ ಚಂದ್ರಗುಪ್ತನಿಗೆ ಹೇಳಿದ, "ಏನೂ ಅವಸರವಿಲ್ಲ ನಿಧಾನವಾಗಿ ಬನ್ನಿ. ನಾಳೆ ಸೆರೆಯಾಳುಗಳ ಸಮಸ್ಯೆಯನ್ನು ಬಗೆಹರಿಸೋಣ."

ಏನೂ ಅರ್ಥವಾಗದೆ ಚಂದ್ರಗುಪ್ತ ಮುಖ ಮುಖ ನೋಡುತ್ತಿರುವಾಗ "ನೀನು ಉಜ್ವಲಳನ್ನು ನೋಡಲು, ಚರಣ ಸುಗಂಧಿಯನ್ನು ನೋಡಲು ಹೋಗುತ್ತೀರಲ್ಲ, ಬಹುದಿನಗಳ ನಂತರದ ಭೇಟಿ. ನನ್ನಂಥ ಬ್ರಹ್ಮಚಾರಿಯ ಕಾರಣವಾಗಿ ಹೃದಯಗಳು ನೋಯಬಾರದು" ಎಂದು ಜೋರಾಗಿ ನಕ್ಕುಬಿಟ್ಟ.

ತಾನು ನಿನ್ನೆ ಭಾಗುರಾಯಣನಿಗೆ ಪಿಸು ಮಾತಿನಲ್ಲಿ ಹೇಳಿದ ಮಾತನ್ನು ಆಚಾರ್ಯರು ಹೇಗೆ ಕೇಳಿಸಿಕೊಂಡರೆಂದು ಚಂದ್ರಗುಪ್ತ ಅಚ್ಚರಿಗೊಂಡ. ಭಾಗುರಾಯಣನಿಗೂ ಅಷ್ಟೇ ಆಶ್ಚರ್ಯವಾಯಿತು.

ಚಾಣಕ್ಯ ಮತ್ತು ಸೇನಾಧ್ಯಕ್ಷರು ಮರೆಯಾದ ನಂತರ "ಆಚಾರ್ಯರು ಅವಸರವಿಲ್ಲ ಎಂದು ಹೇಳಿದ್ದೇ ಸಾಕೆಂದು, ಇಬ್ಬರೂ ಅಲ್ಲೇ ಜಗತ್ತನ್ನು ಮರೆತುಬಿಟ್ಟೀರಿ !" ಎಂದು ಸಿಂಹಸೇನ ಹಾಸ್ಯ ಮಾಡಿದ.

"ಪಾಪ! ಎಷ್ಟು ಕಾಲದ ವಿರಹ! ಸ್ವಲ್ಪ ತಡವಾಗಿಯೇ ಆಗುತ್ತದೆ" ಎಂದ ನಂದಿಕೇಶ.

"ನಾವೂ ಹೋಗಿದ್ದರೆ ಇವರ ಕಾತರ, ಅವರ ಆತುರ ಎಲ್ಲವನ್ನೂ ನೋಡ ಬಹುದಾಗಿತ್ತು" ಎಂದ ಭಾಸ್ಕರ.

"ನೋಡುವ ಚಾಪಲ್ಯವೇಕೆ ? ನೀವೂ ಒಂದು ಹುಡುಗಿಯನ್ನು ಪ್ರೀತಿಸಿದರೆ ಅದನ್ನೆಲ್ಲ ನೋಡಬಹುದು" ಎಂದ ಬ್ರಹ್ಮದತ್ತ.

ಅವರ ಮಾತುಗಳಿಗೆ ಹುಸಿನಗೆಯ ಪ್ರತಿಕ್ರಿಯೆ ನೀಡಿ ಚಂದ್ರಗುಪ್ತ ಭಾಗುರಾಯಣನ ಮನೆಯ ಕಡೆಗೆ, ಚರಣ ಮಂಗಳೆಯ ಮನೆಯ ಕಡೆಗೆ ಹೊರಟರು.

★ ★ ★

ಚರಣ ಮಂಗಳೆಯ ಮನೆಗೆ ಬಂದಾಗ ಬಾಗಿಲು ತೆರೆದವನು ಶ್ರೀಧರ. ಪಶುಲೋಮ ಚಾಣಕ್ಯನ ಆದೇಶದಂತೆ ಶ್ರೀನಿಧಿಯ ಬೆನ್ನು ಹತ್ತಿದ್ದ. ಶ್ರೀಧರನ ಮುಖ ಅಷ್ಟಗಲ ಅರಳಿತು "ಅಕ್ಕಾ, ಚರಣ ಬಂದ !" ಎಂದು ಉತ್ಸಾಹದಿಂದ ಕೂಗುತ್ತ ಅವನು ಒಳಗೆ ಓಡಿದ. ನಡುಮನೆಯಲ್ಲಿ ಹೆಜ್ಜೆಯಿಡುವಷ್ಟರಲ್ಲಿ ಅಡಿಗೆ ಮನೆಯಿಂದ ನಿರಂಜನ, ಕೋಣೆಯಿಂದ ಮಂಗಳೆ ಹೊರಬಂದು ನೋಡಿದರು. ಮಂಗಳೆ ಹತ್ತಿರ ಬಂದು "ಚೆನ್ನಾಗಿದ್ದೀಯ ಚರಣ ?" ಎಂದು ಅಕ್ಕರೆಯಿಂದ ಕೇಳಿದಳು.

"ಚೆನ್ನಾಗಿದ್ದೇನೆ" ಎಂದು ಚರಣ ತಲೆತಗ್ಗಿಸಿಯೇ ಹೇಳಿದ.

"ಏಕೆ ಅಲ್ಲೇ ನಿಂತೆ. ಬಾ, ಕುಳಿತುಕೋ."

"ಕುಳಿತುಕೊಳ್ಳುವ ಮೊದಲು ನಾನು ನಿಮ್ಮ ಮತ್ತು ಸುಗಂಧಿಯ ಕ್ಷಮೆ ಬೇಡಬೇಕು."

"ಕ್ಷಮೆ ? ಯಾವುದಕ್ಕೆ ಕ್ಷಮೆ ?" ಮಂಗಳೆ ತುಸು ಅಚ್ಚರಿಯಿಂದ ಕೇಳಿದಳು. ಅದೇ ಭಾವನೆ ಶ್ರೀಧರ ಮತ್ತು ನಿರಂಜನನ ಮುಖದಲ್ಲೂ ಇತ್ತು.

"ಇದೇನಮ್ಮ ಹೀಗೆ ಕೇಳುತ್ತೀರಿ! ನಾನು ತಪ್ಪು ಮಾಡಿಲ್ಲವೆ?"

"ಇಲ್ಲ, ನೀನು ತಪ್ಪು ಮಾಡಿದೆಯೆಂದು ನಾನು ಭಾವಿಸಿಲ್ಲ."

"ಆದರೆ ನನ್ನ ಆತ್ಮಸಾಕ್ಷಿ ನೀನು ತಪ್ಪು ಮಾಡಿದೆಯೆಂದು ಚುಚ್ಚಿ ಚುಚ್ಚಿ ನುಡಿಯುತ್ತಿದೆ" ಎಂದು ಕುಸಿದು ಕುಳಿತು ಅವಳ ಕಾಲು ಮುಟ್ಟಿ "ದಯಮಾಡಿ ನನ್ನನ್ನು ಕ್ಷಮಿಸಿಬಿಡಿ" ಎಂದ.

ಮಂಗಳೆಯ ಕಣ್ಣಲ್ಲಿ ನೀರು ಬಂತು. ಅವನ ಭುಜ ಹಿಡಿದು ಮೇಲೆತ್ತಿ ಹೇಳಿದಳು "ಬೇಡಪ್ಪ ನನ್ನಂಥವಳ ಕಾಲಿಗೆ ಬೀಳಬಾರದು. ಆ ಅರ್ಹತೆ ನನಗಿಲ್ಲ ನಾವು ಅಪವಿತ್ರ ಜೀವನ ನಡೆಸಿದವರು."

"ಅಮ್ಮ ಒಂದೂ ದುಶ್ಚಟಗಳಿಲ್ಲದೆ ಪವಿತ್ರ ಜೀವನ ನಡೆಸುತ್ತಿದ್ದ ಶ್ರೀಯಕ, ಎಂಥ ಅಪವಿತ್ರ ಕೆಲಸ ಮಾಡಿದ ಗೊತ್ತಿಲ್ಲವೆ?"

"ಆ ಪಾಪಿಯ ಹೆಸರೆತ್ತಬೇಡ, ನಿನ್ನಂಥ ಉತ್ತಮನ ಬಾಯಲ್ಲಿ ಅವನ ಹೆಸರು ಬರಬಾರದು."

"ನಾನು ಉತ್ತಮನಲ್ಲ ತಾಯಿ. ನಿಮ್ಮ ಕುಲವೃತ್ತಿಯನ್ನು ಬಳಸಿಕೊಂಡು ನಾನೂ ನಿಮ್ಮನ್ನು ಕೀಳು ರೀತಿಯಲ್ಲಿ ನಡೆಸಿಕೊಂಡೆ."

"ಅದು ನಮಗೇನು ಹೊಸದೆ?"

"ನಿಮ್ಮ ಸ್ವಂತ ಇಚ್ಛೆಯಿಂದ ನೀವೇನು ಮಾಡಿಕೊಂಡರೂ ಅದು ನನ್ನ ಹೊಣೆಯಲ್ಲ. ಆದರೆ ಸ್ನೇಹ, ವಿಶ್ವಾಸ ತೋರಿಸಿದ ನಿಮ್ಮನ್ನು ಶ್ರೀಯಕನ ವಶಮಾಡಿ ಕೆಟ್ಟ ಕೆಲಸ ಮಾಡಿದೆ. ಆ ಅಧಿಕಾರ ನನಗಿರಲಿಲ್ಲ."

"ಹಾಗೆ ಭಾವಿಸಬೇಡ ಚರಣ. ನೀನು ನಮ್ಮ ಪಾಲಿಗೆ ಹೊಸ ಅರಿವನ್ನು ಮೂಡಿಸಿದ ಹಿತೈಷಿ. ನೀನು ನನ್ನ ಮಗಳನ್ನು ಬಳಸಿದ್ದು ಯಾವುದಕ್ಕೆ? ನಿನ್ನ ಸ್ವಾರ್ಥಕ್ಕಲ್ಲವಲ್ಲ! ನಿನ್ನ ಪ್ರಾಣಮಿತ್ರನ ಬಿಡುಗಡೆಗೆ, ಮಗಧದ ಒಳಿತಿಗೆ ಬಳಸಿದೆ. ಆ ನಿನ್ನ ನಿಷ್ಠೆಯ ಬಗ್ಗೆ ನಮಗೆ ಅಪಾರ ಗೌರವವಿದೆ. ನಿನ್ನ ಒಳ್ಳೆಯತನವೇ ನಾವು ನಮ್ಮ ವೃತ್ತಿಯನ್ನು ಬಿಡಲು ಪ್ರೇರಣೆ ನೀಡಿತು. ಕೇತಕಿ ಮತ್ತು ಬೇರೆ ಹುಡುಗಿಯರನ್ನು ಶ್ರೀಯಕನಿಂದ ರಕ್ಷಿಸಿ, ಸಹದೇವನ ಗ್ರಾಮಕ್ಕೆ ಕಳಿಸಿಬಿಟ್ಟೆ."

"ಎಲ್ಲ ಗೊತ್ತಾಯಿತಮ್ಮ."

"ಸುಗಂಧೀ, ಚರಣ ಬಂದಿದ್ದಾನೆ ಬಾರೇ. ಮಾತಾಡುತ್ತಿರಿ. ನಾನು ನಿನಗಾಗಿ ನಿರಂಜನನೊಂದಿಗೆ ಊಟದ ಸಿದ್ಧತೆ ಮಾಡುತ್ತೇನೆ" ಎಂದು ಮಂಗಳೆ ನಿರಂಜನನನ್ನು ಕರೆದುಕೊಂಡು ಅಡಿಗೆ ಮನೆಗೆ ಹೋದಳು. ಅವಳು ಸನ್ನೆ ಮಾಡಿದ್ದರಿಂದ ಶ್ರೀಧರನೂ ಬಾಗಿಲು ಮುಂದೆ ಮಾಡಿಕೊಂಡು ಹೊರಗೆ ಹೋಗಿಬಿಟ್ಟ.

ಕೋಣೆಯ ಬಾಗಿಲಲ್ಲಿ ಸುಗಂಧಿ ಕಾಣಿಸಿಕೊಂಡಳು. ಚರಣನತ್ತ ನೋಡಿದಳು. ಅವನೂ ನೋಡಿದ. ಅವಳು ಉದ್ವಿಗ್ನತೆಯಿಂದ ಜೋರಾಗಿ ಉಸಿರಾಡುತ್ತಿದ್ದಳು. ಕಣ್ಣುಗಳಲ್ಲಿ ಕಂಬನಿ ತುಂಬಿಕೊಳ್ಳುತ್ತಿತ್ತು. ತುಟಿಗಳು ಅದುರುತ್ತಿದ್ದವು. ಅವಳ ಕಣ್ಣಿನಲ್ಲಿ ಪ್ರೇಮ ಸರ್ವಸ್ವವೆಲ್ಲ ತುಂಬಿ ಅವನಿಗಾಗಿ ತುಳುಕುತ್ತಿರುವಂತಿತ್ತು. ಚರಣ 'ಅಯ್ಯೋ ಎಂಥ ಸದ್ಭಾವನೆಯ ಸುಂದರ

ಹುಡುಗಿ! ನನ್ನಿಂದ ಎಷ್ಟು ನೋವು ತಿಂದಳೋ ಏನೋ !' ಎಂದುಕೊಂಡ. ಲಜ್ಜೆಯ ಭಾವದಿಂದ ಅವಳು ತಲೆತಗ್ಗಿಸಿ ಅಲ್ಲೇ ನಿಂತಳು.

ಚರಣ "ಸುಗಂಧೀ !" ಎಂದು ಪ್ರೀತಿಪೂರ್ವಕವಾಗಿ ಕರೆದ. ಅವಳು ತಲೆಯೆತ್ತಿ ನೋಡಿದಳು. ಅವನು ತನ್ನ ಎರಡೂ ಕೈಗಳನ್ನು ಚಾಚಿದ್ದ. ಸುಗಂಧಿ ಓಡಿ ಬಂದು ಅವನ ಕಾಲ ಬಳಿ ಕುಸಿದು ಬಾಗಿದಳು. ಧಾರೆ ಧಾರೆಯಾಗಿ ಉಕ್ಕಿದ ಅವಳ ಕಣ್ಣೀರು ಚರಣನ ಪಾದಗಳನ್ನು ತೊಳೆದವು. "ಏಳು ಸುಗಂಧಿ, ಏಳು. ನೀನು ನನ್ನ ಕಾಲಿಗೆ ಬೀಳುವುದಲ್ಲ, ನಾನೇ ನಿನ್ನ ಕಾಲುಗಳಿಗೆ ಬೀಳಬೇಕು" ಎನ್ನುತ್ತ ಚರಣ ಅವಳನ್ನು ಹಿಡಿದೆತ್ತಿದ.

"ಬೇಡ, ಹಾಗನ್ನಬೇಡ" ಎಂದು ಸುಗಂಧಿ ಅವನ ತುಟಿಗಳ ಮೇಲೆ ತನ್ನ ಕೈಯಿಟ್ಟಳು. "ನೀನು ನನಗೆ ದೇವರು. ಪ್ರೀತಿಯೆಂದರೇನೆಂದು ತಿಳಿಸಿಕೊಟ್ಟವನು. ಭಾಗುರಾಯಣ, ಮಾಲಿನಿ, ಉಜ್ವಲರ ಪ್ರೀತಿಗೆ ಪಾತ್ರಳಾಗುವ ಅವಕಾಶ ಮಾಡಿಕೊಟ್ಟವನು."

ಚರಣ ಅವಳನ್ನು ಬಲವಾಗಿ ಅಪ್ಪಿಕೊಂಡ. ಅವಳು ಬಿಕ್ಕಿ ಬಿಕ್ಕಿ ಅಳುತ್ತಿದ್ದಳು. ಅವಳ ಕಣ್ಣೀರಿನಿಂದ ಅವನ ಬೆನ್ನೆಲ್ಲ ಒದ್ದೆಯಾಯಿತು.

ಭಾವಾವೇಶ ಶಾಂತವಾದ ನಂತರ ಚರಣ ಅವಳ ಮುಖವನ್ನು ತನ್ನತ್ತ ತಿರುಗಿಸಿಕೊಂಡು ಬೆರಳಿನಿಂದ ಕಣ್ಣೀರನ್ನು ಒರೆಸಿದ. ಅವಳು ಅವನ ಕೈ ಹಿಡಿದು ಪೀಠದ ಮೇಲೆ ಕೂಡಿಸಿದಳು. ತಾನೂ ಪಕ್ಕದಲ್ಲೇ ಅವನಿಗೆ ಒತ್ತಿಕೊಂಡು ಕುಳಿತು, ಅವನ ತೊಡೆಯ ಮೇಲೆ ಕೈಯಿರಿಸಿ ಹೇಳಿದಳು, "ನಿಮ್ಮ ಮಹತ್ಕಾರ್ಯಗಳು ಯಶಸ್ವಿಯಾದವು. ನನಗೆ ಬಹಳ ಸಂತೋಷವಾಯಿತು."

"ನಿನ್ನನ್ನು ನೋಡಲು ಬರಲು ತಡವಾಯಿತು. ಬೇಸರವಾಯಿತೆ ? ಕೋಪ ಬಂತೆ ?" ಚರಣ ಕೇಳಿದ.

"ಎರಡೂ ಇಲ್ಲ. ಸದ್ಯದಲ್ಲಿ ನಿನಗೆ ಬಿಡುವು ದೊರೆಯುವುದಿಲ್ಲವೆಂದು ನನಗೆ ಗೊತ್ತು. ಇತ್ತೀಚಿನ ಕೆಲವು ದಿನಗಳಿಂದ ನಿಮ್ಮೆಲ್ಲರ ಯೋಗಕ್ಷೇಮದ ಚಿಂತೆಯಿಂದ ಸರಿಯಾಗಿ ನಿದ್ರೆ ಬರುತ್ತಿರಲಿಲ್ಲ. ನೀವು ಇಲ್ಲಿಗೆ ಬಂದ ಮೇಲಿನ ಎರಡು ಮೂರು ದಿನಗಳಿಂದಲೂ ನಾನು ನಿದ್ರೆಯನ್ನೇ ಮಾಡಿಲ್ಲ."

"ನಿನ್ನ ಹಾಗೇ ನನ್ನಲ್ಲೂ ಭಾವನೆಗಳಿದ್ದವು ಸುಗಂಧಿ. ಆದರೆ ಅದನ್ನು ವ್ಯಕ್ತಪಡಿಸಲು ಸಾಧ್ಯವಾಗಲಿಲ್ಲ. ನನ್ನ ಮಿತ್ರರ ಸದ್ಭಾವನೆ ತುಂಬ ದೊಡ್ಡದು. ನನ್ನಲ್ಲಿ ಆಚಾರ್ಯರು ಏನನ್ನುವರೋ ಎಂಬ ಭಯವಿತ್ತು. ಚಂದ್ರಗುಪ್ತ ಅವರ ಬಳಿ ಮಾತಾಡಿ ಒಪ್ಪಿಸಿಬಿಟ್ಟಿದ್ದಾನೆ."

"ಹೌದೇ !" ಸುಗಂಧಿ ಸಂತೋಷಗೊಂಡಳು. "ನಾನು ಅವರನ್ನೊಮ್ಮೆ ನೋಡಬೇಕು. ನನ್ನ ಸೋದರಿ ಉಜ್ವಲಳ ಕನಸು ನನಸಾಯಿತು. ಅವಳು ಮತ್ತು ಚಂದ್ರಗುಪ್ತನ ವಿವಾಹವಾಗಿಬಿಟ್ಟರೆ ಸಾಕು."

"ನಿನ್ನ ವಿವಾಹದ ಬಗ್ಗೆ ಯೋಚಿಸುವುದಿಲ್ಲವೆ ?"

"ವಿವಾಹಬಾಹಿರ ಸಂಬಂಧಗಳಿಂದ ಹುಟ್ಟುವ ನಮ್ಮಂಥವರು ವಿವಾಹದ ಕನಸು ಕಾಣುವುದು ತಪ್ಪಲ್ಲವೆ ?"

"ಹುಟ್ಟು ನಿನ್ನ ಕೈಯಲ್ಲಿಲ್ಲ. ಆದರೆ, ನಿನಗೆ ಬೇಕಾದ ಬದುಕನ್ನು ಆರಿಸಿಕೊಳ್ಳುವ ಸ್ವಾತಂತ್ರ್ಯ ನಿನಗಿದೆ."

“ಹುಟ್ಟು ನಮ್ಮ ಕೈಯಲ್ಲಿಲ್ಲದ ಮೇಲೆ, ಬದುಕೂ ನಮ್ಮ ಕೈಯಲ್ಲಿರುವುದಿಲ್ಲ. ಅಲ್ಲದೆ ನಾನು ಕನ್ಯೆಯಾಗಿಯೂ ಉಳಿದಿಲ್ಲ. ವಿವಾಹದ ವಿಷಯ ಬಂದಾಗ ನನ್ನ ದೇಹ, ಬದುಕು ಎಲ್ಲ ಕಳಂಕಿತವೆ. ನಿನ್ನನ್ನು ವಿವಾಹ ಮಾಡಿಕೊಂಡು ನಿನ್ನ ಬದುಕನ್ನು ಕಳಂಕಿತ ಮಾಡಲು ಮನಸ್ಸು ಒಪ್ಪುತ್ತಿಲ್ಲ.”

“ಆತ್ಮ ಎಂಬುದೊಂದಿದೆ ಸುಗಂಧಿ. ದೇಹದ ಕಳಂಕ ಅದನ್ನು ಏನೂ ಮಾಡಲಾರದು. ಮುಗ್ಧಳಾಗಿ ನೀನು ನನ್ನ ಆದೇಶದಂತೆ ಶ್ರೀಯಕನ ಮೂಲಕ ರಾಜನ ಅಂತಃಪುರ ಸೇರಿದಾಗಲೇ ನಿನ್ನ ಬಗ್ಗೆ ನನ್ನ ಪ್ರೇಮ ಸ್ಥಿರವಾಯಿತು. ಅದೇ ಕ್ಷಣದಲ್ಲಿ ಅಪರಾಧೀ ಭಾವನೆಯೂ ಮನಸ್ಸಿನಲ್ಲಿ ನಿಂತುಬಿಟ್ಟಿತು. ನೀನೊಬ್ಬಳು ಗಣಿಕೆಯೆಂದ ಮಾತ್ರಕ್ಕೆ ಆ ಕೆಲಸ ಮಾಡಿಸುವ ಅಧಿಕಾರ ನನಗೇನಿತ್ತು?”

“ಚರಣ, ನನಗೆ ನಿನ್ನ ಸರಳ ನಡವಳಿಕೆ ಮತ್ತು ಸೌಜನ್ಯ ತುಂಬ ಇಷ್ಟವಾದವು. ನಿನ್ನನ್ನು ನನ್ನ ಮನಸ್ಸು ಬಯಸತೊಡಗಿತು. ಆದರೆ ಅದು ಪ್ರೇಮವೆಂದು ನನಗೆ ತಡವಾಗಿ ಅರ್ಥವಾಯಿತು. ನಾನು ಈಗಲೂ ಹೇಳುತ್ತೇನೆ, ನಿನಗಾಗಿ ನಾನು ಏನು ಬೇಕಾದರೂ ಮಾಡುತ್ತೇನೆ. ಇನ್ನೂ ಹತ್ತು ಜನರ ಹಾಸಿಗೆಯನ್ನು ಬೇಕಾದರೂ ಸೇರುತ್ತೇನೆ.”

“ಇನ್ನೂ ನನ್ನನ್ನು ಪರೀಕ್ಷಿಸುತ್ತಿರುವೆಯಾ ಸುಗಂಧಿ? ಒಮ್ಮೆ ಮಾಡಿದ ತಪ್ಪಿನಿಂದಲೇ ಇನ್ನೂ ಪಶ್ಚಾತ್ತಾಪ ಪಡುತ್ತಿರುವ ನಾನು ಮತ್ತಷ್ಟು ಪಾಪ ಮಾಡಲೆ? ನಿನ್ನ ಪ್ರೇಮಕ್ಕೆ ದ್ರೋಹ ಮಾಡಲೆ?”

“ಆದರೆ ನನ್ನ ಮನಸ್ಸು ಇನ್ನೂ ಹಿಂಜರಿಯುತ್ತಲೇ ಇದೆ. ನೀನು ಬೇರೊಂದು ಹೆಣ್ಣಿನೊಡನೆ ವಿವಾಹವಾಗಲು ಸಾಧ್ಯವಿಲ್ಲವೆ? ನಿನ್ನ ಸುಖಜೀವನವನ್ನು ಕಣ್ತುಂಬ ನೋಡಿ ಆನಂದಪಡುತ್ತೇನೆ. ನನ್ನ ಚರಣನ ಸುಖ ಸಂತೋಷಕ್ಕಿಂತ ಮಿಗಿಲಾದ ಬೇರೆ ಯಾವುದೂ ನನಗೆ ಈ ಜಗತ್ತಿನಲ್ಲಿಲ್ಲ.”

“ಇಲ್ಲ ಸುಗಂಧಿ, ನಾನು ನಿನ್ನನ್ನೇ ವಿವಾಹವಾಗುತ್ತೇನೆ, ಎಲ್ಲರ ಸಮ್ಮುಖದಲ್ಲೇ ನಿನ್ನನ್ನು ಪತ್ನಿಯನ್ನಾಗಿ ಸ್ವೀಕರಿಸುತ್ತೇನೆ. ಇದು ಬರೀ ನಿನ್ನ ಉಪಕಾರಕ್ಕೆ ಕೃತಜ್ಞತೆಯಿಂದ ಮಾಡುತ್ತಿರುವ ಕಾರ್ಯವೆಂದು ಭಾವಿಸಬೇಡ. ಬಹಳ ಹಿಂದೆಯೇ ನನ್ನ ಹೃದಯದಲ್ಲಿ ನಿನ್ನ ಬಗ್ಗೆ ಅಂಕುರಿಸಿದ ಪ್ರೇಮ ಈಗ ಮೊಳೆತು, ಚಿಗುರಿ, ಬೆಳೆದಿದೆ. ಯಾರಲ್ಲೂ ಹೇಳಿಕೊಳ್ಳಲಾರದೆ ಆ ನನ್ನ ಪ್ರೇಮವನ್ನು ಎಲ್ಲ ಮಲಗಿದ ಮೇಲೆ ಹೊರಗೆ ಸೆಳೆಯುತ್ತಿದ್ದೆ. ಹೌದು ಸುಗಂಧಿ, ನಮ್ಮ ಅಲೆದಾಟದಲ್ಲಿ ಹಾಳು ಮಂಟಪಗಳಲ್ಲಿ, ಕಾಡಿನ ಬಯಲಿನಲ್ಲಿ, ಗುಡಾರಗಳಲ್ಲಿ ಎಲ್ಲ ಕಡೆ ನೀನು ಜೊತೆಗಿರುತ್ತಿದ್ದೆ. ನನ್ನೊಂದಿಗೆ ಮಾತಾಡುತ್ತಿದ್ದೆ. ನಿನ್ನ ನೆನಪು ನನಗೆ ಸ್ಫೂರ್ತಿ ನೀಡುತ್ತಿತ್ತು, ಚೈತನ್ಯ ನೀಡುತ್ತಿತ್ತು.”

“ನನಗೂ ಅಷ್ಟೆ; ನಿನ್ನ ನೆನಪಿಲ್ಲದ ಕ್ಷಣವಿಲ್ಲ. ನಮ್ಮಿಬ್ಬರ ಪ್ರೇಮ ಸಫಲವಾಗ ಬೇಕೆಂದು ಭಾಗುರಾಯಣ, ಮಾಲಿನಿ ಮತ್ತು ಉಜ್ವಲ ಹೆಚ್ಚು ಕಾತರಗೊಂಡಿದ್ದಾರೆ.”

“ಅವರೆಲ್ಲರ ಔದಾರ್ಯಕ್ಕೆ ನಾನು ಕೃತಜ್ಞನಾಗಿದ್ದೇನೆ ಸುಗಂಧಿ. ಏಕೆಂದರೆ ಅವರು ಶ್ರೀಯಕನ ದುಷ್ಟ ಆಲೋಚನೆಗಳಿಂದ ನಿನ್ನನ್ನು ಉಳಿಸಿ ರಕ್ಷಿಸಿದ್ದಾರೆ.”

“ಅಷ್ಟು ಮಾತ್ರವಲ್ಲ, ನನಗೊಂದು ಹೊಸ ವ್ಯಕ್ತಿತ್ವವನ್ನೂ ನೀಡಿದ್ದಾರೆ. ಮನುಷ್ಯ ಸಂಬಂಧಗಳ ಅರ್ಥವನ್ನು ನಾನು ಅವರಿಂದ ಅರಿತುಕೊಂಡೆ. ರಕ್ತಸಂಬಂಧಿಗಳ ಸಂಬಂಧ

ಮಾತ್ರವೇ ಬಲವಾದದ್ದಲ್ಲ, ಬೇರೆಯವರ ನಡುವಿನ ಹೃದಯಗಳ ಸಂಬಂಧ ಅದಕ್ಕಿಂತ ಬಲವಾಗಿರಬಲ್ಲುದೆಂದು ಅವರು ತೋರಿಸಿಕೊಟ್ಟಿದ್ದಾರೆ. ಈಗ ಅವರು ಯಾರೋ ಆಗಿ ಕಾಣುತ್ತಿಲ್ಲ, ನನ್ನ ತಂದೆ ತಾಯಿ ಸೋದರಿಯಾಗಿ ಕಾಣುತ್ತಿದ್ದಾರೆ. ನಾನು ಅದೇ ಮನೆಯಲ್ಲೇ ಹುಟ್ಟಿದೆನೇನೋ ಎಂಬಷ್ಟು ಆ ಕುಟುಂಬದಲ್ಲಿ ಬೆರೆತುಹೋಗಿದ್ದೇನೆ."

"ನೀನು ಈಗ ಮೊದಲಿಗಿಂತ ಪ್ರೌಢತೆಯಿಂದ ಮಾತಾಡುತ್ತಿದ್ದಿ. ಮುಗ್ಧತೆಯಿದ್ದ ಸ್ಥಾನದಲ್ಲಿ ವಿಚಾರಗಳಿವೆ."

"ಹೌದು ಚರಣ, ಮೊದಲು ಭಾವನೆಗಳು, ನಂತರ ವಿಚಾರಗಳು. ವಿಚಾರಗಳೇ ಪ್ರಧಾನವಾದರೆ ಅದು ಪ್ರೇಮವೆನಿಸಿಕೊಳ್ಳುವುದಿಲ್ಲ. ನಿಜ, ನನ್ನಲ್ಲಿ ನಿನ್ನ ಬಗ್ಗೆ ಪ್ರೇಮವಿದೆ. ವಿಚಾರಗಳ ಹಂಗಿಲ್ಲದ ಭಾವೋನ್ಮಾದವೂ ಇದೆ. ಅದು ಪ್ರೇಮಕ್ಕೆ ಮಾತ್ರ ಸೀಮಿತ. ವಿವಾಹದ ವಿಷಯ ಬಂದಾಗ ಅಲ್ಲಿ ಅನಿವಾರ್ಯವಾಗಿ ವಿಚಾರಗಳ ತಾಕಲಾಟ ನಡೆಯಲೇ ಬೇಕು."

"ವಿಚಾರಗಳು ಕೇವಲ ಬುದ್ಧಿ ಪ್ರಧಾನವಾಗಿರುತ್ತವೆ, ಆದರೆ ಪ್ರೇಮ ಹೃದಯಕ್ಕೆ ಸಂಬಂಧಿಸಿದ್ದು. ಬುದ್ಧಿ ಮತ್ತು ವಿಚಾರಗಳನ್ನೇ ಅತಿಯಾಗಿ ಅವಲಂಬಿಸಿದರೆ ಹೃದಯದ ಭಾವನೆಗಳಿಗೆ ಅನ್ಯಾಯವಾಗುತ್ತದೆ."

"ನೀನೂ ತುಂಬ ಗಂಭೀರವಾಗಿ ಆಲೋಚಿಸುವುದನ್ನೂ, ಮಾತಾಡುವುದನ್ನೂ ಕಲಿತುಬಿಟ್ಟಿದ್ದಿ."

"ನನ್ನ ಗುರು ಯಾರು ಗೊತ್ತಿಲ್ಲವೆ ? ಪ್ರಕಾಂಡ ಪಂಡಿತರೂ, ಮಹಾಮೇಧಾವಿಗಳೂ ಆದ ಆಚಾರ್ಯ ಚಾಣಕ್ಯರು ! ಅವರ ಜೊತೆಯಲ್ಲಿದ್ದಾಗ ಏನೇ ಮಾತು ಆರಂಭವಾದರೂ, ಅದು ಗಹನವಾದ ವಿಚಾರಗಳ, ತತ್ವಗಳ ಚರ್ಚೆಯಾಗುತ್ತಿತ್ತು."

"ನಿಮ್ಮ ಚರ್ಚೆಯನ್ನು ಊಟ ಮುಗಿಸಿದ ನಂತರವೂ ಮುಂದುವರಿಸಬಹುದು. ಹೊಟ್ಟೆಗೆ ಅನ್ಯಾಯ ಮಾಡಬಾರದು" ಎಂದು ಮಂಗಳೆ ನಗುತ್ತ ಹೇಳಿದಾಗ ಇಬ್ಬರೂ ಮುಖ ಮುಖ ನೋಡಿಕೊಂಡು ಊಟ ಮಾಡಲು ಹೋದರು.

★ ★ ★

ಭಾಗುರಾಯಣ ಮನೆಗೆ ಬರುವ ವೇಳೆಗೆ ಚಂದ್ರಗುಪ್ತನೂ ಬಂದ. ಇಬ್ಬರೂ ಒಳಗೆ ಹೆಜ್ಜೆಯಿರಿಸಿದಾಗ ನಡುಮನೆಯಲ್ಲಿ ಯಾರೂ ಕಾಣಲಿಲ್ಲ. "ನೀನು ಉಪ್ಪರಿಗೆಯ ಮೇಲಿರು, ಉಜ್ವಲಳನ್ನು ಅಲ್ಲಿಗೇ ಕಳಿಸುತ್ತೇನೆ" ಎಂದು ಭಾಗುರಾಯಣ ಅವನನ್ನು ಮೇಲೆ ಕಳಿಸಿದ. "ಉಜ್ವಲಾ" ಎಂದು ಜೋರಾಗಿ ಕೂಗಿದ. ಉಜ್ವಲ, ಮಾಲಿನಿ, ಮಾಧವಿ ಎಲ್ಲ ಓಡಿ ಬಂದರು. ಭಾಗುರಾಯಣ ಚೇಷ್ಟೆಯ ಭಾವನೆಯಿಂದ, "ಉಪ್ಪರಿಗೆಯಲ್ಲಿ ನಿನ್ನ ಸ್ನೇಹಿತರೊಬ್ಬರು ನಿನಗಾಗಿ ಕಾದಿದ್ದಾರೆ. ಇಷ್ಟವಿದ್ದರೆ ಹೋಗಿ ನೋಡು."

"ಯಾರು ನನ್ನ ಸ್ನೇಹಿತರು ? ಅಪ್ಪಾಜಿ ಅವರ ಹೆಸರೇನು ?" ಎಂದು ಉಜ್ವಲ ಕುತೂಹಲದಿಂದ ಕೇಳಿದಳು.

"ಹೋಗಿ ನೋಡಿದರೆ ನಿನಗೆ ಗೊತ್ತಾಗುತ್ತದೆ."

ಅವಳಿಗೆ ಅವರು ಯಾರೆಂದು ಬಹುಪಾಲು ಅರ್ಥವಾಯಿತು. ಉಳಿದವರಿಗೂ ಅರ್ಥವಾಯಿತು. ತುಸು ನಾಚಿಕೆ ಉಜ್ವಲಳ ಮುಖದಲ್ಲಿ ಕಾಣಿಸಿಕೊಂಡಿತು. ಹೋಗಲು

ಆಸೆ, ಆತುರ. ಆಮೇಲೆ ಎಲ್ಲ ಪರಿಹಾಸ ಮಾಡುವರೆಂಬ ಭಯ. ಕಡೆಗೆ ಅವಳು "ಸುಜಾತ, ನನ್ನ ಜೊತೆ ನೀನೂ ಬಾ" ಎಂದಳು.

"ನಾನು ಬರುವುದಿಲ್ಲಮ್ಮ. ಎಂಥ ಸ್ನೇಹಿತರೋ ಏನು ಕತೆಯೋ ? ನನಗೇಕೆ ಇಲ್ಲದ ಗೊಡವೆ ?" ಎಂದು ಸುಜಾತ ಹುಸಿನಗುತ್ತಲೇ ನಿರಾಕರಿಸಿದಳು.

"ಹೋಗೆ ಉಜ್ವಲ, ಬಂದ ಅತಿಥಿಗಳನ್ನು ಎಷ್ಟು ಹೊತ್ತು ಕಾಯಿಸುತ್ತಿ ? ಬೇಸರ ಮಾಡಿಕೊಂಡಾರು, ಹೋಗಿ ಮಾತಾಡಿಸು" ಎಂದಳು ಮಾಲಿನಿ.

ತುಸು ನಾಚುತ್ತ, ತುಸು ನಗುತ್ತ ಮೆಲ್ಲಗೆ ಹೆಜ್ಜೆಯ ಮೇಲೆ ಹೆಜ್ಜೆಯಿರಿಸಿ ಉಜ್ವಲ ಮೆಟ್ಟಿಲುಗಳನ್ನು ಹತ್ತತೊಡಗಿದಳು. "ಚಂದ್ರಗುಪ್ತ ಬಂದಿರುವನೇನು ?" ಮಾಲಿನಿ ಗಂಡನನ್ನು ಕೇಳಿದಳು. "ಅವಳಿಗೆ ಆಗಲೇ ಗೊತ್ತಾಯಿತು, ಅದಕ್ಕೇ ಈ ನಾಚಿಕೆ, ಸಂತೋಷವೆಲ್ಲ ಹೌದು ಅವನೇ ಬಂದಿರುವುದು."

"ಭಾವೀ ರಾಜರಾಣಿಯವರು ನಿಮ್ಮ ಮನೆಯಲ್ಲೆ ಭೇಟಿ ಮಾಡುತ್ತಿರುವುದು ಒಂದು ವಿಶೇಷ" ಎಂದಳು ಮಾಧವಿ ನಗುತ್ತಾ.

"ಇಲ್ಲ ಮಾಧವಿ" ಮಾಲಿನಿ ಹೇಳಿದಳು, "ಭಾವೀ ರಾಜರಾಣಿಯರಲ್ಲ, ನಮ್ಮ ಪಾಲಿಗೆ ಭಾವೀ ಅಳಿಯ ಮತ್ತು ಮಗಳ ಪ್ರೇಮ ಸಮಾಗಮ ಅಷ್ಟೆ ಅವನೂ ನಮಗೆ ಮಗನ ಸಮಾನವೇ ಅಲ್ಲವೆ ?"

"ಅದಿರಲಿ ವಿಶೇಷ ಭಕ್ಷ್ಯಗಳನ್ನೆಲ್ಲ ಮಾಡಿರುವೆ ತಾನೆ ?" ಎಂದು ಭಾಗುರಾಯಣ ಹೆಂಡತಿಯನ್ನು ಕೇಳಿದ.

"ಓ, ನನ್ನ ವಿಶೇಷವಿದೆ, ಸುಜಾತ ಪಿಪ್ಪಲಿವನದ ವಿಶೇಷ ಮಾಡಿದ್ದಾಳೆ, ಮಾಧವಿ ಪರ್ವತನಾಡಿನ ವಿಶೇಷ ತಯಾರಿಸಿದ್ದಾಳೆ."

"ಮಾಧವಿಗೆ ಅಡಿಗೆ ಮಾಡುವುದು ಬರುತ್ತದೆಯೇ ?" ಭಾಗುರಾಯಣ ಆಶ್ಚರ್ಯದಿಂದ ಕೇಳಿದ.

"ಈಗ ಅಡಿಗೆ ಮಾಡುವ ಅವಕಾಶವೇ ಸಿಗುವುದಿಲ್ಲ, ಮದುವೆಗೆ ಮೊದಲು ಮಾಡುತ್ತಿದ್ದ ನೆನಪಿನ ಮೇಲೆ ಮಾಡಿದ್ದೇನೆ. ಅದು ಕೆಟ್ಟಿದ್ದರೆ ಎಲ್ಲ ನನ್ನನ್ನು ಕ್ಷಮಿಸಬೇಕು."

"ಅದರಲ್ಲಿ ಕ್ಷಮಿಸುವುದೇನು ಬಂತು ? ನಾವೂ ಒಂದು ದಿನ ನಿನಗೆ ಕೆಟ್ಟ ಊಟ ಹಾಕಿದರಾಯಿತು" ಎಂದು ಸುಜಾತ ಜೋರಾಗಿ ನಕ್ಕಳು. ಎಲ್ಲ ಆ ನಗುವಿನಲ್ಲಿ ಬೆರೆತರು.

ಉಜ್ವಲ ಮೆಟ್ಟಿಲೇರಿ ಮೇಲೆ ಬಂದಾಗ ಚಂದ್ರಗುಪ್ತನಿಗಾಗಿ ಹುಡುಕಾಡಿದಳು. ಅವನು ಬಿಸಿಲು ಮಚ್ಚಿನ ಬಳಿಯ ಕೈಪಿಡಿಯನ್ನು ಹಿಡಿದು ನಿಂತು ಹೊರಗೆ ನೋಡುತ್ತಿದ್ದ. ಅವನ ಮುಖದ ಒಂದು ಭಾಗ ಮಾತ್ರ ಕಾಣಿಸುತ್ತಿತ್ತು. ಆ ಭಂಗಿಯಲ್ಲೂ ಅವನ ಸೌಂದರ್ಯ ಚಿತ್ರಕಾರನ ಒಂದು ವರ್ಣಚಿತ್ರದಂತೆ ಅವಳನ್ನು ಮೋಹಗೊಳಿಸಿತು. ಸ್ವಲ್ಪ ಹೊತ್ತು ಹಾಗೇ ನೋಡುತ್ತಿದ್ದಳು. ನಂತರ ಕಾಲಿನ ಗೆಜ್ಜೆಯ ಸದ್ದು ಮಾಡಿದಳು. ಸರಕ್ಕನೆ ಚಂದ್ರಗುಪ್ತ ತಿರುಗಿ ನೋಡಿದ. ಇಬ್ಬರ ಮುಖದಲ್ಲೂ ಹಠಾತ್ತನೆ ಸಂತೋಷದ ಮಿಂಚು ಕೋರೈಸಿತು. ಅವನು ತನ್ನತ್ತಲೇ ನೋಡುತ್ತಿರುವಾಗ ಅವಳು ಲಜ್ಜೆಯಿಂದ ತಲೆ ತಗ್ಗಿಸಿದಳು.

"ನನ್ನ ಧೀರ ಹುಡುಗಿ ಉಜ್ವಲ ಲಜ್ಜೆಯ ಭಾರದಿಂದ ಕುಸಿಯುತ್ತಿದ್ದಾಳೆ !" ಎಂದ ಚಂದ್ರಗುಪ್ತ ಚೇಷ್ಟೆಯಿಂದ.

ಅವಳು ತಲೆಯೆತ್ತಿ ಮೋಹಕವಾಗಿ ನಕ್ಕು, "ಧೀರ ಹುಡುಗಿ ಉಜ್ವಲ, ಚಂದ್ರಗುಪ್ತನ ಎದುರಿನಲ್ಲಿ ಪ್ರೇಮದ ಭಾರದಿಂದ ಬಾಗಿ ವಿನೀತವಾಗಿ ನಿಲ್ಲುವ ಲಜ್ಜಾಭರಿತ ಹೆಣ್ಣು."

ಚಂದ್ರಗುಪ್ತ ನಗುತ್ತ ಹತ್ತಿರಬಂದು ಅವಳ ಎರಡೂ ಕೈಗಳನ್ನು ಹಿಡಿದು "ನಿಜ ಉಜ್ವಲ, ನನ್ನ ಬಳಿ ನೀನು ಹೀಗಿರುವುದೇ ಸಮಂಜಸ. ನಿನ್ನ ಚೆಲುವಿನ ಮುಂದೆ, ನಿನ್ನ ಅನುರಾಗದ ಸಾನ್ನಿಧ್ಯದಲ್ಲಿ ನನ್ನ ಕ್ಷಾತ್ರದ ಹೆಮ್ಮೆ ಕರಗಿ ಹೋಗಬೇಕು. ಗಂಡುತನದ ಅಹಂಕಾರ ಮರೆತುಹೋಗಬೇಕು. ಹೊರಜಗದ ವ್ಯಾವಹಾರಿಕ ಬದುಕಿನ ಗೊಂದಲ, ಆತಂಕಗಳೆಲ್ಲ ಮಾಯವಾಗಿ ಹಿತವಾದ ಶಾಂತಿ ಸಮಾಧಾನ ಮೂಡಬೇಕು. ಮತ್ತೆ ಮತ್ತೆ ಸಂಜೀವಿನಿಯಂತೆ ನಿನ್ನ ಪ್ರೇಮ ನನ್ನ ಮೈಮನಸ್ಸುಗಳಿಗೆ ನವ ಚೈತನ್ಯ ನೀಡಬೇಕು."

"ಎಷ್ಟು ಸೊಗಸಾದ ಮಾತು! ನಾನು ನಿಮ್ಮ ಬದುಕಿನಲ್ಲಿ ವಹಿಸಬೇಕಾದ ಪಾತ್ರವನ್ನು ಎಷ್ಟು ಮನೋಹರವಾಗಿ ಬಣ್ಣಿಸಿಬಿಟ್ಟಿರಿ! ಕ್ಷಾತ್ರದ ವಿಜೃಂಭಣೆಯ ನಡುವೆ ಇಂಥ ಸುಂದರವಾದ ಮಾತುಗಾರಿಕೆ, ಇಷ್ಟು ಮಧುರವಾದ ಭಾವೋನ್ಮಾದ ಸಾಧ್ಯವಾಗಿದೆಯಲ್ಲಾ!"

"ನನ್ನ ಈ ಮಾತುಗಾರಿಕೆ ಸುಂದರವಾಗಿದ್ದರೆ ಅದಕ್ಕೆ ನಿನ್ನ ಪ್ರೇಮವೇ ಗುರು."

"ಆ ಮಲಯಕೇತುವಿನ ಹೆಂಡತಿ ಮಾಧವಿ ಕೂಡ ಎಷ್ಟು ಚೆನ್ನಾಗಿ ಮಾತಾಡುತ್ತಾಳೆ ಗೊತ್ತೆ? ತುಂಬ ಸರಳ ಸ್ವಭಾವ."

"ಅಷ್ಟೇ ಬುದ್ಧಿವಂತೆ ಕೂಡ. ಆ ದಿನ ಅವಳು ಆಚಾರ್ಯರೊಂದಿಗೆ ಬಹಳ ಚೆನ್ನಾಗಿ ವಾದ ಮಾಡಿದಳು. ಆದರೂ ಅವಳು ಹೆಚ್ಚು ಭಾವಜೀವಿ ಎನ್ನಿಸಿತು."

"ಹೌದು, ನಿಮ್ಮ ಮಾತು ನಿಜ. ಆ ವಿಷಯದಲ್ಲಿ ಅವಳು ಸುಗಂಧಿಯ ಸ್ವಭಾವದವಳು."

"ಚರಣ ಈಗ ಮಂಗಳೆಯ ಮನೆಯಲ್ಲಿ ಸುಗಂಧಿಯೊಂದಿಗೆ ಮಾತಾಡುತ್ತಿರುತ್ತಾನೆ."

"ಪಾಪ, ಅವಳು ಬಹಳ ನೊಂದಿದ್ದಾಳೆ. ಅದು ನೋವೆಂದು ಅರಿವಾಗದಷ್ಟು ಮುಗ್ಧತನ ಅವಳದು. ಚರಣನಿಗಾಗಿ ಅವಳು ತುಂಬ ಕಾತರಪಟ್ಟಿದ್ದಾಳೆ. ಆದರೆ ಅದಕ್ಕಿಂತ ಹೆಚ್ಚಿನ ಅಳುಕು ಅವಳಲ್ಲಿದೆ."

"ಈಗ ಯಾರ ಅಭ್ಯಂತರವೂ ಇಲ್ಲ ಉಜ್ವಲ. ಆಚಾರ್ಯರು ಒಪ್ಪಿಗೆ ಕೊಟ್ಟಾಯಿತು. ಅವನ ತಾಯಿಗೂ ಅವರೇ ಹೇಳಿ ಒಪ್ಪಿಸುತ್ತಾರೆ."

"ಹೌದೇ?" ಉಜ್ವಲಳ ಮುಖ ಅರಳಿತು. "ಇದು ನನಗೆ ಅತ್ಯಂತ ಸಂತೋಷದ ವಿಷಯ ಚಂದ್ರಗುಪ್ತ. ಸುಗಂಧಿಯ ಬದುಕಿನ ಒಂದೇ ಒಂದು ಆಸೆ ಈಡೇರಿಸುವ ನಿಮ್ಮ ಪ್ರಯತ್ನಕ್ಕೆ ನನ್ನ ಶ್ಲಾಘನೆಯಿದೆ."

"ನಿನ್ನ ಶ್ಲಾಘನೆ ಬೇಕಿಲ್ಲ ಉಜ್ವಲ, ನನ್ನ ಪ್ರಾಣಮಿತ್ರ ಚರಣನ ವಿಚಿತ್ರವಾದ, ಅಷ್ಟೇ ವಿಶೇಷವಾದ ಮತ್ತು ಉದಾತ್ತವಾದ ಪ್ರೇಮವನ್ನು ಸಫಲಗೊಳಿಸುವುದು ನನ್ನ ಕರ್ತವ್ಯ."

ಅನಂತರ ಚಂದ್ರಗುಪ್ತ ಉಜ್ವಲ, ಸುಜಾತ ಮತ್ತಿತರ ಹುಡುಗಿಯರು ಧನನಂದನನ್ನು ನಿಸ್ಸಹಾಯಕನನ್ನಾಗಿಸುವಲ್ಲಿ ಪ್ರದರ್ಶಿಸಿದ ಧೀರೋದಾತ್ತ ನಡವಳಿಕೆಯನ್ನು ಪ್ರಶಂಸಿಸಿದ. ಅವರಿಗೆ ಸೂಕ್ತ ಮನ್ನಣೆ ಕೊಡುವುದಾಗಿ ಹೇಳಿದ. ಆಗ ಉಜ್ವಲ, ಅವರೂ ರಾಜಸೇವೆಯಲ್ಲಿ ಯೋಗ್ಯ ವೃತ್ತಿಯನ್ನು ಅವಲಂಬಿಸುವ ಇಚ್ಛೆ ವ್ಯಕ್ತಪಡಿಸಿದ್ದನ್ನು ವಿವರಿಸಿದಳು.

"ನೀನು ಮತ್ತು ಸುಜಾತ ಅವರ ತಲೆಕೆಡಿಸಿರಬೇಕು" ಎಂದ ಚಂದ್ರಗುಪ್ತ ನಗುತ್ತ.

"ಇಲ್ಲ, ಇದರಲ್ಲಿ ನಮ್ಮ ಪ್ರಯತ್ನವೇನೂ ಇಲ್ಲ. ಸುಜಾತಳ ಹಿನ್ನೆಲೆಯನ್ನು ಕೇಳಿದ ಮೇಲೆ ಅದು ಅವರ ಮೇಲೆ ಪ್ರಭಾವ ಬೀರಿರುವಂತಿದೆ. ಈಗ ನಮ್ಮಿಂದ ಕಲಿತ ಕ್ಷಾತ್ರ ವಿದ್ಯೆಯನ್ನು ಸುಜಾತಳಂತೆ ತಾವೂ ಸದುಪಯೋಗಪಡಿಸಿಕೊಳ್ಳಬೇಕೆಂಬ ಭಾವನೆ ಬಂದಿದೆ."

"ಆಚಾರ್ಯರು ಏನು ಹೇಳುತ್ತಾರೋ ?"

"ನಾನಾಗಲೀ ನೀವಾಗಲೀ ಅವರಿಗೆ ಏನೂ ಹೇಳುವುದು ಬೇಡ. ಬೇಕಾದರೆ ಅವರ ಪರವಾಗಿ ಸುಜಾತ ಮಾತಾಡಲಿ. ಅವರು ಒಪ್ಪಿದರೆ ನಮ್ಮ ಅಭ್ಯಂತರವೇನೂ ಇಲ್ಲ?"

ಚಂದ್ರಗುಪ್ತ ಅದಕ್ಕೆ ಒಪ್ಪಿಕೊಂಡ. ನಂತರ ಅವರು ಉಲ್ಲಾಸದಿಂದ ಸ್ವಲ್ಪ ಹೊತ್ತು ಮಾತಾಡುತ್ತ ಕುಳಿತಿದ್ದರು. ಮಾಲಿನಿ ಕೆಳಗಡೆಯಿಂದಲೇ ಊಟಕ್ಕೆ ಬರುವಂತೆ ಕೂಗಿದಾಗ, ಇಬ್ಬರೂ ಕೆಳಗಿಳಿದು ಬಂದರು. ಅವರು ಮೆಟ್ಟಿಲುಗಳನ್ನು ಇಳಿಯುತ್ತಿರುವಾಗ ಸುಜಾತ, ಮಾಧವಿ, ಮಾಲಿನಿ, ಭಾಗುರಾಯಣ ಮತ್ತು ಪರಿಚಾರಕರೆಲ್ಲ ಕೆಳಗೆ ನಿಂತು ಸಂತೋಷದಿಂದ ಚಪ್ಪಾಳೆ ತಟ್ಟುತ್ತಿದ್ದರು.

"ಮಗಧ ಸಾಮ್ರಾಟ ಚಂದ್ರಗುಪ್ತ ಮಹಾರಾಜರು ಮತ್ತು ಮಹಾರಾಣಿ ಉಜ್ವಲಾದೇವಿಯವರು ದಯಮಾಡಿಸಬೇಕು. ಭೋಜನಕ್ಕೆ ಎಲ್ಲ ಅಣಿಯಾಗಿದೆ" ಎಂದು ಸುಜಾತ ನಾಟಕೀಯವಾಗಿ ಹೇಳಿದಳು.

"ಮಹಾರಾಜರ ಅಂಗರಕ್ಷಕಿಗೆ ಭೋಜನಶಾಲೆಯಲ್ಲಿ ಏನು ಕೆಲಸ ?" ಎಂದು ಉಜ್ವಲ ತಾನೂ ಅಷ್ಟೇ ನಾಟಕೀಯವಾಗಿ ಹೇಳಿದಳು.

"ಪತಿ ಪತ್ನಿಯರ ಏಕಾಂತದ ಸಂದರ್ಭವನ್ನು ಬಿಟ್ಟು ಎಲ್ಲ ಸಮಯದಲ್ಲಿ, ಎಲ್ಲ ಸ್ಥಳದಲ್ಲಿ ಅಂಗರಕ್ಷಕಿಯಿರಲೇ ಬೇಕು ಮಹಾರಾಣಿ."

"ಅಮಾತ್ಯರೆ, ಎಲ್ಲ ವ್ಯವಸ್ಥೆಗಳೂ ಸರಿಯಾಗಿವೆಯೇ ?" ಎಂದ ಚಂದ್ರಗುಪ್ತ ತಾನೂ ನಾಟಕದಲ್ಲಿ ಭಾಗಿಯಾಗಿ.

"ಆಗಿದೆ ಮಹಾಪ್ರಭು" ಭಾಗುರಾಯಣ ವಿನಯದಿಂದ ಹೇಳಿದ, "ತಮ್ಮ ಸತ್ಕಾರಕ್ಕೆ ಎಲ್ಲವೂ ಸಿದ್ಧವಾಗಿವೆ."

ಎರಡು ಕ್ಷಣ ಬಿಟ್ಟು ಎಲ್ಲ ಜೋರಾಗಿ ನಕ್ಕುಬಿಟ್ಟರು. "ಅಮಾತ್ಯರೆ, ನಾನು ತಡ ಮಾಡಿದ್ದರಿಂದ ಊಟಕ್ಕೆ ತಡವಾಯಿತೆಂದು ಕಾಣುತ್ತದೆ, ದಯವಿಟ್ಟು ಕ್ಷಮಿಸಿ" ಎಂದ ಚಂದ್ರಗುಪ್ತ.

"ನಾಟಕ ಮುಗಿಯಿತು, ಈಗ ಊಟಕ್ಕೆ ನಡೆಯಿರಿ" ಎಂದಳು ಮಾಲಿನಿ.

"ನಾಟಕವಲ್ಲ, ವಾಸ್ತವ. ಭಾಗುರಾಯಣರು ಇನ್ನು ಮೇಲೆ ಸೇನಾಧ್ಯಕ್ಷರಲ್ಲ, ನಮ್ಮ ಅಮಾತ್ಯ ಪರಿಷತ್ತಿನ ಒಬ್ಬ ಸದಸ್ಯರು."

ಎಲ್ಲ ಆಚ್ಚರಿಯಿಂದ ಚಂದ್ರಗುಪ್ತ ಮತ್ತು ಭಾಗುರಾಯಣನ ಮುಖ ನೋಡಿದರು. ಅದು ನಿಜವೆನ್ನುವುದು ಅರ್ಥವಾಯಿತು. "ಒಳ್ಳೆಯದಾಯಿತು" ಮಾಧವಿ ಹೇಳಿದಳು, "ಚಂದ್ರಗುಪ್ತನ ಯಶಸ್ಸು ಮತ್ತು ಭಾಗುರಾಯಣರ ಪದೋನ್ನತಿ–ಈ ಎರಡು ಕಾರಣಗಳಿಂದ ಇಂದಿನ ಔತಣದೂಟಕ್ಕೆ ವಿಶೇಷ ಮಹತ್ವವಿದೆ."

ಮಾಲಿನಿಗೆ ನಿಜವಾಗಲೂ ಸಂತೋಷವಾಗಿತ್ತು. ಅವಳು ಚಂದ್ರಗುಪ್ತನತ್ತ ಅಭಿಮಾನದಿಂದ ನೋಡಿ ಭೋಜನಶಾಲೆಯತ್ತ ನಡೆದಳು. ಎಲ್ಲರೂ ಅವಳನ್ನು ಹಿಂಬಾಲಿಸಿದರು.

★ ★ ★

ಕತ್ತಲಾಗುವ ಮೊದಲು ಚರಣ ಮನೆಗೆ ಬಂದ. ಮನೆಯಲ್ಲಿ ತಾಯಿ ಇರಲಿಲ್ಲ. ಅಷ್ಟು ಹೊತ್ತಿನಲ್ಲಿ ಎಲ್ಲಿಗೆ ಹೋಗಿರಬೇಕೆಂದುಕೊಂಡ. ಕತ್ತಲಾಗುತ್ತಿದ್ದುದರಿಂದ ತಾನೇ ದೀಪ ಹಚ್ಚಿದ. ಅದೇ ವೇಳೆಗೆ ತಾಯಿ ಒಳಗೆ ಬಂದಳು.

"ಎಲ್ಲಿಗೆ ಹೋಗಿದ್ದೆಯಮ್ಮ ?"

"ಆಚಾರ್ಯ ಚಾಣಕ್ಯರ ಮನೆಗೆ."

ಸುಗಂಧಿಯ ವಿಷಯಕ್ಕೇ ಇರಬೇಕೆಂದು ಅನ್ನಿಸಿತು, "ಅವರು ಏನು ಹೇಳಿದರು ?" ಎಂದ ನಿಧಾನವಾಗಿ.

"ಅವರು ಹೇಳಿದ್ದನ್ನು ಆಮೇಲೆ ಹೇಳುತ್ತೇನೆ. ಆದರೆ ನನ್ನ ಮಗ ತನ್ನ ಹೆತ್ತ ತಾಯಿಯನ್ನೇ ಅರ್ಥಮಾಡಿಕೊಳ್ಳಲಿಲ್ಲವಲ್ಲ ಎಂಬ ನೋವಂತೂ ಆಯಿತು."

"ಏಕಮ್ಮ ? ಯಾವ ವಿಷಯದ ಬಗ್ಗೆ ಹೇಳುತ್ತಿದ್ದೀಯಾ ?"

"ಮಗು, ಚಾಣಕ್ಯರು ಸುಗಂಧಿಯ ವಿಷಯ ಹೇಳಿದರು."

"ಅಮ್ಮ, ನಿನ್ನ ಮೇಲಿನ ಗೌರವದಿಂದಲೇ ನಾನು ಆ ವಿಷಯವನ್ನು ನಿನಗೆ ಮೊದಲೇ ತಿಳಿಸಲಿಲ್ಲ."

"ನನಗೆ ಅರ್ಥವಾಗುತ್ತದೆ. ಆದರೆ ನಾನು ನಿನ್ನನ್ನು ಹೆತ್ತ ತಾಯಿ. ನಿನ್ನಲ್ಲಿ ಇಷ್ಟೊಂದು ದೊಡ್ಡ ಮನಸ್ಸು, ಔದಾರ್ಯಗಳಿರುವಾಗ ನಿನ್ನ ತಾಯಿಯಾದ ನನ್ನಲ್ಲಿ ಅದನ್ನು ಗೌರವಿಸುವಷ್ಟು ಔದಾರ್ಯವೂ ಇರುವುದಿಲ್ಲವೆ ?"

"ಅಮ್ಮ ನನ್ನನ್ನು ಕ್ಷಮಿಸು. ನಿನ್ನೆಯವರೆಗೂ ನನ್ನ ಮನಸ್ಸು ಖಚಿತವಾಗಿರಲಿಲ್ಲ. ಆದರೆ ಅವಳು..."

"ಅವಳ ಬಗ್ಗೆ ನೀನೇನೂ ಹೇಳಬೇಡ. ಆಚಾರ್ಯರು ಪ್ರತಿಯೊಂದನ್ನೂ ವಿವರವಾಗಿ ಹೇಳಿದರು. ಅಷ್ಟೆಲ್ಲಾ ಕೇಳಿದ ಮೇಲೆ ಯಾರು ತಾನೇ ಅವಳನ್ನು ಗೌರವಿಸುವುದಿಲ್ಲ. ನನ್ನ ಹೃತ್ಪೂರ್ವಕವಾದ ಸಮ್ಮತಿಯಿದೆ. ನನಗೂ ಅವಳನ್ನು ನೋಡಬೇಕೆಂದು ಈಗ ಆತುರವಾಗುತ್ತಿದೆ. ಒಮ್ಮೆ ಕರೆದುಕೊಂಡು ಬಾ."

"ಆಗಲಿ, ಬೇಗನೆ ಕರೆತರುತ್ತೇನೆ."

"ನಿನ್ನನ್ನು ಕೋಶಾಧ್ಯಕ್ಷನನ್ನಾಗಿ ಮತ್ತು ಅಮಾತ್ಯನನ್ನಾಗಿ ಮಾಡುವ ವಿಷಯವನ್ನು ಆಚಾರ್ಯರು ಹೇಳಿದರು."

"ನಿನಗೆ ಸಂತೋಷವಾಯಿತೇ ?"

"ಅವರ ಔದಾರ್ಯಕ್ಕೆ ಸಂತೋಷವಾಯಿತು. ಆದರೆ ನೀನು ಯಾವ ಪ್ರತಿಫಲಾಪೇಕ್ಷೆಯೂ ಇಲ್ಲದೆ ಸ್ನೇಹಕ್ಕಾಗಿ, ಮಗಧದ ಒಳಿತಿಗಾಗಿ ಶ್ರಮಿಸಿದೆಯೆಂಬುದೇ ನನಗೆ ಹೆಚ್ಚಿನ ಸಂತೋಷ ಕೊಡುತ್ತದೆ."

"ನನ್ನ ಭಾವನೆಯೂ ಅದೇ. ಈ ಪದವಿಯೂ ಕೂಡ ಪ್ರಜೆಗಳಿಗೆ ಏನಾದರೂ ಒಳ್ಳೆಯದನ್ನು ಮಾಡಲು ಅವಕಾಶ ಕೊಡುವುದೆಂಬ ಭಾವನೆಯಿಂದಲೇ ಒಪ್ಪಿಕೊಳ್ಳುತ್ತೇನೆ. ನನ್ನ ಮಿತ್ರ ಚಂದ್ರಗುಪ್ತನ ಸಾಮ್ರಾಜ್ಯ ಒಂದು ಆದರ್ಶ ಆಳ್ವಿಕೆಯನ್ನು ನೀಡಲು, ನಮ್ಮ ಪಾಲ್ಗೊಳ್ಳುವಿಕೆಯೂ ಅಗತ್ಯವೆಂದು ಒಪ್ಪಿಕೊಳ್ಳುತ್ತೇನೆ."

"ಈ ನಿನ್ನ ಉನ್ನತ ಭಾವನೆ ನಿನ್ನ ಮನಸ್ಸಿನಲ್ಲಿ ಅಚಲವಾಗಿರಲೆಂದು ತಾಯಿಯಾಗಿ ನಾನು ಆಶಿಸುತ್ತೇನೆ."

## ೭

ಚಂದನದಾಸನ ಮನೆಯಲ್ಲಿ ಅವನ ಪತ್ನಿ ಯಶೋಮತಿ ಮತ್ತು ರಾಕ್ಷಸನ ಪತ್ನಿ ವೈಶಾಲಿ ಮಾತನಾಡುತ್ತಿದ್ದರು. ಇಬ್ಬರ ಮಕ್ಕಳೂ ಒಳಕೋಣೆಯಲ್ಲಿ ಆಟವಾಡಿಕೊಳ್ಳುತ್ತಿದ್ದರು. ಯಾವುದೇ ಕಾರಣಕ್ಕೂ ಅವರು ಹೊರಗೆ ಹೋಗದಂತೆ ಚಂದನದಾಸ ನಿರ್ಬಂಧಿಸಿದ್ದ.

"ನನ್ನ ಜೀವ ತಲ್ಲಣಿಸುತ್ತಿದೆ ಯಶೋಮತಿ" ವೈಶಾಲಿ ಚಿಂತೆಯಿಂದ ಹೇಳಿದಳು, "ಇಲ್ಲಿ ನೋಡಿದರೆ ಚಂದ್ರಗುಪ್ತ ಮತ್ತು ಚಾಣಕ್ಯನ ಕಡೆಯವರು ನಗರವನ್ನೆಲ್ಲ ವಶಪಡಿಸಿಕೊಂಡರೆಂದು ಹೇಳುತ್ತಿದ್ದಿ. ಅಮಾತ್ಯರು ಒಬ್ಬಂಟಿಯಾಗಿ ಎಲ್ಲಿದ್ದಾರೋ, ಏನೇನು ಕಷ್ಟಪಡುತ್ತಿದ್ದಾರೋ ದೇವರಿಗೇ ಗೊತ್ತು."

"ಧೈರ್ಯ ತಂದುಕೋ ವೈಶಾಲಿ, ಅಮಾತ್ಯರು ಶೂರರು, ಬುದ್ಧಿವಂತರು. ಅವರು ಖಂಡಿತ ಸುರಕ್ಷಿತವಾಗಿರುತ್ತಾರೆ" ಯಶೋಮತಿ ಸಮಾಧಾನ ಹೇಳಿದಳು.

"ಈ ಪದವಿಯ ಸುಖಸಂಪತ್ತು ಯಾರಿಗೆ ಬೇಕು ? ಈಗ ನೋಡು, ಹೊರಗೆ ಹೋದರೆ ಎಲ್ಲಿ ಚಾಣಕ್ಯನ ಕಡೆಯವರು ಕಾಣುತ್ತಾರೋ, ಇನ್ನೇನು ಆಪತ್ತು ಬರಬಹುದೋ ಎಂಬ ಭೀತಿಯಿಂದ ಜೀವ ಕೈಯಲ್ಲಿ ಹಿಡಿದು ದಿನ ಕಳೆಯಬೇಕು. ಯಾವ ಅಧಿಕಾರವೂ ಇಲ್ಲದೆ ಸಾಮಾನ್ಯರಾಗಿದ್ದರೆ ಈ ತೊಂದರೆ ಬರುತ್ತಿರಲಿಲ್ಲ."

"ಇಷ್ಟೆಲ್ಲಾ ಆಗುವುದೆಂದು ಯಾರಿಗೆ ಗೊತ್ತಿತ್ತು ?"

"ನನಗಂತೂ ಸಂದೇಹವಿತ್ತು ಯಶೋಮತಿ. ಆ ಚಣಕನನ್ನು ಧನನಂದನೇ ಕೊಲ್ಲಿಸಿದ, ಅವನ ಮಗನನ್ನು ರಾಜಸಭೆಯಲ್ಲಿ ಅಪಮಾನಪಡಿಸಿದ, ಅವನು ಪ್ರತಿಜ್ಞೆ ಮಾಡಿಹೋದ, ಎಂಬ ವಿಷಯ ತಿಳಿದಾಗಿನಿಂದಲೂ ಏನೋ ನಡೆಯಬಾರದ್ದು ನಡೆಯಬಹುದೆಂದು ನನ್ನ ಒಳಮನಸ್ಸು ಹೇಳುತ್ತಲೇ ಇತ್ತು. ಆದರೆ ಅಂತಿಮವಾಗಿ ಅದು ನನ್ನ ಗಂಡ ತಲೆ ಮರೆಸಿಕೊಳ್ಳುವಂತೆ ಮಾಡುವುದೆಂದು ಯೋಚಿಸಿಯೇ ಇರಲಿಲ್ಲ."

"ಕೆಲವು ವಿಷಯಗಳಲ್ಲಿ ಮನುಷ್ಯ ಪ್ರಯತ್ನ ಏನೂ ನಡೆಯುವುದಿಲ್ಲ ವೈಶಾಲಿ. ಬೇರು ಸಡಿಲವಾದ ಮರ ಬೀಳುವುದನ್ನು ಎಷ್ಟುಕಾಲ ತಡೆದು ನಿಲ್ಲಿಸಲಾಗುತ್ತದೆ. ನನ್ನ ಅಭಿಪ್ರಾಯದಲ್ಲಿ ಧನನಂದನೆಂಬ ಬೇರು ಕೊಳೆತ ಮರವನ್ನು ರಾಕ್ಷಸರು ಇಷ್ಟು ದಿನ ಬೀಳದಂತೆ ತಡೆದು ನಿಲ್ಲಿಸಿದ್ದೇ ಹೆಚ್ಚು."

"ಧನನಂದ ಮಾಡಿದ ಪಾಪಗಳಿಗೆ ನಾವೇಕೆ ಹೊಣೆಯಾಗಬೇಕು ? ಅಮಾತ್ಯರ ನಿಷ್ಠೆ ಪ್ರಾಮಾಣಿಕತೆಗಳಿಗೆ ಇಂಥ ಬಹುಮಾನವೇ !"

"ಅವರ ನಿಷ್ಠೆ ಪ್ರಾಮಾಣಿಕತೆಗಳು ದುಷ್ಟ ಧನನಂದನನ್ನು ಸೇವಿಸಿ ವ್ಯರ್ಥವಾದವು. ಯಶೋಮತಿ, ಒಂದು ವೇಳೆ ಭಾಗುರಾಯಣರಂಥ ಸೇನಾಧ್ಯಕ್ಷರು ತಮ್ಮ ನಿಷ್ಠೆ ಬದಲಿಸಿ ಚಂದ್ರಗುಪ್ತನ ಪರವಹಿಸಿದಂತೆ ರಾಕ್ಷಸರೂ ಮಾಡಿದ್ದರೆ ಅದೇ ಘನತೆ ಗೌರವದಿಂದ, ಇದೇ ನಗರದಲ್ಲಿ ತಲೆಯೆತ್ತಿ ಬಾಳಬಹುದಾಗಿತ್ತು."

"ಇಲ್ಲ ಯಶೋಮತಿ, ಅದು ಸಾಧ್ಯವಾಗುವುದಿಲ್ಲ. ತಮಗೆ ಉಪಕಾರ ಮಾಡಿ, ಪದವಿ ಪ್ರತಿಷ್ಠೆಗಳನ್ನು ನೀಡಿದನೆಂದು ಧನನಂದನ ಬಗ್ಗೆ ಅತಿಯಾದ ಕೃತಜ್ಞತೆ ಇರಿಸಿಕೊಂಡಿದ್ದಾರೆ. ಆ ಕಾರಣದಿಂದಲೇ ಅವನು ತಪ್ಪು ಮಾಡುತ್ತಿದ್ದರೂ ಪ್ರತಿಭಟಿಸದೆ ಮೌನವಾಗಿ ಸಹಿಸಿದ್ದಾರೆ. ಈಗಲೂ ಅದೇ ಹಟದಿಂದಲೇ ಅವರು ನಗರ ಬಿಟ್ಟು ಹೋಗಿರುತ್ತಾರೆ. ನಂದನನ್ನು ಕೊಂದವರ ಮೇಲೆ ಸೇಡುತೀರಿಸಿಕೊಳ್ಳಲು ಖಂಡಿತ ಪ್ರಯತ್ನಿಸುತ್ತಾರೆ."

"ಚಾಣಕ್ಯ ಮಹಾಬುದ್ಧಿವಂತನಂತೆ. ಅಂಥ ಪ್ರಯತ್ನ ಯಶಸ್ವಿಯಾಗಲು ಖಂಡಿತ ಬಿಡಲಾರ."

"ಅದಕ್ಕೇ ನನಗೆ ಭಯವಾಗುತ್ತಿದೆ. ಆ ಪ್ರಯತ್ನದಲ್ಲಿ ಅಮಾತ್ಯರಿಗೇನಾದರೂ ಆದರೆ, ನನ್ನ ಗತಿಯೇನು ? ನನ್ನ ಮಗನ ಗತಿಯೇನು ?" ಎಂದು ವೈಶಾಲಿ ಬಿಕ್ಕಿ ಬಿಕ್ಕಿ ಅಳತೊಡಗಿದಳು.

ಯಶೋಮತಿ ಅವಳ ಭುಜ ಬಳಸಿ ಸಮಾಧಾನ ಪಡಿಸಿದಳು. "ವೈಶಾಲಿ, ಕೆಟ್ಟದ್ದನ್ನು ಆಲೋಚಿಸಿ ಏಕೆ ಸಂಕಟಪಡುತ್ತೀ? ದೇವರ ದಯದಿಂದ ಒಳ್ಳೆಯದೇ ಆಗಬಹುದೆಂದು ಅಂದುಕೋ."

ಅದೇ ವೇಳೆಗೆ ಚಂದನದಾಸ ಒಳಗೆ ಬಂದ. ವೈಶಾಲಿ ಕಣ್ಣೊರೆಸಿಕೊಂಡು ಸಂಕೋಚದಿಂದ ಎದ್ದು ನಿಂತಳು. "ಕುಳಿತುಕೋ ವೈಶಾಲಿ" ಎಂದು ಹೇಳಿ ಅವಳು ಕುಳಿತ ನಂತರ ತಾನೂ ಕುಳಿತುಕೊಂಡ. ಅವಳ ಕಡೆಯ ಮಾತನ್ನು ಅವನೂ ಕೇಳಿಸಿಕೊಂಡಿದ್ದ. "ಯಶೋಮತಿ, ವೈಶಾಲಿ ಹೇಳಿದಂತೆ, ಎಲ್ಲ ಒಳ್ಳೆಯದೇ ಆಗುವುದೆಂದು ಧೈರ್ಯದಿಂದಿರಲೇ ಬೇಕು. ಅದೃಷ್ಟದ ಆಟದಲ್ಲಿ ಮೇಲಿದ್ದವರು ಕೆಳಗಿಳಿಯುವುದು, ಕೆಳಗಿದ್ದವರು ಮೇಲೇರುವುದು ನಡೆಯುತ್ತಲೇ ಇರುತ್ತದೆ."

"ಏರದಿದ್ದರೂ ಚಿಂತೆಯಿಲ್ಲ, ಆದರೆ ನಮ್ಮಷ್ಟು ಕೆಳಗಿಳಿಯಬಾರದು."

"ಇದು ನಿನ್ನ ಮತ್ತು ವಸುಭೂತಿಗೆ ಮಾತ್ರ ಸಂಬಂಧಿಸಿದ ದುರದೃಷ್ಟವಲ್ಲ ವೈಶಾಲಿ" ಚಂದನದಾಸ ಹೇಳಿದ, "ಇಡೀ ಮಗಧ ಸಾಮ್ರಾಜ್ಯಕ್ಕೆ ಸಂಬಂಧಿಸಿದ್ದು. ವಸುಭೂತಿಯ ಸ್ಥಿತಿ ಹೀಗಾದದ್ದು ನನ್ನ ನಿನ್ನ ದೃಷ್ಟಿಯಲ್ಲಿ ದುರದೃಷ್ಟವೇ ಸರಿ. ಮಗಧದ ದೃಷ್ಟಿಯಿಂದ ಹಳೆಯ ಆಡಳಿತ ನಾಶವಾಗಿ ಹೊಸದು ಬಂದಿರುವುದು ಅದೃಷ್ಟವೆಂದೇ ಎಲ್ಲ ಪ್ರಜೆಗಳ ಪ್ರಾಮಾಣಿಕ ಭಾವನೆಯಾಗಿದೆ. ನಮ್ಮ ವೈಯಕ್ತಿಕ ದೃಷ್ಟಿಯನ್ನು ಬಿಟ್ಟು ವಿಶಾಲವಾಗಿ ಆಲೋಚಿಸಿದರೆ ನಾವೂ ಇದನ್ನು ಒಪ್ಪಬೇಕಾಗುತ್ತದೆ."

"ನಾನೂ ಒಪ್ಪುತ್ತೇನೆ" ವೈಶಾಲಿ ಹೇಳಿದಳು, "ಆದರೆ ಎಲ್ಲಕ್ಕಿಂತ ಮಿಗಿಲಾಗಿ ನನ್ನ ಗಂಡ, ನನ್ನ ಮಗ, ನನ್ನ ಸಂಸಾರ ಎಂದು ನಾನು ಯೋಚಿಸುವುದು ಅನಿವಾರ್ಯವಾಗುತ್ತದೆ. ಚಂದ್ರಗುಪ್ತ ಚಾಣಕ್ಯರು ಎಲ್ಲರ ದೃಷ್ಟಿಯಲ್ಲಿ ಎಷ್ಟೇ ಒಳ್ಳೆಯವರಿರಬಹುದು. ಆದರೆ ಅಮಾತ್ಯರ ಪಾಲಿಗೆ ಧನನಂದನನ್ನು ಕೊಂದ ಅವರು ದುರಾತ್ಮರೇ."

"ಆ ವಿಷಯ ಬಿಡಿ" ಯಶೋಮತಿ ಬೇಕೆಂದೇ ಗಮನವನ್ನು ಬೇರೆಡೆ ಸೆಳೆದಳು, "ನಗರದಲ್ಲಿ ಹೊಸ ವಿಷಯವೇನು ?"

"ಒಂದು ವಿಷಯವೇ ? ಜನರಿಗೆ ಸಂತೋಷ ಕೊಡುವ ಒಂದೊಂದು ಹೊಸ ವಿಷಯ ನಿತ್ಯ ನಡೆಯುತ್ತಿದೆ. ನೆನ್ನೆಯೆಲ್ಲ ಯುದ್ಧದಲ್ಲಿ ಸತ್ತವರ, ಗಾಯಗೊಂಡವರ

ಕುಟುಂಬಗಳಿಗೆ ಪರಿಹಾರ, ಪುರಸ್ಕಾರದ ಸಂಭ್ರಮ ನಡೆಯಿತು. ಈ ದಿನ ಸೆರೆಯಲ್ಲಿದ್ದವರ ಬಿಡುಗಡೆಯ ಸಂಭ್ರಮ."

"ಅಂದರೆ ಕಾರಾಗೃಹದಲ್ಲಿದ್ದ ಅಪರಾಧಿಗಳನ್ನೆಲ್ಲ ಬಿಡಿಸಿಬಿಟ್ಟರೆ ?" ಎಂದು ಯಶೋಮತಿ ಆಶ್ಚರ್ಯದಿಂದ ಕೇಳಿದಳು.

"ಚಾಣಕ್ಯ ಅಂಥ ಅವಿವೇಕಿಯಲ್ಲ ಯಶೋಮತಿ" ಚಂದನದಾಸ ಹೇಳಿದ, "ಧನನಂದ ತನ್ನ ಪ್ರತಿಷ್ಠೆಗಾಗಿ, ವೈಯಕ್ತಿಕ ಇಷ್ಟಾನಿಷ್ಟಗಳ ಆಧಾರದ ಮೇಲೆ ರಾಜಕೀಯ ಕಾರಣದಿಂದ ಬಂಧಿಸಿದ್ದವರನ್ನೆಲ್ಲ ಬಿಡುಗಡೆ ಮಾಡಿದ. ಅವರ ಸಂಭ್ರಮವನ್ನು ಹೇಳತೀರದು. ಕಾರಾಗೃಹದಿಂದ ಹೊರಟ ಅವರ ಮೆರವಣಿಗೆಯಲ್ಲಿ ಇತರರೂ ಸಾವಿರಾರು ಜನ ಸೇರಿದ್ದರು. ಎಲ್ಲ ಕಡೆ ಆಚಾರ್ಯ ಚಾಣಕ್ಯರಿಗೆ ಜಯವಾಗಲಿ, ಚಂದ್ರಗುಪ್ತ ಮಹಾರಾಜರಿಗೆ ಜಯವಾಗಲಿ ಎಂಬ ಮುಗಿಲು ಮುಟ್ಟುವ ಉದ್ಘೋಷ! ಪ್ರಜೆಗಳಂತೂ ಶಾಪಮುಕ್ತರಾದ ದೇವತೆಗಳಂತೆ ಹೊಳೆಯುತ್ತಿದ್ದಾರೆ. ಎಲ್ಲರ ಬಾಯಲ್ಲೂ ಒಂದೇ ಮಾತು ಚಂದ್ರಗುಪ್ತ, ಚಾಣಕ್ಯ."

ಆ ಮಾತುಗಳನ್ನು ಕೇಳಲು ಇಷ್ಟವಿಲ್ಲದವಳಂತೆ ವೈಶಾಲಿ ಎದ್ದು ತನ್ನ ಕೋಣೆಗೆ ಹೋಗಿಬಿಟ್ಟಳು. ಚಂದನದಾಸ ಒಂದು ನಿಟ್ಟುಸಿರು ಬಿಟ್ಟು ಹೇಳಿದ, "ನಾನು ಬಹಳ ಸಲ ವಸುಭೂತಿಗೆ ಹೇಳಿದೆ. ಆ ಧನನಂದನಿಂದ ನೀನೂ ಪ್ರಜೆಗಳ ದೃಷ್ಟಿಯಲ್ಲಿ ಕೆಟ್ಟವನಾಗುವೆ ಯೆಂದು, ಆದರೆ ಅವನಿಗೆ ಧನನಂದನೆಂದರೆ ಪ್ರಶ್ನಾತೀತವಾದ ಭಕ್ತಿ, ಕುರುಡು ನಿಷ್ಠೆ"

"ಒಂದು ಕಡೆ ರಾಕ್ಷಸ! ಇನ್ನೊಂದು ಕಡೆ ರಾಜಕುಮಾರನಿಗೆ ವಿಷವಿಟ್ಟ ಆ ಪಾಪಿ ಶ್ರೀಯಕ !"

"ವಸುಭೂತಿಯೇ ಸ್ವಲ್ಪ ಉದಾಸೀನ ಮಾಡಿದ. ಅವನ ಮೇಲೆ ಸಂದೇಹ ಬಂದಾಗಲೇ, ಅವನನ್ನು ಹಿಡಿದು ಸೆರೆಗೆ ದೂಡಿದ್ದರೆ ಇಂಥ ಕೆಲಸ ಮಾಡುವಷ್ಟು ಧೈರ್ಯ ಬರುತ್ತಿರಲಿಲ್ಲ"

"ಧನನಂದನಿಗೆ ಶ್ರೀಯಕನ ಮೇಲೆ ಬಹಳ ವಿಶ್ವಾಸವೆಂದು ನೀವೇ ಹೇಳುತ್ತಿದ್ದಿರಿ. ರಾಕ್ಷಸರು ಅವನ ಮೇಲೆ ಕ್ರಮ ತೆಗೆದುಕೊಳ್ಳಲು ಧನನಂದ ಬಿಡುತ್ತಿದ್ದನೆ ?"

"ಹೌದು, ಬಹುಶಃ ಧನನಂದನೇ ಅವನನ್ನು ರಕ್ಷಿಸುತ್ತಿದ್ದ. ವಸುಭೂತಿ ಆ ನಂಬಿಕೆ ದ್ರೋಹಿಯನ್ನು ಕೊಂದು ಒಳ್ಳೆಯ ಕೆಲಸ ಮಾಡಿದ."

"ಸಾಯಿಸಿದವನು ಸತ್ತ. ಆದರೆ ಸತ್ತವರು ಮತ್ತೆ ಬರುತ್ತಾರೆಯೆ ?"

"ಸಾಯಿಸಿದವನೂ ಒಂದು ದಿನ ಸಾಯುತ್ತಾನೆ, ಸತ್ತವನೂ ಒಮ್ಮೆ ಸಾಯುತ್ತಿದ್ದ. ಆದರೆ ಅವನು ಹೇಗೆ ಸತ್ತನೆಂಬುದು ಮುಖ್ಯ. ಶ್ರೀಯಕ ಮತ್ತು ಧನನಂದ ಸತ್ತ ರೀತಿಗೆ ದುಃಖ ಪಡುವವರು ಒಬ್ಬರೂ ಇಲ್ಲ, ಬಹುಶಃ ವಸುಭೂತಿ ಒಬ್ಬನನ್ನು ಬಿಟ್ಟು."

"ಧನನಂದನ ಪರವಾಗಿದ್ದವರಿಗೆ ಇವರು ಕಿರುಕುಳ ಕೊಡಬಹುದಲ್ಲವೆ ?"

"ಬಹುಶಃ ವಿನಾಕಾರಣ ಯಾವ ತೊಂದರೆಯನ್ನೂ ಕೊಡುವುದಿಲ್ಲ, ಕಾರಣವಿದ್ದರೆ ಬಿಡುವುದಿಲ್ಲ, ಆ ಕೋಶಾಧ್ಯಕ್ಷ ಶ್ರೀನಿಧಿ ಧನ ದುರುಪಯೋಗ ಮಾಡಿರುವನೆಂದು ಕೆಲಸದಿಂದ ತೆಗೆದು ಹಾಕಿದನಂತೆ."

"ಈ ಅಮಾತ್ಯರು ಹೆಂಡತಿ ಮಕ್ಕಳ ಯೋಗಕ್ಷೇಮವನ್ನು ಲೆಕ್ಕಿಸದೆ ತಲೆಮರೆಸಿಕೊಂಡು

ಏಕೆ ಓಡಿಹೋಗಬೇಕಾಗಿತ್ತು. ಧನನಂದನೇ ಸತ್ತಮೇಲೆ ಇವರ ಹೊಣೆಯೂ ಮುಗಿಯಿತಲ್ಲವೆ ? ಶರಣಾಗತರಾಗಿ ಇಲ್ಲೆ ಇರಬಹುದಾಗಿತ್ತು. ಬೇಕಾದಷ್ಟು ಗಳಿಸಿದ್ದಾರೆ. ಅಮಾತ್ಯ ಪದವಿಯಿಲ್ಲದೆಯೂ ಸುಖವಾಗಿ ಬದುಕಬಹುದು."

"ನಿನ್ನ ನನ್ನ ದೃಷ್ಟಿಯಲ್ಲಿ ಅದು ಸರಿಯಿರಬಹುದು. ಆದರೆ ವಸುಭೂತಿಯ ಮನಸ್ಸು ನನಗೆ ಚೆನ್ನಾಗಿ ಗೊತ್ತು. ಧನನಂದನ ಸಾವಿಗೆ ಪ್ರತೀಕಾರ ಮಾಡಲು ಖಂಡಿತ ಪ್ರಯತ್ನಿಸುತ್ತಾನೆ. ಅವನು ಸುಲಭವಾಗಿ ಸೋಲೊಪ್ಪಿಕೊಳ್ಳುವ ವ್ಯಕ್ತಿಯಲ್ಲ"

★ ★ ★

ರಾಕ್ಷಸ ದೀರ್ಘವಾಗಿ ಆಲೋಚಿಸಿದ. 'ಆ ಚಂದ್ರಗುಪ್ತ ಧನನಂದ ಕುಳಿತ ಸಿಂಹಾಸನದ ಮೇಲೆ ಕೂಡಬಾರದು. ಕುಳಿತರೂ ಒಂದೆರಡು ದಿನಗಳಲ್ಲೇ ಆ ಅವಕಾಶ ಮುಗಿದು ಹೋಗಬೇಕು. ಅದಕ್ಕೆ ಏನಾದರೂ ಉಪಾಯ ಮಾಡಬೇಕು. ಅದಕ್ಕೆ ಮೊದಲು ಪಾಟಲೀ ಪುತ್ರದಲ್ಲಿನ ನನ್ನ ಆತ್ಮೀಯರನ್ನು ಭೇಟಿ ಮಾಡಬೇಕು. ಕರಭಕ ಮತ್ತು ವಿರಾಧಗುಪ್ತ ಬಂದರೆ ಪಾಟಲೀಪುತ್ರದ ವಿವರಗಳು ದೊರೆಯುತ್ತವೆ. ನಾನು ಎಲ್ಲಿ ಹೋಗಿರಬಹುದೆಂದು ಗೊತ್ತಿಲ್ಲದೆ ಅವರಿಬ್ಬರೂ ನನಗಾಗಿ ಶೋಧಿಸುತ್ತಿರಬಹುದು. ಅಥವಾ ನಾನೇ ಅವರನ್ನು ಸಂಪರ್ಕಿಸಬಹುದೆಂದು ನಿರೀಕ್ಷಿಸುತ್ತಿರಬಹುದು.'

ಹೀಗೆ ಬಯಲಿನಲ್ಲಿ ದಿಕ್ಕಿಲ್ಲದ ಅಲೆಮಾರಿಗಳಂತೆ ಗುಡಿಸಲು ಹಾಕಿಕೊಂಡು ಎಷ್ಟು ದಿನ ಇರುವುದು ? ಯಾರಾದರೂ ಆಪ್ತರ ಆಶ್ರಯದಲ್ಲಿರಬಹುದೆಂಬ ಆಲೋಚನೆ ಬಂತು. ಆದರೆ ಮರುಕ್ಷಣದಲ್ಲೇ ಆ ಯೋಚನೆಯನ್ನು ಮನಸ್ಸಿನಿಂದ ಕಿತ್ತುಹಾಕಿದ. ಏಕೆಂದರೆ, ಒಂದು ಸಣ್ಣ ಗ್ರಾಮದಲ್ಲಿದ್ದರೂ, ತನ್ನ ಸುಳಿವು ಹೇಗೋ ಪಾಟಲೀಪುತ್ರವನ್ನು ತಲಪಿಬಿಡಬಹುದು. ಆಮೇಲೆ ತಾನು ಸುಲಭವಾಗಿ ಸೆರೆಸಿಕ್ಕುವ ಸಾಧ್ಯತೆಯಿತ್ತು.

ಅವನಿಗೆ ಜೀವಸಿದ್ಧಿಯ ನೆನಪು ಬಂತು. ಅವನು ಹೇಳಿದ್ದ ಜೋತಿಷ್ಯವೂ ನೆನಪಾಯಿತು. 'ಅವನ ಜ್ಯೋತಿಷ್ಯದ ಪ್ರಕಾರ ಶ್ರೀಯಕನ ವಿಷಯ ನಿಜವಾಯಿತು. ಆದರೆ ಧನನಂದನ ಬಗ್ಗೆ ಖಚಿತವಾಗಿ ತಿಳಿಸಲು ಅವನು ವಿಫಲನಾದ. ಭವಿಷ್ಯವನ್ನು ಮೊದಲೇ ಖಚಿತವಾಗಿ ಹೇಳಲು ಯಾರಿಂದಲೂ ಸಾಧ್ಯವಿಲ್ಲವೆನ್ನುತ್ತಾರೆ. ಬಹುಶಃ ಅದೇ ನಿಜವಿರಬಹುದೇನೋ! ಜೀವಸಿದ್ಧಿಯೂ ಒಬ್ಬ ಮನುಷ್ಯ. ಅವನ ಸಾಮರ್ಥ್ಯಕ್ಕೆ ಒಂದು ಮಿತಿಯಿದ್ದೇ ಇರುತ್ತದೆ. ಭವಿಷ್ಯ ಕೇಳಲು ಅಲ್ಲದಿದ್ದರೂ, ಅವನು ಜೊತೆಯಲ್ಲಿದ್ದರೆ, ಬೇಸರ ಕಳೆಯಲು ಏನಾದರೂ ಮಾತಾಡಬಹುದಾಗಿತ್ತು. ಕೆಲವು ಸಲ ಅವನ ಸಲಹೆಯನ್ನೂ ಪಡೆಯಬಹುದಾಗಿತ್ತು. ಅವನು ಇನ್ನೂ ಅಲ್ಲೇ ಇದ್ದಾನೋ, ಗದ್ದಲದ ಸಂದರ್ಭದಲ್ಲಿ ಭಯಗೊಂಡು ನಗರ ಬಿಟ್ಟು ಹೊರಟು ಹೋಗಿದ್ದಾನೋ ತಿಳಿಯದು. ಇದ್ದರೆ ಅವನನ್ನು ಕರೆತರುವಂತೆ ಹೇಳಬೇಕು.'

ಬಹಳ ಹೊತ್ತು ಯೋಚಿಸಿದ ನಂತರ ಸ್ಕಂದನಿಗೆ ವೇಷ ಮರೆಸಿಕೊಂಡು ಪಾಟಲೀಪುತ್ರಕ್ಕೆ ಹೋಗಿ ಬರುವಂತೆ ಹೇಳಿದ. ಅಲ್ಲಿ ಯಾರು ಯಾರನ್ನು ಕಾಣಬೇಕು, ಅವರಿಗೆ ಏನೇನು ಹೇಳಬೇಕು, ಯಾವ ಯಾವ ವಿಷಯಗಳ ಬಗ್ಗೆ ವಿವರಗಳನ್ನು ತಿಳಿದುಬರಬೇಕೆಂದು ಸ್ಪಷ್ಟವಾಗಿ ಆದೇಶವನ್ನು ಕೊಟ್ಟು ಕಳಿಸಿದ.

ಸ್ಕಂದ ಕೂಡಲೇ ಕುದುರೆಯೇರಿ ಪಾಟಲೀಪುತ್ರದ ಕಡೆಗೆ ಹೊರಟ. ನಗರದ ಹೊರವಲಯದಲ್ಲಿ ಒಂದು ಗ್ರಾಮದ ಒಂದು ಮನೆಯಲ್ಲಿ ಏನೋ ನೆಪ ಹೇಳಿ, ನಾಳೆ

ಬಂದು ಕುದುರೆ ತೆಗೆದುಕೊಂಡು ಹೋಗುವುದಾಗಿ ಹೇಳಿ, ಕಾಲುನಡಿಗೆಯಲ್ಲೇ ಊರೊಳಗೆ ಹೋದ. ಅಷ್ಟು ಹೊತ್ತಿಗೆ ಸಾಕಷ್ಟು ಕತ್ತಲಾಗಿತ್ತು.

ಮೊದಲು ಅವನು ಬಹಳ ಎಚ್ಚರಿಕೆಯಿಂದ ರಾಕ್ಷಸನ ಭವನದ ಹಿಂಬದಿಯಲ್ಲಿದ್ದ ಜೀವಸಿದ್ಧಿಯ ಮನೆಯ ಬಾಗಿಲು ತಟ್ಟಿದ. ಮಲಗಲು ಅಣಿಯಾಗುತ್ತಿದ್ದ ಜೀವಸಿದ್ಧಿ ಮತ್ತು ಸಮಿದ್ಧಾರ್ಥಕ ಮುಖ ಮುಖ ನೋಡಿಕೊಂಡರು. ಜೀವಸಿದ್ಧಿ "ಯಾರು ?" ಎಂದ.

"ಬೇಗ ಬಾಗಿಲು ತೆಗೆಯಿರಿ. ನಾನು ರಾಕ್ಷಸರ ಕಡೆಯವನು" ಎಂದ ಸ್ಕಂದ.

ಅಂದುಕೊಂಡ ಕ್ಷಣ ಬಂದಿತೆಂಬ ಸಮಾಧಾನದಿಂದ ಜೀವಸಿದ್ಧಿ ಎದ್ದು ಬಾಗಿಲು ತೆಗೆದ. ಒಳಬಂದ ಸ್ಕಂದ ಸರಕ್ಕನೆ ಬಾಗಿಲುಮುಚ್ಚಿ ಅಗಳಿ ಹಾಕಿದ. ತಲೆಯ ಮೇಲೆ ಹಾಕಿಕೊಂಡಿದ್ದ ಮುಸುಕನ್ನು ತೆಗೆದು ಬಂದು ಕುಳಿತುಕೊಂಡ. ಜೀವಸಿದ್ಧಿ ಕುಡಿಯಲು ನೀರು ತಂದುಕೊಟ್ಟ. "ಸ್ವಲ್ಪ ಸುಧಾರಿಸಿಕೊ. ನಿಧಾನವಾಗಿ ಮಾತಾಡೋಣ" ಎಂದ.

ಅವನು ನೀರು ಕುಡಿದು ಸಮಿದ್ಧಾರ್ಥಕನ ಕಡೆ ನೋಡಿ "ಇವರು ಯಾರು ?" ಎಂದ ಸಂದೇಹದಿಂದ.

"ಇವನು ನನ್ನ ಮಿತ್ರ. ಸಂದೇಹಪಡುವ ಕಾರಣವಿಲ್ಲ. ಪ್ರಾಣಭಯದಿಂದ ನನ್ನ ಮನೆಗೆ ಬಂದು ಸೇರಿಕೊಂಡಿದ್ದಾನೆ. ಅದಿರಲಿ, ನಿನ್ನ ಊಟವಾಯಿತೆ ?"

"ಇಲ್ಲ, ತುಂಬಾ ಹಸಿವೇನೋ ಆಗುತ್ತಿದೆ. ಆದರೆ ಇನ್ನೂ ಕೆಲಸವಿದೆ."

"ಚಿಂತೆಯಿಲ್ಲ, ನೀನು ನಿನ್ನ ಕೆಲಸ ಮುಗಿಸಿಕೊಂಡು ಬಾ, ನಮ್ಮ ಊಟವಾಗಿದೆ. ನಿನಗೋಸ್ಕರ ಅಡಿಗೆ ಮಾಡಿಡುತ್ತೇನೆ."

"ನನಗೊಬ್ಬನಿಗೆ ಮಾತ್ರ ಸಾಲದು. ನಾಳೆ ಸಂಜೆಯವರೆಗೂ ಸಾಲುವಷ್ಟು ಏನಾದರೂ ಮಾಡಿಕೊಂಡರೆ ಒಳ್ಳೆಯದು."

"ಆಯಿತು. ಒಂದಷ್ಟು ರೊಟ್ಟಿ ಮಾಡುತ್ತೇನೆ."

"ಜೊತೆಗೆ ನೀವೂ ಹೊರಡಬೇಕಾಗುತ್ತದೆ."

"ನಾವೇ ! ಏಕೆ ? ಎಲ್ಲಿಗೆ ?"

"ಎಲ್ಲಿಗೆ ಎಂದು ಕೇಳಬೇಡಿ. ರಾಕ್ಷಸರು ನಿಮ್ಮನ್ನು ಕರೆತರಲು ಹೇಳಿದ್ದಾರೆ. ಆದರೆ ಇವರು ?" ಎಂದು ಸ್ಕಂದ ಮತ್ತೆ ಸಮಿದ್ಧಾರ್ಥಕನತ್ತ ನೋಡಿದ.

"ರಾಕ್ಷಸರಿಗೆ ನಾನು ಹೇಳುತ್ತೇನೆ. ನೀನು ಭಯಪಡಬೇಡ. ಈಗ ನೀನು ಹೋಗಿ ಬೇಗ ಬಾ. ಎಚ್ಚರ, ಯಾರಿಗಾದರೂ ಸಂದೇಹ ಬಂದೀತು."

ಸ್ಕಂದ ಹೊರಗೆ ಹೋದ ನಂತರ ಜೀವಸಿದ್ಧಿ ಸಮಿದ್ಧಾರ್ಥಕನಿಗೆ ಹೇಳಿದ, "ನೀನು ಕೂಡಲೇ ಚಾಣಕ್ಯನ ಮನೆಗೆ ಹೋಗಿ, ರಾಕ್ಷಸನ ಕಡೆಯವನು ಕರೆಯಲು ಬಂದಿದ್ದಾನೆ. ಅವನೊಂದಿಗೆ ನಾವು ಹೋಗುತ್ತಿದ್ದೇವೆ, ಮುಖ್ಯವಾದ ಸುದ್ದಿಯಿದ್ದರೆ ತಿಳಿಸುತ್ತೇವೆ ಎಂದು ಹೇಳಿಬಾ."

ಸಮಿದ್ಧಾರ್ಥಕ ಹೊರಗೆ ಹೋದ. ಜೀವಸಿದ್ಧಿ ರೊಟ್ಟಿ ಮಾಡಲು ಸಿದ್ಧನಾಗತೊಡಗಿದ. 'ಅಂದರೆ, ರಾಕ್ಷಸನ ಸುಳಿವು ಸಿಗುತ್ತದೆ. ಚಾಣಕ್ಯ ನಮ್ಮ ಹಿಂದೆಯೇ ರಹಸ್ಯವಾಗಿ ಸೈನ್ಯ ಕಳಿಸಿ ಅವನನ್ನು ಸೆರೆಹಿಡಿಯುತ್ತಾನೋ, ಅಥವಾ ಕಾದು ನೋಡುತ್ತಾನೋ ಗೊತ್ತಿಲ್ಲ' ಎಂದುಕೊಂಡ.

ಸ್ಕಂದ ಕರಭಕನ ಮನೆಗೆ ಹೋಗಿ ಅವನನ್ನು ಕರೆದುಕೊಂಡು ವಿರಾಧಗುಪ್ತನ ಮನೆಗೆ ಬಂದ. ಕೆಲವು ವ್ಯಕ್ತಿಗಳನ್ನು ಕಂಡು, ಅವರಿಗೆ ಏನೇನು ಹೇಳಬೇಕೆಂದು ರಾಕ್ಷಸ ಸೂಚಿಸಿದ್ದಾನೋ, ಅದನ್ನೆಲ್ಲ ಅವರಿಗೆ ತಿಳಿಸುವಂತೆ ಸೂಚಿಸಿದ. ಒಂದಷ್ಟು ದಿನಸಿ ಪದಾರ್ಥಗಳನ್ನು ತೆಗೆದುಕೊಂಡು ಬೆಳಗಾಗುವ ಮೊದಲು ಒಂದು ನಿರ್ದಿಷ್ಟ ಸ್ಥಳಕ್ಕೆ ಬರುವಂತೆ ಹೇಳಿ, ಸ್ಕಂದ ಮತ್ತು ಜೀವಸಿದ್ಧಿಯ ಮನೆಗೆ ಬಂದ. ಅಷ್ಟು ಹೊತ್ತಿಗೆ ಸಮಿದ್ಧಾರ್ಥಕ ಚಾಣಕ್ಯನಿಗೆ ವಿಷಯ ತಿಳಿಸಿಬಂದ. ಚಂದ್ರಗುಪ್ತನಿಗೆ ಅಪಾಯಕಾರಿಯಾಗಬಹುದಾದ ಸುದ್ದಿಯೇನಾದರೂ ಇದ್ದರೆ ತಕ್ಷಣ ತಿಳಿಸುವಂತೆ ಚಾಣಕ್ಯ ಹೇಳಿಕಳಿಸಿದ್ದ.

ಸ್ಕಂದ ಜೀವಸಿದ್ಧಿ ಕೊಟ್ಟ ರೊಟ್ಟಿಯನ್ನು ಸೇವಿಸಿದ. ಇಬ್ಬರೂ ಸೇರಿ ರೊಟ್ಟಿಗಳನ್ನು ಗಂಟುಕಟ್ಟಿದರು. ಸಮಿದ್ಧಾರ್ಥಕ ಕುಡಿಯುವ ನೀರಿನ ಪಾತ್ರೆಯನ್ನು, ಕಂಬಳಿ ಇತ್ಯಾದಿ ಪದಾರ್ಥಗಳ ಗಂಟನ್ನು ಸಿದ್ಧಪಡಿಸಿದ. ನಂತರ ಅವರು ಮನೆಯಿಂದ ಹೊರಬಂದು, ಬಾಗಿಲಿಗೆ ಬೀಗಹಾಕಿ, ಎಚ್ಚರಿಕೆಯಿಂದ ಅತ್ತಿತ್ತ ನೋಡುತ್ತ ಬೀದಿಗಳಲ್ಲಿ ನುಸುಳಿ ನಗರದಿಂದ ಆಚೆಗೆ ಬಂದರು.

ಭಾರ ಹೊತ್ತು ಸ್ವಲ್ಪದೂರ ನಡೆಯುವ ವೇಳೆಗೆ ಜೀವಸಿದ್ಧಿ ಮತ್ತು ಸಮಿದ್ಧಾರ್ಥಕ ಬಳಲಿದ್ದರು. ಅವರ ಪರದಾಟವನ್ನು ಕಂಡು ಸ್ಕಂದ ನಗುತ್ತಾ ಹೇಳಿದ, "ಅಲ್ಲಿ ಆ ಮರದ ಬಳಿ ಬೆಳಗಾಗುವವರೆಗೆ ವಿಶ್ರಮಿಸಿಕೊಳ್ಳೋಣ. ಆಮೇಲೆ ನಾನು ಹೋಗಿ ನನ್ನ ಕುದುರೆ ತರುತ್ತೇನೆ. ಗಂಟುಗಳನ್ನು ಅದರ ಮೇಲಿರಿಸಬಹುದು. ಅಷ್ಟು ಹೊತ್ತಿಗೆ ಅವರೂ ಬರುತ್ತಾರೆ."

"ಅವರೆಂದರೆ ಯಾರು ?" ಜೀವಸಿದ್ಧಿ ಕುತೂಹಲದಿಂದ ಕೇಳಿದ.

"ಅವರೂ ನಿಮ್ಮ ಹಾಗೆ ರಾಕ್ಷಸನ ಆಪ್ತರು."

ಹೆಚ್ಚು ಕುತೂಹಲ ತೋರಿಸಿದರೆ ಅವನಿಗೆ ಸಂದೇಹ ಬರಬಹುದೆಂದು ಜೀವಸಿದ್ಧಿ ಸುಮ್ಮನಾದ. ಅಲ್ಲೇ ಗಂಟುಗಳನ್ನಿಟ್ಟುಕೊಂಡು ಒರಗಿಕೊಂಡರು. ಸ್ವಲ್ಪ ನಿದ್ರೆಯೂ ಬಂತು.

ಕುದುರೆಯ ಕೆನೆತವನ್ನು ಕೇಳಿ ಅವರಿಗೆ ದಡಕ್ಕನೆ ಎಚ್ಚರವಾಯಿತು. ಎದ್ದು ನೋಡಿದರೆ, ಸ್ಕಂದ ಆಗಲೇ ಎದ್ದು ಹೋಗಿ ತನ್ನ ಕುದುರೆಯನ್ನು ತಂದಿದ್ದ. ಅವನಿಗೆ ಸನಿಹದಲ್ಲೇ ಹೊರೆ ಹೇರಿದ ಇನ್ನೊಂದು ಕುದುರೆಯೊಂದಿಗೆ ಕರಭಕ ಮತ್ತು ವಿರಾಧಗುಪ್ತ ನಿಂತಿದ್ದರು. ರಾಕ್ಷಸನ ಆಪ್ತರೆಂದೇ ಸ್ಕಂದ ಪರಸ್ಪರ ಪರಿಚಯಿಸಿದ. ಅವರು ಗೂಢಚಾರರೇ ಇರಬೇಕೆಂದು ಜೀವಸಿದ್ಧಿಗೆ ಅರ್ಥವಾಯಿತು. ಜೀವಸಿದ್ಧಿ ಮತ್ತು ಸಮಿದ್ಧಾರ್ಥಕ ತಮ್ಮ ಗಂಟುಗಳನ್ನು ಕುದುರೆಯ ಮೇಲೆ ಹೇರಿದರು. ಅಲ್ಲಿಂದ ಪ್ರಯಾಣ ಆರಂಭವಾಯಿತು.

"ಅಮಾತ್ಯ ರಾಕ್ಷಸರು ಪಾಪ ಎಂಥ ದೊಡ್ಡ ವ್ಯಕ್ತಿ. ಅಂಥವರಿಗೆ ಈ ಸ್ಥಿತಿ ಬರಬಾರದಾಗಿತ್ತು! ಪಾಪಿಗಳು ಮೋಸದಿಂದ ಚಕ್ರವರ್ತಿಯನ್ನು ಕೊಂದುಬಿಟ್ಟರು !" ಎಂದು ಜೀವಸಿದ್ಧಿ ಕಣ್ಣಲ್ಲಿ ನೀರು ಹಾಕಿಕೊಂಡ.

"ಅಮಾತ್ಯರಿಗಾಗಿ ನಿಮ್ಮಲ್ಲಿ ಅಷ್ಟೊಂದು ಮರುಕವಿದೆಯೇ ?" ಎಂದು ಕರಭಕ ಕೇಳಿದ.

"ಮರುಕವಲ್ಲ, ಕೃತಜ್ಞತೆ. ಅಂಥ ಸಜ್ಜನರಿಗೆ ನನ್ನಂಥ ಸನ್ಯಾಸಿಯ ಮರುಕ ಬೇಕೆ? ಆ ದೇವರಿಗೆ ದಯವಿಲ್ಲ, ಇದ್ದಿದ್ದರೆ ರಾಕ್ಷಸರು ತಾವು ಕಟ್ಟಿ ಬೆಳೆಸಿದ ನಗರದಿಂದ ದೂರ ಹೋಗಬೇಕಾಗಿರಲಿಲ್ಲ. ಎಲ್ಲಿಂದಲೋ ಬಂದ ನನ್ನ ಮೇಲೆ ಎಷ್ಟು ವಿಶ್ವಾಸ, ಗೌರವ ! ಋಣ

ತಿಂದಿದ್ದೇನೆ. ಅವರಿಗೆ ಒಳ್ಳೆಯದಾಗಲಿ ಎಂದು ಸದಾ ಹಾರೈಸುತ್ತೇನೆ. ಆದರೆ ಅವರೆಲ್ಲಿರುವರೆಂದು ಗೊತ್ತಿಲ್ಲದೆ ಹೇಗೆ ಹುಡುಕುವುದು ? ನಮಗಂತೂ ರಾಕ್ಷಸರ ಕಡೆಯವರೆಂದು ಎಲ್ಲಿ ನಮ್ಮನ್ನು ಎಳೆದುಕೊಂಡು ಹೋಗುತ್ತಾರೋ ಎಂದು ಪ್ರತಿಕ್ಷಣ ಪ್ರಾಣಭಯದಿಂದ ತಲ್ಲಣಿಸುವಂತಾಗಿತ್ತು. ಸ್ಕಂದ ಬಾರದಿದ್ದರೆ ನಾವು ನಾಳೆ ನಗರವನ್ನು ಬಿಡುತ್ತಿದ್ದೆವು.''

''ಬಿಟ್ಟು ಎಲ್ಲಿಗೆ ಹೋಗುತ್ತಿದ್ದಿರಿ ?'' ವಿರಾಧಗುಪ್ತ ಕೇಳಿದ.

''ರಾಕ್ಷಸರನ್ನು ಹುಡುಕಲು ಪ್ರಯತ್ನಿಸುತ್ತಿದ್ದೆವು. ಅವರು ಸಿಕ್ಕದಿದ್ದರೆ ಬೇರೆಲ್ಲಾದರೂ ಆಶ್ರಯವನ್ನು ಹುಡುಕಿಕೊಂಡು ಹೋಗುತ್ತಿದ್ದೆವು.''

ಸ್ಕಂದ, ಕರಭಕ ಮತ್ತು ವಿರಾಧಗುಪ್ತರಿಗೆ ಜೀವಸಿದ್ಧಿ ರಾಕ್ಷಸನ ಬಗ್ಗೆ ಹೇಳಿದ ಒಳ್ಳೆಯ ಮಾತುಗಳಿಂದ ಸಂತೋಷವಾಯಿತು. ಬಿಗುಮಾನವನ್ನು ಬಿಟ್ಟು ಸಲಿಗೆಯಿಂದ ಮಾತಾಡತೊಡಗಿದರು. ಜೀವಸಿದ್ಧಿ ಮಾತಿನ ನಡುವೆಯೂ ಸಂದರ್ಭ ಒದಗಿದಾಗ ಚಂದ್ರಗುಪ್ತ ಮತ್ತು ಚಾಣಕ್ಯನ ಬಗ್ಗೆ ಅಸಮಾಧಾನ ವ್ಯಕ್ತಪಡಿಸುತ್ತಲೇ ಇದ್ದ.

ಅವರು ರಾಕ್ಷಸನಿರುವ ಸ್ಥಳವನ್ನು ಸೇರಿದಾಗ ನಡು ರಾತ್ರಿ ದಾಟಿತ್ತು. ಶಶಾಂಕ ಮತ್ತು ರಾಕ್ಷಸ ಊಟ ಮುಗಿಸಿ ಮಲಗಿದ್ದರು. ಬಹಳ ಹೊತ್ತು ಯೋಚನೆಯಲ್ಲಿ ಮುಳುಗಿದ್ದ ರಾಕ್ಷಸನಿಗೆ ನಿದ್ರೆ ಹತ್ತಿ ಸ್ವಲ್ಪ ಹೊತ್ತಾಗಿತ್ತು. ಹೊಸಬರನ್ನು ಕಂಡು ಮರದ ಕೆಳಗೆ ಕಟ್ಟಿದ್ದ ಕುದುರೆಗಳು ಕೆನೆದವು. ರಾಕ್ಷಸನಿಗೆ ದಡಕ್ಕನೆ ಎಚ್ಚರವಾಯಿತು. ''ಯಾರದು ?'' ಎನ್ನುತ್ತ ಅವನು ಎದ್ದು ಕುಳಿತ. ಅಷ್ಟು ಹೊತ್ತಿಗೆ ಶಶಾಂಕನಿಗೂ ಎಚ್ಚರವಾಯಿತು. ಇಬ್ಬರೂ ಎದ್ದು ಹೊರಗೆ ಬಂದರು. ಎದುರಿಗೆ ಸ್ಕಂದ, ಕರಭಕ, ವಿರಾಧಗುಪ್ತ, ಜೀವಸಿದ್ಧಿ ಮತ್ತು ಸಮಿದ್ಧಾರ್ಥಕ ನಿಂತಿದ್ದರು. ಎರಡು ಕುದುರೆಗಳು ಗಂಟುಗಳ ಹೊರೆ ಹೊತ್ತಿದ್ದವು.

''ಅಮಾತ್ಯರೇ'' ಎಂದು ಜೀವಸಿದ್ಧಿ ಹಲವು ವರ್ಷಗಳ ನಂತರ ಕಾಣುತ್ತಿರುವಂತೆ ಕಾತರದಿಂದ ಅವನ ಬಳಿಗೆ ಓಡಿ ಹೋಗಿ ಕೈಹಿಡಿದು ''ಅಮಾತ್ಯರೇ, ಹೇಗಿದ್ದೀರಿ ? ಮತ್ತೆ ತಮ್ಮ ದರ್ಶನಭಾಗ್ಯ ಲಭಿಸಿತಲ್ಲಾ, ಅದೇ ನನ್ನ ಪುಣ್ಯ !'' ಎಂದು ಭಾವೋದ್ವಿಗ್ನತೆಯನ್ನು ಸಮರ್ಥವಾಗಿ ನಟಿಸಿದ.

''ನೀವು ಹೇಗಿದ್ದೀರಿ ಪೂಜ್ಯರೇ ?'' ಎಂದು ರಾಕ್ಷಸ ವಿಶ್ವಾಸದಿಂದ ಕೇಳಿದ, ''ನಿಮಗೇನೂ ತೊಂದರೆಯಾಗಲಿಲ್ಲವಷ್ಟೆ ?''

''ತೊಂದರೆಯಾಗಿಬಿಡುತ್ತಿತ್ತೇನೋ. ಅಷ್ಟರಲ್ಲಿ ಸ್ಕಂದ ಬಂದ. ಸದ್ಯ ಆ ದುಷ್ಟ ಚಾಣಕ್ಯನ ದೃಷ್ಟಿ ನನ್ನ ಮೇಲೆ ಬೀಳಲಿಲ್ಲ.''

''ಈತ ?'' ಎಂದು ರಾಕ್ಷಸ ಸಮಿದ್ಧಾರ್ಥಕನ ಕಡೆ ನೋಡಿದ.

''ನನ್ನ ಮಿತ್ರ, ಸಮಿದ್ಧಾರ್ಥಕ. ಪಾಟಲೀಪುತ್ರದವನಲ್ಲ. ಕೆಲಸ ಹುಡುಕಿಕೊಂಡು ಬಂದಿದ್ದ. ಅಷ್ಟರಲ್ಲಿ ಗದ್ದಲವಾಯಿತು. ಪ್ರಾಣಭಯದಿಂದ ಬಂದು ನನ್ನ ಆಶ್ರಯಕ್ಕೆ ಸೇರಿಕೊಂಡ. ಪ್ರಾಮಾಣಿಕ, ನೀವು ಇವನ ಬಗ್ಗೆ ಚಿಂತೆಪಡಬೇಕಾಗಿಲ್ಲ.''

''ತಮಗೆ ಇಷ್ಟವಿಲ್ಲದಿದ್ದರೆ ನಾನು ಈಗಲೇ ಇಲ್ಲಿಂದ ಹೊರಟುಹೋಗುತ್ತೇನೆ ಅಮಾತ್ಯರೇ'' ಎಂದು ಸಮಿದ್ಧಾರ್ಥಕ ಕೈಮುಗಿದ.

''ಬೇಡ ಬೇಡ, ಆಶ್ರಯ ಕೇಳಿ ಬಂದವರನ್ನು ಕೈ ಬಿಡುವುದು ಸಜ್ಜನಿಕೆಯಲ್ಲ, ನಮ್ಮ ಜೊತೆ ಇರಬಹುದು.''

"ತುಂಬ ಉಪಕಾರವಾಯಿತು" ಎಂದು ಸಮಿದ್ಧಾರ್ಥಕ ತಲೆ ಬಾಗಿದ.

ಎಲ್ಲ ತುಂಬ ಹಸಿದಿದ್ದುದರಿಂದ ಆಗಲೇ ಅಡಿಗೆಗೆ ತೊಡಗಬೇಕಾಯಿತು. ಆ ಹೊಣೆಯನ್ನು ಜೀವಸಿದ್ಧಿ ಮತ್ತು ಸಮಿದ್ಧಾರ್ಥಕ ವಹಿಸಿಕೊಂಡರು. ತುಸು ದೂರದಲ್ಲಿ ರಾಕ್ಷಸ ಸ್ಕಂದ, ಕರಭಕ ಮತ್ತು ವಿರಾಧಗುಪ್ತರ ಜೊತೆ ಪಿಸುಮಾತಿನಲ್ಲಿ ಮಾತಿಗೆ ತೊಡಗಿದ.

"ಜೀವಸಿದ್ಧಿಯ ಮೇಲೆ ತಮಗೆ ನಂಬಿಕೆಯಿಲ್ಲವೆ ಅಮಾತ್ಯರೇ ?" ಎಂದು ಕರಭಕ ಮೆಲ್ಲಗೆ ಕೇಳಿದ.

"ಅವನ ಮೇಲಿದೆ. ಆದರೆ ಹೊಸಬರ ಬಗ್ಗೆ ಏನೂ ತಿಳಿಯದೆ ನಾವು ಬಹಿರಂಗವಾಗಿ ಮಾತಾಡುವುದು ಕ್ಷೇಮವಲ್ಲ, ಅದಿರಲಿ, ಪಾಟಲೀಪುತ್ರದ ವಿಷಯವೇನು ?"

"ಪ್ರಜೆಗಳೆಲ್ಲ ಹೊಸ ಅಧಿಕಾರವನ್ನು ಸಂತೋಷದಿಂದ ಸ್ವಾಗತಿಸಿದ್ದಾರೆ. ಧನನಂದನ ಸಾವಿಗೆ ಮರುಕ ತೋರಿಸುವವರು ಒಬ್ಬರೂ ಇಲ್ಲ" ಎಂದ ಕರಭಕ.

"ಜನರಿಗೆ ಸಂತೋಷವಾಗುವಂಥ ಹಲವು ಕ್ರಮಗಳನ್ನು ತೆಗೆದುಕೊಂಡಿದ್ದಾರೆ" ಎಂದು ವಿರಾಧಗುಪ್ತ ಸತ್ತವರಿಗೆ ಮತ್ತು ಗಾಯಗೊಂಡವರಿಗೆ ಪರಿಹಾರ, ಪುರಸ್ಕಾರಗಳನ್ನು ನೀಡಿದ್ದು, ಆ ಕುಟುಂಬದವರಿಗೆ ಸಾಂತ್ವನ ಹೇಳಿದ್ದು, ನೈಜ ಅಪರಾಧಿಗಳಲ್ಲದವರನ್ನು ಸೆರೆಮನೆಯಿಂದ ಬಿಡಿಸಿದ್ದು ಇತ್ಯಾದಿಗಳನ್ನೆಲ್ಲ ವಿವರಿಸಿದ.

"ಧನನಂದನ ಗುಪ್ತನಿಧಿಯನ್ನು ತೆಗೆದುಕೊಂಡುಬಿಟ್ಟಿದ್ದಾರೆ" ಎಂದ ಕರಭಕ.

"ಹಾಂ! ಎಂಬತ್ತು ಕೋಟಿ ಸುವರ್ಣ ಮುದ್ರೆಗಳ ನಿಧಿ ಅವರ ಕೈವಶವಾಯಿತೇ ?" ಎಂದು ಹತಾಶೆಯಿಂದ ರಾಕ್ಷಸ ಸ್ವಲ್ಪ ಹೊತ್ತು ಮಾತು ಮರೆತವನಂತೆ ಸುಮ್ಮನೆ ಕುಳಿತ.

ಕೆಲವು ಕ್ಷಣಗಳ ನಂತರ ಅವನೇ ಕೇಳಿದ "ಆ ರಹಸ್ಯ ಸ್ಥಳವನ್ನು ತೋರಿಸಿದವರು ಯಾರು ?"

"ತಪ್ಪಿಸಿಕೊಂಡಿದ್ದ ಭಾಗುರಾಯಣನ ಸೋದರಳಿಯ ಶ್ರೀಗುಪ್ತ" ಎಂದ ವಿರಾಧಕ.

"ಚಾಣಕ್ಯ ಚಂದ್ರಗುಪ್ತರ ಅದೃಷ್ಟವೇ ಅದೃಷ್ಟ! ಶ್ರೀಗುಪ್ತ ಬದುಕುಳಿದು ಅವರ ಕೈಗೆ ಸಿಕ್ಕಿದ್ದರಿಂದ, ಅಪಾರವಾದ ನಿಧಿ ಅವರ ವಶವಾಯಿತು. ಅವನು ಭಾಗುರಾಯಣನ ಸೋದರಳಿಯನಾದ್ದರಿಂದ ಭಾಗುರಾಯಣ, ಆ ಮೂಲಕ ಇತರ ಸೇನಾಧ್ಯಕ್ಷರ ಸಹಾಯ ಅನಾಯಾಸವಾಗಿ ಅವರಿಗೆ ಲಭ್ಯವಾಯಿತು. ಧನನಂದ ಇಟ್ಟ ಒಂದೊಂದು ತಪ್ಪು ಹೆಜ್ಜೆಯೂ ಅವನ ವಿನಾಶಕ್ಕೆ, ಚಂದ್ರಗುಪ್ತನ ಅಭ್ಯುದಯಕ್ಕೆ ಕಾರಣವಾಯಿತು."

ಕರಭಕ ಹೇಳಿದ, "ಕೋಶಾಧ್ಯಕ್ಷ ಶ್ರೀನಿಧಿ ಭಂಡಾರದ ಧನವನ್ನು ತನ್ನ ಮನೆಯಲ್ಲಿರಿಸಿ ಕೊಂಡಿದ್ದನೆಂದು, ಅದನ್ನು ವಶಪಡಿಸಿಕೊಂಡು, ಅವನನ್ನು ಕೆಲಸದಿಂದ ತೆಗೆದುಹಾಕಿದ್ದಾರೆ."

"ಶ್ರೀನಿಧಿ ಅಂಥ ಕೆಲಸ ಮಾಡಿದನೆ ?" ರಾಕ್ಷಸ ಸ್ವಲ್ಪ ಆಶ್ಚರ್ಯದಿಂದಲೇ ಕೇಳಿದ.

"ಅವನು ಮಾಡಿದನೋ, ಅಥವಾ ನಿಮಗೆ ಆಪ್ತರಾದ ಎಲ್ಲರನ್ನೂ ದೂರ ಮಾಡುವ ಉದ್ದೇಶದಿಂದ ಅಂಥ ಆರೋಪ ಹೊರಿಸಿದರೋ, ಯಾರಿಗೆ ಗೊತ್ತು ?" ಎಂದ ಸ್ಕಂದ.

"ಇಲ್ಲ ಸ್ಕಂದ" ಕರಭಕ ಹೇಳಿದ, "ಅವನ ಮನೆಯಿಂದ ಧನದ ಪೆಟ್ಟಿಗೆಯನ್ನು ಅವನಿಂದಲೇ ಬೀದಿಯಲ್ಲಿ ಹೊರಿಸಿಕೊಂಡು ಬಂದರಂತೆ. ಜನ ಮಾತಾಡಿಕೊಳ್ಳುತ್ತಿದ್ದರು."

"ಹಾಗಾದರೆ ಅವನಿಗೆ ಏನಾದರೂ ಶಿಕ್ಷೆ ಕೊಟ್ಟಿರಬೇಕಲ್ಲ ?"

"ಇಲ್ಲ, ಬರೀ ಎಚ್ಚರಿಕೆ ಹೇಳಿ ಕಳಿಸಿದರಂತೆ."

"ಇದಕ್ಕೆ ಏನೋ ಕಾರಣವಿರಬೇಕು. ಶಿಕ್ಷೆ ಕೊಟ್ಟಿಲ್ಲವೆಂದರೆ ಶ್ರೀನಿಧಿ ಅಪರಾಧ ಮಾಡಿರುವುದರಲ್ಲೇ ಸಂದೇಹವಿದೆ."

"ಇನ್ನೊಂದು ವಿಷಯ ಅಮಾತ್ಯರೆ" ಕರಭಕ ಹೇಳಿದ, "ಸೇನಾಧ್ಯಕ್ಷರನ್ನೆಲ್ಲ ಅಮಾತ್ಯ ರನ್ನಾಗಿ ಮಾಡುತ್ತಾರಂತೆ, ಚಂದ್ರಗುಪ್ತನ ಆಪ್ತ ಗೆಳೆಯರು ಸೇನಾಧ್ಯಕ್ಷರಾಗುತ್ತಾರಂತೆ."

"ನ್ಯಾಯವಾದದ್ದೇ. ಅವನಿಗಾಗಿ ಹೋರಾಡಿದ ಮಿತ್ರರ ಮೇಲೆ ಭರವಸೆ ಇಟ್ಟು ಸೇನೆಯ ಹೊಣೆ ವಹಿಸುವುದು ಉಚಿತವಾಗಿಯೇ ಇದೆ. ಆದರೆ ಭಾಗುರಾಯಣ ಮುಂತಾದವರು ಕಡೆಯವರೆಗೂ ತಮ್ಮ ನಿಷ್ಠೆಯನ್ನು ಬದಲಿಸುವ ಸೂಚನೆ ಕೊಡದಿರುವುದು ಆಶ್ಚರ್ಯಕರವಾಗಿದೆ. ಹುಂ! ನನಗೆ ಮಾತ್ರ ಆಶ್ಚರ್ಯ. ಆದರೆ ಆ ಚಾಣಕ್ಯ ಮಹಾ ಬುದ್ಧಿವಂತನೆಂದು ಒಪ್ಪಿಕೊಳ್ಳಲೇಬೇಕು. ಎಲ್ಲೋ ಕುಳಿತು, ಎಲ್ಲವನ್ನೂ ನಿಯಂತ್ರಿಸಿ, ಚಂದ್ರಗುಪ್ತನಿಗೆ ಯಶಸ್ಸು ದೊರಕಿಸಿಕೊಟ್ಟಿದ್ದಾನೆ. ಆದರೆ ಆ ಯಶಸ್ಸು ಬಹುಕಾಲ ಇರಬಾರದು. ಹೌದು, ನನ್ನ ಒಡೆಯನನ್ನು ಕೊಂದ ಅವನಿಗೂ ಮಗಧ ಸಿಂಹಾಸನ ದಕ್ಕಬಾರದು" ರಾಕ್ಷಸನ ಧ್ವನಿ ಕಠಿಣವಾಗಿತ್ತು.

"ಹೌದು ಅಮಾತ್ಯರೇ, ಏನಾದರೂ ಮಾಡಬೇಕು" ಎಂದ ಸ್ಕಂದ.

"ಅದಕ್ಕೇ ನಿಮ್ಮನ್ನು ಇಲ್ಲಿಗೆ ಕರೆಸಿಕೊಂಡದ್ದು" ರಾಕ್ಷಸ ಇನ್ನಷ್ಟು ಎಚ್ಚರಿಕೆಯಿಂದ, ಜೀವಸಿದ್ಧಿ ಮತ್ತು ಸಮಿದ್ಧಾರ್ಥಕ ತಮ್ಮನ್ನು ಗಮನಿಸುತ್ತಿಲ್ಲವೆಂಬುದನ್ನು ಖಚಿತ ಪಡಿಸಿಕೊಂಡು ಹೇಳಿದ, "ಪಟ್ಟಾಭಿಷೇಕದ ದಿನ ಗೊತ್ತಾಗಿದೆಯೇ ?"

"ಇನ್ನೂ ಇದ್ದಂತಿಲ್ಲ."

"ಹಾಗಾದರೆ ಮತ್ತೆ ನೀವಿಬ್ಬರೂ ಪಾಟಲೀಪುತ್ರಕ್ಕೆ ಹೋಗಬೇಕಾಗುತ್ತದೆ."

"ಹೇಳಿ, ನಾವು ಸಿದ್ಧರಾಗಿದ್ದೇವೆ" ಎಂದ ವಿರಾಧಗುಪ್ತ.

"ನಾನು ನಮ್ಮ ಆಪ್ತರು ಕೆಲವರಿಗೆ ಕೆಲವು ವಿಷಯಗಳನ್ನು ಬರೆದುಕೊಡುತ್ತೇನೆ. ಅದನ್ನು ಎಚ್ಚರಿಕೆಯಿಂದ ಅವರಿಗೆ ಮುಟ್ಟಿಸಬೇಕು. ಎರಡು ದಿನ ತಡೆಯಿರಿ. ನಾನು ಚೆನ್ನಾಗಿ ಯೋಚಿಸಿ ಪತ್ರಗಳನ್ನು ಸಿದ್ಧಪಡಿಸುತ್ತೇನೆ."

"ಆಗಬಹುದು" ಎಂದ ಕರಭಕ.

"ಅಡಿಗೆ ಸಿದ್ಧವಾಯಿತು ಕರಭಕ" ಎಂದು ಜೀವಸಿದ್ಧಿ ಕೂಗಿದ. ರಾಕ್ಷಸ ಆಕಾಶದತ್ತ ನೋಡಿದ. ಇನ್ನೇನು ಬೆಳಗಾಗುವುದರಲ್ಲಿತ್ತು. "ಸ್ನಾನ ಸಂಧ್ಯೋಪಾಸನೆ ಮುಗಿಸುವ ವೇಳೆಗೆ ಪೂರ್ಣ ಬೆಳಗಾಗುತ್ತದೆ. ಎಲ್ಲರೂ ಒಟ್ಟಿಗೆ ಊಟ ಮಾಡಿ ಆಮೇಲೆ ನಿದ್ರೆ ಮಾಡಬಹುದು."

ಸೂರ್ಯೋದಯವಾಗುವ ವೇಳೆಗೆ ಅವರ ಸ್ನಾನ ಸಂಧ್ಯೋಪಾಸನೆ ಮುಗಿಯಿತು. ಎಲ್ಲ ಒಟ್ಟಿಗೆ ಕುಳಿತು ಊಟ ಮುಗಿಸಿದರು. ರಾಕ್ಷಸ, ಕರಭಕ ಮತ್ತು ವಿರಾಧಗುಪ್ತ ಗುಡಿಸಲಿನಲ್ಲಿ ಮಲಗಿದರು. ಉಳಿದವರು ಮರದ ಕೆಳಗೆ ಕಂಬಳಿಗಳನ್ನು ಹಾಸಿಕೊಂಡರು.

"ಅಮಾತ್ಯರೇ, ಇನ್ನೂ ಎಷ್ಟು ದಿನ ಈ ವನವಾಸ ?" ವಿರಾಧಗುಪ್ತ ವಿಷಾದ ಭಾವನೆಯಿಂದ ಹೇಳಿದ. ಅಮಾತ್ಯ ರಾಕ್ಷಸ ಚಕ್ರವರ್ತಿಯನ್ನು ಬಿಟ್ಟರೆ ತಾನೇ ಪ್ರಧಾನವಾಗಿ ಮೆರೆದವನು, ಈಗ ಈ ಸ್ಥಿತಿಗೆ ಬಂದನಲ್ಲಾ ! ಎಂಬ ದುಃಖ, ಅನುಕಂಪ ಅವನ ಧ್ವನಿಯಲ್ಲಿತ್ತು.

"ಅದು ನನ್ನ ಕೈಯಲ್ಲಿಲ್ಲ ವಿರಾಧಗುಪ್ತ" ರಾಕ್ಷಸ ಹೇಳಿದ, "ಧನನಂದನಿಗೆ ವಿರೋಧಿಯಾದ ದೈವ, ಚಂದ್ರಗುಪ್ತನಿಗೂ ವಿರೋಧಿಯಾದರೆ ಮಾತ್ರ ನನ್ನ ವನವಾಸ

ಮುಗಿಯುತ್ತದೆ. ಮಗಧ ಸಿಂಹಾಸನದಲ್ಲಿ ಕೂಡುವ ಮೊದಲು ಚಂದ್ರಗುಪ್ತ ಮೃತ್ಯು ಸಿಂಹಾಸನವನ್ನೇರಿದರೆ ಧನನಂದನ ಆತ್ಮಕ್ಕೆ ಶಾಂತಿ, ನನಗೆ ನೆಮ್ಮದಿ."

"ಅದು ಸುಲಭದ ಕೆಲಸವಲ್ಲ ಎನಿಸುತ್ತಿದೆ" ಎಂದ ಕರಭಕ.

"ಅದು ನನಗೆ ಗೊತ್ತು. ಶತ್ರು ನಮ್ಮ ಮನೆಯನ್ನು ಸಂಪೂರ್ಣವಾಗಿ ಆಕ್ರಮಿಸಿ ಕುಳಿತ ಮೇಲೆ, ಅವನು ಸಹಜವಾಗಿಯೇ ಪ್ರಬಲನಾಗುತ್ತಾನೆ. ಹಾಗೆಂದು ನಾನು ಸುಮ್ಮನಿರುವಂತಿಲ್ಲ, ನನ್ನ ಎದೆಯಲ್ಲಿ ಉರಿಯುತ್ತಿರುವ ಬೆಂಕಿ ಆರದೇ ನಾನು ಬದುಕುವಂತಿಲ್ಲ."

ವಿರಾಧಗುಪ್ತ ಹೇಳಿದ, "ಧನನಂದನಿಗೆ ನಿಮ್ಮ ನಿಷ್ಠೆಯನ್ನು ಕಂಡರೆ ವಿಸ್ಮಯವಾಗುತ್ತದೆ, ಮೆಚ್ಚುಗೆ ಮೂಡುತ್ತದೆ. ಅದೇ ನಿಷ್ಠೆಯನ್ನು ಧನನಂದ ಪ್ರಜೆಗಳ ಬಗ್ಗೆ ತೋರಿಸಿದ್ದರೆ, ಇಂಥ ಸ್ಥಿತಿ ಬರುತ್ತಿರಲಿಲ್ಲವೆನಿಸುತ್ತದೆ. ತಪ್ಪು ತಿಳಿಯಬೇಡಿ, ನನ್ನ ಮನಸ್ಸಿನಲ್ಲಿರುವ ಪ್ರಾಮಾಣಿಕ ಅಭಿಪ್ರಾಯವನ್ನು ಹೇಳಿದೆ. ಹಾಗೆಂದು ನಿಮ್ಮ ಬಗ್ಗೆಯಿರುವ ನಮ್ಮ ನಿಷ್ಠೆಗೆ ಕುಂದು ಬರುವುದಿಲ್ಲ"

"ನನಗೆ ಅರ್ಥವಾಗುತ್ತದೆ ವಿರಾಧಗುಪ್ತ. ನಿನ್ನ ಮಾತಿನಲ್ಲಿ ಸತ್ಯವೂ ಇದೆ. ಅಮಾತ್ಯನಾಗಿ ಧನನಂದನಿಗಿಂತ ಹೆಚ್ಚಾಗಿ ಮಗಧಕ್ಕೆ ನಿಷ್ಠೆ ತೋರಿಸಬೇಕಲ್ಲವೆ ? ಎಂದು ಸಾವಿರ ಸಲ ನನ್ನನ್ನೇ ನಾನು ಕೇಳಿಕೊಂಡಿದ್ದೇನೆ. ಮರುಕ್ಷಣದಲ್ಲಿ ಧನನಂದನ ಕೃಪೆಯಿಲ್ಲದಿದ್ದರೆ ಈ ಅಮಾತ್ಯ ಪದವಿ ನನಗೆಲ್ಲಿ ಸಿಗುತ್ತಿತ್ತು ? ಅವನಿಂದ ದೊರೆತ ಆ ಪದವಿಯ ನಿಷ್ಠೆ ಅವನಿಗೇ ಅಲ್ಲವೆ ? ಎಂಬ ತರ್ಕವೂ ಮೂಡುತ್ತಿತ್ತು. ಈಗ ಆ ತರ್ಕಗಳಿಗೆ ಅರ್ಥವೇ ಇಲ್ಲವೆನಿಸುತ್ತಿದೆ. ಧನನಂದನ ಸಾವಿನ ಸೇಡೊಂದೇ ಮನಸ್ಸಿನಲ್ಲಿ ತುಂಬಿಕೊಂಡಿದೆ. ಅದಕ್ಕಾಗಿ ನಾನು ನನ್ನ ಶಕ್ತಿಮೀರಿ ಪ್ರಯತ್ನಪಟ್ಟುಬಿಡುತ್ತೇನೆ."

"ಚಿಂತಿಸಬೇಡಿ ಅಮಾತ್ಯರೇ" ಕರಭಕ ಹೇಳಿದ, "ನಿಮಗೆ ನಿಷ್ಠಾವಂತ ಸೇವಕರಾದ ನಾವು ನಿಮ್ಮ ಜೊತೆಗಿದ್ದೇವೆ."

"ಹೌದು ಅಮಾತ್ಯರೆ" ಎಂದ ವಿರಾಧಗುಪ್ತ.

"ಈಗ ಮಲಗಿ ಚೆನ್ನಾಗಿ ನಿದ್ರೆ ಮಾಡಿ. ಆಮೇಲೆ ಮಾತಾಡೋಣ" ಎಂದ ರಾಕ್ಷಸ.

## ೮

ಪುರುಷಪುರದಿಂದ ಸಹದೇವ, ಅವನ ಹೆಂಡತಿ ಪ್ರಭಾವತಿ, ಶಿವಾಲಿ, ವಿಶಾಖ, ಲಕ್ಷ್ಮಿ ಎಲ್ಲ ಬಂದರು. ಆಗ ಸಂಜೆಯಾಗಿತ್ತು. ಅವರೆಲ್ಲ ನೇರವಾಗಿ ಚಾಣಕ್ಯನ ಮನೆಗೇ ಬಂದರು. ಚಾಣಕ್ಯ, ಧನಂಜಯ, ಹರಿಸೇನ, ಚಂದಕ ಮತ್ತು ಗೌತಮ ಎಲ್ಲರಿಗೂ ಬಹಳ ಸಂತೋಷ ವಾಯಿತು. "ಅಮ್ಮ" ಎಂದು ಕೂಗುತ್ತ ಸಡಗರದಿಂದ ಎದುರಿಗೆ ಹೋದ ಚಾಣಕ್ಯ ವಿಶಾಖಳ ಕೈಹಿಡಿದುಕೊಂಡ. "ಚೆನ್ನಾಗಿರುವೆಯಾ ?" ಎಂದು ಅವಳು ಅಕ್ಕರೆಯಿಂದ ತಲೆ ನೇವರಿಸಿದಳು. ಚಾಣಕ್ಯ ಲಕ್ಷ್ಮಿಯ ಕಾಲುಮುಟ್ಟಿ ನಮಸ್ಕರಿಸಿದ. ಚಂದಕ, ಗೌತಮ, ಹರಿಸೇನ, ಧನಂಜಯರೂ ನಮಸ್ಕರಿಸಿ ಸ್ವಾಗತಿಸಿದರು.

"ಚಾಣಕ್ಯ, ಈಕೆ ಯಾರು ಗೊತ್ತೇ ?" ಎಂದು ವಿಶಾಖ ಶಿವಾಲಿಯತ್ತ ನೋಡಿದಳು. ಅವಳು ಚಂದ್ರಗುಪ್ತನ ತಾಯಿ ಶಿವಾಲಿಯೇ ಇರಬೇಕೆಂದು ಅವನು ಯೋಚಿಸುತ್ತಿರುವಷ್ಟರಲ್ಲಿ ಶಿವಾಲಿ "ಪಿಪ್ಪಲಿವನದ ರಾಜ ದಿವಂಗತ ರವಿಗುಪ್ತ ಮೌರ್ಯರ ಮಡದಿ, ಚಂದ್ರಗುಪ್ತ ಮೌರ್ಯನ ತಾಯಿ ಶಿವಾಲಿ ನಮಸ್ಕರಿಸುತ್ತಿದ್ದಾಳೆ ಆಚಾರ್ಯ" ಎಂದು ಕಾಲು ಮುಟ್ಟಿದಳು.

''ಏಳು ತಾಯಿ ಏಳು'' ಎಂದ ಚಾಣಕ್ಯ, ಅವಳು ಎದ್ದ ನಂತರ ''ನೀನು ನನಗೆ ನಮಸ್ಕಾರ ಮಾಡಬಾರದಾಗಿತ್ತು. ಏಕೆಂದರೆ ತಾಯ್ತನ ಎಲ್ಲಕ್ಕಿಂತ ದೊಡ್ಡದು, ಅದರಲ್ಲೂ ಚಕ್ರವರ್ತಿ ಮಾತೆ, ನಮಗೆಲ್ಲ ಪೂಜ್ಯಳು.''

''ತಪ್ಪು ಆಚಾರ್ಯ'' ಶಿವಾಲಿ ಹೇಳಿದಳು, ''ತಾಯ್ತನ ದೊಡ್ಡದು ನಿಜ. ಆದರೆ ನನ್ನ ತಾಯ್ತನ ಸಾರ್ಥಕವಾಗುವಂತೆ ಮಾಡಿದ್ದರೆ, ಅದಕ್ಕೆ ನಿಮ್ಮ ಮಾರ್ಗದರ್ಶನ, ಶ್ರಮ ಮತ್ತು ಆಶೀರ್ವಾದ ಕಾರಣ. ತಾಯ್ತನಕ್ಕೆ ತನ್ನ ಮಗನ ಯೋಗಕ್ಷೇಮವೇ ಪ್ರಧಾನವಾಗಿಬಿಡಬಹುದು, ಆದರೆ ನಿಜವಾದ ಆಚಾರ್ಯ ಲೋಕ ಕಲ್ಯಾಣವನ್ನು ದೃಷ್ಟಿಯಲ್ಲಿರಿಸಿಕೊಂಡಿರುತ್ತಾನೆ.''

''ತುಂಬ ದೊಡ್ಡ ಮಾತು'' ಚಾಣಕ್ಯ ಮೆಚ್ಚಿಗೆಯಿಂದ ಹೇಳಿದ, ''ಚಂದ್ರಗುಪ್ತನಲ್ಲಿ ಸೌಜನ್ಯ, ದೊಡ್ಡತನ ಎಲ್ಲ ನಿನ್ನಿಂದಲೇ ಬಂದಿದೆ.''

''ಅಷ್ಟೇ ಅಲ್ಲ ಆಚಾರ್ಯ'' ಸಹದೇವ ಹೇಳಿದ, ''ನಮ್ಮನ್ನೆಲ್ಲ ಅಂದರೆ ನಾನು, ಚರಣ, ಅವನ ಮಿತ್ರರು ಎಲ್ಲರನ್ನೂ ತಾನು ಹೆತ್ತ ಮಕ್ಕಳಂತೆಯೇ ಭಾವಿಸಿದರು, ಪ್ರೀತಿಸಿದರು, ಅಕ್ಕರೆ ತೋರಿಸಿದರು.''

''ಹೌದು ಚಾಣಕ್ಯ'' ವಿಶಾಖ ಹೇಳಿದಳು, ''ಕೆಲವು ದಿನ ನಾವೂ ಇದ್ದೆವಲ್ಲ; ಶಿವಾಲಿ ಮಹಾರಾಣಿಯಲ್ಲ, ಮಹಾಮಾತೆ ಎನ್ನಿಸಿತು.''

''ಹೊಗಳಬೇಡ ವಿಶಾಖ, ನನ್ನಂಥವರು ಸಾವಿರಾರು ಜನರಿದ್ದಾರೆ'' ಎಂದಳು ಶಿವಾಲಿ ಸಂಕೋಚದಿಂದ.

ಎಲ್ಲ ಕುಳಿತುಕೊಳ್ಳಲು ಚಂದಕ ಚಾಪೆಗಳನ್ನು ಹಾಸಿ ಸಜ್ಜುಗೊಳಿಸಿದ. ಕುಳಿತ ನಂತರ ಗೌತಮ ಎಲ್ಲರಿಗೂ ಕುಡಿಯಲು ಹಾಲು ತಂದುಕೊಟ್ಟ. ಅಲ್ಲಿಯವರೆಗೂ ನಡೆದ ಎಲ್ಲ ಪ್ರಮುಖ ಘಟನೆಗಳನ್ನು ಚಾಣಕ್ಯ ಸಂಕ್ಷಿಪ್ತವಾಗಿ ವಿವರಿಸಿದ.

''ಅಂತೂ ನಿನ್ನ ಗುರಿ ಸಾಧಿಸಿಬಿಟ್ಟೆ'' ಎಂದಳು ವಿಶಾಖ ಹೆಮ್ಮೆ ಅಭಿಮಾನಗಳಿಂದ.

''ನನ್ನ ಸೇಡು ತೀರಿತೆಂದು ಹೇಳಬಹುದು. ಆದರೆ ಗುರಿ ಸಾಧನೆಯಾದದ್ದು ನನ್ನೊಬ್ಬನದಲ್ಲ, ಆರ್ಯಾವರ್ತದ ಲಕ್ಷಾಂತರ ಪ್ರಜೆಗಳದು. ಅದೂ ನನ್ನೊಬ್ಬನಿಂದ ಸಾಧನೆ ಯಾದದ್ದಲ್ಲ, ಚಂದ್ರಗುಪ್ತ, ಅವನ ಮಿತ್ರರು, ಸೈನಿಕರು, ಸಾಮಾನ್ಯರು, ಸಾವಿರಾರು ಜನ ತಮ್ಮ ತನುಮನಧನಗಳನ್ನು ವಿನಿಯೋಗಿಸಿದ್ದಾರೆ. ಅದರಲ್ಲಿ ನೀನು, ಲಕ್ಷ್ಮಿ, ಶಿವಾಲಿ ಮುಂತಾದ ಸ್ತ್ರೀ ಶಕ್ತಿಯೂ ಸೇರಿಕೊಂಡಿದೆ.''

''ನೀನು, ಚಂದ್ರಗುಪ್ತ ಅರಮನೆಯಲ್ಲೇ ಇರುವಿರೆಂದುಕೊಂಡಿದ್ದೆ'' ಎಂದಳು ವಿಶಾಖ.

''ಇಲ್ಲ ನಾನು ನನ್ನ ಮನೆಯಲ್ಲಿ, ಅವನು ಅವನ ಮನೆಯಲ್ಲಿ.''

''ಏಕೆ ? ಪಟ್ಟಾಭಿಷೇಕವಾಗುವವರೆಗೂ ಬೇಡವೆಂದೇ ?''

''ಅದೂ ಒಂದು ಕಾರಣ. ಅದಕ್ಕಿಂತ ಪ್ರಮುಖ ಕಾರಣ, ಅಲ್ಲಿ ಸುರಕ್ಷೆಯ ಬಗ್ಗೆ ನಾನಿನ್ನೂ ಪೂರ್ಣವಾಗಿ ಖಚಿತಪಡಿಸಿಕೊಂಡಿಲ್ಲ.''

''ಹಾಗಾದರೆ ಅರಮನೆಯಲ್ಲೇ ಅಪಾಯವಿದೆಯೇ ?'' ಶಿವಾಲಿ ಕಾತರದಿಂದ ಕೇಳಿದಳು.

''ಅಮಾತ್ಯ ರಾಕ್ಷಸ ನಮ್ಮ ಕೈವಶವಾಗುವವರೆಗೂ ಅಂಥ ಅಪಾಯವನ್ನು ನಾವು ನಿರೀಕ್ಷಿಸಬೇಕಾಗುತ್ತದೆ.''

''ಆಚಾರ್ಯ, ನಾನು ನನ್ನ ಹೆಂಡತಿ ಈಗ ಧೈರ್ಯವಾಗಿ ಹೋಗಬಹುದಲ್ಲವೆ ?'' ಸಹದೇವ ಕೇಳಿದ.

''ಮನೆಗೂ ಹೋಗಬಹುದು, ನಾಳೆಯಿಂದ ನಿನ್ನ ಅಂಗಡಿಯನ್ನೂ ತೆರೆಯಬಹುದು. ಆದರೆ ಈ ರಾತ್ರಿಯಲ್ಲಿ ಹೋಗಿ ಏನು ಮಾಡುತ್ತೀರಿ ?''

''ಇಲ್ಲ ಆಚಾರ್ಯ, ಅವರು ಈ ದಿನ ನಮ್ಮ ಮನೆಗೆ ಬರುತ್ತಾರೆ. ಮಿತ್ರರನ್ನೆಲ್ಲ ಮಾತಾಡಿಸುವ ಆತುರವಿರುತ್ತದಲ್ಲ'' ಎಂದು ಶಿವಾಲಿ, ತನ್ನ ಗಂಟನ್ನು ಎತ್ತಿಕೊಂಡು ಸಿದ್ಧಳಾದಳು.

''ಅಮ್ಮ, ಇನ್ನೇನು ಅಡಿಗೆಯಾಗುತ್ತದೆ, ಊಟ ಮುಗಿಸಿಕೊಂಡೇ ಹೋಗಬಹುದಾಗಿತ್ತು'' ಎಂದ ಚಂದಕ.

''ಬೇಡ ಚಂದಕ, ಬಹಳ ದಿನಗಳಾಗಿವೆ, ನನ್ನ ಮಗನಿಗೆ ಈ ದಿನ ನಾನೇ ಅಡಿಗೆ ಮಾಡಿ ಬಡಿಸಬೇಕು'' ಎಂದಳು ಶಿವಾಲಿ.

ಚಾಣಕ್ಯ ಅಪ್ಪಣೆ ಕೊಟ್ಟ. ಶಿವಾಲಿ, ಸಹದೇವ, ಪ್ರಭಾವತಿ, ಒಂದಿಬ್ಬರು ಪುರುಷಪುರದ ಮಿತ್ರರು ಹೊರಟರು.

ಅವರು ಹೋದ ಮೇಲೆ ವಿಶಾಖ ಮತ್ತು ಲಕ್ಷ್ಮಿ ಶಿವಾಲಿಯನ್ನು ಬಹಳವಾಗಿ ಹೊಗಳಿದರು. ಆ ಊರಿನ ಪ್ರತಿಯೊಬ್ಬ ವ್ಯಕ್ತಿಯೂ ಅವಳನ್ನು ಎಷ್ಟು ಪ್ರೀತಿ ಗೌರವಗಳಿಂದ ಕಾಣುತ್ತಿದ್ದರೆಂದು ವಿವರಿಸಿದಳು. ಎಲ್ಲ ವರ್ಗದ ಜನರ ಜೊತೆಯಲ್ಲಿ ಅವಳು ವಾತ್ಸಲ್ಯದಿಂದ ವರ್ತಿಸುತ್ತಿದ್ದಳೆಂದು ಉದಾಹರಣೆಗಳೊಡನೆ ವಿಶಾಖ ಬಿಡಿಸಿ ಹೇಳಿದಳು.. ಬರುವಾಗ ಊರಿನ ಜನರೆಲ್ಲ ಕಣ್ಣೀರು ಹಾಕುತ್ತ ಬಹುಸಂಕಟದಿಂದ ಬೀಳ್ಕೊಟ್ಟ ಸಂದರ್ಭವನ್ನು ಹೇಳುತ್ತ ವಿಶಾಖ ತಾನೂ ಭಾವೋದ್ವಿಗ್ನಳಾದಳು.

ಆಮೇಲೆ ಉಳಿದ ವಿಷಯ ಮಾತಾಡಿದರಾಯಿತೆಂದು ಚಾಣಕ್ಯ ಅವರನ್ನು ಸ್ನಾನಕ್ಕೆಳಿಸಿದ.

★ ★ ★

ಅತ್ತ ಶಿವಾಲಿ, ಸಹದೇವ ಮತ್ತು ಪ್ರಭಾವತಿ ಮನೆಗೆ ಬಂದಾಗ ಒಳಗೆ ಚಂದ್ರಗುಪ್ತ, ಚರಣ, ಸಿಂಹಸೇನ, ಭಾಸ್ಕರ, ಬ್ರಹ್ಮದತ್ತ, ನಂದಿಕೇಶ, ಶ್ರೀಗುಪ್ತ ಏನೋ ಮಾತಾಡುತ್ತ ನಗುತ್ತಿದ್ದರು. ಕೇತಕಿ ಮತ್ತಿಬ್ಬರು ಹುಡುಗಿಯರು ಬಂದವರೇ ಮಂಗಳೆಯ ಮನೆಗೆ ಹೋಗಿದ್ದರು.

''ಚಂದ್ರಗುಪ್ತ.''

ಶಿವಾಲಿಯ ಧ್ವನಿ ಕೇಳಿ, ಎಲ್ಲ ತಿರುಗಿ ನೋಡಿ, ಅಚ್ಚರಿ, ಆನಂದಗಳಿಂದ ''ಅಮ್ಮಾ'' ಎಂದು ಒಟ್ಟಿಗೇ ಉದ್ಗರಿಸಿದರು.

''ಸದ್ಯ, ನೀವೆಲ್ಲ ಒಟ್ಟಿಗೆ ಸಿಕ್ಕಿದಿರಲ್ಲ'' ಎನ್ನುತ್ತ ಶಿವಾಲಿ ಅವರ ನಡುವೆ ಹಾಸಿದ್ದ ಚಾಪೆಯ ಮೇಲೆ ಕುಳಿತುಕೊಂಡಳು. ''ನಿಮಗೆಲ್ಲ ಹೇಳಿಕಳಿಸುವ ತೊಂದರೆ ತಪ್ಪಿತು'' ಎಂದಳು.

''ನಾಳೆ ನಾವೇ ನಿಮ್ಮನ್ನು ನೋಡಲು ಓಡಿ ಬರುತ್ತಿದ್ದೆವು'' ಎಂದ ಚರಣ.

''ಇಲ್ಲ ಚರಣ, ನಿಮ್ಮನ್ನೆಲ್ಲ ಒಮ್ಮೆ ನೋಡಿ ಮಾತಾಡುವವರೆಗೆ ನನಗೆ ಖಂಡಿತ ನಿದ್ರೆ ಬರುತ್ತಿರಲಿಲ್ಲ.''

''ನಾವೂ ಇನ್ನೇನು ಹೊರಟುಬಿಡುತ್ತಿದ್ದೆವು'' ಎಂದ ಸಿಂಹಸೇನ.

''ಇಂದು ಎಲ್ಲ ಇಲ್ಲಿ ಒಟ್ಟಿಗೆ ಸೇರಿದ್ದು ಆಕಸ್ಮಿಕ'' ಎಂದ ಭಾಸ್ಕರ.

''ಎಲ್ಲ ಚೆನ್ನಾಗಿದ್ದೀರಾ ?'' ಎಂದು ಶಿವಾಲಿ ಎಲ್ಲರ ತಲೆಯನ್ನು ಅಕ್ಕರೆಯಿಂದ ನೇವರಿಸಿ, ಕಡೆಯಲ್ಲಿ ಚಂದ್ರಗುಪ್ತನ ತಲೆ ಮುಟ್ಟಿದಳು.

''ಅಮ್ಮ, ಏಕಿಷ್ಟು ತಡ ?'' ಚಂದ್ರಗುಪ್ತ ಕೇಳಿದ.

''ನಿಮ್ಮೆಲ್ಲರ ಯಶಸ್ಸನ್ನು ಕೇಳಿ ಸಂತೋಷವಾಯಿತು. ಆ ಸಂತೋಷದಲ್ಲಿ ಎಲ್ಲರೂ ಭಾಗಿಯಾದರು. ತಕ್ಷಣ ಓಡಿಬಂದರೆ ಇಷ್ಟುದಿನ ಆಶ್ರಯ ಕೊಟ್ಟ ಆ ಜನರಿಗೆ ಎಷ್ಟು ಬೇಸರವಾಗಬಹುದು, ಯೋಚಿಸು. 'ಮಗ ಜಯಶಾಲಿಯಾದ. ಇನ್ನು ಇಲ್ಲೇಕೆ ಇರುತ್ತಾಳೆ ? ಈಗ ನಾವೇಕೆ ಬೇಕು ? ಬೇರೆ ದಾರಿಯಿರಲಿಲ್ಲ, ನಮ್ಮ ಆಶ್ರಯದಲ್ಲಿದ್ದಳು ಅಷ್ಟೆ' ಎಂದುಕೊಳ್ಳುವುದಿಲ್ಲವೆ ?''

ಎಲ್ಲರಿಗೂ ಅದು ಸರಿಯೆನ್ನಿಸಿತು. ಶಿವಾಲಿ ಸುತ್ತ ನೋಡಿದಳು, ''ಒಬ್ಬ ಈ ಗುಂಪಿನಲ್ಲಿಲ್ಲ, ಮಾತಂಗ ಕಾಣುತ್ತಿಲ್ಲ'' ಎಂದಳು.

''ಅವನಿಗೆ ಅರಮನೆಯ ರಕ್ಷಣೆಯ ಹೊಣೆ ಹೊರಿಸಿರುವುದರಿಂದ ಅವನು ನಮ್ಮ ಕೈಗೂ ಹೆಚ್ಚಾಗಿ ಸಿಗುವುದಿಲ್ಲ'' ಎಂದ ನಂದಿಕೇಶ.

''ಅವನನ್ನು ನೋಡಬೇಕು. ಆ ಪ್ರಭಾಕರನನ್ನು ನೋಡಬೇಕು. ಇಲ್ಲಿಂದ ಹೋದ ಮೇಲೆ ಅವನನ್ನು ನೋಡೇ ಇಲ್ಲ ಅಲ್ಲವೆ ?''

''ಅಮ್ಮಾ, ನಾಳೆ ಅವರಿಬ್ಬರೂ ಬಂದು ನಿಮ್ಮನ್ನು ನೋಡಿ ಹೋಗುವಂತೆ ಹೇಳುತ್ತೇನೆ'' ಎಂದ ಚರಣ.

''ಈ ದಿನ ನೀವೆಲ್ಲಾ ಇಲ್ಲೇ ಊಟ ಮಾಡಿಕೊಂಡು ಹೋಗಬೇಕು. ಬೇಗ ಅಡಿಗೆ ಮಾಡುತ್ತೇನೆ'' ಎಂದು ಶಿವಾಲಿ ಮೇಲೆದ್ದಳು.

ಚರಣ ಹೇಳಿದ, ''ಅಮ್ಮ, ನಾವು ಮನೆಗೆ ಹೋಗುತ್ತೇವೆ, ನನ್ನ ತಾಯಿ ಕಾಯುತ್ತಿರುತ್ತಾಳೆ.''

''ನಮ್ಮ ಮನೆಯಲ್ಲೂ ಕಾಯುತ್ತಿರುತ್ತಾರೆ'' ಎಂದ ಭಾಸ್ಕರ.

''ಚಿಂತೆಯಿಲ್ಲ, ಎಲ್ಲರ ಮನೆಗಳಿಗೂ ಹೋಗಿ ನೀವು ಊಟಕ್ಕೆ ಬರುವುದಿಲ್ಲವೆಂದು ಹೇಳಿ ಬರುತ್ತೇನೆ'' ಎಂದ ಶ್ರೀಗುಪ್ತ.

''ಹೌದು ಶ್ರೀಗುಪ್ತ'' ಶಿವಾಲಿ ಹೇಳಿದಳು, ''ಹೋಗು, ಭಾಗುರಾಯಣರ ಮನೆಗೆ ಹೋಗಿ ನೀನೂ ಹೇಳಿ ಬರಬೇಕಲ್ಲ, ಬೇಗ ಹೋಗು. ತಡವಾದರೆ ನಾಳೆ ಬರುತ್ತಾರೆಂದು ಹೇಳು. ಇನ್ನೂ ಎಷ್ಟೊಂದು ವಿಷಯ ಮಾತಾಡುವುದಿದೆ.''

''ಇದೋ ಹೊರಟೆ'' ಎಂದು ಶ್ರೀಗುಪ್ತ ಓಡಿದ.

ಶಿವಾಲಿ ಮತ್ತು ಪ್ರಭಾವತಿ ಸ್ನಾನ ಮುಗಿಸಿ, ಪರಿಚಾರಕರ ಸಹಾಯದಿಂದ ಅಡಿಗೆಗೆ ತೊಡಗಿದರು. ಶ್ರೀಗುಪ್ತ ಬೇಗನೆ ಹಿಂದಿರುಗಿ ಬಂದ.

ಎಲ್ಲರ ಊಟ ಮುಗಿದಾಗ ರಾತ್ರಿ ಬಹಳ ಹೊತ್ತಾಗಿತ್ತು. ಆಮೇಲೆ ಮಾತುಕತೆ ಆರಂಭವಾಯಿತು. ಚಂದ್ರಗುಪ್ತ ಮತ್ತು ಅವನ ಮಿತ್ರರು ಎಲ್ಲ ವಿಷಯಗಳನ್ನೂ ವಿವರ ವಿವರವಾಗಿ ಬಣ್ಣಿಸಿದರು. ಧನನಂದನ ಸಾವಿನ ಬಗ್ಗೆ ಯಾವ ಪ್ರತಿಕ್ರಿಯೆಯನ್ನೂ ವ್ಯಕ್ತಪಡಿಸದಿದ್ದರೂ, ರಾಜಕುಮಾರ ಸುಮಾಲ್ಯ ವಿಷಪ್ರಾಶನದಿಂದ, ಮಹಾರಾಣಿ ಸುಮತಿ ಆತ್ಮಹತ್ಯೆ ಮಾಡಿಕೊಂಡು ಸತ್ತರೆಂಬ ವಿಷಯ ತಿಳಿದಾಗ ಶಿವಾಲಿ ಅಳುವುದಕ್ಕೇ ಆರಂಭಿಸಿದಳು. ''ನಿರಪರಾಧಿಗಳಾದ ಅವರನ್ನು ಕೊಂದವರು ಕ್ರೂರಕರ್ಮಿಗಳೇ ಸರಿ. ತನ್ನ ಕಣ್ಣೆದುರಿಗೇ ತನ್ನ ಕರುಳಕುಡಿ ಒದ್ದಾಡಿ ಸಾಯುವುದನ್ನು ಕಂಡು ಸಂಕಟಪಟ್ಟು ಆ ತಾಯಿ ಹೃದಯ ಸಹಿಸಲಾರದೆ ತನ್ನನ್ನು ತಾನೇ ಕೊಂದುಕೊಂಡಿತು. ಆ ತಾಯಿಯ ಶಾಪ ನನ್ನ ಮಗನಿಗೆ ತಾಗದಿದ್ದರೆ ಸಾಕು.''

"ಅಮ್ಮಾ, ಆ ಕೆಟ್ಟ ಕೆಲಸವನ್ನು ನಾವು ಮಾಡಿಸಲಿಲ್ಲ" ಚಂದ್ರಗುಪ್ತ ಹೇಳಿದ, "ಧನನಂದನಿಗೆ ಆಪ್ತನಾಗಿದ್ದ ಅಮಾತ್ಯ ಶ್ರೀಯಕ ಆ ನೀಚ ಕೆಲಸ ಮಾಡಿದ. ಆ ಶಾಪ ನನ್ನನ್ನೇನೂ ಮಾಡಲಾರದು."

"ಅದರ ಪ್ರಯೋಜನವಾದದ್ದು ನಿನಗೇ ಅಲ್ಲವೆ ?"

"ಅಮ್ಮ" ಚರಣ ಹೇಳಿದ, "ನಿಮ್ಮ ಅಧಿಕಾರವನ್ನು ಕಿತ್ತುಕೊಂಡು, ಈ ನಗರದಲ್ಲಿ ನೀವು ಸಾಮಾನ್ಯರಂತೆ ಬದುಕುವ ಹಾಗೆ ಮಾಡಿದರು. ನೀವು ಎಷ್ಟು ಸಂಕಟಪಟ್ಟಿರಿ ! ಹಾಗೆ ನೋಡಿದರೆ ನೀವೇ ಶಾಪ ಹಾಕಬೇಕು."

"ತಪ್ಪು ಚರಣ" ಶಿವಾಲಿ ಹೇಳಿದಳು, "ಶಾಪ ಹಾಕುವಂಥ ಕಠಿಣ ಮನಸ್ಸು ನನಗೆಂದೂ ಬಾರದಿರಲಿ. ನನ್ನ ಮಗನಿಗೆ ತನ್ನ ಅಧಿಕಾರ ಸಿಗಬೇಕೆಂಬ ಆಸೆ, ಆವೇಶ ಎಲ್ಲ ಇತ್ತು. ಆದರೆ..."

"ಅಮ್ಮ" ಸಹದೇವ ಹೇಳಿದ, "ಆ ವಿಷಯದ ಚರ್ಚೆ ಈಗೇಕೆ ? ಸದ್ಯ ಎಲ್ಲ ಯಶಸ್ವಿಯಾಗಿ ಮುಗಿಯಿತಲ್ಲ."

"ಚರಣ, ಚಂದ್ರಗುಪ್ತ ಇದೇ ಮನೆಯಲ್ಲಿದ್ದುಕೊಂಡು ರಾಜ್ಯವಾಳುವುದು ಸಾಧ್ಯವಿಲ್ಲವೆ ?"

"ಇದೇನಮ್ಮ ಹೀಗೆ ಹೇಳುತ್ತೀರಿ ?" ಚರಣ ನಕ್ಕ. "ಅರಸನೆಂದರೆ ಅರಮನೆ. ಬೇಡವೆಂದರೂ ಅಲ್ಲೇ ಇರಬೇಕು."

"ತಮ್ಮ ದೊರೆ ತಮ್ಮ ಹಾಗೆ ಸಣ್ಣ ಮನೆಯಲ್ಲಿ ವಾಸ ಮಾಡುವುದನ್ನು ಪ್ರಜೆಗಳೇ ಒಪ್ಪುವುದಿಲ್ಲ."

"ಅಪಾಯ, ಆಪತ್ತುಗಳು ಅರಮನೆಯಲ್ಲಿ ಸದಾ ಇರುತ್ತವಲ್ಲವೆ ?"

"ಅಲ್ಲಿರುವ ಜನ, ಅವರ ಸುತ್ತಮುತ್ತ ಇರುವ ಆಪ್ತರ ಸ್ವಭಾವ, ಮನೋಧರ್ಮವನ್ನು ಅವಲಂಬಿಸಿ ಅರಮನೆಯ ವಾತಾವರಣವಿರುತ್ತದೆ" ಎಂದ ಚಂದ್ರಗುಪ್ತ.

"ಸಂಚುಗಾರ ಶ್ರೀಯಕ ಸತ್ತ" ಎಂದ ನಂದಿಕೇಶ.

"ಅಸಮಾಧಾನವುಳ್ಳವರನ್ನು ಆಚಾರ್ಯರೇ ಕೆಲಸದಿಂದ ತೆಗೆದು ಹಾಕಿದರು" ಎಂದ ಬ್ರಹ್ಮದತ್ತ.

"ಇನ್ನೂ ಯಾರಾದರೂ ಇದ್ದರೆ, ಅವರನ್ನು ಶೋಧಿಸಿ, ಸಂಪೂರ್ಣ ನಿಷ್ಠಾವಂತರನ್ನು ಸೇರಿಸುತ್ತಾರೆ" ಎಂದ ಸಿಂಹಸೇನ.

"ಹೌದಮ್ಮ" ಭಾಸ್ಕರ ಹೇಳಿದ, "ಅಲ್ಲಿಯವರೆಗೂ ಚಂದ್ರಗುಪ್ತ ಅಲ್ಲಿ ವಾಸ ಮಾಡಲು ಆಚಾರ್ಯರು ಬಿಡುವುದಿಲ್ಲ."

ಅವರೆಲ್ಲ ತಮ್ಮ ಮಾತುಕತೆಗೆ ತಾತ್ಕಾಲಿಕ ತಡೆ ನೀಡಿ ಮಲಗಿದಾಗ ತುಂಬ ತಡವಾಗಿತ್ತು.

ಎಚ್ಚರವಾದಾಗ ಸೂರ್ಯೋದಯವಾಗಿ ಸ್ವಲ್ಪ ಹೊತ್ತಾಗಿತ್ತು. ಮತ್ತೆ ನೋಡುವುದಾಗಿ ಹೇಳಿ, ಎಲ್ಲ ಆತುರಾತುರವಾಗಿ ತಮ್ಮ ಮನೆಗಳತ್ತ ಹೊರಟರು.

ನಿದ್ರೆಯ ಮಂಪರಿನಲ್ಲಿ ಎಲ್ಲೋ ತೇಲುತ್ತಿರುವಂತೆ ಚರಣ ಮನೆಗೆ ಬಂದು ಬಾಗಿಲು ತಟ್ಟಿದಾಗ ತಾಯಿ ತೆರೆದಳು. "ಅಮ್ಮ ಮಾತು ಮುಗಿಸಿ ಮಲಗಿದಾಗ ಬೆಳಗಿನ ಜಾವ. ನಿದ್ರೆ ಸಾಲದು. ಬೇಗ ಅರಮನೆಗೆ ಹೋಗಬೇಕು. ಬಿಸಿ ನೀರಿದ್ದರೆ ಚೆನ್ನಾಗಿ ಸ್ನಾನ

ಮಾಡಿಬಿಡುತ್ತೇನೆ. ನಿದ್ದೆಯ ಜಡ ಕಡಿಮೆಯಾಗುತ್ತದೆ'' ಎಂದ ಚರಣ ತನ್ನ ಉಡುಪು ತೆಗೆಯುತ್ತ.

''ಬಿಸಿನೀರು ಸಿದ್ಧವಾಗಿದೆ.''

ಧ್ವನಿ ಬಂದತ್ತ ಚರಣ ತಿರುಗಿ ನೋಡಿದಾಗ ಅಡಿಗೆ ಮನೆಯ ಬಾಗಿಲಲ್ಲಿ ಸುಗಂಧಿ ನಿಂತಿದ್ದಳು. ಅವನು ಬೆರಗಿನಿಂದ ಒಮ್ಮೆ ಅವಳತ್ತ, ಇನ್ನೊಮ್ಮೆ ತಾಯಿಯತ್ತ ನೋಡತೊಡಗಿದ.

''ಏಕೆ ಮಗು, ಹಾಗೆ ಗರ ಬಡಿದವರ ಹಾಗೆ ನಿಂತುಬಿಟ್ಟೆ? ಅವಳು ಸುಗಂಧಿ, ನನ್ನ ಸೊಸೆಯಾಗಲಿರುವವಳು, ಹೊಸಬಳಲ್ಲ'' ಎಂದು ತಾಯಿ ನಕ್ಕಳು. ಸುಗಂಧಿಯ ಮುಖ ನಗು, ನಾಚಿಕೆಗಳ ಸಮ್ಮಿಶ್ರ ಭಾವದಿಂದ ಕೂಡಿತ್ತು.

ಅವನು ಸ್ನಾನ ಮಾಡಿ, ಉಡುಪು ಧರಿಸಿ ಬರುವ ವೇಳೆಗೆ ಸುಗಂಧಿ ಉಪಾಹಾರ ತಂದಿಟ್ಟಳು. ಅವನು ತಾಯಿಯ ಮುಖ ನೋಡಿದ. ''ಅವಳು ಮಾಡಿದ ಉಪಾಹಾರ ತಿನ್ನಲು ನಾನು ಅನುಮತಿ ಕೊಡಬೇಕೆ ? ಹೊತ್ತಾಗುತ್ತದೆ ತಿನ್ನು'' ಎಂದು ತಾಯಿ ಮತ್ತೆ ನಕ್ಕಳು.

ಅವನು ತಿನ್ನತೊಡಗಿದ. ತಾಯಿ ಪಕ್ಕದಲ್ಲೇ ಕುಳಿತಳು. ಸುಗಂಧಿ ಗೋಡೆಗೊರಗಿ ನಿಂತು ಅವನನ್ನೇ ನೋಡತೊಡಗಿದಳು. ''ತಾನು ಮಾಡಿದ ಉಪಾಹಾರ ಹೇಗಿದೆಯೋ ಎಂದು ತಿಳಿಯುವ ಕುತೂಹಲವಿದೆ ಅವಳಿಗೆ. ಹೇಗಿದೆ ಎಂದು ಹೇಳಿಬಿಡು. ಚೆನ್ನಾಗಿಲ್ಲದಿದ್ದರೆ ಇವಳ ತಾಯಿಗೆ ಹೇಳುತ್ತೇನೆ, ಚೆನ್ನಾಗಿ ಅಡಿಗೆ ಮಾಡುವುದನ್ನು ಕಲಿಯುವವರೆಗೆ ನಿನ್ನ ಮಗಳು ನನ್ನ ಸೊಸೆಯಾಗುವುದು ಸಾಧ್ಯವಿಲ್ಲ ಎಂದು.''

''ಇಲ್ಲಮ್ಮಾ, ಚೆನ್ನಾಗಿದೆ.''

ಸುಗಂಧಿಯ ಮುಖ ಅರಳಿತು. ಸಮಾಧಾನದ ಭಾವನೆ ಮೂಡಿತು.

''ಅಮ್ಮ, ಸುಗಂಧಿ ಯಾವಾಗ ಬಂದಳು ?'' ಚರಣ ಕೇಳಿದ.

''ನಿನ್ನೆ ರಾತ್ರಿ ಮಂಗಳೆ ಮಗಳ ಜೊತೆ ಬಂದಳು. ನೀನು ಬರುವುದಿಲ್ಲವೆಂದು ಹೇಳಿ ಕಳಿಸಿದೆ. ಒಂದು ದಿನ ಇರಲಿ ಎಂದು ಹೇಳಿ ನಾನೇ ಇರಿಸಿಕೊಂಡೆ. ಅಲ್ಲದೆ ನನ್ನ ಸೊಸೆ ಯಾಗುವವಳು ಮುಂದೆ ನನ್ನ ಮಗನನ್ನು ಹೇಗೆ ನೋಡಿಕೊಳ್ಳುವಳೆಂದು ನಾನೂ ತಿಳಿದುಕೊಳ್ಳುವುದು ಬೇಡವೆ ?''

ಎರಡು ಕ್ಷಣ ಬಿಟ್ಟು ಚರಣ ಹೇಳಿದ, ''ಅಮ್ಮ, ನಿಜವಾಗಲೂ ನಿನ್ನದು ದೊಡ್ಡ ಮನಸ್ಸು.''

''ದೊಡ್ಡ ಮನಸ್ಸು, ಚಿಕ್ಕ ಮನಸ್ಸು ಎಂದು ಇರುವುದಿಲ್ಲ ಮಗು'' ತಾಯಿ ಹೇಳಿದಳು, ''ಇರುವುದು ಬರೀ ಮನಸ್ಸು ಮಾತ್ರ. ಅದನ್ನು ಕೆಟ್ಟದ್ದಾಗಿ, ಒಳ್ಳೆಯದನ್ನಾಗಿ ನಾವೇ ಮಾಡಿಕೊಳ್ಳುತ್ತೇವೆ. ಮನಸ್ಸನ್ನು ಕೊಳಕು ಮಾಡಿಕೊಳ್ಳುವುದು ಅದಕ್ಕೆ ನಾವು ಮಾಡುವ ದ್ರೋಹ. ನೀನು, ಸುಗಂಧಿ ನಿಮ್ಮ ಮನಸ್ಸುಗಳನ್ನು ಶುದ್ಧವಾಗಿರಿಸಿಕೊಂಡಿದ್ದೀರ. ಶುದ್ಧ ಮನಸ್ಸಿನವರನ್ನು ಪ್ರೀತಿಸುವುದು ಬಹಳ ಸುಲಭ.''

ಚರಣ ಸುಗಂಧಿಯತ್ತ ನೋಡಿದ. ಅವಳು ತಾಯಿಯತ್ತ ನೋಡಿ ಕೈಮುಗಿದಿದ್ದಳು. ಕಣ್ಣಲ್ಲಿ ಧಾರಾಕಾರವಾಗಿ ಕಂಬನಿ ಹರಿಯುತ್ತಿತ್ತು. ''ಸುಗಂಧಿ, ಅಳುತ್ತಿರುವೆಯಾ ?'' ಎಂದ ಚರಣ ಕಕ್ಕುಲತೆಯಿಂದ.

"ಅದು ದುಃಖದ ಅಳುವಲ್ಲ ಮಗು" ತಾಯಿ ಹೇಳಿದಳು, "ತೃಪ್ತಿ ಸಮಾಧಾನಗಳ ಅಳು. ಮನಸ್ಸಿನಲ್ಲಿದ್ದ ಅಲ್ಪಸ್ವಲ್ಪ ಅಳುಕು, ಅಂಜಿಕೆಗಳೂ ಸಂಪೂರ್ಣವಾಗಿ ಕರಗಿ ನೀರಾಗಿ ಹರಿದು ಹೋಗುತ್ತಿದೆ. ಆಮೇಲೆ ಅವಳು ಮುಂಜಾನೆಯ ಎಳೆಬಿಸಿಲಿನಲ್ಲಿ ಅರಳಿದ ಮಲ್ಲಿಗೆಯ ಹೂವು ಅರಳುವಂತೆ ಶುಭ್ರವಾಗಿ, ಉಲ್ಲಾಸದಿಂದ ಕಂಗೊಳಿಸುತ್ತಾಳೆ."

ಚರಣನಿಗೆ ಸಮಾಧಾನವಾಯಿತು. ಸುಗಂಧಿಯನ್ನು ವಿವಾಹವಾಗಲು ಎಲ್ಲರ ಸಹಮತವಿದೆ. ಯಾರ ಮನಸ್ಸಿನಲ್ಲೂ ಒಂದಿಷ್ಟು ಕಹಿಯಿಲ್ಲವೆಂಬ ಭಾವನೆಯಿಂದ ಅವನು ಉತ್ಸಾಹದಿಂದ ಅರಮನೆಯ ಕಡೆಗೆ ಹೊರಟ.

ಸಹದೇವ ಬೆಳಿಗ್ಗೆಯೇ ಹೆಂಡತಿಯೊಂದಿಗೆ ತನ್ನ ಮನೆಗೆ ಹೋದ. ಅಂಗಡಿ ಮತ್ತು ಮನೆಗಳನ್ನು ಶುಚಿಗೊಳಿಸಿ, ಮರುದಿನದಿಂದಲೇ ಕಾರ್ಯಾರಂಭ ಮಾಡಲು ಎಲ್ಲ ವ್ಯವಸ್ಥೆಗೊಳಿಸಿಕೊಂಡ.

ಅದೇ ದಿನ ಚರಣನ ಸೂಚನೆಯಂತೆ ಮಾತಂಗ ಮತ್ತು ಪ್ರಭಾಕರ ಶಿವಾಲಿಯನ್ನು ಹೋಗಿ ನೋಡಿಬಂದರು. ಅವಳು ಅಕ್ಕರೆಯಿಂದ ಮಾತಾಡಿ, ಕ್ಷೇಮ ಸಮಾಚಾರವನ್ನು ವಿಚಾರಿಸಿಕೊಂಡು ಕಳಿಸಿದಳು. ತಮ್ಮನ್ನು ಅವಳು ನೆನಪು ಮಾಡಿಕೊಂಡು ಕರೆಸಿ ಮಾತಾಡಿದಳೆಂದು ಅವರಿಗೂ ಸಂತೋಷವಾಯಿತು.

ಚರಣ ಅರಮನೆಗೆ ಬಂದಾಗ ಚಾಣಕ್ಯ, ಭಾಗುರಾಯಣ, ವಕ್ರನಾಸ, ಚಂದ್ರಗುಪ್ತ ಮತ್ತು ಅವನ ಮಿತ್ರರೆಲ್ಲ ಸೇರಿದ್ದರು. ಆಡಳಿತಕ್ಕೆ ಸಂಬಂಧಿಸಿದ ವಿಷಯಗಳ ಬಗ್ಗೆ ಅವರು ಮಾತುಕತೆ ನಡೆಸುತ್ತಿದ್ದರು. ಅಷ್ಟರಲ್ಲಿ ಪಶುಲೋಮ ಬಂದು ಚಾಣಕ್ಯರನ್ನು ಕಂಡ, "ಆಚಾರ್ಯ, ಮೊನ್ನೆ ರಾತ್ರಿ ಎಲ್ಲ ಮಲಗಿದ ಮೇಲೆ ಶ್ರೀನಿಧಿಯ ಮನೆಗೆ ಯಾರೋ ಬಂದು ಹೋದರು. ಅವನನ್ನು ಹಿಂಬಾಲಿಸುವುದಾಗಲಿಲ್ಲ, ನಿನ್ನೆ ರಾತ್ರಿ ಶ್ರೀನಿಧಿ ದಾರುವರ್ಮನೆಂಬುವವನ ಮನೆಗೆ ಹೋಗಿ ಬಹಳ ಹೊತ್ತು ಮಾತಾಡಿ ಬಂದ. ಆ ನಂತರ ದಾರುವರ್ಮ ಮನೆಯಿಂದ ಹೊರಗೆಹೋದ. ಶ್ರೀನಿಧಿಯ ಬೆನ್ನು ಹತ್ತಿದ್ದರಿಂದ ದಾರುವರ್ಮನನ್ನು ಹಿಂಬಾಲಿಸುವುದಾಗಲಿಲ್ಲ"

"ನೀನು ಅವನ ಬೆನ್ನ ಹಿಂದೆಯೇ ಇರು" ಎಂದು ಪಶುಲೋಮನನ್ನು ಕಳಿಸಿ, "ಯಾರು ಈ ದಾರುವರ್ಮ" ಎಂದು ಚಾಣಕ್ಯ ಚಕಿತನಾದ.

"ಅವನು ಶಿಲ್ಪಿ ಆಚಾರ್ಯ" ವಕ್ರನಾಸ ಹೇಳಿದ.

"ಶಿಲ್ಪಿಯೆಂದರೆ ಶಿಲಾಮೂರ್ತಿಗಳನ್ನು ಮಾಡುವವನೇ ?" ಚಂದ್ರಗುಪ್ತ ಕೇಳಿದ.

"ಅಲ್ಲ, ನಮ್ಮ ನಗರದ ಉತ್ಸವಗಳಿಗೆ, ಅರಮನೆಯ ಸಮಾರಂಭಗಳಿಗೆ ಅಲಂಕಾರ ಮಾಡುವ ಕಲಾವಿದ" ಎಂದ ಭಾಗುರಾಯಣ.

"ಅಲಂಕಾರಗಳೆಂದರೆ ಎಂಥವು ?" ಚರಣ ಕೇಳಿದ.

"ಬೀದಿಗಳಲ್ಲಿ ಎರಡೂ ಬದಿಗೆ ತೂಗುಹಾಕುವ ಹೂವಿನ ಅಲಂಕಾರಕದ ಭಾರೀ ಫಲಕಗಳು. ಅರಮನೆಯಲ್ಲಿ ಧನನಂದನ ಪಟ್ಟಾಭಿಷೇಕದ ಸಂದರ್ಭದಲ್ಲಿ ಅಂಥ ಅತ್ಯಂತ ಸುಂದರವಾದ ಭಾರಿ ಕಲಾಕೃತಿಯನ್ನು ಓಲಗ ಶಾಲೆಯಲ್ಲಿ ಸಿಂಹಾಸನದ ಮೇಲೇ ರೂಪಿಸಿದ್ದ. ಅದರಲ್ಲಿ ನೂರಾರು ದೀಪಗಳನ್ನು ಹಚ್ಚಿಡಲೂ ಅವನು ವ್ಯವಸ್ಥೆ ಮಾಡಿದ್ದ" ಎಂದು ವಕ್ರನಾಸ ಅಂಥ ಕೆಲಸವನ್ನು ವಿವರಿಸಿದ.

ಚಾಣಕ್ಯನ ಮುಖ ಗಂಟಿಕ್ಕಿತು. ರಾಕ್ಷಸ ಕಾರ್ಯಾರಂಭ ಮಾಡಿದ್ದಾನೆ, ಎಚ್ಚರದಿಂದಿರಬೇಕು ಎಂದುಕೊಂಡ. ಅಂದರೆ 'ನಾನು ಕೆಲಸ ಆರಂಭಿಸುವವರೆಗೆ ಅವನ ವ್ಯವಸ್ಥೆಗಳು ಚಾಲನೆಗೆ ಬರುವುದಿಲ್ಲ' ಎಂದು ಯೋಚಿಸಿ ಹೇಳಿದ, "ಚಂದ್ರಗುಪ್ತನ ವಿವಾಹ ಮಹೋತ್ಸವ ಮತ್ತು ಪಟ್ಟಾಭಿಷೇಕ ಈ ಎರಡು ಸಮಾರಂಭಗಳಿಗೆ ದಿನ ಗೊತ್ತು ಮಾಡುವುದಷ್ಟೇ ಈಗ ಉಳಿದಿದೆ."

"ಅವೆರಡನ್ನೂ ಜೊತೆಯಲ್ಲೇ ಮಾಡಿಬಿಡಬಹುದಲ್ಲ?" ಭಾಗುರಾಯಣ ಕೇಳಿದ.

"ಹೌದು, ಮೊದಲ ದಿನ ವಿವಾಹ ಸಮಾರಂಭ, ಮರುದಿನ ಪಟ್ಟಾಭಿಷೇಕ. ಪಟ್ಟಾಭಿಷೇಕದ ದಿನ ನಗರದಲ್ಲಿ ಚಕ್ರವರ್ತಿಯ ಮೆರವಣಿಗೆ. ಪ್ರಜೆಗಳೆಲ್ಲ ಭಾಗವಹಿಸಲಿ. ಒಂದೆರಡು ದಿನದಲ್ಲಿ ಶುಭದಿನವನ್ನು ಗೊತ್ತುಮಾಡಿ ನಿಮಗೆಲ್ಲ ತಿಳಿಸುತ್ತೇನೆ. ಸಿದ್ಧತೆಗಳನ್ನು ಆರಂಭಿಸುವಿರಂತೆ. ಚರಣ, ಶ್ರೀನಿಧಿ ಮತ್ತು ದಾರುವರ್ಮನನ್ನು ಅರಮನೆಗೆ ಬರಹೇಳು."

"ಶ್ರೀನಿಧಿಯನ್ನೇ ?" ಭಾಗುರಾಯಣ ಆಶ್ಚರ್ಯದಿಂದ ಕೇಳಿದ.

"ಹೌದು, ಅವನು ತನ್ನ ತಪ್ಪಿಗೆ ಪ್ರಾಯಶ್ಚಿತ್ತ ಮಾಡಿಕೊಳ್ಳಲು ಒಂದು ಅವಕಾಶ ಕೊಡೋಣ."

"ಪಶುಲೋಮನ ಮಾತಿನಿಂದ ಅವನ ಮೇಲೆ ಮತ್ತು ದಾರುವರ್ಮನ ಮೇಲೆ ಸಂದೇಹ ಬರುವುದಿಲ್ಲವೆ ಆಚಾರ್ಯ ?" ವಕ್ರನಾಸ ಕೇಳಿದ.

"ಸಂದೇಹ ಸಂದೇಹವಾಗಿಯೇ ಇದ್ದರೆ ನಮಗೆ ನೆಮ್ಮದಿಯಿರುವುದಿಲ್ಲ. ಸಂದೇಹ ಸುಳ್ಳಾಗಬೇಕು, ಇಲ್ಲವೇ ನಿಜವಾಗಬೇಕು. ಅದಕ್ಕೆ ನಾವು ನಿಶ್ಚಿತ ಹೆಜ್ಜೆಯಿಡಲೇಬೇಕು."

"ಅಪ್ಪಣೆ ಆಚಾರ್ಯ" ಎಂದು ಚರಣ ಅವರನ್ನು ಕರೆಸಲು ವ್ಯಕ್ತಿಗಳನ್ನು ಕಳಿಸಲು ಹೋದ. ಭಾಗುರಾಯಣ, ವಕ್ರನಾಸ ಹೊರಟುಹೋದರು.

ಚರಣ ಮತ್ತೆ ಬಂದವನು "ಆಚಾರ್ಯ, ಶ್ರೀನಿಧಿ ರಾಕ್ಷಸನ ಪರವಾಗಿ ಕೆಲಸ ಮಾಡುತ್ತಿರುವಂತಿದೆ" ಎಂದ.

"ಹೌದು, ನನಗೆ ಗೊತ್ತಿದೆ. ಅದಕ್ಕೇ ಈ ಕ್ರಮ."

"ಏನಾದರೂ ಅಚಾತುರ್ಯವಾದರೆ ?"

"ಆಗಿಯೇ ಆಗುತ್ತದೆ. ಅವರೇನು ಮಾಡುವರೆಂದೂ ನಾನು ಊಹೆ ಮಾಡಿದ್ದೇನೆ. ಚಿಂತಿಸಬೇಡಿ. ರಾಕ್ಷಸನ ಬುದ್ಧಿಶಕ್ತಿಯನ್ನು ನಿಸ್ತೇಜಗೊಳಿಸುವ ಸಾಮರ್ಥ್ಯ ಈ ಚಾಣಕ್ಯನಲ್ಲಿದೆ."

ಸ್ವಲ್ಪ ಹೊತ್ತಿಗೆ ಶ್ರೀನಿಧಿ ಮತ್ತು ದಾರುವರ್ಮ ಬಂದರು. ನಮಸ್ಕಾರ ಮಾಡಿದರು. ಚಾಣಕ್ಯ ಅವರಿಗೆ ಕುಳಿತುಕೊಳ್ಳಲು ಹೇಳಿದ.

"ನಿನ್ನ ಹೆಸರು ದಾರುವರ್ಮನಲ್ಲವೆ ?" ಎಂದು ಅವನನ್ನು ಕೇಳಿದ.

ಅವನು "ಹೌದು ಆಚಾರ್ಯ" ಎಂದ.

"ನಿನ್ನ ವೃತ್ತಿಯೇನು ?"

"ಅಲಂಕಾರ ವಸ್ತುಗಳನ್ನು ಮಾಡುವ ಒಬ್ಬ ಕಲಾವಿದ. ಅದೇ ನನ್ನ ಜೀವನೋಪಾಯ."

"ಅದರಿಂದ ಜೀವನೋಪಾಯ ನಡೆಯುತ್ತದೆಯೇ ?"

"ಚಿಂತೆಯಿಲ್ಲ ಆಚಾರ್ಯ. ಶ್ರೀಮಂತರು ತಮ್ಮ ಮನೆಯ ಹಬ್ಬ ಸಮಾರಂಭಗಳಲ್ಲಿ ಕೆಲಸ ಕೊಡುತ್ತಾರೆ. ಅರಮನೆಯಲ್ಲಿ ವರ್ಷಕ್ಕೆ ಒಂದೆರಡು ದೊಡ್ಡ ಸಮಾರಂಭಗಳು ಜರುಗುತ್ತಿದ್ದವು. ಹೆಚ್ಚು ಸಂಭಾವನೆ ಸಿಗುತ್ತಿತ್ತು. ಹೇಗೋ ಜೀವನ ನಡೆಯುತ್ತಿದೆ."

“ಧನನಂದನಿದ್ದಾಗ ಸರಿ, ಈಗ ಚಂದ್ರಗುಪ್ತ ಚಕ್ರವರ್ತಿಯಾಗುತ್ತಿದ್ದಾನೆ. ಅವನ ವಿವಾಹ ಮತ್ತು ಪಟ್ಟಾಭಿಷೇಕಕ್ಕೆ ವಿಶೇಷ ಅಲಂಕಾರ ಮಾಡುವ ಮನಸ್ಸಿದೆಯೇ ?”

“ಖಂಡಿತ ಆಚಾರ್ಯ, ಅದು ನನ್ನ ಸೌಭಾಗ್ಯ.”

“ಹಾಗಲ್ಲ, ಧನನಂದನ ಮೇಲೆ ನಿನಗೆ ಪ್ರೀತಿ ಗೌರವವಿತ್ತು. ಅದೇ ಪ್ರೀತಿ ಗೌರವ ಚಂದ್ರಗುಪ್ತನ ಮೇಲೂ ಇರುವುದಕ್ಕೆ ಸಾಧ್ಯವೇ ?”

“ನಮಗೆ ಯಾರಾದರೇನು ಆಚಾರ್ಯ ? ಅವರಿದ್ದಾಗ ಅವರು, ಇವರು ಬಂದಾಗ ಇವರು. ಆಳುವವರು ಯಾರಾದರಾಗಲಿ, ಅವರನ್ನು ಗೌರವದಿಂದ ಕಂಡು ಪ್ರಯೋಜನ ಪಡೆದು ಬದುಕುವುದೇ ನನ್ನ ಗುರಿ.”

ಚಾಣಕ್ಯ ನಗುತ್ತಾ ಹೇಳಿದ, “ನಿನ್ನ ಅಭಿಪ್ರಾಯವನ್ನು ಧೈರ್ಯವಾಗಿ ಹೇಳಿದ್ದನ್ನು ಮೆಚ್ಚಲೇಬೇಕು. ಅಂದರೆ ಸಿಂಹಾಸನದಲ್ಲಿ ಒಂದು ಕತ್ತೆ ಕುಳಿತರೂ ನಿಮ್ಮಂಥವರು ಸುಖವಾಗಿ ಬದುಕಿಬಿಡುತ್ತೀರಿ. ಧರ್ಮ, ನೀತಿ, ನಿಷ್ಠೆ ಯಾವುದನ್ನೂ ಲೆಕ್ಕಿಸುವುದಿಲ್ಲ.”

ದಾರುವರ್ಮ ಪೆಚ್ಚಾದ. ಚಾಣಕ್ಯ ಮತ್ತೆ ಹೇಳಿದ, “ಅದಿರಲಿ, ಮುಂದಿನ ವಾರವೇ ಚಂದ್ರಗುಪ್ತ ಮಹಾರಾಜರ ಮದುವೆ ಮತ್ತು ಪಟ್ಟಾಭಿಷೇಕ ಮಹೋತ್ಸವ. ನಗರದಲ್ಲಿ ಹೊಸ ಚಕ್ರವರ್ತಿಯ ಮೆರವಣಿಗೆಯಾಗಬೇಕು. ಅದ್ದೂರಿ ಸಿದ್ಧತೆಗಳಾಗಬೇಕು. ಓಲಗ ಶಾಲೆ ಸಿಂಗಾರಗೊಳ್ಳಬೇಕು. ನಿನ್ನ ಅಲಂಕಾರಗಳು ಅಭೂತಪೂರ್ವವಾಗಿರಬೇಕು. ಹತ್ತಾರು ವರ್ಷ ಜನರು ನೆನಪು ಮಾಡಿಕೊಳ್ಳಬೇಕು. ಅದಕ್ಕೆ ಬೇಕಾದ ದ್ರವ್ಯವನ್ನು ಭಂಡಾರದಿಂದ ಕೊಡಿಸುತ್ತೇನೆ. ನಿನ್ನ ಕೆಲಸಕ್ಕೆ ಸಹಾಯಕರನ್ನೂ ಕೊಡುತ್ತೇನೆ.”

“ಬೇಡ ಬೇಡ ಆಚಾರ್ಯ” ದಾರುವರ್ಮ ತಕ್ಷಣ ಹೇಳಿದ, “ಸಹಾಯಕರು ನನ್ನ ಬಳಿಯಿದ್ದಾರೆ. ಏಕೆಂದರೆ ನನ್ನ ಕೆಲಸದ ಸ್ವರೂಪ ಗೊತ್ತಿರುವವರೇ ಆಗಬೇಕಲ್ಲವೆ ?”

“ಸರಿ, ಸರಿ, ಹಾಗೇ ಆಗಲಿ. ಶ್ರೀನಿಧಿ...”

“ಆಚಾರ್ಯ, ಅಪ್ಪಣೆಯಾಗಲಿ” ಎಂದ ಅವನು ವಿನಯದಿಂದ.

“ದಾರುವರ್ಮನ ಕೆಲಸದ ಮೇಲ್ವಿಚಾರಣೆ ನಿಮ್ಮದು.”

“ನಾನೇ ?” ಅವನು ನಂಬಲಾಗದವನಂತೆ ಕೇಳಿದ.

“ಹೌದು ನೀವೇ. ಯಾವುದೋ ದುರ್ಬಲ ಕ್ಷಣದಲ್ಲಿ ನೀವು ಶ್ರೀಯಕನ ಮಾತು ಕೇಳಿ, ತಪ್ಪು ಮಾಡಿ ಸಿಕ್ಕಿಕೊಂಡಿರಿ. ಮತ್ತೆ ನಿಮಗೆ ಅದೇ ಅಧಿಕಾರ ಕೊಡುವ ಶಕ್ತಿ ನನಗಿಲ್ಲ.”

“ಹೌದು ಆಚಾರ್ಯ, ನನ್ನನ್ನು ಕ್ಷಮಿಸಿ ಜೀವಸಹಿತ ಬಿಟ್ಟಿರುವುದೇ ನನ್ನ ಅದೃಷ್ಟ.”

“ನಿಮ್ಮ ಮೇಲೆ ಚಕ್ರವರ್ತಿಯ ಕೃಪಾದೃಷ್ಟಿ ಬೀಳಬೇಕೆಂದರೆ ಏನಾದರೂ ಒಂದು ಒಳ್ಳೆಯ ಕೆಲಸ ಮಾಡಬೇಕು.”

“ಏನು ಹೇಳಿ ಆಚಾರ್ಯ, ಯಾವುದೇ ಸೇವೆ ಮಾಡಲು ನಾನು ಸಿದ್ಧನಾಗಿದ್ದೇನೆ.”

“ಹೆಚ್ಚಿಗೆ ಏನಿಲ್ಲ, ದಾರುವರ್ಮನ ಕೆಲಸದ ಮೇಲ್ವಿಚಾರಣೆ ನಿಮ್ಮದು. ಭಂಡಾರದಿಂದ ಪಡೆದ ಧನ ಸರಿಯಾದ ರೀತಿಯಲ್ಲಿ ವಿನಿಯೋಗವಾಗುವುದನ್ನು ನೀವು ಗಮನಿಸಬೇಕು. ದಾರುವರ್ಮನ ಕೆಲಸಕ್ಕೆ ಯಾವ ಅಡ್ಡಿಯೂ ಆಗದಂತೆ ವ್ಯವಸ್ಥೆ ಮಾಡಿಕೊಡಬೇಕು. ಎಲ್ಲೆಲ್ಲಿ ಯಾವ ಯಾವ ಅಲಂಕಾರ ಮಾಡಬಹುದೆಂದು ಮೊದಲೇ ನನಗೆ ಖಚಿತವಾಗಿ ತಿಳಿಸಬೇಕು.”

"ನೀವು ಚಿಂತಿಸಬೇಕಾಗಿಲ್ಲ ಆಚಾರ್ಯ" ಶ್ರೀನಿಧಿ ಸಂತೋಷದಿಂದ ಹೇಳಿದ, "ಎಲ್ಲ ನಾನೇ ನೋಡಿಕೊಳ್ಳುತ್ತೇನೆ. ನೋಡುತ್ತಿರಿ, ಅಂಥ ನೀಚ ಕೆಲಸ ಮಾಡಿದ ಶ್ರೀನಿಧಿ ಇವನೇನು ? ಎಂದು ನೀವೇ ಆಶ್ಚರ್ಯ ಪಡಬೇಕು !"

"ಬಹಳ ಸಂತೋಷ. ಈಗ ಹೋಗಿ ಬನ್ನಿ. ಅಲಂಕಾರದ ವ್ಯವಸ್ಥೆಗಳ ಬಗ್ಗೆ ಖಚಿತ ವಿವರ ಮತ್ತು ವೆಚ್ಚದ ಬಗ್ಗೆ ನೀವು ಎರಡು ದಿನದಲ್ಲಿ ಬಂದು ನನಗೆ ತಿಳಿಸಿ. ಚರಣ ನಿಮಗೆ ಬೇಕಾದ ದ್ರವ್ಯವನ್ನು ಕೊಡುವ ವ್ಯವಸ್ಥೆ ಮಾಡುತ್ತಾನೆ."

ಅವರು ನಮಸ್ಕರಿಸಿ ಹೊರಟುಹೋದರು.

"ನಮ್ಮ ಕೆಲಸಗಾರರು ಬೇಡ, ತಮ್ಮ ಕೆಲಸಗಾರರೇ ಇರುವರೆಂದು ಅವನು ಹೇಳಿದ ಧಾಟಿಯಲ್ಲೇ ಅನುಮಾನ ಬರುತ್ತಿದೆ, ಈಗಾಗಲೇ ಇವರು ಏನೋ ಹಂಚಿಕೆ ಹಾಕಿದ್ದಾರೆಂದು" ಎಂದ ನಂದಿಕೇಶ.

"ಆ ಹಂಚಿಕೆಯನ್ನು ವಿಫಲಗೊಳಿಸುವುದರಿಂದ ಚಂದ್ರಗುಪ್ತನ ಪ್ರತಿಷ್ಠೆ ಜನಗಳ ದೃಷ್ಟಿಯಲ್ಲಿ ಬೆಳೆಯುತ್ತದೆ ಮತ್ತು ರಾಕ್ಷಸ ತನ್ನ ಪ್ರತಿಷ್ಠೆಯಿಂದ ಇನ್ನೊಂದು ಹೆಜ್ಜೆ ಕೆಳಗಿಳಿಯುತ್ತಾನೆ."

"ಅಪಾಯವನ್ನು ಆಹ್ವಾನಿಸುವುದರ ಬದಲು, ಅವನನ್ನು ಸೆರೆಹಿಡಿದು ಬಿಗಿದು ಬಾಯಿಬಿಡಿಸಬಹುದಾಗಿತ್ತು" ಎಂದ ಸಿಂಹಸೇನ.

"ಅದು ಸಾಧ್ಯ, ಆದರೆ ಅದು ರಾಜನೀತಿಯಲ್ಲ ಸಿಂಹಸೇನ. ಒಪ್ಪದೆ ಪಟ್ಟುಹಿಡಿದು ಅವರು ಹುತಾತ್ಮರಾಗುವ ಸಾಧ್ಯತೆಯೂ ಇದೆ. ಆದ್ದರಿಂದ ಅನುಮಾನಕ್ಕೆ ಗುರಿಯಾದ ಕಳ್ಳನನ್ನು, ಕಳವಿನ ವಾತಾವರಣ ನಿರ್ಮಾಣ ಮಾಡಿ, ಅವನು ಕದಿಯಲು ಬಂದಾಗ ಹಿಡಿಯಬೇಕು. ಇದೇ ಬುದ್ಧಿವಂತಿಕೆ."

ಅದೇ ದಿನ ರಾತ್ರಿ ಚಾಣಕ್ಯ, ಚಂದ್ರಗುಪ್ತ ಮತ್ತು ಮಿತ್ರರೊಂದಿಗೆ ತಾನೇ ಭಾಗುರಾಯಣನ ಮನೆಗೆ ಬಂದು ವಿವಾಹದ ಪ್ರಸ್ತಾಪ ಮಾಡಿದ. ಶಿವಾಲಿ ಮತ್ತು ಮಂಗಳೆಯೂ ಅಲ್ಲಿಗೇ ಬಂದಿದ್ದರು. ಸುಗಂಧಿಯೂ ಇದ್ದಳು. ಅದ್ದೂರಿ ವ್ಯವಸ್ಥೆಗಳ ಬಗ್ಗೆಯೂ ಚರ್ಚೆ ನಡೆಯಿತು. ಚರಣ ಮತ್ತು ಸುಗಂಧಿಯ ವಿವಾಹವನ್ನು ಜೊತೆಯಲ್ಲೇ ಮಾಡಲು ನಿರ್ಧರಿಸಲಾಯಿತು. ಮಾಧವಿ ತುಂಬಾ ಸಂತೋಷಪಟ್ಟಳು.

"ಕ್ಷಮಿಸಬೇಕು ಯುವರಾಣಿ" ಚಾಣಕ್ಯ ಅವಳಿಗೆ ಹೇಳಿದ "ನಿಮ್ಮ ಸುರಕ್ಷತೆಯ ದೃಷ್ಟಿಯಿಂದಲೇ ಸದ್ಯಕ್ಕೆ ಅರಮನೆಯಲ್ಲಿ ಇರುವುದು ಬೇಡವೆಂದೆ. ಯುವರಾಜರು ಪತ್ನಿಯನ್ನು ಬಿಟ್ಟು ಇರಬೇಕಾಯಿತು. ವಿವಾಹ ಸಮಾರಂಭಕ್ಕೆ ಮೊದಲು ನಿಮಗೆ ಅಲ್ಲೇ ವ್ಯವಸ್ಥೆ ಮಾಡಿಸುತ್ತೇನೆ."

"ನಾನು ಇಲ್ಲೇ ಆನಂದವಾಗಿದ್ದೇನೆ ಆಚಾರ್ಯ."

"ಅದು ನಿನ್ನ ಸಭ್ಯತನ. ಆದರೆ ಪೌರವ, ಮಲಯಕೇತು ಏನು ತಿಳಿದುಕೊಳ್ಳಬಹುದು ? ಎಷ್ಟೇ ಆಗಲಿ, ನೀವು ಈಗ ನಮ್ಮ ಗೌರವಾನ್ವಿತ ಅತಿಥಿಗಳು. ನಿಮ್ಮನ್ನು ಸೂಕ್ತ ರೀತಿಯಲ್ಲಿ ಸತ್ಕರಿಸುವುದು ನಮ್ಮ ಹೊಣೆ ಮತ್ತು ಕರ್ತವ್ಯ."

"ಅರಮನೆಯ ಸತ್ಕಾರಕ್ಕಿಂತ, ನನಗೆ ಈ ಮನೆಯ ಅಕ್ಕರೆ ವಾತ್ಸಲ್ಯಗಳ ಉಪಚಾರವೇ ಹೃದಯಕ್ಕೆ ಹತ್ತಿರವಾಗಿದೆ. ಮನಸ್ಸಿಗೆ ಹಿತವಾಗಿದೆ."

"ನಿನ್ನ ಸಂಸ್ಕೃತಿ ಬಹಳ ದೊಡ್ಡದು ಯುವರಾಣಿ" ಎಂದು ಚಾಣಕ್ಯ ಮೆಚ್ಚಿದ.

# ೯

ಚಂದ್ರಗುಪ್ತನ ವಿವಾಹ ಮತ್ತು ಪಟ್ಟಾಭಿಷೇಕದ ದಿನ ಗೊತ್ತಾಯಿತು. ಅದಕ್ಕೆ ಬೇಕಾದ ಸಿದ್ಧತೆಗಳು ಭರದಿಂದ ಆರಂಭಗೊಂಡವು. ಪಾಟಲೀಪುತ್ರದ ಜನತೆ ಉತ್ಸಾಹಗೊಂಡರು.

ಕರಭಕ ಸುದ್ದಿಯನ್ನು ಒಂದು ದಿನ ರಾಕ್ಷಸನಿಗೆ ಮುಟ್ಟಿಸಿದ. ಅವನು ತಕ್ಷಣ ಉದ್ವಿಗ್ನನಾದ. ಚಂದ್ರಗುಪ್ತನ ಸಾವು ಅವನ ಕಣ್ಣುಮುಂದೆ ಸುಳಿಯಿತು. ಅವನು ಗಟ್ಟಿಯಾಗಿ ಹಲ್ಲು ಕಚ್ಚಿದ್ದು ಅವನ ದವಡೆಯ ಚಲನೆಯಿಂದ ಗುರುತಿಸಬಹುದಾಗಿತ್ತು.

ಜೀವಸಿದ್ಧಿ ಮತ್ತು ಸಮಿದ್ಧಾರ್ಥಕನಿಗೆ ಸಂತೋಷವಾದರೂ ಅವರು ಅದನ್ನು ತೋರ್ಪಡಿಸಿಕೊಳ್ಳದೆ ಸಹಜವಾಗಿರಲು ಪ್ರಯತ್ನಿಸಿದರು.

ಸಮಿದ್ಧಾರ್ಥಕನ ಮೇಲೆ ರಾಕ್ಷಸನಿಗೆ ಇನ್ನೂ ಪೂರ್ಣ ನಂಬಿಕೆ ಬಂದಿರಲಿಲ್ಲ. ಆದ್ದರಿಂದ ಅವನು ಬಹುಬೇಗ ತನ್ನ ಉದ್ವಿಗ್ನತೆಯನ್ನು ಅಡಗಿಸಿಕೊಂಡು ಸಹಜ ಸ್ಥಿತಿಗೆ ಬಂದು ಜೀವಸಿದ್ಧಿಯನ್ನು ಕೇಳಿದ, "ಸ್ವಾಮಿ, ಆ ದಿನ ಪಟ್ಟಾಭಿಷೇಕಕ್ಕೆ ಪ್ರಶಸ್ತವಾಗಿದೆಯೇ ? ನಿಮ್ಮ ಜ್ಯೋತಿಷ್ಯ ಏನು ಹೇಳುತ್ತದೆ ? ಸರಿಯಾಗಿ ಲೆಕ್ಕಾಚಾರ ಮಾಡಿ ಹೇಳಿ."

ಜೀವಸಿದ್ಧಿಗೆ ರಾಕ್ಷಸನ ಒಳಮನಸ್ಸಿನ ಚಲನೆ ಚೆನ್ನಾಗಿಯೇ ಅರ್ಥವಾಗಿತ್ತು. ಅವನು ಬಹಳ ಹೊತ್ತು ಗಹನವಾಗಿ ಲೆಕ್ಕ ಹಾಕತೊಡಗಿದ. ರಾಕ್ಷಸ, ಶಶಾಂಕ, ಸ್ಕಂದ, ಕರಭಕ, ಸಮಿದ್ಧಾರ್ಥಕ ಅವನ ಮುಖವನ್ನೇ ಕುತೂಹಲದಿಂದ ನೋಡತೊಡಗಿದರು.

ಬಹಳ ಹೊತ್ತಿನ ನಂತರ ಜೀವಸಿದ್ಧಿಯ ಮುಖದಲ್ಲಿ ಉಲ್ಲಾಸ ಕಾಣಿಸಿಕೊಂಡಿತು. "ಅಮಾತ್ಯರೇ" ಅವನು ಉತ್ಸಾಹದಿಂದ ಕೂಗಿದ, "ಆ ದಿನ ಮೇಲುನೋಟಕ್ಕೆ ಪ್ರಶಸ್ತವಾಗಿಯೇ ಇದೆ. ಆದರೆ ಒಳಗಿರುವ ಸೂಕ್ಷ್ಮವನ್ನು ದಿನ ಗೊತ್ತುಪಡಿಸಿದ ಪಂಡಿತರು ಗಮನಿಸಿಲ್ಲ."

"ಸೂಕ್ಷ್ಮವೇ ? ಏನದು ?" ರಾಕ್ಷಸ ಆತುರದಿಂದ ಕೇಳಿದ.

"ಚಂದ್ರಗುಪ್ತನಿಗೆ ಪ್ರಾಣಾಪಾಯವಿದೆ ಅಮಾತ್ಯರೇ ?"

"ಹೌದೇ !" ಎಂದು ಎಲ್ಲ ಒಟ್ಟಿಗೇ ಉದ್ಗರಿಸಿದರು.

"ಪ್ರಾಣಾಪಾಯವೆಂದರೆ, ಹೇಗೆಂದು ಹೇಳಲು ಸಾಧ್ಯವೇ ?" ರಾಕ್ಷಸ ಉದ್ದೇಶ ಪೂರ್ವಕವಾಗಿ ಕೇಳಿದ.

"ಅಷ್ಟೆಲ್ಲಾ ಸ್ಪಷ್ಟವಾಗಿ ಹೇಳಲು ಸಾಧ್ಯವೇ !" ಜೀವಸಿದ್ಧಿ ನಕ್ಕ. "ಏನೋ ಅಪಘಾತದ ಸೂಚನೆಯಿರುವಂತಿದೆ."

ಅದಕ್ಕೆ ಪ್ರತಿಕ್ರಿಯೆ ವ್ಯಕ್ತಪಡಿಸದೆ ರಾಕ್ಷಸ ಕರಭಕನ ಮುಖ ನೋಡುತ್ತಿರುವಾಗ ಜೀವಸಿದ್ಧಿ ಹೇಳಿದ, "ಧನನಂದನನ್ನು ಅನ್ಯಾಯವಾಗಿ ಕೊಂದ ಆ ಪಾಪಿ ಸತ್ತರೆ ಒಳ್ಳೆಯದೇ ಆಯಿತು."

ಅವನ ಮಾತು ಹೃದಯದಾಳದ ಹಾರೈಕೆಯೆಂದೇ ರಾಕ್ಷಸ ನಂಬಿದ. ಉತ್ಸಾಹಗೊಂಡ. "ಕರಭಕ, ನೀನು ನಾಳೆಯೇ ಪಾಟಲೀಪುತ್ರಕ್ಕೆ ಹೊರಟುಬಿಡು. ಏನೇನು ನಡೆಯಿತೆಂದು ಶೀಘ್ರವಾಗಿ ನನಗೆ ಸುದ್ದಿ ಕಳಿಸುತ್ತಿರು."

"ಆಗಲಿ ಅಮಾತ್ಯರೇ" ಎಂದ ಕರಭಕ.

"ಜೊತೆಗೆ ಆಪತ್ತು ನಿವಾರಣೆಯಾಗುವ ಕ್ಷೀಣ ಸಾಧ್ಯತೆಯೂ ಇದೆ" ಎಂದ ಜೀವಸಿದ್ಧಿ ಸಪ್ಪೆಯಾಗಿ.

"ಹಾಗಾದರೆ ಅವನು ಸಾಯುವುದು ಹೇಗೆ ?"

"ಅವನಿಗೆ ಪ್ರಾಣಾಪತ್ತಿನ ಸಾಧ್ಯತೆಯಂತೂ ತುಂಬಾ ಪ್ರಬಲವಾಗಿದೆ. ದುರ್ಬಲವಾಗಿರುವ ಅವನ ಆಯುಸ್ಸಿನ ರೇಖೆ ಅವನನ್ನು ಉಳಿಸುವ ಸಾಧ್ಯತೆಯನ್ನು ಕಡೆಗಣಿಸುವಂತಿಲ್ಲ"

'ಒಂದಲ್ಲ ಹಲವು ಹಂಚಿಕೆಗಳನ್ನು ಹಾಕಿದ್ದೇನೆ. ಒಂದರಲ್ಲಿ ತಪ್ಪಿಸಿಕೊಂಡರೂ ಇನ್ನೊಂದರಲ್ಲಾದರೂ ಅವನು ಸಾಯಲೇಬೇಕು' ಎಂದು ಮನಸ್ಸಿನಲ್ಲೇ ಅಂದುಕೊಂಡ ರಾಕ್ಷಸ ಮೇಲೆ ಮಾತ್ರ "ಅವನ ಅದೃಷ್ಟವೇ ಗಟ್ಟಿಯಾಗಿದ್ದರೆ ಯಾರೇನು ಮಾಡಲು ಸಾಧ್ಯ ?" ಎಂದ.

"ಹಾಗೆ ಅಲ್ಲ ಹೀಗೆ, ಎರಡೇ ತಾನೆ ಸಾಧ್ಯ ? ಅದಕ್ಕೆ ನಿಮ್ಮ ಜ್ಯೋತಿಷ್ಯ ಏಕೆ ಬೇಕು ?" ಎಂದ ಶಶಾಂಕ.

"ಹೀಗೇ ಆಗುವುದೆಂದು ಖಚಿತವಾಗಿಬಿಟ್ಟರೆ ಮನುಷ್ಯರನ್ನು ಹಿಡಿಯುವವರಾರು ಶಶಾಂಕ ? ಅದೇ ಮನುಷ್ಯನ ಮಹತ್ವವೂ ಹೌದು, ಪರಿಮಿತಿಯೂ ಹೌದು !"

"ಇದರಲ್ಲಿ ಮಹತ್ವವೇನು ಬಂತು ?"

"ನಾನು ನಾಳೆ ಸಾಯುತ್ತೇನೋ, ಬದುಕುತ್ತೇನೋ, ದೊಡ್ಡವನಾಗುತ್ತೇನೋ, ನೀಚನಾಗುತ್ತೇನೋ ಎಂದು ಮೊದಲೇ ಗೊತ್ತಾಗಿಬಿಟ್ಟರೆ ನಮ್ಮ ನಡವಳಿಕೆ ಹೇಗಿರಬಹುದು ಯೋಚನೆ ಮಾಡು. ಯುದ್ಧದಲ್ಲಿ ಸಾಯುವುದು ಖಚಿತವೆಂದು ಗೊತ್ತಾಗಿಬಿಟ್ಟರೆ ಸೇನೆಯಲ್ಲಿ ಎಷ್ಟು ಜನ ಯುದ್ಧಕ್ಕೆ ಸಿದ್ಧರಾಗುತ್ತಿದ್ದರೆಂದು ಯೋಚಿಸು. ಯಾವುದೂ ಗೊತ್ತಿಲ್ಲದೆ ಮನುಷ್ಯ ಮುನ್ನುಗ್ಗುತ್ತಾನೆ, ಹಿರಿದಾದುದನ್ನು ಸಾಧಿಸುತ್ತಾನೆ. ಆ ಸಾಧನೆಯ ನಡುವಿನ ಹೋರಾಟವೇ ನಿಜವಾದ ಬದುಕು. ಅದೇ ಜೀವನದ ಚೈತನ್ಯಶೀಲತೆಯನ್ನು ಉಳಿಸಿಕೊಟ್ಟಿದೆ. ಅಲ್ಲವೇ ಅಮಾತ್ಯರೇ ?"

"ಹೌದು ಪೂಜ್ಯರೇ" ರಾಕ್ಷಸ ಹೇಳಿದ, "ನಿಮ್ಮ ಮಾತಿನಲ್ಲಿ ಸತ್ಯವಿದೆ. ನಾನು ಹೀಗೆ ಸಾಯುವೆನೆಂದು ಮೊದಲೇ ಗೊತ್ತಿದ್ದರೆ ಧನನಂದ ಬಹುಶಃ ಒಳ್ಳೆಯವನಾಗುತ್ತಿದ್ದ ಅಥವಾ ಸಾಯುವುದು ಹೀಗೇ ತಾನೇ ಎಂಬ ಧೋರಣೆಯಿಂದ ಇನ್ನಷ್ಟು ಕ್ರೂರಿಯಾಗಿ ವರ್ತಿಸುತ್ತಿದ್ದನೇನೋ !"

"ನನ್ನ ಭವಿಷ್ಯ ಸುಳ್ಳಾದರೆ ತಾವು ದಯವಿಟ್ಟು ತಪ್ಪು ತಿಳಿಯಬಾರದು. ಸುಳ್ಳು ಹೇಳುತ್ತಾನೆಂದು ಆಮೇಲೆ ಓಡಿಸುವುದರ ಬದಲು, ಈಗಲೇ ಹೊರಟುಬಿಡುತ್ತೇನೆ."

"ಬೇಡಿ ಪೂಜ್ಯರೇ, ನಿಮ್ಮ ಜ್ಯೋತಿಷ್ಯಕ್ಕಿಂತ ನನಗೆ ನಿಮ್ಮ ಸ್ನೇಹ ಸಹವಾಸ ಬೇಕು. ನಿಶ್ಚಿಂತೆಯಿಂದಿರಿ" ಎಂದು ರಾಕ್ಷಸ ಜೀವಸಿದ್ಧಿಯನ್ನು ಸಮಾಧಾನಪಡಿಸಿದ.

ರಾತ್ರಿ ಅವರೆಲ್ಲ ಮಲಗಿದ ಮೇಲೆ ರಾಕ್ಷಸ ಕರಭಕನೊಬ್ಬನನ್ನೇ ಕರೆದುಕೊಂಡು ಸ್ವಲ್ಪ ದೂರ ಹೋಗಿ ಇನ್ನಷ್ಟು ಚರ್ಚಿಸಿದ. ಇನ್ನಷ್ಟು ಸೂಚನೆಗಳನ್ನು ನೀಡಿದ. ಕೆಲಸ ಸಾಧನೆಯಾದರೆ ಎಲ್ಲರಿಗೂ ಕೇಳಿದಷ್ಟು ಉಡುಗೊರೆ ಕೊಡುವುದಾಗಿ ಶ್ರೀನಿಧಿ, ದಾರುವರ್ಮ ಮುಂತಾದವರಿಗೆ ಭರವಸೆ ನೀಡುವಂತೆ ಹೇಳಿದ.

"ಇನ್ನೊಮ್ಮೆ ಬರುತ್ತ ಚಂದನದಾಸನ ಮನೆಗೆ ಹೋಗಿ ನಿಮ್ಮ ಪತ್ನೀಪುತ್ರರ ಕ್ಷೇಮ ಸಮಾಚಾರದ ವಿಷಯ ತಿಳಿದು ಬರಲೇ ?" ಎಂದು ಕರಭಕ ತಾನಾಗಿ ಕೇಳಿದ.

"ಬೇಡ ಬೇಡ" ರಾಕ್ಷಸ ತಕ್ಷಣ ಹೇಳಿದ, "ಆಕಸ್ಮಿಕವಾಗಿಯೂ ಸಂದೇಹಕ್ಕೆ ಆಸ್ಪದ ಕೊಡಬಾರದು. ಸಮಯ ಅನುಕೂಲಕರವಾಗಿದ್ದಾಗ ನಾನೇ ಹೇಳುತ್ತೇನೆ."

ಮರುದಿನ ಮುಂಜಾನೆಯೇ ಕರಭಕ ಮರಳಿ ಪಾಟಲೀಪುತ್ರಕ್ಕೆ ಹೊರಟುಬಿಟ್ಟ.

★ ★ ★

ಚಂದ್ರಗುಪ್ತ, ಚರಣ ಮತ್ತು ಮಿತ್ರರು ಬೇರೆ ಬೇರೆ ಕೆಲಸಗಳಲ್ಲಿ ತಲ್ಲೀನರಾಗಿರುವಾಗ, ಆ ದಿನ ಮಧ್ಯಾಹ್ನ ಮಾತಂಗ ತನ್ನ ಸೈನಿಕರೊಂದಿಗೆ ಇಬ್ಬರು ವ್ಯಕ್ತಿಗಳನ್ನು ಕರೆತಂದು ಚಾಣಕ್ಯನ ಮುಂದೆ ನಿಲ್ಲಿಸಿದ. ಒಬ್ಬ ದೀರ್ಘದೇಹಿ, ಇನ್ನೊಬ್ಬ ಸಾಧಾರಣ ಮೈಕಟ್ಟಿನವನು. ದೀರ್ಘದೇಹಿ ವೇಷ ಮರೆಸಿಕೊಂಡು ಬಂದಿರುವಂತಿತ್ತು. ಅವನು ಗಡ್ಡಮೀಸೆಗಳನ್ನು ಅಂಟಿಸಿಕೊಂಡಿರುವಂತಿತ್ತು. ಅವನ ಕಣ್ಣಿನ ಹೊಳಪು, ದೇಹದ ಬಣ್ಣ ಮತ್ತು ಆಕಾರದಿಂದ ಅವನು ಯವನ ಯೋಧನಿರಬೇಕೆಂದು ಚಾಣಕ್ಯನಿಗೆ ಹೊಳೆಯಿತು.

''ಇವರು ಯಾರು ? ಎಲ್ಲಿ ಸಿಕ್ಕಿದರು ?'' ಚಾಣಕ್ಯ ಮಾತಂಗನನ್ನು ಕೇಳಿದ.

''ಪರ್ವತರಾಜ ಪೌರವನನ್ನು ನೋಡಬೇಕೆಂದು ಮಹಾದ್ವಾರದಲ್ಲಿ ಕೇಳುತ್ತಿದ್ದರು. ಅದಕ್ಕೆ ತಮ್ಮ ಬಳಿಗೆ ಕರೆತಂದೆ'' ಎಂದ ಮಾತಂಗ.

''ನೀನು ಯವನನಲ್ಲವೇ ?''

ಅವನು ಗುಟ್ಟು ಬಯಲಾದಂತೆ ಉತ್ತರ ಕೊಡಲು ತಡಕಾಡುತ್ತಿರುವಾಗ ಚಾಣಕ್ಯ ಹೇಳಿದ, ''ನೀನು ಅಲೆಗ್ಸಾಂಡರನ ಸೇನಾನಾಯಕ ಯೂಡಿಮಸ್ ಎಂದು ನನಗೆ ಗೊತ್ತು. ನಿನ್ನ ಕೃತಕ ಗಡ್ಡ ಮೀಸೆಗಳು ಚಾಣಕ್ಯನ ದೃಷ್ಟಿಗೆ ಮೋಸಮಾಡಲು ಸಾಧ್ಯವಿಲ್ಲ.''

''ಕ್ಷಮಿಸಿ, ಈ ಸಂದರ್ಭದಲ್ಲಿ ಇದು ಅನಿವಾರ್ಯವಾಗಿತ್ತು'' ಎಂದು ಹೇಳಿ ಯೂಡಿಮಸ್ ಕೈಮುಗಿದ.

''ಈತನಾರು ?'' ಇನ್ನೊಬ್ಬನತ್ತ ಚಾಣಕ್ಯ ತಿರುಗಿದ.

''ನಾನು ಪುಷ್ಕಲಾವತಿಯವನು ಆಚಾರ್ಯ. ನನ್ನ ಹೆಸರು ಸುಸೀಮ. ಯವನರ ಸೇನೆಯೊಂದಿಗೆ ಬಂದವನು. ಎಲ್ಲ ಛಿದ್ರ ಛಿದ್ರವಾದರೂ ಈತನ ವಿಶ್ವಾಸದ ಬಂಧನದಿಂದ ನನಗೆ ಇನ್ನೂ ಬಿಡುಗಡೆಯಾಗಿಲ್ಲ.''

''ವೇಷ ಮರೆಸಿಕೊಂಡು ಪಾಟಲೀಪುತ್ರಕ್ಕೆ ಬಂದಿದ್ದಿ. ಜೊತೆಗೆ ನಮ್ಮ ಅರಮನೆಗೆ ಬಂದು ಪೌರವನನ್ನು ಭೇಟಿ ಮಾಡಲು ಕೇಳುತ್ತಿದ್ದಿ. ಉದ್ದೇಶವೇನೆಂದು ಕೇಳಬಹುದೇ ?'' ಎಂದು ಚಾಣಕ್ಯ ಯೂಡಿಮಸ್‌ನತ್ತ ದಿಟ್ಟಿಸಿ ನೋಡಿದ.

ಒಂದು ಕ್ಷಣ ಭಯದಿಂದ ಬೆದರಿದ ಯೂಡಿಮಸ್ ನಂತರ ಹೇಳಿದ, ''ತಪ್ಪು ತಿಳಿಯಬೇಡಿ. ನಿಮಗೆ ಕೇಡು ಮಾಡಲು ಬಂದವನಲ್ಲ, ಆ ಸಾಮರ್ಥ್ಯ ಕೂಡ ನನ್ನಲಿಲ್ಲ. ಪೌರವನೊಂದಿಗೆ ಅಲೆಗ್ಸಾಂಡರನಿಗೆ ಸ್ನೇಹವಿತ್ತೆಂಬುದು ನಿಮಗೂ ಗೊತ್ತಿದೆ. ನನಗೂ ಅವರೊಂದಿಗೆ ಅಷ್ಟೇ ಸ್ನೇಹ ವಿಶ್ವಾಸಗಳಿವೆ. ನಮ್ಮ ನಾಯಕ ಅಲೆಗ್ಸಾಂಡರ್ ಗೆದ್ದಿದ್ದ ಪ್ರದೇಶಗಳನ್ನೆಲ್ಲಾ ನೀವು ಗೆದ್ದುಬಿಟ್ಟಿರಿ. ನಮ್ಮವರಲ್ಲಿ ಬಹಳ ಜನ ಸತ್ತರು. ಹಲವರು ಓಡಿಹೋದರು. ಬಹುಶಃ ಈಗ ನಾನೊಬ್ಬನೇ ಉಳಿದಿರುವಂತೆ ಕಾಣುತ್ತದೆ. ನಾನೂ ಕೂಡ ಯವನರ ನಾಡನ್ನು ಉಳಿಸುತ್ತೇನೆಂಬ ಆಸೆಯಿಂದ ಚಂದ್ರಗುಪ್ತನ ಮೇಲೆ ಹೋರಾಡಿ ಸೋತು, ಓಡಿ ಹೋದೆ. ಈಗ ನನ್ನ ಬಳಿ ಬರೀ ಹತ್ತು ಜನ ಸೈನಿಕರು, ಅವರಲ್ಲಿ ಐವರು ಈ ನಾಡಿನವರೇ, ಒಂದಿಬ್ಬರು ಸ್ತ್ರೀಯರು, ಅಷ್ಟೇ ಇರುವುದು.''

''ನಿಮ್ಮ ನಾಡಿಗೆ ಹಿಂದಿರುಗದೆ ಇನ್ನೂ ಇಲ್ಲೇನು ಮಾಡುತ್ತಿರುವೆ ?''

“ಹೋಗುವ ಮೊದಲು ಬಹುಕಾಲದಿಂದ ನನ್ನ ಜೊತೆಯಲ್ಲಿದ್ದ ಈ ಸುಸೀಮ ಮತ್ತಿತರರಿಗೆ ಕೊಡಬೇಕಾದ ಸಂಬಳವನ್ನು ಕೊಟ್ಟು ಹೋಗಬೇಕಲ್ಲವೆ ?”

“ಪೌರವ ಕೊಡುತ್ತೇನೆಂದು ಭರವಸೆ ನೀಡಿದ್ದನೆ ?”

“ಹಾಗೇನೂ ಇಲ್ಲ, ಅಲ್ಲದೆ ಅವನಿಂದ ದಾನವಾಗಿ ಧನಸಹಾಯ ಬೇಡಲು ನನ್ನಲ್ಲಿ ಸ್ವಾಭಿಮಾನವಿಲ್ಲವೆ ?”

“ಮತ್ತೆ, ನಿನ್ನಲ್ಲಿರುವ ಆಭರಣ ಅಥವಾ ಅಮೂಲ್ಯ ವಸ್ತುಗಳಿಗೆ ಪ್ರತಿಯಾಗಿ ಧನವನ್ನು ನಿರೀಕ್ಷಿಸುತ್ತಿರುವೆಯಾ ?”

“ಅದನ್ನು ವಿಕ್ರಯಿಸಿಯೇ ಇಲ್ಲಿಯವರೆಗೆ ಬದುಕಿದ್ದೇನೆ. ಈಗ ನನ್ನ ಬಳಿಯಿರುವ ಒಂದೇ ಒಂದು ವಸ್ತುವೆಂದರೆ ಒಂದು ಹೆಣ್ಣು, ಯವನ ಸುಂದರಿಯರೆಂದರೆ ಪೌರವನಿಗೆ ಪಂಚಪ್ರಾಣ. ಅವಳನ್ನು ಪೌರವನಿಗೆ ಒಪ್ಪಿಸಿ, ಅವರು ಕೊಡುವ ಧನದಿಂದ ನನ್ನ ಕೆಲಸಗಾರರ ಋಣದಿಂದ ಮುಕ್ತನಾಗಿ, ಉಳಿದದ್ದನ್ನು ದಾರಿಯ ವೆಚ್ಚಕ್ಕೆ ಇರಿಸಿಕೊಂಡು ನಮ್ಮ ದೇಶಕ್ಕೆ ಮರುಪ್ರಯಾಣ ಬೆಳೆಸುತ್ತೇನೆ”

ಒಂದು ಹೆಣ್ಣನ್ನು ಮಾರಿ ಧನ ಪಡೆಯುವ ಅವನ ಉದ್ದೇಶ, ಚಾಣಕ್ಯನಿಗೆ ಅಸಹ್ಯ ಹುಟ್ಟಿಸಿತು. “ಈಗ ಪೌರವ ತಿರಸ್ಕರಿಸಿದರೆ ?” ಎಂದ.

“ಇಲ್ಲ ಚಾಣಕ್ಯರೇ” ಯೂಡಿಮಸ್ ಹೇಳಿದ, “ಹೆಣ್ಣೆಂದರೆ ಅವನಿಗೆ ಹುಮ್ಮಸ್ಸು ಬರುತ್ತದೆ. ಬೇಡವೆನ್ನುವುದಕ್ಕೆ ಸಾಧ್ಯವೇ ಇಲ್ಲ”

ಚಾಣಕ್ಯನ ಮನಸ್ಸಿಗೆ ಏನೋ ಹೊಳೆಯಿತು. ಮುಖದಲ್ಲಿ ಗೆಲುವು ಮೂಡಿತು. “ಈಗಲೇ ಒಪ್ಪಿಸಿ ಹೋಗಲು ಸಿದ್ಧನಾಗಿ ಬಂದಿರುವೆಯಾ ?” ಎಂದು ಕೇಳಿದ.

“ಇಲ್ಲ, ನನ್ನ ಪರಿವಾರ ಬೇರೆ ಕಡೆ ಇದೆ. ಒಟ್ಟಿಗೇ ಬಂದರೆ ಪ್ರಾಣಾಪಾಯದ ಭಯವಿತ್ತು. ಆದಕ್ಕೆ ನಾನೂ ವೇಷ ಮರೆಸಿಕೊಂಡೆ. ಅವನ ಒಪ್ಪಿಗೆ ಪಡೆದು ಹೋಗಿ, ಆಮೇಲೆ ಕರೆತಂದು ಒಪ್ಪಿಸುತ್ತೇನೆ.”

“ಯೂಡಿಮಸ್” ಚಾಣಕ್ಯ ಹೇಳಿದ, “ಚಂದ್ರಗುಪ್ತ ಮಹಾರಾಜರ ವಿವಾಹ ಮತ್ತು ಪಟ್ಟಾಭಿಷೇಕಕ್ಕೆ ಐದಾರು ದಿನಗಳಿವೆ, ಅಷ್ಟೆ”

“ಹೌದೇನು ! ತುಂಬಾ ಸಂತೋಷ. ಬೇಕಾದರೆ ನನ್ನ ಬಳಿ ಇರುವ ಇನ್ನೊಬ್ಬಳು ಚೆಲುವೆಯನ್ನು ಚಂದ್ರಗುಪ್ತ ಮಹಾರಾಜರಿಗೆ ಕಾಣಿಕೆ ಕೊಡುತ್ತೇನೆ.”

“ಚಂದ್ರಗುಪ್ತನಿಗೆ ಅಂಥ ರಸಿಕ ವಿದ್ಯೆಯನ್ನು ಅವನ ತಂದೆತಾಯಿಗಳೂ ಕಲಿಸಿಲ್ಲ, ನಾನೂ ಕಲಿಸಿಲ್ಲ. ವಿವಾಹದ ದಿನ ಬಂದು ಪೌರವನಿಗೆ ನನ್ನ ಪರವಾಗಿ ಕಾಣಿಕೆ ಒಪ್ಪಿಸಿ, ನಮ್ಮ ಸತ್ಕಾರವನ್ನು ಸ್ವೀಕರಿಸಿ ಹೋಗು. ಪೌರವನಿಂದ ನಿರೀಕ್ಷಿಸುವ ಧನವನ್ನು ನಾನೇ ನಿನಗೆ ಕೊಡುತ್ತೇನೆ.”

“ಆಗಬಹುದು, ಹಾಗಾದರೆ ನಾನೀಗ ಪೌರವನನ್ನು ನೋಡುವುದು ಬೇಡವೆನ್ನುತ್ತೀರಾ ?”

“ಛೆ ಛೆ, ನಾನೇಕೆ ಬೇಡವೆನ್ನಲಿ ? ಮಾತಂಗ, ಇವರನ್ನು ಕರೆದುಕೊಂಡು ಹೋಗಿ ಪೌರವನ ಬಳಿಗೆ ಬಿಡು. ಮಲಯಕೇತುವನ್ನು ನಾನು ಹೇಳಿದೆನೆಂದು ಇಲ್ಲಿಗೆ ಕರೆದು ತಾ” ಎಂದು ಚಾಣಕ್ಯ ಅವರನ್ನು ಕಳಿಸಿದ. ಇನ್ನೊಬ್ಬನನ್ನು ಕರೆದು “ಅಂತಃಪುರದ ಮಹಾದ್ವಾರಕ್ಕೆ ಸ್ವಲ್ಪ ದೂರದಲ್ಲಿ ನಿಂತಿರು. ಯೂಡಿಮಸ್ ಹೊರಗೆ ಬಂದಾಗ ಅವನ ಮುಖಭಾವ

ಹೇಗಿರುವುದೆಂದು ಬಂದು ಹೇಳು. ಬಾಗಿಲು ಕಾಯುವ ಸೇವಕನಿಗೆ, ಅವರ ಮಾತುಕತೆ ಯೇನಾದರೂ ಕಿವಿಗೆ ಬಿದ್ದರೆ ಬಂದು ತಿಳಿಸುವಂತೆ ಹೇಳು'' ಎಂದು ನಿಯಮಿಸಿ ಕಳಿಸಿದ.

ದ್ವಾರಪಾಲಕನ ಮೂಲಕ ಮಾತಂಗ ಸುದ್ದಿ ಕಳಿಸಿದಾಗ ಪೌರವ ಒಳಗೆ ಬರಹೇಳಿದ. ಮಾತಂಗ ಯೂಡಿಮಸ್‌ನ ಜೊತೆ ಒಳಗೆ ಹೋದ.

''ಓ ಯೂಡಿಮಸ್, ಬಾ'' ಎಂದು ಅರ್ಧ ಉತ್ಸಾಹದಿಂದ ಸ್ವಾಗತಿಸಿ ಪೌರವ ಪೀಠ ತೋರಿಸಿದ. ಸುಸೀಮ ತುಸು ದೂರದಲ್ಲಿ ನಿಂತುಕೊಂಡ.

''ಯುವರಾಜರನ್ನು ಆಚಾರ್ಯರು ಕರೆಯುತ್ತಿದ್ದಾರೆ'' ಎಂದು ಮಾತಂಗ ಮಲಯಕೇತು ವಿನೊಡನೆ ಹೊರಗೆ ಹೋದ. ಅಷ್ಟರಲ್ಲಿ ಚಾಣಕ್ಯ ಕಳಿಸಿದ ಸೇವಕ ಬಾಗಿಲು ಕಾಯುವ ಸೇವಕನಿಗೆ ಮಾತು ಕೇಳಿಸಿಕೊಳ್ಳಲು ಪ್ರಯತ್ನಿಸುವಂತೆ ಸೂಚಿಸಿ, ತಾನೂ ತುಸು ದೂರದಲ್ಲಿ ನಿಂತುಕೊಂಡ.

''ಮತ್ತೆ ಇಲ್ಲಿಗೇಕೆ ಬಂದೆ ?'' ಪೌರವ ಸ್ವಲ್ಪ ಅಸಮಾಧಾನದಿಂದ ಕೇಳಿದ.

''ನಿನಗೆ ಪ್ರಯೋಜನವಾಗುವ ಸಂದರ್ಭ ಬಂದಿದೆಯೆಂದು ನೆನಪು ಮಾಡುವುದಕ್ಕೆ ಬಂದೆ.''

''ನನಗೆ ಉಪಯೋಗವೇ ? ಅದು ನಿನ್ನಿಂದಾಗುತ್ತದೆಯೇ ? ಚಂದ್ರಗುಪ್ತನಿಂದ ಈಗ ನನಗೆ ಗರಿಷ್ಠ ಪ್ರಯೋಜನವಾಗುತ್ತಿದೆ ಯೂಡಿಮಸ್. ಮಗಧದಲ್ಲಿ ನನಗೆ ಅರ್ಧರಾಜ್ಯ ಬರುತ್ತಿದೆ.''

''ಪರ್ವತನಾಡಿನ ಮಹಾರಾಜ ಧೀರ ಪೌರವ ಇಷ್ಟು ಅಲ್ಪಕ್ಕೇ ತೃಪ್ತನಾಗುವನೆಂದು ನಾನು ನಿರೀಕ್ಷಿಸಿರಲಿಲ್ಲ.''

''ಮಗಧದ ಅರ್ಧರಾಜ್ಯ ಅಲ್ಪವೇ ?''

''ಹೌದು, ಇಡೀ ಆರ್ಯಾವರ್ತಕ್ಕೆ ಸಾರ್ವಭೌಮನಾಗುವ ಅವಕಾಶವನ್ನು ಬಿಟ್ಟು ಅರ್ಧಕ್ಕೆ ತೃಪ್ತಿಪಡುವುದು ನಿನಗೆ ಶೋಭಿಸುವುದಿಲ್ಲ.''

''ಏನು ನಿನ್ನ ಮಾತಿನ ಅರ್ಥ ? ಬಿಡಿಸಿ ಹೇಳು.''

''ಹೇಗಿದ್ದರೂ ವಿವಾಹ, ಪಟ್ಟಾಭಿಷೇಕ ಸಮಾರಂಭಗಳು ನಡೆಯುತ್ತವೆ. ಆ ಸಂದರ್ಭವನ್ನು ಬಳಸಿಕೊಂಡು ಚಂದ್ರಗುಪ್ತನನ್ನು ಕೊಂದುಬಿಡು.''

''ಹಾಂ! ಕೊಲ್ಲುವುದೇ !'' ಎಂದು ಜೋರಾಗಿ ಕಿರುಚಿದ ಪೌರವ, ನಂತರ ಎಚ್ಚೆತ್ತುಕೊಂಡು ಮೆಲ್ಲಗೆ ಹೇಳಿದ, ''ಯೂಡಿಮಸ್, ಇಂಥ ಅಪಾಯಕಾರೀ ಸಲಹೆ ಕೊಡದೆ ಬೇಗ ಹೋಗಿಬಿಡು. ಚಾಣಕ್ಯನಿಗೇನಾದರೂ ಸಂದೇಹ ಬಂದರೆ ನಿನ್ನ ಕಥೆ ಮುಗಿಯುತ್ತದೆ.''

''ನಾನು ಸಾಯುವೆನೆಂದು ಯೋಚಿಸುತ್ತಿಲ್ಲ ಪೌರವ. ಅದಕ್ಕೆ ಮೊದಲು ನಾವು ಗೆದ್ದ ನಾಡನ್ನೆಲ್ಲ ಅತಿ ಕಡಿಮೆ ಅವಧಿಯಲ್ಲಿ ಗೆದ್ದುಕೊಂಡು, ಯವನರನ್ನು ನಿಶ್ಶೇಷ ಮಾಡಿದ ಆ ಚಂದ್ರಗುಪ್ತನ ಮೇಲೆ ಸೇಡು ತೀರಿಸಿಕೊಳ್ಳುವ ಪ್ರಯತ್ನ ಮಾಡುತ್ತೇನೆ. ಅದಕ್ಕೆ ನಿನ್ನ ಸಹಾಯ ಬೇಡುತ್ತೇನೆ. ಆಮೇಲೆ ಬೇಕಾದರೆ ನೀನೇ ಚಕ್ರವರ್ತಿಯಾಗುವೆಯಂತೆ.''

ಅವನ ಸಲಹೆಯೇನೋ ಆಕರ್ಷಣೀಯವಾಗಿತ್ತು. ಆದರೆ ಅದು ಮೃತ್ಯುವನ್ನು ಮನೆಗೆ ಅತಿಥಿಯಾಗಿ ಆಹ್ವಾನಿಸಿದಂತೆ ಎಂಬ ಎಚ್ಚರವೂ ಇತ್ತು. ಇಷ್ಟು ಹೊತ್ತಿಗೆ ಚಾಣಕ್ಯನ ಪ್ರಚಂಡ ಬುದ್ಧಿಶಕ್ತಿಯ ಅರಿವೂ ಇದ್ದುದರಿಂದ ಇದು ಅವಿವೇಕದ ಕಾರ್ಯವಾಗುವುದೆಂದು ತಕ್ಷಣ ಅವನಿಗೆ ಅನ್ನಿಸಿತು.

"ನಾನು ಚಾಣಕ್ಯನೊಂದಿಗೆ ಮಾತಾಡಿ ಬಂದಿದ್ದೇನೆ."

"ಹಾಂ ! ಹೌದೇ !"

"ಹೌದು, ನಿನಗೆ ಯವನ ಸ್ತ್ರೀಯರೆಂದರೆ ಬಹಳ ಆಸೆಯೆಂದೂ ಹೇಳಿದ್ದೇನೆ. ಚಂದ್ರಗುಪ್ತನ ವಿವಾಹದ ದಿನ ನಿನಗೆ ಉಡುಗೊರೆಯಾಗಿ ತಂದೊಪ್ಪಿಸುವಂತೆ, ಅದರ ಬೆಲೆಯನ್ನು ತಾನೇ ಕೊಡುವುದಾಗಿ ಹೇಳಿದ್ದಾನೆ."

"ಈಗ ಯಾರನ್ನೂ ಕರೆತಂದಿಲ್ಲವೆ ?" ಪೌರವ ಆತುರದಿಂದ ಕೇಳಿದ.

"ಇಲ್ಲ, ಅವರು ಸುರಕ್ಷಿತ ಸ್ಥಳದಲ್ಲಿದ್ದಾರೆ."

"ಇಷ್ಟು ದಿನ ಬರೀ ಮಧುಪಾನದಲ್ಲೇ ಕಾಲಕಳೆಯುತ್ತ ಬೇಸರವಾಗಿದೆ, ಶೃಂಗಾರವಿಲ್ಲದೆ ಮಧುಪಾನಕ್ಕೆ ಯಾವ ಸೊಗಸೂ ಇರುವುದಿಲ್ಲ."

"ಸರಿ, ನಾನು ಬರುತ್ತೇನೆ. ಯವನ ಚೆಲುವೆ ಬೇಕೆಂದರೆ ನಾನು ಹೇಳಿದ ವಿಷಯವಾಗಿ ನೀನು ಮತ್ತೆ ಯೋಚನೆ ಮಾಡು. ನಿನ್ನ ಪ್ರತಿಷ್ಠೆಯೂ ಹೆಚ್ಚುತ್ತದೆ, ನನಗೂ ತೃಪ್ತಿ ಸಿಗುತ್ತದೆ."

ತಕ್ಷಣ ಪೌರವನಿಗೆ ರೇಗಿತು. "ಪರದೇಶದ ಒಬ್ಬ ದಾಳಿಕೋರನ ಕಡೆಯ ನೀನು ಒಂದು ಕ್ಷುಲ್ಲಕ ವ್ಯಕ್ತಿ. ನನಗೆ ಬೆದರಿಕೆ ಹಾಕುತ್ತಿರುವೆಯಾ ? ನಾನು ಮನಸ್ಸು ಮಾಡಿದರೆ ನಿನ್ನನ್ನು ಇಲ್ಲೇ ಮುಗಿಸಿ, ಪಾತಾಳದಲ್ಲಿ ಅಡಗಿದ್ದರೂ ನಿನ್ನ ಪರಿವಾರವನ್ನು ಕಂಡುಹಿಡಿಯುವ ಶಕ್ತಿ ನನಗಿದೆ."

"ಏಕೆ ? ನಿನ್ನ ಈ ಅತಿಯಾದ ದುರಹಂಕಾರವನ್ನು ಅಲೆಗ್ಸಾಂಡರ್ ಅಡಗಿಸಿದ್ದನ್ನು ಮರೆತುಬಿಟ್ಟೆಯಾ ?"

"ಏ, ನಾಲಿಗೆ ಬಿಗಿಹಿಡಿದು ಮಾತನಾಡು" ಪೌರವ ತಾಳ್ಮೆ ತಪ್ಪಿ ಧ್ವನಿ ಎತ್ತರಿಸಿದ. "ಈಗ ನೀನು ಏನೂ ಅಲ್ಲದ ಒಂದು ಹುಳು."

"ನನ್ನ ದೃಷ್ಟಿಯಲ್ಲಿ ನೀನೂ ಅಷ್ಟೆ. ರಾಜ್ಯಲೋಭದಿಂದ ಇನ್ನೊಬ್ಬನ ಹಂಗಿನಲ್ಲಿ ಬಂದು ಹಲ್ಲು ಕಿರಿಯುತ್ತಿರುವ ನಿನ್ನ ಸ್ವಾಭಿಮಾನಕ್ಕೆ ಧಿಕ್ಕಾರವಿರಲಿ."

"ಏನಂದೆ ?" ಎಂದು ಕೋಪಾವೇಷದಿಂದ ಪೌರವ ಮೇಲೆದ್ದು ಖಡ್ಗದ ಮೇಲೆ ಕೈಯಿರಿಸಿದ.

"ತಾಳ್ಮೆ ತಾಳ್ಮೆ" ಸುಸೀಮ ಮಾತನಾಡಿದ, "ಕ್ಷಮಿಸಿ, ಅವೇಳೆಯಲ್ಲಿ ಅಸ್ಥಾನದಲ್ಲಿ ನಿಮ್ಮ ಈ ಕೋಪತಾಪಗಳು ವ್ಯಕ್ತವಾಗುತ್ತಿವೆ. ಇದರಿಂದ ಇಬ್ಬರಿಗೂ ಅಪಾಯವೆಂಬುದು ನೆನಪಿನಲ್ಲಿರಲಿ."

"ಛೆ, ಎಂಥ ಅಚಾತುರ್ಯವಾಯಿತು !" ಎಂದು ಪೌರವ ಜಿಗುಪ್ಸೆ ಪಟ್ಟುಕೊಂಡ. ಯಾರಾದರೂ ಕೇಳಿಸಿಕೊಂಡರೇನೋ ಎಂದು ಅನುಮಾನವಾಯಿತು. ಸದ್ಯ ಇಷ್ಟು ದಿನ ಚಾಣಕ್ಯ ತನ್ನ ಮೇಲೆ ಯಾವ ಗೂಢಚಾರರನ್ನೂ ನಿಯಮಿಸಿಲ್ಲವೆಂಬುದು ನೆನಪಾಗಿ ನಿರಾಳವಾದ ಉಸಿರು ಬಿಟ್ಟ. ಯೂಡಿಮಸ್‌ನನ್ನು ತಿರಸ್ಕರಿಸಿ ಕಳಿಸಲೂ ಮನಸ್ಸು ಬರಲಿಲ್ಲ. ಅವನು ಕರೆತರುವ ಸುಂದರಿಯ ಚಪಲ ಪೌರವನನ್ನು ಸೆಳೆಯುತ್ತಿತ್ತು.'ಅವಳನ್ನು ಕರೆತರಲಿ, ಆಮೇಲೆ ಈ ದುರಹಂಕಾರಿಯನ್ನು ವಿಚಾರಿಸಿಕೊಳ್ಳೋಣ' ಎಂಬ ಸಮಯ ಸಾಧಕತನ ಜಾಗೃತ ವಾಯಿತು. ಕೋಪವನ್ನು ಅಡಗಿಸಿಕೊಂಡು ಶಾಂತನಾದ. "ಕ್ಷಮಿಸು ಯೂಡಿಮಸ್, ನಾನು ತಾಳ್ಮೆ ಕಳೆದುಕೊಳ್ಳಬಾರದಾಗಿತ್ತು. ಈಗ ಹೋಗು, ಖಂಡಿತ ನಾನು ಯೋಚನೆ ಮಾಡುತ್ತೇನೆ. ಆ ದಿನ ಬಂದಾಗ ಮಾತನಾಡೋಣ."

"ಆಗಲಿ ಬರುತ್ತೇನೆ. ಆ ದಿನ ಬಂದಾಗ ನಿನ್ನ ಉತ್ತರ ನನಗೆ ಅನುಕೂಲಕರವಾಗಿಲ್ಲದಿದ್ದರೆ ನಾನು ಕೆಟ್ಟವನಾಗುತ್ತೇನೆ" ಎಂದು ಯೂಡಿಮಸ್ ಕೋಪದಿಂದ ಧುಮುಗುಟ್ಟುತ್ತ ಬಾಗಿಲು ತೆರೆದು ಸರಸರನೆ ಸುಸೀಮನೊಂದಿಗೆ ಹೋಗಿಬಿಟ್ಟ. ಚಾಣಕ್ಯನಿಂದ ನಿಯಮಿತನಾದ ಸೇವಕ ಅದನ್ನು ಗಮನಿಸಿದ. ಬಾಗಿಲು ಕಾಯುವ ಸೇವಕ ಏನೂ ಗೊತ್ತಿಲ್ಲದವನಂತೆ ಸಹಜವಾಗಿ ನಿಂತುಕೊಂಡ.

ಚಾಣಕ್ಯನನ್ನು ಕಂಡು, ಅವನಿಗೆ ಮತ್ತು ಮಲಯಕೇತುವಿಗೆ ನಮಸ್ಕರಿಸಿ ಯೂಡಿಮಸ್ ಹೊರಟುಹೋದ. ಇಷ್ಟು ಹೊತ್ತು ಲೋಕಾಭಿರಾಮವಾಗಿ ಮಾತಾಡುತ್ತಿದ್ದ ಮಲಯಕೇತುವನ್ನು ಚಾಣಕ್ಯ ತಂದೆಯ ಬಳಿಗೆ ಹೋಗಲು ಬಿಟ್ಟ.

ಅವನು ಅತ್ತ ಹೋದಂತೆ ಸೇವಕ, ಯೂಡಿಮಸ್ ಉರಿಮುಖ ಮಾಡಿಕೊಂಡು ಹೋದನೆಂದು ಹೇಳಿದ. ಬಾಗಿಲು ಕಾಯುವ ಸೇವಕ ತಾನು ಜೋರುಧ್ವನಿಯಲ್ಲಿ ಮಾತ್ರ ಕೇಳಿದ ಪೌರವನ ತುಣುಕು ಮಾತುಗಳನ್ನು ಚಾಣಕ್ಯನಿಗೆ ತಿಳಿಸಿದ.

ಚಾಣಕ್ಯ ಯೋಚಿಸತೊಡಗಿದ. 'ಯೂಡಿಮಸ್‌ನ ಮಾತುಗಳನ್ನು ನಂಬುವಂತಿಲ್ಲ. ಅವನು ಏನೋ ಉದ್ದೇಶವಿಟ್ಟುಕೊಂಡೇ ಅಸಹಾಯಕತೆಯ ಸೋಗು ಹಾಕಿ ಬಂದಿದ್ದಾನೆ. ತಲೆತಪ್ಪಿಸಿಕೊಂಡು ಹೋದವನು ಧೈರ್ಯವಾಗಿ ಇಲ್ಲಿಯವರೆಗೂ ಬಂದಿರಬೇಕಾದರೆ ಅವನ ಉದ್ದೇಶ ಒಳ್ಳೆಯದಂತೂ ಇರಲಾರದು. ಪೌರವನ ಸ್ತ್ರೀಚಾಪಲ್ಯ ಬರೀ ಒಂದು ನೆಪವಾಗಿರುವಂತಿದೆ. ಪೌರವನ ಜೊತೆ ಸೇರಿ ಚಂದ್ರಗುಪ್ತನಿಗೆ ಕೇಡು ಮಾಡುವ ಉದ್ದೇಶವೇನಾದರೂ ಇದೆಯೇ ? ಇನ್ನಷ್ಟು ಯೋಚಿಸಬೇಕು. ಇದು ಅವರ ತಂತ್ರವೇ ಆಗಿದ್ದರೆ ಅದಕ್ಕೆ ಸೂಕ್ತ ಪ್ರತಿತಂತ್ರವನ್ನು ರೂಪಿಸಬೇಕು' ಎಂದುಕೊಳ್ಳುವಷ್ಟರಲ್ಲಿ ಪೌರವನೇ ಅಲ್ಲಿಗೆ ಬಂದ.

"ಬನ್ನಿ ಮಹಾರಾಜ, ಕುಳಿತುಕೊಳ್ಳಿ" ಎಂದು ಚಾಣಕ್ಯ ಪೀಠ ತೋರಿಸಿದ. ಅವನಿಗೆ ಮಾತಾಡುವುದೇ ಮುಜುಗರವೆನಿಸಿತು.

"ಆಚಾರ್ಯ, ಯೂಡಿಮಸ್‌ನ ಮಾತಿನಿಂದ ತಾವು ತಪ್ಪು ತಿಳಿದಿಲ್ಲವಷ್ಟೆ ?" ಎಂದ.

"ತಪ್ಪು ತಿಳಿಯುವುದೇ ? ಏತಕ್ಕಾಗಿ ?"

"ನನ್ನ ದೌರ್ಬಲ್ಯವನ್ನು ಕುರಿತು ?"

"ಅದು ನಿಮ್ಮ ಸ್ವಂತ ವಿಷಯ ಮಹಾರಾಜ" ಚಾಣಕ್ಯ ಸಹಜವಾಗಿ ಹೇಳಿದ, "ಆದರೆ ಯೂಡಿಮಸ್ ಯವನರವನು, ಒಮ್ಮೆ ಚಂದ್ರಗುಪ್ತನೊಡನೆ ಹೋರಾಡಿ ಸೋತು ಓಡಿ ಹೋದವನು. ಅವನು ಬಂದಾಗ ನನಗೆ ಒಂದು ಕ್ಷಣ ಅವನ ಮೇಲೆ ಸಂದೇಹ ಬಂದದ್ದು ನಿಜ."

"ಅವನಿಂದೇನಾಗುತ್ತದೆ ? ಅವನೀಗ ಜೀವ ಉಳಿಸಿಕೊಂಡು ತನ್ನ ನಾಡಿಗೆ ಹಿಂದಿರುಗುವುದೇ ದೊಡ್ಡ ಸಾಧನೆಯಾಗುತ್ತದೆ."

"ಇರಲಿ ಬಿಡಿ. ನಿಮ್ಮ ಪರವಾಗಿ ಅವನಿಗೆ ಅಗತ್ಯವಾದ ಧನವನ್ನು ನಾನೇ ಕೊಡುವುದಾಗಿ ಭರವಸೆ ನೀಡಿದ್ದೇನೆ. ನಮ್ಮ ಅತಿಥಿಗಳು ನೀವು. ಚಂದ್ರಗುಪ್ತನ ವಿವಾಹ ಸಂದರ್ಭದಲ್ಲಿ ನಿಮ್ಮ ಅಭಿರುಚಿಗೆ ತಕ್ಕ ಉಡುಗೊರೆಯನ್ನು ನಾನೇ ನೀಡಿದಂತಾಗುತ್ತದೆ" ಎಂದು ಚಾಣಕ್ಯ ನಕ್ಕ.

"ನಿಮ್ಮ ಪರೇಂಗಿತಜ್ಞತೆಯನ್ನು ಎಷ್ಟು ಪ್ರಶಂಸಿಸಿದರೂ ಸಾಲದು ಆಚಾರ್ಯ" ಪೌರವ ಸಂತೋಷದಿಂದ ಹೇಳಿದ.

"ಅದು ನನ್ನ ಶಕ್ತಿ ಮಹಾರಾಜ, ದೇವರು ಕೊಟ್ಟ ವರವೆಂದು ಬೇಕಾದರೂ ಹೇಳಿ. ಬಹುಶಃ ಅದಕ್ಕೆ ನಾನು ದಂಡನೀತಿ ಶಾಸ್ತ್ರವನ್ನು ಅಷ್ಟೊಂದು ಆಳವಾಗಿ ಅಧ್ಯಯನ ಮಾಡಿದ್ದು ಕಾರಣವಾಗಿರಬಹುದು."

"ಪಟ್ಟಾಭಿಷೇಕ ಸಮಾರಂಭ ಮುಗಿದ ಕೂಡಲೇ ನಾನು ಹೊರಟುಬಿಡುತ್ತೇನೆ."

"ಆಗಬಹುದು. ಆ ಸಂದರ್ಭದಲ್ಲೇ ಎಲ್ಲಾ ಅಧಿಕೃತ ಪ್ರಕಟಣೆಗಳನ್ನೂ ಹೊರಡಿಸುತ್ತೇನೆ. ಇನ್ನೇನು ಬೆರಳೆಣಿಕೆಯಷ್ಟು ದಿನಗಳು ಮಾತ್ರ ಉಳಿದಿವೆ."

"ನಮ್ಮ ಸೇನೆಯಂತೂ ನಮ್ಮ ನಾಡನ್ನೇ ಮರೆತು ಆನಂದವಾಗಿ ತಿಂದುಂಡು ಹಾಯಾಗಿದ್ದುಬಿಟ್ಟಿದ್ದಾರೆ."

"ಆಪತ್ತಿನಲ್ಲಿ ಆಯುಧ ಹಿಡಿದು ಜೀವದ ಹಂಗು ತೊರೆದು ಹೋರಾಡುವ ಅವರಿಗೆ ಕೆಲವು ದಿನ ಒಳ್ಳೆಯ ಊಟೋಪಚಾರ, ವಿಶ್ರಾಂತಿ ದೊರೆತರೆ ಒಳ್ಳೆಯದೇ. ಅವರ ಸಂತೃಪ್ತಿಯ ಹಾರೈಕೆಯೂ ಚಂದ್ರಗುಪ್ತನಿಗೆ ಶ್ರೇಯಸ್ಕರ."

ಪೌರವ ಎದ್ದು ನಿಂತಾಗ ಚಾಣಕ್ಯ "ವಿವಾಹದ ವೇಳೆಗೆ ಮಲಯಕೇತು ಮತ್ತು ಮಾಧವಿಗೆ ಅತಿಥಿ ಶಾಲೆಯಲ್ಲಿ ವ್ಯವಸ್ಥೆ ಮಾಡಲಾಗುತ್ತದೆ. ನೀವು ನಿಶ್ಚಿಂತೆಯಿಂದಿರಿ" ಎಂದು ಅರ್ಥಪೂರ್ಣವಾಗಿ ನಕ್ಕ. 'ಇವನ ಬುದ್ಧಿ ಎಷ್ಟು ಹರಿತವಪ್ಪಾ!' ಎಂದುಕೊಂಡ ಪೌರವ ಹಸನ್ಮುಖನಾಗಿ ಹೊರಟುಹೋದ.

ಅವನು ಅತ್ತ ಹೋದಂತೆ ಪೌರವನಿಗೆ ಕೊಡಬೇಕಾದ ಅರ್ಧರಾಜ್ಯ, ಅವನ ಸ್ತ್ರೀ ಚಾಪಲ್ಯ – ಈ ಸಂಗತಿಗಳೇ ಚಾಣಕ್ಯನ ಮನಸ್ಸಿನಲ್ಲಿ ಸುತ್ತತೊಡಗಿದವು. 'ಇಲ್ಲ, ಏನೇ ಆದರೂ ಪೌರವನಿಗೆ ಅರ್ಧರಾಜ್ಯವನ್ನು ಕೊಡುವಂತಿಲ್ಲ. ಕೊಟ್ಟರೆ ನನ್ನ ಅಖಂಡ ಆರ್ಯಾವರ್ತದ ಸಂಕಲ್ಪಕ್ಕೇ ಭಂಗವಾಗುತ್ತದೆ. ಜೊತೆಗೆ ಈ ಪೌರವನನ್ನು ನಂಬುವಂತೆಯೂ ಇಲ್ಲ. ಒಂದು ರೀತಿಯಲ್ಲಿ ಅವನದು ಒಂದಕ್ಕೊಂದು ಹೊಂದಿಕೆಯಿಲ್ಲದ ಅಸಂಗತ ವ್ಯಕ್ತಿತ್ವ. ಧೀರನಾಗಿ, ಸ್ವಾಭಿಮಾನದಿಂದ ಅಲೆಗ್ಸಾಂಡರನಂಥ ವಿದೇಶೀವೀರನೊಂದಿಗೆ ಹೋರಾಡುತ್ತಾನೆ. ಸೋತರೂ ತಾನು ರಾಜನೇ, ಎಂದು ಧೀರೋದಾತ್ತತೆಯನ್ನು ಮೆರೆಯುತ್ತಾನೆ. ಮರುಕ್ಷಣದಲ್ಲೇ ಗಾಂಧಾರದ ಮೇಲಿನ ದ್ವೇಷಕ್ಕೆ ಅದೇ ಅಲೆಗ್ಸಾಂಡರನ ಜೊತೆ ಕೈಜೋಡಿಸುತ್ತಾನೆ. ನಾವು ಹೋಗಿ ಅರ್ಧರಾಜ್ಯದ ಆಮಿಷ ತೋರಿಸಿದ ಕೂಡಲೇ ನಮ್ಮ ಜೊತೆಗೆ ಬರುತ್ತಾನೆ. ಸ್ತ್ರೀಚಾಪಲ್ಯದ ಕಾರಣದಿಂದ ವಿದೇಶೀಯನಾದ ಅದೇ ಯೂಡಿಮಸ್‌ನ ಜೊತೆ ಅಸಮಾಧಾನ ವಿದ್ದರೂ ಮಾತಾಡುತ್ತಾನೆ. ತನ್ನ ರಾಜತ್ವಕ್ಕೆ ಅವಹೇಳನಕಾರಿಯೆಂಬ ಪ್ರಜ್ಞೆಯೂ ಇಲ್ಲದೆ, ನನ್ನೊಂದಿಗೆ ತನ್ನ ದೌರ್ಬಲ್ಯವನ್ನು ಒಪ್ಪಿಕೊಳ್ಳುತ್ತಾನೆ. ಇಂಥವನು ನೆರೆಯಲ್ಲಿದ್ದರೆ ಚಂದ್ರಗುಪ್ತ ನೆಮ್ಮದಿಯಿಂದ ರಾಜ್ಯವಾಳುವುದು ಹೇಗೆ ? ಆರ್ಯಾವರ್ತದ ಉಳಿದ ಭಾಗಗಳನ್ನು ಸಾಮ್ರಾಜ್ಯಕ್ಕೆ ಸೇರಿಸಿಕೊಳ್ಳುವುದು ಹೇಗೆ ? ಮತ್ತೊಬ್ಬನ ಆಮಿಷಕ್ಕೆ ಬಲಿಯಾಗಿ, ಇದೇ ಪೌರವ ಚಂದ್ರಗುಪ್ತನ ಮೇಲೇ ದಂಡೆತ್ತಿ ಬರುವುದಿಲ್ಲವೆಂದು ಹೇಗೆ ಹೇಳುವುದು...

'ಹೌದು, ಪೌರವನನ್ನು ನಂಬುವಂತಿಲ್ಲ. ಅವನಿಗೆ ಅರ್ಧ ರಾಜ್ಯವನ್ನು ಕೊಡಲೇ ಬಾರದು. ಬೇಕಾದರೆ ಅವನು ಆಶ್ರಿತನಾಗಿ, ಚಂದ್ರಗುಪ್ತನ ಸಾರ್ವಭೌಮತ್ವವನ್ನು ಒಪ್ಪಿಕೊಳ್ಳಲಿ. ಆದರೆ ...ಕೊಟ್ಟ ಮಾತಿಗೆ ತಪ್ಪುವುದೆ ? ಅದರಿಂದ ಕೆಟ್ಟ ಹೆಸರು ಬರುವುದಿಲ್ಲವೆ ? ಹಾಗೆಂದು ಅರ್ಧರಾಜ್ಯವನ್ನು ಕೊಟ್ಟುಬಿಟ್ಟು ಅನಿಶ್ಚಿತ ಅಪಾಯದ ಆತಂಕವನ್ನು ನಿರೀಕ್ಷಿಸುತ್ತಾ ಕೂಡುವುದೇ ? ಒಂದು ಕಳಂಕಕ್ಕಿಂತ ಸಾಮ್ರಾಜ್ಯದ ಭದ್ರತೆ ಮುಖ್ಯ. ಇನ್ನೂ ಸಮಯ

ಮಿಂಚಿಲ್ಲ. ಈ ಯೂಡಿಮಸ್ ಮತ್ತು ಯವನ ಸುಂದರಿ – ಇವರ ಮೂಲಕ ಏನಾದರೂ ಉಪಾಯ ಹೊಳೆಯುವುದೇನೋ ಯೋಚಿಸುತ್ತೇನೆ.'

ಅಷ್ಟು ಹೊತ್ತಿಗೆ ಚಂದ್ರಗುಪ್ತ, ಚರಣ ಮುಂತಾದವರೆಲ್ಲ ಬಂದರು. ಯೂಡಿಮಸ್ ಬಂದು ಹೋದ ವಿಷಯವನ್ನು ಸಂಕ್ಷಿಪ್ತವಾಗಿ ತಿಳಿಸಿ, ಚಾಣಕ್ಯ ಅವರಿಗೆಲ್ಲ ಎಚ್ಚರವಾಗಿರುವಂತೆ ಹೇಳಿದ.

★ ★ ★

ಆ ದಿನ ಸಂಜೆ ಚಾಣಕ್ಯ, ಚಂದ್ರಗುಪ್ತ, ಚರಣ ಮತ್ತು ಮಿತ್ರರೊಂದಿಗೆ ನಗರದ ಹೊರಗೆ ತಿರುಗಾಡುವ ನೆಪದಲ್ಲಿ ಕರೆದುಕೊಂಡು ಹೋದ. ಆ ದಿನ ತಾನು ಗಂಗಾ ತೀರದಲ್ಲಿ ಗುರುತು ಮಾಡಿಕೊಂಡು ಬಂದ ಸ್ಥಳದಲ್ಲಿ ಒಂದು ಕಡೆ ಕುಳಿತು, ಉಳಿದವರೂ ಕುಳಿತುಕೊಳ್ಳುವಂತೆ ಹೇಳಿದ. ಚಂದ್ರಗುಪ್ತ ಹಿಂದೆ ಬಂದ ಅಂಗರಕ್ಷಕರನ್ನು ದೂರವೇ ಇರುವಂತೆ ಹೇಳಿದ.

''ನಾನು ನಿಮ್ಮನ್ನು ಇಲ್ಲಿಗೇಕೆ ಕರೆದುಕೊಂಡು ಬಂದೆ ಗೊತ್ತೆ ?'' ಎಂದು ಚಾಣಕ್ಯ ಹೇಳಿ, ಮರುಕ್ಷಣದಲ್ಲೇ ''ನಾನು ಹೇಳದೆ ನಿಮಗೆ ಹೇಗೆ ಗೊತ್ತಾಗುತ್ತದೆ, ಅಲ್ಲವೆ ?'' ಎಂದು ನಕ್ಕುಬಿಟ್ಟ

''ನಾವೇನೋ, ನಿತ್ಯದ ಗಡಿಬಿಡಿಯಿಂದ ದೂರವಾಗಿ, ಸ್ವಲ್ಪ ಹೊತ್ತು ಪ್ರಕೃತಿಯ ಸುಂದರ ವಾತಾವರಣದಲ್ಲಿ ಸುತ್ತಾಡುವ ಉದ್ದೇಶದಿಂದ ನಮ್ಮನ್ನು ಕರೆತಂದಿರಿ ಎಂದುಕೊಂಡೆವು'' ಎಂದ ಚಂದ್ರಗುಪ್ತ.

''ತಿರುಗಾಟಕ್ಕಿಂತ ಮುಖ್ಯವಾದ ಒಂದು ವಿಷಯ ನಿಮಗೆ ಹೇಳಬೇಕು.''

''ಅದೇನು ಹೇಳಿ ಆಚಾರ್ಯ'' ಎಂದು ಚರಣ ಕೇಳಿದ.

''ಈ ಪ್ರದೇಶ ಬಹಳ ಪ್ರಶಾಂತವಾಗಿದೆಯಲ್ಲವೇ ?''

''ಅಷ್ಟೇ ಅಲ್ಲ, ಸುಂದರವಾಗಿಯೂ ಇದೆ'' ಎಂದ ಸಿಂಹಸೇನ.

''ಸೌಂದರ್ಯ ಮುಖ್ಯವಲ್ಲ, ಏಕಾಗ್ರತೆಗೆ ಅನುಕೂಲವಾದ ಪ್ರಶಾಂತತೆ ನನಗೆ ಮುಖ್ಯ.''

''ಏಕಾಗ್ರತೆ ಅಂದರೆ ? ಈ ಸ್ಥಳಕ್ಕೂ, ಏಕಾಗ್ರತೆಗೂ ಸಂಬಂಧವೇನು ಆಚಾರ್ಯ ?'' ಬ್ರಹ್ಮದತ್ತ ಕೇಳಿದ.

''ಇದೆ, ಸಂಬಂಧವಿದೆ'' ಚಾಣಕ್ಯ ಹೇಳಿದ, ''ಇಲ್ಲಿ ನನಗಾಗಿ ಒಂದ ಕುಟೀರ ಕಟ್ಟಿಸಿಕೊಡುತ್ತೀಯಾ ಚರಣ ?''

''ಕುಟೀರವೇ ?'' ಚಂದ್ರಗುಪ್ತ ಬೆರಗಾದ. ''ಆಚಾರ್ಯ, ನೀವು ಅರಮನೆಯನ್ನು ಬಿಟ್ಟು ಕುಟೀರದಲ್ಲಿರುವುದೇ ?''

''ಈಗ ನಾನು ಅರಮನೆಯಲ್ಲಿಲ್ಲ, ಮುಂದೆಯೂ ಇರುವುದಿಲ್ಲ, ಅಷ್ಟಕ್ಕೂ ಅರಮನೆಯಲ್ಲೇ ಇರಬೇಕೆಂಬ ನಿಯಮವೆಲ್ಲಿದೆ ?''

''ನಿಯಮವೇನೂ ಇಲ್ಲ, ಆದರೆ ಮಗಧದ ಮಹಾಮಾತ್ಯರು ಕುಟೀರದಲ್ಲಿರುವುದು ಗೌರವವಲ್ಲ'' ಎಂದ ಭಾಸ್ಕರ.

''ಗೌರವ ಅರಮನೆಯಲ್ಲಿರುವುದರಿಂದ ಮಾತ್ರ ಬರುತ್ತದೆಯೇ ?''

''ನೀವು ಎಲ್ಲಿದ್ದರೂ ನಿಮ್ಮ ಗೌರವಕ್ಕೆ ಚ್ಯುತಿಯಿಲ್ಲ ಆಚಾರ್ಯ'' ನಂದಿಕೇಶ ಹೇಳಿದ, ''ಆದರೆ ನೀವು ಇಲ್ಲಿರುವುದು ನಮಗೆ ನೋವುಂಟು ಮಾಡುತ್ತದೆ.''

"ಹೌದು ಆಚಾರ್ಯ" ಚಂದ್ರಗುಪ್ತ ಹೇಳಿದ, "ಹಾಗಾದರೆ ನಾವೂ ಇಲ್ಲೇ ಬಂದು ನಿಮ್ಮ ಜೊತೆಯಲ್ಲೇ ಇದ್ದುಬಿಡುತ್ತೇವೆ."

"ನನ್ನನ್ನು ಗುರುವೆಂದು ಪರಿಗಣಿಸುವ ನೀವು ಅವಿವೇಕಿಗಳಂತೆ ಮಾತಾಡಬಾರದು. ಬರೀ ಭಾವುಕತೆಗೆ ಶರಣಾಗಿ ವ್ಯಾವಹಾರಿಕ ಬುದ್ಧಿವಂತಿಕೆಯನ್ನು ಮರೆಯಬೇಡಿ. ಅತೀ ವ್ಯಾವಹಾರಿಕವಾಗಿ ಹೃದಯದ ಭಾವನೆಗಳನ್ನು ಕಡೆಗಣಿಸಬೇಡಿ. ಎರಡರ ಸಮತೋಲನವೇ ಉಪಯುಕ್ತವಾಗುವುದು."

ನಂತರ ಅವನು ಚರಣನನ್ನು ಕರೆದು ಯಾವ ಸ್ಥಳದಲ್ಲಿ ಹೇಗೆ ಹೇಗೆ ಕುಟೀರ ನಿರ್ಮಾಣವಾಗಬೇಕೆಂದು ಸಲಹೆ ಸೂಚನೆಗಳನ್ನು ನೀಡಿದ. ಪಟ್ಟಾಭಿಷೇಕವಾದ ಮರು ದಿನದಿಂದ ಇಲ್ಲಿಗೆ ವಾಸಕ್ಕೆ ಬರುವುದಾಗಿಯೂ, ಅಷ್ಟರಲ್ಲಿ ಎಲ್ಲ ಕೆಲಸ ಮುಗಿದಿರಬೇಕೆಂದು ಸೂಚಿಸಿದ.

ಅವರು ಹಿಂದಿರುಗಿ ಬಂದಾಗ ಎಲ್ಲ ಮಂಕಾಗಿ ಕುಳಿತಿದ್ದರು. ಚಂದ್ರಗುಪ್ತ ತುಂಬ ನೋವಿನಿಂದ ಹೇಳಿದ, "ಆಚಾರ್ಯ, ಅರಮನೆಯಲ್ಲಿ ಅಲ್ಲದಿದ್ದರೆ ನಿಮ್ಮ ಮನೆಯಲ್ಲೇ ಇರಬಹುದು. ಕುಟೀರದಲ್ಲಿರುವುದೇಕೆ? ಜನ ಏನನ್ನುತ್ತಾರೆ ? ನಾವು ತಾನೆ ನೆಮ್ಮದಿಯಿಂದ ಹೇಗಿರುವುದು ?"

"ಚಂದ್ರಗುಪ್ತ" ಚಾಣಕ್ಯ ಅವನ ಬೆನ್ನ ಮೇಲೆ ವಾತ್ಸಲ್ಯದಿಂದ ಕೈಯಿರಿಸಿ ಹೇಳಿದ, "ಸಾಕಷ್ಟು ದೀರ್ಘಕಾಲದಿಂದ ನೀನೂ ನಿನ್ನ ಮಿತ್ರರೂ ನನ್ನ ಬದುಕಿನ ರೀತಿಯನ್ನು ನೋಡಿದ್ದೀರಿ. ಅದಕ್ಕೆ ಮೊದಲು ಇದೇ ನಗರದಲ್ಲಿ ನನ್ನ ತಂದೆ ಚಣಕರ ಜೀವನ ರೀತಿಯನ್ನೂ ನೋಡಿದ್ದೀರ. ಸರಳಜೀವನವೇ ನನಗೆ ಅತ್ಯಂತ ಪ್ರಿಯವಾದದ್ದು. ಏಕೆಂದರೆ ಅದು ನನ್ನ ಮನೋಧರ್ಮಕ್ಕೆ ಸೂಕ್ತವಾಗಿ ಹೊಂದಿಕೆಯಾಗುತ್ತದೆ. ಇಲ್ಲಿಯ ಕೆಲಸ ಪೂರ್ಣವಾದ ನಂತರ ಮತ್ತೆ ನಾನು ಗುರುಕುಲಕ್ಕೇ ಹೋಗುವುದೆಂದು ಮೊದಲೇ ಹೇಳಿದ್ದೇನೆ. ಆದರೆ ಈಗ ನಾನು ಇಲ್ಲಿ ವಾಸ ಮಾಡುವುದು ಒಂದು ಮಹತ್ವದ ಕೆಲಸ ಮಾಡಲು. ಅದನ್ನು ಕೂಡ ಒಮ್ಮೆ ಪ್ರಾಸಂಗಿಕವಾಗಿ ಹೇಳಿದ್ದೇನೆ."

"ಅದೇನು ಆಚಾರ್ಯ ?" ಚರಣ ಕೇಳಿದ.

"ಇಲ್ಲಿಯ ನನ್ನ ಕೆಲಸಗಳೆಲ್ಲ ಮುಗಿಯುವ ವೇಳೆಗೆ ಅರ್ಥಶಾಸ್ತ್ರವೊಂದನ್ನು ಬರೆದು ಮುಗಿಸಿ ಹೋಗಬೇಕೆಂದು ನನ್ನಾಸೆ. ನನ್ನ ದಂಡನೀತಿ ಶಾಸ್ತ್ರದ ಅಧ್ಯಯನ ಮತ್ತು ಆರ್ಯಾವರ್ತದ ಹೊಸ ಪರಿವರ್ತನೆಗಾಗಿ ತೊಡಗಿಕೊಂಡಂದಿನಿಂದ ಇಲ್ಲಿಯವರೆಗೆ ದೊರೆತ ಪ್ರಾಯೋಗಿಕ ಅನುಭವಗಳ ಆಧಾರದ ಮೇಲೆ ಒಂದು ಅಧಿಕಾರಯುತ ಗ್ರಂಥದ ಅಗತ್ಯವಿದೆ. ಅದರ ಮೊದಲ ಉಪಯೋಗ, ಚಂದ್ರಗುಪ್ತ, ನೀವು ಮತ್ತು ಇವನ ಸಾಮ್ರಾಜ್ಯ, ನಂತರ ಇಡೀ ಆರ್ಯಾವರ್ತದ ಪ್ರಜೆಗಳು ಮತ್ತು ಅರಸರಿಗೆ ಅದು ಮಾರ್ಗದರ್ಶಕ ಕೃತಿಯಾಗಬೇಕೆಂದು ನನ್ನಾಸೆ. ಅದನ್ನು ಇಂಥ ಕಡೆ ಪ್ರಶಾಂತವಾಗಿಯೇ ರಚಿಸಬೇಕು."

"ಹಾಗಾದರೆ ಅರಮನೆ, ಆಡಳಿತ... ?" ಚಂದ್ರಗುಪ್ತ ಅರ್ಧಕ್ಕೇ ನಿಲ್ಲಿಸಿದ.

"ಚಿಂತೆ ಮಾಡಬೇಡ. ಮಗಧದ ಮಹಾಮಾತ್ಯನಾಗಿ ನಾನು ನಿನ್ನ ಅರಮನೆಯಿಂದಲೇ ಎಲ್ಲ ಕೆಲಸ ನಿರ್ವಹಿಸುತ್ತೇನೆ. ಆದರೆ ನನ್ನ ವಾಸ ಇಲ್ಲಿಯ ಕುಟೀರದ ಪ್ರಶಾಂತ ವಾತಾವರಣದಲ್ಲಿ, ನನ್ನ ಮನೆಯಲ್ಲಿ ಲಕ್ಷ್ಮಿ ಮತ್ತು ವಿಶಾಖ ಇರುತ್ತಾರೆ. ಹರಿಸೇನನ

ವೈದ್ಯಶಾಲೆ ಅಲ್ಲೇ ನಡೆಯುತ್ತದೆ. ಚಂದಕ ಮತ್ತು ಗೌತಮ ನನ್ನ ಸಹಾಯಕ್ಕಿದ್ದರೆ ಸಾಕು. ನನ್ನ ಸಂರಕ್ಷಣೆಯ ಬಗ್ಗೆ ಆತಂಕವಿದ್ದರೆ ಕೆಲವರನ್ನು ಕಾವಲಿಗೆ ಹಾಕಬಹುದು."

ಅವರು ನಗರಕ್ಕೆ ಹಿಂದಿರುಗಿ ಬಂದು ಮನೆಗೆ ಹೋದಾಗ ಚಂದ್ರಗುಪ್ತನಿಂದ ವಿಶಾಖ ಮತ್ತು ಲಕ್ಷ್ಮಿಗೂ ವಿಷಯ ತಿಳಿಯಿತು. ಅವರು ಬೇಡವೆಂದು ಹೇಳಲಿಲ್ಲ, ತಾವೂ ಚಾಣಕ್ಯನ ಜೊತೆ ಅದೇ ಕುಟೀರದಲ್ಲಿ ವಾಸ ಮಾಡುವುದಾಗಿ ಹೇಳಿದರು. ಚಾಣಕ್ಯ ಬೇಡವೆಂದು ಅವರನ್ನು ಒಪ್ಪಿಸಿದ.

## ೧೦

ಚಂದ್ರಗುಪ್ತನ ವಿವಾಹ ಮತ್ತು ಪಟ್ಟಾಭಿಷೇಕ ಮಹೋತ್ಸವಕ್ಕೆ ಇಡೀ ನಗರವೇ ಸರ್ವಸಿದ್ಧತೆಗಳಿಂದ ಕಂಗೊಳಿಸುತ್ತಿತ್ತು. ಪ್ರತಿಯೊಂದು ಮನೆಯಲ್ಲೂ ಹಬ್ಬದ ವಾತಾವರಣವಿತ್ತು. ಈ ವಿಶೇಷ ಸಂದರ್ಭಕ್ಕಾಗಿ ಆರ್ಯಾವರ್ತದ ಹಲವು ಕಡೆಗಳಿಗೆ ಆಹ್ವಾನಗಳು ಹೋಗಿದ್ದವು. ತಕ್ಷಶಿಲೆಯಿಂದ ಗಿರಿನಾಥ, ಧರ್ಮದತ್ತ ಮತ್ತು ಗುರುಕುಲದ ಕಾತ್ಯಾಯನ, ನಾಗದತ್ತ ಮುಂತಾದವರು ಬಂದಿದ್ದರು. ಪಿಪ್ಪಲಿವನದಿಂದ ಮಹಾನಂದ, ಶಿವದತ್ತ ಮತ್ತು ದೇವಗುಪ್ತರು ಬಂದಿದ್ದರು. ಅವರಿಗೆಲ್ಲ ಪ್ರತ್ಯೇಕ ಬಿಡಾರದ ವ್ಯವಸ್ಥೆಯಾಗಿತ್ತು.

ಚಾಣಕ್ಯನ ಕಡೆಯ ಗೂಢಚಾರರು, ವಸುಂಧರ, ಸುಮಿತ್ರ ಎಲ್ಲ ಬಹು ಎಚ್ಚರಿಕೆಯಿಂದ ಏನಾದರೂ ಅಪಾಯ ಸಂಭವಿಸಬಹುದೇನೋ ಎಂದು ಎಚ್ಚರದಿಂದಿದ್ದರು. ರಾಕ್ಷಸನ ಗುಪ್ತಚಾರರಾದ ಕರಭಕ ಮತ್ತು ವಿರಾಧಗುಪ್ತ, ಗುರುತು ಮರೆಸಿಕೊಂಡು ಪ್ರಮುಖ ಸ್ಥಳಗಳಲ್ಲಿ ಅಡ್ಡಾಡುತ್ತಿದ್ದರು.

ಅರಮನೆಯಲ್ಲಿ ಮಲಯಕೇತುವಿಗಾಗಿ ಅತಿಥಿ ಶಾಲೆಯ ಒಂದು ಭಾಗವನ್ನು ಸಜ್ಜುಗೊಳಿಸಲಾಯಿತು. ಅವನು ಅಲ್ಲಿಗೆ ಹೋಗಿ ಮಾಧವಿಗೆ ಬರುವಂತೆ ಹೇಳಿಕಳಿಸಿದ. ತಕ್ಷಣ ಹೊರಡಲು ಅವಳಿಗೆ ಸಂಕೋಚವಾಯಿತು. ಅಲ್ಲದೆ ಹೊಸ ಗೆಳತಿಯರನ್ನು, ಮಾಲಿನಿಯ ಮಾತೃವಾತ್ಸಲ್ಯವನ್ನು ಬಿಟ್ಟು ಹೊರಡಲು ಮನಸ್ಸು ಒಪ್ಪಲಿಲ್ಲ, ಮರುದಿನ ಬರುವುದಾಗಿ ಹೇಳಿ ಕಳಿಸಿದಳು.

"ಏಕೆ ? ಪಾಪ, ಮಲಯಕೇತು ಎಷ್ಟು ವಿರಹದಿಂದ ಕಾತರಿಸುತ್ತಿದ್ದಾರೊ ? ನೀನು ಹೋಗಬೇಕಾಗಿತ್ತು" ಎಂದಳು ಉಜ್ವಲ ಚೇಷ್ಟೆಯಿಂದ.

"ವಿರಹದಿಂದ ಕಾತರಿಸಲು ನಿಮ್ಮ ಹಾಗೆ ನಾವೇನೂ ಹೊಸ ಪ್ರೇಮಿಗಳಲ್ಲ, ನಮಗೆ ವಿವಾಹವಾಗಿ ಆಗಲೇ ಐದು ವರ್ಷಗಳು ಕಳೆದವು ಗೊತ್ತೇ ?"

"ಐದು ವರ್ಷವಾಗಲಿ, ಐವತ್ತು ವರ್ಷವಾಗಲಿ ಪ್ರೇಮವಿದ್ದ ಕಡೆ ವಿರಹವಿರುವುದು ಸಹಜವಲ್ಲವೆ ?" ಎಂದಳು ಸುಜಾತ.

"ಐವತ್ತು ವರ್ಷಗಳಾದ ಮೇಲೆ ವಿರಹವಿರುವುದಿಲ್ಲ, ಶುದ್ಧ ಪ್ರೇಮವಿರುತ್ತದೆ" ಎಂದಳು ಮಾಲಿನಿ ಬಂದು ಅವರ ಮಾತಿನಲ್ಲಿ ಸೇರಿಕೊಂಡು.

"ಅನುಭವಿಗಳ ಮಾತಿಗೆ ನಾನು ತಲೆಬಾಗುತ್ತೇನೆ" ಎಂದಳು ಮಾಧವಿ ನಗುತ್ತ.

ಮಾಲಿನಿಯ ಕೈಯಲ್ಲಿ ಒಂದು ಮರದ ಪೆಟ್ಟಿಗೆಯಿತ್ತು. ಸೇವಕ ಒಂದು ದೊಡ್ಡ ಗಂಟನ್ನೇ ಹೊತ್ತು ತಂದು ಕಾಲು ಮಣೆಯ ಮೇಲಿರಿಸಿದ. ಎಲ್ಲ ಕುತೂಹಲದಿಂದ ನೋಡುತ್ತಿದ್ದರು.

"ಅಮ್ಮಾ, ಇದೆಲ್ಲ ಏನು ?" ಎಂದು ಸುಜಾತ ಕೇಳಿದಳು.

ಮಾಲಿನಿ ಪೆಟ್ಟಿಗೆಯ ಮುಚ್ಚಳ ತೆಗೆದಳು. ಅದರಲ್ಲಿ ಹಲವಾರು ಅಮೂಲ್ಯ ಆಭರಣಗಳಿದ್ದವು. ಬಿಚ್ಚಿದ ಗಂಟಿನಲ್ಲಿ ಬೆಲೆ ಬಾಳುವ ಹಲವು ಬಣ್ಣದ, ಹಲವು ವಿನ್ಯಾಸದ, ರೇಷ್ಮೆ, ಜರತಾರಿಯ ವಸ್ತ್ರಗಳಿದ್ದವು.

"ಇವೆಲ್ಲ ನವವಧು ಉಜ್ವಲಾಗೆ ತಾನೆ ?" ಸುಜಾತ ಕೇಳಿದಳು.

"ಅಲ್ಲ, ನನ್ನ ಎರಡನೆಯ ಮಗಳು ಸುಗಂಧಿಗೆ."

ಎಲ್ಲರ ಮುಖದಲ್ಲಿ ಅಚ್ಚರಿಯ ಆನಂದ ತುಂಬಿಕೊಂಡಿತು. ಸುಗಂಧಿಗೆ ಸಂತೋಷ ವಾಗಲಿಲ್ಲ. "ಅಮ್ಮಾ, ಇಷ್ಟೆಲ್ಲ ನನಗೇಕೆ ? ಇವನ್ನೆಲ್ಲ ಮೈಮೇಲೆ ಹಾಕಿಕೊಳ್ಳುವ ಅರ್ಹತೆ ಯೇನಾದರೂ ನನಗಿದೆಯೇ ?" ಅವಳಿಗೆ ಅಳುವೇ ಬಂದುಬಿಟ್ಟಿತು.

"ಸುಗಂಧಿ" ಮಾಲಿನಿ ಅವಳ ತಲೆ ನೇವರಿಸಿ ಹೇಳಿದಳು, "ಇವನ್ನು ಧರಿಸಲು ನಿನಗಿಂತ ಅರ್ಹರು ಬೇರೆ ಯಾರಿದ್ದಾರೆ ಸುಗಂಧಿ ?"

"ಅಮ್ಮಾ, ನನಗೆ ಒಡವೆ ವಸ್ತ್ರಗಳು ಬೇಕೆಂದರೆ, ನನ್ನ ತಾಯಿಯ ಮನೆಯಲ್ಲಿ ಅವರಿವರು ಕೊಟ್ಟದ್ದು, ಧನನಂದ ಕೊಟ್ಟದ್ದು, ಶ್ರೀಯಕ ಕೊಡಿಸಿದ್ದು ಬೇಕಾದಷ್ಟಿವೆ. ಅವುಗಳಿಗೆ ಈಗ ಒಂದು ಕಿಲುಬು ನಾಣ್ಯದ ಬೆಲೆಯೂ ಇಲ್ಲ."

"ನೀನು ಒಡವೆ ವಸ್ತ್ರಗಳನ್ನು ಕಂಡವಳಲ್ಲ ಎಂದು ಕರುಣೆಯಿಂದ ಕೊಡುತ್ತಿರುವುದಲ್ಲ ಸುಗಂಧಿ. ಇದು ನೀನು ನಮ್ಮ ಮಗಳೆಂದು ಒಪ್ಪಿಕೊಂಡದ್ದಕ್ಕೆ ಕೊಡಬೇಕಾದ ಕರ್ತವ್ಯ."

"ಅಮ್ಮ, ನನಗೆ ನನ್ನ ಚರಣ ತನ್ನ ದುಡಿಮೆಯಲ್ಲಿ ಏನು ತಂದುಕೊಡುತ್ತಾನೋ, ಅದೇ ನನಗೆ ವಜ್ರ ವೈಢೂರ್ಯ, ಪಟ್ಟೆ ಪೀತಾಂಬರ. ಈ ನಿಮ್ಮ ಮಗಳನ್ನು ನಿಮ್ಮ ಪ್ರೀತಿ ವಾತ್ಸಲ್ಯಗಳ ವಸ್ತ್ರಭೂಷಣಗಳಿಂದ ಅಲಂಕರಿಸಿ, ನಾಲ್ಕು ಜನರಿಂದ ಒಳ್ಳೆಯವಳೆನಿಸಿಕೊಂಡು ನೆಮ್ಮದಿಯಿಂದ ಬಾಳೆಂದು ಆಶೀರ್ವಾದ ನೀಡಿ ಕಳಿಸಿ, ಸಾಕು. ಅದೇ ನನಗೆ ಸಕಲ ಸೌಭಾಗ್ಯ" ಸುಗಂಧಿ ಬಿಕ್ಕಿ ಬಿಕ್ಕಿ ಅಳತೊಡಗಿದಳು. ಭಾವೋದ್ವೇಗದಿಂದ ಎಲ್ಲರ ಕೊರಳೂ ಗದ್ಗದಿತವಾದವು. ಮಾಲಿನಿ ಅವಳನ್ನು ಬಾಚಿ ತಬ್ಬಿಕೊಂಡು ತಾನೂ ಕಣ್ಣೀರು ಸುರಿಸಿದಳು.

"ಚಂದ್ರಗುಪ್ತ-ಉಜ್ವಲರ ವಿವಾಹಕ್ಕಿಂತ, ಚರಣ-ಸುಗಂಧಿಯ ವಿವಾಹವೇ ಮಹತ್ವದ್ದಾಗುವಂತೆ ಕಾಣುತ್ತಿದೆ" ಎಂದಳು ಮಾಧವಿ ಸನ್ನಿವೇಶದ ಗಾಂಭೀರ್ಯವನ್ನು ತಿಳಿಗೊಳಿಸಲು.

ಕಣ್ಣೊರೆಸಿಕೊಂಡು ಉಜ್ವಲ ಹೇಳಿದಳು, "ಸುಗಂಧಿ, ನಿನ್ನ ಮಾತಿಗೆ ನಾವೆಲ್ಲ ಒಪ್ಪುತ್ತೇವೆ. ಆದರೆ ಭಾಗುರಾಯಣರನ್ನು ತಂದೆಯೆಂದು ಭಾವಿಸಿದ ಮೇಲೆ ಅವರ ಗೌರವ ಕಾಪಾಡುವುದು, ನಿನ್ನ ಧರ್ಮ. ನಿನಗೆ ಇಷ್ಟವಿಲ್ಲದಿದ್ದರೆ ಆಮೇಲೆ ಎಲ್ಲವನ್ನೂ ತೆಗೆದಿಟ್ಟುಬಿಡು. ವಿವಾಹದ ಸಂದರ್ಭಕ್ಕೆಂದಾದರೂ ಇವುಗಳನ್ನು ಧರಿಸಿಕೊ. ನಮ್ಮಿಬ್ಬರ ವಿವಾಹ ಒಟ್ಟಿಗೆ ನಡೆಯುವುದೆಂಬುದು ನಿನ್ನ ನೆನಪಿನಲ್ಲಿರಲಿ. ನಮ್ಮ ಪಕ್ಕ ನೀನು ಕುಳಿತಿರುವಾಗ ನೋಡಿದ ಜನ, ಚಂದ್ರಗುಪ್ತನ ಬಗ್ಗೆ ಏನೆಂದು ಭಾವಿಸುತ್ತಾರೆಂದು ಯೋಚನೆ ಮಾಡು."

ಸುಗಂಧಿ ಕಣ್ಣೊರೆಸಿಕೊಂಡು, ನಗು ತಂದುಕೊಂಡಳು. "ಆಗಲಿ" ಎಂದಳು. ಎಲ್ಲರ ಮುಖದಲ್ಲಿ ಸಮಾಧಾನ ಮೂಡಿತು.

★ ★ ★

ಚಾಣಕ್ಯ, ಚರಣ ಮತ್ತು ಚಂದ್ರಗುಪ್ತನೊಡನೆ ಶ್ರೀನಿಧಿ ಮತ್ತು ದಾರುವರ್ಮ ಮಾಡಿರುವ ಉತ್ಸವದ ಅಲಂಕಾರಗಳನ್ನು ಪರಿಶೀಲಿಸುತ್ತಾ ಬಂದ. ಅಲಂಕಾರವೇನೋ

ಅದ್ಭುತವಾಗಿತ್ತು. ಅದರಲ್ಲೂ ಅರಮನೆಯ ಮುಂದಿನ ದೊಡ್ಡ ಚೌಕದಲ್ಲಿ ದೊಡ್ಡ ಫಲಕವನ್ನು ಎತ್ತರದಲ್ಲಿ ಎರಡೂ ದೊಡ್ಡ ಮರಗಳಿಗೆ ಹೊಂದಿಸಲಾಗಿತ್ತು. ಮರದಿಂದ ಮಾಡಿದ ಅದು ಅತ್ಯಂತ ಭಾರವಾಗಿರುವುದೆಂದು ಚಾಣಕ್ಯ ಯೋಚಿಸಿದ. ಅದನ್ನು ಎಲ್ಲ ಕಡೆಯಿಂದಲೂ ಪರಿಶೀಲಿಸಿದ. "ಸೊಗಸಾಗಿದೆ ! ಅದ್ಭುತವಾಗಿದೆ !" ಎಂದು ಜೊತೆಯಲ್ಲಿದ್ದ ದಾರುವರ್ಮನಿಗೆ ತನ್ನ ಮೆಚ್ಚಿಗೆಯನ್ನು ಸೂಚಿಸಿದ.

ಮಧ್ಯಾಹ್ನದ ವೇಳೆಗೆ ಮೆರವಣಿಗೆ ಸಾಗುವ ನಗರದ ಮುಖ್ಯ ಬೀದಿಗಳಲ್ಲಿ ನೋಡಿ ಮುಗಿಸಿ ಅರಮನೆಗೆ ಬಂದರು. ದಾರುವರ್ಮ ಮತ್ತು ಶ್ರೀನಿಧಿಗೆ ಹೋಗಲು ಅನುಮತಿ ನೀಡಲಾಯಿತು.

ಈಗ ಉಳಿದವರು ಚಾಣಕ್ಯ, ಚಂದ್ರಗುಪ್ತ ಮತ್ತು ಮಿತ್ರರು ಮಾತ್ರ. ವಿವಾಹ ಸಮಾರಂಭ ನಡೆಯುವ ಓಲಗಶಾಲೆಯಲ್ಲಿ ದಾರುವರ್ಮ ತನ್ನ ಅಲಂಕಾರ ಮಾಡಿದ್ದ. ಎಲ್ಲ ಅದನ್ನು ನೋಡಿದರು. ಚಾವಣಿಗೆ ಸರಪಳಿಯಿಂದ ಬಿಗಿದಿದ್ದ ಚಿತ್ತಾರದ ಕೆಲಸ ಮಾಡಿದ್ದ ಒಂದು ದೊಡ್ಡ ಹಿತ್ತಾಳೆಯ ಪಾತ್ರೆಯನ್ನು ತೂಗುಹಾಕಿ, ಅದರೊಳಗೆ ದೀಪಗಳನ್ನು ಹಚ್ಚಿಡುವಂತೆ ವ್ಯವಸ್ಥೆ ಮಾಡಲಾಗಿತ್ತು. ಅದರ ಸುತ್ತ ಬೇರೆ ಬೇರೆ ಅಲಂಕಾರಗಳಿದ್ದರೂ, ಈ ಚಾವಣಿಯ ಅಲಂಕಾರವನ್ನೇ ಚಾಣಕ್ಯ ಆಳವಾಗಿ ಪರಿಶೀಲಿಸಿದ. ಅದರ ಕೆಳಗೇ ವೈಭವಯುಕ್ತವಾದ ವಿವಾಹದ ವೇದಿಕೆಯನ್ನು ನಿರ್ಮಿಸಲಾಗಿತ್ತು. ಚಾವಣಿಯ ಅಲಂಕಾರದ ಸರಪಳಿಯನ್ನು ಎಲ್ಲಿಗೆ ಕಟ್ಟಿರಬಹುದೆಂದು ಚಾಣಕ್ಯ ಯೋಚಿಸುತ್ತಿದ್ದ.

ಅಲ್ಲಿಂದ ಅವರು ಅಂತಃಪುರಕ್ಕೆ ಬಂದರು. ಅದಂತೂ ಇಂದ್ರನ ಅಮರಾವತಿಯಂತೆ ವೈಭವೋಪೇತವಾಗಿತ್ತು. "ಚರಣ, ಕೂಡಲೇ ಒಂದು ಗಾಡಿಯಷ್ಟು ಹಸಿಸೊಪ್ಪು, ಒಂದಷ್ಟು ಸೌದೆ ಮತ್ತು ಒಂದು ಗಡಿಗೆ ಎಣ್ಣೆಯನ್ನು ತರಿಸು" ಎಂದ ಚಾಣಕ್ಯ.

ಏಕೆಂದು ಅರ್ಥವಾಗದೆ ಎಲ್ಲ ಮಿಕಿ ಮಿಕಿ ನೋಡುತ್ತಿದ್ದರು. "ಆಚಾರ್ಯ..." ಎಂದ ಚರಣ.

"ಹೇಳಿದಷ್ಟು ಮಾಡು. ಬೇಗ ತರಿಸು. ತಂದಮೇಲೆ ಕೂಡಲೇ ಬಾಗಿಲು ಭದ್ರಪಡಿಸು. ನಮ್ಮನ್ನು ಬಿಟ್ಟು ಬೇರೆಯವರು ಇಲ್ಲಿರುವುದು ಬೇಡ" ಚಾಣಕ್ಯ ಕಠಿಣವಾಗಿ ಹೇಳಿದ.

ಎಲ್ಲ ಭಯದಿಂದ ಸುಮ್ಮನೆ ನಿಂತರು. ಚರಣ ಹೊರಗೆ ಹೋದ.

ಸ್ವಲ್ಪ ಹೊತ್ತಿನ ನಂತರ ಎಲ್ಲವನ್ನೂ ಸೇವಕರಿಂದ ಹೊರಿಸಿಕೊಂಡು ಚರಣ ಬಂದ. ಸೇವಕರನ್ನು ಹೊರಗೆ ಕಳಿಸಿ ಬಾಗಿಲನ್ನು ಭದ್ರಪಡಿಸಿದ. "ಇಷ್ಟು ಸುಂದರವಾಗಿ ಅಲಂಕರಿಸಿರುವ ಅಂತಃಪುರವನ್ನು ಸುಟ್ಟುಬಿಡುವ ಆಲೋಚನೆಯೇ ? ಆಚಾರ್ಯರಿಗೆ ಬುದ್ಧಿ ಭ್ರಮಣೆಯಾಗಿದೆಯೇ ?" ಇತ್ಯಾದಿ ಎಲ್ಲ ಯೋಚಿಸುತ್ತಿದ್ದರು.

ಚಾಣಕ್ಯ ಅಂತಃಪುರದ ಒಂದು ಗೋಡೆಯನ್ನೇ ದಿಟ್ಟಿಸುತ್ತಿದ್ದ. ನಂತರ ಹತ್ತಿರ ಹೋದ. ಕೆತ್ತನೆಯ ಕೆಲಸ ಮಾಡಿದ್ದ ಸುಂದರವಾದ ಮರದ ಪಟ್ಟಿಕೆಗಳು ಆ ಗೋಡೆಯನ್ನು ಅಲಂಕರಿಸಿದ್ದವು.

"ಆ ಮರದ ಪಟ್ಟಿಕೆಗಳನ್ನು ಕಿತ್ತು ತೆಗೆಯಿರಿ" ಎಂದ ಚಾಣಕ್ಯ ಗಂಭೀರವಾಗಿ.

ಮರುಮಾತಾಡದೆ, ಅಲ್ಲೇ ಗೋಡೆಗೆ ತೂಗುಹಾಕಿದ್ದ ಖಡ್ಗ ಕಠಾರಿಗಳನ್ನು ತೆಗೆದುಕೊಂಡು ಆ ಪಟ್ಟಿಕೆಗಳನ್ನು ಎಬ್ಬಿ ತೆಗೆಯತೊಡಗಿದರು. ಇಂಥ ಒಳ್ಳೆಯ ಅಲಂಕಾರವನ್ನು ಚಾಣಕ್ಯ ಏಕೆ ಹಾಳು ಮಾಡುತ್ತಿದ್ದಾನೆಂದು ಎಲ್ಲ ಗೊಂದಲದಲ್ಲಿದ್ದರು.

ಎಲ್ಲ ತೆಗೆದ ನಂತರ ಆ ಸ್ಥಳದಲ್ಲಿ ಚಿಕ್ಕ ಬಾಗಿಲಿನಂಥ ಒಂದು ರೇಖೆ ಕಂಡಿತು. ಅದನ್ನು ಬಿಡಿಸುವಂತೆ ಚಾಣಕ್ಯ ಆದೇಶಿಸಿದ. ಆ ರೇಖೆಯುದ್ದಕ್ಕೂ ಕೆತ್ತಿ ಮಣ್ಣನ್ನು ಹೊರಗೆ ತೆಗೆದಾಗ, ನಿಜವಾಗಲೂ ಅಲ್ಲೊಂದು ಕಬ್ಬಿಣದ ಬಾಗಿಲಿತ್ತು. ಎಲ್ಲ ಅಚ್ಚರಿಗೊಂಡರು. ನಾಲ್ಕು ಜನ ಕಷ್ಟಪಟ್ಟು ಆ ಬಾಗಿಲನ್ನು ಒಳಗಡೆಗೆ ನೂಕಿದಾಗ ಗಬ್ಬೆಂದು ಕೆಟ್ಟ ವಾಸನೆ ನುಗ್ಗಿ ಬಂತು. ತಕ್ಷಣ ಉಸಿರು ಕಟ್ಟಿದಂತಾಗಿ ಎಲ್ಲ ನಾಲ್ಕು ಹೆಜ್ಜೆ ಹಿಂದೆ ಸರಿದರು. ''ಗುಪ್ತಮಾರ್ಗ!'' ಎಂದು ದಿಗ್ಭ್ರಾಂತಿಯಿಂದ ಕೂಗಿಕೊಂಡರು. ಭಾಸ್ಕರ ಹತ್ತಿರ ಹೋಗಿ ಒಳಗೆ ಎರಡು ಹೆಜ್ಜೆಯಿಟ್ಟಾಗ ಮೆಟ್ಟಿಲುಗಳು ಕಾಲಿಗೆ ಸಿಕ್ಕಿದವು. ಐದಾರು ಮೆಟ್ಟಿಲು ಇಳಿದ ನಂತರ ಮಟ್ಟಸವಾದ ಓಣಿ ಇರುವಂತೆ ಕಂಡಿತು. ಅಷ್ಟು ಹೊತ್ತಿಗೆ ಉಸಿರು ಕಟ್ಟಿದಂತಾಯಿತು. ಆ ಕತ್ತಲೆಯಲ್ಲೇ ದೃಷ್ಟಿ ಹರಿಸಿದಾಗ ಸಾಕಷ್ಟು ದೂರದಲ್ಲಿ ಅಸ್ಪಷ್ಟವಾದ ಬೆಳಕು ಕಂಡಂತಾಯಿತು. ಅವನು ಹೊರಗೆ ಬಂದು ಅದನ್ನು ಹೇಳಿದ.

ಚಾಣಕ್ಯ ಹಸಿಸೊಪ್ಪಿನ ಸೌದೆಯನ್ನು ಸುರಂಗದ ಬಾಯಿಗೆ ತುಂಬಿ ಎಣ್ಣೆ ಸುರಿದು ಬೆಂಕಿ ಹಚ್ಚಿ, ಅದು ಚೆನ್ನಾಗಿ ಉರಿಯ ತೊಡಗಿದ ಮೇಲೆ ಬಾಗಿಲನ್ನು ಮುಚ್ಚುವಂತೆ ಹೇಳಿದ. ಎಲ್ಲ ಸೇರಿ ಹಾಗೇ ಮಾಡಿದರು. ದಟ್ಟ ಹೊಗೆ ತುಂಬಿಕೊಂಡಿತು. ತಕ್ಷಣ ಆ ಕಬ್ಬಿಣದ ಬಾಗಿಲನ್ನು ಮುಚ್ಚಿಬಿಟ್ಟರು.

ಚಾಣಕ್ಯ ಒಂದು ನಿರಾಳವಾದ ಉಸಿರುಬಿಟ್ಟು ಹೇಳಿದ. ''ಚಂದ್ರಗುಪ್ತ, ನಿನ್ನನ್ನು ಕೊಲ್ಲಲು ಹೊಂಚುಹಾಕಿದ ಮೊದಲ ಮೃತ್ಯು ತಪ್ಪಿತು. ರಾಕ್ಷಸನ ಮೊದಲ ಉಪಾಯ ವಿಫಲವಾಯಿತು.''

''ಇದು ರಾಕ್ಷಸನ ಉಪಾಯವೇ!'' ಚರಣ ಆಶ್ಚರ್ಯದಿಂದ ಕೇಳಿದ.

''ಹೌದು, ನಾಳೆ ರಾತ್ರಿ ಕೊಲೆಗಡುಕರು ಈ ಸುರಂಗದ ಮೂಲಕ ಬಂದು ಚಂದ್ರಗುಪ್ತನನ್ನು ಕೊಲ್ಲುತ್ತಿದ್ದರು. ಬೇಕಾದರೆ ಈ ದಿನ ರಾತ್ರಿ, ಅರಮನೆಯ ಸುತ್ತ ಸ್ವಲ್ಪ ದೂರ ಶೋಧಿಸಿ ನೋಡಿ, ಆ ಕೊಲೆಗಡುಕರ ಹೆಣಗಳು ಕಾಣುತ್ತವೆ. ಜೊತೆಗೆ ಈ ಸುರಂಗದ ಅತ್ತ ಕಡೆಯ ಬಾಗಿಲೂ ಸಿಗುತ್ತದೆ.''

''ಈ ಅರಮನೆಯಲ್ಲಿ ಒಂದು ಗುಪ್ತ ಮಾರ್ಗವೂ ಇದೆಯೆಂದು ಕಲ್ಪನೆಯನ್ನೂ ಮಾಡಿರಲಿಲ್ಲ'' ಎಂದ ಸಿಂಹಸೇನ.

''ತಲೆಮರೆಸಿಕೊಂಡು ಓಡಿಹೋಗುವ ಪ್ರಸಂಗ ಬರುವಂಥ ನೀಚಕಾರ್ಯಗಳನ್ನು ಮಾಡುವವರಿಗೆ ಇದರ ಅಗತ್ಯವಿದೆ. ನೀತಿ ಧರ್ಮಗಳನ್ನು ಬಿಡದೆ, ನ್ಯಾಯಯುತವಾಗಿ ಆಡಳಿತ ನಡೆಸುವ ಚಂದ್ರಗುಪ್ತ ಮೌರ್ಯನಿಗೆ ಇದರ ಅಗತ್ಯವಿಲ್ಲ'' ಎಂದ ಚಾಣಕ್ಯ,

''ಹೌದು ಆಚಾರ್ಯ, ಅದರ ಅಗತ್ಯವಿಲ್ಲ'' ಚಂದ್ರಗುಪ್ತ ಹೇಳಿದ, ''ಪಟ್ಟಾಭಿಷೇಕದ ಗಡಿಬಿಡಿ ಮುಗಿದ ನಂತರ ಈ ಗುಪ್ತ ಮಾರ್ಗದ ಸುಳಿವೂ ಇಲ್ಲದಂತೆ ಮುಚ್ಚಿಸಿಬಿಡುತ್ತೇನೆ.''

''ಹಾಗಾದರೆ ಈಗ ಅಂತಃಪುರದ ಬದಲು ಬೇರೆ ಕಡೆ ವ್ಯವಸ್ಥೆ ಮಾಡಬೇಕೆಂದಾಯಿತು'' ಎಂದ ಬ್ರಹ್ಮದತ್ತ.

''ಇಂಥ ವೈಭವದ ವ್ಯವಸ್ಥೆಗಳ ಅಗತ್ಯವಿಲ್ಲ ಬ್ರಹ್ಮದತ್ತ'' ಎಂದ ಚಂದ್ರಗುಪ್ತ, ''ಚರಣ ಯಾವುದಾದರೂ ಸುರಕ್ಷಿತ ಕೋಣೆಯನ್ನು ಕನಿಷ್ಠ ವ್ಯವಸ್ಥೆಗಳೊಂದಿಗೆ ಸಜ್ಜುಗೊಳಿಸಿದರೆ ಸಾಕು.''

''ಆಗಲಿ'' ಎಂದ ಚರಣ.

"ಹೆಸರು ಹಿಡಿದು ಕರೆಯುವುದನ್ನೆಲ್ಲ ಇಂದು ನಾಳೆಗೆ ಮುಗಿಸಿಕೊಂಡುಬಿಡಿ" ಚಾಣಕ್ಯ ನಗುತ್ತಾ ಹೇಳಿದ, "ಪಟ್ಟಾಭಿಷೇಕವಾದ ನಂತರ ಕಡೇ ಪಕ್ಷ ಹೊರಗಿನವರ ಎದುರಿಗಾದರೂ ಪ್ರಭು ಅಂತಲೋ, ಮಹಾರಾಜ ಅಂತಲೋ ಕರೆಯಬೇಕಾಗುತ್ತದೆ. ಅವನೂ ಕೂಡ ಅಮಾತ್ಯರೇ, ಸೇನಾಧ್ಯಕ್ಷರೇ ಎಂದು ಸಂಬೋಧಿಸಬೇಕಾಗುತ್ತದೆ."

"ಹೌದಪ್ಪ, ಹೆಸರು ಹಿಡಿದು ಕರೆದು ಮಹಾರಾಜರೇನಾದರೂ ಶಿಕ್ಷೆ ವಿಧಿಸಿದರೆ ಕಷ್ಟ" ಎಂದು ನಂದಿಕೇಶ ನಕ್ಕ. ಎಲ್ಲ ಅವನ ನಗುವಿನಲ್ಲಿ ಸೇರಿಕೊಂಡರು.

"ಚರಣ, ಇನ್ನೊಂದು ವಿಷಯ" ಎಂದ ಚಾಣಕ್ಯ.

"ಏನು ಆಚಾರ್ಯ ?"

"ವಿವಾಹದ ವೇದಿಕೆಯನ್ನು ಇನ್ನೊಂದು ಕಡೆಗೆ ಸ್ಥಳಾಂತರಿಸಬೇಕಾಗುತ್ತದೆ."

"ಏಕೆ ಆಚಾರ್ಯ ?"

"ಈಗ ಸಿದ್ಧಪಡಿಸಿರುವ ಓಲಗಶಾಲೆಯಲ್ಲಿ ನನಗೆ ಸಂದೇಹವಿದೆ, ಅಪಾಯವಾಗ ಬಹುದೆನ್ನಿಸುತ್ತಿದೆ."

"ಈಗಲೇ ಹೋಗಿ ವಿವರವಾಗಿ ಪರಿಶೀಲಿಸಿ ಅದನ್ನು ಕಂಡುಹಿಡಿದರೆ ?"

"ಬೇಡ ನಾಳೆ ಬೆಳಿಗ್ಗೆ ಶ್ರೀನಿಧಿ ಮತ್ತು ದಾರುವರ್ಮನ ಎದುರಿಗೇ ನಾನು ಆ ಕೆಲಸ ಮಾಡುತ್ತೇನೆ. ವ್ಯವಸ್ಥೆ ಬೇರೆ ಕಡೆ ಆಗಲಿ, ಅತಿಥಿಗಳೆಲ್ಲ ಅಲ್ಲೇ ಸೇರಲಿ, ಈ ಗದ್ದಲ ಅವರ್‍ಯಾರ ಗಮನಕ್ಕೂ ಬರುವುದು ಬೇಡ."

"ಅದನ್ನು ನಾವು ನೋಡಿಕೊಳ್ಳುತ್ತೇವೆ, ನೀವಿಬ್ಬರೂ ಮದುಮಕ್ಕಳಾಗಿ ಸಂಭ್ರಮದಲ್ಲಿ ಇರುತ್ತೀರಲ್ಲವೆ ?" ಎಂದ ಭಾಸ್ಕರ ನಗುತ್ತ.

"ಭಾಸ್ಕರನಿಗೆ ತಾನೂ ವಿವಾಹವಾಗಿದ್ದರೆ ಚೆನ್ನಾಗಿತ್ತೆಂದು ಅನಿಸುತ್ತಿರುವಂತಿದೆ ?" ಎಂದ ಚಾಣಕ್ಯ ನಗುತ್ತಾ.

"ಹೌದು ಆಚಾರ್ಯ. ಈಗ ಆಗಿದ್ದರೆ ಅರಮನೆಯಲ್ಲಿ, ಅದೂ ಚಕ್ರವರ್ತಿಗಳ ವಿವಾಹದ ಜೊತೆಯಲ್ಲಿ ಇಷ್ಟೊಂದು ವೈಭವದ ಸಿದ್ಧತೆಗಳೊಡನೆ ವಿವಾಹ ಮಾಡಿಕೊಳ್ಳುವ ಪುಣ್ಯ ಲಭಿಸುತ್ತಿತ್ತು" ಎಂದ ನಂದಿಕೇಶ.

"ನಿರಾಸೆ ಪಡಬೇಡಿ" ಚಂದ್ರಗುಪ್ತ ಹೇಳಿದ, "ಇಷ್ಟೇ ವೈಭವದ ಸಿದ್ಧತೆಗಳೊಡನೆ ಅರಮನೆಯಲ್ಲೇ ನಿಮ್ಮ ವಿವಾಹವನ್ನೂ ಮಾಡಿಸುತ್ತೇನೆ."

"ಆಚಾರ್ಯರ ಸನ್ನಿಧಿಯಿಲ್ಲದೆ ನಾವು ವಿವಾಹವಾಗುವುದೆ !" ಎಂದು ಭಾಸ್ಕರ ಹೇಳಿದ.

ಅದಕ್ಕೆ ಚಾಣಕ್ಯ, "ನಾನು ಎಲ್ಲಿದ್ದರೂ ನಿಮ್ಮ ವಿವಾಹಕ್ಕೆ ಬಾರದಿರುತ್ತೇನೆಯೇ ?"

ಹಾಗೆ ಮಾತಾಡುತ್ತಲೇ ಎಲ್ಲ ಹೊರಗೆ ಬಂದರು. ಚಾಣಕ್ಯ ಬೇರೆ ಏನಾದರೂ ಸಂಚಿನ ವಾಸನೆ ಸಿಗಬಹುದೆಂದು ಪಾಕಶಾಲೆ, ಅತಿಥಿಶಾಲೆ, ಆಯುಧಾಗಾರ ಎಲ್ಲವನ್ನೂ ಸೂಕ್ಷ್ಮವಾಗಿ ಪರಿಶೀಲಿಸಿದ. ಅವನಿಗೆ ಸಮಾಧಾನವಾಯಿತು. ಈಗ ಅರಮನೆ ವಾಸಕ್ಕೆ ನಿಷ್ಕಳಂಕವಾಗಿತ್ತು.

ಮರುದಿನದ ಸಿದ್ಧತೆಗಳಿಗಾಗಿ ಚಂದ್ರಗುಪ್ತ ಮತ್ತು ಚರಣ ತಮ್ಮ ಮನೆಗಳಿಗೆ ಹೋದರು. ಚಾಣಕ್ಯ ಸಿಂಹಸೇನ ಮತ್ತು ಮಿತ್ರರ ಜೊತೆ ಸೇರಿ ವಿವಾಹದ ದಿನದ ವ್ಯವಸ್ಥೆಗಳನ್ನು ಆಮೂಲಾಗ್ರವಾಗಿ ಪರಿಶೀಲಿಸಿದರು. ಪುರೋಹಿತರನ್ನು ಕರೆಸಿ ಅವರ ಅಗತ್ಯಗಳನ್ನು ಕೇಳಿ ಅದರ ಹೊಣೆಯನ್ನು ಒಬ್ಬ ವಹಿಸಿಕೊಂಡ. ಅತಿಥಿಗಳ ವಸತಿ ಇನ್ನೊಬ್ಬನಿಗೆ, ಊಟೋಪಚಾರದ ಹೊಣೆ ಮತ್ತೊಬ್ಬರದಾಯಿತು. ಉಡುಪು, ಅಲಂಕಾರ ಇತ್ಯಾದಿಗಳನ್ನು ಸುಜಾತ ಮತ್ತು ಹೆಂಗಸರು

ವಹಿಸಿಕೊಂಡರು. ಗಣ್ಯರ ಸ್ವಾಗತದ ಹೊಣೆಯನ್ನು ಭಾಗುರಾಯಣ ಮುಂತಾದ ಸೇನಾಧ್ಯಕ್ಷರು ವಹಿಸಿಕೊಂಡರು. ಪ್ರಭಾಕರ ಒಳಗಡೆಯ ರಕ್ಷಣೆಯನ್ನೂ, ಮಾತಂಗ ಹೊರಗಡೆಯ ರಕ್ಷಣೆಯ ಹೊಣೆ ವಹಿಸಿಕೊಂಡರು. ಸುಮಿತ್ರ ಮತ್ತು ವಸುಂಧರ ಕೂಡ ಇಂಥದೇ ಕೆಲಸವೆನ್ನದೇ ಚಿಕ್ಕ ದೊಡ್ಡ ಎಲ್ಲ ಕೆಲಸಗಳನ್ನು ಮಾಡಲು ಮುಂದಾದರು. ಪಶುಲೋಮ, ಸಮಿದ್ಧಾರ್ಥಕ, ನಿಪುಣಕ ಬಹಿರಂಗವಾಗಿ ಯಾವ ಕೆಲಸದಲ್ಲೂ ಭಾಗವಹಿಸದೆ, ತಮ್ಮ ಗೂಢಚರ್ಯದ ಕಣ್ಣುಗಳನ್ನು ಎಲ್ಲ ಕಡೆ ಹರಿಸಿದ್ದರು.

ಮರುದಿನದ ಸೂರ್ಯೋದಯ ಚಂದ್ರಗುಪ್ತ-ಉಜ್ವಲ, ಚರಣ-ಸುಗಂಧಿಯ ಬಾಳಿನ ಶುಭೋದಯವಾಗಲಿತ್ತು. ಅಷ್ಟು ಹೊತ್ತಿಗೇ ಅರಮನೆ, ಅದರ ಮುಂದಿನ ಬಯಲು, ಅತಿಥಿ ಅಭ್ಯಾಗತರಿಂದ ಕಿಕ್ಕಿರಿದುಬಿಟ್ಟಿತ್ತು. ಎಲ್ಲ ಕಡೆ ಸಡಗರ ಸಂಭ್ರಮ, ಉಲ್ಲಾಸಗಳ ಸ್ತ್ರೀಪುರುಷರ ಮುಖಗಳು. ನಗರದ ಬೀದಿ ಬೀದಿಗಳಲ್ಲೂ ಅಲಂಕಾರ, ಮನೆಮನೆಯ ಬಾಗಿಲಿಗೆ ತೋರಣ, ಮನೆಯ ಹಬ್ಬದಂತೆ ಹೊಸಬಟ್ಟೆಯುಟ್ಟ ಜನಗಳ ಮುಖದಲ್ಲಿ ತುಳುಕುವ ಉಲ್ಲಾಸ, ಆನಂದ !

ಶ್ರೀನಿಧಿ ಮತ್ತು ದಾರುವರ್ಮ ಸೊಗಸಾಗಿ ಅಲಂಕರಿಸಿಕೊಂಡು ಜೊತೆಯಲ್ಲೇ ಅರಮನೆಗೆ ಬಂದರು. ಸಡಗರದಿಂದ ಓಲಗಶಾಲೆಗೆ ಬಂದಾಗ ಅಲ್ಲಿ ಒಳಗೆ ಯಾರೂ ಇರಲಿಲ್ಲ, ಯಾರನ್ನೂ ಬಿಡಬಾರದೆಂದು ಅಪ್ಪಣೆ ಹೊತ್ತು ಕಾವಲುಗಾರರು ಬಾಗಿಲಲ್ಲೇ ಕಾಯುತ್ತಿದ್ದರು. ಇಬ್ಬರೂ ಮುಖ ಮುಖ ನೋಡಿಕೊಂಡರು. ನಿರಾಸೆಯಿಂದ ಅವರು ಮಂಕಾದರು. ಸ್ವಲ್ಪ ಭೀತಿಯ ಛಾಯೆಯೂ ಕಾಣಿಸಿಕೊಂಡಿತು. ಒಳಗಿನ ಅಲಂಕಾರಗಳು ಅನಾಥವಾಗಿ ಕಾಣುತ್ತಿದ್ದವು.

ಅಲ್ಲಿಂದ ವಿವಾಹ ಸಮಾರಂಭ ನಡೆಯುತ್ತಿದ್ದ ವಿಶಾಲವಾದ ಸಂದರ್ಶನ ಶಾಲೆಯತ್ತ ಬಂದರು. ಆಗಲೇ ವಿಧಿಗಳು ಆರಂಭವಾಗಿದ್ದವು. ಪುರೋಹಿತರ ಮಂತ್ರ ಪಠಣ ಕೇಳುತ್ತಿತ್ತು. ಜನ ಕಿಕ್ಕಿರಿದಿದ್ದರು. ಪೌರವ, ಮಲಯಕೇತು ವೇದಿಕೆಯ ಪಕ್ಕದಲ್ಲೇ ವಿಶೇಷ ಪೀಠದ ಮೇಲೆ ಕುಳಿತಿದ್ದರು. ಮಾಧವಿ, ಸುಜಾತ, ಪ್ರಭಾವತಿ, ಕೇತಕಿ ಮತ್ತಿತರ ಸ್ತ್ರೀಯರು ಒಂದು ಪಕ್ಕದಲ್ಲಿ ಕುಳಿತಿದ್ದರು. ವಿಶಾಖ, ಲಕ್ಷ್ಮಿ, ಮಂಗಳೆ, ಶಿವಾಲಿ, ಮಾಲಿನಿ, ಚರಣನ ತಾಯಿ ವೇದಿಕೆಯ ಮೇಲೆ ಪ್ರತ್ಯೇಕವಾಗಿ ಕುಳಿತಿದ್ದರು. ಜನಸಂದಣಿಯ ಹೊರ ಅಂಚಿನಲ್ಲೇ ಚಾಣಕ್ಯ ಮತ್ತು ಚಂದ್ರಗುಪ್ತನ ಮಿತ್ರರು ಮಾತಾಡುತ್ತಾ ನಿಂತಿದ್ದರು. ಇವರನ್ನು ಕಂಡಕೂಡಲೇ ನಗುಮುಖ ಮಾಡಿಕೊಂಡು ಚಾಣಕ್ಯ ಹತ್ತಿರ ಬಂದ. "ಬನ್ನಿ ಬನ್ನಿ ನಿಮಗಾಗಿಯೇ ಕಾಯುತ್ತಿದ್ದೆ" ಎಂದ.

"ಆಚಾರ್ಯ, ಓಲಗ ಶಾಲೆಯನ್ನು ಬಿಟ್ಟು ಇಲ್ಲಿ..." ಎಂದು ಶ್ರೀನಿಧಿ ಅರ್ಧಕ್ಕೇ ನಿಲ್ಲಿಸಿದ.

"ಅಷ್ಟೊಂದು ಅಲಂಕಾರವೆಲ್ಲ ವ್ಯರ್ಥವಾಯಿತು" ಎಂದ ದಾರುವರ್ಮ.

"ಓಲಗಶಾಲೆ ಏಕೋ ನನಗೆ ಸುರಕ್ಷಿತವಲ್ಲ ಎನ್ನಿಸಿತು, ಅದಕ್ಕೇ ಇಲ್ಲಿಗೆ ಬದಲಾಯಿಸಿದೆ."

"ಇಂಥ ಸಂದೇಹ ಬರಲು ಕಾರಣ ?" ಎಂದ ಶ್ರೀನಿಧಿ.

"ಬನ್ನಿ ನನ್ನ ಜೊತೆ" ಎಂದು ಚಾಣಕ್ಯ ಮುಂದೆ ನಡೆದ. ಉಳಿದವರು ಅವರನ್ನು ಹಿಂಬಾಲಿಸಿದರು.

ಎಲ್ಲರೂ ಓಲಗ ಶಾಲೆಗೆ ಬಂದರು. ಸುತ್ತಮುತ್ತ, ಮೇಲೆ ನೋಡಿ ಚಾಣಕ್ಯ ಮೆಚ್ಚಿಗೆಯಿಂದ ನುಡಿದ, "ಎಂಥ ಅದ್ಭುತ ಅಲಂಕಾರ ! ದಾರುವರ್ಮ, ನಿಜವಾಗಲೂ

ನೀನು ಒಬ್ಬ ಉತ್ತಮ ಕಲಾವಿದ! ಆದರೆ ಅಲಂಕಾರಕ್ಕೆ ಗಮನ ಕೊಟ್ಟಷ್ಟೇ ಸುರಕ್ಷತೆಗೂ ಕೊಡಬೇಕು.''

''ಏಕೆ ಆಚಾರ್ಯ. ನನ್ನಿಂದೇನಾದರೂ ಅಚಾತುರ್ಯವಾಯಿತೆ ?'' ದಾರುವರ್ಮ ಸ್ವಲ್ಪ ಅಳುಕಿನಿಂದಲೇ ಕೇಳಿದ.

''ಸುರಕ್ಷಿತವಲ್ಲದ ಕೆಲಸವನ್ನು ಅವನೇನು ಮಾಡಿದ್ದಾನೆಂದು ನನಗೆ ಅರ್ಥವಾಗಲಿಲ್ಲ'' ಎಂದ ಶ್ರೀನಿಧಿ.

ಚಾಣಕ್ಯ ಮಾತಾಡದೆ ಒಂದು ಕಂಬದತ್ತ ಬಂದ. ಜರಿಕೆಲಸದ ರೇಷ್ಮೆಯ ತೆರೆಯನ್ನು ಆ ಕಂಬಕ್ಕೆ ಎಳೆದು ಕಟ್ಟಲಾಗಿತ್ತು. ಅಂಥದೇ ತೆರೆಯನ್ನು ಇನ್ನೊಂದು ಬದಿಯ ಕಂಬಕ್ಕೂ ಕಟ್ಟಲಾಗಿತ್ತು. ಚಾಣಕ್ಯ ಆ ಹಗ್ಗವನ್ನು ಮುಟ್ಟಿದ ತಕ್ಷಣ ಛಾವಣಿಯಲ್ಲಿ ತೂಗುತ್ತಿದ್ದ ದಾರುವರ್ಮನ ಅಲಂಕಾರದ ಹಿತ್ತಾಳೆಯ ದೊಡ್ಡ ಪಾತ್ರೆ ಭಾರೀ ಸದ್ದು ಮಾಡುತ್ತ ವೇದಿಕೆಯ ಮಧ್ಯಭಾಗಕ್ಕೆ ಸರಿಯಾಗಿ ಬಿತ್ತು. ಕಂಬದಿಂದ ಹೊರಗೆ ಬಿಚ್ಚಿಕೊಂಡ ಕಬ್ಬಿಣದ ಸರಪಳಿ ಖಣ ಖಣ ಸದ್ದು ಮಾಡಿ ನಡುವೆ ನೇತಾಡತೊಡಗಿತು.

ಚಂದ್ರಗುಪ್ತನ ಮಿತ್ರರ ಮುಖದಲ್ಲಿ ದಿಗ್ಭ್ರಾಂತಿ, ಶ್ರೀನಿಧಿ ಮತ್ತು ದಾರುವರ್ಮರ ಮುಖದಲ್ಲಿ ಭೀತಿ ಕಾಣಿಸಿಕೊಂಡಿತು. ಚಾಣಕ್ಯ ಕಠಿಣವಾಗಿ ಅವರತ್ತ ನೋಡಿದ. ಅವರ ಹೃದಯವನ್ನು ಕಿತ್ತು ಈಚೆಗೆ ತೆಗೆಯುವಂತಿತ್ತು ಅವನ ನೋಟ. ಮುಖದ ಮೇಲೆ, ಕೊರಳ ಸುತ್ತ ಬೆವರು ಉಕ್ಕತೊಡಗಿತು. ಕಾಲುಗಳು ನಡುಗತೊಡಗಿದವು. ಭಯದಿಂದ ಅವರಿಬ್ಬರೂ ಎರಡುಮೂರು ಸಲ ಉಗುಳು ನುಂಗಿದರು.

ತಕ್ಷಣ ಚಾಣಕ್ಯ ಮುಖ ಸಡಿಲ ಮಾಡಿಕೊಂಡ. ''ದಾರುವರ್ಮ ನಿನ್ನ ಅಲಂಕಾರದ ಈ ಹಿತ್ತಾಳೆಯ ಪದಾರ್ಥವನ್ನು ಸರಪಳಿಯಿಂದ ಇಲ್ಲಿ ಕಟ್ಟಿದ್ದೆ. ಅದೂ ಭದ್ರವಾಗಿ ಅಲ್ಲ. ಈ ತೆರೆಯನ್ನು ಕಟ್ಟಿದ ಹಗ್ಗ ಮುಟ್ಟಿದ ಕೂಡಲೇ, ಸ್ವಲ್ಪ ಸಿಕ್ಕಿಕೊಂಡಿದ್ದ ಅದು ಸರಕ್ಕನೆ ಕಳಚಿಕೊಂಡಿತು. ಆ ಪಕ್ಕದಲ್ಲೂ ಇದೇ ರೀತಿ ಕಟ್ಟಿತ್ತು. ತೆರೆಗೇ ಕಟ್ಟಿದ ಕಂಬವನ್ನು ಬಿಟ್ಟು ಬೇರೆ ಕಂಬಕ್ಕೆ, ಇನ್ನೂ ದೊಡ್ಡ ಸರಪಳಿಯಿಂದ ಭದ್ರವಾಗಿ ಕಟ್ಟಿದ್ದರೆ ಹೀಗಾಗುತ್ತಿತ್ತೆ ? ಅದಕ್ಕೇ ನೀನು ಸುರಕ್ಷಿತತೆಯ ಕಡೆಗೆ ಸರಿಯಾಗಿ ಗಮನ ಕೊಡಲಿಲ್ಲವೆಂದು ಹೇಳಿದ್ದು.''

ಸಿಂಹಸೇನ, ಬ್ರಹ್ಮದತ್ತ, ಭಾಸ್ಕರ, ನಂದಿಕೇಶ ಕೋಪದಿಂದ ಕುದಿಯುತ್ತಿದ್ದರು. ಅದನ್ನು ವ್ಯಕ್ತಪಡಿಸದಂತೆ ಚಾಣಕ್ಯ ಸನ್ನೆಯ ಮೂಲಕವೇ ಸೂಚಿಸಿದ್ದರಿಂದ ಸುಮ್ಮನಾದರು.

ಚಾಣಕ್ಯ ನಗುತ್ತಲೇ ಹೇಳಿದ, ''ಬೇರೆಯವರಾಗಿದ್ದರೆ ಇದು ನೀವು ಚಂದ್ರಗುಪ್ತನನ್ನು ಕೊಲ್ಲಲು ಮಾಡಿದ ಸಂಚೆಂದೇ ಭಾವಿಸುತ್ತಿದ್ದರು.''

ತಕ್ಷಣ ದಾರುವರ್ಮ ಚಾಣಕ್ಯನ ಕಾಲುಹಿಡಿದು ಗೋಗರೆದ. ''ಕ್ಷಮಿಸಿ ಆಚಾರ್ಯ. ನಿಜವಾಗಲೂ ಅಚಾತುರ್ಯವಾಯಿತು. ತಮ್ಮ ಸೂಕ್ಷ್ಮದೃಷ್ಟಿಯಿಂದ ಆಗುವ ಅನಾಹುತ ತಪ್ಪಿತು.''

''ಏಳು, ನೀನು ಉದ್ದೇಶಪೂರ್ವಕವಾಗಿ ಮಾಡಿದೆಯೆಂದು ನಾನು ಹೇಳಲಿಲ್ಲ'' ಎಂದು ಚಾಣಕ್ಯ ಅವನನ್ನು ಮೇಲೆತ್ತಿದ.

''ನನ್ನನ್ನು ಕ್ಷಮಿಸಿ. ನಾನೂ ಸರಿಯಾಗಿ ಗಮನಿಸಲಿಲ್ಲ'' ಎಂದು ಶ್ರೀನಿಧಿಯೂ ಕೈಮುಗಿದು ಕುಳಿತುಕೊಂಡ.

"ಆಯಿತು ಚಂದ್ರಗುಪ್ತನ ದೈವ ಪ್ರಸನ್ನವಾಗಿತ್ತು. ಅವನು ಉಳಿದುಕೊಂಡ. ವಿವಾಹ ಸಮಾರಂಭದಲ್ಲಿ ಅಪಶಕುನ, ಅನಾಹುತ ತಪ್ಪಿತು. ಮೆರವಣಿಯ ದಾರಿಯಲ್ಲಿ ಅಲಂಕಾರ ಫಲಕಗಳನ್ನು ಇನ್ನೊಮ್ಮೆ ಪರಿಶೀಲಿಸಿ, ಮತ್ತೆ ಅಲ್ಲೂ ಏನಾದರೂ ಆಗಬಾರದು."

"ನಿಜ ಆಚಾರ್ಯ, ನಾವು ಈಗಲೇ ಹೋಗಿ ಇನ್ನೊಮ್ಮೆ ನೋಡುತ್ತೇವೆ" ಎಂದು ಅವರಿಬ್ಬರೂ ಹೊರಟರು.

"ವಿವಾಹ ಮುಗಿಸಿ, ಭೋಜನ ಮಾಡಿ ಆಮೇಲೆ ಹೋಗಿ. ಚಕ್ರವರ್ತಿಯ ಮೆರವಣಿಗೆ ನಾಳೆ ತಾನೆ ?"

"ಇಲ್ಲ ಆಚಾರ್ಯ. ವಧೂವರರಿಗೆ ಇಲ್ಲಿಂದಲೇ ನಮ್ಮ ಹರಕೆ ಸಲ್ಲಲಿ. ಈ ಅನಾಹುತ ಕಂಡ ಮೇಲೂ ನಾವಿಲ್ಲಿ ನೆಮ್ಮದಿಯಿಂದ ಕೂಡುವುದು ಸಾಧ್ಯವೇ ? ಮೊದಲು ಎಲ್ಲ ಫಲಕಗಳನ್ನು ಪರಿಶೀಲಿಸಿ ನೋಡುತ್ತೇವೆ. ಕ್ಷಮೆಯಿರಲಿ" ಎಂದು ಶ್ರೀನಿಧಿ ಕೈಮುಗಿದು ಹೊರಟ. ದಾರುವರ್ಮ ಅವನನ್ನು ಹಿಂಬಾಲಿಸಿದ. ಚಾಣಕ್ಯನ ಮುಖದಲ್ಲಿ ಒಂದು ವ್ಯಂಗ್ಯ ನಗು ಹೊರಟಿತು. ಓಲಗ ಶಾಲೆಯನ್ನು ಕೂಡಲೇ ಶುಚಿ ಮಾಡುವಂತೆ ಆದೇಶ ನೀಡಿ ಅವನು ಏನೂ ಆಗಿಲ್ಲವೇನೋ ಎಂಬಂತೆ ಮತ್ತೆ ವಿವಾಹ ವೇದಿಕೆಯ ಬಳಿಗೆ ಬಂದ.

ಪೌರವನಿಗೆ ಆ ಹೊಸ ಜೋಡಿಗಳನ್ನು ನೋಡುತ್ತ ಚಾಪಲ್ಯ ಕೆರಳಿತು. 'ಆ ಯೂಡಿಮಸ್ ಈ ದಿನ ಬರುತ್ತಾನೋ ಇಲ್ಲವೋ ? ಯವನ ಸುಂದರಿಯನ್ನು ತರುತ್ತಾನೋ ಇಲ್ಲವೋ ?' ಎಂದು ಅವನು ಕುಳಿತಲ್ಲೇ ಚಡಪಡಿಸಿದ.

ವಿವಾಹದ ವಿಧಿವಿಧಾನಗಳೆಲ್ಲ ಸುಸೂತ್ರವಾಗಿ ನಡೆದವು. ಚಂದ್ರಗುಪ್ತ ಉಜ್ವಲ, ಚರಣ ಸುಗಂಧಿ ಸತಿಪತಿಯರಾದರು. ಸಂಜೆಯವರೆಗೂ ಸಾರ್ವಜನಿಕರು ಗುಂಪುಗುಂಪಾಗಿ ಬಂದು ಉಡುಗೊರೆಗಳನ್ನು ನೀಡಿ ಸಂತೋಷದಿಂದ ಹೋದರು.

ಸಣ್ಣ ದೊಡ್ಡ ಉಡುಗೊರೆಗಳೆಲ್ಲ ಸೇರಿ ಒಂದು ಕೋಣೆಯನ್ನೇ ತುಂಬುವಷ್ಟಾದವು. ಆದರೆ ಮಾತಂಗ, ಪ್ರಭಾಕರ ಮತ್ತು ಅವನ ಸೈನಿಕರಿಗೆ ಜನರನ್ನು ನಿಯಂತ್ರಿಸುವುದು, ಅವರಲ್ಲಿ ಶತ್ರುಗಳಾರೂ ನುಸುಳದಂತೆ ನೋಡಿಕೊಳ್ಳುವುದು ಬಹಳ ಕಷ್ಟದ ಕೆಲಸವಾಯಿತು.

ರಾತ್ರಿಯ ವೇಳೆಗೆ ಎಲ್ಲ ತುಂಬ ಬಳಲಿದ್ದರು. ನೆಲಕ್ಕೆ ತಲೆಯಿಟ್ಟ ತಕ್ಷಣ ಗಾಢನಿದ್ರೆಯಲ್ಲಿ ಮುಳುಗುವಷ್ಟು ಕಣ್ಣುಗಳು ಎಳೆಯುತ್ತಿದ್ದವು. ಪ್ರತ್ಯೇಕ ಕೋಣೆಯಲ್ಲಿ ಚಂದ್ರಗುಪ್ತ-ಉಜ್ವಲ, ಅತಿಥಿ ಶಾಲೆಯಲ್ಲಿ ಮಾಧವಿ-ಮಲಯಕೇತು, ಪ್ರಮದೋದ್ಯಾನದ ಅಂತಃಪುರದಲ್ಲಿ ಪೌರವ, ಇನ್ನೊಂದು ಕೋಣೆಯಲ್ಲಿ ಶಿವಾಲಿ ಮತ್ತಿತರ ಸ್ತ್ರೀಯರು ಸೇರಿಕೊಂಡಿದ್ದರು. ಹರಿಸೇನ ಮತ್ತು ಧನಂಜಯ ಮನೆಗೆ ಹೋಗಿದ್ದರು.

ಅರಮನೆಯ ಅಂಗಳದಲ್ಲಿ ಚಾಣಕ್ಯ, ಭಾಗುರಾಯಣ, ಬ್ರಹ್ಮದತ್ತ, ಭಾಸ್ಕರ, ನಂದಿಕೇಶ, ಸಿಂಹಸೇನ, ಪ್ರಭಾಕರ ಕುಳಿತಿದ್ದರು. ಮಾತಂಗ ತನ್ನ ಕರ್ತವ್ಯದಲ್ಲಿ ನಿರತನಾಗಿದ್ದ. "ಮಾತಂಗ ಈ ಎರಡು ದಿನ ನಿನ್ನ ನಿದ್ರೆಯನ್ನು ಹೇಗಾದರೂ ಮಾಡಿ ತಡೆದುಬಿಡು. ಆಮೇಲೆ ನೀನು ಒಂದು ವಾರ ಕಾಲ ನಿದ್ರೆ ಮಾಡುವೆಯಂತೆ" ಎಂದು ಚಾಣಕ್ಯ ಅವನನ್ನು ಹುರಿದುಂಬಿಸಿದ. ಬೇಕೆಂದೇ ವಸುಂಧರ ಮತ್ತು ಅವನ ಹತ್ತು ಜನ ಮಿತ್ರರನ್ನು ಚಾಣಕ್ಯ ಅಲ್ಲೇ ಇರಿಸಿಕೊಂಡಿದ್ದ. ನಿದ್ದೆ ಮಾಡಲು ಬಿಡದೆ ಚಾಣಕ್ಯ ಏಕೆ ಕೂಡಿಸಿಕೊಂಡಿರುವನೆಂದು ಎಲ್ಲ ಕುತೂಹಲಗೊಂಡಿದ್ದರು. ಆದರೆ ಕಾರಣ ಕೇಳಲು ಯಾರಿಗೂ ಧೈರ್ಯವಾಗಲಿಲ್ಲ.

ನಗರವೆಲ್ಲ ನಿದ್ರೆಯಲ್ಲಿ ಮುಳುಗಿ ನಿಶ್ಯಬ್ದವಾಗಿರುವ ಸಮಯದಲ್ಲಿ ಮಾತಂಗ ಯೂಡಿಮಸ್ಸನನ್ನು ಕರೆತಂದ. ಅವನ ಜೊತೆಯಲ್ಲಿ ಸುಸೀಮ ಮತ್ತು ಅವಕುಂಠನವಿಲ್ಲದೆ ಯವನ ಚೆಲುವೆಯೊಬ್ಬಳಿದ್ದಳು. 'ಸರಿಯಾದ ಸಮಯಕ್ಕೇ ಬಂದಿದ್ದಾನೆ' ಎಂದು ಮನಸ್ಸಿನಲ್ಲೇ ಅಂದುಕೊಂಡ ಚಾಣಕ್ಯ ನಗುಮುಖ ಮಾಡಿಕೊಂಡು ಸ್ವಾಗತಿಸಿ ಪೀಠ ತೋರಿಸಿದ. "ಯೂಡಿಮಸ್ ನಾನು ವೈಯಕ್ತಿಕ ಆಹ್ವಾನ ಕೊಟ್ಟಿದ್ದರೂ ನೀನು ವಿವಾಹ ಸಮಾರಂಭಕ್ಕೆ ಬರಲಿಲ್ಲ" ಎಂದ ಚಾಣಕ್ಯ ಆಕ್ಷೇಪಣೆಯ ಧ್ವನಿಯಲ್ಲಿ.

"ಕ್ಷಮಿಸಿ ಆಚಾರ್ಯ, ಆ ಧೈರ್ಯ ನನಗೆ ಬರಲಿಲ್ಲ" ಎಂದ ಯೂಡಿಮಸ್ ಆತುರದಿಂದ ಕುಳಿತಲ್ಲೇ ಚಡಪಡಿಸಿದ.

ಚಾಣಕ್ಯ ನಕ್ಕು ಹೇಳಿದ, "ನಿನ್ನ ಹಾಗೇ ಪೌರವನೂ ನಿರೀಕ್ಷೆಯಿಂದ ಚಡಪಡಿಸುತ್ತಿರಬೇಕು. ಹೋಗು, ನಿನ್ನ ಕೆಲಸ ಮುಗಿಸು. ನಾವು ಹೊರಡುತ್ತೇವೆ. ಎಲ್ಲರ ಕಣ್ಣಲ್ಲೂ ನಿದ್ರೆಯ ಭಾರ ತುಂಬಿದೆ. ಭಾಗುರಾಯಣರೇ, ಯೂಡಿಮಸ್ಸನಿಗೆ ಕೊಡಬೇಕಾದ ಧನವನ್ನು ಅವನಿಗೆ ಕೊಟ್ಟು ಕಳಿಸಿಕೊಡಿ. ಅವನಿಗೆ ಯಾವ ತೊಂದರೆಯನ್ನೂ ಕೊಡಬಾರದು."

"ಆಗಲಿ ಆಚಾರ್ಯ" ಎಂದ ಭಾಗುರಾಯಣ.

ಎಲ್ಲ ಎದ್ದು ಹೊರಟರು. ಸಮಾಧಾನದಿಂದ ಯೂಡಿಮಸ್ ಮಾತಂಗನ ಜೊತೆಯಲ್ಲಿ ಪ್ರಮದೋದ್ಯಾನದ ಅಂತಃಪುರದ ಕಡೆಗೆ ಹೊರಟ. ಅವರು ಮರೆಯಾದಂತೆ ಚಾಣಕ್ಯ ಎಲ್ಲರನ್ನೂ ನಿಲ್ಲಿಸಿ ಮತ್ತೆ ತಾವು ಕುಳಿತಿದ್ದ ಸ್ಥಳಕ್ಕೇ ಕರೆತಂದು ಯೋಚಿಸಿದ. ನಂತರ ಪಕ್ಕದ ಒಂದು ಕೋಣೆಯ ಒಳಗೆ ಕರೆದೊಯ್ದು ಬಾಗಿಲು ಮುಂದುಮಾಡಿದ. ಬಾಗಿಲ ಬಿರುಕಿನಲ್ಲಿ ಹೊರಗಡೆಯೇ ನೋಡತೊಡಗಿದ.

ಮಾತಂಗ ಯೂಡಿಮಸ್, ಸುಸೀಮ ಮತ್ತು ಆ ಹುಡುಗಿಯನ್ನು ಒಳಗೆ ಬಿಟ್ಟು ಚಾಣಕ್ಯನ ಬಳಿಗೆ ಬಂದ. ಅವನು ಕಿವಿಯಲ್ಲಿ ಹೇಳಿದ ಮಾತುಗಳನ್ನು ಕೇಳಿಸಿಕೊಂಡು ಸಮ್ಮತಿ ಸೂಚಕವಾಗಿ ತಲೆ ಅಲ್ಲಾಡಿಸಿದ. ನಂತರ ಮಾತಂಗ ಧನಂಜಯ ಮತ್ತು ಅವನ ಮಿತ್ರರನ್ನು ಕರೆದುಕೊಂಡು, ಪೌರವನ ಸೇನಾಶಿಬಿರದ ಬಳಿಗೆ ಬಂದು, ಸೂಕ್ತ ದೂರದಲ್ಲಿ ನಿಂತು ಕಾಯತೊಡಗಿದ.

★ ★ ★

ಯೂಡಿಮಸ್ ಒಳಗೆ ಬಂದಾಗ, ಮಧುಪಾನದಲ್ಲಿ ನಿರತನಾಗಿದ್ದ ಪೌರವ ದಡಕ್ಕನೆ ಎದ್ದು ಕುಳಿತ. ಯವನ ಸುಂದರಿಯನ್ನು ಕಂಡು ಅವನ ಮುಖ ಅರಳಿತು. ಮೈತುಂಬ ರೋಮಾಂಚನದ ಅನುಭವವಾಯಿತು. "ಯೂಡಿಮಸ್, ಚಾಣಕ್ಯರು ಕೊಡುವ ಧನವನ್ನೂ ತೆಗೆದುಕೊ. ಇಂಥ ಚೆಲುವೆಯನ್ನು ತಂದುದಕ್ಕಾಗಿ ನನ್ನ ಸ್ವಂತ ಆಭರಣಗಳನ್ನೆಲ್ಲ ಕೊಡುತ್ತೇನೆ. ತೆಗೆದುಕೊಂಡು ಹೋಗು" ಎಂದು ಮೈಮೇಲಿನ ಆಭರಣಗಳನ್ನು ಬಿಚ್ಚತೊಡಗಿದ.

"ಪೌರವ" ಯೂಡಿಮಸ್ ಹೇಳಿದ. "ಮೊದಲು ನಾನು ಆ ದಿನ ಹೇಳಿದ ವಿಷಯಕ್ಕೆ ನಿನ್ನ ಉತ್ತರ ಬೇಕು."

"ಯಾವ ವಿಷಯ ? ಇಂಥ ಸುಮಧುರ ಸಂದರ್ಭದಲ್ಲಿ, ಸುಂದರಿ ಎದುರಿಗಿರುವಾಗ ಯಾವ ವಿಷಯ ತಾನೆ ನೆನಪಿನಲ್ಲಿ ಉಳಿಯುತ್ತದೆ ಯೂಡಿಮಸ್ ?"

"ನಾನು ಧನದಾಸೆಗಾಗಿ ಇವಳನ್ನು ನಿನಗೆ ಒಪ್ಪಿಸುತ್ತಿಲ್ಲ, ಚಂದ್ರಗುಪ್ತನ ಕೊಲೆ ನನ್ನ ಉದ್ದೇಶ."'

"ಈ ಅರಮನೆಯಲ್ಲಿ ಭದ್ರವಾದ ಕಾವಲಿನ ನಡುವೆ ಅವನನ್ನು ಕೊಲ್ಲುವುದು ಸಾಧ್ಯವೇ ? ಮೂರ್ಖನಂತೆ ಮಾತಾಡಬೇಡ."

"ನಾನು ಮೂರ್ಖನಲ್ಲ, ಅವನು ಯಾವ ಕೋಣೆಯಲ್ಲಿದ್ದಾನೆ ಹೇಳು. ಎಲ್ಲ ವಿವಾಹ ಸಮಾರಂಭದ ಬಳಲಿಕೆಯಿಂದ ಮೈಮರೆತಿರುತ್ತಾರೆ. ಚಾಣಕ್ಯ ಮತ್ತಿತರ ಪ್ರಮುಖರೆಲ್ಲ ಆಗಲೇ ಹೊರಟು ಹೋದರು. ಪತ್ನಿಯೊಡನೆ ಮೊದಲ ಸಮಾಗಮದ ಪರವಶತೆಯಲ್ಲಿ ಇರುವಾಗ ಚಂದ್ರಗುಪ್ತನನ್ನು ಮುಗಿಸುವುದು ಸುಲಭ."

"ಮುಗಿಸುತ್ತಿ ಎಂದಿಟ್ಟುಕೋ. ಆಮೇಲೆ ?"

"ಗದ್ದಲದಲ್ಲಿ ಎಲ್ಲ ಗಡಿಬಿಡಿಗೊಂಡಾಗ ನಿನ್ನ ಸೈನ್ಯವನ್ನು ಎಚ್ಚರಿಸು. ಯುದ್ಧ ನಡೆಯಲಿ. ಇಂಥ ಸಂದರ್ಭದಲ್ಲಿ ಜಯ ಸುಲಭ. ನೀನು ಈಗಾಗಲೇ ನಿನ್ನ ಸೈನ್ಯಕ್ಕೆ ಸೂಚನೆ ಕೊಟ್ಟಿರುವೆ ಎಂದುಕೊಂಡಿದ್ದೆ."

"ಬೇಡ, ಈಗ ಅದು ಸಾಧ್ಯವಿಲ್ಲ."

"ಸಾಧ್ಯವಾಗಲೇ ಬೇಕು. ನಿನ್ನಿಂದಾಗದಿದ್ದರೆ ನಾನೇ ಆ ಪ್ರಯತ್ನವನ್ನು ಮಾಡ ಬೇಕಾಗುತ್ತದೆ."

"ಆ ಪ್ರಯತ್ನ ಮಾಡಿದರೆ ನೀನೂ ಸಾಯುತ್ತಿ."

"ಇಲ್ಲ, ಇದು ಆಗಲೇ ಬೇಕು. ಅರಮನೆಯ ಹೊರಗೆ ನನ್ನ ಕುದುರೆಗಳನ್ನು ಮತ್ತು ಸಹಾಯಕರನ್ನು ಇರಿಸಿ ಬಂದಿದ್ದೇನೆ. ಅರಮನೆಯಿಂದ ಹೋಗುವುದಷ್ಟೇ, ಆಮೇಲೆ ನಾನು ತಪ್ಪಿಸಿಕೊಳ್ಳುತ್ತೇನೆ."

"ಅದು ನಿನ್ನ ಕನಸು."

"ನಿನ್ನ ಸಹಾಯದಿಂದ ಆ ಕನಸು ನನಸಾಗುತ್ತದೆ."

"ನಾನು ಸಹಾಯ ಮಾಡಲಾರೆ."

"ಮಾಡದಿದ್ದರೆ ನಾನು ಬಿಡುವುದಿಲ್ಲ"

"ಬಿಡದೆ ಏನು ಮಾಡುತ್ತಿ ? ನೀನು ಏನಾದರೂ ಮಾಡುವ ಮೊದಲು ನಾನೇ ನಿನ್ನನ್ನು ಕೊಂದುಬಿಡುತ್ತೇನೆ" ಎಂದು ಪೌರವ ತನ್ನ ಖಡ್ಗಕ್ಕಾಗಿ ಹುಡುಕಾಡುವಷ್ಟರಲ್ಲಿ ಯೂಡಿಮಸ್ ತನ್ನ ಉಡುಪಿನೊಳಗಿಂದ ಕಠಾರಿಯನ್ನು ಸರ್ರನೆ ತೆಗೆದು, ಪೌರವನ ಎದೆಗೆ ವೇಗವಾಗಿ ಚುಚ್ಚಿಬಿಟ್ಟ! ಏನಾಯಿತೆಂದು ಅರಿವಾಗುವ ಮೊದಲೇ, ಪೌರವ ರಕ್ತದ ಮಡುವಿನಲ್ಲಿ ಸತ್ತು ಮಲಗಿದ. ತಕ್ಷಣ ಅವನು ಹುಡುಗಿಯ ಕೈಹಿಡಿದು ಸುಸೀಮನೊಂದಿಗೆ ಹೊರಗೆ ಬಂದು ಓಡತೊಡಗಿದ.

ಅವರು ಮೂವರೂ ಓಡುತ್ತಿರುವುದನ್ನು ಬಾಗಿಲ ಸಂದಿಯಿಂದ ಚಾಣಕ್ಯ ನೋಡಿದ. ಅವನ ಸೂಚನೆಯಂತೆ ಪ್ರಭಾಕರ ಅಂತಃಪುರಕ್ಕೆ ಓಡಿ ಹೋಗಿ ಪೌರವ ಸತ್ತಿರುವುದುನ್ನು ಖಚಿತಪಡಿಸಿಕೊಂಡು ಬಂದು, "ಆಚಾರ್ಯ ಪೌರವನನ್ನು ಕೊಲೆ ಮಾಡಲಾಗಿದೆ" ಎಂದ.

"ಓಡು ಓಡು, ಅವರನ್ನು ಹಿಡಿ" ಎಂದು ಚಾಣಕ್ಯ ಹೇಳುತ್ತಿದ್ದಂತೆ ಪ್ರಭಾಕರ ಓಡಿದ. ಅರಮನೆಯ ಮಹಾದ್ವಾರದವರೆಗೂ ಅವರು ಹೊರಟುಬಿಟ್ಟಿದ್ದರು. ದ್ವಾರಪಾಲಕರಿಗೆ "ಅವರನ್ನು ಹಿಡಿಯಿರಿ" ಎಂದು ದೂರದಿಂದಲೇ ಪ್ರಭಾಕರ ಕೂಗಿ ಹೇಳಿದ. ಅವರು ಪ್ರಯತ್ನಿಸುವಷ್ಟರಲ್ಲಿ ಯೂಡಿಮಸ್ ತನ್ನ ಕಠಾರಿಯಿಂದ ಗಾಯಗೊಳಿಸಿ, ಹುಡುಗಿಯೊಂದಿಗೆ ಹೊರಗೆ ಓಡಿದ. ಸಿದ್ಧವಾಗಿದ್ದ ಕುದುರೆಯೇರಿ ಪಲಾಯನ ಮಾಡಿದ. ಸುಸೀಮ ಸಿಕ್ಕಿಬಿದ್ದ

ಚಾಣಕ್ಯ ವಸುಂಧರನ ಮಿತ್ರರಿಗೆ ಸೂಚನೆ ನೀಡಿದ. ಅವರು ಹೋಗಿ ಮಲಯಕೇತು ಮತ್ತು ಮಾಧವಿಯಿದ್ದ ಕೋಣೆಯ ಬಾಗಿಲನ್ನು ಜೋರಾಗಿ ಬಡಿದು "ಘಾತವಾಯಿತು ! ಪೌರವರ ಕೊಲೆಯಾಗಿದೆ !" ಎಂದು ಕಿರುಚುತ್ತ ಅರಮನೆಯ ತುಂಬ ಓಡಾಡಿದರು.

ಮಲಯಕೇತು ಬಾಗಿಲು ತೆಗೆದು ಹೊರಗೆ ಬಂದು "ಏನದು ಗದ್ದಲ ?" ಎಂದು ಕೇಳಿದ.

ಕಾವಲುಗಾರ "ಪೌರವರ ಕೊಲೆಯಾಗಿದೆಯೆಂದು ಕೂಗುತ್ತ ಒಂದು ಗುಂಪು ಇಲ್ಲಿಂದ ಓಡಿಹೋಯಿತು" ಎಂದ.

"ಅಯ್ಯೋ ದೇವರೇ !" ಎಂದು ಉದ್ಗರಿಸಿ ಅವನು ಪ್ರಮದೋದ್ಯಾನದ ಅಂತಃಪುರದತ್ತ ಓಡಿದ. ನಡುವೆಯೇ ಬಂದ ವಸುಂಧರನ ಮಿತ್ರರು "ಯುವರಾಜ, ಚಾಣಕ್ಯ ಪೌರವನ ಕೊಲೆ ಮಾಡಿಸಿದ್ದಾನೆ, ನಿಮ್ಮ ಪ್ರಾಣಕ್ಕೂ ಅಪಾಯವಿದೆ. ಕೊಲೆಗಡುಕರು ನಿಮ್ಮತ್ತಲೇ ಬರುತ್ತಿದ್ದಾರೆ. ಓಡಿ ಓಡಿ. ಮೊದಲು ನಗರದಿಂದ ದೂರ ಹೋಗಿ ನಿಮ್ಮ ಪ್ರಾಣ ಉಳಿಸಿಕೊಳ್ಳಿ" ಎಂದು ಬಲವಂತ ಪಡಿಸಿ, ಅವರು ಅವನಿಗಿಂತ ಮೊದಲೇ ಓಡಿದರು.

ತನ್ನ ಮಿತ್ರರು ತಮ್ಮ ಕಡೆಗೇ ಓಡಿಬರುತ್ತಿರುವುದನ್ನು ದೂರದಿಂದಲೇ ನೋಡಿದ ವಸುಂಧರ ಮತ್ತು ಅವನ ಪರಿವಾರ ಸೇನಾಶಿಬಿರದ ತುಂಬ "ಪೌರವರ ಕೊಲೆಯಾಗಿದೆ, ಓಡಿ, ಬೇಗ ಹೊರಡಿ. ತಡವಾದರೆ ಸೇನೆ ಬಂದು ನಿಮ್ಮನ್ನೆಲ್ಲ ಅಪ್ಪಳಿಸುತ್ತದೆ" ಎಂದು ಕೂಗುತ್ತ ಓಡಾಡಿದರು.

ಸೈನಿಕರೆಲ್ಲ ದಿಗ್ಭ್ರಾಂತಿಗೊಂಡು, ಅರೆಬರೆ ಬಟ್ಟೆಯಲ್ಲೇ ಆಯುಧಗಳನ್ನು ಹಿಡಿದು ಸಿದ್ಧರಾಗುವಷ್ಟರಲ್ಲಿ ಮಲಯಕೇತು ಓಡಿ ಬಂದ. ಅವನು ಪ್ರಾಣಭಯದಿಂದ ಏದುಸಿರು ಬಿಡುತ್ತ "ತಕ್ಷಣ ಹೊರಡಿ, ಎಷ್ಟು ಸಾಧ್ಯವೋ ಅಷ್ಟು ಬೇಗ ನಾವು ಪಾಟಲೀಪುತ್ರವನ್ನು ಬಿಡಬೇಕು" ಎಂದು ಕಣ್ಣಿಗೆ ಕಂಡ ಕುದುರೆಯೇರಿ ಹೊರಟೇಬಿಟ್ಟ, ಅವನ ಹಿಂದೆ ಅವನ ಸೈನ್ಯವೂ ಇಬ್ಬರು, ಮೂವರು, ನಾಲ್ವರಂತೆ ಹಿಂಬಾಲಿಸಿದರು.

ಬೆಳಗಾಗುವ ವೇಳೆಗೆ ಅವರು ಪಾಟಲೀಪುತ್ರವನ್ನು ಬಿಟ್ಟು ಬಹಳ ದೂರ ಬಂದು ಬಿಟ್ಟಿದ್ದರು. ದಾರಿಯಲ್ಲಿ ತಾನು ಮಾಧವಿಯನ್ನು ಬಿಟ್ಟು ಬಂದದ್ದು ನೆನಪಾಗಿ ಮಲಯಕೇತು ಭಯ ಸಂಕಟಗಳಿಂದ ಕುದಿದ. ನಿಂತರೆ ಎಲ್ಲಿ ಮಗಧದ ಸೇನೆ ನುಗ್ಗಿಬಂದು ಧೂಳೀಪಟ ಮಾಡುತ್ತದೋ, ಎಂಬ ಭೀತಿಯಿಂದ ವಿಶ್ರಾಂತಿಗೂ ನಿಲ್ಲದೆ ಪ್ರಯಾಣ ಮುಂದುವರಿಸಿದರು.

ಇತ್ತ ಅರಮನೆಯ ತುಂಬ ಗದ್ದಲವಾಯಿತು. ಚಂದ್ರಗುಪ್ತ, ಉಜ್ವಲ, ಮಾಧವಿ, ಇತರ ಸ್ತ್ರೀಯರು ಎಲ್ಲ ಎದ್ದು ಬಂದರು. ಏನಾಯಿತೆಂದು ವಿಚಾರಿಸುತ್ತ ಚಾಣಕ್ಯ, ಭಾಗುರಾಯಣ ಮತ್ತು ಚಂದ್ರಗುಪ್ತನ ಮಿತ್ರರೂ ಬಂದರು. ಎಲ್ಲರ ಮುಖದಲ್ಲೂ ದಿಗ್ಭ್ರಾಂತಿ ಇತ್ತು. ಏನಾಯಿತೆಂದು ಚಾಣಕ್ಯ ಕೇಳಿದ.

"ಆಚಾರ್ಯ, ಯವನ ಸುಂದರಿಯನ್ನು ಪೌರವರಿಗೆ ಒಪ್ಪಿಸುವ ನೆಪದಲ್ಲಿ ಅಂತಃಪುರದ ಒಳಗೆ ಹೋದ ಯೂಡಿಮಸ್ ಅವರನ್ನು ಕೊಂದು ಓಡಿಹೋದ" ಎಂದ ಪ್ರಭಾಕರ.

"ಚಂದ್ರಗುಪ್ತನ ಅರಮನೆಯಲ್ಲಿ ಇಂಥ ಹೀನಕೃತ್ಯವೇ ? ನೀವೆಲ್ಲ ಏನು ಮಾಡುತ್ತಿದ್ದಿರಿ ?" ಚಾಣಕ್ಯ ಕೋಪದಿಂದ ಗುಡುಗಿದ.

"ನಾವು ಎಚ್ಚರವಾಗಿಯೇ ಇದ್ದೆವು ಆಚಾರ್ಯ, ಅವನು ಬರುವುದನ್ನು ಮೊದಲೇ

ತಮಗೆ ತಿಳಿಸಿ ಪೌರವರು ಅನುಮತಿ ಪಡೆದಿದ್ದರು. ಅವನು ಹೀಗೆ ಮಾಡುವನೆಂದು ನಾವು ನಿರೀಕ್ಷಿಸಿರಲಿಲ್ಲ.''

''ಅವನನ್ನು ಏಕೆ ಹಿಡಿಯಲಿಲ್ಲ?''

''ಕೊಲೆಯಾದ ವಿಷಯ ತಿಳಿಯುವ ವೇಳೆಗೆ ಅವನು ಅರಮನೆಯ ಮಹಾದ್ವಾರವನ್ನು ದಾಟಿಬಿಟ್ಟಿದ್ದ. ಆ ಯವನ ತರುಣಿಯೊಂದಿಗೆ ಅವನು ತಪ್ಪಿಸಿಕೊಂಡ. ಅವನ ಸಹಚರ ಸುಸೀಮ ಸಿಕ್ಕಿಬಿದ್ದ.''

''ಯುವರಾಜ ಮಲಯಕೇತುವಿಗೆ ಸುದ್ದಿ ಕೊಡಲಾಯಿತೆ?''

''ಇಲ್ಲ ಆಚಾರ್ಯ, ಯಾರೋ ಕಿಡಿಗೇಡಿಗಳು ಚಾಣಕ್ಯರು ಪೌರವನನ್ನು ಕೊಲ್ಲಿಸಿದರು, ನಿನಗೂ ಪ್ರಾಣಾಪಾಯವಿದೆಯೆಂದು ಹೆದರಿಸಿದರಂತೆ. ಮಲಯಕೇತು ತನ್ನ ಸೈನ್ಯದೊಂದಿಗೆ ಪಲಾಯನ ಮಾಡಿದ್ದಾನೆ.''

''ಹಾಂ!'' ಎಂದು ಕುಸಿದುಬಿದ್ದ ಮಾಧವಿ ಪ್ರಜ್ಞೆ ತಪ್ಪಿದಳು.

''ಶತ್ರುಗಳು ನನ್ನ ಹೆಸರನ್ನು ಬಳಸಿ ಈ ಅನ್ಯಾಯದ ಕಾರ್ಯಮಾಡಿದ್ದಾರೆ. ಇರಲಿ, ನಿಧಾನವಾಗಿ ವಿಚಾರಿಸೋಣ. ಇವನನ್ನು ಭದ್ರವಾದ ಕಾವಲಿನಲ್ಲಿರಿಸಿ'' ಎಂದು ಹೇಳಿ ಚಾಣಕ್ಯ ಮನೆಗೆ ಹೊರಟುಬಿಟ್ಟ.

ಒಂದು ಕ್ಷಣ ಚಾಣಕ್ಯನೇ ಮಾಡಿಸಿರಬಹುದೆಂಬ ಸಂದೇಹ ಚಂದ್ರಗುಪ್ತನ ಮನಸ್ಸಿನಲ್ಲಿ ಸುಳಿದರೂ, ಅವನು ಮಾತಾಡದೆ ತನ್ನ ಕೋಣೆಗೆ ಹೊರಟುಹೋದ. ಅವನಿಗೆ ಪೌರವನಿಗಿಂತ ಹೆಚ್ಚಾಗಿ ಮಲಯಕೇತು ಮತ್ತು ಮಾಧವಿಯ ಬಗ್ಗೆ ಮರುಕವುಂಟಾಯಿತು.

ಚಾಣಕ್ಯ 'ಪೌರವನಿಗೆ ನಾನು ಕೊಟ್ಟ ಮಾತೂ ಉಳಿಯಿತು, ಅವನಿಗೆ ಅರ್ಧರಾಜ್ಯವನ್ನು ಕೊಡುವುದೂ ತಪ್ಪಿತು' ಎಂದು ನೆಮ್ಮದಿಯ ಉಸಿರುಬಿಟ್ಟ.

ಆ ರಾತ್ರಿ ಯಾರಿಗೂ ಸರಿಯಾಗಿ ನಿದ್ದೆಯಿಲ್ಲ. ಆದರೂ ಮರುದಿನ ಪಟ್ಟಾಭಿಷೇಕ ವಿದ್ದುದರಿಂದ ಉದಾಸೀನ ಮಾಡುವಂತಿರಲಿಲ್ಲ. ಎಲ್ಲ ಮುಂಜಾನೆಯೇ ಅರಮನೆಗೆ ಬಂದುಬಿಟ್ಟರು. ಅರಮನೆಯಲ್ಲಿದ್ದವರು ಬೇಗ ಎದ್ದು ಸಿದ್ಧರಾದರು. ಚಾಣಕ್ಯನ ಬರವನ್ನೇ ಚಂದ್ರಗುಪ್ತ ಮತ್ತು ಚರಣ ಕಾಯುತ್ತಿದ್ದರು. ಅವನ ಮುಖ ಕಂಡಕೂಡಲೇ ಚಂದ್ರಗುಪ್ತ ''ಆಚಾರ್ಯ'' ಎಂದ.

''ಈಗ ಯಾವ ವಿಷಯವನ್ನು ಮಾತಾಡಲೂ ವ್ಯವಧಾನವಿಲ್ಲ. ಈ ದಿನ ಕಳೆದುಬಿಡಲಿ. ವಿವರವಾಗಿ ಮಾತಾಡೋಣ. ನೀನು ಮೊದಲು ಸ್ನಾನಾದಿಗಳನ್ನು ಮುಗಿಸಿ ಸಿದ್ಧನಾಗು. ಸುಗಂಧಿ, ಮಾಲಿನಿ, ಪ್ರಭಾವತಿ ಎಲ್ಲ ಮಾಧವಿಯ ಕೋಣೆಯಲ್ಲಿದ್ದು ಅವಳನ್ನು ಸಮಾಧಾನ ಪಡಿಸಲಿ, ನನ್ನ ತಪ್ಪಿಲ್ಲವೆಂಬುದನ್ನು ನಾನೇ ನಾಳೆ ಅವಳಿಗೆ ನಿರೂಪಿಸುತ್ತೇನೆ.''

ಅವರಿಬ್ಬರೂ ಹೋದ ನಂತರ ಪ್ರಭಾಕರನಿಗೆ ಪೌರವನ ಕಳೇಬರವನ್ನು ಸುರಕ್ಷಿತ ವಾಗಿಡುವಂತೆ, ಅವನು ಧರಿಸಿದ್ದ ಆಭರಣಗಳನ್ನು ಒಂದು ಪೆಟ್ಟಿಗೆಯಲ್ಲಿಟ್ಟು ಕೋಶಾಗಾರದಲ್ಲಿ ಇಡುವ ವ್ಯವಸ್ಥೆ ಮಾಡುವಂತೆ, ಮರುದಿನ ಶವಸಂಸ್ಕಾರಕ್ಕೆ ಸಿದ್ಧತೆ ನಡೆಸುವಂತೆ ಚಾಣಕ್ಯ ಹೇಳಿದ.

ನಗರದ ಜನ ಪೌರವನ ಕೊಲೆಯ ಬಗ್ಗೆ ಗುಸು ಗುಸು ಮಾತಾಡಿಕೊಂಡರೇ ಹೊರತು ಅವರಿಗೆ ಚಂದ್ರಗುಪ್ತನ ಪಟ್ಟಾಭಿಷೇಕಕ್ಕಿಂತ ಆ ಸುದ್ದಿ ಪ್ರಧಾನವಾಗಲಿಲ್ಲ.

ವಿಧಿಬದ್ಧವಾಗಿ ಮಂತ್ರಘೋಷಗಳ ನಡುವೆ ಹಿರಿಯರು, ಗಣ್ಯರು, ಆಹ್ವಾನಿತರು ಮತ್ತು ಪ್ರಜಾಪ್ರಮುಖರ ಉಪಸ್ಥಿತಿಯಲ್ಲಿ ಚಂದ್ರಗುಪ್ತ ಮೌರ್ಯ ಮಗಧ ಸಾಮ್ರಾಜ್ಯ ಚಕ್ರವರ್ತಿಯಾಗಿ ಪಟ್ಟಾಭಿಷಿಕ್ತನಾದ. ನಂತರ ಅವನು ಮಹಾಮಾತ್ಯನನ್ನಾಗಿ ಚಾಣಕ್ಯನನ್ನು ನೇಮಿಸಿ ಅಧಿಕಾರ ಲಾಂಛನಗಳನ್ನು ನೀಡಿದ. ಅಮಾತ್ಯ ಪರಿಷತ್ತಿನ ಸದಸ್ಯರಾಗಿ ಭಾಗುರಾಯಣ, ಡಿಂಗಿರಾತ, ಭದ್ರಭಟ ಮತ್ತು ಚಿತ್ರವರ್ಮ ಅಧಿಕಾರ ಸ್ವೀಕರಿಸಿದರು. ಚರಣ, ಕೋಶಾಧ್ಯಕ್ಷ ಮತ್ತು ಅಮಾತ್ಯರಲ್ಲಿ ಒಬ್ಬನಾಗಿ, ಪ್ರಭಾಕರ ಕಾರಾಗೃಹಾಧ್ಯಕ್ಷನಾಗಿ, ಮಾತಂಗ ಅರಮನೆಯ ರಕ್ಷಣಾ ಪಡೆಯ ನಾಯಕನಾಗಿ ಅಧಿಕಾರ ಸ್ವೀಕರಿಸಿದರು. ಸಿಂಹಸೇನ ಗಜಾಧ್ಯಕ್ಷನಾಗಿ, ಬ್ರಹ್ಮದತ್ತ ಅಶ್ವಾಧ್ಯಕ್ಷನಾಗಿ, ಭಾಸ್ಕರ ರಥಾಧ್ಯಕ್ಷನಾಗಿ, ನಂದಿಕೇಶ ಕಾಲ್ದಳದ ಅಧ್ಯಕ್ಷನಾಗಿ ಅಧಿಕಾರ ಸ್ವೀಕರಿಸಿದರು. ನಂದಿನಿ ಮತ್ತಿತರ ಸ್ತ್ರೀಯರೊಂದಿಗೆ ಸುಜಾತ ಚಂದ್ರಗುಪ್ತನ ಅಂಗರಕ್ಷಕ ಪಡೆಯ ಮುಖ್ಯಸ್ಥಳಾಗಿ ಅಧಿಕಾರ ವಹಿಸಿಕೊಂಡಳು. ಆ ಕೂಡಲೇ ಅವಳು ಖಡ್ಗಧಾರಿಯಾಗಿ ಚಂದ್ರಗುಪ್ತನ ಬೆನ್ನಹಿಂದೆ ಸಜ್ಜಾಗಿ ನಿಂತಳು.

ಎಲ್ಲ ಮುಗಿದ ನಂತರ ಹೊಸ ಅಧಿಕಾರದ ನೀತಿನಿಯಮಗಳನ್ನು ಅಮಾತ್ಯ ಪರಿಷತ್ತಿನಲ್ಲಿ ಚರ್ಚಿಸಿ, ಮಹಾರಾಜರ ಒಪ್ಪಿಗೆ ಪಡೆದು ಪ್ರಕಟಪಡಿಸುವುದಾಗಿ ಚಾಣಕ್ಯ ಘೋಷಿಸಿದ. ಕಡೆಯಲ್ಲಿ ಅವನು ಹೇಳಿದ, "ಸಾಮ್ರಾಜ್ಯದ ಎಲ್ಲ ಪ್ರಜೆಗಳ ಶಾಂತಿ, ನೆಮ್ಮದಿ ಚಂದ್ರಗುಪ್ತ ಮಹಾರಾಜರ ಗುರಿ. ತನ್ನ ವೈಯಕ್ತಿಕ ಸುಖವನ್ನೂ ಲೆಕ್ಕಿಸದೆ ಪ್ರಜೆಗಳ ಕಷ್ಟಗಳಿಗೆ ಸ್ಪಂದಿಸುವ ಆದರ್ಶವನ್ನು ಪಾಲಿಸುವುದಾಗಿ ಮಹಾರಾಜರು ಆಶ್ವಾಸನೆ ನೀಡುತ್ತಾರೆ. ಚಕ್ರವರ್ತಿ ಪದವಿಯಿರುವುದು ಸ್ವಚ್ಛಂದತೆಗಲ್ಲ, ಅದು ಜನಸೇವೆಗೆ ಸಿಕ್ಕಿರುವ ಒಂದು ಅಪೂರ್ವ ಅವಕಾಶ. ನಿಮ್ಮೆಲ್ಲರ ಸಹಕಾರದಿಂದ ಆರ್ಯಾವರ್ತದಲ್ಲಿ ಆದರ್ಶಪ್ರಾಯವಾದ ಒಳ್ಳೆಯ ಆಡಳಿತ ನೀಡುವ ಭರವಸೆ ಕೊಡುತ್ತೇನೆ. ನಾನೊಬ್ಬ ಬ್ರಾಹ್ಮಣ. ಅಧ್ಯಯನ, ಅಧ್ಯಾಪನ ನನ್ನ ವೃತ್ತಿ. ಧರ್ಮ ಖಿಲವಾಗುತ್ತಿರುವುದನ್ನು, ಪ್ರಜೆಗಳು ಅನುಭವಿಸುತ್ತಿರುವ ಹಿಂಸೆಯನ್ನು ನೋಡಲಾರದೆ ನಾನು ಈ ಆಂದೋಲನದ ನೇತೃತ್ವವಹಿಸಿದೆ. ಸಾವಿರಾರು ಜನ ನಿಷ್ಠಾವಂತರ, ಧರ್ಮಿಷ್ಠರ ಸಹಕಾರದಿಂದ ಅದು ಯಶಸ್ವಿಯಾಯಿತು. ಚಂದ್ರಗುಪ್ತ ಮಹಾರಾಜರ ಸಾಮ್ರಾಜ್ಯಕ್ಕೆ ಸನಾತನ ಧರ್ಮವೇ ಅಡಿಪಾಯ, ನೀತಿಯೇ ಗೋಡೆಗಳು, ಮಾನವತೆಯೇ ಚಾವಣಿ. ಅದಕ್ಕೆ ಬೇಕಾದ ಎಲ್ಲ ಪ್ರಾಥಮಿಕ ವ್ಯವಸ್ಥೆಗಳನ್ನೂ ಮುಗಿಸಿ, ನಂತರ ನನ್ನ ಅಧ್ಯಾಪನ ವೃತ್ತಿಗೆ ಮರಳುತ್ತೇನೆ. ನನಗಿಂತ ಸಮರ್ಥರೊಬ್ಬರು ಈ ಸ್ಥಾನವನ್ನು ಅಲಂಕರಿಸುತ್ತಾರೆ. ಇದು ನಾನು ನಿಮಗೆಲ್ಲ ಕೊಡುತ್ತಿರುವ ಭಾಷೆ."

ಪಟ್ಟಾಭಿಷೇಕದ ಸಂದರ್ಭದಲ್ಲಿ ಪ್ರಜೆಗಳಿಗೆ ಅನುಕೂಲವಾಗಬಹುದಾದ ಹಲವು ಕಾರ್ಯಕ್ರಮಗಳನ್ನು ಪ್ರಕಟಿಸಲಾಯಿತು. ಅವುಗಳಲ್ಲಿ ಮುಖ್ಯವಾದವು, ಧನನಂದ ಮಾಡಿದ್ದ ಕೆಲವು ಅನ್ಯಾಯದ ಶಾಸನಗಳನ್ನು ಹಿಂತೆಗೆದುಕೊಂಡದ್ದು ಮತ್ತು ಅತಿಯೆನ್ನಿಸುವಂತಿದ್ದ ಕರಗಳನ್ನು ತೆಗೆದುಹಾಕಿದ್ದು. ಮೊದಲ ಪ್ರಕಟಣೆಯೇ ಹೊಸ ಸಾಮ್ರಾಜ್ಯಕ್ಕೆ ಜನ ಹುಚ್ಚೆದ್ದು ಬೆಂಬಲಿಸುವಂತೆ ಮಾಡಿತು.

ಕತ್ತಲಾಗುತ್ತಿದ್ದಂತೆ ನಗರವೆಲ್ಲ ದೀಪಗಳಿಂದ ಕಂಗೊಳಿಸಿತು. ಉತ್ಸವಕ್ಕಾಗಿ ಸರ್ವ ಸಿದ್ಧತೆಗಳೂ ಆಗಿದ್ದವು. ಮೆರವಣಿಗೆಯಲ್ಲಿ ಬರುವ ಚಕ್ರವರ್ತಿಯ ದರ್ಶನ ಮಾಡಲು ಜನ ತಮ್ಮ ತಮ್ಮ ಮನೆಗಳ ಮುಂದೆ ಕಾತರದಿಂದ ಕಾದಿದ್ದರು. ಆರು ಕುದುರೆಗಳನ್ನು ಹೂಡಿದ ರಥ ಸಿದ್ಧವಾಯಿತು. ಕಡೆಯ ಕ್ಷಣದಲ್ಲಿ ಉಜ್ವಲ ರಥದಲ್ಲಿ ಕೂಡುವುದು ಬೇಡವೆಂದು

ಚಾಣಕ್ಯ ಹೇಳಿದ. ಚಂದ್ರಗುಪ್ತ ಒಬ್ಬನೇ ಕುಳಿತ. ರಥ ಎರಡು ಉರುಳು ಮುಂದೆ ಸಾಗುತ್ತಿದ್ದಂತೆ, ಉದ್ವಿಗ್ನನಂತೆ ಕಾಣುತ್ತಿದ್ದ ಶ್ರೀನಿಧಿ ಅಲ್ಲಿಂದ ಓಡಿದ್ದನ್ನು ಚಾಣಕ್ಯ ಗಮನಿಸಿದ. ಮೆರವಣಿಗೆಯನ್ನು ತಕ್ಷಣ ನಿಲ್ಲಿಸಿದ.

ಸ್ವಲ್ಪ ಹೊತ್ತಿನ ನಂತರ ಶ್ರೀನಿಧಿ ಓಡಿ ಬಂದ. ಮೆರವಣಿಗೆ ಇನ್ನೂ ಅಲ್ಲೇ ಇರುವುದೇಕೆಂಬ ಪ್ರಶ್ನೆ ಅವನ ಮುಖಭಾವದಲ್ಲಿತ್ತು.

"ಮಹಾರಾಜ ಸ್ವಲ್ಪ ಕೆಳಗಿಳಿಯಿರಿ" ಎಂದ ಚಾಣಕ್ಯ..

ಏಕೆಂದು ಅರ್ಥವಾಗದಿದ್ದರೂ ಮರು ಮಾತಾಡದೆ ಅವನು ಕೆಳಗಿಳಿದ. ಚಂದ್ರಗುಪ್ತನ ಮೇಲುಡುಪನ್ನು ಚಾಣಕ್ಯ ತೆಗೆಸಿದ. ಬೇರೊಂದನ್ನು ಅರಮನೆಯಿಂದ ತರಿಸಿ ಅದನ್ನು ತೊಟ್ಟುಕೊಳ್ಳುವಂತೆ ಮಾಡಿದ.

"ಶ್ರೀನಿಧಿ, ಈ ಉಡುಪನ್ನು ನೀನು ತೊಟ್ಟುಕೋ" ಎಂದ ಕಠಿಣವಾಗಿ.

"ನಾನೇ ?... ಏಕೆ ಅಮಾತ್ಯರೇ ?" ಶ್ರೀನಿಧಿ ತೊದಲಿದ.

"ಹೇಳಿದಷ್ಟು ಕೇಳು."

ಅವನು ನಡುಗುತ್ತಲೇ ತನ್ನ ಉಡುಪನ್ನು ತೆಗೆದು ಚಂದ್ರಗುಪ್ತನ ಉಡುಪನ್ನು ಧರಿಸಿದ. ಅವನ ಆಭರಣಗಳನ್ನೂ ಹಾಕಿಕೊಂಡ. ಚಂದ್ರಗುಪ್ತನ ಕಿರೀಟವನ್ನು ಅವನ ತಲೆಯ ಮೇಲಿರಿಸಿ "ಹತ್ತು ರಥವನ್ನು" ಎಂದ. ಹಿಂಜರಿಯುತ್ತಿದ್ದ ಅವನನ್ನು ಭಾಸ್ಕರ ಮತ್ತು ಸಿಂಹಸೇನ ಮೇಲೆ ದೂಡಿದರು. ಅವನು ಮುಳ್ಳಿನ ಮೇಲೆ ಕುಳಿತಂತೆ ಕುಳಿತುಕೊಂಡ. "ಚಂದ್ರಗುಪ್ತ ಮಹಾರಾಜರಿಗೆ ಜಯವಾಗಲಿ" ಎಂಬ ಘೋಷಣೆಯೊಂದಿಗೆ ಮೆರವಣಿಗೆ ಮತ್ತೆ ಹೊರಟಿತು. ಸುಜಾತ ಮತ್ತು ಇತರ ಸ್ತ್ರೀಯೋಧರ ರಕ್ಷಣೆಯಲ್ಲಿ ಚಂದ್ರಗುಪ್ತ ಮತ್ತು ಉಜ್ವಲ ನಿಧಾನವಾಗಿ ಹಿಂದೆ ಬರುತ್ತಿದ್ದರು.

ಮೆರವಣಿಗೆ ಅರಮನೆಯ ಮುಂದಿನ ಚೌಕಕ್ಕೆ ಬಂತು. ಮೇಲೆ ಕಟ್ಟಿದ್ದ ಭಾರೀ ಫಲಕದ ಕೆಳಗೆ ರಥ ನಿಂತಿತು. ಚಾಣಕ್ಯ ಮೇಲೆ ನೋಡಿ "ಎಲ್ಲ ದೂರ ಓಡಿ" ಎಂದು ಕೂಗಿದ. ಎಲ್ಲ ಓಡಿದರು. ಹಠಾತ್ತನೆ ಕಳಚಿಕೊಂಡ ಆ ಫಲಕ ಸರಿಯಾಗಿ ಶ್ರೀನಿಧಿಯ ಮೇಲೆ ಬಿತ್ತು. ಅವನ ಸಹಿತವಾಗಿ ರಥ ನೆಲಕಚ್ಚಿತ್ತು. ಕುದುರೆಗಳು ಬೆದರಿ ಆಕಾಶದ ಕಡೆಗೆ ಕಾಲೆತ್ತಿ ಜೋರಾಗಿ ಕೆನೆದವು. ಮರದಿಂದ ಇಳಿಯುವ ಮೊದಲೇ ದಾರುವರ್ಮನನ್ನು ಸಿಂಹಸೇನ ಮತ್ತು ಮಿತ್ರರು ಹಿಡಿದರು. ಅಷ್ಟರಲ್ಲಿ ಕುಪಿತರಾದ ಜನ ನುಗ್ಗಿ ಬಂದು ಅವನನ್ನು ಸೆಳೆದುಕೊಂಡು ಮನಬಂದಂತೆ ಥಳಿಸಿದರು. ಅವನು ಅಲ್ಲಿಯೇ ಸತ್ತು ಬಿದ್ದ.

"ಪ್ರಜೆಗಳೇ, ಚಂದ್ರಗುಪ್ತ ಮಹಾರಾಜರಿಗೆ ಏನೂ ಆಗಿಲ್ಲ, ಅವರು ಸುರಕ್ಷಿತವಾಗಿದ್ದಾರೆ ಶಾಂತರಾಗಿ" ಎಂದು ಚಾಣಕ್ಯ ಕೂಗಿ ಹೇಳಿದ.

ಅಷ್ಟರಲ್ಲಿ ಇನ್ನೊಂದು ರಥ ಬಂತು. ಅದರಲ್ಲಿ ಚಂದ್ರಗುಪ್ತ ಮತ್ತು ಉಜ್ವಲ ಕುಳಿತರು. ಜನ ಸಂತೋಷಪಟ್ಟರು. ಮೆರವಣಿಗೆ ಅಂದುಕೊಂಡಿದ್ದಂತೆ ಮುಂದುವರಿಯಿತು. 'ರಾಕ್ಷಸಾ, ನಿನ್ನ ಎರಡನೆಯ ಹಂಚಿಕೆಯೂ ವಿಫಲವಾಯಿತು' ಎಂದುಕೊಂಡ ಚಾಣಕ್ಯ.

ಚಾಣಕ್ಯನ ಸಮಯಸ್ಫೂರ್ತಿಯಿಂದ ಚಂದ್ರಗುಪ್ತ ಮಹಾರಾಜರು ಪ್ರಾಣಾಪಾಯದಿಂದ ಪಾರಾದರೆಂಬ ಸುದ್ದಿ ನಗರದ ತುಂಬ ಹರಡಿತು. ಅವನ ಬುದ್ಧಿಶಕ್ತಿಗೆ ಚಂದ್ರಗುಪ್ತ, ಚರಣ ಮುಂತಾದವರೆಲ್ಲ ಮೂಕವಿಸ್ಮಿತರಾದರು.

# ಅಧ್ಯಾಯ ಹನ್ನೊಂದು

## ೧

ಮರುದಿನ ಮುಂಜಾನೆ ಮಾತಂಗ, ಸುರಂಗದ ಹೊರದಾರಿ ಅರಮನೆಯ ಉತ್ತರ ದಿಕ್ಕಿನ ದಟ್ಟವಾದ ಪೊದೆಗಳಿಂದ ಕೂಡಿದ ಒಂದು ಹಳ್ಳದಲ್ಲಿರುವುದನ್ನು ಬಂದು ಹೇಳಿದ. ಸಮೀಪದಲ್ಲೇ ಇಬ್ಬರ ಶವ ಸಿಕ್ಕಿತೆಂದೂ, ಸುರಂಗದ ಬಾಯಿಯ ಬಳಿ ಇನ್ನಿಬ್ಬರ ಶವ ದೊರಕಿರುವ ವಿಷಯವನ್ನೂ ತಿಳಿಸಿದ, ಉಳಿದವರು ಒಳಗೇ ಸತ್ತಿರಬೇಕೆಂದು ಹೇಳಿದ. ಆ ದೇಹಗಳನ್ನು ಸಂಸ್ಕಾರ ಮಾಡಲು ವ್ಯವಸ್ಥೆ ಮಾಡುವಂತೆ, ಚಾಣಕ್ಯ ಸೂಚಿಸಿದ.

ನಂತರ ಚಾಣಕ್ಯ ಚಂದ್ರಗುಪ್ತ ಮತ್ತು ಉಜ್ವಲಳ ಜೊತೆ ಕೋಣೆಗೆ ಬಂದಾಗ ಮಾಧವಿಯ ಕೆಂಪಾದ ಕಣ್ಣುಗಳು, ಅವಳು ನಿದ್ರೆಯಿಲ್ಲದ ಆತಂಕದ ರಾತ್ರಿಯನ್ನು ಕಳೆದಿರುವುದನ್ನು ಹೇಳುತ್ತಿದ್ದವು. ಶಿವಾಲಿ ಮತ್ತು ಮಾಲಿನಿ ಅವಳ ಪಕ್ಕದಲ್ಲೇ ಇದ್ದರು. ಚಾಣಕ್ಯನತ್ತ ಒಮ್ಮೆ ನೋಡಿ ಅವಳು ಮುಖ ತಿರುಗಿಸಿಕೊಂಡಳು. ಮುಖದಲ್ಲಿ ಕೋಪದ ಛಾಯೆ ಕಾಣಿಸಿತು.

ಚಾಣಕ್ಯನಿಗೆ ಅರ್ಥವಾಯಿತು "ಯುವರಾಣಿ" ಅವನು ಹೇಳಿದ, "ನನ್ನ ಮೇಲೆ ನಿನಗೆ ಕೋಪವಿದೆಯೆಂದು ನನಗೆ ಗೊತ್ತು. ಅದರ ಕಾರಣವೂ ಸ್ಪಷ್ಟವಾಗಿಯೇ ಇದೆ. ಆದರೆ ನೀನು ಪರ್ವತನಾಡಿನ ಯುವರಾಣಿ, ಮುಂದೆ ಮಹಾರಾಣಿಯಾಗಲಿರುವವಳು. ಕಿಡಿಗೇಡಿಗಳ ಸುದ್ದಿಯನ್ನು ನಂಬಿ ಮಲಯಕೇತು ಸೈನ್ಯದೊಂದಿಗೆ ಓಡಿಹೋದಂತೆ, ನೀನೂ ನನ್ನನ್ನು ಪ್ರಮಾಣವಿಲ್ಲದೆ ತಪ್ಪು ತಿಳಿದರೆ, ಅದಕ್ಕಿಂತ ವಿಷಾದದ ಸಂಗತಿ ಬೇರೊಂದಿಲ್ಲ"

"ನಾನು ಯಾರನ್ನೂ ತಪ್ಪು ತಿಳಿದಿಲ್ಲ ಆಚಾರ್ಯ. ಆದರೆ ಸತ್ಯವೇನೆಂದು ತಿಳಿಯುವ ಅಧಿಕಾರ ನನಗಿದೆಯೆಂದುಕೊಂಡಿದ್ದೇನೆ."

"ಖಂಡಿತ ಇದೆ ಮಾಧವಿ. ಆದರೆ ಶವಸಂಸ್ಕಾರದ ವಿಷಯ ಮೊದಲು ಇತ್ಯರ್ಥವಾಗಬೇಕು. ಅತಿಥಿಗಳಾಗಿ ಬಂದ ನೀವು ಚಂದ್ರಗುಪ್ತನ ವಿವಾಹದಲ್ಲಿ ಸಂತೋಷದಿಂದ ಭಾಗವಹಿಸಲಾಗಲಿಲ್ಲ, ಜೊತೆಗೆ ಇಂಥಾ ಒಂದು ವಿಷಾದದ ದುರಂತವೂ ನಡೆದು ಹೋಯಿತು. ಇದರಿಂದ ನಮಗೇನೂ ಸಂತೋಷವಾಗಿಲ್ಲ, ಕೂಡಲೇ ನಿನ್ನನ್ನು ಕಳಿಸುವುದೂ ನಮಗೆ ಕಷ್ಟವಾಗುತ್ತದೆ. ಈಗ ಹೊರಟರೂ ನೀನು ಗಿರಿಪುರವನ್ನು ಸೇರುವುದು ಏಳೆಂಟು ದಿನಗಳಾಗುತ್ತವೆ. ಅಲ್ಲಿಯವರೆಗೆ ಶವವನ್ನು ಸಂರಕ್ಷಿಸುವುದು ಸಾಧ್ಯವಾಗಲಾರದು. ನೀನು ಒಪ್ಪಿಗೆ ಕೊಟ್ಟರೆ ಇಲ್ಲೇ ರಾಜಯೋಗ್ಯವಾದ ರೀತಿಯಲ್ಲಿ ಶವಸಂಸ್ಕಾರ ಮುಗಿಸೋಣ. ಅಥವಾ ಶವದೊಡನೆ ಹೋಗುವುದು ನಿನ್ನ ಇಷ್ಟವಾದರೆ ಅದಕ್ಕೂ ವ್ಯವಸ್ಥೆ ಮಾಡುತ್ತೇನೆ."

ಎರಡು ಕ್ಷಣ ಯೋಚಿಸಿದ ಮಾಧವಿ "ಇಲ್ಲೇ ಸಂಸ್ಕಾರವಾಗಲಿ" ಎಂದಳು.

"ಮಾಧವಿ" ಉಜ್ವಲ ಹೇಳಿದಳು, "ನಮ್ಮ ಅತಿಥಿಯಾಗಿ ಬಂದು ನೀನು ಇಂಥ ಆಘಾತವನ್ನು ಅನುಭವಿಸಬೇಕಾಯಿತು, ದಯವಿಟ್ಟು ಕ್ಷಮಿಸು."

ಮಾಧವಿ ಮಾತಾಡದೆ ಸುಮ್ಮನೆ ಅವಳ ಬೆನ್ನ ಮೇಲೆ ಕೈಯಿರಿಸಿದಳು.

ಚಾಣಕ್ಯ ಶವಸಂಸ್ಕಾರಕ್ಕೆ ಕೂಡಲೇ ವ್ಯವಸ್ಥೆ ಮಾಡಿದ. ಮಧ್ಯಾಹ್ನಕ್ಕೆ ಮೊದಲೇ ಸಕಲ ರಾಜಸನ್ಮಾನದೊಡನೆ ಶವಸಂಸ್ಕಾರ ನಡೆಯಿತು.

ಸಂಜೆ ಮಂತ್ರಶಾಲೆಯಲ್ಲಿ ವಿಚಾರಣೆ ನಡೆಯಿತು. ಚಾಣಕ್ಯ, ಚಂದ್ರಗುಪ್ತ, ಅವನ ಮಿತ್ರರು, ಭಾಗುರಾಯಣ ಮೊದಲಾದ ಅಮಾತ್ಯರು, ಮಾತಂಗ, ಉಜ್ವಲ, ಶಿವಾಲಿಯಿದ್ದರು. ಸುಜಾತ ಖಡ್ಗಧಾರಿಯಾಗಿ ಚಂದ್ರಗುಪ್ತನ ಹಿಂದೆ ನಿಂತಿದ್ದಳು. ಮಾಧವಿ ಉಜ್ವಲಳ ಪಕ್ಕದಲ್ಲಿ ಕುಳಿತುಕೊಂಡಿದ್ದಳು. ಪ್ರಭಾಕರ ಸುಸೀಮನನ್ನು ಕರೆದುಕೊಂಡು ಬಂದ.

ಚಂದ್ರಗುಪ್ತನ ಸೂಚನೆಯಂತೆ ವಿಚಾರಣೆ ಆರಂಭವಾಯಿತು. ಮಾತಂಗ ಮತ್ತು ಪ್ರಭಾಕರ ತಮ್ಮ ಹೇಳಿಕೆಗಳನ್ನು ನೀಡಿದರು. ಚಾಣಕ್ಯನೂ ತನ್ನ ಹೇಳಿಕೆಯನ್ನು ನೀಡಿದ. ಯೂಡಿಮಸ್ ಮೊದಲು ಬಂದಾಗ ಅವನೊಂದಿಗೆ ಮಾತಾಡಿ ಪೌರವನ ಬಳಿಗೆ ಕಳಿಸಿದ್ದು ಅವನು ಮರಳಿ ಬಂದಾಗ ಪೌರವನ ಇಚ್ಛೆಯಂತೆಯೇ ಅವನನ್ನು ಅಂತಃಪುರಕ್ಕೆ ಕಳಿಸಿದ್ದನ್ನು ಹೇಳಿದ. "ಅನಂತರ ನಾನು, ಸಿಂಹಸೇನ, ಭಾಗುರಾಯಣ ಮತ್ತಿತರೊಡನೆ ಮನೆಯ ಕಡೆಗೆ ಹೊರಟೆ. ಅರಮನೆಯ ಮಹಾದ್ವಾರವನ್ನು ದಾಟುವ ಮೊದಲು ಗದ್ದಲವಾಯಿತು. ಯಾರೋ ಪರಿಚಯವಿಲ್ಲದ ಕೆಲವರು ನನ್ನ ಹೆಸರು ಹಿಡಿದು ಕೂಗಿ, ನಾನೇ ಪೌರವನನ್ನು ಕೊಲ್ಲಿಸಿದೆನೆಂದು ಕೂಗುತ್ತ ಓಡಿಹೋದರು. ಅವರು ಯಾರು? ಅರಮನೆಯೊಳಗೆ ಆ ವೇಳೆಯಲ್ಲಿ ಹೇಗೆ ನುಸುಳಿದರು ನನಗೆ ಗೊತ್ತಿಲ್ಲ, ಬಹುಶಃ ಅವರು ಸಮಾರಂಭದ ಅತಿಥಿಗಳ ವೇಷದಲ್ಲಿ ಒಳಬಂದಿರಬೇಕು. ನಾನು ಹಿಂದಿರುಗಿ ಬರುವಷ್ಟರಲ್ಲಿ ಅನಾಹುತ ನಡೆದುಹೋಗಿತ್ತು."

ಕಡೆಯಲ್ಲಿ ಸುಸೀಮನ ಸರದಿ ಬಂದಾಗ ಅವನು ಹೇಳಿದ, "ನಿಜ ಹೇಳಬೇಕೆಂದರೆ, ನಾನು, ಪೌರವರ ಕೊಲೆಯಾಯಿತೇ! ಹೀಗೆ ನಡೆದುಹೋಯಿತೇ! ಎಂದು ನಂಬಲಾಗದ ದಿಗ್ಭ್ರಾಂತಿಯ ಸ್ಥಿತಿಯಲ್ಲಿದ್ದೆ. ಆದರೆ ಕಾರಾಗೃಹದ ಕಲ್ಲುನೆಲದ ಮೇಲೆ ರಾತ್ರಿಯೆಲ್ಲ ಒಂಟಿಯಾಗಿ ಕುಳಿತು ಯೋಚಿಸಿದ ಮೇಲೆ ಅದು ನಿಜವೆಂದು ಒಪ್ಪಲೇಬೇಕಾಯಿತು. ಈಗ ನಾನು, ನನ್ನ ಅಪರಾಧವಿಲ್ಲದಿದ್ದರೂ ನಿಮ್ಮಲ್ಲಿ ಪ್ರಾಣಭಿಕ್ಷೆಯನ್ನು ಕೇಳಬೇಕಾದ ಪರಿಸ್ಥಿತಿಯಲ್ಲಿದ್ದೇನೆ" ಅವನ ಕೊರಳು ಗದ್ಗದಿತವಾಗಿ ಸ್ವಲ್ಪ ಹೊತ್ತು ಮಾತು ನಿಲ್ಲಿಸಿದ.

ಕೆಲವು ಕ್ಷಣಗಳ ನಂತರ ಅವನು ಮತ್ತೆ ಮುಂದುವರಿಸಿದ, "ಎಂಥ ಸಂತೋಷದ ಸಂದರ್ಭ! ಎಲ್ಲ ಕಡೆ ಎಷ್ಟು ಸಡಗರ, ಸಂಭ್ರಮ! ಇಂಥ ಒಂದು ಕಳಂಕದ ಘಟನೆ ನಡೆಯಬಾರದಾಗಿತ್ತು. ಅದಕ್ಕೆ ಸಾಕ್ಷಿಯಾದ ನನ್ನಂಥ ನತದೃಷ್ಟ ಬೇರೆ ಯಾರೂ ಇಲ್ಲ.

"ಪೀಠಿಕೆಯೇ ಉದ್ದವಾಯಿತು. ಕ್ಷಮಿಸಿ. ಈಗ ವಿಷಯಕ್ಕೆ ಬರುತ್ತೇನೆ. ನಾನು ಪುಷ್ಕಲಾವತಿಯವನು. ಅಲ್ಪಸ್ವಲ್ಪ ವಿದ್ಯಾವಂತ. ಆದರೆ, ತಂದೆ ತೀರಿಕೊಂಡ ನಂತರ ಮನೆಯಲ್ಲಿ ಕಿತ್ತು ತಿನ್ನುವ ಬಡತನ. ಹೆತ್ತತಾಯಿಗೆ ತುತ್ತು ಅನ್ನ ಹಾಕಲಾರದ ನಾನೆಂಥ ಮಗ! ಎಂದು ಸಂಕಟವಾಗುತ್ತಿತ್ತು. ಅದೇ ಸಮಯದಲ್ಲಿ ಯವನ ಸೇನೆ ಬಂತು. ನಮ್ಮ

ತರುಣರೆಲ್ಲ ಅವರು ಕೊಡುವ ಧನದಾಮಿಷದಿಂದ ಸಂಬಳದ ಸೈನಿಕರಾಗಿ ಅವರ ಸೈನ್ಯ ಸೇರುತ್ತಿದ್ದರು. ಆರು ತಿಂಗಳ ಮುಂಗಡ ಸಂಬಳ ತಾಯಿಗೆ ಕೊಟ್ಟು ಒಂದೇ ಮನಸ್ಸಿನಿಂದ ಬಂದೇ ಬಿಟ್ಟೆ. ಸೈನಿಕನಾಗುವ ಆಸೆ ನನಗಿರಲಿಲ್ಲ, ಕತ್ತಿಯನ್ನು ಹಿಡಿದೂ ಗೊತ್ತಿಲ್ಲ. ಆಮೇಲೂ ನಾನು ಕಲಿತಿದ್ದು ಅಷ್ಟರಲ್ಲೇ ಇದೆ. ಹೊಟ್ಟೆಗೆ ಎಂಥದೋ ಊಟ ದೊರೆಯುತ್ತಿತ್ತು. ಮಾಡಲು ಯಾವುದೋ ಒಂದು ಕೆಲಸವಿತ್ತು.

"ಅಲೆಗ್ಸಾಂಡರ್ ಹಿಂದಿರುಗಿ ತನ್ನ ದೇಶಕ್ಕೆ ಹೊರಟುಹೋದ. ಸಾವಿರಾರು ಜನ ಸಂಬಳದ ಸೈನಿಕರು ಸತ್ತರು. ಕೆಲವರು ಸೇನೆ ಬಿಟ್ಟು ಹೋದರು. ಬಹಳ ಜನ ಚಂದ್ರಗುಪ್ತ ಮಹಾರಾಜರ ಸೈನ್ಯ ಸೇರಿದರು. ಅಲೆಗ್ಸಾಂಡರ್ ಬೇರೆ ಬೇರೆ ನಾಯಕರನ್ನು ಬೇರೆ ಬೇರೆ ಪ್ರದೇಶಗಳಲ್ಲಿ ನಿಲ್ಲಿಸಿ ಹೋದ. ಅವರಲ್ಲಿ ಈ ಯೂಡಿಮಸ್ಸನೂ ಒಬ್ಬ. ಊರಿಗೆ ಹೋದರೆ ಮತ್ತೆ ಬಡತನದ ಬಾಳು. ಅದು ಬೇಡವೆಂದು ನಾನು ಇವನ ಜೊತೆ ಸೇರಿದೆ. ಇವನು ನಿಮ್ಮೊಂದಿಗೆ ಯುದ್ಧ ಮಾಡಿ ಸೋತು ಓಡಿಹೋದಾಗ ನಾನು ಜೊತೆಯಲ್ಲೇ ಇದ್ದೆ. ಇವನ ಸಂಗಡಿಗರೆಲ್ಲ ಬಿಟ್ಟುಹೋದರು. ನಾನು ಮತ್ತು ಕೆಲವರು ಮಾತ್ರ ಉಳಿದುಕೊಂಡೆವು. ಊಟ, ನಿದ್ರೆಗಳಿಲ್ಲದೆ ಇವನೊಂದಿಗೆ ಅಲೆಯುವ ಪರಿಸ್ಥಿತಿ ಬಂತು.

"ಯವನರು ಗೆದ್ದ ಪ್ರದೇಶಗಳನ್ನು ನೀವು ಗೆದ್ದದ್ದು ಅವನಿಗೆ ಬಹಳ ಕೋಪ ತಂದಿತ್ತು. ಪೌರವ ಸಹಾಯ ಮಾಡಿದರೆ ತಾನೇ ಅವನ್ನೆಲ್ಲ ಗೆದ್ದು ಅಲೆಗ್ಸಾಂಡರನಂತೆ ಮಹಾವಿಜೇತ ನೆನಿಸಿಕೊಳ್ಳುವ ಹಂಬಲ ಅವನಲ್ಲಿ ಅತಿಯಾಗಿತ್ತು. ಆದರೆ ಪೌರವ ಅವನ ಉತ್ಸಾಹಕ್ಕೆ ತಣ್ಣೀರೆರಚಿದರು. ಅವರ ಮೇಲೆ ತುಂಬಾ ಕೋಪವಿತ್ತು. ಅವರನ್ನು ಕೊಂದುಬಿಡಬೇಕೆಂದು ಸಾವಿರ ಸಲ ಹೇಳಿದ್ದ.

"ನಾನೂ ಇವನನ್ನು ಬಿಟ್ಟು ಹೋಗುತ್ತಿದ್ದೆ. ಆದರೆ ಇವನು ತನ್ನ ಪರಿವಾರದ ಚೆಲುವೆಯನ್ನು ಪೌರವನಿಗೆ ನೀಡಿ, ಅವನಿಂದ ಧನ ಪಡೆದು ನನ್ನ ಸಂಬಳ ಕೊಡುವುದಾಗಿ ನಂಬಿಸಿದ. ಬರಿಗೈಯಲ್ಲಿ ಭಿಕಾರಿಯಂತೆ ಹೋಗುವುದರ ಬದಲು, ಒಂದಷ್ಟು ಧನ ತೆಗೆದುಕೊಂಡು ಹೋಗಬೇಕೆಂಬ ಆಸೆಯಿಂದ ಉಳಿದುಕೊಂಡೆ. ಅವನ ಜೊತೆಯಲ್ಲಿ ಇಲ್ಲಿಗೆ ಬಂದೆ. ಅವನು ಪೌರವನನ್ನು ಭೇಟಿ ಮಾಡಿದ. ಚಂದ್ರಗುಪ್ತನನ್ನು ಕೊಲ್ಲಲು ತನಗೆ ಸಹಾಯ ಮಾಡುವಂತೆ ಕೇಳಿಕೊಂಡ. ಅವರು ಅದು ಸಾಧ್ಯವಿಲ್ಲ ಎಂದು ಹೇಳಿದರು. ಮತ್ತೆ ಯೋಚಿಸುವಂತೆ ಹೇಳಿ ಬಂದುಬಿಟ್ಟ. ಹೊರಗೆ ಹೋದ ಮೇಲೆ ಚಂದ್ರಗುಪ್ತನಿಗಿಂತ ಮೊದಲು ಪೌರವನನ್ನು ಕೊಲ್ಲುತ್ತೇನೆಂದು ಕೂಗಾಡಿದ. ಮೊದಲು ನಮ್ಮ ಜೊತೆಯಲ್ಲಿದ್ದ ಪೌರವ, ಅರ್ಧ ರಾಜ್ಯದ ಆಸೆಗೆ ಚಂದ್ರಗುಪ್ತನ ಕಡೆ ಸೇರಿಕೊಂಡನೆಂದು ಕುದಿಯುತ್ತಿದ್ದ.

"ಮಾತು ಕೊಟ್ಟಿದ್ದಂತೆ ಮೊನ್ನೆ ಬಂದೆವು. ಅಷ್ಟಾದರೂ, ಕೂಗಾಡಿ ಚಾಣಕ್ಯರು ಕೊಡುವ ಧನವನ್ನು ತೆಗೆದುಕೊಂಡು, ಹುಡುಗಿಯನ್ನು ಬಿಟ್ಟು ಬರುವನೆಂದೇ ನಾನು ಭಾವಿಸಿದ್ದೆ. ನಾವು ಹೋದಾಗ ಪೌರವರು ತಮ್ಮ ಮೈಮೇಲಿನ ಆಭರಣಗಳನ್ನೇ ಕೊಡಲು ಮುಂದಾದರು. ಯೂಡಿಮಸ್, ಚಂದ್ರಗುಪ್ತನ ಕೋಣೆ ಯಾವುದು ತೋರಿಸು, ಅವನನ್ನು ಕೊಲ್ಲಲು ಸಹಕರಿಸು ಎಂದು ಕೇಳಿದ. ಅವರು, ಭದ್ರವಾದ ಕಾವಲಿದೆ, ಅದು ಸಾಧ್ಯವಿಲ್ಲ ಎಂದರು. ನೀನು ಮಾಡದಿದ್ದರೆ ನಾನೇ ಆ ಕೆಲಸ ಮಾಡುತ್ತೇನೆ ಎಂದ ಯೂಡಿಮಸ್. ಮಾತಿಗೆ ಮಾತು ಬೆಳೆಯಿತು. ಕೋಪಗೊಂಡ ಪೌರವ ಅವನನ್ನು ಕೊಲ್ಲಲು ಕತ್ತಿಗಾಗಿ

ಹುಡುಕಾಡತೊಡಗಿದರು. ಅಷ್ಟರಲ್ಲಿ ಯೂಡಿಮಸ್ ತನ್ನ ಉಡುಪಿನಲ್ಲಿ ಬಚ್ಚಿಟ್ಟುಕೊಂಡಿದ್ದ ಕಠಾರಿಯಿಂದ ಪೌರವರ ಎದೆಗೆ ತಿವಿದು ಕೊಂದುಬಿಟ್ಟ!''

ಸುಸೀಮ ಮಾತು ನಿಲ್ಲಿಸಿದ. ಎಲ್ಲ ಕಡೆ ನಿಶ್ಯಬ್ದ. ಮಾಧವಿಯ ಕಣ್ಣಲ್ಲಿ ಕಂಬನಿ ಧುಮುಕುತ್ತಿತ್ತು. ವೇಗವಾಗಿ ಉಸಿರಾಡುತ್ತಿದ್ದಳು. ಸುಸೀಮ ಮತ್ತೆ ಮುಂದುವರಿಸಿದ. ''ನನಗೆ ಜಂಘಾಬಲವೇ ಉಡುಗಿ ಹೋಯಿತು. ಅವನೂ ಭೀತಿಯಿಂದ ಹುಡುಗಿಯ ಕೈಹಿಡಿದು ಹೊರಗೆ ಓಡಿದ. ನಾನೂ ಹಿಂಬಾಲಿಸಿದೆ. ಅಷ್ಟರಲ್ಲಿ ಯಾರೋ ಕೆಲವರು ''ಚಾಣಕ್ಯರು ಪೌರವನನ್ನು ಕೊಲ್ಲಿಸಿದರು'' ಎಂದು ಕೂಗುತ್ತ ಅರಮನೆಯ ತುಂಬ ಹುಚ್ಚರಂತೆ ಓಡುತ್ತಿದ್ದರು. ಅದನ್ನೆಲ್ಲ ಗಮನಿಸಲು ನಮಗೆ ಸಮಯವಿರಲಿಲ್ಲ. ಅರಮನೆಯ ಮಹಾದ್ವಾರದ ಹೊರಗೆ ನಮ್ಮ ಕುದುರೆಗಳಿದ್ದವು. ಅಲ್ಲಿಗೆ ಓಡಿ ಕುದುರೆಯೇರಿಬಿಟ್ಟರೆ ತಪ್ಪಿಸಿಕೊಳ್ಳಬಹುದೆಂಬುದಷ್ಟೇ ನಮ್ಮ ಗುರಿಯಾಗಿತ್ತು.

''ಅಷ್ಟರಲ್ಲಿ ಹಿಂದಿನಿಂದ ನಮ್ಮನ್ನು ಹಿಡಿಯುವಂತೆ ಯಾರೋ ಕೂಗಿದ್ದು ಕೇಳಿಸಿತು. ಕಾವಲುಗಾರರು ಅಡ್ಡಬಂದರು. ಯೂಡಿಮಸ್ ಕಠಾರಿ ಬೀಸಿ ನಾಲ್ಕು ಜನರನ್ನು ಕೆಳಕ್ಕೆ ಬೀಳಿಸಿ ಓಡಿಹೋದ. ನಾನು ಸಿಕ್ಕಿಬಿದ್ದೆ. ನನ್ನ ಕಣ್ಣೆದುರಿಗೇ ಯೂಡಿಮಸ್ ಮತ್ತು ಆ ಹುಡುಗಿ ಕುದುರೆಯೇರಿ ನಾಗಾಲೋಟ ಹೂಡಿ ಕತ್ತಲೆಯಲ್ಲಿ ಮರೆಯಾದರು. ಇದು ವಾಸ್ತವ ಸಂಗತಿ. ಹೃದಯಪೂರ್ವಕವಾಗಿ ನಾನು ಹೇಳುತ್ತಿರುವ ಸತ್ಯ. ಸುಳ್ಳು ಹೇಳುವ ಅಗತ್ಯ ನನಗಿಲ್ಲ. ನೇರವಾಗಿ ನಾನು ಅಪರಾಧಿಯಲ್ಲದಿದ್ದರೂ, ಇಂಥ ಕ್ರೂರ ಅಪರಾಧಕ್ಕೆ ಸಾಕ್ಷಿಯಾಗಿರುವುದರಿಂದ ನಾನೂ ಅದರಲ್ಲಿ ಭಾಗವಹಿಸಿದಂತೆಯೇ ಆಯಿತು. ಅನ್ನ ನೀರಿಲ್ಲದೆ ದೀರ್ಘ ಪ್ರಯಾಣ ಮಾಡಿ, ನನ್ನ ಬಡತಾಯಿಯನ್ನು ಬರಿಗೈಯಲ್ಲಿ ನೋಡುವುದರ ಬದಲು ನಿಮ್ಮ ಸೆರೆಮನೆಯಲ್ಲಿ ಶಿಕ್ಷೆ ಅನುಭವಿಸಲು ಸಿದ್ಧನಾಗಿದ್ದೇನೆ.''

ಸ್ವಲ್ಪ ಹೊತ್ತು ಯಾರೂ ಮಾತಾಡಲಿಲ್ಲ. ಸುಸೀಮನ ಕಥೆ ಎಲ್ಲರ ಭಾವನೆಗಳನ್ನು ಕೆರಳಿಸಿತ್ತು. ಚಾಣಕ್ಯ ಮಾತ್ರ ಸ್ಥಿತಪ್ರಜ್ಞನಂತೆ ಯಾವ ಭಾವನೆಯೂ ಇಲ್ಲದೆ ಸುಮ್ಮನೆ ಕುಳಿತಿದ್ದ. ಯಾರೂ ಮಾತಾಡುವಂತೆ ಕಾಣಲಿಲ್ಲ. ಚಂದ್ರಗುಪ್ತ ತಾನೇ ಹೇಳಿದ, ''ಮಹಾಮಾತ್ಯರೇ, ಈಗ ಸುಸೀಮನಿಗೆ ಎಂಥ ಶಿಕ್ಷೆ ವಿಧಿಸಬೇಕೆಂದು ಚರ್ಚೆ ನಡೆದು ಒಂದು ನಿರ್ಧಾರಕ್ಕೆ ಬರಬೇಕು.''

''ಅಮಾತ್ಯ ಪರಿಷತ್ತಿನ ಇತರ ಸದಸ್ಯರೂ ತಮ್ಮ ಅಭಿಪ್ರಾಯ ವ್ಯಕ್ತಪಡಿಸಲಿ'' ಎಂದ ಚಾಣಕ್ಯ.

ಅವರೆಲ್ಲ ತಮ್ಮ ತಮ್ಮಲ್ಲೇ ಪಿಸು ಪಿಸು ಮಾತಾಡಿಕೊಂಡರು. ಭಾಗುರಾಯಣ, ''ಮಹಾಮಾತ್ಯರ ಅಭಿಪ್ರಾಯಕ್ಕೆ ನಮ್ಮ ಪೂರ್ಣ ಸಮ್ಮತಿಯಿದೆ'' ಎಂದ.

''ಮಹಾರಾಜ'' ಚಾಣಕ್ಯ ಹೇಳಿದ, ''ಇದು ಬಹು ಸೂಕ್ಷ್ಮ ಪ್ರಸಂಗ. ಅಪರಾಧಿ ತನ್ನ ಅಪರಾಧವನ್ನು ತಾನೇ ಹೃತ್ಪೂರ್ವಕವಾಗಿ ಒಪ್ಪಿಕೊಳ್ಳುವುದರ ಜೊತೆಗೆ, ಅದರ ಹಿನ್ನೆಲೆಯನ್ನು ಸವಿವರವಾಗಿ ತಿಳಿಸಿದ್ದಾನೆ. ಆದರೆ ಇವನು ನಿಜವಾದ ಅಪರಾಧಿಯೇ ಎಂದು ನಿರ್ಧರಿಸುವುದು ಸಂದಿಗ್ಧವಾಗಿದೆ. ಅಪರಾಧ ಮಾಡಿದವನ ಕಡೆಯವನಾಗಿ ಇವನು ಆ ಸಂದರ್ಭದಲ್ಲಿ ಅಲ್ಲಿದ್ದುದು ಅಪರಾಧವೇ ಆದರೂ, ಅದಕ್ಕೆ ಕಾರಣವಾದ ಅಸಹಾಯಕ ಪರಿಸ್ಥಿತಿ ಇವನ ಅಪರಾಧವನ್ನು ಮಾನವೀಯ ದೃಷ್ಟಿಯಿಂದ ಪರಿಶೀಲಿಸುವಂತೆ ಮಾಡಿದೆ.

ನನ್ನ ಅಭಿಪ್ರಾಯದಲ್ಲಿ, ನಮ್ಮೆಲ್ಲರಿಗಿಂತ ಇದು ಪರ್ವತನಾಡಿನ ಯುವರಾಣಿ ಮಾಧವಿಗೆ ಸಂಬಂಧಿಸಿದ್ದು. ನಮ್ಮ ದೃಷ್ಟಿ ಏನೇ ಇದ್ದರೂ, ನಾವು ಮಾಧವಿಯ ಅಭಿಪ್ರಾಯಕ್ಕೆ ಮನ್ನಣೆ ಕೊಡುವುದು ಸೂಕ್ತ.''

''ಯುವರಾಣಿ'' ಚಂದ್ರಗುಪ್ತ ಹೇಳಿದ, ''ಪೌರವರ ಅವಸಾನದಿಂದ ನಿಮಗೆ ಹೆಚ್ಚಿನ ನೋವಾಗಿದೆ. ನಿಜವಾದ ಅಪರಾಧಿ ತಪ್ಪಿಸಿಕೊಂಡಿದ್ದಾನೆ. ಅವನನ್ನು ಶೋಧಿಸುವ ಪ್ರಾಮಾಣಿಕ ಪ್ರಯತ್ನ ಮಾಡುವುದಾಗಿ ನಾನು ಭರವಸೆ ನೀಡುತ್ತೇನೆ. ಅವನ ಸಹಾಯಕನಾದ ಈ ಸುಸೀಮನಿಗೆ ಯಾವ ಶಿಕ್ಷೆ ಕೊಡಬೇಕೆಂದು ನೀವು ಹೇಳಿದರೂ ಅದನ್ನು ಪರಿಶೀಲಿಸಲಾಗುತ್ತದೆ.''

''ಬೇಡ ಮಹಾರಾಜ'' ಮಾಧವಿ ದುಃಖದಿಂದ ಭಾರವಾದ ಧ್ವನಿಯಲ್ಲಿ ಹೇಳಿದಳು, ''ಹಲವರ ಅಪರಾಧಗಳ ಹಿಂದೆ ಸ್ವಾರ್ಥ ಪ್ರತಿಷ್ಠೆಗಳ ಕಾರಣವೇ ಇರುತ್ತದೆ. ಆದರೆ ಇವನ ಅಪರಾಧದ ಹಿಂದೆ ಬಡತನದ ಕಾರಣವಿದೆ. ತನ್ನ ತಾಯಿಯನ್ನು ಹಸಿವಿನಿಂದ ಪಾರು ಮಾಡುವ ಕರ್ತವ್ಯಶೀಲತೆಯಿದೆ. ಅದಕ್ಕಿಂತ ಕ್ರೂರವಾದ ದೈನ್ಯವಿದೆ. ಅವನಿಗೆ ಶಿಕ್ಷೆ ಕೊಡುವ ಪಾಪಕಾರ್ಯವನ್ನು ಮಾಡಲೆ? ಇವನ ಪ್ರಾಮಾಣಿಕತೆಯನ್ನು, ಪಶ್ಚಾತ್ತಾಪವನ್ನು ನಾನು ಗೌರವಿಸುತ್ತೇನೆ. ಮಹಾಮಾತ್ಯರು ಹೇಳಿದ ಮಾನವೀಯ ದೃಷ್ಟಿ ಇಲ್ಲಿ ಅಗತ್ಯವೆನಿಸುತ್ತಿದೆ, ಇವನನ್ನು ಬಿಟ್ಟುಬಿಡಿ.''

''ಬೇಡ ತಾಯಿ'' ಸುಸೀಮ ಕೈಮುಗಿದು ಕೇಳಿಕೊಂಡ, ''ನನ್ನದು ಅಕ್ಷಮ್ಯ ಅಪರಾಧ. ಅದನ್ನು ಕ್ಷಮಿಸುವ ನಿಮ್ಮ ದೊಡ್ಡತನವನ್ನು ಹೊರುವ ಶಕ್ತಿ ನನಗಿಲ್ಲ. ಹೊಟ್ಟೆಪಾಡಿಗಾಗಿ ವ್ಯಕ್ತಿತ್ವವನ್ನೇ ಮಾರಿಕೊಳ್ಳಬಾರದೆಂಬ ಸತ್ಯ ಮನವರಿಕೆಯಾಗಬೇಕಾದರೆ, ನಾನು ಶಿಕ್ಷೆ ಅನುಭವಿಸಲೇಬೇಕು.''

''ನಿನ್ನ ಪಶ್ಚಾತ್ತಾಪವೇ ನಿನಗೆ ಶಿಕ್ಷೆ ಸುಸೀಮ'' ಎಂದ ಚಾಣಕ್ಯ.

''ಸುಸೀಮ, ನನ್ನೊಂದಿಗೆ ಗಿರಿಪುರಕ್ಕೆ ಬಂದುಬಿಡು. ನಿನ್ನ ಜೀವನೋಪಾಯಕ್ಕೆ ನಾನು ವ್ಯವಸ್ಥೆ ಮಾಡುತ್ತೇನೆ'' ಎಂದಳು ಮಾಧವಿ.

''ಇಲ್ಲ ತಾಯಿ'' ಸುಸೀಮ ಹೇಳಿದ, ''ತಮ್ಮ ದೊರೆಯನ್ನು ಕೊಂದವನ ಜೊತೆಯಲ್ಲಿ ಇದ್ದವನು ಎಂಬ ಕಾರಣದಿಂದ ಅಲ್ಲಿಯ ಜನ ನನ್ನನ್ನು ಸುಮ್ಮನೆ ಬಿಡುತ್ತಾರೆಯೇ? ಬೇಡ ತಾಯಿ, ಬಿಡುಗಡೆಯಾದರೆ ಮೊದಲು ನನ್ನ ತಾಯಿಯನ್ನು ನೋಡಲು ಬಯಸುತ್ತೇನೆ.''

''ಅದೇ ನಿನ್ನ ಇಚ್ಛೆಯಾದರೆ, ನೀನು ಸುರಕ್ಷಿತವಾಗಿ ಪುಷ್ಕಲಾವತಿಯನ್ನು ಸೇರಲು ಅಗತ್ಯವಾದ ಎಲ್ಲ ಅನುಕೂಲಗಳನ್ನೂ ನಾನು ಮಾಡಿಕೊಡುತ್ತೇನೆ. ನಂತರ ನಿನಗೆ ಇಷ್ಟಬಂದರೆ ನಿನ್ನ ತಾಯಿಯನ್ನು ಕರೆದುಕೊಂಡು ಇಲ್ಲಿಗೇ ಬಂದುಬಿಡು. ನಮ್ಮಲ್ಲೇ ಒಂದು ಕೆಲಸ ಮಾಡಿಕೊಂಡಿರಬಹುದು. ಅಲ್ಲವೆ ಮಹಾಮಾತ್ಯರೇ?'' ಎಂದು ಚಂದ್ರಗುಪ್ತ ಚಾಣಕ್ಯನ ಮುಖ ನೋಡಿದ.

''ನಿಮ್ಮದು ತುಂಬಾ ಒಳ್ಳೆಯ ಹೃದಯ ಮಹಾರಾಜ'' ಎಂದ ಚಾಣಕ್ಯ.

''ನಿಮ್ಮನ್ನು ತಪ್ಪು ತಿಳಿದ ನನ್ನ ಅವಿವೇಕವನ್ನು ದಯವಿಟ್ಟು ಕ್ಷಮಿಸಿ ಆಚಾರ್ಯ'' ಎಂದು ಮಾಧವಿ ಕೇಳಿಕೊಂಡಳು.

"ತಪ್ಪು ಒಪ್ಪಾಯಿತೆಂದೇ ನನಗೆ ಸಮಾಧಾನ. ಈಗಾಗಲೇ ಮಲಯಕೇತು ನನ್ನ ಮೇಲೆ ಕ್ರೋಧದಿಂದ ಕುದಿಯುತ್ತಿರಬಹುದು. ಆದರೆ ನಾನು ತಪ್ಪು ಮಾಡಿಲ್ಲವೆಂದು ನನಗೆ ಗೊತ್ತಿರುವವರೆಗೂ ಬೇರೆಯವರು ತಪ್ಪು ತಿಳಿದುಕೊಳ್ಳುವುದನ್ನು ನಾನು ಲೆಕ್ಕಿಸುವುದಿಲ್ಲ ಯುವರಾಣಿ ನಿನ್ನಿಂದ ಇನ್ನೊಂದು ಸಹಾಯವಾಗಬೇಕು."

"ಏನು ಹೇಳಿ ಆಚಾರ್ಯ."

"ಮೊದಲನೆಯ ಕೆಲಸ, ಮಲಯಕೇತುವಿನ ತಪ್ಪು ಅಭಿಪ್ರಾಯವನ್ನು ಹೋಗಲಾಡಿಸುವುದು. ಎರಡನೆಯದು, ಅವನು ಮಗಧಕ್ಕೆ ಆಶ್ರಿತನಾಗಿರುವಂತೆ ಒಪ್ಪಿಸುವುದು."

"ಆಶ್ರಿತನಾಗುವುದೇ!" ಅವಳ ಹುಬ್ಬು ಮೇಲೇರಿತು.

"ಕೋಪ ಮಾಡಿಕೊಳ್ಳುವ ಮೊದಲು ನನ್ನ ಮಾತನ್ನು ಕೇಳು. ಬಿಡಿ ಬಿಡಿಯಾಗಿ ಜನಪದಗಳಾಗಿ, ಪುಟ್ಟ ಪ್ರಾಂತಗಳಾಗಿ ಒಡೆದುಹೋಗಿದ್ದ ಆರ್ಯಾವರ್ತವನ್ನು ಯವನ ವೀರ ಅಲೆಗ್ಸಾಂಡರ್ ಹೇಗೆ ಸುಲಭದ ತುತ್ತಾಗಿಸಿಕೊಂಡನೆಂಬುದು ನಿನಗೆ ಗೊತ್ತೇ ಇದೆ. ಈಗ ಓಡಿಹೋದ ಯೂಡಿಮಸ್ ಖಂಡಿತ ನಮ್ಮ ಕೈಗೆ ಸಿಗುವುದಿಲ್ಲ, ಅವನು ತನ್ನ ನಾಡಿಗೇ ಹೋಗುವನೆಂದು ನನ್ನ ನಂಬಿಕೆ. ಅವನು ಮತ್ತೆ ಸೈನ್ಯದೊಂದಿಗೆ ಬಂದೇ ಬರುವನೆನ್ನಿಸುತ್ತಿದೆ. ಆಗ ಅವನು ಮಗಧವನ್ನು ಗೆಲ್ಲುವುದು ಸಾಧ್ಯವಾಗುವುದಿಲ್ಲ, ಆದರೆ ಪರ್ವತನಾಡನ್ನು ಗೆದ್ದುಬಿಡಬಹುದು. ನನ್ನ ಸಂಕಲ್ಪವಿದ್ದದ್ದು, ಸನಾತನ ಧರ್ಮದ ಅಡಿಪಾಯದ ಮೇಲೆ ಭದ್ರವಾದ, ವಿಶಾಲವಾದ ಧರ್ಮ ಸಾಮ್ರಾಜ್ಯವನ್ನು ಸ್ಥಾಪಿಸುವುದು. ಇದು ಚಂದ್ರಗುಪ್ತನ ಪ್ರತಿಷ್ಠೆಯಲ್ಲ, ಅಥವಾ ಮತ್ತೊಬ್ಬನ ಪ್ರತಿಷ್ಠೆಯಲ್ಲ, ಇದು ಇಡೀ ಆರ್ಯಾವರ್ತದ ಪ್ರತಿಷ್ಠೆಯಾಗಬೇಕೆಂದು ನನ್ನಾಸೆ. ಒಂದೇ ಸಾಮ್ರಾಜ್ಯವೆಂಬ ಶಿರಸ್ಸಿಗೆ ಬೇರೆ ಬೇರೆ ಪ್ರಾಂತಗಳು ದೇಹ, ಬಾಹು, ಕಾಲುಗಳಾದರೆ ಸಮತೋಲನವಿರುತ್ತದೆ, ಸಮಾನ ಹಿತವಿರುತ್ತದೆ, ಸಮಾನ ಗೌರವವಿರುತ್ತದೆ."

"ಅಂದರೆ, ನಾವು ಸ್ವಾತಂತ್ರ್ಯಹೀನರಾಗಬೇಕೆ ?"

"ಇಲ್ಲ, ಆದರೆ ಸ್ವಚ್ಛಂದ ಸ್ವಾತಂತ್ರ್ಯದ ಬದಲು ಧರ್ಮ ನಿರ್ಬಂಧಿತ ಸ್ವಾತಂತ್ರ್ಯವನ್ನು ಅನುಭವಿಸಬೇಕು. ನಿಮ್ಮ ನಾಡಿನಲ್ಲಿ ನೀವು ಸ್ವತಂತ್ರರು. ನಿಮ್ಮ ಆಂತರಿಕ ವಿಷಯಗಳಲ್ಲಿ ನಾವು ತಲೆ ಹಾಕುವುದಿಲ್ಲ, ಆದರೆ ಚಂದ್ರಗುಪ್ತನ ಪರಮಾಧಿಕಾರವನ್ನು ಒಪ್ಪುವುದರಿಂದ, ಯುದ್ಧಕ್ಕೆ ಹೊರಟವನು ಉಕ್ಕಿನ ಕವಚನವನ್ನು ಧರಿಸಿದಂತೆ ಸುರಕ್ಷಿತವಾಗಿರಬಹುದು."

"ಒಪ್ಪದಿದ್ದರೆ ನಮಗೆ ಅಪಾಯವೆಂದು ಪರೋಕ್ಷವಾಗಿ ಹೇಳುತ್ತಿರುವಿರಾ ಆಚಾರ್ಯ ?"

"ಇಲ್ಲ ಯುವರಾಣಿ, ನಮ್ಮಿಂದ ಅಪಾಯವಿಲ್ಲ, ನಮ್ಮ ರಕ್ಷಣೆಯಿಲ್ಲದಿದ್ದರೆ ಬೇರೆಯವರಿಂದ ಅಪಾಯವಾಗಬಹುದು, ಎಂದು ಹೇಳಿದೆ, ಅಷ್ಟೆ. ಈಗ ನನ್ನ ಹೆಸರನ್ನು ಪೌರವನ ಕೊಲೆಯೊಂದಿಗೆ ಸೇರಿಸಿದ್ದನ್ನು ನಂಬಿ ದಾರಿ ತಪ್ಪಿದಂತೆ ನಾಳೆ ಇನ್ನೊಬ್ಬರ ಕಿಡಿಗೇಡಿತನವನ್ನೂ ನಂಬಿ ದಾರಿ ತಪ್ಪಬಹುದು."

"ಆಚಾರ್ಯರ ಮಾತಿನಲ್ಲಿ ಅರ್ಥವಿದೆ ತಾಯಿ" ಸುಶೀಮ ಹೇಳಿದ, "ಯೂಡಿಮಸ್ ಅಲೆಗ್ಸಾಂಡರನ ಮಹಾಸೇನಾನಿ ಸೆಲ್ಯೂಕಸ್ಸನೊಂದಿಗೆ ಮತ್ತೆ ಬರುವುದಾಗಿ ಹೇಳುತ್ತಿದ್ದ. ಇಡೀ ಆರ್ಯಾವರ್ತ ಒಂದಾಗಿ ನಿಂತರೆ ಈ ಸಲ ಯವನರು ಎಷ್ಟು ಪ್ರಬಲರಾದರೂ ಹಿಮ್ಮೆಟ್ಟಿಸಬಹುದು."

ಯೋಚನೆಯಲ್ಲಿ ಬಿದ್ದವಳಂತೆ ಮಾಧವಿ ಸುಮ್ಮನಾದಳು. ಅರ್ಧ ರಾಜ್ಯದ ವಿಷಯವೇ ಇಲ್ಲವೆಂದು ಅವಳಿಗೆ ಅಸಮಾಧಾನವಾಗಿತ್ತು. ಆದರೆ ಚಾಣಕ್ಯನ ಮಾತಿನಲ್ಲೂ ಅರ್ಥವಿತ್ತು. ತನ್ನ ಪತಿ ಮಲಯಕೇತುವಿನಲ್ಲಿ ಅವನ ತಂದೆ ಪೌರವನಿಗಿದ್ದಂತೆ ಉದ್ಧಟತನ, ಅಹಂಕಾರ, ದುರಭಿಮಾನಗಳಿಲ್ಲದಿದ್ದುದರಿಂದ, ಮೃದು ಸ್ವಭಾವದವನಾಗಿರುವುದರಿಂದ ಇರುವ ರಾಜ್ಯವನ್ನೇ ನೋಡಿಕೊಂಡರೆ ಸಾಕಾಗಿದೆ. ಅಷ್ಟರಲ್ಲೇ ನೆಮ್ಮದಿಯಿಂದಿರುವುದು ಒಳ್ಳೆಯದಲ್ಲವೆ? ಎಂದು ಕೊಂಡಳು.

"ಯುವರಾಣಿ, ನೀನು ಏನು ಯೋಚಿಸುತ್ತಿರುವಿಯೆಂದು ನನಗೆ ಗೊತ್ತು" ಚಾಣಕ್ಯ ಹೇಳಿದ, "ನಾನು ಅರ್ಧ ರಾಜ್ಯದ ವಿಷಯವನ್ನೇ ಪ್ರಸ್ತಾಪಿಸುತ್ತಿಲ್ಲವೆಂದು ಯೋಚಿಸುತ್ತಿರುವೆ ಯಲ್ಲವೆ?"

ಮಾಧವಿ ಅಚ್ಚರಿಯಿಂದ ಕಣ್ಣರಳಿಸಿದಳು.

"ನನಗೆ ನೆನಪಿದೆ ಯುವರಾಣಿ" ಚಾಣಕ್ಯ ಮುಂದುವರಿಸಿದ, "ನಾನು ಉದಾಸೀನ ಮಾಡುತ್ತಿಲ್ಲ, ಅಥವಾ ಉದ್ದೇಶಪೂರ್ವಕವಾಗಿ ತಪ್ಪಿಸುತ್ತಿಲ್ಲ. ಪೌರವನಿಗೆ ಕೊಟ್ಟ ಮಾತು ಅವನೊಂದಿಗೆ ಹೋದಂತೆ ಎಂಬುದು ನಿಜ. ಮಲಯಕೇತುವಿಗೇ ಅರ್ಧ ರಾಜ್ಯವನ್ನು ಕೊಡಬಹುದೆಂದು ನೀನು ಕೇಳಬಹುದು. ಆದರೆ ಆ ಸಾಮರ್ಥ್ಯ, ಅರ್ಹತೆ ಅವನಲ್ಲಿದೆ ಎಂಬುದು ಖಚಿತವಾಗುವವರೆಗೆ ನಾವು ಆ ನಿರ್ಧಾರ ಮಾಡುವಂತಿಲ್ಲ. ಒಂದು ಸುಳ್ಳು ಸುದ್ದಿಯನ್ನು ಕೇಳಿ ಓಡಿಹೋದ ಅವನು, ನಾಳೆ ನಮ್ಮ ಮೇಲೇ ಶತ್ರುತ್ವ ಸಾಧಿಸಬಹುದು. ತಪ್ಪು ಅಭಿಪ್ರಾಯಗಳೆಲ್ಲ ನಿವಾರಣೆಯಾಗಿ ಅವನು ಚಂದ್ರಗುಪ್ತ ಮಹಾರಾಜರ ಸ್ನೇಹಕ್ಕೆ ಅರ್ಹನೆಂಬುದು ಮೊದಲು ನಿರ್ಧಾರವಾಗಬೇಕು. ಅರ್ಧ ರಾಜ್ಯದ ವಿಷಯ ಬಿಟ್ಟು ಮಗಧ ಸಾಮ್ರಾಜ್ಯದ ಆಶ್ರಿತನಾಗಿರುವುದರಲ್ಲೇ ಅವನ ಮತ್ತು ನಮ್ಮ ಕ್ಷೇಮಗಳೆರಡೂ ಅಡಗಿದೆ ಯೆಂಬುದನ್ನು ನೀನೇ ಅವನಿಗೆ ಮನವರಿಕೆ ಮಾಡಬೇಕು. ಚಂದ್ರಗುಪ್ತನ ಪರವಾಗಿ ಮಗಧದ ಪ್ರಜೆಗಳು ಎಷ್ಟು ಉತ್ಸಾಹದಿಂದ ದಂಗೆಯೆದ್ದರೆಂಬುದು ನಿನಗೂ ಗೊತ್ತೇ ಇದೆ. ನಾಳೆ ಅವರೆಲ್ಲ ಮಲಯಕೇತುವಿನ ವಿರುದ್ಧವಾಗಿ ದಂಗೆಯೇಳುವುದಿಲ್ಲವೆಂದು ಹೇಳುವಂತಿಲ್ಲ."

ಮಾಧವಿ ಮುಂದೆ ಮಾತಾಡಲಿಲ್ಲ. ಅವಳ ಮನಸ್ಸು ಗೊಂದಲದಿಂದ ಕೂಡಿತ್ತು. ಮನಸ್ಸಿನಾಳದಲ್ಲಿ ಅಸಮಾಧಾನ ಪೂರ್ಣವಾಗಿ ಮರೆಯಾಗದಿದ್ದರೂ, ಚಾಣಕ್ಯ ಹೇಳಿದ ವಾಸ್ತವ ಸಂಗತಿ ಅವಳನ್ನು ಯೋಚನೆಗೆ ಗುರಿ ಮಾಡಿತು. ಇನ್ನೊಂದು ಕಡೆ ಉಜ್ವಲ, ಮಾಲಿನಿ, ಸುಜಾತ, ಸುಗಂಧಿ, ಶಿವಾಲಿ - ಇವರೆಲ್ಲರ ಸ್ನೇಹ ಮಮತೆಗಳು ಅವಳ ಕೋಪದ ಆವೇಗವನ್ನು ತಗ್ಗಿಸಿದವು. ಆದಷ್ಟು ಬೇಗ ಗಿರಿಪುರಕ್ಕೆ ಮರಳಲು ಅವಳು ಆತುರ ತೋರಿಸಿದಳು. ಉಜ್ವಲಳ ಒತ್ತಾಯಕ್ಕೆ ಮಣಿದು, ಎರಡು ದಿನ ಇದ್ದು ಮಾರನೇ ದಿನ ಹೊರಡಲು ಅವಳು ಸಮ್ಮತಿಸಿದಳು.

ಆ ದಿನ ಅವಳನ್ನು ತನ್ನ ಪರಿಚಾರಿಕೆಯರು, ಬೆಂಗಾವಲಿನ ಸೈನಿಕರೊಂದಿಗೆ ಶ್ರೀಗುಪ್ತ ಗಿರಿಪುರಕ್ಕೆ ಅವಳನ್ನು ಬಿಟ್ಟು ಬರಲು ಹೋದ. ಅವಳ ನಗುಮುಖದ ಹಿಂದೆ ನೋವು ಅಸಮಾಧಾನಗಳು ಇರುವುದು ಎಲ್ಲರಿಗೂ ಅರ್ಥವಾಯಿತು.

ಅದೇ ದಿನ ಸುಸೀಮನೂ ಪುಷ್ಕಲಾವತಿಗೆ ಹೊರಟುಬಿಟ್ಟ. ಅವನಿಗೆ ಒಂದು ಕುದುರೆ, ಆಹಾರ ಸಾಮಗ್ರಿಗಳು ಮತ್ತು ಸ್ವಲ್ಪ ಧನವನ್ನು ಕೊಟ್ಟು ಬೀಳ್ಕೊಡಲಾಯಿತು. ತನ್ನನ್ನು ಅಪವಾದದಿಂದ ಪಾರು ಮಾಡಿದನೆಂದು, ಚಾಣಕ್ಯನಿಗೆ ಅವನ ಮೇಲೆ ಅಭಿಮಾನ

ಮೂಡಿತ್ತು. "ಸುಸೀಮ, ಕೆಲವು ದಿನ ಎಲ್ಲ ಮರೆತು ನಿನ್ನ ಊರಿನಲ್ಲಿ ತಾಯಿಯೊಂದಿಗೆ ಸಮಾಧಾನದಿಂದ ಕಾಲ ಕಳಿ. ತೊಂದರೆಯಾದರೆ ತಕ್ಷಶಿಲೆಗೆ ಬಂದು ಪುಷ್ಕರನನ್ನು ಕಾಣು. ನಿನಗೆ ಸೇನೆಯಲ್ಲೋ, ಅರಮನೆಯಲ್ಲೋ ಕೆಲಸ ಕೊಡುತ್ತಾನೆ" ಎಂದು ಒಂದು ಪತ್ರ ಕೊಟ್ಟು ಚಾಣಕ್ಯ ಅವನನ್ನು ಕಳಿಸಿಕೊಟ್ಟ.

"ಮೃತ್ಯುವಿನ ಮನೆಯ ಬಾಗಿಲಿನಿಂದ ನಾನು ಜೀವಂತವಾಗಿ ಹಿಂದೆ ಬರುವೆನೆಂದು ಅಂದುಕೊಂಡಿರಲಿಲ್ಲ, ನಿಮ್ಮಿಂದ ನನಗೆ ಪುನರ್ಜನ್ಮವಾದಂತಾಯಿತು" ಎಂದು ಅವನು ಚಾಣಕ್ಯ, ಚಂದ್ರಗುಪ್ತ ಎಲ್ಲರಿಗೂ ನಮಸ್ಕರಿಸಿ ಹೊರಟುಬಿಟ್ಟ.

ಚಂದ್ರಗುಪ್ತ, ಚಾಣಕ್ಯ ಮತ್ತು ಧನಂಜಯ ಮೂವರೇ ಇದ್ದಾಗ "ನಾಳೆ ನಾನೂ ಹೊರಟುಬಿಡುತ್ತೇನೆ" ಎಂದ ಧನಂಜಯ.

"ಇಷ್ಟು ಅವಸರವೇ ? ಇನ್ನೂ ಅರಮನೆಯ ಗಡಿಬಿಡಿ ಮುಗಿದಿಲ್ಲ, ಯಾರನ್ನೂ ಸರಿಯಾಗಿ ಗಮನಿಸಿಕೊಳ್ಳಲಾಗಲಿಲ್ಲ, ಇನ್ನು ಕೆಲವು ದಿನ ಇದ್ದು ನಮ್ಮ ಸತ್ಕಾರವನ್ನು ಸ್ವೀಕರಿಸಿ ಹೋಗಬಾರದೇ ?" ಎಂದ ಚಾಣಕ್ಯ.

"ಹೌದು ಧನಂಜಯರೇ, ನೀವು ನಮಗೆ ವಿಶೇಷ ಅತಿಥಿಗಳು. ಕೆಲವು ದಿನ ಇಲ್ಲೇ ಇರಬೇಕು" ಎಂದ ಚಂದ್ರಗುಪ್ತ.

"ನಾನು ಅತಿಥಿಯಲ್ಲ ಮಹಾರಾಜ" ಧನಂಜಯ ಹೇಳಿದ, "ನಾನೂ ನಿಮ್ಮವನೇ, ನಿಮ್ಮ ಮನೆಯವನೇ. ಅತಿಥಿಯೆಂದು ಹೆಸರಿಟ್ಟು ದೂರ ಮಾಡಬೇಡಿ. ನಮ್ಮ ಮನೆಯಲ್ಲಿ ನೀವು ಊಟ ಮಾಡಿದ್ದೀರ. ನಿಮ್ಮ ಮನೆಯಲ್ಲಿ ನಾನು ಊಟ ಮಾಡಿದ್ದೇನೆ. ನಿಮ್ಮ ಕಷ್ಟಸುಖಗಳನ್ನು ನನ್ನೊಂದಿಗೆ ಹೇಳಿಕೊಂಡಿದ್ದೀರ, ನನ್ನ ಕಷ್ಟಸುಖ ನಿಮ್ಮಲ್ಲಿ ಹೇಳಿ ಕೊಂಡಿದ್ದೇನೆ. ಬಾಂಧವ್ಯ ಬೆಳೆಯಲು ಇಷ್ಟು ಸಾಕಲ್ಲವೇ ?"

"ನಿಜ ಧನಂಜಯ" ಚಾಣಕ್ಯ ಮೆಚ್ಚಿಗೆಯಿಂದ ಹೇಳಿದ, "ನಗರದ ನಾಗರೀಕತೆಯ ಪ್ರಭಾವದಿಂದ ನಿಮ್ಮ ಮನಸ್ಸು, ಸ್ವಭಾವ ಕಲುಷಿತವಾಗಲಿಲ್ಲ, ನೀವು ವಿದ್ಯಾವಂತರಲ್ಲ ದಿದ್ದರೂ ಸಂಸ್ಕಾರ ದೊಡ್ಡದು. ವಿದ್ಯಾವಂತರ ಮನಸ್ಸಿನಲ್ಲೂ ಮೂಡಲಾರದ ಸತ್ಯ ಸಂಗತಿಗಳು, ನಿಮ್ಮ ಬಾಯಿಂದ ಎಷ್ಟು ಸರಳವಾಗಿ, ಮುಗ್ಧವಾಗಿ ಬಂದುಬಿಡುತ್ತವೆ! ಅದಕ್ಕೇ ನಾನು ವರ್ಣವನ್ನು ಗುಣ, ಸ್ವಭಾವಗಳ ಮೇಲೆ ಮಾನ್ಯ ಮಾಡಬೇಕೆಂದು ಹೇಳುವುದು. ನೀಚನಾದ ಬ್ರಾಹ್ಮಣ ಶೂದ್ರ, ಸಜ್ಜನನಾದ ಶೂದ್ರ ನಿಜವಾದ ಬ್ರಾಹ್ಮಣ!"

"ಈ ಮಾತನ್ನು ನಾನೂ ಒಪ್ಪುತ್ತೇನೆ ಆಚಾರ್ಯ. ನಿಮ್ಮಂಥ ಪ್ರಾಜ್ಞರ ಜೊತೆ, ನಿಮ್ಮ ಶಿಷ್ಯರಂಥ ಸಜ್ಜನರ ಜೊತೆ ಕಾಲ ಕಳೆದದ್ದೇ ನನ್ನ ಬದುಕಿನ ಸುಯೋಗವೆಂದು ಕೊಳ್ಳುತ್ತೇನೆ. ಈಗ ಹೋದರೆ ಮತ್ತೆ ಬರುವುದಿಲ್ಲವೆ? ನೀವು ಮೊದಲಿನಂತೆ ನನ್ನನ್ನು ಮತ್ತೆ ಮತ್ತೆ ಹುಡುಕಿಕೊಂಡು ಬರುವಂತೆ ನಿರೀಕ್ಷಿಸುವುದು ತಪ್ಪಾಗುತ್ತದೆ."

"ಅಂದರೆ, ನಾವು ಅಧಿಕಾರ ಗಳಿಸಿದ್ದರಿಂದ ನಿಮ್ಮನ್ನು ಭೇಟಿ ಮಾಡುವುದು ಗೌರವಕ್ಕೆ ಕುಂದೆಂದು ಭಾವಿಸುತ್ತೇನೆಂದು ಅಂದುಕೊಂಡಿರಾ ?" ಎಂದ ಚಂದ್ರಗುಪ್ತ.

"ಹಾಗಲ್ಲ ಮಹಾರಾಜ" ಧನಂಜಯ ಹೇಳಿದ, "ಎಷ್ಟೇ ಆಗಲಿ ನೀವು ಚಕ್ರವರ್ತಿ, ಆಚಾರ್ಯರು ಮಹಾಮಾತ್ಯರು. ಆ ಸ್ಥಾನ ಗೌರವದಿಂದಲಾದರೂ ನೀವು ನನಗಾಗಿ ಬರುವುದು ತಪ್ಪಾಗಬಹುದು. ಆದರೆ ನಾನು ಬರಬಾರದೆಂದೇನೂ ಇಲ್ಲವಲ್ಲ, ತಿಂಗಳಿಗೊಮ್ಮೆ, ಎರಡು ತಿಂಗಳಿಗೊಮ್ಮೆ ಯಾವಾಗ ಬೇಕಾದರೂ ಬಂದು ಹೋಗಬಹುದು."

"ಖಂಡಿತ. ಇದು ನಿಮ್ಮ ಮನೆ, ನಾವೆಲ್ಲ ನಿಮ್ಮವರು. ನಾನೂ ನಿಮ್ಮ ಒಬ್ಬ ಮಗನಂತೆ" ಎಂದು ಚಂದ್ರಗುಪ್ತ ಅವನ ಕಾಲು ಮುಟ್ಟಿ ನಮಸ್ಕರಿಸಿದ.

ಧನಂಜಯನ ಕಣ್ಣಲ್ಲಿ ನೀರು ಬಂತು. 'ಮಹಾರಾಜ' ಎಂಬ ಗೌರವ ಸಂಬೋಧನೆ ಮರೆತು ಹೋಯಿತು. ಅವನನ್ನು ಅಪ್ಪಿಕೊಂಡು "ನೂರು ಕಾಲ ಸುಖವಾಗಿ, ಕೀರ್ತಿವಂತನಾಗಿ ಬಾಳು ಮಗು" ಎಂದು ಆಶೀರ್ವದಿಸಿದ. "ಮನೆಯಲ್ಲಿ ನನ್ನ ಸೊಸೆ ಒಬ್ಬಳೇ ಇದ್ದಾಳೆ. ಅವಳು ಕಾಯುತ್ತಿರುತ್ತಾಳೆ. ಅವಳ ಗಂಡನನ್ನು ಕೊಂದ ಪಾಪಿಯನ್ನು ನೀನು ಕೊಂದು ಸೇಡು ತೀರಿಸಿಕೊಂಡೆಯೆಂಬ ಒಳ್ಳೆಯ ಸುದ್ದಿಯನ್ನು ಅವಳಿಗೆ ತಿಳಿಸಬೇಡವೇ ?"

"ಇನ್ನೊಮ್ಮೆ ಅವಳನ್ನೂ ತಪ್ಪದೆ ಕರೆದುಕೊಂಡು ಬರಬೇಕು, ಧನಂಜಯ. ಈಗಲೇ ಬಂದಿದ್ದರೆ ನಮಗೆಲ್ಲ ಸಂತೋಷವಾಗುತ್ತಿತ್ತು" ಚಾಣಕ್ಯ ಹೇಳಿದ.

"ಅಲ್ಲಿ ದನಕರುಗಳು, ಕುರಿಮೇಕೆಗಳು, ಆಳುಕಾಳುಗಳ ಹೊಣೆ ಹೆಚ್ಚು ಆಚಾರ್ಯ. ಖಂಡಿತ ಇನ್ನೊಮ್ಮೆ ಕರೆತರುತ್ತೇನೆ. ನಾನು ಬೇಡವೆಂದರೂ ಅವಳು ಬಂದೇ ಬರುತ್ತಾಳೆ."

ಧನಂಜಯ ಮತ್ತು ಅವನ ಊರಿನಿಂದ ಬಂದಿದ್ದ ಕೆಲವರೆಲ್ಲ ಒಟ್ಟಿಗೇ ಹೊರಟು ಹೋದರು. ಚಾಣಕ್ಯನ ಮನಸ್ಸಿನಲ್ಲಿ ಅವನ ಸೊಸೆಯ ಚಿತ್ರವೇ ತುಂಬಿಕೊಂಡಿತು.

ಧನಂಜಯ ಹೋದ ದಿನ ಸಂಜೆ ಗಂಗಾತೀರದಲ್ಲಿ ಕುಟೀರ ಸಿದ್ಧವಾಗಿದೆಯೇ ಎಂಬುದನ್ನು ನೋಡಲು ಚಾಣಕ್ಯ, ಚಂದ್ರಗುಪ್ತ ಮತ್ತು ಚರಣ ಹೋದಾಗ ಬಹುಪಾಲು ಕೆಲಸವೆಲ್ಲ ಮುಗಿದಿತ್ತು. "ಇನ್ನೆರಡು ದಿನದಲ್ಲಿ ಪೂರ್ಣ ಸಿದ್ಧವಾಗುತ್ತದೆ ಆಚಾರ್ಯ, ಸ್ವಲ್ಪ ತಡವಾಯಿತು, ಕ್ಷಮಿಸಿ" ಎಂದ ಚರಣ ಸ್ವಲ್ಪ ಭಯದಿಂದಲೇ.

"ಚಿಂತೆಯಿಲ್ಲ, ಎರಡು ದಿನದಲ್ಲಿ ಪ್ರಪಂಚವೇನೂ ಮುಳುಗಿಹೋಗುವುದಿಲ್ಲ ಬಿಡು. ಅದಕ್ಕಿಂತ ಮುಖ್ಯವಾದ ಒಂದು ವಿಷಯ ನನ್ನ ತಲೆ ತಿನ್ನುತ್ತಿದೆ."

"ಅಂಥ ಗಹನವಾದ ವಿಷಯವೇನು ಆಚಾರ್ಯ ?" ಚಂದ್ರಗುಪ್ತ ಕೇಳಿದ.

"ಧನಂಜಯ ಹೋದಾಗಿನಿಂದ ಅವನ ಸೊಸೆ ನನ್ನ ಮನಸ್ಸಿನಿಂದ ಮರೆಯಾಗುತ್ತಿಲ್ಲ, ಅವಳ ಮುಖ, ಮಾತು, ನಡವಳಿಕೆ ಎಲ್ಲ ಮತ್ತೆ ಮತ್ತೆ ನೆನಪಾಗುತ್ತಿವೆ."

"ಹೌದು ಆಚಾರ್ಯ" ಚರಣ ಹೇಳಿದ, "ಅಂಥ ಒಳ್ಳೆಯ ಹುಡುಗಿಗೆ ಇಷ್ಟು ಚಿಕ್ಕ ವಯಸ್ಸಿನಲ್ಲೇ ಇಂಥ ಅನ್ಯಾಯವಾಗಬಾರದಾಗಿತ್ತು."

"ಈಗೇನೋ ಧನಂಜಯನಿದ್ದಾರೆ. ಅವರಿಗೂ ವಯಸ್ಸಾಗಿದೆ. ಆಮೇಲೆ ಅವಳ ಗತಿಯೇನೆಂದು ಯೋಚಿಸಿದರೆ ತುಂಬ ನೋವಾಗುತ್ತದೆ ಆಚಾರ್ಯ" ಎಂದ ಚಂದ್ರಗುಪ್ತ.

"ನನ್ನ ಮನಸ್ಸಿನಲ್ಲಿ ಒಂದು ವಿಚಾರವಿದೆ" ಎಂದ ಚಾಣಕ್ಯ.

"ಏನು ಹೇಳಿ ಆಚಾರ್ಯ" ಚರಣನೇ ಆತುರದಿಂದ ಕೇಳಿದ.

"ಚರಣ, ನೀನು ಸುಗಂಧಿಯನ್ನು ವಿವಾಹ ಮಾಡಿಕೊಂಡು ಒಂದು ಆದರ್ಶವನ್ನು ಸ್ಥಾಪನೆ ಮಾಡಿದೆ. ಅದರಂತೆ ನಿನ್ನ ಮಿತ್ರರಲ್ಲಿ ಯಾರಾದರೊಬ್ಬರು ಧನಂಜಯನ ಸೊಸೆಯನ್ನು ವಿವಾಹ ಮಾಡಿಕೊಂಡು ಇನ್ನೊಂದು ಆದರ್ಶ ಸ್ಥಾಪನೆ ಮಾಡಿದರೆ ನನಗೆ ಸಂತೋಷವಾಗುತ್ತದೆ."

ಚಂದ್ರಗುಪ್ತ ಮತ್ತು ಚರಣ ಒಂದು ಕ್ಷಣ ಮಾತು ನಿಲ್ಲಿಸಿ ಮುಖ ಮುಖ ನೋಡಿಕೊಂಡರು. ಚಾಣಕ್ಯ ಮತ್ತೆ ಹೇಳಿದ, "ಬಲವಂತವೇನಿಲ್ಲ, ನೀನು, ನಿನ್ನ ಮಿತ್ರರೆಲ್ಲ ನಾನು ಹೆಮ್ಮೆ ಪಡುವಂಥ ತರುಣರು. ನನ್ನನ್ನು ಸಂಪ್ರೀತಗೊಳಿಸಲು ಒಪ್ಪಬೇಕಾಗಿಲ್ಲ,

ಸಹಜವಾಗಿ ಯಾರ ಹೃದಯದಲ್ಲಾದರೂ ಅನುಕಂಪ, ಪ್ರೀತಿಗಳ ತಂತು ಮಿಡಿದರೆ ಅವರು ವಿವಾಹವಾಗಬಹುದು.''

''ಒಳ್ಳೆಯ ಆಲೋಚನೆ ಆಚಾರ್ಯ. ನಾನು ನನ್ನ ಮಿತ್ರರೊಂದಿಗೆ ಮಾತಾಡುತ್ತೇನೆ'' ಎಂದ ಚಂದ್ರಗುಪ್ತ.

''ಬೇಡ, ನೀನು ಮಾತಾಡುವುದು ಬೇಡ. ಅಧಿಕಾರದ ಒತ್ತಡವೆಂಬ ಭಾವನೆ ಬರಬಾರದು. ನಾನೇ ಮಾತಾಡುತ್ತೇನೆ. ಸಿಂಹಸೇನ, ಬ್ರಹ್ಮದತ್ತ ಮತ್ತು ಭಾಸ್ಕರ ಇವರಲ್ಲಿ ಯಾರಾದರೊಬ್ಬರು ಒಪ್ಪಬಹುದೆಂದು ನನಗನ್ನಿಸುತ್ತಿದೆ. ಅಷ್ಟಾದರೆ, ನಮಗೆ ಅಷ್ಟೊಂದು ಉಪಕಾರ ಮಾಡಿದ ಧನಂಜಯನ ಋಣವನ್ನು ಸ್ವಲ್ಪವಾದರೂ ತೀರಿಸಿದಂತಾಗುತ್ತದೆ. ಅವನು ಇದ್ದಷ್ಟು ದಿನ ಸಮಾಧಾನದಿಂದ ಬದುಕಿ ನೆಮ್ಮದಿಯಿಂದ ಸಾಯಬಹುದು'' ಎಂದ ಚಾಣಕ್ಯ.

## ೨

ಶ್ರೀಗುಪ್ತನೊಂದಿಗೆ ಮಾಧವಿ ಅರಮನೆಗೆ ಬಂದಾಗ ಮಲಯಕೇತು ಹೆಂಡತಿಯನ್ನು ಕಂಡು ಸಂತೋಷಗೊಂಡರೂ, ಚಾಣಕ್ಯ ಚಂದ್ರಗುಪ್ತರ ಮೇಲಿನ ಕೋಪದಿಂದ ಕುದಿಯುತ್ತಿದ್ದ.

''ಯುವರಾಜರೇ, ಯುವರಾಣಿಯವರನ್ನು ಸುರಕ್ಷಿತವಾಗಿ ಗಿರಿಪುರಕ್ಕೆ ಮುಟ್ಟಿಸಿ ಬರುವಂತೆ ಚಂದ್ರಗುಪ್ತ ಮಹಾರಾಜರು ಆಜ್ಞೆ ಮಾಡಿದ್ದರು. ಆದರಂತೆ ನಾನು ಅವರನ್ನು ಕರೆತಂದಿದ್ದೇನೆ. ಇನ್ನು ನನಗೆ ಅಪ್ಪಣೆ ಕೊಡಬೇಕು.''

''ದೀರ್ಘ ಪ್ರಯಾಣದಿಂದ ನೀನು ಮತ್ತು ನಿನ್ನ ಪರಿವಾರ ಸಾಕಷ್ಟು ಬಳಲಿದ್ದೀರಿ. ಎರಡು ದಿನ ಇದ್ದು ವಿಶ್ರಮಿಸಿಕೊಂಡು ಹೋಗು ಶ್ರೀಗುಪ್ತ'' ಎಂದಳು ಮಾಧವಿ.

''ಅದರ ಅಗತ್ಯವಿಲ್ಲ, ನೀನು ಹೋಗಬಹುದು'' ಎಂದ ಮಲಯಕೇತು ಮುಖವನ್ನು ಗಂಟಿಕ್ಕಿಕೊಂಡು.

ಶ್ರೀಗುಪ್ತ ಮರುಮಾತಾಡದೆ ತನ್ನ ಸೈನಿಕರೊಂದಿಗೆ ಆಗಲೇ ಮರು ಪ್ರಯಾಣವನ್ನು ಆರಂಭಿಸಿಬಿಟ್ಟ. ಮಾಧವಿಗೆ ಕೆಡುಕೆನಿಸಿತು. ಜೊತೆಯಲ್ಲೇ ಇದ್ದ ಅಮಾತ್ಯ ಶಬರ ವರ್ಮನಿಗೂ ಅದು ಸರಿ ಬರಲಿಲ್ಲ, ಆದರೂ ಸದ್ಯದ ಪರಿಸ್ಥಿತಿಯಲ್ಲಿ ಮಲಯಕೇತುವನ್ನು ಕೆಣಕಿದರೆ ಎಲ್ಲರ ಮೇಲೂ ತಿರುಗಿ ಬೀಳುವನೆಂದು ಅವನಿಗೆ ಗೊತ್ತಿತ್ತು. ಮಾಧವಿಗೆ ಮಾತ್ರ ಸುಮ್ಮನಿರುವುದು ಸಾಧ್ಯವಾಗಲಿಲ್ಲ. ''ಅಷ್ಟು ದೂರದಿಂದ ನನ್ನನ್ನು ಸುರಕ್ಷಿತವಾಗಿ ಕರೆದು ತಂದ ಶ್ರೀಗುಪ್ತನಿಗೆ ಇಂಥ ಅಪಮಾನ ಮಾಡಬಾರದಾಗಿತ್ತು. ಇದರಿಂದ ನಮ್ಮ ನಾಡಿನ ಸಭ್ಯತೆಯನ್ನು ನಾವೇ ಅಪಮಾನ ಪಡಿಸಿದಂತಾಯಿತು'' ಎಂದಳು ಬೇಸರದಿಂದ.

''ಅತಿಥಿಯಾಗಿ ಬಂದವರನ್ನು ಮೋಸದಿಂದ ಕೊಲ್ಲಿಸುವುದು ಸಭ್ಯತೆಯೋ ?'' ಎಂದ ಮಲಯಕೇತು ರೋಷದಿಂದ.

''ಅವರು ತಮ್ಮ ಸಭ್ಯತೆಯನ್ನು ಮರೆತರೆಂದು ನಾವೂ ಮರೆಯಬೇಕೇ? ಅವರು ಅನಾಗರಿಕರಾದರೆ ನಾವೂ ಮನುಷ್ಯತ್ವವನ್ನು ಮರೆತು ವರ್ತಿಸಬೇಕೇ? ಅಲ್ಲದೆ ಆ

ಬಡಪಾಯಿ ಶ್ರೀಗುಪ್ತ ಮಾಡಿದ ಅಪರಾಧವೇನು ? ನನ್ನನ್ನು ಇಲ್ಲಿಯವರೆಗೆ ಕ್ಷೇಮವಾಗಿ ತಂದುಬಿಟ್ಟ ಅವನಿಗೆ ಒಂದು ಹೊತ್ತಿನ ಊಟವನ್ನೂ ಹಾಕದೆ ಹಿಂದಕ್ಕೆ ಕಳಿಸಿದ್ದು ಮನುಷ್ಯರ ವರ್ತನೆಯಲ್ಲ.''

''ಮಾಧವಿ, ನನಗೆ ನೀನು ಮನುಷ್ಯತ್ವದ ಪಾಠ ಕಲಿಸಲು ಬರಬೇಡ. ವಯೋವೃದ್ಧರಾದ ನನ್ನ ತಂದೆಯನ್ನು ಮೋಸದಿಂದ ಕೊಲ್ಲಿಸಿದ ಆ ನೀಚರಾದ ಚಂದ್ರಗುಪ್ತ ಚಾಣಕ್ಯರ ಕಡೆಯ ಎಲ್ಲರೂ ನನ್ನ ಶತ್ರುಗಳೇ.''

''ಅದೇ ಶತ್ರುತ್ವದಿಂದ ಅವರು ನನ್ನನ್ನು ಕಳಿಸದೇ ಇರಬಹುದಾಗಿತ್ತು. ನನ್ನ ಪ್ರಾಣಕ್ಕೂ ಅಪಾಯವುಂಟುಮಾಡಬಹುದಾಗಿತ್ತು.''

''ನಿನ್ನಿಂದ ಅವರಿಗೇನು ಪ್ರಯೋಜನ ? ನನ್ನ ತಂದೆಗೆ ಕೊಟ್ಟ ಮಾತಿನಂತೆ ಅರ್ಧ ರಾಜ್ಯವನ್ನು ಕೊಡುವ ಇಚ್ಛೆಯಿಲ್ಲದೆ, ಅದನ್ನು ಉಳಿಸಿಕೊಳ್ಳುವ ಸ್ವಾರ್ಥದಿಂದಲೇ ಆ ಸಂಚುಗಾರ ಚಾಣಕ್ಯ ಈ ಕೊಲೆಯ ಯೋಜನೆಯನ್ನು ರೂಪಿಸಿರುತ್ತಾನೆ.''

''ಇಲ್ಲ ಯುವರಾಜ, ಇದು ಚಾಣಕ್ಯರ ತಂತ್ರವಲ್ಲ, ಆ ದುಷ್ಟ ಯೂಡಿಮಸ್‌ನ ತಂತ್ರ.''

''ಯೂಡಿಮಸ್‌ನೇ!''

''ಅವನು ಇಲ್ಲಿಗೆ ಬಂದು ನಿಮ್ಮ ತಂದೆಯವರನ್ನು ಭೇಟಿ ಮಾಡಿ ಹೋದದ್ದು ನೆನಪಿರಬಹುದು'' ಎಂದು ಮಾಧವಿ ವಿಚಾರಣೆಯ ಸಮಯದಲ್ಲಿ ಸುಸೀಮ ಹೇಳಿದ ಎಲ್ಲ ವಿವರಗಳನ್ನೂ ತಿಳಿಸಿದಳು. ಅನಂತರ ತನ್ನ ಅನುಮತಿಯಿಂದಲೇ ರಾಜಯೋಗ್ಯವಾದ ಸನ್ಮಾನದೊಡನೆ ಪೌರವನ ಶವಸಂಸ್ಕಾರ ನಡೆದ ವಿಷಯವನ್ನೂ ತಿಳಿಸಿದಳು. ಆದರೆ ಚಂದ್ರಗುಪ್ತನ ಪರಮಾಧಿಕಾರವನ್ನು ಒಪ್ಪುವಂತೆ, ಮಲಯಕೇತುವನ್ನು ಒಪ್ಪಿಸಲು ಚಾಣಕ್ಯ ತಿಳಿಸಿದ್ದನ್ನು ಮಾತ್ರ ಹೇಳುವ ಧೈರ್ಯವಾಗಲಿಲ್ಲ.

''ಮಾಧವಿ'' ಮಲಯಕೇತು ವ್ಯಂಗ್ಯವಾಗಿ ನಗುತ್ತ ಹೇಳಿದ, ''ನಿನ್ನಂಥ ಅಮಾಯಕ ಹೆಣ್ಣನ್ನು ನಂಬಿಸುವುದು ಸುಲಭವೆಂದು ಆ ಚತುರ ಬ್ರಾಹ್ಮಣನಿಗೆ ಗೊತ್ತಿರುತ್ತದೆ. ಅವನು ದಂಡನೀತಿ ಶಾಸ್ತ್ರದಲ್ಲಿ ಪಾರಂಗತ. ರಾಜಕೀಯ ಚದುರಂಗದಾಟದಲ್ಲಿ ಯಾವ ಯಾವ ಕಾಯಿಗಳನ್ನು ಹೇಗೆ ಹೇಗೆ ನಡೆಸಬೇಕೆಂಬುದರಲ್ಲಿ ಅವನು ನುರಿತ ಆಟಗಾರ. ಒಬ್ಬ ಪಾತ್ರಧಾರಿಯನ್ನು ಸೃಷ್ಟಿಸಿ ಅವನಿಂದ ತನಗೆ ಬೇಕಾದ ಮಾತುಗಳನ್ನು ಆಡಿಸುವುದು ಅಂಥ ದೊಡ್ಡ ಕೆಲಸವಲ್ಲ.''

''ಇಲ್ಲ ಯುವರಾಜ, ಅವನು ಸೃಷ್ಟಿಸಿದ ಸಾಕ್ಷಿಯಲ್ಲ. ಅವನು ಕಲಿತು ಮಾತನಾಡಿದನೆಂದು ನನಗೆ ಅನ್ನಿಸಲಿಲ್ಲ.''

''ಹಾಗಾದರೆ, ಚಾಣಕ್ಯ ಪೌರವರನ್ನು ಕೊಲ್ಲಿಸಿದರೆಂದು ಕೂಗಿದವರಿಗೆ ಬುದ್ಧಿ ಇರಲಿಲ್ಲವೇ ?''

''ಯುವರಾಜ'' ಶಬರವರ್ಮ ಹೇಳಿದ, ''ಅವರು ಧನನಂದನ ಪಕ್ಷಪಾತಿಗಳಾಗಿರುವ ಸಾಧ್ಯತೆಯಿಲ್ಲವೇ ?''

''ಅವರಿಗೆ ಯೂಡಿಮಸ್ ಬಂದು ತನ್ನ ತಂದೆಯನ್ನು ಕೊಲ್ಲುವನೆಂದು ಕನಸು ಬಿದ್ದಿತ್ತೆ ?''

"ಅರಮನೆಯ ಕೆಲಸಗಾರರಲ್ಲೇ ಧನನಂದನ ಕಡೆಯವರಿರಬಹುದು. ಮಹಾರಾಜರ ಸಾವಿನ ಸುದ್ದಿ ತಿಳಿದ ತಕ್ಷಣ, ಆ ಅವಕಾಶವನ್ನು ಉಪಯೋಗಿಸಿಕೊಂಡು ಚಾಣಕ್ಯರ ಮೇಲೆ ಅಪವಾದ ಬರಲೆಂದು ಉದ್ದೇಶದಿಂದಲೇ ಹಾಗೆ ಮಾಡಿರಬಹುದು. ಏಕೆಂದರೆ ಅಮಾತ್ಯ ರಾಕ್ಷಸರು ಗೂಢಚರ್ಯವನ್ನು ಪರಿಣಾಮಕಾರಿಯಾಗಿ ಬಳಸಿಕೊಳ್ಳುತ್ತಿದ್ದರೆಂಬುದು ಇಡೀ ಆರ್ಯಾವರ್ತಕ್ಕೇ ಗೊತ್ತಿದೆ."

"ಇದು ನಿಮ್ಮ ತರ್ಕವಷ್ಟೆ ಆದರೆ ತಂದೆಯವರ ಸಾವಿನಿಂದ ನೇರ ಪ್ರಯೋಜನ ವಾಗುವುದು ಚಂದ್ರಗುಪ್ತನಿಗೆ ಮಾತ್ರ. ಅಲ್ಲದೆ ಚಾಣಕ್ಯ ಎಷ್ಟೆಲ್ಲ ತಂತ್ರಗಳನ್ನು ಬಳಸಿ ಚಂದ್ರಗುಪ್ತನಿಗೆ ಸಾಮ್ರಾಜ್ಯವನ್ನು ಕಟ್ಟಿಕೊಟ್ಟನೆಂಬುದೂ ಎಲ್ಲರಿಗೆ ಗೊತ್ತಿದೆ."

"ಹೌದು ಸಾಮ್ರಾಜ್ಯವನ್ನು ಕಟ್ಟಿಕೊಟ್ಟ, ಅದನ್ನು ಸುಭದ್ರ ಸ್ಥಿತಿಯಲ್ಲಿ ಉಳಿಸಿಕೊಡಲು ಪ್ರಯತ್ನಿಸುವುದೂ ಅಷ್ಟೇ ಸಹಜ."

"ಹೌದು ಯುವರಾಜ" ಮಾಧವಿ ಹೇಳಿದಳು, "ಅಮಾತ್ಯ ರಾಕ್ಷಸ ಚಂದ್ರಗುಪ್ತನನ್ನು ಕೊಲ್ಲಲು ಹಲವು ರಹಸ್ಯ ಯೋಜನೆಗಳನ್ನು ಮಾಡಿದ್ದ. ಅದನ್ನು ಚಾಣಕ್ಯರು ತಮ್ಮ ಬುದ್ಧಿವಂತಿಕೆಯಿಂದ ವಿಫಲಗೊಳಿಸಿದರು" ಎಂದು ಆ ಸಂದರ್ಭಗಳನ್ನು ವಿವರಿಸಿ ಹೇಳಿದಳು. "ನನ್ನ ಅಭಿಪ್ರಾಯದಲ್ಲಿ ಅವರಿಗೆ ಪೌರವರ ಮೇಲೆ ದ್ವೇಷವಿರಲಿಲ್ಲ, ರಾಕ್ಷಸನ ಸ್ವಾಮಿ ನಿಷ್ಠೆಯ ಪರಿಣಾಮವಾಗಿ ಚಂದ್ರಗುಪ್ತನಿಗೆ ಕೇಡಾಗಬಹುದೆಂಬ ಭೀತಿಯಿತ್ತು. ಅತ್ತ ಕಡೆ ಅವರ ಗಮನವಿತ್ತು. ಇಂಥ ಒಂದು ನೀಚ ಪ್ರಯತ್ನದ ಊಹೆಯನ್ನೂ ಮಾಡಲಾರರೆಂದು ನನಗೆ ಅನ್ನಿಸುತ್ತಿದೆ."

"ಯೂಡಿಮಸ್ಸನನ್ನು ಹೋಗಲು ಏಕೆ ಬಿಟ್ಟರು?"

"ಅನಿರೀಕ್ಷಿತವಾಗಿ ಉಂಟಾದ ಗದ್ದಲದಲ್ಲಿ ಅವನು ತಪ್ಪಿಸಿಕೊಂಡಿದ್ದಾನೆ. ಅಂಥ ಕೆಲಸ ಮಾಡಿದವನು, ಅಲ್ಲಿಂದ ಪಾರಾಗುವ ವ್ಯವಸ್ಥೆಯನ್ನೂ ಮಾಡಿಕೊಂಡಿರುತ್ತಾನೆ. ಆದರೆ ಮಹಾರಾಜರ ಸ್ತ್ರೀ ವ್ಯಾಮೋಹದ ಚಾಪಲ್ಯ ಅವನ ಸಹಾಯಕ್ಕೆ ಬಂದಿದೆಯೆಂದು ಹೇಳಲೇ ಬೇಕಾಗುತ್ತದೆ."

"ಮಾಧವಿ" ಮಲಯಕೇತು ಕೋಪದಿಂದ ಕಣ್ಣುಬಿಟ್ಟ, "ನಿನಗೆ ಪಿತೃಸಮಾನರಾದ ತಂದೆಯವರ ವೈಯಕ್ತಿಕ ದೌರ್ಬಲ್ಯವನ್ನು ಅವರು ಸತ್ತ ನಂತರ ಎತ್ತಿ ಆಡುವುದು ಯೋಗ್ಯವಲ್ಲ."

"ಕ್ಷಮಿಸಿ ಯುವರಾಜ" ಮಾಧವಿ ಹೇಳಿದಳು, "ತಂದೆಯ ಸ್ಥಾನದಲ್ಲಿರುವ ಶಬರವರ್ಮರ ಮುಂದೆ ಮಾತಾಡಿದರೆ ಅದು ತಪ್ಪಾಗುವುದಿಲ್ಲವೆಂದು ನನ್ನ ಭಾವನೆ. ಮಾವನವರ ದುರದೃಷ್ಟಕರ ಸಾವಿನ ಬಗ್ಗೆ ನನಗೆ ದುಃಖವಿಲ್ಲವೆಂದುಕೊಂಡಿರಾ? ನಾನು ಊಟ ನಿದ್ರೆಯಿಲ್ಲದೆ ಅನುಭವಿಸಿದ ಸಂಕಟ ನನಗೆ ಗೊತ್ತು. ನೀವು ನಿಮ್ಮ ಪತ್ನಿಯಾದ ನನ್ನ ಗತಿಯೇನೆಂದು ಯೋಚಿಸದೆ, ನಿಮ್ಮ ಪ್ರಾಣವುಳಿಸಿಕೊಂಡು ಸೇನೆಯೊಂದಿಗೆ ಓಡಿ ಬಂದಮೇಲೆ, ಅದು ನನ್ನ ಮನಸ್ಸಿನ ಮೇಲೆ ಎಂಥ ಪರಿಣಾಮ ಬೀರುವುದೆಂದು ನೀವು ಯೇಚಿಸಿದಿರಾ? ಆ ಅನಾಥ ಸ್ಥಿತಿಯಲ್ಲಿ ಸತ್ತ ಮಾವನಿಗಾಗಿ ದುಃಖಿಸುವುದೋ, ಬಿಟ್ಟು ಹೋದ ಗಂಡನಿಗಾಗಿ ಪರಿತಪಿಸುವುದೋ ಎಂದು ತಿಳಿಯದ ನನ್ನ ನೋವು ನಿಮಗೆ ಅರ್ಥವಾಗುತ್ತದೆಯೇ?"

"ಕ್ಷಮಿಸು ಮಾಧವಿ, ಆ ಕ್ಷಣದಲ್ಲಿ ನನಗೆ ದಿಕ್ಕೇ ತೋಚಲಿಲ್ಲ" ಮಲಯಕೇತು ತಲೆ ತಗ್ಗಿಸಿ ಹೇಳಿದ.

"ಆದಕ್ಕಾಗಿ ನಾನು ನಿಮ್ಮನ್ನು ಆಕ್ಷೇಪಿಸುತ್ತಿಲ್ಲ ಯುವರಾಜ. ಆದರೆ ಪೌರವರು ಯವನ ಸ್ತ್ರೀಯರ ಮೇಲಿನ ವ್ಯಾಮೋಹದಿಂದ, ಯೂಡಿಮಸ್ ಮುಕ್ತವಾಗಿ ಅರಮನೆಯನ್ನು ಪ್ರವೇಶಿಸಲು ಮೊದಲೇ ಚಾಣಕ್ಯರ ಅನುಮತಿ ಪಡೆದಿದ್ದರು. ಅವರ ಆಪ್ತರ ಮೇಲೆ ಪರೀಕ್ಷಾ ದೃಷ್ಟಿಯಿರಿಸುವುದರಿಂದ ಅವರಿಗೆ ಅಸಮಾಧಾನವಾಗಬಹುದೆಂದು ಅವನನ್ನು ಶೋಧಿಸದೆ ಒಳಗೆ ಬಿಟ್ಟಿರುತ್ತಾರೆ. ಆ ಒಂದು ಚಾಪಲ್ಯವಿಲ್ಲದಿದ್ದರೆ ಯೂಡಿಮಸ್ ಎರಡನೆಯ ಸಲ, ಕೊಲೆಯ ಯೋಜನೆ ಸಿದ್ಧಪಡಿಸಿಕೊಂಡು ಬರುತ್ತಿರಲಿಲ್ಲ. ಅಂದೂ ಚಂದ್ರಗುಪ್ತನನ್ನು ಕೊಲ್ಲಲು ಅವರು ಒಪ್ಪದಿದ್ದುದೇ ಕೊಲೆಯ ಕಾರಣವೆಂದು ಸುಸೀಮ ಹೇಳಿದ್ದನ್ನು ನಂಬಿದರೆ, ಅವನು ಚಂದ್ರಗುಪ್ತನ ಕೊಲೆಗೆ ಬಂದವನು ಪೌರವರನ್ನು ಕೊಂದು ಹೋದ."

"ನೀನು ಏನೇ ಹೇಳಿದರೂ ನನಗೆ ನಂಬಿಕೆ ಬರುವುದಿಲ್ಲ ಮಾಧವಿ. ನನ್ನ ಮನಸ್ಸಿನಲ್ಲಿ ಈಗ ಒಂದೇ ಒಂದು ಸಂಗತಿ ಕುದಿಯುತ್ತಿದೆ. ನನ್ನ ತಂದೆಯ ಸಾವಿಗಾಗಿ ಆ ಮಗಧದ ಮೇಲೆ ಸೇಡು ತೀರಿಸಿಕೊಳ್ಳುವುದು. ನೀನು ಸುರಕ್ಷಿತವಾಗಿ ಬಂದಿರುವುದಕ್ಕೆ ಸಂತೋಷ ಪಡಲೂ ಬಿಡದೆ, ಸೇಡಿನ ಭಾವನೆಯೊಂದೇ ನನ್ನನ್ನು ಆವರಿಸಿಕೊಂಡಿದೆ."

"ಅದು ನಿಮ್ಮ ಇಚ್ಛೆ. ನಾನು ನನಗೆ ತಿಳಿದ ಸತ್ಯವನ್ನು ಹೇಳುವುದು ನನ್ನ ಕರ್ತವ್ಯ. ಆ ಕರ್ತವ್ಯವನ್ನು ನಾನು ಮುಗಿಸಿದ್ದೇನೆ. ಆದರೆ ನೀವು ನನ್ನ ಪತಿಯೆಂಬ ಪ್ರೀತಿ ಗೌರವಗಳು ನನ್ನಲ್ಲಿ ಮೊದಲಿನಂತೆಯೇ ಇವೆಯೆಂದು ಖಚಿತಪಡಿಸುತ್ತೇನೆ" ಎಂದು ಹೇಳಿ ಮಾಧವಿ ಅಂತಃಪುರಕ್ಕೆ ಹೊರಟುಹೋದಳು.

ಶಬರವರ್ಮ ಚಿಂತಾಕ್ರಾಂತನಾಗಿದ್ದ. ಮಾಧವಿಯ ಮಾತಿನಲ್ಲಿ ಸತ್ಯವಿದೆಯೆನ್ನಿಸಿದರೂ, ಮಲಯಕೇತುವಿನ ತರ್ಕವನ್ನು ಅಪ್ರಸ್ತುತವೆಂದು ತಳ್ಳಿ ಹಾಕುವುದು ಅವನಿಂದ ಸಾಧ್ಯ ವಾಗಲಿಲ್ಲ "ಯುವರಾಜ, ಕೋಪದ ಭರದಲ್ಲಿ ಆತುರದ ನಿರ್ಧಾರ ತೆಗೆದುಕೊಳ್ಳುವುದು ಬೇಡವೆಂದು, ಹಿರಿಯನಾಗಿ ನಾನು ಸಲಹೆ ಕೊಡಬಲ್ಲೆ, ಅಷ್ಟೆ" ಎಂದ.

ಮಲಯಕೇತು ಮಾತಾಡದೆ, ಕೋಪದ ಮುಖ ಹೊತ್ತುಕೊಂಡೇ ಅಲ್ಲಿಂದ ಹೊರಟುಹೋದ. ಶಬರವರ್ಮ ಒಂದು ನಿಟ್ಟುಸಿರುಬಿಟ್ಟು ಮನೆಯ ಕಡೆಗೆ ಹೊರಟ.

ಅಂತಃಪುರದಲ್ಲಿ ಮಾಧವಿ ಪ್ರಕ್ಷುಬ್ಧ ಮನಸ್ಥಿತಿಯಲ್ಲಿ ಆಲೋಚಿಸುತ್ತ ಒಬ್ಬಳೇ ಕುಳಿತಿದ್ದಳು. ಪಾಟಲೀಪುತ್ರದ ನೆನಪೇ ಮತ್ತೆ ಮತ್ತೆ ಮೂಡುತ್ತಿತ್ತು. 'ಮಾಲಿನಿ, ಉಜ್ವಲ, ಸುಜಾತ, ಸುಗಂಧಿ – ಇವರ ಮುಖಗಳೇ ಏಕೆ ಸುಳಿಯುತ್ತಿವೆ? ಅವರ ನಗು, ಮಾತು, ಸರಳ ಸ್ವಭಾವ, ಸ್ನೇಹಶೀಲತೆ ನನ್ನ ಹೃದಯದಲ್ಲಿ ಅಚ್ಚೊತ್ತಿಬಿಟ್ಟಿವೆ. ಒಬ್ಬರಿಗಿಂತ ಒಬ್ಬರು ಆದರ್ಶವಾದಿಗಳು. ಗಣಿಕೆಯಾದರೂ ಸುಗಂಧಿಯ ಬಗ್ಗೆ ಭಾಗುರಾಯಣ ಮತ್ತು ಮಾಲಿನಿಗೆ ಎಂಥ ವಾತ್ಸಲ್ಯ! ಉಜ್ವಲ ಸ್ವಂತ ಸೋದರಿಯಂತೆ ಕಾಣುತ್ತಾಳೆ! ಅವಳಾದರೂ ಎಂಥ ಪರಿಪಕ್ವ ಮನಸ್ಸಿನವಳು! ಜಗತ್ತಿನ ಸಜ್ಜನಿಕೆಯೆಲ್ಲ ಅವಳೊಬ್ಬಳಲ್ಲೇ ಇರುವಷ್ಟು ವಿನಯ ವಿಧೇಯತೆ! ಗಂಡನನ್ನು ಕಳೆದುಕೊಂಡರೂ ಚಂದ್ರಗುಪ್ತನಿಗೆ ಅಂಗರಕ್ಷಕಳಾಗಿರುವ ನಿರ್ಧಾರ ಮಾಡಿದ ಆ ಸುಜಾತ ಏನು ಕಡಿಮೆ! ಅಂತಸ್ತುಗಳ ತಾರತಮ್ಯವಿಲ್ಲದ ಆ ವಾತಾವರಣದಲ್ಲಿ

ಬರೀ ಹೃದಯಗಳು ಮಾತಾಡುತ್ತಿದ್ದವು! ನನ್ನಂಥ ಭಾವಜೀವಿಗೆ ತಕ್ಕ ವಾತಾವರಣ, ತಕ್ಕ ವ್ಯಕ್ತಿಗಳು!

"ಆದರೆ ಆ ನಂತರದ ಘಟನೆಗಳು, ಗೊಂದಲಗಳು, ತಪ್ಪು ಅಭಿಪ್ರಾಯಗಳು, ಆತಂಕದ ಕ್ಷಣಗಳು–ಎಲ್ಲ ಏಕೆ ಸಂಭವಿಸಬೇಕಾಗಿತ್ತು? ಅದೇ ಸಂತೋಷ ಸಂಭ್ರಮಗಳಿಂದ ಹಿಂದಿರುಗಿ ಬಂದಿದ್ದರೆ, ಆ ನೆನಪು ಎಷ್ಟು ಹಿತವಾಗಿರಬಹುದಾಗಿತ್ತು?

'ಮಾವನವರಲ್ಲಿ ಆ ಒಂದು ಚಾಪಲ್ಯವಿಲ್ಲದಿದ್ದರೆ ಇಷ್ಟೆಲ್ಲಾ ಆಗುತ್ತಲೇ ಇರಲಿಲ್ಲ. ಆದರೆ ಅದೆಲ್ಲಾ ಆಚಾರ್ಯ ಚಾಣಕ್ಯರ ಕುತಂತ್ರವೆಂದೇ ಯುವರಾಜರ ನಂಬಿಕೆ. ಸುಸೀಮ ಸುಳ್ಳು ಹೇಳುತ್ತಿರುವನೆಂದಾಗಲೀ, ಅಥವಾ ಅವನು ಚಾಣಕ್ಯ ಸಿದ್ಧಪಡಿಸಿದ ಸಾಕ್ಷಿಯೆಂದಾಗಲೀ ನನಗೆ ಅನ್ನಿಸಲಿಲ್ಲ. ಆದರೆ ಒಂದು ವಿಷಯದಲ್ಲಿ ಮಾತ್ರ ಅಸಮಾಧಾನವಿದೆ. ಚಂದ್ರಗುಪ್ತನ ಪರಮಾಧಿಕಾರವನ್ನು ಒಪ್ಪುವಂತೆ ನಾನು ಯುವರಾಜರನ್ನು ಒಪ್ಪಿಸಬೇಕೆಂದು ಹೇಳಿದ್ದರಲ್ಲಿ ಪೌರವರಿಗೆ ಅರ್ಧರಾಜ್ಯವನ್ನು ಕೊಡುವ ಅಭಿಲಾಷೆ ಅವರಿಗೆ ಇರಲೇ ಇಲ್ಲವೆಂದು ಖಚಿತವಾಗುತ್ತದೆ. ಅವರ ತರ್ಕ ಏನೇ ಇರಲಿ, ಇದು ಕೊಟ್ಟ ಮಾತಿಗೆ ತಪ್ಪುವ ಹಂಚಿಕೆಯೇ ಎಂದು ಸ್ಪಷ್ಟವಾಗುತ್ತದೆ. ಯೂಡಿಮಸ್ಸನ ನೀಚಕಾರ್ಯ ಅವರಿಗೆ ಆ ಅಪವಾದದಿಂದ ತಪ್ಪಿಸಿಕೊಳ್ಳಲು ಸದವಕಾಶ ಕಲ್ಪಿಸಿಕೊಟ್ಟಿತು.

'ಯುವರಾಜರ ಆಕ್ರೋಶಕ್ಕೆ ಕಾರಣವಿದೆ. ತಂದೆ ಎಂಥವನಾದರೂ ಅವರ ಬಗ್ಗೆ ಅಪಾರ ಗೌರವವಿತ್ತು. ಅವರಿಗೂ ಮಗನ ಮೇಲೆ ಅಷ್ಟೇ ಮಮಕಾರವಿತ್ತು. ಅವರು ಧೀರರಾಗಿದ್ದರು, ಪ್ರಜಾವತ್ಸಲರಾಗಿದ್ದರು. ಆದರೆ ಸ್ತ್ರೀಚಾಪಲ್ಯ ಮತ್ತು ಚಕ್ರವರ್ತಿಯಾಗಬೇಕೆಂಬ ಮಹತ್ವಾಕಾಂಕ್ಷೆ, ಎರಡೇ ಅವರ ದೌರ್ಬಲ್ಯಗಳು. ಆ ದೌರ್ಬಲ್ಯಗಳೇ ಅವರ ಮರಣಕ್ಕೆ ಕಾರಣವಾದವೆಂದು ಯುವರಾಜ ಒಪ್ಪದಿದ್ದರೂ ಸತ್ಯವಾದ ಸಂಗತಿ.

'ಆಚಾರ್ಯ ಚಾಣಕ್ಯರ ಮಾತನ್ನೂ ಅಲ್ಲಗಳೆಯುವಂತಿಲ್ಲ. ತನ್ನ ಸ್ವಂತ ಪ್ರಾಣ ಭಯದಿಂದ ನನ್ನನ್ನು ಬಿಟ್ಟು ಓಡಿಬಂದ ಯುವರಾಜನಿಗೆ ನನ್ನ ಮೇಲೆ ಪ್ರೀತಿಯಿಲ್ಲವೆಂದು ಹೇಳಲಾಗದಿದ್ದರೂ, ರಾಜನಿಗೆ ಯೋಗ್ಯವಾದ ಸಾವಧಾನ ಮತ್ತು ನಿರ್ಧಾರಶಕ್ತಿ ಕಡಿಮೆಯೆಂದೇ ಹೇಳಬೇಕು. ಆರ್ಯಾವರ್ತವನ್ನು ಒಂದೇ ಪ್ರಜಾಸತ್ತೆಯ ಅಡಿಯಲ್ಲಿ ಸಂಘಟಿಸುವ ಚಾಣಕ್ಯರ ಉದ್ದೇಶ ಅರ್ಥಪೂರ್ಣವೇ ಆಗಿದೆ. ಒಂದು ವೇಳೆ ಈಗ ಪ್ರತಿಭಟಿಸಿದರೂ, ಪರ್ವತನಾಡನ್ನು ಹಾಗೇ ಬಿಟ್ಟರೂ, ನಂತರ ಬೃಹತ್ ಸಾಮ್ರಾಜ್ಯದ ಅಧಿಪತಿಯಾಗಿರುವ ಚಂದ್ರಗುಪ್ತ ನಮ್ಮನ್ನು ಬಗ್ಗು ಬಡಿದು ಬಲವಂತವಾಗಿ ತನ್ನ ಸಾಮ್ರಾಜ್ಯಕ್ಕೆ ಸೇರಿಸಿಕೊಳ್ಳುವ ಸಾಮರ್ಥ್ಯವನ್ನೂ ಹೊಂದಿದ್ದಾನೆ. ಆದ್ದರಿಂದ ಚಂದ್ರಗುಪ್ತನ ಅಧಿಕಾರವನ್ನು ಒಪ್ಪಿ ನಡೆಯುವುದೇ ವಿವೇಕವೆನ್ನಿಸುತ್ತಿದೆ.

'ಆದರೆ ಈ ಮನಸ್ಥಿತಿಯಲ್ಲಿ ಯುವರಾಜನ ಬಳಿ ಈ ವಿಷಯವನ್ನು ಎತ್ತುವುದೂ ಕಷ್ಟವಾಗುತ್ತದೆ. ತಂದೆಯ ಸಾವಿನ ನೋವು ಅವರ ಮನಸ್ಸಿನಲ್ಲಿ ಕ್ಷೋಭೆಯುಂಟು ಮಾಡಿದೆ. ಸದ್ಯಕ್ಕಂತೂ ಅದು ಆರುವ ಸ್ಥಿತಿಯಲ್ಲಿಲ್ಲ.

'ಒಂದು ವಿಷಯದಲ್ಲಂತೂ ನಾನು ವಿಷಾದಪಡುವಂತಾಗಿದೆ. ನಾನು ಬಯಸಿದ ಬದುಕು ಎಂಥದು! ಸಿಕ್ಕಿಕೊಂಡಿರುವ ಈ ಜೀವನ ಎಂಥದು! ಒಂದಕ್ಕೊಂದಕ್ಕೆ ಸಂಬಂಧ

ವಿಲ್ಲದ ಎರಡು ಸರಳ ರೇಖೆಗಳ ನಡುವೆ ನಾನು ಕಳೆದು ಹೋಗುತ್ತಿದ್ದೇನೆ, ನನ್ನ ಕನಸುಗಳೂ ಕರಗಿಹೋಗುತ್ತಿವೆ.

'ಮೃದು ಮನಸ್ಸಿನ ಯುವರಾಜ ನನಗೆ ಪ್ರಿಯನಾಗಿದ್ದಾನೆ. ಕೆಲವು ಸಲವಾದರೂ ಅವನು ನನ್ನ ಭಾವನೆಗಳಿಗೆ ಸ್ಪಂದಿಸುತ್ತಿದ್ದ. ಈಗಲೂ ಈ ರಾಜನೀತಿಯ ಗೊಂದಲ, ಅಶಾಂತಿ, ಆಕ್ರೋಶಗಳಿಂದ ದೂರವಾದ ಸಾಮಾನ್ಯ ಬದುಕನ್ನು ಆರಿಸಿಕೊಂಡರೆ ಎಷ್ಟು ಚೆನ್ನಾಗಿರುತ್ತದೆ! ರಾಜನಾಗಿರುವುದು ಬಹಿರಂಗದ ಬದುಕಿನಲ್ಲಿ ಅಭಿಮಾನದ, ಹೆಮ್ಮೆಯ ಸಂಗತಿ. ಶಾಂತ ಮನಸ್ಸಿನ ಸಜ್ಜನನಾಗಿರುವುದು ಅಂತರಂಗದ ಬದುಕಿನಲ್ಲಿ ತೃಪ್ತಿಯ, ಆನಂದದ ಸಂಗತಿ. ಉಜ್ವಲ ಬೆಳಕಿನಲ್ಲಿ ಕೋರೈಸುವುದು ಅಭ್ಯಾಸವಾದವರಿಗೆ, ಒಂದು ಕೋಣೆಯಲ್ಲಿ ಸಣ್ಣ ದೀಪದ ಬೆಳಕಿನಲ್ಲಿ ಶಾಂತಿಯನ್ನು ಅನುಭವಿಸುವುದು ಕಷ್ಟವಾಗುತ್ತದೆ. ಆ ಶಾಂತಿ, ತೃಪ್ತಿ, ಸಮಾಧಾನಗಳ ನನ್ನ ಕನಸುಗಳೆಲ್ಲ ಬಹುಶಃ ಎಂದಿಗೂ ಈಡೇರುವುದೇ ಇಲ್ಲವೇನೋ!

'ವಿಶಾಲವಾದ ಅರಮನೆ, ಕೈಗೊಬ್ಬರು ಕಾಲಿಗೊಬ್ಬರು ಆಳುಕಾಳುಗಳು. ಸುಖಕ್ಕೆ ಮಿತಿಯಿಲ್ಲ, ಗೌರವಕ್ಕೆ ಕೊರತೆಯಿಲ್ಲ. ಆದರೆ ಇಲ್ಲಿ ಹೃದಯಸಂವಾದಿಗಳಾದ ಆಪ್ತರು ಒಬ್ಬರೂ ಇಲ್ಲ. ದಿನಗಳು ಕಳೆದಂತೆ ನಾನು ಇನ್ನಷ್ಟು ಮತ್ತಷ್ಟು ಒಂಟಿಯಾಗುತ್ತಾ ಹೋಗುತ್ತಿದ್ದೇನೆ. ಆದರೆ ಅಲ್ಲಿ, ಪಾಟಲೀಪುತ್ರದಲ್ಲಿ ಸುಗಂಧಿ, ಉಜ್ವಲ, ಸುಜಾತ ಎಲ್ಲ ಎಷ್ಟು ಹತ್ತಿರವಾಗಿದ್ದರು! ಎಂಥ ಹೊಂದಾಣಿಕೆ! ಒಬ್ಬರ ನಗು ಎಲ್ಲರ ನಗುವಾಗುತ್ತದೆ. ಒಬ್ಬರ ಅಳು ಎಲ್ಲರ ಅಳುವಾಗುತ್ತದೆ. ಅವಳ ಮನಸ್ಸು ಇವಳಿಗೆ ಅರ್ಥವಾಗುತ್ತದೆ. ಇವಳ ಮಾತನ್ನು ಅವಳು ಆಡುತ್ತಾಳೆ. ಎಂಥ ಬೆಚ್ಚನೆಯ ಆಪ್ತತೆ! ಅರಮನೆಯಲ್ಲಿದ್ದರೂ, ರಾಣಿಯಾಗಿದ್ದರೂ ಅಂಥ ಆಪ್ತತೆಯ ಕಾರಣವಾಗಿ ಅಲ್ಲಿ ಋಷ್ಯಾಶ್ರಮದ ಪ್ರಶಾಂತತೆಯನ್ನು ಅನುಭವಿಸಬಹುದಾಗಿತ್ತು. ಆದರೆ ಪೌರವರ ಸಾವಿನಿಂದ ಅದಕ್ಕೂ ಭಂಗ ಬಂತು. ಅದನ್ನೆಲ್ಲ ಮರೆತು ಮತ್ತೆ ನನ್ನ ಒಂಟಿತನದ ಬದುಕಿಗೆ ಮರಳಬೇಕಾಯಿತು. ಹೆಚ್ಚೆಂದರೆ ಈಗ ಆ ವ್ಯಕ್ತಿಗಳನ್ನು, ಅವರ ಸ್ನೇಹವನ್ನು ಆಗಾಗ ನೆನಪು ಮಾಡಿಕೊಂಡು ಚಪ್ಪರಿಸಿ ಕೊಳ್ಳಬೇಕಷ್ಟೆ. ಆದರೆ ಅದೂ ಈಗ ಮುಕ್ತವಾಗಿಲ್ಲ, ರಾಜನೀತಿಯ ಸ್ವಾರ್ಥ, ತಂತ್ರಗಳ, ಪ್ರತಿಷ್ಠೆ ಧೋರಣೆಗಳ ಕಪ್ಪು ಮುಸುಕಿ ಅದು ಮಸುಕಾಗಿದೆ. ಜೊತೆಗೆ ಪೌರವರ ಭೀಕರ ಕೊಲೆಯ ಘಟನೆ ಆ ನೆನಪಿಗೆ ಒಂದು ಕಹಿ ಲೇಪನವನ್ನೂ ನೀಡಿದೆ...'

"ಮಾಧವಿ"

ಅವಳು ತಿರುಗಿ ನೋಡಿದಳು. ಮಲಯಕೇತು ಒಳಬಂದು ನಿಂತಿದ್ದ. ಅವಳು ಧಡಕ್ಕನೆ ಎದ್ದು ನಿಂತಳು. ಅವನು ಬಂದು ಒಂದು ಪೀಠದ ಮೇಲೆ ಕುಳಿತ. ಅವನ ಮುಖ ದುಗುಡದಿಂದ ಹೆಪ್ಪುಗಟ್ಟಿತ್ತು. ಸ್ವಲ್ಪ ಹೊತ್ತು ಸುಮ್ಮನೆ ಕುಳಿತು ಮಾತಿಗಾಗಿ ಹುಡುಕಾಡು ತ್ತಿರುವಂತೆ ಚಡಪಡಿಸಿದ. ನಂತರ "ನನ್ನ ಮೇಲೆ ಅಸಮಾಧಾನವೇ ಮಾಧವಿ?" ಎಂದು ಕೇಳಿದ.

"ಅಸಮಾಧಾನ? ಯಾವುದಕ್ಕೆ?"

"ನಿನ್ನ ಕ್ಷೇಮದ ಬಗ್ಗೆ ಯೋಚಿಸದೆ, ನಾನೊಬ್ಬನೇ ಪಾಟಲೀಪುತ್ರದಿಂದ ಓಡಿ ಬಂದುದಕ್ಕೆ."

"ಸಂದರ್ಭ ಹಾಗಿತ್ತಲ್ಲವೆ? ಅದನ್ನು ಈಗೇಕೆ ಯೋಚಿಸುತ್ತೀರಿ? ನಾನು ಕ್ಷೇಮವಾಗಿ ಬಂದೆನಲ್ಲ."

"ಆದರೂ ಆಗ ನಾನು ಹೇಡಿಯಂತೆ ವರ್ತಿಸಿದೆನೆನ್ನಿಸುತ್ತಿದೆ. ಹೌದು ಮಾಧವಿ, ನಾನು ಹೇಡಿ. ಧೀರನಾಗಿದ್ದರೆ ತಂದೆಯ ಘಾತುಕರನ್ನು ಅಲ್ಲಿಯೇ ಕತ್ತರಿಸಿ ಹಾಕುತ್ತಿದ್ದೆ."

"ನಿಮಗೆ ವಿಷಯ ತಿಳಿಯುವ ವೇಳೆಗೆ ಘಾತುಕರು ಓಡಿಹೋಗಿದ್ದರು."

"ಇಲ್ಲ ಮಾಧವಿ, ಅವರು ಓಡಿಹೋಗಲಿಲ್ಲ, ಸಭ್ಯರ ಸೋಗಿನಲ್ಲಿ ಅರಮನೆಯಲ್ಲೇ ಇದ್ದರು. ಕುತಂತ್ರಿಯಾದ ಆ ಚಾಣಕ್ಯ ನನ್ನ ತಂದೆಯನ್ನು ಕ್ರೂರವಾಗಿ ಕೊಲ್ಲಿಸಿಬಿಟ್ಟ" ಅವನ ದುಃಖ ಉಕ್ಕಿಬಂತು.

ಮಾಧವಿಗೆ ಆ ಕ್ಷಣ ತಾನು ಮಲಯಕೇತುವಿನ ಹೆಂಡತಿ, ತನ್ನ ಸ್ತ್ರೀಧರ್ಮ ಎಲ್ಲಕ್ಕಿಂತ ಮುಖ್ಯವಾದದ್ದು ಎಂಬ ಭಾವನೆ ಬಂತು. ಹತ್ತಿರ ಕುಳಿತು ಅವನ ತಲೆಯನ್ನು ತನ್ನ ಎದೆಯ ಮೇಲೆ ಒರಗಿಸಿಕೊಂಡು "ಸಮಾಧಾನ ಮಾಡಿಕೊಳ್ಳಿ ಯುವರಾಜ. ಮುಗಿದು ಹೋದ ಘಟನೆಗೆ ಎಷ್ಟು ದುಃಖಪಡುವುದು!"

"ನನ್ನ ತಂದೆ ಮುಗಿದು ಹೋಗಿರಬಹುದು" ಮಲಯಕೇತು ತಲೆಯೆತ್ತಿ ಕಣ್ಣೊರೆಸಿ ಕೊಂಡು ಹೇಳಿದ, "ಆದರೆ ಇನ್ನೂ ನಾನು ಮುಗಿದುಹೋಗಿಲ್ಲ, ತಂದೆಯ ಸಾವಿನ ಸೇಡು ತೀರಿಸಿಕೊಳ್ಳುವವರೆಗೆ ನಾನು ಸಾಯುವುದೂ ಇಲ್ಲ" ಅವನ ಧ್ವನಿ ಕಠಿಣವಾಗಿತ್ತು.

"ಸಾವು ಬದುಕಿನ ಆಟದಲ್ಲಿ ನೀವು ಮನುಷತ್ವವನ್ನು ಮರೆಯುತ್ತೀರ?"

"ಅವರಿಗಿಲ್ಲದ ಮನುಷ್ಯತ್ವ ನನಗೇಕೆ ಬೇಕು?"

"ತಂದೆಯವರ ಸಾವಿನ ದುಃಖದಿಂದ ತಲ್ಲಣಿಸುತ್ತಿರುವಾಗ ನೀವು ಯಾವ ನಿರ್ಣಯವನ್ನು ಮಾಡುವುದೂ ಸೂಕ್ತವಲ್ಲ. ಮನಸ್ಸು ಸ್ವಲ್ಪ ಶಾಂತವಾದ ಮೇಲೆ ಯೋಚಿಸಿದರಾಯಿತು. ಈಗ ಸಮಾಧಾನ ತಂದುಕೊಳ್ಳಿ."

★ ★ ★

ಕರಭಕ ಮತ್ತು ವಿರಾಧಗುಪ್ತ ರಾಕ್ಷಸನ ಕುಟೀರದ ಬಳಿಗೆ ಬಂದಾಗ ಕತ್ತಲಾಗು ವುದರಲ್ಲಿತ್ತು. ಕೊಳೆಯಾದ ಬಟ್ಟೆಗಳು, ಕೆದರಿದ ತಲೆ ಮತ್ತು ಬಳಲಿದ ಮುಖಗಳನ್ನು ನೋಡಿದರೆ, ಅವರು ವಿಶ್ರಾಂತಿಯಿಲ್ಲದೆ ಪ್ರಯಾಣ ಮಾಡಿ ಆತುರದಿಂದ ಬಂದಂತಿತ್ತು. ಜೊತೆಗೆ ಆತಂಕದ ಧ್ವನಿಯಲ್ಲಿ ಅವರು "ಅಮಾತ್ಯರೇ" ಎಂದು ಸಂಬೋಧಿಸಿದಾಗ, ಕಾರ್ಯ ವೈಫಲ್ಯದ ಸ್ಪಷ್ಟ ಸುಳಿವು ರಾಕ್ಷಸನಿಗೆ ಸಿಕ್ಕಿತು.

"ಪಾಟಲೀಪುತ್ರದ ವಿಷಯವೇನು?" ರಾಕ್ಷಸ ಕೇಳಿದ.

"ಎಲ್ಲ ವಿಫಲವಾಯಿತು" ಕರಭಕ ಹೇಳಿದ, "ಅಂತಃಪುರದ ಸುರಂಗದ ಬಾಗಿಲನ್ನು ಹೇಗೋ ಕಂಡು ಹಿಡಿದ ಚಾಣಕ್ಯ ಅದಕ್ಕೆ ಬೆಂಕಿ ಹಾಕಿಸಿಬಿಟ್ಟ, ನಾಲ್ಕು ಜನ ಒಳಗೇ ಸತ್ತುಹೋದರು. ಉಳಿದವರು ಹೇಗೋ ಹೊರಗೆ ಬಂದು ಉಸಿರು ಕಟ್ಟಿ ಹೆಣವಾದರು."

ವಿರಾಧಗುಪ್ತ ಹೇಳಿದ, "ಶಿಲ್ಪಿ ದಾರುವರ್ಮನ ಹಂಚಿಕೆಯನ್ನು ಮೊದಲೇ ಕಂಡು ಹಿಡಿದು, ವಿವಾಹವನ್ನು ಓಲಗಶಾಲೆಯಿಂದ ಬೇರೆ ಕಡೆಗೆ ವರ್ಗಾಯಿಸಿದರು. ಅರಮನೆಯ ಮುಂದಿನ ಚೌಕದಲ್ಲಿ ಕಟ್ಟಿದ ಅಲಂಕಾರ ಫಲಕ, ಚಂದ್ರಗುಪ್ತನ ವೇಷದಲ್ಲಿ ರಥವೇರಿಸಿ ಕಳಿಸಿದ ಶ್ರೀನಿಧಿಯ ಮೇಲೆ ಬಿದ್ದು ಅವನು ಹತನಾದ. ದಾರುವರ್ಮನನ್ನು ಜನರೇ ಬೀದಿಯಲ್ಲಿ ಹೊಡೆದು ಕೊಂದರು."

''ಯವನ ಸೇನಾನಾಯಕ ಯೂಡಿಮಸ್ ಯವನ ಸುಂದರಿಯನ್ನು ಕಾಣಿಕೆ ಕೊಡುವ ನೆಪದಲ್ಲಿ ಪರ್ವತರಾಜ ಪೌರವನನ್ನು ಅರಮನೆಯಲ್ಲೇ ಕೊಂದು ಓಡಿಹೋದ. ಚಂದ್ರಗುಪ್ತನ ಪಟ್ಟಾಭಿಷೇಕ ನಿರ್ವಿಘ್ನವಾಗಿ, ವೈಭವದಿಂದ ನೆರವೇರಿತು'' ಎಂದ ಕರಭಕ.

ರಾಕ್ಷಸ ತಲೆಯ ಮೇಲೆ ಕೈಹೊತ್ತು ಕುಳಿತುಬಿಟ್ಟ, ಸೋಲಿನ ಹತಾಶ ಸ್ಥಿತಿ ಅವನ ಮುಖದಲ್ಲಿ ತುಳುಕುತ್ತಿತ್ತು. ''ಧನನಂದನ ವಿದ್ವೇಷಿಯಾದ ಆ ದೈವ ಚಂದ್ರಗುಪ್ತನಿಗೆ ಅನುಕೂಲಕರವಾಗಿದೆ ಕರಭಕ'' ಎಂದು ಅವನು ನಿರಾಸೆಯಿಂದ ಉದ್ಗರಿಸಿದ. ''ನೀವು ಸ್ನಾನಾದಿಗಳನ್ನು ಮುಗಿಸಿ ಊಟ ಮಾಡಿ. ಸ್ವಲ್ಪ ಹೊತ್ತು ನನ್ನನ್ನು ಒಂಟಿಯಾಗಿ ಬಿಡಿ'' ಎಂದು ಅವನು ಎದ್ದು ಹೋಗಿ, ತುಸು ದೂರದ ಬಂಡೆಯ ಮೇಲೆ ಚಿಂತಿಸುತ್ತ ಕುಳಿತುಕೊಂಡ.

ಕರಭಕ ಮತ್ತು ವಿರಾಧಗುಪ್ತ ಸ್ನಾನ ಮಾಡಲು ಹೋದಾಗ ಅಡಿಗೆ ಮಾಡುತ್ತಿದ್ದ ಜೀವಸಿದ್ಧಿ ಮತ್ತು ಸಮಿದ್ಧಾರ್ಥಕ ಮುಖ ಮುಖ ನೋಡಿಕೊಂಡು ಪಿಸುಮಾತಿನಲ್ಲಿ ಚರ್ಚಿಸತೊಡಗಿದರು.

''ಈಗ ಅಬ್ಬರದ ಸಿಂಹದ ಸದ್ದಡಗುತ್ತದೆ'' ಎಂದ ಜೀವಸಿದ್ಧಿ.

''ಇವನೂ ನಮ್ಮ ಆಚಾರ್ಯರಂತೆಯೇ ಪ್ರಚಂಡನಾಗಿದ್ದಾನೆ. ಚಂದ್ರಗುಪ್ತನನ್ನು ಮುಗಿಸಲು ಎಷ್ಟೆಲ್ಲ ಸಿದ್ಧತೆಗಳನ್ನು ಮಾಡಿದ್ದಾನೆ ?'' ಎಂದ ಸಮಿದ್ಧಾರ್ಥಕ.

''ಎಷ್ಟು ಮಾಡಿದರೂ ಅಷ್ಟೆ. ಚಾಣಕ್ಯ ಇವನ ಹತ್ತರಷ್ಟು ಪ್ರಚಂಡ. ನೋಡಿದೆಯೋ, ಇವನ ತಂತ್ರಗಳನ್ನು ಎಷ್ಟು ಖಚಿತವಾಗಿ ಮೊದಲೇ ಕಂಡುಹಿಡಿದು ವಿಫಲಗೊಳಿಸಿದ್ದಾನೆ !''

''ಈಗೇನು ಮಾಡುತ್ತಾನೋ ?''

''ತಲೆಮರೆಸಿಕೊಂಡು ಓಡಿಹೋಗಬೇಕು. ಮತ್ತೆ ಚಂದ್ರಗುಪ್ತನಿಗೆ ತೊಂದರೆ ಕೊಡುವುದನ್ನು ಮರೆತುಬಿಡಬೇಕು.''

''ನನಗೇನೋ ಅವನು ಅಷ್ಟು ಸುಲಭವಾಗಿ ಸೋಲೊಪ್ಪಿಕೊಳ್ಳುವುದಿಲ್ಲ ಎನಿಸುತ್ತದೆ.''

''ನಿಜ, ನನಗೂ ಆ ಅನುಮಾನವಿದೆ. ಮತ್ತೆ ಇನ್ನೆಂಥ ಭಯಂಕರ ಉಪಾಯವನ್ನು ಯೋಚಿಸುತ್ತಾನೋ.''

''ಏನೇ ಆದರೂ ಅವನ ರಾಜನಿಷ್ಠೆಯನ್ನು ಮೆಚ್ಚಬೇಕು.''

''ಪಾಪ, ನನಗೆ ಅವನನ್ನು ಕಂಡರೆ ಅಯ್ಯೋ ಎನಿಸುತ್ತದೆ. ಪಾಟಲೀಪುತ್ರದಲ್ಲಿ ಎಂಥ ಹಿರಿಯ ಸ್ಥಾನದಲ್ಲಿದ್ದ! ಎಷ್ಟು ಮನ್ನಣೆಯಿಂದ ಮೆರೆಯುತ್ತಿದ್ದ! ಈಗ ಕಳ್ಳನಂತೆ ಕಾಡಿನಲ್ಲಿ ತಲೆಮರೆಸಿಕೊಂಡಿರಬೇಕಾಗಿದೆ.''

''ನನಗೇನೋ ಇವನ ಸ್ವಾಮಿಭಕ್ತಿ ಅತಿಯಾಯಿತೆನ್ನಿಸುತ್ತದೆ. ಕುದುರೆಯೇ ಹೋದ ಮೇಲೆ ಅದರ ಬಾಲಕ್ಕಾಗಿ ಹೊಡೆದಾಡಿದಂತಿದೆ ಇವನ ಸ್ಥಿತಿ. ಧನನಂದನೂ ಸತ್ತ, ಅವನ ಮಗನೂ ಸತ್ತ. ಇವನು ಯಾರಿಗಾಗಿ ಹೋರಾಡಬೇಕು. ಇವನಿಗೇ ರಾಜನಾಗಬೇಕೆಂಬ ಆಸೆಯೇನಾದರೂ ಇದೆಯೇ ?''

''ಖಂಡಿತ ಸಾಧ್ಯವಿಲ್ಲ, ಶ್ರೀಯಕನಂತೆ ಅವನು ಅಂಥ ಸ್ವಾರ್ಥಕ್ಕೆ ಬಲಿಯಾಗಲಾರ. ತನ್ನ ಸ್ವಾಮಿಯ ಸಾವಿನ ಸೇಡು ತೀರಿಸಿಕೊಳ್ಳುವುದೇ ಇವನ ಬದುಕಿನ ಪರಮ ಗುರಿಯಂತಿದೆ.''

"ಇವನು ಏನೇ ಪ್ರಯತ್ನಪಟ್ಟರೂ ಯಶಸ್ವಿಯಾಗಲು ಚಾಣಕ್ಯ ಬಿಡುವುದಿಲ್ಲ. ಏನೇ ಆದರೂ ಇವನು ಸಂಪೂರ್ಣವಾಗಿ ಸೋತು ಶರಣಾಗುವವರೆಗೂ ಅವನು ಬಿಡುವುದಿಲ್ಲ."

"ಅವರು ಬರುತ್ತಿದ್ದಾರೆ ಮಾತು ನಿಲ್ಲಿಸಿ" ಎಂದ ಸಮಿದ್ಧಾರ್ಥಕ, ತಮ್ಮತ್ತ ಬರುತ್ತಿದ್ದ ಕರಭಕ ಮತ್ತು ವಿರಾಧಗುಪ್ತರಿಗೆ "ಇನ್ನೇನು ಅಡಿಗೆ ಮುಗಿಯುತ್ತದೆ. ಪಾಪ, ಎಷ್ಟು ಹಸಿವಾಗಿದೆಯೋ ಏನೋ!"

"ಇವತ್ತು ಬೆಳಿಗ್ಗೆಯಿಂದ ಒಂದು ತುತ್ತು ಅನ್ನ ಹೊಟ್ಟೆಗೆ ಬಿದ್ದಿಲ್ಲ" ಎಂದ ವಿರಾಧಗುಪ್ತ. "ಜಗತ್ತನ್ನೇ ನುಂಗಿಬಿಡುವಷ್ಟು ಹಸಿವಾಗಿದೆ."

"ಅಯ್ಯೋ ಹಾಗೆ ಮಾಡೀರಿ" ಜೀವಸಿದ್ಧಿ ನಕ್ಕ "ಆ ಜಗತ್ತಿನಲ್ಲಿ ನಾವೂ ಅಮಾತ್ಯರೂ ಇದ್ದೇವೆ."

"ಚಿಂತೆ ಮಾಡಬೇಡಿ. ನಿಮ್ಮ ಅವಸ್ಥೆ ನೋಡಿ ಹೆಚ್ಚಾಗಿಯೇ ಮಾಡಿದ್ದೇವೆ. ಹೊಟ್ಟೆ ತುಂಬ ಉಣ್ಣುವಿರಂತೆ" ಎಂದ ಸಮಿದ್ಧಾರ್ಥಕ.

ಕರಭಕ ಮತ್ತು ವಿರಾಧಗುಪ್ತ, ಇನ್ನೊಂದು ಕಡೆ ಕುಳಿತಿದ್ದ ಸ್ಕಂದ ಮತ್ತು ಶಶಾಂಕನ ಜೊತೆ ಹೋಗಿ ಕುಳಿತು ಮಾತಾಡತೊಡಗಿದರು.

ರಾಕ್ಷಸ ಸ್ವಲ್ಪ ಹೊತ್ತು ಒಬ್ಬನೇ ಕುಳಿತಿದ್ದ 'ನನ್ನ ಹಂಚಿಕೆಯಿಂದ ಸ್ವಲ್ಪವೂ ತೊಂದರೆ ಯಿಲ್ಲದೆ ಪಾರಾಗಬೇಕಾದರೆ ಚಾಣಕ್ಯನ ಬುದ್ಧಿಶಕ್ತಿ ಕೆಲಸ ಮಾಡಿದೆಯೋ? ಅಥವಾ ನನ್ನ ಕಡೆಯವರೇ ರಹಸ್ಯ ಬಯಲಾಗಲು ಕಾರಣರಾದರೋ? ಇನ್ನು ಮೇಲೆ ನಾನು ಅದಕ್ಕಿಂತ ಪ್ರಬಲ ಉಪಾಯಗಳನ್ನು ಮಾಡಿದರೂ ಚಾಣಕ್ಯ ಎಚ್ಚರದಿಂದಿರುತ್ತಾನೆ. ನನ್ನ ಉಪಾಯಗಳು ಫಲಿಸುವುದು ಕಷ್ಟವಾಗುತ್ತದೆ.'

'ಮುಂದೇನು? ನನ್ನ ಸೇಡನ್ನು ಹೇಗೆ ತೀರಿಸಿಕೊಳ್ಳುವುದು? ಪರ್ವತರಾಜನನ್ನು ಯವನ ಸೇನಾನಾಯಕ ಕೊಂದನಂತೆ. ನಿಜವಾಗಲೂ ಅವನು ಕೊಂದನೋ? ಅಥವಾ ಚಾಣಕ್ಯನೇ ಕೊಲ್ಲಿಸಿದನೋ? ಅರ್ಧ ರಾಜ್ಯದ ಆಮಿಷ ತೋರಿಸಿ ಅವನನ್ನು ಜೊತೆಯಲ್ಲಿ ಕರೆತಂದಿದ್ದ, ಆ ಅರ್ಧರಾಜ್ಯ ಕೊಡುವುದನ್ನು ತಪ್ಪಿಸಿಕೊಳ್ಳಲು ಅವನೇ ಏಕೆ ಕೊಲ್ಲಿಸಿರ ಬಾರದು? ಹೌದು, ಆ ಸಾಧ್ಯತೆಯೇ ಹೆಚ್ಚಾಗಿರುವಂತಿದೆ. ಇಂದಲ್ಲದಿದ್ದರೂ, ಮುಂದೊಮ್ಮೆ ಶತ್ರುವಾಗಬಹುದಾದ ಪೌರವನನ್ನು ಮುಗಿಸಲು ಅವನಿಗೆ ಕಾರಣವಿದೆ. ನಿಷ್ಕಂಟಕವಾದ ಸಾಮ್ರಾಜ್ಯವನ್ನು ಚಂದ್ರಗುಪ್ತನಿಗೆ ಕಟ್ಟಿಕೊಡುವುದು ಅವನ ಉದ್ದೇಶವಾಗಿರುತ್ತದೆ.

'ಪಾಟಲೀಪುತ್ರದಲ್ಲಿರುವ ನನ್ನ ಹೆಂಡತಿ ಮಕ್ಕಳ ಗತಿಯೇನು? ಒಂದು ವೇಳೆ ನನ್ನ ಆಪ್ತನೆಂದು ಚಂದನದಾಸನಿಗೆ ಅವರು ತೊಂದರೆ ಕೊಟ್ಟರೆ, ನನ್ನ ಸಂಸಾರಕ್ಕೂ ಆಪತ್ತು ಬರುವುದಲ್ಲವೆ? ಇಲ್ಲ, ಚಂದನದಾಸ ಮಿತ್ರನಿಗಾಗಿ ಪ್ರಾಣವನ್ನಾದರೂ ಬಿಡಬಲ್ಲನೇ ಹೊರತು ನನ್ನ ಸಂಸಾರದ ರಹಸ್ಯವನ್ನು ಬಯಲು ಮಾಡಲಾರ. ಆದರೆ, ಮಿತ್ರನಾಗಿ ನಾನು ಅವನನ್ನು ಆಪತ್ತಿಗೆ ದೂಡುವುದು ನ್ಯಾಯವೇ? ನನ್ನ ಕುಟುಂಬದ ರಕ್ಷಣೆಗೆ ಮುಂದಾದರೆ, ಸ್ವಾಮಿ ಕಾರ್ಯವನ್ನು ಮರೆತುಬಿಡಬೇಕು. ಇಲ್ಲ, ನಾನು ನನ್ನ ಕುಟುಂಬದ ರಕ್ಷಣೆಯ ಸ್ವಾರ್ಥಕ್ಕಾಗಿ ಸ್ವಾಮಿ ಕಾರ್ಯವನ್ನು ಕೈಬಿಡುವ ದ್ರೋಹಿಯಾಗಲಾರೆ. ಮತ್ತೆ ಪ್ರಯತ್ನ ಪಟ್ಟೇ ತೀರುತ್ತೇನೆ. ಧನನಂದನ ಸಾವಿನ ಸೇಡು ತೀರಿಸಿಕೊಳ್ಳುತ್ತೇನೆ. ಈ ಪ್ರಯತ್ನದಲ್ಲಿ ನಾನೇ ಮುಗಿದು ಹೋದರೂ ಸರಿ, ಹಿಂದೆಗೆಯುವುದಿಲ್ಲ, ಯೋಚಿಸಿದರೆ ಒಂದಲ್ಲ ಒಂದು ಉಪಾಯ ಹೊಳೆದೇ ಹೊಳೆಯುತ್ತದೆ."

"ಅಮಾತ್ಯರೇ, ಊಟಕ್ಕೆ ಸಿದ್ಧವಾಗಿದೆ" ಎಂದು ಸ್ಕಂದ ಬಂದು ಕರೆದಾಗ ಮನಸ್ಸಿಲ್ಲದಿದ್ದರೂ ಎದ್ದು ಬಂದ. ಎಲ್ಲರ ಜೊತೆ ತಾನೂ ಊಟಕ್ಕೆ ಕುಳಿತ. ಹಸಿವಿನಿಂದ ಬಳಲಿ ಬಂದಿದ್ದ ಕರಭಕ ಮತ್ತು ವಿರಾಧಗುಪ್ತ ಚೆನ್ನಾಗಿ ಊಟ ಮಾಡುವಂತೆ ಒತ್ತಾಯಿಸಿದ.

ಊಟ ಮುಗಿದ ಮೇಲೆ "ಸರಿಯಾಗಿ ನಿದ್ರೆ ಮಾಡಿ ಎಷ್ಟು ದಿನಗಳಾದವೋ ಏನೋ, ನೀವಿಬ್ಬರೂ ಮಲಗಿ" ಎಂದ ರಾಕ್ಷಸ.

"ಇಲ್ಲ ಅಮಾತ್ಯರೇ, ನಿಮ್ಮ ಮುಖ ಕಾಣುತ್ತಿದ್ದಂತೆ ನಮಗೆ ನಿರಾಳವಾಯಿತು. ನಿದ್ರೆಯ ಆತುರವೇನೂ ಇಲ್ಲ" ಎಂದ ಕರಭಕ.

ಮತ್ತೊಮ್ಮೆ ಪಾಟಲೀಪುತ್ರದ ಸಂಗತಿಗಳನ್ನು ವಿವರವಾಗಿ ಕೇಳಿದ. ಕಡೆಯಲ್ಲಿ ವಿರಾಧಗುಪ್ತ ಹೇಳಿದ, "ಯೂಡಿಮಸ್ ಪರ್ವತರಾಜನನ್ನು ಕೊಂದು ಓಡಿಹೋದ ಮೇಲೆ, ಯಾರೋ ಚಾಣಕ್ಯ ಪೌರವನನ್ನು ಕೊಲ್ಲಿಸಿದನೆಂದು ಅರಮನೆಯ ತುಂಬ ಕೂಗಾಡಿದರಂತೆ. ಅದನ್ನು ಕೇಳಿ ಪೌರವನ ಮಗ ಮಲಯಕೇತು ಪ್ರಾಣಭಯದಿಂದ ಸೇನೆಯೊಂದಿಗೆ ಓಡಿ ಹೋದನಂತೆ."

ಎರಡು ಕ್ಷಣ ಯೋಚಿಸಿದ ರಾಕ್ಷಸ "ಭಲೆ ಚಾಣಕ್ಯ!" ಎಂದ.

ಅವನು ಚಾಣಕ್ಯನನ್ನು ಹೊಗಳುತ್ತಿರುವುದೇಕೆಂದು ಎಲ್ಲ ಕುತೂಹಲದಿಂದ ಅವನ ಮುಖವನ್ನೇ ನೋಡತೊಡಗಿದರು.

ರಾಕ್ಷಸ ಮುಂದುವರಿಸಿದ, "ಒಂದೇ ಏಟಿನಿಂದ ಎರಡು ಹಕ್ಕಿಗಳನ್ನು ಹೊಡೆದ ಅವನ ಬುದ್ಧಿವಂತಿಕೆಯನ್ನು ಮೆಚ್ಚಲೇಬೇಕು."

"ಬುದ್ಧಿವಂತಿಕೆಯೇ! ಅದು ಹೇಗೆ ಅಮಾತ್ಯರೇ?" ಎಂದು ಜೀವಸಿದ್ಧಿ ಕೇಳಿದ.

"ಪರ್ವತರಾಜನ ಸಾವು ಮೊದಲನೆಯದು, ಎರಡನೆಯದು ಅರ್ಧರಾಜ್ಯಕ್ಕೆ ಒತ್ತಾಯ ತರಬಹುದಾದ ಮಲಯಕೇತುವನ್ನು ಓಡಿಸಿದ್ದು."

"ಯವನ ಸೇನಾನಾಯಕ ಕೊಂದನೆಂದು ಹೇಳುತ್ತಾರೆ?" ಎಂದ ವಿರಾಧಗುಪ್ತ.

"ಅವನೇ ಕೊಂದಿರಲಿ, ಅಥವಾ ಅವನಿಂದ ಕೊಲ್ಲಿಸಿರಲಿ, ಅದನ್ನು ತನ್ನ ಹೆಸರಿಗೆ ತಂದುಕೊಂಡು ಆ ಮೂಲಕ ಮಲಯಕೇತು ಓಡಿಹೋಗುವಂತೆ ಮಾಡಲಿಲ್ಲವೆ?"

"ಹೌದು ಅಮಾತ್ಯರೇ" ಸಮಿದ್ಧಾರ್ಥಕ ಹೇಳಿದ. "ಅಂದರೆ ಈಗ ಮಲಯಕೇತುವಿಗೆ ಚಂದ್ರಗುಪ್ತ ಚಾಣಕ್ಯರು ಶತ್ರುವಾದಂತಾಯಿತು."

"ಅಮಾತ್ಯರೇ" ಜೀವಸಿದ್ಧಿ ಹೇಳಿದ, "ಒಂದು ಸಲಹೆ, ಶತ್ರುವಿನ ಶತ್ರು ಮಿತ್ರನಲ್ಲವೆ?"

"ಹೌದು ಪೂಜ್ಯರೇ" ಎಂದು ಅವನ ಮುಖವನ್ನೇ ದಿಟ್ಟಿಸಿ ನೋಡಿ, "ನೀವು ಏನು ಹೇಳಲು ಪ್ರಯತ್ನಿಸುತ್ತಿರುವಿರಿ?"

"ಈಗ ಚಂದ್ರಗುಪ್ತ ನಮಗೂ ಶತ್ರು, ಮಲಯಕೇತುವಿಗೂ ಶತ್ರು. ಮಲಯಕೇತು ಮತ್ತು ನೀವು ಮಿತ್ರರಾದರೆ ಚಂದ್ರಗುಪ್ತನ ನಾಶ ಖಂಡಿತ."

"ಭಲೇ ಪೂಜ್ಯರೇ!" ರಾಕ್ಷಸ ಉತ್ಸಾಹದಿಂದ ಅವನ ಬೆನ್ನ ಮೇಲೆ ಹೊಡೆದು ಹೇಳಿದ, "ಒಳ್ಳೆಯ ಸಲಹೆ, ಮುಳುಗುತ್ತಿರುವವನಿಗೆ ಒಂದು ಹುಲ್ಲು ಕಡ್ಡಿಯೂ ಆಸರೆಯಾಗುತ್ತದೆ."

"ಹುಲ್ಲು ಕಡ್ಡಿಯಲ್ಲ ಅಮಾತ್ಯರೇ, ದೋಣಿಯೇ ಸಿಕ್ಕಿದಂತೆ. ಮಲಯಕೇತು ಈಗ ಪರ್ವತನಾಡಿನ ರಾಜ. ಅವನ ಬಳಿ ಸೇನಾಬಲವೂ ಇದೆ. ನಿಮ್ಮಲ್ಲಿ ಬುದ್ಧಿಬಲವಿದೆ. ಬೆಂಕಿಗಾಳಿಗಳು ಸಂಗಮಿಸುವಂತೆ ನಿಮ್ಮಿಬ್ಬರ ಸಂಗಮದಿಂದ ಶತ್ರುನಾಶ ಸುಲಭವಾಗುತ್ತದೆ."

"ನಿಮ್ಮ ಸಲಹೆಗೆ ನಾನು ಕೃತಜ್ಞನಾಗಿದ್ದೇನೆ ಪೂಜ್ಯರೇ. ಹೌದು, ನಾವು ಮಲಯ ಕೇತುವಿನ ಆಶ್ರಯವನ್ನು ಪಡೆಯೋಣ. ತಂದೆಯ ಸಾವಿನ ಸೇಡು ಅವನಿಗೆ, ಧನನಂದನ ಸಾವಿನ ಸೇಡು ನನಗೆ. ಈಗ ಖಂಡಿತ ಅವನು ನನಗೆ ನೆರವಾಗುತ್ತಾನೆ. ಈ ಸಲವಾದರೂ ಚಂದ್ರಗುಪ್ತ ಚಾಣಕ್ಯರಿಗೆ ಮಣ್ಣು ಮುಕ್ಕಿಸಬೇಕು."

"ಹಾಗಾದರೆ ನಾಳೆಯೇ ಹೊರಡುವುದೇ ?" ಎಂದು ಶಶಾಂಕ ಕೇಳಿದ.

"ಬೇಡ. ಕರಭಕ ಮತ್ತು ವಿರಾಧಗುಪ್ತ ಎರಡು ದಿನ ವಿಶ್ರಾಂತಿ ಪಡೆದು ಮತ್ತೆ ಪಾಟಲೀಪುತ್ರಕ್ಕೆ ಹೋಗಲಿ. ನಾನೂ ಮಲಯಕೇತುವನ್ನು ಕಾಣುವ ಮೊದಲು ಅವನ ಬಳಿ ಏನು ಮಾತಾಡಬೇಕು, ಅವನನ್ನು ನನ್ನ ಕಾರ್ಯಕ್ಕೆ ಹೇಗೆ ಒಲಿಸಿಕೊಳ್ಳಬೇಕು, ಅವನು ಆಶ್ರಯ ನೀಡಲು ಒಪ್ಪಿದರೆ ಮುಂದೆ ಯಾವ ರೀತಿ ನಮ್ಮ ಕಾರ್ಯ ಯೋಜನೆಯನ್ನು ರೂಪಿಸಿಕೊಳ್ಳಬೇಕೆಂದು ದೀರ್ಘವಾಗಿ ಆಲೋಚಿಸಬೇಕು."

"ಹಾಗೇ ಆಗಲಿ" ಎಂದ ಕರಭಕ.

ನಂತರ ಎಲ್ಲ ಮಲಗಲು ಹೋದರೂ ರಾಕ್ಷಸ ರಾತ್ರಿಯ ಬಹಳ ಹೊತ್ತು ಆಲೋಚನೆಯಲ್ಲೇ ಮುಳುಗಿದ್ದ.

## ೩

"ಒಂದು ರೀತಿಯಲ್ಲಿ ಇಲ್ಲಿಗೆ ನನ್ನ ಕೆಲಸ ಮುಗಿಯಿತು. ಇಷ್ಟರಲ್ಲೇ ನಾನು ಗುರುಕುಲಕ್ಕೆ ಹಿಂದಿರುಗಬಹುದು" ಒಂದು ದಿನ ಚಾಣಕ್ಯ ಹೇಳಿದ.

ಗಂಗಾ ತೀರದಲ್ಲಿ ತನಗೋಸ್ಕರವಾಗಿಯೇ ನಿರ್ಮಿಸಿಕೊಂಡಿದ್ದ ಕುಟೀರದಲ್ಲಿ ಚಂದ್ರಗುಪ್ತ, ಚರಣ, ಬ್ರಹ್ಮದತ್ತ, ನಂದಿಕೇಶ, ಸಿಂಹಸೇನ ಮತ್ತು ಭಾಸ್ಕರರೊಂದಿಗೆ ಅವನು ಮಾತನಾಡುತ್ತಿದ್ದ. ತನ್ನ ಮನೆಯಿಂದ ಅವನು ಕುಟೀರಕ್ಕೆ ವಾಸ್ತವ್ಯವನ್ನು ಬದಲಾಯಸಿ ಇನ್ನೂ ಎರಡು ದಿನಗಳಾಗಿದ್ದವು. ಆ ಮನೆಯಲ್ಲಿ ಈಗಾಗಲೇ ಹರಿಸೇನನ ವೈದ್ಯಶಾಲೆ ಆರಂಭವಾಗಿತ್ತು. ವಿಶಾಖ ಮತ್ತು ಲಕ್ಷ್ಮಿ ಇನ್ನೂ ಅಲ್ಲೇ ಇದ್ದರು.

ಕುಟೀರದಲ್ಲಿ ಒಂದು ಅಂಗಳ, ನಡುವೆ ಒಂದು ವಿಶಾಲವಾದ ನಡುಮನೆ, ಅದರ ಹಿಂಬದಿಯಲ್ಲಿ ಅಡಿಗೆಮನೆ ಮತ್ತು ಚಿಕ್ಕ ಉಗ್ರಾಣವಿತ್ತು. ಒಂದು ಪಕ್ಕದಲ್ಲಿ ಒಂದು ಹಗ್ಗದ ಮಂಚ, ಒಂದು ಕಾಲುಮಣೆ, ಅದರ ಮೇಲೆ ಕೆಲವು ಗ್ರಂಥಗಳು, ಇನ್ನೊಂದು ಕಡೆ ನಾಲ್ಕೈದು ಚಾಪೆಗಳು. ಅವೇ ಚಾಪೆಗಳು ಚಂದಕ ಮತ್ತು ಗೌತಮ ಮಲಗಲು, ಬಂದವರು ಕೂಡಲು ಉಪಯೋಗವಾಗುತ್ತಿದ್ದವು. ಅಡಿಗೆ ಮನೆಯ ಬಾಗಿಲ ಬಳಿ ಗೋಡೆಗೆ ತುಸು ಬಿಟ್ಟು ಇರಿಸಿದ್ದ ಇನ್ನೊಂದು ಕಾಲುಮಣೆಯ ಮೇಲೆ ದೀಪವಿತ್ತು.

"ನೀವು ಅರಮನೆಯನ್ನು ಬಿಟ್ಟು ಇಲ್ಲಿರುವುದೇ ನಮಗೆಲ್ಲ ನೋವಿನ ಸಂಗತಿ. ಈಗ ನಮ್ಮನ್ನು ಬಿಟ್ಟು ಗುರುಕುಲಕ್ಕೆ ಹೋಗುವ ಮಾತಾಡಿದರೆ ನಮಗೆ ಇನ್ನಷ್ಟು ನೋವಾಗುತ್ತದೆ" ಎಂದ ಚಂದ್ರಗುಪ್ತ.

"ಚಂದ್ರಗುಪ್ತ" ಚಾಣಕ್ಯ ಹೇಳಿದ, "ನಾನು ಇಲ್ಲಿರುವುದಕ್ಕೆ ತಕ್ಷಶಿಲೆಗೆ ಹಿಂದಿರುಗುವುದಕ್ಕೆ ಏನು ಕಾರಣವೆಂದು ಮೊದಲೇ ಹೇಳಿದ್ದೇನೆ. ಅದಕ್ಕಾಗಿ ನೀವು ಯಾರೂ ನೊಂದುಕೊಳ್ಳುವ ಅಗತ್ಯವಿಲ್ಲ. ನನ್ನ ಬಗ್ಗೆ ಪ್ರೀತಿ ಗೌರವಗಳಿರುವ ನನ್ನ ಶಿಷ್ಯರು ನನ್ನನ್ನು ಅರ್ಥಮಾಡಿಕೊಳ್ಳುವರೆಂದು ನಾನು ನಿರೀಕ್ಷಿಸುತ್ತೇನೆ."

“ನಿಮ್ಮ ಮೇಲೆ ಪ್ರೀತಿ ಗೌರವಗಳಿರುವುದರಿಂದಲೇ, ನಿಮ್ಮ ಅಗಲಿಕೆ ನಮಗೆ ಅಸಹನೀಯವಾಗುತ್ತದೆ” ಎಂದ ಚರಣ.

“ನಾನಿದ್ದರೆ ನನ್ನನ್ನು ಸಂಪೂರ್ಣವಾಗಿ ಅವಲಂಬಿಸುತ್ತೀರಿ. ಚಕ್ರವರ್ತಿ ಸ್ವಾವಲಂಬಿಯಾಗುವುದು ಉಚಿತವಲ್ಲವೆ?”

“ಇಲ್ಲಿ ಸ್ವಾವಲಂಬನೆ ಅಥವಾ ಪರಾವಲಂಬನೆಯ ಪ್ರಶ್ನೆ ಬರುವುದಿಲ್ಲ ಆಚಾರ್ಯ” ಚಂದ್ರಗುಪ್ತ ಹೇಳಿದ, “ನಿಮ್ಮ ಸಹವಾಸ ನಮಗೆಲ್ಲ ಎಷ್ಟು ಅಭ್ಯಾಸವಾಗಿದೆಯೆಂದರೆ, ನೀವಿಲ್ಲದ ನಮ್ಮ ಬದುಕನ್ನು ಕಲ್ಪಿಸಿಕೊಳ್ಳುವುದೂ ಕಷ್ಟವಾಗುತ್ತದೆ.”

“ಇದನ್ನೇ ವ್ಯಾಮೋಹವೆನ್ನುವುದು” ಎಂದ ಚಾಣಕ್ಯ.

“ವ್ಯಾಮೋಹವಲ್ಲ ಆಚಾರ್ಯ, ಅಭಿಮಾನ” ಎಂದ ಚರಣ.

“ಅಭಿಮಾನಕ್ಕೂ ವ್ಯಾಮೋಹಕ್ಕೂ ಅಂತರವಿದೆ ಚರಣ. ಅಭಿಮಾನವಿದ್ದರೆ ನಾನು ಎಲ್ಲಿದ್ದರೂ, ನನ್ನ ನೆನಪಿನಿಂದಲೇ ನೀವು ಸನ್ಮಾರ್ಗದಲ್ಲಿ ನಡೆಯುತ್ತೀರಿ. ಬರೀ ವ್ಯಕ್ತಿಗತವಾದ ವ್ಯಾಮೋಹದಿಂದ ಯೋಚಿಸುತ್ತಿರಲಿಲ್ಲ”

“ದುಷ್ಟ ಮಾರ್ಗದ ಆಲೋಚನೆ ನಮಗೆ ಕನಸಿನಲ್ಲೂ ಬರುವುದಿಲ್ಲ ಆಚಾರ್ಯ” ಎಂದ ಸಿಂಹಸೇನ.

“ಈಗಲೇ ಆ ವಿಷಯದ ಚಿಂತೆಯೇಕೆ? ಸದ್ಯಕ್ಕಂತೂ ನಾನು ಹೊರಡುವಂತಿಲ್ಲ, ಏಕೆಂದರೆ ಇನ್ನೊಂದು ಮುಖ್ಯವಾದ ಕಾರ್ಯ ಉಳಿದಿದೆ.”

“ಯಾವ ಕಾರ್ಯ?” ಎಂದು ಚಂದ್ರಗುಪ್ತ ಕೇಳಿದ.

“ಸಮರ್ಥನಾದ ಒಬ್ಬ ಪ್ರಧಾನಾಮಾತ್ಯನ ಅಗತ್ಯವಿದೆ.”

“ನಿಮ್ಮ ಸ್ಥಾನವನ್ನು ತುಂಬುವ ಅರ್ಹತೆ ಇನ್ನಾರಿಗಿದೆ?” ಎಂದ ನಂದಿಕೇಶ.

“ಮತ್ತೆ ನಾನು ಹೇಳಿದ್ದನ್ನೇ ಹೇಳಬೇಕು. ನಾನು ಇಂದಲ್ಲ ನಾಳೆ, ಇಲ್ಲಿಂದ ಹೋಗಲು ನಿರ್ಧರಿಸಿದ ಮೇಲೆ ಈ ಸ್ಥಾನದಲ್ಲೇ ನಾನು ಮುಂದುವರಿಯುವುದಿಲ್ಲವೆಂದು ಅರ್ಥವಲ್ಲವೆ ನಂದಿಕೇಶ?”

“ಆದರೂ ಅಂಥವರು ಯಾರಿದ್ದಾರೆ ಆಚಾರ್ಯ?” ಭಾಸ್ಕರ ಕೇಳಿದ.

“ಹೌದು, ಅಂಥವರು ಸಿಗುವುದು ಕಷ್ಟವೇ. ಅವನು ಧೀರನಾಗಿರಬೇಕು, ಪ್ರಾಜ್ಞನಾಗಿರಬೇಕು, ರಾಜನೀತಿಯಲ್ಲಿ ಅನುಭವಿಯಾಗಿರಬೇಕು. ಎಲ್ಲಕ್ಕಿಂತ ಮಿಗಿಲಾಗಿ ಸ್ವಾಮಿನಿಷ್ಠನಾಗಿರಬೇಕು. ನೀವೆಲ್ಲರೂ ಸ್ವಾಮಿನಿಷ್ಠರೇ, ಧೀರರೇ, ಆದರೆ ರಾಜನೀತಿಯ ಅನುಭವ ಸಾಲದು. ನೀವು ಅನುಭವಿಗಳಾಗಲು ಸಾಕಷ್ಟು ಕಾಲಾವಕಾಶ ಬೇಕು. ಅಲ್ಲಿಯವರೆಗೂ ನಾನು ಇರುವಂತಿಲ್ಲ, ನನ್ನ ಸ್ಥಾನದಲ್ಲಿ ಕೆಲವು ವರ್ಷಗಳ ಕಾಲ ನನಗಿಂತ ಅನುಭವಿಯಾದ ಒಬ್ಬನಿದ್ದರೆ ನೀವೂ ಅನುಭವ ಗಳಿಸಬಹುದು. ನಾನೂ ನಿಶ್ಚಿಂತೆಯಿಂದ ಗುರುಕುಲಕ್ಕೆ ಹಿಂದಿರುಗಬಹುದು.”

“ಆಚಾರ್ಯರು ಯಾರನ್ನೋ ಮನಸ್ಸಿನಲ್ಲಿಟ್ಟುಕೊಂಡು ಈ ಮಾತನ್ನು ಹೇಳುತ್ತಿರುವಂತಿದೆ?” ಎಂದ ಚಂದ್ರಗುಪ್ತ.

“ಹೌದು, ಒಬ್ಬ ವ್ಯಕ್ತಿ ನನ್ನ ಮನಸ್ಸಿನಲ್ಲಿದ್ದಾನೆ.”

“ಯಾರೆಂದು ಕೇಳಬಹುದೇ?”

"ಅಮಾತ್ಯ ರಾಕ್ಷಸ."

"ಅಮಾತ್ಯ ರಾಕ್ಷಸನೇ!" ಎಲ್ಲ ಅಚ್ಚರಿಯಿಂದ ಒಟ್ಟಿಗೇ ಉದ್ಗರಿಸಿದರು.

"ಹೌದು, ಅದರಲ್ಲಿ ಹುಬ್ಬೇರಿಸುವಂಥದೇನಿದೆ?" ಎಂದು ಚಾಣಕ್ಯ ಅವರ ಪ್ರತಿಕ್ರಿಯೆಯನ್ನು ನಿರೀಕ್ಷಿಸಿದಂತೆ ನಕ್ಕ.

"ಅಮಾತ್ಯ ರಾಕ್ಷಸ ನಮ್ಮ ಶತ್ರುವಲ್ಲವೆ ಆಚಾರ್ಯ?" ಎಂದ ಚಂದ್ರಗುಪ್ತ.

"ಶತ್ರು ಮಿತ್ರನಾಗಬಾರದೆಂದಿದೆಯೇ?"

"ಹಾಗಲ್ಲ ಆಚಾರ್ಯ" ಚರಣ ಹೇಳಿದ, "ಚಂದ್ರಗುಪ್ತನನ್ನು ಕೊಲ್ಲಲು ಮಾಡಿದ ಅವನ ಸಂಚುಗಳು ನಮ್ಮ ಕಣ್ಣೆದುರಿಗಿವೆ."

"ಅಷ್ಟು ಮಾತ್ರವೇ ಅಲ್ಲ, ಇನ್ನೂ ಆ ಪ್ರಯತ್ನಗಳನ್ನು ಮಾಡಿಯೇ ತೀರುತ್ತಾನೆ. ನಾನು ಅವನ್ನು ವಿಫಲಗೊಳಿಸುತ್ತೇನೆ."

"ಕೊಲ್ಲಲು ಬಂದವನನ್ನು ಕಾಯಲು ನೇಮಿಸುವುದು ಉಚಿತವೆ?" ಬ್ರಹ್ಮದತ್ತ ಕೇಳಿದ.

"ಅವನ ಕೊಲ್ಲುವ ಕಾರಣವನ್ನೇ ಕೊಂದುಬಿಟ್ಟರೆ, ಅವನು ಕಾಯಲು ಸಂಪೂರ್ಣವಾಗಿ ಅರ್ಹನಾಗುತ್ತಾನೆ."

ಎಲ್ಲ ಅದು ತಮಗೆ ಸಮ್ಮತಿಯಿಲ್ಲವೆಂಬಂತೆ ಸುಮ್ಮನೆ ಮುಖ ಮುಖ ನೋಡಿಕೊಳ್ಳತೊಡಗಿದರು.

"ಅವನಲ್ಲಿ ಶೌರ್ಯವಿಲ್ಲವೆ? ರಾಜನೀತಿಯಲ್ಲಿ ಪಾರಂಗತನಲ್ಲವೆ? ಯಾವ ಗುಣದಲ್ಲಿ ಕೊರತೆಯಿದೆ?"

"ಎಲ್ಲ ಗುಣಗಳೂ ಇವೆ ಆಚಾರ್ಯ" ಚಂದ್ರಗುಪ್ತ ಹೇಳಿದ, "ಆದರೆ ಅವನು ಧನನಂದನಿಗೆ ಅತ್ಯಂತ ನಿಷ್ಠನಾಗಿದ್ದನೆಂಬುದೇ ನಮಗೆ ಅಪಾಯಕಾರಿ."

"ಆ ಸ್ವಾಮಿಭಕ್ತಿಯೇ ಆ ಸರ್ಪದ ವಿಷದ ಹಲ್ಲು. ಆ ವಿಷದ ಹಲ್ಲುಗಳನ್ನು ಕಿತ್ತು ಹಾಕಿದರೆ ಅದು ತನ್ನ ನಿಷ್ಠೆಯನ್ನು ನಿನ್ನತ್ತ ತಿರುಗಿಸುತ್ತದೆ. ಆಗ ಅದು ಅಪಾಯಕಾರಿಯಲ್ಲ."

"ಈಗ ಅವನು ಚಂದ್ರಗುಪ್ತನ ಸಹಜ ಶತ್ರು. ಅವನ ಮೇಲೆ ದ್ವೇಷ ಸಾಧಿಸುತ್ತ ಇರುವವನು ಮಹಾಮಾತ್ಯನಾಗಿರಲು ಒಪ್ಪುವನೆಂದು ನೀವು ನಂಬುತ್ತೀರ ಆಚಾರ್ಯ?" ಚರಣ ಕೇಳಿದ.

"ನಂಬುತ್ತೇನೆ ಚರಣ" ಚಾಣಕ್ಯ ದೃಢವಾಗಿ ಹೇಳಿದ. "ರಾಜನೀತಿಯಲ್ಲಿ ಶತ್ರು ಮಿತ್ರನಾಗುವುದೂ, ಮಿತ್ರ ಶತ್ರುವಾಗುವುದೂ ಅಸಂಭವವಲ್ಲ. ಅಮಾತ್ಯನ ಬಗ್ಗೆ ನಮಗೆ ವೈಯಕ್ತಿಕ ದ್ವೇಷವಿಲ್ಲ. ಅವನಿಗೂ ನಮ್ಮ ಮೇಲೆ ವೈಯಕ್ತಿಕ ದ್ವೇಷದ ಯಾವ ಕಾರಣವೂ ಇಲ್ಲ. ಧನನಂದನ ಸಾವಿಗೆ ಅವನು ನಮ್ಮ ಮೇಲೆ ದ್ವೇಷ ಸಾಧಿಸುವುದು ಸಹಜ. ಆದರೆ ಅವನಲ್ಲಿ ಧರ್ಮನೀತಿಗಳನ್ನು ಮೀರದ ಸೌಜನ್ಯ ಇನ್ನೂ ಇದೆ. ಅಂದು ರಾಜಸಭೆಯಲ್ಲಿ ಅವನು ಧನನಂದನಂತೆ ವರ್ತಿಸಿದ್ದರೆ ನಾನು ಬದುಕುಳಿಯುತ್ತಿರಲಿಲ್ಲ. ನನ್ನ ತಂದೆಯ ಬಿಡುಗಡೆಗೂ ಅವನೇ ಕಾರಣ. ಆದರೆ ಅವನ ಬೆನ್ನ ಹಿಂದೆ ಧನನಂದ ಅವರನ್ನು ಕೊಲ್ಲಿಸುವನೆಂದು ಅವನು ಊಹಿಸಿರಲಿಲ್ಲ. ಅವನನ್ನು ಪಾಟಲೀಪುತ್ರಕ್ಕೆ ಹೇಗೆ ಸೆಳೆಯಬೇಕೆಂದು ನನಗೆ ಗೊತ್ತಿದೆ. ಧನನಂದನ ಬಗೆಗಿನ ಸ್ವಾಮಿಭಕ್ತಿಯನ್ನು ಎಷ್ಟು ನಿಷ್ಠೆಯಿಂದ

ಪಾಲಿಸಿದನೋ, ಒಮ್ಮೆ ನಿನ್ನ ಅಮಾತ್ಯನಾಗಲು ಒಪ್ಪಿದ ಕ್ಷಣದಿಂದ ನಿನ್ನ ಬಗೆಗಿನ ಸ್ವಾಮಿ ಭಕ್ತಿಯನ್ನು ಅಷ್ಟೇ ನಿಷ್ಠೆಯಿಂದ ಪಾಲಿಸುವನೆಂಬ ಭರವಸೆ ನನಗಿದೆ. ಅದಕ್ಕಿಂತ ಮುಖ್ಯವಾಗಿ ಅವನು ಹೊರಗಿದ್ದಷ್ಟೂ ನಮಗೇ ಅಪಾಯ. ಅವನೂ ಸುಮ್ಮನಿರುವುದಿಲ್ಲ, ನಮಗೂ ನೆಮ್ಮದಿಯಿರುವುದಿಲ್ಲ. ಹರಿತವಾದ ಬಾಣ ಬೇರೊಬ್ಬರ ಬತ್ತಳಿಕೆ ಸೇರಿದರೆ ಅದು ನಮ್ಮತ್ತ ಪ್ರಯೋಗವಾಗುತ್ತದೆ. ಅದು ನಮ್ಮ ಬತ್ತಳಿಕೆಯಲ್ಲಿದ್ದರೆ, ನಾವು ಅದನ್ನು ಬೇಕಾದ ಗುರಿಯತ್ತ ಪ್ರಯೋಗಿಸಬಹುದು.''

ಎರಡು ಕ್ಷಣ ಎಲ್ಲ ಸುಮ್ಮನಿದ್ದರು. ನಂತರ ಚಂದ್ರಗುಪ್ತನೇ ಹೇಳಿದ, ''ಆಚಾರ್ಯ, ನೀವು ಇಷ್ಟೆಲ್ಲಾ ಆಲೋಚಿಸಬೇಕಾದರೆ, ಅದರಿಂದ ಒಳ್ಳೆಯದೇ ಆಗಬಹುದು.''

''ಆಗಬಹುದು ಅಲ್ಲ ಚಂದ್ರಗುಪ್ತ, ಆಗಿಯೇ ಆಗುತ್ತದೆ. ಆ ಕೆಲಸ ಸಾಧ್ಯವಾಗುವ ಹೊತ್ತಿಗೆ ನನ್ನ ಗ್ರಂಥ ರಚನೆಯೂ ಪೂರ್ಣವಾಗುತ್ತದೆ.''

''ಅಂದು ಹೇಳಿದಿರಲ್ಲ, ಆ ಅರ್ಥಶಾಸ್ತ್ರವೇ ಆಚಾರ್ಯ ?'' ಚರಣ ಕೇಳಿದ.

''ಹೌದು. ಅದೇ, ನಾನು ಮಾಡಿದ ಅಧ್ಯಯನ, ಅಧ್ಯಾಪನ ಮಾಡಿದ್ದು ಈಗ ಪ್ರಾಯೋಗಿಕವಾಗಿ ಪಡೆದ ಅನುಭವಗಳು ಅರ್ಥಶಾಸ್ತ್ರಕ್ಕೆ ಒಂದು ಸಾರ್ವತ್ರಿಕ ಪ್ರಸ್ತುತೆಯ ಒಂದು ಒಳನೋಟವನ್ನು ನೀಡುತ್ತದೆಂದು ನನ್ನ ನಂಬಿಕೆ.''

''ಬೇಗ ಆ ಕೆಲಸ ಮುಗಿಯಲಿ ಆಚಾರ್ಯ. ಮುಂದೆಯೂ ಪ್ರಜಾಪೀಡಕರಾದ ದುಷ್ಟರಾಜರು ಆರ್ಯಾವರ್ತದಲ್ಲಿ ಬಾರದಿರಲಿ'' ಎಂದ ಚಂದ್ರಗುಪ್ತ.

''ಮಾನವರ ಸ್ವಭಾವದಲ್ಲಿ ದುಷ್ಟತನ, ಸ್ವಾರ್ಥ, ಸ್ವಪ್ರತಿಷ್ಠೆ, ವಿಷಯ ಲೋಲುಪ್ತಿಗಳಿರುವವರೆಗೂ ದುಷ್ಟರಾಜರೂ ಹುಟ್ಟಿಕೊಳ್ಳುತ್ತಾರೆ ಚಂದ್ರಗುಪ್ತ. ನನ್ನ ಅರ್ಥಶಾಸ್ತ್ರ ದುಷ್ಟರನ್ನು ಒಳ್ಳೆಯವರನ್ನಾಗಿ ಮಾಡಲಾರದು. ದುಷ್ಟರಾಗದೆ ಪ್ರಜಾರಂಜಕರಾಗಿರಬೇಕೆಂಬ ರಾಜರಿಗೆ ಖಂಡಿತ ಉಪಯುಕ್ತವಾಗುತ್ತದೆ.''

ಸ್ವಲ್ಪ ಹೊತ್ತಿನ ನಂತರ ಎಲ್ಲ ಅಲ್ಲಿಂದ ಹೊರಟುಹೋದರು.

ಹೊಸ ಕುಟೀರದಲ್ಲಿ ಚಾಣಕ್ಯ ತಾನೇ ಒಂದು ನಿಯಮವನ್ನು ರೂಪಿಸಿಕೊಂಡ. ಬ್ರಾಹ್ಮೀ ಮುಹೂರ್ತದಲ್ಲಿ ಎದ್ದು ಸ್ನಾನ ಸಂಧ್ಯೋಪಾಸನೆಗಳನ್ನು ಮುಗಿಸಿ ಸ್ವಲ್ಪ ಹೊತ್ತು ಅಧ್ಯಯನ ನಿರತನಾಗುತ್ತಿದ್ದ. ಆಮೇಲೆ ಸ್ವಲ್ಪ ಹೊತ್ತು ಅರ್ಥಶಾಸ್ತ್ರದ ಬರವಣಿಗೆ, ನಂತರ ಬಿಸಿಲೇರುವ ವೇಳೆಗೆ ಊಟ ಮುಗಿಸಿ ಅರಮನೆಗೆ ಹೋಗಿಬಿಟ್ಟರೆ, ಸಂಜೆಯವರೆಗೂ ಸಂದರ್ಶನ ಶಾಲೆಯಲ್ಲೋ, ಓಲಗ ಶಾಲೆಯಲ್ಲೋ, ಮಂತ್ರಶಾಲೆಯಲ್ಲೋ ಕುಳಿತು ಆಡಳಿತ ಸಮಸ್ಯೆಗಳ ಚರ್ಚೆ, ಪರಿಹಾರ ಸೂಚನೆ. ಸೂರ್ಯಾಸ್ತವಾದ ಸ್ವಲ್ಪ ಹೊತ್ತಿಗೆ ಅಥವಾ ಹೆಚ್ಚು ಕೆಲಸವಿದ್ದರೆ ಇನ್ನೂ ಸ್ವಲ್ಪ ತಡವಾಗಿ ಕುಟೀರಕ್ಕೆ ಹಿಂದಿರುಗುತ್ತಿದ್ದ. ಮತ್ತೆ ಸ್ನಾನ, ಸಂಧ್ಯೋಪಾಸನೆಗಳನ್ನು ಮುಗಿಸಿ ಒಂದು ಬಟ್ಟಲು ಹಾಲನ್ನು ಸೇವಿಸಿ ಮತ್ತೆ ಅಧ್ಯಯನವನ್ನೋ, ಬರವಣಿಗೆಯನ್ನೋ ಮಾಡುತ್ತಿದ್ದ. ಆನಂತರ ಊಟ. ಊಟವಾದ ನಂತರ ಸ್ವಲ್ಪ ಹೊತ್ತು ನದೀತೀರದಲ್ಲಿ ಓಡಾಟ, ಅಥವಾ ಒಂದು ಕಡೆ ಕುಳಿತು ಚಿಂತನೆ. ಇಂದು ಏನೇನು ನಡೆಯಿತು, ನಾಳೆ ಏನೇನು ಮಾಡಬೇಕು ಎಂಬುದೇ ಅವನ ಚಿಂತನೆಯ ವಸ್ತು. ಅರಮನೆಯಿಂದ ಬೇಗ ಹೊರಟರೆ ತನ್ನ ಮನೆಗೆ ಹೋಗುತ್ತಿದ್ದ. ವಿಶಾಖ, ಲಕ್ಷ್ಮಿ ಮತ್ತು ಹರಿಸೇನನ ಜೊತೆ ಸ್ವಲ್ಪ ಹೊತ್ತು ಲೋಕಾಭಿರಾಮವಾಗಿ ಮಾತಾಡಿ ಕುಟೀರಕ್ಕೆ ಹೊರಡುತ್ತಿದ್ದ.

ಆ ದಿನ ಹಾಗೆ ಅವನು ಸಂಜೆ ಮನೆಗೆ ಬಂದಾಗ "ಬಾ ಚಾಣಕ್ಯ ಒಂದೇ ಊರಿನಲ್ಲಿದ್ದು ನಿನ್ನನ್ನು ನೋಡುವುದು ಅಪರೂಪವಾಯಿತು" ಎಂದು ವಿಶಾಖ ನಗುತ್ತಾ ಸ್ವಾಗತಿಸಿದಳು.

ಚಾಣಕ್ಯ ಒಂದು ಚಾಪೆಯ ಮೇಲೆ ಕುಳಿತುಕೊಂಡ. "ನಾನು ಬಂದು ಎರಡು ದಿನವಾಯಿತು, ಅಷ್ಟೆ. ಅಪರೂಪವೆಲ್ಲಿ ಬಂತು?" ಎಂದ ಚಾಣಕ್ಯ ತಾನೂ ನಗುತ್ತ.

"ನೀನು ಸ್ಥಿತಪ್ರಜ್ಞ. ನಮಗೆ ಆ ಶಕ್ತಿಯೆಲ್ಲಿದೆ? ನಿತ್ಯ ನಿನ್ನನ್ನು ನೋಡಬೇಕೆಂದು ಮನಸ್ಸು ತವಕಪಡುತ್ತದೆ."

"ಅಮ್ಮ, ನಾನು ಸ್ಥಿತಪ್ರಜ್ಞನಲ್ಲ ಅಥವಾ ವಿರಾಗಿಯೂ ಅಲ್ಲ. ಕೋಪಾವೇಶಕ್ಕೆ ಒಳಗಾಗಿ ಆ ಧನನಂದನನ್ನು ಕೊಲ್ಲಿಸಿದ ನಾನು ಸ್ಥಿತಪ್ರಜ್ಞನೇ? ಆದರೆ ಅದೇಕೋ ಬೇಗ ಇಲ್ಲಿಂದ ಹೊರಟುಬಿಡಬೇಕೆಂಬ ಆತುರದಲ್ಲಿ ನಾನು ಪರ್ಣಕುಟೀರದಲ್ಲಿ ವಾಸ ಮಾಡ ಬೇಕಾಯಿತು."

"ಇಲ್ಲಿಂದ ಹೊರಡುವುದಕ್ಕೂ, ಪರ್ಣಕುಟೀರದ ವಾಸಕ್ಕೂ ಸಂಬಂಧವೇನು?" ಹರಿಸೇನ ಕೇಳಿದ.

"ನಾನು ಹೊರಡುವ ಮೊದಲು ಎರಡು ಮುಖ್ಯ ಕೆಲಸಗಳನ್ನು ಮುಗಿಸಬೇಕು. ಮೊದಲ ಕಾರ್ಯ ಮುಗಿಯುವ ವೇಳೆಗೆ ನಾನು ಅರ್ಥಶಾಸ್ತ್ರದ ರಚನೆಯನ್ನು ಮುಗಿಸಬೇಕು. ಏಕಾಗ್ರತೆಗೆ ಏಕಾಂತ ಸ್ಥಳವೇ ಪ್ರಶಸ್ತವೆಂದು ನಾನು ಕುಟೀರದಲ್ಲಿ ವಾಸಿಸುತ್ತಿದ್ದೇನೆ. ಅಲ್ಲದೆ ಮಹಾಮಾತ್ಯ ಪದವಿ ನಾನು ಬಯಸಿ ಪಡೆದದ್ದಲ್ಲ, ಅರಮನೆಯ ಬದುಕು ನನ್ನಂಥವನಿಗಲ್ಲ, ಇಲ್ಲಿ ಅದು ನನ್ನನ್ನು ಸೆಳೆದು, ಇಲ್ಲಿಯೇ ಉಳಿಸಿಕೊಂಡುಬಿಡುವುದೋ, ಎಂಬ ಭಯವಿದೆ. ನನ್ನ ಪ್ರತಿಜ್ಞೆ ಈಡೇರಿದ ನಂತರ ನಾನು ಹೊರಟುಬಿಡಬೇಕಾಗಿತ್ತು. ಆದರೆ ಚಂದ್ರಗುಪ್ತನ ಸಾಮ್ರಾಜ್ಯ ಸುಭದ್ರವಾಗಿ, ಸುರಕ್ಷಿತವಾಗಿರುವುದಕ್ಕೆ ಇನ್ನೂ ಕೆಲವು ವ್ಯವಸ್ಥೆಗಳನ್ನು ಮಾಡಿದ ಮೇಲೆ ನಾವು ನಿಶ್ಚಿಂತೆಯಿಂದ ಹೊರಡಬಹುದು."

"ಹಾಗಾದರೆ ನಮಗಾದರೂ ಅಪ್ಪಣೆ ಕೊಡು ಚಾಣಕ್ಯ, ಹಸ್ತಿನಾವತಿಯಲ್ಲಿ ವರುಣ ನೊಬ್ಬನೇ ಇದ್ದಾನಲ್ಲವೆ?" ಲಕ್ಷ್ಮಿ ಕೇಳಿದಳು.

"ಹೌದು, ನೀವು ಹೊರಟುಬಿಡಿ. ನಾನೂ ಬೇಗನೆ ಗುರುಕುಲಕ್ಕೆ ಬಂದುಬಿಡುತ್ತೇನೆ."

"ನೀನು ಗುರುಕುಲಕ್ಕೆ ಬಂದನಂತರ ನಾವೂ ಅಲ್ಲಿಗೆ ಬರುತ್ತೇವೆ" ಎಂದಳು ವಿಶಾಖ.

"ಅದನ್ನು ಆಮೇಲೆ ನಿರ್ಧರಿಸೋಣ. ನಿನ್ನ ಪ್ರಯಾಣಕ್ಕೆ ವ್ಯವಸ್ಥೆ ಮಾಡುತ್ತೇನೆ."

"ಚಾಣಕ್ಯ, ನಾನೂ ಹೊರಡಲೆ?" ಹರಿಸೇನ ಕೇಳಿದ.

"ಇಲ್ಲ ಹರಿಸೇನ, ನೀನು ನನ್ನ ಜೊತೆಯಲ್ಲೇ ಹೊರಡಬೇಕು. ಅಲ್ಲಿಯವರೆಗೆ ಕಾಯಲೇಬೇಕು. ಅಷ್ಟು ಹೊತ್ತಿಗೆ ಸಾಮಾನ್ಯ ರೋಗಗಳಿಗೆ ಚಿಕಿತ್ಸೆ ನೀಡಬಲ್ಲಂಥ ಒಂದಷ್ಟು ಜನ ವೈದ್ಯರನ್ನು ಸಿದ್ಧಪಡಿಸು. ಅವರಲ್ಲಿ ಪ್ರತಿಭಾವಂತರೂ, ಶ್ರದ್ಧಾವಂತರೂ ಆದ ಒಂದಿಬ್ಬರನ್ನು ಆರಿಸಿಕೋ. ಅವರನ್ನು ಜೊತೆಯಲ್ಲಿ ಕರೆದುಕೊಂಡು ಹೋಗಿ ನಮ್ಮ ಗುರುಕುಲದಲ್ಲಿ ವಿಶೇಷ ಅಧ್ಯಯನ ಮಾಡಿಸೋಣ, ಒಪ್ಪಿಗೆಯೇ?"

"ನಿನ್ನ ವಿಶ್ವಾಸದ ಮುಂದೆ ನನ್ನ ಬಾಯಿ ಕಟ್ಟಿಹೋಗಿದೆ ಚಾಣಕ್ಯ. ಆಗಲಿ, ನಿನ್ನ ಇಷ್ಟದಂತೆಯೇ ನಡೆದುಕೊಳ್ಳುತ್ತೇನೆ."

ಅದಾದ ಮೂರು ದಿನಗಳ ನಂತರ ಲಕ್ಷ್ಮಿ ಮತ್ತು ವಿಶಾಖ ಹಸ್ತಿನಾವತಿಯತ್ತ ಪ್ರಯಾಣ ಬೆಳೆಸಿದರು.

★ ★ ★

ಒಂದು ದಿನ ಮನೆಯ ಮುಂದೆ ಪಲ್ಲಕ್ಕಿ ನಿಂತಿತು. ಕುತೂಹಲಗೊಂಡು ಹೊರಬಾಗಿಲಿನಿಂದ ಇಣುಕಿದ ಸುಗಂಧಿಗೆ ಉಜ್ವಲ ಕೆಳಗಿಳಿಯುತ್ತಿರುವುದು ಕಾಣಿಸಿತು. ಅವಳ ಮುಖ ಅರಳಿ ಅಲ್ಲಿಂದಲೇ ಉತ್ಸಾಹದಿಂದ "ಉಜ್ವಲಾ" ಎಂದು ಕೂಗುತ್ತ ಓಡಿ ಹೋಗಿ ಅಪ್ಪಿಕೊಂಡಳು. ನಂತರ ಬೆಂಗಾವಲಿನವರು, ಗುಂಪುಗೂಡಿದ್ದ ಜನ ತನ್ನತ್ತಲೇ ನೋಡುತ್ತಿರುವುದನ್ನು ಗಮನಿಸಿ, ತನ್ನ ತಪ್ಪಿನ ಅರಿವಾಗಿ ನಾಚಿಕೆಯಿಂದ ತಲೆತಗ್ಗಿಸಿ ಅವಳ ಕೈಹಿಡಿದು ಒಳಗೆ ಕರೆದುಕೊಂಡು ಹೋದಳು. "ಅಮ್ಮಾ, ಉಜ್ವಲ ಬಂದಿದ್ದಾಳೆ. ತಪ್ಪು ತಪ್ಪು ಮಹಾರಾಣಿಯವರು ದಯಮಾಡಿಸಿದ್ದಾರೆ" ಎಂದು ಜೋರಾಗಿ ನಕ್ಕಳು. ಉಜ್ವಲ ಕೂಡ ಅವಳ ನಗುವಿನಲ್ಲಿ ಬೆರೆತಳು.

ಚರಣನ ತಾಯಿ ಹೊರಬಂದು ನೋಡಿ ರಾಣಿಯ ಸತ್ಕಾರಕ್ಕೆ ಗಡಿಬಿಡಿ ಮಾಡಿದಳು. "ಸುಗಂಧಿ, ಮಹಾರಾಣಿಯವರನ್ನು ಹಾಗೆಲ್ಲ ಸಲಿಗೆಯಿಂದ ಮಾತಾಡಿಸಬಾರದಮ್ಮ. ಅವರು ನಮ್ಮಂಥವರ ಬಾಗಿಲಿಗೆ ಬಂದದ್ದೇ ದೊಡ್ಡದಲ್ಲವೇ ?" ಎಂದಳು.

"ಅಮ್ಮ, ನೀವು ಹಾಗೆ ಭಾವಿಸಬೇಡಿ. ಹೊರಗಿನ ಜನರಿಗೆ ನಾನು ಮಹಾರಾಣಿ. ಆದರೆ ನನ್ನ ಸೋದರಿ ಸುಗಂಧಿಗೆ, ನಿಮಗೆ ಮತ್ತು ನಮ್ಮ ಆಪ್ತರಿಗೆಲ್ಲ ಉಜ್ವಲ ಮಾತ್ರ. ಅದಿರಲಿ ನಿಮ್ಮ ಸೊಸೆ ನಿಮಗೆ ಕಾಟ ಕೊಡುವುದಿಲ್ಲವೆ ?" ಎಂದಳು ಉಜ್ವಲ ಚೇಷ್ಟೆಯಿಂದ.

"ನನ್ನ ಸೊಸೆಯಾದರೆ ತಾನೆ ಕಾಟ ಕೊಡುವುದು. ಇವಳು ನನ್ನ ಮಗಳು."

ಉಜ್ವಲಳಿಗೆ ಸಂತೋಷವಾಯಿತು. ಅವಳು ಹೇಳಿದಳು, "ಸುಗಂಧಿ ತುಂಬ ಒಳ್ಳೆಯ ಹುಡುಗಿ ಎಂದು ನನಗೆ ಗೊತ್ತಿತ್ತು. ಆದರೆ ನನ್ನ ಮಗಳು ಎಂದು ನೀವು ಅಭಿಮಾನದಿಂದ ಹೇಳುತ್ತಿರುವಾಗ, ನಿಮ್ಮ ಮನಸ್ಸು ಎಷ್ಟು ಉದಾರವಾದದ್ದೆಂದು ನಾನು ಊಹೆ ಮಾಡಬಲ್ಲೆ."

ಇಬ್ಬರೂ ಬಹಳ ಹೊತ್ತು ಸಂತೋಷದಿಂದ ಮಾತನಾಡುತ್ತಿದ್ದರು. ಉಜ್ವಲ ರಾಣಿಯಾಗಿರುವುದು ಅಷ್ಟು ಸಂತೋಷದಾಯಕವಲ್ಲ ಎಂದು, ತಾನು ಕೆಲವು ಸಲ ನಡೆದು ಕೊಳ್ಳಬೇಕಾದ ಕೃತಕ ಬಿಗುಮಾನಗಳನ್ನೆಲ್ಲ ವಿವರಿಸಿದಳು. ಆದರೆ ಅಂತಃಪುರದ ಕಾವಲುಗಾರರಾಗಿ ನಂದಿನಿ ಮತ್ತು ಇತರ ಗೆಳತಿಯರೇ ಇದ್ದುದರಿಂದ ತೀರ ಒಂಟಿತನ ಎನಿಸುವುದಿಲ್ಲ ಎಂದಳು. ಜೊತೆಗೆ ಶಿವಾಲಿಗೂ ಅವೆಲ್ಲ ಒಗ್ಗುವುದಿಲ್ಲವಾದ್ದರಿಂದ ಅತ್ತೆ ಸೊಸೆ ಒಟ್ಟಿಗೇ ಸೇರಿದರೆ ರಾಜಮಾತೆ, ಮಹಾರಾಣಿ ಎಂಬ ನೆನಪೇ ಇಲ್ಲದಂತೆ ಮಾತಾಡುತ್ತಾ ಕುಳಿತುಬಿಡುತ್ತಿದ್ದರು.

ಅಮಾತ್ಯ ರಾಕ್ಷಸನನ್ನು ಚಂದ್ರಗುಪ್ತನಿಗೆ ಮಹಾಮಾತ್ಯನನ್ನಾಗಿ ಮಾಡಿ, ಆಚಾರ್ಯ ಚಾಣಕ್ಯರು ತಕ್ಷಶಿಲೆಗೆ ಹಿಂದಿರುಗುವರೆಂಬ ವಿಷಯವನ್ನು ಅವರಿಬ್ಬರೂ ರಹಸ್ಯವಾಗಿ ಚರ್ಚಿಸಿಕೊಂಡರು. ಅದು ಯಾವುದೇ ಕಾರಣಕ್ಕೂ ಬಹಿರಂಗವಾಗುವ ವಿಷಯವಲ್ಲವೆಂದು ಚಂದ್ರಗುಪ್ತ ಮತ್ತೆ ಮತ್ತೆ ಎಚ್ಚರ ಹೇಳಿದ್ದ. ರಾಕ್ಷಸ ಅಮಾತ್ಯನಾಗುವನೆಂಬ ಆತಂಕ, ಚಾಣಕ್ಯ ಹೋಗಿಬಿಡುವನೆಂಬ ದುಃಖ ಇಬ್ಬರಲ್ಲೂ ಇತ್ತು. ಆದರೆ ಚಾಣಕ್ಯರ ನಿರ್ಧಾರ ಸರಿಯಾಗಿಯೇ ಇರಬೇಕೆಂದು ಎಲ್ಲರಂತೆ ಅವರಿಗೂ ಅನ್ನಿಸಿತು. ಆದರೆ ಅವರ ದುಃಖವಿದ್ದದ್ದು ಮಾಧವಿಯ ಬಗ್ಗೆ.

"ಹೋಗುವಾಗ ಅವಳು ಸಂತೋಷವಾಗಿ ಹೋಗಲಿಲ್ಲ. ಅದೇ ನನ್ನ ಮನಸ್ಸನ್ನು ಘಾಸಿಗೊಳಿಸುತ್ತಿದೆ" ಎಂದಳು ಉಜ್ವಲ ವಿಷಾದದಿಂದ.

"ಹೌದು ಉಜ್ವಲ" ಸುಗಂಧಿ ಹೇಳಿದಳು, "ಯುವರಾಣಿಯಾದರೂ ಒಂದಿಷ್ಟು ಅಹಂಕಾರವಿಲ್ಲದ ಸರಳ ನಡವಳಿಕೆ. ನಮ್ಮ ಜೊತೆಯಲ್ಲೆಲ್ಲಾ ಎಷ್ಟು ಹೊಂದಿಕೊಂಡು ಬಿಟ್ಟಿದ್ದಳು! ಎಷ್ಟೋ ವರ್ಷಗಳ ಸ್ನೇಹಿತಳಂತೆ ಆಗಿಬಿಟ್ಟಿದ್ದಳು! ಮಲಯಕೇತುವಿನ ಜೊತೆಯಿರಲು ಅರಮನೆಗೆ ಹೋಗುವ ದಿನವೂ ಅವಳು ಸ್ವಇಚ್ಛೆಯಿಂದ ಹೋಗಲಿಲ್ಲ. ನಿಮ್ಮ ಜೊತೆಯಲ್ಲೇ ಇನ್ನೂ ಕೆಲವು ದಿನ ಇದ್ದರೆ ಚೆನ್ನಾಗಿತ್ತೆಂದು ಹಲವು ಸಲ ಹೇಳಿದಳು."

"ಅದೇ ದಿನ ಅಂಥ ಅನಾಹುತವಾಗುವುದೆಂದು ನಾವು ಊಹೆಯನ್ನೂ ಮಾಡಿರಲಿಲ್ಲ. ಆಮೇಲೆ ಅವಳು ನಗಲಿಲ್ಲ, ಪ್ರೀತಿಯಿಂದ ನುಡಿಯಲಿಲ್ಲ, ನೋವು ಬೇಸರಗಳಿಂದಲೇ ಹೊರಟುಹೋದಳು. ಅತಿಥಿಯಾಗಿ ಬಂದವಳು ಮಾವನನ್ನು ಕಳೆದುಕೊಂಡು ದುಃಖದಿಂದ ಹೋಗುವಂತಾಯಿತು. ಅವಳು ನಮ್ಮನ್ನೂ ತಪ್ಪು ತಿಳಿದಿರಬಹುದು."

"ಅವಳು ಅಂಥವಳಲ್ಲ ಬಿಡು. ಹಾಗೆ ನೋಡಿದರೆ, ಇದರಲ್ಲಿ ಯಾರನ್ನೂ ತಪ್ಪು ತಿಳಿದುಕೊಳ್ಳುವಂತಿಲ್ಲ, ಆ ಯವನ ಸೇನಾನಾಯಕ ಅಂಥ ಉದ್ದೇಶದಿಂದ ಬರುವನೆಂದು ಯಾರು ನಿರೀಕ್ಷಿಸಿದ್ದರು?"

"ಆಚಾರ್ಯರ ಮೇಲೆ ಅವಳಿಗೆ ಅನುಮಾನವಿದ್ದೇ ಇರುತ್ತದೆ."

"ಅಂಥ ನೀಚ ಕಾರ್ಯವನ್ನು ಅವರು ಮಾಡುವವರಲ್ಲ. ಅಂತಃಪುರದ ಆ ಸುರಂಗ ಮಾರ್ಗದ ವಿಷಯವನ್ನು ನೆನೆದುಕೊಂಡರೆ ಭಯವಾಗುತ್ತದೆ."

"ಈಗ ಅದನ್ನು ಸಂಪೂರ್ಣವಾಗಿ ಮುಚ್ಚಿಬಿಡಲಾಗಿದೆ. ಮತ್ತೆ ತೆರೆಯಲು ಸಾಧ್ಯವೇ ಆಗದಂತೆ ಭದ್ರಪಡಿಸಲಾಗಿದೆ. ಅದಿರಲಿ, ಚರಣ ಹೇಗೆ?"

"ಮೊದಲಾದರೆ ದೂರದಿಂದ ಕಂಡು ಕೈಮುಗಿಯುವ ದೇವರಾಗಿದ್ದರು. ಈಗ ಆ ದೈವದ ಸಾನ್ನಿಧ್ಯದಲ್ಲೇ ಇರುವ ತೃಪ್ತಿ, ಸಮಾಧಾನಗಳಿವೆ" ಸುಗಂಧಿ ತುಸು ನಾಚುತ್ತ ಹೇಳಿದಳು, "ಇದು ಸಾಧ್ಯವಾಗಿದ್ದು ನಿನ್ನ, ನಿನ್ನ ತಂದೆ ತಾಯಿಗಳ ಪ್ರೀತಿವಾತ್ಸಲ್ಯಗಳಿಂದ. ಅದನ್ನು ಮಾತ್ರ ನಾನು ನನ್ನ ಬದುಕಿನ ಕಡೆಯ ಗಳಿಗೆಯವರೆಗೂ ಮರೆಯುವುದಿಲ್ಲ."

"ನಮ್ಮ ಪ್ರಯತ್ನಕ್ಕಿಂತ ನಿನ್ನ ಪ್ರೇಮವೇ ಅಷ್ಟೊಂದು ಶಕ್ತಿಯುತವಾಗಿತ್ತು ಸುಗಂಧಿ. ನಿನ್ನ ಸ್ವಭಾವವೇ ಬಹಳ ಆಪ್ಯಾಯಮಾನವಾದದ್ದು. ನಿನ್ನನ್ನು ಪ್ರೀತಿಸುವುದಿಲ್ಲವೆಂದು ಹೇಳಲು ಯಾರಿಗೂ ಸಾಧ್ಯವಿಲ್ಲ."

ಬಹಳ ಹೊತ್ತು ಮಾತಾಡುತ್ತಿದ್ದು ಅಲ್ಲೇ ಊಟ ಮಾಡಿಕೊಂಡು ನಂತರ ಉಜ್ವಲ ಪಲ್ಲಕ್ಕಿಯೇರಿ ಹೊರಟು ಹೋದಳು.

★ ★ ★

"ಮಹಾಮಾತ್ಯ, ಸುರಂಗದಿಂದ ಹೊರಬಂದು ಅರಮನೆಯ ಆಚೆಯ ಭಾಗದಲ್ಲಿ ಸತ್ತವರಲ್ಲಿ ಒಬ್ಬನ ಬಳಿ ಈ ಪತ್ರ ಸಿಕ್ಕಿತು" ಎಂದ ಮಾತಂಗ ಚಾಣಕ್ಯನ ಬಳಿಗೆ ಬಂದು.

ಕುತೂಹಲದಿಂದ ಚಾಣಕ್ಯ ಅದನ್ನು ತೆಗೆದುಕೊಂಡು ನೋಡಿದ "ಮುದ್ರಕ, ಇದು ನಾವು ಅಂದು ರಹಸ್ಯವಾಗಿ ಮಾತಾಡಿಕೊಂಡಂತೆ ಅಮಾತ್ಯ ರಾಕ್ಷಸರ ಪರವಾಗಿ ಕೊಡುತ್ತಿರುವ ಆದೇಶ. ಮತ್ತೆ ನೀನು ನನ್ನ ಭೇಟಿ ಮಾಡಲು ಪ್ರಯತ್ನಿಸಬೇಡ. ಆಕಸ್ಮಿಕವಾಗಿ ಚಾಣಕ್ಯನ ಕಡೆಯವರ ಕಣ್ಣಿಗೆ ಬಿದ್ದರೆ ಕಷ್ಟ. ನಿನ್ನ ಉಳಿದ ಹಿಂಬಾಲಕರನ್ನೂ ಎಚ್ಚರಿಸು. ಸದ್ಯಕ್ಕೆ ಬಂದು ನನ್ನ ಬಳಿಯಿರುವ ಒಂದು ಸಾವಿರ ಸುವರ್ಣ ಮುದ್ರೆಗಳನ್ನು ತೆಗೆದುಕೊಂಡು

ಹೋಗಿ ಎಲ್ಲರಿಗೂ ಹಂಚು. ಕೆಲಸ ಮುಗಿದ ಮೇಲೆ ತಲಾ ಒಂದು ಸಾವಿರ, ನಿನಗೆ ಎರಡು ಸಾವಿರ ಸುವರ್ಣ ಮುದ್ರೆಗಳನ್ನು ಕೊಡಿಸುವ ಹೊಣೆ ನನ್ನದು. ಇದು ಅಮಾತ್ಯ ರಾಕ್ಷಸರ ಕೆಲಸ, ಎಚ್ಚರವಿರಲಿ.''

ಯಾರು ಬರೆದವರೆಂದು ತಿಳಿಯಲು ಯಾವುದೇ ಸೂಚನೆಯಾಗಲೀ, ಸಹಿಯಾಗಲೀ ಇರಲಿಲ್ಲ.

''ನಿನ್ನ ಕೈಗೆ ಹೇಗೆ ಸಿಕ್ಕಿತು?''

''ಆ ಶವಗಳನ್ನು ಸಂಸ್ಕಾರ ಮಾಡುವ ಮೊದಲು ಆಕಸ್ಮಿಕವಾಗಿ ಕಣ್ಣಿಗೆ ಬಿದ್ದು ತೆಗೆದುಕೊಂಡೆ.''

''ಆದಾಗಿ ಕೆಲವು ದಿನಗಳೇ ಆಗಿರಬೇಕಲ್ಲವೆ?''

''ಹೌದು ಮಹಾಮಾತ್ಯ. ಆದರೆ ಕೆಲಸದ ಗಡಿಬಿಡಿಯಲ್ಲಿ ಮರೆತು ಎಲ್ಲೋ ಇಟ್ಟುಬಿಟ್ಟಿದ್ದೆ. ಈ ದಿನ ಕಣ್ಣಿಗೆ ಬಿದ್ದು ತೆಗೆದುಕೊಂಡು ಬಂದೆ ಕ್ಷಮಿಸಿ.''

''ಇಂಥ ವಿಷಯಗಳಲ್ಲಿ ಮರೆಯಬಾರದು ಮಾತಂಗ. ನಿನಗೆ ಕೆಲಸದ ಒತ್ತಡ ಹೆಚ್ಚಾಗಿದೆಯೆಂದು ನನಗೆ ಗೊತ್ತು. ಹಲವು ದಿನಗಳು ಸರಿಯಾಗಿ ನಿದ್ರೆಯಿಲ್ಲದೆ ನೀನು ಮರೆತಿರುವುದು ಅಂಥ ದೊಡ್ಡ ಅಚಾತುರ್ಯವಲ್ಲ. ಆದರೆ ಅಚಾತುರ್ಯವಾಗುವಂಥ ವಿಷಯವಾಗಿದ್ದರೆ ನಿನ್ನ ಮರೆವಿನ ಬೆಲೆ ಬಹಳವಾಗುತ್ತಿತ್ತು.''

''ಕ್ಷಮಿಸಿ, ಆಚಾರ್ಯ, ಇನ್ನು ಮೇಲೆ ನಾನು ಎಚ್ಚರದಿಂದಿರುತ್ತೇನೆ.''

''ಆ ವಿಷಯ ಬಿಡು. ನಿನ್ನ ಮತ್ತು ನಿನ್ನ ಪರಿವಾರದವರ ವಾಸ್ತವ್ಯದ ಸಮಸ್ಯೆ ಬಗೆಹರಿಯಿತೆ?''

''ಹೌದು ಆಚಾರ್ಯ, ಯಾವ ತೊಂದರೆಯೂ ಇಲ್ಲ.''

''ಏನಾದರೂ ತೊಂದರೆಯಿದ್ದರೆ ಚರಣನ ಗಮನಕ್ಕೆ ತಂದರೆ ಸಾಕು'' ಎಂದು ಮಾತಂಗನನ್ನು ಕಳಿಸಿ, ಆ ಪತ್ರವನ್ನೇ ಹಿಡಿದು ಚಾಣಕ್ಯ ಬಹಳ ಹೊತ್ತು ಆಲೋಚಿಸುತ್ತಿದ್ದ. ರಾಕ್ಷಸನ ಕಡೆಯ ವ್ಯಕ್ತಿಯೆಂದು ಸ್ಪಷ್ಟವಾಗಿ ಗೊತ್ತಿತ್ತು. ಆದರೆ ಬರೆದವರು ಯಾರೆಂದು ತಿಳಿಯಲಿಲ್ಲ. ಅಂದರೆ, ರಾಕ್ಷಸನಿಗೆ ಆಪ್ತರಾದ ಇನ್ನೂ ಕೆಲವರು ಪಾಟಲೀಪುತ್ರದಲ್ಲಿದ್ದಾರೆ, ರಾಕ್ಷಸ ಅವರನ್ನು ಸಂಪರ್ಕಿಸುತ್ತಿದ್ದಾನೆ ಎಂಬುದು ಖಚಿತವಾಗಿತ್ತು. 'ಯಾರೋ ಪ್ರಮುಖ ವ್ಯಕ್ತಿಯೇ ಇರಬೇಕು. ಆದರೆ ಯಾರವನು? ಅವನು ಯಾರೆಂದು ತಿಳಿದುಬಿಟ್ಟರೆ ಇನ್ನೂ ಎಷ್ಟೋ ವಿಷಯಗಳು ಬಹಿರಂಗವಾಗಬಹುದು. ರಾಕ್ಷಸನ ಹೆಜ್ಜೆಯ ಗುರುತುಗಳನ್ನು ಕಂಡುಹಿಡಿಯುವುದು ಸಾಧ್ಯವಾಗಬಹುದು. ಇಂಥ ಒಂದು ಸಂಚಿನಲ್ಲಿ ಭಾಗವಹಿಸಬೇಕಾದರೆ ಅವನು ರಾಕ್ಷಸನಿಗೆ ಪರಮಾಪ್ತನೇ ಇರಬೇಕು. ಜೊತೆಗೆ ಅವನು ಗಣ್ಯನೂ ಆಗಿರಬೇಕು' ಇತ್ಯಾದಿ ಯೋಚಿಸುತ್ತಾ ಭಾಗುರಾಯಣನಿಗೆ ಹೇಳಿಕಳಿಸಿದ.

ಭಾಗುರಾಯಣ ಬಂದು ನಮಸ್ಕರಿಸಿ ಕುಳಿತುಕೊಂಡಾಗ ಚಾಣಕ್ಯ ಆ ಪತ್ರವನ್ನು ಅವನ ಕೈಗೆ ನೀಡಿದ. ಅದನ್ನು ಓದಿಕೊಂಡು ಅವನು ಚಾಣಕ್ಯನ ಮುಖ ನೋಡಿ ಕಣ್ಣರಳಿಸಿ ''ಮಹಾಮಾತ್ಯ, ಇನ್ನೊಂದು ದೊಡ್ಡ ಸಂಚಿರುವಂತಿದೆ'' ಎಂದ.

''ಹೊಸ ಸಂಚಲ್ಲ ಅಮಾತ್ಯ, ಇದು ಆಗಿಹೋದ ಸಂಚಿನ ತಡವಾದ ಸಾಕ್ಷಿ'' ಎಂದು ಚಾಣಕ್ಯ ಅದರ ಹಿನ್ನೆಲೆಯನ್ನು ವಿವರಿಸಿದ. ಇದನ್ನು ಬರೆದವರಾರೆಂದು ನಾನು ತಿಳಿಯಬೇಕಾಗಿದೆ, ನಿಮಗೇನಾದರೂ ಈ ಬರಹದ ಪರಿಚಯವಿದೆಯೇ?''

"ಕ್ಷಮಿಸಿ ಆಚಾರ್ಯ, ಇದು ಇಂಥವರೇ ಬರೆದಿರಬೇಕೆಂದು ಹೇಳಲು ನನ್ನಿಂದ ಸಾಧ್ಯವಿಲ್ಲ. ರಾಕ್ಷಸನ ಆಪ್ತರು ಯಾರೋ ಬರೆದಿರಬೇಕೆಂಬುದು ಖಚಿತವಾಗಿದೆ."

"ರಾಕ್ಷಸನಿಗೆ ಆಪ್ತರಾದವರು ಯಾರು ಯಾರೆಂದು ನೀವು ಹೇಳಬಲ್ಲಿರಾ ?"

"ಅವನಿಗೆ ಅತ್ಯಂತ ಆಪ್ತ ಆ ಬೌದ್ಧ ವರ್ತಕ ಚಂದನದಾಸ ಒಬ್ಬನೇ. ಅವನನ್ನು ಬಿಟ್ಟರೆ ಶಕಟದಾಸ, ಆಗಾಗ ಅರಮನೆಗೆ, ರಾಕ್ಷಸನ ಭವನಕ್ಕೆ ಸಲಿಗೆಯಿಂದ ಬಂದು ಹೋಗುತ್ತಿದ್ದ. ತನ್ನ ಕೆಲಸ ಮಾಡಿಕೊಟ್ಟು ಸಂಬಳ ಪಡೆಯುವವನಾದರೂ ಶಕಟದಾಸನ ಬಗ್ಗೆ ಹೆಚ್ಚಿನ ಸ್ನೇಹವಿದ್ದಂತೆ ನನ್ನ ಅನಿಸಿಕೆ."

"ಶಕಟದಾಸನ ವೃತ್ತಿ ?"

"ಅವನು ಲಿಪಿಕಾರ. ರಾಕ್ಷಸ ತನ್ನ ವೈಯಕ್ತಿಕ ಪತ್ರಗಳನ್ನು, ಪ್ರಕಟಣೆಗಳನ್ನು ಅವನಿಂದಲೇ ಬರೆಸುತ್ತಿದ್ದ. ಅದಕ್ಕೆ ಸೂಕ್ತ ಸಂಭಾವನೆಯನ್ನೂ ನೀಡುತ್ತಿದ್ದಂತೆ ಕಾಣುತ್ತದೆ. ಉಳಿದಂತೆ ಅವನು ಸಾರ್ವಜನಿಕರ ಅಗತ್ಯ ಪತ್ರಗಳನ್ನು ಬರೆದುಕೊಟ್ಟು ಅಲ್ಪ ಸ್ವಲ್ಪ ಸಂಪಾದಿಸಿಕೊಳ್ಳುತ್ತಿದ್ದ."

"ನಗರದಲ್ಲಿ ಶಕಟದಾಸ ಜನಪ್ರಿಯನೇ ?"

"ಜನಪ್ರಿಯನೆಂದು ಹೇಳಲಾಗದಿದ್ದರೂ, ವರ್ತಕಶ್ರೇಣಿಯ ಗಣ್ಯರಲ್ಲಿ ಹಲವರ ಜೊತೆ ಅವನ ಬಳಕೆಯಿದ್ದುದು ನನಗೆ ಗೊತ್ತು."

"ಹಾಗಾದರೆ, ಬಹುಪಾಲು ಇದು ಅವನ ಪತ್ರವೇ."

"ಈಗ ನನಗೂ ಹಾಗೇ ಅನ್ನಿಸುತ್ತಿದೆ" ಭಾಗುರಾಯಣ ಹೇಳಿದ, "ಕೊಲೆಗಡುಕರನ್ನು ನೇಮಿಸಿ ಮಹಾರಾಜರನ್ನು ಕೊಲ್ಲುವಂಥ ಉದ್ಧಟನದ ಪ್ರಯತ್ನ ಮಾಡಿದ ಅವನನ್ನು ಬಂಧಿಸಿ, ವಿಚಾರಣೆ ನಡೆಸಿ ಶಿಕ್ಷೆ ವಿಧಿಸುವುದು ಒಳ್ಳೆಯದು."

"ಆತುರಪಡುವಂತಿಲ್ಲ ಅಮಾತ್ಯ" ಚಾಣಕ್ಯ ಹೇಳಿದ, "ಕೆಲವು ದಿನ ಅವನು ಮುಕ್ತವಾಗಿಯೇ ಇರಲಿ. ಅವನ ಮೇಲೆ ನಮಗೆ ಸಂದೇಹ ಬಂದಿದೆಯೆಂಬ ಸುಳಿವೂ ಸಿಕ್ಕದಿದ್ದರೆ, ಅವನು ನಿರ್ಭಯವಾಗಿ ಮುಂದಿನ ಹೆಜ್ಜೆ ಇಡುತ್ತಾನೆ. ಅವನನ್ನು ಅನುಸರಿಸಿ ನಾವು ರಾಕ್ಷಸನನ್ನು ಮುಟ್ಟುವುದು ಸುಲಭವಾಗುತ್ತದೆ. ಈ ವಿಷಯ ನಮ್ಮಿಬ್ಬರ ಹೊರತಾಗಿ ಬೇರೆಯವರ ಕಿವಿಗೆ ಬೀಳಬಾರದು."

"ಆಗಲಿ ಆಚಾರ್ಯ."

ರಾಕ್ಷಸ ಈಗ ನಮ್ಮ ಶತ್ರುಸ್ಥಾನದಲ್ಲಿರುವನೆಂಬುದನ್ನು ಬಿಟ್ಟರೆ, ವ್ಯಕ್ತಿಯಾಗಿ ಅವನ ಬಗ್ಗೆ ನಿಮ್ಮ ಅಭಿಪ್ರಾಯವೇನು ?"

"ವ್ಯಕ್ತಿಯಾಗಿ ಅವನು ಸ್ವಭಾವತಃ ಕೆಟ್ಟವನಲ್ಲ. ಬ್ರಹ್ಮತೇಜಸ್ಸು ಮತ್ತು ಕ್ಷಾತ್ರ ತೇಜಸ್ಸುಗಳಿಂದ ಹೊಳೆಯುವ ವ್ಯಕ್ತಿತ್ವ ಅವನದು. ಅಷ್ಟೇ ಆಳವಾದ ಪಾಂಡಿತ್ಯವೂ ಇದೆ. ಸಭ್ಯತೆ, ಸಜ್ಜನಿಕೆಗಳೂ ಇವೆ. ಆದರೆ ವಜ್ರದ ಹರಳನ್ನು ಕಬ್ಬಿಣದ ಒಡವೆಯಲ್ಲಿ ಕೂಡಿಸಿದಂತೆ, ದುಷ್ಟ ಧನನಂದನ ಸಂಪರ್ಕದಲ್ಲಿ ಅವನ ತೇಜಸ್ಸೆಲ್ಲ ಮಂಕಾಯಿತು. ತನ್ನ ಮಹಿಮೆಯನ್ನು ತಾನೇ ಅರಿಯದ ಮೂಢನಂತೆ ವರ್ತಿಸಿದ. ರಾಕ್ಷಸನೆಂಬ ಅಡ್ಡ ಹೆಸರಿಗೆ ತುತ್ತಾದ. ಆದರೆ ಧನನಂದನ ಬಗೆಗಿನ ಅವನ ನಿಷ್ಠೆಯನ್ನು ಪ್ರಶ್ನಿಸುವಂತೆಯೇ ಇಲ್ಲ. ತನ್ನ ಅಸೀಮ ಸ್ವಾಮಿಭಕ್ತಿಯಿಂದಲೇ ಹಲವು ಜನರಿಗೆ ಅವನು ಅಪ್ರಿಯನಾದ. ಅವನ

ದಕ್ಷತೆಯೆಲ್ಲ ಧನನಂದನ ಕ್ರೂರ ಶಾಸನಗಳನ್ನು ಕಾರ್ಯಗತಗೊಳಿಸುವುದರಲ್ಲೇ ವ್ಯರ್ಥವಾಗಿ ಹೋಯಿತು.''

ಭಾಗುರಾಯಣನ ಮಾತು ಪ್ರಾಮಾಣಿಕವಾಗಿತ್ತು. ಅವನು ರಾಕ್ಷಸನ ವ್ಯಕ್ತಿತ್ವವನ್ನು ನಿಖರವಾಗಿ ಅಳತೆ ಮಾಡಿದ್ದ. ಅವನನ್ನು ಪಾಟಲೀಪುತ್ರಕ್ಕೆ ಕರೆತಂದು, ಚಂದ್ರಗುಪ್ತನಿಗೆ ಮಹಾಮಾತ್ಯನಾಗಿ ಮಾಡುವ ತನ್ನ ಉದ್ದೇಶವನ್ನು ಚಾಣಕ್ಯ ಹೇಳಿದಾಗ ಭಾಗುರಾಯಣ ಮೊದಲು ಹೌಹಾರಿದ. ನಂತರ ಅದು ಸಾಧ್ಯವೇ ಆಗಲಾರದೆಂದು ಸಂದೇಹ ವ್ಯಕ್ತಪಡಿಸಿದ. ಕಡೆಯಲ್ಲಿ ''ಅವನು ಒಮ್ಮೆ ಆ ಪದವಿಯನ್ನು ಒಪ್ಪಿಬಿಟ್ಟರೆ ಅವನ ನಿಷ್ಠೆಯನ್ನು ಯಾರೂ ಕದಲಿಸುವಂತಿಲ್ಲ'' ಎಂದು ಭರವಸೆಯಿಂದ ಹೇಳಿದ.

''ಅದೇ ಭರವಸೆ ನನ್ನ ಮನಸ್ಸಿನಲ್ಲಿದೆ ಭಾಗುರಾಯಣರೇ. ಅಲ್ಲದೆ ಅವನು ಶತ್ರುವಾಗಿ ಹೊರಗಿರುವುದು ಎಂದಿದ್ದರೂ ಅಪಾಯವೇ. ಆದ್ದರಿಂದ ಮಿತ್ರನಾಗಿ ಒಳಗೆ ಕರೆದು ಕೊಳ್ಳುವುದೇ ಕ್ಷೇಮವೆನಿಸುತ್ತದೆ.''

''ಅದು ಸತ್ಯವಾದ ಮಾತು'' ಎಂದ ಭಾಗುರಾಯಣ.

ಸ್ವಲ್ಪ ಹೊತ್ತು ಅದೇ ವಿಷಯವಾಗಿ ಚರ್ಚಿಸಿದ ನಂತರ ಭಾಗುರಾಯಣ ಹೊರಟು ಹೋದ. ಅವನು ಹೋದ ಮೇಲೆ ಚಾಣಕ್ಯ ಪಶುಲೋಮನನ್ನು ಕರೆಸಿ, ಶಕಟದಾಸನ ಮನೆಯಲ್ಲಿರುವ ಸಿದ್ಧಾರ್ಥಕನನ್ನು ಕಂಡು, ವೇಷ ಮರೆಸಿಕೊಂಡು ರಾತ್ರಿ ಅವನು ತನ್ನನ್ನು ಕುಟೀರದಲ್ಲಿ ಬಂದು ಕಾಣುವಂತೆ ತಿಳಿಸುವಂತೆ ಹೇಳಿದ.

ಪಶುಲೋಮ ಭಿಕ್ಷುಕನ ವೇಷಧರಿಸಿ ಶಕಟದಾಸನ ಮನೆಗೆ ಹೋಗಿ, ಉಪಾಯಾಂತರ ದಿಂದ ಚಾಣಕ್ಯನ ಸಂದೇಶವನ್ನು ಮುಟ್ಟಿಸಿದ.

ಕತ್ತಲಾಗುತ್ತಿದ್ದಂತೆ ಸಿದ್ಧಾರ್ಥಕ, ತಮ್ಮ ರಹಸ್ಯ ಭೇಟಿಗಾಗಿ ಇನ್ನೂ ತಮ್ಮ ವಶದಲ್ಲೇ ಉಳಿಸಿಕೊಂಡಿದ್ದ ಸುಮಿತ್ರನ ನಗರದಾಚೆಯ ಹಳೆಯ ಮನೆಗೆ ಹೋದ. ಅಲ್ಲಿ ಗಡ್ಡ ಮೀಸೆಗಳನ್ನು ಅಂಟಿಸಿಕೊಂಡು, ಕಾವಿಯನ್ನು ಧರಿಸಿ ಚಾಣಕ್ಯನ ಕುಟೀರದ ಕಡೆಗೆ ಹೊರಟ.

ಕುಟೀರದ ಹೊರಬಾಗಿಲಲ್ಲೇ ರಾಜಸೇವಕರು ಅವನನ್ನು ತಡೆಯಲು ನೋಡಿದಾಗ ಸಿದ್ಧಾರ್ಥಕ ''ಅಲಕ್ ನಿರಂಜನ್'' ಎಂದು ಜೋರಾಗಿ ಕೂಗಿದ. ಅವನ ಧ್ವನಿಯ ಗುರುತು ಹಿಡಿದು ಹೊರಬಂದ ಚಾಣಕ್ಯ, ಅವನನ್ನು ಒಳಗೆ ಬಿಡುವಂತೆ ಸೂಚಿಸಿದ.

ಸಿದ್ಧಾರ್ಥಕ ಒಳಬಂದ ಕೂಡಲೇ ಚಂದಕ ಬಾಗಿಲು ಮುಚ್ಚಿದ. ಅವನು ಗಡ್ಡ ಮೀಸೆಗಳನ್ನು ತೆಗೆದು ಚಾಣಕ್ಯನ ಕಾಲುಮುಟ್ಟಿ ನಮಸ್ಕರಿಸಿ ''ಅಪ್ಪಣೆಯಾಗಲಿ ಆಚಾರ್ಯ'' ಎನ್ನುತ್ತ ಎದುರಿಗೆ ಕುಳಿತುಕೊಂಡ.

ಚಾಣಕ್ಯ ಆ ಪತ್ರವನ್ನು ನೀಡಿದ ಕೂಡಲೇ ನೋಡಿ ಸಿದ್ಧಾರ್ಥಕ ''ಇದು ಶಕಟ ದಾಸನ ಕೈಬರಹ'' ಎಂದ.

''ಸರಿಯಾಗಿ ನೋಡಿ ಹೇಳು. ಅದನ್ನು ಗುರುತಿಸಲೆಂದೇ ನಿನ್ನನ್ನು ಕರೆಸಿದ್ದು.''

''ನಾನು ನಿತ್ಯವೂ ಅವನ ಜೊತೆಯಲ್ಲಿರುತ್ತೇನೆ ಆಚಾರ್ಯ. ಅವನು ಬರೆಯುವಾಗ ನೋಡಿದ್ದೇನೆ, ಬರೆದಿಟ್ಟದ್ದನ್ನು ನೋಡಿದ್ದೇನೆ. ನಾನೂ ಸ್ವಲ್ಪ ಮಟ್ಟಿಗೆ ಅವನಂತೆಯೇ ಬರೆಯುವುದನ್ನು ಸಾಧಿಸಿದ್ದೇನೆ. ಅಂದರೆ ಆ ಸುರಂಗದ ಕೊಲೆಗಡುಕರನ್ನು ರಾಕ್ಷಸನ ಪರವಾಗಿ ನೇಮಿಸಿದವನು ಶಕಟದಾಸನೇ. ಹೌದು ಆಚಾರ್ಯ, ಅದರಲ್ಲಿ ಸಂದೇಹವೇ ಇಲ್ಲ.

ಅಂದರೆ ಈ ಪತ್ರವನ್ನು ಅವನು ನನ್ನ ಗಮನಕ್ಕೆ ಬಾರದಂತೆ ಬೇರೆ ಯಾರಿಂದಲೋ ಕಳಿಸಿಕೊಟ್ಟಿದ್ದಾನೆ.''

''ಹೌದು, ಅವನಿಗೆ ನಿನ್ನ ಮೇಲೆ ಪೂರ್ಣ ನಂಬಿಕೆಯಿಲ್ಲವೆಂದೇ ಅರ್ಥ. ಚಿಂತೆಯಿಲ್ಲ ಇನ್ನು ಮೇಲೆ ನೀನು ಹೆಚ್ಚಿನ ಗಮನ ಕೊಡಬೇಕು.''

''ಖಂಡಿತ ಕೊಡುತ್ತೇನೆ ಆಚಾರ್ಯ. ಈವರೆಗೆ ಅವನು ರಾಕ್ಷಸನ ಪರವಾಗಿ ಕೆಲಸ ಮಾಡುವನೆಂಬ ಕಲ್ಪನೆಯೂ ನನಗಿರಲಿಲ್ಲ, ಈಗ ಗೊತ್ತಾಗಿದೆ. ಇನ್ನು ಮುಂದೆ ನಾನು ಅವನ ಪ್ರತಿಯೊಂದು ಚಲನವಲನವನ್ನೂ ಅನುಸರಿಸುತ್ತೇನೆ. ಮುಖ್ಯವಾದ ಸುದ್ದಿ ಏನಾದರೂ ಇದ್ದರೆ ತಮಗೆ ಮುಟ್ಟಿಸುತ್ತೇನೆ.''

''ಇನ್ನು ಕೆಲವು ದಿನ ನೀವೆಲ್ಲ ಕಷ್ಟಪಟ್ಟುಬಿಡಿ ಸಿದ್ಧಾರ್ಥಕ. ಇನ್ನೊಂದು ಕೆಲಸ ಉಳಿದಿದೆ. ಅದು ಮುಗಿದ ಕೂಡಲೇ ಗುರುಕುಲಕ್ಕೆ ಹೊರಟುಬಿಡೋಣ.''

''ಅಂಥ ಕಷ್ಟವೇನಿಲ್ಲ ಆಚಾರ್ಯ'' ಸಿದ್ಧಾರ್ಥಕ ಹೇಳಿದ, ''ಒಂದೊಂದು ಸಲ ಹೀಗೆ ತಲೆಮರೆಸಿಕೊಂಡು ಬದುಕುವುದು ಬೇಸರವೆನಿಸಿದ್ದು ನಿಜ. ಆದರೆ ತಮ್ಮ ನಿರ್ದೇಶನದಲ್ಲಿ ಗುರುಕುಲದಲ್ಲಿ ಕಲಿಯಲಾಗದ ಎಷ್ಟೋ ಸಂಗತಿಗಳನ್ನು ಕಲಿಯುವ ಇಂಥ ಅವಕಾಶ ಸಿಗುವುದು ಪುಣ್ಯವಲ್ಲವೇ, ಎಂಬ ಉತ್ಸಾಹ ಮೂಡುತ್ತದೆ. ನೀವು ಚಿಂತಿಸಬೇಡಿ, ಶಕಟದಾಸ ನನ್ನ ಕಣ್ಣು ತಪ್ಪಿಸಿ ಇನ್ನು ಏನನ್ನೂ ಮಾಡುವಂತಿಲ್ಲ''

''ಸರಿ ನೀನಿನ್ನು ಹೊರಡು.''

ಸಿದ್ಧಾರ್ಥಕ ಮತ್ತೆ ತನ್ನ ಗಡ್ಡ ಮೀಸೆಗಳನ್ನು ಅಂಟಿಸಿಕೊಂಡು ಚಾಣಕ್ಯನಿಗೆ ನಮಸ್ಕರಿಸಿ, ಚಂದಕ ಮತ್ತು ಗೌತಮನನ್ನು ಮಾತಾಡಿಸಿ ''ಅಲಕ್ ನಿರಂಜನ್'' ಎಂದು ಉದ್ಘೋಷಿಸುತ್ತ ಹೊರಟುಹೋದ.

## ೪

ಶಬರವರ್ಮ ಮತ್ತು ಮಲಯಕೇತು ಮಾತಾಡುತ್ತಾ ಕುಳಿತಿದ್ದರು. ''ಪಟ್ಟಾಭಿಷೇಕದ ಶುಭಕಾರ್ಯವನ್ನು ಬೇಗ ಮುಗಿಸಿಬಿಡಬೇಕು ಯುವರಾಜ'' ಎಂದು ಶಬರವರ್ಮ ಹೇಳಿದ.

''ಅದು ಶುಭಕಾರ್ಯವಲ್ಲ ಅಮಾತ್ಯರೆ'' ಮಲಯಕೇತು ಹೇಳಿದ, ''ಈಗ ನನ್ನ ಪಾಲಿಗೆ ಅದು ಅಶುಭಕಾರ್ಯ. ನನ್ನ ತಂದೆಯವರು ಸಹಜ ಮರಣವನ್ನು ಪಡೆದಿದ್ದರೆ ನಾನು ಯೋಚಿಸುತ್ತಿರಲಿಲ್ಲ, ಅವರ ಹರಕೆ, ಆಶೀರ್ವಾದಗಳಿವೆ ಎಂಬ ನಂಬಿಕೆಯಿಂದ ಸಂತೋಷವಾಗಿ ಸಿಂಹಾಸನವೇರುತ್ತಿದ್ದೆ. ಆದರೆ ಈಗ ತಂದೆಯವರನ್ನು ಪಾಟಲೀಪುತ್ರದಲ್ಲಿ ದಾರುಣ ಹತ್ಯೆಗೆ ಗುರಿಮಾಡಿ ಬಂದು ಹೇಗೆ ತಾನೆ ಪಟ್ಟವೇರಲಿ?''

''ನಿನ್ನ ನೋವು ನನಗೆ ಅರ್ಥವಾಗುತ್ತದೆ, ಯುವರಾಜ. ಆದರೆ ಅದರಲ್ಲಿ ನಿನ್ನ ತಪ್ಪೇನೂ ಇಲ್ಲವಲ್ಲ?''

''ಅಮಾತ್ಯರೆ, ನನ್ನ ತಂದೆಯವರ ಸಾವಿನ ನೋವಿನಿಂದ ನನ್ನ ಮನಸ್ಸು ಇನ್ನೂ ಮುಕ್ತವಾಗಿಲ್ಲ, ಅಷ್ಟು ದಿನ ಅವರ ಜೊತೆಯಲ್ಲೇ ಇದ್ದು ಅದೇ ದಿನ ನಾವು ಬೇರೆಡೆಗೆ ವಸತಿ ಬದಲಾಯಿಸಬಾರದಾಗಿತ್ತು. ನಾನಾದರೂ ಜೊತೆಯಲ್ಲಿದ್ದರೆ ಈ ದುರಂತ ಸಂಭವಿಸುತ್ತಿರಲಿಲ್ಲವೇನೋ?''

“ಬಹುಶಃ ಮಹಾರಾಜರ ವಿಧಿ ಅವರ ಮರಣವನ್ನೇ ನಿರ್ಧರಿಸಿತ್ತೇನೋ.”

“ವಿಧಿ ನಿರ್ಧರಿಸಿದ್ದಲ್ಲ ಅಮಾತ್ಯರೇ” ಮಲಯಕೇತು ರೋಷದಿಂದ ಕುದಿದ, “ಆ ಸಂಚುಗಾರ ಬ್ರಾಹ್ಮಣ ನಿರ್ಧರಿಸಿದ್ದು. ದಯೆ, ಕರುಣೆ, ಅಹಿಂಸೆಯನ್ನು ಪ್ರತಿಪಾದಿಸಬೇಕಾದ ಪವಿತ್ರ ಬ್ರಾಹ್ಮಣ ಕುಲದಲ್ಲಿ ಹುಟ್ಟಿ ಕಟುಕರೂ ಹೇಸುವಂಥ ಇಂಥ ಹೀನ ಕಾರ್ಯ ಮಾಡಿದ ಅವನು ಬ್ರಾಹ್ಮಣನಲ್ಲ ಅಮಾತ್ಯರೇ, ರಕ್ಕಸ.”

ತಕ್ಷಣ ಮಾಧವಿ ಹೇಳಿದ ಮಾತುಗಳು ಶಬರವರ್ಮನ ನೆನಪಿನಲ್ಲಿ ಸುಳಿದವು. ಆದು ಮಲಯಕೇತುವಿಗೆ ಸಮ್ಮತವಲ್ಲವೆಂದು ಮತ್ತೆ ಅದನ್ನು ಹೇಳಲು ಅವನು ಹಿಂಜರಿದ. ಅಷ್ಟರಲ್ಲಿ ಅರಮನೆಯ ದ್ವಾರಪಾಲಕ ಅಮಾತ್ಯ ರಾಕ್ಷಸನ ಸೈನಿಕ ಸ್ಕಂದನೊಂದಿಗೆ ಒಳಬಂದ.

“ಪ್ರಭು, ಇವನು ತಮ್ಮನ್ನು ಕಾಣಲು ಬಂದಿದ್ದಾನೆ” ಎಂದು ಹೇಳಿ ಅವನನ್ನು ಬಿಟ್ಟು ದ್ವಾರಪಾಲಕ ಹೊರಟುಹೋದ.

ಸ್ಕಂದ ಗೌರವಪೂರ್ವಕವಾಗಿ ನಮಸ್ಕರಿಸಿದ. “ಯಾರು ನೀನು?” ಎಂದು ಮಲಯ ಕೇತು ಕೇಳಿದ.

“ನಾನು ಸ್ಕಂದ ಪ್ರಭು. ಅಮಾತ್ಯರಾಕ್ಷಸರ ಆಪ್ತ.”

ಒಂದು ಕ್ಷಣ ಮಲಯಕೇತು ಮತ್ತು ಶಬರವರ್ಮ ಮುಖ ಮುಖ ನೋಡಿಕೊಂಡರು. “ನಮ್ಮಿಂದೇನಾಗಬೇಕು ?” ಶಬರವರ್ಮನೇ ಕೇಳಿದ.

ಸ್ಕಂದ ಹೇಳಿದ, “ಅಮಾತ್ಯ ರಾಕ್ಷಸರು ತಮ್ಮ ಆಶ್ರಯವನ್ನು ಕೋರಿ ತಮ್ಮ ಭೇಟಿಗಾಗಿ ಕಾಯುತ್ತಿದ್ದಾರೆ. ತಾವು ಅಪ್ಪಣೆ ಕೊಟ್ಟರೆ ಬರುತ್ತಾರೆ.”

“ಅವರೀಗ ಎಲ್ಲಿದ್ದಾರೆ?”

“ನಗರದ ಹೊರಗಡೆ.”

ಮಲಯಕೇತುವಿನ ಮುಖದಲ್ಲಿ ಸ್ವಲ್ಪ ಉತ್ಸಾಹ ಕಾಣಿಸಿಕೊಂಡಿತು. ಒಬ್ಬ ಕಾವಲುಗಾರನನ್ನು ಕರೆಸಿ, “ಈತನೊಡನೆ ಹೋಗಿ, ನಗರದ ಹೊರಗೆ ಕಾದಿರುವ ಅಮಾತ್ಯ ರಾಕ್ಷಸರನ್ನು ಜೊತೆಯಲ್ಲೇ ಕರೆದುಕೊಂಡು ಬಾ” ಎಂದು ಹೇಳಿ ಕಳಿಸಿಕೊಟ್ಟ.

ಅವನು ಹೋದ ಮೇಲೆ ಮಲಯಕೇತು “ಅಮಾತ್ಯರೇ, ನನ್ನ ಸೇಡಿನ ಪ್ರಯತ್ನಕ್ಕೆ ಈಗ ಒಂದು ಹೊಸ ತಿರುವು ದೊರೆಯುವಂತಿದೆ” ಎಂದ.

“ಅವನು ಏಕೆ ಬಂದಿದ್ದಾನೆಂಬುದು ತಿಳಿಯುವವರೆಗೆ ನಾವೇ ನಿರ್ಧಾರ ಮಾಡು ವಂತಿಲ್ಲ ಯುವರಾಜ” ಎಂದ ಶಬರವರ್ಮ.

“ಅವನು ಪಾಟಲೀಪುತ್ರದಿಂದ ತಲೆಮರೆಸಿಕೊಂಡು, ನಮ್ಮ ಆಶ್ರಯ ಕೋರಿ ಬಂದಿರಬೇಕಾದರೆ ಬೇರೆ ಉದ್ದೇಶವೇನಿರುತ್ತದೆ ಅಮಾತ್ಯರೇ !”

“ಅವನು ತಲೆಮರೆಸಿಕೊಂಡು ಬಂದಿರುವುದು ನಿಜವೇ ಆದರೂ, ಅವನನ್ನು ನಿಮ್ಮ ತಂದೆಯವರು ಇಷ್ಟಪಡುತ್ತಿರಲಿಲ್ಲವೆಂಬುದನ್ನು ಮರೆಯುವಂತಿಲ್ಲ.”

“ಹೌದು, ನಮ್ಮ ತಂದೆಯವರು ಅವನನ್ನು ಇಷ್ಟಪಡುತ್ತಿರಲಿಲ್ಲ. ಅದು ವೈಯಕ್ತಿಕ ದ್ವೇಷವಲ್ಲ. ಮಗಧವನ್ನು ಗೆದ್ದು ಚಕ್ರವರ್ತಿಯೆನಿಸಿಕೊಳ್ಳಲು ಅವನು ಅಡ್ಡಿಮಾಡುವನೆಂದು. ಅಂದ ಮೇಲೆ ಅವನ ಸಾಮರ್ಥ್ಯವನ್ನು ಪರೋಕ್ಷವಾಗಿ ಗೌರವಿಸಿದಂತೆಯೇ ಅಲ್ಲವೆ ?”

“ಅಂದಿನ ಪರಿಸ್ಥಿತಿಗೂ ಇಂದಿನದಕ್ಕೂ ತುಂಬಾ ವ್ಯತ್ಯಾಸವಿದೆ.”

"ಹೌದು, ನಾವು ಅವನಿಗೆ ಹೆದರುತ್ತಿದ್ದೆವು. ಇಂದು ಅವನೇ ಪ್ರಾಣಭೀತಿಯಿಂದ ನಮ್ಮ ಬಾಗಿಲಿಗೆ ಬಂದಿದ್ದಾನೆ."

"ಧೀರನೂ, ಬುದ್ಧಿವಂತನೂ ಆದ ಅವನಿಂದ ನಮಗೆ ಒಳ್ಳೆಯದೇ ಆಗುವುದೆಂದು ನಂಬುವುದು ಹೇಗೆ ?"

"ಅವನನ್ನು ಸಂಪೂರ್ಣವಾಗಿ ಪರಿಶೀಲಿಸಿದ ಮೇಲೇ ಆಶ್ರಯ ನೀಡುವ ವಿಚಾರ. ಆದ್ದರಿಂದಲೇ ನಾನು ಅವನನ್ನು ಸ್ವಾಗತಿಸಲು ನ್ಯಾಯವಾಗಿ ನಿಮ್ಮನ್ನು ಕಳಿಸುವುದು ಪದ್ಧತಿಯಿದ್ದರೂ, ಕೇವಲ ಒಬ್ಬ ಸೈನಿಕನನ್ನು ಕಳಿಸಿಕೊಟ್ಟೆ. ಈ ಅಪಚಾರದಿಂದ ಅವನು ನೊಂದುಕೊಂಡರೆ, ಕಳೆದುಹೋದ ಪದವಿಯ ಪ್ರತಿಷ್ಠೆಯಿಂದ ಅನುಚಿತವಾಗಿ ನಡೆದು ಕೊಂಡರೆ, ಅವನ ಬಗ್ಗೆ ನಾವು ಬಹಳ ಎಚ್ಚರದಿಂದಿರಬೇಕಾಗುತ್ತದೆ."

"ಬುದ್ಧಿವಂತ ಶತ್ರುವಿಗೆ ಆಶ್ರಯ ನೀಡುವುದು ಅಪಾಯಕಾರಿಯೆಂದು ನನ್ನ ಭಾವನೆ."

"ಈಗ ಅವನು ಶತ್ರುವಲ್ಲ ಅಮಾತ್ಯರೆ, ಶತ್ರುವಿನ ಶತ್ರು. ಚಾಣಕ್ಯನಂಥ ಬುದ್ಧಿವಂತ ಶತ್ರುವಿನ ಮೇಲೆ ಪ್ರಯೋಗಿಸಲು ಇನ್ನೊಬ್ಬ ಬುದ್ಧಿವಂತನೇ ಬೇಕಾಗುತ್ತದೆ."

"ಬಹುಕಾಲ ಮಹಾಮಾತ್ಯ ಪದವಿಯಲ್ಲಿ ಮೆರೆದ ಆತ ದೈನ್ಯಾವಸ್ಥೆಯನ್ನು ಮುಟ್ಟಿ ದಾಕ್ಷಣಕ್ಕೆ ಆ ಪದವಿಯ ವೈಭವವನ್ನು ಮರೆಯಲಾರ. ಅದನ್ನು ಮರಳಿ ಗಳಿಸಿಕೊಳ್ಳಲು ನಮ್ಮನ್ನು ಬಳಸಿಕೊಳ್ಳಬಹುದು. ಚಾಣಕ್ಯ ಮಾಡಿದ್ದೂ ಹಾಗೇ ಅಲ್ಲವೇ ?"

"ಚಾಣಕ್ಯ ಪದವಿ ಸಿಗುವುದೆಂದು ನಮ್ಮನ್ನು ಬಳಸಿಕೊಳ್ಳಲಿಲ್ಲ, ತನ್ನ ಪ್ರತಿಜ್ಞೆ ಈಡೇರಿಸಿಕೊಳ್ಳಲು ಬಳಸಿಕೊಂಡ. ರಾಕ್ಷಸನಿಗೂ ಧನನಂದನ ಸಾವಿನ ಸೇಡಿರುತ್ತದೆ. ಅದನ್ನು ತೀರಿಸಿಕೊಳ್ಳಲು ನಮ್ಮನ್ನು ಬಳಸಿಕೊಂಡರೆ ತಪ್ಪೇನಿಲ್ಲ, ಏಕೆಂದರೆ ಇಬ್ಬರ ಗುರಿ, ಸೇಡು ಒಂದೇ."

"ಅವನು ತಾನೇ ಮಗಧ ಸಿಂಹಾಸನವೇರುವ ಹಂಚಿಕೆ ಹಾಕಿದ್ದರೆ ?"

"ಇನ್ನೂ ಒಳ್ಳೆಯದೇ ಆಯಿತು. ನನಗೆ ನನ್ನ ತಂದೆಯನ್ನು ಕೊಂದ ಆ ರಾಜ್ಯ ಬೇಕಾಗಿಲ್ಲ ಅಮಾತ್ಯರೇ. ನನಗೆ ಬೇಕಿರುವುದು ಆ ಚಾಣಕ್ಯ ಚಂದ್ರಗುಪ್ತರ ಸಾವು ಮಾತ್ರ."

"ಇಲ್ಲಿಯವರೆಗೆ ಚಾಣಕ್ಯನ ಮೇಲೆ ಮಾತ್ರ ಆಕ್ರೋಶಗೊಂಡಿದ್ದೆ ಈಗ ಚಂದ್ರಗುಪ್ತನ ಮೇಲೂ ಕೋಪವೇ ?"

"ಹೌದು, ಚಾಣಕ್ಯ ನನ್ನ ತಂದೆಯನ್ನು ಕೊಲ್ಲಿಸಿದ್ದು ಆ ಚಂದ್ರಗುಪ್ತನಿಗಾಗಿ, ಅವನಿಗೆ ಅಖಂಡ ಮಗಧ ರಾಜ್ಯವನ್ನು ಉಳಿಸುವುದಕ್ಕಾಗಿ."

"ಅದು ಅವನ ಉದ್ದೇಶವಲ್ಲದಿರಬಹುದು."

"ಅಲ್ಲದಿದ್ದರೂ, ಸಹಜವಾಗಿ ಚಕ್ರವರ್ತಿಯಾದ ಅವನೂ ಭಾಗಿಯಾದಂತೆ. ಮಹಾ ಮಾತ್ಯ ಚಾಣಕ್ಯನಿಗಿಂತ ಹೆಚ್ಚು ಭಾಗಿ. ಅವನಿಗೆ ಇಷ್ಟವಿಲ್ಲದಿದ್ದರೆ, ಅದು ಅಪರಾಧವೆನಿಸಿದ್ದರೆ ಚಾಣಕ್ಯನಿಗೆ ಶಿಕ್ಷೆ ವಿಧಿಸಹುದಾಗಿತ್ತು."

"ಚಾಣಕ್ಯನಲ್ಲವೆಂದು ಯುವರಾಣಿ ಹೇಳಿದರಲ್ಲ?"

"ಯುವರಾಣಿ ಅಮಾಯಕ ಹುಡುಗಿ. ಸಂಚುವಂಚನೆಗಳ ಅರಿವಿಲ್ಲದ ಅವಳ ಮುಗ್ಧ ಮನಸ್ಸನ್ನು ಅವರು ಒಪ್ಪಿಸಿದ್ದಾರೆ."

ಸದ್ಯದಲ್ಲಿ ತನ್ನದೇ ತರ್ಕದಲ್ಲಿ ಮುಳುಗಿರುವ ಮಲಯಕೇತುವಿನ ಮನಸ್ಸಿಗೆ ಅದಕ್ಕೆ ವಿರುದ್ಧವಾದ ಯಾವ ಮಾತೂ ರುಚಿಸುವುದಿಲ್ಲವೆಂದು ಅರ್ಥವಾಗಿ ಶಬರವರ್ಮ ಸುಮ್ಮನಾದ.

ಅಷ್ಟರಲ್ಲಿ ಕಾವಲುಗಾರ ಬಂದು "ಪ್ರಭು, ಅವರು ಬಂದಿದ್ದಾರೆ" ಎಂದು ಹೇಳಿ ಹೋದ.

ಅಮಾತ್ಯ ರಾಕ್ಷಸ, ಸ್ಕಂದ, ಶಶಾಂಕ, ಜೀವಸಿದ್ಧಿ ಮತ್ತು ಸಮಿದ್ಧಾರ್ಥಕ ಒಳ ಬಂದರು. ಮಲಿನವಾದ ವಸ್ತ್ರಗಳು, ದೀರ್ಘ ಪ್ರಯಾಣದ ಬಳಲಿಕೆಯನ್ನು ವ್ಯಕ್ತಪಡಿಸುವ ಮುಖ, ಸರಿಯಾಗಿ ನಿದ್ರೆಯಿಲ್ಲದ ಕಣ್ಣುಗಳು. ಆದರೂ ರಾಕ್ಷಸನ ಸದೃಢ ಶರೀರ ಮತ್ತು ಅವನ ವ್ಯಕ್ತಿತ್ವದ ತೇಜಸ್ಸು ಗಮನ ಸೆಳೆಯುವಂತಿತ್ತು.

ರಾಕ್ಷಸ ಕೈಮುಗಿದ, "ಮಹಾರಾಜ, ನೆಲೆತಪ್ಪಿ ಅಲೆಯುತ್ತಿರುವ, ಒಮ್ಮೆ ಮಗಧ ಸಾಮ್ರಾಜ್ಯದ ಮಹಾಮಾತ್ಯನಾಗಿದ್ದ ರಾಕ್ಷಸ ತಮಗೆ ಗೌರವಪೂರ್ವಕವಾಗಿ ವಂದಿಸುತ್ತಾನೆ."

"ಬನ್ನಿ ಅಮಾತ್ಯರೇ, ಬನ್ನಿ ಕುಳಿತುಕೊಳ್ಳಿ" ಎಂದು ಮಲಯಕೇತು ಹತ್ತಿರ ಹೋಗಿ ಕೈಹಿಡಿದು ಪೀಠದ ಮೇಲೆ ಕೂಡಿಸಿದ. ಉಳಿದವರಿಗೂ ಉಚಿತಾಸನಗಳನ್ನು ಸೂಚಿಸಿದ. ಎಲ್ಲ ಕುಳಿತ ನಂತರ ಪರಸ್ಪರ ಪರಿಚಯ ನಡೆಯಿತು. ಜೀವಸಿದ್ಧಿಯನ್ನು ಪರಿಚಯಿಸಿದಾಗ ಮಲಯಕೇತು ಸ್ವಲ್ಪ ಆಶ್ಚರ್ಯದಿಂದ ಕೇಳಿದ, "ನಿಮಗೆ ಈ ಬೌದ್ಧನಲ್ಲಿ ಆಪ್ತತ್ವವೇ? ನೀವು ಬ್ರಾಹ್ಮಣರಲ್ಲವೆ?"

ರಾಕ್ಷಸ ತುಸು ನಕ್ಕು ಹೇಳಿದ, "ಹೌದು ಮಹಾರಾಜ, ನಾನು ಹುಟ್ಟಿನಿಂದ, ಅಧ್ಯಯನ ದಿಂದ ಬ್ರಾಹ್ಮಣ, ಯುದ್ಧ ವಿದ್ಯೆಯನ್ನು ಎಲ್ಲರಿಗಿಂತ ಸಮರ್ಥವಾಗಿ ಕಲಿತು, ಬಳಸಿ ಕ್ಷತ್ರಿಯ. ಮಹಾಮಾತ್ಯನಾದಾಗ ಬುದ್ಧಿವಂತಿಕೆಯಲ್ಲಿ ಬ್ರಾಹ್ಮಣನಾಗಿ, ಯುದ್ಧ ಸಂದರ್ಭಗಳಲ್ಲಿ ಕ್ಷತ್ರಿಯನಾಗಿ, ಉಳಿದಂತೆ ಧರ್ಮಾತೀತನಾದ ಬರೀ ಮನುಷ್ಯನಾಗಿ ನಡೆದುಕೊಂಡಿದ್ದೇನೆ. ಈ ಜೀವಸಿದ್ಧಿ ನನಗೆ ಆಪ್ತನಾಗಲು ಅವನ ಧರ್ಮ ನನಗೆ ಅಡ್ಡಿ ಬರಲಿಲ್ಲ. ಹಾಗೇ ಪಾಟಲೀಪುತ್ರದಲ್ಲಿರುವ ನನ್ನ ಪ್ರಾಣಮಿತ್ರ ಚಂದನದಾಸನೂ ಬೌದ್ಧನೇ."

"ಧನನಂದನ ಮೂಲಪುರುಷ ನಾಪಿತನೆಂಬುದೂ ಸತ್ಯವಿರಬೇಕು" ಎಂದ ಶಬರ ವರ್ಮ.

"ಹೌದು, ನನಗೆ ತಿಳಿದಮಟ್ಟಿಗೆ ಅದು ಸತ್ಯ ಸಂಗತಿ." ರಾಕ್ಷಸ ಹೇಳಿದ, "ಆದರೇನಾಯಿತು? ಅವನು ಕ್ಷತ್ರಿಯನಂತೆ ಶೌರ್ಯದಿಂದ ಯುದ್ಧಗಳನ್ನು ಮಾಡಿದ. ನಾಡನ್ನು ಕಟ್ಟಿದ. ಅವನು ಕ್ಷತ್ರಿಯನಾಗಿ ಹುಟ್ಟಲಿಲ್ಲ, ಕ್ಷತ್ರಿಯತ್ವವನ್ನು ಸಾಧಿಸಿಕೊಂಡ."

"ಆ ಕ್ಷತ್ರಿಯತ್ವ ಧನನಂದನಲ್ಲಿರಲಿಲ್ಲ, ಅವನು ಹೇಡಿಯಾಗಿದ್ದ, ಲಂಪಟನಾಗಿದ್ದ. ನೀವಿಲ್ಲದಿದ್ದರೆ ಅವನು ಎಂದೋ ನಾಶವಾಗುತ್ತಿದ್ದ. ಮಗಧವೂ ಉಳಿಯುತ್ತಿರಲಿಲ್ಲ, ಅಲ್ಲವೆ?" ಮಲಯಕೇತು ಕೇಳಿದ.

"ಕ್ಷಮಿಸಿ, ಧನನಂದ ನನ್ನ ರಾಜ, ನನ್ನ ಸ್ವಾಮಿ, ನನ್ನ ಮಿತ್ರ. ದೈನ್ಯಾವಸ್ಥೆಯಲ್ಲಿದ್ದ ನನಗೆ ಸ್ನೇಹದ ಕಾರಣದಿಂದ ಮಹಾಮಾತ್ಯ ಪದವಿ ನೀಡಿದವನು. ಅವನ ದೋಷಗಳು ಸಾವಿರವಿರಬಹುದು. ಆದರೆ ಅವನ್ನು ಎತ್ತಿ ಆಡುವುದು ಉಚಿತವಲ್ಲವೆಂದುಕೊಂಡಿದ್ದೇನೆ."

"ನಮ್ಮಲ್ಲಿ ಆಶ್ರಯ ಬೇಡಿದ ಉದ್ದೇಶವೇನೆಂದು ಕೇಳಬಹುದೇ?"

"ನಾನು ಬದುಕಿರಲು ನಿಮ್ಮ ಆಶ್ರಯ ಬೇಡಿ ಬರಲಿಲ್ಲ ಮಹಾರಾಜ. ಧನನಂದನ ಸಾವಿನ ಸೇಡು ತೀರಿಸಿಕೊಳ್ಳಲು ನಿಮ್ಮ ಸಹಾಯವನ್ನು ಬೇಡಿ ಬಂದಿದ್ದೇನೆ. ಅಲ್ಲದೆ ನಿಮ್ಮ ತಂದೆಯವರನ್ನೂ ಆ ಚಾಣಕ್ಯನೇ ಮೋಸದಿಂದ ಕೊಲ್ಲಿಸಿದನೆಂಬ ವಿಷಯವೂ ತಿಳಿಯಿತು. ನಿಮಗೂ ಅವರ ಮೇಲೆ ಸಹಜವಾಗಿ ಕೋಪವಿರುತ್ತದೆ. ನಾವಿಬ್ಬರೂ ಒಟ್ಟಿಗೆ ಸೇರಿದರೆ ಅವರನ್ನು ಮುಗಿಸಬಹುದು."

"ನಾನೇ ಅಲ್ಲಿಂದ ಪ್ರಾಣಭೀತಿಯಿಂದ ಸೇನೆಯೊಂದಿಗೆ ಓಡಿಬಂದೆ. ಇನ್ನು ನಿಮಗೇನು ಸಹಾಯ ಮಾಡಬಲ್ಲೆ?"

"ಆ ಸಂದರ್ಭದಲ್ಲಿ ಅಂಥ ವರ್ತನೆ ಸಹಜ ಮಹಾರಾಜ. ಯೋಚಿಸುವ ಸಮಯ ವಿಲ್ಲದೆ, ನೀವು ದಿಕ್ಕು ತಪ್ಪಿದವರಂತೆ ಓಡಬೇಕೆಂದೇ ಕುತಂತ್ರಿಯಾದ ಚಾಣಕ್ಯ ಎಲ್ಲ ವ್ಯವಸ್ಥೆ ಮಾಡಿರುತ್ತಾನೆ."

"ಅದಿರಲಿ, ನಾನಿನ್ನೂ ಯುವರಾಜನೇ, ಮಹಾರಾಜನೆಂದು ಏಕೆ ಕರೆಯುತ್ತಿರುವಿರಿ?"

"ಪೌರವರ ನಂತರ ನೀವು ತಾನೇ ಸಹಜ ಉತ್ತರಾಧಿಕಾರಿ? ಬರೀ ಮಹಾರಾಜ ಅಲ್ಲ, ಇಡೀ ಮಗಧಕ್ಕೆ ನಿಮ್ಮನ್ನು ಚಕ್ರವರ್ತಿಯನ್ನಾಗಿ ಮಾಡುತ್ತೇನೆ."

"ಏಕೆ? ನಿಮಗೆ ಆಸಕ್ತಿಯಿಲ್ಲವೆ?" ಮಲಯಕೇತು ಕೆಣಕುವಂತೆ ಕೇಳಿದ.

"ಆತ್ಮಸಾಕ್ಷಿಯಾಗಿ ಹೇಳುತ್ತೇನೆ, ನಾನು ಹಿಂದೆಂದೂ ಅಂಥ ಕನಸು ಕಂಡವನಲ್ಲ, ಈಗಲೂ ಅದನ್ನು ಕಲ್ಪಿಸಿಕೊಳ್ಳುವುದೂ ಇಲ್ಲ. ಈಗ ನನ್ನ ಮನಸ್ಸಿನಲ್ಲಿರುವ ಗುರಿ, ಚಂದ್ರಗುಪ್ತ ಚಾಣಕ್ಯರ ಸಾವು ಮಾತ್ರ. ಅನಂತರ ಮಗಧ ಸಿಂಹಾಸನದಲ್ಲಿ ನಿಮ್ಮ ಪ್ರತಿಷ್ಠಾಪನೆ. ಆಮೇಲೆ ಯಾವ ಪದವಿಯೂ ಇಲ್ಲದೆ, ಯಾವುದಾದರೊಂದು ಗ್ರಾಮದಲ್ಲಿ ನಿಶ್ಚಿಂತ ಜೀವನ, ಅಷ್ಟೆ. ಆ ಪಾಪಿ ಶ್ರೀಯಕ ರಾಜಕುಮಾರ ಸುಮಾಲ್ಯನನ್ನು ಕೊಲ್ಲದಿದ್ದರೆ, ಖಂಡಿತ ಅವನನ್ನು ಸಿಂಹಾಸನದ ಮೇಲೆ ಕೂಡಿಸಲು ಪ್ರಯತ್ನಿಸುತ್ತಿದ್ದೆ. ಈಗ ನೀವೇ ಅದಕ್ಕೆ ಅರ್ಹರು. ಪೌರವರಿಗೆ ರಾಜನೀತಿಯಲ್ಲಿ ನನ್ನ ಬಗ್ಗೆ ಅಸಮಾಧಾನವಿದ್ದರೂ, ಪರಸ್ಪರ ಗೌರವಗಳಿಗೇನೂ ಕೊರತೆಯಿರಲಿಲ್ಲ. ಆದ್ದರಿಂದಲೇ ನಾನು ಮನವಿ ಕಳಿಸಿದ ಕೂಡಲೇ ನಿಮ್ಮ ನಾಡಿನ ವೈದ್ಯ ಸುಮಂತನನ್ನು ಪಾಟಲೀಪುತ್ರಕ್ಕೆ ಕಳಿಸಿಕೊಟ್ಟದ್ದು. ಅವನೆಂಥ ಸಜ್ಜನ! ಅಷ್ಟೇ ಸಮರ್ಥ ವೈದ್ಯ. ಮರಣಾಂತಿಕವಾದ ರಾಜಕುಮಾರನ ಅಪಸ್ಮಾರ ರೋಗವನ್ನು ಶ್ರದ್ಧೆಯಿಂದ ಚಿಕಿತ್ಸೆ ನಡೆಸಿ ಗುಣಪಡಿಸಿದ. ಆದರೆ ಆ ಶ್ರೀಯಕ ಎಲ್ಲವನ್ನೂ ಹಾಳುಮಾಡಿದ."

"ನೀವೀಗ ವಿಶ್ರಮಿಸಿಕೊಳ್ಳಿ, ಉಳಿದ ವಿಷಯವನ್ನು ನಿಧಾನವಾಗಿ ಮಾತನಾಡೋಣ" ಎಂದು ಅತಿಥಿ ಶಾಲೆಯಲ್ಲಿ ಅವರಿಗೆ ವ್ಯವಸ್ಥೆ ಮಾಡಿಕೊಡುವಂತೆ ಮಲಯಕೇತು ಸೇವಕರನ್ನು ಕಳಿಸಿದ.

"ಹೌದು ಅಮಾತ್ಯರೆ, ನಾವು ವೈದ್ಯ ಸುಮಂತನನ್ನು ಮರೆತೇಬಿಟ್ಟೆವು" ಎಂದು ಮಲಯಕೇತು ಕೇಳಿದ.

ಅದಕ್ಕೆ ಶಬರವರ್ಮ ಹೇಳಿದ, "ಈಗೇನು, ಅವನನ್ನು ಕರೆಸಿ ರಾಕ್ಷಸನ ಬಗ್ಗೆ ತಿಳಿದು ಕೊಂಡರಾಯಿತು."

"ಅಂತೂ ನಾವು ನಿರೀಕ್ಷಿಸಿದಂತೆಯೇ ಸೇಡು ತೀರಿಸಿಕೊಳ್ಳಲು ರಾಕ್ಷಸ ನನ್ನ ಸಹಾಯ ಬೇಡಿ ಬಂದಿದ್ದಾನೆ."

"ಆತುರಬೇಡ ಯುವರಾಜ. ಯುದ್ಧವೆಂದರೆ ಅಪಾಯಕಾರಿ. ಈಗ ಚಂದ್ರಗುಪ್ತನ ಸೈನ್ಯ ನಮಗಿಂತ ಸಾಕಷ್ಟು ಪ್ರಬಲವಾಗಿದೆ."

"ರಾಕ್ಷಸ ಏನು ಹೇಳುತ್ತಾನೋ ನೋಡೋಣ."

"ಸರಿ, ಈಗ ನಾನು ಹೊರಡುತ್ತೇನೆ. ಬೆಳಿಗ್ಗೆ ಬರುತ್ತೇನೆ" ಎಂದು ಹೇಳಿ ಶಬರವರ್ಮ ಹೊರಟುಹೋದ.

ಮಲಯಕೇತು ಅಲ್ಲಿಂದ ನೇರವಾಗಿ ಅಂತಃಪುರಕ್ಕೆ ಬಂದ. "ಹಸಿವಾಗುತ್ತಿದೆ, ಊಟ ಮಾಡೋಣ" ಎಂದ.

ಮಾಧವಿಗೆ ಆಶ್ಚರ್ಯವಾಯಿತು. ಪಾಟಲೀಪುತ್ರದಿಂದ ಬಂದಾಗಿನಿಂದ ಅವನು ಎಷ್ಟೋ ಸಲ ಊಟವನ್ನೇ ಮಾಡಿರಲಿಲ್ಲ, ಮಾಡಿದರೂ ನಿರಾಸಕ್ತಿಯಿಂದ ಒಂದೆರಡು ತುತ್ತು ತಿಂದು ಎದ್ದುಬಿಡುತ್ತಿದ್ದ. ಈಗ ತಾನೇ ಹಸಿವಾಗುತ್ತಿದೆಯೆಂದು ಕೇಳುತ್ತಿರಬೇಕಾದರೆ, ಏನೋ ವಿಶೇಷವಿದೆಯೆನ್ನಿಸಿತು. ಜೊತೆಗೆ ಅವನ ಉತ್ಸಾಹವೂ ಅದನ್ನೇ ಹೇಳುತ್ತಿತ್ತು. ಕಾರಣವನ್ನು ಆಮೇಲೆ ಕೇಳಿದರಾಯಿತೆಂದು, ಅವಳು ಅವನೊಡನೆ ಭೋಜನಶಾಲೆಗೆ ಬಂದಳು. ಮಲಯಕೇತು ಚೆನ್ನಾಗಿಯೇ ಊಟ ಮಾಡಿದ. ಮರಳಿ ಅಂತಃಪುರಕ್ಕೆ ಬಂದರು. ಅವನು ತನ್ನ ಉಡುಪನ್ನು ಬದಲಾಯಿಸಿ ಪಲ್ಲಂಗದ ಮೇಲೆ ಮೈಚಾಚಿದ.

ಮಾಧವಿ ಪಕ್ಕದಲ್ಲಿ ಬಂದು ಕುಳಿತು, "ಏನು ವಿಶೇಷ? ಈ ದಿನ ನಿಮ್ಮಲ್ಲಿ ಏನೋ ವ್ಯತ್ಯಾಸ ಕಾಣುತ್ತಿದೆಯಲ್ಲಾ?" ಎಂದು ಕೇಳಿದಳು.

"ಅದಕ್ಕೆ ಕಾರಣವಿದೆ, ಮಾಧವಿ."

"ಕಾರಣವೆ? ಯಾವುದು, ನನಗೂ ಗೊತ್ತಿಲ್ಲದ ಕಾರಣ?"

"ಅಮಾತ್ಯ ರಾಕ್ಷಸ ನನ್ನ ಆಶ್ರಮವನ್ನು ಬೇಡಿ ಬಂದಿದ್ದಾನೆ."

"ಅಮಾತ್ಯ ರಾಕ್ಷಸನೇ!" ಮಾಧವಿ ಅಚ್ಚರಿಯಿಂದ ಕಣ್ಣರಳಿಸಿದಳು.

"ಹೌದು ಮಾಧವಿ, ನೆಲೆ ತಪ್ಪಿ ಅಲೆಯುತ್ತ ಬಂದಿದ್ದಾನೆ. ಧನನಂದನ ಸಾವಿನ ಸೇಡು ತೀರಿಸಿಕೊಳ್ಳಲು ಸಹಾಯ ಬೇಕೆಂದು ಕೇಳುತ್ತಿದ್ದಾನೆ. ಜೊತೆಗೆ ತಂದೆಯವರನ್ನು ಚಾಣಕ್ಯ ಮೋಸದಿಂದ ಕೊಲ್ಲಿಸಿದನೆಂಬ ವಿಷಯ ಅವರಿಗೂ ಗೊತ್ತಿದೆ. ಚಂದ್ರಗುಪ್ತ ಚಾಣಕ್ಯರನ್ನು ಕೊಂದು ಮಗಧ ಸಿಂಹಾಸನದ ಮೇಲೆ ನನ್ನನ್ನು ಕೂಡಿಸುವುದಾಗಿ ಹೇಳುತ್ತಿದ್ದಾನೆ."

"ಇರುವ ಸಿಂಹಾಸನವನ್ನು ಉಳಿಸಿಕೊಂಡರೆ ಸಾಲದೆ? ಮಗಧ ಸಿಂಹಾಸನದ ಮೇಲೆ ನಿಮಗೂ ಆಸೆಯೇ?"

"ನನಗೆ ಆಸೆಯಿಲ್ಲ ಮಾಧವಿ. ಆದರೆ ತಮ್ಮ ಸ್ವಾರ್ಥಕ್ಕಾಗಿ ನಮ್ಮ ತಂದೆಯನ್ನು ಕೊಲ್ಲಿಸಿದ ಆ ಚಂದ್ರಗುಪ್ತ ಚಾಣಕ್ಯರನ್ನು ಮುಗಿಸಿ ಮಗಧ ಸಿಂಹಾಸನದ ಮೇಲೆ ಕುಳಿತರೆ ತಂದೆಯವರ ಆತ್ಮಕ್ಕೆ ಶಾಂತಿ ದೊರೆಯುತ್ತದೆ. ಅಲ್ಲದೆ ಚಕ್ರವರ್ತಿಯಾಗಬೇಕೆಂಬ ತಂದೆಯವರ ಮಹತ್ವಾಕಾಂಕ್ಷೆಯನ್ನು ಮಗನಾದ ನಾನು ಈಡೇರಿಸಿದಂತಾಗುತ್ತದೆ."

"ಅಂದರೆ, ಉಜ್ವಲ ವಿಧವೆಯಾಗಬೇಕೆ?"

"ಅವರು ನನ್ನನ್ನು ಕೊಂದಿದ್ದರೆ ನೀನು ವಿಧವೆಯಾಗುತ್ತಿರಲಿಲ್ಲವೇ?'

"ಉಜ್ವಲ ನನ್ನ ಗೆಳತಿ. ಅವಳು, ಅವಳ ತಾಯಿ, ಸುಗಂಧಿ, ಸುಜಾತ ನನ್ನಲ್ಲಿ ತೋರಿಸಿದ ಸ್ನೇಹ ಪ್ರೀತಿಗಳನ್ನು ಮರೆಯಬಹುದೆ? ಅವಳಿಗೆ ಕೇಡು ಬಯಸಲು ನನ್ನ ಮನಸ್ಸು ಒಪ್ಪುತ್ತಿಲ್ಲ ಯುವರಾಜ."

"ಹಾಗಾದರೆ ನನ್ನ ತಂದೆಯವರ ಸಾವು ನಿನಗೆ ಏನೂ ಅಲ್ಲವೆ? ನನಗಾದ ಅನ್ಯಾಯ, ನೋವಿಗೆ ಯಾವ ಬೆಲೆಯೂ ಇಲ್ಲವೆ? ನಾಲ್ಕು ದಿನದ ಒಡನಾಟದ ಅವರೇ ಹೆಚ್ಚಾದರೆ?" ಮಲಯಕೇತು ಕೋಪದಿಂದ ಕೇಳಿದ.

"ಹೌದು, ನಾಲ್ಕೇ ದಿನಗಳ ಒಡನಾಟ. ಆದರೆ ಅದು ನಾಲ್ಕು ಜನ್ಮಗಳ ಒಡನಾಟದಷ್ಟು ಹೃದಯದಲ್ಲಿ ಸ್ಥಿರವಾಗಿ ನಿಂತುಬಿಟ್ಟಿದೆ. ನಿಮ್ಮ ನೋವಿಗೆ, ಮಾವನವರ ಸಾವಿಗೆ ನನ್ನಲ್ಲಿ ಭಾವನೆಗಳೇ ಇಲ್ಲವೆಂದು ಭಾವಿಸಬೇಡಿ. ಹಾಗೆಂದು ವಿನಾಕಾರಣ..."

"ವಿನಾಕಾರಣವಲ್ಲ ಮಾಧವಿ. ಕಾರಣವಿದೆ, ಪ್ರಬಲ ಕಾರಣವಿದೆ."

"ಕಡೇ ಪಕ್ಷ, ಆತುರದ ಆವೇಶಕ್ಕಿಂತ, ನಿಧಾನವಾಗಿ ಆಲೋಚಿಸಿ, ಇನ್ನಷ್ಟು ವಿಚಾರಿಸಿ, ಮಾವನವರ ನಿಜವಾದ ಕೊಲೆಗಾರ ಆ ಯವನ ಯೂಡಿಮಸ್‌ನೋ ಅಥವಾ ಚಾಣಕ್ಯರೋ ಎಂದು ನಿರ್ಧರಿಸಿ, ಆಮೇಲೆ ಮುಂದಿನ ಹೆಜ್ಜೆ ಇಡಿ."

ಮಲಯಕೇತು ಮಾತಾಡಲಿಲ್ಲ. ಆದರೆ ಅವನ ಮುಖ ಕೋಪದಿಂದ ಧುಮುಗುಡುತ್ತಿತ್ತು.

"ಸದ್ಯದ ಮನಸ್ಥಿತಿಯಲ್ಲಿ ನನ್ನ ಯಾವ ಮಾತೂ ನಿಮಗೆ ರುಚಿಸುವುದಿಲ್ಲವೆಂದು ನನಗೆ ಗೊತ್ತು. ಆದರೆ ನನ್ನ ಸ್ವಭಾವ ನಿಮಗೆ ಗೊತ್ತೇ ಇದೆ. ಸೇಡು, ದ್ವೇಷ, ಹಿಂಸೆ, ಕೊಲೆ, ಶತ್ರುತ್ವ- ಇವು ಹಿಡಿಸುವುದಿಲ್ಲವೆಂಬುದೂ ನಿಮಗೆ ಗೊತ್ತಿದೆ. ದಯವಿಟ್ಟು ನನ್ನನ್ನೂ ನಿಮ್ಮ ಶತ್ರುವೆಂದು ಭಾವಿಸಬೇಡಿ. ನನ್ನ ಸ್ವಭಾವ, ಮನೋಧರ್ಮ ಏನೇ ಆದರೂ, ನಿಮ್ಮ ಪತ್ನಿಯಾಗಿ ನನ್ನ ಸ್ತ್ರೀಧರ್ಮವನ್ನು ಕಡೆಗಣಿಸುವುದಿಲ್ಲ. ಆದರೆ ಒಂದು ಮಾತು ಮಾತ್ರ ಸತ್ಯ. ಒಂದು ವೇಳೆ ನೀವು ಅನ್ಯಾಯವನ್ನೇ ಮಾಡಿದರೆ, ನೀತಿ ವಿರುದ್ಧವಾದ ಕಾರ್ಯವನ್ನು ಆಚರಿಸಿದರೆ, ಖಂಡಿತ ನಾನು ವಿರೋಧಿಸುತ್ತೇನೆ. ನನ್ನ ಪತಿ ಸಹೃದಯಿ, ಸಾತ್ವಿಕ, ಅಧರ್ಮವನ್ನು ಆಚರಿಸುವುದಿಲ್ಲವೆಂಬ ನನ್ನ ನಂಬಿಕೆಯನ್ನು ಹುಸಿ ಮಾಡಬೇಡಿ" ಎಂದು ಮಾಧವಿ ಮಲಯಕೇತುವಿಗೆ ಬೆನ್ನು ಮಾಡಿ ಮಲಗಿಬಿಟ್ಟಳು.

ಅವಳ ಮಾತಿನ ಪರಿಣಾಮ ಅವನ ಮೇಲೆ ತೀವ್ರವಾಗಿಯೇ ಆಯಿತು. ಎಂದೂ ಅವಳು ಅಷ್ಟು ನಿಷ್ಠುರವಾಗಿ ಮಾತಾಡಿರಲಿಲ್ಲ. ತನ್ನನ್ನು ಕಡೆಗಣಿಸಿದಳೆಂಬ ಭಾವನೆ ಬರದಿದ್ದರೂ, ಅವಳ ಮಾತೇ ಸತ್ಯವಿರಬಹುದೇ? ಎಂಬ ಸಂದೇಹವೇನೋ ಬಂತು. ಆದರೆ ಅದು ಬಹಳ ಹೊತ್ತು ಮನಸ್ಸಿನಲ್ಲಿ ನಿಲ್ಲಲಿಲ್ಲ. ಅರ್ಧರಾಜ್ಯವನ್ನು ಉಳಿಸಿಕೊಳ್ಳಲು ಚಾಣಕ್ಯನೇ ಕೊಲ್ಲಿಸಿರುವನೆಂಬ ಪೂರ್ವನಿಶ್ಚಿತ ಅಭಿಪ್ರಾಯ ಮತ್ತೆ ಮತ್ತೆ ಕೆಣಕಿತು. ಈಗ ಅಮಾತ್ಯ ರಾಕ್ಷಸನೂ ಅದೇ ಮಾತನ್ನು ಹೇಳಿದ್ದು, ಅದನ್ನು ಇನ್ನಷ್ಟು ದೃಢಪಡಿಸಿದಂತಾಗಿತ್ತು. ಮೊದಲೇ ಮೃದು ಸ್ವಭಾವದ ಮಾಧವಿಗೆ ರಾಜನೀತಿಯ ಒಳಹೊರಗುಗಳು ಅರ್ಥವಾಗುವುದಿಲ್ಲ. ಜೊತೆಗೆ ಸೋಗಿನ ಪ್ರೀತಿ ವಿಶ್ವಾಸಗಳನ್ನು ನಿಜವೆಂದೇ ನಂಬಿಬಿಡುವ ಸ್ವಭಾವದವಳು. ಸತ್ಯ ಸಂಗತಿ ಗೊತ್ತಾದ ಮೇಲೆ ವಾಸ್ತವವನ್ನು ಅರ್ಥಮಾಡಿಕೊಳ್ಳುತ್ತಾಳೆ, ಎಂದು ಸಮಾಧಾನಪಡಿಸಿಕೊಳ್ಳಲು ಪ್ರಯತ್ನಿಸಿದ.

ಅತ್ತ ಅತಿಥಿ ಶಾಲೆಯಲ್ಲಿ ಸ್ನಾನ ಮುಗಿಸಿ, ಊಟ ಮಾಡಿ ಬಂದು ರಾಕ್ಷಸ ಮತ್ತು ಅವನ ಪರಿವಾರ ಹಾಸಿಗೆಯ ಮೇಲೆ ಉರುಳಿಕೊಂಡಾಗ ಯಾರಲ್ಲೂ ಅಂಥ ಉತ್ಸಾಹವಿರಲಿಲ್ಲ. ಇದ್ದುದರಲ್ಲಿ ರಾಕ್ಷಸನೇ ಸ್ವಲ್ಪ ಗೆಲುವಾಗಿದ್ದ.

"ಅಮಾತ್ಯರೆ ಒಂದು ಮಾತು" ಎಂದ ಸ್ಕಂದ.

"ಏನು ಸ್ಕಂದ ?"

"ನಾವಿಲ್ಲಿಗೆ ಬರಬಾರದಾಗಿತ್ತು."

"ಏಕೆ ? ಏನಾಯಿತು ?"

"ಇವರಿಗಿಂತ ದೊಡ್ಡ ಸಾಮ್ರಾಜ್ಯದ ಪ್ರಧಾನಾಮಾತ್ಯರಾಗಿದ್ದ ನೀವು, ಈಗ ಸಮಯ ಚೆನ್ನಾಗಿಲ್ಲವೆಂದು ಆಶ್ರಯ ಕೇಳಿ ಬಂದರೆ, ಸ್ವಾಗತಕ್ಕೆ ಸಾಮಾನ್ಯ ಸೈನಿಕರನ್ನು ಕಳಿಸಿದರು. ಬಂದ ಮೇಲೂ ಅಪರಾಧಿಯನ್ನು ವಿಚಾರಿಸುವಂತೆ ವಿಚಾರಣೆ ನಡೆಸಿದರು."

"ಹೌದು ಅಮಾತ್ಯರೆ" ಜೀವಸಿದ್ಧಿ ಹೇಳಿದ, "ನಮ್ಮನ್ನು ಇಳಿಸಿರುವ ಈ ಅತಿಥಿ ಶಾಲೆಯಂತೂ ಅತ್ಯಂತ ಸಾಮಾನ್ಯವಾಗಿದೆ. ಸೇವಕರೇ ನಮ್ಮ ಊಟೋಪಚಾರದ ಮೇಲ್ವಿಚಾರಕರು."

"ನಮ್ಮ ವಿಷಯವಿರಲಿ, ನಿಮಗೆ ಈ ರೀತಿ ಅಪಮಾನ ಮಾಡಿದರಲ್ಲ ಎಂದು ನಮಗೆ ನೋವಾಗುತ್ತಿದೆ" ಎಂದ ಶಶಾಂಕ.

ರಾಕ್ಷಸ ಸ್ವಲ್ಪ ನಕ್ಕು ಎಲ್ಲರತ್ತ ನೋಡಿ ಹೇಳಿದ, "ನಾವಿಲ್ಲಿ ಬಂದಿರುವುದು ಸನ್ಮಾನ ಸತ್ಕಾರಗಳಿಗಲ್ಲ, ಅದನ್ನು ನಿರೀಕ್ಷೆ ಮಾಡುವ ಸ್ಥಿತಿಯಲ್ಲೂ ನಾನಿಲ್ಲ."

"ನಾವು ನಿರೀಕ್ಷೆ ಮಾಡದಿದ್ದರೂ ಅವರು ಕನಿಷ್ಠ ಗೌರವಾದರಗಳನ್ನು ನೀಡುವುದು ಸಭ್ಯತೆಯಲ್ಲವೆ ?" ಎಂದ ಜೀವಸಿದ್ಧಿ.

"ಅದು ಅವರ ಇಚ್ಛೆ. ಸದ್ಯದ ಪರಿಸ್ಥಿತಿಯಲ್ಲಿ ಅವರು ನನ್ನನ್ನು ಸಂದೇಹದಿಂದ ನೋಡುವುದು ಸಹಜ. ಏಕೆಂದರೆ ಮೊದಲಿನಿಂದಲೂ ಪೌರವನಿಗೆ ಮಗಧದ ಮೇಲೆ ಅಸಹನೆಯೇ ಇತ್ತೆಂಬುದನ್ನು ಮರೆಯುವಂತಿಲ್ಲ, ಅಲೆಗ್ಸಾಂಡರ್ ಹಿಂದಿರುಗದಿದ್ದರೆ ಅವನೊಡನೆ ಸೇರಿ ಪೌರವ ಈ ವೇಳೆಗೆ ನಮ್ಮ ಮೇಲೆ ಯುದ್ಧ ಮಾಡಿರುತ್ತಿದ್ದ. ಆದರೆ ಈಗ ಧನನಂದ ಸತ್ತು, ನಾನು ನಿಸ್ಸಹಾಯಕನಾಗಿ ಬಂದಾಗ, ಅವನು ನನ್ನನ್ನು ಇನ್ನೂ ಗೌರವದಿಂದ ಕಾಣಬೇಕೆಂದು ಬಯಸಬಾರದು. ಪರ್ವತರಾಜ ಆ ರೀತಿ ಸಾಯದಿದ್ದರೆ ನಾವು ಇಲ್ಲಿಗೆ ಬರುವಂತೆಯೂ ಇರಲಿಲ್ಲ, ಬಂದರೂ ಅವನು ನಮಗೆ ಖಂಡಿತ ಸಹಾಯ ಮಾಡುತ್ತಿರಲಿಲ್ಲ."

"ಆದರೂ ನಿಮ್ಮ ಸ್ಥಾನಮಾನವನ್ನು ಅವರು ಪರಿಗಣಿಸಬೇಕಾಗಿತ್ತು" ಎಂದ ಸ್ಕಂದ.

"ಯಾರೂ ನನಗಾಗಿ ಬೇಸರ ಮಾಡಿಕೊಳ್ಳಬೇಕಾಗಿಲ್ಲ. ಅವರು ಈಗ ನನ್ನನ್ನು ಗುಡಿಸಲಿನಲ್ಲಿ ಮಲಗುವಂತೆ ಹೇಳಿದರೂ ನಾನು ಅಸಹ್ಯಪಟ್ಟುಕೊಳ್ಳುವುದಿಲ್ಲ, ಕದನ್ನವನ್ನು ಕೊಟ್ಟರೂ ಮುಖ ಕೆಡಿಸಿಕೊಳ್ಳದೆ ಸಂತೋಷದಿಂದ ತಿಂದುಬಿಡುತ್ತೇನೆ. ಆದರೆ ಧನನಂದನ ಸಾವಿನ ಸೇಡು ತೀರಿಸಿಕೊಳ್ಳಲು ಅವನು ನನಗೆ ಸಹಾಯ ಮಾಡಿದರೆ ಸಾಕು. ನನ್ನ ಮೇಲೆ ಪ್ರೀತಿ ಗೌರವಗಳಿದ್ದರೆ ನನಗಾಗಿ ನೀವು ಎಲ್ಲವನ್ನೂ ಸಹಿಸಬೇಕು."

"ತಪ್ಪು ತಿಳಿಯಬೇಡಿ ಅಮಾತ್ಯರೆ" ಜೀವಸಿದ್ಧಿ ಹೇಳಿದ, "ನಮ್ಮ ಬೇಸರ ನಿಮ್ಮ ಮೇಲಿನ ಗೌರವದಿಂದಲೇ ಹೊರತು, ನಮಗೆ ಸುಖ ಬೇಕೆಂದಲ್ಲ, ಯೋಚನೆ ಮಾಡಬೇಡಿ, ನಿಮ್ಮ ಕಾರ್ಯ ಈಡೇರುವುದಾದರೆ ನಾವು ಏನು ಬೇಕಾದರೂ ಸಹಿಸಲು ಸಿದ್ಧರಾಗಿದ್ದೇವೆ."

ಎಲ್ಲರೂ ಅವನ ಮಾತನ್ನು ಅನುಮೋದಿಸುವಂತೆ ತಲೆಯಾಡಿಸಿದರು.

ಆ ಅತಿಥಿ ಶಾಲೆಯಲ್ಲಿ ಎರಡು ಮೂರು ಕೋಣೆಗಳಿದ್ದರೂ, ನಡುಮನೆಯೇ ಸಾಕಷ್ಟು ವಿಶಾಲವಾಗಿದ್ದುದರಿಂದ, ಅಲ್ಲಿದ್ದ ಸಾಮಾನ್ಯ ಮಂಚಗಳ ಜೊತೆಗೆ ಕೋಣೆಯಲ್ಲಿದ್ದವುಗಳನ್ನೂ ಹೊರಗೆಳೆದುಕೊಂಡು ಬಂದು ಎಲ್ಲ ಅಲ್ಲೇ ಮಲಗಿಕೊಂಡರು. ಸಾಕಷ್ಟು ಬಳಲಿದ್ದುದರಿಂದ ಸ್ವಲ್ಪ ಹೊತ್ತಿಗೇ ಗಾಢ ನಿದ್ರೆಯಲ್ಲಿ ಮುಳುಗಿದರು. ಆದರೆ ರಾಕ್ಷಸನಿಗೆ ಮಾತ್ರ ಬಹಳ ಹೊತ್ತು ನಿದ್ರೆ ಬರಲಿಲ್ಲ. ಪಾಟಲೀಪುತ್ರದ ಘಟನೆಗಳು, ಧನನಂದ, ತನ್ನ ಹೆಂಡತಿ, ಮಗ ಎಲ್ಲ ಒಂದರೊಳಗೊಂದು ಬೆರೆತು ಮನಸ್ಸು ಬಹಳ ಪ್ರಕ್ಷುಬ್ಧವಾಯಿತು. ಎದ್ದು ಕುಳಿತುಬಿಟ್ಟ.

ಅವನಿಗೆ ಇದ್ದಕ್ಕಿದ್ದಂತೆ ತನ್ನ ತಂದೆಯ ನೆನಪಾಯಿತು. ಆಗಾಗ ಕಾಣಿಸಿಕೊಂಡು ಮರೆಯಾಗುತ್ತಿದ್ದ ಆ ನೆನಪು ಇಂದು ಏಕೋ ಮತ್ತೆ ಮತ್ತೆ ಕಾಡತೊಡಗಿತು. ಎದ್ದು ಅಲ್ಲೇ ತೆರಪಿದ್ದ ಸ್ಥಳದಲ್ಲಿ ಸ್ವಲ್ಪ ಹೊತ್ತು ಅಡ್ಡಾಡಿದ. ಕಾಲು ನೋಯುವಂತಾದ ಮೇಲೆ ಅಲ್ಲೇ ಇದ್ದ ಒಂದು ಮರದ ಪೀಠದ ಮೇಲೆ ಕುಳಿತುಕೊಂಡ. ಮತ್ತೆ ತಂದೆಯ ನೆನಪು ಮುಂದು ವರಿಯತೊಡಗಿತು ...

... ತಂದೆ ತೀವ್ರ ಅನಾರೋಗ್ಯದಲ್ಲಿದ್ದ ಸಂದರ್ಭದಲ್ಲಿ ಒಂದು ದಿನ ಮಗನೊಂದಿಗೆ ಬಹಳ ಹೊತ್ತು ಮಾತನಾಡಿದ್ದ. ಅವನಿಗೆ ತಾನು ಬದುಕಿ ಉಳಿಯುವ ಭರವಸೆಯೇ ಇರಲಿಲ್ಲ.

'ಅಪ್ಪಾಜಿ, ನೀವು ಚಿಂತಿಸಬೇಡಿ, ಖಂಡಿತ ಗುಣವಾಗುತ್ತೀರಿ' ಎಂದು ವಸುಭೂತಿ ಧೈರ್ಯ ಹೇಳಿದ.

'ವಸುಭೂತಿ, ಮಗು, ನಿನಗೆ ನಿನ್ನ ತಂದೆಯ ಬಗ್ಗೆ ಮಮಕಾರವಿದೆ. ಆದರೆ, ಅದೇ ಮಮಕಾರ ಮೃತ್ಯುವಿಗೂ ಇರುತ್ತದೆಯೇ? ನನಗೆ ನನ್ನ ಕಡೆಯ ಪಯಣ ನಿಶ್ಚಿತ ವಾಗಿದೆಯೆಂದೇ ಅನ್ನಿಸುತ್ತಿದೆ. ನನಗೆ ಪಶ್ಚಾತ್ತಾಪವೂ ಇಲ್ಲ. ಮರಣದ ಕರುಣೆಗೆ ಪಾತ್ರನಾಗಲು ನಾನು ಸಿದ್ಧನಾಗಿದ್ದೇನೆ.'

'ಮರಣ ಕರುಣೆಯಲ್ಲ ಅಪ್ಪಾಜಿ, ಅದು ಶಾಪ.'

'ಇಲ್ಲ ಮಗು, ನಿಜವಾಗಿ ನೋಡಿದರೆ ಬದುಕೇ ಒಂದು ಶಾಪ. ನೋವು, ಸಂಕಟಗಳು, ಸ್ವಾರ್ಥ ಪ್ರತಿಷ್ಠೆಗಳು ತುಂಬಿರುವ ಈ ಬದುಕಿನಲ್ಲಿ ಕೆಲವರಿಂದ ನಮ್ಮ ನೆಮ್ಮದಿ ಹಾಳಾಗುತ್ತದೆ, ಕೆಲವು ಸಲ ನೆಮ್ಮದಿಯನ್ನು ನಾವೇ ಹಾಳುಮಾಡಿಕೊಳ್ಳುತ್ತೇವೆ. ಎರಡು ರೀತಿಯಲ್ಲೂ ಬದುಕು ಅಸಹನೀಯವೇ.'

'ಇಲ್ಲ ಅಪ್ಪಾಜಿ. ಸಾವನ್ನು ಬರಲಿ ಎಂದು ಆಹ್ವಾನಿಸುವುದು ಹೇಡಿಗಳ ಲಕ್ಷಣ. ಧೀರನಾದವನು ಎದುರಿಸಿ ನಿಲ್ಲಬೇಕು.'

'ಏನನ್ನು ಎದುರಿಸುತ್ತಿ ಮಗು, ಸಾವನ್ನು ಎದುರಿಸಿ ದೂರ ಸರಿಸುತ್ತೀಯೇನು? ಅದು ಸಾಧ್ಯವಾಗುವಂತಿದ್ದರೆ ಮನುಷ್ಯರು ಇನ್ನೂ ಏನೇನಾಗುತ್ತಿದ್ದರೋ ಏನೋ!'

'ಅಪ್ಪಾಜಿ, ಈ ಬಡತನ, ರೋಗಗಳಿಂದ ನೀವು ಬಸವಳಿದು ಸಾವು ಬಂದರೆ ಮೇಲೆಂದುಕೊಳ್ಳುತ್ತಿದ್ದೀರಿ. ಬಡತನವಿಲ್ಲದಿದ್ದರೆ ಈ ರೋಗ ನಿಮ್ಮನ್ನು ಬೇಗನೇ ಮುಪ್ಪು ಮಾಡುತ್ತಿರಲಿಲ್ಲ.'

'ಬೇಗ ಅಲ್ಲದಿದ್ದರೂ ತಡವಾಗಿಯಾದರೂ ಮುಪ್ಪು, ಸಾವು ಅನಿವಾರ್ಯವಲ್ಲವೆ?'

'ಇರಬಹುದು, ಆದರೆ ಅಕಾಲದ ಮುಪ್ಪು, ಅಕಾಲದ ಸಾವು ಸಮಾಜದ ನಿಷ್ಕರುಣೆಯಿಂದ ಬರುತ್ತದೆ. ನೀವು ಎಂಥ ವಿದ್ವಾಂಸರು, ಎಷ್ಟು ಜನರಿಗೆ ವಿದ್ಯಾದಾನ

ಮಾಡಿದವರು! ನಾವು ತಿಳಿದಂತೆ ಎಲ್ಲರಿಗೂ ಒಳ್ಳೆಯದನ್ನೇ ಮಾಡಿದವರು, ಆದರೆ ಅದಕ್ಕೆ ಸಮಾಜ ಕೊಟ್ಟದ್ದು ಕಿತ್ತು ತಿನ್ನುವ ಬಡತನ.'

'ಬಡತನ ಬದುಕಿನ ಪರೀಕ್ಷೆ ಮಗು. ದಾರಿದ್ರ್ಯದಲ್ಲಿ ಮನಸ್ಸು ಮಾಗಿದಷ್ಟು ಸಂಪತ್ತಿನಲ್ಲಿ ಮಾಗುವುದಿಲ್ಲ, ಮುಕ್ತಿಗೆ ಹತ್ತಿರದ ದಾರಿಯೆಂದರೆ ಈ ಬಡತನವೇ ಇರಬೇಕು.' ತಂದೆ ವಿಷಾದದಿಂದ ನಕ್ಕ. 'ಆದರೆ ನಮ್ಮಂಥ ಪ್ರಾಜ್ಞರು ಸಂಪತ್ತನ್ನು ಹುಡುಕಿ ಹೋಗಬೇಕೆ? ಹಾಗಾದರೆ ತೃಪ್ತಿಯೆನ್ನುವುದು ಏನು? ಅದನ್ನು ಬೇರೆಯವರಿಗೆ ಕಲಿಸುವ ಅಧಿಕಾರ ನಮಗೆಲ್ಲಿರುತ್ತದೆ?'

'ಇಲ್ಲ ಅಪ್ಪಾಜಿ, ಅದು ನಿಮ್ಮ ತಪ್ಪೇ. ನಿಮಗಿದ್ದ ಪಾಂಡಿತ್ಯದಲ್ಲಿ ನೀವು ಇಲ್ಲಲ್ಲದಿದ್ದರೆ ಇನ್ನೊಂದು ಕಡೆ, ರಾಜ ಪುರೋಹಿತರಾಗಿರಬಹುದಾಗಿತ್ತು, ಒಳ್ಳೆಯ ಸಂಬಳ ಕೊಡುವ ಪುರೋಹಿತರಾಗಬಹುದಾಗಿತ್ತು.'

'ಆಗಬಹುದಾಗಿತ್ತು. ಆದರೆ ನನಗೆ ಈ ಮಗಧ, ಅದರಲ್ಲೂ ಪಾಟಲೀಪುತ್ರದ ಮೇಲೆ ವ್ಯಾಮೋಹ, ಬಿಟ್ಟು ಹೋಗಲಾರದ ಸಂಕಟ. ಯಾರಲ್ಲೂ ಬೇಡಲಾರದ ಸ್ವಾಭಿಮಾನ. ಇವೆರಡು ದೋಷಗಳೇ ನಾನು ಬಡವನಾಗಲು ಕಾರಣ.'

'ಆದ್ದರಿಂದಲೇ ನಾನು ಬ್ರಾಹ್ಮಣನಿಗೆ ಮಾತ್ರ ಎಂದು ಹೆಸರಿಟ್ಟ ಪೌರೋಹಿತ್ಯ, ಅಧ್ಯಾಪನಗಳನ್ನು ಅವಲಂಬಿಸಬಾರದೆಂದು ನಿರ್ಧರಿಸಿದ್ದೇನೆ. ಅದಕ್ಕೆಂದೇ ಕ್ಷಾತ್ರ ವಿದ್ಯೆಯನ್ನು ಕಲಿಯುತ್ತಿರುವುದು. ಧನನಂದ ಮನಸ್ಸು ಮಾಡಿದರೆ ಒಬ್ಬ ಸಣ್ಣ ಸೇನಾನಾಯಕನ ಸ್ಥಾನ ಕೊಟ್ಟರೆ ಈಗಿಗಿಂತ ನಮ್ಮ ಬದುಕು ಎಷ್ಟೋ ಸುಗಮವಾಗುತ್ತದೆ.'

'ತಪ್ಪು ವಸುಭೂತಿ' ತಂದೆ ಹೇಳಿದ, 'ಬರೀ ಕ್ಷಾತ್ರವನ್ನು ಅವಲಂಬಿಸಿದವನು ಕ್ರಮೇಣ ಸಾತ್ವಿಕತೆಯನ್ನು ಕಳೆದುಕೊಂಡು ತಾಮಸನಾಗುತ್ತಾನೆ.'

'ಏನಾದರೂ ಸರಿ, ನನಗೆ ಸುರಕ್ಷಿತ ಬದುಕು ಬೇಕು, ಸುಖದಿಂದ ಬದುಕಬೇಕು. ಗಣ್ಯತೆಯನ್ನು ಗಳಿಸಬೇಕು. ದರಿದ್ರ ಬ್ರಾಹ್ಮಣನೆಂದು ಕರೆಸಿಕೊಳ್ಳುವ ಅಭಿಲಾಷೆಯಿಲ್ಲ.'

'ಉನ್ನತಿಗೇರುವ ಎಲ್ಲ ಅರ್ಹತೆ ನಿನಗಿದೆ ವಸುಭೂತಿ. ಆದರೆ ನಿನ್ನ ಮನಸ್ಸಿನಲ್ಲಿ ಒಂದು ಮಾತ್ರ ಸ್ಥಿರವಾಗಿರಲಿ. ಬಡತನ ನೀಡಿತೆಂದು ಮಗಧವನ್ನು ಹಳಿಯಬೇಡ. ಇದೇ ಮಗಧವೇ ನನ್ನನ್ನು, ನಿನ್ನನ್ನು ಬೆಳೆಸಿತೆಂದು ಮರೆಯಬೇಡ. ಧನನಂದ ಈಗಲೇ ಉದ್ಧಟ, ಸೌಜನ್ಯವಿಲ್ಲದ ವ್ಯಕ್ತಿಯೆಂದು ಕೆಲವರು ಆಡಿಕೊಳ್ಳುತ್ತಿದ್ದಾರೆ. ಅವನು ನಿನಗೇನಾದರೂ ಅಧಿಕಾರ ಕೊಟ್ಟರೆ, ಅದನ್ನು ಬಳಸಿ ಮಗಧಕ್ಕೆ ದ್ರೋಹ ಮಾಡಬೇಡ. ವ್ಯಕ್ತಿಯಲ್ಲ, ನಾಡು ಮುಖ್ಯ ಎಂಬುದನ್ನು ಮರೆಯಬೇಡ. ಇಲ್ಲವಾದರೆ ಕಹಿ ತುತ್ತನ್ನು ಉಗುಳುವಂತೆ ಮಗಧ ನಿನ್ನನ್ನು ಉಗುಳಿಬಿಡುತ್ತದೆ.'

ಆ ಮಾತು ನಡೆದ ಎರಡೇ ದಿನಗಳಲ್ಲಿ ತಂದೆ ಅಚ್ಯುತಭಟ್ಟ ತೀರಿಕೊಂಡಿದ್ದ. ಆಮೇಲೆ ತಾನು ಅಮಾತ್ಯನಾದದ್ದು, ಗಣ್ಯನಾದದ್ದು, ಎಲ್ಲ ತಂದೆಯ ನಿರೀಕ್ಷೆಯಂತೆಯೇ ನಡೆದಿತ್ತು. ಆದರೆ ಆ ಮಾತುಕತೆ ಇಂದು ಏಕೆ ನೆನಪಿಗೆ ಬಂತೆಂದು ಅವನಿಗೆ ಅರ್ಥವಾಗಲಿಲ್ಲ. ತಂದೆಯ ಅಸಹಾಯಕತೆ ಮಾತ್ರ ಅವನಿಗೆ ಈಗ ದೊಡ್ಡದಾಗಿ ಕಂಡಿತೇ ಹೊರತು ಅವನ ಮಾತಿನ ಒಳ ಅರ್ಥಗಳತ್ತ ಗಮನ ಹೋಗಲಿಲ್ಲ. ತಂದೆಯಂತೆ ದೈನ್ಯಾವಸ್ಥೆಗೆ ಮುಟ್ಟದಂತೆ ಧನನಂದ ತನಗೆ ಗಣ್ಯತೆ, ಮಾನ್ಯತೆಗಳನ್ನು ನೀಡಿದನೆಂಬುದೇ ಮಹತ್ವದ ಸಂಗತಿಯಾಯಿತು. ಅದೇ ಗುಂಗಿನಲ್ಲೇ ಅವನು ಎದ್ದು ಹೋಗಿ ಮಲಗಿಕೊಂಡ.

೫

ಬೆಳಿಗ್ಗೆ ವೈದ್ಯ ಸುಮಂತ ಬರುವ ವೇಳೆಗೆ ಮಲಯಕೇತು ಮತ್ತು ಅಮಾತ್ಯ ಶಬರವರ್ಮ ಸಂದರ್ಶನ ಶಾಲೆಯಲ್ಲಿ ಕಾಯುತ್ತಿದ್ದರು. ಅನಿರೀಕ್ಷಿತವಾದ ಈ ಕರೆ ಏಕೆಂದು ಅವನಿಗೆ ಅರ್ಥವಾಗಿರಲಿಲ್ಲ, ನಿಜ ಹೇಳಬೇಕೆಂದರೆ ಅವನು ಇನ್ನೂ ಪಾಟಲೀಪುತ್ರದಲ್ಲಿ ನಡೆದ ಘಟನೆಗಳ ಆಘಾತದಿಂದ ಚೇತರಿಸಿಕೊಂಡಿರಲಿಲ್ಲ, ಅವನು ಬಂದು ಗೌರವ ಪೂರ್ವಕವಾಗಿ ನಮಸ್ಕರಿಸಿದ.

''ಬನ್ನಿ ವೈದ್ಯರೇ ಕುಳಿತುಕೊಳ್ಳಿ'' ಎಂದು ಮಲಯಕೇತು ಪೀಠ ತೋರಿಸಿದ.

''ಮಹಾರಾಜರ ದೇಹಾವಸಾನದ ವಿಷಯ ಗೊತ್ತಿದೆಯಲ್ಲವೆ?'' ಎಂದು ಶಬರವರ್ಮ ಕೇಳಿದ.

''ಅಂಥ ದಾರುಣವಾದ ಸಂಗತಿ ಯಾರಿಗೆ ತಾನೆ ಗೊತ್ತಿಲ್ಲ ಅಮಾತ್ಯರೆ? ಪಾಟಲೀಪುತ್ರದಲ್ಲಿ ಆ ಗದ್ದಲದ ನಡುವೆ ಪ್ರಾಣಭೀತಿಯಿಂದ ತಲ್ಲಣಿಸಿದ ಕ್ಷಣಗಳು, ಇನ್ನೂ ನನ್ನನ್ನು ಸರಿಯಾಗಿ ನಿದ್ರೆ ಮಾಡಲೂ ಬಿಡುತ್ತಿಲ್ಲ, ದೇವರ ದಯದಿಂದ ನಾನು ನಗರ ಸೇರಿದ ಮೇಲೆ ಮಹಾರಾಜರ ಹತ್ಯೆಯ ವಿಷಯ ತಿಳಿಯಿತು. ಪಾಟಲೀಪುತ್ರದಲ್ಲಿ ಅಂಥ ಒಂದು ಘಟನೆ ನಡೆಯಬಹುದೆಂದು ನಾನು ಕಲ್ಪನೆಯನ್ನೂ ಮಾಡಿರಲಿಲ್ಲ.''

''ವೈದ್ಯರೇ'' ಮಲಯಕೇತು ಹೇಳಿದ, ''ಪಾಟಲೀಪುತ್ರದಲ್ಲಿ ನೀವು ಬಹಳ ದಿನಗಳ ಕಾಲ ಇದ್ದಿರಲ್ಲವೆ? ಅಲ್ಲಿನ ನಿಮ್ಮ ದೀರ್ಘ ವಾಸ್ತವ್ಯದ ಅನುಭವಗಳೇನು?''

''ಅನುಭವಗಳೆಂದರೆ...?'' ಅರ್ಥವಾಗದೆ ಸುಮಂತ ಅನುಮಾನಿಸಿದ.

ಆಗ ಶಬರವರ್ಮ ಹೇಳಿದ, ''ಅಂದರೆ, ಅಲ್ಲಿ ನಿಮ್ಮನ್ನು ಯಾವ ರೀತಿ ನೋಡಿ ಕೊಂಡರು? ಜನ ಹೇಗೆ? ಏನಾದರೂ ತೊಂದರೆಗಳಾದವೆ?''

''ಖಂಡಿತ ಯಾವ ತೊಂದರೆಗಳೂ ಆಗಲಿಲ್ಲ'' ಸುಮಂತ ಹೇಳಿದ, ''ಜನ ಕೂಡ ತುಂಬ ವಿಶ್ವಾಸಿಗಳು. ರಾಜಕುಮಾರನಿಗೆ ಚಿಕಿತ್ಸೆ ನಡೆಸುವುದೇ ನನ್ನ ಪ್ರಮುಖ ಉದ್ದೇಶ ವಾಗಿದ್ದುದರಿಂದ, ಅದಕ್ಕೆ ಸಂಬಂಧಿಸಿದ ಹೊಸ ಹೊಸ ಔಷಧಿಗಳನ್ನು ಸಿದ್ಧಪಡಿಸು ವುದರಲ್ಲೇ ಹೊತ್ತು ಹೋಗುತ್ತಿತ್ತು. ಹೆಚ್ಚಾಗಿ ಹೊರಗೆ ಓಡಾಡುವ ಅವಕಾಶವೇ ಸಿಗಲಿಲ್ಲ, ನಾನು ಅಲ್ಲಿಗೆ ಹೋದ ಕೆಲವು ದಿನಗಳ ಮೇಲೆ ಬೇರೆ ಜನಗಳೂ ನನ್ನ ಬಳಿಗೆ ಚಿಕಿತ್ಸೆಗೆ ಬರುತ್ತಿದ್ದರು.''

''ರಾಜ, ರಾಣಿ, ಅಮಾತ್ಯ, ಅಧಿಕಾರಿಗಳು ನಿಮ್ಮನ್ನು ಚೆನ್ನಾಗಿ ನಡೆಸಿಕೊಂಡರೆ?''

''ಅವರಲ್ಲಿ ಮೊದಲು ನಾನು ಅಮಾತ್ಯ ರಾಕ್ಷಸರನ್ನು ಸ್ಮರಿಸಿಕೊಳ್ಳಬೇಕು. ಅವರು ನನ್ನನ್ನು ಕಡೆಯವರೆಗೂ ರಾಜಾತಿಥಿಯಂತೆಯೇ ನೋಡಿಕೊಂಡರು. ಇರಲು ಸುಸಜ್ಜಿತವಾದ ಮನೆ, ಅಗತ್ಯ ಸಾಮಗ್ರಿಗಳನ್ನು ನಾನು ಕೇಳದೇ ಒದಗಿಸುತ್ತಿದ್ದರು. ಆದರೆ ನನಗೆ ವೈಭವ ಒಗ್ಗುವುದಿಲ್ಲ, ವೈದ್ಯನಾಗಿ ಚಿಕಿತ್ಸೆ ನಡೆಸಲು ಬಂದವನೇ ಹೊರತು, ಸುಖಜೀವನ ನಡೆಸಲು ಬಂದವನಲ್ಲ ಎಂದು ಎಷ್ಟೋ ಅನುಕೂಲಗಳನ್ನು ನಾನೇ ಸೌಜನ್ಯದಿಂದಲೇ ನಿರಾಕರಿಸಿಬಿಟ್ಟೆ. ಮಹಾರಾಣಿ ಕೂಡ ಒಳ್ಳೆಯ ಹೆಂಗಸು. ತನ್ನ ಮಗ ಗುಣಮುಖವಾಗತೊಡಗಿದಂತೆ ಅವಳೂ ನನ್ನ ಬಗ್ಗೆ ಅತಿಯಾದ ಕೃತಜ್ಞತೆ ತೋರಿಸುತ್ತಿದ್ದಳು. ಅವಳು ಜೀವನದಲ್ಲಿ ಬಹಳ

ದುಃಖ ಅನುಭವಿಸಿರಬೇಕೆಂದು ನಾನು ಊಹೆ ಮಾಡಿದೆ. ಮಗನ ಮೇಲೆ ಪ್ರಾಣವಿರಿಸಿಕೊಂಡಿದ್ದಳು. ಅವನು ಸಂಪೂರ್ಣವಾಗಿ ಗುಣಮುಖನೂ ಆಗಿದ್ದ. ನಾನು ಎರಡು ತಿಂಗಳು ಮೊದಲೇ ಹಿಂದಿರುಗಿ ಬರಬೇಕಾಗಿತ್ತು. ಆದರೆ ಆಕೆ, ತಾನೇನೋ ವ್ರತ ಮಾಡುತ್ತಿದ್ದೇನೆ, ಆಮೇಲೆ ಹೋಗುವಿರಂತೆ, ಎಂದು ಒತ್ತಾಯ ಮಾಡಿ ಇರಿಸಿಕೊಂಡಿದ್ದಳು. ಆದರೆ ಏನು ಪ್ರಯೋಜನ? ಅಷ್ಟೊಂದು ದೀರ್ಘ ಕಾಲ ನಾನು ಮಾಡಿದ ಚಿಕಿತ್ಸೆಗೆ ಅರ್ಥವೇ ಇಲ್ಲದಂತಾಯಿತು. ಆ ಪಾಪಿ ಶ್ರೀಯಕ ಮತ್ತು ಸಂಜಯ ವಿಷವಿಟ್ಟು ರಾಜಕುಮಾರನನ್ನು ಕೊಂದುಬಿಟ್ಟರು.'' ದುಃಖದಿಂದ ಅವನ ಕೊರಳು ಗದ್ಗದಿತವಾಯಿತು.

''ಆ ಶ್ರೀಯಕನಿಗೆ ರಾಜಕುಮಾರನ ಮೇಲೇಕೆ ದ್ವೇಷ?''

''ಸ್ವಭಾವತಃ ಅವನು ಮಹತ್ವಾಕಾಂಕ್ಷಿಯಾಗಿದ್ದನೆಂದು ಕಾಣುತ್ತದೆ. ಬಹುಶಃ ರಾಜಾಸ್ಥಾನದಲ್ಲಿ ಅಮಾತ್ಯ ರಾಕ್ಷಸನ ಪರಮಾಧಿಕಾರವನ್ನು ತಾನು ಪಡೆಯಬೇಕೆಂಬ ಆಸೆಯೇ, ಅವನು ರಾಕ್ಷಸನ ಮೇಲೆ ದ್ವೇಷ ಕಾರಲು ಕಾರಣವಾಗಿತ್ತೆಂದು ನನ್ನ ಭಾವನೆ. ಆದರೆ ಅವನ ದ್ವೇಷ ರಾಜಕುಮಾರನನ್ನೇ ಕೊಲ್ಲುವಷ್ಟು ಕ್ರೂರವಾಗಿರುವುದೆಂದು ನಾನು ಊಹಿಸಿರಲಿಲ್ಲ. ಸಿಂಹಾಸನದ ಮೇಲೆ ಅವನ ದೃಷ್ಟಿ ಬಿದ್ದಿರಬಹುದು. ನಾನು ಪರ್ವತ ನಾಡಿನ ಗೂಢಚಾರನೆಂದು ನನ್ನನ್ನು ಅಲ್ಲಿಂದ ಓಡಿಸಲು ಪ್ರಯತ್ನಿಸಿದ. ಧನನಂದ ಸಂದಿಗ್ಧದಲ್ಲಿ ಸಿಲುಕಿದ್ದ. ಒಂದು ಕಡೆ ಮಗನ ಆರೋಗ್ಯ, ಇನ್ನೊಂದು ಕಡೆ ಶ್ರೀಯಕ ಎತ್ತಿದ ಸಂದೇಹ. ಆದರೆ ಮಹಾರಾಣಿ ಮತ್ತು ರಾಕ್ಷಸರು ಅದಕ್ಕೆ ಅವಕಾಶ ಕೊಡಲಿಲ್ಲ. ಆ ರಾಜವೈದ್ಯ ಸಂಜಯ ನನ್ನ ಮೇಲಿನ ಅಸಹನೆಯಿಂದ ಶ್ರೀಯಕನ ಜೊತೆ ಸೇರಿದ. ಪ್ರಾಣ ಉಳಿಸಬೇಕಾದ ವೈದ್ಯ, ಪ್ರಾಣ ಕಳೆದು ವೈದ್ಯವೃತ್ತಿಗೇ ಕಳಂಕ ತಂದುಬಿಟ್ಟ.''

''ರಾಕ್ಷಸನ ಸ್ವಭಾವ ಹೇಗೆ?''

''ಮುಖ ನೋಡಿದರೆ ಅವನು ತುಂಬ ಕಠಿಣನಂತೆ ಕಾಣುತ್ತಾನೆ. ತನ್ನ ಕೈಕೆಳಗಿನವರನ್ನು ಬಿಗಿ ಧೋರಣೆಯಿಂದ ನಡೆಸಿಕೊಳ್ಳುತ್ತಾನೆ. ಆದರೆ ನಿಜವಾಗಲೂ ಅವನು ಸಜ್ಜನ. ನನ್ನ ಬಗ್ಗೆಯಂತೂ ತುಂಬ ವಿಶ್ವಾಸ ಮತ್ತು ಗೌರವಗಳಿಂದ ನಡೆದುಕೊಳ್ಳುತ್ತಿದ್ದ. ರಾಜಕುಮಾರ ಗುಣವಾಗುವುದರ ಬಗ್ಗೆ ಅವನಿಗೆ ತುಂಬ ಆಸಕ್ತಿಯಿತ್ತು. ಧನನಂದನೂ ಕೂಡ ರಾಕ್ಷಸನ ಮಾತನ್ನು ತೆಗೆದುಹಾಕುವ ಧೈರ್ಯ ತೋರುತ್ತಿರಲಿಲ್ಲ.''

''ನಗರದಲ್ಲಿ ಪ್ರಜೆಗಳು ರಾಕ್ಷಸನ ಬಗ್ಗೆ ಎಂಥ ಅಭಿಪ್ರಾಯವಿರಿಸಿಕೊಂಡಿದ್ದರು?''

''ನನ್ನ ಅಲ್ಪ ಅನುಭವಗಳ ಆಧಾರದಿಂದ ಹೇಳುವುದಾದರೆ, ರಾಜಶಾಸನಗಳನ್ನು ಕಾರ್ಯಗತಗೊಳಿಸುವುದರಲ್ಲಿ ರಾಕ್ಷಸ ಬಹಳ ನಿರ್ದಯಿ. ಆದರೆ ದಕ್ಷತೆಯಲ್ಲಿ ಅವನನ್ನು ಮೀರಿಸುವವರಿಲ್ಲ, ಶೌರ್ಯವೂ ಇತ್ತು. ಆ ಶ್ರೀಯಕನ ಅಂಗರಕ್ಷಕರೊಡನೆ ವೀರಾವೇಶದಿಂದ ಹೋರಾಡಿ ಅವನನ್ನು ಕೊಂದದ್ದು ನನಗೆ ಗೊತ್ತು. ಆ ಕ್ಷಣವೇ ಅವನು ತನ್ನ ಸೈನಿಕರೊಂದಿಗೆ, ನನ್ನನ್ನು ಸುರಕ್ಷಿತ ದೂರದವರೆಗೂ ಮುಟ್ಟಿಸಿಬರುವಂತೆ ಹೇಳಿಕಳಿಸಿದ. ಇಲ್ಲವಾದರೆ ನನಗೂ ಪ್ರಾಣಾಪಾಯವಿತ್ತು. ನಾನಂತೂ, ಆ ಪುಣ್ಯಾತ್ಮನ ದಯದಿಂದ ಮತ್ತೆ ನನ್ನ ತಾಯಿನಾಡನ್ನು ಕಾಣುವಂತಾಯಿತೆಂದು ಸದಾ ಕೃತಜ್ಞತೆಯಿಂದ ಸ್ಮರಿಸುತ್ತೇನೆ.''

ತಮಗೆ ಬೇಕಾದ ಎಲ್ಲ ವಿವರ ದೊರೆಯಿತೆಂಬ ಸಮಾಧಾನದಿಂದ ಶಬರವರ್ಮ ಮತ್ತು ಮಲಯಕೇತು ಮುಖ ಮುಖ ನೋಡಿಕೊಂಡರು. ಅಮಾತ್ಯ ರಾಕ್ಷಸನಲ್ಲಿ ಧನನಂದನ

ಸಾವಿನ ಸೇಡೇ ಪ್ರಧಾನವಾಗಿದೆಯೆಂದು ಮನವರಿಕೆಯಾಯಿತು. ಮಲಯಕೇತು ಸನ್ನೆ ಮಾಡುತ್ತಿದ್ದಂತೆ ಶಬರವರ್ಮ ಎದ್ದುಹೋದ.

ಅವರು ಒಂದೆರಡು ಮಾತಾಡುವಷ್ಟರಲ್ಲಿ ಶಬರವರ್ಮ ಅಮಾತ್ಯ ರಾಕ್ಷಸನೊಂದಿಗೆ ಬಂದ. ಸುಮಂತ ದಡಕ್ಕನೆ ಎದ್ದು ಅಚ್ಚರಿಯಿಂದ ಕಣ್ಣರಳಿಸಿ ರಾಕ್ಷಸನತ್ತ ನೋಡಿ, "ಅಮಾತ್ಯರು! ಇಲ್ಲಿ!" ಎನ್ನುತ್ತ ಕೈಮುಗಿದ.

ಅವನೂ ಕೂಡ ಅದೇ ಸಂತೋಷದಿಂದ "ಸುಮಂತ ನೀವು! ನಿಮ್ಮನ್ನು ಮತ್ತೆ ನೋಡುತ್ತಿರುವುದು ನನ್ನ ಭಾಗ್ಯ!" ಎಂದ.

"ನೀವು ಉಳಿಸಿದ ಪ್ರಾಣ ಅಮಾತ್ಯರೇ. ಇಲ್ಲವಾದರೆ ನಾನು, ನನ್ನ ದೇಹ ಪಾಟಲೀ ಪುತ್ರದಲ್ಲೇ ನಾಶವಾಗಿಬಿಡುತ್ತಿತ್ತು."

"ನನ್ನನ್ನು ಹೊಗಳಬೇಡಿ ವೈದ್ಯರೇ" ರಾಕ್ಷಸ ದೈನ್ಯತೆಯಿಂದ ಹೇಳಿದ, "ನಾನು ನಿಮ್ಮನ್ನು ಕರೆಸಿದವನು. ಪೌರವರು ಮನಸ್ಸು ಮಾಡಿ ನನ್ನ ಕೋರಿಕೆಯನ್ನು ಮನ್ನಿಸಿ ನಿಮ್ಮನ್ನು ಕಳಿಸಿಕೊಟ್ಟರು. ನೀವು ಶ್ರದ್ಧೆಯಿಂದ, ನಿಷ್ಠೆಯಿಂದ ರಾಜಕುಮಾರನ ಚಿಕಿತ್ಸೆ ನಡೆಸಿದಿರಿ. ಆದರೆ ನಿಮ್ಮ ಮನಸ್ಸಿಗೆ ನೋವಾಗುವಂತೆ ಹಲವು ಘಟನೆಗಳು ನಡೆದವು."

"ಅವನ್ನೆಲ್ಲ ನಾನು ಮರೆತುಬಿಟ್ಟಿದ್ದೇನೆ ಅಮಾತ್ಯರೆ. ಅವೆಲ್ಲ ಕೀಳು ಮನಸ್ಸಿನವರ ನಡವಳಿಕೆಗಳು. ನೀವು ಮಾತ್ರ ಕಡೆಯವರೆಗೂ ಬಹಳ ವಿಶ್ವಾಸದಿಂದಲೇ ನೋಡಿಕೊಂಡಿರಿ."

"ಆದರೇನು ಪ್ರಯೋಜನ? ಕಡೆಯಲ್ಲಿ ಅಂಥ ಘಟನೆ ನಡೆದುಬಿಟ್ಟಿತಲ್ಲಾ, ನಿಮ್ಮ ಪ್ರಯತ್ನವನ್ನು ಹಾಳುಗೆಡವಿ ಶ್ರೀಯಕ ರಾಜಕುಮಾರನನ್ನು ಕೊಂದ, ನಾನು ಅವನನ್ನು ಕೊಂದೆ, ಚಾಣಕ್ಯ ಚಂದ್ರಗುಪ್ತರು ಧನನಂದನನ್ನು ಕೊಂದರು. ನಿಮ್ಮನ್ನು ನಿಂತ ಕಾಲ ಮೇಲೆ ಹೊರಡಿಸಬೇಕಾಯಿತು. ಅದಕ್ಕಾಗಿ ನಿಮ್ಮ ಕ್ಷಮೆ ಕೇಳುವ ವ್ಯವಧಾನವೂ ಇರಲಿಲ್ಲ. ಈಗಲಾದರೂ ದಯವಿಟ್ಟು ನನ್ನನ್ನು ಕ್ಷಮಿಸಿ."

"ನೀವು ಕ್ಷಮೆ ಕೇಳುವ ಅಗತ್ಯವಿಲ್ಲ ಅಮಾತ್ಯರೆ. ಆ ದಿನ ನೀವು ನನ್ನನ್ನು ಕಳಿಸದಿದ್ದರೆ ಬಹುಶಃ ನನಗೆ ಪ್ರಾಣಾಪಾಯವಿತ್ತು."

"ಏನು ಮಾಡುವುದು, ಧನನಂದನನ್ನಾಗಲೀ, ರಾಜಕುಮಾರನನ್ನಾಗಲೀ ಉಳಿಸಿ ಕೊಳ್ಳಲು ನಾನು ಅಸಮರ್ಥನಾದೆ. ಕಡೆಗೆ ನಾನೂ ತಲೆಮರೆಸಿಕೊಂಡು ಓಡಿ ಬರ ಬೇಕಾಯಿತು. ಈಗ ನನ್ನ ಬಗ್ಗೆ ನಾನೇ ಹೇಸಿಗೆಪಟ್ಟುಕೊಳ್ಳುತ್ತಿದ್ದೇನೆ. ಧೀರನಾದ ನಾನು ಹೋರಾಡಬೇಕಾಗಿತ್ತು, ಎಂದು ಎಲ್ಲ ಕೇಳುವರೆಂದು ನನಗೆ ಗೊತ್ತು. ಆದರೆ ಒಂಟಿಯಾಗಿ ಹೋರಾಡಿ ನಾನೂ ಸತ್ತುಬಿಡುವುದರಿಂದ ಏನು ಪ್ರಯೋಜನ? ಸೇನೆಯ ಬಹುಭಾಗ ಶತ್ರುಗಳಿಗೆ ಬೆಂಬಲ ನೀಡುತ್ತದೆ, ನಗರದ ತುಂಬ ಜನ ದಂಗೆಯೇಳುತ್ತಾರೆಂದು ನಾನು ನಿರೀಕ್ಷಿಸಿರಲಿಲ್ಲ, ನಾನು ಸಾಯುವುದರಿಂದ ಧನನಂದನ ಸಾವಿನ ಸೇಡು ತೀರುವುದಿಲ್ಲ, ಧನನಂದನನ್ನು ಕೊಂದವರನ್ನು ಕೊಲ್ಲುವ ಪ್ರಯತ್ನ ಮಾಡಬೇಕೆಂದೇ, ಸಿಂಹದಂತೆ ಬದುಕಿದ್ದವನು ನರಿಯಂತೆ ತಲೆಮರೆಸಿಕೊಂಡು ಬದುಕಬೇಕಾದ ಸ್ಥಿತಿ ಬಂದಿದೆ. ನನ್ನ ಕಾರಣದಿಂದ ನಿಮಗಾದ ನೋವು, ಅಪಮಾನಗಳಿಗೆ ನಾನು ವಿಷಾದಿಸುತ್ತೇನೆ."

"ಅಮಾತ್ಯರೆ" ಸುಮಂತ ಅವನ ಕೈಹಿಡಿದು ಹೇಳಿದ, "ನಿಮ್ಮಂಥ ಉನ್ನತ ವ್ಯಕ್ತಿತ್ವ ವುಳ್ಳವರು ಒಬ್ಬ ಸಾಮಾನ್ಯ ವೈದ್ಯನಿಗಾಗಿ ಇಷ್ಟೊಂದು ವಿಷಾದಪಡಬೇಕಾದ ಅಗತ್ಯವಿಲ್ಲ."

"ಉನ್ನತ ವ್ಯಕ್ತಿತ್ವ!" ರಾಕ್ಷಸ ನಕ್ಕ "ಅದೆಲ್ಲ ಕಳೆದುಹೋದ ಕತೆ ವೈದ್ಯರೇ. ನನ್ನ ಬಗ್ಗೆ ನನಗೇ ಬಹಳ ಅಹಂ ಇತ್ತೆಂದು ಕಾಣುತ್ತದೆ. ಕಾಣುತ್ತದೆಯೇನು, ಇತ್ತು. ನನ್ನಂಥ ಬುದ್ಧಿವಂತ, ದಕ್ಷ, ಧೀರ ಬೇರೆ ಯಾರೂ ಇಲ್ಲವೆಂದು ಬೀಗುತ್ತಿದ್ದೆ. ಅದೆಲ್ಲಕ್ಕೂ ಆ ಚಾಣಕ್ಯನೇ ಸರಿಯಾದ ಪೆಟ್ಟು ಕೊಟ್ಟುಬಿಟ್ಟ. ಅವನೆದುರು ನಾನು ಏನೂ ಅಲ್ಲ ಎಂಬುದನ್ನು ತೋರಿಸಿಕೊಟ್ಟ. ಆದರೆ ಅದರ ಬೆಲೆ, ಧನನಂದನ ಸಾವು, ಎಂಬುದನ್ನು ನೆನೆದರೆ ದುಃಖ ಉಕ್ಕಿ ಬರುತ್ತದೆ, ಕೋಪ ಕೆರಳುತ್ತದೆ. ನನಗೆ ಇನ್ನು ಆ ಉನ್ನತ ವ್ಯಕ್ತಿತ್ವ ಬೇಕಿಲ್ಲ ವೈದ್ಯರೆ, ಧನನಂದನ ಸಾವಿನ ಸೇಡು ತೀರಿಬಿಟ್ಟರೆ, ನಾನು ಸಾಮಾನ್ಯನಾಗಿ ಉಳಿದ ಬದುಕನ್ನು ಶಾಂತಿ ಸಮಾಧಾನಗಳಿಂದ ಕಳೆಯಬೇಕೆಂದು ನಿರ್ಧರಿಸಿದ್ದೇನೆ."

ಸ್ವಲ್ಪ ಹೊತ್ತು ಮಾತಾಡಿದ ನಂತರ ಸುಮಂತ ಹೊರಟು ನಿಂತ. "ಮಹಾರಾಜ" ರಾಕ್ಷಸ ಕೇಳಿಕೊಂಡ, "ಇಲ್ಲಿರುವಷ್ಟು ಕಾಲ ಈ ಸಜ್ಜನರನ್ನು ಆಗಾಗ ಭೇಟಿ ಮಾಡಲು ಅವಕಾಶ ಕೊಡಿ. ಇವರ ಸ್ನೇಹದ ಸಹವಾಸದಲ್ಲಿ ಮನಸ್ಸಿಗೆ ಸ್ವಲ್ಪ ಶಾಂತಿ ದೊರೆಯುತ್ತದೆ."

"ಆಗಬಹುದು" ಎಂದ ಮಲಯಕೇತು. ಸುಮಂತ ಹೊರಟುಹೋದ.

ಅವನು ಹೋದ ನಂತರ ಮಲಯಕೇತು ಹೇಳಿದ, "ಅಮಾತ್ಯರೆ ನನ್ನನ್ನು ಕ್ಷಮಿಸಿ. ನಾನು ನಿಮ್ಮ ಅರ್ಹತೆಗೆ ತಕ್ಕ ಸ್ವಾಗತ ನೀಡಲಿಲ್ಲ, ಸೂಕ್ತ ವಾಸ್ತವ್ಯದ ವ್ಯವಸ್ಥೆ ಮಾಡಲಿಲ್ಲ."

"ಇಲ್ಲ ಮಹಾರಾಜ, ನಾನು ಅದನ್ನೆಲ್ಲ ಗಮನಿಸಲೇ ಇಲ್ಲ, ಗಮನಿಸುವುದೂ ಇಲ್ಲ. ನನಗೀಗ ಬೇಕಾಗಿರುವುದು ನಿಮ್ಮ ಸ್ನೇಹ, ಸಹಾಯ ಅಷ್ಟೆ. ಗುರಿ ಮಾತ್ರ ಒಂದೇ, ಚಂದ್ರಗುಪ್ತ ಚಾಣಕ್ಯರ ಸಾವು."

"ಇಂದು ನಾನು ಅನಿರ್ಬಂಧ ಸ್ನೇಹ ಹಸ್ತವನ್ನು ಚಾಚುತ್ತೇನೆ. ಇನ್ನುಮೇಲೆ ನೀವು ನನ್ನ ಮಿತ್ರರು. ನಿಮ್ಮ ಶತ್ರು ನಮ್ಮ ಶತ್ರು. ನಿಮ್ಮ ಗುರಿ ನಮ್ಮ ಗುರಿ" ಎಂದು ಮಲಯಕೇತು ರಾಕ್ಷಸನ ಕೈಹಿಡಿದ.

"ಈಗ ನನ್ನ ಅರ್ಧ ಚಿಂತೆ ಪರಿಹಾರವಾಯಿತು, ಮಹಾರಾಜ" ರಾಕ್ಷಸ ನಿರಾಳವಾದ ಉಸಿರು ಬಿಟ್ಟ. "ಇನ್ನು ನನ್ನ ಮನಸ್ಸು ಹುಮ್ಮಸ್ಸಿನಿಂದ ಕ್ರಿಯಾಶೀಲವಾಗುತ್ತದೆ. ನಿಮ್ಮ ಸ್ನೇಹಕ್ಕೆ, ಔದಾರ್ಯಕ್ಕೆ ಅನುಗುಣವಾಗಿ ನಡೆದುಕೊಳ್ಳುತ್ತೇನೆ. ನನ್ನದರ ಜೊತೆಗೆ ನಿಮ್ಮ ಹಿತಾಸಕ್ತಿಯೂ ಈಡೇರುವಂತೆ ಪ್ರಾಮಾಣಿಕತೆಯಿಂದ ಕೆಲಸ ಮಾಡುವೆನೆಂದು ಮಾತು ಕೊಡುತ್ತೇನೆ."

"ಆ ನಂಬಿಕೆ ನನಗಿದೆ ಅಮಾತ್ಯರೆ. ಇಂದಿನಿಂದ ನಿಮಗೆ ಪ್ರತ್ಯೇಕ ವಸತಿಯ ವ್ಯವಸ್ಥೆ ಮಾಡುತ್ತೇನೆ. ನೀವು ಬಯಸುವುದಾದರೆ ಅಮಾತ್ಯ ಪದವಿಯನ್ನೇ ನೀಡುತ್ತೇನೆ."

"ಬೇಡ ಮಹಾರಾಜ. ಕಷ್ಟದಲ್ಲಿ ನನ್ನ ಜೊತೆ ಬಂದಿರುವವರು ನನ್ನ ಕೈಕೆಳಗಿನವರೇ ಆದರೂ ನನ್ನ ಮಿತ್ರರು, ಹಿತೈಷಿಗಳು. ಅವರೊಂದಿಗೆ ಅದೇ ಅತಿಥಿಶಾಲೆಯಲ್ಲೇ ಇದ್ದುಕೊಳ್ಳುತ್ತೇನೆ. ಇನ್ನು ಅಮಾತ್ಯ ಪದವಿ, ಅದರ ವ್ಯಾಮೋಹ, ಪಾಟಲೀಪುತ್ರದಲ್ಲೇ ಸತ್ತುಹೋಯಿತು. ಹಿರಿಯರೂ, ಅನುಭವಿಗಳೂ ಆದ ಶಬರವರ್ಮರಿದ್ದಾರೆ. ಪದವಿಯಿಲ್ಲದೆ ಅವರಿಂದ ನಾನು ಕಲಿಯಬೇಕಾದ್ದು ಬಹಳವಿದೆ."

ಅವನ ಸೌಜನ್ಯ ಇಬ್ಬರಿಗೂ ಮೆಚ್ಚಿಗೆಯಾಯಿತು. ಒಂದೆರಡು ದಿನದ ವಿಶ್ರಾಂತಿಯ

ನಂತರ ನಿಧಾನವಾಗಿ ಮಾತಾಡಬಹುದೆಂದು ಕಳಿಸಿಕೊಟ್ಟ, ಅಲ್ಲದೆ ನಗರದಲ್ಲಿ ಅವನು ಮುಕ್ತವಾಗಿ ಎಲ್ಲಿ ಬೇಕಾದರೂ ಓಡಾಡಬಹುದೆಂದು ಅನುಮತಿ ನೀಡಿದ.

ರಾಕ್ಷಸ ಉತ್ಸಾಹದಿಂದ ಅತಿಥಿ ಶಾಲೆಗೆ ಬಂದ. ಅವನ ಮುಖ ನೋಡಿದಾಗಲೇ ಜೀವಸಿದ್ಧಿ, ಸಮಿದ್ಧಾರ್ಥಕ, ಸ್ಕಂದ ಮತ್ತು ಶಶಾಂಕನಿಗೆ ಶುಭ ಸುದ್ದಿಯೆಂದು ಅನ್ನಿಸಿತು. "ನಮ್ಮ ಕಾರ್ಯ ಕೈಗೂಡುತ್ತದೆ" ಎಂದ ರಾಕ್ಷಸ, ತಾನೇ ಒಂದು ಪೀಠದ ಮೇಲೆ ಕೂಡುತ್ತ.

"ಹೌದೇ! ನಿಮ್ಮ ಜೊತೆ ಸೇರಲು ಮಲಯಕೇತು ಒಪ್ಪಿದನೆ?" ಜೀವಸಿದ್ಧಿ ಆತುರದಿಂದ ಕೇಳಿದ.

"ಹೌದು" ರಾಕ್ಷಸ ಹೇಳಿದ, "ನನಗೆ ಸರಿಯಾದ ಸ್ವಾಗತ ಸಿಕ್ಕಲಿಲ್ಲ, ಸರಿಯಾದ ವಸತಿ ಸೌಲಭ್ಯವನ್ನು ಕಲ್ಪಿಸಲಿಲ್ಲವೆಂದು ನೀವು ಅಸಮಾಧಾನಪಟ್ಟಿರಲ್ಲವೆ? ಅದರ ಅರಿವು ಅವನಿಗಿದೆ. ಅದಕ್ಕಾಗಿ ಅವನು ಕ್ಷಮೆ ಕೇಳಿದ. ನನಗಾಗಿ ಬೇರೆ ವ್ಯವಸ್ಥೆ ಮಾಡಲು ಮುಂದಾದ. ನಾನೇ ಬೇಡವೆಂದೆ."

"ಏಕೆ? ಏಕೆ ಬೇಡವೆಂದಿರಿ?"

"ನಿಮ್ಮೊಂದಿಗೇ ಇರಬೇಕೆಂದು. ನನ್ನ ಕಷ್ಟಕಾಲದಲ್ಲೂ ನೀವು ನನ್ನ ಜೊತೆಗಿದ್ದೀರಿ. ನಿಮ್ಮನ್ನು ಇಲ್ಲಿ ಬಿಟ್ಟು ನಾನೊಬ್ಬನೇ ಯಾವ ವೈಭವವನ್ನು ಅನುಭವಿಸಬೇಕು."

'ಇಂಥವನಿಗೆ ನಾವು ಮೋಸ ಮಾಡಬೇಕಾಯಿತಲ್ಲ' ಎಂದು ಜೀವಸಿದ್ಧಿ ಒಳಗೇ ನೊಂದುಕೊಂಡು ಮೇಲೆ ಹೇಳಿದ, "ಅಮಾತ್ಯರೇ, ನಿಜವಾಗಲೂ ನೀವು ಸುಸಂಸ್ಕೃತರು. ಇಂಥ ಸಂದರ್ಭ ಬಾರದಿದ್ದರೆ ಬಹುಶಃ ನಿಮ್ಮ ಈ ಸದ್ಗುಣಗಳು ವ್ಯಕ್ತವಾಗುತ್ತಿರಲಿಲ್ಲವೇನೋ!"

"ಹೌದು ಪೂಜ್ಯರೆ" ರಾಕ್ಷಸ ಹೇಳಿದ, "ಕಷ್ಟಗಳು ಬಂದಾಗಲೇ ಮನುಷ್ಯ ಬಹುಶಃ ತನ್ನನ್ನು ತಾನು ಅರಿತುಕೊಳ್ಳಲು ಆರಂಭಿಸುತ್ತಾನೆ. ನೋವು, ಸಂಕಟಗಳ ಉರಿಯಲ್ಲಿ ಬೆಂದು ಅವನ ಮನಸ್ಸು ಪಕ್ವವಾಗುವುದೆಂದು ಕಾಣುತ್ತದೆ."

"ಮುಂದೇನು ಅಮಾತ್ಯರೇ?" ಸ್ಕಂದ ಕೇಳಿದ.

"ಮುಂದೇನೆಂದರೆ, ಸರಿಯಾದ ಕಾರ್ಯ ಯೋಜನೆಯನ್ನು ರೂಪಿಸುವುದು. ಆದಷ್ಟು ಬೇಗ ಅದನ್ನು ಕಾರ್ಯರೂಪಕ್ಕೆ ತರುವುದು. ಅಂದಹಾಗೆ, ಮಲಯಕೇತು ನಾವು ನಗರದಲ್ಲಿ ಮುಕ್ತವಾಗಿ ಓಡಾಡುವ ಅನುಮತಿ ನೀಡಿದ್ದಾನೆ."

"ಸದ್ಯ, ನಾಲ್ಕು ಗೋಡೆಗಳ ನಡುವೆ ಕುಳಿತು ನನಗೆ ಬೇಸರವಾಗಿಬಿಟ್ಟಿತ್ತು" ಎಂದ ಶಶಾಂಕ.

"ಬಹುಶಃ ನಾವು ಏನು ಮಾತಾಡಿಕೊಳ್ಳುತ್ತೇವೋ ಎಂದು ತಿಳಿಯಲು ನಮ್ಮ ಹಿಂದೆ ಗೂಢಚಾರರನ್ನು ಬಿಡಬಹುದು" ಎಂದು ಸ್ಕಂದ ಸಂದೇಹಿಸಿದ.

"ಹೊರಗೆ ಮಾತ್ರ ಗೂಢಚಾರರನ್ನು ಬಿಡಬೇಕೆ? ಈಗ ಇಲ್ಲಿಂದಲೂ ರಹಸ್ಯವಾಗಿ ನಮ್ಮ ಮಾತುಗಳನ್ನು ಕೇಳುತ್ತಿರಬಹುದು" ಎಂದ ಸಮಿದ್ಧಾರ್ಥಕ.

"ಸಾಧ್ಯವಿಲ್ಲ, ಮಲಯಕೇತು ಅಂಥ ಕೆಲಸ ಮಾಡಲಾರ. ಒಂದು ವೇಳೆ ಮಾಡಿದರೂ, ಚಿಂತೆ ಪಡಬೇಕಾದ ಕಾರಣವಿಲ್ಲ, ಇಂಥ ಸನ್ನಿವೇಶದಲ್ಲಿ ತನ್ನ ಸಂರಕ್ಷಣೆಯ ದೃಷ್ಟಿಯಿಂದ ನಮ್ಮನ್ನು ಸಂದೇಹದಿಂದ ನೋಡುವುದರಲ್ಲಿ ತಪ್ಪೇನೂ ಇಲ್ಲ, ಆದರೆ ಅವನ ವಿರುದ್ಧವಾಗಿ ನಾವು ಏನನ್ನೂ ಮಾಡುತ್ತಿಲ್ಲ, ಮಾಡುವುದೂ ಇಲ್ಲ, ಅಂದ ಮೇಲೆ ಗೂಢಚಾರರಿಗೆ ನಾವೇಕೆ ಭಯಪಡಬೇಕು?" ರಾಕ್ಷಸ ನಿಶ್ಚಿಂತೆಯಿಂದ ಹೇಳಿದ.

ಸಂಜೆ ಸ್ಕಂದ ಮತ್ತು ಶಶಾಂಕನೊಡನೆ ರಾಕ್ಷಸ ಸುಮಂತನ ಮನೆಗೆ ಹೋದ. ಜೀವಸಿದ್ಧಿ ಮತ್ತು ಸಮಿದ್ಧಾರ್ಥಕ ನಗರದ ಹೊರಗೆ ತಿರುಗಾಡಿ ಬರಲು ಹೋದರು. ಜನ ಸಂಚಾರವಿಲ್ಲದ ಮಾರ್ಗದ ಬದಿಯ ಒಂದು ಸಣ್ಣ ಗುಡ್ಡವನ್ನೇರಿ, ಒಂದು ಬಂಡೆಯ ಮೇಲೆ ಕುಳಿತುಕೊಂಡರು. ಪ್ರಕೃತಿ ಸುಂದರವಾಗಿತ್ತು. ಹಿತವಾದ ತಂಗಾಳಿ ಬೀಸುತ್ತಿತ್ತು. ಅವರು ತಮ್ಮನ್ನು ಯಾರಾದರೂ ಹಿಂಬಾಲಿಸುತ್ತಿರಬಹುದೇ, ಎಂದು ಸಂದೇಹದಿಂದ ಸುತ್ತ ಮುತ್ತ ನೋಡುತ್ತಿದ್ದರು. ಎಲ್ಲೋ ದೂರದ ಕಾಲುದಾರಿಯಲ್ಲಿ ಮತ್ತು ಅವರು ನಡೆದುಬಂದ ಮಾರ್ಗದಲ್ಲಿ ಆಗೊಬ್ಬರು ಈಗೊಬ್ಬರು ಓಡಾಡುವುದನ್ನು ಬಿಟ್ಟರೆ ಬೇರೆ ಯಾರೂ ಇರಲಿಲ್ಲ.

''ಸಮಿದ್ಧಾರ್ಥಕ'' ಜೀವಸಿದ್ಧಿ ಹೇಳಿದ, ''ರಾಕ್ಷಸನನ್ನು ನೋಡಿದರೆ ನನಗೆ ಅಯ್ಯೋ ಅನ್ನಿಸುತ್ತದೆ. ಪಾಪ, ನಿಜವಾಗಲೂ ಅವನು ಒಳ್ಳೆಯ ವ್ಯಕ್ತಿ. ಆಶ್ರಿತರನ್ನು ಬಹಳ ಪ್ರೀತಿಯಿಂದ ನೋಡಿಕೊಳ್ಳುತ್ತಾನೆ. ಅಂಥವನಿಗೆ ನಾವು ಮೋಸ ಮಾಡುತ್ತಿದ್ದೇವಲ್ಲಾ ಎಂದು ನೋವಾಗುತ್ತದೆ.''

''ಏನು ಇಂದುಶರ್ಮರೇ, ಇದ್ದಕ್ಕಿದ್ದ ಹಾಗೆ ನಿಮ್ಮ ಮನಸ್ಸಿನಲ್ಲಿ ಕರುಣೆ ಉಕ್ಕಿ ಹರಿಯುತ್ತಿದೆ'' ಎಂದು ಸಮಿದ್ಧಾರ್ಥಕ ನಕ್ಕ.

''ಇದ್ದಕ್ಕಿದ್ದ ಹಾಗೆ ಕರುಣೆ ಉಕ್ಕಲಿಲ್ಲ ಸಮಿದ್ಧಾರ್ಥಕ. ಅವನ ಆಶ್ರಯಕ್ಕೆ ಹೋದಾಗಿ ನಿಂದಲೂ ಈ ಭಾವನೆಯಿದೆ. ಪಾಟಲೀಪುತ್ರದಲ್ಲಿದ್ದಾಗ, ಎಂಥ ಮೇಧಾವಿ, ಎಂಥ ಸಜ್ಜನ, ಇಂಥವನು ದುಷ್ಟ ನಂದನ ಸೇವೆ ಮಾಡುವನಲ್ಲಾ, ಎಂದು ಅಯ್ಯೋ ಅನಿಸುತ್ತಿತ್ತು. ಈಗ, ಎಂಥ ಗಣ್ಯತೆ ಮಾನ್ಯತೆಗಳಿಂದ ಮೆರೆಯುತ್ತಿದ್ದ, ದಿಕ್ಕಿಲ್ಲದ ಪರದೇಸಿಯಂತಾದನಲ್ಲಾ ಎಂದು ಅಯ್ಯೋ ಅನಿಸುತ್ತಿದೆ.''

''ನಾವು ಅವನಿಗೆ ಅಯ್ಯೋ ಅನ್ನುತ್ತ ಕುಳಿತರೆ ಆಚಾರ್ಯರ ಕೆಲಸಕ್ಕೆ ಭಂಗವಾಗುತ್ತದೆ ಇಂದುಶರ್ಮರೇ.''

''ಹೌದು, ನಿನ್ನ ಮಾತು ನಿಜ. ಇವನು ಎಷ್ಟು ಒಳ್ಳೆಯವನಾದರೂ ಈಗ ಚಂದ್ರಗುಪ್ತ ಚಾಣಕ್ಯರಿಗೆ ಪರಮಶತ್ರು. ಇವನು ತನ್ನ ಕಾರ್ಯದಲ್ಲಿ ಯಶಸ್ವಿಯಾದರೆ ಅವರಿಗೆ ಆಪತ್ತೆಂದೇ ಅರ್ಥ. ನಮಗೆ ಇವನಲ್ಲ ಅವರು ಮುಖ್ಯ.''

''ನಿಜ, ನಾವು ಮಾಡುತ್ತಿರುವ ವೃತ್ತಿ ಗೂಢಚರ್ಯ. ಅದರಲ್ಲಿ ಪ್ರತಿಪಕ್ಷದ ಮೇಲೆ ಕರುಣೆಯೆಂಬುದೇ ಇರಬಾರದು. ನಮ್ಮ ಒಡೆಯರಿಗೆ ಖಚಿತವಾದ, ಸೂಕ್ತವಾದ ಸುದ್ದಿ ಕೊಡುವುದಷ್ಟೇ ನಮ್ಮ ಕರ್ತವ್ಯ.''

''ಹಾಗಾದರೆ ನಾನು ಪಾಟಲೀಪುತ್ರಕ್ಕೆ ಹೋಗಿ ಆಚಾರ್ಯರಿಗೆ, ರಾಕ್ಷಸ ಮಲಯ ಕೇತುವಿನ ಆಶ್ರಯ ನೀಡಿದ್ದಾನೆಂದು ಸುದ್ದಿ ಕೊಟ್ಟುಬಿಡಲೆ?''

''ಬೇಡ ಸಮಿದ್ಧಾರ್ಥಕ. ನೀನಾಗಿ ಹೋಗುತ್ತೇನೆಂದರೆ ರಾಕ್ಷಸ ಖಂಡಿತ ಸಂದೇಹ ಪಡುತ್ತಾನೆ.''

''ನಾನು ಹೇಳದೇ ಕೇಳದೇ ಹೋಗಿಬಿಡುತ್ತೇನೆ.''

''ಅದು ಇನ್ನೂ ಅಪಾಯ. ಅವನಿಗೆ ನಾನು ಏನು ಕಾರಣ ಕೊಡಲಿ? ನನ್ನ ಮೇಲೂ ಅನುಮಾನ ಪಡುತ್ತಾನೆ. ಅದರಿಂದ ಕೆಲಸ ಹಾಳಾಗುತ್ತದೆ.''

''ಮತ್ತೆ ಮುಂದೇನು ಮಾಡುವುದು?''

"ಬಹುಶಃ ನಾನೇ ಪಾಟಲೀಪುತ್ರಕ್ಕೆ ಹೋಗಬೇಕಾಗುತ್ತದೆ. ರಾಕ್ಷಸನೇ ಕಳಿಸಿ ಕೊಡುತ್ತಾನೆ."

"ಕರಭಕ ಮತ್ತು ವಿರಾಧಗುಪ್ತ ಪಾಟಲೀಪುತ್ರದಲ್ಲಿ ರಾಕ್ಷಸರ ಪರವಾಗಿ ಕೆಲಸ ಮಾಡುತ್ತಿರುವ ವಿಷಯ ಚಾಣಕ್ಯರಿಗೆ ಗೊತ್ತಿದೆಯೋ, ಇಲ್ಲವೋ ? ಅವರು ಇಂಥವರೇ ಎಂದು ಖಚಿತವಾಗಿ ಗೊತ್ತಿಲ್ಲದಿದ್ದರೂ ಕೆಲವರು ಕೆಲಸ ಮಾಡುತ್ತಿರುವುದು ಅವನಿಗೆ ಖಂಡಿತ ಗೊತ್ತಿರುತ್ತದೆ. ಬಹುಶಃ ಈಗಾಗಲೇ ರಾಕ್ಷಸನ ಬಗ್ಗೆ ಅನುಕಂಪವಿರಬಹುದಾದ ಹಲವು ವ್ಯಕ್ತಿಗಳನ್ನು ಗುರುತಿಸಿದ್ದರೂ ಆಚ್ಚರಿಯಲ್ಲ."

"ಪರ್ವತರಾಜರನ್ನು ಚಾಣಕ್ಯರೇ ಕೊಲ್ಲಿಸಿದರೆಂದು ಮಲಯಕೇತು ನಂಬಿರುವುದು ನನಗಂತೂ ತುಂಬಾ ನೋವುಂಟು ಮಾಡಿದೆ."

"ಹಾಗೆ ನಂಬಿರುವುದರಿಂದಲೇ ಅವನು ರಾಕ್ಷಸನ ನೆರವಿಗೆ ಸಿದ್ಧನಾಗಿರುವುದು."

"ಇದರ ಫಲಿತಾಂಶವೇನು ? ರಾಕ್ಷಸ ಮತ್ತು ಮಲಯಕೇತುವಿನ ಸಾವಿನೊಂದಿಗೆ ಈ ಘರ್ಷಣೆ ಮುಕ್ತಾಯವಾಗುವುದೇ ?"

"ಚಾಣಕ್ಯನ ಮನಸ್ಸಿನಲ್ಲಿ ಏನಿದೆಯೋ ನನಗೆ ಗೊತ್ತಿಲ್ಲ, ಅವನ ರಾಜನೀತಿಯ ಆಳ ಅಗಲಗಳನ್ನು ಊಹಿಸುವುದು ನನ್ನಿಂದಂತೂ ಸಾಧ್ಯವಿಲ್ಲ. ನಾನು ಅವನ ಸಹಪಾಠಿಯೇ ಆದರೂ ಆಚಾರ್ಯನೆನಿಸಿಕೊಳ್ಳುವುದು ಬರೀ ನನ್ನ ಅಧ್ಯಾಪನದ ವಿಷಯದಲ್ಲಿ ಮಾತ್ರ. ರಾಜನೀತಿಯ ವಿಷಯದಲ್ಲಂತೂ ಚಾಣಕ್ಯನೇ ನನಗೆ ಆಚಾರ್ಯ" ಎಂದು ಜೀವಸಿದ್ಧಿ ನಕ್ಕ.

ಕತ್ತಲಾಗುವವರೆಗೂ ಅವರು ಮಾತಾಡುತ್ತಾ ಕುಳಿತಿದ್ದರು. ಅದೇ ಸಮಯದಲ್ಲಿ ಸುಮಂತನ ಮನೆಯಲ್ಲಿ ರಾಕ್ಷಸ ಮಾತಾಡುತ್ತಿದ್ದ. ವಾಸ್ತವವಾಗಿ ಸುಮಂತನಿಗೆ ಚಂದ್ರಗುಪ್ತ, ಚಾಣಕ್ಯರು ಒಳ್ಳೆಯವರೋ, ಕೆಟ್ಟವರೋ ಎಂಬುದು ಗೊತ್ತಿರಲಿಲ್ಲ. ಆದರೆ ಪಾಟಲೀ ಪುತ್ರದಲ್ಲಿದ್ದ ಅವಧಿಯಲ್ಲಿ ಅವರಿವರಿಂದ ಕೇಳಿದ ಮಾತುಗಳ ಆಧಾರದ ಮೇಲೆ ಬಹುಜನರಿಗೆ ಅವನ ಬಗ್ಗೆ ಸಹಾನುಭೂತಿಯಿತ್ತೆಂದು ಅರ್ಥವಾಗಿತ್ತು. ಚಣಕನ ಸಾವಿನ ವಿಷಯ, ಚಾಣಕ್ಯನ ಪ್ರತಿಜ್ಞೆಯ ವಿಷಯ, ಚಂದ್ರಗುಪ್ತ ಸೆರೆಮನೆಯಿಂದ ತಪ್ಪಿಸಿಕೊಂಡ ವಿಷಯಗಳೂ ಅಷ್ಟಿಷ್ಟು ಅವನ ಕಿವಿಗೆ ಬಿದ್ದಿದ್ದವು. ಅದಕ್ಕೆ ಪ್ರತಿಯಾಗಿ ಧನನಂದನ ದುಷ್ಟತನ, ಲೋಲುಪ್ತಿಗಳ ವಿಷಯವನ್ನೂ ಜನ ಸ್ವಲ್ಪ ಹೆಚ್ಚಾಗಿಯೇ ಮಾತಾಡಿಕೊಳ್ಳುತ್ತಿದ್ದರು. ತಾನು ವೈಯಕ್ತಿಕವಾಗಿ ಕಂಡಂತೆ ಧನನಂದ, ರಾಜತ್ವದ ಗಾಂಭೀರ್ಯ, ಸಜ್ಜನಿಕೆಗಳಿಲ್ಲದ ವ್ಯಕ್ತಿಯೆಂದೇ ಅವನಿಗೆ ಅನ್ನಿಸಿತ್ತು. ಅವನ ಅಮಾತ್ಯನಾಗಿ ಪಾಪ, ಒಳ್ಳೆಯ ವ್ಯಕ್ತಿಯಾದ ರಾಕ್ಷಸರೂ ಜನರ ದೃಷ್ಟಿಯಲ್ಲಿ ಕೆಟ್ಟವನಾಗುತ್ತಿದ್ದಾನಲ್ಲಾ, ಎಂಬ ಭಾವನೆಯೂ ಬಂದಿತ್ತು. ಅನಂತರ ನಡೆದ ದುರದೃಷ್ಟಕಾರೀ ಘಟನೆಗಳು, ಧನನಂದನ ದುಷ್ಟತನದ ಪರಿಣಾಮವೇ ಅನ್ನಿಸಿತ್ತು. ಇಲ್ಲಿಯ ಅರಮನೆಯಲ್ಲಿ ರಾಕ್ಷಸನ ಅವಸ್ಥೆಯನ್ನು ನೋಡಿ, ಅವನನ್ನು ಭೇಟಿ ಮಾಡಿ ಬಂದ ಮೇಲೆ, ಪ್ರಧಾನಾಮಾತ್ಯನಾದ ರಾಕ್ಷಸ ಧನನಂದನ ನೀಚಕಾರ್ಯದಲ್ಲಿ ತಾನೂ ಭಾಗಿಯಾದಂತೆಯೇ ಅಲ್ಲವೇ ? ಎಂದುಕೊಂಡಿದ್ದ. ಆದರೆ ಅವನೆದುರಿಗೆ ಹಾಗೆಂದು ಹೇಳಲಾಗಲಿಲ್ಲ. ನಗು ಮುಖದಿಂದ ಸ್ವಾಗತಿಸಿ, ಸತ್ಕರಿಸಿ ಒಳ್ಳೆಯ ಮಾತಾಡಿದ.

"ತಮ್ಮಂಥವರು ನನ್ನ ಮನೆಯ ಬಾಗಿಲಿಗೆ ಬರುವ ಕಾರಣವಿರಲಿಲ್ಲ. ನಾನೇ ನೀವಿರುವ ಕಡೆಗೆ ಬರುತ್ತಿದ್ದೆ" ಎಂದ ಸೌಜನ್ಯದಿಂದ.

"ನಾನಿಲ್ಲಿ ಅಮಾತ್ಯನಾಗಿ ಬಂದಿಲ್ಲ, ನಿಮ್ಮ ಮಿತ್ರನಾಗಿ ಬಂದಿದ್ದೇನೆ."

"ನಾನೊಬ್ಬ ಸಾಮಾನ್ಯ ವೈದ್ಯ. ನಮ್ಮ ರಾಜರ ಅರಮನೆಗೆ ಹೋಗುವ ಸಂದರ್ಭವೂ ಅಪರೂಪ. ನಿಮ್ಮ ಕಾರಣದಿಂದ ನನ್ನನ್ನು ಕರೆಸಿದರೆಂದು ಕಾಣುತ್ತದೆ."

"ನೀವು ಸಾಮಾನ್ಯರೆಂದುಕೊಳ್ಳುವುದೇ ನಿಮ್ಮ ಸೌಜನ್ಯ ವೈದ್ಯರೇ. ನಿಮ್ಮ ಸಾಮರ್ಥ್ಯದ ಅರಿವಿಲ್ಲದಿದ್ದರೆ, ಪೌರವರು ನಾವು ಪತ್ರ ಬರೆದಾಗ ನಿಮ್ಮನ್ನು ಪಾಟಲೀಪುತ್ರಕ್ಕೆ ಕಳಿಸುತ್ತಿದ್ದರೇ? ಯಾವ ಅರಮನೆಗೆ ನೀವೇಕೆ ಹೋಗಬೇಕು? ಮಗಧ ಚಕ್ರವರ್ತಿಯ ಅರಮನೆಯೇ ನಿಮಗೆ ಸ್ವಾಗತ ನೀಡಲಿಲ್ಲವೆ? ಸಮಾಜಕ್ಕೆ ಉಪಯುಕ್ತವಾಗುವ ವಿದ್ಯೆ ನಿಮ್ಮ ಬಳಿಯಿದ್ದರೆ ನಿಮ್ಮ ಬಾಗಿಲಿಗೇ ಹುಡುಕಿಕೊಂಡು ಬರುತ್ತಾರೆ."

"ಬಿಡಿ, ಆ ವಿಷಯ ಈಗ ಮುಖ್ಯವಲ್ಲ. ನಮ್ಮ ನಾಡಿನ ಅತಿಥಿಗಳು ನೀವು. ನನಗೂ ಅತಿಥಿಗಳೇ. ನಮ್ಮ ಕೈಲಾದಷ್ಟು ನಿಮಗೆ ಸಂತೋಷ ನೀಡುವುದಷ್ಟೇ ನಮ್ಮ ಕರ್ತವ್ಯ" ಎಂದು ಹೇಳಿ ಸುಮಂತ ಬೀಳ್ಕೊಟ್ಟ.

ರಾಕ್ಷಸ ಹೋದಮೇಲೆ ಸುಮಂತನಿಗೆ ಸಮಾಧಾನವಾಗಲಿಲ್ಲ. ಏಕೋ ಏನೋ, ಸಲ್ಲದ ಘಟನೆಗಳು ನಡೆಯುತ್ತಿವೆಯೆಂದು ಅವನ ಮನಸ್ಸು ಅಶಾಂತಗೊಳ್ಳತೊಡಗಿತು. ಸ್ವಭಾವತಃ ದಯಾಳುವೂ, ಸಾತ್ವಿಕನೂ ಆದ ಅವನಿಗೆ ಯುದ್ಧ ಹಿಂಸೆಗಳೆಂದರೆ ಹಿಡಿಸುತ್ತಿರಲಿಲ್ಲ.

ಪೌರವನ ಸಾವೂ ಅವನಿಗೆ ನಿಗೂಢವೆನಿಸಿತ್ತು. ಶ್ರೀಯಕನಂಥ ಅಮಾತ್ಯನೇ ರಾಜಕುಮಾರನಿಗೆ ವಿಷವಿಡುವಂಥ ತಂತ್ರ, ಕುತಂತ್ರಗಳ ರಾಜನೀತಿಯೆಂದರೆ ಅವನಿಗೆ ತಲೆ ಸಿಡಿಯುತ್ತಿತ್ತು. ಆದರೆ ಅವನ ಅಭಿಪ್ರಾಯವನ್ನು ಕೇಳುವವರಾರು? ಪೌರವ ಯವನ ಅಲೆಗ್ಸಾಂಡರನೊಡನೆ ಹೋರಾಡಿದ್ದನ್ನು ಮೆಚ್ಚಿದರೂ, ನಂತರ ಅವನ ಜೊತೆ ಸೇರಿದ್ದು ಸ್ವಾಭಿಮಾನಶೂನ್ಯತೆ ಎಂದುಕೊಂಡಿದ್ದ. ವಿದೇಶೀಯರ ಜೊತೆ ಸೇರಿ ಸ್ವದೇಶದವರ ಮೇಲೇ ಕತ್ತಿಯೆತ್ತುವುದು ದುಷ್ಟತನವೆಂದು ಅವನು ಭಾವಿಸಿದ್ದ.

ಮೊದಲಾದರೆ, ಅದನ್ನೆಲ್ಲ ಯೋಚಿಸಿ ತಲೆಕೆಡಿಸಿಕೊಳ್ಳುವುದೇಕೆ? ತನ್ನ ವೃತ್ತಿಯನ್ನು ಪ್ರಾಮಾಣಿಕತೆಯಿಂದ, ಶ್ರದ್ಧೆಯಿಂದ ಮಾಡಿದರಾಯಿತು ಎಂದುಕೊಳ್ಳುತ್ತಿದ್ದ. ಆದರೆ ಈಗ, ಮತ್ತೇನೋ ನಡೆಯಬಹುದೆಂಬ ಆತಂಕ ಬೆಳೆಯತೊಡಗಿತ್ತು. ತಾನು ಬಂದ ನಂತರ ಪಾಟಲೀಪುತ್ರದಲ್ಲಿ ಏನೇನು ನಡೆಯಿತು? ಪೌರವರ ಕೊಲೆ ಹೇಗಾಯಿತು? ಮಲಯಕೇತು ಓಡಿಬರಲು ನಿಜವಾದ ಕಾರಣವೇನು? ಇತ್ಯಾದಿ ವಿಷಯಗಳನ್ನು ತಿಳಿದುಕೊಳ್ಳಬೇಕೆಂಬ ಕುತೂಹಲ ಮೂಡಿತು. ಆದರೆ ತನ್ನ ಕುತೂಹಲವನ್ನು ತಣಿಸುವವರಾರೆಂದು ಗೊತ್ತಾಗಲಿಲ್ಲ. ಏಕೆಂದರೆ ಈಗ ರಾಕ್ಷಸ ಮತ್ತು ಮಲಯಕೇತು ಇಬ್ಬರ ಅಭಿಪ್ರಾಯವೂ ಒಂದೇ ಆಗಿತ್ತು. ಗುರಿಯೂ ಒಂದೇ ಆಗಿತ್ತು. 'ಮತ್ತೊಂದು ಯುದ್ಧವಾದರೆ ಎಷ್ಟೊಂದು ಸಾವುಗಳು ಸಂಭವಿಸುತ್ತವೆ! ಮಲಯಕೇತುವಿಗೇ ಸಾವು ಸಂಭವಿಸಿದರೆ ಗತಿಯೇನು? ಅಲ್ಲಿ ರಾಜಕುಮಾರ ಸುಮಾಲ್ಯನ ಸಾವು, ಮಹಾರಾಣಿಯ ಆತ್ಮಹತ್ಯೆ, ಧನನಂದನ ಸಾವು ಸಂಭವಿಸಿತು. ಇಲ್ಲೂ ಅದು ಪುನರಾವರ್ತನೆಯಾಗುವುದು ಬೇಡ. ಪಾಪ, ಯುವರಾಣಿ ಮಾಧವಿಯ ಗತಿಯೇನು?'

ಇತ್ಯಾದಿ ಯೋಚಿಸುತ್ತಿರುವಾಗ ತನ್ನ ಮಿತ್ರ ಸಮುದ್ರ ಅಶ್ವಸೇನೆಯಲ್ಲಿ ಕೆಲಸ ಮಾಡುತ್ತಿರುವುದು ನೆನಪಿಗೆ ಬಂತು. ಸೇನೆಯೊಂದಿಗೆ ಅವನೂ ಹೋಗಿದ್ದ. ಅವನನ್ನು ವಿಚಾರಿಸಿದರೆ ವಿಷಯಗಳು ತಿಳಿಯಬಹುದೆಂದು ಅನ್ನಿಸಿತು. ಎಂದೂ ಇಲ್ಲದ ಕುತೂಹಲ

ಇಂದು ತನ್ನನ್ನು ಏಕೆ ಕಾಡುತ್ತಿದೆಯೆಂದು ಅಚ್ಚರಿಯಿಂದಲೇ ಅವನು ಮಿತ್ರನನ್ನು ನೋಡಲು ಆಗಲೇ ಹೊರಟುಬಿಟ್ಟ.

ಸುಮಂತ ತನ್ನನ್ನು ಹುಡುಕಿ ಬಂದಾಗ ಸಮುದ್ರನಿಗೆ ಆಶ್ಚರ್ಯವಾಯಿತು. "ಏನು ಸುಮಂತ, ಯುದ್ಧ ಮುಗಿಸಿ ಬಂದ ಮೇಲೂ ಚಿಕಿತ್ಸೆಗೆ ನಿನ್ನ ಬಳಿಗೆ ಬರಲಿಲ್ಲವೆಂದು ಹುಡುಕಿ ಬಂದಿರುವಂತೆ ಕಾಣುತ್ತದೆ ?" ಎಂದ ಅವನು ಪೀಠ ತೋರಿಸಿ.

"ಇಲ್ಲ ಸಮುದ್ರ, ಗಾಯಗೊಳ್ಳದೆ ಯುದ್ಧ ಮಾಡುವುದನ್ನು ನೀನು ಕಲಿತು ಬಿಟ್ಟಿರುವೆಯೆಂದು ನಿನ್ನನ್ನು ಅಭಿನಂದಿಸಲು ಬಂದೆ."

"ಅಂಥ ಯಕ್ಷ ವಿದ್ಯೆ ಖಂಡಿತ ನನಗೆ ಗೊತ್ತಿಲ್ಲ. ನಾನು ಗಾಯಗೊಳ್ಳದಿರಲು ಮುಖ್ಯವಾದ ಕಾರಣ ಅಲ್ಲಿ ಸರಿಯಾದ ಯುದ್ಧವೇ ನಡೆಯಲಿಲ್ಲವೆಂಬುದು." ಎಂದು ಹೇಳಿ ನಡೆದ ಕಥೆಯನ್ನೆಲ್ಲ ವಿವರಿಸಿದ. ಚಾಣಕ್ಯ ಮೊದಲೇ ಮಾಡಿದ ವ್ಯವಸ್ಥೆಗಳು, ಮಗಧದ ಸೇನೆಯ ಬಹುಭಾಗ ತಿರುಗಿಬಿದ್ದು ಸಣ್ಣ ಪುಟ್ಟ ಘರ್ಷಣೆಗಳು ನಡೆದದ್ದನ್ನು ಹೇಳಿದ. ಚಾಣಕ್ಯನ ಬುದ್ಧಿವಂತಿಕೆಯನ್ನು ಹೊಗಳುವುದನ್ನು ಅವನು ಮರೆಯಲಿಲ್ಲ.

"ಆದರೆ ಸ್ನೇಹ ಬಯಸಿ ಬಂದು, ಜೊತೆಯಲ್ಲಿ ಕರೆದುಕೊಂಡು ಹೋದ ಚಾಣಕ್ಯ ಪೌರವನನ್ನು ಕೊಲ್ಲಿಸಿದನೆಂದರೆ ನನಗೇನೋ ನಂಬಲೇ ಆಗುತ್ತಿಲ್ಲ" ಎಂದ ಸುಮಂತ.

"ನನಗೂ ನಂಬಲಾಗುತ್ತಿಲ್ಲ ಸುಮಂತ."

"ಅಂದರೆ ನಿನಗೂ ಖಚಿತವಾಗಿ ಗೊತ್ತಿಲ್ಲವೆ ?"

"ಇಲ್ಲ, ನಾವೆಲ್ಲ ನಿದ್ದೆಯಲ್ಲಿ ಮುಳುಗಿದ್ದಾಗ ಯಾರೋ ನಮ್ಮ ಶಿಬಿರದ ಹೊರಗೆ ಚಾಣಕ್ಯರು ಪೌರವನನ್ನು ಕೊಲ್ಲಿಸಿದರು ಎಂದು ಕೂಗುತ್ತಾ ಓಡುತ್ತಿದ್ದರು. ನಾವೆಲ್ಲ ಗಡಿಬಿಡಿಯಿಂದ ಎದ್ದು ಗಲಿಬಿಲಿಗೊಳ್ಳುತ್ತಿರುವಾಗ ಯುವರಾಜರು ಭೀತಿಯಿಂದ ಓಡಿಬಂದು, ಕೂಡಲೇ ಹೊರಡಿ ಹೊರಡಿ, ಎಂದು ಅವಸರಪಡಿಸಿದರು. ನಾವು ಹೊರಟುಬಿಟ್ಟೆವು. ನಿಜವಾಗಿ ಏನು ನಡೆಯಿತೆಂದು ಖಂಡಿತ ನನಗೆ ಗೊತ್ತಿಲ್ಲ."

ಸಮುದ್ರನಿಂದಲೂ ಖಚಿತ ವಿಷಯ ತಿಳಿಯದಿದ್ದುದರಿಂದ ಸುಮಂತ ನಿರಾಸೆಗೊಂಡ. ಆದರೆ ಚಾಣಕ್ಯನ ತಂತ್ರಗಾರಿಕೆಯನ್ನು ಅವನು ಮುಕ್ತಕಂಠದಿಂದ ಹೊಗಳಿದ್ದನ್ನು ಕೇಳಿದಾಗ, ಮಲಯಕೇತು ಮತ್ತು ರಾಕ್ಷಸನ ಪ್ರಯತ್ನ ಯಶಸ್ವಿಯಾಗುವುದು ಅನುಮಾನಾಸ್ಪದವೆನ್ನಿಸಿತು. ಆದರಿಂದ ತಮ್ಮ ದೊರೆಗೆ ಆಪತ್ತು ಸಂಭವಿಸಬಾರದೆಂದು ಅವನ ಮನಸ್ಸು ಮಿಡುಕಿತು. ಲೋಕಾಭಿರಾಮವಾಗಿ ಮಾತಾಡಿ ಅವನು ಹಿಂದಿರುಗಿದ.

ರಾತ್ರಿಯೆಲ್ಲ ಅವನಿಗೆ ಸರಿಯಾಗಿ ನಿದ್ರೆ ಬರಲಿಲ್ಲ. ರಾಜನೀತಿಯ ಹೆಸರಿನಲ್ಲಿ ನಡೆಯುವ ದುರಂತ ಸಾವುಗಳನ್ನು ತಪ್ಪಿಸಲು ಏನಾದರೂ ಮಾಡಬೇಕೆಂದು ಅನ್ನಿಸತೊಡಗಿತು.

ಮಾರನೆಯ ದಿನವೇ ಯುವರಾಣಿ ಮಾಧವಿಗೆ ಆರೋಗ್ಯ ಸರಿಯಿಲ್ಲವೆಂದು ಅರಮನೆಯಿಂದಲೇ ಕರೆ ಬಂದಾಗ, ಸುಮಂತ ಸ್ವಲ್ಪ ಉತ್ಸಾಹದಿಂದಲೇ ಹೋದ. ರಾಜವೈದ್ಯ ಊರಿನಲ್ಲಿಲ್ಲದಿರುವುದರಿಂದ ಮಲಯಕೇತುವಿಗೆ ಸುಮಂತನ ನೆನಪಾಗಿತ್ತು.

ಸುಮಂತನಂಥದೇ ಭಾವನೆಗಳಿಂದ ಮಾಧವಿಯೂ ತಲೆನೋವಿನಿಂದ ನರಳುತ್ತಿದ್ದಳು. ಅವಳಿಗೂ ತನ್ನ ಗಂಡನಿಗೆ ಏನಾದರೂ ಆಪತ್ತು ಸಂಭವಿಸಬಹುದೆಂದು ಭಯವಾಗಿತ್ತು. ಸುಮಂತ ಪಾಟಲೀಪುತ್ರದಲ್ಲಿದ್ದ ವಿಷಯ ಅವಳಿಗೆ ಗೊತ್ತಿದ್ದುದರಿಂದ ಆ, ಈ ಮಾತನಾಡುತ್ತ ಅವಳು, ಯೂಡಿಮಸ್‌ನ ವಿಷಯ, ಸುಸೀಮ ತನ್ನೆದುರಿಗೇ ನುಡಿದ ಸಾಕ್ಷ್ಯಗಳ ಬಗ್ಗೆ

ಹೇಳಿದಾಗ, ಸುಮಂತನಿಗೆ ಸಮಾಧಾನವಾಯಿತು. ಚಾಣಕ್ಯ ಚಂದ್ರಗುಪ್ತರಿಗೆ ಬೆಂಬಲ ನೀಡ ದಿದ್ದರೂ, ಮಲಯಕೇತುವನ್ನು ಸಂಭವನೀಯ ಆಪತ್ತಿನಿಂದ ರಕ್ಷಿಸಿಕೊಳ್ಳಬೇಕೆಂದು ಸುಮಂತ ಹೇಳಿದ.

"ವೈದ್ಯರೇ, ಅದು ನನ್ನಿಂದ ಸಾಧ್ಯವೇ ?" ಮಾಧವಿ ಕೇಳಿದಳು.

"ನಾನೂ ನಿಮ್ಮ ಜೊತೆಗಿದ್ದೇನೆ, ಯುವರಾಣಿ. ನಾವಿಬ್ಬರೂ ಪ್ರಯತ್ನಪಡೋಣ. ಒಂದು ದುರಂತದಲ್ಲಿ ಮಹಾರಾಜರನ್ನು ಕಳೆದುಕೊಂಡಿದ್ದೇವೆ, ಮತ್ತೊಂದು ದುರಂತದಿಂದ ಯುವರಾಜರನ್ನು ಕಳೆದುಕೊಳ್ಳುವಂತಾಗಬಾರದು."

"ಆದರೆ ನಮ್ಮಿಂದೇನಾಗುತ್ತದೆ ?"

"ಯೋಚಿಸೋಣ. ನಾವು ತಂತ್ರಗಾರಿಕೆಯನ್ನು ಮಾಡುವ ಸಾಮರ್ಥ್ಯವಿಲ್ಲದವರು. ಆದರೆ ಸೂಕ್ತ ಸಮಯದಲ್ಲಿ ಯುವರಾಜರ ಮನವೊಲಿಸಲು ಪ್ರಯತ್ನ ಪಡಬಹುದಲ್ಲವೆ ? ಮತ್ತೆ ಬರುತ್ತೇನೆ. ನಿಮ್ಮ ಚಿಕಿತ್ಸೆಗೆ ಬರಲೇಬೇಕಲ್ಲ" ಎಂದು ಹೇಳಿ ಸುಮಂತ ಹೊರಟು ಹೋದ. ತುಸು ಆಶಾಭಾವನೆ ಮಾಧವಿಯ ಮನಸ್ಸಿನಲ್ಲಿ ಮೂಡಿತು.

## ೬

ಮಾಧವಿಯ ಅನಾರೋಗ್ಯದಿಂದ ಮಲಯಕೇತು ಬೇಸರಗೊಂಡಿದ್ದ. ತಮ್ಮಿಬ್ಬರ ನಡುವೆ ನಡೆದ ಮಾತುಕತೆಯೇ ಅದಕ್ಕೆ ಮೂಲಕಾರಣವೆಂದು ಅವನಿಗೆ ಗೊತ್ತಿತ್ತು. ಆದರೆ ಅವಳಿಗಾಗಿ ತಂದೆಯ ಸಾವಿನ ಸೇಡನ್ನು ಮರೆಯಲು ಅವನು ಸಿದ್ಧನಾಗಿರಲಿಲ್ಲ. ರಾಕ್ಷಸ ಬಂದ ಮೇಲಂತೂ ಅವನ ನಂಬಿಕೆ ಇನ್ನಷ್ಟು ದೃಢವಾಗಿತ್ತು. ಆದರೆ ಅವಳ ಮೇಲೆ ಅವನಿಗೆ ಅಪರಿಮಿತವಾದ ಪ್ರೀತಿಯಿತ್ತು.

"ಮಾಧವಿ" ಪಲ್ಲಂಗದ ಮೇಲೆ ಕುಳಿತು, ಮಲಗಿದ್ದ ಅವಳ ತಲೆ ನೇವರಿಸುತ್ತ ಮಲಯಕೇತು ಹೇಳಿದ, "ನೀನು ಹೀಗೆ ಅನಾರೋಗ್ಯದಿಂದ ಮಲಗಿದರೆ ನನ್ನ ಕೈಕಾಲೇ ಆಡುವುದಿಲ್ಲ."

"ನೀವು ಇಷ್ಟೊಂದು ಚಿಂತಿಸುವಷ್ಟು ಗಂಭೀರವಾದ ಅನಾರೋಗ್ಯವೇನೂ ಆಗಿಲ್ಲ ಯುವರಾಜ. ಸ್ವಲ್ಪ ತಲೆನೋವಷ್ಟೆ."

"ಅನಗತ್ಯವಾಗಿ ನೀನು ಯೋಚಿಸಿದ್ದರ ಪರಿಣಾಮ ಇದು."

"ಅನಗತ್ಯವಾಗಿ ಅಲ್ಲ, ಮನಸ್ಸು ತನಗೆ ಸರಿ ಕಂಡಂತೆ ಯೋಚಿಸುವುದನ್ನು ತಪ್ಪಿಸುವುದು ಸಾಧ್ಯವೇ ?"

"ನೋಡು ಮಾಧವಿ, ಸರಿ ತಪ್ಪುಗಳನ್ನು ತಿಳಿಯದ ಮುಗ್ಧೆ ನೀನು. ಈ ರಾಜನೀತಿ ನಿನಗೆ ಅರ್ಥವಾಗುವ ವಿಷಯವಲ್ಲ. ಅದಕ್ಕಿಂತ ಮುಖ್ಯವಾಗಿ ನನಗೆ ನಮ್ಮ ನಾಡಿನ ಘನತೆ ಗೌರವದ ವಿಷಯ ಮುಖ್ಯವಾಗುತ್ತದೆ."

"ನಾನು ಯಾವುದಕ್ಕೂ ನಿಮ್ಮನ್ನು ಅಡ್ಡಿಪಡಿಸುವುದಿಲ್ಲ."

"ನೀನು ಸಂತೋಷವಾಗಿರಬೇಕು ಮಾಧವಿ. ನೀನು ಬೇಸರದಿಂದಿದ್ದರೆ ನನಗೂ ಬೇಸರವಾಗುತ್ತದೆ. ನಿನ್ನ ಪ್ರೇಮವಿಲ್ಲದೆ ನನ್ನ ಬದುಕು ತನ್ನ ಅರ್ಥ ಕಳೆದುಕೊಳ್ಳುತ್ತದೆ."

"ಅಭಿಪ್ರಾಯ ಭೇದವಿದ್ದ ಮಾತ್ರಕ್ಕೆ ನಾನು ನಿಮ್ಮನ್ನು ಪ್ರೇಮಿಸುವುದಿಲ್ಲವೆಂದು ನಿಮಗೆ ಸಂದೇಹವೇ? ಇಲ್ಲ ಯುವರಾಜ, ಗಂಡ ಎಂಥ ಕೆಟ್ಟವನೇ ಆದರೂ ಅವನನ್ನು ಪ್ರೀತಿಸುವುದು ಧರ್ಮವೆಂದು ತಿಳಿಯುವ ಸ್ತ್ರೀಯರಿರುವಾಗ, ನಿಮ್ಮಂಥ ಒಳ್ಳೆಯವರನ್ನು ಪ್ರೀತಿಸದ ಕಲ್ಲು ಹೃದಯ ನನಗಿಲ್ಲ. ನನ್ನ ಪ್ರೀತಿಯ ಪತಿ ಕಡೆಯವರೆಗೂ ನನ್ನ ಜೊತೆಯಲ್ಲಿರಬೇಕೆಂಬ ನನ್ನ ಆಸೆ ಸಹಜವಲ್ಲವೆ?"

"ನಿನ್ನ ಜೊತೆಯಿರದೆ ನಾನು ಎಲ್ಲಿಗೆ ಹೋಗುತ್ತೇನೆ?"

"ನಿಮ್ಮ ತಂದೆಯವರು, ತಾವು ಈಗಲೇ ಸಾಯುತ್ತೇನೆಂದು ಕಲ್ಪನೆಯನ್ನಾದರೂ ಮಾಡಿದ್ದರೆ?"

"ಅಂದರೆ, ಆ ಚಾಣಕ್ಯ ಚಂದ್ರಗುಪ್ತ ಏನಾದರೂ ಪ್ರಾಣಾಪಾಯ ಮಾಡಬಹುದೆಂದು ನಿನಗೆ ಭಯವೆ?"

"ಅವರಲ್ಲ, ನಮ್ಮ ವಿಧಿ ಕೆಟ್ಟದ್ದಾಗಿದ್ದರೆ ಯಾರಾದರೂ ಆಗಬಹುದು. ಆದರೆ ನಾವಾಗಿಯೇ ಆಪತ್ತಿನ ಚಕ್ರವ್ಯೂಹವನ್ನು ಹುಡುಕಿ ಹೋಗುವುದು ಬುದ್ಧಿವಂತಿಕೆಯಲ್ಲ."

"ತಂದೆಯವರ ಸಾವು ಯಾವ ರೀತಿ ಸಂಭವಿಸಿತೆಂಬುದನ್ನು ಮರೆಯಬೇಡ ಮಾಧವಿ."

"ನಾನು ಮರೆತಿಲ್ಲ. ಅದು ಮರೆಯುವಂಥ ಘಟನೆಯೂ ಅಲ್ಲ. ಮತ್ತೆ ಮತ್ತೆ ಅದೇ ವಿಷಯದ ಚರ್ಚೆ ಮಾಡುವುದು ಬೇಡ ಬಿಡಿ."

"ಆ ವಿಷಯವನ್ನು ಯೋಚಿಸಿ ನೀನೂ ನಿನ್ನ ಆರೋಗ್ಯ ಕೆಡಿಸಿಕೊಳ್ಳಬೇಡ. ಸುಮಂತ ಚಿಕಿತ್ಸೆ ನೀಡುತ್ತಾರೆ. ನಮ್ಮ ನಗರದಲ್ಲೇ ಇರುವ ಆತನ ಸಾಮರ್ಥ್ಯದ ಅರಿವು ನಮಗೇ ಇರಲಿಲ್ಲ. ರಾಕ್ಷಸರಂತೂ ಅವರನ್ನು ಮುಕ್ತಕಂಠದಿಂದ ಹೊಗಳುತ್ತಾರೆ. ರಾಜಕುಮಾರ ಸುಮಾಲ್ಯನ ಮರಣಾಂತಿಕ ಅಪಸ್ಮಾರ ರೋಗವನ್ನು ಅವರು ಗುಣಪಡಿಸಿದರಂತೆ."

"ನಿಮಗೆ ಗೊತ್ತಿರಲಿಲ್ಲ. ಆದರೆ ನಿಮ್ಮ ತಂದೆಯವರಿಗೆ ಗೊತ್ತಿತ್ತೆಂದು ಕಾಣುತ್ತದೆ. ಅದಕ್ಕೇ ಅವರು ಸುಮಂತನನ್ನು ಪಾಟಲೀಪುತ್ರಕ್ಕೆ ಕಳಿಸಿಕೊಟ್ಟರು."

"ನೀನು ಸಮಾಧಾನದಿಂದಿರು. ನಿನ್ನ ಆರೋಗ್ಯದ ಕಡೆ ಗಮನ ಕೊಡು. ಸುಮಂತನಿಗೆ ನಿತ್ಯ ಒಮ್ಮೆ ಬಂದು ನೋಡಿ ಹೋಗುವಂತೆ ಹೇಳುತ್ತೇನೆ" ಎಂದು ಹೇಳಿ ಮಲಯಕೇತು ಹೊರಟುಹೋದ. ಅವಳಿಗೆ ಸುಮಂತನೊಡನೆ, ಮಲಯಕೇತುವನ್ನು ಆತುರದ ನಿರ್ಧಾರ ತೆಗೆದುಕೊಳ್ಳದಂತೆ ಒಪ್ಪಿಸುವ ಬಗ್ಗೆ ಚರ್ಚಿಸಬಹುದೆಂದು ಸಮಾಧಾನವಾಯಿತು.

★ ★ ★

ಮಂತ್ರಶಾಲೆಯಲ್ಲಿ ಶಬರವರ್ಮ ಮತ್ತು ರಾಕ್ಷಸನನ್ನು ಭೇಟಿ ಮಾಡಿದಾಗ ಮಲಯಕೇತು ಮಾಧವಿಯ ಅನಾರೋಗ್ಯದ ಚಿಂತೆಯಲ್ಲೇ ಇದ್ದ. "ಮಹಾರಾಣಿಯವರ ಅನಾರೋಗ್ಯದ ವಿಷಯವನ್ನು ತುಂಬಾ ಮನಸ್ಸಿಗೆ ಹಚ್ಚಿಕೊಂಡಿರುವಂತಿದೆ?" ಎಂದು ರಾಕ್ಷಸ ಅವನ ಮುಖ ನೋಡಿ ತಾನೇ ಕೇಳಿದ.

"ಹೌದು ಅಮಾತ್ಯರೇ" ಮಲಯಕೇತು ಹೇಳಿದ, "ನನ್ನ ತಾಯಿಯ ಮೇಲೆ ನನಗೆ ಬಹಳ ಮಮಕಾರವಿತ್ತು. ಅವರು ತೀರಿಕೊಂಡ ನಂತರ ಮಾಧವಿಯನ್ನು ಬಿಟ್ಟರೆ ಬೇರೆ

ಯಾರಿದ್ದಾರೆ? ಇಬ್ಬರು ಸೋದರರೂ ಹೋದ ಮೇಲೆ ನನ್ನ ಮನಸ್ಸಿನ ಭಾವನೆಗಳನ್ನು ಹೇಳಿಕೊಳ್ಳಲೂ ಯಾರೂ ಇಲ್ಲ."

"ಸಮಾಧಾನ ಮಾಡಿಕೊಳ್ಳಿ ಮಹಾರಾಜ" ರಾಕ್ಷಸ ಹೇಳಿದ, "ರಾಣಿಯವರು ಬೇಗ ಗುಣವಾಗುತ್ತಾರೆ. ಸುಮಂತ ಚಿಕಿತ್ಸೆ ನೀಡಿದ ಮೇಲೆ ಎಂಥ ರೋಗವೂ ಬಹಳ ದಿನ ಉಳಿಯುವುದಿಲ್ಲವೆಂಬ ಭರವಸೆ ನನಗಿದೆ."

"ಚಾಣಕ್ಯ ತಂತ್ರದಿಂದ ನನ್ನ ತಂದೆಯವರನ್ನು ಕೊಲ್ಲಿಸಿದನೆಂಬುದನ್ನು ಅವಳು ನಂಬುತ್ತಲೇ ಇಲ್ಲ, ಯವನ ಸೇನಾನಾಯಕ ಯೂಡಿಮಸ್ಸನೇ ಕೊಂದನೆಂದು ಅವಳು ನಂಬಿ ಬಿಟ್ಟಿದ್ದಾಳೆ."

"ಅದನ್ನು ನಿಧಾನವಾಗಿ ವಿಚಾರಿಸಿ ಖಚಿತಪಡಿಸಿಕೊಳ್ಳೋಣವೆಂದು ಸಾವಧಾನವಾಗಿ ಹೇಳಿದ್ದರೆ ಎಷ್ಟೋ ಸಮಾಧಾನವಾಗುತ್ತಿತ್ತು" ಎಂದ ಶಬರವರ್ಮ.

"ಇಲ್ಲ ಅಮಾತ್ಯರೇ, ಅವಳ ಸ್ವಭಾವ ನಿಮಗೂ ಗೊತ್ತಿದೆ. ಯುದ್ಧ ಹಿಂಸೆಗಳೆಂದರೇ ಅವಳಿಗೆ ಆಗದು. ತೀರ ಭಾವಜೀವಿಯಾದ ಅವಳನ್ನು ಕೆಲವು ಸಲ ಭಾವನೆಗಳು ತೀವ್ರವಾಗಿ ಕಲಕಿಬಿಡುತ್ತವೆ. ಮಾನಸಿಕ ಶಾಂತಿ ಸಮಾಧಾನಗಳನ್ನು ಏರುಪೇರುಗೊಳಿಸುತ್ತವೆ. ಜೊತೆಗೆ ಆ ಚಾಣಕ್ಯ, ಅವಳ ಅಮಾಯಕತೆಯನ್ನು ಬಳಸಿಕೊಂಡು, ತನ್ನ ಅಭಿಪ್ರಾಯಗಳನ್ನು ಅವಳ ಮೇಲೆ ಹೇರಿ ಗೊಂದಲಗೊಳಿಸಿದ್ದಾನೆ."

"ಅಮಾತ್ಯರೇ" ಶಬರವರ್ಮ ಕೇಳಿದ, "ಚಾಣಕ್ಯರೇ ಪೌರವನನ್ನು ಕೊಲ್ಲಿಸಿದರೆಂದು ನಿಮಗೆ ಖಚಿತವಾಗಿ ಗೊತ್ತಿದೆಯೇ?"

"ನನ್ನ ಗೂಢಚಾರರು ಸುಳ್ಳು ಸುದ್ದಿಗಳನ್ನು ತರುವುದಿಲ್ಲ."

"ನಿಮ್ಮ ಗೂಢಚಾರರೂ ಸುಳ್ಳನ್ನೇ ಸತ್ಯವೆಂದು ನಂಬಿದ್ದರೆ?"

"ಅದು ಹೇಗೆ ಸಾಧ್ಯ? ಅವರು ಅಷ್ಟು ಆತುರ ಪಡುವವರಲ್ಲ ಎಂದು ನನ್ನ ಭಾವನೆ."

"ಮತ್ತೆ ಅದೇ ವಿಷಯದ ಸುತ್ತ ಸುತ್ತುವುದು ಬೇಡ" ಎಂದ ಮಲಯಕೇತು.

"ಅಮಾತ್ಯರೇ" ರಾಕ್ಷಸ ಶಬರವರ್ಮನಿಗೆ ಹೇಳಿದ, "ಇಲ್ಲಿ ನಿಸ್ಸಂಶಯವಾದ ತರ್ಕವೂ ಒಂದಿದೆ. ಚಾಣಕ್ಯ ತಾನೆಂಥ ತಂತ್ರಗಾರನೆಂಬುದನ್ನು ಕಾರ್ಯತಃ ಮಾಡಿ ತೋರಿಸಿದ್ದಾನೆ. ಆ ತಂತ್ರಗಾರಿಕೆಯಿಂದಲೇ ಪಿಪ್ಪಲಿವನವನ್ನು ಆಕ್ರಮಿಸಿದ. ಗಾಂಧಾರದಿಂದ ಮಗಧದವರೆಗೂ ರಾಜ್ಯಗಳನ್ನು ವಶಕ್ಕೆ ತೆಗೆದುಕೊಂಡ. ಧನನಂದನ ಸೇನಾಧ್ಯಕ್ಷರನ್ನೇ ತನ್ನ ಕಡೆಗೆ ಒಲಿಸಿಕೊಂಡ. ಇಷ್ಟೆಲ್ಲಾ ಮಾಡಿದವನು ಪೌರವರನ್ನು ಕೊಲ್ಲುವುದು ಎಷ್ಟರ ಕೆಲಸ! ಜೊತೆಗೆ ಅದರಿಂದ ಅರ್ಧರಾಜ್ಯ ಉಳಿಯುವ ಪ್ರಯೋಜನವೂ ಇದೆ. ಅವನು ಬುದ್ಧಿವಂತ ಮಾತ್ರವಲ್ಲ, ರಾಜನೀತಿಯಲ್ಲಿ ಪಾರಂಗತನೆಂಬುದನ್ನು ಮರೆಯುವಂತಿಲ್ಲ."

ಶಬರವರ್ಮ ಏನೋ ಮಾತಾಡಲು ಪ್ರಯತ್ನಿಸಿದ. ಅದಕ್ಕೆ ಅವಕಾಶ ಕೊಡದಂತೆ ಮಲಯಕೇತು ಹೇಳಿದ, "ಆ ಚರ್ಚೆಯನ್ನು ಇಲ್ಲಿಗೆ ನಿಲ್ಲಿಸೋಣ. ನನ್ನ ತಂದೆ ತೀರಿಕೊಂಡರೆಂಬುದಂತೂ ನಿಜ. ಅದು ಪಾಟಲೀಪುತ್ರದಲ್ಲಿ ನಡೆಯಿತೆಂಬುದೂ ಅಷ್ಟೇ ನಿಜ. ಅದಕ್ಕೆ ಪ್ರತೀಕಾರ ಮಾಡಬೇಕೆಂಬುದಷ್ಟೇ ನಾವು ಈಗ ಯೋಚಿಸಬೇಕಾದ ವಿಷಯ."

"ಯೋಚಿಸುವುದೇನಿದೆ ಮಹಾರಾಜ. ಸರಿಯಾದ ಸಿದ್ಧತೆಗಳನ್ನು ಮಾಡಿಕೊಂಡು ಮಗಧದ ಮೇಲೆ ಆಕ್ರಮಣ ಮಾಡುವುದು."

"ಆದರೆ ಅವರ ಸೇನಾಬಲಕ್ಕೂ, ನಮ್ಮ ಸೇನಾಬಲಕ್ಕೂ ಬಹಳ ಅಂತರವಿದೆ ರಾಕ್ಷಸರೇ. ಯುದ್ಧವಾದರೆ ನಮಗೇ ಜಯವೆಂದು ಖಚಿತವಾಗಿ ಹೇಗೆ ಹೇಳುವುದು?" ಎಂದ ಶಬರವರ್ಮ.

"ಆದರ ಅರಿವು ನನಗಿದೆ ಅಮಾತ್ಯರೇ" ರಾಕ್ಷಸ ಹೇಳಿದ, "ಸಮಬಲವಲ್ಲದ ಮುಖಾಮುಖಿ ಹೋರಾಟದಲ್ಲಿ ಜಯ ಸಂದಿಗ್ಧವೆಂದು ನನಗೂ ಗೊತ್ತಿದೆ. ಆದ್ದರಿಂದ ಚಾಣಕ್ಯ ಬಳಸಿದ ತಂತ್ರವನ್ನೇ ಅವನ ವಿರುದ್ಧವಾಗಿ ನಾವೂ ಬಳಸಬೇಕು."

"ಅಂದರೆ, ಸ್ವಲ್ಪ ಬಿಡಿಸಿ ಹೇಳಿ" ಮಲಯಕೇತು ಕೇಳಿದ.

"ಅವನ ಪರವಾಗಿರುವವರನ್ನು ನಮ್ಮ ಪರವಾಗಿ ಮಾಡಿಕೊಳ್ಳಬೇಕು."

"ಅವನು ಸೇನಾಧ್ಯಕ್ಷರಲ್ಲೇ ಭೇದೋಪಾಯ ಮಾಡಿದ."

"ಅದೇ ಸೇನಾಧ್ಯಕ್ಷರನ್ನು ನಮ್ಮ ಕಡೆ ಮಾಡಿಕೊಳ್ಳುವುದು ಸಾಧ್ಯವಿಲ್ಲವೆ?"

"ಅದು ಸಾಧ್ಯವಿಲ್ಲ, ಅಶ್ವಾಧ್ಯಕ್ಷ ಭಾಗುರಾಯಣ ಚಂದ್ರಗುಪ್ತನ ಮಾವ."

"ಅವನೊಬ್ಬನನ್ನು ಬಿಟ್ಟರೆ ಉಳಿದವರಿಲ್ಲವೆ? ಒಬ್ಬನಿಗೆ ಹೆಚ್ಚಿನ ಮನ್ನಣೆ ದೊರೆಯಿ ತೆಂದು ಉಳಿದವರಿಗೆ ಅಸಮಾಧಾನವಿದ್ದೇ ಇರುತ್ತದೆ. ಅಲ್ಲದೆ ಈಗ ಅವರನ್ನೆಲ್ಲ ಸೇನಾಧ್ಯಕ್ಷ ಪದವಿಗಳಿಂದ ತೆಗೆದು ಅಮಾತ್ಯ ಪರಿಷತ್ತಿನ ಸದಸ್ಯರನ್ನಾಗಿ ನೇಮಿಸಿದ್ದಾರಂತೆ. ಸಾವಿರಾರು ಸೈನಿಕರ ಮೇಲೆ ಅಧಿಕಾರವಿದ್ದ ಅವರು ಮಾನ್ಯತೆಯಿಲ್ಲದ ಅಮಾತ್ಯ ಪದವಿಯಿಂದ ಅತೃಪ್ತಿಗೊಳ್ಳುವುದು ಸಹಜ. ಸೇನಾಧ್ಯಕ್ಷರು ಅವರ ಆಮಿಷಕ್ಕೆ ಬಲಿಬಿದ್ದರೆ, ನಮ್ಮ ಆಮಿಷಕ್ಕೂ ಸುಲಭವಾಗಿ ಬಲಿ ಬೀಳುತ್ತಾರೆ. ಅದರ ಜೊತೆಗೆ ಅವರಿಗೆ ನನ್ನ ಮೇಲೆ ಹೆಚ್ಚಿನ ಅಭಿಮಾನವಿದೆ."

"ಅದು ಅಷ್ಟು ಸುಲಭವೇ?"

"ಸುಲಭವಲ್ಲ, ಆದರೆ ಅಸಾಧ್ಯವೂ ಅಲ್ಲ."

"ನಿಮಗೆ ಭರವಸೆಯಿದ್ದರೆ ಹಾಗೇ ಮಾಡಿ. ಯಾವ ನೆರವು ಬೇಕಾದರೂ ಕೊಡಲು ನಾನು ಸಿದ್ಧನಾಗಿದ್ದೇನೆ."

"ಇಷ್ಟು ಸಾಕು ಮಹಾರಾಜ. ಬೇರೆ ಮೂಲಗಳಿಂದಲೂ ನಮಗೆ ಯಾವ ರೀತಿ ಸಹಾಯ ದೊರೆಯಬಹುದೆಂದು ನಾನು ಯೋಚಿಸುತ್ತೇನೆ."

ಅಲ್ಲಿಗೆ ಅಂದಿನ ಮಾತುಕತೆ ಮುಗಿಯಿತು. ರಾಕ್ಷಸ ಅತಿಥಿಶಾಲೆಗೆ ಹಿಂದಿರುಗಿ ಎಲ್ಲವನ್ನೂ ವಿವರಿಸಿದ. ಜೀವಸಿದ್ಧಿಗೆ ಪಾಟಲೀಪುತ್ರದ ಹಳೆಯ ಸೇನಾನಾಯಕರನ್ನು ಸೆಳೆದುಕೊಳ್ಳಲು ರಾಕ್ಷಸ ಪ್ರಯತ್ನಿಸುವನೆಂಬುದು ಬಹಳ ಮುಖ್ಯವಾಯಿತು.

"ನೀವು ಶೀಘ್ರವೇ ಪಾಟಲೀಪುತ್ರಕ್ಕೆ ಹೊರಡಬೇಕಾಗಿಬರಬಹುದು" ಎಂದ ರಾಕ್ಷಸ.

"ನಾವು ಸಿದ್ಧರಾಗಿದ್ದೇವೆ."

"ಸಮಿದ್ಧಾರ್ಥಕನನ್ನೂ ಜೊತೆಯಲ್ಲಿ ಕರೆದುಕೊಂಡು ಹೋಗಿ. ಇವನ ನಡವಳಿಕೆಗೆ ನೀವೇ ಹೊಣೆಯಾಗಬೇಕಾಗುತ್ತದೆ."

"ಇನ್ನೂ ನನ್ನ ಮೇಲೆ ಸಂದೇಹವೇ ಅಮಾತ್ಯರೇ" ಸಮಿದ್ಧಾರ್ಥಕ ಕೇಳಿದ.

"ಇತ್ತೀಚಿನ ಬಳಕೆ, ಸಂದೇಹ ಪಡುವುದು ಸಹಜ" ಎಂದ ಜೀವಸಿದ್ಧಿ "ಚಿಂತಿಸಬೇಡಿ, ಅವನಿಗೆ ನಾನು ಹೊಣೆಯಾಗುತ್ತೇನೆ" ಎಂದು ಭರವಸೆ ನೀಡಿದ.

"ಒಂದೆರಡು ದಿನ ನಾನು ಯೋಚಿಸಬೇಕು. ಆಮೇಲೆ ಪ್ರಯಾಣ ನಿರ್ಧರಿಸಬಹುದು."

★ ★ ★

ಮರುದಿನ ಸುಮಂತ ಅರಮನೆಗೆ ಬಂದಾಗ ಮಲಯಕೇತು ಮತ್ತು ಶಬರವರ್ಮ ರಾಕ್ಷಸನೊಂದಿಗೆ ಸೇನೆಯ ಪರಿಶೀಲನೆಗೆ ಹೋಗಿರುವುದು ಗೊತ್ತಿದ್ದುದರಿಂದ ಮಾಧವಿ ಅವನೊಂದಿಗೆ ಮಾತಿಗೆ ಕುಳಿತಳು. ಒಂದೇ ದಿನದಲ್ಲಿ ಅವಳ ತಲೆನೋವು ಕಡಿಮೆ ಯಾಗಿತ್ತು. ಸುಮಂತನಿಗೂ ಅವಳಿಂದ ಪಾಟಲೀಪುತ್ರದ ಇನ್ನಷ್ಟು ವಿವರಗಳನ್ನು ತಿಳಿಯುವ ಕುತೂಹಲವಿತ್ತು. "ಯುವರಾಣಿ, ಆ ಚಂದ್ರಗುಪ್ತ ಚಾಣಕ್ಯರು ನಿಜವಾಗಲೂ ಅಷ್ಟೊಂದು ಕೆಟ್ಟವರೇ ?" ಎಂದು ಅವನೇ ಮಾತಿಗೆ ಚಾಲನೆ ನೀಡಿದ.

"ಇಲ್ಲ ವೈದ್ಯರೇ, ನನ್ನ ಮಾವನವರ ಕೊಲೆಯನ್ನು ಚಾಣಕ್ಯನೇ ಮಾಡಿಸಿದ್ದರೂ ಅವರು ಕೆಟ್ಟವರೆಂದು ನನಗೆ ಅನ್ನಿಸುವುದಿಲ್ಲ. ಚಂದ್ರಗುಪ್ತ, ಸೌಮ್ಯ ಸುಂದರ ರೂಪದ ಸಜ್ಜನ. ಅವನನ್ನು ಮದುವೆಯಾದ ಉಜ್ವಲ ಎಂಥ ಸ್ನೇಹಶೀಲೆ! ಅವರೆಲ್ಲ ಅಷ್ಟೊಂದು ಪ್ರೀತಿಸುವ, ಗೌರವಿಸುವ ಚಾಣಕ್ಯರು ಕೊಲೆ ಮಾಡಿಸಿದ್ದಾರೆಂದು ನಂಬುವುದಕ್ಕೆ ಸಾಧ್ಯವೇ ? ಅದರಲ್ಲೂ ಸುಸೀಮನ ಸಾಕ್ಷ್ಯವನ್ನು ಕೇಳಿದ ನಂತರವೂ! ಹಾಗೆ ನೋಡಿದರೆ ಆನಂತರ ಅಮಾತ್ಯ ರಾಕ್ಷಸ ಮಾಡಿದ ಸಂಚುಗಳನ್ನು ನೆನಸಿಕೊಂಡರೆ ಅವನು ಇಂಥ ಕ್ರೂರ ಆಲೋಚನೆ ಮಾಡಬಲ್ಲನೇ ? ಎಂದು ನನಗೆ ಆಶ್ಚರ್ಯವಾಗುತ್ತದೆ."

"ರಾಕ್ಷಸ ಮಾಡಿದ ಸಂಚುಗಳೇ ?" ಸುಮಂತ ಅವಾಕ್ಕಾದ.

ಮಾಧವಿ ಸುರಂಗ ಮಾರ್ಗದಲ್ಲಿ ಕೊಲೆಗಡುಕರನ್ನು ನೇಮಿಸಿದ್ದು, ದಾರುವರ್ಮನಿಂದ ಅಲಂಕಾರ ಫಲಕಗಳನ್ನು ಬೀಳಿಸಿ ಕೊಲ್ಲಿಸಲು ಪ್ರಯತ್ನಿಸಿದ್ದು ಇತ್ಯಾದಿ ಎಲ್ಲ ವಿವರಗಳನ್ನು ನೀಡಿದಳು. "ಚಾಣಕ್ಯ ಚತುರನಲ್ಲದಿದ್ದರೆ ಇಷ್ಟು ಹೊತ್ತಿಗೆ ಚಂದ್ರಗುಪ್ತ ಸಾಯುತ್ತಿದ್ದ ಉಜ್ವಲ ವಿಧವೆಯಾಗುತ್ತಿದ್ದಳು" ಎಂದಳು ಕಡೆಯಲ್ಲಿ.

ರಾಕ್ಷಸನ ಬಗ್ಗೆ ಇದ್ದ ಗೌರವ ಭಾವನೆಗಳನ್ನು ಸುಮಂತ ಈಗ ಮರು ಪರಿಶೀಲಿಸ ಬೇಕಾಯಿತು. ಧನನಂದನನ್ನು ಕೊಲ್ಲಲು ಚಂದ್ರಗುಪ್ತ ಚಾಣಕ್ಯರಿಗೆ ವೈಯಕ್ತಿಕ ಕಾರಣ ಗಳಿದ್ದವು. ಜನ ದಂಗೆಯೇಳಲು, ಅವರಿಗೆ ಬೆಂಬಲ ನೀಡಲು ಧನನಂದನ ದುಷ್ಟ ಆಡಳಿತದ ಕಾರಣವಿತ್ತು. ಧನನಂದ ಸತ್ತಮೇಲೂ ಚಂದ್ರಗುಪ್ತನನ್ನು ಕೊಲ್ಲಲು ಇಂಥ ಆಲೋಚನೆಗಳನ್ನು ಮಾಡಬಲ್ಲ ರಾಕ್ಷಸನನ್ನು ನಂಬುವುದು ಹೇಗೆ ? ರಾಜನೀತಿಯಲ್ಲಿ ಇಂಥ ತಂತ್ರ ಪ್ರತಿತಂತ್ರಗಳು ಸಹಜವೆಂದು ಒಪ್ಪಿದರೂ, ಮಹಾ ಸಭ್ಯನೆಂದು ಗೌರವಿಸುವ ರಾಕ್ಷಸ ರಾಜನೀತಿಯ ಹೆಸರಿನಲ್ಲಿ ಇಂಥ ಹೀನ ಆಲೋಚನೆಯನ್ನು ಮಾಡಬಲ್ಲನೇ, ಎಂದು ನಂಬಲಾಗಲಿಲ್ಲ.

ಮಾಧವಿ ಮುಂದುವರಿಸಿದವಳು, "ಅರ್ಧರಾಜ್ಯವನ್ನು ಕೊಡುವುದನ್ನು ತಪ್ಪಿಸಿಕೊಳ್ಳಲು ಚಾಣಕ್ಯ ಪೌರವನನ್ನು ಕೊಲ್ಲಿಸಿದನೆಂಬುದು ತರ್ಕಕ್ಕೆ ಸಿಗುವುದರಿಂದ ಯುವರಾಜರು ಅದನ್ನೇ ಹಿಡಿದು ಕುದಿಯುತ್ತಿದ್ದಾರೆ. ಚಾಣಕ್ಯರಿಗೆ ಅರ್ಧರಾಜ್ಯವನ್ನು ಕೊಡುವ ಮನಸ್ಸಿರಲಿಲ್ಲ. ಕೊಡುತ್ತಲೂ ಇರಲಿಲ್ಲ."

"ಯುವರಾಣಿ" ಸುಮಂತ ತುಸು ಗೊಂದಲಗೊಂಡ. "ಚಾಣಕ್ಯ ಕೊಲ್ಲಿಸ ಲಿಲ್ಲವೆಂದು ಹೇಳುತ್ತೀರಿ, ಅದೇ ಸಮಯದಲ್ಲಿ ಅರ್ಧ ರಾಜ್ಯವನ್ನು ಕೊಡುತ್ತಿರಲಿಲ್ಲವೆಂದೂ ಹೇಳುತ್ತೀರಿ. ಒಂದಕ್ಕೊಂದಕ್ಕೆ ಸಂಬಂಧವಿರುವಂತೆ ಕಾಣುತ್ತಿಲ್ಲ."

''ವೈದ್ಯರೇ ನೀವು ಚಾಣಕ್ಯರನ್ನು ನೋಡಿಲ್ಲ'' ಮಾಧವಿ ಹೇಳಿದಳು, ''ನಾನು ನೋಡಿದ್ದೇನೆ. ಇದೇ ಅರಮನೆಯಲ್ಲಿ ದಿಟ್ಟತನದಿಂದ ಅವರೊಂದಿಗೆ ಚರ್ಚೆ ಮಾಡಿದ್ದೇನೆ. ಪ್ರಚಂಡ ಆತ್ಮಶಕ್ತಿಯ, ತೇಜೋವಂತನಾದ ಅವನೆದುರಿನಲ್ಲಿ ಸರ್ವವೂ ವಿನೀತವಾಗುತ್ತದೆ. ವೈಯಕ್ತಿಕವಾಗಿ ಅವರು ಅರ್ಧ ರಾಜ್ಯವನ್ನು ನಿರಾಕರಿಸುವ ವಿಷಯಕ್ಕೆ ನನ್ನಲ್ಲಿ ಅಸಮಾಧಾನವಿದೆ. ಆದರೆ ಆತನ ದೂರದೃಷ್ಟಿಯನ್ನು ಒಪ್ಪಲೇ ಬೇಕಾಗುತ್ತದೆ. ಪುಡಿಪುಡಿಯಾಗಿದ್ದ ಆರ್ಯಾವರ್ತವನ್ನು ಯವನರು ಸುಲಭವಾಗಿ ಮಣಿಸಿ, ದಾಂಧಲೆ ನಡೆಸಿದರು. ನಮ್ಮ ಮಾವನವರು ಎದುರಿಸಿ ಸ್ವಾಭಿಮಾನವನ್ನು ಮೆರೆದರೂ, ನಂತರ ಗಾಂಧಾರದ ಮೇಲಿನ ರೋಷದಿಂದ, ಮಗಧವನ್ನು ಗೆದ್ದರೆ ಸಾರ್ವಭೌಮನಾಗುವೆನೆಂಬ ಸ್ವಾರ್ಥದಿಂದ ಆ ವಿದೇಶೀಯನ ಜೊತೆಯಲ್ಲೇ ಕೈಜೋಡಿಸಿದರು. ಇದು ದ್ರೋಹವಲ್ಲವೆ? ನಮ್ಮ ಧರ್ಮ, ನಮ್ಮ ಸಂಸ್ಕೃತಿ, ನಮ್ಮ ಪರಂಪರೆಗಳು ಪರಧರ್ಮ, ಸಂಸ್ಕೃತಿಗಳ ದಾಳಿಗೆ ಸಿಕ್ಕಿ ನಾಶವಾಗಬೇಕೇ? ಧನನಂದನಂಥ ಪ್ರಜಾಪೀಡಕ ಇನ್ನಷ್ಟು ದಿವಸ ರಾಜ್ಯವಾಳಿ ಇನ್ನಷ್ಟು ಜನರನ್ನು ಪೀಡಿಸಬೇಕಾಗಿತ್ತೆ? ಒಂದು ವೇಳೆ ಅರ್ಧರಾಜ್ಯ ಕೊಟ್ಟರೂ ಮತ್ತೊಮ್ಮೆ ವಿದೇಶೀಯರ ದಾಳಿ ನಡೆದರೆ, ಚಂದ್ರಗುಪ್ತನನ್ನು ಗೆಲ್ಲಲು ಮಲಯಕೇತು ಅವರ ಜೊತೆ ಸೇರುವುದಿಲ್ಲವೆಂಬುದಕ್ಕೆ ಭರವಸೆಯೇನು? ಧನನಂದನ ವಿರುದ್ಧ ದಂಗೆಯೆದ್ದ ಮಗಧದ ಅರ್ಧ ರಾಜ್ಯದ ಜನ ಮಲಯಕೇತುವಿನ ವಿರುದ್ಧವೇ ದಂಗೆಯೆದ್ದರೆ ಏನು ಮಾಡುವುದು? ಆದ್ದರಿಂದ ಆಂತರಿಕವಾಗಿ ಎಲ್ಲ ಸ್ವಾತಂತ್ರ್ಯಗಳನ್ನು ಇರಿಸಿಕೊಂಡು, ಬಹಿರಂಗದಲ್ಲಿ ಚಂದ್ರಗುಪ್ತನ ಪರಮಾಧಿಕಾರವನ್ನು ಒಪ್ಪುವಂತೆ ಮಲಯಕೇತುವನ್ನು ಒಡಂಬಡಿಸುವಂತೆ ನನ್ನಲ್ಲಿ ಹೇಳಿದರು. ಸನಾತನ ಧರ್ಮದ ಅಡಿಪಾಯದ ಮೇಲೆ ನೀತಿನಿಷ್ಠವಾದ ಅಖಂಡ ಆರ್ಯಾವರ್ತದ ವಿಶಾಲ ಸಾಮ್ರಾಜ್ಯದ ನಿರ್ಮಾಣದ ತನ್ನ ಕನಸನ್ನು ಈಡೇರಿಸಲು ಸಹಾಯ ಮಾಡು ಎಂದು ಕೇಳಿಕೊಂಡರು. ನನಗೆ ಅದರಲ್ಲಿ ತಪ್ಪು ಕಾಣುತ್ತಿಲ್ಲ, ನನ್ನ ಗಂಡ, ನನ್ನ ನಾಡು ಎಂಬ ಸಂಕುಚಿತ ಭಾವದಿಂದಾಚೆಗೆ ನಮ್ಮ ಆರ್ಯಾವರ್ತ, ನಮ್ಮ ಸನಾತನ ಧರ್ಮವೇ ಮುಖ್ಯವೆಂದು ನನ್ನ ಮನಸ್ಸು ಸ್ಪಷ್ಟವಾಗಿ ಹೇಳುತ್ತಿದೆ.''

ಸುಮಂತ ಬಹಳ ಹೊತ್ತು ಆಲೋಚನೆಯಲ್ಲಿ ಮುಳುಗಿದ. ಮಾಧವಿಯ ಮಾತಿನ ಧಾಟಿಯೂ, ಅವಳು ಎಷ್ಟು ವಿಚಾರಪರಳೆಂಬ ಮೆಚ್ಚಿಗೆಯ ಭಾವನೆಯನ್ನು ಅವನಲ್ಲಿ ಮೂಡಿಸಿತು. ಪಾಟಲೀಪುತ್ರದಲ್ಲಿದ್ದಾಗ ಧನನಂದನ ಬಗ್ಗೆ ತಾನೂ ಕೇಳಿದ್ದುದರಿಂದ ಅವನ ಆಳ್ವಿಕೆ ಕೊನೆಗೊಂಡದ್ದೇ ಒಳ್ಳೆಯದಾಯಿತೆಂದುಕೊಂಡ. ಮಾಧವಿಯ ಮಾತಿನ ಆಧಾರದ ಮೇಲೆ ಚಂದ್ರಗುಪ್ತ ಚಾಣಕ್ಯರು ಒಂದು ಹೊಸ ಚೈತನ್ಯದ, ಪ್ರಜಾರಂಜನೆಯ ಒಂದು ಹೊಸ ರಾಜನೀತಿಯನ್ನು ತರುವರೆಂದು ಅನ್ನಿಸಿತು. ಚಾಣಕ್ಯ ತನ್ನ ಉದಾತ್ತ ಉದ್ದೇಶ ಸಾಧನೆಗಾಗಿ ಪೌರವನನ್ನು ತಾನೇ ಕೊಲ್ಲಿಸಿದ್ದರೂ ಅದು ತಪ್ಪಲ್ಲ ಅನ್ನಿಸತೊಡಗಿತು. ಪೌರವ ಬದುಕಿದ್ದರೆ ಚಾಣಕ್ಯನ ಕನಸಿಗೆ ಖಂಡಿತ ಅಡ್ಡಿಪಡಿಸುತ್ತಿದ್ದ. ಮತ್ತೆ ಘರ್ಷಣೆ, ಯುದ್ಧಗಳಿಗೆ ಕಾರಣವಾಗಬಹುದಾಗಿತ್ತು. ಸಾವಿರಾರು ಜನ ಸಾಯುತ್ತಿದ್ದರು. ಅದರ ಬದಲು ಪೌರವನೊಬ್ಬನೇ ಸತ್ತಿದ್ದು ಒಳ್ಳೆಯದಾಯಿತೇನೋ ಎಂದುಕೊಂಡ.

''ಯುವರಾಣಿ, ಅವಿವೇಕದ ಪ್ರಯತ್ನ ಮಾಡಿದರೆ ಆ ಚಾಣಕ್ಯ ಯುವರಾಜ ಮತ್ತು ರಾಕ್ಷಸ ಇಬ್ಬರನ್ನೂ ಖಂಡಿತ ಉಳಿಸುವುದಿಲ್ಲ''

"ಈ ಮಾತನ್ನು ನಾನು ಹೇಳಿದರೆ ನಾನು ಪತಿದ್ರೋಹಿ, ನಾಡಿನ ದ್ರೋಹಿ ಎಂದು ಕರೆಸಿಕೊಳ್ಳಬಹುದು ವೈದ್ಯರೇ."

"ಪರಿಸ್ಥಿತಿ ಬಹಳ ಸೂಕ್ಷ್ಮವಾಗಿದೆ ಯುವರಾಣಿ."

"ಅಮಾತ್ಯ ರಾಕ್ಷಸನನ್ನು ಹೇಗಾದರೂ ಮಾಡಿ ಇಲ್ಲಿಂದ ಓಡಿಸಿದರೆ, ಯುವ ರಾಜರನ್ನು ಒಪ್ಪಿಸುವುದು ಸಾಧ್ಯವಾಗಬಹುದು."

"ಅದು ಬಹಳ ಕಷ್ಟದ ಕೆಲಸ. ಅಲ್ಲದೆ ಶರಣಾಗತರಾಗಿ ಬಂದವರನ್ನು ಓಡಿಸುವುದು ಸಂಸ್ಕೃತಿಯಲ್ಲ."

"ರಾಕ್ಷಸ ಇಲ್ಲಿಗೆ ಬಂದಿರುವ ವಿಷಯವನ್ನು ನೇರವಾಗಿ ಚಂದ್ರಗುಪ್ತ ಚಾಣಕ್ಯರಿಗೆ ಪತ್ರ ಬರೆದು ತಿಳಿಸಬೇಕೆಂದು ಒಂದು ಕ್ಷಣ ಅನ್ನಿಸಿತು. ಆದರೆ ಮರುಕ್ಷಣವೇ ಅಂಥ ಯೋಚನೆ ಮಾಡಿದ್ದಕ್ಕೆ ನನ್ನನ್ನೇ ನಾನು ಹಳಿದುಕೊಂಡೆ. ಅದು ಖಂಡಿತ ಪತಿದ್ರೋಹ ವಾಗುತ್ತದೆ. ಅಲ್ಲದೆ ಅವರೂ ಅರಮನೆಯ ಗುಟ್ಟನ್ನು ಬಿಟ್ಟುಕೊಟ್ಟ ನನ್ನ ಬಗ್ಗೆ ಒಳ್ಳೆಯ ಭಾವನೆ ತಾಳುತ್ತಿರಲಿಲ್ಲ."

"ನಿಮ್ಮ ಮಾತನ್ನು ಕೇಳಿದರೆ, ಚಾಣಕ್ಯನ ಊಹೆ ಮಾಡುವ ಶಕ್ತಿ ಮತ್ತು ಗೂಢಚರ್ಯ ಜಾಲ ಸಮರ್ಥವಾಗಿರುವಂತಿದೆ. ಯಾರಿಗೆ ಗೊತ್ತು, ಈಗಾಗಲೇ ಇಲ್ಲಿಯ ವಿಷಯವನ್ನು ಅವನು ಊಹಿಸಿರಬಹುದು. ಅಥವಾ ಗೂಢಚಾರರಿಂದ ತಿಳಿದಿರಬಹುದು ಅಥವಾ ನಮ್ಮ ನಗರದಲ್ಲೂ ಅವನ ಗೂಢಚಾರರಿರಬಹುದು. ಸದ್ಯದಲ್ಲಿ ಕಾದು ನೋಡುವುದಷ್ಟೇ ನಮ್ಮ ಕರ್ತವ್ಯ."

★ ★ ★

ಅದೇ ದಿನ ರಾಕ್ಷಸ ಸುಮಂತನನ್ನು ತನ್ನ ಜೊತೆ ತಿರುಗಾಡಲು ಕರೆದುಕೊಂಡು ಹೋದಾಗ, ಅವನು ಹೇಳಿದ ವಿಷಯ ಅನಿರೀಕ್ಷಿತವಾಗಿತ್ತು ಮತ್ತು ಆಶ್ಚರ್ಯಕರವಾಗಿತ್ತು. ಅವನು ಹೇಳಿದ, "ವೈದ್ಯರೇ ಪರ್ವತನಾಡಿನ ಪರವಾಗಿ ಮತ್ತೆ ನೀವು ಪಾಟಲೀಪುತ್ರಕ್ಕೆ ಹೋಗಿ ರಹಸ್ಯವಾಗಿ ಕೆಲಸ ಮಾಡಲು ಸಾಧ್ಯವೇ?"

"ಅಂದರೆ ಗೂಢಚರ್ಯವೇ?"

"ಹಾಗೇ ತಿಳಿಯಬಹುದು."

"ನಾನೊಬ್ಬ ವೈದ್ಯ ಅಮಾತ್ಯರೇ. ಗೂಢಚರ್ಯಕ್ಕೂ ನನಗೂ ಏನು ಸಂಬಂಧ?"

"ಅದು ನನಗೆ ಗೊತ್ತು. ಆದರೆ ನಿಮ್ಮ ನಾಡಿನ ಬಗ್ಗೆ ನಿಮ್ಮ ರಾಜನ ಬಗ್ಗೆ ನಿಮಗೆ ಪ್ರೀತಿ ಗೌರವಗಳಿಲ್ಲವೆ?"

"ಖಂಡಿತ ಇವೆ. ತನ್ನ ನಾಡನ್ನು ಪ್ರೀತಿಸದ ವ್ಯಕ್ತಿ ಕ್ರಿಮಿ ಕೀಟಗಳಿಗಿಂತ ಕಡೆಯೆಂದು ನಂಬಿದವನು ನಾನು."

"ನಾಡಿನ ಪ್ರೀತಿಗಾಗಿಯೇ ನೀವು ಈ ಕೆಲಸ ಮಾಡಬೇಕು. ಪೌರವರ ಸಾವಿಗೆ ಪ್ರತೀಕಾರ ಮಾಡಬೇಕು."

"ಆದರೆ, ನಾನು ಯಾರೆಂದು ಪಾಟಲೀಪುತ್ರದಲ್ಲಿ ಬಹುಜನರಿಗೆ ಗೊತ್ತು."

"ನೀವು ವೇಷ ಮರೆಸಿಕೊಂಡು ಹೋಗಬೇಕಾಗಿಲ್ಲ, ನೀವು ವೈದ್ಯರಾಗಿಯೇ ಅಲ್ಲಿಗೆ

ಹೋಗುತ್ತೀರಿ. ನೀವು ಯಾರೆಂದು ಅರಮನೆಯ ಪರಿಚಾರಕರೇ ಚಾಣಕ್ಯನಿಗೆ ಹೇಳುತ್ತಾರೆ. ಅವನ ಬಳಿಯಲ್ಲೇ ನೀವು ಆಶ್ರಯ ಬೇಡಿ.''

''ಪರನಾಡಿನ ನನಗೆ ಅವರು ಆಶ್ರಯ ಕೊಡುತ್ತಾರೆಯೇ ?''

''ಅದಕ್ಕೆ ಒಂದು ಉಪಾಯವಿದೆ. ಅಲ್ಲಿಂದ ಇಲ್ಲಿಗೆ ಬಂದ ಮೇಲೆ ನಿಮ್ಮ ಮೇಲೆ ಗೂಢಚರ್ಯದ ಆಪಾದನೆ ಹೊರಿಸಿ ಮಲಯಕೇತು ಅಟ್ಟಿಬಿಟ್ಟನೆಂದು ಹೇಳಿ. ಈ ಸಂದರ್ಭದಲ್ಲಿ ಆ ಸುಳ್ಳನ್ನು ಅವನು ನಂಬುತ್ತಾನೆ. ಅಲ್ಲಿ ಅರಮನೆಯಲ್ಲಿ ನನ್ನ ಆಪ್ತರು ಈಗಿದ್ದಾರೋ ಇಲ್ಲವೋ, ನಗರದಲ್ಲಿ ನನ್ನ ಗೂಢಚಾರರಂತೂ ಇದ್ದಾರೆ. ಅವರ ಮೂಲಕ, ನಿಮ್ಮ ಮೂಲಕ ನನ್ನ ಕೆಲಸ ಆಗಬೇಕು. ಸೇನಾಧ್ಯಕ್ಷರನ್ನು ಕಂಡು ನೀವು ಅವರ ಮನ ಒಲಿಸಬೇಕು. ಅವರಿಗೆಲ್ಲ ನಿಮ್ಮ ಬಗ್ಗೆ ಗೌರವ ಭಾವನೆಯಿದೆ. ನಿಮ್ಮ ಮಾತನ್ನು ಅವರು ನಂಬುತ್ತಾರೆ. ಜೀವಸಿದ್ಧಿ ನನ್ನ ಪತ್ರವನ್ನು ಕೊಡುತ್ತಾನೆ. ಅದನ್ನು ತೆಗೆದುಕೊಂಡು ಹೋಗಿ ಅವರಿಗೆ ಮುಟ್ಟಿಸಿ. ನಿಮ್ಮೊಂದಿಗೆ ಜೀವಸಿದ್ಧಿ ಮತ್ತು ಸಮಿದ್ಧಾರ್ಥಕರೂ ಬರುತ್ತಾರೆ. ನಿಮಗೆ ತೊಂದರೆಯಾದರೆ ಅವರು ನಿವಾರಿಸುತ್ತಾರೆ. ಅಲ್ಲಿಯ ಸಂದರ್ಭ ಅನುಕೂಲಕರವಾದ ಕೂಡಲೇ ಆಕ್ರಮಣ. ಮಗಧ ಸಿಂಹಾಸನದ ಮೇಲೆ ಚಕ್ರವರ್ತಿಯಾಗಿ ಮಲಯಕೇತುವಿನ ಅಭಿಷೇಕ !''

ತಾನು ಅಂದುಕೊಂಡಿದ್ದನ್ನು ಮಾಡಲು ಅನುಕೂಲಕರ ಪರಿಸ್ಥಿತಿ ತಾನಾಗಿ ಒದಗಿ ಬಂದಿತೆಂದು ಒಳಗೇ ಸಂತೋಷವಾದರೂ, ಮೇಲೆ ಮಾತ್ರ ಸುಮಂತ ''ನನಗೆ ಭಯವಾಗುತ್ತದೆ ಅಮಾತ್ಯರೆ'' ಎಂದು ನಟನೆ ಮಾಡಿದ.

''ವೈದ್ಯರೇ, ಇದು ನನ್ನ ಕೋರಿಕೆಯೆಂದು ದಯಮಾಡಿ ಒಪ್ಪಿಕೊಳ್ಳಿ.''

''ಬೇಡಿ ಅಮಾತ್ಯರೇ, ನೀವು ಬೇಡಬಾರದು. ನಿಮ್ಮ ಮೇಲಿನ ಗೌರವದಿಂದ ನಾನು ಒಪ್ಪುತ್ತೇನೆ.''

ರಾಕ್ಷಸನಿಗೆ ಬಹಳ ಸಂತೋಷವಾಯಿತು.

ಮರುದಿನ ಸುಮಂತ ಮಾಧವಿಯನ್ನು ಕಂಡಾಗ ಈ ವಿಷಯ ತಿಳಿಸಿದ. ಅವಳಿಗೂ ಸಂತೋಷವಾಯಿತು. ''ವೈದ್ಯರೇ, ಹೀಗೆ ಮಾಡಿ, ಹಾಗೆ ಮಾಡಿ ಎಂದು ನಾನು ಹೇಳಿದರೂ, ಅದು ತಪ್ಪಾಗುವುದೇನೋ ಎಂಬ ಭಯ ಕಾಡುತ್ತಿದೆ. ಆದರೂ ಇಷ್ಟು ಮಾತ್ರ ಹೇಳಬಲ್ಲೆ, ಮತ್ತೆ ಯುದ್ಧವಾಗಿ ಪ್ರಾಣಹಾನಿಯಾಗದಂತೆ, ನನ್ನ ಪತಿಯ ಪ್ರಾಣ ಸುರಕ್ಷಿತವಾಗಿರುವಂತೆ, ನಮ್ಮ ನಾಡಿನ ಗೌರವಕ್ಕೆ ಕುಂದುಂಟಾಗದಂತೆ, ಯಾವುದು ಸೂಕ್ತ ಎಂಬುದನ್ನು ಆಲೋಚಿಸಿ ನೀವೇ ನಿರ್ಧರಿಸಿ. ನೀವು ಹೊರಡುವ ಮೊದಲು ಮಹಾರಾಣಿ ಉಜ್ವಲಾಗೆ ನಾನೊಂದು ವೈಯಕ್ತಿಕ ಪತ್ರ ಕೊಡುತ್ತೇನೆ. ಅದನ್ನು ಜೋಪಾನವಾಗಿ ಅವಳಿಗೆ ತಲಪಿಸಿದರೆ ಸಾಕು. ಬೇರೆಯವರ ಕೈಗೆ ಸಿಗಬಾರದು.''

''ಹಾಗೇ ಆಗಲಿ ಯುವರಾಣಿ. ನಿಮ್ಮ ವಿಚಾರ, ಉದ್ದೇಶಗಳ ಪ್ರೇರಣೆಯಿಂದಲೇ ನಾನು ಈ ಅಪಾಯಕಾರೀ ಪ್ರಯತ್ನಕ್ಕೆ ಒಪ್ಪಿಕೊಂಡಿರುವುದು. ಬರೀ ಯುದ್ಧ, ಕೊಲೆ, ಹಿಂಸೆ, ವಿಜಯದಿಂದಲೇ ನಾಡಿನ ಗೌರವ ಪ್ರತಿಷ್ಠೆಗಳು ಉಳಿಯುವುದಿಲ್ಲ, ಜನರ, ರಾಜನ ಸಂಸ್ಕೃತಿ, ಸಭ್ಯತೆಗಳೇ ಮುಖ್ಯವೆಂದು ನನಗೂ ಅರಿವಾಗಿದೆ. ಅದಕ್ಕಾಗಿ ಕೆಲವು ಸಾಂಪ್ರದಾಯಿಕ ಕಟ್ಟಳೆಗಳನ್ನು ಮೀರುವುದು ಅಪರಾಧವಲ್ಲ ಎನಿಸುತ್ತಿದೆ.''

ಮಲಯಕೇತುವೂ ಸುಮಂತನನ್ನು ಕರೆಸಿ ಹೇಳಿದ, "ವೈದ್ಯರಾದ ನಿಮ್ಮನ್ನು ನಮ್ಮ ರಾಜನೀತಿಯ ಕಾರ್ಯಕ್ಕೆ ನಿಯೋಜಿಸುತ್ತಿರುವುದು ನಮಗೂ ಸಂತೋಷದ ವಿಷಯವಲ್ಲ. ಆದರೆ ಬೇರೆ ದಾರಿಯಿಲ್ಲ. ನಿಮ್ಮಂಥ ನಿಷ್ಠರು, ಗಣ್ಯರು, ನಂಬಿಕೆಗೆ ಅರ್ಹರಾದವರು ಬೇರೆ ಯಾರೂ ಕಾಣುತ್ತಿಲ್ಲ"

"ಚಿಂತಿಸಬೇಡಿ ಯುವರಾಜ. ನಮ್ಮ ನಾಡು ಮತ್ತು ರಾಜನಿಗಾಗಿ ಕರ್ತವ್ಯವೆಂದು ಭಾವಿಸಿ ರಾಕ್ಷಸರು ಒಪ್ಪಿಸಿರುವ ಕಾರ್ಯವನ್ನು ನಿರ್ವಹಿಸುತ್ತೇನೆ."

ಆದಾದ ಎರಡು ದಿನಗಳ ನಂತರ ಒಂದು ದಿನ ಜೀವಸಿದ್ಧಿ, ಸಮಿದ್ಧಾರ್ಥಕ ಮತ್ತು ಸುಮಂತ ಹೊರಟರು. ಸಾಕಾದಷ್ಟು ಆಹಾರ ಪದಾರ್ಥಗಳು, ಅಡಿಗೆ ಸಲಕರಣೆಗಳು, ರಾತ್ರಿ ಮಲಗಲು ಅಗತ್ಯವಾದ ಕಂಬಳಿಗಳು, ಸುಮಂತನ ಔಷಧಿಗಳ ಪೆಟ್ಟಿಗೆ ಇತ್ಯಾದಿಗಳನ್ನೆಲ್ಲ ಮೂರು ಪ್ರತ್ಯೇಕ ಗಂಟುಗಳನ್ನಾಗಿ ಮಾಡಿ ಮೂವರೂ ಹಂಚಿಕೊಂಡರು. ಸ್ಕಂದ ಮತ್ತು ಶಶಾಂಕ ಕುದುರೆಗಳ ಮೇಲೇರಿಕೊಂಡು ಪರ್ವತನಾಡಿನ ಗಡಿಯವರೆಗೂ ಮುಟ್ಟಿಸಿ ಹಿಂದಿರುಗಿದರು. ಅಲ್ಲಿಂದಾಚೆಗೆ ಅವರು ಕಾಲು ನಡಿಗೆಯಲ್ಲಿ ಪ್ರಯಾಣ ಮುಂದುವರಿಸಿದರು.

ದಾರಿಯುದ್ದಕ್ಕೂ ಜೀವಸಿದ್ಧಿ ತನ್ನ ಜ್ಯೋತಿಷ್ಯ ಜ್ಞಾನದ ಬಗ್ಗೆ ಅತಿಶಯೋಕ್ತಿಗಳಿಂದ ಬಣ್ಣಿಸುತ್ತಿದ್ದ. ಆ ಜ್ಞಾನವನ್ನು ಪಡೆಯಲು ತಾನು ಹಿಮಾಲಯದಲ್ಲಿ ಹಲವು ಯೋಗಿಗಳನ್ನು ಆಶ್ರಯಿಸಿ ಕಷ್ಟಪಟ್ಟದ್ದನ್ನು ಸ್ವಾರಸ್ಯವಾಗಿ ವಿವರಿಸುತ್ತಿದ್ದ.

"ತಾವು ಬೌದ್ಧರಲ್ಲವೆ ? ತಮಗೆ ನಮ್ಮ ಜ್ಯೋತಿಷ್ಯ ಶಾಸ್ತ್ರದ ಬಗ್ಗೆ ನಂಬಿಕೆಯಿದೆ ಯೆಂದರೆ ಆಶ್ಚರ್ಯವಾಗುತ್ತದೆ" ಎಂದ ಸುಮಂತ.

"ಜ್ಯೋತಿಷ್ಯಕ್ಕೆ ಧರ್ಮದ ಹಂಗಿರುವುದಿಲ್ಲ ವೈದ್ಯರೇ" ಜೀವಸಿದ್ಧಿ ಹೇಳಿದ, "ಸೂರ್ಯ, ಚಂದ್ರ, ರಾಹು, ಕೇತು, ಬುಧ, ಶುಕ್ರ ಇತ್ಯಾದಿ ಗ್ರಹಗಳು ಒಂದೊಂದು ಧರ್ಮದವರಿಗೆ ಒಂದೊಂದು ರೀತಿಯಲ್ಲಿರುವುದು, ಒಂದೊಂದು ಬಗೆಯ ಪ್ರಭಾವ ಬೀರುವುದು ಸಾಧ್ಯವೇ ? ಉದಾಹರಣೆಗೆ ಜ್ವರ ಬರುತ್ತದೆ ಎಂದಿಟ್ಟುಕೊಳ್ಳಿ, ವೈದಿಕ ಧರ್ಮದವರಿಗೆ ಒಂದು ಔಷಧಿ, ಜೈನ ಬೌದ್ಧರಿಗೆ ಬೇರೆ ಬೇರೆ ಔಷಧಿ ಕೊಡುತ್ತಾರೇನು ? ಒಂದೇ ಔಷಧಿಯಿಂದ ಎಲ್ಲರ ಜ್ವರಗಳೂ ಗುಣವಾಗುವುದಿಲ್ಲವೆ?"

"ಬಹಳ ಸ್ವಾರಸ್ಯವಾಗಿ ಮಾತಾಡುತ್ತೀರಿ. ಆದರೆ ಪಾಟಲೀಪುತ್ರದಲ್ಲಿ ಬೌದ್ಧರ ಬಗ್ಗೆ ವಿರೋಧ ಭಾವನೆಯಿರುವುದು, ವಿಹಾರವನ್ನು ನಾಶ ಮಾಡಿದ್ದು ಎಲ್ಲವನ್ನೂ ಕೇಳಿದ್ದೇನೆ. ಅಂಥ ಕಡೆ ನೀವು ಹೇಗೆ ಸುರಕ್ಷಿತವಾಗಿದ್ದೀರಿ ?"

"ಆ ವಿಹಾರದವರು ರಾಜನ ಬೆಂಬಲವಿದೆಯೆಂದು ಅಕ್ಕಪಕ್ಕದವರಿಗೆ ಕಿರುಕುಳ ನೀಡುತ್ತಿದ್ದರು. ತಮ್ಮ ಪಾಡಿಗೆ ತಾವು ತಮ್ಮ ಧರ್ಮವನ್ನು ತಮ್ಮ ಮನೆಯೊಳಗೆ, ವಿಹಾರ ದೊಳಗೆ ಆಚರಿಸಿಕೊಂಡಿದ್ದರೆ ಯಾವ ತೊಂದರೆಯೂ ಆಗುತ್ತಿರಲಿಲ್ಲ. ವೈದಿಕ ಧರ್ಮ ಪುರಾತನವಾದ ಧರ್ಮ. ಬುದ್ಧದೇವನೂ ಕೂಡ ವೈದಿಕ ಗುರುಗಳ ಬಳಿ ಅಧ್ಯಯನವನ್ನು ಮಾಡಿದ. ಆನಂತರ ಅವನು ತನ್ನ ಹೊಸ ಧರ್ಮ ಸ್ಥಾಪಿಸಿದ್ದು. ಧರ್ಮ ಹೊಸದಾದರೂ ಅದರ ಬೇರಿರುವುದು ಸನಾತನ ಧರ್ಮದಲ್ಲೇ ಅಲ್ಲವೆ ?"

ಅವನ ವಾದಸರಣಿಯಿಂದ ಸುಮಂತನಿಗೆ ಸ್ವಲ್ಪ ಸಂದೇಹ ಬಂತು. ಅವನು ನಿಜವಾದ ಬೌದ್ಧನಲ್ಲವೆಂದು ಅನ್ನಿಸತೊಡಗಿತು. ಅವನು ಚಾಣಕ್ಯನ ಗೂಢಚಾರನಿರಬಹುದೇ ? ಎಂಬ

ಸಂದೇಹವೂ ಬಂತು. ಗೂಢಚರ್ಯಕ್ಕೆ ನಿಯಮಿತನಾದ ಕೂಡಲೇ, ತನ್ನ ಮನಸ್ಸೂ ಅದೇ ಧಾಟಿಯಲ್ಲಿ ಯೋಚಿಸುತ್ತಿದೆಯೆಂದು ಅವನಿಗೆ ನಗು ಬಂತು. ಜೋರಾಗಿಯೇ ನಕ್ಕುಬಿಟ್ಟ.

ಜೀವಸಿದ್ಧಿ ಮುಖದ ಮೇಲೆ ಹುಸಿಕೋಪವನ್ನು ತಂದುಕೊಂಡು ಹೇಳಿದ, "ನೀವೇ ಪ್ರಶ್ನೆ ಕೇಳಿ, ನನ್ನ ಉತ್ತರವನ್ನು ಹೀಗೆ ಅವಹೇಳನ ಮಾಡಿ ನಗುವುದು ಸಜ್ಜನಿಕೆಯಲ್ಲ."

"ತಪ್ಪು ತಿಳಿಯಬೇಡಿ. ನಾನು ನಕ್ಕದ್ದು ಅದಕ್ಕಲ್ಲ."

"ಅದಕ್ಕಲ್ಲವೆಂದರೆ, ಬೇರೆ ಯಾವುದಕ್ಕೆ?"

"ಅದನ್ನು ನಿಮಗೆ ಹೇಳಲಾರೆ."

"ಅದು ಸರಿ, ನಿಮಗೆ ಅಮಾತ್ಯರು ವಹಿಸಿದ ಕಾರ್ಯವೇನು ?"

"ಅದನ್ನು ಹೇಳಬೇಕೆಂದು ಒತ್ತಾಯಿಸುವುದು ಗೂಢಚರ್ಯವಲ್ಲ."

"ನಾವು ಗೂಢಚಾರರೆಂದು ನಿಮಗೆ ಯಾರು ಹೇಳಿದರು ?" ಎಂದ ಸಮಿದ್ಧಾರ್ಥಕ, "ನಾವು ರಾಕ್ಷಸರ ಆಪ್ತರಷ್ಟೆ."

"ಆಪ್ತರಿಗೆ ಪಾಟಲೀಪುತ್ರದಲ್ಲೇನು ಕೆಲಸ ?"

"ಅವರ ನೆಂಟರಿಷ್ಟರನ್ನು ಭೇಟಿ ಮಾಡಿ ಕ್ಷೇಮ ಸಮಾಚಾರವನ್ನು ವಿಚಾರಿಸುವುದು."

"ಸರಿ" ಎಂದ ಸುಮಂತ, ಜೀವಸಿದ್ಧಿಯ ಬೆರಳಿನಲ್ಲಿದ್ದ ದಪ್ಪಗಾತ್ರದ ಉಂಗುರವನ್ನು ಕಂಡು "ಅದೇನು?" ಎಂದು ಕೇಳಿದ.

"ಇದು.. ಇದು" ಎಂದು ಜೀವಸಿದ್ಧಿ ತೊದಲುತ್ತಿರುವಾಗ ತಕ್ಷಣ ಅದನ್ನು ಅವನ ಬೆರಳಿನಿಂದ ಕಿತ್ತುಕೊಂಡು ನೋಡಿ ಹೇಳಿದ. "ಓ ಮುದ್ರೆಯುಂಗುರ! ರಾಕ್ಷಸರ ಹೆಸರೂ ಸ್ಫುಟವಾಗಿದೆ! ಬಹಳ ಸುಂದರವಾದ ವಿನ್ಯಾಸ! ಇದನ್ನು ನಿರ್ಮಿಸಿದ ಲೋಹಕಾರನ ಕೌಶಲ್ಯವನ್ನು ಮೆಚ್ಚಲೇಬೇಕು. ಇದನ್ನು ಅವರೇ ಕೊಟ್ಟರೋ, ಅಥವಾ ನೀವೇ ಕದ್ದು ತರುತ್ತಿರುವಿರೋ ?"

"ಏನು ! ನನ್ನನ್ನು ಕಳ್ಳನೆಂದು ಹೇಳಲು ನಿಮಗೆಷ್ಟು ಧೈರ್ಯ !" ಎಂದು ಜೀವಸಿದ್ಧಿ ಉಂಗುರವನ್ನು ಕಿತ್ತುಕೊಂಡು ಮತ್ತೆ ಬೆರಳಿಗೆ ಹಾಕಿಕೊಂಡ.

"ದಯೆ, ಕರುಣೆ, ಅಹಿಂಸೆಗಳನ್ನು ಹೇಳುವ ಬೌದ್ಧ ಧರ್ಮಾವಲಂಬಿಗಳಾದ ನೀವು ಮಾತಿಗೆ ಮುಂಚೆ ಕೋಪಿಸಿಕೊಳ್ಳುವುದು ಸರಿಯೇ?"

ಜೀವಸಿದ್ಧಿ ತಕ್ಷಣ ಶಾಂತನಾಗಿ ಹೇಳಿದ, "ಇದು ರಾಕ್ಷಸರೇ ಕೊಟ್ಟದ್ದು. ಇಲ್ಲಿಂದ ಹೋದಮೇಲೆ ಶಕಟದಾಸನಿಂದ ಪತ್ರ ಬರೆಸಿ ಈ ಉಂಗುರದಿಂದ ಮುದ್ರೆ ಹಾಕಿ, ಆ ಪತ್ರವನ್ನು ನಿಮ್ಮ ಕೈಗೆ ಕೊಡುವಂತೆ ಹೇಳಿದ್ದಾರೆ. ಅದನ್ನು ನೀವು ಎಲ್ಲಿ ಕೊಡಬೇಕೆಂದು ಅವರೇ ಹೇಳಿರಬೇಕಲ್ಲ?"

"ಹೌದು, ಹೇಳಿದ್ದಾರೆ. ಇದು ಗುಟ್ಟು ಮಾಡುವ ವಿಷಯವೇನಲ್ಲವಲ್ಲ! ವೃಥಾ ನೀವು ಅನುಮಾನ ಬರುವಂತೆ ಮಾಡುತ್ತೀರ."

"ಅನುಮಾನವೇ ? ಏಕೆ ? ಯಾರ ಮೇಲೆ ?" ಸಮಿದ್ಧಾರ್ಥಕ ತುಸು ತಬ್ಬಿಬ್ಬುಗೊಂಡು ಕೇಳಿದ.

"ಯಾರ ಮೇಲೆಂದರೆ, ನಿಮ್ಮ ಮೇಲೇ ? ನೀವು ಯಾರು ? ಯಾರ ಕಡೆಯವರು ? ಯಾರಿಗಾಗಿ ಕೆಲಸ ಮಾಡುತ್ತಿರುವಿರಿ ? ಎಲ್ಲವೂ ಅನುಮಾನಾಸ್ಪದವಾಗಿದೆ."

ಜೀವಸಿದ್ಧಿ ಮತ್ತು ಸಮಿದ್ಧಾರ್ಥಕ ಮುಖ ಮುಖ ನೋಡಿಕೊಂಡರು. ನಂತರ ಜೀವಸಿದ್ಧಿ ಹೇಳಿದ, ''ಅನುಮಾನಕ್ಕೆ ಕಾರಣವೇ ಇಲ್ಲ. ನಾವು ನಿಜವಾಗಲೂ ಅಮಾತ್ಯ ರಾಕ್ಷಸರಿಗೆ ನಿಷ್ಠಾವಂತರಾದ ಗೂಢಚಾರರು.''

ಸುಮಂತ ಮತ್ತೆ ಮಾತಾಡಲಿಲ್ಲ. ಆದರೆ ಸಂದೇಹ ಪರಿಹಾರವಾಗಲಿಲ್ಲ.

## ೭

ಸುಮಂತ, ಜೀವಸಿದ್ಧಿ ಮತ್ತು ಸಮಿದ್ಧಾರ್ಥಕ ಇನ್ನೊಂದು ದಿನ ಪ್ರಯಾಣ ಮಾಡಿದ್ದರೆ ಪಾಟಲೀಪುತ್ರವನ್ನು ತಲಪುತ್ತಿದ್ದರು. ಮತ್ತೆ ತನ್ನ ಮಾತಿನಿಂದ ಸುಮಂತನಿಗೆ ಸಂದೇಹ ಬರಬಾರದೆಂಬ ಕಾರಣದಿಂದ ಜೀವಸಿದ್ಧಿ ಹೆಚ್ಚು ಮಾತಾಡುವ ಗೊಡವೆಗೇ ಹೋಗಲಿಲ್ಲ. ಅದು ಸುಮಂತನ ಸಂದೇಹವನ್ನು ಇನ್ನಷ್ಟು ಬಲಪಡಿಸಿತು.

ಅಂದು ರಾತ್ರಿ ಅವರು ಒಂದು ಝುರಿಯ ಬಳಿ ತಂಗಿದ್ದರು. ಜೀವಸಿದ್ಧಿ ಮತ್ತು ಸಮಿದ್ಧಾರ್ಥಕ ಅಡಿಗೆ ಮಾಡುತ್ತಿದ್ದರು. ಸುಮಂತ ಒಂದು ಕಡೆ ಕಂಬಳಿ ಹಾಸಿಕೊಂಡು ಕುಳಿತು ಅವರತ್ತಲೇ ನೋಡುತ್ತಿದ್ದ.

''ವೈದ್ಯರೇ'' ಎಂದ ಜೀವಸಿದ್ಧಿ.

''ಏನು ಹೇಳಿ.''

''ಹಸಿವನ್ನು ಹಿಂಗಿಸುವಂಥ ಯಾವುದಾದರೂ ಚೂರ್ಣ ನಿಮ್ಮಲ್ಲಿದೆಯೇ ?''

''ಏಕೆ ?''

''ಒಂದು ಚಿಟಿಕೆ ಬಾಯಿಗೆ ಹಾಕಿಕೊಂಡು ನೀರು ಕುಡಿದುಬಿಟ್ಟರೆ, ಹೊಟ್ಟೆ ತುಂಬಿ ತೇಗು ಬಂದರೆ ಎಷ್ಟು ಚೆನ್ನಾಗಿರುತ್ತದೆ !''

''ಹೌದು ವೈದ್ಯರೇ'' ಸಮಿದ್ಧಾರ್ಥಕ ದನಿಗೂಡಿಸಿದ. ''ಕಡೇ ಪಕ್ಷ ದಿನಕ್ಕೊಂದು ಸಲ ಈ ಅಡಿಗೆ ಮಾಡುವ ಕೆಲಸ ತಪ್ಪುತ್ತದೆ. ನಿಮ್ಮ ಹಾಗೆ ನಿಶ್ಚಿಂತೆಯಿಂದ ನಾವೂ ಕಾಲು ಚಾಚಿ ಕೂಡಬಹುದು.''

''ಅಡಿಗೆ ಮಾಡಲು ನಾನು ಸಹಕರಿಸುತ್ತಿಲ್ಲವೆಂದು ನಿಮಗೆ ಅಸಮಾಧಾನವಿರುವಂತಿದೆ'' ಎಂದ ಸುಮಂತ ನಗುತ್ತ.

''ಹಾಗೇನೂ ಇಲ್ಲ'' ಎಂದು ಸಮಿದ್ಧಾರ್ಥಕ ಗೊಣಗಿದ.

''ನಾಳೆ ನಾನೇ ಮಾಡುತ್ತೇನೆ ಬಿಡಿ.''

''ನಾಳೆ ಪಾಟಲೀಪುತ್ರ ಸೇರಿಬಿಡುತ್ತೇವಲ್ಲ ?''

''ಒಂದು ಹೊತ್ತಾದರೂ ಮತ್ತೆ ಅಡಿಗೆ ಮಾಡಬೇಕಲ್ಲ ?''

''ಸರಿ, ನಾಳೆ ನೀವೇ ಮಾಡಿ. ಔಷಧ ಕೊಡುವುದರಲ್ಲಿ ನಿಮ್ಮ ಕೈಗುಣ ಚೆನ್ನಾಗಿದೆ ಎಂದು ನಮ್ಮ ಅಮಾತ್ಯರು ಹೇಳುತ್ತಿದ್ದರು. ಅಡಿಗೆಯಲ್ಲಿ ನಿಮ್ಮ ಕೈಗುಣ ಹೇಗಿರುವುದೋ, ನೋಡಿಯೇ ಬಿಡೋಣ'' ಎಂದ ಜೀವಸಿದ್ಧಿ.

''ನೀವು ಕೊಡುವ ಕಷಾಯ, ಚೂರ್ಣಗಳ ರುಚಿಯಿಲ್ಲದಿದ್ದರಾಯಿತು'' ಎಂದು ಸಮಿದ್ಧಾರ್ಥಕ ನಕ್ಕ.

ಮೂವರೂ ಊಟ ಮಾಡುತ್ತ ಕುಳಿತಾಗ, "ಏಕೋ ಇತ್ತೀಚೆಗೆ ನೀವು ನನ್ನೊಂದಿಗೆ ಮಾತು ಕಡಿಮೆ ಮಾಡಿರುವಂತೆ ಕಾಣುತ್ತದೆ" ಎಂದ ಸುಮಂತ.

"ಆಡಿದ ಮಾತನ್ನೇ ಎಷ್ಟೆಂದು ಆಡುವುದು. ಪ್ರಯಾಣ ಆರಂಭವಾದ ಹೊಸದರಲ್ಲಿ ಉತ್ಸಾಹದಿಂದ ಬಡಬಡಿಸಿದ ಬಾಯಿಗೂ ಬೇಸರವಾಗಿ ಸುಮ್ಮನಾಗುತ್ತದೆ" ಎಂದ ಜೀವಸಿದ್ಧಿ.

"ಅಲ್ಲಾ ವೈದ್ಯರೇ" ಸಮಿದ್ಧಾರ್ಥಕ ಮಾತು ಬದಲಿಸಲೆಂದೇ ಕೇಳಿದ, "ನೀವು ನೋಡಿದರೆ ವೈದ್ಯರು. ಗೂಢಚರ್ಯ ಮಾಡುವುದು ಅಷ್ಟು ಸುಲಭವೇ? ಈ ಕೆಲಸವನ್ನು ನೀವೇಕೆ ಒಪ್ಪಿಕೊಂಡಿರಿ?"

"ಹೇಗಿದ್ದರೂ ನೀವು ಜೊತೆಯಲ್ಲಿರುತ್ತೀರಲ್ಲ?"

"ನಾವೆಲ್ಲಿ ಯಾವಾಗಲೂ ಜೊತೆಯಲ್ಲಿರುತ್ತೇವೆ? ನಮ್ಮ ನಮ್ಮ ಕೆಲಸದ ಮೇಲಿರುತ್ತೇವೆ. ನಿಮಗೆ ವಹಿಸಿದ ಕೆಲಸವನ್ನು ನೀವೇ ಸ್ವತಂತ್ರವಾಗಿ ಮಾಡಬೇಕಾಗುತ್ತದೆ. ಆ ಪ್ರಚಂಡ ಚಾಣಕ್ಯನಿಗೇನಾದರೂ ಸಂದೇಹ ಬಂದು, ನೀವು ಸಿಕ್ಕಿಬಿದ್ದರೆ, ನಿಮ್ಮ ಕಥೆ ಅಷ್ಟೇ."

"ಹೆದರಿಸುತ್ತೀರ? ಅಥವಾ ನನ್ನ ಧೈರ್ಯವನ್ನು ಪರೀಕ್ಷಿಸುತ್ತಿದ್ದೀರ?"

"ಖಂಡಿತ ಇಲ್ಲ, ವಾಸ್ತವ ಸಂಗತಿಯನ್ನು ಹೇಳಿದೆ ಅಷ್ಟೆ"

"ಆ ಚಾಣಕ್ಯ ಅಷ್ಟೊಂದು ಬುದ್ಧಿವಂತನೇ?"

"ಆಚಾರ್ಯರಿಗೆ ಏಕವಚನ ಪ್ರಯೋಗಿಸಬೇಡಿ" ಎಂದು ಹೇಳಿ ಸಮಿದ್ಧಾರ್ಥಕ ತಕ್ಷಣ ತುಟಿಕಚ್ಚಿಕೊಂಡ. ಸುಮಂತ ಅವನ ಮುಖ ನೋಡಿದ.

"ಹಾಗಲ್ಲ ವೈದ್ಯರೇ" ಜೀವಸಿದ್ಧಿ ಅದನ್ನು ಸರಿಪಡಿಸಲು ಪ್ರಯತ್ನಿಸಿದ, "ರಾಕ್ಷಸರನ್ನು ನಾವು ಅಮಾತ್ಯ ರಾಕ್ಷಸರು ಎಂದು ಕರೆಯುವುದಿಲ್ಲವೇ? ಹಾಗೇ ಚಾಣಕ್ಯರನ್ನು ಅಮಾತ್ಯ ಚಾಣಕ್ಯರು ಎಂದು ಕರೆಯುವುದು ಸಭ್ಯತೆಯೆಂದು ಅವನು ಹೇಳುತ್ತಿದ್ದಾನೆ. ಮೇಲಾಗಿ ಅವರು ಘನ ವಿದ್ವಾಂಸರಾದ ಬ್ರಾಹ್ಮಣರು. ದೊಡ್ಡ ಸಾಮ್ರಾಜ್ಯದ ಮಹಾಮಾತ್ಯರು."

"ನಿಮ್ಮ ಈ ಮಾತುಗಳನ್ನು ಕೇಳಿದರೆ ಸಂದೇಹ ಬರುತ್ತದೋ ಇಲ್ಲವೋ, ನೀವೇ ಹೇಳಿ" ಸುಮಂತ ನೇರವಾಗಿಯೇ ಕೇಳಿದ.

"ಈ ತೊಂದರೆ ಬೇಡವೆಂದೇ ನಾನು, ಮಾತಾಡುವುದೇ ಬೇಡವೆಂದು ಸುಮ್ಮನಿರಲು ಪ್ರಯತ್ನಿಸಿದ್ದು."

"ಜೊತೆಯಲ್ಲೇ ಇರುವಾಗ ಮಾತಾಡದೇ ಇರಲಾಗುತ್ತದೆಯೆ ಅಥವಾ ಮಾತಾಡ ದಿದ್ದರೆ ಸುಳ್ಳು ಸತ್ಯವಾಗುತ್ತದೆಯೇ?"

"ಈಗ ಮಾತು ಸಾಕು. ಬೇಗ ಊಟ ಮುಗಿಸಿ. ನನಗೆ ನಿದ್ರೆ ಬರುತ್ತಿದೆ" ಜೀವಸಿದ್ಧಿ ಸಿಡುಕಿದ.

ಊಟ ಮುಗಿಸಿ ಎಲ್ಲ ಕಂಬಳಿ ಹಾಸಿಕೊಂಡು, ಗಂಟುಗಳನ್ನು ತಲೆಯ ಕೆಳಗಿರಿಸಿ ಕೊಂಡು ಮಲಗಿದರು ಬೇಗನೇ ನಿದ್ರಾವಶರಾದರು.

ಸುಮಂತನಿಗೆ ದಡಕ್ಕನೆ ಎಚ್ಚರವಾಯಿತು. ಕಣ್ಣುಗಳನ್ನು ಪಕ್ಕ ಹೊರಳಿಸಿದ. ಜೀವಸಿದ್ಧಿ ಮತ್ತು ಸಮಿದ್ಧಾರ್ಥಕ ಮಲಗಿದ್ದ ಕಡೆ ಬರೀ ಕಂಬಳಿ ಮತ್ತು ಗಂಟುಗಳಿದ್ದವು. ಅವರಿರಲಿಲ್ಲ. ಎಲ್ಲಿ ಹೋದರೆಂದು, ಎದ್ದು ಕುಳಿತು ಸುತ್ತಮುತ್ತ ನೋಡಿದಾಗ ಸ್ವಲ್ಪ ದೂರದಲ್ಲಿ ಅವರು ಕುಳಿತು ಮಾತಾಡುತ್ತಿದ್ದರು. ಕಾಡಿನ ಏಕಾಂತದ ನಿಶ್ಶಬ್ದದಲ್ಲಿ ಅವರ ಪಿಸು ಮಾತೂ

ತಕ್ಕಮಟ್ಟಿಗೆ ಕೇಳಿಸುತ್ತಿತ್ತು. ಸುಮಂತ ತನ್ನ ಕಿವಿಗಳ ಶ್ರವಣ ಸಾಮರ್ಥ್ಯವನ್ನು ಅವರ ಮಾತುಗಳತ್ತ ಕೇಂದ್ರೀಕರಿಸಿದ.

"ರಾಕ್ಷಸನಿಗೂ ಬಾರದ ಸಂದೇಹ, ಈ ವೈದ್ಯ ಸುಮಂತನಿಗೆ ಬಂದಿದೆಯಲ್ಲ ಸಮಿದ್ಧಾರ್ಥಕ" ಎಂದ ಜೀವಸಿದ್ಧಿ.

"ಸ್ವಭಾವತಃ ಅವನು ಬುದ್ಧಿವಂತನಂತೆ ಕಾಣುತ್ತಾನೆ ಅಥವಾ ನಮ್ಮ ಮಾತಿನಿಂದಲೇ ಅವನಿಗೆ ಸಂದೇಹಪಡಲು ಅವಕಾಶವಾಗಿರಬೇಕು."

"ಅವನು ಒಳ್ಳೆಯ ವೈದ್ಯನೆಂಬುದು ಪಾಟಲೀಪುತ್ರದಲ್ಲಿದ್ದಾಗಲೇ ಗೊತ್ತಿತ್ತು. ನಮ್ಮ ಮಾತಿನ ಮೇಲೆ ಸಂದೇಹಪಡುವ ಜಾಣನಾದರೆ, ರಾಕ್ಷಸರು ಸರಿಯಾದ ವ್ಯಕ್ತಿಯನ್ನೇ ಆರಿಸಿದ್ದಾರೆಂದು ಹೇಳಬೇಕಾಗುತ್ತದೆ."

"ನಿಮ್ಮ ಈ ಬೌದ್ಧ ಭಿಕ್ಷು ವೇಷವೇ ಅವನಿಗೆ ಎದ್ದು ಕಂಡಿರುವುದು. ಸಂದೇಹಕ್ಕೂ ಇದೇ ಮೂಲವಾಗಿರಬಹುದು."

"ಈ ಹಾಳು ವೇಷವನ್ನು ಯಾವಾಗ ತೆಗೆದು ಹಾಕುತ್ತೇನೋ, ಎಂದು ಮೈಪರಚಿ ಕೊಳ್ಳುವಂತಾಗಿದೆ. ಈ ಕೆಲಸ ಮುಗಿದ ಮೇಲೆ ಈ ವೇಷ ತೆಗೆದೆಸೆದು, ಒಂದು ದಿನವೆಲ್ಲ ಸ್ನಾನ ಮಾಡಿ ಶುಚಿಯಾಗಿ ಇಡೀ ರಾತ್ರಿ ಅಖಂಡ ಜಪಮಾಡಿ, ಯಜ್ಞೋಪವೀತವನ್ನು ಧರಿಸಿದಾಗಲೇ ಮನಸ್ಸಿಗೆ ನೆಮ್ಮದಿ, ನಿರಾಳ."

"ಇಂದುಶರ್ಮರೇ, ನಮ್ಮ ಆಚಾರ್ಯರಿಗಿಂತ ಹಿರಿಯರೂ, ಜ್ಞಾನಿಗಳೂ, ಹೊಸ ಹೊಸ ಸಾಹಸಗಳಿಗೆ ಆಸೆ ಪಡುವವರೂ ಆದ ನಿಮಗೇ ಇಷ್ಟು ಬೇಸರವಾಗಿದ್ದರೆ, ನಮ್ಮಂಥ ತರುಣರಿಗೆ ಇನ್ನೆಷ್ಟು ಬೇಸರವಾಗಬೇಕು! ಆದರೂ ಚಾಣಕ್ಯರು ನಮಗೆ ಆಚಾರ್ಯರು, ದೈವ ಸ್ವರೂಪರು. ಅವರು ಹಿಡಿದಿರುವ ಕಾರ್ಯವಾದರೋ ಇಡೀ ಆರ್ಯಾವರ್ತದ ಕಲ್ಯಾಣಕ್ಕೆ ಸಂಬಂಧಿಸಿದ್ದು, ಸನಾತನ ಧರ್ಮ ರಕ್ಷಣೆಯನ್ನು ಕುರಿತದ್ದು. ಜೀವನದ ಸುಖ, ಸಂತೋಷ, ನೋವು, ಸಂಕಟ, ಮದುವೆ, ಸಂಸಾರ ಎಲ್ಲ ಇದ್ದದ್ದೇ. ಅವೆಲ್ಲಕ್ಕಿಂತ ಆಚಾರ್ಯರ ಕಾರ್ಯದಲ್ಲಿ ಭಾಗಿಯಾದ ತೃಪ್ತಿಯೇ ದೊಡ್ಡದಲ್ಲವೇ?"

"ಆದರೂ ನಂಬಿದ ರಾಕ್ಷಸನಿಗೆ ಮೋಸ ಮಾಡುತ್ತಿದ್ದೇವೆಂಬ ಅಳುಕು ಮನಸ್ಸಿನಲ್ಲಿದ್ದೇ ಇದೆ."

"ಗೂಢಚರ್ಯವನ್ನು ನಾವು ಒಪ್ಪಿದ ಕೂಡಲೇ, ಸುದ್ದಿ ಸಂಗ್ರಹಿಸಲು, ಯಾವುದೇ ಕಾರ್ಯ ಮಾಡಲು ಒಪ್ಪಿದಂತಾಯಿತಲ್ಲವೆ?"

"ಈಗ ಈ ಸುಮಂತ, ನಾವು ಚಾಣಕ್ಯನ ಕಡೆಯವರೆಂದು ರಾಕ್ಷಸನಿಗೆ ಹೇಳಿಬಿಡುತ್ತಾನೇನೋ?"

"ಗೊತ್ತಾದರೆ, ನಾವು ಮತ್ತೆ ರಾಕ್ಷಸನ ಆಶ್ರಯಕ್ಕೆ ಹೋಗದೆ ಪಾಟಲೀಪುತ್ರದಲ್ಲೇ ಉಳಿದುಬಿಟ್ಟರಾಯಿತು."

"ಆಮೇಲೆ ಚಂದ್ರಗುಪ್ತನನ್ನು ಕೊಲ್ಲಲು ಅವನು ಸಂಚು ಮಾಡಿದ ಹಾಗೆ ನಮ್ಮನ್ನು ಕೊಲ್ಲಲೂ ಸಂಚು ಮಾಡಬಹುದು."

"ಆಚಾರ್ಯರ ಪ್ರತಿತಂತ್ರದ ಬಗ್ಗೆ ನಿಮಗೆ ನಂಬಿಕೆಯಿಲ್ಲವೆ? ರಾಕ್ಷಸರು ಸರ್ಪದ ವಿಷವಾದರೆ, ಆಚಾರ್ಯರ ಬಳಿ ಸಂಜೀವಿನೀ ಮಂತ್ರವಿದೆ. ಒಂದಲ್ಲ ಸಾವಿರ ಸರ್ಪಗಳು ಹೆಡೆ ಮುದುರಿ ಹೊರಟುಹೋಗಬೇಕು."

"ರಾತ್ರಿ ಬಹಳ ಹೊತ್ತಾಯಿತು. ಏನಾಗುತ್ತದೋ, ಆದಾಗ ನೋಡಿಕೊಂಡರಾಯಿತು. ಈಗ ಮಲಗೋಣ ಏಳು."

ತಕ್ಷಣ ಅವರು ಹಿಂದಿರುಗುವರೆಂದು ಅರಿವಾಗಿ ಸುಮಂತ ಕಣ್ಣುಮುಚ್ಚಿ ನಿದ್ರೆ ಮಾಡುತ್ತಿರುವಂತೆ ನಟಿಸಿದ.

ರಾತ್ರಿ ಬಹಳ ಹೊತ್ತು ನಿದ್ದೆಗೆಟ್ಟಿದ್ದರಿಂದ ಜೀವಸಿದ್ಧಿ ಮತ್ತು ಸಮಿದ್ಧಾರ್ಥಕ ಎದ್ದಾಗ ಬಿಸಿಲೇರಿತ್ತು. ಘಮ ಘಮ ಕಂಪು ಮೂಗಿಗೆ ಬಡಿದು ಅಚ್ಚರಿಯಿಂದ ಅವರು ತಿರುಗಿ ನೋಡಿದಾಗ ಸುಮಂತ ಆಗಲೇ ಅಡಿಗೆ ಮಾಡುತ್ತಿದ್ದ. ಅವರು ಆಕಳಿಸುತ್ತ ತನ್ನತ್ತ ಮಿಕಿ ಮಿಕಿ ನೋಡುವುದನ್ನು ನೋಡಿ ಅವನು ನಗುತ್ತಾ, "ಬೇಗ ಎದ್ದು ಸ್ನಾನ ಸಂಧ್ಯೋಪಾಸನೆ ಮುಗಿಸಿ, ಈ ವೈದ್ಯನ ಕೈಯ ಅಡಿಗೆಯ ರುಚಿ ಹೇಗಿರುವುದೆಂದು ನೋಡುವಿರಂತೆ."

ಅವನು ಉದ್ದೇಶಪೂರ್ವಕವಾಗಿಯೇ ಸಂಧ್ಯೋಪಾಸನೆಯ ವಿಷಯ ಹೇಳಿದನೆಂದು ಜೀವಸಿದ್ಧಿಗೆ ಅನ್ನಿಸಿತು. ಮಾತಾಡದೆ ಸ್ನಾನ ಮಾಡಿ ಬುದ್ಧನ ಧ್ಯಾನ ಮಾಡಿದಂತೆ ಮಾಡಿ ಬಂದು ಊಟಕ್ಕೆ ಕುಳಿತ. ಅಡಿಗೆ ಬಹಳ ರುಚಿಕಟ್ಟಾಗಿತ್ತು. ಜೀವಸಿದ್ಧಿ ಮತ್ತು ಸಮಿದ್ಧಾರ್ಥಕ ಚಪ್ಪರಿಸಿಕೊಂಡು ಊಟ ಮಾಡಿದರು.

"ಸೊಗಸಾಗಿದೆ. ವೈದ್ಯರೇ ವೈದ್ಯಶಾಸ್ತ್ರದಲ್ಲಿ ಪರಿಣತರಾದಂತೆ ನೀವು ಪಾಕಶಾಸ್ತ್ರದಲ್ಲೂ ಪ್ರವೀಣರಾಗಿದ್ದೀರಿ. ನಮ್ಮಲ್ಲಿರುವ ಅಲ್ಪ ಪದಾರ್ಥಗಳಿಂದಲೇ ಇಷ್ಟು ರುಚಿಯಾದ ಆಹಾರ ಮಾಡಬಹುದೆಂದು ನಾನು ಕಲ್ಪನೆಯನ್ನೂ ಮಾಡಲಾರೆ" ಎಂದ ಸಮಿದ್ಧಾರ್ಥಕ.

"ಇದೆಲ್ಲ ಸಾಮಗ್ರಿಗಳದಲ್ಲ ಸಮಿದ್ಧಾರ್ಥಕ, ಸಾಮಗ್ರಿಗಳ ಸೂಕ್ತ ಸಂಯೋಜನೆಯದು. ನಾನು ಹೇಳಿ ಕೇಳಿ ವೈದ್ಯ. ಮೂಲಿಕೆಗಳ ಸೂಕ್ತ ಮಿಶ್ರಣದಿಂದ ಬೇರೆ ಬೇರೆ ಫಲಿತಾಂಶವನ್ನು ಪಡೆಯುವುದು ನನ್ನ ವೃತ್ತಿ. ಅದೇ ಸೂತ್ರವನ್ನು ಇಲ್ಲೂ ಅನುಸರಿಸಿದೆ, ಅಷ್ಟೆ"

ಊಟ ಮುಗಿಯಿತು. ನಿತ್ಯಕ್ಕಿಂತ ಹೆಚ್ಚು ತಿಂದಿದ್ದರಿಂದ ಹೊಟ್ಟೆ ಭಾರವಾಗಿತ್ತು. "ಸ್ವಲ್ಪ ಹೊತ್ತು ವಿಶ್ರಮಿಸಿಕೊಂಡು ಹೊರಡೋಣ" ಎಂದು ಜೀವಸಿದ್ಧಿ ಒಂದು ಕಡೆ ಮೈಚಾಚಿದ.

"ಹಾಂ! ಕಣ್ಣು ಮುಚ್ಚಬೇಡಿ. ಹಾಗೇ ನಿದ್ರೆ ಬಂದುಬಿಡುತ್ತದೆ."

"ಇಲ್ಲ ಇಲ್ಲ, ಅಷ್ಟು ಮೈಮರೆಯುವುದಿಲ್ಲ."

"ಒಂದು ವೇಳೆ ನಾನು ನಿಮಗೆ ಊಟದಲ್ಲಿ ನಿದ್ರೆ ಬರಿಸುವ ಚೂರ್ಣವನ್ನು ಹಾಕಿದ್ದರೆ ?"

ಇಬ್ಬರೂ ದಡಕ್ಕನೆ ಎದ್ದು ಕುಳಿತರು. ಮುಖ ಮುಖ ನೋಡಿಕೊಂಡರು. ಸಂದೇಹ ದಿಂದ ಸುಮಂತನತ್ತ ನೋಡಿದರು. ಅವನು ಹಾಸ್ಯಕ್ಕಾಗಿ ಹೇಳುತ್ತಿದ್ದಾನೋ ಅಥವಾ ನಿಜವಾಗಲೂ ನಿದ್ರೆಯ ಔಷಧಿಯನ್ನು ಹಾಕಿಬಿಟ್ಟಿದ್ದಾನೋ ಎಂಬುದು ಅರ್ಥವಾಗಲಿಲ್ಲ.

"ಪರಿಹಾಸ್ಯ ಮಾಡಬೇಡಿ ವೈದ್ಯರೇ" ಜೀವಸಿದ್ಧಿ ಹೇಳಿದ.

"ಪರಿಹಾಸ್ಯ ಮಾಡಲು ನಾನೇನು ವಿದೂಷಕನೇ ?"

"ನಿದ್ರೆಯ ಔಷಧಿಯಿಂದಲೇ ಊಟ ಅಷ್ಟೊಂದು ರುಚಿಯಾಗಿತ್ತೇ ?" ಎಂದ ಸಮಿದ್ಧಾರ್ಥಕ.

"ವೈದ್ಯರೇ, ಸುಳ್ಳು ಹೇಳಬೇಡಿ. ನೀವು ಅಂಥ ವಂಚನೆ ಮಾಡಲಾರಿರಿ" ಎಂದ ಜೀವಸಿದ್ಧಿ.

"ನಾನು ವಂಚನೆ ಮಾಡಬಾರದು, ನೀವು ಮಾಡಬಹುದೇ ಇಂದುಶರ್ಮರೇ?"

ಆಘಾತಗೊಂಡವನಂತೆ ಜೀವಸಿದ್ಧಿ ಸಮಿದ್ಧಾರ್ಥಕನ ಮುಖ ನೋಡಿದ. "ಕಡೆಗೂ ಇವನು ನಮ್ಮ ಗುಟ್ಟನ್ನು ತಿಳಿದುಬಿಟ್ಟನಲ್ಲಾ" ಎಂಬ ಭಾವನೆ ಆ ನೋಟದಲ್ಲಿತ್ತು.

"ವೈದ್ಯರೇ, ಇವರು ಇಂದುಶರ್ಮರೆಂದು ನಿಮಗೆ ಯಾರು ಹೇಳಿದರು?" ಸಮಿದ್ಧಾರ್ಥಕ ಕೇಳಿದ.

"ಇನ್ನೂ ಏಕೆ ಈ ಕಪಟ ನಾಟಕ?" ಸುಮಂತ ನಗುತ್ತ ಕೇಳಿದ, "ನಾನು ನಿದ್ದೆ ಮಾಡುತ್ತಿರುವೆನೆಂದು ತಿಳಿದು ರಾತ್ರಿ ನೀವು ಮಾತಾಡಿಕೊಂಡದ್ದನ್ನು ನಾನು ಕೇಳಿಸಿಕೊಂಡೆ. ನಿಮ್ಮ ಬಗ್ಗೆ ಮೊದಲೇ ಇದ್ದ ಅನುಮಾನ ಖಚಿತವಾಯಿತು. ಹೆದರಬೇಡಿ, ನಿಮ್ಮ ರಹಸ್ಯವನ್ನು ನಾನು ರಾಕ್ಷಸನಿಗೆ ಹೇಳುವುದಿಲ್ಲ. ಆದಕ್ಕೆ ಮೊದಲು ನಾವು ಗೂಢಚಾರ ರೆಂಬುದನ್ನು ಮರೆತು, ಮಿತ್ರರಾಗಿ ಮಾತಾಡಿದರೆ ಎಲ್ಲ ತಪ್ಪು ಅಭಿಪ್ರಾಯಗಳೂ ಮಾಯವಾಗ ಬಹುದು. ಜೊತೆಗೆ ನಾವು ಹೊರಟಿರುವ ಕಾರ್ಯದ ಸಾಧ್ಯತೆ ಮತ್ತು ಔಚಿತ್ಯದ ಬಗ್ಗೆ ಒಂದು ನಿರ್ಧಾರಕ್ಕೆ ಬರಬಹುದು."

ಎರಡು ಕ್ಷಣ ಮುಖ ಕೆಳಗೆ ಹಾಕಿ ಚಿಂತಾಕ್ರಾಂತನಾದ ಜೀವಸಿದ್ಧಿ ಮರುಕ್ಷಣ ಜೋರಾಗಿ ನಕ್ಕುಬಿಟ್ಟ. "ಅಲ್ಲಾ, ರಾಕ್ಷಸನಂಥ ಬುದ್ಧಿವಂತನಿಗೇ ನಮ್ಮ ಗುಟ್ಟು ಗೊತ್ತಾಗಲಿಲ್ಲ. ಆವನ ಬೇರೆ ಬುದ್ಧಿವಂತ ಗೂಢಚಾರರೂ ಕಂಡುಹಿಡಿಯಲಾಗಲಿಲ್ಲ. ಗೂಢಚಾರನಲ್ಲದ ಒಬ್ಬ ವೈದ್ಯ ಕಂಡುಹಿಡಿದನೆಂದರೆ ರಾಕ್ಷಸ ಬುದ್ಧಿವಂತನಲ್ಲವೆಂದೇ ಅರ್ಥವಲ್ಲವೆ?"

"ಖಂಡಿತ ಅವನು ಬುದ್ಧಿವಂತನೂ ಅಲ್ಲ, ವಿವೇಕಿಯೂ ಅಲ್ಲ" ಸುಮಂತ ದೃಢವಾಗಿ ಹೇಳಿದ.

"ಇದೇನು ವೈದ್ಯರೇ, ರಾಕ್ಷಸನನ್ನು ತುಂಬ ಗೌರವಿಸುವ ನಿಮ್ಮ ಬಾಯಲ್ಲಿ ಈ ಮಾತೇ!" ಸಮಿದ್ಧಾರ್ಥಕ ಅಚ್ಚರಿಯಿಂದ ಕೇಳಿದ.

"ಹೌದು, ಒಬ್ಬ ವ್ಯಕ್ತಿಯಾಗಿ ನಾನು ಅವನನ್ನು ಗೌರವಿಸುತ್ತೇನೆ. ಆದರೆ ಅದೂ ಅವನು ನಡೆಸಿಕೊಂಡ ರೀತಿಗೆ ಮಾತ್ರ ಸೀಮಿತವಾಗಿದೆಯೇನೋ ಎಂಬ ಸಂದೇಹ ಈಗ ಬರುತ್ತಿದೆ."

"ಇಲ್ಲ ವೈದ್ಯರೇ, ನಿಜವಾಗಲೂ ಆತ ಸಭ್ಯ ವ್ಯಕ್ತಿ. ನನ್ನನ್ನು ನಂಬಿ ನಡೆಸಿಕೊಂಡ ರೀತಿಯಲ್ಲೂ ಅದು ವ್ಯಕ್ತವಾಗುತ್ತದೆ. ಅದನ್ನು ಬಿಟ್ಟರೂ, ನನ್ನ ಅನುಭವಕ್ಕೆ ಬಂದಂತೆ ಅವನು ಒಳ್ಳೆಯ ವ್ಯಕ್ತಿಯೇ. ಅವನಲ್ಲಿ ಘನತೆಯಿದೆ, ದಕ್ಷತೆಯಿದೆ, ಸಾಮರ್ಥ್ಯವಿದೆ, ಎಲ್ಲವೂ ಇದೆ. ಆದರೆ ದರ್ಪ ಹೆಚ್ಚಾಗಿದೆ. ಅದಕ್ಕಿಂತ ದೊಡ್ಡ ದೋಷವೆಂದರೆ ಅತೀ ದುಷ್ಟನಾದ ಧನನಂದನ ಮೇಲಿನ ಅತಿಯಾದ ಸ್ವಾಮಿಭಕ್ತಿಯಿಂದ ಪ್ರಜಾಪೀಡೆಯಲ್ಲಿ ತಾನೂ ಭಾಗವಹಿಸಿದ್ದ. ಅದೊಂದು ದೋಷ, ಅವನ ವ್ಯಕ್ತಿತ್ವದ ನೂರು ಸದ್ಗುಣಗಳನ್ನು ಮುಚ್ಚಿಹಾಕಿ ಖಳನಾಯಕನನ್ನಾಗಿಸಿತು."

"ಅದೇ ಖಳತನದ ಉದ್ದೇಶದಿಂದಲೇ ಅವನು ಮಲಯಕೇತುವನ್ನು ಆಶ್ರಯಿಸಿದ್ದಾನೆ. ತನ್ನ ಪ್ರಚೋದನೆಯಿಂದ ಧನನಂದನಂತೆ ನಮ್ಮ ಯುವರಾಜನನ್ನೂ ಅಪಾಯಕ್ಕೆ ದೂಡುತ್ತಾನೆ."

"ಅಂದರೆ? ನಿಮ್ಮ ಉದ್ದೇಶ ರಾಕ್ಷಸನ ಪರವಾಗಿ ಕೆಲಸ ಮಾಡುವುದೋ ಅಥವಾ ವಿರುದ್ಧವಾಗಿಯೋ?" ಜೀವಸಿದ್ಧಿ ಕೇಳಿದ.

"ಸದ್ಯದಲ್ಲಿ ನಾನು ಧರ್ಮದ ಪರವಾಗಿ ಕೆಲಸ ಮಾಡಬಹುದೆಂದು ಈ ಕೆಲಸ ಮಾಡಲು ನಾನು ಒಪ್ಪಿಕೊಂಡದ್ದು."

"ವೈದ್ಯರೇ..." ಎಂದು ಜೀವಸಿದ್ಧಿ ಏನೋ ಮಾತಾಡಲು ಹೋದ.

ಸುಮಂತ ತಡೆದು ಹೇಳಿದ, "ಇಂದುಶರ್ಮರೇ, ನೀವು ನನಗಿಂತ ಹಿರಿಯರು, ನನಗಿಂತ ಪ್ರಾಜ್ಞರು, ವಿದ್ಯಾವಂತರು, ನನ್ನನ್ನು ಹೆಸರು ಹಿಡಿದು ಏಕವಚನದಲ್ಲೇ ಕರೆಯಿರಿ. ಅದೇ ನನಗೆ ಶ್ರೇಯಸ್ಸು."

"ಬಹಳ ಸಂತೋಷ" ಜೀವಸಿದ್ಧಿಗೆ ಮೆಚ್ಚಿಗೆಯಾಯಿತು. "ನಿನ್ನಲ್ಲಿರುವ ಈ ಸರಳತೆಯೇ ನನ್ನ ರಹಸ್ಯವನ್ನು ಭೇದಿಸಿತೆಂದು ಕಾಣುತ್ತದೆ. ಸುಮಂತ, ನಾನೊಂದು ವಿಷಯವನ್ನು ಸ್ಪಷ್ಟಪಡಿಸುತ್ತೇನೆ. ಚಾಣಕ್ಯನಾಗಲೀ, ನಾವಾಗಲೀ, ನಮ್ಮ ಕಡೆಯ ಇತರರಾಗಲೀ ಯಾವುದೇ ವೈಯಕ್ತಿಕ ಹಿತಾಸಕ್ತಿಯಿಂದ ಕೆಲಸ ಮಾಡುತ್ತಿಲ್ಲ, ನಮ್ಮ ಸನಾತನ ಧರ್ಮದ ರಕ್ಷಣೆ ಮತ್ತು ರಾಜರುಗಳಿದ್ದರೂ ಅರಾಜಕತೆಯಿಂದ ತತ್ತರಿಸುತ್ತಿದ್ದ ಆರ್ಯಾವರ್ತದ ಶಾಪವಿಮೋಚನೆಯ ಮಹಾ ಉದ್ದೇಶದಿಂದ ಕೆಲಸ ಮಾಡಿದೆವು, ಮಾಡುತ್ತಿದ್ದೇವೆ. ನಮಗೆ ಯಾರ ಮೇಲೂ ವೈಯಕ್ತಿಕ ದ್ವೇಷವಿಲ್ಲ ಸ್ವಾರ್ಥಮೂಲವಾದ ಪ್ರೀತಿಯೂ ಇಲ್ಲ."

"ಪೌರವರ ಕೊಲೆಯ ಬಗ್ಗೆ ನೀವೇನು ಹೇಳುತ್ತೀರಿ ?"

"ನನ್ನ ಆತ್ಮಸಾಕ್ಷಿಯಾಗಿ ಹೇಳುತ್ತೇನೆ, ಅದನ್ನು ಚಾಣಕ್ಯ ಮಾಡಿಸಿದ್ದಲ್ಲ, ಅದು ಯೂಡಿಮಸ್ಸನ ಕೆಲಸ. ಅದರ ಮೂಲ ಪೌರವನ ಸ್ತ್ರೀ ಚಾಪಲ್ಯ. ರಾಜಕುಮಾರನ ಸಾವು ಶ್ರೀಯಕನಿಂದ ಆದದ್ದೆಂದು ನಿಮಗೂ ಗೊತ್ತಿದೆ. ರಾಕ್ಷಸನಿಗೂ ಗೊತ್ತಿದೆ. ಧನನಂದನ ಸಾವು ಚಾಣಕ್ಯ ಪ್ರತಿಜ್ಞೆಯ ಅಂಶ. ಅದನ್ನು ಅವನ ಸಮ್ಮುಖದಲ್ಲೇ ಚಂದ್ರಗುಪ್ತ, ಹೋರಾಡುವ ಅವಕಾಶ ಕೊಟ್ಟು ಕೊಂದ. ಚಾಣಕ್ಯ ತನ್ನ ಬಿಚ್ಚಿದ ಮುಡಿ ಕಟ್ಟಿದ. ದೈವಸಂಕಲ್ಪವೇ ಹಾಗಿತ್ತೇನೋ ! ಅಥವಾ ಚಾಣಕ್ಯನ ಕನಸಿನ ಧರ್ಮ ಸಾಮ್ರಾಜ್ಯದ ಅಡ್ಡಿಗಳನ್ನು ದೈವ ಬೇರೊಂದು ರೂಪದಲ್ಲಿ ನಿವಾರಿಸಿತೆಂದು ಕಾಣುತ್ತದೆ."

"ಅಂದರೆ ಈಗಿರುವ ಅಡ್ಡಿ ರಾಕ್ಷಸ, ಅವನ ಜೊತೆಯಲ್ಲಿ ಮಲಯಕೇತು ?"

"ಇವರ ಪ್ರಯತ್ನದ ಪರಿಣಾಮವೇನಾಗಬಹುದೆಂದು ನೀವು ಊಹಿಸುತ್ತೀರ ?"

"ಚಾಣಕ್ಯ ಗೆಲ್ಲುವುದರಲ್ಲಿ ಸಂದೇಹವೇ ಇಲ್ಲ."

"ರಾಕ್ಷಸನ ತಂತ್ರ ಫಲಿಸುವುದಿಲ್ಲವೆ ?"

"ಇಲ್ಲ, ರಾಕ್ಷಸ ಬರೀ ಬುದ್ಧಿವಂತ, ಮೇಧಾವಿಯಲ್ಲ, ಆದ್ದರಿಂದ ಅವನ ತಂತ್ರಕ್ಕೆ ಹರಿತವಿಲ್ಲ, ಅಲ್ಲದೆ ಕ್ರೋಧವಶನಾಗಿ ಯಾವನೇ ಮಾಡುವ ತಂತ್ರಗಳು ದೋಷಪೂರಿತ ವಾಗಿರುತ್ತವೆ. ಚಾಣಕ್ಯನಂತೆ, ಕ್ರೋಧವನ್ನು ಒತ್ತಟ್ಟಿಗಿಟ್ಟು ಶಾಂತ ಮನಸ್ಥಿತಿಯಲ್ಲಿ ತರ್ಕವನ್ನು ಸಮರ್ಥವಾಗಿ ಬಳಸಿ ತಂತ್ರ ರೂಪಿಸುವುದು ಎಲ್ಲರಿಗೂ ಸಾಧ್ಯವಾಗುವುದಿಲ್ಲ."

"ಧನನಂದನಂತೆ, ಪೌರವನಂತೆ, ಮಲಯಕೇತು ಮತ್ತು ರಾಕ್ಷಸರೂ ನಾಶವಾಗು ತ್ತಾರೆಯೆ ?" ಸುಮಂತ ಆತಂಕದಿಂದ ಕೇಳಿದ.

"ಸುಮಂತ, ಏಕೆ, ಈ ಆತಂಕ ? ಚಾಣಕ್ಯ ಕೊಲ್ಲಿಸಿಬಿಡುವನೆಂಬ ಭಯವೇ ?"

"ಅವನು ಕೊಲ್ಲಿಸದಿದ್ದರೂ ಅವರು ಸಾಯಬಹುದಲ್ಲವೆ ?"

"ನಿಜ, ನಿನ್ನ ರಾಜ ಸಾಯಬಾರದೆಂದು ನೀನು ಬಯಸುವುದು ಸಹಜ."

“ನನ್ನ ರಾಜನೆಂದು ಮಾತ್ರವಲ್ಲ ಇಂದುಶರ್ಮರೇ” ಸುಮಂತ ಹೇಳಿದ, “ಯುದ್ಧ ಹಿಂಸೆಗಳನ್ನು ಕಂಡರೆ ನನಗೆ ಜಿಗುಪ್ಸೆ. ಬದುಕಿಗಾಗಿ ಕಾತರದಿಂದ ಒದ್ದಾಡುವ ಜನರನ್ನು ವೈದ್ಯನಾಗಿ ನಾನು ನೋಡಿದ್ದೇನೆ. ಜೀವವುಳಿಸಲು ನಾನು ಶಕ್ತಿಮೀರಿ ಪ್ರಯತ್ನಿಸುತ್ತೇನೆ. ಯುದ್ಧದ ನೆಪದಲ್ಲಿ, ರಾಜನೀತಿಯ ಮರೆಯಲ್ಲಿ ಹಲವು ಜೀವಗಳ ವಧೆಯಾಗುವುದನ್ನು ನಾನು ಸಹಿಸಲಾರೆ. ಅಲ್ಲದೆ ಮಲಯಕೇತು ಆಪತ್ತಿಗೆ ಸಿಕ್ಕದಂತೆ ಉಳಿಸಲು ಏನಾದರೂ ಮಾಡುತ್ತೇನೆಂದು ನಮ್ಮ ಯುವರಾಣಿಗೆ ಮಾತುಕೊಟ್ಟು ಬಂದಿದ್ದೇನೆ.”

“ಚಿಂತಿಸಬೇಡ ಸುಮಂತ” ಜೀವಸಿದ್ಧಿ ಹೇಳಿದ, “ನಿನ್ನ ಮತ್ತು ನಮ್ಮ ಗುರಿ ಒಂದೇ. ನಾವು ಒಟ್ಟಾಗಿ ಯಾರ ಪರವಾಗಿ ಅಥವಾ ವಿರೋಧವಾಗಿ ಎಂದು ಹೇಳಲಾಗದಿದ್ದರೂ, ಒಟ್ಟಿನಲ್ಲಿ ಧರ್ಮದ ಪರವಾಗಿ, ಮನುಷ್ಯತ್ವದ ಪರವಾಗಿ ಕೆಲಸ ಮಾಡೋಣ. ಮಲಯಕೇತು ಮಾತ್ರವಲ್ಲ, ರಾಕ್ಷಸನೂ ಉಳಿಯಬೇಕೆಂದು ನನ್ನ ಆಸೆ, ಬಹುಶಃ ಚಾಣಕ್ಯನ ಆಲೋಚನೆಯೂ ಅದೇ ಆಗಿರಬೇಕು.”

ಸುಮಂತನ ಮನಸ್ಸು ನಿರಾಳವಾಯಿತು. ಈಗ ಯಾವ ಸಂಕೋಚ, ಸಂದೇಹಗಳೂ ಇಲ್ಲದೆ ಅವರು ಉತ್ಸಾಹದಿಂದ ಪ್ರಯಾಣವನ್ನು ಆರಂಭಿಸಿದರು.

ಅವರು ಕತ್ತಲಾಗುವ ವೇಳೆಗೆ ಪಾಟಲೀಪುತ್ರದ ಹೊರವಲಯವನ್ನು ಮುಟ್ಟಿದರು. “ಸುಮಂತ, ನೀನು ಸಮಿದ್ಧಾರ್ಥಕನೊಂದಿಗೆ ಇಲ್ಲಿಯೇ ಇರು. ನಾನು ಒಳಗೆ ಹೋಗಿ ಸಂದರ್ಭ ನೋಡಿ ಬರುತ್ತೇನೆ. ಏಕೆಂದರೆ ನೀನು ಮೊಟ್ಟ ಮೊದಲು ಚಾಣಕ್ಯನನ್ನು ಕಂಡೇ ಮುಂದಿನ ಕಾರ್ಯಾರಂಭ ಮಾಡುವುದು ಒಳ್ಳೆಯದೆಂದು ನನ್ನ ಭಾವನೆ. ಜೊತೆಗೆ ನಿನ್ನ ಉದ್ದೇಶಕ್ಕೆ ಚಾಣಕ್ಯನ ಭರವಸೆ ಸಿಕ್ಕಿದರೆ ನನ್ನ ಮನಸ್ಸಿಗೂ ನೆಮ್ಮದಿ” ಎಂದು ಹೇಳಿ ಜೀವಸಿದ್ಧಿ ನಗರದ ಒಳಗೆ ಹೋದ. ಸಮಿದ್ಧಾರ್ಥಕ ಮತ್ತು ಸುಮಂತ ಕಾಯುತ್ತಾ ಕುಳಿತರು. ತಾನು ಹೀಗೆ ಪ್ರತಿಪಕ್ಷದ ಚಾಣಕ್ಯನನ್ನು ಭೇಟಿ ಮಾಡುವುದು, ತನ್ನ ರಾಜನಿಗೆ ದ್ರೋಹ ಮಾಡಿದಂತಾಗುವುದೇ ? ಎಂದು ಸುಮಂತ ಯೋಚಿಸುತ್ತಿದ್ದ. ಆದರೆ ಬೇರೆ ದಾರಿ ಇರಲಿಲ್ಲ. ಜೀವಸಿದ್ಧಿಯ ಮುಕ್ತವಾದ ಮಾತುಕತೆಯಿಂದ ಚಾಣಕ್ಯನ ಸಾಮರ್ಥ್ಯದ ಪರಿಚಯ ತಕ್ಕಮಟ್ಟಿಗೆ ಆಗಿತ್ತು. ಮಲಯಕೇತು ಮತ್ತು ರಾಕ್ಷಸ ತೀವ್ರರೀತಿಯ ಕ್ರಮ ತೆಗೆದುಕೊಂಡರೆ, ಅದರಿಂದ ಅವರಿಗೆ ಉಳಿಗಾಲವಿಲ್ಲವೆಂಬುದು ಮನವರಿಕೆಯಾಗಿತ್ತು. ಮಲಯಕೇತುವನ್ನು ಉಳಿಸಲು ಚಾಣಕ್ಯನನ್ನು ಒಲಿಸುವುದು ಅನಿವಾರ್ಯ, ಎಂದು ತಾನೇ ಸಮಾಧಾನಪಟ್ಟುಕೊಂಡ.

ಸ್ವಲ್ಪ ಹೊತ್ತಿಗೆ ಜೀವಸಿದ್ಧಿ ಬಂದ. “ಸುಮಂತ ಒಂದು ಸಂತೋಷದ ಸುದ್ದಿ” ಎಂದ ಉತ್ಸಾಹದಿಂದ.

“ಏನು, ಏನದು ?” ಎಂದು ಸುಮಂತ ಆತುರದಿಂದ ಕೇಳಿದ. “ಬೇರೆ ಯಾರಿಗೂ ಗೊತ್ತಾಗದ ಹಾಗೆ ನೀನು ಚಾಣಕ್ಯನನ್ನು ಭೇಟಿ ಮಾಡಬಹುದು. ಈಗ ಅವನ ವಾಸ ಗಂಗಾತೀರದ ಪರ್ಣಕುಟೀರದಲ್ಲಿ.”

“ಏನು, ಮಗಧ ಸಾಮ್ರಾಜ್ಯದ ಮಹಾಮಾತ್ಯರು ಪರ್ಣಕುಟೀರದಲ್ಲಿ ವಾಸ ಮಾಡುತ್ತಿರುವರೇ?” ಸುಮಂತ ಅಚ್ಚರಿಯಿಂದ ಕೇಳಿದ.

“ಹೌದು ಸುಮಂತ. ಸುಖಜೀವನ, ಅರಮನೆಯ ವೈಭವಗಳನ್ನು ಮೊದಲಿನಿಂದಲೂ ನಿರಾಕರಿಸುತ್ತ ಬಂದ ಚಾಣಕ್ಯ ಅರಮನೆಯಲ್ಲಿ ಹೇಗೆ ವಾಸ ಮಾಡಿಯಾನು ? ನಡಿ, ಅಲ್ಲೇ ಅವರನ್ನು ಭೇಟಿ ಮಾಡೋಣ.”

ನಗರದ ಒಳಗೆ ಹೋಗದೇ ಹೊರದಾರಿಯಿಂದಲೇ ಅವರು ಕುಟೀರವನ್ನು ಮುಟ್ಟಿದರು. ಅದು ಸುಮಂತನಿಗೆ ಪ್ರಶಾಂತವಾದ ಋಷ್ಯಾಶ್ರಮದಂತೆ ಕಂಡಿತು. ಒಳಗೆ ದೀಪಗಳು ಉರಿಯುತ್ತಿದ್ದವು. ಕಾವಲುಗಾರರಿಗೆ ಮೊದಲೇ ಸೂಚನೆ ಕೊಟ್ಟಿದ್ದರಿಂದ ಅವರು ಒಳಗೆ ಬಿಟ್ಟರು. ಅಂಗಳದಲ್ಲಿರಿಸಿದ್ದ ಮಣ್ಣಿನ ಬಾನಿಯಿಂದ ನೀರು ತೆಗೆದು ಕಾಲು ತೊಳೆದುಕೊಂಡು ಬಾಗಿಲವರೆಗೂ ಬಂದರು. ಅದೇ ಸಮಯದಲ್ಲಿ ಇವರನ್ನು ನಿರೀಕ್ಷಿಸುವಂತೆ ಚಾಣಕ್ಯ ಬಾಗಿಲಿಗೆ ಬಂದು ನೋಡಿದ. ಮೊದಲ ನೋಟದಲ್ಲಿ ಅವನ ತೇಜಸ್ಸು ಸುಮಂತನನ್ನು ಸೆಳೆಯಿತು. ಅವನು ತಕ್ಷಣ ತನ್ನ ಪ್ರವರವನ್ನು ಹೇಳಿಕೊಂಡು ಚಾಣಕ್ಯನ ಪಾದಮುಟ್ಟಿ ನಮಸ್ಕರಿಸಿದ. ಸಮಿದ್ಧಾರ್ಥಕನೂ ನಮಸ್ಕಾರ ಮಾಡಿದ. ಚಾಪೆಯನ್ನು ತೋರಿಸಿ ಎಲ್ಲರಿಗೂ ಕುಳಿತುಕೊಳ್ಳುವಂತೆ ಹೇಳಿ ಚಾಣಕ್ಯ ತಾನೂ ಅವರಿಗೆ ಅಭಿಮುಖವಾಗಿ ಕುಳಿತುಕೊಂಡ. ಅಡಿಗೆ ಮನೆಯಲ್ಲಿ ಕೆಲಸದಲ್ಲಿ ತೊಡಗಿದ್ದ ಚಂದಕ ಮತ್ತು ಗೌತಮ, ಜೀವಸಿದ್ಧಿ ಮತ್ತು ಸಮಿದ್ಧಾರ್ಥಕರತ್ತ ಇಣುಕಿ ನೋಡಿ ಪರಿಚಯದ ನಗು ಬೀರಿದರು.

"ಇವರೇ ಪರ್ವತ ನಾಡಿನ ವೈದ್ಯ. ರಾಜಕುಮಾರ ಸುಮಾಲ್ಯನ ಚಿಕಿತ್ಸೆ ನಡೆಸಿದವರು. ಅದಕ್ಕಿಂತ ಮುಖ್ಯವಾಗಿ ನಮ್ಮ ಮಿತ್ರ, ಸಹೃದಯಿ" ಎಂದು ಜೀವಸಿದ್ಧಿ ಪರಿಚಯಿಸಿದ.

"ನಿಮ್ಮ ಬಗ್ಗೆ ಕೇಳಿದ್ದೇನೆ" ಚಾಣಕ್ಯ ಹೇಳಿದ, "ನಿಮ್ಮ ವೈದ್ಯಜ್ಞಾನದ ಸಾಮರ್ಥ್ಯವನ್ನು ಬಹಳ ಜನ ಮುಕ್ತಕಂಠದಿಂದ ಹೊಗಳುತ್ತಿದ್ದಾರೆ."

"ನಾನೀಗ ವೈದ್ಯನಾಗಿ ಬಂದಿಲ್ಲ ಆಚಾರ್ಯ. ಅಮಾತ್ಯ ರಾಕ್ಷಸ ಮತ್ತು ನಮ್ಮ ರಾಜ ಮಲಯಕೇತುವಿನ ಗೂಢಚಾರನಾಗಿ ಬಂದಿದ್ದೇನೆ."

ಚಾಣಕ್ಯ ನಗುತ್ತ ಹೇಳಿದ, "ನಾನು ಗೂಢಚಾರಿಯೆಂದು ಪ್ರತಿಪಕ್ಷದವರಿಗೆ ಬಹಿರಂಗ ಪಡಿಸುವ ನಿಮ್ಮ ಮುಗ್ಧತನವೇ, ನೀವು ಗೂಢಚಾರರಾಗಲು ತಕ್ಕವರಲ್ಲ ಎಂಬುದನ್ನು ಸೂಚಿಸುತ್ತದೆ."

"ನಿಜ ಆಚಾರ್ಯ, ಅಂಥ ಆಸೆ ನನಗೆ ಬರುತ್ತದೆಯೇ ? ರೋಗ, ಅಪಘಾತ, ಆಘಾತಗಳಿಂದ ನರಳುವ ವ್ಯಕ್ತಿಗಳ ಜೀವವುಳಿಸುವುದು ನನ್ನ ಕರ್ತವ್ಯ, ಧರ್ಮ. ಹೀಗಿರುವಾಗ ಹಿಂಸೆ, ಸಾವುಗಳನ್ನು ಪ್ರಚೋದಿಸುವ ಯುದ್ಧಗಳಿಗೆ, ಅದಕ್ಕೆ ಸಂಬಂಧಿಸಿದ ರಾಜನೀತಿಗೆ ನಾನು ಬೆಂಬಲ ಕೊಡುವುದು ಸಾಧ್ಯವೇ ?"

"ಹಾಗಾದರೆ ನಿಮ್ಮ ಯುವರಾಣಿ ಮಾಧವಿಯ ಸ್ವಭಾವವೇ ನಿಮ್ಮದೂ."

"ಹೌದು ಆಚಾರ್ಯ. ಅಷ್ಟು ಮಾತ್ರವಲ್ಲ, ಎಲ್ಲ ಮಾನವರ ಸ್ವಭಾವವೂ ಇದೇ ಆಗಬಾರದೇ, ಎಂದು ನಾನು ಪ್ರತಿನಿತ್ಯ ಹಂಬಲಿಸುತ್ತೇನೆ. ಕೊಲೆ, ಹಿಂಸೆಗಳಿಲ್ಲದ ಸುಖ ಶಾಂತಿಯ ಬದುಕು ಎಲ್ಲ ಕಡೆಗಿದ್ದರೆ ಎಷ್ಟು ಚೆನ್ನಾಗಿರುತ್ತದೆ !"

"ನಿಮ್ಮದು ನಿಜವಾಗಲೂ ಅತ್ಯಂತ ಉದಾತ್ತವಾದ ಭಾವನೆ ಸುಮಂತ. ಯುದ್ಧ ಮಾಡಿಸುವುದು, ಕೊಲೆ ಮಾಡಿಸುವುದು ನನಗೂ ಇಷ್ಟವಿಲ್ಲ, ಆದರೆ ನೀವಂದುಕೊಂಡಂತೆ ಎಲ್ಲರೂ ಇರುವುದು ಸಾಧ್ಯವಿಲ್ಲವಲ್ಲ, ಅಹಂಕಾರ, ಸ್ವಾರ್ಥ, ಪ್ರತಿಷ್ಠೆ ಲೋಲುಪ್ತಿಗಳಿರುವವರೆಗೆ ಇಂಥವು ನಡೆಯುತ್ತಲೇ ಇರುತ್ತವೆ. ಧನನಂದ ಒಳ್ಳೆಯ ರಾಜನಾಗಿದ್ದಿದ್ದರೆ, ನನ್ನ ತಂದೆಯನ್ನು ಕೊಲ್ಲಿಸದಿದ್ದರೆ ನಾನು ಇಷ್ಟೆಲ್ಲ ನಡೆಸುತ್ತಿರಲಿಲ್ಲ."

"ಅದೇ ರೀತಿಯಲ್ಲಿ ತನ್ನ ತಂದೆಯವರನ್ನು ಕೊಲ್ಲಿಸಿದವರ ಮೇಲೆ ಸೇಡು ತೀರಿಸಿ ಕೊಳ್ಳಲು ಮಲಯಕೇತು ಹೊರಟಿರುವುದು ತಪ್ಪೆಂದು ಹೇಗೆ ಹೇಳುವುದು ?"

"ತಪ್ಪಲ್ಲ, ಆದರೆ ಕೊಲ್ಲಿಸಿದವನು ನಾನಲ್ಲವೆಂಬುದನ್ನು ಅವನು ಒಪ್ಪದಿದ್ದರೂ, ಸತ್ಯ ಸಂಗತಿ. ಅವರಿಂದ ಪ್ರಯೋಜನವಾದದ್ದು ನಮಗೆ. ಶ್ರೀಯಕ ಸುಮಾಲ್ಯನನ್ನು ಕೊಂದದ್ದರ ಪ್ರಯೋಜನವೂ ನಮಗೇ ಆದದ್ದು. ಅದನ್ನು ನಾನು ಅಲ್ಲಗಳೆಯುತ್ತಿಲ್ಲ. ಇನ್ನೊಂದು ಮುಖ್ಯವಾದ ವಿಷಯವೆಂದರೆ, ನಾನು ನನ್ನ ವೈಯಕ್ತಿಕ ಪ್ರತಿಜ್ಞೆಯನ್ನು ಈಡೇರಿಸಿಕೊಳ್ಳಲು ಧನನಂದನನ್ನು ಕೊಲ್ಲಿಸಿದೆ, ಚಂದ್ರಗುಪ್ತನಿಗೆ ಪಟ್ಟಾಭಿಷೇಕ ಮಾಡಿಸಿದೆ ನಿಜ. ಆದರೆ ನನ್ನ ಉದ್ದೇಶ ಅಷ್ಟಕ್ಕೇ ಸೀಮಿತವಾಗಿರಲಿಲ್ಲ. ಆ ಮೂಲಕ ಒಂದು ಧರ್ಮಸಾಮ್ರಾಜ್ಯ ಸ್ಥಾಪನೆ ಮಾಡಲು ಪ್ರಯತ್ನಿಸಿದೆ. ಆರ್ಯಾವರ್ತದ ಲಕ್ಷಲಕ್ಷ ಪ್ರಜೆಗಳಿಗೆ ನೆಮ್ಮದಿಯ ಬದುಕನ್ನು ನೀಡಲು ಆಸೆಪಟ್ಟೆ. ಆ ಪ್ರಯತ್ನದಲ್ಲಿ ನಾನು ಯಾರನ್ನೂ ದಾರಿ ತಪ್ಪಿಸಲಿಲ್ಲ. ಸಾವಿರ ಸಾವಿರ ಜನ ತಮ್ಮ ಇಚ್ಛೆಯಿಂದ ನನ್ನೊಡನೆ ಸೇರಿದರು. ಅವರಲ್ಲಿ ಕೃಷಿಕರಿದ್ದಾರೆ, ಸ್ತ್ರೀಯರಿದ್ದಾರೆ, ವಿವಿಧ ವೃತ್ತಿಯ ಎಲ್ಲರೂ ಇದ್ದಾರೆ."

"ಸ್ವಲ್ಪಮಟ್ಟಿಗೆ ನಾನೂ ನಿಮ್ಮ ಧಾಟಿಯಲ್ಲೇ ಆಲೋಚಿಸಿದ್ದೇನೆ ಆಚಾರ್ಯ. ನಮ್ಮ ರಾಜ ಪೌರವನ ದಾರುಣ ಸಾವಿನ ದುಃಖವಿದ್ದರೂ, ನೀವು ಮಾಡುತ್ತಿರುವ ಕಾರ್ಯದಲ್ಲಿ ಅದು ಅನಿವಾರ್ಯವಾಗಿತ್ತೆಂದೆನಿಸುತ್ತದೆ."

"ಸುಮಂತ, ನೆಲವನ್ನು ಉತ್ತು ಬಿತ್ತನೆ ಮಾಡುವ ಮೊದಲು, ಕಳೆ ಕಸವನ್ನೆಲ್ಲ ತೆಗೆದು ಶುದ್ಧಿ ಮಾಡಬೇಕು. ಆಗಲೇ ಬೆಳೆ ಚೆನ್ನಾಗಿ ಬರುವುದು."

"ಈಗ ನನ್ನ ಕರ್ತವ್ಯವೇನು ? ಮಲಯಕೇತುವಿಗೆ ಪ್ರಾಣಾಪಾಯವಾಗಬಾರದು. ಯುವರಾಣಿಗೆ ನಾನು ಮಾತು ಕೊಟ್ಟು ಬಂದಿದ್ದೇನೆ. ಆಕೆಗೆ ನಿಮ್ಮೆಲ್ಲರ ಮೇಲೆ ಅತಿಯಾದ ಅಭಿಮಾನ, ಗೌರವಗಳಿವೆ. ಅಷ್ಟೇ ತನ್ನ ಪತಿಯ ಮೇಲೆ ಪ್ರೇಮವಿದೆ. ತನ್ನದು ಪತಿ ದ್ರೋಹವೂ ಆಗದಂತೆ, ಅವನ ಪ್ರಾಣಕ್ಕೂ ಆಪತ್ತು ಸಂಭವಿಸದಂತೆ ನನಗೆ ಸರಿಕಂಡ ರೀತಿಯಲ್ಲಿ ನಡೆದುಕೊಳ್ಳುವಂತೆ ಹೇಳಿಕಳಿಸಿದ್ದಾಳೆ. ಮಹಾರಾಣಿಗೂ ಪತ್ರ ಕಳಿಸಿದ್ದಾಳೆ. ಆ ಕಾರಣದಿಂದಲೇ ಗೂಢಚಾರನಾಗಿ ಹೋಗುವಂತೆ ರಾಕ್ಷಸ ಹೇಳಿದಾಗ ತಕ್ಷಣ ಒಪ್ಪಿಕೊಂಡೆ."

"ಬಹಳ ಸಂಸ್ಕಾರವಂತ ಹೆಣ್ಣು," ಚಾಣಕ್ಯ ಮೆಚ್ಚಿ ನುಡಿದ, "ಅಂಥ ಸಾತ್ವಿಕ ತೇಜಸ್ಸಿನ ಹೆಣ್ಣು ಅರಮನೆಯಲ್ಲಿ ಹೊಂದುವುದು ಕಷ್ಟ. ಜೊತೆಗೆ ಅವಳು ವಿಚಾರವಂತಳು. ಆದರೆ ಅವಳ ವಿಚಾರಗಳು ಹಲವು ಸಲ ಅರಮನೆಯ ವಾತಾವರಣದಲ್ಲಿ ಪ್ರಸ್ತುತವಾಗುವುದಿಲ್ಲ. ಅವಳನ್ನು ಈಗ ನಾನು ಇನ್ನೂ ಹೆಚ್ಚಾಗಿ ಗೌರವಿಸುತ್ತೇನೆ. ಏಕೆಂದರೆ ತಾನೇ ಈಗ ನನ್ನನ್ನು ಒಂದು ಸಂದಿಗ್ಧದಿಂದ ಪಾರು ಮಾಡಿದಂತಾಯಿತು. ಏನೇ ಆದರೂ ನಾನು ಮಲಯ ಕೇತುವನ್ನು ಉಳಿಸಬೇಕೆಂದು ನಿರ್ಧಾರ ಮಾಡುವಂತಾಯಿತು. ರಾಕ್ಷಸನನ್ನೂ ನಾನು ಉಳಿಸುತ್ತೇನೆ. ಅವನು ನನಗೆ ಬೇಕು" ಎಂದು ಚಾಣಕ್ಯ ತನ್ನ ಉದ್ದೇಶವನ್ನು ಹೇಳಿದ. ಸುಮಂತನಿಗೆ ಸಂತೋಷವೇ ಆಯಿತು. ಶತ್ರುವಾದ, ಕೊಲ್ಲಲು ಇನ್ನಿಲ್ಲದ ಪ್ರಯತ್ನ ಮಾಡುತ್ತಿರುವ ರಾಕ್ಷಸನನ್ನು ಮತ್ತೆ ಮಹಾಮಾತ್ಯನನ್ನಾಗಿ ಮಾಡುತ್ತಾನೆಂದರೆ ಇವನು ವೈಯಕ್ತಿಕ ದ್ವೇಷಿಯಲ್ಲ ಎಂದುಕೊಂಡ. ತತ್ವಕ್ಕಾಗಿ ವ್ಯಕ್ತಿಗಳ ಸಾಮರ್ಥ್ಯವನ್ನು ಅಳೆದು ಆಯ್ಕೆ ಮಾಡುತ್ತಾನೆನ್ನಿಸಿತು. ಅದು ಸಾಧ್ಯವಾದರೆ ತಾನೂ ದ್ರೋಹದ ಅಳುಕಿನಿಂದ ಪಾರಾಗ ಬಹುದು, ಎಂದುಕೊಂಡ.

ನಂತರ ಸುಮಂತ ರಾಕ್ಷಸ ತನಗೆ ಆದೇಶಿಸಿರುವ ವಿಷಯಗಳನ್ನೆಲ್ಲ ವಿವರಿಸಿದ. ಚಾಣಕ್ಯನಿಗೆ ಸಂತೋಷವಾಯಿತು. ರಾಕ್ಷಸನ ಸುಳಿವು ಸಿಕ್ಕದೆ ಮುಂದಿನ ಯೋಜನೆಯನ್ನು

ರೂಪಿಸುವುದು ಹೇಗೆಂದು ಅವನು ಚಡಪಡಿಸುತ್ತಿದ್ದ. ಅದು ಈಗ ತಾನಾಗಿಯೇ ಪರಿಹಾರವಾಯಿತು. ತಾನು ಇಡುವ ಹೆಜ್ಜೆಯನ್ನು ರಾಕ್ಷಸ ಸೂಚಿಸಿರುವುದರಿಂದ, ಅದಕ್ಕೆ ಪ್ರತಿಯಾಗಿ ತಂತ್ರ ಹೂಡುವುದು ಈಗ ಸುಲಭವಾಗುವುದೆಂದುಕೊಂಡ. ರಾಕ್ಷಸನನ್ನು ಪಾಟಲೀಪುತ್ರಕ್ಕೆ ಸೆಳೆಯಲು ದಾರಿ ನಿಚ್ಚಳವಾದಂತಾಯಿತು. ಈಗ ರಾಕ್ಷಸನಿಗೆ ಅನುಕೂಲ ವಾಗುವಂತೆ ಪಾಟಲೀಪುತ್ರದ ವಾತಾವರಣವನ್ನು ಪುನರ್ನಿರ್ಮಿಸಬೇಕೆಂದುಕೊಂಡ. ಅರಮನೆಯ ಪರಿಚಾರಕರಲ್ಲೇ ಕೆಲವರು ಅವನ ಪಕ್ಷಪಾತಿಗಳಿದ್ದರೆ ಇನ್ನೂ ಒಳ್ಳೆಯದೇ ಎನ್ನಿಸಿತು.

"ಸುಮಂತ" ಚಾಣಕ್ಯ ಹೇಳಿದ, "ನೀವು ಇಂದುಶರ್ಮರ ಜೊತೆಯಲ್ಲಿ ಈ ರಾತ್ರಿಯನ್ನು ರಹಸ್ಯವಾಗಿ ಕಳೆಯಿರಿ. ನಾಳೆ ಅರಮನೆಗೆ ಬನ್ನಿ. ಮಂತ್ರಿ ಪರಿಷತ್ತು ಸೇರುತ್ತದೆ. ರಾಕ್ಷಸ ಹೇಳಿದಂತೆ ಎಲ್ಲ ನಾಟಕ ನಡೆಯಲಿ. ಅನಂತರ ನೀವು ಪಾಟಲೀಪುತ್ರವನ್ನು ಬಿಡುವಾಗ ವಾಸಮಾಡುತ್ತಿದ್ದ ಮನೆಯಲ್ಲೇ ಇದ್ದುಕೊಳ್ಳಿ, ಸೂಕ್ತ ಕಂಡಾಗ, ಸೂಕ್ತ ಸಮಯದಲ್ಲಿ ನಾನೇ ನಿಮ್ಮನ್ನು ಭೇಟಿ ಮಾಡುತ್ತಿರುತ್ತೇನೆ. ಇಂದುಶರ್ಮ, ನೀವು ಮತ್ತು ಸಮಿದ್ಧಾರ್ಥಕ ರಾಕ್ಷಸನ ಸೂಚನೆಗಳಂತೆ ನಡೆದುಕೊಳ್ಳಿ, ನಮಗೆ ಉಪಯೋಗವಾಗುವ ಸುದ್ದಿಗಳಿದ್ದರೆ ಬಂದು ತಿಳಿಸಿ."

"ಆಗಬಹುದು" ಎಂದು ಜೀವಸಿದ್ಧಿ ಒಪ್ಪಿದ.

ಅಲ್ಲೇ ಊಟ ಮುಗಿಸುವ ವೇಳೆಗೆ ನಡುರಾತ್ರಿ ಸಮೀಪಿಸುತ್ತಿತ್ತು. ಅವರು ಹೋದ ಮೇಲೆ ಸ್ವಲ್ಪ ಹೊತ್ತು ಮುಂದಿನ ಕಾರ್ಯವನ್ನು ಯೋಚಿಸುತ್ತಿದ್ದ ಚಾಣಕ್ಯ, ಅನಂತರ ಮಲಗಲು ಹೋದ.

## ೮

ಮರುದಿನ ಮಂತ್ರಶಾಲೆಯಲ್ಲಿ ಚಂದ್ರಗುಪ್ತ, ಚಾಣಕ್ಯ, ಭಾಗುರಾಯಣ, ಭದ್ರಭಟ, ಡಿಂಗಿರಾತ, ಚಿತ್ರವರ್ಮ ಮತ್ತು ಚರಣ ಚರ್ಚಿಸುತ್ತಿರುವಾಗ ಮಾತಂಗ ಸುಮಂತನನ್ನು ಕರೆತಂದ.

"ಮಾತಂಗ, ಯಾರೀತ?" ಚಂದ್ರಗುಪ್ತ ಕೇಳಿದ.

"ಈತ ಸುಮಂತನೆಂಬ ವೈದ್ಯ ಪ್ರಭು" ಭಾಗುರಾಯಣ ಅವನತ್ತ ನೋಡಿ ಹೇಳಿದ, "ಪರ್ವತನಾಡಿನವನು, ರಾಜಕುಮಾರ ಸುಮಾಲ್ಯನ ಚಿಕಿತ್ಸೆಗಾಗಿ ಅಮಾತ್ಯ ರಾಕ್ಷಸರು ಕರೆಸಿದ್ದರು."

"ಓಹೋ, ಇವನು ರಾಕ್ಷಸನ ಕಡೆಯವನೋ" ಎಂದ ಚಾಣಕ್ಯ ತನ್ನ ಮಾತಿನಲ್ಲಿ ವ್ಯಂಗ್ಯವನ್ನು ಬೆರೆಸಿ.

"ನಾನು ಯಾರ ಕಡೆಯವನೂ ಅಲ್ಲ ಮಹಾಮಾತ್ಯ" ಸುಮಂತ ಹೇಳಿದ, "ನಾನು ರೋಗಿಗಳ ಪರವಾದವನು. ನಾನೊಬ್ಬ ವೈದ್ಯ. ರಾಜನೀತಿ ನನಗೆ ಮುಖ್ಯವಲ್ಲ, ಪ್ರಸ್ತುತವೂ ಅಲ್ಲ."

"ಹೌದು ಮಹಾಮಾತ್ಯ" ಡಿಂಗಿರಾತ ಹೇಳಿದ, "ಈತ ತನ್ನ ಪಾಡಿಗೆ ತಾನು ಇದ್ದವನು. ಅಮಾತ್ಯ ಶ್ರೀಯಕ ಇವನು ಪರ್ವತನಾಡಿನ ಗೂಢಚಾರನಿರಬಹುದೆಂಬ ಶಂಕೆಯನ್ನು ಧನನಂದನ ಮನಸ್ಸಿನಲ್ಲಿ ಬಿತ್ತಲು ಪ್ರಯತ್ನಪಟ್ಟು ವಿಫಲನಾದ."

“ನಾವು ತಿಳಿದಮಟ್ಟಿಗೆ ಈತ ನಿರುಪದ್ರವಿ” ಎಂದ ಭದ್ರಭಟ.

“ಇವರು ರಾಜಕುಮಾರನನ್ನು ಸಂಪೂರ್ಣವಾಗಿ ಗುಣಪಡಿಸಿದ್ದರು. ಆದರೆ..” ಎಂದು ಚಿತ್ರವರ್ಮ ನಿಲ್ಲಿಸಿದ.

“ಆ ವಿಷಯ ಈಗ ಬೇಡ. ಮತ್ತೆ ನೀನು ಇಲ್ಲಿಗೆ ಬಂದ ಕಾರಣವೇನು ?” ಚಾಣಕ್ಯ ಕೇಳಿದ.

“ಪಾಟಲೀಪುತ್ರದಲ್ಲಿ ಗದ್ದಲ ನಡೆದ ದಿನ ನನ್ನ ಪ್ರಾಣಕ್ಕೂ ಅಪಾಯವಿತ್ತು. ಅಮಾತ್ಯ ರಾಕ್ಷಸರೇ ನನ್ನನ್ನು ಸುರಕ್ಷಿತವಾಗಿ ನನ್ನ ನಾಡಿಗೆ ಕಳಿಸಿಕೊಟ್ಟರು. ಕೆಲವು ದಿನ ನಿರಾತಂಕವಾಗಿದ್ದೆ. ಆದರೆ ಇಲ್ಲಿ ಪೌರವರ ಕೊಲೆಯಾಗಿ, ಯುವರಾಜ ಮಲಯಕೇತು ಓಡಿ ಬಂದರು. ನನ್ನ ಮೇಲೆ ಅವರ ಕೆಂಗಣ್ಣು ಬಿತ್ತು. ನಾನು ಚಂದ್ರಗುಪ್ತನ ಗೂಢಚಾರನೆಂದು ಆರೋಪಿಸಿ ಅಲ್ಲಿಂದ ಅಟ್ಟಿಬಿಟ್ಟರು. ದಿಕ್ಕು ತೋಚದೆ ನಾನು ಇಲ್ಲಿಗೇ ಬಂದೆ. ನನಗೆ ನನ್ನ ವೃತ್ತಿ, ರೋಗಿಗಳನ್ನು ಬಿಟ್ಟರೆ ಬೇರೇನೂ ತಿಳಿಯದು. ವೃಥಾ ನನ್ನ ಮೇಲೆ ಏಕೆ ಈ ಅಪವಾದ ? ನಿಜ ಹೇಳಬೇಕೆಂದರೆ, ಮಹಾರಾಜರನ್ನಾಗಲೀ, ಚಾಣಕ್ಯರನ್ನಾಗಲೀ ನಾನು ನೋಡುತ್ತಿರುವುದು ಇದೇ ಮೊದಲು. ಪೌರವರ ಸೌಜನ್ಯದಿಂದ ನಾನು ಇಲ್ಲಿಗೆ ಬಂದು, ನಿಷ್ಠೆಯಿಂದ ರಾಜಕುಮಾರನ ಚಿಕಿತ್ಸೆ ನಡೆಸಿದ್ದಕ್ಕೆ ನನಗೆ ಈ ಗತಿಯೇ ? ಅದೇ ನನ್ನ ಅಪರಾಧವೇ ?” ಸುಮಂತ ಸ್ವಲ್ಪ ಭಾವಾವೇಶದಿಂದ ಗದ್ಗದಿತನಾದ.

‘ಚಿಂತೆಯಿಲ್ಲ ಸುಮಂತ ನುರಿತ ನಟನಂತೆ ಅಭಿನಯಿಸುತ್ತಿದ್ದಾನೆ!’ ಎಂದು ಚಾಣಕ್ಯ ಮನಸ್ಸಿನಲ್ಲೇ ಮೆಚ್ಚಿದ.

“ಹಾಗಾದರೆ ನಮ್ಮ ಮೇಲೆ ಆಕ್ಷೇಪಣೆ ಹೊರಿಸಲು ಬಂದಿರುವಿರಾ?” ಚಾಣಕ್ಯ ಕೇಳಿದ.

“ಇಲ್ಲ ಮಹಾಮಾತ್ಯ” ಸುಮಂತ ಹೇಳಿದ, “ಹುಟ್ಟಿದ ನಾಡನ್ನು ಬಿಟ್ಟು ನಾನು ಈಗ ದಿಕ್ಕುತಪ್ಪಿದ್ದೇನೆ. ಇಂದಲ್ಲ ನಾಳೆ ನಮ್ಮ ಯುವರಾಜರು ತಮ್ಮ ತಪ್ಪನ್ನು ತಿಳಿದುಕೊಳ್ಳುವರೆಂಬ ನಂಬಿಕೆ ನನಗಿದೆ. ಅಲ್ಲಿಯವರೆಗೆ ಪಾಟಲೀಪುತ್ರದಲ್ಲಿ ಆಶ್ರಯ ನೀಡಬೇಕೆಂದು ಕೇಳಿಕೊಳ್ಳುತ್ತಿದ್ದೇನೆ. ನೀವೂ ಕೈಬಿಟ್ಟರೆ ನನ್ನ ಸ್ಥಿತಿ ಚಿಂತಾಜನಕವಾಗುತ್ತದೆ.”

ಚಾಣಕ್ಯ ಎಲ್ಲರ ಮುಖ ನೋಡಿದ. ಸುಮಂತ ಮತ್ತೆ ಹೇಳಿದ, “ನಾನು ಖಂಡಿತ ಗೂಢಚಾರನಲ್ಲ. ಆದರೆ ನನ್ನ ವೃತ್ತಿಯನ್ನು ಪಾಲಿಸದೆ ನಾನು ಎಲ್ಲೋ ಒಂದು ಕಡೆ ಬದುಕುವುದಾಗುವುದಿಲ್ಲ. ಇಲ್ಲಿರುವವರೆಗೆ ಇಲ್ಲಿಯ ಜನರಿಗೆ ಉಪಕಾರಿಯಾಗಿ, ಇಲ್ಲಿಯ ರಾಜಶಾಸನಗಳಿಗೆ ನಿಷ್ಠನಾಗಿ ನಡೆದುಕೊಳ್ಳುವೆನೆಂದು ಭರವಸೆ ಕೊಡುತ್ತೇನೆ.”

“ಮಹಾರಾಜ” ಎಂದ ಚಾಣಕ್ಯ ಚಂದ್ರಗುಪ್ತನ ಮುಖ ನೋಡಿದ.

“ಅಮಾತ್ಯರ ಅಭಿಪ್ರಾಯವೇನು ?”

“ಆಶ್ರಯ ಕೊಡುವುದರಲ್ಲಿ ನನ್ನ ಅಭ್ಯಂತರವಿಲ್ಲ” ಎಂದ ಭಾಗುರಾಯಣ.

“ನಮ್ಮ ಅಭಿಪ್ರಾಯವೂ ಅದೇ” ಎಂದ ಡಿಂಗಿರಾತ ಉಳಿದವರ ಪರವಾಗಿ.

“ಆಗಬಹುದು” ಚಾಣಕ್ಯ ಹೇಳಿದ, “ಆದರೆ ಬರೀ ಆಶ್ರಯ ಕೊಡುವುದರಲ್ಲಿ ದೊಡ್ಡತನವಿಲ್ಲ, ಏಕೆಂದರೆ ಸುಮಂತ ಎಂಥ ಸಮರ್ಥ ವೈದ್ಯನೆಂಬುದು ಪಾಟಲೀಪುತ್ರಕ್ಕೆ ಗೊತ್ತು. ರಾಜನೀತಿಯ ಹಂಗಿಲ್ಲದೆ ರಾಜಕುಮಾರನ ಚಿಕಿತ್ಸೆ ನಡೆಸಿದ್ದು ಸರ್ವವಿದಿತ. ಪಾಟಲೀಪುತ್ರದಲ್ಲೂ ಸಮರ್ಥ ವೈದ್ಯರ ಕೊರತೆಯಿದೆ. ಹಳೆಯ ರಾಜವೈದ್ಯ ದ್ರೋಹ ಮಾಡಿ ರಾಕ್ಷಸನಿಂದ ಹತನಾದ. ಆ ಸ್ಥಾನವೂ ತೆರವಾಗಿದೆ. ನನ್ನ ಮಿತ್ರ ಹರಿಸೇನ ಸದ್ಯದಲ್ಲಿ

ವೈದ್ಯಶಾಲೆ ನಡೆಸುತ್ತಿದ್ದಾನೆ. ಉತ್ಸಾಹಿ ತರುಣರು ಕಲಿಯುತ್ತಿದ್ದಾರೆ. ಸುಮಂತನ ವೈದ್ಯ ಜ್ಞಾನವನ್ನು ಈ ರೀತಿಯಲ್ಲಿ ಬಳಸಿಕೊಂಡರೆ ಅವನ ಅಭ್ಯಂತರವಿಲ್ಲವೆಂದು ಕಾಣುತ್ತದೆ.''

''ಇಲ್ಲ ಮಹಾಮಾತ್ಯ, ಖಂಡಿತ ಇಲ್ಲ'' ಸುಮಂತ ಹೇಳಿದ, ''ತುಂಬ ಒಳ್ಳೆಯ ಆಲೋಚನೆ. ಒಂದು ದೀಪ ತನ್ನ ಕುಡಿಯಿಂದ ಸಾವಿರ, ಲಕ್ಷ, ಕೋಟಿ ದೀಪಗಳನ್ನು ಹಚ್ಚಿದರೂ ಆದರ ಬೆಳಕು ಕ್ಷೀಣಿಸುವುದಿಲ್ಲ. ವಿದ್ಯೆಯ ಬಳಕೆಯೂ ಹಾಗೇ. ಅದು ಹೆಚ್ಚು ಜನರಿಗೆ ತಲಪಿದಷ್ಟೂ ಆದರ ತೇಜಸ್ಸು ಇಮ್ಮಡಿಸುತ್ತದೆ, ಅಷ್ಟಷ್ಟು ಸಮಾಜಕ್ಕೆ ಉಪಯುಕ್ತವಾಗುತ್ತದೆ. ನಾನು ಕಲಿಸಲು ಮತ್ತು ಚಿಕಿತ್ಸೆ ನಡೆಸಲು ಸಿದ್ಧನಾಗಿದ್ದೇನೆ.''

''ಬಹಳ ಸಂತೋಷ'' ಚಂದ್ರಗುಪ್ತ ಹೇಳಿದ, ''ನಿಮ್ಮ ಜೀವನೋಪಾಯಕ್ಕಾಗಿ ಎಲ್ಲ ಅನುಕೂಲ ಕಲ್ಪಿಸಿಕೊಡಲಾಗುತ್ತದೆ.''

''ರಾಕ್ಷಸರು ನನಗೆ ನೀಡಿದ್ದ ಮನೆಯೇ ತೆರವಾಗಿದ್ದರೆ, ಅಲ್ಲೇ ವಾಸ ಮಾಡುತ್ತೇನೆ, ಅಷ್ಟು ಸಾಕು ನನಗೆ.''

ಚರಣನಿಗೆ ಆ ವ್ಯವಸ್ಥೆಗಳನ್ನು ನೋಡಲು ಸೂಚಿಸಲಾಯಿತು.

ಮೊದಲ ಘಟ್ಟ ಯಶಸ್ವಿಯಾಯಿತು. ಆ ಸುದ್ದಿ ರಾಕ್ಷಸನಿಗೆ ಮುಟ್ಟಿಸುವ ಪರಿಚಾರಕರೋ, ಕಾವಲುಗಾರರೋ, ಯಾರಿರಬಹುದೆಂದು ಚಾಣಕ್ಯ ಒಮ್ಮೆ ಕಣ್ಣಾಡಿಸಿದ. ಒಂದೆರಡು ಮುಖ ಗಳಲ್ಲಿ ಆ ಸೂಚನೆ ಕಂಡಿತು. ಕಾಣದಂತೆ ಸುಮ್ಮನಾದ.

''ಇನ್ನೊಂದು ವಿಜ್ಞಾಪನೆ ಮಹಾರಾಜ.''

''ಏನದು ? ಹೇಳು.'' ಚಂದ್ರಗುಪ್ತ ಅನುಮತಿ ನೀಡಿದ.

''ನಗರ ಬಿಟ್ಟು ಹೊರಡುವ ಮೊದಲು, ಅನಾರೋಗ್ಯದಿಂದಿದ್ದ ನಮ್ಮ ಯುವರಾಣಿ ಯವರನ್ನು ಭೇಟಿ ಮಾಡಿದ್ದೆ. ಇಲ್ಲಿಂದ ಬಂದ ನಂತರ ಅವರ ಮನಸ್ಥಿತಿಯೇ ಸರಿಯಾಗಿಲ್ಲ, ಎಲ್ಲರನ್ನೂ ನೆನೆದುಕೊಂಡು ದುಃಖಿಸುತ್ತಾರೆ. ಇಲ್ಲಿಯವರ ಸ್ನೇಹ ವಿಶ್ವಾಸಗಳು ಅವರ ಮನಸ್ಸನ್ನು ತುಂಬಿಬಿಟ್ಟಿವೆ. ಅವರು ಮಹಾರಾಣಿ ಉಜ್ವಲಾದೇವಿಯವರಿಗೆ ಸ್ನೇಹ ಸೂಚಕವಾದ ಒಂದು ಪತ್ರ ಕಳಿಸಿದ್ದಾರೆ. ಅನುಮತಿ ನೀಡಿದರೆ ಅವರಿಗೆ ಅದನ್ನು ವೈಯಕ್ತಿಕವಾಗಿ ಮುಟ್ಟಿಸಿ, ಅವರ ಶುಭಾಕಾಂಕ್ಷೆಗಳನ್ನು ತಿಳಿಸಲು ಅನುಮತಿ ಬೇಡುತ್ತೇನೆ.''

ಚಂದ್ರಗುಪ್ತನಿಗೆ ಮಾಧವಿಯ ನೆನಪು ಬಂದು ಮನಸ್ಸು ಭಾರವಾಯಿತು. ಆದರೆ ಪತ್ರ ಕೊಡುವ ನೆಪದಲ್ಲಿ ಸುಮಂತ ಅಪಾಯದ ಯೋಚನೆ ಮಾಡಿದರೆ ? ಎಂಬ ಸಂದೇಹವೂ ಬಂತು. ''ನಾನೇ ತಲಪಿಸಿದರಾಗದೆ ?''

ಸ್ವಲ್ಪ ನಿರಾಸೆಯಿಂದ ಸುಮಂತ ''ಆಗಬಹುದು'' ಎಂದ.

''ಇಲ್ಲ ಮಹಾರಾಜ, ವೈದ್ಯರೇ ಕೊಡುವುದರಲ್ಲಿ ಯಾವ ಭಯವೂ ಇಲ್ಲ''

''ನಾನೊಮ್ಮೆ ನೋಡಬಹುದೇ?'' ಚಂದ್ರಗುಪ್ತ ಕೇಳಿದ.

''ಬೇಡ ಮಹಾರಾಜ, ಸುಮಂತನ ಬಗ್ಗೆ ನನಗೆ ನಂಬಿಕೆಯಿದೆ. ಅದು ವೈಯಕ್ತಿಕವಾದ ಸ್ನೇಹದ ಪತ್ರವೇ ಎಂದು ನನಗೆ ನಂಬಿಕೆಯಿದೆ. ಅದನ್ನು ಅನುಮಾನಿಸುವುದು ಮಾಧವಿಯ ಸದ್ಭಾವನೆಗೆ ಅಪಚಾರ ಮಾಡಿದಂತೆ. ಇವರು ಹೋಗಿ ಕೊಟ್ಟು ಬರಲಿ.''

ಚಂದ್ರಗುಪ್ತ ಅನುಮತಿ ನೀಡಿದ. ಚರಣ ಸುಮಂತನನ್ನು ಕರೆದುಕೊಂಡು ಅಂತಃಪುರಕ್ಕೆ ಹೋಗಿ ಉಜ್ವಲಳನ್ನು ಕಂಡು ''ಮಹಾರಾಣಿ, ಇವರು ಪರ್ವತನಾಡಿನಿಂದ ಯುವರಾಣಿ ಮಾಧವಿಯವರ ಸ್ನೇಹ ಸಂದೇಶ ತಂದಿದ್ದಾರೆ.''

ಅವಳ ಮುಖ ಅರಳಿತು. ಮಾಧವಿಯನ್ನೇ ಕಂಡಷ್ಟು ಸಂತೋಷದಿಂದ, ''ಬನ್ನಿ, ಬನ್ನಿ'' ಎಂದು ಸ್ವಾಗತಿಸಿ, ''ಕುಳಿತುಕೊಳ್ಳಿ'' ಎಂದು ಪೀಠ ತೋರಿಸಿದಳು. ''ಅವಳು ಹೇಗಿದ್ದಾಳೆ? ನಮ್ಮನ್ನು ನೆನಪು ಮಾಡಿಕೊಳ್ಳುತ್ತಾಳೆಯೇ?'' ಎಂದು ಆತುರದಿಂದ ಕೇಳಿದಳು. ಅಂತಃಪುರದ ರಕ್ಷಣೆಯ ಭಾರ ಹೊತ್ತಿದ್ದ ಸ್ತ್ರೀ ಪಡೆಯ ನಂದಿನಿ ಮತ್ತಿಬ್ಬರು ಬಂದು ಸೇರಿದರು. ಸುಮಂತ ತನ್ನ ಪರಿಚಯ ಹೇಳಿಕೊಂಡ.

''ನಿಮ್ಮ ಈ ಆತುರ, ಉತ್ಸಾಹ ನೋಡಿದರೆ ನಿಮಗೆ ನಮ್ಮ ಯುವರಾಣಿಯವರ ಮೇಲೆ ಅಪಾರ ಸ್ನೇಹವಿದೆಯೆಂದು ಅನ್ನಿಸುತ್ತಿದೆ'' ಎಂದ ಸುಮಂತ ಸಂತೋಷದಿಂದ.

''ಹೌದು, ಕೆಲವೇ ದಿನಗಳ ಕಾಲ ನಮ್ಮ ಜೊತೆಯಲ್ಲಿದ್ದರೂ ಅವಳು ನಮ್ಮ ಬಹು ವರ್ಷಗಳ ಗೆಳತಿಯಾಗಿದ್ದಾಳೆ. ಅವಳನ್ನು ನಾವೆಲ್ಲ ನೆನಸಿಕೊಳ್ಳದ ದಿನವಿಲ್ಲ, ಆದರೆ ಆ ದುರದೃಷ್ಟದ ಪ್ರಸಂಗ ನಡೆದ ಮೇಲೆ ಅವಳು ನಮ್ಮ ಮೇಲೆ ಕೋಪಿಸಿಕೊಂಡು ಹೋದಳೇನೋ ಎಂಬ ಸಂದೇಹ ಇನ್ನೂ ನಿವಾರಣೆಯಾಗಿಲ್ಲ.''

''ಅಂಥ ಪ್ರಸಂಗದಲ್ಲಿ ಯಾರಿಗೇ ಆದರೂ ದುಃಖ, ರೋಷಗಳುಂಟಾಗುವುದು ಸಹಜವಲ್ಲವೆ ಮಹಾರಾಣಿ! ಆದರೆ ಅದನ್ನೆಲ್ಲ ಅವರು ಮರೆತಿದ್ದಾರೆ. ನಿಮ್ಮನ್ನು ನೆನಪು ಮಾಡಿಕೊಳ್ಳುತ್ತಾರೆ. ಆದರಿಂದಲೇ ಈ ಪತ್ರವನ್ನು ಅವರು ನನ್ನ ಕೈಯಲ್ಲಿ ಕೊಟ್ಟು ಕಳಿಸಿದ್ದಾರೆ'' ಎಂದು ಸುಮಂತ ಮಾಧವಿಯ ಪತ್ರವನ್ನು ಉಜ್ವಲಳ ಕೈಗೆ ನೀಡಿದ.

ಉಜ್ವಲ ಅದನ್ನು ಆತುರದಿಂದ ಬಿಡಿಸಿದಳು. ನಂದಿನಿ ಮತ್ತಿಬ್ಬರು ಕುತೂಹಲದಿಂದ ಬಗ್ಗಿ ನೋಡಿದರು. ಉಜ್ವಲ ಅದನ್ನು ಅವರೂ ಕೇಳುವಂತೆ ಓದಿದಳು.

''ಪ್ರಿಯ ಗೆಳತಿ ಉಜ್ವಲ, ಅನಿರೀಕ್ಷಿತವಾಗಿ ನಿನ್ನ ಕೈಸೇರಿದ ನನ್ನ ಪತ್ರದಿಂದ ನೀನು ಅಚ್ಚರಿಗೊಳ್ಳಬಹುದು, ಉದ್ವೇಗಗೊಳ್ಳಬಹುದು. ನಿನ್ನ ಉಸಿರಿನ ವೇಗ ನನಗೆ ಕೇಳಿಸುತ್ತಿದೆ ಉಜ್ವಲ, ನಿನ್ನ ಕಣ್ಣಾಲಿಗಳು ತುಂಬಿಕೊಳ್ಳುತ್ತಿರುವುದು ನನಗೆ ಕಾಣುತ್ತಿದೆ. ನಿನ್ನ ಹೃದಯ ದಲ್ಲಿರುವ ನನ್ನ ಚಿತ್ರ ಕದಡಿಹೋಗಿಲ್ಲವೆಂದು ನನಗೆ ಗೊತ್ತು. ಆದರೂ ನಾನು ಅಲ್ಲಿಂದ ನಗುನಗುತ್ತ ನಿಮ್ಮೆಲ್ಲರನ್ನು ಬೀಳ್ಕೊಂಡು ಬಂದಿದ್ದರೆ ಎಷ್ಟು ಚೆನ್ನಾಗಿತ್ತೆಂದು ಈಗಲೂ ಅನ್ನಿಸುತ್ತಲೇ ಇದೆ.

''ಅದಕ್ಕೆ ನೀನಾಗಲೀ, ಸುಜಾತ, ಸುಗಂಧಿ ಮತ್ತು ಇತರ ಗೆಳತಿಯರಾಗಲೀ ಕಾರಣವಲ್ಲ ಎಂಬುದು ನನಗೆ ಗೊತ್ತು. ಪರಸ್ಪರ ವಿರೋಧಿಸುವ ಎರಡು ಪಕ್ಷಗಳ ನಡುವೆ ಹಂಚಿಹೋಗಿರುವ ನಾವೂ ದ್ವೇಷಿಸಬೇಕೇ? ನಮ್ಮ ವೈಯಕ್ತಿಕ ಸ್ನೇಹ, ವಿಶ್ವಾಸಗಳ ಅಧಿಕಾರ ನಮಗಿಲ್ಲವೇ? ಎಂದು ನಾನು ಯೋಚಿಸುತ್ತೇನೆ. ನನ್ನ ಪತಿ ಮತ್ತು ನಿನ್ನ ಪತಿ ತಮ್ಮ ರಾಜನೀತಿಯ ಕಾರಣಗಳಿಂದ ದ್ವೇಷಿಸಿಕೊಳ್ಳಲಿ, ಅದನ್ನು ಲೆಕ್ಕಿಸದೆ ನಾವು ಪರಸ್ಪರ ಸ್ನೇಹ ವಿಶ್ವಾಸಗಳಿಂದ ಪ್ರೀತಿಸಿಕೊಂಡರೆ ತಪ್ಪೇನು ಅನ್ನಿಸುತ್ತಿದೆ.

''ನನಗೆ ನಿಮ್ಮನ್ನೆಲ್ಲ ಮತ್ತೆ ನೋಡಬೇಕೆಂಬ ಆಸೆಯಾಗುತ್ತಿದೆ. ನಿಮ್ಮೆಲ್ಲರ ಜೊತೆ ಒಂದೆರಡು ದಿನವಲ್ಲ, ಒಂದೆರಡು ತಿಂಗಳಾದರೂ ಇರಬೇಕೆನಿಸುತ್ತಿದೆ. ಆದರೆ ಆ ಆಸೆ ಈಡೇರುವ ಬಗ್ಗೆ ನನಗೇ ಸಂದೇಹವಿದೆ. ಅದು ಈಡೇರುವುದೇ ಇಲ್ಲವೇನೋ ಎಂಬ ನಿರಾಸೆಯೂ ಇದೆ. ಅದರ ನಡುವೆ ಈ ರಾಜನೀತಿಯ ತಾಕಲಾಟದಲ್ಲಿ ನನ್ನ ಪತಿಯನ್ನು ಕಳೆದುಕೊಳ್ಳಬೇಕಾಗುವುದೇನೋ ಎಂಬ ಭೀತಿಯೂ ಕಾಡುತ್ತಿದೆ.

''ಉಜ್ವಲ, ಪ್ರಿಯ ಗೆಳತಿ, ನಾನು ಸದಾ ನಿನ್ನ ಸುಖವನ್ನು ಬಯಸುತ್ತೇನೆ. ಸುಂದರನಾದ, ಸಹೃದಯನಾದ, ನಿನಗೆ ಅನುರೂಪನಾದ ಚಂದ್ರಗುಪ್ತನೊಡನೆ ಆನಂದದಿಂದ,

ಪ್ರೇಮದಿಂದ ಬದುಕಬೇಕೆಂದು ನಾನು ಬಯಸುತ್ತೇನೆ. ಹಾಗೆಯೇ ಪ್ರಿಯ ಗೆಳತಿ, ನೀನು ನನಗೆ ಅಥವಾ ನನ್ನ ಪತಿಗೆ ಕೇಡನ್ನು ಬಯಸುವುದಿಲ್ಲವೆಂದು ನಂಬಿದ್ದೇನೆ. ನಿನಗೆ ಗೊತ್ತು, ಅರಮನೆ, ರಾಣಿಗಿರಿ, ಸುಖ ವೈಭವ ಯಾವುದನ್ನೂ ನಾನು ಬಯಸುವುದಿಲ್ಲವೆಂದು. ಶಾಂತಿ, ಸಮಾಧಾನದ ಸರಳ ಬದುಕು ನನ್ನ ಬಯಕೆ. ಅದೇ ಸಮಯದಲ್ಲಿ ನನ್ನ ಪತಿ ಸದಾ ಸುಕ್ಷೇಮವಾಗಿ ನನ್ನ ಜೊತೆಯಿರಬೇಕೆಂದು ಬಯಸುವುದು ಅಪರಾಧವೇ?

"ಹೌದು ಗೆಳತಿ, ಯಾರು ತಪ್ಪು ಮಾಡುತ್ತಾರೋ, ಯಾರು ಆತುರ ಪಡುತ್ತಾರೋ, ಅದನ್ನು ಗಣಿಸದೆ ದಯವಿಟ್ಟು ನನ್ನ ಪತಿಯನ್ನು ನನಗೆ ಉಳಿಸಿಕೊಡು. ಅವರ ಗೌರವವನ್ನು ಉಳಿಸಿಕೊಡು. ಇಷ್ಟನ್ನು ನಡೆಸಿಕೊಡು ಗೆಳತಿ. ಸಾಯುವವರೆಗೂ ನಾನು ನಿನಗೆ ಕೃತಜ್ಞಳಾಗಿರುತ್ತೇನೆ. ಇಷ್ಟಾದರೆ ಮತ್ತೆ ನಾನು ನೀನು ಭೇಟಿ ಮಾಡಬಹುದು. ಮತ್ತೆ ನಮ್ಮ ಸ್ನೇಹಕ್ಕೆ ಜೀವ ಕೊಡಬಹುದು. ಸುಜಾತ, ಸುಗಂಧಿ, ನಮ್ಮ ಇತರ ಗೆಳತಿಯರು, ನಿನ್ನ ತಾಯಿತಂದೆಯವರಿಗೆ ನನ್ನ ನೆನಪು ಕೊಡು. ಇತಿ ನಿನ್ನ ಗೆಳತಿ ಮಾಧವಿ."

ಉಜ್ವಲ ಅಳತೊಡಗಿದಳು. ಅವಳ ಕಣ್ಣೀರು ಪತ್ರದ ಮೇಲೇ ಬೀಳತೊಡಗಿತು. "ಮಹಾರಾಣಿ, ಸಮಾಧಾನ ತಂದುಕೊಳ್ಳಿ" ಎಂದು ನಂದಿನಿ ಪತ್ರ ಕೈಗೆ ತೆಗೆದುಕೊಂಡು ಉಜ್ವಲೆಯ ಕಣ್ಣೀರನ್ನು ಒರೆಸಿದಳು.

"ಮಹಾರಾಣಿ" ಸುಮಂತ ಹೇಳಿದ, "ಹೃದಯಗಳ ಸಹಜ ಸ್ಪಂದನಗಳಿಗೆ ಅಡ್ಡಿಪಡಿಸುವ ಈ ರಾಜನೀತಿಯನ್ನು ನಾನು ವಿರೋಧಿಸುತ್ತೇನೆ."

"ಹೌದು, ಆದರೆ ಅದನ್ನು ತಪ್ಪಿಸುವ ಶಕ್ತಿ ನನಗೂ ಇಲ್ಲ, ಮಾಧವಿಗೂ ಇಲ್ಲ, ಮಲಯಕೇತುವಿಗೆ ತೊಂದರೆಯಾಗದಂತೆ ನಾನು ನೋಡಿಕೊಳ್ಳುತ್ತೇನೆ. ಮಹಾರಾಜರೊಂದಿಗೆ, ಮಹಾಮಾತ್ಯರೊಂದಿಗೆ ನಾನು ಮಾತಾಡುತ್ತೇನೆ. ನನ್ನ ಗೆಳತಿ ಮಾಧವಿಗೆ ಅನ್ಯಾಯವಾಗದಂತೆ ತಡೆಯಲು ನನ್ನ ಪ್ರಾಣ ಕೊಡಲೂ ನಾನು ಸಿದ್ಧಳಾಗಿದ್ದೇನೆ. ಆಚಾರ್ಯರಾಗಲೀ, ಮಹಾರಾಜರಾಗಲೀ ಕಲ್ಲು ಮನಸ್ಸಿನ ಕಟುಕರಲ್ಲ, ಎಂಬ ನಂಬಿಕೆ ನನಗಿದೆ."

"ನಿಮ್ಮನ್ನು ನೋಡಿದ ಮೇಲೆ, ನಿಮ್ಮ ಮಾತುಗಳನ್ನು ಕೇಳಿದ ಮೇಲೆ, ನಮ್ಮ ಯುವರಾಜರಿಗೆ ಯಾವ ಆಪತ್ತೂ ಬರುವುದಿಲ್ಲವೆಂಬ ನಂಬಿಕೆ ಬಂತು. ಮಹಾರಾಣಿ, ನಾನಿನ್ನು ಬರುತ್ತೇನೆ" ಎಂದು ಸುಮಂತ ನಮಸ್ಕರಿಸಿ ಹೊರಗೆ ಬಂದ. ಉಜ್ವಲ ಮತ್ತು ಗೆಳತಿಯರು ಬಹಳ ಹೊತ್ತು ಮಾಧವಿಯ ಬಗ್ಗೆಯೇ ಮಾತಾಡುತ್ತಿದ್ದರು.

ಅದೇ ದಿನ ಉಜ್ವಲ, ಚಾಣಕ್ಯ ಮತ್ತು ಚಂದ್ರಗುಪ್ತರ ಬಳಿ ಮಾಧವಿಯ ಪತ್ರದ ವಿಷಯ ಹೇಳಿ, ಮಲಯಕೇತುವಿನ ರಕ್ಷಣೆಯ ಬಗ್ಗೆ ಭರವಸೆ ಪಡೆದುಕೊಂಡರು. ಆ ವಿಷಯ ತಿಳಿದು ಸುಜಾತಳಿಗೂ ಸಂತೋಷವಾಯಿತು.

★ ★ ★

ಸುಮಂತ ಮೊದಲು ತಾನಿದ್ದ ಮನೆಯನ್ನೇ ಸೇರಿಕೊಂಡ. ಅದು ಅದೇ ಸ್ಥಿತಿಯಲ್ಲೇ ಇತ್ತು. ಅವನ ಇಚ್ಛೆಯಂತೆ ಮೊದಲಿದ್ದ ಪರಿಚಾರಕನನ್ನೇ ಅವನ ಸೇವೆಗೆ ನಿಯಮಿಸಲಾಯಿತು. ಅಕ್ಕಪಕ್ಕದ ಪರಿಚಿತರು ಬಂದು ಮಾತಾಡಿಸಿಕೊಂಡು ಹೋದರು. ಅವರ ಅತಿ ಕುತೂಹಲದ ಪ್ರಶ್ನೆಗಳಿಗೆ ಸುಮಂತ ಉತ್ತರ ಕೊಡಲಿಲ್ಲ. "ಈ ನಗರವನ್ನು ನಿಮ್ಮಂಥ ಒಳ್ಳೆಯ ಸ್ನೇಹಿತರನ್ನು ಬಿಟ್ಟು ಹೋಗಲು ಮನಸ್ಸು ಬರಲಿಲ್ಲ, ಇನ್ನೂ ನಾಲ್ಕಾರು ವರ್ಷ ಇಲ್ಲೇ

ಇರುತ್ತೇನೆಂದು ಚಂದ್ರಗುಪ್ತ ಮಹಾರಾಜರ ಅನುಮತಿ ಪಡೆದು ಬಂದಿದ್ದೇನೆ" ಎಂದು ಹೇಳಿ ಪಾರಾದ. ತನಗೆ ರಾಜನೀತಿಯ ವಿಷಯಗಳಲ್ಲಿ ಸ್ವಲ್ಪವೂ ಆಸಕ್ತಿಯಿಲ್ಲವೆಂಬುದನ್ನು ವ್ಯಕ್ತಪಡಿಸಿ, ಮತ್ತೆ ಅವರು ಆ ಬಗ್ಗೆ ಪ್ರಶ್ನೆ ಮಾಡದಂತೆ ಬಾಯಿ ಮುಚ್ಚಿಸಿದ.

ಸಮಿದ್ಧಾರ್ಥಕ ಮತ್ತು ಜೀವಸಿದ್ಧಿ ಬಂದಿರುವುದನ್ನು ತಿಳಿದು, ನಿಪುಣಕ, ಪಶುಲೋಮ ಮತ್ತು ಸಿದ್ಧಾರ್ಥಕ ಆ ರಾತ್ರಿ ಸುಮಿತ್ರನ ಒಂಟಿ ಮನೆಯಲ್ಲಿ ಭೇಟಿ ಮಾಡಿದರು. ಪರಸ್ಪರ ಕುಶಲ ಸಮಾಚಾರಗಳನ್ನು ವಿನಿಮಯ ಮಾಡಿಕೊಂಡ ನಂತರ, ಜೀವಸಿದ್ಧಿ ಸಂಕ್ಷಿಪ್ತವಾಗಿ ಎಲ್ಲ ವಿಷಯಗಳನ್ನೂ ತಿಳಿಸಿದ. ಸುಮಂತನ ವಿಷಯವೂ ಪ್ರಸ್ತಾಪಕ್ಕೆ ಬಂತು.

"ಇನ್ನು ಆಚಾರ್ಯರ ಕೆಲಸ ಸುಸೂತ್ರವಾಗುತ್ತದೆ. ರಾಕ್ಷಸನ ತಲೆನೋವು ತಪ್ಪುತ್ತದೆ" ಎಂದ ನಿಪುಣಕ.

"ಮುಂದಿನ ತಲೆನೋವು ತಪ್ಪಿಸಿಕೊಳ್ಳಲು, ಈಗ ತಲೆನೋವನ್ನು ಅನುಭವಿಸಲೇ ಬೇಕು" ಎಂದು ಸಮಿದ್ಧಾರ್ಥಕ ನಕ್ಕ.

"ಅದಿರಲಿ ನಿಪುಣಕ, ಸುಮಿತ್ರನ ಪಾನಗೃಹದಲ್ಲಿ ನಿನಗೆ ಬೇರೆ ಸುದ್ದಿಗಳೇನೂ ದೊರೆಯಲಿಲ್ಲವೆ?" ಜೀವಸಿದ್ಧಿ ಕೇಳಿದ.

"ಅಂಥ ಮಹತ್ವದ ಸುದ್ದಿಗಳೇನೂ ಇಲ್ಲ"

"ರಾಕ್ಷಸನ ಗೂಢಚಾರ ಕರಭಕ ಇಲ್ಲೇ ಇದ್ದಾನೆ. ಅವನು ನಿನ್ನನ್ನು ಗುರುತು ಹಿಡಿಯಲಿಲ್ಲವೆ?"

"ಈಗ ಅವನಿಗೆ ಅಷ್ಟು ಧೈರ್ಯ ಬರುವುದಿಲ್ಲ, ನನ್ನ ಗುರುತು ಸಿಕ್ಕಿದರೂ ಅವನೇನೂ ಮಾಡಲಾರ. ಏಕೆಂದರೆ ಅವನ ಗುರುತನ್ನು ನಾನು ಹೇಳಿದರೆ, ತನಗೇ ಅಪಾಯ ವೆಂದು ಅವನಿಗೆ ಗೊತ್ತಿರುತ್ತದೆ. ಆ ಕಾರಣದಿಂದಲಾದರೂ ಅವನು ಮತ್ತೆ ಪಾನಗೃಹದ ಮಾರ್ಗದಲ್ಲೂ ಬರುವ ಧೈರ್ಯ ತೋರಲಾರ."

"ಸಿದ್ಧಾರ್ಥಕ, ಶಕಟದಾಸನ ಕೈ ಬರಹವನ್ನು ಅನುಕರಿಸುವುದನ್ನು ಕಲಿತಿರುವೆನೆಂದು ಹೇಳಿದೆಯಲ್ಲ, ಈಗಲೂ ಅದು ಸಾಧ್ಯವೇ?"

"ಏಕೆ? ಒಮ್ಮೆ ಕಲಿತ ವಿದ್ಯೆ ಇಷ್ಟು ಬೇಗ ಮರೆತುಹೋಗುತ್ತದೆಯೆ? ಅದರ ಅಗತ್ಯವೇನಿದೆ ಈಗ?" ಎಂದ ಸಿದ್ಧಾರ್ಥಕ.

"ನಮ್ಮ ಹಾಗೆ ಹೆಚ್ಚು ತಲೆನೋವಿಲ್ಲದೆ, ಅಲೆದಾಟದ ತೊಂದರೆಯಿಲ್ಲದೆ ಶಕಟದಾಸನ ಬಳಿ ಸುಖವಾಗಿ ಇದ್ದುಬಿಟ್ಟಿದ್ದೆಯಲ್ಲ, ಈಗ ನಿನಗೊಂದು ಕೆಲಸ ಬರುವಂತಿದೆ."

"ಏನು ಕೆಲಸ? ಅನುಕರಿಸುವ ಕೆಲಸವೇ?"

"ನನ್ನ ಅನುಮಾನ ಅಷ್ಟೆ. ಅದಕ್ಕೆ ಮೊದಲು ಶಕಟದಾಸನ ಬಳಿ ನನಗೊಂದು ಕೆಲಸವಾಗಬೇಕು."

"ಏನು ಕೆಲಸ?"

"ಅಮಾತ್ಯ ರಾಕ್ಷಸರಿಗಾಗಿ ಒಂದು ಪತ್ರ ಬರೆಸಬೇಕು. ಆ ಪತ್ರವನ್ನು ನಂತರ ಸುಮಂತ ತೆಗೆದುಕೊಂಡು ಹೋಗಿ ಹಳೆಯ ಸೇನಾಧ್ಯಕ್ಷರಿಗೆ ಕೊಡಬೇಕು."

"ಬಹಳ ಬುದ್ಧಿವಂತಿಕೆಯ ಯೋಚನೆಯನ್ನೇ ಮಾಡಿದ ರಾಕ್ಷಸ ಮೊದಲು ನಿಮ್ಮನ್ನು ನಂತರ ಸುಮಂತನನ್ನು ನಂಬಿ ಹಳ್ಳಕ್ಕೆ ಬಿದ್ದ" ಎಂದ ಪಶುಲೋಮ ನಗುತ್ತ.

"ಅವನು ಹಳ್ಳಕ್ಕೆ ಬೀಳದಿದ್ದರೆ, ಎಲ್ಲರನ್ನೂ ಅವನೇ ಹಳ್ಳಕ್ಕೆ ಬೀಳಿಸುತ್ತಾನೆ" ಎಂದ ನಿಪುಣಕ.

ಎಲ್ಲರಿಗೂ ಒಂದೊಂದು ರೀತಿಯ ಕೆಲಸ ಬೀಳಬಹುದೆಂದು ಅವರು ಮಾತಾಡಿ ಕೊಂಡರು. ಜೀವಸಿದ್ಧಿ ಇಂದುಶರ್ಮನಾಗಿ ಕಾಣಿಸಿಕೊಳ್ಳುವ ಸಮಯ ಈನ್ನೂ ಬಂದಿಲ್ಲ ವಾದ್ದರಿಂದ ಅವನು, ಜೀವಸಿದ್ಧಿಯಾಗಿಯೇ ರಹಸ್ಯವಾಗಿ ಓಡಾಡಬೇಕಾಗಿತ್ತು.

''ಬಹಿರಂಗವಾಗಿ ಓಡಾಡಿದರೆ ತಾನೆ ಏನು? ನೀವು ರಾಕ್ಷಸರಿಗೆ ಆಪ್ತರಾಗಿದ್ದಿರೆಂದು ಯಾರೂ ಆಕ್ಷೇಪಿಸಲಾರರು'' ಎಂದ ಸಿದ್ಧಾರ್ಥಕ.

''ಇಲ್ಲ ಸಿದ್ಧಾರ್ಥಕ'' ಜೀವಸಿದ್ಧಿ ಹೇಳಿದ, ''ನಾನು ಬಹಿರಂಗವಾಗಿ ಓಡಾಡಿದರೆ, ಕೂಡಲೇ ರಾಕ್ಷಸನ ಕಡೆಯವರಿಗೆ ಸಂದೇಹ ಬರುತ್ತದೆ. ತಲೆಮರೆಸಿಕೊಂಡು, ಕದ್ದು ಮುಚ್ಚಿ ಓಡಾಡಿದರೆ ಅವರಿಗೆ ನನ್ನ ಮೇಲೆ ನಂಬಿಕೆ. ನಾಳೆ ನಾನು ಚಂದನದಾಸನ ಮನೆಗೆ ಹೋಗಬೇಕು. ಅವನು ರಾಕ್ಷಸನಿಗೆ ಪರಮ ಸ್ನೇಹಿತನೆಂದು ನಿಮಗೂ ಗೊತ್ತು. ಇದೇ ವೇಷದಲ್ಲಿ ಭೀತಿಯನ್ನು ನಟಿಸುತ್ತಿದ್ದರೆ ತಾನೆ ಅವನಿಗೂ ನನ್ನ ಮೇಲೆ ನಂಬಿಕೆ ಬರುವುದು.''

''ಚಂದನದಾಸನ ಬಳಿ ಏನು ಕೆಲಸ?'' ಪಶುಲೋಮ ಕೇಳಿದ.

''ರಾಕ್ಷಸನ ಹೆಂಡತಿ, ಮಕ್ಕಳು ಅವನ ಮನೆಯಲ್ಲಿರಬಹುದೆಂದು ಚಾಣಕ್ಯನಿಗೆ ಸಂದೇಹ. ಅದರ ಸುಳಿವು ಸಿಗುವುದೇನೋ ನೋಡಬೇಕು. ಸದ್ಯಕ್ಕೆ ರಾಕ್ಷಸ, ತಾನು ಸುರಕ್ಷಿತವಾಗಿರುವೆನೆಂದು ಮಾತ್ರ ಚಂದನದಾಸನಿಗೆ ಹೇಳಿಬರುವಂತೆ ನನಗೆ ಸೂಚಿಸಿದ. ಆದರೆ ಆ ಮಾತಿನ ಹಿನ್ನೆಲೆಯಲ್ಲಿ ರಾಕ್ಷಸ ಅಲ್ಲಿರುವ ತನ್ನ ಹೆಂಡತಿಗೆ ಪರೋಕ್ಷವಾಗಿ ಸುದ್ದಿ ಕೊಡುತ್ತಿರುವನೆಂದು ಚಾಣಕ್ಯ ತರ್ಕಿಸುತ್ತಿದ್ದಾನೆ.''

''ಆಚಾರ್ಯರ ಊಹೆ ಬಹುಪಾಲು ನಿಜವೇ ಆಗಿರುವ ಸಾಧ್ಯತೆಯಿದೆ'' ಎಂದ ನಿಪುಣಕ.

''ಪಾಪ, ಚಂದನದಾಸ ತುಂಬ ಒಳ್ಳೆಯ ವ್ಯಕ್ತಿ. ಈ ಕಾರಣದಿಂದ ಏನು ತೊಂದರೆ ಅನುಭವಿಸುತ್ತಾನೋ'' ಎಂದು ಜೀವಸಿದ್ಧಿ ಪೇಚಾಡಿಕೊಂಡ.

''ಭಿಕ್ಷುಗಳೇ, ಅವನೂ ಬೌದ್ಧನೆಂಬ ಕಾರಣದಿಂದ ನಿಮಗೆ ಅವನ ಮೇಲೆ ಅನುಕಂಪ ಉಕ್ಕಿಹರಿಯುತ್ತಿದೆಯೋ?'' ಎಂದು ಪಶುಲೋಮ ಹಾಸ್ಯ ಮಾಡಿದ.

ಸದ್ಯದಲ್ಲಿ ಜೀವಸಿದ್ಧಿ ಮತ್ತು ಸಮಿದ್ಧಾರ್ಥಕ ಸುಮಿತ್ರನ ಮನೆಯಲ್ಲೇ ವಾಸ್ತವ್ಯ ಹೂಡಬೇಕಾಯಿತು. ಉಳಿದವರು ರಾತ್ರಿಯ ವೇಳೆ ಬಂದು ಸೇರುವಂತೆ ಮಾತಾಡಿಕೊಂಡರು.

★ ★ ★

ಅತ್ತ ಚಾಣಕ್ಯ ತನ್ನ ಕುಟೀರದಲ್ಲಿ ಭಾಗುರಾಯಣನೊಂದಿಗೆ ರಹಸ್ಯವಾಗಿ ಚರ್ಚಿಸುತ್ತಿದ್ದ. ಸುಮಂತನ ವಿಷಯವನ್ನು ತಿಳಿಸಿ, ಈಗ ಡಿಂಗಿರಾತ, ಭದ್ರಭಟ ಮತ್ತು ಚಿತ್ರವರ್ಮ ರೊಂದಿಗೆ ಹೊಸ ನಾಟಕಕ್ಕೆ ಸಿದ್ಧವಾಗಿರಬೇಕೆಂದು ಹೇಳಿದ. ''ಸುಮಂತ ನಿಮ್ಮ ಬಳಿಗೆ ಬರುವುದಿಲ್ಲ, ನೀವು ಈಗ ಚಂದ್ರಗುಪ್ತನ ಮಾವನಾಗಿರುವುದರಿಂದ ತನ್ನ ಕಡೆ ಬರುವುದು ಸಾಧ್ಯವಿಲ್ಲವೆಂದು ರಾಕ್ಷಸನಿಗೆ ಗೊತ್ತಿರುತ್ತದೆ. ನಿಮ್ಮನ್ನು ಬಿಟ್ಟು ಉಳಿದವರನ್ನು ಒಲಿಸಲು ಪ್ರಯತ್ನಿಸುವಂತೆ ರಾಕ್ಷಸ ಜೀವಸಿದ್ಧಿಗೆ ಹೇಳಿ ಕಳಿಸಿದ್ದಾನೆ.''

''ಡಿಂಗಿರಾತ, ಭದ್ರಭಟ ಮತ್ತು ಚಿತ್ರವರ್ಮ ಒಪ್ಪುತ್ತಾರೆಯೇ?'' ಭಾಗುರಾಯಣ ಸಂದೇಹ ವ್ಯಕ್ತಪಡಿಸಿದ.

''ನೀವು ಅವರಿಗೆ ಸೂಚನೆ ಕೊಟ್ಟಿರಿ. ಸಮಯ ನೋಡಿ ನಾನೇ ಮಾತಾಡುತ್ತೇನೆ. ಏಕೆಂದರೆ ಈಗ ಅರಮನೆಯಲ್ಲಿ ರಾಕ್ಷಸನ ಕಡೆಯವರು ಹೆಚ್ಚು ಕ್ರಿಯಾಶೀಲರಾಗಿದ್ದಾರೆ. ನಾವು ನಾಟಕ ಮಾಡುತ್ತಿರುವುದು ಬಹಿರಂಗವಾದರೆ ಕೆಲಸ ಕೆಡುತ್ತದೆ.''

“ಆಗಲಿ, ನಾನು ಅವರಿಗೆ ಹೇಳಬೇಕಾದುದನ್ನು ಹೇಳಿರುತ್ತೇನೆ” ಎಂದು ಹೇಳಿ ಭಾಗುರಾಯಣ ಅಲ್ಲಿಂದ ಹೊರಟುಬಂದ.

ಅಲ್ಲಿಂದ ಅವನು ನೇರವಾಗಿ ಡಿಂಗಿರಾತನ ಮನೆಗೆ ಹೋಗಿ ಸೂಕ್ಷ್ಮವಾಗಿ ವಿಷಯ ತಿಳಿಸಿದ. ಅವನಿಗೆ ಆಶ್ಚರ್ಯವಾಯಿತು. ಚಾಣಕ್ಯ ಇಷ್ಟೆಲ್ಲಾ ಜಟಿಲ ತಂತ್ರಗಳನ್ನು ರೂಪಿಸುವವನೆಂದು, ಅವನನ್ನು ನೋಡಿದಾಗ ಅನ್ನಿಸುವುದೇ ಇಲ್ಲ ಎಂದು ಅವನು ಬೆರಗಾದ. ಭದ್ರಭಟ ಮತ್ತು ಚಿತ್ರವರ್ಮರಿಗೂ ವಿಷಯ ತಿಳಿಸಿ, ಅವರು ಸೂಕ್ತವಾಗಿ ನಡೆದು ಕೊಳ್ಳುವಂತೆ ಹೇಳುವುದಾಗಿ ಡಿಂಗಿರಾತ ಭರವಸೆ ನೀಡಿದ.

ಮನೆಗೆ ಬಂದು ಊಟಕ್ಕೆ ಕುಳಿದಾಗ, ಮನಸ್ಸು ತಡೆಯದೆ ಹೆಂಡತಿ ಮಾಲಿನಿಗೂ ವಿಷಯ ತಿಳಿಸಿದ. “ಇದೆಲ್ಲಾ ಅಗತ್ಯವಿತ್ತೇ ?” ಎಂದು ಅವಳು ಕೇಳಿದಳು.

“ರಾಕ್ಷಸ ಇಲ್ಲಿಗೆ ಬರುವಂತೆ ಮಾಡಲು ಮತ್ತು ಮಲಯಕೇತುವನ್ನು ಸುರಕ್ಷಿತವಾಗಿ ಉಳಿಸಲು ಇದೆಲ್ಲ ಅಗತ್ಯವಾಗಿದೆ.”

“ಹಾಗಿದ್ದರೆ ಬಹಳ ಒಳ್ಳೆಯದು. ಪಾಪ, ಮಾಧವಿ ಎಂಥ ಒಳ್ಳೆಯ ಹುಡುಗಿ ! ರಾಣಿಯಾದರೂ ಸ್ವಲ್ಪವೂ ಅಹಂಕಾರವಿಲ್ಲದ ಹೃದಯವಂತ ಹೆಣ್ಣು! ಅಂಥವಳಿಗೆ ಅನ್ಯಾಯವಾಗಬಾರದು. ಇದ್ದ ನಾಲ್ಕು ದಿನಗಳಲ್ಲಿ ಅವರು ನಮ್ಮ ಜೊತೆ ಎಷ್ಟು ಚೆನ್ನಾಗಿ ಹೊಂದಿಕೊಂಡಿದ್ದರು ! ಹೋಗುವಾಗ ನಾಲ್ಕು ಒಳ್ಳೆಯ ಮಾತಾಡಿ ಕಳಿಸುವುದೂ ಸಾಧ್ಯವಾಗಲಿಲ್ಲ. ಅವಳಿಗೆ ಒಳ್ಳೆಯದಾಗಬೇಕು. ಈಗ ಉಂಟಾಗಿರುವ ದ್ವೇಷ ನಾಶವಾಗಿ ಮತ್ತೆ ಸ್ನೇಹ ಬೆಳೆಯಬೇಕು. ಮೊದಲಿನಂತೆ ಅವರು ನಗುತ್ತ ಬಂದು, ನಮ್ಮ ಮನೆಯಲ್ಲಿ ಕೆಲವು ದಿನ ಇದ್ದು ಹೋಗಬೇಕು. ಅವಳಿಗೆ, ಅವಳ ಗಂಡನಿಗೆ ಕೇಡಾಗಬಾರದು. ಅವಳನ್ನು ನೋಯಿಸಿದರೆ ಖಂಡಿತ ಯಾರಿಗೂ ಒಳ್ಳೆಯದಾಗುವುದಿಲ್ಲ” ಮಾಲಿನಿ ಭಾವೋದ್ವೇಗದಿಂದ ಹೇಳಿದಳು.

“ಹೌದು ಮಾಲಿನಿ, ಅವಳನ್ನು ನೆನೆದುಕೊಂಡರೆ ನನಗೂ ಸಂಕಟವಾಗುತ್ತದೆ. ಪರೋಕ್ಷ ವಾಗಿಯಾದರೂ ಪೌರವನ ದುರದೃಷ್ಟಕರ ಸಾವಿನಲ್ಲಿ ನಾನೂ ಭಾಗವಹಿಸಿದ್ದೇನೆಂಬ ಅಳುಕು ಮೂಡುತ್ತದೆ. ಇನ್ನೂ ಅವಳಿಗೆ ಅನ್ಯಾಯವಾಗಬಾರದು. ಚಾಣಕ್ಯರ ಉದ್ದೇಶವೂ ಅದೇ ಇರುವಂತೆ ಕಾಣುತ್ತಿದೆ. ಆದರೆ ಇದು ಮಹಾ ರಹಸ್ಯ. ಕಿಂಚಿತ್ತೂ ಹೊರಗೆ ಹೋಗದಂತೆ ಎಚ್ಚರವಹಿಸಬೇಕು.”

“ನನ್ನ ಮೇಲೆ ಸಂದೇಹವೇ ?’

“ಸಂದೇಹವಲ್ಲ, ಅಸಾವಧಾನದ ಸಂದರ್ಭದಲ್ಲಿ ಮೈಮರೆಯಬಾರದೆಂದು ಮುನ್ನೆಚ್ಚರಿಕೆ ನೀಡಿದೆ, ಅಷ್ಟೆ”

★ ★ ★

ಮಾರನೆಯ ದಿನ ಮುಂಜಾನೆಯೇ ಜೀವಸಿದ್ಧಿ ಮುಖ ಕಾಣದಂತೆ ತಲೆಯ ಮೇಲೊಂದು ವಸ್ತ್ರವನ್ನು ಮುಚ್ಚಿಕೊಂಡು ಚಂದನದಾಸನ ಮನೆಯ ಬಾಗಿಲು ಬಡಿದ. ಸೇವಕ ಬಾಗಿಲು ತೆರೆದ. “ಯಾರು ನೀವು ? ಏನಾಗಬೇಕು ?” ಎಂದು ಕೇಳಿದ.

“ನಾನು ಅಮಾತ್ಯ ರಾಕ್ಷಸರ ಕಡೆಯಿಂದ ಬಂದಿದ್ದೇನೆ. ಚಂದನದಾಸರನ್ನು ಕಾಣಬೇಕು” ಎಂದು ಜೀವಸಿದ್ಧಿ ಪಿಸುಗುಟ್ಟಿದ. ಅವನು ಸಂದೇಹದಿಂದ ನೋಡುತ್ತಿರುವಾಗ ತನ್ನ ತಲೆಯ ಮೇಲಿನ ಮುಸುಕನ್ನು ತೆಗೆದ. ಒಂದೆರಡು ಸಲ ರಾಕ್ಷಸನ ಜೊತೆ ಅಲ್ಲಿಗೆ ಬಂದಿದ್ದರಿಂದ, ಸೇವಕ ಗುರುತು ಹಿಡಿದು “ಒಳಗೆ ಬನ್ನಿ” ಎಂದ.

ಒಳಗೆ ಹೆಜ್ಜೆಯಿರಿಸಿದ ತಕ್ಷಣ ಸೇವಕ ತಕ್ಷಣ ಬಾಗಿಲು ಹಾಕಿದ. ಭೀತಿಯನ್ನು ನಟಿಸುತ್ತ ಜೀವಸಿದ್ಧಿ ಸುತ್ತ ನೋಡತೊಡಗಿದ. "ಯಜಮಾನರು ಪೂಜೆಯಲ್ಲಿ ತೊಡಗಿದ್ದಾರೆ. ಇಲ್ಲಿ ಕುಳಿತುಕೊಳ್ಳಿ" ಎಂದು ನಡುಮನೆಯ ಒಂದು ಪೀಠ ತೋರಿಸಿ, ಅವನು ತನ್ನ ಕೆಲಸದ ಮೇಲೆ ಹೊರಟುಹೋದ.

ಜೀವಸಿದ್ಧಿ ಕಾಯುತ್ತಿದ್ದ. ಒಳಗೆ ದೇವರ ಮನೆಯಲ್ಲಿ ಬುದ್ಧನ ಸ್ತೋತ್ರ ಕೇಳಿಬರುತ್ತಿತ್ತು. ಪಕ್ಕದ ಕೋಣೆಯಲ್ಲಿ ಮಕ್ಕಳು ಆಡುತ್ತ, ಮಾತಾಡುತ್ತಿರುವುದು ಕೇಳಿಸುತ್ತಿತ್ತು. ಮೆಲ್ಲಗೆ ಇಣುಕಿ ನೋಡಿದ. ಹತ್ತು ಹನ್ನೆರಡು ವರ್ಷಗಳ ಇಬ್ಬರು ಬಾಲಕರು ಕಂಡರು. ಅವರಲ್ಲಿ ಒಬ್ಬನನ್ನು ಕಂಡು ಅವನು ಚಕಿತನಾದ. ಅವನ ಮುಖದಲ್ಲಿ ರಾಕ್ಷಸನ ಹೋಲಿಕೆ ಯಿರುವಂತಿತ್ತು. ಹಾಗಾದರೆ ಅವನ ಸಂಸಾರ ಅಲ್ಲಿಯೇ ಇರಬಹುದೆಂದು ತರ್ಕಿಸಿದ. ಅದನ್ನು ಖಚಿತಪಡಿಸಿಕೊಳ್ಳುವುದು ಹೇಗೆಂದು ಒಂದು ಕ್ಷಣ ಯೋಚಿಸಿದ. ತಾನು ಬೆರಳಿಗೆ ಹಾಕಿಕೊಂಡಿದ್ದ ರಾಕ್ಷಸನ ಮುದ್ರೆಯುಂಗುರ ಕಣ್ಣಿಗೆ ಬಿತ್ತು. ತಕ್ಷಣ ಒಂದು ಉಪಾಯ ಹೊಳೆಯಿತು. ಆ ಉಂಗುರವನ್ನು ಕಳಚಿ ಕೋಣೆಯ ಬಾಗಿಲ ಬಳಿಗೆ ಎಸೆದ. ಅದು ಠಣ ಠಣ ಸದ್ದು ಮಾಡುತ್ತಾ ಹೊಸಿಲಿನ ಬಳಿ ಬಿತ್ತು. ಆಡುತ್ತಿದ್ದ ಹುಡುಗರು ಶಬ್ದದಿಂದ ಆಕರ್ಷಿತರಾಗಿ ಓಡಿಬಂದರು. ಇನ್ನೊಬ್ಬ ಹುಡುಗ ಎತ್ತಿಕೊಂಡ. ರಾಕ್ಷಸನ ಹೋಲಿಕೆಯಿದ್ದ ಹುಡುಗ ಅವನಿಂದ ಅದನ್ನು ಕಿತ್ತುಕೊಂಡು ಕಣ್ಣರಳಿಸಿ ನೋಡಿದ. ಮರುಕ್ಷಣದಲ್ಲಿ "ಅಮ್ಮಾ" ಎಂದು ಕೂಗುತ್ತ ಒಳಗೆ ಹೋದ. ಇನ್ನೊಬ್ಬ ಹುಡುಗನೂ ಅವನನ್ನು ಹಿಂಬಾಲಿಸಿದ. ಅವನು ದೇವರ ಮನೆಯ ಬಳಿ ಹೋದನೆಂದು ಕಾಣುತ್ತದೆ. ಬುದ್ಧಸ್ತೋತ್ರ ನಿಂತುಹೋಯಿತು. ಪಿಸು ಮಾತುಗಳು ಕೇಳಿಬಂದವು. ಹೆಜ್ಜೆ ಸಪ್ಪಳ ಕೇಳಿಸಿತು. ಜೀವಸಿದ್ಧಿ ಪದ್ಮಾಸನ ಹಾಕಿ ಚಾವಣಿ ನೋಡುತ್ತ "ಬುದ್ಧಂ ಶರಣಂ, ಬುದ್ಧಂ ಶರಣಂ" ಎಂದು ಮಣಮಣಿಸುತ್ತ ಕುಳಿತುಕೊಂಡ.

ಚಂದನದಾಸ ಹೊರಗೆ ಬಂದು ನೋಡಿದ "ಓ ಜೀವಸಿದ್ಧಿ! ಯಾವಾಗ ಬಂದಿರಿ ?" ಎಂದು ಎದುರಿಗೆ ಕುಳಿತುಕೊಂಡ.

"ಸ್ವಲ್ಪ ಹೊತ್ತಾಯಿತು. ತಾವು ಹೇಳುತ್ತಿದ್ದ ಬುದ್ಧಸ್ತೋತ್ರ ಆಪ್ಯಾಯಮಾನವಾಗಿತ್ತು. ಕೇಳುತ್ತ ಹಾಗೇ ಮೈಮರೆತುಬಿಟ್ಟೆ."

"ಅದಿರಲಿ, ಈ ಮುದ್ರೆಯುಂಗುರ ನಿಮ್ಮ ಬಳಿ ಹೇಗೆ ಬಂತು ?"

ಅದನ್ನು ಕೈಗೆ ತೆಗೆದುಕೊಂಡು ಜೀವಸಿದ್ಧಿ ಹೇಳಿದ "ಸ್ವತಃ ಅಮಾತ್ಯರೇ ಕೊಟ್ಟರು."

"ಬಹಳ ಅಮೂಲ್ಯವಾದ ಇದನ್ನು ಎಚ್ಚರಿಕೆಯಿಂದ ನೋಡಿಕೊಳ್ಳಬೇಕಲ್ಲವೇ ?"

"ನನ್ನ ಉತ್ತರೀಯದ ತುದಿಗೆ ಗಂಟು ಹಾಕಿದ್ದೆ, ಸಡಿಲವಾಗಿತ್ತೆಂದು ಕಾಣುತ್ತದೆ. ಹೊದ್ದುಕೊಳ್ಳುವಾಗ ಸಿಡಿದು ಅಲ್ಲಿ ಬಿತ್ತು. ಕುತೂಹಲದಿಂದ ನಿಮ್ಮ ಮಗ ತೆಗೆದುಕೊಂಡ. ನಿಮ್ಮ ಮಗ ತಾನೇ, ನಿಮಗೆ ತೋರಿಸುತ್ತಾನೆ, ತಂದುಕೊಡುತ್ತಾನೆಂಬ ಧೈರ್ಯದಿಂದ ಸುಮ್ಮನಾದೆ" ಎಂದು ಜೀವಸಿದ್ಧಿ ನಕ್ಕ.

"ಏನು ವಿಷಯ ?"

"ಅಮಾತ್ಯರು ತಾವು ಸುರಕ್ಷಿತವಾಗಿದ್ದೇವೆಂದು ನಿಮಗೆ ತಿಳಿಸುವಂತೆ ಹೇಳಿ ಕಳಿಸಿದರು."

"ಅವರೀಗ ಎಲ್ಲಿದ್ದಾರೆ?"

"ಪರ್ವತನಾಡಿನ ರಾಜಧಾನಿ ಗಿರಿಪುರದಲ್ಲಿ ಮಲಯಕೇತುವಿನ ಆಶ್ರಯದಲ್ಲಿ ಸುರಕ್ಷಿತವಾಗಿದ್ದಾರೆ."

ಸಮಾಧಾನದಿಂದ ಎದೆಯ ಮೇಲೆ ಕೈಯಿರಿಸಿಕೊಂಡ ಚಂದನದಾಸ ಕಣ್ಣುಮುಚ್ಚಿ ಬುದ್ಧನ ಸ್ಮರಣೆ ಮಾಡಿಕೊಂಡ. "ಈ ಮುದ್ರೆಯುಂಗುರ?" ಎಂದು ಪ್ರಶ್ನಾರ್ಥಕವಾಗಿ ಜೀವಸಿದ್ಧಿಯತ್ತ ನೋಡಿದ.

"ಒಂದು ಮಹತ್ವದ ಕಾರ್ಯಕ್ಕಾಗಿ ಅವರೇ ಇದನ್ನು ನನ್ನ ಕೈಯಲ್ಲಿ ಕೊಟ್ಟಿದ್ದಾರೆ. ಶಕಟದಾಸರಿಂದ ಪತ್ರ ಬರೆಸಿ, ಈ ಮುದ್ರೆಯೊತ್ತಿ, ಅದನ್ನು ಕೆಲವು ಮುಖ್ಯವ್ಯಕ್ತಿಗಳಿಗೆ ತಲಪಿಸಬೇಕು."

"ಅದನ್ನೆಲ್ಲಾ ವಿವರವಾಗಿ ತಿಳಿಯುವ ಕುತೂಹಲ ನನಗಿಲ್ಲ, ಸುರಕ್ಷಿತವಾಗಿದ್ದಾನೆಂಬ ಶುಭಸುದ್ದಿ ತಂದಿರಲ್ಲ, ಅಷ್ಟೇ ಸಾಕು. ವೆಚ್ಚಕ್ಕೆ ಧನವೇನಾದರೂ ಬೇಕೆ?"

"ಪರ್ವತರಾಜನ ಆಶ್ರಯದಲ್ಲಿರುವ ಅಮಾತ್ಯರಿಗೆ ಧನಕ್ಕೇನು ಕೊರತೆ ಚಂದನದಾಸರೇ? ನಮಗೆ ಅಗತ್ಯವಾದಷ್ಟನ್ನು ಅವರೇ ಕೊಟ್ಟು ಕಳಿಸಿದ್ದಾರೆ. ಅಗತ್ಯವಾದರೆ ತಮ್ಮನ್ನು ಬಂದು ನೋಡುತ್ತೇನೆ."

"ಅದಿರಲಿ, ಹಗಲಿನಲ್ಲೇ ಬಂದಿರುವಿರಲ್ಲಾ, ಯಾರಾದರೂ ಕಂಡರೆ ತೊಂದರೆ ಆಗುವುದಿಲ್ಲವೇ? ಆಮೇಲೆ ನನ್ನನ್ನು ರಾಜನ ಕಡೆಯವರು ಕಾಡಬಹುದು. ಈಗಂತೂ ಈ ಪಾಟಲೀಪುತ್ರದಲ್ಲಿ ಯಾರು ಗೂಢಚಾರರು, ಯಾರು ಸಾಮಾನ್ಯ ನಾಗರಿಕರೆಂದು ಕಂಡುಹಿಡಿಯುವುದೇ ಕಷ್ಟವಾಗಿದೆ."

"ರಾತ್ರಿಯ ಹೊತ್ತಾದರೆ ಅನುಮಾನಪಡುವುದು ಸಹಜ. ಹಗಲಾದರೆ ಅಷ್ಟು ತೊಂದರೆಯಾಗಲಾರದೆಂದು ಬಂದುಬಿಟ್ಟೆ. ಮತ್ತೆ ಮತ್ತೆ ಬಂದು ನಾನು ನಿಮಗೆ ತೊಂದರೆ ಕೊಡುವುದಿಲ್ಲ, ನಾನು ಬರಲೇ?"

"ಸ್ನಾನ? ಭೋಜನ?"

"ಯಾವುದೂ ಬೇಕಿಲ್ಲ, ರಾಕ್ಷಸರ ಕ್ಷೇಮದ ಸುದ್ದಿ ತಿಳಿಸಿ ನಿಮ್ಮ ಆತಂಕ ನಿವಾರಣೆ ಮಾಡುವುದು ನನಗೆ ಮುಖ್ಯವಾಗಿತ್ತು. ಆ ಕರ್ತವ್ಯ ಮುಗಿಯಿತು. ನಾನು ಬರುತ್ತೇನೆ. ಬುದ್ಧಂ ಶರಣಂ" ಎಂದು ಜೀವಸಿದ್ಧಿ ಎದ್ದು ಮತ್ತೆ ತಲೆಯ ಮೇಲೆ ಬಟ್ಟೆ ಹಾಕಿಕೊಂಡು, ಬಾಗಿಲಿಂದ ಇಣುಕಿ ಅತ್ತ ಇತ್ತ ನೋಡಿ ಹೊರನಡೆದು, ಬೀದಿಯಲ್ಲಿ ವೇಗವಾಗಿ ಸಾಗಿದ.

ಹೊರಗೆ ಬೀದಿಯತ್ತ ನೋಡಿ ಚಂದನದಾಸ, ತನ್ನ ಮನೆಯತ್ತ ಯಾರ ಗಮನವೂ ಇಲ್ಲವೆಂಬುದನ್ನು ಖಚಿತಪಡಿಸಿಕೊಂಡು, ಬಾಗಿಲು ಹಾಕಿ ನಿರಾಳವಾಗಿ ಉಸಿರುಬಿಟ್ಟ.

## ೯

ರಾತ್ರಿ ಜೀವಸಿದ್ಧಿ ಶಕಟದಾಸನ ಮನೆಗೆ ಬಂದ. ಅವನು ಯಾರಾದರೂ ಕಂಡಾರೆಂದು ಭಯದಿಂದ ನಡುಗಿದ. ತಾನು ರಾಕ್ಷಸನ ಪರವಾಗಿ ಸುರಂಗದಲ್ಲಿ ಕೊಲೆಗಡುಕರನ್ನು ನೇಮಿಸಿದ್ದು, ಎಲ್ಲಿ ಬಹಿರಂಗವಾಗಿ ಚಾಣಕ್ಯನ ಕೈಗೆ ಸಿಕ್ಕಿಹಾಕಿಕೊಳ್ಳಬೇಕಾಗಬಹುದೋ, ಎಂದು ಒಳಗೊಳಗೇ ತಲ್ಲಣಿಸುತ್ತಿದ್ದ. ಜೀವಸಿದ್ಧಿ ಒಳಬಂದ ತಕ್ಷಣ ಬಾಗಿಲು ಹಾಕಿ, "ನೀವು ಈಗೇಕೆ ಬಂದಿರಿ? ಬರುವಾಗ ರಾಜಸೇವಕರು ಯಾರೂ ಕಾಣಲಿಲ್ಲವೇ?" ಎಂದು ಆತುರದಿಂದ, ಆತಂಕದಿಂದ ಕೇಳಿದ.

"ಇಲ್ಲ ಯಾರೂ ನೋಡಲಿಲ್ಲ, ನಾನು ಬಹಳ ಎಚ್ಚರಿಕೆಯಿಂದ ಬಂದಿದ್ದೇನೆ. ಹೆದರಬೇಡಿ" ಎಂದು ಜೀವಸಿದ್ಧಿ ಧೈರ್ಯ ಹೇಳುತ್ತಿರುವಷ್ಟರಲ್ಲಿ ಸಿದ್ಧಾರ್ಥಕ ಅಲ್ಲಿಗೆ ಬಂದ. ಅವನ ಮೇಲೆ ಯಾವ ಅಪನಂಬಿಕೆಯೂ ಇಲ್ಲದಿದ್ದುದರಿಂದ ಶಕಟದಾಸ ಅವನಿಗೆ ಅಲ್ಲಿಂದ ಹೋಗುವಂತೆ ಹೇಳಲಿಲ್ಲ.

"ಸರಿ, ಏನು ವಿಷಯ ಬೇಗ ಹೇಳಿ."

"ನಾನು ಅಮಾತ್ಯರಾಕ್ಷಸರ ಕೆಲಸದ ಮೇಲೆ ಬಂದಿದ್ದೇನೆ, ಶಕಟದಾಸರೇ ?"

"ಅಮಾತ್ಯ ರಾಕ್ಷಸರೇ ! ಅವರೀಗ ಎಲ್ಲಿದ್ದಾರೆ ? ಹೇಗಿದ್ದಾರೆ ?"

"ಅವರು ಪರ್ವತನಾಡಿನಲ್ಲಿ, ಮಲಯಕೇತುವಿನ ಆಶ್ರಯದಲ್ಲಿ ಕ್ಷೇಮವಾಗಿದ್ದಾರೆ."

"ಸದ್ಯ ಅವರು ಕ್ಷೇಮವಾಗಿದ್ದರಾಯಿತು. ಏನು ಕೆಲಸ ?"

"ನೀವು ಅವರ ಒಂದು ಪತ್ರ ಬರೆದು ಕೊಡಬೇಕು. ಮೊದಲಿನಿಂದಲೂ ಅವರ ಎಲ್ಲ ಪತ್ರಗಳ ಲಿಪಿಕಾರರೂ ನೀವೇ ಅಲ್ಲವೇ ?"

"ಹೌದು. ಆದರೆ ಈಗ..." ಶಕಟದಾಸ ಅನುಮಾನಿಸಿದ.

"ಬರೀ ನನ್ನ ಮಾತಿನ ಮೇಲೆ ಅವರ ಪತ್ರ ಬರೆಯುವುದು ಹೇಗೆಂದು ಹಿಂದೆ ಮುಂದೆ ನೋಡುತ್ತಿದ್ದೀರೆಂದು ನನಗೆ ಗೊತ್ತು ಎನ್ನುತ್ತ ಜೀವಸಿದ್ಧಿ ತನ್ನ ಬಳಿಯಿದ್ದ ರಾಕ್ಷಸನ ಮುದ್ರೆಯುಂಗುರವನ್ನು ತೆಗೆದು ತೋರಿಸಿ ಹೇಳಿದ, "ನೋಡಿ, ನಿಮ್ಮಿಂದ ಪತ್ರವನ್ನು ಬರೆಸಿ, ಈ ಮುದ್ರೆಯನ್ನು ಒತ್ತಿ ಸೇನಾಧ್ಯಕ್ಷರಿಗೆ ಮುಟ್ಟಿಸುವಂತೆ ಸ್ವತಃ ರಾಕ್ಷಸರೇ ಕೊಟ್ಟಿದ್ದಾರೆ."

ಅದನ್ನು ನೋಡಿದ ಮೇಲೆ ಶಕಟದಾಸನಿಗೆ ನಂಬಿಕೆ ಬಂತು. ಅವನು "ಯಾರಿಗೆ ಬರೆಯಬೇಕು ? ಏನೆಂದು ಬರೆಯಬೇಕು ?" ಎಂದು ಕೇಳುತ್ತ ಬರೆಯುವ ಸಾಮಗ್ರಿಗಳನ್ನು ಸಿದ್ಧಪಡಿಸಿಕೊಳ್ಳತೊಡಗಿದ.

"ಡಿಂಗಿರಾತ, ಭದ್ರಭಟ ಮತ್ತು ಚಿತ್ರವರ್ಮರಿಗೆ ಬರೆಯಬೇಕು. ನೀವೆಲ್ಲ ಮಗಧ ಸಾಮ್ರಾಜ್ಯದ ನಿಷ್ಠ ಸೇವರು. ಚಕ್ರವರ್ತಿ ಧನನಂದನಾಗಲೀ, ನಾನಾಗಲೀ ನಿಮ್ಮನ್ನು ಬಹಳ ಗೌರವದಿಂದ ನಡೆಸಿಕೊಂಡಿದ್ದೇವೆ. ಭಾಗುರಾಯಣನ ಸ್ವಾರ್ಥ ಮತ್ತು ಚಾಣಕ್ಯನ ತಂತ್ರದಿಂದ ನೀವೆಲ್ಲ ಚಂದ್ರಗುಪ್ತನ ವಿಜಯಕ್ಕೆ ನೆರವು ನೀಡಿದಿರಿ. ಅವರು ಏನೇನು ಆಮಿಷ ತೋರಿಸಿದರೋ ಗೊತ್ತಿಲ್ಲ. ಆದರೆ ಮಗಧದ ನಿಷ್ಠ ಸೇವಕನಾದ ನಾನು, ಮಗಧ ಸಿಂಹಾಸನ ವನ್ನು ಆಕ್ರಮಿಸಿರುವ ಆ ಅನ್ಯಾಯಕಾರಿಯನ್ನು ಮುಗಿಸಲು ಪ್ರಯತ್ನ ಮಾಡುತ್ತಿದ್ದೇನೆ. ಅಪಾರವಾದ ಸೇನಾಬಲವನ್ನು ಸಂಘಟಿಸುತ್ತಿದ್ದೇನೆ. ಎಲ್ಲ ಕಡೆ ವಿದ್ರೋಹವುಂಟು ಮಾಡಲು ತಕ್ಕ ಸಿದ್ಧತೆ ನಡೆಸುತ್ತಿದ್ದೇನೆ. ಗೆಲುವು ಖಚಿತ. ಆಮೇಲೆ ನೀವು ರಾಜದ್ರೋಹದ ಆಪಾದನೆ ಎದುರಿಸಬೇಕಾಗುತ್ತದೆ. ರಾಜದ್ರೋಹಕ್ಕೆ ಶಿಕ್ಷೆ ಮರಣದಂಡನೆಯೆಂಬುದು ನೆನಪಿನಲ್ಲಿರಲಿ. ಸಾವಧಾನವಾಗಿ ಯೋಚಿಸಿ. ಈಗಲೂ ಕಾಲ ಮಿಂಚಿಲ್ಲ, ನೀವು ನಿಮ್ಮ ನಿಮ್ಮ ಕೈಕೆಳಗಿನ ಸಾಧ್ಯವಾದಷ್ಟು ಸೇನಾಬಲದೊಂದಿಗೆ ನಮ್ಮ ಪಕ್ಷಕ್ಕೆ ಬೆಂಬಲ ನೀಡಿದರೆ, ನೀವು ಮಾಡಿದ ತಪ್ಪನ್ನು ತಿದ್ದಿಕೊಂಡಂತಾಗುತ್ತದೆ. ಮತ್ತೆ ಮೊದಲಿಗಿಂತ ಹೆಚ್ಚಿನ ಮನ್ನಣೆಗೆ ಪಾತ್ರರಾಗುತ್ತೀರಿ. ಅಮಾತ್ಯರಾಕ್ಷಸ ಕೊಟ್ಟ ಮಾತಿಗೆ ತಪ್ಪುವುದಿಲ್ಲವೆಂದು ನಿಮಗೆಲ್ಲ ಗೊತ್ತೇ ಇದೆ. ಇಷ್ಟನ್ನು ರಾಕ್ಷಸರ ಧಾಟಿಯಲ್ಲಿ ಹೇಗೆ ಬರೆಯಬೇಕೋ, ಹಾಗೆ ಬರೆದುಕೊಡಿ. ಈ ಮುದ್ರೆಯೊತ್ತಿಕೊಂಡು ನಾಳೆ ರಾತ್ರಿ ಸೇನಾಧ್ಯಕ್ಷರಿಗೆ ಮುಟ್ಟಿಸಲು ವ್ಯವಸ್ಥೆ ಮಾಡುತ್ತೇನೆ."

ಶಕಟದಾಸ ಬರೆಯಲು ಆರಂಭಿಸಿದ. ಜೀವಸಿದ್ಧಿ ಮತ್ತು ಸಿದ್ಧಾರ್ಥಕ ಮುಖ ಮುಖ ನೋಡಿಕೊಂಡು, ಆವನು ಬರೆಯುವುದನ್ನೇ ತದೇಕಚಿತ್ತದಿಂದ ನೋಡುತ್ತಿದ್ದರು.

ಪತ್ರ ಬರೆದು ಮುಗಿದ ಮೇಲೆ, ಅವನೆದುರಿಗೇ ರಾಕ್ಷಸನ ಉಂಗುರದಿಂದ ಮುದ್ರೆಯೊತ್ತಿ, ಅದನ್ನು ಮತ್ತೆ ಜೋಪಾನವಾಗಿ ಒಳಗಿರಿಸಿಕೊಂಡು, ಶಕಟದಾಸನಿಗೆ ನಮಸ್ಕಾರ ಹೇಳಿ, ಜೀವಸಿದ್ಧಿ ಅಲ್ಲಿಂದ ಹೊರಟುಬಿಟ್ಟ.

ಜೀವಸಿದ್ಧಿ ಅಲ್ಲಿಂದ ಸುಮಂತನ ಮನೆಗೆ ಬಂದಾಗ ಆಗಲೇ ಅರ್ಧರಾತ್ರಿಯಾಗಿತ್ತು. ಪರಿಚಾರಕ ಮಲಗಿದ್ದ. ಸುಮಂತನೇ ಬಾಗಿಲು ತೆರೆದು, ಒಳಗೆ ಕರೆದು ಕೋಣೆ ಸೇರಿ ಬಾಗಿಲು ಹಾಕಿಕೊಂಡು ''ಕೆಲಸವಾಯಿತೇ?'' ಎಂದು ಕೇಳಿದ.

''ಇದೇ ಈಗ ಕೆಲಸ ಮುಗಿಸಿಕೊಂಡು ಶಕಟದಾಸನ ಮನೆಯಿಂದ ಬರುತ್ತಿದ್ದೇನೆ. ತೆಗೆದುಕೊಳ್ಳಿ'' ಎಂದು ಜೀವಸಿದ್ಧಿ ಪತ್ರವನ್ನು ನೀಡಿದ.

ಅದನ್ನು ನೋಡಿಕೊಂಡು ಸುಮಂತ ತಲೆದೂಗಿದ. ''ಬೆದರಿಕೆ, ಆಮಿಷ – ಎರಡನ್ನೂ ಸಮರ್ಥವಾಗಿ ಪ್ರಯೋಗಿಸಿದ್ದಾನೆ. ಸೇನಾಧ್ಯಕ್ಷರು ಒಪ್ಪಿಯೇ ಬಿಡುವರೆನ್ನಿಸುತ್ತದೆ'' ಎಂದ.

''ಅವರು ಒಪ್ಪಲಿ, ಬಿಡಲಿ, ನಮಗೆ ಒಪ್ಪಿಸಿದ ಕಾರ್ಯವನ್ನು ಮುಗಿಸುವುದಷ್ಟೇ ನಮ್ಮ ಕರ್ತವ್ಯ.''

''ಅಂದ ಹಾಗೆ, ಕರಭಕ ಬಂದಿದ್ದ.''

''ಕರಭಕನೇ? ಏಕೆ? ನಿಮ್ಮ ವಿಷಯ ಅವನಿಗೆ ಹೇಗೆ ಗೊತ್ತಾಯಿತು?'' ಜೀವಸಿದ್ಧಿ ಸ್ವಲ್ಪ ಅಚ್ಚರಿಯಿಂದ ಕೇಳಿದ.

''ನಮ್ಮ ಹಿಂದೆ ಬೇರೆ ವ್ಯಕ್ತಿಗಳನ್ನು ಕಳಿಸಿರಬಹುದು ಅಥವಾ ಇಲ್ಲಿರುವ ವ್ಯಕ್ತಿಗಳಿಗೇ ಸೂಚನೆ ನೀಡಿರಬಹುದು.''

''ನಮ್ಮ ಮೇಲೇ ಗೂಢಚರ್ಯ ನಡೆಸುತ್ತಿಲ್ಲ ತಾನೇ?''

''ಇರಲಾರದು. ಅಷ್ಟು ನಂಬಿಕೆಯಿಲ್ಲದಿದ್ದರೆ ಅವರು ನಿಮ್ಮ ಕೈಗೆ ತಮ್ಮ ಮುದ್ರೆಯುಂಗುರವನ್ನು ಕೊಡುತ್ತಿದ್ದರೇ?''

''ಅವನು ಏನು ಹೇಳಿದ?''

''ಎರಡು ದಿನ ಕಳೆದ ನಂತರ ರಾತ್ರಿ ಅವನನ್ನು ಕಂಡು ಈವರೆಗೆ ನಡೆದಿರುವ ಕೆಲಸಗಳ ಬಗ್ಗೆ ತಿಳಿಸಬೇಕಂತೆ. ಅವನು ಸಿಗುವ ಸ್ಥಳದ ಗುರುತು ಕೊಟ್ಟಿದ್ದಾನೆ'' ಎಂದು ಸುಮಂತ ಆ ಗುರುತನ್ನು ಹೇಳಿದ.

''ಅಂದರೆ, ಇಲ್ಲಿಯ ಸುದ್ದಿಗಳನ್ನು ಅಮಾತ್ಯನಿಗೆ ತಿಳಿಸಲು ಅವನು ಆತುರದಿಂದಿದ್ದಾನೆ. ಆಗಲಿ, ನಾನು ಭೇಟಿ ಮಾಡುತ್ತೇನೆ.''

''ನೀವು ಸುಮಿತ್ರನ ಮನೆಯ ವಾಸ್ತವ್ಯವನ್ನು ಬದಲಾಯಿಸಬೇಕೆಂದು ಕಾಣುತ್ತದೆ.''

''ಏಕೆ, ಅದರಿಂದ ಏನು ತೊಂದರೆ?''

''ಅವನು ನಿಮ್ಮ ಮೇಲೆ ಕಣ್ಣಿಟ್ಟರೆ, ಆ ಸ್ಥಳದ ಗುರುತು ಸಿಗುತ್ತದೆ. ನೀವೆಲ್ಲ ಅಲ್ಲಿ ಭೇಟಿ ಮಾಡುವುದು ಗಮನಕ್ಕೆ ಬಂದರೆ ಕೆಲಸ ಕೆಡುತ್ತದೆ.''

ಒಂದು ಕ್ಷಣ ಯೋಚಿಸಿದ ಜೀವಸಿದ್ಧಿ ಹೇಳಿದ, ''ಅಷ್ಟು ಸುರಕ್ಷಿತವಾದ ಸ್ಥಳ ಬೇರೆಯಿಲ್ಲ, ಸುಮಂತ. ನಾನು ಸಮಿದ್ಧಾರ್ಥಕನನ್ನು ಬಿಟ್ಟು ಬೇರೆಯವರು ಅಲ್ಲಿಗೆ ಬಾರದಂತೆ ಹೇಳಿಬಿಟ್ಟರಾಯಿತು.''

''ಅದು ಸುಮಿತ್ರನ ಮನೆಯೆಂದು ಗೊತ್ತಿರುವುದಿಲ್ಲವೇ? ಸುಮಿತ್ರನ ಬಳಿಯೇ ನಿಪುಣಕ ಕೆಲಸ ಮಾಡುತ್ತಿದ್ದಾನೆ.''

"ಹೌದು, ಆದರೆ ಸುಮಿತ್ರ ರಾಕ್ಷಸನ ಪರವಾಗಿರುವನೆಂದು, ಆದ್ದರಿಂದಲೇ ತಮ್ಮ ರಹಸ್ಯ ವಾಸಕ್ಕೆ ಅವನು ತನ್ನ ಮನೆಯನ್ನು ಬಿಟ್ಟುಕೊಟ್ಟಿರುವನೆಂದು ಹೇಳಿದರೆ ಅವನೂ ದಾರಿ ತಪ್ಪುತ್ತಾನೆ."

"ಅಲ್ಲಿ ನಿಪುಣಕ ಇನ್ನೂ ಕೆಲಸದಲ್ಲಿ ಮುಂದುವರಿಯುತ್ತಿರುವುದರಿಂದ ಅನುಮಾನ ಬರುವುದಿಲ್ಲವೇ ?"

"ಖಂಡಿತ ಬರುತ್ತದೆ. ಅದಕ್ಕೊಂದು ಸುಳ್ಳು ಜೋಡಿಸುವುದೇನೂ ಕಷ್ಟವಾಗಲಾರದು."

"ಯಾವ ಸುಳ್ಳು ಹೇಳುತ್ತೀರಿ ?"

"ಅದನ್ನು ಆ ಸಂದರ್ಭ ಬಂದಾಗ ಯೋಚಿಸಿದರಾಯಿತು. ನಾನಿನ್ನು ಬರುತ್ತೇನೆ. ಇನ್ನೇನು ಸ್ವಲ್ಪ ಹೊತ್ತಿಗೆ ಬೆಳಗಾಗಿಬಿಡುತ್ತದೆ. ಹೋಗಿ ಮಲಗಿದರೆ ನಾಳೆ ಮಧ್ಯಾಹ್ನವೇ ಏಳುವುದು. ನೀವು ನಾಳೆಯೇ ನಿಮ್ಮ ಕೆಲಸ ಮಾಡಿ" ಎಂದು ಜೀವಸಿದ್ಧಿ ಸುಮಂತನ ಮನೆಯಿಂದ ಹೊರಬಂದು ಕತ್ತಲೆಯಲ್ಲಿ ಮರೆಯಾದ.

ಜೀವಸಿದ್ಧಿ ಹೇಳಿದಂತೆಯೇ ಆಯಿತು. ಸುಮಂತ ಮತ್ತೆ ಮಲಗಿದರೂ, ಮುಂದೆ ಏನೇನು ನಡೆಯಬಹುದೋ ಎಂಬ ಊಹಾಚಿತ್ರಗಳ ಚಿಂತೆಯಲ್ಲಿ ಬೆಳಗಾಗಿಯೇ ಬಿಟ್ಟಿತು. ಅರಮನೆಗೆ ಹೊರಡುವ ಮೊದಲು ಡಿಂಗಿರಾತನನ್ನು ಭೇಟಿ ಮಾಡಬೇಕೆಂಬುದು ನೆನಪಾಗಿ ಎದ್ದು ನಿತ್ಯಕರ್ಮಗಳತ್ತ ಗಮನ ಹರಿಸಿದ.

ಸೂರ್ಯೋದಯವಾದ ಸ್ವಲ್ಪ ಹೊತ್ತಿಗೆ ಜೀವಸಿದ್ಧಿ ಕೊಟ್ಟ ಪತ್ರದೊಂದಿಗೆ ಸುಮಂತ ಡಿಂಗಿರಾತನ ಮನೆಯ ಮುಂದೆ ಇದ್ದ ದ್ವಾರಪಾಲಕನಿಗೆ ತನ್ನ ಗುರುತನ್ನು ಹೇಳಿದ. ಅವನು ಒಳಗೆ ಹೋಗಿ ಕೆಲವು ಕ್ಷಣಗಳಲ್ಲಿ ಹೊರಗೆ ಬಂದ. ಅವನ ಜೊತೆಯಲ್ಲಿ ಸ್ವತಃ ಡಿಂಗಿರಾತಾನೇ ಬಂದು "ಓ ವೈದ್ಯ ಸುಮಂತರು ! ದಯಮಾಡಿಸಿ" ಎಂದು ಸ್ವಾಗತಿಸಿದ. ಇಬ್ಬರೂ ಹೊರಪಡಸಾಲೆಯಲ್ಲಿ ಪ್ರತ್ಯೇಕವಾಗಿದ್ದ ಒಂದು ಕೋಣೆಯೊಳಗೆ ಹೋದರು. ಡಿಂಗಿರಾತ ಬಾಗಿಲು ಭದ್ರಪಡಿಸಿ "ಕುಳಿತುಕೊಳ್ಳಿ" ಎಂದು ಪೀಠ ತೋರಿಸಿದ.

ಪ್ರಾಸಂಗಿಕವಾಗಿ ನೋಡಿದ್ದನ್ನು ಬಿಟ್ಟರೆ, ಅವನನ್ನು ಸುಮಂತ ವಿವರವಾಗಿ ನೋಡಿರಲಿಲ್ಲ. ಎತ್ತರವಾದ ಮೈಕಟ್ಟಿನ ಅವನು ಅರವತ್ತು ಸಮೀಪಿಸಿದ್ದರೂ ಆರೋಗ್ಯ ದೃಢಕಾಯನಾಗಿ ಕಾಣುತ್ತಿದ್ದ. ಮುಖದಲ್ಲಿ ಅನುಭವದ ತೇಜಸ್ಸಿತ್ತು. ನಡೆನುಡಿಗಳಲ್ಲಿ ಗಾಂಭೀರ್ಯ ಎದ್ದು ಕಾಣುತ್ತಿತ್ತು.

"ವೈದ್ಯರೇ, ಬಂದ ವಿಷಯ ಹೇಳಿ" ಎಂದು ಅವನೇ ಕೇಳಿದ.

ಸುಮಂತ ಮಾತನಾಡದೆ ಪತ್ರವನ್ನು ನೀಡಿದ. ಡಿಂಗಿರಾತ ಅದನ್ನು ಓದಿಕೊಂಡ. ಮುಖದಲ್ಲಿ ಒಂದು ತೆಳುನಗು ತೇಲಿಹೋಯಿತು.

"ಮುಂದೇನು ಮಾಡಬೇಕೆಂದು ನಾನು ಮತ್ತೆ ಹೇಳಬೇಕಾಗಿಲ್ಲವೆಂದು ಕಾಣುತ್ತದೆ" ಎಂದ ಸುಮಂತ.

"ಅಗತ್ಯವಿಲ್ಲ ವೈದ್ಯರೇ, ಮಹಾಮಾತ್ಯರು ಎಲ್ಲ ಸೂಚನೆ ನೀಡಿದ್ದಾರೆ. ನಾವು ಮಿತ್ರರೆಲ್ಲ ಮಾತಾಡಿ ಒಮ್ಮತಕ್ಕೆ ಬಂದಿದ್ದೇವೆ. ನಮಗೆ ವೈಯಕ್ತಿಕ ಸ್ವಾರ್ಥ ಪ್ರತಿಷ್ಠೆಗಳಿಗಿಂತ ಮಗಧದ ಕ್ಷೇಮ ಮುಖ್ಯ. ಅಯೋಗ್ಯ ಚಕ್ರವರ್ತಿಯನ್ನು ಸೇವಿಸಿ ಅಪವಿತ್ರಗೊಂಡ ನಮ್ಮ ವೃತ್ತಿ ಬದುಕನ್ನು ಶುದ್ಧೀಕರಿಸಿಕೊಳ್ಳಬೇಕೆಂದೇ ಚಂದ್ರಗುಪ್ತ ಮಹಾರಾಜರ ಆಳ್ವಿಕೆಗೆ ನಾವು ಸಮ್ಮತಿಸಿದೆವು. ಆದರಿಂದ ನಮಗೆ ಈಗ ತೃಪ್ತಿ ಸಮಾಧಾನಗಳಿವೆ. ಇನ್ನು ಮೇಲೆ ಪ್ರಜೆಗಳು ನೆಮ್ಮದಿಯಿಂದ ಬದುಕಬಹುದು. ಅಧಿಕಾರವಿರುವುದು ದೌರ್ಜನ್ಯಕ್ಕಲ್ಲ, ಪ್ರಜಾಸೇವೆಗೆ ಎಂಬ

ಅರಿವು ನಮಗಾಗಿದೆ. ನೀವೂ ಇದರಲ್ಲಿ ಭಾಗವಹಿಸುತ್ತಿರುವುದು ನಮಗೆಲ್ಲ ಸಂತೋಷ ಉಂಟುಮಾಡಿದೆ.''

''ನನ್ನ ರಹಸ್ಯ ರಾಕ್ಷಸರಿಗೆ ಎಲ್ಲಿ ತಿಳಿದುಬಿಡುವುದೋ ಎಂಬ ಭಯ ನನ್ನನ್ನು ಕಾಡುತ್ತಲೇ ಇದೆ. ಹಾಗೇನಾದರೂ ಆದರೆ ನಮ್ಮ ರಾಜ ಮಲಯಕೇತು ನನ್ನನ್ನು ತಪ್ಪು ತಿಳಿಯುತ್ತಾನೆ.''

''ಚಿಂತಿಸಬೇಡಿ, ಚಾಣಕ್ಯರು ಅದಕ್ಕೆಲ್ಲ ವ್ಯವಸ್ಥೆ ಮಾಡಿರುತ್ತಾರೆ. ಅವರು ರಾಕ್ಷಸರಿಗಿಂತ ನೂರು ಪಟ್ಟು ಬುದ್ಧಿವಂತರೆಂಬುದಕ್ಕೆ ಇಲ್ಲಿಯವರೆಗೂ ನಡೆದಿರುವ ಘಟನೆಗಳೇ ಸಾಕ್ಷಿ ಹೇಳುತ್ತವಲ್ಲವೇ ?''

''ಸರಿ, ನಾನು ಬರುತ್ತೇನೆ'' ಎಂದು ಹೇಳಿ ನಮಸ್ಕರಿಸಿ ಸುಮಂತ ಹೊರಟುಬಿಟ್ಟ ನಂತರ ನೆನಪು ಬಂದು, ''ಆ ಪತ್ರವನ್ನು ನೀವೆಲ್ಲ ನೋಡಿದ ನಂತರ ಚಾಣಕ್ಯರಿಗೆ ತಲಪಿಸಿ ಬಿಡಿ. ಅದು ಅವರಿಗೆ ಉಪಯೋಗಕ್ಕೆ ಬರಬಹುದು'' ಎಂದು ಹೇಳಿ ಹೋದ.

★ ★ ★

ರಾಕ್ಷಸ ಪರ್ವತನಾಡಿನಲ್ಲಿ ಸುರಕ್ಷಿತನಾಗಿರುವನೆಂಬ ಸುದ್ದಿಯನ್ನು ಜೀವಸಿದ್ಧಿಯಿಂದ ತಿಳಿದು ಚಂದನದಾಸನಂತೆ ರಾಕ್ಷಸನ ಹೆಂಡತಿ ವೈಶಾಲಿಯೂ ಸಮಾಧಾನಗೊಂಡಳು. ಮುದ್ರೆಯುಂಗುರವನ್ನು ತನ್ನ ಮಗ ನೋಡಿ ಕುತೂಹಲ ತೋರಿಸಿದ್ದರಿಂದ, ಜೀವಸಿದ್ಧಿಗೆ ಸಂದೇಹ ಬಂದು, ಆಕಸ್ಮಿಕವಾಗಿ ಅದು ಬಹಿರಂಗವಾಗಿ, ತಾವು ಇಲ್ಲಿರುವ ವಿಷಯ ತಿಳಿದು ಚಾಣಕ್ಯ ಏನು ಮಾಡುವನೆಂದು ಅವಳು ಆತಂಕಗೊಂಡಳು. ಜೀವಸಿದ್ಧಿ ಭಿಕ್ಷು, ಮೇಲಾಗಿ ರಾಕ್ಷಸನಿಗೆ ಆಪ್ತನಾಗಿರುವುದರಿಂದ ಅವನು ವಿಷಯ ತಿಳಿದರೂ ಹೇಳುವವನಲ್ಲವೆಂದು ಚಂದನದಾಸ ಭರವಸೆ ನೀಡಿದ. ಆದರೆ ಜೀವಸಿದ್ಧಿ ಆಪ್ತನಾಗಿದ್ದರೆ ರಾಕ್ಷಸ ತನ್ನ ಕ್ಷೇಮ ಸಮಾಚಾರವನ್ನು ನೇರವಾಗಿ ತನಗೇ ಹೇಳುವಂತೆ ಸೂಚಿಸುತ್ತಿದ್ದನಲ್ಲವೇ ? ಎಂದು ವೈಶಾಲಿ ಅನುಮಾನಿಸಿದಳು. ಒಂದು ಕ್ಷಣ ಹೌದಲ್ಲವೇ ? ಎನ್ನಿಸಿದರೂ ಚಂದನದಾಸ ''ಜೀವಸಿದ್ಧಿಯ ಮೇಲೆ ವಸುಭೂತಿಯ ಸಂಪೂರ್ಣ ವಿಶ್ವಾಸವಿಲ್ಲವೆಂದು ಭಾವಿಸಿದರೂ, ಅವನಿಗೆ ನಿನ್ನ ಮಗನ ಗುರುತು ಸಿಗುವುದು ಹೇಗೆ ಸಾಧ್ಯ ? ಅವನು ನನ್ನ ಮಗನೆಂದೇ ಭಾವಿಸಿದ್ದಾನೆ'' ಎಂದು ಸಮಾಧಾನಪಡಿಸಿದ.

'ಶಕಟದಾಸನ ಬಳಿ ಪತ್ರ ಬರೆಸಲು ಕಾರಣವೇನು ? ಅದರಲ್ಲಿ ಏನಾದರೂ ಗಂಡಾಂತರ ಇದೆಯೇ ?' ಎಂದು ಆ ದಿನವೆಲ್ಲಾ ವೈಶಾಲಿ ಆತಂಕಪಡುತ್ತಲೇ ಇದ್ದಳು. ಅದನ್ನು ಚಂದನದಾಸನ ಬಳಿಯಲ್ಲೂ ಹೇಳಿದಳು. ಅವಳ ಒತ್ತಾಯಕ್ಕಾಗಿ ಅವನು ಮರುದಿನ ಶಕಟದಾಸನನ್ನು ನೋಡಲು ಬಂದ.

''ನಿನ್ನೆ ಜೀವಸಿದ್ಧಿ ಬಂದಿದ್ದನೇ ? ಅದೇನೋ, ವಸುಭೂತಿಯ ಆದೇಶದಂತೆ ಪತ್ರ ಬರೆಸುವುದಾಗಿ ಹೇಳಿದ್ದ'' ಎಂದು ಚಂದನದಾಸ ಕೇಳಿದ.

''ಹೌದು ಬಂದಿದ್ದ, ಅವನನ್ನು ಕಂಡು ನನಗೆ ಜೀವವೇ ನಡುಗಿದಂತಾಯಿತು. ಯಾರಾದರೂ ಕಂಡು, ಆ ಚಾಣಕ್ಯನಿಗೆ ನಮ್ಮ ಮೇಲೆ ಅನುಮಾನ ಬಂದು, ಇಲ್ಲದ ಆಪತ್ತು ಬಂದೀತೆಂದು ಭಯವಾಗಿತ್ತು'' ಎಂದು ಅವನು ಪತ್ರದ ವಿಷಯವನ್ನೆಲ್ಲ ವಿವರವಾಗಿ ತಿಳಿಸಿದ. ಅದನ್ನು ಕೇಳಿ ಚಂದನದಾಸ ಚಿಂತಾಕ್ರಾಂತನಾದ.

''ಏಕೆ ಚಂದನದಾಸರೇ, ಏನು ಚಿಂತೆ ?'' ಎಂದು ಶಕಟದಾಸ ಕೇಳಿದ.

"ವಸುಭೂತಿ ಹಾವಿನ ಹುತ್ತಕ್ಕೆ ಕೈಹಾಕುತ್ತಿರುವನೆನ್ನಿಸುತ್ತಿದೆ."

"ಅವನ ಪ್ರಯತ್ನ ಯಶಸ್ವಿಯಾಗುವುದರಲ್ಲಿ ನನಗೂ ಸಂದೇಹವಿದೆ."

"ಅವನ ಮನಸ್ಸಿನಲ್ಲಿ ಸೇಡಿನ ಜ್ವಾಲೆ ಪ್ರಜ್ವಲಿಸುತ್ತಿದೆ. ಯಾರ ಹಿತವಚನವನ್ನೂ ಕೇಳುವ ಸ್ಥಿತಿಯಲ್ಲಿಲ್ಲ. ಕಡೇ ಪಕ್ಷ ತನ್ನ ಹೆಂಡತಿ ಮಕ್ಕಳ ಯೋಗಕ್ಷೇಮದ ಬಗ್ಗೆಯಾದರೂ ಚಿಂತಿಸಬೇಕಾಗಿತ್ತು."

"ಧನನಂದನ ಮೇಲಿನ ನಿಷ್ಠೆ ಅವನನ್ನು ಕುರುಡಾಗಿಸಿದೆ."

"ಅದೇ ಅವನ ಸಜ್ಜನಿಕೆಯನ್ನು ಹಾಳುಗೆಡವಿದ ಕಾರಣ. ಅವನು ಎಷ್ಟು ಒಳ್ಳೆಯವನಾಗಿದ್ದ! ಎಂಥ ಸಾತ್ವಿಕನಾಗಿದ್ದ! ಆ ದುಷ್ಟ ಚಕ್ರವರ್ತಿಯ ಜೊತೆ ಸೇರಿ ತನ್ನ ವ್ಯಕ್ತಿತ್ವಕ್ಕೂ ಕಳಂಕ ತಂದುಕೊಂಡುಬಿಟ್ಟ."

"ಹಾಗಾದರೆ ನಿಮಗೆ ಚಂದ್ರಗುಪ್ತ ಚಾಣಕ್ಯನ ಮೇಲೆ ದ್ವೇಷವೇಕೆ ?"

"ವಸುಭೂತಿಯ ಸ್ನೇಹದ ಕಾರಣವಾಗಿ ತಾನು ಅವರನ್ನು ದ್ವೇಷಿಸಬೇಕೇ ಹೊರತು, ಬೇರೆ ಕಾರಣದಿಂದಲ್ಲ. ಇಂದಲ್ಲ ನಾಳೆ ಧನನಂದನ ಸ್ಥಿತಿ ಇದೇ ಆಗುತ್ತಿತ್ತು. ಚಂದ್ರಗುಪ್ತನ ಬದಲು ಇನ್ನಾವನೋ ರಾಜನಾಗುತ್ತಿದ್ದ. ಅವರು ಅಧಿಕಾರ ವಹಿಸಿಕೊಂಡ ಕೂಡಲೇ ಒಳ್ಳೆಯ ಕೆಲಸಗಳನ್ನು ಮಾಡುತ್ತ ಜನರ ಅಭಿಮಾನಕ್ಕೆ ಪಾತ್ರರಾಗುತ್ತಿದ್ದಾರೆ. ವಂಶ ಪರಂಪರೆಯ ಆಡಳಿತಕ್ಕೇ ಜನ ಕುರುಡು ಭಕ್ತಿಯಿಂದ ಬಹಳ ಕಾಲ ವಿಧೇಯರಾಗಿ ನಡೆದುಕೊಳ್ಳುವುದಿಲ್ಲ ಶಕಟದಾಸ. ಜನರಿಗೆ ಬೇಕಿರುವುದು ತಮ್ಮ ಕಷ್ಟಸುಖಗಳಿಗೆ ಸ್ಪಂದಿಸುವ ರಾಜ. ಅವನು ಧನನಂದನಾಗಲೀ, ಚಂದ್ರಗುಪ್ತನಾಗಲೀ ಅವರಿಗೆ ಮುಖ್ಯವಲ್ಲ."

"ಈ ಸತ್ಯಸಂಗತಿ ರಾಕ್ಷಸರಿಗೆ ಏಕೆ ಅರ್ಥವಾಗುತ್ತಿಲ್ಲ?"

"ಅರ್ಥವಾಗುತ್ತದೆ. ಅವನ ವಿಚಾರಶಕ್ತಿ ಕುಗ್ಗಿಹೋಗಿದೆ ಎಂದು ನಾನು ಭಾವಿಸುವುದಿಲ್ಲ. ಆದರೆ ಅವನ ಕ್ರೋಧ ವಿಚಾರಶಕ್ತಿಯನ್ನು ಮುಚ್ಚಿಬಿಟ್ಟಿದೆ."

"ಧನನಂದ ಅವನಿಗೆ ಚಕ್ರವರ್ತಿಗಿಂತ ಮುಖ್ಯವಾಗಿ ಮಿತ್ರ. ಈಗ ನೀವು ನಾನು ಅವನ ಮಿತ್ರತ್ವದ ಕಾರಣದಿಂದ ಅವನ ಕ್ಷೇಮಕ್ಕಾಗಿ ಕಾತರಿಸುವಂತೆ, ಅವನೂ ತನ್ನ ಮಿತ್ರನ ಸಾವಿಗಾಗಿ ಕ್ರೋಧಗೊಳ್ಳುವುದು ಸಹಜವಲ್ಲವೇ ?"

"ಸಹಜವೇ, ಆದರೆ ಪರಿಸ್ಥಿತಿಯೆನ್ನುವುದೂ ಒಂದಿದೆ. ಶತ್ರು ಪ್ರಬಲನಾಗಿರುವಾಗ ಬರೀ ಕ್ರೋಧದ ಕಾರಣದಿಂದ, ಆಕ್ರಮಣ ನಡೆಸುವುದು ಅವಿವೇಕ. ಅಲ್ಲದೆ ವಸುಭೂತಿಯಂಥ ವಿದ್ವಾಂಸ, ದಕ್ಷ ಅಮಾತ್ಯ, ಸತ್ತ ದುಷ್ಟ ರಾಜನಿಗಾಗಿ ಮಗಧದ ಹಿತವನ್ನು ಕಡೆಗಣಿಸುವುದು ಅನ್ಯಾಯವಲ್ಲವೇ ? ಎಷ್ಟೇ ಆಗಲಿ, ಮಗಧ ಅವನಿಗೆ ಜನ್ಮ ನೀಡಿತು, ದಾರಿದ್ರ್ಯವಿದ್ದರೂ ಇಲ್ಲೇ ಅವನು ವಿದ್ಯೆ ಕಲಿತು, ತನ್ನ ವ್ಯಕ್ತಿತ್ವವನ್ನು ರೂಪಿಸಿಕೊಳ್ಳಲು ಅನುವು ಮಾಡಿಕೊಟ್ಟಿತು. ಧನನಂದನ ಮೂಲಕ ಪ್ರಧಾನಾಮಾತ್ಯ ಪದವಿಯಿಂದ ಮನ್ನಣೆ ನೀಡಿತು. ಅಂಥ ಮಗಧ ಮುಖ್ಯವೋ, ಅಮಾತ್ಯ ಪದವಿ ನೀಡಿದ ಮಾತ್ರಕ್ಕೆ ಧನನಂದ ಮುಖ್ಯವೋ ?"

"ಇದನ್ನೆಲ್ಲಾ ನೀವು ಅವನೊಂದಿಗೆ ಮಾತಾಡಿದ್ದೀರ ?"

"ಒಂದಲ್ಲ, ನೂರು ಸಲ ಮಾತಾಡಿದ್ದೇನೆ. ನೂರು ಸಲವೂ ಅವನ ಉತ್ತರ ಒಂದೇ. ಧನನಂದ ತನಗೆ ಅಮಾತ್ಯ ಪದವಿ ನೀಡಿದನೆಂಬ ಭಕ್ತಿ, ಕೃತಜ್ಞತೆ. ಈಗ ಅದೇ ಕಾರಣದಿಂದ ಇನ್ನೊಂದು ಅಪಾಯದ ಪ್ರಯತ್ನ ಮಾಡುತ್ತಿರುವಂತಿದೆ."

"ಅಕಸ್ಮಾತ್ ಅವನ ಪ್ರಯತ್ನ ಯಶಸ್ವಿಯಾಗಿಬಿಟ್ಟರೆ ?"

''ಚಾಣಕ್ಯ ಖಂಡಿತ ಅದಕ್ಕೆ ಅವಕಾಶ ಕೊಡುವುದಿಲ್ಲ, ಶಕಟದಾಸ, ಅವನು ಎಷ್ಟು ಬುದ್ಧಿವಂತನೆಂಬುದು ನಿನಗೂ ಈಗಾಗಲೇ ಮನವರಿಕೆಯಾಗಿರಬೇಕಲ್ಲವೇ ? ಹಾಗೂ ಯಶಸ್ವಿಯಾದರೆ ಯಾರಿಗೋಸ್ಕರವಾಗಿ ಆ ಯಶಸ್ಸು? ತನ್ನ ರಾಜಭಕ್ತಿ ತೋರಿಸಲು ಈಗ ಅವನಿಗೆ ಧನನಂದನಿಲ್ಲ, ರಾಜಕುಮಾರನೂ ಇಲ್ಲ. ಅದರ ಬದಲು ಸುಮ್ಮನಿದ್ದ ರಾಗುವುದಿಲ್ಲವೇ ?''

''ನನಗಂತೂ ಏನೂ ತೋಚುತ್ತಿಲ್ಲ. ನಮ್ಮ ಮಿತ್ರ ರಾಕ್ಷಸನಿಗೆ ಏನೂ ಅಪಾಯ ವಾಗದಿದ್ದರೆ ಸಾಕೆಂದು ನಾನು ನಿತ್ಯ ಹಾರೈಸುತ್ತಿದ್ದೇನೆ.''

''ನಮ್ಮ ವಣಿಕಶ್ರೇಣಿಯ ವರ್ತಕರೆಲ್ಲ ಎಷ್ಟೊಂದು ಸಂತೋಷಪಡುತ್ತಿದ್ದಾರೆ ಗೊತ್ತೇ ?''

''ಏಕೆ ? ಏನು ಕಾರಣ ?''

''ಧನನಂದನ ಅರ್ಥಹೀನ ಕರಗಳನ್ನೆಲ್ಲಾ ಸಂಪೂರ್ಣವಾಗಿ ತೆಗೆದುಹಾಕಲಾಗಿದೆ. ಸಣ್ಣಪುಟ್ಟ ವರ್ತಕರಂತೂ ಮುಕ್ತವಾಗಿ ವ್ಯಾಪಾರ ಮಾಡಬಹುದಾಗಿದೆ. ದೊಡ್ಡ ವರ್ತಕರಿಗೆ ಮಾತ್ರ ತಲೆ ಬೇನೆ ಬಂದಿದೆ.''

''ದೊಡ್ಡ ವರ್ತಕರೆಂದರೆ ?''

''ಅದೇ ಆ ಅಜಿತ, ಬುದ್ಧದಾಸ, ಯಶೋಧರ ಮೊದಲಾದವರು. ಅವರಿಗೆ ಕರ ಕಡಿಮೆ ಮಾಡಬೇಕಾಗಿತ್ತೆಂದು ಗೊಣಗುತ್ತಿದ್ದಾರೆ. ಅವರದೆಲ್ಲ ದೊಡ್ಡ ಪ್ರಮಾಣದ ವ್ಯವಹಾರ. ಬೇರೆ ಬೇರೆ ಪ್ರದೇಶಗಳಿಂದ ಹೆಚ್ಚಿನ ಪ್ರಮಾಣದಲ್ಲಿ ಸಾಮಗ್ರಿಗಳನ್ನು ತರಿಸಿ, ಇಲ್ಲಿ ಹೆಚ್ಚಿನ ಬೆಲೆಗೆ ಮಾರಿ ಅತಿಯಾದ ಲಾಭ ಗಳಿಸುವುದು ಅವರಿಗೆ ಅಭ್ಯಾಸವಾಗಿದೆ. ತಮಗೆ ಕರವನ್ನು ಕಡಿಮೆ ಮಾಡಿಲ್ಲ ಮತ್ತು ಒಳನಾಡಿನ ವಿತರಣೆಗೆ ಅರಮನೆಯೇ ಬೆಲೆ ನಿಗದಿಮಾಡುವುದೆಂದು ಕೇಳಿ ಅವರು ತಲ್ಲಣಿಸಿಹೋಗಿದ್ದಾರೆ. ಹಿಂದೆ ಅವರು ನಿಯೋಗ ಮಾಡಿಕೊಂಡು ಶ್ರೀಯಕನ ಬಳಿಗೆ ಕರೆದುಕೊಂಡು ಹೋಗಿದ್ದರು. ಆಮೇಲೆ ಅವರ ಲಾಭಬಡುಕತನಕ್ಕೆ ಹೇಸಿ ನಾನು ಅವರ ಸಹವಾಸವನ್ನೇ ಬಿಟ್ಟೆ. ಅಂದಿನಿಂದ ವಣಿಕ ಶ್ರೇಣಿಯ ಸಭೆಗಳಿಗೆ ಹೋಗುವುದನ್ನು ನಿಲ್ಲಿಸಿದೆ.

''ನಿಮ್ಮ ವ್ಯಾಪಾರಕ್ಕೇನೂ ತೊಂದರೆಯಿಲ್ಲವೇ ?''

''ಇಲ್ಲ, ನನ್ನದು ಆಭರಣಗಳ ವ್ಯಾಪಾರ. ಕರವೂ ಸಕಾರಣವಾಗಿದೆ. ನನಗೆ ಅತಿ ಲಾಭದ ಆಸೆಯಿಲ್ಲ, ನ್ಯಾಯಬದ್ಧವಾದಷ್ಟು ಲಾಭವಿರಿಸಿಕೊಂಡು ವ್ಯಾಪಾರ ಮಾಡುತ್ತೇನೆ. ನನ್ನ ಜೀವನೋಪಾಯಕ್ಕೆ, ದಾನಧರ್ಮಗಳಿಗೆ ಅಷ್ಟು ಸಾಕು.''

''ಬೇರೆ ವಿಷಯಗಳ ಬಗ್ಗೆ ಸ್ವಲ್ಪ ಹೊತ್ತು ಮಾತಾಡುತ್ತಿದ್ದು ನಂತರ ಚಂದನದಾಸ ಮನೆಗೆ ಬಂದ. ಕಾತರದಿಂದ ಕಾಯುತ್ತಿದ್ದ ವೈಶಾಲಿಗೆ ಶಕಟದಾಸ ಬರೆದ ಪತ್ರದ ವಿಷಯವನ್ನು ತಿಳಿಸಿದ. ಅವಳು ನಿಜವಾಗಿಯೂ ಭಯಗೊಂಡಳು. ಚಾಣಕ್ಯ ಅದನ್ನು ಆಗಗೊಡುವುದಿಲ್ಲವೆಂದು ಚಂದನದಾಸನಂತೆ ಅವಳಿಗೂ ಅನ್ನಿಸಿತು. 'ಅವರು ಏಕೆ ಹೀಗೆ ಮಾಡುತ್ತಿದ್ದಾರೆ? ಇಷ್ಟು ಆತುರವೇಕೆ ? ಸ್ವಲ್ಪ ಕಾಲ ಸುಮ್ಮನಿದ್ದರಾಗುತ್ತಿರಲಿಲ್ಲವೇ ? ಅಥವಾ ನಾನೇ ಪರ್ವತನಾಡಿಗೆ ಹೋಗಿ ಅವರನ್ನು ಕಂಡು ಬುದ್ಧಿ ಹೇಳಲು ಪ್ರಯತ್ನಿಸಲೇ ?'

''ಬೇಡ ತಂಗಿ'' ಚಂದನದಾಸ ಹೇಳಿದ, ''ಯಾರು ಹೋದರೂ ಅಷ್ಟೆ. ಅವನು ಯಾರ ಮಾತನ್ನೂ ಕೇಳುವನೆಂದು ನನಗೆ ಅನಿಸುತ್ತಿಲ್ಲ. ನೀನು ಈ ಮನೆಯಿಂದ ಹೊರಗೆ ಹೋಗುವುದಂತೂ ಅತ್ಯಂತ ಅಪಾಯಕರ.''

''ಮತ್ತೇನು ಮಾಡಲಿ ? ಅವರಿಗೇನಾದರೂ ಆದರೆ ನನಗಾರು ದಿಕ್ಕು ?'' ಎಂದು ಅವಳು ಅಳತೊಡಗಿದಳು.

ಚಂದನದಾಸನ ಹೆಂಡತಿ ಯಶೋಮತಿ ಅವಳನ್ನು ಸಮಾಧಾನಪಡಿಸುತ್ತ, ''ತಾಳ್ಮೆ ತಂದುಕೋ ವೈಶಾಲಿ. ಎಲ್ಲಾ ಒಳ್ಳೆಯದೇ ಆಗುವುದೆಂದು ಹಾರೈಸುವುದಷ್ಟೇ ಈಗ ನಮ್ಮ ಪಾಲಿಗುಳಿದಿರುವುದು'' ಎಂದಳು.

''ಎಲ್ಲಿಯ ಸಮಾಧಾನ ಯಶೋಮತಿ. ಇನ್ನೂ ಎಷ್ಟು ದಿನ ಹೀಗೆ ಕಳ್ಳರಂತೆ ತಲೆ ಮರೆಸಿಕೊಂಡು ನಾಲ್ಕು ಗೋಡೆಗಳ ನಡುವೆ ಅಡಗಿ ಕುಳಿತಿರುವುದು? ಇನ್ನೆಷ್ಟು ದಿನ ಅವರು ನಮ್ಮಿಂದ ದೂರವಾಗಿ ಯಾರದೋ ಆಶ್ರಯದಲ್ಲಿ ಆತಂಕದ ಕ್ಷಣಗಳನ್ನು ಕಳೆಯುವುದು?''

''ವೈಶಾಲಿ'' ಚಂದನದಾಸ ಹೇಳಿದ, ''ಈ ಆತಂಕ, ನೋವು ಸಂಕಟಗಳು ಶಾಶ್ವತವಾಗಿ ಹೀಗೇ ಇರುವುದಿಲ್ಲ, ಎಲ್ಲದಕ್ಕೂ ಒಂದು ಕೊನೆ ಇದ್ದೇ ಇರುತ್ತದೆ. ಇದು ಸುಖಾಂತ ವಾಗಿಯೇ ಮುಗಿಯುವುದೆಂದು ನನ್ನ ನಂಬಿಕೆ. ನೀನು ಧೈರ್ಯವಾಗಿರು.''

★ ★ ★

ರಾತ್ರಿ ಪರ್ಣಕುಟೀರದಲ್ಲಿ ಜೀವಸಿದ್ಧಿ ಚಾಣಕ್ಯನನ್ನು ಭೇಟಿ ಮಾಡಿದ. ತಾನು ಮಾಡಿದ ಕೆಲಸಗಳನ್ನು ವಿವರಿಸಿದ. ಚಂದನದಾಸನ ಮನೆಯ ವಿಷಯವನ್ನೂ ತಿಳಿಸಿದ. ತಕ್ಷಣ ಚಾಣಕ್ಯನ ಮುಖ ಹೊಳೆಯಿತು. ''ಭಲೇ ಇಂದುಶರ್ಮ, ತುಂಬ ದೊಡ್ಡ ಕೆಲಸ ಮಾಡಿದೆ. ರಾಕ್ಷಸನ ಹೆಂಡತಿ ಮತ್ತು ಮಗ ಖಂಡಿತ ಚಂದನದಾಸನ ಮನೆಯಲ್ಲೇ ಇದ್ದಾರೆ. ಅದರಲ್ಲಿ ಅನುಮಾನವೇ ಇಲ್ಲ''

''ಹೇಗೆ ಹೇಳುತ್ತಿ?''

''ಆ ಹುಡುಗನಲ್ಲಿ ರಾಕ್ಷಸನ ಹೋಲಿಕೆಯಿತ್ತೆಂದು ನೀನೇ ಹೇಳಿದೆ. ಎರಡನೆಯದು ಆ ಹುಡುಗ ಮುದ್ರೆಯುಂಗುರವನ್ನು ನೋಡಿ ಕುತೂಹಲ ತೋರಿಸಿದ್ದು, ಮೂರನೆಯದು ಒಳಮನೆಯ ಪಿಸು ಮಾತುಗಳು ಕೇಳಿಸಿದ್ದು ಮತ್ತು ಬುದ್ಧಸ್ತೋತ್ರ ನಿಂತುಹೋದದ್ದು. ಒಂದಕ್ಕೊಂದಕ್ಕೆ ಸಂಬಂಧ ಕಲ್ಪಿಸುತ್ತಾ ಹೋದರೆ ರಾಕ್ಷಸನ ಮನೆಯವರು ಅಲ್ಲಿದ್ದಾರೆಂಬುದು ಖಚಿತವಾಗುವುದಲ್ಲವೇ? ಎಲ್ಲಿ ಆ ಉಂಗುರ ಕೊಡು ನೋಡೋಣ.''

''ಮತ್ತೆ ರಾಕ್ಷಸನನ್ನು ಭೇಟಿ ಮಾಡುವ ಪ್ರಸಂಗ ಬಂದು ಅವನಿಗೆ ಇದನ್ನು ಹಿಂದಿರುಗಿಸುವವರೆಗೆ ಮಾತ್ರ ಇದು ನನ್ನ ಬಳಿ ಇರುತ್ತದೆ. ನಿನಗೆ ಏಕೆ ಬೇಕು? ಇದರಿಂದಲೇ ಏನೋ ಕೆಲಸ ಮಾಡಿಸುವ ಯೋಚನೆ ಮಾಡುತ್ತಿರುವಂತಿದೆ?'' ಎಂದು ಜೀವಸಿದ್ಧಿ ನಕ್ಕ.

''ಸಂದರ್ಭ ಬಂದರೆ ಒಂದು ಹುಲ್ಲು ಕಡ್ಡಿಯೂ ಬಲಶಾಲಿಯಾದ ಆನೆಯನ್ನು ಉರುಳಿಸಬಹುದು ಇಂದುಶರ್ಮ. ಅದೇನೆಂದು ಸೂಕ್ತ ಸಂದರ್ಭದಲ್ಲಿ ಹೇಳುತ್ತೇನೆ. ಅಂದ ಹಾಗೆ ನೀನು ಬರೆಸಿದ ಪತ್ರ ಸುಮಂತನಿಂದ ಡಿಂಗಿರಾತನಿಗೆ, ಅವನಿಂದ ಉಳಿದವರಿಗೆ, ಅಲ್ಲಿಂದ ನನಗೆ ಈಗಾಗಲೇ ತಲಪಿಬಿಟ್ಟಿದೆ.''

''ಇಷ್ಟು ಬೇಗ ಆ ಪತ್ರ ಇಷ್ಟೊಂದು ವೇಗವಾಗಿ ಸಂಚರಿಸಿತೇ!''

''ಶಕಟದಾಸನ ಬಳಿ ಯಾವುದಾದರೂ ನೆಪದಿಂದ ನಾವು ಬೇರೆ ಉದ್ದೇಶದ ಪತ್ರ ಬರೆಸುವುದು ಸಾಧ್ಯವೇ?''

''ಸಾಧ್ಯವಿಲ್ಲ, ಈಗ ಅವನು ಮೈಯೆಲ್ಲಾ ಕಣ್ಣಾಗಿದ್ದಾನೆ. ನನ್ನನ್ನೂ ಮೊದಲು ಅವನು ಅನುಮಾನದಿಂದಲೇ ನೋಡಿದ. ಆದರೆ ಚಿಂತೆ ಪಡಬೇಕಾಗಿಲ್ಲ, ಶಕಟದಾಸನ ಕೈಬರಹವನ್ನು ಸಿದ್ಧಾರ್ಥಕ ಸಮರ್ಥವಾಗಿ ಅನುಕರಿಸುವುದನ್ನು ಕಲಿತಿದ್ದಾನಂತೆ. ಅವನ ಬರಹ ಮತ್ತು ಈ ಮುದ್ರೆಗಳಿಂದ ಏನಾದರೂ ಕೆಲಸವಾಗಬಹುದು, ಯೋಚಿಸು.''

"ಅದೇ ಯೋಚನೆಯಲ್ಲೇ ನಾನಿದ್ದೇನೆ. ಅದಿರಲಿ, ಈಗ ನಿನ್ನ ಮುಂದಿನ ಕೆಲಸವೇನು?"

"ಚಾಣಕ್ಯ, ರಾಕ್ಷಸನ ಜನರ ಜಾಲ ಪಾಟಲೀಪುತ್ರದಲ್ಲಿ ಇನ್ನೂ ಬಲವಾಗಿರುವಂತಿದೆ. ನಾವು ಇಲ್ಲಿಗೆ ಬಂದಿರುವ ವಿಷಯ ಈಗಾಗಲೇ ಅವನ ಗೂಢಚಾರನಾದ ಕರಭಕ ಮತ್ತು ವಿರಾಧಗುಪ್ತರಿಗೆ ಗೊತ್ತಾಗಿದೆ. ಕರಭಕ ಸುಮಂತನ ಮನೆಗೆ ಬಂದು ತನ್ನನ್ನು ಈ ರಾತ್ರಿ ನೋಡುವಂತೆ ಗುರುತು ಹೇಳಿ ಹೋಗಿದ್ದಾನೆ.

"ಅದು ಸಹಜವೇ. ಇಲ್ಲಿಯ ಕಾರ್ಯಗಳ ಪ್ರಗತಿಯನ್ನು ಅವರು ರಾಕ್ಷಸರಿಗೆ ಕಳಿಸಿದರೆ, ಅದರ ಆಧಾರದ ಮೇಲೆ ಅವನು ಮುಂದಿನ ಯೋಜನೆಯನ್ನು ರೂಪಿಸಬೇಕಲ್ಲವೇ?"

"ನಾನು ಸುಮಿತ್ರನ ಮನೆಯಲ್ಲಿರುವುದು ಅವನಿಗೆ ಗೊತ್ತಾದರೆ ನನ್ನ ಬಗ್ಗೆ ಸಂದೇಹ ಬರಬಹುದೆಂದು ಸುಮಂತ ಹೇಳುತ್ತಾನೆ. ಅದಕ್ಕೆ ನಾನು, ಸುಮಿತ್ರನೂ ರಾಕ್ಷಸನ ಪರವಾಗಿ ಸಹಾನುಭೂತಿ ಹೊಂದಿದ್ದಾನೆಂದು ಹೇಳಿ ದಾರಿ ತಪ್ಪಿಸಬೇಕೆಂದು ಆಲೋಚಿಸಿದ್ದೇನೆ."

"ಬಹಳ ಒಳ್ಳೆಯ ಆಲೋಚನೆ. ಈ ಬಗ್ಗೆ ಸುಮಿತ್ರನಿಗೆ ಮೊದಲೇ ತಿಳಿಸುವುದು ಒಳ್ಳೆಯದು."

"ಅವನಿಗೆ ತಿಳಿಸುವಂತೆ ನಾನು ನಿಪುಣಕನಿಗೆ ಹೇಳುತ್ತೇನೆ."

"ಒಳ್ಳೆಯದು, ಹಾಗೇ ಮಾಡಿ. ಆದರೆ ಎಚ್ಚರದಿಂದಿರಿ. ಬಲಿಯನ್ನು ಹಿಡಿಯಲು ಇನ್ನೂ ಎಲ್ಲೆಲ್ಲಿ ಹೇಗೆ ಹೇಗೆ ಬಲೆ ಹರಡಬೇಕೆಂದು ನಾನೂ ಯೋಚಿಸುತ್ತಿದ್ದೇನೆ."

"ಹೌದು. ಒಂದೇ ದಿನದ ಕಾರ್ಯಾಚರಣೆಯಾದರೂ, ಅದಕ್ಕೆ ನೂರು ದಿನಗಳ ಸಿದ್ಧತೆ ಬೇಕು. ಸ್ವಲ್ಪ ಎಚ್ಚರ ತಪ್ಪಿದರೆ ನೂರುದಿನದ ಶ್ರಮ ಒಂದು ಕ್ಷಣದಲ್ಲಿ ವ್ಯರ್ಥವಾಗಿ ಬಿಡುತ್ತದೆ.

"ಇಂದುಶರ್ಮ" ಚಾಣಕ್ಯ ಮೆಲ್ಲಗೆ ಹೇಳಿದ, "ನಿನ್ನಂಥ ಹಿರಿಯನನ್ನು ಇಂಥ ಕೆಲಸಕ್ಕೆ ತೊಡಗಿಸಿ ಅಪಚಾರ ಮಾಡುತ್ತಿದ್ದೇನೇನೋ ಎಂದು ಒಂದೊಂದು ಸಲ ಮನಸ್ಸು ಅಳುಕುತ್ತದೆ. ಅಂಥ ಭಾವನೆಯೇನಾದರೂ ಇದ್ದರೆ ದಯವಿಟ್ಟು ಕ್ಷಮಿಸು. ಇನ್ನು ಕೆಲವೇ ದಿನಗಳು ಈ ಗಡಿಬಿಡಿ, ಗದ್ದಲ, ಆತಂಕಗಳ ಪರಿಸ್ಥಿತಿಯಿಂದ ನಿನ್ನ ಜೊತೆ ನನಗೂ ಮುಕ್ತಿ ದೊರಕಿಬಿಡುತ್ತದೆ. ಅಲ್ಲಿಯವರೆಗೆ ಸಹಕರಿಸಿ."

"ನಾನು ವಯಸ್ಸಿನಲ್ಲಷ್ಟೇ ಹಿರಿಯ ಚಾಣಕ್ಯ. ಮೇಧಾಶಕ್ತಿಯಲ್ಲಿ ನಿನ್ನ ಸಮಕ್ಕೆ ನಾನು ಸಾಟಿಯೇ?"

"ಹಾಗನ್ನಬೇಡ. ನೀನೆಂಥ ವಿದ್ಯಾವಂತನೆಂದು ನನಗೆ ಗೊತ್ತು."

"ಹೌದು, ನಾನು ವಿದ್ಯಾವಂತ. ಆದರೆ ವಿದ್ಯೆಯನ್ನು ಪ್ರಯೋಗಿಸುವುದರಲ್ಲಿ ನಿನಗೆ ಎಣೆಯಿಲ್ಲ ಚಾಣಕ್ಯ. ಇದು ಮುಖಸ್ತುತಿಯಲ್ಲ, ನನ್ನ ಹೃದಯದಾಳದ ಮಾತು. ಯಾವ ಅಳುಕನ್ನೂ ಮನಸ್ಸಿನಲ್ಲಿ ಇಟ್ಟುಕೊಳ್ಳಬೇಡ. ನಿನ್ನ ಬಗ್ಗೆ ನನಗೆ ಹೆಮ್ಮೆಯಿದೆ, ಅಭಿಮಾನವಿದೆ. ಬರುತ್ತೇನೆ' ಎಂದು ಹೇಳಿ ಜೀವಸಿದ್ಧಿ ಹೊರಟುಹೋದ. ಚಾಣಕ್ಯ ತೃಪ್ತ ಭಾವದಿಂದ ಅವನು ಹೋದತ್ತಲೇ ನೋಡುತ್ತ ನಿಂತ.

"ಇಂದುಶರ್ಮರು ಇತ್ತ ದೊಡ್ಡವರೂ ಅಲ್ಲ, ಇತ್ತ ಹುಡುಗರೂ ಅಲ್ಲ" ಎಂದ ಅಲ್ಲೇ ಇದ್ದ ಚಂದಕ ನಗುತ್ತ.

"ಹಾಗೇಕೆ ಹೇಳಿದೆ ಚಂದಕ?"

"ಅವರಿಗೆ ನಿಮಗಿಂತ ವಯಸ್ಸಾಗಿದೆ. ಒಳ್ಳೆಯ ವಿದ್ವಾಂಸರೂ ಹೌದು. ಆದರೆ ಒಂದೊಂದು ಸಲ ಎಳೆಯ ತರುಣರಂತೆ ಹುಡುಗಾಟದಿಂದ ವರ್ತಿಸುತ್ತಾರೆ. ಇನ್ನೊಮ್ಮೆ ತೀರ ಗಂಭೀರವಾಗಿ ಒಂದೇ ಮಾತಿನಲ್ಲಿ ತತ್ವವನ್ನೇ ಹೇಳಿಬಿಡುತ್ತಾರೆ. ಆದರೆ ಮನಸ್ಸು ಮಾತ್ರ ಹಾಲಿನಂತೆ ಸ್ವಚ್ಛ"

"ಹೌದು ಚಂದಕ, ಅವನ ವ್ಯಕ್ತಿತ್ವದಲ್ಲಿ ಆ ಸೊಗಸಿದೆ. ಅವನ ನಡವಳಿಕೆಯಲ್ಲಿ ಅಷ್ಟೇ ಸರಳತೆಯಿದೆ. ಇಲ್ಲದಿದ್ದರೆ ನನಗಿಂತ ಹಿರಿಯನಾದ ಅವನು, ನನ್ನ ನಿರ್ದೇಶನದಂತೆ ವೇಷ ಮರೆಸಿಕೊಂಡು ಅಪಾಯದ ಸಂದರ್ಭಗಳನ್ನು ಎದುರಿಸಿ, ನನಗೆ ಅಮೂಲ್ಯವಾದ ಸುದ್ದಿ ಕೊಡುವ ಕೆಲಸ ಮಾಡಲು ಒಪ್ಪಿಕೊಳ್ಳುತ್ತಿರಲಿಲ್ಲ"

"ಅಂಥ ರಾಕ್ಷಸನನ್ನೇ ವಂಚಿಸಿ, ಅವನ ನಂಬಿಕೆಯನ್ನು ಗಳಿಸಿರಬೇಕಾದರೆ, ಅವರ ಸಾಮರ್ಥ್ಯವನ್ನೂ ನಾವು ಮೆಚ್ಚಬೇಕು" ಎಂದ ಗೌತಮ.

"ಇಂದುಶರ್ಮ ನಮಗೆಲ್ಲ ಒಂದು ಉತ್ತಮ ಪಾಠ ಕಲಿಸುತ್ತಿದ್ದಾನೆ ಗೌತಮ" ಚಾಣಕ್ಯ ಹೇಳಿದ, "ನಮ್ಮ ಬಗ್ಗೆ ನಾನೇ 'ಅಹಂ'ಭಾವ ಪಡದಿದ್ದರೆ ಮನಸ್ಸು ತಿಳಿಯಾಗಿರುತ್ತದೆ. ಮಕ್ಕಳ ಜೊತೆ ಮಗುವಾಗುತ್ತದೆ. ಹಿರಿಯರ ಜೊತೆ ಹಿರಿದಾಗುತ್ತದೆ. ಒಳ್ಳೆಯ ಕೆಲಸ ಮಾಡಲು ತಾರತಮ್ಯವಿಲ್ಲದೆ ಮುಂದಾಗುತ್ತದೆ. ಅಂಥವರಿಗೆ ತಮ್ಮ ಸ್ವಾರ್ಥಕ್ಕಿಂತ ಸದುದ್ದೇಶದ ಗುರಿ ಮುಖ್ಯವಾಗುತ್ತದೆ. ನೀವೂ ಕಡಿಮೆಯೇನಲ್ಲ"

"ನಮ್ಮದೇನಿದೆ ಆಚಾರ್ಯ, ನಾವು ಬರೀ ಪರಿಚಾರಕರು" ಎಂದ ಚಂದಕ.

"ಪರಿಚಾರಕರೆಂದರೆ ಬರೀ ಸಂಬಳ ಪಡೆದು ಕೆಲಸ ಮಾಡುವ ಸೇವಕರಲ್ಲ. ನೀವಿಬ್ಬರೂ ನನಗೆ ಸೇವೆ ಮಾಡುತ್ತಿಲ್ಲ, ತಾಯಿಯಂತೆ ಪಾಲನೆ ಪೋಷಣೆ ಮಾಡುತ್ತಿದ್ದೀರೆಂದು ನನ್ನ ಭಾವನೆ. ನಮ್ಮ ಈ ಅನಿಶ್ಚಿತ ಅಲೆದಾಟದಲ್ಲಿ ನೀವು ಸಂಬಳಕ್ಕಾಗಿ ಮಾತ್ರ ಕೆಲಸ ಮಾಡುವವರಾಗಿದ್ದರೆ, ಇಷ್ಟು ಹೊತ್ತಿಗೆ ಬಿಟ್ಟು ಹೋಗುತ್ತಿದ್ದಿರಿ. ಆದರೆ ನಮ್ಮ ಕಷ್ಟದಲ್ಲಿ ಸುಖದಲ್ಲಿ ಜೊತೆಯಲ್ಲಿದ್ದು ನೋವಿಗೆ ನೊಂದು, ಸಂತೋಷಕ್ಕೆ ನಕ್ಕು ಸಹಜೀವಿಯಾಗಿಬಿಟ್ಟಿದ್ದೀರಿ. ನಿಮ್ಮನ್ನು ಸೇವಕರೆಂದರೆ ನನ್ನಂಥ ಪಾಪಿ ಬೇರೆ ಯಾರೂ ಇಲ್ಲ"

ಇಬ್ಬರ ಕಣ್ಣಲ್ಲೂ ನೀರ ತುಂಬಿತು. ಭಾವಾವೇಶದಿಂದ ಕೊರಳು ಬಿಗಿಯಿತು. "ಆಚಾರ್ಯ" ಚಂದಕ ಹೇಳಿದ, "ನಮ್ಮ ಅರ್ಹತೆಗೆ ಮೀರಿದ ಮನ್ನಣೆ ನೀಡುತ್ತಿದ್ದೀರಿ. ನಮ್ಮಲ್ಲಿ ಏನಾದರೂ ಅಲ್ಪಸ್ವಲ್ಪ ಒಳ್ಳೆಯತನವಿದ್ದರೆ ಅದು ನಿಮ್ಮ ಸಂಪರ್ಕದಿಂದ ಬಂದದ್ದು. ಗೌತಮನಿಗಂತೂ ನಿಮ್ಮ ತಂದೆಯವರ ಸಂಪರ್ಕವೇ ಇತ್ತು. ಸಂಬಳವನ್ನು ಯಾರು ಬೇಕಾದರೂ ಕೊಡುತ್ತಾರೆ. ಆದರೆ ನಿಮ್ಮಂತೆ ಆಪ್ತತೆಯ ನೆರಳು ನೀಡುವಂಥವರು ಬಹುಶಃ ಯಾರೂ ಇಲ್ಲ"

"ಸರಿ, ಹೊತ್ತಾಯಿತು ನಡೆಯಿರಿ. ಊಟ ಮಾಡೋಣ" ಎಂದು ಚಾಣಕ್ಯ ಮಾತು ಬದಲಿಸಿದ.

## ೧೦

ನಡುರಾತ್ರಿಯ ವೇಳೆಗೆ ಊರಾಚೆಯ ಒಂದು ಮಂಟಪದಲ್ಲಿ ಜೀವಸಿದ್ಧಿ ಕರಭಕನನ್ನು ಭೇಟಿ ಮಾಡಿದ. "ಎಲ್ಲ ಸುಸೂತ್ರವಾಗಿ ನಡೆಯುತ್ತಿದೆಯಷ್ಟೆ" ಎಂದು ಕಂಡ ಕೂಡಲೇ ಕರಭಕ ಕೇಳಿದ.

"ಅಮಾತ್ಯರ ಕೆಲಸವೆಂದರೆ ಸುಸೂತ್ರವಾಗಿ ನಡೆದೇ ನಡೆಯುತ್ತದೆ. ಅದೇನು, ಇಷ್ಟು ಅವಸರದಲ್ಲಿ ಭೇಟಿ ಮಾಡಲು ಹೇಳಿದ್ದು?"

"ಇಲ್ಲಿ ಏನೇನು ನಡೆಯುತ್ತಿದೆಯೆಂದು ಆಗಾಗ ಅಮಾತ್ಯರಿಗೆ ತಿಳಿಸುವುದು ಬೇಡವೇ?"

"ಅದಕ್ಕೆ ಜನ ಬೇಕಲ್ಲ?"

"ಅದರ ಬಗ್ಗೆ ನೀವು ಚಿಂತಿಸಬೇಡಿ. ನನ್ನ ಜನ ಅನೇಕರಿದ್ದಾರೆ. ಆದರೆ ಈ ಸಲ ನಾನೇ ಹೋಗಬೇಕಾಗಿ ಬರಬಹುದು. ಇರಲಿ, ಏನೇನಾಯಿತು ಹೇಳಿ."

"ಅಮಾತ್ಯರು ಹೇಳಿದ್ದಂತೆ ಚಂದನದಾಸನ ಮನೆಗೆ ಹೋಗಿ ಅವರು ಕ್ಷೇಮವಾಗಿರುವ ವಿಷಯ ತಿಳಿಸಿದೆ. ಅಲ್ಲಿಂದ ಶಕಟದಾಸನ ಬಳಿಗೆ ಹೋಗಿ ಪತ್ರ ಬರೆಸಿದೆ. ಅದನ್ನು ತೆಗೆದುಕೊಂಡು ಹೋಗಿ ಸುಮಂತನಿಗೆ ಕೊಟ್ಟೆ, ಈ ವೇಳೆಗೆ ಅವನು ಅದನ್ನು ಸೇನಾಧ್ಯಕ್ಷರಿಗೆ ಮುಟ್ಟಿಸಿರಬಹುದು. ಅಲ್ಲದೆ ಸುಮಂತ ಹೇಳಿದ ಕಟ್ಟುಕಥೆಯನ್ನು ಚಾಣಕ್ಯ ನಂಬಿದನಂತೆ."

"ಅದು ಈಗಾಗಲೇ ನನಗೆ ಗೊತ್ತಾಗಿದೆ. ಅಷ್ಟೇ ಅಲ್ಲ, ಇನ್ನು ಮೇಲೆ ಅರಮನೆಯಲ್ಲಿ ಏನು ನಡೆದರೂ ನನಗೆ, ನನ್ನ ಮೂಲಕ ಅಮಾತ್ಯರಿಗೆ ಸುದ್ದಿ ಹೋಗುತ್ತದೆ."

'ಅಯ್ಯೋ ಮಂಕೇ, ನಿನಗೆ ತಿಳಿಯುವುದು ಸತ್ಯದ ವೇಷ ಧರಿಸಿದ ಸುಳ್ಳೆಂದು ನಿನಗೆ ಗೊತ್ತಿಲ್ಲ' ಎಂದು ಮನಸ್ಸಿನಲ್ಲೇ ಅಂದುಕೊಂಡ ಜೀವಸಿದ್ಧಿ ಅತಿ ಕುತೂಹಲ ತೋರಿಸಲು ಹೋಗದೆ, "ಹಾಗಾದರೆ ಅಮಾತ್ಯರನ್ನು ಕಾಣಲು ನೀನು ಎಂದು ಹೊರಡುತ್ತಿ?" ಎಂದು ಕೇಳಿದ.

"ಇನ್ನೊಂದೆರಡು ಮುಖ್ಯ ವಿಷಯಗಳನ್ನು ತಿಳಿಯಬೇಕು. ಆಮೇಲೆ ಹೊರಡುತ್ತೇನೆ. ನಿಮ್ಮನ್ನು ಮತ್ತೆ ಕಾಣುವುದು ಹೇಗೆ?"

"ಇಲ್ಲೇ ಇರುತ್ತೇನೆ."

"ಬೇಡ, ಬೇಡ. ಒಂದೇ ಕಡೆ ಭೇಟಿ ಮಾಡುವುದು ಅಪಾಯಕಾರಿ."

"ನಾನು ಮತ್ತು ಸಮಿದ್ಧಾರ್ಥಕ ಸುಮಿತ್ರನ ಮನೆಯಲ್ಲಿ ಉಳಿದುಕೊಂಡಿದ್ದೇವೆ."

"ಸುಮಿತ್ರನ ಮನೆಯಲ್ಲೇ?"

"ಹೌದು. ಅದೇ ಪಾನಗೃಹದ ಯಜಮಾನ ಸುಮಿತ್ರ."

"ಅದೇ ಪಾನಗೃಹದಲ್ಲೇ ನಾನು ಮೊದಲು ಕೆಲಸ ಮಾಡುತ್ತಿದ್ದೆ."

"ಹಾಗಾದರೆ ಒಳ್ಳೆಯದೇ ಆಯಿತಲ್ಲ."

"ಇಲ್ಲ ಜೀವಸಿದ್ಧಿ, ಆಗ ನಾನು ಬರೀ ಕೆಲಸಗಾರನ ಸೋಗಿನಲ್ಲಿ ಅಲ್ಲಿದ್ದೆ. ಆ ಹಾಳು ನಿಪುಣಕನಿಂದ ಎಲ್ಲ ಹಾಳಾಯಿತು. ನಾನು ಕೆಲಸ ಬಿಟ್ಟು ಬರಬೇಕಾಯಿತು."

"ನಿಪುಣಕನೇ? ಅವನಾರು?"

"ಅವನೂ ಅಲ್ಲಿ ಸೇವಕನಾಗಿದ್ದ. ಅವನು ಚಾಣಕ್ಯನ ಗೂಢಚಾರನೆಂಬುದು ಆಮೇಲೆ ಗೊತ್ತಾಯಿತು. ಈಗಲೂ ಅವನು ಅಲ್ಲೇ ಇದ್ದಾನೋ, ಬಿಟ್ಟುಹೋಗಿದ್ದಾನೋ ಗೊತ್ತಿಲ್ಲ. ನನಗಂತೂ ಮತ್ತೆ ಆ ಬೀದಿಯಲ್ಲಿ ಓಡಾಡಲೂ ಆಗದಂತಾಯಿತು."

"ಈ ವಿಷಯವನ್ನು ಸುಮಿತ್ರ ನನಗೆ ಹೇಳಲೇ ಇಲ್ಲವಲ್ಲ?"

"ಏನು! ಸುಮಿತ್ರ ನಿಮಗೆ ಪರಿಚಯವೇ?"

"ಹೌದು, ಅಮಾತ್ಯ ರಾಕ್ಷಸರ ಮಿತ್ರರು ಯಾರಿದ್ದರೂ, ಅವರನ್ನು ಪರಿಚಯ ಮಾಡಿಕೊಳ್ಳಲು ನಾನೇಕೆ ಹಿಂಜರಿಯಬೇಕು?"

"ಸುಮಿತ್ರ ಅಮಾತ್ಯರ ಮಿತ್ರನೇ ?"

"ಮಿತ್ರನೋ ಅಲ್ಲವೋ ? ಅವರ ಬಗ್ಗೆ ಸಹಾನುಭೂತಿಯಂತೂ ಇದೆ. ಅವನು ಪಾನಗೃಹದ ಯಜಮಾನನಾದರೂ ತತ್ವ ಜ್ಯೋತಿಷ್ಯಗಳಲ್ಲಿ ಬಹಳ ನಂಬಿಕೆಯಿದೆ. ಆ ಸಂಬಂಧದಲ್ಲಿ ಮೊದಲೇ ಅವನು ಒಂದೆರಡು ಸಲ ನನ್ನನ್ನು ಭೇಟಿ ಮಾಡಿದ್ದ. ರಾಕ್ಷಸರ ಬಗ್ಗೆ ಅವನಿಗೆ ಅಭಿಮಾನವಿರುವುದು ನನ್ನ ಅನುಭವಕ್ಕೆ ಬಂದಿದೆ. ಈ ಸಲ ಬಂದಾಗ, ಯಾರೋ ನನ್ನನ್ನು ಹಿಂಬಾಲಿಸುತ್ತಿದ್ದರು. ಸಿಕ್ಕಿಬೀಳುವೆನೆಂಬ ಭಯದಿಂದ ಅವನ ಪಾನಗೃಹಕ್ಕೆ ನುಗ್ಗಿಬಿಟ್ಟೆ. ಅವನೂ ನನ್ನನ್ನು ಗುರುತಿಸಿ ಗೌರವ ತೋರಿಸಿದ. ಅಮಾತ್ಯ ರಾಕ್ಷಸರಿಗೆ ಒದಗಿದ ಕಷ್ಟವನ್ನು ನೆನೆದು ತುಂಬ ಮರುಗಿದ. ಸಂಚು ಮಾಡಿ ಸಿಂಹಾಸನವನ್ನು ಆಕ್ರಮಿಸಿಕೊಂಡ ವಂಚಕರೆಂದು ಚಾಣಕ್ಯ ಚಂದ್ರಗುಪ್ತನನ್ನು ಜರಿದ. ರಾಕ್ಷಸನ ಬೆಂಬಲಿಗನೆಂದು ಯಾರಾದರೂ ನನಗೆ ಕೇಡು ಮಾಡಬಹುದು, ಒಂದು ಮುಖ್ಯವಾದ ಕೆಲಸದ ಮೇಲೆ ಬಂದಿದ್ದೇನೆ, ಕೆಲವು ದಿನ ತಲೆ ಮರೆಸಿಕೊಂಡಿರಲು ಒಂದು ಸುರಕ್ಷಿತ ಸ್ಥಳವನ್ನು ಹುಡುಕುತ್ತಿದ್ದೇನೆ ಎಂದು ಹೇಳಿದೆ. ಅವನು ಹಿಂದೆ ಮುಂದೆ ನೋಡದೆ ನಗರದ ಹೋರಗಿರುವ ತನ್ನ ಹಳೆಯ ಮನೆಯನ್ನೇ ಬಿಟ್ಟುಕೊಟ್ಟ."

"ಅವನು ಮೋಸಮಾಡಿ ನಿಮ್ಮನ್ನು ಹಿಡಿದುಕೊಟ್ಟರೆ ?"

"ಸಾಧ್ಯವೇ ಇಲ್ಲ. ಅವನು ಮೋಸಮಾಡುವವನಲ್ಲ ಎಂದು ನಂಬಿಕೆ ಬಂದ ಮೇಲೇ ನಾನು ಆ ಮನೆಯಲ್ಲಿರಲು ಒಪ್ಪಿದ್ದು. ಬೇಡವೆಂದರೆ ನಾನು ನಿನ್ನ ಜೊತೆಗೇ ಬಂದು ಬಿಡುತ್ತೇನೆ."

"ಬೇಡ, ಬೇಡ. ಎಲ್ಲ ಒಟ್ಟಿಗೆ ಇದ್ದರೆ ಅಪಾಯ. ಸುಮಿತ್ರನ ವಿಷಯವನ್ನು ಅಮಾತ್ಯರಿಗೆ ತಿಳಿಸುತ್ತೇನೆ. ಅವರು ಏನು ಹೇಳುತ್ತಾರೋ ನೋಡೋಣ."

"ಅದಕ್ಕೆ ಮೊದಲು ಸುಮಿತ್ರನ ಜೊತೆ ನೀನೇ ಮಾತಾಡಿ ಅವನ ಉದ್ದೇಶವನ್ನು ತಿಳಿದುಕೊಂಡರೆ ಒಳ್ಳೆಯದು."

"ನಾನು ಹೋದರೆ ಅವನಿಗೆ ನನ್ನ ಗುರುತು ಸಿಗುತ್ತದೆ."

"ಅಮಾತ್ಯರ ಕಡೆಯವನೆಂದರೆ ಖಂಡಿತ ಅವನು ಗೌರವಿಸುತ್ತಾನೆ, ಆ ನಂಬಿಕೆ ನನಗಿದೆ."

"ಅವನು ನನಗೆ ತೊಂದರೆ ಮಾಡುವುದಿಲ್ಲವೆಂಬ ನಂಬಿಕೆ ನಿಮಗಿದೆಯೇ ?"

"ಖಂಡಿತ ಇದೆ. ಅಷ್ಟಕ್ಕೂ ಪಾನಗೃಹದಲ್ಲಿ ಭೇಟಿ ಮಾಡುವುದನ್ನು ಆಕಸ್ಮಿಕವಾಗಿ ಯಾರಾದರೂ ಕಂಡಾರೆಂಬ ಅಂಜಿಕೆಯಿರಬಹುದು ಅಥವಾ ಅವನಿಂದ ತೊಂದರೆಯಾದರೆ ಒಂಟಿಯಾಗಿ ಪ್ರತಿಭಟಿಸಲಾಗುವುದಿಲ್ಲವೆಂಬ ಸಂದೇಹವಿರಬಹುದು. ಆದ್ದರಿಂದ ನಾವಿರುವ ಅವನ ಮನೆಗೇ ನಾಳೆ ರಾತ್ರಿ ಬಂದು ಬಿಡು. ಅಲ್ಲೇ ಮಾತಾಡಬಹುದು. ಅಮಾತ್ಯರ ಬಗ್ಗೆ ಅಷ್ಟೊಂದು ಸಹಾನುಭೂತಿಯಿದ್ದರೆ ನಮಗೆ ಸಹಾಯ ಮಾಡುವಂತೆ ಕೇಳಬಹುದು."

"ಬೇರೆ ಯಾವ ಸಹಾಯವೂ ಬೇಡ. ಅವನ ಪಾನಗೃಹ ಬಹಳ ಪ್ರಶಸ್ತವಾಗಿದೆ. ನಾವು ಗುಪ್ತವಾಗಿ ಸಮಾಲೋಚಿಸಲು, ಕೆಲವು ಮುಖ್ಯ ಸುದ್ದಿಗಳನ್ನು ಸಂಗ್ರಹಿಸಲು ಸೂಕ್ತವಾದ ಸ್ಥಳ. ಅದಕ್ಕೆ ಅವನು ಅವಕಾಶ ಮಾಡಿಕೊಟ್ಟರೆ ಸಾಕು. ಸರಿ, ನಾಳೆ ರಾತ್ರಿ ನಾನು ಮತ್ತು ವಿರಾಧಗುಪ್ತ ನೀವಿರುವ ಮನೆಗೇ ಬರುತ್ತೇವೆ. ಸುಮಿತ್ರನಿಗೆ ತಿಳಿಸಿ."

ಅವರು ಕತ್ತಲೆಯಲ್ಲೇ ಬೇರೆ ಬೇರೆಯಾದರು. 'ಕರಭಕ ಮಹಾಚತುರ. ನಾನಿರುವ ಸ್ಥಳ ತಿಳಿದುಕೊಂಡ. ತಾನಿರುವ ಸ್ಥಳವನ್ನು ಮಾತ್ರ ತಿಳಿಸಲಿಲ್ಲ. ನಿನ್ನ ಸ್ಥಳ ಕಟ್ಟಿಕೊಂಡು

ನನಗೇನಾಗಬೇಕು. ನಿಮ್ಮೆಲ್ಲರ ಸ್ಥಳ ಯಾವುದೆಂದು ನಾಳೆ ಚಾಣಕ್ಯ ನಿರ್ಧರಿಸುತ್ತಾನೆ' ಎಂದುಕೊಂಡು ಜೀವಸಿದ್ಧಿ ಮನೆಯ ಕಡೆ ಹೊರಟ.

ಮನೆಯಲ್ಲಿ ನಿಪುಣಕ, ಪಶುಲೋಮ, ಸಮಿದ್ಧಾರ್ಥಕ ಇವನಿಗಾಗಿ ನಿದ್ದೆ ಮಾಡದೆ ಕಾದಿದ್ದರು. ಆದರೆ ಹಸಿವನ್ನು ತಡೆಯಲಾರದೆ ಊಟ ಮಾಡಿಬಿಟ್ಟಿದ್ದರು. "ಬಂದಿರಾ? ಬನ್ನಿ ಏನಾಯಿತು?" ಎಂದು ಪಶುಲೋಮ ಆತುರದಿಂದ ಕೇಳಿದ.

"ಮೊದಲು ಊಟ, ಆಮೇಲೆ ಮಾತು" ಎಂದ ಜೀವಸಿದ್ಧಿ.

"ನಾವು ಮುಗಿಸಿಬಿಟ್ಟೆವು" ಎಂದ ಸಮಿದ್ಧಾರ್ಥಕ ಹಿಂಜರಿಯುತ್ತಾ.

"ಗೊತ್ತು. ಮುದುಕರಿಗಿಂತ ಹುಡುಗರಿಗೇ ಹಸಿವು ಹೆಚ್ಚು ಆಯಿತು ಬಿಡಿ. ಯಾರಾದರೂ ನನಗೆ ಬಡಿಸಿ. ನಾನು ಊಟ ಮಾಡುವವರೆಗೂ ನಿಮ್ಮ ಕುತೂಹಲವನ್ನು ತಡೆಯಿರಿ."

ಸಮಿದ್ಧಾರ್ಥಕ ಬಡಿಸಿದ. ಜೀವಸಿದ್ಧಿ ಸಾವಧಾನವಾಗಿ ಊಟ ಮಾಡತೊಡಗಿದ. ನಡುವೆ ಬಿಕ್ಕಳಿಕೆ ಬಂದು ನೀರು ಕುಡಿದ. "ನಡುರಾತ್ರಿಯಲ್ಲಿ ಊಟ, ಅವೇಳೆಯಲ್ಲಿ ಅಲ್ಪನಿದ್ದೆ, ಸದಾ ಯಾರಾದರೂ ಕಂಡಾರೇನೋ ಎಂಬ ಆತಂಕ. ವಿಚಿತ್ರ ಜೀವನ!" ಎಂದು ತನ್ನಷ್ಟಕ್ಕೆ ತಾನೇ ಹೇಳಿಕೊಂಡ.

"ಸದಾ ಒಂದೇ ಕಡೆ ಕುಳಿತಿರುವುದರಲ್ಲಿ ಏನು ಸ್ವಾರಸ್ಯವಿರುತ್ತದೆ. ಹೊಸ ಹೊಸ ಸಾಹಸಗಳಿದ್ದರೇ ಚೆನ್ನ, ಎಂದು ನೀವೇ ನೂರಾರು ಸಲ ಹೇಳಿದ್ದಿರಿ. ನೆನಪಿರಲಿ" ಎಂದ ನಿಪುಣಕ.

"ಸಾಹಸ ಬೇಕು ನಿಜ, ಆದರೆ ನಿಯಮಿತವಾದ ಊಟ, ನಿದ್ರೆಗಳಿಗೂ ಸಂಚಕಾರ ತರುವ ಸಾಹಸ ಯಾರಿಗೆ ಬೇಕು?"

"ಯಾರಿಗೂ ಬೇಕಿಲ್ಲ, ಆದರೆ ಈ ಸಂದರ್ಭಕ್ಕೆ ಅದು ಬೇಕೇ ಬೇಕು" ಎಂದ ಪಶುಲೋಮ.

"ಹೌದು ಪಶುಲೋಮ, ನಿನ್ನ ಮಾತು ನಿಜ" ಜೀವಸಿದ್ಧಿ ಹೇಳಿದ, "ನಾವು ಇಷ್ಟಕ್ಕೇ ಬೇಸರಪಟ್ಟುಕೊಳ್ಳುತ್ತೇವೆ. ಆದರೆ ಆ ಪುಣ್ಯಾತ್ಮ ಚಾಣಕ್ಯ ಯಾವಾಗ ನಿದ್ರೆ ಮಾಡುತ್ತಾನೋ, ಯಾವಾಗ ಊಟ ಮಾಡುತ್ತಾನೋ ದೇವರಿಗೇ ಗೊತ್ತು. ಎಷ್ಟು ಹೊತ್ತಿನಲ್ಲಿ ನೋಡಿದರೂ ಅದೇ ತಾನೇ ಶುಭ್ರವಾಗಿ ಸ್ನಾನ ಮಾಡಿ ಬಂದವನಂತೆ ಲವಲವಿಕೆಯಿಂದಿರುತ್ತಾನೆ. ಎಷ್ಟು ಜನರ, ಎಷ್ಟು ವಿಷಯಗಳನ್ನು ಅವನು ತಲೆಯಲ್ಲಿ ತುಂಬಿಕೊಂಡಿರಬೇಕು. ಜೊತೆಗೆ ಅರ್ಥಶಾಸ್ತ್ರದ ರಚನೆ ಬೇರೆ. ಅವನಿಗೆ ಯಾವುದಾದರೂ ದೈತ್ಯಶಕ್ತಿಯ ಆವಾಹನೆಯಾಗಿರಬೇಕು" ಎನ್ನುತ್ತಾ ಊಟ ಮುಗಿಸಿ ಎದ್ದು ಬಂದು ಅವರ ಜೊತೆ ಕುಳಿತುಕೊಂಡ.

"ದೈತ್ಯ ಶಕ್ತಿಯಲ್ಲ, ನಮ್ಮ ಆಚಾರ್ಯರ ಆತ್ಮಶಕ್ತಿಯೇ ಅಷ್ಟೊಂದು ಪ್ರಚಂಡವಾಗಿದೆ. ಜೊತೆಗೆ ಸ್ವಲ್ಪ ದೈವಬಲವೂ ಸೇರಿರಬೇಕು" ಎಂದ ನಿಪುಣಕ.

"ಏನೇ ಆದರೂ ಅವನದು ಮನುಷ್ಯನ ಶಕ್ತಿಯನ್ನು ಮೀರಿದ ಸಾಮರ್ಥ್ಯ. ನಾನು ವಿದ್ಯಾವಂತ, ಹಿರಿಯ ನಿಜ. ಆದರೆ ಆ ವಿದ್ಯೆಯನ್ನು ಸೂಕ್ತವಾಗಿ ಪ್ರಚೋದಿಸುವುದರಲ್ಲಿ ನಿನಗೆ ಸಾಟಿ ಯಾರೂ ಇಲ್ಲ ಎಂದು ಚಾಣಕ್ಯನಿಗೆ ಹೇಳಿ ಬಂದೆ."

"ನಿಮ್ಮ ಮಾತು ಸತ್ಯ ಇಂದುಶರ್ಮರೇ" ಸಮಿದ್ಧಾರ್ಥಕ ಹೇಳಿದ. "ಬಿಲ್ಲೂ ಇದೆ, ಬಾಣವೂ ಇದೆ. ಕೈಕಾಲು, ಕಣ್ಣುಗಳೂ ಇವೆ. ಆದರೆ ಖಚಿತ ಗುರಿಯತ್ತ ಪ್ರಯೋಗಿಸಲು ಪಳಗಿದ ಪರಿಣತನಿಂದ ಮಾತ್ರ ಸಾಧ್ಯ. ಅಲ್ಲವೇ?"

"ಆಹ.., ಸಮಿದ್ಧಾರ್ಥಕ ಎಂಥ ಹೋಲಿಕೆ ಕೊಟ್ಟುಬಿಟ್ಟ?" ಜೀವಸಿದ್ಧಿ ನಕ್ಕ, "ಭಲೇ, ಸೊಗಸಾಗಿದೆ! ಚಾಣಕ್ಯ ನಿಜವಾಗಿಯೂ ರಾಜನೀತಿಯ ಬಾಣಪ್ರಯೋಗದಲ್ಲಿ ಸಿದ್ಧಹಸ್ತ!"

ನಂತರ ಜೀವಸಿದ್ಧಿ ಕರಭಕನೊಂದಿಗೆ ನಡೆದ ಮಾತುಕತೆಯನ್ನೆಲ್ಲ ವಿವರಿಸಿ ಹೇಳಿದ, "ನಾಳೆಯಿಂದ ನಿಪುಣಕ, ಪಶುಲೋಮ ಇಬ್ಬರೂ ಇಲ್ಲಿರುವುದು ಬೇಡ. ನಾಳೆ ರಾತ್ರಿ ಸುಮಿತ್ರ ಇಲ್ಲಿಗೆ ಬರಲಿ. ಕರಭಕ ಮತ್ತು ವಿರಾಧಗುಪ್ತರು ಬರುತ್ತಾರೆ. ನಿಪುಣಕ ನೀನು ಸುಮಿತ್ರನಿಗೆ ಹೇಳು."

"ನಾಳೆ ಬೆಳಿಗ್ಗೆಯೇ ಅವನೊಂದಿಗೆ ಮಾತನಾಡಿ ರಾತ್ರಿಯ ಭೇಟಿಗೆ ಸಿದ್ಧ ಪಡಿಸುತ್ತೇನೆ" ಎಂದು ನಿಪುಣಕ ಭರವಸೆ ನೀಡಿದ.

"ಅಂತೂ ಆ ಕರಭಕ ನಿಮ್ಮ ಕಥೆಯನ್ನು ನಂಬಿದನಲ್ಲ!" ಎಂದ ಸಮಿದ್ಧಾರ್ಥಕ.

"ಏಕೆ, ನಂಬಿಕೆ ಹುಟ್ಟಿಸುವಂತೆ ಕಥೆ ಕಟ್ಟುವುದು ನನಗೆ ಬರುವುದಿಲ್ಲವೇ? ಅತಿ ಬುದ್ಧಿವಂತರನ್ನು ಸುಲಭವಾಗಿ ನಂಬಿಸಿಬಿಡಬಹುದು. ರಾಕ್ಷಸ, ಅವನ ಗೂಢಚಾರರೆಲ್ಲ ಅತಿ ಬುದ್ಧಿವಂತರೇ. ಸ್ವಪ್ರಯೋಜನದ ಸಾಧ್ಯತೆ ಕಂಡುಬಂದ ಕೂಡಲೇ ಅತಿ ಬುದ್ಧಿವಂತರ ತರ್ಕಶಕ್ತಿ ಕುಂಠಿತವಾಗುತ್ತದೆ. ಅದು ನಮ್ಮ ಕೆಲಸಕ್ಕೆ ಉಪಯೋಗವಾಗುತ್ತದೆ. ಈಗ ಮಲಗಿ, ಸ್ವಲ್ಪ ನಿದ್ರೆಯ ಶಾಸ್ತ್ರ ಮಾಡೋಣ."

★ ★ ★

ಬೆಳಿಗ್ಗೆ ನಿಪುಣಕ ಎಂದಿನಂತೆ ಸುಮಿತ್ರನ ಪಾನಗೃಹದ ಕೆಲಸಕ್ಕೆ ಹೋದ. ಪಶುಲೋಮ ಮಂಗಳೆಯ ಮನೆಗೆ ಹೋದ. ಈಗ ರಾತ್ರಿಯ ಕೆಲಸಗಳೇ ಹೆಚ್ಚಾಗಿದ್ದುದರಿಂದ, ಜೀವಸಿದ್ಧಿ ಮತ್ತು ಸಮಿದ್ಧಾರ್ಥಕ ಸೂರ್ಯೋದಯವಾಗಿ ಬಹಳ ಹೊತ್ತಾದರೂ ಇನ್ನೂ ಮಲಗಿದ್ದರು.

ಪ್ರತ್ಯೇಕ ಕೋಣೆಯಲ್ಲಿ ನಿಪುಣಕ ಸುಮಿತ್ರನಿಗೆ ವಿಷಯವನ್ನೆಲ್ಲ ಹೇಳಿದ, "ಮತ್ತೆ ಅವನ ಹುಚ್ಚು ಪ್ರಯತ್ನವೇ?" ಎಂದು ಅವನು ತಕ್ಷಣ ಉದ್ಗರಿಸಿದ.

"ಅವನು ಅಂಥ ಹುಚ್ಚು ಪ್ರಯತ್ನ ಮಾಡುವುದರಿಂದ ನಮ್ಮ ಕಾರ್ಯ ಈಡೇರುವುದು."

"ಪಾಟಲೀಪುತ್ರದ ಜನರೆಲ್ಲ ತನ್ನ ಹಿಂದೆ ನಿಲ್ಲುವರೆಂಬ ಭ್ರಮೆಯಿರಬೇಕು ಅವನಿಗೆ."

"ಆ ಭ್ರಮೆಯಿದ್ದಿದ್ದರೆ ಇಷ್ಟು ಹೊತ್ತಿಗೆ ಯಾರ ನೆರವೂ ಇಲ್ಲದೆ ಮುಂದೆ ನುಗ್ಗಿ ಬಿಡುತ್ತಿದ್ದ. ಅದಕ್ಕಿಂತ ಮುಖ್ಯವಾಗಿ ಅವನು, ಧನನಂದ ಪ್ರಜೆಗಳನ್ನು ಪ್ರೀತಿಯಿಂದ ನೋಡಿಕೊಂಡಿದ್ದರೆ ಅವರೆಲ್ಲ ಚಂದ್ರಗುಪ್ತನಿಗೆ ಏಕೆ ಬೆಂಬಲ ನೀಡುತ್ತಿದ್ದರು?"

"ಈಗ ನಾನೇನು ಮಾಡಬೇಕು?"

"ಇಂದು ರಾತ್ರಿ ನಿಮ್ಮ ಮನೆಗೆ ಹೋಗಿ. ಅಲ್ಲಿ ಜೀವಸಿದ್ಧಿ ಮತ್ತು ಸಮಿದ್ಧಾರ್ಥಕ ಇರುತ್ತಾರೆ. ನೀವೂ ರಾಕ್ಷಸನ ಪರವಾಗಿರುವಿರೆಂದು ಜೀವಸಿದ್ಧಿ ಕರಭಕನಿಗೆ ಹೇಳಿದ್ದಾರೆ. ಅದನ್ನು ಖಚಿತಪಡಿಸಿಕೊಳ್ಳಲು ಅವನು ಬರುತ್ತಾನೆ. ಅದಕ್ಕೆ ಅನುಗುಣವಾಗಿ ನೀವು ನಡೆದುಕೊಳ್ಳಬೇಕು. ಏನು ಮಾತಾಡಬೇಕು, ಹೇಗೆ ಮಾತಾಡಬೇಕೆಂಬುದು ನಿಮಗೆ ಬಿಟ್ಟ ವಿಷಯ."

"ಅದರ ಚಿಂತೆ ಬಿಡು ನಿಪುಣಕ. ಇಷ್ಟು ಹೇಳಿದೆಯಲ್ಲ, ಅದನ್ನು ಹೇಗೆ ನಿಭಾಯಿಸ ಬೇಕೆಂದು ನನಗೆ ಗೊತ್ತಿದೆ. ಅದಿರಲಿ, ನಿನ್ನೊಂದಿಗೆ ಇನ್ನೊಂದು ವಿಷಯವನ್ನು ಮಾತಾಡಬೇಕಾಗಿದೆ."

"ಯಾವ ವಿಷಯ ಯಜಮಾನರೆ?"

"ವಣಿಕ ಶ್ರೇಣಿಯ ಕೆಲವರು ಅರಮನೆಗೆ ನಿಯೋಗ ತೆಗೆದುಕೊಂಡು ಹೋಗಲು ನಿರ್ಧರಿಸಿದ್ದಾರಂತೆ. ನನ್ನನ್ನೂ ಜೊತೆ ಸೇರುವಂತೆ ಕೇಳಿಕೊಂಡರು."

“ಶ್ರೇಣಿಯವರು ನಿಮಗೂ ಅಷ್ಟು ಮಾನ್ಯತೆ ಕೊಡುತ್ತಿದ್ದಾರೆಯೇ ?”

“ಮೊದಲಾದರೆ ಪಾನಗೃಹ ನಡೆಸುವವನೆಂದು ಒಂದು ರೀತಿಯ ತಿರಸ್ಕಾರದಿಂದ ನೋಡುತ್ತಿದ್ದರು.”

“ನಿಮ್ಮ ಪಾನಗೃಹದಲ್ಲೇ ಕುಡಿದ ಅಮಲಿನಲ್ಲಿ ಅವರ ದೊಡ್ಡಸ್ತಿಕೆ ಬೇಕಾಬಿಟ್ಟಿಯಾಗಿ ವಿತರಣೆಯಾಗುವುದನ್ನು ಅವರು ಮರೆತಿರುತ್ತಾರೆ, ಬಿಡಿ.”

“ಈಗ ನನಗೆ ಶ್ರೇಣಿಯಾಗಲೀ, ಅದರ ಸದಸ್ಯರಾಗಲೀ ಅಗತ್ಯವಿಲ್ಲ, ಅವರಿಗೆ ನನ್ನ ಅಗತ್ಯವಿರುವಂತೆ ಕಾಣುತ್ತದೆ.”

“ನವೆಯಾದಾಗ ಔಷಧಿಯನ್ನು ಹುಡುಕಿಕೊಳ್ಳುವಂತೆ ಅವರು ನಿಮ್ಮನ್ನು ಬಯಸು ತ್ತಿರಬಹುದು.”

“ಈಗ ಏನಾಗಿದೆಯೆಂದರೆ, ಸಣ್ಣಪುಟ್ಟ ವರ್ತಕರಿಗೆಲ್ಲ ಕರ ತೆಗೆದುಹಾಕಿದ್ದರಿಂದ ಅನುಕೂಲವೇ ಆಗಿದೆ. ದೊಡ್ಡ ವರ್ತಕರ ಕರ ಕಡಿಮೆಯಾಗಿಲ್ಲ ಮತ್ತು ಅವರು ಮಾರುವ ಸಾಮಗ್ರಿಗಳಿಗೆ ವಿತರಣೆಯ ಬೆಲೆಯನ್ನು ಅರಮನೆಯೇ ನಿಗದಿಪಡಿಸುವುದೆಂದು ಸುದ್ದಿ ಹಬ್ಬಿರುವುದರಿಂದ ಅವರ ಚಿಂತೆ ಹೇಳತೀರದು.”

“ನಿಮ್ಮ ವ್ಯಾಪಾರದಲ್ಲಿ ಸಮಸ್ಯೆಯೇನೂ ಇಲ್ಲವೇ ?”

“ಇದೆ. ಆದರೆ ಇದು ಜೀವನಾವಶ್ಯಕವಾದ ಸಾಮಗ್ರಿಗಳ ವ್ಯಾಪಾರವಲ್ಲ, ಮನರಂಜನೆಗೆ ಸಂಬಂಧಿಸಿದ್ದು. ಅದರಲ್ಲೂ ಪಾನಗೃಹದಲ್ಲಿ ಬಂದು ಮಧುಪಾನ, ಜೂಜಿನಲ್ಲಿ ತೊಡಗುವವರು ಸ್ಥಿತಿವಂತರೇ ಆಗಿರುತ್ತಾರೆ. ಅವರು ಹೆಚ್ಚು ವೆಚ್ಚ ಮಾಡಬಲ್ಲವರು. ನಾನು ಹೆಚ್ಚು ಗಳಿಸುತ್ತಿರುವುದರಿಂದ ಕರ ಕೊಡುವುದರಲ್ಲಿ ತಪ್ಪಿಲ್ಲವೆಂದು ನನ್ನ ಭಾವನೆ. ಆದ್ದರಿಂದ ಈಗ ಅವರು ನನ್ನಂಥ ಪಾನಗೃಹಗಳ ತಿರಸ್ಕೃತ ವರ್ತಕರನ್ನು ಸಂಪರ್ಕಿಸುತ್ತಿದ್ದಾರೆ. ಏಕೆಂದರೆ ನಿಯೋಗಕ್ಕೆ ಸಾಕಷ್ಟು ಸಂಖ್ಯೆಯ ಗೌರವ ಬೇಕಲ್ಲವೇ ?”

“ಅವರ ಬೇಡಿಕೆಯೇನು ?”

“ಎಲ್ಲ ವಾಣಿಜ್ಯದ ಮೇಲೆ ಕರ ಕಡಿಮೆ ಮಾಡಿದಂತೆ ತಮಗೂ ಕಡಿಮೆ ಮಾಡುವುದು ಮತ್ತು ಅರಮನೆಯೇ ಬೆಲೆ ನಿಗದಿ ಮಾಡುವ ಪ್ರಯತ್ನವನ್ನು ಕೈಬಿಡುವುದು. ಅವರು ಮತ್ತೆ ಮತ್ತೆ ಬಂದು ತಮ್ಮ ಜೊತೆ ಸೇರುವಂತೆ ನನ್ನನ್ನು ಕಾಡುತ್ತಿದ್ದಾರೆ. ಚಾಣಕ್ಯರಿಗೆ ಈ ವಿಷಯ ತಿಳಿಸಿ ಅವರ ಸಲಹೆ ಪಡೆಯುವುದು ಸಾಧ್ಯವೇ ?”

“ಆಗಲಿ, ನಾನೇ ಸಮಯ ನೋಡಿ ಅವರೊಂದಿಗೆ ಮಾತಾಡಿ ತಿಳಿಸುತ್ತೇನೆ.”

★ ★ ★

ಸುಮಿತ್ರನ ಮನೆಯಲ್ಲಿ ಜೀವಸಿದ್ಧಿ ಮತ್ತು ಸಮಿದ್ಧಾರ್ಥಕ ಊಟ ಮುಗಿಸಿ ಕುಳಿತಿದ್ದರು. ಸುಮಿತ್ರ ಬಂದ, ಆಮೇಲೆ ಕರಭಕ ಬಂದು, ಮಾತುಕತೆ ಮುಗಿಯುವ ವೇಳೆಗೆ ನಡುರಾತ್ರಿಯಾಗಿ ಬಿಡಬಹುದೆಂದು, ಈ ದಿನ ಅವರು ಮೊದಲೇ ಊಟ ಮುಗಿಸಿದ್ದರು. “ನೀವು ಏನೇ ಹೇಳಿ, ಹೊಟ್ಟೆ ತುಂಬ ಊಟ ಬಿದ್ದ ಮೇಲೆ ದೇಹ ಹಾಸಿಗೆಯನ್ನು ಬಯಸುತ್ತದೆ” ಎಂದ ಸಮಿದ್ಧಾರ್ಥಕ.

“ನಿದ್ದೆ ಮುಗಿಸಿ ಎದ್ದ ಮೇಲೆ ಮತ್ತೆ ಹೊಟ್ಟೆ ಊಟವನ್ನು ಬಯಸುತ್ತದೆ. ನಿದ್ರೆ, ಊಟ ಎರಡೇ ಆದರೆ ಬೇರೆ ಯಾವುದಕ್ಕೂ ಗಮನ ಕೊಡಲಾಗುವುದಿಲ್ಲ.”

“ಅಂಥ ಪುಣ್ಯಾತ್ಮರೂ ಇರುತ್ತಾರೇನೋ ?”

''ಇದ್ದರೆ ಅಂಥವರು ತುಂಬಾ ಕಡಿಮೆ. ಆದರೆ ಅಂಥ ಆಸೆಯಂತೂ ಹಲವರಿಗೆ ಇರುತ್ತದೆ.''

ಹೀಗೆ ವಿನೋದವಾಗಿ ಮಾತಾಡುತ್ತ ಕುಳಿತಿರುವಾಗ ಸುಮಿತ್ರ ಬಂದ. ನಮಸ್ಕರಿಸಿ ಕುಳಿತುಕೊಂಡ. ಜೀವಸಿದ್ಧಿ ತನ್ನ ಮತ್ತು ಸಮಿದ್ಧಾರ್ಥಕನ ಪರಿಚಯ ಮಾಡಿದ. ನಿಪುಣಕನಿಂದ ಎಲ್ಲಾ ತಿಳಿದಿದೆಯೆಂದು ಸುಮಿತ್ರ ಹೇಳಿದ. ''ಧನಸಂಪಾದನೆಯೇ ಪ್ರಧಾನ ಉದ್ದೇಶವುಳ್ಳ ನಿಮ್ಮಂಥವರು ನಾಡಿನ ಒಳಿತಿಗೆ ನೆರವು ನೀಡಲು ಮುಂದಾಗುವುದು ವಿರಳ'' ಎಂದ ಜೀವಸಿದ್ಧಿ ಅಭಿಮಾನದಿಂದ.

''ಅದೇನು ಅಂಥ ಹೊಗಳಿಸಿಕೊಳ್ಳುವ ದೊಡ್ಡ ಕೆಲಸವಲ್ಲ, ಬಿಡಿ. ಹಾಗೆ ನೋಡಿದರೆ ನಾನೂ ನಾಡಿನಲ್ಲಿ ಏನಾದರೇನು, ಯಾರು ಸಾಯಲಿ, ಬದುಕಲಿ, ನನ್ನ ವ್ಯಾಪಾರ, ಸಂಪಾದನೆ ಚೆನ್ನಾಗಿದ್ದರೆ ಸಾಕೆಂಬ ಧೋರಣೆಯಿಂದ ಇದ್ದವನು. ಆದರೆ ಅಷ್ಟೇ ಜೀವನವಲ್ಲ, ನಾಡಿದ್ದರೆ ನಾವು. ಆದ್ದರಿಂದ ನಾಡು ಸುರಕ್ಷಿತವಾಗಿ, ಸುಭಿಕ್ಷವಾಗಿರಲು ನಮ್ಮ ಕೈಲಾದ ನೆರವು ನೀಡಬೇಕೆಂಬ ಅರಿವು ನನಗೆ ಮೂಡಿದ್ದು ನಿಪುಣಕನಿಂದ. ಆಮೇಲಿನ ಘಟನೆಗಳಿಂದ, ಇದರಲ್ಲಿ ಭಾಗವಹಿಸಿದ ಅಸಂಖ್ಯಾತರನ್ನು ಕಂಡು ನನ್ನ ಪಾಲು ಕಿಂಚಿತ್ತೂ ಅಲ್ಲವೆಂಬ ಅರಿವು ನನಗಿದೆ.''

''ಹೀಗೆ ಹೇಳುವುದು ನಿಮ್ಮ ಸೌಜನ್ಯ, ಸುಮಿತ್ರ.''

ನಂತರ ಜೀವಸಿದ್ಧಿ ತಾನು ಕರಭಕನೊಂದಿಗೆ ಅವನ ವಿಷಯವಾಗಿ ಏನೇನು ಮಾತಾಡಿದನೆಂದು ವಿವರಿಸಿ, ಹೇಗೆ ನಡೆದುಕೊಳ್ಳಬೇಕೆಂದೂ ಸೂಚಿಸಿದ.

ಸ್ವಲ್ಪ ಹೊತ್ತು ಮಾತಾಡುವಷ್ಟರಲ್ಲಿ ಕರಭಕ ಮತ್ತು ವಿರಾಧಗುಪ್ತ ಒಟ್ಟಿಗೇ ಬಂದರು. ತಕ್ಷಣ ಕರಭಕನನ್ನು ಗುರುತಿಸಿ ಸುಮಿತ್ರ ಗೌರವಪೂರ್ವಕವಾಗಿ ನಮಸ್ಕಾರ ಮಾಡಿದ.

''ಬೇಡ ಯಜಮಾನರೇ, ನೀವು ನನಗೆ ನಮಸ್ಕಾರ ಮಾಡಬೇಡಿ. ನಾನು ನಿಮ್ಮಲ್ಲಿ ಸಂಬಳದ ಕೆಲಸಗಾರನಾಗಿದ್ದವನು'' ಎಂದು ಕರಭಕ, ವಿರಾಧಗುಪ್ತನನ್ನು ಪರಿಚಯಿಸಿದ.

''ಅಮಾತ್ಯ ರಾಕ್ಷಸರ ಆಪ್ತರೆಂದರೆ ನಾನು ಗೌರವ ತೋರಲೇಬೇಕು. ಏಕೆಂದರೆ ರಾಕ್ಷಸರ ಬಗ್ಗೆ ನನಗೆ ಬಹಳ ಅಭಿಮಾನ. ಅವರ ದುಃಸ್ಥಿತಿಗಾಗಿ ನಾನು ನಿತ್ಯ ಸಂಕಟ ಪಡುತ್ತಿದ್ದೇನೆ.''

''ಕೆಲಸಗಾರನಾಗಿದ್ದಾಗ ಕರಭಕನಿಗೆ ಇದ್ದ ಗೌರವ ಈಗ ಹೆಚ್ಚಾಗುವುದಿಲ್ಲ ಸುಮಿತ್ರ'' ಎಂದ ವಿರಾಧಗುಪ್ತ.

''ಹಾಗಲ್ಲ, ಅವರು ಕೆಲಸಕ್ಕಾಗಿ ನನ್ನಲ್ಲಿ ಸೇರಿರಲಿಲ್ಲ, ಅಮಾತ್ಯ ರಾಕ್ಷಸರ ಕೆಲಸಕ್ಕಾಗಿ ಕೆಲಸಗಾರನ ವೇಷ ಹಾಕಿದ್ದರು. ಆಗ ಅದು ನನಗೆ ಗೊತ್ತಿರಲಿಲ್ಲ, ಗೊತ್ತಾದ ಮೇಲೆ ಇವರನ್ನು ಕೆಲಸಗಾರನಂತೆ ಕಾಣುವುದು ಸೌಜನ್ಯವಲ್ಲ''

''ನಿಮ್ಮ ಸೌಜನ್ಯ ದೊಡ್ಡದು'' ಕರಭಕ ಹೇಳಿದ, ''ಹೊಸ ಆಡಳಿತವನ್ನು ಹಲವು ವರ್ತಕರು ಮೆಚ್ಚುತ್ತಿರುವರಂತೆ?''

''ಸಣ್ಣಪುಟ್ಟ ವರ್ತಕರಿಗೆ ಅನುಕೂಲ ಮಾಡಿಕೊಟ್ಟಾಕ್ಷಣ ಅದು ಅಗ್ಗದ ಜನ ಪ್ರಿಯತೆಯೇ ಹೊರತು, ಎಲ್ಲರ ಅಭಿಪ್ರಾಯವಲ್ಲ, ಭಂಡಾರಕ್ಕೆ ಹೆಚ್ಚಿನ ಧನ ಕೊಡುವವರು ಭಾರೀ ವರ್ತಕರು ನಮ್ಮಂಥವರು. ಅವರನ್ನೆಲ್ಲಾ ಕಡೆಗಣಿಸಿದರೆ ಆರ್ಥಿಕ ಸ್ಥಿತಿ ಸುಧಾರಣೆ ಯಾಗುವುದು ಹೇಗೆ? ರಾಷ್ಟ್ರದ ಉತ್ಪತ್ತಿಯ ಗತಿಯೇನು?''

''ಅಂದರೆ ನಿಮಗೆ ಧನನಂದನ ಆಳ್ವಿಕೆಯೇ ಇಷ್ಟವೇ?'' ವಿರಾಧಗುಪ್ತ ಕೇಳಿದ.

"ಖಂಡಿತ. ಅದು ಧನನಂದನ ಆಡಳಿತ ಎನ್ನುವುದಕ್ಕಿಂತ, ಅಮಾತ್ಯ ರಾಕ್ಷಸರ ದಕ್ಷ ಆಡಳಿತ ಎಂದು ಹೇಳಿ. ಆ ಬಿಗಿ ಯಾರಿಗೆ ಸಾಧ್ಯ? ಪುಣ್ಯಾತ್ಮ ಮಗಧದ ಕಣ್ಣಿನಂತಿದ್ದ. ಈ ನೀಚರು ವಂಚನೆಯಿಂದ ನಮ್ಮ ರಾಜನನ್ನು ಕೊಂದರು. ಅಮಾತ್ಯರು ಎಲ್ಲೋ ಹೋಗುವಂತೆ ಮಾಡಿದರು."

"ನೀವು ಇಷ್ಟೊಂದು ಅಭಿಮಾನಪಡುವ ಅಮಾತ್ಯ ರಾಕ್ಷಸರು, ಚಂದ್ರಗುಪ್ತನನ್ನು ಸಿಂಹಾಸನದಿಂದಿಳಿಸಲು ಪ್ರಯತ್ನಿಸಿದರೆ, ನೀವು ಸಹಾಯ ಮಾಡುತ್ತೀರ?" ಕರಭಕ ಕೇಳಿದ.

"ಅಮಾತ್ಯ ರಾಕ್ಷಸರು ಮತ್ತೆ ಮಗಧಕ್ಕೆ ಬರುವುದಾದರೆ ಸಹಾಯವೇನು, ನನ್ನ ಎಲ್ಲ ಸಂಪತ್ತನ್ನು ಧಾರೆಯೆರೆದು ಬಿಡುತ್ತೇನೆ. ಹಾಗೆಂದು ನಾನು ಬರೆದುಕೊಡುತ್ತೇನೆ. ಜೀವಸಿದ್ಧಿಯವರು ಅಮಾತ್ಯರ ಆಪ್ತರೆಂದೇ ನನ್ನ ಈ ಮನೆಯನ್ನು ಹೇಗೆ ಬೇಕಾದರೂ ಬಳಸಿಕೊಳ್ಳುವಂತೆ ಅವರಿಗೆ ಬಿಟ್ಟುಕೊಟ್ಟಿದ್ದೇನೆ. ಬೇಕಾದರೆ ನನ್ನ ಪಾನಗೃಹವನ್ನೂ ಬಿಟ್ಟು ಕೊಡುತ್ತೇನೆ. ಅದನ್ನು ನಿಮ್ಮ ಚಟುವಟಿಕೆಗಳಿಗೆ ಬಳಸಿಕೊಳ್ಳಬಹುದು."

"ಬೇಡ, ಬೇಡ, ಅಂಥ ನಿರ್ಧಾರ ಮಾಡಬೇಡಿ."

"ಸುಮಿತ್ರ" ವಿರಾಧಗುಪ್ತ ಹೇಳಿದ, "ಧನನಂದನ ವಧೆಯಾದ ದಿನ ನಗರದ ಬೇರೆ ಬೇರೆ ಕಡೆಗಳಲ್ಲಿ ಜನ ದಂಗೆಯೆದ್ದರು. ನಿಮ್ಮ ಪಾನಗೃಹದ ಸ್ಥಳವೂ ಅವುಗಳಲ್ಲಿ ಒಂದಲ್ಲವೇ?"

"ಹೌದು, ನಾನು ತಿಳಿದಂತೆ ಅಲ್ಲೇ ಹೆಚ್ಚಿನ ಗದ್ದಲವಾದದ್ದು. ಜನ ಗುಂಪು ಕಟ್ಟಿಕೊಂಡು ಆಯುಧಗಳ ಸಹಿತ ಒಳಗೆ ನುಗ್ಗಿದರೆ ನಾನೇನು ಮಾಡಬೇಕು? ನನ್ನನ್ನು ಬೆದರಿಸಿದರು. ಗಲಭೆ ಮಾಡಿದರೆ ಕೊಂದೇ ಬಿಡುವುದಾಗಿ ಎದೆಗೆ ಕತ್ತಿಯಿಟ್ಟರು. ನಾನು ಅಸಹಾಯಕನಾದೆ. ಸಾಯುವುದರಿಂದ ಏನು ಪ್ರಯೋಜನ, ಬದುಕಿದ್ದರೆ ಒಂದಲ್ಲ ಒಂದು ದಿನ ಈ ಪಾಪಿಗಳಿಗೆ ಬುದ್ಧಿ ಕಲಿಸಬಹುದು ಎಂದುಕೊಂಡು ನನ್ನ ಕೋಪವನ್ನು ನುಂಗಿಕೊಂಡು ಸುಮ್ಮನಾದೆ."

"ಅದು ಸರಿ. ಆದರೆ ನಿಪುಣಕ ನಿಮ್ಮ ಬಳಿಯೇ ಇರುವನಂತೆ?"

"ಹೌದು. ಮತ್ತೆ ಬಂದು ಏನೇನೋ ಹೇಳಿ, ನನ್ನ ಮನಸ್ಸು ಕರಗಿಸಿ ಕೆಲಸಕ್ಕೆ ಸೇರಿಕೊಂಡ."

"ಅವನು ಚಾಣಕ್ಯನ ಗೂಢಚಾರನೆಂದು ನಿಮಗೆ ಗೊತ್ತಿರಲಿಲ್ಲವೇ?"

"ಏನು! ನಿಪುಣಕ ಚಾಣಕ್ಯನ ಗೂಢಚಾರನೇ?" ಸುಮಿತ್ರ ಆಶ್ಚರ್ಯ ನಟಿಸಿದ. ಕೋಪದಿಂದ ಹೇಳಿದ, "ಎಂಥ ಮೋಸ! ನಾಳೆಯೇ ಅವನನ್ನು ಕೆಲಸದಿಂದ ಅಟ್ಟುತ್ತೇನೆ."

"ಬೇಡ" ವಿರಾಧಗುಪ್ತ ಹೇಳಿದ, "ಅವನನ್ನು ಕೆಲಸದಿಂದ ತೆಗೆದುಹಾಕಿದರೆ, ಚಾಣಕ್ಯನ ಕಡೆಯವನೆಂಬುದು ನಿಜವಾದರೆ, ಅವನ ಕೋಪ ನಿಮ್ಮ ಮೇಲೆ ಬೀಳುತ್ತದೆ. ವ್ಯರ್ಥಾ ತೊಂದರೆಯನ್ನು ಆಹ್ವಾನಿಸಿದಂತಾಗುತ್ತದೆ. ಅವನು ಅಲ್ಲೇ ಇದ್ದರೆ ಅವನ ಚಟುವಟಿಕೆಗಳಿಂದ, ಅವನನ್ನು ಕಾಣಲು ಬರುವವರಿಂದ, ನಮಗೆ ಬೇಕಾದ ಸುದ್ದಿಗಳು ಸಿಕ್ಕರೂ ಸಿಗಬಹುದು. ಆದರೆ ನೀವು ಮಾತ್ರ ಅವನನ್ನು ಬಹಳ ಎಚ್ಚರಿಕೆಯಿಂದ ಗಮನಿಸಬೇಕು."

"ಅವನ ವಿಷಯ ನನಗೆ ಬಿಡಿ. ನನ್ನ ಕಣ್ಣಿಗೇ ಮಣ್ಣೆರಚಿದ ಅವನನ್ನು ನಾನು ಸುಮ್ಮನೆ ಬಿಡುತ್ತೇನೆಯೇ? ಅಮಾತ್ಯರು ಮತ್ತೆ ಪಾಟಲೀಪುತ್ರಕ್ಕೆ ಬರಲಿ. ಆಮೇಲೆ ಅವನಿಗೆ ತಕ್ಕ ಪಾಠ ಕಲಿಸುತ್ತೇನೆ."

"ಅವನ ಮೇಲೆ ಕೋಪ ಮಾಡಿಕೊಳ್ಳುವುದರಲ್ಲಿ ಅರ್ಥವಿಲ್ಲ, ಸುಮಿತ್ರ" ವಿರಾಧಗುಪ್ತ

ಹೇಳಿದ, "ಕರಭಕ ರಾಕ್ಷಸರ ಪರವಾಗಿ ನಿಮ್ಮ ಬಳಿ ಕೆಲಸ ಮಾಡಿದಂತೆ, ನಿಪುಣಕ ಚಾಣಕ್ಯನ ಪರವಾಗಿ ಕೆಲಸ ಮಾಡಿದ್ದಾನೆ, ಅಷ್ಟೆ"

"ಹೌದು ಸುಮಿತ್ರ" ಜೀವಸಿದ್ಧಿ ಹೇಳಿದ, "ನಮ್ಮ ಗುರಿ ಒಡೆಯರೇ ಹೊರತು, ಸೇವಕರಲ್ಲ"

ಇಷ್ಟೆಲ್ಲ ಮಾತುಕತೆಯಾದ ಮೇಲೆ ಕರಭಕನಿಗೆ ಸುಮಿತ್ರನ ಮೇಲೆ ನಂಬಿಕೆ ಬಂತು. ಆದರೆ ಅವನು ಕೊಡಮಾಡಿದ ಸಹಾಯವನ್ನು ಯಾವ ರೀತಿ ಬಳಸಿಕೊಳ್ಳಬಹುದೆಂದು ಅವನಿನ್ನೂ ಯೋಚಿಸಿರಲಿಲ್ಲ. ರಾಕ್ಷಸನನ್ನು ಭೇಟಿ ಮಾಡಿದಾಗ ಈ ಬಗ್ಗೆ ಸಲಹೆ ಪಡೆದುಕೊಳ್ಳ ಬಹುದೆಂದು ಸುಮ್ಮನಾದ. ಇಲ್ಲಿಯವರೆಗೆ ಮಾಡಿದಂತೆ ಮುಂದೆಯೂ ಜೀವಸಿದ್ಧಿ ಮತ್ತು ಸಮಿದ್ಧಾರ್ಥಕನಿಗೆ ಅಗತ್ಯ ಆಹಾರ ಪದಾರ್ಥಗಳನ್ನು ಒದಗಿಸುವುದಾಗಿ ಸುಮಿತ್ರ ಹೇಳಿದ. ವೆಚ್ಚಕ್ಕೆ ಹೊನ್ನು ಬೇಕಾದರೆ ಯಾವ ಸಂಕೋಚವೂ ಇಲ್ಲದೆ ಕೇಳಬಹುದೆಂದು ಹೇಳಿ ಹೋದ.

ಸ್ವಲ್ಪ ಹೊತ್ತು ಕರಭಕ ಮತ್ತು ವಿರಾಧಗುಪ್ತ ಮಾತಾಡದೆ ಮೌನವಾಗಿ ತಮ್ಮಲ್ಲೇ ವಿಚಾರ ಮಾಡುತ್ತಿದ್ದರು.

"ಏಕೆ ಕರಭಕ ಸುಮ್ಮನಾದೆ? ಸುಮಿತ್ರನ ಮೇಲೆ ಇನ್ನೂ ಅನುಮಾನವೇ?" ಎಂದು ಜೀವಸಿದ್ಧಿ ಕೇಳಿದ.

"ಅನುಮಾನವಿಲ್ಲ" ಕರಭಕ ಹೇಳಿದ, "ಸುಮಿತ್ರನ ಹಾಗೆ ಪಾಟಲೀಪುತ್ರದಲ್ಲಿ ನಮ್ಮ ಅಮಾತ್ಯರ ಅಭಿಮಾನಿಗಳು ಇನ್ನೂ ಹಲವರಿರಬೇಕೆಂಬ ಯೋಚನೆ."

ವಿರಾಧಗುಪ್ತನೂ ಅದನ್ನೇ ಹೇಳಿದ, "ನನಗೂ ಹಾಗೇ ಅನ್ನಿಸುತ್ತಿದೆ. ಅವರನ್ನೆಲ್ಲ ಸಂಘಟಿಸುವುದು ಸಾಧ್ಯವಾದರೆ ಎಷ್ಟು ಚೆನ್ನಾಗಿರುತ್ತದೆ."

"ಅಷ್ಟೇ ಅಲ್ಲ ಅವರು ದಂಗೆಯೇಳಿಸಿದಂತೆ ನಾವೂ ಪಾಟಲಿಪುತ್ರದಲ್ಲಿ ದಂಗೆಯೆಬ್ಬಿಸಿ ಚಂದ್ರಗುಪ್ತನನ್ನು ಕೊಂದುಹಾಕಬಹುದು" ಎಂದ ಸಮಿದ್ಧಾರ್ಥಕ.

"ನನ್ನ ಅಭಿಪ್ರಾಯದಲ್ಲಿ ಸುಮಿತ್ರನ ಮಿತ್ರರಲ್ಲಿ ಅಮಾತ್ಯರ ಅಭಿಮಾನಿಗಳು ಹಲವರಿರ ಬಹುದು" ಜೀವಸಿದ್ಧಿ ಹೇಳಿದ, "ಹಾಗೆಯೇ ಚಂದನದಾಸ ಮತ್ತು ಶಕಟದಾಸರ ಮಿತ್ರರಲ್ಲಿ ಇನ್ನಷ್ಟು ಜನ ದೊರೆಯಬಹುದು."

"ಅದನ್ನೆಲ್ಲ ಆಮೇಲೆ ಯೋಚಿಸೋಣ"ಕರಭಕ ಹೇಳಿದ, "ಅಮಾತ್ಯರನ್ನು ಭೇಟಿ ಮಾಡಿ ಬಂದ ನಂತರ ಮುಂದಿನ ಹೆಜ್ಜೆ. ಅಲ್ಲಿಯವರೆಗೆ ಇಲ್ಲಿ ನಮಗೆ ಅಗತ್ಯವಾದ ಮತ್ತು ಅಮೂಲ್ಯವಾದ ಇನ್ನಷ್ಟು ವಿಷಯಗಳು ಸಿಗುತ್ತವೋ ಎಂದು ನಾವು ಶೋಧಿಸುತ್ತಿರಬೇಕು."

"ಮನೆ ವಿಶಾಲವಾಗಿದೆ. ನೀವಿಬ್ಬರೂ ಬಂದು ನಮ್ಮ ಜೊತೆಯಲ್ಲೇ ಇದ್ದು ಬಿಡ ಬಹುದು" ಎಂದ ಸಮಿದ್ಧಾರ್ಥಕ.

"ಇಲ್ಲ, ಮೊದಲೇ ನಾನು ಹೇಳಿದ ಹಾಗೆ ಎಲ್ಲ ಒಂದೇ ಕಡೆಯಿದ್ದರೆ ಅಪಾಯ. ಯಾರ ಅನುಮಾನದ ಕಣ್ಣಿಗಾದರೂ ಬೀಳಬಹುದು. ಇದೇ ಸರಿಯಾಗಿದೆ" ಎಂದು ಹೇಳಿ ಕರಭಕ ವಿರಾಧಗುಪ್ತನೊಂದಿಗೆ ಹೊರಟುಹೋದ. ಆಗಲೂ ಅವರು ತಮ್ಮ ವಾಸಸ್ಥಳದ ಗುಟ್ಟು ಬಿಡಲಿಲ್ಲ. ಒತ್ತಿ ಕೇಳಿದರೆ ತಮ್ಮ ಮೇಲೆ ಸಂದೇಹ ಬರುವುದೆಂದು ಜೀವಸಿದ್ಧಿ ಸುಮ್ಮನಾದ.

"ಸೇರಿಸಿ, ಸೇರಿಸಿ, ನಿಮ್ಮ ಅಭಿಮಾನಿಗಳನ್ನೆಲ್ಲ ಒಟ್ಟಿಗೆ ಸೇರಿಸಿ. ನಮ್ಮ ಆಚಾರ್ಯರು ಶತ್ರುಗಳನ್ನೆಲ್ಲ ಒಟ್ಟಿಗೆ ಒಂದೇ ಬೋನಿನಲ್ಲಿ ಹಿಡಿದುಹಾಕುತ್ತಾರೆ" ಎಂದ ಸಮಿದ್ಧಾರ್ಥಕ ಅವರು ಹೋದ ಮೇಲೆ.

"ಈ ಬುದ್ಧಿವಂತರಲ್ಲಿ ಮಿತಿಮೀರಿದ ಆತ್ಮವಿಶ್ವಾಸವೂ ಇರುವಂತಿದೆ!"

"ಅತಿ ಬುದ್ಧಿವಂತರಲ್ಲಿ ಸ್ವಪ್ರಯೋಜನದ ಸಂದರ್ಭ ಬಂದಾಗ ತರ್ಕ ಕುಂಠಿತವಾಗುವುದೆಂದು ನಾನು ಹೇಳಿದ ಮಾತು ನಿಜವಾಯಿತಲ್ಲವೇ?" ಎಂದ ಜೀವಸಿದ್ಧಿ.

"ಇರಲಿ, ಅವರ ಆತ್ಮವಿಶ್ವಾಸವೇ ಅವರು ಉತ್ಸಾಹದಿಂದ ಕೆಲಸ ಮಾಡಲು ಪ್ರೇರೇಪಿಸುತ್ತದೆ. ಅವರು ಉತ್ಸಾಹದಿಂದ ಕೆಲಸ ಮಾಡಿದಷ್ಟೂ ರಾಕ್ಷಸ ಚುರುಕಾಗುತ್ತಾನೆ. ಅದಕ್ಕೆ ಪ್ರತಿಯಾಗಿ ಚಾಣಕ್ಯ, ನಾವು ಚುರುಕಾಗುತ್ತೇವೆ. ಕೆಲಸ ಬೇಗ ಮುಗಿಯುತ್ತದೆ. ಈ ಗುಪ್ತವೇಷದ ಸಂಕಷ್ಟದಿಂದ ನಾವು ಬೇಗ ಪಾರಾಗುತ್ತೇವೆ."

"ಈ ಸಲ ಗುರುಕುಲಕ್ಕೆ ಬಂದು ಅಧ್ಯಾಪಕ ವೃತ್ತಿಯನ್ನು ಮುಂದುವರಿಸುತ್ತೀರಿ ಹಾಗಾದರೆ?"

"ಹಾಗೇ ಅಂದುಕೊಂಡಿದ್ದೇನೆ. ಆದರೆ ಅಲ್ಲಿ ಬಂದು ಒಂದೆರಡು ತಿಂಗಳು ಇದ್ದ ಮೇಲೆ ಮನಸ್ಸು ಬೇಸರಗೊಂಡು ಮತ್ತೆ ಹೊಸ ಸಾಹಸವನ್ನು ಬಯಸುತ್ತದೋ ಏನೋ, ಯಾರು ಬಲ್ಲರು."

"ಅಂತೂ ನಿಮ್ಮ ಮನಸ್ಸಿನ ಪ್ರವೃತ್ತಿಯ ಮೇಲೆ ನಿಮಗೇ ನಿಯಂತ್ರಣವಿಲ್ಲ?" ಎಂದು ಸಮಿದ್ಧಾರ್ಥಕ ನಕ್ಕ.

"ನಿಯಂತ್ರಣವಿಲ್ಲದೆ ಇಲ್ಲ. ಆದರೆ ನನ್ನ ಸ್ವಭಾವದ ಆಸೆಯೇ ಅದಾಗಿದ್ದರೆ, ನಿಯಂತ್ರಿಸಿ ಮನಸ್ಸನ್ನು ಹಿಂಸಿಸುವುದು ನನಗಿಷ್ಟವಿಲ್ಲ."

ಮಾತಿನ ಗುಂಗಿನಲ್ಲಿ ಸಮಯ ಅರಿವಿಲ್ಲದೇ ಸರಿದು ಹೋಗಿ, ಆಗಲೇ ಬೆಳಗಾಗ ತೊಡಗಿತ್ತು. ಸ್ನಾನ, ಸಂಧ್ಯೋಪಾಸನೆ, ಅಡಿಗೆ, ಭೋಜನ ಮುಗಿಸಿ ಮಲಗಿ, ಸಂಜೆಯವರೆಗೂ ಗಾಢವಾಗಿ ನಿದ್ರೆ ಮಾಡಿದರು.

ಕತ್ತಲಾದ ಮೇಲೆ ಜೀವಸಿದ್ಧಿ, ಈ ಸಲ ಸಮಿದ್ಧಾರ್ಥಕನನ್ನು ಜೊತೆಯಲ್ಲಿ ಕರೆದುಕೊಂಡು ಚಾಣಕ್ಯನ ಪರ್ಣಕುಟೀರದತ್ತ ಹೋದ. ಅಲ್ಲಿ ಎಲ್ಲ ವಿವರಗಳನ್ನೂ ಸಲ್ಲಿಸಿದ. ತಾನು ಅಂದುಕೊಂಡದ್ದಕ್ಕಿಂತ ವೇಗವಾಗಿ ಕೆಲಸಗಳು ಸಾಗುತ್ತಿರುವುದು ಚಾಣಕ್ಯನಿಗೆ ಸಮಾಧಾನ ತಂದಿತ್ತು. "ಇನ್ನು ಮೇಲೆ ನೋಡಿ, ಆ ರಾಕ್ಷಸ ಹೇಗೆ ನನ್ನ ಬಳಿಗೆ ಬರುವನೆಂಬುದನ್ನು" ಎಂದು ಅವನು ಭರವಸೆಯಿಂದ ಹೇಳಿದ.

# ಅಧ್ಯಾಯ ಹನ್ನೆರಡು

## ೧

ಆ ದಿನ ವಣಿಕಶ್ರೇಣಿಯ ಪ್ರಭಾವಶಾಲೀ ವರ್ತಕರಾದ ಬುದ್ಧದಾಸ, ಅಜಿತ, ಯಶೋಧರ ಮತ್ತು ಚಂದ್ರನಾಥ ಸುಮಿತ್ರನನ್ನು ಅವನ ಪಾನಗೃಹದಲ್ಲೇ ಭೇಟಿ ಮಾಡಿದರು. ಹಲವಾರು ಬಾರಿ ಪ್ರಯತ್ನಿಸಿ, ಕಡೆಯ ಸಲ ಅವನ ಮನವೊಲಿಸಲು ಬಂದಿದ್ದರು. ಈ ವೇಳೆಗೆ ಸುಮಿತ್ರನಿಗೆ ಚಾಣಕ್ಯನ ಕಡೆಯಿಂದ ಸೂಕ್ತ ಸಲಹೆ ಬಂದಿತ್ತು. ಚರ್ಚಿಸಿ ನಿರ್ಧರಿಸೋಣ, ಎಂದು ಈ ಸಲ ತಾನೇ ಅವರಿಗೆ ಆಹ್ವಾನ ನೀಡಿದ್ದ.

ಪಾನಗೃಹದ ತನ್ನ ಸ್ವಂತ ಕೋಣೆಯಲ್ಲಿ ಅವರ ಮಧುಪಾನಕ್ಕೆ ಮತ್ತು ಮಾತುಕತೆಗೆ ವ್ಯವಸ್ಥೆ ಮಾಡಿದ. ನಿಪುಣಕನೇ ಅವರಿಗೆ ಪೂರೈಕೆ ಮಾಡಿದ. ನಂತರ ಸುಮಿತ್ರ ನಿಪುಣಕನಿಗೆ "ಆಯಿತು, ನೀನು ಹೋಗು. ಇಲ್ಲೇಕೆ ನಿಂತೆ ?" ಎಂದು ಗದರಿಸಿ ಕಳಿಸಿ ಬಾಗಿಲು ಭದ್ರಪಡಿಸಿದ.

"ಪಾಪ, ಹೋಗು ಎಂದರೆ ಸಾಕಾಗುತ್ತಿರಲಿಲ್ಲವೇ ?" ಅಜಿತ ನಿಪುಣಕನ ಬಗ್ಗೆ ಅನುಕಂಪದಿಂದ ಹೇಳಿದ.

"ನಮ್ಮ ಎಚ್ಚರದಲ್ಲಿ ನಾವಿರಬೇಕು. ಸುಮಿತ್ರ ಮಾಡಿದ್ದು ಸರಿ" ಎಂದ ಚಂದ್ರನಾಥ. ಆದರೆ ನಿಪುಣಕ ಅದಕ್ಕೆ ಹೊಂದಿದಂತಿದ್ದ ತನ್ನ ವಾಸದ ಕೋಣೆಯ ಒಂದು ಕಿಂಡಿಯಲ್ಲಿ ಕಿವಿಯಿರಿಸಿದ್ದ. ಈ ಕೋಣೆಯಲ್ಲಿ ಆ ಕಿಂಡಿಗೆ ಅಡ್ಡವಾಗಿ ಒಂದು ಮರದ ಕಪಾಟನ್ನು ಇಟ್ಟಿದ್ದರಿಂದ ಅದು ಯಾರಿಗೂ ಕಾಣುತ್ತಿರಲಿಲ್ಲ."

"ಸುಮಿತ್ರ, ನಾವು ಹೇಳಿದ ವಿಷಯ ಏನು ಮಾಡಿದೆ ?" ಎಂದು ಯಶೋಧರ ಕೇಳಿದ.

"ನಾನೂ ಬಹಳ ಯೋಚಿಸಿದೆ." ಸುಮಿತ್ರ ಹೇಳಿದ, "ಆದರೆ ಏಕೋ ನನಗೆ ಭಯವಾಗುತ್ತಿದೆ."

"ಭಯಪಟ್ಟು ಕುಳಿತರೆ ಬದುಕುವುದು ಹೇಗೆ ಸುಮಿತ್ರ ? ಹೀಗೇ ಬಿಟ್ಟರೆ ನಾವು ತೀರ ಸಾಧಾರಣ ವರ್ತಕರ ಸಾಲಿಗೆ ಸೇರಿಬಿಡುತ್ತೇವೆ. ನಮ್ಮ ಉತ್ಪತ್ತಿ ಕುಸಿಯುತ್ತದೆ" ಎಂದ ಬುದ್ಧದಾಸ.

"ಅಲ್ಲಾ, ವರ್ತಕ ಶ್ರೇಣಿಯವರು ನಮ್ಮಂಥ ಪಾನಗೃಹ ನಡೆಸುವವರನ್ನು ಸರಿ ಸಮಾನವಾಗಿ ಕಾಣುತ್ತಲೇ ಇರಲಿಲ್ಲ. ಈಗ ನನ್ನ ಅಗತ್ಯ ಏಕೆ ಬಂತೆಂದು ನನಗೆ ಆಶ್ಚರ್ಯವಾಗಿದೆ" ಎಂದು ಸುಮಿತ್ರ ಬೇಕೆಂದೇ.

"ಅದು ಹಳೆಯ ಕಥೆ. ಈಗ ಶ್ರೇಣಿಯ ವರ್ತಕರೆಲ್ಲಾ ಒಗ್ಗಟ್ಟಿನಿಂದಿರುವ ಅಗತ್ಯವಿದೆ" ಎಂದ ಅಜಿತ.

"ಆದರೆ ಸಣ್ಣಪುಟ್ಟ ವರ್ತಕರೆಲ್ಲ ಶ್ರೇಣಿಯ ಸದಸ್ಯತ್ವದಿಂದಲೇ ಹಿಂದೆ ಸರಿಯುವ ನಿರ್ಧಾರ ಮಾಡಿದ್ದಾರಂತೆ."

"ಅವರನ್ನು ಒಪ್ಪಿಸುವ ಪ್ರಯತ್ನ ನಡೆಯುತ್ತಿದೆ. ಹಾಗೇನಾದರೂ ಆದರೂ ನಷ್ಟವೇನಿಲ್ಲ. ಏಕೆಂದರೆ ಸಮಸ್ಯೆಯಿರುವುದು ದೊಡ್ಡ ವರ್ತಕರಲ್ಲಿ" ಎಂದ ಯಶೋಧರ.

"ಅವರನ್ನು ಬಿಟ್ಟು ನಮ್ಮದೇ ಪ್ರತ್ಯೇಕ ಶ್ರೇಣಿ ರೂಪಿಸಿಕೊಳ್ಳಬೇಕೆಂಬ ಆಲೋಚನೆಯೂ ಇದೆ" ಎಂದ ಚಂದ್ರನಾಥ.

"ಭಂಡಾರಕ್ಕೆ ಹೆಚ್ಚಿನ ಧನವನ್ನು ಕೊಡುವವರು ನಾವು. ನಾವಿಲ್ಲದಿದ್ದರೆ ಭಂಡಾರ ಬರಿದಾಗುತ್ತದೆ" ಎಂದ ಬುದ್ಧದಾಸ.

"ಸರಿ, ನಿಮ್ಮ ಆಲೋಚನೆಯೇನು ಹೇಳಿ" ಸುಮಿತ್ರ ಕೇಳಿದ.

"ನಾವೆಲ್ಲ ಅಮಾತ್ಯರ ಬಳಿಗೆ ನಿಯೋಗ ತೆಗೆದುಕೊಂಡು ಹೋಗಬೇಕು" ಎಂದ ಅಜಿತ.

"ತೆಗೆದುಕೊಂಡು ಹೋಗಿ....?"

"ನಮ್ಮ ವ್ಯಾಪಾರದ ಮೇಲೆ ಈಗ ಹಾಕಿರುವ ಕರ ಹೆಚ್ಚಾಗಿದೆ. ಅದನ್ನು ಕಡಿಮೆ ಮಾಡುವಂತೆ ಕೇಳುವುದು ಮತ್ತು ನಾವು ವಿತರಿಸುವ ವಸ್ತುಗಳಿಗೆ ಅರಮನೆಯ ಅಧಿಕಾರಿಗಳೇ ಬೆಲೆ ನಿಗದಿಪಡಿಸಬೇಕೆಂಬ ಪ್ರಸ್ತಾವನೆಯನ್ನು ಹಿಂದೆ ತೆಗೆದುಕೊಳ್ಳಬೇಕೆಂದು ಆಗ್ರಹಿಸುವುದು" ಎಂದ ಯಶೋಧರ.

"ಅವರು ಒಪ್ಪದಿದ್ದರೆ ?"

"ಒಪ್ಪದಿದ್ದರೆ ನಾವೆಲ್ಲ ನಮ್ಮ ವ್ಯಾಪಾರವನ್ನು ಸ್ಥಗಿತಗೊಳಿಸುವುದಾಗಿ ಬೆದರಿಕೆ ಹಾಕುವುದು" ಎಂದ ಚಂದ್ರನಾಥ.

"ಅದಕ್ಕೂ ಅವರು ಒಪ್ಪದಿದ್ದರೆ ?"

ಬುದ್ಧದಾಸ ಹೇಳಿದ, "ಒಪ್ಪಿಯೇ ಒಪ್ಪುತ್ತಾರೆ. ಏಕೆಂದರೆ ನಾವೆಲ್ಲ ವ್ಯಾಪಾರ ನಿಲ್ಲಿಸಿದರೆ ಭಂಡಾರ ಬರಿದಾಗುತ್ತದೆ."

"ನನಗೇನೋ ಇದು ಸಾಧ್ಯವಾಗುವುದಿಲ್ಲವೆನಿಸುತ್ತಿದೆ" ಸುಮಿತ್ರ ಸಂದೇಹ ವ್ಯಕ್ತಪಡಿಸಿದ.

"ಪ್ರಯತ್ನಪಡುವುದರಲ್ಲಿ ತಪ್ಪೇನಿದೆ ?" ಅಜಿತ ಹೇಳಿದ, "ಅದೂ ಸಾಧ್ಯವಾಗದಿದ್ದರೆ ಮತ್ತೆ ನಮ್ಮ ಹಳೆಯ ಪ್ರಯತ್ನವನ್ನೇ ಪರೀಕ್ಷಿಸಿ ನೋಡುವುದು."

"ಹಳೆಯ ಪ್ರಯತ್ನವೆಂದರೆ ?"

"ಹಿಂದೆ ಇಂಥದೇ ಪ್ರಸಂಗ ಬಂದಾಗ ಅಮಾತ್ಯ ಶ್ರೀಯಕನನ್ನು ಕಂಡು ನಮ್ಮ ಕೆಲಸ ಆಗಮಾಡಿಸಿಕೊಂಡೆವು" ಎಂದ ಯಶೋಧರ.

"ಅದು ಹೇಗೆ ಸಾಧ್ಯ? ಅವನು ಅಷ್ಟು ಸುಲಭವಾಗಿ ಒಪ್ಪಿದನೆ ?"

"ಸುವರ್ಣ ಮುದ್ರೆಗಳ ಬೆಳಕು ಕಣ್ಣಿಗೆ ಬಿದ್ದರೆ ಎಲ್ಲ ರಾಜಶಾಸನಗಳೂ ಕರಗಿ ನೀರಾಗುತ್ತವೆ" ಎಂದ ಚಂದ್ರನಾಥ.

"ಅಂದರೆ... ಲಂಚ ಕೊಡಬೇಕೆಂದು ಹೇಳುತ್ತಿದ್ದೀರ ? ಚಾಣಕ್ಯ ಸುಮ್ಮನೆ ಬಿಡುತ್ತಾನೆಯೇ ?" ಸುಮಿತ್ರ ಆತಂಕ ನಟಿಸಿದ.

"ಅವನ ಬಳಿಗೆ ಹೋಗಿ ಕೆಲಸವಾಗದಿದ್ದರೆ ಬೇರೆ ಅಮಾತ್ಯರನ್ನು ಹಿಡಿಯುವುದು. ಅವರಿಗೆ ಆಮಿಷ ತೋರಿಸುವುದು" ಎಂದ ಬುದ್ಧದಾಸ.

"ಅವರು ಒಪ್ಪುವರೆಂದು ನಿಮಗೆ ಅನ್ನಿಸುತ್ತಿದೆಯೇ ?"

"ಸುಮಿತ್ರ" ಅಜಿತ ನಗುತ್ತಾ ಹೇಳಿದ, "ಚಾಣಕ್ಯನೊಬ್ಬ ಬ್ರಹ್ಮಚಾರಿ. ಅವನಿಗೆ ಆದರ್ಶಗಳ ಅಮಲಿರುವುದು ಸಹಜ. ಆದರೆ ಉಳಿದವರು ಹಾಗಲ್ಲ, ಸಂಸಾರವಂದಿಗರು. ಎಷ್ಟೋ ವರ್ಷಗಳ ಕಾಲ ಸೇನಾಧ್ಯಕ್ಷರಾಗಿದ್ದು ಬರಿಯ ಸಂಬಳ, ಗಣ್ಯತೆಯನ್ನು ಮಾತ್ರ ಗಳಿಸಿದವರು. ಸಂಪತ್ತನ್ನು ಕಂಡವರಲ್ಲ, ಲಾಭದ ದೃಷ್ಟಿಯಿಂದಲೇ ಚಂದ್ರಗುಪ್ತನಿಗೆ ಸಹಾಯ ಮಾಡಿರುತ್ತಾರೆ. ಆದರೆ ಚತುರನಾದ ಚಾಣಕ್ಯ ಅವರ ಸ್ಥಾನ ಬದಲಿಸಿ ಅಮಾತ್ಯರನ್ನಾಗಿ ಮಾಡಿ ಕೈತೊಳೆದುಕೊಂಡ. ಲಾಭ ಕನಸಾಯಿತು. ಆ ಅಸಮಾಧಾನ ಅವರಲ್ಲಿದ್ದೇ ಇರುತ್ತದೆ. ಇಂಥ ಅವಕಾಶ ಬಂದಾಗ ಎರಡೂ ಕೈ ಚಾಚಿ ಸ್ವಾಗತಿಸುತ್ತಾರೆ" ಯಶೋಧರ ವಿವರಿಸಿದ.

"ಅಲ್ಲ" ಸುಮಿತ್ರ ಹೇಳಿದ, "ಮಹಾಮಾತ್ಯನಾಗಿ ಸರ್ವ ಸೂತ್ರಗಳನ್ನು ಕೈಯಲ್ಲಿ ಹಿಡಿದಿರುವ ಚಾಣಕ್ಯ ಅವರ ಮಾತಿಗೆ ಬೆಲೆ ಕೊಡುತ್ತಾನೆಯೇ ?"

"ಕೊಡಲೇಬೇಕು, ನಾವು ಕೊಡುವ ಸುವರ್ಣ ಮುದ್ರೆಗಳನ್ನು ಅವರು ಒಪ್ಪಿದರೆಂದರೆ, ಅದನ್ನು ಪ್ರತಿಷ್ಠೆಯ ಪ್ರಶ್ನೆ ಮಾಡಿಕೊಂಡು ಘರ್ಷಣೆಗೆ ಇಳಿಯುತ್ತಾರೆ" ಎಂದ ಚಂದ್ರನಾಥ.

"ಆಗ ಚಾಣಕ್ಯ ಅವರನ್ನು ಅಮಾತ್ಯ ಪದವಿಯಿಂದಲೇ ತೆಗೆದುಹಾಕುತ್ತಾನೆ."

"ಹಾಗೇನಾದರೂ ಆದರೆ ಒಳ್ಳೆಯದೇ ಆಯಿತು" ಎಂದು ಬುದ್ಧದಾಸ ಹೇಳಿದ, "ಅಪಮಾನಿತರಾದ ಅವರು ಸುಮ್ಮನಿರುವುದಿಲ್ಲ, ವಿದ್ರೋಹದ ಆಲೋಚನೆ ಮಾಡಿಯೇ ಮಾಡುತ್ತಾರೆ. ಆಗ ಪರೋಕ್ಷವಾಗಿ ನಾವೂ ಅವರ ಜೊತೆ ಸೇರಿ, ಆಡಳಿತವನ್ನೇ ಬದಲಿಸುವ ಪ್ರಯತ್ನ ಪಡುವುದು. ನಮಗೆ ಬೇಕಾದ ಆಡಳಿತ ತರುವುದು. ಅದನ್ನು ಹೇಗೆ ಮಾಡಬೇಕೆಂದು ಆ ಚಾಣಕ್ಯನೇ ನಮಗೆ ಕಲಿಸಿಕೊಟ್ಟಿದ್ದಾನೆ."

"ಅವರು ಮಾಡಿದಂತೆ ನಾವು ಮಾಡಲು ಸಾಧ್ಯವೇ ? ಅವರಿಗಾದರೆ ಅಖಂಡವಾದ ಜನ ಬೆಂಬಲವಿತ್ತು."

"ಧನ ಚೆಲ್ಲಿದರೆ ಬೆಂಬಲ ನೀಡಲು ಜನರಿಗೇನು ಕೊರತೆ ? ತಕ್ಷಣದ ಲಾಭಕ್ಕೆ ಬಾಯಿ ಬಿಡುವ ಸಾವಿರಾರು ಜನ ನಮ್ಮ ಹಿಂದೆ ಬರುತ್ತಾರೆ. ಹೇಗಿದ್ದರೂ ಅಮಾತ್ಯ ರಾಕ್ಷಸರು ನಗರದಿಂದ ಹೊರಗಿದ್ದಾರೆ. ಅವರನ್ನೇ ಕರೆತಂದು ಮುಂದೆ ನಿಲ್ಲಿಸಿದರೆ ಎಲ್ಲ ಸಾಧ್ಯವಾಗುತ್ತದೆ" ಎಂದ ಅಜಿತ.

ಸುಮಿತ್ರ ಸ್ವಲ್ಪ ಹೊತ್ತು ಸುಮ್ಮನಾದ. ಅವನು ಚಿಂತೆ ಮಾಡುವಂತಾಗಿತ್ತು. ಅವರು ಬಹಳ ದೂರಾಲೋಚನೆ ಮಾಡಿದ್ದಾರೆ ಎನ್ನಿಸಿತು. ಈಗ ತಾನೇನು ಮಾಡಬೇಕೆಂದು ಮನಸ್ಸಿನಲ್ಲೇ ನಿರ್ಧರಿಸಿಕೊಳ್ಳುತ್ತಿದ್ದ.

"ಏಕೆ ಸುಮಿತ್ರ ಸುಮ್ಮನಾದೆ ?" ಯಶೋಧರ ಹೇಳಿದ, "ನಿನ್ನ ಅಭಿಪ್ರಾಯವನ್ನು ಹೇಳಲೇ ಇಲ್ಲ" ಎಂದು ಚಂದ್ರನಾಥ ಕೇಳಿದ.

"ನನಗನ್ನಿಸುತ್ತದೆ" ಸುಮಿತ್ರ ಹೇಳಿದ, "ಮಹಾಮಾತ್ಯ ಚಾಣಕ್ಯನ ಬಳಿ ನಿಯೋಗ ತೆಗೆದುಕೊಂಡು ಹೋಗುವುದರಲ್ಲಿ ಅರ್ಥವಿಲ್ಲ."

"ಏಕೆ ? ಅದರಿಂದ ತೊಂದರೆಯಾಗುತ್ತದೆಯೇ ?" ಅಜಿತ ಕೇಳಿದ.

"ಹೌದು, ಈಗಿರುವ ಕೆಲಸಕ್ಕೂ ಕಲ್ಲು ಬೀಳುತ್ತದೆ. ಏಕೆಂದರೆ ನಮ್ಮ ಬೇಡಿಕೆಯನ್ನು ಅವನು ಖಂಡಿತ ಈಡೇರಿಸುವುದಿಲ್ಲ, ಆಮೇಲೆ ನಾವು ಬೇರೆ ಅಮಾತ್ಯರ ಬಳಿಗೆ ಹೋದರೆ, ಮೊದಲೇ ವಿಷಯ ತಿಳಿದ ಚಾಣಕ್ಯ ಅವರ ಮಾತನ್ನು ಲೆಕ್ಕಿಸುವುದಿಲ್ಲ."

"ಹಾಗಾದರೆ ನಾವೇನು ಮಾಡಬೇಕೆಂದು ನಿನ್ನ ಅಭಿಪ್ರಾಯ?" ಬುದ್ಧದಾಸ ಆತುರದಿಂದ ಕೇಳಿದ.

"ನಾವು ಅಮಾತ್ಯರ ಮೂಲಕವೇ ಹೋದರೆ ಅವರನ್ನು ಒಪ್ಪಿಸಿ, ಅವರು ನಮ್ಮ ಪರವಾಗಿ ಮಾತಾಡಿದರೆ, ಏನಾದರೂ ಸಾಧ್ಯವಾಗಬಹುದೇನೋ!"

"ಒಳ್ಳೆಯ ಆಲೋಚನೆ" ಎಂದ ಅಜಿತ.

"ಹೌದು, ಅದೇ ಸೂಕ್ತ" ಎಂದ ಯಶೋಧರ.

"ಆದರೆ ನಾವು ಭಾಗುರಾಯಣನನ್ನು ಮುಟ್ಟುವಂತಿಲ್ಲ" ಎಂದ ಸುಮಿತ್ರ.

"ಏಕೆ? ಅವನು ಈಗ ಅಮಾತ್ಯನಲ್ಲವೇ!" ಎಂದ ಬುದ್ಧದಾಸ.

"ಆದರೆ ಅವನು ಚಕ್ರವರ್ತಿ ಚಂದ್ರಗುಪ್ತನ ಮಾವನೆಂಬುದನ್ನು ಮರೆತಿರಾ? ಅವನು ತನ್ನ ಅಳಿಯ ಮತ್ತು ಮಗಳಿಗೆ ನಿಷ್ಠನಾಗಿರುವುದು ಸಹಜವಲ್ಲವೆ? ಅವನ ಗಮನಕ್ಕೆ ಬಿದ್ದರೆ ಇನ್ನೂ ಕಷ್ಟವಾಗಬಹುದು."

"ಹೌದು, ಸುಮಿತ್ರ ಹೇಳುವುದು ಸರಿ" ಎಂದು ಎಲ್ಲರೂ ಅವನನ್ನು ಮಾತಾಡಿಸದಿರಲು ಒಪ್ಪಿದರು.

ನಂತರ ಅವರು ಡಿಂಗಿರಾತ, ಭದ್ರಭಟ, ಚಿತ್ರವರ್ಮರು ಅಮಾತ್ಯಪದವಿಯನ್ನು ಅಲಂಕರಿಸಿದ ಸಂತೋಷಾರ್ಥ ಸುಮಿತ್ರನ ಪಾನಗೃಹದಲ್ಲೇ ಒಂದು ಸೌಹಾರ್ದಕೂಟವನ್ನು ಏರ್ಪಡಿಸಿ, ಅಲ್ಲೇ ವಿಷಯ ಪ್ರಸ್ತಾಪ ಮಾಡಬೇಕೆಂದು ದಿನ ಗೊತ್ತುಪಡಿಸಿಕೊಂಡರು.

ಕಿಂಡಿಯಿಂದ ಕೇಳಿದ ನಿಪುಣಕ ಕೂಡಲೇ ಚಾಣಕ್ಯನ ಕಿವಿಗೆ ವಿಷಯ ಹಾಕಿದ. ಅವನಿಂದ ಡಿಂಗಿರಾತ ಮತ್ತು ಮಿತ್ರರಿಗೂ ವಿಷಯ ಹೋಯಿತು. ಸುಮಿತ್ರನಿಂದ ಜೀವಸಿದ್ಧಿ, ಸಮಿದ್ಧಾರ್ಥಕ, ಕರಭಕ ಮತ್ತು ವಿರಾಧಗುಪ್ತರಿಗೂ ವಿಷಯ ತಿಳಿಯಿತು. ರಾಕ್ಷಸನನ್ನು ಕಾಣಲು ಗಿರಿಪುರಕ್ಕೆ ಹೊರಟಿದ್ದ ಕರಭಕ, ವಣಿಕ ಶ್ರೇಣಿಯ ವರ್ತಕರ ಪ್ರಯತ್ನದ ಫಲವೇನಾಗುವುದೋ ಎಂದು ತಿಳಿದು ಹೋಗುವುದೇ ಸರಿಯೆಂದು ಕಾಯತೊಡಗಿದ. ಇದೇ ರಾಕ್ಷಸನ ಮುಂದಿನ ಹೆಜ್ಜೆಗೆ ನಿರ್ಣಾಯಕವಾಗುವುದೆಂದು ಅವನು ತರ್ಕಿಸಿದ.

★ ★ ★

ನಿಗದಿತ ದಿನ ರಾತ್ರಿ ಸುಮಿತ್ರನ ಪಾನಗೃಹದ ಸ್ವಂತ ಕೋಣೆಯಲ್ಲಿ ಡಿಂಗಿರಾತ, ಭದ್ರಭಟ ಮತ್ತು ಚಿತ್ರವರ್ಮರಿಗೆ ವಣಿಕ ಶ್ರೇಣಿಯ ವರ್ತಕರು ಮಧು ಮತ್ತು ಬಗೆಬಗೆಯ ಭಕ್ಷ್ಯಗಳಿಂದ ಸಂತೃಪ್ತಿ ಪಡಿಸಿದರು.

"ಇಷ್ಟೆಲ್ಲ ವ್ಯವಸ್ಥೆ ಮಾಡುವಿರೆಂದು ನಾನು ನಿರೀಕ್ಷಿಸಿರಲಿಲ್ಲ" ಎಂದ ಡಿಂಗಿರಾತ.

"ಇದರ ಅಗತ್ಯವೂ ಇರಲಿಲ್ಲ" ಎಂದ ಭದ್ರಭಟ.

"ಇಲ್ಲಿಯವರೆಗೆ ಯಾರೂ ನಮ್ಮನ್ನು ಹೀಗೆ ಕರೆದು ವಿಶೇಷವಾಗಿ ಸತ್ಕರಿಸಿದ ಉದಾಹರಣೆಗಳಿಲ್ಲ" ಎಂದ ಚಿತ್ರವರ್ಮ.

"ಅಯ್ಯೋ ಹಾಗೆಂದುಕೊಂಡರೆ ಹೇಗೆ? ನೀವು ನಮ್ಮ ಮಗಧದ ಆಧಾರ ಸ್ತಂಭಗಳಾಗಿದ್ದವರು" ಎಂದ ಅಜಿತ.

"ನೀವು ಸೇನೆಯನ್ನು ಸಮರ್ಥವಾಗಿ ನಿರ್ವಹಿಸಿದ್ದರಿಂದಲೇ ಇಷ್ಟು ಕಾಲ ದೇಶ ಸುಭದ್ರವಾಗಿತ್ತು" ಎಂದ ಯಶೋಧರ.

"ಅಂದರೆ ನಾವು ಚಂದ್ರಗುಪ್ತನಿಗೆ ಬೆಂಬಲ ನೀಡಿದೆವೆಂದು ನಿಮಗೆ ಅಸಮಾಧಾನ ವಿಲ್ಲವೆ ?" ಎಂದು ಚಿತ್ರವರ್ಮ ಕೇಳಿದ.

"ಖಂಡಿತ ಇಲ್ಲ, ಆಗ ನೀವು ಮಾಡಿದ್ದು ಸರಿ. ಧನನಂದ ಹೋಗಿದ್ದು ನಮಗೆ ಚಿಂತೆಯಿಲ್ಲ, ಆದರೆ ದಕ್ಷರಾದ ಅಮಾತ್ಯ ರಾಕ್ಷಸರು ದೂರವಾದದ್ದು ದುಃಖಕರವಾಗಿದೆ" ಎಂದ ಬುದ್ಧದಾಸ.

"ಆ ನೋವು ನಮಗೂ ಇದೆ. ಯಾರು ಹೋದರೂ ಅವರು ಇರಬೇಕಾಗಿತ್ತು. ಎಷ್ಟೇ ಆಗಲಿ ಅವರು ಇಲ್ಲಿಯವರು, ನಮ್ಮವರು, ಚಾಣಕ್ಯನಂತೆ ಬೇರೆಯವರಲ್ಲ" ಎಂದ ಭದ್ರಭಟ.

"ಅಲ್ಲ ಸುಮ್ಮನೆ ಕೇಳುತ್ತೇನೆ" ಸುಮಿತ್ರ ಹೇಳಿದ, "ಒಂದು ವೇಳೆ ರಾಕ್ಷಸರೇ ಮತ್ತೆ ಬಂದರೆ ನೀವೆಲ್ಲ ಬೆಂಬಲ ನೀಡಲು ಸಿದ್ಧರಾಗಿದ್ದೀರಾ ?"

"ಖಂಡಿತ" ಡಿಂಗಿರಾತ ತಕ್ಷಣ ಹೇಳಿದ, "ನಮಗೂ ಈ ಸ್ವಲ್ಪ ದಿನಕ್ಕೇ ಸಾಕಾಗಿ ಹೋಗಿದೆ."

"ಏಕೆ ? ಏನಾಯಿತು ?" ಚಂದ್ರನಾಥ ಕೇಳಿದ.

ಡಿಂಗಿರಾತ ಹೇಳಿದ, "ಆ ಚಾಣಕ್ಯ ಅತಿ ಸ್ವಪ್ರತಿಷ್ಠೆಯ ವ್ಯಕ್ತಿ. ಎಲ್ಲ ತನ್ನದೇ ನಡೆಯ ಬೇಕೆನ್ನುತ್ತಾನೆ. ಹೆಸರಿಗೆ ಮಾತ್ರ ಅಮಾತ್ಯರಾಗಿರಲು ನಮಗೇನು ?"

"ಹೌದು, ಇದು ನಿಮ್ಮ ಪ್ರತಿಷ್ಠೆಯ ಪ್ರಶ್ನೆ. ಎಷ್ಟು ದೀರ್ಘಕಾಲ ನೀವು ಮಗಧಕ್ಕೆ ಸೇವೆ ಸಲ್ಲಿಸಿದ್ದೀರಿ !" ಎಂದು ಅಜಿತ ಹೇಳಿದ.

"ಅದು ಸರಿ, ಇದೆಲ್ಲ ಸುಮಿತ್ರನ ವೆಚ್ಚವೋ ಅಥವಾ ಈ ವೆಚ್ಚದಲ್ಲಿ ಎಲ್ಲರ ಪಾಲೂ ಇದೆಯೋ ?" ಎಂದ ಭದ್ರಭಟ ನಗುತ್ತಾ ಕೇಳಿದ.

"ವೆಚ್ಚ ಸುಮಿತ್ರನದೇ ಆದರೂ, ನಿಮ್ಮ ಸತ್ಕಾರದ ವಿಷಯದಲ್ಲಿ ನಾವೆಲ್ಲ ಒಮ್ಮತದಿಂದಿದ್ದೇವೆ. ಜೊತೆಗೆ ನಿಮ್ಮಲ್ಲಿ ಒಂದು ಅರಿಕೆಯೂ ಇದೆ" ಎಂದ ಚಂದ್ರನಾಥ ಹಿಂಜರಿಯುತ್ತ,

"ಏನದು ? ಹೇಳಿ ಸಂಕೋಚವೇಕೆ ?" ಚಿತ್ರವರ್ಮ ಕೇಳಿದ.

"ಹೊಸ ಆಡಳಿತ ಬಂದ ಮೇಲೆ ನಮ್ಮ ವ್ಯಾಪಾರವೆಲ್ಲ ಸಂಕಷ್ಟ ಸ್ಥಿತಿ ತಲುಪಿದೆ. ಹೀಗೇ ಆದರೆ ನಾವೂ ನಮ್ಮ ವ್ಯಾಪಾರವನ್ನು ಸ್ಥಗಿತಗೊಳಿಸಬೇಕಾಗುತ್ತದೆ" ಎಂದ ಚಂದ್ರನಾಥ ಸಪ್ಪೆಮುಖ ಮಾಡಿಕೊಂಡು.

"ಏಕೆ ? ಅಂಥದ್ದೇನಾಯಿತು ?" ಭದ್ರಭಟ ಕೇಳಿದ.

"ಈಗಿರುವ ಕರವೇ ಹೆಚ್ಚು, ಜೊತೆಗೆ ಈಗ ಅರಮನೆಯೇ ಸಾಮಗ್ರಿಗಳ ಬೆಲೆ ನಿಗದಿ ಮಾಡಿದರೆ ಲಾಭವಿರಲಿ, ನಾವು ನಮ್ಮ ಮೂಲಧನವನ್ನು ಉಳಿಸಿಕೊಳ್ಳುವುದೂ ಕಷ್ಟವಾಗುತ್ತದೆ" ಎಂದು ಅಜಿತ ವಿವರಿಸಿದ.

"ಆದ್ದರಿಂದ ತಾವು ಮಹಾಮಾತ್ಯರೊಂದಿಗೆ ಚರ್ಚಿಸಿ, ಈಗಿನ ಕರವನ್ನು ಕಡಿಮೆ ಮಾಡುವಂತೆ ಮತ್ತು ಬೆಲೆ ನಿಗದಿಯ ಪ್ರಯತ್ನವನ್ನು ಕೈಬಿಡುವಂತೆ ಒಪ್ಪಿಸಬೇಕು."

"ಅವನನ್ನು ಒಪ್ಪಿಸುವುದು ಅಷ್ಟು ಸುಲಭವಲ್ಲವೆನಿಸುತ್ತದೆ" ಎಂದ ಡಿಂಗಿರಾತ.

"ಅದು ಸಾಧ್ಯವಾಗದಿದ್ದರೆ ನಾವು, ನಮ್ಮಂಥ ಹಲವರು ವ್ಯಾಪಾರ ನಿಲ್ಲಿಸಲೇ ಬೇಕಾಗುತ್ತದೆ" ಎಂದ ಅಜಿತ.

"ಇದು ತುಂಬಾ ಯೋಚಿಸಬೇಕಾದ ವಿಷಯ ಅಲ್ಲವೆ ?" ಎಂದು ಚಿತ್ರವರ್ಮ, ಡಿಂಗಿರಾತ ಮತ್ತು ಭದ್ರಭಟರ ಮುಖ ನೋಡಿದ.

ಅರ್ಥ ಮಾಡಿಕೊಂಡವನಂತೆ ಡಿಂಗಿರಾತ ಕೇಳಿದ, ''ಅದಿರಲಿ, ನೀವು ವರ್ಷಕ್ಕೆ ಎಷ್ಟು ವ್ಯಾಪಾರ ಮಾಡುತ್ತೀರಿ ? ಗಳಿಸುವ ಒಟ್ಟು ಲಾಭದ ಪ್ರಮಾಣವೇನು ? ಅದರ ಕರ ಕೊಡಬೇಕಾದುದೆಷ್ಟು ? ಎಂದು ಹೇಳಲು ಸಾಧ್ಯವೇ ?''

ಹಾಗೆಂದ ಕೂಡಲೇ ಸುಮಿತ್ರ ಎದ್ದು ಹೋಗಿ ಮೂರು ಥೈಲಿಗಳನ್ನು ತಂದು ಎದುರಿಗೆ ಇರಿಸಿ ಹೇಳಿದ, ''ಅದನ್ನೆಲ್ಲ ತಿಳಿದುಕೊಳ್ಳುವುದರಿಂದ ಯಾವ ಪ್ರಯೋಜನವೂ ಇಲ್ಲ ಅಮಾತ್ಯರೇ. ನೀವೂ ಬದುಕಿ, ನಮ್ಮನ್ನೂ ಬದುಕಿಸಿ'' ಎಂದು ಕೈಮುಗಿದ.

''ಏನಿದು ?'' ಎನ್ನುತ್ತ ಮೂವರೂ ಥೈಲಿಗಳ ಬಾಯಿ ಬಿಚ್ಚಿದರು. ಒಳಗಿದ್ದ ಸುವರ್ಣ ಮುದ್ರೆಗಳ ಕಾಂತಿ ಕಣ್ಣು ಕೋರೈಸಿ ಮುಖ ಅರಳಿತು.

''ತಲಾ ಒಂದು ಸಾವಿರ ಮುದ್ರೆಗಳಿವೆ. ಇದು ಮುಂಗಡ ಅಷ್ಟೆ ಕೆಲಸ ಮುಗಿದ ಮೇಲೆ ಇನ್ನೂ ತಲಾ ಒಂದೂವರೆ ಸಾವಿರ ಮುದ್ರೆಗಳು ನಿಮ್ಮದಾಗುತ್ತವೆ ಮತ್ತು ಮುಂದೆ ಪ್ರತಿ ತಿಂಗಳು ಇಂತಿಷ್ಟೆಂದು ತಮಗೆ ಕಾಣಿಕೆ ಸಂದಾಯವಾಗುತ್ತದೆ'' ಎಂದ ಅಜಿತ.

ಡಿಂಗಿರಾತ ''ನಾವು ಲಂಚ ತೆಗೆದುಕೊಂಡಂತಾಗುವುದಿಲ್ಲವೇ ?'' ಎಂದು ಅನುಮಾನ ದಿಂದೆಂಬಂತೆ ಮಿತ್ರರ ಮುಖ ನೋಡಿದ.

''ಛೀ ಛೀ ಛೀ !'' ಚಂದ್ರನಾಥ ಹೇಳಿದ, ''ಹಾಗೆಂದು ಭಾವಿಸಬೇಡಿ ಅಮಾತ್ಯರೇ, ಇದು ಲಂಚವಲ್ಲ, ಉಡುಗೊರೆ. ನಮಗೆ ನಿಮ್ಮ ಮೇಲಿರುವ ಗೌರವದ ಸಂಕೇತ ಅಷ್ಟೆ ರಾಷ್ಟ್ರಕ್ಕಾಗಿ ದುಡಿಯುವ ನೀವೂ ಸುಖವಾಗಿರುವುದು ನಿಮ್ಮ ಅಧಿಕಾರ. ಬರಿಯ ಸಂಬಳದಿಂದ ಯಾವ ಸುಖವಿದೆ ?''

ಅಜಿತ ಹೇಳಿದ, ''ನೀವು ಕೆಲಸ ಮಾಡಿಕೊಡದಿದ್ದರೂ ಚಿಂತೆಯಿಲ್ಲ, ಇದನ್ನು ನಮ್ಮ ವಿಶ್ವಾಸದ ಉಡುಗೊರೆಯೆಂದು ಭಾವಿಸಿದರೆ ಸಾಕು. ಅದೇ ನಮಗೆ ಸಂತೋಷ.''

''ಛೇ ಛೇ ! ಧನ ತೆಗೆದುಕೊಂಡು ಕೆಲಸ ಮಾಡಿಕೊಡುವುದಿಲ್ಲವೆಂದರೆ ಯಾರು ಮೆಚ್ಚುತ್ತಾರೆ'' ಎಂದ ಭದ್ರಭಟ.

''ಚಾಣಕ್ಯನ ಮುಂದೆ ನಿಮ್ಮ ಪ್ರತಿಷ್ಠೆಯನ್ನು ಹೆಚ್ಚಿಸಿಕೊಳ್ಳಲೆಂದಾದರೂ ನೀವು ಈ ಪ್ರಯತ್ನ ಮಾಡಬೇಕು'' ಎಂದ ಬುದ್ಧದಾಸ.

''ಅಲ್ಲದೆ ಇದು ಸಾಮ್ರಾಜ್ಯದ ಹಿತದೃಷ್ಟಿಯಿಂದ ಗಮನಿಸಲೇಬೇಕಾದ ಅಂಶವಾಗಿದೆ'' ಎಂದ ಡಿಂಗಿರಾತ.

ಅವರು ಅಲ್ಲಿಂದ ಹೊರಟ ಮೇಲೆ ಅಜಿತ ಮತ್ತು ಮಿತ್ರರು ಸಂತೋಷದಿಂದ ಪರಸ್ಪರ ಅಭಿನಂದಿಸಿಕೊಂಡರು. ಯಥಾಪ್ರಕಾರ ನಿಪುಣಕನಿಂದ ಚಾಣಕ್ಯನಿಗೆ, ಕರಭಕ ಮತ್ತು ಉಳಿದವರಿಗೆ ವಿಷಯ ತಿಳಿಯಿತು. ಚಾಣಕ್ಯ ಭಾಗುರಾಯಣನ ಮೂಲಕ ಹೇಳಬೇಕಾದು ದನ್ನು ಡಿಂಗಿರಾತ ಮತ್ತು ಮಿತ್ರರಿಗೆ ತಿಳಿಸಿದ.

ಮರುದಿನವೇ ಮಂತ್ರಶಾಲೆಯಲ್ಲಿ ಅಮಾತ್ಯ ಪರಿಷತ್ತಿನ ಸಭೆ ನಡೆಯಿತು. ಚಂದ್ರಗುಪ್ತ ಅದರಲ್ಲಿ ಭಾಗವಹಿಸಿರಲಿಲ್ಲ, ಚಾಣಕ್ಯ, ಚರಣ, ಡಿಂಗಿರಾತ, ಭಾಗುರಾಯಣ, ಭದ್ರಭಟ ಮತ್ತು ಚಿತ್ರವರ್ಮ ಭಾಗವಹಿಸಿದ್ದರು. ಅದೇ ಕಾವಲುಗಾರರಿರುವರೆಂಬುದನ್ನು ಚಾಣಕ್ಯ ಆಗಲೇ ಖಚಿತಪಡಿಸಿಕೊಂಡಿದ್ದ, ಅದರಲ್ಲಿ ಸುದತ್ತ ಎಂಬುವನ ಮುಖಭಾವದಿಂದ ಅವನೇ ರಾಕ್ಷಸನ ಕಡೆಯವನೆಂಬುದನ್ನು ಖಚಿತಪಡಿಸಿಕೊಂಡಿದ್ದ.

ಬೇರೆ ವಿಷಯಗಳಿಗೆ ಸಂಬಂಧಿಸಿದಂತೆ ಚರ್ಚೆ ನಡೆಯಿತು. ನಂತರ ಪ್ರಾಸಂಗಿಕವಾಗಿ ಎಂಬಂತೆ ಡಿಂಗಿರಾತ ಹೇಳಿದ, "ಮಹಾಮಾತ್ಯ, ನಮ್ಮ ಗಮನಕ್ಕೆ ಬಂದ ಇನ್ನೊಂದು ಮುಖ್ಯವಾದ ವಿಷಯವಿದೆ. ಅದರ ಚರ್ಚೆ ನಡೆಯಬೇಕೆಂದು ನನ್ನ ಆಸೆ."

"ಏನದು ಹೇಳಿ ಅಮಾತ್ಯರೇ ?" ಚಾಣಕ್ಯ ಕೇಳಿದ.

"ಹೊರನಾಡುಗಳಿಂದ ಸಾಮಗ್ರಿ ತರಿಸಿ ಮಾರುವ ಹರಳುಗಳು ಮುಂತಾದ ಅಮೂಲ್ಯ ವಸ್ತುಗಳನ್ನು ಮಾರಾಟ ಮಾಡುವ ದೊಡ್ಡವರ್ತಕರಿಂದಲೇ ಕರದ ರೂಪದಲ್ಲಿ ನಮ್ಮ ಭಂಡಾರಕ್ಕೆ ಹೆಚ್ಚಿನ ಧನ ಬರುತ್ತದೆ. ಅವರೆಲ್ಲ ತಮ್ಮ ವ್ಯಾಪಾರವನ್ನೇ ನಿಲ್ಲಿಸಿಬಿಟ್ಟರೆ ಭಂಡಾರ ಬರಿದಾಗುತ್ತದೆ."

"ಹೊಸ ವಿಷಯ ಹೇಳುತ್ತಿರುವಿರಲ್ಲ, ಅಮಾತ್ಯ !" ಚಾಣಕ್ಯ ಸ್ವಲ್ಪ ನಗುತ್ತ ಕೇಳಿದ, "ಅವರು ವ್ಯಾಪಾರ ನಿಲ್ಲಿಸುತ್ತಾರೆಂದು ನಿಮಗೆ ಯಾರು ಹೇಳಿದರು ?"

"ವ್ಯಾಪಾರವೆಂದರೆ ಲಾಭ ಸಂಪಾದನೆ. ಮೂಲಧನಕ್ಕೇ ಮೋಸವಾಗುವುದಾದರೆ ಅವರು ವ್ಯಾಪಾರ ನಿಲ್ಲಿಸದೆ ಏನು ಮಾಡುತ್ತಾರೆ ?" ಭದ್ರಭಟ ಸ್ವಲ್ಪ ಅಸಹನೆಯಿಂದ ಕೇಳಿದ.

"ಈಗಿರುವ ಕರಭಾರವೇ ಹೆಚ್ಚಾಗಿದೆ. ಏನೋ ಅಲ್ಪ ಸ್ವಲ್ಪ ಲಾಭವಿರಿಸಿಕೊಂಡು ವ್ಯಾಪಾರ ಮಾಡುತ್ತಿದ್ದರು. ಈಗ ಅರಮನೆಯಿಂದಲೇ ಅವರು ವ್ಯಾಪಾರ ಮಾಡುವ ವಸ್ತುಗಳ ಬೆಲೆ ನಿಗದಿಪಡಿಸುವುದಾದರೆ, ಅವರು ಸಂಕಷ್ಟಕ್ಕೆ ಸಿಲುಕುತ್ತಾರೆ" ಎಂದ ಚಿತ್ರವರ್ಮ.

"ಇದ್ದಕ್ಕಿದ್ದ ಹಾಗೆ ದೊಡ್ಡ ವರ್ತಕರ ಬಗ್ಗೆ ನಿಮಗೆ ಸಹಾನುಭೂತಿ ಮೂಡಲು ಕಾರಣವೇನು ?" ಎದು ಭಾಗುರಾಯಣ ನಗುತ್ತ ಕೇಳಿದ.

"ಸಾಕಷ್ಟು ಲಾಭ ಸಂಪಾದಿಸಿ ಸುಖ ವೈಭವದಲ್ಲಿ ಬಾಳುತ್ತಿರುವ ಆ ವರ್ತಕರಿಗೆ, ಎಲ್ಲಿ ತಮಗೆ ಸಿಗುವ ಲಾಭದ ಪ್ರಮಾಣ ಕಡಿಮೆಯಾಗುವುದೋ ಎಂಬ ಭಯ. ಅದಕ್ಕೇ ಅವರು ನಮ್ಮ ಅಮಾತ್ಯರನ್ನು ಕಂಡು ಕಣ್ಣೀರು ಸುರಿಸಿರಬೇಕು."

"ಹೌದು, ಅವರಲ್ಲಿ ಕೆಲವರು ತಮ್ಮ ಸಂಕಷ್ಟ ಹೇಳಿಕೊಂಡರು. ಆದರೆ ಅವರ ಬಗ್ಗೆ ನಮ್ಮ ಸಹಾನುಭೂತಿಯೆನ್ನುವುದಕ್ಕಿಂತ, ಅವರು ಕೇಳುತ್ತಿರುವುದು ನ್ಯಾಯೋಚಿತವಾಗಿದೆಯಲ್ಲವೇ ?" ಎಂದ ಡಿಂಗಿರಾತ.

"ಅವರು ಹೇಳಿದರೆ, ಅವರು ಹೇಳಿದರೆಂದು ನೀವೂ ಹೇಳಿದರೆ ಅದು ನ್ಯಾಯೋಚಿತವಾಗುವುದಿಲ್ಲ ಅಮಾತ್ಯರೆ. ಅದನ್ನು ನಾವು ನಿರ್ಧರಿಸಬೇಕು" ಎಂದ ಚಾಣಕ್ಯ.

"ನಾವು ಎಂದರೆ ಅಮಾತ್ಯ ಪರಿಷತ್ತು ತಾನೇ ?" ಎಂದ ಭದ್ರಭಟ.

ಅದಕ್ಕೆ ಚರಣ ಹೇಳಿದ, "ಹೌದು, ಅಮಾತ್ಯ ಪರಿಷತ್ತು ನಿರ್ಧರಿಸಬೇಕು. ಆದರೆ ಅದು ಉಚಿತವೋ ಅಲ್ಲವೋ ಎಂಬುದನ್ನು ನಿರ್ಧರಿಸುವ ಅಂತಿಮ ಅಧಿಕಾರ ಮಾಹಾಮಾತ್ಯರಿಗೆ ಸೇರಿದ್ದು."

"ಇತರ ಅಮಾತ್ಯರ ಮಾತಿಗೆ ಬೆಲೆಯೇ ಇಲ್ಲವೇ ?" ಎಂದು ಚಿತ್ರವರ್ಮ ಅಸಮಾಧಾನದಿಂದ ಕೇಳಿದ.

ಚಾಣಕ್ಯ ಪರಿಹಾಸದಿಂದೆಂಬಂತೆ ಹೇಳಿದ, "ನಿಮ್ಮ ಮಾತಿಗೂ ಬೆಲೆಯಿದೆ, ನಿಮಗೂ ಬೆಲೆಯಿದೆ ಅಮಾತ್ಯರೇ. ಆದರೆ ನೀವು ಯಾರ ಪರ ವಹಿಸುತ್ತಿರುವಿರೆಂಬುದನ್ನು ಸ್ವಲ್ಪ ಯೋಚನೆ ಮಾಡಿ. ತಮ್ಮ ಲಾಭ ಸಂಪಾದನೆಗೆ ಜನರನ್ನು ಹೀರುವ, ಅಧಿಕಾರಸ್ಥರನ್ನು

ಓಲೈಸುವ ಅವರು ಸಹಾನುಭೂತಿಗೆ ಯೋಗ್ಯರಲ್ಲ. ಇನ್ನಷ್ಟು ಬಿಗಿಯಾದ ರಾಜಶಾಸನಗಳಿಂದ ಅವರ ಲಾಭದ ಚಟವನ್ನು ನಿಯಂತ್ರಿಸಬೇಕು."

"ಅವರೆಲ್ಲ ಒಟ್ಟಿಗೆ ವ್ಯಾಪಾರ ನಿಲ್ಲಿಸಿದರೆ ಭಂಡಾರಕ್ಕೆ ಹಾನಿಯಾಗುವುದಿಲ್ಲವೇ ? ಭಂಡಾರ ಬರಿದಾದರೆ ಸಾಮ್ರಾಜ್ಯ ನಡೆಯುವುದು ಹೇಗೆ ?" ಎಂದು ಭದ್ರಭಟ ಕೇಳಿದ.

"ಬಹಳ ಚೆನ್ನಾಗಿದೆ ನಿಮ್ಮ ತರ್ಕ ?" ಚಾಣಕ್ಯ ಜೋರಾಗಿ ನಕ್ಕ "ಅಮಾತ್ಯರೇ, ಆ ವರ್ತಕರನ್ನು ನಂಬಿಕೊಂಡು ನಾವು ರಾಜ್ಯ ನಡೆಸುತ್ತಿದ್ದೇವೆಯೇ ? ಚಂದ್ರಗುಪ್ತ ಮಹಾರಾಜರ ಸಾಮ್ರಾಜ್ಯ ಬರೀ ವರ್ತಕರನ್ನು ಅವಲಂಬಿಸುವಷ್ಟು ಕೀಳು ದೆಸೆಗಿಳಿದಿದೆಯೇ ? ಇಳಿಯುತ್ತಿದೆಯೇ ? ಹತ್ತಾರು ಜನರ ವರ್ತಕರ ಹಿತರಕ್ಷಣೆ ಮುಖ್ಯವಲ್ಲ. ಲಕ್ಷಾಂತರ ಜನ ಸಾಮಾನ್ಯ ಪ್ರಜೆಗಳ ಹಿತರಕ್ಷಣೆ ನಮಗೆ ಮುಖ್ಯ."

"ಈಗಾಗಲೇ ಸಂಪತ್ತಿನಿಂದ ಕೊಬ್ಬಿ ಇನ್ನೂ ಲೋಭದಿಂದ ಅಧಿಕಾರದಲ್ಲಿರುವವರನ್ನು ಓಲೈಸುತ್ತಿರುವ ಅವರನ್ನು ಹತ್ತಿರ ಬರಗೊಡಬೇಡಿ, ಅಮಾತ್ಯರೇ ?" ಎಂದ ಚರಣ.

"ನಾವು ಇಲ್ಲೇ ಹುಟ್ಟಿ ಬೆಳೆದವರು. ಮಗಧದ ಸೇನೆಯಲ್ಲೇ ಹಣ್ಣಾಗಿರುವವರು. ಯಾವ ಅನುಭವವೂ ಇಲ್ಲದವರು ನಮಗೆ ಬುದ್ಧಿ ಹೇಳುವುದಾದರೆ, ನಮ್ಮ ಸ್ಥಾನ ಬರೀ ಹೆಸರಿಗೆ ಮಾತ್ರ, ಎಂದು ಭಾವಿಸಬೇಕಾಗುತ್ತದೆ" ಎಂದ ಭದ್ರಭಟ.

"ಹಾಗೇಕೆ ಭಾವಿಸುತ್ತೀರಿ ?" ಭಾಗುರಾಯಣ ಅವರನ್ನು ಸಮಾಧಾನಪಡಿಸುವಂತೆ ಹೇಳಿದ, "ಮಹಾಮಾತ್ಯರ ಮಾತಿನಲ್ಲಿ ಸತ್ಯವಿದೆಯಲ್ಲವೇ ?"

ಅದಕ್ಕೆ ಚಿತ್ರವರ್ಮ ಹಂಗಿಸುವಂತೆ ಹೇಳಿದ, "ಭಾಗುರಾಯಣರೇ, ನೀವು ಈ ಮಾತನ್ನು ಹೇಳಬೇಕಾದದ್ದೇ. ಏಕೆಂದರೆ ನೀವು ಚಕ್ರವರ್ತಿಗಳ ಮಾವನಲ್ಲವೇ ? ಅದೇ ನಿಮಗೆ ದೊಡ್ಡ ಪದವಿ. ನಮ್ಮನ್ನು ಸೇನಾಧ್ಯಕ್ಷ ಪದವಿಯಿಂದ ತೆಗೆದು ಸ್ವಲ್ಪವೂ ಮಾನ್ಯತೆಯಿಲ್ಲದ ಈ ಅಮಾತ್ಯಪದವಿಯನ್ನು ಕೊಟ್ಟದ್ದರ ಉದ್ದೇಶ ನಮಗೆ ಈಗ ಅರ್ಥವಾಗುತ್ತಿದೆ."

"ಇದು ವೃಥಾ ಆಪಾದನೆ" ಎಂದ ಭಾಗುರಾಯಣ ಬೇಸರದಿಂದ.

"ಪರೋಕ್ಷವಾಗಿ ನೀವು ಚಕ್ರವರ್ತಿಗಳನ್ನು ಅವಹೇಳನ ಮಾಡುತ್ತಿರುವಿರೆಂದು ಭಾವಿಸಬೇಕಾಗುತ್ತದೆ" ಎಂದ ಚರಣ ಅಸಮಾಧಾನದಿಂದ.

"ನಿಮ್ಮ ಬಗ್ಗೆ ನನ್ನಲ್ಲಿದ್ದ ಗೌರವ ಭಾವನೆಯನ್ನು ಈಗ ನಾನು ಪುನರ್ಪರಿಶೀಲಿಸಬೇಕಾಗುತ್ತದೆ" ಎಂದ ಚಾಣಕ್ಯ.

"ಅದೆಲ್ಲ ಈಗ ಬೇಡ ಮಾಹಾಮಾತ್ಯ. ನಮ್ಮ ಬಗ್ಗೆ ನಿಮಗೆ ನಿಜವಾಗಲೂ ಗೌರವ ಭಾವನೆಯಿದ್ದರೆ, ದಯವಿಟ್ಟು ನಮ್ಮ ಬೇಡಿಕೆಯನ್ನು ಈಡೇರಿಸಿ" ಎಂದ ಡಿಂಗಿರಾತ.

"ಇದು ನಿಮ್ಮ ಬೇಡಿಕೆಯಲ್ಲ, ವರ್ತಕರ ಬೇಡಿಕೆ" ಎಂದ ಚರಣ.

"ಯಾರದಾದರೂ ಆಗಿರಲಿ, ಅದನ್ನು ಈಡೇರಿಸಬೇಕು" ಭದ್ರಭಟ ಒತ್ತಾಯ ಮಾಡುವಂತೆ ಹೇಳಿದ.

"ಈಡೇರಿಸದಿದ್ದರೆ ?" ಚಾಣಕ್ಯ ಕೇಳಿದ.

ಅವರು ಮುಖ ಮುಖ ನೋಡಿಕೊಂಡರು. ಕಡೆಗೆ ಎಲ್ಲರ ಅಭಿಪ್ರಾಯವೆಂಬಂತೆ ಡಿಂಗಿರಾತ ಹೇಳಿದ, "ನೀವೇನೋ ಮಗಧಕ್ಕೆ ಒಳ್ಳೆಯದು ಮಾಡುವಿರೆಂದು ನಂಬಿ ನಾವು ನಿಮಗೆ ಬೆಂಬಲ ನೀಡಿದೆವು. ಆದರೆ ಅದು ನಾವು ಮಾಡಿದ ತಪ್ಪೆಂದು ಈಗ ಅನ್ನಿಸುತ್ತಿದೆ. ನಮ್ಮ ಮಾತಿಗೆ ಬೆಲೆಯಿಲ್ಲದ ಈ ಅಮಾತ್ಯ ಪದವಿ ನಮಗೆ ಬೇಕಾಗಿಲ್ಲ, ಕ್ಷಮಿಸಿ, ನಿಮಗೆ

ಬೇಕಾದವರನ್ನು ನೇಮಿಸಿಕೊಳ್ಳಬಹುದು. ನಮಗೆ ಬಿಡುಗಡೆ ನೀಡಿ'' ಎಂದ ಮೂವರೂ ಕೈಮುಗಿದು ದುಡು ದುಡನೆ ಅಲ್ಲಿಂದ ಹೊರಟುಹೋದರು.

ಕೆಲವು ಕ್ಷಣ ಅವರು ಹೋದತ್ತಲೇ ನೋಡುತ್ತಿದ್ದ ಚಾಣಕ್ಯ ''ಹೋದರೆ ಹೋಗಲಿ, ಈ ಹಳೆಯ ತಲೆಗಳಿಂದ ಆಡಳಿತದಲ್ಲಿ ಹೊಸ ಚೈತನ್ಯ ತುಂಬುವ ನಮ್ಮ ಪ್ರಯತ್ನಕ್ಕೆ ಸಹಾಯ ದೊರೆಯುವುದಿಲ್ಲ'' ಎಂದ.

''ಬಹುಶಃ ಇವರು ಅಮಾತ್ಯರಾಕ್ಷಸನ ಪ್ರಚೋದನೆಯಿಂದ ಹೀಗೆ ವರ್ತಿಸುತ್ತಿರ ಬಹುದು'' ಎಂದ ಚರಣ.

''ಯಾವ ಅಮಾತ್ಯನ ಬೇಳೆಯೂ ನಮ್ಮಲ್ಲಿ ಬೇಯುವುದಿಲ್ಲವೆಂಬುದು ಇವರಿಗೆ ಇನ್ನೂ ಅರ್ಥವಾಗಿಲ್ಲ'' ಎಂದ ಚಾಣಕ್ಯ, ಹಗುರವಾಗಿ ನಕ್ಕು ಆಕಸ್ಮಿಕವೆಂಬಂತೆ ಸುದತ್ತನತ್ತ ನೋಡಿದ. ಅವನು ತಕ್ಷಣ ಮುಖ ತಿರುಗಿಸಿ ಎತ್ತಲೋ ನೋಡತೊಡಗಿದ.

ಸುದತ್ತ ಆ ದಿನ ತನ್ನ ಸರದಿಯ ಕಾವಲು ಮುಗಿದ ತಕ್ಷಣ ಮನೆಗೆ ಬಂದ. ಕತ್ತಲಾಗು ತ್ತಿದ್ದಂತೆ ಕರಭಕನನ್ನು ಹುಡುಕಿಕೊಂಡು ಊರಾಚೆಯ ಸಂಕೇತ ಸ್ಥಳಕ್ಕೆ ಹೋದ. ಕರಭಕ ಮತ್ತು ವಿರಾಧಗುಪ್ತ ಅವನಿಗಾಗಿ ಕಾದು ಕುಳಿತಿದ್ದರು. ಸುದತ್ತ ಮಂತ್ರಶಾಲೆಯಲ್ಲಿ ನಡೆದ ಎಲ್ಲ ವಿಷಯಗಳನ್ನೂ ವಿವರವಾಗಿ ತಿಳಿಸಿದ.

ಕರಭಕನಿಗೆ ಬಹಳ ಸಂತೋಷವಾಯಿತು. ''ಈಗ ನಾನು ಅಮಾತ್ಯ ರಾಕ್ಷಸರನ್ನು ಭೇಟಿ ಮಾಡಲೇಬೇಕು'' ಎಂದ ಉತ್ಸಾಹದಿಂದ.

''ಎಂಥೆಂಥ ವಿಚಿತ್ರ ತಿರುವುಗಳುಂಟಾಗುತ್ತಿವೆಯೆಂದು ನನಗೇ ಆಶ್ಚರ್ಯವಾಗುತ್ತಿದೆ'' ಎಂದ ವಿರಾಧಗುಪ್ತ.

''ಈ ತಿರುವುಗಳೇ ಈಗ ಅಮಾತ್ಯ ರಾಕ್ಷಸರ ಕೆಲಸಗಳನ್ನು ಸುಲಭಗೊಳಿಸುತ್ತವೆ.''

''ಅಬ್ಬ! ಆ ಚಾಣಕ್ಯನ ಧೋರಣೆಗೆ ಮಿತಿಯೇ ಇಲ್ಲ, ಹೋದರೆ ಹೋಗಲಿ ಎಂದು ಎಷ್ಟು ತಾತ್ಸಾರದಿಂದ ಹೇಳಿದ ಗೊತ್ತೇ ?'' ಎಂದ ಸುದತ್ತ.

''ನಿನ್ನ ಮೇಲೆ ಸಂದೇಹ ಬಂದಿಲ್ಲವೆಂದು ನಿನಗೆ ಖಚಿತವಾಗಿ ಗೊತ್ತೆ ?'' ಎಂದು ಕರಭಕ ಸುದತ್ತನನ್ನು ಕೇಳಿದ.

''ಸಾಧ್ಯವೇ ಇಲ್ಲ, ಅನುಮಾನ ಬಂದಿದ್ದರೆ ಇಷ್ಟು ದಿನ ನನ್ನನ್ನು ಅರಮನೆಯಲ್ಲಿರಲು ಬಿಡುತ್ತಿರಲಿಲ್ಲ.''

''ಇನ್ನು ಮೇಲೂ ಅಷ್ಟೆ ನಿನ್ನ ನಡವಳಿಕೆಯಲ್ಲಾಗಲೀ, ಮುಖಭಾವದಲ್ಲಾಗಲೀ ಅತಿ ಕುತೂಹಲದ ಸೂಚನೆಯೂ ಇರಬಾರದು. ಆ ಚಾಣಕ್ಯನ ಕಣ್ಣುಗಳು ಬಹಳ ಸೂಕ್ಷ್ಮ.''

''ಆ ವಿಷಯ ಬಿಡಿ. ನಾನು ಎಚ್ಚರದಿಂದಿರುತ್ತೇನೆ.''

''ಶೀಘ್ರದಲ್ಲೇ ನಾನು ಪರ್ವತನಾಡಿಗೆ ಹೊರಡುತ್ತೇನೆ. ನಾನು ಬರುವವರೆಗೂ ಇಲ್ಲಿನ ಕೆಲಸ ಕಾರ್ಯಗಳ ಕಡೆ ಗಮನ ಕೊಡಿ. ಹೋಗುವ ಮೊದಲು ಜೀವಸಿದ್ಧಿ ಮತ್ತು ಸುಮಿತ್ರನನ್ನು ಕಂಡು ಹೋಗುತ್ತೇನೆ. ನೀವೂ ಅವರ ಜೊತೆ ಸಂಪರ್ಕವಿರಿಸಿಕೊಳ್ಳಿ.''

''ಆಗಬಹುದು. ನೀನು ಮಾತ್ರ ಬೇಗ ಹೋಗಿ ಬಂದುಬಿಡು. ಅವರ ಸ್ಪಷ್ಟವಾದ ನಿರ್ದೇಶನವಿದ್ದರೆ ನಮ್ಮ ಕೆಲಸವೂ ಸುಸೂತ್ರವಾಗುತ್ತದೆ'' ಎಂದ ವಿರಾಧಗುಪ್ತ.

"ಇನ್ನು ಕೆಲವೇ ದಿನ ವಿರಾಧಗುಪ್ತ. ರಾಕ್ಷಸರ ಕಾರ್ಯ ಯಶಸ್ವಿಯಾಗಿಬಿಟ್ಟರೆ ನಮಗೆ ವಿರಾಮ. ಸದಾ ಆತಂಕದ ನಮ್ಮ ಗೂಢಚರ್ಯವೃತ್ತಿಗೆ ಕೊನೆ. ನಾವೂ ಎಲ್ಲರಂತೆ ಬಹಿರಂಗವಾಗಿ ಓಡಾಡಿಕೊಂಡಿರಬಹುದು."

ಏನಾದರೂ ಸುದ್ದಿಯಿದ್ದರೆ ತಕ್ಷಣ ತಿಳಿಸುವಂತೆ ಹೇಳಿ ಸುದತ್ತನನ್ನು ಕಳಿಸಿಕೊಟ್ಟು ಕರಭಕ ಮತ್ತು ವಿರಾಧಗುಪ್ತ ಅಲ್ಲಿಂದ ಹೊರಟರು.

೨

ಒಂದು ದಿನ ಚಾಣಕ್ಯ ಚರಣನೊಂದಿಗೆ ತಾನೇ ಸಹದೇವನ ಮನೆಗೆ ಬಂದಾಗ ಅವನು ಆನಂದದಿಂದ ಪರವಶಗೊಂಡ. "ಆಚಾರ್ಯ ದಯಮಾಡಿಸಿ" ಎಂದು ಹೃದಯ ತುಂಬಿ ಸ್ವಾಗತಿಸಿ ನಮಸ್ಕರಿಸಿದ. ಪಟ್ಟಾಭಿಷೇಕದ ನಂತರ ಅವನು ಹೆಚ್ಚಾಗಿ ಅರಮನೆಯ ಮತ್ತು ಹಳೆಯ ಮಿತ್ರರ ಸಂಪರ್ಕವಿಲ್ಲದೆ ತನ್ನ ಪಾದರಕ್ಷೆಗಳ ಅಂಗಡಿಯನ್ನು ಪುನರ್ವ್ಯವಸ್ಥೆಗೊಳಿಸುವುದರಲ್ಲಿ ಮಗ್ನನಾಗಿದ್ದ.

ಈಗ ಅವನ ಅಂಗಡಿ ಮೊದಲಿನಂತೆ ಹಲವು ವಿನ್ಯಾಸಗಳ ವಿವಿಧ ಪಾದರಕ್ಷೆಗಳಿಂದ ಕಿಕ್ಕಿರಿದಿತ್ತು. ಇಬ್ಬರು ಕೆಲಸಗಾರರು ಕೆಲಸ ಮಾಡುತ್ತಿದ್ದರು. ಒಂದು ಕಡೆ ಚರ್ಮದ ಸುರುಳಿಗಳಿದ್ದವು. ಚಾಣಕ್ಯ ಅವನ್ನೆಲ್ಲ ನೋಡಿ ಸಂತೋಷಗೊಂಡ. "ಸಹದೇವ, ನಿನ್ನ ವ್ಯಾಪಾರ ಮೊದಲಿನಂತಾಗಿರುವುದನ್ನು ಕಂಡು ನನಗೆ ಸಂತೋಷವಾಗಿದೆ" ಎಂದ.

ಸಹದೇವ ಅವನನ್ನು ಹಿಂಬದಿಯ ತನ್ನ ಮನೆಗೆ ಕರೆದುಕೊಂಡು ಹೋಗಿ ಪೀಠ ತೋರಿಸಿದ. ಅವನ ಹೆಂಡತಿ ಪ್ರಭಾವತಿ ಈ ಅನಿರೀಕ್ಷಿತ ಆಗಮನದಿಂದ ಅಚ್ಚರಿಗೊಂಡು ಬಂದು ಚಾಣಕ್ಯನ ಪಾದ ಮುಟ್ಟಿ ನಮಸ್ಕರಿಸಿ ಚರಣನನ್ನು ಮಾತಾಡಿಸಿದಳು. ಹಾಲು ಹಣ್ಣನ್ನು ನೀಡಿ ಸತ್ಕಸಿದಳು. ಸಾಮಾನ್ಯವಾಗಿ ಹೊರಗೆಲ್ಲೂ ಯಾವುದೇ ಆಹಾರ ಪಾನೀಯಗಳನ್ನು ಸ್ವೀಕರಿಸದ ಚಾಣಕ್ಯ, ತಾನು ಚರ್ಮಕಾರನಾಗಿರುವುದರಿಂದ ಹಿಂಜರಿಯುತ್ತಿರುವರೆಂದು ಸಹದೇವ ಭಾವಿಸಬಾರದೆಂದು ತೆಗೆದುಕೊಂಡ.

"ತಾವು ನನ್ನ ಮನೆಯವರೆಗೂ ಏಕೆ ಬರಬೇಕಾಗಿತ್ತು ಆಚಾರ್ಯ ? ಹೇಳಿ ಕಳಿಸಿದ್ದರೆ ನಾನೇ ಬರುತ್ತಿದ್ದೆ"ಎಂದ ಸಹದೇವ ಸಂಕೋಚದಿಂದ.

"ಮಹಾಮಾತ್ಯನನ್ನು ನೋಡಬೇಕೆಂದರೆ ಚರ್ಮಕಾರ ಸಹದೇವ ಅರಮನೆಗೇ ಓಡಿಬರಬೇಕು. ಆದರೆ ಆಚಾರ್ಯ ಚಾಣಕ್ಯ ತನ್ನ ಆಪ್ತ ಮಿತ್ರ ಸಹದೇವನನ್ನು ನೋಡಲು ಅವನ ಮನೆಗೇ ಬರುವುದು ಸಹಜ, ಸಮಂಜಸ."

"ನೀವು ನನ್ನನ್ನು ಆಪ್ತಮಿತ್ರನೆಂದರೆ, ಅದು ನನಗೆ ದೊಡ್ಡ ಗೌರವ. ಆದರೆ ನಾನು, ನನ್ನ ಹೆಂಡತಿ ನಿಮ್ಮನ್ನು ಗುರುಸ್ಥಾನದಲ್ಲಿ ಕಾಣುತ್ತಿದ್ದೇವೆ."

"ಅದು ನಿಮ್ಮ ಸೌಜನ್ಯ."

"ನನ್ನಿಂದ ಏನಾದರೂ ಕೆಲಸವಾಗಬೇಕೆ ?"

"ಬಂದ ಕೂಡಲೇ ನಿನಗೆ ಕೆಲಸ ಹೇಳಿದರೆ, ಕೆಲಸ ಹೇಳಲು ಮಾತ್ರ ಇವರಿಗೆ ನೆನಪು, ಉಳಿದಂತೆ ಇಲ್ಲ ಎಂದು ನಿನಗೆ ಅನಿಸಬಹುದು" ಎಂದು ಚಾಣಕ್ಯ ನಕ್ಕ.

"ಛೇ, ಛೇ, ಅಷ್ಟು ದುರಹಂಕಾರ ನನಗಿಲ್ಲ. ಪಟ್ಟಾಭಿಷೇಕದ ನಂತರ ನಾನೇ ನಿಮ್ಮನ್ನಾಗಲೀ, ನಮ್ಮ ಮಿತ್ರರನ್ನಾಗಲೀ ನೋಡಲಾಗಲಿಲ್ಲ. ಆ ಧನನಂದನ ಕಡೆಯವರು

ಹಾಳುಗೆಡವಿದ್ದ ನನ್ನ ವ್ಯಾಪಾರವನ್ನು ಮತ್ತೆ ಕಟ್ಟಿ ನಿಲ್ಲಿಸುವುದರತ್ತ ಗಮನ ಹರಿಸಿದೆ. ಏಕೆಂದರೆ ಪಾಟಲೀಪುತ್ರದಲ್ಲಿ ವಾಸ ಮಾಡಬೇಕೆಂದರೆ ಅದು ನನ್ನ ಪ್ರತಿಷ್ಠೆಯ ಪ್ರಶ್ನೆಯೆಂದು ಭಾವಿಸಿದೆ. ಅದಕ್ಕಾಗಿ ನಾನೇ ನಿಮ್ಮ ಕ್ಷಮೆ ಕೇಳಬೇಕು.''

''ಕ್ಷಮೆಯ ಅಗತ್ಯವಿಲ್ಲ ಸಹದೇವ. ನಿನ್ನ ವೃತ್ತಿನಿಷ್ಠೆಯನ್ನು ಮೆಚ್ಚುತ್ತೇನೆ, ಗೌರವಿಸುತ್ತೇನೆ. ಅದಕ್ಕಿಂತ ಮೇಲಾಗಿ ಚಂದ್ರಗುಪ್ತ ಮಹಾರಾಜರ ಸಾಮ್ರಾಜ್ಯ ನಿರ್ಮಾಣದಲ್ಲಿ ನಿನ್ನ, ನಿನ್ನ ಕುಟುಂಬದ, ನಿನ್ನ ಹೆಂಡತಿಯ ಊರಿನವರ ಅಮೂಲ್ಯ ಪಾಲಿದೆ. ಅದನ್ನು ಕೃತಜ್ಞತೆಯಿಂದ ಸ್ಮರಿಸುವುದು ಎಲ್ಲರ ಕರ್ತವ್ಯ. ನನ್ನ ತಂದೆ ಆಚಾರ್ಯ ಚಣಕರ ಆಪ್ತನಾಗಿದ್ದ ನಿನ್ನ ಮೇಲೆ ನನಗೆ ವೈಯಕ್ತಿಕವಾಗಿ ಅಪಾರ ಪ್ರೀತಿಯಿದೆ.''

''ಅದು ನನ್ನ ಸೌಭಾಗ್ಯ ಆಚಾರ್ಯ. ನನ್ನ ಲಾಭನಷ್ಟಗಳ ಬಗ್ಗೆ ಮಾತ್ರ ಆಲೋಚಿಸುವ ಸ್ವಾರ್ಥಿಯಾಗದೆ, ನಿಮ್ಮಂಥ ಪ್ರಾಜ್ಞರ ನೆರಳಿನಲ್ಲಿ ಮಗಧಕ್ಕೆ ಕಿಂಚಿತ್ ಸೇವೆ ಸಲ್ಲಿಸುವ ಅವಕಾಶ ದೊರೆಯಿತಲ್ಲಾ, ಅದೇ ನನಗೆ ಪುಣ್ಯ, ತೃಪ್ತಿ.''

ಸ್ವಲ್ಪ ಹೊತ್ತು ಲೋಕಾಭಿರಾಮವಾಗಿ ಮಾತಾಡುತ್ತ, ನಂತರ ಜನಾಭಿಪ್ರಾಯದ ಬಗ್ಗೆ ಚಾಣಕ್ಯ ಕೇಳಿದ. ಅದಕ್ಕೆ ಸಹದೇವ ಹೇಳಿದ, ''ಬೀದಿಯಲ್ಲಿ ನಿಂತು ನೋಡಿ ಆಚಾರ್ಯ. ಓಡಾಡುವ ವ್ಯಕ್ತಿಗಳ ಒಂದೊಂದು ಮಾತನ್ನೂ ಪರೀಕ್ಷಿಸಿ. ಅಲ್ಲಿ ವಿಷಾದವಿಲ್ಲ, ಹತಾಶೆಯಿಲ್ಲ, ಮೂಕವೇದನೆಯಿಲ್ಲ, ಆದರ ಬದಲು ಹೊಸ ಉತ್ಸಾಹವಿದೆ, ಹೊಸ ಕನಸಿದೆ. ಆಶಾ ಭಾವನೆಯ ಬೆಳಕು ಗೋಚರಿಸುತ್ತಿದೆ. ಅಂದಿನ ದಿನಗಳಿಗೂ, ಇಂದಿನ ದಿನಕ್ಕೂ ಹೋಲಿಕೆ ಮಾಡಿದಾಗ ಎದೆಯುಬ್ಬುತ್ತದೆ. ಈ ಪರಿವರ್ತನೆಗೆ ಮೊದಲ ಬೀಜ ಬಿತ್ತಿದ ಆ ಮಹಾನುಭಾವ ಚಣಕರ ಮುಖ ನೆನಪಿಗೆ ಬರುತ್ತದೆ. ಮನಸ್ಸಿನೊಳಗೇ ನಾನು ಅವರಿಗೆ ಸಾಷ್ಟಾಂಗ ನಮಸ್ಕಾರ ಹಾಕುತ್ತೇನೆ.''

''ಎಂಥ ಸತ್ಯವಾದ ಮಾತು ಹೇಳಿದೆ, ಸಹದೇವ'' ಚರಣ ತುಸು ಭಾವಾವೇಶದಿಂದ ಹೇಳಿದ, ''ಚಣಕರು ನಮಗೆಲ್ಲ ತಂದೆಯಂತೆ, ಮಿತ್ರನಂತೆ ಇದ್ದರು. ಅವರು ಎಷ್ಟು ಸರಳರೆಂದರೆ ನಮ್ಮ ಜೊತೆ ಚಿಕ್ಕಮಕ್ಕಳಂತೆ ಮುಗ್ಧರಾಗಿ ನಕ್ಕು ನಲಿಯುತ್ತಿದ್ದರು. ನೋಡಬೇಕೆನಿಸಿದರೆ ಹುಡುಕಿಕೊಂಡು ಅವರವರ ಮನೆಗೇ ಹೋಗಿಬಿಡುತ್ತಿದ್ದರು.''

''ಹೌದು ಆಚಾರ್ಯ. 'ನಾನು ನಿಮ್ಮ ಕಾಲಿಗೆ ಪಾದರಕ್ಷೆಗಳನ್ನು ಹೊಲಿದು ಕೊಡುವ ಬರೀ ಚರ್ಮಕಾರ. ಇಷ್ಟು ಸಲಿಗೆಯಿಂದ ಕಾಣಬಾರದು' ಎಂದರೆ, ಅವರು 'ಸಹದೇವ, ಬರಿಗಾಲಿಗೆ ಮುಳ್ಳು ಚುಚ್ಚಿದರೆ ನೋವು ನೆತ್ತಿಗೇ ಏರುತ್ತದೆ. ಅಂದರೆ ನೀನು ಕಾಲಿಗೆ ಪಾದರಕ್ಷೆ ಕೊಟ್ಟು ನಮ್ಮ ತಲೆಯನ್ನು ಉಳಿಸುತ್ತಿ. ಅಂದಮೇಲೆ ನಿನ್ನ ಗೌರವ ತಲೆಯಷ್ಟು ಕಾಲಿನಷ್ಟಲ್ಲ' ಎಂದು ತಾವೇ ನಕ್ಕು ಬಿಡುತ್ತಿದ್ದರು. ಎಷ್ಟೋ ದಿನ ನನ್ನ ಅಂಗಡಿಗೇ ಬಂದು, ಅಲ್ಲೇ ಕುಳಿತು ತಮ್ಮ ಪಾದರಕ್ಷೆ ಸರಿಪಡಿಸಿಕೊಂಡು ಹೋಗುತ್ತಿದ್ದರು'' ಎಂದು ಸಹದೇವ ನೆನಪು ಮಾಡಿಕೊಂಡ.

ಪ್ರಭಾವತಿ ಹೇಳಿದಳು, ''ಬಂದಾಗಲೆಲ್ಲ ನನ್ನನ್ನು ಮಾತಾಡಿಸದೆ ಹೋಗುತ್ತಿರಲಿಲ್ಲ. ಬೀದಿಯಿಂದಲೇ ಕೂಗಿ ಕರೆದು ಕ್ಷೇಮ ಸಮಾಚಾರ ವಿಚಾರಿಸಿಕೊಂಡು ಹೋಗುತ್ತಿದ್ದರು.''

ಅವರ ಮಾತುಗಳನ್ನು ಕೇಳುತ್ತ ಕೇಳುತ್ತ ತಂದೆಯ ನೆನಪಿನಿಂದ ಚಾಣಕ್ಯನ ಮನಸ್ಸು ಮೃದುವಾಯಿತು. ಕಣ್ಣಾಲಿಗಳು ತೇವಗೊಂಡವು. ಆದರೆ ಅದನ್ನೆಲ್ಲ ಶೀಘ್ರವಾಗಿ ನಿಯಂತ್ರಿಸಿ

ಕೊಂಡ. "ಅಂಥ ಚಣಕರ ಮಗ ಚಾಣಕ್ಯನೆನಿಸಿಕೊಂಡು ನನ್ನ ಜನ್ಮ ಸಾರ್ಥಕವಾಯಿತು" ಎಂದ.

ಚಣಕನ ನೆನಪಿಗೆ ಶ್ರದ್ಧಾಂಜಲಿ ಸಲ್ಲಿಸುತ್ತಿರುವಂತೆ ಎರಡು ಕ್ಷಣ ಯಾರೂ ಮಾತಾಡಲಿಲ್ಲ. ನಂತರ ಬಂದ ಕೆಲಸ ನೆನಪಾದವನಂತೆ ಮೈ ಕೊಡವಿ ಚಾಣಕ್ಯ ಹೇಳಿದ, "ಸಹದೇವ, ನಮ್ಮ ಹೊಸ ಅಮಾತ್ಯರು ಮೂರು ಜನ ಕೆಲಸ ಬಿಟ್ಟ ವಿಷಯ ನಿನಗೆ ಗೊತ್ತಿರಬೇಕಲ್ಲವೇ ?"

"ಗೊತ್ತಾಯಿತು ಆಚಾರ್ಯ, ಆದರೆ ಅವರು ಅಂಥ ದುಡುಕಿನ ಕೆಲಸವನ್ನು ಏಕೆ ಮಾಡಿದರೆಂದು ಆಶ್ಚರ್ಯವಾಯಿತು."

"ಅವರು ವಣಿಕಶ್ರೇಣಿಯ ದೊಡ್ಡ ವರ್ತಕರ ಪರವಾಗಿ ನನ್ನ ಮೇಲೆ ಒತ್ತಡ ಹೇರಲು ಪ್ರಯತ್ನಿಸಿದರು. ನಾನು ಸಾಮ್ರಾಜ್ಯದ ಹಿತದೃಷ್ಟಿಯಿಂದ ನಿರಾಕರಿಸಿದೆ."

"ಗೊತ್ತು ಆಚಾರ್ಯ, ವರ್ತಕಶ್ರೇಣಿಯನ್ನೇ ಎರಡು ಭಾಗವಾಗಿ ಒಡೆಯುವ ಪ್ರಯತ್ನ ನಡೆಯುತ್ತಿದೆ."

"ಬೇರೆ ವರ್ತಕರ ಅಭಿಪ್ರಾಯವೇನು ?"

"ನೀವೇ ಹೇಳಿದಿರಲ್ಲ, ದೊಡ್ಡ ವರ್ತಕರೆಂದು, ಅವರನ್ನು ಬಿಟ್ಟು ಉಳಿದವರೆಲ್ಲ ನಿಮ್ಮ ಹೊಸನೀತಿಯಿಂದ ನಿರಾಳವಾಗಿ ಉಸಿರಾಡುತ್ತಿದ್ದಾರೆ. ಜನರಿಗೆ ವಸ್ತುಗಳ ಬೆಲೆ ಕಡಿಮೆಯಾಗಿ ಅವರಿಗೂ ಸಮಾಧಾನವಾಗಿದೆ. ನಾವು ನಮ್ಮ ಕರಗಳನ್ನು ಸರಿಯಾಗಿ ಕೊಡದಿದ್ದರೆ ಸಾಮ್ರಾಜ್ಯ ನಡೆಯುವುದು ಹೇಗೆ, ಎಂಬ ಭಾವನೆ ಎಲ್ಲರ ಮನಸ್ಸಿನಲ್ಲೂ ಇದೆ."

"ಅಂದರೆ ಆ ದೊಡ್ಡ ವರ್ತಕರ ಹಿಂದೆ ಬಹಳ ಜನ ಇಲ್ಲವೆಂದ ಹಾಗಾಯಿತು."

"ಖಂಡಿತ ಇಲ್ಲ, ಅವರ ಸಂಖ್ಯೆ ಬರೀ ನೂರರ ಹತ್ತಿರ ಬರಬಹುದಷ್ಟೆ."

"ಸದ್ಯದಲ್ಲಿ ವರ್ತಕಶ್ರೇಣಿಯಲ್ಲಿ ನಿನ್ನ ಸ್ಥಾನಮಾನವೇನು ?"

"ಮೊದಲು ನಾನು ಚರ್ಮಕಾರನೆಂಬ ಕಾರಣದಿಂದ ಒಂದು ರೀತಿಯ ತಾತ್ಸಾರ ಧೋರಣೆಯಿಂದಲೇ ನೋಡುತ್ತಿದ್ದರು. ನಮ್ಮ ನಮ್ಮ ವೃತ್ತಿಯವರು ನಾವು ನಾವೇ ಆಪ್ತರಾಗಿದ್ದೆವು. ಈಗೇನೋ ಸ್ವಲ್ಪ ಪ್ರಾಶಸ್ತ್ಯ ನೀಡುತ್ತಿದ್ದಾರೆ. ಅದಕ್ಕೆ ಮುಖ್ಯ ಕಾರಣ, ನಾನು ಅರಮನೆಗೆ ಆಪ್ತನೆಂಬುದಕ್ಕೋ ಅಥವಾ ಧನನಂದನ ದೌರ್ಜನ್ಯದ ನಂತರವೂ ಬದುಕುಳಿದು ಸುರಕ್ಷಿತವಾಗಿ ಬಂದು ಮತ್ತೆ ವ್ಯಾಪಾರವನ್ನು ಆರಂಭಿಸಿದ್ದಕ್ಕೋ ನನಗೆ ಗೊತ್ತಿಲ್ಲ."

"ಎರಡೂ ಆಗಲಿ ಬಿಡು" ಚಾಣಕ್ಯ ಹೇಳಿದ, "ಈಗ ನೀನೊಂದು ಕೆಲಸ ಮಾಡಬೇಕು."

"ಏನು ಹೇಳಿ ಆಚಾರ್ಯ, ನಾನು ಸಿದ್ಧನಾಗಿದ್ದೇನೆ."

"ಭಾರೀ ವರ್ತಕರ ಬೆದರಿಕೆಗೆ ಮಣಿಯದೆ ಉಳಿದವರೆಲ್ಲ ಒಗ್ಗಟ್ಟಾಗಿರುವಂತೆ ನೀನು ನಿನ್ನ ಸಹವರ್ತಕರಿಗೆ ಮನವರಿಕೆ ಮಾಡಿಕೊಡು. ಅವರ ಇನ್ನೂ ಏನಾದರೂ ಸಮಸ್ಯೆಗಳಿದ್ದರೆ, ಅದನ್ನು ಸೂಕ್ತ ರೀತಿಯಲ್ಲಿ ಪರಿಹರಿಸಲಾಗುತ್ತದೆ ಎಂದು ಭರವಸೆ ನೀಡು. ಆ ನೂರಕ್ಕೆ ಹತ್ತರಷ್ಟಿರುವ ವರ್ತಕರು ಪ್ರತ್ಯೇಕವಾದರೂ ಚಿಂತೆಯಿಲ್ಲ, ನಿಮ್ಮ ಗುಂಪಿನ ಬೆಂಬಲ ಮಾತ್ರ ಅವರಿಗೆ ದೊರೆಯಬಾರದು."

"ಅದು ಬಹಳ ಸುಲಭದ ಕೆಲಸ. ಖಂಡಿತ ಮಾಡುತ್ತೇನೆ."

ಅವರು ಹೊರಟಾಗ ಚರಣ, "ರಾಜಮಾತೆಯವರು ನಿಮ್ಮನ್ನು ನೋಡಬೇಕೆಂದು ಕೇಳುತ್ತಿದ್ದರು. ಈ ದಿನವೇ ನಿನ್ನ ಹೆಂಡತಿಯೊಂದಿಗೆ ಹೋಗಿ ಕಂಡರೆ ಅವರು ಸಂತೋಷ ಪಡುತ್ತಾರೆ" ಎಂದ.

"ಖಂಡಿತ ಹೋಗುತ್ತೇವೆ. ಅವರನ್ನು ನೋಡಿ ಹಲವು ದಿನಗಳಾದವು. ನನ್ನ ಮನಸ್ಸೂ ಕಾತರಿಸುತ್ತಿದೆ."

ಡಿಂಗಿರಾತ, ಭದ್ರಭಟ ಮತ್ತು ಚಿತ್ರವರ್ಮರು ಅಮಾತ್ಯ ಪದವಿ ನಿರಾಕರಿಸಿ ಬಂದದ್ದು ಈಗಾಗಲೇ ನಗರದ ತುಂಬ ಜನಜನಿತವಾಗಿತ್ತು. ಆದರೆ ಅವರಿಗೆ ಸಹಾನುಭೂತಿ ತೋರುವವರು ಬಹಳ ಕಡಿಮೆ ಜನರಿದ್ದರು. ಆ ಕಡಿಮೆ ಜನರೂ ಕೂಡ ಚಂದ್ರಗುಪ್ತನ ಬಗ್ಗೆ ವಿರೋಧ ಭಾವನೆಯಿಲ್ಲದೆ, ಅವರು ಸೇನಾಧ್ಯಕ್ಷರಾಗಿ ಗಳಿಸಿದ್ದ ಗಣ್ಯತೆಯ ಕಾರಣದಿಂದ ಮಾತ್ರ ಸಹಾನುಭೂತಿ ತೋರಿಸಿದರು. ಚಾಣಕ್ಯನ ಮೇಲಂತೂ ಸಾಮಾನ್ಯ ಜನರಿಗೆ ಬಹಳ ಅಭಿಮಾನ ಮೂಡಿತ್ತು. ಅಧಿಕಾರ ವಹಿಸಿಕೊಂಡ ಕೆಲವೇ ದಿನಗಳಲ್ಲಿ ಅವರ ದಿನನಿತ್ಯದ ಬದುಕು ಶಾಂತಿ, ಸಮಾಧಾನಗಳತ್ತ ಹೊರಳಿದ್ದು ಮುಖ್ಯ ಕಾರಣವಾಗಿತ್ತು. ಚಾಣಕ್ಯ ಆ ಪ್ರತಿಕ್ರಿಯೆಗಳನ್ನೆಲ್ಲ ಸೂಕ್ಷ್ಮವಾಗಿ ಗಮನಿಸುತ್ತಿದ್ದ.

ಅದೇ ದಿನ ಸಂಜೆ ಸಹದೇವ ಮತ್ತು ಪ್ರಭಾವತಿ ಅರಮನೆಗೆ ಹೋದರು. ಶಿವಾಲಿ ಮತ್ತು ಉಜ್ವಲಾಗೆ ಬಹಳ ಸಂತೋಷವಾಯಿತು. "ಬಾ ಸಹದೇವ, ಬಾ ಪ್ರಭಾವತಿ, ನಮ್ಮನ್ನು ಮರೆತುಬಿಟ್ಟಿರಲ್ಲಾ" ಎಂದು ಶಿವಾಲಿ ಸ್ವಾಗತಿಸಿದಳು.

"ಮರೆಯುವಂಥ ದೊಡ್ಡತನ ನಮಗೇನು ಬಂದಿದೆಯಮ್ಮ ?" ಎಂದ ಸಹದೇವ.

"ಅಥವಾ ನಾವು ಅರಮನೆಯಲ್ಲಿರುವವರೆಂದು ನಮ್ಮನ್ನು ದೂರವೇ ಇಡುವ ಪ್ರಯತ್ನವೇ ?" ಎಂದಳು ಉಜ್ವಲ ಪ್ರಭಾವತಿಯ ಕೈ ಹಿಡಿದುಕೊಂಡು.

"ಛೇ ಛೇ, ಅಂಥ ಆಲೋಚನೆ ಮಾಡುವ ಅವಿವೇಕವನ್ನು ನಾವು ಮಾಡುವುದಿಲ್ಲ" ಎಂದಳು ಪ್ರಭಾವತಿ.

"ಹೌದಮ್ಮ" ಸಹದೇವ ಹೇಳಿದ, "ನನ್ನ ಅಂಗಡಿಯನ್ನು ಮತ್ತೆ ಮೊದಲಿನಂತೆ ಮಾಡುವ ಗಡಿಬಿಡಿಯಲ್ಲಿ ಬಿಡುವಾಗಲಿಲ್ಲ, ಕ್ಷಮಿಸಿ. ನಾವಂತೂ ಪ್ರತಿದಿನ ನಿಮ್ಮನ್ನು ನೆನಪು ಮಾಡಿಕೊಳ್ಳುತ್ತಲೇ ಇರುತ್ತೇವೆ. ನನ್ನ ಹೆಂಡತಿ ನಿಮ್ಮೊಂದಿಗೆ ಕಳೆದ ಒಂದೊಂದು ದಿನದ ಒಂದೊಂದು ಘಟನೆಯನ್ನು ಮತ್ತೆ ಮತ್ತೆ ಹೇಳುತ್ತಲೇ ಇರುತ್ತಾಳೆ."

"ನನಗೂ ಅಷ್ಟೇ ಸಹದೇವ" ಶಿವಾಲಿ ಹೇಳಿದಳು, "ನಿಮ್ಮೆಲ್ಲರೊಂದಿಗೆ ಇದ್ದ ದಿನಗಳನ್ನು ಮರೆಯುವಂತೆಯೇ ಇಲ್ಲ. ನಿಮ್ಮೆಲ್ಲರ ಸ್ನೇಹ, ಪ್ರೀತಿ, ವಿಶ್ವಾಸಗಳು ನನ್ನ ಜೀವನದ ಬಹು ದೊಡ್ಡ ಭಾಗ್ಯವೆಂದೇ ನಾನು ಭಾವಿಸಿದ್ದೇನೆ."

"ತುಂಬ ದೊಡ್ಡ ಮಾತು. ರಾಣಿಯಾಗಿದ್ದು ನಮ್ಮಂಥ ಸಾಮಾನ್ಯರ ಜೊತೆ ಸಾಮಾನ್ಯರಾಗಿ ಸರಳವಾಗಿ ಬದುಕಿದ್ದು ನಿಮ್ಮ ದೊಡ್ಡತನ ತಾಯಿ."

"ದೊಡ್ಡತನ ಸ್ಥಾನಮಾನಗಳಲ್ಲಿಲ್ಲ ಸಹದೇವ, ಅದು ನಮ್ಮ ಹೃದಯದ ಭಾವನೆಗಳಲ್ಲಿರಬೇಕು. ನಮ್ಮ ನಡವಳಿಕೆಯಲ್ಲಿರಬೇಕು. ಆ ದೊಡ್ಡತನವನ್ನು ನಿನ್ನ ಗ್ರಾಮದ ಜನರಲ್ಲಿ ನಾನು ಕಂಡೆ."

ಅಷ್ಟರಲ್ಲಿ ಹೊರಗಡೆಯಿಂದ ಬಂದ ಚಂದ್ರಗುಪ್ತ ಅವರನ್ನು ಕಂಡು "ಸಹದೇವ !" ಎಂದು ಸಡಗರದಿಂದ ಹತ್ತಿರ ಬಂದು ಗಾಢವಾಗಿ ಆಲಿಂಗಿಸಿಕೊಂಡ. "ಕ್ಷೇಮವೇ ಮಿತ್ರ ?" ಎಂದು ವಿಚಾರಿಸಿಕೊಂಡು ತನ್ನ ಪಕ್ಕದಲ್ಲೇ ಮೈಸೋಕುವಂತೆ ಕೂಡಿಸಿಕೊಂಡ. ಅದೇ ಹಳೆಯ ಸ್ನೇಹ ಸಲಿಗೆಯಿಂದ ಮಾತಾಡಿಸಿದ. ನಂತರ ಪ್ರಭಾವತಿಯನ್ನು ಅಲ್ಲೇ ಬಿಟ್ಟು

ಇಬ್ಬರೂ ಹೊರಬಂದು ಚರಣ, ನಂದಿಕೇಶ, ಭಾಸ್ಕರ, ಬ್ರಹ್ಮದತ್ತ, ಸಿಂಹಸೇನ, ಮಾತಂಗ, ಪ್ರಭಾಕರ ಎಲ್ಲರನ್ನೂ ಭೇಟಿ ಮಾಡಿದರು. ನಂದಿಕೇಶನನ್ನು ಕಂಡ ಕೂಡಲೇ, ಹಿಂದೊಮ್ಮೆ ಧನಂಜನಯನ ಮಗಳ ವಿಷಯ ಮಾತಾಡಿದ್ದು ನೆನಪಾಗಿ, ಆ ಬಗ್ಗೆ ಚಂದ್ರಗುಪ್ತನನ್ನು ಪ್ರತ್ಯೇಕವಾಗಿ ಕೇಳಿದ.

''ಸಮಯ ಹತ್ತಿರ ಬರುತ್ತಿದೆ. ಬಹುಶಃ ಹೆಣ್ಣು ಕೇಳಲು ಧನಂಜಯನ ಬಳಿಗೆ ನೀನೇ ಹೋಗಬೇಕಾಗಿ ಬರಬಹುದು'' ಎಂದ ಚಂದ್ರಗುಪ್ತ ನಗುತ್ತ.

''ಓಹೋ, ಅಂಥ ಒಳ್ಳೆಯ ಕೆಲಸಕ್ಕೆ ಹಿಂಜರಿಯುತ್ತೇನೆಯೇ ? ಯಾವಾಗ ಬೇಕಾದರೂ ನಾನು, ನನ್ನ ಹೆಂಡತಿ ಹೋಗಿ ಬರುತ್ತೇವೆ.''

''ಇನ್ನೂ ಆಚಾರ್ಯರ ಸಮ್ಮತಿ ಸಿಕ್ಕಿಲ್ಲ, ಆಮೇಲೆ ತಿಳಿಸುತ್ತೇನೆ.''

ಶಿವಾಲಿ ಮತ್ತು ಉಜ್ವಲೆಯ ಸತ್ಕಾರ ಪಡೆದು ಅವರು ಮನೆಗೆ ಹೊರಟಾಗ ಕತ್ತಲಾಗಿತ್ತು.

ರಾತ್ರಿಯಾದ ಬಹಳ ಹೊತ್ತಿನ ನಂತರ ಚಾಣಕ್ಯನ ಸೂಚನೆಯಂತೆ ಚಂದ್ರಗುಪ್ತ ಪರ್ಣಕುಟೀರಕ್ಕೆ ಹೋಗಿ ಬಹಳ ಹೊತ್ತು ಮಾತಾಡುತ್ತಿದ್ದು ಹಿಂದಿರುಗಿ ಬಂದ.

ಅದೇ ರಾತ್ರಿ ಸುಮಿತ್ರನ ಮನೆಯಲ್ಲಿ ವಿರಾಧಗುಪ್ತ, ಸುಮಿತ್ರ, ಜೀವಸಿದ್ಧಿ ಮತ್ತು ಸಮಿದ್ಧಾರ್ಥಕ ಮಾತಾಡುತ್ತಿದ್ದರು.

''ನಾವು ಮಾಡಲು ಹೋಗಿದ್ದೇನು, ಈಗ ಆಗಿದ್ದೇನು !'' ಎಂದ ಜೀವಸಿದ್ಧಿ.

''ಅಮಾತ್ಯರು ನಮಗೆ ಸಹಾಯ ಮಾಡುವರೆಂದುಕೊಂಡರೆ ಅವರೇ ತಮ್ಮ ಕೆಲಸ ಬಿಡುವಂತಾಯಿತಲ್ಲ!'' ಎಂದ ಸಮಿದ್ಧಾರ್ಥಕ.

''ಎಲ್ಲಾ ಒಳ್ಳೆಯದೇ ಆಯಿತು'' ಎಂದ ವಿರಾಧಗುಪ್ತ, ''ಅವರು ಒಳಗಿದ್ದುಕೊಂಡು ನಮಗೆ ಸಹಾಯ ಮಾಡುವುದಕ್ಕಿಂತ, ಹೊರಗಿದ್ದರೇ ನಮಗೆ ಒಳ್ಳೆಯದು.''

''ಆ ವರ್ತಕರ ಕಥೆ ಹೇಳು'' ಎಂದ ಜೀವಸಿದ್ಧಿ.

''ಅವರ ಬಗ್ಗೆ ಚಿಂತಿಸಬೇಕಾಗಿಲ್ಲ'' ಸುಮಿತ್ರ ಹೇಳಿದ, ''ಹಾಗೇನಾದರೂ ಆದರೆ ತಾವು ಪರೋಕ್ಷವಾಗಿ ಬೆಂಬಲ ನೀಡುವುದಾಗಿ ಹೇಳಿದ್ದಾರೆ. ಅವರಿಗೆ ಹೇಗಾದರೂ ಈ ಆಡಳಿತ ನಾಶವಾಗುವುದು ಮುಖ್ಯ. ಅವರಿಗೆ ತಮ್ಮ ಹಿತರಕ್ಷಣೆಯೇ ಪ್ರಧಾನ. ಅದಕ್ಕಾಗಿ ಯಾವ ರಾಜನನ್ನು ಬೇಕಾದರೂ ಉರುಳಿಸುತ್ತಾರೆ. ತಮ್ಮ ಧನಬಲದಿಂದ ತಮಗೆ ಬೇಕಾದ ರಾಜನನ್ನು ಸಿಂಹಾಸನದ ಮೇಲೆ ಕೂಡಿಸಲು ಸಿದ್ಧರಾಗಿದ್ದಾರೆ.''

''ಹೌದು, ಚಾಣಕ್ಯ ಅಪಮಾನ ಮಾಡಿದನೆಂದು ಕೆರಳಿರುವ ಆ ಮೂವರು ಈಗ ನಮಗೆ ಇನ್ನಷ್ಟು ಹೆಚ್ಚು ಉಪಯುಕ್ತರಾಗುತ್ತಾರೆ. ಕರಭಕ ರಾಕ್ಷಸರಿಂದ ಅದಕ್ಕೆ ಸಂಬಂಧಿಸಿದಂತೆ ಸ್ಪಷ್ಟ ನಿರ್ದೇಶನವನ್ನು ತಂದೇ ತರುತ್ತಾನೆ'' ಎಂದ ವಿರಾಧಗುಪ್ತ.

''ಅಲ್ಲಿಯವರೆಗೆ ನಾವು ಡಿಂಗಿರಾತ ಮತ್ತು ಅವನ ಮಿತ್ರರನ್ನು ಭೇಟಿ ಮಾಡುವಂತಿಲ್ಲವೆ ?'' ಸಮಿದ್ಧಾರ್ಥಕ ಕೇಳಿದ.

''ಭೇಟಿ ಮಾಡಲು ಅಭ್ಯಂತರವೇನೂ ಇಲ್ಲ'' ವಿರಾಧಗುಪ್ತ ಹೇಳಿದ, ''ಆದರೆ ಮುಂದಿನ ಕಾರ್ಯಗಳ ಚಲನೆ ಕರಭಕ ಬಂದ ನಂತರವೇ.''

''ಅವರು ಭೇಟಿ ಮಾಡುತ್ತಾರೋ ಇಲ್ಲವೋ, ನಾಳೆ ಆ ವರ್ತಕರಂತೂ ಖಂಡಿತ ನನ್ನನ್ನು ಭೇಟಿ ಮಾಡುತ್ತಾರೆ'' ಎಂದ ಸುಮಿತ್ರ.

"ಬಂದರೆ ಅವರ ಜೊತೆ ಮಾತಾಡಿ ಅವರ ಅಭಿಪ್ರಾಯವನ್ನು ತಿಳಿದುಕೊಳ್ಳಿ, ಕರಭಕ ಬಂದರೆ ನಿರ್ಧರಿಸೋಣವೆಂದು ಅವರಿಗೆ ತಿಳಿಸಿ" ಎಂದು ಹೇಳಿ ವಿರಾಧಗುಪ್ತ ಹೊರಟುಹೋದ.

ಅವನು ಹೋದ ನಂತರ ಮೂವರೂ ಮುಖ ನೋಡಿ ನಕ್ಕುಕೊಂಡರು. "ಗೂಢವೇ ಇಲ್ಲದ ಗೂಢಚಾರರು" ಎಂದ ಜೀವಸಿದ್ಧಿ ನಗುತ್ತ.

"ಆದರೆ ಇವರಿಬ್ಬರೂ ತಮ್ಮ ಕಾರ್ಯಗಳೆಲ್ಲ ತುಂಬಾ ನಿಗೂಢವಾಗಿವೆಯೆಂದೇ ಭಾವಿಸಿ ಕೊಂಡಿದ್ದಾರೆ" ಎಂದ ಸುಮಿತ್ರ.

"ಹಾಗೇ ತಿಳಿದುಕೊಂಡಿರಲಿ" ಸಮಿದ್ಧಾರ್ಥಕ ಹೇಳಿದ, "ಅವರು ಹಾಗೆ ತಿಳಿದು ಕೊಂಡಿರುವವರೆಗೂ ನಮಗೆ ಕ್ಷೇಮ."

"ಇಷ್ಟು ವರ್ಷ ಪ್ರಜೆಗಳನ್ನು ಹೀರಿ ಧನ ಸಂಗ್ರಹಿಸಿ ಕೊಬ್ಬಿರುವ ಆ ವರ್ತಕರ ಕೊಬ್ಬು ಕರಗಿಸಬೇಕು. ಅಂದರೆ ಅವರಲ್ಲಿರುವ ಧನವನ್ನು ಭಂಡಾರಕ್ಕೆ ಸೇರಿಸಬೇಕು" ಎಂದ ಜೀವಸಿದ್ಧಿ.

"ಈಗಾಗಲೇ ಡಿಂಗಿರಾತ, ಚಿತ್ರವರ್ಮ ಮತ್ತು ಭದ್ರಭಟರಿಗೆ ಕೊಟ್ಟಿರುವ ಸುವರ್ಣ ಮುದ್ರೆಗಳು ಭಂಡಾರವನ್ನು ಸೇರಿ ಆಯಿತಲ್ಲ?" ಎಂದ ಸಮಿದ್ಧಾರ್ಥಕ.

"ಹಾಗೆಯೇ, ಹಂತ ಹಂತವಾಗಿ ಅವರಿಂದ ಸೆಳೆಯಬೇಕು."

"ಕರಭಕ ರಾಕ್ಷಸನಿಂದ ಏನು ಸುದ್ದಿ ತರುತ್ತಾನೋ ನೋಡೋಣ."

"ಆ ರಾಕ್ಷಸ ಇನ್ನೇನು ಹೇಳುತ್ತಾನೆ. ವರ್ತಕರಿಂದ ಧನ ಕಿತ್ತುಕೊಂಡು ಜನರನ್ನು ವಿದ್ರೋಹಕ್ಕೆ ಸಜ್ಜುಗೊಳಿಸಲು ಬಳಸುವಂತೆ ಹೇಳುತ್ತಾನೆ."

"ಹಾಗೇನಾದರೂ ಹೇಳಿದರೆ, ಆ ಧನ ಈಚೆಗೆ ಬರಲಿ. ಅದು ಭಂಡಾರವನ್ನು ಸೇರುವ ದಾರಿಯನ್ನು ಮಹಾಮಾತ್ಯನು ಸೂಚಿಸುತ್ತಾರೆ" ಎಂದ ಸುಮಿತ್ರ ಉತ್ಸಾಹದಿಂದ.

ಸುಮಿತ್ರ ಹೋದ ಮೇಲೆ ಜೀವಸಿದ್ಧಿ ಮತ್ತು ಸಮಿದ್ಧಾರ್ಥಕ ಊಟ ಮಾಡಿ ಮಲಗಿಕೊಂಡರು.

ಮರುದಿನ ಅರಮನೆಯ ಮಂತ್ರಶಾಲೆಯಲ್ಲಿ ಚಾಣಕ್ಯ, ಚರಣ ತಂದಿರಿಸಿದ್ದ ಲೆಕ್ಕವನ್ನು ಪರಿಶೀಲಿಸುತ್ತಿದ್ದ. ಚಂದ್ರಗುಪ್ತ ಅಲ್ಲಿಗೆ ಬಂದ. ರಾಜಪದವಿಗೆ ಗೌರವ ಸೂಚಿಸಲು ಚಾಣಕ್ಯ ಎದ್ದುನಿಂತು ನಮಸ್ಕರಿಸಿದ. ಚಂದ್ರಗುಪ್ತನೂ ನಮಸ್ಕರಿಸಿ ತನ್ನ ಪೀಠದಲ್ಲಿ ಕುಳಿತುಕೊಂಡ. ಕಾವಲಿನವರ ಗುಂಪಿನಲ್ಲಿ ಸುದತ್ತನೂ ಇದ್ದ. ಮೂವರೂ ಗಂಭೀರವಾಗಿ ನಾಟಕವಾಡಲೇ ಬೇಕಾಗಿತ್ತು.

"ಅನಿರೀಕ್ಷಿತವಾಗಿ ತಾವು ಇಲ್ಲಿಗೆ ಬರಲು ಕಾರಣವೇನು ಮಹಾರಾಜ ?" ಚಾಣಕ್ಯ ಕೇಳಿದ.

"ಮಹಾಮಾತ್ಯ, ನಿಮ್ಮ ಬಳಿ ನಾನೊಂದು ಮುಖ್ಯವಾದ ವಿಷಯವನ್ನು ಚರ್ಚೆ ಮಾಡಬೇಕಾಗಿದೆ" ಎಂದ ಚಂದ್ರಗುಪ್ತ.

"ಏನದು ? ಅಪ್ಪಣೆಯಾಗಲಿ...."

"ನಮ್ಮ ಅಮಾತ್ಯ ಪರಿಷತ್ತಿನ ಡಿಂಗಿರಾತ, ಭದ್ರಭಟ ಮತ್ತು ಚಿತ್ರವರ್ಮರು ಕೆಲಸ ಬಿಟ್ಟರೆಂಬ ಸಂಗತಿ ಸತ್ಯವೇ ?"

"ಖಂಡಿತ ಸತ್ಯ. ಆದರೆ ಅವರಿಗೆ ಕೆಲಸ ಬಿಡುವಂತೆ ನಾನು ಹೇಳಲಿಲ್ಲವೆಂಬುದೂ ಅಷ್ಟೇ ಸತ್ಯ."

"ಮಹಾಮಾತ್ಯ, ಅಭಿಮಾನಿಗಳಾದ ಯಾರೇ ಆದರೂ ಅಪಮಾನವನ್ನು ಸಹಿಸುವುದಿಲ್ಲ ಅಲ್ಲವೇ ?"

"ಅಭಿಮಾನಿಗಳು ಅಪಮಾನವನ್ನು ಸಹಿಸುವುದಿಲ್ಲ. ಆದರೆ ಅಭಿಮಾನವಿಲ್ಲದವರಿಗೆ ಅಪಮಾನ ಯಾವ ಲೆಕ್ಕ ?"

"ಏನು ? ಅವರು ಅಭಿಮಾನವಿಲ್ಲದವರೆ ?"

"ಹೌದು. ತಮ್ಮ ಸ್ಥಾನಗೌರವವನ್ನು ಪರಿಗಣಿಸದೇ, ಯಾರೋ ವರ್ತಕರ ಒತ್ತಡಕ್ಕೆ ಮಣಿದು, ಸಾಮ್ರಾಜ್ಯದ ಹಿತವನ್ನು ಕಡೆಗಣಿಸುವವರು ಅಭಿಮಾನಿಗಳೇ ?"

"ವರ್ತಕರೂ ನಮ್ಮ ಪ್ರಜೆಗಳಲ್ಲವೇ ? ಅವರ ಸಮಸ್ಯೆಗಳನ್ನು ಪರಿಹರಿಸಬೇಕಾದದ್ದು ನಮ್ಮ ಕರ್ತವ್ಯವಲ್ಲವೇ ?"

"ಸಮಸ್ಯೆಗಳು ನಿಜವಾಗಿದ್ದರೆ ಅವನ್ನು ಯಥೋಚಿತವಾಗಿ ಪರಿಹರಿಸುವುದು ನಮ್ಮ ಕರ್ತವ್ಯ."

"ನೀವೊಬ್ಬರೇ ಅದನ್ನು ನಿರ್ಣಯಿಸುವುದು ತಪ್ಪು ಮಹಾಮಾತ್ಯ. ಅವರೂ ಗೌರವಾನ್ವಿತರು. ಬಹುಕಾಲದಿಂದ ಮಗಧದ ಸೇನಾಧ್ಯಕ್ಷರಾಗಿ ದುಡಿದವರು. ಜನರ ಕಷ್ಟಸುಖಗಳನ್ನು ಅರ್ಥ ಮಾಡಿಕೊಳ್ಳುವಷ್ಟು ಅವರಲ್ಲಿ ವಿವೇಕವಿದೆ."

"ಅಂದರೆ, ನಾನು ಅವಿವೇಕಿಯೆಂದು ನಿಮ್ಮ ಭಾವನೆಯೇ ?"

"ಅಧಿಕಾರ ನಿಮ್ಮೊಬ್ಬರ ಕೈಯಲ್ಲೇ ಇರಬೇಕೆಂದು ನೀವು ಬಯಸುತ್ತಿದ್ದೀರ. ಚಕ್ರವರ್ತಿಯಾದ ನನಗೂ ಸ್ವಾತಂತ್ರ್ಯವಿಲ್ಲದಷ್ಟು ನಿಮ್ಮ ಅಧಿಕಾರದ ಮುಷ್ಟಿ ಭದ್ರವಾಗುತ್ತಿದೆ. ಇದರ ಅರ್ಥವೇನೆಂದು ಕೇಳಬಹುದೇ ?"

"ಮಹಾರಾಜ" ಚರಣ ಹೇಳಿದ, "ತಾವು ಆಚಾರ್ಯರನ್ನು ಅಪಮಾನಿಸುತ್ತಿದ್ದೀರಿ."

"ನಾನು ಆಚಾರ್ಯರನ್ನು ಕೇಳುತ್ತಿಲ್ಲ, ಚಕ್ರವರ್ತಿಯಾಗಿ ಮಹಾಮಾತ್ಯರನ್ನು ಕೇಳುತ್ತಿದ್ದೇನೆ."

"ಇರಬಹುದು. ನೀವು ಆಚಾರ್ಯರ ಕೃಪೆಯಿಂದ ಸಿಂಹಾಸನದ ಮೇಲೆ ಕುಳಿತಿರುವಿರೆಂಬುದನ್ನು ಮರೆಯುತ್ತಿದ್ದೀರಿ."

"ಅಂದ ಮಾತ್ರಕ್ಕೆ ನಾನು ಇವರ ಸೂತ್ರದ ಗೊಂಬೆಯಾಗಬೇಕೆ ? ಚಕ್ರವರ್ತಿಯಾದ ನನಗೆ ಯಾವ ಅಧಿಕಾರವೂ ಬೇಡವೇ ? ಇಂಥ ಅಧಿಕಾರದ ಬದಲು ಮೊದಲಿನಂತೆ ಅಲೆಮಾರಿಯಾಗಿ ತಿರುಗಿಕೊಂಡಿರುವುದು ಮೇಲಲ್ಲವೇ ?"

"ಚರಣ, ನೀನು ಸುಮ್ಮನಿರು" ಚಾಣಕ್ಯ ಹೇಳಿದ, "ಹತ್ತಿದ ನಂತರ ಏಣಿಯನ್ನು ಒದೆಯುವವರೇ ಎಲ್ಲ. ಆದರಲ್ಲೂ ಈ ರಾಜರಂಥ ನಂಬಿಕೆದ್ರೋಹಿಗಳು ಬೇರೆ ಯಾರೂ ಇಲ್ಲ. ಚಂದ್ರಗುಪ್ತನೊಬ್ಬ ಅಪವಾದವಾಗಲು ಹೇಗೆ ಸಾಧ್ಯ ?"

"ಆಚಾರ್ಯ, ಇದು ವೃಥಾಪವಾದ."

"ಅಪವಾದ ಹೊರಿಸುತ್ತಿರುವವನು ನೀನು, ನಾನಲ್ಲ. ಸಾಮ್ರಾಜ್ಯದ ಹಿತಕ್ಕಾಗಿ ನಾನು ಕೈಗೊಂಡ ನಿರ್ಧಾರವನ್ನು ಬದಲಿಸಬೇಕೆಂದರೆ ನಾನು ಈ ಪದವಿಯಲ್ಲಿ ಏಕಿರಬೇಕು ?"

"ಅಮಾತ್ಯನಾದವನು ರಾಜಶಾಸನವನ್ನು ಭಯಭಕ್ತಿಯಿಂದ ಕಾರ್ಯಗತಗೊಳಿಸಬೇಕಷ್ಟೇ ?"

"ನಾನೇನೂ ಅಮಾತ್ಯ ರಾಕ್ಷಸನಲ್ಲ."

"ಅದೇ ದುರದೃಷ್ಟ. ಆತನೇ ಎಷ್ಟೋ ಮೇಲು. ಧನನಂದನ ಬಗ್ಗೆ ಕಡೆಯವರೆಗೂ ಎಷ್ಟು ನಿಷ್ಠೆಯಿರಿಸಿಕೊಂಡಿದ್ದ. ನಿಮ್ಮ ಹಾಗೆ ಅವನು ಅಧಿಕ ಪ್ರಸಂಗದ ತರ್ಕ ಮಾಡುತ್ತಿರಲಿಲ್ಲ."

"ಓಹೋ, ಶತ್ರುವಿನ ಮೇಲೆ ಅಭಿಮಾನವೋ ?"

"ಆಚಾರ್ಯ, ನೀವು ಆ ಅಮಾತ್ಯರನ್ನು ಮರಳಿ ನೇಮಿಸಿಕೊಳ್ಳಬೇಕು ಮತ್ತು ಆ ವರ್ತಕರ ಸಮಸ್ಯೆಯನ್ನು ಪರಿಹರಿಸಬೇಕು."

"ಸಾಧ್ಯವಿಲ್ಲ ಎಂದರೆ ?"

"ನಾನೇ, ನಿಮ್ಮನ್ನು ಲೆಕ್ಕಿಸದೇ ಏಕಪಕ್ಷೀಯವಾಗಿ ರಾಜಶಾಸನವನ್ನು ಹೊರಡಿಸಬೇಕಾಗುತ್ತದೆ."

"ಬಹಳ ಸಂತೋಷ. ಹಾಗಾದರೆ ನಾನೂ ನನ್ನ ಪದವಿಯಿಂದ ಮುಕ್ತಿ ಪಡೆಯುವ ಬಗ್ಗೆ ಆಲೋಚಿಸುತ್ತೇನೆ" ಎಂದ ಚಾಣಕ್ಯ ಕೋಪದಿಂದ ನಮಸ್ಕಾರವನ್ನೂ ಮಾಡದೆ, ತಿರುಗಿಯೂ ನೋಡದೆ ದುಡು ದುಡು ಹೋಗಿಬಿಟ್ಟ. ಚರಣ ಮತ್ತು ಚಂದ್ರಗುಪ್ತ ಬೆಪ್ಪರಂತೆ ನೋಡತೊಡಗಿದರು. ತಕ್ಷಣ ಚಂದ್ರಗುಪ್ತ ಕೋಪದ ಮುಖ ಮಾಡಿಕೊಂಡು ಹೇಳಿದ, "ನೋಡಿದೆಯಾ ಚರಣ, ಚಕ್ರವರ್ತಿಯೆಂಬ ಗೌರವವೇ ಅವರಲ್ಲಿಲ್ಲ, ಗುರುಕುಲದಲ್ಲಿ ಪಾಠ ಕೇಳುವ ತಮ್ಮ ವಿದ್ಯಾರ್ಥಿಯನ್ನು ಗದರಿಸುವಂತೆ ಗದರಿಸುತ್ತಾರೆ."

"ಅದನ್ನು ಏಕೆ ಅಷ್ಟೊಂದು ಮನಸ್ಸಿಗೆ ಹಚ್ಚಿಕೊಳ್ಳುತ್ತೀರಿ. ನಮ್ಮ ಆಚಾರ್ಯರು ಅಂಥವರಲ್ಲ" ಎಂದು ಚರಣ ಸಮಾಧಾನಪಡಿಸಲು ಪ್ರಯತ್ನಿಸಿದ.

"ಅಂಥವರಲ್ಲವೆಂದೇ ನಾನು ಇಷ್ಟು ದಿನ ಅವರನ್ನು ನಂಬಿಕೊಂಡಿದ್ದೆ ಚರಣ. ಆದರೆ ಈಗ ಅನಿಸುತ್ತಿದೆ, ಮಹಾಮಾತ್ಯ ಪದವಿಯ ಅಧಿಕಾರದ ಅಮಲು ಅವರ ತಲೆಗೇರಿದೆ. ಚಕ್ರವರ್ತಿಸಹಿತವಾಗಿ ಎಲ್ಲರನ್ನೂ ಕಿರುಬೆರಳಿನಲ್ಲಿ ಕುಣಿಸುವೆನೆಂದು ಭಾವಿಸಿದ್ದಾರೆ."

"ಎಷ್ಟೇ ಆಗಲಿ ಅವರು ಹಿರಿಯರು, ನಮಗೆ ಗುರುಸಮಾನರು. ದಯವಿಟ್ಟು ಆತುರದ ನಿರ್ಧಾರ ತೆಗೆದುಕೊಳ್ಳಬೇಡಿ, ಪ್ರಭು."

"ಇಲ್ಲ ಚರಣ, ಪ್ರತಿಕ್ಷಣವೂ ನನ್ನ ತೇಜೋವಧೆಯಾಗುವುದನ್ನು ನಾನು ಸಹಿಸಲಾರೆ. ಇನ್ನಾರೂ ಸಮರ್ಥರು, ದಕ್ಷರು ಇಲ್ಲವೇ ?"

"ಈಗ ಶಾಂತರಾಗಿ, ನಾನು ಅವರೊಡನೆ ಮಾತಾಡುತ್ತೇನೆ."

"ಇಲ್ಲ, ಆ ಹಠಮಾರಿ ಬ್ರಾಹ್ಮಣ ಯಾವುದಕ್ಕೂ ಜಗ್ಗುವುದಿಲ್ಲವೆಂದು ನನಗೆ ಚೆನ್ನಾಗಿ ಗೊತ್ತು" ಎಂದು ಕೋಪದಿಂದಲೇ ಹೇಳಿ ಚಂದ್ರಗುಪ್ತ ಅಂತಃಪುರದತ್ತ ಹೊರಟ. ಚರಣ ಹಿಂಬಾಲಿಸಿದ.

ಅದನ್ನೆಲ್ಲ ಕೇಳಿಸಿಕೊಂಡ ಸುದತ್ತನ ಹೃದಯ ಕುಣಿಯುತ್ತಿತ್ತು. ಎಷ್ಟು ಬೇಗ ಇದನ್ನು ವಿರಾಧಗುಪ್ತನಿಗೆ ತಿಳಿಸುತ್ತೇನೋ, ಈ ಶುಭ ಸಮಾಚಾರ ಎಷ್ಟು ಬೇಗ ಅಮಾತ್ಯ ರಾಕ್ಷಸನಿಗೆ ತಲಪುವುದೋ ಎಂದು ಅವನು ಕಾತರಿಸಿದ.

ತನ್ನ ಕಾವಲಿನ ಸರದಿ ಮುಗಿದ ಕೂಡಲೇ ಅವನು ಆತುರದಿಂದ ಹೊರಟ. ವಿರಾಧಗುಪ್ತನಿಗಾಗಿ ನಿಗದಿತ ಸಮಯಕ್ಕಿಂತ ಮೊದಲೇ ಸಂಕೇತ ಸ್ಥಳದಲ್ಲಿ ಕಾಯತೊಡಗಿದ. ಅವನ ಮುಖ ಕಂಡ ಕೂಡಲೇ "ವಿರಾಧಗುಪ್ತ, ಸಂತೋಷದ ಸುದ್ದಿ" ಎಂದು ಬಹಳ ಉತ್ಸಾಹದಿಂದ ಹೇಳಿದ. "ಹೌದೇ ! ಏನದು ?"

"ಅದು ಎಂಥ ಸಂತೋಷದ ಸುದ್ದಿಯೆಂದರೆ, ರೆಕ್ಕೆಯಿದ್ದರೆ ನಾನು ಈಗಲೇ ಪರ್ವತ ನಾಡಿಗೆ ಹಾರಿ ಹೋಗಿ ರಾಕ್ಷಸರಿಗೆ ವಿಷಯ ತಿಳಿಸಿಬಿಡುತ್ತಿದ್ದೆ."

"ಅಂಥದ್ದೇನು ನಡೆಯಿತು ? ಬೇಗ ಹೇಳು."

"ವಿರಾಧಗುಪ್ತ, ಚಂದ್ರಗುಪ್ತ ಚಾಣಕ್ಯರಿಗೆ ತೀವ್ರವಾದ ಮನಸ್ತಾಪವಾಯಿತು."

"ಏನಂದೆ ? ಚಂದ್ರಗುಪ್ತ ಚಾಣಕ್ಯರಿಗೆ ಮನಸ್ತಾಪವೇ ?" ವಿರಾಧಗುಪ್ತ ನಂಬಲಾಗದವನಂತೆ ಕೇಳಿದ, "ಇದು ನಿಜವೇ ಸುದತ್ತ ?"

"ಹೌದು ವಿರಾಧಗುಪ್ತ, ಈಗ ಚಾಣಕ್ಯ ತನ್ನ ಮಹಾಮಾತ್ಯ ಪದವಿ ಬಿಡಲು ಸಿದ್ಧನಾಗಿದ್ದಾನೆ. ಚಂದ್ರಗುಪ್ತ ತಕ್ಷಣ ಅವನನ್ನು ಪದವಿಯಿಂದ ಇಳಿಸಲು ಸಿದ್ಧನಾಗಿದ್ದಾನೆ. ಜೊತೆಗೆ ಚಂದ್ರಗುಪ್ತನ ಬಾಯಲ್ಲೇ ರಾಕ್ಷಸರ ಸ್ವಾಮಿಭಕ್ತಿಯ ಬಗ್ಗೆ ಬಹು ಪ್ರಶಂಸೆಯ ಮಾತುಗಳು ಕೇಳಿಬಂದವು" ಎಂದು ಸುದತ್ತ ಮಂತ್ರಶಾಲೆಯಲ್ಲಿ ಚಂದ್ರಗುಪ್ತ ಚಾಣಕ್ಯರ ನಡುವೆ ನಡೆದ ಮಾತುಕತೆಯನ್ನು ವಿವರವಾಗಿ ಬಣ್ಣಿಸಿದ.

ವಿರಾಧಗುಪ್ತನಿಗೂ ಮಿತಿಮೀರಿದ ಸಂತೋಷವಾಯಿತು. ಅವನನ್ನು ಕಳಿಸಿ, ನೇರವಾಗಿ ಜೀವಸಿದ್ಧಿಯ ಬಳಿಗೆ ಬಂದು ವಿಷಯ ತಿಳಿಸಿ ಹೇಳಿದ, "ಇಂಥ ಅತಿಮುಖ್ಯವಾದ ಸುದ್ದಿ ರಾಕ್ಷಸರಿಗೆ ಬೇಗನೇ ತಿಳಿದರೆ, ಅವರ ಮುಂದಿನ ಯೋಜನೆಗೆ ಹೆಚ್ಚು ಸಹಕಾರಿಯಾಗುತ್ತದೆ. ಆದ್ದರಿಂದ ನಾನು ನಾಳೆಯೇ ಅವರನ್ನು ನೋಡಲು ಹೋಗುತ್ತೇನೆ. ಇಲ್ಲಿ ನೀವು ಎಚ್ಚರದಿಂದಿರಿ."

ವಿರಾಧಗುಪ್ತ ಹೊರಟುಹೋದ. ರಾಕ್ಷಸನ ಇಬ್ಬರು ಗೂಢಚಾರರೂ ಈಗ ಇಲ್ಲದಿರುವುದರಿಂದ, ತಾವು ಸ್ವತಂತ್ರವಾಗಿ ಕೆಲವು ದಿನ ಉಸಿರಾಡಬಹುದೆಂದು ಜೀವಸಿದ್ಧಿ ಮತ್ತು ಸಮಿದ್ಧಾರ್ಥಕ ಸಮಾಧಾನಗೊಂಡರು.

ಅತ್ತ ಅದೇ ಸಮಯದಲ್ಲಿ ಚಂದ್ರಗುಪ್ತ ಪರ್ಣಕುಟೀರದಲ್ಲಿ ಚಾಣಕ್ಯರನ್ನು ಕಂಡು, ಅವರ ಕಾಲಿಗೆ ನಮಸ್ಕರಿಸಿ ಹೇಳಿದ, "ಮಹಾಪರಾಧವಾಯಿತು ಆಚಾರ್ಯ, ನಾನು ನಿಮ್ಮ ಜೊತೆ ಅಷ್ಟು ಕಠಿಣವಾಗಿ ಮಾತಾಡಿದ್ದಕ್ಕೆ ಕ್ಷಮಿಸಿ."

"ಅದು ನಾವೇ ರೂಪಿಸಿಕೊಂಡ ನಾಟಕವಲ್ಲವೇ, ಚಂದ್ರಗುಪ್ತ ?"

"ಕನಸುಮನಸಿನಲ್ಲಿಯೂ ನಿಮ್ಮ ಬಗ್ಗೆ ಅವಹೇಳನಕಾರಿಯಾಗಿ ಮಾತಾಡುವುದನ್ನು ಕಲ್ಪಿಸಿಕೊಳ್ಳಲಾಗದ ನಾನು, ನಾಟಕಕ್ಕಾಗಿಯಾದರೂ ಹಾಗೆ ಮಾತಾಡಿದ್ದು ನನಗೆ ನೋವುಂಟು ಮಾಡಿದೆ."

"ನೊಂದುಕೊಳ್ಳಬೇಡ. ಈಗ ಅದು ತೀರ ಅಗತ್ಯವಾಗಿತ್ತು. ರಾಕ್ಷಸನನ್ನು ದಾರಿ ತಪ್ಪಿಸಲು ಅವನನ್ನು ಅವನದೇ ಭ್ರಮೆಯಲ್ಲಿ ಮುಳುಗಿಸಬೇಕು. ಅವನು ನಿಸ್ಸಹಾಯಕ ಸ್ಥಿತಿಯಲ್ಲಿ ತಾನಾಗಿ ನನ್ನ ಬಳಿಗೆ ಬರುವಂತೆ ಮಾಡಬೇಕು. ಏನೇ ಆದರೂ ನಿನ್ನ ಭಾವುಕತೆಯನ್ನು ಸ್ವಲ್ಪ ಕಡಿಮೆ ಮಾಡು. ರಾಜನೀತಿಯಲ್ಲಿ ಭಾವುಕತೆಯು ಕೈಮೇಲಾಗಲು ಬಿಡಬಾರದು. ಬುದ್ಧಿ ಹೆಚ್ಚು ಹರಿತವಾಗಿರಬೇಕು, ಪ್ರಯೋಜನಶೀಲವಾಗಿರಬೇಕು" ಎಂದು ಚಾಣಕ್ಯ, ಈಗಾಗಲೇ ಬಹುಪಾಲು ಮುಗಿದಿದ್ದ ಅರ್ಥಶಾಸ್ತ್ರದ ಕೆಲವು ಅಧ್ಯಾಯಗಳ ಆಯ್ದ ಭಾಗಗಳನ್ನು ಓದಿ ಹೇಳಿದ.

ಚಂದ್ರಗುಪ್ತನಿಗೆ ಸಂತೋಷವಾಯಿತು. "ಆಚಾರ್ಯ, ನಿಜವಾಗಲೂ ಇದರಲ್ಲಿ ಹೊಸ ದೃಷ್ಟಿಕೋನವಿದೆ. ಮುಗಿದ ಮೇಲೆ ನಾನು ಮನಸ್ಸಿಟ್ಟು ಅಧ್ಯಯನ ಮಾಡುತ್ತೇನೆ. ಇದು ಖಂಡಿತ ಆರ್ಯಾವರ್ತದ ರಾಜರಿಗೆ, ರಾಜಾಧಿಕಾರಿಗಳಿಗೆ ಪಾರಾಯಣದ ಪವಿತ್ರ ಗ್ರಂಥವಾಗುತ್ತದೆ."

"ಹಾಗಾದರೆ ನನ್ನ ಪ್ರಯತ್ನ ಸಾರ್ಥಕ, ಚಂದ್ರಗುಪ್ತ. ಆ ಮೂಲಕ ನಮ್ಮ ಸನಾತನ ಧರ್ಮ ತನ್ನ ಸಹಜ ಪ್ರಕಾಶದಿಂದ ಹೊಳೆಯಬೇಕು. ಅದರ ಫಲವಾಗಿ ಸಕಲ ಪ್ರಜೆಗಳೂ ಸುಖ ಶಾಂತಿಯಿಂದ ಬದುಕಬೇಕು."

## ೩

ಕರಭಕ ಪಾಟಲೀಪುತ್ರದಲ್ಲಿ ನಡೆದ ಘಟನೆಗಳನ್ನೆಲ್ಲಾ ವಿವರಿಸಿದಾಗ, ಅಮಾತ್ಯ ರಾಕ್ಷಸನಿಗೆ ಕುಣಿದು ಕುಪ್ಪಳಿಸುವಷ್ಟು ಆನಂದವಾಯಿತು. "ನೋಡಿದಿರಾ ಮಹಾರಾಜ ? ನನ್ನ ಉಪಾಯ ಫಲ ನೀಡುತ್ತಿದೆ" ಎಂದ.

"ಬಹಳ ಸಂತೋಷ, ಅಮಾತ್ಯರೇ" ಮಲಯಕೇತು ಹೇಳಿದ, "ನಮ್ಮ ವೈದ್ಯ ಸುಮಂತರೂ ಇದರಲ್ಲಿ ಸೂಕ್ತ ಪಾತ್ರ ವಹಿಸಿದ್ದು ಸಂತೋಷ, ಆಶ್ಚರ್ಯ ಎರಡನ್ನೂ ಉಂಟು ಮಾಡುತ್ತಿದೆ."

"ಹೌದು, ಅವರ ಪ್ರಯತ್ನದಿಂದಲೇ ಡಿಂಗಿರಾತ, ಭದ್ರಭಟ ಮತ್ತು ಚಿತ್ರವರ್ಮ ನಮ್ಮ ಕಡೆ ಕೆಲಸ ಮಾಡಲು ಒಪ್ಪಿದ್ದು. ಅದು ಅಂಥಿಂಥದಲ್ಲ, ಅತ್ಯಂತ ಮಹತ್ವದ ಕೆಲಸವೇ" ಎಂದ ರಾಕ್ಷಸ.

ಕರಭಕ ಹೇಳಿದ, "ಅವರಿಗೆ ನಮ್ಮ ಪರವಾಗಿ ಕೆಲಸ ಮಾಡುವ ವರ್ತಕರಿಂದ ಒಂದು ಒಳ್ಳೆಯ ನೆರವೂ ದೊರಕಿದಂತಾಯಿತು. ಚಾಣಕ್ಯ ಅವರ ಮಾತಿಗೆ ಮನ್ನಣೆ ನೀಡದಿದ್ದಾಗ, ಅವರು ಅಧಿಕಾರ ಬಂಧನದಿಂದ ಬಿಡುಗಡೆ ಪಡೆದದ್ದು ಇನ್ನಷ್ಟು ಅನುಕೂಲವಾಯಿತು."

"ಪಾನಗೃಹದ ಸುಮಿತ್ರ ನಮ್ಮ ಪರವಾಗಿ ಕೆಲಸ ಮಾಡಲು ಒಪ್ಪಿದ್ದು ನನಗಂತೂ ಅನಿರೀಕ್ಷಿತ ಆನಂದವುಂಟು ಮಾಡಿದೆ" ಎಂದ ರಾಕ್ಷಸ.

"ಅವನು ನಿಮ್ಮ ಬಗ್ಗೆ ಬಹಳ ಅಭಿಮಾನವಿರಿಸಿಕೊಂಡಿದ್ದಾನೆ, ಅಮಾತ್ಯರೇ" ಕರಭಕ ಹೇಳಿದ, "ಅವನಿಗಂತೂ ಹೊಸ ಆಡಳಿತದ ಬಗ್ಗೆ ಒಂದಿಷ್ಟೂ ಗೌರವವಿಲ್ಲ. ಈಗ ಆ ವರ್ತಕರೂ ಪರೋಕ್ಷವಾಗಿ ನಮಗೆ ಬೆಂಬಲ ನೀಡಲು ಒಪ್ಪುತ್ತಾರೆ ಮತ್ತು ಸಾಕಷ್ಟು ಧನ ಕೊಡಲೂ ಸಿದ್ಧರಾಗಿದ್ದಾರೆ."

"ಧನವೇ! ಅದರಿಂದೇನಾಗುತ್ತದೆ ?" ಎಂದ ಮಲಯಕೇತು.

"ಹಾಗಲ್ಲ ಮಹಾರಾಜ" ಕರಭಕ ಹೇಳಿದ, "ಇದು ಧನ ಬಿತ್ತಿ, ಧನ ಬೆಳೆಯುವ ಅವರ ಹಂಚಿಕೆ."

"ಅಂದರೆ ? ನನಗೆ ಅರ್ಥವಾಗಲಿಲ್ಲ."

"ಬಹಳ ಸರಳ" ರಾಕ್ಷಸ ಹೇಳಿದ, "ನಮಗೆ, ನಮ್ಮ ಕಾರ್ಯಗಳಿಗೆ ಉದಾರ ಧನವನ್ನು ಧಾನ್ಯದಂತೆ ಚೆಲ್ಲುವುದು, ನಾವು ಅಧಿಕಾರಕ್ಕೆ ಬಂದರೆ, ಅವರು ಚೆಲ್ಲಿದ ಧನಕ್ಕೆ ಸಾವಿರ, ಲಕ್ಷ ಪಟ್ಟು ಗಳಿಸಿಕೊಳ್ಳುವುದು."

"ಅಂದರೆ, ಇದೂ ಒಂದು ರೀತಿಯಲ್ಲಿ ಪರೋಕ್ಷ ಲಂಚ" ಎಂದು ಮಲಯಕೇತು ನಕ್ಕ.

"ಪರೋಕ್ಷವಲ್ಲ, ಪ್ರತ್ಯಕ್ಷ ಲಂಚ. ನಾವು ಅಧಿಕಾರಕ್ಕೆ ಬಾರದಿದ್ದರೆ, ಬಂದರೂ ಅವರ ಆಶೋತ್ತರಗಳನ್ನು ಈಡೇರಿಸದಿದ್ದರೆ, ತಾನು ಚೆಲ್ಲಿದ ಧನ ವ್ಯರ್ಥವಾಯಿತೆಂದು ಕೊರಗಿ ನರಳುತ್ತಾರೆ. ಮತ್ತೆ ಇನ್ನೊಂದು ರೂಪದಲ್ಲಿ ಲಂಚದ ಕಾಣಿಕೆ ನೀಡಿ, ಕಳೆದುಹೋದುದನ್ನು ಗಳಿಸಲು ಪ್ರಯತ್ನಿಸುತ್ತಾರೆ."

"ಒಟ್ಟಿನಲ್ಲಿ ಗಳಿಸುವುದನ್ನು ಬಿಟ್ಟು ಅವರಿಗೆ ಬೇರೆ ಯೋಚನೆಯೇ ಇಲ್ಲ"

"ಖಂಡಿತ ಇಲ್ಲ, ಅವರೆಲ್ಲ ಒಂದು ರೀತಿಯಲ್ಲಿ ತೀರ ವೃತ್ತಿಪರರು. ಅಂಥವರ ಪರಿಚಯ ನನಗಿದೆ" ಎಂದು ರಾಕ್ಷಸ ತನ್ನ ಅಧಿಕಾರದ ಅವಧಿಯಲ್ಲಿ ನಡೆದ ಘಟನೆಗಳು, ತನ್ನಿಂದ ನಿರಾಶರಾದ ವರ್ತಕರು ಅಮಾತ್ಯ ಶ್ರೀಯಕನನ್ನು ಹಿಡಿದು ತಮ್ಮ ಕೆಲಸ ಸಾಧಿಸಿಕೊಂಡಿದ್ದನ್ನು ವಿವರಿಸಿದ.

"ಅವರು ಕೊಡುವ ಧನವನ್ನು ಜನ ವಿದ್ರೋಹವೇಳಲು ಬಳಸಬಹುದೆಂಬ ಆಲೋಚನೆಯೂ ಇದೆ" ಎಂದ ಕರಭಕ.

"ಅಂದರೆ ಪಾಟಲೀಪುತ್ರದಲ್ಲಿ ಇನ್ನೂ ನಿಮ್ಮ ಅಭಿಮಾನಿಗಳು ಸಾಕಷ್ಟು ಜನರಿರುವರೆಂದಾಯಿತು" ಎಂದ ಮಲಯಕೇತು.

"ಅವರನ್ನೆಲ್ಲ ಸಂಘಟಿಸುವುದು ಅಷ್ಟು ಸುಲಭವಲ್ಲ, ಸಾಧ್ಯವಾದರೆ ನಾವೂ ಚಾಣಕ್ಯನಂತೆ ಸಾಮೂಹಿಕ ವಿದ್ರೋಹದ ಯೋಜನೆ ರೂಪಿಸಬಹುದು. ಅದು ಸಾಧ್ಯವಾಗದಿದ್ದರೆ ನಮ್ಮ ಬೆಂಬಲಿಗರ ಜೊತೆ, ಪಾಟಲೀಪುತ್ರದ ಇತರ ಬೆಂಬಲಿಗರೂ ಸೇರಿದರೆ ಸಾಕು, ನಮ್ಮ ಕಾರ್ಯ ಸುಗಮವಾಗಿ ಯಶಸ್ವಿಯಾಗುತ್ತದೆ" ಎಂದ ರಾಕ್ಷಸ ಭರವಸೆಯ ದನಿಯಿಂದ.

"ಮುಂದೇನು ಅಮಾತ್ಯರೇ ?" ಮಲಯಕೇತು ಸ್ವಲ್ಪ ಕಾತರದಿಂದ ಕೇಳಿದ.

"ಕಾರ್ಯಾರಂಭದ ದೃಷ್ಟಿಯಿರಿಸಿಕೊಂಡು ಯೋಜನೆಯನ್ನು ರೂಪಿಸುವುದಷ್ಟೇ ಈಗ ಉಳಿದಿರುವ ಕೆಲಸ."

"ಹಾಗಾದರೆ ಇಷ್ಟರಲ್ಲೇ ಸೇನೆಯೊಂದಿಗೆ ಹೊರಡುವುದು ತಾನೇ ?"

"ಅಷ್ಟು ಆತುರ ಪಡುವಂತಿಲ್ಲ ಮಹಾರಾಜ. ಈಗ ನಾವು ಎಷ್ಟು ಎಚ್ಚರದಿಂದ ಯೋಜನೆ ರೂಪಿಸಿದರೆ ಅಷ್ಟು ಒಳ್ಳೆಯದು. ನೀವು ಚಿಂತಿಸಬೇಡಿ. ನಾನು ಕೆಲವು ದಿನ ಸಾಕಷ್ಟು ಯೋಚಿಸಬೇಕು. ಪ್ರತಿಯೊಬ್ಬ ಪ್ರಮುಖ ವ್ಯಕ್ತಿಯ ಪ್ರಮುಖ ಹೊಣೆಯನ್ನು ನಿರ್ಧರಿಸಬೇಕು. ಯಾವಾಗ ಹೊರಡಬೇಕು ? ಅಷ್ಟರಲ್ಲಿ ಪಾಟಲೀಪುತ್ರದ ವ್ಯವಸ್ಥೆಗಳು ಅನುಕೂಲಕರವಾಗಿ ಸಿದ್ಧವಾಗಿರುತ್ತವೆಯೇ ? ನಾವು ಹೇಗೆ ಹೆಜ್ಜೆಯಿಟ್ಟರೆ, ಯಾವ ರೀತಿಯ ಫಲಿತಾಂಶ ದೊರೆಯಬಹುದು ? ಕಡಿಮೆ ಅಪಾಯದ, ಹೆಚ್ಚು ಪ್ರಯೋಜನದ ಮಾರ್ಗ ಯಾವುದೆಂದು ಮೊದಲೇ ಒಂದು ನಿರ್ದಿಷ್ಟ ಕಲ್ಪನೆ ನಮಗಿದ್ದರೆ ಒಳ್ಳೆಯದಲ್ಲವೇ ? ಆದ್ದರಿಂದ ಕೆಲವು ದಿನ ತಡವಾದರೂ ಖಚಿತವಾಗಿ ಹೆಜ್ಜೆಯಿಡೋಣ."

"ನಿಮ್ಮ ಮಾತು ಸರಿ, ಅಮಾತ್ಯರೇ. ನೀವು ಯಾವಾಗ ಹೇಳಿದರೆ ಆಗ ನಾನು ಮತ್ತು ನನ್ನ ಸೈನ್ಯ ಹೊರಡಲು ಸಿದ್ಧವಾಗಿರುತ್ತೇವೆ."

ಕರಭಕ ತಂದ ಸುದ್ದಿಯಿಂದ ಸ್ಕಂದ ಮತ್ತು ಶಶಾಂಕ ಕೂಡ ಪುಳಕಿತರಾಗಿದ್ದರು. "ಈ ಸಲ ಚಾಣಕ್ಯನ ತಂತ್ರ ಖಂಡಿತ ಕೆಲಸ ಮಾಡುವುದಿಲ್ಲ" ಎಂದ ಸ್ಕಂದ ಉತ್ಸಾಹದಿಂದ, ಅಂದು ರಾತ್ರಿ ಊಟ ಮುಗಿಸಿ ಎಲ್ಲ ಮಾತಾಡುತ್ತ ಕುಳಿತಾಗ.

"ಅತಿ ಉತ್ಸಾಹ ಬೇಡ ಸ್ಕಂದ, ಚಾಣಕ್ಯನನ್ನು ಅಷ್ಟು ಹಗುರವಾಗಿ ಭಾವಿಸಬೇಡ" ಎಂದ ರಾಕ್ಷಸ.

"ಅಮಾತ್ಯರು ತಮ್ಮ ಶತ್ರುವನ್ನು ಹೊಗಳುತ್ತಿರುವಂತಿದೆ" ಎಂದ ಶಶಾಂಕ ನಗುತ್ತ.

"ಹಾಗಲ್ಲ ಶಶಾಂಕ" ರಾಕ್ಷಸ ಹೇಳಿದ, "ಚಾಣಕ್ಯ ನನ್ನ ಶತ್ರುವಲ್ಲ, ಪ್ರತಿಸ್ಪರ್ಧಿ, ನನಗೂ ಅವನಿಗೂ ವೈಯಕ್ತಿಕ ದ್ವೇಷವಿಲ್ಲ. ಅವನು ಚಂದ್ರಗುಪ್ತನಿಗಾಗಿ ಕೆಲಸ ಮಾಡುತ್ತಿದ್ದಾನೆ. ನಾನು ಧನನಂದನಿಗಾಗಿ ಕೆಲಸ ಮಾಡುತ್ತಿದ್ದೇನೆ."

"ಸ್ವಲ್ಪ ವ್ಯತ್ಯಾಸವಿದೆ. ಚಂದ್ರಗುಪ್ತನಿಗೆ ಚಾಣಕ್ಯನಲ್ಲಿ ಗುರುಭಕ್ತಿ, ನಿಮಗೆ ಧನನಂದನಲ್ಲಿ ಸ್ವಾಮಿಭಕ್ತಿ. ಚಂದ್ರಗುಪ್ತ ಬದುಕಿದ್ದಾನೆ, ಧನನಂದ ಸತ್ತಿದ್ದಾನೆ, ಅಷ್ಟೇ ವ್ಯತ್ಯಾಸ" ಎಂದ ಕರಭಕ.

ಸ್ಕಂದ ಹೇಳಿದ, "ಆದರೆ ಡಿಂಗಿರಾತ, ಭದ್ರಭಟ ಮತ್ತು ಚಿತ್ರವರ್ಮ ನಮಗೆ ಬೆಂಬಲ ನೀಡುವರೆಂಬುದೇ ಅಚ್ಚರಿಯ ಸಂಗತಿಯಾಗಿದೆ."

"ಇದರಲ್ಲಿ ಆಶ್ಚರ್ಯಪಡುವಂಥದೇನೂ ಇಲ್ಲ" ಕರಭಕ ಹೇಳಿದ, "ಧನನಂದನ ವಿರುದ್ಧವಾಗಿ ಚಂದ್ರಗುಪ್ತನಿಗೆ ಬೆಂಬಲ ನೀಡಿದಾಗಲೇ, ಅವರು ಆಮಿಷಕ್ಕೆ ಸುಲಭವಾಗಿ ಬಲಿಬೀಳುವರೆಂದು ಸ್ಪಷ್ಟವಾದಂತಾಯಿತು. ತಾವು ನಿರೀಕ್ಷಿಸಿದ ಮಾನ ಸನ್ಮಾನ ದೊರೆಯದಿದ್ದಾಗ ಚಾಣಕ್ಯನ ಮೇಲೆ ಕೋಪಗೊಂಡು ಕೆಲಸ ಬಿಟ್ಟರು. ಆ ಮಾನ ಸನ್ಮಾನ ನಮ್ಮಿಂದ ದೊರೆಯುವ ಭರವಸೆ ಸಿಕ್ಕಿದರೆ ಖಂಡಿತ ಬೆಂಬಲ ನೀಡುತ್ತಾರೆ."

"ವರ್ತಕ ಶ್ರೇಣಿಯ ಸದಸ್ಯರು ಕೊಟ್ಟ ಸುವರ್ಣ ಮುದ್ರೆಗಳನ್ನು ಆಸೆಯಿಂದ ತೆಗೆದುಕೊಂಡರೆಂದು ನೀನೇ ಹೇಳಿದೆಯಲ್ಲ, ಅಂದರೆ ಅವರು ಈಗಾಗಲೇ ನಮಗೆ ಬೆಂಬಲ ನೀಡಲು ಮಾನಸಿಕವಾಗಿ ಸಿದ್ಧರಾಗಿದ್ದಾರೆ ಎಂದೇ ಅರ್ಥ" ಎಂದ ರಾಕ್ಷಸ.

"ಅವರು ನಮ್ಮ ಕಡೆ ಸೇರಲು ಚಾಣಕ್ಯ ಅವಕಾಶ ಕೊಡುತ್ತಾನೆಯೇ ? ಅಥವಾ ಏನಾದರೂ ನೆಪ ಹುಡುಕಿ ಅವರನ್ನು ಬಂಧಿಸುವುದಿಲ್ಲವೆ ?" ಶಶಾಂಕ ಸಂದೇಹ ವ್ಯಕ್ತಪಡಿಸಿದ.

"ಧನನಂದನಾಗಿದ್ದರೆ ಅಥವಾ ಶ್ರೀಯಕನಾಗಿದ್ದರೆ ಹಾಗೇ ಯೋಚಿಸುತ್ತಿದ್ದರು. ಅವರೂ ಕೂಡ ಚಣಕರನ್ನು ಕೊಂದು ಚಾಣಕ್ಯನೆಂಬ ಜ್ವಾಲಾಮುಖಿಯ ಬಾಯಿ ತೆರೆದರು. ಆದರೆ ಚಾಣಕ್ಯ ಹಾಗೆ ಯೋಚಿಸಲಾರ. ಕರಭಕ, ನೀನು ಇಲ್ಲಿಂದ ಹೋದಮೇಲೆ, ಅವರು ಕೆಲವು ದಿನ ಯಾವ ಸಂದೇಹಗಳಿಗೂ ಅವಕಾಶವಿಲ್ಲದಂತೆ ತಟಸ್ಥರಾಗಿ, ಗೌರವಸ್ಥ ನಿವೃತ್ತರಂತೆ ಇರಬೇಕೆಂದು ತಿಳಿಸು."

"ಆಗಲಿ ಅಮಾತ್ಯರೆ" ಎಂದ ಕರಭಕ.

ಎಲ್ಲ ಮಲಗಿದರು, ಆದರೆ ರಾಕ್ಷಸನಿಗೆ ಬಹಳ ಹೊತ್ತು ನಿದ್ರೆ ಬರಲಿಲ್ಲ. 'ಚಣಕನನ್ನು ಕೊಂದು ಚಾಣಕ್ಯನೆಂಬ ಜ್ವಾಲಾಮುಖಿಯ ಬಾಯಿ ತೆರೆದರು' ಎಂದು ತಾನೇ ಹೇಳಿದ ಮಾತು ನೆನಪಾಗಿ, ಚಣಕ, ಚಾಣಕ್ಯರ ಸುತ್ತ ಮನಸ್ಸು ಸುತ್ತತೊಡಗಿತು.

'ಚಣಕ ನಿಜವಾಗಲೂ ಸಾತ್ವಿಕನೇ ! ಅಂಥ ಭೀಕರ ಸಾವಿಗೆ ಗುರಿಯಾಗಲು ಅವನು ಮಾಡಿದ ಅಪರಾಧವಾದರೂ ಏನು ! ಜನರಲ್ಲಿ ದ್ರೋಹದ ಬೀಜ ಬಿತ್ತಿದ್ದು ಅಪರಾಧವಲ್ಲವೆ ? ಅದಕ್ಕೆ ಕಾರಣವೂ ಇತ್ತಲ್ಲವೇ ? ಧನನಂದನ ಆಳ್ವಿಕೆ ಧರ್ಮನೀತಿಗಳಿಂದ ಕೂಡಿದ್ದರೆ ಜನರಲ್ಲಿ ಅತೃಪ್ತಿ ಮೂಡುತ್ತಿರಲಿಲ್ಲ, ಚಣಕರೂ ದಂಗೆಯೇಳಿಸುವ ಪ್ರಯತ್ನ ಮಾಡುತ್ತಿರಲಿಲ್ಲ, ಅಲ್ಲವೆ ? ಅಂದರೆ ಅಧರ್ಮ, ಅನೀತಿಗಳ ಧನನಂದನ ಆಳ್ವಿಕೆಯಲ್ಲಿ ನಾನೂ ಪಾಲುದಾರನಲ್ಲವೆ ? ಅದರಲ್ಲಿ ನನ್ನದೇನು ತಪ್ಪು? ಚಕ್ರವರ್ತಿಯ ಆಜ್ಞಾನುವರ್ತಿ ನಾನು. ಅವನ ಆಜ್ಞೆಗಳನ್ನು ಪಾಲಿಸದಿದ್ದರೆ ನನ್ನನ್ನು ಸುಮ್ಮನೆ ಬಿಡುತ್ತಿದ್ದನೆ ? ಚಕ್ರವರ್ತಿ ಸತ್ತಮೇಲೆ ಅವನ ಮೇಲಿನ ಭಕ್ತಿಯಿಂದ ಹೋರಾಟಕ್ಕೆ ಹೊರಡುವುದು ಮೂರ್ಖತನವೇ ?'

'ಛೆ, ಈ ವ್ಯರ್ಥ ತರ್ಕಗಳು ಏಕೆ ಮತ್ತೆ ಮತ್ತೆ ಕಾಡುತ್ತವೆ. ಏನೇ ಆದರೂ ಚಣಕನನ್ನು ಕೊಂದು ಧನನಂದ ಮತ್ತು ಶ್ರೀಯಕ ತಪ್ಪು ಮಾಡಿದರೆಂದು ನಾನೂ ಒಪ್ಪಲೇಬೇಕು. ಧನನಂದನ ವಧೆಗೆ ಮತ್ತು ಮಗಧ ಚಂದ್ರಗುಪ್ತನ ವಶವಾಗಲು ಅದೇ ಮೂಲ ಕಾರಣವಾಗಬಹುದೆಂದು ಬಹುಶಃ ಅವರು ಯೋಚಿಸಲಿಲ್ಲ.

'ಆ ಚಣಕ ವೃದ್ಧ, ದುರ್ಬಲ, ಅಸಹಾಯಕನಂತೆ ಕಾಣುತ್ತಿದ್ದವನು ರಾಜಸಭೆಯಲ್ಲಿ ಎಷ್ಟು ದಿಟ್ಟತನದಿಂದ ಮಾತನಾಡಿದ! ಎಷ್ಟು ತರ್ಕಬದ್ಧವಾಗಿ ತನ್ನ ಅಭಿಪ್ರಾಯಗಳನ್ನು ಹೇಳಿದ! ಅವನ ಮಗ ಚಾಣಕ್ಯ ! ಅವನಲ್ಲಿ ಚಣಕನಿಗಿಂತ ಸಾವಿರ ಪಟ್ಟು ಅಧಿಕವಾದ ದಿಟ್ಟತನವಿತ್ತು. ಎಂಥ ಮಾತುಗಾರಿಕೆ ! ಎಂಥ ನಿರ್ಭಯತೆ ! ಎಂಥ ಧೀರನ ಎದೆಯೂ ನಡುಗಿ ಕರಗಿ ಹೋಗುವಂತೆ ಅವನು ಗುಡುಗಿದ. ಸಭೆಯೆಲ್ಲ ಸ್ತಬ್ಧವಾಗಿ ಹೋಗಿತ್ತು. ಅವನ ಪ್ರತಿಜ್ಞೆ ಎಷ್ಟು ಆತ್ಮಪ್ರತ್ಯಯದಿಂದ ಕೂಡಿತ್ತು! ಗರ್ಜಿಸಿದ ಸಿಂಹ ನಾಯಿ ನರಿಗಳನ್ನು ತಲ್ಲಣಗೊಳಿಸಿ ನಿರಾತಂಕವಾಗಿ ಹೋಗುವಂತೆ ಅವನು ಹೊರಟುಹೋದ. ಅವನನ್ನು ಹಿಡಿದು ನಿಲ್ಲಿಸುವ ಆಲೋಚನೆ ಧನನಂದನಿಗೂ ಬರಲಿಲ್ಲ. ನನ್ನೊಂದಿಗೆ ಮಾತಾಡಿದಾಗಲೂ ಅದೇ ಧೋರಣೆ, ನಾನೊಂದು ಯಃಕಶ್ಚಿತ್ ಎಂಬಂತೆ. 'ನಾನು ಆತ್ಮಹತ್ಯೆ ಮಾಡಿಕೊಳ್ಳುವುದಿಲ್ಲ, ನೀನು ಆತ್ಮಹತ್ಯೆ ಮಾಡಿಕೊಳ್ಳುವ ಪ್ರಸಂಗವನ್ನಂತೂ ಸೃಷ್ಟಿಸುತ್ತೇನೆ. ಆಗ ನನ್ನನ್ನು ನೆನಪು ಮಾಡಿಕೋ' ಎಂದು ಹೇಳಿ ಹೋದ.

'ನಾನು ಬ್ರಾಹ್ಮಣ್ಯವನ್ನು ಬಿಟ್ಟು ಕ್ಷಾತ್ರವನ್ನು ಅವಲಂಬಿಸಿ ಕ್ಷತ್ರಿಯರಿಗಿಂತ ಮಿಗಿಲಾದ ಕ್ಷತ್ರಿಯನೆನಿಸಿಕೊಂಡೆ. ಆದರೆ ಅವನು ತನ್ನ ಬ್ರಾಹ್ಮಣ್ಯವನ್ನೇ ಕ್ಷಾತ್ರದ ಉತ್ತುಂಗಕ್ಕೇರಿಸಿ ಇಡೀ ಜಗತ್ತನ್ನೇ ತೃಣವಾಗಿ ಎಣಿಸಿದಂತೆ ಮಾತನಾಡಿದ. ಅಂದರೆ ಕ್ಷಾತ್ರಕ್ಕಿಂತ ಬ್ರಹ್ಮ ತೇಜಸ್ಸೇ ಅಧಿಕವೇ ! ನಿಜವಾಗಲೂ ಅವನು ತನ್ನ ತೇಜಸ್ಸಿನಿಂದ ತನ್ನ ಪ್ರತಿಜ್ಞೆಯನ್ನು ಈಡೇರಿಸಿಕೊಂಡಂತೆ ನನ್ನ ಪ್ರಯತ್ನವನ್ನು ವಿಫಲಗೊಳಿಸುತ್ತಾನೆಯೇ?

'ಈಗ, ನನಗೆ ಅಧಿಕಾರ ಬೇಡ, ಆದರೆ ಕಳೆದು ಹೋದ ನನ್ನ ಪ್ರತಿಷ್ಠೆಯನ್ನು ಮರಳಿ ಗಳಿಸಿಕೊಳ್ಳಲೇಬೇಕು. ನಾನು ಮಾಡುತ್ತಿರುವುದು ಸರಿಯಾಗಿದೆ. ಆ ಬ್ರಾಹ್ಮಣನ ದುರಭಿಮಾನವನ್ನು ಅಡಗಿಸಬೇಕು. ಈ ರಾಕ್ಷಸ ಸುಲಭವಾಗಿ ಸೋಲೊಪ್ಪಿಕೊಳ್ಳುವವನಲ್ಲ ಎಂಬುದನ್ನು ನಿರೂಪಿಸಬೇಕು. ಕ್ಷಾತ್ರವನ್ನು ಅವಲಂಬಿಸಿದ ಮೇಲೆ ಕ್ಷತ್ರಿಯರಂತೆಯೇ ಕಡೆಯವರೆಗೂ ಪ್ರಯತ್ನಪಡಬೇಕು. ನನ್ನ ರಾಜ ಕೆಟ್ಟವನಾಗಿದ್ದನೆಂದು, ಅವನು ಸತ್ತು ಹೋದನೆಂದು ಇನ್ನಾರನ್ನೋ ಚಕ್ರವರ್ತಿಯೆಂದು ನಾನು ಒಪ್ಪಲಾರೆ. ಮಲಯಕೇತು ನನ್ನ ಆಯ್ಕೆಯ ವ್ಯಕ್ತಿ. ನನ್ನ ನೆರಳಿಗೆ ಬರುತ್ತಿರುವ ವ್ಯಕ್ತಿ. ಅವನೇ ಚಕ್ರವರ್ತಿಯಾಗಲಿ, ಅಮಾತ್ಯ ರಾಕ್ಷಸನ ಪ್ರತಿಷ್ಠೆ ಪುನರ್ ಸ್ಥಾಪನೆಯಾಗಬೇಕು. ಆ ಚಂದ್ರಗುಪ್ತ ನನ್ನ ಚಕ್ರವರ್ತಿ ಧನನಂದ ಕುಳಿತ ಸಿಂಹಾಸನದ ಮೇಲೆ ಹೆಚ್ಚು ಕಾಲ ಕುಳಿತಿರಬಾರದು.'

ಅವನಿಗೆ ಎಚ್ಚರವಾದಾಗ ಸೂರ್ಯೋದಯವಾಗಿ ಸ್ವಲ್ಪ ಹೊತ್ತಾಗಿತ್ತು. ಎದ್ದು ಕುಳಿತಾಗ ಎದುರಿಗೆ ವಿರಾಧಗುಪ್ತನನ್ನು ಕಂಡು ಅವನು ಆಶ್ಚರ್ಯಗೊಂಡ. "ವಿರಾಧಗುಪ್ತ, ನೀನೂ ಬಂದುಬಿಟ್ಟೆಯಾ ? ಏನು ವಿಷಯ ?" ಎಂದು ಸ್ವಲ್ಪ ಸಂದೇಹ, ಆತಂಕಗಳಿಂದ ಕೇಳಿದ.

"ಆತಂಕ ಪಡುವಂಥದಲ್ಲ, ಆನಂದಪಡುವಂಥ ಸುದ್ದಿಯಿದೆ ಅಮಾತ್ಯರೇ" ಎಂದು ವಿರಾಧಗುಪ್ತ ಎಲ್ಲವನ್ನೂ ವಿವರಿಸಿ, "ಈ ಶುಭ ಸುದ್ದಿಯನ್ನು ನಿಮಗೆ ಬೇಗ ತಿಳಿಸುವುದು ಅಗತ್ಯವೆಂದು ನಾನೂ ಬಂದುಬಿಟ್ಟೆ" ಎಂದ.

"ಬಹಳ ಒಳ್ಳೆಯ ಕೆಲಸ ಮಾಡಿದೆ. ಸ್ನಾನ ಮುಗಿಸಿ ಬಂದು ಬಿಡುತ್ತೇನೆ ಇರು" ಎಂದು ರಾಕ್ಷಸ ಸ್ನಾನಗೃಹದತ್ತ ನಡೆದ.

ಕರಭಕ ಮತ್ತು ವಿರಾಧಗುಪ್ತನೊಂದಿಗೆ ರಾಕ್ಷಸ ಮಲಯಕೇತುವನ್ನು ಕಾಣಲು ಮಂತ್ರಶಾಲೆಗೆ ಬಂದಾಗ, ಅವನು ಅಮಾತ್ಯ ಶಬರವರ್ಮನೊಂದಿಗೆ ಯಾವುದೋ ವಿಷಯವನ್ನು

ಕುರಿತು ಚರ್ಚೆ ಮಾಡುತ್ತಿದ್ದ. ಅವರು "ಬನ್ನಿ ಅಮಾತ್ಯರೇ, ಕುಳಿತುಕೊಳ್ಳಿ" ಎಂದು ಸ್ವಾಗತಿಸಿ ಪೀಠ ತೋರಿಸಿದ. ಅವನು ಕುಳಿತ ನಂತರ ಕರಭಕ ಮತ್ತು ವಿರಾಧಗುಪ್ತ ಹಿಂಬದಿಯ ಪೀಠಗಳಲ್ಲಿ ಕುಳಿತುಕೊಂಡರು.

"ಏನು ವಿಷಯ ಅಮಾತ್ಯರೆ, ನಿಮ್ಮ ಮುಖದಲ್ಲಿ ಅತಿಯಾದ ಸಂತೋಷ ಚಿಮ್ಮುತ್ತಿರುವಂತಿದೆ" ಎಂದು ಮಲಯಕೇತು ಕೇಳಿದ.

"ನಮ್ಮ ಪ್ರಯತ್ನಕ್ಕೆ ಅದೃಷ್ಟದ ಬೆಂಬಲವೂ ಅಪಾರವಾಗಿದೆಯೆಂಬುದಕ್ಕೆ ಈಗ ವಿರಾಧಗುಪ್ತ ತಂದಿರುವ ಸುದ್ದಿ ಸಾಕ್ಷಿಯಾಗಿದೆ ಮಹಾರಾಜ."

"ಹೌದೇನು ? ಯಾವುದು ಅಂಥ ಸುದ್ದಿ ?"

ರಾಕ್ಷಸ ವಿರಾಧಗುಪ್ತನ ಮುಖ ನೋಡಿದ, "ಚಂದ್ರಗುಪ್ತನಿಗೂ ಚಾಣಕ್ಯನಿಗೂ ತೀವ್ರವಾದ ಮನಸ್ತಾಪವುಂಟಾಗಿದೆ. ಮಹಾಮಾತ್ಯ ಪದವಿಯನ್ನು ಬಿಡಲು ಚಾಣಕ್ಯ ಸಿದ್ಧನಾಗಿದ್ದಾನೆ. ಚಂದ್ರಗುಪ್ತನೇ ಅದಕ್ಕೆ ಮೊದಲು ಅವನನ್ನು ಪದವಿಯಿಂದ ಇಳಿಸಿದರೆ ಆಶ್ಚರ್ಯಪಡಬೇಕಾಗಿಲ್ಲ."

ಮಲಯಕೇತು ಮತ್ತು ಶಬರವರ್ಮ ಚಕಿತರಾದರು. "ಇದು ಸಾಧ್ಯವೇ !" ಎಂದು ಶಬರವರ್ಮ ಹುಬ್ಬೇರಿಸಿದ.

"ಮನಸ್ತಾಪ ಯಾವ ಕಾರಣಕ್ಕೆಂದು ಏನಾದರೂ ಗೊತ್ತೆ ?" ಮಲಯಕೇತು ಕೇಳಿದ.

"ಅದೇ ಡಿಂಗಿರಾತ, ಭದ್ರಭಟ ಮತ್ತು ಚಿತ್ರವರ್ಮರ ವಿಷಯ" ಎಂದ ಕರಭಕ.

"ಅವರ ವಿಷಯಕ್ಕೂ ಮನಸ್ತಾಪಕ್ಕೂ ಏನು ಸಂಬಂಧ ?" ಶಬರವರ್ಮ ಕೇಳಿದ.

"ಅವರಿಗೆ ಮೊದಲೇ ತಮ್ಮನ್ನು ಯಾವುದಕ್ಕೂ ಗಣನೆಗೆ ತೆಗೆದುಕೊಳ್ಳದೆ ತನ್ನದೇ ನಿರ್ಧಾರ ತೆಗೆದುಕೊಳ್ಳುತ್ತಿದ್ದ ಚಾಣಕ್ಯನ ಅತಿ ಪ್ರತಿಷ್ಠೆಯ ಧೋರಣೆ ಮತ್ತು ಪ್ರಭಾವಶಾಲಿ ಯಾದ ಸೇನಾಧ್ಯಕ್ಷ ಪದವಿಯಿಂದ ಅಮಾತ್ಯ ಪದವಿಗೆ ಬದಲಾಯಿಸಿದ ಅಸಮಾಧಾನವಿದ್ದೇ ಇತ್ತು. ವರ್ತಕರ ಬೇಡಿಕೆಯ ಬಗ್ಗೆ ಅವರು ಹಠ ಹಿಡಿದರು. ಚಾಣಕ್ಯ ಅವರನ್ನು ಅವಹೇಳನಕಾರಿಯಾಗಿ ಮೂದಲಿಸಿದ. ಅವರು ಬೇಸರದಿಂದ ಪದವಿಯನ್ನು ಬಿಟ್ಟರು. ನಂತರ ಅವರು ಚಂದ್ರಗುಪ್ತನಲ್ಲಿ ಹೇಳಿಕೊಂಡರು. ಅವನಿಗೂ ಚಾಣಕ್ಯನ ಧೋರಣೆಯ ಬಗ್ಗೆ ಅಸಮಾಧಾನವಿತ್ತು. ಚಕ್ರವರ್ತಿಯಾದ ತನ್ನನ್ನು ಲೆಕ್ಕಿಸುತ್ತಿಲ್ಲವೆಂಬ ಭಾವನೆ ಮನಸ್ಸಿನಲ್ಲಿತ್ತೆಂದು ಕಾಣುತ್ತದೆ, ಅಮಾತ್ಯರ ಮರುನೇಮಕ ಮತ್ತು ವರ್ತಕರ ಬೇಡಿಕೆಯ ಈಡೇರಿಕೆಗಾಗಿ ಒತ್ತಾಯಿಸಿದ. ಚಾಣಕ್ಯ ನಿರಾಕರಿಸಿದ. ಮಾತಿಗೆ ಮಾತು ಬೆಳೆಯಿತು. ತಾನು ಮಹಾಮಾತ್ಯ ಪದವಿಯನ್ನೇ ತ್ಯಜಿಸುವುದಾಗಿ ಚಾಣಕ್ಯ ಹೇಳಿದ."

"ಇದು ನಿಜವಾದರೆ ದೈವ ನಮಗೆ ಅನುಕೂಲವಾಗಿದೆಯೆಂದು ಭಾವಿಸಬಹುದು" ಎಂದ ಮಲಯಕೇತು ಆಶಾಭಾವನೆಯಿಂದ.

"ದೈವ ಒದಗಿಸಿರುವ ಈ ಅನುಕೂಲಕರ ಪರಿಸ್ಥಿತಿಯನ್ನು ಎಚ್ಚರಿಕೆಯಿಂದ ಬಳಸಿ ಕೊಂಡರೆ ನಮ್ಮ ಪ್ರಯತ್ನಕ್ಕೆ ಯಶಸ್ಸು ಖಚಿತ" ಎಂದ ರಾಕ್ಷಸ.

"ಮುಂದಿನ ಯೋಜನೆಗಳೇನು ?"

"ಈಗ ನನಗೊಂದು ಯೋಚನೆ ಹೊಳೆಯುತ್ತಿದೆ ಮಹಾರಾಜ" ರಾಕ್ಷಸ ಹೇಳಿದ, "ಸೇನಾಧ್ಯಕ್ಷರು ನಮಗೆ ಬೆಂಬಲ ನೀಡಲು ಸಿದ್ಧರಾಗಿದ್ದಾರೆ. ಅವರು ಈಗ ಸೇನೆಯ ಅಧಿಕಾರಿಗಳಲ್ಲದಿದ್ದರೂ, ಬಹುವರ್ಷಗಳಿಂದ ಆ ಪದವಿಯಲ್ಲಿದ್ದುದರಿಂದ ಸೈನ್ಯದಲ್ಲಿರುವ ಅನೇಕರು ಅವರ ಬಗ್ಗೆ ಸಹಾನುಭೂತಿ ತೋರಿಸುವುದು ಸಹಜ. ಅಂಥ ಸಹಾನುಭೂತಿ

ಇದ್ದುದರಿಂದಲೇ ಅವರು ಧನನಂದನಿಗೆ ದ್ರೋಹಮಾಡಲು ಸಾಧ್ಯವಾಯಿತು. ವರ್ತಕರು ಧನ ವ್ಯಯಮಾಡಲು ಸಿದ್ಧರಾಗಿದ್ದಾರೆ. ಆ ಧನವನ್ನು ಅವರು ತಮ್ಮ ಸೈನಿಕರಿಗೆ ರಹಸ್ಯವಾಗಿ ಹಂಚಿ ನಮ್ಮ ಕಡೆ ಸೆಳೆದುಕೊಳ್ಳುವುದು ಸಾಧ್ಯವಾಗಲಾರದೇ, ಎಂಬ ಯೋಚನೆ ಬರುತ್ತಿದೆ.''

''ಸೈನಿಕರನ್ನು ಬೇಕೆಂದಾಗ ಬೇಕುಬೇಕಾದ ರೀತಿಯಲ್ಲಿ ಬಳಸಿಕೊಳ್ಳುವುದು ಸಾಧ್ಯವೇ ?'' ಶಬರವರ್ಮ ಸಂದೇಹಿಸಿದ.

''ಖಂಡಿತ ಸಾಧ್ಯ'' ರಾಕ್ಷಸ ಹೇಳಿದ, ''ಚಾಣಕ್ಯ ಅದೇ ತಂತ್ರವನ್ನು ಬಳಸಿದ. ಅವನ ತಂತ್ರವನ್ನು ಅವನ ವಿರುದ್ಧವಾಗಿಯೇ ತಿರುಗಿಸಬೇಕು. ಧನ ಬಹಳ ಶಕ್ತಿಯುತವಾದದ್ದು ಅಮಾತ್ಯರೇ. ನಿರ್ಜೀವ ವಸ್ತುವಾದ ಅದು ಜೀವಿಗಳನ್ನು ತನಗೆ ಬೇಕಾದಂತೆ ಕುಣಿಸುವ ಸಾಮರ್ಥ್ಯ ಹೊಂದಿದೆ. ನಮ್ಮ ಧನನಂದನ ಲೋಭದ ವಿಷಯ ಗೊತ್ತಲ್ಲ, ಅವನು ಎಂಬತ್ತು ಕೋಟಿ ಸುವರ್ಣ ಮುದ್ರೆಗಳನ್ನು ರಹಸ್ಯವಾಗಿ ಇರಿಸಿದ್ದ. ಅದನ್ನು ಚಾಣಕ್ಯ ವಶಪಡಿಸಿಕೊಂಡ.''

''ಹೌದು, ನಾನೂ ಆ ಬಗ್ಗೆ ಕೇಳಿದ್ದೇನೆ. ಅದರ ರಹಸ್ಯ ಚಾಣಕ್ಯನಿಗೆ ತಿಳಿದ ಬಗೆ ಹೇಗೆ ?'' ಮಲಯಕೇತು ಕೇಳಿದ.

''ಒಂದು ಅಚಾತುರ್ಯ ರಹಸ್ಯ ಬಯಲಾಗಲು ಕಾರಣವಾಯಿತು. ಈಗ ಆ ವಿಷಯವೇಕೆ ಬಿಡಿ'' ಎಂದ ರಾಕ್ಷಸ. ಅದರ ವಿವರ ಹೇಳಲು ಅವನಿಗೆ ಇಷ್ಟವಾಗಲಿಲ್ಲ. ರಹಸ್ಯಪಾಲನೆಯ ದೃಷ್ಟಿಯಿಂದ ಜೊತೆಯಲ್ಲಿ ಬಂದಿದ್ದ ಸೈನಿಕರ ಕೊಲೆ ಮಾಡಿಸಿದ ಪಾಪ ಕರ್ಮದಲ್ಲಿ ತಾನೂ ಭಾಗಿಯಾದ ಅಳುಕು ಅವನನ್ನು ಬಾಧಿಸುತ್ತಿತ್ತು.

''ಹೋಗಲಿ ಬಿಡಿ, ಪ್ರಜೆಗಳಿಂದ ಸುಲಿದ ಧನ ಮತ್ತೆ ಪ್ರಜೆಗಳಿಗೇ ಸೇರಿತು'' ಎಂದ ಶಬರವರ್ಮ.

''ಭಂಡಾರಕ್ಕೆ ಎಂದು ಹೇಳಿ ಅಮಾತ್ಯರೇ, ಒಬ್ಬ ರಾಜನಿಂದ ಇನ್ನೊಬ್ಬ ರಾಜನ ವಶವಾಯಿತು'' ಎಂದ ಕರಭಕ.

''ಭಂಡಾರ ರಾಜನ ವೈಯಕ್ತಿಕ ಸ್ವತ್ತಲ್ಲ ಕರಭಕ. ಅದು ಪ್ರಜೆಗಳದು. ಅದರ ಸದ್ವಿನಿಯೋಗ ಮಾಡುವ ಅಧಿಕಾರ ಮಾತ್ರ ರಾಜನಿಗಿದೆ.''

''ಎಲ್ಲರೂ ರಾಜನೀತಿಗೆ ಬದ್ಧರಾಗಿಯೇ ನಡೆದುಕೊಂಡಿದ್ದರೆ ಈ ಘರ್ಷಣೆ, ಶತ್ರುತ್ವ ಯುದ್ಧ ಇತ್ಯಾದಿ ಗೊಂದಲಗಳೇ ಇರುತ್ತಿರಲಿಲ್ಲ'' ಎಂದ ಮಲಯಕೇತು ನಗುತ್ತ. ಆದರೆ ಅವನ ಆ ನಗುವಿನಲ್ಲಿ ಸಂತೋಷವಿರಲಿಲ್ಲ, ವಿಷಾದವಿತ್ತು.

ಶಬರವರ್ಮನಿಗೆ ಅಂಥ ಉತ್ಸಾಹವಿರಲಿಲ್ಲ. ಮಲಯಕೇತುವಿನ ಈ ಪ್ರಯತ್ನಕ್ಕೆ ಅವನ ಹೃತ್ಪೂರ್ವಕ ಸಮ್ಮತಿಯೂ ಇರಲಿಲ್ಲ. ಅವನು ಸಾಕಷ್ಟು ಅನುಭವಿ ವೃದ್ಧ. ಲೋಕನೀತಿಯನ್ನು ಬಲ್ಲವನು. ತನ್ನ ಮಟ್ಟಿಗೆ ರಾಜನೀತಿಯ ಹಲವು ಮಗ್ಗುಲುಗಳ ಪರಿಚಯವುಳ್ಳವನು. ಪೌರವನ ಸಾವಿನ ಬಗ್ಗೆ ಅವನಿಗೆ ದುಃಖ, ವಿಷಾದಗಳಿದ್ದವು. ಆದರೆ ಅಷ್ಟೇ ಅವನ ಅತಿಯಾದ ಆತ್ಮಪ್ರಶಂಸೆ, ಮಹತ್ವಾಕಾಂಕ್ಷೆ ಮತ್ತು ಸ್ತ್ರೀ ಲೋಲುಪ್ತಿಗಳ ಬಗ್ಗೆ ಮೊದಲಿನಿಂದಲೂ ಅಸಹನೆ ಯಿರಿಸಿಕೊಂಡಿದ್ದವನು. ಅವನ ಸಾವಿಗೆ ಅವನ ಈ ದೌರ್ಬಲ್ಯಗಳೇ ಕಾರಣವೆಂದು ಅವನು ಬಲವಾಗಿ ನಂಬಿದ್ದ. ಒಂದು ವೇಳೆ ಚಾಣಕ್ಯನೇ ಕೊಲೆ ಮಾಡಿಸಿದ್ದರೂ, ಮಹತ್ವಾಕಾಂಕ್ಷೆಯ ಪೌರವ ಬದುಕಿದ್ದರೆ ಒಂದಲ್ಲ ಒಂದು ದಿನ ಚಂದ್ರಗುಪ್ತನಿಗೆ ತೊಂದರೆ ಕೊಡುವನೆಂದು ಅವನು ನಿರೀಕ್ಷಿಸಿ, ಆ ಕೆಲಸ ಮಾಡಿರುತ್ತಾನೆ. ಅದು ಕೆಟ್ಟ ಕೆಲಸವಾದರೂ ರಾಜನೀತಿಯೆಂದು ಒಪ್ಪಲೇಬೇಕಾಗುವುದೆಂದು ಭಾವಿಸಿದ್ದ. ಎಲ್ಲಕ್ಕಿಂತ ಮಿಗಿಲಾಗಿ ಈಗ ಈ ಅಮಾತ್ಯ ರಾಕ್ಷಸ

ಮಲಯಕೇತುವಿನ ದುಃಖ ಕೋಪಗಳನ್ನು ತನ್ನ ಸೇಡು ತೀರಿಸಿಕೊಳ್ಳಲು ದುರ್ವಿನಿಯೋಗ ಮಾಡಿಕೊಳ್ಳುತ್ತಿರುವನೆಂದು ಬೇಸರವಾಗಿತ್ತು. ಮಲಯಕೇತುವಿಗೆ ಪ್ರಾಣಾಪಾಯ ಒದಗ ಬಹುದೆಂಬ ಭಯವಾಗಿತ್ತು. ಆದರೆ ಮಲಯಕೇತು ಯಾರ ಮಾತನ್ನೂ ಕೇಳದ ಸ್ಥಿತಿಯಲ್ಲಿದ್ದ. ಅಮಾತ್ಯನಾಗಿ ತನ್ನ ಕರ್ತವ್ಯವೇನೆಂದು ತಿಳಿಯದೆ ಅವನು ಈಗ ಚಡಪಡಿಸುತ್ತಿದ್ದ. ಚಾಣಕ್ಯ ಏನೇ ಆದರೂ ರಾಕ್ಷಸನ ಪ್ರಯತ್ನ ಸಫಲಗೊಳ್ಳಲು ಬಿಡುವುದಿಲ್ಲವೆಂದು ಅವನು ಖಚಿತವಾಗಿ ನಂಬಿದ್ದ.

ಮಲಯಕೇತು ಅವನ ಮಾತಿನ ಸೂಚನೆಯನ್ನಾಗಲೀ, ಮಾಧವಿ ಹೇಳಿದ ವಿಷಯ ವನ್ನಾಗಲೀ ನಂಬಲು ಪ್ರಯತ್ನಿಸದೆ ತನ್ನ ಸೇಡಿನ ಭಾವನೆಯಲ್ಲೇ ಇರುವಾಗ ಬಂದ ರಾಕ್ಷಸ ಆ ಭಾವನೆಯನ್ನು ಇನ್ನಷ್ಟು ಕೆರಳಿಸಿದ್ದ. ಮುಂದೇನಾಗುವುದೋ ಎಂಬ ಭೀತಿಯಲ್ಲಿ ಪ್ರತಿಕ್ಷಣವನ್ನೂ ಆತಂಕದಿಂದ ಕಳೆಯುತ್ತಿರುವ ಮಾಧವಿಯನ್ನು ಕಂಡಾಗ ಶಬರವರ್ಮನಿಗೆ ಅವಳನ್ನು ಮಾತನಾಡಿಸಲು ಸಂಕೋಚವಾಗುತ್ತಿತ್ತು.

ಆದರೆ ಮಲಯಕೇತು ಮಾತ್ರ ಅತ್ಯುತ್ಸಾಹದಿಂದಿದ್ದ. ರಾಕ್ಷಸನ ಬುದ್ಧಿ ಶಕ್ತಿಯ ಬಗ್ಗೆ ಅವನಿಗೆ ಈಗ ನಂಬಿಕೆ ಬಂದಿತ್ತು. ಅವನು ಚಾಣಕ್ಯನಿಗೇನೂ ಕಡಿಮೆಯಲ್ಲ ಎನಿಸುತಿತ್ತು. ಸಾಮ್ರಾಜ್ಯವಿಸ್ತಾರ, ಚಕ್ರವರ್ತಿ ಪದವಿಗಳ ಬಗ್ಗೆ ಅವನ ಗಮನ ಅಷ್ಟಾಗಿಲ್ಲದಿದ್ದರೂ ತನ್ನ ತಂದೆಯ ಸಾವಿನ ಸೇಡು ತೀರುವುದು ಅವನಿಗೆ ಮುಖ್ಯವಾಗಿತ್ತು.

ಅದೇ ಉತ್ಸಾಹದಲ್ಲೇ ಅವನು ಅಂತಃಪುರಕ್ಕೆ ಬಂದಾಗ ಮಾಧವಿ ಸಹಜವಾಗಿಯೇ ಮಾತಾಡಿಸಿದಳು. ''ಇನ್ನೇನು ನಮ್ಮ ಕಾರ್ಯಗಳು ಕೈಗೂಡುವ ಕಾಲ ಸನ್ನಿಹಿತವಾಗಿದೆ ಮಾಧವಿ'' ಎಂದು ಅವನು ಕರಭಕ ಮತ್ತು ವಿರಾಧಗುಪ್ತ ತಂದ ಸುದ್ದಿಗಳನ್ನೆಲ್ಲ ವಿವರಿಸಿದ.

ಇದು ನಿಜವೋ ಅಥವಾ ಚಾಣಕ್ಯ ತಂತ್ರವೋ, ಎಂದು ಒಂದು ಕ್ಷಣ ಮಾಧವಿ ಯೋಚಿಸಿದಳು. ಚಾಣಕ್ಯ ತಂತ್ರವೇ ಆಗಿದ್ದರೆ ತಾನಂದುಕೊಂಡಂತೆ ಮಲಯಕೇತು ಪ್ರಾಣಾಪಾಯದಿಂದ ಪಾರಾಗುತ್ತಾನೆ ಎನಿಸಿತು. ಹೇಗಾದರೂ ಮಾಡಿ ಈ ರಾಕ್ಷಸನನ್ನು ಓಡಿಸಿದರೆ ಒಳ್ಳೆಯದಾಗುತ್ತದೆ, ಎಂದು ಕೆಲವು ದಿನಗಳಿಂದ ಯೋಚಿಸುತ್ತಿದ್ದಳು. ಅದಕ್ಕೆ ಯಾವ ಮಾರ್ಗವೂ ಗೋಚರಿಸದೆ ಅವಳು ನಿರಾಶಳಾಗಿದ್ದಳು. ಅವನಿರುವವರೆಗೂ ಮಲಯಕೇತು ತನ್ನ ಮಾತಿನ ಕಡೆ ಗಮನ ಕೊಡುವುದಿಲ್ಲವೆಂದು ಅವಳಿಗೆ ಗೊತ್ತಿತ್ತು.

''ಯುವರಾಜ, ನಾನೊಂದು ಮಾತು ಹೇಳಿದರೆ ಕೋಪಿಸಿಕೊಳ್ಳುವುದಿಲ್ಲ ತಾನೆ?'' ಎಂದು ಮಾಧವಿ ಮಾತಿಗೆ ಪೀಠಿಕೆ ಹಾಕಿದಳು.

''ನಿನ್ನ ಮಾತಿಗೆ ನಾನು ಕೋಪಿಸಿಕೊಳ್ಳುತ್ತೇನೆಯೆ ? ಖಂಡಿತ ಇಲ್ಲ, ಅದೇನು ಹೇಳು ಮಾಧವಿ'' ಮಲಯಕೇತು ಸರಸದ ಗುಂಗಿನಲ್ಲಿದ್ದ.

''ಕಾಣದ ಮಿತ್ರನಿಗಿಂತ ಕಂಡ ಶತ್ರು ಮೇಲೆಂದು ಅನುಭವಿಗಳು ಹೇಳುತ್ತಾರಲ್ಲವೆ ?''

''ನೀನು ಯಾರ ವಿಷಯವಾಗಿ ಮಾತಾಡುತ್ತಿರುವೆ ಮಾಧವಿ ?'' ಮಲಯಕೇತು ಸ್ವಲ್ಪ ಗಂಭೀರನಾದ.

''ಅದೇ, ಅಮಾತ್ಯ ರಾಕ್ಷಸರ ವಿಷಯ. ಅವರು ಬುದ್ಧಿವಂತರು, ದಕ್ಷರು, ಪ್ರಾಮಾಣಿಕರು ಎಂದು ನಾನೂ ಕೇಳಿದ್ದೇನೆ. ಆದರೆ ಎಂದೂ ನಮಗೆ ಅವರ ಸಂಪರ್ಕವಾಗಿರಲಿಲ್ಲ, ಚಾಣಕ್ಯ ಚಂದ್ರಗುಪ್ತರ ಜೊತೆ ನಾವು ಕೆಲವು ಕಾಲ ಒಡನಾಡಿದ್ದೇವೆ. ಅವರ ಗುಣ, ಸ್ವಭಾವಗಳ ಪರಿಚಯ ನಮಗಿದೆ. ಅವರು ನಮ್ಮ ಆತಿಥ್ಯ ಸ್ವೀಕರಿಸಿದ್ದಾರೆ. ನಾವು ಅವರ ಆತಿಥ್ಯ ಸ್ವೀಕರಿಸಿದ್ದೇವೆ.

ಈಗ ನಮ್ಮ ದೃಷ್ಟಿಯಲ್ಲಿ ಶತ್ರುಗಳಾಗಿದ್ದಾರೆ. ಅವರ ಸಾಮರ್ಥ್ಯವೂ ನಮಗೆ ಗೊತ್ತಿದೆ. ಶತ್ರುತ್ವವನ್ನಾಗಲೀ, ಮಿತ್ರತ್ವವನ್ನಾಗಲೀ, ನಾವು ಅವರೊಂದಿಗೆ ಮುಖಾಮುಖಿಯಾಗಿ ಸಾಧಿಸಬಹುದು. ಆದರೆ ರಾಕ್ಷಸರ ಮಿತ್ರತ್ವದ ನಂಬಿಕೆಯೇನು ?''

''ನಾನು ತಂದೆಯನ್ನು ಕಳೆದುಕೊಂಡಿದ್ದೇನೆ, ಅವನು ಚಕ್ರವರ್ತಿಯನ್ನು ಕಳೆದುಕೊಂಡಿದ್ದಾರೆ. ಈ ಎರಡು ದುಷ್ಕೃತ್ಯಗಳಿಗೂ ಆ ಚಂದ್ರಗುಪ್ತ ಚಾಣಕ್ಯರು ಹೊಣೆ. ನಮ್ಮಿಬ್ಬರಿಗೂ ಅವರೇ ಶತ್ರುಗಳು.''

''ಇರಬಹುದು. ಶತ್ರುವನ್ನು ಕೊಲ್ಲುವುದು ರಾಜನೀತಿಯಲ್ಲವೆ ? ಅದಕ್ಕೆ ಅನುಸಾರವಾಗಿಯೇ ಅವರು ಪೌರವರನ್ನು ಕೊಲ್ಲಿಸಿದರೆಂದು ಹೇಳಬಹುದಲ್ಲವೆ ?''

ಮಲಯಕೇತು ಕೋಪದಿಂದ ಸರ್ರನೆ ಅವಳತ್ತ ತಿರುಗಿ ಹೇಳಿದ, ''ಮೋಸದಿಂದ ಕೊಲ್ಲುವುದು ರಾಜನೀತಿಯೇ ! ಮಿತ್ರತ್ವದ ಹೆಸರಿನಲ್ಲಿ ಮನೆಗೆ ಕರೆದು ವಂಚನೆ ಮಾಡುವುದು ರಾಜನೀತಿಯೇ ?''

''ಈಗ ನೀವು ರಾಕ್ಷಸನ ಜೊತೆ ಸೇರಿ ರೂಪಿಸುತ್ತಿರುವ ಸಂಚು ಅಂಥದೇ ಅಲ್ಲವೇ ?''

''ಹೌದು, ಮೋಸಕ್ಕೆ ಮೋಸ ತಪ್ಪಲ್ಲ.''

''ಸರಿ, ನೀವು ಅವರ ಮೋಸಕ್ಕೆ ಪ್ರತಿಯಾಗಿ ಮೋಸ ಮಾಡುತ್ತೀರಿ. ನಿಮ್ಮ ಮೋಸಕ್ಕೆ ಇನ್ನೊಬ್ಬ ಪ್ರತೀಕಾರ ತೀರಿಸಿಕೊಳ್ಳಲು ಹುಟ್ಟಿಕೊಳ್ಳಬಹುದು. ಅವನಿಗೆ ಮತ್ತೊಬ್ಬ, ಇದು ಹೀಗೇ ಮುಂದುವರಿಯಬೇಕೆ ? ನೀವು ಪ್ರಜೆಗಳ ಬಗ್ಗೆ ಯೋಚನೆ ಮಾಡಿ ಎಷ್ಟು ದಿನಗಳಾದವು ? ಆ ಕರ್ತವ್ಯ ಮೊದಲಲ್ಲವೆ ? ನಿಮ್ಮ ಸೇಡಿನ ವಿಷಯದಲ್ಲೇ ಮುಳುಗಿದ್ದರೆ ಮಗಧದಂತೆ ಪರ್ವತ ನಾಡಿನಲ್ಲೂ ಅರಾಜಕತೆ ಬೆಳೆಯುವುದಿಲ್ಲವೆ ? ಜನ ಅತೃಪ್ತರಾಗಿ ವಿದ್ರೋಹ ಮಾಡುವುದಿಲ್ಲವೆ ?''

''ಈ ಕೆಲಸ ಮೊದಲು ಮುಗಿಯಲಿ. ಆಮೇಲೆ ಅದೇ ಕೆಲಸ.''

''ಒಂದು ವೇಳೆ ಅಮಾತ್ಯರಾಕ್ಷಸ ಮೋಸ ಮಾಡಿದರೆ ?''

''ಏನು ! ರಾಕ್ಷಸ ಮೋಸ ಮಾಡುತ್ತಾನೆಯೆ ? ಸಾಧ್ಯವಿಲ್ಲ, ಅವನು ಅಂಥವನಲ್ಲ.''

''ಅಂಥ ನಿಷ್ಠಾವಂತ ಸೇನಾಧ್ಯಕ್ಷರನ್ನೇ ಒಲಿಸಿಕೊಂಡು, ಇಡೀ ಸೇನೆಯೇ ತನ್ನ ಪರವಾಗಿ ನಿಲ್ಲುವಂತೆ ಮಾಡಿದ ಚಾಣಕ್ಯ ನಿಮ್ಮನ್ನು ಕೈವಶ ಮಾಡಿಕೊಳ್ಳಲು ರಾಕ್ಷಸನನ್ನು ಕಳಿಸಿರಬಾರದೇಕೆ ?''

''ಅದು ಸಾಧ್ಯವೇ ಇಲ್ಲ'' ಎಂದರೂ ಅವನ ಮನಸ್ಸಿನಲ್ಲಿ 'ಹೌದಲ್ಲವೇ ?' ಎಂಬ ಕಿಂಚಿತ್ತು ಸಂದೇಹವೂ ಸುಳಿಯಿತು. ''ಅದರಿಂದ ಅವನಿಗೇನು ಪ್ರಯೋಜನ ?'' ಎಂದ.

''ಮತ್ತೆ ಮಗಧ ಸಾಮ್ರಾಜ್ಯದ ಮಹಾಮಾತ್ಯ ಪದವಿ.''

''ಅದು ಚಾಣಕ್ಯನ ಕೈಯಲ್ಲಿದೆಯಲ್ಲ ?''

''ಇದೆ. ಆದರೆ ಅದನ್ನು ಬಿಡಲು ಸಿದ್ಧರಾಗಿರುವರೆಂದು ನೀವೇ ಈಗ ಹೇಳಿದಿರಿ. ಜೊತೆಗೆ ಅವರು ಎಲ್ಲ ವ್ಯವಸ್ಥೆಗಳು ಮುಗಿದ ನಂತರ, ಮತ್ತೆ ಗುರುಕುಲಕ್ಕೆ ಹಿಂದಿರುಗುವರೆಂದು ಅವರೆಲ್ಲ ಮಾತಾಡಿಕೊಂಡದ್ದನ್ನೂ ನಾನೇ ಕೇಳಿದ್ದೇನೆ.''

''ಅಧಿಕಾರದ ರುಚಿ ಕಂಡ ಮನುಷ್ಯ, ಮನುಷ್ಯನ ರಕ್ತದ ರುಚಿಕಂಡ ಹುಲಿಯಂತೆ ಮಾಧವಿ. ಅವನು ಬಿಡುತ್ತೇನೆಂದರೂ, ಅದು ಅವನನ್ನು ಬಿಡುವುದಿಲ್ಲ. ಅದೆಲ್ಲ ಆ ದುಷ್ಟ ಬ್ರಾಹ್ಮಣನ ಸೋಗು.''

"ಚಾಣಕ್ಯ ತಂತ್ರಗಾರನಾಗಿರಬಹುದು, ಆದರೆ ಸೋಗಿನ ವ್ಯಕ್ತಿಯಲ್ಲ, ತನ್ನ ಕನಸಿನ ಸಾಮ್ರಾಜ್ಯ ಸ್ಥಾಪನೆಗೆ ಕಠಿಣ, ನಿರ್ದಯ ಮಾರ್ಗಗಳನ್ನು ಅನುಸರಿಸಲೂಬಹುದು. ಆದರೆ ಆತ ತನ್ನ ಅಧಿಕಾರದ ಸ್ವಾರ್ಥಕ್ಕಾಗಿ ಸಲ್ಲದ್ದನ್ನು ಮಾಡುವನೆಂದರೆ ನನಗೆ ನಂಬಿಕೆ ಬರುತ್ತಿಲ್ಲ. ನೀವೂ ನಿಮ್ಮ ದ್ವೇಷದ ದೃಷ್ಟಿಯನ್ನು ಬಿಟ್ಟು ಆಲೋಚಿಸಿದರೆ ನಿಮಗೂ ನಂಬಿಕೆ ಬರುವುದಿಲ್ಲ. ಅಲ್ಲದೆ ರಾಕ್ಷಸನೂ ಅಧಿಕಾರದ ರುಚಿ ಕಂಡ ಹುಲಿ. ಮಗಧ ಸಾಮ್ರಾಜ್ಯದಲ್ಲಿ ಚಕ್ರವರ್ತಿಗೆ ಎರಡನೆಯವನಾಗಿ ಪ್ರತಿಷ್ಠೆಯಿಂದ ಮೆರೆದವನು. ಅಂಥವನು ಅಧಿಕಾರವಿಲ್ಲದೆ ಎಷ್ಟು ದಿನ ನೆಮ್ಮದಿಯಿಂದ ಇರಬಲ್ಲ. ಧನನಂದನ ಮೇಲೆ ಅವನಿಗೆ ಅಪಾರ ಭಕ್ತಿಯಿತ್ತು, ನಿಜ. ಈಗ ಅವನೂ ಸತ್ತ, ಅವನ ಮಗನೂ ಸತ್ತ. ಇವನ ಸೇಡಿಗೆ ಅರ್ಥವೇ ಇಲ್ಲ, ಅಲ್ಲವೆ ?"

"ನನಗೆ ಚಕ್ರವರ್ತಿ ಪಟ್ಟ ಕಟ್ಟುವೆನೆಂದು ಮಾತು ಕೊಟ್ಟಿದ್ದಾನೆ."

"ಆದಕ್ಕೆ ಭರವಸೆಯೇನು ? ನಿಮಗೆ ಚಕ್ರವರ್ತಿ ಪಟ್ಟ ಕಟ್ಟುವ ಸಾಮರ್ಥ್ಯವಿರುವವನು ತಾನೇ ಚಕ್ರವರ್ತಿಯಾಗಲು ಬಯಸಬಾರದೆ ? ಅರ್ಧರಾಜ್ಯ ಸಿಗುವ ಆಮಿಷದಿಂದಲೇ ಅಲ್ಲವೆ, ನಿಮ್ಮ ತಂದೆಯವರು ಚಾಣಕ್ಯನ ಮಾತಿಗೆ ಒಪ್ಪಿದ್ದು ? ಈಗ ನೀವು ಚಕ್ರವರ್ತಿ ಪದವಿಯ ಆಮಿಷದಿಂದ ರಾಕ್ಷಸನ ಮಾತಿಗೆ ಒಪ್ಪಿದರೆ, ನಿಮ್ಮ ತಂದೆಯವರಿಗಾದಂತೆ ನಿಮಗೂ ಅಪಾಯವಾಗುವುದಿಲ್ಲವೆಂದು ಹೇಗೆ ಹೇಳುವುದು ?"

ಅವಳ ತರ್ಕ ಮಲಯಕೇತುವಿನ ಮನಸ್ಸನ್ನು ಕಲಕಿಬಿಟ್ಟಿತು. ಹಾಗೇನಾದರೂ ಆದರೆ ಏನು ಗತಿ ! ಎಂಬ ಭೀತಿಯೂ ಕಾಡಿತು. ರಾಕ್ಷಸ ಅಂಥವನಲ್ಲ, ಎಂದು ಮನಸ್ಸು ಮತ್ತೆ ಮತ್ತೆ ಹೇಳುತ್ತಿತ್ತು.

"ನನ್ನ ಮಾತಿನಿಂದ ನಿಮಗೆ ಬೇಸರವಾಗಬಹುದು" ಮಾಧವಿ ಹೇಳಿದಳು, "ದಯವಿಟ್ಟು ಕ್ಷಮಿಸಿ. ನನಗೆ ಮಾವನವರ ಸಾವಿನ ದುಃಖವಿಲ್ಲವೆಂದು ಭಾವಿಸಬೇಡಿ. ಆದರೆ ಭೂತಕಾಲವನ್ನು ಮರೆತು, ಭವಿಷ್ಯದ ಹಂಗಿಲ್ಲದೆ, ವಾಸ್ತವವನ್ನು ಒಪ್ಪಿ ವರ್ತಮಾನದಲ್ಲಿ ಬದುಕಬೇಕೆಂದು ನನ್ನ ಆಸೆ. ನನಗೆ ಚಕ್ರವರ್ತಿ ಮಲಯಕೇತು ಬೇಕಿಲ್ಲ, ಪರ್ವತನಾಡಿನ ಮಹಾರಾಜನೂ ಬೇಕಿಲ್ಲ, ನನಗೆ ಬೇಕಿರುವುದು ನನ್ನನ್ನು ಅಪಾರವಾಗಿ ಪ್ರೀತಿಸುವ ಸಜ್ಜನ, ಸಾತ್ವಿಕ, ಹೃದಯವಂತನಾದ ಮಲಯಕೇತು ಮಾತ್ರ. ನನ್ನ ಹೃದಯದಾಳದ ಈ ಮಾತುಗಳನ್ನು ಅರ್ಥ ಮಾಡಿಕೊಳ್ಳಲು ಪ್ರಯತ್ನಿಸಿ."

ಅವಳು ಸುಮ್ಮನಾದಳು. ಅವಳ ಪ್ರಯತ್ನ ಸ್ವಲ್ಪ ಕೆಲಸ ಮಾಡಿತ್ತು. ಮಲಯಕೇತು ಚಿಂತೆಯಲ್ಲಿ ಮುಳುಗಿದ.

## ೪

"ಒಂದು ವಿಷಯದಲ್ಲಿ ಮಾತ್ರ ನನಗೆ ತುಂಬಾ ವಿಷಾದವಿದೆ ಮಗು." ಒಂದು ದಿನ ಅರಮನೆಯಲ್ಲಿ ಚಂದ್ರಗುಪ್ತ, ಉಜ್ವಲ, ಸುಜಾತ ಎಲ್ಲ ಇದ್ದಾಗ ಶಿವಾಲಿ ಹೇಳಿದಳು.

"ಅದು ಯಾವ ವಿಷಯ ಅಮ್ಮ ?" ಚಂದ್ರಗುಪ್ತ ಕೇಳಿದ.

"ಪರ್ವತನಾಡಿನ ಯುವರಾಣಿ ಮಾಧವಿಯ ವಿಷಯ. ಪಾಪ, ಅವಳು ಎಷ್ಟು ನೊಂದುಕೊಂಡು ಹೋದಳೋ ? ಎಷ್ಟು ಕೋಪಿಸಿಕೊಂಡಳೋ ? ಅತಿಥಿಗಳಾಗಿ ಬಂದ ಅವರ ಮಾವನ ಅಂಥ ದಾರುಣ ಸಾವು, ಎಂಥ ಸಜ್ಜನರನ್ನೂ ಕಠೋರವನ್ನಾಗಿ ಮಾಡುತ್ತದೆ. ಆಚಾರ್ಯರು ಅದನ್ನು ತಪ್ಪಿಸಿದ್ದರೆ, ಅವರ ಮೇಲೆ ಪೌರವನ ಕೊಲೆಯ ಅಪವಾದವೂ

ಬರುತ್ತಿರಲಿಲ್ಲ, ಜೊತೆಗೆ ಅವರೆಲ್ಲ ಸಂತೋಷದಿಂದಲೇ ಇಲ್ಲಿಂದ ಹೋಗುತ್ತಿದ್ದರು. ಮಾಧವಿಯ ಮನಸ್ಸಿನಲ್ಲಿ ಯಾವ ಕಹಿಯೂ ಉಳಿಯುತ್ತಿರಲಿಲ್ಲ."

"ಹೌದಮ್ಮ, ನನಗೂ ಆ ಬಗ್ಗೆ ವಿಷಾದವಿದೆ. ಅನಿವಾರ್ಯವನ್ನು ಸಹಿಸಲೇಬೇಕು. ನನಗಂತೂ ಆಚಾರ್ಯರ ಮೇಲೆ ನಂಬಿಕೆಯಿದೆ."

"ನನಗೆ ನಂಬಿಕೆಯಿಲ್ಲವೆಂದುಕೊಂಡೆಯಾ ? ಆದರೆ ಪ್ರೀತಿ, ಭಕ್ತಿ, ಅಭಿಮಾನಗಳು ಸತ್ಯವನ್ನು ಮರೆಮಾಡಬಾರದು."

"ಅಂದರೆ, ಆ ಕೊಲೆಯನ್ನು ಆಚಾರ್ಯರೇ ಮಾಡಿಸಿರಬೇಕೆಂದು ನಿನಗೆ ಇನ್ನೂ ಅನುಮಾನವೇ ?"

"ಕೊಲೆ ಮಾಡಿಸಿದ್ದಾರೆಂದು ಅನುಮಾನವಲ್ಲ, ಆ ಕೊಲೆಯನ್ನು ತಪ್ಪಿಸಲಿಲ್ಲವಲ್ಲಾ ಎಂದು ಬೇಸರ."

"ಅವರ ಕೈಮೀರಿ ನಡೆದುಹೋದ ಘಟನೆಗೆ ಅವರು ಹೊಣೆಯೆ ?" ಎಂದಳು ಉಜ್ವಲ.

"ಇಲ್ಲ ಚಂದ್ರಗುಪ್ತ, ಮನಸ್ಸು ಮಾಡಿದ್ದರೆ ಅವರು ಅದನ್ನು ತಪ್ಪಿಸಬಹುದಾಗಿತ್ತು. ಹೀಗಾಗುವುದೆಂದು ಬಹುಶಃ ಅವರಿಗೆ ಮೊದಲೇ ಗೊತ್ತಿತ್ತು."

"ಇದ್ದರೂ ಇರಬಹುದು."

"ಅಂದರೆ, ಪರೋಕ್ಷವಾಗಿಯಾದರೂ ಅವರೇ ಕೊಲೆ ಮಾಡಿಸಿದಂತಾಗಲಿಲ್ಲವೆ ?"

"ಅಮ್ಮ, ನೀನು ಆಚಾರ್ಯರ ಸಂಕಲ್ಪವನ್ನು ಮರೆತುಬಿಟ್ಟೆಯಾ ? ನಿಷ್ಕಂಟಕವಾದ ಸಾಮ್ರಾಜ್ಯವನ್ನು ನನಗೆ ಕೊಡುವುದಾಗಿ ಅವರು ಮಾತುಕೊಟ್ಟಿದ್ದಾರೆ. ಪೌರವ ಬದುಕಿದ್ದರೆ ನನ್ನ ಸಾಮ್ರಾಜ್ಯ ನಿಷ್ಕಂಟಕವಾಗುತ್ತಿರಲಿಲ್ಲ, ಅಲ್ಲದೆ ಸನಾತನ ಧರ್ಮದ ಅಡಿಪಾಯದ ಮೇಲೆ ಆರ್ಯಾವರ್ತವನ್ನು ಒಂದೇ ರಾಜಸತ್ತೆಯ ಅಡಿಯಲ್ಲಿ ತರಬೇಕೆಂಬ ಅವರ ಸಂಕಲ್ಪವನ್ನು ಈಡೇರಿಸಿಕೊಳ್ಳುವುದು ತಪ್ಪೆ? ಒಬ್ಬನ ಸಾವಿನಿಂದ ಆರ್ಯಾವರ್ತದ ಭವಿಷ್ಯಕ್ಕೆ ಶ್ರೇಯಸ್ಸಾದರೆ ಅದು ಅಪರಾಧವೆ ?"

"ನನಗೇನೋ ಅಪರಾಧ ಅಪರಾಧವೇ ಎನ್ನಿಸುತ್ತಿದೆ."

"ಅಮ್ಮ" ಇಲ್ಲಿಯವರೆಗೆ ಸುಮ್ಮನಿದ್ದ ಸುಜಾತ ಹೇಳಿದಳು, "ಆ ಸೂಕ್ಷ್ಮಗಳೆಲ್ಲ ನಮಗೆ ಅರ್ಥವಾಗುವುದಿಲ್ಲ, ಪರ್ವತರಾಜ ಹೇಗಾದರೂ ಸತ್ತಿರಲಿ, ಯಾರಿಂದಲಾದರೂ ಸತ್ತಿರಲಿ, ಅದರಿಂದ ಮಗಧಕ್ಕೆ ಒಳಿತಾಗಿರುವುದಂತೂ ನಿಜ. ಬಹುಶಃ ಮಾಧವಿ ಮಲಯಕೇತುವಿನ ಮನಸ್ಸಿನ ಗಾಯವನ್ನು ಅವರೇ ಸಾಂತ್ವನಗೊಳಿಸಲೂ ಬಹುದು."

"ಹೌದಮ್ಮ" ಚಂದ್ರಗುಪ್ತ ಹೇಳಿದ, "ಆ ಉದ್ದೇಶ ಅವರ ಮನಸ್ಸಿನಲ್ಲಿದೆ. ಮಾಧವಿ ಹೊರಡುವ ಮೊದಲು ತಮ್ಮ ಧ್ಯೇಯವನ್ನು ಸ್ಪಷ್ಟವಾಗಿ ಅವಳಿಗೆ ಹೇಳಿದರು. ಚಂದ್ರಗುಪ್ತನ ಪರಮಾಧಿಕಾರವನ್ನು ಒಪ್ಪಿ, ಉಳಿದಂತೆ ಸ್ವತಂತ್ರವಾಗಿರುವಂತೆ ಮಲಯಕೇತುವಿನ ಮನ ವೊಲಿಸಲು ಅವಳನ್ನೇ ಕೇಳಿಕೊಂಡರು."

"ಎಲ್ಲ ಸರಿ, ಈಗ ಆ ರಾಕ್ಷಸ ಮಲಯಕೇತುವಿನ ಜೊತೆ ಸೇರಿರುವನೆಂದು ನೀನೇ ಹೇಳುತ್ತಿದ್ದಿ. ಅಂದ ಮೇಲೆ ಮಲಯಕೇತು ಮಾಧವಿಯ ಮಾತನ್ನು ಒಪ್ಪಿಲ್ಲವೆಂದೇ ಅರ್ಥ. ತಂದೆಯನ್ನು ಕೊಲ್ಲಿಸಿದರೆಂದು ಆಚಾರ್ಯರ ಮೇಲೆ ಕೋಪವಿರುವುದರಿಂದಲೇ ಅವನು ರಾಕ್ಷಸನ ಜೊತೆ ಕೈಜೋಡಿಸಲು ಮುಂದಾಗಿದ್ದಾನೆ."

"ಅದು ಒಳ್ಳೆಯದೇ ಅಲ್ಲವೆ ?" ಉಜ್ವಲ ಹೇಳಿದಳು, "ಶತ್ರುತ್ವವೋ, ಮಿತ್ರತ್ವವೋ ಎಂಬುದು ಅಂತಿಮವಾಗಿ ನಿರ್ಣಯವಾಗಿಬಿಡುತ್ತದೆ. ಕಡೇ ಪಕ್ಷ ನಮ್ಮ ಶತ್ರುಗಳಾಗಿರುವ ಅವರಿಬ್ಬರೂ ಯಾವ ಕ್ಷಣದಲ್ಲಿ ಏನು ಮಾಡುವರೋ ಎಂಬ ಆತಂಕವಾದರೂ ತಪ್ಪುತ್ತದೆ."

"ಅಂದರೆ ? ಮಲಯಕೇತು ಮತ್ತು ರಾಕ್ಷಸನನ್ನು ..."

"ಭಯಪಡಬೇಡಮ್ಮ" ಚಂದ್ರಗುಪ್ತ ಹೇಳಿದ, "ಮಲಯಕೇತುವನ್ನು ರಕ್ಷಿಸುವುದಾಗಿ ಆಚಾರ್ಯರು ಮಾತುಕೊಟ್ಟಿದ್ದಾರೆ."

"ಅಷ್ಟಾದರೆ ಸಾಕು ಚಂದ್ರಗುಪ್ತ" ಶಿವಾಲಿ ಎದೆಯ ಮೇಲೆ ಕೈಯಿಟ್ಟುಕೊಂಡು ಹೇಳಿದಳು, "ಆ ಮಾಧವಿಯ ಮುಖದ ಮೇಲೆ ಪತಿವಿಯೋಗದ ದುಃಖ ಎಂದೂ ಕಾಣಿಸಿಕೊಳ್ಳಬಾರದು. ನಿನ್ನ ಮತ್ತು ಮಲಯಕೇತುವಿನ ನಡುವೆ ಸ್ವಾರ್ಥರಹಿತವಾದ ಸುಂದರ ಸ್ನೇಹಭಾವನೆ ಬೆಳೆಯಬೇಕು."

"ಅಮ್ಮ, ನಿಮ್ಮ ಸ್ವಭಾವಕ್ಕೆ ಸಹಜವಾದ ಮಾತು" ಎಂದಳು ಸುಜಾತ ಮೆಚ್ಚಿಗೆಯಿಂದ.

ಚಂದ್ರಗುಪ್ತ ನಗುತ್ತ ಹೇಳಿದ, "ಅಮ್ಮ, ಆಚಾರ್ಯರು ಅತಿ ಭಾವುಕತೆ ರಾಜನಾದವನಿಗೆ ಒಳ್ಳೆಯದಲ್ಲ, ಸ್ವಲ್ಪ ಕಡಿಮೆ ಮಾಡಿಕೋ ಎಂದು ಆಗಾಗ ಹೇಳುತ್ತಲೇ ಇರುತ್ತಾರೆ."

"ಅವರ ಮಾತು ನಿಜ" ಶಿವಾಲಿ ಹೇಳಿದಳು, "ಅದೇ ಸಮಯದಲ್ಲಿ ಅತಿ ಕಾಠಿಣ್ಯವೂ ಒಳ್ಳೆಯದಲ್ಲ"

"ಹೌದಮ್ಮ, ಎರಡರ ನಡುವಿನ ಮನೋಧರ್ಮವೇ ಚಕ್ರವರ್ತಿಯಾದವನಿಗೆ ಆದರ್ಶವೆನಿಸುತ್ತದೆ. ನಮ್ಮ ಸುಜಾತ ಅತಿ ಭಾವುಕಳಾಗಿದ್ದರೆ ಗಂಡನ ಸಾವಿನ ದುಃಖವನ್ನು ಸಹಿಸಲಾರದೆ ಮೂಲೆ ಹಿಡಿಯುತ್ತಿದ್ದಳು. ಅದನ್ನು ಮೀರಿ ಪುರುಷನಿಗೆ ಮಿಗಿಲಾದ ಸಾಹಸ ತೋರಿ ನನ್ನ ಅಂಗರಕ್ಷಕಳಾಗುತ್ತಿರಲಿಲ್ಲ."

"ಆದರೆ ಭಾವುಕತೆಯೇ ಪ್ರಧಾನವಾದ ಸುಗಂಧಿ ಎಲ್ಲರ ಮನ ಗೆದ್ದಳಲ್ಲ ?" ಎಂದು ಉಜ್ವಲ ಕೇಳಿದಳು.

"ಸುಗಂಧಿ ವಿಶೇಷ ಹುಡುಗಿ" ಶಿವಾಲಿ ಹೇಳಿದಳು, "ಭಾವುಕತೆ, ಮುಗ್ಧತೆ ಮತ್ತು ಸರಳತೆ ಅವಳ ಮೂರು ಅಮೂಲ್ಯ ಆಭರಣಗಳು. ಅವುಗಳಿಲ್ಲದೆ ಅವಳು ಇಲ್ಲವೇ ಇಲ್ಲ. ಅಂಥವರು ಬಹಳ ಅಪರೂಪ. ನನ್ನ ದೃಷ್ಟಿಯಲ್ಲಿ ಅವಳೊಬ್ಬ ತಪಸ್ವಿನಿ. ಯಾರಾದರೂ ಅವಳ ಕೆನ್ನೆಗೆ ಹೊಡೆದರೆ, ತನಗೆ ನೋವಾದುದನ್ನು ಮರೆತು, ಹೊಡೆದವರ ಕೈಹಿಡಿದು ಅಯ್ಯೋ ನೋವಾಯಿತೆ, ನನ್ನನ್ನು ಕ್ಷಮಿಸಿ ಎಂದು ಬೇಡುವಂಥ ಸ್ವಭಾವದವಳು. ಅವಳನ್ನು ಯಾರೊಂದಿಗೂ ಹೋಲಿಸಲಾಗುವುದಿಲ್ಲ, ಅವಳೇ ಒಂದು ಪ್ರತ್ಯೇಕ. ದೇವರು ತನ್ನ ಸ್ವಂತ ಅಭಿರುಚಿಗಾಗಿ ಸೃಷ್ಟಿಸಿಕೊಂಡ ಒಂದು ಅಪರೂಪ ಶಿಲ್ಪ."

ಸುಗಂಧಿಯನ್ನು ಹತ್ತಿರದಿಂದ ಬಲ್ಲ ಉಜ್ವಲ ಮತ್ತು ಸುಜಾತಳಿಗೆ ಶಿವಾಲಿಯ ವರ್ಣನೆ ಅತ್ಯಂತ ಸೂಕ್ತ ಎನ್ನಿಸಿತು. ಆದರೂ ಉಜ್ವಲ ಕೇಳಿದಳು, "ನಮಗಾದರೂ ಅವಳ ಜೊತೆ ಹೆಚ್ಚಿನ ಒಡನಾಟವಿತ್ತು. ನೀವು ಅವಳನ್ನು ಒಂದೆರಡು ಸಲ, ಅಥವಾ ಐದಾರುಸಲ ಕಂಡಿರಬಹುದಷ್ಟೆ. ಅಷ್ಟರಲ್ಲಿ ಅವಳ ಗುಣ ಸ್ವಭಾವಗಳನ್ನು ಇಷ್ಟು ನಿಖರವಾಗಿ ಹೇಳುವುದು ಹೇಗೆ ಸಾಧ್ಯ ?"

"ಅವಳ ಸಖಿಯರಾದ ಕೇತಕಿ ಮತ್ತಿಬ್ಬರು ಪುರುಷಪುರಕ್ಕೆ ಬಂದು ಸ್ವಲ್ಪ ಕಾಲ ನಮ್ಮ

ಜೊತೆಯಲ್ಲೇ ಇದ್ದರಲ್ಲ, ಆಗ ಅವರ ಮಾತುಗಳನ್ನು ಕೇಳಿ ಕೇಳಿ ಒಂದು ಅಸ್ಪಷ್ಟರೂಪ ನನ್ನ ಮನಸ್ಸಿನಲ್ಲಿ ಮೂಡಿ ನಿಂತಿತ್ತು. ಕಂಡಕೂಡಲೇ ಅವಳ ಹೃದಯವನ್ನು ನನ್ನ ಹೃದಯ ನೋಡಿತು. ಒಂದೇ ಸಲದ ಭೇಟಿಯಲ್ಲಿ ಚೆಲುವು, ಒಲವು, ನಡೆನುಡಿಗಳಲ್ಲಿ ಇವಳೇ ಪ್ರತ್ಯೇಕ ಅನ್ನಿಸಿತು.''

''ಅಂದಹಾಗೆ ಅಮ್ಮ, ಒಂದು ವಿಷಯ ಈಗ ನೆನಪಾಯಿತು'' ಎಂದ ಚಂದ್ರಗುಪ್ತ.

''ಏನು ವಿಷಯ ಮಗು ?''

''ನಮ್ಮ ಧನಂಜಯನ ಸೊಸೆಯ ವಿವಾಹದ ವಿಷಯ.''

''ನಂದಿಕೇಶ ಏನನ್ನುತ್ತಾನೆ ?''

''ಆ ದಿನ ನಿನ್ನೆದುರಿನಲ್ಲೇ ಅವನು ಒಪ್ಪಿಕೊಂಡನಲ್ಲ.''

''ಹೌದು, 'ಅಮ್ಮ ನೀವು ಹೇಳಿದ ಮೇಲೆ ನಾನು ನೂರು ವರುಷದ ಮುದುಕಿಯನ್ನು ಬೇಕಾದರೂ ಮದುವೆಯಾಗುತ್ತೇನೆ' ಎಂದು ಆ ದಿನ ಹೇಳಿದ್ದ.'' ಶಿವಾಲಿಯ ಮುಖದಲ್ಲಿ ನಗು ಮೂಡಿತು.

''ಆದಷ್ಟು ಬೇಗ ಆ ಕೆಲಸ ಮುಗಿಸಬೇಕು. ಅದಕ್ಕೆ ಮೊದಲು ಅವಳನ್ನು ಒಪ್ಪಿಸಬೇಕು.''

''ಅವಳು ಒಪ್ಪಲಾರಳೆ ?'' ಉಜ್ವಲ ಕೇಳಿದಳು.

''ಮರುಮದುವೆಯ ವಿಷಯವಾಗಿರುವುದರಿಂದ, ಯಾರೋ ಒಬ್ಬ ಮದುವೆಯಾಗಲು ಮುಂದೆ ಬಂದನೆಂದು ಕುಣಿಯುತ್ತ ಒಪ್ಪುವಳೆಂದು ನಿರೀಕ್ಷಿಸುವುದು ತಪ್ಪು. ಅವಳ ಗಂಡನ ಸಾವಿನಲ್ಲೂ ಅಂಥ ಒಂದು ದುರಂತವಿದೆ. ಅದನ್ನು ಮರೆಯುವುದೂ ಅಷ್ಟು ಸುಲಭವಲ್ಲ'' ಶಿವಾಲಿ ಹೇಳಿದಳು.

''ಅಮ್ಮ ಅದಕ್ಕೆ ನಾನೊಂದು ಯೋಚನೆ ಮಾಡಿದ್ದೇನೆ. ಆಚಾರ್ಯರ ಅನುಮತಿ ಪಡೆದು ಸಹದೇವ ಮತ್ತು ಅವನ ಪತ್ನಿಯನ್ನು ಧನಂಜಯನ ಊರಿಗೆ ಕಳಿಸಬೇಕೆಂದುಕೊಡಿದ್ದೇನೆ.''

''ಬಹಳ ಒಳ್ಳೆಯ ಆಲೋಚನೆ. ನೀನು ಆಚಾರ್ಯರ ಒಪ್ಪಿಗೆ ಪಡೆದುಕೋ. ನಾನು ಸಹದೇವನನ್ನು ಕರೆಸಿ ಹೇಳಬೇಕಾದುದನ್ನು ಹೇಳುತ್ತೇನೆ.''

ಅದೇ ದಿನ ರಾತ್ರಿ ಚಂದ್ರಗುಪ್ತ ಪರ್ಣಕುಟೀರದಲ್ಲಿ ಚಾಣಕ್ಯನನ್ನು ಕಂಡ. ಅವನು ಗ್ರಂಥ ರಚನೆಯಲ್ಲಿ ತೊಡಗಿದ್ದುದರಿಂದ, ಹೆಚ್ಚು ಸಮಯ ತೆಗೆದುಕೊಳ್ಳಬಾರದೆಂದು, ಸುತ್ತಿ ಬಳಸಿ ಮಾತಾಡದೆ ನೇರವಾಗಿ ಕೇಳಿದ, ''ಧನಂಜಯನ ಸೊಸೆಯನ್ನು ವಿವಾಹವಾಗಲು ನಂದಿಕೇಶ ಈಗಾಗಲೇ ಸಮ್ಮತಿಸಿರುವುದು ನಿಮಗೂ ಗೊತ್ತೇ ಇದೆ. ಅದಕ್ಕಾಗಿ ಆ ಹುಡುಗಿಯನ್ನು ಒಪ್ಪಿಸಿ, ವಿವಾಹದ ಬಗ್ಗೆ ಪ್ರಸ್ತಾಪ ಮಾಡಲು ನಂದಿಕೇಶನ ಜೊತೆ, ಸಹದೇವ ಮತ್ತು ಪ್ರಭಾವತಿಯನ್ನು ಕಳಿಸಿಕೊಡಬೇಕೆಂದಿದ್ದೇನೆ. ಇದಕ್ಕೆ ನಿಮ್ಮ ಅನುಮತಿಬೇಕು.''

''ಹೌದು, ಅದು ನನಗೆ ಮರೆತೇ ಹೋಗಿತ್ತು. ಆಡಳಿತದ ಸಮಸ್ಯೆಗಳು, ಗ್ರಂಥರಚನೆಯ ಗುಂಗಿನಲ್ಲಿ ಆ ವಿಷಯ ಗಮನ ಹರಿಸಲಾಗದಷ್ಟು ಗೌಣವಾಗಿತ್ತು. ಎಲ್ಲ ವಿಷಯಗಳೂ ಅವುಗಳ ಪಾಡಿಗೆ ಅವು ಆಯಾ ಕಾಲಕ್ರಮದಲ್ಲಿ ನಡೆದು ಹೋಗುತ್ತವೆ. ಹಾಗೆಂದು ಈ ವಿಷಯವನ್ನು ಮುಂದೂಡುವುದು ಸರಿಯಲ್ಲ, ಹಾಗೇ ಮಾಡು. ಅವರು ಸಮ್ಮತಿಸಿದರೆ ಅರಮನೆಯಲ್ಲೇ ವಿವಾಹ ವಿಜೃಂಭಣೆಯಿಂದ ಜರುಗಲಿ.''

ಚಂದ್ರಗುಪ್ತನಿಗೆ ಸಂತೋಷವಾಯಿತು. ತಕ್ಷಣ ಬಂದು, ತಾಯಿಗೆ, ಹೆಂಡತಿಗೆ ತಿಳಿಸಿದ. ಮರುದಿನವೇ ಸಹದೇವ ಮತ್ತು ಪ್ರಭಾವತಿಯನ್ನು ನಂದಿಕೇಶನೊಂದಿಗೆ ಶಿವಾಲಿ ಹೊರಡಿಸಿದಳು. ಕಡೆಗಳಿಗೆಯಲ್ಲಿ ಚರಣನೂ ಅವರ ಜೊತೆಯಲ್ಲಿ ಹೊರಟ.

"ನೀನು ಹೊರಡುವ ಸೂಚನೆಯೇ ಇರಲಿಲ್ಲ, ಕಡೆಗಳಿಗೆಯಲ್ಲಿ ಹೊರಟಿರಬೇಕಾದರೆ ಏನೋ ಕಾರಣವಿರಬೇಕು" ಎಂದ ದಾರಿಯಲ್ಲಿ ನಂದಿಕೇಶ ಚೇಷ್ಟೆಯಿಂದ.

"ನನಗೆ ನಿನ್ನ ಜೊತೆ ಬರಲು ಆಸೆಯಿತ್ತೆಂದುಕೊಂಡೆಯಾ? ನನಗೂ ಮಾಡಲು ಬೇಕಾದಷ್ಟು ಕೆಲಸವಿತ್ತು" ಎಂದ ಚರಣ.

"ಹೌದು ಹೌದು, ನೀನೊಬ್ಬನೇ ಕೆಲಸಗಾರ, ನಾವೆಲ್ಲ ಅರಮನೆಯ ಉದ್ಯಾನವನದಲ್ಲಿ ಮರದ ನೆರಳಿನಲ್ಲೋ, ಲತಾ ಮಂಟಪದಲ್ಲೋ ಕುಳಿತು ಬೆಳಗಿನಿಂದ ಸಂಜೆಯವರೆಗೂ ಪಗಡೆಯಾಡುತ್ತ ಕಾಲ ಕಳೆಯುತ್ತೇವೆ. ನಮಗೆಲ್ಲ ಕೆಲಸವೆಲ್ಲಿರುತ್ತದೆ?"

"ಏನೋ ಮಿತ್ರನಿಗೆ ಒಳ್ಳೆಯದಾಗಲೆಂದು ಹಿತೈಷಿಯಾಗಿ ಜೊತೆಯಲ್ಲಿ ಬಂದರೆ ನಿಮಗೆ ಸಹಿಸುವುದಿಲ್ಲವೆ? ಹಾಗಿದ್ದರೆ ಹೀಗೇ ಹಿಂದಕ್ಕೆ ಹೊರಟು ಬಿಡುತ್ತೇನೆ." ಎಂದ ಚರಣ ಹುಸಿ ಮುನಿಸಿನಿಂದ.

"ನೀನು ಹಿತೈಷಿಯೇ? ಸಹದೇವ ಮತ್ತು ಅವನ ಹೆಂಡತಿ ನನ್ನ ಶತ್ರುಗಳೇ?"

"ಅವರೂ ಮಿತ್ರರೇ, ಆದರೆ ನಿನ್ನ ನಿಜವಾದ ಸ್ವಭಾವ ಅವರಿಗೇನು ಗೊತ್ತು?"

"ಅಂದರೆ ನನ್ನ ನಿಜವಾದ ಸ್ವಭಾವ ಸರಿಯಿಲ್ಲವೆ?"

"ಎಲ್ಲ ಸರಿಯಾಗೇ ಇದೆ. ಆದರೆ ಹೊತ್ತು ಗೊತ್ತಿಲ್ಲದೆ ಬಾಯಿಗೆ ಬಂದಂತೆ ಮಾತಾಡುವ ನಿನ್ನ ಸ್ವಭಾವ ನನಗಲ್ಲದೆ ಇನ್ನಾರಿಗೆ ಗೊತ್ತು? ನೀನು ಅಲ್ಲಿ ಹೋಗಿ ಮಹಾ ಮೇಧಾವಿಯಂತೆ ಧನಂಜಯ ಮತ್ತು ಅವರ ಸೊಸೆಯ ಮುಂದೆ ಏನೇನೋ ಮಾತಾಡಿ, ಅವರು ತಪ್ಪು ತಿಳಿದು ಕೋಪಿಸಿಕೊಂಡು ಮನೆಯಿಂದ ಹೊರಗಟ್ಟುತ್ತಾರೆ. ಆಗ ನಿನ್ನ ಗತಿ ಏನಾದರಾಗಲಿ, ಮಿತ್ರರಾದ ನಮಗೆಲ್ಲ ಅವಮಾನವಾಗುವುದಿಲ್ಲವೆ? ಅದಕ್ಕೋಸ್ಕರ ಬರಬೇಕಾಯಿತು. ನಿನ್ನ ಮುದ್ದು ಮುಖವನ್ನು ನೋಡಲೆಂದಲ್ಲ."

ಅವರ ಹುಡುಗಾಟದ ಸಂಭಾಷಣೆಯನ್ನು ಕೇಳುತ್ತ ಸಹದೇವ ಮತ್ತು ಪ್ರಭಾವತಿ ನಗುತ್ತಿದ್ದರು. "ಇಷ್ಟು ವಯಸ್ಸಾದರೂ, ಹೊಣೆಗಾರಿಕೆಯ ಕೆಲಸ ನಿರ್ವಹಿಸುತ್ತಿದ್ದರೂ ನಿಮ್ಮ ಹುಡುಗಾಟದ ಸ್ವಭಾವ ಹೋಗಲಿಲ್ಲ" ಎಂದ ಸಹದೇವ ನಗುತ್ತಲೇ.

"ಮನಸ್ಸು ಆರೋಗ್ಯವಾಗಿರಬೇಕಾದರೆ ಇದು ಅಗತ್ಯ" ಎಂದ ಚರಣ.

"ಹಾಗಲ್ಲ ಸಹದೇವ" ನಂದಿಕೇಶ ಹೇಳಿದ, "ಕೋಶಾಧ್ಯಕ್ಷ ಪದವಿ, ಅಮಾತ್ಯ ಪದವಿ ಎರಡನ್ನೂ ಒಟ್ಟಿಗೆ ನಿರ್ವಹಿಸುತ್ತ ತಲೆ ಬಿಸಿಯಾಗಿತ್ತು. ಅದನ್ನು ಸ್ವಲ್ಪ ಹಗುರ ಮಾಡಿಕೊಳ್ಳ ಬೇಕಾಗಿತ್ತು. ಅದಕ್ಕೆ ನೆಪ ತೆಗೆದು ನನ್ನ ಜೊತೆ ಬಂದುಬಿಟ್ಟಿದ್ದಾನೆ."

"ಆಚಾರ್ಯರು ಈ ವಿವಾಹಕ್ಕೆ ಸಮ್ಮತಿ ನೀಡಿದ್ದೇ ನನಗೆ ಆಶ್ಚರ್ಯಕರವಾಗಿದೆ."

"ಇದರಲ್ಲಿ ಆಶ್ಚರ್ಯ ಪಡುವಂಥದೇನಿದೆ?" ಪ್ರಭಾವತಿ ಹೇಳಿದಳು, "ಹಾಗೆಂದು ಮೊದಲೇ ಮಾತುಕತೆಯಾಗಿತ್ತಲ್ಲವೆ?"

"ಆಗಿತ್ತು" ಚರಣ ಹೇಳಿದ, "ಆದರೆ, ಈಗ ರಾಕ್ಷಸ ಮತ್ತು ಮಲಯಕೇತು ಏನೋ ಸಂಚು ಮಾಡುತ್ತಿರುವ ಗೊಂದಲದ ಪರಿಸ್ಥಿತಿಯಲ್ಲಿ ಅನುಮತಿ ಕೊಡುವುದಿಲ್ಲವೆಂದುಕೊಂಡಿದ್ದೆ."

"ಆಚಾರ್ಯರಿಗೆ ಅದೊಂದು ದೊಡ್ಡ ಸಮಸ್ಯೆಯೇ?" ಸಹದೇವ ಹೇಳಿದ, "ಆ ರಾಕ್ಷಸ ಮತ್ತೆ ಸೋತು ಮಣ್ಣು ಮುಕ್ಕುತ್ತಾನೆ. ಅದರಲ್ಲಿ ಅನುಮಾನವೇ ಇಲ್ಲ."

"ಎಲ್ಲ ಮುಗಿದು ನೆಮ್ಮದಿಯಾಯಿತೆಂದು ಸಮಾಧಾನದ ಉಸಿರು ಬಿಡುವಷ್ಟರಲ್ಲಿ ರಾಕ್ಷಸ ಮತ್ತೆ ಪೀಡೆಯಾಗಿ ಕಾಣಿಸಿಕೊಂಡ" ಪ್ರಭಾವತಿ ಸ್ವಲ್ಪ ಬೇಸರದಿಂದಲೇ ಹೇಳಿದಳು.

''ಇದು ಆಗಲೇಬೇಕಾಗಿತ್ತು'' ಚರಣ ಹೇಳಿದ, ''ಈ ಪೀಡೆಯ ಕಾಟ ನಿವಾರಣೆಯಾಗಿ ಬಿಟ್ಟರೆ ನಮ್ಮ ಚಂದ್ರಗುಪ್ತನ ಆಳ್ವಿಕೆಗೆ ಯಾವ ಆಪತ್ತೂ ಉಂಟಾಗುವುದಿಲ್ಲ.''

''ಆ ಮಲಕೇತುವನ್ನು ಏನು ಮಾಡುತ್ತಾರೆ ?'' ನಂದಿಕೇಶ ಕೇಳಿದ.

''ಏನು ಮಾಡುತ್ತಾರೆ? ಶರಣಾಗತನಾಗುವಂತೆ ಮಾಡಿ, ಚಂದ್ರಗುಪ್ತನಿಗೆ ಆಶ್ರಿತನಾಗಿದ್ದರೆ ಸರಿ, ಇಲ್ಲದಿದ್ದರೆ ಪರಿಣಾಮ ಕೆಟ್ಟದಾಗುತ್ತದೆ, ಎಂದು ಎಚ್ಚರಿಸಿ ಕಳಿಸುತ್ತಾರೆ.''

''ಯುದ್ಧವೇನಾದರೂ ಸಂಭವಿಸಬಹುದೆ ?'' ಸಹದೇವ ಕೇಳಿದ.

''ಬಹುಶಃ ಇಲ್ಲ, ಮಗಧದ ಆಕ್ರಮಣವಾದಾಗಲೇ, ಹೆಚ್ಚಿನ ಪ್ರಾಣಹಾನಿಯಾಗದಂತೆ ತಂತ್ರ ರೂಪಿಸಿದ ಆಚಾರ್ಯರು ಈಗಲೂ, ಅದಕ್ಕೆ ಅವಕಾಶಕೊಡುವುದಿಲ್ಲವೆಂಬ ನಂಬಿಕೆ ನನಗಿದೆ ''ಎಂದ ಚರಣ.

★ ★ ★

ಸುದ್ದಿ ಕೊಡದೆ ಅಂದು ಸಂಜೆ ಬಂದದ್ದರಿಂದ ಧನಂಜಯನಿಗೂ, ಅವನ ಸೊಸೆ ಮಲ್ಲಿಕಾಗೂ ವಿಪರೀತ ಆನಂದವಾಯಿತು. ''ಬನ್ನಿ ಬನ್ನಿ'' ಎಂದು ಧನಂಜಯ ಆತ್ಮಾದರದಿಂದ ಸ್ವಾಗತಿಸಿ ಚಾಪೆ ಹಾಸಿ ಕೂಡಿಸಿದ. ಕುದುರೆಗಳಿಗೆ ಮೇವು ನೀರಿನ ವ್ಯವಸ್ಥೆ ಮಾಡಲು ಆಳುಗಳಿಗೆ ಸೂಚಿಸಿದ. ಮಲ್ಲಿಕಾ ಅವರ ಸತ್ಕಾರಕ್ಕೆ ಗಡಿಬಿಡಿಯಿಂದ ಓಡಾಡತೊಡಗಿದಳು. ''ನೀವು ಪ್ರತ್ಯೇಕವಾಗಿ ಅಡಿಗೆ ಮಾಡಿಕೊಳ್ಳುವವರೇ ?'' ಎಂದು ಧನಂಜಯ ಚರಣನನ್ನು ಕೇಳಿದ.

''ಪ್ರತ್ಯೇಕ ಅಡಿಗೆ ಮಾಡಿಕೊಂಡು ಊಟ ಮಾಡುವುದಾದರೆ ಸಂಬಂಧ ಬೆಳೆಯುವುದು ಹೇಗೆ ?'' ಎಂದು ಚರಣ ನಕ್ಕ.

''ಸಂಬಂಧ ?'' ಧನಂಜಯ ಹುಬ್ಬೇರಿಸಿದ. ಆಗ ಮಲ್ಲಿಕಾ ಅಲ್ಲಿರಲಿಲ್ಲ.

''ಅದನ್ನೆಲ್ಲ ಆಮೇಲೆ ಮಾತಾಡೋಣ. ಮೊದಲು ಸ್ನಾನ, ಆಮೇಲೆ ಊಟ, ತುಂಬ ಹೊಟ್ಟೆ ಹಸಿದಿದೆ. ಊಟ ಪುಷ್ಕಳವಾಗಿದ್ದರೆ ಅಭ್ಯಂತರವಿಲ್ಲ'' ಎಂದ ನಂದಿಕೇಶ.

''ಪುಷ್ಕಳವಾದ ಊಟವಿದ್ದರೆ ಅಭ್ಯಂತರವೆಲ್ಲಿರುತ್ತದೆ ?'' ಎಂದ ಸಹದೇವ.

''ಸ್ವಲ್ಪ ತಡೆಯುವುದಾದರೆ ಔತಣವನ್ನೇ ಮಾಡಿಸಿಬಿಡುತ್ತೇನೆ '' ಎಂದ ಧನಂಜಯ.

''ಔತಣವೇ ಈ ದಿನ ಔಚಿತ್ಯಪೂರ್ಣ. ನಮ್ಮ ಸಹದೇವನ ಪತ್ನಿ ನಿಮ್ಮ ಸೊಸೆಗೆ ಸಹಾಯ ಮಾಡಿದರೆ ತಡವಾಗುವುದು ತಪ್ಪುತ್ತದೆ '' ಎಂದು ಚರಣ ಪ್ರಭಾವತಿಯತ್ತ ನೋಡಿದ.

''ಅದಕ್ಕೇನಂತೆ, ಎರಡು ಕೈಗಳಿಗಿಂತ ನಾಲ್ಕು ಕೈಗಳಾದರೆ ಮೇಲಲ್ಲವೆ ?'' ಎಂದು ಧನಂಜಯ ಸಮ್ಮತಿಸಿದಾಗ ಪ್ರಭಾವತಿ ಎದ್ದು ಹೋಗಿ ಮಲ್ಲಿಕಾ ಜೊತೆ ಸೇರಿದಳು.

ಅವರೆಲ್ಲರ ಊಟ ಮುಗಿದಾಗ ರಾತ್ರಿ ಬಹಳ ಹೊತ್ತಾಗಿತ್ತು. ಊಟ ಪುಷ್ಕಳವಾಗಿಯೇ ಇತ್ತು. ಕಣ್ಣು ತೂಗುವಷ್ಟು ಬಲವಾಗಿಯೇ ಎಲ್ಲ ಊಟ ಮಾಡಿದ್ದರು. ಆದರೆ ಅಂದೇ ಮಾತುಕತೆ ಮುಗಿಸಿ, ಮರುದಿನವೇ ಎಲ್ಲ ಮರಳಿ ಪಾಟಲೀಪುತ್ರಕ್ಕೆ ಹೊರಡಬೇಕಾಗಿತ್ತು.

ಎಲ್ಲ ನಡುಮನೆಯಲ್ಲಿ ಮಧ್ಯೆ ಕಾಲುಮಣೆ ಮೇಲೆ ದೀಪವಿರಿಸಿಕೊಂಡು ಮಾತಿಗೆ ಕುಳಿತರು. ''ಈಗ ಹೇಳಿ'' ಧನಂಜಯ ಕೇಳಿದ, ''ಪಾಟಲೀಪುತ್ರದ ಸಮಾಚಾರವೇನು? ಆಚಾರ್ಯರು ಹೇಗಿದ್ದಾರೆ ? ಚಂದ್ರಗುಪ್ತ, ಅವನ ತಾಯಿ, ಪತ್ನಿ ಹೇಗಿದ್ದಾರೆ ? ನಿಮ್ಮ ಮಿತ್ರರೆಲ್ಲ ಹೇಗಿದ್ದಾರೆ ? ಚಂದಕ, ಗೌತಮ, ಹರಿಸೇನ ಎಲ್ಲ ಹೇಗಿದ್ದಾರೆ ?''

''ಜೊತೆಗೆ ಪಾಟಲೀಪುತ್ರದ ಪ್ರಜೆಗಳು ಹೇಗಿದ್ದಾರೆಂದು ಕೇಳಿ ಪಟ್ಟಿಯನ್ನು ಮುಗಿಸಿಬಿಡಿ'' ಎಂದು ನಂದಿಕೇಶ ಹಾಸ್ಯ ಮಾಡಿದ.

ತಕ್ಷಣ ತಾನೂ ನಕ್ಕ ಮಲ್ಲಿಕಾಳತ್ತ ನಂದಿಕೇಶ ದೃಷ್ಟಿ ಹರಿಸಿದ. ಅವಳು ಚೆಲುವೆಯೇ ಆಗಿದ್ದಳು. ಮೊದಲಿಲ್ಲದ ಅವಳ ಚೆಲುವಿನ ಕಾಂತಿ ಈಗ ಹೊರಗೆ ಗೋಚರಿಸುತ್ತಿತ್ತು. ಬಹುಶಃ ಅವಳ ಗಂಡನ ಸಾವಿಗೆ ಕಾರಣರಾದವರ ಮೇಲೆ ಸೇಡು ತೀರಿದ್ದು ಅವಳಿಗೆ ವಿಶೇಷ ಸಮಾಧಾನ ನೀಡಿರುವಂತಿತ್ತು.

ಚರಣ ಹೇಳಿದ, "ಎಲ್ಲ ಚೆನ್ನಾಗಿದ್ದಾರೆ. ನಿಮ್ಮ ಕ್ಷೇಮ ಸಮಾಚಾರವನ್ನು ಕೇಳಿದ್ದಾರೆ. ಆಚಾರ್ಯರು, ಚಂದ್ರಗುಪ್ತ ಮತ್ತು ರಾಜ ಮಾತೆಯವರು ನಿಮ್ಮನ್ನು ವಿಶೇಷವಾಗಿ ವಿಚಾರಿಸಿಕೊಂಡಿದ್ದಾರೆ."

"ನನಗಂತೂ ಈಗ ಪಾಟಲೀಪುತ್ರದ ಅರಮನೆ ತವರುಮನೆಯಂತಾಗಿದೆ. ಎಷ್ಟೊಂದು ಜನ ಆಪ್ತರು ಅಲ್ಲಿದ್ದಾರೆ ?"

"ಅವರಲ್ಲಿ ಬಹಳ ಜನರನ್ನು ನಾನು ನೋಡಿಲ್ಲ, ಆದರೆ ನಮ್ಮ ಮಾವನವರು ಹೇಳಿದ್ದನ್ನು ಕೇಳಿಯೇ ನನಗೆ ಅವರೆಲ್ಲರ ಪರಿಚಯವಾಗಿದೆ" ಎಂದು ಮಲ್ಲಿಕಾ ಸಂತೋಷದಿಂದ ಹೇಳಿದಳು.

"ಆಗ ನೀನೂ ಜೊತೆಯಲ್ಲಿ ಬರಬೇಕಾಗಿತ್ತು. ಚಂದ್ರಗುಪ್ತ, ಚರಣರ ವಿವಾಹ, ಪಟ್ಟಾಭಿಷೇಕ ಮಹೋತ್ಸವವನ್ನು ನೋಡಬೇಕಾಗಿತ್ತು" ಎಂದಳು ಪ್ರಭಾವತಿ.

"ನನಗೂ ಆಸೆಯಿತ್ತು. ಮಾವನವರೂ ಕರೆದರು. ಆದರೆ ಇಲ್ಲಿ ಒಬ್ಬರಿಲ್ಲದಿದ್ದರೆ ಮನೆ ನಡೆಯುವುದಿಲ್ಲ, ಎಷ್ಟೇ ಆಗಲಿ ಕೃಷಿ ಮತ್ತು ಪಶುಪಾಲನೆ ನಮ್ಮ ವೃತ್ತಿಯಲ್ಲವೆ ? ಇದಕ್ಕೆ ಎಷ್ಟು ಜನರಿದ್ದರೂ ಸಾಲುವುದಿಲ್ಲ, ನನಗಿಂತ ಮಾವನವರ ಉಪಸ್ಥಿತಿ ಹೆಚ್ಚು ಮುಖ್ಯ ವಾದದ್ದರಿಂದ ನಾನು ಇನ್ನೊಮ್ಮೆ ಬರುವುದಾಗಿ ಹೇಳಿ ಅವರನ್ನು ಕಳಿಸಿಕೊಟ್ಟೆ."

"ಇನ್ನೊಮ್ಮೆ ಏನು, ನೀನು ಪಾಟಲೀಪುತ್ರದಲ್ಲೇ ಇರಬೇಕಾದ ಸಂದರ್ಭ ಬರುತ್ತಿದೆ."

"ಅಂದರೆ ?" ಎಂದು ಅರ್ಥವಾಗದೆ ಮಲ್ಲಿಕಾ ಮಾವನ ಮುಖವನ್ನೂ, ಉಳಿದವರ ಮುಖವನ್ನೂ ಪ್ರಶ್ನಾರ್ಥಕವಾಗಿ ನೋಡಿದಳು.

ಪ್ರಭಾವತಿ ಸಹದೇವನ ಮುಖ ನೋಡಿದಳು. ಅವನು ಹೇಳಿದ, "ಧನಂಜಯರೇ, ನಾವು ಬಂದಿರುವ ಉದ್ದೇಶ, ಆಚಾರ್ಯರ ಆದೇಶದಂತೆ ನಮ್ಮ ನಂದಿಕೇಶನಿಗೆ ನಿಮ್ಮ ಸೊಸೆ ಮಲ್ಲಿಕಾಳನ್ನು ಬೇಡುವುದು."

"ಇದೇನು ಸಹದೇವ" ಧನಂಜಯ ಸ್ವಲ್ಪ ಆಶ್ಚರ್ಯಗೊಂಡಿದ್ದ, "ಸುಮ್ಮನೆ ಲೋಕಾಭಿರಾಮ ವಾಗಿ ಮಾತಾಡುವುದೆಂದುಕೊಂಡಿದ್ದೆ. ಆದರೆ ನಿಜವಾಗಲೂ ಅಂಥ ಪ್ರಯತ್ನ ಪಡುತ್ತಾರೆಂದು ನಾನು ಭಾವಿಸಿರಲಿಲ್ಲ."

"ಸುಗಂಧಿಯನ್ನು ನಮ್ಮ ಚರಣ ವಿವಾಹವಾದ ಸಂದರ್ಭದಲ್ಲೇ ಈ ಮಾತು ಗಟ್ಟಿಯಾಗಿತ್ತು."

"ಧನಂಜಯರೇ" ಚರಣ ಹೇಳಿದ, "ಚಂದ್ರಗುಪ್ತ, ನಾನು, ಸಿಂಹಸೇನ, ಭಾಸ್ಕರ, ಬ್ರಹ್ಮದತ್ತ ಮತ್ತು ನಂದಿಕೇಶ ಒಂದೇ ಜೀವದಂತೆ. ಗುಣ, ಸ್ವಭಾವಗಳಲ್ಲಿ ನಾವೆಲ್ಲ ಒಂದೇ. ನಿಮ್ಮ ಸೊಸೆ ಸುಖವಾಗಿರುತ್ತಾಳೆ."

"ಬೇಡ ಬೇಡ" ಎಂದಳು ಮಲ್ಲಿಕಾ ಮುಜುಗುರದಿಂದ, "ನನಗೆ ಮರುಮದುವೆಯೇ ?"

"ಆದರಲ್ಲಿ ತಪ್ಪೇನು ಮಲ್ಲಿಕಾ ?" ಪ್ರಭಾವತಿ ಕೇಳಿದಳು.

“ನನ್ನ ಗಂಡನನ್ನು ಮರೆಯಲಾಗದೆ ಒದ್ದಾಡುತ್ತಿರುವ ನಾನು ಇನ್ನೊಂದು ಮದುವೆ ಮಾಡಿಕೊಂಡರೆ, ಅವರ ನೆನಪಿಗೆ ಅಪಚಾರ ಮಾಡಿದಂತಾಗುವುದಿಲ್ಲವೆ ?”

“ಇಲ್ಲಿ ಅಪಚಾರದ ಪ್ರಶ್ನೆ ಬರುವುದಿಲ್ಲ, ಮಲ್ಲಿಕಾ” ಪ್ರಭಾವತಿ ಅನುನಯಿಸುವಂತೆ ಹೇಳಿದಳು, “ನಿನ್ನ ಬದುಕಿನಲ್ಲಿ ಆ ಕರಾಳ ಅಧ್ಯಾಯ ಮುಗಿಯಿತು. ನಿನ್ನ ಗಂಡನನ್ನು ಕೊಂದವನನ್ನು ಕೊಂದಾಯಿತು.”

“ಆ ಸಮಾಧಾನ ನನಗಿದೆ. ಅದಕ್ಕಾಗಿ ಆಚಾರ್ಯ ಚಾಣಕ್ಯರಿಗೂ, ಚಂದ್ರಗುಪ್ತನಿಗೂ ನನ್ನ ಹೃದಯಪೂರ್ವಕ ಕೃತಜ್ಞತೆ ಸಲ್ಲಿಸುತ್ತೇನೆ. ನನಗೀಗ ನನ್ನ ಮಾವನವರ ಸೇವೆ ಮಾಡುತ್ತಾ ಮುಗಿದು ಹೋಗುವುದು ಅಷ್ಟೆ”

“ಮಗಳೇ” ಧನಂಜಯ ಹೇಳಿದ, “ನಾನು ಇನ್ನೆಷ್ಟು ಕಾಲ ಬದುಕಿರುತ್ತೇನೆ. ನನಗೂ ಸಾಕಷ್ಟು ವಯಸ್ಸಾಗಿದೆ. ನನ್ನ ನಂತರ ನಿನ್ನ ಗತಿಯೇನು ?”

“ನಿಮ್ಮ ಮನೆಯಿದೆ, ಹೊಲಗಳಿವೆ, ದನಕರುಗಳಿವೆ. ಅವುಗಳ ಕೆಲಸ ಮಾಡುತ್ತಾ ಕಾಲ ಕಳೆಯುತ್ತೇನೆ.”

“ನಿಜ, ನೀನು ಹಾಗೆ ಬಾಳತಕ್ಕವಳೇ. ಅಂಥ ಶಕ್ತಿ ನಿನಗಿದೆ. ಆದರೆ ಸಾಯುವಾಗ ನನಗೊಂದು ಸಮಾಧಾನ ಬೇಡವೇ ? ನನ್ನ ಮಗನ ಹೆಂಡತಿಯಾಗಿ ಬಂದೆ. ಮನೆಯ ಮಗಳಂತೆ ಪ್ರೀತಿ ಪಾತ್ರಳಾದೆ. ಆದರೆ ಹೆಚ್ಚು ಕಾಲ ಗಂಡನ ಸುಖವೂ ಇಲ್ಲದೆ ವಿಧವೆಯಾದೆ. ನಿನ್ನ ಬಗ್ಗೆ ನನ್ನ ಕರ್ತವ್ಯ ಏನೂ ಇಲ್ಲವೇ ? ಬದುಕಿ ಬಾಳಬೇಕಾದ ಚಿಕ್ಕವಯಸ್ಸಿನ ನಿನಗೆ ಸೂಕ್ತ ಬದುಕು ಕಲ್ಪಿಸಿಕೊಡುವುದು ನನ್ನ ಕರ್ತವ್ಯವಲ್ಲವೇ ? ಎಂದು ನನ್ನ ಆತ್ಮಸಾಕ್ಷಿ ಮತ್ತೆ ಮತ್ತೆ ಚುಚ್ಚಿ ಕೇಳುತ್ತಿದೆ.”

“ಹೌದು ಮಲ್ಲಿಕಾ” ಪ್ರಭಾವತಿ ಹೇಳಿದಳು, “ಆಚಾರ್ಯರೇ ಇದನ್ನು ಸೂಚಿಸಿರಬೇಕಾದರೆ, ಇದು ಧರ್ಮಸಮ್ಮತವೆಂದೇ ಗೌರವಿಸಬೇಕಲ್ಲವೇ ?”

“ಇದು ಆಚಾರ್ಯರ ಆಜ್ಞೆ ಅಥವಾ ಒತ್ತಾಯವೇ ?”

“ಇಲ್ಲ ಮಲ್ಲಿಕಾ” ಚರಣ ತಕ್ಷಣ ಹೇಳಿದ, “ಅವರ ಹೃದಯವಂತಿಕೆಯ ಕುರುಹು ಇದು. ನನ್ನ ಮತ್ತು ಸುಗಂಧಿಯ ವಿವಾಹದಲ್ಲೂ ಅದನ್ನು ಅವರು ವ್ಯಕ್ತಪಡಿಸಿದರು. ಅದೇ ಹೃದಯವಂತಿಕೆಯಿಂದಲೇ ನಂದಿಕೇಶನೂ ಒಪ್ಪಿದ.”

“ಅನುಕಂಪ, ಕರುಣೆಗಳನ್ನು ನಾನು ಬಯಸುವುದಿಲ್ಲ.”

“ನಾನು ಅನುಕಂಪದಿಂದ ನಿನ್ನನ್ನು ಮದುವೆಯಾಗಲು ಬಯಸುತ್ತಿಲ್ಲ, ಮಲ್ಲಿಕಾ” ನಂದಿಕೇಶ ಹೇಳಿದ, “ನಿನ್ನ ಕರುಣೆ, ಅನುಕಂಪಗಳ ಅಮೃತಸ್ಪರ್ಶದಿಂದ ನನ್ನ ಬರಡು ಜೀವನಕ್ಕೆ ಒಂದು ಹೊಸ ಚೈತನ್ಯ ಸಿಗುವುದೇನೋ ಎಂಬ ಆಸೆಯಿಂದ ಒಪ್ಪಿದೆ.”

ಅವನಿಗೆ ಸಹಜವಲ್ಲದ ರೀತಿಯಲ್ಲಿ, ನಂದಿಕೇಶನ ಧ್ವನಿ ಅತ್ಯಂತ ಆರ್ದ್ರವಾಗಿತ್ತು, ಉದ್ವಿಗ್ನವಾಗಿತ್ತು. ಎಲ್ಲ ಆಚ್ಚರಿಯಿಂದ ಅವನತ್ತಲೇ ನೋಡುತ್ತಿದ್ದರು.

ನಂದಿಕೇಶ ಮುಂದುವರಿಸಿದ, “ಹೌದು, ಇಷ್ಟುದಿನ ನನಗೆ ನನ್ನ ಮಿತ್ರರೇ ಸರ್ವಸ್ವವಾಗಿದ್ದರು. ಈಗಲೂ ಅವರೇ ನನಗೆ ಎಲ್ಲ, ತಂದೆತಾಯಿಯಿಲ್ಲದ ತಬ್ಬಲಿ ನಾನು. ತಾಯಿಯ ಮುಖ ನೋಡಿದ ನೆನಪೂ ನನಗಿಲ್ಲ, ಯಾರದೋ ಆಶ್ರಯದಲ್ಲಿ, ಪ್ರೀತಿ ವಾತ್ಸಲ್ಯಗಳೆಂದರೇನೆಂದು ಅರಿಯದೆ ಹೇಗೋ ಬೆಳೆದೆ. ಹೇಗೋ ಒಂದಷ್ಟು ಕಲಿತೆ. ಸೈನ್ಯದಲ್ಲಿ ಸೇರಿದೆ. ಅಲ್ಲಿ ನನ್ನ

ಮಿತ್ರರು ದೊರೆತರು. ಬದುಕಿಗೆ ಒಂದು ಅರ್ಥ ಕಾಣಿಸಿತು. ಆದರೂ ಎಲ್ಲೋ ಒಂದು ಕಡೆ ಎಲ್ಲರಿಗಿರುವ ಅದೃಷ್ಟ ನನಗಿಲ್ಲವೆಂಬ ಕೊರಗು ಹೃದಯವನ್ನು ಹಿಂಡುತ್ತಲೇ ಇತ್ತು. ಚಂದ್ರಗುಪ್ತನ ತಾಯಿಯನ್ನು ಕಂಡಾಗ, ಅಂಥ ಮಮತಾಮಯಿಯಾದ ತಾಯಿ ನನಗಿಲ್ಲವೇ ಎನಿಸುತ್ತಿತ್ತು. ಸುಗಂಧಿಯ ವಿಷಯ ಬಂದರೆ, ನನಗಾಗಿ ಕಾಯುವ ಅಂಥ ಪ್ರೇಮಪೂರ್ಣ ಹೃದಯದ ವ್ಯಕ್ತಿಯೊಬ್ಬಳಿಲ್ಲವೇ ? ಎನಿಸುತ್ತಿತ್ತು. ಅದನ್ನೆಲ್ಲ ಮರೆಯಲು ನಾನು ನಗುತ್ತಿದ್ದೆ, ನಗಿಸುತ್ತಿದ್ದೆ. ನಿನ್ನ ವಿಷಯವೆಲ್ಲ ವಿವರವಾಗಿ ತಿಳಿದಾಗ ನಿನ್ನ ಬಗ್ಗೆ ನನ್ನಲ್ಲಿ ಮರುಕವುಕ್ಕಿತ್ತು. ವಿವಾಹದ ಪ್ರಸ್ತಾಪ ಮಾಡಿದಾಗ ತಕ್ಷಣ ಒಪ್ಪಿಬಿಟ್ಟೆ. ಧನಂಜಯರಂಥ ಸುಸಂಸ್ಕೃತರ ಸೊಸೆಯಾದ ನಿನ್ನಲ್ಲಿ ಆ ಸಂಸ್ಕೃತಿಯ ಸೊಗಸಿದೆಯೆಂದು ಭಾವಿಸಿದೆ. ಇದು ನನ್ನ ಕೋರಿಕೆ ಅಷ್ಟೇ ಬಲವಂತವಿಲ್ಲ. ಯಾರ ಒತ್ತಾಯಕ್ಕೂ ನೀನು ಮಣಿಯಬೇಕಾಗಿಲ್ಲ. ಮದುವೆಯಾಗಲೇಬೇಕೆಂಬ ಆತುರವೂ ನನಗಿಲ್ಲ. ನನ್ನ ಮಿತ್ರರ ಸಹವಾಸವಿದೆ. ಮಗಧದ ಸೇವೆ ಮಾಡಲು ತಕ್ಕ ಕೆಲಸವಿದೆ. ಇನ್ನಾವುದಕ್ಕೂ ನನಗೆ ಕೊರತೆಯಿಲ್ಲ'' ತನ್ನ ಕಣ್ಣಲ್ಲಿ ಜಿನುಗಿದ ಕಂಬನಿಯನ್ನು ನಂದಿಕೇಶ ರೆಪ್ಪೆಯೊಳಗೇ ಅಡಗಿಸಿಬಿಟ್ಟ.

ಹುಡುಗಾಟದ ಸ್ವಭಾವದ, ಹಾಸ್ಯಪ್ರವೃತ್ತಿಯ, ಯಾವುದನ್ನೂ ಅಷ್ಟು ಗಂಭೀರವಾಗಿ ಪರಿಗಣಿಸದ ನಂದಿಕೇಶನ ಮನಸ್ಸಿನಲ್ಲಿ ಇಷ್ಟೊಂದು ಭಾವಗಳ ತುಮುಲವಿದೆಯೇ ? ಎಂದು ಚರಣನಿಗೆ ಅಚ್ಚರಿಯಾಯಿತು. ತನ್ನ ಅಂತರಂಗದ ನೋವುಗಳನ್ನು ಎಂದೂ ಹೊರಗೆ ವ್ಯಕ್ತಪಡಿಸದ, ನಗುವಿನ ಮುಖವಾಡದಲ್ಲೇ ಎಲ್ಲವನ್ನೂ ಮರೆ ಮಾಡಿದ ಅವನ ಬಗ್ಗೆ ಮರುಕವಾಯಿತು. ಜೊತೆಗೆ ಅವನ ಬಗ್ಗೆ ಗೌರವವೂ ಮೂಡಿತು.

ಮಲ್ಲಿಕಾ ಕೂಡ ನಂದಿಕೇಶನ ಕಥೆ ಕೇಳುತ್ತ ಸ್ವಲ್ಪ ಉದ್ವಿಗ್ನಳಾದದ್ದು ಅವಳ ದೀರ್ಘ ಉಸಿರಾಟದಿಂದ ವ್ಯಕ್ತವಾಗುತ್ತಿತ್ತು. ವಿವಾಹ ಬೇಡವೇ ಬೇಡವೆಂಬ ಅವಳ ನಿರ್ಧಾರ ಸ್ವಲ್ಪ ಸಡಿಲವಾದಂತೆ ಅವಳ ಮುಖಭಾವ ಹೇಳುತ್ತಿತ್ತು. ''ಈ ಮುಪ್ಪಿನಲ್ಲಿ ಮಾವನವರನ್ನು ಬಿಟ್ಟು ವಿವಾಹ ಮಾಡಿಕೊಂಡು ಹೋಗುವುದು ನನ್ನ ಸ್ವಾರ್ಥವಾಗುತ್ತದೆ'' ಎಂದಳು.

''ಆದರೆ ನನಗೋಸ್ಕರ ದುಡಿಸಿಕೊಳ್ಳುತ್ತಲೇ ಇರುವುದು ನನ್ನ ಸ್ವಾರ್ಥವಾಗುತ್ತದೆ ಮಗಳೇ. ಉರುಳಿಬೀಳುವ ಮರಕ್ಕಿಂತ ಬದುಕಿ ಬಾಳಬೇಕಾದ ಗಿಡದ ಪೋಷಣೆ ಮುಖ್ಯ'' ಎಂದ ಧನಂಜಯ.

''ಆಮೇಲೆ ನೀವೇನು ಮಾಡುತ್ತೀರಿ ?''

''ಅದರ ಬಗ್ಗೆ ನೀನು ಯೋಚಿಸಬೇಡ. ಕೈಕಾಲು ಗಟ್ಟಿಯಾಗಿರುವವರೆಗೂ ನಾನು ಇಲ್ಲಿರುತ್ತೇನೆ. ಆಮೇಲೆ ಪಾಟಲೀಪುತ್ರಕ್ಕೆ ಬಂದು ನಿನ್ನ ಮನೆಯಲ್ಲೇ ಇದ್ದು ಬಿಡುತ್ತೇನೆ.''

''ನೀನು ಕೂಡ ನೋಡಬೇಕೆನಿಸಿದಾಗಲೆಲ್ಲ ಬಂದು ಹೋಗಲು ಯಾರೂ ಅಡ್ಡಿ ಪಡಿಸುವುದಿಲ್ಲ'' ಪ್ರಭಾವತಿ ಹೇಳಿದಳು.

''ಹೌದು ಮಗಳೇ, ಒಪ್ಪಿಬಿಡು'' ಧನಂಜಯ ಹೇಳಿದ, ''ನೀನು ನನ್ನ ಮಗಳಾಗು, ನಂದಿಕೇಶ ಅಳಿಯನಾಗಲಿ ಅಥವಾ ನೀನು ಸೊಸೆಯೇ ಆಗಿರುವುದಾದರೆ ಅವನು ಮಗನಾಗುತ್ತಾನೆ.''

''ಹೌದು ಮಲ್ಲಿಕಾ, ಒಪ್ಪಿಬಿಡು. ನೀನು ಪಶ್ಚಾತ್ತಾಪ ಪಡುವ ಸಂದರ್ಭ ಬರುವುದಿಲ್ಲ'' ಎಂದಳು ಪ್ರಭಾವತಿ.

"ಮಾವ" ಮಲ್ಲಿಕಾ ಕೇಳಿದಳು, "ನಿಮ್ಮ ಆತ್ಮಸಾಕ್ಷಿಯಾಗಿ ನಾನು ವಿವಾಹ ಮಾಡಿಕೊಳ್ಳಲೆಂಬ ಭಾವನೆಯಿದೆಯೇ ? ಸ್ಪಷ್ಟವಾಗಿ ಹೇಳಿ."

"ಖಂಡಿತವಾಗಿಯೂ ಇದೆ. ಬಹಳ ಕಾಲದಿಂದ ಇದೆ. ಆದರೆ ಅದನ್ನು ಹೇಳಲು ನನಗೆ ಧೈರ್ಯ ಬರಲಿಲ್ಲ. ಸುಗಂಧಿಯನ್ನು ಚರಣ ಮದುವೆಯಾದಾಗ ನಾನು ನಿನ್ನನ್ನು ಈ ಬಗ್ಗೆ ಕೇಳಬೇಕೆಂಬ ಯೋಚನೆ ಬಂತು. ಅದಕ್ಕೆ ತಕ್ಕಂತೆ ಇವರೆಲ್ಲ ಇದರಲ್ಲಿ ಆಸಕ್ತಿ ತೋರಿಸಿದರು."

"ನಾನು ವಿವಾಹವಾದರೆ ನಿಮಗೆ ಸಂತೋಷವಾಗುತ್ತದೆಯೇ ?"

"ಸತ್ಯವಾಗಿಯೂ ಆಗುತ್ತದೆ. ಆಗು ಮಗಳೇ."

"ನಿಮಗೆ ಸಂತೋಷವಾಗುವುದಾದರೆ ನನ್ನ ಸಮ್ಮತಿಯಿದೆ."

ಎಲ್ಲ ನಿರಾಳವಾದ ಉಸಿರು ಬಿಟ್ಟರು. ನಂದಿಕೇಶ ಮಲ್ಲಿಕಾಳತ್ತ ನೋಡಿ ಹೇಳಿದ, "ಮಲ್ಲಿಕಾ, ನಿನ್ನ ಒಪ್ಪಿಗೆಯಿಂದ ನನಗೆ ಸಮಾಧಾನವಾಗಿದೆ. ಅದಕ್ಕಿಂತ ಮುಖ್ಯವಾಗಿ ನಮ್ಮ ಆಚಾರ್ಯರಿಗೆ, ಮಿತ್ರರಿಗೆ, ರಾಜಮಾತೆಗೆ, ಸುಜಾತ, ಸುಗಂಧಿಗೆ ಸಂತೋಷವಾಗುವುದೆಂದು ನನಗೆ ಹೆಚ್ಚಿನ ತೃಪ್ತಿ ತಂದಿದೆ."

"ವಿವಾಹವನ್ನು ಅರಮನೆಯಲ್ಲೇ ವಿಜೃಂಭಣೆಯಿಂದ ಮಾಡಲು ಆಚಾರ್ಯರು ಆಲೋಚಿಸಿದ್ದಾರೆ" ಎಂದ ಚರಣ.

"ಸಾಧ್ಯವಿಲ್ಲ" ಧನಂಜಯ ಹೇಳಿದ, "ಇಲ್ಲೇ, ನಮ್ಮೂರಿನಲ್ಲೇ ನಡೆಯಬೇಕು. ಸುತ್ತ ಹತ್ತೂರುಗಳಲ್ಲಿ ನನ್ನ ಮರ್ಯಾದೆ ಏನಾಗಬೇಕು ? ನನ್ನ ಸಂಪತ್ತಿರುವುದಾದರೂ ಏತಕ್ಕೆ ? ವೆಚ್ಚ ಮಾಡದೆ ಕೂಡಿಟ್ಟುಕೊಳ್ಳುವ ಸ್ವಾರ್ಥ ನನಗಿಲ್ಲ. ನಮ್ಮ ಕಷ್ಟದಲ್ಲಿ ಸುಖದಲ್ಲಿ ಜೊತೆಗಿದ್ದು ನಮಗೆ ಬದುಕು ಸಹನೀಯವಾಗಿಸಿದ ನಮ್ಮೂರಿನ ಮತ್ತು ಸುತ್ತಮುತ್ತಲ ಊರುಗಳ ಪ್ರತಿಯೊಬ್ಬರೂ ತಮ್ಮ ಮನೆಯ ಹಬ್ಬದಂತೆ ಈ ವಿವಾಹದಲ್ಲಿ ಭಾಗವಹಿಸಬೇಕು. ಇಡೀ ರಾಜಪರಿವಾರವೇ ನಮ್ಮ ಗ್ರಾಮಕ್ಕೆ ಬರಬೇಕು. ನಮ್ಮ ಜನರಿಗೆ ಸಂತೋಷವಾಗುತ್ತದೆ, ನನ್ನ ಪ್ರತಿಷ್ಠೆಯೂ ಹೆಚ್ಚುತ್ತದೆ."

"ಹೌದು ಚರಣ, ಧನಂಜಯರ ಆಲೋಚನೆ ಸರಿಯಾಗಿದೆ. ಅವರ ಅಭಿಪ್ರಾಯವೇ ನನ್ನದೂ ಕೂಡ" ಎಂದ ನಂದಿಕೇಶ.

"ಇಷ್ಟು ಬೇಗ ಅವರ ಪಕ್ಷ ವಹಿಸಿಬಿಟ್ಟೆಯಾ ?" ಎಂದು ಸಹದೇವ ನಕ್ಕು ಹೆಂಡತಿಯ ಮುಖ ನೋಡಿದ.

ಅವಳೂ ನಕ್ಕು ಹೇಳಿದಳು, "ಅದು ಸಹಜ, ಆ ಪಕ್ಷಪಾತವಿದ್ದರೇ ಸಂಸಾರ ಸುಗಮ ವಾಗುವುದು."

ಬಂದ ಕೆಲಸ ತೀರಿದ ಸಮಾಧಾನ ಎಲ್ಲರ ಮನಸ್ಸಿನಲ್ಲೂ ಉಂಟಾಯಿತು. ಆಚಾರ್ಯರಿಗೆ ಹೇಳಿ ವಿವಾಹದ ದಿನ ನಿಗದಿಪಡಿಸಿಕೊಂಡು ಬರಲು ಧನಂಜಯ ತಾನೇ ಒಮ್ಮೆ ಬರಬೇಕೆಂದು ಸೂಚಿಸಿ, ಮರುದಿನವೇ ಅವರು ಪಾಟಲೀಪುತ್ರಕ್ಕೆ ಹೊರಟುಬಿಟ್ಟರು.

ಶ್ರೀ

ಮಲ್ಲಿಕಾ ಒಪ್ಪಿದ್ದು ಎಲ್ಲರಿಗೂ ಸಂತೋಷವುಂಟು ಮಾಡಿತು. ಚಾಣಕ್ಯ, ಧನಂಜಯ ತನ್ನ ಊರಿನಲ್ಲೇ ವಿವಾಹ ನಡೆಯಬೇಕೆಂದು ಹಟ ಹಿಡಿದದ್ದು ಒಳ್ಳೆಯದೇ ಆಯಿತೆಂದು ಕೊಂಡ. ಜೊತೆಗೆ ಚಕ್ರವರ್ತಿಯೇ ತನ್ನ ಮನೆಗೆ ಬಂದನೆಂಬುದು ಅವನ ಪ್ರತಿಷ್ಠೆಯನ್ನು

ಹೆಚ್ಚಿಸುವುದಲ್ಲದೆ, ಕುತೂಹಲಿಗಳಾದ ಪ್ರಜಾ ಜನರಿಗೆ ಈ ನೆಪದಲ್ಲಿ ದರ್ಶನ ಕೊಟ್ಟಂತಾಗುತ್ತದೆ. ಒಬ್ಬ ಗ್ರಾಮದ ಮಿತ್ರನ ಮನೆಯ ಮದುವೆಗೆ ತಾನೇ ಬಂದ ಚಕ್ರವರ್ತಿಯ ಸರಳತೆ, ಸೌಜನ್ಯ ಪ್ರಜೆಗಳ ಮೇಲೆ ತುಂಬಾ ಪರಿಣಾಮ ಬೀರಿ, ಅವರೆಲ್ಲರ ಸದ್ಭಾವನೆ, ಸದಾಶಯಗಳನ್ನು ಮೂಡಿಸುವುದೆಂದುಕೊಂಡು ಅದಕ್ಕೆ ಸಮ್ಮತಿಸಿದ.

ಕೆಲವೇ ದಿನಗಳಲ್ಲಿ ಧನಂಜಯ ಬಂದ. ವಿವಾಹದ ದಿನ ಗೊತ್ತುಪಡಿಸಿಕೊಂಡು ಹೋದ. ಅವನ ಸಹಾಯಕ್ಕೆ ಜನ ಕಳಿಸುವೆನೆಂದು ಚಾಣಕ್ಯ ಹೇಳಿದಾಗ ಅವನೆಂದ, "ಬೇಡ ಆಚಾರ್ಯ, ನನಗೆ ಜನರಿಲ್ಲವೇ ? ನೂರಾರು ಜನ ಬರುತ್ತಾರೆ. ನೀವು ಬರುವ ವೇಳೆಗೆ ಎಲ್ಲ ಸಿದ್ಧವಾಗಿರುತ್ತದೆ."

ವಿವಾಹದ ಹಿಂದಿನ ದಿನ ನಂದಿಕೇಶ ಮತ್ತು ಅವನ ಮಿತ್ರರು ಶಿವಾಲಿ, ಸುಗಂಧಿ ಎಲ್ಲ ತಲುಪಿದರು. ಮರುದಿನ ಚಾಣಕ್ಯ, ಚಂದ್ರಗುಪ್ತ ಸಕಲ ರಾಜವೈಭವದೊಡನೆ ರಥ ಕುದುರೆಗಳ ಸಹಿತ ಬಂದರು. ಊರಿಗೆ ಇನ್ನೂ ಎಷ್ಟೋ ದೂರಕ್ಕೆ ಮೊದಲೇ ತಳಿರು ತೋರಣಗಳ ಅಲಂಕಾರ ಸ್ವಾಗತಿಸಿತು. ಚಂದ್ರಗುಪ್ತನಿಗೆ ಜಯಕಾರ ಮಾಡುತ್ತ ಮಾರ್ಗದ ಎರಡೂ ಬೀದಿಗಳಲ್ಲಿ ಬಣ್ಣಬಣ್ಣದ ವಸ್ತ್ರಗಳನ್ನು ಧರಿಸಿದ್ದ ಸ್ತ್ರೀಪುರುಷರೂ ಮಕ್ಕಳೂ ನಿಂತಿದ್ದರು.

ಊರೊಳಗೆ ಬಂದರೆ ಇಡೀ ಊರಿಗೇ ಚಪ್ಪರ ಹಾಕಿದಂತಿತ್ತು. ಧನಂಜಯ ಹೇಳಿದಂತೆ ಅದು ಊರಿನ ಹಬ್ಬದಂತೆಯೇ ಇತ್ತು. ಅವನ ಮನೆಯ ಬಳಿ ರಥದಿಂದ ಇಳಿದಾಗ ಚಾಣಕ್ಯ ಮೊದಲು ಅಲ್ಲಿಗೆ ಬಂದ ದಿನವನ್ನು ನೆನಪು ಮಾಡಿಕೊಳ್ಳುತ್ತಿದ್ದ. ಅನಂತರ ತಾನು ಜ್ವರಪೀಡಿತನಾಗಿ ಬಂದ ಘಟನೆ ನೆನಪಾಯಿತು. ಧನಂಜಯನ ಉಪಚಾರವನ್ನು ಅವನು ಮನಸ್ಸಿನಲ್ಲೇ ಕೃತಜ್ಞತೆಯಿಂದ ಸ್ಮರಿಸಿದ.

ಬೇರೆ ವ್ಯವಸ್ಥೆ ಮಾಡಿದ್ದರೂ ಚಂದ್ರಗುಪ್ತ, ಚಾಣಕ್ಯ ಧನಂಜಯನ ಮನೆಯಲ್ಲೇ ಇಳಿದುಕೊಳ್ಳಲು ಬಯಸಿದರು. ಮಲ್ಲಿಕಾ ಬಂದು ತನ್ನ ಕಾಲಿಗೆ ನಮಸ್ಕರಿಸಿದಾಗ ಚಾಣಕ್ಯ "ನನ್ನ ಮಾತಿಗೆ ಬೆಲೆ ಕೊಟ್ಟೆ, ನನಗೆ ಸಂತೋಷವಾಗಿದೆ. ನಿನಗೆ ಒಳ್ಳೆಯದಾಗಲಿ" ಎಂದು ಹೃತ್ಪೂರ್ವಕವಾಗಿ ಹಾರೈಸಿದ.

ಕುತೂಹಲಿಗಳಾದ ಜನರಿಗಾಗಿ ಚಂದ್ರಗುಪ್ತ, ಚಾಣಕ್ಯರು ಅದಕ್ಕೆಂದೇ ನಿರ್ಮಿಸಲಾಗಿದ್ದ ಎತ್ತರವಾದ ವೇದಿಕೆಯ ಮೇಲೆ ಕೂಡಬೇಕಾಯಿತು. ಜನ ಚಕ್ರವರ್ತಿಯನ್ನು, ಈಗಾಗಲೇ ಜನಜನಿತನಾಗಿದ್ದ ಆಚಾರ್ಯ ಚಾಣಕ್ಯನನ್ನು ಕಣ್ತುಂಬ ನೋಡಿ ಆನಂದಿಸಿದರು. ಸುಜಾತ, ನಂದಿನಿಯೊಂದಿಗೆ ಹಿಂದೆಯೇ ಇದ್ದು ಆಯುಧಪಾಣಿಯಾಗಿ ಬಹು ಎಚ್ಚರಿಕೆಯಿಂದ ಕಾಯುತ್ತಿದ್ದಳು.

"ಇಲ್ಲಿ ಅಪಾಯವುಂಟುಮಾಡಬಹುದಾದ ವಿದ್ರೋಹಿಗಳು ಯಾರೂ ಇಲ್ಲ ಮಹಾಮಾತ್ಯರೇ. ಸುಜಾತ ಮತ್ತು ನಂದಿನಿ ಇಲ್ಲಿ ಅಂಗರಕ್ಷಕರಾಗಿರುವುದರ ಬದಲು ವಧುವಿನ ಜೊತೆ ಗೆಳತಿಯರೊಡನೆ ಇದ್ದರೆ, ಅವರಿಗೂ ಸಮಾಧಾನ, ನಮಗೂ ಸಂತೋಷ. ರಾಜಮಾತೆಯವರೇ ಹಾಗೆಂದು ಹೇಳಿ ಕಳಿಸಿದ್ದಾರೆ" ಎಂದ ಧನಂಜಯ ಚಾಣಕ್ಯನ ಕಿವಿಯಲ್ಲಿ.

ಚಾಣಕ್ಯ ಚಂದ್ರಗುಪ್ತನ ಸಲಹೆ ಕೇಳಿದ. ಅವನು ಅದಕ್ಕೆ ಸಮ್ಮತಿಸಿದ. ಸುಜಾತ ಮತ್ತು ನಂದಿನಿ ಬಹಳ ಸಂತೋಷದಿಂದ ವಧುವಿದ್ದ ಕಡೆಗೆ ಹೊರಟರು. ಅಲ್ಲಿ ಶಿವಾಲಿ, ಉಜ್ವಲ, ಪ್ರಭಾವತಿ, ಸುಗಂಧಿ ಎಲ್ಲ ಇದ್ದುದರಿಂದ ಅಲ್ಲಿ ಗೆಳತಿಯರ ಸಮ್ಮೇಳನವೇ ಸೇರಿದಂತಾಯಿತು.

ಹೇಗಾದರಾಗಲಿ ಎಂದು ಧನಂಜಯ ತನ್ನ ಗ್ರಾಮದ ತರುಣರಿಗೆ ಅಂಗರಕ್ಷಣೆಯ ಕರ್ತವ್ಯ ನಿರ್ವಹಿಸುವಂತೆ ಸೂಚನೆ ನೀಡಿದ್ದ.

ಧನಂಜಯನ ಗ್ರಾಮದಲ್ಲಿ ಅವನ ಮನೆಯಲ್ಲಿ ನಡೆದ ಆ ವಿವಾಹ ಅಭೂತಪೂರ್ವವಾಗಿತ್ತು. ಅದಕ್ಕೆ ಎರಡು ವಿಶೇಷ ಕಾರಣಗಳಿದ್ದವು. ಧನಂಜಯ ತಾನೇ ನಿಂತು ವಿಧವೆಯಾದ ತನ್ನ ಸೊಸೆಗೆ ಮರುಮದುವೆ ಮಾಡಿಸಿದ್ದು ಒಂದು. ಎರಡನೆಯದು ಚಕ್ರವರ್ತಿ ಮತ್ತು ಅವನ ಪರಿವಾರವೇ ಆ ಗ್ರಾಮಕ್ಕೆ ಬಂದದ್ದು. ಅವನೇ ಹೇಳಿದಂತೆ ಅವನ ಪ್ರತಿಷ್ಠೆ ಸುತ್ತಣ ಗ್ರಾಮಗಳ ಜನರಲ್ಲಿ ಬಹಳ ಹೆಚ್ಚಾಯಿತು. ಚಾಣಕ್ಯ ನಿರೀಕ್ಷಿಸಿದಂತೆ ಪ್ರಜೆಗಳು ಚಕ್ರವರ್ತಿಯ ಸರಳತೆ ಮತ್ತು ಸೌಜನ್ಯಗಳನ್ನು ಮುಕ್ತಕಂಠದಿಂದ ಪ್ರಶಂಸಿಸತೊಡಗಿದರು.

ಚಂದ್ರಗುಪ್ತ, ಚಾಣಕ್ಯ ಮತ್ತು ಪರಿವಾರ ಅದೇ ದಿನ ಹೊರಟುಬಿಟ್ಟರು. ಮಿತ್ರರು, ಸುಗಂಧಿ, ಶಿವಾಲಿ, ಉಜ್ವಲ, ಪ್ರಭಾವತಿ, ಸಹದೇವ ಎಲ್ಲ ಎರಡು ಮೂರು ದಿನಗಳ ನಂತರ ಹೊರಟರು. ಮಲ್ಲಿಕಾ ನೊಂದುಕೊಳ್ಳುವಳೆಂದು ಧನಂಜಯ ತಾನೂ ಜೊತೆಯಲ್ಲಿ ಹೊರಟ.

★ ★ ★

ಅದೇ ದಿನ ರಾತ್ರಿ ಸುಮಿತ್ರನ ಮನೆಯಲ್ಲಿ ಕರಭಕ, ವಿರಾಧಗುಪ್ತ, ಜೀವಸಿದ್ಧಿ ಮತ್ತು ಸಮಿದ್ಧಾರ್ಥಕ ಮಾತಾಡುತ್ತಾ ಕುಳಿತಿದ್ದರು. "ಒಂದು ಒಳ್ಳೆಯ ಅವಕಾಶ ಕೈತಪ್ಪಿಹೋಯಿತು" ಎಂದ ಕರಭಕ ನಿರಾಸೆಯ ದನಿಯಲ್ಲಿ.

"ಎಂಥ ಅವಕಾಶ ಕರಭಕ ?" ಜೀವಸಿದ್ಧಿ ಕೇಳಿದ.

"ನಂದಿಕೇಶನ ಮದುವೆಗೆ ಇಡೀ ರಾಜಪರಿವಾರವೇ ಪಾಟಲೀಪುತ್ರದಿಂದ ಹೊರಗೆ ಹೋಗಿತ್ತು. ರಾಕ್ಷಸರು ಈಗ ಬಂದಿದ್ದರೆ, ಸುಲಭವಾಗಿ ಸಿಂಹಾಸನವನ್ನು ವಶಪಡಿಸಿಕೊಳ್ಳಬಹುದಾಗಿತ್ತು."

ಜೀವಸಿದ್ಧಿ ನಗುತ್ತಾ ಹೇಳಿದ, "ಕರಭಕ, ಚಾಣಕ್ಯ ಅದನ್ನೆಲ್ಲ ಯೋಚನೆ ಮಾಡಿರುವುದಿಲ್ಲ ಎಂದು ತಿಳಿದಿದ್ದೀಯಾ ? ಹಾಗೇನಾದರೂ ಆಗಬಹುದೆಂದು ಯೋಚನೆ ಮಾಡಿ ತಕ್ಕ ವ್ಯವಸ್ಥೆ ಮಾಡಿಯೇ ಹೋಗಿರುತ್ತಾನೆ."

"ಮಾಡಿರಲಿ, ದೊಡ್ಡ ತಲೆಗಳು ಇಲ್ಲದಿರುವಾಗ, ಪುಡಿ ಅಧಿಕಾರಿಗಳು, ಏನು ತಾನೇ ಮಾಡಬಲ್ಲರು ?"

"ಇಲ್ಲ ಕರಭಕ" ವಿರಾಧಗುಪ್ತ ಹೇಳಿದ, "ಜೀವಸಿದ್ಧಿಯ ಮಾತು ನಿಜ. ಚಾಣಕ್ಯ ಎಲ್ಲ ಸುಭದ್ರಗೊಳಿಸಿಯೇ ಹೋಗಿರುತ್ತಾನೆ. ಒಂದು ವೇಳೆ ರಕ್ಷಣೆಯಿಲ್ಲದೆ ಪಾಟಲೀಪುತ್ರ ಸುಲಭವಾಗಿ ವಶವಾಗುವುದಾದರೂ, ಈಗ ರಾಕ್ಷಸರು ಮತ್ತು ಮಲಯಕೇತು ಬರುವಂತಿಲ್ಲವಲ್ಲ."

"ನಮಗೆ ನಂದಿಕೇಶನ ಮದುವೆಯ ವಿಷಯ ಒಂದು ದಿನ ಮೊದಲು ಗೊತ್ತಾಯಿತು. ರಾಜ ಪರಿವಾರ ಹೊರಟಿರುವುದು ಆಮೇಲೆ ಗೊತ್ತಾಯಿತು. ಮುಂಚಿತವಾಗಿ ಗೊತ್ತಾಗದಂತೆ ಅವರು ಎಚ್ಚರ ವಹಿಸಿರುವುದನ್ನು ನೋಡಿದರೆ ಅವರೂ ಆಲೋಚಿಸಿರುತ್ತಾರೆ" ಎಂದ ಜೀವಸಿದ್ಧಿ.

"ಅದಿರಲಿ, ನಂದಿಕೇಶನ ಮದುವೆಗೆ ರಾಜಪರಿವಾರವೇ ಆ ಗ್ರಾಮಕ್ಕೆ ಹೋಗಬೇಕಾಗಿತ್ತೆ ? ಚಕ್ರವರ್ತಿ, ಮಹಾಮಾತ್ಯ, ಸೇನಾಧ್ಯಕ್ಷರ ಗೌರವ ಎಲ್ಲಿಗೆ ಇಳಿಯಿತು ನೋಡಿ" ಎಂದು ಕರಭಕ.

"ಜನಪ್ರಿಯತೆಯನ್ನು ಗಳಿಸುವ ತಂತ್ರ ಇದು" ಎಂದ ವಿರಾಧಗುಪ್ತ.

"ಅಷ್ಟು ಮಾತ್ರವಲ್ಲ, ನಂದಿಕೇಶನ ನಿಷ್ಠೆಯೂ ಬಲಗೊಳ್ಳುತ್ತದೆ" ಎಂದ ಸಮಿದ್ಧಾರ್ಥಕ.

"ಇನ್ನೆಷ್ಟು ದಿನ ಈ ತಂತ್ರ, ನಿಷ್ಠೆ ಎಲ್ಲ, ಇಷ್ಟರಲ್ಲೇ ಅದಕ್ಕೆಲ್ಲ ಕೊನೆ ಕಾಣುತ್ತದೆ" ಎಂದ ಕರಭಕ ಅಸಹನೆಯಿಂದ.

"ಈಗ ನಾಳೆಯ ವಿಷಯ ಯೋಚಿಸಬೇಕು" ಎಂದು ಜೀವಸಿದ್ಧಿ ಜ್ಞಾಪಿಸಿದ.

"ಯೋಚಿಸುವುದೇನು, ನಾಳೆ ವರ್ತಕ ಶ್ರೇಣಿಯ ಸದಸ್ಯರು ಮತ್ತು ಹಳೆಯ ಸೇನಾಧ್ಯಕ್ಷರು ಸುಮಿತ್ರನ ಪಾನಗೃಹದಲ್ಲಿ ಭೇಟಿಗೆ ಬರುತ್ತಾರೆ. ನಾನು, ಸುಮಿತ್ರ ಅವರಿಗೆ ರಾಕ್ಷಸರ ಸೂಚನೆಯ ಪ್ರಕಾರ ಏನು ಹೇಳಬೇಕೋ ಅದನ್ನು ಹೇಳುತ್ತೇನೆ" ಎಂದ ಕರಭಕ.

"ಚಾಣಕ್ಯ ತನ್ನ ಮಹಾಮಾತ್ಯ ಪದವಿಯನ್ನು ಬಿಡುವ ವಿಷಯ ಏನಾಯಿತೋ ?" ಸಮಿದ್ಧಾರ್ಥಕ ಹೇಳಿದ.

"ಇರಲಾರದು" ಕರಭಕ ಹೇಳಿದ, "ನಮ್ಮ ಕಾರ್ಯ ಚಟುವಟಿಕೆ ಗೊತ್ತಾಗಿದ್ದರೆ ನಾವು ಈಗಿರುವಂತೆ ಪಾಟಲೀಪುತ್ರದಲ್ಲಿ ಮುಕ್ತವಾಗಿ ಇರಲಾಗುತ್ತಿತ್ತೇ ? ಬಹುಶಃ ಇಬ್ಬರೂ ಕಾದು ನೋಡುತ್ತಿರಬೇಕು. ನನ್ನ ದೃಷ್ಟಿಯಲ್ಲಿ ಇಂದಲ್ಲ ನಾಳೆ ಅವರು ದೂರವಾಗುವುದು ಖಚಿತ. ಈ ಮನಸ್ತಾಪದ ಸಂದರ್ಭದಲ್ಲೇ ನಮ್ಮ ಕಾರ್ಯ ಕೈಗೂಡುವ ಸಾಧ್ಯತೆ ಹೆಚ್ಚೆನಿಸುತ್ತದೆ."

"ಈಗ ನಮ್ಮ ವ್ಯವಸ್ಥೆಗಳಿಗೆ ಎಷ್ಟು ಸಮಯವಿದೆ ?" ಜೀವಸಿದ್ಧಿ ಕೇಳಿದ.

"ನಮ್ಮ ಹಳೆಯ ಸೇನಾಧ್ಯಕ್ಷರು ಅದನ್ನು ಹೇಳಬೇಕು" ಎಂದು ಹೇಳಿ, ನಾಳೆ ಅವರೊಡನೆ ಚರ್ಚೆ ಮಾಡಿದ ನಂತರ ಭೇಟಿ ಮಾಡುವುದಾಗಿ ಹೇಳಿ ಕರಭಕ ವಿರಾಧಗುಪ್ತನೊಂದಿಗೆ ಹೊರಟುಹೋದ.

"ಹಿರಿಯ ತಲೆಗಳು ನಗರದಲ್ಲಿಲ್ಲದಿದ್ದರೆ ಇವನ ರಾಕ್ಷಸ ಪಾಟಲೀಪುತ್ರವನ್ನು ಜಯಿಸಿ ಬಿಡುವನಂತೆ ! ನಮ್ಮ ಚಾಣಕ್ಯ ಆ ರಾಕ್ಷಸನಂತೆ ಮೈಮರೆತಿರುತ್ತಾನೆಂದು ತಿಳಿದುಕೊಂಡಿದ್ದಾನೆ ಮೂಢ !" ಎಂದ ಜೀವಸಿದ್ಧಿ ಕೋಪದಿಂದ.

"ನಮ್ಮ ಮಾತಂಗನೊಬ್ಬನೇ ಸಾಕು, ಇವರನ್ನೆಲ್ಲ ಮಣ್ಣು ಮುಕ್ಕಿಸಲು" ಎಂದ ಸಮಿದ್ಧಾರ್ಥಕ, "ಇಂದುಶರ್ಮರೇ, ಈಗ ನಮ್ಮಲ್ಲಿ ಯಾರಾದರೊಬ್ಬರು ರಾಕ್ಷಸನ ಬಳಿಯಲ್ಲಿದ್ದರೆ ಒಳ್ಳೆಯದಾಗುತ್ತಿತ್ತೇನೋ, ಅವನ ಯೋಚನೆಯ ಒಂದೊಂದು ವಿವರವೂ ತಿಳಿಯುತ್ತಿತ್ತು."

"ಅಗತ್ಯವಿಲ್ಲ ಸಮಿದ್ಧಾರ್ಥಕ" ಜೀವಸಿದ್ಧಿ ಹೇಳಿದ, "ಈ ಅತಿ ಬುದ್ಧಿವಂತರಾದ ಗೂಢಚಾರರಿಂದಲೇ ಅವನ ಚಲನವಲನಗಳು ತಿಳಿಯುತ್ತವೆ. ತಿಳಿಯದಿದ್ದರೂ ಚಾಣಕ್ಯ, ಕುಳಿತ ಕಡೆಯಿಂದಲೇ ಹೀಗೇ ನಡೆಯಬಹುದೆಂದು ಖಚಿತವಾಗಿ ಊಹೆ ಮಾಡಿ ತಕ್ಕ ಕ್ರಮ ರೂಪಿಸುತ್ತಾನೆ."

★ ★ ★

ಮರುದಿನ ರಾತ್ರಿ ಸುಮಿತ್ರನ ಪಾನಗೃಹದಲ್ಲಿ ಅವನು, ಹೆಚ್ಚು ಜನರಿದ್ದುದರಿಂದ ತನ್ನ ಸ್ವಂತ ಕೋಣೆಯನ್ನು ಬಿಟ್ಟು ಬೇರೊಂದು ವಿಶಾಲ ಕೋಣೆಯಲ್ಲಿ ಕರಭಕ, ಡಿಂಗಿರಾತ, ಭದ್ರಭಟ, ಚಿತ್ರವರ್ಮ, ಅಜಿತ, ಯಶೋಧರ, ಬುದ್ಧದಾಸ ಮತ್ತು ಚಂದ್ರನಾಥರಿಗೆ ಪ್ರಶಸ್ತವಾಗಿ ಕುಳಿತು ಮಾತಾಡಲು ವ್ಯವಸ್ಥೆ ಮಾಡಿದ್ದ. ಯಥಾಪ್ರಕಾರವಾಗಿ ನಿಪುಣಕನೇ ಅವರಿಗೆ ಪಾನ ಮತ್ತು ತಿನಿಸುಗಳನ್ನು ಒದಗಿಸಿದ. ಕರಭಕ ಹೇಳಿದ, "ಅಮಾತ್ಯ ರಾಕ್ಷಸರು ತುಂಬ ಪ್ರಸನ್ನ

ರಾಗಿದ್ದಾರೆ. ಸೇನಾಧ್ಯಕ್ಷರು ಅಮಾತ್ಯ ಪದವಿಯನ್ನು ತ್ಯಜಿಸಿ ತಮ್ಮ ಸ್ವಾಭಿಮಾನವನ್ನು ಪ್ರದರ್ಶಿಸಿದ್ದನ್ನು ಅವರು ಪ್ರಶಂಸೆ ಮಾಡಿದ್ದಾರೆ. ನಮ್ಮ ಈ ಕಾರ್ಯದಲ್ಲಿ ಅವರು ಸಹಾಯ ನೀಡಿದ್ದೇ ಆದರೆ ಉನ್ನತವಾದ, ಪ್ರಭಾವಶಾಲಿಯಾದ ಪದವಿಗಳನ್ನು ನೀಡಲು ಆಶ್ವಾಸನೆ ನೀಡಿದ್ದಾರೆ. ಬೇಕಾದರೆ ಲಿಖಿತ ರೂಪದಲ್ಲಿ ಭರವಸೆ ಕೊಡಲು ಸಿದ್ಧ. ಹಾಗೆಯೇ ವಣಿಕ ಶ್ರೇಣಿಯ ನಮ್ಮ ಮಾನ್ಯ ಸದಸ್ಯರು ಧನ ಸಹಾಯ ಮಾಡಬೇಕೆಂದು ಕೋರಿದ್ದಾರೆ. ಅವರು ವೆಚ್ಚ ಮಾಡಿದ ಧನದ ಸಾವಿರ ಪಟ್ಟು ಲಾಭವಾಗುವಂತೆ ತಾನು ಅನುಕೂಲ ಮಾಡಿಕೊಡುವುದಾಗಿ ಮಾತು ಕೊಟ್ಟಿದ್ದಾರೆ.''

''ಅಮಾತ್ಯ ರಾಕ್ಷಸರ ಮಾತೆಂದರೆ ಹಿಂದೆ ಮುಂದೆ ನೋಡದೆ ನಂಬಬಹುದು'' ಎಂದ ಅಜಿತ.

''ಅವರ ಮಾತಿನ ಮೇಲೆ ನಾನು ಹತ್ತು ಲಕ್ಷ ಸುವರ್ಣ ಮುದ್ರೆಗಳನ್ನು ಕೊಡಲು ಸಿದ್ಧ'' ಎಂದ ಬುದ್ಧದಾಸ.

ತಾವೂ ಅಷ್ಟೇ ಕೊಡುವುದಾಗಿ ಉಳಿದಿಬ್ಬರೂ ಘೋಷಿಸಿದರು. 'ಹತ್ತು ಲಕ್ಷಗಳನ್ನು ಹತ್ತು ಮುದ್ರೆಗಳೆಂಬಂತೆ ಸುಲಭವಾಗಿ ಕೊಡಲು ಒಪ್ಪುತ್ತಿರುವ ಇವರು ಇನ್ನೆಷ್ಟು ಕೋಟಿಗಳನ್ನು ಗಳಿಸಿರಬಹುದು ! ಇನ್ನೆಷ್ಟು ಲಾಭ ಸಂಪಾದಿಸಿರಬಹುದು !' ಎಂದು ಸುಮಿತ್ರ ಮನಸ್ಸಿನಲ್ಲೇ ಅಂದುಕೊಂಡ. ಏಕೆಂದರೆ ಲಕ್ಷದ ಲೆಕ್ಕದಲ್ಲಿ ಅವನ ಗಳಿಕೆಯೇ ಇರಲಿಲ್ಲ.

''ನಮ್ಮ ಶ್ರೇಣಿಯ ಸದಸ್ಯರಲ್ಲಿ ನಮಗೆ ಬೆಂಬಲ ನೀಡುವ ಇನ್ನಷ್ಟು ಜನ ವರ್ತಕರಿದ್ದಾರೆ. ಅವರೆಲ್ಲ ನಮ್ಮಷ್ಟು ಕೊಡದಿದ್ದರೂ ಇನ್ನೂ ಒಂದು ಕೋಟಿಯಷ್ಟಾದರೂ ಒಟ್ಟಾಗಬಹುದು'' ಎಂದ ಬುದ್ಧದಾಸ.

''ಅವರು ಕೊಡುವ ಧನವನ್ನು ಸೇನಾಧ್ಯಕ್ಷರು ರಾಕ್ಷಸರ ಕಾರ್ಯಕ್ಕೆ ಬಳಸಬೇಕು'' ಎಂದ ಕರಭಕ.

''ಅಷ್ಟೊಂದು ಧನವನ್ನು ಹೇಗೆ ಬಳಸುವುದು ?'' ಚಿತ್ರವರ್ಮ ತಿಳಿಯದವನಂತೆ ಕೇಳಿದ.

''ಬಹಳ ಸುಲಭ'' ಕರಭಕ ಹೇಳಿದ, ''ನೀವೆಲ್ಲ ಬಹಳ ವರ್ಷ ಸೇನಾಧ್ಯಕ್ಷರಾಗಿದ್ದಿರಲ್ಲವೇ ? ಈಗ ಸೇನೆಯಲ್ಲಿರುವ ಸೈನಿಕರಲ್ಲಿ ಸಾಕಷ್ಟು ಜನ ನಿಮ್ಮಲ್ಲಿ ವಿಶ್ವಾಸ, ನಂಬಿಕೆ, ಗೌರವಗಳನ್ನಿರಿಸಿ ಕೊಂಡವರು ಇದ್ದೇ ಇರುತ್ತಾರೆ. ಅವರ ಮೂಲಕ ಈ ಧನವನ್ನು ವಿನಿಯೋಗಿಸಿ ಉಳಿದ ಸೈನಿಕರನ್ನೂ ನಿಮ್ಮತ್ತ ಸೆಳೆಯುವ ಪ್ರಯತ್ನ ಪಡಬೇಕು.''

''ಏನೂ ತೊಂದರೆಯಾಗುವುದಿಲ್ಲವಷ್ಟೆ ?'' ಸ್ವಲ್ಪ ಭಯಗೊಂಡವನಂತೆ ಸುಮಿತ್ರ ಕೇಳಿದ.

''ಖಂಡಿತ ಇಲ್ಲ'' ಡಿಂಗಿರಾತ ಹೇಳಿದ, ''ಸುವರ್ಣ ಮುದ್ರೆಗಳು ಕೈಯಲ್ಲಿ ಬಿದ್ದ ತಕ್ಷಣ ನಿಷ್ಠೆ ತಾನಾಗಿಯೇ ಬದಲಾಗುತ್ತದೆ.''

ಭದ್ರಭಟ ಹೇಳಿದ, ''ತಲಾ ಐದು ಸಾವಿರ ಸುವರ್ಣ ಮುದ್ರೆಗಳೆಂದರೆ ಎಷ್ಟೋ ಸೈನ್ಯ ನಮ್ಮ ಕಡೆ ಬರುತ್ತದೆ.''

''ಎಷ್ಟೋ ಸೈನ್ಯವಲ್ಲ, ಇಡೀ ಸೈನ್ಯವೇ ತಿರುಗಿ ನಿಲ್ಲುತ್ತದೆ'' ಎಂದ ಯಶೋಧರ.

''ಆದರೆ ಬಹಿರಂಗವಾಗಿ ನಾವು ಇವರ ಜೊತೆ ಇದ್ದರೆ ಕಷ್ಟವಾಗಬಹುದು'' ಚಿತ್ರವರ್ಮ ಸಂದೇಹ ವ್ಯಕ್ತಪಡಿಸಿದ.

''ಬಹಿರಂಗವಾಗಿ ಕಾಣಿಸಿಕೊಳ್ಳುವ ಅಗತ್ಯವಿಲ್ಲ'' ಯಶೋಧರ ಹೇಳಿದ, ''ಚಾಣಕ್ಯನಿಗೆ

ಮಾಡಿದಂತೆ, ರಾಕ್ಷಸರು ಯುದ್ಧಕ್ಕೆ ಬಂದಾಗ ನಿಮ್ಮ ಸೈನ್ಯ ಅವರಿಗೆ ಪರವಾಗಿ, ಚಂದ್ರಗುಪ್ತನಿಗೆ ವಿರೋಧವಾಗಿ ಹೋರಾಡಿದರಾಯಿತು.''

''ಅದೇ ಪ್ರಯೋಗ ಈಗಲೂ ಯಶಸ್ವಿಯಾಗುವುದೆಂದು ಹೇಗೆ ಹೇಳುವುದು?'' ಚಂದ್ರನಾಥ ಕೇಳಿದ.

ಅದನ್ನೆಲ್ಲಾ ಅಮಾತ್ಯರು ನಿರ್ಧರಿಸುತ್ತಾರೆ. ಈಗ ವರ್ತಕರು ಹಣವನ್ನು ಸೇನಾಧ್ಯಕ್ಷರಿಗೆ ಮುಟ್ಟಿಸಬೇಕು. ಅವರು ಕೂಡಲೇ ತಮ್ಮ ಕಾರ್ಯ ಚಟುವಟಿಕೆಯನ್ನು ಆರಂಭಿಸಬೇಕು. ಎಲ್ಲ ಸಿದ್ಧವಾಗಿದೆಯೆಂದು ನೀವು ತಿಳಿಸಿದರೆ, ನಾನು ಹೋಗಿ ಆ ವಿಷಯವನ್ನು ಅಮಾತ್ಯರಿಗೆ ತಿಳಿಸುತ್ತೇನೆ. ಮುಂದೆ ಅವರ ಆದೇಶದಂತೆ ನಾವೆಲ್ಲ ನಡೆದುಕೊಳ್ಳುವುದು, ಸರಿ ತಾನೇ ?''

ಎಲ್ಲ ಒಪ್ಪಿದರು. ಅಲ್ಲಿಂದ ಬಿಡಿ ಬಿಡಿಯಾಗಿ ಹೊರಟು ತಮ್ಮ ಮನೆಗಳನ್ನು ಸೇರಿಕೊಂಡರು.

ನಿಪುಣಕ ಸುಮಿತ್ರನ ಮನೆಯಿಂದ ಬಂದನಂತರ ಚಾಣಕ್ಯನನ್ನು ಕುಟೀರದಲ್ಲಿ ರಾತ್ರಿ ಕಂಡು ಎಲ್ಲವನ್ನೂ ವಿವರಿಸಿದ. ಚಾಣಕ್ಯನ ಮುಖದಲ್ಲಿ ಒಂದು ಸಣ್ಣ ನಗು ಮೂಡಿ ''ನಾನು ಊಹಿಸಿದಂತೆಯೇ ನಡೆಯುತ್ತಿದೆ'' ಎಂದ.

''ಇಷ್ಟು ಹೊತ್ತಿಗೆ ಒಟ್ಟು ನಲವತ್ತು ಲಕ್ಷ ಸುವರ್ಣ ಮುದ್ರೆಗಳ ಥೈಲಿಗಳು ಸೇನಾಧ್ಯಕ್ಷರ ಕೈಸೇರಿರಬೇಕು'' ಎಂದ ನಿಪುಣಕ.

''ಮಗಧವನ್ನು ಸುಭದ್ರವಾಗಿ ಮತ್ತು ಸುಭಿಕ್ಷವಾಗಿ ಕಟ್ಟಲು ಆ ಎಂಬತ್ತು ಕೋಟಿಯ ಜೊತೆಗೆ ಈ ನಲವತ್ತು ಲಕ್ಷ ಸಾಕಾಗುತ್ತದೆ. ಇದೆಲ್ಲ ಮುಗಿದ ಮೇಲೆ ಬಲಪ್ರಯೋಗ ಮಾಡಿದರೆ ಅಕ್ರಮ ಸಂಪತ್ತು ಇನ್ನಷ್ಟು ದೊರೆಯಬಹುದು.''

''ಅಷ್ಟೇ ಅಲ್ಲ ಆಚಾರ್ಯ, ಅಜಿತ ಮುಂತಾದವರ ಬೆನ್ನು ಕಟ್ಟುವ ಇತರ ವರ್ತಕರಿಂದ ಇನ್ನೂ ಒಂದು ಕೋಟಿಯಷ್ಟು ಸಂಗ್ರಹವಾಗಬಹುದು.''

''ನೋಡಿದೆಯಾ ನಿಪುಣಕ'' ಚಾಣಕ್ಯ ಹೇಳಿದ, ''ಕೆಲವೇ ಜನರ ಬಳಿ ಇಷ್ಟೊಂದು ಧನ ಸಂಗ್ರಹವಾದರೆ ಬಹುಸಂಖ್ಯಾತರಾದ ಸಾಮಾನ್ಯ ಜನರ ಬದುಕು ಎಷ್ಟು ಕೃಪಣ ವಾಗುತ್ತದೆಂದು ಯೋಚಿಸು. ಕೃಷಿಕರು, ಬೇರೆ ವೃತ್ತಿಯವರು ದುಡಿದು ದುಡಿದು ಕೆಲವರ ಸಂಪತ್ತನ್ನು ಕೊಬ್ಬಿಸಿ ತಾವು ಮಾತ್ರ ಬಡತನದ ಬವಣೆಯಲ್ಲಿ ಬೇಯುವ ಈ ದುಷ್ಟ ಪದ್ಧತಿಯನ್ನು ಹೋಗಲಾಡಿಸಬೇಕು. ಇದಕ್ಕೆ ಬಹಳ ಬಿಗಿಯಾದ, ನಿರ್ದಯವಾದ ಶಾಸನವನ್ನು ರೂಪಿಸಬೇಕು.''

''ಮುಂದೇನು ಆಚಾರ್ಯ?'' ನಿಪುಣಕ ಕೇಳಿದ.

''ಇಷ್ಟರಲ್ಲೇ ಕಾರ್ಯಾರಂಭವಾಗುವ ಸಾಧ್ಯತೆಯಿದೆ. ಮೊದಲು ಅವರು ದಾಳ ಹಾಕಲೆಂದು ಕಾಯುತ್ತಿದ್ದೇನೆ. ಈಗ ನಮ್ಮ ಸೇನಾಧ್ಯಕ್ಷರು ಅವರಿಗೆ ಸೂಚನೆ ನೀಡಿದ ಕೂಡಲೇ ರಾಕ್ಷಸ ಮತ್ತು ಮಲಯಕೇತು ಅಲ್ಲಿಂದ ಹೊರಡುತ್ತಾರೆ. ಸೇನಾಧ್ಯಕ್ಷರು ಯಾವಾಗ ಸೂಚನೆ ಕೊಡಬೇಕೆಂದು ನಾನು ಹೇಳಿ ಕಳಿಸುತ್ತೇನೆ. ವರ್ತಕರಿಂದ ಬಂದ ಧನ ಗುಪ್ತವಾಗಿ ನಮ್ಮ ಭಂಡಾರವನ್ನು ಸೇರುತ್ತದೆ. ಈಗಿನಂತೆಯೇ ನೀನು ನಿನ್ನ ಕರ್ತವ್ಯವನ್ನು ನಿರ್ವಹಿಸುತ್ತಿರು. ಅವರು ಅಲ್ಲಿಂದ ಹೊರಟ ಮೇಲೆ ನೀನು, ನಿನ್ನ ಮಿತ್ರರಿಗೆಲ್ಲ ಕೆಲಸವಿದೆ.''

''ಆಗಲಿ ಆಚಾರ್ಯ'' ಎಂದು ನಿಪುಣಕ ನಮಸ್ಕರಿಸಿ ಹೊರಟುಹೋದ.

ಬಹಳ ಹೊತ್ತು ಚಾಣಕ್ಯ ಮುಂದೇನು ಮಾಡಬೇಕೆಂಬುದರ ಬಗ್ಗೆಯೇ ಆಲೋಚನೆ

ಮಾಡುತ್ತಿದ್ದ. ಇನ್ನೇನು ಮಲಗಬೇಕೆನ್ನುವಷ್ಟರಲ್ಲಿ ವೈದ್ಯ ಸುಮಂತ ಬಂದ. ಅವನ ಬರುವಿಕೆ ಅನಿರೀಕ್ಷಿತವಾಗಿತ್ತು. "ಓ ಸುಮಂತ, ಬನ್ನಿ, ಬನ್ನಿ. ಎಷ್ಟು ದಿನವಾಯಿತು ನಿಮ್ಮನ್ನು ನೋಡಿ, ಬನ್ನಿ ಕುಳಿತುಕೊಳ್ಳಿ" ಎಂದು ಆದರದಿಂದ ಮಾತಾಡಿ, ತನ್ನ ಎದುರು ಚಾಪೆಯ ಮೇಲೆ ಕೂಡಿಸಿದ. "ನಮ್ಮ ವೈದ್ಯ ಶಾಲೆ ಹೇಗೆ ನಡೆಯುತ್ತಿದೆ ?"

"ಚಿಂತೆಯಿಲ್ಲ ಆಚಾರ್ಯ, ಸಾಮಾನ್ಯ ರೋಗಗಳಿಗೆ ಚಿಕಿತ್ಸೆ ನಡೆಸುವ ಸಾಮರ್ಥ್ಯವುಳ್ಳ ಹತ್ತು ಜನ ಸಿದ್ಧರಾಗಿದ್ದಾರೆ. ಆದರಲ್ಲಿ ಹರಿಸೇನರ ಪಾತ್ರವೇ ತುಂಬ ದೊಡ್ಡದು. ಆತ ತುಂಬ ಸಭ್ಯ, ಸಜ್ಜನ. ತನ್ನ ವಿದ್ಯೆಯನ್ನು ಹೊರಗೆ ತೋರ್ಪಡಿಸಿಕೊಳ್ಳಲೂ ಸಂಕೋಚಪಡುವ ಸಂಭಾವಿತ."

"ನಿಮ್ಮಿಬ್ಬರಿಂದ ಆದೊಂದು ಉಪಕಾರವಾಯಿತು ಮಗಧಕ್ಕೆ. ಎಷ್ಟು ಕೃತಜ್ಞತೆ ಸಲ್ಲಿಸಿದರೂ ಸಾಲದು."

"ಅಷ್ಟು ಹೊಗಳುವಷ್ಟು ದೊಡ್ಡ ಉಪಕಾರವೇನಲ್ಲ ಬಿಡಿ."

"ಇನ್ನೊಂದು ವಿಷಯವನ್ನು ನಿಮ್ಮ ವಿದ್ಯಾರ್ಥಿಗಳಿಗೆ ನೀವು ಕಲಿಸಿಕೊಡಬೇಕು."

"ಏನು ಹೇಳಿ ಆಚಾರ್ಯ ?"

"ವೃತ್ತಿಯಲ್ಲಿ ಶ್ರದ್ಧೆ, ಲಾಲಸೆ ಮತ್ತು ಒಣಪ್ರತಿಷ್ಠೆಗಳಿಗೆ ಒಳಗಾಗದ ಪ್ರಾಮಾಣಿಕತೆ, ದ್ರೋಹಚಿಂತನೆ ಮಾಡದ ನಿರ್ಮಲ ಮನಸ್ಸು."

"ಶ್ರೀಯಕನ ನೆನಪು ನಿಮ್ಮನ್ನು ಕಾಡುತ್ತಿದೆಯಲ್ಲವೇ, ಆಚಾರ್ಯ ?"

"ಹೌದು ಸುಮಂತ, ವೈದ್ಯ ವಿದ್ಯೆ ಜೀವಗಳನ್ನು ಉಳಿಸಲು. ಆದನ್ನೇ ಜೀವ ತೆಗೆಯಲು ಬಳಸಬಾರದೆಂಬ ನೈತಿಕ ಹೊಣೆ ನಿಮ್ಮಂತೆ ಆ ವೃತ್ತಿಯನ್ನು ಅವಲಂಬಿಸುವ ಎಲ್ಲರಲ್ಲೂ ಇರಬೇಕಾಗುತ್ತದೆ."

"ತುಂಬ ಬೆಲೆಯುಳ್ಳ ಮಾತು ಆಚಾರ್ಯ. ನಿಮ್ಮ ಮಾತನ್ನೇ ನಾನು ಶ್ರೀಯಕ ನನ್ನ ಮೇಲೆ ಸಂದೇಹದ ದೃಷ್ಟಿ ಹರಿಸಿದಾಗ ಹೇಳಿದ್ದೆ. ನನ್ನ ವಿದ್ಯಾರ್ಥಿಗಳಿಗೂ ಅದನ್ನೆಲ್ಲ ಹೇಳುತ್ತಿದ್ದೇನೆ. ಇನ್ನಷ್ಟು ಆಳವಾಗಿ ಆ ಭಾವನೆಯನ್ನು ಅವರ ಮನಸ್ಸಿನಲ್ಲಿ ಸ್ಥಿರಗೊಳಿಸಲು ಪ್ರಯತ್ನಿಸುತ್ತೇನೆ."

"ಅದರ ಬಗ್ಗೆ ನನಗೆ ನಂಬಿಕೆಯಿದೆ, ಸುಮಂತ. ಅಂದ ಹಾಗೆ ನೀವು ಯಾವುದೋ ವಿಷಯ ಮಾತಾಡಲು ನನ್ನ ಬಳಿಗೆ ಬಂದಿರಬೇಕು. ಅದೇನು ಹೇಳಿ."

"ಎಲ್ಲ ಎಲ್ಲಿಗೆ ಬಂತೆಂದು ಕೇಳಲು ಬಂದೆ ಆಚಾರ್ಯ. ಕುತೂಹಲ ತಡೆಯಲಾರದೆ ಕೇಳುತ್ತಿದ್ದೇನೆ. ಕ್ಷಮಿಸಿ."

"ಕುತೂಹಲಕ್ಕಿಂತ ನಿಮಗೆ ಆತಂಕವಿದೆಯೆಂದು ನನಗೆ ಗೊತ್ತು, ಸುಮಂತ. ನಾನು ಮಾತುಕೊಟ್ಟಿದ್ದೇನೆ. ಮಲಯಕೇತುವಿಗೂ ಏನೂ ಆಗುವುದಿಲ್ಲ, ರಾಕ್ಷಸನಿಗೂ ಏನೂ ಆಗುವುದಿಲ್ಲ, ಇಬ್ಬರೂ ನನಗೆ ಬೇಕು. ಇಬ್ಬರನ್ನೂ ಸುರಕ್ಷಿತವಾಗಿ ಉಳಿಸುವುದು ನನಗೆ ಬಹಳ ಮುಖ್ಯ. ಈಗ ಎಲ್ಲ ಒಂದು ಘಟ್ಟ ಮುಟ್ಟಿದೆ. ಇಷ್ಟರಲ್ಲೇ ಅವರು ಕಾರ್ಯಾಚರಣೆ ಆರಂಭಿಸುತ್ತಿದ್ದಾರೆ. ಪ್ರತಿ ಕಾರ್ಯಾಚರಣೆಯ ಬಗ್ಗೆಯೇ ನಾನೀಗ ಯೋಚಿಸುತ್ತಿದ್ದೇನೆ. ನೀವೂ ಇದರಲ್ಲಿ ಕ್ರಿಯಾಶೀಲರಾಗಿ ತೊಡಗಬೇಕಾಗಬಹುದು."

"ನಾನೇ" ಸುಮಂತ ಅಚ್ಚರಿಯಿಂದ ಕೇಳಿದ.

"ಭಯ ಪಡಬೇಡಿ. ಅವರಿಬ್ಬರ ರಕ್ಷಣೆ ನಮ್ಮಿಬ್ಬರ ಹೊಣೆ. ನೀವು ವಿದ್ರೋಹಮಾಡಿದಿರೆಂದು ಅನ್ನಿಸದ ಹಾಗೆ, ನಿಮ್ಮ ಗೌರವಕ್ಕೆ ಕುಂದುಂಟಾಗದ ಹಾಗೆ ನಾನು ನೋಡಿಕೊಳ್ಳುತ್ತೇನೆ."

ಸ್ವಲ್ಪ ಹೊತ್ತು ಆ ಬಗ್ಗೆ ಮಾತಾಡುತ್ತಿದ್ದು, ನಂತರ ಸುಮಂತ ಅಲ್ಲಿಂದ ಹೊರಟುಹೋದ.

ಮರುದಿನ ಚಾಣಕ್ಯ ಮತ್ತಿತರಿಗೆ ಒಂದು ಅಚ್ಚರಿ ಕಾದಿತ್ತು. ತಕ್ಷಶಿಲೆಯಿಂದ ಕಾತ್ಯಾಯನ, ಪ್ರಭಂಜನ, ನಾಗದತ್ತ, ಶಿವಸ್ಕಂದ, ಧರ್ಮದತ್ತ – ಎಲ್ಲರೂ ಅರಮನೆಗೆ ಬಂದುಬಿಟ್ಟರು. ತಕ್ಷಣ ಅಲ್ಲಿ ಅರಮನೆಯ ಬಿಗುಮಾನ ಕರಗಿ, ಗುರುಕುಲದ ಸ್ನೇಹಪೂರ್ಣ ವಾತಾವರಣ ನಿರ್ಮಾಣವಾಯಿತು. ಚಂದ್ರಗುಪ್ತ ತನ್ನ ಸ್ಥಾನ ಗೌರವಗಳನ್ನೆಲ್ಲ ಮರೆತು ಮುಗ್ಧ ಬಾಲಕನಂತೆ ಅವರೊಂದಿಗೆ ಬೆರೆತ.

"ಧರ್ಮದತ್ತರೇ, ಆಂಭೀಕ ಏನನ್ನುತ್ತಾನೆ ?" ಎಂದು ಚಾಣಕ್ಯ ಕೇಳಿದ.

"ಏನನ್ನುತ್ತಾನೆ ? ಅನ್ನಲು ಏನಾದರೂ ಇದ್ದರೆ ತಾನೇ ? ಗಾಯಗೊಂಡ ಹುಲಿಯಂತೆ ಅರಮನೆಯ ಪಂಜರದಲ್ಲಿ ತೆಪ್ಪಗೆ ಬಿದ್ದಿದ್ದಾನೆ" ಎಂದ ಧರ್ಮದತ್ತ ನಗುತ್ತ.

"ಆ ಹೇಡಿಯನ್ನು ಹುಲಿಗೆ ಹೋಲಿಸಬೇಡಿ ಧರ್ಮದತ್ತರೇ" ಚಾಣಕ್ಯ ಹೇಳಿದ, "ಸೈನ್ಯ ಅವನ ಮಾತು ಕೇಳುವವರೆಗೂ ಅವನು ಹುಲಿಯಾಗಿದ್ದ. ಈಗ ಅವನು ಬರೀ ಒಬ್ಬ ಯಃಕಶ್ಚಿತ್ ಮನುಷ್ಯ, ಅಷ್ಟೆ."

ನಂತರ ಧರ್ಮದತ್ತ ಆಡಳಿತ ವಿಷಯಗಳು, ಗಿರಿನಾಥ ಮತ್ತು ಪುಷ್ಕರ ಪ್ರಜೆಗಳ ಹಿತ ಕಾಪಾಡಲು ಶ್ರಮಿಸುತ್ತಿರುವುದು ಎಲ್ಲವನ್ನೂ ಹೇಳಿದ.

"ಗಾಂಧಾರದಿಂದ ನಾವು ದೂರದಲ್ಲಿದ್ದರೂ ನಮ್ಮ ಅಗತ್ಯ ಬೀಳದಂತೆ ನೀವೆಲ್ಲ ಶ್ರಮವಹಿಸುತ್ತಿರುವುದು ಶ್ಲಾಘನೀಯ."

"ನೀವೆಲ್ಲ ಅಲ್ಲಿಗೆ ಬರಲೇ ಬೇಕಾಗಿಲ್ಲ, ಚಾಣಕ್ಯನೆಂಬ ಹೆಸರು ಕೇಳಿದರೇ ಅವನು ನಡುಗುತ್ತಾನೆ. ಆದರಿಂದಲೇ ಅವನು ಈವರೆಗೆ ಯಾವ ವಿದ್ರೋಹದ ಅಥವಾ ಸ್ವಾತಂತ್ರ್ಯದ ಪ್ರಯತ್ನವನ್ನೂ ಮಾಡಲು ಹೋಗಲಿಲ್ಲ, ಆದರೆ ಈಗ ಸ್ವಲ್ಪ ಯೋಚಿಸುವಂಥ ಪ್ರಸಂಗ ಬರುತ್ತಿದೆ."

ಚಾಣಕ್ಯನಂತೆ ಎಲ್ಲರೂ ಚಕಿತರಾದರು. "ಯೋಚಿಸುವ ಪ್ರಸಂಗವೇ ? ಹಾಗೆಂದರೇನು ಧರ್ಮದತ್ತರೇ ?" ಚಾಣಕ್ಯ ಕೇಳಿದ.

"ಮತ್ತೆ ಯವನರ ಆಕ್ರಮಣದ ಸೂಚನೆಯಿದೆ."

"ಯವನರ ಆಕ್ರಮಣವೇ ?"

"ಹೌದು, ಅಲೆಗ್ಸಾಂಡರನ ಪ್ರಧಾನ ಸೇನಾನಾಯಕ ಸೆಲ್ಯೂಕಸ್ಸನ ಹೆಸರನ್ನು ನೀನು ಕೇಳಿದ್ದೀಯಾ ?"

"ಹೌದು ಕೇಳಿದ್ದೇನೆ. ಯವನರ ಸೇನೆಯಲ್ಲಿ ಎರಡನೆಯ ಸ್ಥಾನ ಅವನದಾಗಿತ್ತು."

"ಅವನು ಶೂರನೆಂಬುದೂ ಗೊತ್ತು" ಎಂದ ಚಂದ್ರಗುಪ್ತ.

"ಹೌದು, ಅವನು ಈಗ ಅಲೆಗ್ಸಾಂಡರನಂತೆಯೇ ಅಪಾರವಾದ ಸೈನ್ಯವನ್ನು ಒಟ್ಟುಗೂಡಿಸಿ ಕೊಂಡು ಮತ್ತೆ ಆರ್ಯಾವರ್ತದ ಮೇಲೆ ಆಕ್ರಮಣ ಮಾಡಲು ಬರುತ್ತಿದ್ದಾನಂತೆ."

ಎಲ್ಲ ಕೆಲವು ಕ್ಷಣ ಮೌನವಾಗಿ ಚಿಂತೆಯಲ್ಲಿ ಮುಳುಗಿದರು. ನಂತರ ಚಾಣಕ್ಯ ತನ್ನಲ್ಲೇ ಲೆಕ್ಕ ಹಾಕುತ್ತಿರುವವನಂತೆ ಹೇಳಿದ, "ಅಂದರೆ, ನಾವು ಹೊಡೆದೋಡಿಸಿದ ಯವನ ಸೇನೆ ಮತ್ತು ಸೇನಾನಾಯಕರು ಒಟ್ಟಿಗೆ ಸೇರಿದ್ದಾರೆ. ಸೆಲ್ಯೂಕಸ್ ತೀರಿಹೋದ ಅಲೆಗ್ಸಾಂಡರ್‌ನ ಮಾರ್ಗವನ್ನು ಅನುಸರಿಸಿದರೆ ತಾನೂ ವಿಜೇತನೆನಿಸಿಕೊಳ್ಳಬಹುದೆಂದು ಆಲೋಚಿಸಿರುತ್ತಾನೆ.

ಕಡೆಯ ವ್ಯಕ್ತಿ ಇಲ್ಲಿ ಪರ್ವತರಾಜನನ್ನು ಕೊಂದು ಓಡಿ ಹೋದ ಯೂಡಿಮಸ್. ಸೆಲ್ಯೂಕಸ್ಸನ ಈ ನಿರ್ಧಾರಕ್ಕೆ ಅವನ ಪ್ರಚೋದನೆಯೂ ಕಾರಣವಾಗಿರಬಹುದು.''

''ಹಾಗೇನಾದರೂ ಆದರೆ ಆಂಭೀಕ ಅವನ ಕಡೆ ಸೇರಿಕೊಳ್ಳಬಹುದಲ್ಲವೇ ?'' ಎಂದ ಧರ್ಮದತ್ತ.

''ಈ ಚಾಣಕ್ಯನ ರಾಜನೀತಿಯಲ್ಲಿ ಬಿರುಕುಗಳಿಗೆ ಅವಕಾಶವಿಲ್ಲ, ಧರ್ಮದತ್ತರೇ. ಅದಕ್ಕೇ ನಾನು ಅಡಿಪಾಯದಿಂದಲೇ ಒಂದೊಂದು ಕೆಲಸವನ್ನೂ ಬಹಳ ಎಚ್ಚರಿಕೆಯಿಂದ ಮಾಡುತ್ತಿದ್ದೇನೆ. ಸೆಲ್ಯೂಕಸ್ಸನ ಕಡೆ ಸೇರಿದರೆ, ಆಂಭೀಕ ಮಾತ್ರ ಸೇರುತ್ತಾನೆ. ಅಷ್ಟನ್ನು ಬಿಟ್ಟು ಗಾಂಧಾರದ ಒಂದು ನರಪಿಳ್ಳೆಯೂ ಅವನನ್ನು ಅನುಸರಿಸುವುದಿಲ್ಲ. ಗಾಂಧಾರವನ್ನು ದಾಟಿ ಆ ಸೆಲ್ಯೂಕಸ್ ಒಂದು ಹೆಜ್ಜೆಯನ್ನೂ ಒಳಗಿಡದಂತೆ ನಾನು ನೋಡಿಕೊಳ್ಳುತ್ತೇನೆ. ನೀವು ನಿಶ್ಚಿಂತೆಯಿಂದಿರಿ.''

ಗುರುಕುಲದ ವಿಷಯಗಳು, ಪರಿಚಿತರು, ಹಿತೈಷಿಗಳ ಕ್ಷೇಮ ಸಮಾಚಾರಗಳನ್ನೆಲ್ಲ ಚಾಣಕ್ಯ ವಿವರವಾಗಿ ತಿಳಿದುಕೊಂಡ. ಅವರಿಗೆಲ್ಲ ಅರಮನೆಯಲ್ಲೇ ವಸತಿಯ ವ್ಯವಸ್ಥೆಯಾಯಿತು. ಮಾತುಕತೆ, ಪರಿಚಯ, ಆತಿಥ್ಯಗಳಲ್ಲಿ ಮೂರುದಿನ ಬಹು ಬೇಗ ಕಳೆದು ಹೋದವು. ಇಡೀ ಅರಮನೆಗೆ ಒಂದು ದೊಡ್ಡ ಕುಟುಂಬದ ಲಕ್ಷಣ ಬಂದುಬಿಟ್ಟಿತ್ತು. ಆದರೆ ಚಾಣಕ್ಯ ಮಾತ್ರ ಸಂಜೆಯಾಯಿತೆಂದರೆ, ರಾಜಕಾರ್ಯಗಳನ್ನು ಮುಗಿಸಿ ತನ್ನ ಕುಟೀರಕ್ಕೆ ಹೋಗಿಬಿಡುತ್ತಿದ್ದ.

ಮೂರನೇ ದಿನ ರಾತ್ರಿ ಕಾತ್ಯಾಯನ ಮಾತ್ರ ಚಾಣಕ್ಯನ ಜೊತೆ ಅವನ ಕುಟೀರಕ್ಕೆ ಹೊರಟ. ಅವನು ತನ್ನೊಂದಿಗೆ ಏನೋ ಮಾತಾಡಲು ಬರುತ್ತಿರಬಹುದೆಂದು ಚಾಣಕ್ಯನಿಗೆ ಅನ್ನಿಸಿದರೂ ಆ ಬಗ್ಗೆ ತಾನೇ ಏನೂ ಕೇಳಲಿಲ್ಲ.

ಕತ್ತಲಾಗುವ ವೇಳೆಗೆ ಸ್ನಾನ, ಸಂಧ್ಯೋಪಾಸನೆಗಳನ್ನು ಮುಗಿಸಿ ಚಂದಕ ಕೊಟ್ಟ ಹಾಲು ಸೇವಿಸಿ ಇಬ್ಬರೂ ಮಾತಿಗೆ ಕುಳಿತರು. ಚಾಣಕ್ಯ ತನ್ನ 'ಅರ್ಥಶಾಸ್ತ್ರ' ಗ್ರಂಥದಿಂದ ಆಯ್ದ ಕೆಲವು ಭಾಗಗಳನ್ನು ಓದಿ ವಿವರಿಸಿದ.

''ನಿನ್ನನ್ನು ಕಂಡರೆ ನನಗೆ ಏಕೋ ಸ್ವಲ್ಪ ವಿಷಾದವೆನಿಸುತ್ತದೆ, ಚಾಣಕ್ಯ'' ಕಾತ್ಯಾಯನ ಹೇಳಿದ.

''ವಿಷಾದವೇ ? ನನ್ನ ಮಿತ್ರರು ವಿಷಾದ ಪಡುವಂಥ ಕೆಟ್ಟ ಕಾರ್ಯಗಳನ್ನೇನಾದರೂ ಮಾಡಿದ್ದೇನೆಯೇ ?'' ಚಾಣಕ್ಯ ಸ್ವಲ್ಪ ಚಕಿತನಾಗಿ ಕೇಳಿದ.

''ಇಲ್ಲ, ನಾನು ಆ ಅರ್ಥದಲ್ಲಿ ಹೇಳಲಿಲ್ಲ. ಅರಮನೆಯಲ್ಲಿ ನಿನ್ನನ್ನು ನೋಡಿದಾಗ ಎಷ್ಟು ಕೃತಕವಾಗಿ ಕಾಣುತ್ತಿದ್ದೆ ಗೊತ್ತೆ ?''

''ಕೃತಕವೇ ? ನಾನೇನು ಮಹಾಮಾತ್ಯ ಪದವಿಗೆ ತಕ್ಕ ವೇಷಭೂಷಣಗಳನ್ನು ಧರಿಸಿರಲಿಲ್ಲವಲ್ಲ! ಇಲ್ಲಿ ಹೇಗಿರುವೆನೋ ಹಾಗೇ ಅಲ್ಲಿಯೂ ಇದ್ದೆ. ರಾಜಕಾರ್ಯಗಳನ್ನು ನಿರ್ವಹಿಸುವಾಗ ಸ್ವಲ್ಪ ದರ್ಪ, ಬಿಗುಮಾನಗಳನ್ನು ತೋರುವುದು ನಿಜ.''

''ಅದೇ, ಆ ಪದವಿಯೇ ನಿನಗೆ ಹೊಂದಿಕೆಯಾಗುವುದಿಲ್ಲ ಎಂದದ್ದು. ನೋಡು, ಈ ಕುಟೀರದಲ್ಲಿ ನೀನು ಎಷ್ಟು ಸಹಜವಾಗಿ ಕಾಣುತ್ತಿ. ಆ ಮಹಾಮಾತ್ಯ ಪದವಿ ನಿನಗೆ ಬೇಕಿತ್ತೇ ?''

''ನನಗೆ ಬೇಕಿರಲಿಲ್ಲ, ಈ ಕ್ಷಣವೂ ಬೇಕಾಗಿಲ್ಲ. ಆದರೆ ಸಂದರ್ಭಕ್ಕೆ ಅದು ಅಗತ್ಯವಾಗಿತ್ತು. ನಾನೇ ಕಟ್ಟಿದ ಸಾಮ್ರಾಜ್ಯವನ್ನು ನಾನೇ ಭದ್ರಗೊಳಿಸಬೇಕಾಗಿತ್ತು. ಸಾಕಷ್ಟು ವರ್ಷಗಳ ದುರಾಡಳಿತದ ಕೊಳೆ ಕಸಗಳನ್ನು ತೆಗೆದು ನಿರ್ಮಲಗೊಳಿಸಬೇಕಾಗಿತ್ತು.''

"ರಾಜನೀತಿಯಲ್ಲಿ ನಿರ್ಮಲವೆನ್ನುವುದು ಇಲ್ಲವೇ ಇಲ್ಲ, ಚಾಣಕ್ಯ. ಇತ್ತ ಕಡೆಯಿಂದ ಗುಡಿಸಿದರೆ, ಅತ್ತ ಕಡೆಯಿಂದ ಮತ್ತೆ ಕೊಳೆ ಕಸಗಳು ತುಂಬಿಕೊಳ್ಳುತ್ತಲೇ ಇರುತ್ತವೆ. ಅದನ್ನು ಶುಚಿ ಮಾಡುತ್ತ ಮಾಡುತ್ತ ನೀನೇ ಮುಗಿದುಹೋಗುತ್ತೀಯ. ನಿನ್ನ ಗುಡಿಸುವ ಕಾರ್ಯ ಮುಗಿಯುವುದೇ ಇಲ್ಲ."

"ಹೌದು, ಅದು ನನಗೆ ಗೊತ್ತಿದೆ. ನಾನೊಬ್ಬನೇ ಎಲ್ಲವನ್ನೂ ಗುಡಿಸಿ ಶುಚಿಮಾಡುವೆನೆಂಬ ಭ್ರಾಂತಿಯೂ ನನಗಿಲ್ಲ. ಆದರೆ ಗುಡಿಸುವ ಕೆಲಸ ನಡೆಯುತ್ತಲೇ ಇರಬೇಕು. ಅದಕ್ಕಾಗಿ ಚಂದ್ರಗುಪ್ತನ ಮಿತ್ರರೆಂಬ ಪೊರಕೆಗಳನ್ನು ಸಿದ್ಧಗೊಳಿಸಿದ್ದೇನೆ. ಆ ಪೊರಕೆಗಳನ್ನು ಬಳಸಿ ಗುಡಿಸುವ ಯಜಮಾನಿಕೆಯ ಕೆಲಸಕ್ಕೆ ನನ್ನ ಸ್ಥಾನದಲ್ಲಿ ಬೇರೊಬ್ಬರನ್ನು ನೇಮಿಸುವವರೆಗೆ ಕಾಯಲೇಬೇಕು."

"ಅದು ಯಾವ ಕಾಲಕ್ಕೋ! ಅಂಥವರು ಸಿಗುತ್ತಾರೋ ಇಲ್ಲವೋ! ಅಂತೂ ನೀನು ಈ ಜನ್ಮದಲ್ಲಿ ಗುರುಕುಲಕ್ಕೆ ಹಿಂತಿರುಗುವುದು ಸಾಧ್ಯವಾಗುವುದಿಲ್ಲ."

"ಇಲ್ಲ ಕಾತ್ಯಾಯನ, ಖಂಡಿತ ನಾನು ಗುರುಕುಲಕ್ಕೆ ಹಿಂತಿರುಗುತ್ತೇನೆ. ನನ್ನ ವ್ಯವಸ್ಥೆಗಳೆಲ್ಲ ಪೂರ್ಣಗೊಂಡಿವೆ. ಇನ್ನೇನು ಕೆಲವೇ ದಿನಗಳಲ್ಲಿ ನನ್ನ ಕಾರ್ಯ ಪೂರೈಸುತ್ತದೆ."

"ಕೆಲವೇ ದಿನಗಳೆಂದರೆ ಅವೇನು ತಿಂಗಳುಗಳೋ, ವರ್ಷಗಳೋ? ನಾವು ನಿನ್ನನ್ನು ಕರೆದುಕೊಂಡು ಹೋಗಲೆಂದೇ ಬಂದಿದ್ದೇವೆ."

"ಹಾಗಾದರೆ ಒಂದು ಕೆಲಸ ಮಾಡಿ. ಕೆಲವು ದಿನ ನೀವು ಇಲ್ಲಿಯೇ ಇರಿ. ಹೆಚ್ಚೆಂದರೆ ಒಂದೆರಡು ತಿಂಗಳು. ನಾನೂ ನಿಮ್ಮ ಜೊತೆಯಲ್ಲೇ ಬಂದುಬಿಡುತ್ತೇನೆ."

"ಹೌದೇ !" ಕಾತ್ಯಾಯನನ ಮುಖದಲ್ಲಿ ಸಂತೋಷ ಅರಳಿತು. "ಚಾಣಕ್ಯ, ನೀನು ನಿಜ ಹೇಳುತ್ತಿದ್ದೀಯಾ ?"

"ಚಾಣಕ್ಯ ಎಂದಾದರೂ ಸುಳ್ಳು ಹೇಳುತ್ತಾನೆಯೇ ?"

"ಈ ವಿಷಯ ತಿಳಿದರೆ ನಮ್ಮ ಮಿತ್ರರೆಲ್ಲ ಎಷ್ಟು ಆನಂದ ಪಡುತ್ತಾರೆ ಗೊತ್ತೆ ?"

"ಆದರೆ ಒಂದು ವಿಷಯ, ನೀವು ಇಷ್ಟ ಬಂದ ಹಾಗೆ ನಗರದಲ್ಲಿ ಓಡಾಡಿಕೊಂಡು, ಅರಮನೆಯ ಆತಿಥ್ಯವನ್ನು ಅನುಭವಿಸುತ್ತ ಸಂತೋಷವಾಗಿ ಇದ್ದುಬಿಡಿ. ನಮ್ಮ ವಿಷಯದಲ್ಲಿ ಕುತೂಹಲ ಬೇಡ. ಇಲ್ಲಿಂದ ತಕ್ಷಶಿಲೆಗೆ ಹೊರಟಾಗ, ದೀರ್ಘ ಪ್ರಯಾಣದಲ್ಲಿ ಅದನ್ನು ನಿಮಗೆ ಹೇಳುತ್ತ ಹೋದರೆ ದಾರಿಯ ಬೇಸರ ಕಳೆಯುತ್ತದೆ" ಎಂದು ಚಾಣಕ್ಯ ನಕ್ಕ.

"ಅದನ್ನೆಲ್ಲಾ ಕಟ್ಟಿಕೊಂಡು ನಮಗೇನಾಗಬೇಕು. ನೀನು ಏನಾದರೂ ಮಾಡಿಕೊ. ನಮ್ಮ ಜೊತೆಯಲ್ಲೇ ನೀನು ಹೊರಡುವೆಯೆಂಬ ಸಂತೋಷದ ಸುದ್ದಿ ನಮಗೆ ಸಾಕು."

೬

"ಜೀವಸಿದ್ಧಿ, ದಿನ ಗೊತ್ತಾಯಿತು" ಎಂದ ಒಂದು ದಿನ ರಾತ್ರಿ ಕರಭಕ. ವಿರಾಧಗುಪ್ತನೂ ಜೊತೆಯಲ್ಲಿಯೇ ಇದ್ದ. ಅವರು ಸುಮಿತ್ರನ ಮನೆಯತ್ತ ಹೊರಟಿದ್ದರು.

"ಯಾವುದಕ್ಕೆ ದಿನ ಗೊತ್ತಾಯಿತು ?" ಅರ್ಥವಾದರೂ ಅರ್ಥವಾಗದವನಂತೆ ಜೀವಸಿದ್ಧಿ ಕೇಳಿದ.

"ಅಮಾತ್ಯರು ಮತ್ತು ಮಲಯಕೇತುವಿನ ಕಾರ್ಯಾಚರಣೆಗೆ."

"ಅವರು ಆಕ್ರಮಣ ಮಾಡಲು ಎಂದು ಬರುತ್ತಾರೆ ?" ಸಮಿದ್ಧಾರ್ಥಕ ಆತುರದಿಂದ ಕೇಳಿದ.

"ಅದು ಆಮೇಲೆ ನಿರ್ಧಾರವಾಗುತ್ತದೆ."

"ಅಂದರೆ, ದಿನ ಗೊತ್ತಾದದ್ದು ಯಾವುದಕ್ಕೆ?" ಜೀವಸಿದ್ಧಿ ಮತ್ತೆ ಕೇಳಿದ.

"ಸೇನಾಧ್ಯಕ್ಷರು ಮುಂದಿನ ಪೌರ್ಣಮಿಯ ದಿನ ಇಲ್ಲಿಂದ ಹೊರಡಲು ಸಿದ್ಧತೆ ನಡೆಸಿದ್ದಾರೆ" ವಿರಾಧಗುಪ್ತ ಹೇಳಿದ.

ಅದಕ್ಕೆ ಜೀವಸಿದ್ಧಿ ಹೇಳಿದ, "ಅವರು ಸೇನಾಸಹಿತ ಹೊರಟು ಬಿಡುತ್ತಾರೇನು? ಅಷ್ಟು ಜನ ಹೇಗೆ ಹೋದರೂ ಚಾಣಕ್ಯನಿಗೆ ಗೊತ್ತಾಗುತ್ತದೆ."

"ಇಲ್ಲ" ಕರಭಕ ಹೇಳಿದ, "ಆ ದಿನ ಚಂದ್ರಗುಪ್ತನ ಜನ್ಮದಿನವಂತೆ, ಅದನ್ನು ಅರಮನೆಯಲ್ಲೇ ವೈಭವದಿಂದ ಆಚರಿಸುವರಂತೆ. ಘೋಷಣೆ ಹೊರಡಿಸುತ್ತಾರಂತೆ. ವಿಶೇಷ ರಾಜಸಭೆ ಸೇರುವುದಂತೆ, ಅದನ್ನು ನೋಡಲು ಪ್ರಜೆಗಳಿಗೆಲ್ಲ ಮುಕ್ತ ಅವಕಾಶ ಕಲ್ಪಿಸುವರಂತೆ."

"ಹಾಗಾದರೆ ಒಳ್ಳೆಯದೇ ಆಯಿತಲ್ಲ, ಸೇನೆ ಸದ್ದಿಲ್ಲದೆ ನಗರ ಬಿಟ್ಟು ಹೋಗಬಹುದು" ಎಂದ ಸಮಿದ್ಧಾರ್ಥಕ.

"ಗೊತ್ತಾದ ಮೇಲಾದರೂ ಹಿಂಬಾಲಿಸಬಹುದಲ್ಲ?" ಜೀವಸಿದ್ಧಿ ಕೇಳಿದ.

"ಹಿಂಬಾಲಿಸಲು ಉಳಿಯುವ ಸೇನೆ ಎಷ್ಟು? ಚಂದ್ರಗುಪ್ತ ಚಾಣಕ್ಯರ ಜೊತೆ ಉಳಿಯುವ ಸಾವಿರ, ಎರಡು ಸಾವಿರ ಸಂಖ್ಯೆಯ ಸೈನ್ಯ, ಲಕ್ಷ ಲಕ್ಷ ಸಂಖ್ಯೆಯ ಸೈನ್ಯವನ್ನು ಎದುರಿಸುವುದು ಸಾಧ್ಯವೇ?" ಕರಭಕ ಹೆಮ್ಮೆಯಿಂದ ಹೇಳಿಕೊಂಡ.

"ಹಾಗಾದರೆ ನೀನು ಈ ಶುಭಸುದ್ಧಿಯನ್ನು ರಾಕ್ಷಸರಿಗೆ ತಿಳಿಸಲು ಹೊರಡುತ್ತೀಯಾ?" ಸಮಿದ್ಧಾರ್ಥಕ ಕೇಳಿದ.

"ಹೌದು" ಎಂದ ಕರಭಕ, "ನಾನು ನಾಳೆಯೇ ಹೊರಡುತ್ತಿದ್ದೇನೆ. ಸೈನ್ಯ ಹೋದನಂತರ ಇಲ್ಲಿ ಇವರ ಪ್ರತಿಕ್ರಿಯೆ ಏನು, ಬೇರೆ ಯಾವ ವ್ಯವಸ್ಥೆಗಳನ್ನು ಮಾಡಿಕೊಳ್ಳುತ್ತಾರೆ ಎಂಬುದನ್ನು ವಿವರವಾಗಿ ತಿಳಿದು ವಿರಾಧಗುಪ್ತ ನಂತರ ಬಂದು ನನ್ನನ್ನು ಕೂಡಿಕೊಳ್ಳುತ್ತಾನೆ. ನಾವಿಬ್ಬರೂ ಇಲ್ಲದಿದ್ದಾಗ ನೀವು ಇಲ್ಲಿಯ ವ್ಯವಸ್ಥೆಗಳನ್ನು ನೋಡಿಕೊಳ್ಳಿ, ಸುಮಿತ್ರ ಮತ್ತು ವರ್ತಕ ಶ್ರೇಣಿಯ ವರ್ತಕರ ಜೊತೆ ನಿರಂತರ ಸಂಪರ್ಕವಿರಿಸಿಕೊಳ್ಳಿ, ಬಹುಶಃ ಆಕ್ರಮಣಕ್ಕೆ ಮೊದಲು ನಾವಿಬ್ಬರೂ ಇಲ್ಲಿರುತ್ತೇವೆ."

"ನೀನೇನು ಚಿಂತೆ ಮಾಡಬೇಡ, ಕರಭಕ. ನಾವು ಎಲ್ಲವನ್ನೂ ಎಚ್ಚರಿಕೆಯಿಂದ ನೋಡಿಕೊಳ್ಳುತ್ತೇವೆ" ಎಂದು ಜೀವಸಿದ್ಧಿ ಭರವಸೆ ನೀಡಿದ.

ಮರುದಿನ ಕತ್ತಲಿರುವಂತೆಯೇ ಕರಭಕ ಕುದುರೆಯೇರಿ ಗಿರಿಪುರದ ಕಡೆಗೆ ವೇಗವಾಗಿ ಸಾಗಿದ.

★ ★ ★

ಕರಭಕ ತಂದ ಸುದ್ದಿಯಿಂದ ಆಮಾತ್ಯ ರಾಕ್ಷಸ ಪುಳಕಿತನಾದ. "ಭಲೇ ಕರಭಕ! ಬಹಳ ದೊಡ್ಡ ಸಾಧನೆ ಮಾಡಿದೆ" ಎಂದ ಮೆಚ್ಚುಗೆಯಿಂದ.

"ಇದರಲ್ಲಿ ನನ್ನದೇನಿದೆ ಅಮಾತ್ಯರೆ" ಕರಭಕ ವಿನೀತನಾಗಿ ಹೇಳಿದ, "ನಿಮ್ಮ ಬುದ್ಧಿವಂತಿಕೆಯನ್ನು ನಾನೂ ಮತ್ತು ಇತರರು ಕಾರ್ಯರೂಪಕ್ಕೆ ತರುತ್ತಿದ್ದೇವೆ, ಅಷ್ಟೆ. ವಿರಾಧಗುಪ್ತ, ಜೀವಸಿದ್ಧಿ, ಸಮಿದ್ಧಾರ್ಥಕ, ಸುಮಿತ್ರ ಎಲ್ಲರ ಶ್ರಮವೂ ಇದರಲ್ಲಿದೆ."

"ಮಹಾರಾಜ, ನಾವಿನ್ನು ಹೊರಡಲು ಸಿದ್ಧರಾಗಬೇಕು" ಎಂದು ರಾಕ್ಷಸ ಮಲಯಕೇತುವಿಗೆ ಹೇಳಿದ.

"ಸಿದ್ಧವಾಗಲು ಏನಿದೆ ? ಮೊದಲೇ ಎಲ್ಲ ವ್ಯವಸ್ಥೆಯೂ ಆಗಿದೆ. ನೀವು ಸೂಚನೆ ಕೊಟ್ಟ ಕೂಡಲೇ ಹೊರಟುಬಿಡುವುದು. ನಾಳೆಯಾದರೆ ನಾಳೆ, ಈಗೆಂದರೆ ಈಗಲೇ" ಎಂದ ಮಲಯಕೇತು.

"ಧನದ ಆಮಿಷಕ್ಕೆ ಬಲಿಯಾಗಿ ಪಾಟಲೀಪುತ್ರದ ಇಡೀ ಸೇನೆಯೇ ನಮ್ಮ ಪರವಾಗಿ ಕೆಲಸ ಮಾಡುವುದೆಂದು ನಂಬುವುದು ತುಂಬಾ ಕಷ್ಟವಾಗುತ್ತಿದೆ" ಎಂದು ಶಬರವರ್ಮ ಯಥಾಪ್ರಕಾರ ತನ್ನ ಸಂದೇಹವನ್ನು ವ್ಯಕ್ತಪಡಿಸಿದ.

"ಇನ್ನೂ ನಿಮಗೆ ಸಂದೇಹವೇ ?" ಎಂದ ಮಲಯಕೇತು ಬೇಸರದಿಂದ.

"ಸಂದೇಹ ಪಡುವುದು ತಪ್ಪಲ್ಲ" ರಾಕ್ಷಸ ಹೇಳಿದ, "ಅಮಾತ್ಯರ ಸಂದೇಹ ಸಹಜವಾದದ್ದೇ. ಎಲ್ಲೋ ಕೆಲವರು ವಿದ್ರೋಹ ಮಾಡಬಹುದೆಂದರೆ ನಂಬಬಹುದು. ಇಡೀ ಸೈನ್ಯವೇ ವಿದ್ರೋಹದಲ್ಲಿ ಭಾಗಿಯಾಗುತ್ತಿದೆಯೆಂದರೆ ಯಾರಿಗೇ ಆದರೂ ಸಂದೇಹ ಬರುತ್ತದೆ."

"ಹೌದು, ಅದು ಅಸಾಧ್ಯವೆಂದೇ ನನ್ನ ಭಾವನೆ" ಎಂದ ಶಬರವರ್ಮ.

"ಆದರೆ ಅದರ ಹಿನ್ನೆಲೆಯನ್ನು ಗಮನಿಸಿದರೆ ಅದು ಅಸಾಧ್ಯವೆಂದು ಅನ್ನಿಸುವುದಿಲ್ಲ" ರಾಕ್ಷಸ ಹೇಳಿದ, "ಒಂದು ಕೋಟಿ ನಲವತ್ತು ಲಕ್ಷ ಸುವರ್ಣ ಮುದ್ರೆಗಳ ವಿನಿಯೋಗವಾಗಿದೆ ಯೆಂಬುದನ್ನು ಮರೆಯಬೇಡಿ."

"ಹಣ ತೆಗೆದುಕೊಂಡು ವಿದ್ರೋಹಕ್ಕೆ ಸಿದ್ಧರಾದವರು ನಮ್ಮ ಪರವಾಗಿಯೇ ಹೋರಾಡುವರೆಂದು ಹೇಗೆ ನಂಬುವುದು ?"

"ನಂಬಲೇಬೇಕು, ನಂಬದಿದ್ದರೆ ನಾವು ಒಂದು ಹೆಜ್ಜೆಯನ್ನೂ ಮುಂದಿಡುವಂತಿಲ್ಲ, ಮಹಾರಾಜರಿಗೆ ನನ್ನ ಮೇಲೆ ನಂಬಿಕೆಯಿಲ್ಲವೆಂದರೆ ಅವರು ಸುಮ್ಮನೆ ಕೂಡಬೇಕಾಗುತ್ತದೆ."

"ಸ್ವಾರ್ಥದ ದೃಷ್ಟಿಯಿರಿಸಿಕೊಂಡು ವರ್ತಕಶ್ರೇಣಿಯವರು ಕೊಟ್ಟ ಧನ. ಅದನ್ನು ಪಡೆದು ವಿನಿಯೋಗಿಸಿದವರು ತಮ್ಮ ಮಾತು ನಡೆಯಲಿಲ್ಲವೆಂಬ ನೆಪ ಹೂಡಿ ಪದವಿ ತ್ಯಜಿಸಿದ ಅಮಾತ್ಯರು. ಅವರು ಮೊದಲು ಸೇನಾಧ್ಯಕ್ಷರಾಗಿ ಧನನಂದನಿಗೆ ವಿದ್ರೋಹವೆಸಗಿದವರು. ಆ ಧನ ಪಡೆದವರೂ ಎರಡನೇ ಸಲ ವಿದ್ರೋಹಕ್ಕೆ ಸಿದ್ಧರಾದ ಸೈನಿಕರು. ಎಲ್ಲ ಒಂದಕ್ಕೊಂದು ಪಾಪ ಕರ್ಮಗಳ ಸರಪಳಿಯಂತೆ ಕಾಣುತ್ತಿದೆ, ಮಹಾರಾಜ. ಧೈರ್ಯ, ಸಾಹಸ, ನೇರ ನಡವಳಿಕೆ ನಮ್ಮ ಪರ್ವತನಾಡಿನ ಮೂಲಭೂತ ಗುಣ. ಈ ತಂತ್ರ, ಕುತಂತ್ರಗಳ ರಾಜನೀತಿ ನಮಗೆ ಬೇಕೆ ?" ಶಬರವರ್ಮ ಸ್ವಲ್ಪ ವಿಷಾದದಿಂದಲೇ ಹೇಳಿದ. ಅವನು ತನ್ನ ಮಾತಿನಿಂದ ಮಲಯಕೇತುವಿನ ಮೇಲೆ ಪ್ರಭಾವ ಬೀರಿಬಿಟ್ಟಾನೆಂದು ರಾಕ್ಷಸ ಭಯಗೊಂಡ.

"ಅಮಾತ್ಯರೇ" ರಾಕ್ಷಸ ಹೇಳಿದ, "ನಿಮ್ಮ ಮಾತನ್ನು ಒಪ್ಪುತ್ತೇನೆ, ಗೌರವಿಸುತ್ತೇನೆ. ತಂತ್ರ ಕುತಂತ್ರಗಳ ರಾಜನೀತಿ ಬರೀ ಒಂದು ಕಡೆಯಿಂದ ಮಾತ್ರ ನಡೆಯುವುದಿಲ್ಲ, ತಂತ್ರಕ್ಕೆ ಪ್ರತಿತಂತ್ರ ಹೂಡುವುದು ಆತ್ಮರಕ್ಷಣೆಗೆ ಅಗತ್ಯ."

"ಅವರಾಗಿ ನಮ್ಮ ಮೇಲೆ ಬೀಳದಿರುವುದರಿಂದ ಆತ್ಮರಕ್ಷಣೆಯ ಪ್ರಶ್ನೆಯೆಲ್ಲಿ ಬರುತ್ತದೆ ? ನೀವಾಗಿ ತಂತ್ರ ಹೂಡಿದರೆ ಅವರು ಪ್ರತಿತಂತ್ರ ಹೂಡಿಯೇ ಹೂಡುತ್ತಾರೆ."

"ಇದು ತಂತ್ರ ಪ್ರತಿತಂತ್ರದ ಪ್ರಶ್ನೆಯಲ್ಲ, ಅಮಾತ್ಯರೆ" ಮಲಯಕೇತು ಹೇಳಿದ, "ಇದು ನಮ್ಮ ಆತ್ಮಾಭಿಮಾನದ ಪ್ರಶ್ನೆ, ನಮ್ಮ ತಂದೆಯ ಕೊಲೆಯ ಸೇಡಿನ ಪ್ರಶ್ನೆ."

''ಬಹುಶಃ ಅರ್ಧರಾಜ್ಯದ ಆಮಿಷವಿಲ್ಲದಿದ್ದರೆ ನಿಮ್ಮ ತಂದೆಯವರು ಚಂದ್ರಗುಪ್ತನೊಂದಿಗೆ ಹೋಗುತ್ತಲೂ ಇರಲಿಲ್ಲ, ಅವರ ಕೊಲೆಯೂ ಆಗುತ್ತಿರಲಿಲ್ಲ.''

''ಅಂದರೆ ಆ ಕೊಲೆಯನ್ನು ಸಮರ್ಥಿಸುತ್ತಿದ್ದೀರ ?'' ಮಲಯಕೇತು ಕೋಪದಿಂದ ಕಣ್ಣರಳಿಸಿದ.

''ಕ್ಷಮಿಸು ಯುವರಾಜ, ಅಷ್ಟು ನೀಚ ಸಂಸ್ಕೃತಿ ನನ್ನದಲ್ಲ. ಆದರೆ ಅಮಾತ್ಯನಾದವನು ತನ್ನ ಪ್ರಭುವಿಗೆ ಕೇಳಲು ಕಹಿಯಾದರೂ ಎಚ್ಚರಿಕೆ ನೀಡುವುದು ಕರ್ತವ್ಯ. ಅದು ಅಮಾತ್ಯ ರಾಕ್ಷಸರಿಗೂ ಗೊತ್ತಿಲ್ಲದ ಸಂಗತಿಯಲ್ಲ.''

ಒಂದಿಷ್ಟು ತಬ್ಬಿಬ್ಬಾಗಿ ರಾಕ್ಷಸ ಸಾವರಿಸಿಕೊಂಡು ಹೇಳಿದ, ''ಎಚ್ಚರಿಕೆ ಹೇಳುವುದು ತಪ್ಪಲ್ಲ, ಅಮಾತ್ಯ. ಆದರೆ ಈ ಸಂದರ್ಭದಲ್ಲಿ ಮಹಾರಾಜರನ್ನು ನಿರುತ್ಸಾಹಗೊಳಿಸುವುದು ತಪ್ಪಾಗುತ್ತದೆ. ನೀವು ಬರೀ ಅಮಾತ್ಯರಾಗಿ ಮಾತ್ರ ಯೋಚಿಸುತ್ತಿದ್ದೀರಿ. ಆದರೆ ಅವರು ಒಬ್ಬ ಮಗನಾಗಿ ಯೋಚಿಸುತ್ತಿದ್ದಾರೆ. ಅವರನ್ನು ಅಡ್ಡಿಪಡಿಸುವುದು ಅವರ ಭಾವನೆಗಳಿಗೆ ಅಪಚಾರ ಮಾಡಿದಂತೆ.''

''ನಿಮ್ಮ ಉಪದೇಶವನ್ನು ಕೇಳುತ್ತ ಅಪಮಾನವನ್ನು ನುಂಗಿ ಕುಳಿತಿರಲಾರೆ, ಅಮಾತ್ಯರೇ. ರಾಕ್ಷಸರೇ, ಸೈನ್ಯ ಯಾವಾಗ ಹೊರಡಬೇಕೆಂದು ನಿರ್ಧರಿಸಿ'' ಮಲಯಕೇತು ದೃಢವಾಗಿ ಹೇಳಿದ.

''ಪೌರ್ಣಮಿಯ ದಿನ ನಾವೂ ಹೊರಡೋಣ. ಅತ್ತ ಕಡೆಯಿಂದ ಸೇನಾಧ್ಯಕ್ಷರ ಸೈನ್ಯ ಪಾಟಲೀಪುತ್ರದಿಂದ ಹೊರಡುತ್ತದೆ. ನಾವು ಮಗಧದ ಗಡಿ ಪ್ರವೇಶಿಸುತ್ತಿದ್ದಂತೆ ಆ ಸೈನ್ಯ ಬಂದು ಕೂಡಿಕೊಳ್ಳುತ್ತದೆ. ಆಮೇಲೆ ಮುಂದಿನದನ್ನು ಯೋಚಿಸಬಹುದು.''

''ಆಗಬಹುದು. ನೀವೇ ನಿಂತು ಎಲ್ಲ ನೋಡಿಕೊಳ್ಳಿ'' ಎಂದು ಹೇಳಿ ಮಲಯಕೇತು ಶಬರವರ್ಮನತ್ತ ನೋಡದೆ ಹೊರಟುಹೋದ. ರಾಕ್ಷಸ ಅವನನ್ನು ಹಿಂಬಾಲಿಸಿದ.

ಶಬರವರ್ಮನಿಗೆ ಪಿಚ್ಚೆನಿಸಿತು. ತನ್ನನ್ನು ಕಡೆಗಣಿಸಿದರೆಂಬ ನೋವಿಗಿಂತ ಅಪಾಯಕಾರೀ ಫಲಿತಾಂಶದ ಭಯದಿಂದ ಅವನು ತಳಮಳಿಸುತ್ತಿದ್ದ. ಅಷ್ಟರಲ್ಲಿ ಸೇವಕಿಯೊಬ್ಬಳು ಯುವರಾಣಿಯವರು ಕರೆಯುತ್ತಿದ್ದಾರೆಂದು ಹೇಳಿದಳು. ಅವನು ಅತ್ತ ಹೊರಟ.

ಅಂತಃಪುರವನ್ನು ಪ್ರವೇಶಿಸುತ್ತಿದ್ದಂತೆ ತುಸು ಉದ್ವಿಗ್ನಳಾಗಿದ್ದಂತೆ ಕಂಡರೂ ಮಾಧವಿ ''ಬನ್ನಿ ಅಮಾತ್ಯರೇ ಕುಳಿತುಕೊಳ್ಳಿ'' ಎಂದು ಪೀಠ ತೋರಿಸಿದಳು. ''ಏನೋ ಗಂಭೀರವಾದ ಚರ್ಚೆ ನಡೆಯುತ್ತಿರುವಂತಿತ್ತು'' ಎಂದು ಕೇಳಿದಳು.

ಸಂಕ್ಷಿಪ್ತವಾಗಿ ಶಬರವರ್ಮ ನಡೆದ ವಿಷಯವನ್ನು ವಿವರಿಸಿದ. ಪೌರ್ಣಮಿಯ ದಿನ ಸೇನೆಯೊಂದಿಗೆ ಹೊರಡುತ್ತಿರುವುದನ್ನು ಹೇಳಿ, ತನ್ನ ಆತಂಕವನ್ನು ಸ್ಪಷ್ಟವಾಗಿ ತಿಳಿಸಿದ.

''ನಿಮಗಿಂತ ಹೆಚ್ಚಿನ ಆತಂಕದಿಂದ ನಾನು ಪ್ರತಿಕ್ಷಣ ತತ್ತರಿಸುತ್ತಿದ್ದೇನೆ, ಅಮಾತ್ಯರೇ. ನಿಮ್ಮ ಸಂದೇಹಗಳೇ ನನ್ನಲ್ಲೂ ಇವೆ. ಆದರೆ ಯುವರಾಜರು ಸೇಡಿನ ಭಾವನೆಯಲ್ಲಿ ವಿವೇಕವನ್ನೇ ಮರೆಯುತ್ತಿದ್ದಾರೆ.''

''ಮುಂದೇನು ಗತಿ ಯುವರಾಣಿ ! ಚಾಣಕ್ಯನನ್ನು ಕೆಣಕಿ ಬದುಕುವುದು ಹುಡುಗಾಟವಲ್ಲ, ಎಂದು ಇವರಿಗೆ ಮನವರಿಕೆ ಮಾಡಿಕೊಡುವುದು ಹೇಗೆ ?''

''ಶುಭವನ್ನೇ ಹಾರೈಸೋಣ. ಆದರೆ ನಾವು ಹಿಂದಿರುಗಿ ಬರುವವರೆಗೂ ಆಡಳಿತವನ್ನು ಎಚ್ಚರಿಕೆಯಿಂದ ನೋಡಿಕೊಳ್ಳಿ.''

''ನಾವು ಅಂದರೆ ? ನೀವೂ ಹೊರಡುತ್ತೀರಾ ?''

"ಹೊರಡಲೇಬೇಕು ಅಮಾತ್ಯರೇ. ನನ್ನ ಪತಿಯನ್ನು ಉಳಿಸಿಕೊಳ್ಳಲು ನಾನು ಪ್ರಯತ್ನ ಪಡಲೇಬೇಕು."

"ಅಲ್ಲಿ ಏನಾಗುವುದೋ ಯಾರಿಗೆ ಗೊತ್ತು. ಆ ಅಪಾಯದ ಸಂದರ್ಭದಲ್ಲಿ ನೀವು ಜೊತೆಯಲ್ಲಿರುವುದು ಒಳ್ಳೆಯದಲ್ಲ ಯುವರಾಣಿ."

"ಅಪಾಯ ? ಯಾರಿಗೆ ಅಪಾಯ ?" ಮಾಧವಿ ನಕ್ಕಳು, "ನನ್ನ ಗಂಡನಿಗೆ ಅಪಾಯ ವಾಗುವುದಾದರೆ ನಾನು ಇಲ್ಲಿದ್ದು ಏನು ಪ್ರಯೋಜನ ? ನನಗೇ ಅಪಾಯವಾಗುವುದಾದರೆ ಒಳ್ಳೆಯದೇ ಆಯಿತು. ನನ್ನ ನಂತರ ಏನಾಗುವುದೆಂದು ನನಗೆ ಗೊತ್ತಾಗುವುದಿಲ್ಲ."

"ಹಾಗೆ ಹೇಳಬೇಡಿ, ಯುವರಾಣಿ. ಯುವರಾಜರು ನಿಮ್ಮಲ್ಲಿ ಪ್ರಾಣವನ್ನೇ ಇರಿಸಿಕೊಂಡಿದ್ದಾರೆ."

"ನಾನೂ ನನ್ನ ಗಂಡನ ಮೇಲೆ ಪ್ರಾಣವಿರಿಸಿಕೊಂಡಿದ್ದೇನೆ. ಅವರಿಗೆ ರಾಜಪದವಿ, ತಮ್ಮ ಸೇಡು, ಯುದ್ಧ, ಸ್ವಾಭಿಮಾನ ಇತ್ಯಾದಿ ಹಲವು ಬೇರೆ ಬೇರೆ ವಿಷಯಗಳಿವೆ. ಹೆಣ್ಣಾದ ನನಗೆ ಗಂಡನ ಕ್ಷೇಮವೊಂದನ್ನು ಬಿಟ್ಟು ಬೇರೆ ಏನಿರುತ್ತದೆ ? ಗಂಡನೇ ಆಪತ್ತಿಗೆ ಸಿಕ್ಕಿರುವಾಗ ನಾನು ಈ ಅರಮನೆಯಲ್ಲಿ ನಿಶ್ಚಿಂತೆಯಿಂದ ಇರಲಾರೆ, ಅಮಾತ್ಯರೆ. ಖಂಡಿತ ನಾನೂ ಹೊರಡುತ್ತೇನೆ."

ಅವಳಿಗಾಗಿ ಶಬರವರ್ಮನ ಮನಸ್ಸು ಅನುಕಂಪದಿಂದ ತುಂಬಿಹೋಯಿತು. ಬೇಡವೆಂದು ಇನ್ನೊಮ್ಮೆ ಹೇಳಲು ಬಾಯಿ ಬರಲಿಲ್ಲ.

"ನನ್ನ ಅದೃಷ್ಟ ಪರೀಕ್ಷೆಯನ್ನು ನಾನೇ ಮಾಡಿಕೊಳ್ಳುತ್ತೇನೆ. ಒಳ್ಳೆಯದೇ ಆಗುವುದೆಂದು ನನ್ನ ಮನಸ್ಸು ಹೇಳುತ್ತಿದೆ. ಇನ್ನೊಮ್ಮೆ ನೀವು ಅವರಿಗೆ ನಿರುತ್ಸಾಹದಾಯಕವಾದ ಯಾವ ಮಾತನ್ನೂ ಹೇಳಲು ಹೋಗಬೇಡಿ."

ಅವಳ ಮಾತಿಗೆ ಮರುಮಾತಾಡದೆ, ಭಾರವಾದ ಮನಸ್ಸಿನಿಂದ ಶಬರವರ್ಮ ಅಲ್ಲಿಂದ ಹೊರಗೆ ಬಂದ. ಮಾಧವಿ ಬಹಳ ಹೊತ್ತು ಯೋಚಿಸುತ್ತ ಕುಳಿತಿದ್ದಳು. 'ಹೌದು, ನಾನು ಹೋಗಲೇಬೇಕು. ಚಾಣಕ್ಯನನ್ನಾಗಲೀ, ಚಂದ್ರಗುಪ್ತನನ್ನಾಗಲೀ ಭೇಟಿ ಮಾಡುವ ಸಂದರ್ಭ ಸಿಕ್ಕೇ ಸಿಗುತ್ತದೆ. ಅವರೊಂದಿಗೆ ಮಾತಾಡಬಹುದು. ಅಭಿಮಾನವನ್ನು ಬಿಟ್ಟು ಬೇಡಿದರೂ ಚಿಂತೆಯಿಲ್ಲ, ನನ್ನ ಗಂಡನನ್ನು ನಾನು ಉಳಿಸಿಕೊಳ್ಳಬೇಕು.

'ಇಂಥ ಸಂದಿಗ್ಧ ಪರಿಸ್ಥಿತಿ ನನ್ನ ಬದುಕಿನಲ್ಲಿ ಬರುವುದೆಂದು ನಾನು ಕಲ್ಪನೆಯನ್ನೂ ಮಾಡಿರಲಿಲ್ಲ. ಈಗ ಯುವರಾಜರು ಮಾಡುತ್ತಿರುವುದು ತಪ್ಪೆಂದು ಹೇಳಲಾಗದ ಪರಿಸ್ಥಿತಿ. ಹೌದು, ಆಸೆ, ಪ್ರತಿಷ್ಠೆ ಅಹಂಕಾರ ಎಂಥ ಅನಾಹುತವನ್ನಾದರೂ ಮಾಡಿಬಿಡುತ್ತವೆ. ಸುಂದರವಾಗಿ ಹೆಡೆಯೆತ್ತಿ ಆಡುತ್ತಿರುವ ಸರ್ಪ ಹತ್ತಿರ ಹೋದರೆ ಕಚ್ಚಿಬಿಡಬಹುದೆಂಬ ಭಯವಿಲ್ಲದಿದ್ದರೆ ಏನು ಮಾಡುವುದು ?

'ನಾನು ಬಯಸಿದ ಬದುಕು ಎಂಥದು ! ಸಿಕ್ಕಿದ ಬಾಳು ಎಂಥದು ! ಈ ರಾಜವೈಭವ, ಅರಮನೆ, ಅಧಿಕಾರ, ಕೃತಕ ಪ್ರತಿಷ್ಠೆಗಳ ಉಸಿರು ಕಟ್ಟಿಸುವ ವಾತಾವರಣದಲ್ಲಿ ದಿನಗಳನ್ನು ಎಣಿಸುತ್ತಿದ್ದ ನನಗೆ ಸರಳ, ಸ್ನೇಹಶೀಲ ಆಪ್ತತೆಯನ್ನು ನೀಡಿದ್ದು ಆ ಪಾಟಲೀಪುತ್ರ. ಅಲ್ಲಿ ನನ್ನ ಮನೋಧರ್ಮಕ್ಕೆ ಒಗ್ಗುವ ಎಷ್ಟು ಜನ ಗೆಳತಿಯರ ನಿಷ್ಕಲ್ಮಷ ಪ್ರೀತಿ ವಿಶ್ವಾಸಗಳು ದೊರೆತವು. ಆದರೆ ಅದೇ ಪಾಟಲೀಪುತ್ರವೇ ಇಂಥ ಒಂದು ಸಂಕಟದ ಸನ್ನಿವೇಶವನ್ನು ಉಂಟುಮಾಡುವುದೆಂದು ಯಾರು ಊಹಿಸಿದ್ದರು ? ಹಾಗೆಂದು ನಾನು ಅವರನ್ನೆಲ್ಲ ದ್ವೇಷಿಸಬೇಕೇ ? ಅವರಿಗೆ ನನ್ನ

ಮೇಲೆ ಪ್ರೀತಿಯಿದ್ದರೆ ನನ್ನ ಗಂಡನನ್ನು ಉಳಿಸಿಕೊಡಲು ಪ್ರಯತ್ನಿಸುವುದಿಲ್ಲವೇ ? ಉದಾತ್ತ ಮನಸ್ಸಿನ ಉಜ್ವಲ ಮಹಾರಾಣಿಯಾದ ಕೂಡಲೇ ನನ್ನನ್ನು ಮರೆತು ಬಿಡುತ್ತಾಳೆಯೇ ? ಅರಮನೆಯ ವೈಭವ, ಕೃತಕ ಬಿಗುಮಾನದಲ್ಲಿ ತನ್ನ ಸಹಜ ಗುಣವನ್ನು ಬಿಟ್ಟುಬಿಡುತ್ತಾಳೆಯೇ? ಇಲ್ಲ, ಹಾಗಾಗಲಾರದು. ಅವರು ಅಂಥವರಲ್ಲ, ಗಂಡಸರ ವ್ಯವಹಾರವೆಂದು ಅವರೆಲ್ಲ ತಟಸ್ಥರಾಗಿರುವುದೂ ಇಲ್ಲ, ನನ್ನ ಅಂತರಂಗದ ಕೂಗು ಅವರಿಗೆ ಕೇಳಿಸಿರುತ್ತದೆ. ನನಗೆ ಅವರೆಲ್ಲ ಒಳ್ಳೆಯದು ಮಾಡುತ್ತಾರೆ. ದೇವರೇ ಇದನ್ನು ಆಗಮಾಡಿಸು. ಮತ್ತೆ ಆ ಆಪ್ಯಾಯಮಾನ ಸ್ನೇಹದ ವಾತಾವರಣದಲ್ಲಿ, ನಾನು ಇಷ್ಟು ದಿನ ಅನುಭವಿಸಿದ ಯಾತನೆಯೆಲ್ಲ ಕರಗಿ ಹೋಗುವಂತೆ ಮಾಡು. ಅಷ್ಟು ಸಾಕು ನನಗೆ......'

ಇತ್ಯಾದಿ ಯೋಚಿಸುತ್ತ ಅವಳು ಎಷ್ಟೋ ಹೊತ್ತು, ಕಣ್ಣು ಮುಚ್ಚಿ ಕುಳಿತೇ ಒಂದು ಬಗೆಯ ಮಂಪರಿನಲ್ಲಿ ಮೈಮರೆತಿದ್ದಳು. ಹೆಜ್ಜೆ ಸಪ್ಪಳ ಕೇಳಿ ಎಚ್ಚರವಾಗಿ ದಡಕ್ಕನೆ ಎದ್ದು ನೋಡಿದಳು. ಮಲಯಕೇತು ಒಳಗೆ ಬಂದಿದ್ದ, ಅವಳು ನಗುಮುಖ ಮಾಡಿಕೊಂಡಳು.

ಮಲಯಕೇತುವಿಗೆ ಕೆಲವು ದಿನಗಳ ಹಿಂದೆ ಅವಳೊಂದಿಗೆ ನಡೆದ ಮಾತುಕತೆ ನೆನಪಾಗುತ್ತಿತ್ತು. ಮತ್ತೆ ಅವಳೊಂದಿಗೆ ವಾದ ಮಾಡಬೇಕಾಗಬಹುದೇನೋ ಎಂದು ಮನಸ್ಸು ಅಳುಕಿತು. ಆದರೆ ಅದಕ್ಕೆ ಅವಕಾಶವಿಲ್ಲದಂತೆ ಮಾಧವಿ, "ಬನ್ನಿ ಯುವರಾಜ, ಪೌರ್ಣಮಿಯ ದಿನ ಸೇನೆ ಹೊರಡುತ್ತಿದೆಯಲ್ಲವೇ ?" ಎಂದು ಉತ್ಸಾಹದ ನಟನೆಯಿಂದ ಕೇಳಿದಳು.

"ಇಷ್ಟು ಬೇಗ ನಿನಗೆ ಹೇಗೆ ಗೊತ್ತಾಯಿತು ?" ಮಲಯಕೇತು ಸ್ವಲ್ಪ ಆಶ್ಚರ್ಯದಿಂದ ಕೇಳಿದ.

"ನೀವು ಮಾತಾಡುತ್ತಿರುವುದು ಆಕಸ್ಮಿಕವಾಗಿ ಕಿವಿಗೆ ಬಿತ್ತು. ಅಪರಾಧವಾಯಿತೇ ?"

"ಛೇ, ಛೇ, ಬಹಿರಂಗವಾಗಿಯೇ ಸೈನ್ಯ ಹೊರಡುತ್ತಿರುವಾಗ ಅದರಲ್ಲಿ ರಹಸ್ಯವೇನಿದೆ ? ನಿನಗೆ ಗೊತ್ತಾಗದಿದ್ದರೆ ಈಗ ನಾನೇ ಅದನ್ನು ಹೇಳುತ್ತಿದ್ದೆ."

"ನನ್ನ ಒಂದು ಕೋರಿಕೆಯಿದೆ. ದಯವಿಟ್ಟು ನಡೆಸಿಕೊಡುತ್ತೀರಾ ?"

"ಕೋರಿಕೆಯೇ ?" ಎಂದು ರಾಗವೆಳೆದು ಮಲಯಕೇತು ಅವಳ ಮುಖವನ್ನೇ ನೋಡಿದ.

"ಹೆದರಬೇಡಿ. ಹೋಗಬೇಡವೆಂದು ನಾನು ಹೇಳುವುದಿಲ್ಲ."

"ಮತ್ತೇನು ಕೋರಿಕೆ, ಮಾಧವಿ ?"

"ನಿಮ್ಮೊಂದಿಗೆ ನನ್ನನ್ನೂ ಕರೆದುಕೊಂಡು ಹೋಗಿ."

"ನೀನೇ ! ಬೇಡ ಮಾಧವಿ. ಇದು ವಿನೋದ ವಿಹಾರವಲ್ಲ."

"ಅದು ನನಗೂ ಗೊತ್ತಿದೆ. ವಿನೋದ ವಿಹಾರಗಳ ಆಸಕ್ತಿ ನನಗೂ ಇಲ್ಲ."

"ಮತ್ತೆ ನೀನು ಬರುವುದೇಕೆ ? ನೀನು ಇಲ್ಲೇ ಇದ್ದರೆ ಶಬರವರ್ಮರಿಗೆ ಸಹಾಯ ಮಾಡಬಹುದು."

"ನನಗೆ ತಿಳಿಯದ ವಿಷಯದಲ್ಲಿ ಸಹಾಯ ಮಾಡಲು ಹೋದರೆ ಅಮಾತ್ಯರಿಗೇ ಕಷ್ಟ" ಎಂದು ಮಾಧವಿ ನಕ್ಕಳು.

"ಆದರೆ ಈ ಸಂದರ್ಭದಲ್ಲಿ ನೀನು ಜೊತೆಗಿದ್ದರೆ ನಿನಗೂ ತೊಂದರೆ, ನನಗೂ ತೊಂದರೆ."

"ನಾನು ಖಂಡಿತ ತೊಂದರೆ ಕೊಡುವುದಿಲ್ಲ, ನಿಮಗೇನಾದರೂ ಬೇಸರವಾದರೆ ನನ್ನ ಜೊತೆ ಸ್ವಲ್ಪ ಹೊತ್ತು ಮಾತಾಡಿ, ಮನಸ್ಸನ್ನು ಹಗುರ ಮಾಡಿಕೊಳ್ಳಬಹುದಲ್ಲವೇ ?"

"ಆದರೂ ನೀನು ಬರುವುದು ಬೇಡವೆಂದು ನನ್ನ ಅನಿಸಿಕೆ."

"ನಾನೊಬ್ಬಳೇ ಇಲ್ಲಿರಲಾರೆ, ಯುವರಾಜ. ಬೇಸರದಿಂದ ನನಗೆ ಹುಚ್ಚು ಹಿಡಿಯುತ್ತದೆ."

"ಮಾಧವಿ, ನನಗೇನಾದರೂ ಅಪಾಯವಾಗಬಹುದೆಂದು ಆತಂಕವೇ ?"

"ಇಲ್ಲ, ನಿಮಗೆ ಯಾವ ಅಪಾಯವೂ ಆಗುವುದಿಲ್ಲ. ನಾನು ನಿಮ್ಮ ಜೊತೆಯಿರಲು ದಯವಿಟ್ಟು ಅಪ್ಪಣೆ ಕೊಡಿ."

ಎರಡು ಕ್ಷಣ ಯೋಚಿಸಿದ ಮಲಯಕೇತು ಅವಳನ್ನು ನಿರಾಸೆಪಡಿಸಲಾರದೆ, "ಆಗಲಿ, ನೀನೂ ಬಾ" ಎಂದು ಅನುಮತಿ ನೀಡಿದ. ಅವಳ ಮುಖದಲ್ಲಿ ಸಂತೋಷಕ್ಕಿಂತ ಸಮಾಧಾನ ಮೂಡಿತು. "ಆದರೆ ಒಂದು ಮಾತು" ಮಲಯಕೇತು ಹೇಳಿದ, "ಯಾವುದೇ ಕಾರಣಕ್ಕೂ ನನ್ನ ಭಾವನೆಗಳನ್ನು ಕಲಕಲು ಪ್ರಯತ್ನಿಸಬಾರದು. ನಾನು ಯಾವ ಗುರಿ ಸಾಧಿಸಲು ಹೊರಟಿದ್ದೇನೋ, ಅದರಿಂದ ಹಿಂದಿರುಗಿಸಲು ಪ್ರಯತ್ನಿಸಬಾರದು. ಅದಕ್ಕೆ ಒಪ್ಪಿಗೆಯೇ ?"

"ಆಗಬಹುದು. ನೀವಾಗಿ ಆ ವಿಷಯ ಮಾತನಾಡುವವರೆಗೂ ನಾನು ಬಾಯಿ ತೆಗೆಯುವುದಿಲ್ಲ"

"ಸರಿ, ನಿನಗೆ ಬೇಕಾದ ಸಿದ್ಧತೆ ಮಾಡಿಕೊ. ಪರಿಚಾರಿಕೆಯರನ್ನು ಆಯ್ಕೆ ಮಾಡಿಕೊ" ಎಂದು ಹೇಳಿ ಮಲಯಕೇತು, ಸ್ವಲ್ಪ ಗೆಲುವಾಗಿ ಬೇರೆ ಕೆಲಸದ ಮೇಲೆ ಹೊರಟುಹೋದ.

ಮಾಧವಿ ಉತ್ಸಾಹದಿಂದ ಓಡಾಡಿದಳು. ಪರಿಚಾರಿಕೆಯರೊಂದಿಗೆ ವಸ್ತ್ರಭೂಷಣಗಳನ್ನು ವ್ಯವಸ್ಥೆ ಮಾಡಿಕೊಂಡಳು. ಆಮೇಲೆ ಪಾಟಲೀಪುತ್ರದ ಗೆಳತಿಯರಿಗೆಲ್ಲ ಒಂದೊಂದು ನೆನಪಿನ ಕಾಣಿಕೆ ಕೊಡಬೇಕೆಂದು ಮನಸ್ಸಾಯಿತು. ಏನು ಕೊಡುವುದೆಂದು ಯೋಚಿಸಿದಳು. ತನಗೆ ಅತ್ಯಂತ ಪ್ರಿಯವಾದ ಒಂದು ಮುತ್ತಿನ ಹಾರವಿತ್ತು. ಅದನ್ನು ಕಿತ್ತು ಒಂದೊಂದು ಮುತ್ತನ್ನು ಒಂದೊಂದು ಪುಟ್ಟ ಭರಣಿಯಲ್ಲಿ ಹಾಕಿಕೊಂಡಳು. ಮರುಕ್ಷಣದಲ್ಲಿ 'ಅವರನ್ನು ಭೇಟಿ ಮಾಡಲಾಗದಿದ್ದರೆ, ಈ ಉಡುಗೊರೆಗಳನ್ನು ಕೊಡಲಾಗದಿದ್ದರೆ ?' ಎನ್ನಿಸಿತು. ಆದರೆ ಆ ಸಂದೇಹವನ್ನು ಹಾಗೇ ಅದುಮಿದಳು.

ಮಾಧವಿಯೂ ಜೊತೆಯಲ್ಲಿ ಬರುವಳೆಂದು ತಿಳಿದಾಗ ರಾಕ್ಷಸನಿಗೆ ಅಂಥ ಸಂತೋಷವಾಗಲಿಲ್ಲ. ಮಲಯಕೇತುವಿನ ಎದುರಿಗೆ ಆ ಬಗ್ಗೆ ಏನೂ ಹೇಳಲು ಇಷ್ಟವಾಗದೆ ಸುಮ್ಮನೆ ಬಂದ. ರಾತ್ರಿ ಕರಭಕ, ಸ್ಕಂದ ಮತ್ತು ಶಶಾಂಕನೊಂದಿಗೆ ಮಾತಾಡುತ್ತಿರುವಾಗ ತನ್ನ ಅಸಮಾಧಾನವನ್ನು ವ್ಯಕ್ತಪಡಿಸಿದ. "ಏನು ಮಾಡುವುದು ? ಬೇಡವೆಂದು ನಾನು ಹೇಳಲಾಗುವುದಿಲ್ಲ" ಎಂದ.

"ಬಂದರೆ ಬರಲಿ ಬಿಡಿ, ಅದರಿಂದ ನಮಗೇನು ತೊಂದರೆ" ಎಂದ ಸ್ಕಂದ.

"ತೊಂದರೆ ಅವಳಿಂದಲೇ ಆಗಬಹುದು ಸ್ಕಂದ" ರಾಕ್ಷಸ ಹೇಳಿದ, "ಅವಳ ಮಾತಿನ ಧೋರಣೆಯನ್ನು ನೋಡಿದರೆ, ಅವಳಿಗೆ ಈ ಕಾರ್ಯಾಚರಣೆ ಇಷ್ಟವಿಲ್ಲವೆಂದು ಸ್ಪಷ್ಟವಾಗಿದೆ. ಜೊತೆಗೆ ಪೌರವನ ಕೊಲೆಯನ್ನು ಚಾಣಕ್ಯ ಮಾಡಿಸಿಲ್ಲವೆಂದೇ ನಂಬಿದ್ದಾಳೆ."

"ಇಲ್ಲ, ಈಗಾಗಲೇ ಮಲಯಕೇತುವಿಗೂ ಅವಳ ಅಭಿಪ್ರಾಯ ಗೊತ್ತಿದೆಯಲ್ಲವೇ ?" ಶಶಾಂಕ ಹೇಳಿದ.

"ಗೊತ್ತಿದೆ, ಅವಳ ಅಭಿಪ್ರಾಯವನ್ನು ಅವನು ಇಲ್ಲಿಯವರೆಗೆ ಒಪ್ಪಿಲ್ಲವೆಂಬುದೂ ನಿಜ. ಆದರೂ ಅವಳು ಜೊತೆಯಲ್ಲಿದ್ದರೆ, ಎಲ್ಲಿ ತನ್ನ ಬುದ್ಧಿವಂತಿಕೆಯ ವಾದಸರಣಿಯಿಂದ ಮಲಯಕೇತುವಿನ ಮನಸ್ಸನ್ನು ತಿರುಗಿಸಿಬಿಡುತ್ತಾಳೋ ಎಂಬ ಭಯವಿದೆ."

“ಮಲಯಕೇತು ಅಷ್ಟು ದುರ್ಬಲ ಮನಸ್ಸಿನವನೇ ?” ಎಂದು ಸ್ಕಂದ.

“ಮಾನಸಿಕವಾಗಿ ಅವನು ದುರ್ಬಲನೇ. ಅತಿ ಮೃದು ಸ್ವಭಾವದವನು. ಮೇಲಾಗಿ ಮಾಧವಿಯ ಬಗ್ಗೆ ಅವನಿಗೆ ಅಪಾರವಾದ ಪ್ರೇಮವಿದೆ. ತಂದೆಯ ಸಾವಿನ ಸೇಡಿಲ್ಲದಿದ್ದರೆ ಅವನು ಇಷ್ಟರಮಟ್ಟಿಗೆ ನಮ್ಮ ಜೊತೆ ಸಹಕರಿಸಲು ಒಪ್ಪುತ್ತಲೇ ಇರಲಿಲ್ಲ.”

“ಬಹಳ ಮುಖ್ಯವಾದ ಸಂದರ್ಭದಲ್ಲಿ ಹಿಂದೆ ಸರಿದರೆ ಗತಿಯೇನು ?” ಕರಭಕ ಸ್ವಲ್ಪ ಆತಂಕ ವ್ಯಕ್ತಪಡಿಸಿದ.

“ಹೌದು ಅಮಾತ್ಯರೇ” ಶಶಾಂಕ ಹೇಳಿದ, “ಅತ್ತ ಕಡೆಯಿಂದ ಸೇನಾಧ್ಯಕ್ಷರು ಸೇನೆಯೊಂದಿಗೆ ಬರುತ್ತಿರುವಾಗ ಇತ್ತ ಮಲಯಕೇತು ಹಿಂದೆ ಸರಿದರೆ ನಮ್ಮ ಸ್ಥಿತಿ ಹಾಸ್ಯಾಸ್ಪದವಾಗುತ್ತದೆ.”

“ಈಗ ನಾನೇನು ಮಾಡಲಿ ? ಪಾಟಲೀಪುತ್ರಕ್ಕೆ ಹಿಂದಿರುಗಿಬಿಡಲೇ ?” ಕರಭಕ ಕೇಳಿದ.

“ಬೇಡ, ಸದ್ಯಕ್ಕೆ ನೀನೂ ನಮ್ಮ ಜೊತೆ ಬಾ” ರಾಕ್ಷಸ ಹೇಳಿದ, “ಬೇರೆ ಏನಾದರೂ ಸಮಾಚಾರಗಳಿದ್ದರೆ ಸೇನಾಧ್ಯಕ್ಷರಿಗೆ ಮುಟ್ಟಿಸಲು ಯಾರೂ ಇರುವುದಿಲ್ಲ.”

“ವಿರಾಧಗುಪ್ತನಿಗೆ ನಂತರ ಬರುವಂತೆ ಹೇಳಿದ್ದೇನೆ. ಸೇನೆಯೆಲ್ಲಾ ಇತ್ತ ಬಂದ ನಂತರ ಅಲ್ಲಿ ಅವರ ಪ್ರತಿಕ್ರಿಯೆಯೇನು, ಅವರು ಏನು ಪ್ರತಿರೋಧದ ವ್ಯವಸ್ಥೆಗಳನ್ನು ಮಾಡಿಕೊಳ್ಳುವರೆಂದು ತಿಳಿದು ಬಂದು, ನಮ್ಮನ್ನು ಕೂಡಿಕೊಳ್ಳುವಂತೆ ಹೇಳಿ ಬಂದಿದ್ದೇನೆ.”

“ಒಳ್ಳೆಯ ಕೆಲಸ ಮಾಡಿದೆ. ಸೇನೆಯೆಲ್ಲ ಹೋದ ನಂತರ, ನಾನು ಮಲಕೇತುವನ್ನು ಕೂಡಿಯೇ ಆಕ್ರಮಣಕ್ಕೆ ಬರುತ್ತಿರುವೆನೆಂದು ಚಾಣಕ್ಯ ಅರ್ಥ ಮಾಡಿಕೊಳ್ಳುತ್ತಾನೆ.”

“ಅದು ಹೇಗೆ ಅವರಿಗೆ ಗೊತ್ತಾಗುತ್ತದೆ ?” ಸ್ಕಂದ ಕೇಳಿದ.

“ಅದು ಬರೀ ತರ್ಕದ ಲೆಕ್ಕಾಚಾರ ಸ್ಕಂದ” ರಾಕ್ಷಸ ಹೇಳಿದ, “ಎರಡಕ್ಕೆ ಎರಡು ಸೇರಿದರೂ ನಾಲ್ಕು, ಎರಡನ್ನು ಎರಡರಿಂದ ಗುಣಿಸಿದರೂ ನಾಲ್ಕೇ ಎಂಬುದನ್ನು ಚಾಣಕ್ಯನಿಗೆ ಹೇಳಿಕೊಡಬೇಕೇ ?”

“ಗೊತ್ತಾದರೆ ಗೊತ್ತಾಗಲಿ ಬಿಡಿ” ಕರಭಕ ಉದಾಸೀನ ಧೋರಣೆಯಿಂದ ಹೇಳಿದ, “ಸೇನೆಯೇ ಇಲ್ಲದೆ ಅವನೇನು ಮಾಡಬಲ್ಲ ? ತನ್ನ ಮೈಯನ್ನು ತಾನೇ ಪರಚಿಕೊಳ್ಳಬೇಕಷ್ಟೆ”

“ಆ ಸ್ಥಿತಿಯಲ್ಲಿ ಅವನನ್ನು ನೋಡಬೇಕು ಕರಭಕ” ರಾಕ್ಷಸ ಹೇಳಿದ, “ಧನನಂದನನ್ನು ಅಷ್ಟು ಕ್ರೂರವಾಗಿ ಕೊಂದೆಯಲ್ಲ, ಈಗ ನಾನೂ ನಿನ್ನನ್ನು ಕೊಲ್ಲುತ್ತೇನೆ ಎಂದಾಗ, ಅವನ ಮುಖ ಮೃತ್ಯುಭೀತಿಯಿಂದ ಕಪ್ಪಾಗುವುದನ್ನು ನೋಡಬೇಕು, ಕರಭಕ.”

“ನೋಡುತ್ತೀರಿ ಅಮಾತ್ಯರೇ” ಕರಭಕ ಆಶಾಭಾವನೆಯಿಂದ ಹೇಳಿದ, “ಆ ಭರವಸೆ ನನಗಿದೆ. ಒಂದು ವೇಳೆ ಮಲಯಕೇತು ಹಿಂದಿರುಗಿದರೂ, ಸೇನಾಧ್ಯಕ್ಷರ ಸೇನೆಯ ನೆರವಿನಿಂದ ನಾವು ಮತ್ತೆ ಪಾಟಲೀಪುತ್ರವನ್ನು ವಶಪಡಿಸಿಕೊಳ್ಳಬಹುದು. ಮತ್ತೆ ನಿಮ್ಮ ಗೌರವ ಪ್ರತಿಷ್ಠೆಗಳನ್ನು ಮೆರೆಸಬಹುದು.”

ಕರಭಕನ ಆ ಭರವಸೆಯ ಮಾತನ್ನು ಕೇಳಿ ರಾಕ್ಷಸನ ಆತ್ಮವಿಶ್ವಾಸ ಇನ್ನಷ್ಟು ದೃಢವಾಗತೊಡಗಿತು. ಮಲಯಕೇತು ಹಿಂದಿರುಗುವಂಥ ಸಂದಿಗ್ಧ ಪರಿಸ್ಥಿತಿ ಬಾರದಿರಲಿ ಎಂದು ಮನಸ್ಸಿನಲ್ಲೇ ಹಾರೈಸಿದ.

ಮರುದಿನ ಮುಂಜಾನೆಯೇ ಮಲಯಕೇತುವಿನ ಸೇನೆ ಪಾಟಲೀಪುತ್ರದತ್ತ ಹೊರಟಿತು.

ರಾಕ್ಷಸ, ಸ್ಕಂದ, ಶಶಾಂಕ, ಕರಭಕ, ಮಲಯಕೇತು ಮತ್ತು ಮಾಧವಿ ಅವರ ಪರಿಚಾರಿಕೆಯ ರೊಂದಿಗೆ ಹೊರಟರು.

## ೭

ಚಂದ್ರಗುಪ್ತನ ಜನ್ಮದಿನದ ಸಂಭ್ರಮವೇನೂ ನಾಟಕವಾಗಿರಲಿಲ್ಲ, ಅದನ್ನು ಸಾರ್ವಜನಿಕ ವಾಗಿ ಪ್ರಕಟಿಸುವ ಆಸಕ್ತಿಯೇನೂ ಇರಲಿಲ್ಲ, ಆದರೆ ಜೀವಸಿದ್ಧಿಯಿಂದ ಡಿಂಗಿರಾತ, ಭದ್ರಭಟ ಮತ್ತು ಚಿತ್ರವರ್ಮ ಸಿದ್ಧತೆ ಮಾಡಿಕೊಂಡು ದಿನ ತಿಳಿಸುವಂತೆ ಕರಭಕ ಸೂಚನೆ ನೀಡಿರುವನೆಂಬ ವಿಷಯ ತಿಳಿದ ಕೂಡಲೇ ಚಂದ್ರಗುಪ್ತನ ಜನ್ಮದಿನದ ಆಚರಣೆಯ ಉಪಾಯ ಚಾಣಕ್ಯನ ಮನಸ್ಸಿನಲ್ಲಿ ಹೊಳೆಯಿತು. ಅದಕ್ಕೆ ತಕ್ಕಂತೆ ತಕ್ಷಶಿಲೆಯಿಂದ ಧರ್ಮದತ್ತ ಮುಂತಾದವರು ಬಂದಿರುವುದು ಆಕಸ್ಮಿಕವಾದರೂ ಸಮಯೋಚಿತವಾಗಿತ್ತು. ಅವರೆಲ್ಲ ಒಂದು ಸಂತೋಷ ಸಮಾರಂಭದಲ್ಲಿ ಭಾಗವಹಿಸಿದಂತಾಗುತ್ತದೆ ಮತ್ತು ಡಿಂಗಿರಾತ ಮತ್ತು ಮಿತ್ರರು ಸೇನೆಯೊಂದಿಗೆ ಹೋಗಲು ಒಂದು ಒಳ್ಳೆಯ ಅವಕಾಶವನ್ನು ತಾನೇ ಒದಗಿಸಿಕೊಟ್ಟಂತಾಗುವುದೆಂದು ಅದಕ್ಕೆ ಪ್ರಚಾರ ನೀಡಿ, ಆ ಸುದ್ದಿ ರಾಕ್ಷಸನ ಕಡೆಯವರಿಗೆ ಮುಟ್ಟುವಂತೆ ವ್ಯವಸ್ಥೆ ಮಾಡಿದ.

ಜನ್ಮದಿನದ ಸಮಾರಂಭವೇನೋ ಅರಮನೆಯಲ್ಲಿ ಒಂದು ಕುಟುಂಬದ ಹಬ್ಬದಂತೆ ಉಲ್ಲಾಸದಾಯಕವಾಗಿ ನಡೆಯಿತು. ನಗರದಲ್ಲಿ ಪ್ರಜೆಗಳೂ ಸಂಭ್ರಮದಿಂದ ಆಚರಿಸಿದರು. ಎಲ್ಲರೂ ಆ ಉತ್ಸವದಲ್ಲಿ ಮೈಮರೆತಿರುವಂತೆ, ನಗರ ರಕ್ಷಣೆಯ ಪಡೆಯೂ ಬೇಕೆಂದೇ ಅರಮನೆಯೊಳಗೆ ಸಂತೋಷಕೂಟದಲ್ಲಿ ಭಾಗಿಯಾಗಿತ್ತು. ಆದೇ ಸಂದರ್ಭವನ್ನು ಸಾಧಿಸಿ ಡಿಂಗಿರಾತ, ಭದ್ರಭಟ ಮತ್ತು ಚಿತ್ರವರ್ಮ ಮೊದಲೇ ಸೂಚನೆ ನೀಡಿದ್ದಂತೆ ಸೇನಾಸಹಿತ ನಗರವನ್ನು ಬಿಟ್ಟರು. ಅವರು ಯಾವ ಸಮಯದಲ್ಲಿ ಬಿಟ್ಟರೆಂಬ ಸುದ್ದಿ ತಿಳಿದರೂ, ಅವರು ಸುರಕ್ಷಿತ ದೂರವನ್ನು ಸೇರಲು ಬೆಳಗಾಗುವುದರಿಂದ, ಅಲ್ಲಿಯವರೆಗೂ ಸುದ್ದಿ ಬಹಿರಂಗವಾಗದಂತೆ ಚಾಣಕ್ಯ ಎಲ್ಲರಿಗೂ ಎಚ್ಚರಿಕೆ ಹೇಳಿದ್ದ.

ವಿರಾಧಗುಪ್ತ ಮತ್ತು ಸಮಿದ್ಧಾರ್ಥಕ ಬೆಳಿಗ್ಗೆ ಏನು ಪ್ರತಿಕ್ರಿಯೆ ಬರುವುದೋ ಎಂದು ರಾತ್ರಿಯೆಲ್ಲ ನಿದ್ರೆಯಿಲ್ಲದೆ ಕಾದು ಕುಳಿತಿದ್ದರು. ಅವರ ನಿರೀಕ್ಷೆಗೆ ತಕ್ಕಂತೆ ಬೆಳಿಗ್ಗೆ ಅರಮನೆಯ ತುಂಬ ಕೋಲಾಹಲವಾಯಿತು. ಸೇನೆ ವಿದ್ರೋಹ ಮಾಡಿದ ಸುದ್ದಿ ಎಲ್ಲ ಕಡೆ ಹರಡತೊಡಗಿತು. ನಗರ ರಕ್ಷಣೆಗಿರುವ ಸೈನ್ಯದಲ್ಲೇ ಸದ್ಯದ ವ್ಯವಸ್ಥೆ ಮಾಡುವಂತೆ ಚಂದ್ರಗುಪ್ತ ಅಪ್ಪಣೆ ಮಾಡಿದನೆಂದು ಸೈನಿಕರು ಮಾತಾಡಿಕೊಳ್ಳುತ್ತ, ಗಡಿಬಿಡಿಬಿಡಿಯಿಂದ ಓಡಾಡುತ್ತಿರುವುದು ಕಾಣಿಸಿತು.

ಅವರು ಅಲ್ಲಿಂದ ನುಸುಳಿ ಸುಮಿತ್ರನ ಮನೆಯತ್ತ ಹೊರಟರು. ಸ್ವಲ್ಪ ಹೊತ್ತಿಗೇ ನಗರದ ಬೀದಿ ಬೀದಿಗಳಲ್ಲಿ ಇದೇ ವಿಷಯ ಜನರ ಚರ್ಚೆಯ ವಸ್ತುವಾಯಿತು. ವರ್ತಕ ಶ್ರೇಣಿಯ ಅಜಿತ ಮುಂತಾದವರು ತಮ್ಮ ನಿರೀಕ್ಷೆ ಸಫಲವಾಗಬಹುದೆಂದು ಉತ್ಸಾಹಗೊಂಡರು.

ಅಂದು ಮಧ್ಯಾಹ್ನವೇ ಮಂತ್ರಶಾಲೆಯಲ್ಲಿ ಚಾಣಕ್ಯ, ಚಂದ್ರಗುಪ್ತ, ಚರಣ, ನಂದಿಕೇಶ, ಭಾಸ್ಕರ, ಬ್ರಹ್ಮದತ್ತ, ಸಿಂಹಸೇನ, ಪ್ರಭಾಕರ ಎಲ್ಲ ಸೇರಿದರು. ಎಲ್ಲರ ಮುಖದಲ್ಲೂ ಆತಂಕವಿತ್ತು. ಚಾಣಕ್ಯ ಕೆಳಗಣ್ಣಿನಿಂದಲೇ ಸುದತ್ತ ಅಲ್ಲಿರುವುದನ್ನು ಖಚಿತಪಡಿಸಿಕೊಂಡ.

"ಆಚಾರ್ಯ ಏನಿದು ?" ಚಂದ್ರಗುಪ್ತ ಗದರುವ ದನಿಯಲ್ಲಿ ಹೇಳಿದ, "ಇಡೀ ಸೇನೆಯೇ ವಿದ್ರೋಹ ಮಾಡಿ ನಗರ ಬಿಡಬೇಕಾದರೆ ಏನದರ ಅರ್ಥ ?"

“ಇದು ಆ ಸೇನಾಧ್ಯಕ್ಷರ ಒತ್ತಡಕ್ಕೆ ಮಣಿದು ದುಷ್ಟ ವರ್ತಕರ ಬೇಡಿಕೆಯನ್ನು ಈಡೇರಿಸದಿರುವುದರ ಪರಿಣಾಮ. ಅವರು ಅಮಾತ್ಯ ಪದವಿ ತ್ಯಾಗ ಮಾಡಿದ್ದು ಈ ವಿದ್ರೋಹದ ಯೋಜನೆಯಿಂದಲೇ” ಎಂದ ಚಾಣಕ್ಯ.

“ಅದಕ್ಕೆ ನೀವೇ ಕಾರಣ. ನನ್ನ ಮಾತಿಗೆ ಬೆಲೆ ಕೊಟ್ಟು ವರ್ತಕರ ಬೇಡಿಕೆಯನ್ನು ಈಡೇರಿಸಿ, ಸೇನಾಧ್ಯಕ್ಷರನ್ನು ಮರುನೇಮಕ ಮಾಡಿಕೊಂಡಿದ್ದರೆ ಹೀಗಾಗುತ್ತಿರಲಿಲ್ಲ.”

“ಮಹಾರಾಜ, ಸಾಮ್ರಾಜ್ಯದ ಹಿತದೃಷ್ಟಿ ಮುಖ್ಯವೋ ಅಥವಾ ವರ್ತಕರು ಮತ್ತು ಅಮಾತ್ಯರ ಹಿತಾಸಕ್ತಿ ಮುಖ್ಯವೋ ?”

“ನೀವು ಸ್ವಪ್ರತಿಷ್ಠೆಯಿಂದ ಏಕಪಕ್ಷೀಯವಾಗಿ ನಿರ್ಧಾರ ತೆಗೆದುಕೊಳ್ಳುವುದು ನನಗೂ ಇಷ್ಟವಾಗುವುದಿಲ್ಲ” ಚಂದ್ರಗುಪ್ತ ಬೇಸರದಿಂದ ಹೇಳಿದ.

“ಮಹಾರಾಜ, ಆಚಾರ್ಯರನ್ನು ಆಕ್ಷೇಪಿಸಬೇಡಿ. ಪೂರ್ವಾಪರಗಳನ್ನು ಆಲೋಚಿಸದೇ ಅವರು ಯಾವ ಕೆಲಸವನ್ನೂ ಮಾಡುವುದಿಲ್ಲ” ಎಂದ ಚರಣ.

“ಪೂರ್ವಾಪರಗಳನ್ನು ಆಲೋಚಿಸದಿದ್ದರೆ ಸೇನೆ ವಿದ್ರೋಹ ಮಾಡಿ ಹೊರಟು ಹೋಗುವುದನ್ನು ತಡೆಯಬಹುದಾಗಿತ್ತು. ಈಗ ಮುಂದೇನು ಮಾಡಬೇಕು ? ಬೆರಳೆಣಿಕೆಯಷ್ಟು ಸೈನಿಕರನ್ನು ಇಟ್ಟುಕೊಂಡು ಸಾಮ್ರಾಜ್ಯದ ರಕ್ಷಣೆ ಮಾಡುವುದು ಹೇಗೆ ?”

“ಸೇನೆಯಿಲ್ಲದಿದ್ದರೇನು ? ನನ್ನ ಬುದ್ಧಿಶಕ್ತಿ ಇನ್ನೂ ಸೋತು ಹೋಗಿಲ್ಲ ಮಹಾರಾಜ” ಚಾಣಕ್ಯ ಹೇಳಿದ.

“ಇನ್ನೂ ನಿಮ್ಮ ಬುದ್ಧಿಶಕ್ತಿಯನ್ನು ನಂಬಿ ಇಂಥ ಆಪತ್ತಿನ ಪ್ರಸಂಗವನ್ನು ತಂದುಕೊಳ್ಳುವ ಧೈರ್ಯ ನನಗಿಲ್ಲ.”

“ಅಂದರೆ, ನಿಮ್ಮ ಮಾತಿನ ಅರ್ಥ ?”

“ನೀವು ಸಾಧ್ಯವಾದಷ್ಟು ಬೇಗ ಮಹಾಮಾತ್ಯ ಪದವಿಯನ್ನು ಬಿಟ್ಟು ಹೋದರೆ ಸಾಮ್ರಾಜ್ಯಕ್ಕೆ ಕ್ಷೇಮ.”

“ಬೇಗ ಎಂದು ಅನಿಶ್ಚಿತ ಕಾಲಾವಧಿಯ ಗೊಣಗಾಟವೇಕೆ ಮಹಾರಾಜ. ನೀವು ಬಯಸಿದರೆ ಈಗಲೇ, ಈ ಕ್ಷಣವೇ ನಾನು ಮಹಾಮಾತ್ಯ ಪದವಿಯನ್ನು ಬಿಟ್ಟು ಹೋಗುತ್ತೇನೆ.”

“ಬೇಡ ಬೇಡ” ಸಿಂಹಸೇನ ಮತ್ತು ಮಿತ್ರರು ಒಟ್ಟಿಗೆ ಕೂಗಿದರು.

“ಆತುರಬೇಡಿ ಪ್ರಭು” ಸಿಂಹಸೇನ ಹೇಳಿದ, “ಆಚಾರ್ಯರು ಈವರೆಗೆ ಮಾಡಿದ ನಿಸ್ವಾರ್ಥ ಸೇವೆಯನ್ನು ಮರೆಯಬೇಡಿ.”

“ನಿಸ್ವಾರ್ಥವಲ್ಲ ಸಿಂಹಸೇನ. ನಿಜ, ಇವರಿಗೆ ಸುಖಸಂಪತ್ತುಗಳ ಸ್ವಾರ್ಥವಿಲ್ಲ. ಆದರೆ ಅಧಿಕಾರದ ಸ್ವಾರ್ಥವಂತೂ ಇದೆ.”

“ಇದು ತಪ್ಪು ಆಪಾದನೆ ಪ್ರಭು” ನಂದಿಕೇಶ ಹೇಳಿದ, “ರಾಜ್ಯ ಗಳಿಸಿಕೊಳ್ಳುವಲ್ಲಿ ನಿಮಗೆ ನೀಡಿದ ಸಹಾಯವನ್ನು ಮರೆಯುವುದು ಕೃತಘ್ನತೆಯಾಗುತ್ತದೆ.”

“ಇವರಿಗೆ ಕೃತಜ್ಞತೆ ತೋರಿಸುತ್ತಲೇ ಇದ್ದರೆ ಸಾಮ್ರಾಜ್ಯವೂ ಉಳಿಯುವುದಿಲ್ಲ, ಕೃತಜ್ಞತೆ ತೋರಿಸಲು ನಾನೂ ಇರುವುದಿಲ್ಲ.”

“ಎಲ್ಲೋ ಅಚಾತುರ್ಯವಾಗಿದೆ. ಅದನ್ನು ನಾವೆಲ್ಲ ಒಟ್ಟಿಗೆ ಸೇರಿ ನಿರ್ವಹಿಸೋಣ” ಎಂದ ಬ್ರಹ್ಮದತ್ತ.

"ಸರಿಪಡಿಸಲು ಈಗ ಏನು ಉಳಿದಿದೆ ? ನಮ್ಮದೇ ಸೇನೆ ನಮ್ಮ ವಿರುದ್ಧವಾಗಿ ತಿರುಗಿ ಬೀಳುವಾಗ ಪ್ರತಿಭಟಿಸಲು ಈಗ ಎಷ್ಟು ಜನ ಉಳಿದಿದ್ದಾರೆ ?"

"ಗಾಂಧಾರದಿಂದ, ಪಿಪ್ಪಲಿವನದಿಂದ ನಮ್ಮ ಪಡೆಗಳನ್ನು ಕರೆಸೋಣ" ಎಂದ ಭಾಸ್ಕರ.

"ಕರೆಸಬಹುದು, ಅಷ್ಟರಲ್ಲಿ ಏನೇನಾಗುವುದೆಂದು ನೀವು ಊಹಿಸಿದ್ದೀರಾ ? ಸೇನೆಯಿಲ್ಲದೆ ದುರ್ಬಲವಾಗಿರುವ ನಮ್ಮನ್ನು ಶತ್ರುಗಳು ಅಲ್ಲಿಂದ ಸೇನೆ ಬರುವವರೆಗೂ ಕಾಯುತ್ತಾರೆಂದು ಕೊಳ್ಳುವುದು ಅವಿವೇಕ."

"ಆಚಾರ್ಯ, ನಿಮ್ಮ ಆಲೋಚನೆಯೇನು ?" ಪ್ರಭಾಕರ ಚಾಣಕ್ಯನ ಮುಖ ನೋಡಿದ.

"ನನ್ನ ಸ್ವಾಭಿಮಾನಕ್ಕೆ ಧಕ್ಕೆಯಾಗಿದೆ ಪ್ರಭಾಕರ. ಈ ಪದವಿಯಲ್ಲಿ ನನಗೆ ಆಸಕ್ತಿಯಿಲ್ಲ, ಅಧಿಕಾರ ಕೈವಶವಾಗುವವರೆಗೂ ವಿಧೇಯತೆಯಿಂದಿದ್ದ, ಅನಂತರ ಅಧಿಕಾರ ಕೊಟ್ಟವರನ್ನೇ ಕೀಳಾಗಿ ಕಾಣುವ ಈ ಪ್ರವೃತ್ತಿ ನನಗೆ ಚೆನ್ನಾಗಿ ಗೊತ್ತು. ಆದರೆ ಹೀಗೆ ನಾನು ಅವಜ್ಞತೆಯ ಆರೋಪವನ್ನು ಹೊತ್ತು ಹೋಗುವ ಮೊದಲು ಏನಾದರೂ ಮಾಡಿಯೇ ಹೋಗುತ್ತೇನೆ."

"ಅದೇನೆಂದು ಹೇಳಿ ಮಹಾಮಾತ್ಯ" ಚಂದ್ರಗುಪ್ತ ಕೆಣಕುವಂತೆ ಕೇಳಿದ.

"ಅದನ್ನು ಬಾಯಿಬಿಟ್ಟು ಹೇಳುವುದಿಲ್ಲ, ಕೃತಿಯಲ್ಲಿ ಮಾಡಿ ತೋರಿಸುತ್ತೇನೆ. ಹೆದರಬೇಡ, ಶಾಶ್ವತವಾಗಿ ನಿನ್ನ ಹಂಗಿನಲ್ಲಿ ಮಹಾಮಾತ್ಯ ಪದವಿಯನ್ನು ಅನುಭವಿಸುವ ಆಸೆ ನನಗಿಲ್ಲ, ಆದಷ್ಟು ಶೀಘ್ರದಲ್ಲಿ ಪಾಟಲೀಪುತ್ರವನ್ನು ಬಿಡುತ್ತೇನೆ" ಎಂದು ಚಾಣಕ್ಯ ಅಸಮಾಧಾನದಿಂದ ಎದ್ದು ಹೊರಟುಬಿಟ್ಟ.

ಚಂದ್ರಗುಪ್ತನ ಮುಖದಲ್ಲಿ ಕೋಪವಿತ್ತು. ಉಳಿದವರು, ಇಬ್ಬರಲ್ಲಿ ಒಬ್ಬರನ್ನೂ ಬಿಡಲಾಗದ ಸಂದಿಗ್ಧದಲ್ಲಿರುವಂತಿತ್ತು.

"ಒಳ್ಳೆಯ ಹಟಮಾರಿ ಬ್ರಾಹ್ಮಣ" ಚಂದ್ರಗುಪ್ತ ಹೇಳಿದ, "ಬಿಟ್ಟು ಹೋಗುವುದೂ ಇಲ್ಲ, ಇದ್ದು ಸರಿಯಾಗಿ ಕೆಲಸ ಮಾಡುವುದೂ ಇಲ್ಲ, ಬ್ರಾಹ್ಮಣನನ್ನು ಅವನ ಸ್ಥಾನದಲ್ಲಿರಿಸದೇ ಅತ್ಯುನ್ನತ ಸ್ಥಾನವನ್ನು ಕೊಟ್ಟಿದ್ದು ನನ್ನ ತಪ್ಪು."

"ಪ್ರಭು, ಆಚಾರ್ಯರ ಬಗೆಗಿನ ತಮ್ಮ ಅಭಿಪ್ರಾಯ ತುಂಬ ಕಠಿಣವಾಯಿತು" ಎಂದ ಪ್ರಭಾಕರ ಹಿಂಜರಿಯುತ್ತಲೇ.

"ಆ ವಿಷಯವಿರಲಿ, ಮುಂದೇನು ?"

"ಈಗ ನಮ್ಮ ಬಳಿಯಿರುವುದು, ಬರೀ ಪಾಟಲೀಪುತ್ರಕ್ಕೆ ಬಂದಾಗ ನಮ್ಮ ಜೊತೆಯಲ್ಲಿದ್ದ ನಮ್ಮದೇ ಸೈನ್ಯ, ಅಷ್ಟೆ" ಎಂದ ಪ್ರಭಾಕರ.

"ಆ ಸೈನ್ಯ ಎಲ್ಲಿಗೆ ಹೋಗಿರಬಹುದು ? ಈ ವಿದ್ರೋಹಕ್ಕೆ ಯಾರು ಪ್ರಚೋದನೆ ನೀಡಿರಬಹುದು ?" ಚರಣ ತನ್ನಷ್ಟಕ್ಕೆಂಬಂತೆ ಹೇಳಿದ.

"ಇನ್ನಾರು!" ಚಂದ್ರಗುಪ್ತ ಕೋಪದ ಮುಖ ಮಾಡಿಕೊಂಡು ಹೇಳಿದ. "ಆ ಅಮಾತ್ಯ ರಾಕ್ಷಸನೇ ಇರಬೇಕು. ಆಚಾರ್ಯರು ಬಳಸಿದ ತಂತ್ರವನ್ನು ನಮ್ಮ ವಿರುದ್ಧವಾಗಿಯೇ ತಿರುಗಿಸು ತ್ತಿದ್ದಾನೆ. ಅವನು ಆಚಾರ್ಯರಿಗಿಂತ ಬುದ್ಧಿವಂತನೆಂಬುದು ನಿರೂಪಿತವಾಯಿತು. ನಮ್ಮ ಜೀವಗಳು ಉಳಿಯುತ್ತವೋ, ಇಲ್ಲವೋ !"

"ನಾನೊಂದು ಯೋಚನೆ ಮಾಡಿದ್ದೇನೆ" ಚರಣ ಹೇಳಿದ.

'ಏನು' ಎಂಬಂತೆ ಎಲ್ಲ ಅವನ ಮುಖ ನೋಡಿದರು. ಚರಣ ನಿಧಾನವಾಗಿ ಹೇಳಿದ,

"ಬೇರೆ ದಾರಿಯಿಲ್ಲ ಪ್ರಭು, ಶೌರ್ಯ, ಪರಾಕ್ರಮದ ಹೆಸರಿನಲ್ಲಿ ವ್ಯರ್ಥವಾಗಿ ಹೋರಾಡಲು ಹೋಗಿ ಸಾಯುವ ಬದಲು ಸಂಧಾನದ ಪ್ರಸ್ತಾಪವನ್ನು ನಾವೇ ಮುಂದೆ ಮಾಡುವುದು ಒಳ್ಳೆಯದು."

ಅದು ಇಷ್ಟವಿಲ್ಲವೆಂಬಂತೆ ಎಲ್ಲ ತಲೆ ತಗ್ಗಿಸಿ ಸುಮ್ಮನಾದರು. ಚಂದ್ರಗುಪ್ತ ಬಹಳ ನೋವಿನಿಂದೆಂಬಂತೆ "ಅದೊಂದೇ ದಾರಿ ಈಗ ಉಳಿದಿರುವುದು" ಎಂದ. ಕೆಲವು ಕ್ಷಣಗಳ ನಂತರ ತಾನೇ "ಮೊದಲು ಆತಂಕಗೊಂಡಿರುವ ಪ್ರಜೆಗಳಿಗೆ ಸಮಾಧಾನ ಹೇಳುವುದರ ಕಡೆ, ನಗರ ಮತ್ತು ಅರಮನೆಯ ರಕ್ಷಣೆಯ ಕಡೆ ಗಮನ ಕೊಡಿ. ಉಳಿದ ವಿಷಯಗಳನ್ನು ನಿಧಾನವಾಗಿ ಮಾತಾಡೋಣ" ಎಂದು ಚಂದ್ರಗುಪ್ತ ಎದ್ದು ಹೊರಟುಹೋದ. ಸ್ವಲ್ಪ ಹೊತ್ತು ಮಾತಿಲ್ಲದೆ ಕುಳಿತಿದ್ದ ಉಳಿದವರು ನಿಧಾನವಾಗಿ ಅಲ್ಲಿಂದ ಚದರಿದರು.

★ ★ ★

ಅಂದು ರಾತ್ರಿ ಸುದತ್ತ ಸಂಕೇತ ಸ್ಥಳದಲ್ಲಿ ವಿರಾಧಗುಪ್ತನಿಗೆ ಮಂತ್ರಶಾಲೆಯಲ್ಲಿ ನಡೆದ ವಿಷಯವನ್ನೆಲ್ಲಾ ತಿಳಿಸಿದ. ವಿರಾಧಗುಪ್ತ ತಾನು ನಾಳೆಯೇ ರಾಕ್ಷಸನನ್ನು ಭೇಟಿ ಮಾಡುವುದಾಗಿ ಹೇಳಿ, ಎಚ್ಚರದಿಂದಿರುವಂತೆ ಸುದತ್ತನಿಗೆ ಸೂಚನೆ ನೀಡಿ, ಜೀವಸಿದ್ಧಿಯನ್ನು ನೋಡಲು ಬಂದ.

ಸುದತ್ತನನ್ನು ಅವನು ತನ್ನ ಮನೆಗೆ ಹೋಗುವ ಮೊದಲೇ ರಾಜಭಟರು ಬಂಧಿಸಿ ಕರೆದುಕೊಂಡು ಹೋದರು. ಅದು ವಿರಾಧಗುಪ್ತನಿಗೆ ತಿಳಿಯಲಿಲ್ಲ.

ವಿರಾಧಗುಪ್ತ ಈ ಸಂತೋಷದ ವಾರ್ತೆಯನ್ನು ಉತ್ಸಾಹದಿಂದ ಹೇಳಿದಾಗ, ಜೀವಸಿದ್ಧಿ ಮತ್ತು ಸಮಿದ್ಧಾರ್ಥಕ ಬಹಳ ಸಂತೋಷ ನಟಿಸಿದರು.

"ಇನ್ನೇನು, ಚಾಣಕ್ಯ ಚಂದ್ರಗುಪ್ತರ ಕಥೆ ಮುಗಿದಂತೆಯೇ ಆಯಿತು. ಇನ್ನು ಕೆಲವೇ ದಿನಗಳಲ್ಲಿ ಪಾಟಲೀಪುತ್ರದಲ್ಲಿ ಅಮಾತ್ಯ ರಾಕ್ಷಸರ ಅಧಿಕಾರ ನಡೆಯುತ್ತದೆ" ಎಂದ ಜೀವಸಿದ್ಧಿ.

"ಅದರಲ್ಲಿ ಸಂದೇಹವೇನಿದೆ ?" ಎಂದ ಸಮಿದ್ಧಾರ್ಥಕ.

"ಒಂದು ಸಣ್ಣ ಘರ್ಷಣೆಯೂ ಆಗದೆ, ಒಂದು ಪ್ರಾಣಕ್ಕೂ ಹಾನಿಯಾಗದೆ ಅಧಿಕಾರ ಕೈವಶವಾಗುತ್ತದೆ. ನಮ್ಮ ಅಮಾತ್ಯ ರಾಕ್ಷಸರನ್ನು ಎಷ್ಟು ಹೊಗಳಿದರೂ ಸಾಲದು" ಎಂದ ವಿರಾಧಗುಪ್ತ ಹೆಮ್ಮೆಯಿಂದ.

"ಹಾಗಾದರೆ ನೀನು ನಾಳೆ ಹೊರಡುವುದು ಖಚಿತವೋ ?" ಜೀವಸಿದ್ಧಿ ಕೇಳಿದ.

"ಖಂಡಿತ, ನಾಳೆ ಸೂರ್ಯೋದಯವಾಗುವ ವೇಳೆಗೆ ನಾನು ಪಾಟಲೀಪುತ್ರವನ್ನು ಬಿಟ್ಟು ಬಹುದೂರ ಹೋಗಿರುತ್ತೇನೆ. ಬಹುಶಃ ಈಗಾಗಲೇ ಅತ್ತ ಕಡೆಯಿಂದ ಅವರೂ ಹೊರಟಿರುತ್ತಾರೆ. ನಡುದಾರಿಯಲ್ಲೇ ಅವರ ಭೇಟಿಯಾಗುತ್ತದೆ" ಎಂದು ಹೇಳಿ ವಿರಾಧಗುಪ್ತ ಹೊರಟುಹೋದ.

ಚಾಣಕ್ಯನ ಸೂಚನೆಯಂತೆ ಜೀವಸಿದ್ಧಿ ಮತ್ತು ಸಮಿದ್ಧಾರ್ಥಕ ತಕ್ಷಣ ಕುಟೀರದತ್ತ ಹೊರಟರು.

ಅವರು ಹೋಗುವ ವೇಳೆಗಾಗಲೇ ಅಲ್ಲಿ ನಿಪುಣಕ, ಸಿದ್ಧಾರ್ಥಕ ಮತ್ತು ಪಶುಲೋಮ ಕೂಡ ಬಂದಿದ್ದರು. "ಬನ್ನಿ ಬನ್ನಿ, ನಾವು ನಿಮಗಾಗಿಯೇ ಕಾಯುತ್ತಿದ್ದೆವು" ಎಂದು ಚಾಣಕ್ಯ ಸ್ವಾಗತಿಸಿದ.

ಜೀವಸಿದ್ಧಿ ಕುಳಿತ ನಂತರ, ವಿರಾಧಗುಪ್ತ ಹೇಳಿದ ಮಾತು, ಅವನು ನಾಳೆ ಬೆಳಗಿನ ಜಾವದಲ್ಲೇ ಹೊರಡುತ್ತಿರುವ ವಿಷಯ ತಿಳಿಸಿದ. ಚಾಣಕ್ಯ ಪ್ರಸನ್ನನಾದ. ''ಇನ್ನು ನಮ್ಮ ಕೆಲಸಕ್ಕೆ ಯಾವ ಅಡ್ಡಿಯೂ ಇಲ್ಲ'' ಎಂದ ಸಮಾಧಾನದಿಂದ.

ಅಷ್ಟರಲ್ಲಿ ಚರಣ ಕೈಯಲ್ಲಿ ಒಂದು ಮರದ ಕೈಪೆಟ್ಟಿಗೆಯನ್ನು ಹಿಡಿದು ಬಂದು, ಅದನ್ನು ಚಾಣಕ್ಯನೆದುರಿನಲ್ಲಿರಿಸಿ, ''ಆಚಾರ್ಯ, ಇದೇ ಪರ್ವತರಾಜ ಪೌರವ ಧರಿಸಿದ್ದ ಆಭರಣಗಳ ಪೆಟ್ಟಿಗೆ'' ಎಂದ.

ಚಾಣಕ್ಯ ಅದರ ಬಾಯಿ ತೆರೆದು ನೋಡಿ ಸಣ್ಣಗೆ ನಕ್ಕು, ಮತ್ತೆ ಅದರ ಬಾಯಿಮುಚ್ಚಿ ಹೇಳಿದ, ''ಪಶುಲೋಮ, ಈಗ ನೀನೊಬ್ಬ ಶ್ರೀಮಂತನಂತೆ ವೇಷ ಧರಿಸಿಕೊ. ನಿಪುಣಕನೂ ವೇಷ ಮರೆಸಿಕೊಂಡು ನಿನ್ನ ಸೇವಕನಂತೆ ಜೊತೆಗಿರಲಿ. ಅಡ್ಡದಾರಿಗಳ ಮೂಲಕ ಪ್ರಯಾಣ ಮಾಡಿ ಮಲಯಕೇತುವಿನ ಸೇನಾಶಿಬಿರವನ್ನು ಸೇರಿ ಅಲ್ಲಿ ರಾಕ್ಷಸನ ಬಿಡಾರವನ್ನು ಕಂಡು ಹಿಡಿದು, ಬಹಳ ಕಡಿಮೆ ಧನಕ್ಕಾದರೂ ಸರಿ ಈ ಆಭರಣಗಳನ್ನು ಮಾರಿ ಬಂದು ಬಿಡಿ.''

ಪಶುಲೋಮ ಮತ್ತು ನಿಪುಣಕ ಅದಕ್ಕೆ ಸಮ್ಮತಿಸಿದರು.

''ಸಿದ್ಧಾರ್ಥಕ, ತೆಗೆದುಕೊ ಈ ಪತ್ರವನ್ನು. ಇದನ್ನು ಶಕಟದಾಸನ ಬರಹದಲ್ಲಿ ಅನುಕರಿಸಿ ಬರೆ. ಬರೆದ ನಂತರ ಇಂದುಶರ್ಮನ ಬಳಿಯಿರುವ ರಾಕ್ಷಸನ ಮುದ್ರೆ ಹಾಕು. ಆ ಪತ್ರವನ್ನು ತೆಗೆದುಕೊಂಡು ನೀನು ಮಲಯಕೇತುವಿನ ಶಿಬಿರವನ್ನು ಸೇರಿ ಹೀಗೆ ಮಾಡು'' ಎಂದು ಕಿವಿಯಲ್ಲಿ ಹೇಳಿದ.

ಅವನು ಒಪ್ಪಿ ಅಲ್ಲೇ ಅದರ ಪ್ರತಿ ಮಾಡಲು ಕುಳಿತ. ಇದರಿಂದ ಏನು ಪ್ರಯೋಜನವೆಂದು ಕೇಳಲು ತುಟಿಯವರೆಗೆ ಬಂದ ಪ್ರಶ್ನೆಯನ್ನು ಚರಣ ಹಾಗೇ ಅಡಗಿಸಿಕೊಂಡ.

''ಚರಣ, ನಾಳೆ ನೀನು ಮಾಡಬೇಕಾದ ಮೊದಲ ಕೆಲಸವೆಂದರೆ ವರ್ತಕಶ್ರೇಣಿಯ ಅಜಿತ, ಯಶೋಧರ, ಚಂದ್ರನಾಥ, ಬುದ್ಧದಾಸ ಮತ್ತು ಶಕಟದಾಸನನ್ನು ಬಂಧಿಸುವುದು.''

''ವಿಚಾರಣೆ ನಡೆಸಬೇಕೇ ?''

''ವಿಚಾರಣೆ ನಡೆಸಲು ಏನಿದೆ ? ಎಲ್ಲ ಸ್ಪಷ್ಟವಾಗಿ ಗೊತ್ತಿದೆಯಲ್ಲ. ಆದರೆ ಅವರನ್ನು ಸೆರೆಯಾಳುಗಳಂತೆ ಕಾಣುವುದು ಬೇಡ. ಅರಮನೆಯ ಒಂದು ಸುಸಜ್ಜಿತ ಕೋಣೆಯಲ್ಲಿ ಬಲವಾದ ಕಾವಲಿನಲ್ಲಿರಿಸಿ.''

''ಅಪ್ಪಣೆ ಆಚಾರ್ಯ'' ಎಂದ ಚರಣ.

''ನಾಳೆ ಚಂದನದಾಸನನ್ನು ಬಂಧಿಸಿ ಅರಮನೆಗೆ ಕರೆತರುವಂತೆ ಪ್ರಭಾಕರನಿಗೆ ಹೇಳು.''

''ಚಂದನದಾಸನೇ ? ಏಕೆ ?''

''ಅದು ಅವನು ಬಂದಾಗಲೇ ಗೊತ್ತಾಗುತ್ತದೆ. ಇಂದುಶರ್ಮ ಎರಡು ದಿನ ಬಿಟ್ಟು ನೀನು ಹೊರಡು.''

''ನನ್ನ ಕರ್ತವ್ಯವೇನು ?'' ಜೀವಸಿದ್ಧಿ ಕೇಳಿದ.

ಚಾಣಕ್ಯ ಅವನ ಕಿವಿಯಲ್ಲಿ ಏನನ್ನೋ ಹೇಳಿ ''ಈ ಕೆಲಸ ಮುಗಿದುಬಿಟ್ಟರೆ ನಿನ್ನ ಈ ಜೀವಸಿದ್ಧಿಯ ವೇಷಕ್ಕೆ ಕೊನೆ. ಅನಂತರ ನೀನು ಇಂದುಶರ್ಮನಾಗಿಯೇ ಬಹಿರಂಗವಾಗಿ ಓಡಾಡಬಹುದು'' ಎಂದ.

''ಆಗಬಹುದು'' ಎಂದ ಜೀವಸಿದ್ಧಿ ಉತ್ಸಾಹದಿಂದ.

ಅಂತಃಪುರದಲ್ಲಿ ಚಂದ್ರಗುಪ್ತ, ಉಜ್ವಲ, ಶಿವಾಲಿ ಮತ್ತು ಸುಜಾತ ಮಾತಾಡುತ್ತಿದ್ದರು. "ಆಚಾರ್ಯರ ಮರ್ಮವೇ ಅರ್ಥವಾಗುತ್ತಿಲ್ಲ, ಅಂತೂ ಯಾವುದೋ ರಹಸ್ಯ ವಿಷಯ ನಡೆಯುತ್ತಿದೆಯೆಂದು ಮಾತ್ರ ಗೊತ್ತಾಗುತ್ತಿದೆ" ಎಂದ ಚಂದ್ರಗುಪ್ತ.

"ಅವರು ಏನು ಮಾಡಿದರೂ ಸಾಮ್ರಾಜ್ಯದ ಒಳಿತಿಗಾಗಿ ಮಾಡುವರೆಂಬ ಭರವಸೆ ನನಗಿದೆ" ಎಂದಳು ಉಜ್ವಲ.

"ಇಡೀ ಸೈನ್ಯವನ್ನೇ ಕಳಿಸಿದ್ದು ನನಗೇನೋ ಸರಿಯೆನಿಸುತ್ತಿಲ್ಲ, ಅಕಸ್ಮಾತ್ ನಂಬಿಕೆ ದ್ರೋಹವಾದರೆ ?" ಎಂದಳು ಶಿವಾಲಿ.

"ಅಮ್ಮಾ, ಅದು ಸಾಧ್ಯವೇ ಇಲ್ಲ" ಚಂದ್ರಗುಪ್ತ ಹೇಳಿದ, "ಆಚಾರ್ಯರು ಅವುಗಳನ್ನೆಲ್ಲ ಪರಿಶೀಲಿಸದೆ ಇಂಥ ನಿರ್ಧಾರ ತೆಗೆದುಕೊಳ್ಳುವುದಿಲ್ಲ."

"ಹೌದಮ್ಮ" ಸುಜಾತ ಹೇಳಿದಳು, "ಬಲಿಯನ್ನು ತೋರಿಸಿ ಬೇಟೆಯಾಡುವಂತೆ ಆಚಾರ್ಯರು ಬೇಕಾಗಿಯೇ ಅವರಿಗೆ ಅನುಕೂಲಕರವಾದ ಸಂದರ್ಭವನ್ನು ರೂಪಿಸಿದ್ದಾರೆ. ನಿರ್ಭಯವಾಗಿ, ನಿರಾತಂಕವಾಗಿ ಒಳಬಂದ ಶತ್ರು ಸುಲಭವಾಗಿ ಕೈವಶವಾಗುತ್ತಾನೆ."

"ಮಲಯಕೇತುವಿಗೆ ಏನೂ ಅಪಾಯವಾಗದಿದ್ದರೆ ಸಾಕು" ಎಂದಳು ಉಜ್ವಲ.

"ಏನೂ ಆಗುವುದಿಲ್ಲ" ಚಂದ್ರಗುಪ್ತ ಹೇಳಿದ, "ಆಚಾರ್ಯರು ಮಾತುಕೊಟ್ಟ ಮೇಲೆ ಮುಗಿಯಿತು. ಅದರಂತೆ ನಡೆದುಕೊಳ್ಳುತ್ತಾರೆ. ಆದರೂ ಅವರು ಅದಕ್ಕಿಂತ ಹೆಚ್ಚಿನ ಪ್ರಯೋಜನದ ನಿರೀಕ್ಷೆಯಲ್ಲಿರುವಂತೆ ಕಾಣುತ್ತದೆ."

"ಮಲಯಕೇತುವಿನ ಜೀವ ಉಳಿದರೆ, ನಿನಗೊಬ್ಬ ಒಳ್ಳೆಯ ಮಿತ್ರನ ಲಾಭವಾಗುವ ಪ್ರಯೋಜನವೇನು ಕಡಿಮೆಯೇ ?" ಎಂದಳು ಶಿವಾಲಿ.

"ನಾನು ಅದನ್ನು ಬಯಸುತ್ತಿದ್ದೇನೆ."

"ಶತ್ರುಗಳನ್ನು ಕಟ್ಟಿಕೊಂಡು ನನ್ನ ಮಗ ಸಾರ್ವಭೌಮನಾಗಿ ಮೆರೆಯುವುದರ ಬದಲು, ಮಿತ್ರರ ಜೊತೆ ಸಾಮಾನ್ಯ ರಾಜನಾಗಿದ್ದರೆ ಸಾಕು."

"ಅಮ್ಮ, ನನಗೆ ಅಂಥ ದುರಾಸೆಯಿದೆಯೆಂದು ಭಾವಿಸಿದೆಯಾ ? ಆದರೆ ಸದ್ಯದ ಪರಿಸ್ಥಿತಿ ಹೇಗಿದೆಯೆಂದರೆ ಶತ್ರುಗಳನ್ನು ಮುಗಿಸಬೇಕು, ಇಲ್ಲವೇ ಮಿತ್ರರನ್ನಾಗಿ ಪರಿವರ್ತಿಸಬೇಕು."

"ಆ ಎರಡನೆಯ ಮಾರ್ಗವೇ ನನಗೆ ಇಷ್ಟವಾಗುವುದು."

ಉಜ್ವಲ ಹೇಳಿದಳು, "ನಾಡಿದ್ದು ನಾನು, ಸುಗಂಧಿ, ನಮ್ಮ ತಾಯಿ, ಸುಜಾತ ಮತ್ತು ನಮ್ಮ ಸ್ತ್ರೀಪಡೆ ಮಲಯಕೇತುವನ್ನು ಕಾಣಲು ಹೋಗುವಂತೆ ಆಚಾರ್ಯರು ಆದೇಶ ನೀಡಿದ್ದಾರೆ."

"ಬರೀ ಹೆಂಗಸರೇ ಹೋಗುವುದು ಸರಿಯೇ" ಶಿವಾಲಿ ಆತಂಕದಿಂದ ಕೇಳಿದಳು.

"ವಾಸ್ತವವಾಗಿ ಮಲಯಕೇತುವಿನ ಜೊತೆಯಲ್ಲಿ ಮಾಧವಿಯೂ ಬಂದಿರುತ್ತಾಳೆಂದು ಆಚಾರ್ಯರ ಊಹೆ."

"ಆದರೂ ಬರೀ ಹೆಂಗಸರು...?" ಶಿವಾಲಿ ಸಂದೇಹಿಸಿದಳು.

"ಅಮ್ಮ, ಬರೀ ಹೆಂಗಸರೆಂದು ಏಕೆ ಹೆದರುತ್ತೀರಿ ? ನಾವು ಬರೀ ಹೆಂಗಸರಲ್ಲ, ವಿಶೇಷ ಹೆಂಗಸರು, ನಾವು ಯೋಧರು. ನಿಮ್ಮ ಸೊಸೆಯನ್ನು ರಕ್ಷಿಸುವ ಸಾಮರ್ಥ್ಯ ನಮ್ಮಲ್ಲಿದೆ" ಎಂದಳು ಸುಜಾತ.

"ನೀವೇನು ಯುದ್ಧ ಮಾಡಲು ಹೋಗುತ್ತಿರುವಿರಾ ?"

“ಅಮ್ಮಾ” ಚಂದ್ರಗುಪ್ತ ಹೇಳಿದ, “ಈಗ ನೀನು ಹೇಳಿದೆಯಲ್ಲ, ಶತ್ರುಗಳನ್ನು ಮಿತ್ರರಾಗಿ ಪರಿವರ್ತಿಸುವ ಮಾರ್ಗವೇ ನನಗಿಷ್ಟವೆಂದು. ಅದೇ ಮಾರ್ಗ ಇದಾಗಿರಬಹುದು. ಮಾಧವಿಯೂ ಅಲ್ಲಿದ್ದರೆ, ಅವಳ ಮೂಲಕ ಮಲಯಕೇತುವಿನ ತಪ್ಪು ಅಭಿಪ್ರಾಯವನ್ನು ಹೋಗಲಾಡಿಸಬಹುದು.”

“ಹೌದು, ಆಚಾರ್ಯರು ಅದನ್ನೇ ಹೇಳಿದರು. ಅಮ್ಮ ನೀವು ಧೈರ್ಯವಾಗಿರಿ. ನಾವು ಸುರಕ್ಷಿತವಾಗಿ, ಮಾಧವಿಯನ್ನು ಜೊತೆಯಲ್ಲಿ ಕರೆದುಕೊಂಡು ಹಿಂದಿರುಗುತ್ತೇವೆ” ಉಜ್ವಲ ಶಿವಾಲಿಯನ್ನು ಸಮಾಧಾನಪಡಿಸಿದಳು.

## ೮

ಚಂದನದಾಸನ ಮನೆಯಲ್ಲಿ ಉದ್ವಿಗ್ನತೆ ಹೆಚ್ಚಾಗಿತ್ತು. ಪೌರ್ಣಮಿಯ ದಿನ ಅರಮನೆಯಲ್ಲಿ ಚಂದ್ರಗುಪ್ತನ ಜನ್ಮದಿನದ ಸಂಭ್ರಮ ನಡೆಯುತ್ತಿರುವಾಗ ಹಳೆಯ ಸೇನಾಧ್ಯಕ್ಷರು ಪಾಟಲೀಪತ್ರದಿಂದ ಇಡೀ ಸೇನೆಯೊಂದಿಗೆ ಹೊರಟು ಹೋಗಿರುವರೆಂಬುದು ಗೊತ್ತಾದಾಗ, ಇನ್ನೇನು ರಾಕ್ಷಸ ಜಯಶಾಲಿಯಾಗುವನೆಂಬ ಸಂತೋಷವುಂಟಾಯಿತು. ಕೆಲವೇ ದಿನಗಳಲ್ಲಿ ಈ ಗುಪ್ತ ಬದುಕಿನಿಂದ ಬಿಡುಗಡೆ ದೊರೆಯಬಹುದೆಂದು ರಾಕ್ಷಸನ ಪತ್ನಿ ವೈಶಾಲಿ ಸಂಭ್ರಮಗೊಂಡಳು. ಆದರೆ ಚಂದನದಾಸನಿಗೆ ಅಷ್ಟೊಂದು ನಂಬಿಕೆಯಿರಲಿಲ್ಲ. ಚಾಣಕ್ಯ ಅಷ್ಟು ಅವಿವೇಕಿಯೆಂದು ಅವನು ನಂಬಲಿಲ್ಲ.

“ಅವನು ಅವಿವೇಕಿಯಲ್ಲದಿರಬಹುದು. ಆದರೆ ರಾಕ್ಷಸ ಚತುರನೆಂದು ಏಕೆ ನಂಬಬಾರದು ?” ಯಶೋಮತಿ ಕೇಳಿದಳು.

“ಹೌದು, ಅಮಾತ್ಯರ ಬುದ್ಧಿವಂತಿಕೆಯಲ್ಲಿ ನನಗೆ ಭರವಸೆಯಿದೆ” ಎಂದು ವೈಶಾಲಿಯೂ ದನಿಗೂಡಿಸಿದಳು.

“ವಸುಭೂತಿ ಬುದ್ಧಿವಂತನೆಂಬುದನ್ನು ನಾನು ಅಲ್ಲಗಳೆಯುತ್ತಿಲ್ಲ. ಆದರೆ ಚಾಣಕ್ಯ ಅತಿ ಬುದ್ಧಿವಂತನೆಂಬುದನ್ನು ಮರೆಯುವಂತಿಲ್ಲ.”

“ಅತಿ ಬುದ್ಧಿವಂತನೂ ಒಮ್ಮೊಮ್ಮೆ ಎಡವುತ್ತಾನೆ” ಎಂದಳು ಯಶೋಮತಿ.

“ಇಲ್ಲ ಯಶೋಮತಿ” ಚಂದನದಾಸ ಹೇಳಿದ, “ಚಾಣಕ್ಯ ಎಡವಿ ಬೀಳುವ ವ್ಯಕ್ತಿ ಅಲ್ಲವೇ ಅಲ್ಲ. ಹಿಂದಿನ ಅವನ ಜೀವನದ ಘಟನೆಗಳು ಏನೇ ಇರಲಿ, ಅವನು ಪಾಟಲೀಪುತ್ರಕ್ಕೆ ಬಂದಮೇಲಂತೂ ಹೆಜ್ಜೆ ಹೆಜ್ಜೆಗೂ ಅವನು ತಾನು ಎಂಥ ಮೇಧಾವಿಯೆಂಬುದನ್ನು ನಿರೂಪಿಸಿದ್ದಾನೆ. ಇಷ್ಟಾದ ಮೇಲೆ ಅವನು ಅವಜ್ಞೆಯಿಂದ ಇಂಥ ಆಪತ್ತನ್ನು ಆಹ್ವಾನಿಸುತ್ತಾನೆಂದು ಹೇಗೆ ನಂಬುವುದು ?”

“ಹಾಗಾದರೆ, ಅಮಾತ್ಯರ ಪ್ರಯತ್ನ ವಿಫಲವಾಗುತ್ತದೆಯೆ ?” ವೈಶಾಲಿ ಚಿಂತೆ ಆತಂಕಗಳಿಂದ ಕೇಳಿದಳು.

“ವಿಫಲವಾಗುತ್ತದೆಂದು ನಾನು ಖಚಿತವಾಗಿ ಹೇಳುತ್ತಿಲ್ಲ, ಅಥವಾ ವಿಫಲವಾಗಲಿ ಎಂದು ಹಾರೈಸುತ್ತಿಲ್ಲ. ಆದರೆ ವಾಸ್ತವವನ್ನು ಪರಿಶೀಲಿಸುತ್ತಿದ್ದೇನೆ, ಅಷ್ಟೆ.”

ಅಷ್ಟರಲ್ಲಿ ಬಾಗಿಲು ಕಾಯುವ ಸೇವಕ ಆತುರದಿಂದ ಓಡಿಬಂದು “ಯಜಮಾನರೇ ರಾಜಭಟರು ಶಕಟದಾಸನನ್ನು ಬಂಧಿಸಿ ಕರೆದುಕೊಂಡು ಹೋದರಂತೆ” ಎಂದು ಹೇಳಿದ.

ತಕ್ಷಣ ಎಲ್ಲರ ಮುಖ ಕಪ್ಪಿಟ್ಟಿತು. ಭಯದ ಛಾಯೆ ವ್ಯಾಪಿಸಿತು. ಉಸಿರು ವೇಗವಾಯಿತು. ವೈಶಾಲಿಯಂತೂ ಉಡುಗಿಹೋದಳು. ಹತಾಶೆಯ ಅಸಹಾಯಕತೆ ಅವಳ ಮುಖದಲ್ಲಿ ಕಂಡಿತು.

"ಶಕಟದಾಸನನ್ನು ಏಕೆ ಹಿಡಿದುಕೊಂಡು ಹೋದರು ? ರಾಕ್ಷಸನ ಪರವಾಗಿ ಏನಾದರೂ ಕೆಲಸ ಮಾಡಲು ಹೋಗಿ ಸಿಕ್ಕಿಹಾಕಿಕೊಂಡನೆ ? ಅಥವಾ ರಾಕ್ಷಸನ ಆಪ್ತನಾಗಿದ್ದನೆಂದು ಬಂಧಿಸಿದರೆ ? ಅದು ನಿಜವಾದರೆ ನನ್ನ ಸರದಿಯೂ ಬಂದೇ ಬರುತ್ತದೆ ?" ಎಂದು ಚಂದನದಾಸ ತನ್ನಷ್ಟಕ್ಕೇ ಹೇಳಿಕೊಳ್ಳತೊಡಗಿದ.

ಅಷ್ಟರಲ್ಲಿ ಬಾಗಿಲು ದಡದಡ ಬಡಿಯುವ ಸದ್ದು ಕೇಳಿಸಿತು. ಎಲ್ಲ ಬೆಚ್ಚಿಬಿದ್ದರು. ಧೈರ್ಯವಾಗಿರಿ ಎಂದು ಸನ್ನೆ ಮಾಡಿ ಚಂದದಾಸ ಬಾಗಿಲಿಗೆ ಬಂದು ತೆರೆದ. ಎದುರಿಗೆ ಪ್ರಭಾಕರ ನಿಂತಿದ್ದ, ಅವನ ಜೊತೆ ಇಬ್ಬರು ರಾಜಭಟರಿದ್ದರು.

"ನಾನು ಪ್ರಭಾಕರ, ಮಹಾಮಾತ್ಯ ಚಾಣಕ್ಯರ ಆದೇಶದ ಪ್ರಕಾರ ನಿಮ್ಮನ್ನು ಅರಮನೆಗೆ ಕರೆದೊಯ್ಯಲು ಬಂದಿದ್ದೇನೆ."

"ನನ್ನಿಂದ ಏನು ಅಪರಾಧವಾಯಿತು ?"

"ಅದನ್ನು ಮಹಾಮಾತ್ಯರನ್ನೇ ಕೇಳಬೇಕು. ಅವರ ಆಜ್ಞೆಯನ್ನು ಪಾಲಿಸುವುದಷ್ಟೇ ನನ್ನ ಕರ್ತವ್ಯ."

"ಸರಿ, ಬರುತ್ತೇನೆ, ಒಂದು ಕ್ಷಣ, ಉಟ್ಟ ಬಟ್ಟೆ ಮಲಿನವಾಗಿದೆ. ಹಿರಿಯರನ್ನು ಕಾಣಲು ಹೋಗುವಾಗ ಶುಚಿಯಾಗಿರಬೇಕು. ಶುಭ್ರವಸ್ತ್ರವನ್ನು ಧರಿಸಿ ಬರಲು ಸ್ವಲ್ಪ ಕಾಲಾವಕಾಶ ನೀಡಬೇಕು."

"ಆಗಲಿ, ಅಲ್ಲಿಯವರೆಗೆ ನಾನು ಕಾಯುತ್ತೇನೆ."

ಚಂದನದಾಸ ಒಳಗೆ ಬಂದ. ವೈಶಾಲಿ ಹೊರಗೆ ಸದ್ದು ಕೇಳಿಸದಂತೆ ಬಿಕ್ಕಿ ಬಿಕ್ಕಿ ಅಳುತ್ತಿದ್ದಳು. ಯಶೋಮತಿ ಅವಳ ಬೆನ್ನ ಮೇಲೆ ಕೈಯಿರಿಸಿ ಮಾತಿಲ್ಲದೆ ಸಾಂತ್ವನ ನೀಡುತ್ತಿದ್ದಳು. ಮಕ್ಕಳು ಬೆಪ್ಪಾಗಿ ನೋಡುತ್ತಿದ್ದವು.

"ಯಶೋಮತಿ" ಚಂದನದಾಸ ಪಿಸುಮಾತಿನಲ್ಲಿ ಹೇಳಿದ, "ಅಲ್ಲಿಗೆ ಹೋದ ಮೇಲೆ ಏನಾಗುವುದೇ ತಿಳಿಯುವಂತಿಲ್ಲ, ಏನೇ ಆದರೂ ನಾನು ಮಿತ್ರದ್ರೋಹ ಮಾಡುವವನಲ್ಲ, ಆದ್ದರಿಂದ ನಾನು ಅತ್ತ ಹೋದಂತೆ, ಇತ್ತ ನೀನು ಅಮಾತ್ಯರ ಕುಟುಂಬವನ್ನು ಬೇರೆ ಯಾರಾದರೂ ನಮ್ಮ ಆಪ್ತರ ಮನೆಯಲ್ಲಿ ಇರಿಸಿ, ರಹಸ್ಯ ಕಾಪಾಡುವಂತೆ ಬೇಡಿಕೊ. ನಾನು ಬರುತ್ತೇನೆ. ವೈಶಾಲಿ ಧೈರ್ಯವಾಗಿರು, ಏನೂ ಆಗುವುದಿಲ್ಲ, ನಾವು ಅಂಥ ಆಪತ್ತಿಗೆ ಸಿಕ್ಕಿದರೆ ಅಮಾತ್ಯರು ನಮ್ಮನ್ನು ಪಾರು ಮಾಡುತ್ತಾರೆ. ನನ್ನ ಮಿತ್ರನಿಗಾಗಿ ನಾನು ಪ್ರಾಣವನ್ನಾದರೂ ಕೊಡುತ್ತೇನೆಯೇ ಹೊರತು, ನಿಮ್ಮ ರಹಸ್ಯವನ್ನು ನಾನು ಬಿಟ್ಟುಕೊಡುವುದಿಲ್ಲ, ಸಮಾಧಾನವಾಗಿರಿ" ಎಂದು ಹೇಳಿ, ಅವಸರವಸರವಾಗಿ ಬೇರೆ ವಸ್ತ್ರಗಳನ್ನು ತೊಟ್ಟು ಹೊರಬಂದು. "ನಡೆಯಿರಿ" ಎಂದು ಪ್ರಭಾಕರನ ಜೊತೆ ಅರಮನೆಯತ್ತ ಹೊರಟ. ಪ್ರಭಾಕರ ಚಾಣಕ್ಯನ ಸೂಚನೆಯಂತೆ ಅವನನ್ನು ಬೀದಿಯಲ್ಲಿ ಕಾಲುನಡಿಗೆಯಲ್ಲಿ ಕರೆದುಕೊಂಡು ಸಾಗಿದ. ಜನ ಕುತೂಹಲದಿಂದ ಅವರತ್ತಲೇ ನೋಡುತ್ತಿದ್ದರು. ಕೆಲವರು ಸೇನೆ ಹೊರಟುಹೋದುದಕ್ಕೂ, ಈ ಬಂಧನಕ್ಕೂ ಏನೋ ಸಂಬಂಧವಿರಬೇಕೆಂದು ತರ್ಕಿಸಿದರು.

ಮಂತ್ರಶಾಲೆಯಲ್ಲಿ ಚಾಣಕ್ಯ ಉದ್ದೇಶಪೂರ್ವಕವಾಗಿಯೇ ಚಂದ್ರಗುಪ್ತನನ್ನು ತಪ್ಪಿಸಿ ತಾನು, ಚರಣ, ಭಾಗುರಾಯಣರ ಜೊತೆಯಲ್ಲಿ ಕುಳಿತಿದ್ದ.

"ಮಹಾಮಾತ್ಯ, ಚಂದನದಾಸನನ್ನು ಕರೆತಂದಿದ್ದೇನೆ" ಎಂದು ಪ್ರಭಾಕರ ಹೇಳಿದಾಗ ಚಾಣಕ್ಯ ತಲೆಯೆತ್ತಿ ನೋಡಿದ. ಸಾತ್ವಿಕತೆಯೇ ಮೈವೆತ್ತಂತಿದ್ದ ಚಂದನದಾಸ ಅವನತ್ತ ನೋಡಿ ನಮಸ್ಕರಿಸಿದ. ಭೀತಿಯನ್ನು ಅಡಗಿಸಿ ಅವನು ಸಹಜವಾಗಿರಲು ಪ್ರಯತ್ನಿಸುತ್ತಿರುವಂತಿತ್ತು.

"ಓಹೋ, ನೀನೇ ಚಂದನದಾಸನೋ ?"

"ಹೌದು ಮಹಾಮಾತ್ಯ"

"ನಿನ್ನ ವ್ಯಾಪಾರ ಹೇಗೆ ನಡೆಯುತ್ತಿದೆ."

"ತಮ್ಮ ಕೃಪೆಯಿಂದ ಸುಸೂತ್ರವಾಗಿ ನಡೆಯುತ್ತಿದೆ."

"ರತ್ನಪಡಿ ವ್ಯಾಪಾರಿಯಲ್ಲವೆ ನೀನು ? ಬಹಳ ಸಂಪತ್ತನ್ನು ಸಂಪಾದಿಸಿರಬೇಕು ?"

"ಸಂಪಾದಿಸಬಹುದಾಗಿತ್ತು, ಆದರೆ ನಾನು ಧರ್ಮಸಮ್ಮತವಾದ ಲಾಭದಿಂದ ತೃಪ್ತನಾಗಿದ್ದೇನೆ. ನಾನು, ನನ್ನ ಕುಟುಂಬ ವೈಭವದಿಂದಲ್ಲದಿದ್ದರೂ ನೆಮ್ಮದಿಯಿಂದ ಬದುಕಲು ಅಗತ್ಯವಾದಷ್ಟನ್ನು ಸಂಪಾದಿಸಿದ್ದೇನೆ. ಕಾಲಕಾಲಕ್ಕೆ ನಿಯಮಿತವಾಗಿ ರಾಜಭಂಡಾರಕ್ಕೆ ಸಲ್ಲಿಸಬೇಕಾದ ಕರವನ್ನು ತಪ್ಪದೆ ಸಲ್ಲಿಸುತ್ತ ಬಂದಿದ್ದೇನೆ."

"ವರ್ತಕ ಶ್ರೇಣಿಯಲ್ಲಿ ನಿನಗೆ ಹೆಚ್ಚಿನ ಮಾನ್ಯತೆಯಿದೆಯೆಂದು ನಾನು ಬಲ್ಲೆ."

"ಇತ್ತು, ಈಗಿಲ್ಲ, ಏಕೆಂದರೆ, ಕೆಲವು ಕಾಲದಿಂದ ಅವರ ಧೋರಣೆ ನನಗೆ ಇಷ್ಟವಾಗದೆ ಶ್ರೇಣಿಯ ಸಂಪರ್ಕವನ್ನು ಕಡಿದುಕೊಂಡಿದ್ದೇನೆ."

"ಹಾಗಾದರೆ, ಸೇನೆಯ ವಿದ್ರೋಹವನ್ನು ಪ್ರಚೋದಿಸಿ, ಬೇರೆ ವರ್ತಕರಂತೆ ನೀವು ಲಕ್ಷ ಲಕ್ಷ ಧನ ಸುರಿಯಲಿಲ್ಲವೆ ?"

"ಇಲ್ಲ, ಅಷ್ಟು ಧನವೂ ನನ್ನಲಿಲ್ಲ."

"ಇದನ್ನು ನಾವು ನಂಬಬೇಕೆ ?"

"ನಾನು ಸತ್ಯವನ್ನು ಪ್ರಾಮಾಣಿಕವಾಗಿ ಹೇಳುತ್ತಿರುವುದರಿಂದ ನಂಬಬೇಕೆಂದು ನನ್ನ ನಿರೀಕ್ಷೆ. ಈ ಪಾಟಲೀಪುತ್ರದಲ್ಲಿ ಚಂದನದಾಸ ಸುಳ್ಳು ಹೇಳುವುದಿಲ್ಲವೆಂಬ ಪ್ರತೀತಿಯಿದೆ. ನಿಮಗೆ ನಂಬಿಕೆ ಬಾರದಿದ್ದರೆ ನಿಮಗೆ ಸರಿ ಕಂಡಂತೆ ಪರೀಕ್ಷಿಸಿ ಸತ್ಯಾಸತ್ಯತೆಯನ್ನು ತಿಳಿಯಬಹುದು."

ಅವನು ಪ್ರಾಮಾಣಿಕ, ಸತ್ಯವಂತನೆಂಬುದು ಚಾಣಕ್ಯನಿಗೆ ಮನವರಿಕೆಯಾಯಿತು. ಈಗ ನಿಜವಾದ ವಿಷಯಕ್ಕೆ ಬಂದ. "ನಿನ್ನ ಸಂಪತ್ತಿನ ಬಗ್ಗೆ ಸತ್ಯವಂತಿಕೆಯ ಬಗ್ಗೆ ಆಮೇಲೆ ಗಮನ ಹರಿಸೋಣ. ಈಗ ನನ್ನ ಒಂದು ಪ್ರಶ್ನೆಗೆ ಉತ್ತರ ಕೊಡು."

"ಏನು ಹೇಳಿ."

"ಸತ್ಯವನ್ನೇ ಹೇಳಬೇಕು."

"ಖಂಡಿತ, ನಾನು ಸತ್ಯವನ್ನೇ ಹೇಳುತ್ತೇನೆ."

"ನೀನು ಅಮಾತ್ಯರಾಕ್ಷಸನಿಗೆ ಪರಮಾಪ್ತನಲ್ಲವೆ ?"

"ಹೌದು, ಆತ ನನ್ನ ಬಾಲ್ಯ ಸ್ನೇಹಿತ. ಅತ್ಯಂತ ಆಪ್ತ."

"ಶಕಟದಾಸ ?"

"ಅವನು ನಮ್ಮಿಬ್ಬರಿಗೂ ಮಿತ್ರ."

"ರಾಕ್ಷಸ ನಗರದಿಂದ ತಲೆತಪ್ಪಿಸಿಕೊಂಡು ಓಡಿಹೋಗಿರುವ ವಿಷಯ ನಿನಗೆ ಗೊತ್ತಿರಬೇಕು."

"ಗೊತ್ತಿದೆ. ಅವನ ದುರವಸ್ಥೆಗಾಗಿ ನನ್ನಲ್ಲಿ ಮರುಕವೂ ಇದೆ."

"ನಿನಗೆ ಅವನ ಬಗ್ಗೆ ಮಾತ್ರ ಮರುಕವಿದೆ, ಚಂದ್ರಗುಪ್ತ ಮಹಾರಾಜರ ಆಳ್ವಿಕೆಯ ಬಗ್ಗೆ ನಿನಗೆ ವಿರೋಧವಿದೆಯೆಂದು ನನಗೆ ಗೊತ್ತು."

"ಚಂದ್ರಗುಪ್ತ ಮಹಾರಾಜರ ಆಳ್ವಿಕೆಯನ್ನು ನಾನು ವಿರೋಧಿಸುತ್ತಿರುವೆನೆಂದು ಹೇಳಲಿಲ್ಲ."

"ಅರ್ಥ ಅದೇ ಅಲ್ಲವೇ ? ವಿರೋಧವಿಲ್ಲದಿದ್ದರೂ ಉದಾಸೀನವಂತೂ ಇದೆ. ಇಲ್ಲವಾದರೆ ಸಿಂಹಾಸನದ ಶತ್ರುವಿನ ಹೆಂಡತಿ ಮಗನನ್ನು ನಿನ್ನ ಮನೆಯಲ್ಲಿ ಗುಪ್ತವಾಗಿ ಇರಿಸಿ ಕೊಳ್ಳುತ್ತಿರಲಿಲ್ಲ."

ಒಂದು ಕ್ಷಣ ವಿಚಲಿತನಾದ ಚಂದದಾಸ 'ಈ ರಹಸ್ಯ ಇವನಿಗೆ ಹೇಗೆ ಗೊತ್ತಾಯಿತು' ಎಂದು ಅಚ್ಚರಿ ಮತ್ತು ಆತಂಕದಿಂದ ಯೋಚಿಸುತ್ತಿರುವಾಗ ಚಾಣಕ್ಯ ಅವನ ಮುಖ ಭಾವವನ್ನೇ ಗಮನಿಸುತ್ತಿದ್ದ.

ಚಂದನದಾಸ ಮುಖದಲ್ಲಿ ಕೃತಕ ನಗು ತಂದುಕೊಂಡು ಹೇಳಿದ, "ಮಹಾಮಾತ್ಯ, ಯಾರು ಸಿಂಹಾಸನದ ಶತ್ರು ? ಯಾರ ಹೆಂಡತಿ ಮಕ್ಕಳು ? ನನಗೊಂದೂ ಅರ್ಥವಾಗುತ್ತಿಲ್ಲ."

ಚರಣ ಹೇಳಿದ, "ಅಮಾತ್ಯ ರಾಕ್ಷಸ ಸಿಂಹಾಸನದ ಶತ್ರು. ಅವನ ಹೆಂಡತಿ ಮಕ್ಕಳಿಗೆ ನಿನ್ನ ಮನೆಯಲ್ಲಿ ನೀನು ಆಶ್ರಯ ಕೊಟ್ಟಿರುವೆಯೆಂದು ಮಹಾಮಾತ್ಯರು ಹೇಳುತ್ತಿದ್ದಾರೆ."

"ಸುಳ್ಳು, ನಿಮಗೆ ಯಾರೋ ಸುಳ್ಳು ಹೇಳಿದ್ದಾರೆ."

"ನೀನೇ ಸುಳ್ಳು ಹೇಳುತ್ತಿರುವೆ." ಚಾಣಕ್ಯ ದೃಢವಾಗಿ ಹೇಳಿದ, "ರಾಕ್ಷಸನ ಹೆಂಡತಿ ಮಕ್ಕಳು ನಿನ್ನ ಮನೆಯಲ್ಲಿಲ್ಲವೆ ?"

"ಇಲ್ಲ, ಅವರು ನನ್ನ ಮನೆಯಲ್ಲಿ ಏಕೆ ಇರುತ್ತಾರೆ ?"

"ಅವನು ನಿನಗೆ ಪರಮಾಪ್ತನೆಂದು ನೀನೇ ಹೇಳಿದೆ. ಅವನ ದುರವಸ್ಥೆಗಾಗಿ ಮರುಕ ವಿದೆಯೆಂದೂ. ನೀನೇ ಒಪ್ಪಿಕೊಂಡೆ."

"ಅಂದ ಮಾತ್ರಕ್ಕೆ ಅವನ ಹೆಂಡತಿ ಮಕ್ಕಳನ್ನು ನಾನೇಕೆ ಇರಿಸಿಕೊಳ್ಳಲಿ ? ಅವರು ಎಲ್ಲಿ ಹೋದರೋ, ಏನಾದರೋ ಎಂದು ನಾನೇ ಚಿಂತೆ ಮಾಡುತ್ತಿದ್ದೇನೆ."

ಅಷ್ಟರಲ್ಲಿ ಮಾತಂಗ ಬಂದು "ಮಹಾಮಾತ್ಯ ರಾಜದ್ರೋಹಿಯಾದ ಶಕಟದಾಸನನ್ನು ಸ್ವತಃ ಚಕ್ರವರ್ತಿಗಳೇ ವಿಚಾರಣೆ ನಡೆಸಿ ಶಿಕ್ಷೆ ವಿಧಿಸುವರಂತೆ, ತಾವೂ ಬರಬೇಕಂತೆ" ಎಂದು ಹೇಳಿದ.

"ಇಲ್ಲಿಯ ವಿಚಾರಣೆಯನ್ನು ಮುಗಿಸಿ ಬರುತ್ತೇನೆಂದು ಹೇಳು" ಎಂದು ಅವನನ್ನು ಕಳಿಸಿ ಚಾಣಕ್ಯ ಮತ್ತೆ ಚಂದದಾಸನ ಕಡೆ ತಿರುಗಿ ಹೇಳಿದ, "ರಾಜದ್ರೋಹಿಗಳಿಗೆ ಶಿಕ್ಷೆ ಯೇನೆಂದು ಗೊತ್ತೆ ?"

"ಮಹಾಮಾತ್ಯ, ಹಾಗಾದರೆ ಶಕಟದಾಸನಿಗೆ ಮರಣದಂಡನೆ ನಿಶ್ಚಿತವೆ ?" ಎಂದು ಭಾಗುರಾಯಣ ಕೇಳಿದ.

"ಅದರಲ್ಲಿ ಸಂದೇಹವೇಕೆ ?" ಚರಣ ಹೇಳಿದ, "ರಾಜದ್ರೋಹಿಗಳು ಯಾರೇ ಆದರೂ ಮರಣದಂಡನೆಯೇ ಶಿಕ್ಷೆ. ಈ ರಾಜಶಾಸನವನ್ನು ಸ್ವತಃ ಚಕ್ರವರ್ತಿಗಳೂ ಮೀರುವಂತಿಲ್ಲ."

ಇವರು ಮರಣದಂಡನೆಯ ಭಯಹುಟ್ಟಿಸಿ ತನ್ನ ಬಾಯಿಬಿಡಿಸಲು ಪ್ರಯತ್ನಿಸುತ್ತಿರುವರೆಂದು ಚಂದನದಾಸನಿಗೆ ಅರ್ಥವಾಗಿ ಹೋಯಿತು. ಒಂದು ವೇಳೆ ಮರಣದಂಡನೆಯನ್ನು ವಿಧಿಸಿದರೂ ಚಿಂತೆಯಿಲ್ಲ, ಸತ್ಯವನ್ನು ಹೇಳಲೇಬಾರದೆಂದು ಗಟ್ಟಿ ಮನಸ್ಸು ಮಾಡಿಕೊಂಡ.

"ಚಂದನದಾಸ, ಕೇಳಿದೆಯಾ ?" ಎಂದ ಚಾಣಕ್ಯ.

"ಕೇಳಿದೆ, ರಾಜದ್ರೋಹ ಮಾಡಿದ್ದರೆ ತಾನೆ ಮರಣದಂಡನೆಯ ಭಯ ?" ಎಂದ ಚಂದನದಾಸ ನಿರಾತಂಕವಾಗಿ.

"ಅಂದರೆ, ನೀನು ರಾಜದ್ರೋಹ ಮಾಡಿಲ್ಲವೆ ? ರಾಕ್ಷಸನ ಕುಟುಂಬಕ್ಕೆ ಆಶ್ರಯ ನೀಡಿಲ್ಲವೆ ?"

"ಇಲ್ಲ, ಇಲ್ಲ, ಇಲ್ಲ"

"ನೀನು ಸುಳ್ಳು ಹೇಳುತ್ತಿದ್ದಿ. ರಾಕ್ಷಸನ ಕುಟುಂಬವನ್ನು ತಂದೊಪ್ಪಿಸಿದರೆ ಸರಿ, ಇಲ್ಲವಾದರೆ ?" ಚಾಣಕ್ಯ ಗುಡುಗಿದ.

"ಮಹಾಮಾತ್ಯ, ರಾಕ್ಷಸನ ಕುಟುಂಬ ನನ್ನಲ್ಲಿದ್ದರೂ ನಾನು ನಿಮಗೆ ಒಪ್ಪಿಸುವವನಲ್ಲ. ಅಂದಮೇಲೆ ಇಲ್ಲದವರನ್ನು ಎಲ್ಲಿಂದ ತಂದೊಪ್ಪಿಸಲಿ ?"

"ನಿನ್ನನ್ನು ಮರಣದಂಡನೆಗೆ ಗುರಿ ಮಾಡಲಾಗುತ್ತದೆ."

"ನಾನು ಸಿದ್ಧನಾಗಿದ್ದೇನೆ."

ಅವನ ಮಿತ್ರಪ್ರೇಮವನ್ನು ಚಾಣಕ್ಯ ಮನಸ್ಸಿನಲ್ಲೇ ಮೆಚ್ಚಿದ. 'ಭಲಾ ರಾಕ್ಷಸ ! ಇಂಥ ಪ್ರಾಣಮಿತ್ರನನ್ನು ಪಡೆದ ನೀನು ಅದೃಷ್ಟವಂತ !' ಎಂದುಕೊಂಡ. 'ಚಂದನದಾಸ ಅವನಿಗಾಗಿ ಪ್ರಾಣಕೊಡಲು ಸಿದ್ಧನಾಗಿರುವಾಗ, ಇವನ ಪ್ರಾಣವುಳಿಸಲು ಅವನೂ ಬಂದೇ ಬರಬೇಕಲ್ಲವೆ ?' ಎಂದುಕೊಂಡ. ಈ ಆಲೋಚನೆಯಿಂದ ಚಾಣಕ್ಯ ಪುಳಕಿತನಾದ. ಎರಡು ಕ್ಷಣದ ನಂತರ ಮುಖವನ್ನು ಗಂಟಿಕ್ಕಿಕೊಂಡು ಕಠಿಣವಾಗಿ ಹೇಳಿದ, "ಈ ರಾಜದ್ರೋಹಿಯನ್ನು ಅರಮನೆಯ ಒಂದು ಕೋಣೆಯಲ್ಲಿ ಬಂಧಿಸಿಡಿ. ಚಕ್ರವರ್ತಿಗಳ ಸಮ್ಮತಿ ದೊರೆತ ಕೂಡಲೇ ನೇಣಿಗೆ ಹಾಕಿ."

ಚರಣ ರಾಜಸೇವಕರಿಂದ ಚಂದನದಾಸನನ್ನು ಹಿಡಿಸಿ, ಅಲ್ಲಿಂದ ಕರೆದುಕೊಂಡು ಹೋದ.

ಅವರು ಅತ್ತ ಹೋದ ಮೇಲೆ ಮಾತಂಗ ಬಂದು ಹೇಳಿದ, "ಆಚಾರ್ಯ, ಪ್ರಭಾಕರ ಇತ್ತ ಬಂದ ಕೂಡಲೇ, ಅತ್ತ ಚಂದನದಾಸನ ಹೆಂಡತಿ ರಾಕ್ಷಸನ ಹೆಂಡತಿ ಮಗನನ್ನು ಬೇರೆ ಕಡೆಗೆ ಕರೆದುಕೊಂಡು ಹೊರಟಳು. ದಾರಿಯಲ್ಲಿ ನಾನು ಅವರನ್ನ ತಡೆದು ಪಲ್ಲಕ್ಕಿಯಲ್ಲಿ ಕೂಡಿಸಿ, ನೀವು ಹೇಳಿದ ಸ್ಥಳದಲ್ಲಿ ಬಿಟ್ಟು ಬಂದಿದ್ದೇನೆ. ಹಾಗೆಯೇ ನೀವು ಹೇಳಿದ ಮಾತನ್ನೂ ಅವರಿಗೆ ಹೇಳಿದ್ದೇನೆ."

"ಒಳ್ಳೆಯ ಕೆಲಸ ಮಾಡಿದೆ. ಈಗ ಇನ್ನೊಂದು ಕೆಲಸ ಉಳಿದಿದೆ. ಇಂದಿಗೆ ಮೂರನೇ ದಿನ ರಾಜದ್ರೋಹಿಗಳಾದ ಚಂದನದಾಸ ಮತ್ತು ಶಕಟದಾಸನಿಗೆ ಮರಣದಂಡನೆ ವಿಧಿಸುವರೆಂಬ ಸುದ್ದಿಯನ್ನು ನಗರದಲ್ಲಿ ಜನ ಮಾತಾಡಿಕೊಳ್ಳುವಂತೆ ಮಾಡು. ಪ್ರಕಟಣೆ ಹೊರಡಿಸುವುದು ಬೇಡ."

"ಆಗಲಿ ಆಚಾರ್ಯ."

ಚಂದನದಾಸನನ್ನು ಸುದತ್ತ, ಶಕಟದಾಸ, ಅಜಿತ, ಯಶೋಧರ, ಬುದ್ಧದಾಸ ಮತ್ತು ಚಂದ್ರನಾಥರನ್ನು ಇರಿಸಿದ ಕೋಣೆಯಲ್ಲೇ ಚರಣ ತಂದಿರಿಸಿದ. ಶಕಟದಾಸನನ್ನು ಆಗಲೇ ವಿಚಾರಣೆಗೆ ಕರೆದುಕೊಂಡು ಹೋಗಲಾಗಿತ್ತು.

ಮೃತ್ಯುಭೀತಿಯಿಂದ ತಲ್ಲಣಿಸುತ್ತಿರುವ ಅವರನ್ನೆಲ್ಲ ಕಂಡು ಚಂದನದಾಸನಿಗೆ ಅಯ್ಯೋ ಎನಿಸಿತು.

''ನಿಮ್ಮದೇನು ಅಪರಾಧ? ನಿಮಗೆ ಯಾವ ಶಿಕ್ಷೆ?'' ಎಂದು ಎಲ್ಲ ಅವನನ್ನು ಸುತ್ತುವರಿದರು.

''ಅಮಾತ್ಯ ರಾಕ್ಷಸನ ಆಪ್ತನಾಗಿರುವುದೇ ದೊಡ್ಡ ಅಪರಾಧ'' ಎಂದ ಚಂದನದಾಸ ವಿಷಾದದಿಂದ. ಆದರೆ ಬಾಯಿ ತಪ್ಪಿ ಕೂಡ ರಾಕ್ಷಸನ ಹೆಂಡತಿ ಮಗ ತನ್ನ ರಕ್ಷಣೆಯಲ್ಲಿರು ವರೆಂದು ಹೇಳಲಿಲ್ಲ.

ವರ್ತಕರು ತಮ್ಮ ವಿಷಯಗಳನ್ನೆಲ್ಲ ಹೇಳಿದರು. ಸುದತ್ತ ತಾನು ಮಾಡಿದ್ದನ್ನೆಲ್ಲ ಹೇಳಿದ. ಶಕಟದಾಸನ ವಿಷಯ ಈಗಾಗಲೇ ಗೊತ್ತಿದ್ದರಿಂದ ಅವರು ಅವನ ಅಪರಾಧವನ್ನು ಹೇಳಿದರು. ಅವರದೆಲ್ಲ ಸ್ಪಷ್ಟವಾಗಿ ಗೋಚರಿಸುವಂಥ ಗುರುತರ ಅಪರಾಧಗಳಾಗಿದ್ದವು. ಸುದತ್ತನನ್ನು ಹಿಡಿದೇ ರಾಕ್ಷಸನ ಎಲ್ಲ ಚಟುವಟಿಕೆಗಳನ್ನು ಚಾಣಕ್ಯ ತಿಳಿದಿರುವುದರಿಂದ ಮುಂದಿನ ಕಾರ್ಯ ಯಶಸ್ವಿಯಾಗುವುದು ಸಂದೇಹಾಸ್ಪದ ಎಂದು ಚಂದನದಾಸ ಅಂದುಕೊಂಡ. ಸೇನೆಯ ವಿದ್ರೋಹ ಬರೀ ನಾಟಕ, ಎಂಬುದೂ ಖಚಿತವಾಯಿತು. ರಾಕ್ಷಸ ಎಲ್ಲಿ ಪ್ರಾಣಾಪಾಯಕ್ಕೆ ಸಿಕ್ಕುತ್ತಾನೋ ಎಂದು ಭಯಗೊಂಡ.

''ಸೆರೆಮನೆಗೆ ದೂಡದೆ ನಮ್ಮನ್ನೆಲ್ಲ ಇಲ್ಲೇಕೆ ಇರಿಸಿದ್ದಾರೆ?'' ಎಂದು ಅಜಿತ ಕೇಳಿದ.

''ಬಹಿರಂಗವಾದರೆ ಜನ ರೊಚ್ಚಿಗೇಳುವರೆಂಬ ಭಯದಿಂದ ಗುಪ್ತವಾಗಿ ವಿಚಾರಣೆ ನಡೆಸಿ, ಗುಪ್ತವಾಗಿಯೇ ನಮ್ಮ ಕಥೆ ಮುಗಿಸಲು ಯೋಚಿಸಿರುತ್ತಾರೆ'' ಎಂದ ಚಂದನದಾಸ.

''ಹಾಗಾದರೆ ನನಗೂ ಮರಣದಂಡನೆಯೇ?'' ಎಂದು ಸುದತ್ತ ಅಳತೊಡಗಿದ.

''ಸುದತ್ತ, ಸಮಾಧಾನ ತಂದುಕೊ'' ಚಂದನದಾಸ ಸಂತೈಸಿದ, ''ಕೊಲೆ, ಸುಲಿಗೆ, ಕಳ್ಳತನ ದಂಥ ನೀಚಕಾರ್ಯ ಮಾಡಿ ನೀನು ಸಾಯುತ್ತಿಲ್ಲ, ನಿನ್ನ ಒಡೆಯನ ಸೇವೆಯನ್ನು ನಿಷ್ಠೆಯಿಂದ ಮಾಡಿ ಸಾಯುತ್ತೀಯ. ಅದಕ್ಕೆ ಹೆಮ್ಮೆ ಪಡು.''

''ಕೈಗೆ ಬಂದ ತುತ್ತು ಬಾಯಿಗಿಲ್ಲದಂತಾಯಿತು'' ಯಶೋಧರ ಪೇಚಾಡಿದ. ''ನಮ್ಮ ರಹಸ್ಯಗಳೆಲ್ಲ ಹೇಗೆ ಬಯಲಾದವು, ಎಂಬುದೇ ಆಶ್ಚರ್ಯಕರವಾಗಿದೆ.''

''ಚಾಣಕ್ಯ ಮಹಾಬುದ್ಧಿವಂತ. ಶತ್ರುವಾದರೂ ನಾವು ಅವನ ಶಕ್ತಿಯನ್ನು ಮೆಚ್ಚಲೇ ಬೇಕು'' ಎಂದ ಚಂದನದಾಸ.

''ಇವರಿಗೂ ಒಂದು ಹತ್ತುಲಕ್ಷ ಕೊಟ್ಟುಬಿಟ್ಟರೆ, ನಮ್ಮನ್ನ ಜೀವಸಹಿತ ಬಿಡ ಬಹುದಲ್ಲವೆ?'' ಬುದ್ಧದಾಸ ಕೇಳಿದ.

ಚಂದನದಾಸ ಹೇಳಿದ, ''ಬುದ್ಧಧರ್ಮಾವಲಂಬಿಗಳಾದ ನಿಮ್ಮಂಥವರೂ ಅತಿಲೋಭದಿಂದ ಅತಿಯಾದ ಸಂಪತ್ತು ಸಂಗ್ರಹಿಸಿರುವುದರಿಂದಲೇ ನಿಮ್ಮ ಮೇಲೆ ಅವನ ಕಣ್ಣು. ನೀವು ಕೊಡುವು ದಿರಲಿ, ಅವನೇ ಬರೀ ಹತ್ತು ಲಕ್ಷವಲ್ಲ, ಕಡೆಯ ಮುದ್ರೆಯವರೆಗೂ ನಿಮ್ಮ ಸಂಪತ್ತನ್ನು ಬಲವಂತವಾಗಿ, ಆದರೆ ಶಾಸನಬದ್ಧವಾಗಿ ಕಿತ್ತುಕೊಂಡು ಭಂಡಾರಕ್ಕೆ ಸೇರಿಸುತ್ತಾನೆ.''

''ತೆಗೆದುಕೊಂಡರೆ ತೆಗೆದುಕೊಳ್ಳಲಿ, ಎಲ್ಲವನ್ನೂ ಕಿತ್ತುಕೊಳ್ಳಲಿ ಮಹಾರಾಯ, ಜೀವಸಹಿತ ಬಿಟ್ಟರೆ ಸಾಕು'' ಎಂದ ಚಂದ್ರನಾಥ.

''ಜೀವಕ್ಕಿಂತ ಧನವೇ ದೊಡ್ಡದೆಂದು ಮೊದಲು ಭಾವಿಸಿದ್ದಿರಿ. ಈಗ ಪ್ರಾಣಕ್ಕೇ ಆಪತ್ತು

ಬಂದಿರುವಾಗ ಧನಕ್ಕಿಂತ ಜೀವವೇ ದೊಡ್ಡದೆನ್ನುತ್ತಿದ್ದೀರಿ. ಧನಕ್ಕಿಂತ ಧರ್ಮವೇ ದೊಡ್ಡದೆಂದು ನಡೆದುಕೊಂಡಿದ್ದರೆ ನಿಮಗೆ ಈ ಸ್ಥಿತಿ ಬರುತ್ತಿರಲಿಲ್ಲ.''

''ಧರ್ಮವೇ ದೊಡ್ಡದೆಂದು ನಡೆದುಕೊಂಡ ನಿಮಗೂ ಇಂಥ ದುಸ್ಥಿತಿ ಬಂತಲ್ಲ ಚಂದನದಾಸರೇ ?'' ಅಜಿತ ಕೇಳಿದ.

''ಅದಕ್ಕಲ್ಲ ಧನಕ್ಕಿಂತ, ಧರ್ಮಕ್ಕಿಂತ, ಮಿತ್ರಪ್ರೇಮವೇ ದೊಡ್ಡದೆಂದು ಭಾವಿಸಿದ್ದಕ್ಕೆ ಈ ಸ್ಥಿತಿ. ಇದರಿಂದ ನನಗೆ ಪಶ್ಚಾತ್ತಾಪವಿಲ್ಲ, ನಾನು ಸಾವನ್ನು ಸಂತೋಷದಿಂದ ಸ್ವಾಗತಿಸುತ್ತೇನೆ.''

ಅವರ ಮಾತುಕತೆ ಮುಗಿಯುವ ವೇಳೆಗೆ ಶಕಟದಾಸನನ್ನು ಅಲ್ಲಿಗೆ ತಂದುಬಿಟ್ಟು ಹೋದರು. ಅವನು ಸ್ವಲ್ಪ ಹೊತ್ತು ಮಾತಿಲ್ಲದೆ ಮೌನವಾಗಿ ಕುಳಿತುಬಿಟ್ಟ. ಅಲ್ಲಿ ಏನು ನಡೆದಿರಬಹುದೆಂದು ಎಲ್ಲರಿಗೂ ತಿಳಿದುಹೋಯಿತು. ಸುರಂಗದಲ್ಲಿ ಕೊಲೆಗಡುಕರನ್ನು ನೇಮಿಸಿದ್ದ ಒಂದೇ ಒಂದು ಅಪರಾಧವೇ ಮರಣದಂಡನೆಗೆ ಸಾಕಾಗಿತ್ತು. ಅದಕ್ಕಿಂತ ಕಡಿಮೆ ಶಿಕ್ಷೆ ಲಭಿಸುವುದು ಸಾಧ್ಯವೇ ಇರಲಿಲ್ಲ.

ಮಾತಾಡಿಸಿದರೆ ಎಲ್ಲಿ ಅತ್ತು ಬಿಡುವನೋ ಎಂಬಂತಿದ್ದ ಶಕಟದಾಸನನ್ನು, ಸ್ವಲ್ಪ ಹೊತ್ತು ಯಾರೂ ಮಾತಾಡಿಸಬಾರದೆಂದು ಚಂದನದಾಸ ಸನ್ನೆ ಮಾಡಿದ.

## ೯

ರಾಕ್ಷಸನೊಂದಿಗೆ ಮಲಯಕೇತು ಮತ್ತು ಅವನ ಸೈನ್ಯ ಮಗಧದ ಗಡಿಯೊಳಗೆ ಸಾಕಷ್ಟು ದೂರ ಬಂದು ಒಂದು ಕಡೆ ಬೀಡುಬಿಟ್ಟಿತು. ಅದಕ್ಕೆ ಒಂದು ದಿನ ಮೊದಲೇ ಸೇನಾಧ್ಯಕ್ಷರ ಅಪಾರಸೈನ್ಯ ಆ ಸ್ಥಳಕ್ಕೆ ಬಂದು ಸೇರಿತ್ತು. ಮಲಯಕೇತು ಲಕ್ಷಲಕ್ಷ ಸಂಖ್ಯೆಯ ಪಾಟಲೀಪುತ್ರದ ಸೇನಾಸಮುದ್ರವನ್ನು ಕಂಡು ತನ್ನ ಕಣ್ಣನ್ನು ತಾನೇ ನಂಬದಾದ. ರಾಕ್ಷಸನ ಬುದ್ಧಿ ಚಾತುರ್ಯವನ್ನು ಮೆಚ್ಚಿಕೊಂಡ. ಡಿಂಗಿರಾತ, ಭದ್ರಭಟ ಮತ್ತು ಚಿತ್ರವರ್ಮ ಬಂದು ಅವರಿಗೆ ಕಾಣಿಸಿಕೊಂಡರು. ತಮ್ಮ ಗೌರವ, ನಿಷ್ಠೆಗಳನ್ನು ಪ್ರದರ್ಶಿಸಿದರು. ಆ ದಿನ ಅಲ್ಲೇ ಉಳಿದು ಮರುದಿನ ಪ್ರಯಾಣ ಆರಂಭಿಸಲು ಎಲ್ಲ ನಿರ್ಧರಿಸಿದರು. ಅಲ್ಲಿಂದ ಪಾಟಲೀಪುತ್ರಕ್ಕೆ ಮೂರು ದಿನಗಳ ಪ್ರಯಾಣ ಮಾತ್ರ ಉಳಿದಿತ್ತು. ರಾಕ್ಷಸ ಬಹಳ ಉತ್ಸಾಹದಿಂದಿದ್ದ. ಕರಭಕ ವಿರಾಧಗುಪ್ತನ ದಾರಿ ಕಾಯುತ್ತಿದ್ದ.

ಅದೇ ದಿನ ವಿರಾಧಗುಪ್ತ ಬಂದ. ಸುದತ್ತನ ಮೂಲಕ ತಿಳಿದ, ಮಂತ್ರಶಾಲೆಯಲ್ಲಿ ನಡೆದ ಮಾತುಕತೆಯನ್ನು, ಚಂದ್ರಗುಪ್ತ ಶರಣಾಗತನಾಗುವ ಪ್ರಸ್ತಾಪ ಮಾಡಿದ್ದನ್ನು ವಿವರಿಸಿದ. ಚಂದ್ರಗುಪ್ತ ಚಾಣಕ್ಯನ ಮೇಲೆ ಅವನ ಉದಾಸೀನತೆಯೇ ಕಾರಣವೆಂದು ಗುರುತರವಾದ ಆಪಾದನೆ ಹೊರಿಸಿದ್ದನ್ನೂ ತಿಳಿಸಿದ.

''ಮಹಾರಾಜ, ಇಂದಿನಿಂದ ನಾಲ್ಕನೇ ದಿನ ಮಗಧ ಸಾಮ್ರಾಜ್ಯ ನಿನ್ನದು'' ಎಂದ ರಾಕ್ಷಸ ಉತ್ಸಾಹದಿಂದ.

''ಧನ್ಯ ರಾಕ್ಷಸ, ನೀವು ಧನ್ಯ ! ಅಂತೂ ನಿಮ್ಮ ಚಾತುರ್ಯದಿಂದ, ಅಪಾರವಾದ ಶ್ರಮದಿಂದ ನನ್ನ ತಂದೆಯ ಸಾವಿನ ಸೇಡು ತೀರಿಸಿಕೊಳ್ಳುವ ಸದವಕಾಶ ಒದಗಿ ಬಂತು. ಅದೂ, ರಕ್ತಪಾತ ವಿಲ್ಲದೆ ಒಂದು ಮಹಾಸಾಮ್ರಾಜ್ಯ ಕೈವಶವಾಗುವುದೆಂಬುದು ನಿಜವೋ ಪವಾಡವೋ ಎಂಬ ಭ್ರಮೆ ನನ್ನನ್ನು ಆವರಿಸಿದೆ !''

''ಇದು ಭ್ರಮೆಯಲ್ಲ ಮಹಾರಾಜ, ವಾಸ್ತವ. ನಿಮ್ಮ ಸೇಡು ಮಾತ್ರವಲ್ಲ, ನನ್ನ ಸೇಡೂ ತೀರುತ್ತದೆ.''

"ನಿಮ್ಮ ಗೂಢಚಾರರು ಶ್ಲಾಘನೀಯ ಕಾರ್ಯ ಮಾಡಿದ್ದಾರೆ. ಅವರಿಗೆ ಸೂಕ್ತ ಪುರಸ್ಕಾರವನ್ನು ಪಾಟಲೀಪುತ್ರ ಸೇರಿದ ನಂತರ ನಾನೇ ಕೊಡುತ್ತೇನೆ."

"ನಿಮ್ಮ ಅಭಿಮಾನವೇ ನಮಗೆ ಪುರಸ್ಕಾರ" ಎಂದ ಕರಭಕ.

"ನಮ್ಮ ಅಮಾತ್ಯರ ಇಚ್ಛೆ ಈಡೇರಿದರೆ, ಅಷ್ಟೇ ಸಾಕು. ಯಾವ ಪುರಸ್ಕಾರದ ಆಸೆಯೂ ನಮಗಿಲ್ಲ" ಎಂದ ವಿರಾಧಗುಪ್ತ.

ಕತ್ತಲಾಗುತ್ತಿದ್ದಂತೆ ರಾಕ್ಷಸ ಪರಿವಾರದೊಡನೆ ತನ್ನ ಶಿಬಿರಕ್ಕೆ ಹೋದ. ಮಲಯಕೇತು ಮಾಧವಿಯನ್ನು ನೋಡಲು ತನ್ನ ಶಿಬಿರಕ್ಕೆ ಹೋದ. ಅವಳಿಗೆ ಈ ಸಂತೋಷದ ಸುದ್ದಿಯನ್ನು ತಿಳಿಸಿದ.

"ನನಗೇನೋ ಈಗಲೂ ನಂಬಿಕೆ ಬರುತ್ತಿಲ್ಲ" ಎಂದಳು ಮಾಧವಿ, "ಪಾಟಲೀಪುತ್ರದ ಇಡೀ ಸೈನ್ಯವೇ ವಿದ್ರೋಹಮಾಡುವುದೆಂದು ಊಹಿಸುವುದೂ ಕಷ್ಟ."

"ಆದರೆ ಅದು ವಾಸ್ತವ. ಅಷ್ಟು ಸೇನೆಯೂ ನಮ್ಮ ವಶದಲ್ಲಿದೆ, ನಮ್ಮ ನಿಯಂತ್ರಣದಲ್ಲಿದೆ."

"ಆದರಲ್ಲೂ ಏನಾದರೂ ಮೋಸವಿದ್ದರೆ ?"

"ನಿನಗೆ ಇನ್ನೂ ಅನುಮಾನವೇ ?"

"ಹೌದು ಯುವರಾಜ, ರಾಕ್ಷಸನ ಮೇಲೇ ನನಗೆ ಅನುಮಾನ. ಆಕಸ್ಮಾತ್ ಅವನು ನಿಮ್ಮ ವಿಶ್ವಾಸಕ್ಕೆ ದ್ರೋಹ ಬಗೆದರೆ ?"

"ಅರ್ಥವಿಲ್ಲದ ಅನುಮಾನ ಮಾಧವಿ. ಆ ಅನುಮಾನದ ಹುಳುವನ್ನು ಮನಸ್ಸಿನಿಂದ ಕಿತ್ತೊಗೆದು ಊಟ ಮಾಡಿ ಮಲಗೋಣ. ನಾಳೆ ಮತ್ತೆ ಪ್ರಯಾಣ ಮುಂದುವರಿಯಬೇಕಲ್ಲವೆ ?"

ಮಾಧವಿ ಮತ್ತೆ ಮಾತಾಡಲಿಲ್ಲ, ಊಟದ ವ್ಯವಸ್ಥೆ ಮಾಡುವಂತೆ ಪರಿಚಾರಕರಿಗೆ ಆದೇಶ ನೀಡಿದಳು.

★ ★ ★

ಇತ್ತ ಶಿಬಿರದ ಹೊರಗೆ ಸ್ಕಂದ ಮತ್ತು ಶಶಾಂಕ ಕಾವಲು ಕಾಯುತ್ತಿದ್ದರು. ಊಟ ಮುಗಿದಿತ್ತು. ಕರಭಕ ಮತ್ತು ವಿರಾಧಗುಪ್ತರೊಂದಿಗೆ ರಾಕ್ಷಸ ಮಾತಾಡುತ್ತ ಕುಳಿತಿದ್ದ. ಪಶುಲೋಮ ಮತ್ತು ನಿಪುಣಕ ಶ್ರೀಮಂತ ಮತ್ತು ಸೇವಕನ ವೇಷ ಧರಿಸಿಬಂದು "ನಿಮ್ಮ ಒಡೆಯರನ್ನು ಕಾಣಬೇಕು" ಎಂದರು. ಕೆಲಸವೇನೆಂದು ಕೇಳಿದಾಗ "ಅವರಿಗೆ ತೋರಿಸಬೇಕಾದ ಅಮೂಲ್ಯವಸ್ತುಗಳಿವೆ" ಎಂದರು. ಸ್ಕಂದ ಅವರನ್ನು ಕರೆದುಕೊಂಡು ರಾಕ್ಷಸನ ಬಳಿಗೆ ಹೋದ. "ಅಮಾತ್ಯರೇ, ಯಾರೋ ತಮಗೆ ಅಮೂಲ್ಯ ವಸ್ತುಗಳನ್ನು ತೋರಿಸಲು ಬಂದಿದ್ದಾರೆ" ಎಂದು ಹೇಳಿ ಮತ್ತೆ ಬಾಗಿಲಿಗೆ ಹೋದ.

"ಯಾರು ನೀವು ?" ರಾಕ್ಷಸ ಕೇಳಿದ.

ಪಶುಲೋಮ ಹೇಳಿದ, "ನಾನು ಪುಷ್ಕಲಾವತಿಯ ರತ್ನಪಡಿ ವ್ಯಾಪಾರಿ. ಕಾಶಿಯಲ್ಲಿ ವಿಶ್ವನಾಥನ ಸೇವೆ ಮಾಡಲು ವರ್ಷಕ್ಕೊಮ್ಮೆ ಯಾತ್ರೆ ಬರುವುದು ನನ್ನ ಪದ್ಧತಿ. ನನ್ನ ಹೆಸರು ಧರ್ಮದತ್ತ. ಇವನು ನನ್ನ ಸೇವಕ ಅಶ್ವಸೇನ."

"ಕುಳಿತುಕೊಳ್ಳಿ, ನನ್ನಿಂದೇನಾಗಬೇಕು ?"

"ನನ್ನಲ್ಲಿ ಕೆಲವು ಆಭರಣಗಳಿವೆ. ತಮ್ಮಂಥ ಧೀರಪುರುಷರಿಗೆ ಸೂಕ್ತವಾದ ಆಭರಣಗಳು. ನೋಡುತ್ತೀರಾ ?"

ತನ್ನ ಕಾರ್ಯ ಯಶಸ್ವಿಯಾದ ಆನಂದಲಹರಿಯಲ್ಲಿದ್ದ ರಾಕ್ಷಸ "ಎಲ್ಲಿ ತೋರಿಸು" ಎಂದ.

ಪಶುಲೋಮ ಪೆಟ್ಟಿಗೆಯ ಮುಚ್ಚಳ ತೆಗೆದ. ಅಲ್ಲಿ ಪೌರವನ ಸೊಗಸಾದ ಆಭರಣಗಳಿದ್ದವು. ಒಂದೊಂದನ್ನೂ ತೆಗೆದು ನೋಡಿದಾಗ ರಾಕ್ಷಸನ ಕಣ್ಣು ಕೋರೈಸಿತು.

ಇಷ್ಟುದಿನ ರಾಕ್ಷಸ ಆಭರಣಗಳಿಲ್ಲದೆ ಇದ್ದದ್ದು ಕರಭಕನಿಗೆ ಎಷ್ಟೋ ಸಲ ಪಿಚ್ಚೆನಿಸಿತ್ತು. ಅಂದು ಅವನು ಪಾಟಲೀಪುತ್ರದಿಂದ ನಿಂತ ಕಾಲ ಮೇಲೆ ಬಂದುಬಿಟ್ಟಿದ್ದ. ಮಹಾಮಾತ್ಯನಾದ ರಾಕ್ಷಸ ಬರೀ ಸಾಮಾನ್ಯನಂತೆ ಮಲಯಕೇತುವನ್ನು ಕಾಣಬೇಕಾಯಿತು. ಅವನೆದುರಿಗೆ ರಾಕ್ಷಸ ತೀರ ಮಂಕಾಗಿ ಕಾಣುತ್ತಿದ್ದ. ಮೊದಲು ಧನನಂದನ ರಾಜಸಭೆಯಲ್ಲಿ ರತ್ನಾಭರಣಗಳಿಂದ ಅವನು ಸೂರ್ಯನಂತೆ ಹೊಳೆಯುತ್ತಿದ್ದುದನ್ನು ಜ್ಞಾಪಿಸಿಕೊಂಡು ಹೇಳಿದ, "ಅಮಾತ್ಯರೆ, ಎಲ್ಲ ನಿಮಗೆ ಹೇಳಿ ಮಾಡಿಸಿದಂತಿವೆ, ತೆಗೆದುಕೊಂಡು ಬಿಡಿ" ಎಂದ.

"ಹೌದು ಅಮಾತ್ಯರೆ, ಮೊದಲಿನ ವೈಭವ ಸನ್ನಿಹಿತವಾಗಿರುವಾಗ ಈ ಸಂದರ್ಭದಲ್ಲಿ ನೀವು ಇವುಗಳನ್ನು ತೊಟ್ಟೇ ವೈಭವದಿಂದ ಪಾಟಲೀಪುತ್ರವನ್ನು ಪ್ರವೇಶ ಮಾಡಬೇಕು."

ರಾಕ್ಷಸನಿಗೂ ಅದು ಸರಿಯೆನ್ನಿಸಿತು. "ಎಷ್ಟು ಬೆಲೆ ?" ಎಂದು ಕೇಳಿದ.

"ಹೆಚ್ಚೇನೂ ಇಲ್ಲ, ಐದು ಸಾವಿರ ಸುವರ್ಣಮುದ್ರೆಗಳು."

"ಅಷ್ಟೊಂದೇ ?"

"ಹೆಚ್ಚೆನಿಸಿದರೆ ಸ್ವಲ್ಪ ಕಡಿಮೆ ಕೊಡಿ. ನಾನು ಪ್ರತಿ ವರ್ಷವೂ ಇಂಥ ಕೆಲವು ಆಭರಣಗಳನ್ನು ಮಾರಾಟ ಮಾಡಿ, ಬಂದ ಧನವನ್ನು ಕಾಶಿವಿಶ್ವನಾಥನ ಸನ್ನಿಧಿಯಲ್ಲಿ ದಾನಧರ್ಮಗಳಿಗೆ ವಿನಿಯೋಗಿಸುತ್ತೇನೆ."

"ಅಷ್ಟು ಧನ ಕೊಡುತ್ತೇವೆ ಕೊಟ್ಟುಬಿಡಿ" ಎಂದ ಕರಭಕ. ಪಾಟಲೀಪುತ್ರವನ್ನು ಬಿಡುವಾಗ ಕಡೆಯ ಗಳಿಗೆಯಲ್ಲಿ ರಾಕ್ಷಸ ತನ್ನ ಮನೆಯಿಂದ ತೆಗೆದುಕೊಂಡು ಹೋಗಿದ್ದ ಥೈಲಿಯನ್ನು ಹಾಗೆಯೇ ಇರಿಸಿಕೊಂಡಿದ್ದ. ಕರಭಕನಿಗೆ ಅದನ್ನು ಕೊಡುವಂತೆ ಹೇಳಿದ. ಅವನು ಅದನ್ನು ತಂದುಕೊಟ್ಟ. ಅದನ್ನ ಎಣಿಸುವಂತೆ ರಾಕ್ಷಸ ವಿರಾಧಗುಪ್ತನಿಗೆ ಹೇಳಿದ. ಆದರೆ ಪಶುಲೋಮ ಅದನ್ನು ತಾನು ತೆಗೆದುಕೊಂಡು "ಬೇಡ ಬಿಡಿ, ಇದರಲ್ಲಿ ಎಷ್ಟಿದ್ದರೂ ಎಲ್ಲ ನನ್ನದೇ" ಎಂದ ನಗುತ್ತ.

"ಕಡಿಮೆಯಿದ್ದರೆ ?" ಎಂದ ರಾಕ್ಷಸ.

"ಕಡಿಮೆಯಿದ್ದರೂ ನನ್ನದೇ, ಹೆಚ್ಚಿದ್ದರೂ ನನ್ನದೇ. ಒಟ್ಟಿನಲ್ಲಿ ನಿಮ್ಮಂಥವರ ದೇಹವನ್ನು ಅಲಂಕರಿಸುವ ಗೌರವ ನನ್ನ ಆಭರಣಗಳಿಗೆ ದೊರಕಿತಲ್ಲಾ, ಅದೇ ನನ್ನ ಭಾಗ್ಯ. ಇನ್ನು ನಮಗೆ ಅಪ್ಪಣೆ ಕೊಡಿ."

"ಊಟ, ಉಪಚಾರ ?"

"ಪ್ರಯಾಣದಲ್ಲಿ ನಾವು ಅನ್ಯರ ಬಳಿ ಊಟ ಮಾಡುವುದಿಲ್ಲ, ಕ್ಷಮಿಸಿ, ಬರುತ್ತೇವೆ" ಎಂದು ಹೇಳಿ ನಮಸ್ಕರಿಸಿ ಪಶುಲೋಮ ನಿಪುಣಕನೊಂದಿಗೆ ಹೊರಬಂದು, ಆತುರಾತುರವಾಗಿ ಓಡಿ, ತಮ್ಮ ಕುದುರೆಗಳನ್ನೇರಿ ಪಾಟಲೀಪುತ್ರಕ್ಕೆ ಸಾಗಿದರು.

ಆ ಆಭರಣಗಳನ್ನು ನೋಡುತ್ತ ಕರಭಕ ಆನಂದದಿಂದ ಉದ್ಗರಿಸಿದ, "ಅಮಾತ್ಯರೇ, ಇನ್ನು ನೀವು ಮಲಯಕೇತುವಿನ ಜೊತೆ ಸರಿಸಮಾನ ಗೌರವದಿಂದ ಕೂಡಬಹುದು."

ತನಗಾಗಿ ಅವರು ಸಂತೋಷಪಡುವುದನ್ನು ಕಂಡು ರಾಕ್ಷಸ ಕರಭಕ ಮತ್ತು ವಿರಾಧಗುಪ್ತನತ್ತ ಪ್ರೀತಿಯಿಂದ ನೋಡಿದ.

"ನಾಳೆ ನೀವು ಈ ಆಭರಣಗಳನ್ನು ಧರಿಸಿಕೊಂಡೇ ಮಲಯಕೇತುವನ್ನು ಭೇಟಿ ಮಾಡಲು ಹೋಗಬೇಕು" ಎಂದ ವಿರಾಧಗುಪ್ತ.

★ ★ ★

ಬೆಳಿಗ್ಗೆ ನಿತ್ಯಕರ್ಮಗಳನ್ನು ಮುಗಿಸಿ ಮಲಯಕೇತು ಮತ್ತು ಮಾಧವಿ ಉಪಾಹಾರ ತೆಗೆದುಕೊಳ್ಳುತ್ತ ಕುಳಿತಿರುವಷ್ಟರಲ್ಲಿ ಕಾವಲು ಸೈನಿಕನೊಬ್ಬ ಇನ್ನೊಬ್ಬನ ಸಹಾಯದಿಂದ ಸಿದ್ಧಾರ್ಥಕನನ್ನು ಹಿಡಿದುಕೊಂಡು ಬಂದ. ಸಿದ್ಧಾರ್ಥಕ ಭಯದಿಂದ ನಡುಗುತ್ತಿದ್ದ.

"ಪ್ರಭು ಕ್ಷಮಿಸಬೇಕು" ಎಂದ ಸೈನಿಕ.

"ಯಾರಿವನು ?" ಮಲಯಕೇತು ಕುತೂಹಲದಿಂದ ಕೇಳಿದ.

"ಯಾರೋ ಗೊತ್ತಿಲ್ಲ ಪ್ರಭು, ನಮ್ಮ ಕಣ್ಣು ತಪ್ಪಿಸಿ ಕದ್ದು ಹೊರಗೆ ಹೋಗುತ್ತಿದ್ದ. ಸೂಕ್ತ ಉತ್ತರ ಕೊಡಲಿಲ್ಲ, ಅದಕ್ಕೇ ಎಳೆದು ತಂದೆವು. ಅವನ ಬಳಿ ಈ ಪತ್ರವೂ ಇತ್ತು" ಎಂದು ಅವನು ಒಂದು ಪತ್ರವನ್ನು ಮಲಯಕೇತುವಿನ ಕೈಗೆ ಕೊಟ್ಟ.

ಮಲಯಕೇತು ಅದನ್ನು ಬಿಡಿಸಿದ. ಮಾಧವಿ ಕೂಡ ಇಣುಕಿದಳು. ಅದರಲ್ಲಿ ಹೀಗೆ ಬರೆದಿತ್ತು : "ಪೂಜ್ಯರಿಗೆ ಪ್ರಣಾಮಗಳು. ನೀವು ಕಳಿಸಿದ ಉಡುಗೊರೆ ಮುಟ್ಟಿತು. ನಾವು ನೀವು ಕೂಡಿ ರೂಪಿಸಿದ ಯೋಜನೆಗಳೆಲ್ಲ ನಿರೀಕ್ಷಿಸಿದಂತೆಯೇ ನಡೆಯುತ್ತಿರುವುದು ಬಹಳ ಸಂತೋಷದ ಸಂಗತಿ. ಇನ್ನೆರಡು ದಿನಗಳಲ್ಲಿ ಎಲ್ಲ ಪೂರ್ಣಗೊಳ್ಳುತ್ತದೆ. ರಕ್ತಪಾತವಿಲ್ಲದೆ, ಘರ್ಷಣೆಯಿಲ್ಲದೆ ನೀವು ಬಯಸಿದ ವ್ಯಕ್ತಿಯನ್ನು ನಿಮ್ಮ ಮುಂದೆ ತಂದು ನಿಲ್ಲಿಸುತ್ತೇನೆ. ನೀವೇ ಕಳಿಸಿರುವ ನಿಮ್ಮ ಸೈನ್ಯ ನನ್ನ ಜೊತೆಗಿದೆ. ಶುಭ ಸುದ್ದಿಗಾಗಿ ನಿರೀಕ್ಷಿಸಿ." ಅದಕ್ಕೆ ಅಮಾತ್ಯ ರಾಕ್ಷಸನ ಉಂಗುರದ ಮುದ್ರೆ ಹಾಕಲಾಗಿತ್ತು.

ಮಲಯಕೇತು ಹೌಹಾರಿದ. ಮಾಧವಿ 'ಈಗ ಏನು ಹೇಳುತ್ತೀರಿ ?' ಎಂಬಂತೆ ಅವನ ಮುಖ ನೋಡಿದಳು.

"ನೀನು ಯಾರು ? ಇಲ್ಲಿಗೇಕೆ ಬಂದೆ ? ಇದು ಯಾರು ಕೊಟ್ಟ ಪತ್ರ ? ಯಾರಿಗೆ ತೇಗೆದುಕೊಂಡು ಹೋಗುತ್ತಿದ್ದೀಯಾ ?" ಮಲಯಕೇತು ಕೋಪದಿಂದ ಕೇಳಿದ.

"ಇಲ್ಲ, ನಾನು ಹೇಳುವುದಿಲ್ಲ, ನಾನು ನಂಬಿಕೆ ದ್ರೋಹ ಮಾಡಲಾರೆ."

"ನೀನು ಹೇಳಲೇಬೇಕು. ನೀನು ಹೇಳದಿದ್ದರೂ ಈ ಮುದ್ರೆ ಯಾರ ಪತ್ರವೆಂಬುದನ್ನು ಹೇಳುತ್ತಿದೆ. ಹೇಳು, ನಿನ್ನ ಬಾಯಲ್ಲಿ ಕೇಳಬೇಕು."

"ಇಲ್ಲ, ನಾನು ಹೇಳುವುದಿಲ್ಲ"

"ಇವನು ಹಾಗೇ ಬಾಯಿ ಬಿಡುವುದಿಲ್ಲವೆಂದು ಕಾಣುತ್ತದೆ. ಎರಡು ಬಿಗಿಯಿರಿ" ಮಲಯಕೇತು ತಾಳ್ಮೆ ಕಳೆದುಕೊಂಡು ಅಬ್ಬರಿಸಿದ.

ಸೈನಿಕರು ಸಿದ್ಧಾರ್ಥಕನಿಗೆ ಚೆನ್ನಾಗಿಯೇ ಹೊಡೆದರು. ಮುಖದ ಮೇಲೆ ಗಾಯವಾಗಿ, ತುಟಿಯೊಡೆದು ರಕ್ತ ಸುರಿಯಿತು. ಅದನ್ನು ನೋಡಲಾರದೆ ಮಾಧವಿ, "ದಯವಿಟ್ಟು ನಿಲ್ಲಿಸಿ" ಎಂದು ಕೂಗಿದಳು. ಮಲಯಕೇತು ಸನ್ನೆ ಮಾಡಿದ. ಸೈನಿಕರು ಹೊಡೆಯುವುದನ್ನು ನಿಲ್ಲಿಸಿದರು.

"ಅಯ್ಯಾ, ಸಾಕ್ಷ್ಯಾಧಾರ ಸಹಿತ ಸಿಕ್ಕಿಬಿದ್ದಿದ್ದೀಯ. ನಿಜ ಹೇಳಿಬಿಡು, ಏಕೆ ಸುಮ್ಮನೆ ಏಟು ತಿನ್ನುತ್ತೀಯ? ನಿನಗೆ ಕೊಡುವ ಹಿಂಸೆಯನ್ನು ನೋಡಲು ನನಗೇ ಕಷ್ಟವಾಗಿದೆ. ನಿಜ ಹೇಳಿ ಪ್ರಾಣವುಳಿಸಿಕೊ" ಮಾಧವಿ ಕೇಳಿಕೊಂಡಳು.

ಇಷ್ಟು ಹೊತ್ತಿಗೆ ಸಾಕಷ್ಟು ಏಟು ತಿಂದು ನರಳುತ್ತ, ಏದುಸಿರು ಬಿಡುತ್ತ ಸಿದ್ಧಾರ್ಥಕ ಹೇಳಿದ, ''ನಾನು ಸಿದ್ಧಾರ್ಥಕ, ರಾಕ್ಷಸರ ಮಿತ್ರ ಶಕಟದಾಸರ ಸೇವಕ. ಈ ಪತ್ರವನ್ನು ಕೊಟ್ಟವರು ಅಮಾತ್ಯ ರಾಕ್ಷಸರು. ಇದನ್ನು ತೆಗೆದುಕೊಂಡು ಹೋಗಿ ಪಾಟಲೀಪುತ್ರದಲ್ಲಿ ಆಚಾರ್ಯ ಚಾಣಕ್ಯರಿಗೆ ಕೊಡಬೇಕಾಗಿತ್ತು. ಅಷ್ಟರಲ್ಲಿ ಸಿಕ್ಕಿಬಿದ್ದೆ. ನನಗೆ ಹೊಡೆಯಬೇಡಿ.''

ಮಾಧವಿ ಅವನಿಗೆ ನೀರು ಕೊಡುವಂತೆ ಪರಿಚಾರಕರಿಗೆ ಸೂಚಿಸಿದಳು. ಮಲಯಕೇತು ''ಎಂಥಾ ಮೋಸ ! ಎಂಥ ನಂಬಿಕೆ ದ್ರೋಹ! ಯಾರಲ್ಲಿ? ಕೂಡಲೇ ಅಮಾತ್ಯ ರಾಕ್ಷಸರನ್ನು ಕರೆದು ತನ್ನಿ'' ಎಂದು ಕಿರುಚಿದ.

ತನ್ನ ಶಿಬಿರದಲ್ಲಿ ಅಮಾತ್ಯ ರಾಕ್ಷಸ, ತಾನು ಹೊಸದಾಗಿ ಕೊಂಡುಕೊಂಡ ಆಭರಣಗಳನ್ನು ಧರಿಸಿ, ಇನ್ನೇನು ಮಲಯಕೇತುವನ್ನು ಕಾಣಲೆಂದೇ ಹೊರಡಲಿದ್ದ. ಆ ಆಭರಣಗಳು ಅವನಿಗೆ ತುಂಬಾ ಚೆನ್ನಾಗಿ ಹೊಂದುತ್ತವೆಂದು ಕರಭಕ ಮತ್ತು ವಿರಾಧಗುಪ ಹೊಗಳುತ್ತಿದ್ದರು. ಕೂಡಲೇ ಬಂದು ಕಾಣುವಂತೆ ಮಲಯಕೇತು ಆದೇಶಿಸಿದ್ದಾರೆಂದು ಸೈನಿಕ ಹೇಳಿದಾಗ ಅವರು ಮುಖ ಮುಖ ನೋಡಿಕೊಂಡರು. ಏನಾದರೂ ಆತಂಕದ ವಿಷಯವಿರಬಹುದೇನೋ ಎಂದು ಅವನು ಆತುರದಿಂದ ಕರಭಕ ಮತ್ತು ವಿರಾಧಗುಪ್ತನೊಂದಿಗೆ ಸರಸರನೆ ಹೊರಟ. ಅಷ್ಟು ಹೊತ್ತಿಗೆ ಸಿದ್ಧಾರ್ಥಕನನ್ನು ಸೈನಿಕರು ಮರೆಯಲ್ಲಿ ಕೂಡಿಸಿದ್ದರು.

''ಬನ್ನಿ ಅಮಾತ್ಯ ರಾಕ್ಷಸರೇ, ಬನ್ನಿ'' ಎಂದು ವ್ಯಂಗ್ಯ ನಗುವಿನೊಂದಿಗೆ ಸ್ವಾಗತಿಸಿ ಮಲಯಕೇತು ಪೀಠ ತೋರಿಸಿದ.

''ಸೇನೆ ಹೊರಡಲು ಆದೇಶ ನೀಡಿ ಮಹಾರಾಜ'' ರಾಕ್ಷಸ ಸಹಜವಾಗಿ ಹೇಳಿದ.

''ಏಕೆ ? ಸರಿಯಾದ ಸಮಯದಲ್ಲಿ ಪಾಟಲೀಪುತ್ರಕ್ಕೆ ಸೇರದಿದ್ದರೆ ತೊಂದರೆಯಾಗುವುದಲ್ಲವೆ ?'' ಮತ್ತೆ ಅದೇ ವ್ಯಂಗ್ಯದಿಂದಲೇ ಮಲಯಕೇತು ಹೇಳಿದ.

''ತೊಂದರೆಯೇನಿಲ್ಲ ಮಹಾರಾಜ, ನಾವು ಮೊದಲು ಅಂದುಕೊಂಡ ಕಾರ್ಯಕ್ರಮವಲ್ಲವೆ ?'' ಅವನ ವ್ಯಂಗ್ಯದ ಕಾರಣ ಗೊತ್ತಿಲ್ಲದೆ ರಾಕ್ಷಸ ಗೊಂದಲಗೊಂಡ.

''ನಾವು ಅಂದುಕೊಂಡ ಕಾರ್ಯಕ್ರಮವಲ್ಲ ನೀವು ಅಂದುಕೊಂಡ ಕಾರ್ಯಕ್ರಮ.''

''ನೀವು... ಅಂದರೆ ?''

''ನೀವು ಮತ್ತು ಚಾಣಕ್ಯ.''

''ಮಹಾರಾಜ !'' ರಾಕ್ಷಸ ಬೆಚ್ಚಿಬಿದ್ದ. ತುಸು ಕೋಪವೂ ಬಂತು. ''ನೀವು ಏನು ಹೇಳುತ್ತಿದ್ದೀರಾ ?''

''ಅಮಾತ್ಯ ಎಷ್ಟು ದಿನದಿಂದ ಕಾದುಕೊಂಡಿದ್ದಿರಿ, ಇಂಥ ದ್ರೋಹ ಮಾಡಲು ?''

''ದ್ರೋಹವೇ ? ಮಹಾರಾಜ, ದಯವಿಟ್ಟು ಆ ಶಬ್ದ ಬಳಸಬೇಡಿ. ನನಗೆ ತುಂಬ ನೋವಾಗುತ್ತದೆ.''

''ದ್ರೋಹ ಮಾಡಬಹುದು, ದ್ರೋಹವೆಂದು ಹೇಳಿದರೆ ತಪ್ಪಾಗುತ್ತದೆಯೆ ಅಮಾತ್ಯರೇ ?'' ಮಾಧವಿ ಕೇಳಿದಳು.

''ಮಹಾರಾಣಿ, ನನಗೊಂದೂ ಅರ್ಥವಾಗುತ್ತಿಲ್ಲ, ಒಗಟಿನಂತೆ ಮಾತಾಡದೆ ಅದೇನು ಬಿಡಿಸಿ ಹೇಳಿ.''

ಮಲಯಕೇತು ಸನ್ನೆ ಮಾಡಿದ. ಸೈನಿಕರು ಸಿದ್ಧಾರ್ಥಕನನ್ನು ಮರೆಯಿಂದ ಕರೆದುಕೊಂಡು ಬಂದರು. ರಾಕ್ಷಸ ಅವನನ್ನು ನೋಡಿ ''ಸಿದ್ಧಾರ್ಥಕ !'' ಎಂದು ಆಶ್ಚರ್ಯದಿಂದ ಉದ್ಗರಿಸಿದ.

"ನಿಮಗೆ ಇವನ ಪರಿಚಯವಿದೆಯೆ ಅಮಾತ್ಯರೇ ?"

"ಖಂಡಿತ ಇದೆ. ನನ್ನ ಮಿತ್ರ ಶಕಟದಾಸನ ಬಳಿಯಲ್ಲಿ ಕೆಲವು ಕಾಲದಿಂದ ಇದ್ದಾನೆ. ಸಿದ್ಧಾರ್ಥಕ ನೀನೇಕೆ ಇಲ್ಲಿಗೆ ಬಂದೆ ? ಹೇಗೆ ಬಂದೆ ? ಇದೇನು ನಿನ್ನ ಅವಸ್ಥೆ ?"

ಸಿದ್ಧಾರ್ಥಕ ಅಳುತ್ತ ಹೇಳಿದ, "ಅಮಾತ್ಯರೆ ನನ್ನನ್ನು ಕ್ಷಮಿಸಿ, ಇವರು ನನಗೆ ಚೆನ್ನಾಗಿ ಹೊಡೆದುಬಿಟ್ಟರು. ಎಲ್ಲ ಹೇಳಿಬಿಟ್ಟೆ ? ಪತ್ರವನ್ನೂ ಕಿತ್ತುಕೊಂಡರು."

"ಏನು ಹೇಳಿಬಿಟ್ಟೆ ? ಯಾವ ಪತ್ರ ಕಿತ್ತುಕೊಂಡರು ?"

"ಅದೇ, ನೀವು ಜೋಪಾನವಾಗಿ ಚಾಣಕ್ಯರಿಗೆ ಮುಟ್ಟಿಸುವಂತೆ ಹೇಳಿ ಕೊಟ್ಟಿದ್ದ ಪತ್ರ ?"

"ಏನು! ಚಾಣಕ್ಯರಿಗೆ ಮುಟ್ಟಿಸುವಂತೆ ನಾನು ನಿನಗೆ ಪತ್ರ ಕೊಟ್ಟಿದ್ದೆನೆ ?"

"ಇನ್ನೂ ಸೋಗು ಹಾಕಬೇಡಿ ಅಮಾತ್ಯರೆ ? ನೋಡಿ ನೀವು ಕೊಟ್ಟ ಪತ್ರ ಇಲ್ಲಿದೆ" ಎಂದು ಆ ಪತ್ರವನ್ನು ಕೈಗೆ ಕೊಟ್ಟ.

ಏನೋ ತನ್ನನ್ನು ಬೀಳಿಸುವ ತಂತ್ರ ನಡೆಯುತ್ತಿದೆಯೆಂಬ ಸಂದೇಹ ರಾಕ್ಷಸನ ಮನಸ್ಸಿನಲ್ಲಿ ಬರತೊಡಗಿತು. ಪತ್ರವನ್ನು ನೋಡಿದ. ಅವನ ಎದೆ ಬಡಿತವೇ ನಿಂತಂತಾಯಿತು. ಮುಖ ಕಪ್ಪಿಟ್ಟಿತು.

"ನಿಮ್ಮದೇ ಪತ್ರವಲ್ಲವೆ ಅಮಾತ್ಯ ?"

"ಅಲ್ಲ, ಇದು ನನ್ನ ಪತ್ರವಲ್ಲ."

"ಈ ಬರಹ ಯಾರದು ?"

"ನನ್ನ ಎಲ್ಲ ಪತ್ರಗಳನ್ನೂ ಬರೆಯುವ ಶಕಟದಾಸನದು."

"ಆ ಮುದ್ರೆ ?"

"ಅದೂ ನನ್ನದೆ. ಆದರೆ ನಾನು ಬರೆಸಿದ ಪತ್ರವಲ್ಲ, ನಾನು ಹಾಕಿದ ಮುದ್ರೆಯೂ ಅಲ್ಲ, ಜೀವಸಿದ್ಧಿ, ಶಕಟದಾಸ, ನೀವೂ ನನಗೆ ದ್ರೋಹ ಮಾಡಿಬಿಟ್ಟಿರಾ ?" ಎಂದ ರಾಕ್ಷಸ ನೋವಿನಿಂದ.

"ನಿಮ್ಮ ದ್ರೋಹವನ್ನು ಇನ್ನೊಬ್ಬರ ಮೇಲೆ ಏಕೆ ಹಾಕುತ್ತೀರಿ ಅಮಾತ್ಯರೇ ?"

"ಇಲ್ಲ ಮಹಾರಾಜ, ಇದು ಚಾಣಕ್ಯನ ಕಪಟವೇ ಇರಬೇಕು. ಈ ಸಿದ್ಧಾರ್ಥಕನನ್ನು ಪಾಟಲೀಪುತ್ರ ಬಿಟ್ಟ ಮೇಲೆ ಇಂದೇ ನೋಡುತ್ತಿರುವುದು. ನನ್ನನ್ನು ನಂಬಿ ಮಹಾರಾಜ."

"ಇಷ್ಟು ಏಟುಗಳನ್ನು ತಿಂದ ಮೇಲೂ ಸಿದ್ಧಾರ್ಥಕ ಸುಳ್ಳು ಹೇಳುವನೆಂದು ನನಗೆ ಅನಿಸುತ್ತಿಲ್ಲ, ಅವನನ್ನು ಬಿಟ್ಟು ಕಳಿಸಿ" ಎಂದ ಮಲಯಕೇತು.

ಬಿಟ್ಟಿದ್ದೇ ಸಾಕೆಂದು ಹೊರಗೆ ಓಡಿದ ಸಿದ್ಧಾರ್ಥಕ, ಅಲ್ಲಿಂದ ನುಸುಳಿ ಡಿಂಗಿರಾತನ ಸೇನಾಶಿಬಿರದಲ್ಲಿ ತಲೆಮರೆಸಿಕೊಂಡ.

"ಮಹಾರಾಜ, ಇದು ವೃಥಾ ಅಪವಾದ..." ಎಂದು ಕರಭಕ ಮಾತಾಡಲು ಹೋದ.

ರಾಕ್ಷಸ ತಡೆದ. "ಕರಭಕ ನೀನು ಸುಮ್ಮನಿರು. ಮಹಾರಾಜ, ದೇವರಾಣೆ ನಾನು ದ್ರೋಹಿಯಲ್ಲ, ನಾನು ಇಲ್ಲಿಯವರೆಗೆ ಆತ್ಮಸಾಕ್ಷಿಯಾಗಿ, ಸತ್ಯವಾಗಿ ನಡೆದುಕೊಂಡಿದ್ದೇನೆ."

"ಅದಿರಲಿ, ಆ ಚಾಣಕ್ಯ ಕಳಿಸಿದ ಉಡುಗೊರೆ ಏನು ?"

"ಯುವರಾಜ, ರಾಕ್ಷಸರ ಮೈಮೇಲಿರುವ ಆಭರಣಗಳನ್ನು ನೋಡಿದಿರಾ ?" ಎಂದಳು ಮಾಧವಿ.

ಮಲಯಕೇತು ನೋಡಿದ. ಅವನ ಮುಖದಲ್ಲಿ ಕ್ರೋಧ ಇನ್ನಷ್ಟು ರಂಗೇರತೊಡಗಿತು. "ಹೌದು ಮಾಧವಿ, ಇವು ನನ್ನ ತಂದೆಯವರು ಧರಿಸುತ್ತಿದ್ದ ಆಭರಣಗಳು ! ಆಹ, ಚಾಣಕ್ಯ ಒಳ್ಳೆಯ ಉಡುಗೊರೆಯನ್ನೇ ಕಳಿಸಿಕೊಟ್ಟಿದ್ದಾನೆ !ನನ್ನ ತಂದೆಯನ್ನು ಕೊಂದವರು, ನನ್ನನ್ನು ಬೇಟೆಯಾಡಲು ಈ ಕಠಿಣ ಮನದ ವ್ಯಕ್ತಿಗೆ ನನ್ನ ತಂದೆಯ ಆಭರಣಗಳನ್ನೇ ಉಡುಗೊರೆಯಾಗಿ ಕಳಿಸುವುದು ಸಹಜವೇ !"

"ಏನು ! ಇವು ಪೌರವರು ಧರಿಸುತ್ತಿದ್ದ ಆಭರಣಗಳೇ ! ಅಯ್ಯೋ ನಾನು ಸಂಪೂರ್ಣ ಹಾಳಾದೆ! ಚಾಣಕ್ಯ ಅಂತೂ ನೀನೇ ಗೆದ್ದೆ. ನಿನ್ನ ತಂತ್ರ ಕುತಂತ್ರಗಳ ಬಲೆಯಲ್ಲಿ ಅಮಾತ್ಯ ರಾಕ್ಷಸನ ಅಭಿಮಾನವನ್ನೇ ಬೇಟೆಯಾಡಿದೆ !"

"ಮಹಾರಾಜ, ಇವನು ಪುಷ್ಕಲಾವತಿಯ ಯಾವನೋ ಒಬ್ಬ ವ್ಯಕ್ತಿ ತಂದು ನಮ್ಮ ಅಮಾತ್ಯರಿಗೆ ಮಾರಿಹೋದ" ಎಂದ ವಿರಾಧಗುಪ್ತ.

ಅದನ್ನು ಕೇಳಿಸಿಕೊಳ್ಳದವನಂತೆ ಮಲಯಕೇತು ತೀವ್ರವಾದ ವಿಷಾದದಿಂದ ಹೇಳಿದ, "ನಿಮ್ಮ ಬಗ್ಗೆ ನಾನು ಎಂಥ ಗೌರವವಿರಿಸಿಕೊಂಡಿದ್ದೆ! ಎಷ್ಟು ನಂಬಿಕೆಯಿರಿಸಿಕೊಂಡಿದ್ದೆ! ನನ್ನ ಸೌಜನ್ಯವನ್ನು ನಿವು ದುರುಪಯೋಗಪಡಿಸಿಕೊಂಡಿರಿ. ಈಗ ನಾನು ಅಸಹಾಯಕನಾಗಿದ್ದೇನೆ. ನಿಮ್ಮ ಸೇನೆಯೇ ನಮಗಿಂತ ಪ್ರಬಲವಾಗಿದೆ. ನನ್ನನ್ನು ಕರೆದುಕೊಂಡು ಹೋಗಿ ಚಾಣಕ್ಯನಿಗೆ ಒಪ್ಪಿಸಿ ಬಿಡಿ. ನನ್ನ ಸೇಡು ತೀರದಿದ್ದರೂ ಚಿಂತೆಯಿಲ್ಲ, ನಿಮ್ಮ ಸಂಚಾದರೂ ಸಫಲವಾಗಲಿ."

ರಾಕ್ಷಸನಿಗೆ ಅಳುವೇ ಬಂದುಬಿಟ್ಟಿತು. ಕಷ್ಟಪಟ್ಟು ಅದನ್ನು ತಡೆದುಕೊಂಡು ಹೇಳಿದ, "ಕ್ಷಮಿಸಿ ಮಹಾರಾಜ, ಆ ಸೈನ್ಯವನ್ನು ನಾನು ನಿಮ್ಮ ಪರವಾಗಿ ಕೆಲಸ ಮಾಡಲು ಕರೆಸಿದ್ದು... ಇಲ್ಲ, ಅದನ್ನು ಸಮರ್ಥಿಸಿಕೊಳ್ಳುವುದರಿಂದ ಯಾವ ಪ್ರಯೋಜನವೂ ಇಲ್ಲ. ಅದೂ ಆ ಚಾಣಕ್ಯನ ಸಂಚೇ ಇರಬೇಕು. ನನ್ನ ಗೂಢಚರ್ಯ ಸಾಮರ್ಥ್ಯ ವಿಫಲವಾಯಿತು. ನನ್ನ ಅಭಿಮಾನ ಸತ್ತು ಹೋಯಿತು. ನನ್ನ ಪ್ರಿಯಮಿತ್ರ ಶಕಟದಾಸನೇ ನನ್ನ ವಿರುದ್ಧವಾಗಿ ಕೆಲಸ ಮಾಡಿದ ಮೇಲೆ ಯಾರನ್ನು ನಂಬುವುದು ? ಕ್ಷಮಿಸಿ. ನಾನು ದ್ರೋಹಿಯಲ್ಲವೆಂದು ನಿರೂಪಿಸಲು ನನ್ನ ಆತ್ಮಸಾಕ್ಷಿ ಮಾತ್ರ ಇದೆ. ಆತ್ಮಸಾಕ್ಷಿಗಿಂತ ಈ ಸಾಕ್ಷಿಗಳೇ ಪ್ರಧಾನವೆಂದು ನನಗೆ ಗೊತ್ತು. ನನ್ನ ದ್ರೋಹಕ್ಕೆ ಮರಣದಂಡನೆಯೇ ಸರಿಯಾದ ಶಿಕ್ಷೆ. ನಾನು ಸಿದ್ಧನಾಗಿದ್ದೇನೆ ಮಹಾರಾಜ."

"ಇಲ್ಲ, ನಾನು ನಿಮ್ಮಂಥ ಕ್ರೂರಿಯಲ್ಲ. ನಿಮ್ಮನ್ನು ನಾನು ಕ್ಷಮಿಸಿದ್ದೇನೆ. ನಿಮ್ಮ ಸೇನೆಯನ್ನು ಕರೆದುಕೊಂಡು ಹೊರಟು ಹೋಗಿಬಿಡಿ" ಎಂದು ಮಲಯಕೇತು ಮುಖ ತಿರುಗಿಸಿಕೊಂಡ.

ರಾಕ್ಷಸ ತನ್ನ ಮೈಮೇಲಿದ್ದ ಒಡವೆಗಳನ್ನು ತೆಗೆದಿರಿಸಿ ಮುಖ ಕೆಳಗೆ ಮಾಡಿಕೊಂಡು, ಭಾರವಾದ ಹೃದಯದಿಂದ ಹೊರಟುಬಿಟ್ಟ. ಕರಭಕ ಮತ್ತು ವಿರಾಧಗುಪ್ತ ಹಿಂಬಾಲಿಸಿದರು. ಅವರಿಂದ ವಿಷಯ ತಿಳಿದು ಸ್ಕಂದ ಮತ್ತು ಶಶಾಂಕ ಅವರ ಜೊತೆ ಸೇರಿದರು.

"ನೀವಾರೂ ನನ್ನ ಜೊತೆ ಬರುವುದು ಬೇಕಿಲ್ಲ" ಎಂದು ಕಠಿಣವಾಗಿ ಹೇಳಿ ರಾಕ್ಷಸ ನಡೆದುಕೊಂಡೇ ಹೊರಟುಹೋದ. ಅವರು ಪೆಚ್ಚಾಗಿ ಮುಖ ಮುಖ ನೋಡಿಕೊಂಡು ಗಕ್ಕನೆ ನಿಂತರು. ಅವರಿಗೆ ತುಂಬಾ ದುಃಖವಾಗಿತ್ತು. ಆದರೆ ಇಂಥ ಸ್ಥಿತಿಯಲ್ಲಿ ಒಬ್ಬನನ್ನೇ ಬಿಟ್ಟರೆ, ರಾಕ್ಷಸ ತನ್ನ ಜೀವಕ್ಕೆ ಏನಾದರೂ ಮಾಡಿಕೊಳ್ಳಬಹುದೆಂದು ಭಯವಾಯಿತು. ತಾವು ನಿಷ್ಠೆಯಿಂದ ತಮ್ಮ ಕೆಲಸ ಮಾಡಿದರೂ ಫಲಿತಾಂಶ ಹೀಗಾಗುವುದೆಂದು ಅವರು ನಿರೀಕ್ಷಿಸಿರಲಿಲ್ಲ. ರಾಕ್ಷಸ ತಮ್ಮನ್ನು ತಪ್ಪು ತಿಳಿದುಕೊಂಡಿರಬಹುದೆಂಬ ಭಾವನೆಯೂ ಬಂತು. ಕಡೆಗೆ ಸ್ವಲ್ಪ ಅಂತರದಲ್ಲಿ ಅವರು ಹಿಂಬಾಲಿಸತೊಡಗಿದರು.

ಮಲಯಕೇತುವಿಗೆ ತುಂಬಾ ಸಂಕಟವಾಗಿತ್ತು. "ಮಾಧವಿ, ನಾನು ನಿನ್ನ ಮಾತನ್ನು ಕೇಳಬೇಕಾಗಿತ್ತು. ಈ ರಾಕ್ಷಸನನ್ನು ನಂಬಬಾರದಾಗಿತ್ತು." ಎಂದು ಹೇಳುವಷ್ಟರಲ್ಲಿ ಅವನು ಗದ್ಗದಿತನಾದ. ಮುಂದೆ ಮಾತಾಡುವುದು ಕಷ್ಟವಾಗಿ ಮಾಧವಿಯ ಭುಜದ ಮೇಲೆ ತಲೆಯಿರಿಸಿ ಬಿಕ್ಕಿ ಬಿಕ್ಕಿ ಅತ್ತುಬಿಟ್ಟ.

"ಸಮಾಧಾನ ಮಾಡಿಕೊಳ್ಳಿ, ದೇವರದಯದಿಂದ ಸತ್ಯಸಂಗತಿ ಬೇಗನೇ ತಿಳಿಯಿತಲ್ಲ" ಎಂದಳು ಮಾಧವಿ.

"ನಾವು ಹಿಂತಿರುಗಿ ಹೊರಟುಬಿಡೋಣ."

"ಅದಕ್ಕೆ ಮೊದಲು ಇದು ಚಾಣಕ್ಯರ ತಂತ್ರವೋ, ರಾಕ್ಷಸನ ಸಂಚೋ, ಎಂಬುದನ್ನು ತಿಳಿದುಕೊಂಡೇ ಹೋಗೋಣ."

"ಇನ್ನೂ ತಿಳಿಯಬೇಕಾದದ್ದೇನಿದೆ ? ಇಬ್ಬರೂ ಸೇರಿದ್ದಾರೆಂಬುದು ಸ್ಪಷ್ಟವಾಗಿದೆ."

"ಪ್ರತ್ಯಕ್ಷವಾದರೂ ಪ್ರಮಾಣಿಸಿ ನೋಡಬೇಕೆಂದು ತಿಳಿದವರು ಹೇಳುತ್ತಾರೆ."

"ಪ್ರತ್ಯಕ್ಷವಾಗಿ, ಪರೋಕ್ಷವಾಗಿ ಎಲ್ಲ ಸಂಚುಮಯ ಮಾಧವಿ. ಈ ಪಾಟಲೀಪುತ್ರದ ಸಂಚು, ಒಳಸಂಚುಗಳ ಸುಳಿಯಲ್ಲಿ ನಾವೂ ಬಲಿಯಾಗುವುದು ಬೇಡ."

"ಆಯಿತು, ಈ ಮನಸ್ಥಿತಿಯಲ್ಲಿ ಆತುರದಿಂದ ಹೊರಡುವುದು ಬೇಡ. ಈ ದಿನ ಇಲ್ಲೇ ಇದ್ದು ನಾಳೆ ಹೋಗೋಣ."

ಮಲಯಕೇತು ಅದಕ್ಕೆ ಒಪ್ಪಿದ. ನಂತರ ವಿಚಾರಿಸಿದಾಗ ಪಾಟಲೀಪುತ್ರದ ಸೈನ್ಯ ರಾಕ್ಷಸನೊಂದಿಗೆ ಹೋಗಿಲ್ಲ, ಅವನೊಬ್ಬನೇ ಹೋಗಿದ್ದಾನೆಂಬ ವಿಷಯ ತಿಳಿಯಿತು. ಮತ್ತೆ ಮಲಯಕೇತು ಗೊಂದಲದಲ್ಲಿ ಬಿದ್ದ.

"ಆ ಸೈನ್ಯದ ವ್ಯಾಮೋಹ ಬೇಡ" ಮಾಧವಿ ಹೇಳಿದಳು, "ಅದು ಇದ್ದರೆ ಇರಲಿ, ಬೇಕಾದಾಗ ಹೋಗಲಿ, ಅದರ ಚಿಂತೆ ಬೇಡ. ಮತ್ತೆ ಅವರ ಸಂಚಿಗೆ ಸಿಕ್ಕಿಹಾಕಿಕೊಳ್ಳು ವಂತಾಗಬಾರದು."

ಅದಕ್ಕೆ ಒಪ್ಪಿದರೂ ಮಲಯಕೇತು ಹತಾಶೆಯಿಂದ ಕುಸಿದು ಹೋದಂತಾದ. ಕೈಕಾಲು ಗಳಲ್ಲಿ ತ್ರಾಣವೇ ಇಲ್ಲದಂತಾಯಿತು. ಎಂಥ ಮೋಸಕ್ಕೆ ಬಲಿಯಾದೆ! ಎಂಬ ಭಾವನೆ ಅವನ ಮನಸ್ಸನ್ನು ಪ್ರಕ್ಷುಬ್ಧಗೊಳಿಸಿತು. ಅದರಿಂದಲೇ ಡಿಂಗಿರಾತ, ಭದ್ರಭಟ ಮತ್ತು ಚಿತ್ರವರ್ಮರನ್ನು ಕರೆಸಿ ಮಾತಾಡಬೇಕೆಂಬ ಬಯಕೆಯನ್ನು ಹಾಗೇ ಅಡಗಿಸಿಕೊಂಡ. ಮಧ್ಯಾಹ್ನ ಊಟವನ್ನೂ ಮಾಡಲಿಲ್ಲ.

ಸಂಜೆಯಾಗುತ್ತಿದ್ದಂತೆ ಸೈನಿಕನೊಬ್ಬ "ಮಹಾರಾಜ, ಪಾಟಲೀಪುತ್ರದಿಂದ ಮಹಾರಾಣಿ ಯವರು ತಮ್ಮನ್ನು ನೋಡಲು ಬಂದಿದ್ದಾರೆ" ಎಂದ.

ಮಲಯಕೇತು ದಡಕ್ಕನೆ ಎದ್ದು ಕುಳಿತ. ಮಾಧವಿಯ ಮುಖದಲ್ಲಿ ಮಿಂಚು ಹೊಡೆ ದಂತಾಯಿತು. ಮಲಯಕೇತುವಿನ ಮುಖದಲ್ಲಿ ವ್ಯಂಗ್ಯ ನಗು ಸುಳಿಯಿತು. "ಅಸಹಾಯಕ ಸ್ಥಿತಿಯಲ್ಲಿರುವ ನನ್ನನ್ನು ಸೆರೆಯಾಳಾಗಿ ಕರೆದುಕೊಂಡು ಹೋಗಲು ವೀರಪುರುಷರ ಅಗತ್ಯವಿಲ್ಲ, ಸ್ತ್ರೀಯರೇ ಸಾಕಲ್ಲ ?" ಎಂದ ವಿಷಾದದಿಂದ.

"ಏಕೆ ಬಂದಿದ್ದಾರೋ ಏನೋ ? ಮೊದಲು ವಿಚಾರಿಸೋಣ ಯುವರಾಜ."

"ಬೇರೆ ಏನು ಕಾರಣವಿರುತ್ತದೆ ಮಾಧವಿ."

"ಅವರನ್ನು ಸ್ವಾಗತಿಸೋಣ."

"ಸ್ವಾಗತವಲ್ಲ ಮಾಧವಿ, ಶರಣಾಗತಿ."

"ಅದೇನಾದರೂ ಆಗಿರಲಿ, ಶಿಷ್ಟಾಚಾರವನ್ನು ಬಿಡಬಾರದು. ಬನ್ನಿ, ದೇವರ ಮೇಲೆ ಭಾರ ಹಾಕಿ ಅವರನ್ನು ಸ್ವಾಗತಿಸೋಣ" ಎಂದು ಬಲವಂತವಾಗಿ ಅವನನ್ನು ಕರೆದುಕೊಂಡು ಶಿಬಿರದಿಂದ ಹೊರಗೆ ಬಂದಳು.

ಅವರು ಬರುವ ವೇಳೆಗೆ ರಥದಿಂದ ಇಳಿದು ಉಜ್ವಲ, ಅವಳ ಹಿಂದ ಸುಜಾತ, ಮಾಲಿನಿ, ಸುಗಂಧಿ, ಅವರ ಹಿಂದೆ ಉಳಿದ ಸ್ತ್ರೀಯೋಧರು ತಮ್ಮತ್ತಲೇ ಬರುತ್ತಿದ್ದರು. ಗೆಳತಿಯರನ್ನು ಕಂಡು ಮಾಧವಿಯ ಹೃದಯ ಉಕ್ಕಿತು. ಸಂತೋಷದ ಚಿಲುಮೆ ಚಿಮ್ಮಿತು. ಆದರೆ ಸದ್ಯದ ಪರಿಸ್ಥಿತಿಯ ಅರಿವಾಗಿ ಗಂಭೀರಳಾದಳು.

ಉಜ್ವಲ ಮತ್ತಿತರರು ನಗುಮುಖದಿಂದ ಹತ್ತಿರ ಬಂದು, ಗೌರವಪೂರ್ವಕವಾಗಿ ನಮಸ್ಕರಿಸಿ ಮಾಧವಿಯನ್ನು ಸ್ನೇಹ ಭಾವದಿಂದ ಆಲಿಂಗಿಸಿಕೊಂಡರು, ಮಾಧವಿ "ಬನ್ನಿ ಬನ್ನಿ" ಎಂದು ತನ್ನ ಬಿಡಾರಕ್ಕೆ ಕರೆದೊಯ್ದಳು. ಮಲಯಕೇತು ಕೋಪ, ಅಸಹಾಯಕತೆಯ ಸಮ್ಮಿಶ್ರ ಭಾವದಲ್ಲಿ ಮಾತುಗಳನ್ನು ಮರೆತಿದ್ದ.

ಬಿಡಾರದಲ್ಲಿ ಎಲ್ಲರೂ ಕುಳಿತುಕೊಳ್ಳಲು ವ್ಯವಸ್ಥೆ ಮಾಡಿದ ನಂತರ ಮಾಧವಿ ಮಾತಾಡದೆ ಗಂಡನ ಮುಖ ನೋಡಿದಳು. ಅವನು ತಲೆತಗ್ಗಿಸಿದ್ದ. "ಯುವರಾಜ ಯುವರಾಣಿಯವರಿಗೆ ನಮ್ಮ ಮೇಲೆ ಕೋಪವಿದೆಯೆಂದು ನನಗೆ ಗೊತ್ತು" ಎಂದು ಉಜ್ವಲ ತಾನೇ ಮಾತಿಗಾರಂಭಿಸಿದಳು.

"ಮಗಧ ಸಾಮ್ರಾಜ್ಯದ ಮಹಾರಾಣಿಯ ಮೇಲೆ ನಮ್ಮಂಥ ಬಡವರು ಕೋಪಿಸಿಕೊಂಡರೇನಾಗುತ್ತದೆ ?" ಎಂದಳು ಮಾಧವಿ ನೋವಿನಿಂದ.

"ನಾನು ಮಹಾರಾಣಿಯಾಗಿ ಬಂದಿಲ್ಲ ಮಾಧವಿ, ನಿನ್ನ ಗೆಳತಿಯಾಗಿ ಬಂದಿದ್ದೇನೆ."

"ಚಕ್ರವರ್ತಿಗಳಿಗೂ ನಮ್ಮಂಥ ಸಣ್ಣರಾಜರಿಗೂ ಎಲ್ಲಿಯ ಸಂಬಂಧ ?" ಎಂದ ಮಲಯಕೇತು.

"ಸ್ನೇಹಕ್ಕೆ ಸ್ಥಾನಮಾನಗಳಲ್ಲ, ಹೃದಯ ಪ್ರಧಾನ ಯುವರಾಜ."

"ಹೃದಯವಿದ್ದವರು ನನ್ನ ತಂದೆಯನ್ನು ಅಷ್ಟು ನಿರ್ದಯವಾಗಿ ಕೊಲ್ಲುತ್ತಿರಲಿಲ್ಲ."

"ಓ, ಇನ್ನೂ ನಿಮಗೆ ನಂಬಿಕೆ ಬಂದಿಲ್ಲ, ಆಚಾರ್ಯರು ಆ ಕೆಲಸ ಮಾಡಲಿಲ್ಲವೆಂಬುದನ್ನು ಮಾಧವಿ ಹೇಳಲಿಲ್ಲವೆ ?"

"ನನ್ನ ಮಾತಿನಲ್ಲಿ ಅವರಿಗೆ ನಂಬಿಕೆಯಿಲ್ಲ ಉಜ್ವಲ."

"ನಂಬಿಕೆ ಬರಲೇಬೇಕು, ಪರ್ವತರಾಜರನ್ನು ಕೊಂದ ಅದೇ ಯೂಡಿಮಸ್ ಈಗ ಅಲೆಗ್ಸಾಂಡರ್‌ನ ಸೇನಾನಾಯಕ ಸೆಲ್ಯೂಕಸನನ್ನು ಪ್ರಚೋದಿಸಿ ಅವನು ಅಪಾರ ಸೇನೆಯೊಂದಿಗೆ ಮತ್ತೆ ಆರ್ಯಾವರ್ತದ ಮೇಲೆ ದಾಳಿ ಮಾಡಲು ಹೊರಟಿದ್ದಾನೆ."

"ಹಾಂ ! ಹೌದೇ ?" ಮಲಯಕೇತು ಚಕಿತನಾಗಿ ಕೇಳಿದ.

"ಹೌದು ಯುವರಾಜ, ಆ ಯೂಡಿಮಸ್ಸನ ಜೊತೆಯಲ್ಲಿದ್ದ ಸಾಕ್ಷಿ ಸುಸೀಮನನ್ನು ನಿಮ್ಮ ಬಳಿಗೇ ಕಳಿಸಿದ್ದರೆ, ಖಂಡಿತ ನೀವು ನಂಬುತ್ತಿದ್ದಿರಿ. ಆದರೆ ದುಃಖದ ಆವೇಶದಲ್ಲಿದ್ದ ನೀವು ಅಥವಾ ನಿಮ್ಮ ಜನ ಅವನಿಗೆ ಪ್ರಾಣಾಪಾಯ ಮಾಡಬಹುದೆಂಬ ಭಯದಿಂದ ಅವನು ತನ್ನ

ಊರಿಗೆ ಹೊರಟು ಹೋದ. ಮತ್ತೆ ಬರುವ ವಾಗ್ದಾನ ಮಾಡಿದ್ದಾನೆ. ಒಂದಲ್ಲ ಒಂದು ದಿನ ನಿಮಗೆ ಅವನ ಭೇಟಿಯಾಗುತ್ತದೆ. ಆಗ ನಿಜಸಂಗತಿ ತಿಳಿಯುತ್ತದೆ. ಆಗ ಚಾಣಕ್ಯರನ್ನು ತಪ್ಪು ತಿಳಿದೆನೆಂದು ನಿಮಗೇ ಪಶ್ಚಾತ್ತಾಪವಾಗುತ್ತದೆ.''

ಮಲಯಕೇತು ಸ್ವಲ್ಪ ಮೃದುವಾದ. ರಾಕ್ಷಸ ದ್ರೋಹ ಮಾಡಿದನೆಂಬ ನೋವಿನ ಹಿನ್ನೆಲೆಯಲ್ಲಿ ಉಜ್ವಲಳ ಮಾತಿನ ಮೇಲೆ ನಂಬಿಕೆ ಬರತೊಡಗಿತು.

''ನೀನು ದುಃಖ ನಿರಾಸೆಗಳಿಂದ ಪಾಟಲೀಪುತ್ರದಿಂದ ಬರಬೇಕಾಗಿ ಬಂದದ್ದು ನಮಗೆಷ್ಟು ನೋವುಂಟು ಮಾಡಿತು ಗೊತ್ತೆ ಮಾಧವಿ ?'' ಮಾಲಿನಿ ಹೇಳಿದಳು, ''ಪ್ರತಿನಿತ್ಯ ನಾವು ನಿಮ್ಮನ್ನು ನೆನಪು ಮಾಡಿಕೊಳ್ಳುತ್ತಿದ್ದೆವು.''

ಸುಗಂಧಿಗೆ ಅಳುವೇ ಬಂದುಬಿಟ್ಟಿತು. ಅವಳು ಅಳುತ್ತಲೇ ಹೇಳಿದಳು, ''ಕೆಲವೇ ದಿನಗಳಾದರೂ ನಾವೆಲ್ಲ ಎಷ್ಟು ಸ್ನೇಹ ವಿಶ್ವಾಸಗಳಿಂದ ಕಳೆದೆವು. ಹುಟ್ಟಿದಂದಿನಿಂದಲೂ ನಾವು ಹೀಗೇ ಇದ್ದೆವೇನೋ ಅನ್ನಿಸುತ್ತಿತ್ತು. ಆ ದುರ್ಘಟನೆಯಾದ ಮೇಲೆ ನಿನ್ನ ಸಂಕಟ, ಯಾತನೆಗಳನ್ನು ಕಂಡು ನಾವು ಸಾಕಷ್ಟು ನೊಂದೆವು ಮಾಧವಿ. ನಮ್ಮ ತಪ್ಪು ಏನೇ ಇದ್ದರೂ ಕ್ಷಮಿಸು. ನಮ್ಮ ಸ್ನೇಹವನ್ನು ತಿರಸ್ಕರಿಸಬೇಡ.''

''ಮಾಧವಿ'' ಸುಜಾತ ಹೇಳಿದಳು, ''ನಿನ್ನ ಮಾವನವರ ಸಾವಿನಲ್ಲಿ ಚಂದ್ರಗುಪ್ತ ಅಥವಾ ಚಾಣಕ್ಯರ ಕೈವಾಡವಿಲ್ಲ, ಅದನ್ನು ನೀನು ನಂಬಬೇಕು. ಅವರು ಅಂಥ ಹೀನ ಸಂಸ್ಕೃತಿಯವರಾಗಿದ್ದರೆ, ನನ್ನ ಗಂಡ ಅವರಿಗಾಗಿ ಬಲಿಯಾಗುತ್ತಿರಲಿಲ್ಲ, ಆ ದುಃಖವನ್ನು ನುಂಗಿ ನಾನು ಚಂದ್ರಗುಪ್ತನ ಅಂಗರಕ್ಷಕಳಾಗಿ ಜೀವನ ಕಳೆಯಲು ನಿರ್ಧರಿಸುತ್ತಿರಲಿಲ್ಲ.''

ಮಾಧವಿಯೂ ಭಾವೋದ್ವಿಗ್ನಳಾದಳು. ಕಣ್ಣೀರು ಉಕ್ಕಿ ಕೊರಳ ಸೆರೆ ಬಿಗಿಯಿತು. ''ಯುವರಾಜ, ಈಗಲಾದರೂ ನಿಮಗೆ ನಂಬಿಕೆ ಬಂತೆ ?'' ಎಂದಳು.

''ಬಂತು ಮಾಧವಿ'' ಮಲಯಕೇತು ಹೇಳಿದ, ''ನಂಬಿಕೆ ಬಂತು. ರಾಕ್ಷಸ ಮೋಸ ಮಾಡದಿದ್ದರೆ ಬಹುಶಃ ನಾನು ನಂಬುತ್ತಲೇ ಇರಲಿಲ್ಲ, ಮೊದಲೇ ನಾನು ನಿನ್ನ ಮಾತು ಕೇಳಬೇಕಾಗಿತ್ತೆಂದು ಬೆಳಗಿನಿಂದ ಸಾವಿರ ಸಲ ಅಂದುಕೊಂಡಿದ್ದೇನೆ.''

''ಸದ್ಯ ಈಗ ನನಗೆ ನಿರಾಳವಾಯಿತು.'' ಉಜ್ವಲ ಒಂದು ಸಮಾಧಾನದ ಉಸಿರು ಬಿಟ್ಟಳು. ''ಈಗ ನನ್ನ ಮೇಲೆ ಇನ್ನೊಂದು ಗುರುತರವಾದ ಹೊಣೆಯಿದೆ'' ಎಂದಳು.

''ಗುರುತವಾದ ಹೊಣೆಯೆ ? ಏನದು ?'' ಎಂದು ಮಲಯಕೇತು ಕೇಳಿದ.

''ಚಂದ್ರಗುಪ್ತನ ಅಥವಾ ಮಗಧದ ಪರಮಾಧಿಕಾರವನ್ನು ಒಪ್ಪಿ ನೀವು ಚಂದ್ರಗುಪ್ತನಿಗೆ ಮಿತ್ರರಾಗಿರುವಂತೆ ಒಪ್ಪಬೇಕು ಅಥವಾ ನೀವೇ ಮಗಧ ಸಿಂಹಾಸನವೇರಿ ಚಕ್ರವರ್ತಿಯಾಗುವುದಾದರೆ ಚಂದ್ರಗುಪ್ತ ನಿಮ್ಮ ಮಿತ್ರನಾಗಿ ಇದ್ದುಬಿಡುತ್ತಾರೆ. ಮತ್ತೆ ವಿದೇಶೀ ಆಕ್ರಮಣದ ಭೀತಿಯಿರುವ ಈ ಸಂದರ್ಭದಲ್ಲಿ ಇಡೀ ಆರ್ಯಾವರ್ತವೇ ಐಕಮತ್ಯದಿಂದ ಇರುವುದು ಅತ್ಯಂತ ಆವಶ್ಯಕ. ಇಲ್ಲವಾದರೆ ಮತ್ತೆ ಬಿಡಿಬಿಡಿಯಾದ ರಾಜ್ಯಗಳು ಸುಲಭವಾಗಿ ಯವನರಿಗೆ ತುತ್ತಾಗುತ್ತವೆ. ಹಿಂದಿನ ಸಲದ ಪಾಠದಿಂದ ಅವರು ಈ ಸಲ ತಮ್ಮ ಅಧಿಕಾರವನ್ನು ಭದ್ರಗೊಳಿಸಿಕೊಳ್ಳಲು ಪ್ರಯತ್ನಿಸುತ್ತಾರೆ.''

ಮಲಯಕೇತು ಸ್ವಲ್ಪ ಹೊತ್ತು ಆಳವಾದ ಚಿಂತೆಯಲ್ಲಿ ತೊಡಗಿದ. ಮಾಧವಿ ಹೇಳಿದಳು, ''ನನ್ನ ಪತಿ ಮರುಮದುವೆಯಾಗುವುದಾದರೆ ಮಗಧ ಸಿಂಹಾಸನವೇರಬಹುದು.''

"ಮಾಧವೀ ! ನಾನು ಮರುಮದುವೆಯಾಗುವುದೆ ?" ಮಲಯಕೇತು ಅವಾಕ್ಕಾಗಿ ಕೇಳಿದ.

"ಹೌದು ಯುವರಾಜ, ಏಕೆಂದರೆ ನಿಮ್ಮ ನಂತರ ಸಿಂಹಾಸನವೇರಲು ಒಬ್ಬ ಉತ್ತರಾಧಿ ಕಾರಿ ಬೇಡವೆ ?"

ಎಲ್ಲ ಚಕಿತರಾದರು. ಅವಳೇಕೆ ಆ ಮಾತನ್ನು ಹೇಳುತ್ತಿರುವಳೆಂದು ಅರ್ಥವಾಗಲಿಲ್ಲ. "ಮಾಧವಿ, ಏಕೆ ಹೀಗೆ ಹೇಳುತ್ತಿರುವೆ ?" ಎಂದು ಉಜ್ವಲ ಕೇಳಿದಳು.

"ಹೌದು ಉಜ್ವಲ, ನನಗೆ ಸಂತಾನವಿಲ್ಲವಲ್ಲ."

"ಈಗ ಇಲ್ಲದಿದ್ದರೆ ಆಮೇಲಾಗುತ್ತದೆ" ಎಂದಳು ಮಾಲಿನಿ.

"ಇಲ್ಲಮ್ಮ ಆಗುವುದಿಲ್ಲ, ಆಗುವಂತಿದ್ದರೆ ಇಷ್ಟು ಹೊತ್ತಿಗೆ ಆಗಬಹುದಾಗಿತ್ತು. ನಾನು ತಾಯಿಯಾಗುವುದು ಸಾಧ್ಯವೇ ಇಲ್ಲವೆಂದು ನಮ್ಮ ರಾಜವೈದ್ಯರು ಹೇಳಿದ್ದಾರೆ. ಅದನ್ನು ನಾನು ನಂಬುತ್ತೇನೆ. ನನ್ನ ಮೈದುನರಾದರೂ ಬದುಕಿದ್ದರೆ, ಅವರಿಗೆ ವಿವಾಹವಾಗಿದ್ದರೆ ಪೌರವರ ವಂಶ ಬೆಳೆಯುತ್ತಿತ್ತು. ಈಗಲೂ ಮರುಮದುವೆ ಆಗದೆ ಬೇರೆ ದಾರಿಯಿಲ್ಲ."

ಮಲಯಕೇತು ಕರುಣೆಯಿಂದ ಮಾಧವಿಯ ಮುಖ ನೋಡಿದ. ಇಷ್ಟು ಕಾಲ ಒಳಗೇ ತನ್ನ ನೋವನ್ನು ತಿನ್ನುತ್ತ ಅವಳು ಎಷ್ಟು ಸಂಕಟಪಟ್ಟಿರಬಹುದೆಂದು ಊಹೆ ಮಾಡಿದ. ಬರೀ ಸಂತಾನದ ಆಸೆಗಾಗಿ ಬೇರೊಂದು ಮದುವೆ ಮಾಡಿಕೊಳ್ಳುವುದು ಇಷ್ಟವಾಗಲಿಲ್ಲ. 'ಒಳ್ಳೆಯದೇ ಆಯಿತು. ಸೂರ್ಯ ಚಂದ್ರರಿರುವವರೆಗೆ ನಮ್ಮ ವಂಶದ ಆಳ್ವಿಕೆಯೇ ನಡೆಯಬೇಕೆಂದು ಬಯಸುವುದು ಮೂರ್ಖತನವಲ್ಲವೆ ?' ಎಂದುಕೊಂಡು "ಮಾಧವಿ, ನಾನು ಒಪ್ಪಿದ್ದೇನೆ" ಎಂದ.

"ಏಕೆ ? ಮರುಮದುವೆ ಮಾಡಿಕೊಳ್ಳಲು ತಾನೆ ?"

"ಅಲ್ಲ, ಚಂದ್ರಗುಪ್ತನ ಪರಮಾಧಿಕಾರವನ್ನು ಒಪ್ಪಲು." ಎಲ್ಲ ಸಮಾಧಾನದಿಂದ ಮುಖ ಮುಖ ನೋಡಿಕೊಂಡರು.

"ಯುವರಾಜ ನಿಮ್ಮ ಔದಾರ್ಯ ತುಂಬ ದೊಡ್ಡದು" ಎಂದಳು ಉಜ್ವಲ.

"ನನ್ನ ಔದಾರ್ಯವಲ್ಲ ಮಹಾರಾಣಿ" ಮಲಯಕೇತು ಹೇಳಿದ, "ಮಾಧವಿಯ ಉನ್ನತ ವ್ಯಕ್ತಿತ್ವದ ಮುಂದೆ ನಾನು ಬಹಳ ಸಣ್ಣವನು. ಅರಮನೆ, ಅಧಿಕಾರ, ಸುಖವೈಭೋಗಗಳ ನಿರರ್ಥಕತೆ ಯನ್ನು ಅವಳು ಹಲವು ಸಲ ನನ್ನೊಂದಿಗೆ ಚರ್ಚಿಸಿದ್ದಳು. ಅದು ಅಂದು ಅರ್ಥವಾಗಿರಲಿಲ್ಲ, ಇಂದು ಆಗುತ್ತಿದೆ. ಈಗ ನನಗೆ ಸೋಲಿನ ಕಹಿಯಿಲ್ಲ, ಗೆಲುವಿನ, ಉನ್ಮತ್ತತೆಯಿಲ್ಲ, ಸಮಾಧಾನದ ಭಾವನೆಯಿದೆ."

"ನಿಮ್ಮ ಈ ನಿರ್ಧಾರಕ್ಕೆ ನಾನು ಕೃತಜ್ಞಳಾಗಿದ್ದೇನೆ ಯುವರಾಜ" ಎಂದಳು ಮಾಧವಿ.

"ನಾಳೆ ನಾವು ಶಾಂತಿಯಿಂದ ನಮ್ಮ ನಗರಕ್ಕೆ ಹಿಂದಿರುಗೋಣ."

"ಇಲ್ಲ ಯುವರಾಜ" ಉಜ್ವಲ ಹೇಳಿದಳು, "ನೀವೀಗ ಪಾಟಲೀಪುತ್ರಕ್ಕೆ ಬರಲೇಬೇಕು. ಇದು ಆಚಾರ್ಯರ ಆದೇಶ."

"ನಿಮ್ಮ ಸೇನೆಯ ನಡುವೆ ಸೆರೆಯಾಳಿನಂತೆ ಬರಬೇಕೇ ?"

"ಇಲ್ಲ, ನಿಮ್ಮನ್ನು ಗೌರವಪೂರ್ವಕವಾಗಿ ಕರೆದುಕೊಂಡು ಹೋಗಲೆಂದೇ ನಮ್ಮ ಸೈನ್ಯ ಬಂದಿರುವುದು."

"ಅಂದರೆ ? ರಾಕ್ಷಸ...?"

"ಅದೆಲ್ಲ ಪಾಟಲೀಪುತ್ರಕ್ಕೆ ಹೋದಮೇಲೆ ತಿಳಿಯುತ್ತದೆ. ಈಗ ನೀವು ರಾಜಾತಿಥಿಗಳಾಗಿ ಸಂಭ್ರಮದಿಂದ ಹೊರಡಿ."

ಯಾವುದೂ ಸರಿಯಾಗಿ ಅರ್ಥವಾಗದಿದ್ದರೂ ಮಲಯಕೇತು ಒಪ್ಪಿದ. ಮಾಧವಿ ತಾನು ಬರುವಾಗ ತಂದಿದ್ದ ಮುತ್ತಿನ ಉಡುಗೊರೆಯನ್ನು ಎಲ್ಲರಿಗೂ ಕೊಟ್ಟಳು. "ನೀವೆಲ್ಲ ನನ್ನ ಹೃದಯಕ್ಕೆ ಎಷ್ಟು ಹತ್ತಿರವಾದವರೆಂಬುದಕ್ಕೆ ಈ ಸಣ್ಣ ಉಡುಗೊರೆಯೇ ಸಾಕ್ಷಿ. ನಾನು ಯಾವ ಆಭರಣಗಳನ್ನೂ ಬಯಸಿದವಳಲ್ಲ. ಆದರೆ ಶುಭ್ರವಾದ, ಶಾಂತವಾದ ಮನಸ್ಸಿನಂತೆ ಬೆಳ್ಳಗೆ ಹೊಳೆಯುವ ಈ ಮುತ್ತುಗಳನ್ನು ಸೇರಿಸಿದ್ದ ಹಾರ ಮಾತ್ರ ನನಗೆ ಪ್ರಿಯವಾಗಿತ್ತು. ನನಗೆ ಪ್ರಿಯರಾದವರಿಗೆ ಇದಕ್ಕಿಂತ ಉತ್ತಮ ಉಡುಗೊರೆ ಇಲ್ಲವೆಂದುಕೊಂಡು, ಆ ಹಾರವನ್ನು ಕಿತ್ತು ನಿಮಗೆ ಹಂಚಿಬಿಟ್ಟಿದ್ದೇನೆ."

"ನೀನು ಹಾರವನ್ನು ಕಿತ್ತು ಹಾಕಿಲ್ಲ ಮಾಧವಿ, ನಿನ್ನ ಮುತ್ತಿನ ಹಾರ ನಮ್ಮ ಹೃದಯಗಳ ಸೂತ್ರದಲ್ಲಿ ಬಂಧಿತವಾಗಿ ನಾವೆಲ್ಲ ಸೇರಿ ಈಗ ಒಂದು ಹಾರವಾಗಿದ್ದೇವೆ" ಎಂದಳು ಸುಗಂಧಿ

"ಸುಗಂಧಿ, ನಿನ್ನ ಸರಳ ನಡವಳಿಕೆಯಂತೆ ನಿನ್ನ ಮಾತೂ ಅರ್ಥಪೂರ್ಣವಾಗಿದೆ" ಎಂದು ಮಾಧವಿ ಅವಳನ್ನು ಅಪ್ಪಿಕೊಂಡಳು.

ಕಾರ್ಮೋಡ ಕರಗಿದಂತೆ ಇಡೀ ಸೇನಾಶಿಬಿರ ಉತ್ಸಾಹದ ಚಿಲುಮೆಯಾಯಿತು. ಡಿಂಗಿರಾತ, ಚಿತ್ರವರ್ಮ ಮತ್ತು ಭದ್ರಭಟರೂ ಕೂಡ ಬಂದು ಮಾತನಾಡಿದರು. ಸಡಗರ, ಸಂಭ್ರಮಗಳಿಂದ ಸತ್ಕಾರ, ಉಪಚಾರಗಳು ನಡೆದವು.

## ೧೦

ಅತ್ತ ರಾಕ್ಷಸ ದುಃಖಭಾರದಿಂದ ತಲೆತಗ್ಗಿಸಿ ಸುಮ್ಮನೆ ನಡೆಯುತ್ತಿದ್ದ. ತಾನು ಎತ್ತ ಹೋಗುತ್ತಿದ್ದೇನೆಂಬ ಅರಿವೂ ಅವನಿಗಿರಲಿಲ್ಲ. ಅವನಿಗೆ ಸ್ವಲ್ಪ ದೂರದಲ್ಲಿ ಸ್ಕಂದ, ಶಶಾಂಕ, ಕರಭಕ ಮತ್ತು ವಿರಾಧಗುಪ್ತ ಹಿಂಬಾಲಿಸಿ ಬರುತ್ತಿದ್ದರು. ಅವರನ್ನೂ ಕೂಡ ರಾಕ್ಷಸ ಗಮನಿಸಲಿಲ್ಲ. ತಿರುಗಿ ನೋಡುವುದಿರಲಿ, ಒಮ್ಮೆ ತಲೆಯೆತ್ತಿ ಕೂಡ ನೋಡಲಿಲ್ಲ. ಮತ್ತೆ ಮತ್ತೆ ಅವನ ಮನಸ್ಸಿನ ತುಂಬ ತನ್ನನ್ನು ಮಲಯಕೇತು ದ್ರೋಹಿಯೆಂದು ಕರೆದ ಚಿತ್ರವೇ ಪುನರಾವರ್ತನೆಯಾಗುತ್ತಿತ್ತು. 'ಎಷ್ಟೊಂದು ಹೀನಾಯವಾಗಿ ಸೋತು ಹೋದೆ ! ಇದ್ದ ಅಲ್ಪ ಸ್ವಲ್ಪ ಗೌರವವೂ ಮಣ್ಣು ಪಾಲಾಗಿ ಹೋಯಿತು. ಇನ್ನೂ ನಾನು ಬದುಕಿರಬೇಕೇ ? ದ್ರೋಹ ಮಾಡದೆ ದ್ರೋಹಿಯೆನಿಸಿಕೊಂಡ ಮೇಲೆ ನಾನು ಬದುಕಿರುವುದರಲ್ಲಿ ಯಾವ ಅರ್ಥವಿದೆ ? ಆತ್ಮಹತ್ಯೆ ಮಾಡಿಕೊಂಡಾದರೂ ಈ ಅಪಮಾನದ ನೋವಿನಿಂದ ಮುಕ್ತವಾಗಿಬಿಡಬೇಕು' ಎಂದುಕೊಂಡ.

ತಕ್ಷಣ ಅವನಿಗೆ ಚಾಣಕ್ಯ ಪಾಟಲೀಪುತ್ರಕ್ಕೆ ಬಂದು ತನ್ನ ತಂದೆಯ ಕೊಲೆಯ ಬಗ್ಗೆ ಮಾತಾಡಲು ತನ್ನ ಬಳಿಗೆ ಬಂದಿದ್ದಾಗ 'ನಾನಂತೂ ಆತ್ಮಹತ್ಯೆ ಮಾಡಿಕೊಳ್ಳುವುದಿಲ್ಲ. ನೀನು ಆತ್ಮಹತ್ಯೆ ಮಾಡಿಕೊಳ್ಳುವ ಸಂದರ್ಭವುಂಟುಮಾಡುತ್ತೇನೆ. ಆಗ ನನ್ನನ್ನು ನೆನಪು ಮಾಡಿಕೊ' ಎಂದು ಹೇಳಿದ್ದು ನೆನಪಾಯಿತು. ಅದರ ಜೊತೆಗೆ ತನ್ನ ತಂದೆ ಸಾಯುವಾಗ 'ಕಹಿಯಾದ ತುತ್ತನ್ನು ಬಾಯಿಂದ ಉಗುಳುವಂತೆ ಮಗಧ ನಿನ್ನನ್ನು ಉಗುಳುತ್ತದೆ' ಎಂದು ಹೇಳಿದ ಮಾತೂ ನೆನಪಿಗೆ ಬಂತು.

'ಅಂದರೆ ಮಗಧ ನನ್ನನ್ನು ಅರಗಿಸಿಕೊಳ್ಳಲಾರದೆ ಹೊರಗೆ ಉಗುಳಿಬಿಟ್ಟಿತೆ ? ಮಗಧವೇ ಉಗುಳಿದ ಮೇಲೆ ಬೇರೆ ಎಲ್ಲಿಯೂ ನಾನು ಸಲ್ಲುವುದಿಲ್ಲವೆಂದು ಅರ್ಥವೆ ? ತಂದೆ ಹೇಳಿದಂತೆ ನಾನು ಧನನಂದನ ಜೊತೆ ಸೇರಿ ಮಗಧಕ್ಕೆ ದ್ರೋಹವೆಸಗಿ ಈ ಗತಿ ತಂದುಕೊಂಡೆನೆ ? ನನಗೆ ಸ್ಥಾನಮಾನಗಳನ್ನು ನೀಡಿ ಗೌರವಿಸಿದ ಧನನಂದನಿಗೆ ನಿಷ್ಠೆ ತೋರಿದ್ದೇ ಅಪರಾಧವೇ ? ತನ್ನ ನೀಚಕರ್ಮಗಳಿಂದ ಅವನು ತನ್ನ ಕೊನೆಯನ್ನು ತಾನೇ ತಂದುಕೊಂಡನೆ ? ಅವನೇ ಹೋದ ಮೇಲೆ ಅವನ ಹೆಸರಿನಲ್ಲಿ ನಾನು ಪಾಡುಪಡುತ್ತ ದ್ರೋಹಿ ಎನ್ನಿಸಿಕೊಳ್ಳಬೇಕಾಗಿತ್ತೆ ? ತಂದೆಯವರಿಗೆ ಮೊದಲೇ ಈ ಭವಿಷ್ಯ ಗೊತ್ತಿತ್ತೆ. ಅವರ ಮಾತಿನಂತೆ ವ್ಯಕ್ತಿ ಮುಖ್ಯವಲ್ಲ, ಮಗಧ ಮುಖ್ಯವೆಂದು ನಾನು ನಡೆದುಕೊಂಡಿದ್ದರೆ, ಧನನಂದನ ನಿಷ್ಠೆಯ ಹೆಸರಿನಲ್ಲಿ ಅವನ ಪಾಪಕಾರ್ಯಗಳಲ್ಲಿ ನಾನೂ ಭಾಗಿಯಾಗುವುದು ತಪ್ಪುತ್ತಿತ್ತೆ ? ಛೆ ಎಷ್ಟೊಂದು ಪ್ರಶ್ನೆಗಳು !' ಎಂದು ತಲೆಹಿಡಿದು ಮಾರ್ಗದ ಬದಿಯ ಒಂದು ಮರದ ಕೆಳಗೆ ಕುಳಿತುಬಿಟ್ಟ. ಹಿಂದೆ ಬರುತ್ತಿದ್ದ ಕರಭಕ ಮತ್ತು ಮಿತ್ರರು ಮೆಲ್ಲಗೆ ಹತ್ತಿರ ಬಂದು ತುಸು ದೂರದಲ್ಲಿ ಕುಳಿತುಕೊಂಡರು. ರಾಕ್ಷಸ ಅದನ್ನು ಗಮನಿಸಲಿಲ್ಲ.

ಅವನ ತರ್ಕ ಈಗ ತನ್ನ ಆತ್ಮನಿರೀಕ್ಷಣೆ ಮಾಡಿಕೊಳ್ಳುವುದರತ್ತ ಕೇಂದ್ರೀಕೃತವಾಗಿತ್ತು. ಅವನ ದೈನ್ಯಾವಸ್ಥೆ ಮತ್ತು ಅಮಾತ್ಯನೆಂಬ ಗಣ್ಯತೆಯ ನಡುವಿನ ಬಿಂದುವಿನಲ್ಲಿ ಧನನಂದ ನಿಂತಿದ್ದ. ಸಂಬಂಧವಿಲ್ಲದಷ್ಟು ಅಂತರವಿರುವ ತನ್ನ ಎರಡು ಸ್ಥಿತಿಯ ಮಧ್ಯೆ ನಿಂತ ಅವನು ಸಹಜವಾಗಿ ಅವನ ನಿಷ್ಠೆಯ ಕೇಂದ್ರವಾಗಿದ್ದ. ಆದರೆ ತನ್ನಂತೆ ವಿದ್ವಾಂಸರಾದರೂ, ಅರ್ಹತೆ ಯಿದ್ದರೂ ತನ್ನ ಸ್ಥಾನಮಾನಗಳನ್ನು ಪಡೆಯದ ಲಕ್ಷಾಂತರ ಜನರಿಲ್ಲವೆ? ಅವರೆಲ್ಲರೂ ಮಗಧವನ್ನು ದ್ವೇಷಿಸಿದರೆ? ಅವರೆಲ್ಲ ಮಗಧದ ನಿಷ್ಠಾವಂತ ಪ್ರಜೆಗಳಾಗಿ ಬದುಕುತ್ತಿಲ್ಲವೆ ? ಅವನ ತಂದೆ ಸರಿಯಾಗಿಯೇ ಹೇಳಿದ್ದ. ಇದೇ ಮಗಧ ಬಡತನವನ್ನೇ ನೀಡಿದರೂ ಬದುಕಿಸಿದೆ, ಪೋಷಿಸಿದೆ. ವಿದ್ಯಾವಂತನಾಗುವ ಅವಕಾಶ ಕಲ್ಪಿಸಿದೆ. ಅಂದ ಮೇಲೆ ಅದರ ಋಣ ಅಗಾಧವಾದದ್ದೆ. ಆ ಬೆಳೆದ ವ್ಯಕ್ತಿತ್ವವನ್ನು ಮಗಧ ಕೊಡದಿದ್ದರೆ ಖಂಡಿತ ಧನನಂದ ಅವನನ್ನು ಅಮಾತ್ಯನನ್ನಾಗಿ ನೇಮಿಸುತ್ತಿರಲಿಲ್ಲ.

ತಕ್ಷಣ ರಾಜಸಭೆಯಲ್ಲಿ ಚಣಕನಿಗೆ, ಚಾಣಕ್ಯನಿಗೆ ಅಪಮಾನವಾದ ಪ್ರಸಂಗ, ತನಗೆ ಮಲಯಕೇತುವಿನ ಎದುರು ಅಪಮಾನವಾದ ಪ್ರಸಂಗ ನೆನಪಾದವು. ಅವನ ಮನಸ್ಸು ಅವೆರಡನ್ನೂ ಹೋಲಿಸಿ ನೋಡಿತು. ವಿಷಯ ಬೇರೆಯಾದರೂ ಪರಿಣಾಮ ಒಂದೇ ರೀತಿಯಾಗಿತ್ತು. ಆದರೆ ನಂತರದ ಸ್ಥಿತಿ ಮೂರು ವಿಧವಾಗಿತ್ತು. ಚಣಕ ಧನನಂದ ಮತ್ತು ಶ್ರೀಯಕನ ಮೋಸಕ್ಕೆ ಬಲಿಯಾದ. ಚಾಣಕ್ಯ ಧೀರ ಪ್ರತಿಜ್ಞೆ ಮಾಡಿ, ಅದನ್ನು ಈಡೇರಿಸಿಕೊಂಡು ಈಗ ಮಗಧ ಸಾಮ್ರಾಜ್ಯದ ಮಹಾಮಾತ್ಯನಾಗಿ ಮೆರೆಯುತ್ತಿದ್ದ. ತಾನು ಮಾತ್ರ ನೆಲದವರೆಗೆ ಕುಗ್ಗಿ ಹೋಗಿ ಆತ್ಮಹತ್ಯೆಯ ಯೋಚನೆ ಮಾಡುತ್ತಿದ್ದ.

ರಾಕ್ಷಸ ವಿಷಾದದಿಂದ ಸಣ್ಣಗೆ ನಕ್ಕ. ಅಕಸ್ಮಾತ್ ದೃಷ್ಟಿ ಅತ್ತ ಹರಿದಾಗ ಕರಭಕ ಮತ್ತು ಮಿತ್ರರು ತನ್ನತ್ತಲೇ ಮಿಕಿ ಮಿಕಿ ನೋಡುತ್ತ ಕುಳಿತಿರುವುದು ಕಂಡಿತು. ಅವರ ಮುಖ ನೋಡಿ ಅವನಿಗೆ ಕನಿಕರವಾಯಿತು. "ಮಿತ್ರರೇ ಹತ್ತಿರ ಬನ್ನಿ" ಎಂದ.

ತಕ್ಷಣ ನಾಲ್ವರೂ ಹತ್ತಿರ ಓಡಿ ಬಂದರು. ಕರಭಕ ಮತ್ತು ವಿರಾಧಗುಪ್ತ ಅವನ ಕಾಲು ಹಿಡಿದು ಭಾವಾವೇಶದಿಂದ ಅಳುತ್ತ "ಅಮಾತ್ಯರೇ, ನಾವು ನಿಮಗೆ ದ್ರೋಹ ಮಾಡಿಲ್ಲ, ನಿರ್ವಂಚನೆಯಿಂದ, ನಿಷ್ಠೆಯಿಂದ ಕೆಲಸ ಮಾಡಿದ್ದೇವೆ" ಎಂದರು.

ಅವನೆಂದ, "ನಿಮ್ಮ ತಪ್ಪಿಲ್ಲವೆಂದು ನನಗೆ ಗೊತ್ತು. ಮಹಾ ಚಾಣಾಕ್ಷನಾದ ಆ ಚಾಣಕ್ಯನ ತಂತ್ರ ನನ್ನನ್ನು ಕರುಣಾಜನಕವಾಗಿ ಸೋಲಿಸಿತೆಂಬುದನ್ನು ಇಷ್ಟವಿಲ್ಲದಿದ್ದರೂ ಈಗ ಒಪ್ಪಲೇಬೇಕು. ಎಲ್ಲ ರೀತಿಯಿಂದಲೂ ನಾನು ಸೋತುಹೋದೆ. ನನ್ನ ಬುದ್ಧಿ, ಶೌರ್ಯ, ಚಾತುರ್ಯ ಎಲ್ಲ ಒಂದು ತೃಣಕ್ಕೂ ಸಮವಲ್ಲವೆಂಬುದನ್ನು ಅವನು ನಿರೂಪಿಸಿಬಿಟ್ಟ! ತಾನು ತನ್ನ ಬುದ್ಧಿಯ ಖಡ್ಗದಿಂದ ಜಗತ್ತನ್ನೇ ಗೆಲ್ಲಬಲ್ಲ ಸಮರ್ಥನೆಂಬುದನ್ನು ತೋರಿಸಿಬಿಟ್ಟ! ಭಲೆ ಚಾಣಕ್ಯ! ನೀನು ನನ್ನ ಶತ್ರುವಾದರೂ, ನಾನು ನಿನ್ನನ್ನು ಮೆಚ್ಚುತ್ತೇನೆ. ನಿನ್ನ ಚಾಣಾಕ್ಷ ಮತಿಗೆ ನನ್ನ ನಮಸ್ಕಾರ !"

"ಆದರೆ ಮಲಯಕೇತು ಆತುರಪಟ್ಟು ನಿಮಗೆ ಹೀಗೆ ಮಾಡಬಾರದಾಗಿತ್ತು" ಎಂದ ಕರಭಕ.

"ಬೇಡ ಕರಭಕ, ಮಲಯಕೇತುವನ್ನು ದೂಷಿಸಬೇಡ. ಅವನು ಕೆಲವು ಕಾಲವಾದರೂ ನನಗೆ ಅನ್ನ, ಆಶ್ರಯ ನೀಡಿದ್ದಾನೆ. ಅವನು ನಿಜವಾಗಲೂ ಸಜ್ಜನ. ಆದರೆ ಚಾಣಕ್ಯನ ತಂತ್ರ ಅವನ ಮನಸ್ಸಿನಲ್ಲಿ ನನ್ನ ಬಗ್ಗೆ ಕೋಪ, ತಿರಸ್ಕಾರಗಳು ಹುಟ್ಟುವಂತೆ ಮಾಡಿತು. ಆ ಸಾಕ್ಷಿಗಳನ್ನು ಅವನು ನಂಬುವುದು ಸಹಜವೇ ತಾನೆ ? ಆ ಸ್ಥಾನದಲ್ಲಿ, ಆ ಸಂದರ್ಭದಲ್ಲಿ ನಾನೂ ಹಾಗೇ ನಡೆದುಕೊಳ್ಳುತ್ತಿದ್ದೇನೋ !"

"ಅಲ್ಲಾ, ಅದು ಶಕಟದಾಸನ ಕೈಬರಹವಾದರೆ, ಅವನು ನಮ್ಮ ಜೊತೆಯಲ್ಲಿರಬೇಕು. ಅವನಿಲ್ಲದೆ, ಅವನ ಬರಹ ಹೇಗೆ ಪ್ರಾಪ್ತವಾಯಿತೆಂದು ಯೋಚನೆ ಅವನಿಗೆ ಬರಲಿಲ್ಲವಲ್ಲಾ ?" ಎಂದ ಶಶಾಂಕ.

"ಹಾಗೆ ನೋಡಿದರೆ ಸಿದ್ಧಾರ್ಥಕನೂ ನಮ್ಮ ಜೊತೆಯಿರಲಿಲ್ಲ. ಆ ವಿಷಯ ಬಿಡಿ. ಕ್ರೋಧವಶವಾದಾಗ, ಸಂದೇಹ ಪ್ರಬಲವಾದಾಗ ತರ್ಕದ ಬಾಗಿಲು ಮುಚ್ಚಿಹೋಗುತ್ತದೆ."

ನಂತರ ಅವರೆಲ್ಲ ಎದ್ದು ನಡೆಯತೊಡಗಿದರು ಸಂಜೆಯವೇಳೆಗೆ ಸುಧಾರಿಸಿಕೊಳ್ಳಲು ಇನ್ನೊಂದು ಕಡೆ ಕುಳಿತರು. ಬೆಳಗಿನಿಂದ ಏನೂ ಆಹಾರವಿಲ್ಲದೆ ಅವರೆಲ್ಲ ನಿತ್ರಾಣಗೊಂಡಿದ್ದರು. ಆದರ ನೆನಪೇ ಯಾರಿಗೂ ಇರಲಿಲ್ಲ, ಇದ್ದರೂ ಅದಕ್ಕೆ ಯಾವ ವ್ಯವಸ್ಥೆಯೂ ಇರಲಿಲ್ಲ.

"ಮುಂದೇನು ?" ಎಂದು ವಿರಾಧಗುಪ್ತ ಕೇಳಿದ.

"ಹಿಂದಿನದು ಮರೆಯುತ್ತಿಲ್ಲ, ಮುಂದೇನೆಂದು ಗೋಚರಿಸುತ್ತಿಲ್ಲ, ಬದುಕೇ ಬೇಡವೆನಿಸಿರುವಾಗ ಮುಂದೆ ಏನಾದರೇನು ?" ಎಂದ ರಾಕ್ಷಸ.

"ದಯವಿಟ್ಟು ಅಂಥ ಆಲೋಚನೆ ಮಾಡಬೇಡಿ ಅಮಾತ್ಯರೇ" ಸ್ಕಂದ ಬೇಡಿಕೊಂಡ.

"ಮತ್ತೇನನ್ನು ಯೋಚಿಸಲಿ ಸ್ಕಂದ ? ಮತ್ತೆ ನನ್ನ ಸೇಡು ತೀರಿಸಿಕೊಳ್ಳುವ ಆಲೋಚನೆ ಮಾಡಲೆ ? ಅದಂತೂ ಸಾಧ್ಯವೇ ಇಲ್ಲ. ಅದನ್ನು ಬಿಟ್ಟು ಇನ್ನೇನು ಉಳಿದಿದೆ ?"

"ನಿಮ್ಮ ಹೆಂಡತಿ ಮಗನ ಬಗ್ಗೆ ಯೋಚಿಸುವುದಿಲ್ಲವೆ ?" ಕರಭಕ ಕೇಳಿದ.

ತಕ್ಷಣ ಅವರ ನೆನಪಾಗಿ ರಾಕ್ಷಸ ಚಿಂತಾಕ್ರಾಂತನಾದ. ಅವನ ಹೃದಯದ ಸಂಕಟ ಮುಖದಲ್ಲಿ ಕಾಣುತ್ತಿತ್ತು. ಅವನು ಹೇಳಿದ "ಅವರನ್ನು ಮರೆತೇ ಬಿಟ್ಟೆನಲ್ಲ, ಅವರು ಎಲ್ಲಿದ್ದಾರೆ ? ಹೇಗಿದ್ದಾರೆ ? ಶಕಟದಾಸ ದ್ರೋಹ ಮಾಡಿದ. ಚಂದನದಾಸನೂ ದ್ರೋಹ ಮಾಡಿದ್ದರೆ ?"

"ಇಲ್ಲ ಅಮಾತ್ಯರೇ ಅವರು ದ್ರೋಹ ಮಾಡಲಿಲ್ಲ."

ಧ್ವನಿ ಬಂದತ್ತ ಎಲ್ಲ ತಿರುಗಿ ನೋಡಿದರು. ಜೀವಸಿದ್ಧಿ ದೈನ್ಯದಿಂದ ನಿಂತಿದ್ದ. ಅವನ ಮುಖ ಕಂಡ ಕೂಡಲೇ ಎಲ್ಲರಲ್ಲೂ ಕ್ರೋಧವುಕ್ಕಿತು. "ನಂಬಿಕೆ ದ್ರೋಹಿ, ಮತ್ತೇಕೆ ಬಂದೆ ?"

ಎಂದು ಕರಭಕ ನುಗ್ಗಿ ಹೋದ. ಉಳಿದವರೂ ಹೋಗಿ ಅವನನ್ನು ಹಿಡಿದುಕೊಂಡರು. ಕರಭಕ ಒಂದು ಏಟನ್ನೂ ಹಾಕಿದ.

"ಕರಭಕ ನಿಲ್ಲಿಸು" ಎಂದು ರಾಕ್ಷಸ ಅಬ್ಬರಿಸಿದಾಗ ಅವರು ಅವನನ್ನು ಬಿಟ್ಟರು.

"ಜೀವಸಿದ್ಧಿ, ಬನ್ನಿ, ಇಲ್ಲಿ ಕುಳಿತುಕೊಳ್ಳಿ" ರಾಕ್ಷಸ ಕರೆದ. ಅವನು ಬಂದು ಸ್ವಲ್ಪದೂರದಲ್ಲಿ ಕುಳಿತುಕೊಂಡ. ಏಟು ಬಿದ್ದ ಜಾಗವನ್ನು ಮುಟ್ಟಿಕೊಂಡು ಹೇಳಿದ. "ನಾನು ದ್ರೋಹ ಮಾಡಲಿಲ್ಲ ಅಮಾತ್ಯರೇ. ನನ್ನ ಮೇಲೆ ಸಂದೇಹ ಬಂದು, ಹಿಡಿದು ಚೆನ್ನಾಗಿ ಹೊಡೆದು, ನಿಮ್ಮ ಮುದ್ರೆ ಯುಂಗುರವನ್ನು ಕಿತ್ತುಕೊಂಡು, ಅರಮನೆಯಲ್ಲೇ ಕೂಡಿಹಾಕಿದ್ದರು. ಸೆರೆಮನೆಗೆ ದೂಡಲೂ ಸಿದ್ಧರಾಗಿದ್ದರು. ಅಷ್ಟರಲ್ಲಿ ಒಂದು ಕಳವಳಕಾರೀ ವಿಷಯ ತಿಳಿದು ಹೇಗಾದರೂ ಮಾಡಿ ನಿಮಗೆ ತಿಳಿಸಬೇಕೆಂದು ಕಷ್ಟಪಟ್ಟು ತಪ್ಪಿಸಿಕೊಂಡು ಓಡಿಬಂದೆ."

"ಆ ಕಳವಳಕಾರಿಯಾದ ವಿಷಯ ಯಾವುದು ?" ರಾಕ್ಷಸ ಕೇಳಿದ.

ಜೀವನಸಿದ್ಧಿ ಹೇಳಿದ, "ನಿಮ್ಮ ಪ್ರಾಣಮಿತ್ರರಾದ ಚಂದನದಾಸರನ್ನು ಅರಮನೆಗೆ ಕರೆಸಿ ವಿಚಾರಣೆ ನಡೆಸಿದರು. ರಾಕ್ಷಸನ ಹೆಂಡತಿ ಮಗನನ್ನು ತಂದೊಪ್ಪಿಸಬೇಕೆಂದು ಪರಿಪರಿಯಾಗಿ ಕಾಡಿದರು. ಆದರೆ ಅವರು ಪ್ರಾಣವನ್ನಾದರೂ ಕೊಡುತ್ತೇನೆಯೇ ಹೊರತು ರಾಕ್ಷಸನ ಹೆಂಡತಿ ಮಗನನ್ನು ತಂದೊಪ್ಪಿಸುವುದಿಲ್ಲವೆಂದು ಪಟ್ಟು ಹಿಡಿದರು."

"ಈಗ ನನ್ನ ಕುಟುಂಬ ಎಲ್ಲಿದೆ ?"

"ಅರಮನೆಗೆ ಹೊರಡುವ ಮೊದಲು ಚಂದನದಾಸರು ಬಹುಶಃ ತಮ್ಮ ಹೆಂಡತಿಗೆ ಹೇಳಿ ಬೇರೆ ಕಡೆಗೆ ಸಾಗಿಸಿರಬೇಕು."

"ಚಂದನದಾಸ ಈಗ ಎಲ್ಲಿದ್ದಾನೆ ?"

"ಇನ್ನೆಲ್ಲಿ ಅಮಾತ್ಯರೇ, ನಾಡಿದ್ದು ಮುಂಜಾನೆಯೇ ಅವರಿಗೆ ರಾಜದ್ರೋಹದ ಆಪಾದನೆಯ ಮೇಲೆ ಮರಣದಂಡನೆ ವಿಧಿಸಲು ತೀರ್ಪು ನೀಡಲಾಗಿದೆ."

"ಅಯ್ಯೋ ಇನ್ನೇನು ಗತಿ !" ರಾಕ್ಷಸ ಉದ್ಗರಿಸಿದ. "ಅವನನ್ನು ಉಳಿಸುವ ದಾರಿಯೇ ಇಲ್ಲವೇ ?"

"ಇಲ್ಲ ಅಮಾತ್ಯರೇ."

"ಯಾವ ತಪ್ಪನ್ನೂ ಮಾಡದೆ, ಅವನು ನನಗಾಗಿ ಶಿಕ್ಷೆ ಅನುಭವಿಸಬೇಕೆ ? ಅದರ ಹೊಣೆ ನನ್ನದೇ ಅಲ್ಲವೆ ?"

"ಬಹುಶಃ ನೀವೇ ಹೋಗಿ ಚಾಣಕ್ಯನಿಗೆ ಶರಣಾಗತನಾದರೆ ಆ ಕಲ್ಲು ಮನಸ್ಸಿನ ಕಟುಕ ಕರಗಬಹುದೇನೋ."

"ಆಗಲಿ, ಎಲ್ಲ ಅಭಿಮಾನವನ್ನೂ ಕಳೆದುಕೊಂಡು ಬರೀ ಕಳೇಬರದಂತಿರುವ ಈ ರಾಕ್ಷಸ ಯಾರಿಗೆ ಬೇಕಾದರೂ ಶರಣಾಗಲು ಸಿದ್ಧನಾಗಿದ್ದಾನೆ. ನನ್ನ ಕಾರಣಕ್ಕಾಗಿ ನನ್ನ ಪ್ರಿಯಮಿತ್ರ ಸಾಯುವುದು ತಪ್ಪಿದರೆ ಸಾಕು. ಈ ದಾರಿ ಎತ್ತ ಹೋಗುತ್ತದೆ ?"

"ಇದು ಪಾಟಲೀಪುತ್ರದ ದಾರಿ ಅಮಾತ್ಯರೇ" ಎಂದ ವಿರಾಧಗುಪ್ತ.

"ನೋಡು, ವಿಧಿ ನನಗರಿವಿಲ್ಲದಂತೆ ಇದೇ ದಾರಿಯಲ್ಲಿ ಇಷ್ಟು ದೂರ ಕರೆತಂದಿದೆ. ಶಿಕ್ಷೆ ಕಾರ್ಯಗತಗೊಳ್ಳುವ ಮೊದಲು ನಾವು ಪಾಟಲೀಪುತ್ರವನ್ನು ಸೇರಬಹುದೇ ?"

"ಈಗಿನಿಂದಲೇ ನಡೆಯಲಾರಂಭಿಸಿದರೆ, ನಾಳೆ ಸಂಜೆಯ ವೇಳೆಗೆ ಪಾಟಲೀಪುತ್ರ

ತಲಪಬಹುದು. ಕುದುರೆಗಳಿದ್ದರೆ ವೇಗವಾಗಿ ಹೋಗಬಹುದಾಗಿತ್ತು" ಎಂದ ಜೀವಸಿದ್ಧಿ.

ಅದಕ್ಕೆ ಉತ್ತರ ಕೊಡದೆ ರಾಕ್ಷಸ ಎದ್ದು ತಕ್ಷಣವೇ ಬಿರಬಿರನೆ ಹೊರಟುಬಿಟ್ಟ. ಉಳಿದವರೂ ಹಿಂಬಾಲಿಸಿದರು. ರಾಕ್ಷಸನ ಮಿತ್ರಪ್ರೇಮವನ್ನು ಜೀವಸಿದ್ಧಿ ಮನಸ್ಸಿನಲ್ಲೇ ಮೆಚ್ಚಿದ.

ಜೀವಸಿದ್ಧಿ ತನ್ನ ಗಂಟಿನಲ್ಲಿ ಕೆಲವು ಹಣ್ಣುಗಳನ್ನು ಇರಿಸಿಕೊಂಡಿದ್ದ. ರಾಕ್ಷಸನಿಗೆ ಕೊಡಲು ಹೋದಾಗ ಅವನು ನಿರಾಕರಿಸಿದ. ಉಳಿದವರು ಹಸಿವನ್ನು ತಡೆಯಲಾರದೆ ಸ್ವಲ್ಪ ಸ್ವಲ್ಪ ತಿಂದರು. ಯಾವುದರ ಗಮನವೂ ಇಲ್ಲದೆ ರಾಕ್ಷಸ ಆವೇಶಗೊಂಡವನಂತೆ ನಡೆಯುತ್ತಿದ್ದ. ಈಗ ಅವನ ಮನಸ್ಸಿನಲ್ಲಿ ಚಂದನದಾಸನನ್ನು ಬಿಟ್ಟು ಬೇರೆ ಯಾವುದೂ ಇರಲಿಲ್ಲ.

★ ★ ★

ಮರುದಿನ ಸಂಜೆ ಅವರು ಪಾಟಲೀಪುತ್ರವನ್ನು ತಲಪಿದಾಗ ಆದೇ ತಾನೆ ಕತ್ತಲಾಗಿತ್ತು. ಮೊದಲೇ ಸೂಚಿಸಿದ್ದಂತೆ ಜೀವಸಿದ್ಧಿ ಅವನನ್ನು ಚಾಣಕ್ಯನ ಪರ್ಣಕುಟೀರದತ್ತ ಕರೆದೊಯ್ದ. "ಮೊದಲು ಅರಮನೆಗೆ ಹೋಗಿ ಚಾಣಕ್ಯನನ್ನು ನೋಡೋಣ" ಎಂದ ರಾಕ್ಷಸ.

"ಅರಮನೆಯಲ್ಲಿ ಅವನು ಸಿಗುವುದಿಲ್ಲ. ಇಲ್ಲಿಯವರೆಗೆ ಒಂದೇ ಒಂದು ದಿನವೂ ಚಾಣಕ್ಯ ಅರಮನೆಯಲ್ಲಿ ಮಲಗಲಿಲ್ಲ. ನದೀ ತೀರದ ಪರ್ಣಕುಟೀರದಲ್ಲೇ ಅವನ ವಾಸ."

"ಏನು, ಪರ್ಣಕುಟೀರವೇ !" ಎಂದು ರಾಕ್ಷಸ ಅಚ್ಚರಿಗೊಂಡ. ಮಗಧ ಸಾಮ್ರಾಜ್ಯದ ಮಹಾಮಾತ್ಯ ಚಾಣಕ್ಯ ಪರ್ಣಕುಟೀರದಲ್ಲಿ ವಾಸಿಸುತ್ತಿರುವನೆಂದು ನಂಬಲಾಗಲಿಲ್ಲ. ಅದನ್ನೇ ಯೋಚಿಸುತ್ತ ಅವನು ಜೀವಸಿದ್ಧಿಯನ್ನು ಹಿಂಬಾಲಿಸಿದ.

ಅವರು ಕುಟೀರದ ಬಳಿಗೆ ಬಂದರು. ನಾಲ್ಕು ಜನ ಕಾವಲುಗಾರರನ್ನು ಬಿಟ್ಟರೆ ಬೇರೆ ಯಾವ ರಕ್ಷಣಾ ವ್ಯವಸ್ಥೆಯೂ ಇಲ್ಲದ ಅದು ಒಂದು ಋಷ್ಯಾಶ್ರಮದಂತಿತ್ತು. 'ವಿಚಿತ್ರವಾಗಿದೆಯಲ್ಲ! ಇಷ್ಟರಲ್ಲೇ ನನ್ನ ಮತ್ತು ಅವನ ನಡುವಿನ ವ್ಯತ್ಯಾಸ ಸ್ಪಷ್ಟವಾಗುವಂತಿದೆ' ಎಂದುಕೊಂಡ ರಾಕ್ಷಸ.

ಅಂಗಳಕ್ಕೆ ಕಾಲಿಟ್ಟೊಡನೆ ಜೀವಸಿದ್ಧಿ "ಚಾಣಕ್ಯ" ಎಂದು ಎತ್ತರದ ಧ್ವನಿಯಲ್ಲಿ ಕೂಗಿದ. ಮತ್ತೆ ಕೋಪ ಕೆರಳಿ ರಾಕ್ಷಸ 'ದುರಾತ್ಮನಾದ ಈ ಚಾಣಕ್ಯನ ಬಾಗಿಲಿಗೆ ನಾನೇ ಬರುವಂತಾಯಿತಲ್ಲ' ಎಂದುಕೊಂಡ.

ಚಾಣಕ್ಯ ಒಳಗಡೆಯಿಂದ ಬಾಗಿಲಿಗೆ ಬಂದ. ಎದುರಿಗೆ ರಾಕ್ಷಸ, ಪಕ್ಕದಲ್ಲಿ ಜೀವಸಿದ್ಧಿ, ಹಿಂದೆ ಕರಭಕ, ವಿರಾಧಗುಪ್ತ, ಸ್ಕಂದ ಮತ್ತು ಶಶಾಂಕ ನಿಂತಿರುವುದನ್ನು ಕಂಡ. ಅವನ ಮುಖದಲ್ಲಿ ತಾನು ಗೆದ್ದೆನೆಂಬ ಅಹಂಕಾರದ ಸಂತೋಷಕ್ಕಿಂತ, ರಾಕ್ಷಸನನ್ನು ಕಂಡ ಸಮಾಧಾನದ ಸಂತೋಷವಿತ್ತು. ರಾಕ್ಷಸನಿಗೆ ಚಾಣಕ್ಯನ ಸೌಮ್ಯ ತೇಜಸ್ಸನ್ನು ಕಂಡು ತಾನು ಅವನನ್ನು ದುರಾತ್ಮನೆಂದುಕೊಂಡದ್ದು ತಪ್ಪಾಯಿತೇನೋ, ಎನ್ನಿಸಿತು. ಅಂದು ತನ್ನ ಮನೆಯಲ್ಲಿ, ರಾಜಸಭೆಯಲ್ಲಿ ಕಂಡ ಬೆಂಕಿಯ ಉಂಡೆಯಂಥ ಚಾಣಕ್ಯನಿಗೂ, ಇಂದು ಸಜ್ಜನಿಕೆಯೇ ಮೈವೆತ್ತಂತಿರುವ ಚಾಣಕ್ಯನಿಗೂ ಸಂಬಂಧವೇ ಇರಲಿಲ್ಲ.

ಚಾಣಕ್ಯ ತಾನೇ ಅವನ ಹತ್ತಿರ ಬಂದ. "ಆಚಾರ್ಯ ವಸುಭೂತಿಗೆ ಕುಟಿಲ ಗೋತ್ರೋದ್ಭವ ಚಣಕ ಪುತ್ರ ಚಾಣಕ್ಯ ಅಭಿವಾದಿಸುತ್ತಿದ್ದಾನೆ" ಎಂದು ಕೈ ಮುಗಿದ.

"ಆಚಾರ್ಯ" ಎಂದು ಅವನಿಗರಿವಿಲ್ಲದೆಯೇ ರಾಕ್ಷಸನ ಬಾಯಲ್ಲಿ ಬಂತು. ಅವನೆಂದ, "ಆಚಾರ್ಯನೆಂದು ಕರೆದು ನನ್ನನ್ನು ಅವಹೇಳನ ಮಾಡಬೇಡಿ. ಈಗಾಗಲೇ ನಾನು ಎಲ್ಲ ಅಭಿಮಾನವನ್ನೂ ಕಳೆದುಕೊಂಡು ಕುಗ್ಗಿಹೋಗಿದ್ದೇನೆ."

"ನಾನು ಅವಹೇಳನ ಮಾಡುತ್ತಿಲ್ಲ ವಸುಭೂತಿ, ನಿಮಗೆ ನಿಮ್ಮ ಸ್ವಸ್ವರೂಪದ ದರ್ಶನ ಮಾಡಿಸುತ್ತಿದ್ದೇನೆ."

"ಅಂದರೆ, ನನಗೆ ಅರ್ಥವಾಗಲಿಲ್ಲ?"

"ನೀವು ಮರೆತಿರುವ ನಿಮ್ಮ ಬ್ರಾಹ್ಮಣ್ಯವನ್ನು ಎಚ್ಚರಿಸುತ್ತಿದ್ದೇನೆ. ಕ್ಷಾತ್ರ ಬ್ರಾಹ್ಮಣ್ಯಗಳ ಸಮರ್ಥ ಸಮ್ಮಿಲನದಿಂದ ನೀವು ಇನ್ನಷ್ಟು ಪ್ರಜ್ವಲಿಸಬೇಕಾಗಿತ್ತು. ಆದರೆ ಬ್ರಾಹ್ಮಣ್ಯವನ್ನು ಕಡೆಗಣಿಸಿ, ಕ್ಷಾತ್ರವೂ ಇಲ್ಲದ ನೀಚ ಧನನಂದನನ್ನು ಸೇವಿಸಿ ನಿಮ್ಮ ವ್ಯಕ್ತಿತ್ವಕ್ಕೆ ನೀವೇ ದ್ರೋಹ ಮಾಡಿಕೊಂಡಿರಿ."

"ಈಗ ಆ ವಿಷಯವೆಲ್ಲ ಏಕೆ? ನಾನು ಶರಣಾಗತನಾಗಿ ಬಂದಿದ್ದೇನೆ. ನನಗೆ ನೀವು ಬೇಕಾದ ಶಿಕ್ಷೆ ಕೊಡಬಹುದು."

"ಒಳಗೆ ಬನ್ನಿ, ಕುಳಿತು ಮಾತಾಡೋಣ."

"ಬೇಡ, ನಾನೀಗ ನಿಮ್ಮ ಸೆರೆಯಾಳು. ಒಳಗೆ ಬಂದು ಕೂಡುವ ಅರ್ಹತೆಯಿಲ್ಲ, ನನ್ನ ಪ್ರಿಯಮಿತ್ರ ಚಂದನದಾಸನನ್ನು ಬಿಡುಗಡೆ ಮಾಡಿ."

"ಹೌದು, ಶಿಕ್ಷೆ ಕೊಡಲೇಬೇಕು. ನಿಮ್ಮಂಥವರಿಗೆ ಶಿಕ್ಷೆ ಕೊಡದಿದ್ದರೆ ಧರ್ಮಪ್ರಭು ಚಂದ್ರಗುಪ್ತಮೌರ್ಯನ ಆಳ್ವಿಕೆಯಲ್ಲಿ ಜನರಿಗೆ ಗೌರವವಿರುವುದಿಲ್ಲ, ಚಂದನದಾಸನನ್ನು ಖಂಡಿತ ಬಿಡುತ್ತೇನೆ. ಆದರೆ ಅದಕ್ಕೆ ಮೊದಲು ನೀವು ನನಗೊಂದು ಮಾತು ಕೊಡಬೇಕು."

"ಯಾವ ಮಾತನ್ನು ಬೇಕಾದರೂ ಕೊಡುತ್ತೇನೆ. ಮೊದಲು ಅವನನ್ನು ಬಿಡುಗಡೆ ಮಾಡಿ."

"ಮೊದಲು ಮಾತು ಕೊಡಬೇಕು."

"ಏನು ಮಾತು ಕೊಡಬೇಕು ಹೇಳಿ."

"ನಿಮ್ಮ ನಿಷ್ಠೆಯನ್ನು ಚಕ್ರವರ್ತಿ ಚಂದ್ರಗುಪ್ತಮೌರ್ಯನಲ್ಲಿ ಸ್ಥಿರಗೊಳಿಸಬೇಕು."

"ಏನು! ನಾನು ಚಂದ್ರಗುಪ್ತನಿಗೆ ನಿಷ್ಠನಾಗಿರಬೇಕೇ?"

"ಹೌದು, ಮಹಾಮಾತ್ಯ ಪದವಿಯನ್ನು ಸ್ವೀಕರಿಸಿ, ಅವನನ್ನು ಮಗನಂತೆ ನೋಡಿಕೊಳ್ಳಬೇಕು."

ರಾಕ್ಷಸ ಜೋರಾಗಿ ನಕ್ಕು ಹೇಳಿದ, "ಆಚಾರ್ಯ, ನನಗೆ ಮತ್ತೆ ಮಹಾಮಾತ್ಯ ಪದವಿಯ ಮೋಹವಿದೆಯೆಂದುಕೊಂಡಿರಾ? ಧನನಂದನಿಗೆ ತೋರಿದ ನಿಷ್ಠೆಯನ್ನು ಬೇರೊಬ್ಬರಿಗೆ ತೋರಿಸಲೇ?"

"ಹೌದು ವಸುಭೂತಿ, ನೀವು ಮೊದಲು ಧನನಂದನಿಗೆ ಮಾತ್ರ ನಿಷ್ಠೆ ತೋರಿಸುತ್ತಿದ್ದಿರಿ. ಆದರೆ ಈಗ ಚಂದ್ರಗುಪ್ತನಿಗೆ, ಆ ಮೂಲಕ ಮಗಧಕ್ಕೆ ಮತ್ತು ಇಡೀ ಆರ್ಯಾವರ್ತಕ್ಕೇ ನಿಷ್ಠೆ ತೋರಿಸುತ್ತೀರಿ. ಇದು ಸಹಜ. ಆಚಾರ್ಯ ವಸುಭೂತಿಗೆ ಇದೇ ಉಚಿತವಾದದ್ದು. ಧನನಂದನಿಗೆ ನಿಷ್ಠೆ ತೋರಿದ ಅಮಾತ್ಯ ರಾಕ್ಷಸನನ್ನು ಕೊಂದು ಬಿಡಿ. ನೀವು ವಸುಭೂತಿಯಾಗಿ ಧರ್ಮಋಣ ಮತ್ತು ಮಾತೃಭೂಮಿಯ ಋಣವನ್ನು ತೀರಿಸಿ."

ತಕ್ಷಣ ರಾಕ್ಷಸನಿಗೆ 'ವ್ಯಕ್ತಿ ಮುಖ್ಯವಲ್ಲ, ಮಗಧ ಮುಖ್ಯ' ಎಂದು ತಂದೆ ಹೇಳಿದ್ದು ನೆನಪಾಯಿತು. ಚಾಣಕ್ಯನ ಅರ್ಥ ಅದನ್ನು ಇನ್ನಷ್ಟು ಸ್ಪಷ್ಟಪಡಿಸಿತು. ತಾನೇ ನಿರ್ಧಾರ ಮಾಡುವ ವಿಷಯವನ್ನು ಚಾಣಕ್ಯನಿಂದ ಹೇಳಿಸಿಕೊಳ್ಳಬೇಕಾಯಿತಲ್ಲ ಎಂದು ನಾಚಿಕೆಯಾಯಿತು.

ಚಾಣಕ್ಯ ಮತ್ತೆ ಹೇಳಿದ, ''ನಾನಿರುವಾಗ ನೀವು ಹೇಗೆ ಮಹಾಮಾತ್ಯ ಪದವಿಯನ್ನು ವಹಿಸಿಕೊಳ್ಳುವುದೆಂದು ಯೋಚಿಸಬೇಡಿ. ನನ್ನ ಸಂಕಲ್ಪ ನಾನು ಮಾಡಿದ ಪ್ರತಿಜ್ಞೆಯನ್ನು ಈಡೇರಿಸಿಕೊಳ್ಳುವುದು, ಸನಾತನ ಧರ್ಮದ ಅಡಿಪಾಯದ ಮೇಲೆ ಆರ್ಯಾವರ್ತವನ್ನೇ ಒಂದು ವಿಶಾಲ ಸಾಮ್ರಾಜ್ಯವಾಗಿ ರೂಪಿಸುವುದು. ಆ ಕಾರ್ಯ ಬಹುಪಾಲು ಈಡೇರಿದೆ. ನಿಮಗೋಸ್ಕರ ನಾನು ಇಷ್ಟು ದಿನ ತಾತ್ಕಾಲಿಕವಾಗಿ ಈ ಪದವಿಯನ್ನು ವಹಿಸಿಕೊಂಡಿದ್ದೆ. ನನ್ನ ವೃತ್ತಿ ಅಧ್ಯಯನ, ಅಧ್ಯಾಪನ. ಗುರುಕುಲ ಕರೆಯುತ್ತಿದೆ. ನನ್ನ ಮಿತ್ರರೆಲ್ಲ ನನ್ನನ್ನು ಜೊತೆಯಲ್ಲೇ ಕರೆದುಕೊಂಡು ಹೋಗಬೇಕೆಂದು ಬಂದು ಕಾದಿದ್ದಾರೆ. ನೀವು ಒಪ್ಪಿದರೆ ನಿಶ್ಚಿಂತೆಯಿಂದ, ನೆಮ್ಮದಿಯಿಂದ ಹೊರಟುಬಿಡುತ್ತೇನೆ. ಯವನರ ದಾಳಿಯ ಸೂಚನೆಯಿದೆ. ನೀವು ಅದನ್ನು ಸಮರ್ಥವಾಗಿ ಎದುರಿಸಬಲ್ಲಿರಿ ಎಂಬ ಧೈರ್ಯ ನನಗಿದೆ.''

ಇನ್ನೂ ತುಸು ಅಭಿಮಾನ ರಾಕ್ಷಸನ ಮನಸ್ಸನ್ನು ಕುಟುಕುತ್ತಿತ್ತು.

''ನೀವು ನನಗಾಗಿ ಅಲ್ಲದಿದ್ದರೂ, ನಿಮ್ಮ ಮಿತ್ರನ ಜೀವ ಉಳಿಸಲೆಂದಾದರೂ ಒಪ್ಪಲೇಬೇಕು''ಎಂದ ಮತ್ತೆ ಚಾಣಕ್ಯ.

ಕಡೆಗೂ ರಾಕ್ಷಸ ಹೇಳಿದ, ''ಆಯಿತು, ನಾನು ಒಪ್ಪಿದ್ದೇನೆ.''

ಚಾಣಕ್ಯ ಒಂದು ನಿರಾಳವಾದ ಉಸಿರು ಬಿಟ್ಟ. ''ನನ್ನ ಎದೆಯ ಭಾರ ಸಂಪೂರ್ಣವಾಗಿ ಇಳಿದು ಹಗುರವಾಯಿತು. ಚಂದನದಾಸ...'' ಎಂದ.

ಚಂದನದಾಸ, ಶಕಟದಾಸ, ಸುಮಂತ, ಸುದತ್ತ, ವರ್ತಕರು ಎಲ್ಲ ಕುಟೀರದ ಒಳಗಡೆಯಿಂದ ಹೊರಗೆ ಬಂದರು. ಚಂದನದಾಸ ''ವಸುಭೂತಿ'' ಎನ್ನುತ್ತ ಓಡಿಹೋಗಿ ರಾಕ್ಷಸನನ್ನು ಆಲಿಂಗಿಸಿ ಕೊಂಡ. ಇಬ್ಬರ ಕಣ್ಣಲ್ಲೂ ಭಾವಾವೇಶದ ಕಂಬನಿ ತುಳುಕಿತು.

''ವಸುಭೂತಿ'' ಚಾಣಕ್ಯ ಹೇಳಿದ, ''ನನಗೆ ನನ್ನ ಮಾತೃಭೂಮಿ, ನನ್ನ ಸನಾತನ ಧರ್ಮದ ಬಗ್ಗೆ ಅಪಾರವಾದ ಹೆಮ್ಮೆ ಅಭಿಮಾನಗಳಿವೆ. ಕ್ರಮವಲ್ಲದ ರೀತಿಯ ಮತ ಪ್ರಚಾರ ಮತ್ತು ಮತಾಂತರಗಳ ಕಾರಣದಿಂದ ಬೌದ್ಧರನ್ನು ದ್ವೇಷಿಸುವುದೂ ನಿಜ. ಆದರೆ ಈ ನಿಮ್ಮ ಮಿತ್ರ ಚಂದನದಾಸ ತನ್ನ ಸ್ನೇಹಕ್ಕಾಗಿ ಸಾಯಲೂ ಸಿದ್ಧನಾದ ಉದಾತ್ತ, ಉನ್ನತ ವ್ಯಕ್ತಿ. ನನಗೀಗ ಎಲ್ಲ ಧರ್ಮಗಳಿಗಿಂತಲೂ ಮಾನವ ಧರ್ಮವೇ ಶ್ರೇಷ್ಠವೆಂದು ಅನ್ನಿಸುತ್ತಿದೆ.''

ರಾಕ್ಷಸ ಶಕಟದಾಸನತ್ತ ಅಸಮಾಧಾನದಿಂದ ನೋಡಿದಾಗ ಚಾಣಕ್ಯ ನಗುತ್ತ ಹೇಳಿದ, ''ಅವನ ಮೇಲೆ ಕೋಪ ಮಾಡಿಕೊಳ್ಳಬೇಡಿ. ಆ ಪತ್ರ ಬರೆದದ್ದು ಅವನಲ್ಲ, ಅವನ ಬಳಿಯಿದ್ದ ನನ್ನ ಶಿಷ್ಯ ಗೂಢಚಾರ ಸಿದ್ಧಾರ್ಥಕ.''

ಅಷ್ಟರಲ್ಲಿ ನಿಪುಣಕ, ಪಶುಲೋಮ, ಸಮಿದ್ಧಾರ್ಥಕ ಎಲ್ಲ ಹೊರಗೆ ಬಂದರು. ''ಸಿದ್ಧಾರ್ಥಕ ನಿಮ್ಮ ಗೂಢಚಾರನೇ ?'' ರಾಕ್ಷಸ ಕೇಳಿದ.

''ಹೌದು, ಇವರೆಲ್ಲ ನನ್ನ ಗೂಢಚಾರರೇ. ನಿಮ್ಮ ಬಳಿ ಬಂದು ಪೌರವನ ಆಭರಣಗಳನ್ನು ಮಾರಿದವರು ಪಶುಲೋಮ ಮತ್ತು ನಿಪುಣಕ. ಸಿದ್ಧಾರ್ಥಕ ಸೈನ್ಯದ ಜೊತೆಯಲ್ಲಿ ಬರುತ್ತಿದ್ದಾನೆ.

ಜೀವಸಿದ್ಧಿಯ ಜೊತೆಯಲ್ಲಿದ್ದವನು ಸಮಿದ್ಧಾರ್ಥಕ. ಜೀವಸಿದ್ಧಿ ಬೇರೆ ಯಾರೂ ಅಲ್ಲ, ನನ್ನ ಹಿರಿಯ ಸಹಪಾಠಿ, ಆಚಾರ್ಯ ಇಂದುಶರ್ಮ."

ಜೀವಸಿದ್ಧಿ ತನ್ನ ವೇಷ ತೆಗೆದುಹಾಕಿದ. ಚಾಣಕ್ಯ ಮುಂದುವರಿಸಿದ, "ಇವರೆಲ್ಲ ನಾನು ಈ ಉದ್ಯಮದಲ್ಲಿ ತೊಡಗಿದಂದಿನಿಂದಲೂ, ಹಲವು ರೀತಿಯಲ್ಲಿ, ಹಲವು ಕಷ್ಟಗಳನ್ನು ಸಹಿಸಿ ಬೇಸರವಿಲ್ಲದೆ ನೆರವಾಗಿದ್ದಾರೆ."

"ನನ್ನಿಂದಾದ ತೊಂದರೆಗಳಿಗೆ ನನ್ನನ್ನು ಕ್ಷಮಿಸಿ, ಅಮಾತ್ಯ" ಎಂದ ಜೀವಸಿದ್ಧಿ.

ಸುಮಂತ ಹೇಳಿದ, "ನಾನೂ ಆಚಾರ್ಯರ ಕಡೆ ಸೇರಿಕೊಂಡೆ, ಅಮಾತ್ಯರೇ. ಸ್ವಾರ್ಥದಿಂದಲ್ಲ, ವಿದ್ರೋಹದ ಭಾವನೆಯಿಂದಲ್ಲ, ನಿಮಗೂ ಇವರಿಗೂ ಯುದ್ಧ ಸಂಭವಿಸಿದರೆ, ನಮ್ಮ ರಾಜ ಮಲಯಕೇತುವಿಗೆ ಪ್ರಾಣಾಪಾಯವಾದೀತೆಂಬ ಭಯದಿಂದ."

ಅಷ್ಟರಲ್ಲಿ ಹೊರಗೆ ಕುದುರೆಗಳ ಕಾಲ ಸಪ್ಪಳ ಕೇಳಿಸಿತು. ಕೆಲವು ಕ್ಷಣಗಳಲ್ಲಿ ಚಂದ್ರಗುಪ್ತನೇ ಒಳಗೆ ಬಂದ. "ಅಗೋ ಚಕ್ರವರ್ತಿಯೇ ಬಂದ" ಎಂದ ಚಾಣಕ್ಯ, ಅವನು ಹತ್ತಿರ ಬಂದ ಮೇಲೆ ಹೇಳಿದ, "ಮಹಾರಾಜ, ನಾಳೆಯಿಂದ ಆಚಾರ್ಯ ವಸುಭೂತಿ ಮಹಾಮಾತ್ಯ ಪದವಿಯನ್ನು ವಹಿಸಿಕೊಂಡು ನಿಷ್ಠೆಯಿಂದ ಮಗಧದ ಸೇವೆ ಮಾಡಲು ಒಪ್ಪಿದ್ದಾರೆ. ಅವರಿಗೆ ನಮಸ್ಕರಿಸು."

"ಬಹಳ ಸಂತೋಷ ಮಹಾಮಾತ್ಯ, ಮಗಧ ಸಾಮ್ರಾಟ ಚಂದ್ರಗುಪ್ತ ಮೌರ್ಯ ತಮಗೆ ಪ್ರಣಾಮ ಸಲ್ಲಿಸುತ್ತಿದ್ದಾನೆ" ಎಂದು ಚಂದ್ರಗುಪ್ತ ಕಾಲುಮುಟ್ಟಿ ನಮಸ್ಕರಿಸಿ ಹೇಳಿದ, "ನಾನು ಅನನುಭವಿಯಾದ ಬಾಲಕ. ತಮ್ಮ ಅಕ್ಕರೆ, ಆಶೀರ್ವಾದ ಮತ್ತು ಮಾರ್ಗದರ್ಶನ ದಿಂದ ಪ್ರಜಾಸೇವೆ ಮಾಡುವಂತೆ ಅನುಗ್ರಹಿಸಿ."

'ಏನೋ ಅಂದುಕೊಂಡಿದ್ದೆ, ಎಂಥ ವಿನಯ, ವಿಧೇಯತೆ! ಚಕ್ರವರ್ತಿಯ ತೇಜಸ್ಸೂ ಇದೆ' ಎಂದು ರಾಕ್ಷಸ ಮನಸ್ಸಿನಲ್ಲೇ ಅಂದುಕೊಂಡು, ಅವನ ತಲೆಯ ಮೇಲೆ ಬಲಹಸ್ತವನ್ನಿಟ್ಟು "ನಿನಗೆ ಮಂಗಳವಾಗಲಿ" ಎಂದ.

"ಈ ವರ್ತಕರು ತಮ್ಮ ಸ್ವಾರ್ಥ ಸಾಧನೆಗಾಗಿ ಸಿಂಹಾಸನವನ್ನು ಉರುಳಿಸಲು ಲಕ್ಷ ಲಕ್ಷ ಧನ ಸುರಿದರು. ಅದು ಈಗ ನ್ಯಾಯವಾಗಿ ಭಂಡಾರವನ್ನು ಸೇರಿದೆ. ಇಂಥವರ ಮೇಲೆ ಬಿಗಿಯಾದ ರಾಜಶಾಸನಗಳನ್ನು ರೂಪಿಸಬೇಕು" ಎಂದ ಚಾಣಕ್ಯ.

ವರ್ತಕರು ತಮ್ಮನ್ನು ಮನ್ನಿಸಬೇಕೆಂದು ಬೇಡಿಕೊಂಡರು. ಮುಂದೆ ಎಚ್ಚರದಿಂದ ನಡೆದುಕೊಳ್ಳಬೇಕೆಂದು ಹೇಳಿ ಚಾಣಕ್ಯ ಅವರನ್ನು ಹೋಗಲು ಬಿಟ್ಟ.

"ಆಚಾರ್ಯ, ಎಲ್ಲ ಹೇಳಿದಿರಿ. ನನ್ನ ಕುಟುಂಬದ ವಿಷಯವನ್ನು ಹೇಳಲಿಲ್ಲ" ಎಂದು ರಾಕ್ಷಸ ಕೇಳಿದ.

"ಆ ಚಿಂತೆ ಬಿಡಿ. ನಾಳೆ ನೀವು ಅವರನ್ನು ನೋಡುತ್ತೀರಿ."

ಚಂದನದಾಸ ಮತ್ತು ಶಕಟದಾಸ ಅಪ್ಪಣೆ ಬೇಡಿ ಹೊರಟು ಹೋದರು. ಜೀವಸಿದ್ಧಿ ತನ್ನಲ್ಲಿದ್ದ ರಾಕ್ಷಸನ ಮುದ್ರೆಯುಂಗುರವನ್ನು ಕೊಡಲು ಹೋದಾಗ "ಇದರ ಅಗತ್ಯವಿಲ್ಲ, ಇದನ್ನು ಚಚ್ಚಿಸಿ ಅಮಾತ್ಯ ವಸುಭೂತಿ ಎಂಬ ಅಕ್ಷರದ ಬೇರೆ ಮುದ್ರೆಯನ್ನು ಮಾಡಿಸುವಂತೆ ಚರಣನಿಗೆ ಹೇಳಬೇಕು" ಎಂದು ಚಾಣಕ್ಯ ತಾನೇ ತೆಗೆದುಕೊಂಡ.

ಚರಣ, ಭಾಗುರಾಯಣ, ನಂದಿಕೇಶ, ಸಿಂಹಸೇನ, ಬ್ರಹ್ಮದತ್ತ, ಭಾಸ್ಕರ, ಪ್ರಭಾಕರ,

ಮಾತಂಗ, ಸುಮಿತ್ರ – ಎಲ್ಲ ಗುಂಪಾಗಿ ಬಂದರು. ಚಾಣಕ್ಯ ಅವರನ್ನೆಲ್ಲ ಪರಿಚಯಿಸಿ, ಅವರ ಸಾಧನೆಯನ್ನು ಮೆಚ್ಚಿಗೆಯಿಂದ ವಿವರಿಸಿದ. ಕರಭಕ, ವಿರಾಧಗುಪ್ತ, ಸ್ಕಂದ ಮತ್ತು ಶಶಾಂಕನಿಗೆ ರಾಕ್ಷಸ ತನ್ನ ಇಷ್ಟ ಬಂದ ಅಧಿಕಾರವನ್ನು ಕೊಡಲು ಸ್ವಾತಂತ್ರ್ಯ ನೀಡಿದ.

ಅವರೆಲ್ಲ ಹೊರಟುಹೋದ ನಂತರ ಕುಟೀರದಲ್ಲಿ ಚಾಣಕ್ಯ ಮತ್ತು ರಾಕ್ಷಸ ಇಬ್ಬರೇ ಉಳಿದರು. ಅಲ್ಲೇ ಸ್ನಾನ, ಸಂಧ್ಯೋಪಾಸನೆ ಮುಗಿಸಿ ಊಟ ಮಾಡಿದರು. ಚಾಣಕ್ಯ ಸ್ವಲ್ಪ ಹೊತ್ತು ತನ್ನ ಅರ್ಥಶಾಸ್ತ್ರದ ಬಗ್ಗೆ ವಿವರಿಸಿದ. ''ಕೆಲವೇ ದಿನಗಳ ಹಿಂದೆ ಬರೆದು ಮುಗಿಸಿದೆ. ನಿಮ್ಮನ್ನು ಮಹಾಮಾತ್ಯ ಪದವಿಯಲ್ಲಿ ಸ್ಥಾಪಿಸುವುದು, ಈ ಅರ್ಥಶಾಸ್ತ್ರವನ್ನು ಪೂರೈಸುವುದು – ಈ ಎರಡೇ ಹೊಣೆಗಳು ಉಳಿದಿದ್ದವು. ಎರಡೂ ಈಡೇರಿದವು. ನಾನು ಇಂದು ಅತ್ಯಂತ ಸುಖಿ'' ಎಂದು ಚಾಣಕ್ಯ ಸಮಾಧಾನದಿಂದ ಹೇಳಿದ. ತನ್ನ ಉದ್ದೇಶ, ತನ್ನ ಆದರ್ಶ, ಮುಂದೆ ಆಡಳಿತ ನಡೆಸುವವರ ಕರ್ತವ್ಯಗಳು ಇತ್ಯಾದಿಗಳ ಬಗ್ಗೆ ಸುದೀರ್ಘವಾಗಿ ಚರ್ಚಿಸಿದ. ಅವನ ಆಳವಾದ ಅಧ್ಯಯನ, ಒಳನೋಟಗಳನ್ನು ಕಂಡ ರಾಕ್ಷಸನಿಗೆ ಚಾಣಕ್ಯನ ಬಗ್ಗೆ ಹೆಚ್ಚಿನ ಗೌರವ ಭಾವನೆಯೇ ಮೂಡಿತು. ಅವನ ಪ್ರತಿಯೊಂದು ಮಾತಿನಲ್ಲೂ ರಾಕ್ಷಸನಿಗೆ ತನ್ನ ತಂದೆ ಹೇಳಿದ್ದ 'ವ್ಯಕ್ತಿ ಮುಖ್ಯವಲ್ಲ, ಮಗಧ ಮುಖ್ಯ' ಎಂಬ ಮಾತೇ ಪ್ರತಿಧ್ವನಿಸುತ್ತಿತ್ತು.

ಸ್ವಲ್ಪ ಹೊತ್ತಿಗೆ ಚಾಣಕ್ಯ ಅವನನ್ನು ಮಲಗಲು ಬಿಟ್ಟ. ದೀರ್ಘಪ್ರಯಾಣ, ಆತಂಕ, ಉಪವಾಸಗಳಿಂದ ಬಳಲಿಹೋಗಿದ್ದ ರಾಕ್ಷಸ ಈಗಿನ ನಿರಾತಂಕ ಸ್ಥಿತಿಯಲ್ಲಿ ಕ್ಷಣಮಾತ್ರದಲ್ಲಿ ಗಾಢನಿದ್ರೆಯಲ್ಲಿ ಮುಳುಗಿದ.

★ ★ ★

ರಾಕ್ಷಸನಿಗೆ ಎಚ್ಚರವಾದಾಗ ಸೂರ್ಯೋದಯವಾಗಿತ್ತು. ಚಾಣಕ್ಯ ಸಂಧ್ಯೋಪಾಸನೆ ಮಾಡುತ್ತಿದ್ದ. ಗಡಿಬಿಡಿಯಿಂದ ಎದ್ದು, ನಿತ್ಯಕರ್ಮಗಳನ್ನು ಮುಗಿಸಿ ತಾನೂ ಸಿದ್ಧನಾದ. ಉಪಾಹಾರವೂ ಮುಗಿಯಿತು. ಅಷ್ಟರಲ್ಲಿ ಅರಮನೆಯಿಂದ ರಥ ಮತ್ತು ಕಾವಲು ಭಟರ ಜೊತೆ ಚಂದ್ರಗುಪ್ತನೇ ಬಂದ. ರಾಕ್ಷಸನಿಗಾಗಿ ಮಹಾಮಾತ್ಯ ಪದವಿಗೆ ತಕ್ಕ ವಸ್ತ್ರಭೂಷಣಗಳನ್ನು ತಂದಿದ್ದ.

''ಬೇಡ'' ರಾಕ್ಷಸ ಹೇಳಿದ, ''ಅವುಗಳ ವ್ಯಾಮೋಹ ನನಗಿಲ್ಲ. ಆಚಾರ್ಯರಂತೆ ನಾನೂ ಧೋತ್ರ, ಉತ್ತರೀಯಗಳ ವೇಷಕ್ಕೆ ಬದಲಾಗುತ್ತೇನೆ.''

''ಬೇಡ ವಸುಭೂತಿ'' ಚಾಣಕ್ಯ ಹೇಳಿದ, ''ಬದಲಾಗಬೇಕಾಗಿರುವುದು ನಿಮ್ಮ ವೇಷಭೂಷಣವಲ್ಲ, ನಿಮ್ಮ ಅಂತರಂಗದ ವ್ಯಕ್ತಿತ್ವ. ನೀವು ಮೊದಲಿನಂತೆ ಕ್ಷಾತ್ರ ತೇಜಸ್ಸಿನಿಂದ ಕಂಗೊಳಿಸುವ ಬ್ರಾಹ್ಮಣನಾಗಿದ್ದರೇ ಚಂದ. ಅದಕ್ಕೆ ಈ ವೇಷಭೂಷಣಗಳೇ ಸೂಕ್ತ.''

ರಾಕ್ಷಸ ಅವುಗಳನ್ನು ತೆಗೆದು ಧರಿಸಿಕೊಂಡ. ಮೂವರೂ ರಥದ ಬಳಿಗೆ ಬಂದರು. ''ನಾನು ಇಲ್ಲಿಯವರೆಗೂ ರಥವನ್ನು ಹತ್ತಿದವನಲ್ಲ. ಈ ದಿನ ನಿಮಗಾಗಿ ಹತ್ತುತ್ತೇನೆ'' ಎಂದು ಚಾಣಕ್ಯ ಇಬ್ಬರ ಜೊತೆ ತಾನೂ ರಥವೇರಿದ. ರಥ ಹೊರಟಿತು.

ಚಂದ್ರಗುಪ್ತ ನಡುವೆ, ಅತ್ತ ಇತ್ತ ಚಾಣಕ್ಯ, ರಾಕ್ಷಸ ! ಬೀದಿಯುದ್ದಕ್ಕೂ ಜನ ಬೆರಗಿನಿಂದ ಈ ದೃಶ್ಯವನ್ನು ನೋಡುತ್ತಿದ್ದರು. ಅವರಿಗೆ ಏನು ನಡೆಯುತ್ತಿದೆಯೆಂದು ಅರ್ಥವಾಗಲಿಲ್ಲ.

ರಥ ನೇರವಾಗಿ ಹೋಗಿ ರಾಕ್ಷಸನ ಭವನದ ಮುಂದೆಯೇ ನಿಂತಿತು. ಅರ್ಥವಾಗದೆ ರಾಕ್ಷಸ ಮುಖ ನೋಡಿದ. ''ಮಹಾಮಾತ್ಯ, ದಯಮಾಡಿಸಿ'' ಎಂದು ಚಂದ್ರಗುಪ್ತ ಸ್ವಾಗತಿಸಿದ.

ಒಳಗೆ ಹೋದರು. ಎಲ್ಲ ರಾಕ್ಷಸ ಹೋದಾಗ ಇದ್ದಂತೆಯೇ ಇತ್ತು. ಅದೇ ಕಾವಲುಗಾರರೇ ಇದ್ದರು. ಸಂದರ್ಶನ ಶಾಲೆಗೆ ಬರುವಷ್ಟರಲ್ಲಿ ಚಂದ್ರಗುಪ್ತ "ಅಮ್ಮಾ" ಎಂದು ಕೂಗಿದ. ಒಳಗಡೆಯಿಂದ ವೈಶಾಲಿ, ಮಗ ಹೊರಗೆ ಬಂದರು. ಯಶೋಮತಿಯೂ ಅಲ್ಲಿದ್ದಳು. ಇಬ್ಬರೂ ಮುಖ ಮುಖ ನೋಡಿದರು. ಇಬ್ಬರ ಕಣ್ಣಾಲಿಗಳೂ ತುಂಬಿಕೊಂಡವು. ಇಬ್ಬರೂ ನಿರೀಕ್ಷಿಸದ ರೀತಿಯಲ್ಲಿ ಪರಿಸ್ಥಿತಿ ಸಂತೋಷದಾಯಕವಾಗಿ ಬದಲಾಗಿತ್ತು. ರಾಕ್ಷಸ ಮಗನನ್ನು ಅಕ್ಕರೆಯಿಂದ ಅಪ್ಪಿಕೊಂಡ. ವೈಶಾಲಿ ಕೃತಜ್ಞತೆಯಿಂದ ಚಂದ್ರಗುಪ್ತ ಚಾಣಕ್ಯರ ಕಡೆ ತಿರುಗಿ ಕೈಮುಗಿದಳು.

ನಂತರ ಚಾಣಕ್ಯ "ಕ್ಷಮಿಸಿ ಅಮಾತ್ಯ, ಈ ದಿನ ನಿಮಗೆ ಬಿಡುವಿಲ್ಲ, ನಾಳೆಯಿಂದ ನಿಮಗೆ ಸ್ವಲ್ಪ ದಿನ ವಿಶ್ರಾಂತಿ" ಎಂದ.

"ಏನಾದರೂ ಅವಸರದ ಕಾರ್ಯವಿದೆಯೇ ?"

"ಇದೆ. ಒಂದು ಅತ್ಯಂತ ಮುಖ್ಯವಾದ ಕೆಲಸವಿದೆ. ಬನ್ನಿ" ಎಂದು ಚಾಣಕ್ಯ ಹೊರಟ. ಮತ್ತೆ ಮೂವರೂ ರಥವೇರಿ ನಗರದ ಹೊರಗಡೆಗೆ ಸಾಗಿದರು. ಆ ವೇಳೆಗೆ ಅಲ್ಲಿ ಚರಣ ಮತ್ತು ಮಿತ್ರರು, ಭಾಗುರಾಯಣ ಎಲ್ಲ ಸೇರಿದ್ದರು. ಸ್ತ್ರೀಪುರುಷರ ಗುಂಪು ಕಾದಿತ್ತು. ಯಾರದೋ ಸ್ವಾಗತಕ್ಕೆ ವೈಭವದ ಸಿದ್ಧತೆ ನಡೆದಿತ್ತು. ರಾಕ್ಷಸನಿಗೆ ಅರ್ಥವಾಗಲಿಲ್ಲ. "ಇದೇನಿದು ಆಚಾರ್ಯ ? ಇದೆಲ್ಲ ಯಾರ ಸ್ವಾಗತಕ್ಕೆ ?" ಎಂದ.

"ಬಹಳ ಮುಖ್ಯ ಅತಿಥಿಯೊಬ್ಬರಿಗೆ. ಅವರು ನಿಮಗೂ ಬೇಕಾದವರು."

"ನನಗೂ ಬೇಕಾದವರೇ ? ಯಾರವರು ?"

"ಸ್ವಲ್ಪ ತಡೆಯಿರಿ. ನಿಮಗೇ ಗೊತ್ತಾಗುತ್ತದೆ."

ಕೆಲವು ಕ್ಷಣಗಳ ನಂತರ ಧ್ವಜಗಳು ಕಾಣಿಸಿದವು. ಅದರ ಹಿಂದಿನಿಂದಲೇ ಅಶ್ವದಳ, ಅದರ ಹಿಂದೆ ಕಾಲುದಳ ಬರತೊಡಗಿತು. ಅದರ ಹಿಂದೆ ಎರಡು ರಥಗಳು ಬಂದವು. ಮೊದಲ ರಥದಿಂದ ಸುಜಾತ, ಉಜ್ವಲ ಮುಂತಾದ ಸ್ತ್ರೀಯರು ಇಳಿದರು. ಎರಡನೆಯದು ಮಲಯಕೇತು ವಿನದೆಂದು ರಾಕ್ಷಸ ಗುರುತಿಸಿದ. ಅದರಿಂದ ಅವನು ಮತ್ತು ಮಾಧವಿ ಕೆಳಗಿಳಿದರು. ಮಲಯಕೇತುವನ್ನು ಸ್ನೇಹಪೂರ್ವಕವಾಗಿ ಆಲಿಂಗಿಸಿಕೊಂಡು ಚಂದ್ರಗುಪ್ತ ಸ್ವಾಗತಿಸಿದ. ಮಲಯಕೇತು ಚಾಣಕ್ಯನಿಗೆ ನಮಸ್ಕರಿಸಿದ.

ರಾಕ್ಷಸ ಮುಖ ತಪ್ಪಿಸಲು ಪ್ರಯತ್ನಿಸುವುದನ್ನು ಚಾಣಕ್ಯ ಗಮನಿಸಿದ. "ಸಂಕೋಚವೇಕೆ ವಸುಭೂತಿ ? ಅಮಾತ್ಯ ವಸುಭೂತಿಯನ್ನು ಮತ್ತೆ ಪಾಟಲೀಪುತ್ರಕ್ಕೆ ಸುರಕ್ಷಿತವಾಗಿ ಕರೆಸ ಬೇಕೆಂಬ ಒಂದೇ ಉದ್ದೇಶದಿಂದ, ನಾನು ಇಷ್ಟೆಲ್ಲ ತಂತ್ರ ಪ್ರತಿತಂತ್ರಗಳನ್ನು ಹೂಡಿದೆನೆಂದು ಮಲಯಕೇತುವಿಗೆ ಹೇಳುತ್ತೇನೆ" ಎಂದ.

"ಅಗತ್ಯವಿಲ್ಲ ಆಚಾರ್ಯ" ಮಲಯಕೇತು ಹೇಳಿದ, "ಮಹಾರಾಣಿಯವರು ಎಲ್ಲವನ್ನೂ ಹೇಳಿದ್ದಾರೆ. ಅಮಾತ್ಯ ರಾಕ್ಷಸರೇ, ನಿಮ್ಮನ್ನು ಶಂಕಿಸಿದ, ನಿಮಗೆ ನೋವಾಗುವಂತೆ ನಡೆದು ಕೊಂಡ ನನ್ನನ್ನು ದಯವಿಟ್ಟು ಕ್ಷಮಿಸಿಬಿಡಿ."

ಅಪವಾದ ಪರಿಹಾರವಾಯಿತಲ್ಲಾ ಎಂಬ ಸಂತೋಷದಿಂದ ರಾಕ್ಷಸ ಮಲಯಕೇತುವನ್ನು ಆಲಿಂಗಿಸಿಕೊಂಡ. ಎಲ್ಲ ಸಂಭ್ರಮದಿಂದ ಅರಮನೆಗೆ ಹೋದರು.

ಆ ದಿನವೆಲ್ಲ ಅರಮನೆಯಲ್ಲಿ ಹಬ್ಬದ ಸಡಗರ. ಮಾಧವಿ ಎಳೆಯ ಹುಡುಗಿಯಂತೆ ಎಲ್ಲರ ಜೊತೆ ನಗುತ್ತ, ನಲಿಯುತ್ತ ಓಡಾಡುತ್ತಿದ್ದಳು.

ರಾತ್ರಿ ವಿಶೇಷ ರಾಜಸಭೆ ಸೇರಿತು. ಚಾಣಕ್ಯ ತನ್ನ ಗುರಿ, ಉದ್ದೇಶ, ಆದರ್ಶ, ಕನಸುಗಳನ್ನು ವಿವರಿಸಿ ಮಹಾಮಾತ್ಯ ಪದವಿಯನ್ನು ರಾಕ್ಷಸನಿಗೆ ಒಪ್ಪಿಸಿದ. ಇನ್ನು ಮುಂದೆ ಅವನು ಅಮಾತ್ಯ ವಸುಭೂತಿಯೆಂದೇ ಕರೆಸಿಕೊಳ್ಳಬೇಕೆಂದು ಹೇಳಿದ. ಅವನ ಸಾಮರ್ಥ್ಯ, ನಿಷ್ಠೆಯ ಬಗ್ಗೆ ಮೆಚ್ಚಿ ನುಡಿದ. ಮಲಯಕೇತುವನ್ನು ಮಿತ್ರತ್ವದ ಸಂಕೇತವಾಗಿ ಸತ್ಕರಿಸಿದ. ಅವನೂ ಕೂಡ, ಚಂದ್ರಗುಪ್ತನ ಪರಮಾಧಿಕಾರವನ್ನು ಒಪ್ಪಿ, ಆಶ್ರಿತನಾಗಿ ಸ್ನೇಹಿತನಾಗಿ ಇರುವುದಾಗಿ ಸಭೆಯಲ್ಲಿ ಮಾತು ಕೊಟ್ಟ. ತನ್ನ ಕಾರ್ಯದಲ್ಲಿ ಶ್ರಮಿಸಿದ ಪ್ರತಿಯೊಬ್ಬರನ್ನೂ ಚಾಣಕ್ಯ ಸ್ಮರಿಸಿದ. ಚಂದ್ರಗುಪ್ತ ಅವರನ್ನೆಲ್ಲ ಸತ್ಕರಿಸಿದ.

ಕಡೆಯಲ್ಲಿ ಚಾಣಕ್ಯ ಮುಗಿದು ಸಿದ್ಧವಾಗಿದ್ದ ತನ್ನ ಅರ್ಥಶಾಸ್ತ್ರವನ್ನು ಚಂದ್ರಗುಪ್ತನಿಗೆ ಒಪ್ಪಿಸುತ್ತ ಕೆಲವು ಮಾತುಗಳನ್ನು ಹೇಳಿದ, "ನಾನು ದಂಡನೀತಿ ಶಾಸ್ತ್ರವನ್ನು ಆಳವಾಗಿ ಅಧ್ಯಯನ ಮಾಡಿದವನು. ಅದನ್ನೇ ಪ್ರಧಾನವಾಗಿ ಬೋಧಿಸಿದವನು. ದಂಡನೀತಿ ಶಾಸ್ತ್ರ ಅಧ್ಯಯನಕ್ಕೆ ಮಾತ್ರ ಮೀಸಲಲ್ಲ, ಆಚರಣೆಯೂ ಮುಖ್ಯ ಎಂದು ನನ್ನ ಭಾವನೆ. ತಪ್ಪು ಮಾಡಿದವರಿಗೆ ಶಿಕ್ಷೆ ಕೊಡುವುದು ಎಷ್ಟು ಮುಖ್ಯವೋ, ತಪ್ಪು ಮಾಡದವರಿಗೆ ಶಿಕ್ಷೆಯಾಗದಂತೆ ನೋಡಿಕೊಳ್ಳುವುದೂ ಅಷ್ಟೇ ಮುಖ್ಯ. ಭಂಡಾರವನ್ನು ತುಂಬುವುದು ಎಷ್ಟು ಮುಖ್ಯವೋ, ಅದನ್ನು ಪ್ರಜೆಗಳ ಉಪಯೋಗಕ್ಕೆ ಸದ್ವಿನಿಯೋಗ ಮಾಡಬೇಕೆಂಬುದೂ ಅಷ್ಟೇ ಮುಖ್ಯ. ಆಡಳಿತ ದಕ್ಷತೆಯಿಂದ ಕೂಡಿರಬೇಕೆಂಬುದು ಎಷ್ಟು ಮುಖ್ಯವೋ, ಮಾನವೀಯತೆಯಿಂದ ಕೂಡಿರಬೇಕೆಂಬುದೂ ಅಷ್ಟೇ ಮುಖ್ಯ. ಅಧಿಕಾರದಲ್ಲಿರುವುದು ಪ್ರಜೆಗಳ ಮೇಲಿನ ದೌರ್ಜನ್ಯಕ್ಕಲ್ಲ ಅಥವಾ ಅಧಿಕಾರಸ್ಥರ ಸುಖವೈಭವಗಳಿಗಲ್ಲ, ಎಲ್ಲ ಪ್ರಜೆಗಳ ಸುಖ, ನೆಮ್ಮದಿಗೆ ದುಡಿಯುವುದು ಅಧಿಕಾರದಲ್ಲಿರುವವರ ಕರ್ತವ್ಯ. ಆ ಕರ್ತವ್ಯವನ್ನು ಪಾಲಿಸಿದ್ದಿದ್ದರೆ ಇಂದು ಇಲ್ಲಿ ಹೊಸ ಚಕ್ರವರ್ತಿ ಇರುತ್ತಿರಲಿಲ್ಲ. ನಾನು ನನ್ನ ಅಧ್ಯಯನ ಮತ್ತು ಪ್ರಯೋಗದ ಅನುಭವಗಳನ್ನು ಸನಾತನ ಧರ್ಮದ ಅಡಿಪಾಯದ ಮೇಲೆ ಅರ್ಥಶಾಸ್ತ್ರವಾಗಿ ರಚಿಸಿದ್ದೇನೆ. ಇದು ಮೊದಲಿನ ವಿಷ್ಣುಗುಪ್ತ ಅಥವಾ ನಂತರದ ಚಾಣಕ್ಯನ ಕೃತಿಯಲ್ಲ, ಕುಟಿಲ ಗೋತ್ರೋದ್ಭವ ಕೌಟಿಲ್ಯನ ಅರ್ಥಶಾಸ್ತ್ರ. ಇದರ ಲೇಖಕ ಕೌಟಿಲ್ಯ. ರಾಜನೀತಿಯ ಆವೇಶವಿಲ್ಲದೆ ಒಬ್ಬ ಕೃತಿಕಾರನ ಸಮಾಹಿತ ಮನಃಸ್ಥಿತಿಯಲ್ಲಿ ಇದನ್ನು ರಚಿಸಿದ್ದಾನೆ. ಇದರ ಉಪಯೋಗ ಮೊದಲು ಚಕ್ರವರ್ತಿ ಚಂದ್ರಗುಪ್ತ ಮೌರ್ಯನಿಗೆ, ಅವನ ಅಧಿಕಾರಿಗಳಿಗೆ, ಅನಂತರ ಇಡೀ ಆರ್ಯಾವರ್ತಕ್ಕೆ."

ಚಂದ್ರಗುಪ್ತ ಅದನ್ನು ಕೃತಜ್ಞತೆಯಿಂದ ಸ್ವೀಕರಿಸಿದ.

★ ★ ★

ಎರಡು ಮೂರು ದಿನಗಳಲ್ಲಿ ಚಾಣಕ್ಯ ತನ್ನ ಸಂಗಡಿಗರೊಂದಿಗೆ ತಕ್ಷಶಿಲೆಯ ತನ್ನ ಗುರುಕುಲಕ್ಕೆ ಹೊರಟುಬಿಟ್ಟ. ಪಾಟಲೀಪುತ್ರದ ಹೊರಗೆ ಇಡೀ ರಾಜಪರಿವಾರ, ಎಲ್ಲ ಅಧಿಕಾರಿಗಳು, ಪ್ರಜೆಗಳ ಸಮೂಹವೇ ನಿಂತಿತ್ತು. ಎಲ್ಲ ಚಾಣಕ್ಯನಿಗೆ ನಮಸ್ಕರಿಸಿದರು. ಎಲ್ಲರ ಕಣ್ಣಲ್ಲೂ ನೀರಿತ್ತು. ಚಾಣಕ್ಯನ ಮನಸ್ಸೂ ಸ್ವಲ್ಪ ಕರಗಿತು. ಕಣ್ಣೀರಿಡುವ ಚಂದ್ರಗುಪ್ತ ಮತ್ತು ಅವನ ಮಿತ್ರರನ್ನು ಕಂಡು ಅವನ ಕಣ್ಣು ತೇವವಾದವು. ಆದರೆ ಬೇಗನೇ ಉದ್ವಿಗ್ನತೆಯನ್ನು ಅಡಗಿಸಿಕೊಂಡು ಹೇಳಿದ, "ನೋಡಬೇಕೆನಿಸಿದರೆ ಯಾವಾಗ ಬೇಕಾದರೂ ಬರಬಹುದು. ಅದಕ್ಕೇಕೆ ಇಷ್ಟು ದುಃಖ. ಅತಿ ಭಾವುಕತೆ ಒಳ್ಳೆಯದಲ್ಲ, ನನ್ನ ಸ್ಥಾನದಲ್ಲಿ ಈಗ ಅಮಾತ್ಯ ವಸುಭೂತಿಯಿದ್ದಾರೆ. ನಾನಿಲ್ಲದ ಕೊರತೆಯನ್ನು ಖಂಡಿತ ನೀಗುತ್ತಾರೆ" ಎಂದು ರಾಕ್ಷಸನ ಕೈಯಲ್ಲಿ ಚಂದ್ರಗುಪ್ತನ

ಕೈಯಿರಿಸಿ "ನಿಮಗೆ ಮಂಗಳವಾಗಲಿ" ಎಂದು ಹೇಳಿ, ಅವನು ಮತ್ತೆ ತಿರುಗಿ ನೋಡದೆ ಹೊರಟುಬಿಟ್ಟ. ಚಂದ್ರಗುಪ್ತ ಎಷ್ಟು ಒತ್ತಾಯಿಸಿದರೂ ವಾಹನಗಳ ವ್ಯವಸ್ಥೆ ಬೇಡವೆಂದಿದ್ದ.

ಧರ್ಮದತ್ತ, ನಾಗದತ್ತ, ಪ್ರಭಂಜನ, ಶಿವಸ್ಕಂದ, ಕಾತ್ಯಾಯನ, ಇಂದುಶರ್ಮ, ಪಶುಲೋಮ, ಸಿದ್ಧಾರ್ಥಕ, ಸಮಿದ್ಧಾರ್ಥಕ, ನಿಪುಣಕ, ಚಂದಕ, ಗೌತಮ, ಹರಿಸೇನ ಎಲ್ಲ ಚಾಣಕ್ಯನನ್ನು ಹಿಂಬಾಲಿಸಿದರು.

ಅವರು ದೂರದಲ್ಲಿ ಕಣ್ಣಿಗೆ ಕಾಣದಂತಾಗುವವರೆಗೂ ಅಲ್ಲಿಯೇ ನಿಂತಿದ್ದು ಚಂದ್ರಗುಪ್ತ ಮತ್ತು ಮಿತ್ರರು, ರಾಕ್ಷಸ, ರಾಜ ಪರಿವಾರವೆಲ್ಲ ಭಾರವಾದ ಹೃದಯದಿಂದ ಹಿಂದಿರುಗಿತು.

**ರಚನೆ:** 16-11-1998 ರಿಂದ 28-5-1999

## ಐಬಿಎಚ್ ಪ್ರಕಾಶನ ಪ್ರಟಣೆಗಳು

| | | |
|---|---|---|
| 1. ಸ್ಮೃತಿ ಪಟಲದಿಂದ ಭಾಗ-1 | ಡಾ. ಶಿವರಾಮ ಕಾರಂತ | 290-00 |
| 2. ಸ್ಮೃತಿ ಪಟಲದಿಂದ ಭಾಗ-2 | ಡಾ. ಶಿವರಾಮ ಕಾರಂತ | 280-00 |
| 3. ಸ್ಮೃತಿ ಪಟಲದಿಂದ ಭಾಗ-3 | ಡಾ. ಶಿವರಾಮ ಕಾರಂತ | 280-00 |
| 4. ಮೈಲಿಕಲ್ಲಿನೊಡನ ಮಾತುಕತೆ | ಡಾ. ಶಿವರಾಮ ಕಾರಂತ | 65-00 |
| 5. ಔದಾರ್ಯದ ಉರುಳಲ್ಲಿ | ಡಾ. ಶಿವರಾಮ ಕಾರಂತ | 250-00 |
| 6. ಜಗದೋದ್ಧಾರ-ನಾ | ಡಾ. ಶಿವರಾಮ ಕಾರಂತ | 95-00 |
| 7. ಮುಗಿದ ಯುದ್ಧ | ಡಾ. ಶಿವರಾಮ ಕಾರಂತ | 180-00 |
| 8. ಅಂತರ್ಜಲದ ಹರಿವು | ಎನ್.ಪಿ. ಶ್ರೀಕಾಂತ | 150-00 |
| 9. ಸಾಹಿತ್ಯ ಪಾಥೇಯ | ಪಂಚಾಕ್ಷರಿ ಹಿರೇಮಠ | 90-00 |
| 10. ಮಕ್ಕಳಿಗಾಗಿ ಸಚಿತ್ರ ಭಾರತದ ಚರಿತ್ರೆ | ಅನು:ಸು. ರುದ್ರಮೂರ್ತಿಶಾಸ್ತ್ರಿ | 325-00 |
| 11. ಕುರ್ಚಿವಿಜ್ಞಾನಿಯ ಜಗದ್ವೀಕ್ಷಣೆ | ಶಶಿಧರ ವಿಶ್ವಾಮಿತ್ರ | 95-00 |
| 12. ಕನ್ನಡ ಸಾಹಿತ್ಯ ಕೈಪಿಡಿ | ಲೋಕೇಶ ಮಸವನಘಟ್ಟ | 150-00 |
| 13. ದೊಡ್ಡ ಮನೆ | ಡಾ. ಎಚ್.ಎಲ್. ನಾಗೇಗೌಡ | 350-00 |
| 14. ಮುಕ್ತಧಾರಾ | ಶ್ರೀನಿವಾಸ ವಿ. ಸುತ್ರಾವೆ | 55-00 |
| 15. ಕರ್ನಾಟಕ ಕೈಗನ್ನಡಿ | ಡಾ. ಸೂರ್ಯನಾಥ ಕಾಮತ್ | 100-00 |
| 16. ಹುಡುಕೋ ಹಗರಣ | ರಾಮಕೃಷ್ಣ ನೊಣವಿನಕೆರೆ | 55-00 |
| 17. ಮಕ್ಕಳು ಬೆಳೆಯುತ್ತಿದ್ದಾರೆ ಎಚ್ಚರಿಕೆ | ಶ್ರೀನಾಗೇಶ್ | 65-00 |
| 18. ಪರಿಮಳ | ಬಿ.ಪಿ. ಶಿವಾನಂದರಾವ್ | 115-00 |
| 19. ಕನಕ ಪುರಂದರ ಇಹಪರಗಳ ಮುಖಾಮುಖಿ | ಡಾ. ವೈ.ಎಸ್. ಶಿವಪ್ರಸಾದ್ | 250-00 |
| 20. ಆಸ್ವಾದ | ಎನ್. ಶ್ರೀನಿವಾಸ ಉಡುಪ | 250-00 |
| 21. ಎಳೆಯರಿಗಾಗಿ ಈಸೋಪನ ಕಥೆಗಳು | ಎನ್. ಗೋಪಾಲಕೃಷ್ಣ ಉಡುಪ | 90-00 |
| 22. ಎಳೆಯರಿಗಾಗಿ ಪಂಚತಂತ್ರದ ಕಥೆಗಳು | ಎನ್. ಗೋಪಾಲಕೃಷ್ಣ ಉಡುಪ | 90-00 |
| 23. ಎಳೆಯರಿಗಾಗಿ ಅಕ್ಬರ್ ಬೀರಬಲರ ಕಥೆಗಳು | ಎನ್. ಗೋಪಾಲಕೃಷ್ಣ ಉಡುಪ | 90-00 |
| 24. ಎಳೆಯರಿಗಾಗಿ ಹಿರಿಯರು ಹೇಳಿದ ಕಥೆಗಳು | ಎನ್. ಗೋಪಾಲಕೃಷ್ಣ ಉಡುಪ | 90-00 |

| | | |
|---|---|---|
| 25. ಎಳೆಯರಿಗಾಗಿ ಕೆಲವು ಜಾತಕ ಕಥೆಗಳು | ಎನ್. ಗೋಪಾಲಕೃಷ್ಣ ಉಡುಪ | 90–00 |
| 26. ಜಾಣನಾದ ತಿಮ್ಮ ಮತ್ತು ಇತರ ಕತೆಗಳು | ಪ. ರಾಮಕೃಷ್ಣಶಾಸ್ತ್ರಿ | 80–00 |
| 27. ಚಿನ್ನದ ಚೆಂಡು | ಡಾ. ಪಿ. ನಾರಾಯಣ ಭಟ್ | 55–00 |
| 28. ಸುರಭಿ ಮತ್ತು ಜಾರುಂದೀ | ಶಾಂತಾರಾಮ ಸೋಮಯಾಜಿ | 45–00 |
| 29. ಐಸ್‌ಕ್ರೀಂ ಲಾಟರಿ | ಎಂ.ಜಿ. ಗೋವಿಂದರಾಜು | 25–00 |
| 30. ಆಕಾಶದ ಅಂಚು | ಎಂ.ಜಿ. ಗೋವಿಂದರಾಜು | 45–00 |
| 31. ಗಾಳಿಯಲ್ಲಿ ಹೆಪ್ಪುಗಟ್ಟಿದ ಮೌನ | ತಾರಾಭಟ್ | 75–00 |
| 32. ಕೌತುಕದ ಕಥೆಗಳು | ಹೆಚ್.ಆರ್.ಚಂದ್ರವದನ ರಾವ್ | 150–00 |
| 33. ಯುಜಿ–ಹೊಗೆಯಿಲ್ಲದ ಜ್ವಾಲೆ | ಎಸ್.ಎ. ಶಾಮರಾವ್ | 130–00 |
| 34. ದಾನಚಿಂತಾಮಣಿ ಅತ್ತಿಮಬ್ಬೆ | ಪ್ರೊ. ಹಂಪ ನಾಗರಾಜಯ್ಯ | 100–00 |
| 35. ವಿಜಯನಗರದ ಕೃಷ್ಣದೇವರಾಯ | ಡಾ. ಸೂರ್ಯನಾಥ ಕಾಮತ್ | 30–00 |
| 36. ಅಮೋಘವರ್ಷ | ಪ್ರಕಾಶ್ ಹೇಮಾವತಿ | 100–00 |
| 37. ವೆನಿಸಿನ ವರ್ತಕ | ಕೆ.ಎಸ್. ಭಗವಾನ್ | 80–00 |
| 38. ದಂಗೆಯ ಸುಳಿಯಲ್ಲಿ ನಾನು | ಪ್ರೇಮ ಎನ್. ರಾವ್ ಅರಸಿಕೆರೆ | 85–00 |
| 39. ಪ್ರವಾಸಿ ಕಂಡ ಇಂಡಿಯಾ ಭಾಗ-1 | ಡಾ. ಎಚ್.ಎಲ್. ನಾಗೇಗೌಡ | 280-00 |
| 40. ಪ್ರವಾಸಿ ಕಂಡ ಇಂಡಿಯಾ ಭಾಗ-2 | ಡಾ. ಎಚ್.ಎಲ್. ನಾಗೇಗೌಡ | 350-00 |
| 41. ಪ್ರವಾಸಿ ಕಂಡ ಇಂಡಿಯಾ ಭಾಗ-3 | ಡಾ. ಎಚ್.ಎಲ್. ನಾಗೇಗೌಡ | 325-00 |
| 42. ಪ್ರವಾಸಿ ಕಂಡ ಇಂಡಿಯಾ ಭಾಗ-4 | ಡಾ. ಎಚ್.ಎಲ್. ನಾಗೇಗೌಡ | 300-00 |
| 43. ಪ್ರವಾಸಿ ಕಂಡ ಇಂಡಿಯಾ ಭಾಗ-5 | ಡಾ. ಎಚ್.ಎಲ್. ನಾಗೇಗೌಡ | 320-00 |
| 44. ಪ್ರವಾಸಿ ಕಂಡ ಇಂಡಿಯಾ ಭಾಗ-6 | ಡಾ. ಎಚ್.ಎಲ್. ನಾಗೇಗೌಡ | 280-00 |
| 45. ಪ್ರವಾಸಿ ಕಂಡ ಇಂಡಿಯಾ ಭಾಗ-7 | ಡಾ. ಎಚ್.ಎಲ್. ನಾಗೇಗೌಡ | 300-00 |
| 46. ಪ್ರವಾಸಿ ಕಂಡ ಇಂಡಿಯಾ ಭಾಗ-8 | ಡಾ. ಎಚ್.ಎಲ್. ನಾಗೇಗೌಡ | 350-00 |
| 47. ವಿದೇಶ ಯಾತ್ರೆ | ಡಾ. ಎಚ್.ಎಲ್. ನಾಗೇಗೌಡ | 180-00 |
| 48. ಚುನಾವಣಾ ಯಾತ್ರೆ | ಡಾ. ಎಚ್.ಎಲ್. ನಾಗೇಗೌಡ | 30-00 |
| 59. ಮಾಂಡೂಕ್ಯೋಪನಿಷದ್ವಿಜ್ಞಾನ | ಯು. ಪದ್ಮನಾಭ ಭಟ್ | 80–00 |
| 50. ತೈತರೀಯ ಉಪನಿಷದ್ವಿಜ್ಞಾನ | ಯು. ಪದ್ಮನಾಭ ಭಟ್ | 175–00 |
| 51. ಪ್ರಶ್ನೋಪನಿಷದ್ವಿಜ್ಞಾನ | ಯು. ಪದ್ಮನಾಭ ಭಟ್ | 90–00 |
| 52. ಕಠೋಪನಿಷದ್ವಿಜ್ಞಾನ | ಯು. ಪದ್ಮನಾಭ ಭಟ್ | 150–00 |
| 53. ಐತರೇಯ ಉಪನಿಷದ್ವಿಜ್ಞಾನ | ಯು. ಪದ್ಮನಾಭ ಭಟ್ | 60–00 |

| | | |
|---|---|---|
| 54. ನೀವು ಜ್ಯೋತಿಷಿಗಳಾಗಬೇಕೆ? | ಯು. ಪದ್ಮನಾಭ ಭಟ್ | 125–00 |
| 55. ಕನಕ ಮುಸುಕು | ಡಾ. ಕೆ.ಎನ್. ಗಣೇಶಯ್ಯ | 150–00 |
| 56. ಶಬ್ದ ಮಾಡದವು ಮತ್ತು ಇತರ ಉಳುಬಾಳುಗಳ ಕಥೆಗಳು | ಶಶಿಧರ ವಿಶ್ವಾಮಿತ್ರ | 130–00 |
| 57. ಆರ್ಯಧರ್ಮ ಪ್ರದೀಪ | ಹೊಸಕೆರೆ ಚಿದಂಬರಯ್ಯ | 300–00 |
| 58. ನನ್ನದೂ ಒಂದು ಪ್ರೇಮ ಕಥೆ | ಅನು:ಈಶ್ವರ ದೈತೋಟ | 150–00 |
| 59. ನೀವು ಮುಳುಗುತ್ತಿದ್ದೀರಾ? ಹಾಗಿದ್ದರೆ ಸಬ್ ಮೆರೀನ್ ಆಗಿ | ಅನು:ಈಶ್ವರ ದೈತೋಟ | 125–00 |
| 60. ಪ್ರಾತಃಸ್ಮರಣೀಯರು | ಯಶೋಧಾ ಭಟ್ಟ | 140–00 |
| 61. ನಮ್ಮ ಬದುಕು ನಮ್ಮ ಬಾಳ್ವೆ | ಶಾರದಾ ವಿ. ಗೋಕಾಕ್ | 110–00 |
| 62. ಭಾರತ ಸಿಂಧು ರಶ್ಮಿ : ಸಂಪುಟ-1 | ವಿ.ಕೃ. ಗೋಕಾಕ್ | 375–00 |
| 63. ಭಾರತ ಸಿಂಧು ರಶ್ಮಿ : ಸಂಪುಟ-2 | ವಿ.ಕೃ. ಗೋಕಾಕ್ | 450–00 |
| 64. ನರಹರಿ | ವಿ.ಕೃ. ಗೋಕಾಕ್ | 10–00 |
| 65. ಊರ್ಣನಾಭ | ವಿ.ಕೃ. ಗೋಕಾಕ್ | 15–00 |
| 66. ಸಸ್ಯಸೃಷ್ಟಿ | ವಿ.ಕೃ. ಗೋಕಾಕ್ | 10–00 |
| 67. ಪ್ರಾಚೀನ ಕನ್ನಡ ಗದ್ಯ ಕೃತಿಗಳ ಸಾಂಸ್ಕೃತಿಕ ಅಧ್ಯಯನ | ಡಾ. ಗಣಪತಿ ಬಾಳುಗೋಡು | 140–00 |
| 68. ಇಲ್ಲಿರುವುದೆಲ್ಲವ ಬಿಟ್ಟು | ಜಯಪ್ರಕಾಶ್ ಮಾವಿನಕುಳಿ | 90–00 |
| 69. ಸುಂದರಕಾಂಡ | ದೊಡ್ಡಬೆಲೆ ನಾರಾಯಣಶಾಸ್ತ್ರಿ | 750–00 |
| 70. ಅಪೂರ್ವರೊಡನೆ | ಬಿ.ಎಸ್. ಕೇಶವರಾವ್ | 140–00 |
| 71. ಮರೆಯಲಾಗದವರು | ಬಿ.ಎಸ್. ಕೇಶವರಾವ್ | 290–00 |
| 72. ಕನ್ನಡಕ್ಕೊಬ್ಬನೇ ಕೈಲಾಸಂ | ಬಿ.ಎಸ್. ಕೇಶವರಾವ್ | 120–00 |
| 73. ನಮ್ಮ ಮಕ್ಕಳು ಮತ್ತು ನಾವು | (ಸಂ) ಬಳ್ಳೆಕೆರೆ ಹನುಮಂತಪ್ಪ | 225–00 |
| 74. ವೇದಾಂತ ಸಮಗ್ರ ಸಿದ್ಧಾಂತ | ಯು. ಪದ್ಮನಾಭ ಭಟ್ | 350–00 |
| 75. ಶ್ರೀ ರಾಮಾಯಣ ದರ್ಶನಂ ಗದ್ಯಾನುವಾದ | ಸಿ. ರಾಜಶೇಖರ | 225–00 |
| 76. ಕನ್ನಡ ಹಿಂದಿ ಪರ್ಯಾಯ ವಾಚಿ ಕೋಶ | ಮ. ಪಾರ್ವತಮ್ಮ | 200–00 |
| 77. ಮುಕ್ತಕ ಮಣಿಮಾಲೆ | ಎನ್. ಶ್ರೀನಿವಾಸ ಉಡುಪ | 50–00 |
| 78. ಆಯ್ದ ಪತ್ರಗಳು, ಪ್ರಬಂಧಗಳು | ಎಚ್.ಆರ್. ಚಂದ್ರವದನ ರಾವ್ | 60–00 |
| 79. ಎರಡು ಬಂಗಾಳಿ ಕಾದಂಬರಿಗಳು | ಡಿ.ಎನ್. ಶ್ರೀನಾಥ್ | 100–00 |

| | | |
|---|---|---|
| 80. ಕನ್ನಡ ಜೈಮಿನಿ ಭಾರತ | ಡಾ. ಡಿ.ಆರ್. ಪಾಂಡುರಂಗ | 350-00 |
| 81. ಕನ್ನಡ ಜೈಮಿನಿ ಭಾರತ | ಡಾ. ಡಿ.ಆರ್. ಪಾಂಡುರಂಗ | 400-00 |
| 82. ಕರ್ನಾಟಕದ ಹಬ್ಬಗಳು | ಡಾ. ಡಿ.ಆರ್. ಪಾಂಡುರಂಗ | 110-00 |
| 83. ಭೀಷ್ಮನ ಕೊನೆಯ ದಿನಗಳು | ಭಾಸ್ಕರಾನಂದ ರಾವ್ | 55-00 |
| 84. ಭೀಷ್ಮನ ಕಡೆತ ದಿನಕೋಲು | ಭಾಸ್ಕರಾನಂದರಾವ್ | 60-00 |
| 85. ಭಾರತೀಯ ಕಾವ್ಯ ಮೀಮಾಂಸೆ | ವಿ.ಎನ್. ಭಟ್ | 35-00 |
| 86. ಮುಂಬೆಳಕಿನ ಮಿಂಚು | ಉಮಾದೇವಿ ಉರಾಳ್ | 50-00 |
| 87. ಚೆರ್ರಿ ತೋಟ | ಶ್ರೀನಿವಾಸ ವಿ. ಸುತ್ರಾವೆ | 55-00 |
| 88. ಸಹಜ ಸಾವಯವ ಕೃಷಿ | ಡಾ. ಬಿ.ಎಸ್. ಸಿದ್ಧರಾಮಯ್ಯ | 70-00 |
| 89. ಮಾಟ-ಮಂತ್ರ-ತಂತ್ರ ಒಂದು ಅಧ್ಯಯನ | ಡಾ. ಪೂರ್ಣಿಮಾ ಭಟ್ | 250-00 |
| 90. ಪ್ರಣಯದ ಕರೆ | ಬಿ.ಪಿ. ಪ್ರೇಮಕುಮಾರ್ | 125-00 |
| 91. ಉತ್ಕ್ರಾಂತಿಯತ್ತ ಲಂಬಾಣಿಗಳು | ಡಾ. ಸಿ.ಆರ್. ಗೋಪಾಲ್ | 200-00 |
| 92. ಅವಮಾನ<br>1999ರ ಬೂಕರ್ ಪ್ರಶಸ್ತಿ ಪಡೆದ ಕಾದಂಬರಿ | ಡಿ.ಆರ್. ಮಿರ್ಜಿ | 130-00 |
| 93. ಥಾಮಸ್ ಮನ್ ಅವರ ಎರಡು ನೀಳ್ಗಥೆಗಳು<br>(1929ರ ನೊಬೆಲ್ ಪಾರಿತೋಷಕ ವಿಜೇತರ ಕೃತಿ) | ಡಿ.ಆರ್. ಮಿರ್ಜಿ | 95-00 |
| 94. ಕಾಡುಕತ್ತೆಯ ಚರ್ಮ | ಡಿ.ಆರ್. ಮಿರ್ಜಿ | 180-00 |
| 95. ನಾರ್ಸಿಸಸ್ ಮತ್ತು ಗೋಲ್ಡ್‌ಮಂಡ್<br>(ನೊಬೆಲ್ ಪ್ರಶಸ್ತಿ)<br>ಹರ್ಮನ್ ಹೆಸ್ (ಜರ್ಮನ್ ಮೂಲ) | ಡಿ.ಆರ್. ಮಿರ್ಜಿ | 180-00 |
| 96. ಸಿಬಿಲ್ (ಪ್ರವಾದಿನಿ) (ನೊಬೆಲ್ ಪ್ರಶಸ್ತಿ)<br>ಪಾಲ್ ಲಾಗರ್ಕ್ವಿಸ್ಟ್ (ಸ್ವಿಡಿಶ್ ಮೂಲ) | ಡಿ.ಆರ್. ಮಿರ್ಜಿ | 70-00 |
| 97. ಶಿರಪ್ರಸವಗಳು ಅಥವಾ ಜರ್ಮನ್-<br>ಜನಾಂಗ ಸಾಯುತ್ತಿದೆ (ನೊಬಲ್ ಪ್ರಶಸ್ತಿ)<br>ಗುಂಟರ್ ಗ್ರಾಸ್ (ಜರ್ಮನ್ ಮೂಲ) | ಡಿ.ಆರ್. ಮಿರ್ಜಿ | 85-00 |
| 98. ಆಸ್ಕರ್ ವೈಲ್ಡ್ ಅವರ ಕಥೆಗಳು<br>ಆಸ್ಕರ್ ವೈಲ್ಡ್/ (ಇಂಗ್ಲಿಷ್ ಮೂಲ) | ಡಿ.ಆರ್. ಮಿರ್ಜಿ | 90-00 |
| 99. ಅಂತರ್ಜಲದ ಅನ್ವೇಷಣೆಯ ವಿಧಾನಗಳು | ಎನ್.ಪಿ. ಶ್ರೀಕಾಂತ | 50-00 |
| 100. ಭವಿಷ್ಯ ಗಣಿ - ಸಾಗರ ಸಂಪತ್ತು | ಎನ್.ಪಿ. ಶ್ರೀಕಾಂತ | 25-00 |

| | | |
|---|---|---|
| 101. ಗುಪ್ತಸಿರಿ ಪೆಟ್ರೋಲಿಯಂ | ಎನ್.ಪಿ. ಶ್ರೀಕಾಂತ | 35-00 |
| 102. ಮಳೆಯನೀರು ಸಂಗ್ರಹಣೆ ಮರುಪೂರಣ | ಎನ್.ಪಿ. ಶ್ರೀಕಾಂತ | 35-00 |
| 103. ಬಾವಿ ಬಾವಿಗೂ ಅಂತರ | ಎನ್.ಪಿ. ಶ್ರೀಕಾಂತ | 22-00 |
| 104. ಹಳ್ಳಿಯ ಚಿತ್ರಗಳು | ಗೊರೂರು ರಾಮಸ್ವಾಮಿ ಅಯ್ಯಂಗಾರ್ | 65-00 |
| 105. ಬೈಲಹಳ್ಳಿ ಸರ್ವೆ | ಗೊರೂರು ರಾಮಸ್ವಾಮಿ ಅಯ್ಯಂಗಾರ್ | 60-00 |
| 106. ಕೊನಷ್ಟೆ ಹಾಸ್ಯಕಥೆಗಳು | ಗೊರೂರು ರಾಮಸ್ವಾಮಿ ಅಯ್ಯಂಗಾರ್ | 100-00 |
| 107. ಕ್ರೌಂಚ ವಧೆ | ಗೊರೂರು ರಾಮಸ್ವಾಮಿ ಅಯ್ಯಂಗಾರ್ | 120-00 |
| 108. ರಾಜನರ್ತಕಿ | ಗೊರೂರು ರಾಮಸ್ವಾಮಿ ಅಯ್ಯಂಗಾರ್ | 145-00 |
| 109. ಗರುಡಗಂಬದ ದಾಸಯ್ಯ | ಗೊರೂರು ರಾಮಸ್ವಾಮಿ ಅಯ್ಯಂಗಾರ್ | 90-00 |
| 110. ವೈಯ್ಯಾರಿ | ಗೊರೂರು ರಾಮಸ್ವಾಮಿ ಅಯ್ಯಂಗಾರ್ | 135-00 |
| 111. ಮೆರವಣಿಗೆ | ಗೊರೂರು ರಾಮಸ್ವಾಮಿ ಅಯ್ಯಂಗಾರ್ | 275-00 |
| 112. ಭಗವಾನ್ ಕೌಟಿಲ್ಯ | ಗೊರೂರು ರಾಮಸ್ವಾಮಿ ಅಯ್ಯಂಗಾರ್ | 130-00 |
| 113. ಹೇಮಾವತಿ | ಗೊರೂರು ರಾಮಸ್ವಾಮಿ ಅಯ್ಯಂಗಾರ್ | 165-00 |
| 114. ಊರ್ವಶಿ | ಗೊರೂರು ರಾಮಸ್ವಾಮಿ ಅಯ್ಯಂಗಾರ್ | 150-00 |
| 115. ರಸಫಲ | ಗೊರೂರು ರಾಮಸ್ವಾಮಿ ಅಯ್ಯಂಗಾರ್ | 160-00 |
| 116. ಹಳೆಯ ಪಳೆಯ ಮುಖಗಳು | ಗೊರೂರು ರಾಮಸ್ವಾಮಿ ಅಯ್ಯಂಗಾರ್ | 135-00 |
| 117. ಮರೆಯಾದ ಮಾರಮ್ಮ | ಗೊರೂರು ರಾಮಸ್ವಾಮಿ ಅಯ್ಯಂಗಾರ್ | 130-00 |
| 118. ಕನ್ಯಾಕುಮಾರಿ ಮತ್ತು ಇತರ ಕಥೆಗಳು | ಗೊರೂರು ರಾಮಸ್ವಾಮಿ ಅಯ್ಯಂಗಾರ್ | 70-00 |
| 119. ಕಮ್ಮಾರ ವೀರಭದ್ರಾಚಾರಿ | ಗೊರೂರು ರಾಮಸ್ವಾಮಿ ಅಯ್ಯಂಗಾರ್ | 135-00 |
| 120. ವತ್ಸಲೆ | ಗೊರೂರು ರಾಮಸ್ವಾಮಿ ಅಯ್ಯಂಗಾರ್ | 55-00 |
| 121. ಅಮೆರಿಕದಲ್ಲಿ ಗೊರೂರು<br>(ಕೇಂದ್ರಸಾಹಿತ್ಯ ಅಕಾಡೆಮಿ ಪ್ರಶಸ್ತಿ ವಿಜೇತ ಕೃತಿ) | ಗೊರೂರು ರಾಮಸ್ವಾಮಿ ಅಯ್ಯಂಗಾರ್ | 180-00 |
| 122. ಗೊರೂರು ಬಾಲ್ಯದ ಆತ್ಮಕಥೆ | ಗೊರೂರು ರಾಮಸ್ವಾಮಿ ಅಯ್ಯಂಗಾರ್ | 125-00 |
| 123. ನಮ್ಮ ಊರಿನ ರಸಿಕರು | ಗೊರೂರು ರಾಮಸ್ವಾಮಿ ಅಯ್ಯಂಗಾರ್ | 50-00 |
| 124. ಕಾಮನಬಿಲ್ಲು | ಸತ್ಯಕಾಮ | 65-00 |
| 125. ಮನ್ವಂತರ | ಸತ್ಯಕಾಮ | 40-00 |
| 126. ವಿ-ಪ್ರಯೋಗ | ಸತ್ಯಕಾಮ | 50-00 |
| 127. ಲಾವಣ್ಯ | ಸತ್ಯಕಾಮ | 50-00 |
| 128. ಶೃಂಗಾರ ತೀರ್ಥ | ಸತ್ಯಕಾಮ | 70-00 |

| | | |
|---|---|---|
| 129. ನಾಗರ ನಂಜು | ಸತ್ಯಕಾಮ | 70-00 |
| 130. ಪುರುಷಸೂಕ್ತ | ಸತ್ಯಕಾಮ | 60-00 |
| 131. ಪಂಚ 'ಮ'ಗಳ ನಡುವೆ | ಸತ್ಯಕಾಮ | 100-00 |
| 132. ದೇವನ ಇನ್ನೊಂದು ಬಾಗಿಲು | ಸತ್ಯಕಾಮ | 50-00 |
| 133. ಮಾತೃಲಹರಿ ಮತ್ತು ಇತರ ಕವಿತೆಗಳು | ಸತ್ಯಕಾಮ | 40-00 |
| 134. ಆಹುತಿ | ಸತ್ಯಕಾಮ | 120-00 |
| 135. ಚಿಕ್ಕಿಯ ಹರೆಯದ ದಿನಗಳು | ಗೀತಾ ನಾಗಭೂಷಣ | 90-00 |
| 136. ಮಾಪುರ ತಾಯಿಯ ಮಕ್ಕಳು | ಗೀತಾ ನಾಗಭೂಷಣ | 45-00 |
| 137. ಹಸಿಮಾಂಸ ಮತ್ತು ಹದ್ದುಗಳು | ಗೀತಾ ನಾಗಭೂಷಣ | 40-00 |
| 138. ಸಮುದಾಯ ಸಂಘಟನೆ | ಡಾ|| ಎಚ್.ಎಂ. ಮರುಳಸಿದ್ಧಯ್ಯ | 100-00 |
| 139. ಸಮಾಜ ಕಾರ್ಯ | ಡಾ|| ಎಚ್.ಎಂ. ಮರುಳಸಿದ್ಧಯ್ಯ | 100-00 |
| 140. ಕಪ್ಪುಮೋಡದಲ್ಲೊಂದು ಬೆಳ್ಳಿರೇಖೆ | ಡಾ|| ಎಚ್.ಎಂ. ಮರುಳಸಿದ್ಧಯ್ಯ | 150-00 |
| 141. ಗ್ರಾಮೋನ್ನತಿ | ಡಾ|| ಎಚ್.ಎಂ. ಮರುಳಸಿದ್ಧಯ್ಯ | 60-00 |
| 142. ಗಾಂಧೀಯ ಅರ್ಥಶಾಸ್ತ್ರ | ಡಾ|| ಎಚ್.ಎಂ. ಮರುಳಸಿದ್ಧಯ್ಯ | 75-00 |
| 143. ಮಾನವ ಸಂಪನ್ಮೂಲ ಸಂವರ್ಧನೆ | ಡಾ|| ಎಚ್.ಎಂ. ಮರುಳಸಿದ್ಧಯ್ಯ | 90-00 |
| 144. ಚಾಣಕ್ಯ | ಸು. ರುದ್ರಮೂರ್ತಿ ಶಾಸ್ತ್ರಿ | 500-00 |
| 145. ಗಣೇಶ ಬಂದ ಕಾಯಿ ಕಡುಬು ತಿಂದ | ಸು. ರುದ್ರಮೂರ್ತಿ ಶಾಸ್ತ್ರಿ | 60-00 |
| 146. ಅಲ್ಲಜ್ಜನ ವಚನಗಳು | ಸು. ರುದ್ರಮೂರ್ತಿ ಶಾಸ್ತ್ರಿ | 25-00 |
| 147. ಭಾರತದ ಪ್ರಾಣಿಪಕ್ಷಿಗಳು | ಬಳ್ಳೇಕೆರೆ ಹನುಮಂತಪ್ಪ | 65-00 |
| 148. ಅಪೂರ್ವ ಗೆಳೆಯರು | ಬಳ್ಳೇಕೆರೆ ಹನುಮಂತಪ್ಪ | 70-00 |
| 149. ಅಂಬೇಡ್ಕರ್ ಮಹಾಶಯ | ಜೆ.ಸು.ನಾ. | 100-00 |
| 150. ವಾಸವಿ | ಜೆ.ಸು.ನಾ. | 100-00 |
| 151. ಮುದುಕ ಮತ್ತು ಸಮುದ್ರ | ಶ್ರೀನಿವಾಸ ವಿ. ಸುತ್ರಾವೆ | 65-00 |
| 152. ಹುಲ್ಲಾಗು ಬೆಟ್ಟದಡಿ | ಅಶೋಕಬಾಬು ನೀಲಗಾರ | 50-00 |
| 153. ಕನ್ನಡ ವ್ಯಾಕರಣ ಪದಕೋಶ | ಕ.ನಂ. ಪ್ರಸನ್ನ | 110-00 |
| 154. ದೇಗುಲಗಳ ದಾರಿಯಲ್ಲಿ | ಕೆ.ಬಿ. ಪ್ರಭುಪ್ರಸಾದ್ | 80-00 |
| 155. ಕೋಚೆ ಸಮಗ್ರ ಕಥಾ ಸಂಪುಟ | ಕೋಚೆ | 300-00 |
| 156. ನವಿಲ ಜಾಗರ | ಡಾ. ಆರ್.ಕೆ. ನಲ್ಲೂರು ಪ್ರಸಾದ್ | 120-00 |
| 157. ಶಿಕ್ಷಣ ವರ್ತಮಾನ | ಡಾ. ಮಹಾಬಲೇಶ್ವರ ರಾವ್ | 80-00 |

| | | |
|---|---|---|
| 158. ಸೀಕರಣೆ | ವಸುಮತಿ ಉಡುಪ | 60-00 |
| 159. ಆತ್ಮಸಖಿ ತುಂಬು ಹೃದಯಬಟ್ಟಲನು | ಡಾ. ಪಂಚಾಕ್ಷರಿ ಹಿರೇಮಠ | 100-00 |
| 160. ವಾಲ್ಮೀಕಿ ರಾಮಾಯಣದ ಮೂರು ಪಾತ್ರಗಳು : ಒಂದು ಸಮೀಕ್ಷೆ | ಸಿ. ರಾಜಶೇಖರ | 45-00 |
| 161. ಚಂಚಲೆ | ಎನ್.ಎಸ್. ಶಂಕರ್ | 160-00 |
| 162. ಮಾರ್ಗ ತೋರುವ ಮಹಾಚೇತನಗಳು | ಎಪಿಜೆ ಅಬ್ದುಲ್ ಕಲಾಂ, ಅರುಣ್ ಕೆ. ತಿವಾರಿ ಕನ್ನಡಕ್ಕೆ : ಸಂಜಯ್ ದೊರೆ | 90-00 |
| 163. ನೆನಪಿನ ನೆಂಟರು | ಜರಗನಹಳ್ಳಿ ಶಿವಶಂಕರ್ | 60-00 |
| 164. ನೆರಳು ಮಾರಿದ ಸಿರಿವಂತ ಮತ್ತು ಇತರ ಐದು ಮಕ್ಕಳ ನಾಟಕಗಳು | ಕೆ.ಟಿ. ಗಟ್ಟಿ | 45-00 |
| 165. ಸತ್ಯದ ಕುಣಿತ ಮತ್ತು ಇತರ ಐದು ಮಕ್ಕಳ ನಾಟಕಗಳು | ಕೆ.ಟಿ. ಗಟ್ಟಿ | 50-00 |
| 166. ದೇಹ ದೇಗುಲಕ್ಕೊಂದು ಪ್ರಣಾಮ | ವಸಂತ್ ಎ. ಕುಲಕರ್ಣಿ | 50-00 |
| 167. 27 ಉರ್ದು ಕಥೆಗಳು | ಪಂಚಾಕ್ಷರಿ ಹಿರೇಮಠ | 160-00 |
| 168. ಕಾರ್ಯದರ್ಶಿ ಕಾಮನೆಗಳು | ವೀ.ಪ. ಬಳಿಗಾರ್ | 125-00 |
| 169. ಏಕಾಂತ ಮತ್ತು ಏಕಾಗ್ರತೆ | ಮನು ಬಳಿಗಾರ್ | 100-00 |
| 170. ಅಡಿಗರ ಕಾವ್ಯದಲ್ಲಿ ವಾಸ್ತವತೆ | ಡಾ. ಅಣ್ಣಮ್ಮ | 150-00 |
| 171. ಕಂಪ್ಯೂಟರ್ ಲೋಕದಲ್ಲಿ | ಸುಧಾಮೂರ್ತಿ | 40-00 |
| 172. ಕಾಲ | ಸುನಂದಾ ಕುಲಕರ್ಣಿ | 70-00 |
| 173. ಶಾಲಾಮಕ್ಕಳಿಗಾಗಿ ಆರೋಗ್ಯ | ಸುನಂದಾ ಕುಲಕರ್ಣಿ | 30-00 |
| 174. ಕಿಶೋರಿಯರಿಗೆ ಕಿವಿಮಾತು | ಸುನಂದಾ ಕುಲಕರ್ಣಿ | 20-00 |